க்ரியாவின் தற்காலத் தமிழ் அகராதி

தமிழ்-தமிழ்-ஆங்கிலம்

விரிவாக்கித் திருத்திய மூன்றாம் பதிப்பு

kriyāviṉ taṟkālat tamiḻ akarāti
(tamiḻ-tamiḻ-āṅkilam)

Cre-A: Dictionary of Contemporary Tamil (Tamil – Tamil – English)

Third Edition, October 2020, Reprint October 2023

First Edition, January 1992
Reprinted twelve times
(including two prints of a monolingual edition)

Second Edition, May 2008
Reprinted eight times
(including a print of a monolingual edition)

Published by

Cre-A:
No 58, TNHB Colony,
Sanatorium,
Tambaram,
Chennai - 600 047.
email: crea@crea.in
website: www.crea.in

Printed at

Sudarsan Graphics Pvt. Ltd.,
Chennai 600 041.

© compilation, text, editorial format and arrangement S. Ramakrishnan.

All rights reserved. No part of this publication may be reproduced, stored in a retrieval system, or transmitted in any form or by any means, electronic, mechanical, photocopying, recording or otherwise, without the prior written permission of the copyright holder.

Price: Rs. 1100

ISBN 978-93-82394-52-5

இந்த அகராதி காப்புரிமை பெற்றது. மதிப்புரைக்காகவும் ஆய்வுக்காகவும் மட்டுமே இந்த அகராதியின் பகுதிகளை வெளியீட்டுக்காகப் பயன்படுத்தலாம்.

இந்த அகராதியைப் பிறர் நகலெடுப்பதும், வேறு தொழில்நுட்பத்தைப் பயன்படுத்தி இதன் உள்ளடக்கத்தைச் சேமித்து வைப்பதும் ஊடக மாற்றம் செய்வதும் தடைசெய்யப்படுகிறது.

சரோஜா ரவீந்திரன்

என். சுப்பிரமணியன்

பால்கிருஷ்ண ஈஸ்வரன்

டி. எஸ். நாகராஜன்

டி. கே. கோபாலன்

சி. டி. இந்திரா

கமலா, சங்கரன்

சீதா

ஆகியோருக்கு

Note: An English version of the introductory sections of this Dictionary is available at www.crea.in

பொருளடக்கம்

அகராதிக் குழு	vi
நன்றி	xii
அகராதியின் புதிய விரிவாக்கம்	xxii
அகராதியின் தற்காலத் தமிழ் இலக்கண விளக்கம்	xxxvi
அகராதியில் பயன்படுத்தியிருக்கும் சுருக்கக் குறியீடுகள்	lviii
அகராதிப் பதிவின் அமைப்பு	lx
அகராதியைப் பயன்படுத்த உதவும் குறிப்புகள்	lxii
தமிழ் எழுத்து அகரவரிசை	lxxiv
அகராதி	1 - 1270

v

Dictionary Team

Chairperson

Prof. E. Annamalai

(Formerly, Director, Central Institute of Indian Languages, Mysuru; presently, University of Chicago, U.S.A.)

Editor

S. Ramakrishnan

(Editor, Cre-A:, Publishers, Chennai)

Joint Editor

Dr. Thanga Jayaraman

(Formerly of the Department of English,
Central University of Tamil Nadu, Thiruvarur)

Chief Deputy Editor

Dr. T. K. Regunathan

Reviewers

Dr. N. Sivaraman

(Formerly of the Department of English,
Thiagarajar College, Madurai)

Pon. Dhanasekaran

(Senior Journalist, Chennai)

N. Ramani

(Formerly Headmaster, Government Higher Secondary
School for Girls, Manamadurai)

Assistants in the Project

P. Nagaprasanna

K. Asha

V. Balaji

அகராதிக் குழு

தலைவர்

பேராசியர் இ. அண்ணாமலை
(முன்னாள் இயக்குநர், இந்திய மொழிகளின் நடுவண் நிறுவனம், மைசூரு;
தற்போது, சிகாகோ பல்கலைக்கழகம், அமெரிக்கா)

ஆசிரியர்

எஸ். ராமகிருஷ்ணன்
(பதிப்பாசிரியர், க்ரியா, சென்னை)

இணை ஆசிரியர்

டாக்டர் தங்க. ஜெயராமன்
((முன்னர்) ஆங்கிலத் துறை,
தமிழ்நாடு மத்தியப் பல்கலைக்கழகம், திருவாரூர்)

முதன்மை உதவி ஆசிரியர்

டாக்டர் டி. கே. ரகுநாதன்

பதிவுகளைச் செம்மைப்படுத்த உதவியவர்கள்

டாக்டர் என். சிவராமன்
((முன்னர்) ஆங்கிலத் துறை,
தியாகராஜர் கலைக் கல்லூரி, மதுரை)

பொன். தனசேகரன்
(மூத்த இதழாளர், சென்னை)

என். ரமணி
(ஓய்வுபெற்ற தலைமை ஆசிரியர், அரசு பெண்கள்
மேல்நிலைப் பள்ளி, மானாமதுரை)

அகராதிப் பணி உதவியாளர்கள்

பு. நாகபிரசன்னா
கி. ஆஷா
வெ. பாலாஜி

Data retrieval, draft management, page make-up

K. Asha

Computer technical assistance

V. Balaji

Sri Lankan Tamil

Dr. Sellathurai Sutharsan

(Senior Lecturer, Department of Tamil,
Peredeniya University, Sri Lanka)

Designer of data retrieval program

V. Ganesh Venkataraman

(AWS Cloud Architecture & Big Data Specialist, U.S.A.)

Designer of auto-structuring tool

Dr. S. K. Venkatesan

(Senior Scientist, TNQ Technologies, Chennai)

Website design and administration

M. V. Bhaskar

(Consultant, Chennai)

Subject Consultants

Prof. D. Narasimhan

(Formerly, Head of the Department of Botany,
Madras Christian College, Chennai)

Dr. P. Jeganathan

(Nature Conservation Foundation, Mysuru)

Dr. K. Vijayalakshmi, A.V. Balasubramanian

(Centre for Indian Knowledge Systems, Chennai)

தரவு, வரைவு உதவி, பக்க உருவாக்கம்

கி. ஆஷா

கணினித் தொழில்நுட்ப உதவி

வெ. பாலாஜி

இலங்கைத் தமிழ்

டாக்டர். செல்லத்துரை சுதர்சன்

(மூத்த விரிவுரையாளர், தமிழ்த் துறை,

பேராதனைப் பல்கலைக்கழகம், இலங்கை)

தரவு மீட்பு நிரல் வடிவமைப்பு

வி. கணேஷ் வெங்கடராமன்

(AWS Cloud Architecture & Big Data Specialist, U.S.A.)

பதிவுகள் அமைப்பு நிரல் வடிவமைப்பு

டாக்டர் எஸ். கே. வெங்கடேசன்

(மூத்த அறிவியலாளர், டி. என். க்யு. டெக்னாலஜிஸ், சென்னை)

இணையதளம் வடிவமைப்பு , நிர்வாகம்

எம். வி. பாஸ்கர்

(ஆலோசகர், சென்னை)

துறை ஆலோசகர்கள்

பேராசிரியர் டி. நரசிம்மன்

(முன்னாள் தலைவர், தாவரவியல் துறை,

சென்னை கிறித்தவக் கல்லூரி, சென்னை)

டாக்டர் பி. ஜெகநாதன்

(இயற்கைப் பாதுகாப்பு அறக்கட்டளை, மைசூரு)

டாக்டர் கே. விஜயலட்சுமி, ஏ. வி. பாலசுப்ரமணியன்

(இந்தியப் பாரம்பரிய அறிவியல் மையம், சென்னை)

Subject Consultants

Thirunangai P. Sudha
(Chairperson, Indian Transgender Initiative, Chennai)

Thirunangai N. Malavika
(Treasurer, Indian Transgender Initiative, Chennai)

Swarnam J. Natarajan
(Judicial Service, Puducherry)

S. Mahdoom Ariffa
(Crescent T.T.I. for Women, Madurai)

Prasanna Venkatesa Dikshitar
(Mannargudi)

Friends who have helped with data and information

Iravatham Mahadevan

N. Muthuswamy

S. V. Rajadurai

V. Annamalai (Imaiyam)

K. Samayavel

Pon. Dhanasekaran

D. Asaithambi

T. N. Raghu

Illustrations

P. Manivannan

G. Ramamoorthi

V. Balaji

T. Ramanan

துறை ஆலோசகர்கள்

திருநங்கை பி. சுதா
(தலைவர், இந்தியன் டிரான்ஸ்ஜெண்டர் இனிஷியேடிவ், சென்னை)

திருநங்கை என். மாளவிகா
(பொருளாளர், இந்தியன் டிரான்ஸ்ஜெண்டர் இனிஷியேடிவ், சென்னை)

ஸ்வர்ணம் ஜெ. நடராஜன்
(புதுச்சேரி நீதித்துறை)

எஸ். மஹ்தூம் ஆரிஃபா
(கிரசண்ட் ஆசிரியர் பயிற்சி நிறுவனம் (பெண்கள்), மதுரை)

பிரசன்ன வேங்கடேச தீட்சிதர்
(மன்னார்குடி)

தரவுகளும் தகவல்களும் தந்து உதவியவர்கள்

ஐராவதம் மகாதேவன்

ந. முத்துசாமி

எஸ். வி. ராஜதுரை

வி. அண்ணாமலை (இமையம்)

கே. சமயவேல்

பொன். தனசேகரன்

டி. ஆசைத்தம்பி

டி. என். ரகு

படங்கள்

பி. மணிவண்ணன்

ஜி. ராமமூர்த்தி

வெ. பாலாஜி

டி. ரமணன்

நன்றி

க்ரியாவின் 47ஆம் ஆண்டில், க்ரியா அகராதித் திட்டத்தின் 35ஆம் ஆண்டில், அகராதியின் திருத்திய, விரிவாக்கப்பட்ட மூன்றாம் பதிப்பு வெளியாகிறது. தமிழ் அகராதி வரலாற்றில் ஒருவருடைய ஆயுள்நாளிலேயே ஒரு அகராதி மூன்று பதிப்புகளைக் கண்டதாகத் தெரியவில்லை. இந்தப் பயணம் எளிதானதாக இல்லை என்பதைச் சொல்லத் தேவையில்லை. 35 ஆண்டுகள் முனைப்புடன் ஒரு திட்டத்தில் ஈடுபட்டு அது நிறைவேறுவதற்குத் தனிமனித முயற்சி போதவே போதாது. இதற்கு அடிப்படையில் செயலை ஊக்குவிக்கும் உந்துசக்திகள் தேவை. க்ரியா அகராதிக்கு இரண்டு பேர் மிக அத்தியாவசியமான உந்துசக்திகளாக விளங்கியிருக்கின்றனர். முதலாமவர், என்னுடன் இணைந்து க்ரியாவை நிறுவிய வி. ஜெயலட்சுமி; இரண்டாமவர், இ. அண்ணாமலை.

ஜெயலட்சுமி புத்தகங்களைப் படிப்பதில் மிக்க ஆர்வம் கொண்டிருந்தார். க்ரியாவே அவருடைய யோசனையின்பேரில்தான் துவங்கப்பட்டது. அன்றாடச் செயல்பாடுகளைக் கவனித்துக்கொண்டிருந்த எனக்கு அவர் அளித்த ஊக்கம் மிக வலுவானது. வணிக நோக்கங்களுக்கு முக்கியத்துவம் தராமல், வெளியீடு களில் பண்பாட்டு முக்கியத்துவத்தையே அவர் மதித்தார். எனக்கு அவர் அளித்த ஒத்துழைப்பும் சுதந்திரமும் அருமையானவை. என் மதிப்பீடுகளையும் பார்வை யையும் முழுக்க அங்கீகரித்த அவர், இக்கட்டான ஒவ்வொரு சூழ்நிலை யிலும் கைகொடுத்து என்னைத் தூக்கி நிறுத்தினார். நட்புக்கு அப்பால் பதிப்புத் துறையின் சமூக வெளிப்பாடுகள் அவருக்கு முக்கியமாகப்பட்டன. மிக நோய் வாய்ப்பட்டு, மரணம் நிச்சயம் என்று தெரிந்ததுமே அகராதித் திட்டம் தொடர்ந்து செயல்படத் தன்னிடம் இருந்த அனைத்துப் பொருளையும் இத்திட்டத்திற்கே தந்துவிட்டார். சாதாரண மனிதர்களால் என்ன பெரிதாகச் செய்துவிட முடியும் என்று அவர் மனம் தளரவில்லை. முடிந்தவரை செய்துபார்ப்போம் என்பது தான் அவர் கொள்கையாக இருந்தது. நாம் எல்லோருமே முடிந்தவரை செய்து பார்க்க வேண்டியவர்கள்தான். விளைவு சிறியதோ, பெரியதோ, உண்மையான உழைப்புதான் இப்படிச் செய்துபார்க்க மிக அவசியமானது. இந்த உழைப்பு செயல்பட அகராதித் திட்டத்தில் அவர் கொண்டிருந்த நம்பிக்கைதான் இந்த மூன்றாவது பதிப்புவரை என்னை வழிகாட்டியிருக்கிறது.

இ. அண்ணாமலையின் உந்துதல் இல்லையென்றால் க்ரியா அகராதி பிறந்தே இருக்காது. க்ரியா அகராதி அவருடைய பல தசாப்த மொழியியல் அறிவின் காத்திரமான வெளிப்பாடு. தமிழ் வெளியீடுகள் தரமாக உருவாவதற்குத் தற் காலத் தமிழ் அகராதி அடிப்படையான கருவி என்பதை அவர்தான் எங்களுக்கு உணர்த்தினார். அகராதியின் அவசியத்தில் அவர் கொண்டிருக்கும் நம்பிக்கை, தற்காலத் தமிழைக் குறித்துத் தொடர்ந்து அவரிடம் உருவான கேள்விகள் க்ரியா அகராதி மூன்று பதிப்புகளைக் காணக் காரணமாக இருந்திருக்கின்றன. 1985இலிருந்து இன்றுவரை அண்ணாமலை ஒவ்வொரு நாளும் இடைவிடாது

எங்கள் அகராதிப் பணிகளில் அக்கறை காட்டியிருக்கிறார். எங்களுடைய கணக்கற்ற கேள்விகளுக்குத் தெளிவாகப் பதில் அளித்தும், நாங்கள் எந்தத் திசையில் எவ்வளவு தூரம் போக வேண்டும் என்று அறிவுறுத்தியும், நாங்கள் அனுப்பும் தரவுகளைப் பரிசீலித்துப் புதிய கேள்விகளை எங்கள் கவனத்துக்குக் கொண்டு வந்தும், அவற்றுக்கான தரவுகளைத் தேடிப் போகச் செய்தும், புதிய தரவுகளை எங்களுக்கு அனுப்பியும் எங்களை வழிநடத்தியிருக்கிறார். இவை எல்லாம் எங்கள் அறிவையும், முனைப்பையும் தொடர்ந்து கூட்டுவனவாக இருந்திருக்கின்றன. அவருடனான உறவு எங்களுக்குத் தொடர்கல்வியாக இருந்துகொண்டேயிருக்கிறது.

அகராதி என்பது மொழியின் சொற்களை விரும்பியபடி தொகுத்துக் கொடுக்கும் சாதனம் அல்ல. எந்தச் சொற்களைத் தொகுக்க வேண்டும் என்பதற்குச் சில வரன்முறைகள் உண்டு; என்னென்ன செய்திகளைச் சேர்த்துத் தொகுத்ததை எப்படிப் பதிவுசெய்வது என்பதுபற்றிச் சில வரன்முறைகள் உண்டு. எல்லாச் செய்திகளையும் உள்முரணின்றித் தரும் முறைபற்றிச் சில வரன்முறைகள் உண்டு. இந்த வரன்முறைகளை வகுப்பதுதான் அகராதியின் ஆசிரியக் கொள்கை (editorial policy). இந்தக் கொள்கை அகராதியின் முதல் பதிப்புக்கு உருவாக்கப்பட்டுத் தொடர்ந்து செம்மைப்படுத்தப்பட்டிருக்கிறது. மூன்றாம் பதிப்பின் ஆசிரியக் கொள்கையை முடிவுசெய்வதில் முக்கியப் பங்குவகித்தவர்கள் இ. அண்ணாமலை, தங்க. ஜெயராமன், நான். இதில் தலைமைப் பொறுப்பில் இருந்து அகராதிக் கொள்கை உருவாக்கத்தை முதல் பதிப்பிலிருந்து நெறிப்படுத்தியவர் இ. அண்ணாமலை. இவருக்குப் பக்கபலமாக இருந்தவை இவருடைய தமிழ் சார்ந்த மொழியியல் அறிவும், தற்காலத் தமிழ் வழக்குகளில் இருந்த பயிற்சியும். கொள்கையைப் புறவயமாக வகுக்கத் துணையாக இருந்தவை கணினியில் ஏற்றப்பட்ட தமிழ்த் தரவுகள்.

இந்தப் புதிய பதிப்பின் அன்றாட வேலைகளில் மிக முக்கியமாகப் பங்களித்தவர் தங்க. ஜெயராமன். முதல் பதிப்பிலிருந்தே ஆரம்பித்த அவர் உறவு, முப்பது ஆண்டுகளாக அகராதிப் பணிகளூடே வலுப்பட்டிருக்கிறது. ஜெயராமனின் பல்துறை அறிவு ஒரு பெட்டகமாக எங்களுக்கு இருந்திருக்கிறது. ஆங்கில, தமிழ் மொழிகளில் அவருக்கு இருக்கும் நுண்ணிய அறிவு, ஊரக மக்களின் செயல்பாடுகள், வாழ்க்கைமுறை குறித்த கூர்மையான பார்வை அகராதிக்கு மிகத் தேவையான திறமையை அவரிடம் இயற்கையாகவே வளர்த்திருக்கின்றன. எதையும் நிதானித்துப் பார்க்கும் பொறுமை அனைவரும் அவரிடமிருந்து கற்றுக்கொள்ள வேண்டிய பண்பு. அவரால் இந்தப் பதிப்புக்குக் கிடைத்திருக்கும் நன்மைகள் ஏராளம். அகராதியை நடைமுறை வாழ்க்கையுடன் பிணைத்துப் பார்க்க வேண்டிய அவசியத்தை அவர் தன் கருத்துகள், சிந்தனை மூலம் வலியுறுத்திக் கொண்டே இருந்திருக்கிறார். இந்தப் புதிய பதிப்பில் அவர் செறிவான வளத்தைத் திருத்தங்கள்மூலமும், புதுப் பதிவுகள்மூலமும் சேர்த்திருக்கிறார். இந்தப் பதிப்பில் புதிய பதிவுகள் அனைத்தின் ஆங்கிலப் பொருள் விளக்கங்களையும், முந்தையப் பதிவுகளில் மேற்கொள்ளப்பட்ட திருத்தங்களையும் ஜெயராமன்தான் இறுதிசெய்திருக்கிறார். குறிப்பாக, எனக்கு 24 x 7 என்று தற்போது சொல்லப்படும் வகையில் ஆலோசகராக, அன்றாட உழைப்பாளியாக இருந்திருக்கிறார். இது இந்தப் பதிப்பு அடைந்திருக்கும் பேறு.

முதல் பதிப்பிலிருந்து டி. கே. ரகுநாதன் க்ரியா அகராதியுடன் பல நிலை களில் செயல்பட்டிருக்கிறார். இந்தப் பதிப்புக்காக இரண்டு காலப் பிரிவுகளில் அவர் பணியாற்றியிருக்கிறார். அகராதியின் புதிய பார்வைக்கு ஏற்ற வகையில் தரவுகளைப் பரிசீலிப்பதிலிருந்து, பதிவுகள் எழுதப்பட்ட பின் அவை அகராதி யின் பொது விதிகளுக்கு ஏற்ப அமைந்திருக்கின்றனவா என்பதைப் பரிசீலனை செய்வதுவரை மிகக் கவனமாக, மூன்று பதிப்புகளுக்கும் இடையே வலுவான சரடாகச் செயல்பட்டிருக்கிறார். இதனால் பதிவுகளில் ஒருமை சாத்தியப்பட்டது. இது சாதாரணமான விஷயம் அல்ல.

அகராதியின் இறுதிக் கட்டத்தில் மூத்த இதழாளரான பொன். தனசேகரன் எங்கள் வேண்டுகோளுக்கு இணங்கி எல்லாப் பதிவுகளையும் மறுபார்வை யிட்டார். கல்விப் புலம், அரசுத் துறை நடைமுறைகள், ஊரக வாழ்க்கையில் நிலவும் பழக்கவழக்கங்கள் என்று பல துறைகளிலும் அவருக்கு இருக்கும் நீண்ட நாள் அனுபவம் கணக்கற்ற பதிவுகளுக்குக் கூடுதல் தெளிவைத் தந்தது. பல புதிய பதிவுகள் இந்தப் பதிப்பில் இடம்பெறவும் அவர் உதவியிருக்கிறார்.

இந்தப் பதிப்பின் அன்றாட வேலைகளில் ஈடுபட்டிருக்கும் ஆஷா, பிரசன்னா, பாலாஜி ஆகிய மூவரும் தங்களுக்குக் கொடுக்கப்பட்ட பணிக ளுக்கு அப்பால் சென்று அகராதியியல் உதவி என்று சொல்லத்தக்க வகையில் தங்கள் அறிவை வளர்த்துக்கொண்டு அகராதியின் பல அம்சங்களிலும்— பதிவின் அமைப்பு, விளக்கத்தின் தெளிவு, எழுத்துருக்களைப் பற்றிய கவனம், சொற்களின் அமைப்பு, தேவையான படங்களை அடையாளம் கண்டு ஓவியர் களுடன் ஒருங்கிணைந்து செயல்படுவது, எல்லாவற்றுக்கும் மேல் பல புதிய சொற்களைக் கவனத்துக்குக் கொண்டுவருவது என்று ஒவ்வொரு அம்சத்திலும் கவனம் செலுத்தியது மிகுந்த மனநிறைவைத் தந்தது. பிரசன்னா ஒரு அணியின் தலைவர்போல் செயல்பட்டு, அச்சாக்கப் பிரதியின் ஒவ்வொரு அம்சத்தையும் கூர்ந்து கவனித்து ஒருங்கிணைக்கும் பணியைச் செய்திருக்கிறார். ஒரு விளை யாட்டுக் குழுவில் எப்படி ஒவ்வொருவரும் மற்றவர்களை அனுசரித்து விளை யாட வேண்டுமோ அந்த வகையில் இம்மூவரும் ஒருவருக்கொருவர் உதவி செய்துகொண்டு அகராதிப் பணிகள் தளர்வில்லாமல் முன்னேற மிகவும் பாடு பட்டிருக்கிறார்கள். பக்கங்களின் அமைப்பைக் குறித்த ஆஷாவின் கவனம், பதிவுகளின் ஒருமையைப் பற்றிய பிரசன்னாவின் அக்கறை, பாலாஜியின் கணினித் தொழில்நுட்ப, ஓவியத் திறமைகள்—இப்படிப் பலவற்றைச் சுட்டிக் காட்டலாம். ஆஷா வரைவுகளை உள்ளிட்டபோது ஒவ்வொரு வரைவையும் கவனத்துடன் மற்ற வரைவுகளுடன் ஒப்பிட்டுக் கேள்விகள் கேட்டு, யோசனைகள் சொல்லி, நடையில் இருந்த சிடுக்குகளைச் சீராக்கி மிகவும் உதவியிருக்கிறார். இந்த அகராதி உருவாகிகொண்டிருந்த ஆண்டுகளில் கணினித் தொழில்நுட்பம் வேகமாக மாறிக்கொண்டேயிருந்தது. இந்த மாற்றத்தின் வேகத்தைக் கூர்ந்து கவனித்து, அதற்கு ஈடுகொடுத்துப் புதிய மென்பொருள்களையும், இதர உப கரணங்களையும் பரிசீலித்து வேலையின் ஓட்டம் தடைபடாதவாறு பாலாஜி பார்த்துக்கொண்டார். அகராதிக் குழுவுக்கு இது வலுவான பக்கபலமாக அமைந்தது.

இந்தப் பதிப்பில் முக்கியச் சேர்க்கையாகத் திருநர் சமூகத்தினர் பயன் படுத்தும் சொற்கள் அமைகின்றன. இந்தச் சொற்களைச் சட்ட ஆவணங்களி லிருந்தும், திருநர் சமூகத்தைச் சேர்ந்த எழுத்தாளர்கள் எழுதிய புத்தகங்களி லிருந்தும் தேர்வுசெய்த பிறகு, அவற்றின் பொருளைத் தீர்மானிப்பதற்குத்

திருநங்கை சுதா பல நாட்கள் ஒவ்வொரு நாளும் பல மணி நேரம் எங்க ளுடன் கலந்துரையாடி உதவியிருக்கிறார். அவருடன் இணைந்து திருநங்கை மாளவிகாவும் விளக்கங்களைத் தந்து உதவியிருக்கிறார். இருவருடைய ஆர்வ மிக்க பங்களிப்பு இந்தப் பதிப்புக்குத் தனிச் சிறப்பை அளித்திருக்கிறது. இம்மாதிரி உருவாக்கப்பட்ட பதிவுகளை அனிருத்தன் வாசுதேவன் மறுபார்வை யிட்டுப் பயனுள்ள பல கருத்துகளைத் தெரிவித்து இப்பதிவுகளுக்குத் தெளிவைக் கூட்டியிருக்கிறார். தமிழ் அகராதி வரலாற்றில் திருநர் சமூகத்தின் சொற்கள் இடம்பெறுவது இதுவே முதல் முறை.

அகராதிப் பதிவுகளைப் பல கட்டங்களில் பரிசீலனை செய்து உதவியவர்கள் என். சிவராமன், என். ரமணி. இவர்களுடைய கருத்துகள் முக்கியமான வகையில் உதவிபுரிந்திருக்கின்றன.

இந்தப் பதிப்பில் இலங்கைத் தமிழ்ச் சொற்கள் கூடுதல் செறிவைப் பெற் றிருக்கின்றன. எண்ணிக்கையில் அதிகமானது இந்தச் செறிவின் ஒரு அம்சம்தான். முக்கியமாக, இலங்கைத் தமிழ்ச் சொற்கள் குறித்த பதிவுகள் கூர்மையான ஆய்வுக்கு உட்படுத்தப்பட்டிருக்கின்றன. இதற்கு இரண்டு பேர் காரணமாக இருந்திருக்கின்றனர். ஒருவர், காலம்சென்ற இலங்கை மொழியியலாளர் பேராசிரியர் சுசீந்திரராஜா. அகராதியின் இரண்டாம் பதிப்பில் இடம்பெற்ற இலங்கைத் தமிழ்ச் சொற்களை மிக ஆழமாகப் பரிசீலித்துப் பயனுள்ள பல கருத்துகளை அவருடைய இரண்டு நூல்களில் வெளிப்படுத்தியிருக்கிறார். இந்த ஆய்வுகள் அகராதி செம்மைப்பட மிகவும் அவசியமாக இருந்திருக்கின்றன. இதற்காக அவர் செலவழித்திருக்கும் உழைப்பு மொழியியலாளர்களிடையே மிக அரிதாகவே காணப்படுகிறது. சுசீந்திரராஜாவின் கருத்துகளால் இந்தப் பதிப்பு பெரும் பயனை அடைந்திருக்கிறது.

இரண்டாமவர், பத்மநாப ஐயரால் அறிமுகம்செய்துவைக்கப்பட்ட, பேரா தனைப் பல்கலைக்கழகத்தின் தமிழ்த் துறையைச் சேர்ந்த, செல்லத்துரை சுதர்சன். தஞ்சைத் தமிழ்ப் பல்கலைக்கழகத்தில் முனைவர் பட்ட ஆய்வுக்காக வந்தவர், எங்கள் வேண்டுகோளுக்கு இணங்கி, கணிசமான காலத்தையும், உழைப்பையும் தந்து, நாங்கள் இந்தப் பதிப்புக்காகத் தேர்ந்தெடுத்திருந்த தரவுகளைப் பரிசீலித்து, விளக்கங்கள் எழுதித் தந்து, சுசீந்திரராஜாவின் கருத்து களைக் கணக்கில் எடுத்துக்கொண்டு, இலங்கைத் தமிழ்ச் சொற்கள் செழுமை அடைய மிகவும் உதவியிருக்கிறார். இது தவிரவும், புதிய சொற்களை எங்கள் கவனத்துக்குக் கொண்டுவந்து விளக்கங்களை அளித்தார். அவருடைய முறை யான மொழியியல் படிப்பு எங்களுக்குச் சிறப்பான முறையில் உதவியிருக்கிறது.

அகராதி உருவாக்கத்தில் கணினியின் பங்கு மிக அடிப்படையானது. இரண்டு நிலைகளில் கணினி செயல்படுகிறது. முதல் நிலையில், தரவுகளை ஒழுங்கு படுத்தி, பிரத்தியேகக் கணினி நிரல்மூலம், குறிப்பிட்ட சொல் இடம்பெறும் வாக்கியங்களைச் சொல் வங்கியிலிருந்து எடுத்துத் தருவது; இரண்டாவது நிலையில், இறுதிசெய்யப்பட்ட பதிவுகளை அச்சுக்காகக் கட்டமைப்பது. அக ராதியின் முதல் இரண்டு பதிப்புகளிலும் பால்கிருஷ்ண ஈஸ்வரன் எங்களுக்கு இன்றிமையாத துணையாக இருந்தார். அவர் ஓய்வு பெற்றபின், கணினித் தொழில்நுட்பத்தில் ஏற்பட்ட பெரும் மாற்றங்களில் தேர்ச்சிபெற்ற, அவரை

ஒத்த வல்லுநர்கள் தேவைப்பட்டார்கள். தரவுகளைப் பரிசீலிக்கப் புது நிரல் தேவைப்பட்டது. இந்தப் பணியைத் திறமையாக மேற்கொண்டு தகுந்த நிரலை வடிவமைத்துத் தந்தவர் வி. கணேஷ் வெங்கடராமன். இவர், காலம்சென்ற ஓவியர் எஸ். என். வெங்கடராமனின் மகன். வெங்கடராமன்மூலம் கணேஷுக்கு எங்கள் வேலைகளில் நல்ல பரிச்சயம் இருந்தது. அமெரிக்காவில் கணினித் துறையில் பெரும் பதவிகளை அவர் வகித்தாலும், அவற்றின் பொருட்டு அவருக்கு வேலைச் சுமையும், நேரமின்மையும் இருந்தாலும், எங்கள் தேவைகளைக் கேட்டறிந்து திறமையான நிரலை வடிவமைத்துக் கொடுத்தார். இதற்காகப் பல நாட்களை அவர் செலவழிக்க நேர்ந்தது. அதிர்ஷ்டவசமாக, மின்னஞ்சல், ஸ்கைப் போன்ற வசதிகள் கைகொடுத்தன. ஸ்கைப் நீண்ட நேரம் அவருடன் கலந்தாலோசிக்க மிக உதவியாக இருந்தது. தொடர்ந்து விரிவடைந்துகொண்டிருந்த சொல்வங்கியைச் சரியாகப் பயன்படுத்திக்கொள்ள அவர் உருவாக்கிய நிரல் அத்தியாவசியமாக அமைந்தது.

பதிவுகளை இறுதிசெய்த பிறகு அவற்றை அச்சுக்காகக் கட்டமைக்க எத்தனித்தபோது பல பிரச்சினைகளை எதிர்கொள்ள வேண்டிவந்தது. இப்பிரச்சினைகளால் அகராதியை அடுத்த கட்டத்துக்கு எடுத்துச்செல்வதில் தாமதம் ஏற்பட்டது. பிரச்சினை இதுதான்:

இன்று கணினி மென்பொருள்கள் ஒருங்குறியில் இயங்குகின்றன. இந்தப் பதிப்பின் அன்றாடப் பணியில் பதிவுகளின் எல்லா வரைவுகளும் ஒருங்குறியிலேயே உருவாக்கப்பட்டன. பதிவுகள் இறுதியாக்கப்பட்டதும் அவற்றை அச்சுக்குத் தயார்செய்வதற்கு நிரல் எழுத வேண்டும். ஆனால், அச்சுக்குப் பயன்படுத்தும் தமிழ் எழுத்துருக்கள் ஒருங்குறிக்கு முன்னர் இருந்த TAM. TAB முறைகளைச் சார்ந்தே இருக்கின்றன. ஒருங்குறியில் அச்சுக்கு உகந்த எழுத்துருக்கள் தமிழில் உருவாக்கப்படவில்லை. இதனால், முதல் கட்டத்தில் ஒருங்குறியில் உருவாக்கப்பட்ட தமிழும் ஆங்கிலமும் கலந்த பிரதிகளை அச்சுக்குத் தயார்செய்யும்போது இரண்டுங்கெட்டான் நிலையை எதிர்கொள்ள வேண்டியிருந்தது. ஒவ்வாமைப் பிரச்சினைகள் நிறையத் தோன்றின. இதன் விளைவாகக் கால விரயமும் பண விரயமும் ஏற்பட்டன.

இந்தச் சிக்கலான நிரலை எங்கள் பொருட்டு காலம், நேரம் பார்க்காமல் அமைத்துக்கொடுத்தவர் டி.என்.க்யு. டெக்னாலஜிஸ் நிறுவனத்தின் மூத்த அறிவியலாளர், எஸ். கே. வெங்கடேசன். வெங்கடேசனின் கூர்மையான அறிவும், அகராதிப் பதிவுகளின் அமைப்பைக் குறித்த அவர் பார்வையும் இந்த நிரல் திறமையாகச் செயல்படக் காரணமாக இருந்திருக்கின்றன. கணினி தொடர்பான பிரச்சினைகளிலும், இணையதளத்தை வெங்கடேசனுடன் இணைந்து உருவாக்கி நிர்வகிப்பதிலும் பெரும் துணையாக இருந்துவருபவர் எம். வி. பாஸ்கர். இவர்கள் ஆலோசனைகளால் நாங்கள் மிகுந்த பயனை அடைந்திருக்கிறோம்.

இந்தப் பதிப்பில் பல படங்கள் புதிதாகச் சேர்க்கப்பட்டிருகின்றன. சில திருத்தி வரையப்பட்டிருக்கின்றன. இந்தப் பணியில் எங்களுக்கு ஒத்துழைப்புத் தந்த ஓவியர்கள் ப. மணிவண்ணன், ஜி. ராமமூர்த்தி, டி. ரமணன் ஆகியோர். இவர்கள் போலவே பாலாஜியும் பல படங்களைத் திறம்பட வரைந்து தந்திருக்கிறார். இந்தப் படங்களுக்கான மாதிரிகளைத் தங்க. ஜெயராமனும்

பொன். தனசேகரனும் பெரும் முயற்சி எடுத்து கண்டுபிடித்துத் தந்து சரியான படங்கள் உருவாக உதவியிருக்கிறார்கள்.

ஒரு வரலாற்றுத் தொடர்ச்சியாக, க்ரியா அகராதியின் மூன்று பதிப்புகளின் முகப்பையும் அமைத்துதந்தவர் அகிலா சேஷசாயி. என்னுடைய இழுத்த இழுப்புக்கெல்லாம் ஈடுகொடுத்து, பொறுமையுடனும், நட்பு கலந்த தொழில் திறமையுடனும் இந்தப் பணியை அவர் செய்துதந்திருக்கிறார். இது ஒரு அபூர்வ மான நிகழ்வுப்போக்கு.

இந்தப் பதிப்பு உருவாகிக்கொண்டிருந்த எட்டு ஆண்டுக் காலமும் பல நண்பர்களும் ஆர்வலர்களும் தொடர்ந்து அகராதிக்காகத் தரவுகளைத் தந்தும், ஏற்கனவே இருக்கும் பதிவுகளில் திருத்தங்களைப் பரிந்துரைத்தும், தேவையான விளக்கங்களை அளித்தும் முக்கியப் பங்காற்றியிருக்கிறார்கள். இவர்களில் முக்கியமாகக் குறிப்பிடப்பட வேண்டியவர், காலம்சென்ற தொல்லியல் அறிஞர் ஐராவதம் மகாதேவன். குறைந்தபட்சம் வாரத்துக்கு ஒரு முறையாவது என் னுடன் தொடர்புகொண்டு புதிய தரவுகளை என் கவனத்துக்குக் கொண்டு வருவார். அதே போல், இருக்கும் பதிவுகளில் மாற்றங்களைப் பரிந்துரைப்பார். க்ரியா அகராதி அவர் மதிப்பீட்டில் மிக உயர்ந்த இடத்தில் இருந்தது என்பது அவர் உரையாடலில் மீண்டும்மீண்டும் வெளிப்படும். இது எனக்குப் பெரும் மகிழ்ச்சியைத் தந்தது. அதே மாதிரி எந்த நேரத்திலும் என் பலவிதக் கேள்விகளுக்கும் பதில் சொல்லத் தயாராகப் பல நண்பர்கள் இருந்திருக் கின்றனர்: டி. நரசிம்மன், பி. ஜெகநாதன், இமையம், காலம்சென்ற ந. முத்து சாமி, எஸ். வி. ராஜதுரை, ஸ்வர்ணம் ஜெ. நடராஜன், ஏ. வி. பாலசுப்ரமணியன், கே. விஜயலட்சுமி, திருநங்கை சுதா, சமயவேல், பொன். தனசேகரன், சமஸ், ஆசைத்தம்பி, ஆரிஃபா, அனார், டி. என். ரகு, பிரசன்ன வேங்கடேச தீட்சிதர் (மன்னார்குடி) என்று பலர்.

முப்பத்தைந்து ஆண்டுகளாக இந்த அகராதி வளர்ந்துவந்துகொண்டிருந்த போக்கில், நேரம், அறிவு, உழைப்பு, ஆலோசனை, பொருளுதவி என்று பல தளங்களிலும் எனக்கு உற்ற துணையாக இருந்துவரும் நண்பர்கள் பலர். அகராதியிலும், என்னிடமும் இவர்கள் கொண்டிருக்கும் நம்பிக்கை மதிப் பற்றது; இவர்களுடைய ஒத்துழைப்பும், ஊக்கமும் இருந்திருக்காவிட்டால் இந்த அகராதி என்றோ தடைபட்டு நின்றுவிட்டிருக்கும். இவர்களுக்கு நன்றி சொல்வது எனக்கு வெறும் சடங்கல்ல. இவர்களில் சிலர் ஆரம்பத்திலிருந்தே என்னுடன் இருந்துவந்திருக்கிறார்கள்; சிலர் இடையில் என்னுடன் சேர்ந்து கொண்டவர்கள்; சிலர் அண்மையில் தங்களை ஈடுபடுத்திக்கொண்டவர்கள்: என். சிவராமன், எஸ். பவானி, கே. சாந்தமூர்த்தி, கமலா, பி. என். சங்கரன், என். சுப்பிரமணியன், பால்கிருஷ்ண ஈஸ்வரன், சரோஜா ரவீந்திரன், டி. கே. கோபாலன், சி. டி. இந்திரா, டி. எஸ். நாகராஜன், இ. அண்ணாமலை, நாகேஸ்வரி அண்ணாமலை, வி. அண்ணாமலை (இமையம்), என். ரமணி, எஸ். ராமசாமி, பத்மநாப ஐயர், மு. நித்தியானந்தம், அ, முருகையன், பி. நட ராஜன், ஏ. எஸ். கல்யாணராமன், கே. சேகர், எஸ். ராஜேந்திரா, நாரணோ ஜெயராமன், ஜி. சீதா, பி. நாராயணசுவாமி, எஸ். லட்சுமணன், என். கோபால சுந்தரம், வி. சாரதா லட்சுமணன், சுரேஷ் கிருஷ்ணா, எம். ரவி, கே. தாமரைச் செல்வி, மினி கிருஷ்ணன், ஏ. கே. ராமானுஜன், ஜேம்ஸ் நை, ஃப்ரான்ஸ்வா குரோ, டேவிட் ஷுல்மன்.

இரண்டாவது பதிப்பில் எனக்குப் பெரும் துணையாகவும் அகராதியை நெறிப்படுத்துபவராகவும் இருந்த காலம்சென்ற பேராசிரியர் அ. தாமோதரனை இந்தக் கணத்தில் நினைவுகூருவது மிகப் பொருத்தம். அவருடைய ஆர்வமும் வழிகாட்டுதலும் இரண்டாம் பதிப்பின் உருவாக்கத்தில் முக்கியப் பங்கு வகித்தன.

முதல் பதிப்பின் வெற்றிதான் மூன்றாம் பதிப்புவரை உற்சாகத்தைத் தக்க வைத்துக்கொள்ள உதவியிருக்கிறது. முதல் பதிப்பின் மையத்தில் பா. ரா. சுப்பிரமணியன் முதன்மை ஆசிரியராக அகராதியின் தடையற்ற போக்குக்கு வழியமைத்துக்கொடுத்தார். அவருடன் இணைந்து முதல் பதிப்பு உருவாக உதவியவர்கள் மொழியியலாளர்கள் என். குமாரசாமி ராஜா, பொன். கோதண்டராமன், கே. ரங்கன், ஜே. நீதிவாணன். உடன் என் சகோதரர்கள்போல் இருந்து என் கஷ்டநஷ்டங்களில் பங்கேற்றவர்கள் ப. சங்கரலிங்கமும், கே. நாராயணனும். இவர்களுடன் சேர்ந்து சி. மணியும் உற்ற துணையாக இருந்து எனக்குப் பல வகைகளில் ஊக்கமளித்தார். அகராதியின் ஆங்கில விளக்கங்களுக்கு அச்சாணியாக விளங்கிய பேராசிரியர் வி. எஸ். சேதுராமன் பெரிய வகையில் பலரை இந்தத் திட்டத்தில் பங்குபெறச் செய்து உதவினார். சங்கரலிங்கமும் சேதுராமனும் இப்போது இல்லை. இலங்கைத் தமிழ் ஆலோசகர்களாக முதல் பதிப்பில் எம். ஏ. நுஃமானும், இரண்டாவது பதிப்பில் ஆர். டி. குலசிங்கமும் உதவினார்கள். முதல் பதிப்பின் துவக்க நிலை வேலை தடையின்றி முன்னேற உதவியவர் சாமி மாணிக்கம். முதல் கணினியைத் தந்து அகராதியின் கணினிப் பயன்பாட்டுக்கு வித்திட்டவர் டி. பாலசுந்தரம். முதல் பதிப்பின் தயாரிப்புச் செலவுகளில் 35% செலவினங்களுக்காக இந்திய அரசின் மனிதவள மேம்பாட்டுத் துறை மானியம் தந்து உதவியது. முதல் பதிப்பில் கணினியைப் பயன்படுத்துவதற்காக வேண்டிய உதவிகளை ஃபோர்டு ஃபௌண்டேஷன் வாயிலாகச் செய்துதந்தவர்கள் அன்மோல் வெல்லானியும், மேரி ஸுர்புஹனும். இரண்டாவது பதிப்பின் கடைசிக் கட்டத்தில் முக்கியச் செலவினங்களுக்காக ஃபோர்டு ஃபௌண்டேஷன் உதவி வழங்கிற்று. அதேபோல் MR. AR. Educational Societyயும் போன பதிப்பின் கடைசிக் கட்டத்தில் ஏற்பட்ட நிதி நெருக்கடியைச் சமாளிக்க உதவிற்று. இவர்கள் அனைவரையும் மிக்க நன்றியுடன் நினைவுகூருகிறேன்.

இந்தியாவிலும், இலங்கை, சிங்கப்பூர் மற்றும் உலகின் பல நாடுகளிலும் உள்ள தமிழ் ஆர்வலர்கள் இரண்டு பதிப்புகளையும் ஆர்வத்துடன் வாங்கியதால் பல முறை இரண்டு பதிப்புகளும் மறுஅச்சு கண்டன. இந்த வாசகர்களின் ஆதரவுதான் அகராதிப் பணியில் க்ரியா தொடர்ந்து ஈடுபடத் தூண்டுதலாக அமைந்தது. இவர்களுக்கு என் நன்றி.

தமிழர்கள் க்ரியா அகராதியை எப்படி எதிர்கொண்டிருக்கிறார்கள் என்பதைப் பற்றிச் சில வார்த்தைகள் சொல்லுவது இங்கே பொருத்தமாக இருக்கும். தற்காலத் தமிழ்மூலம்தான் தமிழ்நாட்டில் அரசு நிர்வாகமும் மக்கள்தொடர்பும், ஓரளவு கல்வியும் நடைபெறுகின்றன என்றாலும், பயன்படுத்தும் தற்காலத் தமிழ் பற்றி முழுமையான பார்வை தமிழர்களிடையேயும், மொழிக் கொள்கையை வகுப்பவர்களிடமும் உருவாகவில்லை. ஜனநாயகத்திற்கும், செழுமையான சமூகச் செயல்பாட்டுக்கும் தற்காலத் தமிழ் மிக அவசியம். ஒருபுறம் தற்காலத் தமிழைச் செம்மையாகப் பயன்படுத்த வேண்டிய தேவை பெருகிக்கொண்டே இருக்கிறது;

மறுபுறம், அந்தத் தேவையை நிறைவேற்றுவதற்குத் துணைசெய்யும் தற்காலத் தமிழ் அகராதி மக்களிடையே பரவலாகச் சென்றடைய அத்தியாவசியமான சமூக, பண்பாட்டு உள்கட்டமைப்பு தமிழ்நாட்டில் உருவாகவில்லை. அதோடு, நாம் பேசும் தமிழுக்கு ஏன் அகராதியைப் பார்க்க வேண்டும்; அகராதி பழைய இலக்கியத்தில் உள்ள அரிய சொற்களுக்குப் பொருள் தேடத்தானே என்னும் ஒரு கலாச்சார எண்ணம் பரவலாக இருக்கிறது. தமிழ்நாட்டில் புத்தகப் பண் பாடு வேர்கொள்ளவில்லை என்பது, ஏழு கோடித் தமிழர்கள் இருக்கும் தமிழ் நாட்டில் ஒரு புத்தகம் சராசரியாக இன்னமும் ஆயிரம் பிரதிகள்தான் அச்சடிக் கப்படுகின்றன என்பதிலிருந்து புலப்படும் (POD [Print On Demand] வசதி வந்த பிறகு அச்சடிக்கப்படும் பிரதிகளின் எண்ணிக்கை மிகக் குறைந்துவிட்டது). பாடப் புத்தகங்களைத் தவிர, பொது நூல்களைக் கணிசமான எண்ணிக்கையில் விற்கும் புத்தகக் கடைகள் தமிழ்நாட்டில் மிகவும் குறைவு. வாசகப் பரப்பும், படிக்கும் பண்பாடும் தமிழ்நாட்டில் இப்படிப்பட்ட ஏராளமான முரண்பாடுகளைக் கொண்டிருக்கின்றன. வெளிநாட்டுத் தமிழர்களின் எண்ணிக்கையும், தற்காலத் தமிழைப் பற்றிய அவர்கள் பார்வையும் இவற்றை மாற்றும் அளவு இல்லை.

இந்தக் கலாச்சாரச் சூழ்நிலையில், க்ரியா அகராதி லட்சக் கணக்கில் விற்பனை யாகிறது என்ற தவறான கருத்தும் நிலவுகிறது. ஆரோக்கியமான புத்தகப் பண் பாடும், தகுந்த கல்வி நடைமுறையும் இருந்தால் லட்சக் கணக்கான பிரதிகள் விற்பது சாத்தியம்தான். இதற்கான வழிமுறைகளை வணிக ரீதியில் உருவாக்கவும் முடியும். ஆனால், இதற்கான செயல்முறைகளை மேற்கொள்வதற்குப் பெரும் முதலீடு வேண்டும்; சந்தையை அடைய விரிவான உள்கட்டமைப்பு வேண்டும். அகராதியை உருவாக்குவதற்கே ஆகும் பெரும் செலவைப் பற்றி வாசகர்களுக்குத் தெரிய வாய்ப்பில்லை. உள்ளடக்கத்தை உருவாக்கத் தேவைப்படும் பெரும் நிதியின் அளவுக்கு, அகராதியைச் சந்தைப்படுத்தவும் நிதி தேவைப்படும் என்பது பலருக்குத் தெரியாது. ஆக்ஸ்போர்டு அகராதி போன்ற பிரசித்திபெற்ற அகராதி களையே மக்களிடம் எடுத்துச்செல்ல எவ்வளவு செலவழிக்கிறார்கள் என்று தெரிந் தவர்களுக்கு இது புரியும். க்ரியா அகராதிக்கு விரிவான விநியோக அமைப்பை உருவாக்கப் பண வசதி இருந்திருந்தால் விற்பனை பெருகியிருக்கும் என்பது உண்மை.

இந்த நிலையில் க்ரியா அகராதிக்கு எப்படி 35 ஆண்டுகளில் மூன்று பதிப்பு களை (மறுஅச்சு அல்ல) கொண்டுவர முடிந்திருக்கிறது என்ற கேள்விக்குப் பதில் தற்காலத் தமிழுக்கு ஒரு அகராதியின் தேவையில் நம்பிக்கை கொண்டிருக்கும், தமிழின் எதிர்காலத்திலும், க்ரியாவின் செயல்பாடுகளிலும் நம்பிக்கை கொண் டிருக்கும் நண்பர்களின் உதவி என்பதே. எந்தவித நிபந்தனையும் இல்லாமல் பொருளுதவி செய்த நண்பர்களும் அகராதித் தயாரிப்பில் எந்தப் பணமும் எதிர் பார்க்காமல் தரவுகள், பொருள் விளக்கம் தருவதிலும் அகராதிப் பதிவுகளைத் திருத்துவதிலும் ஆலோசனைகள் வழங்குவதிலும் ஈடுபட்ட நண்பர்களும்தான் இந்த அகராதிக்கு மூன்று பதிப்புகளைச் சாத்தியமாக்கியிருக்கிறார்கள். ஆதா யத்துக்காக அல்லாமல் ஒரு அறிவார்ந்த முயற்சிக்குப் பலரும் தந்த ஆதரவுதான் இந்த அகராதியின் மூலதனம்.

கடந்த நான்கு ஆண்டுகளில் 30 நன்கொடையாளர்கள் உதவியுடன், 591 வசதி குறைந்த அரசுப் பள்ளிகளுக்கும், பின்தங்கிய மாவட்டங்களில் இருக்கும்

அரசுப் பள்ளிகளுக்கும் க்ரியா அகராதி தரப்பட்டிருக்கிறது. இந்தப் பள்ளிகளில் மாணவர்கள் நலனில் ஆர்வம்கொண்ட ஆசிரியர்கள் அகராதியை மாணவர்கள் பயன்படுத்தும் வினையூக்கிகளாகச் செயல்படுகின்றனர். இந்த ஆசிரியர்களை அடையாளப்படுத்தி உதவியவர், 'அசத்தும் அரசுப் பள்ளி ஆசிரியர்கள்' அமைப்பின் ஒருங்கிணைப்பாளர் உமா மகேஸ்வரி. இந்தப் புதுமையான திட்டத்தை ஆதரித்த நன்கொடையாளர்களுக்கும், உமா மகேஸ்வரிக்கும், ஆசிரியப் பெருமக்களுக்கும் நன்றி சொல்லக் கடமைப்பட்டிருக்கிறேன்.

* * * * *

இந்தப் பகுதியை நான் எழுதிக்கொண்டிருக்கும்போது சிகாகோவில் இருக்கும் என் நண்பர் ஜேம்ஸ் லிந்த்ஹோம் காலமானார் என்ற மிக வருத்தமான செய்தி கிடைத்தது. 1985இல் அகராதித் திட்டம் கருத்தளவிலேயே இருந்த போது, அப்போது சென்னையில் தன் ஆய்வுக்காக வந்திருந்த லிந்த்ஹோமும் நானும் பல முறை சந்தித்து மகிழ்ச்சியாகப் பல மாலைப்பொழுதுகளைக் கழித்துக்கொண்டிருந்தோம். அகராதித் திட்டம் குறித்த பேச்சு எழுந்தபோது இ. அண்ணாமலையின் நெடுநாள் நண்பரான லிந்த்ஹோம், நான் அண்ணா மலையைச் சந்திப்பது மிக அவசியம் என்று வலியுறுத்தினார். அவர் யோசனை தான் அண்ணாமலை வழியே அகராதித் திட்டத்திற்கு வழிகோலியது. ஆங்கிலத்தில் சொல்வது மாதிரி 'மீதி அனைத்தும் வரலாறு'. லிந்த்ஹோம் நூற்றுக் கணக்கான அமெரிக்க மாணவர்களுக்குத் தமிழ் கற்பித்துக்கொடுத் திருக்கிறார். அவருடைய மாணவர்கள் அவர் எவ்வளவு திறமையான தமிழ் ஆசிரியர் என்று போற்றுவதைக் கேட்டிருக்கிறேன். மிகச் சரளமாகத் தமிழ் பேசிய லிந்த்ஹோமின் தமிழ் ஈடுபாட்டை அவர் மாணவர்கள் பாராட்டியதில் வியப்பொன்றும் இல்லை. அர்ப்பணிப்பு மிகுந்த ஆர்வலர் ஒருவரைத் தமிழ் இழந்துவிட்டது.

இந்தப் பதிப்பு அச்சேற, விஜயலட்சுமி சம்பந்தம், விருத்தாம்பாள் சுந்த ரேசன், ஜகதாம்பாள் நடராஜன் ஆகிய மூவர் நிதி உதவி செய்திருக் கிறார்கள். மிக முக்கியமான கட்டத்தில் இவர்கள் செய்திருக்கும் மிகப் பெரிய உதவி இது. இவர்களுக்கு நான் கடமைப்பட்டிருக்கிறேன்.

* * * * *

இந்த முப்பத்தைந்து ஆண்டுகளாக, அகராதிக்காக நான் திருவோடு ஏந்தத் தயங்கினதே இல்லை; அப்படிச் செய்தது எனக்குப் பணிவைக் கற்றுத்தந்தது; தனிமனிதனாகவே பெரிய காரியம் எதையும் செய்துவிட முடியாது என்பதையும், சகமனிதர்கள்தான் நம் பணிக்கு அர்த்தம் சேர்க்கிறார்கள் என்பதையும், அவர்கள் தான் வாழ்க்கையின் நம்பிக்கை என்பதையும் திரும்பத்திரும்ப அது எனக்கு அறிவுறுத்தியது.

* * * * *

என்மீது பெரும் நம்பிக்கை கொண்டு மிக அரிய வகையில் இந்த அகராதியின் வளர்ச்சிக்குத் தோள்கொடுத்த கீழ்க்கண்ட நண்பர்களுக்கு இந்தப் பதிப்பைச் சமர்ப்பிப்பதில் நான் மிகுந்த மகிழ்ச்சி கொள்கிறேன்.

ஜெயாவுக்கு நிகராக, ஆரம்ப நாட்களிலிருந்தே எனக்கு உற்ற நண்பராக இருந்துவந்து, கரிசனையும் அன்பும் காட்டிவரும், ஜெயாவின் சகோதரி,
சரோஜா ரவீந்திரன்;

க்ரியாவின் முயற்சிகளில் முப்பத்தாறு ஆண்டுகளாக எனக்கு அரும் உதவி செய்துகொண்டேயிருக்கும் சுதர்சன் கிராஃபிக்ஸ்
என். சுப்பிரமணியன்;

அகராதிக்குக் கணினி அடித்தளத்தை உருவாக்கித்தந்து, க்ரியாவின் கணினிப் பயன்பாட்டின் ஒவ்வொரு நிலையிலும் இன்றியமையாத உதவிகள் செய்து தந்து, ஓய்வுபெற்ற பின்னரும், க்ரியாவின் பணிகள் தொடர்ந்து முன்னே செல்லப் பெரும் துணையாக இருந்துவரும்
பால்கிருஷ்ண ஈஸ்வரன்;

உடன் பிறவா மூத்த சகோதரராக இருக்கும், என் வேலையில் நம்பிக்கையும், மதிப்பும் கொண்டு, எனக்குப் பல வகைகளிலும் உதவிசெய்துவரும்
டி. எஸ். நாகராஜன்;

என் அக வளர்ச்சிக்குப் பெரிதும் உதவிய, என் பணிகளில் எல்லா விதங்களிலும் பங்கேற்ற
டி. கே. கோபாலன்;

முப்பது ஆண்டுகளாக க்ரியா அகராதிப் பணிகளில் ஆர்வம் காட்டி, முக்கியப் புலமையாளர்களை அறிமுகப்படுத்தி, ஆலோசனையும் உதவியும் வழங்கிவரும்
சி. டி. இந்திரா;

நட்பும் பாசமும் கலந்த உறவினால் என் வேலைகளுக்கு உரமூட்டிக்கொண்டிருக்கும் இணையர்
கமலா, சங்கரன்;

க்ரியாவின் பதிப்புப் பணிகளில் ஆழ்ந்த நம்பிக்கை கொண்டு நல்ல நண்பராகவும், ஆலோசகராகவும் இருக்கும்
சீதா.

என் உழைப்பை இவர்களுக்குச் சமர்ப்பிப்பதில் நான் மிகுந்த மனநிறைவு கொள்கிறேன்.

எஸ். ராமகிருஷ்ணன்

அகராதியின் புதிய விரிவாக்கம்

அகராதி என்றும் வளர்ந்து முடிவதில்லை; அது வளர்ந்துகொண்டே இருக்கும். அகராதி பிறக்கும் மொழி தான் வளர்வதை நிறுத்திக்கொள்வதில்லை; மொழியை உருவாக்கும் சமூகம் எந்தக் கட்டத்திலும் வளர்வதிலிருந்து நின்றுபோவதில்லை. க்ரியாவின் தற்காலத் தமிழ் அகராதிக்கு மூன்றாம் பதிப்பு வருவது இந்த வகையில் இயல்பானது. இது அகராதியின் வளர்ச்சியை மட்டு மல்ல, தமிழின் வளர்ச்சியையும் காட்டுகிறது. பன்னிரண்டு ஆண்டுகள் என்பது தமிழ் மொழியின் வளர்ச்சியில் கண் இமைகளை ஒரு முறை மூடித் திறக்கும் நேரம் போன்று மிகச் சிறிய காலம் தான்; ஆனால், இந்த அகராதியின் காலப் பரிமாணத்தில் அது குறிப்பிடத்தக்க காலம். முதல் பதிப்பிற்குப் பிந்திய இந்தக் கால இடைவெளியில் தமிழ்ச் சமூகமும், தன்னை நிலைநிறுத்திக் கொள்ளச் சமூகம் பயன்படுத்தும் மொழியும் தயக்கமில்லாமல் மாறியிருக்கின்றன.

பொதுத் தமிழின் புதிய வரையறை

இந்த அகராதியின் முந்தைய இரண்டு பதிப்புகளைப் போலவே இந்தப் பதிப்பும் தற்காலப் பொதுத் தமிழை வரையறை செய்கிறது; பொதுத் தமிழ் என்ற கருத்தாக்கத்தில் முதல் இரண்டு பதிப்புகளிலும் எழுத்துத் தமிழ் பெரும்பங்கு இடத்தைப் பெற்றிருந்தது. அகராதி பயன்படுத்திய சொல்வங்கி அச்சு, இணையம் ஆகிய ஊடகங்களிலிருந்து தரவுகளைக் கொண்டிருந்தது இதற்கு முக்கியமான காரணம். பொதுத் தமிழின் வீச்சை அறியச் சொல்வங்கி போதுமானதாக இல்லை என்ற உணர்வு அகராதி ஆசிரியர் குழுவில் நாளுக்கு நாள் அதிகரித்துக்கொண்டிருந்தது. தற்கால வாழ்க்கையின் எல்லா அம்சங்களையும் எழுத்துத் தமிழ் கொண்டிருக்கவில்லை என்பது அந்த உணர்வு தோன்றுவதற்கு முதன்மையான காரணம். எடுத்துக்காட்டாக, உழவு போன்ற மரபான தொழில்களில் ஈடுபட்டிருப்பவர்கள் தங்கள் தொழில்சார்ந்த பல சொற்களைத் தற்கால வாழ்க்கை யிலும்—நவீனகால வாழ்க்கையிலும்—தொடர்ந்து பயன்படுத்துகிறார்கள். அவை எழுத்தில் எழுதப் படுவது குறைவு என்றாலும், அந்த வாழ்க்கையிலிருந்து வரும் எழுத்தாளர்கள் அவற்றைக் கதை களில் கையாளுகிறார்கள். அந்த வாழ்க்கையும் தற்கால வாழ்க்கை என்பதால் அதற்குத் தேவை யான சொற்களும் தற்காலத் தமிழுக்கான அகராதியில் இடம்பெற வேண்டும் என்ற அடிப் படையில் பொதுத் தமிழ் பற்றிய அகராதிக் கொள்கை விரிவாக்கப்பட்டது.

எந்தச் சமூகமும் உள்வேறுபாடுகள் இல்லாத, ஒரே தன்மையைக் கொண்ட (monolithic) அமைப்பு அல்ல. தமிழ்ச் சமூகமும் இதற்கு விதிவிலக்கு அல்ல. அனைவருக்கும் உரியதான பொதுப் பண்பைக் கொண்ட தமிழை முதல் பதிப்பு நிர்ணயம் செய்ய முயன்றபோது பத்திரிகை கள், பாடப் புத்தகங்கள், புனைவிலக்கியம் என்று பல துறைகளிலும் எழுதப்பட்ட தமிழை அடிப் படையாக எடுத்துக்கொண்டது. முதல் பதிப்பு இலங்கையில் எழுதப்படும் தமிழையும் சேர்த்துக் கொண்டது.

இரண்டாவது பதிப்பு எழுத்துத் தமிழின் பல்வேறு வெளிப்பாடுகளையும் கணக்கில் எடுத்துக் கொண்டது. அதாவது, அனைவரும் அறிந்த அச்சு ஊடகங்களுக்கு அப்பால் எழுத்துத் தமிழ் இடம்பெறும் மற்ற ஊடகங்களையும்—மீன் கடைகளில் இடம்பெறும் மீன்களின் பெயர்கள், மரக்கடைகளில் காணப்பட்ட மரங்களின் பட்டியல், உணவகங்களில் பட்டியலிடப்பட்ட உணவு வகைகள், இணையம்—கவனத்தில் எடுத்துக்கொண்டு பொதுத் தமிழின் எல்லையை விரித்துக்கொண்டது.

மூன்றாவது பதிப்பில் அச்சுக்கு வராத சில சொற்களும் சேர்க்கப்பட்டிருக்கின்றன. நவீன வாழ்க்கையிலிருந்து மரபு மறைந்துவிடுவதில்லை; இந்த வகையில் மரபுச் சொற்களும் நவீனத்தில் இடம்பெறுகின்றன. ஆனால், எல்லா மரபுச் சொற்களும் அல்ல. தற்கால வாழ்க்கையைப் பிரதி பலிக்கும் சில மரபுச் சொற்கள் நவீனத்தின் அடையாளமாக இருந்தும், அவை இன்னும் அச்சுக்கு வராத காரணத்தால் முந்திய பதிப்புகளில் அவை இடம்பெறவில்லை. அத்தகைய மரபுச் சொற்கள் பொதுத் தமிழ்ச் சொற்களாக இந்தப் பதிப்பில் இடம்பெறுகின்றன. அதே நேரத்தில், அச்சுக்கு வராத, ஆனால், தற்கால வாழ்க்கையின் அம்சமாகப் பயன்பாட்டில் உள்ள எல்லா மரபுச் சொற்களும் நடைமுறைக் காரணங்களால் இந்தப் பதிப்பில் இடம்பெற இயலவில்லை. இவற்றுக்கான தரவை விரிவாகத் தேடிக் கண்டுபிடிக்க மிகப் பெரிய அளவில் பொருள் வசதியும் மனித வளமும் தேவை. இப்படிச் சேர்க்கப்பட்ட சொற்கள் ஊரக வழக்கு என்று அடையாளம் காட்டப்பட்டிருக்கின்றன.

அகராதியில் மற்றொரு பார்வை விரிவு, தமிழ்ச் சமூகம் ஆண், பெண் என்னும் மரபான இரட்டைப் பால் பாகுபாட்டோடு மற்றொரு அடையாளத்தையும்—திருநர் என்ற இன்னொரு பொதுத் தமிழின் அடையாளத்தையும்—ஏற்றுக்கொண்டிருப்பது பற்றியது. இந்த வகையிலும் இந்தப் புதிய பதிப்பில் எழுத்துத் தமிழின் வீச்சு பதிவுசெய்யப்பட்டிருக்கிறது. தற்காலத் தமிழ்ச் சமூகத்தை ஆண், பெண் என்ற இரண்டு பாலில் அடக்க முடியாது. பால் வரையறையின் எல்லைக்கோடு தற்காலத்தில் வன்மையாக இல்லை. அண்மைக் காலம்வரை தமிழின் மைய நீரோட்டத்தில் காணப்படாத விளிம்புநிலை மக்களில் ஒரு பிரிவினரான திருநர் சமூகத்தின் வாழ்க்கை அனுபவங்கள் தற்போது ஊடகங்களிலும், புத்தகங்களிலும் பொது அரங்குகளிலும் வெளிப்படுத்தப்பட்டிருக்கின்றன. இதன் காரணமாகத் திருநர் சமூகத்தின் தமிழ் வழக்கு முதன் முறையாக ஒரு தமிழ் அகராதியில் இடம்பெறுகிறது.

திருநர் தங்களைக் குறிப்பதற்கும் மற்றவர்களைக் குறிப்பதற்கும் உரிய சில சொற்களைக் கையாள்கின்றனர். இவையும் தற்காலத் தமிழின் நவீன அம்சத்தின் வெளிப்பாடே. தற்காலத்தில் இவற்றை மொழியின் விளிம்பில் நிற்கும் குழூஉக்குறிகள் என்று பொதுத் தமிழ் அகராதியிலிருந்து விலக்கி வைக்க முடியாது. இத்தகையச் சொற்கள் பலவும் இந்தப் பதிப்பில் இடம்பெறுகின்றன. புதிய பால் பகுப்பை ஏற்கும் இந்தச் சொற்களைச் சேர்த்துக்கொள்வதால் அகராதியின் கொள்கையில் பொதுத் தமிழ் என்பது விரிவடைவதைப் பார்க்கலாம்.

புது வரவு

அகராதியின் மூன்றாம் பதிப்பு எல்லா வகையான புது வரவுச் சொற்களையும் விளக்குகிறது; அதன் மூலம் அவற்றைத் துல்லியமாகப் பயன்படுத்தத் துணைசெய்கிறது.

(எ-டு)

அருகமைப் பள்ளி

ஆணவக் கொலை

இருள் ஆற்றல்

உள்பேரம்

கடவுச்சொல்

காணொலிக் காட்சி

கீழமை நீதிமன்றம்

சிற்றாலயம்

சீராய்வு மனு

செயல்பாட்டாளர்

திறன்கைபேசி

தொலைமருத்துவம்

நுண்ணரசியல்

பசுமைத் தொழில்நுட்பம்

புவிசார் குறியீடு

வெறுப்பு அரசியல்

    புது வரவுச் சொற்களில் மொழியில் நிலைபெற்றவையும் உண்டு; நிலைபேற்றை நோக்கி நகரும் பெருகிவரும் வழக்குகளும் உண்டு. தற்காலத் தமிழ் அகராதி கண நேர அகராதி அல்ல. இன்று தோன்றி நாளை வழக்கிலிருந்து மறையும் சொற்கள் தற்கால அகராதியில் இடம்பெறுவதில்லை. இதனால் வாசகர்கள் செய்தித்தாள்களில் புதிதாகப் பார்க்கும் சில சொற்கள் இடம்பெறாமல் போகலாம். இந்தப் பதிப்பின் கடைசிக் கட்டத்தில் கோவிட்-19 அகிலத்தொற்றின் விளைவாகச் சில புதிய சொற்கள் (எடுத்துக்காட்டாக, தீநுண்மி), பழைய சொற்களுக்குச் சில புதிய பொருள்கள் (எடுத்துக்காட்டாக, காய்கறித் தொகுப்பு) தமிழ்ப் பத்திரிகை உலகில் புகுந்தன. இவை பெரும்பாலும் ஆங்கிலச் சொற்களின் மொழிபெயர்ப்பு. ஒன்றைக் குறிக்க ஒன்றுக்கு மேற்பட்ட சொற்கள் உருவாக்கப்படுகின்றன. எடுத்துக்காட்டாக, social distance என்னும் ஆங்கிலத்தில் புதிதாக உருவான சொல்லுக்கு சமூக விலகல், சமூக இடைவெளி, மக்கள் இடைவெளி, தனிநபர் இடைவெளி ஆகிய சொற்கள் புழக்கத்திற்கு வந்துள்ளன. காய்கறித் தொகுப்பு 'வீடு களுக்குக் கொண்டுவந்து கொடுக்கும் காய்கறிப் பை' என்னும் பொருளைச் சுட்ட உருவாக்கப் பட்டிருக்கிறது. இவற்றில் எவை நிலைக்கும், எவை மாறும், எவை மறையும் என்று தற் சமயம் சொல்ல முடியாது. இந்தத் தன்மை கொண்ட புது வரவுச் சொற்கள் இந்தப் பதிப்பில் இடம்பெறவில்லை. அகராதியின் நான்காம் பதிப்பு வந்தால் இவற்றில் நிலைபெற்றவை இடம் பெறும்.

விடுபட்டுப்போன சொற்கள்

அகராதியின் அமைப்பு முறை இந்தப் பதிப்பிலும் அடிப்படையில் முந்தைய பதிப்புகளில் இருப்பதைப் போன்றதுதான். இருப்பினும், சில புதிய அம்சங்களையும் அமைப்பு முறையில் காணலாம். புதிய அம்சங்கள் என்னும்போது எந்த அகராதியின் புதிய பதிப்பிலும் நிகழ்வதைப் போல் பழைய பதிப்புகளில் விடுபட்டுப்போன சொற்களும் சொற்பொருள்களும் சேர்க்கப் பட்டுள்ளன. இவை புதிதாகத் தமிழுக்கு வந்த சொற்கள் அல்ல.

முந்திய பதிப்புகளில் விடுபட்ட சொற்களுக்கு எடுத்துக்காட்டு

அறைகலன்

இளந்தொந்தி

கடைசி நேரத்தில்

பந்தி விசாரி

புணை

முடியிறக்கு

வெள்ளந்தி

புதிய சொற்கள் மட்டுமல்ல, பழைய சொற்களுக்குப் புதிதாக வந்த பொருள்களும் எந்த அகராதியின் புதிய பதிப்பிலும் சேர்க்கப்படும். சொல்வங்கியின் விரிவாக்கத்தால் இன்றைய தமிழ் எவ்வாறெல்லம் எழுதப்படுகிறது என்பதை இந்தப் பதிப்புக்காகக் கூர்ந்து பார்க்க முடிந்தது. இதன் விளைவாக ஏற்கனவே கொடுக்கப்பட்ட சொற்களில் புதிய பொருள் எவ்வாறு சேர்ந்திருக்கிறது என்பதைக் கணிக்க முடிந்தது. இந்த வகையில் கணக்கற்ற பதிவுகளில் புதிய பொருள் சேர்க்கப் பட்டிருக்கிறது.

(எ-டு)

அணை

அமர்வு

இடம்

உறியடி

கழி

காட்டு

திடம்

நிர்மாணம்

நீரோட்டம்

பாராட்டு

சொற்களின் புதிய வழக்கில் புதிய பொருளைப் பார்க்கும்போது ஒரு பிரச்சினை வருகிறது. இது தமிழை ஆங்கிலத்தோடு பொருத்திப் பார்ப்பதால் விளைவது. ஒரு புதிய கூட்டுச்சொல்லின் பொருள் தமிழின் பொதுப் பொருண்மை விதிகளின்படி பெறக்கூடியதாக இருந்தால் புதிதாகத் தோன்றிய பொருளாக அகராதியில் தருவதில்லை. சில சமயங்களில் அந்தக் கூட்டுச்சொல்லுக்கு நிகராக ஆங்கிலச் சொல் இருந்தால் அது தனிப்பொருள் என்னும் தோற்றத்தைத் தருகிறது. இது ஆங்கிலத்தின் வழியாகத் தமிழைப் பார்ப்பதால் வரும் பிரச்சினை. இந்த அகராதி இதைத் தவிர்க்க முயன்றிருக்கிறது. கடைப்பையன் என்னும் கூட்டுச்சொல் ஒரு எடுத்துக்காட்டு. shop assistant என்னும் ஆங்கிலச் சொல்லின் பொருளைக் கொண்ட சொல் இது. ஆனால், தமிழில் இது தனிப் பொருள் அல்ல. மதுரைப் பையன் என்னும் கூட்டுச்சொல் மதுரையில் இருக்கும் பையன், மதுரையைச் சேர்ந்த பையன் என்னும் இரண்டு பொருளையும் தருகிறது. இதைப் போல கடைப்பையன் கடையில் (வேலைக்கு) இருக்கும் பையன் என்ற பொருளில் விரியும். இது ஆங்கிலத்தில் உள்ள assistant என்ற சொல்லின் பொருளுக்கு ஒட்டிவருகிறது; ஆனால், தமிழ்க் கூட்டுச்சொல்லின் விரிவிலிருந்து வருகிறது, எனவே, பையன் என்ற சொல்லுக்கு assistant என்ற தனிப் பொருள் இல்லை. இது புதுப் பொருள் என்பதில் அடங்காது.

சொற்களுக்கிடையே உள்ள உறவு

அகராதியின் நோக்கம் சொல்லுக்குப் பொருள் தருவது மட்டுமல்ல; பொருளடிப்படையில் சொற்களுக்கிடையே உள்ள உறவைக் காட்டுவதும்கூட. எதிர்ப்பொருள் உள்ள சொற்களை (எதிர்ப்பதம் - antonym) ஒரு வகையில் இணைத்துக்காட்டுவது சொற்களுக்கிடையே உள்ள ஒரு உறவுவைக் காட்டுவதாகும். இவ்வாறு எதிர்ப்பதங்களை அடையாளம் காணும்போது அதற்குச் சுட்டப்படும் மொழியியல் அணுகுமுறை ஒரு சிக்கலையும் கொண்டிருக்கிறது.

இரண்டு சொற்களை ஒப்பிடும்போது அவற்றின் பொருளில் ஒரு கூறு மட்டும் வேறுபட்டு நிற்கும் என்பது எதிர்ப்பதத்தின் இலக்கணம். ஒரு சொல்லை மற்றொரு சொல்லின் எதிர்ப்பத மாகச் சொல்லும்போது அந்தக் கூறு மட்டும் மாறும் என்று சொல்லலாம். ஆனால், நடை முறையில் இதை வைத்து எதிர்ப்பதங்களை அடையாளம் காண்பதில் சிக்கல் இருக்கிறது. எதிர்ப் பதங்களில் பல வகை உள்ளன. ஆண்-பெண் என்னும் இணையில் ஒரு கூறு வேறுபாட்டைச் சொல்லலாம். இதை ஆசிரியர்-மாணவர் என்னும் இணையில் சொல்ல முடியாது; கற்பித்தல் செய்யாத எல்லாரும் மாணவர் இல்லை. சின்ன-பெரிய என்னும் இணையில் படிநிலை (degree) வேறுபாடு உண்டு; 'ரொம்ப' என்னும் அடையை அவற்றோடு சேர்க்கலாம்; அவை 'விட' என்னும் இடைச்சொல்லை அடுத்து வரலாம். இவை மேலே சொன்ன இரண்டு இணைகளுக்கும் பொருந்தாது. இனிப்பு-கசப்பு, கிழக்கு-மேற்கு, இரவு-பகல், அக்கா-தங்கை முதலானவையெல்லாம் எதிர்ப்பதங்கள் என்று எடுத்துக்கொண்டால் எல்லாவற்றுக்கும் பொது வான வேறுபாடு காண முடியாது. மக்கள் இவற்றைப் பார்க்கும் விதத்தை வைத்துப் பாடப் புத்தகங்களில் இவற்றை எதிர்ப்பதங்கள் என்று சொல்லும் வழக்கம் இருக்கிறது. ஆனால், மொழி யியல் விதி எதையும் பயன்படுத்தி ஒரு சொல்லைச் சரியான எதிர்ப்பதம், அது ஒன்றே எதிர்ப்பதம் என்று அடையாளம் காண்பது கடினம். எனவே, எதிர்ப்பத உறவை இந்த அகராதி காட்டவில்லை. சில அகராதிகள் எதிர்ப்பதம் என்று காட்டுவது பல வகை எதிர் இணைகளை வித்தியாசப்படுத் தாமல் செய்வது.

சொற்களுக்கிடையே உள்ள இன்னொரு உறவு, ஒன்றுக்கு மேற்பட்ட சொற்களுக்கு ஒரே பொருள் இருப்பது. இது ஒருபொருட் பன்மொழி (synonym) என்று பெயர் பெறும். ஆனால், இந்தச் சொற்களிடையே நுண்ணிய வேறுபாடு இருக்கும். வரும் இடத்தைப் பொறுத்து இட வேறுபாட்டால், நடை வேறுபாட்டால் இந்த வகைச் சொற்களில் ஒரு சொல் வரும் இடத்தில் சரளமாக இன்னொரு சொல் வராது. மொழியியலில் நூற்றுக்கு நூறு பொருள் ஒத்த இரண்டு சொற்கள் இல்லை என்பது ஒப்புக்கொள்ளப்பட்ட கருத்து. இரண்டு சொற்களுக்கு ஒரே பொருள் இருக்காது என்றாலும், நெருங்கிய தொடர்புடைய பொருள்கள் இருக்கும். இந்த அகராதியில் ஒருபொருட் பன்மொழிக்குப் பதிலாக பொருள் தொடர்புடைய சொற்கள் என்ற கருத்தில் அப்படிப்பட்ட உறவு சுட்டிக்காட்டப்படுகிறது.

சொல் பதிவில் இந்தப் பதிப்பில் ஒரு முக்கியமான மாற்றமாக 940 சொற்களின் பதிவுகளின் கீழ் அந்தச் சொற்களோடு நெருங்கிய தொடர்புடைய பொருளைக் கொண்ட சொற்கள் தரப் பட்டுள்ளன. இவற்றுக்குத் தொடர்புடைய சொற்கள் அல்லது தொடர்புச் சொற்கள் (தொ. சொ.) என்ற குறியீடு தரப்பட்டிருக்கிறது

ஒரு பொருளை நினைக்கும்போது அதற்குரிய சொற்களாக அதிகம் மனத்துக்கு வரும் சொற்கள் தொடர்புச் சொற்கள். இந்தச் சொற்களில் ஒரு சொல்லின் பதிவின் கீழ் மற்ற தொடர்புச் சொற்கள் தரப்படும். தொடர்புச் சொல் பட்டியலில் இடப்பட்டுள்ள பதிவுகளில் உள்ள ஒரு சொல்லை அது அகர வரிசையில் வரும் இடத்தில் தேடிப் பார்த்தால் அதன் பொருள் இருக்கும். அந்தப் பொருள் மற்ற தொடர்புடைய சொற்களிலிருந்து நுண்ணியதாக வேறுபடுவதைக் காண லாம். தொடர்புச் சொற்களின் பொருள்களுக்கிடையே இப்படி வேறுபாடு இருந்தாலும் அவை ஒரு பொருண்மை வட்டத்துக்குள் (semantic class) அடங்கும் என்று சொல்லலாம்.

எடுத்துக்காட்டு:

அரி/ அறு/ உடை/ ஒடி/ கிழி/ துண்டி/ நறுக்கு/ பிடு/ பிள/ முறி/ வெட்டு

இந்தச் சொற்கள் அனைத்தும் 'துண்டாக்குதல்' என்ற மையப் பொருளைக் கொண்டிருக் கின்றன. இருந்தாலும், ஒன்றுக்கு மற்றொன்று பதிலி அல்ல. ஆனால், எந்தச் சொல்லை எங்கு பயன்படுத்த வேண்டும் என்பது அந்தந்தப் பதிவின் பொருளைப் பார்க்கும்போது தெளிவாகத் தெரியும்.

இந்த அகராதியில் தொடர்புச் சொற்களின் பட்டியல் முழுமைபெற்ற பொருண்மை வட்ட ஆராய்ச்சியின் விளைவு அல்ல. தமிழைப் பயன்படுத்துவோர் ஒரு சொல்லை நினைக்கும்போது அவர்களுடைய மனத்தில் தோன்றும் பொருள் தொடர்புடைய மற்ற சொற்கள் (semantic association of words) என்று இவற்றை விளக்கலாம். இவை பெயர்களுக்கும் வினைகளுக்குமே மிகுதியாக உள்ளன.

மூன்றாம் பதிப்பில் சில இலக்கணக் குறிப்புகள் செம்மைசெய்யப்பட்டிருக்கின்றன. இதைப் பின்வரும் பதிவுகளில் பார்க்கலாம்.

மிகவும் வி.அ.

போடு து.வி

வை து.வி

இடைச்சொற்கள் எண்ணிக்கையில் அதிகமாகியிருக்கின்றன. இவற்றின் பொருளும் நுண்மை யாக விளக்கப்பட்டிருக்கிறது. துணை வினைகள் தமிழ் மரபிலக்கணத்தில் பேசப்படவில்லை. ஆனால், அவை தமிழ் இலக்கணத்தில் தனி இடம்பெறுகின்றன. (இந்த இலக்கணக் கலைச் சொல்லை உருவாக்கியவர் தன் காலத் தமிழுக்கு இலக்கணம் எழுதிய ஜி. யு, போப்). துணை வினையின் இலக்கணப் பொருள் அது சேர்ந்துவரும் முதன்மை வினையின் பொருளை நுணுக்கமாக மாற்றுவதாக இருக்கும். இந்தப் பொருளை நிறைய எடுத்துக்காட்டு வாக்கியங் களைத் தராமல் எழுத்தில் வடிப்பது அகராதிக்கு ஒரு சவால்.

மரபிலக்கணத்தில் எடுத்துக்கொள்ளாத, தற்காலத் தமிழில் வருகிற இலக்கணப் பிரச்சினை களுக்கு மொழியியல் அறிவைப் பயன்படுத்தித் தீர்வுகாணும் ஒட்டுமொத்த இலக்கணம் இன்னும் எழுதப்படவில்லை. அப்படிப்பட்ட இலக்கணத்தை எழுத இந்த அகராதியில் உள்ள இலக்கணக் குறிப்புகள் அடிக்கற்களாக அமையும் என்பது நம்பிக்கை.

தமிழ் அகராதியியலில் துணை வினைகள் ஒரு பிரச்சினை. இவை வினைச்சொல்லும் அல்ல; வினையில் வரும் காலம் காட்டும் விகுதிபோன்றதும் அல்ல. இவை சொல்லுக்கும் உருபுக்கும் நடுவில் வருபவை. இவை சொல் வடிவம் கொண்டதால் சொல்லகராதியில் இடம்பெறுகின்றன. இவற்றின் பொருளோ இலக்கணப்பொருளாக இருக்கும். சிலவற்றின் பொருள் சொற்பொருளா, இலக்கணப் பொருளா என்று உறுதியாகச் சொல்ல முடியாமல் இருக்கும்.

புதிய குறியீடுகள்

சொற்களின் பயன்பாட்டுக் குறியீடுகள் விரிவாக்கப்பட்டிருக்கின்றன. புதிய குறியீடுகளில் ஒன்று ஊரக வழக்கு (ஊரக வ.). இந்தக் குறியீடு தாங்கிய சொற்கள் பெரும்பாலும் எழுத்துக்கு வராத, ஆனால், தற்கால வாழ்க்கையோடு பிணைந்த சொற்கள். மூன்றாம் பதிப்பில் மூன்று புதிய அடையாளங்களோடு புதிய சொற்கள் சேர்க்கப்பட்டிருக்கின்றன. அவை மேலே சொன்ன ஊரக வழக்குச் சொற்கள், திருநர் வழக்குச் சொற்கள், புதிய வழக்குச் சொற்கள்

ஊரக வழக்குச் சொற்கள் (ஊரக வ.)

நவீன காலத்து வாழ்க்கையை வாழும் சமூகம் என்ற பொருளில் தற்காலச் சமூகம் என்ற கருத்துப் பயன்படுத்தப்படுகிறது. நவீன காலத்து வாழ்க்கை என்பது நகர்ப்புறத்தில் பணிபுரியும், எழுத்தறிந்தவர்கள் நவீன வசதிகளுடனும் நவீன விழுமியங்களோடும் வாழும் நவீன வாழ்க்கை மட்டும் அல்ல. பாரம்பரியத் தொழில்புரிபவர்களும் நவீன காலத்தில் வாழ்கிறார்கள். அவர்கள் பயன்படுத்தும் மொழியும் சொல்லும் அவர்களுடைய தற்கால வாழ்க்கையைப் பிரதிபலிப்பவை; அந்த வாழ்க்கைக்குத் தேவையானவை; ஊரக மக்கள் மேற்கொள்ளும் தொழில்கள், அவற்றைச் சார்ந்த நடைமுறைகள், அன்றாட வாழ்க்கையில் கடைப்பிடிக்கும் சடங்குகள் ஆகியவையும் தற்காலத்தைச் சார்ந்தவையே. ஆகவே, அவற்றைக் குறிக்கும் சொற்கள் தற்காலத் தமிழ் அகராதியில் இடம்பெற வேண்டியவையே.

இன்னொரு கோணத்தில், ஊரக வழக்கு என்று குறிப்பிடப்படும் இந்தச் சொற்கள் மிக அரி தாகவே இன்று எழுத்துத் தமிழில் காணப்படுகின்றன என்பதை அச்சு ஊடகங்களை அடிப் படையாகக் கொண்ட சொல்வங்கி எடுத்துக்காட்டுகிறது. (இது ஏன் இவ்வாறு இருக்கிறது என்பது

தனியாக ஆராயப்பட வேண்டியது.) ஆனால், இந்தச் சொற்கள் அமைப்பிலும் இலக்கணத்திலும் எழுத்துத் தமிழுக்கு மிக அருகில் இருக்கின்றன என்பது அகராதிக் குழுவினரின் கருத்து.

வேளாண்மையை எடுத்துக்கொள்வோம். அதில் காலப்போக்கில் மாற்றங்கள் ஏற்பட்டிருக் கின்றன. இந்த மாற்றங்கள் அறிவியல் வழியாக வந்த மாற்றங்கள்; அவற்றைக் குறிக்கும் சொற்க ளுக்குச் சொட்டுநீர்ப் பாசனம், ரசாயன உரம், உரச்சாக்கு போன்றவை சில எடுத்துக்காட்டுகள். அதே நேரத்தில் பாரம்பரியமாக விவசாயத்தைச் சார்ந்து புழக்கத்தில் இருந்துவரும் சொற்கள் தற்காலத் திலும் பயன்படுத்தப்படுகின்றன. எடுத்துக்காட்டுகளாக, கதிர்வாங்கு, அசடு களை, பாய்மடை, புறணி போன்றவற்றைக் குறிப்பிடலாம். இவையும் தற்காலத் தமிழ்தான்; நவீன காலத் தமிழ்தான்.

ஊரக வழக்கு, வட்டார வழக்கிலிருந்து (வ. வ.) வேறுபட்டது. வட்டார வழக்கு என்பது பொதுத் தமிழில் உள்ள சொல்லுக்கு இணையாக உள்ள மாற்றுச் சொல்; ஒன்றுக்கு மேற்பட்ட வட்டாரத்தார்கள் பயன்படுத்தாவிட்டாலும், அவர்கள் பொருள் புரிந்துகொள்ளும் சொல்; இதனால் எழுத்துத் தமிழுக்கு வர வாய்ப்புள்ள சொல். ஆணம், ஈர்வலி, உளை, கேப்பை, தண்டல் போன்றவை சில எடுத்துக்காட்டுகள்.

ஊரக வழக்கின் நீட்சியாக, நெசவு, மட்பாண்டத் தொழில் போன்றவற்றிலிருந்தும் சில சொற்கள் இந்தப் பதிப்பில் சேர்க்கப்பட்டுள்ளன.

திருநர் வழக்குச் சொற்கள் (திருநர் வ.)

இந்த வழக்குச் சொற்கள் திருநரே எழுதியிருக்கும் புத்தகங்களிலிருந்தும், சட்ட ஆவணங்களி லிருந்தும் பெறப்பட்டு, திருநர் சமூகத்தின் மேம்பாட்டுக்கு உழைக்கும் செயல்பாட்டார் களின் உதவியோடு சரிபார்க்கப்பட்டு இந்தப் பதிப்பில் தரப்பட்டிருக்கின்றன. பாலியல்பு சார்ந்த விளிம்பு நிலை மக்களில் தன்பாலின உறவாளர்களின் அனுபவங்கள் இன்னும் பொதுத் தமிழில் வெளிப்படத் தொடங்கவில்லை.

புதிய வழக்குச் சொற்கள் (பு.வ.)

இன்னொரு புதிய பயன்பாட்டுக் குறியீடு ‘புதிய வழக்கு’. வேகமாக மாறிவரும் தொழில் நுட்பமும், சமூகக் கருத்தியல்களும் வேகமாக வளர்ந்துவருவதால் இயந்திர கதியில் ஆங்கிலச் சொற்கள் உடனடித் தேவைக்குத் தமிழில் மொழிபெயர்க்கப்படுகின்றன. செய்திப் பத்திரிகை களிலும் தொலைக்காட்சிப் பேட்டிகளிலும் சமூக ஊடகங்களிலும் மொழிபெயர்ப்புச் சொற் கள்—ஆங்கிலத்தோடு தமிழை இணைக்கும் சொற்கள்—மிகுதியாக உள்ளன. இவை தொடர்ந்து வழங்குமா, அல்லது புதிதாகப் படைக்கப்படும் சொற்கள் இவற்றைப் பதிலீடு செய்யுமா என்று சொல்ல முடியாது. இப்படி நிலைபெறாத சொற்களைப் பொதுவாக அகராதி தருவதில்லை. இருப் பினும் தமிழுக்குச் சொற்கள் வரும் வேகத்தைக் காட்ட இந்தச் சொற்கள் புதிய குறியீட்டுடன் சேர்க்கப்பட்டுள்ளன. இந்தச் சொற்கள் தமிழ் எப்படி ஆங்கிலத்தோடு கருத்தளவில் நெருங்கி வருகிறது என்பதையும் காட்டுகின்றன; தமிழிலிருந்து ஆங்கிலத்துக்குச் சரளமான மீள்மொழி பெயர்ப்பு (inter-translatability) சாத்தியமாகிறது என்பதையும் காட்டுகின்றன.

எடுத்துக்காட்டாகச் சில சொற்கள்:

அயல்பணி

கட்டுநர்

காணொலிக் காட்சி

சமூக வலைதளம்

திறன்கைபேசி

நவகாலனியம்

மடிக்கணினி

மாற்றுத்திறன்

ரொக்கப் பரிவர்த்தனை

வன்பொருள்

பதிவுகள் நீக்கம்

முந்தைய பதிப்பின்போது நடைமுறையில் இருந்த செயல்முறைகள், வழக்கில் இருந்த சொற்கள் கடந்த சில ஆண்டுகளில் வழக்கில் இல்லாமல் போய்விட்டன. இந்தக் காரணத்தால் சில பதிவுகள் நீக்கப்பட்டுவிட்டன.

சில எடுத்துக்காட்டுகள்

ஆடம்பர வரி

இளங்கலை

ஓரினச் சேர்க்கை

சுரண்டல் லாட்டரி

சேவை வரி

புகைவண்டி

திருத்தங்கள்

இரண்டாம் பதிப்பில் ஒரு சொல்லுக்குக் கொடுக்கப்பட்ட பயன்பாட்டுக் குறியீடு இந்தப் பதிப்பில் மாற்ற வேண்டிய தேவை ஏற்பட்டிருக்கிறது. பெருகிவரும் வழக்கு என்று அடையாளப்படுத்தப்பட்ட சொல் மூன்றாம் பதிப்பின் காலத்தில் முற்றிலும் வழக்கில் ஏற்கப்பட்டிருந்தால் இந்த குறியீடு அந்தச் சொல்லிலிருந்து நீக்கப்பட்டிருக்கும்.

(எ-டு)

கடல் உணவு

சட்டகம்

சமுதாயக் கல்லூரி

தடுப்பணை

தகவலாளி

நல்கை

நுண்ணலை

புரிதல்

பெட்டிச் செய்தி

பேரிடர்

மணமுறிவு

மின்னஞ்சல்

வல்லுறவு

விசைப்பலகை

விலைப்பட்டி

அருகிவரும் வழக்கு என்று குறிப்பிட்ட சில சொற்கள் மூன்றாம் பதிப்பின்போது கூடுதல் தரவு கிடைத்து அருகிவரும் வழக்கல்ல என்ற நிலைக்கு வந்தால், இந்தப் பயன்பாட்டுக் குறியீடு நீக்கப்பட்டிருக்கும்.

(எ-டு)

அசூயை

அதிசயி

காத்திரம்

கிஞ்சித்தும்

தாவா

துவம்சம்

நமூனா

நிர்க்கதி

பஞ்சமர்

பண்டிதர்

மராமத்து

முரண்டு

வசீகரி

வெகுமதி

பொருள் விளக்கத்தில் திருத்தம்

இந்தப் புதிய பதிப்பில் பல வகைகளில் முந்தைய பதிப்பில் இடம்பெற்ற எண்ணற்ற பதிவுகள் திருத்தங்களுக்கு உள்ளாகியிருக்கின்றன. திருத்தத்தில் சொற்களின் பொருள் விளக்கம் முக்கிய இடம் வகிக்கிறது.

முந்தைய பதிப்பின் ஒவ்வொரு பதிவும் கவனமாக மறுபரிசீலனைக்கு உட்படுத்தப்பட்டது. எவற்றில் தேவையோ அந்தப் பதிவுகளின் பொருள் விளக்கங்கள் தரும் தகவல்களிலும் விளக்கங் களின் வாக்கிய அமைப்பிலும் திருத்தங்கள் மேற்கொள்ளப்பட்டிருக்கின்றன.

எடுத்துக்காட்டுக்கு இந்தப் பதிவுகளைப் பார்க்கலாம்.

அமைப்பியல்
அவைக்குறிப்பு
இசை நாற்காலி
இயங்கியல்
உண்மை
எமகண்டம்
ஓதம்
குழம்பு
சாம்பார்
மஞ்சுவிரட்டு
ரயில்
ஜல்லிக்கட்டு

ஆங்கிலப் பொருளில் திருத்தம்

பதிவுகளைக் கவனத்துடன் மறுபார்வையிட்டபோது ஆங்கிலப் பொருள் விளக்கத்தில் திருத் தங்களுக்கு வாய்ப்பிருக்கிறது என்பது புலனாகியது. அதேபோல் தெளிவைக் கருதிப் பல பதிவு களில் ஆங்கிலப் பொருளின் வாக்கிய அமைப்பு திருத்தியமைக்கப்பட்டிருக்கிறது.

அகராதி உருவாக்கத்தில் கணினியின் பங்கு

அகராதி உருவாக்கத்தில் கணினி இன்றியமையாத அம்சமாக ஆகிவிட்டிருக்கிறது. இன்று கணினி இல்லாமல் அகராதி ஒன்றை உருவாக்குவது சற்றும் சாத்தியமில்லை. முதல் கட்டத்தில் சொல்வங்கியை உருவாக்குவதற்குக் கணினி தேவை. சொல்வங்கி தொடர்ந்து வளருவது. இந்தப் பதிப்புக்குச் சொல்வங்கியில் மொத்தமாகச் சேர்த்துவைத்த ஒரு கோடி சொற்கள் அடித்தளமாக இருந்தன. இந்த ஒரு கோடி சொற்களுக்கும் கணினித் தொழில்நுட்பத்தில் ஏற்பட்டிருக்கும் பெரிய மாற்றங்களால் புதிதாக ஒரு நிரலை வடிவமைக்க வேண்டியிருந்தது. இந்த நிரலைப் பயன்படுத்திச் சொல்வங்கியிலிருக்கும் எந்த ஒரு சொல்லையும் அதன் எல்லா வடிவங்களிலும்

அவை இடம்பெற்றுள்ள வாக்கியங்களுடன் பிரித்துப் பார்க்க முடிந்தது. இதன்மூலம் ஒரு சொல்லின் பொருளை அதன் முழு வீச்சிலும் தெரிந்துகொள்ள முடிந்தது. பொருளும் இலக்கணமும் பிணைந்திருப்பதால் குறிப்பிட்ட சொல்லின் இலக்கண வகையையும் இனம்காண முடிந்தது.

எடுத்துக்காட்டாக 'அடி' என்ற சொல்லை எடுத்துக்கொள்வோம். இந்தச் சொல் வினைச் சொல்லாகவும், துணை வினையாகவும், பெயர்ச்சொல்லாகவும், இடைச்சொல்லாகவும் செயல் படுகிறது. அதன் பெயர்ச்சொல் வடிவத்தை மட்டும் எடுத்துக்கொண்டால் அது ஒத்த வடிவச் சொல்லாகவும் பயன்படுகிறது. இவை அனைத்தையும் ஒரு கோடி சொற்களுக்கு இடையில் மனித உழைப்பைக் கொண்டு மட்டுமே இனம்காண்பது இயலாத காரியம். இந்தச் சிக்கலான, பெரிய காரியத்தைச் செய்வதற்கு ஏதுவாகக் கணினி, தக்க நிரலின் உதவியுடன் சொல்வங்கியில் 'அடி' என்ற சொல் வரும் வாக்கியங்களைத் தேடி எடுத்துத் தொகுத்துக் கொடுக்கும். எடுத்துக்காட் டாக 'அடி' என்ற சொல்லுக்குத் தொகுக்கப்பட்ட சில வாக்கியங்களும் தொடர்களும் அடுத்த பக்கத்தில் தரப்பட்டுள்ளன.

இவ்வாறு பிரித்தெடுக்கப்பட்ட வாக்கியங்களையும் தொடர்களையும் படித்து 'அடி'யின் இலக்கண வகைகளையும், பொருள்களையும் நாம் தீர்மானிக்க முடியும். இந்த மாதிரித் தகவல் களுடன் அகராதிப் பதிவுகள் செம்மைப்படுத்தப்பட்டன. இதேபோல் கேள்விகளை எழுப்பும் ஒவ்வொரு சொல்லுக்கும் சொல்வங்கியின் சொல்லடைவு பயன்படுத்தப்பட்டது.

இது மேலோட்டமாக எளிதாகத் தோன்றினாலும், மிகவும் கடினமானது; நேரம் அதிகம் பிடிப்பது. எடுத்துக்காட்டாக, 'எடு', 'போடு' போன்ற சொற்களுக்குச் சொல்லடைவில் 25,000க்கும் மேற்பட்ட வாக்கியங்கள் இருக்கும். இவற்றை வகைப்படுத்தி, ஒரு சொல்லுக்கான முதல் வரைவை அமைப்பதற்கு சுமார் 120 முதல் 150 மணி நேரம் பிடித்தது. அடுத்த பக்கத்தில் உள்ள அடி என்னும் சொல் சொல்வங்கியில் வரும் பட்டியல் இதைக் கோடி காட்டும்

அச்சாக்கத்திலும் கணினியின் உதவி இன்றியமையாதது. இதைப் பற்றிய கூடுதல் தகவல்கள் 'நன்றி' பகுதியில் தரப்பட்டுள்ளன.

இலங்கைச் சொற்களைச் சேர்ப்பதில் சில பிரச்சினைகள் இருந்தன. இலங்கையில் எழுதப் பட்ட தமிழுக்குச் சொல்வங்கி இல்லை. யாழ்ப்பாணம், மட்டக்களப்பு, மலையகம் முதலிய வட்டாரத் தமிழ் வகைகளுக்குப் பொதுவான சொற்கள் எவை என்று காண இலங்கைத் தமிழ் பற்றிய உள்ளுணர்வு (intuition) கொண்டவர் அகராதிக் குழுவில் இல்லை. இதைப் போலவே இலங்கை எழுத்துத் தமிழுக்கு வராத பேச்சு வழக்குகள் எவை என்று தெளிவதில் இடர்ப்பாடு இருந்தது. தெரிந்தவர்களைக் கேட்டுச் சொற்சேர்க்கைபற்றி முடிவு எடுக்க வேண்டியிருந்தது.

அகராதியில் சேர்த்த இலங்கைச் சொற்களின் தேர்வைக் குறித்தும், அவற்றுக்குத் தரப்பட்ட பொருளைக் குறித்தும் மறுபரிசீலனை செய்யும் தேவை இருந்தது. இலங்கைச் சொற்களின் பதிவைப் பற்றிய முக்கியமான கேள்வி யாழ்ப்பாணத் தமிழ் இலங்கைத் தமிழைப் பிரதிநிதிப் படுத்துவது பற்றியது. அகராதியின் வரையறைக்கு உட்பட்ட புதிய இலங்கைச் சொற்கள் சேர்க்கப் பட்டன. இலங்கைத் தமிழுக்கென்று சொல்வங்கி உருவாகும்போது இலங்கைச் சொற்களையும் அவற்றின் பொருளையும் பற்றிய தெளிவு இன்னும் கூடும். இலங்கைச் சொற்களைப் போல சிங்கப்பூர், மலேசியத் தமிழ்ச் சொற்களைப், பொருளை இனங்கண்டு சேர்ப்பது எதிர்கால வேலை.

சொல்வங்கியிலிருந்து எடுத்த ஒரு சொல்லுக்கு மாதிரி

ஆணி	***அடி.***
நண்பரின் மகன் ஆறு	***அடி*** உயரம் இருக்கிறான்.
300	***அடி*** பள்ளத்தில் பேருந்து உருண்டது.
	அடி பாவி, இப்படியா ஏமாறுவது?
	அடி போக்கிரி, என்னையா ஏமாற்றுகிறாய்?
என் படிப்புக்கு	***அடி*** விழுந்துவிட்டது.
எவ்வளவு பத்திரிகை	***அடி***க்க வேண்டும்?
பாம்பை	***அடி***க்கக் கம்பை எடுத்தான்.
முகாமில் கூடாரம்	***அடி***க்கக் கற்றுக்கொண்டேன்.
கல்லை எடுத்து நாயை	***அடி***க்கப்போன சமயத்தில்...
வீட்டுக்கு வெள்ளை	***அடி***க்கவில்லை.
சாராயம், கஞ்சா	***அடி***க்கிறவர்களுடன் உனக்கென்ன பழக்கம்?
சீட்டில் அதிர்ஷ்டம்	***அடி***க்கும் என்று நம்புகிறேன்.
குறள் இரண்டு	***அடி***களால் ஆனது.
சீடர்கள் குருவின்	***அடி***களில் விழுந்து வணங்கினார்கள்.
அவரால் நான்கு	***அடி***கூட எடுத்து வைக்க முடியவில்லை.
கங்குலி சதம்	***அடி***த்ததும் ரசிகர்கள் ஆரவாரம் செய்தனர்.
மாங்காய்	***அடி***த்தவனைக் கண்டுபிடிக்க வேண்டும்.
குதித்துக்குதித்து	***அடி***த்தனர்.
ஒரு வண்டி மணல்	***அடி***த்தால்தான் நாளை பூச்சுவேலை நடக்கும்.
நான்கு முறை மணி	***அடி***த்து ஓய்ந்தது.
ஒருவாறாக மழை	***அடி***த்து ஓய்ந்தது.
பெயர்களை	***அடி***த்துவிட்டனர்.
சங்கிலியை எவனோ	***அடி***த்துவிட்டான்.
ஆட்டை	***அடி***த்து விருந்து வைத்தார்.
தம்பிக்குக் காய்ச்சல்	***அடி***ப்பதால் சோர்ந்திருக்கிறான்.
குழாயில் தண்ணீர்	***அடி***ப்பது என் வேலை.
யாரையும் கைநீட்டி	***அடி***ப்பது தவறு.
இயற்கை உரம்	***அடி***ப்பது நிலத்தின் வளத்தைப் பாதுகாக்கும்.
வியாபாரத்தில் விழுந்த	***அடி***யால் குடும்பம் தலைதூக்க முடியவில்லை.
கடலின்	***அடி***யில் எத்தனையோ அதிசயங்கள்!
பாடலின் ஒரு	***அடி***யையே பலமுறை திரும்பத்திரும்பப் பாடினார்.
பணத்தை ஏன் வீ	***ணடி***க்கிறாய்?
மரத்	***தடி***யில் பசுவைக் கட்டியிருந்தார்கள்.
நாற்ற	***மடி***க்கிறது.
அவனைத் துரத்தி	***யடி***த்தேன்.
குளி	***ரடி***த்தால் போர்த்திக்கொள்ளப் போர்வைகூட இல்லை.
நேற்று அவளைத் தே	***ரடி***யில் பார்த்தேன்.
நல்ல வெயி	***லடி***க்கிறது, குடையை எடுத்துக்கொள்.
சைக்கிளுக்குக் காற்	***றடி***க்க மறந்துவிட்டேன்.
கிணற்	***றடி***யில்தான் துவைப்பதும் பாத்திரம் விளக்குவதும்.

புதிய பதிப்பின் உள்ளடக்கம்

இந்தப் புதிய பதிப்பில் சுமார் 23800 சொற்களுக்குப் பொருள் விளக்கம் தரப்பட்டிருக்கிறது. இவற்றில் இலங்கைத் தமிழ் வழக்குச் சொற்கள் சுமார் 2650. பொருள் விளக்கங்களுக்குத் துணையாக சுமார் 40200 எடுத்துக்காட்டு வாக்கியங்கள்/தொடர்கள் தரப்பட்டுள்ளன. பொருள் விளக்கத்துக்கு உதவியாக 421 சொற்களுக்குப் படங்கள் தரப்பட்டுள்ளன.

எதிர்காலத் தமிழ்

அகராதியின் முதல் பதிப்புக்கும் இரண்டாம் பதிப்புக்கும் கால இடைவெளி பதினாறு ஆண்டுகள். இரண்டாம் பதிப்புக்கும் மூன்றாம் பதிப்புக்கும் கால இடைவெளி பன்னிரண்டு ஆண்டுகள். இந்த 28 ஆண்டுகளில் தமிழின் சொற்கோவை மாறியிருக்கிறது. பேச்சுத் தமிழிலிருந்து சொற்களையும் சொற்பொருளையும் பொதுத் தமிழ் உள்வாங்கியிருக்கிறது. இது பல வட்டாரங்களிலிருந்தும் பல தொழில்களிலிருந்தும் பல அனுபவங்களிலிருந்தும் வரும் வரவு. ஆங்கிலத்திலிருந்து சொற்களையும் சொற்பொருளையும் பொதுத் தமிழ் உள்வாங்கியிருக்கிறது; ஆங்கிலத்தோடு சொல்லளவிலும் (மொழிபெயர்த்த சொற்கள்) பொருளளவிலும் (புதிய சிந்தனைகள்) தமிழ் நெருங்கியிருக்கிறது. இந்த இரண்டு போக்குகளும் தொடரும் எனலாம். அகராதியின் அடுத்த பதிப்பு அவற்றைப் பதிவு செய்யும்.

அந்தப் பதிப்பைத் தயாரிப்பது இந்தக் குழுவாக இருக்க வாய்ப்பில்லை. க்ரியா 35 ஆண்டுகளாக உருவாக்கியுள்ள சொல்வங்கியும், அகராதி தொகுக்கும் முறையும் அகராதிப் பதிவுகளை அமைக்கும் முறையும் அடுத்த பதிப்பைத் தயாரிப்பவர்கள் பயன்படுத்திப் புதிய பதிப்பை மேலெடுத்துச் செல்வார்கள் என்பது நம்பிக்கை. ஆக்ஸ்போர்டு, வெப்ஸ்டர் முதலான ஆங்கில அகராதிகள் போலத் தமிழ் அகராதி தயாரிப்பும் ஒரு அறிவுசார் நிறுவனமாக வளர வேண்டும் என்பது விருப்பம்.

இ. அண்ணாமலை   தங்க. ஜெயராமன்   எஸ். ராமகிருஷ்ணன்

அகராதியின் தற்காலத் தமிழ் இலக்கண விளக்கம்

சொல்லின் நிலை

இந்த அகராதி தற்காலப் பொது எழுத்துத் தமிழுக்கு உரியது. பொது எழுத்துத் தமிழ் என்ன என்பதுபற்றித் தமிழை எழுதுவோரிடையே ஒரு தெளிவின்மை நிலவுகிறது. இக்காலத் தமிழில், தமிழ் வல்லுநர்களுக்கு மட்டும் அல்லாமல் பொதுமக்களுக்காகவும் எழுதப்படுபவற்றில் பயன் படுத்தப்படும் தமிழ் பொது எழுத்துத் தமிழாகும். பண்டிதரின் கட்டுரையும் பாமரரின் பேச்சும் இதன் எல்லைக்கு அப்பாற்பட்டவை. மொழியைப் பற்றிச் சமூகத்தின் கண்ணோட்டம் எதிர் காலத்தில் மாறும்போது இவற்றில் ஒன்றோ, இரண்டுமோ, இதன் எல்லைக்குள் வரலாம். பேச்சுத் தமிழை எழுத்துப்பெயர்ப்பு செய்து எழுதுவது பொது எழுத்துத் தமிழில் அடங்காது. புனைகதை களில் பாத்திரங்களின் உரையாடலை அப்படியே எழுதுவதும், அண்மைக் காலக் கதைகளில் பேச்சுத் தமிழில் எழுதப்படும் ஆசிரியர் விவரணையும் (narrative) எழுத்துப்பெயர்ப்பில் அடங்கும். பொது எழுத்துத் தமிழின் கீழ் வராது.

பொதுப் பேச்சுத் தமிழ் என்பது எல்லா வட்டாரங்களிலும் எல்லாச் சமூகங்களிலும் உள்ள வர்களுக்குப் பொதுவாக இருப்பது; பொது எழுத்துத் தமிழ் என்பது எல்லா வாசகர்களும் படித்துப் புரிந்துகொள்ளக்கூடியது. இதில் நடை வேறுபாடுகள் உண்டு; உரையாடலின் கருத்தோட் டத்தை ஒட்டிய நடையும் உண்டு; புலமைச் செறிவைக் காட்டும் நடையும் உண்டு. பேச்சு நடை, புலமை நடை ஆகிய இரு துருவங்களையும் ஒட்டிய சிறுபான்மை நடைகள் தவிர்ந்த, மற்ற நடை களில் அமைந்த தமிழையே பொதுத் தமிழ் நடை என்கிறோம். வழக்கில் அருகிவரும் சொற்களும் பெருகிவரும் சொற்களும் தற்காலத் தமிழின் மாறிவரும் போக்கைக் காட்டுவதால் அவையும் இந்த அகராதியில் இடம்பெற்றிருக்கின்றன. எழுத்துத் தமிழும் பேச்சுத் தமிழும் நெருங்கிவரும் போக்கைக் காட்டும் வகையில், எழுத்துத் தமிழில் படிப்படியாக இடம்பெற்றுவரும் பேச்சுத் தமிழுக்கு உரிய சில சொற்களும் பொது எழுத்துத் தமிழில் இருக்கின்றன. இது போலவே வட் டார வழக்குச் சொற்களில் ஒன்றுக்கு மேற்பட்ட வட்டாரங்களில் வழங்கி, ஊடகங்கள்மூலம் பிற வட்டாரத்தினரும் புரிந்துகொள்ளும் சொற்களும் பொதுத் தமிழில் இடம்பெறுகின்றன. பொதுத் தமிழ் வழக்கில் உள்ள ஆங்கிலச் சொற்களைப் பொறுத்தவரை, தமிழில் பொருளிலும் வடிவத்திலும் அல்லது இரண்டிலும் மாறுபடும் சில சொற்கள் மட்டும் இடம்பெறுகின்றன.

இந்த அகராதியின் இரண்டாம் பதிப்பைவிட அதிகமாக இப்பதிப்பில் பொது எழுத்துத் தமிழில் ஏற்றுக்கொள்ளக்கூடிய பேச்சுத் தமிழ்ச் சொற்கள் சேர்க்கப்பட்டுள்ளன. இதற்குக் காரணம், இந்தப் பதிப்பில் பயன்படுத்தப்பட்டுள்ள தற்காலத் தமிழ் என்னும் கருத்தாக்கத்தின் விரிவு. நவீனத்துவத்தின் வெளிப்பாட்டுக் கருவி தற்காலத் தமிழ். இந்த விரிவு நகர்ப்புற நடுத்தர வகுப்பினர் பயன்படுத்தும் தமிழோடு அமைந்துவிடாமல், கிராமப்புறத்தில் வாழும் மக்களும் நவீனத் தமிழ்ச் சமூகத்தின் அங்கம் என்ற உண்மையை உள்ளடக்கியிருக்கிறது. அவர்களுடைய வாழ்க்கை முறையில் பயன்படுத்தப்படும் முக்கியமான சொற்கள் குறிப்பிட்ட ஒரு வட்டாரத்துக்கோ ஒரு சமூகத்துக்கோ உரியவையாக இல்லாமல் இருந்தால் அவையும் தேர்வுசெய்யப்பட்டிருக்கின்றன. புனைகதைகளின் சமூகப் பரப்பு விரிந்துவரும் இந்தக் காலகட்டத்தில், இத்தகைய சொற்கள் எழுதப்பட்டு, எழுத்துத் தமிழில் இடம்பெறும் வாய்ப்பு அதிகரித்துவருகிறது. குறிப்பிட்ட ஒரு கருத்து தற்கால வாழ்க்கையின் கூறாக இருந்தாலும், பொதுத் தமிழ் வழக்கில் அதற்குச் சொல் இல்லாமல் கிராம, நகர்ப்புறப் பேச்சு வழக்கில் அதற்கேற்ற சொல் இருக்கலாம். அத்தகைய சொற்களும் இப்பதிப்பில் சேர்க்கப்பட்டிருக்கின்றன. எடுத்துக்காட்டாக, உயிர்க்கோழி, உள்காயம், கல் தச்சர், கானா, குழாய் மாத்திரை, சவ்வுத்தாள், தெருக்குத்து, பெரிய எழுத்து, மீன் பாடி வண்டி போன்ற சொற்களைக் குறிப்பிடலாம். இவை மட்டுமல்ல. கிராமத்து வாழ்க்கைக்கே உரிய, பாரம்பரியத் தொழில்களுக்கே உரிய, அந்தச் சூழ்நிலைகளில் நவீன காலத்திலும் வாழ்வதற்குத் தேவையான சொற்களும் இக்காலத் தமிழ்ப் பொதுச் சொற்களே. அவை இக்காலப் புனைவு இலக்கியத்திலும் எழுத்து வடிவம் பெறாமல் இருக்கலாம். இத்தகைய பொதுச் சொற்கள் ஊரக வழக்கு என்று அடையாளம் காட்டப்பட்டிருக்கின்றன. சில எடுத்துக்காட்டுகள்: அரசாணிக் கால், உம்பளச்சேரி மாடு, எரிச்ச குழம்பு, தரிசுவெளி, நடவாள். இத்தகைய பொதுச் சொற்கள் இன்னும் பல உண்டு. அவை அகராதியில் சேர்க்கப்படுவது எதிர்காலத்தில் இருக்கிறது.

எந்தச் சமூகமும் ஆண், பெண் என்ற இருபாலாரில் அடங்கும் என்னும் நிலை இக்காலத்தில் மாறிவருகிறது. தமிழ்ச் சமூகம் ஏற்றுக்கொண்ட புதிய பால் வகை திருநர் (transgender). இவர்கள் தங்களைக் குறித்தும் பிறரைக் குறித்தும் வழங்கும் சொற்கள் உள்ளன. அவற்றில் சில இவர்களே தங்களைப் பற்றிய எழுதிய எழுத்துகளில் இருக்கின்றன. இன்னும் எழுதப்படாதவையும் உண்டு. இவற்றில் தேர்ந்தெடுக்கப்பட்ட சொற்கள் பொதுத் தமிழ்ச் சொற்களாக அகராதியில் 'திருநர் வழக்கு' என்னும் அடையாளத்தோடு இடம்பெற்றிருக்கின்றன. இவை குழூஉக்குறி அல்ல; ரகசிய வழக்காக இல்லாமல், பொது வெளியில் வழங்குபவை. இக்காலப் பொதுத் தமிழின் விரிவுக்கு இது இன்னொரு உதாரணம். சில எடுத்துக்காட்டுகள்: அழுதகளம், கடைகேள், காசு சுற்று, தாயம்மா.

எந்தப் பொது மொழியும் சொல்லளவில் தட்டையானது அல்ல. பொதுச் சொற்களுக்கும் பல பின்னணிகள் உண்டு; அவற்றுக்குப் பல அடையாளங்கள் உண்டு. மேலே சொன்ன இரண்டு வகைச் சொற்களும் இந்த அகராதியில் பொதுத் தமிழுக்குக் கொண்டுவரப்பட்டிருக்கின்றன. இது பொதுத் தமிழின் சமூகப் பரப்பை விரிவுபடுத்துகிறது.

பொது எழுத்துத் தமிழின் வட்டாரப் பரப்பை விரிவுபடுத்தும் நோக்கத்தில் இலங்கைத் தமிழ்ச் சொற்கள் அதிக எண்ணிக்கையில் இந்தப் பதிப்பில் இடம்பெற்றுள்ளன. இச்சொற்கள் இலங்கையின் எல்லாப் பகுதிகளிலும் பேசப்படும் தமிழிலும் வழங்கிவருவன. யாழ்ப்பாணத் தமிழ்தான் இலங்கைத் தமிழ் என்னும் கருத்திலிருந்து விலகி, இலங்கையின் மற்ற வட்டாரங்களில் வழங்கப்படும் சொற்களில் பொதுத் தமிழுக்கு உரியவை என்று கருதப்பட்டவை இலங்கைத் தமிழ் என்ற

அடையாளத்தோடு இந்த அகராதியில் இடம்பெறுகின்றன. தாயகத் தமிழின் சொல்தேர்வு போலவே, இலங்கைப் பேச்சு வழக்குகளில் மட்டுமே உள்ள சொற்கள் தேர்வுசெய்யப்படவில்லை. தேர்வுசெய்துள்ள சொற்கள் இலங்கைப் பொதுத் தமிழ் வழக்கில் இருப்பவை. சில இலங்கையிலும் தமிழகத்திலும் வழங்கினாலும் எழுத்து வடிவத்தில் வேறுபட்டவை; இரண்டு பகுதிகளிலும் ஒரே சொல்லாக இருந்தாலும் அது பொருளில் வேறுபடுவதும் உண்டு. இவையெல்லாம் இலங்கை வழக்குச் சொற்களாகச் சேர்க்கப்பட்டிருக்கின்றன. இலங்கை எழுத்துகள் தமிழ்நாட்டில் பரவ லாகப் படிக்கப்படும்போது இந்தச் சொற்கள் தமிழகப் பொது எழுத்துத் தமிழுக்கு வந்து சேரக் கூடிய வாய்ப்பு உண்டு. இதனால் இவை பின்னிணைப்பாகக் கொடுக்கப்படாமல் அகரவரிசைப் படி அகராதியில் சேர்க்கப்பட்டிருக்கின்றன. இவற்றைப் போல, சிங்கப்பூர், மலேசியா ஆகிய நாடு களில் வழங்கும் அந்த நாட்டுப் பொதுச் சொற்களும் சேர்க்கப்படும்போது இக்காலப் பொதுத் தமிழின் புவிப்பரப்பு விரிவதைப் பார்க்கலாம்.

தற்காலத் தமிழின் ஒரு முக்கிய அம்சம் கலைச்சொல் உருவாக்கம். அறிவியல் துறைகளிலும், தொழில் துறைகளிலும், அரசுத் துறைகளிலும், பொழுதுபோக்குத் துறைகளிலும் இக்கலைச் சொற்கள் நாளும் உருவாக்கப்படுகின்றன. இக்கலைச்சொற்களில் துறை வல்லுநர்கள் மட்டு மல்லாமல், பொதுமக்களும் பயன்படுத்தும் சொற்கள் இருப்பதால் அவையும் தேர்ந்தெடுக்கப் பட்டிருக்கின்றன. அரசு நிர்வாகம், விளையாட்டு முதலிய துறைகள் பொதுமக்களின் வாழ்க்கை யோடு நெருங்கிய தொடர்புடையன. ஆகவே, இத்துறைச் சொற்கள் கணிசமான அளவில் இப் பதிப்பில் இடம்பெற்றிருக்கின்றன. இலக்கணக் கலைச்சொற்கள் மொழியின் ஒரு பகுதியாகும். அதனால் இவையும் இடம்பெற்றுள்ளன. இலக்கணமும் இலக்கியமும் மொழி சார்ந்த துறைகள் என்பதால் இவற்றின் கலைச்சொற்கள் மற்ற துறைக் கலைச்சொற்களைவிட அதிகமாகவே இடம் பெறுகின்றன. இவற்றில் மரபாக வரும் கலைச்சொற்களும் புதிதாகப் படைத்த கலைச்சொற்களும் அடங்கும். பெயரெச்சம், பெயரடை என்பவை இரண்டுக்கும் முறையான ஒரு உதாரணம். புதிய கலைச்சொற்களில் பல மொழிபெயர்ப்புச் சொற்கள். சில துறைகளில், ஒரு பொருளையோ கருத்தையோ குறிக்க ஒன்றுக்கு மேற்பட்ட சொற்கள் வழங்கிவருகின்றன. இவற்றில் பெரு வழக்குடையவை அகராதியில் தேர்ந்தெடுக்கப்பட்டிருக்கின்றன. பெரும்பான்மை வழக்கில் இரண்டு சொற்கள் இருந்தால் அவை இரண்டுமே கொடுக்கப்பட்டிருக்கின்றன. பல துறை களில் மரபுக் கலைச்சொற்களோடு புதிய கலைச்சொற்களும் வழக்கில் இருக்கின்றன. இரண் டிலிருந்தும் தெரிவுசெய்யப்பட்ட சொற்கள் அகராதியில் இடம்பெற்றிருக்கின்றன. எடுத்துக் காட்டாக, அலையாத்திக் காடு, ஓதம் முதலான மரபுக் கலைச்சொற்களையும் பயிர் ஊக்கி, மண் புழு உரம், சமூகக்காடு முதலான புதிய கலைச்சொற்களையும் குறிப்பிடலாம். சாதாரணச் சொற்கள் கலைச்சொல்லின் பொருளைப் பெறுவதும் உண்டு. அந்தக் கலைச்சொல்லின் பொருள் அந்தச் சொல்லின் மற்றப் பொருள்களோடு இருக்கும். அந்தப் பொருளுக்கு அது வரும் அறிவியல் துறையின் அடையாளம் சுட்டப்பட்டிருக்கும்.

எடுத்துக்காட்டு:

உப்பு^{2} பெ. 1: **(கடல்நீரைக் காய்ச்சியோ நிலத்திலிருந்து வெட்டியோ எடுக்கப்படும்) கைப்புச் சுவையுடையதும் உணவிற்குப் பயன்படுவதுமான வெள்ளை நிறப் படிகப் பொருள்;** common salt. 2: ***உப்பின் சுவை; கைப்பு;*** saltiness. *இந்தத் தண்ணீரைக் குடிக்க முடிய வில்லை, ஒரே உப்பு!* 3: *(வேதி.)* ***அமிலமும் காரமும் சேர்ந்து ஏற்படும் மாற்றத் தால் கிடைக்கும் படிக வடிவப் பொருள்;*** chemical salt.

தொழில்நுட்பமும் அறிவியலும் வாழ்க்கையும் ஊடகங்களும் ஆக்கிரமித்துள்ள இந்தக் காலத்தில் கலைச்சொல் உருவாக்கத்தின் வேகம் அதீதமாக இருப்பது இயல்பு. பெரும்பாலான கலைச்சொற்கள் ஆங்கிலச் சொற்களின் மொழிபெயர்ப்பாக இருப்பதால் புதிய தமிழ்க் கலைச் சொற்கள் ஆங்கிலத்தின் குணத்தைக் கொண்டிருக்கின்றன. இது இக்காலப் பொதுத் தமிழில் புதிதாகச் சேரும் சொற்களின் பொதுக் குணம். நாளேடுகளில் ஒரு ஆங்கிலச் சொல்லுக்கு ஒன்றுக்கு மேற்பட்ட தமிழ்ச் சொற்கள் கணத்தில் உருவாக்கப்படுகின்றன. அவற்றில் எது நீடித்து நிற்கும்; எதுவுமே நீடித்து நிற்குமா என்று அகராதி கணிக்க முடியாது. காலம்தான் கணிக்கும். இந்த மாதிரியான சொற்கள்—காலத்தின் முத்திரை பெறாத சொற்கள்—அகராதியில் இடம் பெற வில்லை. கோவிட்-19 தொற்று தொடர்பான சொற்கள் இந்த வகையானவை. இவற்றில் சில எதிர்காலப் பொதுத் தமிழில் சேரலாம்.

சொற்களின் பொருள் உறவு

இக்காலப் பொதுத் தமிழின் சொற்கள் என்று சொல்லும்போது அவற்றின் பொருள்களோடு சேர்த்துத்தான் சொல்ல வேண்டும். பொருள்களின் தன்மைபற்றிக் கீழே தரப்பட்டிருக்கிறது. சொற்களின் வேறுபாடுகளை அவற்றின் பயன்பாட்டு அடையாளம் காட்டலாம்; வினை, இடைச் சொல் முதலிய இலக்கணப் பண்புகளும் சொற்களை வேறுபடுத்தலாம். இதுவும் கீழே தரப்பட் டிருக்கிறது. மற்றொன்று, சொல்லுக்கும் பொருளுக்கும் உள்ள தொடர்பு. ஒரு சொல்லுக்கு ஒரு பொருள் என்று இருப்பது சிறுபான்மை; ஒரு சொல்லுக்குப் பல பொருள் இருப்பது பெரும்பான்மை; இதை இந்த அகராதியே காட்டும். பல சொற்களுக்கு ஒரு பொருளே இருப்பது போல் தோன்றினலும், ஒரு வாக்கியத்தில் அவற்றில் ஒரு சொல் வருமிடத்தில் அதற்குப் பதில் அவற்றில் மற்றொரு சொல்லை ஒரு வித்தியாசமும் உணராமல் பயன்படுத்த முடியாது. இருந்தாலும், பொதுத் தமிழில் ஒரே பொருளைக் குறிப்பதற்குப் பல சொற்கள் வழங்கும்போது பெருவழக்காக இருக்கும் சொல்லின் கீழே விளக்கம் தரப்பட்டிருக்கும்; பிற சொற்களுக்குக் கீழே பெருவழக்குச் சொல் மட்டும் பொருளாகத் தரப்பட்டிருக்கும். உவகை; களிப்பு; சந்தோஷம்; மகிழ்ச்சி முதலியன இதற்கு நல்ல உதாரணங்கள். இவற்றில் மகிழ்ச்சி என்ற சொல் பெருவழக்கில் இருப்பதால், இந்தச் சொல்லின் கீழ் மட்டும் விளக்கம் தரப்பட்டுள்ளது. அதே சமயம், இந்தச் சொற்கள் அனைத்துக்கும் ஆங்கிலப் பொருள் கொடுக்கப்பட்டுள்ளது.

சொற்களின் பொருள்கள் தனித்தனியே நிற்பவை அல்ல. சொற்கள் அவற்றின் பொருள் அடிப்படையில் ஒன்றோடு ஒன்று இணைந்திருக்கும். எதிரான பொருள் கொண்ட சொற்கள் எதிர்ச் சொற்கள் அல்லது எதிர்ப்பதங்கள் (antonyms). எதிர்ப் பொருள்களில் பல வகை உண்டு. பெரிய: சிறிய; ஆண்:பெண். அப்பா:அம்மா; இரவு:பகல்; நேற்று:இன்று என்று ஒவ்வொரு இணையும் ஒவ்வொரு வகையில் எதிர்ப்பொருள் கொண்டவை. எதிர்ப்பதம் கலாச்சாரப் பார்வையிலேயே இனம்காணப்படுகிறது. எல்லா வகை எதிர்ப்பதங்களுக்கும் பொருந்தும் மொழியியல் கூறு இல்லை. இந்தக் காரணத்தால் இந்த அகராதியில் எதிர்ப்பதங்கள் சுட்டிக்காட்டப்படவில்லை.

இரண்டு சொற்களின் பொருள் ஒன்றேயாக இருக்க வாய்ப்பு இருக்கும்போது அவை ஒரு பொருள் பல சொல் (synonyms). ஆனால், மொழிப் பயன்பாட்டில் ஒரே பொருள் உள்ள இரண்டு சொற்களை எல்லா இடத்திலும் ஒரு வித்தியாசமும் இல்லாமல் இருக்க முடியாது. எந்தச் சொல் லோடு சேர்ந்து வரும் என்பதில் வித்தியாசப்படலாம்; மொழி நடையில் வித்தியாசப்படலாம். இதனால் ஒரு-பொருள்-பல்-சொல் என்று எதையும் இந்த அகராதியில் சுட்டிக்காட்டவில்லை.

ஆனால், தொடர்புப் பொருள் உடைய சொற்கள் என்று 940 சொற்கள் சுட்டிக்காட்டப் பட்டிருக்கின்றன. தொடர்புப் பொருள் உடைய சொற்களில் எது பிரதானமாக இருக் கிறதோ அந்தச் சொல்லின் பதிவில் தொடர்புப் பொருள் உடைய மற்ற சொற்கள் பட்டியல் இடப்பட்டிருக்கின்றன. அந்தச் சொற்களின் துல்லியமான பொருளை, அதாவது, அந்தச் சொல் லின் பொருளை மற்ற சொற்களின் பொருள்களிடமிருந்து வேறுபடுத்தும் பொருளை—அந்தச் சொல்லின் பதிவின் கீழ் பொருள் விளக்கத்தில் பார்க்கலாம்.

எடுத்துக்காட்டு:

வழி[1] வி. (வழிய, வழிந்து) *1:* **(அணை, ஏரி, குளம் போன்ற நீர்நிலையில் அல்லது ஒரு கொள் கலனில் நீர் போன்ற திரவம்) நிரம்பி வடிதல்; (பக்கவாட்டில்) ஒட்டி இறங்குதல்;** overflow. அணையில் நீர் வழிந்தது./ மழை அதிகமானதால் முற்றத்தில் தண்ணீர் தேங்கி வழிந்தது./ அடுப்பி லிருந்த பால் பொங்கி வழிந்தது./ (உரு வ.) உணர்ச்சி பொங்கி வழிந்தது. [(தொ.சொ.) ***ஊற்று/ ஊறு/ ஒழுகு/ ஓடு/ கசி/ கொட்டு/ சிதறு/ சிந்து/ சுர/ ததும்பு/ தெறி/ பரவு/ பீச்சு/ பீறிடு/ பொங்கு/ வடி***]

பல வடிவமுடைய சொற்கள்

ஒரு சொல்லுக்கு ஒன்றுக்கு மேற்பட்ட வடிவங்கள் அதை எழுதும் முறையில் இருக்கும். அப்படி இருக்கும் சொற்களில் பெருவழக்கில் உள்ள வடிவத்தின் கீழ் அந்தச் சொல்லுக்குப் பொருள் விளக்கம் தரப்பட்டிருக்கும்; வழக்குக் குறைவான வடிவத்தில் 'காண்க' என்னும் குறிப் பின் கீழ் பெருவழக்கு வடிவம் தரப்பட்டிருக்கும்.

வடிவ வேறுபாடு எழுத்து வேறுபாடாக இருக்கலாம்.

(எ-டு) ***அன்னியன்; அந்நியன்***
உடமை; உடைமை
கட்டிடம்; கட்டடம்

அல்லது, உருபு வேறுபாடாக இருக்கலாம்.

(எ-டு) ***சகிதமாக; சகிதம்***
மிகவும்; மிக
வரையில், வரைக்கும்; வரை[2]

அல்லது, கூட்டுச்சொற்களில் சொல் வேறுபாடாக இருக்கலாம்.

(எ-டு) ***கருணைக் கொடை; கருணைத் தொகை***
சதைப்பிடிப்பு; சதைப்பற்று

சில வினைச்சொற்கள் காலம் காட்டாதவை. இவற்றுக்குத் தலைச்சொல் தனிப் பதிவாகவும் அது ஏற்கும் மற்ற வடிவங்கள் தனித்தனிப் பதிவுகளாகவும் தரப்பட்டிருக்கும். ஒவ்வொரு பதிவிலும் 'பார்க்க' என்ற குறிப்புக்குப் பின் தலைச்சொல் தரப்பட்டிருக்கும்.

(எ-டு) ***அன்று***[3] வி.மு. (உ.வ.) பார்க்க: ***அல்***; see அல்

உள்ள பெ.அ. பார்க்க: ***உள்***[1]; see உள்[1]

பார்க்க, படிக்க போன்று எச்சவடிவத்தில் -க்க்- ஏற்றுவரும் வினைகள் எதிர்மறை வடிவங்களில் -க்க்- இல்லாமலும் வரும். எடுத்துக்காட்டாக, எதிர்பார்க்காத, எதிர்பாராத என்னும் இரண்டு வடிவங்களும் தற்காலத் தமிழில் உள்ளன. இவை அகராதியில் இப்படிக் குறிப்பிடப்பட்டிருக் கின்றன:

இற வி. (இறக்க, இறந்து) (எதிர்மறைப் பெயரெச்ச, வினையெச்சங்களில் மட்டும் வரும் மாற்று வடிவங்கள்: இறவாத, இறவாமல்)

சில வினைச்சொற்களுக்கு மாற்று அடிச்சொல் உண்டு. இத்தகைய சொற்களுக்கு மாற்று அடிச் சொற்கள் தரப்படவில்லை. எடுத்துக்காட்டு: 'ஆகு' தரப்பட்டிருக்கும்; அதன் மாற்று அடிச் சொல்லான 'ஆ' தரப்பட்டிருக்காது.

தனித்து வராத ஐ, மின், மு போன்ற பெயரடைகள் தனிப் பதிவுகளாகவும், இவற்றின் சிறப்புப் பொருளைக் கொண்டிருக்கும் கூட்டுச்சொற்கள் தனித்தனிப் பதிவுகளாகவும் தரப்பட்டிருக்கும்.

(எ-டு) ***ஐ; ஐம்பொன்***

மின்; மின்னணு

மு; முத்தமிழ்; முப்பரிமாணம்

சில பெயர்ச்சொற்களுக்கு முழு வடிவமும் குறு வடிவமும் தனித்தனிச் சொற்களாக இருக்கலாம். இவற்றுக்குப் பொருள் விளக்கம் முழு வடிவத்தில் தரப்பட்டிருக்கும். குறு வடிவத்தில் 'காண்க' என்ற குறிப்புடன் முழு வடிவம் தரப்பட்டிருக்கும்.

(எ-டு) ***தட்டு***[5] : ***6:*** காண்க: ***கண்டத்தட்டு***

படம்[1] : ***2:*** காண்க: ***திரைப்படம்***

மூட்டை[2] : காண்க: ***மூட்டைப்பூச்சி***

பேச்சில் உள்ள உச்சரிப்பைப் பிரதிபலிக்கும் சொற்களில் சில பொதுத் தமிழில் ஏற்றுக் கொள்ளப்பட்டுள்ளன. இவற்றுக்கு எழுத்து மரபு வடிவம், பேச்சு மொழி வடிவம் இரண்டும் இருக்கும். இரண்டாவதன் பதிவில் 'காண்க' என்று முதல் பதிவு கொடுக்கப்பட்டிருக்கும்.

(எ-டு) ***பனிரெண்டு*** காண்க: ***பன்னிரண்டு***

பதிமூன்று காண்க: ***பதின்மூன்று***

பதிநான்கு காண்க: ***பதினான்கு***

இருபத்தியொன்று காண்க: ***இருபத்தொன்று***

தனித்து வராத சொற்பதிவுகள்

அகராதியில் பதிவுச் சொல்லாகத் தரப்பட்டிருப்பவை பெரும்பான்மை மொழியில் தனித்து வருபவை. அதாவது, இவை வேறொரு சொல்லோடு சேராமலேயே தனித்து நின்று பொருள் கொடுக்கும். ஆனால், இதற்கு விலக்கான சொற்களும் உண்டு. சொல் என்றால் வடிவத்திலும்

பொருளிலும் தனித்து நிற்கும் தன்மை உடையது. ஆனால், தமிழில் சில இடைச்சொற்கள் சொல் வடிவம் கொண்டிருக்கும்; இலக்கணப் பொருளே இருக்கும், சில இடைச்சொற்களுக்குச் சொல் வடிவம் இருக்காது; இலக்கணத்திற்கு அப்பாற்பட்ட, சுட்டிக்காட்டக் கூடிய பொருள் இருக்கும். இவையெல்லாம் இந்த அகராதியில் பதிவுச் சொற்களாக இருக்கும். காலம், திணை போன்ற இலக்கணப் பொருள் மட்டுமே காட்டும் சொல் வடிவில்லாத உருபுகள் தமிழில் சிலவே. இன், கிறு போன்ற கால உருபுகள், ஐ, கு போன்ற வேற்றுமை உருபுகள், ஆய், ஆன் போன்ற திணை காட்டும் உருபுகள் இவற்றுக்கு எடுத்துக்காட்டுகள். இவற்றின் இலக்கணப் பொருள் முற்றிலும் செயப்படுபொருள், திணைப் பாகுபாடு போன்ற இலக்கணக் கருத்துகளாலேயே புரிந்துகொள்ளக் கூடியவை; இவை பதிவு பெறாது. இவற்றிலும் உருபல்லாத சொல்லிற்கு ஒத்த வடிவம் உடைய இன்- (இன்சுவை), -ஆய் (வேகமாய்), ஆய் (ஆய்வர்) ஆகியவை பதிவு பெறுகின்றன. சுட்டிக்காட்டும் பொருளைக் கொண்ட சொற்களோடு வடிவ ஒப்புமை கொண்ட வேற்றுமை உருபுகளும் -ஓடு (ஓட்டு வீடு), -உடைய (அன்புடைய), -இருந்து ஆகியவை பதிவு பெறுகின்றன. -உம் என்னும் உருபுக்குப் பத்து இலக்கணப் பொருள்கள் உள்ளன, -ஏ, -ஓ, ஆ ஆகிய உருபுகளுக்கும் ஒன்றுக்கு மேல் இலக்கணப் பொருள்கள் உண்டு. இவையெல்லாம் இடைச் சொல் என்று இலக்கண அடையாளம் பெறுகின்றன. உருபுகள் சொல்லாவது தமிழ் இலக்கணத்தின் தனித் தன்மை.

துணை வினை என்ற இலக்கணக் குறிப்புப் பெற்ற பதிவுகளும் வினைபோல் கால உருபு ஏற்கும்; ஆனால், அவற்றின் பொருள் இலக்கணப் பொருள். விடு (படிக்க விடு, படித்துவிடு), வை (படிக்க வை, படித்துவை) என்பன இரண்டு எடுத்துக்காட்டுகள். தமிழில் சொல்லும் உருபும் தெளிவாக வேறுபாடு காட்டக் கூடிய வடிவங்கள் அல்ல. இந்தச் சிக்கலை இந்த அகராதிப் பதிவு களில் பார்க்கலாம்.

பிற சொற்களோடு சேர்ந்து தொகையாக்கும் சில பெயர்ச்சொற்களின் வடிவத்துக்குப் பருப் பொருள் அல்லாத ஒரு பொதுப்பொருள் இருக்கும். இவற்றில் சேர்ந்து வரும் சொல்வடிவத்துக்கு மட்டும் பொருள் விளக்கம் தரப்பட்டிருக்கும். சேர்ந்துவரும் கூட்டுச்சொற்கள் தனிச் சொல்லாக உருப்பெற்றிருந்தாலன்றித் தனிப் பதிவுகளாகத் தரப்படவில்லை. எடுத்துக்காட்டு: வேப்பங்காய். 'வேப்பம்' என்பது பதிவு அல்ல. இது போன்ற பிற எடுத்துக்காட்டுகள்: பனம்பழம், இருப்புப் பாதை, குக்கிராமம். இதற்கு விலக்காக உள்ள பதிவு 'அசுரன்' என்ற பெயர்ச்சொல்லி லிருந்து பெறப்படும் 'அசுர' என்ற பெயரடை. இது சில கூட்டுச்சொற்களில் மட்டுமே இணைந்து வந்தாலும் அது தனிப் பதிவாகத் தரப்பட்டிருக்கும். இதற்குக் காரணம் 'அசுர' என்பதன் பொருள் அசுரன் என்பதன் பொருளிலிருந்து வேறுபட்டிருப்பதுதான். ஆசிரியன் என்ற பெயர்ச்சொல்லி லிருந்து பெறப்படும் ஆசிரிய (ஆசிரியப் பணி என்பதில் உள்ளதுபோல) என்னும் பெயரடை பதிவு பெறாது, பொருள் வேறுபாடு இல்லாததால்.

பதிவாகாத சொற்கள்

ஒரு சொல்லைத் தலைச்சொல்லாக அகராதியில் சேர்க்கச் சில விதிமுறைகள் கடைப்பிடிக்கப் பட்டதுபோல, சொற்களைச் சேர்க்காமல் விடவும் சில விதிமுறைகள் கடைப்பிடிக்கப்பட் டுள்ளன. உதாரணமாக, சிறப்புப் பெயர்கள் அகராதியில் இடம்பெறவில்லை. சாதிப் பெயர்கள் இருக்காது; ஆனால், தொழில் செய்வோர் பெயர்கள் இருக்கும். (எ-டு) ஆசாரி, கருமான், குயவர், தச்சர். பொதுப் பொருளில் வழங்கும் புராணப் பாத்திரங்களின் பெயர்களைத் தவிர (சகுனி,

கும்பகர்ணன், துர்வாசர், ரம்பை), தனிநபர்களின் பெயர்கள் இருக்காது. பெரும்பாலோரால் வணங்கப்படும் கடவுளரின் பெயர்களைத் தவிர (சிவன், காளி, முருகன், பிள்ளையார்), மற்ற கடவுளரின் பெயர்கள் இருக்காது. தமிழர் வாழ்க்கையோடு வரலாற்றுத் தொடர்புடைய பெயர் களைத் தவிர (தோடர், குறவர், மலையாளம், ஆங்கிலம்), மற்ற இனப் பெயர்கள், மொழிப் பெயர்கள் இருக்காது. தமிழர் வாழ்வில் தாக்கத்தை ஏற்படுத்திய வரலாற்று நிகழ்வுகளையும் (உப்புச் சத்தியாகிரகம், ஒத்துழையாமை இயக்கம், சுயமரியாதை இயக்கம்), தேசிய அடையாளங் களாக உள்ள பொருள்களின் பெயர்களையும் தவிர (அசோகச் சக்கரம், மூவர்ணக் கொடி), மற்ற அடையாளப் பெயர்கள் இருக்காது. இவற்றின் தேர்வுக்குப் புறவயமான அடிப்படைகளைக் காண்பது கடினம். முக்கியத்துவம் கருதிச் சில சொற்கள் சேர்க்கப்பட்டன; சில விடப்பட்டன.

தமிழில் ஒலிக்குறிப்புச் சொற்கள் ஏராளம், இவற்றில் சிலவே அகராதியில் கொடுக்கப் பட்டுள்ளன, ஒலிக்குறிப்புச் சொற்கள் வினையாகப் பயன்பட்டாலோ பெயராக்கம் பெற்றிருந் தாலோ அகராதியில் இடம் பெற்றிருக்கும். (எ-டு) கலகல-என்று, கலகல (கலகலக்க, கலகலத்து), கலகலப்பு.

பெயர்ச்சொற்களோடு -ஆன அல்லது -ஆக உருபு சேர்ந்து முறையே பெயரடையும் வினை யடையும் பிறக்கும். இந்தப் பெயரடைகளுக்கும் வினையடைகளுக்கும் தனிப் பதிவு கிடை யாது. பெயர்ச்சொல்லின் பதிவோடு பிறைக்குறிக்குள் -ஆன, -ஆக என்ற இரண்டு உருபுகளுமோ இவற்றில் ஒன்றோ இடம்பெற்றிருக்கும்.

தனிச்சொற்களில் 'கூட' போன்ற சொல்லுருபுகளும், 'நோக்கி', 'கணக்காக' போன்று மூலச் சொல்லிலிருந்து பொருள் வேறுபட்ட வினையடைகளும், '-உம்', '-ஏ' போன்று ஒரு வாக்கியத் தில் ஒன்றுக்கு மேற்பட்ட இடங்களில் சேரக்கூடிய நகரும் உருபுகளான (clitics) இடைச்சொற் களும் அடங்கும்; '-காரன்', '-தனம்' போன்று பிற சொற்களோடு சேர்ந்து புதிய சொற்களை உருவாக்கும் விகுதிகளும் அடங்கும். இந்த விகுதிகள் சேர்ந்த எல்லாப் பெயர்களையும், பெயர் களோடு வினைப்படுத்தும் வினை சேர்ந்து உருவாகும் அனைத்துக் கூட்டுவினைகளையும் தனித் தனிப் பதிவுகளாக அகராதியில் கொடுத்திருந்தால் சொற்களின் எண்ணிக்கை அகராதியில் பல மடங்காகக் கூடியிருக்கும்.

கூட்டுச்சொற்களும் குறுந்தொடர்களும்

பெரும்பாலான தலைச்சொற்கள் தனித்து நிற்கும் சொற்களே. இவை பெரும்பாலும் ஒரு சொல்லாக இருக்கும். சில இரண்டு சொற்கள் இணைந்த கூட்டுச்சொல்லாக இருக்கும். இவை இரண்டுக்கும் புறம்பாக, ஒன்றுக்கு மேற்பட்ட சொற்களைக் கொண்ட சில தொடர்களும் மரபுத் தொடர்களும் அகராதியின் சொற்பதிவில் சேர்க்கப்பட்டிருக்கின்றன. கூட்டுச்சொற்களும் தொடர் களும் சுட்டும் பொருள், அவற்றில் உள்ள தனித்தனிச் சொற்களின் கூட்டுப் பொருள் அல்ல. இடு குறித் தன்மையால் புதிய பொருள் கொண்டு சொல்போல் இவை வழங்கும். தமிழில் உள்ள கூட்டுச்சொற்கள் ஏராளம். சிலவற்றின் பொருள் புதிதா என்று கண்டறிவது எளிதல்ல. மேலும், சொற்களைக் கூட்டிப் புதிய சொல் உருவாக்குவது தமிழில் அதிகமாகப் பயன்படுத்தப்படும் முறை. தட்டிக்கொடு, காயப்போடு, மறக்கடி ஆகியன சில எடுத்துக்காட்டுகள். இவற்றின் புதுப் பொருள் என்ன என்பதை இவற்றுக்கு இணையாக ஆங்கிலத்தில் உள்ள சொல்லின் பொருளை வைத்து முடிவு செய்யாமல், தமிழ்ச் சொல்லாக்க விதிகளின் மூலம் அறிய வேண்டும் என்பது இந்த

அகராதியின் கொள்கை. அதாவது, தமிழின் தொகைச்சொல்லுக்கு இணையாக ஆங்கிலத்தில் தனிச் சொல் இருப்பதாலேயே அது தமிழில் ஒரு சொல்லாகக் கருதப்பட மாட்டாது.

(எ-டு) **அக்குவேறு ஆணிவேறாக**

அப்படி இப்படி-என்று

அனல் பற

உச்சிப்பொழுது

உணவு விடுதி

எடுத்தேன் கவிழ்த்தேன்-என்று

எள்ளுருண்டை

ஒப்புதல் வாக்குமூலம்

கடித்துக் குதறு

கழுத்தில் துண்டு போட்டு

குற்றுயிரும் குலையுயிருமாக

விசிறிவிடு

வழக்கு நிலை

மேலே சொன்னதுபோல, அகராதியில் உள்ள சொற்கள் பயன்பாட்டில் ஒரே வழக்குநிலை கொண்டவை அல்ல. சில சொற்கள் வழக்கில் அருகிவருவன (எ-டு) ஆக்ஞை, உத்தரீயம், கேந்திரம்; சில பெருகிவரும் சொற்கள் (எ-டு) அடுமனை, அமர்வு, கடல் உணவு, கருத்தியல், காலகட்டம், பயனாளி, பயிலரங்கம், மண் வாரி. அருகிவரும் சொற்கள் சில பத்தாண்டுகளுக்கு முந்தைய தமிழில் வழங்கி, இக்கால வழக்கில் குறைந்துவருவன. பெருகிவரும் சொற்கள் புதிதாகப் படைக்கப்பட்டுப் பயன்படுத்தப்படும் சொற்கள். சில சொற்கள் சுட்டும் பொருள் (referent) வழக்கில் இல்லாமல் போனாலும், அந்தப் பொருளைக் குறிக்கும் சொல் தற்காலத் தமிழ் வழக்கில் இருந்தால், அது தரப்பட்டிருக்கும் (எ-டு) தம்பிடி, காதம், சல்லி. துறை சார்ந்த கலைச்சொற் களும் இந்த அகராதியில் இடம்பெறும்போது [(எ-டு) அதிர்வெண், கணம்³, கமகம், சேர்மம், நிறப்பிரிகை, சவ்வூடு பரவல்] இவை வழங்கும் துறைகளின் பெயர்களும் அடைப்புக்குறிக்குள் தரப் பட்டிருக்கின்றன. இவை ஒரு துறையைச் சார்ந்த சொற்களாக இருந்தாலும், துறை சார்ந்தவர்களே அல்லாமல் பொதுமக்களுக்கும் பரவலாக இவை தெரிந்திருப்பதால் சேர்க்கப்பட்டிருக்கின்றன.

இலக்கண விளக்கம்

தற்காலப் பொது எழுத்துத் தமிழின் இலக்கணம் இன்னும் முறையாக விவரிக்கப்படவில்லை. மொழியியல் ஆய்வுக் கட்டுரைகளும் நூல்களும் மொழியைக் கற்பிப்பதற்காக எழுதப்பட்ட இலக்கணக் குறிப்புகளும் விளக்கங்களும் குறிப்பிட்ட நோக்கங்களுக்காக எழுதப்பட்டவை. இவை

தற்காலத் தமிழ் இலக்கணச் சிக்கல்களிலும் மாற்றங்களிலும் அதிகக் கவனம் செலுத்தவில்லை. விரிவான தரவுகளின் அடிப்படையில் இவை எழுதப்படவும் இல்லை. எனவே, அகராதியைத் தொகுப்பவர்களே தற்காலத் தமிழின் இலக்கணம் தொடர்பான வினாக்களுக்கு விடை தேட வேண்டியிருக்கிறது. தமிழுக்கு மரபிலக்கணமும் இருக்கிறது; மொழியியல் பார்வையில், பெரும் பாலும் ஆங்கிலத்தில், எழுதப்பட்ட விவரணை இலக்கணமும் இருக்கிறது. இரண்டும் பயன் படுத்தும் வெவ்வேறான இலக்கணக் கலைச்சொற்களும் இருக்கின்றன. இவற்றில் எந்த ஆராய்ச்சி முடிவுகளை ஏற்றுக்கொள்ளலாம், எந்தக் கலைச்சொற்களைக் கையாளலாம் என்பதெல்லாம் பிரச்சினைக்கு உரியவை. இரண்டுமே தற்காலத் தமிழ் இலக்கணத்தை முழுமையாக, முரண் பாடில்லாமல் விளக்கப் போதுமானவையாக இல்லை. இந்த அகராதியில், சொற்களுக்குப் பொருத்த மான இலக்கண விளக்கம் இரண்டு இலக்கண நெறிகளிலிருந்தும் எடுத்துக்கொள்ளப்பட்டிருக்கிறது.

அகராதியின் ஒரு முக்கியமான அம்சம் தலைச்சொற்களின் இலக்கண வகையைக் குறிப்பது. தலைச்சொல்லின் இலக்கண வகையை வரையறுக்க, சொல்லின் வடிவக் கூறுகளும் பயன்பாட்டுக் கூறுகளும் இந்த அகராதியில் எடுத்துக்கொள்ளப்பட்டுள்ளன. இந்த அடிப்படையில் வரையறுக்கப் பட்ட ஐந்து அடிப்படைச் சொல்வகைகள் வருமாறு: பெயர், வினை, பெயரடை, வினையடை, இடைச்சொல். பெயர்களில் பிரதிப்பெயர் என்ற துணை வகையும் வினைகளில் துணை வினை என்ற துணை வகையும் தரப்பட்டிருக்கின்றன.

பெயர்

மரபிலக்கணத்திலும் மொழியியலிலும் வழங்கும் ஒரு கலைச்சொல் பெயர்ச்சொல் ஆகும். வடிவ அடிப்படையில் வேற்றுமை உருபு ஏற்பது பெயர்ச்சொல். சில பெயர்கள் குறிப்பிட்ட சில வேற்றுமை உருபுகளை மட்டும் [(எ-டு) இடம்³ 'இடது புறம்' என்ற பொருளில்] ஏற்கும். சில பெயர்கள் மற்றொரு பெயருக்கு அடையாக வரும்போது -ஆன என்ற உருபையும் (அழகான, பிரமாதமான, கச்சிதமான) வினைக்கு அடையாக வரும்போது -ஆக என்ற உருபையும் (சுருக்க மாக, விரிவாக, வேகமாக) ஏற்கும். ஆனால், எல்லாப் பெயர்களும் -ஆக, -ஆன என்னும் இரண்டு உருபுகளையும் ஏற்பதில்லை. சில -ஆன மட்டும் ஏற்கலாம் (எ-டு) அபாயம், நடுத்தரம்; சில -ஆக மட்டும் ஏற்கலாம் (எ-டு) பக்கபலம், பயன், சான்று, சின்னாபின்னம். சொல்லின் வகையைத் தொடர்ந்து அடைப்புக்குறிக்குள் இத்தகவல் தரப்பட்டிருக்கிறது. பல பொருள் கொண்ட பெயர் களில் சில, ஒரு பொருளில் மட்டும் -ஆக, -ஆன இரண்டையும் ஏற்கலாம் (எ-டு) கட்டுப்பாடு (1), கதம்பம் (2), பக்குவம் (1, 3), பட்டை¹ (1). மற்ற பொருளில் '-ஆன' மட்டுமோ '-ஆக' மட்டுமோ ஏற்கலாம்.

அடைப்புக்குறிக்குள் தரப்பட்டுள்ள -ஆக, -ஆன என்பன பெயரிலிருந்து பிறக்கும் வினை யடையையும் பெயரடையையும் இனம்காண உதவும். இருப்பினும், இந்த வடிவங்கள் பெய ருடன் வருவதைப் பார்த்து மட்டும் அதன் பெயரடை வடிவத்தையோ வினையடை வடிவத் தையோ பெற முடியாது. 'இரு' போன்ற வினையோடு வந்து இயல்பை விளக்கும் பொருளிலும், சிறப்புப் பெயருக்கு முன் இரண்டு பெயர்களின் சமன்பாட்டை விளக்கும் பொருளிலும் -ஆக, -ஆன எல்லாப் பெயரோடும் வரும். 'ஆசிரியராக இருக்கிறார்', 'ஆசிரியராக நடிக்கிறார்' என்பன வற்றில் 'ஆசிரியராக' வினையடை அல்ல. இந்த மாதிரியான அமைப்பில் பெரும்பாலான பெயர்கள் வரும். அதனால், இவற்றில் 'ஆக' என்பதை வினையடையை இனம்காட்டும் உரு பாகக் கொள்ள முடியாது. இதே போல, 'ஆசிரியரான நான்' என்பதில் 'ஆசிரியரான' பெயரடை

அல்ல. இந்தப் பொருள்களில் வினையடை போலவும் பெயரடை போலவும் வரும் பெயர்களை -ஆக, -ஆன இனம்காட்டும் என்று கொள்ள முடியாது. பெயரல்லாத சொற்களும் -ஆன வடிவத்தோடு சேர்ந்து வரலாம். எடுத்துக்காட்டு: மீதான, போதுமான.

சில பெயர்கள் எப்போதும் அல்லது பெரும்பாலும் -ஆக, -ஆன என்ற வடிவத்தோடு மட்டும் வினையடையாகவோ பெயரடையாகவோ வரும். அத்தகைய பெயர்கள் இந்த வடிவங்களோடு தனிப் பதிவுகளாகத் தரப்பட்டிருக்கின்றன. *(எ-டு)* குண்டுக்கட்டாக; கைத்தாங்கலாக; செம்மையாக; தங்கமான.

பெயர்களில் உட்பிரிவுகள் (sub-categories) உண்டு. இலக்கணத்தின் நோக்கத்தைப் பொறுத்து உட்பிரிவுகளின் எண்ணிக்கை வேறுபடும். இந்த அகராதியைப் பொறுத்தவரை, ஒரே ஒரு உட்பிரிவுதான் தரப்பட்டிருக்கிறது. அது பிரதிப்பெயர். பெயரைப் போல் தனித்து நின்று, அது சுட்டும் நிலைத்த பொருள் அல்லாமல், இன்னொரு பெயரோடு இயைபுபடுத்தி (anaphoric) வரும்; அல்லது பேசப்படும் பொருள் இருக்கும் இடத்தோடு இயைபுபடுத்தி (demonstrative) வரும்; அல்லது பேச்சில் சம்பந்தப்பட்டவர்களோடு இயைபுபடுத்தி (personal) வரும்; அல்லது சுட்டும் பொருளை அறிவதற்காகக் கேள்வியாகக் கேட்டு (interrogative) வரும். மரபிலக்கணம் கூறும் சுட்டுப்பெயர், மூவிடப்பெயர், வினாப்பெயர் ஆகிய மூன்றும் பிரதிப்பெயரில் அடங்கும். இவற்றில் வேற்றுமை உருபு ஏற்கும் வடிவங்களும் [*(எ-டு)* என், உங்கள்] அடங்கும். சுட்டு, வினாப் பெயரடைகளைக் கொண்ட எல்லாப் பெயர்களும் பிரதிப்பெயர் ஆவதில்லை. ஏனென்றால், இவற்றில் சில பேசுபவரின் கருத்தில் உள்ள ஒன்றைக் குறிப்பவை; *(எ-டு)* அன்னார், இத்தனை (பேர்), இவ்வளவு (விலை).

பொதுப் பெயர்கள் எல்லாம் மற்றொரு பெயருக்கு அடையாக வரலாம் என்றாலும் [*(எ-டு)* சத்துணவு, பணிக்கொடை, பனிப்பொழிவு, இயற்கை உரம்] சில பெயர் வடிவங்கள் பெரும்பாலும் பெயரடையாகவோ [*(எ-டு)* ஆட்கொல்லி; இடது; களர்] அல்லது பெயரடையாக மட்டுமோ [*(எ-டு)* கீழை, மீன்பிடி, முழுமுதல்] வரும். சில பெயர்களுக்கு அவையே பெயரடையாக வருவதல்லாமல், தனிப் பெயரடை வடிவங்களும் உண்டு [*(எ-டு)* மின்னணு, மின்; வேளாண்மை, வேளாண்; மூன்று பரிமாணம், முப்பரிமாணம்].

இரட்டைப்பெயர்களில் உள்ள இரண்டு பெயர்களும் பொதுவாகத் தனித்தும் நிற்கும். சிலவற்றில் முதல் பெயர் தனித்து வராததுபோல் [*(எ-டு)* அக்கம்பக்கம்] இரண்டாவது பெயரும் தனித்து வராமல் இருக்கலாம். 'நெளிவுசுளிவு' என்னும் கூட்டுச்சொல்லில் வரும் 'சுளிவு' என்ற இரண்டாவது பெயர் தற்காலத் தமிழில் தனிப்பெயராக வழங்குவதில்லை. இரட்டைப்பெயர்களில் தனித்து வராத பெயர்கள் தலைச்சொற்களாகத் தரப்படவில்லை.

வினை

வினைகள் கால இடைநிலை ஏற்பவை. கால இடைநிலைகளுக்கு மாற்று வடிவங்கள் உண்டு. வினைகள் வெவ்வேறு மாற்று வடிவங்களை ஏற்கும். வினைகள் ஏற்கும் மாற்று வடிவத்தை அறிந்துகொள்ள அவற்றின் 'செய' என்ற எச்ச வடிவமும் 'செய்து' என்ற எச்ச வடிவமும் அடைப்புக்குறிக்குள் தரப்பட்டுள்ளன. சில வினைகள் இரண்டு எச்ச வடிவங்களையுமே ஏற்காமல் போகலாம்.

குறிப்பு வினைகளில் இந்த இரண்டு எச்ச வடிவங்களிலும் கால உருபு இருக்காது. அப்போது வேறு எச்ச வடிவங்கள் தரப்பட்டிருக்கின்றன.

(எ-டு) **மாட்டு**[2] வி. (மாட்டேன், மாட்டாய், மாட்டான், மாட்டாது, மாட்டாமல் போன்ற வடிவங்களில் மட்டும்)

பத்து[1] வி. (பத்த, பத்தும், பத்தாது, பத்தாமல், பத்தாத ஆகிய வடிவங்களில் மட்டும்)

போது[1] வி. (போத, போதும், போதாது, போதிய, போதாத, போதாமல் முதலிய வடிவங்களில்)

சில வினைகள் இறந்தகாலம் போன்று ஒரு கால இடைநிலை மட்டுமே ஏற்கலாம் (எ-டு) பய[1], மோ. இந்தத் தகவலும் அடைப்புக்குறிக்குள் தரப்பட்டுள்ளது. ஒன்றிரண்டு வினைகள் ஒன்றுக்கு மேற்பட்ட கால இடைநிலையை ஏற்கலாம் (எ-டு) விடு[1] (விட, விட்டு), விடு[3] (விடுக்க, விடுத்து). சில வினைகள், எதிர்மறைப் பொருள் போன்ற சில குறிப்பிட்ட பொருளைத் தரும் வாக்கியங்களில் மட்டும் வரலாம். இந்தத் தகவல் சொல்லின் பொருளை விளக்கும் பகுதி யில் அடைப்புக்குறிக்குள் தரப்பட்டிருக்கிறது (எ-டு) இட்டு நிரப்பு, ஊர்வாயை மூடு, பிடிகொடு, வாயில் நுழை.

பார்க்க, படிக்க போன்று எச்சவடிவத்தில் -க்க்- ஏற்றுவரும் வினைகள் எதிர்மறை வடிவங் களில் -க்க்- இல்லாமலும் வரும். எடுத்துக்காட்டாக, எதிர்பார்க்காத, எதிர்பாராத என்னும் இரண்டு வடிவங்களும் தற்காலத் தமிழில் உள்ளன. இவை அகராதியில் இப்படிக் குறிப்பிடப் பட்டிருக்கின்றன:

இற வி. (இறக்க, இறந்து) (எதிர்மறைப் பெயரெச்ச, வினையெச்சங்களில் மட்டும் வரும் மாற்று வடிவங்கள்: இறவாத, இறவாமல்)

மரபிலக்கணத்தில் சொல்லப்படும் தன்வினை, பிறவினை என்ற வினைப் பாகுபாடு இந்த அகராதியில் தரப்படவில்லை. இந்தப் பாகுபாடு அதன் வடிவத்தையோ [(எ-டு) அடங்கு, அடக்கு, மிரள், மிரட்டு] வினை எடுக்கும் கால இடைநிலையையோ [(எ-டு) மறைந்து, மறைத்து] சார்ந்தது. ஒரு வினையின் வகையை அதன் வடிவத்தையோ பொருளையோ வைத்துத் தெரிந்துகொள்ளலாம். ஆங்கில அகராதிகளில் செயப்படுபொருள் குன்றியவினை, குன்றா வினை என்று பாகுபடுத்தித் தந்திருப்பதை இந்த அகராதி பின்பற்றவில்லை. ஏனென்றால், தமிழில் செயப்படுபொருள் குன்றாவினை அமைந்துள்ள ஒரு வாக்கியத்தைச் செயப்படு பொருள் இல்லாமல் எழுதினால் அது பிழை வாக்கியம் ஆகாது (நான் அவனிடம் சொல் கிறேன்./ நான் பார்க்கிறேன்.). ஒரே வினை, செயப்படுபொருள் குன்றியவினை, செயப்படு பொருள் குன்றாவினை என்னும் இரண்டு நிலைகளிலும் வரும் (இவருடைய நூலை இங்கே விற்கிறார்கள்; இவருடைய நூல் நன்றாக விற்கிறது./ என் சட்டையைப் பிடித்தான்; என் சட்டை பிடிக்கிறது.). மேலும், குன்றாவினையின் பொருள் விளக்கம் ஒரு வினை செயப்படுபொருளை ஏற்பது என்பதைக் காட்டும் வகையில் எழுதப்பட்டிருக்கிறது.

(எ-டு) **பார்**[1] வி. (பார்க்க, பார்த்து) அ. (கண்களால்...) **1: (உருவம் உடையவற்றை) கண்கள்மூலம் அறிதல் அல்லது உணர்தல்; காணுதல்;...**

வினைகளின் பதிவு அவற்றின் அடிப்படை வடிவத்தில், அதாவது, ஏவல் வடிவத்தில், தரப் பட்டிருக்கும். குறிப்பு வினைகளுக்கும் (இல், நல் முதலியவை), செயலை அல்லாமல் நிலையை (state) (தெரி, இனி முதலியன) குறிக்கும் வினைகளுக்கும் ஏவல் இல்லை. பதிவில் உள்ள வடிவம் இந்த வினைகளின் வேர்ப்பகுதியைக் காட்டும். சில வினைகள் அடிப்படை வடிவத்தில் தனித்து வருவதில்லை; ஒரு துணை வினையோடு சேர்ந்தே வரும். அவை துணை வினையோடு சேர்த்தே தரப்பட்டிருக்கின்றன (எ-டு) காத்திரு. சில வினைகள், துணை வினையோடு சேர்ந்து புதுச் சொல்போலத் தனிப்பொருளில் வரும். அவையும் துணை வினையோடு சேர்த்தே தரப்பட்டிருக் கின்றன (எ-டு) தட்டிக்கொடு, பார்த்துக்கொள், விட்டுக்கொடு. அபூர்வமாகச் சில வினைகளுக்கு வினைமுற்று வடிவம் பதிவாகக் கொடுக்கப்பட்டிருக்கும்.

(எ-டு)

உண்டு வி.மு. 1: திணை, பால் வேறுபாடு இல்லாமல்...

இல்லை[1] வி.மு. 1: 'இரு' என்னும் வினையின் இறந்த...

ஒருசில வினைகளில் அவற்றின் செயவென் எச்ச வடிவம் தனி இலக்கணப் பொருளில் பயன்படும். அவற்றின் செயவென் எச்ச வடிவம் பதிவாக இருக்கும் (மிக, உரக்க, திரும்ப). இதே போல் வினையெச்ச வடிவத்திலும் சில பதிவுகள் உண்டு (பார்த்து, உற்று முதலியன).

வினைகளின் உட்பிரிவுகளில் துணை வினை மட்டுமே இந்த அகராதியில் எடுத்துக்கொள்ளப் பட்டிருக்கிறது. துணை வினை என்பது வினை போலவே கால இடைநிலை ஏற்கும்; பால், இட விகுதிகளை ஏற்கும்; தொடர்புடைய பல பொருள்களைக் கொண்டதாக இருக்கும் (எ-டு) போடு[2], வை[2] (polysemy); தொடர்பில்லாத ஒன்றுக்கு மேற்பட்ட பொருளைக் கொண்டதாக இருக்கும் (எ-டு) போடு[2], வை[2], விடு[2] (homonym); இரண்டுக்கு ஒரே பொருள் இருக்கும் (எ-டு கொடு[2], தா[2]). துணை வினைகள் வினையின் எச்ச வடிவங்களோடு அல்லது பெயர்களோடு சேர்ந்தே வரும். அவை பெயரை வினையாக்குவது, செயல் முற்றுப்பெற்றதைக் காட்டுவது போன்ற இலக்கணப் பொருள்களைக் குறிப்பதற்குப் பயன்படுத்தப்படுகின்றன. ஒரு வினை இலக்கணப் பொருளில் துணை வினையாக வருகிறதா அல்லது முதன்மை வினையாக வருகிறதா என்று எல்லா வாக்கியங்களிலும் ஐயமின்றிச் சொல்ல முடியாது. 'கண்ணீர்விடு', 'விற்றுக்கொடு', 'சாப்பிட்டுப் பார்' என்பனவற்றில் இரண்டாவதாக வரும் வினை துணை வினை. 'தண்ணீர் எடு', 'வாங்கிக் கொடு' போன்ற எடுத்துக்காட்டுகளில் இரண்டாவதாக வரும் வினை முதன்மை வினை. சார்புப் பொரு ளைக் குறிப்பதன் அடிப்படையிலும் தொடரின் நெகிழ்வுத் தன்மையின் அடிப்படையிலும் துணை வினைகள் இனம்காணப்பட்டுள்ளன. இது எல்லோராலும் ஏற்றுக்கொள்ளப்படும் என்று சொல்ல முடியாது. முதன்மை வினைபோல் துணை வினையிலும் பலபொருள் ஒருசொல்லும் ஒருபொருள் பலசொல்லும் உண்டு. வினைகளின் பதிவைப் போலவே இவற்றின் பதிவும் அமைந்திருக்கும்.

பெயரோடு இணைந்து வரும் சில துணை வினைகள் பெயரிலிருந்து பிரித்துப் பொருள் தர முடியாதபடி ஒரே வினைவடிவமாக இருக்கும். இவை கூட்டு வினைகளாக அகராதியில் இடம்பெறுகின்றன (எ-டு) காயடி.

துணை வினைகளுக்கு இலக்கணப் பொருள் இருப்பதாலும் அவை சேரும் வினைகளின், பெயர்களின் எண்ணிக்கை ஏராளமாக இருப்பதாலும் துணை வினைகள் சேர்ந்த வினைகள் தனிப்

பதிவுகளாகத் தரப்படவில்லை. மேலே சொன்னபடி, கூட்டுச்சொல்லாகிப் பொருள் வேறுபாடு கொண்டவை மட்டும் தனிப் பதிவுகளாகத் தரப்பட்டுள்ளன (எ-டு) தட்டிக்கொடு. 'படு', 'படுத்து' என்பன பெயரை வினையாக்கும் ஒரு துணை வினையின் இணை. இவை இரண்டுமே எல்லா பெயர்ச்சொற்களோடும் சேர்ந்து வராது. சில பெயர்களோடு 'படு' சேரும், 'படுத்து' சேராது (எ-டு) ஆசைப்படு. சில பெயர்களோடு 'படுத்து' சேரும், 'படு' சேராது (எ-டு) அகலப்படுத்து. சில பெயர்ச்சொற்கள் மட்டுமே இரண்டையும் ஏற்கும். அவை பதிவுகளாகத் தரப்பட்டிருக்கும் (எ-டு) கஷ்டப்படு, கஷ்டப்படுத்து; சந்தோஷப்படு, சந்தோஷப்படுத்து. இவற்றைத் தவிர 'படு', 'படுத்து' என்ற துணைகளோடு சேர்ந்த கூட்டுவினைகள் தனிப் பொருள் பெற்றிருந்தால் அவையும் தனிப் பதிவுகளாக இருக்கும் (எ-டு) ஆட்படு, கட்டுப்படு, கட்டுப்படுத்து, வெளிப்படு, வெளிப்படுத்து.

பெயரடை

பெயரடை என்பது பெயரெச்சம் என்ற மரபிலக்கணச் சொல்லிலிருந்து வேறுபட்டது. கால இடைநிலை இல்லாமலோ கால இடைநிலை காலத்தைக் காட்டாமலோ பெயரடை வரும். பல பெயரடைகள் -அ, -ஆன போன்ற உருபுகள் ஏற்று நின்றும் [(எ-டு) ஆழ்ந்த, இத்தகைய, இப்படியான], உருபு எதுவும் இல்லாமலும் வரலாம்: -அம் என்ற ஈற்றில் முடியும் பெயர்களைப் போல -இயம் என்ற உருபில் முடியும் பெயர்கள் மகரம் கெட்டு [(எ-டு) கரிம, தேசிய] பெயரடையாக வரும். -அன் என்ற விகுதியில் முடியும் பெயர்களும் னகரம் கெட்டு [(எ-டு) அசுர, ராட்சச] பெயரடையாக வரும். -ஆ என்னும் ஈற்றில் முடியும் பெயர்களின் உயிரெழுத்து அ- என்று குறுகி [(எ-டு) அமெரிக்க] பெயரடை ஆகும். இவைபோலப் பெயர் வடிவங்களிலிருந்து எளிதில் அனுமானிக்கக்கூடிய மாற்றங்களோடு அமையும் பெயரடைகள் இந்த அகராதியில் தனிப் பதிவு பெறவில்லை.

பெயரடைகள் பொதுவாகத் தனித்து நிற்கும். சில [(எ-டு) மின், வேளாண்] சார்ந்து நிற்பதும் உண்டு. வினையின் அடிச்சொற்கள் பெயரடையாக வருவது தற்காலத் தமிழில் கூட்டுச்சொற்களிலும் [(எ-டு) வளர்பிறை, மூடுபனி] கலைச்சொற்களிலும் [(எ-டு) கரைபொருள், ஊடுகதிர், வினைவிளைபொருள், வினைபடுபொருள்] காணப்படுகிறது. இவை தனித்து நின்று பெயரடையாகும் வழக்கு தற்காலத் தமிழில் இல்லை. அதனால் வினையடிகள் எதுவும் பெயரடையாக இந்த அகராதியில் பதிவு பெறவில்லை.

பெயர்கள் பெயரடையாக வரும் வழக்கு தற்காலத் தமிழிலும் தொடர்கிறது. இது பொது விதியாதலால் இவ்வாறு வரும் பெயர்களுக்குத் தனியே பெயரடை என்ற இலக்கணக் குறியீடு தரப்படவில்லை. காலம் காட்டாத குறிப்புப் பெயரெச்சங்கள் தற்காலத்தில் பெயர்களோடு சேர்ந்து அவற்றைப் பெயரடைகளாக ஆக்குகின்றன (எ-டு) அன்புள்ள. இந்தக் கூட்டுச்சொற்கள் பெயரடை என்ற குறியீடு பெறுகின்றன. குறிப்புப் பெயரெச்சங்கள் வேற்றுமை உருபு ஏற்ற பெயரோடு 'அன்புக்குரிய' என்பதுபோல நிற்கும்போது, அது ஒரு சொல்லாகக் கருதப்படவில்லை. அதில் உள்ள குறிப்புப் பெயரெச்சங்கள் மட்டும் பெயரடை என்ற இலக்கணக் குறியீடு பெறுகின்றன. 'அன்புக்குரிய' என்பதில் 'உரிய' என்பது பெயரடை; 'அன்புள்ள' என்பதுபோல 'அன்புக்குரிய' என்பது பதிவாக இருக்காது.

கால இடைநிலை ஏற்ற -ஆன, -ஆகும் என்ற வடிவங்கள் (பேராசிரியரான என் அம்மா போன்றவை), ஆகு என்ற வினைச்சொல் பதிவிலிருந்து பெறப்படும். தெரிநிலைப் பெயரெச்சமான -ஆன என்ற வடிவம் 'எனக்கான செலவு' என்று வரும்போது பெயரெச்சமாகவே கொள்ளப்படும். பண்புப் பெயர்களோடு சேர்ந்து பெயரடையாக்கும் -ஆன என்ற உருபு (அழகான போன்றவை), தற்காலத்தில் இரண்டு பெயர்களை அல்லது உருபு ஏற்ற பெயர்களை இணைத்து ஒரே பெயர்த் தொடராகப் பயன்படுத்தும் வழக்கு பெருகிவருகிறது (எ-டு) கல்லும் முள்ளுமான பாதை, நல்லதும் கெட்டதுமான கதைகள், உன்னோடும் உன் மனைவியோடுமான சண்டையில். வேற்றுமை உருபு ஏற்ற பெயரோடு ஆன சேர்த்துப் பெயரடையாகப் பயன்படுத்தும் வழக்குப் பெருகிவருகிறது (எ-டு) என்னோடான சண்டையில், அமெரிக்காவுக்கும் சீனாவுக்குமான வர்த்தகச் சண்டையில்.

பெயரடையில் சுட்டுப் பெயரடை, எண்ணுப் பெயரடை, பண்புப் பெயரடை போன்ற உட்பிரிவுகள் தரப்படவில்லை.

வினையடை

சில வினையடைகளுக்கு (பெயரடைகளுக்கும்கூட) அடிப்படையாக இருக்கும் இரட்டித்து வரும் பெயர் தனித்து நிற்பதில்லை (எ-டு) முத்துமுத்தாக, முத்துமுத்தான.

பெயரோடு -ஆக/-ஆய் சேரும்போது வினையடை ஆகிறது. பெயரை அடுத்து வரும் வினை ஆகு என்று இருக்கும்போது வினையடை இடைச்சொல் சேர்த்துப் பெயரை எழுதும் வழக்கும் உண்டு (எ-டு) இவர் ஆசிரியர் ஆவார், இவர் ஆசிரியராக ஆவார். இந்த வழக்கு பேச்சுத்தமிழில் மிகுதி.

சில வினையடைகள் இடத்தைக் குறிக்கும் பெயர்களோடு -ஏ சேர்ந்து 'மேலே, கிழக்கே' என்று வரும். சில வினையடைகள் நடுவில், சுற்றிலும் என்று இட வேற்றுமை உருபோடு சேர்ந்து வரும். எந்த உருபும் இல்லாமலும் சில வினையடைகள் வரும் (எ-டு) கொஞ்சம்[2], பெரும்பாலும், சீக்கிரம்/-ஆக, நேற்று[2]. சில வினையடைகள் கால இடைநிலை ஏற்ற எச்ச வடிவில் இருக்கும் (எ-டு) பார்த்து[1], மூக்குமுட்ட. ஒரு வாக்கியத்தில் 'சற்று', 'படு', 'மிகவும்' போன்ற சொற்கள், வினையடை அல்லது பெயரடைக்கு முன்பு வந்து, வினையடை அல்லது பெயரடை குறிக்கும் தன்மையை மிகுவிக்கின்றன. தனித்த பொருள் எதுவும் இல்லாமல், மிகுவிக்க மட்டுமே ஒரு வாக்கியத்தில் பயன்படுத்தப்படுவதால், இந்த வகைச் சொற்கள் அகராதியில் இடைச்சொற்களாகத் தரப்பட்டுள்ளன.

வினையடை வினையோடு சேர்ந்து ஒரு சொல்லாக வழங்குவது உண்டு. அவை கூட்டு வினையாகக் கொள்ளப்பட்டு பிரிக்கப்படாத பதிவுகளாக இந்த அகராதியில் தரப்பட்டிருக்கின்றன (எ-டு) மேற்கொள், உட்செலுத்து, உட்கொள், கீழ்ப்படு.

ஒரே சொல் எந்த வடிவ வேறுபாடும் இல்லாமல் பெயரடையாகவும் வினையடையாகவும் வரலாம். அதனுடைய செயல்பாட்டை வைத்தே பெயரடை என்றோ வினையடை என்றோ கணிக்கலாம் (எ-டு) நிறைய[2] (பேர்), நிறைய[1] (ஊற்று). இந்த மாதிரிச் சொற்கள் தனித் தனிப் பதிவுகளாகத் தரப்பட்டிருக்கின்றன.

ஒரு சொல் ஒன்றுக்கு மேற்பட்ட சொல் வகையில் சேர்வது தமிழில் பரவலாகக் காணப்படும் ஒரு கூறு. 'மேல்' என்ற சொல் இதற்கு ஒரு எடுத்துக்காட்டு. இந்தச் சொல் இந்த அகராதியில்

பெயராகவும், பெயரடையாகவும் (பெரும்பாலும் பெயரடையாக வரும் பெயர்), (-ஏ சேர்ந்து) வினையடையாகவும் இடைச் சொல்லாகவும் பதிவுசெய்யப்பட்டிருக்கிறது. இதே மாதிரியான பல இலக்கணச் செயல்பாடுகளைக் கொண்ட சொற்கள் (multifunctional word) இந்த அகராதியில் தரப்பட்டுள்ளன.

ஒரு வடிவம் தனியாக நின்று வினையடையாகவும், ஒரு வினையெச்சம் வேற்றுமை உருபு ஏற்ற பெயரோடு சேர்ந்து இடைச்சொல்லாகவும் வருவதுண்டு. வினையடையையும் இடைச் சொல்லையும் இனங்காணத் தொடரமைப்பு மட்டுமல்ல, பொருளும் உதவும். வினையடியி லிருந்து பிறக்கும் இடைச்சொல் அதன் வினைப் பொருளை இழந்து நிற்கும். 'என்னை நோக்கி இப்படி ஒரு குற்றச்சாட்டு வரும்' என்ற வாக்கியத்தில் உள்ள 'நோக்கி' என்னும் வினை யெச்சத்தில் வினையின் பொருள் இல்லை; அதனால் அது இடைச்சொல். 'என்னை மீறி' என்பதில் உள்ள வினையெச்சத்தில் 'மீறு' என்ற வினையின் பொருள் இருக்கிறது; அதனால் அது வினையடை.

இடைச்சொல்

பெயர், வினை, பெயரடை, வினையடை என்ற நான்கு சொல் வகைகளுக்குப் பிறகு முழுச் சொல்லாகக் கருத முடியாத, மற்றொரு சொல்லோடு சார்ந்தே பொருள்படுகிற சொற்கள் உண்டு. அவை இந்த அகராதியில் இடைச்சொல் என்று பெயரிடப்பட்டிருக்கின்றன. இங்கே இடைச் சொல் என்பதன் பொருள் மரபிலக்கணத்தில் உள்ள இடைச்சொல் என்பதன் பொருளிலிருந்து வேறுபட்டது. எனவே, இந்த அகராதியில் இடைச்சொல்லுக்குப் புதிய வரையறையும் விளக்கமும் தரப்பட்டிருக்கின்றன.

இடைச்சொல் என்பது ஒரு தொடரின் அல்லது சொல்லின் அமைப்பில் தன்னளவில் பெயர்ச் சொல், வினைச்சொல், பெயரடை, வினையடை ஆகிய அடிப்படைச் சொல் வகைகளாக இல்லா மல் வேறு சொல்லையோ தொடரையோ சார்ந்து, இலக்கண அடிப்படையில் மட்டுமே பொருள் தரும் சொல். இலக்கணச் செயல்பாட்டின் அடிப்படையில், இடைச்சொற்களை ஐந்து பிரிவுகளாகப் பாகுபடுத்தலாம். அவையாவன:

தொடராக்கும் இடைச்சொல்

வாக்கியத்தின் ஒரு பகுதி இலக்கண அமைதியோடு பொருள்படுவதற்காக அந்தப் பகுதியுடன் இணைக்கப்படும் சொல்.

    மேல்[5] (பேனா மேசையின் மேல் இருக்கிறது.)

    அளவில் (அவன் பத்து மணி அளவில் வந்தான்.)

சொல்லாக்க இடைச்சொல்

ஒரு பெயர்ச்சொல்லோடு சேர்ந்து மற்றொரு சொல்லை உருவாக்கும் சொல்.

    -*அகம்[2]* (தையலகம்)

    -*ஆக[1]* (அழகாக)

    -*ஆர்ந்த* (அன்பார்ந்த)

கூடுதல் பொருள் தரும் இடைச்சொல்

வலியுறுத்துதல், ஒப்பிடுதல், பிறர்மூலம் கிடைத்த தகவல் போன்ற கூடுதல் பொருளை உணர்த்த ஒரு சொல்லோடு சேர்ந்து வரும் சொல்.

-தான்³ (நான்தான் அவனுக்குப் பணம் கொடுத்தேன்.)

போல (அவன் புலிபோலப் பாய்ந்தான்.)

-ஆம்² (அவன் நேற்று வீட்டுக்கு வந்தானாம்.)

இயைபு இடைச்சொல்

எதிர்மறை, காரணம், நிபந்தனை, சுட்டு போன்ற பொருளில் இரண்டு வாக்கியங்களைத் தொடர்புபடுத்த அல்லது இணைக்கப் பயன்படுத்தும் சொல்.

ஆனால் (அவர் நேற்று வந்தார். ஆனால் என்னைப் பார்க்கவில்லை.)

ஆனால் (நீ வந்தாயானால் பணம் தருவேன்.)

ஆதலால் (அவர் வரவில்லை. ஆதலால் கூட்டம் நடக்கவில்லை.)

அதற்குள்(ளே) (இப்போதுதான் வந்தாய்; அதற்குள் புறப்படுகிறாயே.)

உணர்ச்சி இடைச்சொல்

வியப்பு போன்ற உணர்ச்சிகளைக் குறிக்கவோ ஒருவரை விளிக்கவோ ஒருவரை அல்லது ஒன்றைச் சுட்டவோ வாக்கியத்தின் தொடக்கத்தில் பயன்படுத்தப்படும் சொல்.

ஆகா (ஆகா! என்ன அற்புதமான பாட்டு.)

இதோ (இதோ இருக்கிறது பணம்.)

இந்தா ('இந்தா இங்கே வா' என்று பையனைக் கூப்பிட்டார்.)

இடைச்சொல்லின் இந்த உட்பிரிவுகள் அவற்றின் புதுமை கருதி இந்த அகராதியில் தனித்துக் காட்டப்படவில்லை.

மற்ற சொற்களுக்கு இருப்பது போலவே, இடைச்சொற்களுக்கும் பல பொருள் இருக்கலாம்; ஒரே பொருளை உணர்த்தும் பல இடைச்சொற்கள் இருக்கலாம். ஒரு இடைச்சொல்லுக்குப் பல பொருள் இருந்தாலும், அவை ஒரே தலைச்சொல்லின் கீழ் தரப்பட்டிருக்கும். ஏனென்றால், இடைச்சொல் என்பது இலக்கணப் பொருளை அல்லது ஒரு வாக்கியத்தில் இலக்கணச் செயல்பாட்டை அடிப்படையாகக் கொண்டது. ஆனால், எப்போதும் தனித்து வரும் இடைச்சொல்லும், வேறொரு சொல்லுடன் இணைந்தே வரும் இடைச்சொல்லும் தனித்தனிப் பதிவுகளாகத் தரப்பட்டிருக்கும்.

(எ-டு) தனித்து வருபவை   சேர்ந்து வருபவை

    ஆ²   -ஆ¹

    ஆம்³   -ஆம்²

    ஓ²   -ஓ¹

தலைச்சொற்கள் பெரும்பாலும் தனித்து நிற்பவை. இடைச்சொற்களைப் பொறுத்தவரை தனித்து நிற்காத வடிவங்களும் பதிவுகளாகத் தரப்பட்டிருக்கின்றன.

மேலே சொன்ன வகைகளில் அடங்காத, ஆனால், இடைச்சொல் என்று பதிவுசெய்யப்பட்டுள்ள வடிவங்களும் அகராதியில் உண்டு. எடுத்துக்காட்டாகச் சில: சொன்ன சொல்லையோ வாக்கியத்தையோ விளக்கும் வகையில் இன்னொரு முறையில் திரும்பச் சொல்லும் அதாவது; ஒருவரை விளிக்கப் பயன்படுத்தும் அடேய் முதலியவை.

பொருள் விளக்கம்

தற்காலத் தமிழ்ச் சொற்களுக்குத் தமிழில் பொருள் விளக்கம் செய்திருக்கும் முதல் அகராதி இதுவே. இது அரும்பதங்களுக்கு மட்டும் பொருள் தரும் அகராதி அல்ல. தற்காலத் தமிழில் உள்ள எல்லாச் சொற்களுக்கும் பொருள் விளக்கத்தை இந்த அகராதியில் காணலாம். தமிழைத் தாய்மொழியாகக் கொண்டவர்களுக்கு, தெரிந்த சொல்லுக்குப் பொருள் விளக்கம் தரத் தேவையில்லையே என்ற எண்ணம் எழலாம். ஆனால், விரைவான மாற்றங்களுக்கு உள்ளாகிவருகிற தமிழில் இருக்கும் எல்லாச் சொற்களும் எல்லோருக்கும் தெரிந்திருக்காது; ஒரு சொல்லின் எல்லாப் பொருளுமே எல்லோருக்கும் தெரிந்திருக்கும் என்றும் சொல்ல முடியாது. பொருள் அறிந்துகொள்ள மட்டுமின்றித் தெரிந்த பொருளை எழுத்தில் பயன்படுத்திக்கொள்ளவும் இந்த அகராதி உதவும். தற்காலத் தமிழில் சொற்களின் பொருள் அமைந்துள்ள வகையையும் அவற்றின் பொருள் பரப்பையும் விளங்கிக்கொள்ளவும் இந்த அகராதி உதவும்.

ஒரு சொல்லின் பொருள் பரந்த எல்லை உடையது. சில சொற்களுக்கு அவற்றின் அடிப்படைப் பொருளுக்கு மேலாக உருவகப் பொருள்களும் வழக்கில் உண்டு. உருவகப் பொருளில் வரும் எடுத்துக்காட்டு வாக்கியங்கள் (உரு வ.) என்ற அடைப்புக்குறிக்குப் பின் தரப்பட்டிருக்கின்றன. பல சொற்களுக்குப் பண்பாட்டுப் பொருளும், உணர்ச்சிப் பொருளும் உண்டு. அகராதிப் பொருள் ஒரு சொல்லின் அடிப்படைப் பொருளே. அது பொருளின் உண்மை இயல்பை முன்னிலைப்படுத்தும். இந்த அகராதியிலும் இம்முறையே பின்பற்றப்பட்டிருக்கிறது.

ஒரு சொல்லின் அல்லது தொடரின் அடிப்படைப் பொருளிலிருந்து ஊகித்தறியும் பொருளும் (inferential meaning) உண்டு. முன்னதைப் பின்னதிலிருந்து பிரித்துக் காட்டுவது எளிது அல்ல. 'கை கட்டி நில்' என்ற தொடர், அதன் வெளிப்படைப் பொருளோடு 'மரியாதையைக் காட்டி' என்ற பொருளையும் தருகிறது. இந்தப் பொருள் ஊகப் பொருளா, அடிப்படைப் பொருளின் அங்கமா என்ற கேள்விக்கு ஊகப் பொருள் என்பது விடை. ஏனென்றால், இத்தொடர் சுட்டும் செயல் இல்லாமல் 'மரியாதையைக் காட்டி' என்ற பொருள் வராது. 'வெற்றிலைபாக்கு வை' என்ற தொடர் அதன் வெளிப்படைப் பொருளோடு 'அழை' என்ற பொருளையும் தருகிறது. இது ஊகப் பொருள் அல்ல. ஏனென்றால், இத்தொடர் சுட்டும் செயல் இல்லாமலேயே 'அழை' என்ற பொருள் வரும் (எ-டு) உனக்குத் தனியாக வெற்றிலைபாக்கு வைக்க வேண்டுமா? ஊகப் பொருளை அடிப்படைப் பொருளின் பகுதியாகத் தருவது இந்த அகராதியில் முடிந்த அளவு தவிர்க்கப்பட்டிருக்கிறது.

ஒரு சொல்லுக்கு ஒன்றுக்கு மேற்பட்ட பொருள்கள் இருக்கும்போது வழக்கு மிகுதியை அடிப்படையாக வைத்துப் பொருள் வரிசைப்படுத்தப்பட்டிருக்கிறது. வழக்கு மிகுதி இந்த அகராதிக்கு எடுத்துக்கொள்ளப்பட்ட தரவு மூலங்களின் அடிப்படையில் நிர்ணயம் செய்யப்பட்டது. இந்த அடிப்படையில் ஒரு துறைக்கே உரிய பொருள், பொதுப் பொருளுக்குப் பின்னால் வரும். இப்படி வழக்கின் அடிப்படையில் வரிசையை முடிவு செய்ய இயலாமல் இருக்கும்போது, ஒரு சொல்லை நினைத்தவுடன் மனத்தில் தோன்றும் பொருள் முதலாவதாகக் கொடுக்கப்பட்டிருக்கும். சில சொற்களில், இந்த அடிப்படையிலிருந்து மாறுபட்டு, மற்ற பொருள்களுக்குக் காரணமாக இருக்கும் பொருள் முதலாவதாகத் தரப்பட்டிருக்கும். எடுத்துக்காட்டாக, 'ஞாயிறு' என்ற சொல்லுக்கு 'சூரியன்' என்ற பொருளைவிட 'வாரத்தின் முதல் நாள்' என்ற பொருளே வழக்கு மிகுதியாக இருந்தாலும் 'சூரியன்' என்ற பொருளே முதலாவதாகத் தரப்பட்டிருக்கிறது. ஏனென்றால், சூரியனை அடிப்படையாகக் கொண்டே வாரத்தின் முதல் நாள் அமைகிறது.

ஒரு சொல்லுக்கு அதிக எண்ணிக்கையில் பொருள்கள் இருக்கும்போது அவற்றைச் சில பொதுக் கூறுகளின் அடிப்படையில் வகைப்படுத்தலாம். எடுத்துக்காட்டாக, 'போடு' என்ற வினைச்சொல்லுக்கு உள்ள 56 பொருள்கள் 7 பிரிவுகளாக வகைப்படுத்தப்பட்டுள்ளன. இவ்வாறு வகைப்படுத்துவது பொருள்களுக்கு இடையே உள்ள தொடர்பைக் காட்டுவதோடு, அகராதியைப் பயன்படுத்துவோரின் பொருள் தேடும் பணியை எளிதாக்குகிறது. ஒரு சொல்லின் பொருளைத் தேடுபவர் பொருள் பிரிவை முதலில் படித்துப்பார்த்து, தான் தேடும் பொருள் இந்தப் பிரிவுகளில் இருக்கலாம் என ஊகம் செய்து, அந்தப் பிரிவின் கீழ் அதைக் கண்டுகொள்வது எளிதாகிறது.

ஒரு சொல்லின் பொருள் விளக்கம் என்பது பொருளின் முக்கியக் கூறுகளைக் கொண்டிருக்கும். ஆனால், அந்த விளக்கத்தை மேலும் தெளிவாகப் புரிந்துகொள்ளக் கூடுதல் தகவல் தேவைப்படும். இந்தக் கூடுதல் தகவல்கள் அடைப்புக்குறிக்குள் கொடுக்கப்பட்டிருக்கின்றன. கொடுக்கப்பட்ட பொருள் சில இலக்கண வடிவங்களில் மட்டுமே வந்தால் அந்தச் செய்தியும் அடைப்புக்குறிக்குள் கொடுக்கப்பட்டிருக்கும்.

(எ-டு) கருத்து பெ. 5: *(பெரும்பாலும் கருத்தில் என்னும் வடிவத்தில் மட்டும்)* கவனத்தில் (கொள்ளுதல்); (bear in) mind.

சொல்லின் பொருள் அந்தச் சொல்லின் இலக்கண வகையைச் சார்ந்ததாக இருக்க வேண்டும். அதாவது, பெயர்ச்சொல்லின் பொருள் பெயராகவும், வினையடையின் பொருள் வினைக்கு அடையாகப் பயன்படுத்தும் வகையிலும் இருக்க வேண்டும்.

(எ-டு) அக்கம்பக்கம்[1] பெ. *(குறிப்பிட்ட இடத்தை)* சுற்றி உள்ள பகுதி;

அக்கம்பக்கம்[2] வி.அ. *('பார்', 'திரும்பு' ஆகிய வினைகளோடு)* சுற்றுமுற்றும்;

இன்று[1] பெ. இந்த நாள்;

இன்று[2] வி.அ. இந்த நாளில்;

தினசரி[1] பெ. நாளிதழ்; நாளேடு;

தினசரி[2] வி.அ. ஒவ்வொரு நாளும்; தினந்தோறும்;

தினசரி[3] பெ.அ. அன்றாட;

பரஸ்பரம்[1] பெ. ...ஓர் உணர்வு, நடவடிக்கை, விளைவு போன்றவை சம்பந்தப்பட்ட இருவருக்கு அல்லது இரண்டுக்குப் பொதுவானதாக அமைவது;

பரஸ்பரம்[2] வி.அ. ஒன்றின் விளைவு சம்பந்தப்பட்ட இருவரிடம் அல்லது அனைவரிடமும் சேரும்படி; (நாடு, நிறுவனம் முதலியவை) தங்களுக்குள்ளாக;

பிறகு[1] வி.அ. 1: தொடர்ந்து அடுத்ததாக; பின்பு;

பிறகு[2] இ.சொ. 1: 'குறிப்பிட்ட செயல் நிகழ்ந்ததும் அல்லது குறிப்பிட்ட நேரம் கழிந்ததும்' என்ற பொருளில் பயன்படுத்தப்படும் இடைச்சொல்;

இதனால், சொல் வரும் இடத்தில் இலக்கணம் பிறழாமல் பொருளை வாக்கியத்தில் பொருத்திப் பார்க்கலாம். ஆனால், எல்லாச் சொற்களுக்கும் இது பொருந்தாது. குறிப்பாக, இடைச்சொற்களுக்கு இது கடினம். மேலும், சில சொற்களுக்கு இந்த விதியின்படி பொருள் தரும்போது பொருளை விளக்கும் வாக்கிய அமைப்பு இயல்பாக இல்லாமல் போகலாம். இயல்பாக இருக்க வேண்டும் என்பதற்காக வினைச்சொற்களுக்குப் பொருள் 'தல்' விகுதி சேர்த்துத் தரப்பட்டிருக்கிறது. பொருளை விவரிக்க தேவை இருக்கும்போது இந்த விதிமுறை பொருந்திவராது. ஆங்கிலப் பொருள் தரும்போது மொழிபெயர்ப்பு இயல்பாக இருக்க வேண்டும் என்பதற்காக இந்த விதிமுறை அதிக அளவில் தளர்த்தப்பட்டிருக்கிறது.

இடுகுறிப் பொருள் தன்மை கருதியே கூட்டுச்சொற்கள் தரப்பட்டிருக்கின்றன. அவற்றுக்குக் காரணப் பொருளும் இருக்கலாம். இந்தப் பொருள் அகராதியில் தரப்பட்டிருக்காது. 'மாலைபோடு' என்ற கூட்டுவினைக்கு 'மாலை அணிவித்தல்' என்ற பொருள், மாலை, போடு என்ற சொற்களின் பொருள்களிலிருந்து புரிந்துகொள்ளலாம் என்பதால் தரப்படவில்லை. ஆனால் 'விரதம் மேற்கொள்ளுதல்' என்ற பொருள் தரப்பட்டுள்ளது. 'காதில் ஏறு', 'மண்டையில் ஏறு' என்ற தொடர்களில் 'ஏறு' என்ற சொல்லுக்குத் தரப்பட்டுள்ள பொருளுக்கு அதிகப்படியாக மரபுப் பொருளும் உண்டு. மரபுப் பொருள் மட்டுமே இந்த அகராதியில் தரப்பட்டிருக்கும். அந்த வினைச்சொல்லின் எல்லாப் பொருளையும் கொண்டிருக்காமல் வினையிலிருந்து வரும் ஒரு பெயர்ச்சொல் ஒன்றிரண்டு பொருளை மட்டுமே கொண்டிருந்தால் அந்த ஒன்றிரண்டு பொருள் மட்டும் பெயர்ச்சொல்லுக்குக் கொடுக்கப்பட்டிருக்கும். எடுத்துக்காட்டாக, 'அதட்டல்' என்ற பெயர்ச்சொல் 'அதட்டு' என்னும் வினைக்கு உள்ள இரண்டு பொருளிலும் வராமல் அதன் ஒரு பொருளில் மட்டும் வருவதால் அந்தப் பொருள் மட்டும் கொடுக்கப்பட்டிருக்கிறது. வினைக்கு இருக்கிற எல்லாப் பொருளும் அந்த வினைப்பெயருக்கும் இருக்குமானால் அவற்றுள் பெயருக்கு எந்தப் பொருள் மிகுதியாக வழங்குகிறதோ அந்தப் பொருள் மட்டும் கொடுக்கப்பட்டிருக்கும். எடுத்துக்காட்டாக, 'உறுமு' என்னும் வினையின் மூன்று பொருளும் 'உறுமல்' என்னும் வினைப்பெயருக்கு உண்டு என்றாலும், மிகுதியாக வழங்கும் ஒரு பொருள் மட்டுமே தரப்பட்டிருக்கிறது. வினைக்குரிய பொருள் எதுவும் இல்லாமல் பெயருக்கு வேறு பொருள் இருந்தால் அந்தப் பொருள் மட்டுமே கொடுக்கப்பட்டிருக்கும்.

-அன் விகுதியில் முடியும் பெயர்கள் ஆண்பாலைக் குறிக்கும். சில பெயர்களில் பெண்பாலைக் குறிக்கத் தனி விகுதிகள் உண்டு (எ-டு) தலைவன், தலைவி, வாசகன், வாசகி. சில பெயர்களில் பெண்பாலைக் குறிக்கும் வடிவங்கள் இல்லை (எ-டு) அந்நியன், நாத்திகன். இப்பெயர்கள் -அர் விகுதியில் முடியும்போது வழக்கில் ஆண்பாலையே குறிக்கும்; ஆனால், அவை அடையாக வரும்போது இருபாலாரையும் குறிக்கும் (எ-டு) தச்சர் சங்கத் தலைவி. ஆனால் தற்காலத் தமிழின் -அர்

விகுதி ஏற்ற சில பெயர்கள் பெண்பாலைக் குறிப்பதற்குப் பயன்படுத்தப்படுகிறது. 'சரோஜா என் நீண்ட நாள் நண்பர்' என்பதும், 'திருப்பதி தேவஸ்தானம் ஐம்பது பெண் நாவிதர்களை நியமித்திருக்கிறது' என்பதும் தற்காலத் தமிழின் போக்கைக் காட்டுகின்றன. இந்தப் போக்கையும் இந்தப் பதிப்புச் சுட்டிக்காட்டுகிறது. ஆண்பாலையும் பெண்பாலையும் குறிக்கத் தனி விகுதிகளை உடைய பெயர்கள் இருக்கும்போது ஆணை முதன்மைப்படுத்திப் பொருள் தருவது தவிர்க்கப்படுகிறது.

தொடர்புள்ள பல பொருள் உடையதும் மிகுதியாகப் பயன்படுத்துவதுமான சொற்களுக்கு அதிகப்படியான பொருள்கள் சுட்டப்பட்டிருக்கின்றன (காண்க: போ[1], பார்[1]).

எடுத்துக்காட்டு வாக்கியங்கள்

எடுத்துக்காட்டு வாக்கியங்கள் சொல்லைப் பயன்படுத்தும் மொழிச் சூழலை அறிந்துகொள்ளவும் சொல்லின் பொருள் வீச்சை உணர்ந்துகொள்ளவும் உதவும். இந்த எடுத்துக்காட்டு வாக்கியங்கள் தரவு மூலங்களில் உள்ளபடியே எடுக்கப்பட்ட மேற்கோள்கள் அல்ல. விரிவாக்கப்பட்ட இந்தப் புதிய பதிப்பில் கூடுதலாக எடுத்துக்காட்டு வாக்கியங்கள் தரப்பட்டிருக்கின்றன. இதற்கு முதல் காரணம், குறிப்பிட்ட பொருளின் வீச்சைத் தெரிந்துகொள்ளக் கூடுதல் வாக்கியங்கள் உதவுகின்றன. இரண்டாவது, சொல்வங்கியின் அளவு அதிகரித்திருப்பதால் அதிக எண்ணிக்கையில் எடுத்துக்காட்டு வாக்கியங்களைச் சொல்வங்கியிலிருந்து பெற முடிந்திருக்கிறது. ஆனால், பதிவின் தேவைக்கு ஏற்ப வாக்கியங்கள் மாற்றி அமைக்கப்பட்டிருக்கின்றன. சில எடுத்துக்காட்டுகளும் தொடர்களாகவே தரப்பட்டிருக்கின்றன.

ஆங்கிலப் பொருள்

இது தமிழ்-தமிழ் அகராதி என்றாலும் தமிழை இரண்டாவது மொழியாகப் பயில்வோருக்கும் உதவும் பொருட்டு, ஆங்கிலத்திலும் பொருள் தரப்பட்டிருக்கிறது. ஆங்கிலப் பொருள் சில முறைகளைப் பின்பற்றித் தரப்பட்டுள்ளது. தமிழ்ச் சொல்லுக்குத் தரப்படும் ஆங்கிலச் சொல்லுக்கு ஒன்றுக்கு மேற்பட்ட பொருள்கள் இருக்குமானால் தமிழ்ச் சொல்லின் பொருளைக் குறிக்கும் தகவல் ஆங்கிலப் பொருளில் அடைப்புக்குறிக்குள் தரப்பட்டிருக்கும். எடுத்துக்காட்டாக, 'நகம்' என்ற சொல்லுக்கு ஆங்கிலத்தில் (finger or toe) nail என்ற பொருள் தரப்பட்டிருக்கிறது; அடைப்புக்குறிக்குள் உள்ள செய்தி, nail என்பது 'ஆணி' என்பதைக் குறிக்காமல் விரல் நகத்தைக் குறிக்கும் என்று அறிந்துகொள்ள உதவும். இந்தப் பதிப்பில் எண்ணற்ற சொற்களின் ஆங்கிலப் பொருள்கள் செம்மைப்படுத்தப்பட்டிருக்கின்றன.

தமிழ்ப் பண்பாட்டை விளக்கும் சொற்களுக்கு ஆங்கிலத்தில் அதிகப்படியான தகவல்கள் இருக்கும். இந்த அதிகப்படியான பொருள் கூறுகள் பெரும்பாலும் அடைப்புக்குறிக்குள் இருக்கும். சில பதிவுகளில் ஆங்கிலச் சொற்கள் இந்தியாவில் மட்டும் வழங்கப்படுபவையாக இருந்தால், முதலில் ஆங்கிலப் பொருள் விரித்துக் கூறப்பட்டு, அதைத் தொடர்ந்து இந்திய ஆங்கிலச் சொல் தரப்பட்டிருக்கும்.

(எ-டு) ஆட்சியர் பெ. ... ; highest official in the district for revenue collection, law and order, development programmes, etc.; (in South India) District Collector.

ஆங்கிலப் பொருளைக் கொடுக்கும்போது, பிரிட்டிஷ் ஆங்கிலத்தில் கடைப்பிடிக்கப்படும் எழுத் தமைப்பு முறையே (spelling) பின்பற்றப்பட்டிருக்கிறது.

இடைச்சொல்லுக்கு இணையான ஆங்கில இலக்கணச் சொல் இல்லை. பொருத்தமான சொல் இல்லை என்றாலும், சென்னைப் பல்கலைக்கழகத் தமிழ்ப் பேரகராதியைப் பின்பற்றி, இடைச் சொல், ஆங்கிலத்தில் particle என்று குறிக்கப்பட்டுள்ளது.

அகராதியின் நோக்கமும் தாக்கமும்

பொருள் விளக்கத்திலும் எடுத்துக்காட்டு வாக்கியங்களிலும் பயன்படுத்திய எல்லாச் சொற் களும் அகராதியில் தலைச்சொல்லாக இருக்கும். இந்த அகராதியில் பொருள் விளக்கத்திலும் எடுத் துக்காட்டுகளிலும் பயன்படுத்தியுள்ள எந்தச் சொல்லுக்கான பொருளுக்கும் வேறு அகராதியை நாட வேண்டியதில்லை.

தற்காலத் தமிழின் சொற்கள் பற்றித் தேவையான செய்திகளை இந்த அகராதி தர முயல்கிறது. இந்தச் செய்திகள் தமிழைத் துல்லியமாகப் பயன்படுத்த உதவும் என்று நம்புகிறோம். இந்த அகராதி யின் முதல் பதிப்பு வெளிவந்தபின் அதைப் பயன்படுத்திச் சில அகராதிகள் சந்தையில் வழி நூல்களாக வெளிவந்தன. இது தமிழைப் பயன்படுத்துவதில் அகராதியை நாடும் பழக்கம் தமிழரிடையே பரவுவதைக் காட்டுகிறது என்று நம்புகிறோம். முதல் பதிப்புக்குப் பின் சில வட்டார அகராதிகள் வெளிவந்துள்ளன. அவை முறையான அகராதிக்கலைக் கொள்கைகளையும் விதிமுறைகளையும் பின்பற்றவில்லை என்றாலும், அகராதிகளில் தமிழருக்கு ஏற்பட்டுவரும் ஆர்வத்தைக் காட்டுகிறது என்று நம்புகிறோம். அகராதியின் இந்தப் புதிய பதிப்பும், தமிழ்ச் சொற்களைப் பற்றிய—அதாவது சொற்களின் இலக்கண இயல்புகள், பொருள் அமைப்பு, மொழி வளர்ச்சியின் போக்கு ஆகியவை பற்றிய—ஆய்வுகளை மேற்கொள்ளத் தமிழ் மாணவர்களைத் தூண்டும் என்று நம்புகிறோம்.

சொல்லின் வடிவம், சொல்லின் இலக்கண வகை போன்றவை குறித்த பிரச்சினைகளையும், அவற்றுக்குக் காணப்பட்ட தீர்வுகளையும் இந்த முன்னுரை பேசுகிறது. இந்தச் சொல்லகராதி தமிழில் சொல் என்பதன் விரிந்துபட்ட கருத்தை உள்ளடக்கியிருக்கிறது. சாதாரணமாகச் சொல் என்னும்போது இலக்கணப் பொருளையல்லாமல் இலக்கணத்துக்கு வெளியே உலகில் வழங்கும் பொருள்களை உடைய சொற்களையே குறிக்கிறோம். இந்தச் சொற்கள் தனித்து வழங்கும். இந்த அகராதியில் தனித்தும் மற்றொரு வடிவத்தோடு ஒட்டியும் வரும் இலக்கணப் பொருளுடைய இடைச்சொற்களும் உண்டு. பொருளளவில் முழு வினைச்சொல்லாக இல் லாமல் துணை வினையாக வருபவையும் உண்டு. தனிச்சொற்களோடு நிற்காமல் ஒன்றுக்கு மேற்பட்ட சொற்களைக் கொண்ட கூட்டுச்சொற்களும் குறுந்தொடர்களும் உண்டு; இவை தனிப்பொருள் கொடுப்பவை. தற்காலத் தமிழில் உள்ள எல்லாப் பிரச்சினைகளையும் இந்த முன்னுரை சொல்லிவிட்டது என்று கூற முடியாது. இங்கு சுட்டிக்காட்டப்பட்ட சொல், இலக்கணம் பற்றிய பிரச்சினைக்குரிய தகவல்கள் இந்த அகராதியைப் பயன்படுத்துவோர்க்கு மட்டுமல்லாமல் தமிழ்மொழி ஆய்வாளர்களுக்கும் பயன்படும் என்று நம்புகிறோம்.

இ. அண்ணாமலை

அகராதியில் பயன்படுத்தியிருக்கும் சுருக்கக் குறியீடுகள்

அ.வ.	அருகிவரும் வழக்கு
இசை	இசைத் துறை
இ.சொ.	இடைச்சொல்
இயற்.	இயற்பியல்
இலக்.	இலக்கணம்
இலங்.	இலங்கைத் தமிழ் வழக்கு
இஸ்.	இஸ்லாமிய வழக்கு
உயிரி.	உயிரியல்
உரு வ.	உரு வழக்கு
உ.வ.	உயர் வழக்கு
உள.	உளவியல்
ஊரக வ.	ஊரக வழக்கு
எ-டு	எடுத்துக்காட்டு
கணி.	கணிதம்
கிறித்.	கிறித்தவ வழக்கு
சட்டம்	சட்ட வழக்கு
ச.வ.	சமூக வழக்கு
சித்த.	சித்த வைத்தியம்
சோதி.	சோதிடம்

தத்.	தத்துவம்
தருக்.	தருக்கம்
த.வ.	தகுதியற்ற வழக்கு
திருநர் வ.	திருநர் வழக்கு
து.வி.	துணை வினை
தொ.சொ.	தொடர்புச் சொற்கள்
நாட்.	நாட்டியம்
நெசவு	நெசவு
பி.பெ.	பிரதிப்பெயர்
பு.வ.	புதிய வழக்கு
பெ.	பெயர்ச்சொல்
பெ.அ.	பெயரடை
பெ.வ.	பெருகிவரும் வழக்கு
பே.வ.	பேச்சு வழக்கு
மண்.	மண்பாண்டம்
மொழி.	மொழியியல்
வ.வ.	வட்டார வழக்கு
வி.	வினைச்சொல்
வி.அ.	வினையடை
வி.மு.	வினைமுற்று
வேதி.	வேதியியல்
esp.	especially
s.o.	someone
sth.	something
etc.,	et cetera

அகராதிப் பதிவின் அமைப்பு

1. தலைச்சொல்

2. ஒத்த வடிவச் சொல் தலைஎண்

கதை[3] (g-) பெ. **(பழங்காலத்தில் பயன்படுத்தப்பட்ட) நீண்ட பிடியும் உருண்டை வடிவத்தில் கனமான தலைப்பாகமும் கொண்ட ஒரு வகை ஆயுதம்;** a heavy mace without spikes (used as a weapon in former times).

3. ஒலிக் குறிப்பு

4. இலக்கணத் தகவல்

சொல் வகை

விட்டுப்போ[2] வி. *(-போக, -போய்)* காண்க: **விட்டுச்செல்.**

வினைத் திரிபு

இறுமா வி. (இறுமாந்து) (உ.வ.) *(இறந்தகால வடிவங்கள் மட்டும்)* **(தன் உயர் நிலையை எண்ணி) கர்வம் அடைதல்;** exult in. வெற்றிமேல் வெற்றி கிடைத்ததால் இறுமாந்து நிற்கிறார்./ தேர்தலில் வெற்றி பெறுவோம் என்று அவர்கள் இறுமாந்திருந்தனர்.

வினைத் திரிபுத் தகவல்

அண்ணா[1] வி. *(அண்ணாந்து, அண்ணாந்த ஆகிய வடிவங்களில் மட்டும்)* **தலையை மேல்நோக்கி நிமிர்த்துதல்;** throw one's head back (in order to drink sth. or to look upward). தண்ணீரை அண்ணாந்து குடித்தான்./ கழுத்து வலிக்கும் அளவுக்கு அண்ணாந்தால்தான் கோபுரத்தின் உச்சி தெரியும்.

பெயர்ச்சொல் ஏற்கும் விகுதி பற்றிய தகவல்

அழகு பெ. *(-ஆக, -ஆன)* **1: கண்ணாலோ காதாலோ மனத்தாலோ அனுபவிக்கும் இனிமை அல்லது மகிழ்ச்சி;** beauty; beautiful. கண்ணனின் வேணு கானமும் ராதையின் அழகும் கோபியரின் உள்ளங்களைக் கொள்ளைகொண்டன./ மிக அழகான குழந்தை/எழுத்து மட்டும் அல்ல, கருத்தும் அழகாகத்தான் இருக்கிறது...

5. வழக்குக் குறிப்பு

நடை

துறை

மெய்[2] பெ. **1:** *(உ.வ.)* **உடம்பு; உடல்;** body. **2:** *(இலக்.)* **குரல்வளையிலிருந்து வரும் காற்று உயிரொலியின்றி ஒலிக்கப்பட முடியாத ஒலி;** consonant.

இடம்

அருக்காட்டு வி. *(-காட்ட, -காட்டி)* *(இலங்.)* **வேடிக்கை காட்டுதல்;** amuse.

மதம்

அருட்சாதனம் பெ. *(கிறித்.)* காண்க: **அருள் அடையாளம்.**

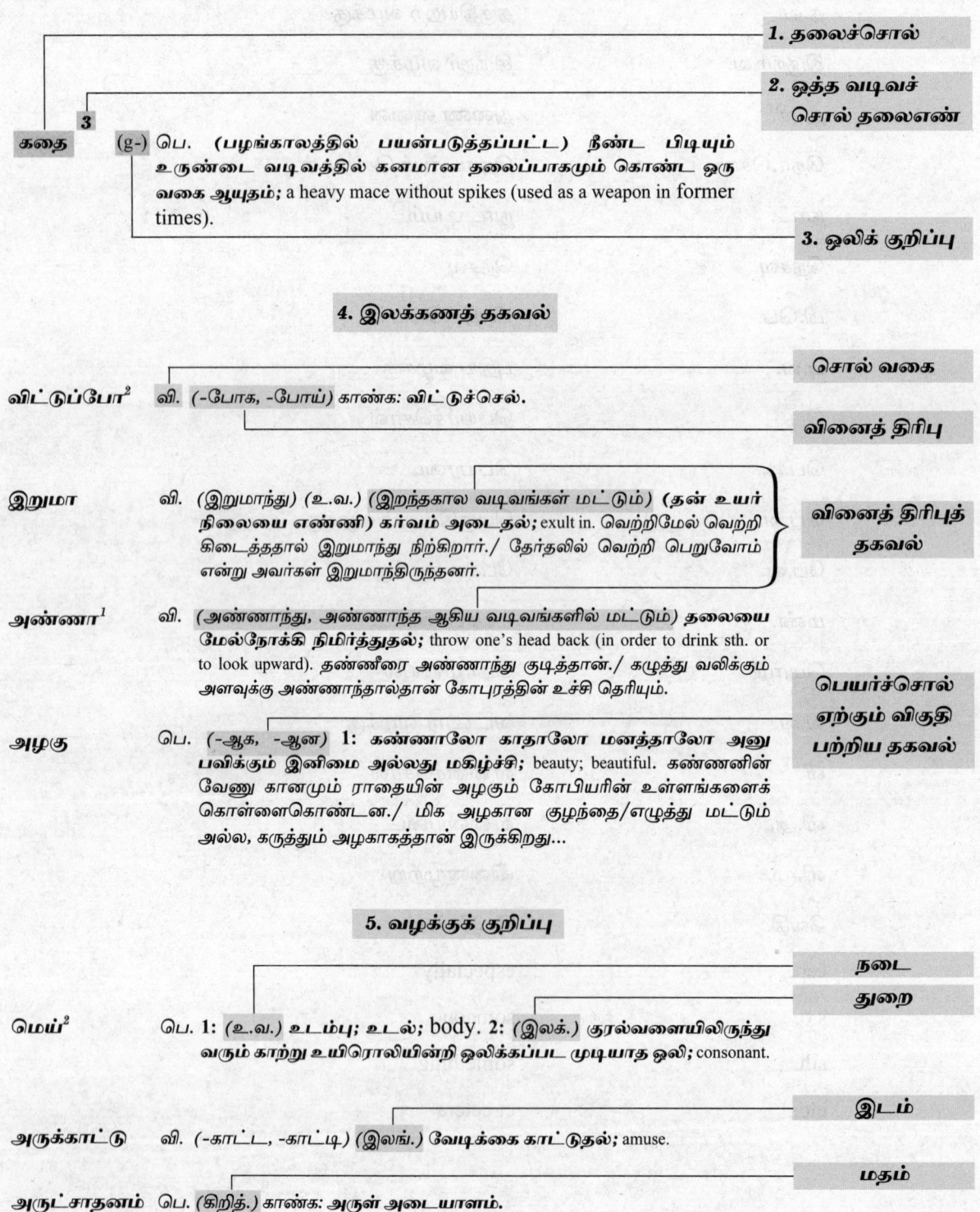

6. பொருள் தகவல்

கொட்டு[1] வி. (கொட்ட, கொட்டி) **அ.** (கீழ்நோக்கி விழுதல் தொடர்பான வழக்கு) **1: (ஓர் இடத்திலிருந்து திரவம்) வழிதல் அல்லது விசையுடன் கீழே விழுதல்;** (of water or liquid) pour down; run down (in profusion). தொட்டி நிரம்பித் தண்ணீர் கொட்டத் துவங்கியது./ அடிபட்ட காலிலிருந்து இரத்தம் கொட்டியது./ (உரு வ.) துணி வியாபாரத்தில் அவருக்குப் பணம் கொட்டுகிறது. [(தொ.சொ.) **ஊற்று/ ஊறு/ ஒழுகு/ ஓடு/ கசி/ சிதறு/ சிந்து/ சுர/ தெறி/ பரவு/ பீச்சு/ பீறிடு/ வழி**] **2: (திரவத்தை) ஊற்றுதல்;** pour (a liquid, etc., into sth.). தண்ணீரை இறைத்துத் தொட்டியில் கொட்டு!/ கெட்டுப்போன பாலைக் கொட்டிவிட்டுப் பாத்திரத்தைத் தேய்த்தாள்./ (உரு வ.) குழந்தைமேல் அன்பைக் கொட்டி வளர்த்தாள். **3: (மணல், ஜல்லி போன்றவற்றை ஓர் இடத்தில் கொண்டுவந்து) குவித்தல்;** pile up (sand, brick, etc.,). வீட்டின் முன்னால் கிடந்த மணலில் சிறுவர்கள் விளையாடிக்கொண டிருந்தார்கள்./ (உரு வ.) இந்த வியாபாரத்தில் ஏன் இப்படிப் பணத்தைக் கொட்டுகிறாய்? **4: (மழை, பனி போன்றவை) மிகுதி யாகப் பெய்தல்;** (of rain, dew, etc.,) pour down; fall heavily. நேற்று ஒரு மணி நேரம் மழை கொட்டியது./ கொட்டும் பனியையும் பொருட் படுத்தாமல் மக்கள் கூட்டத்துக்கு வந்திருந்தனர். [(தொ.சொ.) **அடி/ ஊற்று/ தூறு/ தூறல்போடு/ பிய்த்து/ பெய்/ பொழி/ வாங்கு/ விழு/ வெளுத்துக்கட்டு**] **5: (தலைமுடி அதிகமாக) விழுதல்; உதிர்தல்;** (of hair) fall off. ஒரு மாதக் காய்ச்சலில் முடியெல்லாம் கொட்டிவிட்டது.

பொருள் வகைப் பிரிவு

பொருள் விளக்கம்

தொடர்புச் சொற்கள்

பொருள் வரிசை எண்

செல்[3] பெ. **கறையான்;** white ant. செல் அரித்த ஏடு.

7. ஆங்கிலப் பொருள்

8. எடுத்துக்காட்டு வாக்கியம்/ நேர்பொருளின் விரிவைக் காட்டும் குறிப்பு

எடுத்துக்காட்டு வாக்கியம்

நுழைவாயில் பெ. **(கட்டடம், மைதானம் முதலியவற்றினுள் செல்வதற்கு) வெளி எல்லையில் உள்ள திறப்பு;** entrance. திருமண மண்டபத்தின் நுழைவாயிலில் வாழை மரங்கள் கட்டப்பட்டிருந்தன./ நீதி மன்றத்தின் நுழைவாயிலில் பாதுகாப்புச் சோதனைக்கான ஏற்பாடு கள் செய்யப்பட்டிருந்தன./ (உரு வ.) இந்தப் பகுதிதான் நூலின் நுழைவாயில்.

நேர்பொருளின் விரிவைக் காட்டும் குறிப்பு

அகராதியைப் பயன்படுத்த உதவும் குறிப்புகள்

இந்த அகராதிக்கான அடிப்படையும் நோக்கமும் அணுகுமுறையும் 'அகராதி விரிவாக்கம்' என்ற பகுதியில் விளக்கப்பட்டிருக்கின்றன. சொல்லின் பொருளைத் தெரிந்துகொள்ள அகராதி முக்கிய மாக உதவுகிறது என்றாலும் சொல்லின் இலக்கணக் கூறு, வழக்கு போன்ற பிற தகவல்களையும் உள்ளடக்கியிருக்கிறது. இந்த அகராதியின் அமைப்பு முறையைத் தெரிந்துகொண்டால் இந்தச் செய்திகளை எளிதாகப் பெறலாம்.

அகராதிப் பதிவு ஒவ்வொன்றும் பல பகுதிகள் கொண்டது. ஒவ்வொரு பகுதிக்கும் ஒரு பெயர் உண்டு; ஒவ்வொரு பகுதியையும் இன்னதென்று குறிப்பதில் ஒரு முறை உண்டு. அகராதிப் பதிவின் ஒவ்வொரு பகுதியும் கீழே விளக்கப்பட்டுள்ளது.

1. தலைச்சொல்

தலைச்சொல் தனிச்சொல்லாகவோ கூட்டுச்சொல்லாகவோ இருக்கலாம்.

- ஆற அமர
- உயிர்[1]
- ஊர்க்காவல் படை
- சுவடு
- தடதட-என்று
- தூண்டில் போடு
- படிப்படியாக/படிப்படியான

தலைச்சொல் கீழ்க்கண்ட இலக்கண வகைகளில் ஒன்றைச் சார்ந்ததாக இருக்கும்.

- வினை
- பெயர்
- வினையடை
- பெயரடை
- இடைச்சொல்

வினைச்சொற்கள் வினைத்திரிபு அடைவதற்கு முன் உள்ள வடிவத்தில் தரப்பட்டிருக்கும்.

- அடி[2] வி. *(அடிக்க, அடித்து)*
- கொண்டுபோ வி. *(-போக, - போய்)*
- சுவை[1] வி. *(சுவைக்க, சுவைத்து)*
- திருத்து வி. *(திருத்த, திருத்தி)*
- நெய்[1] வி. *(நெய்ய, நெய்து)*

பெயர்ச்சொற்கள் எழுவாய் வடிவத்திலும், வேற்றுமை உருபு முதலியவை ஏற்பதற்கு முன் உள்ள வடிவத்திலும், சாரியை நீக்கிய வடிவத்திலும் தரப்பட்டிருக்கும்.

- அவர் பி.பெ.
- ஆட்டக்காரர் பெ.
- ஆருயிர் பெ.
- காரணம் பெ.
- கைமாறு[2] பெ.

பெயரடைகள் பெயரைத் தழுவி வரும். பெயரடைகள் பல்வேறு வடிவங்களில் வரும். சில எடுத்துக் காட்டுகள்:

- அசுர பெ.அ.
- ஆழ்ந்த பெ.அ.
- கைகண்ட பெ.அ.
- சர்வ பெ.அ.
- தழுவிய பெ.அ.
- நாட்டு[2] பெ.அ.
- படு[5] பெ.அ.

வினையடைகள் வினையைத் தழுவி வரும். வினையடைகள் பல்வேறு வடிவங்களில் வரும். சில எடுத்துக்காட்டுகள்:

- இதுவரை வி.அ.
- உரக்க வி.அ.
- என்றும் வி.அ.
- ஒன்றாக வி.அ.
- காலடியில் வி.அ.
- நிறைவாக வி.அ.
- பறக்க வி.அ.

சில பெயர்ச்சொற்கள் -ஆக ஏற்று வினையடையாகவும் -ஆன ஏற்றுப் பெயரடையாகவும் வரும். இவை பின்வருமாறு தரப்பட்டிருக்கும்.

- எதிர்மறை பெ. (-ஆக, -ஆன)
- எளிமை பெ. (-ஆக, -ஆன)
- ஒழுங்கு பெ. (-ஆக, -ஆன)
- தாமதம்[1] பெ. (-ஆக, -ஆன)
- பதவிசு பெ. (-ஆக, -ஆன)
- முற்போக்கு பெ. (-ஆக, -ஆன)

சில சொற்கள் -ஆக ஏற்காத நிலையிலும் -ஆக ஏற்ற நிலையிலும் வினையடையாக வரும். இவை பின்வருமாறு தரப்பட்டிருக்கும்.

- அங்கனம்/-ஆக
- அங்குமிங்கும்/-ஆக
- அச்சு அசல்/-ஆக
- ஒருமாதிரி²/-ஆக
- நல்லபடி/-ஆக

-ஆக என்பதுடனோ -ஆன என்பதுடனோ சேர்ந்தே வரும் சொற்கள் பின்வருமாறு காட்டப்பட்டிருக்கும்.

- எதேச்சையாக/எதேச்சையான வி.அ./பெ.அ.
- ஒருமனதாக/ஒருமனதான வி.அ./பெ.அ.
- கட்டுமஸ்தாக/ கட்டுமஸ்தான வி.அ./பெ.அ.
- மாறாக/ மாறான வி.அ./பெ.அ.

-ஆக, -ஆன வடிவங்களோடு சேர்ந்தே வரும் சில சொற்கள் அரிதாகத் தனித்தும் வரக்கூடும். இவை பின்வருமாறு காட்டப்பட்டிருக்கும்.

- அழுத்தம்திருத்தம்-ஆக/-ஆன வி.அ./பெ.அ.
- பொதுப்படை-ஆக/-ஆன வி.அ./பெ.அ.
- ரத்தினச்சுருக்கம்-ஆக/-ஆன வி.அ./பெ.அ.

தன்னளவில் பெயர்ச்சொல், வினைச்சொல், பெயரடை, வினையடை ஆகிய அடிப்படைச் சொல் வகைகளாக இல்லாமல் வேறொரு சொல்லையோ தொடரையோ சார்ந்து இலக்கணச் செயல்பாட்டினால் மட்டுமே பொருள் தருவது இடைச்சொல்.

விகுதிகளாகச் செயல்படும் இடைச்சொற்கள் தலைச்சொற்களாகத் தரப்படும்போது அவற்றின் முன் சிறு கோடு இடப்பட்டிருக்கும்.

- -அகம்² இ.சொ.
- -ஏற்ப இ.சொ.
- -காரம்² இ.சொ.
- -படி⁶ இ.சொ.
- -போது² இ.சொ.

ஒலிக்குறிப்புச் சொற்களின் பின் - என்று குறிப்பிடப்பட்டிருக்கும். (எ-டு) கலகல-என்று. விகுதி மாற்றத்தால் வெவ்வேறு இலக்கண வகைகளாக வரும் சொற்களும் ஒரே தலைச்சொல்லாக, சாய்வுக்கோடிட்டுத் தரப்பட்டிருக்கும்.

- ஏனோதானோ-என்று/-என்ற வி.அ./பெ.அ.
- நிகுநிகு-என்று/-என்ற வி.அ./பெ.அ.
- பச்சைப்பசேல்-என்று/-என்ற வி.அ./பெ.அ.
- பளீர்-என்று/-என்ற வி.அ./பெ.அ.
- மழமழ-என்று/-என்ற வி.அ./பெ.அ.

ஒரு சொல்லில் எழுத்து அல்லது கூட்டுச்சொல்லில் ஒரு சொல் கூடுதலாகவோ குறைவாகவோ வரும் தலைச்சொற்கள் பின்வரும் முறைகளில் காட்டப்பட்டிருக்கும்.

- ***அழைத்துக்(கொண்டு) செல்***
- **ஆக(ா)த்தியம்**
- **மெய்(ஞ்)ஞானம்**
- **ரா(ஜ்)ஜியம்**
- **லக்(கி)னம்**
- ***ஜக(ஜ்) ஜோதி***

தலைச்சொல்லில் அடைப்புக்குறி பயன்படுத்தும்போது சந்தி விதிகள் பின்பற்றப்பட்டிருக்காது.

ஒரு எழுத்துக்குப் பதிலாக வேறு எழுத்து வந்து, எழுத்து வேறுபட்ட தலைச்சொற்கள் அகர வரிசையில் வெவ்வேறு இடங்களில் வருமானால் பொருள் விளக்கம் தரப்பட்டிருக்கும் சொல்லைக் காணுமாறு மாற்று வடிவச் சொல்லில் குறிக்கப்பட்டிருக்கும்.

- ***ஒலியிழை*** பெ. காண்க: ***ஒலி நாடா***
- ***நலன்*** பெ. காண்க: ***நலம், 2***
- ***யூகி*** வி. காண்க: ***ஊகி***
- ***ரவா*** பெ. காண்க: ***ரவை***[1]

2. ஒத்த வடிவத் தலைச்சொற்கள்

வடிவத்தில் ஒத்திருக்கும் சொற்கள் வெவ்வேறு இலக்கண வகைகளைச் சேர்ந்தவையாக இருந்தால் அவை தலைஎண் இடப்பட்டு ஒன்றன் கீழ் ஒன்றாகக் காட்டப்பட்டிருக்கும். முதலில் வினைச்சொல்லும் அதை அடுத்துப் பெயர்ச்சொல்லும் அதை அடுத்துப் பிற இலக்கண வகைகளும் தரப்பட்டிருக்கும்.

- ***அடி***[1] வி.
- ***அடி***[2] வி.
- ***அடி***[3] து. வி.
- ***அடி***[4] பெ.
- ***அடி***[5] பெ.
- ***அடி***[6] பெ.
- ***அடி***[7] பெ.
- ***அடி***[8] இ.சொ.

- ***அடை***[1] வி.
- ***அடை***[2] வி.
- ***அடை***[3] து.வி.
- ***அடை***[4] பெ.
- ***அடை***[5] பெ.
- ***அடை***[6] பெ.
- ***அடை***[7] பெ.
- ***அடை***[8] பெ.

- ***வேறு***[1] பெ.
- ***வேறு***[2] பெ.அ.
- ***வேறு***[3] இ.சொ.

வடிவத்தில் ஒத்தும் வினைத்திரிபில் வேறுபட்டும் இருக்கும் வினைச்சொற்களும் தலைஎண் இடப்பட்டுத் தனித்தனியே தரப்பட்டிருக்கும்.

- **படி**[1] வி. (படிய, படிந்து)
- **படி**[2] வி. (படிக்க, படித்து)
- **நனை**[1] வி. (நனைய, நனைந்து)
- **நனை**[2] வி. (நனைக்க, நனைத்து)
- **வளர்**[1] வி. (வளர, வளர்ந்து)
- **வளர்**[2] வி. (வளர்க்க, வளர்த்து)

வடிவத்தில் ஒத்திருக்கும் வினைச்சொற்கள் வினைத்திரிபில் ஒத்திருந்து தொடர்பற்ற பொருளில் வருமானால் அவை தலைஎண் இடப்பட்டுத் தனித்தனியே தரப்பட்டிருக்கும். தன்வினை முதலிலும் பிறவினை அடுத்ததாகவும் தரப்படும்.

- **அரி**[2] வி. (அரிக்க, அரித்து) 1: (புழு, கறையான் முதலியன) சிறிதுசிறிதாகக் கடித்து அல்லது குடைந்து சேதப்படுத்துதல்....
- **அரி**[3] வி. (அரிக்க, அரித்து) 1: சொறியத்துண்டும் உணர்வு...

இதுபோன்றே வடிவத்தில் ஒத்திருந்து பொருளில் வேறுபடும் பிற இலக்கண வகையைச் சேர்ந்த சொற்களும் தலைஎண் இடப்பட்டுத் தனித்தனியே தரப்பட்டிருக்கும்.

- **சற்று**[1] வி.அ. • **வேறு**[1] பெ.
- **சற்று**[2] பெ.அ. • **வேறு**[2] பெ.அ.

3. ஒலிக்குறிப்பு

வடிவத்தில் ஒத்திருக்கும் சொற்களில் முதல் எழுத்தை ஒலிப்பதில் வேறுபாடு இருந்தால் அந்த வேறுபட்ட ஒலிப்புமுறை ஆங்கில எழுத்தால் காட்டப்பட்டிருக்கும்.

- **கோபி**[1] வி.
- **கோபி**[2] (g-) பெ.
- **தனம்**[1] (d-) பெ.
- **தனம்**[2] பெ.
- **போதம்**[1] (b-) பெ.
- **போதம்**[2] பெ.

சொற்களில் முதல் எழுத்தை ஒலிப்பதில் வேறுபாடு இருந்தால் அந்த வேறுபட்ட ஒலிப்புமுறை ஆங்கில எழுத்தால் காட்டப்பட்டிருக்கும்.

- **தந்தா** (dh-) பெ.
- **தாமன்** (dh-) பெ.
- **பந்த்** (b-) பெ.

4. இலக்கணத் தகவல்

தலைச்சொல் பகுதியில் கூறியபடி சொற்கள் பெயர், வினை, பெயரடை, வினையடை, இடைச் சொல் என்ற ஐந்து வகைகளில் அடக்கப்பட்டிருக்கின்றன. இந்த ஐந்து இலக்கண வகைகளில் உட் பிரிவுகளும் உண்டு.

பெயர்ச்சொல்லுக்குப் பிரதியாக வருபவை பிரதிப்பெயர் என்று பாகுபடுத்திக் காட்டப்பட்டிருக் கின்றன.

வினையில், பெயரை வினைப்படுத்த உதவும் வினைவடிவங்களும் வினையோடு சேர்ந்து புதிய இலக்கணப் பொருளை உருவாக்கும் வினைவடிவங்களும் துணை வினை என்று குறிக்கப்பட்டிருக் கின்றன.

- **படு**² து.வி.
- **பார்**² து.வி.
- **பிடி**³ து.வி.
- **நில்**² து.வி.
- **நேர்**² து.வி.

தன்மை, முன்னிலை, படர்க்கை ஆகிய மூவிடங்களுக்கும் பொதுவான பயனிலையாக முற்று வடிவத்தில் வரும் வினைகள் வினைமுற்று என்று குறிக்கப்பட்டிருக்கின்றன.

- **உண்டு** வி.மு.
- **கடவது** வி.மு.
- **தேவலாம்** வி.மு.
- **போகட்டும்** வி.மு.
- **வாழ்க** வி.மு.

5. குறிப்பிட்ட வகையில் பயன்படும் சொற்கள்:

வழக்குக் குறிப்பு

வழக்குக் குறிப்புகள் மூன்று வகை:

வழக்குக் குறைவு, வழக்கு மிகுதி, நடை பற்றியவை;

வழங்கும் இடம், மதம், சமூகம் பற்றியவை;

வழங்கும் துறை பற்றியவை.

(i) **வழக்குக் குறைவு**

(a) **அருகிவரும் வழக்கு:** தற்காலத்தில் புதிய மாற்றுச் சொற்கள் வருவது, சொற்கள் குறித்த பொருள்கள் மறைந்து வருவது போன்ற காரணங்களால் வழக்கில் குறைந்துவிட்ட சொற்கள்.

- ஆஜராகு வி. 2 *(அ.வ.)*
- கட்டுச்சோறு பெ. *(அ.வ.)*
- சேகரம் பெ. *(அ.வ.)*
- சொக்கட்டான் பெ. *(அ.வ.)*
- தாக்கீது பெ. *(அ.வ.)*

(b) **வழக்கு மிகுதி**

பெருகிவரும் வழக்கு: புதிய கருத்துகளையும் பொருள்களையும் குறிக்கப் புதிதாக அல்லது பழைய சொற்களுக்கு மாற்றாகத் தோன்றி ஏற்றுக்கொள்ளப்பட்டு வரும் சொற்கள்.

- இழப்பீடு பெ. *(பெ.வ.)*
- எண்வயமாக்கு வி. *(பெ.வ.)*
- தேர்தல் பத்திரம் பெ. *(பெ.வ.)*
- தொடுகை பெ. *(பெ.வ.)*
- நிரல்நிறை பெ. *(பெ.வ.)*
- மரபியல் பிழை பெ. *(பெ.வ.)*

புதிய வழக்கு: தொழில்நுட்பத்தாலும் சமூகக் கருத்தியல்கள் வேகமாக மாறிவருவதாலும் புழக்கத்துக்கு வரும் சொற்கள்.

- ஆழிப்பேரலை பெ. *(பு.வ.)*
- சரக்கு மற்றும் சேவை வரி பெ. *(பு.வ.)*
- தரவேற்றம் பெ. *(பு.வ.)*
- திறன்மிகு நகரம் பெ. *(பு.வ.)*

(c) **நடை**

பேச்சு வழக்கு: பேச்சு வழக்கில் பெரும்பான்மையாகப் பயன்படுத்தப்பட்டாலும் எழுத்து வழக்கிலும் ஏற்றுக்கொள்ளப்பட்டு வரும் சொற்கள்.

- சொடுக்கு எடு வி. *(பே.வ.)*
- தொப்பை பெ. *(பே.வ.)*
- மனசு பெ. *(பே.வ.)*
- வக்கணை பெ. *(பே.வ.)*
- வண்டவாளம் பெ. *(பே.வ.)*
- வேலைவெட்டி பெ. *(பே.வ.)*

உயர் வழக்கு: மரியாதைக்குரிய சூழலிலும் அலங்கார அல்லது புலமைமிக்க நடையிலும் இடம்பெறும் சொற்கள்.

- **கடப்பாடு** பெ. *(உ.வ.)*
- **சற்றொப்ப** வி.அ. *(உ.வ.)*
- **ஞாயிறு** பெ. *(உ.வ.)*
- **வறிய** பெ.அ. *(உ.வ.)*
- **வேட்கை** பெ. *(உ.வ.)*

தகுதியற்ற வழக்கு: மரியாதைக்குரிய சூழ்நிலையில் பயன்படுத்தாத அல்லது வசவாகப் பயன்படுத்தும் சொற்கள்.

- **அல்லக்கை** பெ. *(த.வ.)*
- **ஊமை** பெ. *(த.வ.)*
- **ஏறி மேய்** வி. *(த.வ.)*
- **திக்குவாய்** பெ. **2** *(த.வ.)*
- **பஜாரி** பெ. *(த.வ.)*

(ii) இடம், சமூகம், மதம் தொடர்பான வழக்குக் குறிப்புகள்

வட்டார வழக்கு: சில வட்டாரங்களில் வழங்கினாலும் பிற வட்டாரங்களிலும் புரிந்து கொள்ளப்படும், பொது எழுத்துத் தமிழில் ஏற்றுக்கொள்ளப்படும் வட்டாரச் சொற்கள்; வெவ்வேறு வட்டாரங்களில் வெவ்வேறு பொருளைக் குறிக்கும் பொதுத் தமிழ்ச் சொற்கள்.

- **அத்து**[1] பெ. *(வ.வ.)*
- **ஈர்வாங்கி** பெ. *(வ.வ.)*
- **ஏணை** பெ. *(வ.வ.)*
- **ஓத்தணம்** பெ. *(வ.வ.)*
- **தட்டாங்கல்** பெ. *(வ.வ.)*
- **தேன்மிட்டாய்** பெ. *(வ.வ.)*
- **மாட்டுத்தாவணி** பெ. *(வ.வ.)*

ஊரக வழக்கு: ஊரக மக்கள் மேற்கொள்ளும் தொழில்கள், அவை சார்ந்த நடைமுறைகள் அன்றாட வாழ்க்கையில் கடைப்பிடிக்கும் சடங்குகள் குறித்த சொற்கள்.

- **கீழ்மடை** பெ. *(ஊரக வ.)*
- **கும்பக் கலயம்** பெ. *(ஊரக வ.)*
- **தங்கச் சம்பா** பெ. *(ஊரக வ.)*
- **தீத்தாங்கல்** பெ. *(ஊரக வ.)*
- **நடவாள்** பெ. *(ஊரக வ.)*
- **நீர்ச்சோறு** பெ. *(ஊரக வ.)*

இலங்கை: இலங்கையில் எழுத்துத் தமிழில் மிகுதியாக வழங்கிவரும் சொற்கள்.

- ஐஸ்பழம் பெ. (இலங்.) குச்சி ஐஸ்;
- சக்குப்பிடி வி. (இலங்.) உணவுப்பொருள் கெட்டுபோதல்;
- தட்டிப்பார் வி. (இலங்.) (ஒன்றைப் பற்றி ஒருவரிடம்) கேட்டல்;
- தடக்கு வி. (இலங்.) தடுக்கு[1];
- நோஞ்சல் பெ. (இலங்.) உடல் மெலிவு;

சமூக வழக்கு: இந்து மதத்தில் சில சமூகத்தினரிடையே நிலவும் பழக்கங்களை, உறவுகளைக் குறிக்கப் பயன்படுத்தும் சொற்கள்.

- காசியாத்திரை பெ. (ச.வ.)
- சீமந்த பெ.அ. (ச.வ.)
- நாட்டுப்பெண் பெ. (ச.வ.)
- பூச்சூட்டு வி. (ச.வ.)
- வாத்தியார் பெ. 2 (ச.வ.)

மத வழக்கு: இஸ்லாமியரிடையே, கிறித்தவர்களிடையே வழங்கும் சொற்கள்.

- இஷா பெ. (இஸ்.)
- உருஸ் பெ. (இஸ்.)
- ஃபஜர் பெ. (இஸ்.)
- சுவிசேஷகர் பெ. (கிறித்.)
- நமாஸ் பெ. (இஸ்.)
- நற்கருணை பெ. (கிறித்.)
- மறைதிரு பெ.அ. (கிறித்.)

திருநர் வழக்கு: மாற்றுப்பாலினர் வழக்கு திருநர் வழக்கு என்று குறிக்கப்படுகிறது.

- குருபாய் பெ. (திருநர் வ.)
- கோத்தி பெ. (திருநர் வ.)
- சேலா பெ. (திருநர் வ.)
- டாக்டர் கை பெ. (திருநர் வ.)
- தரிசனம்[2] பெ. (திருநர் வ.)
- நாத்தி சேலா பெ. (திருநர் வ.)

(iii) துறைபற்றிய வழக்கு

பொதுத்தமிழில் வழங்கும் சொற்களுக்குச் சில துறைகளில் சிறப்புப் பொருள் இருக்கலாம்; சில சொற்கள் ஒரு துறையில் மட்டும் வழங்கப்படலாம். அத்தகைய துறைத் தொடர்பான வழக்குகளில் துறைகள் குறிக்கப்பட்டிருக்கின்றன.

- அடவு பெ. (நாட்.)
- உள் இழைப்பு பெ. (மண்.)

- **எதிர்மின்சுமை** பெ. *(இயற்.)*
- **எறிநாடா** பெ. *(நெசவு)*
- **ரசம்**[4] பெ. *(சித்த.)*
- **வகைப்பாட்டியல்** பெ. *(உயிரி.)*
- **வடிதாள்** பெ. *(வேதி.)*
- **வர்க்க எழுத்து** பெ. *(இலக்.)*
- **விகிதமுறா எண்** பெ. *(கணி.)*
- **ஜண்டவரிசை** பெ. *(இசை)*

6. பொருள் விளக்கம்

ஒரு சொல்லுக்குப் பொருள், பொருளை விவரித்து எழுதுவதன்மூலமோ ஒத்த பொருளுடைய மற்றொரு சொல்லைக் கொண்டோ தரப்பட்டிருக்கும். சில சொற்களுக்கு இரு முறைகளிலும் பொருள் தரப்பட்டிருக்கும்.

- **எதிர்ப்புச்சக்தி** பெ. **உயிரினங்கள் இயற்கையாகவே உடலில் பெற்றிருக்கும், நோயை, எதிர்க்கும் திறன்;**
- **எதிர்முகமாக** வி.அ. **நேர் எதிராக அல்லது எதிர்ப்பக்கத்தில்;**

சொல்லின் அடிப்படைப் பொருளைத் தெளிவாக்கத் தேவைப்படும் தொடர்புடைய செய்திகள் அடைப்புக்குறிக்குள் தரப்பட்டிருக்கும்.

- **ஒதுக்கீடு** பெ. **(சேர வேண்டியது அல்லது உரியது இவ்வளவு என்று) பிரித்துத் தருவது; நிர்ணயம்;**
- **கங்கணம்கட்டிக்கொள்** வி. (-கொள்ள, -கொண்டு) **(ஒரு செயலை நிறைவேற்றியே தீருவது என்று) உறுதிகொள்ளுதல்;**

ஒரு சொல்லுக்கு ஒன்றுக்கு மேற்பட்ட பொருள் இருக்கும்போது அவை எண்ணிடப் பட்டு வரிசையாகத் தரப்பட்டிருக்கும். சில சொற்களில் பொருள்கள் வகைப்படுத்தப்பட்டு அந்தப் பிரிவுகள் தமிழ் எழுத்தால் (அ, ஆ, இ.... என) குறிக்கப்பட்டிருக்கும்.

ஓடு[1] வி. (ஓட, ஓடி) **அ.** *(இடம்பெயர்தல் தொடர்பான வழக்கு)*

1: .....

2: .....

3: .....

4: .....

5: .....

6: .....

7: .....

8: .....

9: .....

ஆ. (ஒரு நிலையில் நின்று இயங்குதல் தொடர்பான வழக்கு)

10: .....

11: .....

12: .....

இ. (இயக்கம் இல்லாதவற்றை இயக்கம் உள்ளது போல் கூறும் வழக்கு)

13: .....

14: .....

15: .....

16: .....

17: .....

18: .....

19: .....

20: .....

21: .....

தனித்தனிப் பொருளாகத் தர முடியாத அளவுக்கு மிகக் குறைந்த வேறுபாடு கொண்ட பொருள்கள் ஒரே எண்ணின் கீழ் சாய்வுக்கோடிட்டுத் தரப்பட்டிருக்கும்.

- தூதரகம் பெ. (மற்றொரு நாட்டின் தலைநகரத்தில்) தூதுவரின் தலைமையில் இயங்கும் அலுவலகம்/மற்றொரு நாட்டின் முக்கிய நகரங்களில் பண்பாடு, பொருளாதார நட வடிக்கைகளைக் கவனிக்கும் கிளை அலுவலகம்;

- தேயிலை பெ. தேநீர் தயாரிக்கப் பயன்படும் இலை/இந்த இலையைத் தரும் குத்துச்செடி;

7. ஆங்கிலப் பொருள்

தமிழ்ச் சொல்லுக்கு நேரான ஆங்கிலச் சொல் தரப்பட்டிருக்கும்; நேர்சொல் இல்லாத நிலையில் ஆங்கிலத்தில் விளக்கம் தரப்பட்டிருக்கும். சில சமயம் இரண்டு முறைகளிலும் தரப்பட்டிருக்கும்.

ஆங்கிலச் சொற்களின் எழுத்தமைப்பு பிரிட்டிஷ் ஆங்கிலத்தைப் பின்பற்றித் தரப்பட்டிருக்கும்.

பிரிட்டிஷ் ஆங்கிலத்திலும் அமெரிக்க ஆங்கிலத்திலும் ஒரு பொருளுக்கு வெவ்வேறு சொற்கள் வழங்குமானால் பெரும்பாலும் பிரிட்டிஷ் சொல்லே தரப்பட்டிருக்கும். ஒரு சொல்லுக்கு அமெரிக்க ஆங்கிலச் சொல் பெருவழக்காக இருக்கும்போது அதுவும் தரப்பட்டிருக்கும்.

- தூண்டுகோல் பெ. ....; motivating force; driving power; impetus.

சில சொற்களுக்கு இந்தியாவில் பெருவழக்கில் உள்ள இந்திய ஆங்கிலச் சொற்களும் தரப்பட்டிருக் கின்றன.

- கத்திரிக்காய் பெ......; aubergine; eggplant; (in India) brinjal.

8. எடுத்துக்காட்டு வாக்கியங்கள்

சொல்லும் அதற்குரிய பொருளும் மொழியில் பயன்படுத்தப்படுவதைக் காட்டவும், பொருளின் வீச்சைச் சுட்டிக்காட்டவும் எடுத்துக்காட்டு வாக்கியங்கள் தரப்பட்டிருக்கின்றன. இவை முழு வாக்கியங்களாகவோ சிறு தொடர்களாகவோ இருக்கலாம். ஒவ்வொரு பொருளுக்கும் ஒரு எடுத்துக்காட்டு வாக்கியம் தரப்பட்டிருக்கும். பொருள் வீச்சைப் பொறுத்து ஒன்றுக்கு மேற்பட்ட வாக்கியங்கள் தரப்பட்டிருக்கும். பொருள் விளக்கமே போதுமானதாக இருக்கும் இடங்களில் எடுத்துக்காட்டு வாக்கியங்கள் தரப்பட்டிருக்காது.

நேர்பொருள் கற்பனை விரிவோடு வழங்கப்பட்டிருக்குமானால் அதைக் காட்டுவதற்கு எடுத்துக்காட்டு வாக்கியத்தின் முன் 'உரு வழக்கு' என்ற குறியீடு அடைப்புக்குள் தரப்பட்டிருக்கும்.

- **வைரம் பாய்ந்த** பெ.அ. *(மரத்தைக் குறித்து வரும்போது)* **உறுதியான நடுப்பகுதியை உடைய;** (of a tree) with a solid hard-wood core. இது வைரம் பாய்ந்த மரத்தில் செய்த கர்லாக்கட்டை./ *(உரு வ.)* அவனுக்கு வைரம் பாய்ந்த உடல்.

- **நிறை**² வி. *(நிறைக்க, நிறைத்து)* **நிரப்புதல்**; fill. பாத்திரங்களில் நீரை நிறைத்து வைத்தாள்./ *(உரு வ.)* இனிய நினைவுகள் நெஞ்சை நிறைத்தன.

சந்தி

தற்காலத் தமிழில் சந்திபற்றி ஒருமித்த கருத்து இன்னும் உருவாகவில்லை. தற்காலத் தமிழுக்கான இலக்கணம் ஒன்று எழுதப்பட்டு, சந்தி விதிகள் ஒழுங்குபடுத்தப்படும்வரை திட்டவட்டமான முடிவுக்கு வருவது எளிதல்ல. இந்த நிலையின் பிரதிபலிப்பை இந்த அகராதியிலும் காணலாம்.

சொற்களைப் பிரித்தும் சேர்த்தும் எழுதும் முறை

தற்காலத் தமிழில் எந்தச் சொற்களைச் சேர்த்து எழுத வேண்டும், எவற்றைப் பிரித்து எழுத வேண்டும் என்பதைப் பற்றிய நெறிமுறைகள் உருவாகவில்லை. இந்த நிச்சயமற்ற தன்மையின் பிரதிபலிப்பை இந்த அகராதியிலும் காணலாம்.

படம்

பொருள் விளக்கத்துக்குத் துணைசெய்யும் வகையில் படங்கள் தரப்பட்டிருக்கின்றன. ஒன்றன் உறுப்பையோ பாகத்தையோ குறிக்கும் சொல்லுக்கான படம் அந்த உறுப்பு அல்லது பாகத்தைத் தன் பகுதியாகக் கொண்டதைக் குறிக்கும் சொல்லுக்கான படத்தின் பகுதியாக இருக்கும்.

- **அகழி** பெ. *(பார்க்க, படம்: இழுவைப் பாலம்)*
- **நுகத்தடி** பெ. *(பார்க்க, படம்: கட்டைவண்டி)*
- **மேழி** பெ. 1: ... *(பார்க்க, படம்: கலப்பை)*
- **மேஷம்** பெ. *(பார்க்க, படம்: ராசி)*
- **வழிகாட்டி மரம்** பெ. ... *(பார்க்க, படம்: கைக்காட்டி மரம்)*

தமிழ் எழுத்து அகரவரிசை

→	அ	ஆ	இ	ஈ	உ	ஊ	எ	ஏ	ஐ	ஒ	ஓ	ஔ	ஃ
↓													
க்	க	கா	கி	கீ	கு	கூ	கெ	கே	கை	கொ	கோ	கௌ	
ங்	ங	ஙா	ஙி	ஙீ	ஙு	ஙூ	ஙெ	ஙே	ஙை	ஙொ	ஙோ	ஙௌ	
ச்	ச	சா	சி	சீ	சு	சூ	செ	சே	சை	சொ	சோ	சௌ	
ஞ்	ஞ	ஞா	ஞி	ஞீ	ஞு	ஞூ	ஞெ	ஞே	ஞை	ஞொ	ஞோ	ஞௌ	
ட்	ட	டா	டி	டீ	டு	டூ	டெ	டே	டை	டொ	டோ	டௌ	
ண்	ண	ணா	ணி	ணீ	ணு	ணூ	ணெ	ணே	ணை	ணொ	ணோ	ணௌ	
த்	த	தா	தி	தீ	து	தூ	தெ	தே	தை	தொ	தோ	தௌ	
ந்	ந	நா	நி	நீ	நு	நூ	நெ	நே	நை	நொ	நோ	நௌ	
ப்	ப	பா	பி	பீ	பு	பூ	பெ	பே	பை	பொ	போ	பௌ	
ம்	ம	மா	மி	மீ	மு	மூ	மெ	மே	மை	மொ	மோ	மௌ	
ய்	ய	யா	யி	யீ	யு	யூ	யெ	யே	யை	யொ	யோ	யௌ	
ர்	ர	ரா	ரி	ரீ	ரு	ரூ	ரெ	ரே	ரை	ரொ	ரோ	ரௌ	
ல்	ல	லா	லி	லீ	லு	லூ	லெ	லே	லை	லொ	லோ	லௌ	
வ்	வ	வா	வி	வீ	வு	வூ	வெ	வே	வை	வொ	வோ	வௌ	
ழ்	ழ	ழா	ழி	ழீ	ழு	ழூ	ழெ	ழே	ழை	ழொ	ழோ	ழௌ	
ள்	ள	ளா	ளி	ளீ	ளு	ளூ	ளெ	ளே	ளை	ளொ	ளோ	ளௌ	
ற்	ற	றா	றி	றீ	று	றூ	றெ	றே	றை	றொ	றோ	றௌ	
ன்	ன	னா	னி	னீ	னு	னூ	னெ	னே	னை	னொ	னோ	னௌ	

கூடுதல் எழுத்து அகரவரிசை

→	அ	ஆ	இ	ஈ	உ	ஊ	எ	ஏ	ஐ	ஒ	ஓ	ஔ	ஃ
↓													
ஜ்	ஜ	ஜா	ஜி	ஜீ	ஜு	ஜூ	ஜெ	ஜே	ஜை	ஜொ	ஜோ	ஜௌ	
ஸ்ரீ													
ஷ்	ஷ	ஷா	ஷி	ஷீ	ஷு	ஷூ	ஷெ	ஷே	ஷை	ஷொ	ஷோ	ஷௌ	
ஸ்	ஸ	ஸா	ஸி	ஸீ	ஸு	ஸூ	ஸெ	ஸே	ஸை	ஸொ	ஸோ	ஸௌ	
ஹ்	ஹ	ஹா	ஹி	ஹீ	ஹு	ஹூ	ஹெ	ஹே	ஹை	ஹொ	ஹோ	ஹௌ	
க்ஷ்	க்ஷ	க்ஷா	க்ஷி	க்ஷீ	க்ஷு	க்ஷூ	க்ஷெ	க்ஷே	க்ஷை	க்ஷொ	க்ஷோ	க்ஷௌ	

அ பெ.அ. **அந்த;** that; those. அப்புத்தகம்/ அவ்வீடு/ அந்நாள்.

அஃதாவது இ.சொ. (உ.வ.) **'அதாவது' என்ற பொருளில் பயன்படுத்தப்படும் இடைச்சொல்;** particle used in the sense of 'that is'; 'namely'. அஃதாவது, மனித இனத்திற்கு உணவு, உடை, உறைவிடம் என்ற மூன்றும் அடிப்படைத் தேவைகளாக அமைந்துள்ளன.

அஃது பி.பெ. (உ.வ.) **அது;** third person neuter singular demonstrative pronoun. அவரை ஒரு சிந்தனாவாதி என்று சொல்லலாம். அஃது மிகையன்று.

அஃறிணை பெ. (இலக்.) **மனிதர், தேவர், அரக்கர் அல்லாத பிற உயிர்களையும் உயிரற்ற பொருள்களையும் உள்ளடக்கிய பெயர்ச்சொல் பகுப்பு;** a class of nouns for non-animate things and for beings other than human and celestial.

அக்கக்காக வி.அ. **பகுதிபகுதியாக; தனித்தனியாக;** into one's several parts; in great detail. கடிகாரத்தை அக்கக்காகக் கழற்றிச் சுத்தம் செய்தான்./ முதலாளியின் அட்டூழியங்களை அக்கக்காகப் பிட்டுவைத்தான்.

அக்கடா-என்று வி.அ. (பே.வ.) **1: (வேலைக்குப் பிறகு) ஓய்வாக;** (after hectic activity) leisurely. வீட்டு வேலையை முடித்துவிட்டு இப்போதுதான் அக்கடாவென்று வந்து உட்கார்ந்தேன். **2: (மற்றவர்கள் விவகாரங்களில்) தலையிடாமல்; சும்மா;** keeping to oneself. அக்கடாவென்று இருந்த என்னை வம்பில் மாட்டிவைத்துவிட்டான்.

அக்கப்போர் பெ. (பே.வ.) **1: (முக்கியமற்ற) சிறு தகராறு; வம்பு;** squabble; quarrel. அவர் எந்த அக்கப்போரிலும் மாட்டிக்கொள்வதில்லை./ வாடகை பேசிக்கொள்ளாமல் ஏறி வண்டிக்காரனோடு ஒரே அக்கப்போராகிவிட்டது. **2: அமளி; தொல்லை;** racket; rumpus. பள்ளிக்கூடம் இல்லையென்றால் வீட்டில் குழந்தைகளால் ஒரே அக்கப்போர். **3: வெட்டிப்பேச்சு;** small talk; gossip. அக்கப்போர் பேசி ஏன் நேரத்தை வீணாக்கிக்கொண்டிருக்கிறாய்?

அக்கம்பக்கம்[1] பெ. **(குறிப்பிட்ட இடத்தை) சுற்றி உள்ள பகுதி;** neighbourhood; vicinity. விபத்து நடந்த இடத்துக்கு அக்கம்பக்கத்திலிருந்து சிலர் ஓடிவந்தார்கள்./ அக்கம்பக்கத்தில் விசாரித்ததில் வீட்டு வாடகை சற்று அதிகம் என்று தெரிந்தது.

அக்கம்பக்கம்[2] வி.அ. ('பார்', 'திரும்பு' ஆகிய வினைகளோடு) **சுற்றுமுற்றும்;** around; about. அக்கம்பக்கம் பார்க்காமல் வீட்டை நோக்கி நடந்தான்.

அக்கரை பெ.அ. **வெளிநாட்டுக்கு உரிய அல்லது வெளிநாட்டைச் சேர்ந்த;** foreign. அக்கரை இலக்கியம்.

அக்கரைச் சீமை பெ. (அ.வ.) **அயல்நாடு; வெளிநாடு;** foreign country. அவர் அக்கரைச் சீமைக்கெல்லாம் போய் வந்தவர்.

அக்கரைப் பச்சை பெ. **இருக்கும் நிலைமையைவிடப் பிற நிலைமைகள் கவர்ச்சியாக இருக்கின்றன (ஆனால் உண்மையில் அவையும் மோசம்தான்) என்ற பொருளில் பயன்படுத்துவது;** a phrase used to mean 'sth. is deceptively attractive'. வளைகுடா நாடுகளில் வேலை கிடைத்தால் கோடிகோடியாகச் சம்பாதிக்கலாம் என்பது அக்கரைப் பச்சைதான்.

அக்கறை பெ. **1: (ஒன்றில் அல்லது ஒருவர்மேல்) ஈடுபாடு; நாட்டம்;** concern; interest. இலக்கிய வளர்ச்சியில் ஆழ்ந்த அக்கறை கொண்டவர்./ படிப்பின் மேல் அவன் காட்டிய அக்கறை!/ அவள்மீது தேவையில்லாமல் ஏன் இவ்வளவு அக்கறை காட்டுகிறாய்? [(தொ.சொ.) **ஈடுபாடு/ கரிசனம்/ பரிவு**] **2: (ஒருவரிடம் கொள்ளும்) கரிசனம்;** concern. 'இந்தப் பாடம் புரிகிறதா?' என்று அக்கறையுடன் கேட்டார்./ வயதாகிப்போன பெற்றோர்களை அக்கறையுடன் பார்த்துக்கொண்டார். [(தொ.சொ.) **கவனம்/ சிரத்தை/ பொறுப்பு**] **3: கருத்து செலுத்துதல்; கவனம்;** serious attention; care. நூல் சிறப்பாக வெளிவருவதற்கு மிகுந்த அக்கறை எடுத்துக்கொண்டார்./ நான் சொன்ன விஷயத்தில் நீ அக்கறை காட்டவில்லை.

அக்கா பெ. **1: உடன்பிறந்த பெண்களில் தனக்கு மூத்தவள்/உறவு முறையிலான சகோதரிகளில் தனக்கு மூத்தவள்;** elder sister/elder female among cousins. இவள் என் சொந்த அக்கா, அவள் ஒன்றுவிட்ட அக்கா. **2: வயதில் சற்று மூத்த பெண்ணை மரியாதையுடன் அழைக்க அல்லது குறிப்பிடப் பயன்படுத்தும் சொல்;** a term of respect for a woman who is older than the speaker, but not elderly. அக்கா! நீங்கள் என் திருமணத்துக்குக் கட்டாயம் வர வேண்டும்./ மீனாட்சியக்கா/ கமலாக்கா.

அக்காக்குயில் பெ. **சாம்பல் நிற மேற்பகுதியும், வெள்ளை நிற வயிற்றுப் பகுதியும், அதன் குறுக்கே பழுப்பு நிறத்தில் சிறுசிறு வரிகளும் கொண்ட, குயில் இனத்தைச் சேர்ந்த பறவை;** common hawk cuckoo. தவிட்டுக்குருவியின் கூட்டில் அக்காக்குயில் முட்டை இடும்.

அக்காள் பெ. (பே.வ.) காண்க: **அக்கா, 1.**

அக்கி பெ. **(வைரஸ் கிருமி நரம்பு மண்டலத்தைத் தாக்குவதால்) அடையடையாக வேர்க்குருபோல் தோன்றிச் சிவந்து வலியை ஏற்படுத்தும் தோல் நோய்;** herpes.

அக்கி எழுது வி. (எழுத, எழுதி) **அக்கி வந்த இடத்தில் செம்மண் குழம்பைத் தடவுதல்;** apply a solution of potter's red soil as a remedy for herpes.

அக்(கி)ரகாரம் பெ. **முன்பு பிராமணர்கள் மட்டும் குடியிருந்த தெரு அல்லது தெருக்கள்;** the street or streets where only Brahmins lived. இப்போது அக்கிரகாரங்களில் எல்லா வகுப்பினரும் வசிக்கிறார்கள்.

அக்கிரமம் பெ. (-ஆக, -ஆன) **1: கொடும் செயல்; அட்டூழியம்;** atrocity. குடிசைகளுக்குத் தீ வைத்தது அக்கிரமம் இல்லையா? [(தொ.சொ.) **அட்டகாசம்/ அட்டூழியம்/ அதர்மம்/ அநியாயம்/ அநீதி/ அராஜகம்**] **2: (சிறு) தொல்லை;** (harmless) mischief; nuisance. வீட்டில் குழந்தைகளின் அக்கிரமம் பொறுக்க முடியவில்லை.

அக்கிராசனர் பெ. (இலங்.) **ஓர் அமைப்பின் தலைவர்;** head (of a group). பிரஜைகள் குழுவின் அக்கிராசனராக அவர் தேர்ந்தெடுக்கப்பட்டுள்ளார்./ நீண்ட காலமாகப் பெற்றோர் ஆசிரியர் சங்க அக்கிராசனராக நான் இருந்து வருகிறேன்./ மீட்புப் பணிக்கு அவரே அக்கிராசனராகத் தேர்ந்தெடுக்கப்பட்டார்.

அக்கினி பெ. **1: (பெரும்பாலும் சமயச் சடங்குகளில்) நெருப்பு;** sacred fire. அக்கினி வளர்த்து வேள்வி செய்தனர். **2: நெருப்புக் கடவுள்;** god of fire. வேத காலத்தில் அக்கினியையும் வருணனையும் வழிபட்டனர்.

அக்கினிக் குண்டம் பெ. காண்க: *குண்டம்.*

அக்கினிச் சட்டி பெ. காண்க: *தீச்சட்டி, 1.*

அக்கினி சாட்சியாக வி.அ. **(திருமணச் சடங்கில்) தீ வளர்த்து அதன் முன்னிலையில்;** in the presence of sacred fire (as witness during wedding ritual). இது அக்கினி சாட்சியாக நடந்த திருமணம்.

அக்கினித் திராவகம் பெ. காண்க: *திராவகம்.*

அக்கினி நட்சத்திரம் பெ. **கோடையில் (சித்திரை, வைகாசி மாதங்களில்) மிகவும் வெப்பமாக இருக்கும் சுமார் மூன்று வார காலம்; கத்திரி வெயில்;** hottest days (in May); dog days. அக்கினி நட்சத்திரம் ஆரம்பித்துவிட்டதால் வெயில் கொளுத்துகிறது.

அக்கினிப் பரீட்சை பெ. **தன்னுடைய உண்மையான தரத்தை அல்லது தகுதியை நிரூபிக்க மேற்கொள்ளும் கடுமையான சோதனை;** acid test; ordeal. புதிதாக ஆரம்பிக்கப்பட்ட கட்சிக்கு வருகிற தேர்தல் ஒரு அக்கினிப் பரீட்சை என்றுதான் சொல்ல வேண்டும்.

அக்கினிப் பாறை பெ. **எரிமலைக் குழம்பு இறுகி உண்டான பாறை;** igneous rock; volcanic rock.

அக்கினிப்பிரவேசம் பெ. **(புராணத்தில்) வளர்த்த தீயில் புகுந்து தன் தூய்மையை நிரூபிக்க ஒருவர் மேற்கொள்ளும் சோதனை;** the ordeal of passing through fire to prove one's innocence; ordeal by fire.

அக்கினி மூலை பெ. **(ஒரு இடத்தின்) தென்கிழக்கு மூலை;** (of a place) south-east quarter.

அக்குவா பெ. (திருநர் வ.) **(பால்மாற்று அறுவைச் சிகிச்சையான) நிர்வாணம் செய்துகொள்ளாத திருநங்கை;** transwoman who chose to not undergo gender reassignment surgery.

அக்குவேறு ஆணிவேறாக வி.அ. **கூறுகூறாக; பிட்டுப் பிட்டு;** in minute detail. அடுத்த வீட்டுச் சங்கதியை இப்படி அக்குவேறு ஆணிவேறாக அலசுகிறாயே!/ சைக்கிளை அக்குவேறு ஆணிவேறாகப் பிரித்துவிட்டான்.

அக்குள் பெ. **தோள்மூட்டின் கீழ் உள்ள குழிவு; கக்கம்;** armpit. *(பார்க்க, படம்: உடல்)*

அகக்கண் பெ. **1: புறக்கண்களால் அறிய முடியாத உண்மையை உணர்த்துவதாகவும் ஒருவருக்குள் இருப்பதாகவும் நம்பப்படும் கண்;** inner eye. கலிங்கப் போர் விளைவித்த பேரழிவு மன்னர் அசோகரின் அகக்கண்ணைத் திறந்தது. **2: மனக்கண்;** mind's eye. ஸ்ரீரங்கநாதரை ஆண்டாள் தன் அகக்கண்ணில் பார்த்து மகிழ்ந்தார்./ தன் மகளின் திருமணக் கோலம் அவர் அகக்கண்ணில் தெரிந்தது.

அகங்காரம் பெ. (-ஆக, -ஆன) **இறுமாப்பு;** haughtiness; arrogance; ego. தான் மிகவும் படித்தவன் என்கிற அகங்காரம் அவனுக்கு உண்டு. [(தொ.சொ.) அகந்தை/ அகம்பாவம்/ இறுமாப்பு/ கர்வம்/ கொழுப்பு/ செருக்கு/ திமிர்/ பெருமிதம்]

அகச் சந்தி பெ. (இலக்.) **ஒரு சொல்லோடு உருபுகள் சேரும்போது முதலில் வரும் உருபின் கடைசி எழுத்திலோ இரண்டாவது வரும் உருபின் முதல் எழுத்திலோ அல்லது இரண்டு எழுத்துகளிலுமோ ஏற்படும் ஒலி மாற்றமும் ஒலித் தோற்றமும்; அதனால் தோன்றும் எழுத்து மாற்றமும் எழுத்துத் தோற்றமும்;** internal sandhi. 'கேட்டான்' என்ற சொல்லில் 'கேள்' என்பதில் உள்ள ளகரம் டகரமாகவும், இறந்தகால உருபான தகரம் டகரமாக ஆவதும் அகச் சந்தி ஆகும்./ 'பணக்காரன்' என்ற சொல்லில் 'பணம்' என்பதில் உள்ள மகரம் மறைவதும், ககரம் தோன்றுவதும் அகச் சந்தி எனப்படும்.

அகச்சான்று பெ. **ஒரு நூலைப் பற்றிய கருத்தை நிறுவ அந்நூலுக்கு உள்ளேயே கிடைக்கும் ஆதாரம்;** internal evidence (available within a text).

அகச்சிவப்புக் கதிர் பெ. (இயற்.) **(பெரும்பாலும் பன்மையில்) வெப்பமான பொருள்களிலிருந்து வெளிப்படும் அல்லது மின்காந்தக் கதிர்வீச்சைப் பயன்படுத்திப் பெறப்படும், வெப்பத்தை உமிழும், சிவப்பு நிறத்தை விட அதிக அலைநீளம் கொண்ட, கண்ணால் பார்க்க இயலாத ஒளிக்கதிர்;** infra-red rays. மருத்துவச் சிகிச்சையில் அகச்சிவப்புக் கதிர்கள் பயன்படுத்தப்படுகின்றன.

அகட்டு வி. (அகட்ட, அகட்டி) (பே.வ.) **(கை, கால்களை) பரப்புதல்;** spread (the legs or arms). இடுப்பில் கை வைத்துக் கால்களை அகட்டி நின்றான்./ இந்த உடற்பயிற்சியைச் செய்யக் கைகளை நன்றாக அகட்ட வேண்டும்.

அகடவிகடம் பெ. (-ஆக, -ஆன) (அ.வ.) **1: சிரிக்க வைக்கும் கோமாளிச் செயல்கள்;** antics. கூத்தில் அகடவிகடம் பண்ணிச் சிரிக்க வைப்பது கோமாளியின் வேலை. **2: எப்பாடு பட்டாவது காரியத்தைச் சாதிக்கும் திறமை;** ability to achieve sth. by one means or another; doing sth. by hook or by crook. அவனுடைய அகடவிகடம் யாருக்கு வரும்?

அகண்ட பெ.அ. **விசாலமான;** wide; expansive. அகண்ட ஆகாயம்/ அகண்ட காவிரி.

அகண்ட அலைவரிசை பெ. **அதிக அளவில் தகவல்களை மிக விரைவாக இணையத்தின் மூலம் அனுப்புவதற்கும் பெறுவதற்கும் வகைசெய்யும் தொழில்நுட்பம்;** broadband.

அகண்ட தீபம் பெ. **நந்தாவிளக்கு;** lamp that burns ceaselessly (in the sanctum sanctorum of a temple).

அகணி பெ. (ஊரக வ.) **பனை மட்டைக் காம்பின் நடுப்பகுதியிலிருந்து நாடாபோல் உரித்துக் கயிறாகப் பயன்படுத்தும் நார்;** strip peeled off from the underside of palmyra frond which can be used as cord. அகணி கிடைத்தால் மூங்கில் கூடை பின்ன ஆரம்பிக்கலாம்./ தாத்தாவுக்கென்றே அகணியில் பின்னிய கட்டில் ஒன்று இருந்தது.

அகத்தி பெ. **கீரையாகப் பயன்படும் இலைகளை உடைய, கொடிக்காலில் வளர்க்கப்படும் ஒரு வகை மரம்;** West Indian pea-tree.

அகத்திக்கீரை பெ. **அகத்தி மரத்தின் (உணவாகப் பயன்படும்) கரும் பச்சை நிற இலை;** West Indian pea-tree leaves (used as greens).

அகத்தேர்வாளர் பெ. **இறுதித் தேர்வில் மாணவரின் திறமையை மதிப்பிட அந்த மாணவர் படிக்கும் கல்வி**

3 அகமருத்துவர்

நிறுவனத்திலிருந்தே நியமிக்கப்படும் ஆசிரியர்; internal examiner (in an educational institution).

அகத்தேர்வு பெ. பொதுத்தேர்வின் ஒரு பகுதியாக மாணவர் படிக்கும் கல்வி நிறுவனமே நடத்தி மதிப்பீடு செய்யும் தேர்வு; internal examination.

அகதி பெ. 1: சமயம், அரசியல் போன்ற காரணங்களால் சமூகத்தில் நிலைமை மோசமாகும்போது தன் நாட்டிலிருந்து வெளியேறி மற்றொரு நாட்டில் அடைக்கலம் தேடுபவர்; refugee. நாட்டுப் பிரிவினையின்போது அகதிகளாக வந்தவர்களும் உண்டு, அகதிகளாக வெளியேறியவர்களும் உண்டு. 2: இயற்கைப் பேரழிவால் பாதிக்கப்பட்டுப் புகலிடம் தேடுபவர்; refugee. அமெரிக்காவில் சூறாவளித் தாக்குதலுக்கு உள்ளான நியுஆர்லியன்ஸ் நகரில் அகதிகளாகத் தவித்த ஆயிரக் கணக்கானோர் விமானங்கள் மூலம் வேறு ஊர்களுக்குக் கொண்டுசெல்லப்பட்டனர்.

அகந்தை பெ. 1: இறுமாப்பு; அகங்காரம்; arrogance; pride. தான் மெத்தப் படித்தவன் என்ற அகந்தை அவனிடம் உண்டு. [(தொ.சொ.) அகங்காரம்/ அகம்பாவம்/ இறுமாப்பு/ கர்வம்/ கொழுப்பு/ செருக்கு/ திமிர்/ பெருமிதம்] 2: தன்முனைப்பு; conceit; self-esteem; ego. இறைவனிடம் செலுத்தும் பக்தி நம் அகந்தையைப் போக்க உதவும் என்று சொல்வார்கள். 3: தன்மானம்; self-esteem. அவனுடைய அலட்சியம் அவளுடைய அகந்தையைச் சீண்டியது.

அகநிலை பெ. காண்க: அகவயம்.

அகநோயாளி பெ. காண்க: உள்நோயாளி.

அகப்படு வி. (அகப்பட, அகப்பட்டு) 1: பிடிபடுதல்; சிக்குதல்; மாட்டுதல்; get trapped; get caught. திருடன் கையும் களவுமாக அகப்பட்டுக்கொண்டான்./ வண்டிச் சக்கரத்தின் கீழ் அகப்பட்டு அவள் நசுங்க இருந்தாள்./ கொலை வழக்கில் என் தம்பி அகப்பட்டுக்கொண்டு தவிக்கிறான். 2: (தன்னிச்சையாக அல்லது தானாக வருவதுபோல) கிட்டுதல்; கிடைத்தல்; be available (voluntarily or by chance); happen to have. பைக்குள் கைவிட்டு அகப்பட்ட சில்லறையை எடுத்துப் பிச்சைக்காரிக்குப் போட்டான்./ பேச்சுத் துணைக்கு ஒருவர் அகப்பட்டார். 3: (மறைவாக இருந்தது அல்லது மறைத்து வைக்கப்பட்டிருந்தது) கிடைத்தல்; (of sth. that lay hidden or concealed) be found. கிணறு தோண்டிய இடத்தில் சிலை அகப்பட்டது./ காவல்துறையினர் அந்த வீட்டைச் சோதனையிட்டபோது நிறைய திருட்டுச் சாமான்கள் அகப்பட்டன.

அகப்பை பெ. நீண்ட கைப்பிடியுள்ள மரக் கரண்டி; wooden ladle. நான்கைந்து சட்டிகளும் அகப்பைகளும்தான் அவர்களின் சொத்து.

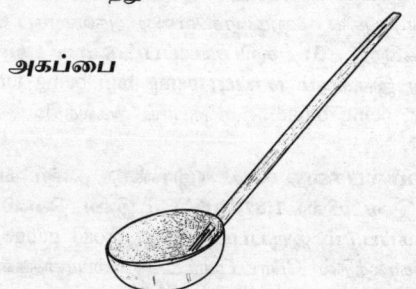

அகப்பை

அகம்[1] பெ. 1: (உ.வ.) வெளியில் தெரியாதபடி அமைந்திருப்பது; உள்பகுதி; the inside; inner; internal. வீட்டின் அகத்தையும் புறத்தையும் தூய்மையாக வைத்திருக்க வேண்டும். 2: மனம்; உள்ளம்; mind. புறத் தூய்மையைப் போலவே அகத் தூய்மையும் முக்கியம். 3: காதலைப் பற்றிக் கூறும் தமிழ் இலக்கியப் பொருள் பாகுபாடு; a division of Tamil literature based on themes of love, familial relationships, etc., பழைய தமிழ் இலக்கணங்கள் அகப்பொருளையும் புறப்பொருளையும் விரிவாகக் கூறுகின்றன./ நானூறு அகப் பாடல்கள் கொண்டது அக நானூறு.

-அகம்[2] இ.சொ. 1: 'ஒரு தொழில், பணி முதலியவை நடைபெறும் இடம்' என்ற பொருளிலோ 'குறிப்பிடப்படுபவர் பணியை நடத்தும் இடம்' என்ற பொருளிலோ 'நிலப் பகுதி' என்ற பொருளிலோ ஒரு சொல்லுடன் சேர்ந்து மற்றொரு சொல்லை உருவாக்கும் இடைச்சொல்; particle to denote 'a place where the specified activity is conducted' or 'office of the ...' or 'in the region or area (of sth.)'. தையலகம்/ உணவகம்/ இயக்ககம்/ தென்னகம்/ மலையகம். 2: வீட்டிற்கோ கட்டடத்திற்கோ பெயர் சூட்டும்போது 'குறிப்பிட்ட தன்மை நிறைந்திருக்கும் இடம் அல்லது குறிப்பிட்டவர் நினைவாக அமையும் இடம்' என்ற பொருளில் ஒரு சொல்லுடன் சேர்ந்து மற்றொரு சொல்லை உருவாக்கும் இடைச்சொல்; particle added to certain nouns in naming houses, buildings, etc., in the sense of 'full of' or 'in commemoration of s.o. or sth.'. அன்பகம்/ எழிலகம்/வள்ளுவரகம்.

அகம்பாவம் பெ. (-ஆக, -ஆன) அகங்காரம்; திமிர்; arrogance; insolence. ஆண் என்கிற அகம்பாவம்/ அவள் அகம்பாவமாகப் பேசினாள் என்பதை என்னால் நம்ப முடியவில்லை./ யாரையும் மதிக்காத அவருடைய அகம்பாவமான போக்கு. [(தொ.சொ.) அகங்காரம்/ அகந்தை/ இறுமாப்பு/ கர்வம்/ கொழுப்பு/ செருக்கு/ திமிர்/ பெருமிதம்]

அகம்பாவி பெ. அகம்பாவம் பிடித்த நபர்; an arrogant person; one who is conceited. அவர் ஒரு நல்ல இசைக் கலைஞர், ஆனால் அகம்பாவி./ அவள் ஒரு சரியான அகம்பாவி, தான்தான் பெரிய ஆள் என்ற நினைப்பு!

அகமணம் பெ. (மானுடவியல் வழக்கில்) ஒருவர் தம் சாதிக்குள்ளேயே செய்துகொள்ளும் திருமணம்; marriage within one's caste. அகமண முறை ஒழிக்கப்பட்டால் சாதிப் பிரிவுகள் ஒழியும் என்று கருதப்படுகிறது.

அகமதிப்பீடு பெ. தேர்வின் பகுதியாக அமையும் செய்முறைப் பயிற்சி, பயிற்சி ஏடு போன்றவற்றை (மாணவர் படிக்கும் கல்வி நிறுவனத்தைச் சேர்ந்த ஆசிரியரே) மதிப்பீடு செய்யும் முறை; internal assessment.

அகமருத்துவர் பெ. (மருத்துவக் கல்லூரியில்) நான்கரை ஆண்டுகள் படித்து முடித்தபின், ஓராண்டுக் காலம் மருத்துமனையில் நோயாளிகளுக்குச் சிகிச்சை அளிக்கும் பயிற்சியைப் பெற்றுவரும் மருத்துவ மாணவர்; house surgeon.

அகரமுதலி பெ. (உ.வ.) **அகராதி;** dictionary.

அகரவரிசை பெ. **ஒரு மொழியில் எழுத்துகள் அமைந்துள்ள வரிசையின் அடிப்படையில் சொற்களை வரிசைப்படுத்தும் முறை;** alphabetical order.

அகரவரிசைப்படுத்து வி. (-படுத்த, -படுத்தி) **(ஒரு மொழியில் உள்ள) சொற்கள், பெயர்கள் போன்றவற்றை அகரவரிசைப்படி வரிசைப்படுத்துதல்;** arrange alphabetically. கீழே தரப்பட்டிருக்கும் சொற்களை அகரவரிசைப்படுத்தவும்./ ஊர்களின் பெயர்கள் அகரவரிசைப் படுத்தப்பட்டுப் பின்னிணைப்பில் கொடுக்கப்பட்டுள்ளன.

அகராதி பெ. 1: **ஒரு மொழியில் அல்லது ஒரு துறையில் பொருளுடைய சொற்களை அல்லது குறியீடுகளை வரிசைப்படுத்திப் பொருள் தரும் நூல்;** dictionary (of a language or a subject). சொல்லுக்குப் பொருள் தெரியவில்லை என்றால் அகராதியை நாடுகிறோம்./ இந்த அகராதியில் இலக்கணக் குறிப்பு, எடுத்துக்காட்டு வாக்கியங்கள் போன்றவை கொடுக்கப்பட்டுள்ளன./ இயற்பியல் கலைச் சொல் அகராதி./ சைகை மொழி அகராதி. 2: ('அகராதியில்' என்ற வடிவத்தில் மட்டும்) (பெரும்பாலும் எதிர்மறையில்) **இயல்பு;** (in negative constructions) in (one's) lexicon; in (one's) nature. தோல்வி என்பது என் அகராதியில் கிடையாது./ இரவில் கண்விழிப்பது என்பதே அவள் அகராதியில் கிடையாது./ அலுவலகத்துக்குத் தாமதமாக வருவது என்பது அவன் அகராதியில் இல்லாத ஒன்று./ நன்றி என்பது அவர் அகராதியில் இல்லை.

அகராதி பிடித்தவன் பெ. (பே.வ.) **பிறரை மதிக்காமல் எதிர்த்துப் பேசுபவன்; திமிர் பிடித்தவன்;** impudent person.

அகராதியியல் பெ. **அகராதிகளை எவ்வாறு உருவாக்குவது என்பது குறித்த துறை;** lexicography.

அகல்[1] வி. (அகல, அகன்று) 1: **குறிப்பிட்ட இடத்திலிருந்து நகர்தல்; (திரை முதலியன) விலகுதல்;** leave (a place); move away; (of a screen, etc.,) go up. நின்றுகொண்டிருந்தவர் திடீரென்று அங்கிருந்து அகன்றார்./ திரை அகன்றதும் காட்சி தொடங்கியது. 2: **(உணர்ச்சி, நினைவு அல்லது நோய், வலி போன்றவை) நீங்குதல்;** (of thought, emotion or illness, pain, etc.,) leave; go away; disappear. சென்ற ஆண்டு வீசிய புயல் இன்னும் மக்கள் நினைவிலிருந்து அகலவில்லை./ முகத்தில் முன்பு இருந்த சிரிப்பும் மலர்ச்சியும் அகன்றுவிட்டிருந்தன./ மனத்திலிருந்து அச்சம் அகன்றது./ நம்மை விட்டுத் தாழ்வு மனப்பான்மை அகன்றால்தான் முன்னேறுவோம்./ பல விதமான வயிற்று உபாதைகள் அகல வேம்பைப் பயன்படுத்துமாறு மருத்துவர்கள் கூறுகின்றனர். 3: **விரிதல்;** expand. மூச்சை இழுக்கும்போது மார்பு அகன்று, வெளியே விடும்போது சுருங்குகிறது.

அகல்[2] பெ. **(மண் அல்லது உலோகத்தில் செய்யப்பட்ட) எண்ணெயும் திரியும் இட்டு ஏற்றப்படும், குழிவு அதிகம் இல்லாத விளக்கு;** small shallow bowl-shaped oil-lamp made of clay or metal. கார்த்திகைதோறும் வீடுகளில் வரிசையாக அகல் விளக்குகளை ஏற்றிவைப்பார்கள்.

அகல வி.அ. 1: **(கண், வாய் அல்லது கதவு, ஜன்னல் முதலியவற்றைக் குறிப்பிடும்போது) பெரிதாக; நன்றாக விரிந்து இருக்கும்படி;** (of eyes, mouth or door, window, etc.,) wide. ஆச்சரியத்தால் கண்களை அகல விரித்தாள்./ கதவை அகலத் திறந்துவை. 2: **(கையை அல்லது காலைக் குறிப்பிடும்போது) பக்கவாட்டில்;** (of arms or legs) wide apart. கைகளை அகலப் பரப்பி மல்லாந்து படுத்திருந்தான்.

அகலக்கால் வை வி. (வைக்க, வைத்து) **விளைவுகளை யோசிக்காமல் சக்திக்கு மீறிய செயலில் இறங்குதல்;** go beyond one's means. வியாபாரத்தில் நிதானமாகச் செயல்பட வேண்டும், அகலக்கால் வைக்கக் கூடாது என்று அவர் எனக்குப் புத்திமதி சொன்னார்./ ஒரே பெண்ணின் கல்யாணம் என்று அகலக்கால் வைத்ததில் தலைக்கு மேல் கடன்.

அகலத் திரை பெ. **(திரையரங்கம், கணினி, தொலைக்காட்சிப் பெட்டி ஆகியவற்றின் திரையைக் குறித்து வரும்போது) சராசரி அளவைவிட அகலமாக இருக்கும் திரை;** widescreen. மௌனப்படம், பேசும்படம், வண்ணப் படம், அகலத்திரை, முப்பரிமாணம் என்று சினிமாவின் வளர்ச்சியில் பல காலகட்டங்கள்.

அகலப்படுத்து வி. (-படுத்த, -படுத்தி) **(ஓர் இடத்தின், பரப்பின்) அகலத்தைக் கூட்டுதல்; அகலமாக்குதல்;** broaden. கிழக்குக் கடற்கரைச் சாலையை அகலப்படுத்தும் பணி தற்போது நடைபெற்றுவருகிறது./ இந்த நகரின் சாலைகளை இதற்கு மேல் அகலப்படுத்த முடியாது./ முற்றத்தைக் கொஞ்சம் அகலப்படுத்தினால் நன்றாக இருக்கும் என்று அப்பா சொல்லிக்கொண்டிருந்தார்.

அகலம் பெ. 1: **(நீளம் அல்லது உயரம் உள்ள ஒன்றில்) இரு பக்கங்களுக்கு இடையே உள்ள தூரம்;** breadth; width. இந்தப் பலகையின் நீளம் பத்தடி, அகலம் மூன்றடி./ நூறு அடி அகலச் சாலை. 2: (-ஆக, -ஆன) **சராசரி அகலத்தைவிட அதிகம்;** broad. அகலமான வீதி/ அகலமான நெற்றி/ துணியில் அகலஅகலமான பூக்கள் அச்சிடப்பட்டிருந்தன./ புதிய கடற்கரைச் சாலை அகலமாகப் போடப்பட்டிருக்கிறது. 3: **குறிப்பிடப்பட்டுள்ள அளவுக்கு அகன்று இருக்கும் பரப்பு;** being big; being large; being wide; being broad. ஒரு ரூபாய் அகலத்தில் குங்குமப் பொட்டு.

அகல ரயில்பாதை பெ. **(இரண்டு தண்டவாளங்களுக்கு இடையில்) 1.676 மீட்டர் இடைவெளி விட்டு அமைக்கப்படும் இருப்புப்பாதை;** broad gauge. ஆங்கிலேயர் காலத்தில் போடப்பட்ட ரயில்பாதைகள் அகல ரயில்பாதைகளாக மாற்றப்பட்டுவிட்டன.

அகலி வி. (அகலிக்க, அகலித்து) (இலங்.) (ஒன்றின் பரப்பை) அகலமாக்குதல்; பெரிதாக்குதல்; widen. ஒவ்வொரு முறை வேலி அடைக்கும்போதும் என்னுடைய காணிக்குள் பக்கத்து வீட்டார் அகலித்துக்கொண்டேவருகிறார்./ (உரு வ.) பெண்ணிய நோக்கில் இலக்கியப் படைப்புகளை அணுகுவதற்கான தளங்களை நூலாசிரியர் அகலித்துச் சொல்கிறார்.

அகவயம் பெ. (-ஆக, -ஆன) 1: (தன்னை அறிந்துகொள்ளும்) உள்நோக்கு; introspection. எண்ணப் போக்கை ஒழுங்குபடுத்த அகவயப் பார்வை வேண்டும். 2: சொந்த உணர்ச்சிகள் அல்லது விருப்புவெறுப்பு சார்ந்த பார்வை; subjectivity. நடுநிலையான ஆராய்ச்சிக்கு அகவயமான சிந்தனை உதவாது.

அகவல்[1] பெ. தமிழ் இலக்கியத்தில் நான்கு பாடல் வகைகளுள் ஒன்று; one of the four major metres in Tamil prosody. ஆசிரியப்பா 'அகவல்' என்று அழைக்கப்படுகிறது.

அகவல்[2] பெ. மயில் எழுப்பும் ஒலி; the call of peacock.

அகவிலைப் படி பெ. விலைவாசி ஏற்றத்தைச் சரிக்கட்ட அடிப்படை ஊதியத்தின் வீதமாக ஊதியத்தோடு கொடுக்கப்படும் கூடுதல் தொகை; index-linked allowance given to employees as a certain percentage of their basic pay; (in India) dearness allowance.

அகவு வி. (அகவ, அகவி) (மயில்) கரகரப்பான குரலில் ஒலி எழுப்புதல்; (of peacock) scream.

அகவை பெ. (உ.வ.) வயது; age (of s.o.).

அகழ் வி. (அகழ, அகழ்ந்து) (புதைந்து கிடக்கும் பொருளை அறிந்துகொள்ள அல்லது வெளியே கொண்டுவர) தோண்டுதல்; excavate; drill; dig up. இந்தப் பகுதியில் பல முதுமக்கள் தாழிகள் அகழ்ந்து எடுக்கப்பட்டிருக்கின்றன./ பாரத எண்ணெய் நிறுவனம் எண்ணெய்க் கிணறுகளை அகழும் பணியைத் தொடங்கியிருக்கிறது. [(தொ.சொ.) தோண்டு/ பறி/ வெட்டு]

அகழ்வாராய்ச்சி பெ. பண்டை நாகரிகச் சின்னங்களைத் தோண்டியெடுத்து வெளிப்படுத்தும் ஆராய்ச்சி; archaeological excavation.

அகழ்வு பெ. (புதைந்து அல்லது படிந்து கிடக்கும் பொருளை வெளியே கொண்டுவர) தோண்டும் செயல்; excavation. தஞ்சை பெரிய கோயிலில் அகழ்வுப் பணிகள் மேற்கொள்ளப்பட்டுள்ளன.

அகழாய்வு பெ. காண்க: அகழ்வாராய்ச்சி.

அகழான் பெ. (இலங்.) (வயல்களிலும் தரிசு நிலங்களிலும் மட்டும் காணப்படும்) உடல் சற்று நீண்டு இருக்கும் ஒரு வகைப் பெரிய எலி; அகழெலி; மண்ணெலி; (field) rat. வயல் வரப்புகளை அகழான் துளைத்துவைத்திருந்தது./ பனம் பாத்தியை மூடிய மண்ணை அகழான் கிளறிவிட்டுப் போய்விட்டது.

அகழி பெ. கோட்டை மதிலைச் சுற்றித் தற்காப்புக்காக ஆழமாக வெட்டப்பட்டு, நீர் நிரப்பப்பட்ட அமைப்பு; moat. (பார்க்க, படம்: இழுவைப் பாலம்)

அகழெலி பெ. (இலங்.) காண்க: அகழான்.

அகற்று வி. (அகற்ற, அகற்றி) 1: நீக்குதல்; இல்லாதபடி ஆக்குதல்; remove; eradicate. குளத்தில் வெங்காயத் தாமரையை அகற்றிய பின் மீன்பிடிக்கலாம்./ காயத்தின் மேல் இருந்த பஞ்சை அகற்றி மருந்து போட்டார்./ வறுமையை அகற்றப் பல திட்டங்கள். 2: அப்புறப்படுத்துதல்; வெளியேற்றுதல்; remove; evict. சாலை மறியலில் ஈடுபட்டிருந்தவர்கள் காவல்துறையினரால் அகற்றப்பட்டனர்./ தொடர்ந்து அமளியில் ஈடுபட்ட உறுப்பினர்கள் அவையிலிருந்து அகற்றப்பட்டனர்./ தொழிற்சாலைகளிலிருந்து கழிவுநீரை அகற்றத் தகுந்த ஏற்பாடுகள் செய்யப்பட்டுள்ளன.

அகன்ற பெ.அ. 1: அகலமான; விசாலமான; broad. அகன்ற தெருக்கள்/ (உரு வ.) அகன்ற அறிவு. 2: (உடல் உறுப்புகளைக் குறிக்கும்போது) விரிந்த; broad. சற்று அகன்ற மூக்கு/ அகன்ற மார்பு.

அகஸ்மாத்தாக/அகஸ்மாத்தான வி.அ./பெ.அ. (அ.வ.) எதிர்பாராமல்/எதிர்பாராத; தற்செயலாக/தற்செயலான; accidentally/accidental; unexpectedly/unexpected. தெருவில் அகஸ்மாத்தாக நண்பரைச் சந்தித்தேன்./ அந்தப் புத்தகம் அகஸ்மாத்தாகக் கிடைத்தது./ பத்து ஆண்டுகளுக்குப் பிறகு நிகழ்ந்த அகஸ்மாத்தான சந்திப்பு.

அகாரணமாக வி.அ. (அ.வ.) காரணம் இல்லாமல்; without reason. அகாரணமாகச் சந்தேகப்பட்டுக் காரியத்தைக் கெடுத்துவிடாதே.

அகாலம் பெ. 1: (இரவில்) உரிய நேரம் அல்லாத நேரம்; unearthly time; late hour. இந்த அகாலத்தில் எந்த மருந்துக் கடை திறந்திருக்கும்?/ இந்த அகால நேரத்தில் வந்து கதவைத் தட்டுவது யார்? 2: (இறப்பு, மூப்புப்பற்றிக் குறிப்பிடும்போது) உரிய வயதுக்கும் குறைந்த வயது; that which is premature; that which is untimely. தன் ஒரே சகோதரன் அகாலத்தில் காலமானது அவருக்குப் பெரும் துயரத்தைத் தந்தது./ அளவுக்கு மீறிய குடும்பச் சுமையும் கவலைகளும் அவனுக்கு அகாலத்தில் மூப்பைத் தந்துவிட்டன.

அகிம்சை பெ. உயிர்களுக்குத் தீங்கு செய்வதையும் வன்முறையில் ஈடுபடுவதையும் தவிர்த்த நிலை; non-violence.

அகில் பெ. 1: சிறு துண்டுகளாக வெட்டி நறுமணப் பொருளாகப் பயன்படுத்தப்படுவதும் ஒரு வகை வாசனைத் தைலம் தயாரிக்கப் பயன்படுவதுமான (இமய மலைப் பகுதிகளில் வளரும்) மரம்; eaglewood tree; agarwood tree. 2: வாசனைப் பொருள்கள் தயாரிக்க உதவும் வெள்ளை நிறப் பிசினைத் தருவதும் மரச்சாமான்கள் செய்வதற்குப் பயன்படுத்தப்படுவதுமான (மேற்குத் தொடர்ச்சி மலைப் பகுதிகளில் வளரும்) ஒரு வகை மரம்; a kind of white cedar.

அகில பெ.அ. (நாடு, உலகம் முதலிய சொற்களுக்குப் பெயரடையாக வரும்போது) அனைத்து; all. அகில இந்தியத் தொழிலாளர் சங்கம்/ அகில இந்திய வானொலி/ அகில உலகப் புகழ்.

அகிலம் பெ. (அ.வ.) உலகம்; world. அகிலம் அறிந்த செய்தி/ அகிலம் எங்கும் புகழ் பரவிற்று.

அகோரம் பெ. (-ஆக, -ஆன) 1: அருவருப்பான தோற்றம்; விகாரம்; ugliness; ghastliness; unsightliness. பார்ப்பதற்கு அகோரமாக இருந்தான்./ அகோரமான காட்சி. 2: ஒன்றின் மிகுதியான நிலையை உணர்த்தும் சொல்; the extreme of sth. intolerable. அகோர வெயில்/ அகோரமான பசி.

அகௌரவம் 6

அகௌரவம் பெ. (-ஆக, -ஆன) அவமதிப்பு; அவமரியாதை; disrespect; insult. கூத்துப் பார்க்க வந்தவர்கள் தூங்குவதைக் கூத்துக் கலைஞர்கள் அகௌரவமாக நினைப்பதில்லை. [(தொ.சொ.) அவமதிப்பு/ அவமரியாதை/ அவமானம்/ இழிவு/ இழுக்கு/ களங்கம்/ பழி]

அங்கக பெ.அ. (வேதி.) கரிமப் பொருள்களை அடிப்படையாகக் கொண்டிருக்கும்; organic. அங்கக உரங்கள்/ அங்கக வேதியியல்.

அங்ககீனம் பெ. (அ.வ.) உறுப்புக் குறை; உடல் ஊனம்; deformity; physical handicap.

அங்கங்கே வி.அ. தொடர்ச்சியாக இல்லாமல் விட்டு விட்டு; சில இடங்களில்; here and there; scatteringly. மாநாட்டுக்கு வந்தவர்கள் அங்கங்கே நின்று பேசிக்கொண்டிருந்தார்கள்./ கரிய இறக்கையில் அங்கங்கே மஞ்சள் கோடுகள்.

அங்க சாஸ்திரம் பெ. உடல் அமைப்பு, உடலில் காணப்படும் மச்சம் போன்றவற்றின் அடிப்படையில் ஒருவரின் குணம், எதிர்காலம் முதலியவற்றைக் கணித்துக் கூறும் கலை; the art of reading a person's character and his fortune with his features and birthmarks.

அங்கசேஷ்டை பெ. (பிறருக்கு எரிச்சலூட்டும் விதமாகவோ கோமாளித்தனமாகவோ) உடல் உறுப்புகளை மிகையாக அசைக்கும் செய்கை; excessive gesticulations.

அங்கணம் பெ. 1: (ஊரக வ.) (பழங்காலத்து வீடுகளில்) கழிவுநீர் வெளியேறுவதற்காக ஏற்படுத்தப்பட்ட குழிவான அமைப்பு; ridged basin used as a drain (in old houses). கிராமத்தில் தாத்தா வீட்டில் அங்கணத்தில் நின்றுதான் குளிக்க வேண்டும். 2: (வீட்டின் நடுவே) நான்கு தூண்களுக்கு இடைப்பட்ட இடம்; முற்றம்; space (in a house) bounded by four pillars.

அங்கத்தவர் பெ. (இலங்.) உறுப்பினர்; member. சங்கத்தின் அங்கத்தவர் ஒவ்வொருவரும் ஆண்டுச் சந்தாவாக நூறு ரூபாய் செலுத்த வேண்டும்.

அங்கத்தினர் பெ. உறுப்பினர்; member (of an organization).

அங்கத்துவம் பெ. (இலங்.) உறுப்பினராக இருக்கும் நிலை; membership. அவர் தொடர்ந்து மூன்று கூட்டங்களுக்கு வராததால் தன் அங்கத்துவத்தை இழந்தார்.

அங்கதம் பெ. (இலக்கியம், நாடகம் போன்றவற்றில்) நபர்களை, பழக்கவழக்கங்களைக் கேலிக்கு உள்ளாக்கும் தொனி; satire.

அங்கப்பிரதட்சிணம் பெ. (ஒரு வேண்டுதலை நிறைவேற்றும் விதமாக) கோயில் பிராகாரத்தில் உருண்டு வலம்வருதல்; going round the sanctum of a temple by rolling along the passage around it (in fulfilment of a vow).

அங்கப்பிரதட்டை பெ. (இலங்.) அங்கப்பிரதட்சிணம்; going round the sanctum of a temple by rolling along the passage around it (in fulfilment of a vow). முருகன் கோயிலில் அப்பா அங்கப்பிரதட்டை செய்தார்.

அங்கம் பெ. 1: முழுமையின் அல்லது ஒரு அமைப்பின் பகுதி; part of a whole or an organization; member. ராணுவம் அரசாங்கத்தின் ஓர் அங்கம்./ இந்தியா ஐ.நா. சபையின் அங்க நாடுதான். 2: (நாடகத்தில்) ஒரு பெரும் பிரிவு; act (of a play). நாடகத்தின் கடைசி அங்கத்தின் முதல் காட்சி. 3: மனித உடலுறுப்பு; part of human body. நடிகரின் ஒவ்வொரு அங்க அசைவிலும் நடிப்புத் திறன் வெளிப்பட்டது. 4: உடல்; body. செய்தியைக் கேட்டதும் அங்கமெல்லாம் பதறியது.

அங்கலாய் வி. (அங்கலாய்க்க, அங்கலாய்த்து) மனக்குறையைத் தெரிவித்துப் புலம்புதல்; gripe about (sth.). மகன் தன் பெயரைக் கெடுத்துவிடுவான் என்று அவர் அங்கலாய்க்காத நாள் இல்லை. [(தொ.சொ.) குமுறு/ குமை/ கொதி/ கொந்தளி/ பொங்கு/ பொருமு]

அங்கலாய்ப்பு பெ. மனக்குறையை வெளிப்படுத்தும் புலம்பல்; gripe; complaint. நம் வீட்டுக்குத் தகுந்தபடி பெண் இல்லை என்பது அம்மாவின் அங்கலாய்ப்பு.

அங்கவஸ்திரம் பெ. (ஆண்கள் மேலாடையாகத் தோளில் போட்டுக்கொள்ளும்) அடுக்கடுக்கான மடிப்புகள் வைத்த நீண்ட துண்டு; a long pleated piece of cloth (worn by men) on the shoulder or around the neck.

அங்கவஸ்திரம்

அங்கவீனப்படு வி. (-பட, -பட்டு) (இலங்.) (ஒருவர் போர், விபத்து போன்றவற்றால்) ஊனமடைதல்; get disabled (in a war, accident, etc.,); get maimed. இறுதிப் போரில் குண்டுச் சன்னம் பட்டுக் கை அறுபட்டுப்போனதால் அவர் அங்கவீனப்பட்டார்./ காரைச் செலுத்திச் சென்றபோது மதிலுடன் மோதியதில் மதில் விழுந்து இடது பாகம் இயங்காத அளவிற்கு அங்கவீனப்பட்டார்.

அங்கவீனம் பெ. (இலங்.) காண்க: அங்ககீனம்.

அங்கன்வாடி பெ. கிராமங்களில் ஐந்து வயதுக்குட்பட்ட குழந்தைகளுக்கு உணவும் தக்க கவனிப்பும் தருவதற்கு அரசாலும் தொண்டு நிறுவனங்களாலும் நடத்தப்படும் அமைப்பு; welfare arrangement which combines creche and pre-school education for children in villages. அங்கன்வாடியில் குழந்தைகளுக்கு மதியச் சாப்பாடு தருவார்கள்.

அங்கனம்/-ஆக வி.அ. காண்க: அங்ஙனம்/-ஆக.

அங்காடி பெ. பல பொருள்களை விற்பனை செய்யும் பெரிய கடை அல்லது பல கடைகளின் தொகுதி; department store; shopping complex. கூட்டுறவு விற்பனை அங்காடி.

அங்கால் வி.அ. (இலங்.) அப்பால்; beyond (sth.). வயல் வெளிக்கு அங்கால் ஒரு மாடு இறந்து கிடந்தது.

அங்கி பெ. 1: நீண்ட மேலுடை; long loose upper garment; robe. 2: (பெரும்பாலும் வைணவக் கோயில்களில்) பெருமாள் விக்கிரகத்தின் மீது சாத்தப்படும், விலை

7 அச்சடி

உயர்ந்த கற்கள் பதித்த, தங்கம் அல்லது வெள்ளியால் ஆன கவசம் போன்ற அணி; gem-studded coat made of gold or silver for adorning the idols in Vaishnavaite temples. அருள்மிகு வரதராஜ பெருமாள் திருக்கோயில் உற்சவருக்கு ரத்தின அங்கி அணிவிக்கப்பட்டது. 3: (கிறித்.) கத்தோலிக்கக் குருக்கள் அல்லது அருட்சகோதரிகள் அணியும் நீண்ட உடை; cassock; habit.

அங்கிடுதத்தி பெ. (இலங்.) எந்த ஒரு வேலையையும் ஒழுங்காகச் செய்யத் தெரியாத நபர்; stupid person; imprudent person. அந்த அங்கிடுதத்தியிடம் யாராவது கடவுச்சீட்டைக் கொடுப்பார்களா?/ அவள் ஒரு அங்கிடுதத்தி, அவளிடம் எல்லாவற்றையும் கூறிக்கொண்டிருக்காதே.

அங்கீகரி வி. (அங்கீகரிக்க, அங்கீகரித்து) 1: ஏற்றுக்கொள்ளுதல்; accept; approve (of). கலப்புத் திருமணம் நகரங்களில் சுலபமாக அங்கீகரிக்கப்படுகிறது./ பழைய பழக்க வழக்கங்களை அறிவுபூர்வமாக அங்கீகரிக்க முடியவில்லை. 2: (அரசோ உயர்நிலை அமைப்போ குறிப்பிட்ட செயல்பாடுகளை அல்லது அமைப்புகளை) முறையாக அனுமதித்தல்; recognize; accredit. இந்திய மருத்துவ கவுன்சில் அங்கீகரித்த கல்லூரிகளே மருத்துவக் கல்வி அளிக்க முடியும்./ புதிய பாடத்திட்டத்தைப் பல்கலைக்கழகம் விரைவில் அங்கீகரிக்கும்./ எங்கள் நிறுவனத்தால் அங்கீகரிக்கப்பட்ட முகவர்களிடம் மட்டுமே எங்கள் தயாரிப்புகள் கிடைக்கும். 3: ஒப்புதல் அளித்தல்; approve (a scheme, etc.,); recognize. குடிநீர்த் திட்டத்தை அரசு விரைவில் அங்கீகரிக்கும். 4: ஒரு நாடு மற்றொரு நாட்டின் ஆட்சியைச் சட்டபூர்வமானது என்று ஒப்புக்கொள்ளுதல்; accord recognition (to a government). சீனா இன்றுவரை தைவான் அரசை அங்கீகரிக்கவில்லை. 5: (ஒருவருடைய உணர்ச்சிகளுக்கு) மதிப்புக் கொடுத்தல்; acknowledge; recognize. என் உணர்வுகளை அங்கீகரிக்காதவரிடம் நான் எப்படிப் பேசுவது?/ அவையோரின் பாராட்டை அங்கீகரிக்கும் வகையில் எழுந்து நின்று எல்லோரையும் வணங்கினார்.

அங்கீகாரம் பெ. 1: (அரசு அல்லது உயர்நிலை அமைப்பு, குறிப்பிட்ட செயல்பாடுகளுக்கு அல்லது அமைப்புகளுக்குத் தரும்) முறையான அனுமதி; approval; sanction; recognition. பல்கலைக்கழகத்தின் அங்கீகாரம் பெற்ற படிப்புகளையே கல்லூரிகள் கற்பிக்க முடியும்./ அரசின் அங்கீகாரம் பெறாத வேலைவாய்ப்பு நிறுவனங்களை நாட வேண்டாம்./ அறங்காவலர்களின் அங்கீகாரமின்றி நிலம் விற்கப்பட்டிருக்கிறது./ இந்தக் கட்சி இன்னும் தேர்தல் ஆணையத்தின் அங்கீகாரத்தைப் பெறவில்லை. 2: (ஒரு படைப்பு, சிந்தனைப் போக்கு போன்றவற்றைச் சமூகம்) ஏற்றுக்கொள்ளுதல்; acceptance; recognition. கலப்புத் திருமணங்களுக்கு நம் சமூகம் போதிய அங்கீகாரம் இன்னும் வழங்கவில்லை./ என் நாவலுக்கு இவ்வளவு பரவலான அங்கீகாரம் கிடைக்கும் என்று நான் எதிர்பார்க்கவில்லை./ (உரு வ.) தேசியப் போட்டியில் பெற்ற வெற்றி இவருடைய திறமைக்குக் கிடைத்த அங்கீகாரம். 3: (அரசியல் சட்டத்தின்படி ஒரு மசோதாவுக்குக் குடியரசுத் தலைவர் தரும்) ஒப்புதல்; assent. மக்களவையில் நிறைவேற்றப்பட்ட மசோதா குடியரசுத் தலைவரின் அங்கீகாரத்திற்கு அனுப்பப்பட்டிருக்கிறது.

அங்கு வி.அ. காண்க: அங்கே.

அங்குசம் பெ. யானையைக் கட்டுப்பாட்டில் வைத்திருக்க (பாகன்) பயன்படுத்தும், வளைந்த முனையை உடைய நீளமான கம்பி; goad (used by mahouts).

அங்கும் பாடி இங்கும் பாடி பெ. (இலங்.) இருக்கும் இடத்துக்கும் கேட்பவருக்கும் ஏற்ப மாறிமாறிப் பேசும் நபர்; a person who shifts one's stand according to people and place. உன் அண்ணன் தேர்தலில் யாரை ஆதரிப்பார் என்று சொல்ல முடியாது. அவர் அங்கும் பாடி இங்கும் பாடி./ நீ அங்கும் பாடி இங்கும் பாடி என்று இருக்காமல் எவராவது ஒருவருக்கு உண்மையாக இருக்கக் கற்றுக்கொள்.

அங்குமிங்கும்/-ஆக வி.அ. 1: காண்க: அங்கங்கே. 2: ஒரு இடத்திலிருந்து இன்னொரு இடத்திற்கு/ஒரு பக்கத்திலிருந்து இன்னொரு பக்கத்திற்கு; to and fro; back and forth; up and down. மருத்துவமனையில் பிரசவ அறைக்கு வெளியே அங்குமிங்குமாக நடந்துகொண்டிருந்தார்./ கல்யாண வீட்டில் ஆட்கள் அங்குமிங்கும் பரபரப்பாக ஓடிக்கொண்டிருந்தனர்./ அங்குமிங்கும் சுழலும் அவள் கண்கள்./ வலி பொறுக்க மாட்டாமல் சுவரில் தலையைச் சாய்த்து அங்குமிங்கும் உடம்பை அசைத்துக்கொண்டிருந்தான்.

அங்குரார்ப்பணம் பெ. (இலங்.) (விழா போன்றவற்றை) துவக்கிவைக்கும் நிகழ்ச்சி; inauguration. பேராசிரியர் தலைமையில் அங்குரார்ப்பணக் கூட்டம் நடந்தது./ விவசாயக் கழகம் ஒன்றை அங்குரார்ப்பணம் செய்வதற்கு ஒழுங்குகள் செய்யப்பட்டன.

அங்குலம் பெ. 1: ஓர் அடியின் பன்னிரண்டில் ஒரு பாகம்; inch. 2: சிறிது; கொஞ்சம்; a little. இந்தியாவின் ஒரு அங்குல மண்ணைக்கூட விட்டுக்கொடுக்க மாட்டோம் என்று அமைச்சர் கூறினார்./ நகரின் போக்குவரத்து நெரிசலில் பேருந்து அங்குலம்அங்குலமாகத்தான் நகர முடிந்தது./ (உரு வ.) ஒரு அங்குலம்கூட அவர் அசைந்துகொடுக்கவில்லை.

அங்குஸ்தான் பெ. (தைக்கும்போது கையில் ஊசி குத்தாமல் இருக்க) நடுவிரல் நுனியில் அணியும் உலோக உறை; thimble.

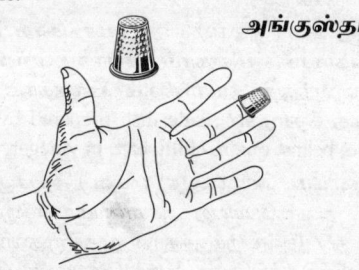

அங்குஸ்தான்

அங்கே வி.அ. அந்த இடத்தில்; அந்த இடத்துக்கு; there; the place referred to. விபத்து நடந்தவுடன் அங்கே ஒரு கூட்டம் கூடிவிட்டது./ மாலை ஆறு மணி அளவில் அங்கே போய்ச் சேர்ந்தோம்.

அங்ஙனம்/-ஆக வி.அ. (உ.வ.) அவ்வாறு; அவ்விதம்; அப்படி; in that manner; in such a way. அங்ஙனம் நடந்திருக்க முடியாது.

அச்சகம் பெ. அச்சுத் தொழில் நடைபெறும் இடம்; printing press.

அச்சடி வி. (-அடிக்க, -அடித்து) காண்க: அச்சிடு.

அச்சப்படு 8

அச்சப்படு வி. (-பட, -பட்டு) **(தீங்கு, ஆபத்து, துன்பம் முதலியவை ஏற்பட்டுவிடுமோ என்று) பயப்படுதல்; அஞ்சுதல்;** be afraid. ஆட்சி மாறும்போது தங்களுக்குள்ள அதிகாரம் பறிபோய்விடுமோ என்று சில அதிகாரிகள் அச்சப்படுகின்றனர்.

அச்சம் பெ. **தீங்கு, இழப்பு, ஆபத்து முதலியவை நேரக் கூடிய சூழ்நிலையில் ஒருவருக்கு ஏற்படும் உணர்வு; பயம்;** fear; fright. தண்டனை கிடைக்கும் என்ற அச்சத் தால் கைதி பேசாமல் இருந்தான். [(தொ.சொ.) **உதறல்/ உதைப்பு/ கலக்கம்/ கிலி/ நடுக்கம்/ பயம்/ பீதி**]

அச்சரக்கட்டை பெ. (இலங்.) **தாயத்து;** (cylinder-shaped) talisman. பிள்ளைக்குத் தங்கத்தில் அச்சரக்கட்டை செய் வித்துக் கட்டியுள்ளேன்.

அச்சரக்கூடு பெ. (இலங்.) காண்க: **அச்சரக்கட்டை.**

அச்சவாரம் பெ. (இலங்.) **முன்பணம்; அச்சாரம்;** advance. அந்த வீட்டை விலைபேசி முடித்துத் தர அச்சவாரமாக பத்தாயிரம் ரூபாய் தந்தான்.

அச்சாகு வி. (-ஆக, -ஆகி) **அச்சிடப்படுதல்;** get printed. அழைப்பிதழ்கள் அச்சாகி வந்துவிட்டன.

அச்சாணி பெ. **சக்கரம் கழலாமல் இருக்க வண்டியின் அச்சு முனைகள் இரண்டிலும் செருகப்படும் இரும்பு முளை; கடையாணி;** linchpin (of a cart). *(பார்க்க, படம்: கட்டைவண்டி)*

அச்சாரம் பெ. (அ.வ.) **முன்பணம்;** money given in advance (to confirm a contract). கல்யாணத்துக்காக மேளக்காரர் களைப் பார்த்துப் பேசி அச்சாரம் கொடுத்தார்.

அச்சாரம் போடு வி. (போட, போட்டு) (பே.வ.) **எதிர் காலத்தில் தனக்குக் கிடைக்க விரும்பும் ஒன்றுக்குத் தேவையான ஆரம்பக் கட்ட ஏற்பாடுகளைத் தற்போதே மேற்கொள்ளுதல்;** prepare the ground. அடுத்த தேர் தலில் நிற்பதற்கு இப்போதே அச்சாரம் போட்டுவிட்டார் போலிருக்கிறதே.

அச்சாறு பெ. (இலங்.) **காரட், மாங்காய், அவரைக்காய், வெங்காயம், மிளகாய் போன்றவற்றைக் காடியில் ஊறவைத்துத் தயாரிக்கும் ஊறுகாய் போன்ற ஒரு வகைத் தொடுகறி;** side dish prepared by soaking carrot, mango, beans, onion, chilli, etc., in vinegar.

அச்சானியம் பெ. (-ஆக) (வ.வ.) **அபசகுனம்;** bad or ill omen. அவர் பேசியது அச்சானியம் என்று என் மனத்தில் பட்டது./ இன்றைக்குத்தான் முதல்முதலாக காரை ஓட்ட ஆரம்பித்திருக்கிறேன். 'யார் மேலாவது இடித்துவிடாதே' என்று அச்சானியமாக ஏதாவது சொல்லிவைக்காதே!

அச்சிடு வி. (அச்சிட, அச்சிட்டு) **1: (எழுத்து, படம் முத லியவற்றை அச்சுப்பொறிகொண்டு) பதித்தல்;** print (a book, etc.,). **2: (ஒன்றின் மீது மர அச்சு முதலியவற்றால்) பதியுமாறு அழுத்துதல்;** impress (with sth.); print. பெரிய பூக்கள் அச்சிட்ட சேலை. **3: (நாணயம்) வார்த்தல்;** mint (coins).

அச்சிரத்தகடு பெ. (இலங்.) **1: தாயத்தினுள் வைக்கப் படும் மந்திரிக்கப்பட்ட செப்புத் தகடு;** copper foil inscribed with occult letters and kept inside a talisman. **2: யந்திரம்[2];** copper plate with an occult diagram. அறை வாசலில் அச்சிரத்தகடு எழுதிக் கொழுவியுள்ளோம்.

அச்சு[1] பெ. **1: (நூல் முதலியன) அச்சிடுவதற்கான (பெரும் பாலும் உலோகத்தால் செய்த) எழுத்து, எண் முதலி யன;** metal typeface used in letterpress. அச்சகத்துக்குப் புதிய அச்சுகள் வாங்கப்பட்டன. **2: அச்சிடுதல்;** printing. அச்சுக் குக் கொடுப்பதற்கு முன் திருத்தங்கள் செய்துவிடு. **3: அச் சிடப்பட்ட வடிவம்/அச்சிடப்பட்ட முறை;** print. கதையை அச்சில் படிக்கும்போது வேறு மாதிரி எழுதியிருக் கலாம் என்று தோன்றும்./ அச்சு அழகாக இருக்கிறது. **4:** ('அச்சில்' என்ற வடிவம் மட்டும்) **அச்சிடப்படும் நிலை/ அச்சிடப்பட்டு விற்பனைக்குக் கிடைக்கும் நிலை;** in print/in press. இவருடைய அடுத்த நாவல் அச்சில் இருக்கி றது. அடுத்த மாதம் வெளியாகும்./ என்னுடைய நூல்களில் பாதிக்கு மேல் அச்சில் இல்லை. **5: (பொருள்களை ஒன்று போல் தயாரிப்பதற்கான) வார்ப்படம்;** mould. அச்சில் வார்த்துச் செய்த வெண்கலச் சிலைகள். **6: தோற்றத்தில் ஒத்த தன்மை; சாயல்;** exact likeness. தாயும் மகளும் ஒரே அச்சு. **7: குழல் போன்ற பகுதியின் அடியில் பொருந்தக்கூடிய துளையிட்ட தகட்டை உடையதும், அந்தப் பகுதியினுள் அடைத்த மாவை ஒரே சீராகப் பிழிவதற்குக் கட்டையை அல்லது உலோகத் தண்டை உடையதுமான சாதனம்/அந்தச் சாதனத்தின் அடியில் பொருத்தும், துளையிட்ட வட்ட வடிவத் தகடு;** hand-operated kitchen gadget consisting of a cylinder and cylinder head (piston-like part) to squeeze out dough through a perforated plate in the cylinder. *(பார்க்க: படம்)* **8:** (மண்.) **அழுத்தினால் குழியும் பதத்தில் இருக்கும்போது மண் பாண்டங்களின் கழுத்துக்குக் கீழ்ப்பகுதியில் அலங் கார வடிவங்களைப் பதித்து எடுக்கப் பயன்படுத்தும் மாட்டுக்கொம்பு அல்லது மரத்தால் ஆன சாதனம்;** a tool made of cattle horn or wood with a design which can be impressed for decoration on unbaked earthenware vessels while still malleable. **9:** (மண்.) **இப்படிச் செய்து மண் பாண்டத்தில் உருவாக்கும் அலங்காரம்;** a design thus impressed on earthenware vessels.

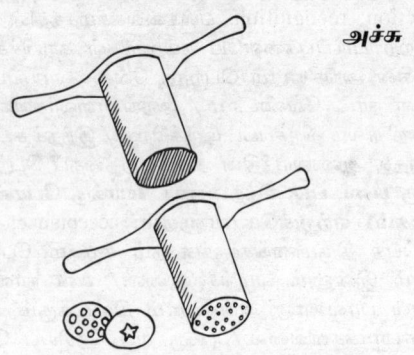

அச்சு

அச்சு[2] பெ. **1: வாகனத்தின் இரு சக்கரங்களின் மையத் தில் செல்லும் இரும்புத் தண்டு;** axle. **2:** (நெசவு) **(தறி யில்) பாவு செல்வதற்கு மட்டும் இடைவெளி கொண்ட தாக அமைக்கப்பட்ட, மெல்லிய கம்பிகளின் நெருக்க மான தொகுப்பு;** reed (in a loom through which the warp goes). **3:** *(கணி.)* **வரைபடத்தில் கிடைமட்டமாகவோ செங்குத்தாகவோ இருக்கும் கோடு;** axis (of a graph). x அச்சும் y அச்சும் சந்திக்கும் புள்ளி 0 ஆகும்./ மாதங்களைப் படுகிடை அச்சிலும் மழையின் அளவுகளைச் செங்குத்து அச்சிலும் குறிக்கவும். **4: உருண்டை வடிவத்தில் இருக்கும் கோள் போன்றவற்றின் நடுவில் செல்வதாகக் கொள்ளப்படும் கற்பனைக்கோடு;** axis. பூமியைப் போல செவ்வாய் கிரகத்தின் அச்சும் சாய்வாக அமைந்திருக்கிறது. **5:** *(உயிரி.)* **மலரின் மையமாகவும் அதை இரண்டாகப் பிரிப்பதாகவும் கொள்ளப்படும் கற்பனைக் கோடு;** axis.

அச்சு அசல்/-ஆக வி.அ. **(ஒப்பிடுவதிலிருந்து) சிறிதும் வேறுபடுத்திப் பார்க்க முடியாத அளவுக்கு ஒரே மாதிரி;** in exactly similar manner. அச்சு அசல் அவன் அம்மா போலவே இருக்கிறான்./ அப்படியே அச்சு அசலாக அக்கா மாதிரியே பேசுகிறாயே!

அச்சு இயந்திரம் பெ. **நூல் முதலியன அச்சிடுவதற்கான இயந்திரம்;** printing machine.

அச்சுக்கட்டை பெ. *(இலங்.)* **(செங்கல் போன்றவை தயாரிக்கப் பயன்படும்) அச்சு;** mould (for making bricks, etc.,). ஒழுங்கான அச்சுக்கட்டையைக் கொண்டுவந்து கல்லை அரி.

அச்சுக்கால் பெ. *(இலங்.)* **ஆரக்கால்;** spoke of a wooden cartwheel.

அச்சுக்குடம் பெ. *(இலங்.)* **வண்டியின் பார்;** wooden plank forming the side of the deck in a cart. அச்சுக்குடம் உடைந்து வண்டியிலிருந்து கீழே விழுந்துவிட்டார்.

அச்சுக்கூடம் பெ. காண்க: **அச்சகம்.**

அச்சுக்கோ வி. (-கோக்க, -கோத்து) **(தாளில் பதிப்பதற்கு ஏற்ற வகையில்) உலோக அச்சு எழுத்துகளை உரிய வரிசையில் கையாலோ இயந்திரம் கொண்டோ அடுக்குதல்;** compose; typeset.

அச்சு நாடுகள் பெ. **இரண்டாம் உலகப் போரில் கூட்டாக இயங்கிய ஜெர்மனி, இத்தாலி, ஜப்பான் ஆகிய நாடுகள்;** the Axis (countries).

அச்சுப்பிரதி பெ. **ஒரு நூல் முடிவாக அச்சேறுவதற்கு முன் திருத்தங்கள் இடும் படிவம்; மெய்ப்பு;** proofs.

அச்சுப்பிழை பெ. **அச்சிடும்போது நேரிடும் எழுத்து மாற்றம், எழுத்து விடுபடுதல் முதலிய தவறுகள்;** printing error.

அச்சுப்பொறி பெ. காண்க: **அச்சு இயந்திரம்.**

அச்சுமரம் பெ. *(இலங்.)* **ஆரக்கால்;** spoke of a wooden wheel (of a cart).

அச்சுவடி பெ. *(நெசவு)* **கைத்தறியில் பாவு இழைகளைத் தனித்தனியாக வைத்துக்கொள்ள உதவும், ஒரு சீப்பின் பற்களைப் போல இருக்கும் சாதனம்;** device similar to a toothed bar in a loom which helps keep the threads in the warp separate. நெய்யும்போது அச்சுவடியை வலுவாக இழுத்து அடித்தால் துணி கெட்டியாகக் கிடைக்கும்.

அச்சுவெல்லம் பெ. **அச்சைப் பயன்படுத்திச் செய்யப்படும் சிறு வெல்லக் கட்டி;** jaggery cast in the shape of a pyramid.

அச்சுறுத்தல் பெ. **கேடு விளையும் என்ற பயத்துக்குக் காரணமாக இருப்பது;** threat; menace. நாட்டுக்குப் பெரும் அச்சுறுத்தலாக உள்ள சக்திகளை எதிர்த்துப் போராட வேண்டும்.

அச்சுறுத்து வி. (அச்சுறுத்த, அச்சுறுத்தி) **பயமுறுத்துதல்; கலக்கமுறச் செய்தல்;** threaten. திருடன் கொலைசெய்துவிடுவதாக அச்சுறுத்தினான். [*(தொ.சொ.)* **எச்சரி/ பயமுறுத்து/ மிரட்டு**]

அச்சேற்று வி. (அச்சேற்ற, அச்சேற்றி) *(அ.வ.)* **(நூலை) அச்சிடுதல்;** have (a work) printed; print. எனது நூலை அச்சேற்ற நண்பர் ஒருவர் உதவிசெய்தார்.

அச்சேறு வி. (அச்சேற, அச்சேறி) *(அ.வ.)* **(நூல்) அச்சிடப்படுதல்;** get printed.

அச்சொட்டாக வி.அ. *(இலங்.)* **அச்சாக; அச்சு அசல்;** exactly (as it is); like a die-cast image (of s.o.). குழந்தை அச்சொட்டாகத் தகப்பனைப் போலவே இருக்கிறான்.

அசக்கு வி. (அசக்க, அசக்கி) *(பே.வ.)* **லேசாக அசைத்தல்;** move slightly. [*(தொ.சொ.)* **அசை/ ஆட்டு**]

அசகாய பெ.அ. **(செய்து முடிக்க) மிகுந்த முயற்சியும் திறமையும் தேவைப்படுகிற; எளிதில் செய்ய முடியாத;** challenging. அசகாய வேலை/ அசகாய சாதனை/ அசகாய செயல்.

அசகாயசூரன் பெ. **எளிதில் செய்ய முடியாததைச் செய்யும் திறமை உள்ளவன்;** person capable of accomplishing a difficult task with ease. திருடனையே ஏமாற்றிய அசகாயசூரன் இவன்.

அசங்கு வி. (அசங்க, அசங்கி) *(பே.வ.)* **லேசாக அசைதல்; கலைதல்;** move slightly. தாயக்கட்டையை எடுக்கும்போது காய்கள் அசங்கிவிட்டன.

அசட்டுத்தனம் பெ. (-ஆக, -ஆன) **சூழலுக்கு ஏற்றபடி நடந்துகொள்ளத் தெரியாத (கேலிக்குள்ளாகும் வகையிலான) தன்மை;** foolishness; stupidity. அசட்டுத்தனமாக அவன் என்னைப் பார்த்துச் சிரித்துக்கொண்டிருக்கிறான்.

அசட்டுத் தித்திப்பு பெ. **(இயல்பான காரச் சுவையுடன் இருக்க வேண்டிய சாம்பார், பொரியல் போன்ற உணவு வகைகளில்) சர்க்கரையோ வெல்லமோ சேர்க்காமலே உணரப்படும் மிக லேசான இனிப்புச் சுவை;** a slight inappropriate sweetness felt in certain dishes without adding sugar or jaggery. காரட் சாம்பார் என்பதால் ஒரு அசட்டுத் தித்திப்பு இருக்கிறதோ?

அசட்டுப்பிசட்டு-என்று வி.அ. *(பே.வ.)* **முட்டாள்தனமாக; அபத்தமாக;** foolishly; stupidly. கேட்ட கேள்விக்கு அசட்டுப்பிசட்டென்று பதில் சொல்கிறான்.

அசட்டை பெ. (-ஆக) **(ஒருவரை அல்லது ஒன்றைப் பொருட்படுத்தாத) புறக்கணிப்பு; அலட்சியம்; கவனக்குறைவு;** neglect; negligence; carelessness; indifference. நீ அவரை அசட்டை செய்துவிட்டாய் என்று அவருக்குக் கோபம்./ தன்னை யார் என்ன செய்துவிட முடியும் என்ற அசட்டை அவனிடம் காணப்பட்டது./ பாலை அடுப்பில் வைத்துவிட்டுச் சற்று அசட்டையாக இருந்துவிட்டேன், பால் பொங்கி வழிந்துவிட்டது.

அசடன் பெ. **மூடன்; முட்டாள்;** fool; stupid person. அந்த அசடனை நம்பி இந்தக் காரியத்தை ஒப்படைக்க முடியாது.

அசடு 10

அசடு பெ. 1: *(பெரும்பாலும் 'அசட்டு' எனப் பெயரடையாக வரும்போது)* **சூழலுக்கு ஏற்றபடி நடந்துகொள்ளத் தெரியாத (கேலிக்குள்ளாகும் வகையிலான) தன்மை;** crackpot. இந்த அசட்டுக் கேள்விக்கு என்ன பதில் சொல்ல?/ அவன் முகத்தில் ஒரு அசட்டுக் களை. 2: *(பெரும்பாலும் 'அசட்டு' எனப் பெயரடையாக வரும்போது)* **அடிப்படையோ காரணமோ இல்லாமல் ஏற்படுவது; அர்த்தமற்றது;** being foolish; being false. வேஷம் வேண்டாம், அசட்டுக் கௌரவம் வேண்டாம்./ குழந்தை பிறந்தால் சரியாகிவிடும் என்ற அசட்டு நம்பிக்கை. 3: **நிலைமைக்கு ஏற்றபடி நடந்துகொள்ளவோ பேசவோ தெரியாதவன்/-ள்; முட்டாள்;** nitwit; fool. அவன் ஒரு அசடு./ அந்த அசடையா கடைக்கு அனுப்பினாய்?

அசடு களை வி. *(களைய, களைந்து) (ஊரக வ.)* **(தென்னை மரத்தின்) உச்சிப் பகுதியில் இருக்கும் பன்னாடை, அடிமட்டை முதலியவற்றைக் களைதல்;** trim the top of coconut tree by removing the stumps of fronds and the fibrous fold at their base. கார்த்திகை, மார்கழி மாதங்களில் தென்னைக்கு அசடு களைவார்கள்./ தென்னந்தோப்பில் அசடு களைய ஆள் கிடைக்கவில்லை.

அசடுதட்டு வி. *(அசடுதட்ட, அசடுதட்டி)* **அசடுவழிதல்;** look foolish.

அசடுவழி வி. *(அசடுவழிய, அசடுவழிந்து)* **முட்டாள்தனமாகத் தோற்றமளித்தல்/அப்படித் தோன்றும் விதத்தில் நடந்துகொள்ளுதல்;** look sheepish; look foolish. பதில் சொல்லத் தெரியாமல் அசடுவழிந்தான்.

அசண்டை பெ. *(-ஆக) (இலங்.)* **அசட்டை; அலட்சியம்;** neglect; carelessness; being unconcerned. நீ இப்படி அசண்டையாக இருந்தால் உன் காணியும் கொஞ்ச நாளில் போய்விடும்./ உன் பிள்ளைகளின் கல்வி விஷயத்தில் நீ அசண்டையாக இருந்தால் அவர்களின் எதிர்காலம் பாழாகிவிடும்./ மனைவி இறந்ததிலிருந்தே அவன் எல்லாவற்றிலும் அசண்டையாக இருக்கிறான்.

அசத்தல் பெ. *(-ஆக, -ஆன) (பே.வ.)* **பிரமிக்க வைக்கும் தன்மை;** being impressive. அசத்தல் பேர்வழி/ அசத்தலாக அமைக்கப்பட்ட மாநாட்டுப் பந்தல்/ அசத்தலான படம்.

அசத்து வி. *(அசத்த, அசத்தி) (பே.வ.)* 1: **மலைக்க வைத்தல்; திணறடித்தல்;** stun; overwhelm. ஆளை அசத்தும் அழகு/ செவ்வாய் கிரகத்தின் மேற்பரப்பைக் காட்டும் புகைப்படங்கள் நம்மை அசத்துகின்றன. 2: **(தூக்கம்) மேலிடுதல்;** be overcome (by sleep).

அசதி பெ. *(-ஆக, -ஆன)* **(தொடர்ந்து வேலை செய்வதால் ஏற்படும்) களைப்பு; (பலக் குறைவால்) சோர்வு;** tiredness; fatigue. இன்று முழுக்கச் சரியான வேலை, அதனால் அசதி./ கர்ப்பிணிகளுக்கு அசதியும் மயக்கமும் வருவது வழக்கம். [*(தொ.சொ.)* **சுணக்கம்/ சோர்வு/ தளர்வு/ மந்தம்**]

அசந்தர்ப்பம் பெ. *(-ஆக, -ஆன)* 1: **எதிர்பாராத பிரச்சினை;** sth. untoward. வீட்டில் ஒரு அசந்தர்ப்பம், அதனால் வரத் தாமதமாகிவிட்டது./ நீங்கள் கவனமாக இருந்தால் அசந்தர்ப்பம் எதுவும் நிகழாது. 2: **(சூழ்நிலைக்குப்) பொருத்தமற்றது;** sth. inappropriate. அசந்தர்ப்பமாக நீ எதுவும் பேசிவிடாதே, காரியம் கெட்டுவிடும்./ அறையில் அவர்கள் இருவரும் தனித்திருக்கும்போது அசந்தர்ப்பமாக நுழைந்துவிட்டேன். 3: *(பே.வ.)* **(நேரடியாகக் குறிப்பிட விரும்பாதபோது) சாவு; இழவு;** (euphemism for) death. உறவுக்காரர் வீட்டில் ஒரு அசந்தர்ப்பம் நடந்துவிட்டது.

அசப்பில் வி.அ. **(இருவரின் தோற்றத்தை ஒப்பிடும்போது) மேலோட்டமான பார்வையில்;** at a fleeting glance. அசப்பில் அவள் அம்மாவைப் போலவே இருக்கிறாள்.

அசம்பாவிதம் பெ. *(-ஆக, -ஆன)* **நடக்கக் கூடாதது;** untoward incident. அசம்பாவிதமாக எதுவும் நடக்காமல் பார்த்துக்கொள்./ நாட்டில் அங்குமிங்குமாகச் சில அசம்பாவிதங்கள் நிகழ்கின்றன./ அதிகாரி கொலையுண்ட அந்த அசம்பாவிதம் அதிகாலை ஐந்து மணிக்கு நடந்தது.

அசமஞ்சம் பெ. *(ச.வ.)* **சுறுசுறுப்போ உற்சாகமோ இல்லாத நபர்; மந்தமாகச் செயல்படுபவர்;** lazy person. சரியான அசமஞ்சமாக இருக்கிறாயே! இந்தச் சின்ன விஷயம்கூட நான் சொல்லித்தான் உனக்குத் தெரிய வேண்டுமா?

அசமடங்கு வி. *(அசமடங்க, அசமடங்கி) (ஊரக வ.)* **(அந்திக்குச் சற்றுப் பிந்திய பொழுதில் அன்றைய வேலைகள் முடிந்து எல்லோரும் வீடுகளுக்குத் திரும்பிய நிலையில்) ஊர் அமைதியாதல்;** (of a settlement) become quiet following dusk when people return home after the day's work. மாலை ஆறு மணிக்கு மேல் ஊர் அசமடங்கியது./ ஊர் அசமடங்கிய பின் ஒலித்த ஒரே ஓசை கோயில் மணி.

அசமந்தம் பெ. *(-ஆக, -ஆன) (பே.வ.)* **சுறுசுறுப்பும் உற்சாகமும் இல்லாத தன்மை/ இந்தத் தன்மையைக் கொண்டிருக்கும் நபர்;** dullness; laziness/a lazy person. அசமந்தமாகத் தூணில் சாய்ந்தபடி நின்றிருந்தான்.

அசர் வி. *(அசர, அசந்து)* 1: **வியப்படைதல்;** be stunned or astonished. அந்த முதியவரின் கணீரென்ற குரலைக் கேட்டு அசந்துபோனேன்./ அசரவைக்கும் அழகு. 2: **கவனக்குறைவாக இருத்தல்;** be unguarded. நாம் கொஞ்சம் அசந்தால் அவன் நம்மை ஏமாற்றிவிடுவான். 3: **அயர்தல்; களைப்படைதல்;** become tired or weary. வேலை செய்து கைகால்கள் அசந்துவிட்டன./ அவன் நல்ல உழைப்பாளி. அசராமல் வேலை செய்வான்.

அசரீரி பெ. **(நிகழப்போவதைக் கூறும் முறையிலோ ஒருவருக்கு அறிவுறுத்தும் முறையிலோ) வானத்திலிருந்து ஒலிப்பதாக நம்பப்படும் குரல்;** voice believed to be from heaven (making a prediction or instructing s.o. to do sth.); astral voice. அரசன் தன் மகனாலேயே கொல்லப்படுவான் என்று அசரீரி கூறியது.

அசல் பெ. *(-ஆக, -ஆன)* 1: **போலி அல்லாதது; உண்மையானது;** that which is real or genuine. அசல் பட்டத்து ராணியின் மைந்தர்கள்/ இந்த நிகழ்ச்சிக்குப் பிறகு அவர் அசல் பக்தர் ஆனார். 2: **(பிரதியை உருவாக்க ஆதாரமாக அமையும்) மூலம்;** that which is original. இந்தப் படம் நகல்தான், ஆனால், அசல் போலவே இருக்கிறது./ அசல் மதுரை மீனாட்சி அம்மன் கோயில்போல அரங்கத்தை உருவாக்கியிருக்கிறார்கள். 3: *(சட்டம்)* **சட்ட ரீதியாக ஒன்றின் உண்மைத் தன்மையை நிரூபிக்கும் வகையில் ஆதாரமாக அல்லது அடிப்படையாக அமைவது; மூலம்;** (of a document) original. இதுதான் நிலத்தின்

11 அசுவாரசியம்

அசல் பத்திரம்./ இது வீட்டுப் பத்திரத்தின் அசல் அல்ல, பிரதிதான். 4: **இயல்பாக ஒன்றுக்கு உரிய எல்லாத் தன்மைகளையும் கொண்டது;** being typical of sth. இது அசல் தஞ்சாவூர் காப்பி/ நான்கு சண்டைக் காட்சிகள், ஐந்து பாட்டுகள் என்று ஒரு அசல் தமிழ்ப் படத்தை எடுத்திருக்கிறார். 5: **கலப்படமற்றது; சுத்தமானது;** that which is pure. இனிப்புப் பண்டங்கள் அசல் நெய்யால் செய்யப்பட்டவை. 6: **வட்டிக்குக் கடனாக வாங்கிய தொகை; முதல்;** principal. அசலும் வட்டியும் சேர்ந்து கடன் பத்தாயிரம் ரூபாய் ஆகிவிட்டது.

அசல் வழக்கு பெ. (சட்டம்) **(மேல்முறையீட்டிலிருந்து பிரித்து அறியப்படும்) ஆரம்பமாக இருக்கும் முதல் வழக்கு;** original suit.

அசலூர் பெ. (பே.வ.) காண்க: **அயலூர்.**

அசாத்தியம் பெ. (-ஆக, -ஆன) 1: (தன்மையைக் குறிக்கும்போது) **அளவுக்கு அதிகமானது; மிகுதி;** the quality of being beyond the normal or the probable. அவனுக்கு அசாத்தியத் தன்னம்பிக்கை/ அசாத்தியமாகக் கோபம் வருகிறது./ இது அசாத்தியமான கற்பனை. 2: **சாத்தியம் அல்லாதது; இயலாதது;** sth. impossible. பத்து நாளைக்குள் இந்த வேலையைச் செய்து முடிப்பது அசாத்தியமான காரியம்.

அசாதாரணம் பெ. (-ஆக, -ஆன) 1: **வழக்கமானதிலிருந்து வேறுபட்டது;** unusual. மாரடைப்பு நோய் ஏற்பட்ட சில நாட்களில் அசாதாரணமாகச் சில மாற்றங்கள் தோன்றும்./ அந்த நாணயங்கள் நிறத்திலும் கனத்திலும் அகலத்திலும் அசாதாரணமாக இருந்தன. 2: **பொதுவானதைவிடச் சிறப்பானது; சாதாரணத்துக்கு மேற்பட்டது;** that which is extraordinary; unusual; special. அவர்களுடைய நட்பு அசாதாரணமானது./ வானம் அசாதாரணத் தெளிவுடன் இருந்தது./ அசாதாரணமான மரியாதைகளுடன் வரவேற்கப்பட்டார். 3: **(கிடைப்பது அல்லது காண்பது) அரிது; அபூர்வமானது;** that which is rare (to get or to see). இது ஓர் அசாதாரணமான அழகு.

அசிங்கப்படு வி. (-பட, -பட்டு) **(ஒருவர்) அவமானத்துக்கு உள்ளாதல்;** feel humiliated. இவ்வளவு படித்தவர் லஞ்சம் வாங்கி அசிங்கப்பட்டுவிட்டாரே./ 'இந்த உடையில் கல்யாணத்துக்கு வந்து என்னால் அசிங்கப்பட முடியாது' என்று என் மகன் குதித்தான்.

அசிங்கப்படுத்து வி. (-படுத்த, -படுத்தி) **(ஒருவரை) அவமானத்துக்கு உள்ளாக்குதல்;** humiliate; insult. வரதட்சணை கேட்டு உங்களையே அசிங்கப்படுத்திக்கொள்ளாதீர்கள்./ 'கல்யாணத்துக்குப் பத்திரிகை கொடுக்காமல் அவன் என்னை நன்றாக அசிங்கப்படுத்திவிட்டான்' என்று அப்பா சத்தம்போட்டுக்கொண்டிருந்தார்.

அசிங்கம் பெ. 1: (-ஆக, -ஆன) **தரக்குறைவு; மட்டம்; ஆபாசம்;** obscenity. அவன் குறையைச் சுட்டிக்காட்டி அசிங்கமாகக் கேலிசெய்தார்./ கலைப் படைப்புகளில் நிர்வாணம் அசிங்கமாகக் கருதப்படுவது இல்லை. 2: (-ஆக, -ஆன) **அழகற்றது;** uncouthness; ugliness. வீடு குப்பையும் கூளமுமாகப் பார்க்க அசிங்கமாக இருந்தது./ அழுக்குத் தலையும், அழுக்கு உடைகளுமாக ஆள் பார்ப்பதற்கு அசிங்கமாக இருந்தான். 3: **அவமானம் தரத்தக்கது; கேவலமானது;** sth. unbecoming. வரதட்சணை கேட்பது மிகவும் அசிங்கமானது. 4: **(அருவருப்பு ஏற்படுத்தும்) கழிவு;** filth. அசிங்கம் கிடக்கிறது, பார்த்து வா.

அசிரத்தை பெ. (-ஆக, -ஆன) **ஆர்வமின்மை; அக்கறையின்மை;** lack of interest; disinterest. படிப்பில் அசிரத்தையாக இருக்கக் கூடாது./ நான் சொன்னதை அசிரத்தையாகக் கேட்டுக்கொண்டிருந்தார்.

அசுக்கிடாமல் வி.அ. (இலங்.) **(ஒரு செயலை) பிறர் அறியாமல்; யாருக்கும் தெரியாமல்; மற்றவர்கள் கவனத்துக்கு வராத வகையில்;** without getting noticed; unobtrusively. அண்ணன் அசுக்கிடாமல் மகனைக் கனடாவுக்கு அனுப்பிப்போட்டார்./ அவர் கூட்டத்துக்குத் தாமதமாக வந்ததால் அசுக்கிடாமல் பின்வரிசையில் அமர்ந்துவிட்டார்.

அசுகை பெ. (இலங்.) **சந்தடி; அறிகுறி;** noise; indication. எந்த அசுகையும் காட்டாமல் வெளிநாடு போய்விட்டானே!/ கல்யாணம் நடந்த அசுகைகூட ஒருவருக்கும் தெரியவில்லை./ கொழும்புக்குப் போனவன் திரும்பிவந்த அசுகையைக் காணவில்லை./ மழை வரும் அசுகை இல்லை.

அசுத்த ஆவி பெ. (கிறித்.) காண்க: **தீய ஆவி.**

அசுத்தம் பெ. 1: (-ஆக, -ஆன) **சுத்தக் குறைவு; சுகாதாரமின்மை;** lack of cleanliness. அசுத்தமான காற்றைச் சுவாசிக்க வேண்டியிருக்கிறது. 2: **அசிங்கம்; கழிவு;** dirt; filth.

அசுமாத்தம் பெ. (இலங்.) **சந்தடி;** noise. வீட்டில் ஆள் இருப்பதற்கான அசுமாத்தமே இல்லை.

அசுர பெ.அ. 1: **மிகக் கடுமையான;** tremendous (work, speed, etc.,). நாட்டியம், சங்கீதம் முதலியவற்றில் சிறப்படைய அசுரப் பயிற்சி செய்ய வேண்டும்./ அவன் அசுர வேகத்துடன் சண்டையிட்டான். 2: **மிகப் பெரிய;** superhuman. இவர் விளையாட்டுப் போட்டிகளில் அசுர சாதனை படைத்துள்ளார்.

அசுரத்தனம் பெ. (-ஆக, -ஆன) (ஒரு செயலைக் குறித்து வரும்போது) **மிகவும் தீவிரமான அல்லது மூர்க்கமான தன்மை;** disproportionately. அசுரத்தனமாக உழைத்ததால்தான் அவர் இன்று நல்ல நிலையில் இருக்கிறார்./ அசுரத்தனமான படைப்பாளி.

அசுர வைத்தியம் பெ. **மிகச் சாதாரண நோய்க்கு அளிக்கப்படும் கடுமையான சிகிச்சை;** treatment involving too strong a medication for a common ailment.

அசுரன் பெ. 1: **(புராணங்களில்) தேவர்களின் பகைவர் குலம் ஒன்றைச் சேர்ந்தவன்;** member of the class inimical to the gods; demon. 2: **விரைந்து திறமையாகச் செயல்படுபவன்;** person with indefatigable energy. அவன் வேலையில் அசுரன். அவனுக்குக் களைப்பு என்பதே இல்லை.

அசுவமேத யாகம் பெ. **(பண்டைக் காலத்தில்) பேரரசர் தம் இறையாண்மையைப் பிறரும் ஏற்கும் முறையில் பட்டத்துக் குதிரையை அண்டை நாடுகளுக்கு அனுப்பி, அதைப் பிடிக்க வந்தவர்களை வென்று, பிறகு அதைக் கொண்டுவந்து பலியிட்டுச் செய்யும் வேள்வி;** an imperial ritual in which a horse, paraded in vassal states, returns unchallenged in evidence of the emperor's suzerainty, and is then sacrificed; stallion sacrifice.

அசுவாரசியம் பெ. (-ஆக, -ஆன) **ஈடுபாடு இல்லாமை; அசிரத்தை;** lack of interest or enthusiasm. அவள் சொல்வதை அசுவாரசியமாகக் கேட்டுக்கொண்டிருந்தான்.

அசுவுணி பெ. **இலைகளின் அடிப்பகுதியிலும் குருத்துகளிலும் தளிர்களிலும் பச்சை, மஞ்சள், கறுப்பு நிறங்களில் கூட்டம்கூட்டமாகக் காணப்படும், செடியின் வளர்ச்சியைப் பாதிக்கும் மிகச் சிறிய பூச்சியினத்தின் பொதுப்பெயர்;** aphids.

அசூயை பெ. **பொறாமை;** jealousy; envy. *சொந்த அக்காவின் மீதே உனக்கு அசூயையா?*

அசை[1] வி. *(அசைய, அசைந்து)* **1: (மேலும்கீழும் அல்லது பக்கவாட்டில் மென்மையாக) ஆடுதல்;** (gently) sway; stir; move; shake. *காற்றில் கிளைகள் அசைகின்றன./ அவர் நாற்காலியில் ஆடாமல் அசையாமல் உட்கார்ந்திருந்தார்.* **2: நகர்தல்; நகர்ந்து இடம்பெயர்தல்;** move. *அவர் தேர் மாதிரி அசைந்து போகிறார்./ படுக்கையில் அசையாமல் படுத்திருந்தான்.* **3:** *(பெரும்பாலும் எதிர்மறையில்)* **(முடிவிலிருந்து அல்லது கொள்கையிலிருந்து) மாறுதல்;** (usually with negative words) budge; yield. *அம்மா எவ்வளவோ கேட்டுப்பார்த்தும் அப்பா அசையவில்லை.* **4: (உடலில் சில உறுப்புகள்) மேலும்கீழுமோ பக்கவாட்டிலோ இயங்குதல்;** move. *தாடை அசையாமல் பேச முடியாது.*

அசை[2] வி. *(அசைக்க, அசைத்து)* **1: ஆட்டுதல்;** shake; nod; wave. *கம்பத்தை அசைத்துப் பிடுங்கினார்கள்./ சம்மதத்துக்கு அறிகுறியாகத் தலையை அசைத்தான்./ குடியரசுத் தலைவரைக் குழந்தைகள் கொடி அசைத்து வரவேற்றனர்.* [*(தொ.சொ.)* **அசக்கு/ ஆட்டு**] **2: (ஒரு பொருளை) இடம்பெயரச் செய்தல்;** move (an object). *இந்தக் கனமான பெட்டியை ஒரு ஆளால் அசைக்க முடியாது.* **3: (உடலில் சில உறுப்புகளை) மேலும்கீழுமோ பக்கவாட்டிலோ ஆட்டுதல் அல்லது இயக்குதல்;** move; cause (sth.) to function. *கைகால்களை அசைக்க இடமில்லை.* **4: (நம்பிக்கையை, உறுதியை) குலைத்தல்;** break (one's hope, faith, etc.,). *அவருடைய உறுதியை அசைக்கக்கூடிய சந்தர்ப்பம் ஏற்பட்டது./ என்னை எவனும் அசைக்க முடியாது.*

அசை[3] பெ. **(யாப்பில்) எழுத்தை அடிப்படையாகக் கொண்டு அமைக்கப்பட்ட அலகு;** metrical syllable. *'அகர' என்பது இரண்டு அசைகள் கொண்ட சீராகும்.*

அசைந்துகொடு வி. *(-கொடுக்க, -கொடுத்து)* **(ஒருவர் மேற்கொண்ட நிலையை) விட்டுக்கொடுத்தல்;** budge; yield. *அப்பா எவ்வளவோ கேட்டுப்பார்த்தும் அம்மா அசைந்துகொடுக்கவில்லை./ வீட்டை விற்றுவிடுவோம் என்று ஆயிரம் தடவை சொன்ன பிறகு, இப்போதுதான் தம்பி சற்று அசைந்துகொடுத்திருக்கிறான்.*

அசைபோடு வி. *(-போட, -போட்டு)* **1: (மாடு, மான் போன்ற விலங்கினங்கள்) இரைப்பையிலிருந்து உணவை மீண்டும் வாய்க்குக் கொண்டுவந்து தொடர்ந்து மெல்லுதல்;** (of cow, deer, etc.,) ruminate. *மாடுகள் வைக்கோலை அசைபோட்டபடி படுத்துக்கிடந்தன.* **2: (நிகழ்ச்சிகளை) மீண்டும்மீண்டும் சிந்தித்தல்; பழைய நினைவுகளில் ஆழ்தல்;** ruminate on; chew the cud. *பழைய நிகழ்ச்சிகளை அசைபோட்டவாறு நடந்தேன்.*

அசைமீள் வி. *(-மீட்க, -மீட்டு) (இலங்.)* **(மாடு, மான் போன்ற விலங்குகள்) அசைபோடுதல்;** (of cow, deer, etc.,) chew the cud. *புல் மேய்ந்துவிட்டு வந்த மாடுகள் படுத்திருந்து அசைமீட்கின்றன.*

அசையாச் சொத்து பெ. *(சட்டம்)* **(ஓர் இடத்திலிருந்து மற்றோர் இடத்திற்கு எடுத்துச்செல்ல இயலாத) வீடு, நிலம் போன்ற சொத்து;** immovable property.

அசையும் சொத்து பெ. *(சட்டம்)* **(ஓர் இடத்திலிருந்து மற்றோர் இடத்திற்கு எடுத்துச்செல்லக்கூடிய) பணம், நகை, இயந்திரம் போன்ற சொத்து;** movable property (such as cash, jewels, machinery, etc.,); chattels.

அசைவம் பெ. **இறைச்சி, மீன் முதலிய உணவு வகை/ மேற்சொன்னவற்றை உணவாகக்கொள்ளும் பழக்கம்;** (in food) meat and fish/the practice of eating meat and fish. *அசைவம் சாப்பிடப் பழகிக்கொண்டான்./ இங்கு அசைவ உணவும் சைவ உணவும் கிடைக்கும்./ நீ சைவமா, அசைவமா?*

அசைவு[1] பெ. **முன்னும் பின்னுமோ பக்கவாட்டிலோ உண்டாகும் லேசான இயக்கம்;** (of the body, parts of the body) movement. *கைகளின் அசைவை வைத்து அவள் ஏதோ பின்னிக்கொண்டிருக்கிறாள் என்பதைத் தெரிந்து கொண்டார்./ ஒரு கணம் இருவரும் அசைவற்று இருந்தனர்./ காற்றில் மலர்களின் அசைவுகளைப் பார்த்துக் கொண்டிருந்தான்.* [*(தொ.சொ.)* **அதிர்வு/ இயக்கம்/ நடுக்கம்**]

அசைவு[2] பெ. *(இலங்.)* **காவடி;** wooden pole used for carrying burdens on one's shoulders. *அசைவை இறக்கிவைத்துக் கொஞ்சம் ஆறுதலாக இருந்துவிட்டுப் போகலாமா?*

அசோகச் சக்கரம் பெ. **இந்திய தேசியச் சின்னத்தின் ஒரு பகுதியாக இருப்பதும் தேசியக் கொடியில் இடம்பெற்றிருப்பதுமான சக்கரம்;** Asoka's wheel, featured in the national emblem and the national flag of India.

அசோகம் பெ. **மிக உயரமாக வளராத, கூட்டிலைகளைக் கொண்ட, தண்டில் சிவப்புப் பூக்கள் பூக்கும் மரம்;** ashoka tree. *அசோக மரம் ஒரு தல விருட்சம்.*

அசௌக்கியம் பெ. *(அ.வ.)* **(உடல்) நலமின்மை; சுகவீனம்;** indisposition. *என்ன அசௌக்கியம் உனக்கு?*

அசௌகரியம் பெ. **1:** *(-ஆக, -ஆன)* **வசதிக் குறைவு;** inconvenience; physical discomfort. *பேருந்துப் பயணத்தில் ஒரு சில அசௌகரியங்கள் இருக்கின்றன.* **2: (உடல்) நலக் குறைவு;** illness. *உடலுக்கு ஏற்படும் அசௌகரியங்கள் மன நிலையைப் பாதிக்கின்றன.* **3: தொல்லை;** disadvantage. *வீட்டுக்கு மூத்த பிள்ளையாக இருப்பது பெரிய அசௌகரியம்.* [*(தொ.சொ.)* **இடைஞ்சல்/ இடையூறு/ உபத்திரவம்/ உபாதை/ தொல்லை**]

அஞ்சல் பெ. **1: ஓர் இடத்தில் இருப்பவர் மற்றோர் இடத்தில் இருப்பவருக்குக் கடிதம் முதலியவற்றை அனுப்பி வைக்கும் (அரசு நிர்வகிக்கும் அமைப்பு) முறை;** postal system. *அஞ்சல் துறை/ அஞ்சல் ஊழியர்/ இந்த நூலை அஞ்சலில் அனுப்பிவைக்கிறேன்.* **2: ஒருவர் பெறும் கடிதம் முதலியன;** post. *ஏதேனும் அஞ்சல் வந்ததா?* **3: குறிப்பிட்ட அஞ்சல் நிலையத்தின் கட்டுப்பாட்டுக்கு உட்பட்ட ஊர் என்பதைக் குறிக்கும் முறையில் முகவரியில் தரப்படும் சொல்;** post office having control over an area for collection and distribution of mail. *சங்கரன், புது*

எண்: 35, பொருள்வைத்தசேரி, சிக்கல் அஞ்சல், நாகப்பட்டினம் மாவட்டம் என்ற முகவரியிலிருந்து ஒரு கடிதம் வந்திருந்தது. 4: **(வானொலியிலும் தொலைக்காட்சியிலும்) ஒரு நிகழ்ச்சி ஒரு நிலையத்திலிருந்து ஒலிபரப்பப்பட்டோ அல்லது ஒளிபரப்பப்பட்டோ மற்ற நிலையங்களால் பெறப்படும் முறை;** (radio or television) relay. செய்திகள் சென்னையிலிருந்து அஞ்சல் ஆகும்.

அஞ்சல் அட்டை பெ. **அஞ்சல் மூலம் அனுப்புவதற்கான கடிதம் எழுதும் அட்டை;** postcard.

அஞ்சல் அலுவலகம் பெ. காண்க: **அஞ்சல் நிலையம், 1.**

அஞ்சல் ஆணை பெ. **ஓர் அஞ்சல் நிலையத்தில் செலுத்திய பணத்தை மற்றோர் அஞ்சல் நிலையத்தில் பெற்றுக்கொள்ளத் தரும் மதிப்புச் சீட்டு;** postal order. விண்ணப்பத்துடன் இருபது ரூபாய்க்கான அஞ்சல் ஆணை இணைக்கப்பட்டுள்ளது.

அஞ்சல் உறை பெ. **கடிதம் அனுப்புவதற்கான காகித உறை;** postal envelope for letters. அஞ்சல் உறையைப் பிரித்துக் கடிதத்தை எடுத்தான்.

அஞ்சல் எழுத்தர் பெ. **(அலுவலகத்தில், நிறுவனத்தில்) கடிதங்களை அனுப்புவதற்கு நியமிக்கப்பட்டிருக்கும் ஊழியர்;** despatch clerk.

அஞ்சல் குறியீட்டு எண் பெ. **நாட்டிலுள்ள எல்லா ஊர்களுக்கும் குறிப்பிட்ட முறைப்படி அஞ்சல் துறை வழங்கியிருக்கும் எண்;** post code; (in India) Postal Index Number (PIN).

அஞ்சல் செய் வி. *(செய்ய, செய்து)* 1: **(கடிதம் முதலியவற்றை அஞ்சல் நிலையத்தின் மூலமாக) ஒருவருக்கு அனுப்புதல்;** post; mail. 2: **(வானொலியிலும் தொலைக்காட்சியிலும்) ஒரு நிகழ்ச்சியை நேரடியாகவோ மற்றொரு நிலையத்தின் மூலமாகவோ ஒலிபரப்புதல் அல்லது ஒளிபரப்புதல்;** broadcast; relay. இரவு பத்து மணிக்கு இந்தப் பேட்டியை அஞ்சல் செய்கிறோம்./ ஆங்கிலச் செய்தி தில்லியிலிருந்து அஞ்சல் செய்யக் கேட்கலாம்.

அஞ்சல் தலை பெ. **கடிதப் போக்குவரத்துக்குப் பயன்படுத்தும், அஞ்சல் நிலையம் விற்கும் கட்டண வில்லை;** postage stamp.

அஞ்சல் நிலையம் பெ. 1: **அஞ்சல் அட்டை, அஞ்சல் தலை முதலியன விற்பது, அஞ்சல்களைப் பெற்று உரிய முகவரிக்கு அனுப்புவது, பணச் சேமிப்பு வசதி ஏற்படுத்தித் தருவது முதலிய பணிகள் செய்யும் மத்திய அரசு அலுவலகம்;** post office. 2: **நிகழ்ச்சியை மற்றொரு நிலையத்திலிருந்து பெற்று ஒளிபரப்பும் தொலைக்காட்சி நிலையம்;** (T.V.) relay station.

அஞ்சலகம் பெ. காண்க: *அஞ்சல் நிலையம், 1.*

அஞ்சலி பெ. 1: **இறைவனுக்குச் செலுத்தும் மரியாதை;** worship offered to god. மலர் சொரிந்து திருவேங்கடவனுக்கு அஞ்சலி செய்தார்./ புஷ்பாஞ்சலி. 2: **இறந்தவர்களுக்குச் செலுத்தும் மரியாதை;** homage paid to the dead. காலம் சென்ற உறுப்பினர்களுக்குப் நாடாளுமன்றம் அஞ்சலி செலுத்தியது.

அஞ்சலோட்டம் பெ. *(இலங்.)* காண்க: தொடர் ஓட்டம்.

அஞ்சறைப்பெட்டி பெ. **சமையல் அறையில் கடுகு, மிளகு முதலிய மளிகைச் சாமான்கள் வைப்பதற்குப் பயன்படுத்தும், சிறிய அறைகள் கொண்ட பெட்டி;** box with compartments to keep spices in for use in kitchen.

அஞ்சனம் பெ. *(உ.வ.)* **கண்ணில் தீட்டிக்கொள்ளும் மை;** black cosmetic applied as eye-liner.

அஞ்சு வி. *(அஞ்ச, அஞ்சி)* 1: **பயப்படுதல்;** be afraid of; dread. யானையைக் கண்டு சிறுவன் அஞ்சி நடுங்கினான்./ போராட்ட வீரர்கள் சிறைவாசத்துக்கு அஞ்சுவது இல்லை. [*(தொ.சொ.)* **பயப்படு/ மருள்/ மிரள்**] 2: **விரும்பத்தகாதது நடந்துவிட்டதை அல்லது நடந்துவிடக்கூடும் என்பதைத் தெரிவிக்கும்போது பயத்தை அல்லது கவலையை வெளிப்படுத்துதல்;** a polite way of saying that one has apprehensions. விபத்தில் குறைந்தது நூறு பேராவது இறந்திருக்கக்கூடும் என்று அஞ்சப்படுகிறது./ நான் இவ்வளவு சொல்லியும் அவர் செய்ய மாட்டார் என்று அஞ்சுகிறேன்.

அஞ்ஞாதவாசம் பெ. **(புராணத்தில்) பிறர் அடையாளம் கண்டுகொள்ள முடியாதபடி மறைந்து வாழ்தல்;** (in puranas) living incognito. வனவாசத்தில் பஞ்சபாண்டவர்கள் ஓர் ஆண்டு அஞ்ஞாதவாசம் செய்ய வேண்டியிருந்தது./ *(உரு வ.)* இந்தத் தேர்தலிலும் நான் தோற்றால் அஞ்ஞாதவாசம் போக வேண்டியதுதான்!

அஞ்ஞானம் பெ. **(ஆன்மீகம் தொடர்பானவற்றில்) அறியாமை;** (spiritual) ignorance. அஞ்ஞான இருள் நீங்கினால் ஞான ஒளி கிடைக்கும்.

அஞ்ஞானி பெ. **உண்மை (ஆன்மீக) நெறி அறியாதவன்;** spiritually ignorant person.

அட்சக்கோடு பெ. **நிலநடுக்கோட்டுக்கு வடக்கில் அல்லது தெற்கில் தூரத்தைக் கணக்கிட அமைத்துக்கொண்ட கற்பனைக் கோடு;** line of latitude. ஆஸ்திரேலியா கண்டம் 10^0 தெற்கு அட்சக்கோட்டிலிருந்து 44^0 தெற்கு அட்சக்கோடுவரை உள்ளது.

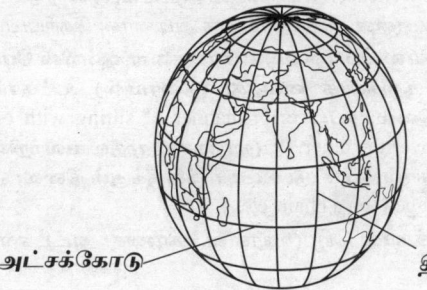

அட்சக்கோடு
தீர்க்கரேகை

அட்சதை பெ. **மங்கலக் காரியங்களில் வாழ்த்தும்போது அல்லது ஆசிர்வாதம் வழங்கும்போது தூவப்படும் மஞ்சள் நீர் கலந்த அரிசி;** rice grain mixed with turmeric paste sprinkled on the heads of those to be blessed.

அட்சயபாத்திரம் பெ. **எடுக்கஎடுக்க உணவு குறையாமல் இருப்பதாகக் கூறப்படும் பாத்திரம்;** mythical vessel which never becomes empty of food. மணிமேகலையின் கையில் அட்சயபாத்திரம் இருந்தது./ *(உரு வ.)* அப்பா என்ன அட்சயபாத்திரமா, கேட்கும்போதெல்லாம் பணம் கொடுக்க?

அட்சர காலம் பெ. (இசை) தாளத்திற்கான கால அளவின் ஒரு பிரிவு; time taken to render one (musical) note.

அட்சரம் பெ. 1: எழுத்து; letter; character (of alphabet). ஒவ்வொரு அட்சரத்துக்கும் லட்ச ரூபாய் கொடுக்கலாம். 2: (இசை) தாளத்தின் காலப் பகுப்பு; இடம்; a syllable forming part of a time measure in music.

அட்சரம் பிசகாமல் வி.அ. (அ.வ.) (ஒருவர் சொன்னதைத் திரும்பச் சொல்லும்போது) எந்த மாற்றமும் இல்லாமல்; அப்படியே; word for word. நான் சொன்னதை அட்சரம் பிசகாமல் உன் மாமாவிடம் சொல்.

அட்சராப்பியாசம் பெ. (அ.வ.) (பள்ளியில் சேர்க்கும் முதல் நாளில்) எழுத்துகளைக் கற்பித்தல்; teaching the alphabet on the first day of schooling.

அட்சரேகை பெ. காண்க: அட்சக்கோடு.

அட்டக்கரி பெ. காண்க: அட்டக்கறுப்பு.

அட்டக்கறுப்பு பெ. அடர்ந்த கருமை நிறம்; pitch black; jet black. பாத்திரத்தின் அடி அட்டக்கறுப்பாக இருக்கிறது.

அட்டகாசம் பெ. (-ஆக, -ஆன) 1: தீங்கு, நாசம், தொல்லை போன்றவற்றை ஏற்படுத்தும் செயல்; அட்டூழியம்; atrocity. கொள்ளைக்காரர்களின் அட்டகாசம் பொறுக்க முடியவில்லை./ வயல்களில் புகுந்து யானைகள் அட்டகாசம்/ இந்த ஊரில் ரவுடிகளின் அட்டகாசத்தால் பெண்கள் இரவில் நடமாடவே பயப்படுகிறார்கள். [(தொ.சொ.) அக்கிரமம்/ அட்டூழியம்/ அதர்மம்/ அநியாயம்/ அநீதி/ அராஜகம்] 2: ஆர்ப்பாட்டம்; boisterousness. திரைப்படத்தில் வில்லனின் அட்டகாசமான சிரிப்பு./ அழுது அட்டகாசம் செய்துவிட்டது குழந்தை. 3: (பே.வ.) விளம்பரப்படுத்திக்கொள்ளுதல்; ostentatious display. கழுத்தில் காசுமாலை, காதில் வைரத் தோடு என்று அட்டகாசமாகக் காணப்பட்டாள். 4: (பே.வ.) பிரமாதம்; sth. superb; excellence. அவருடைய ஆட்டம், இன்று அட்டகாசம்தான்./ என்ன அட்டகாசமாக ஆடினான் தெரியுமா?

அட்டணங்கால் பெ. (வ.வ.) 1: கால்களை ஒன்றின் மேல் ஒன்றாகக் குறுக்காக வைத்து (தரையில்) உட்கார்ந்திருக்கும் நிலை; சப்பணம்; manner of sitting with one leg thrown over the other. 2: (நாற்காலி முதலியவற்றில்) கால்மேல் கால் போட்டு உட்கார்ந்திருக்கும் நிலை; sitting cross-legged (on a chair, etc.,).

அட்டணைக்கால் பெ. (ஊரக வ.) காண்க: அட்டணங்கால்.

அட்டமி பெ. காண்க: அஷ்டமி.

அட்டவணை பெ. 1: விவரங்களைப் பத்திகளாக வரிசைப்படுத்திக் காட்டுவது; பட்டியல்; table (of information). வெள்ளி முத்திரை நாணயங்களைக் கீழ்க்கண்ட அட்டவணைப்படி பிரிக்கலாம்./ பேருந்து அட்டவணை. 2: (சட்டம்) (ஒரு ஆவணத்தின்) இறுதியில் பட்டியலாகச் சேர்க்கப்பட்டது; schedule (given at the end of a document). பொது விற்பனை வரிச் சட்டத்தின் கீழுள்ள அட்டவணைகளைத் திருத்தி அமைக்கும் யோசனை உண்டா?/ அரசியல் அமைப்பின் எட்டாவது அட்டவணையில் மேலும் சில மொழிகளைச் சேர்ப்பது குறித்துப் பரிசீலிக்கப்படும்.

அட்டவணை இனம் பெ. (சட்டம்) (அரசின் கணிப்பில்) சமூக மற்றும் கல்வி ரீதியில் முன்னேற்றத்துக்கு விசேஷக் கவனம் செலுத்தப்பட வேண்டியவர்கள் என்றும், கல்வி, வேலைவாய்ப்பு, தேர்தல் ஆகியவற்றில் ஒதுக்கீடு பெறுவதற்காகவும் அரசியல் சட்டம் வழிவகுத்ததன் அடிப்படையில் குறிப்பிடப்பட்டுள்ள இனத்தினர்; (தமிழ்நாட்டில்) ஆதிதிராவிடர்; any of the castes listed in the constitutional order for each state (in India) for their educational and economic upliftment; Scheduled Caste.

அட்டவணைப்படுத்து வி. (-படுத்த, -படுத்தி) (எண்கள், தகவல்கள் போன்றவற்றை) வரிசைப்படி அல்லது வகைப்படி பட்டியலாக அமைத்தல்; tabulate. நூலின் இறுதியில் ஆசிரியர் வரலாற்று நிகழ்வுகளை அட்டவணைப்படுத்தித் தந்திருக்கிறார்./ தமிழ் மாதங்களை அட்டவணைப்படுத்தி எழுதுக என்பதே முதல் கேள்வியாகக் கேட்கப்பட்டிருந்தது.

அட்டாலை பெ. (இலங்.) 1: (பெரும்பாலும் சமையலறையில்) அடுப்புக்கு நேர் மேலே அமைக்கப்படும் பரண்; loft (in the kitchen). விறகைக் கொத்தி அட்டாலையில் அடுக்கிவிடு./ விரதத்துக்குச் சமைக்கும் பாத்திரங்களை மற்ற நாட்களில் அட்டாலையில் அடுக்கிவிடுவோம். 2: (விறகு, பானை முதலியவற்றை அடுக்கி வைக்க) வீட்டை ஒட்டி நான்கு கால்களை நட்டு அமைக்கப்படும் சற்று உயரமான பரண்; a bench-like arrangement for keeping firewood and vessels.

அட்டாவதானம் பெ. காண்க: அஷ்டாவதானம்.

அட்டாவதானி பெ. காண்க: அஷ்டாவதானி.

அட்டி பெ. (அ.வ.) மறுப்பு; தடை; objection. இவரைத் தொழிலாளர் இயக்கத்தின் முன்னோடி என்பதில் அட்டி இல்லை.

அட்டிகை பெ. (பெரும்பாலும் கல் பதித்த) கழுத்தோடு ஒட்டி அணியும் நகை; close-fitting necklace (mostly studded with stones); choker.

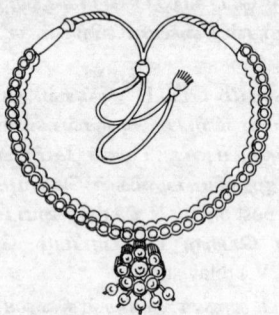

அட்டிகை

அட்டியல் பெ. காண்க: அட்டிகை.

-அட்டும் இ.சொ. வியங்கோள் பொருளை உணர்த்த ஒரு வினைச்சொல்லின் பின் பயன்படுத்தப்படும் இடைச்சொல்; particle added to verbs to indicate the optative mood. அவன் போகட்டும்./ அவன் இஷ்டப்படி பேசட்டும்./ நாடு வாழட்டும்./ ஊரில் வளம் பெருகட்டும்.

அட்டூழியம் பெ. 1: கொடிய செயல்; atrocity; act of cruelty. கொலைகாரக் கும்பலின் அட்டூழியங்கள். [(தொ.சொ.) அக்கிரமம்/ அட்டகாசம்/ அதர்மம்/ அநியாயம்/ அநீதி/

அராஜகம்] **2: (தீங்கு விளைவிக்காத) வம்புச் செயல்; சேட்டை;** (harmless) mischief; prank. குழந்தை செய்யும் அட்டூழியம் பொறுக்க முடியவில்லை.

அட்டை[1] பெ. **1: இதழ்கள், புத்தகங்கள் முதலியவற்றின் (படத்தை அல்லது தலைப்பைத் தாங்கிய) முன்பக்க, பின்பக்கத் தாள்;** front or back cover (of a magazine, book, etc.,). வார இதழ்களின் அட்டைகளில் எப்போதும் நடிகைகள் படம்தான்! **2: புத்தகம் முதலியவற்றைப் பாதுகாக்க அதன்மேல் போடப்படும் (பழுப்பு நிற) தாள்;** wrapper (for a book, etc.,). பாடப் புத்தகங்களுக்கு அட்டை போட்டு முடித்தான். **3: (எழுதும்போது காகிதங்களை வைத்துக்கொள்ளப் பயன்படும்) அளவில் பெரிய கெட்டித் தாள்;** (writing) pad. கையில் அட்டையோடு சிறுவர்கள் தேர்வு நடக்கும் அறைக்குப் போனார்கள். **4: ஊர்வலம் முதலியவற்றில் கையில் எடுத்துச்செல்லும், ஏதேனும் செய்தி எழுதிய, சற்றுத் தடித்த துண்டுத் தாள்;** placard. மதுவிலக்குப் பிரச்சார அட்டைகளை ஏந்தி ஊர்வலம் சென்றனர்./ திரைப்பட விளம்பர அட்டைகள். **5: (மாத்திரைகள் பாதுகாப்பாகப் பொதிந்திருக்கும்) கனத்த பிளாஸ்டிக் தாள்;** strip (of tablets or capsules). ஒவ்வொரு அட்டையிலும் *30* மாத்திரைகள் உள்ளன./ மாத்திரைகளின் விவரங்களை அட்டைகளில் தமிழில் அச்சிட வேண்டும் என்று அவர் கோரினார். **6: (தன்விவரங்கள்) அச்சிடப்பட்ட தடித்த துண்டுத் தாள்;** (visiting) card. பத்திரிகை நிருபர் என்று கூறி அட்டையைக் கொடுத்தார்./ **7: ஒரு உணவகத்தில் சாப்பிடக் கிடைக்கும் உணவு வகைகளின் பட்டியல் அச்சிட்ட கனத்த தாள் அல்லது தாள்களின் தொகுப்பு;** (menu) card. உணவு விடுதிக்குள் சென்று அமர்ந்ததும் பரிமாறுபவர் ஒரு அட்டையைக் கையில் கொடுத்தார்./ என்ன சாப்பிடலாம் என்பதை முடிவுசெய்ய ஹோட்டல் மேஜைமேல் இருந்த அட்டையை உன்னிப்பாகப் படிக்க ஆரம்பித்தார். **8: பெட்டிகள் செய்யப் பயன்படும் கெட்டியான தாள்;** cardboard. அட்டைப் பெட்டி/ விநாயகர் உருவம் வரைந்த அட்டை.

அட்டை[2] பெ. **மனிதர்கள், விலங்குகள்மீது ஒட்டிக்கொண்டு இரத்தத்தை உறிஞ்சும், ஈர நிலத்தில் வாழும் ஒரு சிறிய கரும்பழுப்பு நிற உயிரினம்;** leech. *(உரு வ.)* மக்களின் உழைப்பை உறிஞ்சி வாழும் அட்டைகளாகப் பலர் இருக்கிறார்கள்.

அட்டைப் பெட்டி பெ. **(பொருட்களைப் பாதுகாப்பாக வைக்க அல்லது எடுத்துச்செல்ல) கெட்டியான தாளால் சதுரமாகவோ செவ்வக வடிவிலோ மூடும் வகையில் செய்யப்படும் பெட்டி;** cardboard box.

அட இ.சொ. *(பே.வ.)* **வியப்பு, எரிச்சல், சலிப்பு போன்ற உணர்ச்சிகளைத் தெரிவிக்க வாக்கியத்தின் தொடக்கத்தில் பயன்படுத்தும் இடைச்சொல்;** particle used at the beginning of a sentence to express one's surprise, annoyance, boredom, etc., 'அட, இந்த வேளையில் எங்கே கிளம்பிவிட்டாய்!'/ 'அடப் பாவி, குழந்தையை இப்படியா அடிப்பது?'

அடக்கம் பெ. *(-ஆக, -ஆன)* **1: தன்னை முதன்மைப்படுத்திக்கொள்ளாத தன்மை; பணிவு;** humility; modesty; unobtrusive behaviour. அவர் அதிகம் பேசாத அடக்கமான பேர்வழி./ அவர் சொன்னதை அடக்கமாகக் கேட்டுக் கொண்டான்./ ஆச்சரியப்படும் அளவுக்கு அவர் அடக்கமாக இருக்கிறார். [*(தொ.சொ.)* **தன்மை/ பணிவு/ பதவிசு**] **2: வெளியே தெரியாதபடி உள்ளடங்கி அமைந்திருத்தல்;** inconspicuousness. வீட்டுக்குள் இப்படி ஒரு அடக்கமான கட்டு இருப்பது பலருக்குத் தெரிந்திருக்காது. **3: அளவில் சிறியது; பயன்படுத்துவதற்கு வசதியானது;** (of size and use) compactness; handiness. தீப்பெட்டி மாதிரி அடக்கமான வீடு. **4: உட்படுதல்;** being inclusive. எல்லாச் செலவும் இதில் அடக்கம். **5: பிணத்தைப் புதைக்கும் சடங்கு;** burial. அம்மாவின் அடக்கம் நடந்து முடிந்த பிறகுதான் தம்பி ஊரிலிருந்து வந்துசேர்ந்தான். **6: அடக்க விலை;** cost of production; cost price. அடக்கமே எனக்கு எழுபது ரூபாய் ஆகிறது. அதற்கும் குறைத்து நான் விற்க முடியுமா?

அடக்கம்செய்[1] வி. *(-செய்ய, -செய்து)* **இறந்தவரின் உடலைக் குழியில் வைத்து மூடுதல்; புதைத்தல்;** bury. மறைந்த அரசியல் தலைவரின் உடல் நாளை மாலை அடக்கம்செய்யப்படும்./ கொலை என்று சந்தேகப்படுவதால் அடக்கம்செய்த உடலைக் காவல்துறையினர் தோண்டி எடுத்தனர்.

அடக்கம்செய்[2] வி. *(-செய்ய, -செய்து) (இலங்.)* **(வேறு ஒருவரின் சொத்தைப் பறித்து) தனதாக்கிக்கொள்ளுதல்;** appropriate (what belongs to s.o. else).

அடக்கமாக வி.அ. *(இலங்.)* **(வெகு சிலரைத் தவிர) வேறு யாருக்கும் தெரியாதபடி; கமுக்கமாக;** secretively. இனசனங்களுக்குச் சொல்லாமலேயே திருமணத்தை அடக்கமாகச் செய்துவிட்டார்.

அடக்க விலை பெ. **(பொருளை) உற்பத்தி செய்வதற்கு ஆகும் செலவு/(விற்பனைக்கான பொருளை) வாங்கிய விலை;** cost of production/cost price. அடக்க விலைக்கு மேல் *10%* லாபம் கிடைத்தால்கூடப் போதும்.

அடக்கவொடுக்கம் பெ. *(-ஆக, -ஆன)* **(நடத்தையில் காட்டும்) பணிவு;** being humble or modest. பெரியவர்களிடம் அடக்கவொடுக்கமாக இருக்கக் கற்றுக்கொள்./ அடக்கவொடுக்கமான பையன்; எதிர்காலத்தில் நல்ல நிலைக்கு வருவான்.

அடக்கி வாசி வி. *(வாசிக்க, வாசித்து)* **(வழக்கமான ஆர்ப்பாட்டமோ பகட்டோ இல்லாமல் ஒன்றை) இயல்பாக அல்லது அடக்கத்தோடு செய்தல்;** do (sth.) in a controlled or subdued manner (without the exaggeration or excess one is prone to). இந்தப் படத்தில் பிரபல நடிகர் அடக்கி வாசித்திருப்பதற்குக் காரணம் இயக்குநரின் கண்டிப்புதான்.

அடக்கு வி. *(அடக்க, அடக்கி)* **1: (சிரிப்பு, கோபம், பேச்சு முதலியவற்றை) வெளிப்படாமல் தடுத்தல் அல்லது கட்டுப்படுத்துதல்;** control; hold back; contain (feelings, emotions, etc.,). அவளால் அழுகையை அடக்க முடியவில்லை./ மூச்சை அடக்குவதற்குப் பயிற்சி வேண்டும்./ சிறுநீரை அடக்கிவைக்கக் கூடாது. **2: கட்டுக்குள் இருக்கும் வகையில் செய்தல்;** control; condense; abridge. இந்தக் கட்டுரையை ஒரு பக்கத்துக்குள் அடக்க முடியுமா? **3: பணிய வைத்தல்; ஒடுக்குதல்;** put down; keep under

அடக்குமுறை 16

control; tame; subdue. இந்தப் பேட்டையில் ரவுடிகளை யாராலும் அடக்க முடியவில்லை./ யானையை அடக்க மாவுத்தனால்தான் முடியும். **4: (வாய்க்குள்) வைத்திருத்தல்;** keep sth. stuffed in one's mouth. வாயில் அடக்கிக் கொண்டிருந்த புகையிலையைத் துப்பினான்.

அடக்குமுறை பெ. **(எதிர்ப்பு, போராட்டம் முதலிய வற்றை ஒடுக்க) அதிகாரத்தில் உள்ளவர்கள் மேற்கொள்ளும் கடும் நடவடிக்கை;** repressive measures; repression. இயக்குநரின் அடக்குமுறைப் போக்கால் பல திறமையான பணியாளர்கள் நிறுவனத்திலிருந்து வெளியேறிவிட்டனர்.

அடகு பெ. **(நகை, பாத்திரம் போன்ற) பொருளை ஈடாகப் பெற்றுப் பணம் தரும் முறை; பொருளை ஈடாக வைத்துப் பணம் பெறும் முறை;** the business of a pawn broker. அவர் அடகு வியாபாரம் செய்கிறார்./ அறுபது ஆண்டுகளாக இந்த அடகு நிறுவனம் செயல்பட்டு வருகிறது./ அடகு என்பது நடுத்தர வர்க்கத்தின் அன்றாட வாழ்க்கையின் அம்சமாக இப்போது ஆகிவிட்டது.

அடகுக் கடை பெ. **மார்வாடிக் கடை;** pawnbroker's shop.

அடகுக்குப் போ வி. (போக, போய்) **(பொருள்கள்) பணத்துக்காக ஈடாகத் தரப்படுதல்;** (of things) be pawned. அடகுக்குப் போன நகைகளை அடுத்த மாதமாவது மீட்க வேண்டும்.

அடகு பிடி வி. (பிடிக்க, பிடித்து) **(பெரும்பாலும் கிராமங்களில்) பாத்திரம், நகை போன்றவற்றை ஈடாகப் பெற்றுக்கொண்டு பணம் தருதல்;** lending money by taking a pledge; engage in pawnbroking.

அடகு வை வி. (வைக்க, வைத்து) **பணத் தேவைக்காகப் பொருளை ஈடாகத் தருதல்;** pledge sth. to borrow money; pawn. என் வளையல்களை அடகு வைத்துதான் மகனின் தேர்வுக் கட்டணத்தைச் செலுத்தினேன்./ (உரு.வ.) பதவிக்காகத் தன்மானத்தை அடகு வைப்பதா?

அடங்கல் பெ. **ஒரு நிலத்தின் எண், வகை, பரப்பு, தீர்வை, ஒவ்வொரு போகமும் செய்யப்பட்ட பயிர், அறுவடை மாதம் முதலியவை ஆண்டுவாரியாகப் பதிவுசெய்யப்பட்டுள்ள பதிவேடு;** a village (account) register which records for every year for each survey number of the lands, the area, classification, crop cultivated, month of harvest, etc.,

அடங்கலாக வி.அ. **(குறிப்பிடப்படுவதையும்) உள்ளடக்கி; சேர்த்து;** including; inclusive of. பொதுவாகக் கிழங்குகளுக்கு, உருளைக்கிழங்கு அடங்கலாக, வரிச் சலுகை வேண்டும் என்று கோரினார்கள்.

அடங்கலும் வி.அ. **(குறிப்பிடப்படுபவர்கள்) உட்பட அனைவரும்; எல்லோரும்;** inclusive of all (those specified). ஆண் பெண் அடங்கலும் கூத்து பார்க்க வந்திருந்தனர்.

அடங்கன்முறை பெ. **முதல் ஏழு திருமுறைகளின் தொகுப்பு;** the first seven திருமுறை of Saiva literature.

அடங்காப்பிடாரி பெ. **யாருக்கும் அடங்காத அல்லது கட்டுப்படாத குணம் உடைய பெண் அல்லது சிறுவன்;** unruly boy or girl. அந்தப் பையன் சரியான அடங்காப்பிடாரி.

அடங்காமாரி பெ. (இலங்.) **அடங்காப்பிடாரி;** insolent woman or girl. எனக்குத் தெரிந்தவரையில் அவள் ஒன்றும் அடங்காமாரி இல்லை./ அந்த அடங்காமாரியுடன் ஏன் கதைக்கிறாய்?

அடங்கிலும் வி.அ. (இலங்.) **முழுவதிலும்; எங்கும்;** entirely. ஊர் அடங்கிலும் நோய் பரவிவருகிறது.

அடங்கு வி. (அடங்க, அடங்கி) **1: (கோபம், தாகம், ஆசை, வேகம் முதலியவற்றின் தீவிரம்) தணிதல்; குறைதல்;** (of anger, thirst, desire, speed, etc.,) subside; diminish. அவளுடைய ஆவேசமும் படபடப்பும் இன்னும் அடங்கவில்லை./ வியர்வை அடங்கியதும்தான் குளிக்க வேண்டும். **2: (ஒன்று வெளிவராமல்) உள்ளுக்குள் இருந்துவிடுதல்;** remain within (without being expressed). கேள்வி மனத்தில் எழுந்த வேகத்திலேயே அடங்கிவிட்டது. **3: (உயிர், மூச்சு) நின்றுபோதல்; ஒடுங்குதல்;** (of breath) cease. மூச்சு அடங்கும்வரை தன் மகன் நினைவாகவே இருந்தார். **4: (ஓசை, ஆரவாரம்) ஓய்தல்; (குரல்) அமுங்குதல்;** (of noise) cease; (of voice) be muffled. காலை நேர ஓசைகள் ஒருவாறு அடங்கின./ அவளது குரல் அடங்கி ஒலித்தது. **5: (ஒன்றின் கீழ் அல்லது ஒன்றின் உள்) அமைதல்; வரையறைக்கு உட்படுதல்;** be included; consist of; constitute; be within (bounds or a limit); contain. பொது ஊழியர் என்ற விளக்கத்தில் நகர சபை ஆணையாளரும் அடங்குவார்./ முத்திரை நாணயங்கள் அடங்கிய ஒரு புதையல் அகப்பட்டது./ உன் கேள்வியிலேயே பதிலும் அடங்கியிருக்கிறது./ இருபது கட்டுரைகள் அடங்கிய இந்த நூல் அடுத்த மாதம் வெளியாகும்./ ஒரே கட்டுரையில் இவ்வளவு தகவல்களும் அடங்கியிருக்கின்றன என்பது வியப்பளிக்கிறது. **6: (குறிப்பிட்ட அளவில்) கொள்ளுதல்;** be contained (within a given space). கைக்கு அடங்குகிற அளவுள்ள ஒரு மாம்பழம்./ இவ்வளவு துணிகளும் பெட்டியில் அடங்காது. **7: கீழ்ப்படிதல்; பணிந்துபோதல்;** submit oneself to; be obedient to. பெற்றோருக்கு அடங்கிய பையன். **8: சார்ந்திருத்தல்;** be dependent on. நஷ்டத்தை லாபமாக்குவதில்தான் உன் திறமையே அடங்கியிருக்கிறது.

அடடா இ.சொ. (பே.வ.) **வியப்பு, வருத்தம் போன்ற உணர்ச்சிகளைத் தெரிவிக்க வாக்கியத்தின் தொடக்கத்தில் பயன்படுத்தும் இடைச்சொல்;** particle used at the beginning of a sentence to express one's surprise, regret, etc., அடடா, எவ்வளவு அற்புதமாகப் பாடுகிறார்!/ அடடா, எப்படி வாழ்ந்தவர் எப்படிப் போய்விட்டார்!

அடடே இ.சொ. (பே.வ.) **வியப்பு, வருத்தம், அனுதாபம் போன்ற உணர்ச்சிகளைத் தெரிவிக்க வாக்கியத்தின் தொடக்கத்தில் பயன்படுத்தும் இடைச்சொல்;** particle used at the beginning of a sentence to express one's sympathy, regret, etc., அடடே! இவர்கூட நேற்று கூட்டத்துக்கு வந்திருந்தாரே./ அடடே! அவர் ஊருக்குப் போயிருக்கிறார் என்பதை உங்களிடம் சொல்ல மறந்துவிட்டேன்./ அடடே! பார்த்துப் போகக் கூடாதா? படி தடுக்கிவிட்டதே.

அடப்பம் பெ. (-ஆக, -ஆன) (இலங்.) (தேங்காய்ப் பருப்பைக் குறித்து வரும்போது) **அடர்த்தி;** density (of the coconut kernel). இந்த மரத்துத் தேங்காய் அடப்பமாக இருக்கும்./ நல்ல அடப்பமான தேங்காயாகப் பார்த்து வாங்கு.

அடம் பெ. **சிறிதும் விட்டுக்கொடுக்காத தன்மை; பிடிவாதம்;** obstinacy; being adamant. *உனக்கென்ன இவ்வளவு அடம்?*

அடம்பன்கொடி பெ. (இலங்.) **(பொதுவாகப் புதர்களிலும் தரிசு நிலங்களிலும் வளரும்) மூன்று, நான்காகப் பின்னிப் பிணைந்து காணப்படும் ஒரு வகைக் கொடி;** hare-leaf. *சிறுவர்கள் அடம்பன்கொடியில் ஊஞ்சல் கட்டி விளையாடிக்கொண்டிருந்தனர்.*

அடம்பிடி வி. (-பிடிக்க, -பிடித்து) **(சொல்வதைக் கேட்காமல்) பிடிவாதம் காட்டுதல்;** be adamant. *பால் குடிக்க மாட்டேன் என்று குழந்தை அடம்பிடிக்கிறது./ பள்ளிக்கூடத்துக்கு ஒருநாள்கூட என் பையன் அடம்பிடிக்காமல் போனதில்லை./* (உரு வ.) *கை விரல்களில் ஒட்டிக்கொண்டிருந்த பிசின் கழுவியும் போகாமல் அடம்பிடித்தது.*

அடமானம் பெ. **(நிலம், வீடு முதலிய சொத்துகளை) ஈடாக வைத்துப் பணம் பெறும் முறை; அடகு;** mortgage; pledge. *எங்கள் வீட்டை அடமானம் வைத்துதான் அப்பா என்னைப் படிக்கவைத்தார்.*

அடர்[1] வி. (அடர்ந்து) **இடைவெளி இல்லாமல் செறிந்திருத்தல்; மண்டுதல்;** be dense; be thick. *சப்பாத்திப் புதர் அடர்ந்து வளர்ந்திருக்கிறது./ மார்பில் புசுபுசுவென்று ரோமம் அடர்ந்திருந்தது.*

அடர்[2] பெ.அ. **1:** (வேதி.) **(அமிலத்தைக் குறிக்கையில்) மிகவும் குறைந்த அளவில் நீர்த் தன்மை கொண்டதும் வீரியம் மிக்கதுமான;** concentrated. *அடர் கந்தக அமிலம்.* **2:** (நிறத்தைக் குறிப்பிடும்போது) **அடர்த்தியாக உள்ள;** (of colours) deep. *அடர் நீல நிறம்/ அடர் பச்சை நிறக் கல்.*

அடர்த்தி பெ. **1:** (-ஆக, -ஆன) **செறிவு; நெருக்கம்;** denseness; density; thickness. *அடர்த்தியான காடு/ ஆசியாவைவிட ஐரோப்பாவில் மக்கள் அடர்த்தி குறைவு.* **2:** (நிறத்தைக் குறிப்பிடுகையில்) **வெளிறியதாக இல்லாமல் ஆழ்ந்ததாக இருப்பது;** (of colours) intensity; quality of being dark. *ஓவியத்தில் நீல வண்ணத்தின் அடர்த்தியைக் குறைத்தால் நன்றாக இருக்கும்./ கறுப்பின் வெவ்வேறு அடர்த்தி.* **3:** (இயற்.) **குறிப்பிட்ட ஒரு கன பரிமாணத்தில் செறிந்திருக்கும் பொருளின் நிறை;** density. *பாதரசத்திற்கு அடர்த்தி அதிகம்.*

அடர்ந்த பெ.அ. **நெருக்கமான; அடர்த்தியான;** dense; thick; deep. *அடர்ந்த வெப்பமண்டலக் காடுகள்/ அடர்ந்த முடியில் எண்ணெய் பளபளத்தது.*

அடர்வு பெ. (இயற்.) காண்க: **அடர்த்தி, 3.**

அடவு பெ. (நாட்.) **பாட்டு இல்லாமல் சொற்கட்டை மட்டும் அடிப்படையாகக் கொண்ட அங்க அசைவு;** rhythmic, physical (foot and body) movements (in *பரத நாட்டியம்*) without music.

அடவோலை பெ. (வ.வ.) **(வீடு, நிலம் போன்றவற்றை) குத்தகைக்கு விடும்போது இரு தரப்பினரும் செய்து கொள்ளும் ஒப்பந்தப் பத்திரம்;** lease deed.

அடாத்து பெ. (-ஆக) (இலங்.) **அடாவடித்தனம்; முரட்டுத்தனம்;** rowdiness. *சொல்லச்சொல்லக் கேட்காமல் அடாத்தாக மண் ஏற்றிக்கொண்டிருந்தவர்களைத் தடுக்கப் போனபோது எங்களைத் தாக்க வந்தார்கள்./ இப்படி அடாத்தாகப் பேசினால் உன்னிடம் நியாயம் கதைக்க முடியாது.*

அடாத பெ.அ. **தகாத; முறையற்ற;** improper; unbecoming. *அடாத பேச்சு பேசுகிறான்./ வயதானவரைப் பட்டினிபோடுவது அடாத செயல் அல்லவா?*

அடாப்பழி பெ. (அ.வ.) **அபாண்டமான பழி; வீண் பழி;** unjust accusation.

அடாவடி பெ. (-ஆக, -ஆன) **(பிறரை மிரட்டுகிற) முரட்டுத்தனம்;** rowdiness; aggressive self-assertion. *அவன் தன்னுடைய அடாவடிப் பேச்சாலும் செயலாலும் எதையும் சாதித்துவிடுவான்.*

அடாவடித்தனம் பெ. (-ஆக, -ஆன) **நியாயமின்றியும் முரட்டுத்தனமாகவும் நடந்துகொள்ளும் தன்மை;** rowdiness; aggressiveness. *'மாமூல் கொடுக்கவில்லை என்றால் கடையை இந்த இடத்தில் இல்லாமல் செய்துவிடுவோம்' என்று ரவுடிகள் அடாவடித்தனமாக மிரட்டினார்கள்.*

அடி[1] வி. (அடிக்க, அடித்து) **அ.** (அறைதல் அல்லது அறைபடுதல் என்னும் முறையில் உள்ள வழக்கு) **1: கையால் அல்லது கம்பு முதலியவற்றால் அறைதல்; ஒன்றை மற்றொன்றின் மீது பலத்துடன் அறைதல்;** beat; hit (with the hand or with a cane, etc.,); strike (sth. against sth.). *குழந்தையைக் கையாலும் அடிக்கக் கூடாது, கம்பாலும் அடிக்கக் கூடாது./ புடவையைக் கல்மீது அடித்துத் துவைத்தாள்./ தங்கத்தைக் காய்ச்சி அடித்துத் தகடாக்கினார்./ அந்தக் கொடுமையான பேச்சு நெஞ்சில் சம்மட்டி கொண்டு அடிப்பது போலிருந்தது.* [(தொ.சொ.) *அமுக்கு/ அறை/ கிள்ளு/ குத்து/ தள்ளு/ நிமிண்டு/ மொத்து*] **2: (அறைந்து) தாக்குதல் அல்லது கொல்லுதல்;** attack or kill (by striking); strike dead; kill. *காட்டில் ஆடு மேய்க்கப் போனவனைப் புலி அடித்துவிட்டது./ நேற்று வீட்டில் ஒரு பாம்பை அடித்தோம்./ கோழி அடித்து விருந்துவைத்தார்கள்.* **3: (மெத்தை, தலையணை போன்றவற்றைத் தயாரிக்க) பருத்திக் காய்களை அல்லது கெட்டிப்பட்ட பஞ்சை வில் போன்ற அமைப்பில் வைத்து இழுத்துக் கொட்டைகளை நீக்கிப் பஞ்சைச் சுத்தப்படுத்துதல் அல்லது பஞ்சு பிரிந்து விழுமாறு செய்தல்;** clean the cotton with a device similar to a bow and remove the seeds. *பஞ்சை அடித்து மெத்தை தைக்க வேண்டும்.* **4: (இலக்கில்) படும்படி எறிதல்;** hit (with a stone); pelt. *சிறுவர்கள் கல்லால் மாங்காய் அடித்தார்கள்.* **5: (ஆணி முதலியவற்றை) உட்செலுத்துவதற்கு அறைதல்;** drive (a nail, etc.,). *மாட்டுக் குளம்பில் ஆணி அடித்து லாடம் கட்டினார்கள்./ வீட்டில் கொசுக்கள் நுழையாமல் இருப்பதற்காக ஜன்னல்களில் வலை அடித்திருந்தோம்.* **6: தட்டி ஒலி எழுப்புதல்;** make a sound by striking; ring. *கோயில் மணியை அவன் கணகணவென்று அடித்தான்.* **7: (மணி, கடிகாரம்) ஒலித்தல்;** (of a bell) ring; (of a clock) strike. *கடிகாரம் பத்து முறை அடித்துவிட்டு ஓய்ந்தது.* **8: (சிறகை) ஓசையுடன் அசைத்தல்;** flap (wings). *பறவை சிறகடித்துப் பறந்தது.* **9: பதியும்படி அழுத்துதல்;** strike (sth. so as to leave an impression); stamp. *அஞ்சல் தலையில் முத்திரை அடித்தார்.* **10: (கிரிக்கெட், டென்னிஸ் போன்ற விளையாட்டுகளில்) பந்தை மட்டையால் தட்டுதல்/(தட்டுவதன் மூலம் புள்ளிகள் அல்லது ஓட்டங்கள்) பெறுதல்;** (of tennis, cricket, etc.,) hit/score (a run or point by hitting). *இந்திய*

அணி வீரர் அடித்த பந்து எல்லைக் கோட்டை அடைந்தது./ அவர் அடித்துள்ள ஐந்தாவது சதம் இது./ முக்கியமான கட்டத்தில் அவர் அடித்த பந்து வலையில் மோதியதால் புள்ளியை இழந்தார். **ஆ.** (ஒன்றின் இயக்கம் அல்லது விளைவு குறித்த வழக்கு) **11: (வெயில், குளிர் முதலியன பலமாக) உறைத்தல்;** (of sunshine, light) strike; shine (esp. brightly); (of cold) bite (intensely). முகத்தில் சுரீரென்று வெயில் அடித்தது. **12: (காற்று, மணம் பலமாக) வீசுதல்;** (of wind, smell) blow (esp. strongly). மணிக்கு எண்பது மைல் வேகத்தில் புயல் அடித்தது./ சாக்கடை நாற்றம் பயங்கரமாக அடித்தது. **13: (அலை) மோதுதல்;** (of waves) beat (upon); dash (against). கரையில் அலை அடிக்கிறது. **14: (மழை வலுவாக) பெய்தல்;** (of rain) lash; (of drizzle) fall. கோடை மழை திடீரென்று பிடித்து அடித்து ஓய்ந்தது./ சாரல் அடிக்கிறது. [(தொ.சொ.) **ஊற்று/ கொட்டு/ தூறு/ தூறல்போடு/ பிய்த்துவாங்கு/ பெய்/ பொழி/ வெளுத்துக்கட்டு**] **15: (இருதயம்) துடித்தல்;** (of heart) beat. **16: ஓசையுடன் அசைதல்;** flutter. காற்றில் கொடி படபடவென்று அடித்துக்கொண்டது. **இ.** (ஒன்றைச் செய்வதில் அழுத்துவது, அமுக்குவது போன்றவற்றை உள்ளடக்கிய வழக்கு) **17: (ஒன்றை இயக்குவதன் மூலம்) உட்செலுத்துதல் அல்லது வெளியேற்றுதல்;** pump in; inflate; pump. கால்பந்துக்குக் காற்று அடிக்க வேண்டும்./ குழாயில் ஒரு வாளி தண்ணீர் அடித்து வை. **18: (ஒன்றை) கலக்குதல்;** beat; stir. இரண்டு முட்டையை அடித்து மாவில் ஊற்றிப் பிசை. **19: அச்சிடுதல்;** print. கல்யாணப் பத்திரிகை அடித்தாகிவிட்டது./ கள்ள நோட்டு அடித்தவர் கைது. **20: (கூடாரம்) ஏற்படுத்துதல்;** set up; pitch (a tent). தொல்லியல் ஆராய்ச்சியாளர்கள் கூடாரம் அடித்துத் தங்கினார்கள். **21: (பை முதலியன) தைத்தல்;** stitch (a bag, etc.,); make (by stitching). இந்தத் துணியில் இரண்டு பை அடித்துக் கொடு./ கால்சட்டையின் ஓரம் பிரிந்திருக்கிறது, அதை அடித்துக் கொடு. **22: (சுண்ணாம்பு, வண்ணக் கலவை) பூசுதல்;** coat; whitewash; paint. சுவருக்குச் சுண்ணாம்பு அடிக்கிறான்./ மாட்டுக் கொம்புக்கு வர்ணம் அடிக்க வேண்டும். **23: (விளக்கை) ஒளிரச்செய்தல்;** (of flashlight) shine on. அப்படியே நிற்கிறாயே! பாம்பு இருக்கிறதா என்று விளக்கை அடித்துப் பார்./ கைவிளக்கை அடித்துப் பார்த்தபோது அங்கே மூன்று பேர் நிற்பது தெரிந்தது. **ஈ.** (மரபு வழக்கு) **24: (கஞ்சா அல்லது சாராய வகை) உட்கொள்ளுதல்;** smoke (bhang); drink (arrack, etc.,). கஞ்சா அடித்தவனின் கண்கள் சிவந்திருந்தன. **25: (காய்ச்சல்) ஏற்படுதல்; காணுதல்;** run (a temperature). குழந்தைக்கு இரண்டு நாட்களாகக் காய்ச்சல் அடிக்கிறது. **26: (அதிர்ஷ்டம், யோகம்) வாய்த்தல்; ஏற்படுதல்;** be favoured (by luck, fortune, etc.,). அவனுக்கும் ஒரு முறை அதிர்ஷ்டம் அடித்தது. **27: (பட்டியல், நூல் முதலியவற்றிலிருந்து பெயர், சொல் முதலியவற்றை) நீக்குதல்;** strike off (a name, a word from a list, book, etc.,); score out. பணம் செலுத்தாததால் பதிவேட்டிலிருந்து அவன் பெயரை அடித்துவிட்டார்கள். **28: பறித்துச் செல்லுதல்; திருடுதல்;** make off with; filch. கூட்டத்தில் என் பையிலிருந்த பேனாவை யாரோ அடித்துவிட்டார்கள். **29: (வண்டியில் ஏற்றி) கொண்டுவருதல்; (கொண்டுவந்து) கொட்டுதல்;** carry (load, sand, bricks, etc.,); cart. நாளை ஒரு வண்டி மணல் அடித்துவிடு!/ முதலில் மணல் அடித்து விட்டுக் கப்பி அடியுங்கள்! **30: (ஒன்றை அல்லது ஒருவரைக் குறிப்பிடப்படும் நிலையில் இருக்கும்படி) ஆக்குதல்;** make (s.o. to be in a specified state); cause (sth. to be in the stated condition). அவளுடைய அழகு அவனைப் பைத்தியமாக அடித்துவிடும் போலிருந்தது./ அவர் தூங்கிவிட்டதால் என் பதிலுக்கு அவசியம் இல்லாமல் அடித்துவிட்டார்./ பழைய கடிகாரம் என்றாலும் ஓடிக்கொண்டிருக்கிறது. பழுதுபார்க்கிறேன் என்று சொல்லி நன்றாக இருப்பதையும் இல்லாமல் அடித்துவிடாதே! **31: (பூச்சிமருந்து, எரு போன்றவற்றை) தூவுதல்; போடுதல்;** spray (pesticide, fertilizer, etc.,); sprinkle. எங்கள் ஊருக்கு அமைச்சர் வரவிருப்பதால் சாலையோரங்களில் மருந்தடித்தார்கள்./ வயலுக்கு இன்று எரு அடிக்க வேண்டுமென்று சொன்னேனே என்ன ஆயிற்று?/ வயலுக்குப் பூச்சிமருந்து அடிப்பது மண்ணைப் பாதிப்புக்கு உள்ளாக்கிவிடும். **32: (தட்டச்சில் அல்லது கணிப்பொறியின் விசைப்பலகையில் எழுத்துகளையும் எண்களையும் விரலால்) தட்டிப் பதிவு செய்தல்;** type (a text, document, etc.,); key in. தட்டச்சில் நான்கு பக்கங்கள் அடித்துவிட்டு அப்புறம் சாப்பிட்டேன்./ கணிப்பொறியில் ஆறு பக்கம் மட்டுமே அடித்திருந்த நிலையில் மின்சாரம் தடைப்பட்டது. **33: (குறிப்பிடப்படுவதைக் கொண்டு) காரியத்தைச் சாதித்தல்;** get sth. done (by the means specified). எல்லோரையும் பணத்தால் அடித்துவிட்டு வழக்கைத் தனக்குச் சாதகமாக ஆக்கிக்கொண்டான்./ 'அவனை என் பேச்சால் அடிக்கிறேன் பார்' என்று சவால்விட்டான்.

அடி^{2} வி. (அடிக்க, அடித்து) (இலங்.) **(மரத்தைத் துண்டு துண்டாகவோ சட்டமாகவோ) அறுத்தல்;** cut (timber into pieces). பனையில் வளை அடித்துத் தரச் சொல்லியிருக்கிறேன்.

அடி^{3} து.வி. (அடிக்க, அடித்து) **1: 'செய' என்னும் வாய்பாட்டு வினையெச்சத்தின் பின், ஓர் ஆக்கவினை;** after the infinitive of a verb, a causative marker; make; cause (s.o. or sth. to be in the stated condition). அவர் பல கேள்விகள் கேட்டு என்னைத் திணற அடித்தார்./ குழந்தையின் மழலை துன்பத்தை மறக்க அடித்தது./ மனத்தைக் கலங்க அடிக்காதே! **2: சில பெயர்ச்சொற்களோடும் சில வகை ஒலிக்குறிப்புச் சொற்களோடும் இணைக்கப்பட்டு அவற்றை வினையாக்கும் வினை;** when added to some nouns or certain types of onomatopoeic words, அடிserves to make them verbs. குட்டிக்கரணமடி/ கொட்டமடி/ வீணடி/ டாலடி/ கிண்டலடி/ சவடாலடி. **3: முதன்மை வினையின் செயல் கடுமை அடைந்தது அல்லது தீவிரப்பட்டது என்பதைக் குறிப்பிட இணைக்கப்படும் ஒரு துணை வினை;** an auxiliary verb, used to indicate that the action in the main verb is executed with some severity. தோட்டத்துக்குள் புகுந்த மாட்டை விரட்டியடித்தான்./ பயம் அவனை அங்கு நிற்கவிடாமல் துரத்தியடித்தது./ தூக்கம் கண்ணைச் சுழற்றியடிக்கிறது.

அடி[4] பெ. 1: **(கையால் அல்லது கம்பு முதலியவற்றால் விழும்) அறை;** stroke; lash (with a cane, whip, etc.,); beating. பிரம்படி தாங்க முடியாமல் துடித்தான்./ அப்பாவிடம் நீ அடி வாங்கப்போகிறாய். 2: **(ஏதேனும் ஒன்றால் தாக்கப்பட்டதால் அல்லது ஒன்றின் மீது மோதியதால் ஏற்பட்ட) காயம்;** injury. தலையில் பலத்த அடி, இரத்தம் வழிந்தது./(உரு வ.) வாழ்க்கையில் நான் வாங்கிய அடிகள் பல. 3: **இழப்பு, நஷ்டம்;** blow; (heavy) loss. அவருக்கு வியாபாரத்தில் பலத்த அடி.

அடி[5] பெ. 1: **காலின் கீழ்ப்பகுதி; பாதம்;** foot (of the leg). சிவனின் அடியையும் முடியையும் தேடிக் காணச் சென்ற கதை./ அந்த மகானின் அடி வணங்கி ஆசி பெற்றார்கள். 2: **நடப்பதற்காகக் காலை முன்வைத்தல்; (ஒரு) எட்டு;** step. கால் வீக்கத்தால் நான்கு அடி நடப்பதற்குள் கால் வலிக்கிறது. 3: **பன்னிரண்டு அங்குலம் கொண்ட ஒரு நீட்டலளவு;** (as a measure of length) foot. அவர் உயரம் சரியாக ஆறடி. 4: **(நீர்நிலையின்) கீழ்த்தரை; (பெட்டி போன்ற பொருளின்) உட்புறத்தின் கீழ்ப்பகுதி அல்லது வெளிப்பகுதியின் கீழ்ப்பகுதி;** bottom (of a well, a box, etc.,); the area below or under (a table, chair, etc.,). கடலின் அடியில் தாவரங்கள் இருக்கின்றன./ பெட்டியின் அடியில் பாச்சை உருண்டைகளைப் போடு./ மேஜையின் அடியில் நாய் படுத்திருந்தது. 5: **(நீளம் உடைய பொருளில் அல்லது ஓர் அடுக்கில்) கீழ்ப்பகுதி;** lowest part or point (of sth.); bottom; bottom end. கடிதத்தின் அடியில் கையெழுத்திட்டான்./ அலமாரியின் அடித்தட்டில் இதை வை./ அடிக்கரும்பு இனிக்கும். 6: **(மரம் முதலியவற்றின்) வேர்ப் பகுதி;** root part (of a tree, etc.,). புயல் மரத்தை அடியோடு சாய்த்துவிட்டது. 7: **ஒரு பொருளை அல்லது கட்டடத்தைச் சுற்றி உள்ள பகுதி;** the area immediately surrounding a particular object or building. கிணற்றடி/ மரத்தடி/ தேரடி/ குழாயடி/ கோயிலடி. 8: **(பாத) சுவடு;** footprint. நடந்துபோன அடி மறைவதற்குள் வந்துசேர்ந்து விட்டான்./ மண்ணில் பதிந்திருக்கும் அடியைப் பார்த்தால் கரடியுடையதுபோல் இருக்கிறது.

அடி[6] பெ. **செய்யுளின் வரி;** metrical line. நான்கடி வெண்பா.

அடி[7] பெ. (மண்.) **(உருவாக்கியவுடன் சக்கரத்திலிருந்து எடுத்து வெயிலில் உலரவைக்கும்) அடிப்பகுதி மூடப்படாத மட்பாண்டம்;** earthenware vessel (with its bottom still to be closed) taken off the potter's wheel and left in the sun to dry to desired hardness for beating into shape.

அடி[8] இ.சொ. (பே.வ.) **வயதில் இளைய பெண்ணை அல்லது உரிமையைக் காட்டக்கூடிய உறவில் உள்ள பெண்ணை அழைக்கவோ மரியாதைக் குறைவாக ஒரு பெண்ணை அழைக்கவோ பயன்படுத்தும் இடைச்சொல்;** particle used for addressing a woman who is younger or one with whom the speaker is familiar or for addressing a woman in a disrespectful manner. அடிப் போக்கிரிப் பெண்ணே!/ அடி தங்கம், இங்கே வா.

அடி அழி வி. (அழிக்க, அழித்து) (இலங்.) **கோயிலில் அங்கப்பிரதட்சிணம் செய்பவரைத் தொடர்ந்து, அவர் உருண்டு செல்லும் வழியிலேயே அல்லது சுவாமி வீதியுலா வரும்போது பின்தொடர்ந்து செல்லுதல்;** follow the person who is doing அங்கப்பிரதட்சிணம் or the deity in a procession. அப்பா அங்கப்பிரதட்டை செய்ய அம்மாவும் அக்காவும் அடி அழித்துச் சென்றார்கள்./ ஒவ்வொரு வருடமும் திருவிழாவுக்கு அம்மா அடி அழிப்பாள்./ (உரு வ.) எதற்கு அவர்களுக்குப் பின்னாலேயே அடி அழித்துக்கொண்டு போனாய்?

அடிக்க வி.அ. (பே.வ.) காண்க: **அடித்துக்கொள்ள.**

அடிக்கட்டை பெ. 1: **(அறுவடைக்குப் பிறகு) நிலத்தில் எஞ்சி இருக்கும் பயிர்களின் அடிப்பகுதி;** stub; stubble. 2: **வழங்கப்படும் நுழைவுச்சீட்டு, காசோலை முதலியவற்றின் விவரங்கள் அடங்கிய, வழங்குபவர் தன் வசம் வைத்துக்கொள்ளும் பகுதி;** counterfoil; stub.

அடிக்கடி வி.அ. **அதிகத் தடவை; பல முறை;** frequently; very often; repeatedly; time and again. அவர் பேசும்போது குறளிலிருந்து அடிக்கடி உதாரணம் காட்டுவார்./ அவருக்கு அடிக்கடி கோபம் வரும்.

அடிக்கயல் பெ. (இலங்.) **உடைத்த தேங்காயின் இரு மூடிகளில் கண் இல்லாத பகுதி;** the lower half of a split coconut.

அடிக்கரும்பு பெ. 1: **மிகுந்த இனிப்புச் சுவை உடைய கரும்பின் அடிப்பகுதி;** the sweet lower segment of sugarcane. 2: **(வெட்டியெடுத்த பிறகு) பூமியில் எஞ்சியிருக்கும் கரும்பின் அடிப்பகுதி;** stubble of sugarcane.

அடிக்கல் பெ. **கட்டுமானப் பணியின் துவக்கமாக நடத்தும் சடங்கில் வைக்கப்படும் கல்;** foundation stone (for a construction). புதிய மருத்துவமனை கட்டடத்துக்குச் சுகாதாரத் துறை அமைச்சர் அடிக்கல் நாட்டினார்./ (உரு வ.) நவீன இயற்பியல் விதிகளுக்கு அடிக்கல் நாட்டியவர் நியூட்டன் ஆவார்.

அடிக்கிற பெ.அ. **(கண்ணை உறுத்துகிற அளவுக்கு) அடர்ந்த வண்ணத்தில்;** (of colour) garish; loud. என்ன, இப்படி அடிக்கிற சிவப்பில் ஒரு புடவை எடுத்திருக்கிறாயே?/ அடிக்கிற பச்சையில் ஒரு சட்டையைக் கதாநாயகன் அணிந்திருந்தான்.

அடிக்குரல் பெ. **கீழ்த்தொண்டையிலிருந்து வெளிப்படும் குரல்;** deep voice.

அடிக்குறிப்பு பெ. **(நூல், கட்டுரை முதலியவற்றின் பக்கங்களின்) கீழ்ப்பகுதியில் தரப்படும் துணைச் செய்திகள்;** footnote (in a book).

அடிக்கொருக்கால் வி.அ. (இலங்.) காண்க: **அடிக்கொருதரம்.**

அடிக்கொருதரம் வி.அ. **(குறுகிய கால இடைவெளியில்) சிறிது நேரத்துக்கு ஒரு முறை;** very often; time and again. இடது கைவிரலால் அடிக்கொருதரம் மூக்குக் கண்ணாடியைத் தொட்டுப்பார்த்துக்கொண்டார்.

அடிக்கோடு பெ. **(நினைவில் கொள்வதற்காக அல்லது வலியுறுத்திக் காட்டுவதற்காக) சொல், தொடர் முதலியவற்றின் கீழ் போடப்படும் கோடு;** line drawn under words, phrase, etc., for emphasis and for future reference. சிவப்பு மையால் பிரதியின் பல பக்கங்களில் அடிக்கோடுகள் போடப்பட்டிருந்தன.

அடிகள் 20

அடிகள் பெ. துறவறம் மேற்கொண்டவர்களை அல்லது துறவிபோல் மதிப்புமிக்கவர்களை மரியாதையுடன் குறிக்கப் பயன்படுத்தும் சொல்; respectful term of address for a monk or for s.o. of similar status. *தவத்திரு அடிகள் பேசுகிறார்./ காந்தியடிகள்.*

அடிகுழாய் பெ. கைப்பிடியைப் பிடித்து அடிப்பதன் மூலம் நிலத்தின் அடியிலிருந்து நீரை வெளியே கொண்டுவரப் பயன்படும் குழாய்; hand pump.

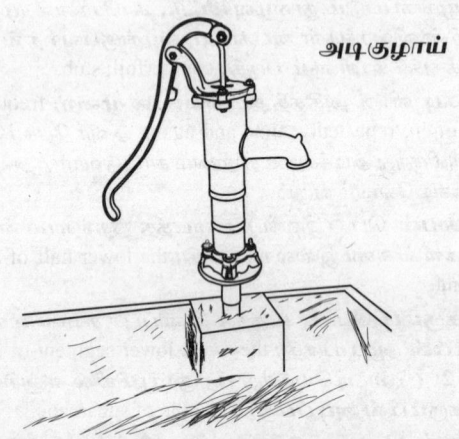

அடிகுழாய்

அடிகொடி பெ. (இலங்.) ஒருவரின் குடும்பம், பரம்பரை, அந்தஸ்து போன்றவை பற்றிய தகவல்; details about one's family, heredity, status, etc., *வெளிநாட்டில் போய்த் தங்கிவிட்டவர்களும் அடிகொடி பார்த்துதான் சம்பந்தம் செய்கிறார்கள்.*

அடிகோலு வி. (அடிகோல, அடிகோலி) (ஒன்று மற்றொன்றுக்கு) அடிப்படையாக அமைதல்; வழிவகுத்தல்; pave the way (for sth.). *அரசு தரும் சலுகைகள் புதிய தொழில்கள் தொடங்குவதற்கு அடிகோலும்.*

அடிச்சுவடு பெ. (ஒருவர்) வகுத்துக் காட்டிய வழி; path laid down by s.o. *காந்தியடிகளின் அடிச்சுவட்டைப் பின்பற்றிச் செல்வோம்.*

அடிச்சொல் பெ. (இலக்.) வேர்ச்சொல்; (of a word) root. *'வாய்ப்பு' என்பதன் அடிச்சொல் 'வாய்' என்ற வினைச் சொல் ஆகும்.*

அடிசக்கை இ.சொ. (பே.வ.) பாராட்டை அல்லது வியப்பைத் தெரிவிக்க வாக்கியத்தின் தொடக்கத்தில் பயன்படுத்தும் இடைச்சொல்; particle used for expressing one's appreciation or surprise. *அடிசக்கை! கணக்கில் நூற்றுக்கு நூறு வாங்கியிருக்கிறாயே./ அடிசக்கை! அதற்குள் உனக்கு வேலை கிடைத்துவிட்டதா?*

அடித்தடி பெ. (இலங்.) (ஒன்றை அளக்கப் பயன்படும்) அளவுகோல்; foot rule. *அடித்தடியை வைத்துக் கோடு போட்டேன்.*

அடித்தல்திருத்தல் பெ. பிரதியில் நேரிடும் தவறுகளை நீக்குதலும் மாற்றி எழுதுதலும்; corrections (in a manuscript). *ஒரு சிறிய கடிதம், இதைக்கூட அடித்தல்திருத்தல் இல்லாமல் எழுத முடியாதா?*

அடித்தளம் பெ. 1: (கப்பலின்) கீழ்த்தளம்; lower deck (of a ship). *கப்பலின் அடித்தளத்தில் சரக்குகள் அடுக்கப்பட்டன.* 2: (-ஆன) அடிப்படை; ஆதாரம்; basis; foundation. *அயராத உழைப்பே இவருடைய வெற்றிக்கு அடித்தளம்.* 3: பல நிலைகளாகப் பிரித்தவற்றில் மிகவும் கீழ்நிலையில் இருப்பது; lower. *சத்துணவுத் திட்டம் அடித்தள மக்களுக்குப் பெரும் பயனைத் தருகிறது./ (உரு வ.) மனத்தின் அடித்தளத்தில் உள்ள ஆசைகள்.*

அடித்து வி.அ. (தன் கருத்தை) வலியுறுத்தி; emphatically; firmly. *எல்லா விஷயங்களிலும் தான் சொல்வதுதான் சரி என்று அடித்துப் பேசுகிறான்./ அவர் செய்தது தவறு என்று அடித்துச் சொல்லும் தைரியம் எனக்கு இல்லை.*

அடித்துக்கொண்டு செல் வி. (செல்ல, சென்று) (வெள்ளம், காற்று முதலியன) இழுத்துக்கொண்டு போதல்; (of flood, wind, etc.,) blow off; sweep away. *காற்று வீட்டுக் கூரைகளை அடித்துக்கொண்டு சென்றது./ வெள்ளத்தால் நிலத்திலிருந்து மண் அடித்துக்கொண்டு செல்லப்படுகிறது./ கூட்டம் அவனை அடித்துக்கொண்டு சென்றது./ (உரு வ.) கலையார்வம் அவனை நாடகத் துறைக்கு அடித்துக் கொண்டு சென்றது.*

அடித்துக்கொண்டு போ வி. (போக, போய்) காண்க: அடித்துக்கொண்டு செல்.

அடித்துக்கொள் வி. (-கொள்ள, -கொண்டு) 1: (ஒருவரோடொருவர்) சண்டைபோடுதல்; scramble; contend. *சொத்துக்காக அண்ணன் தம்பிகள் அடித்துக்கொள்கிறார்கள்.* 2: (ஒன்றைச் செய் அல்லது செய்யக் கூடாது என்று) திரும்பத்திரும்பச் சொல்லுதல்; say or demand sth. insistently. *மரத்தில் ஏறாதே, ஏறாதே என்று அடித்துக் கொண்டேன். ஏறிக் காலை ஒடித்துக்கொண்டு வருகிறாய்./ 'அகத்திக்கீரை வாங்கிக்கொண்டு வா' என்று அம்மா அடித்துக்கொள்கிறாளே, வாங்கி வரக் கூடாதா?*

அடித்துக்கொள்ள வி.அ. (ஒரு துறை, திறமை போன்றவற்றில் ஒன்றை அல்லது ஒருவரை) மிஞ்சுவதற்கு; excel. *பீமன் வேஷம் கட்டி ஆடுவதில் எங்கள் மாமாவை அடித்துக்கொள்ள ஆள் கிடையாது./ ஓட்டப் பந்தயத்தில் இவனை அடித்துக்கொள்ள இந்தப் பள்ளியில் யாராவது இருக்கிறார்களா?*

அடித்துக்கொளுத்து வி. (-கொளுத்த, -கொளுத்தி) (இலங்.) (ஒருவர்) மிகத் திறமையாக அல்லது சிறப்பாகச் செயலாற்றுதல்; perform brilliantly. *தம்பி கால்பந்து விளையாட்டில் அடித்துக்கொளுத்துகிறான்./ அரசியல்வாதிகள் தத்தம் கட்சிகள்பற்றி மேடையில் அடித்துக் கொளுத்துகிறார்கள்.*

அடித்துச்செல் வி. (-செல்ல, -சென்று) காண்க: அடித்துக் கொண்டு செல்.

அடித்துப்பிடித்து வி.அ. (பே.வ.) பல வகையிலும் சிரமத்துடன் முயன்று; with struggle. *அடித்துப்பிடித்துக் கல்லூரியில் இடம் வாங்கிவிட்டேன்.*

அடித்துமூடு வி. (-மூட, -மூடி) (இலங்.) (குறிப்பிட்ட பிரச்சினை அல்லது கேள்வி போன்றவை மீண்டும் எழாதவாறு) உறுதியாக முடிவுக்குக் கொண்டுவந்து விடுதல்; close once for all. *உண்மை வெளியே தெரிய விடாமல் எப்படி அடித்துமூடிவிட்டார்கள் பார்த்தாயா?/ எதையும் அடித்துமூடுவதில் அவர்கள் கெட்டிக்காரர்கள்./*

21 அடிபாடு

மறுபடியும் வந்து கேட்டால், 'எனக்குத் தெரியாது' என்று அடித்துமுடிவிடு.

அடித்துவாங்கு வி. (-வாங்க, -வாங்கி) (இலங்.) காண்க: **அடித்துக்கொளுத்து.**

அடித்தொண்டை பெ. **உரக்கக் கத்தும்போது ஒலி பிறக்கும் இடமாகக் கருதப்படும் தொண்டையின் பகுதி;** that part of the throat which is considered to be the source of a scream or shout.

அடிதடி பெ. 1: **(கையால் தாக்கிப் போடும்) சண்டை; கைகலப்பு;** scuffle. பேசிக்கொண்டே இருந்தவர்கள் திடீரென்று அடிதடியில் இறங்கிவிட்டார்கள்./ அடிதடியில் ஆரம்பித்த சண்டை கொலையில் முடிந்தது./ அவர் அடிதடி வழக்கில் கைதுசெய்யப்பட்டார். [(தொ.சொ.) **கைகலப்பு/ சண்டை**] 2: **(ஒன்றைப் பெற அல்லது செய்ய நடக்கும்) கடும் போட்டி;** scramble (for sth.). இலவசச் சேலை வழங்கும் இடத்தில் ஒரே அடிதடியாக இருக்கிறது./ உலகக் கோப்பை கிரிக்கெட் போட்டியை நடத்த பல நாடுகளிடையே அடிதடி.

அடிதண்டா பெ. (வ.வ.) **வீடுகளில் உட்புறமாகவும், பல பலகைகளை வைத்து அடைக்கும், வாசல் அகலமாக உள்ள கடைகளில் வெளிப்புறமாகவும் கதவைத் தாழிட்ட பிறகு, கூடுதல் பாதுகாப்புக்காகப் பூட்டப் பயன்படும் இரும்புப் பட்டை;** steel bar for locking doors of a house or building from inside and of shops from outside.

அடிநாதம் பெ. (-ஆக) **(கருத்து, வளர்ச்சி போன்றவை) வெளிப்படையாக இல்லாமல் உள்ளடங்கி அமைந்திருப்பது;** undertone (of one's writing, speech, etc.,). எல்லா மதங்களின் அடிநாதமும் மனிதநேயம்தான்./ அரவிந்தரிடம் அடிநாதமாக ஆன்மீகம் இழையோடிக்கொண்டிருந்தது.

அடிப்படை பெ. (-ஆன) **ஒன்றுக்கு மிக ஆதாரமானது; ஒன்றிலிருந்து மற்றவை தோன்றுவதற்கு ஆதாரமாக இருப்பது;** basis. இந்தக் கதைக்குத் தத்துவ அடிப்படை இருக்கிறது./ மொழி அடிப்படையில் மாநிலங்களை உருவாக்கினார்கள்.

அடிப்படை உரிமை பெ. (சட்டம்) **கருத்து, எண்ணம் போன்றவற்றை வெளிப்படுத்துவதில் அல்லது வசிப்பிடம், தொழில், மதம் போன்றவற்றைத் தேர்ந்தெடுப்பதில் சுதந்திரமாகச் செயல்பட அரசியல் சட்டம் குடிமக்களுக்கு உத்தரவாதமாகத் தரும் உரிமை;** fundamental right.

அடிப்படை உறுப்பினர் பெ. **கட்சி அல்லது சங்கத்தின் சாதாரண உறுப்பினர்;** primary member (of a political party).

அடிப்படைக் கல்வி பெ. **அடிப்படை எழுத்தறிவையும் எண்ணறிவையும் அளிக்கும் கல்வி;** basic education.

அடிப்படைச் சம்பளம் பெ. **எந்தப் படியும் சேராத ஊதியம்;** basic pay.

அடிப்படை வசதி பெ. **வசிக்கும் அல்லது தங்கும் இடத்தில் இருக்க வேண்டிய தண்ணீர், மின்சாரம், கழிப்பறை வசதிகள் போன்ற ஆதார வசதிகள்;** basic amenities. புதிதாகத் தொடங்கப்பட்டுள்ள கல்லூரி விடுதியில் அடிப்படை வசதிகள் போதுமானதாக இல்லை./ போராட்டத்தில் கைதானவர்கள் அடிப்படை வசதிகள்கூட இல்லாத இடங்களில் அடைத்துவைக்கப்பட்டுள்ளனர்./ இந்தக் கிராமத்தில் எந்தவித அடிப்படை வசதியும் இல்லை என்பது வேதனை அளிக்கிறது.

அடிப்படைவாதம் பெ. **ஒரு மதத்தின், பண்பாட்டின் அடிப்படைக் கோட்பாடுகள் மாற்றத்துக்கு உட்படாதவை என்று வலியுறுத்துவதும், அவற்றைத் தீவிரமாகக் கடைப்பிடிப்பதும், அவற்றுக்கு மாறானவற்றை எதிர்ப்பதுமான போக்கு;** fundamentalism.

அடிப்படைவாதி பெ. **அடிப்படைவாதத்தைக் கடைப்பிடிப்பவர்;** fundamentalist. 'அரசியலுக்குள் அடிப்படைவாதிகள் புகுந்துவிட்டால் சமூக நல்லிணக்கம் கெடும்' என்றார் அவர்.

அடிப்பிடிப்படு வி. (-பட, -பட்டு) (இலங்.) **சண்டை போடுதல்;** fight. வீதியில் யாரோ இரண்டு பையன்கள் அடிப்பிடிப்படுகிறார்கள்./ ஏன் இந்தச் சின்னச்சின்ன விடயத்துக்கெல்லாம் அடிப்பிடிப்படுகிறீர்கள் என்று ஆசிரியர் மாணவர்களைக் கண்டித்தார்.

அடிப்புக் கூலி பெ. (பே.வ.) **கதிர் அடிப்பதற்காகத் தரப்படும் கூலி;** wages for threshing.

அடிபட்டுப்போ வி. (-போக, -போய்) 1: **(வழக்கு, முயற்சி போன்றவை) எடுபடாமல் போதல்;** go unnoticed; be rejected; be lost. வக்கீல் நன்றாகத்தான் வாதாடினார், இருந்தாலும் வழக்கு அடிபட்டுப்போயிற்று./ ஜனரஞ்சகமான படங்கள் அதிகமாக வருவதால் சோதனை முயற்சியாக எடுத்த படங்கள் அடிபட்டுப்போகின்றன. 2: **(சேமிப்பு முதலியன) தீர்ந்துபோதல்; குறைந்துபோதல்;** (of savings, etc.,) be exhausted or used up. கல்யாணச் செலவால் சேமிப்பெல்லாம் அடிபட்டுப்போயிற்று.

அடிபடு[1] வி. (-பட, -பட்டு) 1: **(விபத்தில்) நசுக்கப்படுதல்;** be crushed (in an accident); be run over. தெருநாய் வண்டியில் அடிபட்டுச் செத்தது. 2: **(வாழ்க்கையில்) பல பிரச்சினைகளையும் துன்பங்களையும் அனுபவித்தல்;** live through hardships; be battered (in life). நீ பல இடங்களுக்குப் போய் அடிபட்டால்தான் வாழ்க்கையைப் புரிந்துகொள்வாய்.

அடிபடு[2] வி. (-பட, -பட்டு) **(பரவலாக) குறிப்பிடப்படுதல்; பேசப்படுதல்;** be mentioned (widely); be talked about. தண்ணீர்ப் பற்றாக்குறை என்னும் செய்தி வருடத்துக்கு ஒரு முறையாவது பத்திரிகையில் அடிபடுவது உண்டு./ அமைச்சர் பதவிக்கு எங்கள் தொகுதி உறுப்பினர் பெயர் அடிபடுகிறது.

அடிபடு[3] வி. (-பட, -பட்டு) (இலங்.) **(ஒருவரையொருவர் கைகளால் அல்லது தடிகளால் அடித்துக்கொண்டு) சண்டை போடுதல்;** fight (with each other). வீதியில் யாரோ அடிபடுகிறார்கள் என்று நாம் பொறுப்பில்லாமல் போய்விட முடியுமா?/ பிள்ளைகள் அடிபடாமல் விளையாட வேண்டும் என்று அம்மா கூறினார்.

அடிபணி வி. (-பணிய, -பணிந்து) **அதிகாரத்துக்கு அடங்கிப்போதல்;** obey; submit to s.o. or sth. ஆங்கிலேயர்களுக்கு அடிபணிய மறுத்து நடந்த போராட்டம்தான் நமது சுதந்திரப் போராட்டம்.

அடிபம்பு பெ. காண்க: **அடிகுழாய்.**

அடிபாடு பெ. (இலங்.) 1: **போர்;** war. மறுபடியும் அடிபாடு தொடங்கிவிடுமோ என்று அச்சமாக இருக்கிறது./ அரசு மீண்டும் அடிபாட்டில் இறங்கும் வாய்ப்பு இருக்கிறதா? 2: **(திட்டி அல்லது பேசிப் போடும்) சண்டை;**

அடிபிடி[1] 22

quarrel; altercation. பக்கத்து வீட்டார் எந்த நாளும் அடி பாட்டுக்கு வருகின்றார்கள்.

அடிபிடி[1] வி. (-பிடிக்க, -பிடித்து) **(சமைக்கும்போது) அதிகமான வெப்பத்தால் உணவுப் பொருள் கருகிப் பாத்திரத்தின் அடிப்பகுதியில் படிதல்;** (of sth. cooking) stick to the bottom (of a vessel) and turn it black. உப்பு மாவை நன்றாகக் கிண்டு, இல்லாவிட்டால் அடிபிடித்து விடும்./ வெல்லப் பாகை அடிபிடிப்பதற்கு முன் இறக்கி வைத்துவிட வேண்டும்.

அடிபிடி[2] பெ. காண்க: **அடிதடி, 2.**

அடிபிடி[3] பெ. (இலங்.) **(சண்டை போடும் நோக்கத்தோடு) ஆவேசமாக எழுப்பும் குரல்;** shout. எல்லா வற்றுக்கும் ஏன் அடிபிடி என்று கத்துகிறாய்?/ அடிபிடி என்று பேசியே மற்றவர்களின் வாயை அடைத்துவிடு வான்./ என்ன, பக்கத்து வீட்டில் ஒரே அடிபிடியாக இருக் கிறது?

அடிபோடு வி. (-போட, -போட்டு) **1: (தன் நோக்கத்தை நிறைவேற்றிக்கொள்ள) முன்னேற்பாடாக ஒன்றைச் சொல்லுதல் அல்லது செய்தல்;** broach cleverly. அவன் தன் கஷ்டங்களைச் சொல்ல ஆரம்பித்தபோதே கடனுக்கு அடிபோடுகிறான் என்று நினைத்தேன்./ அவன் கும்பிடு போட்டால் பணத்துக்கு அடிபோடுகிறான் என்று அர்த்தம். **2: (சண்டை போன்றவற்றைத் தொடங்க) திட்டம் போடுதல்;** be spoiling for a fight. காலையிலிருந்தே சண்டைக்கு அடிபோடுகிறான். **3:** (மண்.) **மண்ணால் அடுப்பு, தொட்டி, குதிரை, சாமி சிலைகளைச் செய்வ தற்கு முதலில் பாதத்திலிருந்து செய்யத் துவங்குதல்;** do the first stage of working from the bottom or foot while making a mud oven or trough or terracotta horse or deity. இரண்டு குதிரைக்கு அடிபோட்டிருக்கிறேன், ஐயனார் கோயிலுக்கு வைகாசி விசாகத்திற்குள் சுட்டுத் தர வேண்டும்.

அடிமட்டம்[1] பெ. **(பல நிலைகளாக உள்ளவற்றில்) கீழ் நிலை;** lower level. சமுதாயத்தின் அடிமட்டத்தில் உள்ள வர்களின் பிரச்சினைகள் தீர்க்கப்பட வேண்டும்./ அவன் சைக்கிளை அடிமட்ட விலைக்கு வாங்கினான்.

அடிமட்டம்[2] பெ. (இலங்.) **ஒரு அடி நீளமுள்ள அளவு கோல்;** measuring scale of one foot in length. நாளை அடிமட்டம் இல்லாமல் ஒருவரும் வகுப்புக்கு வரக் கூடாது.

அடிமடியில் கைவை வி. (-வைக்க, -வைத்து) (பே.வ.) **(ஒருவரின் உதவும் குணத்தைப் புரிந்துகொண்டு அவ ருக்கு) பெரும் பாதிப்பு ஏற்படும் வகையில் செயல் படுதல்;** exploit a helpful person and deprive him of something essential.

அடிமடையன் பெ. காண்க: **அடிமுட்டாள்.**

அடிமண்டி பெ. (பே.வ.) காண்க: **மண்டி**[1].

அடிமனம் பெ. (உள.) **ஆழ்மனம்;** the unconscious.

அடிமனை பெ. **கட்டடம் கட்டப்பட்டிருக்கும் மனை;** plot. அடுக்குமாடி வீட்டின் உரிமையாளர்கள் ஒவ்வொரு வருக்கும் அடிமனையில் ஒரு பங்கு உண்டு./ கல்யாண மண்டபத்தின் அடிமனை தன்னுடையது என்று வேறொரு வர் வழக்கு தொடர்ந்துள்ளார்.

அடிமாட்டு விலை பெ. **(பொருளின் உண்மையான மதிப்புக்குப் பொருந்தாத) மிகக் குறைந்த விலை;** unreasonably low price; rock-bottom price. ஊரை விட்டுப் போகப்போகிறோம் என்பதைத் தெரிந்துகொண்டு வீட்டை அடிமாட்டு விலைக்குக் கேட்கிறார்கள்./ இந்த மேசையை அடிமாட்டு விலைக்கு விற்றால் உழைத்த கூலிகூட எனக்குத் தேறாது.

அடிமாடு பெ. **(உழுதல், வண்டி இழுத்தல் போன்ற) வேலைகளைச் செய்ய முடியாத, இறைச்சிக்காகக் கொல்லப்படும் கிழட்டு மாடு;** old, unserviceable cattle meant for the slaughter house.

அடிமானம் பெ. (கணி.) **பெருக்கப்பட வேண்டிய தடவைகளை அடுக்காகக் கொண்ட எண்;** base (number). 10^4 என்ற அடுக்குக் குறியீட்டில் *10* என்பது அடிமானம் ஆகும்.

அடிமுட்டாள் பெ. **கொஞ்சம்கூட அறிவில்லாத நபர்;** downright idiot or fool.

அடிமேல் அடி பெ. **(ஒருவருக்கு) ஒன்றைத் தொடர்ந்து ஒன்றாக வரும் துன்பம்; அடுத்தடுத்து வரும் துன்பம்;** (misfortune or suffering) one following the other; one after another. வியாபாரத்தில் நஷ்டம், மனைவியின் பிரிவு என்று அவருக்கு அடிமேல் அடியாக வந்துகொண்டே இருக்கிறதே.

அடிமை பெ. **1: (முற்காலத்தில்) தன்னுரிமை இழந்து, பிறருக்கு உடைமையாக இருந்த பணியாள்;** slave. அரசர் கள் போரில் சிறைப்பிடித்தவர்களை அடிமைகளாக மாற்றி னர்./ கிரேக்கர்கள் காலத்திலேயே அடிமை முறை இருந் தது. **2: ஒரு நாடு மற்றொரு நாட்டின் அதிகாரத்துக்கு உட்பட்டு முழுச் சுதந்திரத்தையும் இழந்த நிலை;** the condition of being a vassal state. ஆங்கிலேய அடிமைத் தளையை உடைத்தெறியவே இந்தியாவில் சுதந்திரப் போராட்டம் தொடங்கப்பட்டது./ உலகில் அடிமைப்பட் டுக் கிடந்த பல நாடுகள் இரண்டாம் உலகப் போருக்குப் பின்னர் விடுதலையடைந்தன. **3: ஒருவர் சுதந்திரமாக முடிவெடுத்துச் செயல்பட முடியாத அளவுக்கு மற் றொன்றின் அல்லது மற்றொருவரின் ஆதிக்கத்துக்கு உட்பட்டுத் தன்னை இழந்துவிடும் நிலை;** the state of being slave to sth. or s.o. overpowered by then, losing one's will; servitude; slavishness. **4: அளவுக்கு அதிகமாக ஒன்றில் ஈடுபட்டு முற்றிலும் தன்னை இழந்துவிடும் நிலை;** the state of being an addict or slave to sth. undesirable. போதை மருந்துக்கு அடிமையாகித் தன் வாழ்வை நாசமாக்கிக்கொண்டான்.

அடிமைத்தனம் பெ. **(பிற நாடு, இனம் போன்றவற் றிடம் அல்லது ஒருவரிடம்) அடிமைப்பட்டிருக்கும் நிலை;** slavery; slavishness; slavish attitude. அடிமைத் தனத்திலிருந்து நமக்கு விடுதலை கிடைப்பதற்காக எத்த னையோ பேர் தமது இன்னுயிரை நீத்தனர்.

அடிமையாகு வி. (-ஆக, -ஆகி) **(ஒருவர்) அளவுக்கு அதிகமாக ஒன்றில் ஈடுபட்டு அதிலிருந்து விடுபட முடி யாமல் போதல்;** get addicted to sth. இளைஞர்கள் போதைப்பொருளுக்கு அடிமையாகிவிடக் கூடாது என் பதற்காகவே கல்வி நிறுவனங்களுக்கு அருகில் கண்காணிப் பைக் காவல்துறை அதிகப்படுத்தியுள்ளது./ மதுவுக்கு அடி மையாகித் தங்கள் வாழ்வைத் தொலைத்தவர்கள் பலர்.

அடியடியாக வி.அ. *(இலங்.)* ***தலைமுறைதலைமுறையாக;*** (of a family) generation after generation. அவனுடைய குடும்பம் அடியடியாக வசதியானது./ அடியடியாகக் கோயில் தேர்த் திருவிழாவை அந்தக் குடும்பமே செய்கிறது.

அடியவர் பெ. *(உ.வ.)* ***இறைவனுக்கு வழிபாடு செய்வதைத் தொண்டாகக் கொண்டவர்;*** religious follower; devotee. இதுவும் இறைவனின் திருவிளையாடல் என்று அடியவர் நினைத்தார்.

அடியாக இ.சொ. *(உ.வ.)* ***'மூலமாக' என்ற பொருள் தரும் இடைச்சொல்;*** particle meaning 'based on'; 'through'. கவிதையைப் படித்து அதனடியாகப் பெற்ற அனுபவம்.

அடியார் பெ. காண்க: ***அடியவர்.***

அடியாள் பெ. ***அடித்து மிரட்டுதல், கொலை செய்தல் போன்றவற்றைச் செய்வதற்கு அமர்த்தப்படும் நபர்;*** hireling; henchman.

அடியுரம் பெ. ***விதைப்பதற்கு அல்லது நடுவதற்கு முன்பு இடப்படும் உரம்;*** basal dressing (before sowing or planting).

அடியெடுத்து வை வி. *(வைக்க, வைத்து)* **1:** ***(ஒன்றை நோக்கி) நடக்க ஆரம்பித்தல்;*** head for; enter. நான் வீட்டை நோக்கி அடியெடுத்து வைத்தேன்./ தயங்கித் தயங்கி அடியெடுத்து வைத்து அறைக்குள் நுழைந்தாள்./ *(உரு வ.)* அடுத்த நூற்றாண்டில் அடியெடுத்து வைக்கும் தருணத்தில் இயற்கையோடு நமக்குள்ள உறவை மேம்படுத்திக்கொள்ள வேண்டும். **2:** *(புதியவரின் அல்லது புதிய ஒன்றின் வருகையைக் குறிப்பிடும்போது)* ***நுழைதல்; புகுதல்;*** (when referring to a new entrant) step in; enter. இவன் எப்போது இந்த அலுவலகத்தில் அடியெடுத்து வைத்தானோ அப்போதே பிரச்சினை ஆரம்பமாகிவிட்டது./ சீனாவில் தோன்றிய காகிதத் தொழில் ஐரோப்பாவில் அடியெடுத்து வைப்பதற்குக் கிட்டத்தட்ட ஆயிரம் ஆண்டுகள் ஆயிற்று. **3:** ***(ஒருவர் புதிய துறையில்) ஈடுபடுதல்; (ஒன்று புதிய நிலைக்கு) செல்லுதல்;*** enter (a new field or phase in life); set foot in. அந்த நாடக நடிகர் இப்போதுதான் திரைப்படத் துறையில் அடியெடுத்து வைக்கிறார்./ இத்தகைய சகிப்பின்மை இப்போதே தடுத்து நிறுத்தப்படாவிட்டால் நம் சமூகம் அழிவுப் பாதையில் அடியெடுத்து வைத்துவிடும்.

அடியேன் பெ. ***(ஒருவர்) தன்னைத் தாழ்த்திப் பணிவாகக் குறிப்பிட்டுக்கொள்ளும்போது பயன்படுத்தும் சொல்;*** a term of humility for referring to oneself. அடியேன் செய்த பிழை என்ன?/ குறுக்கு வழியில் பணம் சம்பாதிக்க அடியேனுக்குத் தெரியாது.

அடியொற்றி வி.அ. ***(ஒருவரை அல்லது ஒன்றை) முன்மாதிரியாகக் கொண்டு;*** following in someone's footsteps; following. மேல்நாட்டுக் கவிஞர்களை அடியொற்றி அவர் புதிய முறையில் கவிதை எழுத ஆரம்பித்தார்.

அடியோட்டம் பெ. *(-ஆக)* ***(கடல், ஆறு போன்றவற்றின்) அடியில் அல்லது ஆழமான பகுதியில் செல்லும் நீரோட்டம்;*** undercurrent. காவிரியின் அடியோட்டச் சுழல்களுக்கு ஈடுகொடுத்து நீந்துவது கடினம்./ *(உரு வ.)* சித்தர் பாடல்கள் அடியோட்டமாக வேறு பொருளை உணர்த்துகின்றன.

அடியோடு வி.அ. ***முற்றிலும்; அறவே;*** totally; completely; forever. குழாயில் தண்ணீர் வருவது அடியோடு நின்றுவிட்டது./ எல்லோரும் ஒரு விஷயத்தை அடியோடு மறந்துவிட்டார்கள்./ புகைபிடிப்பதை அடியோடு விட்டுவிடுவது நலம்./ மது அருந்துவதை என் தந்தை அடியோடு வெறுத்தார்.

அடிவயிறு பெ. ***வயிற்றில் தொப்புளுக்குக் கீழே உள்ள பகுதி;*** abdomen; lower belly. அடிவயிற்றில் வலி.

அடிவருடி பெ. ***அந்தஸ்திலோ அதிகாரத்திலோ உயர்ந்த நிலையில் இருப்பவர்களிடம் சுயமரியாதையை இழந்து அண்டிப் பிழைக்கும் நபர்;*** bootlicker; toady.

அடிவருடு வி. *(-வருட, -வருடி)* ***(சுயநலத்திற்காக ஒருவரை) மகிழ்விக்க வேண்டிச் சுயமரியாதையை இழக்கும் வகையிலான செயல்கள் செய்தல்;*** fawn upon; lick s.o.'s boots. நிர்வாகத்தினரை அடிவருடிப் பதவி உயர்வு பெற்றுவிட்டார்./ அதிகாரிகளை அடிவருடத் தயங்காதவர் தொழிலாளர்களைக் கைவிட்டதில் ஆச்சரியம் ஒன்றுமில்லை.

அடிவாங்கு வி. *(-வாங்க, -வாங்கி)* **1:** ***(வாழ்க்கையில்) அடிபடுதல்;*** live through hardships; be battered (in life). வாழ்க்கையில் அடிவாங்காமல் முன்னேற முடியாது. **2:** *(பே.வ.)* ***(நீண்ட காலப் பயன்பாட்டினால் இயந்திரம் போன்றவை) தேய்ந்துபோதல்; செயல்படும் திறன் குறைதல்;*** be battered. ஏகத்துக்கு அடிவாங்கியிருக்கிற இந்த சைக்கிளையா வாங்கப்போகிறாய்?

அடிவாரம் பெ. ***(சமவெளியை ஒட்டியிருக்கும்) மலையின் கீழ்ப்பகுதி;*** foothills.

அடிவானம் பெ. ***தொலைவிலிருந்து பார்க்கும்போது நிலத்தை வானம் தொடுவதுபோல் நீண்ட கோடாகத் தெரியும் இடம்; தொடுவானம்;*** horizon.

அடு வி. *(பெரும்பாலும் 'அடுக்குமா', 'அடுக்காது' போன்ற வடிவங்களில் மட்டும்) (எதிர்மறையில்)* ***பொருத்தமாக இருத்தல்; ஏற்றதாதல்;*** (mostly in the negative) become; be proper. கூலியாட்களின் பணத்தைக் கொடுக்காமல் இருப்பது உங்கள் தகுதிக்கு அடுக்குமா?/ இந்த அக்கிரமம் கடவுளுக்கே அடுக்காது./ இப்படி அநியாய வட்டி வாங்குகிறார்களே, யாருக்கு அடுக்கும்?

அடுக்ககம் பெ. *(பு.வ.)* ***பல தளங்களைக் கொண்ட கட்டடம்; அடுக்குமாடிக் கட்டமைப்பு;*** multi-storeyed building. சென்னை மாநகரில் அடுக்ககங்கள் உருவாகிக் கொண்டே இருக்கின்றன.

அடுக்களை பெ. ***சமையல் அறை;*** kitchen.

அடுக்கு[1] வி. *(அடுக்க, அடுக்கி)* **1:** ***ஒன்றன் மேல் ஒன்றாக அல்லது ஒன்றன் பின் ஒன்றாக வைத்தல்;*** pile one on top of another; arrange in a row or in an order; stack. நெல் மூட்டைகளை வீட்டுக்குக் கொண்டுவந்து அடுக்கினார்கள்./ அலமாரியில் புத்தகங்களை அடுக்கிக்கொண்டிருக்கிறான். **2:** ***ஒன்றன் பின் ஒன்றாகத் தொடர்ந்து குறிப்பிடுதல்;*** add on; go on adding. நான் எதில் குறைந்தவன்? பணத்திலா, அந்தஸ்திலா, பதவியிலா என்று அடுக்கிக் கொண்டே போனான்.

அடுக்கு^{2} பெ. 1: (-ஆக, -ஆன) (பொருள்கள்) **ஒன்றன் மேல் ஒன்றாக அல்லது ஒன்றன் பின் ஒன்றாக உள்ள அமைப்பு;** arrangement of things one on top of another or side by side; pile; row; stack; stratum. பாறைகளின் அடுக்கு/ புத்தக அடுக்கு. 2: **ஒன்றனுள் ஒன்றாக வைக்கும்படியான பாத்திரத் தொகுப்பு/மேற்குறிப்பிட்ட தொகுப்பில் ஒரு பாத்திரம்;** set of vessels each of which can be packed one inside the other/one vessel of such a set. ஒரு பெரிய எவர்சில்வர் அடுக்கு நிறைய மோர் வைக்கப்பட்டிருந்தது. 3: (ரயில் பெட்டியில்) **பயணிகள் தூங்குவதற்காக ஒன்றன் மேல் ஒன்றாக இடைவெளி விட்டு அமைக்கப்பட்டிருக்கும் படுக்கை;** tier (of beds in a sleeper). அடுத்த மாதம் முதல் மூன்றடுக்குப் படுக்கை வசதி கொண்ட பெட்டி கூடுதலாக இணைக்கப்படும். 4: (பாதுகாப்பு போன்றவற்றில்) **அடுத்தடுத்து அமைவதாகவும் வெவ்வேறு நிலைகளைக் கொண்டதாகவும் ஏற்படுத்தப்படுவது;** layers. கலவரம் நடைபெற வாய்ப்புள்ள வாக்குச் சாவடிகளுக்கு மூன்றடுக்குப் பாதுகாப்பு போடப்பட்டுள்ளது. 5: (இலங்.) (ஒரு வேலை, நிகழ்ச்சி போன்றவற்றுக்கான) **ஏற்பாடு;** arrangement. நிறைகுடம் வைப்பதற்கான அடுக்குகளை அப்பா செய்துகொண்டிருந்தார்.

அடுக்கு^{3} பெ. (கணி.) **எத்தனை முறை பெருக்கப்பட வேண்டும் என்பதைக் குறிப்பிடும் வகையில் அடிமானத்தின் மேல் இடப்படும் எண்; படி;** (to the) power (of). இரண்டின் அடுக்கு நான்கு (2^4) என்றால் இரண்டை நான்கு முறை பெருக்க வேண்டும் என்பது பொருள்.

அடுக்குச்சட்டி பெ. (பே.வ.) காண்க: அடுக்கு^{2}, 2.

அடுக்குத்தீபம் பெ. (இலங்.) **பல அடுக்குகளில் திரிகள் போட்டு ஏற்றி இறைவனுக்கு ஆரத்தி காட்டும் ஆலயத் தீபம்;** tiers of lamps lit in discs, the upper one smaller than the lower, used in temple worship. ஐயர் அடுக்குத்தீபத்தை எடுத்து உயர்த்தியபோது அடியவர்கள் 'அரோகரா' என ஒலி எழுப்பினர்./ ஆலயப் பூசையின்போது காட்டப்படுவது அடுக்குத்தீபம் ஆகும்.

அடுக்குத்தொடர் பெ. (இலக்.) **ஒருவர் தன் உணர்வுக்குக் காரணமாக இருப்பதன் பெயரை அல்லது உணர்ச்சியை வெளிப்படுத்தக்கூடிய பொருளுள்ள சொல்லை அடுக்கிக் கூறும் முறை;** repetition of a word in a sentence for emphasis or for expression of emotion (used as a rhetorical device). (எ-டு) 'பாம்பு! பாம்பு!' என்று அலறினான்./ 'உன் பின்னால் மாடு! மாடு!' என்று எச்சரித்தான்./ என்னை வெற்றி அடையச் செய்த அனைவருக்கும் நன்றி! நன்றி! நன்றி!

அடுக்குப்படுத்து வி. (-படுத்த, -படுத்தி) (இலங்.) காண்க: அடுக்குப்பண்ணு.

அடுக்குப்பண்ணு வி. (-பண்ண, -பண்ணி) (இலங்.) (வேலை, நிகழ்ச்சி போன்றவற்றுக்கு) **ஏற்பாடு செய்தல்; ஆயத்தம் செய்தல்;** do the preparatory work; arrange. அதிகாலையிலேயே கோயிலுக்குப் புறப்பட வேண்டும் என்பதால் படுப்பதற்கு முன்பே எல்லாவற்றையும் அடுக்குப்பண்ணிவைத்தார்./ மகளின் கல்யாணத்துக்கு மூன்று மாதத்துக்கு முன்பே எல்லாவற்றையும் அடுக்குப்பண்ணிவிட்டேன் என்று அம்மா பெருமையாகச் சொல்லிக்கொண்டிருந்தாள்.

அடுக்குப்பானை பெ. **ஒன்றன் மேல் ஒன்றாக (கீழே பெரியதிலிருந்து மேலே சிறியதுவரை) வைக்கப்பட்ட பானைகளின் தொகுப்பு;** set of pots (in progressively smaller sizes) kept one on top of the other. கிராமங்களில் இன்றும் அடுக்குப்பானைகளில்தான் தானியங்களைச் சேமித்து வைக்கிறார்கள்./ சில சமயம் அம்மா பணத்தை அடுக்குப் பானைக்குள் மறைத்துவைத்திருப்பார்கள்.

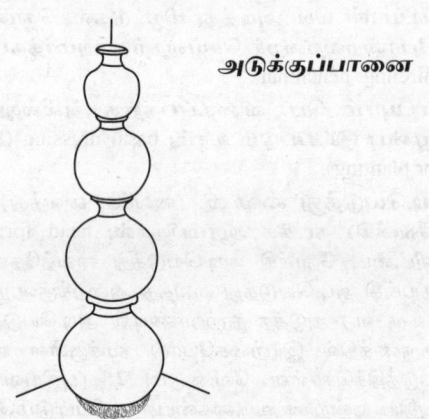

அடுக்குப்பானை

அடுக்குமல்லி(கை) பெ. **இரண்டு வரிசை இதழ்களைக் கொண்ட ஒரு வகை மல்லிகைப் பூ/அந்தப் பூப் பூக்கும் செடி;** a variety of jasmine (with two layers of petals)/ the plant of this flower.

அடுக்குமாடி பெ. (கட்டடத்தில்) **ஒன்றன் மேல் ஒன்றாகப் பல தளங்களைக் கொண்ட, வரிசையாக இருக்கும் அமைப்பு;** (of building) multi-storeyed. நகரத்தில் எங்கு பார்த்தாலும் அடுக்குமாடிக் கட்டடங்கள். அடுக்குமாடிக்குடியிருப்பு/ அடுக்ககம்.

அடுக்குமொழி பெ. **எதுகை, மோனை நிறைந்த சொல் அலங்காரம்;** (rhetorical device of) alliteration. 'பெண்ணே, என் கண்ணே' என்று வீட்டிலுமா அடுக்குமொழி?

அடுகிடைபடுகிடையாகக் கிட வி. (கிடக்க, கிடந்து) (இலங்.) **எந்நேரமும் ஓர் இடத்தில் இருத்தல்;** stay put. வேலை வாங்கித்தருவதாகச் சொன்னவரின் வீட்டிலேயே அடுகிடைபடுகிடையாகக் கிடக்க ஆரம்பித்தான்./ ஊருக்குப் போனவன் மாமா வீட்டிலேயே அடுகிடைபடுகிடையாகக் கிடந்தான்.

அடுத்த பெ.அ. 1: (காலத்தைக் குறிப்பிடும்போது) **ஒன்றுக்குப் பின் ஒன்று தொடர்ந்து வருகிற;** (இடத்தைக் குறிப்பிடும்போது) **தொடர்ந்தாற்போல் இருக்கிற;** next (in time and space). இந்த வாரம் வரவில்லை. அடுத்த வாரம் வருகிறேன்./ அடுத்த ரயில் எப்போது வரும்?/ அடுத்த தேர்வு எப்போது?/ அடுத்த வீடு/ அடுத்த தெரு. 2: **முன்னர் குறிப்பிட்டதைத் தொடர்ந்து வரும்;**

next (following the one mentioned earlier). அடுத்த பிரச்சினை என்ன?/ அடுத்த விஷயத்துக்குப் போவோம்.

அடுத்தபடியாக வி.அ. **1: (ஒன்றை) அடுத்து;** next. அடுத்தபடியாகக் கலைநிகழ்ச்சி நடக்கப்போகிறது. **2: குறிப்பிடப்படுவதற்கு மேலும்;** moreover; and then. அங்கே ஒரே சத்தம்; அடுத்தபடியாகக் கொசுத் தொல்லையும் அதிகம்.

அடுத்தவர் பெ. *(பே.வ.)* **தன்னைச் சார்ந்தவர் அல்லாத மூன்றாவது நபர்;** stranger. அடுத்தவர்களிடம் எப்படி பேசுவது என்று உனக்குத் தெரியாதா?

அடுத்தவன் பெ. *(பே.வ.)* **தன்னைச் சார்ந்தவன் அல்லாத மூன்றாவது ஆள்;** stranger. அடுத்தவன் பணத்தை இஷ்டப்படி செலவழிக்க முடியுமா?

அடுத்தாற்போல வி.அ. *(பே.வ.)* **அடுத்து; தொடர்ந்து;** following (sth.); immediately after; next; adjacent to. ஒரு கடன்காரன் போய் அடுத்தாற்போல இன்னொருவன் வந்து நிற்கிறான்./ ஓடு போட்ட வீட்டுக்கு அடுத்தாற்போல சில குடிசைகள்.

அடுத்து[1] வி.அ. **அணுகி; நெருங்கி;** approaching; nearing. காலம் அடுத்து வந்தால் காரியம் கைகூடும்.

அடுத்து[2] இ.சொ. **1: (காலத்தைக் குறிக்கையில்) 'ஒன்று முடிந்து அதன் தொடர்ச்சியாக' என்ற பொருளில் பயன்படுத்தப்படும் இடைச்சொல்;** particle meaning 'next'; 'following'. அடுத்து நாம் செய்ய வேண்டியது என்ன?/ தலைவரின் உரையை அடுத்து கலைநிகழ்ச்சிகள் நடைபெற்றன./ குண்டு வைக்கப்பட்டிருப்பதாகக் கிடைத்த செய்தியை அடுத்து பாதுகாப்பு நடவடிக்கைகள் தீவிரப்படுத்தப்பட்டன. **2: (இடத்தைக் குறிக்கையில்) 'ஒன்றை அல்லது ஒருவரை ஒட்டி' என்ற பொருளில் பயன்படுத்தும் இடைச்சொல்; 'பக்கத்தில்';** particle meaning 'adjacent to'; 'next to'. ஊருக்கு அடுத்து இலுப்பைத் தோப்பு./ ராமனை அடுத்துக் கிருஷ்ணன் நுழைந்தான்.

அடுத்துக்கெடு வி. (-கெடுக்க, -கெடுத்து) **(ஒருவருடன் உள்நோக்கத்தோடு பழகி அவருக்கு) கெடுதல் செய்தல்; நம்பிக்கைத் துரோகம் செய்தல்;** harm s.o. who is unsuspecting. எங்கள் குடும்பத்தில் ஒருவனாக உன்னை நினைத்தேனே; என்னையே அடுத்துக்கெடுத்துவிட்டாயே பாவி!

அடுப்பங்கரை பெ. **சமையல் அறை;** kitchen.

அடுப்பு பெ. **1: விறகு, மண்ணெண்ணெய், சமையல் எரிவாயு போன்றவற்றைக் கொண்டு நெருப்பு மூட்டி அல்லது மின்சாரம் முதலியவற்றால் சூடு உண்டாக்கிச் சமையல் செய்யப் பயன்படுத்தும் சாதனம் அல்லது அமைப்பு;** stove; oven. கரி அடுப்பு/ கிராமப்புற வீடுகளில் இன்றும் மண்ணால் ஆன அடுப்புகளைக் காணலாம்./ மண்ணெண்ணெய் அடுப்பு. **2: காளவாய் போன்றவற்றில் விறகை வைத்து எரிப்பதற்கான அமைப்பு;** kiln. உலர்ந்த களிமண் பொம்மைகளை அடுப்பில் வைத்துச் சுட்டனர்./ காளவாய் அடுப்பில் விறகை அடுக்கிக்கொண்டிருந்தார்கள்.

அடுப்புக்கட்டி பெ. *(இலங்.)* **பொங்கலிடுவதற்கான அடுப்பாகப் பயன்படும் களிமண்ணால் உருட்டப்பட்ட கட்டி;** mud balls used for making an oven (during பொங்கல்). பொங்கலுக்கு அடுப்புக்கட்டி பிடிக்க மண் எடுத்து வா.

அடுப்புக்கரி பெ. **1: அடுப்பில் விறகு எரிந்த பின் எஞ்சியுள்ள கரி;** burnt wood from a domestic stove. **2: அடுப்பு எரிக்கப் பயன்படும் கரி;** charcoal used in domestic coal stove.

அடுப்புக் காளவாய் பெ. *(மண்.)* **விறகு வைத்து எரிப்பதற்கு ஏதுவாக நீளமான அடுப்புகளை வரிசையாக வைத்து அடுக்கப்படும் செங்கல் சூளை;** bricks stacked for open firing with space left at uniform intervals to act as ovens.

அடுப்புப் புகடு பெ. *(இலங்.)* **(மண்ணால் ஆன அடுப்பில்) பாத்திரம் வைக்கும் பகுதி தவிர்த்து, சுற்றியுள்ள மேடைப் பகுதி;** the part which embeds a mud oven. 'அடுப்புப் புகட்டில் வைத்த நெருப்புப் பெட்டியை எடுத்துக் கொண்டு வா' என்று அம்மா கூறினார்./ அடுப்புப் புகட்டில் இருந்த கஞ்சிச் சட்டியை எடுத்துக் கீழே வைத்தாள்.

அடுப்பூது வி. (-ஊத, -ஊதி) **(வீட்டிலேயே அடைந்து கிடக்கும் பெண்ணின் நிலையைக் கூறும்போது) வீட்டு வேலைகளைச் செய்துகொண்டு வீட்டிலேயே இருத்தல்;** restrict oneself to domestic chores (as is done by women in very traditional households). சில பெண்களைப் போல் அடுப்பூதிக்கொண்டு இருக்காமல், நீ படித்து நல்ல வேலைக்குப் போக வேண்டும்./ இவ்வளவு கஷ்டப்பட்டுப் படித்ததெல்லாம் அடுப்பூதவா?

அடுப்பெரி வி. (-எரிக்க, -எரித்து) **(ஏழ்மையான சூழ்நிலையில்) உணவு சமைக்க இயலுதல்;** earn one's daily bread. நான் நாலு இடங்களுக்குப் போய் ஓடியாடி உழைத்தால்தான் வீட்டில் அடுப்பெரியும்.

அடுமனை பெ. **ரொட்டி தயாரித்து விற்கும் இடம்;** bakery.

அடே இ.சொ. *(பே.வ.)* **1: வியப்பைத் தெரிவிப்பதற்கு வாக்கியத்தின் தொடக்கத்தில் பயன்படுத்தப்படும் இடைச்சொல்;** particle used at the beginning of a sentence to express surprise. அடே அப்பா! உங்கள் பையன் எவ்வளவு உயரமாக வளர்ந்துவிட்டான்!/ அடே சாமி! நீ எப்போது ஊரிலிருந்து வந்தாய்? **2: உறவின் நெருக்கத்தை வெளிப்படுத்த அல்லது மரியாதைக் குறைவாக ஒரு ஆணை அழைக்கப் பயன்படுத்தும் இடைச்சொல்;** particle used for addressing a man or a boy in an informal manner or disrespectfully. அடே, சீக்கிரம் வாடா. படம் ஆரம்பித்துவிடும்./ அடே, பீரோவை ஜாக்கிரதையாகத் தூக்கு./ அடே, சீக்கிரம் இடத்தைக் காலிபண்ணு.

அடேய் இ.சொ. *(பே.வ.)* **'அடே' என்ற பொருளில் பயன்படுத்தப்படும் இடைச்சொல்;** particle used for addressing a man or a boy in an informal manner or disrespectfully. அடேய்! மேலே இடித்துவிட்டு நீ பாட்டுக்குப் போய்க்கொண்டிருக்கிறாய்./ அடேய்! படம் பார்த்தது போதும், கிளம்பு.

அடேயப்பா இ.சொ. *(பே.வ.)* **(பெரும்பாலும்) வியப்பை வெளிப்படுத்துவதற்கு வாக்கியத்தின் தொடக்கத்தில் பயன்படுத்தும் இடைச்சொல்;** particle used when one finds sth. impressive. அடேயப்பா, உங்கள் அறையில் எத்தனை புத்தகங்கள்!

அடை[1] வி. (அடைய, அடைந்து) **1: பெறுதல்;** attain; get. சுதந்திரம் அடைந்துவிட்டோம்./ அந்த அழகியை அடையப் பலரும் போட்டிபோடுகிறார்கள்./ உழைப்பால் அவர் அடைந்திருக்கிற தகுதியும் மதிப்பும் ஏராளம். **2: (ஓர் இடத்திற்குச் சென்று) சேர்தல்; எட்டுதல்;** reach (a destination). நீந்திச் சென்று கரையை அடைந்தான்./ பறவைகள் கூட்டை அடைந்தன./ அரசுத் தொலைக்காட்சி ஏழு கோடி வீடுகளைச் சென்றடைகிறது. **3: (குறிப்பிட்ட வயதை, பருவத்தை) எட்டுதல்;** reach. மூப்படைந்த அவர் உடல் தளர்ந்துகொண்டேவந்தது./ வயோதிகம் அடைந்துவிட்டால் பிறர் உதவி தேவைப்படுகிறது. **4: (சூரியன், சந்திரன்) மறைதல்;** set. முன்நிலவுக் காலம் என்பதால், நிலா அடைந்தாகிவிட்டது./ விடிந்ததுமுதல் அடையும்வரை இந்த வீட்டில் சச்சரவுதானா?/ விடியற்காலை மண்வெட்டி தூக்கினால் பொழுது அடைந்துதான் வீட்டுக்கு வருவார். **5: (தூசி, அழுக்கு) சேர்தல்; படிதல்;** (of dust, dirt) collect. வீட்டில் தூசி அடைகிறது./ அழுக்கு அடைந்த சட்டை. **6: (பூச்சிகள், பிராணிகள் போன்றவை) ஓர் இடத்தில் தங்குதல்;** settle; (of birds) roost; (of bugs, etc.,) settle thickly on sth. தோட்டத்தில் புதர்கள் இருந்தால் பாம்பு அடையும்./ சுவரெங்கும் மூட்டைப்பூச்சிகள் அடைந்து காணப்பட்டன./ பறவைகள் கூட்டில் அடைந்தன./ (உரு வ.) இப்போது எல்லோரும் அமெரிக்காவில் போய் அடைகிறார்கள். **7: (கடன், பாக்கி) தீர்தல்;** (of debts, arrears) be cleared; be paid up. இரண்டு வருடத்துக்கு முன் வாங்கிய கடன் இன்னும் அடையவில்லை.

அடை[2] வி. (அடைக்க, அடைத்து) **1: (ஓர் இடத்தில்) பிடித்துவைத்தல்;** put in (a prison, etc.,); confine. போராட்ட வீரர்களைச் சிறையில் அடைத்தார்கள்./ தெருநாய்களைப் பிடித்துத் தனி இடத்தில் அடைத்துவைத்தார்கள். **2: (ஒன்றை ஒன்றில்) நிரப்புதல்; திணித்தல்; (ஓர் இடத்தை) நிரப்புதல்;** fill up (a container with liquid); stuff (a bag, etc., with sth.); occupy (a space). தைலத்தைக் குப்பியில் அடைத்து விற்றுவந்தான்./ தலையணையில் பஞ்சை அடைத்தான்./ இது சின்னப் பெட்டிதான்; அதிக இடத்தை அடைக்காது./ இந்தப் பழங்களைப் பெட்டிகளில் அடைத்து அனுப்புகிறார்கள். **3: (கதவை, ஜன்னலை) சாத்துதல்;** shut (the door); close (the window). சாரல் அடிக்கிறது; ஜன்னலை அடை. [(தொ.சொ.) **சாத்து/ பொத்து/ மூடு**] **4: (கடை முதலியவற்றை நிரந்தரமாகவோ பணி முடிந்த பின்னரோ) மூடுதல்;** close (the school, shop, etc.,). கோடை விடுமுறைக்காகப் பள்ளிக்கூடம் அடைத்துவிட்டார்கள்./ கடை அடைத்தே கிடக்கிறது. **5: (துவாரம், இடைவெளி முதலியவற்றில்) தடுப்பு ஏற்படுத்துதல்;** block (a passage); plug (a hole). முள்ளை வெட்டிப் போட்டுப் பாதையை அடைத்தார்கள்./ துளையில் கட்டையைச் செருகி அடைத்தான். **6: தடைபடுதல்;** become blocked. இருதயத்துக்கு இரத்தம் எடுத்துச்செல்லும் நாளம் அடைத்து வெடித்தது./ மூக்கு அடைக்கிறது. **7: (கடனை, பாக்கியை) தீர்த்தல்;** discharge or clear (a debt, arrears); pay up. கடனை ஒரு வாரத்துக்குள் அடைத்துவிடுகிறேன்.

அடை[3] து.வி. (அடைய, அடைந்து) **சில வகைப் பெயர்ச்சொற்களோடு இணைந்து 'ஒரு நிலையைப் பெறுதல்', 'ஒரு நிலைக்கு உள்ளாதல்' போன்ற பொருளில் அவற்றை வினையாக்கும் வினை;** when added to certain nouns it makes them verbs which mean 'have or experience the feeling or state specified'. மரணமடை/ தோல்வியடை/ துன்பமடை/ கோபமடை/ பெருமையடை/ எரிச்சலடை/ வியப்படை/ நஷ்டமடை.

அடை[4] பெ. **குஞ்சு பொரிப்பதற்காக வைத்திருக்கும் முட்டைகளின் தொகுப்பு;** collection of eggs for incubation by hen. அடையிலிருந்து முட்டையை எடுக்காதே!/ கோழி அடைக்குத் திரும்பியது.

அடை[5] பெ. (இலக்.) **ஒரு பெயர்ச்சொல்லுக்கு அல்லது வினைச்சொல்லுக்கு முன்வந்து அதை விவரிக்கும் சொல்;** qualifier; attributive (in grammar). 'தீவிரக் காதல்' என்ற தொடரில் 'தீவிர' என்பது அடை.

அடை[6] பெ. **அரிசியோடு ஊறவைத்த சில பருப்பு வகைகளைச் சேர்த்து அரைத்துச் செய்யப்படும் காரச் சுவையுடைய ஒரு வகை (தடித்த) தோசை;** a kind of (thick) தோசை prepared with a paste of coarsely ground rice and pulses.

அடை[7] பெ. (நெசவு) **(தறியில்) பட்டைக் கரை நெய்வதற்கான அமைப்பு;** a device for weaving extra warp design.

அடை[8] பெ. காண்க: **அடைப்புக்குறி.**

அடைஅடையாக வி.அ. **(ஒரு பரப்பில்) நெருக்கமாக;** densely; layer upon layer. முருங்கை மரத்தில் கம்பளிப்பூச்சி அடைஅடையாக இருந்தது./ அவன் கால் முழுவதும் அடைஅடையாகப் புண்.

அடைக்கலம் பெ. **ஆபத்தில் இருப்பவர் அல்லது ஆதரவற்றவர் நாடும் (பாதுகாப்பான) இடம் அல்லது நபர்; தஞ்சம்;** refuge; asylum. வெளிநாட்டவர்களுக்குச் சில நாடுகளே அடைக்கலம் தருகின்றன./ சில சந்தர்ப்பங்களில் இறைவனே நமக்கு அடைக்கலம் என்று இருந்துவிடுகிறோம்./ நாயால் துரத்தப்பட்ட பூனை எங்கள் வீட்டில் அடைக்கலம் புகுந்தது. [(தொ.சொ.) **ஆதரவு/ தஞ்சம்/ துணை**]

அடைகா வி. (-காக்க, -காத்து) **(குஞ்சு பொரிப்பதற்குத் தேவையான வெப்பத்தைத் தருவதற்காகப் பறவை) முட்டைகளின் மீது இறக்கையை விரித்து இருத்தல்;** sit on eggs; incubate; brood; hatch.

அடைகோழி பெ. **(குஞ்சு பொரிப்பதற்காக) முட்டைகளின் மேல் (பெரும்பாலும்) நகராமல் உட்கார்ந்திருக்கும் கோழி;** incubating hen. காலையிலிருந்து அடைகோழி போல் வீட்டிலேயே உட்கார்ந்திருந்தார்.

அடைசல் பெ. (பே.வ.) **(அறை முதலியவற்றில்) பொருள்கள் நிறைந்து இருப்பதால் ஏற்படும் இடப் பற்றாக்குறை;** chock-a-block (of a room, etc., as a result of being filled with too many things). ஏன் இந்த அறை இப்படி அடைசலாக இருக்கிறது?

அடைந்துகிட வி. (-கிடக்க, -கிடந்து) **(வெளியே செல்லாமல்) வெளியாரின் பார்வையில் படாமல் எப்போதும் ஒரே இடத்தில் இருத்தல்;** stay confined (to a place). ஊரிலிருந்து வந்தவன் அறைக்குள்ளேயே அடைந்துகிடந்தான்./ படித்த பெண்கள் வேலைக்குப் போகாவிட்டால் வீட்டிலேயே அடைந்துகிடக்க வேண்டியதுதான்./ இவ்வளவு படித்துவிட்டு எனக்கு வீட்டில் அடைந்துகிடக்க விருப்பமில்லை.

அடைப்பான் பெ. (வேதி.) **(கண்ணாடிக் குடுவை போன்றவற்றின்) குறுகிய வாயில் செருகிவைக்கும் மூடி/(திரவத்தை வெளியேற்றவும் நிறுத்தவும் குடுவையின் கீழ்ப்பகுதியில் இருக்கும்) திருகமைப்பு;** stopper.

அடைப்பு பெ. **1: (ஒன்றின் சீரான ஓட்டத்துக்கு அல்லது இயக்கத்துக்கு ஏற்படும்) தடை;** obstruction; block. குழாயில் அடைப்பு. **2: (வேலி முதலியவற்றால் அமைக்கும்) தடுப்பு;** fence; hedge; screen. தோட்டத்தில் தட்டிகள் வைத்து ஓர் அடைப்பு. அதுதான் குளியல் அறை./ முன்பு வாய்க்கால்வரையில் வேலி அடைப்பு இல்லாமல் இருந்தது. **3:** காண்க: **அடைப்புக்குறி.**

அடைப்புக்குறி பெ. **(ஒரு வாக்கியத்தில்) கூடுதல் தகவல்களை அல்லது (கணிதத்தில்) சமன்பாடு போன்றவற்றின் பகுதியாக அமைவதைக் குறிக்கப் பயன்படும் பிறை வடிவ அல்லது பகர வடிவக் குறியீடு;** brackets; parentheses. இந்தத் தமிழ் மொழிபெயர்ப்பில் ஆங்கிலச் சொற்கள் அடைப்புக்குறிக்குள் தரப்பட்டிருக்கின்றன./ அடைப்புக்குறிக்கு எடுத்துக்காட்டுகள் ( ), [ ] போன்றவை ஆகும்.

அடைபடு வி. (-பட, -பட்டு) **1: வெளியேற முடியாதபடி அல்லது வெளியே போகாமல் (ஒரே இடத்தில்) இருத்தல்;** remain entrapped; be caged; be confined (to a place); stay put in a confined place. புலி அடைபட்டிருந்த இரும்புக் கூண்டைப் பார்த்தான்./ செய்யாத குற்றத்துக்கு இப்படிச் சிறையில் அடைபட்டிருக்கிறோமே என்று வருந்தினான்./ இரண்டு நாட்களாக ஏன் வீட்டிலேயே அடைபட்டிருக்கிறாய்?/ (உரு வ.) அதிகாரங்கள், வசதிகள் என்ற போட்டா போட்டி உலகில் நீ அடைபட்டுக்கிடக்கிறாய். **2: (குழாய்கள், நாளங்கள் போன்றவற்றில் ஓட்டம்) தடைபடுதல்;** (of a passage) become blocked. இரு முக்கிய நாளங்களுள் ஒன்று அடைபட்டிருந்ததால் இரத்த ஓட்டம் பாதிக்கப்பட்டது./ கழிவுநீர்க் குழாய் அடைபட்டிருந்ததால் அசுத்தமான தண்ணீர் அங்கு தேங்கியிருந்தது./ நிலச்சரிவினால் பாதை அடைபட்டுப் போக்குவரத்து நின்றுவிட்டது. **3: (வரம்பு, வரையறை போன்றவற்றுக்குள்) அடங்கியிருத்தல்;** be restricted by sth. சில கலைஞர்கள் சமூகத்தின் அளவுகோல்களுக்குள் அடைபடாமல் இருந்தனர் என்பது வியப்பல்ல. **4: (கடன்) தீர்தல்;** be paid-up. என் படிப்புக்காக வாங்கிய கடன் இப்போதுதான் அடைபட்டது./ வீடு கட்டுவதற்காக வாங்கிய கடன் அடைபட எத்தனை ஆண்டுகள் ஆகுமோ?

அடைமரம் பெ. **பறவைகள் வசிப்பிடமாக அல்லது இரவில் தங்குமிடமாகக்கொள்ளும் மரம்;** roost. மாலைப் பொழுதானதும் பறவைகள் அடைமரத்தை நோக்கி வர ஆரம்பித்தன./ இந்த ஆலமரம்தான் எங்கள் ஊர்க் காக்கைகளின் அடைமரம்.

அடைமழை பெ. **(மழைக் காலத்தில்) சில நாட்கள் அல்லது நீண்ட நேரம் தொடர்ந்து பெய்யும் கடுமையான மழை;** (the phenomenon of) incessant rains (esp. during monsoon). [(தொ.சொ.) **சாரல்/ தூவானம்/ தூறல்/ மழை**]

அடைமொழி பெ. **சிறப்புக் கருதி ஒன்றுக்கு அல்லது ஒருவருக்கு வழங்கும் சொல் அல்லது தொடர்;** title; epithet. 'சிந்தனைச் சிற்பி' என்னும் அடைமொழி இவருக்குப் பொருந்தும்./ அவருடைய ஊர்ப் பெயரே அவருக்கு அடைமொழியாக அமைந்துவிட்டது.

அடையாள அட்டை பெ. **ஒருவருடைய அடையாளத்தை உறுதிப்படுத்தும் வகையில் அவரது புகைப்படம், பெயர், முகவரி போன்றவற்றைக் கொண்ட சிறு அட்டை;** identity card.

அடையாள அணிவகுப்பு பெ. (சட்டம்) **பாதிக்கப்பட்டவர் அல்லது சாட்சி சொல்பவர் குற்றவாளியை அடையாளம் காட்டுவதற்காகச் சந்தேகத்திற்கு உரியவர்களை நீதிபதி தன் முன்னிலையில் அணிவகுத்து நிற்கவைக்கும் செயல்முறை;** identification parade.

அடையாளம் பெ. **1: (இன்னார், இன்னது, இப்படிப்பட்டது என) தெரிந்துகொள்ள உதவும் தோற்றம் அல்லது தன்மைக் குறிப்பு;** identity; index; mark. அவர் மாறுவேடத்தில் இருந்தாலும் அவரை அடையாளம் தெரிந்துகொள்ள முடிந்தது./ குழந்தை இப்போதுதான் எல்லோரையும் அடையாளம் கண்டுகொள்கிறது./ காம்போதி ராகத்தின் அடையாளம் என்ன? [(தொ.சொ.) **அறிகுறி/ குறி/ குறியீடு/ சின்னம்**] **2: ஒன்றை நினைவுபடுத்தும் அல்லது எடுத்துக்காட்டும் சின்னம்;** token; sign. நம் நட்பின் அடையாளமாக இதை ஏற்றுக்கொள்./ வைர மோதிரம் அவருடைய வசதிக்கு ஒரு அடையாளம். **3: ஒன்றைக் காட்டுவதற்கு உதவும் குறி அல்லது குறிப்பு;** mark; indication. படித்துக்கொண்டிருந்த பக்கத்தில் அடையாளத்துக்கு ஒரு தாளை வைத்தான்./ எங்கள் தெருவுக்கு எதிரே ஒரு மணிக்கூண்டு இருக்கும். அதுதான் அடையாளம். **4: ஒன்று இருந்தது அல்லது நிகழ்ந்தது என்பதற்கான அறிகுறி;** trace. பாம்பு வந்து போனதற்கான அடையாளம் இல்லை./ ஒரு காலத்தில் கொடிகட்டிப் பறந்த நடிகர் அவர். இருந்த அடையாளமே தெரியாதவாறு மறக்கப்பட்டுவிட்டார். [(தொ.சொ.) **அறிகுறி/ சுவடு/ தடம்/ பதிவு**] **5: (பண்பாடு, கருத்து போன்றவற்றைப் பிரதிநிதித்துவப்படுத்தும்) தனித்துவம் கொண்ட கூறு அல்லது அம்சம்; ஒருவர் உணரும் தனித்துவம் கொண்ட தன்மை;** symbol; identity. மொழி என்பது ஒரு பண்பாட்டின் அடையாளம்./ விரைவாகப் பரவிவரும் மேற்கத்திய நாகரிகத்தின் விளைவாக நம் அடையாளத்தை இழந்துவிடும் அபாயத்தில் இருக்கிறோம்./ சமூக வாழ்க்கை ஒருவருக்குப் பல்வேறு அடையாளங்களைத் தருகிறது. **6: (ஒன்று உண்டாக அல்லது நிகழ இருப்பதற்கான) அறிகுறி;** sign; symptom. சளியுடன் இரத்தம் வருவது காசநோயின் அடையாளமாக இருக்கலாம்./ இரு நாடுகளுக்கிடையே போர் வருவதற்கான அடையாளங்கள் தென்படுகின்றன. **7: குறிப்பிட்ட வகையில் பொருள்படும் குறியீடு;** sign; symbol; signal. சிவப்பு விளக்கு எச்சரிக்கைக்கான அடையாளம்./ இடது பக்கம் செல்ல வேண்டும் என்று அடையாளம் இடப்பட்டிருந்தது. **8:** (பெரும்பாலும் பெயரடையாக) **(எதிர்ப்பைக் காட்டும்) குறியீடாக அமையும் வெளிப்பாடு;** token. தங்கள் கோரிக்கைகளை வலியுறுத்தி விவசாய சங்க உறுப்பினர்கள் அடையாள உண்ணாவிரதத்தை மேற்கொள்வார்கள்.

அடையாளம் காட்டு வி. *(காட்ட, காட்டி)* **(பிறர் அறிந்திராத ஒன்றை) இனம்கண்டு பிறருக்குத் தெரியப் படுத்துதல்;** identify s.o. or sth. (to others). சிறுசிறு கச்சேரி களில் பாடிக்கொண்டிருந்த என்னை எல்லோருக்கும் அடையாளம் காட்டியவர் இந்த இசையமைப்பாளர்தான்./ அணுசக்தியின் நாச விளைவுகளை இரண்டாம் உலகப் போர் அடையாளம் காட்டியது./ இந்தக் கதை வாசகர் களுக்கு ஒரு புதிய உலகை அடையாளம் காட்டியது.

அண்டங்காக்கை பெ. **அடர்கறுப்பு நிறத்தில் காகத்தை விடச் சற்றுப் பெரிதாக இருக்கும் ஒருவகை அனைத் துண்ணிப் பறவை;** Indian jungle crow.

அண்டசராசரம் பெ. *(அ.வ.)* காண்க: **அண்டம், 1.**

அண்டப்புளுகன் பெ. **அப்பட்டமாகப் பொய் சொல் பவன்;** monstrous liar.

அண்டப்புளுகு பெ. *(பே.வ.)* **அப்பட்டமான பொய்;** barefaced lie.

அண்டம் பெ. **1: பிரபஞ்சம்;** universe; cosmos. **2:** *(உயிரி.)* **முட்டை;** egg.

அண்டவெளி பெ. **1: பிரபஞ்சம்;** universe; அண்டவெளி யில் பல கருந்துளைகள் உள்ளன./ நவீன தொலைநோக்கி களைக் கொண்டு விஞ்ஞானிகள் அண்டவெளியை ஆராய்ந்துவருகின்றனர். **2: விண்வெளி;** space. தொலைத் தொடர்புக்குப் பயன்படும் செயற்கைக்கோள் நேற்று அண்டவெளியில் ஏவப்பட்டது.

அண்டா பெ. **தண்ணீர் பிடித்துவைத்துக்கொள்ளும் அகன்ற வாய் உடைய பெரிய பாத்திரம்;** large vessel with a wide mouth for storing water.

அண்டா

அண்டு வி. *(அண்ட, அண்டி)* **1: (ஒருவரை) அணுகுதல்; நெருங்குதல்; (ஒன்று) வந்துசேர்தல்;** (of illness, harm, etc.,) come near; get at. தீமை எதுவும் அவளை அண்டாது./ இப்படி ஊட்டமில்லாத சாப்பாடு சாப்பிட்டால் நோய் அண்டத்தான் செய்யும்./ நூலகத்தைத் தொடங்க ஊரில் உள்ள பெரிய மனிதர்களை அண்டி உதவி கேட்டேன். ஆனால் யாரும் உதவ முன்வரவில்லை. **2: சார்ந்திருத்தல்;** depend on (s.o.). பெண்கள் ஆண்களை அண்டி வாழும் நிலைமை மாற வேண்டும். **3: பாதுகாப்பான இடத்தில் ஒதுங்குதல்;** seek shelter. வெயில் கொளுத்துகிறது; அண்ட நிழல் இல்லை. **4:** *(இலங்.)* **('அண்டாது' என்ற எதிர் மறை வடிவத்தில் மட்டும்) கட்டுப்படியாதல்;** (of sth. said) be affordable. அவனுக்குச் சாப்பாடு போட்டு அண்டாது./ என் மகனுக்குக் காசு கொடுத்து அண்டாது.

அண்டை[1] பெ. **1: அருகில் இருப்பது; அண்மை;** neighbouring. அண்டை மாநிலங்கள்/ அண்டை வீட்டார். **2:** *(ஊரக வ.)* **(குறிப்பிட்ட இடத்தின்) பக்கம்;** close by; by the side (of a place mentioned). அவள் கதவண்டை வந்து நின்றாள்./ கோயிலுக்குக் கிழண்டைப் பக்கத்தில் என் வீடு.

அண்டை[2] பெ. *(ஊரக வ.)* **1: ஒன்று சரிந்து விழாமல் இருக்க வைக்கும் முட்டு;** prop. சுவருக்குச் சவுக்குக் கழி களை அண்டை கொடுத்திருக்கிறேன்./ தலைக்குக் கையை அண்டை கொடுத்துக்கொண்டு தூங்கினான். **2: (வயல் வரப்பின் அடிப்பகுதியைக் கழித்து அறைந்து) பலப் படுத்தும் ஏற்பாடு;** trimming and strengthening the base of the bund. அண்டை போட்ட பிறகுதான் உழ வேண்டும்.

அண்டை அயல் பெ. **அக்கம்பக்கம்;** vicinity. அண்டை அயலில் இருப்பவர்கள் எல்லோரும் வந்து கூடிவிட்டார்கள்.

அண்டை போடு வி. *(போட, போட்டு) (ஊரக வ.)* **(நட வுக்கு வயலைத் தயார்செய்யும்போது) வரப்பைக் கழித்து, மண்ணை வெட்டி, வரப்பின் அடியில் அறைந்து பலப்படுத்துதல்;** (when preparing the field for transplanting) trim the bund of paddy field using a spade and strengthen it by slapping the scooped earth at its base. வயலுக்குத் தண்ணீர் கட்டியதும் அண்டை போட்டு உழ வேண்டும்./ வயலில் இரண்டு வரப்புக்குத்தான் இதுவரை அண்டை போட்டிருக்கிறது.

அண்ணப்பிளவு பெ. **அண்ணம் பிளவுபட்டுக் காணப் படும் பிறவிக் குறை;** cleft palate. நவீன மருத்துவத்தில் அண்ணப்பிளவை அறுவைச் சிகிச்சையின் மூலம் குணப் படுத்தலாம்.

அண்ணம் பெ. **உள்வாயின் குழிந்த மேற்புறம்;** palate. அண்ணத்தில் மிட்டாய் ஒட்டிக்கொண்டது./ நுனி நாக்கு அண்ணத்தை வருடுவதால் பிறக்கும் ஒலிகளுள் 'ட'வும் ஒன்று.

அண்ணல் பெ. **வணக்கத்திற்கு உரியவர்;** form of address for a venerable person. காந்தி அண்ணல்/ அண்ணல் அம்பேத்கர்.

அண்ணளவாக வி.அ. *(இலங்.)* **அதிகபட்சமாக;** at the maximum. அண்ணளவாக நூறு தலைப்புகள்வரை வைத் திருப்பவர்கள் இந்தப் புத்தகக் கண்காட்சியில் கலந்து கொள்ளலாம்.

அண்ணன் பெ. **1: உடன்பிறந்த ஆண்களில் தனக்கு மூத்தவன்/உறவு முறையிலான சகோதரர்களில் தனக்கு மூத்தவன்;** elder brother/elder male among cousins. இவர் என் சொந்த அண்ணன்./ அவர் என் ஒன்றுவிட்ட அண்ணன். **2: வயதில் சற்று மூத்த ஆணை மரியாதை யுடன் அழைக்க அல்லது குறிப்பிடப் பயன்படுத்தும் சொல்;** term of respect for a man who is older than the speaker, but not elderly. இந்தப் புத்தகத்தைப் பக்கத்து வீட்டிலிருக்கும் பாபு அண்ணனிடம் கொடுத்துவிடு.

அண்ணா[1] வி. *(அண்ணாந்து, அண்ணாந்த ஆகிய வடி வங்களில் மட்டும்)* **தலையை மேல்நோக்கி நிமிர்த்து தல்;** throw one's head back (in order to drink sth. or to look upward). தண்ணீரை அண்ணாந்து குடித்தான்./ கழுத்து வலிக்கும் அளவுக்கு அண்ணாந்தால்தான் கோபுரத்தின் உச்சி தெரியும்.

அண்ணா[2] பெ. 1: காண்க: **அண்ணன்**. 2: **அண்ணன் என்னும் சொல்லின் விளி வடிவம்;** vocative of அண்ணன். அண்ணா! இங்கே வா.

அண்ணாவி பெ. (இலங்.) **(சிலம்பம் முதலியவை கற்றுத் தரும்) ஆசான்;** a teacher or master of martial arts such as சிலம்பம்.

அண்ணி பெ. **அண்ணனுடைய மனைவி; மதினி;** wife of one's elder brother.

அண்மு வி. (அண்ம, அண்மி) (இலங்.) **(ஓர் இடத்தை) நெருங்குதல்;** approach; near. வீட்டை அண்மியதும் உள்ளேயிருந்து சிரிப்புச் சத்தம் கேட்டது.

அண்மை பெ. 1: **இன்று, இப்போது என்று அறியப்படும் காலத்திற்குச் சற்று முந்தைய காலம்; சமீபம்;** recent past; a point of time not long ago. இந்தச் சம்பவம் அண்மையில்தான் நடந்தது./ அண்மைக் காலம்வரை இந்தத் தீவு ஆங்கிலேயர் வசம் இருந்தது. 2: **(இடத்தைக் குறிக்கும்போது) அருகு;** nearness (in space); proximity. அவர் வீடு மிக அண்மையில்தான் இருக்கிறது.

அண்மைச் செய்தி பெ. (பு.வ.) **சற்று முன் நிகழ்ந்த, நிகழ்ந்துவரும் முக்கிய நிகழ்வுகள் குறித்தோ முக்கியத்துவம் வாய்ந்த அறிவிப்புகள் குறித்தோ செய்தித் தொலைக்காட்சிகளில் நிகழ்ச்சிக்கு இடையே தனி முக்கியத்துவத்துடன் வெளியிடப்படும் செய்தி;** breaking news.

அண்மைய பெ.அ. **அண்மைக் கால; சமீபத்திய;** recent. தீவிரவாதத்திற்கு ராணுவ நடவடிக்கை தீர்வாகாது என்பதை அண்மைய நிகழ்ச்சிகள் நிரூபிக்கின்றன./ செவ்வாய் கிரகத்தில் நீர் இருப்பதை அண்மைய ஆய்வுகள் காட்டுகின்றன./ அண்மைய நிதிநெருக்கடியை அடுத்துப் புதிய வரிகளை அரசு விதித்துள்ளது.

அணா பெ. **(முன்பு புழக்கத்தில் இருந்த) ரூபாயின் பதினாறில் ஒரு பங்கு;** (formerly) a coin or unit of money which was one sixteenth of a rupee.

அணி[1] வி. (அணிய, அணிந்து) 1: **(ஆடை, அணிகலன் முதலியவற்றை) உடலில் தரித்தல்; பொருத்துதல்; போடுதல்;** wear; put on (clothes, pieces of jewellery, etc.,). காலில் சதங்கை அணிந்து ஆடத் தொடங்கினாள்./ ஆணுறை அணிவதும் காப்பர்-டி அணிவதும் சில குடும்பக் கட்டுப்பாட்டு முறைகள். 2: **(திருநீறு, சந்தனம் போன்றவற்றை) பூசுதல்;** smear (sacred ash on the body). 'சிவ சிவ' என்று கூறிக்கொண்டே நெற்றியில் திருநீறு அணிந்தார்.

அணி[2] பெ. 1: காண்க: **அணிகலன்**. 2: **செய்யுளின் பொருளைச் சிறப்பிக்கும் அலங்கார உத்தி;** figure of speech (in poetry). அணி இலக்கணம்.

அணி[3] பெ. 1: **ஒரு திட்டத்தின் அல்லது கொள்கையின் அடிப்படையில் ஒன்றுபடும் குழு;** group; team; front. தேசிய நலனைக் கருத்தில் கொண்ட இந்த அணிவகுப்பு வாதத்தை எதிர்ப்பதில் வியப்பில்லை. 2: **போட்டிகளில் கலந்துகொள்ளும் குழு;** team. ஆசியக் கால்பந்தாட்டப் போட்டியில் கலந்துகொள்ளும் இந்திய அணி நாளை அறிவிக்கப்படும்./ இந்தக் கேள்விக்குக் காவிரி அணி கொடுத்த பதில் தவறு. 3: **(ஒரு நாடு, அமைப்பு போன்றவற்றின் சார்பில்) கூட்டங்களிலும் பேச்சுவார்த்தைகளிலும் கலந்துகொள்ளும் குழு;** delegation. காவிரி நீர்ப் பங்கீடு குறித்த கூட்டத்தில் தமிழ்நாட்டு அணி பல வல்லுநர்களைக் கொண்டிருக்கிறது./ அணு ஆயுத ஒழிப்பு மாநாட்டில் கலந்துகொள்ளும் இந்திய அணியில் நால்வர் இடம்பெறுவார்கள். 4: **(ராணுவம், காவல்துறை போன்றவற்றின்) பிரிவு;** command; battalion. தமிழ்நாடு சிறப்புக் காவல்படையின் இரண்டாவது அணியினுடைய ஆண்டு விழா நேற்று கொண்டாடப்பட்டது./ கடற்படையின் கிழக்கு அணியைச் சேர்ந்த மூன்று கப்பல்கள் பயிற்சியில் ஈடுபடுத்தப்பட்டன. 5: **(கட்சி போன்ற அமைப்புகளில் குறிப்பிட்ட பணிகளை மேற்கொள்ளும்) பிரிவு;** wing. காங்கிரஸ் கட்சியின் இளைஞர் அணிச் செயலாளர் நாளை அறிவிக்கப்படுவார்./ தேர்தல் சமயத்தில் நம் கட்சியின் மகளிர் அணிக்குச் சிறப்பான பங்கு உண்டு. 6: **(குழுவாக வரும்) கூட்டம்;** group of people; throng. மாநாட்டுக்கு அணி திரண்டு வாரீர்! 7: **(குழுக்களின்) வரிசை;** row; line (of people); file. மாணவர்கள் அணி பிரிந்து நின்றிருந்தனர். 8: **(ஒன்றையடுத்து ஒன்றாக தொடரும் வாகனங்களின்) வரிசை; தொடர்;** group (of vehicles); motorcade. கார் அணி/ அலங்கார வாகன அணி.

அணி[4] பெ. (கணி.) **(அட்டவணைப்படுத்துவதற்குப் பதிலாக) கொடுக்கப்பட்ட எண்களைச் செவ்வக வடிவில் அமைக்கும் தொகுப்பு;** matrix.

அணிகலன் பெ. **நகை அல்லது அது போன்ற பிற அலங்காரப் பொருள்;** piece of jewellery; ornament. மரத்தால் ஆன அணிகலன்களுடன் வேடதாரி கூத்தில் தோன்றினான்.

அணிசெய் வி. (-செய்ய, -செய்து) (உ.வ.) **அழகைக் கூட்டுதல்;** add beauty to sth. கோயிலுக்கு அணிசெய்கிறது கோபுரம்.

அணிசேர்[1] வி. (-சேர, -சேர்ந்து) (உ.வ.) **(குறிப்பிட்ட கொள்கைக்காக) இணைதல்;** rally to. இனவெறிக்கு எதிராக நாம் அணிசேர வேண்டும்.

அணிசேர்[2] வி. (-சேர்க்க, -சேர்த்து) 1: காண்க: **அணிசெய்**. 2: **(குறிப்பிட்ட கொள்கைக்காக பிறரை அல்லது பிறவற்றைத் தன்னுடன்) இணைத்துக்கொள்ளுதல்;** rally for a cause. அமெரிக்கா, தன் ஈராக் கொள்கைக்காக அணிசேர்க்கிறது.

அணிதிரள் வி. (-திரள, -திரண்டு) (இலங்.) காண்க: **அணிசேர்[1]**.

அணிதிரள்வு பெ. (இலங்.) **(குறிப்பிட்ட நோக்கத்துக்காக) ஒன்றாக இணையும் செயல்;** mass rally. கலாசாலை ஆசிரியர்களின் அணிதிரள்வை அரசாங்கம் விரும்பவில்லை./ கலவரத்தில் பாதிக்கப்பட்டவர்களின் அணிதிரள்வு ஆட்சியாளருக்குப் பெரும் அச்சத்தை ஏற்படுத்தியது.

அணிந்துரை பெ. **ஒரு நூலுக்கு (புகழ்பெற்ற) ஒருவர் தரும் அறிமுகம்;** foreword to a book given by a well-known person. [(தொ.சொ.) அறிமுகம்/ பின்னுரை/ முகவுரை/ முன்னுரை]

அணி நடை பெ. (இலங்.) **விளையாட்டுப் போட்டி நிகழ்ச்சியில் போட்டியாளர்கள் அணிவகுத்துச் செல்லும் நிகழ்ச்சி;** march past (in a sports event).

அணில் பெ. 1: மென்மையான மயிர் அடர்ந்த வாலையும் முதுகில் (பெரும்பாலும்) மூன்று அல்லது ஐந்து கோடுகளையும் கொண்ட, மரங்களில் வாழும் (கொட்டைகள், பழங்கள் போன்றவற்றைக் கொறித்து உண்ணும்) ஒரு சிறு பிராணி; squirrel. இந்தியாவில் சில அணில்களுக்கு முதுகில் கோடுகள் இருக்காது./ அணில் கடித்த பழம் நன்றாக இனிக்கும் என்று சொல்வார்கள். 2: சுமார் அரை மீட்டர் நீளத்தில் சதைப்பற்றோடு சாம்பல் நிறத்தில் இருக்கும், உணவாகும் கடல் மீன்; grey coloured, fleshy edible sea fish, half a metre long.

அணிவகு வி. (-வகுக்க, -வகுத்து) 1: (முக்கியமான நிகழ்ச்சி, விழா போன்றவற்றின்போது படைவீரர், மாணவர் போன்றோர்) சீரான ஒழுங்கில் ஒன்றுகூடுதல்; parade; file up; line up. குடியரசு தினத்தன்று படைவீரர்கள் அணிவகுத்துச் சென்றனர்./ குடியரசு தின நிகழ்ச்சிகளின் முடிவில் விமானப்படை விமானங்கள் அணிவகுத்துப் பறந்தன. 2: குழுவாகத் திரளுதல்; rally to. இரு நடிகர்களின் ரசிகர்களும் எதிரெதிராக அணிவகுத்து நின்றனர்.

அணிவகுப்பு பெ. (முக்கியமான நிகழ்ச்சி, விழா போன்றவற்றின்போது படைவீரர், மாணவர் போன்றோர் அமைத்துக்கொள்ளும்) வரிசை ஒழுங்கு; parade. குடியரசுத் தலைவர் ராணுவ அணிவகுப்பைப் பார்வையிட்டார்./ மழை பெய்ததால் மாணவர் அணிவகுப்பு ரத்து செய்யப்பட்டது./ விமானப்படை தினத்தன்று நடந்த விமான அணிவகுப்பைத் திரளான பார்வையாளர்கள் கண்டுகளித்தனர்.

அணிவகுப்பு மரியாதை பெ. (குடியரசுத் தலைவர், பிரதமர் போன்றோருக்கு அல்லது வருகைதரும் வெளி நாட்டுத் தலைவர்களுக்கு) படைப் பிரிவுகள் அல்லது காவல்துறையினர் அணிவகுத்துச் செலுத்தும் மரியாதை; guard of honour.

அணு பெ. 1: மிகச் சிறிய கூறு; small bit; tiny particle; iota. அவன் இன்றி அணுவும் அசையாது என்பார்கள்./ நீ சொல்வதில் அணு அளவும் உண்மை இல்லை. 2: (இயற்.) வேதியியல் மாற்றத்துக்கு உட்படக்கூடிய தனிமத்தின் மிகச் சிறிய கூறு; atom.

அணு ஆயுதம் பெ. அணுசக்தியைப் பயன்படுத்திச் செய்யப்படும் போர்க் கருவி; nuclear weapon.

அணு உலை பெ. அணுசக்தியை உற்பத்தி செய்யும் சாதனம்; atomic reactor.

அணு எண் பெ. (வேதி.) (தனிமங்களை அட்டவணைப் படுத்துவதற்கு அடிப்படையாகக் கொள்ளும்) அணுவில் உள்ள புரோட்டான்களின் எண்ணிக்கை; atomic number. தாமிரத்தின் அணு எண் 29.

அணுக் கடிகை பெ. (பு.வ.) மிகத் துல்லியமாக நேரத்தைக் காட்டுவதும் அணுசக்தியில் இயங்குவதுமான கடிகாரம்; clock powered by nuclear energy.

அணுக்கம் பெ. (உறவில், நட்பில்) நெருக்கம்; closeness in relationship. கவிஞருக்கு மிக அணுக்கமாக இருந்த சிலர் நினைவுக் குறிப்புகள் எழுதியிருக்கிறார்கள்.

அணுக்கரு இணைவு பெ. (இயற்.) இரண்டு லேசான அணுக்கருக்கள் இணைந்து புதிய அணுக்கருவை உண்டாக்குவதன் மூலம் பெருமளவில் அணுசக்தி வெளிப்படும் நிகழ்வு; nuclear fusion. சூரியனின் வெப்ப சக்திக்கு அணுக்கரு இணைவுதான் காரணம்.

அணுக்கரு பிளவு பெ. (இயற்.) பளுவான தனிமத்தின் அணுக்கரு பிளவுற்றுப் பெருமளவில் அணுசக்தி வெளிப்படும் நிகழ்வு; nuclear fission. அணுகுண்டின் அடிப்படைத் தத்துவம் அணுக்கரு பிளவு முறையாகும்.

அணுக்கழிவு பெ. அணு உலைகளிலிருந்து வெளியேற்றப்படும் கதிர்வீச்சு நிறைந்த கழிவுப்பொருள்; nuclear waste. அணுக்கழிவுகளை எப்படி அழிப்பது என்பதே பல நாடுகளுக்குப் பெரும் கவலையை ஏற்படுத்தியுள்ளது./ அணுக்கழிவைப் பத்திரமாக அப்புறப்படுத்த இந்த அணுமின் நிலையம் தகுந்த முன்னெச்சரிக்கைகளைக் கடைப்பிடிக்கிறது என்றார் அதன் இயக்குநர்./ அணுசக்தி தேவை என்று வாதிடுவோர் அணுக்கழிவின் அபாயத்தை மறந்து விடுகிறார்கள்.

அணுகு வி. (அணுக, அணுகி) 1: அருகில் செல்லுதல்; நெருங்குதல்; go near; approach. குழந்தைகள் பாட்டியை அணுகி அவள் அருகில் அமர்ந்து கதை கேட்டனர்./ கையில் சாமான்களுடன் காரை அணுகிக் கதவைத் திறந்தார். 2: (ஒருவரை அல்லது ஒரு நிறுவனத்தை ஏதேனும் ஒரு நோக்கத்திற்காக) நாடுதல்; approach (a person or an institution). சட்ட விளக்கம் பெற ஒரு வழக்கறிஞரை அணுகினோம்./ ஏதேனும் ஒரு அரசு வங்கியை அணுகிக் கடன் கேட்டுப்பாருங்கள். 3: (குறிப்பிட்ட) கொள்கை முறையில் ஒன்றை நோக்குதல்; deal with; approach (a subject from a viewpoint). இலக்கியத்தை அமைப்பியல் முறையில் அணுகி ஆராய்ந்தனர்.

அணுகுண்டு பெ. 1: அணுவைப் பிளப்பதன் மூலம் வெளிப்படும் ஆற்றலைப் பயன்படுத்தித் தயாரிக்கப் படும் (பேரழிவை உண்டாக்கும்) குண்டு; atom bomb. 2: (மிகுந்த ஒலியுடன் வெடிக்கும்) சணலால் சுற்றப் பட்டிருக்கும், சற்று உருண்டையான பட்டாசு; cracker which produces loud sound. அணுகுண்டுப் பட்டாசைத் தடை செய்ய வேண்டும் என்று சுற்றுச்சூழல் ஆர்வலர்கள் கோரிக்கை விடுத்திருக்கிறார்கள்.

அணுகுமுறை பெ. 1: ஒன்றைச் செய்ய அல்லது ஒரு பிரச்சினைக்குத் தீர்வு காண மேற்கொள்ளும் வழிமுறை; approach. சரியான அணுகுமுறையின் மூலமே பிரச்சினைக்கு எளிதாகத் தீர்வு காணலாம்./ தமிழைக் கற்பிப்பதில் நவீன அணுகுமுறை தேவைப்படுகிறது./ நாடாளுமன்றத்தில் எதிர்க்கட்சிகள் கையாள வேண்டிய அணுகுமுறைபற்றித் தீர்மானிப்பதற்கான கூட்டம்./ மொழியியல் அணுகுமுறை. 2: கண்ணோட்டம்; perspective. சுதந்திரம் பற்றிய பாரதியின் அணுகுமுறை மாறுபட்டு இருந்தது./ அறிவியல் அறிவு இல்லாமல் விலங்குகளைப் பற்றிய ஒரு சரியான அணுகுமுறையை மனிதன் பெற முடியாது. [(தொ.சொ.) கண்ணோட்டம்/ செயல்முறை/ வழி/ வழிமுறை]

அணுசக்தி பெ. சில தனிமங்களின் அணுக்களைப் பிளக்கும்போதோ இணைக்கும்போதோ வெளிப்படும் சக்தி; nuclear energy.

அணுநிறை பெ. (வேதி.) ஒரு தனிமத்தின் ஓர் அணு வானது கார்பன்-12 அணுவின் பன்னிரண்டில் ஒரு பங்கு நிறையைவிட எத்தனை மடங்கு அதிகமாக உள்ளதோ அந்த எண்ணிக்கை; atomic weight.

அணுமின் உலை பெ. மின்சாரம் தயாரிக்கப் பயன்படும் அணு உலை; nuclear reactor.

அணுமின் நிலையம் பெ. அணுசக்தியால் மின்சாரம் உற்பத்தி செய்யப்படும் இடம்; nuclear power station.

அணை[1] வி. (அணைய, அணைந்து) (நெருப்பு, விளக்கு) நின்றுபோதல்; அவிதல்; (of fire, light) go out. தெருவுக்கு வெளிச்சம் தந்துகொண்டிருந்த ஒரே விளக்கும் அணைந்தது.

அணை[2] வி. (அணைக்க, அணைத்து) 1: (நெருப்பை, விளக்கை) நிறுத்துதல்; அவித்தல்; put out (fire, light); extinguish. அடுக்குமாடிக் கட்டடத்தில் நெருப்பை அணைப்பது பெரும்பாடுதான். 2: (ஒரு சாதனத்தின் இயக்கத்தை) நிறுத்துதல்; துண்டித்தல்; switch off. நான் பேசிமுடித்ததும் கைபேசியை அணைத்தேன்.

அணை[3] வி. (அணைக்க, அணைத்து) 1: (அன்போடு) தழுவுதல்; embrace. குழந்தையை அணைத்து மகிழ்வதில் தாய்க்குத்தான் எவ்வளவு இன்பம்! 2: (ஒரு பொருளைக் கைகளால்) மார்போடு சேர்த்துக்கொள்ளுதல்; hold (sth.) in one's arms; hug. அவள் புத்தகங்களை மார்போடு அணைத்தவாறு நடந்து சென்றாள். 3: (ஒன்றைப் பலப்படுத்துவதற்காக அதை) ஒட்டி (மண்ணை) போடுதல்; put (usually earth) close to the base of sth. to strengthen it. மரத்துக்கு மண் அணைக்க வேண்டும். 4: வண்டியில் கட்டிய மாடுகளை ஒன்றுக்கொன்று இணையாக நெருக்கிக்கொண்டு செல்லுதல்/ஒன்றை மற்றொன்றின் அருகில் கொண்டுபோதல்; draw close to each other/ draw close to sth. 'மாட்டை அணைத்து ஓட்டு' என்று அவ்வப்போது குரல் வந்தது./ காரை ஒரு பக்கமாக அணைத்து நிறுத்து.

அணை[4] பெ. 1: ஆற்றின் குறுக்கே நீரைத் தேக்கி வைக்கும் அமைப்பு; dam. பாசனத்திற்கு அணையிலிருந்து நீர் திறந்துவிடப்படுகிறது. 2: சரிந்து விழாமல் இருக்க வைத்துக்கொள்ளும் முட்டு; support; prop. கையை மடக்கித் தலைக்கு அணையாக வைத்துத் தூங்கினாள்.

அணைக்கட்டு பெ. காண்க: அணை[4], 1.

அணைகயிறு பெ. (பால் கறக்கும்போது உதைக்காமல் இருக்க) பசு மாட்டின் பின்னங்கால் இரண்டையும் சேர்த்துக் கட்டும் கயிறு; cord with which the hind legs of a cow are tied while milking.

அணைசு பெ. நாகசுரத்தில் சீவாளியைப் பொருத்த அமைக்கப்பட்டிருக்கும், உலோகத்தால் ஆன சிறிய குழல் போன்ற பகுதி; a small metallic tube to hold the சீவாளி in நாகசுரம்.

அணைத்து வி.அ. (பே.வ.) 1: இறுக்கமாக; சேர்த்து; tightly; closely. பெட்டியை அணைத்துப் பிடித்து இறக்கு. 2: அரவணைத்து; அனுசரித்து; accommodating. குடும்பத்தில் எல்லோரையும் அணைத்துப்போக வேண்டும்.

அணைப்பு பெ. (அன்பை வெளிப்படுத்தும் முறையில்) தழுவுதல்; affectionate hug; embrace. தாயின் அணைப்புக்காகக் குழந்தை ஏங்கியது.

அணைபோடு வி. (-போட, -போட்டு) (ஒருவருடைய விருப்பத்துக்கு) தடையாக இருத்தல்; block (s.o.'s ambitions, plans, etc.,). கோலம் போடும் அவளுடைய ஆசைக்கு மார்கழிக் குளிரால் அணைபோட முடியவில்லை.

அணையாடை பெ. 1: பச்சிளங்குழந்தைகளின், படுக்கையில் இருக்கும் நோயாளிகளின் மலஜலக் கழிவுகள் வெளியே கசிந்துவிடாமல் தடுக்க, இடுப்பில் கட்டிவிடப்படும் மிருதுவான உள்ளாடை; diaper. 2: (பு.வ.) மாதவிடாய்க் காலத்தில் பெண்கள் உள்ளாடைக்குள் அணியும், மிருதுவான ஆடை; sanitary napkin.

அத்தகைய பெ.அ. முன்னர் கூறப்பட்டது போன்ற; அதைப் போன்ற; such as the one mentioned; of the kind or class mentioned. கடந்த ஆண்டு தேர்தலின்போது கலவரம் வெடித்தது. அத்தகைய நிகழ்வுகள் இனி நிகழாவண்ணம் பார்த்துக்கொள்ள வேண்டியது அரசின் கடமை.

அத்தர் பெ. ரோஜா, மல்லிகை முதலிய மலர்களின் இதழ்களிலிருந்து எடுக்கப்படும் ஒரு வாசனைத் திரவியம்; fragrant essence obtained from the petals of rose, jasmine, etc., and used as perfume.

அத்தனை பெ. 1: (முன் குறிப்பிட்ட) அந்த அளவு; அவ்வளவு; (that) much; all that. உனக்கு என்ன அத்தனை அவசரம்?/ அத்தனை பணத்துக்கு எங்கே போவேன்?/ அத்தனை மாணவர்களும் புத்திசாலிகள்./ நேற்றுதானே ஆயிரம் ரூபாய் கொடுத்தேன். அத்தனையும் செலவாகிவிட்டதா?/ அத்தனைக்கும் காரணம் அவன்தான். 2: (எடுத்துக்காட்டாகக் கூறுகையில்) குறிப்பிட்ட வடிவ அளவு; (when a comparison is made) of the size (of the thing specified). புகையிலையைக் கடுகத்தனை கிள்ளி வாயில் போட்டுக்கொண்டார்./ மலையத்தனை துன்பம். 3: (அடையாக வரும்போது) (கூறப்படும்) அந்த அளவு; word used in the sense of 'all those' or 'so much' or 'so many'. அத்தனை பழங்களும் அழுகிவிட்டன./ அத்தனை வேலைகளையும் நான் ஒருவனே செய்தேன்./ அத்தனை பேருக்குச் சமைக்க நம்மிடம் பாத்திரம் இல்லை./ அத்தனை வீடுகளிலும் பட்டாசு வெடித்தார்கள். 4: தன்மையின் மிகுதியைக் குறிக்க அடையாகப் பயன்படும் சொல்; (before an adjective to indicate the great extent or degree of sth) so. அத்தனை பெரிய வீரனா அவன்?/ அகராதியைத் தயாரிப்பது அத்தனை எளிதல்ல.

அத்தாட்சி பெ. உண்மையை நிரூபிக்கும் சான்று; proof; evidence. அவனிடம் பணம் கொடுத்தாய் என்பதற்கு என்ன அத்தாட்சி?

அத்தான் பெ. 1: தாய்மாமனின் அல்லது அத்தையின் மகன்/அக்காவின் கணவன்; son of one's maternal uncle or paternal aunt or husband of one's elder sister. 2: மனைவி கணவனை அன்புடன் அழைக்கும் சொல்; a term of endearment used by a wife in addressing her husband.

அத்தி பெ. நல்ல வாசனையும் இனிப்புச் சுவையும் கொண்ட, கொத்துகொத்தாகப் பழுத்திருக்கும் அடர் சிவப்பு நிறப் பழங்களைத் தரும் மரம்; a kind of fig tree. அத்திப் பழத்தின் உள்ளே புழுக்கள் இருக்கும்.

அத்தி பூத்தாற்போல் வி.அ. மிக அரிதாக; அபூர்வமாக; very rarely; once in a blue moon. தமிழில் அத்தி பூத்தாற்போல் ஒன்றிரண்டு நல்ல நாவல்களும் வருவது உண்டு./ என்ன, அத்தி பூத்தாற்போல் வந்திருக்கிறீர்களே, ஏதாவது விசேஷமா?

அத்தியட்சகர் பெ. (இலங்.) கண்காணிப்பாளர்; superintendent. கப்பலில் செல்லக் காவல்துறை அத்தியட்சகருக்கு விண்ணப்பித்துள்ளேன்./ வைத்தியசாலையைப் பார்வையிடச் சுகாதார அத்தியட்சகர் வந்தார்.

அத்தியாயம் பெ. *(உரைநடை)* **நூலின் உட்பிரிவு;** chapter (of a book). *நூலின் முதல் அத்தியாயமே விறுவிறுப்பாக இருக்கிறது./ (உரு வ.) நமது கொள்கைகளைப் பரப்புவது தான் இந்தப் போராட்டத்தின் முதல் அத்தியாயம்.*

அத்தியாவசியம் பெ. *(-ஆக, -ஆன)* **(இன்றியமையாத) தேவை; அடிப்படையானது;** (of needs) sth. indispensable or essential. *கிராமங்களுக்கும் மின்விளக்கு, சாலை வசதி போன்ற அத்தியாவசிய வசதிகள் கிடைத்துவிட்டன./ பயிர்களுக்கு அத்தியாவசியமாகத் தேவைப்படும் கந்தகச் சத்து இந்த உரத்தில் மட்டுமே இருக்கிறது./ வியர்க்கும் போது உடலிலிருந்து அத்தியாவசியமான உப்புகள் வெளியேறுகின்றன.*

அத்திவாரம் பெ. *(இலங்.)* **அஸ்திவாரம்;** foundation (of a building). *வீட்டு அத்திவாரம் போடுவதற்குக் கண்டல் கல் வாங்கிவிட்டாயா?*

அத்து[1] பெ. *(வ.வ.)* **(நிலத்தின்) எல்லை;** boundary (of a piece of land). *நம் மனை என்பதற்கு அத்தாக இந்த வேலியைப் போட்டுவை./ அதை அத்தாக வைத்துக் கொண்டு நிலத்தை அள.*

அத்து[2] பெ. *(பே.வ.)* **(சமமான மதிப்பு இல்லாமல் போனாலும் பொருளாக) கடனுக்குத் தரும் உத்திரவாதம்;** (sth. offered as) formal security (though not of equivalent value) for a loan. *ஒரு அத்து இல்லாமல் உனக்கு எப்படி அவ்வளவு பெரிய தொகையைக் கடனாகத் தர முடியும்?/ இதை அத்துக்கு வைத்துக்கொண்டு ஒரு ஆயிரம் ரூபாய் கொடு.*

அத்துடன் இ.சொ. **1: 'முன்னர் குறிப்பிடப்படுவதோடு கூட' என்ற பொருளில் இரண்டு வாக்கியங்களுக்கு அல்லது தொடர்ந்து வரும் இரண்டு தொடர்களுக்கு இடையே உள்ள தொடர்பைக் காட்டப் பயன்படுத்தப்படும் இடைச்சொல்; 'அதோடு';** particle used between two sentences or two continuous passages to give the meaning 'in addition'; furthermore. *தொழிற்சாலையில் தரக் கட்டுப்பாட்டுப் பணிக்கெனப் புதிதாகப் பத்து ஊழியர்கள் நியமிக்கப்பட்டுள்ளனர். அத்துடன் இவர்களை மற்ற பணிகளுக்கும் பயன்படுத்திக்கொள்ளலாம்./ மகனுடைய வேலை விஷயமாகச் சென்னை செல்கிறேன். அத்துடன் புத்தகக் கண்காட்சியையும் பார்த்துவிட்டு வருவேன்./ வெண்ணெயுடன் சர்க்கரை சேர்த்துக் குழைத்து, அத்துடன் முட்டையை உடைத்து ஊற்றி நன்றாக அடிக்கவும்./ ஒரே இருட்டு. அத்துடன் பாம்பைப் பற்றிய பயமும் சேர்ந்து கொண்டது.* **2: நிகழ்ச்சி, செயல் போன்றவை முடிவடைகின்றன என்ற பொருளில் ஒரு வாக்கியத்தின் தொடக்கத்தில் பயன்படுத்தப்பட்டு அந்த வாக்கியத்தை முந்தைய வாக்கியத்துடன் தொடர்புபடுத்தும் இடைச்சொல்;** particle used at the beginning of a sentence relating it to the previous sentence, meaning 'with that'. *கடைசி நாள் காலையில் 'படுகளம்'. அத்துடன் பாரதக் கூத்து முடிவடையும்.*

அத்துப்படி பெ. **(குறிப்பிட்ட விஷயத்தைப் பற்றிய) எல்லா விவரங்களும் அறிந்த நிலை;** being thoroughly informed (about sth.). *தமிழ்த் திரைப்படம்பற்றிய செய்திகளெல்லாம் அவனுக்கு அத்துப்படி.*

அத்துமீறு வி. *(-மீற, -மீறி)* **தனக்குத் தரப்பட்டிருக்கும் உரிமையை அல்லது அதிகார வரம்பைக் கடந்து செல்லுதல்;** go beyond the limit; transgress; commit excess. *ராணுவம் அத்துமீறி நடந்துகொண்டது என்ற குற்றச்சாட்டை அமைச்சர் மறுத்தார்.*

அத்துவானம் பெ. **மனித நடமாட்டம் குறைவான இடம்;** desolate place. *இப்படி ஒரு அத்துவானத்தில் மனை வாங்கிப் போட்டிருக்கிறாயே?/ அத்துவானக் காடாக இருந்தாலும் சரி, நமக்கென்று ஒரு வீடு வேண்டாமா?*

அத்துவைதம் பெ. *(தத்.)* **ஆன்மாவும் இறைவனும் இரண்டல்ல, ஒன்றே எனக் கூறும் கொள்கை;** the doctrine of non-duality; monism.

அத்துவைதி பெ. **அத்துவைத நெறிகளைக் கடைப்பிடிப்பவர்;** follower of அத்துவைதம்.

அத்தை பெ. **1: தந்தையின் சகோதரி/தாய்மாமனின் மனைவி;** sister of one's father/wife of one's maternal uncle; aunt. **2:** *(ஊரக வ.)* **மாமியார்;** mother-in-law.

அத்தைக்கத்தை வி.அ. *(ஊரக வ.)* *(வேலை, சம்பளம் போன்றவைகுறித்து வரும்போது)* **(வாரக் கணக்கு, மாதக் கணக்கு, ஆண்டுக் கணக்கு என்று இல்லாமல்) அப்போதைக்கப்போது;** (of work and payment of wages) as and when a given work is finished (as distinguished from monthly or weekly wages). *நாங்கள் யாரையும் நிரந்தரமாக வேலைக்கு வைத்துக்கொள்ளாமல், செய்யும் வேலைக்கு அத்தைக்கத்தையே சம்பளம் கொடுத்துவிடுவோம்.*

அத்தைக்கூலி பெ. *(ஊரக வ.)* **செய்யும் வேலைக்கு மாத முடிவில் அல்லது வார முடிவில் அல்லாமல் வேலை செய்த நாளே பெறும் கூலி;** wages received on the very day when the work is done (as distinguished from wages received at the end of a week or month).

அதக்கு வி. *(அதக்க, அதக்கி)* **மெல்லாமல் வாயில் ஒரு பக்கமாக வைத்துக்கொள்ளுதல்;** keep sth. in one's mouth without chewing it. *வாயில் புகையிலையை அதக்கிக் கொண்டாள்.* [(தொ.சொ.) **அரை/ உறிஞ்சு/ கடி/ குதப்பு/ சப்பு/ சவை/ நக்கு/** மெல்]

அதட்டல் பெ. *(-ஆக, -ஆன)* **குரலில் வெளிப்படுத்தும் கண்டிப்பு;** sth. said in a sharp tone. *'இனிமேல் அதைப் பற்றி என்னிடம் பேசாதே' என்றார் அதட்டலாக./ அவளுடைய அதட்டலான குரல் எனக்கு வியப்பை அளித்தது./ ஒரு அதட்டல் போட்டால்தான் பையன் அடங்குவான்.*

அதட்டிஉருட்டி வி.அ. **அதிகாரத்தோடும் கண்டிப் போடும் மிரட்டி;** using threat and authority in an unpleasant way. *பையனை அதட்டிஉருட்டி வீட்டுப்பாடம் எழுதவைப்பதற்குள் போதும்போதும் என்றாகிவிட்டது./ வீட்டைக் காலி பண்ண மறுத்தவரை அதட்டிஉருட்டி வெளியேற்றினேன்./ இந்தக் காலத்தில் அதட்டிஉருட்டி யாரிடமும் வேலைவாங்க முடியாது.*

அதட்டு வி. *(அதட்ட, அதட்டி)* **1: அதிகாரமாக உரத்த குரலில் பணித்தல் அல்லது கண்டித்தல்;** say sth. in a sharp tone. *அவள் குழந்தையைப் பார்த்து 'இனிமேல் இப்படிச் செய்யாதே' என்று அதட்டினாள்./ 'பழம் என்ன விலை?' என்று அவர் அதட்டிய குரலில் கேட்டதும் கடைக்காரனுக்குக் கோபம் வந்தது.* **2: உரத்த குரலில் விரட்டுதல்;**

shout at animals or birds, etc., so as to scare them away or urge them. வண்டிக்காரன் மாடுகளை அதட்டி ஓட்டினான்.

அதமம் பெ. (சோதி.) (ஒன்றின் நிலை, பலன், பயன் போன்றவற்றைக்குறித்து வரும்போது) **கடைநிலை; மோசம்;** that which is the lowest or the worst. இந்த ராசிக்காரரின் ஜாதகத்தில் சில கிரகங்கள் இவ்வாறு அமைந்திருப்பது அதமம்.

அதர்[1] பெ. (இலங்.) காட்டு வழி; ஒற்றையடிப் பாதை; path (in a jungle); footpath.

அதர்[2] பெ. (இலங்.) **1:** (தென்னை, பலா போன்ற மரங்களின் அடிப்பகுதியைச் சுற்றிச் சுமார்) **ஓர் அடி ஆழத்தில் வெட்டப்படும் உரக் குழி;** shallow pit (dug around the base of a tree) for manuring. மாமரத்துக்கு அதர் எடுக்க வேண்டும். **2: பள்ளம்;** pit. காணிக்குள் அதர் வெட்டிவிடச் சொல்.

அதர்மம் பெ. **அறத்துக்குப் புறம்பானது; தர்மம் அல்லாதது;** unrighteousness. தர்மம் வெல்லும் அதர்மம் தோற்கும் என்பது பாரதக் கதையின் செய்தி./ தர்மம் அதர்மம் எல்லாம் பார்த்தால் வியாபாரம் செய்ய முடியாது என்பது உண்மையல்ல. [(தொ.சொ.) அக்கிரமம்/ அட்டகாசம்/ அட்டூழியம்/ அநியாயம்/ அநீதி/ அராஜகம்]

அதரம் பெ. (அ.வ.) **உதடு;** lip.

அதல் பெ. (இலங்.) **சுமார் இரண்டு அடி நீளத்தில் அகலமாகவும் செதிள்களோடும் இருக்கும் (உணவாகும்) பழுப்பு நிறக் கடல் மீன்;** large, edible sea fish, brown in colour, with scales and measuring a little more than half a metre.

அதலபாதாளம் பெ. **அளவிட முடியாத ஆழம் அல்லது பள்ளம்;** immeasurable depth; chasm; abyss. மலை மேலிருந்து அதலபாதாளத்தில் விழுவது போன்று ஒரு கனவு.

அதற்குள்(ளே) இ.சொ. **எதிர்பார்த்ததைவிட முன்னதாகவே ஒரு செயல் நிகழ்ந்துவிட்டது என்ற பொருளில் இரண்டு வாக்கியங்களுக்கு இடையே உள்ள தொடர்பைக் காட்டும் இடைச்சொல்;** particle meaning 'sooner than expected'; 'too soon'. இப்போதுதான் சமையலறைக்குள் போனாய், அதற்குள் சமையல் முடிந்துவிட்டதா!/ இப்போதுதான் வந்தாய், அதற்குள் புறப்படுகிறாயே!/ போன வாரம்தான் இந்தச் செருப்பு வாங்கினேன். அதற்குள் அறுந்துவிட்டது.

அதன் பி.பெ. **'அது' என்பது வேற்றுமை உருபு ஏற்கும்போது பயன்படுத்தப்படும் வடிவம்;** the base for அது in declension (in grammar). நீ இப்போது சாப்பிட்டாயே, அதன் பெயர் உனக்குத் தெரியுமா?/ அமைதி, அமைதி என்று சொல்கிறாயே, அதனை எங்கே தேடுவது?/ ஊரில் எனக்குச் சொந்த வீடு இருக்கிறது. அதனால் எந்தப் பிரயோஜனமும் இல்லை.

அதனால் இ.சொ. **'(குறிப்பிடப்படுவதன்) காரணமாக அல்லது விளைவாக', என்ற பொருளில் இரண்டு வாக்கியங்களைத் தொடர்புபடுத்தும் இடைச்சொல்; 'ஆகவே'; 'எனவே';** particle meaning 'so', 'owing to', 'that is why' used to relate two sentences. அப்பாவுக்கு உடல்நிலை சரியில்லை. அதனால் அவர் வரவில்லை./ அந்த வேலைக்கான அடிப்படைத் தகுதிகள் எனக்கு இல்லை. அதனால் அந்த வேலை எனக்குக் கிடைக்காது./ வாக்காளர் அடையாள அட்டை நான் இன்னும் வாங்கவில்லை. அதனால் ஓட்டுப் போட முடியாது.

அதாவது இ.சொ. **ஒரு விஷயத்தைத் தெளிவுபடுத்த விரும்பும்போது இரண்டு வாக்கியங்களுக்கு இடையே அல்லது தொடர்ந்து வரும் இரண்டு பகுதிகளுக்கு இடையே உள்ள ஒத்த தொடர்பை விளக்கும் முறையில் பயன்படுத்தப்படும் இடைச்சொல்; 'எவ்வாறு என்றால்'; 'சொல்லப்போனால்';** particle used between two sentences or two continuous passages to give the meaning 'that is…' உருது மொழி மாறுபட்ட முறையில், அதாவது, வலமிருந்து இடமாக எழுதப்படுகிறது./ எங்கள் குடும்பத்தின் மூன்றாவது பையன், அதாவது என் தம்பிக்குத்தான் திருமணம் நிச்சயிக்கப்பட்டுள்ளது./ அதாவது, நான் என்ன நினைக்கிறேன் என்றால் இந்த விஷயம் அவருக்கு நிச்சயம் தெரிந்திருக்க வேண்டும்.

அதி இ.சொ. (பெரும்பாலும் கூட்டுச்சொற்களில்) **சொல்லின் பொருளை மிகுவித்துக் காட்டப் பயன்படுத்தப்படும் இடைச்சொல்;** வெகு; particle used as an intensifier (mostly in compounds). விமானம் அதிவேகத்துடன் பறந்து சென்றது./ கவிஞர் பாடலை அதியற்புதமாக எழுதியிருக்கிறார்./ அதிநுட்பமான கருத்து.

அதிகப்படி பெ. (-ஆக, -ஆன) (குறிப்பிடும்) **அளவுக்கு அதிகம்; கூடுதல்; உபரி;** surplus; more than required; too much; too long, etc., அதிகப்படியான நெல்லை விற்றுவிடலாம்./ அவர் உயர் அதிகாரிக்குக் காட்டும் மரியாதை சற்று அதிகப்படி என்று சொல்லலாம்./ அதிகப்படியாகச் செலவழித்துவிட்டோமோ?

அதிகப்படு வி. (-பட, -பட்டு) (பெரும்பாலும் எதிர்மறையில்) (குறிப்பிட்ட அளவைவிட) **மிகுதல்; மேற்படுதல்;** (usually in the negative) be more than (the limit specified). வீட்டுச் செலவு பத்தாயிரத்துக்கு அதிகப்படாமல் பார்த்துக்கொள்./ சில போக்குவரத்து விதி மீறல்களுக்கு ரூ.100க்கு அதிகப்படாமல் அபராதம் விதிக்கலாம்.

அதிகப்படுத்து வி. (-படுத்த, -படுத்தி) (ஒன்றின் அளவை) **கூட்டுதல்; அதிகமாக்குதல்;** increase; raise. காரின் வேகத்தை அதிகப்படுத்தினால் மட்டுமே நாம் சீக்கிரம் ஊருக்குப் போக முடியும்./ இதற்குமேல் விலையை அதிகப்படுத்தினால் யாரும் வாங்க மாட்டார்கள் என்பது உற்பத்தியாளர்களுக்குத் தெரியும்.

அதிகப்பற்று பெ. **ஒருவருக்கு உரியதைவிடக் கூடுதலாகத் தரப்பட்டிருக்கும் தொகை;** amount given in excess of what is due. உன் கணக்கில் ஏற்கனவே அதிகப்பற்றாக நானூறு ரூபாய் இருக்கிறது.

அதிகப்பிரசங்கி பெ. (பிறருக்கு எரிச்சலூட்டும் விதத்தில்) **தேவையில்லாமல் ஒன்றைப் பேசும் அல்லது செய்யும் நபர்;** impertinent person; impudent person. அவன் அதிகப்பிரசங்கி ஆயிற்றே? சொல்வதை ஒழுங்காகச் செய்ய மாட்டானே?

அதிகப்பிரசங்கித்தனம் பெ. (-ஆக, -ஆன) (பிறருக்கு எரிச்சலூட்டும் விதத்தில்) தேவையில்லாமல் ஒன்றைப்

பேசும் அல்லது செய்யும் தன்மை; impertinence. அதிகப் பிரசங்கித்தனமாக நடந்துகொண்டு வேலையை விட்டு விட்டு வந்து நிற்கிறாய்!/ அதிகப்பிரசங்கித்தனமான பேச்சு.

அதிகபட்சம் பெ. (-ஆக, -ஆன) **(மிக) உயர்ந்த அளவு;** maximum; upper limit (of sth.). அவரால் செய்ய முடிந்த அதிகபட்ச உதவி இதுதான்./ இந்தச் சிறிய வண்டியில் அதிகபட்சம் ஐந்து பேர் பயணம் செய்யலாம்./ ஒரு மாதத்தில் அதிகபட்சமாக ஐந்து ஞாயிற்றுக்கிழமைகள் வரலாம்./ அதிகபட்சமான மாணவர்கள் ஆங்கிலத்தில் தோல்வியுறுகிறார்கள்./ அந்தக் குற்றத்துக்கு அதிகபட்ச தண்டனையான ஆறு மாதச் சிறை அவனுக்கு வழங்கப்பட்டது.

அதிகம் பெ. (-ஆக, -ஆன) **குறிப்பிட்ட அளவைவிடக் கூடுதல்; மிகுதி;** that which is more (than what is normal, fair, moderate, strictly required, etc.,); excess; more than what is mentioned. கைகள் இன்னும் அதிகமாக நடுங்கின./ ஒருவரிடம் அளவுக்கு அதிகமாக அதிகாரம் இருப்பது நல்லதல்ல./ இந்த வீட்டுக்கு நீங்கள் கேட்கிற வாடகை அதிகம்./ திருமணமான பின் அதிகம் வெளியே செல்ல முடியவில்லை./ இந்த நூலகத்திற்கு ஒவ்வொரு நாளும் ஆயிரத்திற்கும் அதிகமான வாசகர்கள் வருகிறார்கள்./ மலைப் பகுதிகளில் அதிகமான குளிர் காணப்படுவது இயல்பு. [(தொ.சொ.) **அபரிமிதம்/ உபரி/ எக்கச்சக்கம்/ ஏராளம்/ கூடுதல்/ மிகுதி/ மிகை**]

அதிகரி வி. (அதிகரிக்க, அதிகரித்து) **மிகுதியாதல்; கூடுதல்/மிகுதியாக்குதல்; கூட்டுதல்;** be on the increase/increase (sth.). நேரம் ஆகஆகப் பசி அதிகரித்தது./ எடையை அதிகரிக்க என்ன வழி?/ அவர் பேசிக்கொண்டே காரின் வேகத்தை அதிகரித்தார். [(தொ.சொ.) **உயர்/ உயர்த்து/ ஏற்று/ ஏறு/ கூட்டு/ கூடு/ பெருக்கு/ பெருகு**]

அதிகார சபை பெ. (இலங்.) **தனித்த அதிகாரங்கள் வழங்கப்பட்டுச் சில செயல்களை நிறைவேற்றுவதற்காக அரசால் நிறுவப்பட்ட அமைப்பு;** Commission (constituted by the government) to perform certain functions. வீதிகள் பழுதடைந்திருந்ததை வீதி அபிவிருத்தி அதிகார சபைக்குத் தெரிவிக்கும் வகையில் மக்கள் மகஜரைக் கையளித்தனர்./ தொழிற்பயிற்சி அதிகார சபை வழங்கும் கற்கை நெறிகளை யார் வேண்டுமானாலும் இலவசமாகக் கற்கலாம்.

அதிகாரநந்தி பெ. **(சிவாலயங்களில் பயன்படுத்தும்) மனித உடலும் காளை மாட்டின் முகமும் கொண்ட வாகன வகை;** vehicle of Siva with the face of a bull and the body of a man.

அதிகாரப்பரவல் பெ. **நிர்வாக அமைப்புகள் கூடுதலான சுதந்திரத்துடன் செயல்பட, அதிகாரங்கள் ஒரு மையத்தில் குவிந்துவிடாமல் பரவலாக்கும் ஏற்பாடு;** decentralization; devolution (of powers). நாட்டில் அதிகாரப் பரவலுக்கு வகைசெய்யும் திட்டம் குறித்துப் பிரதமர் எதிர்க் கட்சிகளுடன் ஆலோசனை நடத்தினார்./ அதிகாரப்பரவல் மூலம் சிறந்த நிர்வாகத்தைத் தர முடியும் என்ற கருத்தை எல்லாக் கட்சிகளும் ஆதரிக்கின்றன.

அதிகாரபூர்வம் பெ. (-ஆக, -ஆன) **சம்பந்தப்பட்ட ஒருவரின் அல்லது ஒரு அமைப்பின் அதிகாரத்தால் ஒப்புக்கொள்ளப்பட்ட அல்லது அதிகாரத்தைப் பிரதிநிதித்துவப்படுத்தும் முறையில் ஆனது;** official; authorized. எங்கள் கட்சியின் அதிகாரபூர்வ வேட்பாளர் இவர் தான்./ குண்டுவெடிப்புப் பற்றிய அதிகாரபூர்வமான தகவல்கள் எதுவும் காவல்துறையால் இன்னும் வெளியிடப்படவில்லை./ அதிகாரபூர்வமான முகவர்களிடம் மட்டுமே எங்கள் நிறுவனத்தின் தயாரிப்புகளைப் பெற முடியும்.

அதிகாரம்[1] பெ. (-ஆக, -ஆன) **1: வகிக்கும் பதவியாலோ இருக்கும் நிலையாலோ முடிவுகளை எடுப்பதற்கும் செயல்படுத்துவதற்கும் ஆணை பிறப்பிப்பதற்குமான உரிமை அல்லது சக்தி;** authority. அதிகாரத்தால் எல்லாவற்றையும் சாதித்துவிட முடியாது./ பழைய உத்தரவைத் திரும்பப் பெறும் அதிகாரம் எங்களுக்கு இல்லை. **2: ஆட்சிப் பொறுப்பு;** power to rule. முடியாட்சியில் தந்தைக்குப் பின் மகன் அதிகாரம் ஏற்பான்./ அதிகாரத்திற்கு வந்தவுடன் சர்வாதிகாரியின் முதல் வேலை எதிரிகளை ஒழித்துக்கட்டுவதாகத்தான் இருக்கும். **3: மரபோ சட்டமோ ஒருவருக்கு வழங்கும் உரிமை;** right (to do sth.). சொத்தை விற்க உங்களுக்கு அதிகாரம் இல்லை./ சொந்த வீடுபோல் அதிகாரமாய் உள்ளே நுழைந்தான். **4:** (சோதி.) **ஒருவரின் ஜாதகத்தில் குறிப்பிட்ட கிரகம் குறிப்பிட்ட பலனைத் தரும் ஆற்றல்; ஆட்சி;** rule (of a planet in a horoscope). வெளிநாடு செல்லும் யோகத்தைத் தரும் அதிகாரம் சுக்கிரனுக்கு உண்டு.

அதிகாரம்[2] பெ. **(பண்டைய இலக்கிய இலக்கண நூல்களில் காணப்படும்) உட்பிரிவு;** chapter or section (in ancient literary or grammatical works). திருக்குறள் *133* அதிகாரங்கள் கொண்ட நூல்./ தொல்காப்பியம் மூன்று அதிகாரங்களைக் கொண்டது.

அதிகாரி பெ. **அரசு அல்லது தனியார் நிறுவனத்தில் ஆணைகளை நடைமுறைப்படுத்தும் பொறுப்பில் உள்ள (மேல்நிலை) அலுவலர்;** officer; official; executive.

அதிகாலை பெ. **விடிவதற்கு முன்னுள்ள பொழுது;** dawn; daybreak.

அதிசயப்பிறவி பெ. **சராசரி மனிதர்களைப் போல் இல்லாமல் உன்னதமான குணங்களைக் கொண்டிருப்பவர்;** rare person. இப்படி ஒரு அதிசயப்பிறவியை நீங்கள் எங்குமே பார்க்க முடியாது.

அதிசயம் பெ. (-ஆக, -ஆன) **1: (வித்தியாசமான நிகழ்ச்சியோ பொருளோ ஏற்படுத்தும்) வியப்பு; ஆச்சரியம்;** wonder; surprise. இந்தப் படத்தின் வெற்றியை நினைத்துப் பார்த்தால் அதிசயமாக இருக்கிறது./ வேற்று கிரகவாசிகள் போன்று தோன்றிய அவர்களை அதிசயமாகப் பார்த்துக் கொண்டிருந்தான் சிறுவன். **2: வழக்கத்துக்கு மாறான (வியப்பை ஏற்படுத்தும் வகையிலான) நிகழ்ச்சி;** unusual; being a wonder. இன்றைக்குச் சீக்கிரமாக வந்து விட்டாயா? அதிசயம்தான்!/ அதிசயமாக இன்று அவன் விடுப்பு எடுத்திருக்கிறான். **3: வியப்பை ஏற்படுத்தக் கூடியதும் வித்தியாசமானதுமான ஒன்று;** wonder. பழைய உலக அதிசயங்களுள் இப்போது பிரமிடுகள் மட்டுமே மிஞ்சியிருக்கின்றன./ கணிப்பொறி இருபதாம் நூற்றாண்டின் அதிசயம். **4: (நம்ப முடியாத அளவுக்கு) விந்தையானது;** miracle. அந்தக் கோரமான விபத்தில் அவர் தப்பிப் பிழைத்தது அதிசயம்தான்.

35 அதிர்வேட்டு

அதிசயி வி. (அதிசயிக்க, அதிசயித்து) **வியப்படைதல்;** be surprised; be wonder-struck; be in awe. *கணிப்பொறியின் திறனைக் கண்டு அதிசயிக்கிறோம்.*

அதிதி பெ. (இலங்.) **1: (வீட்டுக்கு) விருந்தினராக வருபவர்;** guest. *அவர் எங்கள் வீட்டில் அதிதியாக வந்து தங்கியிருக்கிறார்.* **2: (ஒரு விழா, மாநாடு போன்றவற்றில் கலந்துகொள்ள அழைக்கப்படும்) அழைப்பாளர்;** invitee. *பரிசளிப்பு விழாவிற்கான சிறப்பு அதிதிகள் வந்ததும் விழாவைத் தொடங்கிவிடலாம்./ கௌரவ அதிதி./ பிரதம அதிதி.*

அதிபதி பெ. **1: (ஆளவோ அதிகாரம் செலுத்தவோ) உரிமை உடையவர்;** one who has the right (to own or command). *இந்தச் சொத்துக்கெல்லாம் அதிபதி இவர்தான்./ அரசன் என்பவன் ஒரு நாட்டின் அதிபதி.* **2:** (சோதி.) **(ஒரு ஜாதகத்தில் குறிப்பிட்ட வீட்டிற்கு) உரியவர்;** ruling planet (in one's horoscope). *இவரது ஜென்ம லக்கினமாகிய மிதுனத்திற்கு அதிபதி புதன்.*

அதிபர் பெ. **1: உரிமையாளர்;** owner (esp. of industry). *தொழில் அதிபர்/ பட அதிபர்.* **2: (ஒரு நாட்டின்) தலைமை ஆட்சிப் பொறுப்பில் இருப்பவர்;** the head of a state. *அமெரிக்க அதிபர்.* **3:** (இலங்.) **(கல்வி நிறுவனங்களில்) தலைமை ஆசிரியர்; முதல்வர்;** head of an educational institution. *பாடசாலை அதிபர்/ ஆசிரியர் பயிற்சிக் கலாசாலை அதிபர்.*

அதிமதுரம் பெ. **(நாட்டு வைத்தியத்தில் பயன்படுத்தப்படும்) ஒரு வகைப் பூண்டுச் செடியின் உலர்ந்த வேர் அல்லது தரைக்குக் கீழே வளரும் அதன் தண்டு;** liquorice.

அதிமேதகு பெ.அ. (இலங்.) **(ஆளுநர், குடியரசுத் தலைவர் போன்ற) பெரும் மதிப்புக்கும் மரியாதைக்கும் உரியவர்களைக் குறிப்பிடப் பயன்படுத்தப்படும் சொல்;** form of address for the President or Governor, equivalent to, 'His Excellency'. *தேசியக் கொடியை அதிமேதகு ஜனாதிபதி ஏற்றிவைத்தார்.*

அதியுயர் பெ.அ. (இலங்.) **மிக அதிக அளவிலான; உயர்ந்த;** high. *எங்கள் வீடும் காணியும் படையினர் விஸ்தரித்த அதியுயர் பாதுகாப்பு வலயத்துக்குள் சென்றுள்ளதால், இனித் திரும்பப் பெற முடியாது./ அவர் சகோதரர் அதியுயர் பதவியில் இருக்கிறார்.*

அதிர் வி. (அதிர, அதிர்ந்து) **1: விசையின் காரணமாகத் தொடர்ந்து நடுக்கம் ஏற்படுதல்;** vibrate; shake. *வேகமாகச் சென்ற ரயிலால் பாலம் அதிர்ந்தது./ பூமி அதிரும்படியாக யானை நடந்து சென்றது./ குண்டு வீச்சினால் நிலம் அதிர்ந்தது./ பூகம்பத்தைத் தொடர்ந்து பூமி விட்டுவிட்டு அதிர்ந்து கொண்டே இருந்தது./ அவள் அதிர்ந்து நடந்து நான் பார்த்ததில்லை.* **2: (முரசு போன்றவை) ஒலித்தல்;** (of drums, etc.,) be sounded; reverberate. *முரசு அதிர்ந்தது.* **3: (நிகழ்ச்சியின் அல்லது சூழ்நிலையின் எதிர்பாராத தாக்கத்தால்) உலுக்கப்படுதல்; நடுங்கிப்போதல்;** be shaken (by the sudden impact of an event, situation). *நண்பன் விபத்தில் காலமானான் என்ற செய்தியைக் கேட்டு அதிர்ந்துபோனேன்./ 'வீட்டுக்குள் நுழையாதே' என்று அவர் போட்ட கூச்சலைக் கேட்டு அவன் அதிர்ந்து நின்றான்.*

அதிர்ச்சி பெ. **1:** (-ஆக, -ஆன) **(எதிர்பாராத நிகழ்ச்சியால் நிலைகுலையும்படி) மனத்தில் ஏற்படும் பாதிப்பு;** (psychological) shock. *மார்பில் வலி ஏற்பட்டவுடன் சிலர் அதிர்ச்சி அடைந்துவிடுகிறார்கள்./ சாவுச் செய்தியைக் கேட்டதும் ஏற்பட்ட அதிர்ச்சி இன்னும் நீங்கவில்லை.* **2: (திடீரென்று மின்சாரம் பாய்வதால்) உடலில் ஏற்படும் பாதிப்பு;** (electric) shock. *மின்சாரம் பாய்ந்ததால் ஏற்பட்ட அதிர்ச்சி காரணமாகத் தூக்கி எறியப்பட்டான்.* **3: நிலநடுக்கம்;** (of earth) tremor. *முதலில் ஏற்பட்ட அதிர்ச்சிக்குப் பிறகு பத்து முறை பூமி அதிர்ந்தது.*

அதிர்ச்சித் தோல்வி பெ. **வெற்றி பெறுவது உறுதி என்று எதிர்பார்க்கப்பட்ட ஒரு அணி அல்லது நபர் அடையும் தோல்வி;** shock defeat. *உலகக் கோப்பை கால்பந்து போட்டியின் இறுதி ஆட்டத்தில் பிரேசில் அணி பிரான்ஸிடம் அதிர்ச்சித் தோல்வி அடைந்தது./ எங்கள் கல்லூரி அணி முதல் சுற்றிலேயே அதிர்ச்சித் தோல்வி அடைந்தது.*

அதிர்ச்சி வைத்தியம் பெ. **(குறிப்பிட்ட விளைவை ஏற்படுத்துவதற்காகச் சம்பந்தப்பட்டவருக்கு) அதிர்ச்சி அளிக்கும் விதத்தில் எடுக்கும் கடுமையான நடவடிக்கை;** shock therapy. *'உனக்கு என் சொத்தில் பங்கில்லை' என்று சொல்லிப் பொறுப்பில்லாமல் ஊர்சுற்றிக் கொண்டிருக்கும் மகனுக்கு அதிர்ச்சி வைத்தியம் அளித்தார்.*

அதிர்ந்து வி.அ. **(ஒருவர் பேசுவதைக் குறித்து வருகையில்) குரலை உயர்த்தி; சத்தமாக;** (in) a raised and emphatic tone; asserting oneself. *உயிரோடிருக்கும்வரை அப்பா அதிர்ந்து என்னை ஒரு வார்த்தைகூடச் சொன்னதில்லை./ அதிர்ந்து பேசக்கூடத் தெரியாத இவனா இப்படி ஒரு காரியத்தைச் செய்திருக்கிறான்?/ அவர் யாரிடமும் அதிர்ந்து பேசி நான் பார்த்ததில்லை.*

அதிர்வு பெ. **(விசையால் பொருளில் ஏற்படும்) நுண் அசைவு; நடுக்கம்;** vibration. *நமது செவிப்பறை வினாடிக்கு 20முதல் 20,000முறை ஏற்படும் அதிர்வுகளை உணரும் சக்தி கொண்டது./ விமானத்தளத்திலிருந்து புறப்படும் விமானங்கள் ஏற்படுத்திய அதிர்வுகளால் அருகிலிருந்த கோயில் சேதமடைந்தது./* (உரு வ.) *என் இளம் வயதில் அதிர்வுகளை ஏற்படுத்தியவர்கள் ரஷ்ய எழுத்தாளர்கள்.* [(தொ.சொ.) **அசைவு/ ஆட்டம்/ இயக்கம்/ உதறல்/ குலுக்கல்/ நகர்வு/ நடுக்கம்**]

அதிர்வெடி பெ. காண்க: *அதிர்வேட்டு.*

அதிர்வெண் பெ. (இயற்.) **ஒரு வினாடியில் நிகழும் அலைவுகள், அதிர்வுகள் ஆகியவற்றின் எண்ணிக்கை;** frequency (of sound, light, etc.,). *ஒலி அலையின் அதிர்வெண் இருபதாயிரத்துக்கு மேல் இருக்கும்போது அது காதால் உணரப்படுவதில்லை.*

அதிர்வேட்டு பெ. **(கோயில் திருவிழா, திருமண ஊர்வலம் போன்றவற்றில்) இரும்புக் குழாயில் வைத்துப் பலத்த சத்தத்துடன் வெடிக்கப்படும் ஒரு வகை வெடி;** firework which makes a loud noise when lit (used during temple festivals, marriage processions, etc.,); banger. *தோரணங்கள், விளக்கு வரிசைகள், அதிர்வேட்டு என்று திருமண ஊர்வலம் கோலாகலத்துடன் நடந்தது./ இரண்டு*

தெருக்களுக்கு அப்பால் அதிர்வேட்டுச் சத்தம் கேட்டால் கூட இங்கே இவன் நடுங்கிப் போய்விடுவான்.

அதிர்ஷ்டக்கட்டை பெ. ***அதிர்ஷ்டம் குறைந்தவர் அல்லது இல்லாதவர்;*** unlucky person. அவன் பார்த்துக் கொண்டிருந்த வேலையும் போய்விட்டதா? சரியான அதிர்ஷ்டக்கட்டை!/ 'உன் பெண்ணை அதிர்ஷ்டக் கட்டை என்று எப்போதும் சொல்லிக்கொண்டிருக்காதே' என்று பாட்டி கடிந்துகொண்டாள்.

அதிர்ஷ்டம் பெ. ***(எப்படி, எதனால் என்று விளக்க முடியாதபடி திடீரென்று ஒருவருக்கு) வாய்க்கும் நன்மை; யோகம்;*** good fortune; good luck. சாதாரண ஆளாக இருந்தவருக்கு இப்படி ஓர் அதிர்ஷ்டம், இன்று அவர் கோடீஸ்வரர்./ அவனுடைய அதிர்ஷ்டம், படித்து முடித்தவுடனேயே வேலை கிடைத்துவிட்டது./ இந்த இடத்தில் கிணறு தோண்டுகிறோம், தண்ணீர் வருவதும் வராததும் உங்கள் அதிர்ஷ்டம்.

அதிர்ஷ்டவசம் பெ. *(-ஆக)* ***எதிர்பாராத விதமாக ஏற்பட்ட நல்வாய்ப்பு;*** sheer luck. வழக்கமாக அவரை வீட்டில் பார்க்கவே முடியாது, அன்று வீட்டில் இருந்தது அதிர்ஷ்டவசம்தான்.

அதிரசம் பெ. ***ஊறவைத்து இடித்த அரிசி மாவை வெல்லப் பாகில் கலந்து, வட்டமாகத் தட்டி எண்ணெயில் சுட்டுத் தயாரிக்கப்படும் தின்பண்டம்;*** kind of thick flat round cake made by frying sweetened rice flour.

அதிரடி பெ. *(-ஆக, -ஆன)* **1: *எதிர்பாராத நேரத்தில் திடீரென்றும் கடுமையாகவும் செயல்படும் தன்மை;*** anything characterized by deliberate suddenness and severity. கொள்ளையர்கள்மீது காவல்துறையினர் அதிரடித் தாக்குதல் நடத்தினர்./ அதிரடிச் சோதனை. **2: *அதிர்ச்சி தரும் வகையில் செயல்படும் தன்மை;*** aggressiveness; bluntness. சிலர் வேண்டுமென்றே அதிரடி விமர்சனம் செய்கிறார்கள்./ 'அதிரடி அரசியலுக்குத்தான் காலம்' என்றார் தலைவர். **3: *(விளையாட்டுப் போட்டியில் இயல்புக்கு மாறாக) வேகமாகவும் தீவிரத்துடனும் ஆடும் போக்கு;*** aggressiveness. டெண்டுல்கர் அதிரடியாக ஆடிச் சதம் போட்டார்./ ஆட்டத்தின் தொடக்கத்திலிருந்தே அர்ஜென்டீனா அணி அதிரடி ஆட்டத்தில் இறங்கியது.

அதிரடிப் படை பெ. ***(ராணுவத்தில், காவல்துறையில்) அதிரடித் தாக்குதல் நடத்தத் தேர்ந்தெடுக்கப்பட்ட வீரர் குழு;*** commando unit. கடத்திச் செல்லப்பட்ட விமானத்தின் பயணிகளை அதிரடிப் படையினர் விடுவித்தனர்.

அதிராக வி.அ. ***(மட்பாண்டச் சூளையில் தீ அல்லது வயலில் தண்ணீர்) பாதிப்பை ஏற்படுத்தும் அளவுக்கு அதிகமாக;*** (of heat in a potter's kiln, water in the field, etc.,) being so above the required level as to cause damage. காளவாயில் நெருப்பு அதிராக இருக்கிறது. கொஞ்சம் தணிக்காவிட்டால் செங்கல் உருகிவிடும்./ வயலில் தண்ணீர் அதிராக இருக்கிறது என்பதால் வடிந்தால்தான் உரம் போட முடியும்.

அதிருப்தி பெ. *(-ஆக, -ஆன)* ***திருப்தியின்மை; மனக்குறை;*** dissatisfaction; displeasure. அவருக்குத் தன் பிள்ளைகளைப் பற்றிப் பல விதங்களில் அதிருப்தி./ அதிருப்தியான பதில்.

அதிருப்தியாளர் பெ. ***தான் உறுப்பினராக இருக்கும் கட்சி முதலியவற்றின் கொள்கை, முடிவு முதலியவை குறித்து அதிருப்தியையும் மனக்குறையையும் தெரிவிப்பவர்;*** dissident. சங்கத் தேர்தல் உடனடியாக நடத்த வேண்டும் என்று அதிருப்தியாளர் ஒருவர் கோரினார்.

அதிவிரைவு பெ.அ. *(ரயில், பேருந்து போன்றவற்றைக் குறித்து வரும்போது)* ***வழக்கமான வாகனங்களை விடப் பன்மடங்கு வேகமாகச் செல்லும்;*** superfast (train, bus, etc.,). இந்த அதிவிரைவு ரயில் மணிக்கு *300* கி.மீ. வேகத்தில் செல்லக்கூடியது.

அதிவிரைவுப் படை பெ. ***மிக விரைந்து செயல்பட்டு (கடத்தல், தாக்குதல், கலவரம் போன்ற) சட்டவிரோதச் செயல்களை முறியடிக்கச் சிறப்புப் பயிற்சி பெற்ற படை;*** rapid action force. கலவரப் பகுதிக்கு அதிவிரைவுப் படை அனுப்பப்பட்டுள்ளது.

அதிஷ்ட லாபச்சீட்டு பெ. *(இலங்.)* ***குலுக்கல் முறையில் குறிப்பிட்ட தொகையையோ பொருளையோ பரிசாகப் பெற்றுக்கொள்வதற்காகப் பணம் செலுத்திப் பெறும் சீட்டு;*** lottery. அவர் வாங்கிய அதிஷ்ட லாபச்சீட்டினால் அவருக்குப் பெருந்தொகை பரிசாகக் கிடைத்தது./ அதிஷ்ட லாபச்சீட்டில் கிடைத்த பணத்தைக் கொண்டு அவர் வீடு கட்டிவிட்டார்.

அதிஷ்டானம் பெ. ***மகான்கள், சன்னியாசிகள் போன்றவர்களை அடக்கம் செய்த இடம்;*** the site where ascetics are buried. சங்கராச்சாரியாரின் பிருந்தாவன அதிஷ்டானம்.

அதீதம் பெ. ***அளவுக்கு அதிகம்; மிதமிஞ்சியது;*** excessiveness; extreme. அவருடைய அதீத உற்சாகம் எல்லோரையும் பற்றிக்கொண்டது./ அதீத அழகு.

அது[1] பி.பெ. **1: *பேசுபவரிடமிருந்து இடத்தாலோ காலத்தாலோ தள்ளி இருக்கும் ஒன்றைக் குறிப்பிடுவதற்கும் ஒரு வாக்கியத்திலோ பத்தியிலோ ஏற்கனவே குறிப்பிடப்பட்ட பெயரைத் திரும்பக் குறிப்பிடுவதற்கும் பயன்படுத்தும் பிரதிப்பெயர்;*** a determiner or a demonstrative pronoun indicating sth. or s.o. understood in the context; that; it. அது என்ன மரம்?/ அது நடந்து பத்து வருடங்கள் இருக்கும்./ எங்கள் திட்டத்தைப் பற்றிப் பிரதமரிடம் எடுத்துக் கூறினோம். அவரும் அது குறித்துத் தீவிரமாக யோசிப்பதாக எங்களிடம் தெரிவித்துள்ளார்./ 'எனக்குக் குமுதம் பத்திரிகை வாங்கிக்கொண்டு வருகிறாயா?' 'அது என் வேலை இல்லை.' **2: *காலத்தைக் குறிக்கும் 'நாள்', 'சமயம்' ஆகிய சொற்களுக்குப் பெயரடையாக வரும்போது 'அந்த' என்ற பொருளைத் தரும் பிரதிப்பெயர்;*** while combining with words denoting time, 'that'. நாளைக் காலை அன்னாரின் இறுதிச் சடங்கு நடக்கவிருக்கிறது. அதுசமயம் படத் திறப்பு விழாவும் நடக்கவிருக்கிறது./ அதுநாள்வரை நான் எந்த நடிகரையும் நேரில் பார்த்ததில்லை.

அது[2] இ.சொ. ***(குறிப்பிடப்பட்டவருக்கு அல்லது குறிப்பிடப்பட்டதுக்கு) 'சொந்தமான', 'உடைய' என்னும் பொருளில் பெயர்ச்சொல்லோடு இணைந்து வரும் இடைச்சொல்;*** particle indicating possessive case. எனது புத்தகம்./ அவரது வீடு.

அதுக்கு வி. (அதுக்க, அதுக்கி) காண்க: *அதக்கு.*

அதுகாறும் வி.அ. (உ.வ.) ***அதுவரை;*** until then. அதுகாறும் பேசாதிருந்தவர் பேசத் தொடங்கினார்.

அதுவரை வி.அ. குறிப்பிடப்படும் அந்த நேரம்வரை; till then. அதுவரை நான் எழுதிய எந்தக் கவிதையும் பிரசுரமாகியிருக்கவில்லை.

அதுவுமாக இ.சொ. முதலில் வரும் பெயர்ச்சொல்லின் தன்மையை வலியுறுத்தவும், பின்னால் வரும் வினைச்சொல்லின் செயல் முதலில் குறிப்பிடப்பட்ட பெயர்ச்சொல்லின் தன்மைக்குப் பொருந்தாது என்பதையும் குறிப்பிடப் பயன்படும் இடைச்சொல்; particle used to point out the totality of the situation mentioned, esp. when what follows is incongruous with the situation. நல்ல நாளும் அதுவுமாக வீட்டில் ஏன் சண்டைபிடிக்கிறீர்கள்?

அதே பெ.அ. குறிப்பிடப்பட்ட அந்த; the same. படத்தில் பார்த்த அதே பூங்கா./ அதே பொருளை வேறொரு நாட்டுக்கு மிக அதிக விலையில் விற்கிறார்./ மேலேயிருந்து குதித்தவர் அதே வேகத்தில் ஓடத் தொடங்கினார்./ நான் சொன்ன அதே இடத்தில் அவன் நின்றிருந்தான்./ நேற்று நாம் பூங்காவில் பார்த்தோமே, அதே நபர்தான் இவர்.

அதை வி. (அதைக்க, அதைத்து) (வ.வ.) வீங்குதல்; swell. பல்வலியால் கன்னம் சற்று அதைத்திருந்தது.

அதைரியம் பெ. துணிவு இல்லாத நிலை; want of self-confidence; diffidence. தைரியமாக இருக்க வேண்டும் என்று நினைத்தாலும் அவ்வப்போது மனத்தில் அதைரியம் வந்து விடுகிறது.

அதோ இ.சொ. சற்றுத் தொலைவில் இருக்கும் ஒன்றை அல்லது ஒருவரைச் சுட்டுவதற்குப் பயன்படுத்தும் இடைச்சொல்; particle meaning 'there' to point out s.o. or sth. அதோ, அங்கே நிற்பது யார்?

அதோ இதோ-என்று வி.அ. (பே.வ.) 1: காலம் கடந்து போனதே தெரியாத வகையில்; (of the passage of time) unperceived. இப்போதுதான் இந்த ஊருக்கு வந்தது போல் இருக்கிறது. அதோ இதோ என்று மூன்று வருடம் ஓடிவிட்டது./ விடுமுறை விட்டதுதான் தெரியும், அதோ இதோ என்று இரண்டு மாதம் முடிந்து நாளை பள்ளிக்கூடம் மீண்டும் திறக்கிறார்கள். 2: (திட்டவட்டமாகக் காலத்தைக் குறிப்பிடாமல்) இன்று, நாளை என்று; dilly-dallying. கொடுத்த கடனைக் கேட்டால் அதோ இதோ என்று இழுத்தடிக்கிறான்./ வேலை கேட்டால் அதோ இதோ என்று அலைக்கழித்துக்கொண்டிருக்கிறார்.

அதோகதி பெ. (-ஆக) இரங்கத்தக்க அல்லது கைவிடப்பட்ட நிலை; utter helplessness; miserable plight. நீங்களும் போய்விட்டால் எங்கள் நிலை அதோகதிதான்./ நோயாளியை அதோகதியாக விட்டுவிட்டுப் போய்விட்டார்கள்.

அதோடு இ.சொ. 'முன்னர் குறிப்பிடப்படுவதோடு கூட' என்ற பொருளில் இரண்டு வாக்கியங்களுக்கு அல்லது தொடர்ந்து வரும் இரண்டு தொடர்களுக்கு இடையே உள்ள தொடர்பைக் காட்டப் பயன்படுத்தப்படும் இடைச்சொல்; particle used between two sentences or two parts of a sentence to give the meaning 'in addition to that'. வெளிநாடுகளில் வெளியிடப்படும் புத்தகங்களின் விலை அதிகம். அதோடு அவற்றை வரவழைப்பதும் கடினம்./ பூரண குணம் அடைய ஓய்வும் அதோடு வலி நிவாரணி களும் தேவைப்படும்./ செய்வதெல்லாம் நல்லதாகவும், அதோடு தகுந்த நேரத்தில் செய்யப்படுவதாகவும் இருக்க வேண்டும்.

அந்த பெ.அ. 1: (இடத்தையோ பொருளையோ நபரையோ குறிப்பிடும்போது) தூரத்தில் இருக்கிற/ (காலத்தைக் குறிப்பிடும்போது) கடந்த; முன் நிகழ்ந்த; a demonstrative adjective to refer to distant things or time or persons; that; those. அந்தப் பையன் யார்?/ அந்தக் காலத்தில் இந்தப் பகுதியில் வீடுகளே கிடையாது. 2: முன் நடந்த நிகழ்ச்சியைக் குறிப்பிடுவதற்குப் பயன்படுத்துவது; used as a demonstrative pronoun அந்த refers to a stated time in the past. அவன் வீட்டில் இருந்தான். அந்த நேரத்தில் இது நடந்தது.

அந்தகன் பெ. (அ.வ.) பார்வை இல்லாதவன்; blind man.

அந்தகாரம் பெ. (அ.வ.) அடர்ந்த இருள்; கும்மிருட்டு; darkness. கோயிலில் விளக்குகள் அணைந்தவுடன் அந்த காரம் சூழ்ந்தது.

அந்தந்த பெ.அ. குறிப்பிட்ட ஒவ்வொரு; each (taken separately or distributively); respective. அந்தந்தப் பொருளை அந்தந்த இடத்தில் வை!/ கோயிலில் ஆறுகால பூஜையும் அந்தந்த நேரத்தில் நடைபெறும்.

அந்தப்புரம் பெ. அரண்மனையில் அரசியும் மற்ற பெண்களும் இருந்த இடம்; the part of a palace where the queen and other royal women lived.

அந்தம் பெ. (அ.வ.) முடிவு; end. ஒன்றிற்கு ஆதி இருந்தால் அந்தமும் இருக்கும்./ அந்தமில்லாத இன்பம்.

அந்தர்பல்டி பெ. (பே.வ.) (எடுத்த நிலைப்பாடு, அளித்த வாக்குறுதி முதலியவற்றுக்கு) நேரெதிரான நிலை; volte-face. கூட்டு சேர்வதில் அந்தர்பல்டி அடிக்காத அரசியல் கட்சி உண்டா?

அந்தரங்கம் பெ. 1: (நெருங்கிய ஒரு சிலரைத் தவிர ஒருவர் வாழ்வில்) பிறர் அறிய வேண்டாதது; that which is personal and private. ஒருவருடைய அந்தரங்கத்தை அறிய முயல்வது அநாகரிகம்./ இருவரும் தங்கள் அந்தரங்கங்களைப் பகிர்ந்துகொண்டார்கள். 2: (-ஆக, -ஆன) பிறர் அறியாத விதம்; ரகசியம்; privacy; confidentiality. அவர்கள் அந்தரங்கமாகப் பேசிக்கொண்டிருந்தார்கள்./ அந்தரங்கத்தில் எவ்வளவோ நடக்கிறது./ அவர்களுக்குள் அந்தரங்கமான விஷயம் என்று எதுவும் கிடையாது. 3: உள்மனம்; intuition; instinct; one's heart of hearts. இந்தத் திட்டத்தில் எங்கோ ஆபத்து இருக்கிறது என்று என் அந்தரங்கம் சொல்லிற்று.

அந்தரப்படு வி. (-பட, -பட்டு) (இலங்.) 1: அவசரப்படுதல்; hasten. அந்தரப்படாமல் ஆறுதலாகப் பணத்தைக் கொடு. 2: பதற்றப்படுதல்; be agitated; be anxious. அந்தரப்படாமல் அமைதியாக இருங்கள்./ சாதாரணக் காய்ச்சல் தான், அந்தரப்படாதே.

அந்தரப்படுத்து வி. (-படுத்த, -படுத்தி) (இலங்.) (ஒன்றைச் செய்ய ஒருவரை) அவசரப்படுத்துதல்; hurry. 'முதலாளி வெளியே கிளம்புவதற்குள் கடிதத்தில் கையெழுத்து வாங்கிக்கொண்டு வா' என்று அந்தரப்படுத்தினான்./ மாமாவை அந்தரப்படுத்தாதே, அவர் சொன்னதைச் செய்வார்.

அந்தரம் பெ. 1: (தரைக்கு மேல் பிடிமானம் இல்லாத) நடுவெளி; mid-air; some point above ground level in the air; supportless state. கனவில் அந்தரத்தில் மிதப்பது போன்ற உணர்வு. **2: ஆதரவற்ற நிலை;** the state of being left without support. கட்சி மாறியவரை இரு கட்சிகளும் அந்தரத்தில் விட்டுவிட்டன. **3:** *(இலங்.)* **சங்கடம்;** uneasiness. அவருக்கு என்னால் ஏற்பட்ட அவமானத்தை நினைக்க எனக்கு மிகவும் அந்தரமாக இருக்கிறது. **4:** *(இலங்.)* **அவசரத் தேவை;** immediate or urgent need; urgency. அந்தரத்துக்கு ஒருவாய்த் தண்ணீர்கூட கிடைக்கவில்லை./ அந்தக் குழைக்காட்டுக்குள் அந்தரத்துக்கு சோடாகூட வாங்க முடியாது.

அந்தராத்(து)மா பெ. *(அ.வ.)* **உள்மனம்; மனசாட்சி;** conscience. அவன் தவறு செய்யும்போதெல்லாம் அந்தராத்மா அவனை எச்சரிக்கிறது.

அந்தரி வி. *(அந்தரிக்க, அந்தரித்து) (இலங்.)* **பதற்றம் அடைதல்;** be anxious; be agitated. உனக்கு என்ன நடந்ததோ என்று நான் அந்தரித்துப்போனேன்.

அந்தலை பெ. *(இலங்.)* **(தெரு போன்றவற்றின்) கோடி;** end (of a street, etc.,). ஒழுங்கையின் அந்தலையில்தான் அவருடைய வீடு இருக்கிறது.

அந்தஸ்து பெ. **1:** *(-ஆக, -ஆன)* **தகுதி;** status. எழுத்தாளர் என்ற அந்தஸ்தை அவர் என்றோ இழந்துவிட்டார்./ கிரகம் என்ற அந்தஸ்தை புளூட்டோ இழந்துவிட்டதாக வானியல் அறிஞர்கள் சமீபத்தில் அறிவித்தார்கள். **2: செல்வாக்கு; கௌரவம்;** status; standing. பல தலைமுறையாக அந்தஸ்தோடு இருந்துவரும் குடும்பம் இது./ அந்தஸ்து என்ற போர்வைக்குப் பின்னால் அற்பத்தனம். **3: (பல நிலைகளாக வகுக்கப்பட்ட அமைப்பில் மேல்மட்டத்தில்) குறிப்பிட்ட நிலை;** position; rank (in a hierarchy). வாரியத் தலைவர் பதவிக்கு அமைச்சர் அந்தஸ்து தரப்படும்./ கட்சித் தலைவர் அந்தஸ்தில் இருந்துகொண்டு நான் அந்தக் காரியத்தைச் செய்ய முடியாது.

அந்தாதி பெ. **முதல் பாடலின் இறுதிச் சொல்லையோ தொடரையோ அடியையோ அடுத்த பாடலின் தொடக்கமாகக் கொண்டு இயற்றப்படும் நூல்;** a literary work in which the last word, phrase or line of a verse forms the opening of the succeeding one.

அந்தி பெ. **பகல் பொழுது முடியும் நேரம்;** dusk. அந்தி மயங்கி இருட்டத் தொடங்கியது./ அந்தியில் குழந்தையை ஏன் வெளியில் அனுப்பினாய்?

அந்திப்பூச்சி பெ. **(பெரும்பாலும் இரவில் வெளியே வந்து பறப்பதும்) சமமாக இறக்கைகளைப் பரப்பி அமர்வதும் பட்டாம்பூச்சி போலவே தோற்றமளித்தாலும் உணர்கொம்புகள் இல்லாததுமான ஒரு வகைச் சிறிய உயிரினம்; விட்டில்;** moth.

அந்திமக் கிரியை பெ. காண்க: **அந்திமச் சடங்கு.**

அந்திமச் சடங்கு பெ. **இறந்தவருக்குச் செய்யும் இறுதிச் சடங்கு;** funeral rites.

அந்திம தசை பெ. **ஒருவருக்கு மரணம் நெருங்கிக் கொண்டிருக்கும் காலம்;** last days of life. அந்திம தசையில்தான் தன் குடும்பத்துக்கு எதுவுமே சேர்த்துவைக்கவில்லை என்ற எண்ணம் அவரை வருத்தியது.

அந்திமந்தாரை பெ. **மாலையில் பூக்கும் நீண்ட, மணமுள்ள மலர்/அந்த மலரைத் தரும் சிறு குத்துச்செடி;** marvel of Peru; (the flower) four o'clock/the small plant that gives this flower.

அந்திமம் பெ. **(ஒருவருடைய வாழ்நாளின்) இறுதிக் கட்டம்;** (of one's life) end; last phase. அந்திம வாழ்வு/ அவருக்கு அந்திம காலம் நெருங்கிவிட்டது.

அந்தியேட்டி பெ. *(இலங்.)* **ஒருவர் மரணமடைந்த நாளிலிருந்து முப்பத்தொன்றாம் நாள் செய்யப்படும் சடங்கு;** funeral rite performed on the thirty-first day of one's death. மச்சம் சாப்பிடுபவர்கள் அந்தியேட்டியை முப்பத்தொன்றாம் நாள் செய்வார்கள்./ மச்சம் சாப்பிடாதவர்களும் தீட்சை கேட்டவர்களும் பதினாறாம் நாள் அந்தியேட்டி செய்வார்கள்.

அந்துப்பூச்சி பெ. **(சேமித்து வைத்திருக்கும் நெல்லில் காணப்படும்) இறக்கையுடன் கூடிய பழுப்பு நிறப் பூச்சி;** small, winged insect found in stored paddy.

அந்துருண்டை பெ. *(வ.வ.)* காண்க: **பாச்சை உருண்டை.**

அந்தோ இ.சொ. *(உ.வ.)* **பிறருடைய துயரத்துக்கு இரக்கம் தெரிவிக்கும் முறையில் அல்லது தன் நிலைமைக்கு வருந்தும் முறையில் பயன்படுத்தும் இடைச்சொல்;** particle used for expressing one's feeling of pity at the distress of others or one's own plight; 'alas'. அந்தக் கிழவரால் நடக்கவும் முடியவில்லை, கையில் தடியும் இல்லை. அந்தோ பரிதாபம்!/ வேலை போய்விட்டதே. அந்தோ நான் என்ன செய்யப்போகிறேன்?

அந்நாள் பெ. **(பின்னோக்கிப் பார்க்கையில்) கடந்த காலம்; அந்தக் காலம்;** those days. அந்நாளில் இந்த அளவுக்குப் போக்குவரத்துச் சாதனங்கள் கிடையாது./ அந்நாளில் நாடகங்கள் பொழுதுபோக்கு நோக்கத்திற்காக எழுதப்படவில்லை.

அந்நியச் செலாவணி பெ. **ஒரு நாடு தன் பொருளாதார நடவடிக்கைகளின் மூலம் ஈட்டும் அயல்நாட்டுப் பணம்;** foreign exchange.

அந்நியப்படு வி. *(-பட, -பட்டு)* **தொடர்பு அற்றுப் போதல்; தனிமைப்படுதல்;** become alienated. எந்தப் பதவி வகித்தாலும் மக்களிடமிருந்து நாம் அந்நியப்பட்டுவிடக் கூடாது.

அந்நியம் பெ. **1: தன்னுடையதாக இல்லாதது; தனக்குச் சொந்தம் இல்லாதது;** sth. not one's own; sth. alien. அந்நிய நாடு/ அந்நிய மொழி. **2: உறவுக்கு வெளியே இருக்கும் நிலை; அயல்;** sth. unfamiliar; s.o. not related to one. அந்நிய முகத்தைப் பார்த்துக் குழந்தை அழுகிறது./ பெண் சொந்தமா, அந்நியமா?

அந்நியமாதல் பெ. **1: அந்நியப்பட்ட நிலை;** alienation. **2:** *(தத்.)* **உற்பத்தியும் உற்பத்திச் செயலும் தன் கட்டுப்பாட்டில் இல்லாததால் ஒருவர் அவற்றிடமிருந்தும் சக மனிதரிடமிருந்தும் அந்நியமாக்கப்பட்ட நிலை;** alienation.

அந்நியன் பெ. **1: (தனக்கும் தன்னைச் சார்ந்தவர்களுக்கும்) அறிமுகம் இல்லாதவன்; வேற்றாள்;** stranger. இது நம் குடும்பப் பிரச்சினை, ஏதோ அந்நியன்போல் பேசுகிறாயே. **2: (குலம், மதம், நாடு போன்றவற்றால்) வேறுபட்டவன்;** one who is not of the stated community, religion or country. இது வைணவர்கள் மடம், நிர்வாகத்தில்

அந்நியர்கள் பங்கேற்க முடியாது; கோயிலுக்குள் செல்வதற்கு அந்நியர்கள் என்ற தடை இல்லை. **3: சமூகத்திலிருந்து தனிமைப்படுத்திக்கொண்டவன் அல்லது சமூகத்தால் ஏற்றுக்கொள்ளப்படாதவன்;** outsider. சமூகத்தின் பார்வையில் அவன் ஒரு அந்நியன்.

அநாகரிகம் பெ. *(-ஆக, -ஆன)* **பண்புக் குறைவு; பண்பாடற்ற தன்மை;** sth. uncultured; incivility; indecency. வீடு தேடி வந்தவரை அவமதிப்பது அநாகரிகம்.

அநாதை பெ. **1: பெற்றோர் அல்லது உறவினர் இல்லாத நிலை;** being an orphan. அநாதைக் குழந்தையைத் தத்தெடுத்துக்கொண்டார்கள். **2: மேற்குறிப்பிட்ட நிலையில் உள்ளவர்;** orphan.

அநாதையாக வி.அ. **கவனிப்பார் இல்லாமல்;** uncared for. தெரு முனையில் ஒரு பை அநாதையாகக் கிடந்தது.

அநாமதேயம் பெ. **1:** *(-ஆக)* **இன்னார் அல்லது இன்னது என்பதை இனம்காட்டும் தகவல்கள் எதுவும் இல்லாத நிலை;** anonymity; sth. without any identity. அநாமதேயக் கடிதம். **2: பலராலும் அறியப்படாத நிலையில் இருப்பவர்;** nonentity. அரசியலில் இன்று அவர் ஒரு அநாமதேயம்.

அநாயாசம் பெ. *(-ஆக, -ஆன)* **கடினமானதை மிக எளிதாகச் செய்யும் லாவகம்;** effortlessness. வேலையாட்கள் அரிசி மூட்டைகளை அநாயாசமாகத் தூக்கி முதுகில் வைத்தார்கள்./ பாராட்டத் தகுந்த அநாயாசமான நடிப்பு.

அநாவசியம் பெ. *(-ஆக, -ஆன)* **தேவையற்றது;** sth. uncalled for. சாதாரணக் கேள்விக்கு இந்த நீண்ட விளக்கம் அநாவசியம்.

அநித்தியம் பெ. *(-ஆன) (தத்.)* **நிலையற்றது;** sth. ephemeral or fleeting.

அநியாயம் பெ. **1:** *(-ஆக, -ஆன)* **நியாயத்துக்குப் புறம்பானது;** sth. wrongful or unjust; injustice. மக்களுக்கு இழைக்கப்படும் அநியாயத்தைத் தட்டிக்கேட்க ஓர் அமைப்பு வேண்டும்./ தன் கணவன் அநியாயமாகக் கைது செய்யப்பட்டான் என்று அவள் புலம்பினாள்./ அநியாய வட்டி. [*(தொ.சொ.)* **அக்கிரமம்/ அட்டகாசம்/ அட்டூழியம்/ அதர்மம்/ அநீதி/ அராஜகம்**] **2:** *(எல்லை மீறிய)* **குறும்பு; அட்டூழியம்;** mischief. குழந்தைகள் பண்ணுகிற அநியாயம் போதாது என்று குரங்குகள் வேறு! **3:** *(பே.வ.)* **இயல்பை மீறியது; அளவை மீறியது;** sth. unnatural or unjustified; sth. unreasonable. என் அண்ணன் அநியாயமாய் நாற்பது வயதில் இறந்து போனான்./ அவளை இப்படி அநியாயமாய்க் கேலி செய்யாதீர்கள்./ நீ சரியாக விவரங்களைச் சொல்லாததனால் நான் அநியாயத்துக்குப் பயந்து போய்விட்டேன்.

அநீதி பெ. *(-ஆக, -ஆன)* **நியாயத்திற்கும் நீதிக்கும் புறம்பானது; அநியாயம்;** injustice. அநீதியை எதிர்க்கப் பலரும் முன்வருவதில்லை./ அநீதிக்குத் துணைபோகாதீர்கள். [*(தொ.சொ.)* **அக்கிரமம்/ அட்டகாசம்/ அட்டூழியம்/ அதர்மம்/ அநியாயம்/ அராஜகம்**]

அநுபோக பாத்தியம் பெ. **(வீடு, நிலம், மரம், இயந்திரம் போன்ற சொத்துகளை ஒரு உரிமம் வழியாக) பயன்படுத்திக்கொள்ள மட்டுமே ஒருவருக்கு இருக்கும் உரிமை;** licence to use property such as house, land, tree, machinery, etc., அந்த வீட்டின் மேல் எனக்கு அநுபோக பாத்தியம் உண்டு.

அநேகம் பெ. **பல;** many; a good many. இந்தக் கிராமத்திலிருந்து அநேகம் பேர் வேலை தேடி நகரத்துக்குப் போய்விட்டார்கள்./ மாதத்தில் அநேக நாட்கள் வெறும் கஞ்சிதான் சாப்பாடு.

அநேகமாக வி.அ. **1: பெரும்பாலும்;** mostly; almost. விமானப் பயணிகள் அநேகமாக ஒரே மாதிரியான பெட்டிகள் வைத்திருக்கிறார்கள்./ காதலர்கள் அநேகமாகக் கடற்கரையில்தான் சந்திக்கின்றனர்./ என்னைத் தவிர அநேகமாக எல்லோரும் சாப்பிட்டுவிட்டார்கள். **2: (ஒருவர்) அறிந்த அளவில்;** most probably; as far as one knows. அநேகமாக அவர் ஊரிலிருந்து வந்திருப்பார்./ அநேகமாக இது வீண் முயற்சிதான்.

அப்சரஸ் பெ. **(புராணங்களில்) (மிகவும் அழகு வாய்ந்த) தேவலோகப் பெண்களில் ஒருவர்;** (in mythology) one of the celestial women known for their beauty.

அப்பட்டமாக/அப்பட்டமான வி.அ./ பெ.அ. **ஒளிவு மறைவு இல்லாமல்/ஒளிவுமறைவு இல்லாத; வெளிப்படையாக/வெளிப்படையான;** unreservedly; blatantly/blatant; downright. இன்றைய சமூக நிலையை அப்பட்டமாகப் படம்பிடித்துக் காட்டுகிற திரைப்படம்./ இது அப்பட்டமான பொய்.

அப்படி[1] வி.அ. **1: ஏற்கனவே குறிப்பிட்ட விதத்தில் அல்லது முறையில்; அவ்வாறு;** in the way or manner stated; like that. அன்று அப்படிப் பாடுபட்டதால்தான் இன்று நன்றாக இருக்கிறார்./ நான் அவசரமாகப் புறப்பட்டேன். அப்படிப் புறப்பட்டதால் பணம் எடுத்து வர மறந்துவிட்டேன். **2: அந்தப் பக்கம்; அங்கு;** (of direction) there. வாருங்கள், அப்படிப் போய் மரத்தடியில் உட்கார்ந்து பேசலாம்.

அப்படி[2] இ.சொ. **ஒரு தன்மையின் மிகுதியை உணர்ச்சியுடன் குறிப்பிடப் பயன்படுத்தும் இடைச்சொல்;** particle used as an intensifier in exclamations; 'such a…' திருவிழாவுக்கு அப்படி ஒரு கூட்டம்!/ அப்படி ஒரு வேகம்.

அப்படி இப்படி-என்று வி.அ. **1: திட்டவட்டமாகக் கூற முடியாதபடி;** uncertain; vague. அவர் ராஜினாமா பற்றி அப்படி இப்படியென்று பத்திரிகைகளில் செய்திகள் வந்தவண்ணம் இருந்தன. **2: எல்லா விதத்திலும் சரியாக இருக்கும் என்று சொல்ல இயலாத நிலையில்;** in a way that is not uniformly good. குடும்பம் என்றால் அப்படி இப்படியென்றுதான் இருக்கும்.

அப்படிப்பட்ட பெ.அ. **முன்னர் குறிப்பிட்ட தன்மை கொண்ட;** such (a kind mentioned earlier). அவர் எதை எழுதினாலும் கவனத்துடன் எழுதுவார். அப்படிப்பட்டவர் எழுதிய கட்டுரையில் இந்த மாதிரி தவறு நேர்ந்திருப்பது வியப்புதான்./ சில திறமைகளை அதிகம் கொண்ட குழந்தைகளும் உண்டு. அப்படிப்பட்ட குழந்தைகளுக்கு உரிய கவனத்தை நாம் செலுத்த வேண்டும்.

அப்படியான பெ.அ. **அப்படிப்பட்ட;** such (as mentioned earlier). அவர்மீது அப்படியான ஒரு குற்றச்சாட்டு வைக்கப்பட்டுள்ளது./ அப்படியான சூழலில் அவரால் இயல்பாக நடமாட முடியவில்லை.

அப்படியானால் இ.சொ. **'(நிலைமை) கூறியபடி இருக்குமானால்' என்ற பொருளில் இரண்டு வாக்கியங்களைத் தொடர்புபடுத்தும்போது இரண்டாவது வாக்கியத்தின் தொடக்கத்தில் பயன்படுத்தும் இடைச்சொல்;** particle used in the sense of 'in that case' at the beginning of the second sentence relating it to the previous sentence. *நீங்கள் நாளை வரமாட்டீர்களா? அப்படியானால் இப்போதே அந்த விஷயத்தைச் சொல்லிவிடுகிறேன்.*

அப்படியும் இ.சொ. **'இருந்தபோதிலும்' என்ற பொருளில் இரண்டு வாக்கியங்களைத் தொடர்புபடுத்தும்போது இரண்டாவது வாக்கியத்தின் தொடக்கத்தில் பயன்படுத்தும் இடைச்சொல்;** particle meaning 'in spite of (it)'; 'yet'. *இவ்வளவு பணம் கொடுத்திருக்கிறேன். அப்படியும் திருப்தி இல்லையென்றால் என்ன செய்வது?/ 'நீங்கள் அனைவரும் ஒப்புக்கொண்டால் மட்டுமே நான் இந்தத் திட்டத்தைச் செயல்படுத்துவேன்' என்றான். அப்படியும் எல்லோரும் மௌனமாக இருந்தார்கள்.*

அப்படியென்றால் இ.சொ. காண்க: **அப்படியானால்.**

அப்படியே வி.அ. 1: **(மாற்றாமலும் சேர்க்காமலும்) உள்ளபடியே; (ஒன்று அது) இருக்கிற நிலையில்;** as it is. *பாகற்காயை அப்படியே சாப்பிடுகிறவர்களும் இருக்கிறார்கள்./ பூவைத் தாளில் சுற்ற வேண்டாம். அப்படியே கொடு.* 2: **அதனுடன்; அதோடுகூட;** in addition to (doing sth. mentioned). *நீ கடைக்குச் சாமான் வாங்கப் போகிறாயா? அப்படியே எனக்கும் ஒரு பேனா வாங்கிவந்துவிடு.*

அப்பத்தட்டி பெ. *(இலங்.)* **(பெரும்பாலும் கிராமங்களில்) காலை நேரத்தில் அப்பம், தோசை போன்ற வற்றைச் சுட்டு விற்கும் வீடு;** (in villages) household that makes and sells items for breakfast. *எந்த நாளும் அப்பத் தட்டியில் வாங்கினால் குடும்பம் உருப்பட்டால் போலதான்.*

அப்பப்பா[1] பெ. *(இலங்.)* **அப்பாவின் அப்பா; தாத்தா;** paternal grandfather.

அப்பப்பா[2] இ.சொ. *(பே.வ.)* **ஒன்றின் மிகுதியை உணர்ச்சியுடன் வெளிப்படுத்தப் பயன்படும் இடைச்சொல்;** particle used when sth. is felt to be in excess. *அப்பப்பா, என்ன வெயில்!/ அப்பப்பா, இந்தக் குழந்தை என்ன பேச்சு பேசுகிறது!*

அப்பம் பெ. 1: **(ஊறவைத்து அரைத்த) அரிசி மாவில் வெல்லம் சேர்த்து எண்ணெயில் வேக வைத்த தின்பண்டம்;** flat round cake made by frying a paste of sweetened rice flour in oil. 2: *(கிறித்.)* **கோதுமை ரொட்டி;** bread. *ஆண்டவரே, எங்களுக்கு இன்றைக்கு உரிய அப்பத்தை எங்களுக்குத் தாரும்!* 3: *(இலங்.)* **ஆப்பம்;** a dish similar to தோசை but thicker in the middle. *இன்று எங்கள் வீட்டில் அம்மா அப்பம் சுட்டாள்./ பால் அப்பம் வாங்கிக்கொண்டுவா./ சம்பலுடன் அப்பம் சாப்பிட்டேன்.*

அப்பம்மா பெ. *(இலங்.)* **அப்பாவின் அம்மா; பாட்டி;** paternal grandmother.

அப்பழுக்கு பெ. *(பெரும்பாலும் எதிர்மறை வாக்கியங்களில்)* **குற்றம்குறை; கறை;** blemish. *அப்பழுக்கற்ற பொதுவாழ்க்கை/ அப்பழுக்கற்ற வேலை.*

அப்பளப்பூ பெ. **(எண்ணெயில் பொரித்து உண்பதற்கு ஏற்ற முறையில்) உளுத்தம் மாவைப் பிசைந்து, நீள் வட்டத்தில் (இரண்டு விரல் அகலத்துக்கு) மெல்லியதாக இட்டு, உலரவைத்து எண்ணெயில் பொரிப்பதற்குத் தயாரிக்கப்படும் உணவுப் பண்டம்;** wafer-thin, ellipsoidal side dish made of the flour of blackgram for frying in oil.

அப்பளம் பெ. **எண்ணெயில் பொரித்து அல்லது தணலில் சுட்டு உண்பதற்கு ஏற்ற முறையில் உளுத்தம் மாவைப் பிசைந்து மெல்லிய வட்டத் தகடாக இட்டு உலரவைத்துத் தயாரிக்கப்படும் உணவுப் பண்டம்;** wafer-thin and round side dish made of the flour of blackgram usually fried in oil or grilled.

அப்பன் பெ. 1: *(பே.வ.)* **தந்தை;** father. *அப்பன், ஆத்தாள் இல்லாத அநாதை என்று என்னை நினைத்துவிட்டாயா?* 2: **இறைவனைக் குறிக்கும்போது தந்தை என்று பொருள்படும் சொல்;** (of god) father. *இறைவா! எல்லா உயிருக்கும் அம்மையும் அப்பனும் நீயல்லவா?/ அப்பனே முருகா! என்னைக் காப்பாற்று.* 3: **(ஒருவருக்குச் சவால் விடுவது போன்ற சூழலில்) குறிப்பிடப்படுபவரைவிடத் திறமையானவர்;** a defiant way of referring to s.o. smarter than the one mentioned. *என்னை வெல்ல உன் அப்பனாலும் முடியாது./ அவன் எல்லோருக்கும் அப்பன்; ஏமாற்றிவிட்டுப் போய்விடுவான்.*

அப்பன் பாட்டன் பெ. **மூதாதையர்;** ancestors. *இது எங்கள் அப்பன் பாட்டன் காலத்து வீடு.*

அப்பா[1] பெ. 1: **பெற்றோரில் ஆண்; தந்தை;** father. 2: **மூத்தவர் இளையவர்களை அழைக்கப் பயன்படுத்தும் சொல்;** a term of address used by elders or superiors to youngsters. *'அப்பா! இந்த மூட்டையைக் கொஞ்சம் தூக்கிவிடு' என்றார் பெரியவர்./ என்னப்பா, இப்படி ஒரு காரியம் செய்துவிட்டாயே!*

அப்பா[2] இ.சொ. **வலியால் துன்புறும்போது பயன்படுத்தும் இடைச்சொல்;** particle used for expressing pain; 'ouch!'. *படியில் தடுக்கி விழுந்தவன் 'ஐயோ, அப்பா' என்று கத்தினான்.*

அப்பாடா இ.சொ. *(பே.வ.)* **நிம்மதி அல்லது ஓய்வு கிடைத்த உணர்வை வெளிப்படுத்தும்போது பயன்படுத்தும் இடைச்சொல்;** particle used for expressing relief and relaxation. *அப்பாடா! பையனைப் பற்றிய கவலை விட்டது./ அவள் சமையலை முடித்துவிட்டு வந்து அப்பாடா என்று உட்கார்ந்தாள்.*

அப்பாடி இ.சொ. *(பே.வ.)* காண்க: **அப்பாடா.**

அப்பா பிள்ளை பெ. **அப்பாவின் செல்லத்துக்கு உரிய பிள்ளை;** daddy's pet. *அப்பா எது சொன்னாலும் கேட்பான், அவன் அப்பா பிள்ளை.*

அப்பால் வி.அ. 1: **(இருக்கும் இடத்திலிருந்து) வேறு புறமாக;** away (from where one is). *பெண்கள் வருவதைப் பார்த்து அவர் அப்பால் நகர்ந்தார்./ 'அப்பால் போ, சாத்தானே' என்றார் இயேசு.* 2: **(குறிப்பிட்ட நேரத்திற்கு அல்லது நிகழ்வுக்கு) பின்; பிறகு; அப்புறம்;** afterwards. *அப்பால் என்ன நடந்தது என்று எனக்குத் தெரியாது.* 3: *(நான்காம் வேற்றுமைக்குப் பின்)* **தூரத்தில்; தள்ளி; தாண்டி;** (after dative) at a distance; beyond. *ஊரை விட்டு விலகி ஒரு மைலுக்கு அப்பால் தேசிய நெடுஞ்சாலை செல்லுகிறது./ தூரப்பார்வை உள்ளவர்களுக்குப் பிம்பம் விழித்திரைக்கு அப்பால் விழுகிறது.*

41 அபகரி

அப்பாவி பெ. 1: **கள்ளங்கபடு இல்லாத, தற்காத்துக் கொள்ளவும் சூழ்நிலைக்கு ஏற்ப மாற்றிக்கொள்ளவும் தெரியாத நபர்;** naive person; resourceless person. நீ அப்பாவியாக இருப்பதால் எல்லோரும் உன்னை ஏமாற்று கிறார்கள். 2: **குற்றம் செய்யாமலே குற்றத்துடன் தொடர்புபடுத்தப்படும் நபர்;** innocent; blameless person. கொலை வழக்கில் காவல்காரனைக் கைதுசெய்திருக் கிறார்கள். ஆனால் அவன் ஒரு அப்பாவி.

அப்பாவித்தனம் பெ. **கள்ளங்கபடு இல்லாத, தற்காத் துக்கொள்ளவும் சூழ்நிலைக்கு ஏற்ப மாற்றிக்கொள்ள வும் தெரியாத தன்மை; வெகுளித்தனம்;** naivety. 'என்னை ஏன் அடிக்கிறீர்கள்? நான் என்ன தப்பு செய் தேன்?' என்று அவன் அவர்களிடம் அப்பாவித்தனமாகக் கேட்டான்./ இந்தப் படத்தில் கதாநாயகியின் அப்பாவித் தனமான நடிப்பு அவருக்கு நிச்சயம் தேசிய விருதை வாங்கித்தரும்.

அப்பாற்படு வி. (-பட, -பட்டு) **(குறிப்பிட்ட நிலை, தன்மை முதலியவற்றுக்கு) மேற்பட்டதாக அல்லது மீறியதாக இருத்தல்;** go beyond (one's knowledge, ability, etc.,); transcend. இது சாதாரண அறிவுக்கு அப்பாற்பட் டது, விளக்க முடியாதது./ சில விஷயங்கள் நம் சக்திக்கு அப்பாற்பட்டவைதான்.

அப்பியாசம் பெ. (அ.வ.) **பயிற்சி;** exercise; practice. கணக்குப் புத்தகத்தின் கடைசியில் சில முக்கியமான அப் பியாசங்கள் இருந்தன.

அப்பிரதட்சிணம் பெ. **(ஒரு இடத்தை) வலமிருந்து இடமாகச் சுற்றும் முறை;** going round sth. anticlockwise. கோயிலில் அப்பிரதட்சிணமாகச் சுற்றி வரக் கூடாது.

அப்பிராணி பெ. (பே.வ.) **அப்பாவி; சாது;** meek, docile and unresisting person. பாவம், அப்பிராணி! அவனை ஏன் அடிக்கிறீர்கள்?

அப்பிள் பெ. (இலங்.) **(குளிர்ப் பிரதேசங்களில் காய்க் கும்) வெள்ளை வண்ணச் சதைப் பகுதியுடன் சிவப்பு, மஞ்சள் அல்லது பச்சை நிறத்தில் காய்க்கும் உருண்டை வடிவப் பழம்;** apple. ஒரு அப்பிளின் விலை ஐம்பது ரூபா./ அப்பிளை வெட்டிக் குழந்தைகளுக்குப் பகிர்ந்து கொடுத்தாள்.

அப்பு[1] வி. (அப்ப, அப்பி) 1: **(மை, சந்தனம் முதலிய வற்றை) அதிகமாகப் பூசுதல்;** apply thick; smear (sandal paste, etc.,) excessively. குழந்தை கண்களில் மையை அப்பிக்கொண்டு நின்றது./ வேர்க்குரு இருக்கும் இடத்தில் சந்தனத்தை நிறைய அப்பு./ (உரு வ.) தேர்தலுக்காகச் சுவர்களையெல்லாம் சுவரொட்டிகளால் அப்பிவிட்டார் கள். [(தொ.சொ.) **தடவு/ பூசு**] 2: **(தூசி முதலியன) அதிகமாகப் படிதல்;** (of dust, etc.,) be deposited thickly. உடம்பு முழுக்கச் சேறு அப்பியிருந்தது./ (உரு வ.) உடம்பு முழுவதும் அக்கி அப்பியிருந்தது.

அப்பு[2] பெ. (இலங்.) **ஒருவரின் தாத்தாவை அல்லது வயதில் மூத்தவர்களை அழைக்கப் பயன்படும் சொல்;** a term used to address one's grandfather or elders. சாப் பாட்டை அப்புவிடம் கொடுக்குமாறு அம்மா கூறினாள்./ அப்பு! இந்த ஊரில் கோயில் எங்கே இருக்கிறது?

அப்புறப்படுத்து வி. (-படுத்த, -படுத்தி) 1: **(ஒரு இடத்தி லிருந்து ஒன்றை) நீக்குதல்; அகற்றுதல்;** clear (sth. from sth.); remove. குப்பையை உடனுக்குடன் அப்புறப்படுத்து./ விபத்து நடந்த இடத்திலிருந்து காயமுற்றோரை அப்புறப் படுத்தினார்கள். 2: **(அமைதி, ஒழுங்குமுறை போன்ற வற்றைக் காக்கவும், ஆபத்திலிருந்து காப்பாற்றவும் ஒருவரை அல்லது ஒன்றை) அகற்றுதல்;** evacuate; remove (from a place). புயல் அறிவிப்பை ஒட்டிக் கட லோரத்தில் வாழும் மீனவர் குடும்பங்கள் அப்புறப்படுத்தப் பட்டன./ முன்அனுமதி பெறாமல் வைக்கப்பட்ட கடைகள் அப்புறப்படுத்தப்பட்டன.

அப்புறம் வி.அ. 1: **(ஒன்று கழிந்த) பின்; அதன் பிறகு;** subsequently; afterwards; then. நான் எட்டு மணிக்குப் புறப்பட்டு வந்துவிட்டேன். அப்புறம் என்ன நடந்தது? 2: **(எதிர்காலத்தில்) பின்னொரு சமயம்;** (with reference to future) later. அப்புறம் வா, பேசிக்கொள்வோம். 3: (நான்காம் வேற்றுமைக்குப் பின்) **அடுத்து; பிறகு;** (following dative) after (in place or order); next. சென்னை யிலிருந்து போகும்போது சிதம்பரத்துக்கு அப்புறம்தான் சீர்காழி./ எனக்கு அப்புறம் யார் விளையாட வேண்டும்?

அப்பேர்ப்பட்ட பெ.அ. **(சிறுமைக்கோ உயர்வுக்கோ எடுத்துக்காட்டாக இருக்கும்) அந்த மாதிரியான;** such a good or bad (person or thing). சொந்தப் பிள்ளையிடம் கூட லஞ்சம் வாங்குவான். அப்பேர்ப்பட்ட ஆள் அவன்./ பொன் கிடைத்தாலும் புதன் கிடைக்காது என்பார்களே. அப்பேர்ப்பட்ட புதன்கிழமை!

அப்பொழுது வி.அ. காண்க: **அப்போது.**

அப்போது வி.அ. **(நிகழ்ச்சி நடந்த அல்லது நடை பெறும்) அந்த நேரத்தில்; குறிப்பிடப்படும் காலத்தின் ஒரு கட்டத்தில்;** at that time; then. என்னைத் திட்டிக் கொண்டிருந்தவன் முன் போய் நின்றேன். அப்போது அவன் முகத்தில் வழிந்த அசடு!/ 2011ஆம் ஆண்டு உலகக் கோப்பைப் போட்டி இந்தியாவில் நடந்தது, அப்போது நீங்கள் இங்கு இருந்தீர்களா?/ சுதந்திரப் போராட்டம் நடந்துகொண்டிருந்த காலம், அப்போது அவர் புதுச்சேரி யில் இருந்தார்.

அப்போதைக்கப்போது வி.அ. **உடனுக்குடன்;** at once; without delay; there and then. உலக மொழிகளில் வெளி யாகும் சிறந்த நூல்கள் ஆங்கிலத்தில் அப்போதைக்கப் போது மொழிபெயர்க்கப்பட்டுவிடுகின்றன.

அப்போதைக்கு வி.அ. **அந்த நேரத்தில்; தற்காலிகமாக;** for a while; for the time being. அழுகையை அப்போதைக்கு அடக்கிக்கொண்டாள்.

அப்போதைய பெ.அ. **குறிப்பிடப்பட்ட காலகட்டத் தில் அல்லது காலகட்டத்தினுடைய;** at that time; then. அப்போதைய சூழ்நிலையில் இந்தக் கடுமையான முடிவை எடுப்பதைத் தவிர வேறு வழி தெரியவில்லை./ அப் போதைய முதலமைச்சராக இருந்த காமராஜர் பள்ளி களில் மதிய உணவுத் திட்டத்தைக் கொண்டுவந்தார்.

அப்போஸ்தலர் பெ. (கிறித்.) **திருத்தூதர்;** apostle.

அபகரி வி. (அபகரிக்க, அபகரித்து) **பிறர் பொருளை நேர்மையற்ற முறையில் எடுத்துக்கொள்ளுதல்;** defraud (s.o. or sth.); appropriate. வேறு ஒருவருக்குக் கிடைக்க

வேண்டிய பதவி உயர்வை இவர் அபகரித்துவிட்டாராம்./ உழைப்பின் பயன் அபகரிக்கப்பட்ட நிலையில் தொழிலாளர்கள் இருக்கின்றனர்.

அபகாரம் பெ. (அ.வ.) **தீங்கு; கெடுதல்;** harm. உபகாரம் செய்தவருக்கு அபகாரம் செய்வதா?

அபசகுனம் பெ. (-ஆக, -ஆன) **தீங்கு நேரப்போவதை முன்கூட்டியே அறிவிப்பதாக ஒருவர் நம்பும் (அமங்கலமான) நிகழ்வு, பேச்சு போன்றவை;** bad or ill omen. பூனை குறுக்கே போனால் அபசகுனமாம்./ நல்ல விஷயத்தைப் பற்றிப் பேசும்போது குறுக்கே அபசகுனமாகப் பேசாதே.

அபசாரம் பெ. (-ஆக, -ஆன) **தெய்வத்துக்கும் மகான்களுக்கும் அல்லது தெய்வீகத் தன்மை பொருந்திய பொருள்களுக்கும் (அறிந்தோ அறியாமலோ) செய்துவிடும் தவறு அல்லது அவமரியாதை;** desecration; sacrilege. குரங்கை அடிப்பது ஆஞ்சநேயருக்குச் செய்யும் அபசாரம் என்பார்கள்.

அபத்தம் பெ. (-ஆக, -ஆன) 1: **அர்த்தமற்றது;** absurdity; nonsense; sth. absurd. கருத்தரங்கில் சிலர் அபத்தமான கேள்விகள் கேட்கிறார்கள். 2: (தத்.) **காரணகாரிய ரீதியாகத் தொடர்புபடுத்திப் பார்க்க முடியாதது;** absurdity. அபத்த நாடகங்கள்/ அபத்த இலக்கியம்/ வாழ்வின் அபத்தத்தைப் பற்றி அண்மையில் இவர் எழுதிய நாடகம் ஒன்று வெளியாகியிருக்கிறது.

அபயம் பெ. (அ.வ.) **அடைக்கலம்; பாதுகாப்பு;** refuge; protection. அபயம் கேட்டு வந்தவனைக் கைவிடலாமா?

அபராதம் பெ. **பணம் அல்லது பொருள் செலுத்த வேண்டும் என்ற தண்டனை;** fine (in cash or kind); penalty. ஆறு மாதம் சிறைவாசம் அல்லது பத்தாயிரம் ரூபாய் அபராதம்./ நூறு தேங்காய் கோயிலுக்குத் தரும்படி அவனுக்கு அபராதம் விதிக்கப்பட்டது./ ஆயிரம் ரூபாய் அபராதமாகக் கட்ட வேண்டும்.

அபராத வட்டி பெ. **கெடு தவறிய கடனுக்கு அபராதமாக விதிக்கப்படும் வட்டி;** penal interest. கூட்டுறவு வங்கிகளில் விவசாயிகள் வாங்கிய கடனுக்கான அபராத வட்டி தள்ளுபடி செய்யப்படுவதாக அமைச்சர் அறிவித்தார்./ செலுத்த வேண்டிய தொகையை மூன்று மாதங்களுக்குள் கட்டிவிட்டால் அபராத வட்டி தள்ளுபடி செய்யப்படும் என்று ஒப்பந்தம் குறிப்பிடுகிறது.

அபரிமிதம் பெ. (-ஆக, -ஆன) **மிக அதிகம்;** excessiveness. நடிகர்களின் அபரிமிதமான புகழ்/ அபரிமிதமான லாபம். [(தொ.சொ.) **அதிகம்/ உபரி/ எக்கச்சக்கம்/ ஏராளம்/ கூடுதல்/ மிகுதி/ மிகை**]

அபலை பெ. **ஆதரவற்ற பெண்;** destitute woman. கணவனால் கைவிடப்பட்ட அபலைகளுக்கு அரசு உதவி.

அபவாதம் பெ. (அ.வ.) **கெட்ட பெயர்;** bad reputation; bad name; discredit. குடும்பத்தைக் கெடுத்தவன் என்ற அபவாதம் அவனுக்கு வந்துசேர்ந்தது.

அபஸ்வரம் பெ. (இசை) **(குரல், இசைக் கருவி முதலியவை) இசைத்தன்மை கெடும் முறையில் ஒலிப்பது;** discordant note.

அபாக்கியம் பெ. (அ.வ.) **துர்ப்பாக்கியம்;** misfortune. அவர் சிறுவயதிலேயே பெற்றோரை இழந்தது அபாக்கியம்.

அபாண்டம் பெ. (-ஆக, -ஆன) **(ஒருவருக்கு) களங்கம் ஏற்படுத்தும் நோக்கத்தோடு கூறப்படும் பழிச்சொல்; அநியாயமானது;** (of speaking ill) being unconscionable. என்ன அபாண்டமான குற்றச்சாட்டு./ அவன்மேல் அபாண்டமாகப் பழி போடாதே.

அபாயச் சங்கிலி பெ. **ஆபத்து நேரத்தில் பயணிகள் ரயிலை நிறுத்துவதற்கு இழுக்க வேண்டிய சங்கிலி;** alarm chain.

அபாயச்சங்கு பெ. **அபாயத்தை அறிவிப்பதற்கான ஒலிக் கருவி;** siren (for warning or to signify danger). தீப்பற்றத் தொடங்கியதும் அபாயச்சங்கு அலறியது.

அபாயம் பெ. (-ஆன) **ஆபத்து;** danger; critical condition; risk. மின்சாரம், தொடாதே அபாயம்./ மருத்துவமனையை அடையும் முன்பே அவளது உடல்நிலை அபாயமான கட்டத்தை எட்டிவிட்டிருந்தது./ அவர் என்னைத் தவறாகப் புரிந்துகொள்ளும் அபாயம் இருக்கிறது.

அபாயமணி பெ. **(தீப் பிடிப்பது, திருடர்கள் நுழைவது போன்ற) ஆபத்தை அறிவிக்கும் விதமாக ஒலிக்கும் மின்சாதனம்;** (burglar or fire) alarm.

அபாரம் பெ. 1: (-ஆக, -ஆன) **பாராட்டத் தகுந்த முறையில் இருப்பது; பிரமாதம்;** exceptionally good; excellent or superb. நேற்றைய இசை விழாவில் நாகசுர வித்வான் அபாரமாக வாசித்தார்./ அபாரமான ஆட்டம். 2: (-ஆன) **அளவற்றது;** being immense. அவர் பழமையில் அபார நம்பிக்கை கொண்டவர்./ அவர் ஆங்கிலேயராக இருந்தாலும் இந்தியாவின் மீது அபாரமான பற்றுக் கொண்டவர்.

அபிநயம் பெ. (நாட்.) **நாட்டியத்தில் களம், கருத்து, காலம் முதலியவற்றை முகபாவத்தாலும் உடல் உறுப்புகளாலும் உணர்ச்சியோடு வெளிப்படுத்தும் முறை;** communication and interpretation of meaningful ideas and emotions through facial expressions and stylized gestures of limbs. இருபத்துநான்கு ஒற்றைக் கை அபிநயங்களைக் காட்டி அவற்றை விளக்கினார்.

அபிநயி வி. (அபிநயிக்க, அபிநயித்து) **ஆடல் கலையில் உடல் உறுப்புகளை உணர்ச்சியோடு அசைத்தல்;** make stylized gestures and postures during a dance performance. ஒரு பக்தனின் ஏக்கத்தை அவர் நன்றாக அபிநயித்துக் காட்டினார்.

அபிப்பிராய பேதம் பெ. 1: **கருத்து வேற்றுமை;** difference of opinion. இந்த நாவலைக் குறித்து எங்கள் இருவருக்கும் அபிப்பிராய பேதம் உண்டு. 2: **மன வருத்தம்;** misunderstanding. ஒரு சாதாரணப் பிரச்சினையினால் இருவருக்குள்ளும் அபிப்பிராய பேதம் ஏற்பட்டுவிட்டது.

அபிப்பிராயம் பெ. 1: **(ஒருவருடைய) சொந்தக் கருத்து;** opinion. அவர் திறமையானவர் என்பது எல்லோருடைய அபிப்பிராயம்./ தேர்தல் முடிவுகள்பற்றி உங்கள் அபிப்பிராயம் என்ன? [(தொ.சொ.) **எண்ணம்/ கருத்து/ சிந்தனை/ யோசனை**] 2: **(ஒரு துறையில்) வல்லுநர் கொண்டிருக்கும் கருத்து;** expert opinion or advice. வழக்கறிஞரிடம் அபிப்பிராயம் கேட்டு அதன்படி செய்யலாம்./ இதைப் பற்றி மருத்துவர் என்கிற முறையில் என் அபிப்பிராயம் வேறு, தனிப்பட்ட முறையில் என் அபிப்பிராயம் வேறு. 3: **செயல்படுத்தத் திட்டமிட்டிருக்கும் எண்ணம்;**

intention. பையனை மேலே படிக்கவைக்கும் அபிப்பிராயம் எங்களுக்கு இருக்கிறது. [(தொ.சொ.) **ஆலோசனை/ எண்ணம்/ கருத்து/ திட்டம்/ முடிவு/ யோசனை**]

அபிமானம் பெ. 1: **நன்மதிப்பு; உயர்வான எண்ணம்;** esteem; admiration. சிறந்த கதைகள் எழுதி மக்களின் அபிமானத்தைப் பெற்றவர் அவர்./ உங்கள் அபிமான நடிகை யார்? 2: **ஆர்வம்; விருப்பம்;** interest; enthusiasm. உலக இலக்கியத்தில் அவர் கொண்டிருந்த அபிமானம் அளவிட முடியாதது.

அபிமானி பெ. **(ஒருவரின் அல்லது ஒன்றின்) நலனில் ஆர்வமுடையவர்;** enthusiast. பாரதியாரின் நூல்களைப் பதிப்பிக்கும் முயற்சியில் ஒத்துழைப்பு நல்கிய அபிமானிகள்./ தேசாபிமானி.

அபிலாசை பெ. (இலங்.) காண்க: **அபிலாஷை.**

அபிலாஷை பெ. **விருப்பம்;** desire; wish. காசிக்குப் போய் வர வேண்டும் என்ற பாட்டியின் அபிலாஷை நிறைவேறியது.

அபிவிருத்தி பெ. 1: **(தொழில், பொருளாதாரம் முதலியவற்றில்) வளர்ச்சி;** development. தொழில் அபிவிருத்திமிக்க நாடுகள்/ கால்நடை அபிவிருத்தி. 2: **முன்னேற்றம்;** development. ஆசிரியர்களின் திறமையை அபிவிருத்தி செய்ய நடவடிக்கை.

அபின் பெ. **(கசகசாவின் காயைக் கீறி வெளிப்படும் பாலிலிருந்து தயாரிக்கப்படும்) ஒரு வகைப் போதைப் பொருள்;** opium.

அபினி பெ. காண்க: **அபின்.**

அபிஷேகம் பெ. 1: **பால், தேன் முதலியவற்றைக் கடவுள் விக்கிரகத்தின் மீது படும்படி சொரிதல்;** pouring fluid substances such as milk, honey, etc., over a consecrated idol as part of ritual worship. 2: (கிறித்.) **திருச்சபையின் திருப்பணிக்காக ஒருவரை ஆயர் முறைப்படி ஏற்றுக்கொள்ளும் சடங்கு;** consecration.

அபூர்வம் பெ. (-ஆக, -ஆன) 1: **எப்போதோ ஒரு முறை நிகழ்வது அல்லது காணப்படுவது; அரிதானது;** sth. rare. இன்னொரு வாய்ப்பு கிடைப்பது அபூர்வம்./ இந்த வகையான கூத்து அபூர்வமாகத்தான் நடத்தப்படுகிறது. 2: **முன்னர் அறிந்திராத ஒன்று; புதுமையானது;** sth. new or novel. அவர் அபூர்வமான ஒரு வழியில் படத்தை முடிக்க நினைக்கிறார்./ அபூர்வ ராகம். 3: **வழக்கத்துக்கு மாறானது;** sth. unusual. அபூர்வமாக அவன் காலை ஐந்து மணிக்கே எழுந்துவிட்டான்.

அபூரிதக் கரைசல் பெ. (வேதி.) **கலக்கப்படும் பொருளைத் தொடர்ந்து கரையவிடும் திரவம்;** unsaturated solution.

அபேட்சகர் பெ. (அ.வ.) **வேட்பாளர்;** candidate (in an election).

அபேஸ்செய் வி. (-செய்ய, -செய்து) (பே.வ.) **திருடிக்கொண்டு போதல்;** walk off with; steal. அவர் சற்று அசந்திருந்தபோது யாரோ பணத்தை அபேஸ்செய்துவிட்டார்கள்.

அம்சம் பெ. 1: **பல பகுதிகளாக அல்லது பன்முகமாக உள்ளவற்றில் குறிப்பிட்ட ஒரு பகுதி;** aspect (of sth.); detail; point. கதை, வசனத்தோடு படத்தின் பிற அம்சங்களும் தரமாகவே இருக்கின்றன./ பொருளாதார வளர்ச்சிக்காக இருபது அம்சத் திட்டம் ஒன்று தயாரிக்கப்பட்டு வருகிறது. 2: **எடுத்துக் கூறும்படியாக இருக்கும் கூறு அல்லது தன்மை;** (a typical or noticeable) feature. பெருந்தன்மைதான் அவருடைய சிறப்பான அம்சம். 3: (-ஆக, -ஆன) (பே.வ.) **(ஒருவரின் அல்லது ஒன்றின் அமைப்புக்கு வேண்டிய அளவான) லட்சணம்; கச்சிதம்;** (perfectly) suitable; fitting. அம்சமான வீடு.

அம்பர் சர்க்கா பெ. **கைராட்டினம்;** hand spinning wheel.

அம்பலப்படுத்து வி. (-படுத்த, -படுத்தி) **(பிறர் அறியாமல் ரகசியமாக இருக்க வேண்டியதை அல்லது வைத்திருப்பதை) பலரும் அறியச் செய்தல்; பகிரங்கப்படுத்துதல்;** disclose; expose. பெரிய மனிதர் போல நடப்பவர்களின் அந்தரங்கங்களைச் சிலர் அம்பலப்படுத்திவிடுகின்றனர்./ திரைமறைவில் நடக்கும் அரசியல் பேரங்களைப் பத்திரிகைகள் மட்டுமே தைரியமாக அம்பலப்படுத்துகின்றன.

அம்பலம் பெ. **கிராமத்தில் பொதுக் காரியங்கள் விவாதிக்கப்படும் அல்லது பொழுதுபோக்கு நிகழ்ச்சிகள் நடைபெறும் ஊர்ப் பொது இடம்;** a place in the village for communal meetings and entertainment.

அம்பலம் ஏறு வி. (ஏற, ஏறி) **(இதுவரை வெளிப்படாமல் இருந்த ஒன்று) பலரும் அறியும்படி வெளிப்படுதல்;** (of a secret or of sth. discreditable) be disclosed; be exposed. அவன் அலுவலகக் கணக்கில் செய்த தில்லுமுல்லு அம்பலம் ஏறிவிட்டது./ அவர் செய்ததெல்லாம் ஒருவருக்கும் தெரியாது என்று நினைத்துக்கொண்டிருக்கிறார். என்றாவது ஒருநாள் அம்பலம் ஏறத்தான் போகிறது.

அம்பலவி பெ. (இலங்.) **மஞ்சள் நிறத் தோலுடன் நுனி வளைந்து நீளமாகவும் சதைப்பற்றோடும் இருக்கும் ஒரு வகை மாம்பழம்;** a kind of fleshy yellow mango with a pointed and slightly curved tip.

அம்பறாத்தூணி பெ. **(முதுகில் தொங்கவிட்டு) அம்பு வைத்துக்கொள்ளும் கூம்பு வடிவக் கூடு;** quiver.

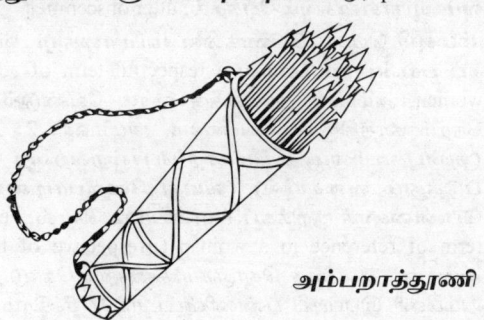

அம்பறாத்தூணி

அம்பறாத்தூளி பெ. (இலங்.) காண்க: **அம்பறாத்தூணி.**

அம்பாரம் பெ. (-ஆக) **(பொருள்களின்) பெரும் குவியல்;** large heap or pile (of grains, etc.,). கல்யாண வீட்டில் நறுக்கிய காய்கறிகளை அம்பாரமாகக் குவித்திருந்தார்கள்./ தேங்காய்கள் அம்பாரமாய்க் குவிந்துகிடந்தன./ துவைக்க வேண்டிய துணி ஒரு அம்பாரம் கிடக்கிறது./ (உரு வ.) தேவராட்டத்திற்குத் தேவையான உடலும் வளைவும் அசைவும் அவனிடம் அம்பாரமாய்க் கொட்டிக்கிடந்தன.

அம்பாரி பெ. **யானைமேல் அமர்ந்து செல்வதற்கான, பெட்டி போன்ற அமைப்புடைய இருக்கை;** seat on an elephant's back; howdah. *(பார்க்க, படம்: யானை)*

அம்பாள் பெ. **கோயிலில் பார்வதியைக் குறிக்கும் பொதுப்பெயர்;** general term for the goddess Parvati in temples. *அர்ச்சனை அம்பாளுக்கா, சுவாமிக்கா?*

அம்பிகை பெ. காண்க: **அம்பாள்.**

அம்பு பெ. **வில்லின் நாணில் வைத்து எய்யப்படும் கூரிய முனை உடைய ஆயுதம்;** arrow. *(பார்க்க, படம்: வில்)*

அம்புலி பெ. (அ.வ.) **நிலா;** moon.

அம்பேல் பெ. (பே.வ.) **'இருந்த இடம் தெரியாமல் போதல்', 'காணாமல் போதல்' என்ற பொருளில் பயன்படுத்தப்படும் சொல்;** state of having vanished. *சாப்பிட்டுவிட்டு வருவதற்குள் ஆள் அம்பேல்./ பத்து ஆண்டுகளுக்கு முன் பிரபலமாக இருந்த பல அரசியல் தலைவர்கள் இப்போது அம்பேலாகிவிட்டனர்.*

அம்போ-என்று விடு வி. (விட, விட்டு) (பே.வ.) **ஆதரவு அற்ற நிலையில் விடுதல்; கைவிடுதல்;** leave (someone) in the lurch; desert. *மனைவியையும் குழந்தையையும் அம்போவென்று விட்டுவிட்டுப் போய்விட்டான்.*

அம்போவாகு வி. (-ஆக, -ஆகி) (பே.வ.) **ஒன்றுமே இல்லாமல் போதல்;** come to nothing. *அவர் கொடுத்த வாக்குறுதிகள் அனைத்தும் அம்போவாகிவிட்ட நிலையில் என்ன செய்வதறியாமல் ஊரார் தவித்துக்கொண்டிருந்தனர்.*

அம்மட்டில் வி.அ. (உ.வ.) **அந்த அளவில்;** at that point. *பேச்சை அம்மட்டில் நிறுத்திக்கொண்டு எழுந்து சென்றனர்.*

அம்மட்டுக்கு வி.அ. (உ.வ.) **அந்த அளவுக்கு;** to that extent. *அவர் என்னை ஒன்றும் கேட்கவில்லை, அம்மட்டுக்கு நல்லதாகப் போய்விட்டது.*

அம்மணம் பெ. (-ஆக, -ஆன) (பே.வ.) **உடை உடுத்தாத நிலை; நிர்வாணம்;** nakedness; nudity.

அம்மணம் பேசு வி. (பேச, பேசி) (இலங்.) **அசிங்கமாகவும் ஆபாசமாகவும் பேசுதல்;** utter obscenities.

அம்மணி பெ. 1: **பெண்களை மரியாதையுடன் விளிக்கப் பயன்படும் சொல்;** a respectful term of address to women. *அம்மணி தங்களுக்கு என்ன வேண்டும்?/ சற்று நேரம் காத்திருக்க வேண்டும், அம்மணி.* 2: (வ.வ.) **(அன்பு, உரிமை, மரியாதை போன்றவற்றை வெளிப்படுத்தும் வகையில்) (வயது வேறுபாடின்றி) ஒரு பெண்ணைக் குறிக்கப் பயன்படும் சொல்;** respectful term of reference to a woman (irrespective of her age). *அம்மணி, எனக்குக் கொஞ்சம் தண்ணீர் கொடு./ என்ன அம்மணி இப்படிப் பண்ணிவிட்டாய்?/ சீக்கிரம் கிளம்பு அம்மணி./ அம்மணிக்குக் காஞ்சிபுரம் பட்டுப் புடவை ஒன்று வாங்கிவந்தேன்.*

அம்மப்பா பெ. (இலங்.) **அம்மாவின் அப்பா; தாத்தா;** maternal grandfather.

அம்மம்மா பெ. (இலங்.) **அம்மாவின் அம்மா; பாட்டி;** maternal grandmother.

அம்மன் பெ. 1: **அம்பாள்;** the goddess Parvati. 2: **சில பெண் தெய்வப் பெயர்களின் பின் இணைக்கப்படுவது;** word added to the names of certain female deities. *துர்க்கை அம்மன்/ மாரியம்மன்.*

அம்மா[1] பெ. 1: **பெற்றோரில் பெண்; தாய்;** mother. *தங்கள் குழந்தைகளைப் பற்றிப் புகார் சொல்லும் அம்மாக்கள் இங்கே அதிகம்.* 2: **ஒரு பெண்ணைக் குறிப்பிடப் பயன்படுத்தும் மரியாதைச் சொல்;** term of respect to refer to a woman. *துணைக்குப் பக்கத்து வீட்டு அம்மா இருக்கிறார்./ இந்த அம்மா கடைக்கு வந்தாலே தொந்தரவுதான்./ என் னம்மா இப்படி மரியாதை இல்லாமல் பேசுகிறீர்கள்.* 3: **சில தொழில்களைக் குறிக்கும் பெயர்ச்சொற்களுடன் மரியாதையைத் தெரிவிக்கவும் பெண் என்பதை உணர்த்துவதற்கும் இணைக்கப்படும் சொல்;** suffix equivalent to '-ess' to denote that the specified professional is a female. *வக்கீலம்மா/ டாக்டரம்மா.* 4: **வயதில் மூத்தவர் அல்லது உயர்நிலையில் இருப்பவர் வயதில் இளைய பெண்களை அழைக்கப் பயன்படுத்தும் சொல்;** term of address used by elders or superiors to younger women.

அம்மா[2] இ.சொ. **வலியைத் தெரிவிக்கப் பயன்படுத்தும் இடைச்சொல்;** particle used for expressing pain; 'oh'. *படியில் தடுக்கி விழுந்தவன் 'ஐயோ, அம்மா' என்று கத்தினான்.*

அம்மாஞ்சி பெ. 1: (இலங்.) **தாய்மாமன்;** maternal uncle. 2: (ச.வ.) **தாய்மாமனின் மகன்;** son of one's maternal uncle; cousin.

அம்மாடி இ.சொ. காண்க: **அப்பாடா.**

அம்மா பிள்ளை பெ. **அம்மாவின் செல்லத்துக்கு உரிய பிள்ளை;** mummy's pet. *அம்மா சொல்கிற பெண்ணைத் தான் திருமணம் செய்துகொள்வான். அவன் அம்மா பிள்ளை.*

அம்மாள் பெ. 1: **வயதான பெண்ணை மரியாதையுடன் குறிப்பிடும் சொல்;** term of respect to refer to an elderly woman. *எங்கள் வீட்டுக்கார அம்மாள் மிகவும் நல்லவள்./ அந்த அம்மாள் போகாத கோயில் இல்லை.* 2: **வயதான பெண்ணின் பெயருடன் மரியாதையைக் குறிக்க இணைக்கப்படும் சொல்;** an honorific added to names of elderly women. *கு. ப. ரா. சொல்லச்சொல்ல, சேது அம்மாள் எழுதுவார்.*

அம்மான் பெ. (வ.வ.) **தாய்மாமன்;** maternal uncle.

அம்மானை பெ. **பாடலின் இறுதி 'அம்மானை' என்று முடியும் வகையில் எழுதப்படும் சிற்றிலக்கிய வகை;** poetic genre with the word அம்மானை as refrain.

அம்மி பெ. **குழவி கொண்டு மிளகாய், தேங்காய் முதலியவற்றைச் சமையலுக்கு ஏற்றவாறு அரைக்கப் பயன்படுத்தும் நீள்சதுரக் கல்;** (rectangular) slab of stone with a stone roller used for grinding (spices, etc.,).

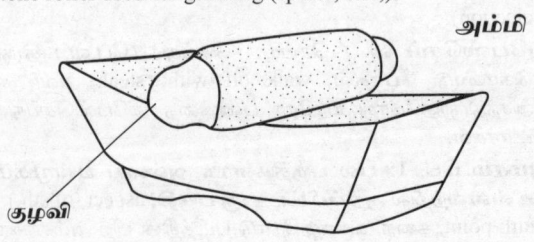

அம்மி
குழவி

அம்மிக்கொள் வி. *(-கொள்ள, -கொண்டு) (இலங்.)* **ஒன்றும் தெரியாததுபோல் பாசாங்கு செய்தல்;** keep mum. செய்வதையும் செய்துவிட்டு பதில் சொல்லாமல் அம்மிக் கொண்டு நிற்கிறான்.

அம்மி மிதி வி. *(மிதிக்க, மிதித்து)* **திருமணச் சடங்கில் மணமகள் வலது காலை அம்மியின் மீது வைத்தல்;** perform the ceremony of placing the right foot (of the bride) on a grinding stone during wedding rituals.

அம்முதலாக[1] வி.அ. *(இலங்.)* **(மேக) மூட்டமாக;** (of sky) heavily overcast. மேகம் அம்முதலாக இருக்கிறது; மழை வரும்.

அம்முதலாக[2] வி.அ. *(இலங்.)* **மயக்கமாக; தலைச்சுற்றலோடு;** giddily; dizzily. காலையிலிருந்தே தலை அம்முதலாக இருக்கிறது.

அம்மை[1] பெ. 1: **சின்னம்மை, தட்டம்மை போன்ற நோய்களைக் குறிக்கும் பொதுப்பெயர்;** generic term for viral diseases such as chickenpox, measles, etc., 2: காண்க: **பெரியம்மை.**

அம்மை[2] பெ. *(வ.வ.)* **தாய்;** mother.

அம்மைக்கட்டு பெ. **தாடையின் கீழ்ப்பகுதியில் வீக்கம் உண்டாகிற வகையில் உமிழ்நீர்ச் சுரப்பிகளைப் பாதிக்கும் நோய்; பொன்னுக்கு வீங்கி;** mumps.

அம்மை குத்து வி. *(குத்த, குத்தி)* **அம்மை நோய் வராமல் இருக்கத் தடுப்பு ஊசி போடுதல்;** vaccinate against smallpox.

அம்மைத் தழும்பு பெ. 1: **அம்மை நோயால் ஏற்பட்ட கொப்புளங்கள் ஆறிய பின் அவை விட்டுச் செல்லும் குழிவான தடம்;** pockmark; pit. அம்மைத் தழும்புகள் நிறைந்த முகம். 2: **அம்மை நோய்க்கான தடுப்பு ஊசி குத்திய இடத்தில் கொப்புளம் உண்டாகி ஆறிய பிறகு காணப்படும் வடு;** vaccination mark.

அம்மை நோய் பெ. *(இலங்.)* **அம்மை (நோய்);** generic term for viral diseases such as chickenpox, measles, etc., அம்மை நோயினால் ஏற்பட்ட கொப்பளக் காயங்களின் அடையாளம் அவன் உடலில் இன்னும் உள்ளது./ வெப்பமான காலத்தில் தம்பி அம்மை நோய் வந்து வருந்தினான்.

அம்மைப் பால் பெ. **பெரியம்மை நோய் வராமல் இருப்பதற்குப் போடப்படும் தடுப்பு ஊசிக்கான மருந்து;** smallpox vaccine.

அம்மை போடு வி. *(போட, போட்டு)* காண்க: **அம்மை வார்.**

அம்மையார் பெ. **பொதுவாழ்வில் புகழ்பெற்ற பெண்மணியைக் குறிப்பிடப் பயன்படுத்தும் ஒரு மரியாதைச் சொல்;** respectful way of referring to a lady who is a popular public figure. இந்திரா காந்தி அம்மையார்.

அம்மை வடு பெ. காண்க: **அம்மைத் தழும்பு, 1.**

அம்மைவார் வி. *(-வார்க்க, -வார்த்து)* **(ஒருவருக்கு) அம்மை நோய் உண்டாதல்;** have an attack of smallpox.

அமங்கலம் பெ. *(-ஆக, -ஆன)* **மங்கலம் அல்லாதது;** sth. inauspicious. திருமண வீட்டில் சாவைப் பற்றிப் பேசுவது அமங்கலம்.

அமங்கலி பெ. **கணவன் இறந்த பின் மங்கலமாகக் கருதப்படும் பொருள்களை அணிவதற்கும் மங்கல நிகழ்ச்சிகளில் பங்குகொள்வதற்கும் உரிமை இழந்ததாகக் கருதப்படும் பெண்; விதவை;** woman considered to have lost her right to auspicious things following her husband's death; widow.

அமசடக்கு பெ. *(-ஆக) (இலங்.)* **வெளியில் எதையும் சொல்லாமல் மௌனமாக இருக்கும் தன்மை;** secretive nature. அமசடக்காக இருந்துகொண்டு இவ்வளவு காரியத்தைச் செய்துள்ளான்.

அமர் வி. *(அமர, அமர்ந்து)* 1: **உட்கார்தல்;** sit; settle. பட்டத்து யானைமீது அமர்ந்து அரசர் ஊர்வலம் வந்தார்./ அவர்கள் கடற்கரை மணலில் அமர்ந்து பேசத் தொடங்கினார்கள்./ கிளிகள் பறந்துவந்து தென்னை மட்டையில் அமர்ந்தன. 2: **(வெயில்) தாழ்தல்;** (of the heat of the sun) drop; decline. வெயில் அமர்ந்த பிறகு வா. 3: **(வேலையில்) சேர்தல்; (ஆட்சியை) ஏற்றல்;** be employed; come to (power). படிப்பு முடிந்தது, வேலையிலும் அமர்ந்தாயிற்று./ அவன் மளிகைக் கடையில் வேலைக்கு அமர்ந்தான்./ அவர்கள் ஆட்சியில் அமர்ந்தவுடன் புதிய திட்டங்களை அறிவித்தார்கள்.

அமர்க்களப்படு வி. *(-பட, -பட்டு)* **(ஒரு மங்கல நிகழ்ச்சி, விழா போன்றவை நடக்கும் இடத்தில்) இரைச்சலுடன் கூடிய உற்சாகமோ அல்லது (விரும்பத்தகாத ஒன்று நடந்துவிட்ட இடத்தில்) இரைச்சலுடன் கூடிய குழப்பமோ காணப்படுதல்;** be filled with commotion. பெரிய பந்தலும் மாவிலைத் தோரணமும் மேளதாளமுமாகக் கல்யாண வீடு அமர்க்களப்பட்டது./ காவல்துறையினர் வந்து போய்க்கொண்டிருந்ததால் திருடுபோன வீடு அமர்க்களப்பட்டது.

அமர்க்களப்படுத்து வி. *(-படுத்த, -படுத்தி)* **(ஒரு விழா, நிகழ்ச்சி போன்றவற்றை) கோலாகலமாகவும் சிறப்பாகவும் கொண்டாடுதல்;** cause to bustle with festivities. திருவிழாவை முன்னிட்டு நாகசுரம், பாட்டுக் கச்சேரி, கரகாட்டம் என்று அமர்க்களப்படுத்திவிட்டார்கள்./ ஏகப்பட்ட செலவு செய்து தன் தங்கையின் திருமணத்தை அமர்க்களப்படுத்திவிட்டாரே!

அமர்க்களம் பெ. 1: *(-ஆக, -ஆன)* **கோலாகலம்; விமரிசை; சிறப்பு;** grandness; pomp and show. வெள்ளி விழா அமர்க்களமாக நடைபெற்றது./ அமர்க்களமான உபசாரம். 2: **கூச்சலும் குழப்பமும் நிறைந்த சண்டை; கலாட்டா;** commotion; ruckus. பக்கத்து வீட்டுக்காரர் எங்கள் வீட்டின் முன்பு குப்பையைக் கொட்டியதை என் கணவர் பார்த்தால் அமர்க்களம் பண்ணிவிடுவார்.

அமர்த்தல் பெ. *(-ஆக, -ஆன) (பே.வ.)* **கர்வமும் அலட்சியமும் உள்ளடங்கித் தெரியும் தன்மை;** superciliousness. நான் சொன்னதைக் கேட்டுவிட்டு அமர்த்தலாகச் சிரித்தான்./ அவன் நாற்காலியில் அமர்த்தலாக உட்கார்ந்திருந்தான்./ அமர்த்தலான பேச்சு.

அமர்த்து[1] வி. *(அமர்த்த, அமர்த்தி)* 1: **(ஒன்றை வாடகைக்கு) ஏற்பாடு செய்தல்;** hire; rent; engage. குதிரை வண்டி ஒன்றை அமர்த்திக்கொண்டு வருவதற்குள் நேரம்

அமர்த்து² 46

ஆகிவிட்டது./ இந்த வீட்டை வாடகைக்கு அமர்த்திக் கொள்ளலாம். 2: **(ஒரு பணியை முடித்துத்தர அல்லது ஒருவருக்கு உதவியாக இருக்க மற்றொருவரை) நிய மித்தல்;** engage (a person to do a job or to be of some assistance); post (s.o.); employ (a person for a job). தனக் காக வாதாட ஒரு பிரபல வழக்கறிஞரை அமர்த்தினார்./ தாத்தாவுக்கு உதவியாக இருக்க இந்தப் பையன் அமர்த்தப் பட்டிருக்கிறான்./ அரசு மருத்துவமனையில் நிர்வாக அலு வலர்கள் அமர்த்தப்படுவார்கள். 3: **உட்காரவைத்தல்;** settle (s.o. on one's lap, etc.,). குழந்தையை மடியில் அமர்த் திக்கொண்டு சோறு ஊட்டினாள். 4: **(ஆட்சியில் அல்லது பொறுப்பில்) இருக்கும்படி செய்தல்;** set (a person or group in authority). ஒரு கட்சியை ஆட்சியில் அமர்த்தவும் நீக்கவும் தேர்தல் உதவுகிறது.

அமர்த்து² வி. (அமர்த்த, அமர்த்தி) 1: **(விளக்கு, அடுப்புத் தீ போன்றவற்றை) அணைத்தல்;** put out. விளக்கை அமர்த்து. 2: (பே.வ.) **(ஒன்றின் தீவிரத்தை) தணித்தல்;** abate; mitigate. வாழைப்பழம் பசியை அமர்த்துமாம்./ குழந் தையின் அழுகையை அமர்த்தப் பெரும்பாடுபட்டாள்.

அமர்வு பெ. 1: **(கூட்டம், மாநாடு போன்றவற்றில்) குறிப்பிட்ட நிகழ்வுக்காக ஒதுக்கப்பட்ட நேரம்;** session (at a conference, meeting, etc.,). இரண்டாவது அமர் வில்தான் நான் கட்டுரை வாசிக்கப்போகிறேன். 2: **(தேர்வு எழுதி வெற்றி பெற எடுக்கும்) முயற்சி;** sitting; attempt (to pass an examination). அவன் மூன்றாவது அமர்வில்தான் தேர்வில் வெற்றி பெற முடிந்தது. 3: (சட்டம்) **உயர் நீதி மன்றத்தில் அல்லது உச்ச நீதிமன்றத்தில் குறிப்பிட்ட வழக்குகளை விசாரிக்கும் நீதிபதிகள் அடங்கிய குழு;** the bench. நீதிமன்ற அவமதிப்பு வழக்கை நீதிபதிகள் தேவன், கேசவன் ஆகியோர் அடங்கிய அமர்வு விசாரித்து வருகிறது./ இடஒதுக்கீட்டில் முறைகேடுகள் குறித்த வழக்கை விசாரித்துக்கொண்டிருந்த அமர்வைத் தலைமை நீதிபதி கலைத்து உத்தரவிட்டார்.

அமர்வு நீதிமன்றம் பெ. (சட்டம்) **கீழ்நீதிமன்றம் அனுப் பும் கொலை, வழிப்பறி, கொள்ளை போன்ற குற்றங் களை விசாரிக்கும் மாவட்ட அளவிலான நீதிமன்றம்;** (in India) sessions court.

அமர பெ.அ. **என்றும் புகழுடன் நிலைத்து நிற்கக் கூடிய;** immortal. அமர கவி/ அமர இலக்கியம்.

அமரத்துவம் பெ. **என்றும் புகழுடன் நிலைத்து நிற்கும் தன்மை;** immortality. அமரத்துவம் பெற்ற இலக்கியங்கள்.

அமரர் பெ. 1: **(அழிவு அற்றவராகிய) தேவர்;** (immortal) gods. அமரர்களின் அதிபதி இந்திரன். 2: **காலம்சென்ற வரை மரியாதையாகக் குறிப்பிடுவதற்கு அவரது பெய ரின் முன் சேர்க்கும் சொல்;** a word placed before the name of the deceased as a respectful way of referring to him; the immortal. அமரர் நேரு.

அமரர் ஊர்தி பெ. **இறந்தவர்களை மயானத்திற்கு எடுத்துச்செல்லப் பயன்படும் வாகனம்;** hearse.

அமரிக்கை பெ. (-ஆக, -ஆன) (பே.வ.) **ஆர்ப்பாட்டம் இல்லாத தன்மை;** being unaffected and unpresuming in one's behaviour; modesty; unostentatiousness. சுருதிசுத்தம், அழுத்தம், கமகம், அமரிக்கை ஆகியவை அனைத்தும் ஒருங்கே அமைந்த இசை இவருடையது./ என் மருமகள் அமரிக்கையான பெண்.

அமல் பெ. 1: **(இயற்றப்பட்ட சட்டத்தை அல்லது வகுத்த திட்டத்தை) நடைமுறைப்படுத்துதல்;** being in force or bringing (sth.) into effect; implementation; enforcement. சத் துணவுத் திட்டத்தைத் தமிழ்நாடு அமல்செய்திருக்கிறது./ இந்த ஒப்பந்தத்தை அமல்படுத்தும்போது பிரச்சினைகள் எழலாம்./ ஊரடங்கு உத்தரவு அமலில் இருக்கும்போது வெளியே செல்ல முடியாது./ பத்தாவது ஐந்தாண்டுத் திட்டம் இப்போது அமலில் இருக்கிறது. 2: (இஸ்.) **செயல்;** deed; act. நல்ல அமல்களைச் செய்தால் இறைவனின் கருணை கிட்டும்./ நோன்பு ஒரு அமல்.

அமலாக்கம் பெ. **வரி ஏய்ப்பு போன்ற பொருளாதாரக் குற்றங்களுக்கு எதிராக நடவடிக்கை எடுக்கும் வரு வாய்த் துறையின் செயல்பாடு;** the functioning of the revenue department involving action against economic offences such as tax evasion; (in India) enforcement. சிகரெட் தயாரிக்கும் நிறுவனம் ஒன்று பல கோடி ரூபாய்க்கு ஆயத் தீர்வை செலுத்தாமல் ஏமாற்றிவந்ததை அமலாக்கத் துறை அதிகாரிகள் கண்டுபிடித்துள்ளனர்.

அமளி பெ. **(கூச்சல் நிறைந்த) குழப்பம்;** tumult; uproar. கூட்டத்தில் ஆளுக்கு ஆள் கத்த ஆரம்பித்து ஒரே அமளி யாகிவிட்டது. [(தொ.சொ.) **ஆர்ப்பாட்டம்/ குழப்பம்/ கூச்சல்**]

அமளிதுமளி பெ. **இரைச்சலோடு கூடிய பரபரப்பு;** bustle; flurry. கல்யாண வீடு ஒரே அமளிதுமளியாக இருந்தது./ நிகழ்ச்சிக்குப் பிரதமர் வருகிறார் என்றதும் அந்தப் பகுதியே அமளிதுமளிபட்டது.

அமாவாசை பெ. **தேய்பிறையின் கடைசி நாள்** new moon. அமாவாசை இரவு என்பதால் ஒரே இருட்டாக இருந்தது.

அமானுஷ்யம் பெ. 1: (-ஆன) **மனித அறிவுக்கு, ஆற்ற லுக்கு அப்பாற்பட்டது;** sth. supernatural or unearthly. அமானுஷ்யமான சம்பவங்கள் நிறைந்த கதை இது. 2: (-ஆக, -ஆன) **மனிதர்கள் இருப்பதற்கான அடையா ளம் எதுவும் இல்லாதது;** desolation; state of being forlorn; unearthliness. பக்கத்துக் கட்டடம் அமைதியாய், அமானுஷ்யமாய் நின்றிருந்தது./ ஒவ்வொரு சிறு ஓசை யும் அமானுஷ்யமாகக் கேட்டது./ இந்தக் காட்டின் அமா னுஷ்யமான அமைதி.

அமிர்தம் பெ. 1: (புராணத்தில்) **இறவாமையைத் தரக் கூடிய, தேவர்களின் உணவு;** food of the celestial beings which is supposed to bestow immortality; ambrosia. 2: **இனிமை;** deliciousness. வெயில் நேரத்தில் மோர் அமிர் தமாய் இருந்தது.

அமிலம் பெ. (வேதி.) **அரிக்கும் தன்மையும் புளிப்புச் சுவையும் கொண்ட திரவம்;** acid.

அமில மழை பெ. **தொழிற்சாலைகள், வாகனங்கள் போன்றவை வெளியேற்றும் புகையிலிருக்கும் நச்சு வாயுக்கள் காற்றுமண்டலத்தில் நீர்த்துளிகளுடன் கலந்து அமிலமாகிப் பெய்யும் மழை;** acid rain. புகையை அதிகம் வெளியிடும் தொழிற்சாலைகள் நிறைந்த நாடுகளில் அமில மழை பெய்வதாகச் சூழலியலாளர்கள் கூறுகின்றனர்.

அமிழ் வி. (அமிழ, அமிழ்ந்து) **(நீர், சேறு போன்றவற்றில்) மேற்பரப்பிலிருந்து கீழ்நோக்கிச் செல்லுதல்; மூழ்குதல்;** go under (water, etc.,); sink. நீரில் படகு அமிழத் தொடங்கியது./ (உரு வ.) குழந்தை இறந்துபோன துக்கத்தில் அமிழ்ந்துபோயிருந்த பெற்றோர்.

அமிழ்த்து வி. (அமிழ்த்த, அமிழ்த்தி) **(நீர், சேறு முதலியவற்றில்) மூழ்கச் செய்தல்;** cause to go down (under the water); dip; sink. கிணற்றில் ஏற்றச்சாலை அமிழ்த்தினான்./ பழுக்கக் காய்ச்சி அடித்த இரும்பை நீரில் அமிழ்த்திப் பிடித்தார்.

அமிழ்தம் பெ. (உ.வ.) காண்க: **அமிர்தம்.**

அமினா பெ. **(நீதிமன்ற ஊழியரான) கட்டளைப் பணியாளர்;** process server.

அமீனா பெ. காண்க: **அமினா.**

அமுக்கு வி. (அமுக்க, அமுக்கி) **1: கீழ்நோக்கி, உள்நோக்கி அழுத்துதல்; (கைகளால் பற்றி) பலமாக நெருக்குதல்;** press (sth. or s.o.) down; press (holding sth.); press (a button, etc.,). திமிர முடியாதபடி யாரோ தன்னை அமுக்குவதை உணர்ந்தான்./ ஓர் அலை அவனை நீருக்குள் அமுக்கியது./ பெட்டியை அமுக்கிப் பூட்டு./ அழைப்பு மணியின் பொத்தானை அமுக்கினார்./ (உரு வ.) குடும்பச் சுமை அவனை அமுக்குகிறது./ (உரு வ.) நீ மேலே வராதபடி அமுக்கப்பார்க்கிறார்கள். [(தொ.சொ.) **அடி/ அறை/ கிள்ளு/ குத்து/ தள்ளு/ நிமிண்டு/ மொத்து**] **2: (உண்மை, செய்தி முதலானவை) வெளிவராதபடி செய்தல்;** suppress (a truth, fact, etc.,). இந்த வழக்கில் உண்மை அமுக்கப்பட்டுவிட்டது. **3: (ஒன்றை ஒன்றினுள்) திணித்தல்;** stuff (sth. into sth.). குரங்கு பழத்தை வாய்க்குள் அமுக்கும் வேகத்தைப் பார்! **4: (குரலை, சப்தத்தை) அடக்குதல்;** muffle (one's voice, the sound of an instrument); subdue. நாகசுரத்தின் இயல்பான ஒலிபோல் இல்லாமல் சத்தம் அமுக்கப்பட்டதுபோல் வருகிறது. **5:** (பே.வ.) **அபகரித்தல்; மோசம் செய்தல்;** steal; swindle. அவர் தன் தம்பியின் சொத்தை அமுக்கிவிட்டதாகப் பேசிக்கொள்கிறார்கள்./ கூட்டத்தில் யாரோ என் கைப்பையை அமுக்கிவிட்டார்கள்.

அமுங்கு வி. (அமுங்க, அமுங்கி) **1: (பளு காரணமாக) அமிழ்தல்/சமமான பரப்பு குழிதல்;** go down (into sth.); get pressed down; sink (by weight). கடலில் நொறுங்கி விழுந்த விமானத்தின் பகுதிகள் நீரில் அமுங்கிக்கொண்டிருந்தன./ பெட்டிமேல் உட்காராதே, அமுங்கிவிடும். [(தொ.சொ.) **இறங்கு/ குறை/ தணி/ வடி**] **2: (வெளிவராமல்) ஒடுங்குதல்;** be muffled; be feeble. கிணற்றுக்குள்ளிருந்து பேசுவதுபோல அவன் குரல் அமுங்கி ஒலித்தது. **3: (வீக்கம், கட்டி முதலியன) அளவில் குறைந்து சிறிதாதல்; உள்வாங்குதல்;** (of swelling, boil, etc.,) be reduced; subside. வேனல் கட்டி அமுங்கிவிட்டது.

அமுசடக்கி பெ. (இலங்.) **ரகசியமாகக் காரியங்களைச் செய்யும் நபர்; எல்லாவற்றையும் செய்துவிட்டு ஒன்றுமே தெரியாததுபோல் காட்டிக்கொள்ளும் நபர்;** secretive person; sly person. அவன் நண்பர்கள் யாருக்கும் தெரியாமல் தொழிலுக்கு விண்ணப்பித்த அமுசடக்கி./ அந்த அமுசடக்கியைக் கூப்பிடு! விஷயம் என்னவென்று விசாரிக்கலாம்.

அமுத்தல் பெ. (-ஆக, -ஆன) (பே.வ.) **எண்ணத்தை அல்லது கருத்தை எளிதில் வெளிக்காட்டாத தன்மை;** slyness. எதிரே நின்றிருந்த ஊழியரைப் பார்த்து அதிகாரி அமுத்தலாகச் சிரித்தார்./ எவ்வளவு கேட்டாலும் வாயைத் திறக்க மாட்டேன் என்கிறானே. அமுத்தலான ஆள் போலிருக்கிறது.

அமுதசுரபி பெ. **(புராணத்தில்) அள்ளஅள்ள வற்றாமல் உணவு தரக்கூடிய கலம்;** a mythical bowl which never becomes empty of food. (உரு வ.) கம்பன் காவியம் ஆராய்ச்சியாளர்களுக்கு அமுதசுரபி.

அமுதம் பெ. காண்க: **அமிர்தம், 1.**

அமுது பெ. **1: அமிர்தம்;** ambrosia. **2: இனிமை;** sweetness. **3:** (உ.வ.) **சோறு; சாதம்;** cooked rice. விருந்தினருக்கு அமுது படைத்து உண்டார். **4:** (இலங்.) **சர்க்கரைப் பொங்கல்;** boiled rice mixed with jaggery and clarified butter. இன்று கோயிலில் அமுது படைத்தோம்.

அமை^{1} வி. (அமைய, அமைந்து) **1: நிறுவப்படுதல்; உருவாக்கப்படுதல்;** form; be established; be set (in) sth.; take form; be formulated. இந்த ஊரில் அமையவிருக்கும் அணுமின் நிலையத்தை எதிர்த்துப் போராடுகிறார்கள். **2: குறிப்பிட்ட முறையில், வடிவத்தில் அல்லது தன்மையில் இருத்தல்;** be (with the stated quality or in the stated way). தோடி ராகத்தில் அமைந்த கீர்த்தனை./ அது அவ்வளவு நல்ல ஏற்பாடாக அமையவில்லை./ சட்ட விதிகள் இவ்வாறு அமைந்துள்ளன./ அறைகள் வசதியாக அமைந்திருந்தன./ முதல் பதிப்பிலிருந்து பெரிதும் வேறுபட்ட முறையில் இரண்டாம் பதிப்பு அமைந்திருக்கிறது./ அவளுக்கு மகிழ்ச்சியான வாழ்க்கை அமைந்தது./ வட்ட வடிவில் அமைந்த மேஜை. **3: தேடும் ஒன்று கிடைத்தல்;** (of sth. sought or desired) come to be had. என் பெண்ணுக்கு மாப்பிள்ளை அமையவில்லை./ எனக்குக் கிடைத்த வேலை எனக்கு ஏற்றதாகவே அமைந்துவிட்டது./ அவனுக்கு இன்னும் நல்ல வேலை அமையவில்லை.

அமை^{2} வி. (அமைக்க, அமைத்து) **1: உருவாக்குதல்; ஏற்படுத்துதல்;** (generally) make; establish; set up; formulate; arrange. சென்னைப் புறநகர்ப் பகுதிகளில் குடியிருப்புகள் அமைக்கப்பட்டுவருகின்றன./ இந்தப் படத்தில் சண்டைக் காட்சிகளை நன்றாக அமைத்திருக்கிறார்கள்./ நீங்கள்தான் எனக்கு ஒரு நல்ல வாழ்க்கை அமைத்துக்கொடுக்க வேண்டும்./ சட்ட விதிகள் திருத்தி அமைக்கப்பட்டுவருகின்றன. [(தொ.சொ.) **உண்டாக்கு/ உருவாக்கு/ எழுப்பு/ தொடங்கு/ நிறுவு**] **2: (அகழ்ந்து அல்லது தோண்டி) உருவாக்குதல்;** make or form (by digging). இந்தப் பகுதியில் பத்து ஆழ்துளைக் கிணறுகள் அமைக்கப்பட்டன. **3: (ஆட்சி, நிர்வாகக் குழு முதலியவற்றை) தோற்றுவித்தல்; ஏற்படுத்துதல்;** form (a government); establish (a committee); set up. ஆலைத் தொழிலாளர்கள் சங்கம் அமைத்துப் போராடினார்கள்./ உயர் ஆலோசனைக் குழு அமைக்க முடிவு. **4: (ஒன்றை மற்றொன்றில்) இணைத்தல்; பொருத்துதல்;** build in; connect; install. இந்த இயந்திரத்தில் அமைக்கப்பட்டுள்ள மின்இணைப்புகளின் வரைபடம் இது. **5: (ஒரு அமைப்பை) உருவாக்கி**

அமைச்சகம் 48

இயங்குவதற்கு அதிகாரம் அளித்தல்; constitute. தேசியப் புலனாய்வு அமைப்பு ஒன்றை உள்துறை அமைச்சகம் அமைத்துள்ளது.

அமைச்சகம் பெ. ஓர் அமைச்சரின் பொறுப்பில் இருக்கும் அரசு நிர்வாகத் துறை; ministry. பாதுகாப்பு அமைச்சகம்/ வெளியுறவு அமைச்சகம்.

அமைச்சர் பெ. 1: (ஆளுநர் அல்லது குடியரசுத் தலைவரால்) மாநில அல்லது மத்திய அரசின் குறிப்பிட்ட துறையின் பொறுப்பை ஏற்று நிர்வகிக்கச் சட்டமன்ற அல்லது நாடாளுமன்ற உறுப்பினர்களிலிருந்து நியமிக்கப்பட்டவர்; minister. உள்ளாட்சித் துறை அமைச்சர்/ நிதி அமைச்சர். 2: (முற்காலத்தில்) நாட்டை நிர்வகிக்கும் பொறுப்பில் ஆலோசனை கூற (அரசனால்) நியமிக்கப்பட்டவர்; (formerly) minister (to a king).

அமைச்சரவை பெ. அரசுத் துறைகளை நிர்வகிக்கும் அமைச்சர்கள் அடங்கிய குழு; council of ministers; cabinet.

அமைச்சன் பெ. காண்க: அமைச்சர், 2.

அமைதி பெ. (-ஆக, -ஆன) 1: சத்தம் இல்லாத நிலை; நிசப்தம்; silence. ஆசிரியர் வந்ததும் வகுப்பில் அமைதி ஏற்பட்டது. 2: (மனத்தில், முகத்தில்) குழப்பமற்ற நிலை; சாந்தம்; (of mind) undisturbed state; tranquillity; peace. இடம் மாறினாலாவது மனத்துக்கு அமைதி கிட்டும்./ துறவியின் முகத்தில் பரிபூரண அமைதி நிலவியது. 3: தொல்லையின்மை; சுமுகம்; absence of trouble; peace; harmony. அவருக்கு அமைதியான வாழ்க்கை அமைந்தது. 4: (நாட்டில்) போர், கலகம் இல்லாத நிலை; சமாதானம்; peace; calmness. நாட்டில் ஓரிரு அசம்பாவிதங்களைத் தவிரப் பொதுவாக அமைதி நிலவுகிறது./ அமைதிக் காலப் பணி வேறு, போர்க் காலப் பணி வேறு. 5: அடக்கம்; modesty; quietness. அவரது அமைதியான குணம் அனைவரையும் கவர்ந்தது./ அமைதியான பையன். 6: (கலையில்) இசைவு; harmony. மரபுக் கவிதையின் யாப்பில் காணப்படும் ஓசை அமைதி./ சிறுகதையின் உருவ அமைதிக்கு இந்தக் கதை ஒரு சிறந்த எடுத்துக்காட்டு./ இலக்கண அமைதி. 7: (இலக்.) விதிக்கு மாறாக இருந்தாலும் விலக்காக ஏற்கத் தகுந்தது; (in grammar) though anomalous, accepted as a permissible deviation from rules. வழுவமைதி. 8: தவறு, தோல்வி போன்றவற்றுக்கான விளக்கம்; சமாதானம்; explanation (of how or why sth. happened). தேர்தல் தோல்விக்குக் கட்சித் தலைவர் என்ன அமைதி சொல்லப்போகிறார்?

அமைதிகா வி. (-காக்க, -காத்து) 1: (பேசியோ கூச்சலிட்டோ) ஒலியெழுப்பாமல் இருத்தல்; maintain silence. மருத்துவமனையில் அமைதிகாக்க வேண்டும்./ நீதிமன்றத்தில் பார்வையாளர்கள் அமைதிகாக்குமாறு கேட்டுக்கொள்ளப்பட்டார்கள். 2: பொறுமையைக் கடைப்பிடித்தல்; be peaceful. இன்று நாடு உள்ள சூழலில் பொதுமக்கள் அனைவரும் அமைதிகாக்க வேண்டும் என்று கட்சித் தலைவர்கள் கேட்டுக்கொண்டனர்.

அமைதிப் பகுதி பெ. வாகனங்கள் ஒலி எழுப்பவோ ஒலிபெருக்கி வைக்கவோ தடை செய்யப்பட்ட பகுதி; no-horn zone. அமைதிப் பகுதியில் ஒலியெழுப்பும் ஓட்டுநர்களுக்கு அபராதம் விதிக்கப்படும்./ மருத்துவமனையைச் சுற்றி 100 மீட்டர் தூரம்வரை அமைதிப் பகுதியாக அறிவிக்கப்பட்டுள்ளது.

அமைதிப்படுத்து வி. (-படுத்த, -படுத்தி) 1: சத்தம் இல்லாமல் இருக்குமாறு செய்தல்; pacify; calm. அவர் கை உயர்த்திக் கூட்டத்தை அமைதிப்படுத்திவிட்டுப் பேசத் தொடங்கினார். 2: (பதற்றம், கோபம் முதலியவற்றை) தணித்தல்; pacify; calm down. கோபம் வந்துவிட்டால் அவரை அமைதிப்படுத்த யாராலும் முடியாது.

அமைதியாக வி.அ. 1: பிறருக்குக் கேட்காத வகையில்; தனக்குத் தானே; quietly. தாத்தா வெற்றிலைச் செல்லத்தை எடுத்துவைத்துக்கொண்டு படுத்தவாறே அமைதியாக ஏதாவது ஒரு ராகத்தை முணுமுணுக்கத் தொடங்கிவிடுவார்./ குழந்தை அமைதியாக விளையாடிக்கொண்டிருந்தது. 2: எந்த உணர்வையும் வெளிக்காட்டாமல்; எந்த மறுவினையும் ஆற்றாமல்; without reacting. அம்மாவுக்குக் கோபம் வந்துவிட்டால் போதும், என்ன கேட்டாலும் பதில் பேசாமல் அமைதியாக இருப்பாள்.

அமைப்பாக வி.அ. (பே.வ.) வசதியாகவும் எடுப்பாகவும்; கச்சிதமாக; compactly. வீடு அமைப்பாக இருக்கிறது.

அமைப்பாளர் பெ. (ஒரு நிகழ்ச்சிக்கு அல்லது குழுவின் செயல்பாட்டுக்கு) பொறுப்பை ஏற்பவர்; organizer. சத்துணவுத் திட்ட அமைப்பாளர்களுக்கு இந்தச் சலுகை பொருந்தும்./ திரு. சுப்பிரமணியனை அமைப்பாளராகக் கொண்ட ஐவர் குழு அமைக்கப்பட்டுள்ளது.

அமைப்பியல் பெ. மொழி, சமூகம் போன்றவற்றின் கூறுகளுக்கு இடையே உள்ள உறவுகளே அவற்றின் செயல்பாட்டுக்குக் காரணம் என்ற இருபதாம் நூற்றாண்டுக் கோட்பாடு; structuralism. பொருள் என்பது சொற்களில் இல்லை, சொற்களுக்கு இடையிலான உறவில் உள்ளது என்பது ஒரு அமைப்பியல் கருத்து.

அமைப்பு பெ. 1: (ஒன்றின்) பல்வேறு கூறுகள் இணைந்து நிற்பது; structure. அணுவின் அமைப்பு/ கட்டடத்தின் அமைப்பு/ வானொலி மற்றும் தொலைக்காட்சி அமைப்பு மேலும் விரிவுபடுத்தப்படும்./ நாட்டின் அரசியல் அமைப்பைப் புரிந்துகொண்டால்தான் தகுந்த திட்டங்களை வகுக்க முடியும். 2: குறிப்பிட்ட நோக்கத்துக்காக உருவாகி இருக்கும் குழு அல்லது இயக்கம்; organization. விடுதலை இயக்க அமைப்புகள்/ ராணுவம் நாட்டைப் பாதுகாக்க ஏற்படுத்தப்பட்ட அமைப்பு. 3: (உடல், உறுப்பு ஆகியவற்றின்) வடிவம்; தோற்றம்; (physical) form. சிங்கத்தின் உடலமைப்பு/ முக அமைப்பு. 4: (புவியியலைக் குறிக்கும்போது) குறிப்பிட்ட நிலப்பகுதி அமைந்திருக்கும் தன்மை; (of land) formation. கடல்வழிகள், நில அமைப்பு, கடல் நீரோட்டம், அலைகளின் தன்மைபற்றிய படங்களும் நூல்களும் வெளியிடப்பட்டன.

அமைவிடம் பெ. (ஒன்று) அமைந்திருக்கும் இடம்; a site. புதிய பல்கலைக்கழகத்துக்கான அமைவிடம் இன்னும் முடிவு செய்யப்படவில்லை.

அமோகம் பெ. (-ஆக, -ஆன) (பாராட்டத் தகுந்த வகையில்) அதிகம் அல்லது சிறப்பு; abundance; lavishness; grandness. புதிய உரத்தால் அமோக விளைச்சல்/ கடைத்தெரு முழுவதும் அமோகமாக அலங்கரிக்கப்பட்டிருந்தது./ நாடகம் அமோக வெற்றி அடைந்தது.

49 அர்ச்சனைத் தட்டு

அய்யய்யோ இ.சொ. காண்க: ஐயய்யோ.

அய்யா பெ. காண்க: ஐயா.

அயச்சத்து பெ. (அ.வ.) இரும்புச்சத்து; iron (as a vitamin). கீரையில் அயச்சத்து அதிகம் உள்ளது.

அயர் வி. (அயர, அயர்ந்து) 1: ஆச்சரியம் அடைதல்; be astonished; be amazed; be greatly surprised. சிறுவன் சொன்ன பதில் கூட்டத்தினரை அயரவைத்தது./ அவரது எழுத்தாற்றலைக் கண்டு அயர்ந்துபோனேன். 2: சோர்வடைதல்; become tired or weary. அவர் எப்படித்தான் அயராமல் உழைக்கிறாரோ?

அயர்ச்சி பெ. 1: அசதி; fatigue; tiredness. தூங்கி எழுந்த பிறகுதான் அயர்ச்சி நீங்கியது. 2: (மன) தளர்ச்சி; depression; dejection; ennui. மனத்தில் அயர்ச்சி பரவியது.

அயர்ந்து வி.அ. (உறக்கத்தைக் குறித்து வரும்போது) தன்னை மறந்த நிலையில்; ஆழ்ந்து; (of sleep) fast. பிரயாணக் களைப்பால் அயர்ந்து உறங்கிக்கொண்டிருக்கிறான்.

அயர்வு பெ. காண்க: அயர்ச்சி.

அயல் பெ. 1: உறவுக்குள் அமையாதது; அந்நியம்; state of being outside one's kinship; not related; foreign. என் மகனுக்கு அயலில்தான் பெண்ணெடுத்திருக்கிறோம். 2: (ஒருவர் வசிக்கும் பகுதியை) ஒட்டியிருக்கும் பகுதி; அண்டை; neighbourhood; surroundings. அயலில் நடப்பது ஒன்றும் அவனுக்குத் தெரியாது./ அயல் வீட்டுக்காரர்களுடன் நல்ல உறவு இருக்கிறது. 3: தன் நாட்டைச் சேராதது; foreign. அயல் மொழி இலக்கியம்.

அயல்நாடு பெ. வெளிநாடு; foreign country.

அயல்பணி பெ. (பு.வ.) ஓர் அரசு அதிகாரி தான் சார்ந்த துறையல்லாத வேறொரு (அரசுத் துறையில் அல்லது அரசு நிறுவனத்தில்) தற்காலிகமாக ஆற்றும் பணி; short-term service by a government official in a department (or public undertaking) other than the one to which he or she was originally assigned; (in India) deputation; foreign service.

அயல் மகரந்தச்சேர்க்கை பெ. (உயிரி.) ஒரு மலரிலுள்ள மகரந்தம் அதே தாவரத்திலுள்ள வேறு ஒரு மலருக்கோ அல்லது அதே இனத்தைச் சேர்ந்த மற்றொரு தாவரத்தின் மலருக்கோ காற்று, வண்ணத்துப்பூச்சி போன்றவற்றால் கொண்டுசேர்க்கப்படுவதன் மூலம் நடைபெறும் மகரந்தச்சேர்க்கை; cross-pollination.

அயலட்டை பெ. (இலங்.) அக்கம்பக்கம்; neighbour. அயலட்டையுடன் சந்தோஷமாக இருந்தால்தானே ஆபத்துக்கு உதவுவார்கள்./ சடங்கு வீட்டுக்கு வந்த அயலட்டைச் சனத்தை அவள் உபசரித்தாள்./ எரிந்துகொண்டிருந்த கொட்டகைக்குள் கிடந்த சாமான்களை அயலட்டைச் சனங்கள்தான் தூக்கி வெளியே போட்டார்கள்.

அயலண்டை பெ. (இலங்.) காண்க: அயலட்டை.

அயலவர் பெ. (இலங்.) அருகில் வாழ்பவர்; பக்கத்து வீட்டார்; neighbour; someone in the neighbourhood. இவர் என் அயலவர்./ சத்தம் கேட்டதும் அயலவர் ஓடிவந்தார்கள்.

அயலான் பெ. உறவினன் அல்லாதவன்; அந்நியன்; stranger. அயலானைப் பார்க்கிற மாதிரி பார்க்கிறாயே!/ யாரோ அயலானின் பேச்சைக் கேட்டு மோசம்போனாய்.

அயலுறவு பெ. வெளியுறவு; (a country's) foreign affairs.

அயலூர் பெ. வெளியூர்; town or village other than one's own. நாங்கள் பிழைப்பு தேடி அயலூர் போகிறோம்.

அயலை பெ. (இலங்.) சுமார் அறுபது செ.மீ. நீளத்தில் செதிள்களோடு சதைப்பற்றாக இருக்கும் (உணவாகும்) பழுப்பு நிறக் கடல் மீன்; edible sea fish, brown, fleshy and with scales, growing to a length of sixty cm.

அயன் பெ. (-ஆன) (அ.வ.) (பிறவற்றோடு ஒப்பிடும்போது) மேம்பட்டது; excellence; outstanding. பெண்ணுக்கு மாப்பிள்ளை பார்த்திருக்கிறோம். அயனான ஜாதகம்./ அயன் பாக்குத்தூள்.

அயனம் பெ. (சோதி.) சூரியன் நிலநடுக்கோட்டுக்கு வடக்கில் அல்லது தெற்கில் சஞ்சரிக்கும் காலம்; the period of the sun's northward or southward course.

அயனி பெ. (வேதி.) ஒன்று அல்லது அதற்கு மேற்பட்ட எலக்ட்ரான்களை ஏற்பதால் அல்லது இழப்பதால் மின்னூட்டம் பெற்றிடும் அணு அல்லது அணுக்கள்; ion.

அயனி மண்டலம் பெ. (பு.வ.) பூமியிலிருந்து 80 கிலோமீட்டருக்கு மேலேயும் 1000 கிலோமீட்டருக்குக் கீழேயும் அமைந்திருக்கும் வான்வெளியின் இடைப்பகுதி; ionosphere. தொலைத்தொடர்புக்கான மின்காந்த அலைகள் அயனி மண்டலம் வழியாகத்தான் பூமி முழுவதும் கடத்தப்படுகின்றன./ வானில் ஏவப்படும் செயற்கைக்கோள்கள் அயனி மண்டலத்தில் நிலைநிறுத்தப்படுகின்றன.

அயிரை பெ. ஆறு, குளம் போன்றவற்றில் கூட்டமாக வாழும், உடலில் கரும் புள்ளிகளை உடைய, வெளிர் மஞ்சள் நிறத்தில் காணப்படும் (உணவாகும்) ஒரு வகைச் சிறிய மீன்; loach.

அயோக்கியத்தனம் பெ. நேர்மையும், நாணயமும் இல்லாமல் நயவஞ்சகத்தனத்துடன் நடந்துகொள்ளும் தன்மை; dishonest. பத்திரத்தில் தான் போட்ட கையெழுத்தைத் தானே மறுப்பது அயோகியத்தனமல்லவா!/ அவனுடைய அயோக்கியத்தனம் தெரிந்தும் அவனிடம் போய் பணத்தைக் கொடுத்திருக்கிறாயே?

அயோக்கியன் பெ. நேர்மையும் நாணயமும் இல்லாதவன்; scoundrel; dishonest person; cheat. இந்தக் காலத்தில் யார் யோக்கியன் யார் அயோக்கியன் என்று தெரியவில்லை./ அவன் கடைந்தெடுத்த அயோக்கியன் ஆயிற்றே!

அர்ச்சகர் பெ. (ஆகம விதிப்படி தீட்சை பெற்றுக் கோயிலில்) தினப்படி பூஜை, அர்ச்சனை, அபிஷேகம் போன்றவை செய்து வழிபாடு நடத்துபவர்; priest properly initiated (to perform பூஜை in a temple).

அர்ச்சனை பெ. 1: இறைவனுக்கு உரிய பெயர்களைக் கூறி பூ, குங்குமம் போன்ற பொருள்களைக் கொண்டு கோயிலில் வழிபாடு செய்யும் முறை; a form of worship with flowers, etc., in a temple. 2: (தொடர்ச்சியாகக் கிடைக்கும்) வசை; திட்டு; torrent of scoldings; volley of abuses. அப்பா வந்ததும் உனக்கு நல்ல அர்ச்சனை கிடைக்கப்போகிறது.

அர்ச்சனைத் தட்டு பெ. (கோயிலில் பூஜை செய்வதற்கான) தேங்காய், வாழைப்பழம், பூ, கற்பூரம் போன்ற பொருள்களைக் கொண்ட (பெரும்பாலும்) மூங்கிலால் ஆன தட்டு; bamboo plate containing a set of things such as coconut, banana, flowers, camphor, etc., for performing அர்ச்சனை to a deity in a temple. கோயில் வாசலை ஒட்டிய கடைகளில் அர்ச்சனைத் தட்டு கிடைக்கும்.

அர்ச்சி வி. (அர்ச்சிக்க, அர்ச்சித்து) 1: **(கோயிலில்) அர்ச்சனை செய்தல்;** perform அர்ச்சனை (in a temple). சிவனை வில்வ இலைகளால் அர்ச்சிப்பது வழக்கம். 2: (கிறித்.) **புனிதப்படுத்துதல்;** sanctify.

அர்த்தசந்திரன் பெ. (அ.வ.) **அரைவட்ட நிலா; பிறை;** crescent moon. அர்த்தசந்திர வடிவில் சந்தனப் பொட்டு வைத்திருந்தார்.

அர்த்தசாம பூஜை பெ. **கோயிலில் இரவு செய்யப்படும் ஒரு நாளின் கடைசிப் பூஜை;** the last பூஜை of the day in a temple.

அர்த்தநாரீஸ்வரன் பெ. **உடலின் இடது பாதி பெண்ணாகக் காட்சியளிக்கும் இறைவனான சிவன்;** a form of the god Siva appearing as a female on his left side.

அர்த்தநாரீஸ்வரன்

அர்த்தபுஷ்டி பெ. (-ஆன) (அ.வ.) **பொருள் பொதிந்தது; பொருள் செறிவு;** richness of meaning; being full of meaning; meaningfulness. அவளுடைய அர்த்தபுஷ்டியான பார்வை.

அர்த்தம் பெ. 1: **(மொழியில்) சொல் தெரிவிப்பது அல்லது குறிப்பிடுவது; (சொல்லின்) பொருள்;** sense; meaning (of a word). சொற்களுக்கு அர்த்தம் தெரியவில்லை என்றால் அகராதியைப் பார்க்கிறோம். 2: **(கருத்து, செயல் போன்றவற்றின்) பொருள்;** meaning; significance. நீங்கள் சொன்னதைச் செய்யாததால் நான் உங்களை மதிக்கவில்லை என்று அர்த்தமா?/ ஒருவரையொருவர் அர்த்தத்தோடு பார்த்துக்கொண்டார்கள்./ கடைசி நேரத்தில் 'வர மாட்டேன்' என்றால் என்ன அர்த்தம்?/ அர்த்தமில்லாத பேச்சு/ மாக்கோலம் போட்டிருக்கிறார்கள் என்றால் வீட்டில் விசேஷம் என்று அர்த்தம். 3: **காரணம்;** purpose; reason. அர்த்தத்தோடு கோபப்பட்டால் பரவாயில்லை./ அர்த்தமில்லாமல் சிரிக்கக் கூடாது.

அர்த்தமண்டபம் பெ. **(கோயிலில்) கர்ப்பகிரகத்திற்கு முன்னுள்ள மண்டபம்;** the hall in a temple, immediately in front of the inner sanctum. மகா மண்டபத்திற்கும் கர்ப்பகிரகத்திற்கும் இடையில் உள்ளது அர்த்தமண்டபம்.

அர்த்தமாகு வி. (அர்த்தமாக, அர்த்தமாகி) 1: **பொருள்படுதல்;** signify; mean. அவர் பதில் சொல்லவில்லை என்பதால் அவர் சம்மதித்துவிட்டார் என்று அர்த்தமாகாது. 2: **புரிபடுதல்;** be understood. நீங்கள் சொன்னது எனக்கு அர்த்தமாகவில்லை.

அர்த்தராத்திரி பெ. **நள்ளிரவு;** midnight.

அர்ப்பணம் பெ. 1: **(ஏதேனும் ஓர் உயர்ந்த நோக்கத்துக்கு அல்லது தான் ஈடுபாடு காட்டும் துறைக்கு) தன் செல்வம், உழைப்பு, வாழ்க்கை முதலியவற்றை உரித்தாக்குதல்;** dedication; sacrifice. பரதக் கலைக்குத் தன்னை அர்ப்பணம்செய்தார்./ விடுதலைப் போராட்டத்துக்கு அனைத்தையும் அர்ப்பணம்செய்தவர். 2: **(புதிதாகத் தொடங்கப்படும் தொழிற்சாலை, கட்டி முடித்த அணை முதலியவற்றை) நாட்டுக்கு உரித்தாக்கும் செயல்;** dedication (of a new industry, a completed project such as dam, etc., to the nation).

அர்ப்பணி வி. (அர்ப்பணிக்க, அர்ப்பணித்து) **அர்ப்பணம் செய்தல்;** sacrifice; dedicate (a new industry, etc., to the nation).

அர்ப்பணிப்பு பெ. **உயர்ந்த நோக்கங்களில் ஒருவர் முழுமையாகக்கொண்டுள்ள தீவிர ஈடுபாடு;** dedication; devotion. ஆசிரியர் பணியை அவர் அர்ப்பணிப்போடு செய்துவந்தார்./ எல்லையில் அர்ப்பணிப்புடன் கடமையாற்றும் ராணுவ வீரர்கள்.

அரக்கப்பரக்க வி.அ. (பே.வ.) **அவசரம்அவசரமாக;** hurriedly; in haste. ரயிலுக்கு நேரமாகிவிட்டது என்று அரக்கப்பரக்கச் சாப்பிட்டு முடித்தான்.

அரக்கன் பெ. 1: **(புராணத்தில்) ராட்சசன்;** male demon. 2: **(அன்பு, இரக்கம் போன்ற மென்மையான உணர்வுகள் அற்ற) கொடியவன்;** cruel man; an inhuman person; a monster. அவன் ஈவிரக்கம் அற்ற அரக்கன்.

அரக்கி[1] பெ. 1: **(புராணத்தில்) ராட்சசி;** female demon; an ogress. 2: **(அன்பு, இரக்கம் போன்ற மென்மையான உணர்வுகள் அற்ற) கொடியவள்;** a cruel woman; an inhuman woman; a monster. அவள் ஈவிரக்கம் அற்ற அரக்கி.

அரக்கி[2] வி.அ. (இலங்.) **(ஒரு பக்கமாக) விலகி அல்லது விலக்கி; தள்ளி;** (stand) aside; away. இவ்வளவு இடமிருக்கிறதே, சற்று அரக்கி நில்./ சண்டையின் காரணமாக நாங்கள் ஊரை விட்டு அரக்கி வந்துவிட்டோம்./ பெட்டியை அரக்கி வை./ சேறும்சுரியுமாக இருக்கிறது. மாட்டைக் கொஞ்சம் அரக்கிக் கட்டு.

அரக்கு[1] வி. (அரக்க, அரக்கி) (ஊரக வ.) 1: **(உள்ளங்கையில் ஒன்றை வைத்துக் கசக்கி அல்லது காலால் மிதித்து) அழுத்தித் தேய்த்தல்;** crush (by keeping sth. between one's palms); trample. பச்சிலையைக் கையில் வைத்து அரக்கிப் பிழிந்தார். 2: **(ஓசைபட) மெல்லுதல்;** munch. வாயில் எதைப் போட்டு அரக்கிக்கொண்டிருக்கிறாய்?

அரக்கு[2] பெ. **முத்திரையிடப் பயன்படுத்தும் கருஞ்சிவப்பு மெழுகு;** sealing wax. அரக்கின் மேல் அஞ்சலக முத்திரையைப் பதித்தார்.

அரக்கு[3] பெ. **(துணிகளில்) கருஞ்சிவப்பு நிறம்.** (of colour of clothes) rich, dark red. *மணப்பெண்ணுக்குக் கூறைப்புடவை அரக்கில் வாங்குவதுதான் வழக்கம்.*

அரக்கு[4] வி. (அரக்க, அரக்கி) (இலங்.) **(ஒன்றை) நகர்த்துதல்;** move (an object by pushing). *இந்தப் பெரிய அலுமாரியைத் தனியே ஒருவர் அரக்க முடியாது.*

அரக்குழா பெ. (இலங்.) **வஞ்சிரம்;** seer-fish.

அரங்கம் பெ. 1: **(நாடகம், நாட்டியம் முதலியவை நடக்கும்) மேடை;** stage (for plays, dance, etc.,). *நாடகம் முடிந்ததும் நடிகர்கள் அரங்கத்திற்கு வந்து வணங்கினர்.* 2: **கேளிக்கை அல்லது விளையாட்டு நிகழ்ச்சியைப் பார்ப்பதற்கு உரிய கட்டடம் அல்லது திறந்தவெளியில் அமைக்கப்பட்ட இடம்;** cinema; auditorium; (sports) stadium. *சென்னை கலைவாணர் அரங்கத்தில் கலைமாமணி விருது வழங்கும் விழா நடைபெற்றது./ எங்கள் ஊரில் ஒரு விளையாட்டு அரங்கம்தான் இருக்கிறது.*

அரங்கு பெ. 1: காண்க: அரங்கம். 2: **(பொதுமக்களுக்கான பொருட்காட்சி போன்ற ஏற்பாட்டில் ஒவ்வொரு நிறுவனமும்) காட்சிப் பொருள்கள் வைத்திருக்கும் இடம்;** stall (in a fair). *கைத்தறிக் கண்காட்சியில் 150 அரங்குகள் இடம்பெறும்.* 3: **(ஒருவர் அல்லது ஒரு துறை) செயல்படும் களம்;** arena. *மக்களாட்சி நம் நாட்டில் தொடர்ந்து வெற்றிகரமாகச் செயல்படுவதற்காக உலக அரங்கில் இந்தியா தலைநிமிர்ந்து நிற்கலாம்./ தகவல் தொழில்நுட்பத் துறையால் இந்தியாவுக்குச் சர்வதேச அரங்கில் புதிய மரியாதை ஏற்பட்டிருக்கிறது./ பெண்கள் அதிக அளவில் அரசியல் அரங்கில் நுழையத் துவங்கியுள்ளனர்./ புதிய நிதியமைச்சரின் வருகைக்குப் பின் வணிக அரங்கில் மாற்றம் தெரியத் தொடங்கியுள்ளது.* 4: **(மருத்துவமனையில் பிரத்தியேக வசதிகளைக் கொண்ட) அறுவைச் சிகிச்சை நடத்துவதற்கான அறை;** (operating) theatre. *இந்த மருத்துவமனையில் இரண்டு நவீன அறுவைச் சிகிச்சை அரங்குகள் இருக்கின்றன.* 5: **(நாடகம், திரைப்படம், தொலைக்காட்சி நிகழ்ச்சி ஆகியவற்றில்) குறிப்பிட்ட சூழலைக் காட்டும் விதத்தில் உருவாக்கப்படும் அமைப்பு;** set (for a play, a film or television production). *இந்தப் படத்திற்குத் தொழிற்சாலை போன்ற அரங்கை உருவாக்கியிருக்கிறோம்./ ஒரு காட்சிக்கான அரங்கை நிர்மாணிக்கச் சில சமயம் கோடிக்கணக்கில் பணம் செலவாகும்./ இந்தத் தொலைக்காட்சித் தொடருக்கென்றே தனியாக ஒரு அரங்கை உருவாக்கியிருக்கிறோம்.* 6: **ராணுவ நடவடிக்கை தீவிரம் அடைந்துள்ள இடம்; போர்முனை;** (war) front; battle front. *போர் நிறுத்தம் ஏற்படலாம் என்று கிழக்கு அரங்கிலிருந்து வரும் செய்திகள் கூறுகின்றன.* 7: **கருத்துப் பரிமாற்றத்துக்கு அல்லது கருத்து பரவுவதற்கு வாய்ப்பளிக்கும் பொதுவான அமைப்பு;** common platform (for exchanging or publicizing ideas); forum. *தேசிய ஒருங்கிணைப்புச் சபை ஒரு பயனுள்ள அரங்காக விளங்கும்.*

அரங்கேற்றம் பெ. 1: **ஒரு புதிய கலைப் படைப்பைப் பார்வையாளர்களின் முன் முதல் முறையாக அளிக்கும் நிகழ்ச்சி;** premiere; debut. *நாளை என் மகளுக்கு பரதநாட்டிய அரங்கேற்றம் நடைபெறுகிறது.* 2: **(நாடகம், நாட்டிய நிகழ்ச்சி போன்றவை) மேடையேற்றப்படுதல்;** performance; staging. *நாங்கள் எங்கள் நாடகங்களைப் பல நாடுகளிலும் அரங்கேற்றம் செய்திருக்கிறோம்./ இந்நாடகம் மூன்று இடங்களில் அரங்கேற்றம் பெற்றது.* 3: **(முற்காலத்தில்) ஒருவர் தான் இயற்றிய நூலை அறிஞர்களின் அவையில் படித்துக் காட்டி அங்கீகாரம் பெறும் நிகழ்ச்சி;** (in olden days) presenting one's work or composition to a learned assembly for approval.

அரங்கேற்று வி. (-ஏற்ற, -ஏற்றி) **அரங்கேற்றம் செய்தல்;** premiere sth.; present a new work. *புதிய நாடகத்தை அடுத்த மாதம் அரங்கேற்ற முடிவுசெய்திருக்கிறேன்.*

அரங்கேறு வி. (-ஏற, -ஏறி) 1: **அரங்கேற்றம் நிகழ்தல்; அரங்கேற்றப்படுதல்;** (of a work) be presented; make one's debut; be premiered; be staged. 2: **(நாடகம், நடன நிகழ்ச்சி) நிகழ்த்தப்படுதல்;** be performed. *நாடக மேடைகளில் நந்தனார் கதை ஆயிரம் முறைக்கு மேல் அரங்கேறியிருக்கிறது./* (உரு வ.) *காந்தியின் பெயரை வைத்து, அரசியல்வாதிகள் நடத்தும் நாடகங்கள் அனுதினமும் அரங்கேறிக்கொண்டிருக்கின்றன.*

அரச அதிபர் பெ. (இலங்.) **மாவட்ட ஆட்சியர்;** district collector. *ஊருக்கு மின்சாரம் கொடுக்குமாறு அரச அதிபரிடம் விண்ணப்பம் கொடுத்தனர்./ சேதம் அடைந்த பகுதிகளை அரச அதிபர் பார்வையிட்டார்.*

அரசகரும மொழி பெ. (இலங்.) **ஆட்சிமொழி;** official language. *இலங்கையில் அரசகரும மொழியாகத் தமிழ் உள்ளது./ அரசகரும மொழித் திணைக்களத்தில்தான் அவன் வேலை செய்கிறான்.*

அரச துறை பெ. (இலங்.) **அரசின் கட்டுப்பாட்டில் இயங்கும் துறை;** government department. *அரச துறையைச் சேர்ந்தவர்களே தேர்தல் கடமைகளில் ஈடுபட முடியும்./ அரச துறையினருக்கு இன்று விடுமுறை நாள்.*

அரச படை பெ. (இலங்.) **அரசின் கட்டுப்பாட்டில் உள்ள ராணுவம், காவல்துறை போன்ற படைப் பிரிவு;** government forces such as army, police, etc., *அரச படைகள் வீதியில் சோதனையில் ஈடுபட்டனர்./ அரச படைகள் இருப்பதனால் இந்தப் பக்கம் மக்கள் நடமாட்டம் அதிகமாக இல்லை.*

அரசமரம் பெ. **கூரிய நீண்ட முனையும் அகன்ற அடிப்பகுதியும் உடைய இலைகளைக் கொண்டதும் உயரமாக வளரக்கூடியதுமான (ஆலமரத்தின் குடும்பத்தைச் சேர்ந்த) மரம்;** bo tree; peepul.

அரசல்புரசலாக வி.அ. (பே.வ.) (பேச்சைக் குறித்து வரும்போது) **அரைகுறை நிலையில்; முழுவிவரத்துடன் இல்லாமல்;** in a way one cannot specify; vaguely. *அவர்கள் சண்டையைப் பற்றி அரசல்புரசலாகக் கேள்விப்பட்டேன்./ இவர் அமைச்சர் ஆகலாம் என்று அரசல்புரசலாகப் பேசிக்கொள்கிறார்கள்.*

அரசவர்த்தமானி பெ. (இலங்.) **அரசிதழ்;** gazette. *அமைச்சரவைத் தீர்மானங்கள் அரசவர்த்தமானியில் பிரசுரிக்கப்பட்டுவிட்டன./ அரச ஊழியர்களின் சம்பளம் உயர்த்தப்பட்டுள்ளதாக அரசவர்த்தமானியில் அறிவிக்கப்பட்டுள்ளது.*

அரசவால் ஈப்பிடிப்பான் பெ. (பே.வ.) **வேதிவால் குருவி;** Indian paradise flycatcher.

அரசவைக் கவிஞர் பெ. **கவிஞர் ஒருவருக்கு அரசு தரும் கௌரவப் பட்டம்;** poet laureate. இந்த அரசு இன்னும் அரசவைக் கவிஞரை நியமிக்கவில்லை.

அரசன் பெ. **(பெரும்பாலும்) பரம்பரை உரிமையால் ஒரு நாட்டை ஆள்பவன்;** (hereditary) king.

அரசாங்கம் பெ. காண்க: **அரசு[1].**

அரசாட்சி பெ. **அரசனுடைய ஆளுகை; அரசன் நடத்தும் நிர்வாகம்;** rule or reign of a king.

அரசாணிக்கால் பெ. *(ஊரக வ.)* **(திருமணச் சடங்கின் போது மணமேடைக்கு முன்பாகச் சாத்திவைக்கும்) மஞ்சள் பூசி, மாவிலை, சிறிய சிவப்புத் துணி ஆகியவற்றை ஒன்றாகச் சேர்த்துக் கட்டிய பூவரசு, ஒதியன் கிளைகளால் ஆன கால்;** a branch each of பூவரசு or ஒதியன் tree smeared with turmeric paste and adorned with mango leaves and a piece of red cloth tied to them and planted in front of the wedding place at wedding ceremony.

அரசாணிப்பானை பெ. *(மண்.)* **திருமண மேடையில் வண்ணம் பூசி (சுண்ணாம்பு பூசிச் செங்காவியால் எழுதப்பட்ட) மணையில் கலவடையின் மேல் அடுக்கி வைக்கும் பானை, சிறிய தோண்டி, கலசம் ஆகியவற்றின் தொகுப்பு;** a column of three painted earthenware pots kept at one end of the wedding stage as part of the ritual.

அரசாள் வி. **(-ஆள, -ஆண்டு) (அரசன் நாட்டை) ஆட்சிபுரிதல்;** (of a king) rule.

அரசி பெ. **1: பரம்பரை உரிமையில் நாட்டை ஆளும் உரிமையைப் பெற்ற பெண்;** (hereditary) queen. **2: அரசனின் மனைவி அல்லது மகள்;** wife or daughter of a king.

அரசிதழ் பெ. **அரசின் முக்கிய அறிவிப்புகள் வெளியாகும் மத்திய அல்லது மாநில அரசின் அதிகாரபூர்வமான ஏடு;** gazette.

அரசியல் பெ. **1: அரசு, ஆட்சி, அதிகாரம் பற்றிய கோட்பாடுகள்;** politics. அரசியல் கோட்பாடுகளைப் பற்றிய நூல்கள். **2: ஆட்சிசெய்வது பற்றிய கட்சிகளின் கொள்கைகளும் செயல்பாடுகளும் /கட்சி விவகாரம்;** party politics. அவர் அரசியலிலிருந்து விலகலாம்./ அலுவலகத்தில் அரசியல் பேசாதீர்கள். **3: (ஒரு அமைப்பு, அணி போன்றவற்றில்) அதிகாரத்தைக் குறிவைத்துச் செயல்படும் போக்கு;** politics (as an activity concerned with acquisition of authority). இந்திய அணிக்குள் காணப்படும் அரசியல்தான் தோல்விக்குக் காரணம் என்று விமர்சகர்கள் கூறுகிறார்கள்./ 'பல்கலைக்கழக நிர்வாகத்தின் அரசியலைக் கணக்கில் கொண்டுதான் நாம் செயல்முறைகளை வகுக்க வேண்டும்' என்றார் பேராசிரியர்.

அரசியல் கைதி பெ. **அரசியல் போராட்டங்களில் ஈடுபட்டுக் கைதுசெய்யப்பட்ட நபர்;** political prisoner.

அரசியல் சட்டம் பெ. **அரசின் அமைப்பு, குடிமக்களின் உரிமை, அரசின் கடமை, அதிகாரம் முதலியவற்றை வரையறுக்கும் அடிப்படைச் சட்டம்;** constitution (of a country).

அரசியல் சாசன நிர்ணய சபை பெ. **நாட்டின் அரசியல் சாசனத்தை உருவாக்கத் தேர்ந்தெடுக்கப்பட்ட குழு; மன்றம்;** constituent assembly.

அரசியல் சாசனம் பெ. காண்க: **அரசியல் சட்டம்.**

அரசியல் நோக்கர் பெ. **(பெரும்பாலும் பன்மையில்) நாட்டின் அரசியல் நிகழ்வுகளைக் கூர்ந்து கவனித்துக் கருத்துக் கூறுபவர்;** political observer. பலமான கூட்டணி அமைக்காததே ஆளுங்கட்சியின் தோல்விக்கு முக்கியக் காரணம் என்று அரசியல் நோக்கர்கள் கருதுகின்றனர்.

அரசியல் பண்ணு வி. **(பண்ண, பண்ணி) ஒரு குழுவில் தனக்கோ தன்னைச் சார்ந்தவர்களுக்கோ அதிகாரம் கிடைப்பதற்காகச் செயல்படுதல்;** play politics. ஒழுங்காக வேலை செய்வதை விட்டுவிட்டுத் தொழிற்சாலையில் அரசியல் பண்ணிக்கொண்டிருக்காதே!

அரசியல் யாப்பு பெ. *(இலங்.)* **அரசியல் சட்டம்;** constitution (of a country).

அரசியல்வாதி பெ. **(ஒரு கட்சியின் சார்பாகச் செயல்பட்டு, தேர்தலில் நிற்றல், உறுப்பினராகி உள்ளாட்சி அமைப்பு, சட்டசபை அல்லது நாடாளுமன்றத்துக்குச் செல்லுதல், அதிகாரத்தில் பங்குபெறுதல் போன்ற நோக்கங்களோடு) அரசியலில் தன்னை முழுநேரமும் ஈடுபடுத்திக்கொண்டவர்;** politician.

அரசியலாக்கு வி. **(அரசியலாக்க, அரசியலாக்கி) சாதாரணப் பிரச்சினையை அரசியல் தொடர்பானதாக ஆக்குதல்;** politicise. இந்தப் பால் கலப்படப் பிரச்சினையை அரசியலாக்காதீர்கள் என்று அமைச்சர் கேட்டுக்கொண்டார்./ அரசியல் கட்சிகள் மாணவர்களிடையே நடந்த மோதலை அரசியலாக்கிவிட்டு வேடிக்கைபார்க்கின்றன./ பூகம்ப நிவாரணப் பணிகளை அரசியலாக்காதீர்கள் என்று முதலமைச்சர் வேண்டுகோள் விடுத்தார்.

அரசிலை பெ. *(வ.வ.)* காண்க: **அரைமூடி.**

அரசிலைப் பஞ்சாயுதம் பெ. *(இலங்.)* **(பெரும்பாலும் குழந்தைகள் சங்கிலியில் கோத்து அணியும்) சங்கு, சக்கரம், கதை, கத்தி, வில் ஆகிய ஐந்து உருவங்கள் பொறித்த அரச இலை வடிவப் பதக்கம்;** leaf-shaped pendant on which சங்கு, சக்கரம், கதை, கத்தி, வில் are engraved, worn by children. பிள்ளைக்கு அரசிலைப் பஞ்சாயுதம் செய்து அரைஞாணில் கோத்துப் போட்டுள்ளோம்.

அரசிளங்குமரன் பெ. *(அ.வ.)* **ராஜகுமாரன்;** (young) prince.

அரசிளங்குமரி பெ. *(அ.வ.)* **ராஜகுமாரி;** (young) princess.

அரசு[1] பெ. **1: ஒரு நாட்டை அல்லது மாநிலத்தை நிர்வகிக்கும் (அதிகாரங்கள் வரையறுக்கப்பட்ட) அமைப்பு;** government. குடும்பக்கட்டுப்பாடுபற்றி அரசின் பிரச்சாரம் பயன் அளித்துள்ளது. **2: அரசனின் அல்லது அரசியின் ஆட்சி/ஜனநாயக முறையில் ஒரு கட்சி நடத்தும் ஆட்சி;** rule or reign (of a king or queen)/rule (by a party in a democracy). நீண்ட காலம் அரசுபுரிந்தவர்./ இந்த அரசு தொழில் வளர்ச்சியில் ஆர்வம் காட்டும். **3: ஒரு துறையில் 'இணையற்றவர்' என்ற பொருளில் வழங்கும் பட்டம்;** one considered to be the best person in the field mentioned. கவியரசு/ இசையரசு.

அரசு[2] பெ. **அரசமரம்;** bo tree; peepul tree. கோயிலைச் சுற்றி ஆல், அரசு போன்ற மரங்கள் காணப்பட்டன.

அரசுடமை பெ. **அரசின் உடைமையாக இருப்பது;** nationalized property. அரசுடமை வங்கி.

அரசுடமை ஆக்கு வி. (ஆக்க, ஆக்கி) **தனியாரால் தொடங்கப்பட்ட ஒரு தொழிலை அல்லது நிறுவனத்தை அரசு தன் உரிமையாக ஆக்கிக்கொள்ளுதல்;** nationalize. 1969ஆம் ஆண்டு பல தனியார் வங்கிகள் அரசுடமை ஆக்கப்பட்டன.

அரசுத் தலைமை வழக்கறிஞர் பெ. (சட்டம்) **மாநில, மைய அரசுகளின் சார்பில் வழக்குகளை நடத்த (அரசியல் சட்டத்தின் கீழ்) அரசு நியமிக்கும் வழக்கறிஞர்;** Advocate-General (in India at state level); Attorney-General (in India at national level).

அரசுத்துறை பெ. **அரசின் முதலீட்டில் சுயமாக இயங்கும் தொழில்களைக் கொண்ட துறை;** public sector.

அரசு மரியாதை பெ. 1: **(பொதுவாழ்வில் முக்கியத்துவம் பெற்ற தலைவர்கள், பிரமுகர்கள் போன்றவர்களின் இறுதிச் சடங்கின் போது) காவல்துறையினர் அணி வகுத்து அரசு சார்பில் செலுத்தும் அஞ்சலி;** state honours. மறைந்த அமைச்சரின் சடலம் அரசு மரியாதையுடன் எரியூட்டப்பட்டது./ நடிகர் சிவாஜி கணேசனின் உடல் அரசு மரியாதையுடன் தகனம் செய்யப்பட்டது. 2: **முதல்வர் போன்றவர்கள் முக்கிய நிகழ்ச்சிகளுக்கு வருகைதரும் போது மாநிலக் காவல்துறை அணிவகுத்துச் செலுத்தும் மரியாதை;** guard of honour. சுதந்திர தினத்தன்று கொடியேற்ற வந்த முதல்வர் அரசு மரியாதையை ஏற்றார்.

அரசுமுறை பெ.அ. **அரசு அதிகாரபூர்வமாக மேற்கொள்ளும் அல்லது ஏற்பாடு செய்யும்;** state; official. பிரதமர் அரசுமுறைப் பயணமாகத் தென் அமெரிக்க நாடுகளுக்குச் செல்கிறார்./ இந்தியாவுக்கு வந்திருக்கும் ஜெர்மன் அதிபருக்கு அரசுமுறை விருந்து அளிக்கப்பட்டது.

அரசுரிமை பெ. **(முடியாட்சியில்) நாட்டை ஆளுகிற உரிமை;** (in a monarchy) the right to be the sovereign; the right of succession to the throne. ஆஸ்திரிய அரசுரிமைப் போர்.

அரசு வழக்கறிஞர் பெ. **அரசுத் தரப்பில் வழக்கை நடத்தும் வழக்கறிஞர்;** public prosecutor; (in India) government pleader.

அரசு விடுமுறை பெ. **சனிக்கிழமை, ஞாயிற்றுக்கிழமை மற்றும் அரசு அலுவலகங்கள் வேலை செய்யாது என்று அரசு அறிவித்திருக்கும் நாட்களில் ஏதேனும் ஒன்று;** holiday declared by government in addition to Sundays and Saturdays.

அரசோச்சு வி. (அரசோச்ச, அரசோச்சி) (உ.வ.) **அரசாளுதல்;** rule; reign.

அரட்டு[1] வி. (அரட்ட, அரட்டி) 1: **பிறரைப் பயமுறுத்தும் விதத்தில் சத்தமாகப் பேசுதல்;** frighten. குழந்தையை ஏன் அரட்டுகிறாய்? 2: (இலங்.) **(வளவளவென்று) பேசுதல்; தேவைக்கு அதிகமாகப் பேசுதல்;** talk (unendingly or ad nauseam). அவர் எப்போதும் நெடுக அரட்டிக் கொண்டேயிருப்பார்./ அந்தப் பொடியன் எந்த நேரமும் அரட்டிக்கொண்டேயிருப்பான். 3: (இலங்.) **(ஒருவரைப் போகுமாறு) விரட்டுதல்;** drive away. சும்மா கதைத்துக் கொண்டிருக்காமல், அவளை அரட்டிவிடு.

அரட்டு[2] வி. (அரட்ட, அரட்டி) (இலங்.) **(தூங்கிக் கொண்டிருப்பவரை) விழிக்கச் செய்தல்; எழுப்புதல்;** wake (s.o.) up. அவனைத் தூக்கத்திலிருந்து அரட்டிவிடு./ இரவு ஒருவரையும் அரட்டிவிடாமல் அவன் வெளியே எழுந்து போனான்./ விடிந்து இவ்வளவு நேரமாகியும் தூங்குகிறானா? அவனை அரட்டிவிடு.

அரட்டை பெ. **பொழுதுபோக்க மற்றவருடன் (நேரிலோ இணையம் மூலமோ) பேசும் பேச்சு;** chat. கல்யாண வீட்டில் இரவு முழுவதும் சரியான அரட்டை./ இப்போதெல்லாம் இணையத்தின் வாயிலாக அரட்டை அடிப்பது அதிகமாகிக்கொண்டுவருகிறது.

அரண் பெ. **(பாதுகாப்பிற்குப் பயன்படும்) மதில், தடுப்பு போன்ற அமைப்பு;** fortifications; defences. காடு, மலை, ஆறு போன்று நாட்டுக்கு இயற்கையாக அமைந்த அரண்./ நீதியைக் காத்து நிற்கும் அரண்களாக நீதிமன்றங்கள் உள்ளன என்ற நம்பிக்கையை மக்களிடையே உருவாக்க வேண்டும்./ (உரு வ.) இந்திய அணியின் தடுப்பு அரண் வலுவற்று இருந்ததே எதிரணி எளிதாக கோல் போட வழி வகுத்தது.

அரண்செய் வி. (-செய்ய, -செய்து) (உ.வ.) **(குறிப்பிட்ட கருத்துக்கு) வலுசேர்த்தல்;** strengthen (an argument, etc.,); reinforce. கூத்துவழி வழிபாடே பழந்தமிழரின் மூல வழிபாட்டு முறை என்பதை அரண்செய்யும் பல கருத்துகள் தமிழ் இலக்கியத்தில் உண்டு.

அரண்மனை பெ. **(ஆட்சி செய்யும்) அரசன் அல்லது அரசி வசிக்கும் மாளிகை;** palace. [(தொ.சொ.) குடிசை/ பங்களா/ மாளிகை/ வீடு]

அரணிக்கட்டை பெ. **ஒன்றோடொன்று உரசி அல்லது கடைந்து தீ மூட்டப் பயன்படும் வன்னி அல்லது அரசமரக் கட்டை;** pipal or mesquit wood used to kindle fire.

அரணை[1] பெ. **பழுப்பும் கரும் பச்சையும் கலந்த நிறத்தில் பளபளப்பான உடலைக் கொண்ட, பல்லி இனத்தைச் சேர்ந்த பிராணி;** skink. சில வகையான அரணைகளுக்குக் கால்கள் கிடையாது./ அரணை ஒரு விஷமற்ற பிராணி.

அரணை[2] பெ. (இலங்.) **(கணிதத்தில்) வகுத்தல் குறி;** (in arithmetic) sign of division. பத்து அரணை இரண்டு சமன் ஐந்து.

அரணை புத்தி பெ. (பே.வ.) **செய்ய நினைத்தது சட்டென்று மறந்துவிடும் தன்மை;** scatterbrain. உனக்கு அரணை புத்தி. இப்போதுதான் பையை எடுத்து மேலே வைத்தாய். அதற்குள் அதைத் தேடுகிறாய்.

அரணையன் பெ. (இலங்.) **நினைவுத்திறன் குறைவாக உள்ள ஆண்;** (of males) absent-minded person. இந்த அரணையனிடம் ஒரு முக்கியமான தகவலைச் சொல்லி செய்விக்க முடியுமென்று நினைத்தாயோ?

அரத்தாள் பெ. (இலங்.) **உப்புத்தாள்;** sandpaper; emery board. அவன் கம்பியில் பிடித்திருந்த துருவை அரத்தாளால் உரஞ்சி அகற்றினான்./ நீ அரத்தாள் கொண்டு தேய்த்தால்தான் சுவரில் உள்ள பழைய சுண்ணாம்பு போகும்.

அரதப்பழசு பெ. (பே.வ.) (-ஆன) **நெடுங்காலமாக அல்லது தொடர்ந்து பயன்படுத்திவந்ததால்**

அரப்பு 54

பழையதாகிப்போனது; sth. that is worn out owing to constant use. *அந்த அரதப்பழசான சட்டையையா கல்யாணத்திற்குப் போட்டுக்கொண்டு வரப்போகிறாய்?/ இந்த வீட்டில் இருக்கும் நாற்காலிகள் எல்லாம் அரதப் பழசு./ அரதப்பழசான கருத்துகளை உதறிவிட்டுப் புதிதாக ஏதாவது சிந்திக்கக் கூடாதா?*

அரப்பு பெ. **1: இலுப்பைக் கொட்டையை அரைத்து எண்ணெய் எடுத்த பின் எஞ்சும் பிண்ணாக்கு;** oil-cake obtained after extracting oil from இலுப்பை. **2: (எண்ணெய்ப் பிசுக்கைப் போக்குவதற்குப் பயன்படுத்தும்) இலுப்பைப் பிண்ணாக்கை அவித்துக் காய வைத்து, அரைத்துப் பெறும் தூள்;** powdered oil cake of இலுப்பை, that is soaked, steamed and dried.

அரபி இலக்கம் பெ. காண்க: **அரபி எண்.**

அரபி எண் பெ. **0, 1, 2, 3 போன்ற குறியீடுகளைக் கொண்ட எண்முறை;** Arabic numeral.

அரம் பெ. **(இரும்பை அராவுவதற்குப் பயன்படுத்தும்) முப்பட்டை முதலான வடிவங்களில் நெருக்கமான கோடுகளைக் கொண்ட, இரும்பால் ஆன சிறு கருவி;** file.

அரம்பையர் பெ. **(புராணத்தில்) தேவலோகப் பெண்கள்;** heavenly nymphs; celestial damsels.

அரவணை வி. *(அரவணைக்க, அரவணைத்து)* **(ஆதரவோடு) அணைத்தல்;** take (s.o.) in one's arms (with affection, protection); hug. *வழி தவறிய ஆட்டுக் குட்டியை அரவணைத்துக்கொண்டிருக்கும் இயேசுவின் படம்./ (உரு வ.) இன்றைய கச்சேரியில் இரு சகோதரர்களும் ஒருவரையொருவர் அரவணைத்துப் பாடியது மிகவும் சிறப்பாக இருந்தது.*

அரவணைத்துக் கொண்டுபோ வி. *(-போக, -போய்)* **அன்பும் பரிவும் காட்டி நடத்துதல்;** carry on by being tolerant and willing to make concessions. *எல்லோரையும் அரவணைத்துக் கொண்டுபோனால்தான் இந்தச் சங்கம் நடக்கும்.*

அரவணைப்பு பெ. **பாதுகாப்பு; ஆதரவு;** protection; support. *தந்தை இறந்துவிட்டதால் தாயின் அரவணைப்பிலேயே வளர்ந்தவன்./ எவருடைய அரவணைப்புமின்றி இருக்கிற நோயாளிகளுக்கு அமைதியும் ஆறுதலும் அளிக்கவே அந்த இல்லத்தை அன்னை தெரசா தோற்றுவித்தார்./ அரசின் முழு அரவணைப்பு இருந்திருந்தால் நாட்டார் கலைகள் பல பிழைத்திருக்கும்.*

அரவம்[1] பெ. **(ஆள், விலங்கு நடமாட்டத்தால் ஏற்படும்) சத்தம்; ஒலி;** noise (made by the movement of human beings, animals). *ஆள் அரவம் இல்லாத வீடு.*

அரவம்[2] பெ. *(அ.வ.)* **பாம்பு;** snake. *அரவம் தீண்டி மரணம் சம்பவித்தது.*

அரவானி பெ. *(திருநர் வ.)* **திருநங்கை;** transperson.

அரவு பெ. *(இலங்.)* **(தமிழில்) துணை எழுத்தான கால்;** grapheme used to represent the vowel ‘ஆ’ in a consonant-vowel. *‘ககம்’ என்று எழுதியதற்குப் பிழைபோட்ட ஆசிரியர் அருகில் ‘காகம்’ என்று அரவு சேர்த்து எழுதியும் காட்டினார்.*

அரவை பெ. **அரிசி, கோதுமை போன்றவற்றை மாவாகவோ மிளகாய், தனியா போன்றவற்றைப் பொடியாகவோ அல்லது நெல்லை அரிசியாகும்படியோ அரைக்கும் செயல்;** milling (rice, dry chillies, etc.,) or husking (paddy).

அரள் வி. *(அரள, அரண்டு)* **(பீதி தரும் நிகழ்ச்சியால்) மிரட்சி அடைதல்; திகில் அடைதல்;** be scared; be frightened (of an event). *கொள்ளை, கொலை, திருட்டு பற்றிய செய்திகளைப் படித்து அவள் அரண்டுபோயிருந்தாள்./ அரண்டவன் கண்ணுக்கு இருண்டது எல்லாம் பேய்.*

அரளி பெ. **(வழிபாட்டுக்குப் பயன்படும்) கருஞ்சிவப்பு, இளஞ்சிவப்பு, மஞ்சள், வெள்ளை போன்ற நிறங்களில் பூக்கும் பூ/மேற்குறித்த பூவைத் தரும், குறுகிய நீண்ட இலைகளை உடைய செடி;** oleander (the flower and the plant). *அரளி விதைக்கு விஷத்தன்மை உண்டு.*

அரளைபெய் வி. *(-பெய்ய, -பெய்து) (இலங்.)* **புத்தி பேதலித்தல்;** become insane.

அரற்று வி. *(அரற்ற, அரற்றி)* **1: (துக்கம் தாங்காமல்) புலம்பி அழுதல்;** cry out in grief. *அம்மா இறந்த துக்கத்தால் அரற்றியவண்ணம் இருந்தான்.* [*(தொ.சொ.)* **பிதற்று/ புலம்பு/ பொருமு/ வருந்து**] **2: (மனக்குறைகளைக் கூறி) வருத்தப்படுதல்;** lament. *ஆண்டவன் முன் தன் குறைகளைச் சொல்லி அரற்றிய பிறகுதான் அவளது மனம் ஓரளவு ஆறுதல் அடைந்தது.* **3: (வலியால்) முனகுதல்; (தூக்கம், காய்ச்சல் முதலிய நிலைகளில்) உளறுதல்;** groan (with pain); babble (during sleep, high fever, etc.,).

அராவு வி. *(அராவ, அராவி)* **ஒரு பரப்பை வழவழப்பாக்க அல்லது கூராக்க அரத்தால் தேய்த்தல்;** file; file away. *அராவிவிட்ட பிறகும் கைப்பிடி கையைக் குத்துகிறது.*

அராஜகம் பெ. **1: (அதிகார அமைப்பைக் குலைத்து) யார் வேண்டுமானாலும் அதிகாரம் செலுத்தும் நிலை;** anarchy; lawlessness. *உள்நாட்டுக் குழப்பத்தால் நாட்டில் அராஜகம் தலைவிரித்தாடுகிறது.* **2: அதிகாரத்தைக் கையில் எடுத்துக்கொண்டு நியாயமற்ற முறையில் செயல்படும் போக்கு;** anarchy; unruliness. *வீட்டில் என் தம்பி பண்ணும் அராஜகம் தாங்க முடியவில்லை.* [*(தொ.சொ.)* **அக்கிரமம்/ அட்டகாசம்/ அட்டூழியம்/ அதர்மம்/ அநியாயம்/ அநீதி**]

அரி[1] வி. *(அரிய, அரிந்து)* **1: (காய்கறி, பழம் போன்றவற்றை) சிறுசிறு துண்டுகளாக நறுக்குதல்;** cut vegetables or fruits into pieces; chop up; dice. *அரிந்து வைத்திருந்த மாம்பழத் துண்டுகளை வாயில் போட்டுக்கொண்டான்./ கீரையை ஆய்ந்து அரிந்து வை.* [*(தொ.சொ.)* **அறு/ உடை/ ஒடி/ கிழி/ துண்டி/ நறுக்கு/ பிடு/ பிள/ முறி/ வெட்டு**] **2:** *(இலங்.)* **(மரம்) வெட்டுதல்; அறுத்தல்;** cut down (a tree). *கள்ள மரம் அரிந்து விற்றுதான் காசு சேர்த்தார்./ வீடு கட்ட என்று சொல்லி பத்துப் பதினைந்து மரங்கள் அரிந்து கொண்டுவந்தார்./ அவர் எப்போதும் ஆள் வைத்துதான் மரம் அரிவார்.* **3:** *(இலங்.)* **(செங்கல், ஓடு போன்றவற்றை) அறுத்தல்;** make (bricks, tiles, etc.,). *ஒழுங்கான அச்சுக்கட்டையைக் கொண்டுவந்து கல்லை அரி.*

அரி[2] வி. *(அரிக்க, அரித்து)* **1: (புழு, கறையான் முதலியன) சிறிதுசிறிதாகக் கடித்து அல்லது குடைந்து சேதப்படுத்துதல்;** (of worms, ants, etc.,) eat away; gnaw away. *புழு*

55 அரிப்பான்

அரித்த கத்தரிக்காய்./ இரும்பைக் கறையான் அரிக்குமா? **2: (நீர், காற்று, அமிலம் முதலியன ஒரு பொருளைச் சிறிதுசிறிதாக) கரையும்படி செய்தல்;** (of flood, acid, etc.,) erode; corrode. மழைநீர் கரையை அரிக்காமல் மரங்களின் வேர்கள் தடுக்கின்றன./ பாறைகளைக்கூடக் கடல் அரித்து விடுகிறது. **3: (கவலை, துக்கம்) வருத்துதல்;** (of worry) gnaw at (one's heart). பணக் கவலை மனத்தை அரித்துக் கொண்டிருந்தது. **4: (ஒன்றைக் கேட்டு) விடாமல் தொல்லை தருதல்;** pester. கடன் கேட்டு அரிக்கிறான். **5: (தானியங்களை நீரில் போட்டு) களைதல்;** separate (stones, sand, etc., from the grain using water). **6: (சல்லடை, முறம் போன்றவற்றைப் பயன்படுத்தி) பிரித்தல்; தனித்து எடுத்தல்;** sift out (using a winnowing pan, sieve, etc.,). இந்த அரிசியைக் கொஞ்சம் அரித்துக் கொடு./ (உரு வ.) ஆற்றை அரித்துப் பார்த்துவிட்டோம். ஆள் அகப்படவில்லை. **7:** (ஊரக வ.) **(வைக்கோல், சருகு போன்றவற்றைக் கையால்) கூட்டி ஒன்றுசேர்த்தல்;** gather; collect (hay, dry leaves, etc., using one's hands). இந்தப் பெண்கள் நாள் முழுவதும் சவுக்குத் தோப்பில் செத்தை அரிக்கிறார்கள்.

அரி[3] வி. (அரிக்க, அரித்து) **சொறியத் தூண்டும் உணர்வு உண்டாதல்; நமைச்சல் ஏற்படுதல்;** itch. கம்பளிச் சட்டை போட்டால் உடம்பெல்லாம் அரிக்கத் தொடங்கிவிடுகிறது.

அரி[4] பெ. (ஊரக வ.) **(அறுவடையின்போது) மூன்று அல்லது நான்கு பிடி அறுத்துச் சேர்த்து வயலில் பத்தியாகப் போட்டிருக்கும் நெற்கதிர்;** sheaf of corn stalks (of paddy) left in rows in the field after reaping. அரிஅரியாகப் போட்டிருந்த நெற்கதிர்களைக் கட்டாகக் கட்டிக் களத்துக்குக் கொண்டுவந்தார்கள்.

அரிக்கன்[1] பெ. (இலங்.) காண்க: **அரிக்கன் சட்டி.**

அரிக்கன்[2] பெ. (இலங்.) **குள்ளம்;** being dwarfish; dwarf. அவளின் மகன் ஏன் இப்படி அரிக்கனாக இருக்கிறான்?/ அரிக்கன் ஆடு நிறைய பால் தரும்.

அரிக்கன் சட்டி பெ. **(அரிசி போன்ற தானியங்களைக் களையப் பயன்படுத்தும்) மண், உலோகம் போன்றவற்றால் ஆன பாத்திரம்;** small earthenware or brass vessel (used to sift rice, etc.,).

அரிக்கன்(விளக்கு) பெ. **காற்றால் சுடர் அணைந்து விடாதபடி கண்ணாடிக் கூண்டு பொருத்தப்பட்ட, கைப்பிடியுடன் கூடிய மண்ணெண்ணெய் விளக்கு;** hurricane lamp.

அரிக்கன்(விளக்கு)

அரிக்காய்ச்சல் பெ. (ஊரக வ.) **நெல் அரிகளை அறுவடையான அன்றே கட்டிக் களத்துக்குக் கொண்டு போகாமல் வெயிலில் காயுமாறு வயலில் ஒரு நாள் காயப்போடும் முறை;** the practice of leaving harvested paddy sheaves in the field to dry for a day instead of gathering them on the day of harvest itself. கொஞ்சம் ஈரமாக இருப்பதால் கதிர்களை அரிக்காய்ச்சல் போட வேண்டும்.

அரிச்சந்திரன் பெ. **(புராணத்தில்) எப்போதும் உண்மையே பேசிய அரசன்;** (in mythology) a king who always spoke the truth.

அரிச்சுவடி பெ. **1: எழுத்துகளையும் சில சொற்களையும் எண்களையும் கொண்ட ஆரம்பப் பாடநூல்;** a primer. **2: ஒரு துறையில் ஒருவர் அடிப்படையாகத் தெரிந்து கொள்ள வேண்டியது; பாலபாடம்;** first lesson. அவனுக்கு அரசியலின் அரிச்சுவடிகூடத் தெரியாது.

அரிசி பெ. **1: (உணவாகப் பயன்படும், உமி நீக்கப்பட்ட) நெல்லின் மணி;** grain of rice. **2: (புல் குடும்பத்தைச் சேர்ந்த சில தாவரங்களிலிருந்து கிடைக்கும்) தானிய மணி;** the grain of certain grasses. மூங்கிலரிசி/ புல்லரிசி/ வரகரிசி.

அரிசிக்குறுனல் பெ. (இலங்.) **அரிசி நொய்; அரிசிக் குறுணை;** broken rice.

அரிசிக் கூண்டு பெ. (ஊரக வ.) **(அரிசியை இருப்பு வைத்துக்கொள்ள உதவும்) மண்ணால் ஆன உயரமான கொள்கலன்;** deep earthenware container for storing rice. எங்கள் வீட்டு அரிசிக் கூண்டில் எப்போதும் பத்து மரக்கால் அரிசியாவது இருக்கும்./ அரிசிக் கூண்டில் ஏதாவது இருக்கிறதா என்று பார்.

அரிசி மிட்டாய் பெ. **சீரகத்தை உள்ளீடாகக் கொண்டு, பல வண்ணங்களில் தயாரிக்கப்படும் மிட்டாய் வகை;** confectionery item prepared with a cumin seed inside.

அரிதட்டு பெ. (இலங்.) **சல்லடை;** fine sieve (to sift flour, grains, etc.,). மிளகாய்த்தூள் அரித்ததால் அரிதட்டைக் கழுவிவை./ மாவு அரிக்க அரிதட்டு கொடு.

அரிதாரம் பெ. **(நாடகக் கலைஞர் போன்றோர்) செய்து கொள்ளும் ஒப்பனை/அந்த ஒப்பனைக்குப் பயன் படுத்தும் ஒரு வகைப் பொடி;** (stage) makeup/cosmetic powder used by artistes. கூத்து முடிந்ததும் அரிதாரத்தைக் கலைத்துக்கொண்டார்./ ஒப்பனைக்காகச் செந்தூரம், அரிதாரம், கரிப்பொடி, காக்கைப்பொன் போன்றவை பயன் படுத்தப்படுகின்றன.

அரிது பெ. (-ஆக, -ஆன) **1: எப்போதாவது ஒரு முறை காணக் கூடியது அல்லது நிகழக் கூடியது; அபூர்வம்;** that which is unusual; a rarity. வால் நட்சத்திரம் அரிதாகத் தோன்றும்./ அவரை வீட்டில் பார்ப்பது அரிது. **2: வாய்ப்புக் குறைவு;** being unlikely. பட்டதாரிகளுக்கு வேலை கிடைப்பது அரிதாக இருக்கிறது./ இந்தக் காட்சிகளைத் தவறவிட்டால் பின்னர் பார்ப்பது அரிது.

அரிப்பான் பெ. (இலங்.) **(மாவு, தானியம் முதலியவற்றைச் சலிக்கும்) சல்லடை;** fine sieve. மாவை அரிப்பானில் போட்டு அரித்து எடு./ உரலில் இடித்த கோப்பித் தூளை அரிப்பானில் அரித்தால் நல்லது.

அரிப்பு[1] பெ. **அரிக்கப்படுவதால் ஏற்படும் சேதம்; சிதைவு;** erosion; corrosion. கடல் அரிப்பைத் தடுக்க முயற்சி மேற்கொள்ளப்படுகிறது./ கறையான் அரிப்பைத் தடுக்க மருந்து.

அரிப்பு[2] பெ. 1: **(உடம்பில் ஏற்படும்) நமைச்சல்;** itch. பூச்சிக் கடியால் உடல் முழுவதும் அரிப்பு ஏற்பட்டுவிட்டது. [(தொ.சொ.) **ஊரல்/ எரிச்சல்/ தினவு/ நமைச்சல்**] 2: **விடாத தொல்லை;** pestering. அவனுடைய அரிப்பைத் தாங்க முடியாமல் பணம் கொடுத்துவிட்டேன்.

அரிப்புக் கூடை பெ. **கீரை போன்றவற்றை அலச அல்லது தானியத்திலிருந்து சேறு முதலியவற்றை நீக்கப் பயன்படுத்தும் ஒரு வகைச் சிறிய கூடை;** kind of small basket used for sifting.

அரிபோடு வி. (-போட, -போட்டு) (ஊரக வ.) **(கை கொள்ளும் அளவுக்கு அறுக்கப்பட்ட நெற்கதிர்களில்) இரண்டு அல்லது மூன்று தொகுப்புகள் சேர்த்தும் வயலில் போடுதல்;** leave the paddy in rows of sheaves of two or three handfuls each in the field after cutting. வயலில் அறுத்து அரிபோட்டிருக்கிறது, நாளைக்குத்தான் கட்டிக் களத்துக்குக் கொண்டுபோக வேண்டும்.

அரிய பெ.அ. 1: **அபூர்வமான;** rare. அரிய வாய்ப்பை நழுவ விடாதே! 2: **மதிப்புடைய; சிறந்த;** precious; valuable. வேலைப்பாடு நிறைந்த அரிய சிற்பங்கள். 3: **(இதுவரை) தெரியவராத/ பலரும் அறியாத;** rare (because previously unknown). நாகசுர வித்வானிடம் அந்த வாத்தியம் பற்றிய அரிய தகவல்களைக் கேட்டறிந்தோம்.

அரியண்டம்[1] பெ. (இலங்.) **தொல்லை;** pestering. உன் அரியண்டத்தைத் தாங்க முடியவில்லை./ அவனுக்குப் பிள்ளைகளால் எந்த நாளும் அரியண்டம்தான்.

அரியண்டம்[2] பெ. (-ஆக) (இலங்.) **அசிங்கம்; அருவருப்பானது;** disgust. இந்த நாவல் வாசிக்க முடியாத அளவுக்கு அரியண்டமாக இருக்கிறது./ மழை பெய்து ஒழுங்கை சேறும்சுரியுமாய் இருப்பதால் நடக்க அரியண்டமாய் இருக்கிறது.

அரியணை பெ. 1: **(அவையில்) அரசன் அல்லது அரசி அமரும் அலங்கார இருக்கை;** throne. 2: **அரசாட்சி;** royal authority; sovereign power. தளபதி அரியணையைக் கைப்பற்றி அரசனை நாடுகடத்திய கதை.

அரியதரம் பெ. (இலங்.) **சர்க்கரை சேர்த்த அரிசிமாவில் தேங்காய்ப் பால் ஊற்றிப் பிசைந்து எண்ணெயில் சுட்டுத் தயாரிக்கும் ஒரு வகை இனிப்புப் பண்டம்;** dish made of rice flour, coconut milk and sugar.

அரியாசனம் பெ. (உ.வ.) காண்க: **அரியணை.**

அரிவரி பெ. (இலங்.) **(முதல் வகுப்புக்கு முன் உள்ள குழந்தைகளுக்கான) ஆரம்ப வகுப்பு;** preschool; kindergarten. பையன் இப்போதுதான் அரிவரி படிக்கிறான்.

அரிவாள் பெ. **(பெரும்பாலும் மரக் கைப்பிடியோடு) வளைவான வெட்டும் பரப்புடைய, எஃகினால் ஆன கருவி;** sickle.

அரிவாள்மணை பெ. **(காய்கறி முதலியன அரியப் பயன்படுத்தும்) 'உ' போன்று வளைந்த தகட்டைக் கொண்ட சமையல் அறைச் சாதனம்;** kitchen gadget with a curved blade fixed to a base and used for cutting vegetables, etc.,

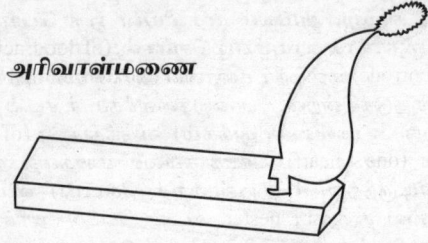

அரிவாள்மணை

அரிவாள்மூக்கன் பெ. **(தோற்றத்தில் கோழியைவிடப் பெரிதாக இருக்கும்) நீண்டு வளைந்த அரிவாள் போன்ற அலகு உடைய நீர்ப்பறவை;** ibis. இந்தியாவில் மூன்று வகை அரிவாள்மூக்கன்கள் உள்ளன.

அரிவிவெட்டு[1] வி. (-வெட்ட, -வெட்டி) (இலங்.) **கதிர் அறுத்தல்;** reap (the corn). நாளை அரிவிவெட்டலாம் என்று பார்க்கிறேன்./ மழை வரும்போல் இருக்கிறது, கெதியாக அரிவிவெட்டு.

அரிவிவெட்டு[2] பெ. (இலங்.) **அறுவடை;** harvesting. அரிவிவெட்டுக் காலத்தில் யார் கூப்பிட்டாலும் வேலைக்குப் போவான்./ உழுதல், விதைத்தல், பயிர்க் காவல், அரிவிவெட்டு எல்லாம் அவன் பொறுப்பில்தான் நடந்தன.

அரிஜனம் பெ. **(இந்து சமூகத்தில்) சாதி அமைப்பில் ஒடுக்கப்பட்டவர்களைக் குறிக்கும் பொதுப்பெயர்; தலித்;** general term to denote the oppressed people in the Hindu caste system.

அருக்காட்டு வி. (-காட்ட, -காட்டி) (இலங்.) **வேடிக்கை காட்டுதல்;** amuse.

அருக்குக்காட்டு வி. (-காட்ட, -காட்டி) (இலங்.) **பந்தா பண்ணுதல்;** be falsely decorous. எனக்கு பதில் சொல்லாமல் ரொம்ப அருக்குக்காட்டிக்கொண்டிருக்கிறான்./ உதவி கேட்டுப் போனால் ரொம்ப அருக்குக்காட்டுவான்./ இல்லையென்றால் இல்லை என்று சொல்வதை விட்டுவிட்டு, ஏன் அருக்குக்காட்டுகிறாய்?

அருகதை பெ. **தகுதி; யோக்கியதை;** competence; fitness. அவரைக் குறைகூற உனக்கு அருகதை இல்லை.

அருகம்புல் பெ. **பூஜைக்கும் மருந்துக்கும் பயன்படும், படர்ந்து வளரும் ஒரு வகைப் புல்;** a kind of grass (used in worship and as a herb).

அருகமைப் பள்ளி பெ. (பு.வ.) **(பள்ளி மாணவர்கள்) வசிக்கும் இடத்துக்கு மிக அருகில் உள்ள பள்ளிக் கூடம்;** a school in one's neighbourhood. அருகமைப் பள்ளியில் இடம் கிடைத்தால், குழந்தைகள் பேருந்து பிடித்துப் பயணம் செய்யும் தேவை இருக்காது அல்லவா?

அருகரிசி பெ. (இலங்.) **திருமணச் சடங்கின்போது உற்றாரும் உறவினரும் மணமக்கள்மேல் தூவும் அருகம் புல் கலந்த அட்சதை;** raw rice mixed with turmeric and அருகம்புல், sprinkled on those to be blessed. சொந்தக்காரர்கள் எல்லோரும் வந்து அருகரிசி போட்டு மணமக்களை வாழ்த்துங்கள்!

அருகன் பெ. **(சமண மதத்தில்) உலக ஆசைகளிலிருந்தும், பந்தங்களிலிருந்தும் விடுதலை அடைந்தவராகவும் வணங்குவதற்கு உரியவராகவும் இருப்பவர்;** Arhat.

அருகாமை பெ. சமீபம்; அண்மை; proximity; nearness. ஊருக்கு வெகு அருகாமையில் ஒரு சிற்றாறு ஓடுகிறது.

அருகால் பெ. (ஊரக வ.) நிலையின் வலது அல்லது இடது பக்க மரம்; door frame.

அருகு[1] வி. (அருக, அருகி) (உ.வ.) குறைதல்; become rare; dwindle. 'அங்கம்' என்ற சொல் 'உடல்' என்ற பொருளில் அருகி வழங்குகிறது./ சில வகை மரங்கள் சரியான பராமரிப்பு இல்லாமல் அருகிவிட்டன.

அருகு[2] பெ. (உ.வ.) அண்மை; பக்கம்; nearness; proximity. குடியிருப்புக்கு அருகில் கடைகள் உண்டு./ தாத்தாவின் அருகிருந்து கவனித்துக்கொள்ள யாரும் இல்லை./ அவர் அருகில் உட்கார்ந்திருப்பது யார்?/ புதிதாகக் கட்டப்பட்ட இரண்டு கடைகளும் அருகருகே அமைந்துள்ளன.

அருகு[3] பெ. காண்க: அருகம்புல்.

அருங்காட்சியகம் பெ. பண்பாட்டுக்கும் வரலாற்றுக்கும் சான்றாகும் பொருள்கள், அறிவியல் விளக்கப் பொருள்கள் முதலியவை காட்சிக்காக வைக்கப்பட்டிருக்கும் இடம்; museum. மாணவர்களுக்குக் கணிதத்தில் ஆர்வத்தை ஏற்படுத்தும் வகையில் ஜெர்மனியில் அருங்காட்சியகம் ஒன்று அமைக்கப்பட்டிருக்கிறது.

அருட்கவி பெ. (இலங்.) இறையருள் பெற்ற கவிஞர்; தெய்வ கடாட்சம் பெற்ற கவி; poet blessed with divine creative inspiration. கோயில் பிரபந்தங்களைப் பாடிய சிவசம்புப் புலவர் ஓர் அருட்கவி./ எங்கள் பண்டிதர் தெய்வ கடாட்சம் பெற்ற அருட்கவி என்பதால் நினைத்த மாத்திரத்தில் கவிதை பாடுவார்.

அருட்சகோதரர் பெ. (கிறித்.) இறைப் பணிக்காகத் தன்னை அர்ப்பணித்துக்கொண்ட குரு அல்லாத துறவி; reverend brother.

அருட்சகோதரி பெ. (கிறித்.) இறைப் பணிக்காகத் தன்னை அர்ப்பணித்துக்கொண்ட பெண் துறவி; reverend sister.

அருட்சாதனம் பெ. (கிறித்.) காண்க: அருள் அடையாளம்.

அருட்டு வி. (அருட்ட, அருட்டி) (இலங்.) காண்க: அரட்டு[2].

அருட்தந்தை பெ. (கிறித்.) மதிப்புத் தரும் முறையில் கத்தோலிக்கப் பாதிரியாரின் பெயருக்கு முன் இடப்படும் அடை; an honorific term prefixed before the name of a Catholic priest; Father. புதிதாக உருவாக்கப்படும் மறை மாவட்டத்தின் ஆயராக அருட்தந்தை ஜேம்ஸ் நியமிக்கப்பட்டுள்ளார்.

அருட்திரு பெ. (கிறித்.) புராடஸ்டன்ட் பாதிரியாரை மதிப்போடு குறிப்பிடும் முறையில் அவர் பெயருக்கு முன்னால் இடப்படும் அடை; an honorific prefixed to the name of a Protestant clergyman; the Reverend. அருட்திரு வின்சென்ட்/ அருட்திரு சற்குணம்.

அருட்பணியாளர் பெ. (கிறித்.) காண்க: அருட்தந்தை.

அருணாக் கயிறு பெ. (பே.வ.) காண்க: அரைஞாண்.

அருந்ததி பெ. சப்தரிஷி மண்டலத்தில் உள்ளதும், காண்பதற்கு அரிதானதுமான ஒரு நட்சத்திரம்; Alcor (in the constellation of the Great Bear).

அருந்ததி காட்டு வி. (காட்ட, காட்டி) (திருமணத்தின் போது) அருந்ததி நட்சத்திரத்தை மணமகள் பார்க்கும் சடங்கை நிகழ்த்துதல்; perform the ritual of pointing to the star அருந்ததி for the bride to see.

அருந்தப்பில் வி.அ. (இலங்.) மயிரிழையில்; by a hair's breadth. குண்டு வீச்சில் அருந்தப்பில் தப்பினேன்./ அருந்தப்பில் ரயிலில் அடிபடாமல் தப்பிவிட்டான்.

அருந்தல் பெ. (இலங்.) (ஒன்று) மிகக் குறைவாகக் கிடைக்கும் நிலை; scarcity; rarity; dearth (of sth.). இந்த மாதத்தில் முருங்கைக்காய் அருந்தல் என்று உனக்குத் தெரியாதா?/ நண்டு இப்போது அருந்தலாகத்தான் கிடைக்கிறது.

அருந்து வி. (அருந்த, அருந்தி) (உ.வ.) 1: குடித்தல்; drink. பால் அருந்திவிட்டுப் புறப்பட்டோம்./ சிலர் மன மகிழ்ச்சிக்கு மது அருந்துகிறார்கள். 2: (உணவு) உண்ணுதல்; (of food) eat; take; have. எங்கள் வீட்டுக்கு உணவு அருந்த வாருங்கள். [(தொ.சொ.) இரையெடு/ உண்/ கபளீகரம்செய்/ குடி/ சாப்பிடு/ தின்/ தீனி எடு]

அரும் பெ.அ. 1: அரிய; precious; valuable. அரும் பணி/ அரும் தொண்டு. 2: (இலக்கியத்தில்) எளிதில் புரிந்து கொள்ள முடியாததாக இருக்கும்; (of literature) difficult to understand. அரும்பொருள்/ அருஞ்சொற்கள்.

அரும்பதவுரை பெ. (இலக்கிய, இலக்கண நூல்களில்) கடினச் சொற்களுக்குத் தரப்படும் பொருள் விளக்கம்; meaning of difficult words (in literary texts).

அரும்பாடுபடு வி. (-பட, -பட்டு) பெரு முயற்சி செய்தல்; make great effort; strive hard. புற்றுநோய்க்கு மருந்து கண்டுபிடிக்க ஆராய்ச்சியாளர்கள் அரும்பாடுபடுகிறார்கள்.

அரும்பு[1] வி. (அரும்ப, அரும்பி) 1: (மொட்டு) தோன்றுதல்; (தளிர்) துளிர்த்தல்; bud; (of tender leaves) sprout. 2: (வியர்வை, புன்னகை முதலியன) தோன்றுதல்; (of beads of sweat, smile, etc.,) begin to appear. கண்ணீர் அரும்பிக் கன்னத்தில் வழிந்தது. 3: (விடலைப் பையன்களுக்கு மீசை) முளைத்தல்; (of moustache) begin to grow; sprout. அவனுக்கு மீசை அரும்பத் தொடங்கியிருக்கிறது.

அரும்பு[2] பெ. (இள) மொட்டு; bud (of a flower).

அரும்பு மீசை பெ. (விடலைப் பையன்களின்) சிறு கோடு போன்ற மீசை; moustache that has just sprouted.

அரும்பொட்டாக வி.அ. (இலங்.) 1: அரிதாக; rarely. அவரின் படைப்புகள் அரும்பொட்டாகத்தான் வரும். 2: மயிரிழையில்; by a hair's breadth. அவர் அரும்பொட்டாக விபத்திலிருந்து தப்பினார்.

அரும்பொட்டில் வி.அ. (இலங்.) மயிரிழையில்; by a hair's breadth. அவர் அரும்பொட்டில் விபத்திலிருந்து தப்பினார்.

அருமந்த பெ.அ. பிரியமான; dear; darling. அருமந்த பிள்ளை.

அருமருந்து பெ. (-ஆக, -ஆன) (குறிப்பிட்ட நோய்க்கு) மிகச் சிறந்த மருந்து; effective remedy. சுண்ணாம்புச் சத்து குறைவதால் ஏற்படும் நோய்க்குச் சங்குத்தூள் அருமருந்து./ என் துக்கத்திற்கு என் மனைவியின் அன்புதான் அருமருந்தாக அமைந்தது.

அருமை பெ. 1: (-ஆக, -ஆன) மிகவும் பாராட்டும்படியானது; உயர்வாகச் சொல்லக் கூடியது; being praiseworthy; being worthy of admiration. அருமையான இசை/

அருமைபெருமை 58

அவன் தன் பங்கை அருமையாக நிறைவேற்றினான். **2: (தகுதியில், விலையில்) மதிப்பு; உயர்வு;** value; worth. சங்கிலியின் அருமை தெரியாமல் விற்றுவிட்டான்./ அவர் உயிருடன் இருந்தவரை எனக்கு அவர் அருமை தெரிய வில்லை. **3: (-ஆக, -ஆன) அன்பு; நேசம்;** love and affection. அருமை நண்பன்/ அருமையாகப் பேணி வளர்த்த நாய். **4: அபூர்வம்; அரிது;** rarity. மழை பெய்வது அருமை யாகிவிட்டது./ இது போன்று மற்றொன்று கிடைப்பது அருமையிலும் அருமை.

அருமைபெருமை பெ. **(இதுவரை கவனிக்கப்படாத) சிறப்பும் மேன்மையும்;** worth and merit (as recognized belatedly). இந்தக் கோயிலின் அருமைபெருமை இப்போது தான் வெளி உலகுக்குத் தெரியவந்திருக்கிறது./ அவர் உயி ரோடு இருந்தவரையில் அவருடைய அருமைபெருமை யாருக்கும் தெரியவில்லை.

அருவணிக் கல் பெ. (மண்.) **காளவாயில் தீ மூட்டுவ தற்கு முன், அதன் நான்கு புறமும் தீ வெளியேறாமல் இருக்கும்படி மூடி அடுக்கும் கல்;** unbaked bricks used to cover a brick kiln before firing.

அருவம் பெ. **1: உருவம் அற்றது;** sth. insubstantial; sth. which has no visible form. தத்துவம், இலக்கியம் இவை இரண்டும் வாழ்க்கையைப் பரிசீலிக்கும் இரு வேறு அருவ மான சக்திகள் என்று கூறினார். **2: (ஓவியம், சிற்பம் போன்றவற்றில்) பொதுவாக அறியப்படும் வடிவங் கள் அற்றது;** sth. non-representational; abstract. ஆதிமூலத் தின் அருவ ஓவியங்கள் நம் கற்பனைக்குச் சுதந்திரம் அளிக் கின்றன.

அருவரு வி. (அருவருக்க, அருவருத்து) **(அசுத்தம், ஆபா சம் முதலியவற்றால்) வெறுப்பு அடைதல்;** feel disgusted; feel repelled. செத்த பெருச்சாளியைக் கண்டதும் அருவருத்து ஒதுங்கி நின்றான்.

அருவருப்பு பெ. (-ஆக, -ஆன) **(அசுத்தம், ஆபாசம் முத லியன ஏற்படுத்தும்) வெறுப்பு;** disgust; loathing; revulsion. சந்தில் சாக்கடை, குப்பைகூளம் போன்றவற்றைப் பார்த்ததும் அருவருப்பால் உடல் நெளிந்தது./ அவனைப் பற்றி அவள் மனத்தில் ஓர் அருவருப்பு ஏற்பட்டுவிட்டது.

அருவல் நொருவல் பெ. (இலங்.) (அரிசி, கோதுமை போன்றவை குறித்து வரும்போது) **அரைகுறையாக இடிபட்டது;** imperfectly pounded (grains such as rice, wheat, etc.,). இடித்த பச்சரிசி அருவல் நொருவலாக இருப் பதால் இன்னுமொரு தடவை இடித்தால் நல்லது.

அருவி பெ. **குன்று, மலை முதலியவற்றிலிருந்து நீர் வேகத்துடன் விழும் இயற்கை அமைப்பு;** waterfall.

அருவு வி. (அருவ, அருவி) (ஊரக வ.) **(வைக்கோல் போரின் அடியிலிருந்து) தேவையான இடத்தில் வைக் கோலைப் பிடுங்கிப் போரை ஒழுங்குபடுத்துதல்;** trim the hayrick by drawing hay in small quantities from its base.

அருள்[1] வி. (அருள, அருளி) (உ.வ.) **1: (கருணையுடன்) தருதல்; வழங்குதல்;** grant; give (out of grace). நாம் கேட்பதை இறைவன் நமக்கு அருள்வான் என்னும் நம் பிக்கை எனக்கு இருக்கிறது. **2: (ஆன்மீகம் சார்பான வற்றை) இயற்றுதல்; கூறுதல்;** compose or utter (sth. sacred). முதல் மூன்று திருமுறைகள் ஞானசம்பந்தர் அருளிய தேவாரத் திருப்பதிகங்களாகும்./ ராமகிருஷ்ணர் அருளிய ஞான மொழிகள்.

அருள்[2] து.வி. (அருள, அருளி) (உ.வ.) **(இறைவனாலும் மகான்களாலும் செய்யப்படும்) செயல் அருள்நோக் கத்தைக் கொண்டது என்பதை உணர்த்தும் ஒரு துணை வினை;** (in sacred parlance) an auxiliary verb used to refer to sth. regarded as an act of grace. குள்ளனாக வந்த திருமால் விசுவரூபம் காட்டியருளினார்./ அடிகளார் மணமக்களை வாழ்த்தியருளினார்.

அருள்[3] வி. (அருள, அருண்டு) (இலங்.) **மிரளுதல்;** be frightened or scared. குழந்தை எதையோ பார்த்து அருள் கிறது./ மைமல் நேரத்தில் வெளியே போனவள் எதையோ பார்த்து அருண்டிருக்கிறாள்.

அருள்[4] பெ. **1: (இறைவனின்) கருணை;** (god's) grace; mercy. இறைவன் அருளால் பிள்ளை இல்லாக் குறை தீர்ந் தது./ கடவுள் அருளால் விபத்திலிருந்து தப்பினார். [(தொ.சொ.) **ஆசி/ ஆசீர்வாதம்/ வாழ்த்து**] **2: (பிற ருக்கு) நன்மை ஏற்பட வேண்டும் என்னும் எண்ணம்;** goodwill. என்னுடைய முன்னேற்றத்துக்கு உங்களுடைய ஆசியும் அருளும் வேண்டும்.

அருள் அடையாளம் பெ. (கிறித்.) **கிறித்தவப் பாரம் பரியத்தில் வருகிற மனிதருக்கு அடையாளம் தரும் திருமுழுக்கு, உறுதிபூசுதல், நற்கருணை, ஒப்புரவு, நோயில் பூசுதல், குருத்துவம், திருமணம் ஆகிய ஏழு வெளி அடையாளங்களில் ஒன்று;** sacrament.

அருள்நோக்கு பெ. (இலங்.) **கருணை நிறைந்த பார்வை;** divine look; graceful look. கடவுளின் அருள்நோக்கினால் இம்முறை விளைச்சல் பரவாயில்லை.

அருள் பாலி வி. (பாலிக்க, பாலித்து) **(இறைவன், ஆன் மீகப் பெரியோர்கள் போன்றோர்) அருள் தருதல்;** bestow grace. குருப்பெயர்ச்சியை முன்னிட்டுக் கோயில் களில் குரு பகவான் பக்தர்களுக்கு அருள் பாலித்தார்.

அருள்மிகு பெ.அ. **தெய்வத் தன்மை நிறைந்த; கருணை வாய்ந்த;** a word prefixed to the names of gods and goddesses. சமயபுரம் அருள்மிகு மாரியம்மன்.

அருள்வா வி. (-வர, -வந்து) **பக்திப் பரவசத்தால் ஆவேசம் மேலிடுதல்;** be overcome by intense religious fervour. சாமி கொண்டாடிக்கு அருள்வந்து குறிசொல்லத் தொடங்கினார்.

அருள்வாக்கு பெ. **1: (தனக்கு இருக்கும் சித்தியைப் பயன்படுத்தி ஒருவர் கூறுவதாகக் கருதப்படும்) எதிர் காலத்தைப் பற்றிய கணிப்பு;** prediction believed to be made with one's spiritual powers. என்னுடைய கஷ்டங்கள் எல்லாம் விரைவில் தீரும் என்று சாமி அருள்வாக்கு சொல்லி யிருக்கிறது. **2: அருளுரை;** spiritual message. தொலைக் காட்சியில் பொங்கல் தினத்தன்று காலை சுவாமிகள் அருள் வாக்கு வழங்குவார்.

அருளாமல் வி.அ. (இலங்.) **(நெருக்கமானவர்களைத் தவிர்த்து) பிறர் அறியாமல்; சத்தமில்லாமல்;** with utmost secrecy; quietly. தன் மகள் கல்யாணத்தை அருளாமல் செய்துவிட்டார்./ அருளாமல் அவன் வெளிநாட்டுக்குச் சென்றுவிட்டான்.

அருளிச்செய் வி. (-செய்ய, -செய்து) (உ.வ.) காண்க: **அருள்**[1], **2.**

59 அரைஞாண்

அருளுரை பெ. (இறைத் தொண்டில் ஈடுபட்டுள்ளவர்கள் பக்தர்களை) நல்வழிப்படுத்தும் நோக்கத்தோடு வழங்கும் அறிவுரை; spiritual message. புத்தாண்டு தினத்தையொட்டி மடாதிபதி அருளுரை வழங்குவார்.

அரூபம் பெ. (-ஆன) உருவம் இல்லாதது; அருவம்; formlessness. அரூபமான காற்றை உணர முடிகிறது. ஆனால், காண முடிவதில்லை.

அரூபி பெ. (அ.வ.) (புராணங்களில் அல்லது மாயா ஜாலக் கதைகளில் ஒருவர்) உருவமற்று இருக்கும் நிலை; disembodied being. மந்திரவாதியின் கோல் பட்டதும் ராஜகுமாரி அரூபி ஆனாள்.

அரை[1] வி. (அரைக்க, அரைத்து) 1: (நீர் கலந்து) நைத்து மாவாக்குதல் அல்லது கூழாக்குதல்; grind; crush; mash into a paste. இட்லிக்கு மாவு அரைக்க ஆட்டுக்கல் போய் அரவை இயந்திரம் வந்துவிட்டது./ சட்னிக்கு அம்மியில் தேங்காயை வைத்து அரைத்துக்கொண்டிருந்தாள். 2: மெல்லுதல்; chew. வாயில் எதையாவது போட்டு அரைத்த வண்ணமாகவே இருக்கிறான். [(தொ.சொ.) அதக்கு/ உறிஞ்சு/ கடி/ குதப்பு/ சப்பு/ சவை/ நக்கு/ மெல்] 3: (கோதுமை, மிளகாய் போன்றவற்றை) மாவாக்குதல்; pulverize; powder. 4: (இயந்திரத்தில் போட்டு நெல்லை) உமி நீக்கி அரிசி ஆக்குதல்; husk (paddy).

அரை[2] வி. (அரைய, அரைந்து) (இலங்.) (தரையைத் தேய்ப்பதுபோல்) அசைந்து மெதுவாக நகர்தல்; shuffle. குழந்தை நெஞ்சால் அரைந்துஅரைந்து வந்தது.

அரை[3] பெ. 1: ஒன்று என்னும் எண்ணின் பாதி; half. 2: (அளவிடப்படும், கணக்கிடப்படும் பொருளில்) சரி பாதி; (of anything that can be measured) half. அரை மூட்டை அரிசி/ அரை மணி நேரம்/ அரை நூற்றாண்டு. 3: (அளவைகளால் கணக்கிடப்படாதவற்றில்) முழுமையாக இல்லாதது; (of things that cannot be measured) half the usual extent or size. அரை தோசை/ அரைத் தூக்கம்/ அரை வயிறுகூட நிரம்பவில்லை.

அரை[4] பெ. (அ.வ.) இடுப்பு; waist. அரையிலிருந்து வேட்டி நழுவுவதுகூடத் தெரியாத அளவுக்குக் குடித்திருந்தான்.

அரை இறுதி பெ. காண்க: அரையிறுதி.

அரைக்கண் பெ. பாதி மூடிய கண்கள்; eyes half shut. அவன் தூங்கும்போதுகூட அரைக்கண்ணால் பார்ப்பது போலிருக்கும்!

அரைக்கால் பெ. எட்டில் ஒரு பாகம்; one eighth; half of a quarter.

அரைக் கால்சட்டை பெ. முழங்காலுக்குச் சற்று மேல் வரை வரும் கால்சட்டை; shorts.

அரைக் கிணறு தாண்டு வி. (தாண்ட, தாண்டி) (முழுமையாகச் செய்து முடிக்க வேண்டியதாக இருப்பதை) ஓரளவுக்கே செய்து முடித்தல்; reach the halfway point. பள்ளிக்கு ஐந்து ஏக்கர் நிலம் வாங்க வேண்டும் என்ற திட்டத்தில் அரைக் கிணறு தாண்டியிருக்கிறோம்.

அரைக் கிறுக்கு பெ. (சராசரி இயல்புக்கு மாறாக) எரிச்சலை ஏற்படுத்தும் விதமாகவோ அல்லது வினோதமாகவோ நடந்துகொள்ளும் நபர்; cranky person; halfwit. அந்த அரைக் கிறுக்கு தனக்கு எல்லாம் தெரியும் என்பது போலப் பேசிக்கொண்டிருக்கும்./ இந்த வேலை எவ்வளவு முக்கியத்துவம் வாய்ந்தது என்று தெரிந்தும் அந்த அரைக் கிறுக்கிடம் ஒப்படைத்திருக்கிறீர்களே.

அரைக்கீரை பெ. உணவாகும் தண்டையும் சிறு இலைகளையும் உடைய, கிள்ளக்கிள்ளத் துளிர்க்கும் கீரை வகை; a kind of amaranth.

அரைக் குவளை பெ. (ஊரக வ.) (ஆனைக் குவளையின் உயரத்தில் பாதி அளவுள்ள) சற்று அகலமாக இருக்கும், பெரிய பித்தளைப் பாத்திரம்; brass vessel with mouth wider than ஆனைக் குவளை but of half its height. பெண்ணுக்குத் தரும் பிறந்தவீட்டுச் சீரில் ஒரு அரைக் குவளையும் இருந்தது./ ஈயம் பூசிவிட்டால் கல்யாணத்துக்குச் சமைக்க அரைக் குவளையைப் பயன்படுத்தலாம் என்று பாட்டி சொன்னாள்.

அரைக்கைச் சட்டை பெ. கைப் பகுதி முழங்கைக்குச் சற்று மேல்வரை வரும் சட்டை; short-sleeved shirt.

அரைக்கோளம் பெ. ஒரு உருண்டையின் (துல்லியமாக வெட்டினால் கிடைக்கும்) ஒரு பாதி; hemisphere.

அரைகுறை பெ. (-ஆக, -ஆன) 1: (ஒன்றின்) முழுமையற்ற அல்லது முடிவு பெறாத நிலை; the state of being incomplete; sth. left half done. புத்தகம் வெளிவராமல் அரைகுறையாகக் கிடக்கிறது./ அரைகுறைத் தூக்கக் கலக்கத்தில் இருந்தான்./ அரைகுறை வேலை எனக்குப் பிடிக்காது. 2: (ஒன்றைச் செய்வதில்) முழுமனத்தோடு ஈடுபடாத நிலை; half-heartedness. அரைகுறையான மனத்துடன் எந்தக் காரியத்தையும் செய்யாதே. 3: (ஒன்றில்) குறைவான தேர்ச்சி; (in a field or subject) incomplete (knowledge). சங்கீதத்தில் அவன் ஒரு அரைகுறை./ அரைகுறைப் படிப்பு எதற்கும் உதவாது./ அவர் அரைகுறை ஆங்கிலத்தில் பேசினார். 4: (காதால் கேட்பதைக் குறித்து வரும்போது) முழுமையாக செவிப் புலனுக்கு எட்டாதது; half-heard. நான் அரைகுறையாகக் கேட்டதையே உனக்குச் சொல்கிறேன்.

அரைச்சுவர் பெ. (இலங்.) முழு உயரத்தில் கட்டப்படாத சுவர்; a low wall. ஆலயத்தைச் சுற்றி அரைச்சுவர் எழுப்பியதால் வெளியில் இருந்தே சுவாமி வலம் வருவதைக் காண முடிந்தது./ மாடு கட்டும் இடத்தில் அரைச் சுவர் எழுப்ப வேண்டும் என அப்பா கூறினார்.

அரைஞாண் பெ. ஆண்களும் குழந்தைகளும் இடுப்பில் கட்டியிருக்கும் (பெரும்பாலும் கறுப்பு நிறத்தில் இருக்கும்) கயிறு அல்லது தங்கத்தாலோ வெள்ளியாலோ செய்த சங்கிலி; thin (usually black) cord or string made of gold or silver, worn around the waist by men and children.

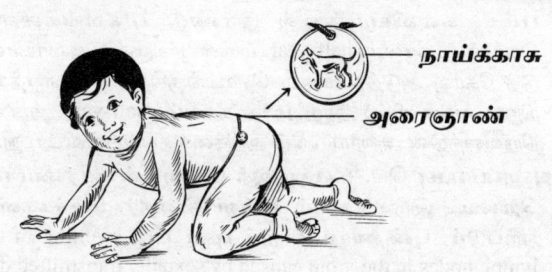

நாய்க்காசு
அரைஞாண்

அரை டிக்கெட் பெ. 1: ***(12 வயதுக்கு உட்பட்டவர்களுக்குச் சலுகையாக) பாதிக் கட்டணம் செலுத்தும் பயணச்சீட்டு;*** half fare (charged for children below 12 years). ஊருக்குப் போவதற்கு இரண்டு அரை டிக்கெட் இரண்டு முழு டிக்கெட் எடுக்க வேண்டும்./ குழந்தைகளுக்கு மூன்று வயது ஆகிவிட்டால் அரை டிக்கெட் எடுக்கவேண்டும். 2: (பே.வ.) *(கேலியாகக் குறிப்பிடும்போது)* ***சிறுவன் அல்லது சிறுமி;*** (jocularly) boy or girl. கல்யாண வீட்டில் அரை டிக்கெட்டுகளின் லூட்டி தாங்க முடியவில்லை.

அரைநாண் பெ. காண்க: ***அரைஞாண்.***

அரை நிர்வாணம் பெ. (-ஆக, -ஆன) *(பெரும்பாலும் பெண்களைக் குறித்து வரும்போது உடலில்)* ***மிகக் குறைவான ஆடை அணிந்த நிலை;*** partial nudity. அரை நிர்வாணப் படங்களை வெளியிடும் பத்திரிகை./ அரை நிர்வாணமான நிலையில் நடிகைகளின் படங்கள்.

அரைநெல்லி பெ. ***(இரு வகை நெல்லிகளில்) சிறியதாகவும் புளிப்புச்சுவை உடையதாகவும் இருக்கும் (மஞ்சளும் பச்சையும் கலந்த நிறத்தில் இருக்கும்) உருண்டை வடிவக் காய்;*** the smaller variety of gooseberry.

அரைப்புள்ளி பெ. ***ஒரு வாக்கியத்தின் பகுதியாக அமையும் முழுமையான தொடர்களைப் பிரித்துக்காட்ட இடப்படும் (; என்னும்) குறி;*** semicolon.

அரைப் பைத்தியம் பெ. காண்க: ***அரைக் கிறுக்கு.***

அரைமண்டி பெ. *(நாட்.)* ***உயரத்தைக் குறைத்துப் பாதி உட்கார்ந்தாற்போல் காலை மடித்து நிற்கும் நிலை;*** the half-seated position of a dancer, with both knees bent and spread sideways.

அரைமனது பெ. (-ஆக) *(செயலில்)* ***முழுமனத்தோடு இல்லாமை; ஆர்வம் இல்லாமை;*** half-heartedness; reluctance. கைக்குழந்தையையும் எடுத்துக்கொண்டு கல்யாணத்துக்குக் கிளம்ப அவருக்கு அரைமனதுதான்./ எல்லோரும் கூலியைப் பற்றிய கவலையில் அரைமனதுடன் வேலை செய்துகொண்டிருந்தார்கள்.

அரைமனம் பெ. (-ஆக) காண்க: ***அரைமனது.***

அரைமூடி பெ. ***பெண் குழந்தைகளின் அரைஞாணில் கோக்கப்பட்டிருக்கும் அரசிலை வடிவிலான உலோகத் தகடு;*** plate shaped like peepul leaf, attached to the waist chain of a female child.

அரையாண்டு பெ. 1: ***மூன்று பருவங்களாகப் பிரிக்கப்பட்ட கல்வியாண்டில் இரண்டு பருவங்களைக் கொண்ட காலம்;*** half-year. மாணவர்களுக்கு அரையாண்டுத் தேர்வு அடுத்த வாரம் தொடங்குகிறது. 2: *(வர்த்தக நிறுவனங்களில்)* ***ஆறு மாத காலம்;*** half-year. எங்கள் நிறுவனத்தின் அரையாண்டு அறிக்கை தயாராகிவிட்டது.

அரையாப்பு பெ. *(பாலுறவுத் தொற்றின் காரணமாக)* ***தொடை இடுக்குகளில் உள்ள நிணநீர் முடிச்சுகளில் ஏற்படும், புண்ணாக மாறும் புடைப்பு;*** swelling of the lymph nodes in the groin caused by sexually transmitted diseases.

அரையாள் பெ. (ஊரக வ.) ***ஒரு ஆளுக்குத் தரும் தினக்கூலியில் பாதியை மட்டும் பெறும் சிறுவர்களான விவசாயத் தொழிலாளர்;*** young farm-hand getting half the wages of a male. சிறு வயதில் என் அப்பா விடுமுறை நாட்களில் அரையாளாக வேலைபார்த்துச் சம்பாதித்தாராம்.

அரையிறுதி பெ. ***(பல சுற்றுகளாக அமைந்திருக்கும் விளையாட்டுப் போட்டியில் இறுதிச் சுற்றுக்கு முந்தியதாக அமைந்து) இறுதிப் போட்டியில் விளையாடத் தகுதி பெறுவதற்காக ஆடும் ஆட்டம்;*** semi-final.

அரைவயிறு பெ. *(உணவு)* ***பசியை ஓரளவுக்கு மட்டும் போக்கும் அளவுக்கானது;*** quantity (of food) leaving one half-fed. இந்தச் சாப்பாடு அரைவயிற்றுக்குக்கூடக் காணாது./ அரைவயிற்றுக் கஞ்சிக்கே நாள் முழுதும் உழைக்க வேண்டியிருக்கிறது./ அரைவயிறு உணவுகூடக் கிடைக்காமல் வாடிய நாட்களும் உண்டு.

அரைவேக்காடு பெ. 1: *(காய்கறி, முட்டை முதலியன)* ***பாதி வெந்தும் வேகாமலும் இருக்கும் நிலை;*** (of vegetables, etc.,) half-cooked; half-boiled. முட்டையை அரைவேக்காட்டில் எடுத்துவிடு. 2: ***அரைகுறையாகத் தெரிந்திருப்பது;*** sth. half-baked. அரைவேக்காட்டுக் கூற்றுக்குப் பதில் சொல்ல முடியாது. 3: *(ஒன்றைப் பற்றி)* ***அரைகுறையாகத் தெரிந்துவைத்திருப்பவர்; உரிய பக்குவம் அல்லது முதிர்ச்சி இல்லாத நபர்;*** a person whose opinions, ideas, etc., are ill-thought out; immature person. இந்த அரைவேக்காடு சொன்ன யோசனையைக் கேட்டு வியாபாரத்தில் இறங்கலாமா?/ அரைவேக்காடுகளால் கட்சிக்குக் கெட்ட பெயர் வந்துவிடக் கூடாது.

அரோகரா[1] இ.சொ. ***சைவக் கோயில்களுக்கு நடைப் பயணம் போகும் குழுவில் ஒருவர் இறைவனின் பெயரைச் சொல்ல, மற்றவர்கள் இறைவனைப் போற்றும் விதமாகச் சேர்ந்து மறுமொழிபோல் உரக்கச் சொல்லிக்கொண்டு செல்லும் சொல்;*** a devotional word uttered in chorus by pilgrims going on foot to Saivite temples in response to the name of god said aloud by one in their group. அண்ணாமலைக்கு அரோகரா!/ பழனி முருகனுக்கு அரோகரா!

அரோகரா[2] பெ. (இலங்.) ***ஒரு காரியம் கைகூடவில்லை அல்லது நினைத்தபடி வெற்றியடையாது என்பதைக் குறிக்கப் பயன்படுத்தும் சொல்;*** term used to indicate that the attempt specified has failed or gone futile. பல்கலைக்கழகத் தேர்வு முடிவுகள் வந்துவிட்டன. எனக்கு அரோகரா./ என்ன! வியாபாரத்தில் போட்ட பணம் எல்லாம் அரோகராவா என்று நண்பன் என்னிடம் பகடிவிட்டான்.

அல் வி. 1: ***ஒரு கூற்றை அல்லது ஒரு நிலையை மறுத்தல்;*** a word of negation used to deny a statement or to say that 'something else is meant' in a sentence. உன்னை அழவைக்க வேண்டும் என்பது அவன் நோக்கம் அல்ல./ இது என் மகள் அல்ல, மருமகள்./ இது எங்களுடைய அபிப்பிராயம் மட்டும் அல்ல./ இந்தப் பெண் அல்ல, எந்தப் பெண்ணுமே சட்ட விரோதச் செயலில் ஈடுபடத் தயங்குவாள்./ இந்த விஷயம் நாங்கள் அறியாதது அல்ல./ உன் நண்பர்கள் நம்பிக்கைக்கு உரியவர்கள் அல்லர்./ அவன் உழைத்துப் பணம் சேர்த்தவன் அல்ல./ அது தேங்காய் அல்ல./ வழக்கில் இருந்துவரும் பிரபவ முதல் அட்சய

வரையிலான அறுபது ஆண்டுகளும் தமிழ் ஆண்டுகள் அல்ல./ உன்னைப் பற்றி அவன் சொன்னது உண்மை அல்ல./ நான் கேட்டதற்கான விளக்கம் அது அல்ல./ அவர் தனியொரு மனிதர் அல்ல./ அந்நாட்களில் சமுதாயத்தின் அலகாக இருந்தது குடும்பமே ஆகும், தனிமனிதன் அல்லன்./ அவன் படிப்பிலோ பணத்திலோ உன்னைவிட எந்த விதத்திலும் குறைந்தவன் அல்ல./ காவல்துறையின ரிடம் பிடிபட்டவன் பயங்கரவாதி அல்ல./ இது உண்மை அல்லவே அல்ல. **2: சொல்லப்பட்டது நீங்கலாக உள்ளதைக் குறிப்பிடப் பயன்படும் வினைச்சொல்;** other than (what is said); different from. *தாய்மொழி அல்லாத பிற மொழிகளில் பாடம் கற்பிக்கப்படுகிறது./ தலித் அல்லாதவர்களும் தலித்பற்றி கதை எழுதுகிறார்கள்./ அது நகரமும் அல்லாத, கிராமமும் அல்லாத இரண்டுங்கெட்டான் நிலையில் உள்ள ஊர்./ நான் கதைகள் அல்லாத வற்றையும் வாசிப்பேன்./ உறவினர் அல்லாதாரிடையே திருமண உறவு வைத்துக்கொள்வது நல்லது என்று மருத்துவர்கள் கூறுகின்றனர்./ காங்கிரஸ் அல்லாத அனைத்து முக்கியத் தொழிற்சங்க அமைப்புகளும் போராட்டத்தில் கலந்துகொள்ளத் தீர்மானித்துள்ளன./ நடப்பு நிதியாண்டில் திட்ட ஒதுக்கீடு அல்லாத செலவுகள் 39 ஆயிரத்து 266 கோடியாக இருக்கும் என்று மதிப்பிடப்பட்டுள்ளது.* **3: (சொல்லப்பட்டதோடு) கூடுதலாக மற்றொரு செய்தி தொடர்வதைக் காட்டப் பயன்படுத்தும் வினைச்சொல்;** a verb used to mean 'not only... but also'; 'in addition to'; 'besides'. *அவர் அந்தப் பையனைத் திட்டியதோடு அல்லாமல் அடிக்கவும் செய்தார்./ ஆற்று வெள்ளம் மண்ணின் வளத்திற்கு மட்டும் அல்லாமல் நில அரிப்புக்கும் காரணமாகிறது./ நம் நாட்டில் அல்லாது வெளிநாடுகளிலும் பயிற்சி பெற்று பட்டங்கள் பெற்றவர்.* **4: தவிர்த்தல்;** exclude. *இந்த ஊர் அல்லாமல் வேறு எந்த ஊரிலும் இவ்வளவு மலிவாகப் பலாப்பழம் கிடைக்காது.*

அல்குல் பெ. *(உ.வ.)* **பெண்குறி;** female genital organ.

அல்திமெஹந்தி பெ. *(திருநர் வ.)* **(நிர்வாணத்தின் பின் செய்யப்படும் சடங்குகளில் ஒன்றான) மருதாணியும் மஞ்சளும் பூசும் சடங்கு;** the ritual of smearing henna and turmeric paste (one of the many rituals conducted after the gender reassignment surgery by a transwoman).

அல்பம் பெ. காண்க: **அற்பம்.**

அல்பருவ முறை பெ. **(உயர்கல்வி நிறுவனங்களில்) கல்வியாண்டின் இறுதியில் மட்டும் தேர்வு நடத்தும் வகையிலான பாடத்திட்டம் அமைந்த ஏற்பாடு;** non-semester system (in institutions of higher education).

அல்பாயுசு பெ. காண்க: **அற்பாயுசு.**

அல்போன்ஸோ பெ. **மெல்லிய தோலும் பளிச்சென்ற மஞ்சள் கலந்த ஆரஞ்சு நிறமும் சற்று நீள்உருண்டை வடிவமும் கொண்ட மாம்பழ வகை;** a variety of medium-sized mango, rather oblong in shape with thin, yellowish skin.

அல்ல வி.மு. பார்க்க: **அல்;** see அல்.

அல்லக்கை பெ. *(த.வ.)* **ஒருவரைச் சார்ந்து அவரை மகிழ்வித்துக்கொண்டும் புகழ்ந்துகொண்டும் எப்போதும் உடன் இருப்பவர்;** toady. *பத்திரிகையாளர்கள் என்ற பெயரில் ஏராளமான அல்லக்கைகள் அந்த அரசியல்வாதியின் பின்னால் இருந்தனர்./ எப்போது அவர் கடைக்கு வந்தாலும் கூடவே நாலு அல்லக்கைகளோடுதான் வருவார்.*

அல்லது இ.சொ. **ஒரு வாக்கியத்திலோ இரு வேறு வாக்கியங்களிலோ ஒன்றுக்கு மாற்றாக மற்றொன்று இருப்பதைக் குறிக்கப் பயன்படுத்தும் இடைச்சொல்;** particle meaning (the disjunctive) 'or'. *இது நீங்கள் கேட்ட கேள்விக்கு விளக்கம் அல்லது விடை./ மணி பத்து அல்லது பத்தரை இருக்கும்./ அவர் எப்போதும் ஏதாவது எழுதிக் கொண்டிருப்பார் அல்லது படித்துக்கொண்டிருப்பார்.*

அல்லர் வி.மு. *(உ.வ.)* பார்க்க: **அல்;** see அல்.

அல்லரியல் பெ. *(இலங்.)* **(நெய்த துணியைக் குறிக்கும் போது) நெருக்கமாக இல்லாதது; அலசல்;** (of cloth) loosely woven. *ஏன் இந்த அல்லரியல் வேட்டியை வாங்கினாய்?/ இந்தத் துணி ஒரே அல்லரியலாக இருக்கிறது.*

அல்லல் பெ. **துன்பம்; கஷ்டம்;** trouble; difficulty; distress. *கோடைக் காலத்தில் தண்ணீர் கிடைக்காமல் மக்கள் படும் அல்லலைச் சொல்லி மாளாது.*

அல்லல்படு வி. *(-பட, -பட்டு)* **சிரமத்துக்கு உள்ளாதல்;** suffer hardship or misery. *இந்த வயதுக்கு மேல் என்னால் அல்லல்பட முடியாது./ நீ ஊருக்கு வந்து எனக்கு உதவியாக இருந்தாலே போதும். ஏன் வேலை தேடி வெளியூரில் அல்லல்படுகிறாய்?/ எப்படியோ அல்லல்பட்டு ஊர் போய்ச் சேர்ந்தோம்.*

அல்லவா இ.சொ. **தன்னோடு பேசுபவர் 'ஆமாம்' என்று உறுதியாக விடை தரும் வகையில் பெரும்பாலும் ஒரு வாக்கியத்தின் இறுதியில் இணைக்கப்படும் இடைச்சொல்;** particle of interrogation added to a statement to elicit a positive ('yes') answer from the hearer or used by the speaker to confirm sth.; particle used as a tag question. *அவன் பெருந்தன்மையுடன் நடந்துகொள்ளவில்லை என்பதை நீ தெரிந்துகொள்ள வேண்டும் அல்லவா?/ நீ நேற்றே வந்திருக்க வேண்டும் அல்லவா?*

அல்லன் வி.மு. *(உ.வ.)* பார்க்க: **அல்;** see அல்.

அல்லா பெ. *(இஸ்.)* **ஆண்டவன்; இறைவன்;** Allah.

அல்லாடு வி. *(அல்லாட, அல்லாடி)* **(ஒன்றைச் செய்வதற்கு) திண்டாடுதல்; மல்லாடுதல்;** struggle hard (to do sth.). *மாதம் மூவாயிரம் ரூபாய் சம்பாதிக்க எவ்வளவு அல்லாட வேண்டியிருக்கிறது?/ ஆறு குழந்தைகளோடு அவர் அல்லாடுகிறார்.*

அல்லாத பெ.அ. பார்க்க: **அல்;** see அல்.

அல்லாது வி.அ. பார்க்க: **அல்;** see அல்.

அல்லாமல் இ.சொ. பார்க்க: **அல்;** see அல்.

அல்லி பெ. **1: அகன்ற இலைகளையும் குழல் போன்ற தண்டையும் உடைய, நீரில் வளரும் ஒரு வகைத் தாவரம்/அந்தத் தாவரத்தின் பூ;** water lily (the plant and the flower). **2:** *(உயிரி.)* **பூவின் இதழ்;** petal.

அல்லி ராஜ்ஜியம் பெ. **1: இருப்பவர்களில் பெரும்பாலோர் பெண்களாக இருக்கும் இடம்;** place where women dominate because of their number. *எங்கள் வங்கி அல்லி ராஜ்ஜியம் ஆகிவிட்டது. பேருக்கு இரண்டு ஆண்கள்தான் இருக்கிறோம்.* **2: பெண்களின் அதிகாரம்**

அல்லிவட்டம் 62

மிகுந்து காணப்படும் நிலை; domination by women. முதலாளி இறந்துபோனதிலிருந்தே அந்த வீட்டில் அல்லி ராஜ்ஜியம்தான் நடக்கிறது.

அல்லிவட்டம் பெ. *(உயிரி.)* **மலரில் (பெரும்பாலும்) வட்ட ஒழுங்கில் அமைந்திருக்கும் இதழ்களின் தொகுப்பு;** corolla. அல்லிவட்டம் பெரும்பாலும் வண்ணமும் மணமும் கொண்டது.

அல்லிவேர் பெ. *(இலங்.)* **சல்லிவேர்;** rootlet. மரத்தின் அல்லிவேர் அறுபட்டுவிட்டது./ அல்லிவேர் அறுபடாமல் செடியைப் பிடுங்கு.

அல்லும்பகலும் வி.அ. **இடைவிடாமல்; எப்போதும்;** night and day; always. அல்லும்பகலும் உழைத்து என்ன கண்டீர்கள்?/ அல்லும்பகலும் அவனுக்கு அதுவே சிந்தனை.

அல்லோலகல்லோலப்படு வி. *(-பட, -பட்டு)* **(பலர் கூடியிருக்கும் ஓர் இடத்தில்) பெரும் பரபரப்பும் குழப் பமும் உண்டாதல்;** (of a place) be filled with commotion and confusion. திடீரென்று எங்கள் வீட்டுக்கு அமைச்சர் வரப்போகிறார் என்றதும், நாங்கள் இருந்த தெருவே அல் லோலகல்லோலப்பட்டது.

அல்லோலகல்லோலம் பெ. *(பே.வ.)* **(பலர் இருக்கும் இடத்தில் ஏற்படும்) பெரும் பரபரப்பு; பெரும் குழப் பம்;** great commotion. குழந்தையைக் காணோம் என்றதும் வீட்டில் ஒரே அல்லோலகல்லோலம்.

அல்வா பெ. **ஊறவைத்த கோதுமையை அரைத்துப் பிழிந்து எடுத்த பாலைச் சர்க்கரையுடன் சேர்த்துக் கிளறித் தயாரிக்கும் இனிப்புப் பண்டம்;** (soft, smooth jelly-like) sweet made of sugar treacle and wheat flour.

அலக்காக வி.அ. *(பே.வ.) (சுமையைத் தூக்குவதைக் குறிக்கும் சூழலில்)* **மிகவும் எளிதாக; வருத்திக்கொள் ளாமல்;** effortlessly. ஒரு மூட்டை நெல்லை அலக்காகத் தூக்கி தலையில் வைத்துக்கொண்டான்.

அலக்கு பெ. *(ஊரக வ.)* **துறட்டி;** crook. முருங்கைக்காய் பறிக்க இந்த அலக்கு போதும்.

அலகு[1] பெ. **1: பறவை இரையை அல்லது உணவைத் தின்பதற்கு ஏற்ற வகையில் நீண்டோ கூர்மையா கவோ அதற்கு இருக்கும் உறுப்பு;** bill; beak of a bird. மரங்கொத்தி தனது அலகால் மரத்தைக் கொத்திப் பூச்சி களைப் பிடித்து உண்ணும். **2: தெய்வத்துக்கு நேர்ந்து கொண்ட முறைப்படி நாக்கிலோ உதட்டிலோ முது கிலோ குத்திக்கொள்ளும் கூரிய கம்பி, கொக்கி போன் றவை;** pointed wire or small hook stuck into one's tongue, lip or on the skin of one's back (in fulfilment of a vow). **3: வெட்டவோ செதுக்கவோ பயன்படும் சாதனங்களில் இருக்கும் இரும்பால் ஆன பட்டையான பகுதி;** blade of a weapon or implement. கொலையுண்டவரின் வயிற் றுக்குள் கத்தியின் அலகு முழுவதும் இறங்கியிருந்தது./ இழைப்புளியின் அலகைத் தட்டிச் சரிசெய்தார்.

அலகு[2] பெ. **1: (அளவைகளின்) அடிப்படை அளவு;** unit (of measurement). பாகை என்ற அலகால் கோணத்தை அளக்கிறோம்./ வானவியலில் இரு விண்பொருள்களுக்கு இடையே உள்ள பெரும் தொலைவைக் குறிப்பிட ஒளி யாண்டை அலகாகக் கொள்கிறோம்./ மருந்துகளை அள விடும்போது ஒரு கிராம் என்பது பதினாறு லட்சம் அலகுகள் கொண்டதாகக் கணக்கிடப்படுகிறது./ பூமியின் மையத் திற்கும் சூரியனின் மையத்திற்கும் இடைப்பட்ட 14.86 கோடி கிலோமீட்டர் தூரம் ஒரு வானவியல் அலகு என்று கொள்ளப்படுகிறது./ நிலநடுக்கங்களை ரிக்டர் அளவு கோலில் அலகுகளாகக் கணக்கிடுகிறார்கள். **2: (அளவை அல்லாத பிறவற்றில்) ஆய்விற்கு மிகக் குறைந்த அடிப் படையாக ஏற்படுத்திக்கொள்வது;** a construct which is the minimum unit for analysis. யாப்பிலக்கணத்தில் அசை ஓர் அலகாகக் கொள்ளப்படுகிறது. **3:** *(இலக்.)* **செய்யுளில் எழுத்தை வைத்து அசையைக் கணக்கிடும் அளவு;** a unit in scansion. செய்யுளில் அசையைக் கணக்கிடும்போது ஒற்றெழுத்தை அலகாகக் கொள்வதில்லை. **4: முழுமையின் ஒரு கூறாக இருப்பது;** unit. குடும்பம் என்பது சமூ கத்தின் ஓர் அடிப்படை அலகு./ மரபுவழிப் பண்பு களைத் தன்னுள் கொண்டிருக்கும் அலகு மரபணு ஆகும். **5: (நிர்வாகத்தில் அல்லது ஓர் அமைப்பில்) பிரிவு;** unit. எழுத்துத் தேர்வில் தேறியவர்களுக்கு எந்தெந்த அலகுகள் ஒதுக்கப்படும் என்பது நாளைதான் தெரியும். **6: (பாடப் புத்தகங்களில்) பிரிவு;** unit (of a lesson). இந்த அலகில் எண்ணியலைப் பற்றி விளக்கப்பட்டிருக்கிறது.

அலகு[3] பெ. *(ஊரக வ.)* **தென்னை, பனை மரங்களை நீளவாக்கில் உடைத்துப் பெறப்படும், பெரும்பாலும் ஓட்டுக்கூரைக்கு வாரையாகப் பயன்படுத்தும் நீண்ட சட்டம்;** narrow plank of wood obtained by splitting coconut or palmyra trunks and mostly used as rafters in roof. இது நல்ல வைரமான தென்னை மரம், உடைத்தால் அலகு தயாரிக்கலாம்.

அலங்கமலங்க வி.அ. *(பெரும்பாலும் 'விழி', 'பார்' போன்ற வினைகளோடு)* **பயத்தாலோ குழப்பத் தாலோ பாதிக்கப்பட்டு என்ன செய்வதென்று புரியா மல்; ஒன்றும் புரியாமல்; திருதிருவென்று;** (look) confusedly; not knowing what to do. தூங்கிக்கொண்டிருந்த வனைத் தட்டியெழுப்பியதும் கண்விழித்து அலங்கமலங்கப் பார்த்தான்./ பணத்தைத் தொலைத்துவிட்டு அலங்கமலங்கத் தெருவில் நின்றுகொண்டிருந்தான்.

அலங்கரி வி. *(அலங்கரிக்க, அலங்கரித்து)* **1: (ஒருவரை அல்லது ஒன்றை) அழகுபடுத்துதல்;** adorn; beautify (a person); make up; decorate (a place). மணப்பெண்ணின் முடியை அழகாக அலங்கரித்திருந்தார்கள்./ பொருட்காட்சி வண்ண விளக்குகளால் அலங்கரிக்கப்பட்டிருந்தது./ பொடியைச் சேர்த்துக் கிளறிய சாதத்தைக் கிண்ணத்தில் கொட்டிய பின் கறிவேப்பிலை மல்லித் தழையைத் தூவி அலங்கரிக்கவும். **2:** *(உ.வ.)* **(உறுப்பினராக இருந்து அல்லது விருந்தினராக வருகைதந்து ஓர் அமைப்பை) பெருமைப்படுத்துதல்;** (by being a member or by one's presence) lend grace; honour. மதுரைத் தமிழ்ச் சங்கத்தைப் பல அறிஞர்கள் அலங்கரித்திருந்தனர்.

அலங்கார அணிவகுப்பு பெ. **(குடியரசு தினத்தில் குடியரசுத் தலைவர் அல்லது மாநில ஆளுநர் தேசியக் கொடியை ஏற்றிவைக்கும் நிகழ்ச்சியின் பகுதியாக)**

ராணுவம் மற்றும் துணைநிலை ராணுவ வீரர்களின் அணிவகுப்பு, மாநிலங்களை அல்லது பல்வேறு துறைகளைப் பிரதிநிதித்துவப்படுத்தும் அலங்கார ஊர்திகள் போன்றவை அணிவகுத்துச் செல்லும் நீண்ட ஊர்வலம்/மாநாடு போன்றவற்றின் சிறப்பு நிகழ்வாகச் செல்லும் அலங்கார ஊர்திகளின் ஊர்வலம்;** (Republic Day) parade/tableaux moving in a file at a rally, etc., *நவீன ஏவுகணைகள் அலங்கார அணிவகுப்பில் இடம்பெற்றிருந்தன./ உலகத் தமிழ் மாநாட்டை ஒட்டி நடைபெற்ற அலங்கார அணிவகுப்பில் ஐந்திணைகளை விளக்கும் வாகனங்கள் இடம்பெற்றன.*

அலங்கார ஊர்தி பெ. காண்க: **அலங்கார வாகனம்.**

அலங்காரம் பெ. *(-ஆக, -ஆன)* **1: அலங்கரிக்கப்பட்ட நிலை; ஒப்பனை;** make-up; adornment; decoration. *நடிகை எளிமையான அலங்காரத்துடன் வந்திருந்தார்./ கோயிலில் அம்மனுக்கு அலங்காரம்/ மாநாட்டிற்கு ஊரெங்கும் அலங்கார வளைவுகள்.* **2: (இலக்கிய நடையில் அவசியமான கூறுகளைத் தவிர்த்த) வெறும் கவர்ச்சி;** (empty) rhetoric; embellishment. *கட்டுரையை அவர் அலங்கார நடையில் எழுதியிருந்தார்.* **3:** *(இலக்.)* **(செய்யுள்) அணி;** figure of speech. **4:** *(இசை)* **ஏழு ஸ்வரங்களைக் கொண்டு அடிப்படையான ஏழு தாளங்களில் பாடப்படும் அல்லது வாசிக்கப்படும் ஆரம்ப இசைப் பயிற்சி;** first music exercises in performing all seven *தாளம்* using all seven notes.

அலங்கார மீன் பெ. **(பெரும்பாலும் வீடு, அலுவலகம் போன்ற இடங்களில்) அலங்காரத்திற்காகக் கண்ணாடித் தொட்டிகளில் வளர்க்கப்படும் சிறிய வண்ண மீன்;** ornamental fish.

அலங்கார வாகனம் பெ. **ஒரு நிகழ்ச்சியின் பகுதியாகச் செல்லும் ஊர்வலத்தில் ஏதாவது ஒன்றை விளக்கும் வகையில் அலங்கரிக்கப்பட்ட வாகனம்;** tableau in a procession.

அலங்கார வாகனம்

அலங்காரி பெ. **சற்று மிகையாக ஒப்பனை செய்து கொள்ளும் பெண்;** woman with heavy make-up.

அலங்கு பெ. **1: காவலுக்கும் வேட்டைக்கும் பெயர் பெற்ற ஒரு வகை நாட்டு நாய்;** a native species of dog known for guarding and hunting skills. **2:** *(வ.வ.)* **எறும்புத் தின்னி; அழுங்கு;** anteater; pangolin. *(பார்க்க: படம்* **அழுங்கு)**

அலங்கோலம் பெ. *(-ஆக, -ஆன)* **(பொருள்களின்) சீர்குலைவு; (ஆடை, அலங்காரத்தில்) தாறுமாறான தோற்றம்;** (of things) disorderliness; (of persons) unkempt appearance. *வீடு அலங்கோலமாகக் காட்சியளித்தது./ குடிகாரன் அலங்கோலமாக விழுந்து கிடந்தான்.*

அலசல்[1] பெ. *(பே.வ.)* **அடர்த்தியின்மை; நெருக்கமின்மை;** sparseness. *இழைகள் பிரிந்துபோய்த் துண்டு அலசலாக இருக்கிறது.*

அலசல்[2] பெ. **பல்வேறு அம்சங்களையும் உள்ளடக்கிய ஆய்வு;** threadbare analysis. *அலசல் விமர்சனம்/ தேர்தல் முடிவுகளைப் பற்றி ஓர் அலசல்.*

அலசு வி. *(அலச, அலசி)* **1: (அழுக்கு நீங்குவதற்காகத் துணி, பாத்திரம் போன்றவற்றை நீரில்) முக்கி ஆட்டி எடுத்தல்; (ஒரு பரப்பை) நீரால் கழுவுதல்;** rinse (clothes, utensils, etc.,); wash up. *சேலையை ஊறவைத்திருக்கிறேன். அதை அலசிப் பிழிந்து காயப்போடு./ குழாயைத் திறந்து விட்டு நீரில் தட்டை அலசினாள்./ கடைசியாக வாசலை அலசிவிடு.* [*(தொ.சொ.)* **அலம்பு/ கழுவு**] **2: (ஒரு விஷயத்தின்) எல்லா அம்சங்களையும் விவாதித்தல்;** discuss (a subject) threadbare. *இந்தத் திட்டத்தின் பயன்களைப் பற்றி அதிகாரிகள் அலசி ஆராய்ந்தார்கள்.* **3: (ஓர் இடத்தை அல்லது பொருளை) துருவித்துருவிப் பார்த்தல்; ஆராய்தல்;** look searchingly (at a place or an object). *அவன் கண்கள் வீட்டின் ஒவ்வொரு மூலையையும் பொருள்களையும் அலசின.*

அலட்சியப்படுத்து வி. *(-படுத்த, -படுத்தி)* **புறக்கணித்தல்; அவமதித்தல்; உதாசீனப்படுத்துதல்;** slight; ignore. *இந்த விவாதத்தில் பங்கேற்கவிடாமல் எங்களை ஏன் அலட்சியப்படுத்துகிறீர்கள்?/ அவர் வேண்டுமென்றே எங்களை அலட்சியப்படுத்துகிறார்./ அவரை அலட்சியப்படுத்த யாருக்கும் மனம் வராது.*

அலட்சியம் பெ. *(-ஆக, -ஆன)* **1: அக்கறையின்மை; பொருட்படுத்தாத போக்கு; உதாசீனம்;** indifference; unconcern; disrespect. *முகத்தில் கர்வம், கண்களில் அலட்சியம்/ இனி அவன் படிப்பு விஷயத்தில் அலட்சியமாக இருப்பதற்கில்லை.* [*(தொ.சொ.)* **உதாசீனம்/ திமிர்/ மமதை/ மிதப்பு**] **2: மதிக்காமல் இருக்கும் தன்மை; அவமரியாதை;** indifference. *'அவர் என்ன அவ்வளவு பெரிய மனிதரா?' என்றாள் அலட்சியமாக./ அவர் வேண்டுமென்றே அலட்சியத்துடன் நடந்துகொண்டார்.*

அலட்சியமாக வி.அ. **அநாயாசமாக;** with ease; effortlessly. *அவன் கனமான மூட்டையை அலட்சியமாகத் தூக்கி வண்டியில் வைத்தான்.*

அலட்டல் பெ. **(ஒருவர் தன் திறமை, வசதி போன்றவற்றை) மிகையாகக் காட்டிக்கொள்ளுதல்;** ostentation; showing off. *அலட்டலோ ஆரவாரமோ இல்லாத இசைக் கலைஞர்./ இயக்கி ஒரு படம்தான் வெளிவந்திருக்கிறது. அதற்குள் இப்படி ஒரு அலட்டல்.*

அலட்டு வி. *(அலட்ட, அலட்டி)* **1: (சிறிய விஷயத்தைப் பெரிதாக்கி மனத்தை) வருத்திக்கொள்ளுதல்; கவலைப்படுதல்;** bother; trouble. *நீ தப்பான காரியம்*

அலப்பரை 64

ஒன்றும் செய்துவிடவில்லையே; ஏன் மனத்தை அலட்டிக் கொள்கிறாய்?/ எதற்கும் தன்னை அலட்டிக்கொள்ளாத சுபாவம் அவருக்கு. **2: பெருமையடித்தல்;** make a fuss; fuss about; boast about. உனக்குத்தான் எல்லாம் தெரியும் என்று அலட்டாதே.

அலப்பரை பெ. *(பு.வ.)* **ஒன்றை ஒருவர் செய்ய வேண்டும் என்று மற்றவர் விடாது தரும் அழுத்தம்; நச்சரிப்பு;** pressure (on s.o. to do sthg.). *செய்தி ஊடகங்களின் அலப்பரையைத் தாங்காமல் அரசு அன்று மாலையே பேராசிரியரைக் கைதுசெய்தது.*

அலப்பு வி. *(அலப்ப, அலப்பி) (பே.வ.)* **பிதற்றுதல்; புலம்புதல்;** talk nonsense. *முதலில் இப்படி அலப்புவதை நிறுத்திவிட்டு, உடனடியாக என்ன செய்யலாம் என்று யோசி./ கொஞ்சம் நேரம் அலப்பாமல் இருக்கிறாயா?*

அலம்பு வி. *(அலம்ப, அலம்பி)* **1: கழுவுதல்;** wash; clean. *ஒவ்வொரு பாத்திரமாக அலம்பி நீர் வடிவதற்குக் கவிழ்த்து வைத்தாள்./ கை அலம்பச் செம்பில் தண்ணீர் கொண்டுவா.* [*(தொ.சொ.)* **அலகு/ கழுவு**] **2:** *(இலங்.)* **தேவையற்ற விஷயங்களை எழுதுதல் அல்லது பேசுதல்;** ramble. *தலையங்கம் என்ற பெயரில் பத்திரிகை ஆசிரியர் ஏதோ அலம்பிவைத்திருக்கிறார்./ நீ சும்மா அலம்பிக் கொண்டிருக்காமல் உருப்படியாக ஏதாவது பேசு.*

அலமாரி பெ. **பொருள்கள் வைப்பதற்கு வசதியாகச் சில தட்டுகள் கொண்டதும் (பெரும்பாலும்) கதவுகளை உடையதுமான அமைப்பு;** cupboard; almirah. *ஊறுகாய் ஜாடியை அலமாரியிலிருந்து எடுத்தாள்./ கண்ணாடி அலமாரி/ புத்தக அலமாரி.*

அலர்[1] வி. *(அலர, அலர்ந்து) (உ.வ.)* **(பூ) மலர்தல்;** blossom. *காலையில் அலர்ந்து மாலையில் வாடிவிடும் மலர்கள்./ அன்றலர்ந்த மலர் போன்ற குழந்தையின் சிரிப்பு.*

அலர்[2] பெ. *(வ.வ.)* **பெரும்பாலும் சுவரின் அடிப் பகுதியில் இருக்கும் செங்கல் உப்புப் பட்டதைப் போல் பொரிந்து காணப்படும் நிலைமை;** corrosion of the lower part of a brick wall due to brackish water or wind. *இடது பக்கச் சுவர் அலர் அடித்திருக்கிறது, சிமெண்டு பூச வேண்டும்.*

அலரி பெ. *(இலங்.)* **அரளி;** oleander.

அலரிப்பூ பெ. *(இலங்.)* **அரளிப்பூ;** oleander (the flower). *அலரிப்பூ மாலை சுவாமிக்கு அழகாக இருக்கிறது.*

அலவாங்கு பெ. *(இலங்.)* **கடப்பாரை;** crow-bar. *கல் உடைப்பதற்கு அலவாங்கை எடுத்துவா.*

அலறல் பெ. **1: (பயத்தினால் எழுப்பும்) பெரும் குரல்;** scream; loud cry. *சிறுவன் போட்ட அலறலில் எல்லோரும் விழித்துக்கொண்டார்கள்./ (உரு வ.) அணு ஆயுத ஆபத்து என்ற அலறல் எங்கும் கேட்கிறது.* **2: (காதைத் துளைக்கும்) பெருத்த ஓசை;** blare. *ஒலிபெருக்கிகளின் அலறல்.*

அலறிப்புடைத்துக்கொண்டு வி.அ. காண்க: **அலறியடித்துக்கொண்டு.**

அலறியடித்துக்கொண்டு வி.அ. **(ஒன்று ஏற்படுத்தும் பாதிப்பால் அல்லது விளைவால்) பதறிப்போய்; பெரும் பதற்றத்துடன்;** agitatedly; panic-stricken. *அம்மாவின் உடல்நிலை திடீரென்று மோசமடைந்துவிட்டது என்னும் செய்தி கிடைத்தவுடன் அலறியடித்துக்கொண்டு கிளம்பினாள்./ வெள்ளம் வருவதைக் கண்டு மக்கள் அலறியடித்துக்கொண்டு ஓடினார்கள்./ பரீட்சைக்கு நேரமாகிவிட்டதென்று அலறியடித்துக்கொண்டு ஓடினாள்.*

அலறு வி. *(அலற, அலறி)* **1: (பயம், வலி முதலியவற்றால்) கூக்குரலிடுதல்;** scream (out of fear, grief, pain, etc.,); cry. *வயிற்றுவலி தாங்காமல் அலறத் தொடங்கினான்./ பேயைக் கண்டதுபோல் அலறினாள்./ (உரு வ.) தண்ணீர்த் தட்டுப்பாடுபற்றி வானொலியில் அலறுகிறார்கள்.* **2: (காதைத் துளைக்கும்படியாக) ஒலித்தல்;** blare. *தொலைபேசி அலறியது./ தீப்பிடித்ததும் தொழிற்சாலையின் எச்சரிக்கை மணிகள் அலறின.* **3: (ஆந்தை) கரகரப்பான குரலில் உரக்கக் கத்துதல்;** (of owl) hoot.

அலாக்காக வி.அ. *(பே.வ.)* காண்க: **அலக்காக.**

அலாதி பெ. *(-ஆக, -ஆன)* **தனித்தன்மை கொண்டது; வித்தியாசமானது; சிறப்பானது;** something special or unique. *நீ அமைச்சராக இருந்திருந்தால் வரவேற்பே அலாதியாக இருந்திருக்கும்./ அவருக்கு உன்மீது அலாதிப் பிரியம்./ எதிலுமே சேராமல் அலாதியாக ஒலித்தது கோயில் மேளம்./ அவன் போக்கே அலாதி.*

அலாரம் பெ. **(குறிப்பிட்ட நேரத்தை உணர்த்துவதற்காகக் கருவிகளில்) ஒலியெழுப்பும் வசதி/இந்தச் சாதனத்தைக் கொண்ட கடிகாரம்;** alarm/alarm clock. *ஐந்து மணிக்கு அலாரம் அடித்தது./ காலை இரண்டு மணிக்கு அலாரம் வை./ மேசையின் மேல் வைத்திருந்த அலாரத்தை எங்கே காணோம்?*

அலாரிப்பு பெ. *(நாட்.)* **(நாட்டிய நிகழ்ச்சியில் முதல் கட்டமான) அடிப்படைச் சொற்கட்டுகளுக்கு ஏற்ப ஆடும் முறை;** the first invocatory item in a dance recital which helps the dancer to warm up and prepare for the succeeding coordinated rhythmic movements.

அலி பெ. *(த.வ.)* **அரவானி;** person who is neither male nor female; transsexual; transgender.

அலு வி. *(அலுக்க, அலுத்து)* **1: (ஒன்றையே திரும்பத் திரும்பச் சொல்வது, கேட்பது, செய்வது போன்ற செயல்களால்) சலித்துப்போதல்; (ஒன்றில்) ஆர்வம் குறைதல்;** be bored; grow weary of sth.; become tired of (sth.). *ஆயிரம் தடவை கேட்டாலும் அலுக்காத பாட்டு இது./ ஒரே பாணியில் அலுக்காமல் பல வருடமாக எழுதி வருகிறார்./ ஒரே மாதிரி சாப்பாடு அலுத்துவிட்டது.* **2: குறைபட்டுக்கொள்ளுதல்; அங்கலாய்த்தல்;** lament; complain; say sth. wearily. *'வீட்டு வேலையும் செய்ய வேண்டும், பெற்றோரையும் கவனித்துக்கொள்ள வேண்டும்' என்று அலுத்துக்கொண்டாள்./ 'ஆமாம்' என்று அலுத்தாற் போல் பதில் சொன்னான்.* **3: களைப்படைதல்; சோர்வடைதல்;** be tired; become weary. *காணாமல்போன நாயை ஊர் முழுவதும் தேடி அலுத்துப்போய் வீடு வந்து சேர்ந்தேன்.*

அலுகோசு பெ. (இலங்.) **தூக்குத் தண்டனையை நிறைவேற்றும் அரசாங்க ஊழியர்;** hangman; executioner.

அலுங்கு வி. (அலுங்க, அலுங்கி) (பே.வ.) **லேசாக அசைதல்;** move slightly. காயை அலுங்காமல் எடு.

அலுப்பன் பெ. (இலங்.) **(எரிச்சல் ஏற்படும் அளவுக்கு) தொடர்ந்து நச்சரிக்கும் நபர்;** pesterer. இந்த அலுப்பன் எனது காலை நேரத்தையே வீணாக்கிவிட்டான்./ அவனது பணத்தைக் கையோடு கொடுத்துவிடு, இல்லாவிட்டால் அலுப்பன் உன்னை விட மாட்டான்.

அலுப்பு பெ. (-ஆக, -ஆன) **1: சலிப்பு; ஆர்வக் குறைவு;** boredom; loss of interest; weariness. ஒவ்வொன்றையும் திரும்பத்திரும்பச் சொல்லியாக வேண்டும் என்றால் அலுப்பாகத்தான் இருக்கும்./ தினமும் இட்லி சாப்பிட்டுச் சாப்பிட்டு அலுப்புத்தட்டிவிட்டது. [(தொ.சொ.) **எரிச்சல்/ சலிப்பு/ விரக்தி/ வெறுப்பு/ வெறுமை**] **2: களைப்பு; சோர்வு;** weariness; tiredness. பயண அலுப்பினால் படுக்கையை விட்டு எழுந்திருக்க முடியவில்லை.

அலுமாரி பெ. (இலங்.) காண்க: **அலமாரி.**

அலுவல் பெ. **1: அலுவலகத்தில் ஒருவருக்கு உரிய பணி;** work (at the office). அலுவலகத்தில் செய்ய வேண்டிய அலுவல்கள் குவிந்துகிடந்தன. [(தொ.சொ.) **உத்தியோகம்/ பணி/ பதவி/ பிழைப்பு/ வேலை**] **2: வேலை; காரியம்;** (some) work; affairs. ஏதோ முக்கிய அலுவலாகக் கிராமத்துக்குப் போயிருக்கிறார்.

அலுவலகம் பெ. **(தொழிற்கூடம் அல்லாத) வேலை பார்க்கும் இடம்;** place of work; office. அவர் சரியாக ஒன்பது மணிக்குத் தன் அலுவலகத்தில் இருப்பார்./ விண்ணப்பத்தை எங்கள் அலுவலகத்தில் பெற்றுக்கொள்ளலாம்.

அலுவலர் பெ. **அலுவலகத்தில் பணி செய்பவர்;** employee. வங்கி அலுவலர்கள். [(தொ.சொ.) **ஊழியர்/ தொழிலாளர்/ தொழிலாளி/ பணியாள்/ பணியாளர்/ வேலையாள்**]

அலை[1] வி. (அலைய, அலைந்து) **1: (ஒன்றைத் தேடி) பல இடங்களுக்குப் போதல்; சுற்றித் திரிதல்;** go all around (in search of sth.); wander or move about. அறுவடைக்கு ஆட்களைத் தேடி அலைந்துகொண்டிருக்கிறார்./ பஞ்ச காலத்தில் மக்கள் வேலை தேடி அலைகிறார்கள்./ நண்பரின் வீட்டைக் கண்டுபிடிக்க மிகவும் அலைய வேண்டியதாகிவிட்டது. [(தொ.சொ.) **சுற்று/ திரி/ பயணி**] **2: (மனம்) நிலைகொள்ளாமல் இருத்தல்;** (of mind) wander. மனம் ஏன் இப்படி அலைகிறது? **3: (ஒருவரின் பின்னால்) திரிதல்; சுற்றுதல்;** go after (s.o.); hang around (with s.o.). எப்போதும் அவர் பின்னாலேயே நாய் அலையும். **4: (காற்றில்) அங்குமிங்கும் அசைதல்;** flutter; wave. குத்துவிளக்கின் சுடர் காற்றில் அலைந்தது./ அலையும் கூந்தல். **5: (அளவுக்கு மீறி) ஆசைப்படுதல்;** run after sth. ஏன் நகை, நகை என்று அலைகிறாய்?

அலை[2] வி. (அலைக்க, அலைத்து) (உ.வ.) **அசைவுகளை வேகமாக உண்டாக்குதல்;** disturb; cause ripples. சிறு காற்றால் அவ்வப்போது நீர் அலைக்கப்பட்டுச் சுழித்தது./ (உரு வ.) கிராமத்திற்குள் நுழைந்ததும் பழைய நினைவுகள் மனத்தை அலைத்தன./ (உரு வ.) மனிதனை அலைக்கிற மூன்று ஆசைகளுள் ஒன்று பொன்னாசை ஆகும்!

அலை[3] பெ. **1: காற்றின் இயக்கத்தால் (கடல், ஏரி போன்ற) நீர்ப்பரப்பிலிருந்து உயர்ந்தும் சுருண்டும் தொடர்ந்து வரும் நீர்த்திரள்;** wave; ripple. **2:** (இயற்.) **ஒலி, ஒளி முதலியவை நேர்கோட்டில் செல்லாமல் சற்று எழும்பியும் தாழ்ந்தும் பரவிச்செல்லும் வடிவம்;** wave (of sound, light, etc.,). ஒலியலை/ ஒளியலை/ காந்த அலை/ மின்னலை.

அலைக்கழி[1] வி. (அலைக்கழிய, அலைக்கழிந்து) **1: (பிரச்சினைகளால்) இழுபட்டுத் துன்புறுதல்;** be harassed; be beset; be tormented; become distressed. குடும்ப விவகாரங்களில் மாட்டிக்கொண்டு அவர் அலைக்கழிகிறார். **2: (ஒரு இடத்தில் இருக்க முடியாமல்) இழுபடுதல்;** be tossed about. என் கணவருக்கு நிரந்தர வேலை கிடைக்காததால் நானும் அவரோடு ஊர்ஊராக அலைக்கழிந்துகொண்டிருக்கிறேன்./ ஆகாயத்துக்கும் பூமிக்குமாக அலைக்கழிந்துகொண்டிருப்பது போன்ற பிரமை.

அலைக்கழி[2] வி. (அலைக்கழிக்க, அலைக்கழித்து) **(சமாளிக்க முடியாமல்) தத்தளிக்கச் செய்தல்;** torment; harass; harry. கொரில்லாப் போர் பெரும் படையையும் அலைக்கழித்துவிடும்./ பெரியவரை அலைக்கழிக்காமல் கேட்டதைக் கொடுத்து அனுப்பு.

அலைக்கழிப்பு பெ. **(அலைச்சல், மனவேதனை, முடிவெடுக்க இயலாத சிக்கல் போன்றவற்றால் நேரும்) துன்பம்; சிரமம்;** hassle. உன் நண்பன் வேலை வாங்கித் தருகிறேன் என்று சொன்னதை நம்பிச் சென்னைக்கு வந்ததற்கு அலைக்கழிப்புதான் மிச்சம்./ அவரிடம் பணம் கிடைக்காது என்பது முன்பே தெரிந்திருந்தால் இந்த அலைக்கழிப்பைத் தவிர்த்திருக்கலாம்./ உடல் நலக்கோளாறுடன் அலைக்கழிப்பும் சேர்ந்து அவரைப் படுக்கையில் தள்ளிவிட்டது.

அலைக்கழிவு பெ. (இலங்.) **அலைச்சல்;** frequent and fatiguing travel. இன்று நாள் முழுவதும் எனக்கு ஒரே அலைக்கழிவு என்று அம்மா அலுத்துக்கொண்டாள்./ அங்கு கலியாணம், இங்கு செத்த வீடு என மாமா ஓடித்திரிகிறார். இந்த வாரம் முழுக்க அவருக்கு ஒரே அலைக்கழிவுதான்.

அலைக்கற்றை பெ. (இயற்.) **(வானொலி, தொலைக்காட்சி, கைபேசி போன்றவை இயங்க உதவும்) வெவ்வேறு அலைவரிசைகளில் அமைந்த ஒலி அல்லது ஒளியின் அலைத்தொகுப்பு;** spectrum.

அலைச்சல் பெ. **1: (பல இடங்களுக்கும்) அலைவதால் ஏற்படும் சிரமம்;** needless travel, movement, etc., மதுரைக்குப் போயும் அவரைப் பார்க்க முடியவில்லை; அலைச்சல்தான் மிச்சம்./ வியாபாரம் காரணமாகப் போன வாரம் முழுவதும் சரியான அலைச்சல். **2: (வீணான) நடை;** (unnecessary) walk. குறுக்கு வழியில் போனால் ஒரு கிலோமீட்டர் அலைச்சல் மிச்சம்.

அலைச்சறுக்கு விளையாட்டு பெ. **(கடலின் அலைவேகத்தையே உந்து சக்தியாகக் கொண்டு) சுருண்டு**

அலைநீளம் 66

எழும் அலைகளின் மீது பலகையில் நின்றபடி சறுக்கிச் செல்லும் விளையாட்டு; surfing.

அலைச்சறுக்கு விளையாட்டு

அலைநீளம் பெ. *(இயற்.)* **(ஒலி, ஒளி போன்றவற்றில்) அடுத்தடுத்த இரு அலைகளுக்கு இடைப்பட்ட தூரம்;** wavelength.

அலைபாய் வி. *(-பாய, -பாய்ந்து)* **1: (கூட்டம்) திரண்டு வருதல்;** (of crowd) surge (up). இன்று தேர்த் திருவிழா; மக்கள் கூட்டம் அலைபாய்கிறது. **2: நிலைகொள்ளாமல் தவித்தல்;** waver; oscillate. எருமை கட்டியிருந்த தும்போடு கொட்டகையில் அலைபாய்ந்துகொண்டிருந்தது./ மனத்தை அலைபாயவிடாதே!/ நாலாபக்கமும் கடன் தொல்லை; என்ன செய்வதென்று அலைபாய்ந்துகொண்டிருக்கிறேன்./ வினாடி நேரத்தில் ஆயிரம் யோசனைகள் அலைபாய்ந்தன.

அலைபேசி பெ. காண்க: **கைபேசி.**

அலைமோது வி. *(-மோத, -மோதி)* காண்க: **அலை பாய், 1.**

அலையக்குலைய வி.அ. *(ஓடிவருவதைக் குறிக்கும் போது)* **பதற்றத்தோடு பரபரப்பாக;** (run) helter-skelter. கோயில் யானைக்கு மதம் பிடித்துவிட்டது என்பதை அறிந்த கூட்டம் அலையக்குலைய ஓடத் தொடங்கியது./ என்ன நடந்துவிட்டது என்று இப்படி அலையக்குலைய ஓடி வருகிறாய்?

அலையாத்திக் காடு பெ. **வெப்ப மண்டலப் பிரதேசங்களில் நன்னீரும் கடல்நீரும் கலக்கும் சதுப்புநிலங்களில் இருக்கும் (சுரபுன்னை, தில்லை போன்ற மரங்களைக் கொண்ட) காடு;** mangrove forest. சிதம்பரம் அருகே பிச்சாவரத்தில் கடலோரம் இருக்கும் அலையாத்திக் காடுகள்./ அலையாத்திக் காடுகள் கடல் அரிப்பைத் தடுக்கும் இயற்கை அரணாக விளங்குகின்றன.

அலைவரிசை பெ. **1: ஒலிபரப்புக்காகவோ ஒளிபரப்புக்காகவோ ஒரு வினாடிக்கு இத்தனை என்னும் முறையில் அனுப்பும் மின்காந்த அலைகளின் தொடர்/ மேற்குறிப்பிட்ட முறையில் ஒலிபரப்பும் அல்லது ஒளிபரப்பும் அமைப்பு;** (radio) frequency/(T.V.) channel. நேர்முக வர்ணனை சென்னை இரண்டாவது அலைவரிசையில் ஒளிபரப்பாகும்./ தொலைக்காட்சி அலைவரிசைகள் ஓயாமல் திரைப்படத்தைப் பற்றிய நிகழ்ச்சிகளையே ஒளிபரப்புகின்றன. **2: (இருவரிடையே காணப்படும்) சிந்தனையும் உணர்வுகளும்;** wavelength. நாங்கள் செய்யும் காரியம் நன்றாக அமைவதற்குக் காரணம் எங்களிடையே காணப்படும் ஒத்த அலைவரிசைதான்.

அலைவாங்கிக் கோபுரம் பெ. **ஒலி, ஒளி அலைகளைச் சமிக்ஞையாக மாற்றிச் செயற்கைகோளுக்கு அனுப்பவும் அல்லது செயற்கைகோளிலிருந்து வரும் சமிக்ஞைகளைப் பெறவும் உதவும் உலோகக் கம்பிகளால் ஆன உயரமான அமைப்பு;** transmission tower.

அலைவு பெ. *(இயற்.)* **இரு புள்ளிகளுக்கு இடையே ஒரு பொருளின் சீரான தொடர்ச்சியான அசைவு;** oscillation. ஊசலின் அலைவு மெதுவாக இருக்கும்படி செய்.

அலோகம் பெ. *(வேதி.)* **திட, திரவ, வாயு ஆகிய மூன்று நிலைகளில் காணப்படுவதும் பளபளப்புத் தன்மை அற்றதும் உலோகம் அல்லாததுமான தனிமம்;** non-metal.

அவ்வண்ணம் வி.அ. *(உ.வ.)* **அவ்வாறு; அப்படி;** in the same way; likewise; following suit. நீங்கள் கூறியது அனைத்தையும் குறித்துக்கொண்டேன். அவ்வண்ணம் செய்கிறேன்./ 'அவ்வண்ணமே விரும்பும்' என்பதன் கீழ் மணமகனின் தந்தை பெயர் அழைப்பிதழில் அச்சிடப்பட்டிருந்தது.

அவ்வப்போது வி.அ. **நேரம் கிடைக்கும்போதெல்லாம்; சில சமயங்களில்;** from time to time; periodically. அவன் அவ்வப்போது வீட்டுக்கு வந்து என்னை நலம் விசாரித்துச் செல்வான்./ தலைமைச் சமையல்காரர் அவ்வப்போது தன்னுடன் வேலை செய்பவர்களுக்குச் சமையல் குறிப்புகள் தருவார்./ நாட்டியத் துறையில் அவ்வப்போது புதிய பரிசோதனைகள் நடைபெறுகின்றன./ அப்பாவால் இந்தக் கடையை முழுநேரமாகப் பார்த்துக்கொள்ள முடியவில்லை என்பதால் அவ்வப்போது வந்துபோகிறார்.

அவ்வளவாக வி.அ. *(எதிர்மறை வினைகளோடு மட்டும்)* **குறிப்பிட்டுச் சொல்லும் அளவுக்கு;** much. அவருக்கு ஆங்கிலம் அவ்வளவாக வராது./ எனக்கு இசையில் அவ்வளவாக நாட்டம் இல்லை./ நானும் அவரும் அவ்வளவாகப் பேசிக்கொள்வதில்லை.

அவ்வளவு பெ. **1: எல்லா; அத்தனை;** all. அவ்வளவு புத்தகங்களையும் படித்துவிட்டாயா?/ அவ்வளவு மாணவர்களும் புத்திசாலிகள். **2: (குறிப்பிடப்படும்) அந்த அளவு; அத்தனை;** (that/so) much. அவ்வளவையும் நான் கவனித்தாக வேண்டும். **3:** *(அடையாக வரும்போது)* **அதிகம் என்று கருதும்படியான அந்த அளவு;** so much; that much. அவ்வளவு திமிரா அவனுக்கு?/ அவ்வளவு சொல்லியும் அவன் கேட்கவில்லை.

அவ்வளவுக்கும் இ.சொ. காண்க: **இவ்வளவுக்கும்.**

அவ்வளவுதான் இ.சொ. **1: ஒரு செயலுக்கு மோசமான பின்விளைவுகள் நிகழும் என்று குறிப்பிடும்போது வாக்கியத்தில் இரண்டு பகுதிகளுக்கு இடையே பயன்படுத்தும் இடைச்சொல்;** term signifying that bad consequences will ensue; 'done for'; 'that's the end'. அக்காவுக்கு யாரோ காதல் கடிதம் எழுதியிருக்கிறான். இது மட்டும் அப்பா கையில் கிடைத்திருந்தால், அவ்வளவுதான்! **2: முதல் வாக்கியத்தில் சொல்லப்பட்டது நிகழ்ந்ததற்காகவே**

காத்திருந்ததுபோல் மற்றொன்று நிகழ்வதைக் காட்டு வதற்காக இரண்டாவது வாக்கியத்தின் தொடக்கத்தில் பயன்படுத்தப்படும் இடைச்சொல்; particle occurring between two sentences, signifying that an act completed is cause enough for an immediate reaction. 'ஏன் ஒருமாதிரி யாக இருக்கிறாய்?' என்று கேட்டேன். அவ்வளவுதான், தன் பிரச்சினைகளைக் கொட்ட ஆரம்பித்துவிட்டாள்.

அவ்வாறு வி.அ. **அப்படி; அந்த விதமாக; அந்த மாதிரி;** in the specified or required or desired manner; like that; thus. குடை எடுத்து வந்திருக்கலாம். அவ்வாறு செய்யாததால் மழையில் நனைய வேண்டியதாகிவிட்டது./ நான் அவ்வாறு பேசவே இல்லை./ அவர் ஒரு புத்தகம் கேட்டிருந்தார். நான் அவ்வாறே அனுப்பிவைத்தேன்.

அவ்விடம்[1] பெ. (அ.வ.) (ஒருவர் முன்னிலையில் உயர் வாக அவரைக் குறிப்பிடும்போது) **தாங்கள்;** an exalted form of second-person address. தன்னைப் புகழ்ந்த குருவைப் பார்த்து 'எல்லாம் அவ்விடத்து அருளால்தான்' என்றான்.

அவ்விடம்[2] வி.அ. (அ.வ.) **(பெரும்பாலும் கடிதம் எழு தும்போது) (கடிதம் பெறுபவர் இருக்கும் இடமான) அங்கு;** (mostly in letter writing) at your end. இவ்விடம் யாவரும் நலம். அவ்விடம் இதுபோல் யாவரும் சுகமாக இருப்பீர்கள்.

அவக்அவக்கென்று வி.அ. **விழுங்கும்போது அவசர அவசரமாக;** (eat) in lumps and in unseemly haste. இலையில் சாதம் போட்டால் அவக்அவக்கென்றா சாப்பிடுவாய்?

அவக்கென்று[1] வி.அ. **ஒன்று ஓடிவிடுவதற்கு முன் பிடித்துக்கொள்வதைப்போல்;** (snatch) in unseemly haste. ஒரு தேங்காய்தான் இருந்தது, அதையும் அவன் அவக்கென்று பிடுங்கிக்கொண்டான்.

அவக்கென்று[2] வி.அ. (இலங்.) **திடுதிப்பென்று; திடீ ரென்று;** suddenly; without notice. அவக்கென்று வீட்டை விட்டுப் போகச் சொன்னால், நான் எங்கே போவது?

அவகாசம் பெ. **1: (ஒரு வேலையைச் செய்து முடிப்ப தற்கு ஆகும்) நேரம்;** time (that a piece of work takes or a person requests to do sth.). கல்யாண விஷயங்களை முடிவுசெய்யச் சிறிது அவகாசம் வேண்டும்./ பத்து நாட்கள் அவகாசம் தரும்படி கேட்டார். **2: ஓய்வு நேரம்;** leisure time; spare time. இப்போதுதான் சற்று அவகாசம் கிடைத் தது, நிம்மதியாக உட்கார்ந்திருக்கிறேன்.

அவச்சொல் பெ. (அ.வ.) காண்க: **அவப்பெயர்.**

அவசம் பெ. **மனம் நிலைகொள்ளாத நிலை;** agitation (of the mind). ஏதோ ஒரு மன அவசத்தில் வெறுப்புற்று அவள் இதைச் செய்திருக்கலாம்./ இலக்கியம் என்பதே மன அவசத்தின் வெளிப்பாடுதானோ?/ கழைக்கூத்தாடியின் அவசங்களை இந்தக் கதையில் ஆசிரியர் மிக நேர்த்தியாக வெளிப்படுத்தியிருக்கிறார்.

அவசரக்குடுக்கை பெ. **(விளைவுகளைப் பற்றி நினைக் காமல்) ஒரு செயலை அவசரப்பட்டுச் செய்துவிடுபவர்;** rash and hasty person. அவரிடம் போய் உடனே சொல்லி விட வேண்டுமா? சரியான அவசரக்குடுக்கையாக இருக்கி றாயே./ இந்த அவசரக்குடுக்கையால்தான் காரியம் கெட்டது.

அவசரக்கோலம் பெ. **அவசரம் காரணமாகத் திருத்த மாகச் செய்ய முடியாத நிலை;** the condition of sth. having been done in haste. அவசரக்கோலத்தில் கட்டிய வீடு இப்படித்தான் இருக்கும்.

அவசரகாலச் சட்டம் பெ. (இலங்.) **நாட்டில் திடீர் என்று நெருக்கடி ஏற்படும்போது வழக்கமான சட்டங் களை மீறிச் சில நடவடிக்கைகளை மேற்கொள்வதற் காக அரசு இயற்றும் சட்டம்;** an ordinance enabling the government to take emergency measures beyond the purview of ordinary laws. மாணவர்களின் போராட்டத்தை முடி வுக்குக் கொண்டுவந்து அமைதியை ஏற்படுத்த அவசர காலச் சட்டம் பிறப்பிக்கப்பட்டது./ அவசரகாலச் சட்டத் தினால் கடைகள் எதுவுமே திறக்கவில்லை.

அவசரச்சட்டம் பெ. **நாடாளுமன்றத்தின் அல்லது மாநிலச் சட்டமன்றத்தின் கூட்டம் நடைபெறாத காலத் தில் குடியரசுத் தலைவராலோ மாநில ஆளுநராலோ அவசரத் தேவை கருதிப் பிறப்பிக்கப்படும் தற்காலிகச் சட்டம்;** (in India) an ordinance promulgated by the President or a Governor (of a state) when the Parliament or legislature is not in session.

அவசரச் சிகிச்சைப் பிரிவு பெ. **ஆபத்தான நிலையில் மருத்துவமனைக்குக் கொண்டுவரப்படுபவருக்கு உட னடிச் சிகிச்சை வழங்கும் பிரிவு;** emergency ward or unit (in a hospital).

அவசர நிலை பெ. **நாட்டின் ஒருமைப்பாடு குலையும் சூழ்நிலையைச் சமாளிக்க, இயற்கைச் சீற்றத்தினால் ஏற்படும் நிலைமையைச் சமாளிக்க அல்லது போர்ச் சூழலைச் சமாளிக்க மத்திய அரசு அரசியல் சட்டத்தின் செயல்பாட்டை நிறுத்திவிட்டு எல்லா அதிகாரங்களை யும் மேற்கொள்ளும் நிலைமை;** state of emergency.

அவசரப்படு வி. (-பட, -பட்டு) **(ஒன்றைச் செய்வதில் தேவை இல்லாமல்) வேகம் காட்டுதல்; பரபரப்புடன் நடந்துகொள்ளுதல்;** show undue haste; be rash. நிதான மாகச் செய்திருக்கலாம், அவசரப்பட்டுவிட்டேன்./ அவ சரப்பட்டு ஒரு தீர்மானத்துக்கு வந்துவிடாதீர்கள்!/ எதற்கு இப்படி அவசரப்படுகிறாய்? சற்றுப் பொறுமையாக இரு./ அவசரப்பட்டு எந்த முடிவுக்கும் வந்துவிடாதே.

அவசரப்படுத்து வி. (-படுத்த, -படுத்தி) **(செய்யப்பட வேண்டியதை) விரைந்து முடிக்குமாறு முடுக்குதல்; காலம் தாழ்த்தாமல் செயல்படத் தூண்டுதல்;** cause (s.o.) to make haste; hurry (s.o.) up. 'சீக்கிரம் காய்கறி வாங்குங்கள், நான் இன்னும் இரண்டு தெருவுக்குப் போக வேண்டும்' என்று அவசரப்படுத்தினான்.

அவசரம் பெ. (-ஆக, -ஆன) **1: (குறுகிய காலத்தில் காரி யங்களை முடித்துவிட முயலும்) விரைவு; வேகம்; பரபரப்பு;** haste; hurry; quickness. விவரம் தெரிந்தவர்கள் கூட அவசரத்தில் போலியை அசல் என்று நினைத்துவிடு கிறார்கள்./ அவசரம்அவசரமாக வேலையை முடித்துவிட்டு விமானத்தில் புறப்பட்டார். **2: (இனியும் தாமதிக்க முடி யாது என்ற) உடனடித் தன்மை;** immediateness; urgency; emergency. ஆயிரம் ரூபாய் அவசரமாக வேண்டும்./ நோயாளிக்கு அவசரச் சிகிச்சை அளிக்கப்பட்டது. **3: உட னடித் தேவை;** immediate need. உன் அவசரத்துக்கு ஆயி ரம் ரூபாய்கூடப் போதாதே./ கல்யாணத்துக்கு இப்போது என்ன அவசரம்?

அவசியம்¹ பெ. (-ஆன) (இன்றியமையாத) தேவை; முக்கியம்; necessity; sth. essential. உடல்நலம் தேற இடமாற்றம் அவசியம் என்று மருத்துவர் பரிந்துரைத்தார்./ ஒரு அவசியத்துக்குக்கூட உதவாத இந்தப் பணம் எனக்கு எதற்கு?

அவசியம்² வி.அ. கட்டாயமாக; நிச்சயமாக; certainly. நீங்கள் ஒரு முறை எங்கள் ஊருக்கு அவசியம் வர வேண்டும்.

அவதரி வி. (அவதரிக்க, அவதரித்து) (கடவுள், புகழ்பெற்றோர் ஆகியோரின் பிறப்பைக் குறிப்பிடும்போது) தோன்றுதல்; (of god, a deity) incarnate; (of illustrious persons) be born. கிருஷ்ணன் அவதரித்த நாள் மக்களால் கொண்டாடப்படுகிறது./ காந்தி மகான் அவதரித்த நாடு.

அவதார புருஷன் பெ. செய்வதற்கு அரிதான செயலைச் செய்து முடிக்க என்றே (மனிதனாக) பிறந்தவன்; தெய்வப் பிறவி; one who is an incarnation of a god; man born with a mission. இராமன் ஒரு அவதார புருஷன்./ காந்தி போன்ற அவதார புருஷர்கள் பலர் பிறந்த நாடு இந்தியா.

அவதாரம் பெ. ஏதேனும் ஓர் உருவத்தில் தெய்வம் எடுக்கும் பிறப்பு; particular incarnation (of a god). திருமாலின் பத்து அவதாரங்கள்/ (உரு வ.) அரசியலில் அவர் பல அவதாரங்கள் எடுத்திருக்கிறார்.

அவதானம் பெ. (இலங்.) 1: கூர்மையாகக் கவனித்தல்; observation. விஞ்ஞான முறையில் அவதானம் முக்கிய இடம்பெறுகிறது. 2: ஜாக்கிரதை; கவனம்; carefulness. கிருமிநாசினிகளைப் பயன்படுத்தும்போது அவதானமாக இருக்க வேண்டும்.

அவதானி வி. (அவதானிக்க, அவதானித்து) (இலங்.) 1: (ஒருவரின் நடவடிக்கையை உற்று அல்லது கூர்ந்து) கவனித்தல்; watch (s.o.). யாரோ ஒருவர் தன்னை அவதானித்துக்கொண்டிருப்பதாக உணர்ந்தாள். 2: கவனத்தில் கொள்ளுதல்; take notice of; observe. தாய்மொழி தானே என்ற மனப்பான்மை மாணவரிடத்துக் காணப்படுவதை நாம் அவதானித்திருக்கலாம்.

அவதி¹ பெ. துன்பம்; அவஸ்தை; distress; suffering; vexation. அனல் காற்று வீசுகிறபோது வீட்டுக்குள் இருக்கவும் முடியாது, வெளியே போகவும் முடியாது. ஒரே அவதிதான்.

அவதி² பெ. (வ.வ.) (கால நெருக்கடியால் ஏற்படும்) அவசரம்; haste; hurry. அவதியில் பணத்தை எடுத்துவர மறந்துவிட்டேன்.

அவதிப்படு வி. (-பட, -பட்டு) (நோய், வறுமை முதலியவற்றால்) துன்பப்படுதல்; suffer inconvenience, pain, poverty, privation; be distressed. என் மாமனார் பத்து வருடங்களாகக் கடும் வயிற்று வலியால் அவதிப்படுகிறார். நாம் அந்நிய ஆட்சியின் அடக்குமுறைக்கு ஆளாகி அவதிப்பட்டோம்./ ரயிலில் இடம் கிடைக்காமல் அவதிப்பட்டேன்.

அவதூறு பெ. (-ஆக, -ஆன) (நற்பெயரைக் கெடுக்கும் அல்லது உண்மைக்கு மாறான) பழி; களங்கம்; defamation; libel; slander. பொதுவாழ்வில் ஈடுபட்டவர்கள் அவதூறுகளுக்கு அஞ்சக் கூடாது./ அவர் உன்னைப் பற்றி ஏன் அவதூறு சொல்ல வேண்டும்?

அவநம்பிக்கை பெ. நம்பிக்கையின்மை; சந்தேகம்; lack of faith; mistrust. தற்கால நவீன மருத்துவ முறையில் தனக்கு உள்ள அவநம்பிக்கையை அவர் கூறினார்.

அவப்பெயர் பெ. பழி; bad reputation; bad name.

அவமதி வி. (அவமதிக்க, அவமதித்து) (உரிய மதிப்பைத் தராமல்) இழிவுபடுத்துதல்; show disrespect to s.o. or sth.; insult. படைவீரர்கள் தங்கள் உயர் அதிகாரியை அவமதித்தால் கடும் தண்டனைக்கு உள்ளாவார்கள்./ அரசியல் சட்டத்தை அவமதித்ததற்காகக் கைது.

அவமதிப்பு பெ. (-ஆக, -ஆன) இழிவு; அவமரியாதை; disrespect; insult; humiliation. தனக்கு நேர்ந்த அவமதிப்பை அவரால் தாங்கிக்கொள்ள முடியவில்லை. [(தொ.சொ.) அகௌரவம்/ அவமரியாதை/ அவமானம்/ இழிவு/ இழுக்கு/ களங்கம்/ பழி]

அவமரியாதை பெ. (-ஆக, -ஆன) மரியாதைக் குறைவு; அவமதிப்பு; disrespect; humiliation; indignity. [(தொ.சொ.) அகௌரவம்/ அவமதிப்பு/ அவமானம்/ இழிவு/ இழுக்கு/ களங்கம்/ பழி]

அவமரியாதைப்படுத்து வி. (-படுத்த, -படுத்தி) (ஒருவரை) அவமதிக்கும் விதத்தில் அல்லது மரியாதைக் குறைவாக நடத்துதல்; humiliate. விழாவுக்கு அழைப்பு அனுப்பிவிட்டு இப்படி அவமரியாதைப்படுத்துவதைவிட அழைக்காமலேயே இருந்திருக்கலாம்.

அவமானப்படு வி. (-பட, -பட்டு) மதிப்பு, மரியாதை முதலியவை இழந்த நிலையை அடைதல்; be humiliated; feel ashamed. உன் பேச்சைக் கேட்டுத் திருமணத்துக்கு வந்து நான் அவமானப்பட்டது போதாதா?/ இனியும் நான் இவருக்குக் கீழ் வேலைபார்த்து அவமானப்பட முடியாது./ நம் கண்ணெதிரே நடக்கும் அநியாயத்தைத் தட்டிக்கேட்க முடியாததற்காக நாம் அவமானப்பட வேண்டும்./ என்னுடைய நேரடிப் பொறுப்பில் உள்ள துறையில் இப்படி ஒரு அவமானப்படத்தக்க சம்பவம் நடந்ததற்காக நான் வருந்துகிறேன்.

அவமானப்படுத்து வி. (-படுத்த, -படுத்தி) மதிப்பு, மரியாதை முதலியவை குறைந்த நிலைக்கு ஒருவரை உள்ளாக்குதல்; humiliate; insult. அத்தனை பேருக்கு நடுவில் என்னை அவமானப்படுத்திவிட்டான்./ யாரையும் அவமானப்படுத்த வேண்டும் என்ற நோக்கத்தோடு நான் அப்படி நடந்துகொள்ளவில்லை.

அவமானம் பெ. (-ஆக) மதிப்பு, மரியாதை, கௌரவம் முதலியன குறைவதால் ஏற்படும் இழிநிலை; shame; dishonour; disgrace. குடும்பக் கௌரவமே போய்விட்டது என்ற அவமானத்தால் அவர் குன்றிப்போனார். [(தொ.சொ.) அகௌரவம்/ அவமதிப்பு/ அவமரியாதை/ இழிவு/ இழுக்கு/ களங்கம்/ பழி]

அவயம்கா வி. (-காக்க, -காத்து) (வ.வ.) காண்க: அடைகா.

அவயவம் பெ. (அ.வ.) உடல் உறுப்பு; human organ; limb. உறுப்புக் குறை உள்ளவர்களுக்குச் செயற்கை அவயவங்கள் பொருத்தப்படுகின்றன.

அவர் பி.பெ. ஆண், பெண் ஆகிய இருபாலரையும் மரியாதையுடன் குறிப்பிடப் படர்க்கையில் பயன்படும்

பிரதிப்பெயர்; third person singular (honorific) pronoun 'he' or 'she'; his or her. எங்கள் தொகுதியிலிருந்து ஒரு பெண் மணி தேர்ந்தெடுக்கப்பட்டார். அவர் சட்டம் படித்தவர்.

அவர்கள் பி.பெ. **1: உயர்திணைப் பன்மைப் படர்க்கைப் பெயர்;** third person plural distal pronoun; they; them. **2: ஒருவருடைய பெயரை அல்லது பதவியை அடுத்து மரியாதைக்காக இடப்படும் பிரதிப்பெயர்;** honorific affixed to a person's name or position. திரு.வி. கல்யாண சுந்தரனார் அவர்கள்/ கல்வி அமைச்சர் அவர்கள்/ பேராசிரியை அவர்கள்.

அவரை பெ. **இரு பகுதிகளாகப் பிரியக்கூடிய, சற்றுத் தடித்த பச்சை நிறத் தோலினுள் விதைகளைக் கொண்ட, தட்டையான காய்/மேற்குறிப்பிட்ட காய் காய்க்கும் ஒரு வகைக் கொடி;** field bean (the seed and the creeper); garden bean. அவரைப் பந்தல்.

அவரோகணம் பெ. *(இசை)* **ஒரு ராகத்தின் ஸ்வரங்களைப் படிப்படியாக மேலிருந்து கீழாக ஒலி அளவில் குறைக்கும் முறை;** rendering of the notes of a raga in descending order.

அவல் பெ. **ஊறவைத்த நெல்லைச் சிறிது நேரம் உலர வைத்து வறுத்து இடித்துப் பெறும் உணவுப் பண்டம்;** rice flakes obtained by parching and pounding paddy soaked in water.

அவல் பொரி பெ. *(வட்டார வ.)* **அவலைப் பொரித்துப் பெறப்படும் பொரி;** roasted rice flakes. கார்த்திகை தீபத்தன்று அவல் பொரியை வெல்லப் பாகில் கலந்து பொரி உருண்டை செய்வார்கள்.

அவலட்சணம் பெ. *(-ஆக, -ஆன)* **1: அழகின்மை;** ugliness. அழகான பெண்ணுக்கு அவலட்சணமான மாப்பிள்ளையா? **2: பொருத்தமின்மை;** impropriety; unseemliness. தேக்கு மரத்தில் நிலை, பிளாஸ்டிக் மாவிலைத் தோரணம். என்ன அவலட்சணம்!

அவலம் பெ. **1: வருந்தத்தக்க அல்லது இரங்கத்தக்க நிலை;** regrettable state; pathetic condition. வறுமைதான் இந்த நாட்டின் அவலம். **2: துன்பம்;** suffering. அநீதிகளையும் அவலங்களையும் மக்களால் எப்படிப் பொறுத்துக் கொள்ள முடிகிறது? **3:** *(பெரும்பாலும் பெயரடையாக) (இலக்கியத்தைக் குறித்து வருகையில்)* **துன்ப உணர்வை அல்லது முடிவை வெளிப்படுத்தும் தன்மை;** (attributively) tragedy; pathos. கிரேக்க அவல நாடகங்கள்/ அவலக் காப்பியம்/ அவலச் சுவை நிரம்பிய கவிதை.

அவள் பி.பெ. **பெண்ணைக் குறிப்பிடப் படர்க்கையில் பயன்படும் பிரதிப்பெயர்;** third person singular feminine pronoun; that woman; she; her.

அவன் பி.பெ. **ஆணைக் குறிப்பிடப் படர்க்கையில் பயன்படும் பிரதிப்பெயர்;** third person singular masculine pronoun; that man; he; his.

அவஸ்தை பெ. **துன்பம்; வேதனை;** distress; suffering; pain; agony. புற்றுநோயால் அவன் படுகிற அவஸ்தையை எப்படித் தீர்ப்பது?/ திருவிழா நெரிசலில் மாட்டிக்கொண்டு பட்ட அவஸ்தை!

அவஸ்தைக்காரன் பெ. *(கிறித்.)* **இறக்கும் தறுவாயில் இருப்பவன்;** s.o. about to receive the last rites.

அவஸ்தைப்படு வி. *(-பட, -பட்டு)* **அவதிப்படுதல்;** suffer (inconvenience, poverty, privation, etc.,); be distressed. திருவிழாக் கூட்ட நெரிசலில் நிற்கக்கூட முடியாமல் அவஸ்தைப்பட்டாள்./ அளவுக்குமீறிக் கடன் வாங்கி விட்டு இப்போது அவஸ்தைப்படுகிறான்.

அவா பெ. *(உ.வ.)* **ஆவல்; விருப்பம்;** desire; ambition. எளிய மக்களுக்கு விடுதலை வேண்டும் என்பதே அவர்தம் அவா./ தமிழ் படிக்க வேண்டும் என்ற அவா அவருக்கு இருந்தது. [*(தொ.சொ.)* **ஆசை/ ஆவல்/ இச்சை/ எதிர்பார்ப்பு/ நப்பாசை/ நாட்டம்/ நினைப்பு/ விருப்பம்/ விழைவு**]

அவாவு வி. *(அவாவ, அவாவி) (உ.வ.)* **விரும்புதல்;** be eager for; yearn for. புதிய விஷயங்களைக் கற்றுக்கொள்ள மனம் அவாவுகிறது.

அவி[1] வி. *(அவிய, அவிந்து)* **1: வேகுதல்;** boil (in water); be steamed. நெல் சரியாக அவியவில்லை. **2:** *(பே.வ.)* **(உஷ்ணத்தால்) புழுங்குதல்;** become sultry; decompose. அவிகிற மாதிரி இருக்கிறது; ஜன்னலைத் திற./ கூளத்தைக் குப்பைக் குழியில் கொட்டினால் சீக்கிரம் அவிந்து எருவாகிவிடும்./ *(உரு வ.)* அவன் பொறாமையால் அவிகிறான்.

அவி[2] வி. *(அவிய, அவிந்து) (பே.வ.)* **அணைதல்;** be extinguished; go out. அரிக்கன் விளக்கு அவிந்து இருள் சூழ்ந்தது.

அவி[3] வி. *(அவிக்க, அவித்து)* **1: வேகவைத்தல்;** steam (paddy, groundnut, etc.,). அவித்த வேர்க்கடலை. **2:** *(வட்டார வ.)* **(இட்லி, பிட்டு போன்ற உணவுப் பொருள்களை) நீராவியில் தயாரித்தல்;** make or prepare (*இட்லி*, etc.,) by steaming. **3: (அழுக்கு போவதற்காகத் துணியில்) நீராவியைச் செலுத்துதல்;** steam clean. எல்லாத் துணிகளையும் வெள்ளாவியில் வைத்து அவித்தான். **4: கொதிக்க வைத்தல்;** boil. வயிற்றுவலிக்கு மங்குஸ்தான் கோதை அவித்துக் குடித்தால் நல்லது.

அவி[4] வி. *(அவிக்க, அவித்து)* **(விளக்கு, அடுப்பு முதலியவற்றை) அணைத்தல்;** extinguish (lamp, furnace, etc.,); put out. அடுப்பைச் சரியாக அவிக்காததால் புகை வந்து கொண்டிருக்கிறது.

அவிசாரி பெ. *(த.வ.)* **'விபச்சாரி' என்ற பொருளில் பயன்படுத்தப்படும் ஒரு வசைச் சொல்;** an abusive term for a prostitute.

அவிசுவாசி பெ. *(கிறித்.)* **கடவுள் நம்பிக்கை இல்லாதவன்;** unbeliever; heretic.

அவிட்டம் பெ. *(சோதி.)* **இருபத்தேழு நட்சத்திரங்களில் இருபத்து மூன்றாவது;** the twenty-third of the twenty-seven divisions of the zodiac in Indian astrology, corresponding to an asterism, but smaller than a constellation.

அவித்தியம் பெ. *(இலங்.)* **அஞ்ஞானம்;** ignorance.

அவியல் பெ. **1: சில வகைக் காய்கறிகளை அவித்துச் சீரகம், அரைத்த தேங்காய் சேர்த்துச் செய்யப்படும் ஒரு வகைத் தொடுகறி;** vegetable mix cooked with ground coconut. **2: (ஒரே தரமாக இல்லாத) பலவற்றின் கலவை;** a mix of ideas, etc., which do not blend; hotchpotch. பல ஆங்கிலப் படங்களின் அவியல் இந்தத் தமிழ்ப் படம்.

அவிழ்[1] வி. *(அவிழ, அவிழ்ந்து)* **1: (கட்டு, முடிச்சு முதலியவை) பிரிதல்;** (of a knot, etc.,) become untied; become loose. புத்தகக் கட்டின் முடிச்சு அவிழ்ந்துவிட்டது./ கூந்தல் அவிழ்ந்து தொங்கியது. **2: (ஆடை) நெகிழ்தல்; தளர்தல்;** (of saree, etc.,) loosen. அவிழ்ந்த வேட்டியைக் கையால் பிடித்துக்கொண்டான். [*(தொ.சொ.)* **தளர்/ துவள்/ தொய்/ நெகிழ்**]

அவிழ்[2] வி. *(அவிழ்க்க, அவிழ்த்து)* **1: (கட்டு, முடிச்சு முதலியவற்றை அல்லது பிணைத்துக் கட்டியிருப்பதிலிருந்து ஒன்றை) பிரித்தல்;** untie or undo (a knot, etc., or sth. which is tied up with another). கிழவி முந்தானை முடிச்சை அவிழ்த்துக் காசை எடுத்தாள்./ வண்டியிலிருந்து மாடுகளை அவிழ்த்துக் குளிப்பாட்ட ஓட்டிச் சென்றான்./ *(உரு வ.)* அராஜகத்தை அவிழ்த்துவிட்டது யார்? **2: (உடை முதலியவற்றை) கழற்றுதல்;** take off; remove (a garment, etc.,). முண்டாசை அவிழ்த்து உதறினான்./ அவர் கைக்கடிகாரத்தைக் கட்டுவதும் அவிழ்ப்பதுமாக இருந்தார்.

அவிழ்த்துவிடு வி. *(-விட, -விட்டு)* **1: அளவுக்கு அதிகமாக (பெரும்பாலும் உண்மை அல்லாததை) வெளிப்படுத்துதல்;** reel off (esp. untruth, etc.,). என்ன ஒரே பொய் மூட்டையாக அவிழ்த்துவிடுகிறாய்?/ இப்படி ஒரு பொய்ப் பிரச்சாரத்தை அவிழ்த்துவிட்டது யார்? **2:** காண்க: **கட்டவிழ்த்துவிடு.**

அவுரி பெ. **நீல நிறச் சாயம் எடுக்கப் பயன்படும் சிறு இலைகளைக் கொண்டதும் பசுந்தாள் உரமாகப் பயன்படுவதுமான ஒரு வகைக் குத்துச்செடி;** indigo plant.

அவை[1] பெ. **1: அரசன் தன் அமைச்சர்களுடன் காட்சி தரும் இடம்;** royal court. பாண்டியன் அவையிலே கண்ணகி கண்ணீருடன் வந்து நின்றாள். **2: குழு; கூட்டம்;** a gathering; an assembly (of people). அறிஞர்கள் கூடியிருக்கும் இந்த அவையில் இதைத் தெரிவிக்கிறேன். **3: சட்டசபையின் அல்லது நாடாளுமன்றத்தின் இரு அவைகளுள் ஒன்று;** either of the houses of a bicameral legislature (such as a state legislature or parliament). கேள்வி நேரத்தில் சம்பந்தப்பட்ட அமைச்சர் அவையில் இருக்க வேண்டும். **4:** *(பு.வ.)* **ஆலோசனை வழங்கவோ முடிவெடுக்கவோ அதிகாரபூர்வமாகத் தேர்ந்தெடுக்கப்பட்ட குழு;** council.

அவை[2] பி.பெ. **அருகில் இல்லாத அஃறிணைப் பொருள்களைச் சுட்டும் பிரதிப்பெயர்;** plural neuter distal pronoun; they; those.

அவைக்குறிப்பு பெ. **(நாடாளுமன்றம், சட்டமன்றம், உள்ளாட்சி அமைப்புகள் போன்றவற்றின்) கூட்டத்தில் நடந்த விவாதங்கள், நிறைவேற்றப்பட்ட தீர்மானங்கள் போன்ற விவரங்கள் அடங்கிய தொகுப்பு;** minutes (of the proceedings in a legislative body or councils). உறுப்பினர் உணர்ச்சிவசப்பட்டுப் பேசிய சில வார்த்தைகள் அவைக்குறிப்பிலிருந்து நீக்கப்படும் என்று அவைத்தலைவர் கூறினார்.

அவைத்தலைவர் பெ. **மக்களவை, சட்டமன்றம் ஆகியவற்றின் நடவடிக்கைகளை நடத்தும் பொறுப்பு வகிப்பவர்; சபாநாயகர்;** Speaker (of parliament or of the state legislative assembly).

அவை முன்னவர் பெ. **அவை நடவடிக்கைகளுக்கான நாள், நேரம் முதலியவற்றை அவைத்தலைவருடன் கலந்து நிர்ணயிக்க நியமிக்கப்படும் ஆளுங்கட்சி உறுப்பினர்;** leader of the house in the parliament or legislative assembly.

அவையடக்கம் பெ. **1:** *(-ஆக, -ஆன)* **ஓர் அவையில் தன்னை முதன்மைப்படுத்திக்கொள்ளாத பணிவு;** modesty; humility (particularly in a gathering). மேடையில் விளம்பரப்படுத்திக்கொள்ளும் வழக்கமுடையவர் அன்றைக்கு அவையடக்கத்தோடு நடந்துகொண்டார். **2: (எழுத்தில், பேச்சில்) குற்றம் குறை ஏற்பட்டிருந்தால் மன்னிக்குமாறு கேட்டுக்கொள்ளும் வழக்கம்;** conventional apology by way of anticipating criticism of possible lapses in one's writing or performance.

அழகன் பெ. **அழகிய தோற்றமுடையவன்;** handsome man. 'முருகன்' என்றால் 'அழகன்' என்று பொருள் சொல்வார்கள்.

அழகாக வி.அ. **சுலபமாக; எளிதாக;** very easily. எவ்வளவு அழகாக என்னை ஏமாற்றியிருக்கிறான் என்று வியந்தேன்.

அழகி பெ. **1: அழகிய தோற்றமுடையவள்;** beautiful woman. என் தங்கை நல்ல அழகி./ இப்படி ஒரு அழகியை நான் பார்த்ததேயில்லை. **2: போட்டியின் அடிப்படையில் அழகியாகத் தேர்ந்தெடுக்கப்படும் பெண்;** beauty queen; Miss (as in Miss World, Miss India, etc.,). சில ஆண்டுகளுக்கு முன் ஒரு இந்தியப் பெண் உலக அழகியாகத் தேர்ந்தெடுக்கப்பட்டார்.

அழகிய பெ.அ. **அழகான; மனத்தைக் கவரக்கூடிய;** beautiful; lovely; charming. அழகிய மாளிகை/ அழகிய பாடல்.

அழகியல் பெ. **(கலைகளில்) அழகைப் பற்றிய கொள்கைகளும் கோட்பாடுகளும்; முருகியல்;** aesthetics.

அழகு பெ. *(-ஆக, -ஆன)* **1: கண்ணாலோ காதாலோ மனத்தாலோ அனுபவிக்கும் இனிமை அல்லது மகிழ்ச்சி;** beauty; beautiful. கண்ணனின் வேணு கானமும் ராதையின் அழகும் கோபியரின் உள்ளங்களைக் கொள்ளைகொண்டன./ மிக அழகான குழந்தை/ எழுத்து மட்டும் அல்ல, கருத்தும் அழகாகத்தான் இருக்கிறது. **2: பொருத்தமான குணம்; தகுதியான தன்மை;** proper conduct; propriety. வயதான காலத்தில் பெற்றோருக்கு உதவுவதுதான் பிள்ளைகளுக்கு அழகு./ உங்களைப் போன்ற பெரிய மனிதர்கள் இப்படிப் பேசுவது அழகல்ல. **3: (ஒரு செயல்பாட்டில்) ஒழுங்கு நிறைந்த தன்மை;** systematic and orderly way; deftness; neatness. அவன் வேலை செய்கிற அழகைப் பார்த்துக்கொண்டேயிருக்கலாம்.

அழகுக்கலை பெ. **(முகம், தோல், முடி போன்றவற்றை) அழகுபடுத்தும் கலை;** the art of a beautician. அழகுக்கலை நிபுணர்/ அழகுக்கலைச் சாதனங்கள்.

அழகுகாட்டு வி. *(-காட்ட, -காட்டி)* **(நாக்கை நீட்டுதல், முகத்தைச் சுளித்தல் போன்ற செய்கைகளால்) கேலி செய்தல்; பழித்துக் காட்டுதல்;** make faces at s.o.

அழகுசாதனம் பெ. **ஒப்பனை செய்துகொள்வதற்கு வேண்டிய பொருள்கள்;** cosmetics.

71 அழுகு

அழகுணர்ச்சி பெ. **ஓவியம், சிற்பம் போன்ற கலைப் படைப்புகளை அல்லது இயற்கைக் காட்சிகளைப் பார்த்து ரசிக்கும் உணர்வு;** aesthetic sense.

அழகு நிலையம் பெ. **(பெரும்பாலும் தொழில் முறையில் பெண்கள்) ஒப்பனை செய்யும் இடம்;** beauty parlour. நகரங்களில் அழகு நிலையங்கள் பெருகிவருகின்றன.

அழகுபார் வி. (-பார்க்க, -பார்த்து) **(ஒன்றுக்கு அல்லது ஒருவருக்கு) அலங்காரம், வேலைப்பாடுகள் போன்றவற்றை மிகவும் ஈடுபாட்டுடன் செய்து அந்த அழகை ரசித்தல்;** (of an admirer) admiringly see the work of sth. குழந்தைக்கு விதவிதமாக ஆடைகளைப் போட்டு அழகுபார்த்தாள்./ (உரு வ.) யாருமே எட்டாத உயரத்தில் உன்னை வைத்து அழகுபார்க்க ஆசைப்படுகிறேன்.

அழல் பெ. (உ.வ.) **நெருப்பு;** fire.

அழற்சி பெ. **தொற்றுநோயால் பாதிக்கப்பட்ட உடல் பகுதி சிவந்தும் வீங்கியும் சற்றுச் சூடாகவும் இருக்கும் நிலை;** inflammation.

அழி[1] வி. (அழிய, அழிந்து) 1: **இயற்கையில் இருப்பது, இயல்பாக இருப்பது போன்றவை இல்லாமல் போதல் அல்லது குறைதல்;** become extinct; perish. சில வகை உயிரினங்கள் அழிந்துவருகின்றன./ உடல் அழியும், புகழ் அழியாது./ திரைப்பட மோகத்தால் அழிந்துபோன குடும்பங்கள் பல. 2: **(இயற்கையின் சீற்றம், ஆயுதத் தாக்குதல் போன்றவற்றால் கட்டடம் போன்றவை) நாசமாதல்;** (of buildings, etc.,) be destroyed; be wiped out. இந்தக் கட்டடம் மட்டும் குண்டு வீச்சில் அழியாமல் தப்பியது./ அண்மையில் நிகழ்ந்த பூகம்பத்தால் குஜராத் மாநிலத்தில் ஒரு கிராமமே அழிந்தது./ இமாச்சலப் பிரதேசத்தில் கடும் மழையின் காரணமாக ஏற்பட்ட நிலச்சரிவில் இருநூறு வீடுகள் அழிந்தன. 3: **(எழுத்து, ஓவியம் போன்றவை) உருவம் இழத்தல்;** (of writing, etc.,) be smudged. தண்ணீர் பட்டுக் கோலம் சற்று அழிந்திருந்தது./ வியர்வையில் குங்குமம் அழிந்துவிட்டிருந்தது.

அழி[2] வி. (அழிக்க, அழித்து) 1: **இயற்கையில் இருப்பதை இல்லாமல் செய்தல் அல்லது ஒன்றின் இயல்பைக் குலைத்தல்;** destroy; wipe out; erase. மக்களை அழிக்கும் அணு ஆயுதங்கள் தடைசெய்யப்பட வேண்டும்./ காட்டை அழித்து விளைநிலம் ஆக்கிவிட்டோம்./ குற்றம் புரிந்தவர்கள் எல்லாத் தடயங்களையும் அழித்துவிட்டார்கள்./ (உரு வ.) உன் மனத்தில் இருக்கும் மோசமான எண்ணத்தை அழித்துவிடு. 2: **விற்றல்;** dispose of. என் சொத்தையெல்லாம் அழித்து இந்தப் படத்தை எடுத்தேன்./ என் காட்டை அழித்து உன்னைப் படிக்க வைத்தேனே! 3: **(ஒரு வடிவத்தில் இருக்கும் பொருளை மற்றொரு வடிவத்துக்கு மாற்ற) உருச்சிதைத்தல்;** reduce to basic material (in order to make sth. new). இந்த மோதிரங்களை அழித்தால் ஒரு வளையல் செய்ய முடியுமா?/ களிமண்ணால் பொம்மை செய்வது, அழிப்பது, மறுபடியும் செய்வது எல்லாம் சுலபம்.

அழி[3] பெ. **மரச்சட்டம், கம்பி போன்றவற்றால் செய்யப்பட்ட தடுப்பு;** lattice. அழி பாய்ச்சிய திண்ணை.

அழிச்சாட்டியம் பெ. **முரண்டு; பிடிவாதம்;** stubborn behaviour; obstinacy. குழந்தை அழிச்சாட்டியம் பண்ண ஆரம்பித்துவிட்டால் ஒருவராலும் சமாளிக்க முடியாது. [(தொ.சொ.) **அழும்பு/ பிடிவாதம்/ முரண்டு/ வீம்பு**]

அழிப்பான் பெ. **(எழுதப்பட்டதை அல்லது தட்டச்சு செய்யப்பட்டதை) அழிக்கப் பயன்படும் ரப்பர் துண்டு;** eraser.

அழிபாடு பெ. **ஒரு நிலப் பரப்பில் இருந்த அமைப்புகளின் சிதைந்த நிலை;** ruins. மொகஞ்சதாரோ அழிபாடுகளில் காணப்படும் எழுத்து வடிவங்களின் ஆய்வு தொடர்ந்து நடைபெறுகிறது.

அழிவு பெ. **நாசம்; சீர்குலைவு;** destruction; ruin. பலத்த மழையால் பயிர்கள் அழிவுக்கு உள்ளாயின./ அவருடைய அழிவுக்கு அவர் செயல்களே காரணமாகிவிட்டன. [(தொ.சொ.) **இழப்பு/ உருக்குலைவு/ சிதைவு/ சின்னாபின்னம்/ சீர்குலைவு/ சேதம்/ நாசம்/ பேரழிவு**]

அழு வி. (அழ, அழுது) 1: **(துன்பம், வலி, பசி முதலியவற்றால்) கண்ணீர் விடுதல்;** weep; cry. குழந்தை பசியால் அழுகிறதா, வயிற்று வலியால் அழுகிறதா? [(தொ.சொ.) **கதறு/ கேவு/ செருமு/ தேம்பு/ விசி/ விசும்பு/ விம்மு**] 2: **(பயனற்ற ஒன்றை விடாமல் வைத்துக்கொண்டு) துன்பப்படுதல்;** be stuck with sth. ஏன் இந்தப் பழைய மிதிவண்டியைக் கட்டிக்கொண்டு அழுகிறாய்?/ மரபு என்ற பெயரால் காலத்துக்கு ஒவ்வாத சில கருத்துகளை வைத்துக்கொண்டு அழுகிறோம். 3: **(தவிர்க்க முடியாமல், கட்டாயத்துக்கு உட்பட்டு) வேண்டாவெறுப்பாகக் கொடுத்தல்;** part with sth. reluctantly. வேறு வழியில்லாமல் அலுவலக ஊழியருக்குப் பத்து ரூபாய் அழுதேன், காரியம் முடிந்தது. 4: (எதிர்மறைத் தொனியில்) **(பொருட்டாக மதித்து) கவலைப்படுதல்; விரும்புதல்;** care about (always with an implied negative in rhetorical questions). நீ அமைச்சராக வேண்டும் என்று யார் அழுகிறார்கள்?/ நீ கல்யாணத்திற்கு வரவில்லை என்று யார் அழுதார்கள்?/ நீ என்னுடன் வர வேண்டும் என்று அழுதேனா?

அழுக்கு பெ. 1: (-ஆக, -ஆன) **(உடை, உடல் முதலியவற்றில் சேரும்) அசுத்தம்;** dirt (on clothes, body, etc.,). நகத்தில் சேர்ந்திருக்கிற அழுக்கைப் பார்!/ இந்தத் துண்டு ஒரு காலத்தில் வெள்ளையாக இருந்திருக்கும். இப்போது அழுக்கேறிக் கறுப்பாக இருக்கிறது./ அறையை ஏன் இவ்வளவு அழுக்காக வைத்திருக்கிறாய்? [(தொ.சொ.) **கசடு/ கழிவு/ குப்பை/ தூசு/ மாசு**] 2: (பே.வ.) **அழுக்கேறிய துணிகள்;** wash. சலவைத் துணிகளைக் கொடுத்துவிட்டு அழுக்கு எடுத்துக்கொண்டு போகிறார்./ அழுக்கு மூட்டையை ஓரத்தில் வை.

அழுகல் பெ. **(பழம், முட்டை முதலிய) பொருள்களின் தன்மை கெட்டுப்போன நிலை;** the state of being rotten or putrefied. அழுகல் கத்தரிக்காய்.

அழுகல் பழக்கம் பெ. (இலங்.) **தீய பழக்கம்; கெட்ட பழக்கம்;** harmful habits; bad habits. அவனுக்குக் கன அழுகல் பழக்கம் உண்டு./ அழுகல் பழக்கம் உள்ளவர்களுடன் பிள்ளைகளைச் சேர விடாதே.

அழுகு வி. (அழுக, அழுகி) **(பழம், முட்டை முதலியவை தங்கள் தன்மையை இழந்து) கெட்டுப்போதல்;** (of fruit, eggs, etc.,) rot; become putrefied; decompose. வாழைப்பழம் அழுகிவிட்டது./ அழுகிய காய்கறிகளைக் குப்பையில்

அழுகுணி 72

கொட்டு./ பிணத்தைக் குளிர்சாதன அறையில் வைப்பதற்குக் காரணம் அழுகாமல் இருக்கத்தான்./ (உரு வ.) அழுகிப்போன சம்பிரதாயம்.

அழுகுணி பெ. (பே.வ.) **1:** (பெரும்பாலும் சிறுவர்களைக் குறிப்பிடும்போது) **அழுமூஞ்சி;** crybaby. **2: (சிறுவர்கள் விளையாட்டில்) ஏமாற்றுதல்;** foul. இப்படி அழுகுணி ஆட்டம் ஆடினால், நான் விளையாட வரவில்லை.

அழுகை பெ. **(துன்பம், வலி, பயம் போன்றவற்றால்) அழும் செயல்;** weeping; crying. குழந்தையின் அழுகையை நிறுத்துவதற்குள் பெரும்பாடாகப் போய்விட்டது./ அவளுக்கு ஆத்திரமும் அழுகையுமாக வந்தது.

அழுங்கு பெ. **உடல் முழுவதும் ஓடு போன்ற செதில்களைக் கொண்ட, தனது நீண்ட நாக்கினால் எறும்பு, கறையான் போன்றவற்றைப் பிடித்துத் தின்னும், பற்கள் இல்லாத ஒரு வகை விலங்கு;** pangolin; anteater. தாக்கப்பட்டால் அழுங்கு பந்துபோல் சுருண்டுகொள்ளும்.

அழுங்கு

அழுங்குப் பிடி பெ. (இலங்.) **1: கெட்டியான பிடி; விடாப்பிடி;** firm hold; unyielding hold. பொடியன் அழுங்குப் பிடியாகப் பிடித்துக்கொண்டிருந்ததால், நான் சைக்கிளை வேகமாக ஓட்டியும் அவன் கீழே விழவில்லை. **2: பிடிவாதம்;** obstinacy. மச்சானைத்தான் கட்டுவேன் என்று உன் மகள் அழுங்குப் பிடியாக இருக்கிறாள்.

அழுத்தம் பெ. (-ஆக, -ஆன) **1: உறுதி;** firmness. கடிதத்தில் முத்திரை அழுத்தமாக விழுந்திருந்தது./ மருத்துவர் அழுத்தமான குரலில் 'உணவில் கட்டுப்பாடு வேண்டும்' என்றார்./ (உரு வ.) அவர்களுக்கிடையே இருந்த அழுத்தமான நட்பு. **2:** (வண்ணங்களைக் குறிக்கும்போது) **அடர்த்தி;** (of colours) deep; dark. திரைச்சீலைகளின் அழுத்தமான வண்ணங்கள்./ கோடைக் காலத்தில் அழுத்தமான வண்ணங்களில் உடைகள் அணிவதைத் தவிர்ப்பது நல்லது. **3: (பேச்சில் அல்லது எழுத்தில் முக்கிய விஷயத்துக்குத் தரப்படுகிற) வலிவு;** emphasis (in speech or writing); stress. பேச்சில் எங்கே எப்போது அழுத்தம் கொடுக்க வேண்டும் என்று அவருக்குத் தெரியும். **4: தன் கருத்தை எளிதில் வெளிவிடாத தன்மை;** close-mouthed. ஆள் சற்று அழுத்தம்தான்./ பெண்களில் இப்படி ஓர் அழுத்தக்காரியைப் பார்க்கவே முடியாது. **5: தெளிவு;** clarity. செய்யுளை அழுத்தமான உச்சரிப்புடன் படித்தாள்./ அவர் ஆலாபனையில் வெளிப்பட்ட அழுத்தமான சங்கதிகள் எல்லோரையும் கவர்ந்தன. **6: முழுமை; ஆழம்;** depth; strength. இளம் வயதிலேயே அழுத்தமான புலமையைப் பெற்றிருந்தார்./ சங்க இலக்கியத்தில் அழுத்தமான தேர்ச்சி உடையவர்./ அழுத்தமான கதையம்சம் உள்ள படத்தில் நடிக்கவே எனக்கு விருப்பம். **7:** (இயற்.) **நிறை அல்லது விசை ஒரு பரப்பின் மேல் செலுத்தும் தாக்கம்;** pressure. நீராவியின் அழுத்தம் அதிகரித்ததால்தான் இந்தக் கண்ணாடிக் குடுவை வெடித்தது. **8: தானாகச் செய்யாத ஒன்றைச் செய்ய வைக்கும் நெருக்கடி;** pressure (s.o. to do sth.). மத்திய அரசு கொடுத்த அழுத்தத்தால் மாநில அரசு இந்தத் திட்டத்துக்கு ஒப்புக்கொண்டதோ!

அழுத்தம் கொடு வி. (-கொடுக்க, -கொடுத்து) **(ஒரு வருக்கு விருப்பம் இல்லாவிட்டாலும் தவிர்க்க இயலாதபடி ஒன்றைச் செய்யும்படி அவரை) கட்டாயப்படுத்துதல்;** pressurize. கட்சிக்காரர்கள் அழுத்தம் கொடுத்ததால் முதலமைச்சர் இந்தத் திட்டத்தைக் கொண்டுவந்தார்.

அழுத்தம்திருத்தம்-ஆக/-ஆன வி.அ./பெ.அ. (பேச்சைக் குறிக்கும்போது) **(சிறிதும் சந்தேகத்துக்கு இடமில்லாமல்) உறுதியோடு தெளிவாக/உறுதியோடு தெளிவான;** firmly and clearly/firm and clear. அவர் அழுத்தம்திருத்தமாகப் பேசினார்./ அழுத்தம்திருத்தமான பதில் கிடைத்தது.

அழுத்தமானி பெ. **(திரவம், வாயு ஆகியவற்றின்) அழுத்தத்தை அளவிடப் பயன்படும் கருவி;** pressure gauge. இரத்த அழுத்தத்தைக் கண்டுபிடிக்க நவீன அழுத்தமானிகள் வந்துள்ளன./ மின்னணு அழுத்தமானிகளைக் கொண்டு நீராவியின் அழுத்தம் கணக்கிடப்படுகிறது.

அழுத்தி வி.அ. **வலியுறுத்தி; அழுத்தம்திருத்தமாக;** with stress; emphatically. நான் என் கருத்தைத் தெரிவித்தேன். ஆனால் அழுத்திக் கூறவில்லை.

அழுத்து வி. (அழுத்த, அழுத்தி) **1: (ஒன்றை விசையுடன்) உள்நோக்கி அல்லது கீழ்நோக்கிப் போகச் செய்தல்; ஒரு பரப்பை விசையோடு நெருக்குதல்;** press; press down. அவன் தோளைப் பிடித்து அழுத்தி உட்காரவைத்தேன்./ தலைவலி தாங்காமல் நெற்றிப்பொட்டை அழுத்திக்கொண்டான்./ அழுத்தினால் பூட்டிக்கொள்ளும் பூட்டு./ (உரு வ.) சோகத்தின் சுமை நெஞ்சை அழுத்தியது. [(தொ.சொ.) **ஒற்று/ தடவு/ நீவு/ பிசை/ பிடி**] **2: (விசையை) விரலால் அமுக்குதல்;** press (a button etc.,). தேர்தல் அதிகாரி பொத்தானை அழுத்தினால்தான் வாக்கைப் பதிவுசெய்ய முடியும்.

அழுதகளம் பெ. (திருநர் வ.) **(முதல் நாள் திருமணம் செய்துகொண்டு மறுநாள் விதவை ஆவதைக் குறியீடாக உணர்த்தும் விதமாக) திருநங்கைகள் முதல் நாள் கட்டிக்கொண்ட தாலியை அறுத்து எறியும், கூத்தாண்டவர் கோயிலின் ஒரு பகுதி;** part of the *கூத்தாண்டவர்* temple where the transwomen snap and throw away the *தாலி* which they had the previous day tied round their neck.

அழுதுவடி வி. (-வடிய, -வடிந்து) **இயல்பான சுறுசுறுப்பு, இயக்கம் போன்றவை வெகுவாகக் குறைந்து காணப்படுதல்; பொலிவு இல்லாமல் இருத்தல்;** look gloomy; be dull. ரயில் நிலையம் அழுதுவடிந்தது./ உன்னைப் பெண்பார்க்க வருகிறார்கள். ஆனால் நீயோ அழுதுவடிகிறாய்!/ ஏன் தெரு விளக்கு இப்படி அழுதுவடிகிறது?

அழுதுவழி வி. (-வழிய, -வழிந்து) காண்க: **அழுதுவடி.**

73 அள்ளிக்கொண்டு போ

அழுந்த வி.அ. **(ஒன்றில்) பதியும்படியாக அல்லது படியும்படியாக;** close (to sth.); closely. *அவள் குழந்தையை மார்போடு அழுந்த அணைத்துக்கொண்டாள்./ தலையை அழுந்த வாரியிருந்தாள்.*

அழுந்து வி. (அழுந்த, அழுந்தி) **(ஈரப்பதமுடைய தரையில் அல்லது மென்மையான பொருளில்) உள்ளிறங்குதல்; புதைதல்;** sink (in wet soil or on a soft material); get stuck; go down. *பேருந்தின் முன்சக்கரங்கள் சேற்றில் அழுந்தியிருந்தன./ சதையில் நகம் அழுந்தி இரத்தம் வந்தது./ (உரு வ.) அவனுடைய நினைவுகள் பழங்காலச் சம்பவங்களில் அழுந்தியிருந்தன.*

அழும்பு பெ. (பே.வ.) **பிடிவாதம்; வீம்பு;** obstinacy. *குழந்தையைப் பார்த்து 'உனக்கு இவ்வளவு அழும்பா?' என்று அதட்டினாள்.* [(தொ.சொ.) **அழிச்சாட்டியம்/ பிடிவாதம்/ முரண்டு/ வீம்பு**]

அழுமூஞ்சி பெ. **சிறிய விஷயங்களுக்குக்கூட அழுதுவிடும் குணமுடைய நபர்;** sniveller.

அழை வி. (அழைக்க, அழைத்து) **1: (ஒருவரைப் பெயர் சொல்லி அல்லது பிற முறையில்) கூப்பிடுதல்;** call. *'தம்பி, தம்பி' என்று உரத்த குரலில் அவனை அழைத்தார்./ யாரோ தன்னைக் கைதட்டி அழைப்பதாக அவன் உணர்ந்தான்./ தொலைபேசியில் யாரோ உங்களை அழைக்கிறார்கள்./ நான் அவரை 'மாமா' என்றுதான் அழைப்பேன்./ (உரு வ.) சாவு என்னை அழைக்கிறது.* **2: (வாய்மொழியாகவோ எழுத்து மூலமாகவோ ஒருவரை ஓர் இடத்துக்கு அல்லது நிகழ்ச்சிக்கு) வரும்படி வேண்டுதல்; வரச் சொல்லுதல்;** invite. *சிலையைத் திறந்துவைக்க அமைச்சரை அழைத்திருக்கிறோம்./ மணமக்களை மதிய விருந்துக்கு அழைக்க வேண்டும்.* **3: (தேர்தலுக்குப் பின் குடியரசுத் தலைவரோ ஆளுநரோ ஒரு அரசியல் கட்சியை ஆட்சி அமைக்குமாறு) அதிகாரபூர்வமாகக் கூறுதல்;** (of the President or a Governor) invite (s.o. to form a government) following elections. *எங்கள் கட்சியைத்தான் குடியரசுத் தலைவர் ஆட்சியமைக்க அழைக்க வேண்டும்.* **4: (தொழில் முறையில் ஒருவரை) நாடுதல்;** invite (s.o. professionally). *எங்கள் கரகாட்டக் குழுவைத்தான் எல்லோரும் விரும்பி அழைக்கிறார்கள்./ போட்டி நிறுவனம் நீண்ட நாட்களாக என்னை வேலைக்கு அழைத்துக்கொண்டிருக்கிறது.* **5: (ஒருவரை) மற்றொரு பெயரில் குறிப்பிட்டு வழங்குதல்;** call or regard (s.o.) as. *காந்தி அடிகளை 'தேசத் தந்தை' என்று அழைக்கிறோம்.*

அழைத்துக்கொள் வி. (-கொள்ள, -கொண்டு) **ஒருவர் மற்றொருவரைத் தம்மோடு கூட்டிக்கொள்ளுதல்;** call s.o. (to one's help); take (one) along. *கடையில் உதவிக்கு ஆள் தேவையாக இருந்ததால் கிராமத்திலிருந்த தன் மருமகனை அழைத்துக்கொண்டார்./ தனியாகப் போக விரும்பாமல் அவள் தன் தம்பியையும் அழைத்துக்கொண்டு சென்றாள்.*

அழைத்து(கொண்டு) செல் வி. (செல்ல, சென்று.) காண்க: **அழைத்து(கொண்டு) போ.**

அழைத்து(கொண்டு) போ வி. (போக, போய்) **(ஒருவரை ஓர் இடத்துக்கு) கூட்டிக்கொண்டு செல்லுதல்;** take (s.o.) along (to a place). *அப்பா! நீ கடற்கரைக்குப் போகும்போது என்னையும் அழைத்துக்கொண்டு போவாயா?*

அழைத்து(கொண்டு) வா வி. (-வர, -வந்து) **(ஓர் இடத்துக்கு) கூட்டிக்கொண்டு வருதல்;** bring (s.o.) along (to a place). *வரும்போது தம்பியை அழைத்துக்கொண்டு வா.*

அழைப்பாணை பெ. (சட்டம்) **வழக்கில் சம்பந்தப்பட்டவர்களையோ சாட்சிகளையோ குறிப்பிட்ட நாளில் ஆஜராகுமாறு நீதிமன்றம் பிறப்பிக்கும் உத்தரவு;** summons (issued by a court of law).

அழைப்பாளர் பெ. **(விழா, கருத்தரங்கு முதலியவற்றில் கட்டணம் செலுத்தியோ அழைப்பின் பேரிலோ) பங்குபெறுபவர்; பேராளர்;** delegate; invitee. *அழைப்பாளர் கட்டணம் ரூபாய் நூறு/ அழைப்பாளர்களுக்குத் தேவையான அனைத்து வசதிகளும் செய்து தரப்பட்டுள்ளன.*

அழைப்பிதழ் பெ. **(ஒரு நிகழ்ச்சியில்) கலந்துகொள்ளுமாறு அல்லது அதைக் காண வருமாறு வேண்டிக்கொள்ளும் வகையில் ஒருவருக்கு அனுப்பப்படும் அச்சிட்ட தாள்;** (printed) invitation.

அழைப்பு பெ. **1: எழுத்து வடிவிலான அல்லது வாய்மொழி வடிவ வேண்டுகோள்;** call (to appear); offer. *எழுத்துத் தேர்வில் வெற்றி பெற்றவர்களுக்கு மட்டுமே நேர்முகத் தேர்வுக்கான அழைப்பு அனுப்பப்பட்டுள்ளது./ அந்த நடிகருக்குப் பல தயாரிப்பாளர்களிடமிருந்து நடிக்க அழைப்பு வந்தது.* **2: (தொலைபேசி வழியாக) கூப்பிடுதல்;** (telephone) call. *அவனிடமிருந்து தொடர்ந்து தொலைபேசி அழைப்புகள் வந்தபோதும், அவள் அதைப் பொருட்படுத்தவில்லை.* **3:** (பே.வ.) காண்க: **அழைப்பிதழ்.**

அழைப்புப் போட்டி பெ. **அழைக்கப்படும் அணிகள் அல்லது வீரர்கள் மட்டுமே கலந்துகொள்ளக்கூடிய அளவில் நடத்தப்படும் விளையாட்டுப் போட்டி;** a sports event in which only invited teams or persons can take part; invitational sports event. *சென்னையில் நடக்கும் அழைப்புப் போட்டியில் கலந்துகொள்ள மும்பையிலிருந்து பல்கலைக்கழக அணியினர் வந்தனர்./ அழைப்புப் போட்டியில் கலந்துகொள்ள பல்வேறு மாநிலங்களைச் சேர்ந்த கபடி அணியினர் புதுவைக்கு வந்துள்ளனர்.*

அழைப்பு மணி பெ. **வீட்டுக்குள் இருப்பவருக்கு ஒருவர் தன் வரவைத் தெரிவிக்க அல்லது ஒருவர் மற்றவரைத் தன் இடத்துக்கு வரச் சொல்வதற்குப் பயன்படுத்தும், ஒலி எழுப்பக்கூடிய (மின்) சாதனம்;** call bell; buzzer.

அள்ளி வி.அ. (இறை, வீசு போன்ற வினைகளுடன்) **மிகுதியாக; வாரி;** in reckless quantities; recklessly; extravagantly; generously. *தேர்தலில் எப்படியும் வெற்றி பெற வேண்டும் என்று பணத்தை அள்ளி இறைத்தார்.*

அள்ளிக்கொண்டு போ வி. (போக, போய்) **1: திட்டமிட்டதற்கு அல்லது எதிர்பார்த்ததற்கு மாறாகக் கட்டுப்படுத்த முடியாத அளவுக்கு அதிகமாகச் செலவாதல்;** (of expense) go beyond all estimates. *வீட்டைப் பழுது பார்க்கத் துவங்கினேன், பணம் அள்ளிக்கொண்டு போகிறது.* **2: பெரும் அளவில் அழிவை ஏற்படுத்துதல்;** cause destruction on a large scale. *சுனாமி நூற்றுக்கணக்கான குடியிருப்புகளை அள்ளிக்கொண்டு போய்விட்டது./ ஒரு*

காலத்தில் வைசூரி ஆயிரக்கணக்கான மக்களை அள்ளிக் கொண்டு போயிருக்கிறது.

அள்ளிப்பிடித்துக்கொண்டு செல் வி. (செல்ல, சென்று) (இலங்.) காண்க: ***அள்ளிப்பிடித்துக்கொண்டு போ.***

அள்ளிப்பிடித்துக்கொண்டு போ வி. (போக, போய்) (இலங்.) ***படுவேகமாகச் செல்லுதல்; பயங்கர வேக மாகச் செல்லுதல்;*** go fast. அவர் நேரமாகிவிட்டது என்று விமான நிலையத்துக்கு காரில் அள்ளிப்பிடித்துக்கொண்டு போனார்./ தம்பி! அப்பா சாப்பாட்டை விட்டுவிட்டுப் போகிறார். நீ அள்ளிப்பிடித்துக்கொண்டு போய் அவரிடம் கொடு.

அள்ளியடித்து வி.அ. (இலங்.) **1: *பதறியடித்துக் கொண்டு;*** in disorderly haste (owing to panic). செய்தி யைக் கேட்டதும் சொந்தக்காரர்கள் அள்ளியடித்துக் கொண்டு வந்தார்கள். **2: *பரபரப்போடு;*** with excitement. நோய்வாய்ப்பட்டுக் கிடப்பவர்களும் விழாவைப் பார்க்க அள்ளியடித்து வருவார்கள்.

அள்ளிவை வி. (-வைக்க, -வைத்து) (இலங்.) ***(ஒரு வருக்கு) தீங்கு செய்தல்; தீமை விளைவித்தல்;*** do harm to s.o. நண்பன் என்று சொல்லிக்கொண்டே அவன் உனக்கு அள்ளிவைத்துவிட்டானா?

அள்ளு வி. (அள்ள, அள்ளி) **1: *(தானியம், மணல் போன்றவற்றைக் கூடை, கை முதலியவற்றால்) வாரி எடுத்தல்; (தண்ணீரை) முகந்து எடுத்தல்;*** take; gather (in baskets, one's hands, etc.,). காயவைத்திருந்த நெல்லைக் கூடையாலும் முறத்தாலும் அள்ளி அம்பாரமாகக் குவித் தார்கள்./ தொழுவத்தில் சாணம் அள்ளப்படாமல் கிடந் தது./ குளத்தில் தண்ணீர் குடிக்கப் போகிறவர்கள் கையால் அள்ளித்தான் குடிக்க வேண்டும். [(தொ.சொ.) ***எடு/ மொள்/ வாரு***] **2: *(கூந்தலைக் கையால்) ஒருங்கே சேர்த் தல்;*** gather or collect (one's hair in handfuls). அவள் தன் கூந்தலை இரு கையாலும் அள்ளி முடிந்துகொண்டாள். **3:** ('அள்ளி' என்ற வடிவம் மட்டும்) ***(கையால்) தூக்குதல்/ தூக்கிப் பிடித்தல்;*** take (a child, etc.,) in one's hands. குழந்தையை அள்ளிக் கொஞ்சினாள். **4: *(மனத்தை) மிகுந்த அளவில் கவர்தல்;*** captivate (the heart); charm. சின்னஞ்சிறு குழந்தைகளின் வண்ண உடைகளும் அணி வகுப்பும் மனத்தை அள்ளின.

அள்ளுப்படு வி. (-பட, -பட்டு) (இலங்.) ***கூட்டமாகக் கூடுதல்; ஒன்றுசேர்தல்;*** gather in large numbers. நான் சுகம் இல்லையென்று தெரிந்ததும் நண்பர்கள் அள்ளுப் பட்டு வந்தனர்.

அள[1] வி. (அளக்க, அளந்து) **1: *(ஒரு பொருளின் முப்பரி மாணங்களையோ எடையையோ அதற்கான கருவி களால்) கணக்கிடுதல்;*** measure. அக்பரின் காலத்தில் நிலங்கள் அளக்கப்பட்டு வரி விதிக்கப்பட்டது./ பால்காரர் பாலை அளந்து ஊற்றினார். **2: *(தானியத்தை) அளந்து தருதல்;*** pay the agreed measures (esp. of paddy). குத்தகைக் காரர் இரண்டு வருஷமாக நெல் அளக்கவில்லை. **3: *(ஒரு வரைத் தரம் அறிய) எடை போடுதல்;*** estimate or gauge (a person); measure. என்னை வைத்துக்கொண்டு நீ என் தம் பியை அளக்காதே!/ அவர் என்னைக் கண்ணால் அளந்தார்.

அள[2] வி. (அளக்க, அளந்து) ***(ஒன்றை) பல மடங்காக்கி (சொந்தக் கற்பனையோடு) கூறுதல்;*** exaggerate. என்ன, ஒரேயடியாக அளக்கிறாய்? நீ சொல்வதையெல்லாம் நாங்கள் நம்பிவிடுவோமா?

அளந்து பேசு வி. (பேச, பேசி) ***முறை அறிந்து அளவோடு பேசுதல்;*** speak with care. வார்த்தையைக் கொட்டாதே, அளந்து பேசு./ அளந்து பேசுவதுதான் என் தங்கையின் இயல்பு.

அளப்பரிய பெ.அ. (உ.வ.) ***அளவிட முடியாத; சொல்ல முடியாத;*** immeasurable. குறுகிய காலத்தில் அளப்பரிய சாதனைகள் புரிந்திருக்கிறோம்./ அளப்பரிய இன்பம்.

அளப்பு பெ. ***கட்டுக்கதை;*** concoction; exaggeration. உன் அளப்பையெல்லாம் வேறு யாரிடமாவது வைத்துக்கொள்! [(தொ.சொ.) ***கட்டுக்கதை/ கதை/ கற்பனை/ புரளி/ புனைந்துரை/ புனைவு/ பொய்/ வதந்தி***]

அளவளாவு வி. (அளவளாவ, அளவளாவி) (உ.வ.) ***(நட்பு முறையில்) மனம்விட்டுப் பேசுதல்; உரையாடுதல்;*** have a friendly talk. நாடகம் முடிந்த பிறகு நடிகர்களோடு சிறிது நேரம் அளவளாவினோம்.

அளவிடு வி. (அளவிட, அளவிட்டு) ***மதிப்பிடுதல்; கணித்தல்;*** assess; size up. கதிரியக்கத்தை அளவிடுவதற்கு மின்னணுக் கருவியைப் பயன்படுத்துகிறார்கள்./ எங்கள் நட்பின் ஆழத்தை அளவிடுவதுபோல் ஒரு பார்வை பார்த் தார்./ இந்தப் புதிய சிந்தனையின் தாக்கத்தை அளவிட்டுக் கூற முடியாது.

அளவில் இ.சொ. **1: *'குறிப்பிடப்படுவதன் அல்லது குறிப்பிடப்படுபவரின் வரம்புக்குள்ளேயே' என்ற பொருளில் பயன்படுத்தப்படும் இடைச்சொல்;*** particle used as an expression for 'as far as'; 'at the level of'. பிரச்சினை அமைச்சரின் கவனத்துக்குச் செல்லவில்லை. அவருடைய செயலர் அளவிலேயே முடிக்கப்பட்டது./ என் னளவில் அவன் நல்லவன்./ நீ சொல்வது பேச்சளவில் நன் றாக இருக்கிறது. **2: *'(குறிப்பிட்ட நேரம், நாள், அளவு போன்றவை அல்லாமல்) சற்று முன் பின்னாக' என்ற பொருளில் பயன்படுத்தப்படும் இடைச்சொல்;*** particle when referring to hour, date, intensity, etc., 'on or about'; 'at or about'. காலை எட்டு மணி அளவில் விமானம் இறங்கியது./ அடுத்த மாதம் ஐந்தாம் தேதி அளவில் அவர் சென்னைக்கு வரலாம்./ கோடைக் காலத்தில் சென்னையில் $40^{\circ}C$ அள வில் வெப்பம் இருக்கும். **3:** காண்க: ***அளவுக்கு, 1.***

அளவீடு பெ. **1: *அளவு;*** (standard) unit. நம் அன்றாட வாழ்வில் பரப்பு, கனம், நிறை, காலம் போன்றவற்றைக் குறிக்கப் பல அளவீடுகளைப் பயன்படுத்துகிறோம்./ படத் தின் ஓரத்தில் அளவீடுகள் குறிக்கப்பட்டுள்ளன. **2: *அள விடும் முறை;*** system of measuring. ஒளி அடர்த்தி லூமன் அளவீடுகளில் அளக்கப்படுகிறது./ கெல்வின் அளவீடு.

அளவு[1] பெ. **1:** (-ஆக, -ஆன) ***குறிப்பிட்ட அலகை அடிப் படையாகக் கொண்டு ஒன்று குறிப்பிட்ட முறையில் அமைந்திருப்பது;*** measurements; measure; proportion. திரை தைப்பதற்குத் துணி வாங்கும் முன் ஜன்னலின் அள வைக் குறித்துக்கொள்./ தொட்டியில் பாதி அளவு தண்ணீர் நிரம்பியிருந்தது./ சட்டையின் அளவு சற்றுப் பெரியது./ தாய்ப்பாலில் குழந்தைக்கு வேண்டிய சத்துப்பொருள்கள் சரியான அளவுகளில் உள்ளன./ பெரிய அளவில் நிதி

திரட்ட வேண்டும்./ இந்த அளவாவது உதவி செய்தானே! **2:** *(-ஆக, -ஆன)* **மிகவும் அதிகம் என்றோ குறைவு என்றோ சொல்ல முடியாத நிலை; கச்சிதம்;** being within limits; moderateness; being of the right size. அளவான குடும்பம்/ அளவான உணவு/ அளவாகச் சாப்பிட்டால் அஜீரணம் வராது./ என்ன வேண்டுமானாலும் செய்யுங்கள், ஆனால் அளவோடு செய்யுங்கள்./ அளவுக்கு அதிகமாகப் பேசாதே. **3:** **(உடைகள்) எப்படித் தைக்கப்பட வேண்டுமென்பதற்காகக் கொள்ளப்படும் மாதிரி;** (of garment) model. அளவுச் சட்டை.

அளவு[2] இ.சொ. காண்க: **அளவுக்கு.**

அளவுக்கு இ.சொ. **1:** *(பெயரெச்சத்தின் பின் பயன்படுத்தப்படும்போது)* **'கூறப்படும் நிலைக்கு' என்ற பொருளில் பயன்படுத்தப்படும் இடைச்சொல்;** particle used after relative participle to mean 'to the extent of'. நீ வெட்கப்படும் அளவுக்கு அவன் அப்படி என்ன சொல்லிவிட்டான்?/ உடம்பு நடுங்கும் அளவுக்குக் குளிர்!/ பேசிய அளவுக்குக் கூலி தரவில்லை. **2:** **ஒருவரோடு ஒருவரை அல்லது ஒன்றோடு ஒன்றை ஒப்பிடும்போது பின்னர் குறிப்பிடப்படுபவருக்கு அல்லது குறிப்பிடப்படுவதற்குச் சமமாகவோ கூடவோ இருக்கிறது என்பதைத் தெரிவிக்கப் பயன்படுத்தும் இடைச்சொல்;** particle used (when a comparison is made) in the sense of 'equal to', 'to the same extent'. ஊட்டியிலும் கொடைக்கானல் அளவுக்குக் குளிர் உண்டு./ அவன் அளவுக்கு எனக்குப் பொறுமை இல்லை.

அளவுகடந்த பெ.அ. **அளவுக்கு அதிகமான; மிகுந்த அளவிலான;** excessive; limitless; boundless. அவர் தன் பேரக் குழந்தைகளிடம் அளவுகடந்த அன்பு வைத்திருந்தார்.

அளவுகோல் பெ. **1:** **ஒரு பொருளின் நீளம், அகலம், உயரம் ஆகியவற்றைக் கணக்கிடுவதற்கான அலகு குறிக்கப்பட்ட கோல்;** measuring rod. **2:** **ஒரு நிகழ்வின் தீவிரத்தைக் கணக்கிடுவதற்கு உரிய சாதனம் அல்லது அமைப்பு;** scale. அல்மோரா மாவட்டத்தில் ஏற்பட்ட நிலநடுக்கத்தின் அளவு ரிக்டர் அளவுகோலில் 4.5 எனப் பதிவாகியிருக்கிறது. **3:** **(ஒன்றில் காணப்பட வேண்டிய) அடிப்படைத் தரம் மற்றும் தன்மை;** standard; the norm. நல்ல நாவல் என்பதற்கான அளவுகோல் என்ன?

அளவுச் சாப்பாடு பெ. **(உணவு விடுதிகளில்) குறிப்பிட்ட அளவில் தரப்படும் உணவும் அதற்குத் தரப்படும் உப உணவுகளும்;** meal limited to a fixed quantity (available at certain restaurants).

அளவுத்திட்டம் பெ. *(கணி.)* **வரைபடத்தின் அளவுக்கும் வரைபடம் குறிப்பிடும் இடத்தின் அல்லது பொருளின் உண்மையான அளவுக்கும் இடையே உள்ள விகிதம்;** (of maps, drawings) scale. நூறு கிலோமீட்டருக்கு ஒரு சென்டிமீட்டர் என்ற அளவுத் திட்டத்தில் இந்தத் தேசப் படம் அமைந்திருக்கிறது.

அளவுமானி பெ. **(வெப்பம், அழுத்தம், ஆழம், அதிர்வு போன்றவற்றை) அளவிடப் பயன்படும் கருவி;** gauge; scale. பூகம்பம் ரிக்டர் அளவுமானியில் 6.8ஆகப் பதிவாகியிருந்தது./ இது பாதரசத்தால் இயங்கும் அளவுமானி/ மின்னணு அளவுமானி.

அளவை பெ. **ஒரு பொருளின் எடை, எண்ணிக்கை, நிறை முதலியவற்றை அறியும் நிறுத்தல், எண்ணுதல், முகத்தல் போன்ற முறை;** measure (of length, count, weight, etc.,). நீட்டல் அளவை/ நிறுத்தல் அளவை.

அளவை இயல் பெ. *(தத்.)* **அறிவைப் பெறுவதற்கான, வாதங்களை அடிப்படையாகக் கொண்ட வழி; தர்க்க சாஸ்திரம்;** logic.

அளாப்பு வி. *(அளாப்ப, அளாப்பி)* *(இலங்.)* **1:** **குழப்புதல்;** confuse. நான் அவனோடு கதைத்துக்கொள்வேன். நீ சும்மா அளாப்பாதே. **2:** **அழுகுணி ஆட்டம் ஆடுதல்;** play foul. எப்போது விளையாட வந்தாலும் இப்படித்தான் அளாப்பிக்கொண்டேயிருப்பான்./ நேர்மையாக விளையாடாமல் ஏன் அளாப்புகிறாய்?

அளாவு வி. *(அளாவ, அளாவி)* **(வானம், உலகு முதலிய சொற்களுடன் இணைந்து வரும்போது) தொடும் அளவுக்குப் போதல்;** extend up to; be all over sth. mentioned. வானளாவி நிற்கும் கட்டடங்கள்./ கைதட்டல் விண்ணளாவியது./ வேலையில்லாத் திண்டாட்டம் உலகளாவிய பிரச்சினையாக உருவெடுத்துள்ளது.

அளி[1] வி. *(அளிய, அளிந்து)* **1:** **(பழம்) அளவுக்கு அதிகமாகக் கனிதல்;** (of fruits) become overripe. அளிந்துபோன வாழைப்பழத்தை இவ்வளவு காசு கொடுத்து யாராவது வாங்கி வருவார்களா? **2:** **(சமைக்கும்போது சோறு, காய்கறிகள் போன்றவை) குழைந்துபோதல்;** (of rice) be overcooked. தண்ணீர் அதிகம் வைத்தால் சாதம் அளிந்து விடாதா?

அளி[2] வி. *(அளிக்க, அளித்து)* **வழங்குதல்; கொடுத்தல்; தருதல்;** give; offer. தேர்வில் அதிக மதிப்பெண் பெற்ற மாணவனுக்கு அவர் ஆயிரம் ரூபாய் பரிசாக அளித்தார்./ ஏழைகளுக்கு அரசு இலவச மருத்துவ உதவி அளிக்கும்.

அளிச்சேறு பெ. *(வ.வ.)* **குளுகுளு என்று இருக்கும் களிமண் சேறு;** cool slush (at the bed of tank,etc.,).

அளை[1] வி. *(அளைய, அளைந்து)* **1:** **(விரல்களால் அங்குமிங்கும்) ஒதுக்குதல்;** fiddle with sth. அவளுக்குப் பசி இல்லை, சாப்பிடாமல் சோற்றை அளைந்துகொண்டிருந்தாள்./ குழந்தையின் தலைமுடியை வாஞ்சையுடன் அளைந்தவாறு இருந்தாள். **2:** **(ஆறு, குளம் போன்றவற்றின் நீரில்) கைகளையோ கால்களையோ முக்கி அங்குமிங்கும் அசைத்தல்;** paddle. ஆற்றில் இறங்கி அளைந்தவாறே நடக்கத் துவங்கினான்./ பையன் அலையில் அளைந்துவிட்டு வந்தான்.

அளை[2] பெ. *(இலங்.)* **பயிர் நட்டிருக்கும் வயலில் அதிகப்படியாக இருக்கும் நீர் வடிவதற்காக வயலினுள் அமைக்கப்படும் சிறிய வாய்க்கால்;** channel (inside a paddy-field) for draining excess water.

அளை[3] வி. *(அளைய, அளைந்து)* *(இலங்.)* **(பொதுவாக உணவு போன்றவற்றை) தேவையே இல்லாமல் கையால் தொடுதல்;** handle (esp. food, etc.,) in a clumsy way. சுவாமிக்குப் படைக்க வைத்த சர்க்கரைப் புக்கையை அளைய வேண்டாம்./ நீ ஊறுகாயைக் கையால் அளையாமல் கரண்டியைப் பாவித்து எடு.

அற்பசொற்பம் பெ. *(-ஆன)* **மிகவும் குறைவு; கொஞ்ச நஞ்சம்;** negligible (amount or measure); small (quantity). அவர்மேல் இருந்த அற்பசொற்ப நம்பிக்கையும் போய் விட்டது./ ஆயிரம் ரூபாய் அற்பசொற்பமான தொகையா?

அற்பத்தனம் பெ. *(-ஆக, -ஆன)* **கேவலமாகவும் கீழ்த் தரமாகவும் நடந்துகொள்ளும் தன்மை;** meanness. அவர் அற்பத்தனமாகத் தன் மாப்பிள்ளையிடமே குடிப்பதற்குப் பணம் கேட்டாராமே?/ நான் ஊழல் செய்தேன் என்பது அற்பத்தனமான குற்றச்சாட்டு.

அற்பம் பெ. *(-ஆக, -ஆன)* **1: கேவலம்; கீழ்த்தரம்; மட்டம்;** meanness. இதைக் கேட்பதற்கு உனக்கு என்ன தகுதி இருக்கிறது என்பதுபோல் என்னை அற்பமாகப் பார்த்தார். **2: (கணக்கில் எடுத்துக்கொள்ள முடியாத அளவுக்கு) சிறியது; முக்கியத்துவமற்றது; சாதாரணம்;** meagre; trifling. அற்ப விஷயங்களுக்கெல்லாம் கோபித்துக்கொள்ளக் கூடாது./ ஐந்தாம் வகுப்புவரையாவது படித்திருக்கிறோமே என்பதில் அவனுக்கு அற்ப சந்தோஷம். **3:** *(இலங்.)* **(மிகவும்) குறைவு; கொஞ்சம்;** meagre quantity. கோயிலில் பொங்கல் அற்பமாகத்தான் கிடைத்தது./ மதியம் அற்பமாகத்தான் உண்டேன்.

அற்பாயுசு பெ. **குறைந்த வாழ்நாள்;** short life. அற்பாயுசில் மறைந்த எழுத்தாளர்./ *(உரு வ.)* சில நல்ல பத்திரிகைகள் அற்பாயுசில் நின்றுவிடுகின்றன.

அற்பாயுள் பெ. காண்க: *அற்பாயுசு.*

அற்புதம் பெ. **1:** *(-ஆக, -ஆன)* **வியப்பைத் தரும் வகையில் சிறப்பானது;** wonder; marvel. தூரத்தில் மலைத் தொடர் அற்புத அழகுடன் காட்சி அளித்தது./ அற்புதமான கவிதை/ சிறுவன் அற்புதமாகப் பாடினான். **2: அறிவியலின் விதிகளால் விளக்கப்பட முடியாத நிகழ்ச்சி;** miracle. சித்தர்கள் பல அற்புதங்களை நிகழ்த்தியதாகப் படிக்கிறோம்./ முடவனை நடக்கச் செய்த அற்புதம். **3: சாகசம்;** feat (esp. in a circus); exploit. கயிற்று ஏணியில் ஒரு பெண் பல அற்புதங்கள் செய்துகாட்டினாள்.

-அற்ற இ.சொ. **1: 'இல்லாத' என்ற பொருளில் ஒரு பெயர்ச்சொல்லுடன் சேர்ந்து பெயரடை ஆக்கும் இடைச்சொல்;** particle used in the sense of 'without'; '-less'. நீரற்ற குளம்/ பயனற்ற வேலை/ சுவையற்ற உணவு. **2: '(அளவு, எண்ணிக்கை முதலியவற்றை) மீறிய', 'கடந்த' என்ற பொருளில் ஒரு பெயர்ச்சொல்லுடன் சேர்ந்து பெயரடை ஆக்கும் இடைச்சொல்;** particle used in the sense of 'beyond'; 'in-' (as in innumerable); 'un-' (as in uncountable); '-less' (as in countless). எண்ணற்ற/ கணக்கற்ற/ அளவற்ற.

-அற்று இ.சொ. **'இல்லாமல்' என்ற பொருளில் ஒரு பெயர்ச்சொல்லுடன் சேர்ந்து வினையடை ஆக்கும் இடைச்சொல்;** particle meaning 'without' for making a noun into an adverb. நீரற்றுக் காய்ந்து கிடந்தன நிலங்கள்./ நினைவற்று விழுந்தான்./ செயலற்று நின்றாள்.

-அற இ.சொ. *(உ.வ.)* **பெயர்ச்சொல்லுடன் இணைந்து 'இல்லாமல்' என்னும் பொருளில் மற்றொரு சொல்லை உருவாக்கும் இடைச்சொல்;** particle added to a noun to give the meaning 'without'. பத்து செய்யுளையும் பிழையற ஒப்பித்தான்./ அவன் செய்த குற்றம் சந்தேகமற நிரூபணமாகிவிட்டது.

அறக்கட்டளை பெ. **(கல்வித் துறை, சமூக சேவை முதலியவற்றில்) பொதுநலனை மேம்படுத்தும் செயல்பாடுகளுக்காகத் தனிநபர்கள் அல்லது அரசு ஏற்படுத்தும் நிதி அமைப்பு;** endowment; trust.

அறக்கட்டளைச் சொற்பொழிவு பெ. **(பல்கலைக்கழகம், தொழில்முறை அமைப்பு போன்றவற்றில்) நிதி அளித்து அதன்மூலம் கிடைக்கும் வருமானத்தில் ஆண்டுக்கு ஒரு முறை நிகழ்த்தப்படும் சொற்பொழிவு;** endowment lecture. அறக்கட்டளைச் சொற்பொழிவுகள் புத்தக வடிவில் வெளிவந்துள்ளன.

அறக்கொடை பெ. காண்க: *அறக்கட்டளை.*

அறங்காவலர் பெ. **(கோயில், அறக்கட்டளை முதலியவற்றில்) நிர்வாகப் பொறுப்பு வகிப்பவர்;** trustee (of a temple, trust, etc.,).

அறநிலையத் துறை பெ. **இந்து, சமணக் கோயில்களின் நிர்வாகத்தை மேற்பார்வை செய்யும் மாநில அரசுத் துறை;** (Department of) Hindu Religious and Charitable Endowments.

அறநூல் பெ. **ஒருவர் தன்னுடைய அக, புற வாழ்க்கையில் கடைப்பிடிக்க வேண்டிய நெறிகளையும் ஒழுக்கங்களையும் விளக்குகிற நூல்; தர்மசாஸ்திரம்;** an ethical or moral treatise.

அறப்போர் பெ. காண்க: *அறப்போராட்டம்.*

அறப்போராட்டம் பெ. **அறவழியில் நடத்தும் போராட்டம்;** non-violent agitation. தமிழ்வழிக் கல்வியை வலியுறுத்தி அறப்போராட்டம் நடத்த வேண்டிய கட்டாயம் எழுந்துள்ளது./ ஜனநாயகத்தில் அறப்போராட்டங்களுக்கு அனுமதி மறுக்கப்படுவதில்லை.

அறம் பெ. **தனிமனிதனின் வாழ்வும் பொதுவாழ்வும் சீராக இயங்கத் தனிமனிதன், அரசு போன்றவர்கள் கடைப்பிடிக்க வேண்டிய ஒழுக்கத்தின் அடிப்படையிலான நெறிமுறைகள் அல்லது கடமைகள்;** ethics; morality.

அறம்பாடு வி. *(-பாட, -பாடி)* **(முற்காலத்தில்) ஒருவருக்குத் தீமை விளைய வேண்டும் என்ற நோக்கத்தோடு பாடல்களை இயற்றிப் பாடுதல்;** compose and recite verses that have the effect of harming the intended person (said to be an ancient practice). புலவர்கள் அறம்பாடி அரசனைக் கொன்றதாக இலக்கியம் கூறுகிறது.

அறம்புறமாக வி.அ. *(இலங்.)* **வாயில் வந்தபடி; ஒழுங்குமுறை இல்லாமல்;** without propriety or restraint. சும்மா எந்த நேரமும் அறம்புறமாகக் கதைத்துக்கொண்டிருக்காதே./ தகப்பன் அறம்புறமாகப் பேச, மகன் வீட்டை விட்டு வெளிக்கிட்டுவிட்டான்.

அறவழி பெ. **(போராட்டத்தில்) வன்முறையைத் தவிர்ப்பதை அறமாகக் கொண்ட முறை;** peaceful means (of agitation). அறவழியில் போராட்டம் நடத்தினால் மட்டுமே எங்கள் கட்சி பங்கேற்கும்./ அடக்குமுறையை எதிர்த்து அறவழியில் போராட எதிர்க்கட்சிகள் முடிவு செய்துள்ளன.

அறவிடு வி. (-விட, -விட்டு) (இலங்.) **(கடனை அல்லது அபராதத்தை) வசூலித்தல்;** collect (dues); collect the fine levied. வங்கி கொடுத்த கடன்களை அறவிடத் தொடங்கியுள்ளது./ விவசாயிகளுக்கு அவர் முன்பணம் கொடுத்துவிட்டு அறுவடைக் காலத்தில் அறவிடுவார்./ அவர் மது அருந்திவிட்டு கார் ஓட்டியமைக்காக ரூபா இருபதாயிரம் தண்டப் பணமாக அறவிடப்பட்டது.

அறவியல் பெ. **தனிமனிதனின் நடத்தை, தனிமனிதனுக்கும் சமூகத்துக்கும் இடையில் உள்ள உறவு ஆகியவற்றைக் குறித்த மதிப்பீடுகளைப் பற்றிய துறை;** ethics.

அறவிலை பெ. (இலங்.) **மிக அதிக விலை;** very high price. ஒரு தேங்காய் நூறு ரூபாய் என்பது அறவிலைதானே?/ வியாபாரிகள் பொருளாதாரத் தடை உள்ள காலத்தில் பொருட்களை அறவிலைக்கு விற்று மக்களுடைய பணத்தைக் கொள்ளையடிக்கிறார்கள்.

அறவுரை பெ. **சமய அல்லது ஒழுக்க போதனை;** sermon. புத்தரின் அறவுரை. [(தொ.சொ.) **அறிவுரை/ ஆலோசனை/ உபதேசம்/ போதனை**]

அறவே வி.அ. **முற்றிலும்; முழுவதும்/**(எதிர்மறை வினைகளோடு) **சிறிதளவுகூட;** completely; entirely; totally. ஏரியில் தண்ணீர் அறவே வற்றிப்போய்விட்டது./ குழந்தை பொம்மை வாங்கிவரச் சொன்னதை அறவே மறந்துவிட்டேன்./ எனக்குப் பாகற்காய் அறவே பிடிக்காது./ கவலை என்பது அறவே இல்லாத குழந்தைகள்.

அறாவிலை பெ. (இலங்.) **நியாயமற்ற விலை; அநியாய விலை;** unreasonably high price. அந்தக் கடையில் எல்லாம் அறாவிலையில்தான் விற்கின்றார்கள்./ பூச்சுக்கு அந்த மண் உதவாது. விலையும் அறாவிலைதான்.

அறி வி. (அறிய, அறிந்து) **1: (அனுபவம், படிப்பு, சிந்தனை போன்றவற்றின் மூலமாக) தெரிந்துகொள்ளுதல்;** know; get to know. உன்னை நன்றாக அறிந்திருக்கிற காரணத்தால்தான் இதைச் சொல்கிறேன்./ திமிங்கிலங்களைப் பற்றி அறிந்துகொள்ள இந்த நூல் உதவும்./ காலடி ஓசையை வைத்தே வருவது யார் என்று அறிந்துகொண்டேன்./ தத்துவங்களை அறியச் சிந்தனை வேண்டும். **2: இப்படிப்பட்டது என்று தெரிந்துகொள்ளுதல்; உணர்தல்;** experience. கஷ்டம் என்றால் என்ன என்று அறியாமல் வளர்ந்துவிட்டான்.

அறிக்கை பெ. **1: (நிகழ்ச்சிகளின், நடவடிக்கைகளின்) தகவல் தொகுப்பு;** account of events; report. இந்த வருட ஆண்டறிக்கையில்தான் லாபம் காட்டப்பட்டிருக்கிறது./ நான் இரவு ஒன்பது மணிக்கு ஒலிபரப்பாகும் ஆங்கிலச் செய்தி அறிக்கையைக் கேட்கத் தவறுவதில்லை. **2: (எழுத்து வடிவ) வேண்டுகோள்;** (written) appeal. நிதி திரட்டுவதற்காக அவர் ஓர் அறிக்கை விட்டிருக்கிறார். **3: அறிவிப்பு;** announcement. *1934*ஆம் ஆண்டு பகுத்தறிவு இதழ் ஒன்றில் எழுத்துச் சீர்திருத்தம் பற்றிய அறிக்கை ஒன்று வெளிவந்தது./ புதிய கட்சி தொடங்கப்போவதாக அவர் அறிக்கை வெளியிட்டிருக்கிறார். **4: (ஒரு நிலைமையைக் குறித்த) முறையான விளக்கம் அல்லது ஆய்வின் அடிப்படையில் கண்டறிந்து வெளிப்படுத்தப்பட்டது;** statement; report; findings. பாரிஸ் மாநாடு முறிந்ததற்குக் காரணம் என்ன என்பது பற்றித் தலைவர்கள் அறிக்கைகள் வெளியிட்டனர்./ இந்தக் குழுவின் அறிக்கைமீது அரசாங்கம் தீவிரமாக நடவடிக்கை எடுக்க வேண்டும்.

அறிக்கையிடு வி. (-இட, -இட்டு) (கிறித்.) **பாவமன்னிப்புச் சடங்கின் ஒரு பகுதியாக, செய்த பாவங்களைக் கடவுளிடம் குரு வழியாகச் சொல்லுதல்;** confess.

அறிகுறி பெ. **1: இருப்பதையோ நிகழ்ந்ததையோ வர இருப்பதையோ (ஊகித்து) தெரிந்துகொள்ள உதவும் குறிப்பு; அடையாளம்;** indication; sign; symptom. அவருடைய கோபம் பலவீனத்தின் அறிகுறி./ வண்டி நிற்பதற்கான அறிகுறியாக வேகம் குறைந்தது. [(தொ.சொ.) **அடையாளம்/ குறி/ குறியீடு/ சின்னம்/ சுவடு/ தடம்/ பதிவு**] **2: உடல்நலக் குறைவின் அடையாளமாக ஒருவர் உணர்வது/நோயாளியிடம் பரிசோதனை மூலம் மருத்துவர் நோயின் தன்மைகளாகக் கண்டறிவது;** symptom/sign. இருமல் காசநோயின் அறிகுறியாக இருக்கலாம்./ கல்லீரல் வீக்கம், காய்ச்சல் போன்றவை நோய்க்கான அறிகுறிகள்.

அறிஞர் பெ. **படிப்பு, சிந்தனை ஆகியவற்றின் மூலம் ஆழ்ந்த அறிவைப் பெற்றிருப்பவர்;** scholar.

அறிமுகப்படுத்து வி. (-படுத்த, -படுத்தி) **1: அறிமுகம் என்ற பெயர்ச்சொல்லின் முதல் ஆறு பொருளிலும் வரும் வினைச்சொல்;** make known; introduce. **2: (சட்டப் பேரவையில் அல்லது நாடாளுமன்றத்தில் ஒரு மசோதாவை) விவாதத்திற்காகச் சமர்ப்பித்தல்;** introduce (a bill in the legislature). பெண்களுக்கான ஒதுக்கீடு குறித்த மசோதா மக்களவையின் அடுத்த கூட்டத் தொடரில் அறிமுகப்படுத்தப்படும். **3: (கொள்கை, திட்டம் போன்றவற்றை அரசு) அமல்படுத்துதல்;** launch (a scheme). மிகுந்த விளம்பரத்துடன் அறிமுகப்படுத்தப்பட்ட ஐவுளிக் கொள்கை தோல்வியடைந்தது.

அறிமுகம் பெ. **1: ஒருவரை மற்றொருவர் அறிந்திருக்கும் நிலை; பரிச்சயம்;** acquaintance; being (widely) known. பிரபல எழுத்தாளரின் அறிமுகம் கிடைத்ததில் அவளுக்கு மிகுந்த மகிழ்ச்சி./ அறிமுகம் இல்லாதவரிடம் போய் எப்படி உதவி கேட்பது என்று தயங்கினான்./ அவர் பணிபுரிந்த பத்திரிகையின் வாயிலாகப் பல எழுத்தாளர்களின் அறிமுகம் அவருக்குக் கிடைத்தது. [(தொ.சொ.) **தொடர்பு/ பரிச்சயம்/ பழக்கம்**] **2: ஒரு நிகழ்ச்சியில் பங்கு பெறுபவர்கள் இன்னார் என்று அவையோருக்கு அல்லது வானொலி, தொலைக்காட்சி நேயர்களுக்குத் தெரிவிப்பது;** introduction. பள்ளி விழாவில் சிறப்பு விருந்தினராக வர இருப்பவரைக் குறித்த அறிமுகம் நன்றாக அமைந்துவிட்டது. **3: (ஒருவர் அல்லது ஒன்று ஒரு துறையிலோ மக்கள் இடையேயோ) முதல் முறையாகத் தெரியவருதல்;** (s.o. or sth.) being introduced. திரை உலகுக்கு என் தந்தை எடுத்த படத்தின் மூலம்தான் அறிமுகமானேன்./ இந்தியாவில் ஏராளமான வீரிய ரகப் பருத்தி இனங்கள் அறிமுகமாகிவருகின்றன./ நம் நாட்டில் காப்பி அறிமுகமானது பதினேழாம் நூற்றாண்டில்தான்./ தொலைக்காட்சி எங்கள் ஊருக்கு மிகவும் தாமதமாகத்தான் அறிமுகமாயிற்று. **4: (ஒருவர் ஒரு துறையைப் பற்றி) முதன் முதலாகத் தெரிந்துகொள்ளும் நிலை;** being introduced to sth.; being initiated into sth. சுதந்திரப் போராட்டத்தில் என் தாத்தா ஈடுபட்டதால் காந்தியத்துக்கு நான் சிறு

அறிமுகம்செய் 78

வயதிலேயே அறிமுகமானேன். **5: (ஒரு துறையில் புதிதாக வந்திருப்பவரை அல்லது வந்திருப்பதை) பலர் அறியச்செய்யும் செயல்;** introduction (to the public). *எழுத்தாளர் அறிமுகங்கள் எங்கள் அலைவரிசையின் சிறப்பான அம்சம்./ புதிய நூல்கள் அறிமுகத்திற்கென்று பத்திரிகைகள் இடம் ஒதுக்க வேண்டும்.* **6: (ஒரு துறையின் அடிப்படைத் தகவல்களை) தெரிந்துவைத்திருக்கும் நிலை;** acquaintance (with a subject.). *அபிநயம் ஒரு தனி மொழியாக இருப்பதால் அதில் ஒருவருக்கு அறிமுகம் இருந்தால் தான் நாட்டியத்தை ரசிக்க முடியும்.* **7: ஒரு துறையை அல்லது பொருளைப் பற்றித் தெரிந்துகொள்ளத் தரப்படும் விளக்கம்;** introduction (to a subject). *'சார்பியல் கோட்பாடு - ஓர் அறிமுகம்' என்னும் பெயரில் ஒரு நூல் எழுதிவருகிறார்.* **8: ஒரு பாடத்தைப் பற்றியோ, புத்தகத்தைப் பற்றியோ தெரிந்துகொள்ள உதவும் வகையில் அவற்றின் ஆரம்பத்தில் தரப்படும் சுருக்கமான குறிப்பு; முன்னுரை;** introduction; preface. *இந்த இலக்கணப் புத்தகத்திற்கான அறிமுகத்தைப் பேராசிரியர் லட்சுமணன் எழுதியிருக்கிறார்./ சுற்றுச்சூழல் பாடத்திற்கு எழுதப்பட்ட அறிமுகத்தைத் திருத்த வேண்டும்.* [*(தொ.சொ.)* **அணிந்துரை/ பின்னுரை/ முகவுரை/ முன்னுரை**]

அறிமுகம்செய் வி. *(-செய்ய, -செய்து)* காண்க: **அறிமுகப்படுத்து.**

அறியவா வி. *(-வர, -வந்து)* **(ஒன்று) தெரியவருதல்; புலனாகுதல்;** come to be known. *இப்படி ஒரு விஷயம் அலுவலகத்தில் நடந்திருக்கிறது என்பதை அறியவந்த போது அவருக்கு அதிர்ச்சியாக இருந்தது.*

அறியா(த) பெ.அ. **அறிவு முதிர்ச்சி அடையாத; விவரம் தெரியாத;** immature; innocent. *அறியாப் பருவம்/ அறியாச் சிறுவன்.*

அறியாமல் வி.அ. **ஒருவர் தான் செய்யும் காரியம் இன்னது என்று தெரியாமல்; தன்னைக் கட்டுப்படுத்திக் கொள்ள முடியாமல்; அனிச்சையாக;** unknowingly; unawares; involuntarily. *அவளை அறியாமல் அவள் உள்ளம் அவரை நாடியது./ அவருடைய கம்பீரமான தோற்றத்தைப் பார்த்ததும் எங்களை அறியாமல் நாங்கள் அனைவரும் எழுந்து நின்றோம்./ என்னை அறியாமல் கொட்டாவி வந்துவிட்டது.*

அறியாமை பெ. **அறிவு இல்லாமை; மடமை;** ignorance. *வறுமையும் அறியாமையும் மக்களைப் பிடித்திருக்கும் பிணிகளே./ உன் அறியாமை உன் பதிலில் வெளிப்படுகிறது.*

அறிவாளி பெ. **கூர்ந்த அறிவு உடையவர்;** man of knowledge; savant; sage; wise person. *அவர் நல்ல அறிவாளி./ நீ நன்றாகப் படித்து அறிவாளியாக வர வேண்டும்.*

அறிவி வி. *(அறிவிக்க, அறிவித்து)* **1: (பேச்சு அல்லது எழுத்துமூலமாக ஒரு செய்தியை அதிகாரபூர்வமாக) பிறர் அறியச் செய்தல்;** announce; make known; declare. *'வறட்சி காரணமாக நில வரி ரத்துசெய்யப்படுகிறது' என்று அறிவித்தார் அமைச்சர்./ ஒரு பெரிய நிறுவனம் தனது பொருள்களை வேறொரு பெயரில் விற்பனை செய்யப் போவதாக அறிவித்தது./ இந்திய அணி 600 ஓட்டங்கள் எடுத்துத் தன் முதல் ஆட்டத்தை முடித்துக்கொண்டதாக அறிவித்தது.* **2: (தகவல்) தெரிவித்தல்;** announce; give information (to); inform. *சட்ட விரோதமான கூட்டம் நடைபெற்றால் அருகிலுள்ள காவல் நிலையத்துக்கு அறிவிக்க வேண்டும்./ எழுதுவதைத் தற்காலிகமாக நிறுத்தி விட்டதாக அந்த எழுத்தாளர் அறிவித்திருக்கிறார்.*

அறிவிக்கப்பட்ட குற்றவாளி பெ. *(சட்டம்)* **நிலுவையில் உள்ள வழக்கில் விசாரணையைத் தவிர்ப்பதற்காகத் தலைமறைவாகியதால், குற்றம் சாட்டப்பட்டவர் என்று நீதிமன்றத்தால் குறிப்பிடப்படும் நபர்;** (in India) proclaimed offender.

அறிவிக்கை பெ. **அரசு முறையாக வெளியிடும் தகவல்;** notification. *பொறியியல் கல்லூரிகள் தொடர்பாக அரசு வெளியிட்டுள்ள அறிவிக்கை.*

அறிவித்தல் பெ. *(இலங்.)* **(ஒன்றைக் குறித்த) அறிவிப்பு;** announcement; notification. *மரண அறிவித்தலைப் பத்திரிகையில் படித்துவிட்டு அஞ்சலி செலுத்த வந்தவர்கள்தான் அதிகம்./ அறிவித்தல் பலகையில் போடப்பட்டிருந்த பாடநேர அட்டவணையை மாணவர்கள் பார்த்து எழுதிக் கொண்டனர்.*

அறிவிப்பு பெ. **1: ஒரு செய்தியை அனைவரும் அறியும் படி தெரிவிக்கும் செயல்;** announcement. *ஒலிபெருக்கியில் வண்டி தாமதமாக வரும் என்னும் அறிவிப்பு கேட்கத் தொடங்கியது./ தேர்தல் அறிவிப்பு நாளை வெளியாகும்./ தேர்வு முடிவுகள் பற்றிய அறிவிப்பை எதிர்பார்த்துக் கொண்டிருக்கிறோம்.* **2: அறிவிக்கை;** notification. *மதுரை மேற்குத் தொகுதியின் தேர்தல் பற்றிய அறிவிப்பு வெளியாகியுள்ளது.*

அறிவிப்புப் பலகை பெ. **(நிறுவனங்களில் அல்லது பொது இடங்களில்) அறிவிப்பு தகவல் தாங்கிய பலகை;** notice board (in offices or public places).

அறிவியல் பெ. **நிரூபணத்தின் அடிப்படையிலும் பரிசோதனை முறைகளைக் கொண்டும் இயற்கை உட்பட உலகத்தில் உள்ள அனைத்தின் அமைப்பு, இயக்கம் ஆகியவற்றை விளக்கும் அறிவுத் துறை; விஞ்ஞானம்;** science.

அறிவியல் குறியீடு பெ. *(கணி.)* **மிக அதிக இலக்கங்களைக் கொண்ட எண்களை எளிதாக எழுதுவதற்காக அடுக்குக் குறியீடுகளைப் பயன்படுத்தும் முறை;** scientific notation. *60,00,000 என்பதை அறிவியல் குறியீட்டைப் பயன்படுத்தி 6×10^6 என்று எழுதலாம்.*

அறிவியல் கூடம் பெ. **அறிவியல் ரீதியில் சோதனை, ஆராய்ச்சி ஆகியவற்றை மேற்கொள்வதற்குத் தேவையான கருவிகளுடன் அமைந்திருக்கும் இடம்; சோதனைக் கூடம்;** science laboratory.

அறிவியல் பெயர் பெ. **ஒரு உயிரினத்தை அடையாளம் காண அதன் பேரினப் பெயரையும் சிற்றினப் பெயரையும் இணைத்து (அறிவியலாளர்கள்) சூட்டும் பெயர்;** scientific name.

அறிவியலாளர் பெ. *(பு.வ.)* **அறிவியலில் முறையான பயிற்சி பெற்று ஆராய்ச்சி மேற்கொள்பவர்;** scientist.

அறிவிலி பெ. *(உ.வ.)* **அறிவு இல்லாதவர்;** ignoramus. *இல்லாததை இருப்பதாக நம்பும் அறிவிலிகளே!*

அறிவீனம் பெ. *(உ.வ.)* **முட்டாள்தனம்;** foolishness; stupidity. *நிர்வாகத்தைத் தனி ஒருவனாக எதிர்ப்பதா? என்ன அறிவீனம்!*

79 அறுத்துக்கட்டு

அறிவு பெ. **1: அனுபவம், சிந்தனை, கல்வி போன்றவற்றின் மூலமாகப் பெற்றுத் தெரிந்துவைத்திருப்பது;** understanding gained by education, experience, thinking, etc.,; wisdom. கேள்வி அறிவு/ இத்தனை பேரிடம் ஏமாந்தும் உனக்கு அறிவு வரவில்லை. **2: ஒரு துறையைப் பற்றி ஒருவருக்கு இருக்கும் புலமை; விஷய ஞானம்;** knowledge (in a field or in general); scholarship; erudition. அரசியல் அறிவு/ விஞ்ஞான அறிவை வளர்த்துக்கொள்ளப் பல நூல்கள் உள்ளன.

அறிவுக்கொழுந்து பெ. **(பெரும்பாலும் கேலியாக) அறிவாளி;** (sarcastically) genius. அந்த அறிவுக்கொழுந்திடம் உன் சந்தேகத்தைக் கேட்கிறாயா? உருப்பட்ட மாதிரிதான் போ./ இந்த அறிவுக்கொழுந்துதான் உனக்கு இப்படியொரு யோசனையைச் சொன்னதா?

அறிவுசார் சொத்துரிமை பெ. **தன்னுடைய கண்டுபிடிப்பு, படைப்பு போன்றவற்றில் தான் செலுத்திய அறிவுத்திறன்மீது ஒருவர் பெற்றிருக்கும் உரிமை;** intellectual property rights.

அறிவுடைமை பெ. (உ.வ.) **ஒரு செயலைச் செய்வதற்குத் தேவையான அறிவைப் பெற்றிருக்கும் தன்மை;** good sense; sensibleness. பிரச்சினைகளைக் கண்டு மலைத்து நிற்பதைவிட அவற்றுக்குத் தீர்வு காண்பதுதான் அறிவுடைமை./ சுயமாக மருத்துவம் செய்துகொள்வது அறிவுடைமை ஆகாது.

அறிவுநினைவு பெ. (இலங்.) **சுயநினைவு;** consciousness. காரில் மோதுண்டு அறிவுநினைவற்றுக் கிடந்தார்./ பெரியவர் ஒரு மாதமாக அறிவுநினைவின்றி இருக்கிறார்.

அறிவுரை பெ. **1: நன்மை விளைவிக்கும் நோக்குடன் ஒருவர் மற்றொருவருக்கு வழங்கும் கருத்து; ஆலோசனை; புத்திமதி;** advice; counsel. என்னுடைய அறிவுரைப்படி நடப்பதோ அல்லது அதைப் புறக்கணிப்பதோ உன்னுடைய விருப்பம்./ எனக்கு அறிவுரை கூறும் அளவுக்கு நீ வளர்ந்துவிட்டாயா? [(தொ.சொ.) **உபதேசம்/ புத்திமதி/ யோசனை**] **2: மனித குல வளர்ச்சிக்கான கருத்துகள்;** teachings. புத்தரின் அறிவுரைகள். [(தொ.சொ.) **அறவுரை/ உபதேசம்/ போதனை**]

அறிவுறுத்து வி. (அறிவுறுத்த, அறிவுறுத்தி) **(தெரிவித்தபடி நடந்துகொள்ளுமாறு) கேட்டுக்கொள்ளுதல்; பணித்தல்;** instruct; advise; exhort. பக்தர்கள் நுழைவுச் சீட்டுகளை வாயிலிலேயே பெற்றுக்கொள்ளுமாறு அறிவுறுத்தப்படுகிறார்கள்.

அறிவுஜீவி பெ. **சிந்தனையை வாழ்க்கை முறையாகக் கொண்டவர்;** intellectual.

அறு[1] வி. (அற, அறுந்து) **(கயிறு, இழை, தந்திக் கம்பி முதலியன) இழுபடுவதன்மூலமோ, விசைக்கு உட்படுவதன்மூலமோ துண்டாதல்;** (of rope, metal string, etc.,) break; snap. கொடி சுவரில் உராய்ந்துஉராய்ந்து அறுந்தது./ ஒலிநாடா அறுந்து உள்ளே சிக்கிக்கொண்டது./ ஆணிவேர் அறாமல் எப்படிச் செடியைப் பிடுங்குவது?/ (உரு வ.) எனக்கும் அவருக்கும் உள்ள தொடர்பு என்றோ அறுந்துவிட்டது./ (உரு வ.) இவ்வுலகத்தோடு தனக்கிருக்கும் பந்தங்கள் அறும் கணம் வந்துவிட்டது என்பதை அவர் உணர்ந்தார்.

அறு[2] வி. (அறுக்க, அறுத்து) **1: (நூல், கயிறு போன்றவற்றை) இழுப்பதன்மூலமோ விசைக்கு உட்படுத்துவதன்மூலமோ துண்டாக்குதல்;** cause sth. to snap; break. குதித்துக் குதித்தே குழந்தை தொட்டில் கயிற்றை அறுத்துவிட்டது./ நூலைப் பிடித்து வேகமாக இழுத்து அறுத்துவிட்டான்./ (உரு வ.) நம்மைப் பிடித்திருந்த அடிமைத் தளையை அறுத்தெறிவதற்கு நடந்த போர்தான் சுதந்திரப் போராட்டம். [(தொ.சொ.) **அரி/ உடை/ ஒடி/ கிழி/ துண்டி/ நறுக்கு/ பிடு/ பிள/ முறி/ வெட்டு**] **2: (ஒரு பொருள்மீது) கத்தி போன்றவற்றை முன்னும்பின்னும் நகர்த்தி அதை வெட்டுதல்;** cut with a saw, knife, etc., கத்தியில் எண்ணெய் தடவிப் பலாப் பழம் அறுத்தால் அதில் பிசின் ஒட்டாது./ கதிர் அறுக்கும் அரிவாள் சற்று மெல்லியதாக இருக்கும். **3: (நீர், காற்று போன்றவை பொருள்களை) அரித்தல்;** erode. கடல்நீர் பாறையை அறுத்திருந்தது. **4: (சிகிச்சைக்காக ஒரு உறுப்பை) கீறுதல்; நறுக்குதல்;** cut open. இப்போதெல்லாம் வலியே தெரியாமல் அறுத்துக் கட்டியை நீக்கிவிடுகிறார்கள். **5: (மரச் சட்டத்தில் களிமண்ணை நிரப்பி வழிப்பதன்மூலம் செங்கல், ஓடு போன்றவற்றை) தயாரித்தல்;** make (bricks, tiles, etc., by cutting clay with a frame). நேற்றுதான் ஐந்தாயிரம் கல் அறுத்தோம். **6:** (பே.வ.) **(ஒன்றைத் திரும்பத்திரும்பக் கூறிப் படிப்பவருக்கு அல்லது கேட்பவருக்கு) சலிப்பு உண்டாக்குதல்;** bore (a person by tedious dull talk). இவன் ஏன் வந்த வேலையை விட்டுவிட்டு அறுத்துக்கொண்டிருக்கிறான்?

அறுக்கை பெ. (-ஆக) (இலங்.) **பாதுகாப்பு;** protection; security. வேலி அடைத்து வீட்டை அறுக்கையாக வைத்துக்கொள்ள வேண்டும்./ பூட்டியிருந்தால்தான் கடை அறுக்கையாக இருக்கும்.

அறுகம்புல் பெ. காண்க: **அருகம்புல்.**

அறுகால் பெ. **(கதவின்) நிலை;** door-frame.

அறுகுறும்பு பெ. (இலங்.) **(விளையாட்டுத்தனமான) குறும்பு;** playful act; mischief. சின்னக் குழந்தை அறுகுறும்பாகத்தான் இருக்கும். அதற்காகக் கோபித்துக்கொள்ள முடியுமா?/ இவளுடைய அறுகுறும்பைப் பொறுக்க முடியவில்லை.

அறுகோணம் பெ. **ஆறு பக்கங்கள் உடைய வடிவம்;** hexagon.

அறுசுவை பெ. **இனிப்பு, புளிப்பு, உவர்ப்பு, துவர்ப்பு, உறைப்பு, கசப்பு ஆகிய ஆறு சுவைகள்;** the six kinds of tastes in food, sweetness, sourness, saltiness, astringency, pungency and bitterness. அறுசுவை உணவு.

அறுத்து உறுத்து வி.அ. (இலங்.) (வாசித்தல் அல்லது பேசுதல் குறித்து வரும்போது) **தெளிவாக;** (of speech, writing) clearly. பாடத்தை அறுத்து உறுத்து வாசி எனத் தாய் மகனுக்குக் கூறினாள்./ சிறுவன் என்று நினைத்தேன். ஆனால் அவன் மேடையில் அறுத்து உறுத்துப் பேசிய பேச்சு பிரமாதம்!

அறுத்துக்கட்டு வி. (-கட்ட, -கட்டி) (பே.வ.) **(சில சாதிகளில் கணவன் இறந்த பிறகு) மறுமணம் செய்து**

கொள்ளுதல்/ கணவனோடு கொண்ட கருத்து வேற்றுமையால் தாலியைக் கழற்றித் தந்துவிட்டு வேறொருவரை மறுமணம் செய்துகொள்ளுதல்; remarry on the death of one's husband following a caste custom/disown one's husband and marry another following a caste custom.

அறுத்தோடி பெ. (ஊரக வ.) (மண் சாலையில் மழைத் தண்ணீர் தொடர்ந்து ஓடியதால்) மண் அரிக்கப்பட்டு ஏற்படும் பள்ளம்; crevice on mud road made by the passage of rain water. சாலையில் இருக்கும் அறுத்தோடிகளைச் செப்பனிட்டால்தான் வண்டி போக முடியும்.

அறுத்தோடு வி. (-ஓட, -ஓடி) (ஆறு, கால்வாய் போன்றவற்றில்) பொங்கிக் கடும் வேகத்தில் வரும் வெள்ளம் இயல்பான பாதையிலிருந்து விலகிப் பக்கக் கரையை அரித்துக்கொண்டு திசைமாறிச் செல்லுதல்; (of flood) erode (the bank of a river, channel, etc.,).

அறுதி[1] பெ. (உ.வ.) (மாற்ற முடியாத) முடிவு; இறுதி; final. ஒரு வழக்கில் உச்ச நீதிமன்றம் வழங்கும் தீர்ப்பு அறுதியானது.

அறுதி[2] பெ. (இலங்.) (நிலம், வீடு போன்றவற்றை) குறிப்பிட்ட காலத்தில் மீட்டுக்கொள்வதாகக் கூறி வைக்கும் அடமானம்; mortgage for a specific period. இந்த வீட்டை இரண்டு வருட அறுதியாக அவருக்கு எழுதிக் கொடுத்துள்ளேன்./ அறுதி மீட்காததனால் நிலம் ஏலத்தில் போய்விட்டது.

அறுதிப் பெரும்பான்மை பெ. பிற கட்சிகளின் கூட்டு இல்லாமல் தனித்தே ஆட்சி அமைக்கத் தேவையான உறுப்பினர்களின் எண்ணிக்கை; தனிப்பெரும்பான்மை; absolute majority (with reference to a political party).

அறுதியிடு வி. (-இட, -இட்டு) (உ.வ.) வரையறுத்தல்; முடிவு செய்தல்; state (sth.) decisively or with finality. இவை கம்பன் பாடிய பாடல்கள் என்று அறுதியிட வலுவான சான்றுகள் இல்லை./ எங்கள் கட்சியின் கொள்கையில் மாற்றம் இல்லை என்பதை அறுதியிட்டு உறுதியாகச் சொல்கிறேன்.

அறுப்பு பெ. 1: அறுவடை; reaping; harvest. மழை காரணமாக அறுப்பு ஒரு வாரம் பிந்திவிட்டது. 2: காண்க: அறுவை, 2.

அறுப்புக் கூலி பெ. பயிர் அறுவடை செய்பவர்களுக்கு அல்லது மரம், செங்கல் போன்றவற்றை அறுப்பவர்களுக்குத் தரப்படும் கூலி; wages given to the workers employed for harvesting, sawing timber or making bricks, etc.,

அறுபதாம் கல்யாணம் பெ. (தம்பதிகளில்) கணவருக்கு அறுபது வயது நிறைகிறபோது தம்பதிகளுக்கு திருமணம் போலவே நடத்தப்படும் சடங்கு; ritual marriage of a married couple performed by the children on the husband completing sixty years.

அறுபது பெ. பத்தின் ஆறு மடங்கைக் குறிக்கும் எண்; (the number) sixty.

அறுவடை பெ. 1: தானியங்களைப் பெறுவதற்காக முற்றிய கதிர் நிறைந்த தாளை அறுக்கும் செயல்; reaping; harvest. 2: (பயிர்) விளைச்சல்; மகசூல்; yield; harvest. போன வருஷத்தைவிட இந்த வருஷம் அறுவடை பரவாயில்லை.

அறுவை பெ. 1: (கூட்டுச்சொற்களில் வரும்போது) (நோயுற்ற பாகத்தைக் குணப்படுத்த) அறுத்துச் செய்யப்படும் மருத்துவம்; surgery. அறுவை மருத்துவர்/ அறுவை மருத்துவம்/ அறுவைச் சிகிச்சை. 2: (பே.வ.) சலிப்பூட்டும் நபர்; சலிப்பூட்டுவது; boredom. இந்த அறுவைப் படம் பார்க்கவா என்னை அழைத்துவந்தாய்?/ அவனிடம் மாட்டிக்கொள்ளாதே. அவன் சரியான அறுவை.

அறை[1] வி. (அறைய, அறைந்து) 1: (மனிதர்கள் விரித்த கையாலும் விலங்குகள் முன்னங்காலாலும் ஒரு பரப்பில்) வேகத்துடன் தாக்குதல்; slap; smack; (of animals) hit; strike. பேசிக்கொண்டிருக்கும்போதே பளாரென்று கன்னத்தில் அறைந்துவிட்டான். / புலி அறைந்து செத்துப் போனான். [(தொ.சொ.) அடி/ அமுக்கு/ கிள்ளு/ குத்து/ தள்ளு/ நிமிண்டு/ மொத்து] 2: (ஆணி, முளை போன்றவற்றை) உட்செலுத்துதல்; drive (a nail, peg, etc., into sth.). ஒரு முளை அறைந்து மாட்டைக் கட்டு. 3: (சாந்துக் கலவையைச் சுவரின் மேல் பிடித்துக்கொள்ளுமாறு) வேகத்துடன் அப்புதல்; throw or slap (mortar, etc., on a wall). கலவையை நன்றாக அறைந்து பூசு. 4: (பிசைந்த மாவை மென்மையாக்குவதற்காகக் கல், பலகை முதலியவற்றின் மீது) வேகத்துடன் எறிதல்; beat (dough, etc.,). பூரி மாவை அறைந்து பிசை.

அறை[2] பெ. (மனிதர்கள் விரித்த கையாலும் விலங்குகள் முன்னங்காலாலும் ஒரு பரப்பில்) வேகத்துடன் கொடுக்கும் அடி; slap; smack. முதுகில் பலமாக ஓர் அறை விழுந்தது./ புலி ஒரே அறையில் மானை வீழ்த்தியது.

அறை[3] பெ. 1: வீட்டின் அல்லது கட்டடத்தின் உட்பகுதியில் சுவர், கதவு, ஜன்னல் முதலியன வைத்துத் தனித்தனியாகத் தடுக்கப்படும் இடம்; room. 2: (இயந்திரம், அலமாரி போன்றவற்றின் உள்ளே) ஒரு புறம் திறந்திருக்கும் தடுப்பு; compartment; partitioned area (of a machine, cupboard, etc.,)/chamber. கைத்துப்பாக்கியில் தோட்டாக்கள் போடுவதற்கு ஆறு அறைகள் உண்டு./ இந்த அலமாரியின் மேல்பகுதியில் இரண்டு அறைகள் உண்டு. 3: (உயிரி.) (உறுப்புகள், பாகங்கள் ஆகியவற்றில்) நான்கு புறமும் மூடப்பட்டு இருக்கும் பகுதி; chamber. நுரையீரலில் எண்ணற்ற காற்று அறைகள் உள்ளன./ இருதயம் நான்கு அறைகள் கொண்டது. 4: (ஊரக வ.) குழந்தை பெறும் பெண் பேறுகாலத்தில் இருப்பதற்கான அறை அல்லது வீட்டின் தடுக்கப்பட்ட ஒரு பகுதி; room or partition in a house for confinement during labour. அறையிலிருக்கும் பெண்ணுக்கு வேளாவேளைக்கு யாராவது சாப்பாடு கொண்டுபோய்க் கொடுக்க வேண்டும்.

அறைக் குழந்தை பெ. (ஊரக வ.) 1: பிரசவ அறையில் இருக்கும் சிசு; baby still in the labour room. 2: மருத்துவமனையில் பிறந்து, தாயுடன் வீட்டுக்கு வந்த பிறகு தனி அறையில் இருக்கும் குழந்தை; baby kept in a separate room at home with mother after being delivered in a hospital. அறைக் குழந்தைக்குக் காய்ச்சல் வந்தால் மருத்துவரை வீட்டுக்குத்தான் அழைத்துவர வேண்டும்.

அறைகலன் பெ. (ஒரு வீட்டில் வசிப்பதற்கு அல்லது அலுவலகத்தில் பணிசெய்ய) அடிப்படைத் தேவையாக

அமையும் (நாற்காலி, மேசை, கட்டில் போன்ற) பொருட்கள்; furniture.

அறைகூவல் பெ. (உ.வ.) 1: (பொதுநலனுக்கு) ஒத்துழைக்குமாறு விடுக்கப்படும் அழைப்பு; call (for action or for cooperation). தொழிலாளர்கள் அனைவரும் கால வரையறையற்ற வேலைநிறுத்தம் செய்யுமாறு தொழிற் சங்கம் அறைகூவல் விடுத்தது. 2: (திறமையை நிரூபிக்குமாறு விடுக்கப்படும்) சவால்; challenge. குத்துச்சண்டை வீரரின் அறைகூவலில் தன்னடக்கம் சிறிதும் இல்லை.

அறைகூவு வி. (-கூவ, -கூவி) (உ. வ.) 1: (ஒரு செயலைச் செய்யுமாறு அல்லது பொதுநலனுக்கு ஒத்துழைக்குமாறு) அழைப்பு விடுத்தல்; call for action or cooperation. 'அனைத்து நாடுகளின் தொழிலாளர்களும் ஒன்றுபடுக' என அறைகூவினார். 2: சவால் விடுதல்; challenge (s.o.) to sth. கர்ணன் அறைகூவியதைக் கேட்டு அர்ச்சுனனுக்குக் கோபம் பொங்கியது.

அறைந்து வி.அ. (மூடு, சாத்து போன்ற வினைகளுடன்) சத்தத்துடன் பலமாக; (with verbs such as மூடு, சாத்து) with a bang. கோபத்தில் கதவை அறைந்து சாத்தினான்.

அன்பர் பெ. 1: (பிரபலமான) ஒருவர்மீது தன் அன்பை வெளிப்படுத்திக்கொள்பவர்; அன்பிற்கு உரியவர்; well-wisher; a friend. அவர் மருத்துவமனையில் சேர்க்கப்பட்டதை அறிந்ததும் பல அன்பர்கள் வந்து பார்த்துச்சென்றனர்./ நாவலைப் படித்துவிட்டுப் பல அன்பர்கள் கடிதம் எழுதியிருக்கிறார்கள்./ 'அன்பர்களே' என்று பேச்சைத் தொடங்கினார். 2: ஒரு துறையில் ஆர்வம் உடையவர்; enthusiast (in a particular field). சென்னையில் திரைப்பட அன்பர்கள் கூட்டம் நடந்தது./ எழுத்தாளரும் இலக்கிய அன்பருமாகிய என் நண்பர்.

அன்பளிப்பு பெ. 1: ஒருவர்மீது கொண்டுள்ள அன்பைத் தெரிவிக்கும் வகையில் அவருக்குக் கொடுக்கப்படும் பொருள் அல்லது பணம்; பரிசு; gift; present. மணமக்களுக்கு அன்பளிப்புகள் வந்து குவிந்தன./ நாடக நடிகர்களுக்குச் சில சமயம் மேடையிலேயே அன்பளிப்பு கிடைப்பது உண்டு. 2: (ஒரு பொருளை வாங்குபவருக்கு அதனோடுகூட) விலை இல்லாமல் அளிக்கப்படுவது; இலவசம்; free gift given with a purchase. மொத்தமாக நான்கு சேலை வாங்குபவருக்கு ஓர் அழகிய பை அன்பளிப்பாகத் தருகிறார்கள்.

அன்பியம் பெ. (கிறித்.) கத்தோலிக்கச் சமூகத்தில் ஒரு உட்பிரிவு; basic Christian community.

அன்பு பெ. 1: (-ஆக, -ஆன) ஒருவரின் மனம் நெகிழும்படியாக அவர்மேல் மற்றொருவர் வெளிப்படுத்தும் பாசமும் நேசமும் நட்பும் கலந்த உணர்வு; affection; love. அவர் உன்மீது எவ்வளவு அன்பு வைத்திருக்கிறார்!/ முதலாளி உன்னிடம் அன்பாக நடந்துகொள்கிறார், இல்லையா?/ ஆசிரியரின் அன்பான பேச்சு மாணவர்களைக் கவர்ந்தது. [(தொ.சொ.) காதல்/ பக்தி/ பற்று/ பாசம்] 2: (மனிதர் அல்லாத பிற உயிர்களிடம்) பரிவு; kindness. எல்லா உயிர்களிடத்தும் அன்பு காட்ட வேண்டும்.

அன்புடன் இ.சொ. (உறவினர்கள், நண்பர்கள் ஆகியோருக்கு எழுதும் கடிதங்களில்) கையெழுத்துக்கு முன் இடப்படும் பல இடைச்சொற்களில் ஒன்று; particle used as a form of subscription in letters; 'affectionately'; 'with love'.

அன்புள்ள பெ.அ. (உறவினர்கள், நண்பர்கள் முதலியோருக்கு எழுதும் கடிதத்தின் துவக்கத்தில் எழுதும்போது) அன்பு நிறைந்த; a form of address used in correspondence; 'dear'. 'அன்புள்ள அப்பா அவர்களுக்கு' என்று கடிதம் தொடங்கியது.

அன்மொழித்தொகை பெ. (இலக்.) தொகைச்சொல் அதன் விளக்கத்துக்கு உரியவரைச் சுட்டும் தொடராக ஆவது; transferred epithet.

அன்றன்றைக்கு வி.அ. அன்றைய நாளிலேயே; that day itself; on the same day. செலவுக் கணக்கை அப்பா அன்றன்றைக்கே எழுதிவிட்டுத்தான் படுக்கப்போவார்./ வீட்டுப்பாடங்களை அன்றன்றைக்கே எழுதிவிடுவது நல்லதல்லவா?

அன்றாட பெ.அ. தினசரி; day-to-day; daily. அன்றாட வாழ்க்கையில் பெரும்பாலும் சிக்கல்கள் ஏற்படுவதில்லை./ தண்ணீர்ச் சண்டை அன்றாட நிகழ்ச்சியாகிவிட்டது.

அன்றாடங்காய்ச்சி பெ. (பே.வ.) தினப்படி வருமானத்தைக் கொண்டு அன்றைய வாழ்க்கையை நடத்தும் ஏழை; a poor person who lives solely on daily wages; a person who has no resources to fall back on.

அன்றாடம் வி.அ. ஒவ்வொரு நாளும்; நாள் தவறாமல்; daily; every day. நாம் அன்றாடம் பயன்படுத்தும் பொருள்கள் சிலவே.

அன்றி வி.அ. (உ.வ.) 1: தவிர; தவிர்த்து; except. துன்பத்தை அன்றி வேறு ஒன்றும் அறியாதவன்./ பாகனன்றி வேறு யாராலும் யானையிடம் நெருங்க முடியாது. 2: இல்லாமல்; அல்லாமல்; without. அவளன்றி அவனுக்கு வாழ்க்கை இல்லை.

அன்றியும் இ.சொ. (உ.வ.) '(அதுவே) அல்லாமலும்' என்ற பொருளில் இரண்டு வாக்கியங்களைத் தொடர்புபடுத்த இரண்டாவது வாக்கியத்தின் தொடக்கத்தில் பயன்படுத்தும் இடைச்சொல்; 'தவிரவும்'; 'மேலும்'; particle used as a connector in the sense of 'apart from (what has been stated)' at the beginning of a sentence relating it to the previous sentence; 'besides'; 'moreover'. திருடர்கள் பணத்தைக் கொள்ளையடித்தனர். அன்றியும் வீட்டுக்குத் தீயும் வைத்தனர்.

அன்று[1] பெ. (கடந்துபோன காலத்தில்) குறிப்பிட்ட காலகட்டம்; ஒருநாள்; that day; a segment in the past. நீ கல்லூரிக்குச் செல்லாத அன்று இந்த நிகழ்ச்சி நடந்திருக்கிறது./ அன்றிலிருந்து இன்றுவரை அவர் ஒரே மாதிரிதான்.

அன்று[2] வி.அ. (குறிப்பிட்ட) அந்த நாளில்; on that (specified) day. தீபாவளி அன்று நல்ல மழை பெய்தது./ அன்று வந்திருந்த அனைவரும் ஒப்புக்கொண்ட விஷயம் இது.

அன்று[3] வி.மு. (உ.வ.) பார்க்க: அல்; see அல்.

அன்றைக்கு வி.அ. காண்க: அன்று[2].

அன்றைய பெ.அ. 1: குறிப்பிட்ட அந்த நாளில் நடைபெற்ற; of that day. அன்றைய விருந்தை மறக்க முடியாது. 2: அந்தக் காலத்தினுடைய; of those days. அன்றைய மாணவர்கள் இன்றைய தலைவர்கள்.

அன்ன ஆகாரம் பெ. **உணவும் தொடர்புடைய பிறவும்;** solid or liquid food. *யாரிடம் கோபித்துக்கொண்டு இப்படி அன்ன ஆகாரம் இல்லாமல் கிடக்கிறாய்?/ கிழவருக்கு இரண்டு நாட்களாக அன்ன ஆகாரம் ஒன்றும் இறங்கவில்லை.*

அன்னக்கரண்டி பெ. காண்க: **அன்னவெட்டி.**

அன்னக்காவடி பெ. **1: (அரிசி, அன்னம் முதலியவற்றைப் பிச்சையாக ஏற்க) நீண்ட கழியின் இரு முனைகளிலும் பாத்திரத்தைக் கட்டித் தொங்கவிட்டுத் தோளில் சுமக்கும்படியான அமைப்பு;** a long pole borne on the shoulders, with a suspended bowl on either end to receive raw or cooked rice as alms. **2: மிகவும் ஏழை;** destitute. *அவனே அன்னக்காவடி; அவன் உனக்கு என்ன தர முடியும்?*

அன்னக்கூடை பெ. **(விருந்தில் சோறு பரிமாறப் பயன்படும்) கூடைபோல் அகன்ற வாய் உடைய உலோகப் பாத்திரம்;** large metal vessel for keeping cooked rice while serving it.

அன்னதானம் பெ. **(ஓர் அறப்பணியாக அல்லது நேர்த்திக்கடனாக) ஏழைகளுக்கு வழங்கும் இலவச உணவு;** free distribution of food to the poor (as an act of charity or in fulfilment of a vow). *அவர் தன் தந்தையின் மணிவிழாவில் ஆயிரம் ஏழைகளுக்கு அன்னதானம் செய்தார்.*

அன்னபூரணி பெ. **உலகுக்கு உணவை உத்திரவாதம் செய்பவளாகக் கருதி வழிபடும் தெய்வம்;** goddess of plenty. *தானியத்தைக் கொட்டி அதன்மேல் அன்னபூரணி விக்கிரகத்தை வைக்க வேண்டும்./ நான் என்ன அன்னபூரணியா, நீ கேட்டதையெல்லாம் கொடுப்பதற்கு?*

அன்னம்[1] பெ. *(உ.வ.)* **உணவு; சோறு;** food; cooked rice. *வாழை இலையில் தும்பைப் பூப் போன்ற அன்னம் படைத்து நெய்விட்டாள்.*

அன்னம்[2] பெ. **1: நீண்டு வளைந்த கழுத்தையும் சவ்வினால் இணைந்த விரல்களையும் உடைய (வாத்து போன்று இருக்கும்) வெண்ணிற நீர்ப்பறவை;** swan. *இந்தியாவில் அன்னம் கிடையாது.* **2: (புராணத்தில்) பாலையும் நீரையும் கலந்து வைத்தால் பாலை மட்டும் பிரித்து உண்ணும் தன்மை உடைய ஒரு வெண்ணிறப் பறவை;** white bird (mentioned in legends) capable of isolating and drinking milk alone out of a mixture of water and milk; swan. *இலக்கியத்தில் பெண்களின் நடைக்கு அன்ன நடையை உதாரணமாகக் கூறுவார்கள்.*

அன்னம்பிடி வி. *(-பிடிக்க, -பிடித்து) (ஊரக வ.)* **பாளையாக வெளியே வரும் நெற்கதிரின் மணிகளில் முதலில் பால் போன்று திரண்டுவந்து (அரிசிக்கு முந்தைய நிலையாக) இறுகிக் கெட்டியாதல்;** (of milky content in unripe paddy) harden into grain. *நெல் பாளையாகவே இருக்கிறது; இன்னும் அன்னம்பிடிக்கவில்லை./ இப்போதுதான் கதிர் வர ஆரம்பித்திருப்பதால், அன்னம்பிடிக்க இன்னும் பத்து நாட்கள் ஆகலாம்.*

அன்னமுன்னா பெ. *(இலங்.)* காண்க: **அன்னாமுன்னா பழம்.**

அன்னவெட்டி பெ. **(சோறு பரிமாறப் பயன்படுத்தும்) உள்ளங்கை வடிவில் அமைந்த உலோகக் கரண்டி;** a large metal spoon with a short handle, slightly hollow and in the shape of the palm (for serving cooked rice).

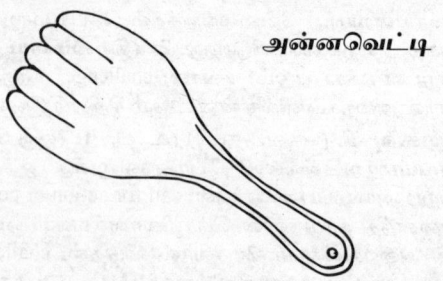

அன்னவெட்டி

அன்னாசி பெ. **செதில்கள் போன்ற சொரசொரப்பான மேல்தோலையும் சாறு நிறைந்த வெளிர் மஞ்சள் நிறச் சதைப் பகுதியையும் உடைய பெரிய பழம்/அந்தப் பழத்தைத் தரும் செடி;** pineapple (the fruit and the plant).

அன்னாமுன்னா பழம் பெ. *(இலங்.)* **சீத்தாப்பழம்;** custard-apple. *இந்த முறை காணிக்குள் அன்னாமுன்னா பழம் நிறைய காய்த்துக் கிடக்கிறது./ சந்தைக்குப் போனால் இரண்டு அன்னாமுன்னா பழம் வாங்கிக்கொண்டு வா.*

அன்னார் பெ. *(உ.வ.)* **(முன்னர்) குறிப்பிடப்பட்டவர்;** person referred to (already). *இந்தக் கூட்டத்துக்கு நம் சங்கத் தலைவர் அவர்கள் தலைமை தாங்குகிறார்கள்; அன்னாருக்கு இந்த மாலையை அணிவிக்கிறேன்.*

அன்னியப்படு வி. *(-பட, -பட்டு)* காண்க: **அந்நியப்படு.**

அன்னியம் பெ. காண்க: **அந்நியம்.**

அன்னியமாதல் பெ. காண்க: **அந்நியமாதல்.**

அன்னியன் பெ. காண்க: **அந்நியன்.**

அன்னியில் இ.சொ. *(அ.வ.)* **(முன் குறிப்பிடப்பட்டது) மட்டும் அல்லாமல்; தவிர; அன்றி;** particle used in the sense of 'apart from'. *நம் பத்திரிகைகள் இந்தச் செய்தியை வெளியிட்டன. அவையன்னியில் வெளிநாட்டு வானொலி நிலையங்களும் இதை அறிவித்தன.*

அன்(னி)யோன்(னி)யம் பெ. *(-ஆக, -ஆன)* **(அன்பின் மிகுதியால் ஏற்படும்) உறவின் நெருக்கம்;** intimacy. *கடற்கரையில் நண்பர்கள் இருவரும் மிகவும் அன்னியோன்னியமாகப் பேசிக்கொண்டிருந்தார்கள்./ இவர்களைப் போன்ற அன்யோன்யமான தம்பதிகளை நான் பார்த்ததில்லை.*

அன்னை பெ. **1:** *(உ.வ.)* **தாய்;** mother. **2: மதிப்புக்கும் வணக்கத்துக்கும் உரிய பெண்மணியைக் குறிப்பிடும்போது பெயருக்கு முன்னால் அல்லது பின்னால் இடப்படும் சொல்;** term of respect placed before the name of a woman of eminence. *அன்னை இந்திரா.* **3: பெண் துறவி;** Mother. *அன்னை தெரசா.*

அனங்கக வேதியியல் பெ. *(வேதி.)* **(உயிருள்ள பொருள் அனைத்திலும் காணப்படும்) கரியை மூலக் கூறாகக் கொண்டிருக்காத கூட்டுப்பொருள் பற்றி விவரிக்கும் வேதியியல் பிரிவு;** inorganic chemistry.

அனந்தகோடி பெ.அ. (அ.வ.) **(இத்தனை என்று சொல்ல முடியாத அளவுக்கு) எண்ணற்ற;** innumerable. அனந்த கோடி ஆண்டுகளுக்கு முன் தோன்றிய முதல் உயிரினம்./ பிரபஞ்சத்தில் அனந்தகோடி நட்சத்திரங்கள் உள்ளன.

அனந்தம் பெ. (அ.வ.) **கணக்கிட முடியாதது; எல்லை அற்றது; முடிவு அற்றது;** countless; endless; infinite. ஆண்டவன் காட்டும் வழிகள் அனந்தம்.

அனர்த்தம் பெ. **1:** (-ஆக, -ஆன) **தவறாகவும் திரித்தும் கொள்ளப்படும் பொருள்; விபரீத அர்த்தம்;** perverse or wrong interpretation; deliberate misunderstanding. எதைச் சொன்னாலும் ஏன் அனர்த்தமாகப் புரிந்துகொள்கிறாய்? **2:** (இலங்.) **இயற்கைப் பேரழிவு;** natural disaster. ஆழிப் பேரலை அனர்த்தத்தினால் பாதிக்கப்பட்ட மக்களுக்கு நிவாரணம் வழங்கப்பட்டது.

அனல் பெ. **1: சூடு;** (radiating) heat. அனல் காற்று/ (உரு வ.) அவருடைய பேச்சில் அனல் வீசியது. [(தொ.சொ.) **உஷ்ணம்/ கதகதப்பு/ சூடு/ தகிப்பு/ வெக்கை/ வெப்பம்/ வெம்மை**] **2: தீ;** fire. அனலில் விழுந்த மெழுகுபோல் உருகினாள்./ உடல் அனலாகக் கொதிக்கிறது.

அனல் கக்கு வி. (கக்க, கக்கி) **(பேச்சு, பார்வை முதலியவற்றில்) கடும் கோபம் வெளிப்படுதல்;** show violent anger (in one's speech, look, etc.,). தலைவரின் அனல் கக்கும் பேச்சைக் கேட்ட தொண்டர்கள் பலமாகக் கைதட்டினார்கள்.

அனல் காற்று பெ. **கோடைக் காலத்தில் தொடர்ந்து நிலவும் அதிக வெப்பமான வானிலை;** heatwave. இந்த ஆண்டு அனல் காற்று காரணமாகப் பலர் உயிரிழந்தனர்.

அனல் பற வி. (பறக்க, பறந்து) **(விவாதம் முதலியவை) மனத்தில் உறைக்கும் விதமாகவும் ஆவேசமூட்டுவதாகவும் இருத்தல்;** (of discussions, campaigns, etc.,) heated. மாறிவரும் அரசியல் சூழ்நிலைகள் பற்றிய அனல் பறக்கும் விவாதங்கள்./ அனல் பறக்கும் தேர்தல் பிரச்சாரங்கள்/ அவர்களுக்கு இடையே நடந்த விவாதத்தில் அனல் பறந்தது.

அனல் மின்நிலையம் பெ. **நிலக்கரியை அல்லது எண்ணெயை எரித்துப் பெறும் வெப்பச் சக்தியைப் பயன்படுத்தி மின்சாரம் உற்பத்தி செய்யும் நிலையம்;** thermal power plant.

அனற்று வி. (அனற்ற, அனற்றி) (பே.வ.) **1: (வெயில்) வாட்டுதல்; தகித்தல்;** scorch. கத்திரி வெயில் மோசமாக அனற்றுகிறது./ அனற்றும் வெயிலில் எங்கே போய்விட்டு வருகிறாய்? [(தொ.சொ.) **கொதி/ சுடு/ வேகு**] **2: (வலி, ஜுரம் போன்றவற்றின் மிகுதியால்) முனகுதல்;** groan (due to pain, fever, etc.,). குழந்தை ஜுரத்தால் இரவு முழுவதும் அனற்றிக்கொண்டிருந்தது.

அனா ஆவன்னா பெ. **(ஒன்றைப் பற்றிய) மிக அடிப்படையான அறிவு;** the ABC (of sth.). சங்கீதத்தில் அனா ஆவன்னாகூடத் தெரியாத ஆட்கள் பத்திரிகைகளில் விமர்சனம் எழுத ஆரம்பித்துவிட்டார்கள்.

அனாதரவு பெ. (அ.வ.) **உதவி அல்லது ஆதரவு அற்ற நிலை;** state of helplessness. வெள்ளத்தால் பாதிக்கப்பட்டு அனாதரவாக இருக்கும் மக்களுக்கு உடனடியாக உதவி கிடைத்தது.

அனாதி பெ. (அ.வ.) **1: தொடக்கம் இல்லாதது;** that which has no beginning. இறைவன் அனாதி என்று புராணங்கள் கூறும்./ உலகம் அனாதி காலமாகவே இருந்துவருகிறது. **2:** (-ஆக) (இலங்.) **நீண்ட காலம்;** long time; ancient times. அவர்கள் அனாதியாக அந்தக் காணிக்குள் இருக்கிறார்கள்./ அந்தக் கோயில் அனாதியானது.

அனாதி காலம் பெ. (அ.வ.) **மிகப் பழங்காலம்;** time immemorial.

அனாதை பெ. காண்க: **அநாதை.**

அனாதையாக வி.அ. காண்க: **அநாதையாக.**

அனாமத்து பெ. **1:** (பொருள்களைக் குறிப்பிடும்போது) **யாருக்கு உரிமை என்று தெரியாதது;** sth. unclaimed. அனாமத்து நிலம். **2:** (செலவுகளைக் குறித்து வரும் போது) **குறிப்பிட்ட எந்த வகையிலும் சேர்க்க முடியாதது;** (of expenses) miscellaneous.

அனாமதேயம் பெ. காண்க: **அநாமதேயம்.**

அனாயாசம் பெ. காண்க: **அநாயாசம்.**

அனாவசியம் பெ. காண்க: **அநாவசியம்.**

அனிச்சம் பெ. **முகர்ந்ததும் வாடிவிடும் என்று (இலக்கியத்தில்) குறிப்பிடப்படும் மென்மையான மலர்;** delicate flower (mentioned in literary works) that wilts on being smelled.

அனிச்சை பெ. (-ஆக) **தன்னை அறியாமல் ஒரு செயலைச் செய்யும் தன்மை;** that which is involuntary. வீட்டை நெருங்கியதும் அனிச்சையாகக் கை பையிலிருந்து சாவியை எடுத்தது./ கண் இமைப்பதும் ஓர் அனிச்சைச் செயல்தான்.

அனுக்கிரகம் பெ. (அ.வ.) **1: அருள்;** grace. தெய்வ அனுக்கிரகம் பெற்ற குழந்தை. **2: ஆசி;** blessings; good wishes. பெரியவர்களின் அனுக்கிரகத்தால் வசதியாக இருக்கிறேன்.

அனுகூலம் பெ. **1:** (-ஆக, -ஆன) **தேவைக்கு ஏற்ற வகையில் அமைவது; சாதகம்;** (of conditions) favourable. காற்று அனுகூலமாக இருந்தால் இரவுக்குள் கச்சத் தீவை அடைந்துவிடலாம்./ அவரிடமிருந்து நமக்கு அனுகூலமான பதில் கிடைக்கும். **2: பயன்; நன்மை;** benefit; advantage. இந்தப் பற்பசையை உபயோகிப்பதில் பல அனுகூலங்கள் உள்ளன./ அவருடைய பழக்கத்தால் எனக்கு ஏற்பட்ட அனுகூலங்கள் பல.

அனுங்கு வி. (அனுங்க, அனுங்கி) (இலங்.) **1: (வேதனையில்) முனகுதல்;** moan (in pain). காய்ச்சல் கூடக் காய்வதால், பிள்ளை பால் குடிக்காமல் அனுங்கிக்கொண்டே இருக்கிறது./ மகள் நித்திரையில் அனுங்கிக்கொண்டே இருந்தாள். **2: முணுமுணுப்பதுபோல் பேசுதல்; முனகி முனகிப் பேசுதல்;** speak in a mumbled tone. நீ அனுங்கிக் கொண்டிருக்காமல் எல்லோருக்கும் கேட்கும்படியாகச் சொல்./ இது என்ன பெரிய ரகசியமா? அனுங்காமல் பேசு என்று அம்மா அதட்டினாள்.

அனுசரணை பெ. (-ஆக, -ஆன) **(ஒருவருக்கொருவர் செய்துகொள்ளும் அல்லது ஒருவருடைய வேலையை எளிதாக்கும்) உதவி; ஒத்தாசை;** helpfulness; being cooperative. அம்மாவுக்கு அனுசரணையாக வேலை செய்தால் சீக்கிரம் பள்ளிக்கூடம் போகலாம்./ கணவர் அன்பாகவும் அனுசரணையாகவும் இருக்கிறார்.

அனுசரணையாளர் பெ. *(இலங்.)* **(ஒருவரின் அல்லது ஒரு அமைப்பின்) தேவைக்கு உதவுபவர்;** facilitator. இன்றைய விழாவுக்கு அனுசரணையாளர்களாய் இருந்து அனுசரணை வழங்கியவர்கள் கௌரவிக்கப்பட்டனர்./ அந்நிய நாட்டுத் தூதுவர் அனுசரணையாளராக இருந்து இலங்கையில் நடைபெற்ற சமாதானப் பேச்சுவார்த்தைக்கு உதவினார்.

அனுசரி வி. *(அனுசரிக்க, அனுசரித்து)* **(கொள்கை, விரதம் முதலியவற்றை) பின்பற்றுதல்; கடைப்பிடித்தல்;** observe; adhere to (a principle). காந்தி மறைந்த நாளில் தியாகிகள் மௌனம் அனுசரிக்கிறார்கள்./ உடற்பயிற்சியோடு உணவுக் கட்டுப்பாடும் அனுசரிக்கப்பட வேண்டும்.

அனுசரித்து வி.அ. **(ஒன்றை அல்லது ஒருவரை) கருத்தில் கொண்டு;** adjusting to s.o. or sth.; accommodating s.o. or sth. சூழ்நிலையை அனுசரித்து நடந்திருந்தால் வேலை போயிருக்காது./ வீட்டின் சூழ்நிலையை அனுசரித்து அவன் மேற்படிப்புக்குப் போகவில்லை.

அனுசரித்துப்போ வி. *(-போக, -போய்)* **(ஒன்றுடன் அல்லது ஒருவருடன்) ஒத்துப்போதல்; இணங்கி நடத்தல்;** accommodating s.o. or sth. அரசியல் கட்சி என்றால் பலவிதமான மனிதர்களுடன் அனுசரித்துப்போவது தவிர்க்க முடியாது./ கணவன், மனைவி இருவரும் ஒருவருக்கொருவர் அனுசரித்துபோக வேண்டியது அவசியம்.

அனுதாபப்படு வி. *(-பட, -பட்டு)* **(பிறரிடம்) இரக்க உணர்வு கொள்ளுதல்;** pity; sympathize. கிராம மக்கள் அனுதாபப்பட்டு அந்தக் கிழவிக்கு அரிசியோ சோறோ தருவார்கள்.

அனுதாபம் பெ. 1: *(-ஆக)* **மற்றவர் அனுபவிக்கும் துன்பத்தைக் கண்டு ஒருவர் கொள்ளும் வருத்த உணர்வு; இரக்கம்;** sympathy; pity. ஊனமுற்றவருக்குத் தேவை நம் உதவியே தவிர அனுதாபம் அல்ல./ உடல்நலம் இல்லாத கிழவரிடம் எல்லோரும் அனுதாபத்தோடு பேசினார்கள். [*(தொ.சொ.)* **இரக்கம்/ கருணை/ பரிதாபம்/ பரிவு/ வருத்தம்**] 2: **(ஒருவர் மரணம் அடைந்ததற்கு) தெரிவிக்கும் வருத்தம்; இரங்கல்;** condolences. விபத்தில் உயிர் இழந்த உறுப்பினருக்கு அனுதாபம் தெரிவித்துச் சபை ஒத்திவைக்கப்பட்டது./ தங்கள் தாயார் மரணம் அடைந்த செய்தி அறிந்தோம். உங்களுக்கு எங்கள் ஆழ்ந்த அனுதாபங்கள்.

அனுதாபி பெ. **(ஒரு கட்சி, இயக்கம் போன்றவற்றில் நேரடியாகப் பங்குகொள்ளாமல்) ஆதரவு தருபவர்;** sympathizer (mostly with reference to a political party).

அனுதினமும் வி.அ. *(அ.வ.)* **ஒவ்வொரு நாளும்; தினந்தோறும்;** every day; daily. அவள் அனுதினமும் கோயிலுக்குப் போகிறாள்./ ராணுவத்தில் இருக்கிற மகனைப் பற்றியே அனுதினமும் பேச்சு.

அனுப்பு வி. *(அனுப்ப, அனுப்பி)* 1: **(ஒருவரை) ஓர் இடத்துக்குப் போகச் செய்தல்; (ஒன்றை) ஓர் இடம் சென்றடையச் செய்தல்;** send (s.o.or sth. to a place). அம்மாவை ஊருக்கு அனுப்பிவிட்டுத் திரும்பிவருகிறேன்./ சாமான் வாங்கப் பையனைக் கடைக்கு அனுப்பியிருக்கிறாயா?/ நீங்கள் அனுப்பிய புத்தகம் கிடைத்தது. 2: **(செய்தி, தகவல் போன்றவற்றை) கிடைக்குமாறு செய்தல்;** send; transmit (message). செவ்வாய் கிரகத்தைப் பற்றிய விவரங்களைச் செயற்கைக்கோள் தொடர்ந்து பூமிக்கு அனுப்புகிறது./ மூளை சில சமிக்ஞைகளை நரம்புகள் மூலம் மற்ற உறுப்புகளுக்கு அனுப்புகிறது. 3: **(ஒருவரை ஒரு பள்ளி, கல்லூரி போன்றவற்றிலிருந்தோ அல்லது ஒரு அமைப்பிலிருந்தோ) நீக்குதல்; வெளியேற்றுதல்;** send away (s.o. from employment, from an institution, etc.,); dismiss. பணம் கட்டாத மாணவனைப் பள்ளியிலிருந்து அனுப்பிவிட்டார்கள்./ போராட்டத்தில் கலந்துகொண்டால் பணியிலிருந்து அனுப்பப்படுவீர்கள் என்று நிர்வாகம் தொழிலாளர்களை எச்சரித்தது.

அனுபந்தம் பெ. 1: *(அ.வ.)* **புத்தகத்தின் கடைசியில் இணைக்கப்படும் துணைத் தகவல்கள்; பின்னிணைப்பு;** appendix. கட்டுரை எழுதுவதற்குத் துணை புரிந்த நூல்கள் அனுபந்தத்தில் கொடுக்கப்பட்டுள்ளன. 2: **ஒரு நூலில் விடுபட்ட செய்திகள் தொகுக்கப்பட்டு வெளிவரும் தனித் தொகுதி;** supplement. அனுபந்தத்தோடு சேர்த்து பேரகராதி மொத்தம் ஏழு தொகுதிகளைக் கொண்டிருக்கிறது.

அனுபல்லவி பெ. *(இசை)* **கீர்த்தனையின் இரண்டாவது உறுப்பு;** (in a musical composition) the second section.

அனுபவசாலி பெ. **நிறைந்த அனுபவம் உள்ளவர்;** man of (rich) experience; veteran. அனுபவசாலிகள் பெரும்பாலும் பொறுமைசாலிகளாகவும் இருக்கிறார்கள்.

அனுபவம் பெ. 1: **பயிற்சிக்குப் பிறகு ஒரு துறையில் நேரடியாக ஈடுபட்டுப் பெறும் தேர்ச்சி;** experience. ஆசிரியத் தொழிலில் பத்தாண்டு அனுபவம்/ முன்அனுபவம் உள்ளவர்களுக்கே வேலை கிடைக்கிறது. 2: **மனத்திலும் உணர்விலும் பதிந்து நினைவு கூரத்தக்கதாக இருப்பது;** an experience; sth. experienced. அவரை ஒரு முறைதான் சந்தித்திருக்கிறேன். இருப்பினும் அவருடைய சந்திப்பு ஒரு மறக்க முடியாத அனுபவம். 3: காண்க: **அனுபோகம்.**

அனுபவஸ்தர் பெ. *(அ.வ.)* காண்க: **அனுபவசாலி.**

அனுபவி வி. *(அனுபவிக்க, அனுபவித்து)* 1: **(இன்பம் தருவதை) உணர்ந்து மகிழ்தல்; ரசித்தல்;** enjoy. இதமான குளிரையும் வெயிலையும் அனுபவிப்பதே ஓர் அலாதி சுகம்./ இசையை அனுபவிக்கத் தொடங்கினால் கவலைகள் மறந்துபோகும். 2: **(துன்பம், கஷ்டம் முதலியவற்றை) பட்டு அல்லது உணர்ந்து அறிதல்;** experience (sorrow, sufferings, etc.,). ஒவ்வொரு கலைஞனும் ஒரு விதமான பிரசவ வேதனையை அனுபவிக்கிறான்./ அவர் அனுபவித்த துன்பங்களும் அவமானங்களும் கொஞ்சம் அல்ல. 3: **(ஒன்றின்) பயனைப் பயன்படுத்திக்கொள்ளுதல்;** enjoy the fruit or benefit of (sth.). சுதந்திரப் போராட்ட வீரர்கள் சிலர் சுதந்திரத்தின் பலனை அனுபவிக்காமல் போய்விட்டார்கள்.

அனுபவித்து வி.அ. **(செய்யும் செயலை ரசனையுடன்) மனதுக்கு மிகுந்த திருப்தியளிக்கும் வகையில் நிதானமாக;** with relish. அவர் மிகுந்த ரசனையுடன் பிரியாணியை அனுபவித்துச் சாப்பிட்டார்./ கச்சேரியில் வித்வான் கல்யாணி ராகத்தை அனுபவித்துப் பாடினார்./ அவன் மதுவை அனுபவித்துக் குடித்துக்கொண்டிருந்தான்.

85 அஷ்டதரித்திரம்

அனுபூதி பெ. **(ஆன்மீகத்தில்) அறிந்தது அனுபவமாக மாறுதல்;** knowledge (esp. spiritual) becoming experience; realization; experiential wisdom.

அனுபோகம் பெ. (சட்டம்) **ஒருவர் தன் வசத்தில் உள்ள உடைமையை அனுபவிக்கும் உரிமை;** right of enjoyment arising out of possession.

அனுமதி[1] வி. (அனுமதிக்க, அனுமதித்து) **1: (செய்ய/இருக்க/போக) விடுதல்/(ஒருவர் ஒன்றைச் செய்வதற்கு) சம்மதித்தல்;** allow; let; permit. *இவர்களை யார் உள்ளே வர அனுமதித்தது?/ அவர் தன் பக்கத்தில் யாரையும் உட்கார அனுமதிக்க மாட்டார்./ அப்பா இருந்திருந்தால் உன் விருப்பப்படி நடக்க அனுமதித்திருப்பார்.* **2: (மருத்துவமனை முதலியவற்றில்) சேர்த்தல்;** admit (s.o. to hospital, etc.,). *நோயைக் கண்டறிவது கடினமாக இருக்கும்போது நோயாளியை மருத்துவமனையில் அனுமதிக்க வேண்டியிருக்கும்./ தீவிரச் சிகிச்சை தேவைப்பட்டால் நோயாளியை மருத்துவமனையில் அனுமதிக்கலாம்.*

அனுமதி[2] பெ. **1: (ஒருவர் ஒன்றைச் செய்வதற்கு அளிக்கும்) சம்மதம்; இசைவு;** permission; consent. *அனுமதி பெற்று உள்ளே வாருங்கள்./ இந்தத் துப்பாக்கித் தொழிற்சாலையைச் சுற்றிப்பார்க்க முன்அனுமதி பெற வேண்டும்.* [(தொ.சொ.) **இசைவு/ ஏற்பு/ ஒப்புதல்**] **2: அதிகாரபூர்வமாக எழுத்துமூலம் வழங்கப்படும் ஒப்புதல்;** permit; sanction. *இந்தியா முழுவதும் செல்ல வாகனங்களுக்குத் தனி அனுமதி வேண்டும்.*

அனுமதிச் சீட்டு பெ. **ஒரு இடத்தில் ஒருவரை அனுமதிக்க அதிகாரபூர்வமாக வழங்கப்படும் சீட்டு;** a pass (admitting s.o. to a place). *பாதுகாப்புக் காரணங்களுக்காக அனுமதிச் சீட்டு வைத்திருந்தவர்கள் மட்டுமே ஆளுநர் மாளிகையில் அனுமதிக்கப்பட்டனர்.*

அனுமான் பெ. **(ராமாயணத்தில் இராமனுக்கு உதவி புரிந்த) வானர இனத்தைச் சேர்ந்த (கடவுளாக வணங்கப்படும்) பாத்திரம்;** character in the Ramayana, of the monkey race, who assisted Rama the protoganist, and worshipped as god.

அனுமானம் பெ. **1: குறிப்பிட்ட சில நிகழ்ச்சிகளிலிருந்து அல்லது முழுமையாக இல்லாத தகவல்களிலிருந்து உருவாக்கிக்கொள்ளும் உத்தேசமான முடிவு; ஊகம்;** guess; assumption. *வீடு கட்டுவதற்கு எவ்வளவு ஆகும் என்ற என் அனுமானம் தப்பாகிவிட்டது./ அவர் அப்படிப் பேசியிருக்க மாட்டார் என்பது அவளுடைய அனுமானம்.* **2:** (தருக்.) **அறிவைப் பெறும் முறைகளில் ஒன்று;** (in logic) inference.

அனுமானி வி. (அனுமானிக்க, அனுமானித்து) **1: (ஒரு சில அறிகுறிகளிலிருந்து) ஓர் உத்தேசமான முடிவுக்கு வருதல்; உத்தேசமாகத் தீர்மானித்தல்;** guess; assume. *ரயில் நிலையத்தில் இருந்த கூட்டத்தைப் பார்த்து யாரோ முக்கியமானவர் வருகிறார் என்பதை அனுமானிக்க முடிந்தது.* **2: (ஒன்றைச் செய்ததாக, ஒன்றுக்குப் பொறுப்பாக) கருதுதல்;** regard; presume. *பொய்யான ஆவணம் என்று தெரிந்திருந்தும் அதைப் பயன்படுத்திக்கொள்பவர் ஆவணத்தை உருவாக்கியவராக அனுமானிக்கப்படுவார்.*

அனுஷ்டானம் பெ. (அ.வ.) **புறத்தூய்மை அல்லது பூஜை தொடர்பாகக் கடைப்பிடிக்கும் நெறிமுறைகள்; நியமம்; ஆசாரம்;** ritual observances. *காலையில் எழுந்து குளித்தல், மலர் பறித்தல் முதலிய அனுஷ்டானங்களில் மூழ்கிவிட்டார்.*

அனுஷ்டி வி. (அனுஷ்டிக்க, அனுஷ்டித்து) **(நோன்பு, விரதம் முதலியவற்றை) கடைப்பிடித்தல்; பின்பற்றுதல்;** observe (rites, rituals); follow. *மறைந்த முன்னாள் பிரதமருக்காக மூன்று நாள் துக்கம் அனுஷ்டிக்க முடிவு./ வாரத்தில் ஒரு நாள் மௌனம் அனுஷ்டிக்கிறார்.*

அனுஷம் பெ. (சோதி.) **இருபத்தேழு நட்சத்திரங்களில் பதினேழாவது;** the seventeenth of the twenty-seven divisions of the zodiac in Indian astrology, corresponding to an asterism, but smaller than a constellation.

அனேகம் பெ. காண்க: **அநேகம்.**

அனேகமாக வி.அ. காண்க: **அநேகமாக.**

அனைத்து பெ. **1: (விடுபாடு இல்லாமல்) எல்லாம்;** representing the whole of sth.; all. *அனைத்து இந்தியப் பல்கலைக்கழக ஆசிரியர்கள்/ அனைத்துக் கல்லூரி ஆசிரியர் கூட்டமைப்பு/ அனைத்துக் கட்சிக் கூட்டம்/ தொழிற்சாலைக் கழிவுகள் விளைநிலங்கள் அனைத்தையும் பாழாக்கிவிட்டன./ மாநிலங்கள் அனைத்துக்கும் இந்த வரி பொருந்தும்./ வாகனங்கள் அனைத்தும் வேறு சாலைகளில் திருப்பிவிடப்பட்டன./ போட்ட திட்டங்கள் அனைத்தையும் நிறைவேற்ற வேண்டும்.* **2: தொடர்ந்து வரும் பெயர்ச்சொல் குறிப்பிடும் பிரிவைச் சேர்ந்தவர்கள் மட்டுமே நிறைந்திருப்பது;** all (of those specified by the following noun). *அனைத்து மகளிர் காவல் நிலையம்./ அனைத்து மகளிர் வங்கி.*

அனைத்துண்ணி பெ. **தாவரம், விலங்கு போன்ற எல்லாவற்றையும் உண்டு வாழும் உயிரினம்;** omnivore. *மனிதன் ஓர் அனைத்துண்ணி.*

அனைவர் பெ. **எண்ணப்படக்கூடியவர்களின் மொத்தம்;** all (persons). *அனைவர் நலனிலும் எனக்கு அக்கறை உண்டு./ நண்பர்கள் அனைவரையும் திருமணத்திற்கு அழைத்திருக்கிறாயா?/ உங்கள் அனைவராலும்தான் இந்தத் திட்டம் வெற்றியடையப்போகிறது./ அனைவருக்கும் என்னுடைய வணக்கங்கள்.*

அஜாக்கிரதை பெ. (-ஆக, -ஆன) **கவனமின்மை; கவனப்பிழை;** carelessness; negligence. *ஓட்டுநரின் அஜாக்கிரதையால் இந்த விபத்து நடந்திருக்கிறது./ கைதிகள் தப்பி ஓடும் அளவுக்குக் காவலர்கள் அஜாக்கிரதையாக இருந்திருக்கிறார்கள்.*

அஜீரணம் பெ. **(உணவு) செரிக்காத நிலை;** indigestion. *அஜீரணம் என்று நினைத்து ஓமத் தண்ணீர் குடித்தேன்.*

அஷ்டகோணம் பெ. (அ.வ.) **எண்கோணம்;** octagon.

அஷ்டகோணல் பெ. (அ.வ.) **பலவிதமாக வளைந்து நெளிந்து இருத்தல்;** contortion. *ஏன் உடம்பை அஷ்டகோணலாக்கிக்கொண்டு நிற்கிறாய்?*

அஷ்டதரித்திரம் பெ. (அ.வ.) **அதிக வறுமை;** penury; extreme poverty. *அஷ்டதரித்திரம் தாய் வீடு; அதிலும் தரித்திரம் மாமியார் வீடு!*

அஷ்டதிக்குப் பாலகர்கள் பெ. **எட்டு திசைகளையும் காக்கும் கடவுளர்கள்;** mythical deities guarding the eight directions. *அக்கினி தேவன் அஷ்டதிக்குப் பாலகர்களில் ஒருவர்.*

அஷ்டமத்துச் சனி பெ. *(சோதி.)* **1: (பொதுவாகத் தீய பலன்களைக் கொடுக்கும் என்று கூறப்படும்) சந்திரனுக்கு அல்லது லக்கினத்துக்கு எட்டாம் இடத்தில் இருக்கும் சனி;** Saturn in the eighth house from the position of the moon or the *லக்னம்* (which is said to cause adverse effects). **2: வேண்டாத தொல்லை;** uninvited or unnecessary problems. *அஷ்டமத்துச் சனியை யாராவது விலைக்கு வாங்குவார்களா?*

அஷ்டமி பெ. **வளர்பிறையில் அல்லது தேய்பிறையில் எட்டாவது நாள்;** the eighth day of the waxing or waning moon. *அஷ்டமியில் திருமணம் போன்ற மங்கலக் காரியங்கள் செய்ய மாட்டார்கள்.*

அஷ்டாவதானம் பெ. **ஒரே நேரத்தில் எட்டு வெவ்வேறு செயல்களைக் கவனித்து நினைவில் இருத்திச் செய்யும் கலை;** the skill of attending to eight different tasks at the same time and also the ability to remember them.

அஷ்டாவதானி பெ. **அஷ்டாவதானம் செய்பவர்;** performer of *அஷ்டாவதானம்*. *நான் என்ன அஷ்டாவதானியா? ஆளுக்கு ஆள் ஒரு வேலை சொல்கிறீர்களே!*

அஸ்கா பெ. *(அ.வ.)* **சீனி;** (white) sugar.

அஸ்தம் பெ. *(சோதி.)* **இருபத்தேழு நட்சத்திரங்களில் பதின்மூன்றாவது;** the thirteenth of the twenty-seven divisions of the zodiac in Indian astrology, corresponding to an asterism, but smaller than a constellation.

அஸ்தமனம் பெ. **(சூரியன், சந்திரன், வெள்ளி போன்ற கிரகங்களும் நட்சத்திரங்களும்) தொடுவானத்திற்குக் கீழே போய்ப் பார்வையிலிருந்து மறையும் இயற்கை நிகழ்வு;** the setting (of the sun, moon, planets, etc.,). *உதயமும் அஸ்தமனமும் இல்லையென்றால் இரவும் இல்லை, பகலும் இல்லை.*

அஸ்தமி வி. *(அஸ்தமிக்க, அஸ்தமித்து)* **(சூரியன், சந்திரன், வெள்ளி போன்ற கிரகங்களும் நட்சத்திரங்களும்) தொடுவானத்திற்குக் கீழே போய்ப் பார்வையிலிருந்து மறைதல்;** (of sun, moon, planets, etc.,) set. *சந்திரன் அஸ்தமிப்பதை யாரும் கவனிப்பதில்லை./ (உரு வ.) என் கவலைகள் ஒருநாளும் அஸ்தமிக்கப்போவதில்லை.*

அஸ்தி பெ. **1: இறந்தவரை எரித்த பின் எஞ்சும் சாம்பல்;** ashes. *அந்த அரசியல் தலைவரின் அஸ்திக் கலசம் ரயிலில் கொண்டுவரப்பட்டுக் கங்கையில் கரைக்கப்பட்டது.* **2:** *(அ.வ.)* **எலும்பு;** bone. *குளிர் அஸ்திவரை பாய்கிறது.*

அஸ்தியில் ஜுரம் பெ. **(ஒருவருக்கு ஏற்படும்) கடுமையான பயம்;** chill in the pit of one's stomach. *கணக்குத் தேர்வு என்றாலே, அவனுக்கு அஸ்தியில் ஜுரம் வந்துவிடும்.*

அஸ்திரம் பெ. **(புராணத்தில்) அம்பு;** (in mythology) arrow. *(உரு வ.) 'ஆளும் கூட்டணியிலிருந்து விலகிவிடுவோம்' என்பதைக் கடைசி அஸ்திரமாகத்தான் பயன்படுத்த வேண்டும்.*

அஸ்திவாரம் பெ. **1: ஒரு கட்டடத்தைத் தாங்குவதற்காகப் பூமியில் பள்ளம் தோண்டிக் கல், செங்கல் முதலியவற்றால் அமைக்கப்படும் ஆதாரம்;** foundation. *அஸ்திவாரம் பலமாக இருந்தால்தான் கட்டடம் உறுதியாக இருக்கும்.* **2: ஒன்று உருவாவதற்கு அல்லது ஒன்றுக்கு ஆதாரமாக இருக்கும் தளம்;** base; basis. *அன்புதான் மனிதப் பண்புக்கே அஸ்திவாரம்.*

அஸ்வினி பெ. *(சோதி.)* **இருபத்தேழு நட்சத்திரங்களில் முதலாவது;** the first of the twenty-seven divisions of the zodiac in Indian astrology, corresponding to an asterism, but smaller than a constellation.

அஸர் பெ. *(இஸ்.)* **மாலைத் தொழுகை;** evening prayer.

அஹிம்சை பெ. காண்க: **அகிம்சை.**

ஆ

ஆ[1] இ.சொ. **ஒரு வாக்கியத்தில் பெயரடை தவிர்த்த சொல்லோடு இணைக்கப்படும்போது அந்தச் சொல்லுக்கு வினாப் பொருளைத் தரும் இடைச்சொல்;** particle used in a sentence with any of the words (except adjectives) to make it interrogative. *நேற்றா தேர்வு நடந்தது?/ நேற்று தேர்வா நடந்தது?/ நேற்று தேர்வு நடந்ததா?*

ஆ[2] இ.சொ. **அதிர்ச்சி, பயம் முதலிய உணர்ச்சிகளைத் தெரிவிக்கப் பயன்படுத்தும் இடைச்சொல்;** particle used for expressing shock, fear, etc., *ஆ! காந்தி சுடப்பட்டாரா?/ ஆ! பாம்பு கடித்துவிட்டதா?/ ஆ! ஊருக்குள் வெள்ளம் புகுந்துவிட்டதா?*

ஆக்கபூர்வம்-ஆக/-ஆன வி.அ./பெ.அ. **பயன் தரும் விதத்தில்/பயன் தரும்படியான; உருப்படியாக/உருப்படியான;** constructively/ constructive. *ஆக்கபூர்வமாக ஏதாவது செய்தால் மனநிறைவு கிடைக்கிறது./ ஆக்கபூர்வமான விமர்சனம் இலக்கியத்தின் வளர்ச்சிக்கு உதவும்.*

ஆக்கம் பெ. **அ.** *(பயன் தருதல் தொடர்பான வழக்கு)* **1: ஆதரவு; உதவி;** help; support; assistance. *இந்த நிறுவனத்தின் வளர்ச்சிக்கு அவர் கொடுத்த ஆக்கமே முக்கியக் காரணமாகும்./ தன் பிரச்சாரங்களுக்கு புத்தர் அரசர்களிடமிருந்து ஆக்கத்தைத் தேடினார்./ கள்ளச் சாராயத்தை எதிர்த்துப் போராடுபவர்களுக்கு ஆக்கமும் ஊக்கமும் அளிப்பது நம் கடமை.* **2:** *(உ.வ.)* **முன்னேற்றம்; வளர்ச்சி;** progress; prosperity. *அறிவியல் தமிழின் ஆக்கம் என்பது நம்மை நோக்கியிருக்கும் மிகப் பெரிய சவால்.* **3: நன்மை தரும் முறையிலானது;** benefit; sth. constructive. *இன்று நாம் பெற்றுள்ள வசதிகள் யாவும் அறிவியலால் பெற்ற ஆக்கங்களாகும்./ அணுசக்தியை ஆக்கப் பணிகளுக்கும் பயன்படுத்த முடியும்./ மனிதர்களின் ஆக்கச் செயல்களும் அழிவுச் செயல்களும்.* **ஆ.** *(படைப்புத் தொடர்பான வழக்கு)* **4: படைப்புத் திறன்;** creativity. *மாணவர்களின் ஆக்க உணர்வை ஆசிரியர்கள் புரிந்துகொள்ள வேண்டும்./ ஆக்க உணர்வு இல்லாதவர்கள் மரபைப் புரிந்துகொள்ள முடியாது.* **5: இலக்கியப் படைப்பு;** literary work. *எங்கள் இணைய இதழுக்குத் தங்கள் ஆக்கங்களை அனுப்பும் படைப்பாளிகள் அவற்றைத் தட்டச்சு செய்து அனுப்பினால் பரிசீலிக்க முடியாது.* **6: (ஏற்கனவே உள்ள படைப்பு**

பெறும் புதிய) **வடிவம்;** version. அரிச்சந்திரன் கதையின் நாடக ஆக்கம் அச்சிடப்பட்டு விற்பனைக்கு வந்தது.

ஆக்கர் பெ. **(சுவர், மரம், தகடு போன்றவற்றில்) துளையிடப் பயன்படும் கருவி;** drill; auger; drilling bit. அந்த ஆக்கரை எடுத்துப் பலகையில் இரண்டு ஓட்டை போடு.

ஆக்கவினை பெ. *(இலக்.)* **ஒரு செயலைச் செய்வதற்கு மற்றொருவர் அல்லது மற்றொன்று காரணமாக இருப்பதைத் தெரிவிக்க (தற்காலத் தமிழில்) பயன்படுத்தும் (செய என்னும் வாய்பாட்டு வினையெச்சத்தின் பின் வரும் செய், வை, பண்ணு போன்ற) வினை;** causative verb (such as செய், வை, பண்ணு, etc., which occurs after an infinitive). 'தூங்கப்பண்ணு', 'போகச்செய்' போன்ற சொற்களில் வரும் 'பண்ணு', 'செய்' போன்றவை ஆக்க வினைகள் ஆகும்.

ஆக்காண்டி பெ. *(இலங்.)* **ஆள்காட்டிப் பறவை;** lapwing.

ஆக்கியோர் பெ. *(உ.வ.)* **(கவிதை, இலக்கணம் முதலியவற்றை) இயற்றியவர்; ஆசிரியர்;** author (of a poem, book, etc.,). பண்டை இலக்கியத்தில் ஆக்கியோர் பெயர் தெரியாத நூல்கள் பல உள்ளன.

ஆக்கிரமி வி. *(ஆக்கிரமிக்க, ஆக்கிரமித்து)* **1: (சட்ட விரோதமாக ஓர் இடத்தை, நாட்டை) கவர்ந்துகொள்ளுதல்; கைப்பற்றுதல்;** occupy (a place, country, by force); encroach upon. நடைபாதையை ஆக்கிரமித்துக்கொண்டிருந்த கடைகளை அகற்ற உத்தரவு./ எண்ணெய் வளம் மிக்க சிறிய நாடுகளை ஆக்கிரமிக்கும் போக்கு உலகில் காணப்படுகிறது. **2: (ஒரு சிந்தனை) மனத்தை முழுவதுமாகப் பற்றியிருத்தல்;** occupy (one's thoughts). காலையில் அவள் கேட்ட கேள்வி நாள் முழுவதும் என் மனத்தை ஆக்கிரமித்துக்கொண்டிருந்தது.

ஆக்கிரமிப்பு பெ. **1: (நாட்டைக் கைப்பற்றும் நோக்கம் கொண்ட) போர் நடவடிக்கை;** aggression. இரு நாடுகளும் ஆக்கிரமிப்புத் தவிர்ப்பு ஒப்பந்தம் செய்துகொண்டன. **2: உரிமை இல்லாத இடங்களில் அமைக்கப்படும் வீடு, கடை முதலியவை;** encroachment. சாலையோர ஆக்கிரமிப்புகளை அகற்ற நடவடிக்கை எடுக்கப்படும். **3: (ஒன்றின் அல்லது ஒருவரின் மேலோங்கிய) ஆதிக்கம்;** dominance. வெளிநாட்டுக் குளிர்பானங்களின் ஆக்கிரமிப்பால் உள்ளூர் குளிர்பானத் தொழில் முற்றிலுமாக அழிக்கப்பட்டுவிட்டது./ வடமொழியின் ஆக்கிரமிப்பால் தமிழில் நிறைய மாறுதல்கள் ஏற்பட்டன.

ஆக்கு[1] வி. *(ஆக்க, ஆக்கி)* **1: படைத்தல்; உண்டாக்குதல்; உருவாக்குதல்/மொழிபெயர்த்தல்;** create; produce; cause to come up; make into sth. stated/render into (the said language). உலகம் தானாகத் தோன்றியதா அல்லது ஆக்கப்பட்டதா?/ இந்தத் தொழிற்சாலையில் ஆக்கப்பட்ட வார்ப்பட அச்சுகள் நன்றாக உள்ளன./ குறிப்பிட்ட இன மக்கள் பெரும்பான்மையாக வாழும் பகுதிகளை இணைத்துத் தனி மாநிலமாக ஆக்க அரசு முடிவு செய்தது./ தனது மகனை ஒரு விஞ்ஞானியாக ஆக்க வேண்டும் என்று அவர் விரும்பினார்./ அந்த மகானுடைய வாழ்க்கையைத் திரைப்படமாக ஆக்க எண்ணியிருக்கிறேன்./ ஆங்கிலத்திலிருந்து பல மருத்துவ நூல்களைத் தமிழில் ஆக்கித் தந்துள்ளார். **2:** *(உ.வ.)* **(நூல் முதலியன) எழுதுதல்; இயற்றுதல்;** write (a book, etc.,). தமிழில் இவர் பல அரிய நூல்களை ஆக்கியுள்ளார்./ மரபு இலக்கணத்தின்படி அந்தக் கவிஞர் பல கவிதைகளை ஆக்கியுள்ளார். **3: விதிமுறைகளின் அடிப்படையில் ஒன்றை நிறைவேற்றுதல்;** cause to become (the stated thing). நாட்டிலுள்ள அனைத்து மொழிகளையும் ஆட்சிமொழிகளாக ஆக்க முடியாது./ தேசப்பற்று மிக்க அந்த எழுத்தாளரின் படைப்புகள் யாவும் நாட்டுடைமையாக ஆக்கப்பட உள்ளன./ ஆங்கிலப் பள்ளிகளில் தமிழ் கட்டாயப் பாடமாக ஆக்கப்பட வேண்டும் என்று அவர் வலியுறுத்தினார். **4: (உணவு) சமைத்தல்;** cook (food). சீக்கிரம் சோறு ஆக்கு என்று அவன் அவசரப்படுத்தினான்./ ஆக்கிய சோற்றை எடுத்துப்போட்டுச் சாப்பிடக்கூட நேரமில்லாமல் அப்படி என்ன வேலை? **5: (ஒன்றை அல்லது ஒருவரை) குறிப்பிட்ட நிலைக்குக் கொண்டு வருதல்;** cause to be; cause to become; convert into sth. stated. ஊரார் திருடனை வீட்டை விட்டு வெளியேற முடியாதபடி ஆக்கிவிட்டனர்./ தகரத்தைத் தங்கமாக ஆக்குவதற்கான முயற்சிகளில் ஈடுபட்டு அந்தக் காலத்தில் பலர் தங்கள் சொத்தையே இழந்திருக்கின்றனர்./ குண்டாக இருப்பவர்களை ஒல்லியாக ஆக்க முடியும்.

ஆக்கு[2] து.வி. *(ஆக்க, ஆக்கி)* **'ஒன்றை மற்றொன்றாக மாற்றுதல்', 'குறிப்பிட்ட நிலைக்கு உள்ளாகுமாறு செய்தல்' முதலிய பொருள்களில் பயன்படுத்தும் ஒரு வினையாக்கும் வினை;** verbalizer used in the sense of 'change', 'transform', 'make', etc., into sth. mentioned. என் சிறுகதையைத் திரைப்படமாக்கியிருக்கிறார்கள்./கல்லைப் பொடியாக்கு./ ஆங்கில மூலத்தைத் தமிழாக்கியிருக்கிறார்.

-ஆக்கும் இ.சொ. *(பே.வ.)* *(பெரும்பாலும் பெருமையாக அல்லது கேலித் தொனியில்)* **ஒரு கூற்றில் பெயரடை தவிர்ந்த பகுதியை வலியுறுத்த அந்தப் பகுதியைக் குறிக்கும் சொல்லோடு சேர்க்கப்படும் இடைச்சொல்;** particle added to assert sth. in a boastful or sarcastic tone. அமைச்சருக்கு எங்கள் ஊராக்கும்./ உன்னைப் பற்றி எங்களுக்குத் தெரியாதாக்கும்./ நான் அந்தப் பையனைக் கண்டுபிடித்தேனாக்கும்.

ஆக்கை[1] பெ. *(ஊரக வ.)* **(பொதுவாக வைக்கோல், நார் போன்றவற்றால் பின்னப்பட்ட) கட்டுவதற்குப் பயன்படும் சிறிய கயிறு;** cord of a short length. நெல் மூட்டையைக் கட்டுவதற்கு ஒரு ஆக்கை இருக்கிறதா?

ஆக்கை[2] பெ. *(உ. வ.)* **உடல்;** body. அழியும் ஆக்கையுள் அழியாத ஆன்மாவா?

ஆக்சிகரணம் பெ. *(வேதி.)* **ஒரு பொருள் ஆக்சிஜனுடன் இணையும் வேதிவினை;** oxidation.

ஆக்ஞை பெ. *(அ.வ.)* **கட்டளை;** command; order. குருவின் ஆக்ஞை அவனைத் தடுத்து நிறுத்தியது./ திட்டமிட்டபடி கும்பாபிஷேகம் நடைபெற வேண்டும் என்பது சுவாமிகளின் ஆக்ஞை.

ஆக்ரோஷம் பெ. *(-ஆக, -ஆன)* **ஆவேசம்;** fury. தன்னை அடித்தவன்மீது ஆக்ரோஷத்துடன் பாய்ந்தான்./ ஆக்ரோஷமாகத் தாக்கினாள்./ ஆக்ரோஷமான பேச்சு.

-ஆக[1] இ.சொ. **1: ஒரு பெயர்ச்சொல்லை வினையடை ஆக்கும் இடைச்சொல்;** particle for making a noun into an adverb. குழந்தை அழகாகச் சிரிக்கிறது./ வேகமாக வா.

2: ஒரு தொடரை வினையடை ஆக்கப் பயன்படும் இடைச்சொல்; particle for making a phrase into an adverb. மகன் வெளிநாடு செல்வதாகக் கனவு கண்டார்./ அவர் எனக்குப் பணம் தருவதாகச் சொன்னார். 3: ஒரு வாக்கியத்தில் எழுவாயின் தன்மை, நிலைமை போன்ற வற்றைக் குறிக்கும் சொல்லை உருவாக்கப் பயன்படும் இடைச்சொல்; particle added to the complement of a sentence. அவன் சிறந்த வீரனாக விளங்குகிறான். 4: 'போல்' என்ற ஒப்புமைப் பொருளில் பயன்படுத்தும் இடைச்சொல்; particle used in the sense of 'like'; 'similar'. இட்லி கல்லாக இருக்கிறது./ கவலைகள் இல்லாமல் மனம் பஞ்சாக இருந்தது./ அவன் புலியாகப் பாய்ந்தான்./ என்னை நிழலாகத் தொடர்ந்தாள். 5: நான்காம் வேற்றுமை உருபுடன் இணைந்து 'பொருட்டு', 'காரணமாக' என்ற பொருளைத் தரும் இடைச்சொல்; particle which when added to a dative gives the sense of 'for the sake of'; 'for'. உனக்காக இந்த உதவியைச் செய்கிறேன்./ அவன் செய்த சிறு தவறுக்காக இவ்வளவு பெரிய தண்டனையா? 6: பிறரின் தூண்டுதல் இல்லாமல் கர்த்தாவே தன்னிச்சையாகச் செயல்படுவது என்ற பொருளைத் தரப் பயன்படுத்தும் இடைச்சொல்; particle used to express the meaning 'by oneself'; 'of one's own accord'. நான் கேட்கவில்லை, அவராகக் கொடுத்தார்./ தானியங்கி இயந்திரம் என்பதால் அது தானாகவே நின்றுவிடும். 7: ஒரு செயல் தொடர்ந்தும் மிகுதியாகவும் நிகழ்கிறது என்ற பொருளைக் காட்டும் இடைச்சொல்; particle used for expressing that sth. is continuous, repetitious or excessive. அவள் சேலைசேலையாகப் புரட்டிப் பார்த்தாள்./ அவருக்குக் கோபம்கோபமாக வந்தது./ சரியான முகவரி தெரியாமல் தெருவில் வீடுவீடாக ஏறி இறங்கினான். 8: ஒரு செயல் பெயர்ச்சொல் குறிப்பிடும் காலத்திலிருந்து தொடர்ந்து நிகழ்ந்துவருகிறது என்பதைக் குறிக்கப் பயன்படும் இடைச்சொல்; intensifier used to denote that an action has been going on for a period of time. ஒரு வருடமாக இந்த வேலை நடக்கிறது./ நான்கு நாட்களாக அவள் வந்துகொண்டிருக்கிறாள். 9: வாழ்த்து, வசை முதலியவற்றைத் தெரிவிக்கப் பயன்படுத்தும் இடைச்சொல்; particle that forms an optative. பரமண்டலத்திலுள்ள எங்கள் பிதாவே, உம்முடைய நாமம் ஜெபிக்கப்படுவதாக, உம்முடைய ராஜ்ஜியம் வருவதாக!/ 'நீ புழுவாய்ப் பிறப்பாயாக!' என்று சபித்தார்.

ஆக[2] இ.சொ. 1: 'மொத்தத்தில்' என்ற பொருளில் இரண்டு வாக்கியங்களை அல்லது ஒரு வாக்கியத்தின் இரண்டு பகுதிகளைத் தொடர்புபடுத்தும் இடைச்சொல்; particle in the sense of 'altogether' relating two sentences; 'in all'. சட்டை ஆறு, வேட்டி நான்கு, துண்டு மூன்று ஆகப் பதின்மூன்று உருப்படிகள்./ ஆக, தொண்ணூறு சாட்சிகள் மூலம் குற்றம் நிரூபிக்கப்பட்டிருக்கிறது. 2: 'ஆகவே', 'எனவே' என்ற பொருளில் இரண்டு வாக்கியங்களைத் தொடர்புபடுத்த இரண்டாவது வாக்கியத்தின் தொடக்கத்தில் பயன்படுத்தும் இடைச்சொல்; particle meaning 'hence', added at the beginning of the second of two sentences, relating it to the first; 'and so'. கதை எழுதுங்கள் என்று நண்பர்கள் வற்புறுத்தினார்கள். ஆக, நானும் கதை எழுத ஆரம்பித்தேன். 3: 'மிகவும்' என்ற பொருளில் பயன்படுத்தப்படும் இடைச்சொல்; particle meaning 'immensely'; 'very'; 'out and away'. படம் ஆக மோசம்./ அந்த ஆள் ஆக மட்டம்.

ஆக[3] இ.சொ. (சிறிய, பெரிய, கடைசி போன்ற சொற்களில் முன்னொட்டாக வரும்போது) குறிப்பிட்ட ஒன்றுக்கு மேற்பட்டது அல்லது கீழ்ப்பட்டது எதுவும் இல்லை என்ற பொருளில் பயன்படுத்தும் இடைச்சொல்; particle prefixed to an ajective to turn it into the superlative experiment. இருப்பதிலேயே இது ஆகப் பெரியது./ அவர் ஆகக் கடைசி நபராகக் கூட்டத்துக்கு வந்தார்.

ஆக[4] இ.சொ. (இலங்.) வரையறுத்துக் கூறப்படும் அளவுக்கு மேல் இல்லை என்பதைக் கூறும் இடைச்சொல்; மட்டும்; only. அண்ணா உங்கள் கல்யாணத்துக்கு ஆக ஆயிரம் ரூபாய்தான் தந்தாரா?/ பரீட்சைக்கு ஆகப் பத்து நாட்களே உள்ளன என்று ஆசிரியர் மாணவர்களிடம் கூறினார்.

ஆகக்கூடி இ.சொ. காண்க: ஆகமொத்தம்.

ஆகக்கூடிய பெ.அ. (இலங்.) அதிகபட்சம்; maximum. இதற்கு ஆகக்கூடிய விலை ஆயிரம் ரூபாய்தான்./ களஆய்வுக்கு ஆகக்கூடிய காலமாக மூன்று மாதம் எடுக்கலாம் என்று பேராசிரியர் கூறினார்.

ஆகட்டும் இ.சொ. 1: ஒருவர் வேண்டுவதை ஏற்றுக்கொள்ளும் முறையில் அல்லது 'சரி' என்ற பொருளில் வாக்கியங்களுக்கு இடையே உள்ள தொடர்பைக் குறிக்கப் பயன்படுத்தும் இடைச்சொல்; particle signifying consent. 'நீங்கள் எனக்கு ஒரு வேலை வாங்கித் தர வேண்டும்.' 'ஆகட்டும், என்னால் முடிந்ததைச் செய்கிறேன்.' 2: மாற்றாக வரும் பெயர்ச்சொற்களோடு இணைந்து 'அவற்றை வேறுபடுத்திப் பார்க்கத் தேவையில்லை' என்ற பொருளில் பயன்படுத்தப்படும் இடைச்சொல்; particle added to alternative nouns used in the sense of 'differentiating them is not necessary'. நானாகட்டும், என் மனைவியாகட்டும் உங்களைப் பற்றி ஏதாவது குறை சொல்லியிருக்கிறோமா?/ மாதாந்திரத் தேர்வாகட்டும், ஆண்டுத் தேர்வாகட்டும் கணக்கில் அவன்தான் எப்போதும் அதிக மதிப்பெண் பெறுகிறான்./ மதுரையாகட்டும், சென்னையாகட்டும் வெயில் வாட்டியெடுக்கிறது. 3: 'குறைந்தபட்சம்' என்ற பொருளில் முதல் வாக்கியத்தை இரண்டாவது வாக்கியத்துடன் தொடர்புபடுத்துவதற்காக இரண்டாவது வாக்கியத்தில் உள்ள பெயர்ச்சொல்லோடு இணைக்கப்படும் இடைச்சொல்; particle used for connecting two sentences meaning 'at least'. நீதான் சொல்லவில்லை. அவன்தான் ஆகட்டும், ஒரு வார்த்தை சொல்லியிருக்கக் கூடாதா?

ஆகமம் பெ. சைவம், வைணவம் முதலிய சமயங்களின் புனித நூல்கள்; any of the scriptures of Saiva or Vaishnava religion. ஆகம விதிப்படி சைவக் கோயில்கள் கட்டப்படுகின்றன.

ஆகமொத்தத்தில் இ.சொ. காண்க: ஆகமொத்தம்.

ஆகமொத்தம் இ.சொ. '(எல்லாவற்றையும் கணக்கில் எடுத்துக்கொண்டு பார்த்தபின்) முடிவில்' என்ற பொருளில் இரு வாக்கியங்களை அல்லது பகுதிகளைத் தொடர்புபடுத்தும் இடைச்சொல்; 'இறுதியாக';

particle meaning 'net result' relating two sentences or two parts of a sentence. இவ்வளவு முயற்சிசெய்து என்ன பயன்? ஆகமொத்தம், தண்ணீர் கிடைக்கவில்லை./ ஆகமொத்தம், உங்கள் அறிவுரைகள் அனைத்தும் வீண்.

ஆகர்ஷணம் பெ. (அ.வ.) **ஈர்ப்புச் சக்தி; ஈர்ப்பு விசை;** gravity; attraction. பூமியின் ஆகர்ஷணத்துக்குள் வரும் எந்தப் பொருளும் தரையில் வந்து விழுந்துவிடும்./ (உரு வ.) அவளிடம் ஒரு ஆகர்ஷணம் இருந்தது. [(தொ.சொ.) ஈர்ப்பு/ கவர்ச்சி]

ஆகர்ஷி வி. (ஆகர்ஷிக்க, ஆகர்ஷித்து) (அ.வ.) **1: (ஈர்ப்புச் சக்தியால் பொருள்களை) இழுத்தல்; ஈர்த்தல்;** pull towards oneself; attract. பூமியின் ஆகர்ஷிக்கும் சக்தியால் பொருள்கள் கீழ்நோக்கி விழுகின்றன. [(தொ.சொ.) இழு/ ஈர்/ கவர்] **2: (அழகால், பேச்சால்) கவர்தல்;** fascinate; attract. உணர்ச்சிமயமான அவருடைய பேச்சால் ஆகர்ஷிக்கப்பட்டவர்கள் பலர்.

ஆகலும் இ.சொ. (இலங்.) **மிக; மிகவும்;** very. காணியைப் பிரித்துக் கொடுப்பதில், நீங்கள் ஆகலும் பிடிவாதமாக இருந்தால் யார்தான் விட்டுத்தருவார்கள்?/ உங்கள் இரு வருக்கு ஆகலும் பெரிய வீடு எதற்கு?

ஆகவும் இ.சொ. (இலங்.) **(அடைக்கு அடையாக வரும் போது) 'மிகவும்' என்ற பொருளில் பயன்படுத்தப்படும் இடைச்சொல்;** particle used in the sense of 'immensely'. ஆகவும் பெரிய வீடு/ ஆகவும் மோசமான வேலை.

ஆகவே இ.சொ. **'அதன் காரணமாக' என்ற பொருளில் இரண்டு வாக்கியங்களைத் தொடர்புபடுத்த இரண்டாவது வாக்கியத்தின் தொடக்கத்தில் பயன்படுத்தும் இடைச்சொல்; 'அதன் விளைவாக'; 'அதனால்'; 'ஆதலால்';** particle used in the sense of 'as a result' relating two sentences; 'therefore'; 'that is why'. காய்ச்சல் இருக்கிறது. ஆகவே பசி இல்லை./ நாம் எப்போது தவறு செய்வோம் என்று எதிரிகள் காத்திருக்கின்றனர். ஆகவே நாம் விழிப்புடன் இருக்க வேண்டும்.

ஆகா இ.சொ. **பாராட்டு, வியப்பு, ஏளனம் முதலிய உணர்ச்சிகளைத் தெரிவிக்கும் இடைச்சொல்;** particle used for expressing one's appreciation, sense of wonder, disappointment or derision. ஆகா, என்ன வாக்கு வன்மை!/ தாஜ்மகாலை நிலவொளியில் பார்க்கிறவர்கள் 'ஆகா, என்ன அழகு!' என்று சொல்லாமல் இருப்பதில்லை./ மேலே படிக்கப்போகிறாயா? ஆகா! படியேன்./ பிச்சைக்காரன் தர்மம் செய்கிறானா, ஆகா!

ஆகாசப்புளுகன் பெ. (பே.வ.) **கற்பனை செய்து பார்க்க முடியாத அளவுக்குப் பொய் சொல்பவன்;** one given to unimaginable lying. அவன் அண்டப்புளுகன் என்றால், இவன் ஆகாசப்புளுகன்.

ஆகாசம் பெ. காண்க: **ஆகாயம்.**

ஆக(ா)த்தியம் பெ. (பே.வ.) **(விருப்பமில்லாத ஒன்று நடக்கும்போது ஒருவர் செய்யும்) அழுகையோடு கூடிய ஆர்ப்பாட்டம்;** outburst of petulance. எனக்கு இப்போது திருமணம் வேண்டாம் என்றதும் அம்மா அழுது ஆகத்தியம் செய்துவிட்டாள்./ பள்ளிக்கூடம் போவதற்கா உன் பையன் இப்படி ஆகாத்தியம் செய்கிறான்?

ஆகாது வி.மு. (உ.வ.) **(-அல் அல்லது -தல் விகுதி ஏற்ற தொழிற்பெயர்களின் பின்) கூடாது;** finite form expressing disapproval or prohibition of the thing mentioned. இங்கே புகைபிடிக்கலாகாது./ பெரியவரிடம் நீ அப்படிப் பேசியிருக்கலாகாது./ பிறர் நமக்குச் செய்த உதவியை மறத்தலாகாது./ சுற்றுப்புறத்தை மாசுபடுத்தலாகாது.

ஆகாயக் கோட்டை பெ. **ஒருவர் தான் நினைக்கும் காரியம் நடக்காது என்று தெரிந்தும் அதைப் பற்றிப் பெரிய அளவில் செய்யும் கற்பனை;** fantasy.

ஆகாயத்தாமரை[1] பெ. **குளம், குட்டைகளில் படர்ந்து காணப்படும், வெளிர் மஞ்சள் நிறத்தில் பூக்கள் பூக்கும், வட்ட அடுக்கில் இலைகளைக் கொண்ட, தண்டுகளற்ற, மிதக்கும் பூண்டு வகை;** water lettuce; tropical duck weed.

ஆகாயத்தாமரை[2] பெ. (இலங்.) **ஒரு வகைத் தாவர ஒட்டுண்ணி;** kind of parasitic weed.

ஆகாயம் பெ. **வானம்;** sky.

ஆகாய விமானம் பெ. **விமானம்;** aeroplane.

ஆகாரம் பெ. **(திட அல்லது திரவ) உணவு;** food. குழந்தைகளுக்குச் சத்தான ஆகாரம் தர வேண்டும்./ நோயாளிக்குக் கஞ்சிதான் இரவில் ஆகாரம். [(தொ.சொ.) இரை/ உணவு/ ஊண்/ சாப்பாடு/ சிற்றுண்டி/ தின்பண்டம்/ தீனி]

ஆகிய இ.சொ. **1: பட்டியலாகக் குறிப்பிடப்பட்டவற்றைத் தவிர வேறு இல்லை என்பதைக் காட்டி அவற்றை வாக்கியத்துடன் தொடர்புபடுத்தும் இடைச்சொல்;** particle used at the end of an enumeration, connecting the listed items to the following sentence. தமிழ், தெலுங்கு, மலையாளம், கன்னடம் ஆகிய நான்கு மொழிகளிலும் இந்தப் பத்திரிகை வெளிவருகிறது. **2: ஒரு வரையறையையும் அது குறிப்பிடும் பொருளையும் தொடர்புபடுத்தி ஒரு தொடரை உருவாக்கப் பயன்படுத்தும் இடைச்சொல்;** particle used for showing the connection between the genus and the species or sth. that is in apposition or to define the main subject. பாலூட்டிகளாகிய யானை, பசு முதலிய விலங்குகளைப் பற்றி இப்போது நாம் காணலாம்./ காலை உணவாகிய இட்லியும் தோசையும்/ பனைமரம் என்பதைப் பனையாகிய மரம் என்று விரித்துச் சொல்லலாம்./ கோயம்புத்தூரைச் சேர்ந்த பழனிச்சாமியின் பேரனும், மேற்படி ஊரைச் சேர்ந்த வேலாயுதத்தின் மகனுமாகிய நான் எழுதிக்கொடுத்தது.../ இந்தியாவின் தலைநகராகிய தில்லியில் இந்த விழா நடைபெற்றது.

ஆகிருதி பெ. **(பெரும்பாலும் ஆண்களைக் குறித்து வரும் போது) உடம்பு;** physique (esp. of a male). அவர் பெருத்த ஆகிருதி படைத்தவர்./ படைத் தளபதி என்பதற்கு ஏற்ற ஆகிருதியும் தோரணையும் உடையவர்.

ஆகிவந்த பெ.அ. **மங்கலமான காரியங்கள் பல நடந்ததால் மிகவும் ராசியானது என்று நம்பப்படும் (வீடு, இடம்);** (a house, a place) considered lucky because of auspicious associations. என்னதான் பணமுடை என்றாலும் ஆகிவந்த வீட்டை விற்பார்களா?

ஆகு¹ வி. (ஆக, ஆகி/ஆய்) **அ.** *(குறிப்பிட்ட தன்மையில் இருத்தல் என்னும் முறையில் உள்ள வழக்கு)* **1: (குறிப்பிட்ட) தன்மையில், நிலையில் இருத்தல்;** be (in a specified state or condition). குழாயில் தண்ணீர் வந்து ஒரு வாரத்துக்கு மேல் ஆகிறது./ மகனுக்குப் பத்து வயது ஆகிறது. **2:** *(உ.வ.) (பெயர்ப் பயனிலைக்குப் பிறகு வரும்போது)* **வாக்கியத்தின் கருத்தை உறுதிப்படுத்த வரும் வினை;** verb used after a nominal predicate to imply assertion. இந்தியாவில் வாழும் அனைவரும் இந்தியர்களே ஆவர்./ இந்த ஒப்பந்தம் வரவேற்கக்கூடிய ஒன்று ஆகும்./ 'வசந்தம்' என்பது அவருடைய வீட்டின் பெயர் ஆகும். **3: இயலுவதாக இருத்தல்;** be possible (for s.o.). காரியத்தைச் சொல்லுங்கள். என்னால் ஆகுமா, ஆகாதா என்று சொல்லுகிறேன்./ அவரால் ஆனதைச் செய்தார்./ மனம் வைத்தால் ஆகாதது ஒன்றும் இல்லை./ அமெரிக்காவுக்குப் போய்ப் படிக்க வேண்டும் என்பது என்னைப் பொறுத்தவரை ஆகாத வேலை./ அவன் பெருமையைச் சொல்லி ஆகாது. **ஆ.** *(தன்மை மாறுதல் என்னும் முறையில் உள்ள வழக்கு)* **4: மற்றொரு தன்மைக்கு, நிலைக்கு வருதல்;** become or change into (s.o. or sth. mentioned). நடிகனாகத்தான் ஆக முடியவில்லை, பின்னணிப் பாடகராக ஆகலாம் என்று முயற்சிசெய்கிறார்./ அவர் சில சமயம் குழந்தை மாதிரி ஆகிவிடுகிறார்./ அப்பாவின் திட்டைக் கேட்டதும் அவன் முகம் எப்படியோ ஆகிவிட்டது. **5: ஒருவர் அல்லது ஒன்று மற்றொரு உருவம், வடிவம், பெயர் கொள்ளுதல்; மாற்றம் அடைதல்;** change (into something mentioned); become. கௌதமன் சாபத்தால் அகலிகை கல்லானாள்./ மவுண்ட் ரோடு என்ற பெயர் அண்ணா சாலை ஆயிற்று. **6: (ஒரு பொருளால்) செய்யப்படுதல்/(ஒரு நூல் குறிப்பிட்ட முறையில்) இயற்றப்படுதல்;** be made of or with sth. இந்த மேஜை தேக்கால் ஆனது./ இந்த நூல் ஆசிரியப்பாவால் ஆனது. **7: (ஒன்று) நிகழ்தல்; நடத்தல்;** happen; get done. நான் எட்டு மணிவரைதான் அங்கு இருந்தேன், அதற்குப் பின் என்ன ஆயிற்று?/ பணம் இருந்தால்தான் வேலை ஆகும். **இ.** *(சில மரபு வழக்கு)* **8: (நேரம்) கழிதல்;** (of time) take; require. திரும்பிவரப் பதினைந்து நிமிடம் ஆயிற்று./ வீட்டைக் கட்டி முடிக்க ஆறு மாதம் ஆகியிருக்குமா?/ நாம் வந்து ரொம்ப நேரம் ஆகிவிட்டது./ நேரம் ஆகிவிட்டதால் புறப்பட்டுவிட்டோம். **9: (செலவு முதலியன) ஏற்படுதல்;** cost; come to. காஞ்சிபுரம் பட்டு என்றால் ஆயிரம் ரூபாய்க்கு மேல் ஆகும். **10: (ஒரு பொருள் விற்கப்பட்டு அல்லது பயன்படுத்தப்பட்டு) தீர்தல்/ஒன்று நடந்து முடிதல்;** be exhausted; be over. போன வாரம் செய்த முறுக்கெல்லாம் ஆகிவிட்டது./ இப்போதுதானே காப்பி போட்டாய். அதற்குள் ஆகிவிட்டதா?/ நான் வந்த வேலை ஆயிற்று. ஊருக்குப் புறப்பட்டுவிட்டேன். **11:** *(எதிர்மறை வினை வடிவங்கள் மட்டும்)* **(ஒரு பொருள் உடலுக்கு) ஒத்துக்கொள்ளுதல்; (ஒரு குணம், தன்மை) பொருந்துதல்; (ஒருவரோடு) ஒத்துப்போதல்;** (of food) agree; (of person) be on good terms with s.o. வயது இருபதுதான் ஆகிறது; அதற்குள் வடை ஆகாது என்கிறாயே!/ உனக்கு இவ்வளவு அகங்காரம் ஆகாது./ பெரிய சித்தப்பாவுக்கும் சின்ன சித்தப்பாவுக்கும் ஆகாது./

ஆகு² து.வி. (ஆக, ஆகி/ஆய்) **1:** *பெரும்பாலும்* **'குறிப்பிட்ட நிலைக்கு உள்ளாதல்' என்னும் பொருளில் பயன்படுத்தும் வினையாக்கும் வினை;** verbalizer used to mean that s.o. or sth. is brought to the condition specified by the word verbalized. கைதாகு/ அச்சாகு. **2:** *('ஆயிற்று' என்னும் ஒரு வடிவம் மட்டும்)* **முதன்மை வினையின் செயல் முடிந்ததை உணர்த்தும் ஒரு துணை வினை;** (only in the form 'ஆயிற்று') auxiliary used to indicate that the action or the event mentioned by the main verb has concluded. இதோ தபால்காரர் வந்தாயிற்று./ கோடைக் காலம் ஆரம்பித்தாயிற்று./ தீபாவளிக்குச் சேலை வாங்கியாயிற்றா? **3:** *('ஆக, ஆவேன்' என்னும் வடிவங்கள் மட்டும்)* **('செய்து' என்னும் வாய்பாட்டு வினையெச்சத்தின் அல்லது 'தான்' என்னும் இடைச்சொல்லின் பின்னும், 'வேண்டும்' என்பதோடும் இணைந்து வரும்போது) ஒரு செயல் செய்யப்பட வேண்டிய கட்டாய நிலையைத் தெரிவிக்கப் பயன்படுத்தப்படும் துணை வினை;** (only in the form 'ஆக', 'ஆவேன்' combining with 'தான்' or 'வேண்டும்') auxiliary used to mean that the thing mentioned is an obligation or an urge. நான் ஊருக்குப் போய்த்தான் ஆவேன் என்று சொல்லவில்லை./ நம் வீட்டின் நிலைமையைக் கருதி நீ வேலைக்குப் போய்த்தான் ஆக வேண்டும்./ கொடுத்த வாக்கைக் காப்பாற்றியே ஆக வேண்டும்./ அவரை நான் சந்தித்தாக வேண்டும். **4:** *(உ.வ.)* **(-அல் ஈற்றுத் தொழிற்பெயரின் பின்) 'தொடங்குதல்' என்னும் பொருளில் வரும் ஒரு துணை வினை;** auxiliary used (after the verbal noun ending with -அல்) to mean 'begin' (what is mentioned). சேவகர்கள் அரசகுமாரியைத் தேடலானார்கள்./ நோய் முற்றி அவர் இளைக்கலானார்.

-ஆகுதல் இ.சொ. *(இலங்.)* **'-ஆவது' என்ற பொருளில் வரும் ஒரு இடைச்சொல்;** particle meaning 'at least.' அவருக்கு ஐம்பது வயதாகுதல் இருக்கும்./ நீயாகுதல் இதைச் செய்திருக்கலாமே?/ இந்தச் செலவைச் செய்யாவிட்டால் கடனாகுதல் மிஞ்சும்.

ஆகுதி பெ. **யாகத்தில் வளர்க்கும் தீயில் இடப்படும் பொருள்;** sth. ceremonially offered to fire as an oblation.

ஆகுபெயர் பெ. *(இலக்.)* **ஒரு சொல் அதனோடு ஏதேனும் ஒரு வகையில் தொடர்புடைய மற்றொன்றையும் குறிப்பிட்டு வழங்கிவருவது;** metonymy. 'ஊர் சிரிக்கிறது' என்னும் வாக்கியத்தில் 'ஊர்' என்பது ஆகுபெயராக ஊரிலுள்ள மக்களைக் குறிக்கிறது.

ஆகையால் இ.சொ. **'ஆகவே' என்னும் பொருளில் இரண்டு வாக்கியங்களைத் தொடர்புபடுத்தும் இடைச்சொல்;** particle meaning 'therefore' relating two sentences; 'as a result'; 'hence'. இரண்டு நாளாகக் கடும் காய்ச்சல். ஆகையால் அலுவலகம் செல்லவில்லை./ என்னிடம் பணம் இல்லை. ஆகையால் நான் சுற்றுலாவுக்குப் போகவில்லை.

ஆங்காங்கு வி.அ. *(உ.வ.)* **அங்கங்கே;** here and there; scattered. கடற்கரையின் மணல் பரப்பில் ஆங்காங்கே மீனவர் வலைகளும் படகுகளும் தெரிந்தன.

ஆங்காரம் பெ. **1: அகங்காரம்;** haughtiness; arrogance. உனக்கு இவ்வளவு ஆங்காரம் ஆகாது. **2: கோபக் குமுறல்;**

91 ஆசாபாசம்

ஆத்திரம்; a fit of rage. அவனுக்கு அழுகையும் ஆங்காரமும் பீறிட்டுக்கொண்டு வந்தன.

ஆங்கில ஆண்டு பெ. **ஜனவரிமுதல் டிசம்பர்வரையிலான பன்னிரண்டு மாதங்கள் கொண்ட கால அளவு;** the twelve month period from January to December.

ஆங்கிலம் பெ. **இங்கிலாந்து, அமெரிக்கா உள்ளிட்ட பல நாடுகளில் தாய்மொழியாகப் பேசப்படும் இந்தோ-ஐரோப்பிய மொழிக் குடும்பத்தைச் சேர்ந்த ஒரு மொழி;** (the) English (language).

ஆங்கில மருத்துவம் பெ. **நவீன அறிவியல் சிந்தனையின் அடிப்படையில் குறிப்பிட்ட உடல்நிலையின் காரணத்திற்கும் அதன் விளைவுகளுக்கும் உள்ள தொடர்புகளை ஆராய்வதன்மூலம் உடல்நலத்தை அணுகும் மருத்துவ முறை;** allopathy.

ஆங்கிலேய பெ.அ. **இங்கிலாந்து நாடு, மக்கள், பண்பாடு போன்றவற்றோடு தொடர்புடைய;** relating to England and its culture. ஆங்கிலேய பாணியில் கட்டப்பட்ட வீடு/ ஆங்கிலேய உடை.

ஆங்கிலோ இந்திய பெ.அ. **1: ஒரு ஆங்கிலேயருக்கும் இந்தியருக்கும் இடையேயான திருமண உறவின் மூலம் அல்லது அவர்கள் வழிவந்தவர்களுக்குப் பிறந்த;** Anglo-Indian. இது ஆங்கிலோ இந்தியக் குடும்பங்கள் அதிகம் வசிக்கும் பகுதி. **2: (ஆரம்ப காலத்தில் ஆங்கிலோ இந்தியர்களுக்காகவே தொடங்கப்பட்டதும், தற்போது அனைவரும் படிக்கும் வகையில் பள்ளிக் கல்வியாகச் செயல்படுவதுமான) தனித்த பாடத்திட்டத்தோடு ஆங்கிலத்தைப் பயிற்று மொழியாகக் கொண்ட;** Anglo-Indian. ஆங்கிலோ இந்தியப் பள்ளி/ ஆங்கிலோ இந்தியத் தேர்வு/ ஆங்கிலோ இந்தியப் பாடத்திட்டம்.

ஆங்கு வி.அ. (உ.வ.) காண்க: **அங்கு.**

ஆச்சரியக்குறி பெ. **வியப்பு, பாராட்டு, அதிர்ச்சி, வலி போன்றவற்றைத் தெரிவிக்க அல்லது விளிச்சொல்லுடன் பயன்படுத்த சிறு குத்துக்கோட்டின் கீழ் புள்ளியை உடைய ' ! ' வடிவக் குறியீடு; வியப்புக்குறி;** exclamation mark.

ஆச்சரியப்படு வி. (-பட, -பட்டு) **வியப்புக்கு உள்ளாதல்;** be astonished. சின்னக் குழந்தை இவ்வளவு அழகாகப் பாடுகிறானே என்று ஆச்சரியப்பட்டான்./ அவன் தன் சொந்தத் தம்பிக்குத்தானே ஒரு லட்சம் ரூபாய் கொடுத்தான். இதில் ஆச்சரியப்பட என்ன இருக்கிறது?/ அந்தக் கோர விபத்தில் குழந்தை தப்பிப் பிழைத்ததைப் பார்த்து ஆச்சரியப்படாதவர்கள் இல்லை.

ஆச்சரியப்படுத்து வி. (-படுத்த, -படுத்தி) **வியப்புக்கு உள்ளாக்குதல்;** surprise.

ஆச்சரியம் பெ. (-ஆக, -ஆன) **மகிழ்ச்சி தரும் வகையில் வழக்கத்திற்கு மாறாக அல்லது எதிர்பாராமல் ஒன்று நடந்துவிடும்போது ஏற்படும் உணர்வு; வியப்பு;** surprise; wonder. நீ கோபப்படாமல் இருந்ததுதான் எங்களுக்குப் பெரிய ஆச்சரியம்!/ திடீரென்று வந்த தந்தையைக் கண்டதும் அவள் முகத்தில் ஓர் ஆச்சரியம்./ குறைந்த வாடகையில் இப்படி ஒரு நல்ல வீடு கிடைத்தது ஆச்சரியத்திலும் ஆச்சரியம்.

ஆச்சல் பெ. (ஊரக வ.) **(மண் சாலையில்) வண்டிச் சக்கரம் இறங்கினால் வண்டி ஒரு பக்கம் சாயும் அளவுக்கு மழையால் வண்டித் தடத்தில் ஏற்படும் ஆழமான பள்ளம்;** deep pit made by rain water in cart tracks of mud roads. வண்டி ஆச்சலில் விழுந்ததால் குடைசாய்ந்துவிட்டது./ பாதையில் நிறைய ஆச்சல் இருப்பதால் வண்டியைக் கவனமாக ஓட்ட வேண்டும்.

ஆச்சி பெ. (ஊரக வ.) **1: வயதான பெண்மணி;** (a polite word for an) elderly woman. பக்கத்து வீட்டில் குடியிருந்த ஒரு ஆச்சிக்குக் குழந்தை மருத்துவம் நன்றாகத் தெரியும். **2: பாட்டி;** grandmother. **3: குடும்பத் தலைவி;** lady of the house. வீட்டில் ஆச்சி இல்லை, வெளியூர் போயிருக்கிறார்கள்.

ஆசனப்பட்டி பெ. (இலங்.) **(ஒருவர்) ஆசனத்துடன் தம்மை இணைத்துக்கொண்டு பாதுகாப்பாக அமர்ந்துகொள்ளப் பயன்படுத்தும் வார்;** seat belt. ஆசனப்பட்டி அணியாது காரைச் செலுத்தினால் அபராதம் கட்ட வேண்டும் என்பது உனக்குத் தெரியாதா?/ நீங்கள் பாதுகாப்பாகப் பயணம் செய்வதற்கு ஆசனப்பட்டி அணிந்துகொள்வது அவசியம்தானே.

ஆசனப்பலகை பெ. **1: தரையில் போட்டு உட்காருவதற்குப் பயன்படுத்தும் (இரண்டு மரச் சட்டங்களுக்கு மேலே பொருத்தப்பட்ட) பலகை;** low rectangular wooden seat only a few cm high from the floor. **2:** (இலங்.) **(மாட்டு வண்டியில்) ஓட்டுபவர் அமர்வதற்கு ஏற்றவாறு அமைந்திருக்கும் அரைவட்ட மரப் பலகை;** wooden plank (used as a seat by the cartman in a bullock cart).

ஆசனம்[1] பெ. **1: உட்காருவதற்குப் பயன்படும் சாதனம்; இருக்கை;** anything to sit on; seat. மெத்தென்ற ஆசனத்தில் இருந்து பழகிவிட்டது. **2: யோகப் பயிற்சியின்போது உடலை வைத்திருக்கும் நிலை;** any of the postures prescribed in yoga. தியானம் செய்பவர்கள் பத்மாசனத்தில் அமர்ந்திருப்பார்கள்./ சிரசாசனம்/ இதுவரை பத்து ஆசனங்கள் கற்றுக்கொண்டிருக்கிறேன்.

ஆசனம்[2] பெ. (இலங்.) **தேர்தலில் வேட்பாளர் போட்டியிடும் தொகுதி; இடம்;** seat (contested by a candidate in an election). தேர்தலில் உங்கள் கட்சி எத்தனை ஆசனங்களில் போட்டியிடப்போகிறது?/ இலங்கை நாடாளுமன்றத்தில் எத்தனை ஆசனங்கள் உள்ளன?

ஆசனவாய் பெ. **மலத்தை வெளியேற்றுவதற்காக மனிதர்களுக்கும், சாணம், புழுக்கை, எச்சம் போன்றவற்றை வெளியேற்றுவதற்காக விலங்குகள், பறவைகள் போன்றவற்றுக்கும் பிட்டத்தின் உள்ளே அமைந்திருக்கும் சிறிய துவாரம்; மலத்துவாரம்; மலவாய்;** anus.

ஆசாடபூதி பெ. (இலங்.) காண்க: **ஆஷாடபூதி.**

ஆசாபாசம் பெ. **உலகப் பொருள்களின் மீதும் உறவுகளின் மீதும் வைக்கும் ஆசை; பற்று;** worldly desire; attachment. ஆசாபாசங்களிலிருந்து விடுபடுவது சிலருக்கே முடியும்.

ஆசாமி பெ. *(பெரும்பாலும் அறிமுகம் இல்லாதவரைக் குறிப்பிடும்போது)* **ஆள்; நபர்;** man; person; guy. கிராமத்து ஆசாமி ஒருவர் பட்டணத்துக்கு வந்தார்./ கொஞ்சம் கூட மரியாதை இல்லாமல் நடந்துகொள்ளும் அந்த ஆசாமி யார்?

ஆசாரம் பெ. *(-ஆக, -ஆன)* **1: சமய, குல ஒழுக்கத்துக்கான நெறிமுறைகள்;** orthodox codes and practices of a religious group or caste. பாட்டியின் ஆசாரங்களில் இன்று எங்கள் வீட்டில் எஞ்சியிருப்பது காலை பூஜை ஒன்றுதான்./ அவர் தன் குல ஆசாரப்படி நடப்பவர்./ அம்மா ஆசாரமாகச் சமைப்பாள். **2: மரபு ரீதியாகக் கடைப்பிடிக்கும் வழிமுறைகள்;** orthodox practices (in a profession). 'இசைத் துறையில் ஆசாரமான கட்டுப்பாடுகளுடன் தொழில்முறைக் கலைஞர்களாகச் செயல்படுவது கடினம்' என்றார்.

ஆசாரி பெ. **தச்சுத் தொழில் செய்பவர்; இரும்பு அல்லது பொன் வேலை செய்பவர்;** carpenter; blacksmith; goldsmith. இந்த மரத்தில் மேஜை செய்ய முடியாது என்றார் ஆசாரி./ தங்கம் உருக்க ஆசாரி வந்திருக்கிறார்.

ஆசாரியர் பெ. **1: ஆன்மீக குரு;** spiritual master; mentor. மாணிக்கவாசகருக்கு இறைவன் ஆசாரியர் வடிவில் வந்து உபதேசித்ததாகப் புராணம். **2: வைணவர்களுள் ஒரு பிரிவினருக்கு உரிய பட்டம்;** honorific term for a sect of Vaishnavaites.

ஆசான் பெ. *(கற்பித்த அல்லது உபதேசித்த ஆசிரியரை உயர்வாகக் குறிப்பிடும்போது)* **குரு;** (a term of respect for) learned master; guru; teacher. என் ஆசான் கூறியது நினைவுக்கு வந்தது./ தன்னுடைய ஆசானை வணங்கிவிட்டு மல்யுத்த வீரர் மேடைக்கு வந்தார். [*(தொ.சொ.)* **ஆசிரியர்/ குரு/ சத்குரு/ வாத்தியார்**]

ஆசி பெ. **ஆசீர்வாதம்;** blessings; good wishes. ஆண்டவன் ஆசியால் எல்லாம் நல்லபடியாக நடக்கிறது./ மணமக்களுக்கு ஆசி வழங்குங்கள். [*(தொ.சொ.)* **அருள்/ ஆசீர்வாதம்/ வாழ்த்து**]

ஆசியுரை பெ. *(இலங்.)* **(ஒன்றை அல்லது ஒருவரை) ஆசீர்வதித்து வழங்கும் வாழ்த்துரை;** speech given as blessing. ஆசியுரை வழங்கிய சங்கைக்குரிய தேரர் மேடையை விட்டு இறங்கினார்./ மாணவர் தின விழாவில் மதகுருவின் ஆசியுரை முதலில் நடைபெற்றது.

ஆசிர்வதி வி. *(ஆசிர்வதிக்க, ஆசிர்வதித்து)* காண்க: **ஆசீர்வதி.**

ஆசிர்வாதம் பெ. காண்க: **ஆசீர்வாதம்.**

ஆசிரமம் பெ. **1: முனிவர் அல்லது ஆன்மீக நெறியில் ஈடுபட்டோர் வாழும் இடம்;** hermitage. அயல்நாட்டினர் பலரையும் அரவிந்தர் ஆசிரமத்தில் காண முடிகிறது. **2: முதியோர், ஆதரவற்றோர் போன்றோருக்குப் பாதுகாப்புத் தரும் முறையில் அமைக்கப்படும் இடம்; விடுதி;** home (for the destitute, disabled, etc.,); orphanage. அநாதை ஆசிரமம்.

ஆசிரியப்பா பெ. **அகவல்;** the metre known as அகவல்.

ஆசிரியர் பெ. **1: கல்வி, கலை போன்றவற்றைக் கற்பிப்பவர்;** teacher; instructor. உயர்நிலைப் பள்ளி ஆசிரியர்/ நடன ஆசிரியர். [*(தொ.சொ.)* **ஆசான்/ குரு/ சத்குரு/ வாத்தியார்**] **2: பத்திரிகையில் செய்திகளை அல்லது ஒரு நூலின் உள்ளடக்கத்தை அமைத்து வெளியிடும் பொறுப்பேற்பவர்;** editor (of a newspaper, magazine, book, etc.,). பாரதியார் ஆசிரியராக இருந்த பத்திரிகை 'இந்தியா'. **3: கட்டுரை, நாவல் முதலியன எழுதுபவர்;** writer; author. இந்தச் சிறுகதை ஆசிரியர் பல புனை பெயர்களில் எழுதுகிறார்.

ஆசிரியர் உரை பெ. **தலையங்கம்;** editorial. இன்றைய இதழில் வந்துள்ள இடஒதுக்கீடு பற்றிய ஆசிரியர் உரையில் தெளிவு இல்லை.

ஆசிரியை பெ. **பெண் ஆசிரியர்;** woman teacher or writer.

ஆசீர் பெ. *(இலங்.)* **ஆசீர்வாதம்;** blessings. தன்மேல் கர்த்தர் ஆசீரைப் பொழிவார் என்று அவன் நம்பினான்.

ஆசீர்வதி வி. *(ஆசீர்வதிக்க, ஆசீர்வதித்து)* **(தன்னைவிட வயதில் சிறியவர்களுக்கு) சீரும் சிறப்பும் நன்மையும் பெறுமாறு நல்வாக்குத் தருதல்;** wish s.o. younger happiness, prosperity, etc.,; bless. தன் காலில் விழுந்து வணங்கிய மகனைத் தாய் ஆசீர்வதித்தாள்.

ஆசீர்வாதம் பெ. **(தன்னைவிட வயதில் சிறியவர்கள்) சீரும் நன்மையும் பெறுமாறு கூறும் நல்வாக்கு;** blessings; good wishes. பெரியோர் காலில் விழுந்து ஆசீர்வாதம் வாங்குவது மணமக்களின் வழக்கம்./ உங்கள் ஆசீர்வாதத்தால் நான் இப்போது நல்ல நிலையில் இருக்கிறேன். [*(தொ.சொ.)* **அருள்/ ஆசி/ வாழ்த்து**]

ஆசுகவி பெ. *(அ.வ.)* **பாட வேண்டிய பொருளைக் கொடுத்த உடனேயே செய்யுள் இயற்றும் திறமை படைத்த புலவர்;** one who composes verses extempore.

ஆசுப்பத்திரி பெ. *(இலங்.)* காண்க: **ஆஸ்பத்திரி.**

ஆசுவாசம் பெ. *(-ஆக)* **(பரபரப்பும் கவலையும் நீங்கியதும் கிடைக்கும்) ஆறுதல்; நிம்மதி;** relief; consolation. அவன் ஆசுவாசமாக உட்கார்ந்துகொண்டு பேசத் தொடங்கினான்./ பயந்ததுபோல் பெரிய வியாதி ஒன்றும் இல்லை என்று தெரிந்ததும் அவளுக்கு ஓர் ஆசுவாசம்.

ஆசை பெ. *(-ஆக, -ஆன)* **1: (ஒன்றைக் குறித்த) எதிர்பார்ப்புடன் கூடிய ஆவல்; விருப்பம்;** desire; wish. பட்டுப் புடவை வாங்க ஆசை./ அவருடைய நூல் வெளிவந்தது; நீண்ட நாள் ஆசையும் நிறைவேறிற்று./ பணத்தாசை பிடித்தவர். [*(தொ.சொ.)* **ஆவல்/ இச்சை/ நாட்டம்/ விருப்பம்/ விழைவு/ வெறி/ வேட்கை**] **2: பாசம்; வாஞ்சை;** affection; fondness. குழந்தை என்றால் அவருக்குக் கொள்ளை ஆசை!/ ஊரிலிருந்து வந்திருந்த தங்கையோடு ஆசையாகப் பேசிக்கொண்டிருந்தார். [*(தொ.சொ.)* **அவா/ ஆவல்/ எதிர்பார்ப்பு/ நப்பாசை/ நினைப்பு/ விருப்பம்**] **3: வெளிப்படையான விருப்பம்;** relish; liking; fondness. மாம்பழத்தை ஆசையோடு சாப்பிட்டார்./ நாய்க் குட்டியை ஆசையுடன் தடவிக்கொடுத்தான். [*(தொ.சொ.)* **ஆர்வம்/ நாட்டம்/ பித்து/ பைத்தியம்/ விருப்பம்/ வெறி**]

ஆசைகாட்டு வி. *(-காட்ட, -காட்டி)* **(ஒருவரை ஏமாற்றும் நோக்கத்தோடு அவர்) ஒன்றை அடைந்துவிடலாம் என்ற உணர்வைத் தருதல்;** lure; tempt. குழந்தைக்கு ஏதேனும் வாங்கிக் கொடுப்பதாக இருந்தால் வாங்கிக்

93 ஆட்சேபம்

கொடு; சும்மா ஆசைகாட்டாதே!/ சினிமாவில் சேர்த்து விடுகிறேன் என்று ஆசைகாட்டிக் கூட்டிச்சென்றான்.

ஆசைநாயகன் பெ. **திருமணமான பெண் (கணவன் அல்லாது) தன் இச்சைக்கு வைத்திருக்கும் ஆண்;** lover.

ஆசைநாயகி பெ. **திருமணமான ஆண் (மனைவி அல்லாது) தன் இச்சைக்கு வைத்திருக்கும் பெண்;** mistress.

ஆசைப்படு வி. *(-பட, -பட்டு)* **(ஒன்றைச் செய்ய அல்லது பெற) விரும்புதல்;** wish; desire. திருமணத்துக்கு முன் மணமகளை ஒரு முறை பார்த்துவிட வேண்டும் என்று என் நண்பர்கள் ஆசைப்பட்டனர்./ தேர்தல் முடிவுகளை உடனுக்குடன் தெரிந்துகொள்ள கிராமத்தினர் ஆசைப்பட்டனர்./ நான் ஆசைப்பட்ட எதுவுமே எனக்குக் கிடைக்கவில்லை என்று அம்மா புலம்பிக்கொண்டிருந்தாள்.

ஆசை வார்த்தை பெ. **(ஒருவரை ஏமாற்றும் நோக்கத்தோடு அவரது) விருப்பத்தை அல்லது ஆவலைத் தூண்டிவிடும் விதத்தில் கூறப்படும் வார்த்தைகள்;** words of inducement; calculated, seductive words. ஆசை வார்த்தைகள் சொல்லி அந்தச் சிறுவனைக் கடத்திக்கொண்டு போயிருக்கிறார்கள்./ அவனுடைய ஆசை வார்த்தைகளில் மயங்கிவிடாதே!

ஆஞ்சனேயர் பெ. **அனுமான்;** a character in the Ramayana, of the monkey race, who assisted Rama the protoganist, and worshipped as god.

ஆட்குறைப்பு பெ. **(பெரும்பாலும் தொழிற்சாலைகளில்) வேலை செய்பவர்களின் எண்ணிக்கையைக் குறைத்தல்;** retrenchment.

ஆட்கொணர்வு மனு பெ. *(சட்டம்)* **குறிப்பிட்ட நபர் சட்டத்திற்குப் புறம்பாக அடைத்துவைக்கப்பட்டிருக்கிறார் என்ற சந்தேகத்தின் பேரில், அடைத்துவைக்கப்பட்டவரை ஆஜர்படுத்தக் காவல்துறையினருக்கோ தனிநபருக்கோ ஆணை வழங்கும்படி ஒருவர் உச்ச நீதிமன்றத்தில் அல்லது உயர் நீதிமன்றத்தில் தாக்கல் செய்யும் மனு;** habeas corpus. தன் மனைவியை மாமனார் அடைத்துவைத்திருப்பதாகக் கூறி மாமனார்மீது அவன் ஆட்கொணர்வு மனு ஒன்றை உயர் நீதிமன்றத்தில் தாக்கல் செய்தான்.

ஆட்கொல்லி பெ. **1:** *(பெரும்பாலும் பெயரடையாக)* **மனிதர்களைக் கொன்று தின்னக்கூடிய (புலி, சிறுத்தை போன்ற) விலங்கு;** maneater. தர்மபுரி மலைப் பகுதியில் ஒரு ஆட்கொல்லிப் புலி உலவுவதாக ஒரு வதந்தி. **2:** *(நோயைக் குறித்து வரும்போது)* **மரணத்தை விளைவிக்கும் அளவுக்குக் கடுமை வாய்ந்தது; உயிர்க்கொல்லி;** killer (disease). சரியான நேரத்தில் கண்டுபிடிக்கப்படாவிட்டால் பல நோய்கள் ஆட்கொல்லி நோய்களாக மாறிவிடும்.

ஆட்கொள் வி. *(ஆட்கொள்ள, ஆட்கொண்டு)* **1: (இறைவன் செயலாகக் கூறும்போது) அடியாராக ஏற்றுக்கொள்ளுதல்;** (of god) redeem (s.o.). ஞானாசிரியன் வடிவில் தோன்றித் தன்னை இறைவன் ஆட்கொண்ட கருணையை நினைத்து அவர் வியந்தார். **2: (உணர்ச்சி, சிந்தனை முதலியவை ஒருவரை) வசப்படுத்துதல்;** (of feeling, thought, etc.,) possess; occupy. தாயார் இறந்துபோனதால் ஏற்பட்ட சோகம் அவளை ஆட்கொண்டது./ மனித வாழ்வின் அவலம் பற்றிய சிந்தனை அவரை முழுமையாக ஆட்கொண்டது.

ஆட்சி பெ. **1: (மக்களால் தேர்ந்தெடுக்கப்பட்டவர்களோ அதிகாரத்தைக் கைப்பற்றியவர்களோ நடத்தும்) அரசு நிர்வாகம்;** (of an elected political party or a person who has usurped power) office; government. தேர்தலில் வெற்றி பெறும் கட்சி ஆட்சியை அமைக்கிறது./ பல மாநிலங்களில் ஆட்சியைக் கைப்பற்றிய தேசியக் கட்சி இது./ ஆசிய நாடுகள் பலவற்றில் ராணுவத் தளபதிகள் ஆட்சியைக் கைப்பற்றியுள்ளனர்./ *(உரு வ.)* என் வீட்டில் என்னுடைய மனைவியின் ஆட்சிதான். **2: (அரசனின்) ஆளுகை; அரசாட்சி;** reign; administration. மௌரியரின் ஆட்சிக் காலம்/ சோழர்களின் ஆட்சி. **3: (சொல்) எடுத்தாளப்படுதல்;** use; usage (of a word). கம்பனின் சொல்லாட்சி. **4:** *(சோதி.)* **ஒரு வீட்டில் குறிப்பிட்ட ஒரு கிரகத்தின் செல்வாக்கு அதிகமாக இருக்கும் நிலை;** (in astrology) the ascendancy of a planet in a house. சூரியனுடைய ஆட்சி மூன்றாம் இடத்தில் உச்சத்தில் உள்ளது.

ஆட்சி ஆண்டு பெ. **ஒரு அரசர் ஆட்சிக்கு வந்ததைத் தொடக்கமாகக் கொண்டு கணக்கிடப்படும் ஆண்டு;** regnal year. கோயிலில் விளக்கு எரிப்பதற்காக நிலம் கொடையாகத் தரப்பட்டதைப் பராந்தக சோழனின் நாற்பதாம் ஆட்சி ஆண்டுக் கல்வெட்டு தெரிவிக்கிறது.

ஆட்சிமன்றம் பெ. **பல்கலைக்கழகத்தின் நிதி, சொத்து போன்றவற்றை நிர்வகிக்கும், விதிமுறைகளை வகுக்கும், தேர்வு நடத்தி முடிவுகளை அறிவிக்கும் அதிகாரங்களைக் கொண்ட, தேர்ந்தெடுக்கப்பட்ட உறுப்பினர்களையும் நியமன உறுப்பினர்களையும் கொண்ட அமைப்பு;** syndicate (of a university).

ஆட்சிமொழி பெ. **அரசு தன் நிர்வாகத்தில் பயன்படுத்துவதற்குச் சட்டத்தின் மூலம் வழிசெய்திருக்கும் மொழி;** official language.

ஆட்சியர் பெ. **ஒரு மாவட்டத்தில் வரி வசூலித்தல், சட்டம், ஒழுங்கு, வளர்ச்சிப் பணி முதலியவற்றைக் கவனிக்கும் முதன்மைப் பொறுப்பில் உள்ள அரசு அதிகாரி;** highest official in the district for revenue collection, law and order, development programmes, etc.,; (in South India) District Collector.

ஆட்சேபணை பெ. **(ஒன்றைச் செய்வதற்கோ ஏற்பதற்கோ ஒருவர் தெரிவிக்கும் அல்லது எழுப்பும்) தடை; மறுப்பு;** objection. நீ விரும்பினால் என்னோடு தங்கலாம், எனக்கு ஆட்சேபணை எதுவும் இல்லை./ மனைவியின் ஆட்சேபணைகளுக்குக் காது கொடுக்காமல் வீட்டை விற்பது என்று முடிவு செய்துவிட்டார்./ கூட்டத்தில் யாரும் ஆட்சேபணை தெரிவிக்காததால் தீர்மானம் ஒருமனதாக நிறைவேற்றப்பட்டது.

ஆட்சேபம் பெ. **1:** காண்க: **ஆட்சேபணை. 2: எதிர்ப்பு; கண்டனம்;** protest. சுற்றுச்சூழல் ஆர்வலர்கள் இந்தத் திட்டத்துக்கு எதிராக ஆட்சேபக் குரல் எழுப்பினார்கள்.

ஆட்சேபி வி. (ஆட்சேபிக்க, ஆட்சேபித்து) **(ஒரு செயலை) எதிர்த்தல்/ஆட்சேபணை தெரிவித்தல்;** protest against sth.; object to sth. *அவர் பேசியதை ஆட்சேபித்து யாரும் எதுவும் கூறவில்லை./ நீங்கள் வீடு வாங்கினாலும் சரி, நான் ஆட்சேபிக்கப்போவதில்லை.*

ஆட்டக்காரர் பெ. **1: (தடகளப் போட்டிகள் தவிர்த்துப் பிற விளையாட்டுகளில்) விளையாட்டு வீரர் அல்லது வீராங்கனை;** sportsperson. **2: கூத்து, கரகாட்டம் போன்ற நாட்டுப்புறக் கலைகளை ஆடுபவர்;** folk dancer. *தெருக்கூத்தை மிகச் சிறப்பாக ஆடக்கூடிய ஆட்டக்காரர்கள் இப்போது வறுமையில் வாடுகின்றனர்./ தேவராட்டம் முடிந்ததும் அதில் பங்கேற்ற ஆட்டக்காரர்களுக்குப் பரிசு வழங்கப்பட்டது.*

ஆட்டக்காரி பெ. (இலங்.) **நடத்தை கெட்ட பெண்;** woman of loose morals. *இந்த ஆட்டக்காரியைப் போய்க் கல்யாணம் முடித்துக்கொண்டுவந்திருக்கிறாயே?/ அந்த ஆட்டக்காரியால்தான் அவன் சிறை சென்றான்.*

ஆட்டத்திவசம் பெ. (இலங்.) **இறந்தவரின் நினைவாக முதல் ஆண்டு நடத்தும் திதி; தலைத்திவசம்; ஆண்டுத் திதி;** death anniversary. *தாத்தாவின் ஆட்டத்திவசம் நேற்று நடந்து முடிந்தது./ ஆட்டத்திவசத்துக்கு மாத்திரம் ஐயரைக் கூப்பிட்டுச் செய்தால் போதும். அடுத்த திவசங்களுக்குத் தேவை இல்லை.*

ஆட்டநாயகன் பெ. **(குழு விளையாட்டுகளில்) குறிப்பிட்ட ஒரு பந்தயத்தில் சிறப்பாக விளையாடிய வீரருக்கு வழங்கப்படும் விருது;** player of the match (award). *சதமடித்த வீரருக்கு ஆட்டநாயகன் விருது வழங்கப்பட்டது./ உலகக் கோப்பை கால்பந்து போட்டியின் இறுதி ஆட்டத்தில் சிறப்பாக விளையாடிய இத்தாலி வீரருக்கு ஆட்டநாயகன் விருது வழங்கப்பட்டது.*

ஆட்டபாட்டம் பெ. **1: ஆரவாரம் மிகுந்த கேளிக்கை;** boisterous merrymaking. *கல்யாண வீட்டில் ஒரே ஆட்டபாட்டம்.* **2: ஆரவாரத்துடன் கூடிய பாட்டும் நடனமும்;** fanfare. *தெருக்கூத்தில் கட்டியங்காரன் ஆட்டபாட்டத்துடன் நுழைந்ததும் அனைவரும் ஆரவாரம் செய்தனர்.*

ஆட்டம்[1] பெ. **1: குலுக்கலுடன் கூடிய அசைவு;** jerking movement. *அவர் முகத்தில் வியர்வை, உடம்பில் ஆட்டம், குடித்திருப்பாரோ?/ வண்டியின் ஆட்டத்தில் தூக்கம் வந்துவிட்டது.* [(தொ.சொ.) **அதிர்வு/ உதறல்/ குலுக்கல்/ நடுக்கம்**] **2: நடனம்;** dance. *கதகளி கலைநயம் பொருந்திய ஆட்டம்.* **3: விளையாட்டு;** game; play. *கால்பந்தாட்டம்/ சீட்டாட்டம்.* **4: விளையாட்டை ஆடும் முறை அல்லது கடைப்பிடிக்கும் உத்திகள் போன்றவை;** way or style of playing. *இன்றைய ஆட்டத்தில் அவருடைய வழக்கமான திறமை வெளிப்படவில்லை./ இன்று உன் ஆட்டம் மிகப் பிரமாதம்./ டெண்டுல்கரின் ஆட்டத்தில்தான் வேகப் பந்தை எப்படி விளையாடுவது என்பது தெரியும்.* **5: (விளையாட்டில்) ஒருவருடைய முறை;** (in games) one's turn. *இப்போது உன்னுடைய ஆட்டம்தான், விளையாடு!* **6: (டென்னிஸ் போன்ற விளையாட்டுகளில் புள்ளிகளுக்கான) அடிப்படை அலகு;** game. *டேவிஸ் கோப்பைப் போட்டியில் இந்தியா இரண்டாவது செட்டிலும் மூன்று ஆட்டங்களை வென்று வலுவான நிலையில் இருக்கிறது.* **7: (பிறர் விரும்பாத அல்லது அங்கீகரிக்காத) அடக்கமில்லாத ஆர்ப்பாட்டமான நடத்தை;** unrestrained behaviour (generally not approved by others). *இளமையில் அவர் ஆடாத ஆட்டமா?/ அதை வாங்கித்தா, இதை வாங்கித்தா என்று சொல்லி ஆட்டமா போடுகிறாய்?* **8: (திரையரங்கத்தில்) படக்காட்சி;** (of film) show. *இரண்டாவது ஆட்டம் பார்த்துவிட்டு வந்து தூங்குகிறான்./ அந்தக் காலத்தில் எம்.ஜி.ஆர். படம் வெளியானால் முதல் நாளே முதல் ஆட்டமும் இரண்டாம் ஆட்டமும் பார்த்துவிட்டுதான் வருவேன்.*

-ஆட்டம்[2] இ.சொ. (பே.வ.) **'போல', என்ற பொருளில் ஒரு பெயர்ச்சொல்லோடு இணைத்துப் பயன்படுத்தப்படும் இடைச்சொல்; 'மாதிரி';** particle meaning 'like'; 'similar'. *பெண் கிளியாட்டம் இருக்கிறாள்./ ஏன் மரமாட்டம் நிற்கிறாய்?*

ஆட்டம்காண் வி. (-காண, -கண்டு) **உறுதியான நிலையிலிருந்து வலுவற்ற நிலைக்கு வருதல்;** become shaky or weak. *பழைய கட்டடம் ஆட்டம்கண்டுவிட்டது./* (உரு வ.) *ஊழல் குற்றச்சாட்டு அவரை ஆட்டம்காண வைத்துவிட்டது.*

ஆட்டம்போடு வி. (-போட, -போட்டு) **(புதிய பதவி, அந்தஸ்து முதலியவற்றின் காரணமாக) கட்டுப்பாடோ நிதானமோ இல்லாமல் நடந்துகொள்ளுதல்;** behave unrestrainedly (as a result of newly gained status, position, etc.,). *கல்யாணமான புதிதில் உங்கள் மருமகன் ஆட்டம்போட்டது மறந்துபோய்விட்டதா?/ இவர் பதவியில் இருக்கும்போது என்ன ஆட்டம்போட்டார் தெரியுமா?*

ஆட்டமிழ வி. (-இழக்க, -இழந்து) **(கிரிக்கெட், கபடி போன்ற விளையாட்டுகளில் விதிகளின்படி) ஒருவர் மேற்கொண்டு விளையாட முடியாமல் ஆகுதல்;** (in cricket) lose one's wicket; (in kabaddi) be out. *முதலில் களம் இறங்கிய இந்திய வீரர் இறுதிவரை ஆட்டமிழக்காமல் அற்புதமாக ஆடி 110 ஓட்டங்கள் எடுத்தார்./ என் நண்பர் களத்தில் நுழைந்தால் ஒரே நேரத்தில் ஐந்து பேரைக் கூடக் கபடியில் ஆட்டமிழக்கச் செய்துவிடுவார்.*

ஆட்டாமா பெ. (இலங்.) **கோதுமை மாவு;** wheat flour. *ஆட்டாமாத் தோசை./ இரண்டு கிலோ ஆட்டாமா வாங்கிப் பிட்டு அவித்து வையுங்கள்.*

ஆட்டிப்படை வி. (-படைக்க, -படைத்து) **1: ஆழ்ந்த பாதிப்பு ஏற்படுத்தும் வகையில் (உணர்வு அல்லது நோய் முதலியவை) ஆதிக்கம் செலுத்துதல்;** (of a feeling, idea, issue, etc.,) possess. *அவளுக்குத் தான் சரியான ஜோடி இல்லை என்ற குறை அவனை ஆட்டிப் படைத்தது./ சாதி, மத, மொழிப் பிரச்சினைகள் நம்மை ஆட்டிப்படைக்கின்றன.* **2: தான் விரும்பியபடியெல்லாம் பிறரை நடக்கச் செய்தல்; ஆட்டிவைத்தல்;** boss around; have s.o. at one's command. *அனைவரையும் ஆட்டிப்படைத்த சர்வாதிகாரிக்கு எதிராக மக்கள் புரட்சி செய்தனர்./ நகரத்தையே ஆட்டிப்படைத்த ரவுடியைக் காவல்துறையினர் கைதுசெய்தனர்.*

ஆட்டிவை வி. (-வைக்க, -வைத்து) காண்க: **ஆட்டிப்படை.**

ஆட்டு வி. (ஆட்ட, ஆட்டி) 1: **(ஒன்றை) அசைத்தல்;** wag (one's tail); move (one's head); nod; shake; wave (the flag, etc.,). நாய் வாலை ஆட்டியபடியே அருகில் வந்தது./ அவர் குழந்தைகளைப் பார்த்துக் கையை ஆட்டினார்./ சரி என்று தலையை ஆட்டினான்./ ஏணியை ஆட்டாமல் கீழே இறங்கி வா. [(தொ.சொ.) **அசக்கு/ அசை**] 2: **உலுக்குதல்; குலுக்குதல்;** shake (an object). குதிரைமேல் சேணத்தை வைத்துக் கட்டிவிட்டு ஆட்டிப்பார்த்தான்./ காசு இருக்கிறதா என்று உண்டியலை ஆட்டிப்பார்த்தான்./ புளிய மரத்தின் கிளையை ஆட்டியதும் சடசடவென்று புளியம்பழங்கள் கீழே விழுந்தன. 3: **(ஊஞ்சல், தொட்டில் போன்றவற்றை) முன்னும் பின்னுமாகப் போய்வரச் செய்தல்;** move (sth.); rock; swing. ஊஞ்சலில் உட்கார்ந்து அதைக் காலால் ஆட்டிக்கொண்டே பேச ஆரம்பித்தார். 4: **(இயந்திரத்தில் இட்டுக் கரும்பு முதலியவற்றை) பிழிதல்/(இயந்திரத்தில் மாவு முதலியவற்றை) அரைத்தல்;** press/make (dough, etc., by grinding). கரும்பு ஆட்டிவிட்டீர்களா?/ எண்ணெய் ஆட்டும் செக்கு/ தோசைக்கு மாவு ஆட்ட வேண்டும்.

ஆட்டுக்கல் பெ. **வட்ட அல்லது சதுர வடிவக் கல்லின் நடுவே குழியும் குழியில் பொருந்தி நின்று சுழலக் கூடிய குழவியும் உடைய, மாவு அரைக்கும் சாதனம்;** a large stone with a deep basin in the centre and a fitting pestle used for grinding (esp. rice to a batter to make இட்லி).

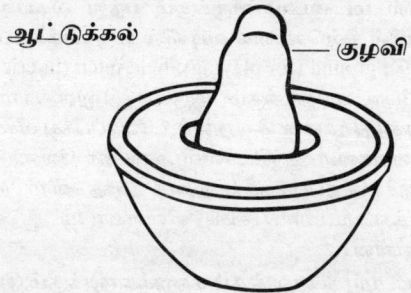

ஆட்டுக்கல்
குழவி

ஆட்டுத்தாடி பெ. **(ஆட்டுக்கு இருப்பதுபோல்) தாடைப் பகுதியில் மட்டும் வளர்த்துக்கொள்ளும் தாடி;** goatee.

ஆட்டுத்தொட்டி பெ. (வ.வ.) **(இறைச்சிக்காக) ஆட்டை வெட்டும் இடம்;** slaughterhouse for sheep and goats.

ஆட்டுரல் பெ. காண்க: **ஆட்டுக்கல்.**

ஆட்டோ ரிக்ஷா பெ. **இயந்திர விசையால் இயக்கப்படும், பயணிகளுக்கான, சிறிய, மூன்று சக்கரப் போக்குவரத்து வாகனம்;** three-wheeled motor-driven vehicle; (in India) auto rickshaw.

ஆட்படு[1] வி. (ஆட்பட, ஆட்பட்டு) **உட்படுதல்;** be subjected to; be beset (with doubts). சந்தேகத்துக்கு ஆட்படாத ஆசாமியே இல்லை.

ஆட்படு[2] வி. (ஆட்பட, ஆட்பட்டு) (இலங்.) 1: **நல்ல நிலைக்கு வருதல்; உயர்நிலையை அடைதல்;** attain a good position. ஒருமாதிரி குடும்பம் ஆட்பட்டுவிட்டது. 2: **நோயுற்ற நிலையிலிருந்து மீளுதல்; குணமடைதல்;** recover from illness. இவ்வளவு வருத்தத்திலிருந்தும் ஒரு மாதிரி ஆட்பட்டுவிட்டான்.

ஆட்படுத்து வி. (ஆட்படுத்த, ஆட்படுத்தி) **உட்படுத்துதல்;** subject (one to sth.). அவர் தன்னைச் சத்திய சோதனைக்கு ஆட்படுத்திக்கொண்டார்.

ஆடம் பெ. (ஊரக வ.) 1: **செக்கில் ஒரு ஈடு ஆட்டுவதற்குரிய தேங்காய் அல்லது எள் அல்லது கடலையின் அளவு;** the quantity of copra or sesame seed or groundnut sufficient for one turn in the oil-press. 2: **அவ்வாறு ஆட்டிப் பெறப்பட்ட எண்ணெயின் அளவு;** the quantity of oil obtained in one turn.

ஆடம்பரம் பெ. (-ஆக, -ஆன) **பகட்டுத் தன்மை; அலங்கார நோக்கம் மிகுதியாக உடையது;** show; pomp; ostentation. கல்யாணத்தை இவ்வளவு ஆடம்பரமாக நடத்த வேண்டுமா?/ இப்போதெல்லாம் மக்கள் ஆடம்பரப் பொருள்களை மிகுதியாக வாங்குகிறார்கள்./ ஆடம்பரமான வாழ்க்கை. [(தொ.சொ.) **டாம்பீகம்/ பகட்டு**]

ஆடல் பெ. (உ.வ.) **நடனம்;** dance. ஆடல் கலை/ ஆடலும் பாடலும்.

ஆடவன் பெ. (உ.வ.) **ஆண்;** man; male. பேருந்தில் மகளிருக்கு உரிய இடத்தில் ஆடவர் அமரக் கூடாது.

ஆடாதொடை பெ. **(மருந்தாகப் பயன்படும்) சற்றுக் குழகுழப்பான, நீர்த் தன்மை உடைய தண்டையும் தடித்த இலைகளையும் கொண்ட, வெண்ணிறப் பூப் பூக்கும் ஒரு வகைக் குத்துச் செடி;** a medicinal plant known as Malabarnut. ஆடாதொடை இலைகளை ஆடுகள் மேயாது./ ஆடாதொடையை உயிர்வேலியாக வளர்க்கலாம்.

ஆடாய்க் கட்டித் தோலாய் உரி வி. (உரிக்க, உரித்து) (இலங்.) **(ஒருவரை) கடுமையான தண்டனைக்கு உள்ளாக்குதல்;** punish s.o. severely. எந்தச் சமூகப் பொறுப்பும் இல்லாத இந்த அரசியல் தலைவர்களையெல்லாம் ஆடாய்க் கட்டித் தோலாய் உரிக்க வேண்டும் என்று குமுறினார்./ 'படிபடி' என்று அந்தக் குழந்தையை ஏன் ஆடாய்க் கட்டித் தோலாய் உரிக்கிறாய்?

ஆடி[1] பெ. **நான்காம் தமிழ் மாதத்தின் பெயர்;** the fourth Tamil month (mid-July to mid-August.) ஆடிக் காற்றில் அம்மியும் பறக்கும்!

ஆடி[2] பெ. (இயற்.) 1: **ஒளியைப் பிரதிபலிக்கும் பளபளப்பான மேற்பரப்பு உடைய கண்ணாடி முதலிய பொருள்;** mirror. 2: **உருவத்தைப் பெரிதாக்கிக் காட்டும் விதத்தில் கண்ணாடி போன்றவற்றால் செய்யப்படும் வட்ட வடிவப் பொருள்;** lens. இந்தத் தொலைநோக்கியில் மொத்தம் நான்கு ஆடிகள் பொருத்தப்பட்டுள்ளன.

ஆடிக்கூழ் பெ. (இலங்.) **ஆடி மாதம் பிறக்கும்போது கருப்பணி, பனங்கட்டி, பயிறு, மாவு முதலியன இட்டுக் காய்ச்சும் இனிப்பான கூழ்;** a kind of sweet porridge prepared on the first day of the Tamil month ஆடி as a ritual offering to God. நாங்கள் ஆடிக்கூழைக் கூடிக் குடிப்போம்./ ஆடிக்கூழ் பற்றியும் சோமசுந்தரப் புலவர் பாடியுள்ளார்.

ஆடித்திரி வி. (-திரிய, -திரிந்து) (இலங்.) **சுற்றித்திரிதல்;** wander (aimlessly); ramble. பையன் வீட்டில் இருக்காமல் ஆடித்திரிகிறான்./ வேலைக்குப் போகாமல் இப்படி எத்தனை நாட்களுக்குத்தான் ஆடித்திரியப்போகிறாய்?

ஆடித்தூக்கம் பெ. (இலங்.) (பெரும்பாலும் வியாபாரம் குறித்து வரும்போது) **ஆடி மாதத்தில் நிலவும் மந்த நிலை;** (of business or trade) slackness (prevailing in the month of ஆடி). ஆடித்தூக்கத்தில் ஏது வருமானம்?

ஆடிப் பூரம் பெ. (ஊரக வ.) **1: ஆடி மாதத்துப் பூர நட்சத்திரம்;** the eleventh of the Indian astrological zodiac occurring in the Tamil month of ஆடி. **2: ஆடி மாதத்துப் பூர நட்சத்திரத்தில் சிவன் கோயில்களில் அம்மனுக்கு அல்லது பெருமாள் கோயில்களில் தாயாருக்கு நடத்தும் விழா;** temple festival conducted at ஆடிப் பூரம். ஆடிப் பூரத்தில் அம்மனுக்குக் கூடைகூடையாக வளையல் சாத்துவார்கள்./ என்றைக்கு ஆடிப் பூரம் வருகிறது?

ஆடிப்பெருக்கு பெ. **ஆடி மாதம் பதினெட்டாம் நாள் ஆற்றங்கரையில் சுமங்கலிகளும் புதுமணத் தம்பதிகளும் செய்யும் வழிபாடு;** worship made on the banks of rivers on the 18th day of the Tamil month ஆடி by married women and the newly wed.

ஆடிப்போ வி. (-போக, -போய்) **1: (எதிர்பாராத துயரமான செய்தி, நிகழ்ச்சி போன்றவற்றால்) மிகவும் பாதிப்பு அடைதல்;** be rudely shaken; get terribly upset. விபத்தில் மகன் மரணமடைந்ததைக் கேட்டு அவர் ஆடிப்போனார். **2: (உடல்) கட்டுக் குலைதல்; தளர்தல்;** (of body) become limp. கல் மாதிரி இருந்த உடம்பு நோய்க்குப் பிறகு ஆடிப்போய்விட்டது.

ஆடு¹ வி. (ஆட, ஆடி) அ. (அசைதல் தொடர்பான வழக்கு) **1: (தொங்கிய நிலையில் அல்லது நின்ற நிலையில் இருப்பது) இப்படியும் அப்படியும் அசைதல்;** (of sth. which is hanging or standing in a position) move in a swaying motion; move to and fro. அவளுடைய பின்னல் குதிரை வாலாக ஆடியது./ பாம்பு படம் எடுத்து ஆடிற்று./ யானை ஆடிக்கொண்டே கரும்பைத் தின்றது. **2: (பயத்தால் அல்லது குளிரால் உடல்) நடுங்குதல்;** (of body) shiver; tremble. இரத்தத்தைப் பார்த்ததும் அவள் உடம்பெல்லாம் ஆடத் தொடங்கியது. **3: அதிர்தல்;** vibrate. ரயில் வண்டி சென்ற வேகத்தில் பாலம் ஆடியது. **4: ஒரு நிலையில் இல்லாமல் சீரற்று அசைதல்;** shake. நாற்காலி சரியாக நிற்காமல் ஆடியதால் அவன் விழப்பார்த்தான்./ குழந்தைக்கு முன்பல் இரண்டும் ஆடுகிறது. **5: (ஊஞ்சல் அல்லது ஊஞ்சலில் ஒருவர் உட்கார்ந்து) முன்னும் பின்னுமாகப் போய்வருதல்;** (of a swing or one in a swing) go forward and backward; swing. ஊஞ்சல் வேகமாக ஆடிற்று./ அவர் ஊஞ்சலில் உட்கார்ந்து மெதுவாக ஆடிக்கொண்டே பேசிக்கொண்டிருந்தார். **ஆ.** (செயல் புரிதல் தொடர்பான வழக்கு) **6: (நடனம், கூத்து போன்றவற்றை) நிகழ்த்துதல்; நடனத்தை ஒத்த வகையில் இயங்குதல்;** dance; move as if dancing. சிவன் ஆடிய ஊழித் தாண்டவம்/ பாடலின் கருத்துக்கும் பாவத்துக்கும் ஏற்றவாறு அபிநயத்துடன் ஆட வேண்டும்./ மயில் தோகையை விரித்து ஆடியது./ இன்று என்ன கூத்து ஆடப்போகிறீர்கள்? **7: (ஒரு விளையாட்டில்) பங்குபெறுதல்; விளையாடுதல்;** play (a game). அந்தக் காலத்தில் நாங்கள் இரவு முழுவதும் தாயம் ஆடுவோம்./ இன்றையக் கால்பந்தாட்டப் போட்டியில் இந்திய அணி சிறப்பாக ஆடியது. **8: (செக்கில் எள், கடலை போன்றவற்றை) அரைத்து எண்ணெய் எடுத்தல்;** crush (oilseeds in a press to extract oil.). உங்கள் வீட்டில் இந்த வருஷம் எத்தனை காணம் ஆடினீர்கள்? **9: அடக்கமோ கட்டுப்பாடோ இல்லாமல் நடந்துகொள்ளுதல்;** behave without restraint; have an intemperate lifestyle. பணம் இருக்கும்வரை ஆடுவான். **10: (சூழ்நிலைக்குப் பொருத்தமில்லாமல்) கோபித்து ஆர்ப்பாட்டம் செய்தல்;** fly into a temper. குழந்தை என்ன சொல்லிவிட்டான் என்று இப்படி ஆடுகிறீர்கள்? **11: (பிறருடைய விருப்பங்களுக்கும் ஆணைகளுக்கும் அடிபணிந்து) அடிமையாக நடத்தல்;** dance to the tune of s.o. மனைவி சொன்னதையெல்லாம் கேட்டு இவன் ஆடுகிறான்./ கண்டவர் சொல்வதைக் கேட்டு ஆடியவன்தானே நீ.

ஆடு² பெ. (பொதுவாக) **இறைச்சி, ரோமம், பால் ஆகியவற்றுக்காக வளர்க்கப்படும் (தாவர உண்ணியாகிய) வீட்டு விலங்கினம்/ (குறிப்பாக) வெள்ளாடு;** goat; sheep.

ஆடுகளம் பெ. **1: கூத்து நடைபெறுவதற்கு உரிய இடம்;** ground for performing any of the items of folk theatre. சூத்திரதாரி ஆடுகளம் வந்தவுடன் அறிமுகத்தோடு கூத்து தொடங்கும். **2: (பொதுவாக) விளையாட்டுப் போட்டிகள் நடக்கும் இடம்/(குறிப்பாக) கிரிக்கெட் மைதானத்தின் நடுவில் மட்டையாளருக்கும் பந்து வீசுபவருக்கும் இடையில் நீள்செவ்வக வடிவில் உருவாக்கப்படும் தரைப் பகுதி;** ground (for playing); field/pitch (in cricket). கால்பந்து போட்டி நடக்கும் ஆடுகளத்தினுள் பார்வையாளர்கள் புகுந்து ரகளை செய்தனர்./ வேகப்பந்து வீச்சுக்கு ஏற்ற ஆடுகளங்களை இந்தியாவில் அமைக்க வேண்டும்./ ஆடுகளத்தைச் சேதப்படுத்தியதற்காக அந்த வீரர் நடுவரால் தண்டிக்கப்பட்டார்./ கபடி விளையாடும் ஆடுகளத்தின் அளவு என்ன?

ஆடுசதை பெ. **முழங்காலுக்கும் கணுக்காலுக்கும் இடையில் உள்ள பின்தசை;** calf (muscle). தெருநாய் அவன் காலின் ஆடுசதையைக் கடித்துவிட்டது.

ஆடுதன் பெ. **(சீட்டு விளையாட்டில் சீட்டுகளின் நான்கு பிரிவுகளில்) சிவப்பு நிறத்தில் இதய வடிவம் குறிக்கப்பட்ட அட்டை வகை;** hearts (of playing cards).

ஆடுதன்

ஆடுபுலி ஆட்டம் பெ. **கட்டங்களில் புலியாக மூன்று காய்களையும் ஆடாகப் பன்னிரண்டு காய்களையும்**

வைத்துக்கொண்டு வெட்டி (பெரும்பாலும்) இரண்டு பேர் ஆடும் ஒரு வகை விளையாட்டு; game played with three pieces as 'tigers' and twelve pieces as 'sheep' on a chequered board.

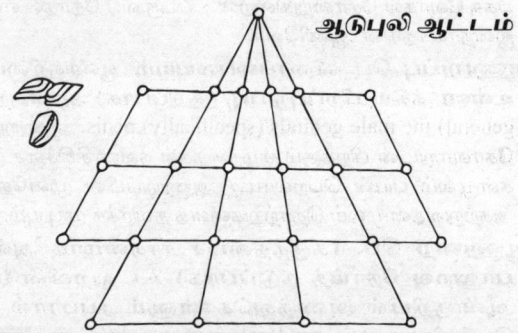

ஆடுபுலி ஆட்டம்

ஆடை[1] பெ. **உடுத்திக்கொள்வதற்காகவே நெய்த அல்லது தைத்த துணி; சட்டை, வேட்டி, சேலை முதலியவற்றின் பொதுப்பெயர்;** clothes; clothing; garments. *எங்கள் கடையில் எல்லாவிதமான ஆடைகளும் கிடைக்கும்./ கதராடை/ பட்டாடை.*

ஆடை[2] பெ. **காய்ச்சிய பாலின் அல்லது உறைந்த தயிரின் மேல்பரப்பில் மெல்லிய ஏடாகப் படியும் கொழுப்பு;** thin layer of fat gathering over boiled milk or curd; cream.

ஆடை[3] பெ. *(இலங்.)* **உரித்த பனங்கிழங்கின் மேல் இருக்கும் மெல்லிய தோல்;** thin skin covering palmyra roots below the sheath. *பனங்கிழங்கின் ஆடை அழுகிப் போய்விட்டது./ மழை பெய்வதற்கு முன் பாத்தியைக் கிண்ட வேண்டும். இல்லாவிட்டால் பனங்கிழங்கின் ஆடை அழுகிவிடும்.*

ஆடைச் சட்டி பெ. *(மண்.)* **சிறிய மண்சட்டி;** a small earthenware vessel with a wide mouth.

ஆண் பெ. **1: உயிரினங்களில் கருத்தரிக்காததும் கருத்தரிக்கச் செய்யும் திறனைக் கொண்டதுமான இனம்; விலங்குகளில் விந்தும் தாவரங்களில் மகரந்தமும் கொண்ட இனம்;** male of the living beings. *ஆண் யானை/ ஆண் குழந்தை/ ஆண் கிளி.* **2: மனித இனத்தில் மேற்குறிப்பிட்ட பிரிவைச் சேர்ந்த ஒருவர்;** man. *இரண்டு ஆண்களும் மூன்று பெண்களும் வராந்தாவில் உட்கார்ந்திருந்தார்கள்.*

ஆண் அறுவைச் சிகிச்சை பெ. **விந்தை எடுத்துச்செல்லும் குழாயை வெட்டிச் செய்யும், ஆண்களுக்கான குடும்பக் கட்டுப்பாடு அறுவைச் சிகிச்சை;** vasectomy. *இரண்டாவது குழந்தை பிறந்த பிறகு அவர் ஆண் அறுவைச் சிகிச்சை செய்துகொண்டார்.*

ஆண்குறி பெ. **உடலுறவுக்கும் சிறுநீர் கழிக்கவும் பயன்படும், ஆணின் உடலுறுப்பு;** male genital organ; penis.

ஆண்டகை பெ. *(கிறித்.)* காண்க: **ஆயர், 2.**

ஆண்டவர் பெ. *(கிறித்.)* *(விளியாக வரும்போது)* **பாதிரியார்;** priest.

ஆண்டவன் பெ. **இறைவன்;** male deity; god. *பழனியாண்டவன்/ நாகூராண்டவர்.*

ஆண்டாண்டு காலமாக வி.அ. *(உ.வ.)* **காலம்காலமாக;** for ages.

ஆண்டான் பெ. *(அ.வ.)* **(பெரும்பாலும் பண்ணை நிர்வாகத்தில்) வேலையாட்களால் தங்கள் முதலாளி என்று அறியப்படுபவர்;** person known to his servants or workers as their master. *ஆண்டான் அடிமை என்ற காலமெல்லாம் போய்விட்டது.*

ஆண்டி பெ. **1: (பெரும்பாலும்) தலையை மழித்து, கழுத்தில் உருத்திராட்சம் கட்டி, வீடுகளில் பிச்சை பெற்று வாழ்பவன்;** (generally) one with a tonsured head and a string of beads tied round his neck, going around begging for food; mendicant. *முருகனின் ஆண்டிக் கோலம்/ அரசனும் ஆண்டியும்.* **2:** *(வ.வ.)* **பண்டாரம்;** people of a caste officiating at rituals and also working as temple priests.

ஆண்டு பெ. **1: பன்னிரண்டு மாதங்கள் கொண்ட கால அளவு; வருடம்;** year. **2: (சிறப்பு வாய்ந்த ஒருவரை அல்லது ஒன்றை) தொடக்கமாகக் கொண்டு கணக்கிடப்படும் ஆண்டு முறை;** era. *திருவள்ளுவர் ஆண்டு/ கொல்லம் ஆண்டு.*

ஆண்டுகொள் வி. *(-கொள்ள, -கொண்டு)* *(உ.வ.)* **(ஒருவரைக் கடவுள்) ஆட்கொள்ளுதல்;** (of redemption by god) accept as one's slave.

ஆண்டுத் தேர்வு பெ. **(பள்ளியில்) கல்வி ஆண்டின் முடிவில் மாணவர்களுக்கு நடத்தப்படும் தேர்வு;** annual examination. *சென்ற வருடம் ஆண்டுத் தேர்வில் எங்கள் பள்ளியின் 12ஆம் வகுப்பு மாணவர்களின் தேர்ச்சி விகிதம் 88.5% ஆகும்.*

ஆண்டு வளையம் பெ. காண்க: **மரவளையம்.**

ஆண்டுவிழா பெ. **ஒரு அமைப்பு போன்றவை தொடங்கிய அல்லது முக்கியமான ஒரு நிகழ்வு நிகழ்ந்த அதே நாளில் ஆண்டுதோறும் நடத்தப்படும் விழா; ஆண்டு நிறைவு;** anniversary. *எங்கள் பத்திரிகையின் பதினைந்தாவது ஆண்டுவிழா சிறப்பாகக் கொண்டாடப்பட்டது./ பள்ளி ஆண்டுவிழாவுக்குச் சிறப்பு விருந்தினராகக் காவல் துறை உயர் அதிகாரி ஒருவரை அழைத்திருக்கிறோம்.*

ஆண்டை பெ. **தங்கள் எஜமானரைக் குறிப்பிட விவசாயத் தொழிலாளர்கள் பயன்படுத்தும் சொல்;** form of address for owners used by farm workers.

ஆண் பனை பெ. **ஆண் பூக்களை மட்டுமே கொண்ட, காய்க்காத பனை மரம்;** male palmyra.

ஆண்பால் பெ. *(இலக்.)* **ஐம்பால்களுள் ஆணைக் குறிப்பிடுவது;** masculine gender. *'வந்தான்' என்னும் வினைமுற்றில் 'ன்' என்பது ஆண்பால் விகுதி.*

ஆண்பிள்ளை பெ. **1: குழந்தைகளுள் ஆண்;** baby boy; son. *என் மூத்த மகளுக்கு ஆண்பிள்ளை பிறந்திருக்கிறது.* **2: வயதுவந்த ஆண்;** adult male. *'நீங்களெல்லாம் ஆண்பிள்ளைகள்தானா?' என்று அவள் ஏளனமாகக் கேட்டாள்.*

ஆண்பிள்ளைச் சிங்கம் பெ. *(கேலியாக)* **வீரம் படைத்த ஆண்;** (jocularly) lion of a man. *இந்த ஆண்பிள்ளைச் சிங்கத்துக்குப் போலீஸ்காரரைக் கண்டவுடன் உடம்பெல்லாம் வியர்த்துவிடும்./ நீ தனியாகவே திருடனை விரட்டிப் பிடித்திருப்பாயா! நீதான் ஆண்பிள்ளைச் சிங்கம்!*

ஆண்மகன் பெ. *(உ.வ.)* காண்க: **ஆண்பிள்ளை, 2.**

ஆண்மை பெ. **1: ஆணின் இயல்பாக அல்லது தன்மையாக (மரபு ரீதியாக) கூறப்படும் உடல் வலிமை, பலம் போன்றவை;** qualities traditionally attributed to men such as physical strength, prowess, etc.,; manliness. **2: (ஆணின்) உடலுறவு கொள்ள இயலும் அல்லது கருத்தரிக்கச் செய்யும் தன்மை; வீரியம்;** virility; manhood. தனக்கு ஆண்மைக் குறைவு ஏற்பட்டுவிட்டது என்று அவன் பயந்தான்.

ஆண்மைச் சுரப்பி பெ. **(ஆண்களின்) சிறுநீர்ப்பைக்கு அருகில் இருப்பதும் விந்து எளிதாகக் கடந்துசெல்ல உதவும் வகையில் ஒருவிதக் குழகுழப்பான திரவத்தைச் சுரப்பதுமான ஒரு சிறிய சுரப்பி;** prostate gland.

ஆண்மைப் பரிசோதனை பெ. **வளர்ந்த ஆணின் பாலியல்புச் செயல்பாடு ஒருவரிடம் உள்ளதா என்று அறிய மேற்கொள்ளப்படும் மருத்துவச் சோதனை;** virility test.

ஆண் மொழி பெ. **பெண்களுக்கு எந்த முக்கியத்துவமும் தராமல் ஆணாதிக்க நோக்கில் நடத்துவதும் பேசுவதும்;** sexist language.

ஆணம் பெ. *(ஊரக வ.)* **குழம்பு;** kind of sauce for rice. இன்று சோற்றுக்கு என்ன ஆணம் வைத்திருக்கிறாய்?/ மாங்காய் போட்டு ஆணம் வைத்தால் நன்றாக இருக்கும்.

ஆணவக் கொலை பெ. *(பு.வ.)* **ஒருவர் மாற்றுச் சாதியில் திருமணம் செய்துகொண்டது தங்களுக்குக் கௌரவக்குறை என்று நினைக்கும் அவர் சாதியினர் அவரையோ, அவர் திருமணம் செய்துகொண்டவரையோ கொல்லும் வன்முறைச் செயல்;** honour killing.

ஆணவம் பெ. *(-ஆக, -ஆன)* **பிறரை மதிக்காத தன்மை; இறுமாப்பு;** arrogance; haughtiness. அதிகாரியின் ஆணவப் போக்கு/ ஆணவம் மிகுந்த பதில்.

ஆணழகன் பெ. **1: அழகான ஆண்;** handsome man. சினிமாவில் கதாநாயகன் ஆணழகனாக இருக்க வேண்டும் என்ற எண்ணம் இப்போது மாறிவிட்டது. **2: திரண்ட உடற்கட்டு உடைய ஆண்;** male with a well-built physique. ஆணழகன் போட்டியில் மதுரையைச் சேர்ந்தவர் வெற்றி பெற்றார்.

ஆணாதிக்கம் பெ. **பெண்களைவிட ஆண்கள் மேலானவர்கள், பெண்கள் ஆண்களைச் சார்ந்திருப்பவர்கள் என்ற ஆண்களின் ஆதிக்க மனப்போக்கு;** male chauvinism.

ஆணி பெ. **1: சுத்தியால் அடித்து உட்செலுத்துவதற்கு வசதியாகத் தட்டையான தலைப் பாகமும் கூரிய முனையும் உடைய உலோகக் கம்பி;** nail. **2: உள்ளங்கால் சதையில் வட்டமாக இறுகி வலியை உண்டாக்கும் பகுதி;** corn (on the sole or toes). **3:** *(வ.வ.)* காண்க: **கடையாணி.**

ஆணித்தரமாக/ஆணித்தரமான வி.அ./பெ.அ. **(கருத்தைச் சொல்லும் விதத்தில்) அழுத்தம்திருத்தமாக; உறுதியாக/அழுத்தம் திருத்தமான; உறுதியான;** firmly; emphatically/firm; emphatic. அவர் எதைப் பற்றிப் பேசினாலும் அடுக்கடுக்கான ஆதாரங்களை வைத்து ஆணித்தரமாகப் பேசுவார்./ தன்னுடைய கட்டுரையில் குறிப்பிட்ட அந்தக் கருத்தை ஆணித்தரமாக அவர் மறுக்கிறார்./ அவருடைய ஆணித்தரமான பதில்.

ஆணிவேர் பெ. **(சில வகைத் தாவரங்களில்) தண்டின் அல்லது அடிப்பாகத்தின் தொடர்ச்சியாக மண்ணில் நேராக இறங்கும், தாவரத்தை உறுதியாக நிலை நிறுத்தும் பெரிய வேர்;** taproot. ஆணிவேர்களிலிருந்து பக்க வேர்கள் தோன்றுகின்றன./ *(உரு வ.)* தேர்தல் என்பது ஜனநாயகத்தின் ஆணிவேர்.

ஆணுறுப்பு பெ. **விரைப்பையையும் ஆண்குறியையும் உள்ளடக்கிய பிறப்புறுப்பு/(குறிப்பாக) ஆண்குறி;** (in general) the male genitals/(specifically) penis. ஆணுறுப்பில் கோளாறுடன் பிறக்கும் குழந்தைகள் நவீன சிகிச்சை முறை கள்மூலம் பயன் பெறலாம்./ ஆணுறுப்பின் முன்தோலை அகற்றுவதன்மூலம் தொற்றுகளைத் தவிர்க்க முடியும்.

ஆணுறை பெ. **(கருத்தடைச் சாதனமாக அல்லது பாலுறவு நோய்த் தடுப்பாக) உடலுறவின்போது ஆண்குறியில் அணிந்துகொள்ளும் ரப்பரால் ஆன மெல்லிய உறை;** condom. ஆணுறை எய்ட்ஸ் நோயைத் தடுப்பதற்கும் உதவுகிறது.

ஆணை பெ. **1: உத்தரவு; கட்டளை;** order; command. இன்னும் இருபத்து நான்கு மணி நேரத்துக்குத் திட உணவு எதுவும் சாப்பிடக் கூடாது என்பது மருத்துவரின் ஆணை./ ஊதிய உயர்வு தொடர்பாக அரசு விரைவில் ஓர் ஆணை பிறப்பிக்கும். [*(தொ.சொ.)* **உத்தரவு/ கட்டளை**] **2: (கணிப்பொறியில் குறிப்பிட்ட செயலைச் செய்வதற்காக) மேற்கொள்ளப்படும் இயக்க முறை;** command. **3: (சாட்சி சொல்பவர் செய்யும்) சத்தியப் பிரமாணம்;** oath (by a witness before giving evidence). இறைவன்மேல் ஆணையாக நான் கூறுவது எல்லாம் உண்மை, உண்மையைத் தவிர வேறில்லை. **4: வாக்குறுதி கொடுக்கும் போதும் சூளுரைக்கும்போதும் ஒருவர் தான் மிகவும் போற்றும் அல்லது மதிக்கும் ஒருவரைச் சாட்சியாகக் கொண்டு கூறும் சொல்;** swear; vow. என் தாய்மீது ஆணை, பழிக்குப்பழி வாங்கியே தீருவேன்!/ உன்மேல் ஆணை, இனிமேல் நான் குடிக்கவே மாட்டேன்.

ஆணையம் பெ. **குறிப்பிட்ட பொறுப்புகளைச் சுதந்திரமாக நிர்வகிக்க அல்லது குறிப்பிட்ட செயலைச் செய்து முடிக்க அரசால் நியமிக்கப்பட்ட குழு;** commission. தேர்தல் ஆணையம்/ தமிழ்நாடு மாநில ஆட்சிமொழி ஆணையம்/ தேர்வாணையம்/ பிற்படுத்தப்பட்டோர் ஆணையம்.

ஆணையர் பெ. **குறிப்பிட்ட சில அரசுத் துறைகளில் தலைமைப் பொறுப்பு வகிக்கும் அதிகாரி;** commissioner. காவல்துறை ஆணையர்/ வருமான வரித் துறை ஆணையர்/ நகராட்சி ஆணையர்/ பஞ்சாயத்து ஒன்றிய ஆணையர்.

ஆணையாளர் பெ. *(இலங்.)* காண்க: **ஆணையர்.**

ஆத்தா(ள்) பெ. *(ஊரக வ.)* **1: தாய்;** mother. ஆத்தா, அப்பன் இல்லாத அநாதை. **2: பெண் தெய்வங்களைக் குறிப்பிடும் பொதுப்பெயர்;** common name of female folk deities. ஆத்தா! என்னைக் காப்பாற்று!/ மாரியாத்தா/ காளியாத்தா. **3: பாட்டி;** grandmother. கோடை விடுமுறைக்கு ஆத்தா வீட்டுக்குப் போய்விடுவோம்.

ஆத்தி பெ. **அதிக உயரம் வளராத, குதிரைக் குளம்பு வடிவத்தில் இலைகளைக் கொண்ட, வெளிர் பச்சை நிறத்தில் பூக்கள் பூக்கும், வறண்ட பகுதிகளில் காணப்படும் மரம்;** Burmese silk orchid. ஆத்தி ஒரு தல விருட்சம்.

99 ஆதரவு

ஆத்திகம் பெ. **கடவுள் உண்டு என்று நம்பும் கொள்கை;** belief in god; theism.

ஆத்திகன் பெ. **கடவுள் உண்டு என்ற கொள்கை உடையவர்;** theist.

ஆத்திரப்படு வி. *(-பட, -பட்டு)* **1: (அநியாயம், இயலாமை போன்றவற்றால்) மனம் கொதித்தல்; கோபப்படுதல்;** become angry. ஆத்திரப்படாமல் நிதானமாக யோசி என்று பெரியவர் புத்திமதி கூறினார்./ வரி பாக்கிக்காக வீட்டுக் கதவைத் தலையாரி கழட்டிக்கொண்டு போனதைப் பார்த்துத் தெருவே ஆத்திரப்பட்டது. **2:** *(வ.வ.)* **அவசரப்படுதல்;** be in a hurry. இன்றே மின் கட்டணம் செலுத்த வேண்டும் என்று ஏன் ஆத்திரப்படுகிறாய். வருகிற புதன்கிழமைவரை அபராதம் இல்லாமல் பணம் கட்டலாம்.

ஆத்திரம் பெ. *(-ஆக, -ஆன)* **1: (இயலாமை, ஏமாற்றம் முதலியவற்றால் ஏற்படும்) மனக் கொதிப்பு; கோபம்;** anger (due to frustration). அப்பா திட்டிவிட்டுப் போன பிறகு அவளுக்கு அழுகையும் ஆத்திரமுமாக வந்தது./ பதவி உயர்வு இந்த வருடமும் கிடைக்கவில்லை என்று தெரிந்ததும் ஏற்பட்ட ஆத்திரத்தை எப்படி அடக்கிக்கொள்வது என்று அவனுக்குத் தெரியவில்லை. **2: படபடப்பு; அவசரம்;** immodest hurry; impulsiveness. வீடு வாங்க வேண்டும் என்ற ஆத்திரம் மட்டும் இருந்தால் போதாது./ ஆத்திரக்காரனுக்குப் புத்தி மட்டு என்பார்கள்.

ஆத்திரம் அவசரம் பெ. *(பே.வ.)* **எதிர்பாராத நேரத்தில் ஏற்படும் நெருக்கடி;** emergency. ஆத்திரம் அவசரத்திற்கு ஏதாவது வாங்க வேண்டும் என்றால்கூடப் பக்கத்தில் ஒரு கடையும் கிடையாது./ இந்தப் பணத்தை வைத்துக்கொள். ஏதாவது ஆத்திரம் அவசரத்திற்கு உதவும்.

ஆத்துப்பற வி. *(-பறக்க, -பறந்து)* *(இலங்.)* **(அலைந்து திரிந்து) சிரமப்படுதல்; கஷ்டப்படுதல்;** become toil-worn. ஆத்துப்பறந்து வந்தவர்களுக்கு உணவு கொடுத்துத் தங்கவைத்தார்கள்./ ஆத்துப்பறக்க உழைத்தும் ஒரு சதமும் மிஞ்சவில்லை.

ஆத்மசுத்தி பெ. *(அ.வ.)* **மனத் தூய்மை;** purity of heart; honest intention. சுய லாப நோக்கம் இல்லாமல் அனைவரும் ஆத்மசுத்தியுடன் உழைக்க வேண்டும்.

ஆத்ம ஞானம் பெ. *(தத்.)* **தன்னைப் பற்றி அல்லது ஆன்மாவைப் பற்றி உணர்ந்து அறிவது;** self-realization. ஆத்ம ஞானம் பெற்றவனுக்கு உலகியல் ஆசைகள் ஏது?

ஆத்ம ஞானி பெ. *(தத்.)* **தன்னைப் பற்றியும் ஆன்மாவைப் பற்றியும் உணர்ந்து அறிந்தவர்;** person who has achieved self-realization.

ஆத்ம திருப்தி பெ. **ஒருவர் தான் கொண்டிருக்கும் மதிப்பீடுகளின் அடிப்படையில் (குறிப்பாகப் பொருள் ரீதியான வெற்றியைக் குறிக்கோளாகக் கொள்ளாமல்) ஒரு காரியத்தைச் செய்வதால் அடையும் மனநிறைவு;** satisfaction of one's soul. இவர் பணத்துக்காக அல்லாமல் ஆத்ம திருப்திக்காக எழுதுகிறார்.

ஆத்ம நண்பன் பெ. *(அ.வ.)* **உயிர் நண்பன்;** bosom friend. என் ஆத்ம நண்பனின் திருமணத்திற்கு நான் போகாமல் இருக்க முடியுமா?

ஆத்ம பரிசோதனை பெ. *(தத்.)* **(ஒருவர்) தனது சிந்தனை, செயல், வாழ்க்கை முறை போன்றவற்றைத் தீவிரமாக ஆராய்ந்து பார்த்துக்கொள்ளும் முயற்சி;** soul-searching. காந்தியடிகள் அடிக்கடி தன்னை ஆத்ம பரிசோதனைக்கு உட்படுத்திக்கொண்டார்.

ஆத்மா பெ. **1:** காண்க: **ஆன்மா. 2: நபர்;** person; soul. எதற்குமே கலங்காத இப்படி ஒரு ஆத்மாவை நான் பார்த்ததில்லை.

ஆத்மார்த்தம் பெ. *(-ஆக, -ஆன)* **1:** *(நட்பு, பழக்கம், பேச்சு முதலியவை குறித்து வருகையில்)* **எந்த விஷயத்தையும் மனம்விட்டுப் பகிர்ந்துகொள்ளக்கூடிய நெருக்கம்;** intimacy; closeness. ஆத்மார்த்தமாகப் பேசக்கூட இங்கு ஆள் இல்லை என்று கடிதத்தில் எழுதியிருந்தான்./ ஆத்மார்த்தமான நண்பன் பிரிந்து போனதில் அவருக்கு மிகவும் வருத்தம். **2: (ஒருவர் தன் மனநிறைவுக்காக மட்டும் ஒன்றைச் செய்யும்போது அனுபவிக்கும்) அலாதியான உணர்வு;** feeling of fulfilment. இரவு நீண்ட நேரம் ஆனதுகூடத் தெரியாமல் தனியாக உட்கார்ந்து ஆத்மார்த்தமாகப் பாடிக்கொண்டிருந்தார்.

ஆத்மீகம் பெ. காண்க: **ஆன்மீகம்.**

ஆதங்கப்படு வி. *(-பட, -பட்டு)* **(ஒன்று எதிர்பார்த்தபடியோ விரும்பியபடியோ நடக்காதபோது அல்லது இல்லாதபோது) மனக்குறையை வெளிப்படுத்துதல் அல்லது வருத்தப்படுதல்;** feel disappointed. நாடகம் நடத்த ஒரு நல்ல அரங்கம்கூட நம் ஊரில் இல்லையே என்று நகர மக்கள் ஆதங்கப்பட்டனர்./ தான் பரிசு வாங்குவதைப் பார்க்கத் தன் தாய் இல்லையே என்று அவன் ஆதங்கப்பட்டான்.

ஆதங்கம் பெ. **மனக்குறை;** feeling of frustration. இரண்டு நாள் விடுமுறை எடுத்துக்கொண்டு போயும் அவரைப் பார்க்க முடியவில்லையே என்கிற ஆதங்கத்தோடு திரும்பி வந்தேன்./ அவரைப் பாராட்டாமல் வந்துவிட்டோமே என்று ஆதங்கமாகக்கூட இருந்தது.

ஆதர்சம் பெ. *(-ஆக, -ஆன)* **உன்னதமான உதாரணமாகக் கொள்ளப்படுவது; இலட்சிய நிலை;** ideal; model. பண்டைய இலக்கியங்களை ஆதர்சமாகக் கொண்டிருந்தார் என்பதை அவர் கவிதைகளில் காணலாம்./ சித்தாந்தங்களிலிருந்து தங்களுக்கு வேண்டிய ஆதர்சங்களைப் பெற முடியும் என்று சிலர் நம்புகிறார்கள்./ ஆதர்ச தம்பதிகள்.

ஆதரவாளர் பெ. **(ஒருவரின் அல்லது ஓர் அமைப்பின் வளர்ச்சிக்கு) ஆதரவு தருபவர்;** supporter. ஆதரவாளர்களின் விருப்பத்துக்கு இணங்க அவர் தேர்தலில் போட்டியிடுகிறார்./ இந்த அமைப்புக்கு உலகம் முழுவதும் ஆதரவாளர்கள் இருக்கிறார்கள்.

ஆதரவு பெ. **1: (ஒருவருக்கு அல்லது ஒன்றுக்கு உதவியாக இருக்கும்) ஒத்துழைப்பு;** support; backing. இந்தக் கட்சிக்கு மக்களின் பெருத்த ஆதரவு உள்ளது./ உங்களுடைய ஆதரவு இருந்தால் மட்டுமே நான் தேர்தலில் வெற்றி பெற முடியும். **2: (ஒரு கருத்துக்கு, திட்டத்துக்குக் கிடைக்கும்) ஒப்புதல்; ஆமோதிப்பு;** approval. கூட்டத்தினர் கையைத் தூக்கி ஆதரவு தெரிவித்தனர். **3:** *(-ஆக, -ஆன)* **பக்கபலம்; அன்பான துணை;** support; help.

ஆதரவு விலை 100

அந்த அநாதைப் பையனுக்கு இருந்த ஒரே ஆதரவு அந்தக் கிழவிதான். [(தொ.சொ.) **அடைக்கலம்/ தஞ்சம்/ துணை**] 4: *(-ஆக, -ஆன)* **(ஒருவரிடம்) காட்டும் பரிவு;** affectionate concern. மகளை ஆதரவோடு அணைத்துக் கொண்டு தலையைத் தடவிக்கொடுத்தாள்./ அவனுடைய தோளை ஆதரவுடன் பற்றி ஆறுதல் சொன்னான். 5: **(செடி, கொடி முதலியவற்றுக்குக் கொடுக்கப்படும்) முட்டு; ஆதாரம்;** support; prop. கொடிக்கு ஆதரவாகக் கம்பை நட்டு வைத்தான். 6: *(அ.வ.)* **(ஒன்றை நிரூபிப்பதற்கான) சான்று;** evidence (in support of sth.). அவர் தனது முடிவுகளுக்கு ஆதரவாக வேதங்களிலிருந்து மேற்கோள் தந்திருக்கிறார்.

ஆதரவு விலை பெ. **(விவசாயிகளுக்கு உதவும் வகையில்) அறிவித்த விலைக்குக் கீழே விலை இறங்கினால் அறிவித்த விலைக்கே குறிப்பிட்ட விளைபொருளைத் தான் வாங்கிக்கொள்வதாக அரசு ஒவ்வொரு ஆண்டும் அறிவிக்கும் விலை;** support price announced by government every year to prevent distress sale of produce by farmers.

ஆதரி வி. *(ஆதரிக்க, ஆதரித்து)* 1: **ஒத்துழைப்பு வழங்குதல்; ஊக்குவித்தல்;** support; back (an organization or a member of an organization). இந்தத் தொகுதியில் உள்ள விவசாயிகள் யாரை ஆதரிக்கிறார்களோ அவர்தான் வெற்றி பெறுவார். 2: **(அன்புடன்) வளர்த்தல் அல்லது உதவுதல்;** give s.o. support; succour. பெற்றோர் இல்லாத தன்னை ஆதரித்த பெரியவர் காலமானபோது அவன் கலங்கிப்போனான். 3: **ஏற்றுக்கொள்ளுதல்;** accept; favour (a view, etc.,). சரித்திரப் பின்னணியில் பார்த்தால் இந்த முடிவை ஆதரிக்க வேண்டியிருக்கும்.

ஆதலால் இ.சொ. *(உ.வ.)* **'ஆகையால்' என்னும் பொருளில் இரண்டு வாக்கியங்களைத் தொடர்புபடுத்தும் இடைச்சொல்;** particle meaning 'therefore' relating two sentences; 'hence'. நாட்டை எதிர்நோக்கி இருக்கும் பிரச்சினைகள் பல. ஆதலால் நாம் ஒன்றுபட வேண்டும்.

ஆதவன் பெ. *(உ.வ.)* **சூரியன்;** sun. ஆதவனின் கிரணங்கள் பட்டுக் கோபுரக் கலசம் மின்னியது.

ஆதனம் பெ. *(இலங்.)* **சொத்து;** property. அவர் தனது ஆதனங்களையெல்லாம் விற்றுவிட்டார்.

ஆதாம் பெ. *(கிறித்.)* **கடவுள் படைத்த முதல் மனிதன் என்று விவிலியத்தில் கூறப்படும் மனிதன்;** Adam.

ஆதாயம் பெ. **லாபம்; பயன்;** profit; benefit. ஆதாயம் இல்லாத வியாபாரம் உண்டா?/ இதைச் செய்வதால் எனக்கோ என் குடும்பத்துக்கோ எந்த விதமான ஆதாயமும் இல்லை.

ஆதாயம் செலவு பெ. *(ஊரக வ.)* **(ஒரு வேலை, தொழில் போன்றவை தொடர்பான) வரவும் செலவும்; (அதைச் சார்ந்த) பொருளாதாரம்;** receipts and expenses of a transaction; the economics of any transaction. கல்யாணத்துக்குப் பந்தல் போட வேண்டும், கச்சேரி வைக்க வேண்டும் என்று ஆசைப்பட்டால் போதுமா? அதற்கான ஆதாயம் செலவு என்ன என்று பார்க்க வேண்டாமா?

ஆதார் அட்டை பெ. **இந்தியக் குடிநபர் ஒவ்வொருவருக்கும் இந்திய அரசு அளிக்கும் அவருடைய புகைப்படம், முகவரி, அவருக்கேயான பன்னிரண்டு இலக்க எண்கள் ஆகியவற்றைக் கொண்ட அடையாள அட்டை;** an identity card issued to every citizen by Indian government; aadhar card.

ஆதாரக் கல்வி பெ. **அடிப்படைக் கல்வி;** basic education.

ஆதாரபூர்வமாக/ஆதாரபூர்வமான வி.அ./பெ.அ. **தகுந்த சான்றுகளுடன்/தகுந்த சான்றுகளுடன் கூடிய;** authoritatively/authoritative. கம்பனின் காலம் ஆதாரபூர்வமாக நிரூபிக்கப்பட்டுவிட்டதா?/ ஆதாரபூர்வமான பதில்.

ஆதாரம் பெ. *(-ஆக, -ஆன)* 1: **(ஒன்றின்) ஆரம்ப இடம் அல்லது மூலம்;** origin; source. தமிழ்ப் பத்திரிகைகளில் வெளியான செய்திக்கு ஆதாரம் ஓர் ஆங்கில வார இதழ். 2: **மற்றொன்று தோன்றுவதற்குக் காரணமாக இருப்பது; அடிப்படை;** basis. ஓர் உண்மைச் சம்பவத்தை ஆதாரமாக வைத்துதான் இந்தக் கதை எழுதப்பட்டிருக்கிறது./ என்னுடைய கருத்துக்கு ஆதாரமாக உங்கள் முந்தைய கட்டுரையை எடுத்துக்கொள்கிறேன்./ மனித வாழ்க்கையின் ஆதாரமான குறிக்கோள் பரம்பொருளை அறிதல் என்று சமய நூல்கள் கூறுகின்றன./ நமது கல்வி அமைப்புகளுக்கு ஆதாரமான கோட்பாடுகளை வலுப்படுத்த வேண்டும். 3: *(பெரும்பாலும் பெயரடையாக)* **மிகவும் அவசியமானது;** basic. 4: **தகவலை உண்மை என்று நிறுவுவது; சான்று;** proof. சம்பவம் நடந்த தினத்தன்று நீங்கள் ஊரில் இல்லை என்பதற்கு ஆதாரம் உண்டா? 5: **தாங்கி நிற்பது; முட்டு;** prop; support. சுவர் சாயாமல் இருப்பதற்காக மூங்கிலை ஆதாரமாக வைத்திருந்தார்கள். 6: **(ஒன்று இருப்பதற்கான) மூலம்;** source; நீர் ஆதாரங்கள் குறைந்து வருகின்றன./ நிதி ஆதாரங்களுக்கு நாம் போதிய கவனம் செலுத்தவில்லை.

ஆதார விலை பெ. காண்க: **ஆதரவு விலை.**

ஆதி பெ. 1: **தொடக்கக் காலம்; முதல்;** (the very) beginning; being original. வால்மீகியை ஆதிகவி என்பார்கள்./ மகாபாரதத்தின் சில கிளைக் கதைகள் ஆதியில் நாட்டுப்புறக் கதைகளாக இருந்திருக்கலாம்./ ஆதியில் திருப்பி அனுப்பப்பட்ட என்னுடைய கதைகள் சில இப்போது திருத்தம் பெற்று வெளிவருகின்றன. 2: **தொடக்கம் அறியப்பட முடியாத பழமை;** unknown antiquity. ஆதி சிவன். 3: **அடிப்படை; மூலம்;** primary; basic. இதற்கெல்லாம் ஆதி காரணம் நம் முயற்சியின்மைதான்.

ஆதிக்கம் பெ. 1: **பிறரைத் தன் கட்டுப்பாட்டில் வைத்திருக்கும் நிலை; அதிகாரம் மேலோங்கிய நிலை;** dominance. வல்லரசுகளின் ஆதிக்கப் போக்கு. 2: **செல்வாக்கு ஓங்கியிருக்கும் நிலை;** dominance. கிரிக்கெட் விளையாட்டில் இலங்கையின் ஆதிக்கம் குறைந்துவிட்டது./ போக்குவரத்துத் துறையில் அரசு நிறுவனங்களின் ஆதிக்கம் மேலோங்கி இருக்க வேண்டும்./ அந்நியர் படையெடுப்பு, ஆதிக்கம் இவற்றால் நாடுகளின் சரித்திரங்கள் மாறுகின்றன. 3: **பாதிப்பு; தாக்கம்;** impact; influence. அவருடைய எழுத்தில் ஐரோப்பிய இலக்கியத்தின் ஆதிக்கம் அதிகம்.

ஆதிதிராவிடர் பெ. **அட்டவணை இனத்தைச் சார்ந்தவர்; தலித்;** (in India) member of a Scheduled Caste.

ஆதிபத்தியம் பெ. 1: *(அ.வ.)* **ஆதிக்கம்;** hegemony; dominance. இது ஆங்கிலேய ஆதிபத்தியத்தை எதிர்த்து நடந்த போராட்டம். 2: *(சோதி.)* **ஒரு கிரகம் தன் சொந்த இடத்தின் தன்மையைக் கொண்டு பலன்களைக் கொடுக்கும் அதிகாரம்;** power which a planet is said to possess by virtue of the house it occupies in one's horoscope. ஒருவருக்குச் செவ்வாய் தோஷம் உள்ளதா என்பதை ஜாதகத்தில் செவ்வாயின் ஆதிபத்தியத்தைக் கொண்டே நிர்ணயிக்க முடியும்.

ஆதிமனிதன் பெ. **கல் ஆயுதங்களின் பயன்பாட்டையும் தீயின் பயனையும் அறிந்திருந்த, ஏறத்தாழ 20 லட்சம் ஆண்டுகளுக்கு முன் வாழ்ந்த மனிதன்;** prehistoric man.

ஆதியோடந்தமாக வி.அ. **ஆரம்பம்முதல் முடிவுவரை; முழுவதுமாக;** from beginning to end. அவர் தன் பிரயாணக் கதையை ஆதியோடந்தமாகக் கூறி முடித்தார்.

ஆதிவாசி பெ. **பழங்குடி/அந்த இனத்தைச் சேர்ந்த நபர்;** tribe/tribal. ஆதிவாசிக் குழந்தைகளுக்காக மலைப் பகுதி களில் பள்ளிகள் திறக்கப்படுகின்றன.

ஆதினம் பெ. காண்க: **ஆதீனம்.**

ஆதீனகர்த்தர் பெ. காண்க: **ஆதீனம், 2.**

ஆதீனம் பெ. 1: **சைவத்தைப் பரப்புவதற்குச் சைவத் துறவிகளால் நிர்வகிக்கப்படும் அமைப்பு;** religious establishment managed by ascetics for the propagation of Saivism; (in India) mutt. 2: **மேற்குறிப்பிட்ட ஆதீனங் களின் தலைவர்;** head of a Saivaite mutt. ஆதீனம் கூறி யதை உங்களிடம் சொல்லிவிட்டேன்.

ஆதுரம் பெ. **பரிவும் அக்கறையும் கலந்த உணர்ச்சி;** warmth; concern. மகளின் கையை ஆதுரத்துடன் பற்றி ஆறு தலாகப் பேசினாள்./ 'நான்தான் கடிதம் போடவில்லை. நீயாவது போடக் கூடாதா?' என்று நண்பனிடம் ஆதுரத் துடன் கேட்டான்.

ஆந்தை பெ. **(மரப் பொந்தில் வாழும்) இரவில் இரை தேடும், பெரிய கண்களையும் தட்டையான முகத்தை யும் கொண்ட பறவை;** owl. எலிகளை ஒழிப்பதில் ஆந்தைகள் முக்கியப் பங்கு வகிக்கின்றன.

ஆப்பசோடா பெ. *(பே.வ.)* **சமையல் சோடா;** baking-soda; sodium bicarbonate.

ஆப்பம் பெ. **நடுப்பகுதி தடிமனாகவும், மென்மை யாகவும் ஓரம் மெல்லியதாகவும் இருக்கும், தோசை போன்ற உணவுப் பண்டம்;** rice preparation similar to தோசை but softer and thicker in the middle. ஆப்பத்துக்குத் தேங்காய்ப்பால் ஊற்றிச் சாப்பிடு.

ஆப்பு பெ. **(மரம் முதலியவற்றைப் பிளக்க அதன் வெடிப்பில் வைத்து) அடித்து உள் இறக்கப்படும் கூம்பு வடிவ மரக் கட்டை அல்லது இரும்புத் துண்டு;** wedge.

ஆப்பைக்கூடு பெ. **(கரண்டி, மத்து போன்றவற்றைச் செருகிவைக்க) தொங்கவிடப்பட்டிருக்கும், துளைகள் கொண்ட ஒரு சமையலறைச் சாதனம்;** a suspended narrow wooden board with holes, for holding ladles, etc., in the kitchen.

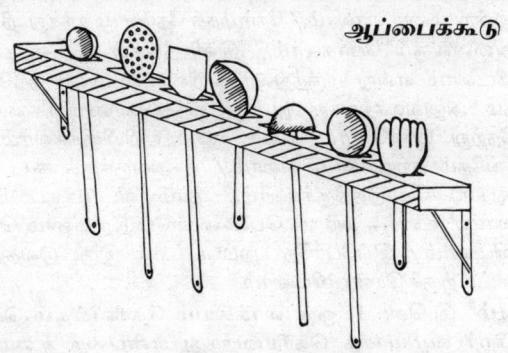

ஆப்பைக்கூடு

ஆபத்து பெ. (-ஆக, -ஆன) 1: **இழப்பு அல்லது தீங்கு ஏற்படும் சாத்தியக்கூறு; அபாயம்; கேடு;** danger; trouble; distress; harm. விபத்தில் சிக்கியவரை ஆபத்தான நிலையில் மருத்துவமனையில் சேர்த்திருக்கிறார்கள்./ ஆபத்தான வளைவுகளில் வண்டியின் வேகத்தைக் குறைத் தார்./ ஆபத்துக் காலத்தில் உதவிய நண்பர். 2: **தொல்லை களுக்குக் காரணம்;** source of trouble and inconvenience; risk. பகலில் நாயை அவிழ்த்துவிட்டது ஆபத்தாகப் போய்விட்டது.

ஆபத்பாந்தவன் பெ. *(அ.வ.)* **தக்க நேரத்தில் உதவி செய்து இக்கட்டிலிருந்து மீட்பவர்;** person who intervenes to help in extreme trouble or distress. ஆண்டவனை ஆபத்பாந்தவனாக எண்ணுவது இயல்பு./ தோற்றுவிடும் என்று நினைத்திருந்த நேரத்தில் டெண்டுல்கர் ஆபத்பாந்த வனாக ஓட்டங்களைக் குவித்து இந்திய அணியை வெற்றி பெறச்செய்தார்.

ஆபரணத் தங்கம் பெ. **நகை செய்ய ஏற்ற அளவு செம்பு கலந்த தங்கம்;** gold used for making ornaments. அண்மை யில் ஆபரணத் தங்கத்தின் விலை வெகுவாக உயர்ந்துள்ளது.

ஆபரணம் பெ. **(பெரும்பாலும் தங்கத்தால் ஆன) அணி கலன்; நகை;** (mostly gold) ornament. அரசர்களின் ஆடை ஆபரணங்களை அருங்காட்சியகத்தில்தான் காண முடியும்.

ஆபாசம் பெ. (-ஆக, -ஆன) 1: **கீழ்த்தரமான முறையில் பாலுணர்வைத் தூண்டிவிடக் கூடியது;** obscenity; pornography. ஆபாசக் காட்சிகள் நிறைந்த படம் தடை செய்யப்பட்டது./ படம் முழுதும் ஒரே ஆபாசம். 2: **தரக் குறைவு; கீழ்த்தரம்;** obscenities. குழந்தையை ஏன் ஆபாச மான வார்த்தைகளால் திட்டுகிறாய்? 3: *(அ.வ.)* **அரு வருப்பான கழிவுப் பொருள்;** refuse; filth. பன்றி ஆபா சத்தில் கிடந்து புரண்டு எழுந்தது.

-ஆம்[1] து.வி. (-அல் விகுதி ஏற்ற வினை வடிவத்துடன் சேர்க்கப்படும்போது) **சாத்தியம் இருத்தல், அனுமதித் தல், அனுமானித்தல், யோசனை கூறுதல், முடிவெடுத் தல் போன்ற பொருளைத் தரும் ஒரு துணை வினை;** auxiliary verb added to verbal nouns ending in -அல் to express probability, permission, possibility, suggestion or proposal. விதியை மீறியதற்காக அவர் தண்டிக்கப்படலாம்./

இன்று மழை வரலாம்./ நேர்முகத் தேர்வு முடிந்தது. நீங்கள் அனைவரும் போகலாம்./ இனி நீங்கள் முட்டை சாப்பிடலாம் என்று மருத்துவர் கூறினார்./ அவர் தற்போது நம் அலுவலகத்துக்கு நடந்து வந்துகொண்டிருக்கலாம்./ நேற்று இன்னேரம் அவர் ரயில் ஏறியிருக்கலாம்./ நீ சங்கீதம் கற்றுக்கொள்ளலாம்./ நீ அவருக்குக் கூட நூறு ரூபாய் கொடுத்திருக்கலாம்./ நாம் வீட்டுக்குப் போகலாம்./ உனக்கு அந்தப் பெண்ணையே திருமணம் செய்துவிடலாம்./ இப்போதே புறப்பட்டால் இருட்டுவதற்குள் வீட்டிற்குச் சென்றுவிடலாம்.

-ஆம்^{2} இ.சொ. 1: **ஒரு வாக்கியம் தெரிவிக்கும் செய்தி பிறர் வழியாகத் தெரியவந்தது என்பதை உணர்த்துவதற்காக அந்த வாக்கியத்தின் பயனிலையுடன் சேர்க்கப்படும் இடைச்சொல்;** particle added to the predicate of a sentence to indicate that the information conveyed in the sentence is only reported or inferred. அவருக்கும் அவர் மனைவிக்கும் சண்டையாம்./ இயற்கையான மரணம் இல்லையாம். தற்கொலையாம். 2: **ஒரு கூற்றின் உண்மையை ஏற்பதில் ஒருவருக்கு உள்ள அவநம்பிக்கையை வெளிப்படுத்துவதற்காக ஒரு வாக்கியத்தின் பயனிலையோடு சேர்க்கப்படும் இடைச்சொல்;** particle used for ridiculing a statement. குடிசைபோல் ஒரு கட்டடம். இது பள்ளிக்கூடமாம்./ அவர் நல்லவராம். அவரை நம்பலாமாம். 3: **(எண்ணுப்பெயர்களோடு இணைக்கப்படும்போது) ஒன்று ஒரு வரிசையில் அமைந்திருக்கும் நிலையைக் காட்டுவதற்குக் குறிப்பிட்ட சொல்லோடு சேர்ந்து மற்றொரு சொல்லை உருவாக்கும் இடைச்சொல்; 'ஆவது';** particle forming ordinal numbers. எட்டாம் தேதி/ இரண்டாம் வகுப்பு.

ஆம்^{3} இ.சொ. **கேள்விக்கு உடன்பாட்டைத் தெரிவிக்கும்போது பயன்படுத்தும் இடைச்சொல்;** particle expressing affirmative response to a question; 'yes'. 'இது உன் தம்பியா?' 'ஆம், என் தம்பிதான்.'/ 'அவர் நேற்று வந்திருந்தாரா?' 'ஆம், வந்திருந்தார்.'

ஆம்பல் பெ. (உ.வ.) **அல்லி மலர்;** a water-lily. ஆம்பல் பூத்த தடாகம்.

ஆமணக்கு பெ. **விளக்கெண்ணெய் எடுக்கப் பயன்படும் கரும்பழுப்பு நிற விதை/மேற்குறிப்பிட்ட விதையைத் தரும், ஐந்து பிரிவாகப் பிரிந்த இலைகளைக் கொண்ட செடி;** castor seed/plant giving these seeds.

ஆமத்துறு பெ. (இலங்.) **பௌத்தத் துறவி; பிக்கு;** Buddhist monk. அவருடைய இரண்டாவது பையன் ஆமத்துறு ஆகிவிட்டான்./ சின்ன வயதிலிருந்தே ஆமத்துறு ஆக வேண்டும் என்பது அவன் விருப்பம்./ ஆமத்துறுவுக்கு இன்று எங்கள் வீட்டில் தானம் கொடுத்தோம்.

ஆமவடை பெ. **(வெங்காயம் போடாத) மசால் வடை;** kind of வடை made without onion.

ஆமாப்போடு வி. (-போட, -போட்டு) (இலங்.) **சிந்தித்துப்பார்க்காமல் ஒருவர் சொல்வதை எல்லாம் அப்படியே ஏற்றுக்கொள்ளுதல்;** be a yes-man. நண்பர்கள் வந்து என்ன சொன்னாலும் அண்ணா ஆமாப்போடுவார்./ நான் சொல்லும் எல்லாவற்றுக்கும் ஆமாப்போடாமல் உனது சொந்தக் கருத்தைக் கூறு.

ஆமாம் இ.சொ. 1: காண்க: **-ஆம்^{2}**. 2: **(பெரும்பாலும் உரையாடலில்) ஏற்கனவே கூறப்பட்டுள்ளதைக் குறித்துக் கேள்வி கேட்கும்போது கேள்வி வாக்கியத்தின் தொடக்கமாக வரும் இடைச்சொல்;** particle used to refer to a statement made earlier while asking a question. 'ஆமாம், அப்படி என்ன அதிசயம் அந்தப் புடவையில்?'/ 'ஆமாம், நீ ஊருக்குப் போவதாகச் சொன்னாயே, போகவில்லையா?'/ 'ஆமாம், வீடு மாற்றப் போவதாகச் சொன்னாயே. வீடு கிடைத்துவிட்டதா?'

ஆமாம் சாமி பெ. (பே.வ.) **உயர் பதவியில் அல்லது சமூகத்தில் உயர் நிலையில் இருப்பவரை (சுயநலத்துக்காக) மகிழ்விக்கும் வகையில் அவர் சொல்வதற்கெல்லாம் உடன்படுபவர்;** yes-man. ஆமாம் சாமியாக இருந்தால்தான் உலகத்தில் பிழைக்க முடியும்போல் இருக்கிறது.

ஆமான பெ.அ. (இலங்.) 1: **திறமை வாய்ந்த;** capable. ஆமான பெண்./ அவன் படிப்பில் ஆமானவன்./ ஆமான மாணவனாக இருந்தால் சோதனையில் தேறியிருப்பான். 2: **நல்ல;** good. அவள் ஆமானவள் என்றால் வழியில் கண்டெடுத்த காசை யாருடையது என்று கேட்டுக் கொடுத்துவிடுவாள்./ அந்த ஆள் ஆமானவன். கஷ்டத்திலும் குடும்பத்தை நிமிர்த்தியவன்./ ஆமான இடத்தில் எனது மகனுக்கு ஒரு பெண் பார்.

ஆமை பெ. **குஞ்சு பொரிப்பதற்காகத் தன் முட்டைகளை நிலத்தில் புதைக்கும், கடினமான ஓட்டைக் கொண்டிருக்கும் (நிலம், நன்னீர், கடல் ஆகியவற்றில் வசிக்கும் இனங்களை உள்ளடக்கிய) ஊர்வன இனத்தைச் சேர்ந்த பிராணிகளைக் குறிக்கும் பொதுப்பெயர்;** generic term for tortoise, terrapin and turtle. தரைவாழ் ஆமைகளால் மட்டுமே பாதுகாப்புக்காகக் கால்களையும் தலையையும் தங்கள் ஓட்டினுள் இழுத்துக்கொள்ள முடியும்./ கடல் ஆமை/ ஆமை மாதிரி நடந்துவராமல் வேகமாக வா!

ஆமை

ஆமைப் பூட்டு பெ. (இலங்.) **அரை வட்ட வடிவில், கனமாக இருக்கும் ஒரு வகைப் பூட்டு;** heavy padlock in the shape of a turtle. ஆமைப் பூட்டு ஒன்று வாங்கிப் பெட்டியைப் பூட்டிவை. உனது பணத்தை யாரும் எடுக்க மாட்டார்கள்./ ஆமைப் பூட்டின் மூன்று சாவிகளில் ஒன்றை அம்மாவிடம் கொடுத்துவை.

ஆமோதி வி. *(ஆமோதிக்க, ஆமோதித்து)* **1: ஒப்புக்கொள்ளுதல்; ஏற்றுக்கொள்ளுதல்;** approve of sth.; agree with. அவர் சொன்னதை எல்லோரும் ஒருமனதாக ஆமோதித்தனர்./ அவளுடைய வாதத்தை ஆமோதிப்பது போல நண்பர் புன்னகைபுரிந்தார். **2: வழிமொழிதல்;** second (a motion, etc.,). குழுவின் தலைவர் கொண்டு வந்த தீர்மானத்தை உறுப்பினர் ஒருவர் ஆமோதித்தார்.

ஆய்[1] வி. *(ஆய, ஆய்ந்து)* **1: (கீரைகளிலிருந்தும் சில வகைக் காய்கறிகளிலிருந்தும் காம்பு, வேர் போன்ற பகுதிகளை) கிள்ளிக் களைதல்/(மீனின் செதில், நண்டின் ஓடு முதலியவற்றை) நறுக்கி எடுத்தல்;** (of greens) clean and prepare for cooking/(of fish, crab, etc.,) dress. **2:** *(உ.வ.)* **ஆராய்தல்;** analyse; research. அறிஞர் பெருமக்கள் தாம் ஆய்ந்து கண்ட உண்மைகளை இந் நூலில் கூறியிருக்கின்றனர்.

-ஆய்[2] இ.சொ. **-ஆக**[1] **என்பதன் (ஐந்தாவது, ஆறாவது, எட்டாவது பொருளைத் தவிர்த்து மற்ற) எல்லாப் பொருளிலும் பயன்படுத்தப்படும் இடைச்சொல்;** particle used in all the senses of -ஆக[1] (except 5, 6 and 8). குழந்தை அழகாய்ச் சிரித்தது./ மனம் பஞ்சாய்ப் பறந்தது./ அவருக்குக் கோபம்கோபமாய் வந்தது./ அவர் எனக்குப் பணம் தருவதாய்ச் சொன்னார்.

ஆய்க்கினை பெ. *(இலங்.)* **நச்சரிப்பு;** pestering. இவனுடைய ஆய்க்கினையைத் தாங்க முடியாமல்தான் கடற்கரைக்குக் கிளம்பினோம்./ எந்த நேரமும் படத்துக்குப் போக வேண்டும் என்று ஆய்க்கினை செய்துகொண்டிருப்பான்.

ஆய்தம் பெ. *(மொழி.)* **குரல்வளையில் உரசிக்கொண்டு வரும் உச்சரிப்பு முறையையும், இரு புள்ளிகள் கீழும் ஒரு புள்ளி மேலுமாகவும் இருக்கும் 'ஃ' என்ற அமைப்பையும் கொண்ட வரிவடிவம்;** letter of the Tamil alphabet represented by three dots arranged like a trefoil *(ஃ)* and pronounced as a velar fricative.

ஆய்வகம் பெ. **சோதனைக்கூடம்;** laboratory (in a hospital, factory, school, etc.,). மூளையிலிருந்து அறுவைச் சிகிச்சை செய்து எடுத்த கட்டியை ஆய்வகத்திற்கு அனுப்பியுள்ளனர்.

ஆய்வடங்கல் பெ. **குறிப்பிட்ட பொருளின் அடிப்படையில் ஆய்வுக் கட்டுரைகளை, நூல்களை வரிசைப்படுத்தித் தரும் பட்டியல்;** bibliography. ஜெயகாந்தன் ஆய்வடங்கல்.

ஆய்வாளர் பெ. **1: ஒரு குறிப்பிட்ட துறையில் அல்லது தேர்ந்தெடுத்த தலைப்பில் ஆராய்ச்சி செய்பவர்; ஆராய்ச்சி மாணவர்;** researcher; investigator; analyst. **2: (காவல்துறை, சுங்கத் துறை போன்றவற்றில்) இடைநிலை அதிகாரி;** inspector (of police department, customs, etc.,). காவல்துறை ஆய்வாளர்/ சுங்கத் துறை ஆய்வாளர். **3: ஒரு அலுவலகம், நிறுவனம் போன்றவற்றின் செயல்பாட்டைச் சோதனை செய்யும் அதிகாரி;** inspector. சுகாதார ஆய்வாளர்/ மோட்டார் வாகன ஆய்வாளர்/ விற்பனை வரி ஆய்வாளர்.

ஆய்வு பெ. **1: ஆராய்ச்சி;** research; investigation; exploration. எண்ணெய் இருப்பதை அறிய ஆற்றுப் படுகைகளில் ஆய்வு மேற்கொள்ளப்பட்டிருக்கிறது./ இலக்கிய ஆய்வுக் கட்டுரை. [*(தொ.சொ.)* ஆராய்ச்சி/ சோதனை/ பரிசோதனை] **2: (திட்டம் முதலியன ஏற்கப்படுவதற்கு உரிய) பரிசீலனை;** (of plans, etc.,) examination. புதிய குடிநீர்த் திட்டம் சம்பந்தப்பட்ட வாரியத்தின் ஆய்வில் உள்ளது.

ஆய்வுக்கூடம் பெ. **(அறிவியல் துறை முதலியவற்றில்) சோதனைகளுக்குத் தேவையான கருவிகள் இருக்கும் இடம்;** laboratory.

ஆய்வேடு பெ. **(பெரும்பாலும் உயர்கல்வி நிறுவனங்களில் பட்டம் பெறுவதற்கு) ஒரு குறிப்பிட்ட துறையில் செய்த ஆராய்ச்சியின் முடிவுகளைத் தொகுத்து எழுதப்படும் கட்டுரை;** thesis; dissertation.

ஆயக்கட்டு பெ. *(ஊரக வ.)* **குறிப்பிட்ட பாசன வசதி மூலம் பயன் பெறும் நிலப் பரப்பு;** the area which benefits from a particular source of irrigation; (in India) ayacut. 24 ஆயிரம் ஏக்கர் ஆயக்கட்டைக் கொண்ட இந்த ஏரியின் உயரம் 35 அடி ஆகும்./ புதிய வீராணம் திட்டத்தை அமல்படுத்தும்போது வீராணம் ஏரியின் ஆயக்கட்டுப் பகுதி எந்த விதத்திலும் பாதிக்கப்படாது என்று அரசு உறுதியளிக்கிறது.

ஆயக்கால் பெ. **கோயில் பல்லக்கு வீதிவலத்தில் நிற்கும்போது பல்லக்கு வாரையை வைக்கப் பயன்படுத்தும், மேல்பகுதியில் அரைவட்டமாக இருக்கும் இரும்புப் பட்டையைக் கொண்ட கழி;** a stand with a steel bracket its head to rest the palanquin.

ஆயத்த ஆடை பெ. **தேவையான அளவுகளில் தைக்கப்பட்டு விற்பனைக்குக் கிடைக்கும் ஆடை;** ready-made garments.

ஆயத்தப்படு வி. *(-பட, -பட்டு)* **(நடக்க இருக்கும் ஒரு நிகழ்ச்சிக்கு அல்லது செயலுக்கு) தயார் செய்தல்;** get ready; prepare. செய்முறைத் தேர்வில் நாங்கள் நல்ல மதிப்பெண்கள் பெற வேண்டும் என்பதற்காக வேதியியல் ஆசிரியர் எங்களைத் தகுந்த முறையில் ஆயத்தப்படுத்தினார்./ ஊருக்குப் புறப்பட ஆயத்தப்பட்டுக்கொண்டிருக்கும்போது தான் அந்தச் செய்தி வந்தது.

ஆயத்தப்படுத்து வி. *(-படுத்த, -படுத்தி)* **(ஒன்றைச் செய்ய) உரிய ஏற்பாடுகளைச் செய்தல்;** get ready s.o. அறுவைச் சிகிச்சைக்கு நோயாளியை ஆயத்தப்படுத்தினார்கள்.

ஆயத்தம் பெ. **1: (நடக்க இருக்கும் ஒரு நிகழ்ச்சிக்காக அல்லது செயலுக்காக மேற்கொள்ளும்) திட்டமிட்ட ஏற்பாடு; முன்னேற்பாடு;** preparations. மாலை நடக்கப் போகும் வரவேற்பிற்கான ஆயத்தங்கள் நடந்துகொண்டிருந்தன./ ஆற்றிலிருந்து ஊருக்குக் குடிநீர் கொண்டுவருவதற்கான ஆயத்தப் பணிகள் மேற்கொள்ளப்பட்டுள்ளன. **2: (-ஆக, -ஆன) தயார் (நிலை);** (state of) readiness. போர் மூளுமானால் அதைச் சமாளிக்க ராணுவம் ஆயத்தமான நிலையில் இருக்கிறது./ வண்டி நிற்கும் முன்பாகவே அனைவரும் ஆயத்தமாக எழுந்து நின்றார்கள்.

ஆயத்தீர்வை பெ. **தொழிற்சாலைகளில் தயாரிக்கப்படும் பொருள்களுக்கு உள்நாட்டில் விதிக்கப்படும் தீர்வை;** excise duty.

ஆயம்[1] பெ. *(கிறித்.)* **ஆயரின் நிர்வாகத்திற்கு உட்பட்ட பகுதி; மறை மாவட்டம்;** diocese.

ஆயம்[2] பெ. *(இலங்.)* **குத்தகை;** lease. பணங்காணியை ஆயத்துக்குக் கொடுத்திருக்கிறேன்./ இந்த வருட ஆயக் காசை அவர் இன்னும் தரவில்லை.

ஆயர் பெ. **1:** *(உ.வ.)* **இடையர்;** cowherd. ஆயர் குலத்தில் உதித்தவன் கண்ணன். **2:** *(கிறித்.)* **மறை மாவட்டத்தை நிர்வகிக்கத் திருத்தந்தையால் நியமிக்கப்பட்ட குரு;** bishop.

ஆயா பெ. **1: (வீட்டில் அல்லது பள்ளியில்) குழந்தைகளைக் கவனித்துக்கொள்ள நியமிக்கப்பட்டிருக்கும் பணிப்பெண்;** nursemaid; nanny. **2: மருத்துவமனையில் பணிபுரியும் கடைநிலைப் பெண் ஊழியர்;** female orderly (in a hospital). நோயாளியின் அறையை ஆயா சுத்தம் செய்துகொண்டிருந்தாள். **3:** *(வ.வ.)* **வயது முதிர்ந்த பெண்மணியை மரியாதையுடன் அழைக்கப் பயன்படுத்தும் சொல்;** (polite term for an) elderly woman. ஆயா! மூன்று முழம் பூ கொடு. **4:** *(வ.வ.)* **பாட்டி;** grandmother.

ஆயாசம் பெ. *(-ஆக)* **1: (உடல்) களைப்பு; (மன) சோர்வு;** (physical) tiredness; feeling of exhaustion; (mental) fatigue. தண்ணீர் தூக்கி வந்த ஆயாசம் தீரச் சற்று உட்கார்ந்தாள்./ அரசுத் திட்டத்தின் பலன்கள் முழுமையாக மக்களைச் சென்றடைவதில்லை என்பது ஆயாசத்தைத் தருகிறது. **2: (நிறைவாக உண்பதால் ஏற்படும்) களைப்பு;** languor (felt after a heavy meal). உண்ட ஆயாசம் தீரச் சற்று நேரம் உறங்கினார்.

ஆயிரத்தில் ஒருவர் பெ. **பல நல்ல குணங்களும் தன்மைகளும் நிறைந்த அரிய மனிதர்;** rare person; one in a million. தன் தம்பிகளின் நலனுக்காக அவர் திருமணமே செய்துகொள்ளவில்லை. அவர் ஆயிரத்தில் ஒருவர்./ மாமியாரைத் தன் தாயைப் போல பார்த்துக்கொள்கிறார். உண்மையிலேயே இவர் ஆயிரத்தில் ஒருவர்தான்.

ஆயிரம் பெ. **1: நூறு என்னும் எண்ணின் பத்து மடங்கு;** one thousand. **2: (இத்தனை என்று குறிப்பிடாமல் பொதுமைப்படுத்திக் கூறும்போது) பல;** thousand. எங்களுக்குள் ஆயிரம் இருக்கும். அதைக் கேட்க நீ யார்?/ இருக்கும் ஆயிரம் வேலைகளுக்குள் எதைச் செய்வது என்றே தெரியவில்லை./ ஆயிரம் சொன்னாலும் அவன் திருந்த மாட்டான்.

ஆயிரம் இருந்தாலும் வி.அ. **ஒருவரோடு எவ்வளவு மனத்தாங்கல் இருந்தாலும்; என்னதான் குறைகள் இருந்தாலும்;** whatever may be a good reason for. ஆயிரம் இருந்தாலும் நீ வீடேறி அவனை அடித்தது தப்பு./ ஆயிரம் இருந்தாலும் தம்பியை விட்டுக்கொடுத்துப் பேச முடியுமா?

ஆயிரம் பிறை கண்ட பெ.அ. **(எண்பது ஆண்டுகள் வாழும் ஒருவர் ஆயிரம் பிறைகள் காண்பார் என்ற கணக்கில் அவரைப் பாராட்டிக் கூறும்போது) எண்பது வயது நிறைந்த;** admiring reference to a person who has completed eighty years of age. ஆயிரம் பிறை கண்ட எங்கள் பாட்டனாரை அவருடைய மாணவர்கள் கௌரவித்துப் பொன்னாடை போர்த்தினர்.

ஆயில்யம் பெ. *(சோதி.)* **இருபத்தேழு நட்சத்திரங்களில் ஒன்பதாவது;** the ninth of the twenty-seven divisions of the zodiac in Indian astrology, corresponding to an asterism, but smaller than a constellation.

ஆயிற்று வி.மு. **1: நிர்ப்பந்தத்தைத் தெரிவிக்கப் பயன்படுத்தும் சொல்;** word used to refer to the pressurizing insistency of s.o.'s demand. இப்போது தன்னுடன் வந்தால்தான் ஆயிற்று என்று என் நண்பன் என்னை நச்சரிக்கிறான்./ சொத்தை இப்போது பிரித்தால்தான் ஆயிற்று என்கிறான் என் மகன். **2: ஒரு பிரச்சினையில் அல்லது ஒரு விஷயத்தில் ஒருவர் மேலும் சம்பந்தப்பட விரும்பவில்லை என்பதை வெளிப்படுத்த வாக்கியத்தில் இரண்டு முறை பயன்படுத்தும் சொல்;** word used twice in a sentence to indicate that one is uninterested in sth. நீ கேட்ட மாதிரி கடை வைத்துக்கொடுத்துவிட்டேன். இனிமேல் நீ ஆயிற்று, உன் கடை ஆயிற்று./ என் மகனை ஒருவழியாகக் கல்லூரியில் சேர்த்துவிட்டேன். இனிமேல் அவன் ஆயிற்று, அவன் படிப்பு ஆயிற்று. **3:** (பெரும்பாலும் முன்னிலையிலும் படர்க்கையிலும்) **ஒரு நபர் ஒன்றின் மீது காட்டும் ஈடுபாடு குறித்து மற்றவர் தன் எரிச்சலைக் காட்டுவதற்காக வாக்கியத்தில் இரண்டு முறை பயன்படுத்தும் சொல்;** word used by a person to express disdain of s.o.'s preoccupation. வேலையில் மூழ்கியிருந்தவரைப் பார்த்து 'நீங்களும் ஆயிற்று, உங்கள் வேலையும் ஆயிற்று. சாப்பிட வாருங்கள்' என்றாள்./ 'அவருக்கு நாய் என்றால் மிகவும் பிரியம்'. 'ஆமாம், அவரும் ஆயிற்று, அவர் நாயும் ஆயிற்று'. **4:** (பெரும்பாலும் தன்மை இடத்தில்) **ஒன்றுக்குத் தான் பொறுப்பு என்று கூறி நம்பிக்கையை ஏற்படுத்தப் பயன்படுத்தும் சொல்;** (usually with first person) used to assure the other that one is there to help. உனக்கு நாளைக்குள் ஆயிரம் ரூபாய் வேண்டும். அவ்வளவுதானே, நான் ஆயிற்று.

ஆயின் இ.சொ. *(உ.வ.)* **1: இரண்டு கூற்றுகளில் மாறாகவோ விலக்காகவோ இருப்பதை முதல் கூற்றோடு தொடர்புபடுத்தும் இடைச்சொல்; ஆனால்;** particle used in the sense of 'but'. உனக்குப் பணம் தருகிறேன். ஆயின் இதை வெளியே சொல்லக் கூடாது. **2: இரண்டு கூற்றுகளில் முதல் கூற்று நிபந்தனையாக அமையும்போது பயன்படுத்தப்பட்டு இரண்டாவது கூற்றுடன் முதல் கூற்றைத் தொடர்புபடுத்தும் இடைச்சொல்; 'ஆனால்';** particle used in the sense of 'if'. அவர் வருவாராயின் நான் மகிழ்ச்சியடைவேன்.

ஆயினும் இ.சொ. *(உ.வ.)* **'ஆனாலும்' என்ற பொருளில் இரண்டு வாக்கியங்களை இணைக்கும் இடைச்சொல்;** particle used in the sense of 'nevertheless'; 'although'. பல நூல்கள் வெளியாகின்றன. ஆயினும் படிக்கத் தகுந்த நூல்கள் குறைவே./ இவர்கள் அனைவரும் அமெரிக்கர்களே. ஆயினும் உருவத்திலும் நிறத்திலும் வேறுபாடு உடையவர்கள்./ பிரபல நடிகர்கள் இந்தப் படத்தில் நடிக்கவில்லையாயினும் படம் தோல்வி அடைந்துவிடவில்லை.

ஆயுசு பெ. *(பே.வ.)* காண்க: **ஆயுள்.**

ஆயுட்காலம் பெ. காண்க: **ஆயுள்** (இரண்டாவது பொருளைத் தவிர்த்து).

105 ஆயுள்ரேகை

ஆயுட்கால வரி பெ. **(வாகனத்தின் வாழ்நாள் உள்ள வரையில் என்ற பொருளில் குறிப்பிடப்பட்டாலும் 15 ஆண்டு காலம்வரையில் செல்லத்தக்கதாக) ஒரு புதிய வாகனம் வாங்கும்போது வாகன உரிமையாளர் அரசுக்குச் செலுத்தும் சாலை வரி;** life time (road) tax for vehicles.

ஆயுதக்குழு பெ. **(அரசுக்கு எதிராக) ஆயுதம் ஏந்திய தீவிரவாதக் குழு;** armed extremist group. காட்டில் மறைந்துள்ள ஆயுதக் குழுக்களைத் தேடிக் கண்டுபிடிக்கத் தனிப்படை அமைக்கப்பட்டுள்ளது.

ஆயுத (காவல்) படை பெ. **(கலவரத்தை அடக்குவது போன்ற பணிகளுக்காக) எப்போதும் தயார் நிலையில் இருக்கும் காவல்துறையின் படை;** Armed Reserve Police. வாக்கு எண்ணிக்கை நடைபெறும் இடங்களில் ஆயுதப் படை நிறுத்தப்பட்டுள்ளது.

ஆயுத கேசு பெ. (பே.வ.) **(பிரசவ வலி ஏற்பட்டு, இயல்பான முறையில் குழந்தை வெளியே வராதபோது) இடுக்கி போன்ற கருவியைக் கொண்டு கருப்பையில் இருக்கும் குழந்தையின் தலைப் பகுதியைப் பிடித்து வெளியே எடுக்கும் மருத்துவ நடைமுறை;** forceps delivery.

ஆயுத தளபாடம் பெ. (இலங்.) **(ராணுவம் போரில் பயன்படுத்தும்) தளவாடம்;** munitions. நாட்டின் பாதுகாப்புக் கருதி அதிகமான ஆயுத தளபாடங்களை வாங்கப் போவதாகப் பாதுகாப்பு அமைச்சர் கூறினார்.

ஆயுத பூஜை பெ. **நவராத்திரிப் பண்டிகையில் சரஸ்வதி பூஜையன்று அவரவர் தம் தொழிலில் பயன்படுத்தும் கருவிகளுக்குச் செய்யும் பூஜை;** worship of tools and implements by tradesmen and professionals on the ninth day of நவராத்திரி.

ஆயுதம் பெ. **1: போரில் பயன்படுத்தும் கருவி;** weapons of war; arms. ஆயுதம் ஏந்திய வீரர்கள். **2: (ஒருவரை) தாக்கி உயிருக்கு ஆபத்து ஏற்படுத்தக்கூடிய கருவி;** weapon. அவர் ஏதோ ஓர் ஆயுதத்தால் தாக்கப்பட்டு இறந்திருக்கிறார். **3: (பிரசவ வலி உண்டாகி, இயல்பான முறையில் குழந்தை வெளியே வராதபோது கருப்பையில் இருக்கும் குழந்தையின் தலைப் பகுதியைப் பிடித்து வெளியே எடுக்கப் பயன்படும்) நெருக்கிப் பிடிக்க ஏதுவாக அகன்றும் வளைந்தும் இருக்கும் நுனிப்பகுதியைக் கொண்ட, இடுக்கி போன்ற மருத்துவக் கருவி;** forceps. அவளுக்கு ஆயுதம் போட்டுதான் குழந்தையை வெளியே எடுத்தார்கள்.

ஆயுதம் ஏந்து வி. (ஏந்த, ஏந்தி) **சாதாரண சூழ்நிலையில் ஆயுதங்களைப் பயன்படுத்தாதவர்கள் குறிப்பிட்ட சூழ்நிலையில் ஆயுதங்களைப் பயன்படுத்துதல்;** take up arms (against s.o.). ஆங்கிலேயர் ஆட்சிக்கு எதிராக ஆயுதம் ஏந்திய இளைஞர்கள் பலர்./ அடக்குமுறை அதிகரித்தால் எளிய குடிமக்களும் ஆயுதம் ஏந்தத் தயங்க மாட்டார்கள்.

ஆயுர்வேதம் பெ. **பெரும்பாலும் மூலிகைகளைக் கொண்டு நோய்களுக்குச் சிகிச்சை அளிக்கும் இந்திய மருத்துவ முறை;** Indian system of medicine using mostly herbal preparations; ayurveda.

ஆயுள் பெ. **1: உயிர் வாழும் காலம்;** life; lifespan. மனிதனோடு ஒப்பிடும்போது பெரும்பாலான மிருகங்களின் ஆயுள் குறைவுதான்./ நீ ஆயுள் முழுவதும் படித்துக்கொண்டே இருந்துவிடப்போகிறாயா? **2: உயிர்;** life. அவனுக்கு ஆயுள் கெட்டியாக இருந்ததால்தான் விபத்திலிருந்து தப்பினான்./ என் ஆயுள் உள்ளவரை நீ செய்த உதவியை மறக்க மாட்டேன். **3: ஓர் இயந்திரம் நன்றாகச் செயல்படும் என்று உத்தேசமாக நிர்ணயிக்கப்பட்ட காலம்;** lifespan (of a machine). மின்கலனின் ஆயுளை அதிகரிக்க உரிய பராமரிப்பு அவசியம். **4: ஓர் அமைப்பில் உள்ள உறுப்பினர்களின் பதவிக் காலம்;** term (of office). மூன்று மாநிலச் சட்டசபைகளின் ஆயுள் காலமும் முடிவடைந்துவிட்டதால் தேர்தல் நடத்தப்பட வேண்டும். **5:** (வேதி.) **கதிர்வீச்சால் அணு முற்றிலும் அழிந்துவிடும்வரையிலான காலம்;** life (of an isotope). சில ஐசோடோப்புகளின் ஆயுள் தன்னியல்பான கதிர்வீச்சால் குறுகிவிடுகிறது.

ஆயுள் உறுப்பினர் பெ. **தன்னுடைய ஆயுட்காலம் வரையில் ஒரு அமைப்பில் அங்கத்தினராக ஏற்கப்பட்டவர்;** life member.

ஆயுள் காப்பீடு பெ. **குறிப்பிட்ட கால இடைவெளிகளில் ஒரு நிறுவனத்துக்கு ஒரு தொகையைக் கட்டி, கட்டுபவர் குறிப்பிட்ட வயதை அடைந்ததும் உறுதியளிக்கப்பட்ட தொகையைப் பெறும் அல்லது அந்த வயதை அடைவதற்கு முன் அவர் இறந்துவிட்டால் அவருடைய வாரிசுகள் அந்தத் தொகையைப் பெறும் ஏற்பாடு;** life insurance.

ஆயுள் காலம் பெ. காண்க: **ஆயுட்காலம்.**

ஆயுள் கைதி பெ. **ஆயுள் தண்டனை பெற்ற கைதி;** one serving a life sentence; lifer.

ஆயுள் சந்தா பெ. **ஒருவர் தன் ஆயுட்காலம்வரையில் பத்திரிகை முதலியவற்றைப் பெறுவதற்கு அல்லது ஒரு அமைப்பில் உறுப்பினராக இருப்பதற்கு ஒரே தவணையில் கட்டும் தொகை;** life subscription. எங்கள் சங்கத்தில் ஆண்டுச் சந்தா ரூ.100, ஆயுள் சந்தா ரூ.1000.

ஆயுள் தண்டனை பெ. **கொலை, தேசத் துரோகம் போன்ற கொடிய குற்றங்கள் செய்தவர் தம் ஆயுள் முழுவதும் சிறையில் கழிக்கும்படி தரப்படும் தண்டனை;** life sentence.

ஆயுள்ரேகை பெ. **(கைரேகை சோதிடத்தில்) ஒருவரின் ஆயுட்காலத்தைக் காட்டுவதாக இருக்கும் ரேகை;** (in palmistry) line of life.

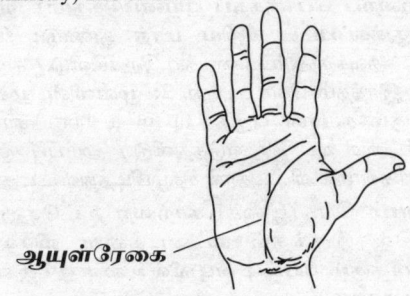

ஆயுள்ரேகை

-ஆர்[1] இ.சொ. **குறிப்பிட்ட ஆண், குறிப்பிட்ட ஊரைச் சேர்ந்தவர் என்ற பொருள் தர, ஊரின் பெயருக்குப் பின்னால் இணைக்கப்படும் இடைச்சொல்;** particle added to the name of a town etc., to give the meaning that the man specified belongs to the specified town etc., மன்னார்குடியார்/புதுக்கோட்டையார்.

ஆர்[2] பி.பெ. (இலங்.) **யார்;** who (the interrogative pronoun). ஆர் இதை உனக்குத் தந்தார்கள்?/ பள்ளிக்கூடத்தை மூடுவதற்கு ஆர்ஆர் காலாக நின்றார்களோ, அவர்கள் எல்லோருமே ஊரை விட்டு ஓடிவிட்டார்கள்.

ஆர்க்கு பெ. (பே.வ.) **கூட்டிலைக் காம்பு;** stem of a compound leaf. சமைத்து முடித்ததும் கடைசியாகக் குழம்பில் இரண்டு கறிவேப்பிலை ஆர்க்கைப் போடவும்.

-ஆர்ந்த இ.சொ. **'நிறைந்த' என்ற பொருளில் ஒரு பெயர்ச்சொல்லைப் பெயரடையாக மாற்றும் இடைச்சொல்;** particle used in the sense of 'full of'. மனமார்ந்த நன்றி/ அறிவார்ந்த செயல்.

ஆர்ப்பரி வி. (ஆர்ப்பரிக்க, ஆர்ப்பரித்து) **1: (கடல், அலை) ஓசை எழுப்புதல்;** (of sea, waves) roar. **2: (ஊர்வலம், கூட்டம் போன்றவற்றில் பங்குபெறுவோர் அல்லது ஓரிடத்தில் பெருமளவில் திரண்டிருப்போர்) கோஷமிட்டோ பாராட்டியோ முழங்குதல்;** (of participants in a demonstration, meeting) shout slogans; shout acclamation. பேரணியினர் ஆர்ப்பரித்துக் கடற்கரையை நோக்கிச் சென்றனர்./ கால்பந்தாட்டப் போட்டியில் தங்கள் அணி கோல் போட்டதும் அதன் ரசிகர்கள் ஆர்ப்பரித்தனர்.

ஆர்ப்பாட்டம் பெ. **1: (ஒரு கோரிக்கையை வலியுறுத்தி அல்லது ஒன்றை எதிர்த்து) பலர் கூடி எழுப்பும் கோஷங்களுடன் கூடிய கூச்சல்;** demonstration. ஆலை மூடப்பட்டதை எதிர்த்துத் தொழிலாளர்கள் ஆர்ப்பாட்டம் செய்தனர்./ மாணவர்கள் செய்த ஆர்ப்பாட்டத்தால் அனைத்துக் கல்லூரிகளும் காலவரையறையின்றி மூடப்பட்டன. [(தொ.சொ.) **அமளி/ குழப்பம்/ கூச்சல்**] **2: வெற்றுக் கூச்சல்; தேவையற்ற கெடுபிடி;** fuss. சின்ன விஷயத்திற்கு இப்படியா ஆர்ப்பாட்டம் செய்வது?/ பையன் பத்து ரூபாயைத் தொலைத்ததற்கு வீட்டில் இவ்வளவு ஆர்ப்பாட்டமா? [(தொ.சொ.) **ஆரவாரம்/ கூச்சல்/ சத்தம்**] **3: (-ஆக, -ஆன) பகட்டு; ஆரவாரம்;** pomp. அவர் ஆர்ப்பாட்டம் இல்லாமல் வாழ்ந்துகாட்டியவர்./ ஆர்ப்பாட்டமான நடிப்பு/ திருமண வரவேற்பு ஆர்ப்பாட்டமாக நடைபெற்றது.

ஆர்ப்பு பெ. (இலங்.) **1: (கதவு, நிலை, நாற்காலி போன்றவற்றைப் பொருத்தப் பயன்படுத்தும்) ஆணி போல் செதுக்கப்பட்ட சிறிய மரத் துண்டு;** small wooden plug. கதவுக்கு ஆர்ப்பு வைத்து இறுக்கிவிடு./ காலில் ஆர்ப்பு ஏறி இரத்தம் கொட்டியது. **2: முள்ளின் முனையில் இருக்கும் கூரான பகுதி;** tip of a thorn. காலில் குத்திய ஆர்ப்பை உடனே எடுத்துவிடு./ ஆர்ப்பு குத்தியதைக் கவனிக்காமல் விட்டதால் சிதழ்பிடித்துவிட்டது.

ஆர்மோனியம் பெ. (இசை) **காற்றை உட்செலுத்தி மேற்புறத்தில் இருக்கும் கட்டைகளை விரலால் அழுத்தி வாசிக்கும், பெட்டி வடிவில் உள்ள ஓர் இசைக் கருவி;** harmonium.

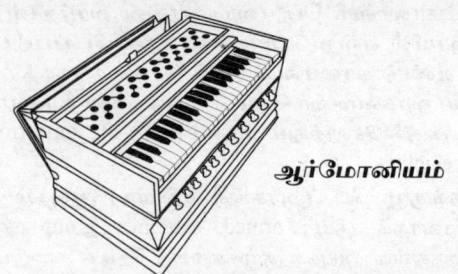

ஆர்மோனியம்

ஆர்வக் கோளாறு பெ. **(ஒருவர் ஒரு விஷயத்தில் காட்டும்) எதிர்பாராத விளைவுகளை உண்டாக்கும், அளவுக்கு மீறிய ஆர்வம்;** over-enthusiasm. இப்போது தான் கார் ஓட்டக் கற்றுக்கொள்ள ஆரம்பித்திருக்கிறான். அதற்குள் அவனாகவே ஏன் காரை ஓட்டிக்கொண்டு போனான்? எல்லாம் ஆர்வக் கோளாறுதான்.

ஆர்வம் பெ. (-ஆக, -ஆன) **ஒன்றைச் செய்வதற்குத் தயாராக இருக்கும் உந்துதல்; விருப்பம்; ஈடுபாடு;** interest; enthusiasm. நடனம் கற்க வேண்டும் என்ற ஆர்வம் அவளுக்கு உண்டு./ இந்தியாவுடன் அணுசக்தித் துறையில் கூட்டாகச் செயல்படச் சில நாடுகள் ஆர்வம் காட்டுகின்றன./ ஆர்வத்தோடு கற்பிக்கும் ஆசிரியர்கள் வேண்டும். [(தொ.சொ.) **ஆசை/ நாட்டம்/ பித்து/ பைத்தியம்/ விருப்பம்/ வெறி**]

ஆர்வலர் பெ. **(ஒரு குறிப்பிட்ட துறையில்) ஈடுபாடு உடையவர்;** enthusiast. இலக்கிய ஆர்வலர்களின் கனவு இந்தப் பத்திரிகையால் நனவாகியது.

ஆர்ஜிதப்படுத்து வி. (-படுத்த, -படுத்தி) **(பொது நோக்கத்துக்காக) தனியார் இடத்தை அரசு நஷ்டஈடு கொடுத்து எடுத்துக்கொள்ளுதல்;** (of government) acquire (land, etc., for a public cause). ஆர்ஜிதப்படுத்தப்பட்ட நிலங்களுக்கு உரிய தொகை வழங்கப்படும் என்று நிர்வாகம் தெரிவித்துள்ளது./ சாலை விரிவாக்கத்துக்காக அரசு எங்கள் கிராமத்தில் நிலங்களை ஆர்ஜிதப்படுத்திவருகிறது.

ஆர்ஜிதம் பெ. **(தனிப்பட்டவரின் நிலத்தை நஷ்டஈடு கொடுத்து) ஏதேனும் ஒரு பொது நன்மைக்காக அரசு எடுத்துக்கொள்ளும் நடவடிக்கை;** acquisition (of land). அரசுக் கல்லூரிக்கு நில ஆர்ஜிதம் செய்யப்பட்டுவருகிறது.

-ஆர இ.சொ. **உடல் உறுப்புகளைக் குறிக்கும் வயிறு, காது அல்லது மனம், நெஞ்சம் முதலிய பெயர்ச்சொற்களுடன் இணைந்து 'நிறைவு, அமைதி, இன்பம் அடையும்படி' என்னும் பொருளை உணர்த்துவதற்கு அவற்றை வினையடையாக மாற்றும் இடைச்சொல்;** particle added to certain words of body parts and words such as மனம், நெஞ்சம் to indicate that sth. is done to the satisfaction (of the part mentioned). வயிறாரச் சாப்பிட்டான்./ மனதாரப் பாராட்டினார்./ வாயாரப் புகழ்ந்தார்.

ஆரக்கால் பெ. **1: கட்டைவண்டிச் சக்கரத்தின் குறுக்குக் கால்;** spoke of a wooden wheel (of a cart). **2: வண்டிச் சக்கரம்;** cartwheel.

ஆரத்தி பெ. **1: (மணமக்கள், பெரியவர்கள் முதலியோரை வரவேற்கும் விதமாகவும் திருமணம் போன்ற மங்கல நிகழ்ச்சிகளின் இறுதியிலும் வழிபாட்டின் முடிவிலும் மங்கலத்தின் அறிகுறியாகச் சுற்றப்படும்) தாம்பாளத்தில் மஞ்சளும் சுண்ணாம்பும் கலந்ததால் சிவப்பு**

நிறத்தில் இருக்கும் நீர்; a plate of water mixed with turmeric and lime waved before the newly weds or important persons while welcoming them. பெண்ணும் மாப்பிள்ளையும் வந்துகொண்டிருக்கிறார்கள். ஆரத்தி கரைத்துத் தயாராக வைத்திருக்கிறீர்களா?/ மணமக்களுக்கு ஆரத்தி சுற்றியதும் ஆரத்தியைத் தெருவில் ஊற்றிவிட்டு வந்தாள்./ முகத்தில் ஆரத்தியை இறைத்ததுபோல் ஒரு செம்மை! **2: (கோயிலில் சம்பிரதாயமான வழிபாட்டின் முடிவில்) கற்பூரத்தை அல்லது தீபத்தை ஏற்றி தெய்வ விக்கிரகத்தின் முன் சுற்றுதல்;** lighted lamp or camphor waved before the image of god as a completion of ritual worship. கற்பூர ஆரத்தி/ தீப ஆரத்தி.

ஆரத்தியெடு வி. *(-எடுக்க, -எடுத்து)* **ஆரத்தி நீர் நிறைந்த தட்டை ஒருவருக்கு முன்பு சுற்றுதல்;** conduct the ritual of waving the plate containing ஆரத்தி in front of s.o. பிள்ளை பெற்ற பெண் குழந்தையோடு வருகிறாள், ஆரத்தி யெடுங்கள்.

ஆரம்[1] பெ. **1: கழுத்துப்புறம் பருமனாகவும் தோள்களிலிருந்து கீழே வரவரச் சற்று மெல்லியதாகவும், கீழே இரு முனைகளும் இணைக்கப்படாததாகவும் இருக்கும் மாலை;** garland with lower ends not joined. திருமணங்களில் மாற்றுமாலையாக ஆரத்தைத்தான் பயன்படுத்துவார்கள்./ *(உரு வ.)* மறைந்த நடிகருக்குத் தலைவர்கள் புகமாரம் சூட்டினார்கள். **2: (கிளி, புறா முதலிய சில பறவைகளின் கழுத்தில் காணப்படும்) வளையம் போன்ற கோடு;** ring (round the neck of some birds such as parakeet, doves, etc.,). ஆரம் விழுந்த கிளி.

ஆரம்[2] பெ. **1: வண்டிச் சக்கரத்தில் குடத்தை வட்டாவோடு இணைக்கும் பகுதி;** spoke of a cartwheel. *(பார்க்க, படம்: கட்டைவண்டி)* **2:** *(கணி.)* **வட்டத்தின் மையப் புள்ளிக்கும் பரிதிக்கும் இடைப்பட்ட தூரம்;** radius.

ஆரம்பக் கல்வி பெ. **சிறுவர்களுக்கு அளிக்கப்படும், ஐந்தாம் வகுப்புவரையிலான கல்வி;** primary education. இந்தப் புதிய கணித முறை ஆரம்பக் கல்வியிலேயே அறிமுகப்படுத்தப்படுகிறது.

ஆரம்பச் சுகாதார நிலையம் பெ. **கிராமப்புறத்தில் அடிப்படை மருத்துவ வசதிகளை மட்டுமே கொண்டிருக்கும் அரசு மருத்துவமனை;** Primary Health Centre (run by the government).

ஆரம்ப சூரத்தனம் பெ. **(ஒரு செயலின்) ஆரம்பத்தில் மட்டுமே காட்டப்படும் உற்சாகம்;** initial enthusiasm. வியாபாரத்தில் ஆரம்ப சூரத்தனம் மட்டும் இருந்தால் போதாது. தொடர்ந்து திறமையாகச் செயல்பட வேண்டும்.

ஆரம்பப் பள்ளி பெ. காண்க: **தொடக்கப் பள்ளி.**

ஆரம்பம் பெ. **தொடக்கம்;** beginning; start. நாடகத்தின் ஆரம்பமே நன்றாக இருந்தது./ சாலையின் ஆரம்பத்தில் ஒரு அலங்கார வளைவு அமைக்கப்படுகிறது.

ஆரம்பி வி. *(ஆரம்பிக்க, ஆரம்பித்து)* **1: தொடங்குதல்;** begin; open; start. கடவுள் வாழ்த்துடன் விழா ஆரம்பித்தது./ சரியாக ஒன்பது மணிக்கு விழாவை ஆரம்பித்து விட வேண்டும்./ சில வங்கிகள் காலை எட்டரை மணிக்கே ஆரம்பித்துவிடுகின்றன./ அவர் ஒரு புதுக் கட்சி ஆரம்பித்திருக்கிறார். **2: (வங்கி போன்ற நிறுவனத்தில் பணம் தொடர்பான நடவடிக்கைகளுக்காகக் கணக்கை ஏற்படுத்துதல்);** open (an account in a bank, etc.,). என் பெயருக்கு வங்கியில் ஒரு கணக்கு ஆரம்பிக்க வேண்டும்.

ஆரவாரம் பெ. *(-ஆக, -ஆன)* **1: பலர் கூடியிருக்கும் இடத்திலிருந்து எழும் பெரும் உற்சாகத்துடன் கூடிய சத்தம்;** shouts and applause. முன்னணி நடிகர்கள் மேடையில் தோன்றியதும் ரசிகர்கள் மகிழ்ச்சி ஆரவாரம் செய்தனர்./ மாணவர்களின் ஆரவாரம் அடங்கச் சிறிது நேரம் ஆயிற்று. [*(தொ.சொ.)* **ஆர்ப்பாட்டம்/ கூச்சல்/ சத்தம்**] **2: பரபரப்போடு அனைவரையும் ஈர்க்கும் விதத்தில் பேசப்படுவது;** loudness; noise. ‘மனிதாபிமானம்’ என்ற சொல் இப்போது ஆரவாரமாகப் பேசப்படுகிறது./ ஆரவாரம் எதுவும் இல்லாமல் ரயில் கட்டணத்தை உயர்த்திவிட்டார்கள். **3: ஆர்ப்பாட்டம்;** pomp. ஆரவாரம் இல்லாமல் வாழ்ந்துவருபவர்.

ஆரவாரி வி. *(ஆரவாரிக்க, ஆரவாரித்து)* **1: (அலை) பெரும் ஓசையிடுதல்;** (of sea, waves) roar. *(உரு வ.)* நெஞ்சில் நினைவலைகள் ஆரவாரித்தன. **2: உற்சாகத்துடன் பெரும் சத்தம் எழுப்புதல்; ஆரவாரம் செய்தல்;** roar (in excitement). கடைசிப் பந்தில் கடைசி ஆட்டக்காரர் ஆட்டம் இழந்ததும் ரசிகர்கள் ஆரவாரித்தார்கள்.

ஆராதனை பெ. **1: (மலரிடுதல், தீபம் காட்டுதல் போன்றவற்றால் தெய்வத்துக்குச் செய்யும்) வழிபாடு;** ritual of worship; service (in church). அம்மனுக்குத் தீபாராதனை நடக்கிறது./ பேராயர் அருட்திரு ஜேம்ஸ் ஆராதனையை நடத்திவைத்தார். **2: (மறைந்த மகான்களின் நினைவுக்குச் செய்யும்) வழிபாட்டுச் சடங்கு;** commemorative worship. திருவையாற்றில் தியாகராஜ ஆராதனை.

ஆராதி வி. *(ஆராதிக்க, ஆராதித்து) (உ.வ.)* **வழிபடுதல்;** worship; adore. *(உரு வ.)* கலைஞர்கள் அழகை ஆராதிக்கிறார்கள்.

ஆராய் வி. *(ஆராய, ஆராய்ந்து)* **1: (பின்னணித் தகவல்களை அறிவதற்காக) விசாரித்தல்; (உண்மையை அறிவதற்காக) பரிசீலித்தல்;** investigate; examine. அதிகாரியின் மேல் சாட்டப்பட்ட குற்றங்களை ஆராய்ந்து வருகிறார்கள். **2: புதிய உண்மைகளையும் அடிப்படைகளையும் கண்டறிவதற்காக அலசிப்பார்த்தல்;** analyse; research; study; examine. ஓர் எழுத்தாளரின் நடையைப் பகுத்து ஆராய்ந்தால் அவருடைய தனித்தன்மைகளை அறியலாம்./ இரண்டாம் உலக யுத்தம் ஏற்பட்டதற்கான காரணங்களை இந்த நூல் ஆராய்கிறது. **3: ஒன்றைச் செய்வதால் ஏற்படும் நன்மை தீமைகளை எண்ணிப் பார்த்தல்; யோசித்தல்;** consider. நான் சொன்னதை நிதானமாக ஆராய்ந்துபார்./ நீ சிறிதும் ஆராயாமல் அவசரப்பட்டு இதைச் செய்துவிட்டாய்.

ஆராய்ச்சி பெ. **ஒரு துறையில் புதிய உண்மைகளைக் கண்டறிவதற்காகச் செய்யும் சோதனை; ஆய்வு;** research; investigation. மண்வள ஆராய்ச்சி/ அறிவியல் துறையில் புதியபுதிய ஆராய்ச்சிகள் நிகழ்ந்தவண்ணம் இருக்கின்றன./ தொலைக்காட்சியின் தாக்கம் குறித்துச் சமூகவியல் ஆராய்ச்சிகள் மேற்கொள்ளப்பட வேண்டும். [*(தொ.சொ.)* **ஆய்வு/ சோதனை/ பரிசோதனை**]

ஆராய்ச்சி மணி பெ. **(முற்காலத்தில்) குடிமக்கள் தம் குறையைத் தெரிவிக்க மன்னனின் கவனத்தை ஈர்ப்பதற்காக அரண்மனைக்கு வெளியே தொங்கவிடப்பட்டிருந்த மணி;** (in former times) bell in front of the king's palace for aggrieved citizens to ring.

ஆரால் பெ. **கூரிய மூக்கையும் முதுகுப் பகுதியில் முட்களையும் கொண்ட, பாம்புபோல் தோற்றமளிக்கும் (உணவாகும்) நன்னீர் மீன்;** spiny eel.

ஆரியம் பெ. 1: **சமஸ்கிருதம்;** Sanskrit. ஆரியம் பேச்சு வழக்கு இழந்த மொழியாகிவிட்டது. 2: **இந்தியாவில் வழங்கும் சில மொழிகளின் இனம்;** name of a family of some of the languages in India. இந்தி ஒரு ஆரிய மொழி.

ஆருயிர் பெ. 1: *(காதலிப்பவரைக் குறிக்கும்போது)* **மிகவும் அருமையானவர்;** beloved; one's dear. அன்பே ஆருயிரே! 2: *(பெயரடையாக வரும்போது)* **மிகுந்த நேசத்துக்குரிய;** bosom. ஆருயிர் நண்பன்/ ஆருயிர்த் தோழி.

ஆரூடக்காரர் பெ. **கேட்பவரின் ராசியை அல்லது கேள்வி கேட்கும் நேரத்தை வைத்துப் பலன் கூறும் சோதிடர்;** horary astrologer.

ஆரூடம் பெ. **ஒருவர் மனத்தில் நினைத்து வந்த காரியம் எவ்வாறு முடியும் என்பதைச் சில குறிகளால் அறிந்து கூறும் ஒரு வகைச் சோதிடம்;** foretelling by divining.

ஆரைக்கீரை பெ. *(ஊரக வ.)* **(பொதுவாக வாய்க்கால் ஓரத்தில் முளைத்திருக்கும்) ஒரு தண்டின் உச்சியில் நான்கு இலைகளுடன் முக்கால் அடி உயரம் வளரும் ஒரு வகைக் கீரை;** plant growing in channels with four leaves on top of a stalk that can be cooked and eaten as greens.

ஆரோக்கியம் பெ. *(-ஆக, -ஆன)* 1: **நோய் இல்லாமல் உடலும் மனமும் சுகமாகவும் சீரான தன்மையிலும் இருக்கும் நிலை; நலம்;** good health; healthy state (of the body). தினமும் கீரையைச் சாப்பாட்டில் சேர்த்துவந்தால் உடல் ஆரோக்கியமாக இருக்கும். 2: **(தனிமனிதன், சமூகம்) வளர்ச்சி அடைவதற்கான நிலைமை;** healthiness (of environment). ஆரோக்கியமான சூழலில் இலக்கியம் வளர்கிறது./ மாற்றுக் கருத்துகளை எதிர்கொள்வதற்குத் தேவையான ஆரோக்கியமான சூழல் தற்போது இல்லை. 3: *(உறவுகளைக் குறிக்கும்போது)* **சிக்கல்கள் இல்லாத தன்மை;** healthiness (of relationship). பெற்றோருக்கும் பிள்ளைகளுக்கும் இடையே ஆரோக்கியமான உறவைக் காண முடிவதில்லை./ நட்பு என்பது ஆரோக்கியமாக இருக்க வேண்டும்.

ஆரோகணம் பெ. *(இசை)* **ஒரு ராகத்தின் ஸ்வரங்களைப் படிப்படியாகக் கீழிருந்து மேலாக ஒலி அளவில் உயர்த்தும் முறை;** rendering of the notes of a ராகம் in an ascending order.

ஆரோகணி வி. *(ஆரோகணிக்க, ஆரோகணித்து) (அ.வ.)* **(ஒன்றின் மீது ஏறி) அமர்தல்;** mount (a horse, etc.,). அரசன் புரவியின் மீது ஆரோகணித்துக் கோட்டையை நோக்கிக் கிளம்பினான்.

ஆல் பெ. காண்க: **ஆலமரம்.**

ஆல்பகோடாப் பழம் பெ. **புளிப்பும் லேசான இனிப்பும் கலந்த சுவையை உடைய, பழுப்பு நிறச் சதைப் பகுதியினுள் பெரிய கொட்டையைக் கொண்ட ஒரு வகைச் சிறிய பழம்;** bullace-plum. நாட்டு மருந்துக் கடையில்தான் ஆல்பகோடாப் பழம் கிடைக்கும்./ வாய் கசப்பாக இருக்கிறது. கடைக்குப் போனால் ஆல்பகோடாப் பழம் வாங்கிக்கொண்டு வா.

ஆலக்கரண்டி பெ. *(ஊரக வ.)* **(நெருப்பில் காட்டித் தாளிக்கப் பயன்படுத்தும்) நீண்ட கைப்பிடி உடைய இரும்புக் கரண்டி;** long-handled iron ladle (used for frying spices for seasoning).

ஆலகால விஷம் பெ. **(புராணத்தில்) தேவர்களும் அசுரர்களும் பாற்கடலைக் கடைந்தபோது தோன்றிய கடுமையான விஷம்;** (in the puranas) deadly poison produced during the churning of the ocean of milk by the devas and asuras.

ஆலங்கட்டி பெ. **கோடைக் காலத்தில் மழை மேகங்களிலிருந்து கட்டிகட்டியாக விழும் உறைந்த நீர்த் திவலைகள்;** hailstone.

ஆலமரம் பெ. **உயர்ந்து வளர்ந்து கிளைகள் பரப்பி, விழுதுகள் விட்டு, நீண்ட காலம் இருக்கக்கூடிய பெரிய மரம்;** banyan tree. உலகின் மிகப் பெரிய ஆல மரம் கொல்கத்தாவில் இருக்கிறது.

ஆலயப் பிரவேசம் பெ. **(இந்தியா சுதந்திரம் பெறுவதற்கு முந்தைய காலத்தில்) சில சாதியினர் கோயிலுக்குள் செல்லும் உரிமை மறுக்கப்பட்டதற்கு எதிரான போராட்டம்;** agitation (in pre-Independence India) against denial of entry into temples to certain castes.

ஆலயம் பெ. *(உ.வ.)* **கோயில்;** temple. சிவாலயம்/ விஷ்ணு ஆலயம்.

ஆலவட்டம் பெ. **(பழங்காலத்தில்) கோயில் உற்சவத்தில் அல்லது அரச ஊர்வலத்தில் முன்னால் எடுத்து வரும் (துணி, நறுமண வேர் அல்லது பனையோலை ஆகியவற்றால் ஆன) வட்ட வடிவப் பெரிய விசிறி;** (in former times) large circular fan (made of cloth, fragrant roots or palm leaves) carried in front of processions of idols of deities, kings and dignitaries.

ஆலவட்டம் சுற்று வி. *(சுற்ற, சுற்றி)* **(தன் காரியத்தை நிறைவேற்றிக்கொள்வதற்காக ஒருவரின் பின்னால்) சுற்றித் திரிதல்;** ingratiate (oneself). முகஸ்துதி பாடுவது, ஆலவட்டம் சுற்றுவது இவையெல்லாம் எனக்குக் கொஞ்சம்கூடப் பிடிக்காது./ அவனுக்கு வேலை வாங்கித் தருகிறேன் என்று சொன்னதற்காக அவரை இப்படி ஆலவட்டம் சுற்றிக்கொண்டிருக்கிறான்.

ஆலா பெ. 1: **தலை, வயிறு ஆகியவை வெண்மையாகவும், இறக்கைகள் சாம்பல் நிறத்திலும் இருக்கும், கடற்கரைப் பகுதிகளில் வாழும் ஒரு வகைக் கழுகு;** white-bellied sea eagle. 2: **(கூட்டமாக வந்து ஆறு, குளங்களில் மீன்களைப் பிடித்துத் தின்னும்) மஞ்சள் நிற அலகையும் சாம்பல் அல்லது வெள்ளை நிற உடலையும் பிளந்த வால் பகுதியையும் கொண்ட ஒரு வகைப் பறவை;** river tern. 3: *(இலங்.)* **பருந்து;** eagle.

ஆலாத்தியெடு வி. *(-எடுக்க, -எடுத்து) (இலங்.)* காண்க: **ஆரத்தியெடு.**

ஆலாத்து வி. (ஆலாத்த, ஆலாத்தி) (இலங்.) **ஆரத்தியெடுத்தல்;** conduct the ritual of waving the plate containing ஆரத்தி. மணமகனை ஆலாத்தி வரவேற்றார்கள்.

ஆலாபனை பெ. (இசை) **ராகத்தின் வடிவத்தைப் பாடலோ தாளமோ இல்லாமல் விரிவாக வெளிப்படுத்தும் முறை;** free rendering of a ராகம் in such a way as to bring out its form without reference to time measure or the text.

ஆலாய்ப் பற வி. (பறக்க, பறந்து) **குறிப்பிட்ட ஒன்றை எப்படியாவது அடைந்துவிட வேண்டும் என்று துடித்தல்;** be in an unseemly hurry to get sth. பணத்துக்கும் பதவிக்கும் ஆலாய்ப் பறக்கிற கூட்டம் பெருத்துவிட்டது.

ஆலிங்கனம் பெ. (அ.வ.) **தழுவுதல்;** act of embracing; embrace.

ஆலிம் பெ. (இஸ்.) **மதரசாவில் மார்க்கக் கல்வியில் தேர்ச்சி பெற்றவர்களுக்கு வழங்கப்படும் பட்டம்;** title given to a person who has undergone religious training in a madrasa.

ஆலிம் ஷா பெ. (இஸ்.) **மதக் கல்வியில் உயர்நிலைத் தகுதி பெற்ற ஆண்;** man who has received higher training in religious education.

ஆலிமா பெ. (இஸ்.) **மதக் கல்வியில் உயர்நிலைத் தகுதி பெற்ற பெண்;** woman who has received higher training in religious education.

ஆலை பெ. **இயந்திரங்களைக் கொண்டு பொருள்களை (பெரும் அளவில்) தயாரிக்கும் கூடம் அல்லது மூலப் பொருள்களிலிருந்து ஒன்றைப் பெறும் பணி நடக்கும் கூடம்; தொழிற்சாலை;** factory; mill. சர்க்கரை ஆலை/ உருக்கு ஆலை.

ஆலோசகர் பெ. **(குறிப்பிட்ட துறையில் வல்லுநராக இருந்து) ஆலோசனை கூறுபவர்;** adviser; counsel; consultant. எங்கள் நிறுவனத்தின் சட்ட ஆலோசகர் இவர் தான்./ பிரதமரின் பத்திரிகை ஆலோசகர்.

ஆலோசனை பெ. **1: ஒருவர் தன் கருத்தை மற்றொருவருக்குத் தெரிவிப்பதன்மூலம் காட்டும் வழிமுறை; ஒருவர் மற்றொருவரிடம் கலந்து பெறும் கருத்துரை;** guidance; advice; consultation. இந்த நூலின் கையெழுத்துப் பிரதியைப் படித்துப்பார்த்துவிட்டு நண்பர்கள் ஆலோசனைகள் வழங்கினார்கள்./ கட்சித் தலைவரின் ஆலோசனையைக் கேட்ட பிறகே போராட்டத் திட்டம் வகுக்கப்பட்டது. [(தொ.சொ.) **அபிப்பிராயம்/ எண்ணம்/ கருத்து/ திட்டம்/ முடிவு/ யோசனை**] **2: ஒரு துறையில் தேர்ச்சி பெற்றவர் வழங்கும் முறையான கருத்து;** professional advice; counsel. நம்முடைய காப்புரிமைப் பிரச்சினைகுறித்து வழக்கறிஞரின் ஆலோசனை என்ன?

ஆலோசி வி. (ஆலோசிக்க, ஆலோசித்து) **1: (ஒன்றை எவ்வாறு செய்யலாம் என்பதைப் பற்றி மற்றொருவருடன்) கலந்து பேசுதல்;** consult. தங்கையின் திருமண விஷயமாகத் தந்தையுடன் ஆலோசித்த பிறகு எழுதுகிறேன்./ தலைவருடன் ஆலோசித்துவிட்டுத்தான் இந்த முடிவு எடுத்திருக்கிறோம். **2: யோசித்தல்; சிந்தித்தல்;** think over. இந்தக் கேள்விக்கு ஆலோசித்துத்தான் பதில் சொல்ல முடியும்.

ஆலோலம் பெ. **(புஞ்சைத் தானியங்கள் விளைந்திருக்கும் நிலத்தில்) பறவைகளை விரட்ட வாயால் எழுப்பும் ஒலி;** shout for driving away birds from millet fields.

ஆவக்காய் ஊறுகாய் பெ. **ஒரு வகை மாங்காயைக் கொட்டையுடன் சேர்த்துக் கொத்தி, அரைத்த கடுகு, மிளகாய் முதலியவற்றோடு சேர்த்துத் தயாரிக்கும் ஊறுகாய்;** pungent pickle made with mango, mustard paste, etc.,

ஆவணக்காப்பகம் பெ. **பொது முக்கியத்துவம் வாய்ந்த ஆவணங்களைப் பாதுகாப்பதற்கென ஏற்படுத்தப்பட்ட இடம்;** archive.

ஆவணப் படம் பெ. **(பொழுதுபோக்குப் படமாக இல்லாமல்) தகவல் தரும் முறையில் எடுக்கப்படும் திரைப்படம்;** documentary. குழந்தைத் தொழிலாளர்களைப் பற்றி எடுக்கப்பட்டுள்ள ஆவணப் படத்திற்கு அரசு விருது கிடைத்துள்ளது./ பாலசரஸ்வதியைப் பற்றி சத்யஜித் ரே ஒரு ஆவணப் படம் எடுத்திருக்கிறார்./ இது கொல்லிமலையில் வாழும் பழங்குடிகளைப் பற்றிய ஆவணப் படம்.

ஆவணப்படுத்து வி. (-படுத்த, -படுத்தி) (இலங்.) **தகவல்களை வரிசைப்படுத்துதல்; பட்டியலிடுதல்;** arrange information in a particular order. உங்கள் தகமைகளை ஆவணப்படுத்தி ஒரு கடிதம் தயார்செய்யுங்கள்./ கீழ்க்கண்ட ரசாயனக் கூறுகளை ஆவணப்படுத்துக.

ஆவணம் பெ. **ஒரு தகவலை எழுத்தில் அல்லது பிற முறையில் பதிவுசெய்திருக்கும் வடிவம்; பத்திரம்;** document; record; papers. வரலாற்று முக்கியத்துவம் வாய்ந்த ஆவணங்கள் பாதுகாக்கப்படுகின்றன./ ஆவணம் எழுதுவோருக்கு ஆயுள் காப்பீட்டுத் திட்டம் வருகிறது./ இந்தத் திரைப்படம் ஒரு வரலாற்று ஆவணம் ஆகும்.

ஆவணி பெ. **ஐந்தாம் தமிழ் மாதத்தின் பெயர்;** name of the fifth Tamil month (mid-August to mid-September.).

-ஆவது இ.சொ. **1: குறிப்பிடும் ஒன்றைக் குறைந்தபட்சமாகச் செய்ய வேண்டும் அல்லது செய்திருக்க வேண்டும் என்று ஆதங்கத்துடனோ வற்புறுத்தலுடனோ குறிப்பிடப் பயன்படுத்தும் இடைச்சொல்;** particle used in the sense of 'at least'. அவராவது உன் வீட்டுக்கு வந்திருக்கலாம்./ நீயாவது அவனுக்குச் சொல்லக் கூடாதா?/ இனிமேலாவது ஒழுங்காகப் படிக்க முயற்சி செய்./ இந்தக் கஞ்சியையாவது குடி./ நான் தரும் பணத்தையாவது வாங்கிக்கொள்./ தலையையாவது சீவிக்கொள்ளக் கூடாதா?/ நீயாவது திருமணத்திற்கு வருவாயா? **2: ஒரு செயலை நிறைவேற்றக் குறிப்பிட்ட மற்றொன்றைச் செய்யத் தயக்கம் இல்லை என்ற பொருளில் பயன்படுத்தப்படும் இடைச்சொல்;** particle used in the sense of 'even'. உயிரைக் கொடுத்தாவது நாட்டைக் காப்போம்./ அடகு வைத்தாவது உனக்குப் பணம் தருகிறேன்./ ஒன்றும் இல்லாவிட்டால் சோறு வைத்தாவது சாப்பிட்டுக் கொள்ளலாம். **3: வினாப்பெயர் இடம்பெறும் வாக்கியத்தில் வினாப்பெயரோடு இணைந்து அதன் வினாப் பொருளின் இயல்பை நீக்கும் இடைச்சொல்;** particle added to an interrogative pronoun to form an indefinite pronoun. யாராவது இங்கே சீக்கிரம் வாருங்கள்./ ஏதாவது சாப்பிடக் கொடு./ எங்காவது போய்க் கேள்./ என்றைக்காவது ஒரு நாள் வேலை கிடைக்கும். **4: ஒரு வாக்கியத்தின் பகுதியில் ஒன்றுக்கு மேற்பட்ட பெயர் அல்லது வினைச்சொற்கள் இடம்பெறும்போது 'ஒன்றுக்கு மாற்றாக ஒருவரோ ஒன்றோ' என்ற பொருளைக் குறிக்க அவற்றோடு சேர்க்கப்படும் இடைச்சொல்; 'அல்லது';** particle used as a conjunctive when added to both the alternatives specified; 'either .... or'. நீயாவது உன் தம்பியாவது நாளை என் வீட்டுக்கு வர முடியுமா? **5: ஒருவரின் அல்லது ஒன்றின் செயல்பாட்டின் மேல் தனக்கு இருக்கும் அவநம்பிக்கையை வெளிப்படுத்த எழுவாயுடனும் பயனிலையுடனும் இணைக்கப்படும் இடைச்சொல்;** particle used for expressing one's misgivings about sth. (when added to both the subject and the verb). அவராவது, இவ்வளவு பணம் கொடுத்து இந்தப் புத்தகத்தை வாங்குவதாவது./ இந்தக் கத்தியாவது வெட்டுவதாவது./ இந்த மருந்தாவது இந்த ஊரில் கிடைப்பதாவது. **6: ஒன்று ஒரு வரிசையில் அமைந்திருக்கும் நிலையைக் காட்டுவதற்குக் குறிப்பிட்ட எண்ணுப்பெயரோடு இணைக்கப்பட்டு மற்றொரு சொல்லை உருவாக்கும் இடைச்சொல்;** particle forming ordinal numbers. இரண்டாவது பக்கம்/ 10ஆவது வட்டத்தின் செயலாளர். **7: குறிப்பிடப்பட்டது 'இன்னது' என்ற பொருளில் வாக்கியத்தின் இரண்டு பகுதிகளைத் தொடர்புபடுத்தப் பயன்படும் இடைச்சொல்;** particle used for indicating sth. which is going to be described. இந்தக் கூட்டத்தில் அவர் தெரிவித்ததாவது.../ நாங்கள் ஏற்படுத்திக்கொண்ட ஒப்பந்தமாவது... **8: 'கூடாது', 'முடியாது' என்ற பொருளில் பயன்படுத்தப்படும் இடைச்சொல்;** particle meaning 'should not'; 'cannot'. இதற்கு மேலும் அவனை விட்டு வைப்பதாவது?/ பகல் முழுக்கப் பட்டினி கிடப்பதாவது?/ அவனுக்காக ஆயிரம் ரூபாய் செலவு செய்துவிட்டார். இதற்கு மேலும் பணம் கொடுப்பதாவது? **9: ஒன்று முக்கியமற்றது என்று குறிப்பிடுவதற்குப் பெயர்ச்சொற்களோடு இணைக்கப்படும் இடைச்சொல்;** particle added to what the speaker considers insignificant. பாவமாவது, புண்ணியமாவது! இந்தக் காலத்தில் இதையெல்லாம் யார் பார்க்கிறார்கள்?/ இலக்கியமாவது, மண்ணாவது! எனக்கு இதெல்லாம் வேண்டாம்./ பாட்டாவது, கூத்தாவது! அதற்கெல்லாம் ஏது நேரம்?

ஆவர்த்தன அட்டவணை பெ. *(வேதி.)* காண்க: **தனிம வரிசை அட்டவணை.**

ஆவர்த்தனம் பெ. *(இசை)* **(பாடல் இசைக்கப்படும்போது, அது அமைக்கப்பட்டிருக்கும்) தாளத்தின் ஒரு முழுச்சுற்று;** completion of one cycle of the தாளம் (to which the song being rendered is set).

ஆவல் பெ. *(-ஆக)* **(எதிர்பார்ப்புடன் கூடிய) விருப்பம்;** eagerness; desire; urge. அனைவரும் தேர்தல் முடிவுகளை அறிய ஆவலாகக் காத்திருந்தார்கள்./ இந்த நூலை அனைவரும் படித்துப் பயன்பெற வேண்டும் என்பதே என்னுடைய ஆவல்./ தனக்குள் எழுந்த ஆவலைக் கட்டுப்படுத்திக்கொண்டான். [*(தொ.சொ.)* அவா/ ஆசை/ இச்சை/ எதிர்பார்ப்பு/ நப்பாசை/ நாட்டம்/ நினைப்பு/ விருப்பம்/ விழைவு]

ஆவலாதி பெ. *(பே.வ.)* **(புலம்பி வெளிப்படுத்தும்) மனக்குறை;** complaint. உன் ஆவலாதி என்ன என்று தெரிந்தால்தானே ஏதாவது செய்ய முடியும்?/ நீ ஊருக்கு வந்தபோது தன்னைப் பார்க்கவில்லை என்று உன் அத்தைக்கு ஒரே ஆவலாதி.

ஆவனசெய் வி. *(-செய்ய, -செய்து)* **(அதிகாரபூர்வமாக) தேவையானவற்றைச் செய்தல்;** do what is necessary. கோரிக்கைகள் அடங்கிய மனுவைப் பெற்றுக்கொண்ட அமைச்சர் ஆவனசெய்வதாக வாக்களித்தார்.

ஆவாரை பெ. **மருத்துவக் குணம் கொண்ட இலைகளையும் கொத்துக்கொத்தான மஞ்சள் நிறப் பூக்களையும் கொண்ட ஒரு வகைக் குத்துச்செடி;** eared senna; tanner's senna. ஆவாரம் பூ.

ஆவி பெ. **1: வெப்பத்தின் காரணமாகக் காற்றில் கரைந்திருக்கும் புகை போன்ற நுண்ணிய திவலைகளின் தொகுப்பு;** (hot) steam (from boiled water or hot drinks); mist (from ice); vapour (from petrol, etc., when exposed to air); steam. ஆவி பறக்கும் காப்பி/ சூரிய வெப்பத்தால் கடல் நீர் ஆவியாகிறது./ கொதித்துக்கொண்டிருந்த பாத்திரத்தின் மூடியைத் திறந்ததும் கையில் ஆவி அடித்தது. **2: உடலில் உயிர் இருப்பதற்கு அடையாளமான மூச்சு;** breath (as a sign of life). நேற்று இரவு பெரியவரின் ஆவி பிரிந்தது. **3: உருவமற்று இருப்பதாக நம்பப்படும் இறந்தவர்கள்;** spirit (of the dead); ghost. ஆவி உலகத் தொடர்பு/ மூதாதையர்களின் ஆவியை வணங்கும் வழக்கம் இன்னும் சில சமூகங்களில் காணப்படுகிறது.

ஆவிபிடி வி. *(-பிடிக்க, -பிடித்து)* **(மூலிகையை அல்லது கரையும் மருந்தைக் கொதிக்கும் நீரில் போட்டு அதன்) ஆவியை (மூக்கடைப்பு முதலியவை நீங்க) சுவாசித்தல்;** inhale hot vapours (as a treatment for cold, etc.,).

ஆவியாகு வி. *(-ஆக, -ஆகி)* **(திட, திரவ நிலையில் இருக்கும் கற்பூரம், நீர் போன்றவை) வாயுவாக மாறுதல்;** evaporate; undergo sublimation. நீர் ஆவியாகி மேகமாகிறது./ டப்பாவைச் சரியாக மூடாததால் கற்பூரம் ஆவியாகிவிட்டது.

ஆவியாதல் பெ. *(வேதி.)* **குறிப்பிட்ட வெப்பநிலையில் நீர் போன்ற திரவங்கள் ஆவியாக மாறும் நிலை;** vaporization.

ஆவுடையார் பெ. **லிங்கத்தின் கீழ்ப்பகுதியைச் சுற்றியுள்ள மேடை போன்ற அமைப்பு;** the perpendicular part of the image of லிங்கம்.

ஆவேசப்படு வி. *(-பட, -பட்டு)* **1: (ஏமாற்றம், கோபம் போன்றவற்றால்) உணர்ச்சிவசப்படுதல்;** feel enraged. ஒரு தேசியப் போட்டியை இவ்வளவு மோசமாகவா நடத்துவது என்று பார்வையாளர்கள் ஆவேசப்பட்டனர். **2:** *(வ.வ.)* **(சாமியாடும்போது) வெறிகொள்ளுதல்;** be possessed (by spirits) அக்கினிச் சட்டியை ஏந்திச் சென்ற சிறிது நேரத்தில் அவன் ஆவேசப்பட்டதைப் பார்த்தவர்கள் திகைத்துப்போனார்கள்.

ஆவேசம் பெ. **1:** *(-ஆக, -ஆன)* **உணர்ச்சிப் பெருக்கு; உணர்ச்சிவசப்பட்ட நிலை;** passion; frenzy; state of being possessed. அமைதியிலும் கவிதை பிறக்கிறது, ஆவேசத்திலும் கவிதை பிறக்கிறது./ படத்தில் ஏசுவைச் சிலுவையில்

அறையும் கட்டம் வந்ததும் நண்பருக்கு ஆவேசம் வந்து விட்டது./ மேடையில் ஏறி மக்கள் வெள்ளத்தைக் கண்டதும் பேச்சாளர் ஆவேசமாகப் பேச ஆரம்பித்தார். **2:** *(-ஆக, -ஆன)* **கடும் கோபம்;** fury. போலித்தனங்களைக் கண்டால் அவருக்கு வருகிற ஆவேசம்!/ தன்மீது ஏற முயன்ற எல்லோரையும் குதிரை ஆவேசமாகத் தள்ளியது. **3: மனித சக்திக்கு அப்பாற்பட்ட சக்திகளால் பீடிக்கப்பட்டுத் தன்னை மறந்த நிலை;** state of being possessed by spirits; frenzied state. அம்மன் கோயிலில் கொடை கொடுக்கும் நாளில் பூசாரிக்கு ஆவேசம் வந்துவிடும்.

ஆவேசி வி. (ஆவேசிக்க, ஆவேசித்து) *(இலங்.)* **தெய்வம் ஒருவரைப் பீடித்தல்;** spirit taking possession of s.o.

ஆழ்[1] வி. (ஆழ, ஆழ்ந்து) **1:** *(மகிழ்ச்சி, துயரம், தூக்கம் முதலியவற்றில் அல்லது தான் செய்யும் பணியில்)* **மூழ்குதல்;** *(கற்பனையில்)* **மெய்மறந்த நிலைக்கு உட்படுதல்;** be drowned (in joy, sorrow, etc.,); be engrossed (in one's work); fall (into sleep, etc.,). மகனை இழந்த நாளிலிருந்து அவர் துயரத்தில் ஆழ்ந்துவிட்டார்./ யோசனையில் ஆழ்ந்து காணப்பட்டார்./ கோப்புகளைப் பார்ப்பதில் அவர் ஆழ்ந்திருந்தபோது தொலைபேசி ஒலித்தது./ புத்தகத்தைப் படித்துக்கொண்டிருந்தவன் கொஞ்ச நேரத்திற்கெல்லாம் தூக்கத்தில் ஆழ்ந்துவிட்டான். **2:** *(நீரில் அல்லது இருளில்)* **மூழ்குதல்;** drown; become submerged; plunge; become engulfed. அணையை உடைத்துக்கொண்டு வந்த வெள்ளத்தில் பல கிராமங்கள் ஆழ்ந்துபோயின./ மின்சாரம் தடைபட்டதும் ஊரே இருளில் ஆழ்ந்துவிட்டது.

ஆழ்[2] பெ.அ. **ஆழம் அதிகமான;** deep. ஆழ்கடலில் மீன் பிடிக்கச் செல்லும் மீனவர்கள்.

ஆழ்குழாய்க் கிணறு பெ. காண்க: **ஆழ்துளைக் கிணறு.**

ஆழ்த்து வி. (ஆழ்த்த, ஆழ்த்தி) *(தீவிரமான உணர்ச்சியில் அல்லது யோசனை போன்ற ஒன்றில்)* **உட்படுத்துதல்;** plunge (s.o. into sth.); drive (s.o. to a specified state). அவருடைய நினைவாற்றல் என்னை வியப்பில் ஆழ்த்தியது./ பையன் கேட்ட கேள்வி என்னைத் தர்ம சங்கடத்தில் ஆழ்த்தியது.

ஆழ்துயில் பெ. *(உள.)* **காதால் கேட்கவும் கேட்கப்பட்ட கேள்விகளுக்குப் பதில் அளிக்கவும் கூடிய, உறக்கத்தை ஒத்த நிலைக்கு ஒருவரை உட்படுத்தி அவர் ஆழ்மனத்தில் உள்ளதை அறிய முயலும் உளவியல் சிகிச்சை முறை;** hypnosis. மனநல மருத்துவர் நோயாளியை ஆழ்துயிலில் ஆழ்த்திச் சிகிச்சை அளித்தார்.

ஆழ்துளைக் கிணறு பெ. **நிலத்தடி நீரை இயந்திரம் மூலம் எடுப்பதற்கு ஆழமாகத் துளையிட்டுக் குழாய் பொருத்தி அமைக்கப்படும் கிணறு;** deep borewell.

ஆழ்ந்த பெ.அ. **1: மனமார்ந்த;** heart-felt; profound. இறந்தவரின் குடும்பத்துக்கு அவர் தன் ஆழ்ந்த வருத்தத்தைத் தெரிவித்தார். **2:** *(கருத்து, அறிவு போன்றவை குறித்து வரும்போது)* **ஆழமான/***(மூச்சு, அமைதி போன்றவை குறித்து வரும்போது)* **நீண்ட;** deep; profound. ஆழ்ந்த கருத்துகள்/ அரசியலில் அவருக்கு இருக்கும் ஆழ்ந்த அறிவை வெளிப்படுத்தும் விதமாக இருந்தது அவரது பேச்சு./ அவரிடமிருந்து ஆழ்ந்த பெருமூச்சு வெளிப்பட்டது./ ஆழ்ந்த அமைதி. **3:** *(தூக்கம், கற்பனை முதலியவற்றில்)* **தன்னை மறந்த;** (of thinking, sleeping) deep; profound. நான் நேற்று உங்கள் வீட்டுக்கு வந்தபோது நீங்கள் ஆழ்ந்த உறக்கத்தில் இருந்தீர்கள்./ நான் வந்ததுகூடத் தெரியாமல் அப்படி என்ன ஆழ்ந்த யோசனை? **4:** *(நிறத்தைக் குறிக்கும்போது)* **அடர்ந்த; செறிவான;** deep; dark. ஆழ்ந்த நீல நிறம்.

ஆழ்ந்து வி.அ. **1: கூர்ந்து; ஆழமாக;** intensely; deeply. ஆழ்ந்து படித்தால்தான் கவிதையின் பொருள் புலப்படும்./ ஆழ்ந்து ஆராயாமல் மேம்போக்காகக் கருத்துகளை வெளிப்படுத்தக் கூடாது. **2:** *(தூக்கத்தைக் குறிக்கும்போது)* **நன்றாக அயர்ந்து;** (of sleeping) soundly. ஆழ்ந்து உறங்கும் போது கனவுகள் வரும்.

ஆழ்மனம் பெ. *(உள.)* **பிரக்ஞைக்குப் புலப்படாமல் ஒருவரின் நடத்தையில், உணர்ச்சிகளில் வெளிப்படும் மனத்தின் பகுதி;** the unconscious. கனவுகள் நம் ஆழ்மனத்தில் பொதிந்திருக்கும் உணர்ச்சிகளை எடுத்துக்காட்டுகின்றன என்று உளவியல் அறிஞர் ஃபிராய்டு கூறுகிறார்.

ஆழ்வார் பெ. **திருமால்மீது பாசுரங்கள் பாடிய பன்னிரண்டு வைணவ அடியார்கள் ஒவ்வொருவரையும் குறிப்பிடும் பொதுப்பெயர்;** general term for any of the early twelve saint-poets who composed hymns for Vishnu.

ஆழ அகலம் பெ. *(ஒன்றைப் பற்றிய)* **முழுமையான விவரம் அல்லது முழுமையான அறிவு;** complete details (of sth.). தொழிலின் ஆழ அகலத்தைப் புரிந்துகொண்டு பின்பு அதில் இறங்கு./ இந்தப் பிரச்சினையின் ஆழ அகலத்தை நன்றாகத் தெரிந்துகொண்டால் மட்டுமே இதற்கு ஒரு தீர்வு காண முடியும்.

ஆழங்கால் பட்ட பெ.அ. **ஒரு துறையில் ஆழ்ந்த அறிவைப் பெற்ற;** highly knowledgeable. எங்கள் பேராசிரியர் சங்க இலக்கியத்தில் ஆழங்கால் பட்டவர்.

ஆழங்கால் பதி வி. (பதிக்க, பதித்து) **ஒரு துறையில் ஆழ்ந்த அறிவைப் பெற்றிருத்தல்;** have a deep knowledge in a subject. பேராசிரியர் சங்க இலக்கியத்தில் ஆழங்கால் பதித்தவர்.

ஆழம் பெ. *(-ஆக, -ஆன)* **1:** *(அளவீட்டின் துவக்கமாகக் கொள்ளும் ஒன்றின்)* **மேல்மட்டத்திலிருந்து அடிமட்டம்வரையில் உள்ள அளவு;** depth. கிணற்றின் ஆழம் நாற்பது அடி./ இந்தப் பள்ளத்தாக்கின் ஆழம் ஆயிரம் அடி. **2: மேற்குறிப்பிட்ட அளவின் சராசரியைவிட அதிகமானது;** deep. ஆழமான கிணறு/ ஆழமான காயம்/ நிலத்தை ஆழமாக உழுவது அவசியம்./ *(உரு வ.)* சமூகத்தில் சில நம்பிக்கைகள் ஆழமாக வேரூன்றிவிட்டன. **3:** *(பள்ளமாக அல்லது குழிவாக இருக்கும் ஒன்றின்)* **அடிமட்டம்;** bottom. கடலின் ஆழத்தில் தண்ணீரின் அழுத்தம் அதிகம்./ *(உரு வ.)* அவன் பேசிய வார்த்தைகள் ஒவ்வொன்றும் மனத்தின் ஆழத்திலிருந்து வந்தவை. **4:** *(மூச்சை உள்ளிழுத்தல் அல்லது வெளிவிடுதல் தொடர்பானவற்றோடு வரும்போது)* **சராசரியைவிட நீண்டிருக்கும் அளவு;** deep (sigh, breath). புகையை ஆழமாக உள்ளிழுத்தான்./ ஆழமான பெருமூச்சு ஒன்று அவரிடமிருந்து வெளிப்பட்டது. **5:** *(பார்வையைக் குறித்து வரும்போது)* **தீர்க்கமானது; கூர்மையானது;** keenness (of perception, attention). சில வினாடிகள் பேசாமல் அவளையே ஆழமாகப் பார்த்துக்

ஆழம்பார் 112

கொண்டிருந்தான்./ அவருடைய ஆழமான பார்வையை என்னால் தாங்கிக்கொள்ள முடியவில்லை. **6:** *(விவாதம், ஆராய்ச்சி, அறிவு முதலியவை குறித்து வரும்போது)* **விரிவானது;** (of discussion, reading, analysis, etc.,) deep. அந்தத் திட்டத்தின் சாதகபாதகங்களை மத்திய அரசு ஆழமாக விவாதித்தது./ இந்த நூலைப் பற்றிய அவருடைய மார்க்சியப் பார்வை ஆழமானது./ அவருக்குத் தத்துவத்தில் ஆழமான ஞானம் உண்டு./ கருத்தாழம் மிக்க கட்டுரை. **7:** *(உணர்வு குறித்து வரும்போது)* **தீவிரமானது;** (of belief, feelings, thought, etc.,) serious; deep; earnest. ஆழமான கடவுள் நம்பிக்கை/ நான் அவளை எவ்வளவு ஆழமாகக் காதலிக்கிறேன் தெரியுமா?/ வாழ்க்கையைப் பற்றிய ஆழமான கேள்விகளை எழுப்புகிறது இந்த நாவல்./ என்னுடைய நட்பின் ஆழத்தை உணராது பேசிவிட்டான்./ சமூகத்தைக் குறித்து அவருக்கு ஆழமான அக்கறை இருக்கிறது. **8:** *(உறக்கம் குறித்து வரும்போது)* **எளிதில் கலைத்துவிட முடியாதது;** (of sleep) deep. ஆழமான தூக்கம். **9:** *(குரல் குறித்து வரும்போது)* **கனமானது;** (of voice) deep. நல்ல ஆழமான குரல் அவருடையது.

ஆழம்பார் வி. *(-பார்க்க, -பார்த்து)* **(ஒருவருக்கு எவ்வளவு தெரியும் என்பதை) மறைமுகமான கேள்விகளால் அறிய முயலுதல்;** gauge (a person with discreet questions); size (s.o.) up. அவருக்குத் தெரியாத விவரங்களா? என்னை ஆழம்பார்க்கவே கேள்விகள் கேட்கிறார்.

ஆழாக்கு பெ. **1: (முன்பு வழக்கில் இருந்த முகத்தலளவையான) படியில் எட்டில் ஒரு பாகம்;** (former unit of capacity) one eighth of the measure படி. **2: மேற்சொன்ன அளவு குறிக்கப்பட்ட கலம்;** standard vessel of this capacity.

ஆழிப்பேரலை பெ. *(பு.வ.)* **கடலுக்கு அடியில் ஏற்படும் நில அதிர்வு அல்லது எரிமலை வெடிப்புக் காரணமாக உருவாகி அசுர வேகத்துடன் கரை கடந்து தாக்கும் மிக உயரமான அலை; சுனாமி;** tsunami.

ஆள்[1] வி. *(ஆள, ஆண்டு)* **1: ஆட்சி செய்தல்;** rule (a country). ஆங்கிலேயர் நம் நாட்டை ஆண்டுவந்தபோது நடந்த சம்பவம் இது. **2: மேலாதிக்கம் செலுத்துதல்;** rule; boss s.o. around. ஆண்கள் ஆளப் பிறந்தவர்கள், பெண்கள் அடங்கப் பிறந்தவர்களா?/ உலகையே ஆள முனையும் பன்னாட்டு நிறுவனங்கள். **3:** *(உ.வ.)* **(சொல் முதலியவற்றை) பயன்படுத்துதல்;** use (a word, etc.,); handle. 'துப்பு' என்ற சொல்லை வள்ளுவர் பல பொருளில் ஆண்டிருக்கிறார்./ எல்லா நேரத்திலும் ஆளக்கூடிய ராகம் இது. **4: (சொத்து, செல்வம், சுகம் முதலானவற்றை) அனுபவித்தல்;** enjoy (riches, comforts, etc.,). வேண்டிய செல்வம் இருந்தாலும் அதை ஆள்வதற்குக் கொடுத்துவைக்க வேண்டும்.

ஆள்[2] பெ. **1: வயதுவந்த ஆண்;** adult male. வாட்டசாட்டமான ஆள்/ ஆளை மயக்கும் அவளுடைய அழகு. **2: (ஆண் அல்லது பெண் என்னும் வேறுபாடு இல்லாத சூழ்நிலையில்) நபர்;** (in an undifferentiated context) person. வீட்டு வேலைக்கு ஓர் ஆள் வைத்திருக்கிறோம்./ இந்த வீட்டில் நான் பட்டினி கிடந்தாலும் ஏன் என்று கேட்க ஆள் கிடையாது./ ரயில் விபத்தில் ஆள் சேதம் அதிகம். **3: (ஏதேனும் ஓர் அளவுக்காகக் கூறும்போது) சராசரி நபர்;** (of height or depth) average person. ஆள் உயர மாலை/ ஓர் ஆள் அளவு ஆழம். **4: (கூலிக்கு அல்லது சம்பளத்துக்கு) வேலை செய்யும் நபர்;** worker; labourer; hand. ஆள் வைத்துதான் குப்பையை அள்ளிப்போட வேண்டும்./ நாளைய நடவுக்குப் பத்து ஆள் தேவைப்படும். **5: ('ஆளுக்கு' என்னும் வடிவம் மட்டும்) ஒருவருக்கு; தலைக்கு;** (only in the form 'ஆளுக்கு' when used distributively) each; per head. வேலையாட்கள் ஆளுக்குப் பத்து செங்கல் எடுத்துக்கொண்டார்கள். **6:** *(ஊரக வ.)* **வயல் வேலை செய்யும் ஆண் விவசாயத் தொழிலாளர்;** male farm-hand. இந்த வேலைக்குக் குறைந்தது மூன்று ஆட்களாவது தேவைப்படும்.

ஆள்அம்பு பெ. *(பே.வ.)* **பெருமளவில் இருக்கும் பணியாட்களும் ஊழியர்களும்;** host of servants; army of assistants. பெரிய வீடு, சொத்துசுகம், ஆள்அம்பு என்று ஒரு காலத்தில் வசதியுடன் வாழ்ந்தவர்./ அவர் அரசியலில் இருந்தவரைக்கும் ஆள்அம்பு என்று பந்தாவாக இருந்தார்.

ஆள்காட்டி பெ. *(இலங்.)* காண்க: **ஆள்காட்டிப் பறவை.**

ஆள்காட்டிப் பறவை பெ. **மெலிந்து நீண்ட மஞ்சள் நிறக் கால்களையும் மஞ்சள், கரும் சிவப்பு நிறங்களில் அலகையும் உடைய (ஏதாவது சத்தம் கேட்டால் உடனே குரலெழுப்பும்) பறவை;** lapwing.

ஆள்காட்டி விரல் பெ. **சுட்டிக்காட்டப் பயன்படுத்தும் விரல்; சுட்டுவிரல்;** index finger.

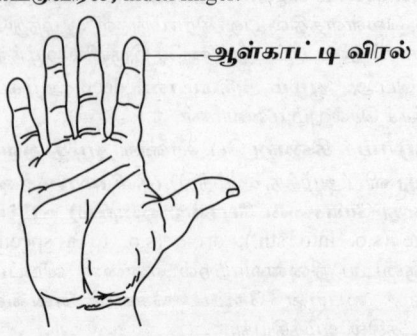

ஆள்காட்டி விரல்

ஆள் கூலி பெ. *(ஊரக வ.)* **குறிப்பிட்ட வேலைக்குத் தேவைப்படும் ஆட்களுக்கான மொத்தக் கூலி;** total wages to be paid for a given job.

ஆள்சேர் வி. *(-சேர்க்க, -சேர்த்து)* **1: (படைக்கு அல்லது ஒரு தொழிற்சாலைக்கு) ஆட்களைத் தேர்ந்தெடுத்தல்;** recruit (to the army, factory, etc.,). புதிய பஞ்சாலைக்குத் திருச்சியில் ஆள்சேர்க்கிறார்கள். **2: (பக்கத் துணையாக) ஆட்களைத் திரட்டுதல்;** muster (support). தன் எதிரியை அடிக்கத் திட்டமிட்டு ஆள்சேர்த்துக்கொண்டிருந்தான்.

ஆள்சேர்ப்பு பெ. **(ராணுவம், காவல்துறை போன்றவற்றுக்கு) ஆட்களை வேலைக்குத் தேர்ந்தெடுக்கும் முறை;** recruitment. எல்லைக் காவல் படைக்கான ஆள் சேர்ப்பு நாளை தொடங்குகிறது./ அந்த வெளிநாட்டு கார் தொழிற்சாலையில் ஆள்சேர்ப்பு முடிந்துவிட்டது.

ஆள்தேள் பெ. *(பே.வ.)* **1:** *(எதிர்மறை வாக்கியத்தில்)* **(ஓர் இடத்தில்) மனிதர்கள் இருப்பதற்கான அடையாளம்;** creature or soul (around). பத்து மணிக்கு வரச் சொன்னீர்களே என்று வந்து பார்த்தால் வீட்டில் ஆள்தேள் காணோமே. **2: வேலையாட்கள்;** servants. இந்த வீட்டில்

ஆள்தேளுக்கா பஞ்சம்? நீ ஏன் இந்த வேலையெல்லாம் செய்கிறாய்?

ஆள்படை பெ. (பே.வ.) **உதவி செய்யச் சேர்ந்திருக்கும் நபர்கள்; வேலையாட்கள்;** helpers; manpower. ஆள் படை இருந்ததால் கல்யாண வேலைகளைக் கவனிப்பதில் சிரமம் இல்லாமல் போயிற்று.

ஆள்பிணை பெ. (இலங்.) **ஒருவரை ஜாமீனில் விடுவிக்க மற்றொருவர் தரும் உத்திரவாதம்;** bail bond; personal surety.

ஆள் மாறாட்டம் பெ. **(மோசடி செய்யும் எண்ணத்தில்) வேறு ஒருவர்போல் நடித்தல்;** impersonation (with an intention to cheat). வங்கியில் ஆள் மாறாட்டம் செய்தவர் கைதுசெய்யப்பட்டார்.

ஆள்வள்ளிக்கிழங்கு பெ. (பே.வ.) காண்க: **மரவள்ளிக் கிழங்கு.**

ஆள்விடு வி. (-விட, -விட்டு) **(ஒருவரை) அழைத்துவர அல்லது (ஒருவருக்கு) செய்தி சொல்ல ஒரு நபரை அனுப்புதல்;** send (s.o.) with a message; send word. உன் வீட்டுக்கு இப்போதுதான் ஆள்விட்டேன். அதற்குள் நீயே வந்துவிட்டாய்.

ஆளணி பெ. (இலங்.) **குறிப்பிட்ட ஒரு பணியைச் செய்வதற்கான தகுதியுடைய ஆட்கள்;** team of qualified or skilled persons to do a specific work. உங்கள் கட்டடத்தை உடனடியாகக் கட்ட வேண்டும் என்றால் அதற்கு வேண்டிய ஆளணி எங்களிடம் இல்லை./ அவருக்கு நல்ல ஆளணி என்பதனால் நிறுவனத்தை விரைவாக முன்னேற்றிக் கொண்டுவந்துவிட்டார்.

-ஆளர் இ.சொ. **1: 'குறிப்பிடப்படும் இயல்பை, தன்மையை உடையவர்' என்ற பொருளில் ஒரு பெயர்ச்சொல்லுடன் இணைந்து மற்றொரு பெயர்ச்சொல்லை உருவாக்கும் இடைச்சொல்;** particle added to nouns indicating 'one who possesses (the stated nature, quality, etc.,)'. பண்பாளர்/ அருளாளர். **2: 'குறிப்பிட்ட பணியை நிறைவேற்ற நியமிக்கப்பட்டவர்' அல்லது 'தரப்பட்டிருக்கும் பொறுப்பைச் செயல்படுத்துபவர்' என்ற பொருளில் ஒரு பெயர்ச்சொல்லுடன் இணைந்து மற்றொரு பெயர்ச்சொல்லை உருவாக்கும் இடைச்சொல்;** particle added to nouns to indicate an office, duty, etc., meaning 'one who is appointed (to do the stated function, duty, etc.,)'. களப்பணியாளர்/ உதவியாளர். **3: 'தேர்ச்சி பெற்றவர், வல்லுநர்' என்ற பொருளில் ஒரு பெயர்ச்சொல்லுடன் இணைந்து மற்றொரு பெயர்ச்சொல்லை உருவாக்கும் இடைச்சொல்;** particle added to nouns to indicate one who is a professional (in the stated branch or field). கல்வியாளர்/ சமூகவியலாளர்/ இயற்பியலாளர்.

ஆளரவமற்ற பெ.அ. **மனித நடமாட்டம் இல்லாத;** desolate; deserted. போராட்டத்தின் காரணமாக நிறுவனங்களும் கடைகளும் அடைக்கப்பட்டு, ஆளரவமற்ற சாலைகளில் ரோந்து வாகனங்களும் காவல்படையினரும் மட்டுமே தென்படுகின்றனர்./ ஆளரவமற்ற வனாந்தரம்.

ஆளாக்கு வி. (ஆளாக்க, ஆளாக்கி) **1: (கோபம், வருத்தம், துயரம் போன்ற விரும்பத் தகாத நிலைகளுக்கு ஒருவரை) உள்ளாக்குதல்; உட்படுத்துதல்;** plunge (s.o. into sth.); drive (s.o. into a state). நாட்டின் நிலை அவரைத் துன்பத்திற்கு ஆளாக்கியது./ அப்பாவை இவ்வளவு வருத்தத்திற்கு ஆளாக்கிவிட்டேனே? **2: (ஒருவரை) ஒரு நல்ல நிலைக்குக் கொண்டுவருதல்; உருவாக்குதல்;** help a person prosper (in life); bring up; shape. அவனை இந்த அளவுக்கு ஆளாக்க அவனுடைய தாய் பட்ட துன்பங்கள் கொஞ்சம் அல்ல.

ஆளாகு[1] வி. (ஆளாக, ஆளாகி) **1: (கோபம், வருத்தம், துயரம் போன்ற விரும்பத் தகாத நிலைகளுக்கு) உள்ளாதல்; உட்படுதல்;** become subject to; be a victim or target of. அவருடைய கோபத்துக்கு ஆளாகப்போகிறோமோ என்று பயந்துகொண்டே உள்ளே நுழைந்தான்./ தவிர்க்க முடியாத நிர்ப்பந்தத்துக்கு ஆளாகிவிட்டேன்./ அவருடைய கேள்விக் கணைகளுக்கு ஆளாக நேரிடும்./ குழந்தைப் பருவத்தில் தாய்ப்பால் இல்லாமலேயே வளர்ந்ததால் பல நோய்களுக்கு ஆளாக வேண்டியிருந்தது. **2: (ஒருவர்) வாழ்க்கையில் நல்ல நிலைக்கு வருதல்;** come up (in life). நீ ஆளாகித்தான் உன் குடும்பம் தலையெடுக்க வேண்டும்.

ஆளாகு[2] வி. (ஆளாக, ஆளாகி) **பூப்படைதல்; பருவமடைதல்;** (of a girl) attain puberty.

ஆளி[1] பெ. **நீல நிறப் பூக்களைத் தரும், மெல்லிய இலைகளையும், நார்ச் சத்தையும் கொண்ட தாவரம்;** (the plant) flax. ஆளிச் செடியின் இழைகளிலிருந்து துணி நெய்யலாம்./ ஆளி விதைகள் உடலுக்கு நல்லது.

ஆளி[2] (வ.வ.) **விழாக்களில் மனிதர்கள் புகுந்து ஆடும் ஆளுயரப் பொம்மை.** big hollow dolls into which people can enter to do dancing so that the doll would appear to be dancing, used during temple festivals.

ஆளில்லாக் கடவுப்பாதை பெ. (பு.வ.) **(கொடி அசைத்து அல்லது கதவை இழுத்து மூடி) ரயில் வருவதை அறிவிக்கும் பணியாளர் யாரும் இருப்புப் பாதை அருகே இல்லாமல் திறந்த நிலையில் குறுக்குச் சாலை அமைந்திருக்கும் வழி;** unmanned level crossing (in a railway track).

ஆளுக்காள் பெ. **1: ஒவ்வொருவரும்;** each one. நீங்கள் ஆளுக்காள் நூறு ரூபாய் போட்டால் ஆயிரம் ரூபாய் சேர்ந்துவிடும். **2: ஒருவருக்கொருவர்;** each other; mutually. மாணவர்களாகிய நாம் ஆளுக்காள் உதவிக்கொள்ள வேண்டும்.

ஆளுகை பெ. (உ.வ.) **1: (அரசரின்) ஆட்சி;** rule. சோழப் பேரரசன் ராஜேந்திர சோழன் தமிழகத்தின் சிறு நாடுகள் அனைத்தையும் தன் ஆளுகையின் கீழ் கொண்டுவந்தான். **2: (அரசின்) நிர்வாகம்;** administration (by government). இந்து அறநிலையத் துறை ஆளுகையின் கீழ் உள்ள திருக்கோயில்கள். **3: (ஒரு நாடு, அரசு அல்லது அமைப்பு போன்றவற்றை) கட்டுப்படுத்தி ஆளும் முறை;** governance. இவை இந்திய அரசின் ஆளுகைக்கு உட்பட்ட பகுதிகள்.

ஆளுநர் பெ. **மாநில நிர்வாகத்தின் தலைமைப் பொறுப்புக்குக் குடியரசுத் தலைவரால் நியமிக்கப்படுபவர்;** executive head of a state appointed by the President; (in India) Governor.

ஆளும் கட்சி பெ. **ஆட்சி நடத்தும் அரசியல் கட்சி;** the ruling party. காவிரி நதிநீர்ப் பிரச்சினை தொடர்பாக நடந்த போராட்டத்தில் ஆளும் கட்சியும் கலந்துகொண்டது.

ஆளுமை பெ. 1: **ஒரு மனிதனின் தனிப்பட்ட குணத் தொகுப்பு;** personality; individuality. முரட்டுத்தனமும் ஆளுமையின் வெளிப்பாடுதான். 2: *(அ.வ.)* **(சொத்தின் மேல் ஒருவருக்கு இருக்கும்) உரிமை; அதிகாரம்;** right of possession or ownership. அரசனிடமிருந்து நில ஆளுமை சிறு ஜமீன்களுக்குச் சென்றது. 3: **மேலோங்கிய நிலை;** dominance. இவர் கதைகளில் கலை ஆளுமை நன்றாக வெளிப்படுகிறது.

ஆளுமைத் தேர்வு பெ. *(பு.வ.)* **(அரசுத் துறையில் அல்லது தனியார் நிறுவனத்தில்) நிர்வாகப் பணிக்குத் தேர்ந்தெடுக்கப்படுபவர்களின் ஆளுமையைப் பற்றி அறிந்துகொள்ள உளவியல் அடிப்படையில் நடத்தப் படும் தேர்வு;** personality test.

ஆளெடு வி. *(-எடுக்க, -எடுத்து) (பே.வ.)* **(பணிக்கு) ஆள் சேர்த்தல்;** recruit. ராணுவத்துக்கு ஆளெடுக்கிறார்கள்.

ஆளையாள் பெ. *(இலங்.)* 1: **ஒருவருக்கொருவர்;** each other. களவெடுத்துவிட்டு ஆளையாள் சாட்டிக்கொள் கிறார்கள்./ எந்தக் காரியமும் செய்யாமல் ஆளையாள் சாட்டிக்கொண்டிருப்பதே இவர்களுக்கு வழக்கமாகிவிட் டது. 2: **ஒவ்வொருவரும்;** each one. புதுக் கவிதையின் இலக்கணம் குறித்து ஆளையாள் வெவ்வேறு கருத்து கூறலாம்./ அவனாக உண்மையைச் சொல்லாதவரையில் ஆளையாள் அவனைச் சந்தேகிப்பது நியாயம்தான்.

ஆளோடி பெ. *(வட்டார வ.)* 1: **குறுக்குத் தடுப்பில்லாமல் வீட்டின் அகலத்திற்குக் கூரை நீட்டப்பட்டுத் தளம் போடப்பட்ட, வீட்டின் முன் அல்லது பின்பகுதி;** open paved extension at the front or back of a house. 2: **நடப்பதற்கு வசதியாகக் குளத்தின் மதில் சுவரை ஒட்டி உட்புறமாக அமைக்கப்பட்ட வழி;** paved passage along the inner side of the parapet of a tank.

ஆற்றல் பெ. 1: **திறமை;** capability; ability; skill. நல்லதை யும் கெட்டதையும் பகுத்துணரும் ஆற்றல்./ அவருடைய பேச்சாற்றலும் எழுத்தாற்றலும் நம்மை வியக்கவைக் கின்றன./ உனக்கு இவ்வளவு ஆற்றல் எங்கிருந்து வந்தது! 2: *(இயற்.)* **ஒரு செயலுக்கு அல்லது இயக்கத்துக்குத் தேவையான மின்சாரம், வெப்பம், விசை போன்றவை; சக்தி;** energy; power. ஆற்றலை ஆக்கவோ அழிக்கவோ முடியாது; ஒரு ஆற்றலை வேறொரு ஆற்றலாக மாற்றத் தான் முடியும்./ மெழுகு திண்ம நிலையிலிருந்து நீர்ம நிலையை அடைவதற்கு வெப்ப ஆற்றல் தேவைப்படு கிறது./ இது சூரிய ஆற்றலில் ஓடும் வாகனம். [*(தொ.சொ.)* சக்தி/ திறன்/ பலம்/ வல்லமை/ வலிமை]

ஆற்றாக் கடைசி பெ. *(இலங்.)* **(இதற்கு மேல் எதுவும் செய்ய முடியாது என்கிற) இறுதி நிலை;** final or last resort. எவ்வளவு முயன்றும் அறைக் கதவைத் திறக்க முடிய வில்லை. ஆற்றாக் கடைசியில் கதவை உடைத்து உள்ளே நுழைந்தோம்./ அவர் சதுரங்கம் விளையாடிக்கொண் டிருக்கும்போதே தோற்றுவிடுவோம் என்று நினைத்ததால், ஆற்றாக் கடைசியில் எல்லாவற்றையும் குழப்பிவிட்டு எழுந்துபோய்விட்டார்.

ஆற்றாமை பெ. **(ஒரு சூழ்நிலையில்) எதுவும் செய்ய முடியாத நிலை; இயலாமை;** helplessness; desperate condition; despair. அவளை இனிமேல் சந்திக்கவே முடி யாது என்ற ஆற்றாமை அவனை வருத்தியது.

ஆற்று[1] வி. *(ஆற்ற, ஆற்றி)* 1: **(மிகவும் சூடாக இருக்கும் ஒன்றின்) சூட்டைக் குறைத்தல்;** cool (hot water, etc.,). பால் கொதிக்கிறது; ஆற்றிக் கொடு. 2: **(பசி, கோபம், வலி முதலியவற்றை) தணித்தல்; குறைத்தல்;** satisfy (hunger, thirst); appease; assuage or soothe (anger, pain, etc.,). ஆதிமனிதர்கள் விலங்குகளை வேட்டையாடி யும் காய்கனிகளை உண்டும் தங்கள் பசியை ஆற்றிக் கொண்டனர்./ அவனுடைய கோபத்தை ஆற்ற வழி தெரி யாமல் திகைத்தேன்./ சற்று நேரம் நிமிர்ந்து நின்று இடுப்பு வலியை ஆற்றிக்கொள்ளக்கூட முடியவில்லை. 3: **(காயத்தை, புண்ணை) குணமாக்குதல்;** heal (a wound). மருந்தால் புண்ணை ஆற்றலாம், மனப் புண்ணை ஆற்ற என்ன வழி? 4: **(முடியில் உள்ள ஈரத்தைக் காற்றில்) உலர்த்துதல்;** dry (the hair). குளத்தில் குளித்துவிட்டு முடியை ஆற்றிக்கொண்டே வந்தாள். 5: **(துன்பத்தில் இருப்பவரை) தேற்றுதல்/(பிறரிடம் கூறித் தன் மனச் சுமையை) குறைத்துக்கொள்ளுதல்;** console (a person in distress)/seek consolation. விபத்தில் மனைவியையும் குழந்தையையும் இழந்துவிட்ட நண்பர் ஆற்ற முடியாத சோகத்தில் இருந்தார்./ மனத்தில் உள்ள துயரத்தை யாரிடமாவது சொல்லி ஆற்றிக்கொள்ள வேண்டும் என்று நினைத்தார்./ என்ன சொல்லியும் என் மகன் திருந்த வில்லையே என்று ஆற்ற மாட்டாமல் வெம்பினாள்.

ஆற்று[2] வி. *(ஆற்ற, ஆற்றி) (உ.வ.)* 1: **(பணி, கடமை முதலியவற்றை) நிறைவேற்றுதல்; செய்தல்;** do; carry out; perform (work, duty, etc.,). நாட்டுக்காக அவர் ஆற்றிய பணிகள்தான் எத்தனை!/ கோழைகள்கூடச் சில சமயம் துணிச்சலான காரியங்களை ஆற்றியிருக்கிறார்கள். 2: **(உரை, சொற்பொழிவு) நிகழ்த்துதல்;** deliver (a speech). அவர் வானொலியில் இன்று ஆற்றிய உரை நன்றாக இருந்தது./ அவர் நாளை தமிழ் மன்றத்தில் உரையாற்றப் போகிறார்.

ஆற்று ஆலா பெ. **சாம்பல் அல்லது வெள்ளை நிற உடலையும், மஞ்சள் நிற அலகையும், பிளந்த வால் பகுதியையும் கொண்ட, அளவில் மாடப்புறாவை ஒத்த நீர்ப்பறவை;** river tern.

ஆற்றுகைக்கலை பெ. *(இலங்.)* **நிகழ்கலை;** performing art. பல்கலைக்கழகத்தில் ஆற்றுகைக்கலை பாடமாக வைக்கப்பட்டுள்ளது.

ஆற்றுத்தலை பெ. *(இலங்.)* **ஆற்றின் முகத்துவாரம்;** mouth of a river; estuary.

ஆற்றுப்படுத்து வி. *(-படுத்த, -படுத்தி) (உ.வ.)* **(ஒன்றை அல்லது ஒருவரை) வழிநடத்துதல்; நெறிப்படுத்து தல்;** channel. மக்களை அறவழியில் ஆற்றுப்படுத்தியவர் காந்தியடிகள்.

ஆற்றுப்போ வி. *(-போக, -போய்)* **மரம் ரசம் குறைந்து வலுவிழந்த நிலை;** (of timber) fatigue through weathering.

இந்த மரம் ஆற்றுப்போய்விட்டது, இதில் பீரோ கோத்தால் உறுதியாக இருக்காது.

ஆற்றொழுக்கு பெ. (-ஆக, -ஆன) (உ.வ.) **(பேச்சு, எழுத்து நடையில்) சரளம்;** (of literary style) the quality of flowing free. இலக்கியச் செழுமையும் ஆற்றொழுக்கு நடையும் கொண்டு எழுதியவர் மறைமலையடிகள்./ ஆற்றொழுக்கான தமிழ் நடையில் பேசக்கூடியவர்.

ஆற அமர வி.அ. **நிதானமாக; பரபரப்பு இல்லாமல்;** leisurely; not in haste. ஆற அமரச் சாப்பிட்டுவிட்டுப் புறப்பட்டேன்./ ஆற அமர யோசித்துப் பதில் சொல்.

ஆறப்போடு வி. (-போட, -போட்டு) **(ஒரு பிரச்சினைக்கு உடனடியாகத் தீர்வு காணாமல்) தள்ளிப்போடுதல்;** defer (sth. until the problem loses its urgency). ஒரு பிரச்சினையை ஆறப்போட்டதில் பல பிரச்சினைகள் உருவாகிவிட்டன.

ஆறறிவு பெ. **(ஐம்புலன் உணர்வோடு கூடிய) பகுத்தறியும் திறன்;** rational faculty.

ஆறியமர் வி. (-அமர, -அமர்ந்து) (இலங்.) **(களைப்பு நீங்கும் விதமாக) ஓய்வெடுத்தல்;** take a break; relax. நாம் கொஞ்சம் ஆறியமர்ந்துவிட்டு வேலையைத் தொடங்குவோம்./ நீங்கள் மத்தியானம் சாப்பிட்ட உடனேயே கிளம்பாமல் ஆறியமர்ந்து போகலாம்.

ஆறின கஞ்சி பெ. **(உடனே செய்யப்பட வேண்டியதைத் தள்ளிப்போட்டதால் அந்தச் செயலுக்கான உந்துதல்) தீவிரத் தன்மையை இழந்த நிலை;** sth. that has been allowed to lose its momentum. வியாபாரத்தில் கூட்டு சேருகிறேன் என்று அண்ணன் சொன்ன உடனேயே அதைப் பயன்படுத்திக்கொண்டிருக்க வேண்டும். இப்போது அது ஆறின கஞ்சிதான்.

ஆறு[1] வி. (ஆற, ஆறி) **1: (சூடாக இருப்பது) சூடு குறைதல்;** (of anything which is hot) become cold; cool. நேரம் கழித்து வீட்டுக்குப் போனால் ஆறிப்போன சாப்பாடுதான் கிடைக்கும். **2: (பசி, கோபம் போன்ற உணர்வுகள்) தணிதல்; குறைதல்;** (of hunger, thirst, etc.,) be appeased; (of anger, sorrow, etc.,) subside. பழங்களை உண்டு பசி ஆறிய பிறகு புறப்பட்டான்./ அப்பாவின் கோபம் ஆறிய பின் கேட்டால் பணம் கிடைக்கும். **3: (புண், காயம் முதலியன) குணமாதல்;** (of wound or injury) heal. புண் ஆறப் பல நாள் ஆயிற்று. **4:** (இலங்.) **ஓய்வெடுத்தல்; இளைப்பாறுதல்;** take rest. வெயிலில் களைத்துவிட்டீர்கள். சற்று ஆறிவிட்டுப் போங்கள்./ சற்று நேரம் ஆறியபின் சாரதி பேருந்தைக் கிளப்பினார்.

ஆறு[2] பெ. **ஐந்து என்ற எண்ணுக்கு அடுத்த எண்;** six.

ஆறு[3] பெ. **இரு கரைகளுக்கு இடையில் ஓடும் இயற்கையான நீர்ப் பெருக்கு/இவ்வாறு நீர்ப் பெருக்கு ஓடும் பரப்பு;** river. ஆறு சுழித்துக்கொண்டு ஓடியது./ இந்த ஆண்டு ஆற்றில் தண்ணீரே இல்லை. [(தொ.சொ.) ஓடை/ கால்வாய்/ வடிகால்/ வாய்க்கால்]

-ஆறு[4] இ.சொ. (உ.வ.) **'-படி' என்ற பொருளில் ஒரு பெயரெச்சத்தின் பின் சேர்ந்து வினையடையை உருவாக்கும் இடைச்சொல்; '-வண்ணம்';** particle after relative participle meaning 'as in the manner specified'. நான் சொன்னவாறு செய்திருந்தால் இந்தத் தொல்லை ஏற்பட்டிருக்காது./ நடக்கிறவாறு நடக்கட்டும்./ அவன் நாள் முழுதும் புத்தகம் படித்தவாறு இருந்தான்.

ஆறுதல்[1] பெ. (-ஆக, -ஆன) **(வருத்தத்திலிருந்தும் ஏமாற்றத்திலிருந்தும் மனம் மீள) தெம்பு தருவது; தேறுதல்;** comfort; consolation. வீட்டில் பலருடைய ஏளனப் பேச்சுக்கிடையில் அம்மா காட்டிய பரிவுதான் பெரும் ஆறுதலாக இருந்தது./ ஆறுதலாகப் பேச யாரும் பக்கத்தில் இல்லை./ அவருடைய ஆறுதலான வார்த்தைகள் என்னை நெகிழவைத்தன.

ஆறுதல்[2] பெ. (-ஆக, -ஆன) (இலங்.) **(செயல்படுவதில்) நிதானம்;** calmness. என்ன அவசரம், கோயிலுக்கு ஆறுதலாகப் போவோமே./ உன்னுடைய ஆறுதலான போக்கு வியாபாரத்துக்குச் சரிவராது.

ஆறுதல் பரிசு பெ. **போட்டியில் கலந்துகொண்டபோதும் வெற்றி பெறாதவர்களை ஊக்குவிக்கும் விதமாகச் சிலருக்கு அளிக்கப்படும் பரிசு;** consolation prize.

ஆன்மசக்தி பெ. காண்க: **ஆத்மசக்தி.**

ஆன்ம ஞானம் பெ. (தத்.) காண்க: **ஆத்ம ஞானம்.**

ஆன்மா பெ. (தத்.) **உடலிலிருந்தும் மனத்திலிருந்தும் வேறானது என்றும், குணமற்றும் அழிவற்றும் இருப்பது என்றும் நம்பப்படுவது;** soul or self.

ஆன்மீகம் பெ. (தத்.) **வாழ்க்கையின் சாராம்சத்தைப் பற்றியும் மனிதர்களுக்கும் பிரபஞ்சத்திற்கும் உள்ள உறவைப் பற்றியதுமான சிந்தனை;** spirituality.

-ஆன இ.சொ. **1: ஒரு பெயர்ச்சொல்லைப் பெயரடை ஆக்கும் இடைச்சொல்;** particle used to make a noun into an adjective. அழகான வீடு/ கடுமையான காய்ச்சல்/ விரிவான விளக்கம்/ பண்பான மனிதர். **2: ஒரு வரையறையையும் அது குறிப்பிடும் பொருளையும் தொடர்புபடுத்தி ஒரு தொடரை உருவாக்கப் பயன்படுத்தும் இடைச்சொல்; ஆகிய;** particle used for showing the connection between the genus and the species or that which is in apposition or to define the main subject. நாங்கள் வழிபடும் ஆண்டவனான முருகன்/ கெட்டிக்காரனான என் நண்பன் முகம்மது இப்ராஹிம்/ பெரிய கண்களை உடையதும் இரவில் இரை தேடுவதுமான பறவை. **3: இரண்டு பொருள்களை அல்லது நபர்களை ஒப்பிடும்போது 'இடையில் உள்ள' என்ற பொருளில் வாக்கியத்தின் இரண்டு பகுதிகளைத் தொடர்புபடுத்தும் இடைச்சொல்;** particle used in the sense of 'between' to connect two parts of a sentence. மலைக்கும் மடுவுக்குமான வித்தியாசம்./ என் கணவருக்கும் எனக்குமான வயது வித்தியாசம்தான் பல பிரச்சினைகளுக்குக் காரணம். **4: ஒரே பொருளுடைய இரண்டு பெயர்ச்சொற்களுக்கு இடையில் வந்து முதல் பெயர்ச்சொல்லுக்குப் பின் இணைக்கப்பட்டு, அந்தப் பெயர்ச்சொல் குறிக்கும் தன்மையை மிகுவிக்கப் பயன்படும் இடைச்சொல்;** particle affixed to the first occurrence of a noun and when it is repeated, to intensify its meaning. இரண்டு பேருக்கும் சண்டையான சண்டை./ சந்தையில் சத்தமான சத்தம். பக்கத்தில் இருப்பவர் பேசுவதுகூடக் காதில் விழவில்லை.

ஆனந்தம் பெ. 1: (-ஆக, -ஆன) **மகிழ்ச்சி;** joy; happiness. நூல்களைப் படிக்கும்போது ஏற்படும் ஆனந்தமே தனி!/ நான் ஆனந்தமாகத் தூங்கிக்கொண்டிருந்தேன். 2: **(உலக இன்பம் அல்லாத) பேரின்பம்;** bliss; (spiritual) joy. இறைவன் ஆனந்தமயமானவன் என்கிறார்கள்.

ஆனபடியால் இ.சொ. **'ஆகையால்' என்ற பொருளில் இரண்டு வாக்கியங்களைத் தொடர்புபடுத்தும் இடைச்சொல்;** particle used in the sense of 'therefore' to relate two sentences. அவன் இங்கு வர மாட்டான். ஆனபடியால் நீ தான் அங்கு செல்ல வேண்டும்.

ஆனமானப்பட்ட பெ.அ. (இலங்.) 1: **யோக்கியமான;** reliable; honest. ஆனமானப்பட்டவன் என்றால், நான் கொடுத்த காசைக் கேட்பதற்கு முன்பே தந்திருப்பான்./ ஆனமானப்பட்டவர்களுடன்தான் பழக வேண்டும். 2: **நியாயமான; நேர்மையான;** proper; honest. ஆனமானப் பட்ட காரியம் என்றால் நான் உதவுவேன்.

ஆனா ஆவன்னா பெ. காண்க: **அனா ஆவன்னா.**

ஆனால்[1] இ.சொ. **இரண்டு கூற்றுகளில் மாறாகவோ விலக்காகவோ இருப்பதை முதல் கூற்றோடு தொடர்பு படுத்தும் இடைச்சொல்;** particle meaning 'but'. உனக்கு இருபது ரூபாய் தருகிறேன். ஆனால் அது சினிமாவுக்குப் போவதற்காக அல்ல./ அவர் கோபமாக, ஆனால் கண்ணிய மாகப் பேசினார்./ கால்வலி குணமாகிவிட்டது. ஆனால் முன்போல் நடக்க முடியவில்லை.

-ஆனால்[2] இ.சொ. 1: **இரண்டு கூற்றுகளில் முதல் கூற்று நிபந்தனையாக அமையும்போது பயன்படுத்தப்பட்டு அதை இரண்டாவது கூற்றுடன் தொடர்புபடுத்தும் இடைச்சொல்; என்றால்;** particle meaning 'if'. நான் பணம் வைத்திருந்தேனானால் உனக்குக் கொடுத்திருப் பேன்./ நீ முன்பே சொல்லியிருந்தாயானால் அனுப்பியிருப் பேன். 2: **இரண்டாவது கூற்றில் கூறப்படும் எழுவாய் முதல் கூற்றில் கூறப்படுவதற்கு முரண்பட்ட நிலை யில் இருப்பதைக் காட்டுவதற்கு அதோடு இணைக் கப்படும் இடைச்சொல்;** particle meaning 'whereas'; 'while'. உன்னைப் பெண் பார்க்க வருகிறார்கள், நீயானால் அழுதுவடிகிறாய்./ மருந்து சாப்பிட்டால்தான் வியாதி போகும், குழந்தையானால் மருந்து சாப்பிட ஒரே அழுகை! 3: **முரண்படுவதாகத் தோன்றும் இரண்டு நடப்பு களைக் குறிப்பிடும்போது இரண்டாவது வாக்கியத் திலோ இரண்டு வாக்கியங்களிலுமோ முரணைக் காட்ட வாக்கியத்தின் இறுதியில் சேர்க்கும் இடைச் சொல்;** a particle added to the one or both of the propositions that are claimed to be in conflict to suggest that the speaker is conflicted. எனக்கானால் வேலை இல்லை, என் மனைவியானால் பட்டுப் புடவை வேண்டும் என்கிறாள்./ எனக்கானால் இந்த மாதச் சம்பளமே வரவில்லை, தம்பி யானால் கொடுத்த கடனை எப்போது திருப்பித் தருவாய் என்று நச்சரிக்கிறான்.

ஆனாலும் இ.சொ. **ஒருவருடைய செயலை அல்லது இயல்பை மென்மையாகக் கண்டிக்கும் தொனியில் பயன்படுத்தப்படும் இடைச்சொல்;** particle used in polite disapproval of s.o.'s conduct or nature;. ஆனாலும் உனக்குத் திமிர் கொஞ்சம் அதிகம்தான்./ ஆனாலும் அவ ருக்கு இவ்வளவு கோபம் ஆகாது./ ஆனாலும் அவர் இப் படிப் பேசியிருக்கக் கூடாது.

ஆனானப்பட்ட பெ.அ. (பே.வ.) **(மிகுந்த) திறமையும் பலமும் வாய்ந்த;** even the most (powerful, influential, etc.,). ஆனானப்பட்ட மூத்த வழக்கறிஞரே இந்த வழக்கில் திணறுகிறார்./ ஆனானப்பட்ட பிரேசிலையே கால்பந் தாட்டத்தில் பிரான்ஸ் தோற்கடித்தது.

ஆனி பெ. **மூன்றாம் தமிழ் மாதத்தின் பெயர்;** the third Tamil month (mid-June to mid-July.). ஆனி மாதத்தில் வாடகை வீட்டுக்குக்கூடக் குடிபோக மாட்டார்கள்.

ஆனைக் குவளை பெ. (ஊரக வ.) **(யானையின் கால் போன்ற வடிவில்) (தண்ணீர் போன்றவற்றை வைத் துக்கொள்ளப் பயன்படும்) பெரிய பித்தளைப் பாத் திரம்;** large brass vessel resembling the foot of an elephant used as a container or receptacle for water, grains, etc., ஒரு ஆனைக் குவளையில் அரிசி கொட்டிவைத்திருக்கிறேன்.

ஆனைத்தடிப்பான் பெ. (இலங்.) **யானைச்சொறி;** psoriasis.

ஆனைத்தாள் பெ. (மண்.) **(சூளையில் மட்பாண்டங் களை அடுக்கும்போது அவை தரையில் படாமல் இருக்க) முட்டுபோல் தாங்கிக்கொள்ள, முக்கால் அடி உயரத்தில் மண்ணால் செய்யப்பட்ட கால்;** an earthenware stand of ¾ foot in height to support mud vessels stacked in kiln for firing.

ஆனைவாழை பெ. (இலங்.) **(யானையின் துதிக்கை போல) நீண்டு வளைந்த குலையைக் கொண்ட ஒரு வகை வாழை;** a kind of banana that yields fruit bunches which look like the trunk of an elephant. ஆனைவாழை குலை போட்டு எவ்வளவு நாளாகிவிட்டது என்று அம்மா ஆதங் கத்தோடு சொல்லிக்கொண்டிருந்தார்./ இப்போதெல்லாம் சந்தையில் ஆனைவாழைப்பழத்தைக் கண்ணால்கூடக் காண முடிவதில்லை.

ஆஜர்படுத்து வி. (-படுத்த, -படுத்தி) (சட்டம்) 1: **விசா ரணைக்காக ஒருவரை (நீதிமன்றத்திற்கு) கொண்டு வருதல்;** produce (the accused in a court of law). 2: **(குறிப்பிட்ட நோக்கத்துக்காக ஒருவரை மற்றொரு வரின் முன்னால்) கொண்டுவருதல்;** produce before s.o. தங்கள் பலத்தை நிரூபிக்கச் சட்டமன்ற உறுப்பினர்களை ஆளுநர் முன் ஆஜர்படுத்தவும் எதிர்க்கட்சி ஏற்பாடு செய்து வருகிறது.

ஆஜராகு வி. (-ஆக, -ஆகி) 1: (சட்டம்) **வாதி, பிரதி வாதி, சாட்சி, வழக்கறிஞர் ஆகியோர் ஒரு வழக்கை முன்னிட்டு நீதிமன்றத்துக்கு வருதல்/விசாரணைக் குழுவின் விசாரணைக்கு உட்படுவதற்காகச் சம்பந்தப் பட்ட ஒருவர் வருதல்;** (of plaintiff, defendant, witness, lawyer) appear (in a court of law or before a committee, etc.,). உயர் நீதிமன்றத்தில் அவர் ஒரு வழக்கில் ஆஜராகி வாதாடுவது இதுவே முதல் தடவை./ அரசு ஊழியரை அடுத்த வாரம் நேரில் ஆஜராகும்படி விசாரணைக் குழு கேட்டிருக்கிறது. 2: (அ.வ.) **(கூப்பிட்டதும்) வந்துசேர் தல்;** be present (when called). அவன் பத்து நிமிஷத்தில் ஆஜரானான்.

ஆஜானுபாகு பெ. (-ஆக) (அ.வ.) **நல்ல உயரமும் உயரத்துக்கு ஏற்ற பருமனும் உடைய தோற்றம்;** tall and commanding figure. குதிரையின் மீது ஆஜானுபாகுவாக ஒருவர் அமர்ந்திருந்தார்.

ஆஷாடபூதி பெ. (அ.வ.) **பொய்யான தோற்றத்தால் ஏமாற்றும் நபர்;** one who practises deception; hypocrite.

ஆஸ்தானம் பெ. **அரசவை;** (king's) court. ஆஸ்தானப் புலவர்.

ஆஸ்தி பெ. **(தனிமனித) உடைமை; சொத்து;** (individual's) property. என்னுடைய ஆஸ்தி என்று சொல்லிக் கொள்ள இந்த வீடு மட்டும்தான் உள்ளது.

ஆஸ்திகம் பெ. காண்க: **ஆத்திகம்.**

ஆஸ்திகன் பெ. காண்க: **ஆத்திகன்.**

ஆஸ்துமா பெ. **மூச்சுவிடுவதில் தடை ஏற்படுத்தும், நுரையீரல் தொடர்பான நோய்;** asthma.

ஆஸ்பத்திரி பெ. (பே.வ.) **மருத்துவமனை;** hospital.

இ

இ பெ.அ. **இந்த;** this. இக்காலம்/ இவ்வீடு/ இப்பையன்.

இஃது பி.பெ. (உ.வ.) **இது;** third person neuter singular proximate demonstrative pronoun; this. இஃது ஒரு சமணக் காப்பியம்./ சிறப்புக் கலையை முறையாகக் கற்க இஃதே முதற்படியாகும்.

இஃப்தார் பெ. (இஸ்.) **ரம்ஜான் நோன்பு காலத்தில் தினமும் மாலையில் கஞ்சி அருந்தி நோன்பை முடித்த பின் உணவு உண்ணத் தொடங்கும் நிகழ்ச்சி;** Ifthar. மாமாவை நாளைக்கு இஃப்தாருக்கு வரும்படி அழைத்திருக்கிறேன்./ அமைச்சர் ஏற்பாடு செய்திருந்த இஃப்தார் விருந்துக்கு நகரத்தின் முக்கியப் பிரமுகர்கள் அழைக்கப்பட்டிருக்கிறார்கள்.

இக்கட்டு பெ. (-ஆன) **(சமாளிப்பது பெரும் பிரச்சினையாக இருக்கும்) நெருக்கடி; கடினமான பிரச்சினை;** predicament; quandary; crisis; dilemma. சித்தப்பாவும் கடன் கேட்கிறார் மாமனாரும் கடன் கேட்கிறார். யாருக்குக் கொடுப்பது என்னும் இக்கட்டில் மாட்டிக்கொண்டு தவிக்கிறேன்./ வேடிக்கைப் பேச்சு சில சமயம் எவ்வளவு பெரிய இக்கட்டான நிலைமைக்குக் கொண்டுபோய்விடுகிறது!/ குடும்பம் இக்கட்டான பொருளாதார நெருக்கடியில் இருந்தபோது மாமாதான் உதவி செய்தார்.

இகம் பெ. (அ.வ.) **(மத நம்பிக்கைகளின்படி) இந்த உலக வாழ்வு; இம்மை;** life in this world (as distinguished from afterlife). ஆன்மீக நெறி இகத்துக்கும் பரத்துக்கும் நன்மை தரும் என்பது சமயப் பெரியோரின் நம்பிக்கை.

இகலோகம் பெ. **(இந்து மதத்தில் பரலோகம் என்று கருதப்படுவதற்கு எதிரிடையாக வழங்கும்போது) (நாம் வாழும்) இந்த உலகம்; பூமி;** this world (as distinguished from heaven); earth. இறைவன் எனக்கு இகலோக சுகங்கள் அனைத்தையும் கொடுத்திருக்கிறான்.

இகழ்[1] வி. (இகழ, இகழ்ந்து) **(ஒருவரை அல்லது ஒன்றை) அவமதித்தோ கேலியாகவோ பேசுதல்;** deride. பிறர் உன்னை இகழலாம், புகழலாம். அதைப் பற்றிக் கவலைப்படாதே.

இகழ்[2] பெ. **அவப்பெயர்;** stigma. உச்ச நீதிமன்றத்தின் இந்தத் தீர்ப்பால் கல்லூரி முதல்வர் மீதிருந்த இகழ் நீக்கப்பட்டது.

இகழ்ச்சி பெ. (-ஆக, -ஆன) **ஒருவரை அவமதிக்கும் அல்லது கேலிசெய்யும் செயல்;** derision. இகழ்ச்சி கலந்த சிரிப்பு ஒன்று அவரிடமிருந்து வெளிப்பட்டது./ அவரை ஒருபோதும் நான் இகழ்ச்சியாகப் பேசியதில்லை./ இகழ்ச்சியான குரலில் 'உன் நிலைமை எப்படி ஆகிவிட்டது, பார்த்தாயா?' என்றார். [(தொ.சொ.) **இளக்காரம்/ இளப்பம்/ எள்ளல்/ கிண்டல்/ கேலி/ நக்கல்/ நையாண்டி**]

இங்கனம்[1] வி.அ. (உ.வ.) காண்க: **இங்ஙனம்**[2]**/-ஆக.**

இங்கனம்[2] இ.சொ. காண்க: **இங்ஙனம்**[1]**.**

இங்காலே வி.அ. (இலங்.) **இந்தப் பக்கம்;** this side. இங்காலே திரும்பு!

இங்கிதம் பெ. (-ஆக) **சூழ்நிலைக்கும் பிறர் இயல்புக்கும் ஏற்ற இணக்கம்; நாசூக்கு;** propriety; gracefulness; prudence. பிறரிடம் பேசிக்கொண்டிருக்கும்போது தலையிடாமல் இருக்கும் இங்கிதம் தெரிந்தவள்.

இங்கிப் புட்டி பெ. (பே.வ.) காண்க: **மைக்கூடு.**

இங்கு வி.அ. காண்க: **இங்கே.**

இங்குமங்கும்/-ஆக வி.அ. காண்க: **அங்குமிங்கும்/-ஆக.**

இங்கே வி.அ. 1: **இந்த இடத்தில்;** here. இங்கே என்ன நடக்கிறது? 2: **இந்த இடத்துக்கு;** to this place. நான் இங்கே வருவதற்கு முன் மதுரையில் வேலைபார்த்தேன்.

இங்ஙனம்[1] இ.சொ. **'இப்படிக்கு' என்ற பொருளில் கடிதத்தில் பயன்படுத்தப்படும் இடைச்சொல்;** part of the subscription of a letter. கடிதத்தில் எல்லா விவரங்களையும் எழுதிவிட்டு 'இங்ஙனம்' என்று எழுதிக் கையெழுத்திட்டான்.

இங்ஙனம்[2]**/-ஆக** வி.அ. **இப்படி; இவ்வாறு; இவ்விதம்;** in this manner; in such a way. இங்ஙனம் அவள் பேசிய பிறகு.../ இங்ஙனமாகப் போருக்கு நாடு ஆயத்தமாயிற்று.

இச்சகம் பெ. (-ஆக) (உ.வ.) **(காரியம் நிறைவேறுவதற்காகச் செய்யும்) போலியான புகழ்ச்சி;** flattery. இச்சகம் பேசிக் காரியம் முடிப்பதில் அவன் வல்லவன்.

இச்சை பெ. 1: **(ஒன்றை அடைய வேண்டும் என்பதில் ஒருவர் காட்டும்) தீவிர விருப்பம்;** strong desire. பொன் மீதும் பொருள்மீதும் ஏற்படும் இச்சையைத் தவிர்க்க முடிவதில்லை. [(தொ.சொ.) **அவா/ ஆசை/ ஆவல்/ எதிர்பார்ப்பு/ நப்பாசை/ நாட்டம்/ நினைப்பு/ விருப்பம்/ விழைவு**] 2: **காம உணர்வு;** lust. ஒரு பெண்ணை இச்சையுடன் நோக்குவது தவறு இல்லையா?

இசகுபிசகாக வி.அ. 1: **விரும்பத் தகாத விதத்தில்; எதிர்பாராமல்;** blunderingly. இருட்டில் நடந்தபோது எங்கோ இசகுபிசகாக இடித்துவிட்டது. 2: **தவறாக; தகாதவாறு;** improperly. அவரிடம் என்னைப் பற்றி ஏதாவது இசகுபிசகாகச் சொல்லிவிடாதே./ போகிற இடத்தில் இசகுபிசகாக எதுவும் நடந்துவிடாமல் பார்த்துக்கொள்.

இசிவு பெ. **திடீரென ஏற்படுவதும் வலியைத் தருவதுமான தசை இறுக்கம்;** cramp; spasm.

இசை[1] வி. (இசைய, இசைந்து) **1: உடன்படுதல்; சம்மதித்தல்;** consent; agree (to sth.). குடும்பக்கட்டுப்பாடு செய்துகொள்ள அவள் இசையவில்லை./ கலைவிழாவைத் தொடங்கிவைக்க அமைச்சர் இசைந்தார். **2: (மனத்திற்கு) உகந்ததாக இருத்தல்;** be agreeable. எனக்கு இசைந்த வாழ்க்கை. **3: (முரண்பாடு இல்லாமல்) பொருத்தமாக இணைதல்;** be in harmony. ராகமும் தாளமும் ஒன்றோடு ஒன்று இசைந்து இனிமை கூட்டின.

இசை[2] வி. (இசைக்க, இசைத்து) (உ.வ.) **1: (தேவாரம், திருப்பாவை போன்றவற்றை) பாடுதல்;** sing. எம்பெருமானுக்குத் திருப்பல்லாண்டு இசைத்தார். **2: (ஓர் இசைக் கருவியை) வாசித்தல்;** play (on a musical instrument). அவள் வீணையை இசைத்த விதம் திருத்தமாக அமைந்திருந்தது. [(தொ.சொ.) **மீட்டு/ வாசி**]

இசை[3] பெ. **1: முறைப்படுத்திய ஓசைகளை வாயால் பாடும் அல்லது இசைக் கருவியால் இசைக்கும் கலை; சங்கீதம்;** vocal or instrumental music. **2: (மரபு இலக்கணத்தில்) இயல், நாடகம் ஆகியவற்றோடு சேர்ந்து தமிழின் மூன்று பிரிவுகளில் ஒன்றாக அமைவது;** music (as a branch of Tamil language in its traditional grammar).

இசைக் கருவி பெ. **இசையை உருவாக்குவதற்கு உதவும் கருவி அல்லது சாதனம்;** musical instrument.

இசைக்கவை பெ. (இயற்.) **தட்டும்போது ஏற்படும் அதிர்வினால் ஒருவித ரீங்கார ஒலியை எழுப்பும், (ஒலி அலைகளை ஆய்வு செய்ய உதவும்) கவை வடிவில் அமைக்கப்பட்ட எஃகு சாதனம்;** tuning fork.

இசைக் குழு பெ. **இசை நிகழ்ச்சி நடத்தும் கலைஞர் குழு;** musical troupe (especially for light music). பக்கவாத்திய இசைக் குழு மேடையின் பின்பக்கம் அமர்ந்திருந்தது.

இசைகேடாக வி.அ. **உரிய முறையில் இல்லாமல்;** awkwardly; clumsily. இசைகேடாக மூட்டையைத் தூக்கியதால் இடுப்பு சுளுக்கிக்கொண்டது.

இசைத்தட்டு பெ. **இசை, பேச்சு முதலியவை கோடுகளாகப் பதிவுசெய்யப்பட்டிருக்கும் பிளாஸ்டிக்கால் ஆன வட்ட வடிவத் தகடு;** (gramophone) record.

இசைத்தூண் பெ. **தட்டினால் வெவ்வேறு ஸ்வரங்களாக ஒலிக்கும் கல் தூண்களில் ஒன்று;** stone pillar which, when tapped, produces a musical note; musical pillar. மதுரை மீனாட்சியம்மன் கோயிலில் இசைத்தூண்கள் உள்ளன./ இசைத்தூண்களைப் பற்றிய ஆவணப் படத்தை அண்மையில் பிரெஞ்சுக் குழு ஒன்று தயாரித்திருக்கிறது.

இசை நடனம் பெ. (இசை) **ஏதேனும் ஒரு குறிப்பிட்ட கருத்தை வலியுறுத்தும் அல்லது கதையை விளக்கும் விதத்தில் அமைக்கப்படும் இசையுடன் கூடிய நடன வகை;** ballet.

இசை நாடகம் பெ. (இசை) **கதாபாத்திரங்கள் ஒவ்வொருவரும் தங்களுடைய பாத்திரத்தைப் பாடல்கள் மூலமே நடித்துக்காட்டும் (இசையைப் பிரதானமாகக் கொண்ட) நாடக வகை;** opera; dance drama.

இசை நாற்காலி பெ. **இசை ஒலிக்கும்போது தங்கள் எண்ணிக்கையைவிட ஒன்று குறைவாகவும், வட்டமாகவும் போடப்பட்டிருக்கும் நாற்காலிகளைச் சுற்றி ஓடிக்கொண்டும், இசை நின்றதும் நாற்காலிகளில் இடம்பிடித்து உட்கார்ந்தும் விளையாடும் விளையாட்டு;** musical chairs. (உரு வ.) இன்று பல மாநிலங்களின் முதல்வர் பதவி இசை நாற்காலியாகிவிட்டது.

இசையமை வி. (-அமைக்க, -அமைத்து) **(திரைப்படம், நாட்டியம் முதலியவற்றுக்கு) பின்னணி இசையையோ பாடுவதற்கான இசையையோ உருவாக்குதல்;** compose music (for a film, play, dance, etc.,). அவர் ஐந்து படங்களுக்கு இசையமைக்க ஒப்புக்கொண்டுள்ளார்./ இந்த நாட்டிய நாடகத்துக்கு இசையமைத்தவர் கர்நாடக சங்கீதத்தில் பிரபலமானவர்.

இசையமைப்பாளர் பெ. **(திரைப்படம், நாடகம் முதலியவற்றுக்கு) இசையமைப்பவர்;** music director or composer (of a film, play, etc.,).

இசைவாணர் பெ. (அ.வ.) **இசைக் கலைஞர்;** musician.

இசைவு பெ. (-ஆக, -ஆன) **1: (ஒரு கருத்து, ஆலோசனை முதலியவற்றுக்குத் தரும்) ஒப்புதல்; சம்மதம்;** acceptance; approval; consent; sanction. பொருளாதார உடன்படிக்கை செய்துகொள்ள இரு நாடுகளும் இசைவு தெரிவித்துள்ளன./ உங்கள் இசைவு இல்லாமல் நான் இதைச் செய்ய மாட்டேன். [(தொ.சொ.) **அனுமதி/ ஏற்பு/ ஒப்புதல்**] **2: (முரண்பாடு இல்லாத) பொருத்தம்; ஒற்றுமை;** suitability; agreeableness; harmony. குடும்பத்தின் சூழ்நிலைக்கு இசைவாகவே அவன் முடிவு எடுத்தான்./ கவிதையில் பொருளுக்கு இசைவான ஒலிநயம் அமைந்திருப்பது மிகவும் சிறப்பு.

இஞ்சி பெ. **(உணவிலும் நாட்டு மருந்திலும் சேர்க்கும்) உறைப்புச் சுவையும் நார்த் தன்மையும் கொண்ட (நிலத்திற்குக் கீழ் வளரக்கூடிய) சதைப்பற்றுள்ள தண்டு/அந்தத் தண்டைக் கொண்ட செடி;** ginger.

இஞ்சித்தேறு பெ. (இலங்.) **இஞ்சித் துண்டு;** slice of ginger. கொஞ்சம் இஞ்சித்தேறு கொடுங்கள்./ இந்த உப்புமாவில் இஞ்சித்தேறு போட்டிருந்தால் இன்னும் நன்றாக இருக்கும்.

இஞ்சிமுரப்பா பெ. **(அஜீரணம், வாயுக் கோளாறு போன்றவற்றை நீக்கும்) வெல்லப் பாகில் இஞ்சி, சுக்குத் தூளைப் போட்டுக் கிளறித் தயாரிக்கப்படும் கைமருந்து;** sugar-coated ginger (used as medicine).

இஞ்சு வி. (இஞ்ச, இஞ்சி) (ஊரக வ.) **(நிலத்தில் தேங்கியிருக்கும் நீர்) உள்ளிழுக்கப்படுதல்; உறிஞ்சப்படுதல்;** be absorbed (as water on soil). தோட்டத்தில் நின்ற தண்ணீர் இஞ்சிவிட்டது.

இட்டுக்கட்டு வி. (-கட்ட, -கட்டி) **(இல்லாததை இருப்பதாக அல்லது நிகழாததை நிகழ்ந்ததாக) கற்பித்துக் கூறுதல்; கதைகட்டுதல்;** concoct; make (sth.) up. தம் மீது கூறப்படும் புகார்கள் இட்டுக்கட்டப்பட்டவை என்று அமைச்சர் கூறினார்.

இட்டுச்செல் வி. (-செல்ல, -சென்று) **(ஒரு குறிப்பிட்ட இடத்துக்கு அல்லது மற்றொரு நிலைக்கு) கொண்டு போதல்;** lead to (the specified place or level). குறுகலான காட்டுப் பாதை ஒரு மண்டபத்துக்கு இட்டுச்சென்றது./ இந்தியாவை வறுமை இல்லாத இருபத்தியோராவது நூற்றாண்டுக்கு இட்டுச்செல்வோம்.

இட்டு நிரப்பு வி. (நிரப்ப, நிரப்பி) (எதிர்மறையில் அல்லது எதிர்மறைத் தொனியில்) **ஈடு செய்தல்;** (in the negative or implying the negative) fill (the place of s.o. or sth.). மறைந்த தலைவரின் இடத்தை யாராலும் இட்டு நிரப்ப முடியாது.

இட்டுமுட்டு பெ. (-ஆன) (இலங்.) **இடவசதிக் குறைவு;** inconvenient space. ரொம்பச் சின்ன வீடு என்றபடியால் இட்டுமுட்டாக இருக்கிறது./ இந்த இட்டுமுட்டுக்குள் ஊரிலிருந்து உறவுக்காரர்களும் வந்து தொல்லைப்படுத்துகிறார்கள்.

இட்டேரி பெ. (ஊரக வ.) **இரண்டு வயல்களுக்கு இடையே நடந்து செல்லும் பாதையாக அமைந்திருக்கும் குறுகிய வரப்பு;** narrow path between two fields. இந்த இட்டேரி வழியாகப் போனால் ஏரிக்கரை வந்துவிடும்.

இட்லி பெ. **அரிசி மாவையும் உளுந்து மாவையும் (குறிப்பிட்ட விகிதத்தில்) கலந்து, குழி உடைய தட்டில் ஊற்றி ஆவியில் வேகவைத்துத் தயாரிக்கும் உணவுப் பண்டம்;** food made by steaming the dough of rice and blackgram; idli.

இட்லி அரிசி பெ. **இட்லி, தோசை, அடை போன்றவற்றுக்குப் பயன்படுத்தும் புழுங்கலரிசி;** parboiled rice used for making இட்லி, தோசை, அடை, etc.,

இட்லித்தட்டு பெ. **இட்லி அவிப்பதற்கு ஏற்றதாக அமைத்த குழிவுகளை உடைய தட்டு;** plate with slight perforated depressions for steaming இட்லி. (பார்க்க, படம்: இட்லிப்பானை).

இட்லிப்பானை பெ. **ஒன்றன் மேல் ஒன்றாக இட்லித் தட்டுகளை வைக்கும்படியான அமைப்பையும் மூடியையும் கொண்ட பாத்திரம்;** vessel for steaming இட்லி.

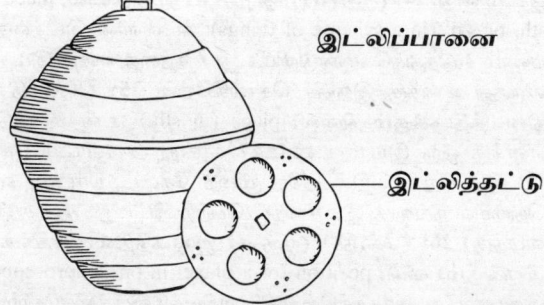

இட்லிப்பானை
இட்லித்தட்டு

இடஒதுக்கீடு பெ. **(அரசின் கணிப்பில்) சமூக ரீதியிலும் கல்வி ரீதியிலும் பின்தங்கியிருப்பதாகக் கருதப்படும் வகுப்பினருக்கும் மாற்றுத்திறனாளிகளுக்கும், முன்னாள் ராணுவத்தினர், அவர்கள் குழந்தைகள் போன்றோருக்கும் கல்வி, வேலைவாய்ப்பு முதலியவற்றில் குறிப்பிட்ட சதவீதத்தை அரசு ஒதுக்கீடு செய்யும் ஏற்பாடு;** (in India) reservation (by the government in employment and educational institutions, made for the advancement of classes considered socially and educationally backward).

இடக்கரடக்கல் பெ. (இலக்.) **நாகரிகமாக இருக்காது என்பதால் சில சொற்களைத் தவிர்த்து அவை சுட்டும் பொருளை வேறு வழியில் மறைமுகமாகக் குறிப்பிடுதல்;** euphemism. மலம் கழித்தபின் சுத்தம்செய்து கொள்வதை 'கால்கழுவுதல்' என்று குறிப்பது இடக்கரடக்கல்.

இடக்கு பெ. **1: (செய்துகொண்டிருந்த ஒன்றைச் செய்ய மறுக்கும்) முரண்டு; சண்டித்தனம்;** recalcitrance. பள்ளிக்கூடத்துக்குப் போக ஏன் இடக்குபண்ணுகிறான்?/ ஒழுங்காக ஓடிக்கொண்டிருந்த ஜட்கா வண்டிக் குதிரை திடீரென்று இடக்குசெய்கிறது. **2: (-ஆக, -ஆன) (பேச்சில்) குதர்க்கம்; ஏறுக்குமாறு;** cantankerousness. 'இடக்காகப் பேசாமல் கேட்ட கேள்விக்குப் பதில் சொல்' என்று அப்பா அதட்டினார்.

இடக்குமடக்காக வி.அ. (பே.வ.) (பேசுதல், கேள்வி கேட்டல் போன்றவற்றைக் குறிக்கும் வினைகளுடன்) **குதர்க்கமாக அல்லது விதண்டாவாதமாக;** contentiously; argumentatively. இப்படி இடக்குமடக்காகப் பேசினால் உனக்கு எப்படி நியாயத்தைப் புரியவைக்க முடியும்?/ இடக்குமடக்காகக் கேட்டுக்கொண்டே போனால் யாராலும் பதில் சொல்ல முடியாது.

இடக்கை பெ. **1: இடதுகை;** left arm; left hand. **2:** (பெயரடையாக வரும்போது) **(செயல்களை) இடது கையால் செய்யும் பழக்கம்;** left-handed; left-handedness. இடக்கை பந்துவீச்சாளர்/ லாரா அற்புதமான இடக்கை ஆட்டக்காரர்.

இடது பெ. (பெரும்பாலும் பெயரடையாக) **ஒருவர் கிழக்குப் பக்கம் பார்த்து நிற்கும் போது அவர் உடலில் வடக்குத் திசையை நோக்கி இருக்கும் பக்கம்;** left. இடது கண்/ இடது பக்கம்.

இடதுசாரி பெ. **தொழிலாளர் வர்க்க உரிமைகளையும் பொதுவுடைமைத் தத்துவங்களையும் ஆதரிக்கும் போக்கு/அந்தப் போக்கைக் கொள்கையாகக் கொண்டிருப்பவர்;** leftist ideology; leftist. இடதுசாரிக் கட்சிகள்/ இடதுசாரிச் சிந்தனை/ இடதுசாரிகள் இந்தத் திட்டத்தை எதிர்க்கலாம்.

இடப்பெயர்ச்சி பெ. (இயற்.) **விசையின் காரணமாக ஒரு பொருள் நகர்வதால் அடையும் இடமாற்றம்;** motion.

இடம்[1] பெ. **அ.** (ஏதேனும் ஒன்றின் பகுதியைக் குறிப்பது) **1: (ஒருவரின் உடலிலோ ஒரு பொருளிலோ அல்லது நிலம், நாடு, நகரம் போன்றவற்றிலோ) ஒரு பகுதி;** spot (on a person's body or a thing); part or area (specified); place. காலில் அடிபட்ட இடம் வீங்கியிருந்தது./ சிறுவனின் சட்டை பல இடங்களில் கிழிந்திருந்தது./ சில இடங்களில்தான் நீர் குடிப்பதற்கு ஏற்றதாக இருக்கிறது./ இந்தப் பத்திரிகை ஒரே சமயத்தில் நாட்டின் பல இடங்களிலிருந்து வெளியாகிறது. **2: (குறிப்பிட்ட சூழலில் குறிப்பிடப்படும்) தலம்;** spot; place. விபத்து நடந்த இடத்தில் ஒரே கூட்டம்./ கல்யாணத்திற்குப் போன இடத்தில் இந்தச் செய்தியைக் கேள்விப்பட்டேன்./ தோண்டிய இடத்தில் தண்ணீர் கிடைத்தால் தேவலாம். **3: (கதை, நாடகம், கட்டுரை போன்றவற்றில்) கட்டம்;** stage or point (in a story, play, essay, etc.,). இயற்கையை வர்ணிக்கும் இடத்தில் கவிஞரின் திறமை பளிச்சிடுகிறது./ நாடகத்தில் நகைச்சுவை நடிகர் வரும் இடங்களிலெல்லாம் கைதட்டினார்கள்./ இந்த இடத்தில் நான் இன்னொரு கருத்தைச் சொல்ல விரும்புகிறேன். **4: (ஒன்றைப் பற்றிக் குறிப்பிட அல்லது விவரிக்கப் போதுமான) சூழல்; வாய்ப்பு;** scope. இந்த

விவரம் பற்றிக் குறிப்பிடுவதற்கு இந்தக் கட்டுரையில் இடம் இல்லை. **5: (வீடு, கட்டடம் போன்றவற்றுக்கான) மனை; நிலம்;** piece of land; plot (for a building). இடம் வாங்கிப்போட்டு எவ்வளவு நாள் ஆகிறது?/ ஏரிக்குப் பக்கத்தில் இடம் வாங்கியிருக்கிறேன். **ஆ.** *(நிரப்பப்படுவதைக் குறிப்பது)* **6: (தாள், குறுந்தகடு போன்றவற்றில்) ஒருவர் எழுத அல்லது சேமிக்க விரும்பும் தகவலைப் பதிவு செய்வதற்கான பகுதி;** space (in paper, compact disc, etc.,). உயர்தரத்திலான வீடியோக்கள் அதிக இடத்தைப் பிடிக்கக்கூடியவை./ இதற்கு மேல் எழுதத் தாளில் இடம் இல்லை. **7: மனிதரோ பொருளோ எடுத்துக்கொள்ளும் வெளி அல்லது பரப்பு;** space (occupied by persons or objects); room. பந்தலில் இடம் இல்லாமல் பலர் வெளியே நின்றிருந்தனர்./ இந்தக் கைப்பெட்டியில் ஐந்து சேலைகளுக்கு மேல் வைக்க இடம் இருக்காது. **8: (ஒரு எண்ணைக் குறித்து வரும்போது) இலக்கம்;** (of digits) place. *1975* என்ற எண்ணில் *9* மூன்றாவது இடத்தில் இருக்கிறது. **9: (ரயில், பேருந்து போன்றவற்றில் அமர்வதற்கான) இருக்கை;** seat (in a vehicle, hall, etc.,). முன்பதிவு செய்யாததால் ரயிலில் இடம் கிடைக்காமல் திண்டாடினோம்./ அரங்கத்தின் முதல் வரிசையில் இடம் கிடைத்தது. **10: (தங்குவதற்கான) வசதி;** accommodation. திடீரென்று சென்னைக்கு வர வேண்டியதாகிவிட்டது. அதனால் ஒரு ஓட்டலிலும் இடம் கிடைக்கவில்லை./ மாணவர் விடுதியில் இடம் கிடைத்துவிட்டது. **11: (பள்ளி, கல்லூரி முதலியவற்றில்) படிப்பதற்கான அனுமதி;** admission (to a school, college, etc.,); seat. உங்கள் பையனுக்கு மருத்துவக் கல்லூரியில் இடம் கிடைத்துவிட்டதா? **12: (சிந்தனை, விவாதம் போன்றவற்றில் குறிப்பிட்ட உணர்ச்சி, பொருள் போன்றவை) அனுமதிக்கப்படும் நிலை;** room. வீட்டை விற்கும் பேச்சுக்கே இடம் இல்லை./ விவாதங்களில் தனிமனிதத் தாக்குதலுக்கு இடம் தரக்கூடாது. **13: (அலுவலகம் போன்றவற்றில் குறிப்பிட்ட பணிகளைச் செய்வதற்காக ஒருவர் வகிக்கும்) பதவி;** post (in an office, etc.,). எங்கள் அலுவலகத்தில் மூன்று தட்டச்சர் பணி இடங்கள் காலியாக இருக்கின்றன./ இந்தத் திட்டத்தில் ஆராய்ச்சியாளர் இடத்திற்குப் புதிதாக ஒருவர் சேர்ந்திருக்கிறார். **14: (தேர்தலில் வேட்பாளர்கள் போட்டியிடும்) தொகுதி;** seat (contested by a candidate in an election). வரும் தேர்தலில் எங்கள் கட்சி எண்பது இடங்களைக் கைப்பற்றும் என்று உறுதியாக நம்புகிறோம். **15: (சட்டமன்றம், நாடாளுமன்றம் போன்றவற்றில்) உறுப்பினர் பதவி;** seat (in a legislative assembly, parliament, etc.,) நாடாளுமன்றத்தில் ஏழு இடங்கள் காலியாக இருக்கின்றன./ நகராட்சி மன்றத்தின் நான்கு இடங்களுக்கு இடைத்தேர்தல் நடக்க இருக்கிறது. **இ.** *(தகுதியை, பொருத்தத்தைக் குறிப்பது)* **16: (பெண் அல்லது மாப்பிள்ளை பார்ப்பது தொடர்பாகக் குறிப்பிடும் போது) குடும்பம்;** family (which one marries into). கல்யாணப் பேச்சு வரும்போதெல்லாம் 'நல்ல இடமாக அமைய வேண்டும்' என்று அம்மா சொல்வாள்./ மோசமான இடத்தில் பெண்ணைக் கொடுத்துவிட்டோமே என்று அப்பா வருத்தப்பட்டார்./ இவ்வளவு பெரிய இடத்தில் பெண்ணெடுக்க வேண்டாம் என்று எல்லோரும் சொன்னார்கள். **17: (சந்தேகம் அல்லது பிரச்சினை நிறைந்த ஒரு விஷயத்தை விவாதிக்கும்போது) வாய்ப்பு;** room. வீட்டை விற்பது என்ற பேச்சுக்கே இடமில்லை. **18: (அந்தஸ்தில், அதிகாரத்தில்) குறிப்பிட்ட நிலையில் இருக்கும் ஒருவர்;** person belonging to a specified social class. பெரிய இடத்து வம்பு நமக்கு வேண்டாம்./ பெரிய இடத்து விவகாரத்தில் நாம் தலையிட வேண்டாம்./ என் தம்பி மோசமான இடத்தில் தொடர்பு வைத்திருக்கிறான். **19: (திறமை, தரம் போன்றவற்றின் அடிப்படையில்) வரிசைப்படுத்தப்படுவது;** grade; rank; place. இருநூறு மீட்டர் ஓட்டத்தில் அவன் முதல் இடம்பெற்றான்./ மக்கள்தொகையில் இந்தியா சீனாவுக்கு அடுத்த இடம் வகிக்கிறது. **20: (சில அடிப்படைகளை ஒட்டி) ஒன்றில் சேர்க்கப்படும் நிலை;** admission (to sth.); place. கொச்சைச் சொற்களுக்கு அகராதியில் இடம் உண்டா?/ விதிமுறைகளைப் பின்பற்றாதவர்களுக்கு இந்தச் சங்கத்தில் இடம் இல்லை./ என்ன, கங்குலிக்கு இந்திய அணியில் இடம் இல்லையா? **21: (ஒன்றில் ஒன்று) காணப்படும் நிலை;** place; room. அவருடைய கவிதையில் உணர்ச்சிக்கான இடம் மிகக் குறைவு. **22: நிறுவனம்; அமைப்பு;** institution (where one works); place of work. என் மகன் நல்ல இடத்தில் வேலை செய்கிறான்./ இங்கே வேலை செய்ய விருப்பம் இல்லை என்றால் வேறு இடம் பார்த்துக் கொள். **23: எழுத்துகள் அல்லது சொற்களுக்கு இடையில் உள்ள இடைவெளி; எழுதும்போது தாளில் விடப்படும் இடைவெளி;** space (between letters, words, etc.,). சொற்களுக்கு இடையில் போதிய இடம் விட்டு எழுத வேண்டும்./ இந்தப் பத்திக்குப் பிறகு படத்திற்காக நிறைய இடம் விடு. **24: (குறிப்பாகத் தரப்படும்) நிலை;** place of sth. or s.o. (in a scheme of things). கடவுளின் இடத்தைப் பணம் எடுத்துக்கொண்டுவிட்டது./ தந்தை என்ற இடத்திலிருந்து உனக்கு இதைச் சொல்கிறேன். **25: (மனத்தில்) நிலைத்திருக்கும் நிலை;** place (in sth.) 'உன் மனத்தில் எனக்கு ஒரு இடம் உண்டா?' என்று அவளிடம் கேட்டேன்./ சிறு வயதில் ஒரே முறை கேட்ட பாட்டு, என் நெஞ்சில் நீங்காத இடத்தைப் பெற்றுவிட்டது. **ஈ.** *(துறை வழக்கு)* **26:** *(சோதி.)* **(ஒருவர் ஜாதகத்தில் கிரகங்கள் இருக்கும்) வீடு;** position (of a planet in one's horoscope). இவருடைய ஜாதகத்தில் சனி லக்னத்திலிருந்து மூன்றாம் இடத்தில் உள்ளது. **27:** *(இலக்.)* **தன்மை** *(=பேசுபவர்)*, **முன்னிலை** *(=கேட்பவர்)*, **படர்க்கை** *(=பேசப்படுபவர் அல்லது பேசப்படுவது)* **ஆகியவற்றைக் குறிக்கும் சொல்;** (in grammar) person. **28:** *(இசை)* **(பாடலோ அல்லது பாடலின் வரியோ தொடங்கும்) தாளத்தின் குறிப்பிட்ட அட்சரம்;** the point of தாளம் at which a composition or a particular part starts. இந்தக் கீர்த்தனையின் பல்லவி இரண்டு இடம் தள்ளி ஆரம்பம்.

-இடம்^{2} இ.சொ. *(இலக்.)* **ஏழாம் வேற்றுமைப் பொருளில் பயன்படுத்தப்படும் இடைச்சொல்;** particle used as a locative sign; 'with'. என்னிடம் பணம் இல்லை./ நீ யாரிடம் வழி கேட்டாய்?

இடம்^{3} பெ. **இடது புறம்;** left. இடப்பக்கம்.

இடம்காண் வி. *(-காண, -கண்டு) (இலங்.)* **(ஒருவரின்) கறாராக இல்லாத இயல்பை இனம்கண்டுகொண்டு தவறாகப் பயன்படுத்துதல்;** abuse the liberal nature of s.o. *என் கணவர் நல்ல இடம்கண்டுவிட்டார், வீட்டில் எல்லா வேலையையும் நானே செய்ய வேண்டியிருக்கிறது./ ஊழியர்கள் மேலதிகாரியிடம் இடம்கண்டுவிட்டதால், நினைத்த நேரத்துக்கு அலுவலகம் வருகிறார்கள்.*

இடம்கொடு வி. *(-கொடுக்க, -கொடுத்து)* **(கண்டிப்பு காட்ட வேண்டிய நபரை) கட்டுப்பாடு இல்லாமல் இருக்கவிடுதல்;** allow s.o. latitude; indulge s.o. *அடுத்த வீட்டுப் பையனுக்குக் கொஞ்சம் இடம்கொடுத்தால் போதும், நம்மைப் பாடாய்ப் படுத்திவிடுவான்.*

இடம்பெயர் வி. *(-பெயர, -பெயர்ந்து)* **1: (மனிதர்கள்) நெடுங்காலமாக வசித்துவந்த இடத்தை விட்டுப் புதிய இடத்துக்குச் செல்லுதல்; புலம்பெயர்தல்;** migrate; become displaced. *புதிய அணை கட்டும் திட்டத்தால் கிட்டத்தட்ட 10,000 குடும்பங்கள் இடம்பெயர வேண்டியிருக்கும்./ பிழைப்புத் தேடி நகரங்களுக்கு இடம்பெயர்ந்தவர்கள் அதிகம்./ இடம்பெயர்ந்து வந்த இலங்கைத் தமிழர்கள் அகதி முகாம்களில் தங்கவைக்கப்பட்டுள்ளனர்./ உள்நாட்டுப் போர் காரணமாகப் பல ஆப்பிரிக்க நாடுகளிலிருந்து மக்கள் இடம்பெயர வேண்டியதாகிவிட்டது.* **2: (பறவைகள், விலங்குகள்) வலசை போதல்;** (of birds, animals) migrate. *குளிர் காலத்தில் சில வகைப் பறவைகள் ருமேனியாவிலிருந்து இடம்பெயர்ந்து இந்தியா வருகின்றன.* **3: நகர்தல்;** be displaced; move from its usual place. *துருவப் பிரதேசங்களில் உள்ள பனிப்பாறைகள் உருகி இடம்பெயரத் தொடங்கின.* **4: (ஒரு நிறுவனம், அமைப்பு போன்றவை) இருந்த இடத்தை விட்டு வேறு இடத்திற்குச் செல்லுதல்;** be relocated. *இடப்பற்றாக்குறை காரணமாகச் சென்னை மத்தியச் சிறை புழலேரிக்கு இடம்பெயர்ந்தது./ நவீன வசதிகளோடு கட்டப்பட்ட கட்டடத்திற்கு நீதிமன்றம் விரைவில் இடம்பெயரும்.*

இடம்பெறு வி. *(-பெற, -பெற்று)* **(குழுவில், பட்டியலில், நிகழ்ச்சியில் அல்லது காட்சிக்காக) சேர்க்கப்படுதல்;** find a place (in sth.); be included. *இந்தியக் கலாச்சாரக் குழுவில் தமிழ்நாட்டுக் கலைஞர் ஒருவரும் இடம்பெற்றுள்ளார்./ தொலைக்காட்சியில் இடம்பெறும் சில விளம்பரங்கள் பாராட்டும்படியாக உள்ளன./ இவருடைய ஓவியங்கள் இந்தியாவில் நடைபெற்ற கண்காட்சிகளில் இடம்பெற்றிருக்கின்றன.*

இடம் பொருள் ஏவல் பெ. **(ஒன்றைச் செய்வதற்கான) உகந்த சூழல்;** circumstances suitable for sth. under consideration; context. *இப்படி இடம் பொருள் ஏவல் தெரியாமல் எல்லோரையும் வைத்துக்கொண்டே உன்னைப் பற்றி விமரிசனம் செய்கிறாரே./ இடம் பொருள் ஏவல் பார்த்து நீ அவரிடம் கேட்டிருக்க வேண்டும்.*

இடம்போடு வி. *(-போட, -போட்டு)* **(பேருந்து, ரயில் போன்றவற்றில் துணி, பை முதலியவற்றை அடையாளமாக வைத்து) உட்காருவதற்கான இடத்தைப் பிடித்துக்கொள்ளுதல்;** block a seat (in a crowded bus, train, etc., by placing a piece of cloth, etc., on the seat). *'முதலில் ஏறியவர்கள் இப்படி இடம்போட்டுவிட்டால் மற்றவர்களெல்லாம் நின்று கொண்டா வருவது?' என்று ஒரு பயணி ஆத்திரப்பட்டார்.*

இடமதிப்பு பெ. *(கணி.)* **ஒன்றுக்கு மேற்பட்ட இலக்கங்களைக் கொண்ட ஒரு எண்ணில் குறிப்பிட்ட ஒரு இலக்கம் இருக்கும் இடத்தைப் பொறுத்து அது பெறும் மதிப்பு;** place value. *5,761 என்ற எண்ணில் 7இன் இடமதிப்பு நூறு ஆகும்.*

இடமாற்றம் பெ. **மாற்றல்;** transfer (of employees from one place to another). *ஆண்டுத் தொடக்கத்தில் மட்டும் தான் ஆசிரியர்களின் இடமாற்றம்குறித்த விண்ணப்பங்கள் பரிசீலிக்கப்படும்.*

இடர் பெ. *(உ.வ.)* **1: இடையூறு;** trouble; hurdle. *பொது வாழ்வில் ஈடுபட்ட அவருக்கு ஏற்பட்ட இடர்கள் எத்தனையோ!* **2: துன்பம்;** suffering. *சிறுவயதில் அவள் அனுபவித்த இடர்கள்.*

இடர்நிதி பெ. *(இலங்.)* **பின்தங்கிய பிரதேசங்களில் பணிபுரிபவர்களுக்கு அரசு வழங்கும் படி;** allowance paid to government servants working in backward areas. *இந்த மாதம் இடர்நிதியை அரசு நிறுத்திவிட்டது./ இடர்நிதி கேட்டு ஊழியர்கள் ஆர்ப்பாட்டம் செய்தனர்.*

இடர்ப்படி பெ. **உயிருக்கு ஆபத்து நேர வாய்ப்புள்ள ராணுவம், காவல்துறை போன்றவற்றில் பணிபுரிபவர்களுக்கு வழங்கும் சிறப்புப் படி;** risk allowance (given to personnel in the military, the police or employees in hazardous industries).

இடர்ப்பாடு பெ. **1: இடையூறுக்கு உள்ளான நிலை;** trouble; obstacle. *தொழில் வளர்ச்சியில் ஏற்படும் இடர்ப்பாடுகளைத் தவிர்க்கத் தனித் திறமை வேண்டும்.* **2: துன்பத்துக்கு உள்ளான நிலை;** state of suffering. *இளமையை அனுபவிக்க முடியாத இடர்ப்பாடு.*

இடவலம் மாற்று வி. *(மாற்ற, மாற்றி) (ஊரக வ.)* **(வண்டியில்) இடதுபுறம் பூட்டும் மாட்டை வலதுபுறமும், வலதுபுறம் பூட்டும் மாட்டை இடதுபுறமும் மாற்றிப் பூட்டுதல்;** change the bullocks in a cart from their accustomed sides to the opposites. *மாடு வேகமாக நடக்கவில்லையே! இடவலம் மாற்றிப்பார்க்கலாமா?*

இடவலமாக வி.அ. *(வட்டப்பாதையில் சுற்றுவதைக் குறிக்கும்போது)* **இடதுபுறத்தில் தொடங்கி வலதுபுறத்தில் முடிவதாக; பிரதட்சிணமாக;** clockwise. *கோயிலில் கருவறையை இடவலமாகத்தான் சுற்றி வருவார்கள்.*

இடவல மாற்றம் பெ. **(கண்ணாடி போன்றவற்றில்) இடப்பக்கம் இருப்பது வலப்பக்கமாகவும் வலப்பக்கம் இருப்பது இடப்பக்கமாகவும் தெரியும் நிலை;** transposition.

இடறு வி. *(இடற, இடறி)* **1: (நடக்கும்போது கால் தடுக்கப்பட்டு) தடுமாறுதல்;** trip; stumble. *வேர் தடுக்கியதால் கால் இடறிக் கீழே விழப்பார்த்தான்.* **2: (கல் முதலியன) காலில் பட்டுத் தடுமாறச் செய்தல்;** trip s.o. up. *கல் இடறிற்று; கீழே விழுந்தான்.* **3: (கீழே விழும்படி காலை) தட்டிவிடுதல்;** trip (s.o.). *விளையாட்டாகத் தம்பியின் காலை இடற, அவன் தலைகுப்புற விழுந்தான்.* [(தொ.சொ.) உதை/ எற்று/ தேய்/ நசுக்கு/ மிதி]

இடாப்பு பெ. *(இலங்.)* **(பள்ளி, அலுவலகம் முதலியவற்றின்) பதிவேடு;** register. *பாடசாலை இடாப்பிலிருந்து அவனுடைய பெயர் நீக்கப்பட்டது.*

இடி[1] வி. (இடிய, இடிந்து) 1: **(கட்டப்பட்ட அமைப்பு) உடைதல்; தகர்தல்;** (of a building, bridge, etc.,) come down; collapse. பாலம் இடிந்து விழும் நிலையில் இருக்கிறது./ இவ்வளவு மழை பெய்தும் இந்த மண் சுவர் இடியவில்லை. 2: **மனம் உடைதல்; செயலற்றுப்போதல்;** be heartbroken. எத்தனை நாளைக்கு இப்படி இடிந்து போய் உட்கார்ந் திருப்பாய்; மனத்தைத் தேற்றிக்கொள்./ தொழிற்சாலை ஆரம்பிப்பதில் ஒன்றன்பின் ஒன்றாகப் பிரச்சினைகள் வந்தாலும் அவர் மனம் இடிந்துவிடாமல் முனைப்போடு செயல்பட்டார். 3: **(நெல்லை அரைக்கும்போது அரிசி) உடைதல்;** (of grains of rice) become broken. அவித்த நெல் சரியான பதத்திற்குக் காயாவிட்டால் அரைக்கும் போது அரிசி இடிந்துவிடும். 4: **(குத்தப்படுவதன் மூலம் அரிசி முதலியன) சன்னமான மாவாக ஆதல்;** (of rice) be made into fine flour. அரிசி சரியாக இடியவில்லை.

இடி[2] வி. (இடிக்க, இடித்து) 1: **(கட்டடம், பாலம் முதலியவற்றைத் தேவையான கருவிகளைக் கொண்டு) உடைத்தல்; தகர்த்தல்;** demolish (a building); pull down (a wall, etc.,). போக்குவரத்துக்கு இடைஞ்சலாக இருந்த கடை இடிக்கப்பட்டது./ பாம்புப் புற்றை இடிக்கக் கடப் பாரை வேண்டுமா? 2: **(அரிசி, பருப்பு போன்றவற்றை உலக்கையால் குத்தி மாவு) தயாரித்தல்;** make (flour by pounding). அப்பளத்துக்கு மாவு இடிக்கிறார்கள். 3: **(ஒன்றை அல்லது ஒருவரைக் கீழே தள்ளுவதுபோல்) மோதுதல்;** push about; dash (against). பேருந்து வந்ததும் இடித்துத் தள்ளிக்கொண்டு ஏறினார்கள்./ அலமாரியைச் சாய்த்துக் கொண்டுவந்தும் கதவில் இடித்துவிட்டது./ மேஜையின் முனை காலில் இடித்து இரத்தமே வந்து விட்டது. 4: **(பக்கவாட்டில்) குத்துதல்;** push (s.o. with one's elbow). முழங்கையால் அவன் விலாவில் இடித்து அதிகம் பேச வேண்டாம் என்று குறிப்புக் காட்டினேன்.

இடி[3] வி. (இடிக்க, இடித்து) **(இடி) பேரொலியை எழுப்புதல்;** (of thunder) roar. இடி இடித்ததில் குழந்தை பயந்து விட்டது.

இடி[4] பெ. **(முழங்கை முதலியவற்றால் பக்கவாட்டில் கிடைக்கும்) குத்து; (தலை முதலியவை ஒன்றில் மோதுவதால் கிடைக்கும்) அடி;** forceful blow (with one's elbow, shoulder); butt; hit (on the head, etc.,). தண்ணீர் பிடிக்கும் இடத்தில் ஒரே அடி, இடி, தள்ளல்!/ நிமிர்ந்த போது தலையில் சரியான இடி. வலி தாங்க முடியவில்லை.

இடி[5] பெ. 1: **மழை பெய்யும்போதோ மழை வருவதற்கு அறிகுறியாகவோ சில சமயம் வானத்தில் கேட்கும் (மின்னலுடன் கூடிய) பேரொலி;** thunder. இரவு முழு வதும் இடியும் மின்னலுமாக இருந்தது. 2: **பேரொலி யுடன் பூமியில் இறங்கும் மின்னல்;** thunderbolt; lightning. இடி விழுந்து பனைமரம் தீப்பற்றி எரிந்தது.

இடித்த புளி மாதிரி வி.அ. **உணர்ச்சியே இல்லாமல்; அசைவற்று;** showing no reaction where one is expected to react; unresponsively. நானும் அப்போதிலிருந்தே கேட்டுக்கொண்டே இருக்கிறேன், இப்படி இடித்த புளி மாதிரி இருந்தால் என்ன செய்வது?

இடித்துக்காட்டு வி. (-காட்ட, -காட்டி) **குத்திக்காட்டுதல்;** draw attention to s.o.'s. lapses, weaknesses, etc., in a mean or malicious way; jibe. நான் அவனை நம்பிப் பணம் கொடுத்திருக்கக் கூடாதுதான். அதற்காக நீ இப்படி இடித்துக்காட்டிக்கொண்டே இருப்பது சரியல்ல.

இடித்துரை வி. (-உரைக்க, -உரைத்து) (உ.வ.) **(அறிவுரை கூறித் திருத்தும் நோக்கத்தோடு) கண்டித்தல்;** rebuke (s.o. with the intention of correcting etc.,). இடித்துரைத்த நண்பனைப் பகைத்துக்கொள்வதா?

இடிதாங்கி பெ. **(மின்னல் தாக்கிச் சேதம் ஏற்படுவதைத் தடுப்பதற்கு உயரமான கட்டடங்களில் வைத் திருக்கும்) மின்னலின் மின் சக்தியைத் தரைக்குக் கொண்டுசெல்லும் பாதுகாப்பு அமைப்பு;** lightning conductor or rod.

இடிந்துபோ வி. (-போக, -போய்) (பே.வ.) (காதைக் குறித்து வரும்போது) **செவிடாகப் போதல்;** (of ears) become deaf. வாசலில் நின்று அரைமணி நேரமாகக் கூப் பிட்டுக்கொண்டிருக்கிறேன், உனக்கென்ன காது இடிந்து போய்விட்டதா?

இடிபடு வி. (-பட, -பட்டு) 1: **(மோதுதல், அதிர்தல் போன்றவற்றால் கட்டடம், பாலம் முதலியவை) தகர்ந்துபோதல் அல்லது சிதைதல்;** crash. சாலையை விட்டு இறங்கிய பேருந்து வீட்டின் மேல் மோதியதால் சுவர் இடிபட்டுச் சரிந்தது. 2: **(மனிதர்கள், விலங்குகள், பொருள்கள் முதலியன) ஒருவரோடு ஒருவர் அல்லது ஒன்றோடு ஒன்று மோதுதல்;** be crushed. கூட்டத்தில் இடிபடாமல் ஒதுங்கி நடந்தான். 3: **(தானியம்) மாவாக் கப்படுதல்;** be pulverized. அரிசி நன்றாக இடிபட வேண்டும்.

இடிபாடு பெ. **(கட்டடம், வாகனம் போன்றவை) தகர்ந்து விழுந்த நிலை; சிதைவு;** debris; wreckage. கட்டடத்தின் இடிபாடுகளுக்கு இடையே சிக்கி உயி ருக்குப் போராடிக்கொண்டிருந்தார்கள்./ விமானத்தின் இடிபாடுகள் ஆற்றங்கரையெங்கும் சிதறிக்கிடந்தன.

இடிமயிர் பெ. (ஊரக வ.) **சவுரி;** hairpiece; hair extensions.

இடியன்துவக்கு பெ. (இலங்.) **வெடிமருந்து, மிகச் சிறிய இரும்புக் குண்டுகள் போன்றவற்றைப் போட்டுத் தேங்காய் நார் வைத்து இடித்து வெடிக்கச் செய்யும் ஒரு வகைத் துப்பாக்கி; நாட்டுத் துப்பாக்கி;** country-made gun.

இடியாப்ப உரல் பெ. (இலங்.) **இடியாப்பம் பிழியப் பயன்படுத்தும் அச்சு;** hand-operated press for making இடியாப்பம்.

இடியாப்பம் பெ. **அரிசி மாவை அச்சில் இட்டு நூல் போலப் பிழிந்து ஆவியில் வேகவைத்துத் தயாரிக்கும் உணவுப் பண்டம்;** steamed rice noodles.

இடிவிழு வி. (-விழ, -விழுந்து) **(பூமியில் ஓரிடத்தில்) மின்னல் இடி ஒலியுடன் சேர்ந்து இறங்குதல்;** be hit by lightning. தென்னை மரத்தில் இடிவிழுந்து பற்றி எரிந்தது./ கோபுரத்தில் இடிவிழுந்ததால் கலசம் சிதைந்துவிட்டது./ (உரு வ.) மகள் இறந்த செய்தியைக் கேட்டதும் 'ஐயோ, இடிவிழுந்துவிட்டதே' என்று கதறினார்.

இடு[1] வி. (இட, இட்டு) **அ.** (ஒன்றை மற்றொன்றில் விழுமாறு செய்தல் தொடர்பான வழக்கு) 1: **(ஒன்றை**

ஒன்றினுள் அல்லது ஒன்றின் மேல்) வைத்தல்; போடுதல்;** put (food, flour, etc., into a vessel, etc.,); place. கடிதத்தை எழுதி உறையில் இட்டேன்./ சோற்றை உருண்டைகளாக உருட்டிக் குழந்தைகளின் கையில் இட்டாள்./ உப்பையும் மிளகாயையும் உரலில் இட்டு ஆட்டவும்./ உறையிட்ட தலையணைகள். **2: (உரம் போன்றவற்றை நிலத்தில்) தூவுதல்; பரவச் செய்தல்;** apply. தழைச்சத்தை அடியுரமாக இட வேண்டும்./ குப்பைகளைச் சேமித்து எருவாக இட்டனர். **3: ஒன்றை மற்றொன்றுடன் சேர்த்தல்;** mix. வாழைப்பூவை அரைத்து மாவில் இட்டுப் பிசையவும்./ கரைசலில் அமிலத்தை இரண்டு துளிகள் இட்டுக் கலக்கினாள். **4: (ஒன்றை ஒரு பரப்பில்) பூசுதல்; தடவுதல்;** apply (oil, ointment, etc.,). வாசற்படியைக் கழுவிச் செம்மண் இட்டாள்./ இயந்திரத்திற்கு எண்ணெய் இடும்போது கவனமாக இருங்கள்./ காயம் பட்ட இடத்தில் மருந்தை இட்டுத் துணிக்கட்டு கட்டிவிட்டனர்./ சாணமிட்டு மெழுகிய தரை. **5: (பறவை, பல்லி முதலியவை முட்டை அல்லது எச்சத்தை) வெளித்தள்ளுதல்;** (of birds, lizards, etc.,) lay (eggs); leave (droppings). வீரியக் கோழிகள் இட்ட முட்டைகள் இவை./ பறவைகள் இட்ட எச்சங்கள் தரையில் அங்கங்கே கிடந்தன. **ஆ.** *(ஒன்றை மற்றொன்றில் பதியுமாறு அல்லது பொருந்துமாறு செய்தல் தொடர்பான வழக்கு)* **6: (திருநீறு, குங்குமம் போன்றவற்றை) வைத்தல்; பூசுதல்;** apply (sacred ash, etc., on the forehead); wear; put on. குங்குமத்தை நெற்றியில் இட்டுக்கொண்டேன்./ குளித்ததும் திருநீறு இட்டுக்கொள்வது என் தந்தையாரின் வழக்கம்./ திருமண் இட்ட அவருடைய நெற்றி எடுப்பாகத் தெரிந்தது./ சரஸ்வதி படத்திற்குச் சந்தனமிட்டார். **7: (மாலை, நகை) அணிவித்தல்; அணிதல்;** put (garland on s.o.); garland; put on (a piece of jewellery). வளையல் இட்ட கை. **இ.** *(ஒன்றை உருவாக்குதல்)* **8: (ஒரு பரப்பில் கட்டம் போன்ற வடிவங்களையோ குறிகளையோ) அமைத்தல்;** put. சரியான விடைக்கு எதிரில் பெருக்கல் குறி இடவும்./ கறுப்புக் கரை இட்ட மஞ்சள் சேலை/ மெல்லிய சரிகையில் கட்டம் இட்ட பாவாடைத் துணி/ பெட்டியின் மீது அம்புக்குறி இட்டான். **9: (பந்தல், வேலி போன்றவற்றை) அமைத்தல்;** set up; erect (a fence, etc.,). தோட்டத்துக்கு வேலி இட்ட பிறகு அவரைக் கொடிக்குப் பந்தல் இட்டார். **10: (அப்பளம், சப்பாத்தி போன்றவற்றைத் தயாரிப்பதற்கு) மாவு உருண்டையை மணையில் வைத்துக் குழவியை அதன்மேல் உருட்டித் தட்டையாக்குதல்;** roll sth. out (using a rolling pin). ஒரு நாளைக்கு ஐநூறு அப்பளமாவது இடலாம்./ அக்கா பூரி இட்டுப்போட, அம்மா பொரித்து எடுத்தாள்./ சப்பாத்தி இட்டுஇட்டுக் கை வலித்தது. **11: (திட்டம்) ஏற்படுத்துதல்;** make (plans). நாம் திட்டமிட்டப்படி சில காரியங்கள் நடப்பதில்லை. **12: (துளை) போடுதல்;** make (a hole). பலகையில் துளையிட்டுச் சட்டத்தைப் பொருத்தினார்கள். **13: (எழுதும்போது கோடு, நிறுத்தல்குறி போன்றவற்றை) போடுதல்;** put (a point, dash, etc.,) 'அதனால்', 'ஆகவே' போன்ற இணைப்புச் சொற்களுக்குப் பிறகு கால்புள்ளி இட வேண்டும்./ அடிக்கோடு இட்ட வாக்கியத்தைக் கவனமாகப் படி. **14: (கடிதம், ஆவணம் போன்றவற்றில் கையொப்பம், தேதி ஆகியவற்றை)

123 இடுக்கி[2]

போடுதல் அல்லது குறித்தல்;** write or mention (date in a letter or document); put (one's signature on a document). தங்களுடைய *13.01.2008* தேதியிட்ட கடிதம் கிடைத்தது./ தேதியிடப்படாத மனுக்களைப் பரிசீலிக்க இயலாது./ இதில் கையொப்பமிட்டவர் யார்? **15: (முத்திரையை) பதித்தல்;** stamp. முத்திரையிட்ட ஒப்பந்தங்களைப் பத்து நாட்களுக்குள் அனுப்ப வேண்டும்./ அஞ்சல் உறையில் 'திருவான்மியூர்' என்று முத்திரையிடப்பட்டிருந்தது./ தரச்சான்று முத்திரையிட்ட பொருள்களையே வாங்குவது நல்லது./ எங்கள் சின்னத்தில் முத்திரையிட்டு எங்களுக்கு வாக்களிக்க வேண்டுகிறோம். **16: (அடித்தளம்) அமைத்தல்;** lay (the foundation for sth.); create (a base). தன் அயராத உழைப்பின் மூலம் அவர் அடித்தளம் இட்ட இந்தப் பள்ளி இன்று பல விதங்களில் முன்னேறியிருக்கிறது. **17: (சப்பணம்) போடுதல்;** assume (the specified position while sitting, etc.,). தரையில் சப்பணம் இட்டு உட்கார்ந்து சாப்பிட்டால்தான் இயல்பாக இருக்கிறது. **ஈ.** *(சில மரபு வழக்கு)* **18: (ஒருவருக்கு அல்லது ஒன்றுக்குப் பெயர் அல்லது தலைப்பு) வைத்தல்;** give (name, title, etc.,). குழந்தைக்கு என்ன பெயர் இடலாம்?/ கட்டுரையை எழுதி முடித்துவிட்டு என்ன தலைப்பு இடலாம் என்று யோசித்தேன்./ 'கடலும் எருமைகளும்' என்ற தலைப்பிட்ட புகைப்படம் கண்காட்சியில் எல்லோருடைய கவனத்தையும் கவர்ந்தது. **19: (கட்டளை முதலியன) பிறப்பித்தல்;** issue (order, etc.,). நீதிமன்றம் இட்ட உத்தரவைப் புறக்கணிக்க முடியாது. **20: (சாபம்) கொடுத்தல்;** pronounce (a curse). *யார் இட்ட சாபமோ, அந்தக் குடும்பம் முன்னேறாமலேயே இருக்கிறது.*

இடு[2] து.வி. (இட, இட்டு) **1:** *(பெரும்பாலும் 'செய்தல்', 'உண்டாக்குதல்' முதலிய பொருள் தரும் வகையில்)* **சில பெயர்ச்சொற்களோடு இணைக்கப்பட்டு அவற்றை வினையாக்கும் வினை;** when added to some nouns, இடு serves as a verbalizer in the sense of 'make'. ஓலமிடு/ போரிடு/ கூச்சலிடு/ மேற்பார்வையிடு. **2:** *(உ.வ.)* **உயர்நடை கருதி முதன்மை வினையோடு சேர்க்கப்படும் துணை வினை;** an auxiliary verb used in an elevated style to mean 'perform'. *தம்பீ! வீறுகொண்டு எழுந்திடு!/* நம் கொள்கையை மக்களுக்கு விளக்கிடல் வேண்டும்.

இடுக்கண் பெ. *(உ.வ.)* **துன்பம்;** distress; trouble; hindrance. ஏழைகளின் இடுக்கண் களையவே தான் அரசியலில் இறங்கியதாக அவர் அறிவித்தார்.

இடுக்கி[1] பெ. **1: உருண்டை வடிவ அல்லது பட்டை வடிவக் கம்பியைச் சம நீளத்தில் வளைத்து அல்லது இரண்டு கம்பிப் பட்டைகளை ஒரு முனையில் இணைத்து ஒரு பொருளை எடுப்பதற்கும் பிடித்துக் கொள்வதற்கும் உருவாக்கப்பட்ட கருவி;** any of tongs-like tools. **2:** *(ஊரக வ.)* **(காளையை அல்லது ஆட்டுக் கிடாவைக் காயடிக்க) இரு மரக் கட்டைகளை ஒரு முனையில் சற்று இடைவெளி விட்டு இணைத்துக் கட்டிய அமைப்பு;** hand tool consisting of two sticks tied at one end (used for castrating bulls or goats).

இடுக்கி[2] பெ. *(இலங்.)* **கஞ்சன்;** miser. அந்த ஆள் ஒரு இடுக்கி. அவருக்காக உன் பணத்தை அதிகம் செலவு

இடுக்கு[1] 124

பண்ணாதே./ என்னிடம் பணம் இல்லை. அந்த இடுக்கி யிடம் வேண்டுமானால் கேட்டுப்பார்.

இடுக்கு[1] வி. (இடுக்க, இடுக்கி) 1: **(ஒரு பொருளைக் கக் கத்தில் அல்லது கால்களுக்கு இடையில்) இறுக்கி வைத்துக்கொள்ளுதல்;** hold sth. tight (between two parts of the body as would a fork). கக்கத்தில் குடையை இடுக் கியவாறே பேசிக்கொண்டிருந்தார்./ பானையை இடுப் பில் இடுக்கிக்கொண்டு நடக்கத் தொடங்கினாள். 2: **(கண்ணை) சுருக்குதல்;** screw up (one's eyes); contract. இருட்டிலிருந்து வெளிச்சத்துக்கு வந்ததும் கண்ணை இடுக் கிக்கொண்டு பார்த்தார்.

இடுக்கு[2] பெ. 1: **(சுவர் முதலியவற்றில்) வெடிப்பு; (இரு பொருள்கள் இணையும் இடத்திலுள்ள அல்லது இரு உறுப்புகளுக்கு இடையே உள்ள) குறுகிய வெளி; திறப்பு;** narrow gap; crevice; cranny. சுவரோடு சாய்த்து வைத்திருந்த கட்டிலின் இடுக்கில் ஓடி ஒளிந்தது எலி./ கல் இடுக்கில் கால் மாட்டிக்கொண்டது./ நக இடுக்கில் அழுக்கு ஏறியிருந்தது. [(தொ.சொ.) ஓட்டை/ சந்து/ துளை/ பொத்தல்/ பொந்து] 2: **(மிகவும்) குறுகலான இடம்;** narrow place; hole. இந்த இடுக்கில்கூட ஒரு குடிசையா!

இடுக்குப் பனை பெ. (இலங்.) **நிறைய கள் வடியும் தன்மை உடைய பனை மரம்;** palmyra tree that yields a considerable quantity of toddy.

இடுகாடு பெ. **இறந்தவரைப் புதைக்கும் அல்லது எரிக்கும் இடம்; சுடுகாடு; மயானம்;** place where the dead are buried or burnt; crematorium; cemetery.

இடுகுறி பெ. (இலக்.) **காரண அடிப்படை இல்லாமல் ஒரு பொருளுக்கு ஏற்பட்டு வழங்கும் பெயர்;** name believed in grammar to be arbitrary (as distinct from those based on reason).

இடுங்கு வி. (இடுங்க, இடுங்கி) **(கண் இயல்பான அள வில் இல்லாமல்) சுருங்குதல்;** (of eyes) be screwed up; contract. கன்னம் இரண்டும் வீங்கியிருந்ததால் கண்கள் இடுங்கினாற்போல் காணப்பட்டன.

இடுப்பு பெ. 1: **தொப்புளுக்குக் கீழும் அடிவயிற்றுக்கு மேலும் இரு பக்கமும் உள்ள வளைவான பகுதி; அரை; இடை;** waist; hip. துண்டை இடுப்பில் இறுக்கிக் கட்டினான்./ குழந்தையைத் தூக்கி இடுப்பில் வைத்துக் கொண்டாள். (பார்க்க, படம்: உடல்) 2: **இடுப்பில் பொருந்தும் ஆடையின் பகுதி;** (of a garment) waist. கால்சட்டையின் இடுப்பைப் பிரித்த பின்பும் இறுக்குகிறது.

இடுப்பு ஒடி வி. (ஒடிய, ஒடிந்து) **(ஒருவர் கடுமையான வேலை செய்வதால்) மிகுந்த களைப்பு ஏற்படுதல்;** be run-down (through overwork). வீட்டுக்கு வந்திருக்கும் உறவினர்களுக்குப் பணிவிடை செய்தே எனக்கு இடுப்பு ஒடிந்துவிடும் போலிருக்கிறது./ இடுப்பு ஒடிய வேலை செய்தும் கூலி ஒழுங்காகக் கிடைக்கவில்லை, என்றால் என்ன செய்வது?

இடுப்புப்பட்டி பெ. (இலங்.) **(தோலினால் ஆன) வார்;** (leather) belt. இடுப்புப்பட்டியின் விலை கால்சட்டையின் விலையைவிடவும் அதிகமாகிவிட்டது./ நான் நன்றாக மெலிந்துபோய்விட்டதால் இடுப்புப்பட்டி கட்டினால் தான் கால்சட்டை இடுப்பில் நிற்கும்.

இடுப்புவலி பெ. **குழந்தை பிறப்பதற்கு முன் கர்ப் பிணிக்கு உண்டாகும் வலி;** labour (pains).

இடுப்பு வளை வி. (வளைய, வளைந்து) **உடலை வருத்தி உழைத்தல்;** be inclined to do physical work; exert oneself. எல்லா வேலைகளையும் அம்மாவே செய்துவிடுவதால் மகளுக்கு இடுப்பு வளைந்து வேலை செய்யும் பழக்கமே இல்லாமல் போய்விட்டது./ வயல் வேலை என்றால் அவ னுக்கு இடுப்பு வளையாது.

இடுபொருள் பெ. **பயிர் விளைவிப்பதற்காக நிலத்தில் இடும் (விதை, உரம், பூச்சிமருந்து போன்ற) பொருள்கள்;** input (in farming).

இடை[1] பெ. 1: **(பெண்ணின்) இடுப்பை ஒட்டிய பகுதி;** waist (esp. of women). நடனம் ஆடும் பெண்கள் இடையில் ஒட்டியாணம் அணிகிறார்கள். 2: **(காலத்தில்) நடு;** mid-dle (in time). முதல், இடை, கடை என மூன்று தமிழ்ச் சங்கங்கள் இருந்தன.

இடை[2] இ.சொ. (உ.வ.) **'இடையே' என்ற பொருளில் பெயர்ச்சொல்லோடு இணைக்கப்படும் இடைச்சொல்;** particle used in the sense of 'between'; 'among'. நம்மிடை ஒற்றுமை இல்லை./ துறையிடை ஆய்வு.

இடைக்கட்டு பெ. **(பழங்கால வீடுகளில்) வீட்டின் நடுப்பகுதி; நடுக்கட்டு;** middle part (of old style houses). இடைக்கட்டைத் தாண்டினால் சமையல் அறை.

இடைக்கால உறுத்துக் கட்டளை பெ. (சட்டம்) **நிலு வையில் உள்ள மனுமீது நீதிமன்றம் தீர்ப்பு வழங்கும் வரை மனுதாரரின் உரிமையைப் பாதிக்கும் எந்த ஒரு நடவடிக்கையையும் மேற்கொள்ளக் கூடாது என்று தனிநபருக்கோ அரசுக்கோ நீதிமன்றம் பிறப்பிக்கும் உத்தரவு;** interim injunction. குடித்தனக்காரருக்குத் தண் ணீர் வழங்குவது நிறுத்தப்படக் கூடாது என்று வீட்டுக் காரர்மீது நீதிமன்றம் இடைக்கால உறுத்துக் கட்டளை யைப் பிறப்பித்தது.

இடைக்காலத் தடை பெ. (சட்டம்) **சட்டத்தின் செயல் பாட்டையோ கீழ்நீதிமன்றத்தின் உத்தரவையோ மேல் முறையீடு முடியும்வரை நிறுத்திவைக்கும்படி மேல் நீதிமன்றம் பிறப்பிக்கும் தடை உத்தரவு;** interim stay.

இடைக்காலம் பெ. 1: **நிரந்தரத் தீர்வு காண்பதற்கு முன் உள்ள நிலை; தற்காலிகம்;** interim. வறட்சியால் பாதிக் கப்பட்ட மாநிலங்களுக்கு இடைக்கால உதவி உடனே கிடைக்க வேண்டும். 2: **(அரசியல், இலக்கிய வரலாற்றில்) பண்டைக் காலத்துக்கும் தற்காலத்துக்கும் இடைப் பட்ட காலம்;** period between the ancient and the mod-ern; medieval. இடைக்காலச் சோழர்கள்/ இடைக்கால இலக்கியம்.

இடைக்கிடை வி.அ. (இலங்.) 1: **இடையிடையே; நடு நடுவே;** in between (an action, event); every now and then. நாங்கள் கதைக்கும்போது வந்து இடைக்கிடை குழப்பாதே. 2: **அவ்வப்போது;** from time to time; periodically. அவர் தன் நண்பருடன் இடைக்கிடை தொலைபேசியில் கதைத் துக்கொள்வார்.

இடைகழி பெ. **(பழைய வீடுகளில்) வீட்டின் வெளி வாசலுக்கும் உள்வாசலுக்கும் இடையில் உள்ள பகுதி; ரேழி; நடை;** passage or space between the entrance and the second doorway in old style houses. அடக்கமான முகப்பைத் தாண்டி இடைகழி வழியாக உள்ளே சென்றால் கூடம் வரும்.

இடைச்செருகல் பெ. **(எழுதப்பட்ட) மூல பாடத்தில் பிறரால் இடையிடையே சேர்க்கப்பட்ட பகுதி;** interpolation. கம்பராமாயணத்தில் இடைச்செருகல்களைப் பற்றிப் பலவிதமான கருத்து வேறுபாடுகள் நிலவுகின்றன.

இடைச்சொல் பெ. (இலக்.) **தன்னளவில் பெயர்ச்சொல், வினைச்சொல், பெயரடை, வினையடை ஆகிய அடிப்படைச் சொல் வகைகளைச் சேர்ந்ததாக இல்லாமல் வேறொரு சொல்லையோ தொடரையோ சார்ந்து, இலக்கணச் செயல்பாட்டினால் மட்டுமே பொருள் தரும் சொல் வகை;** function word; particle.

இடைஞ்சல் பெ. 1: **ஒன்றின் செயல்பாட்டுக்கு அல்லது இயக்கத்துக்குக் குறுக்கீடாக இருப்பது; தடை;** obstruction (in one's work or to free movement); obstacle. உங்கள் எழுத்து வேலைக்கு உங்கள் அரசாங்க வேலை இடைஞ்சலாக இருக்கிறதா?/ போக்குவரத்துக்கு இடைஞ்சலாகத் தெருவின் ஓரத்தில் கடைகள். 2: **(ஒன்றைச் செய்வதில் நேரிடும்) தொல்லை; தொந்தரவு;** nuisance. ஞாயிற்றுக் கிழமையாவது நிம்மதியாக இருக்கலாம் என்றால் எத்தனை இடைஞ்சல்கள்!/ ஒலிபெருக்கியிலிருந்து வந்த சத்தம் படிப்புக்கு இடைஞ்சலாக இருந்தது. [(தொ.சொ.) அசௌகரியம்/ இடையூறு/ உபத்திரவம்/ உபாதை/ தொல்லை]

இடைத்தரகர் பெ. 1: **(பெரும்பாலும் வர்த்தக ஒப்பந்தம் போன்ற) பெரும் பேரத்தை முடித்துவைக்கும் நபர்;** middleman. இரு நாடுகளுக்கிடையே ஏற்பட்ட அந்த வியாபார ஒப்பந்தத்துக்கு மூன்றாம் நாட்டைச் சேர்ந்த ஒருவர் இடைத்தரகராக இருந்திருக்கிறார். 2: **அரசுத் திட்டங்களின் பயன் பயனாளிகளுக்கும் விற்பனையின் பயன் உற்பத்தியாளர்களுக்கும் முழுமையாகச் செல்லவிடாமல் ஆதாயம் தேடிக்கொள்ளும் நபர்;** middleman. ஒழுங்குமுறை விற்பனைக் கூடங்கள் இடைத்தரகர்களை ஒழிக்கும்.

இடைத்தேர்தல் பெ. **ஒரு தொகுதியிலிருந்து தேர்ந்தெடுக்கப்பட்ட உறுப்பினர் ராஜினாமா செய்தாலோ மரணம் அடைந்தாலோ அந்தத் தொகுதியில் மீண்டும் நடத்தப்படும் தேர்தல்/சட்டசபைக்கோ நாடாளுமன்றத்துக்கோ வரையறுக்கப்பட்ட காலத்துக்கு முன் நடத்தப்படும் வாக்கெடுப்பு;** by-election/election conducted before the end of the term.

இடைநடுவில் வி.அ. (இலங்.) **இடையில்; நடுவில்;** in the middle; half way (through sth.). கலாசாலையில் மிக நன்றாகப் படித்து வந்த அண்ணா படிப்பை இடைநடுவில் குழப்பிப்போட்டார்./ கொழும்புக்குப் புறப்பட்டவர் மழை காரணமாக இடைநடுவில் திரும்பிவிட்டார்.

இடைநில் வி. (-நிற்க, -நின்று) **(பள்ளி மாணவர்கள்) படிப்பைத் தொடராமல் பாதியிலேயே நிறுத்திக் கொள்ளுதல்;** drop out (of school); discontinue (education). குழந்தைத் தொழிலாளர்களில் பலர் பள்ளியில் இடைநின்ற மாணவர்களே./ வறுமையே பெரும்பாலான மாணவர்கள் இடைநிற்கக் காரணமாகிறது.

இடைநில்லா பெ.அ. **பயணத்தின் நடுவில் எந்த நிறுத்தத்திலும் நிற்காமல் விரைவாகச் செல்லும் (பேருந்து) என்ற பொருளில் பயன்படுத்தப்படும் பெயரடை;** (of public transport) non-stop.

இடைநிலை பெ. 1: **(பல நிலைகளாக உள்ள அமைப்பில் மேல்நிலையும் கீழ்நிலையும் அல்லாத) இடைப்பட்ட நிலை;** middle (level, grade); intermediate stage (in a hierarchy). இடைநிலை ஊழியர்கள். 2: (இலக்.) **(மரபு இலக்கண முறைப்படி) பகுதி, விகுதி எனப் பகுக்கக் கூடிய பெயர்ச்சொல்லின் இடையில் நிற்கும் கூறு/ வினைமுற்று, வினையெச்ச வடிவங்களில் காலம் காட்டும் கூறு;** (in traditional grammar) element which occurs in the medial position of a noun analysable into root, ending, tense marker, etc., or element indicating time in finite and non-finite forms of verbs.

இடைநிலைக் கல்வி பெ. காண்க: **நடுநிலைக் கல்வி.**

இடைநிலைப் பள்ளி பெ. காண்க: **நடுநிலைப் பள்ளி.**

இடைநிற்றல் பெ. **(பள்ளி மாணவர்கள்) படிப்பைத் தொடராமல் நிறுத்திக்கொள்ளும் செயல்;** the act of dropping out of school.

இடைநிறுத்து வி. (-நிறுத்த, -நிறுத்தி) (இலங்.) **(தற்காலிகமாக) நிறுத்திவைத்தல்;** suspend (operation or enforcement of a law, rule, etc.,).

இடைநீக்கம் பெ. **(தவறு செய்ததாகக் கருதப்படும் ஒருவரை விசாரணைக்காக) நிறுவனம், கட்சி போன்றவற்றிலிருந்து தற்காலிகமாக நீக்கிவைக்கும் செயல்;** suspension. கட்சிக்கு எதிராகச் செயல்பட்டதால் அவரைக் கட்சியிலிருந்து இடைநீக்கம் செய்துள்ளோம்./ கலாட்டா செய்த மாணவர்கள் ஐந்து பேரைக் கல்லூரி முதல்வர் இடைநீக்கம் செய்ய உத்தரவிட்டார்.

இடைப்பட்ட பெ.அ. **(குறிப்பிட்ட இரண்டு இடங்களுக்கு அல்லது காலத்துக்கு) நடுவில் உள்ள;** between (two specified places or points of time). வீட்டுக்கும் அலுவலகத்துக்கும் இடைப்பட்ட தூரம் ஒரு மைலுக்கும் குறைவு./ இடைப்பட்ட காலத்தில் நீ என்ன செய்து கொண்டிருந்தாய்?

இடைமறி வி. (-மறிக்க, -மறித்து) 1: **(பேச்சில், செயலில்) குறுக்கிடுதல்;** interrupt. இடைமறித்துப் பேசினால் சொல்ல நினைத்தது மறந்துவிடும்./ 'சாதம் போதும்' என்று அவர் என்னை இடைமறித்தார். 2: **இருவர் பேசுவதை, நவீன உபகரணங்கள் உதவியுடன் ஒட்டுக்கேட்டல்;** intercept (a conversation). தனது இயக்கத்தைச் சேர்ந்த பிராந்தியத் தளபதிகளுக்கு இயக்கத் தலைவர் விடுத்த செய்தியை இடைமறித்து இந்திய ராணுவத்தினர் கேட்டனர். 3: **வழிமறித்தல்;** block the way (of s.o.); intercept. சாலையில் போய்க்கொண்டிருந்தவர்களை இடைமறித்துக் கொள்ளை./ கோபத்தில் வெளியே கிளம்பிய கணவனை இடைமறித்தாள். 4: **ஒரு ஏவுகணையைத் தாக்கி அழிப்பதற்காக இடையிலேயே வழிமறித்தல்;** intercept (a missile). எதிரி நாட்டிலிருந்து ஏவப்பட்ட ஏவுகணையைத் தக்க நேரத்தில் இடைமறித்ததால் அபாயம் தவிர்க்கப்பட்டது.

இடைமறிப்பு பெ. 1: இருவர் பேசுவதை நவீன உபகரணங்களின் உதவியுடன் ஒட்டுக் கேட்கும் செயல்; interception. 2: ஏவுகணையை இடையிலேயே வழிமறித்து அழிக்கும் செயல்பாடு; interception.

இடைமுகம் பெ. (பெ.வ.) ஒரு கணினியையும் மற்றொரு மின்னணு சாதனத்தையும் அல்லது இரண்டு மென்பொருள்களை இணைக்க உதவும் ஒரு வகை மென்பொருள்; interface.

இடையறாத பெ.அ. (உ.வ.) இடைவிடாத; தொடர்ச்சியான; uninterrupted; without break; incessant. இடையறாத மழை/ அவருடைய இடையறாத உழைப்பே அவருடைய வெற்றிக்குக் காரணம்.

இடையறாது வி.அ. (உ.வ.) இடைவிடாமல்; இடையறாமல்; continuously. அந்தத் தலைவர் பொதுமக்களுக்காக இடையறாது உழைத்தார்.

இடையறாமல் வி.அ. (உ.வ.) இடைவிடாமல்; continuously. சாலையில் வாகனங்கள் இடையறாமல் சென்றுகொண்டிருந்தன./ இந்த மருத்துவமனையில் நோயாளிகளை இடையறாமல் கவனித்துக்கொள்ள வசதிகள் உண்டு.

இடையிசை பெ. (திரை இசைப் பாடலில்) பாட்டின் ஒரு பகுதி பாடி முடித்து அடுத்த பகுதி தொடங்குவதற்கு முன்னர் இடையில் வரும் வாத்திய இசை; an interlude of instrumental music. அந்தப் பாடலில் பல்லவி முடிந்து சரணம் தொடங்குவதற்கு முன் இடையிசையாகப் புல்லாங்குழல் ஒலிக்கும் பாருங்கள்!

இடையிடு வி. (-இட, -இட்டு) (உ.வ.) (இருவர் பேசிக்கொண்டிருக்கும்போது அல்லது இருவர் சம்பந்தப்பட்ட விஷயத்தில் மற்றொருவர்) குறுக்கிடுதல்; தலையிடுதல்; intervene; interfere. எங்களின் தனிப்பட்ட விஷயத்தில் யார் இடையிடுவதையும் நாங்கள் விரும்பவில்லை.

இடையிடையே வி.அ. (ஒரு செயலின் அல்லது நிகழ்ச்சியின்) நடுநடுவே/(ஒரு காலத் தொடர்ச்சியில்) அவ்வப்போது; in between (an action, event)/every now and then. சாப்பிடும்போது இடையிடையே தண்ணீர் குடிப்பது எனக்குப் பழக்கமாகிவிட்டது./ எங்கள் ஆசிரியர் பாடம் நடத்தும்போது இடையிடையே கரும்பலகையில் படம் போடுவார்./ அந்த இரவு நேரத்தின் அமைதியை இடையிடையே எழுந்த வேட்டுச் சத்தம் குலைத்தது.

இடையில் இ.சொ. 1: 'இடைப்பட்ட இடத்தில் அல்லது காலத்தில்' என்ற பொருளில் பயன்படுத்தப்படும் இடைச்சொல்; particle used in the sense of 'between'. சுவருக்கும் நாற்காலிக்கும் இடையில் நாய் படுத்திருந்தது./ ஒன்பது மணிக்கும் பத்து மணிக்கும் இடையில்தான் தபால்காரர் வருவார். 2: '(ஒரு செயலின் அல்லது நிகழ்ச்சியின்) நடுவில்' என்ற பொருளில் பயன்படுத்தப்படும் இடைச்சொல்; particle used in the sense of 'in the middle (of an action, event)'. நாங்கள் பேசிக்கொண்டிருக்கும்போது இடையில் குறுக்கிட்டுப் பேசாதே!/ இடையில் ஏற்பட்ட மின்தடை காரணமாக ஒலிபரப்பு பாதிக்கப்பட்டது. 3: 'குறிப்பிடப்பட்டவர்களுக்குள் அல்லது குறிப்பிடப்பட்டவற்றுக்குள்' என்ற பொருளில் பயன்படுத்தப்படும் இடைச்சொல்; particle used in the sense of 'between'. எங்களுக்கும் எங்கள் பங்காளிகளுக்கும் இடையில் இருந்த தகராறு சுமூகமாகத் தீர்ந்தது./ இரு நாடுகளுக்கு இடையில் நடந்த பேச்சுவார்த்தையில் குறிப்பிடத்தக்க முன்னேற்றம் ஏற்பட்டுள்ளது.

இடையினம் பெ. (இலக்.) மெய்யெழுத்துகளின் மூன்று பிரிவுகளுள் (வல்லினத்துக்கும் மெல்லினத்துக்கும் இடைப்பட்ட நிலையில் ஒலிக்கும்) ய், ர், ல், வ், ழ், ள் ஆகிய ஆறு எழுத்துகளை உள்ளடக்கிய பிரிவு; six medial consonants of the Tamil (tripartite) system.

இடையீடு பெ. குறுக்கீடு; interruption; intervention; அவனுடைய கேள்வியை அவசியமில்லாத இடையீடாகக் கருதி அவள் புறக்கணித்தாள்.

இடையூறு பெ. (-ஆக) 1: தடை; இடைஞ்சல்; obstruction. தொழிற்சாலை தொடங்க நினைத்த அவனுக்குப் பல இடையூறுகள். [(தொ.சொ.) அசௌகரியம்/ இடைஞ்சல்/ உபத்திரவம்/ உபாதை/ தொல்லை] 2: தொல்லை; இடைஞ்சல்; nuisance. தன்னால் மற்றவர்களுக்கு எந்த வித இடையூறும் ஏற்படக் கூடாது என்பதில் அவள் கவனமாக இருந்தாள்.

இடையே இ.சொ. காண்க: **இடையில்.**

இடைவிடாத பெ.அ. (தொடங்கி முடியும்வரை) நடுவில் நிற்காத அல்லது நிறுத்தப்படாத; தொடர்ச்சியான; continuous. இடைவிடாத மழையின் காரணமாகப் பள்ளிகளுக்கு விடுமுறை./ அவருடைய இடைவிடாத முயற்சியைப் பாராட்டலாம்.

இடைவிடாமல் வி.அ. (தொடங்கி முடியும்வரை) நடுவில் நிற்காமல் அல்லது நிறுத்தப்படாமல்; தொடர்ச்சியாக; continuously; without break. இரண்டு நாட்கள் இடைவிடாமல் பெய்த மழையின் காரணமாகக் குளங்கள் நிரம்பி வழிந்தன./ இருபது மணி நேரம் இடைவிடாமல் பேசி ஒரு சாதனை ஏற்படுத்தினார்.

இடைவெட்டு[1] வி. (-வெட்ட, -வெட்டி) (இலங்.) (பேச்சில்) குறுக்கிடுதல்; interfere (while s.o. is speaking). நான் கதைத்துக்கொண்டிருக்கும்போது இடைவெட்டாதே.

இடைவெட்டு[2] பெ. (இரண்டு முக்கிய நிகழ்வுகளுக்கு இடையிலான) குறுகிய நேரத்தில் இடம்பெறும் ஒரு நிகழ்வு; interlude. தியாகராஜரின் கிருதியை இடைவெட்டாக வழங்கிவிட்டுப் பிரதான ராகமான சங்கராபரணத்தை வித்வான் விரிவாக ஆலாபனை செய்ய ஆரம்பித்தார்./ நிகழ்ச்சியில் இடைவெட்டாக மாணவர்களின் தனிநடிப்பு இடம்பெற்றது.

இடைவெளி பெ. 1: (இரண்டு நிகழ்ச்சிகளுக்கு இடையில்) கழிந்துசென்ற காலம்; passage (of time); interval. பத்து வருட இடைவெளிக்குப் பிறகு தற்செயலாக நான் அவரைச் சந்திக்க நேர்ந்தது. 2: (ஒன்று முடிவதற்கும் அது மறுபடியும் தொடங்குவதற்கும்) இடைப்பட்ட காலம் அல்லது நேரம்; intervening period; pause. பாடகர் அடுத்த பாட்டைப் பாடுவதற்கு முன்பு கிடைத்த சில நிமிட இடைவெளியில் நீர் அருந்தினார்./ எல்லோருக்கும் புரிந்ததா என்று கேட்டுவிட்டு ஒரு நிமிடம் இடைவெளி கொடுத்தார் ஆசிரியர். 3: நடுவில் உள்ள இடம்; intervening space; gap. எங்கள் இருவருக்கும் இடையே பத்தடி இடைவெளி இருந்தது./ இடைவெளி இல்லாமல் கட்டப்பட்ட வீடுகள். [(தொ.சொ.) தெறிப்பு/ பிளப்பு/ பிளவு/ வெடிப்பு] 4: (காலத்தினால் ஏற்படும்) வேற்றுமை; (generation) gap. என் தலைமுறைக்கும் என் மகனின் தலைமுறைக்கும் உள்ள இடைவெளியை நினைத்துப்பார்த்தேன்.

இடைவேளை பெ. (திரைப்படம், விளையாட்டு, அலுவலகம் முதலியவற்றில் உணவு, தேநீர் முதலியன அருந்தத் தரப்படும்) **குறுகிய ஓய்வு வேளை;** interval (in a show); short break (for lunch, tea, etc.,). புதிய திரைப் படம் நன்றாக இல்லாததால் இடைவேளை விட்டதும் பலர் வெளியேறினர்./ தேநீர் இடைவேளைக்கு முன் இந்திய அணி ஆட்டம் இழந்தது.

இண்டு இடுக்கு பெ. **மிகச் சிறிய இடைவெளி;** narrow gap; crevice; cranny. இண்டு இடுக்குகளில் எல்லாம் கையை வைக்காதே. பூச்சி கடித்துத் தொலைக்கப்போகிறது./ ஒரு இண்டு இடுக்கு விடாமல் தேடிப்பார்த்துவிட்டேன். சாவியைக் காணவில்லை.

இணக்க சபை பெ. (இலங்.) **உள்ளூர்ப் பிரச்சினை களைப் பேசித் தீர்த்துக்கொள்ள ஏற்படுத்தப்பட்ட, பஞ்சாயத்து போன்ற அமைப்பு;** council to mediate in local disputes.

இணக்கப்பாடு பெ. (இலங்.) **இசைவு; இணக்கம்; உடன்பாடு;** agreement. இரு கட்சிகளுக்கு இடையிலும் இணக்கப்பாடு ஏற்பட்டதால் விரைவில் தேர்தல் கூட்டணி குறித்த ஒரு முடிவை எடுப்பார்கள் என எதிர்பார்க்கலாம்./ அரசுக்கும் ஊழியருக்கும் இணக்கப்பாடு எட்டும்வரையில் போராட்டம் தொடரும் என்று ஊழியர் சங்கம் அறிவித்தது.

இணக்கம் பெ. (-ஆக, -ஆன) **பொருத்தம்; இசைவு;** being agreeable; harmony. அவர் பெரும்பாலும் உங்களுக்கு இணக்கமான பதிலையே கூறிவருகிறார்./ நான் சொன் னதை ஆமோதிக்கும் இணக்கமான சிரிப்பு அவன் முகத்தில் தெரிந்தது./ கட்சி அமைப்புடன் இளைஞர் அணி இணக்கமாகச் செயல்படவில்லை.

இணங்கு வி. (இணங்க, இணங்கி) **(பிறர் விருப்பம், வேண்டுகோள் போன்றவற்றுக்கு) இசைதல்; (ஒரு கொள்கைக்கு, நடப்புக்கு விட்டுக்கொடுத்து அல்லது மாறுதல்களை ஏற்று) ஒத்துப்போதல்;** comply with (request, s.o.'s wish); consent (to sth.). சினிமாவில் சேர்ந்து விட வேண்டும் என்னும் அவள் விருப்பத்துக்குப் பெற் றோர் இணங்கவில்லை./ எங்கள் அழைப்பிற்கு இணங்கிக் கூட்டத்துக்கு வந்த உங்கள் அனைவருக்கும் நன்றி./ மருத் துவரின் ஆலோசனைக்கு இணங்க உடற்பயிற்சி செய்ய ஆரம்பித்தார்.

இணல் பெ. (இலங்.) **நிழல்;** shade. வெயிலில் நிற்காமல் இணலில் நில்./ இணலுக்குள் நிற்பதால் இந்த மரம் நன்றாக வளரவில்லை.

இணுக்கு¹ வி. (இணுக்க, இணுக்கி) (பே.வ.) **(இலை, காம்பு, தண்டு முதலியவற்றை நகத்தால்) கிள்ளித் துண்டாக்குதல்;** nip from a larger piece. எனக்குக் கொஞ் சம் புகையிலை இணுக்கிக் கொடு./ முருங்கைக்கீரையை இணுக்குவது என்ன பெரிய வேலையா?

இணுக்கு² பெ. (பே.வ.) **(இலை, காம்பு, தண்டு முதலிய வற்றின்) கிள்ளிய சிறு துண்டு;** small piece nipped from a larger piece. ஒரு இணுக்குப் புகையிலை கொடு. வாய் நமநமவென்று இருக்கிறது. [(தொ.சொ.) **துண்டு/ துளி/ விள்ளல்**]

இணுங்கு வி. (இணுங்க, இணுங்கி) (இலங்.) **(இலைகள், தளிர்கள் போன்றவற்றை) கிள்ளிப் பறித்தல்;** nip; pluck. தேயிலைச் செடியில் தளிர்களை இணுங்கிக் கூடையில் போட்டுக்கொண்டிருந்தார்கள்.

இணை¹ வி. (இணைய, இணைந்து) 1: **(தனித்தனியாக இருப்பவை அல்லது இருப்பவர்) ஒன்றுசேர்தல்;** join together; get united; ally. தேர்தலில் சிறிய கட்சிகள் பெரிய கட்சிகளோடு இணைந்து கூட்டணி அமைக்கின்றன./ அனைத்துப் பள்ளிகளும் இணைந்து இந்தப் போட்டியை நடத்துகின்றன. 2: **(ஒன்று மற்றொன்றில்) சேர்தல்; கூடுதல்;** be linked (with another); (of tributaries) flow into (the main river); join; mingle. இந்தச் சாலை தேசிய நெடுஞ் சாலையோடு இணைகிறது./ இந்த ஆற்றில் இணையும் சிற்றாறுகளுள் இதுவும் ஒன்று./ இந்தியப் பண்பாடு என்பது பல பண்பாட்டுக் கூறுகள் இணைந்த கலவை./ தற்போது அண்டை மாநிலத்தில் உள்ள சில பகுதிகள் தமிழ் நாட்டுடன் இணைந்திருந்தால் இந்தப் பிரச்சினை வந் திருக்காது. 3: **(நிலப் பரப்பில்) தனித்தனிப் பகுதிகள் ஒன்றுடன் ஒன்று சேருதல்;** (of area) remain together; be interlinked. வரலாற்றுக்கு முற்பட்ட காலத்தில் எல்லாக் கண்டங்களும் இணைந்து இருந்ததாகக் கூறப்படுகிறது.

இணை² வி. (இணைக்க, இணைத்து) 1: **(தனித்தனியாக இருப்பவற்றை) ஒன்றுசேர்த்தல்/(நிர்வாகத்திற்காக) ஒன்றுபடுத்துதல்;** join (one with another)/consolidate; bring together (lands for expansion, administration, etc.,); merge. சிறுசிறு கம்பிகளை இணைத்து நீளமான கம்பியாக்கி னான்./ ஐந்து வட்டங்கள் இணைக்கப்பட்டுத் தனி மாவட்டம் உருவாயிற்று. [(தொ.சொ.) **கட்டு/ பிணை/ பின்னு/ பூட்டு/ முடி**] 2: **(ஒன்றை மற்றொன்றோடு) தொடர்புபடுத்துதல்;** connect; link. இந்த முறைகேட்டை யும் இயக்குநரையும் இணைத்து வதந்திகள் எழுந்தன. 3: **(ஒன்றில்) இடம்பெறச் செய்தல்; சேர்த்தல்;** include; enclose. பழங்குடியினர் பட்டியலில் நூற்றுக்கு மேற்பட்ட வகுப்பினர் இணைக்கப்பட்டுள்ளனர்./ கடிதத்தோடு காசோலையை இணைத்திருக்கிறேன்.

இணை³ பெ. (-ஆக, -ஆன) 1: **(ஒப்பிடும் போது தகுதியில், மதிப்பில், செயலில்) ஒத்த நிலை; சமம்; நிகர்;** equal; match. இயற்கை அழகில் இந்தத் தீவுக்கு இணையான தீவுகள் ஒருசிலவே./ தாயன்புக்கு இணையாக எதைக் கூறுவது? 2: **இரண்டாகச் சேர்ந்து இருப்பது அல்லது இருப்பவர்; ஜோடி;** pair. தந்திக் கம்பியில் சிட்டுக் குருவிகள் இணைகளாக அமர்ந்திருந்தன./ மகேஷ்பூபதி-பயஸ் இணை இரண்டாவது சுற்றுக்குத் தகுதி பெற்றது. 3: **ஜோடியில் ஆண் அல்லது பெண்; துணை;** mate; partner. தன் இணையைப் பிரிந்த பெண் மான் மருண்டு நின்றது. 4: **ஒன்றின் போக்கை ஒத்த மற்றொரு போக்கு;** parallel. இந்தச் சாலைக்கு இணையாக அமைந்திருக்கும் அந்தச் சாலையில் போக்குவரத்து அதிகம் இல்லை.

இணை⁴ பெ.அ. **அரசு அலுவலகம், தனியார் நிறுவனம் முதலானவற்றில் உள்ள பதவிப் பெயர்களிலோ பொறுப்பைக் குறிப்பிடும் பெயர்களிலோ 'துணை அல்லது சமம்' என்னும் பொருளில் பயன்படுத்தப்படு வது;** prefix added to the designation of certain posts or roles

இணை அமைச்சர் 128

in the sense of 'joint', 'associate', 'co'. இணை இயக்குநர்/ இணைப் பேராசிரியர்/ திரைப்படத்தின் இணைத் தயாரிப்பாளர்.

இணை அமைச்சர் பெ. **ஓர் அமைச்சகத்தின் பொறுப்பைத் தனித்தோ காபினெட் அமைச்சருக்குக் கட்டுப்பட்டோ நிர்வகிக்கும் அமைச்சர்;** minister with an independent portfolio not having cabinet rank, or one assisting a minister of cabinet rank; (in India) Minister of State.

இணைகரம் பெ. *(கணி.)* **இணையான எதிர்ப்பக்கங்களைக் கொண்ட நான்கு பக்க வடிவம்;** parallelogram. சதுரம், சாய்சதுரம், செவ்வகம் போன்றவை இணைகரங்களாகும்.

இணைகோடு பெ. *(கணி.)* **ஒரு கோட்டைத் தொடாமல் சம இடைவெளியில் இணையாகச் செல்லும் மற்றொரு கோடு;** parallel line.

இணைசேர்[1] வி. *(-சேர, -சேர்ந்து)* **(பறவை, விலங்கு, பூச்சிகள் முதலியவை) இனப்பெருக்கத்துக்காக ஒன்று சேருதல்;** (of birds, animals) mate.

இணைசேர்[2] வி. *(-சேர்க்க, -சேர்த்து)* **(ஜோடியாகப் பொருந்துமாறு) ஒன்றுசேர்த்தல்;** match. இரு வரிசையில் தரப்பட்டுள்ள படங்களை இணைசேர்க்கவும்.

இணைதிறன் பெ. *(வேதி.)* **ஒரு தனிமத்தின் ஓர் அணு சேரக்கூடிய மற்றொரு தனிமத்தின் அணுக்களின் எண்ணிக்கை அல்லது ஒரு அணு சேரக்கூடிய அல்லது நீக்கக்கூடிய ஹைட்ரஜன் அணுக்களின் எண்ணிக்கை;** valency. ஹைட்ரஜனின் இணைதிறன் *1*.

இணைப்பகம் பெ. **(தொலைபேசி) தொடர்பகம்;** (telephone) exchange. நாட்டில் உள்ள தொலைபேசி இணைப்பகங்கள் அனைத்தும் மின்னணு இணைப்பகங்களாக மாற்றப்பட்டு வருகின்றன./ இந்தப் புதிய இணைப்பகத்தில் இருபதாயிரம் தொலைபேசி இணைப்புகள் தரப்பட்டுள்ளன.

இணைப்பிசை பெ. *(பு.வ.)* **வெவ்வேறு பாணியில் உள்ள இசைகளைக் கலந்து உருவாக்கும் நவீன இசை வகை;** fusion (music). இது கர்நாடக சங்கீதமும் மேற்கத்திய இசையும் கலந்த இணைப்பிசை நிகழ்ச்சி.

இணைப்பு பெ. **1: ஒன்றாகத் தொடர்புபடுத்தப்பட்ட நிலை; சேர்ந்திருக்கும் நிலை;** link; joint; act of linking. ரயில் வண்டியின் கடைசிப் பெட்டி இணைப்பு அறுந்து போய்த் தனித்து நின்றது./ சங்கிலிக் கண்ணிகளில் இணைப்பு விட்டிருக்கிறது./ கங்கை, காவிரி இணைப்பைப் பற்றி நீண்ட காலமாகப் பேசிக்கொண்டிருக்கிறார்கள். **2: (மின்சாரம், தொலைபேசி முதலானவற்றைப் பயன்படுத்துவோருக்கு அவை சென்று சேரும் வகையில் அமைக்கப்படும் கம்பி, குழாய் வழி) தொடர்பு;** (of electricity, telephone, etc.,) connection. மின் இணைப்பு இல்லாத கிராமம்/ வீட்டுக்குத் தொலைபேசி இணைப்பு எப்போது கிடைக்கும்? **3: (தொலைபேசியின்) தனித்தனித் தொடர்பு;** line. இந்தத் தடத்தில் எல்லா இணைப்புகளும் உபயோகத்தில் உள்ளன./ இணைப்பு சரியாக இல்லை. அதனால் அவர் பேசுவது எனக்குத் தெளிவாகக் கேட்கவில்லை. **4: (தனித்தனியாக இருந்தவை) ஒன்றான நிலை;** merger; union. 'பிரிந்துசென்ற கட்சிகளுடன் இணைப்பு சாத்தியமா?' என்ற கேள்வியைத் தலைவரிடம் நிருபர் கேட்டார். **5: (ஒரு பத்திரிகையின்) வழக்கமான பிரதியுடன் தனியாக அச்சிட்டுக் கூடுதலாகத் தரப்படுவது;** supplement (to a magazine). தினமணியுடன் ஞாயிற்றுக்கிழமை இணைப்பாக தினமணி கதிர் வழங்கப்படுகிறது. **6: கடிதம், அறிக்கை போன்றவற்றுடன் சேர்த்து அனுப்பப்படுவது;** enclosure. கடிதத்தின் இறுதியில் 'இணைப்பு: *2,000* ரூபாய்க்கான காசோலை' என்று குறிப்பிடப்பட்டிருந்தது.

இணைப்புப் பெட்டி பெ. **விபத்தில் சிக்கினாலும் ஒரு பெட்டி இன்னொரு பெட்டிக்குள் சென்று நொறுங்கிவிடாத வகையில் தயாரிக்கப்பட்ட ரயில் பெட்டி;** rail coach so built that it does not collapse into the next coach under the impact of an accident; integral coach.

இணைப்புரிமை பெ. **(ஒரு கல்லூரி அல்லது ஆய்வு நிறுவனம்) பாடத்திட்டம், தேர்வுகள், பட்டம் வழங்குதல் போன்றவற்றுக்காக மட்டும் ஒரு பல்கலைக்கழகத்துடன் தன்னை இணைத்துக்கொள்ளும் ஏற்பாடு;** affiliation (to a university, etc.,). முறையாக நடைபெறாத கல்லூரிகளின் இணைப்புரிமையைப் பல்கலைக்கழகம் ரத்துசெய்யும்.

இணைபிரியா(த) பெ.அ. **(ஒருவரை விட்டு ஒருவர்) பிரிந்திருக்காத;** inseparable (friends, etc.,). இணைபிரியாத நண்பர்கள்/ இணைபிரியாக் காதலர்கள்.

இணைபிரியாமல் வி.அ. **(ஒருவரை விட்டு ஒருவர்) நீங்காமல்; பிரியாமல்;** (remain) inseparable. சாகும் வரை இணைபிரியாமல் இருப்போம்.

இணைய இதழ் பெ. *(பு.வ.)* **இணையதளத்தில் வெளியிடப்பட்டு, இணையத்தின் மூலம் மட்டுமே படிக்கக்கூடிய பத்திரிகை;** e-magazine.

இணைய உளவு பெ. *(பு.வ.)* **மின்னஞ்சல், இணையதளம் போன்றவற்றைச் சட்ட விரோதமாக ஊடுருவித் தகவல்களைச் சேகரிக்க முயலும் குற்றச் செயல்;** internet spying.

இணையகம் பெ. **(பணி விரிவடையும் போது) இடத் தேவை கருதிப் பயன்படுத்தும் துணைக் கட்டடம்;** annexe.

இணையதளம் பெ. **இணையத்தில் குறிப்பிட்ட செய்தி, தகவல், விவரம் போன்றவற்றைக் கொண்ட (குறிப்பிட்ட அமைப்பு, தனிநபர் போன்றோர் வடிவமைத்து நிர்வகிக்கும்) தகவல் தொகுப்பு;** website. ஆன்மீகம் குறித்த தகவல்கள் அடங்கிய புதிய இணையதளம் நேற்று தொடங்கப்பட்டது./ இணையதளத்தில் வாக்காளர் பட்டியல் வெளியிடப்படும் என்று தலைமைத் தேர்தல் அதிகாரி தெரிவித்துள்ளார்.

இணையப் பெட்டகம் பெ. *(பு.வ.)* **ஒருவர் தனது சான்றிதழ், பத்திரங்கள், முக்கிய ஆவணங்கள் போன்றவற்றைப் பாதுகாப்பாக இணையத்தில் சேமித்து வைத்துக்கொள்ள இந்திய அரசு உருவாக்கியிருக்கும் வசதி;** digi-locker.

இணையம் பெ. **1: கணிப்பொறிகளை ஒன்றுடன் ஒன்று இணைத்து உருவாக்கப்பட்டிருக்கும் (மின்னஞ்சல், இணையதளம் போன்ற வசதிகளைக்கொண்ட) உலகம் தழுவிய தகவல் அமைப்பு;** the Internet. இணையம்

நமது அன்றாட வாழ்க்கையின் அனைத்து அம்சங்களையும் மாற்றிவருகிறது./ இது இணையத்தில் வரும் புதிய இதழ்./ இப்போது ரயில் பயணச் சீட்டுகளை இணையத்தின் மூலம் வாங்கலாம். **2:** ***(பல மாநிலங்களின் அல்லது பல சங்கங்களின்) கூட்டமைப்பு;*** federation; union. சுதந்திர இந்தியா பல நாடுகளின் இணையமாக அமையாமல் ஒரே நாடாக அமைந்தது./ இதழாளர் இணையத்தின் மாநில மாநாடு.

இணைய முகவரி பெ. ***ஒரு இணையதளத்தைக் கண்டு பிடிக்கப் பயன்படும் முகவரி போன்ற விவரத் தொடர்;*** the address of a worldwide web page; URL. க்ரியாவின் இணைய முகவரி www.crea.in ஆகும்./ இணைய முகவரியைச் சரியாக உள்ளீடு செய்தால் மட்டுமே இணைய தளத்தைக் கண்டுபிடிக்க இயலும்.

இணையர் பெ. *(பு.வ.)* ***தம்பதி;*** (married) couple. மணிவிழா காணும் இணையருக்கு எங்கள் வாழ்த்துகளைத் தெரிவித்துக்கொள்ள விரும்புகிறோம்.

இணையவலை பெ. *(இலங்.)* ***இணையதளம்;*** website. சில நாட்களுக்கு முன்தான் அந்தக் கட்சி ஒரு இணையவலையை ஆரம்பித்தது.

இணையவாசி பெ. *(பு.வ.)* ***இணையத்தில் அதிக நேரத்தைச் செலவிடுபவர்;*** netizen.

இணைவிழைச்சு பெ. *(உ.வ.)* ***உடலுறவு; புணர்ச்சி;*** intercourse; copulation.

இணைவேந்தர் பெ. ***பல்கலைக்கழக வேந்தர் இல்லாத அல்லது செயல்பட முடியாத நிலைமையில் அவருடைய பணிகளைச் செய்யும் சம்பந்தப்பட்ட துறை அமைச்சர்;*** Pro-Chancellor. தனியார் பல்கலைக்கழகங்களில் வேந்தரால் இணைவேந்தர் நியமிக்கப்படுவார்.

இத்தகு பெ.அ. *(உ.வ.)* ***இவ்வாறான; இப்படிப்பட்ட;*** such (as the one mentioned). இத்தகு அரிய செயலைச் செய்ததற்காக அவரைப் பாராட்ட வேண்டும்.

இத்தகைய பெ.அ. *(உ.வ.)* ***(கூறப்பட்ட) இந்த விதமான;*** of this kind or sort or nature. இத்தகைய கொடூர மனம் படைத்தவனைப் பார்த்ததில்லை.

இத்தருதி வி.அ. *(இலங்.)* ***இந்தத் தருணம்;*** so far; until this moment. இத்தருதி மட்டும் அவனைக் காணவில்லை./ அவன் வாங்கிய பணத்தை இத்தருதிவரை தரவில்லை./ எங்கள் பிரச்சினைக்கு இத்தருதிவரை ஒரு தீர்வும் ஏற்படவில்லை.

இத்தனை பெ. **1:** ***(இப்போது அறியப்பட்ட) இந்த அளவு; இவ்வளவு;*** this much. **2:** *(அடையாக வரும்போது)* ***எண்ணிக் கூறப்படும் இந்த அளவு;*** word used as quantifier; so many; the specified. இத்தனை பேருக்குச் சமைக்க நம்மிடம் பாத்திரம் இல்லை./ இத்தனை மணிக்கு வருவேன் என்று சொன்னால் சரியாக வந்துவிடுவார்.

இத்தனைக்கும் இ.சொ. ***முதல் கூற்றை அதற்குப் பொருந்தாத இரண்டாவது கூற்றுடன் தொடர்புபடுத்த இரண்டு வாக்கியங்களுக்கு இடையில் பயன்படுத்தும் இடைச்சொல்;*** particle used in the sense of 'notwithstanding'; for all. எல்லாக் குறள்களையும் ஒப்பிக்கிறார், இத்தனைக்கும் இவர் பள்ளிக்கூடமே போனதில்லை./ எண்ணெய் வாங்காமல் வந்திருக்கிறீர்கள், இத்தனைக்கும் நான் எழுதிக்கொடுத்திருக்கிறேன்.

இத்துடன் இ.சொ. ***'குறிப்பிட்ட ஒன்றுடன் (ஒரு நிகழ்ச்சி, செயல் போன்றவை முடிவடைகிறது)' என்ற பொருளில் ஒரு வாக்கியத்தின் முதலில் பயன்படுத்தப்படும் இடைச்சொல்;*** particle used in the sense of 'with this'. இத்துடன் இன்றைய நிகழ்ச்சிகள் முடிவடைகின்றன./ இத்துடன் ஒலிபரப்பு நிறைவடைகிறது./ இத்துடன் இன்றைய கூட்டத்தை முடித்துக்கொள்வோம்.

இத்துணை பெ. *(உ.வ.)* காண்க: ***இத்தனை, 1.***

இத்தோடு இ.சொ. காண்க: ***இத்துடன்.***

இத்யாதி பெ. ***(கூறப்பட்டவை போன்ற) பிற;*** and such other. நூலின் பெயர், எழுதியவர், வெளியான ஆண்டு இத்யாதி தகவல்கள் நூலகருக்குத் தேவை./ விபத்து நடந்த இடத்தில் பெட்டி, பை, குடை இத்யாதி சிதறிக் கிடந்தன.

இதம் பெ. *(-ஆக, -ஆன)* ***இசைவாகவும் அளவாகவும் அனுபவிக்கத் தகுந்ததாகவும் இருப்பது; சுகம்;*** feeling of comfort; something soothing; something enjoyable. கோடைக் காலத்தில் மாலையில் கடற்காற்று இதமாக வீசுகிறது!/ குளிருக்கு இதமான சூடான காபி/ ஆறுதலான வார்த்தை மனத்துக்கு இதம் தந்தது.

இதயம் பெ. **1:** ***மென்மையான உணர்வுகளுக்கு இருப்பிடமாகக் கூறப்படுவது;*** (heart considered as the) seat of tender feelings. உனக்கு இதயமே கிடையாதா?/ என் இதயம் கனிந்த புத்தாண்டு வாழ்த்துகள். **2:** காண்க: ***இருதயம்.***

இதர பெ.அ. ***பிற; மற்ற;*** (and) other. கட்டில்கள், அலமாரிகள் மற்றும் இதர மனைப் பொருள்கள் நாளைக் காலை ஏலம் விடப்படும்./ இந்தியாவிலும் இதர சில நாடுகளிலும் வேலையில்லாத் திண்டாட்டம் ஒரு பெரும் பிரச்சினையாகும்.

இதரை பெ. *(இலங்.)* ***தடித்த தோலோடு வடிவத்திலும் சுவையிலும் மலைப்பழம்போல இருக்கும் ஒரு வகைப் பெரிய வாழைப்பழம்;*** kind of banana fruit. மூலவியாதிக்காரர்களுக்கு இதரை வாழைப்பழம் நல்லது.

இதழ்¹ பெ. **1:** ***(ஒற்றை வரிசையிலோ அடுக்காகவோ கொத்தாகவோ) பூக்களில் அமைந்திருக்கும் மெல்லிய ஏடு போன்ற பாகம்;*** petal. பூவின் இதழ்கள் உதிரத் தொடங்கின. **2:** ***(முற்காலத்தில்) (எழுதுவதற்கான காய்ந்த) பனை ஓலை; ஏடு;*** palm leaf (used for writing in former times). முப்பத்திரண்டு இதழ்கள் கொண்ட சுவடிக் கட்டு. **3:** *(உ.வ.)* ***(புல்லின்) நீண்ட கூரிய இலை;*** blade (of grass). புல் இதழின் மீது பனித்துளி. **4:** *(உ.வ.)* ***இமை;*** eyelid. பூவைக் கண் இதழில் ஒற்றிக்கொண்டாள். **5:** *(உ.வ.)* ***உதடு;*** lip. அவள் இதழ் விரியச் சிரித்தாள்./ 'ப' என்பது ஈரிதழ் ஒலி.

இதழ்² பெ. **1:** ***(தின, வார, மாத) பத்திரிகை;*** newspaper; magazine; periodical. பாரதியார் 'சுதேசமித்திரன்' இதழின் துணை ஆசிரியராக இருந்தார்./ தமிழில் எத்தனையோ வார, மாத இதழ்கள் வெளிவருகின்றன. **2:** ***தினசரி, வார, மாதப் பத்திரிகையின் ஒரு தனிப் பிரதி;*** single issue (of a periodical). இந்தப் பத்திரிகையின் சென்ற இதழில் என் சிறுகதை வெளியாயிற்று. **3:** ***(பள்ளி, கல்லூரி முதலியவை ஆண்டுக்கு ஒருமுறை வெளியிடும்) மலர்;*** magazine (of a school, college, etc.,).

இதழாளர் 130

இதழாளர் பெ. **பத்திரிகையாளர்;** journalist.

இதழியல் பெ. **பத்திரிகைகள், செய்தி நிறுவனங்கள், வானொலி, தொலைக்காட்சி போன்ற ஊடகங்களுக்குச் செய்திகளைச் சேகரித்தல், தொகுத்தல், எழுதுதல் போன்றவை குறித்த துறை;** journalism.

இதற்கமைய இ.சொ. *(இலங்.)* **இதன்படி; குறிப்பிட்ட தன்படி;** accordingly. இதற்கமைய நீங்கள் வேலையிலிருந்து நீக்கப்பட்டுள்ளீர்கள்.

இதற்கும் இ.சொ. **'இத்தனைக்கும்' என்ற பொருளில் இரண்டு வாக்கியங்களைத் தொடர்புபடுத்தும் இடைச்சொல்; பார்க்கப்போனால்;** particle used in the sense of 'in fact'. திருக்குறளுக்கு அவர் தரும் விளக்கத்தைக் கேட்டால் அசந்துபோவீர்கள்! இதற்கும் அவர் தமிழை முறையாகப் படித்தவர் அல்ல.

இதற்குள்(ளே) இ.சொ. **ஒரு செயல் எதிர்பார்த்ததை விட விரைவாக நடந்துவிட்டதை வியப்புடன் குறிப்பிடப் பயன்படுத்தும் இடைச்சொல்;** particle used in the sense of 'so soon!'; 'already!..' என்ன, இதற்குள் தேர்வு எழுதி முடித்துவிட்டாயா?

இதன் பி.பெ. **இது என்பது வேற்றுமை உருபு ஏற்கும் போது பயன்படுத்தப்படும் வடிவம்;** the base of இது for declension. இதன் பெயர் கணிப்பொறி./ இவ்வளவு அக்கிரமங்கள் நடந்திருக்கின்றன. இதற்கு யார் காரணம்?/ தவறு செய்துவிட்டு இப்போது வருத்தப்படுகிறாய். இதனால் யாருக்கு என்ன பயன்?

இதனோடு இ.சொ. காண்க: **இத்துடன்.**

இதிகாசம் பெ. **கடவுள், கடவுள் அவதாரம் அல்லது பெரும் வீரர்கள் நிகழ்த்திய வீரச் செயல்கள், நீதி நெறிகள் போன்றவற்றை விவரிக்கும் காப்பியம்;** epic.

இது பி.பெ. **1: பேசுபவருக்கு அருகில் இருக்கும் ஒருவரை அல்லது ஒன்றைக் குறிக்க அல்லது வாக்கியத்திலோ பத்தியிலோ சற்று முன்னர் குறிப்பிடப்பட்ட பெயரை மீண்டும் குறிப்பிடப் பயன்படுத்தும் பிரதிப்பெயர்;** this. அது என் தங்கை, இது என் மகள்./ இது என்ன புத்தகம்?/ இது மட்டும் அப்பாவுக்குத் தெரிந்ததென்றால் நான் தொலைந்தேன்./ எவ்வளவு எளிதான முறை! இது எப்படி எனக்குத் தோன்றாமல் போயிற்று?/ இது நடக்குமா நடக்காதா என்றெல்லாம் நான் யோசிக்கவேயில்லை. **2: காலத்தைக் குறிக்கும் 'நாள்', 'சமயம்' ஆகிய சொற்களுக்குப் பெயரடையாக வரும்போது 'இந்த' என்ற பொருளைச் சுட்டும் பிரதிப்பெயர்;** (in combination with words denoting time) this. இதுநாள்வரை ராஜாவைப் பற்றி எந்தச் செய்தியும் கிடைக்கவில்லை./ நான் இதுசமயம் குறிப்பிட விரும்புவது என்னவென்றால்.../ இதுகாலமும் எங்களைப் பற்றிக் கவலைப்படாதவர் இப்போது இந்தக் கேள்விகளைக் கேட்பது நியாயம் இல்லை.

இதுகாறும் வி.அ. *(உ.வ.)* காண்க: **இதுவரை.**

இதுவரை வி.அ. **இந்த நேரம் முடிய;** so far; till now. அவருக்குக் கடிதம் எழுதிப் பல நாளாகியும் இதுவரை அவரிடமிருந்து பதில் வரவில்லை./ இந்த ஊரில் இதுவரை இப்படி ஒரு நிகழ்ச்சி நடந்ததில்லை.

இதே பெ.அ. **(குறிப்பிட்ட சூழலில்) சுட்டிக்காட்டப்படும் (ஒருவர் அல்லது ஒன்று);** the very same. கரும்பலகையில் எழுதியிருக்கும் கணக்கைப் புரிந்துகொண்டீர்களா? இதே கணக்கு தேர்விலும் வரலாம்./ எங்கள் அப்பா பிறந்ததும் இதே ஊரில்தான்./ இதே பையன்தான் நேற்று என்னை வந்து பார்த்தான்.

இதோ இ.சொ. **1: அருகில் உள்ள ஒன்றை அல்லது ஒருவரைச் சுட்டிக்காட்டுவதற்காகப் பயன்படுத்தும் இடைச்சொல்;** particle used for pointing out sth. or s.o. in proximity; 'here'; 'look'. இதோ, இருக்கிறது பணம்!/ இதோ, இருக்கிறாரே! இவரை எங்கெல்லாம் தேடினோம்./ இதோ, நிகழ்ச்சி நடந்துகொண்டிருக்கிறது. **2: 'மிக விரைவில்', 'உடனே' என்னும் பொருளில் பயன்படுத்தப்படும் இடைச்சொல்;** particle used to indicate sth. that one is doing at that time; 'here'. 'இதோ, வந்துவிட்டேன்.'/ 'இதோ, தருகிறேன்' என்று பணத்தை எடுத்தார்.

இதோபதேசம் பெ. *(அ.வ.)* **பக்குவமான போதனை; அறிவுரை;** good counsel. வன்முறையில் ஈடுபடுபவர்களை இதோபதேசத்தினால் திருத்த முடியுமா?

இந்த பெ.அ. **1: (இடத்தைக் குறிக்கையில்) அருகில் அல்லது முன் இருக்கிற; (காலத்தைக் குறிக்கையில்) தற்போதைய;** demonstrative adjective to refer to things or persons close by; (when referring to time) the present. இந்தப் பை யாருடையது?/ இந்தக் காலத்தில் திருமணம் ஒரு மணி நேரத்தில் முடிந்துவிடுகிறது./ இந்த நேரத்தில் தனியாக வரலாமா? **2: இன்ன;** specified. இந்த நேரத்தில், இந்த இடத்தில் இருப்பேன் என்று சொன்னால் நான் வந்து உன்னைப் பார்ப்பேன்.

இந்தா இ.சொ. *(பே.வ.)* **தன் வயது ஒத்தவரையோ வயது குறைவானவரையோ அழைக்கும்போது அல்லது அவருக்கு ஒன்றைக் கொடுக்கும்போது அவர் கவனத்தைத் தன் பக்கமாகத் திருப்பப் பயன்படுத்தும் இடைச்சொல்;** particle used informally when calling, or giving sth. to a person who is known to the speaker; 'hey'. 'இந்தா, இங்கே வா' என்று தம்பியைக் கூப்பிட்டார்./ இந்தா, இந்தப் பணத்தை வாங்கிப் பெட்டியில் வை!

இந்தாருங்கள் இ.சொ. **மரியாதைக்கு உரிய ஒருவரை அழைக்கும்போது அல்லது அவரிடம் ஒன்றைத் தரும் போது அவர் கவனத்தைத் தன் பக்கமாகத் திருப்பப் பயன்படுத்தும் இடைச்சொல்;** particle used respectfully when calling or giving sth. to s.o. இந்தாருங்கள், இந்தப் பணத்தை வைத்துக்கொள்ளுங்கள்!

இந்தி பெ. **இந்தியாவின் வட மாநிலங்களில் பேசப்படுவதும் இந்திய அரசியல் சட்டத்தில் ஆட்சி மொழியாக அறிவிக்கப்பட்டிருப்பதும் இந்தோ-ஆரிய மொழிக் குடும்பத்தைச் சேர்ந்ததுமான மொழி;** Hindi (language).

இந்திய பெ.அ. **இந்தியாவைச் சேர்ந்த; இந்தியாவில் உள்ள;** Indian; of the Indian Republic. இந்திய மொழிகள்/ இந்திய மக்கள்/ இந்தியப் பத்திரிகைகள்/ இந்திய ஜனாதிபதி.

இந்திய அயல்நாட்டுப் பணி பெ. **பிற நாடுகளுடனான உறவுகுறித்த பணிகளை மேற்கொள்ளும் இந்திய அரசுப் பணிப் பிரிவு;** Indian Foreign Service (abbreviated to I.F.S.).

இந்திய அயலுறவுப் பணி பெ. காண்க: இந்திய அயல் நாட்டுப் பணி.

இந்திய ஆட்சிப் பணி பெ. **உள்நாட்டில் அரசு நிர்வாகப் பொறுப்புகளை மேற்கொண்டிருக்கும் இந்திய அரசின் பணிப் பிரிவு; (சுருக்கமாக) இ.ஆ.ப.;** Indian Administrative Service (abbreviated to I.A.S.)

இந்தியக் காவல் பணி பெ. **உள்நாட்டில் சட்டம் ஒழுங்கைப் பாதுகாக்கும் பொறுப்பை மேற்கொண்டிருக்கும் இந்திய அரசின் பணிப் பிரிவு; (சுருக்கமாக) இ.கா.ப.;** Indian Police Service (abbreviated to I.P.S.).

இந்திய தேசிய ராணுவம் பெ. **ஆங்கிலேயரை எதிர்த்துப் போரிடுவதற்கு இந்தியர்களால் சுபாஷ் சந்திர போஸ் தலைமையில் உருவான படை;** Indian National Army (abbreviated to I.N.A.).

இந்திய நீர்க்காகம் பெ. **நீரில் மூழ்கி மீன்பிடிப்பதும், இறக்கையை விரித்து வெயிலில் காயவைப்பதும், கறுப்பு நிறத்தில் இருப்பதுமான ஒரு நீர்ப்பறவை;** Indian cormorant.

இந்தியர் பெ. **1: இந்தியாவைத் தாயகமாகக் கொண்டவர்;** Indian (whose native country is India). வெளிநாடு வாழ் இந்தியர்கள்/ 2007ஆம் ஆண்டு ஒரு இந்தியருக்கு நோபல் பரிசு கிடைத்துள்ளது. **2: ஐரோப்பியர்கள் குடியேறுவதற்கு முன்னால் அமெரிக்கக் கண்டங்களில் வாழ்ந்துவந்த பூர்வகுடிகள்;** a person of any of the races living on the American continent before the arrival of Europeans; Indian (of American origin). தென்அமெரிக்காவில் போர்த்துகீசியர்களின் வருகைக்கு முன் இந்தியர்கள் பெரும் எண்ணிக்கையில் வசித்துவந்தனர்.

இந்தியா பெ. **தென்கிழக்கு ஆசிய நாடுகளில் ஒன்று;** India.

இந்திரபோகம் பெ. (-ஆன) (அ.வ.) **அனைத்து வசதிகளும் நிறைந்த சுகம்;** (life of) comfort; luxury. அவருக்கென்ன கவலை, இந்திரபோகமான வாழ்க்கை கிடைத்திருக்கிறது.

இந்திரலோகம் பெ. **அனைத்து இன்பங்களும் நிறைந்ததாகப் புராணங்களில் கூறப்படுகிற ஓர் உலகம்; தேவலோகம்;** (in the puranas) the world of comforts and pleasures. இந்திரலோகம் என்று வர்ணிக்கப்படும் நாட்டிலும் ஏழ்மையும் வறுமையும் உண்டு.

இந்திர வாகனம் பெ. **(உற்சவத்தின்போது கடவுள் விக்கிரகத்தை வைத்து ஊர்வலமாக எடுத்துவரப் பயன்படுத்தும்) யானை வாகனம்;** (celestial) vehicle elephant (used in temple festivals). இன்று இரவு இந்திர வாகனத்தில் சுவாமிப் புறப்பாடு நடக்கும்.

இந்திரன் பெ. **(புராணத்தில்) இந்திரலோகத்தின் அரசன்;** (in the puranas) the king of the world of pleasures.

இந்திரன் சந்திரன் பெ. **தகுதிக்கு மீறி ஒருவர் மற்றொருவரைப் பாராட்டும்போது கூறப்படுவது;** used to refer to extravagances in admiration. நீ உன் முதலாளிக்கு என்ன செய்தாய்? உன்னைப் பற்றி இந்திரன் சந்திரன் என்று ஊர்முழுக்கச் சொல்லிக்கொண்டிருக்கிறாரே!/ அவரை நம்பாதே. நேரில் உன்னை இந்திரன் சந்திரன் என்பார். நீ போன பிறகு உன்னையே மட்டமாகப் பேசுவார்.

இந்திரஜாலம் பெ. **மயங்கவைப்பதும் நம்ப முடியாததுமான தோற்றம்;** bewitching and dazzling display. இந்திரஜால வித்தை/ கடலின் நீர்ப்பரப்பில் சூரிய ஒளி இந்திரஜாலம் நிகழ்த்திக்கொண்டிருந்தது.

இந்திரியம் பெ. **1: ஐம்புலனுக்கு உரிய பொறி;** sensory organ; sense. இந்திரியங்களை அடக்கி ஆள வேண்டும் என்பது யோகிகளின் அறிவுரை. **2: விந்து;** semen.

இந்து பெ. **1: இந்து மதத்தைச் சேர்ந்தவர்;** Hindu. **2: இந்து மதம்;** Hindu religion. இந்துக் கோயில்கள்/ இந்துச் சடங்குகள்.

இந்துத்துவம் பெ. **இந்தியாவை இந்துக்களின் நாடாகக் கொண்டு, அது ஒரே வரலாறும் பண்பாடும் கொண்டது என்ற கருத்தை வலியுறுத்தும் அரசியல் கொள்கை;** political ideology that India is a land of the Hindus having a single history and a single culture. இந்துத்துவக் கொள்கை/ இந்துத்துவக் கட்சி/ இந்துத்துவத் தலைவர்.

இந்துப்பு பெ. **சித்த மருத்துவத்தில் பயன்படுத்தப்படும் (சில வகை நிலங்களில் கிடைக்கும்) கனிம உப்பு;** rock salt used in Siddha medicine. பத்தியம் இருப்பவர்கள் உப்புக்குப் பதிலாக இந்துப்புவைப் பயன்படுத்தலாம்.

இந்து மதம் பெ. **வினையின் பயனைப் பொறுத்து மனிதருக்கு மறுபிறவி அமையும் என்பது போன்ற நம்பிக்கைகளைக் கொண்டதும் இந்தியாவில் பெரும்பாலோர் பின்பற்றுவதுமான மதம்;** Hindu religion; Hinduism.

இந்நாள் பெ. **தற்போது நிகழ்ந்துகொண்டிருக்கும் காலம்;** present day; today. இந்நாள் இளைஞர்கள் நிறைய விஷயங்களை எளிதில் கற்றுக்கொண்டுவிடுகிறார்கள்.

இந்நேரம் வி.அ. **(பேசிக்கொண்டிருக்கும்போது குறிப்பிடுகிற) இந்த நேரம்; இப்போது;** by this time. காலையில் புறப்பட்டிருந்தால் இந்நேரம் ஊர் போய்ச்சேர்ந்திருப்பார்கள்./ இந்நேரம் படம் ஆரம்பித்திருக்கும்.

இப்படி வி.அ. **1: (சுட்டிக்காட்டும்) இந்த முறையில்; இவ்வாறு;** in this way or manner; like this; thus. நீ இப்படி உடை உடுத்தலாமா?/ முதலில் வேலை, பிறகு கல்யாணம், இப்படிக் கற்பனை விரிந்தது. **2: (சுட்டிக்காட்டும்) இந்தப் பக்கம்;** here; in this direction. தீப்பெட்டியை இப்படிக் கொடு!

இப்படிக்கு இ.சொ. **கடிதம் முதலியவற்றில் கையெழுத்துப் போடுவதற்கு முன் இடப்படும் பல இடைச்சொற்களில் ஒன்று; 'இங்ஙனம்';** particle used in the subscription (to a letter).

இப்படிப்பட்ட பெ.அ. **(விவரிக்கப்பட்ட அல்லது குறிப்பிடப்பட்ட) இந்த விதமான;** such (as the one described). உதவி செய்வதுபோல் ஏமாற்றிவிடுவார்கள்; இப்படிப்பட்ட ஆட்களிடம் ஜாக்கிரதையாக இருக்க வேண்டும்./ காலம் பொன்னானது, இப்படிப்பட்ட காலத்தைப் பயனுள்ள வழியில் செலவிட வேண்டும்.

இப்படியாக வி.அ. **குறிப்பிடப்படும் இந்த விதத்தில்; இப்படி;** thus. இப்படியாக புத்தர் போதி மரத்தின் அடியில் ஞானம் பெறுகிறார்./ இப்படியாக இந்தக் கதையின் நாயகி தான் நினைத்ததைச் செய்து முடிக்கிறாள்.

இப்படியான பெ.அ. **இப்படிப்பட்ட; இவ்வாறான;** s.o. or sth. in the nature or manner specified; such. இப்படியான எதிர்மறைச் சிந்தனைகளைத் தவிர்க்க முயல வேண்டும்./ குழந்தை இல்லை என்ற ஏக்கமே இப்படியான முடிவுக்கு வரச்செய்ததோ?/ இப்படியான பரிமாற்றம் இரு தரப் பினருக்கும் நன்மை பயக்கும்.

இப்படியும் அப்படியுமாகத்தான் வி.அ. **(ஒன்று அல்லது ஒருவர்) எதிர்பார்க்கும் அளவிலோ தன்மைகளுடனோ இல்லாமல்; குறைநிறைகளுடன்;** (sth. or s.o.) neither entirely good nor bad. குடும்பம் என் றால் இப்படியும் அப்படியுமாகத்தான் இருக்கும்.

இப்பேர்ப்பட்ட பெ.அ. **குறிப்பிடப்பட்டவற்றைப் போன்ற தன்மையில் அமைந்த; இப்படிப்பட்ட;** such; so good or so bad as the one mentioned. இப்பேர்ப்பட்ட நண்பர்கள் இருக்கும்போது உனக்கென்ன கவலை?/ இப் பேர்ப்பட்ட சூழ்நிலையில் என்ன செய்ய முடியும்?/ அவர் இப்பேர்ப்பட்ட சோதனைகளைச் சற்றும் எதிர் பார்க்கவில்லை./ இப்பேர்ப்பட்ட சொற்களைத் தவிர்க்க வேண்டும்.

இப்பொழுது வி.அ. காண்க: **இப்போது.**

இப்போது வி.அ. **(நிகழ்காலத்தின்) இந்தக் கட்டத்தில்; (ஒன்றைச் சொல்கிற, செய்கிற) இந்த நேரத்தில்;** now; at this time or moment; just now. இப்போது என்னிடம் வண்டி இல்லை./ அவருக்கு இப்போது வயது அறுபது./ இப்போது என்னை என்ன செய்யச் சொல்கிறாய்?

இப்போதைக்கு வி.அ. **தற்காலிகமாக; தற்சமயத்துக்கு;** for the time being; for this time. கையிருப்பில் உள்ள அரிசி இப்போதைக்குப் போதும்./ இப்போதைக்கு என் பேனாவைக் கொண்டு எழுது.

இப்போதைய பெ.அ. **தற்சமயம் நிலவும்;** the present. இப்போதைய நிலவரப்படி எங்கள் கட்சிக்கு வெற்றி பெறும் வாய்ப்பு அதிகம்./ இப்போதைய நிலைமையில் நான் எதையும் சொல்ல விரும்பவில்லை.

இம்சி வி. (இம்சிக்க, இம்சித்து) **இம்சை செய்தல்; வருத்து தல்;** harass; torture. என்னை இம்சிக்காதே!

இம்சை பெ. 1: **(உடல் ரீதியாகவும் மன ரீதியாகவும்) வருத்தி உண்டாக்கும் வேதனை;** torment; torture. சிறு வர்கள் கீழே விழுந்து கிடந்த காக்கைக் குஞ்சை எந்த வித இம்சையும் செய்யாமல் மரத்தில் விட்டுவிட்டனர்./ தேர்வில் தோல்வி அடைந்ததை விடாமல் சுட்டிக்காட்டி யது அவனுக்கு இம்சையாக இருந்தது. 2: **(பிறருக்குக் கொடுக்கும்) தொல்லை;** trouble (to others). நாளாக நாளாகக் குரங்குகளின் இம்சை பொறுக்க முடியவில்லை.

இம்மி பெ. 1: **மிகச் சிறிய துகள்;** particle. பசுந்தாள் உரப்பயிர்கள் மண் இம்மிகளுக்கு இடையில் காற்றோட் டத்தை உண்டாக்குகின்றன./ ஒரு தனிமத்தின் மிகச் சிறிய இம்மி அணு எனப்படும். 2: **மிகச் சிறிதளவு;** smallest fraction; bit. ஆற்றங்கரையில் இம்மி நிழல்கூடக் கிடையாது./ நீங்கள் சொன்னபடியே இம்மி பிசகாமல் செய்திருக்கிறேன்.

இம்மை பெ. *(உ.வ.)* **இந்த உலக வாழ்வு; இந்தப் பிறவி;** life in this world (as distinct from afterlife). இம்மைக்கும் மறுமைக்கும் நன்மை தருவது என்று சிந்தித்தா எல்லாக் காரியங்களையும் செய்கிறோம்?

இமயம் பெ. **இந்தியாவின் வடக்கு எல்லையில் உள்ள உயரமான மலைத்தொடர்;** the Himalayas. *(உரு வ.)* சேவையின் இமயம் அவர்.

இமாம் பெ. *(இஸ்.)* **மசூதியில் தொழுகையைத் தலைமை ஏற்று நடத்துபவர்;** spiritual leader who conducts the congregational prayer in a mosque.

இமாலய பெ.அ. **மிகப் பெரிய;** great; big. படம் இமாலய வெற்றி அடைந்தது./ இமாலயத் தவறு!

இமை[1] வி. (இமைக்க, இமைத்து) **(கண்ணை) அனிச்சை யாக மூடித் திறத்தல்;** bat (the eyelid). அவள் என்னையே கண் இமைக்காமல் பார்த்துக்கொண்டிருந்தாள்.

இமை[2] பெ. **கண்களின் மேலும்கீழும் அரை வட்ட வடிவில் பாதுகாப்பிற்காக அமைந்துள்ள தோல்;** eyelid. *(பார்க்க, படம்: உடல்)*

இமைப்பொழுது பெ. **(கண் இமைப்பதற்கு ஆகும் நேரத்தைப் போன்ற) மிகக் குறைந்த நேரம்; ஒரு நொடி;** split second; a wink; (in) no time. அவர் இமைப் பொழுதுகூடத் தாமதிக்கவில்லை./ திருடன் இமைப் பொழுதில் கூட்டத்துக்குள் ஓடி மறைந்துவிட்டான்.

இயக்கம் பெ. 1: **(சீரான) அசைவு அல்லது நகர்வு; செயல்பாடு;** (proper) movement; function; working. கோள்களின் இயக்கம்/ இயந்திரங்களின் இயக்கத்தால் ஏற் பட்ட ஓசை காதைத் துளைத்தது./ மூளை அனுப்பும் செய்திகளின்படி நம் உடலின் அனைத்து இயக்கங்களும் நடைபெறுகின்றன. [*(தொ.சொ.)* **அசைவு/ அதிர்வு/ நகர்வு/ நடுக்கம்**] 2: **(மாற்றத்தை அல்லது பாதிப்பை ஏற்படுத்தும்படியான) கூட்டுச் செயல்பாடு;** movement. 'வெள்ளையனே வெளியேறு' என்ற இயக்கம் காந்தி யடிகளால் அறிவிக்கப்பட்டது./ ஓவியக் கலையில் பல புதிய இயக்கங்கள் உருவாகியுள்ளன. 3: **திரைப்படம், நாடகம், தொலைக்காட்சி நிகழ்ச்சி போன்றவை முழு வடிவம் பெறுவதற்கான பொறுப்பை ஒருவர் ஏற் றிருக்கும் நிலை/திரைப்படம், நாடகம், தொலைக் காட்சி நிகழ்ச்சி போன்றவற்றில் நடனம், ஒளிப் பதிவு போன்றவற்றுக்கு ஒருவர் பொறுப்பேற்றிருக் கும் நிலை;** (of movie, play, etc.,) direction. பிரபல இயக்குநரின் இயக்கத்தில் வெளிவந்த படம் பெரும் வெற்றி பெற்றது./ சிறந்த தொலைக்காட்சி நிகழ்ச்சிக் கான விருது எனது இயக்கத்தில் தயாரிக்கப்பட்ட 'பரதம்' என்னும் நாட்டியத் தொடருக்குக் கிடைத்துள்ளது./ சிறந்த ஒளிப்பதிவு இயக்கத்துக்கான தேசிய விருது தமிழ்நாட்டைச் சேர்ந்த ஒளிப்பதிவாளர் ஒருவருக்குக் கிடைத்துள்ளது. 4: *(இயற்.)* **விசையின் காரணமாக அல்லது ஆற்றலின் காரணமாக ஒரு பொருள் செயல்படும் நிகழ்வு;** motion. 5: *(இலங்.)* **ஆயுதம் தாங்கிப் போராடும் தமிழர் குழுக்களைப் பொதுவாகக் குறிக்கும் பெயர்;** common term for any of the Tamil armed groups. தேர்தலில் போட்டியிடப்போவதாகச் சில இயக்கங்கள் அறிவித்துள் ளன./ இயக்கத் தலைவர்/ இயக்கத்தோடு சமாதானப் பேச்சுவார்த்தை நடத்த அரசு தயாராக உள்ளது.

இயக்கவியல் பெ. *(இயற்.)* **இயக்கத்தைப் பற்றியும் அதற்குக் காரணமான விசைகளைப் பற்றியும் விவ ரிக்கும் இயற்பியல் பிரிவு;** dynamics.

இயக்கு வி. (இயக்க, இயக்கி) 1: **(இயந்திரம், சாதனம் முதலியவற்றை) இயங்கச் செய்தல்; கையாளுதல்;** operate; handle (machines, tools, etc.,). நவீன பீரங்கிகளை இயக்குவதற்கு ராணுவ வீரர்களுக்குப் பயிற்சி அளிக்கப்படுகிறது./ தொலைபேசி இணைப்புகளைப் பெண்கள் விரைவாக இயக்குகிறார்கள்./ கணிப்பொறியை இயக்கத் தெரிந்த இளைஞர்கள் வேலைக்குத் தேவை. 2: **(போக்குவரத்தில் வாகனங்களைக் குறிப்பிட்ட இடங்களுக்கு இடையே) ஓடச் செய்தல்; பணியில் ஈடுபடுத்துதல்;** operate (buses between places). போக்குவரத்துக் கழகம் விழாக் காலங்களில் வழக்கத்திற்கு அதிகமான பேருந்துகளை இயக்குகிறது. 3: **திரைப்படம், நாடகம், தொலைக்காட்சி நிகழ்ச்சி போன்றவை முழுவடிவம் பெறுவதற்கான பொறுப்பை ஒருவர் ஏற்றுக்கொள்ளுதல்;** direct (a movie or play, etc.,). இதுவரை தமிழ்ப் படங்களை இயக்கி வந்தவர் இப்போது ஒரு இந்திப் படத்தை இயக்குகிறார்./ நகைச்சுவையை மையமாகக் கொண்ட இந்த நிகழ்ச்சியை இயக்குபவர் ஒரு நகைச்சுவை நடிகர் என்பது குறிப்பிடத் தக்கது.

இயக்குநர் பெ. 1: **திரைப்படம், நாடகம், தொலைக்காட்சி நிகழ்ச்சி போன்றவற்றை இயக்குபவர்/திரைப்படம், நாடகம், தொலைக்காட்சி நிகழ்ச்சி போன்றவற்றில் நடனம், ஒளிப்பதிவு போன்றவற்றிற்கான பொறுப்பை ஏற்றிருப்பவர்;** director (of a film or play, etc.,). இந்தப் படத்தின் தயாரிப்பாளரும் இயக்குநரும் ஒருவரே./ பிரபல திரைப்பட நடன இயக்குநர் ஒருவர் தொலைக்காட்சி நிகழ்ச்சி ஒன்றில் நடுவராகப் பங்கேற்றார். 2: **ஒரு நிறுவனத்தின் அல்லது ஓர் அரசுத் துறையின் நிர்வாகத் தலைவர்;** director (of an institution, a department of the government, etc.,). உயர்கல்வித் துறை இயக்குநர்/ தமிழ் வளர்ச்சித் துறை இயக்குநர்.

இயக்குனர் பெ. காண்க: இயக்குநர்.

இயங்கியல் பெ. (தத்.) **இயற்கை, மானுட சமுதாயம், சிந்தனை ஆகியவற்றில் உள்ள முரண்பட்ட, ஒன்றையொன்று விலக்கிவைக்கிற, எதிரும்புதிருமான போக்குகளை அறிந்துகொள்வதற்கும், வளர்ச்சி என்பது எதிர்மறைகளின் போராட்டத்தின் விளைவே என்பதைப் புரிந்துகொள்வதற்குமான கோட்பாடு;** dialectics.

இயங்கு வி. (இயங்க, இயங்கி) 1: **(இயற்கையில் அமைந்த அல்லது மனித முயற்சியால் வடிவமைக்கப்பட்ட முறைகள்) செயல்படுதல்;** function; operate. பக்கவாத நோய் வந்ததால் ஒரு கையும் காலும் இயங்கும் சக்தியை இழந்துவிட்டன./ விசையைப் போட்டதும் நூற்பாலை இயந்திரங்கள் இயங்கத் தொடங்கின./ என் இருதயம் ஒரு கணம் நின்றுவிட்டு இயங்கியது! 2: **(அலுவலகம், ஓர் அமைப்பு போன்றவை) செயல்படுதல்;** (of an office, organization, etc.,) operate; work; function. அலுவலகம் வழக்கம் போல் இயங்கிக்கொண்டிருக்கிறது./ விமான விபத்தைப் பற்றித் தகவல் தெரிவிப்பதற்காக இந்தத் தகவல் அறை இருபத்துநான்கு மணி நேரமும் இயங்கும். 3: **(பயணிகளுக்காக வண்டி) குறிப்பிட்ட இடங்களுக்கு இடையே போய் வருதல்;** (of vehicles) ply; run. விசாகத்தை முன்னிட்டுத் திருநெல்வேலிக்கும் திருச்செந்தூருக்கும் இடையே சிறப்புப் பேருந்துகள் இயங்கும்.

இயந்திர கதி பெ. **இயந்திரத்தனம்;** routine or mechanical manner. தேவாரத்தை இயந்திர கதியில் வாய் சொல்லிக்கொண்டிருந்தது.

இயந்திரத்தனம் பெ. (-ஆக, -ஆன) **உணர்வுபூர்வமான ஈடுபாடு, மாறுதல் போன்றவை இல்லாமல் ஒரு செயலைச் செய்யும் தன்மை;** routine or mechanical nature. நகரவாசிகளின் இயந்திரத்தனமான வாழ்க்கை.

இயந்திரத் துப்பாக்கி பெ. **விசையை அழுத்தினால் வேகமாகவும் தொடர்ச்சியாகவும் குண்டுகளை வெளியேற்றும் துப்பாக்கி;** machine gun.

இயந்திரம் பெ. **ஒரு வேலையைச் செய்வதற்கு உருவாக்கப்பட்டதும் நீராவி, மின்சாரம் முதலிய சக்திகளாலோ மனித சக்தியாலோ இயக்கப்படுவதுமான கருவி அல்லது சாதனம்;** machine. 19ஆம் நூற்றாண்டின் இறுதியிலும் 20ஆம் நூற்றாண்டின் துவக்கத்திலும் எண்ணற்ற இயந்திரங்கள் கண்டுபிடிக்கப்பட்டன./ (உரு வ.) தேர்தலின் போது கட்சிகளின் பிரச்சார இயந்திரம் முடுக்கிவிடப்படுகிறது./ (உரு வ.) 'அரசு இயந்திரம் முடங்கிவிட்டது' என்று எதிர்க்கட்சித் தலைவர் குற்றம்சாட்டினார். [(தொ.சொ.) உபகரணம்/ கருவி/ சாதனம்]

இயந்திர மனிதன் பெ. **மனிதன் செய்யும் சில செயல்களைச் செய்வதற்கு உருவாக்கப்படும் இயந்திரம்;** robot. வீட்டு வேலைகள் சிலவற்றைச் செய்வதற்கான இயந்திர மனிதனை ஜப்பானியர்கள் உருவாக்கியுள்ளனர்.

-இயம் இ.சொ. **'குறிப்பிட்ட சிந்தனையை அடிப்படையாகக் கொண்ட கொள்கை' என்ற பொருளில் பெயர்ச்சொற்களோடு இணைந்து மற்றொரு பெயர்ச்சொல்லை உருவாக்கப் பயன்படும் இடைச்சொல்;** particle that combines with a noun to form the name of a specified thought. காந்தியம்/ பெண்ணியம்/ அம்பேத்காரியம்/ மார்க்சியம்/ காலனியம்/ பெரியாரியம்.

இயம்பு வி. (இயம்ப, இயம்பி) (உ.வ.) **(ஒன்றை) கூறுதல்; சொல்லுதல்;** say. தாங்கள் இயம்பியபடியே செய்துவிட்டோம், குருவே!

இயல்[1] வி. (இயல, இயன்றது, இயன்றால், இயலாத, இயலாமல் முதலிய சில வடிவங்கள் மட்டும்) (உ.வ.) **(ஒருவரால் ஒன்றைச் செய்ய) முடிதல்;** be able to; be possible; can. இந்த வயதிலும் கச்சேரிசெய்து தன்னால் இயன்றதைச் சம்பாதித்துவருகிறார்./ நிதி திரட்ட அவர்களால் இயலலாம், இயலாமலும் போகலாம்./ தவிர்க்க இயலாத சில காரணங்களால் அவர் விழாவுக்கு வரவில்லை.

இயல்[2] பெ. **(மரபு இலக்கணப்படி தமிழ்மொழியில் வழங்கும் மூன்று துறைகளில்) செய்யுளையும் உரைநடையையும் குறிப்பது;** one of the three branches of Tamil in traditional grammar; language of poetry and prose.

இயல்[3] பெ. (உ.வ.) **நூலின் உட்பிரிவு; அதிகாரம்;** chapter (of a book). இந்த ஆய்வு நூல் நான்கு பெரும் பிரிவுகளாகவும் பத்து இயல்களாகவும் பிரிக்கப்பட்டிருக்கிறது.

-இயல்[4] இ.சொ. 1: **ஒன்று நடந்துவரும் முறை அல்லது ஒன்றின் இயல்பு என்பதைக் குறிப்பிட ஒரு பெயர்ச்சொல்லோடு சேர்ந்து மற்றொரு பெயர்ச்சொல்லை உருவாக்கப் பயன்படும் இடைச்சொல்;** particle

இயல் தாவரம் 134

combining with a noun to indicate the course or the nature of sth. உலகியல்/ இல்லறவியல். **2:** **குறிப்பிட்ட கோட்பாடுகளின் அடிப்படையில் உருவான துறை என்பதைக் குறிப்பிட ஒரு பெயர்ச்சொல்லோடு சேர்ந்து மற்றொரு பெயர்ச்சொல்லை உருவாக்கப் பயன்படும் இடைச் சொல்;** particle meaning 'a branch of knowledge'. மனையியல்/ மொழியியல்.

இயல் தாவரம் பெ. **ஒரு நாட்டில் அல்லது ஒரு பிரதேசத்தில் மட்டுமே காணப்படும் தாவரம்;** native plant.

இயல்பு பெ. **1:** **(ஒருவர் இப்படிப்பட்டவர் அல்லது ஒன்று இப்படிப்பட்டது என்பதை வெளிப்படுத்தும்) பண்பு; தன்மை;** character; quality; property. தனிமனித இயல்புகள் எளிதாக மாறக்கூடியவை அல்ல./ நினைத்ததை நிறைவேற்றாமல் விடுவது அவருடைய இயல்பு அன்று./ கவிதையின் இயல்புகுறித்து விளக்க முற்பட்டார். [(தொ.சொ.) **குணம்/ சுபாவம்/ தன்மை/ பண்பு**] **2:** (-ஆக, -ஆன) **இயற்கையாகக் காணப்படுவது அல்லது நிகழ்வது; தானாக நிகழ்வது;** sth. innate or natural. உன் வெற்றியைக் கண்டு பிறர் பொறாமைப்படுவது இயல்பு./ நெருப்பில் நீர் ஊற்றினால் அணைவது இயல்புதானே./ ஆண் பெண்ணிடையே காதல் தோன்றுவது இயல்பான ஒன்றுதான். **3:** (-ஆக, -ஆன) **(அவரவர்க்கு அல்லது அதற்கு) உரிய முறை; சீர்;** being natural. அவர் பேச்சும் சிரிப்பும் இயல்பாக இல்லை./ காலில் வீக்கம் குறைந்துவிட்டது என்றாலும் அவரால் இயல்பாக நடக்க முடியவில்லை.

இயல்பூக்கம் பெ. (-ஆக, -ஆன) **இயற்கையாக அமைந்திருக்கும் தூண்டுதல்;** instinct. தாய் தன் இயல்பூக்கத்தால் குழந்தைக்கு வேண்டியதை அறிந்துகொள்கிறாள்.

இயலாதவர் பெ. **(பெரும்பாலும் ஆண்களைக் குறித்து) வயதான காரணத்தால் கடினமான வேலைகளைச் செய்ய இயலாமல் இருப்பவர்;** (mostly of men) a person unable to do manual work owing to old age.

இயலாமை பெ. (உ.வ.) **ஒருவர் ஒன்றைச் செய்ய முடியாத நிலை; ஆற்றல் இன்மை;** inability; helplessness. ஒவ்வொருவரும் ஒரு சந்தர்ப்பத்தில் தங்கள் இயலாமையை உணர்கிறார்கள்./ கல்யாணச் செலவுகளைக் குறைக்க முடியாத நம் இயலாமையை ஒத்துக்கொள்ள வேண்டியிருக்கிறது.

இயலுமை பெ. (இலங்.) **(ஒருவர் ஒன்றைச் செய்யக் கூடிய) ஆற்றல்; சக்தி;** capacity; ability. எனது இயலுமையால் ஐந்து பெண்களையும் நல்லபடியாகக் கரைசேர்த்தேன் என்று அப்பா நண்பரிடம் சொல்லிக்கொண்டிருந்தார்./ குடும்பத்தைப் பாதுகாத்துக்கொள்ளும் இயலுமை இருந்தவர்கள் மட்டுமே போர்க்காலத்திலும் ஊரில் இருந்தனர்.

இயற்கணிதம் பெ. (கணி.) **எண்களுக்குப் பதிலாகக் குறியீடுகளையும் எழுத்துகளையும் பயன்படுத்தும் ஒரு கணிதப் பிரிவு;** algebra.

இயற்கை பெ. **1:** **(மனிதனால் உண்டாக்கப்படாமல்) தானாகவே காணப்படும் மலை, நீர் போன்றவற்றை அல்லது தானாகவே உண்டாகும் மழை, காற்று, இடி போன்றவற்றைப் பொதுவாகக் குறிக்கும் சொல்;** nature. இயற்கை எழில் கொஞ்சும் இடங்கள்/ இயற்கையைப் பாடாத கவிஞர்களே இல்லை./ சில சமயம் இயற்கையின் சீற்றத்தைத் தாங்க முடியாமல் போகிறது. **2:** (-ஆக, -ஆன) **தானாக நிகழ்வது; இயல்பான தன்மை;** innate tendency; that which is natural. ஈரப்பதமாக இருந்தால் விதைகள் முளைகட்டுவது இயற்கை./ அவரது சாவு இயற்கையானதாகத் தோன்றவில்லை. **3:** (-ஆக, -ஆன) **இயல்பு;** being natural. அவர் பேச்சும் சிரிப்பும் இயற்கையாக இல்லை./ திரைப்படத்தில் எல்லோருமே இயற்கையாக நடித்திருக்கிறார்கள். **4:** காண்க: **இயற்கைவழி.**

இயற்கை அனர்த்தம் பெ. (இலங்.) **இயற்கைச் சீற்றம்;** natural disaster. இயற்கை அனர்த்தம் காரணமாகக் கரையோரப் பகுதிகளை விட்டு மக்கள் வெளியேறினர்./ மலைநாட்டில் ஏற்பட்ட இயற்கை அனர்த்தத்தினால் மண்ணுள் புதைந்த நூற்றுக்கணக்கானோரைத் தேடும் பணி ஆரம்பிக்கப்பட்டது.

இயற்கை உணவு பெ. **காய்கறி, கீரை, பழம், பால் போன்று இயற்கையில் கிடைப்பதும், சமைக்கப்படாமல் உட்கொள்ளப்படுவதுமான உணவுப் பொருள்;** natural food (such as vegetables, fruits, milk, etc.,).

இயற்கை உபாதை பெ. (அ.வ.) காண்க: **இயற்கைக் கடன்.**

இயற்கை உரம் பெ. **செயற்கை முறையில் தயாரிக்கப்பட்ட வேதிப்பொருள்களைக் கொண்டிருக்காத எரு, தழையுரம் போன்ற உரம்;** organic manure. இது இயற்கை உரத்தைப் பயன்படுத்தி விளைவிக்கப்பட்ட நெற்பயிர்/ இயற்கை உரங்களைப் போட்டுச் சாகுபடி செய்வதால் நிலம் தன் வளத்தை இழப்பதில்லை.

இயற்கை எரிவாயு பெ. **(பூமிக்கு அடியில்) வாயு நிலையில் இருக்கும் எரிபொருள்;** natural gas. இது இயற்கை எரிவாயுவில் இயங்கும் வாகனம்.

இயற்கைக் கடன் பெ. **சிறுநீர் அல்லது மலம் கழிப்பதைக் குறிப்பதற்கு இடக்கரடக்கலாகப் பயன்படுத்தும் சொல்;** call of nature. இன்னும் பல கிராமங்களில் காலையில் இயற்கைக் கடன் கழிக்க வயல்வெளிக்குத்தான் போக வேண்டியிருந்தது.

இயற்கைச் சாயம் பெ. **வேதிப்பொருட்களின் கலப்பு இல்லாமல், தாவரங்களின் பொடி அல்லது சாறு கலந்து தயாரிக்கப்பட்ட சாய வகை;** natural dye. ஒரு காலத்தில் இயற்கைச் சாயங்களைப் பயன்படுத்திக் காஞ்சிபுரம் பட்டுச் சேலைகள் நெய்யப்பட்டன.

இயற்கைச் சீற்றம் பெ. **புயல், வெள்ளம், நிலநடுக்கம் போன்ற பெரும் பாதிப்பு ஏற்படுத்தக்கூடிய, இயற்கை உண்டாக்கும் அழிவுகள்;** natural calamity. இயற்கைச் சீற்றங்களால் ஏற்படும் பேரழிவைச் சமாளிக்கத் தேவையான முன்னேற்பாடுகளைச் செய்துவைக்க வேண்டும்./ இயற்கைச் சீற்ற நிவாரணக் குழுவை மாநில அரசு அமைத்துள்ளது.

இயற்கைத் தேர்வு பெ. (உயிரி.) **(பரிணாம வளர்ச்சியில்) சுற்றுச்சூழலுக்கு ஏற்ற வகையில் உயிர்வாழத் தங்களைத் தகவமைத்துக்கொள்ளும் உயிரினங்கள் மட்டுமே அழிந்து போகாமல் இருக்க முடியும் என்கிற நியதி;** natural selection; survival of the fittest.

135 இரட்சி

இயற்கை மருத்துவம் பெ. **இயற்கை உணவு உண்ணுதல், உடற்பயிற்சி செய்தல் ஆகியவற்றின் மூலம் அளிக்கப்படும் சிகிச்சை;** naturopathy.

இயற்கையியலாளர் பெ. **விலங்குகள், தாவரங்கள், சுற்றுச்சூழல் போன்றவற்றுக்குத் தொடர்புடைய துறைகளில் ஈடுபடுபவர் அல்லது ஆர்வமுள்ளவர்;** naturalist.

இயற்கையெய்து வி. (-எய்த, -எய்தி) *(மங்கல வழக்காகக் குறிப்பிடும்போது)* **இறத்தல்;** (euphemism for) die; pass away.

இயற்கைவழி பெ.அ. **வேதிப்பொருள்களைக் கொண்டு தயாரிக்கப்படும் உரம், பூச்சிக்கொல்லி போன்றவற்றைத் தவிர்த்துத் தாவரங்கள், (சிலந்தி, பொறி வண்டு போன்ற) பூச்சிகள், நுண்ணுயிரிகள் ஆகியவற்றை உரமாகவோ பூச்சிக்கொல்லியாகவோ பயன்படுத்தும் (வேளாண்மை முறை);** (of farming) organic. இயற்கை வழி வேளாண்மை/ இயற்கைவழிப் பூச்சிக்கொல்லி.

இயற்கை வாயு பெ. *(வேதி.)* காண்க: **இயற்கை எரிவாயு.**

இயற்பியல் பெ. **பொருள்களின் தன்மை, இயற்கைச் சக்திகளின் இயக்கம், மாற்றம் முதலியவற்றை விவரிக்கும் ஓர் அறிவியல் துறை; பௌதிகம்;** physics.

இயற்பியல் தராசு பெ. *(இயற்.)* **தங்கம், வெள்ளி போன்ற தனிமங்களின் எடையைத் துல்லியமாக அளவிடப் பயன்படும் சாதனம்;** physical balance.

இயற்பெயர் பெ. **பெற்றோர் இட்ட பெயர்;** name given by parents at one's birth.

இயற்று வி. (இயற்ற, இயற்றி) **1:** *(உ.வ.)* **(பொதுவாக இலக்கியம்) படைத்தல்; (குறிப்பாகக் கவிதை, செய்யுள்) எழுதுதல்;** (in general) create (literary works); (in particular) write (poetry). கம்பன் இயற்றிய காவியம்/ இது அவர் சிறுவயதில் இயற்றிய கவிதை. **2: (புதிய சட்டம், தீர்மானம் முதலியவற்றை) உருவாக்குதல்; ஏற்படுத்துதல்;** enact (a law); adopt (a resolution); pass. மக்களின் நலனுக்காகவே சட்டங்கள் இயற்றப்படுகின்றன./ கட்சியின் செயற்குழு இயற்றியிருக்கும் தீர்மானங்களைத் தொண்டர்களிடம் விளக்கவேண்டும். **3:** *(அ.வ.)* **(தவம்) புரிதல்; (வழிபாடு) செய்தல்;** practise (religious austerities); offer (worship). அகத்தியர் பொதிகை மலையில் தவம் இயற்றியதாகப் புராணம் கூறுகிறது. **4:** *(அ.வ.)* **(நற்செயலை) நிறைவேற்றுதல்;** render (a social service). அவர் பல சமூகத் தொண்டுகள் இயற்றிப் புகழடைந்தவர்.

இயனக்கூடு பெ. *(இலங்.)* **கள் இறக்குவதற்குத் தேவையான கத்தி போன்ற சாதனங்களை வைத்துக்கொள்ளப் பயன்படும், பனை நாரால் செய்யப்பட்ட பெட்டி போன்ற சாதனம்;** case made of palmyra fibre for knives, etc., used in toddy-tapping. இயனக்கூட்டில் இருந்த பாளைக் கத்தியை வெளியே எடுத்தான்.

இயேசு பெ. *(கிறித்.)* காண்க: **இயேசு கிறிஸ்து.**

இயேசு கிறிஸ்து பெ. *(கிறித்.)* **தெய்வ நிலை மூன்றினுள் மனித குல மீட்புக்காகத் தோன்றியவர்;** Jesus Christ.

இயை வி. (இயைய, இயைந்து) *(உ.வ.)* **(முரண்பாடு இல்லாமல்) பொருந்துதல்; இணைதல்;** be in harmony. இயற்கையோடு இயைந்த வாழ்வு.

இயைபு பெ. *(உ.வ.)* **(முரண்பாடு இல்லாத) பொருத்தம்; தொடர்பு;** harmonious relation; harmony. ஆடலுக்கு இயைபு இல்லாத பாடல்.

இர வி. (இரக்க, இரந்து) *(உ.வ.)* **கெஞ்சிப் பெறுதல்; தயவுடன் வேண்டுதல்;** beg (for charity); entreat. அஞ்ஞாதவாசத்தில் பாண்டவர்கள் பல வீடுகளிலும் இரந்து உணவு வாங்கி வந்தனர்.

இரக்கப்படு வி. (-பட, -பட்டு) **(பிற உயிர்களின் துன்பம் கண்டு) மனம் இளகுதல்; இரங்குதல்;** pity. அவன் வறுமையைக் கண்டு இரக்கப்பட்டுதான் இந்த உதவியைச் செய்தேன்./ பாரத்தை இழுக்கும் மாடுகளைப் பார்த்து இரக்கப்பட்டான்.

இரக்கம் பெ. **(பிற உயிர்களின் துன்பம் கண்டு) வருந்தும் உணர்வு; பரிவு;** pity; sympathy. தொழு நோயாளிகளிடம் அன்னை தெரசா காட்டிய இரக்கம் எவருடைய மனத்தையும் உருகச்செய்யும்./ அந்தச் சிறுவன் செய்த சிறு குற்றத்துக்காக இரக்கமின்றி அடித்துவிட்டார்./ நொண்டிக்கொண்டு வந்த நாய்மீது இரக்கம் தோன்றியது. [*(தொ.சொ.)* **அனுதாபம்/ ஈவிரக்கம்/ கருணை/ பரிதாபம்/ பரிவு**]

இரகசியம் பெ. காண்க: **ரகசியம்.**

இரங்கல் பெ. **ஒருவர் மரணம் அடைந்ததற்குத் தெரிவிக்கும் வருத்தம்; அனுதாபம்;** condolences. இரங்கல் கூட்டம்/ இரங்கல் செய்தி.

இரங்கலுரை பெ. *(இலங்.)* **ஒருவர் மரணம் அடைந்ததற்கு வருத்தம் தெரிவிக்க நடத்தப்படும் கூட்டத்தில் நிகழ்த்தும் பேச்சு;** speech given at a condolence meeting. பூதவுடலுக்கான சமயக் கிரியைகளைத் தொடர்ந்து இரங்கலுரைக் கூட்டம் நடைபெற்றது.

இரங்கற்பா பெ. **இரங்கல் தெரிவித்து இயற்றும் பாடல்;** elegy.

இரங்கு வி. (இரங்க, இரங்கி) **1: (பிற உயிர்களின் துன்பம் கண்டு) வருந்துதல்;** take pity on; feel sorry for. அந்தக் குழந்தையின் நிலைமைக்கு மிகவும் இரங்கினேன். **2: (மனம்) இளகுதல்;** take pity on s.o.; sympathize with. விபத்தில் அவர் மகன் இறந்ததைக் கேட்டு அவருக்காக ஊரார் இரங்கினார்கள்./ தாயே! மனம் இரங்கி எங்களுக்கு வழிகாட்டு!

இரசவாதம் பெ. **உலோகங்களைப் பொன்னாக மாற்றும் என்று நம்பப்படும் வித்தை;** alchemy.

இரசவாதி பெ. **இரசவாதம் செய்பவர்;** alchemist.

இரசாயனம் பெ. காண்க: **ரசாயனம்.**

இரட்சகர் பெ. *(கிறித்.)* **இயேசு கிறிஸ்து;** (Jesus) the Saviour.

இரட்சகன் பெ. *(அ.வ.)* **(துன்பம் நேராமல்) காப்பவன்;** saviour; protector. இறைவனை அநாதைகளின் இரட்சகன் என்கிறோம்.

இரட்சி வி. (இரட்சிக்க, இரட்சித்து) *(எதிர்மறைப் பெயரெச்ச, வினையெச்சங்களில் மட்டும் வரும் மாற்று வடிவங்கள்: இரட்சியாத, இரட்சியாமல்)* **(துன்பம், பாவம் முதலியவற்றிலிருந்து) மீட்டல்; காத்தல்;** save (from troubles, sins, etc.,); protect; redeem.

இரட்சிப்பு பெ. *(கிறித்.)* **மீட்பு;** redemption; salvation. 'மனித குலத்துக்கு இரட்சிப்பை அளிக்க எல்லோருடைய பாவங்களின் பளுவையும் தன்மேல் ஏற்றுக்கொண்டவர் இயேசு கிறிஸ்து' என்றார் உபதேசியார்.

இரட்டி வி. (இரட்டிக்க, இரட்டித்து) **1: இரண்டு மடங்காக்குதல்;** make sth. twice as much or as many. ரசாயன உரங்களால் மகசூலை இரட்டித்துவிட முடியும் என்று அவர் நம்பினார்./ வருமானத்தை இரட்டிக்க என்ன வழி? **2: இரண்டு மடங்கு ஆதல்;** double. அறிவியல், தொழில்நுட்ப வளர்ச்சியால் மொத்த அறிவின் அளவு பத்தாண்டுகளுக்கு ஒருமுறை இரட்டிக்கிறது என்று கூறுகிறார்கள். **3: (ஒன்று) இரண்டாதல்;** multiply by fission. சில கிருமிகள் இரட்டித்துத்தான் இனத்தைப் பெருக்குகின்றன. **4:** *(இலக்.)* **(வல்லின எழுத்துகளும் சில இடையின எழுத்துகளும்) மீண்டும் ஒருமுறை தோன்றுதல்;** (of hard consonants and some medial consonants) double; geminate. 'காடு' என்னும் சொல்லில் உள்ள 'டகரம்' வேற்றுமை உருபு ஏற்கும் முன் 'காட்டு' என இரட்டிக்கும்.

இரட்டிப்பு பெ. **1: (ஒன்றின்) இரண்டு மடங்கு;** double. எதிர்பார்த்ததைவிட இரட்டிப்பு வசூல் நடந்தது./ மகனுக்கு வேலை கிடைத்தது, மகளுக்குத் திருமணம்; அவருக்கு இரட்டிப்பு மகிழ்ச்சி! **2: (முன்பு செய்யப்பட்டது) மீண்டும் ஒருமுறை செய்யப்படுவது;** duplication. அவன் செய்ததையே திரும்பவும் நீ செய்கிறாய், இரட்டிப்பு வேலையால்தான் நேரமே வீணாகிறது. **3:** *(இலங்.)* **பயிர் செய்வதற்கான நிலத்தில் மேற்கொள்ளப்படும் இரண்டாவது உழவு;** (in farming) ploughing for the second time.

இரட்டு வி. (இரட்ட, இரட்டி) *(இலக்.)* **(எழுத்து) இரட்டித்தல்;** double.

இரட்டை பெ. **1: ஒரே மாதிரியான அல்லது ஒரே வகையான பொருள்களில் இரண்டு, ஒன்றாகப் பொருந்தியிருப்பது;** double; twin. இரட்டைப் பழம். **2: ஒரே மாதிரியான இரண்டு இணையாக இருப்பது; ஜோடி;** double; pair. இரட்டைப் பின்னல்/ இரட்டை நாயனம்/ இரட்டை மாட்டு வண்டி. **3: இரண்டு;** (of amount, quantity) two. அலுவலகத்தில் பெரியவருக்கு மட்டும் இரட்டைச் சம்பளம்/ இந்திய வீரர் அற்புதமாக ஆடி இரட்டைச் சதம் அடித்தார். **4:** *('மடித்தல்' என்னும் வினையோடு வரும்போது)* **இரண்டு;** (when occurring with the verb 'மடி') (fold into) two. வேட்டியை இரட்டையாக மடித்துக் காயப் போடு. **5: இரட்டிப்பு;** duplication. இரட்டை வேலை செய்ய வேண்டாம்.

இரட்டை அர்த்தம் பெ. **(மேலோட்டமாக ஒரு பொருளும் உள்ளடக்கமாக நாகரிகமற்ற பொருளும் என) இரண்டு விதமாகப் புரிந்துகொள்ளக்கூடிய பொருள்;** double entendre. திரைப்படங்களில் இரட்டை அர்த்த வசனங்களை எப்படியாவது நுழைத்துவிடுகிறார்கள்.

இரட்டை எண் பெ. *(கணி.)* காண்க: **இரட்டைப்படை எண்.**

இரட்டைக்கிளவி பெ. *(இலக்.)* **ஓர் இணையாக வழங்கிவருவதும் பிரித்தால் பொருள் தராததுமான (ஒலிக்குறிப்பு போன்ற) சொல்;** onomatopoeic doublet. 'கலகலவென்று சிரித்தாள்' என்ற வாக்கியத்தில் உள்ள 'கலகல' என்பதும் 'சட்டை தொளதொளவென்று இருக்கிறது' என்பதில் 'தொளதொள' என்பதும் இரட்டைக்கிளவிகள்.

இரட்டைக் குடியுரிமை பெ. **பிறந்த நாட்டிலும் குடியேறியுள்ள நாட்டிலும் ஒருவருக்கு இருக்கும் குடியுரிமை;** dual citizenship. இரட்டைக் குடியுரிமை இருப்பவர்களுக்கு இரண்டு நாடுகளிலும் தேர்தலில் வாக்களிக்கும் உரிமை உண்டு.

இரட்டைக் குவளை (முறை) பெ. **(சில கிராமப்புறத் தேநீர்க் கடைகளில்) சில சாதியினருக்குத் தனிக் குவளைகளைப் பயன்படுத்தும் குற்றம்;** offence of keeping a separate set of tumblers in some village tea shops for the use of certain castes.

இரட்டைக் குழந்தைகள் பெ. **ஒரே பிரசவத்தில் பிறந்த இரு குழந்தைகள்;** twins.

இரட்டைக் குழல் துப்பாக்கி பெ. **முன்பகுதி இரண்டு குழல்களாக அமைந்து, சுடும்போது இரண்டு குண்டுகள் ஒரே சமயத்தில் வெளியேறுமாறு அமைக்கப்பட்ட ஒரு வகைத் துப்பாக்கி;** double-barrelled gun.

இரட்டைக்கொம்பு பெ. **ஒரு மெய்யெழுத்தின் முன் போடப்பட்டு அதை நெடில் உயிர்மெய்யெழுத்து ஆக்கும் 'ே' வடிவம்;** sign 'ே' placed before the consonant in a long consonant-vowel combination.

இரட்டைக்கொலை பெ. **ஒரே நேரத்தில் ஒரே இடத்தில் நடந்த இரண்டு கொலைகள்;** double murder. பரபரப்பான இந்தச் சாலையில் பட்டப்பகலில் நடந்த இரட்டைக் கொலையைத் துப்புத்துலக்கத் தனிப்படை அமைக்கப்பட்டுள்ளது.

இரட்டைத் தலைவலி பெ. **ஒரே நேரத்தில் ஏற்படும் இரு விதமான தொந்தரவுகள்;** one more problem (to tackle); an added headache. எதிர்க்கட்சிகள் உருவாக்கும் பிரச்சினைகளே சமாளிக்க முடியாமல் இருக்கும்போது, உள்கட்சித் தகராறுகள் வேறு இரட்டைத் தலைவலியாக முளைத்திருக்கின்றன.

இரட்டைத் தவறு பெ. **(டென்னிஸ் விளையாட்டில்) தரப்பட்ட இரண்டு வாய்ப்புகளிலும் சரியாகப் பந்தை அடித்துப் புள்ளியை எடுக்காமல் விடுதல்;** (in tennis) double fault.

இரட்டை நாக்கு பெ. **(மனசாட்சிக்குச் சிறிதும் பயப்படாமல்) எளிதாகப் பேச்சை மாற்றிப் பேசும் தன்மை;** tendency to say unabashedly the opposite of what one has said earlier; being two-faced. அவருக்கு இரட்டை நாக்கு. நேற்று 'சரி' என்று சொன்னதை இன்று 'தவறு' என்பார்./ பணம் தருவதாகச் சொல்லிவிட்டு இப்போது இல்லை என்கிறான்; இப்படி இரட்டை நாக்கு ஆசாமியாக இருப்பான் என்று நான் எதிர்பார்க்கவில்லை.

இரட்டைநாடி பெ. **1: இரு பிரிவாக இருப்பது போல் தோற்றம் தரும் அகன்ற முகவாய்;** double chin; cleft chin. **2: பருமன்;** heftiness. இரட்டைநாடி சரீரம் அவருக்கு.

இரட்டை நிலை பெ. **ஒரே பிரச்சினைக்கு முரண்பட்ட இரு நிலைகளை ஒருவர் மேற்கொள்ளும் அணுகுமுறை;** double standard. பயங்கரவாதத்தை ஒழிக்கும் நடவடிக்கையில் சில நாடுகள் இரட்டை நிலையைக்

கடைப்பிடிக்கின்றன./ சிறுபான்மையினர் விஷயத்தில் இரட்டை நிலையை மேற்கொள்ளக் கூடாது.

இரட்டைப் பட்டம் பெ. **பல்கலைக்கழகம் ஒரு பாடத் திட்டத்தில் குறிப்பிட்ட கால எல்லைக்குள் வழங்கும் இரண்டு பட்டங்கள்;** dual degree.

இரட்டைப்பட்டு பெ. (இலங்.) *(சங்கிலி, வேட்டி முதலியவற்றைக் குறித்து வரும்போது)* **இரட்டையாக அமைந்திருப்பது;** (of a chain, dhoti, etc.,) being twofold. இரட்டைப்பட்டு வேட்டிதான் நான் உடுத்துவேன்./ மணமகனுக்கு இரட்டைப்பட்டுச் சங்கிலி போடச் சொன்னார்கள்./ மகளுக்கு இரட்டைப்பட்டுச் சங்கிலி செய்தேன்.

இரட்டைப்படை எண் பெ. *(2, 4, 6, 8 போன்ற)* **இரண்டால் மீதியின்றி வகுபடும் எண்;** even number.

இரட்டைப் பிள்ளைகள் பெ. காண்க: **இரட்டைக் குழந்தைகள்.**

இரட்டைப்பிறவி பெ. காண்க: **இரட்டைக் குழந்தைகள்.**

இரட்டைமடி வலை பெ. **பை போன்று இருப்பதும், வலையின் இரு முனைகளிலும் கயிறு இணைக்கப்பட்டுப் பெரும் பரப்பில் வீசி மீன்பிடிக்கப் பயன்படுவதுமான ஒரு வகைப் பெரிய வலை;** huge, two-fold bag-like fishing net. காரைக்கால் பகுதியில் இரட்டைமடி வலையைப் பயன்படுத்தத் தடை உள்ளது.

இரட்டைமண்டை பெ. **பிறந்த குழந்தையின் கபால எலும்புகள் உரிய காலத்துக்கு முன்பே ஒன்றுசேர்ந்து விடுவதால் சராசரி அளவைவிடச் சற்றுப் பெரிதாக இருக்கும் தலை;** head formed by premature closure of skull bones in a baby.

இரட்டையர் பெ. 1: காண்க: **இரட்டைக் குழந்தைகள். 2: இணைந்தே செயல்படும் அல்லது காணப்படும் இருவர்;** team of two; pair. விஸ்வநாதன்-ராமமூர்த்தி என்ற இரட்டையரின் இசையமைப்பில் வெளியான பல பாடல்கள் அழியாப் புகழ்பெற்றவை. **3:** *(பூப்பந்து, டென்னிஸ் போன்ற விளையாட்டுகளில்)* **அணிக்கு இருவர் வீதம் இரு அணிகள் ஒன்றையொன்று எதிர்த்து விளையாடும் போட்டி;** (of games) doubles. பெண்கள் ஒற்றையர் ஆட்டத்தில் வென்றவரே இரட்டையர் ஆட்டத்திலும் கலந்துகொண்டு வெற்றி பெற்றார்.

இரட்டை வரி விதிப்பு பெ. *(ஒருவர்)* **அந்நிய நாட்டில் ஈட்டும் வருமானத்திற்கு இரண்டு நாடுகளிலும் விதிக்கப்படும் வரி;** double taxation. இரட்டை வரி விதிப்பு முறையைத் தவிர்க்கப் பல நாடுகள் ஒப்பந்தம் செய்து கொண்டுள்ளன.

இரட்டைவால் பெ. (இலங்.) *(கழுத்தைச் சுற்றி வந்து)* **முன்பக்கத்தில் சிறியதாகத் தெரியும் வகையில் அணியும் துணிப் பட்டை;** bow tie.

இரட்டைவால் குருவி பெ. **கரிச்சான்;** black drongo.

இரட்டை வேடம் பெ. 1: **ஒரு திரைப்படத்தில் ஒரே நடிகர் இரண்டு விதமான வேடங்களை ஏற்று நடித்தல்;** (in a film) dual role. இவர் இந்தப் படத்தில் அப்பா, மகன் என்று இரட்டை வேடத்தில் நடிக்கிறார். **2: எதிரெதிரான இரண்டு தரப்புகளுக்கும் அல்லது நிலைகளுக்கும் சார்பாக நடந்துகொள்வது போலக் காட்டிக்கொள்ளும் தன்மை;** pretending to be loyal to both the opposing parties; double-dealing; double-cross. தொழிற்சங்கத் தலைவர் இரட்டை வேடம் போடுகிறாரோ என்ற சந்தேகம் தொழிலாளர்களிடையே எழுந்துள்ளது./ அவருடைய இரட்டை வேடத்தைப் பத்திரிகைகள் அம்பலப்படுத்தி விட்டன.

இரட்டை வேலை பெ. **சரியாகத் திட்டமிடாததால் இரண்டு முறை செய்ய வேண்டியதாக அமையும் ஒரே வேலை;** a work that gets doubled. கடைக்குப் போனாயே அப்படியே பழம் வாங்கிவந்திருக்கலாம் அல்லவா? மறுபடியும் போய் வாங்கிவருகிறேன் என்கிறாய். இப்படி இரட்டை வேலை செய்வதே உனக்குப் பழக்கம்.

இரண்டகநிலை பெ. (இலங்.) **இரட்டை நிலை;** double standard. அவர் எந்தக் காரியத்திலும் இரண்டகநிலையில் தான் இருப்பார்./ இனப் பிரச்சினையில் அரசு இரண்டக நிலையைத்தான் எடுக்கின்றது என்று அவர் குற்றம் சாட்டினார்.

இரண்டகம் பெ. *(அ.வ.)* **நம்பிக்கைத் துரோகம்;** be-trayal; breach of trust. உண்ட வீட்டுக்கு இரண்டகம் நினைக்கலாமா?

இரண்டறக் கல வி. *(கலக்க, கலந்து)* *(தனித்தனியானவை வேற்றுமை தெரியாதபடி)* **ஒன்றாதல்;** become one with s.o. or sth. இறைவனோடு இரண்டறக் கலக்கும் நிலையை அடியார்கள் அழகாகப் பாடியிருக்கிறார்கள்.

இரண்டாக்கு வி. *(-ஆக்க, -ஆக்கி)* *(குடும்பம், ஊர், கட்சி, குழு போன்றவற்றில் வேற்றுமை உணர்வை உண்டாக்கி)* **இரண்டாகப் பிரிந்து போகுமாறு செய்தல்;** divide (into factions). மூன்று தலைமுறையாக ஒரே குடும்பமாக இருந்தோம். இந்தப் பாவி ஏதோ கலகமூட்டி இரண்டாக்கிவிட்டான்.

இரண்டாகு வி. *(-ஆக, -ஆகி)* **இரண்டுபடுதல்;** (of family, village, etc.,) split into two (opposing factions); be divided. மதக் கலவரத்தால் ஊரே இரண்டாகிவிட்டது./ நமக்குள் பதவி ஆசையால் இரண்டாகி நிற்கிறோம்.

இரண்டாம் கூறை பெ. (இலங்.) **திருமணத்தில் தாலி கட்டும்போது மணமகள் அணிவதற்காக மணமகன் வழங்கும் சேலை;** saree presented by the bridegroom to the bride at the wedding. இரண்டாம் கூறை உடுத்தி மணமகள் வந்து அமர்ந்தவுடன் மணமகன் தாலி கட்டினார்./ மணப்பெண் இரண்டாம் கூறை மாற்றி வர நேரம் அதிகமாகிவிட்டதால் சபையோர் அலுத்துக்கொண்டனர்.

இரண்டாம் கை பெ. (இலங்.) *(சமூக)* **அந்தஸ்தில் இரண்டாவது நிலை;** low social status. ஒரு காலத்தில் எங்கள் குடும்பமும் இந்த ஊரில் இரண்டாம் கையாக இருந்தது./ அந்த இரண்டாம் கை ஆக்களிடம் போய் நான் எதற்கு மன்னிப்புக் கேட்க வேண்டும் என்று நீ பேசுவது நன்றாக இல்லை.

இரண்டாம்பட்சம் பெ. *(குறிப்பிடப்படும் இரண்டில்)* **ஒன்று மற்றொன்றைவிட மதிப்பு, முக்கியத்துவம் ஆகியவற்றில் குறைந்தது; உடனடிக் கவனத்திற்கு உரியதாக அமையாதது;** secondary. வேலையைத் தவிர மற்ற எல்லாமும் அவருக்கு இரண்டாம்பட்சம்தான்.

இரண்டாம் பேர் அறியாமல் வி.அ. **மிக நெருக்கமாக இருப்பவர்கள்கூட அறியாமல்; வேறு எவருக்கும்**

தெரியாமல்; secretly. இரண்டாம் பேர் அறியாமல் தனக்கென்று ஒரு வீட்டை வாங்கிவிட்டான்./ இரண்டாம் பேர் அறியாமல் தன் பெண்ணுக்கு எதிர் வீட்டுப் பையனை நிச்சயம் செய்துவிட்டார்.

இரண்டாம் பொருத்தம் பெ. *(வெறுப்பு அல்லது காழ்ப்புணர்ச்சி காரணமாக)* **இருவருக்கு இடையில் தொடர்ந்து காணப்படும் சுமுக உறவு இல்லாத நிலை;** perpetual incompatibility. மாமனாருக்கும் மருமகனுக்கும் எப்போதுமே இரண்டாம் பொருத்தம்தான்.

இரண்டிலொன்று வி.அ. *(முடிவு குறித்து வரும்போது)* **தீர்மானமாக;** decisively. இரண்டிலொன்று சொன்னால் தான் நாங்கள் உனக்குப் பெண் பார்க்க முடியும்./ இந்த முறையாவது ஊருக்கு வரப்போகிறாயா இல்லையா? இரண்டிலொன்று சீக்கிரம் சொல்.

இரண்டு பெ. **ஒன்று என்ற எண்ணுக்கு அடுத்த எண்;** (the number) two.

இரண்டுக்குப்போ வி. (-போக, -போய்) *(பெரும்பாலும் குழந்தையோடு தொடர்புபடுத்திக் கூறும்போது)* **மலம் கழித்தல்;** defecate (used mostly by or said of children).

இரண்டுங்கெட்டான்[1] பெ. *(பே.வ.)* *(நடத்தையைக் கொண்டு பார்க்கும்போது)* **நல்லது கெட்டதைப் பிரித்துப் பார்க்கவோ புத்திசாலித்தனமாக நடந்து கொள்ளவோ தெரியாத நபர்;** callow person; naive person. இந்த இரண்டுங்கெட்டானுக்கு என் மகளைக் கட்டித்தர மாட்டேன்.

இரண்டுங்கெட்டான்[2] பெ.அ. *(பே.வ.)* 1: **எந்தக் காரியத்துக்கும் ஏற்றதாக இல்லாத/இன்னது என்று குறிப்பிட்டுச் சொல்ல முடியாத;** inconvenient; inopportune. ஒன்று காலையில் வர வேண்டும் அல்லது மாலையில் வர வேண்டும், இப்படி இரண்டுங்கெட்டான் நேரத்தில் வந்திருக்கிறாயே. 2: *(வயது குறித்து வரும்போது)* **விவரம் அறியாத, எளிதில் ஏமாறும் இளம் வயது;** (refering to age) impressionable.

இரண்டுபடு வி. (-பட, -பட்டு) 1: *(பகைமையால் குடும்பம், ஊர் முதலானவை)* **இரு கட்சிகளாகப் பிரிதல்;** (of family, village, etc.,) split into two (opposing factions); be divided. தேர்தல் வந்து ஊரே இரண்டுபட்டது./ சிறு பிரச்சினையை உடனடியாகக் கவனிக்காமல் விட்டதால் குடும்பம் இரண்டுபட்டுக்கிடக்கிறது. 2: *(ஓர் இடம்)* **ஆரவாரத்தோடு காணப்படுதல்; அமர்க்களப்படுதல்;** (of a place) be tumultuous (because of riotous revelry or celebration). பள்ளிக்கூடத்துக்கு விடுமுறை என்றால் சிறுவர்களால் தோப்பே இரண்டுபடும்./ பெரிய நடிகர்கள் வந்ததால் கல்யாண வீடு இரண்டுபட்டது.

இரண்டு பண்ணு வி. (பண்ண, பண்ணி) *(பே.வ.)* *(ஓர் இடத்தின் இயல்புநிலை பாதிப்படையும் அளவுக்கு)* **களேபரமும் ஆர்பாட்டமும் செய்தல்;** cause an uproar; kick up dust. விடுமுறைக்காக வந்திருந்த அண்ணன் குழந்தைகள் ஒரே நாளில் வீட்டை இரண்டு பண்ணிவிட்டன./ அமைச்சர் எங்கள் ஊருக்கு வருவதால் தொண்டர்கள் ஊரையே இரண்டு பண்ணுகிறார்கள்.

இரண்டொரு பெ.அ. **ஓரிரு; ஒருசில;** a few. நேரமாகி விட்டதால் இனிமேல் பேசுபவர்கள் இரண்டொரு வார்த்தைகளுடன் முடித்துக்கொள்ளுமாறு கேட்டுக்கொள்கிறோம்./ இரண்டொரு நாட்களில் பணம் தந்துவிடுவேன் என்றான்./ இரண்டொரு இடங்களில் உனக்கு வேலைக்குச் சொல்லியிருக்கிறேன்.

இரணம் பெ. காண்க: **ரணம்.**

இரணை பெ. *(இலங்.)* **தனித்தனியாக இருக்க வேண்டிய இரண்டு ஒன்றாகப் பொருந்தியிருப்பது; இரட்டை;** double. இரணைப் பழம்/ இரணை விரல்.

இரணைக் குழந்தை பெ. *(இலங்.)* **இரட்டைப் பிள்ளை; இரட்டையர்;** twins. என் தங்கைக்கு இரணைக் குழந்தை பிறந்துள்ளது.

இரத்த அழுத்தம் பெ. 1: **இரத்த ஓட்டத்தின் காரணமாக இரத்தக் குழாயில் ஏற்படும் அழுத்தம்;** normal blood pressure. 2: **இரத்தக் குழாயில் இயல்பாக இருக்க வேண்டிய அளவைவிட அதிகமாக அல்லது குறைவாக இருக்கும் அழுத்தம்;** high or low blood pressure.

இரத்த அழுத்தமானி பெ. *(ஒருவரின்)* **இரத்த அழுத்தத்தை அளவிடுவதற்குப் பயன்படும் கருவி;** sphygmomanometer.

இரத்த உறவு பெ. *(இலங்.)* **இரத்த சம்பந்தம்;** blood relation. அதிபர் எனக்கு இரத்த உறவு என்று ஐயா பெருமையுடன் சொல்லிக்கொண்டார்./ இரத்த உறவுக்காரர் மட்டும் எட்டுவீட்டில் உரிமைச் சோறு உண்டனர்.

இரத்த ஓட்டம் பெ. **உடலின் எல்லாப் பாகங்களுக்கும் சென்று மீண்டும் இருதயத்திற்கே திரும்பும் தொடர்ச்சியான இரத்தச் சுழற்சி;** blood circulation.

இரத்தக்கட்டு பெ. *(அடிபட்டதால் அல்லது நோயினால்)* **உடலின் ஒரு பகுதியில் அல்லது உறுப்பில் இரத்தம் கட்டியிருத்தல்; உறைந்து கெட்டியாகக் காணப்படுதல்;** a bruise; a contusion.

இரத்தக் கண்ணீர் வடி வி. (வடிக்க, வடித்து) *(ஒருவருக்கு அல்லது ஒன்றிற்கு ஏற்பட்ட மோசமான நிலையைக் கண்டு)* **மிகுந்த மனவேதனை அடைதல்;** be distressed; agonize. தான் உழைத்துக் கட்டிய வீட்டைப் பிள்ளைகள் இருவரும் சேர்ந்து இடித்த காட்சி அவரை இரத்தக் கண்ணீர் வடிக்கவைத்துவிட்டது.

இரத்தக்களரி பெ. **இரத்தம் சிந்திக் காணப்படும் கோர நிலை;** bloodshed. கலவரத்தை அடுத்து அந்த இடமே இரத்தக்களரியானது.

இரத்தக் குழாய் பெ. **இருதயத்திலிருந்து அல்லது இருதயத்திற்கு இரத்தம் செல்லும், தசையால் ஆன குழாய்;** blood vessel.

இரத்தக்கொதி பெ. *(இலங்.)* 1: **இளமையின் காரணமாக ஏற்படும் காம உணர்வு;** strong sexual desire (in youth); lasciviousness (of youth). அவன் இரத்தக்கொதியில் செய்த காரியத்துக்கு இப்போது அனுபவிக்கிறான். 2: *(இளம் பருவத்தில் காணப்படும்)* **திமிர்;** hotheadedness; impetuousness. இரத்தக்கொதியில் பையன்கள் எந்த நாளும் பிரச்சினைகளை ஏற்படுத்திக்கொண்டிருக்கிறார்கள்.

இரத்தக் கொதிப்பு பெ. **(ஒருவருடைய) இரத்த அழுத்தம் சராசரியான அளவைவிட மிக அதிகமாக இருக்கும் நிலை;** high blood pressure; hypertension.

இரத்த சம்பந்தம் பெ. (பே.வ.) **ஒரே வம்சத்தில் பிறந்த தால் ஏற்படும் நெருங்கிய உறவு;** consanguinity. அவர் களுக்கும் எங்களுக்கும் எந்த இரத்த சம்பந்தமும் கிடையாது.

இரத்த சோகை பெ. **இரத்தத்தில் சிவப்பு அணுக்கள் குறைவாக இருப்பதால் ஒருவர் பலவீனமாகவும் சோர் வாகவும் முகம் வெளிறியும் காணப்படும் நிலை;** anaemia.

இரத்தத் தட்டு பெ. **இரத்தம் உறைவதற்குக் காரண மாக இருக்கும், இரத்தத்தில் தட்டு வடிவில் அமைந் திருக்கும் ஒரு வகை செல்;** platelet.

இரத்தப்போக்கு பெ. **1: (காயம் போன்றவற்றால் ஏற் படும்) அதிக அளவிலான இரத்த வெளியேற்றம்;** excessive bleeding (due to injury, etc.,). **2: (மாதவிடாயின் போது ஏற்படும்) அதிக அளவிலான இரத்த வெளி யேற்றம்;** excessive menstrual bleeding.

இரத்தம் பெ. **சிவப்பணுக்களையும் வெள்ளையணுக் களையும் கொண்டதும் உடலின் எல்லாப் பகுதிகளுக் கும் சென்று மீண்டும் இருதயத்துக்கே திரும்புவது மான சிவப்பு நிறத் திரவம்;** blood.

இரத்தம் உறை வி. (உறைய, உறைந்து) **(உடல் சில்லிடும் அளவுக்கு) மிகுந்த பயம் ஏற்படுதல்;** make one's blood run cold; cause to freeze. பட்டப்பகலில் நடந்த அந்தக் கொலையைப் பார்த்துவிட்டு எங்களுக்கெல்லாம் இரத்தம் உறைந்துவிட்டது./ இரத்தம் உறையவைக்கும் காட்சிகள் நிறைந்த திகில் படம்.

இரத்தம் கொதி வி. (கொதிக்க, கொதித்து) **(ஒன்று நியாயமற்றது என்பதால்) மிகுந்த கோபம் ஏற்படுதல்;** make one's blood boil. இவ்வளவு நல்ல மனிதரை அவன் தரக்குறைவாகப் பேசினான் என்று கேட்டவுடன் எனக்கு இரத்தம் கொதித்தது./ கண்ணுக்கு எதிரே நடந்த அநியாயத்தைத் தட்டிக்கேட்க முடியவில்லை என்பதால் அவனுக்கு இரத்தம் கொதித்தது.

இரத்தம் சுண்டு வி. (சுண்ட, சுண்டி) **(இரத்த ஓட்டம் குறைவதால்) சருமம் வெளிறிப்போதல்;** become pale. இரத்தம் சுண்டிய முகம்.

இரத்தமானி பெ. **இரத்த அழுத்தத்தை அளக்க உதவும் மருத்துவச் சாதனம்;** instrument for measuring blood pressure.

இரத்தமும் சதையுமாக வி.அ. (இலங்.) காண்க: **நகமும் சதையும்போல்.**

இரத்த வங்கி பெ. **கொடையாளர்களிடமிருந்து பல பிரிவுகளைச் சேர்ந்த இரத்தத்தைச் சேகரித்து, தகுந்த முறையில் பாதுகாத்து, குறிப்பிட்ட பிரிவு இரத்தம் தேவைப்படுபவர்களுக்குத் தரும் அமைப்பு;** blood bank.

இரத்த விளாறு பெ. (பே.வ.) **(அடி, காயம் முதலிய வற்றால் உடல் பாகங்களில்) இரத்தம் பெருக் கெடுக்கும் நிலை;** bleeding. எங்கேயோ விழுந்து கை, கால்களையெல்லாம் இரத்த விளாறாக்கிக்கொண்டு வந் திருக்கிறான்./ படுபாவிகள்! உடம்பெல்லாம் இரத்த விளாறு ஆகும் அளவுக்கா அடிப்பார்கள்?

இரத்த வெறி பெ. **பிறரைத் தாக்குதல், கொல்லுதல் போன்ற செயல்களின் மீது ஒருவருக்கு இருக்கும் தீவிர வெறி;** bloodthirstiness. கலவரக்காரர்கள் இரத்த வெறி அடங்காமல் வருவோர் போவோரையெல்லாம் மூர்க்கமாக ஆயுதங்களால் தாக்கிக்கொண்டிருந்தார்கள்.

இரத்தினம் பெ. காண்க: **ரத்தினம்.**

இரப்பு பெ. (இலங்.) **1: யாசித்தல்; பிச்சை எடுத்தல்;** begging; asking for alms; beggary. நீ இப்படி இரப்பு வேலை செய்வதைவிடுத்து உழைத்துச் சாப்பிட முயற்சிக்கக் கூடாதா? **2: வறுமையால் ஏற்படும் கடும் துன்பம்;** privations of poverty. எங்களைப் பிடித்த இரப்பு எப்போது நீங்குமோ என்று அம்மா அழுது புலம்பிக்கொண்டிருந்தாள்.

இரப்பை பெ. (பே.வ.) **இமை;** eyelid. இரப்பையில் ஏதோ பூச்சி கடித்திருக்கிறது.

இரலைமான் பெ. **கொம்பு உதிர்க்காத பழுப்பு நிற மான்;** antelope.

இரவல் பெ. **1: தன் உபயோகத்திற்காகப் பிறர் பொரு ளைத் தற்காலிகமாகப் பெற்றுத் திருப்பித் தருவது;** (of articles, items) borrowing; loan. இரவல் வாங்கிய புத்த கத்தை ஒழுங்காகத் திருப்பித் தர வேண்டாமா? **2: பிறரிட மிருந்து பெறப்பட்ட ஒன்று;** sth. borrowed. இது என்னு டைய பேனா இல்லை, இரவல்.

இரவல் குரல் பெ. **(திரைப்படம் முதலியவற்றில் ஒரு வருக்குப் பதிலாக) மற்றொருவர் பேசிப் பதிவு செய் யப்படும் குரல்;** dubbing voice. பிரபல நடிகர்களுக்கு இர வல் குரல் கொடுக்கப் பயிற்சிபெற்றவர்கள் இருக்கிறார்கள்.

இரவல்சோறு பெ. (இலங்.) **(சொந்தமாக உழைத்துச் சாப்பிடாமல்) மற்றவரைச் சார்ந்து பிழைக்கும் பிழைப்பு;** sponging (on s.o.). நேற்றுவரை நீ இரவல் சோறு; இன்று நியாயம் கதைக்க வந்துவிட்டாயா?

இரவற் புடவை பெ. (இலங்.) **(ஒருவரிடம்) கடனாக வாங்கிய பொருள்;** borrowed thing or article. நீ வீட்டில் வைத்திருப்பது எல்லாமே இரவற் புடவைதான்./ இரவற் புடவையில் ஒய்யாரம் விடாமல் வேலையைப் பார்.

இரவாடி பெ. (உயிரி.) காண்க: **இரவு வாழ்வி.**

இரவிரவாக வி.அ. (இலங்.) **1: இரவு முழுதும்;** throughout the night. கோயிலில் இரவிரவாகக் கூத்து நடந்தது. **2: இரவுப் பொழுது முடிவதற்குள்; இரவோடு இரவாக;** before daybreak. இரவிரவாக நாங்கள் ஊரை விட்டு இடம் பெயர்ந்தோம்./ இரவிரவாக நடந்து அடுத்த ஊருக்குச் சென்றோம்.

இரவு பெ. **சூரியன் மறைந்ததிலிருந்து (மறுநாள்) சூரி யன் உதிக்கும்வரை உள்ள இருண்ட நேரம்; ராத்திரி;** night.

இரவுப் படி பெ. **(ஒரு நிறுவனம், தொழிற்சாலை முதலி யவற்றில்) இரவு நேரத்தில் செய்யும் பணிக்காகத் தரப் படும் (சம்பளம் தவிர்த்த) தொகை;** night shift allowance.

இரவுப் பாடசாலை பெ. **(பகல் நேரத்தில் பள்ளிக்குச் செல்ல முடியாதவர்களுக்கு) அடிப்படை எழுத்தறி வையும் எண்ணறிவையும் தர இரவு நேரத்தில் நடத் தப்படும் பள்ளி;** night school (for those who are unable to attend regular school).

இரவுபகலாக வி.அ. **ஓய்வில்லாமல் தொடர்ந்து;** all the time. என் அப்பா இரவுபகலாக உழைத்துக் கட்டிய வீடு இது./ இரவுபகலாகக் கண்விழித்து புத்தகத்தை எழுதி முடித்தார்.

இரவு வாழ்வி பெ. **இரவில் மட்டுமே வெளியே வந்து இரை தேடும் உயிரினம்;** nocturnal animal, bird, etc., ஆந்தை ஒரு இரவு வாழ்வியாகும்./ இரவு வாழ்வியான வௌவால் மரங்களில் தலைகீழாகத் தொங்கியவாறு இருக்கும்.

இரவு விடுதி பெ. **(இரவில் பொழுதுபோக்க) நடனமாடு தல் போன்ற கேளிக்கைகள் நிறைந்த விடுதி;** night club.

இரவு விளக்கு பெ. **(இரவில் பெரும்பாலும் படுக்கை அறையில் பயன்படுத்தும்) குறைந்த அளவு வெளிச்சம் தரும் மின்விளக்கு; விடிவிளக்கு;** nightlight; (in India) night lamp.

இரவோடு இரவாக வி.அ. **(ஒரு செயலைப் பிறர் அறி யாதவண்ணம்) இரவில் ஆரம்பித்து அதே இரவுக்குள்;** before daybreak; in the darkness of night; by night. யாரோ சாலையோரத்தில் இருந்த மரத்தை இரவோடு இரவாக வெட்டிக்கொண்டு போய்விட்டார்கள்.

இராக்கொக்கு பெ. **வக்கா;** black-crowned night heron.

இராகம் பெ. காண்க: **ராகம்.**

இராசவள்ளிக் கிழங்கு பெ. *(இலங்.)* **பெருவள்ளிக் கிழங்கு;** kind of pink coloured yam.

இராசி பெ. காண்க: **ராசி[1].**

இராமபாணப் பூச்சி பெ. **(பெரும்பாலும் பழைய புத்தகங்களில்) சிறிய மீசை போன்ற உறுப்புடன் சாம் பல் அல்லது வெள்ளி நிறத்தில் காணப்படும் சிறிய பூச்சி;** silverfish; bookworm.

இராமன் பெ. **கடவுளாக வணங்கப்படும், ராமாயணத் தின் நாயகன்;** Rama, hero of the epic, the Ramayana.

இரு[1] வி. (இருக்க, இருந்து) (எதிர்மறைப் பெயரெச்ச, வினையெச்சங்களில் மட்டும் வரும் மாற்று வடிவங்கள்: இராத, இராமல்) **அ.** *(நிலைமையைக் குறித்தல் தொடர்பான வழக்கு)* **1: (ஒருவர் அல்லது ஒரு பொருள், ஓர் இடம், பரப்பு, சூழல் போன்றவற்றில் குறிப்பிட்ட நிலையில்) காணப்படுதல்; அமைதல்;** be (present in a place or in sth.); be (in a specified condition or state). உன் அப்பா வீட்டில் இருக்கிறாரா?/ நீ தாத்தாவோடு இருந்தது தெரியாமல் தேடிக்கொண்டிருந்தோம்./ பிற கிரகங்களில் உயிர் இருக்கிறதா என்று ஆராய்ச்சிகள் நடந்துகொண்டிருக்கின்றன./ தமிழில் சிறந்த சிறுகதை ஆசிரியர்கள் பலர் இருக்கிறார்கள்./ கோயிலுக்கு எதிரில் நிறைய பூக்கடைகள் இருக்கின்றன./ ரசத்தில் உப்பு இருக் கிறதா என்று பார்த்துச் சொல்./ புகைப்படத்தில் இருக் கும் பெண் யார்?/ அவனுடைய கன்னத்தில் நிறைய தழும்புகள் இருந்தன./ அவருடைய நகைச்சுவைகளில் துளிகூட ஆபாசம் இருக்காது./ இமயமலை இந்தியாவில் இருக்கிறது./ வானில் நிலவு இருக்கிறது./ என் நிலையில் நீ இருந்தால் என்ன செய்வாய்?/ நீர் கலங்கலாக இருந்தது./ வீட்டில் ஜாக்கிரதையாய் இரு!/ நாம் ஆரோக்கியமாக இருக்க உடற்பயிற்சி அவசியம்./ இந்தச் சேலை புதிதாக இருக்கிறதே!/ அந்த மூட்டை கனமாக இருந்ததால் என் னால் தூக்க முடியவில்லை./ குழந்தை அதன் அம்மாவின் சாயலில் இருந்தது. **ஆ.** *(நிலைத்தலைக் குறித்தல் தொடர்பான வழக்கு)* **2: (ஒருவர்) உயிர்வாழ்தல்; உயிரோடு இருத்தல்; ஜீவித்தல்;** be alive. அப்பா இருக் கும்போதே உயில் எழுதி வைத்துவிட்டார்./ இன்னும் எத்தனை நாள் இருக்கப்போகிறேனோ?/ இன்னும் ஐந்து வருடம் உயிரோடு இருக்க மாட்டேன்போல இருக்கிறது. **3: (குறிப்பிடப்படும் இடத்தில் ஒருவர்) தங்குதல்; வசித்தல்;** stay; live or reside (in a place). அவர் பத்து வரு டங்களாக மயிலாப்பூரில் இருக்கிறார்./ நீ கிராமத்துக்குப் போய் ஒரு வாரம் இருந்துவிட்டு வா./ நாட்டின் மக்கள் தொகையில் 70 சதவீதம் பேர் கிராமத்தில் இருக்கிறார்கள். [*(தொ.சொ.)* **உறை/ குடியிரு/ தங்கு/ வசி/ வாழ்**] **4: (ஓர் இருக்கையில், இடத்தில்) உட்கார்தல்;** sit; be seated; அவர் நாற்காலியைக் காட்டி 'இருங்கள்' என்று சொன்னார்./ அவர் ஊஞ்சலில் இருந்துகொண்டே பேசி னார்./ அவரை உள்ளே வந்து இருக்கச் சொல். **5: காத் திருத்தல்;** wait. சற்று நேரம் இருந்து அவரைப் பார்த்து விட்டு வா!/ கொஞ்சம் இருங்கள், நானும் வந்துவிடு கிறேன். **6: (நினைவில், கவனத்தில்) தங்குதல் அல்லது பதிதல்;** remember. அவனை நான் முதலில் சந்தித்த அந்த நாள் நன்றாக நினைவில் இருக்கிறது./ என்னை ஞாபகம் இருக்கிறதா?/ இந்த விஷயம் உங்கள் கவனத்தில் இருக்க வேண்டும். **இ.** *(உடைமையைக் குறித்த வழக்கு)* **7: (நான்காம் வேற்றுமை அல்லது ஏழாம் வேற்றுமை உருபு இணைந்த பெயர்ச்சொல்லுடன் வரும்போது) (ஒரு தன்மை, பொருள் போன்றவற்றை) உடையதாக அமைதல்; கொண்டிருத்தல்; வைத்திருத்தல்;** (with dative or locative case) have; possess. அவருக்கு ஒரு வீடு இருக்கிறது./ குழந்தைக்கு இன்னும் காய்ச்சல் இருக் கிறது./ எனக்குக் குடும்பம் இருக்கிறது; அதுதான் எனக்கு முக்கியம்./ எனக்கு மக்கள் ஆதரவு இருப்பதால் நான்தான் நிச்சயம் வெற்றி பெறுவேன்./ எனக்கு இரண்டு பையன்கள் இருக்கிறார்கள்./ அவருக்கு வயது ஐம்பது இருக்கலாம்./ அவளுக்கு நிறைய வேலைகள் இருந்ததால் அவனுடன் கடைக்கு வர முடியாது என்று கூறிவிட்டாள்./ எனக்கு இருக்கும் ஒரே பிரச்சினை நேரத்தை எப்படிக் கழிப்பது என்பதுதான்./ அவனுக்கு எவ்வளவு திமிர் இருந்தால் என்னையே எதிர்த்துப் பேசுவான்? **8: (ஒன்று நிகழ்வதற்கு) குறிப்பிட்ட அளவு நேரம் எஞ்சுதல்;** be. ரயில் கிளம்ப இன்னும் ஐந்து நிமிஷம் இருக்கிறது./ அமாவாசைக்கு இன்னும் எத்தனை நாட்கள் இருக்கின்றன? **ஈ.** *(பிற வழக்கு)* **9: (குறிப்பிட்ட எண்ணம், உணர்ச்சி போன்றவை) ஏற்படுதல்; தோன்றுதல்;** feel. அவருக்குப் பெண்டாட்டி பிள்ளைகளைப் பார்க்க வேண்டும் என்று இருக்காதா?/ தன்னுடைய கஷ்டத்தை நண்பர்கள் பகிர்ந்து கொள்ள மாட்டார்களா என்று அவளுக்கு இருந்தது./ ஏன் இங்கு வந்தோம் என்று இருக்கிறது. **10: (விரதம்) கடைப்பிடித்தல்; (பட்டினி) கிடத்தல்;** observe (sth. specified). காவிரிப் பிரச்சினைக்கு நிரந்தரத் தீர்வை வலி யுறுத்தி அவர் ஒரு நாள் உண்ணாவிரதம் இருந்தார்./ என்னால் இருபத்துநாலு மணி நேரம் பட்டினி இருக்க முடியாது./ வாரம் ஒரு நாள் மௌன விரதம் இருப்பது அவர் வழக்கம். **11: ஒன்று நிகழும் அல்லது ஒன்றைச் செய்யும் நிலையில் அமைதல்;** intend doing (sth.).

நாங்கள் சட்டங்களை மீறுவதாக இருக்கிறோம் என்றார் காந்திஜி./ புது நாடகம் போடுவதாக இருந்தோம்./ நாங்கள் இருவரும் அடுத்த ஆண்டு திருமணம் செய்துகொள்ளலாம் என்று இருக்கிறோம்.

இரு[2] து.வி. (இருக்க, இருந்து) (எதிர்மறைப் பெயரெச்ச, வினையெச்சங்களில் மட்டும் வரும் மாற்று வடிவங்கள்: இராத, இராமல்) **1: ஒன்றை அல்லது ஒருவரைப் பற்றிய அனுமானத்தையோ ஊகத்தையோ தெரிவிக்கப் பயன்படுத்தும் துணை வினை;** auxiliary verb used to express supposition or assumption. விழா முடிந்திருக்கும்./ நான் வீட்டுக்குப் போவதற்குள் குழந்தை தூங்கியிருக்கும்./ நாளை இந்நேரம் அவர் அமெரிக்கா போயிருப்பார்./ நான் மட்டும் ஜாக்கிரதையாக இருந்திருக்காவிட்டால், விபத்தில் இறந்திருப்பேன். **2: வினைச்சொல் குறிப்பிடும் செயலின் விளைவாக ஒன்று காணப்படும் நிலையைத் தெரிவிக்கப் பயன்படும் துணை வினை;** auxiliary verb used to indicate the state in which sth. remains. உன்னுடைய சட்டை கிழிந்திருக்கிறது./ கல் பட்டு ஜன்னல் கண்ணாடி உடைந்திருந்தது./ கதவு நன்றாகத் திறந்திருந்தது./ திருகாணி கழன்று கீழே விழுந்திருந்தது. **3: ஒருவர் ஒன்றை உறுதியாக அல்லது நிச்சயமாகத் தெரிவிக்கப் பயன்படுத்தும் துணை வினை;** auxiliary verb used to express definiteness. எங்களுக்கு இந்த வீடு பிடித்திருக்கிறது./ குழந்தைக்கு மருந்து கொடுத்திருக்கிறேன்./ உன்னைத் தேடி யாரோ வந்திருக்கிறார்கள்./ தேர்வுக்கு உள்ள பாடத்தை நன்றாகப் படித்திருக்கிறாயா? **4: (இறந்தகால வடிவங்கள் மட்டும்) ஒரு செயலைத் தொடர்ந்து மற்றொரு செயல் நிகழப்போவதுபோல் இருந்து பின் நிகழாததைத் தெரிவிக்கப் பயன்படுத்தும் துணை வினை;** (only in the past tense) about to (do/happen). கல் தடுக்கிக் கீழே விழ இருந்தேன்./ அவனிடம் பணத்தைக் கொடுத்து ஏமாற இருந்தேன்./ கீழே விழுந்து கண்ணாடி உடைய இருந்தது. **5: 'செய' என்னும் வாய்பாட்டு வினையெச்சத்தின் பின் வரும் 'வேண்டி' அல்லது வேண்டியது என்னும் வடிவத்துடன் இணைந்து ஒரு நிலைமை விருப்பத்திற்கு மாறாக இருப்பதைக் குறிக்கும் துணை வினை;** an auxiliary used in the meaning 'have to'. மனதுக்குப் பிடிக்காவிட்டாலும் அவனுடன் சேர்ந்து வாழ வேண்டியிருந்தது./ வேலைக்காக நீ பெரியவரைப் பார்க்க வேண்டியிருக்கும்./ கூடுதலாகக் கொஞ்சம் பணம் கொடுக்க வேண்டியிருக்கலாம்.

இரு[3] பெ.அ. **'இரண்டு' என்பதன் பெயரடை வடிவம்;** adjectival form of இரண்டு; two.

இருக்கட்டும் வி.மு. **பேசிக்கொண்டிருக்கும் ஒரு விஷயத்தை விட்டுவிட்டு வேறொரு விஷயத்தைக் குறித்துப் பேசப்போகும்போது பயன்படுத்தும் சொல்;** leave (sth. mentioned) aside; let it be. நாங்கள் திருமணத்துக்கு வருவது இருக்கட்டும், உங்களுக்கு ஏதாவது உதவி வேண்டுமா?/ 'நீங்கள் நாளை ஊருக்குப் போகிறீர்களா?' 'அது இருக்கட்டும், நீ எப்படித் தேர்வு எழுதினாய்?'

இருக்கப்பட்ட பெ.அ. (பே.வ.) **சொத்து, செல்வாக்கு முதலியவை உள்ள;** (person) of adequate means. அது இருக்கப்பட்ட குடும்பம். அங்கே போய்ப் பெண்ணெடுப்பதற்கு முன்பு சற்று யோசிப்பது நல்லது./ இல்லாதவர்களுக்கு இருக்கப்பட்டவர்கள்தானே உதவ வேண்டும்?/

உனக்கு என்ன கவலை, நீ இருக்கப்பட்டவன். எவ்வளவு வேண்டுமானாலும் செலவு செய்வாய்.

இருக்கை பெ. **1: உட்காருவதற்கு என்று செய்யப்பட்ட (நாற்காலி, பெஞ்சு போன்ற) அமைப்பு;** seat. அரங்கத்தில் மேடைக்கும் பார்வையாளர்களின் இருக்கைகளுக்கும் இடையில் கணிசமான இடைவெளி இருக்க வேண்டும்./ அவன் தன் இருக்கையில் அமரப்போன நேரத்தில் மேலதிகாரி அழைத்தார். **2: (பல்கலைக்கழகங்களில்) ஒரு துறையில் குறிப்பிட்ட உயர்நிலை ஆய்வுக்கு என்று நிதி ஒதுக்கி உருவாக்கப்படும் இடம் அல்லது பொறுப்பு;** chair (in a university). பெர்க்லி பல்கலைக்கழகத்தில் நிறுவப்பட்டுள்ள தமிழ் இருக்கை/ சென்னைப் பல்கலைக்கழகத்தில் திருக்குறள் இருக்கை நிறுவப்பட்டுள்ளது.

இருக்கைப் பேராசிரியர் பெ. **பல்கலைக்கழகத்தில் ஒரு இருக்கைக்கு நியமிக்கப்பட்ட பேராசிரியர்;** person appointed to a chair in a university. சென்னைப் பல்கலைக்கழகத்தில் திருக்குறள் இருக்கைப் பேராசிரியருக்கான விண்ணப்பங்கள் வரவேற்கப்படுகின்றன./ கிறித்துவ இருக்கைப் பேராசிரியர் அவர்களே!

இரு கரம் நீட்டி வி.அ. **(வரவேற்கும் விதமாக) மிகுந்த விருப்பத்தோடு;** (welcome, receive) wholeheartedly; with open arms. படிக்க வேண்டும் என்ற ஆர்வம் உள்ள அத்தனை குழந்தைகளையும் இந்தப் பள்ளி இரு கரம் நீட்டி வரவேற்கிறது என்றார் பள்ளி முதல்வர்./ சமூக சேவை செய்ய விரும்பும் தன்னார்வலர்களை இந்த அநாதை ஆசிரமம் இரு கரம் நீட்டி வரவேற்கிறது.

இருகாலி பெ. (இலங்.) **இரண்டு பனங்கொட்டைகள் மட்டுமே உள்ள பனங்காய்;** palm fruit with two stones.

இருசு(கட்டை) பெ. **(பெரும்பாலும் பார வண்டிகளில்) அச்சுக்கு மேல் பாரைத் தாங்கியிருக்கும் மரம்;** block of wood resting on the axle and bearing the chassis of cart. இருசுக்கட்டைக்கு ஆலமரம் உகந்தது.

இருட்டடி பெ. (இலங்.) **அடிப்பது யார் என்று அடையாளம் தெரியாத வகையில் நடத்தப்படும் தாக்குதல்;** assault by persons who conceal their identity. ரொம்பத் துள்ளிக்கொண்டிருக்கிறான். அவனுக்கு இருட்டடி போட்டால்தான் சரிவரும்./ நேற்று ராத்திரி அவருக்கு நல்ல இருட்டடியாம்./ அவர் இப்படியே செய்துகொண்டிருந்தால் இருட்டடிதான் வாங்குவார்.

இருட்டடிப்பு பெ. **1: ஒரு செய்தி, நிகழ்ச்சி அல்லது ஒருவருடைய சாதனை போன்றவற்றைப் பிறர் அறியாதபடி வேண்டுமென்றே மறைக்கும் செயல்;** deliberately preventing sth. from being known; blackout. எதிர்க்கட்சித் தலைவரின் அறிக்கையை வானொலி நிலையம் ஒலிபரப்பவில்லை. ஏன் இந்த இருட்டடிப்பு? **2: (போர்க்காலத்தில்) இரவில் கட்டடங்களிலிருந்து வரும் வெளிச்சத்தை (கறுப்புக் காகிதம் போன்றவற்றைக் கொண்டு) அடைக்கும் செயல்;** blackout. இரண்டாம் உலகப்போரின் போது ஊரடங்குச் சட்டம், இருட்டடிப்பு என்று நாடே அல்லோலகல்லோலப்பட்டது.

இருட்டிக்கொண்டு வா வி. (வர, வந்து) **கடும் மழை வருவதன் அறிகுறியாக மேகங்கள் திரண்டு வெளிச்சம்**

குறைந்துகொண்டே வருதல்; வானம் கருத்தல்; grow dark, when clouds gather as a sign of impending rain. திடீரென்று இருட்டிக்கொண்டு வருகிறதே? வீடு போய்ச் சேர்வதற்குள் மழை கொட்ட ஆரம்பித்துவிடும் என்று நினைக்கிறேன்.

இருட்டு[1] வி. (இருட்ட, இருட்டி) 1: **(பகல் பொழுது முடிந்து இரவின் துவக்கமாக) இருள் சூழ்தல்;** become dark (at sunset). ஊர் போய்ச் சேர்வதற்குள் நன்றாக இருட்டிவிடும்./ இருட்டிய பிறகு கோயிலுக்குப் போகலாம். 2: **இருளுதல்;** become dark. சிறிது நேரத்துக்கு முன் வெயில் அடித்தது, இப்போது இருட்டிவிட்டது.

இருட்டு[2] பெ. 1: **(இரவின்) இருள்;** darkness (of the night). இந்த இருட்டில் எங்கே கிளம்பிவிட்டாய்? 2: **வெளிச்சம் மிகவும் குறைவாக இருக்கும் நிலை;** absence of light; darkness. கோயிலின் உள்ளே ஒரே இருட்டாக இருந்தது./ இருட்டறை.

இருண்ட பெ.அ. **இருள் நிறைந்த;** dark. இருண்ட காடு.

இருண்டகாலம் பெ. **(வரலாற்று நோக்கில்) சீரற்ற நிர்வாகத்தின் காரணமாக ஒரு நாட்டில் நிலவும் மோசமான நிலை;** dark age. தமிழ்நாட்டில் களப்பிரர் காலத்தை இருண்டகாலம் என்று அழைக்கிறார்கள்.

இருண்மை பெ. (உ.வ.) **புரிபடாமல் இருப்பது; எளிதில் விளங்கிக்கொள்ள முடியாமல் இருப்பது;** obscurity. நாடகத்தில் வசனத்தின் இருண்மைத் தன்மை பார்வையாளனை மிரளச் செய்கிறது.

இருத்தலியல் பெ. (தத்.) **அறம் என்றோ கடவுள் என்றோ ஒன்று இல்லாத உலகில் தனிமனிதன் சுதந்திரமும் பொறுப்பும் உடையவன் என்றும், அவற்றைப் பயன்படுத்தி அவன் எடுக்கும் முடிவுகள் அவன் வாழ்க்கை நிலையை நிர்ணயிக்கின்றன என்றும் கூறும், ஐரோப்பாவில் இருபதாம் நூற்றாண்டில் தோன்றிய தத்துவம்;** existentialism.

இருத்து வி. (இருத்த, இருத்தி) 1: **உட்காரச் செய்தல்;** cause to sit; seat. குழந்தையை மடியில் இருத்தித் தலையைத் தடவினாள். 2: **(மனத்தில்) அழுந்தச் செய்தல்; பதித்தல்;** retain; keep (in one's mind). நீங்கள் சொன்னதை மனத்தில் இருத்திக்கொண்டேன். 3: **கீழ்நோக்கி அழுத்துதல்;** press down. தோளைப் பிடித்து இருத்தி உட்காரவைத்தார். 4: **(ஒருவரை) தாமதிக்கச் செய்தல்; நிறுத்திவைத்தல்;** detain (a person). நான் வரும்வரை அவரை அங்கேயே இருத்திவை! 5: (இலங்.) **(ஒருவரை ஓர் இடத்தில்) தங்கவைத்தல்;** quarter (s.o. in a place). நாங்கள் ஊரை விட்டுச் செல்வதனால், எங்கள் வீட்டில் அவர்களைத்தான் இருத்தப்போகின்றோம்.

இருதயத் துடிப்பு பெ. **இருதயத்தின் சுருங்கி விரியும் இயக்கமும் அதனால் ஏற்படும் ஒலியும்;** heartbeat. என் இருதயத் துடிப்பே நின்றுவிடும் போலிருந்தது.

இருதயம் பெ. **சுருங்கி விரிவதால் இரத்த ஓட்டத்தை ஏற்படுத்துவதும் மார்புக்கூட்டினுள் அமைந்துள்ளதுமான தசையால் ஆன உள்உறுப்பு;** heart. இருதய அறுவைச் சிகிச்சை/ இருதய நோய்.

இருதயவியல் பெ. **இருதயத்தின் அமைப்பு, இயக்கம் தொடர்பான நோய்களைப் பற்றி ஆராயும் மருத்துவத் துறை;** cardiology.

இருந்த கழுத்து பெ. (வ.வ.) **கழுத்து அமுங்கியதுபோல் இருக்கும் நிலை;** stunted neck. அவளுக்கு இருந்த கழுத்து, அதற்கு அட்டிகை வேண்டுமாம்!

இருந்தபோதிலும் இ.சொ. **முதல் வாக்கியம் ஒரு நிலையை விவரிக்க, அதற்கு மாறான விளைவை இரண்டாவது வாக்கியம் தெரிவிக்கும்போது இரண்டு வாக்கியங்களையும் தொடர்புபடுத்தும் இடைச்சொல்; 'எனினும்'; 'இருந்தாலும்';** particle used in the sense of 'in spite of (it)'; 'yet'; 'nevertheless'. தீர்மானத்துக்குச் சிலர் எதிர்ப்புத் தெரிவித்தனர். இருந்தபோதிலும் தீர்மானம் நிறைவேற்றப்பட்டது./ வாழ்க்கையில் சிக்கல் எதுவும் இல்லை. இருந்தபோதிலும் நிம்மதியாக வாழ முடியவில்லை.

இருந்தபோதும் இ.சொ. காண்க: **இருந்தபோதிலும்.**

இருந்தாலும் இ.சொ. **'இருந்தபோதிலும்' என்னும் பொருளில் பயன்படுத்தப்படும் இடைச்சொல்;** particle used in the sense of 'nevertheless'.

இருந்தாற்போல்(இருந்து) வி.அ. **(கொஞ்சமும்) எதிர்பார்க்காதபோது; திடீரென்று;** quite unexpectedly; suddenly; abruptly. தெரிந்தவர் மூலம் வேலைவாங்கித் தருகிறேன் என்று சொன்னவர், இருந்தாற்போல் இருந்து பத்தாயிரம் ரூபாய் கேட்கிறார்./ இருந்தாற்போல் இருந்து வீட்டைக் காலிசெய் என்றால் நாங்கள் என்ன செய்வது?/ நன்றாகச் சிரித்துப் பேசிக்கொண்டிருந்தவர், இருந்தாற்போல இருந்து அழ ஆரம்பித்துவிட்டார்.

இருந்திருந்து வி.அ. **நீண்ட நாட்கள் காத்திருந்து (ஆனால் அதற்குத் தகுந்த பலன் இல்லாமல்);** after waiting for a long time. இருந்திருந்து உனக்கு இந்த வேலைதான் கிடைத்ததா?/ இருந்திருந்து இப்போதுதான் சொந்தமாக ஒரு வீடு வாங்க முடிவுசெய்தேன். இப்போது பார்த்து வேறு ஊருக்கு மாற்றல் வந்திருக்கிறது.

-இருந்து இ.சொ. (இலக்.) **'இல்', 'இடம்' ஆகிய இட வேற்றுமை உருபுகளோடு இணைந்து அல்லது 'அங்கு', 'மேல்' போன்ற இடப்பெயர்களோடு இணைந்து நீக்கம், தொடக்கம் முதலிய தொடர்பை உணர்த்தும் வேற்றுமை உருபாகப் பயன்படும் இடைச்சொல்;** particle used in the sense of 'from', 'since'. நான் காலையிலிருந்து ஒன்றுமே சாப்பிடவில்லை./ நூறு ரூபாயிலிருந்து ஏலம் கேட்கத் தொடங்கினார்கள்./ மதுரையிலிருந்து வருகிறார்./ கரும்பிலிருந்து சர்க்கரை தயாரிக்கப்படுகிறது./ கோயிலை இடமிருந்து வலமாகச் சுற்றுவதுதான் முறை./ அவன் அங்கிருந்து புறப்பட்டு ஒரு மணிநேரம் இருக்கும்./ பலகை மேலேயிருந்து விழுந்தது./ அவரிடமிருந்து எனக்குத் தகவல் வந்தது.

இருந்து ஓடு வி. (ஓட, ஓடி) (ஊரக வ.) **சாலையில் வண்டிச் சக்கரம் இலகுவாகச் சுழலாமல் அழுந்திச் சுழலுதல்;** (of cart wheels) bear down on the track instead of lightly moving. ஆரக்கால் தேக்கு மரத்தினால் ஆனதென்றால் சாலையில் வண்டி இருந்து ஓடாமல் இலகுவாக ஓடும்.

இருந்தும் இ.சொ. **'இருந்தபோதிலும்' என்னும் பொருளில் பயன்படுத்தப்படும் இடைச்சொல்;** particle used in the sense of 'nevertheless'.

இருப்பிடச் சான்றிதழ் பெ. **ஒருவர் எங்கு வசிக்கிறார் என்பது குறித்து வட்டாட்சியர் வழங்கும் சான்றிதழ்;** certificate of residence of an individual issued by tahsildar.

இருப்பிடம் பெ. **1: (ஒன்று அல்லது ஒருவர்) இருக்கும் அல்லது வசிக்கும் இடம்; உறைவிடம்;** place for living; dwelling; habitation. எல்லோருக்கும் வேலையும் இருப்பிடமும் மருத்துவ வசதியும் வேண்டும்./ சிங்கத்தின் இருப்பிடத்தைத் தேடி அந்த மூன்று பேரும் சென்றார்கள்./ (உரு வ.) அவர் அன்பின் இருப்பிடம். **2: (ஒரு பொருள் அல்லது தன்மை) இருக்கும் இடம்;** source; seat. சுவடிகளின் இருப்பிடங்களைத் தேடி அலைந்தார்./ தாந்திரிக இலக்கியம் உணர்வின் இருப்பிடம் மூளை என்கிறது.

இருப்பினும் இ.சொ. (உ.வ.) **'இருந்தபோதிலும்' என்னும் பொருளில் பயன்படுத்தப்படும் இடைச்சொல்;** particle used in the sense of 'nevertheless'.

இருப்பு பெ. **1: (ஒரு நோக்கத்தோடு) சேமித்து வைத்திருக்கும் பொருள்;** (of goods) stock; (of money) reserve. புழுங்கலரிசி இருப்பு குறைந்துவருகிறது./ வெளிநாட்டுச் செலாவணி இருப்பு போதிய அளவுக்கு உண்டு. **2: (ஒருவர் அல்லது ஒன்று ஓர் இடத்தில்) இருத்தல்;** presence. இருட்டாக இருந்தாலும் அவன் குரலே அவனுடைய இருப்பைக் காட்டிவிட்டது. **3: (ஒருவர் இருக்கும்) நிலை;** position. ஒரு காலத்தில் அவர் இருந்த இருப்பு என்ன?/ நான் இருக்கும் இருப்பில் வேறு என்ன செய்ய முடியும்? **4:** (சோதி.) **ஒருவர் பிறந்த நேரத்துக்கு உரிய தசையில், பிறந்த நேரம்வரை கழிந்தது போக மீதியிருக்கும் காலம்;** remaining period of one's *தசை* at the time of birth. ராகு தசையில் இருப்பு போக பாக்கி 3 வருடம் 8 மாதம்.

இருப்புக்கு வா வி. (வர, வந்து) (இலங்.) **(வீதிவலம் வரும்) உற்சவமூர்த்தி கோயிலுக்கு வந்துசேர்தல்;** (of deity being taken in a procession) return to its seat in the temple. சாமி இருப்புக்கு வர நன்றாக விடிந்துவிட்டது.

இருப்புக்கொள் வி. (-கொள்ள, -கொண்டு) (பெரும்பாலும் எதிர்மறையில் அல்லது எதிர்மறைத் தொனியில்) **நிதானத்துடனும் படபடப்பின்றியும் இருத்தல்;** (mostly in the negative) be at ease. பள்ளிக்குச் சென்றவன் மணி ஏழாகியும் திரும்பாததால் இருப்புக்கொள்ளாமல் தவித்தாள்./ பேரன் வரப்போகிறான் என்ற மகிழ்ச்சியில் எனக்கு இருப்புக்கொள்ளவில்லை.

இருப்புச்சட்டி பெ. **(தாளித்தல் போன்ற சமையல் வேலைகளுக்குப் பயன்படும்) குழிந்த உட்பகுதி உடைய, இரும்புத் தகட்டால் ஆன பெரிய பாத்திரம்;** deep round iron pan (used for seasoning dishes or frying); wok.

இருப்புச்சட்டி

இருப்புப்பாதை பெ. **(ரயில் செல்வதற்காக) தண்டவாளம் போட்டு அமைக்கப்படும் பாதை;** railway.

இருபத்தியொன்று பெ. காண்க: **இருபத்தொன்று.**

இருபத்திரண்டு பெ. **இருபத்தொன்றுக்கு அடுத்த எண்;** the numeral twentytwo.

இருபத்தொன்று பெ. **இருபதுக்கு அடுத்த எண்;** the numeral twentyone.

இருபது பெ. **பத்தின் இரண்டு மடங்கைக் குறிக்கும் எண்;** (the number) twenty.

இருபால் பெ.அ. (உயிரி.) **ஆண், பெண் இனப்பெருக்கப் பாகங்களை அல்லது உறுப்புகளை ஒன்றாகப் பெற்றிருக்கும்;** bisexual. மண்புழு ஒரு இருபால் உயிரி.

இருபாலர் பெ. **(மக்களில்) ஆண் மற்றும் பெண்;** male and female. பேருந்து நிலையத்தில் இருபாலருக்கும் தனித்தனித் தங்குமிடங்கள் உள்ளன.

இருபாலார் பெ. (உ.வ.) காண்க: **இருபாலர்.**

இருபாலினம் பெ. **ஆண், பெண் இனப்பெருக்க உறுப்புகளை அல்லது இருபாலின் இயல்புகளைத் தன்னுள் கொண்டுள்ள உயிரினம்;** hermaphrodite.

இருபாலினர் பெ. (உ.வ.) காண்க: **இருபாலர்.**

இரும்பு பெ. **(இயந்திரம், கருவி முதலியன செய்யப் பயன்படும்) நிலத்திலிருந்து தோண்டி எடுக்கப்படும் தாதுப் பொருளிலிருந்து பெறப்படும், கறுப்பு நிறத்தில் இருக்கும் உறுதியான உலோகம்;** iron. இரும்புக் கம்பி/ இரும்புத் தகடு/ அவனுக்கு இரும்பு மாதிரி உடல்.

இரும்புக் கடை பெ. **(பெரும்பாலும் இரும்பால் செய்யப்பட்ட) வீட்டு உபயோகப் பொருள்கள், கட்டுமானப் பொருள்கள் போன்றவற்றை விற்கும் கடை;** shop selling household articles and construction materials (mostly made of iron or steel); (In India) hardware shop. இரும்புக் கடையில்தான் ஆணி கிடைக்கும்.

இரும்புக்கரம் கொண்டு வி.அ. **மிகக் கடுமையான நடவடிக்கைகளை மேற்கொண்டு;** with an iron hand. எங்கள் கட்சி ஆட்சிக்கு வந்தால் ஊழலை இரும்புக்கரம் கொண்டு அடக்குவோம் என்று அவர் உறுதியளித்தார்.

இரும்புச்சத்து பெ. **(உடலின் வளர்ச்சிக்குத் தேவையான) இரும்புத் தாதுவை உள்ளடக்கிய சத்துப் பொருள்;** iron, mineral nutrient (present in greens, etc.,). கருவுற்றிருக்கும் பெண்களுக்கு இரும்புச்சத்து அவசியம் தேவை./ இரும்புச்சத்துக் குறைந்தால் இரத்த சோகை ஏற்படும்.

இரும்புத்திரை பெ. **மேலைநாடுகள் தமக்கும் ஐரோப்பிய கம்யூனிச நாடுகளுக்கும் இடையே இருந்ததாகக் கருதிய, நேரடி வாணிபத் தொடர்பும் செய்திப் பரிமாற்றமும் செய்துகொள்ள முடியாத கட்டுப்பாடு;** the Iron Curtain.

இரும்புப் பெட்டி பெ. (அ.வ.) **(பொதுவாகப் பழங்காலத்தில்) (பணம், நகை, ஆவணங்கள் முதலியவற்றைப் பாதுகாப்பாக வைத்துக்கொள்ளப் பயன்படுத்தப்பட்ட) கனத்த இரும்புத் தகடுகளால் செய்யப்பட்ட பெட்டி வடிவ காப்புச் சாதனம்;** iron safe.

இரும்பு யுகம் பெ. (சுமார் 3000 ஆண்டுகளுக்கு முன்னால்) மனிதன் இரும்புக் கருவிகளைப் பயன்படுத்தத் தொடங்கிய காலம்; the Iron Age.

இருமல் பெ. (ஜலதோஷத்தின் காரணமாகச் சில சமயம்) தொண்டையிலிருந்து சத்தத்துடன் காற்று வெளிப்படுதல்; cough.

இருமு வி. (இரும, இருமி) (ஜலதோஷத்தினால்) தொண்டையிலிருந்து சத்தத்துடன் காற்றை வெளிப்படுத்துதல்; cough. குழந்தை விடாமல் இருமிக்கொண்டே இருக்கிறதே, என்னவென்று பார்க்கக் கூடாதா?

இருமுடி பெ. (சில புனிதத் தலங்களுக்குச் செல்லும் பக்தர்கள் பூஜைக்கு வேண்டிய பொருள்களை வைத்திருக்கும்) இரு பைகள் கொண்ட துணி; cloth case with compartments to carry offerings and personal effects on the head during pilgrimage to certain places of worship.

இருமுனை வரி பெ. ஒரு பொருள் (உற்பத்தி செய்யப்படும் இடத்திலிருந்து) முதலில் விற்கப்படும்போதும் (கடையிலிருந்து வாங்குபவர்களுக்கு) கடைசியாக விற்கப்படும்போதும் விதிக்கப்படும் விற்பனை வரி; sales tax levied on goods at the point of first sale and at the point of last sale; double-point tax.

இருமை பெ. இரண்டாகப் பிரிக்கப்பட்டது; binary. ஆண் x பெண் என்ற இருமை./ மேடு x பள்ளம், நன்மை x தீமை, உயர்வு x தாழ்வு போன்ற இருமைத் தன்மைகள் எங்கும் நிலவுவதை அறியலாம்.

இருமொழியியம் பெ. (மொழி.) ஒருவரோ ஒரு சமூகமோ ஒரு நாடோ இரண்டு மொழிகளை வழக்கில் கொண்டிருக்கும் மொழி நிலை; bilingualism. இந்த அகராதியைப் பயன்படுத்துபவர்கள் இருமொழியியத்தை நடைமுறையில் கடைப்பிடிப்பவர்கள் எனலாம்.

இருவழி பெ. ஒன்றைக் கொடுப்பதும் கொடுத்த இடத்திலிருந்து மற்றொன்றைப் பெறுவதுமான முறை; பரஸ்பரம்; bilateral; reciprocal. இரு நாடுகளுக்கு இடையே இருவழி வர்த்தகம் அதிகரிக்க வேண்டும் என்ற ஒப்பந்தம் கையெழுத்தானது.

இருவழிப் பாதை பெ. போவதற்கும் வருவதற்கும் தனித்தனியாகப் போடப்பட்டிருக்கும் ரயில் பாதை; (of railway) double line or track. ரயில்களின் வேகத்தை அதிகரிக்க இருவழிப் பாதை உதவும்.

இருவாட்சி[1] பெ. இரவில் மலரும் மணம் மிக்க (மல்லிகை இனத்தைச் சேர்ந்த) சிறு வெண்ணிறப் பூ/ மேற்குறிப்பிட்ட பூவைத் தரும் சிறு மரம்; tuscan jasmine.

இருவாட்சி[2] பெ. (உயரமான மரத்தின் பொந்துகளில் வாழும்) வளைந்த, பெரிய அலகின் மேல் சிறிய அலகு போன்ற ஒரு பாகத்தைக் கொண்டிருக்கும் பறவை; hornbill. காடுகள் தொடர்ந்து அழிக்கப்பட்டுவருவதால் இருவாட்சிப் பறவை இனம் அரிதாகிக்கொண்டுவருகிறது.

இருவாட்டித் தரை பெ. (இலங்.) மணலும் களிமண்ணும் கலந்திருக்கும் (பயிரிட முடியாத) நிலம்; soil compounding sand and clay and unfit for cultivation. இந்த இருவாட்டித் தரையில் எந்தப் பயிரும் வளராது.

இருவாழ்வி பெ. (உயிரி.) (தவளை, நண்டு, முதலை போன்ற) நிலத்திலும் நீரிலும் வாழக்கூடிய உயிரினம்; amphibian.

இருவித்திலைத் தாவரம் பெ. ஆணிவேர் உடையதும் விதையில் இரண்டு வித்திலைகள் கொண்டதுமான தாவர இனம்; dicotyledonous plant.

இருவேறு பெ.அ. வெவ்வேறு; two different. இந்தப் பிரச்சினைக்கான தீர்வு குறித்து இருவேறு கருத்துகள் இருக்க முடியாது./ ஒரு ஊருக்கு இருவேறு பெயர்கள் இருக்க முடியுமா?

இருள்[1] வி. (இருள, இருண்டு) 1: (வெளிச்சம் குறைந்து) இருட்டு பரவுதல்; get dark. வானம் இருண்டு மழை வரும் போலிருக்கிறது./ (உரு வ.) மனைவி இறந்த பிறகு வாழ்க்கையே இருண்டுவிட்டது. 2: (மயக்கத்தால் கண்) ஒளி குறைதல்; மங்குதல்; (of eyesight) dim. காலையிலிருந்து சாப்பிடாததால் கண் இருண்டுகொண்டுவந்தது.

இருள்[2] பெ. (வெளிச்சம் குறைவதால் அல்லது இல்லாததால் ஏற்படும்) ஒளி இன்மை; absence of light; darkness. ஜன்னல்களே இல்லாத அந்த அறைக்குள் ஒரே இருள்./ பகலிலும் இருள் சூழ்ந்த காடு.

இருள் ஆற்றல் பெ. (இயற்.) பிரபஞ்சத்தை விரிவடையச் செய்வதாக நம்பப்படும் ஆற்றல்; dark energy.

இருள் பொருள் பெ. (இயற்.) பிரபஞ்சத்தில் (புரோட்டான் அல்லது நியூட்ரான் தவிர்த்த) சுமார் 85% பரவியிருக்கும், நேரடியாகப் பார்க்க முடியாத, ஆனால் அதன் இருப்பை உணரக்கூடிய பொருள்; dark matter.

இரை[1] வி. (இரைய, இரைந்து) 1: உரத்த குரலில் பேசுதல்; speak loudly. ஏன் இப்படி இரைந்து பேசுகிறாய்? 2: உரத்த குரலில் திட்டுதல்; admonish (s.o.) in a loud voice; shout at. நான் படிக்காமல் ஊர்சுற்றுவதாக அப்பா இரைந்தார்./ அனுமதி பெற்றுத்தான் உள்ளே வர வேண்டும் என்று காவல்காரன் இரைந்தான். 3: (வயிறு) சத்தமிடுதல்; (of stomach) rumble. அஜீரணமா என்று தெரியவில்லை, வயிறு இரைகிறது. 4: உரத்த ஓசை எழுப்புதல்; cry. கூட்டில் அடையும் முன் பறவைகள் இரைந்துகொண்டேயிருந்தன.

இரை[2] வி. (இரைய, இரைந்து) (இலங்.) (கண்கள், முகம் போன்றவை) வீங்குதல்; (of eyes) swell; bulge. இரவு முழுதும் கண்விழித்ததால் கண்கள் இரண்டும் இரைந்து கிடக்கிறது./ தூக்கம் இல்லாததால் முகம் இரைந்துபோய் விட்டது.

இரை[3] வி. (இரைக்க, இரைத்து) 1: (இயல்பைவிட) வேகமாக சுவாசித்தல்; மூச்சுவாங்குதல்; pant; gasp for breath. வீட்டுக்குள் இரைக்கஇரைக்க ஓடி வந்தவனைப் பார்த்ததும் அம்மா பயந்துவிட்டாள். 2: (ஆஸ்துமா போன்ற நோயால்) சீரான சுவாசம் தடைபட்டுச் சிரமத்துடன் மூச்சுவிடுதல்; மூச்சுத் திணறுதல்; wheeze. தூசு பட்டாலே அப்பாவுக்கு இரைக்க ஆரம்பித்துவிடும்.

இரை[4] பெ. விலங்குகள் அல்லது பறவைகளால் கொன்று தின்னப்படும் பிற உயிரினங்கள்; prey; feed. மலைப்பாம்பின் வயிறு புடைத்திருப்பதைப் பார்த்தால் சற்று முன்தான் இரையை விழுங்கியிருக்க வேண்டும் என்று தெரிகிறது./ பெண் பறவையைக் குஞ்சுகளுக்குப் பாதுகாப்பாகக் கூட்டில் விட்டுவிட்டு ஆண் பறவை இரை

தேடுவதற்கு வெளியில் செல்லும். [(தொ.சொ.) **ஆகாரம்/ உணவு/ ஊண்/ சாப்பாடு/ சிற்றுண்டி/ தின்பண்டம்/ தீனி**]

இரைகொல்லி பெ. பிற உயிரினங்களைக் கொன்று தின்னும் விலங்கு, பறவை முதலியவை; predator.

இரைச்சல் பெ. 1: (மனிதர்கள், இயந்திரங்கள், இயற்கைச் சக்திகள் போன்றவை எழுப்பும்) கலவையான, தெளிவற்ற பெரும் சத்தம்; noise and bustle. கல்யாண வீட்டின் இரைச்சலில் அருகில் இருப்பவர் பேசுவதுகூடக் காதில் விழவில்லை./ அலைகடலின் ஓயாத இரைச்சல் மட்டும் கேட்டுக்கொண்டிருக்கிறது./ ராட்டினங்களின் இரைச்சல், சிறுவர்களின் கூச்சல், வியாபாரிகளின் கூவல் இவையெல்லாம் கலந்து அந்த இடம் மிக ரம்மியமாகத் தோன்றியது. [(தொ.சொ.) **ஒலி/ ஓசை/ சத்தம்**] 2: பெருங்குரலில் வரும் திட்டு; shouting. தாமதமாக வந்த மகனைப் பார்த்து அவர் இரைச்சல்போட்டார். 3: (வயிற்றுக்குள், காதுக்குள்) ரீங்காரம் போன்றோ எதாவது உருள்வது போன்றோ கேட்கும் ஓசை; (of stomach, ear) rumbling. இரண்டு நாளாக வயிறு சரியில்லை, ஒரே இரைச்சல்.

இரைப்பு பெ. 1: இயல்பைவிட அதிக வேகத்தோடு வெளிப்படும் சுவாசம்; pant. இரண்டாவது மாடி ஏறும் போது அந்தப் பெரியவருக்கு இரைப்பு வந்துவிட்டது. 2: (ஆஸ்துமா போன்ற நோயால் ஏற்படும்) மூச்சுத்திணறல்; wheezing; gasping. இரவு முழுவதும் அம்மாவுக்கு இரைப்பு நிற்கவேயில்லை.

இரைப்பை பெ. உணவைக் கூழாக்குவதற்குத் தேவையான அமிலங்களைக் கொண்டதும், சுருங்கி விரியக் கூடியதுமான பை போன்ற உள்ளுறுப்பு; stomach.

இரை மீட்டு வி. (மீட்ட, மீட்டி) (இலங்.) அசைபோடுதல்; ruminate. மாடு மரத்தடியில் படுத்து இரை மீட்டிக்கொண்டிருந்தது.

இரையாக்கு வி. (-ஆக்க, -ஆக்கி) (ஒன்றை அல்லது ஒருவரைக் குறிப்பிட்ட ஒன்றுக்கு) பலியாகுமாறு செய்தல்; subject (sth.) to destruction (by fire, flood, etc.,); make s.o. or sth. a prey to sth. 'உன்னை என் வாளுக்கு இரையாக்கிவிட்டு இளவரசியைத் தூக்கிச்செல்வேன்' என்று வீரசிம்மன் கர்ஜித்தான்./ 'ஏகாதிபத்திய நாடுகளின் வெறிக்கு நமது நாட்டை இரையாக்கச் சிலர் துடிக்கிறார்கள்' என்று அவர் குற்றம் சாட்டினார்.

இரையாகு வி. (-ஆக, -ஆகி) (குறிப்பிட்ட ஒன்றுக்கு) பலியாதல்/(நோய், மோசமான நிலை முதலியவற்றுக்கு) உள்ளாதல்; be subject to destruction (by fire, flood, etc.,)/be a victim (to disease, etc.,). சாதிச் சண்டையில் பல குடிசைகள் தீக்கு இரையாகிவிட்டன./ பயிர்கள் எல்லாம் வெள்ளத்துக்கு இரையாகிவிட்டதே!/ ஒரு காமுகனுடைய ஆசைக்கு இரையாகி அந்தப் பெண்ணின் வாழ்க்கையே சீரழிந்துவிட்டது.

இரையெடு வி. (-எடுக்க, -எடுத்து) (விலங்கு, பறவை போன்றவை) உணவு உண்ணுதல்; (of animals, birds) feed. இரையெடுத்த பாம்பின் வயிறு பெரிதாக உப்பியிருந்தது./ பசுமாடு நாலைந்து நாட்களாக இரையெடுக்கவில்லை. [(தொ.சொ.) **அருந்து/ உண்/ கபளீகரம்செய்/ குடி/ சாப்பிடு/ தின்/ தீனி எடு**]

இல்[1] வி. (இல்லா, இல்லாத, இல்லாமல், இல்லை என்ற வடிவங்களில் மட்டும்) இன்மைப் பொருளைக் குறிப்பதற்கும், 'உண்டு' என்பதை மறுப்பதற்கும் பயன்படுத்தும், காலம் காட்டாத எதிர்மறை வினை; tenseless negative verb used to denote the non-existence of sth.; opposite of உண்டு.

இல்[2] து.வி. 'இரு' என்னும் வினையின் இறந்தகால, நிகழ்கால வினைமுற்று வாக்கியங்களை மறுப்பதற்கு 'செய' என்னும் வாய்பாட்டு வினையெச்சத்தை அடுத்தும், ஒரு செயல், நிகழ்ச்சி போன்றவை வழக்கமாகவும் தொடர்ந்தும் நடைபெறவில்லை என்பதைக் குறிப்பிடுவதற்கு '-அது' ஈற்றுத் தொழிற்பெயரை அடுத்தும் பயன்படுத்தும் துணை வினை; auxiliary verb used to deny the sense of the verb 'இரு'. நான் நேற்று சாப்பிடவில்லை./அவர் இன்று மாலை ஊருக்குப் போகவில்லை./ அவர் திரைப்படம் பார்ப்பதில்லை./ என் நண்பன் மது அருந்துவதில்லை.

-இல்[3] இ.சொ. இடப்பொருளை உணர்த்தும் ஏழாம் வேற்றுமைச் சொல்லுருபாகிய இடைச்சொல்; particle used as a locative case marker. அப்பா வீட்டில் இருக்கிறார்./ அவர்கள் நால்வரில் இவரே நல்லவர்.

இல்லத்தரசி பெ. 1: (உ.வ.) மனைவி; wife. 2: (வீட்டை நிர்வகிக்கும்) குடும்பத் தலைவி; homemaker. 'இல்லத்தரசிகளின் கவனத்திற்கு!' என்று விளம்பரம் செய்யப்பட்டிருந்தது.

இல்லம் பெ. 1: (உ.வ.) வீடு; house. தாங்கள் எங்கள் இல்லத்தில் உணவு அருந்திச் செல்ல வேண்டும். 2: (மாணவர், அலுவலக ஊழியர், முதியோர் போன்றோர்) உணவு உண்டு தங்கியிருக்கும் கட்டடம்; விடுதி; hostel (for students, working men and women); home (for the aged, etc.,). கல்லூரி மாணவர் இல்லம்/ அநாதை இல்லம்.

இல்லற இன்பம் பெ. காண்க: **இல்லற சுகம்.**

இல்லற சுகம் பெ. (தம்பதியர் பெறும்) உடலுறவு இன்பம்; conjugal pleasure.

இல்லறம் பெ. (உ.வ.) கணவன் மனைவி சேர்ந்து நடத்தும் வாழ்க்கை; குடும்ப வாழ்க்கை; life of a householder. உங்கள் இல்லறம் சிறக்க எங்கள் வாழ்த்துகள்/ அவர் தன்னுடைய நாற்பதாவது வயதில் இல்லற வாழ்வைத் துறந்து துறவறம் மேற்கொண்டார்.

இல்லா பெ.அ. (உ.வ.) காண்க: **இல்லாத.**

இல்லாத பெ.அ. 'உள்ள', 'உடைய', 'இருக்கிற' ஆகிய பெயரடைகளின் எதிர்மறை; antonym of 'உள்ள' (is), 'உடைய' (have), 'இருக்கிற' (present). பூட்டு இல்லாத பெட்டி/ மணம் இல்லாத மலர்/ அப்பா வீட்டில் இல்லாத நேரம்.

இல்லாததும் பொல்லாததும் பெ. (ஒருவரைப் பற்றி தவறான எண்ணத்தை ஏற்படுத்த) உண்மையைத் திரித்தும், இட்டுக்கட்டியும் சொல்வது; false and scandalous reports; fabrications. நான் அவனுக்குக் கடன் கொடுக்கவில்லை என்பதற்காக என்னைப் பற்றி முதலாளியிடம் இல்லாததும் பொல்லாததும் சொல்லியிருக்கிறான்./ அவருடைய நடவடிக்கைகள் உனக்குப் பிடிக்கவில்லை என்பதற்காக அவரைப் பற்றி இப்படி இல்லாததும் பொல்லாததும் பேசுவதா?

இல்லாமல்[1] வி.அ. **(ஓர் இடத்தில் ஒன்று அல்லது ஒருவர்) காணப்படாமல் அல்லது இருக்காமல்; (குணம், தன்மை முதலியவை) இருக்காமல்;** without sth. being obtained or sth. being there or s.o. being seen; not having. நீ இல்லாமல் நான் இல்லை./ நெருப்பு இல் லாமல் புகையுமா./ போக்குவரத்து இல்லாமல் சாலை வெறிச்சென்று இருந்தது.

இல்லாமல்[2] இ.சொ. **ஒரு வாக்கியத்தில் வினைச் சொல்லின் எதிர்மறை வடிவத்திற்குப் பிரதியாக வரும் இடைச்சொல்;** particle taking the place of the negative form of the verb in a sentence. இத்தனை நாள் இல்லாமல் (=பெய்யாமல்) இன்று மழை பெய்கிறது.

இல்லாமை பெ. *(உ.வ.)* 1: **(குறிப்பிடப்படுவது) இல் லாத நிலை அல்லது தன்மை;** state of not having (sth.). பண்பு இல்லாமை/ நாகரிகம் இல்லாமை. [*(தொ.சொ.)* **கம்மி/ குறைபாடு/ குறைவு/ தட்டுப்பாடு/ பஞ்சம்/ பற்றாக்குறை**] 2: **ஏழ்மை; வறுமை;** poverty; destitution. இல்லாமையைவிடக் கொடிய நோய் ஒன்றும் இல்லை.

இல்லாவிட்டால் இ.சொ. 1: **'(ஒன்று அல்லது ஒருவர்) இல்லை என்றால்' என்ற பொருளில் பயன்படுத்தப் படும் இடைச்சொல்;** particle used in the sense of 'but for'; 'without'. அவனுக்குக் காய்ச்சல் இல்லாவிட்டால் உன்னோடு கிளம்பியிருப்பான்./ அவள் இல்லாவிட்டால் ஒரு வேலையும் நடக்காது. 2: **'அல்லது' என்ற பொருளில் பயன்படுத்தப்படும் இடைச்சொல்;** particle used in the sense of 'if not'. நாளை இல்லாவிட்டால் நாளை மறுநாள் உன் வீட்டுக்கு வருகிறேன்.

இல்லாவிடில் இ.சொ. *(உ.வ.)* காண்க: **இல்லாவிட்டால்.**

இல்லாள் பெ. *(உ.வ.)* **மனைவி;** one's wife.

இல்லை[1] வி.மு. 1: **'இரு' என்னும் வினையின் இறந்த கால, நிகழ்கால முற்று வடிவங்களின் (திணை, பால், எண், இட வேற்றுமை காட்டாத) எதிர்மறை வினை முற்று;** negative of the verb இரு in the past tense and present tense irrespective of gender, number distinction; the negative of உண்டு, உள்ளது. நீ தேடுகிற புத்தகம் அலமாரியில் இல்லை./குதிரைக்குக் கொம்பு இல்லை. 2: **பெயர்ப் பயனிலை வாக்கியத்தை மறுப்பதற்குப் பயன்படுத்தப்படும் வினைமுற்று;** finite verb which negates a nominal sentence. இது மாமரம் இல்லை./ அவன் என் நண்பன் இல்லை./ இது தென்னை மரம் இல்லை, பனை மரம்.

இல்லை[2] இ.சொ. **ஒரு கேள்விக்கு எதிர்மறையில் பதி லாக வரும் வாக்கியத்தின் தொடக்கத்தில் பயன்படுத் தப்படும் இடைச்சொல்;** particle expressing negative response to a question; 'no'. 'இது உன் வீடா?' 'இல்லை. இது என் பெற்றோர் வீடு.'/ 'அவர் நேற்று வந்தாரா?' 'இல்லை. அவர் இன்றுதான் வந்தார்.'

இலக்கணம் பெ. 1: **மொழியின் ஒலி, எழுத்து, சொல், வாக்கியம் முதலியவற்றின் அமைப்பை வழக்குகளின் அடிப்படையில் விவரிக்கும் விதிகள்;** grammar (of a language). அவர் இலக்கணப் பிழை இல்லாமல் எழுதுவார், பேசுவார்./ தமிழின் முதல் இலக்கணம் தொல்காப்பியம். 2: **செய்யுளின் யாப்பு, பொருள் முதலியவற்றின் அடிப்படை/படைப்பிலக்கியத்தின் அமைப்பு முறை விளக்கம்;** (in Tamil) compilation of the basic units of prosody/the structural pattern of literary forms. வெண் பாவின் இலக்கணம்/ சிறுகதைக்கு இலக்கணம் கூற முடி யுமா? 3: **வரையறுக்கும் தன்மை; முன்மாதிரி;** model (for sth.). வீரத்தின் இலக்கணம் புறமுதுகிட்டு ஓடுவது அன்று./ இவர்கள் இருவரும் நட்புக்கு இலக்கணமாக விளங்குகிறார்கள்.

இலக்கம் பெ. 1: **(அடையாளமாக ஒன்றைக் குறிக்கும்) எண்;** number. அவர் வீட்டின் இலக்கம் *112*. 2: **(ஒரு எண்ணில்) இடம்;** (when counting how many in the linear arrangement of numbers) digit. *8* என்பது ஒரு இலக் கத்தைக் கொண்ட எண்./ *4455* என்பது நான்கு இலக்க எண்ணாகும்./ பெரு நகரங்களில் தொலைபேசி எண்கள் தற்போது எட்டு இலக்க எண்களில் தரப்படுகின்றன.

இலக்கியத் திருட்டு பெ. **ஒருவருடைய படைப்பை அல்லது படைப்பின் ஒரு பகுதியை மற்றொருவர் (மூல ஆசிரியரின் பெயரைக் குறிப்பிடாமல்) தனது படைப்பைப் போல் அளிக்கும் முறையற்ற செயல்;** plagiarism. இலக்கியத் திருட்டைப் பற்றி எழுதும் விமர் சகருக்கு முழு விவரங்களும் தெரிந்திருக்க வேண்டும்.

இலக்கியம் பெ. 1: **கலை நயம் தோன்ற ஏதேனும் ஒரு வடிவத்தில் எழுதி வெளிப்படுத்தும் படைப்பு;** (creative) literature. 2: **ஏதேனும் ஒரு துறையைச் சார்ந்து எழுதப்படும் கட்டுரைகள், நூல்கள் போன்றவை;** literature (in a particular field). கட்டுரை இலக்கியம்/ விமர்சன இலக்கியம். 3: **(வாய்மொழியாக வழங்கப்படும்) நாட் டார் கதைகள், பாடல்கள் போன்றவை;** folk literature. வாய்மொழி இலக்கியம்.

இலக்கு பெ. 1: **குறி;** aim; mark. இலக்கு நோக்கிப் பாயக் கூடிய ஏவுகணைகள். [*(தொ.சொ.)* **இலட்சியம்/ எண் ணம்/ குறி/ குறிக்கோள்/ நோக்கம்**] 2: **இயற்கை இன் னல்களின் அல்லது வன்முறைச் செயல்களின் பாதிப் புக்கு உட்படும் ஒருவர் அல்லது ஒன்று;** target. கடலோ ரத்தில் இருக்கும் ஊர்கள் புயலுக்கு இலக்காகின்றன./ குண்டுவீச்சின் இலக்குகள் ராணுவ முகாம்கள். 3: **குறிக் கோள்; இலட்சியம்;** goal; target; objective. எல்லாக் கிராமங்களுக்கும் மின் இணைப்பு வழங்குவதுதான் மின் துறையின் இலக்கு.

இலகு பெ. *(-ஆக, -ஆன)* 1: **எளிது; சுலபம்;** being easy and simple. எந்தக் கணக்காக இருந்தாலும் அவர் இலகுவாகப் போட்டுவிடுவார்./ இளைஞர்கள் புதுக்கவிதையை இலகு வான சாதனமாகக் கண்டனர்./ அவரது தலையங்கங்கள் இலகுவான நடையில் அமைந்திருந்தன. 2: **கனமற்றது;** (the condition of being) light. இலகுரகப் போர் விமானங்கள்.

இலகுரக வாகனம் பெ. **(பெரிய சுமையை ஏற்றிச் செல்ல முடியாத) இரண்டு மற்றும் மூன்று சக்கர வாக னம் அல்லது கார் போன்ற சிறிய வாகனம்;** two/

147 இலைபோடு

three-wheeler or a vehicle similar to a car. இலகுரக வாகனம் ஓட்டும் உரிமம் வைத்துள்ளவர் பேருந்து போன்றவற்றை ஓட்ட முடியாது./ இலகுரக வாகனத்திற்கான காப்பீட்டுத் தொகை குறைவாகத்தான் இருக்கும்.

இலங்கு வி. (இலங்க, இலங்கி) *(உ.வ.)* அனைவரும் அறியும்படியாக அமைந்திருத்தல்; திகழ்தல்; be shining (as s.o. or sth. specified). நட்பிற்கு இலக்கணமாக அவர் இலங்குகிறார்.

இலச்சினை பெ. *(உ.வ.)* ஒரு அரசு, அமைப்பு, நிறுவனம் போன்றவற்றின் அதிகாரம், குறிக்கோள் போன்றவற்றைக் குறிப்பிடும் வகையிலோ அடையாளப்படுத்தும் வகையிலோ அமைந்திருக்கும் சின்னம்; insignia; emblem; logo. சேர அரசர்களின் இலச்சினையான வில்லும் அம்பும் பொறிக்கப்பட்ட முத்திரை நாணயம்.

இலட்சணம் பெ. காண்க: லட்சணம்.

இலட்சம் பெ. காண்க: லட்சம்.

இலட்சியம் பெ. 1: (வாழ்க்கையில் அல்லது குறிப்பிட்ட செயல்பாட்டில்) அடைய விரும்பும் நிலை; குறிக்கோள்; ideal(s); aim; objective. வாழ்க்கையில் உன் இலட்சியம் என்ன? [(தொ.சொ.) இலக்கு/ எண்ணம்/ குறி/ குறிக்கோள்/ நோக்கம்] 2: (பெயரடையாக வரும் போது) எல்லா அம்சங்களிலும் நிறைவுடன் இருக்கும் நிலை; ideal. இலட்சியத் தம்பதி.

இலத்திரனியல் பெ. (இலங்.) மின்னணுவியல்; electronics.

இலந்தை பெ. செம்பழுப்பு நிறத் தோல் உடையதும் இனிப்பும் புளிப்பும் கலந்த சுவை உடையதுமான சிறு பழம்/மேற்குறிப்பிட்ட பழத்தைத் தரும், முட்கள் நிறைந்த சிறு மரம்; jujube fruit and the tree.

இலயம் பெ. காண்க: லயம்.

இலயி வி. (இலயிக்க, இலயித்து) காண்க: லயி.

இலவங்கம் பெ. காண்க: லவங்கம்.

இலவசம் பெ. (-ஆக) 1: பணம் பெறாமல் தருவது/ பணம் தராமல் கிடைப்பது; sth. given or obtained free. உயர்நிலைப் பள்ளிவரை எல்லோருக்கும் இலவசக் கல்வித் திட்டம்/ இந்த மருத்துவமனையில் இலவசமாகச் சிகிச்சை பெறலாம். 2: (விலை கொடுத்து வாங்கும் பொருளுடன் சேர்த்து) விலை இல்லாமல் தரப்படுவது; இனாம்; sth. gratis; gift; bonus. ஐநூறு ரூபாய்க்கு மேல் துணி வாங்குபவருக்கு ஒரு சட்டைத் துணி இலவசம்/ தீபாவளிச் சிறப்பு இதழோடு ஓர் இணைப்பு இலவசம்.

இலவம் பஞ்சு பெ. (தலையணை, மெத்தை போன்றவற்றைச் செய்வதற்குப் பயன்படும்) இலவமரத்தின் முற்றிய காயிலிருந்து எடுக்கப்படும், சற்றுப் பளபளப்பாக இருக்கும் பஞ்சு; kapok.

இலவமரம் பெ. பஞ்சு இழைகளைக் கொண்ட நீண்ட காய்களைத் தரும் உயரமான மரம்; white silk-cotton tree; kapok tree.

இலா(க்)கா பெ. 1: அமைச்சகம்; ministry. நிதி இலாக்கா. 2: அலுவலகத்தில் ஒரு பிரிவு; துறை; department (in a government or an organization); section. அவர்மீது தவறு இல்லை என்பது இலாக்கா விசாரணையில் தெளிவாயிற்று.

இலாடம் பெ. காண்க: லாடம்.

இலாபம் பெ. காண்க: லாபம்.

இலிகிதர் பெ. (இலங்.) எழுத்தர்; clerk.

இலிங்கம் பெ. காண்க: லிங்கம்.

இலிபி பெ. காண்க: லிபி.

இலுப்பை பெ. எண்ணெய் வித்துகளாகப் பயன்படும் விதைகளைத் தரும், இனிப்புச் சுவையுடைய பூக்களைக் கொண்ட, உறுதியான பெரிய மரம்; South Indian mahua. இலுப்பை மரம் பெரும்பாலும் கோயில்களில் வளர்க்கப்படுகிறது.

இலேகியம் பெ. காண்க: லேகியம்.

இலேசு பெ. காண்க: லேசு.

இலை பெ. 1: தாவரத்தின் தண்டிலிருந்து அல்லது கிளையிலிருந்து தோன்றுவதும் (பெரும்பாலும்) மெல்லியதாகவும் பச்சையாகவும் தட்டையாகவும் இருப்பதுமான பாகம்; leaf. [(தொ.சொ.) ஓலை/ தாள்/ தோகை] 2: (குறிப்பாக) (உணவை வைத்துச் சாப்பிடப் பயன்படுத்தும்) வாழை இலை; (esp.) banana leaf. இது பெரிய இலை, மூன்றாக நறுக்கு./ எல்லோருக்கும் வரிசையாக இலைகளைப் போட்டு சாதத்தை அவள் பரிமாற ஆரம்பித்தாள். (பார்க்க, படம்: வாழை) 3: (மண்வெட்டி, களைவெட்டி போன்றவற்றில்) தட்டையாக இருக்கும் உலோகப் பரப்பு; blade. மண்வெட்டியின் இலை மழுங்கி விட்டது. (பார்க்க, படம்: மண்வெட்டி)

இலைக்கஞ்சி பெ. (இலங்.) கொஞ்சம் அரிசியுடன் முருங்கை இலை போன்றவற்றைக் கலந்து காய்ச்சும் ஒரு வகைக் கஞ்சி; gruel prepared with leaves of drumstick tree and rice. உடல் பலவீனமுற்றிருந்த அப்பா இலைக் கஞ்சி காய்ச்சித் தருமாறு கேட்டார்.

இலைச் சுருட்டுப் புழு பெ. நெற்பயிரின் சுருண்ட தாள்களுக்குள் காணப்படுவதும் பச்சையத்தை உறிஞ்சிப் பயிருக்குப் பாதிப்பை ஏற்படுத்துவதுமான பச்சை நிறப் புழு; leaf folder.

இலைத்துளை பெ. (உயிரி.) தாவரங்கள் சுவாசிக்க உதவும் விதத்தில் இலையின் கீழ்ப்பகுதியில் இருக்கும் நுண்ணிய துளை; stoma.

இலைப்புள்ளி நோய் பெ. இலைகளில் பழுப்பு அல்லது சாம்பல் நிறப் புள்ளிகளைப் பெருமளவில் ஏற்படுத்தித் தாவரத்திற்குப் பாதிப்பை உண்டாக்கும் நோய்; brown leaf spot.

இலைப்பேன் பெ. இலைகளிலிருந்து சாற்றை உறிஞ்சிப் பயிருக்குப் பாதிப்பை ஏற்படுத்தும் பழுப்பு மஞ்சள் நிறமும் கறுப்பு நிறக் கோடுகளும் கொண்ட மிகச் சிறிய பூச்சி; thrips.

இலைபோடு வி. (-போட, -போட்டு) (இலையைப் போட்டு) உணவு பரிமாறுவதற்கு ஆயத்தம் செய்தல்;

இலைமறைவு காய்மறைவாக 148

set the banana leaf for serving a meal. கல்யாணம் பத்து மணிக்கு முடிந்தது, பத்தரைக்கு இலைபோட்டுவிட்டார்கள்.

இலைமறைவு காய்மறைவாக வி.அ. 1: **வெளியே தெரிந்தும் தெரியாமலும்;** not overtly; not (so) openly; veiled thinly. *இலைமறைவு காய்மறைவாக நடந்துகொண்டிருந்த பல விஷயங்கள் இப்போது வெளிப்படையாகவே நடக்கின்றன./ அந்த எழுத்தாளரின் கதைகளில் பாலுணர்வு இலைமறைவு காய்மறைவாக இருக்கும்.* 2: **(பேச்சு, செய்தி போன்றவற்றில்) மறைமுகமான குறிப்பு உடையதாக;** obliquely. *அப்பா இலைமறைவு காய்மறைவாகப் பேசியதிலிருந்து அவருக்கு இந்தக் கல்யாணத்தில் விருப்பம் இல்லை என்பது எனக்குப் புரிந்தது./ விளம்பரத்தைப் பார்த்து ஏமாந்துவிடாதே. இதில் இலைமறைவு காய்மறைவாக ஒரு விஷயம் இருக்கிறது.*

இலையான் பெ. *(இலங்.)* **ஈ;** fly.

இலையுதிர் காடு பெ. **இலையுதிர் காலத்தில் எல்லா இலைகளையும் உதிர்த்துவிடும் மர வகைகள் நிறைந்த காடு;** deciduous forest. *முதுமலைக் காட்டின் ஒரு பகுதி இலையுதிர் காடு வகையைச் சேர்ந்தது.*

இலையுதிர் காலம் பெ. **(குளிர் காலத்திற்கும் கோடைக் காலத்திற்கும் இடைப்பட்ட காலத்தில்) சில வகை மரங்கள் தங்கள் இலைகளை உதிர்க்கும் காலம்;** autumn.

இலைவடகம் பெ. **அரிசிக் கூழை ஆல் அல்லது அரச இலையில் ஊற்றி, நிழலில் காய வைத்து எடுக்கும் வடக வகை;** condiment of spiced rice paste on a peepul or fig leaf, dried (to be fried).

இலை விழு வி. *(விழ, விழுந்து)* **(ஒரு விருந்தில்) சாப்பிட வரும் விருந்தினர்களின் எண்ணிக்கைக்கு ஏற்ப இலைகள் போடப்படுதல்;** (of banana leaves) be set for a meal. *முகூர்த்தத்தை விட மாலையில் நடக்கும் வரவேற்பில் அதிக இலை விழும் என்று எதிர்பார்க்கிறேன்./ அவர் வீட்டில் பகல் சாப்பாட்டுக்கு ஒவ்வொரு நாளும் நாற்பது இலை விழுமாம்.*

இவ்வளவு பெ. 1: **இந்த அளவு; இத்தனை;** this; so many; much; all these. *இவ்வளவையும் நீதான் எடுத்துக்கொண்டு வந்தாயா?* 2: *(அடையாக வரும்போது)* **அதிகம் என்று கருதப்படும் இந்த அளவு;** (as a quantifier) this much. *இவ்வளவு தைரியமா உனக்கு?*

இவ்வளவுக்கும் இ.சொ. **'இத்தனைக்கும்' என்ற பொருளில் இரண்டு வாக்கியங்களைத் தொடர்புபடுத்தும் இடைச்சொல்;** particle used in the sense of 'notwithstanding'. *திருடனைத் தனியாகவே விரட்டியடித்திருக்கிறான். இவ்வளவுக்கும் அவன் சின்னப் பையன்தான்./ என் தம்பி பள்ளி இறுதித் தேர்வில் முதல் இடம் பெற்றிருக்கிறான். இவ்வளவுக்கும் அந்தப் பள்ளியில் வசதிகள் மிகக் குறைவு.*

இவ்வளவு தூரம்[1] பெ. **(ஒருவர் அல்லது ஒன்றைப் பற்றி சிறப்பித்தோ வலியுறுத்தியோ கூறும்போது) அதிக அளவு;** to this extent (implying that it is a great or critical extent). *நீங்கள் இவரைப் பற்றி இவ்வளவு தூரம் நம்பிக்கையோடு சொல்வதால் நான் இவருக்குப் பணம் தருகிறேன்./ சண்டை இவ்வளவு தூரம் வந்துவிட்ட பிறகு சமாதானம் என்ற பேச்சுக்கே இடம் இல்லை.*

இவ்வளவு தூரம்[2] பெ. **(ஒருவரை) தேடி வந்த நோக்கம்;** (used as a phatic enquiry for beginning a conversation) 'so, what brings you here!'. *என்ன திடீரென்று இவ்வளவு தூரம்? வீட்டில் ஏதாவது விசேஷமா?*

இவ்வாறு வி.அ. **இப்படி; இந்த விதமாக; இந்த மாதிரி;** in this manner (referring to sth. already mentioned); thus. *நீண்ட விவாதத்திற்குப் பிறகு நான் இவ்வாறு முடிவெடுத்தேன்./ பத்திரிகையில் இவ்வாறு எழுதியிருப்பது சரியல்ல.*

இவ்விடம் வி.அ. *(அ.வ.)* **(பெரும்பாலும் கடிதம் எழுதும்போது) இங்கு;** (mostly in letters) here (referring to the writer's end). *இவ்விடம் யாவரும் நலம்.*

இவர் பி.பெ. **உயர்திணைப் படர்க்கையில் அருகில் இருக்கும் ஆணையோ பெண்ணையோ மரியாதையுடன் சுட்டும் பிரதிப்பெயர்;** third person singular (honorific) pronoun (referring to one who is near); 'he' or 'she'.

இவர்கள் பி.பெ. 1: **அருகில் இருக்கும் ஆண், பெண் ஆகிய இருபாலுக்கும் உரிய படர்க்கைப் பன்மைப் பிரதிப்பெயர்;** third person plural (for those who are near). 2: *(உ.வ.)* **அருகில் இருக்கும் ஒருவரை மிகுந்த மரியாதையுடன் சுட்டும் பிரதிப்பெயர்;** honorific plural for one who is near. *இவர்கள் என் ஆசிரியர்.*

இவள் பி.பெ. **உயர்திணைப் படர்க்கையில் அருகில் இருக்கும் பெண்ணைச் சுட்டும் பிரதிப்பெயர்;** third person singular feminine pronoun (for one who is near); she.

இவன் பி.பெ. **உயர்திணைப் படர்க்கையில் அருகில் இருக்கும் ஆணைச் சுட்டும் பிரதிப்பெயர்;** third person singular masculine pronoun (for one who is near); he.

இவை பி.பெ. **அருகில் இருக்கும் அஃறிணைப் பொருள்களைச் சுட்டும் பிரதிப்பெயர்;** neuter plural (for those which are near).

இழ வி. (இழக்க, இழந்து) 1: **(இருப்பதை) பறிகொடுத்தல்;** lose. *துப்பாக்கிச் சூட்டில் குண்டு பாய்ந்ததால் காலை இழந்தார்./ நாடு ஒரு பெரும் தலைவரை இழந்தது.* 2: **(வாய்ப்பு முதலியவற்றை) தவறவிடுதல்/(பதவி முதலியவற்றை) விட்டுவிடும்படியாதல்;** lose (a chance, position, etc.,); be deprived of. *நீ அவரைச் சந்திக்கும் வாய்ப்பை இழந்துவிட்டாய்./ அமைச்சரவை மாற்றத்தில் சிலர் பதவி இழந்தனர்.* 3: **(சுயநினைவு, நிம்மதி, பொறுமை முதலியவற்றை) போக விடுதல்;** lose (consciousness, self respect, etc.,). *அவர் நினைவு இழந்து கீழே விழுந்தார்./ மானம் இழந்த பிறகு எப்படி வாழ்வது?/ இந்த ஊருக்கு வந்த பிறகு நிம்மதி இழந்துவிட்டேன்.*

இழக்கு வி. *(இழக்க, இழக்கி) (இலங்.)* **(நிர்ப்பந்தத்தின் பேரில் ஒன்றை) தருதல்;** part with (on compulsion). *அவன் கரைச்சல் தருவான் என்று பயந்து ஐந்து ரூபாயை இழக்கிவிட்டாள்./ பத்து ரூபாய் இழக்கிவிட்டால் போதும், உன்னை விட்டுவிடுவார்கள்.*

இழப்பீடு பெ. *(பெ.வ.)* **நஷ்டஈடு;** compensation. *ரயில் விபத்தில் உயிரிழந்தவர்களின் குடும்பங்களுக்குத் தலா ஒரு லட்சம் ரூபாய் இழப்பீடு வழங்கப்படும்./ தீ வைப்புச் சம்பவத்தில் பாதிக்கப்பட்டோருக்கு அரசு இழப்பீடு தர வேண்டும்.*

இழப்பு பெ. **நஷ்டம்;** loss. வரிச் சலுகையால் அரசுக்கு வருமான இழப்பு பல லட்சம்./ தலைவரின் மறைவு நாட்டுக்குப் பெரும் இழப்பாகும். [(தொ.சொ.) **அழிவு/ உருக்குலை/ சிதைவு/ சின்னாபின்னம்/ சேதம்/ நாசம்/ பேரழிவு**]

இழவு பெ. **1: (குடும்பத்தில்) சாவு நேர்தல்;** death (of member of a family). இழவு வீடுகளுக்குச் சென்று விடைபெறுவோர் 'போகிறேன்' என்று மட்டுமே கூறுவார்கள். **2:** *(பே.வ.)* **கசப்பான மனநிலையில் ஒருவர் தன் வெறுப்பு, எரிச்சல் முதலியவற்றை வெளிப்படுத்தும் சொல்;** word used to express disgust or impatience. என்ன இழவு, தினமும் வந்து தொல்லை கொடுக்கிறான்./ 'என்ன படிப்போ இழவோ, செலவுதான் மிச்சம்.'/காயம்பட்டதும் மருத்துவரிடம் போக வேண்டும் என்று தோன்றவில்லையா? இந்த இழவைக்கூடவா நான் சொல்லித்தர வேண்டும்?

இழவு கேள் வி. *(கேட்க, கேட்டு)* **துக்கம் விசாரித்தல்; துக்கம் கேட்டல்;** condole.

இழவு சொல் வி. *(சொல்ல, சொல்லி)* **தன் வீட்டில் நடந்த இறப்பைப் பற்றிய தகவலை உறவினர்களுக்குத் தெரிவித்தல்;** inform (relatives of) the death (of a family member). எங்கள் சம்பந்தி வீட்டில் இழவு சொல்லிவிட்டு, அப்படியே மாமா வீட்டிலும் சொல்லிவிடு.

இழவு விழு வி. *(விழ, விழுந்து) (பே.வ.)* **(ஒரு வீட்டில்) மரணம் நிகழ்தல்;** (of death) occur (in s.o.' family). இழவு விழுந்த வீடு.

இழி வி. *(இழிய, இழிந்து) (பே.வ.)* **(தொடர்ந்து பாம்படத்தை அணிவதால் காது மடலின் கீழ்ப்பகுதியில் உள்ள துவாரம் பெரிதாகி) தொய்வடைதல்;** (of ear lobe) sag (due to constant wearing of *பாம்படம்*). பாம்படம் போட்டுக் காது இழிந்துவிட்டது./ இழிந்த காதின் ஓட்டையைத் தைக்க மருத்துவரை நாடினார்கள்.

இழித்து வி.அ. *(உ.வ.) (பெரும்பாலும் 'பேசுதல்' தொடர்பான வினைகளோடு)* **தரக்குறைவாக; இழிவாக;** derisively. அவர் மற்றவர்களைப் புகழ்ந்து பேசுவதைவிட இழித்துப் பேசுவதே அதிகம்.

இழிந்த பெ.அ. *(உ.வ.)* **தாழ்ந்த; கேவலமான; இழிவான;** base; low. பொய் சொல்லி ஏமாற்றும் இந்த இழிந்த குணம் வேண்டாம்.

இழிநிலை பெ. *(உ.வ.)* **கீழ்நிலை; இழிந்த நிலை;** degraded or disgraceful state. அளவுக்கு மிஞ்சிய குடியால் எவ்வளவு அவமானம்; எப்படிப்பட்ட இழிநிலைக்குப் போய்விட்டார்!

இழிவு பெ. **1:** *(-ஆக, -ஆன)* **கீழ்த்தரம்; தரக்குறைவு;** degradation; baseness. படித்தவன் இப்படி இழிவாகப் பேசலாமா? [(தொ.சொ.) **கீழ்மை/ தாழ்வு/ மோசம்**] **2: அவமானம்;** disgrace. உன்னால் இந்தக் குடும்பத்திற்கு இழிவும் கெட்ட பெயரும் ஏற்பட்டுவிட்டது. [(தொ.சொ.) **அகௌரவம்/ அவமதிப்பு/ அவமரியாதை/ அவமானம்/ இழுக்கு/ களங்கம்/ பழி**]

இழிவுபடுத்து வி. *(-படுத்த, -படுத்தி)* **(ஒன்றை அல்லது ஒருவரை) கேவலப்படுத்தும் அல்லது புண்படுத்தும் நோக்கத்தில் ஒரு செயலைச் செய்தல்;** insult. குறிப்பிட்ட ஒரு சமூகத்தினரை இழிவுபடுத்துவதுபோல் தலைவரின் பேச்சு அமைந்துள்ளதாக எதிர்க்கட்சியினர் குற்றம் சாட்டினர்./ யாரையும் இழிவுபடுத்த வேண்டும் என்ற நோக்கத்தோடு நான் இதைக் கூறவில்லை.

இழு வி. *(இழுக்க, இழுத்து)* **1: (கையால் அல்லது ஏதேனும் இணைப்பின் மூலம்) தனக்குப் பின்னால் அல்லது தன்னை நோக்கி அல்லது மேல்நோக்கி வரச் செய்தல்;** pull (towards oneself); draw. ரப்பர் வளையத்தை அதிகமாக இழுக்காதே!/ சினிமாவுக்குப் போகலாம் என்று கையைப் பிடித்து இழுத்தான்./ செக்கு இழுக்கும் மாட்டை வண்டி இழுக்கவைக்க முடியாது./ சேற்றில் மாட்டிக்கொண்ட யானையைப் பளுதூக்கியால் இழுத்துக் காப்பாற்றினார்கள்./ கடைக்குள் இருந்தவனை வெளியே இழுத்துவந்து உதைத்தார்கள். **2: (உடல் உறுப்புகள் நோய் காரணமாக) வெட்டிவெட்டி மடங்குதல்; சுண்டப்படுதல்;** (of limbs) have spasms; convulse. காக்காய்வலிப்பு வந்தது மாதிரி அவனுக்குக் கையும் காலும் இழுத்துக்கொண்டன. **3: ஓர் இடத்தில் அல்லது ஒரு நிலையில் இருப்பதை மற்றொரு இடத்துக்கு அல்லது நிலைக்குக் கொண்டுவருதல்;** pull (sth. to a desired place or position); draw. நாற்காலியைச் சுவர் ஓரமாக இழுத்துப்போட்டுக்கொண்டு உட்கார்ந்தார்./ ஜன்னல் திரையைச் சற்று இழு, வெளிச்சம் வரட்டும்./ அவள் பேசும்போது அடிக்கடி முக்காட்டை இழுத்துவிட்டுக் கொண்டாள்./ நாடாவை இழுத்துச் சுருக்குப் பையை மூடினான். **4: (ஒன்றை அல்லது ஒருவரை ஏதேனும் ஒன்றில்) வலியத் தொடர்புபடுத்துதல்;** drag (s.o. into sth.); involve. என்னை வம்புச் சண்டைக்கு இழுக்காதே!/ எதற்காக அநாவசியமாக அவன் பெயரை இழுக்கிறாய்? **5: (பேச்சில் சொல்ல வந்ததைச் சொல்லாமல் தயக்கத்துடன்) நீட்டித்தல்;** leave (what one has started saying) unfinished. 'அவர் உங்களைப் பற்றி...' என்று மேலே சொல்லாமல் இழுத்தார்./ 'பரீட்சைக்குப் படிக்க வேண்டும்' என்று இழுத்தாற்போல் சொன்னான். **6: (வேலை முடிவுக்கு வராமல்) நீளுதல்;** prolong. வேலை இன்னும் எவ்வளவு நாள் இழுக்குமோ? **7:** *(மரணத் தறுவாயில் இருப்பவரைக் குறித்து வரும்போது)* **உயிருக்குப் போராடுதல்;** be in a protractedly critical condition. அவர் நிலைமை இன்றைக்கோ நாளைக்கோ என்று இழுத்துக்கொண்டிருக்கிறது. **8: (மூச்சு) இரைத்தல்;** gasp (for breath). உனக்கு ஏன் இப்படி மூச்சு இழுக்கிறது, ஓடி வந்தாயா? **9: (காற்று, புகை, பொடி முதலியவற்றை வாய் அல்லது மூக்கு வழியாக) உறிஞ்சி உள்ளே போகச் செய்தல்;** take in; draw in. ஒருமுறை ஆழமாக மூச்சை இழுத்துவிட்டுக் கொண்டார்./ பீடியைப் பற்றவைத்துப் புகையை இழுத்து ஊதினார்./ 'சர்' என்று பொடியை ஓர் இழுப்பு இழுத்தார். **10: கவர்தல்; ஈர்த்தல்;** attract; draw close. இரும்பைக் காந்தம் இழுப்பதுபோல் அவள் அழகு அவனை இழுத்தது./ ரசிகர்களை உங்கள் பக்கம் இழுக்கும் சக்தி உங்களுக்கு இருக்கிறது./ தேர்தல் சமயத்தில் ஒவ்வொரு கட்சியும் வாக்காளர்களைத் தங்கள் பக்கம் இழுக்கப் பெரும் முயற்சி

செய்கிறது. [(தொ.சொ.) **ஆகர்ஷி/ ஈர்/ கவர்**] **11: (தண்ணீர்) இறைத்தல்;** draw (water from a well, etc.,). தண்ணீர் இழுத்துஇழுத்துக் கையெல்லாம் வலிக்கிறது. **12: (கோடு) வரைதல்;** draw (a line). வயது பத்தாகிறது. நேராக ஒரு கோடு இழுக்கத் தெரியவில்லையே! **13: (கம்பியாக, இழையாக) நீண்டுவருமாறு செய்தல்;** draw (into wire, fibre). இரும்பைக் கம்பியாக இழுக்கலாம். **14:** *(இலங்.)* **(முடி) வாருதல்;** comb (hair). உன் உச்சி வடிவாக இல்லை, முடியைச் சரியாக இழு./ தலை இழுத்து முகம் கழுவிக்கொண்டு புறப்பட்டாள்./ அவர் நடுஉச்சி பிரித்துதான் தலை இழுப்பார்.

இழுக்கப்பறிக்க வி.அ. *(பே.வ.)* **1: (பணம், பொருள் முதலியன) பற்றாக்குறை நிலையில்;** barely sufficient. வாங்குகிற சம்பளம் இழுக்கப்பறிக்க இருப்பதால் ஒவ்வொரு செலவையும் யோசித்துத்தான் செய்யவேண்டியிருக்கிறது. **2: எந்த நேரத்திலும் உயிர் பிரியலாம் என்ற நிலையில்;** (of a dying person) in a critical condition. பெரியவரின் உடல்நிலை இழுக்கப்பறிக்க இருக்கிறது. ஒரு நாளைக்கு மேல் தாங்காது./ விபத்தில் அடிபட்டவனின் மூச்சு இழுக்கப்பறிக்க ஓடிக்கொண்டிருந்தது.

இழுக்கு பெ. *(உ.வ.)* **களங்கம்;** disgrace; shame. உன் நற்பெயருக்கு இழுக்கு தேடிக்கொள்ளாதே! [(தொ.சொ.) **அகௌரவம்/ அவமதிப்பு/ அவமரியாதை/ அவமானம்/ இழிவு/ களங்கம்/ பழி**]

இழுத்த இழுப்புக்கு வி.அ. **(ஒருவருடைய) விருப்பங்களுக்கெல்லாம் வளைந்துகொடுத்து;** yielding to all one's demands; as it pleases s.o. அவர் எனக்குப் பண உதவிசெய்தார் என்பதற்காக அவர் இழுத்த இழுப்புக்கு என்னால் நடந்துகொள்ள முடியாது./ அதுவோ பழைய வண்டி. நீ இழுத்த இழுப்புக்கு அது வர வேண்டும் என்று எதிர்பார்க்கலாமா?

இழுத்தடி வி. *(-அடிக்க, -அடித்து)* **1: (தொல்லை தரும் நோக்கத்தோடு) அலையவைத்தல்; அலைக்கழித்தல்;** delay with an intention to harass. மூன்று வருஷம் இழுத்தடித்த பிறகுதான் வாங்கிய பணத்தை அவர் திருப்பிக் கொடுத்தார். **2: (முடிவுக்குக் கொண்டுவராமல் வேண்டுமென்றே) காலம் தாழ்த்துதல்;** protract; delay (to dodge a conclusion). தொழிற்சாலை நிர்வாகத்தினர் வழக்கை இழுத்தடிக்கின்றனர்.

இழுத்து வி.அ. *(மூடு, சாத்து போன்ற வினைகளோடு)* **வேறு வழி இல்லாமல் வலுக்கட்டாயமாக;** necessarily. தொழிலாளர் பிரச்சினையைத் தீர்க்காமல் தொழிற்சாலையை இழுத்து மூடிவிடுவதா?/ சரக்கு இல்லாவிட்டால் கடையை இழுத்துச் சாத்த வேண்டியதுதான்.

இழுத்துக்கொண்டு போ[1] வி. *(போக, போய்)* **(தான் காதலிப்பவரைத் திருமணம் செய்துகொள்வதற்காக) மற்றவர்களுக்குத் தெரியாமல் அழைத்துக்கொண்டு போதல்;** run away with (a lover); elope with. எதிர் வீட்டுப் பையன் யாரோ ஒரு பெண்ணை இழுத்துக்கொண்டு போய்விட்டானாம்./ உன் அக்கா யாரையோ இழுத்துக்கொண்டு போய்விட்டாள் என்று கேள்விப்பட்டேனே!

இழுத்துக்கொண்டு போ[2] வி. *(போக, போய்)* **(செலவுகள்) எதிர்பார்த்ததைவிட மிக அதிகமாக ஆகுதல்;** (of expenditure) go beyond the estimate. அவர் தன் மகளின் திருமணத்தைச் சிக்கனமாக முடித்துவிட வேண்டும் என்று நினைத்தார். ஆனாலும் கல்யாணச் செலவு எங்கோ இழுத்துக்கொண்டு போய்விட்டது./ மூன்று லட்சத்தில் வீடு கட்டிவிடலாம் என்று நினைத்தேன். ஆனால் செலவு இழுத்துக்கொண்டு போய்விட்டது.

இழுத்துப் பறி[1] வி. *(பறிக்க, பறித்து)* **முடிவுக்கு வராமல் தொடர்தல்;** get protracted; linger. தாத்தாவின் உயிர் இழுத்துப் பறித்துக்கொண்டிருக்கிறது./ வீட்டு பேரம் ஒரு மாதமாக இழுத்துப் பறித்துக்கொண்டிருக்கிறது.

இழுத்துப் பறி[2] வி. *(பறிக்க, பறித்து)* **தாமதப்படுத்துதல்;** delay. இந்த முறையாவது இழுத்துப் பறிக்காமல் பணத்தைச் சீக்கிரம் கொடுக்க முயற்சி செய்.

இழுத்துப்பிடி வி. *(-பிடிக்க, -பிடித்து)* **1: (செலவு செய்வதில்) கட்டுப்பாட்டுடன் இருத்தல்;** rein in or control (expenditure). ஒவ்வொரு மாதமும் கொஞ்சம் இழுத்துப் பிடித்தால் சிறிது சேமிக்கலாம்./ மாதக் கடைசி என்றால் இழுத்துப்பிடிக்க வேண்டியிருக்கிறது. **2: (ஒருவரை) கட்டுப்படுத்திவைத்தல்;** keep s.o. under control; rein s.o. in. எப்போது தறிகெட்டுப்போக ஆரம்பித்தானோ, அப்போதே இழுத்துப்பிடித்திருக்க வேண்டும். இப்போது வருந்தி என்ன செய்வது?/ உன் பையனைக் கொஞ்சம் இழுத்துப்பிடி. இல்லாவிட்டால் உருப்பட மாட்டான்.

இழுத்துப்போட்டுக்கொள் வி. *(-கொள்ள, -கொண்டு)* **(வேலைகளை அல்லது பொறுப்புகளை) வலிய ஏற்றுக்கொள்ளுதல்;** take upon oneself (work, responsibilities, etc., voluntarily). கல்யாண வேலைகள் அனைத்தையும் அவனே இழுத்துப்போட்டுக்கொண்டு செய்தான்./ எல்லா வேலைகளையும் இழுத்துப்போட்டுக்கொண்டு முடிக்க முடியாமல் வருத்தப்படாதே.

இழுத்துவிடு வி. *(-விட, -விட்டு)* **(ஒருவரைச் சிக்கலில்) மாட்டவைத்தல்;** land s.o in a difficult situation. உங்களுடைய சண்டையில் என்னை இழுத்துவிடாதே./ நீ வங்கியில் கடன் வாங்க உதவி செய்தேன். என்னைச் சிக்கலில் இழுத்துவிட்டுவிட்டாயே!

இழுப்பறை பெ. **(மேஜை, பீரோ போன்றவற்றில்) வெளியே இழுக்கக்கூடிய முறையில் உள்ள, மேல்புறம் திறந்திருக்கும் பெட்டி;** drawer (in a table, desk, etc.,).

இழுப்பாட்டம் பெ. *(இலங்.)* **நிச்சயமற்ற நிலை; இழுபறி;** (state of) uncertainty (regarding the outcome of an issue). எல்லாக் காரியங்களும் ஒரே இழுப்பாட்டமாய் இருந்தது.

இழுப்பாணி சப்பாணி பெ. *(இலங்.)* **திறமை இல்லாததால் ஒரு வேலையை இழுத்தடித்துச் செய்து முடிப்பவர்;** person who delays doing things due to his inefficiency; inefficient person. இந்த இழுப்பாணி சப்பாணிகளை வைத்துக்கொண்டு அலுவலக வேலைகளைக் குறித்த காலத்தில் எப்படி முடிப்பது என்று திணைக்கள மேலதிகாரி சலித்துக்கொண்டார்.

இழுப்பு பெ. **1: இழுத்தல்;** act of hauling. பளுதூக்கியின் இழுப்புச் சக்தி அதிகம். **2: வலிப்பு (நோய்);** fits; spasm.

இழுப்பு நோய் உள்ளவர்கள் நீர்நிலைக்குச் செல்லும்போது ஜாக்கிரதையாக இருக்க வேண்டும். **3: (புகை, பொடி முதலியவற்றை) உறிஞ்சுதல்;** drawing on (sth.); dragging on (sth.). இரண்டு இழுப்பில் பீடி பாதியாகப் போய்விட்டது. **4: மூச்சுத் திணறல்;** wheezing. இழுப்பும் இருமலும் அதிகமாகிப் படுக்கவோ உட்காரவோ முடியாமல் அவர் சிரமப்பட்டார். **5: (பேச்சில் தயக்கத்தைக் காட்டும்) நீட்டிப்பு;** drawl. 'ஐயா...' என்று ஓர் இழுப்போடு ஆரம்பித்தார். **6:** *(ஊரக வ.)* **(நீரின்) வேகம்;** (water) current. ஆற்றில் இந்த இடத்தில் இழுப்பு அதிகம்.

இழுபறி பெ. *(-ஆக, -ஆன)* **முடிவு எவ்வாறு இருக்கும் என்பது தெரியாத நிலை; நிச்சயமற்ற நிலை;** uncertainty. அவருடைய கட்சித் தலைமைப் பதவி இழுபறி நிலையில் இருக்கிறது./ எல்லைத் தகராறு பிரச்சினை இழுபறியாகப் போய்க்கொண்டிருக்கிறது.

இழுபறிப்படு வி. *(-பட, -பட்டு) (இலங்.)* **(இரண்டு தரப்பினர் ஒரு விஷயத்தில் ஒரு முடிவுக்கு வர முடியாமல்) நிச்சயமற்ற நிலையில் இருத்தல்;** (of two parties) be at variance (with each other); be unable to agree (on an issue). நீண்ட காலமாகவே இரண்டு அரசியல் கட்சிகளும் இழுபறிப்பட்டுக்கொண்டிருப்பதால் நாட்டில் சமாதானம் ஏற்படவில்லை./ கலியாணம்பற்றிப் பெண் வீட்டாரும் மாப்பிள்ளை வீட்டாரும் இழுபறிப்படுகிறார்கள்.

இழுவல் பெ. *(-ஆக, -ஆன) (இலங்.)* **இழுபறி (நிலை);** (state of) uncertainty. ஏன்தான் இவளின் கலியாணம் இழுவலாய் இருக்கிறதோ தெரியவில்லை./ இந்த இழுவலான பிரச்சினைக்குள் நான் ஏன் தலையைப் போட்டேன் என்று யோசிக்கிறேன்.

இழுவைப் பாலம் பெ. **1: (தேவைப்படும்போது) செங்குத்தாகத் தூக்கிய நிலையிலும் அல்லது சமமாகப் படுக்கை நிலையில் இருபுறத்தையும் இணைக்கும் வகையிலும் இருக்கும்படி இரண்டு பகுதிகளைக் கொண்டு வடிவமைக்கப்பட்ட பாலம்;** drawbridge. பாம்பன் பாலம் ஒருவிதமான இழுவைப் பாலம். **2: ஒரு கோட்டையின் உள்ளே புக முடியாதவாறும், கோட்டையிலிருந்து வெளியேற முடியாதவாறும் கோட்டையின் பிரதான வாயிலில், அகழிக்குக் குறுக்கே, மேலே தூக்கி இறக்கும் வகையில் போடப்பட்டிருக்கும் பாலம்;** drawbridge.

இழுவைப் பாலம்

இழுவை ரயில் பெ. **மலைப்பகுதிகளில் சுமையை இழுத்துச்செல்லப் பயன்படும், இரண்டு உறுதியான கம்பிகளின் வழியே நகரும் வாகனம்;** cable car; winch.

இழை[1] வி. *(இழைய, இழைந்து)* **1: (ஒன்று) உணரத்தக்க முறையில் வெளிப்படுதல்;** be shot through with (affection, etc.,). அவள் குரலில் பாசம் இழைந்தது./ நான் சொன்னதை முகத்தில் புன்னகை இழைய அவன் கேட்டுக்கொண்டிருந்தான். **2: (இசைவாக) இணைதல்;** blend (harmoniously). குழலின் இசையும் வீணையின் நாதமும் இழைந்து மனத்தை மயக்கின. **3: ஒட்டி உறவாடுதல்;** be chummy. நீங்கள் எப்படியெல்லாம் இழைந்தீர்கள் என்பது எனக்குத் தெரியும். **4: (உடை உடலோடு) பொருந்திப் படிந்திருத்தல்;** (of clothes) be flowing (on s.o.'s body). மஞ்சள் நிற மேனியில் இழைந்து ஒளிர்ந்தது மெல்லிய பட்டுச் சேலை.

இழை[2] வி. *(இழைக்க, இழைத்து)* **1: (மரச் சட்டம், பலகை போன்றவற்றை வழவழப்பாக்கவும் கனத்தைக் குறைக்கவும் இழைப்புளியால்) சீவுதல்; தேய்த்தல்;** plane (a piece of wood). இந்தக் கட்டையின் நடுப்பகுதியை இன்னும் சிறிது இழைத்த பிறகு வர்ணம் பூசலாம்./ சொரசொரப்பை நீக்குவதற்காக அந்தப் பலகையை நன்றாக இழைத்துக்கொள்ள வேண்டும். **2: (சந்தனம், மஞ்சள் முதலியவற்றைச் சிறிது தண்ணீர் விட்டுக் கல் போன்றவற்றில்) தேய்த்தல்;** rub (sandalwood, turmeric, etc., on a slab of stone with a few drops of water to obtain a paste.). மஞ்சள் இழைக்கும் கல்/ மாசிக்காயை இழைத்துக் குழந்தைகளுக்கு மருந்தாகத் தருவார்கள்./ *(உரு வ.)* காம்போதியை வித்வான் வயலினில் மெய்மறக்க இழைத்தார். **3: (ஜரிகையால் சேலை அல்லது கரை) நெய்தல்;** brocade. முழுவதும் ஜரிகையால் இழைக்கப்பட்ட முகூர்த்தப் புடவை. **4: (முத்து முதலிய மணிகளை நகையில்) பதித்தல்;** set (pearl, etc., in a piece of jewellery); be inlaid with. வைரம் இழைத்த கிரீடம்/ கல் இழைத்துச் செய்த அட்டிகை. **5:** *(இலங்.)* **(பாய், கூடை முதலியவற்றை) பின்னுதல்;** weave (a basket, mat, etc.,). முற்றத்தில் வட்டமாக உட்கார்ந்து பாய் இழைக்கத் தொடங்கிவிட்டனர்./ பாய் இழைக்கும்போது சத்தகம் கையை வெட்டிவிட்டது.

இழை[3] வி. *(இழைக்க, இழைத்து) (உ.வ.)* **(குற்றம், துரோகம் போன்ற செயல்களைக் குறிக்கும் சொற்களோடு மட்டும்) செய்தல்; புரிதல்;** do (wrong, harm, injustice, etc.,). நான் உனக்கு என்ன துரோகம் இழைத்தேன்?/ தான் தவறு இழைத்துவிட்டதை நினைத்து அவன் வருந்தினான்./ அவர் இழைத்த அநீதிக்கு அளவில்லை./ ரசாயன உரங்களை நீண்ட காலம் பயன்படுத்துவது மண் வளத்துக்குத் தீங்கிழைக்கக்கூடும்.

இழை[4] பெ. **1:** *(நெசவு)* **(நூலாகத் திரிக்கப்படும்) பஞ்சில் இருக்கும், மிக மெல்லிய நாரினால் ஆன பொருள்;** yarn. இழைகள் நைந்து பழுப்பேறிய வேட்டி/ சில பருத்தி வகைகள் நீளமான இழைகளைத் தரும்./ துணியில் இழைகளுக்கு இடையே இடைவெளி அதிகமாக இருந்தால் துணி அதிக நாள் உழைக்காது. [*(தொ.சொ.)* **கயிறு/ நூல்/ வடம்**] **2: தாவரங்களில் இயற்கையாகக் காணப்படும்**

இழைக்கட்டு 152

அல்லது சில உலோகங்களிலிருந்தும் ரசாயனப் பொருள்களிலிருந்தும் தயாரிக்கப்படும் நூல் போன்ற பொருள்; wire; fibre. சுற்றப்பட்ட உலோக இழையில் மின்சாரத்தைப் பாய்ச்சினால் அதற்குக் காந்த சக்தி கிடைக்கிறது. 3: (கதையின் அல்லது விவாதத்தின் பகுதிகளை ஒன்றோடொன்று தொடர்புபடுத்தும்) இணைப்புச் சரடு; thread (of an argument or a story). பேசும்போது குறுக்கிட்டால் சொல்லவந்த செய்தியின் இழை அறுந்துவிடுகிறது./ மரபுதான் இந்தக் கதையின் இழை.

இழைக்கட்டு வி. (-கட்ட, -கட்டி) (இலங்.) **வேண்டிக்கொண்ட காரியம் நிறைவேறுவதற்காகக் கோயிலுக்குச் சென்று கையில் கயிறு கட்டிக்கொள்ளுதல்;** perform the ritual of tying a thread in one's hand in a temple seeking fulfilment of a wish.

இழைக்கயிறு பெ. **(பந்தல், சாரம் போன்றவை கட்டப் பயன்படும்) தேங்காய் நாரை முறுக்கித் தயாரிக்கும் மெல்லிய கயிறு;** rope (made of fibre from coconut husk).

இழைநார் வளர்ச்சி நோய் பெ. **இயல்பான கல்லீரல் திசுக்களுக்குப் பதிலாகப் பழுதடைந்த திசுக்கள் உருவாவதால், கல்லீரல் செயல்படாத நிலை;** cirrhosis. இழைநார் வளர்ச்சி நோயால் பாதிக்கப்பட்ட நோயாளிக்குத் தொடக்கத்தில் எந்த நோய் அறிகுறியும் இருக்காது./ குடிகாரர்களுக்கு இழைநார் வளர்ச்சி நோய் வரும் சாத்தியம் அதிகம்.

இழைப்பு பெ. (மண்.) **(பாண்டத்தைச் செய்யும்போதே) மட்பாண்டத்தின் கழுத்துப் பகுதியில் வட்டமாகக் கம்பிபோலப் போடும் கோடுகள்;** threads shaped round the neck of mud vessel while throwing it on the potter's wheel.

இழைப்புளி பெ. **மரச் சட்டம், பலகை போன்றவற்றைச் சமமாகவும் வழவழப்பாகவும் ஆக்குவதற்குப் பயன்படுத்தும் கூரிய உளித்தகடு நடுப்பகுதியில் செருகப்பட்ட தச்சர் கருவி;** (carpenter's) plane.

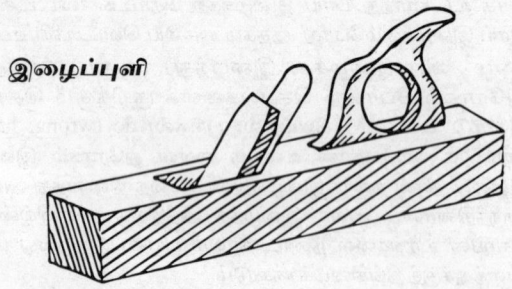

இழைப்புளி

இழையோடு வி. (இழையோட, இழையோடி) 1: **(ஒரு செய்தி அல்லது உணர்வு ஒன்றின் பின்புலத்தில்) ஊடுருவி இருத்தல்; அடிச் சரடாகக் காணப்படுதல்;** be threaded with (feelings, emotions, etc.,); be shot through with. அவர் பேச்சிலும் முகத்திலும் சோகம் இழையோடியிருந்தது./ இவர் கவிதைகளில் இழையோடியிருக்கும் உணர்வு மனிதநேயமே. 2: **(மூச்சு) மிகச் சன்னமாக வெளிப்படுதல்;** (of breath) be a faint trace. உயிர் இன்னும் பிரியவில்லை, மூச்சு இழையோடுகிறது.

இழை விளக்கு பெ. **கண்ணாடிக் குமிழுக்குள் இருக்கும் டங்ஸ்டன் உலோக இழைகள் மின்சக்தியினால் வெப்பம் அடைவதால் ஒளிர்ந்து வெளிச்சம் தரும் விளக்கு;** incandescent light.

இளக்கம் பெ. **(உடல் அல்லது மண் போன்றவற்றின் விறைப்பற்ற) நெகிழ்வுத் தன்மை;** state of being loose. ஆழ்ந்த தூக்கத்தில் தசைகள் இளக்கம் பெறுகின்றன./ சேறு கட்டிய நிலம் பாகுபோல் இளக்கமாக இருந்தது.

இளக்காரம் பெ. (-ஆக, -ஆன) (பே.வ.) **ஒருவர்மேல் தனக்குள்ள இகழ்ச்சியையும் கேலியையும் வெளிப்படுத்தும் விதத்தில் அல்லது ஒருவரைச் சற்றும் மதிக்காத விதத்தில் நடந்துகொள்ளும் போக்கு;** tendency to slight, humiliate or look down upon. அவன் அவளைப் பார்த்து இளக்காரமாகச் சிரித்தான்./ என்னுடைய அப்பா என்றால் உங்களுக்கு எப்போதும் இளக்காரம்தான். [(தொ.சொ.) **இளப்பம்/ எள்ளல்/ கிண்டல்/ கேலி/ நக்கல்/ நையாண்டி**]

இளக்கு வி. (இளக்க, இளக்கி) 1: **(கெட்டித் தன்மையிலிருந்து) நெகிழச் செய்தல்; இளகச் செய்தல்;** melt; liquefy; make loose or soften. சாலை போடத் தாரை இளக்கி ஊற்றுகிறார்கள்./ (உரு வ.) அவன் மனத்தை இளக்க முடியவில்லை. 2: (இலங்.) **தளர்த்துதல்;** loosen. கொடியைக் கொஞ்சம் இளக்கிக் கட்டு./ (உரு வ.) பையனைக் கொஞ்சம் இளக்கிப்பிடி. அவன் திருந்துவான்.

இளகு வி. (இளக, இளகி) 1: **(தார், மெழுகு, வெல்லம் போன்றவை வெப்பத்தால்) கெட்டித் தன்மை இழத்தல்;** soften; melt slightly. பத்து மணி வெயிலில் சாலையில் தார் இளகியிருக்கிறது. ஒரு மணி வெயிலில் உருகி ஓட ஆரம்பித்து விடும்./ சர்க்கரை இளகினால் இளம் பாகு பதமாக வரும்./ (உரு வ.) மகளின் அழுகைதான் அவர் மனத்தைச் சற்று இளக வைத்தது. 2: **(மலம்) வெளியேறும் வகையில் மிருதுவாதல்;** (of stools) become soft. ஆமணக்கெண்ணெய் போன்றவை மலம் இளக உதவுகின்றன./ தொடர்ந்து ஏற்படும் இளகிய மலக் கழிவு நோயின் அறிகுறியாகும். 3: **(நிலம்) கெட்டியாக இல்லாமல் இருத்தல்;** (of earth) become loose. கலப்பையைக் கொண்டு நிலத்தை இளகச் செய்ய வேண்டும்./ பூமியின் மேற்பரப்பு சில இடங்களில் இளகிக் காணப்படும். 4: (இலங்.) **(அப்பளம் முதலியவை) நமுத்தல்;** lose crispness. அப்பளம் இளகிவிட்டது./ முறுக்கை டப்பாவில் போடாததால் இளகிப்போய்விட்டது. 5: (இலங்.) **(ஒன்றின் வீச்சு, தாக்கம் முதலியவை) வலுவிழந்து தணிதல்;** become less serious. சாதிப் பிரச்சினை ஒருமாதிரி இளகிப் போய்விட்டது.

இளசு பெ. (பே.வ.) 1: (காய்கறி, தேங்காய் போன்றவற்றைக் குறிப்பிடும்போது) **முற்றாதது;** (of vegetables, coconut, etc.,) tender. இளசாகப் பார்த்து இரண்டு இளநீர் வெட்டிக் கொடு! 2: (பெரும்பாலும் பன்மையில்) **இளம் பெண் அல்லது இளம் பெண்ணும் ஆணும்;** (in plural) young girl or young people; the youth. இளசுகள் பட்டுப் புடவையில் தேவதைகளாகக் காட்சியளித்தனர்./ இளசுகள் ஆடிப்பாடி மகிழ்வது பார்க்க மகிழ்ச்சியாக இருக்கிறது.

இளஞ்சார்வு பெ. (இலங்.) **(பனை மரத்தின்) குருத்து ஓலை;** tender leaf (of palmyra). இளஞ்சார்வில் இழைத்தது இந்தப் பெட்டி.

இளந்தாரி பெ. (வ.வ.) **இளைஞன்;** young man; youth.

இளந்தொந்தி பெ. (பெரும்பாலும் ஆண்களைக் குறித்து வரும்போது) **லேசாக மேடிட்டதைப் போலக் காணப்படும் வயிறு;** slight paunch (mostly among men).

இளநடவு பெ. (ஊரக வ.) **(பயிரின் வளர்ச்சி நிலையைக் குறிக்கையில்) வயலில் நட்டுச் சில நாட்களே ஆன நெற்பயிர்;** stage in growth of the paddy just a few days after transplanting in the field. இளநடவாக இருக்கும் போதே வெள்ளம் வந்துவிட்டது.

இளநரை பெ. **(ஒருவருக்கு) மிக இளம் வயதிலேயே தோன்றும் நரை முடி;** premature grey hair.

இளநிலை[1] பெ. **பல்கலைக்கழகப் படிப்பில் முதல் நிலைப் பட்டப் படிப்பு;** undergraduate (course). இளநிலை பயிலும் மாணவர்கள்/ இளநிலைப் படிப்புக்கு வேதியியலைத் தேர்ந்தெடுத்தேன்./ இளநிலை முதலாண்டு/ இளநிலை வகுப்பு.

இளநிலை[2] பெ. **(பல நிலைகளைக் கொண்ட பதவி வரிசையில்) தொடக்க நிலை;** junior grade. இளநிலைப் பொறியாளர்/ இளநிலை விரிவுரையாளர்.

இளநீர் பெ. **1: இனிப்பான நீரும் முற்றாத பருப்பும் கொண்ட, மட்டை உரிக்காத தேங்காய்;** tender coconut. **2: இளம் தேங்காயின் நீர்;** milk of tender coconut. காலையில் வெறும் வயிற்றில் இளநீர் குடித்தால் நல்லது என்பார்கள்.

இளப்பம் பெ. **மற்றவர்களால் ஏளனமாகப் பார்க்கப்படும் நிலை; இளக்காரம்;** being regarded as insignificant or worthless. நம் குழந்தைகளை நாமே திட்டினால் மற்றவர்களுக்கும் இளப்பமாகத்தானே போகும்! [(தொ.சொ.) **இகழ்ச்சி/ இளக்காரம்/ எள்ளல்/ கிண்டல்/ கேலி/ நக்கல்/ நையாண்டி**]

இளம் பெ.அ. **1:** (மனிதர்களின் வயதைக் குறிப்பிடும்போது) **இளமையான;** (மிருகங்களில்) **சிறுவயதுடைய;** (when referring to the age of human beings, animals) young. இளம் பெண்/ இளம் வயது/ இளம் சிங்கம். **2:** (தாவரங்களைக் குறிப்பிடும்போது) **வளரத் தொடங்கியுள்ள; முதிராத;** (when referring to plants, trees, etc.,) tender; young. இளம் கொடி. **3: (ஒரு துறையில்) முன்னேறிவருகிற அல்லது ஆரம்ப நிலையில் இருக்கிற;** fledgling (in a particular field). இளம் எழுத்தாளர்/ இளம் ஆட்டக்காரர். **4:** (நிறத்தைக் குறிப்பிடும்போது) **வெளிர்;** (when referring to colour) pale; not deep. இளம் சிவப்பு/ இளம் பச்சை. **5:** (ஒன்றின் தன்மையைக் குறிப்பிடும்போது) **மென்மையான; மிதமான;** (when referring to the nature of sth.) gentle; soft; (of warmth) comfortable. இளம் தென்றல்/ இளம் வெயில்/ இளம் சூடு. **6:** (குறிப்பிட்ட தன்மை, நிலை போன்றவற்றுக்கு முன் வரும்போது) **அப்போதுதான் தொடங்கியுள்ள;** (of morning) just begun; early. இளம் காலைப் பொழுது/ இளம் வழுக்கை.

இளம்பிள்ளைவாதம் பெ. **இளம் குழந்தைகளின் கைகால்களில் உள்ள தசைகளின் வளர்ச்சியைப் பாதித்து அவை இயங்கும் சக்தியை இழக்கச் செய்யும் ஒரு வகைத் தொற்றுநோய்;** poliomyelitis.

இளமானி பெ. (இலங்.) **இளநிலை[1];** graduation. இளமானிப் பட்டதாரி/ இளமானிப் பட்டதாரிகளுக்கு ஆசிரியர் வேலை வழங்கப்பட்டது.

இளமை பெ. **இள வயதும் அந்த வயதுக்குரிய தன்மையும்;** youth. இளமையில் வறுமை மிகவும் கொடியது./ இளமைக் கால நினைவுகளை அசைபோட்டபடி உட்கார்ந்திருந்தார்./ இளமை வேகம்!

இளரத்தம் பெ. **1: விளைவுகளை எண்ணிப்பார்க்காமல் துணிச்சலுடன் எதையும் செய்ய முயலும் இளம் வயது;** daring young age; impetuous blood (of youth). இளரத்தத்தின் வேகத்தால் பெரியவர்களை எடுத்தெறிந்து பேசுகிறாய். **2: விளைவுகளை எண்ணிப்பார்க்காத துணிச்சலான இளைஞர்;** daring youth; young person. நீ இளரத்தம். அதனால் சண்டையில் இறங்கிவிடுகிறாய்.

இளவட்டம் பெ. (பே.வ.) **இளைஞர்களைப் பொதுவாகக் குறிப்பிடப் பயன்படுத்தும் சொல்;** youth. கல்லூரி மாணவிகளைக் கண்டதும் இளவட்டங்களின் ஆட்டமும் பாட்டமும் அதிகரித்தன.

இளவயதினர் பெ. **பதின்பருவத்தினர்;** teenagers.

இளவரசன் பெ. **அரச குடும்பத்தில் பிறந்து அரசனாகும் உரிமை பெற்ற ஆண்;** prince.

இளவரசி பெ. **அரச குடும்பத்தில் பிறந்தவள்;** princess.

இளவல் பெ. (உ.வ.) **1: தம்பி;** younger brother. **2: இளைஞன்;** young man.

இளவாளி வி. (இளவாளிக்க, இளவாளித்து) (இலங்.) **நமுத்தல்;** lose crispness. அப்பளம் எல்லாம் இளவாளித்துப் போய்விட்டது./ முறுக்கை வெளியே வைக்காதே, இளவாளித்துவிடும்.

இளவேனில் பெ. (உ.வ.) **கோடைக் காலத்தின் தொடக்கமாகிய பங்குனி, சித்திரை மாதங்கள்;** early summer, i.e., mid-March to mid-May.

இளி[1] வி. (இளிக்க, இளித்து) **அர்த்தம் இல்லாமல் (பல்லைக் காட்டி) சிரித்தல்;** laugh sheepishly; grin. செய்வதையும் செய்துவிட்டு இளிக்காதே!/ கடைக்காரனிடம் இளித்துக்கொண்டு நிற்காமல் சீக்கிரம் சாமான்களை வாங்கிக்கொண்டு வா!

இளி[2] பெ. (இசை) **(தமிழிசையில்) ஏழு ஸ்வரங்களில் ஐந்தாவது ஸ்வரமான 'ப' வைக் குறிப்பது;** the fifth of the seven notes.

இளிச்சவாயன் பெ. (பே.வ.) **எளிதில் ஏமாற்றப்படக்கூடிய ஒருவன்;** gullible person; simpleton. நீ சொல்வதையெல்லாம் நம்புவதற்கு யாராவது இளிச்சவாயன் இருக்கிறானா என்று பார்!

இளிப்பு பெ. **அர்த்தமற்ற சிரிப்பு;** foolish grin. செய்கிற தப்பையும் செய்துவிட்டு என்ன இளிப்பு?

இளை[1] வி. (இளைக்க, இளைத்து) **1: (உடல்) மெலிதல்;** lose weight; reduce. இளைத்துப் பாதி ஆகிவிட்டாயே!/

உடம்பு சற்று இளைக்க உண்ணாவிரதமா? [(தொ.சொ.) ஒடுங்கு/ நரங்கு/ மெலி/ வற்று] 2: (இறந்தகால வடிவங்களில் எதிர்மறையில்) **மட்டமாக இருத்தல்; மதிப்பில் குறைதல்;** (always in the negative) be inferior or weaker. உன் குதிரையைவிட எந்த விதத்திலும் இளைத்தது அல்ல என் குதிரை./ நான் என்ன ஊருக்கு இளைத்தவனா?

இளை² வி. (இளைக்க, இளைத்து) (வ.வ.) **இரைத்தல்;** pant; wheeze. ஓடிவந்ததால்தான் உனக்கு இளைக்கிறது.

இளைஞர் பெ. (பெரும்பாலும்) **பதின்ம வயதில் இருக்கும் ஆண்களும் பெண்களும்;** youth. இது இளைஞர்களை ஈர்க்கும் திரைப்படம்./ இந்தக் கால இளைஞர்கள் அரசியலில் அதிக ஆர்வம் காட்டுவதில்லை.

இளைஞன் பெ. **இளமைப் பருவத்தில் இருக்கும் ஒருவன்; வாலிபன்;** young man; youth.

இளைப்பாற்றுச் சம்பளம் பெ. (இலங்.) **ஓய்வூதியம்;** pension.

இளைப்பாறு வி. (இளைப்பாற, இளைப்பாறி) 1: (களைப்பைப் போக்க) **ஓய்வெடுத்தல்;** have a respite; take a rest. கூலியாட்கள் சுமையை இறக்கிவைத்துவிட்டு இளைப்பாறத் தொடங்கினார்கள்./ சற்று நேரம் படுத்து இளைப்பாறினால்தான் மற்ற வேலைகளைச் செய்ய முடியும். 2: (இலங்.) (பணியிலிருந்து) **ஓய்வு பெறுதல்;** retire (from service). இளைப்பாறிய பேராசிரியர்.

இளைப்பு¹ பெ. **இரைப்பு;** panting; wheezing.

இளைப்பு² பெ. **மெலிவு;** thinness. உடல் இளைப்புக்குக் காசநோயும் ஒரு காரணமாக இருக்கலாம்.

இளைய பெ.அ. 1: **பின்னால் பிறந்த;** younger (as opposed to elder). இளைய மகன்/ இளைய பெண். 2: (ஒன்றுக்கு மேற்பட்ட மனைவிகள் ஒருவருக்கு இருக்கும்போது அவர்களில்) **வயது குறைந்த;** (when a man has more than one wife) the youngest (of one's wives). இளைய தாரம்/ இளைய மனைவி. 3: **வயது குறைந்த;** younger. இளைய தலைமுறை/ என் பையன் தனக்கு இளைய குழந்தைகளோடுதான் விளையாடுகிறான். 4: (மேற்கத்திய சமூகங்களில் தந்தைக்கும் மகனுக்கும் ஒரே பெயர் இருக்கும்போது) **மகனின் பெயருக்கு அடையாக இடப்படும் சொல்;** Junior. இளைய போர்டு/ இளைய புஷ். 5: (தலைமுறைதலைமுறையாகத் தொடரும் அதிகாரம் போன்றவற்றைக் குறித்து வரும்போது) **அடுத்து அதிகாரத்துக்கு வரும் நிலையில் இருக்கும்;** heir apparent. இளைய ஜமீன்தார்/ இளைய நவாப்/ இளைய பண்ணையார்.

இளைய தாயார் பெ. (ஒருவருக்குத் தாய் ஸ்தானத்தில் அமையும்) **தந்தையின் இரண்டாவது மனைவி;** second wife of one's father.

இளையபட்டம் பெ. (பெரும்பாலும் சைவ மடங்களில்) **அடுத்த மடாதிபதியாகப் பொறுப்பேற்பதற்கு அதிகாரபூர்வமாகத் தேர்ந்தெடுக்கப்பட்டவருக்கு வழங்கப்படும் பட்டம்;** title given to a monk next in succession in a சைவ மடம்.

இளையாள் பெ. (பே.வ.) **ஒருவருடைய மனைவிகளில் இளையவள்;** the youngest of one's wives. அவர் வீட்டில் இளையாள் வைத்ததுதான் சட்டம்.

இற்றைவரை வி.அ. (இலங்.) **இன்றுவரை;** till today; to date. அவன் என்னிடம் வாங்கிய பணத்தை இற்றைவரை தரவில்லை./ பரீட்சை முடிவுகள் இற்றைவரை வரவில்லை என்பது உனக்குத் தெரியுமா?

இற வி. (இறக்க, இறந்து) (எதிர்மறைப் பெயரெச்ச, வினையெச்சங்களில் மட்டும் வரும் மாற்று வடிவங்கள்: இறவாத, இறவாமல்) (மனிதர்களும் விலங்குகளும்) **சாதல்;** die. வாய்க்கால் ஓரத்தில் மர்மமான முறையில் அவன் இறந்துகிடந்தான்./ பெரியவர் இறந்த பிறகுதான் சொத்துகள் பாகம் பிரிக்கப்பட்டன./ இறக்கும் தறுவாயில் அவர் இதைச் சொல்லியிருக்கிறார்.

இறக்கம் பெ. 1: **கீழ்நோக்கிய சரிவு;** downward slope. சாலையின் இறக்கத்தில் வண்டி வேகமாக ஓடியது./ சட்டை தைக்கும்போது தோள் பட்டை இறக்கம், அக்குள் இறக்கம் முதலிய அளவுகள் சம விகிதத்தில் அமைந்திருக்க வேண்டும் 2: (பொருள்களின் விலை) **குறைவு;** decrease; decline (in price). அத்தியாவசியப் பண்டங்களின் விலை இறக்கம்.

இறக்கு வி. (இறக்க, இறக்கி) 1: **உயரத்திலிருந்து அல்லது இருந்த இடத்திலிருந்து கீழே கொண்டுவருதல்;** lower; put (sth. or s.o.) down. வீட்டுக்கு வந்ததும் இடுப்பிலிருந்த குழந்தையைக் கீழே இறக்கிவிட்டாள்./ ஆசிரியர் தன் மூக்குக்கண்ணாடியை இறக்கிவிட்டுக்கொண்டார்./ பாலை அடுப்பிலிருந்து இறக்கு!/ இன்னும் இரண்டடி இறக்கினால் கிணற்றில் தண்ணீர் வந்துவிடும்./ (உரு வ.) மனத்தில் உள்ள பாரத்தை அம்மாவிடம் இறக்கிவைக்க வேண்டும் போலிருந்தது. 2: (ஓர் இடத்துக்குக் கொண்டு வந்து அல்லது கொண்டுபோய்) **சேர்த்தல்;** unload; take to (a place); descend; set s.o. down; deploy. தீபாவளிக்காகக் கூட்டுறவு அங்காடியில் நூறு மூட்டை சர்க்கரை இறக்கப்பட்டிருக்கிறது./ தினமும் குழந்தையை சைக்கிளில் கொண்டுபோய்ப் பள்ளிக்கூடத்தில் இறக்கிவிடுவார்./ கலவரம் நடந்த இடத்தில் ராணுவ வீரர்களை இறக்கியிருக்கிறார்கள்./ வனப் பகுதியில் பாதுகாப்புப் படையினர் ஹெலிகாப்டர் மூலம் இறக்கப்பட்டுள்ளனர். 3: (மேலிருப்பதை) **கீழ்த்தளத்தை அடையச் செய்தல்;** land. இந்தப் புது ரக விமானத்தைக் கடலிலும் இறக்க முடியும். 4: **நீர்ப் பரப்பினுள் செல்லும்படி விடுதல்;** let (sth.) down; lower. மாலுமிகள் நங்கூரத்தை இறக்கினார்கள். 5: (சீட்டு ஆட்டத்தில் ஒருவர் தன் முறை வரும்போது) **சீட்டைக் கீழே போட்டு விளையாடுதல்;** (in cards) play a card at one's turn. நீயா ராணியை இறக்கினாய்? 6: (கால்பந்து போன்ற விளையாட்டுகளில் ஒருவருக்குப் பதிலாக மற்றொருவரை அல்லது கிரிக்கெட்டில் குறிப்பிட்ட நிலையில் ஒருவரை) **விளையாட அனுப்புதல்;** send in (a player); field. இவ்வளவு நன்றாக விளையாடுபவரை முதலிலேயே இறக்கியிருக்கலாம். 7: (சொட்டு சொட்டாக) **வடித்தெடுத்தல்;** collect (toddy, decoction, etc., drop by drop); tap. பனையிலிருந்தும் தென்னையிலிருந்தும் கள் இறக்குகிறார்கள். 8: (சளி, காய்ச்சல், விஷம் போன்றவற்றை) **தணித்தல்; அகற்றுதல்.** bring

155 இறங்குமுகம்

down (fever, phlegm, poison etc.,) சளியை, காய்ச்சலை இறக்க இந்த மருந்தைச் சாப்பிடு. **9:** (பே.வ.) **(கூரை, பந்தல் முதலியவற்றை) கீழ்நோக்கிச் சரிவாக அமைத்தல்;** install (a roof, shed, etc.,) with a slope. நாட்டு ஓடுகளால் சார்ப்பு இறக்கிய வீடு. **10: (ஆட்சி, பதவி முதலியவற்றிலிருந்து) நீக்குதல்;** bring down; remove. ஆளுங்கட்சியை ஆட்சியை விட்டு இறக்கும்வரை ஓய மாட்டோம் என்று அந்தத் தலைவர் முழக்கமிட்டார். **11: (அலுவலகம், நிறுவனம் முதலியவற்றில் ஒருவருக்குத் தண்டனையாக) இருக்கும் பதவியிலிருந்து கீழ் நிலையில் உள்ள பதவிக்கு ஒருவரை மாற்றம் செய்தல்;** demote. ஒழுங்குமுறை நடவடிக்கையாகக் காவல் துறை கண்காணிப்பாளராக இருந்தவர், துணைக் கண்காணிப்பாளராகப் பதவி இறக்கப்பட்டார்.

இறக்குமதி பெ. **(வெளிநாட்டிலிருந்து பொருள்களை) பெறும் அல்லது வரவழைக்கும் நடவடிக்கை; இந்த முறையில் வரவழைக்கப்பட்ட பொருள்;** importing; import. பெட்ரோலுக்கு நாம் இறக்குமதியையே நம்பியிருக்க வேண்டியுள்ளது./ சமையல் எண்ணெய் இறக்குமதி இந்த வருடம் குறைந்திருக்கிறது./ (உரு வ.) மும்பையிலிருந்து இறக்குமதியான நடிகை இவர்.

இறக்கை பெ. **1: பறவை, பூச்சி முதலியவற்றின் உடலிலிருந்து இரு புறமும் விரியும், பறப்பதற்கு உதவும் உறுப்பு; சிறகு;** wing (of a bird, insect, etc.,). **2: (சில பறவைகளின்) இறகு;** feather. தோட்டத்தில் கோழி இறக்கைகள் சிதறிக் கிடந்தன. **3: விமானத்தின் பக்கவாட்டில் இரு புறமும் நீண்டிருக்கும் பகுதி;** wing (of an aircraft). **4: (மின்விசிறி போன்றவற்றில் பொருத்தப்பட்டிருக்கும்) நீள் வடிவ உலோகத் தகடு;** blade (of a fan, propeller, etc.,). நான்கு இறக்கைகள் உடைய மின்விசிறி./ தமிழ்நாட்டில் காற்றாலை இறக்கை செய்யும் தொழிற்சாலை ஒன்று தொடங்கப்பட உள்ளது.

இறகு பெ. **மெல்லிய தண்டின் இரு புறமும் மிருதுவான இழைகளை நெருக்கமாகக் கொண்ட (பறவையினுடைய) இறக்கையின் தனிப்பகுதி;** feather.

இறகுப்பந்து பெ. **1: (விளையாட்டில் மட்டையால் அடிப்பதற்கான) அடிப்பகுதி உருண்டையாகவும் மேற்பகுதி பூப்போன்று விரிந்தும் இருக்கும் ஒரு வகைப் பந்து;** shuttlecock. **2: மேற்குறிப்பிட்ட பந்தைக் கொண்டு விளையாடும் விளையாட்டு;** shuttlecock (game).

இறங்கிவா வி. (-வர, -வந்து) **(சமரசமாகும் நோக்கத்தோடு) விட்டுக்கொடுத்தல்;** climb down. யாராவது ஒருவர் இறங்கிவந்தால்தானே சீக்கிரம் இந்தப் பிரச்சினை ஒரு முடிவுக்கு வர முடியும்?/ இதற்கு மேல் என்னால் இறங்கிவர முடியாது. நிலத்தின் விலை கட்டுப்படி ஆகவில்லை என்றால் விட்டுவிடுங்கள்.

இறங்கு வி. (இறங்க, இறங்கி) **1: மேலிருந்து (கீழே) வருதல்;** come down; get down; climb down. பேச்சை முடித்துவிட்டு அவர் மேடையிலிருந்து கீழே இறங்கினார்./ குரங்கு மரத்தில் ஏறுவதும் இறங்குவதுமாக இருந்தது. **2: (வடிகட்டும்போது) சொட்டுசொட்டாகக் கீழே வருதல்;** filter through in drops; trickle; drip. வடிகட்டியிலிருந்து சாறு சிறிதுசிறிதாகத்தான் இறங்கும். [(தொ.சொ.) அமுங்கு/ குறை/ தணி/ வடி] **3: (வாகனத்திலிருந்து) வெளிவருதல்;** get off (a vehicle); get down. காரிலிருந்து தலைவர் இறங்கியதும் தொண்டர்கள் மாலை அணிவித்தார்கள். **4: (பொருள்களின் விலை) குறைதல்;** (of price) come down; நல்லெண்ணெயின் விலை சற்று இறங்கியிருக்கிறது. **5: (காய்ச்சல், சளி) தணிதல்;** (of fever, phlegm temperature) come down; subside. சளியும் காய்ச்சலும் இன்னும் இறங்கவில்லை. **6: (குரலின் ஒலி) தாழ்தல்;** (of voice) become low; become faint. 'நான் தவறு ஏதும் செய்யவில்லை' என்று அவன் சொன்னபோது குரல் இறங்கி ஒலித்தது. **7: (ஒரு செயலில் முனைப்போடு) ஈடுபடத் தொடங்குதல்;** begin to get busy with (an activity); get down to. கட்சித் தொண்டர்கள் தேர்தல் பணியில் மும்முரமாக இறங்கிவிட்டார்கள்./ தயங்காமல் துணிந்து வியாபாரத்தில் இறங்கு. **8: நீர்ப்பரப்பினுள் செல்லுதல்;** get into (the water of a river, etc.,). ஆற்றில் சுழிப்பு அதிகமாக இருக்கிற பகுதியில் இறங்க வேண்டாம். **9: (சுவரில் ஆணி, சேற்றில் சக்கரம்) உட்செல்லுதல்;** (of a nail, wheel of a cart) go into. சுவரில் ஆணி இறங்கவில்லை./ சேற்றில் இறங்கியிருந்த வண்டிச் சக்கரத்தைத் தூக்கிவிட்டோம். **10: (ஓர் இடத்தில்) வந்துசேர்தல்;** arrive (at a destination or place). கூட்டுறவு அங்காடியில் ஐம்பது மூட்டை அரிசி வந்து இறங்கியிருக்கிறது./ கலவரம் நடந்த இடத்தில் ராணுவத்தினர் வந்து இறங்கியிருக்கிறார்கள். **11: (உணவு) உட்செல்லுதல்;** (of food) go down. நோயாளிக்குக் குழாய் வழியாகத்தான் ஆகாரம் இறங்குகிறது. **12: (உணவை) சாப்பிட முடிதல்;** (of food) go down. கருவாடு இருந்தால்தான் எனக்குச் சாப்பாடு இறங்கும்./ கவலை அதிகமானால் சாப்பாடு இறங்காது. **13: (பிராணிகளின் விஷத்தைக் குறிப்பிடுகையில்) நீங்குதல்;** (of venom) be removed; be counteracted. பாம்பு கடித்த உடனேயே முதலுதவி செய்ததால் விஷம் இறங்கிவிட்டது. **14: (சீட்டாட்டத்தில் ஒருவர் தன் முறை வரும்போது) விளையாடுதல்;** (in cards) play (at one's turn). இப்போது யார் கை இறங்க வேண்டும்? **15: (கிரிக்கெட்டில் குறிப்பிட்ட நிலையில் ஒரு ஆட்டக்காரர்) விளையாட வருதல்;** (in cricket) go in (to bat). துவக்க ஆட்டக்காரராக இறங்கிய தினேஷ் கார்த்திக் அபாரமாக விளையாடிச் சதம் அடித்தார். **16: (அடைக்கப்பட்டிருக்கும் காற்று) வெளியேறுதல்;** be reduced; be deflated. சைக்கிள் சக்கரத்தில் காற்று இறங்கிவிட்டது.

இறங்குதளம் பெ. **(படகுகள் வந்து நிற்கும்) துறை;** jetty; wharf. அரசு நூறு கோடி ரூபாய் மதிப்பீட்டில் மீன்பிடி இறங்குதளங்களை அமைக்கத் திட்டமிட்டுள்ளது.

இறங்கு துறை பெ. (இலங்.) **நீர்நிலைகளில் கப்பல், படகு முதலியன வந்து நிற்பதற்காகக் கட்டப்பட்ட அமைப்பு;** jetty.

இறங்கு பொழுது பெ. (ஊரக வ.) **அந்திக்கு முந்திய பொழுது;** late afternoon. அந்திக்குக் காத்திருக்காதே, இறங்கு பொழுதிலேயே புறப்பட்டுவிடு.

இறங்குமுகம் பெ. **(வியாபாரம், விலை முதலியவை) தற்போதைய நிலையிலிருந்து சரியும் நிலை;** downward trend; decline. வியாபாரம் முன்னைப் போல் நன்றாக இல்லை, இறங்குமுகம்தான்.

இறங்கு வரிசை பெ. *முறைப்படுத்தப்பட்ட வரிசையில் இறுதியாக உள்ளதிலிருந்து முதலாவதாக உள்ளதற்குச் செல்லும் முறை;* descending order.

-இறந்த பெ.அ. (உ.வ.) *(ஒன்றில்) அடங்காத; அற்ற;* beyond; -less (as in countless). அளவிறந்த/ எண்ணிறந்த.

இறந்தகாலம் பெ. (இலக்.) *ஒரு செயல் நடந்து முடிந்த காலம்;* past time (denoted by past tense). 'விளையாடினான்' என்ற வினைமுற்றில் 'இன்' இறந்தகாலத்தைக் குறிக்கும்.

இறந்துபடு வி. (-பட, -பட்டு) (உ.வ.) *சாதல்; இறத்தல்;* fall; die. போர்க்களத்தில் இறந்துபட்ட வீரர்கள்.

இறப்பு[1] பெ. *சாவு; மரணம்;* death. நவீன மருத்துவ வசதிகளால் இறப்பு விகிதம் குறைந்திருக்கிறது./ அவர் தனது தந்தையாருடைய இறப்புக்குப் பின் தேங்காய் மண்டியை இழுத்து மூடிவிட்டார்.

இறப்பு[2] பெ. (இலங்.) *(வீட்டுக் கூரையின்) சாத்து;* rafter.

இறம்ப வி.அ./பெ.அ. (இலங்.) *அதிகமாக/அதிகமான; நிறைய;* abundantly/abundant. இரவில் வயிறு இறம்பச் சாப்பிடக் கூடாது./ வாளியில் இறம்ப தண்ணீர் அள்ளிக்கொண்டு வா./ குடத்தில் இறம்ப தண்ணீர் பிடிக்கக் கூடாதா?

இறவாணம் பெ. *கூரையின் உள்பக்கத்தின் கீழ்ப்பகுதி;* eaves (of a thatched roof). நடுராத்திரியில் பெரிய சத்தம் கேட்டதும் இறவாணத்தில் செருகியிருந்த அரிவாளை எடுத்துக்கொண்டு வெளியே வந்தான்.

இறவாமை பெ. (உ.வ.) *மரணம் இல்லாத நிலை;* immortality. தேவர்கள் அமிர்தம் உண்டதால் இறவாமை பெற்றவர்கள் என்பது புராணம்.

இறவை பெ. *நீர்நிலைகளிலிருந்து நீரை இறைத்துப் பாசனம் செய்யும் முறை;* lift irrigation. இறவை நிலம்/ இறவைச் சோளம்.

இறாஞ்சு வி. (இறாஞ்ச, இறாஞ்சி) (இலங்.) *(பருந்து போன்ற பறவை தன் இரையை) வேகமாக வந்து தாக்குதல்;* scoop. பருந்து இறாஞ்சிக்கொண்டு வந்து கோழிக்குஞ்சைத் தூக்கிச்சென்றது.

இறால் பெ. *(பத்துக் கால்கள், நீண்ட வால், மீசை போன்ற நீட்சியுடன்) மெல்லிய ஓடுபோன்ற மேல்புறத்தை உடைய (உணவாகும்) நீர்வாழ் உயிரினம்;* prawn.

இறு[1] வி. (இற்று என்னும் எச்ச வடிவம் மட்டும்) *(மரம், கம்பு போன்றவை) உளுத்துப் பொடிந்துவிடும் நிலையில் இருத்தல்/(கயிறு, தோல் போன்றவை) அறுந்து போய்விடும் நிலையில் இருத்தல்;* (of wood, stick, etc.,) decay (owing to dry rot); (of rope, etc.,) wear thin. மழையில் நனைந்துகிடந்ததால் கட்டைகள் இற்றுப்போயிருந்தன./ கயிறு இற்றுக்கொண்டே வருகிறது./ (உரு வ.) அவளுக்கு நம்பிக்கை இற்றுப்போயிற்று.

இறு[2] வி. (இறுக்க, இறுத்து) (உ.வ.) *(விடை, பதில்) சொல்லுதல் அல்லது அளித்தல்;* give (answer); respond. கேட்ட கேள்விகளுக்கெல்லாம் அவள் ஒரே வரியில் பதில் இறுத்தாள்.

இறு[3] வி. (இறுக்க, இறுத்து) (ஊரக வ.) *(நீர் முதலியவற்றில் தெளிந்த பகுதியை) வடித்தல்;* decant. புளியைக் கரைத்து இறுத்து ஊற்ற வேண்டும்.

இறுக்கம் பெ. (-ஆக, -ஆன) 1: *நெகிழ்வோ தொய்வோ இடைவெளியோ இல்லாத தன்மை; அழுத்தம்; உறுதி;* being taut; tightness; closeness; hardness; firmness. அவரது பிடியின் இறுக்கம் கூடிக்கொண்டேபோயிற்று./ இறுக்கமான சட்டை/ குழாய்களின் இணைப்புகள் இறுக்கமாக இருக்க வேண்டும்./ கால்நடைகள் தொடர்ந்து மிதிப்பதால் நிலம் இறுக்கம் அடைகிறது./ (உரு வ.) அவர்களுடைய நட்பின் இறுக்கத்தை உணர எனக்கு ஒரு சந்தர்ப்பம் கிடைத்தது. 2: *(கட்டுப்பாடுகளைக் கடைப்பிடிப்பதில்) உறுதி;* tightness; firmness. மத்திய தர குடும்பத்தின் இறுக்கமான கட்டுப்பாடுகளால் பல பாதிப்புகள் விளைகின்றன./ கலப்புத் திருமணங்கள் இறுக்கமான சமூக உறவுகளை நெகிழ்விக்கும் என்கிறார் ஆசிரியர். 3: *(எரிச்சல், கோபம், பதற்றம் போன்ற உணர்ச்சிகளால் முகத்தில் ஏற்படும்) கடுமை;* tenseness. அதிகாரியின் இறுக்கமான முகத்தைப் பார்த்ததுமே சற்றுப் பயம் ஏற்பட்டது./ நடந்த விஷயத்தைத் தெளிவாகச் சொல்லச்சொல்ல அம்மாவின் முகத்தில் இருந்த இறுக்கம் குறைந்துகொண்டே வந்தது./ அந்தக் கேள்வியைக் கேட்டதுமே அவன் முகத்தில் இருந்த புன்னகை மறைந்து இறுக்கம் பரவியது. 4: *(சச்சரவு, கோபம் அல்லது பழக்கமில்லாத இடம் போன்றவற்றால் சூழ்நிலையில் ஏற்படும் இயல்பாக இல்லாத நிலை;* tenseness. கூட்டத்தின் ஆரம்பத்திலேயே தலைவர் கலகலப்புடன் பேசியது சூழ்நிலையின் இறுக்கத்தைத் தணித்தது./ அவனுடன் நெருங்கிப் பழகப்பழக அவர்கள் உறவில் இருந்த இறுக்கம் குறைந்தது./ சந்தேகமும் பொறாமையும் நாளடைவில் அவர்களுடைய அன்றாட வாழ்க்கையில் இறுக்கத்தை ஏற்படுத்தின. 5: *(எழுத்தில்) கருத்தின் ஓட்டத்திலும் மொழி நடையிலும் தளர்வு இல்லாத போக்கு; செறிவு;* terseness. எல்லாவற்றையும் எழுதிவிட வேண்டும் என்ற வேகத்தால் இந்தக் கட்டுரையில் இறுக்கமே இல்லை./ சிறுகதை என்பது ஒரு இறுக்கமான கலை வடிவம்./ இறுக்கமான செய்யுள் நடையைத் தளர்த்த வேண்டும் என்கிறார் புதுக் கவிஞர். 6: *புழுக்கம்;* sultriness. ஜன்னலைத் திறந்து வைத்த பிறகும் இறுக்கமாகத்தான் இருக்கிறது.

இறுக்கு வி. (இறுக்க, இறுக்கி) 1: *(நெகிழ்வோ தொய்வோ இல்லாமல் ஒன்றை அல்லது ஒருவரைப் பிடித்துப் பலமாக) அழுத்துதல்;* tighten; keep (sth.) close or tight. அவன் தப்பித்து ஓடிவிட முடியாதபடி பிடியை இறுக்கினார்./ திருடனைப் பிடித்துத் தூணோடு இறுக்கிக் கட்டினார்கள். 2: *(ஒரு பரப்பில் ஆணி, முளை போன்றவற்றை) நன்றாகப் பொருந்தும்படி திருகுதல் அல்லது அடித்தல்;* drive (nail, plug, etc.,) tight. ஆணி அடிப்பதற்கு முன் துளையில் இந்தச் சிறிய கட்டையை வைத்து இறுக்கு.

இறுக வி.அ. *(இடைவெளி இல்லாமல் ஒன்று) அழுத்தமாக;* tight; tightly. கண்களை இறுக மூடிக்கொண்டு யோசிக்க ஆரம்பித்தான்./ குழந்தையைத் தாய் இறுக அணைத்துக்கொண்டாள்.

இறுகு வி. *(இறுக, இறுகி)* **1: (நெகிழ்வோ தொய்வோ இடைவெளியோ இல்லாமல்) அழுத்தமாக இருத்தல்;** become tight. கயிற்றின் முடிச்சு இறுகிப்போயிருந்தது./ அவருடைய பிடி இறுகிற்று. **2: (மென்மை அல்லது இளகிய தன்மை இழந்து) கடினத் தன்மை அடைதல்; கெட்டிப்படுதல்;** harden; become firm; freeze hard. கடப்பாரையால் குத்த முடியாத அளவுக்குத் தரை இறுகியிருந்தது./ குளிர் காலத்தில் தேங்காய் எண்ணெய் உறைந்து இறுகிவிடும். **3: (முகம்) இறுக்கமாகக் காணப்படுதல்;** (of face) become tense or taut. அவன் முகம் கவலையால் இறுகியிருந்தது.

இறுதி பெ. **1: (தொடங்கப்பட்ட ஒன்று அடையும்) முடிவு; கடைசி;** the last; end (of sth.) தன் வாழ்க்கையின் இறுதிக் கட்டத்தில் அவர் இதை எழுதினார்./ கச்சேரியில் இறுதிவரை யாரும் எழுந்திருக்கவில்லை. **2: மேலும் தொடராதது; கடைசி;** being last; being final. பொறியியல் கல்லூரி இறுதியாண்டு மாணவர்கள்/ இறுதி ஆட்டம் நாளை தொடங்குகிறது. **3:** *(-ஆக, -ஆன)* **மாற்ற முடியாதது; முடிவு;** (of a decision, offer, etc.,) being final. வழக்கில் உச்ச நீதிமன்றம் வழங்கும் தீர்ப்பே இறுதித் தீர்ப்பு./ இதுதான் உன் இறுதியான பதிலா?/ இறுதியாக என்ன சொல்கிறாய்?

இறுதி ஊர்வலம் பெ. **இறந்தவரின் உடலைத் தக்க மரியாதையுடன் ஊர்வலமாக மயானத்திற்கு எடுத்துச் செல்லுதல்;** funeral procession; cortege.

இறுதிக் கடன் பெ. *(இந்து மதத்தில்)* **இறந்துபோனவரின் உடலைத் தகனம் செய்யும்போது அல்லது அடக்கம் செய்யும்போது சம்பிரதாயப்படி செய்ய வேண்டிய சடங்குகள்;** funeral rites (in Hindu religion); obsequies.

இறுதிச் சடங்கு பெ. **இறந்துபோன ஒருவரை அடக்கம் அல்லது தகனம் செய்யும்வரை சம்பிரதாயப்படி பின்பற்றப்படும் முறைமைகள்; ஈமக்கிரியை;** funeral rites; obsequies.

இறுதிசெய் வி. *(-செய்ய, -செய்து)* **(திட்டம், உடன்பாடு முதலியவற்றைக் குறித்து) தீர்மானமான முடிவுக்கு வருதல்;** finalize sth.; firm sth. up. தொழிற்சங்கங்களோடு கலந்து பேசிய பின் சம்பள உயர்வுபற்றி அரசு இறுதிசெய்யும்./ கூட்டணிக் கட்சிகளுக்கு இடையிலான தேர்தல் உடன்பாடு நாளை இறுதிசெய்யப்படும்.

இறுதித் தீர்ப்பு பெ. *(கிறித்.)* காண்க: **தீர்ப்புநாள்.**

இறுதி மரியாதை பெ. **(பொதுவாக) பிரபலமானவரின் அந்திமச் சடங்கின்போது செலுத்தும் அஞ்சலி;** homage to (esp.) a celebrity on his death; last respects.

இறுதியாக வி.அ. **ஒன்றை முடிக்கும் வகையில்; கடைசியாக;** finally. இறுதியாக உங்களை ஒரு கேள்வி கேட்கிறேன்./ இறுதியாக, இந்த நூலின் அச்சுப் பிழைகளைப் பற்றிச் சிறிது கூற வேண்டும்./ சொத்து வழக்கு மூன்று வருடங்கள் நீடித்தது. இறுதியாக வெற்றி எங்களுக்குத்தான்.

இறுதியில் வி.அ. காண்க: **இறுதியாக.**

இறும்பூது எய்து வி. *(எய்த, எய்தி) (உ.வ.)* **பெருமிதம் அடைதல்;** feel elated. தன்னுடைய மாணவனுக்கு அரசு விருது கிடைத்ததைக் கேட்டு ஆசிரியர் இறும்பூது எய்தினார்.

இறுமகண்டன் பெ. *(இலங்.)* **எதற்கும் விட்டுக்கொடுக்காமல் பிடிவாதத்துடன் இருப்பவர்;** obstinate person. அந்த இறுமகண்டன் ஆர் சொல்வதையும் கேட்க மாட்டான்./ யார் இழுத்தாலும் அந்த இறுமகண்டன் விட்டுக் கொடுத்துப்போகவே மாட்டான்.

இறுமா வி. *(இறுமாந்து) (உ.வ.) (இறந்தகால வடிவங்கள் மட்டும்)* **(தன் உயர்நிலையை எண்ணி) கர்வம் அடைதல்;** exult in. வெற்றிமேல் வெற்றி கிடைத்ததால் இறுமாந்து நிற்கிறார்./ தேர்தலில் வெற்றி பெறுவோம் என்று அவர்கள் இறுமாந்திருந்தனர்.

இறுமாப்பு பெ. **பிறரைவிட உயர்வாகத் தன்னைப் பற்றி ஒருவர் கொள்ளும் உணர்வு; செருக்கு; கர்வம்;** pride; arrogance. அவருக்கு வசதி வந்துவிட்டதால் இறுமாப்போடு நடந்து கொள்கிறார். [*(தொ.சொ.)* **அகங்காரம்/ அகந்தை/ அகம்பாவம்/ கர்வம்/ கொழுப்பு/ செருக்கு/ திமிர்/ பெருமிதம்**]

இறை[1] வி. *(இறைந்து என்னும் எச்ச வடிவம் மட்டும்)* **(பொருள்கள்) சிதறுதல்; அலங்கோலமாக அல்லது தாறுமாறாக விழுதல்;** be spread in all directions; be strewn; be scattered. மூட்டை பிரிந்துவிட்டதால் வீடு முழுவதும் அரிசி இறைந்திருந்தது./ திருடன் வந்துவிட்டுப் போன மாதிரி வீட்டில் சாமான்கள் இறைந்துகிடந்தன.

இறை[2] வி. *(இறைக்க, இறைத்து)* **1: (தாறுமாறாக அள்ளி) வீசுதல்; சிதறச் செய்தல்;** throw (in a disorderly way); scatter; strew; splash. காரில் இருந்தபடியே ஒருவர் துண்டுப் பிரசுரங்களை இறைத்துக்கொண்டு சென்றார்./ வேகமாக வந்த பேருந்து நடைபாதையில் நின்றிருந்தவர்கள்மீது சேற்றை வாரி இறைத்துவிட்டுச் சென்றது./ *(உரு வ.)* கோபத்தில் வார்த்தைகளை இறைக்காதே. **2: (ஏதோ ஒன்றுக்காகப் பணத்தை) தேவைக்கும் அதிகமாகச் செலவு செய்தல்;** squander; spend recklessly. பணத்தை இறைத்தால்தான் தேர்தலில் வெற்றி பெற முடியும் என்று ஆகிவிட்டது!

இறை[3] வி. *(இறைக்க, இறைத்து)* **1: (நீரை) வெளிக்கொண்டுவருதல்; வெளியேற்றுதல்;** draw (water from a well); pump out (from a pit, mine, etc.,). காலையில் எழுந்ததும் கிணற்றிலிருந்து பத்துக் குடம் தண்ணீர் இறைப்பார்./ தொடர்ந்து பெய்த மழையின் காரணமாக நிலக்கரிச் சுரங்கத்தில் புகுந்துவிட்ட நீரைப் பெரிய இயந்திரங்களால் இறைத்தார்கள். **2: (வயலுக்கு நீர்) பாய்ச்சுதல்;** lift (water for irrigation). இன்னும் கிராமத்தில் கமலையால் வயலுக்கு நீர் இறைப்பதைப் பார்க்கலாம்./ தென்னை மரத்துக்கு நீர் இறைக்க வேண்டும்./ தோப்பு முழுக்க நீர் இறைக்க ஒரு நாள் ஆகிவிடும். **3: (கிணற்றின் அடியில் உள்ள சேறு, சகதி போன்றவற்றை) அள்ளி வெளியே கொட்டுதல்; தூர்வாருதல்;** dredge; bale out. கிணற்றை இறைத்து நாளாகிவிட்டது.

இறை[4] பெ. *(உ.வ.)* **கடவுள்;** god. இறை வணக்கம்/ இறை வழிபாடு.

இறை[5] பெ. *(இலங்.)* **இரண்டு விரல்களுக்கு இடையில் இருக்கும் பகுதி;** skin between the fingers or toes. கைவிரல் இறையில் சிரங்கு வந்திருக்கிறது./ கால்விரல் இறை புண்ணாகக் கிடந்ததால் உப்புத் தண்ணீர் பட்டதும் எரிந்தது.

இறைகூடை பெ. (ஊரக வ.) (இரண்டு புறமும் நீளமாகக் கயிறு கட்டி, வயலிலிருந்தோ வாய்க்காலிலிருந்தோ தண்ணீர் இறைக்கப் பயன்படும்) அகலமாகவும், சற்றுக் குழிவாகவும் இருக்கும் வகையில் மூங்கில் சிம்பால் முடைந்த பெரிய கூடை; conical basket woven with bamboo splits to either sides of which ropes can be fastened to lift water.

இறைச் சமூகம் பெ. (கிறித்.) திருச்சபை; congregation.

இறைச்சி[1] பெ. உணவாகும் (ஒருசில விலங்குகளின், பறவைகளின், மீன்களின்) சதைப் பகுதி; கறி; meat (of certain animals, birds and fish). இறைச்சிக் கடைகள்/ கோழி இறைச்சி வாங்கவா?

இறைச்சி[2] பெ. (பழந்தமிழ் இலக்கியத்தில்) வெளிப்படையாகக் கூறப்படாமல் உணர்த்தப்படும் பொருள்; (in classical Tamil literature) meaning conveyed as suggestion.

இறைச்சிக்கூடம் பெ. (உள்ளாட்சி அமைப்பின் அங்கீகாரம் பெற்று) ஆடு, மாடு போன்றவற்றைச் சுகாதாரமான முறையில் இறைச்சிக்காக வெட்டுவதற்கான இடம்; abattoir. தமிழகத்தில் உள்ள இறைச்சிக்கூடங்களை நவீனப்படுத்தும் திட்டம் உருவாக்கப்பட்டுள்ளது.

இறைஞ்சு வி. (இறைஞ்ச, இறைஞ்சி) (உ.வ.) கெஞ்சுதல்; மன்றாடுதல்; plead (for mercy, leniency). 'என்னை விட்டுவிடுங்கள், நான் நிரபராதி' என்று இறைஞ்சினான்./ 'என்மேல் கோபப்படாதீர்கள்' என்று கண்களால் அவள் என்னை இறைஞ்சினாள். [(தொ.சொ.) கெஞ்சு/ போராடு/ மன்றாடு]

இறைத்தூதர் பெ. (இஸ்.) மக்களுக்கு இறை நெறியை அறிவுறுத்த இறைவனால் அனுப்பப்படும் புனிதர்; the Prophet.

இறைமை[1] பெ. (உ.வ) தெய்வீகம்; கடவுள் தன்மை; divinity. புனிதர்களின் வாழ்க்கையில் இறைமையைக் காண்கிறோம்.

இறைமை[2] பெ. (இலங்.) காண்க: இறையாண்மை.

இறையரசு பெ. (கிறித்.) மனிதரை மீட்க உலகத்தில் இறைவன் செலுத்தும் ஆட்சி; kingdom of god.

இறையாண்மை பெ. ஒரு நாடு முழுச் சுதந்திரத்துடனும் அதிகாரத்துடனும் தன் செயல்பாடுகளை நிர்வகித்துக்கொள்ளும் நிலை; sovereignty.

இறையியல் பெ. கடவுள் என்ற தத்துவத்தையும் இந்தத் தத்துவத்தை அடிப்படையாகக் கொண்டு செயல்படும் மதம் ஆகியவற்றையும் குறித்த துறை; theology.

இறைவன் பெ. 1: கடவுள்; god. 2: (ஒரு கோயிலைக் குறிப்பிட்டுச் சொல்லும்போது) எழுந்தருளியிருக்கும் ஆண்டவன்; சுவாமி; presiding male deity.

இறைவி பெ. (உ.வ.) (ஒரு கோயிலைக் குறிப்பிட்டுச் சொல்லும்போது) எழுந்தருளியிருக்கும் பெண் தெய்வம்; அம்பிகை; அம்பாள்; presiding female deity. இந்தக் கோயிலில் எழுந்தருளியிருக்கும் இறைவியின் திருநாமம் கற்பகாம்பாள் ஆகும்.

இன் பெ.அ. (உ.வ.) (சில வகைக் கூட்டுச்சொற்களோடு) இனிய; precious; pleasant. இன்சுவை/ நாட்டுக்காகத் தங்கள் இன்னுயிரை ஈந்தவர்கள்./ அந்த அம்மாள் எல்லோரையும் இன்முகத்துடன் வரவேற்றார்கள்.

இன்பம் பெ. (-ஆக, -ஆன) புலன்களுக்கும் மனத்திற்கும் இனிமை அளிக்கும் உணர்வு; மகிழ்ச்சி; joy; pleasure. பூத்துக் குலுங்கும் மலர்களைக் காண்பது கண்ணுக்கு இன்பம்./ குழந்தைகளின் பேச்சு பெற்றோர்களுக்கு எவ்வளவு இன்பம் தருகிறது!

இன்பியல் பெ. (நாடகம், புதினம், திரைப்படம் முதலானவற்றில்) மகிழ்ச்சியான முடிவு; (of play, film, etc.,) happy ending; comedy.

இன்புறு வி. (இன்புற, இன்புற்று) (உ.வ.) மகிழ்ச்சி அடைதல்; derive pleasure; enjoy. இயற்கையின் எழிலைக் கண்டு இன்புறாதவர் உண்டா?/ இந்த நூலைப் படித்துக் காட்டி மற்றவர்களையும் இன்புறச் செய்யலாம்.

இன்மை பெ. (ஒன்று) இல்லாதிருக்கும் நிலை; state of being without (sth.); absence. வசதியின்மை காரணமாக என்னால் மேலே படிக்க முடியவில்லை./ அவர் தன் விருப்பமின்மையை என்னிடம் தெரிவித்தார்.

இன்றி வி.அ. (உ.வ.) இல்லாமல்; without. நீயின்றி நான் இல்லை./ காரணமின்றி அவர் இதைச் செய்திருக்க மாட்டார்.

இன்றியமையாத பெ.அ. தவிர்க்க இயலாத; (மிகவும்) அவசியமான; indispensable; essential. குடும்பத்திற்கு ஏற்படும் இன்றியமையாத செலவுகளை எதிர்கொள்ளச் சேமிப்புப் பழக்கத்தை மேற்கொள்ள வேண்டும்./ உடல்வளர்ச்சிக்கு இன்றியமையாத சத்துகள் இதில் அடங்கியுள்ளன.

இன்றியமையாமை பெ. தவிர்க்க முடியாத தன்மை; indispensability. தடுப்பு ஊசி போடுவதன் இன்றியமையாமையைக் கிராம மக்கள் உணரத் தொடங்கியிருக்கிறார்கள்.

இன்று[1] பெ. இந்த நாள்; this (present) day; today. இன்று என் பிறந்த நாள்./ நேற்று, இன்று, நாளை என்று ஏன் பிரிக்கிறோம்?/ இன்றோடு எனக்கு ஐம்பது வயது நிறைவடைகிறது./ இன்றிலிருந்து வேலைக்குச் செல்லப் போகிறாயா?

இன்று[2] வி.அ. இந்த நாளில்; இந்தக் காலத்தில்; on this (present) day; in the present period; today. அவர் இன்று வரலாம்./ இன்று நாம் எவ்வளவு முன்னேறியிருக்கிறோம்.

இன்று நேற்று பெ.அ. (பெரும்பாலும் எதிர்மறைத் தொடர்களில் வரும்போது) சமீப காலத்தில்; அண்மைக் காலத்தில்; (mostly in the negative) recent. எங்கள் இரண்டு குடும்பத்தாரிடையே உள்ள நட்பு இன்று நேற்று உருவானது இல்லை./ அவர் இந்த வியாபாரத்தை இன்று நேற்று தொடங்கி நடத்தவில்லை. ஏறத்தாழ முப்பது ஆண்டுகளாக நடத்திவருகிறார்.

இன்றைக்கு வி.அ. காண்க: இன்று[2].

இன்றைக்கெல்லாம் வி.அ. (பே.வ.) சலிப்படையாமல் நீண்ட நேரம்; unendingly. இன்றைக்கெல்லாம் பார்த்துக் கொண்டிருக்கலாம், அப்படி ஒரு அழகு./ என் அம்மா பாடினால், இன்றைக்கெல்லாம் கேட்டுக்கொண்டிருக்கலாம்.

இன்றைக்கெல்லாம் இருந்தால் வி.அ. (குறிப்பிடப்படும் காலத்தைப் பொறுத்து) அதிகபட்சமாகக் கணக்கிட்டால்; at the highest reckoning; at (the) most. இன்றைக்கெல்லாம் இருந்தால் அந்த வீட்டின் மதிப்பு பதினைந்து லட்சம்தான்./ அந்தச் சிறுவனுக்கு இன்றைக்

159 இனச்சேர்க்கை

கெல்லாம் இருந்தால் பத்து வயது இருக்குமா? எவ்வளவு அழகாகப் பாடுகிறான்!/ இன்றைக்கெல்லாம் இருந்தால் அவருக்கு ஐம்பது வயது இருக்குமா? அதற்குள் மாரடைப்பில் இறந்துவிட்டார்.

இன்றைய பெ.அ. **1: இந்த நாளினுடைய;** this day's; today's. இன்றைய விளையாட்டு அவ்வளவு சிறப்பாக இல்லை. **2: இந்தக் காலத்தில் இருக்கிற; இந்தக் காலத்தினுடைய;** of this present time; today's. இன்றைய முதலீடு நாளைய லாபம்!/ இன்றைய அதிவேக வாழ்க்கை முறை!

இன்றைய தேதிக்கு வி.அ. **(பேசப்படும்) காலப்பொழுதில்;** as of today. இன்றைய தேதிக்கு அவருடைய சொத்து மதிப்பு ஒரு கோடி இருக்குமா?/ இன்றைய தேதிக்குப் புகழின் உச்சியில் உள்ள நடிகர் இவர்தான்.

இன்றைய தேதியில் வி.அ. காண்க: **இன்றைய தேதிக்கு.**

இன்ன பெ.அ. **(ஒன்றின் பெயரைச் சொல்லாமல் பொதுவாகக் குறிப்பிடும்போது) இந்த; இப்படிப்பட்ட;** such (and such). அவர் பெயர், அவர் இன்ன ஊரில் இருக்கிறார், இன்ன வேலை செய்கிறார் என்ற விவரங்கள் தேவை./ இன்ன புத்தகங்களைப் படி என்று எனக்கு ஆலோசனை கூற யாரும் இல்லை.

இன்னது பெ. **இந்தத் தன்மை உடையது; இப்படிப்பட்டது;** precisely this; of this nature. அழாமல் இன்னது வேண்டும் என்று கேள்!/ அவருக்கு உலகமே இன்னது என்று தெரியாது./ பிரச்சினை இன்னது என்று தெரிந்து கொண்டு பேசு.

இன்ன பிற பெ.அ. (உ.வ.) **(ஒரு தொகுப்பாகக் கூறப்பட்டவை மட்டும் அல்லாமல்) இவை போன்ற பிற;** similar; and so on. காய்கறிகள், மளிகைச் சாமான்கள் இன்ன பிற பொருள்களும் வாங்க வேண்டும்./ தீபாவளி, பொங்கல் இன்ன பிற பண்டிகைகளுக்கும் அரசு விடுமுறை உண்டு.

இன்ன பிறர் பெ. (உ.வ.) **(ஒரு தொகுப்பாகக் கூறப்பட்டுள்ளவர்கள் மட்டும் அல்லாமல்) இவர்கள் போன்ற பிறர்;** and those similar. ராஜராஜ சோழன், மகேந்திர பல்லவன் மற்றும் இன்ன பிறரும் சிற்பக் கலைகளுக்கு ஆதரவு கொடுத்திருக்கின்றனர்.

இன்னமும் வி.அ. **1: இதுவரையிலும்; இன்னும்;** yet; still; till now. புது வீட்டில் இன்னமும் குடியேறவில்லை./ நீ இன்னமுமா கிளம்பவில்லை? **2:** (பே.வ.) **மேலும்; இன்னும்;** still further. நீ கேட்டதைக் கொடுத்துவிட்டேன். இன்னமும் என்ன வேண்டும்?/ இன்னமும் கொஞ்சம் தண்ணீர் கொடு./ இன்னமும் சாப்பிட என்ன இருக்கிறது? **3: (முன்புபோல்) இப்போதும்;** even now; as before. இன்னமும் நீ நடந்துதான் அலுவலகத்திற்குச் செல்கிறாயா?

இன்னல் பெ. (உ.வ.) **(துன்பம் மிகுந்த) தொல்லை;** distress; difficulty; hardship. என் தந்தை பல இன்னல்களுக்கு இடையில் என்னைப் படிக்கவைத்தார்./ கதாநாயகி பல இன்னல்களுக்கு உள்ளாகும் கதைதான் இது.

இன்னார் பெ. **(அடையாளம் காண உதவும் பெயர், முகவரி போன்றவற்றைக் கொண்ட) குறிப்பிட்ட நபர்;** person of such and such a nature; person of known identity. இன்னார் என்று தெரியாது; பணத்தைக் கொடுத்து விட்டாயே!

இன்னிசை பெ. **எளிமையான சங்கீத வகை; மெல்லிசை;** light music. பொதுக்கூட்டம் முடிந்த பிறகு இன்னிசை நிகழ்ச்சி நடைபெறும்.

இன்னும் வி.அ. **1: இதுவரை;** yet; still. நீ இன்னும் இங்குதான் இருக்கிறாயா?/ குழந்தைக்கு இன்னும் ஐந்து வயது ஆகவில்லை. **2: மேலும்; கூடுதலாக;** still further; some more. கடிதத்தில் இன்னும் எழுத வேண்டிய செய்திகள் ஏதாவது இருக்கிறதா?/ குடிக்க இன்னும் கொஞ்சம் தண்ணீர் வேண்டும். **3: (முன்பு போலவே) இப்போதும்; (முடிவுக்கு வராமல்) தொடர்ந்து; இனியும்;** (as before) even now; still. புகை பிடிப்பதை நிறுத்தப்போவதாக அவர் சொன்னார். ஆனால் இன்னும் பிடித்துக்கொண்டுதான் இருக்கிறார்./ இந்தப் பேட்டி இன்னும் வரும். **4: (வாக்கியத்தின் முதலில், கால வரையறையைக் கூறும் சொல்லுக்கு முன் வரும்போது) இப்போதிலிருந்து;** in about (an hour, etc.,); from now. இன்னும் ஒரு மாதத்துக்குள் வீட்டைக் கட்டி முடிக்க வேண்டும்./ இன்னும் சில நிமிடங்களில் அது நிகழப்போகிறது.

இன்னொரு பெ.அ. **1: மற்றொரு;** another. இன்று நாடகத்துக்குப் போய்விட்டு இன்னொரு நாள் பொருட்காட்சிக்குப் போகலாம். **2: மேலும் ஒரு; மீண்டும் ஒரு;** one more; yet again. இன்னொரு தோசை கொடு./ இன்னொரு தடவை இப்படிப் பேசாதே!

இன்னொருவர் பெ. **பிறர்; மற்றவர்;** someone else; some other person; another person . இன்னொருவர் பொருளுக்கு நாம் ஆசைப்படக் கூடாது./ இன்னொருவர் விஷயத்தில் நான் தலையிட விரும்பவில்லை.

இன்னோரன்ன பெ.அ. (உ.வ.) **இது போன்ற;** similar; such.

இனக்கலவரம் பெ. **இரண்டு இனத்தவர்களுக்கு இடையில் உருவாகும் கலவரம்;** conflict between two races or communities.

இனக்கவர்ச்சி பெ. **(ஆணுக்குப் பெண்மீதும் பெண்ணுக்கு ஆண்மீதும்) பாலுணர்வு அடிப்படையில் ஏற்படும் விருப்பம்;** sexual attraction.

இனக்கீற்று பெ. (உயிரி.) **(உயிரிகளின்) குணம், அமைப்பு முதலியவற்றை நிர்ணயிப்பதாக அமைவதும் உயிரணுவில் காணப்படுவதுமான கூறு;** chromosome.

இனக்கூறை பெ. (இலங்.) **திருமணத்துக்குப் பின் மணமகன் மணமகளுக்குத் தரும் கூறைப் புடவை;** new saree given to the bride by the bridegroom following the wedding ceremony. மஞ்சள் நிறத்தில் இனக்கூறை எடுத்தோம்./ கால்மாறிப் போகும்பொழுது இனக்கூறையைத் தான் பெண் உடுத்திவந்தாள்.

இனச்சேர்க்கை பெ. **(விலங்குகளைக் குறித்துக் கூறும்போது) இணைசேர்தல்; (தாவரங்களைக் குறித்துக் கூறும்போது) மகரந்தச் சேர்க்கை;** (of animals) mating; (of plants) pollination. இந்த உயிரியல் பூங்காவில் சரியான இயற்கைச் சூழல் அமையாததால் இங்குள்ள யானைகள் இனச்சேர்க்கையில் நாட்டம் கொள்வதில்லை.

இனசனம் 160

இனசனம் பெ. (இலங்.) **(ஒருவரின்) உறவினர்களும் சாதியைச் சேர்ந்தவர்களும்;** relations and people of one's caste. இனசனங்களுக்குக்கூடச் சொல்லாமல் திருமணத்தை அடக்கமாகச் செய்துவிட்டார்.

இனத்தவர் பெ. (இலங்.) **உறவினர்; சொந்தக்காரர்;** relatives. எம் இனத்தவர் என்று சொல்லிக்கொள்ள இப்போது ஊரில் ஆருமே இல்லை./ எப்போதுமே இனத்தவர்களுடன் பகைக்கக் கூடாது என்று தாத்தா அறிவுரை கூறினார்.

இனப் படுகொலை பெ. **ஓர் இனத்தைச் சேர்ந்தவர்கள் திட்டமிட்டு மற்றோர் இனத்தவரை அழிக்கும் போக்கு;** genocide.

இனப்பெருக்கம் பெ. **உலகில் தங்கள் இனம் தொடர்ந்து நிலைத்திருப்பதற்காக மனிதன் குழந்தைகளையும், விலங்குகள் குட்டிகளையும், பறவைகள் குஞ்சுகளையும், மற்ற உயிரினங்கள் சிறு உயிரிகளையும், தாவரங்கள் விதைகள் அல்லது சிறு செடிகளையும் உருவாக்குதல்;** reproduction (by human beings, animals, plants). மிக விரைவாக இனப்பெருக்கம் செய்யும் விலங்குகளில் எலியும் ஒன்று.

இனம் பெ. **1: ஒரே வகையைச் சேர்ந்த பலவற்றை உள்ளடக்கிய பிரிவு;** (the stated) type; superclass; (animal, plant) kingdom. மனித இனம்/ தாவர இனம். **2: (பல உறுப்பினர்களை அல்லது உட்பிரிவுகளை உள்ளடக்கிய ஒரு வகையைக் குறிப்பிடுகையில்) (வகை) பிரிவு;** group; class. ஆண் இனம்/ குரங்கு இனங்கள். **3: (மொழி, மதம் போன்ற ஏதேனும் ஒரு காரண அடிப்படையில் அமையும்) மக்கள் பிரிவு; குலம்;** race; ethnic group; community. ஆரிய இனம்/ இனக் கலவரம். **4: தொகுப்பில் அல்லது பட்டியலில் உள்ள ஒன்று;** item. இந்த இனங்களுக்கு வரி விதிப்பு இல்லை. **5:** காண்க: **பேரினம். 6:** (இலங்.) **சொந்தம்; சுற்றம்;** relation. எங்கள் இனத்தில்தான் மகனுக்குப் பெண் பார்ப்பேன் என்று அவருடைய அம்மா பிடிவாதமாக இருக்கிறார்.

இனம்காட்டு வி. (-காட்ட, -காட்டி) **(யார், எது, என்ன என்பதற்கான) அடையாளத்தை வெளிப்படுத்துதல்;** identify (who s.o. is, what sort, etc.,); reveal (the nature of sth.). செல்களின் அமைப்பை ஆராய்வது சில நோய்களை இனம்காட்ட உதவும்./ ஒரு ராகத்தை இனம்காட்டும் ஸ்வரங்கள் எவை என்று தெரிந்துகொள்ள வேண்டும்.

இனம்காண் வி. (-காண, -கண்டு) **(இன்னார், இன்னது என்பதை) அடையாளம் தெரிந்துகொள்ளுதல்;** identify. அவருடைய கதைகளிலிருந்து அவருடைய அரசியல் ஈடுபாட்டை இனம்கண்டுகொள்ள முடியும்./ சிறந்த விளையாட்டு வீரர்களை இனம்கண்டு அவர்களை ஊக்குவிக்க வேண்டும்.

இனம்தெரியாத பெ.அ. **(அறிவுபூர்வமாக) விளக்க முடியாத; காரணம் கூற முடியாத;** inexplicable; unidentifiable; vague. என் மனத்தில் இனம்தெரியாத பயம் சூழ்ந்தது./ காலையிலிருந்து இனம்தெரியாத ஒரு சந்தோஷம்.

இனம்புரியாத பெ.அ. காண்க: **இனம்தெரியாத.**

இனமரபு இசையியல் பெ. **சமூக, பண்பாட்டுக் கூறுகள் வழியே குறிப்பிட்ட இசையை ஆராயும் துறை;** ethnomusicology.

இனமுறை பெ. (இலங்.) **உறவு; சொந்தம்;** relation. அவர் உனக்கு என்ன இனமுறை?/ என் இனமுறையிலேயே திருமணம் செய்துகொண்டேன்.

இனமையவாதம் பெ. **தான் சார்ந்திருக்கும் இனம், மொழி, பண்பாடு போன்றவை பிறருடையவற்றைவிட உயர்வானவை என்று நம்பும் போக்கு;** ethnocentrism.

இனவரைவியல் பெ. **மனிதர்களின் வெவ்வேறு இனங்கள், பண்பாடுகள் பற்றி விவரிக்கும் துறை;** ethnography.

இனவாதம் பெ. (இலங்.) **(ஒரு இனத்தைச் சேர்ந்தவர்கள்) தங்களுடைய இனமே உயர்ந்தது என்றும், மற்ற இனங்கள் ஒதுக்கப்பட வேண்டியவை என்றும் கருதுவதால் ஏனைய இனங்களை அழிக்க நினைக்கும் அல்லது இனங்களுக்கு முக்கியத்துவம் தராத செயல்பாடு;** racism. நாட்டில் இனவாதம் தலையெடுத்தால் அழிவில்தான் முடியும்./ இனவாதம் பேசும் கட்சிகளுக்கு நாட்டில் தடைவிதிக்கச் சட்டம் அமலாக்கப்பட வேண்டும் எனப் புத்திஜீவிகள் கூறினர்.

இனவிருத்தி பெ. காண்க: **இனப்பெருக்கம்.**

இனவெறி பெ. **மனித இனத்தில் சில இனத்தினர் தம் இனமே உயர்வானது என்று நிலைநாட்டும் தீவிரப் போக்கு;** racism. இனவெறிக் கொள்கை/ இனவெறிக் கலவரம்.

இனாம் பெ. **1: (பண்டிகையின்போதும் மகிழ்ச்சியைத் தெரிவிக்கும் வகையிலும்) அன்பளிப்பாகக் கொடுக்கப்படும் சிறு தொகை;** gift of money; tip. இந்த முறை பொங்கல் இனாம் ஐநூறு ரூபாய். **2:** (அ.வ.) **இலவசம்;** sth. given free; gift. நூறு ரூபாய்க்குச் சாமான் வாங்குவோருக்கு ஒரு பேனா இனாம்!/ நீ இதை இனாமாகக் கொடுத்தாலும் எனக்கு வேண்டாம்.

இனி[1] வி. (இனிக்க, இனித்து) **1: இனிப்புச் சுவையைக் கொண்டிருத்தல்;** be sweet (in taste). கரும்பு இனிக்கும், வேப்பங்காய் கசக்கும். **2: இனிய உணர்வும் மகிழ்ச்சியும் உண்டாதல்;** have or give a pleasant feeling. அந்த நினைவே அவளுக்கு இனிக்கிறது.

இனி[2] வி.அ. **1: இதற்குப் பிறகு; இப்பொழுதிலிருந்து; இதற்கு மேல்; மேலும்;** from now on; hereafter. அவருக்குக் கவிதை வெறி வந்துவிட்டது. இனி ஓய மாட்டார்./ இனி என் வாழ்க்கையை நான்தான் முடிவுசெய்வேன்./ என்னால் இனி இந்த வலியைப் பொறுத்துக்கொள்ள முடியாது./ இனியும் இந்தத் திட்டத்தைத் தள்ளிப்போடக் கூடாது./ மணி ஆறாகிவிட்டது, இனி பால்காரர் வர மாட்டார். **2: எதிர்காலத்தில்;** in future. இவரைப் போன்ற உத்தமரை நாம் இனி எங்கு காணப்போகிறோம்?

இனிக்க வி.அ. **(பெரும்பாலும் பேச்சைக் குறித்து வரும் போது) நைச்சியமாக;** smoothly; unctuously. இனிக்கப் பேசிக் காரியத்தை முடித்துக்கொண்டான்.

இனிச்சபண்டம் பெ. (இலங்.) **இனிப்பு;** sweet(s). உன் மகன் சோதனையில் தேறிவிட்டான். என்ன இனிச்ச பண்டம் தரப்போகிறாய்?/ இனிச்சபண்டம் நெடுகச் சாப்பிட்டால் உடலை உருக்கிவிடும்.

இனிது[1] பெ. (-ஆக, -ஆன) (உ.வ.) **மனத்துக்கு நிறைவு அல்லது மகிழ்ச்சி தருவது;** sth. pleasant; pleasantness. இனிதான வாழ்க்கை அமைய உங்களுக்கு என் வாழ்த்துகள்./ உங்கள் பயணம் இனிதாக அமையட்டும்!

இனிது[2] வி.அ. **நிறைவாக; சிறப்பாக;** pleasantly; happily. திருமணம் இனிது நடந்தது./ விழா நாட்டுப்பண்ணுடன் இனிது நிறைவேறியது.

இனிப்பு பெ. 1: **சர்க்கரை, கரும்பு முதலியவற்றைத் தின்னும்போது உணரப்படும் சுவை; தித்திப்பு;** sweetness. பாயசத்துக்கு இனிப்பு போதுமா என்று பார். 2: **இனிப்புச் சுவையுடைய தின்பண்டம்;** sweet(s); confectionery. விழாவுக்கு வந்திருந்தவர்களுக்கு இனிப்பு வழங்கப்பட்டது. 3: (-ஆக, -ஆன) (**'பேசுதல்' தொடர்பான வினைகளோடு வரும்போது) கேட்பதற்கு மட்டும் இனிமை;** being apparently sweet. அவர் இனிப்பாகப் பேசுவார். அவரை நம்ப முடியாது./ இனிப்பான பேச்சு.

இனிமேல் வி.அ. காண்க: **இனி**[2].

இனிமை பெ. (-ஆக, -ஆன) 1: **(புலன்) விரும்பக்கூடிய தன்மை; (புலனுக்கு) மகிழ்ச்சி தரும் தன்மை;** sth. delightful (to the senses). இனிமையாகப் பாடினார்./ இனிமையான காட்சி. 2: **மகிழ்ச்சி; இன்பம்;** pleasure; happiness. மணவாழ்க்கையின் இனிமை/ இனிமையான மாணவப் பருவம்/ இனிமையான நினைவு. 3: **அன்பு வெளிப்படும் வகையில் அமைவது;** pleasing manner. குழந்தைகளை அருகில் அழைத்து இனிமையாகப் பேசினார்./ எல்லோரையும் இனிமையாக வரவேற்றார்.

இனிய பெ.அ. (உ.வ.) 1: **(புலனுக்கு) விருப்பமான;** delightful (to the senses). இனிய காட்சி/ இனிய உணவு. 2: **(மனத்துக்கு) மகிழ்ச்சியான;** pleasant; sweet. இனிய கனவு/ இனிய குணம். 3: **அன்பான;** dear. என் இனிய நண்பர்.

இனியாகுதல் வி.அ. (இலங்.) **இனிமேலாவது; இனியாவது;** hereafter. இனியாகுதல் ஒழுங்காகப் படி./ இனியாகுதல் படுக்கையிலிருந்து சீக்கிரம் எழும்பு.

இஷ்ட தெய்வம் பெ. **(குலதெய்வத்திலிருந்து வேறுபட்டதாக) ஒருவர் விரும்பி வழிபடும் தெய்வம்;** deity chosen by an individual (as distinguished from குலதெய்வம்).

இஷ்ட தேவதை பெ. காண்க: **இஷ்ட தெய்வம்.**

இஷ்டம் பெ. **விருப்பம்;** (one's) wish; liking; choice; sth. that pleases one. அண்ணனின் இஷ்டத்துக்கு மாறாக நடந்துகொள்ளும்படி ஆகிவிட்டது./ சொல்ல வேண்டியதைச் சொல்லிவிட்டேன், பிறகு உன் இஷ்டம்./ இஷ்டப்படி செலவு செய்கிறான்.

இஷா பெ. (இஸ்.) **இரவுத் தொழுகை;** prayer at night.

இஸ்திரிப் பெட்டி பெ. **துணியில் உள்ள சுருக்கத்தை நீக்கப் பயன்படுத்தும் (பெரும்பாலும் கரியால் சூடுபடுத்தப்படும்) தட்டையான அடிப்பாகமும் மேல் பகுதியில் கைப்பிடியும் உடைய உலோகப் பெட்டி;** iron box.

இஸ்திரிபோடு வி. (-போட, -போட்டு) (அ.வ.) **(துணிகளை) இஸ்திரிப் பெட்டியால் அழுத்தித் தேய்த்தல்;** iron; press. துவைத்த துணிகளை இஸ்திரிபோடக் கொடுத்திருக்கிறேன்.

இஸ்லாம் பெ. **முகமது நபி வகுத்துக்கொடுத்த நெறிகளைப் பின்பற்றும் மதம்;** Islam.

இஸ்லாமிய பெ.அ. **இஸ்லாம் மதத்திற்கு உரிய; இஸ்லாம் மதத்தைச் சேர்ந்த;** pertaining to Islam; Islamic. இஸ்லாமியக் கொள்கை/ இஸ்லாமிய நாடுகள்.

ஈ

ஈ[1] வி. (ஈய, ஈந்து) (உ.வ.) 1: **கொடுத்தல்;** give; donate. வறியவருக்குப் பொருள் ஈவதை அறச் செயலாகக் கருதுகிறோம். 2: **(பலனை அல்லது தியாகமாக ஒன்றை) தருதல்;** yield or offer (sth. which is beneficial or sth. as a sacrifice). கனிகளை ஈயும் மரங்கள்/ விடுதலைப் போராட்டத்தில் பலர் தம் இன்னுயிர் ஈந்தனர்.

ஈ[2] பெ. **வீடுகளில் பறந்து திரிந்து உணவுப் பொருள்கள், குப்பைகள் போன்றவற்றை மொய்க்கும் (ஆறு கால்களை உடைய) ஒரு சிறிய கறுப்பு நிறப் பூச்சி இனம்;** house fly.

ஈக்கில் பெ. (இலங்.) **(தென்னை) ஈர்க்கு; ஈர்க்குச்சி;** rib of a coconut palm leaf. ஈக்கில் விளக்குமாறு.

ஈக்கில் கட்டு பெ. (இலங்.) **ஈர்க்குச்சியால் ஆன, நீண்ட கைப்பிடி உள்ள துடைப்பம்;** broom of ஈக்கில் with a long handle.

ஈ காக்கை பெ. **(ஓர் இடத்தில் ஆட்களின் நடமாட்டம் இல்லை என்பதைக் குறிப்பிடும்போது) மிகச் சிறிய உயிரினங்கள்;** (not) a single soul. இரவு ஒன்பது மணி ஆகிவிட்டால் போதும். இந்தத் தெருவில் ஈ காக்கையைப் பார்க்க முடியாது./ இந்தக் கோயிலில் வெள்ளிக்கிழமைகளில்தான் கூட்டம் அதிகமாக இருக்கும். மற்ற நாட்களில் ஈ காக்கைகூட இருக்காது.

ஈகை பெ. (உ.வ.) **(மனம் உவந்து வழங்கப்படும்) பொருள் உதவி; கொடை;** (generous) gift; charity. பிறர் புகழ்வதற்காகச் செய்யப்படும் ஈகை இஸ்லாத்தில் இகழப்படுகிறது.

ஈகைப் பெருநாள் பெ. (இஸ்.) **ரம்ஜான்;** celebration at the end of the month of fasting.

ஈச்சாப்பி பெ. (இலங்.) **கஞ்சன்; கருமி;** miser; niggard. அவன் எச்சில் கையால் காகம் துரத்த மாட்டாத ஈச்சாப்பி./ நீ நல்ல ஈச்சாப்பி! பச்சைத் தண்ணீரில் பலகாரம் சுடுவாய் என்று நண்பன் கூறினான்.

ஈச்சை பெ. 1: **பழுப்பு நிறமும் இனிப்புச் சுவையும் உடைய கொத்துக்கொத்தான சிறு பழங்களைத் தரும், முள் போன்று கூரிய நுனியுடைய ஓலைகளைக் கொண்ட, தென்னையை ஒத்த சிறு மரம்;** Indian date palm. 2: **மேற்குறிப்பிட்டது போன்ற பழங்களைத் தரும், முள் போன்று கூரிய நுனியுடைய ஓலைகளைக் கொண்ட குத்துச்செடி;** wild date.

ஈசல் பெ. **இறக்கை முளைத்த கறையான்;** winged termite or white ant. ஈசலைச் சிலர் வறுத்துச் சாப்பிடுவார்கள்.

ஈசன் பெ. (உ.வ.) (பொதுவாக) இறைவன்; (குறிப்பாக) சிவன்; (generally) god; (esp.) the god Siva.

ஈசான மூலை பெ. (அ.வ.) வடகிழக்குப் பக்கம்; north-east quarter. ஊரின் ஈசான மூலையில் ஒரு கோயில் இருக்கிறது./ வீட்டின் ஈசான மூலையில் புத்தக அலமாரி இருந்தது.

ஈசானிய மூலை பெ. (அ.வ.) காண்க: ஈசான மூலை.

ஈசுவரன் பெ. காண்க: ஈஸ்வரன்.

ஈசுவரி பெ. காண்க: ஈஸ்வரி.

ஈட்டி பெ. 1: கழியின் நுனியில் கூர்மையான முக்கோண வடிவ இரும்பு முனை செருகப்பட்ட, எறியும் ஆயுதம்; spear. 2: (விளையாட்டுப் போட்டியில்) எறிவதற்குப் பயன்படுத்தப்படும் மேற்குறிப்பிட்ட வடிவில் ஆன சாதனம்; (in athletics) javelin.

ஈட்டி

ஈட்டி எறிதல் பெ. ஈட்டியை எறியும் விளையாட்டுப் போட்டி; javelin throw.

ஈட்டிக்காரன் பெ. (அ.வ.) (பெரும்பாலும் இந்தியாவின் வடமேற்குப் பகுதியிலிருந்து வந்து கந்து வட்டிக்குப் பணம் கொடுக்கும் தொழிலில் ஈடுபட்டு) அசலையும் வட்டியையும் குறித்த காலத்தில் கறாராக வசூல் செய்பவன்; usurer (especially one who is from the north-west part of India).

ஈட்டிய விடுப்பு பெ. நிரந்தரப் பணியாளர்கள் குறிப்பிட்ட வேலை நாட்களுக்கு ஒரு நாள் விடுப்பு என்ற விகிதத்தில் சேர்த்து வைத்துப் பணப் பலம் பெறுவதற்கான விடுமுறை; leave earned and accumulated by permanent employees at the rate of so many days for a specified period of service; (in India) earned leave.

ஈட்டிய விடுமுறை பெ. அறிவிக்கப்பட்ட விடுமுறை நாட்களில் பணிபுரிந்தால் அதற்குப் பதிலாக எடுத்துக் கொள்ளும் வேறொரு விடுமுறை நாள்; compensatory holiday.

ஈட்டு வி. (ஈட்ட, ஈட்டி) (உ.வ.) 1: (பொருள்) சம்பாதித்தல்; earn (wealth). அவர் ஈட்டிய பொருள் மூன்று தலைமுறைக்குப் போதும்./ கவிஞரின் சுயசரிதம் அவருடைய குடும்பத்தாருக்குப் போதுமான பணத்தை ஈட்டித் தந்தது. 2: (வெற்றி, அனுபவம், புகழ் முதலியவற்றை) பெறுதல்; gain (success, experience, fame, etc.,). அவனுடைய அயராத உழைப்பு அவனுக்குப் பெரும் வெற்றியை ஈட்டித் தந்தது./ வாழ்க்கையில் அவர் ஈட்டிய அனுபவங்கள் ஏராளம்.

ஈட்டுப் படி பெ. (பெரிய நகரங்களில் பணி புரியும் அரசுப் பணியாளர் முதலியோருக்கு) வாழ்க்கைச் செலவுக்கு ஏற்ற வகையில் சம்பளத்துடன் தரப்படும் கூடுதல் தொகை; allowance given to employees in cities to compensate for the higher cost of living.

ஈடாட்டம் பெ. (இலங்.) ஊசலாட்டம்; state of uncertainty; oscillation. மக்கள் கிளர்ச்சியினால் சர்வாதிகார ஆட்சி ஈடாட்டம் கண்டது.

ஈடாடு வி. (ஈடாட, ஈடாடி) (இலங்.) (முடிவுசெய்ய முடியாமல்) ஊசலாடுதல்; waver; oscillate. அவளைத் திருமணம் செய்வதா இல்லையா என அவன் மனம் ஈடாடியது.

ஈடிணை பெ. (-ஆக) (வடிவில், குணத்தில், மதிப்பில்) சரிசமம்; (ஒருவருக்கு) ஒப்பு; match; comparison; equal; peer. ஈடிணையற்ற அழகி/ நடனத்தில் இவருக்கு ஈடிணை யாரும் இல்லை./ தர்மம் செய்வதில் அவருக்கு ஈடிணையாக இன்னொருவரைச் சொல்ல முடியாது.

ஈடு[1] பெ. (-ஆக, -ஆன) 1: (ஒப்பிடும்போது தகுதியில், மதிப்பில், செயலில்) சரிசமம்; இணை; equal; match. இந்தத் துறையில் இதற்கு ஈடான வேறொரு நூல் இதுவரை வெளிவரவில்லை./ அவர் என்மேல் காட்டும் அன்புக்கு ஈடாக எதுவும் இல்லை./ இந்த மலைப் பகுதியின் அழகுக்கு ஈடு வேறு எந்த இடமும் இல்லை. 2: (ஒன்றுக்கு) மாற்று; பதில்; substitute; compensation. நான் தொலைத்துவிட்ட உன் பேனாவிற்கு ஈடாக இந்தப் பேனாவை வைத்துக் கொள்./ மருத்துவமனை கட்ட இடம் தந்தவர்களுக்கு ஈடாக வேறு இடத்தில் இடம் ஒதுக்கப்பட்டது. 3: அடகு; pledge. சங்கிலியை ஈடாக வைத்துத்தான் பணம் வாங்கப் போகிறாயா?

ஈடு[2] பெ. (தென்னை போன்ற மரங்கள் பல்வேறு எண்ணிக்கையில் அடுத்தடுத்து காய்க்கும்போது அல்லது கோழி முட்டை இடும் போது அல்லது இட்லி போன்ற உணவுப் பண்டங்கள் தயாரிக்கப்படும்போது) தடவை; முறை; (referring to the yield of trees such as coconut or laying of eggs by hen or the preparation of food such as இட்லி) (in one) turn or set. இந்த மாமரம் ஒரு ஈட்டுக்கு நூறு காய் தரும்./ இன்னும் ஒரு ஈடு கொழுக்கட்டை எடுத்துவிட்டால் எல்லோரும் சாப்பிடலாம்.

ஈடுகட்டு வி. (-கட்ட, -கட்டி) (ஒன்றின் குறையை, இன்மையை மற்றொன்றின் மூலம்) நிறைவு செய்தல்; சரிக்கட்டுதல்; make good; make up for. திரைப்படத்தில் பிரபல நடிகர்கள் நடிக்காததை அதன் சிறப்பான கதை ஈடுகட்டுகிறது./ சத்துக்குறைவால் ஏற்படும் நோய்களை மருந்துகளால் மட்டும் ஈடுகட்ட முடியாது./ என் அண்ணனின் மறைவை யாராலும் ஈடுகட்ட முடியாது.

ஈடு காட்டு வி. (காட்ட, காட்டி) (ஊரக வ.) (குறியீடாக) ஏதாவது ஒன்றுக்கு ஈடாக மற்றொன்றைக் காட்டுதல்; to show sth. as symbolically equivalent to sth. else. வீட்டின் உள்முற்றத்தில் கோடுதிறப்பது சூரியன் பார்க்கத் திறந்த வெளியில் வைத்துப் பொங்கலிடுவதற்கு ஈடு காட்டும் செயல்பாடு ஆகும்./ திருமணத்தில் பெண்ணுக்கு மாமி தங்கத்தில் பட்டம் கட்டுவதற்குப் பதிலாகப் பூவை முடிந்து கட்டுவதும் ஈடு காட்டுவதுதான்.

ஈடுகொடு வி. (-கொடுக்க, -கொடுத்து) 1: (ஒருவரின் திறமைக்கு மற்றொருவர்) நிகராக நிற்றல்; சமமாக இருத்தல்; match up to; rise equal to (an occasion). பெரியவரின் வேகத்துக்கு ஈடுகொடுத்துச் சிறுவன் நடந்தான்./

குத்துச்சண்டையில் ஐந்தாவது சுற்றுவரை தமிழக வீரர் ஈடுகொடுத்துச் சண்டையிட்டார்./ பாடியவரின் கற்பனைக்குப் பக்கவாத்தியக்காரர் திறமையாக ஈடுகொடுத்து வாசித்தார். **2: (சூழலுக்கு) தகுந்தாற்போல் நடத்தல்;** adjust oneself to (the situation). பலருடைய விருப்பு வெறுப்புகளுக்கு ஈடுகொடுத்துத்தான் குடும்பம் நடத்த வேண்டியிருக்கிறது.

ஈடுசெய் வி. *(-செய்ய, -செய்து)* **(இழப்பை, குறையை) சரிக்கட்டுதல்; ஈடுகட்டுதல்;** compensate for; make good. என்னால் ஏற்பட்ட நஷ்டத்துக்கு ஈடுசெய்ய முயற்சி செய்கிறேன்.

ஈடுபடு வி. *(-பட, -பட்டு)* **1: (ஒரு செயலில்) முனைதல்; இறங்குதல்;** engage (oneself) in; be occupied with; become involved in. சுயமாகத் தொழில் தொடங்குவதில் நண்பர் மும்முரமாக ஈடுபட்டார்./ கடல் நீரைக் குடிநீராக்கும் திட்டத்தில் சில நிறுவனங்கள் ஈடுபட்டிருக்கின்றன./ கள்ளக் கடத்தலில் ஈடுபட்டிருந்த கூட்டம் பிடிபட்டது. **2: (ஒன்றில்) நாட்டம் கொள்ளுதல்; (மனம்) ஒன்றுதல்;** be engrossed in; concentrate on. இசையில் தன்னை மறந்து ஈடுபட்டிருந்தார்./ வீட்டுப் பிரச்சினைகள் காரணமாக அவனால் எதிலும் ஈடுபட முடியவில்லை.

ஈடுபடுத்து வி. *(-படுத்த, -படுத்தி)* **1: (ஒருவரை ஒன்றில்) முனையச் செய்தல் அல்லது இறங்கச் செய்தல்;** engage (s.o. in sth.); get (s.o.) involved in (sth.). சில அமைச்சர்களைக் கட்சிப் பணியில் ஈடுபடுத்துவது குறித்து ஆலோசிக்கப்படுகிறது./ இளம் பெண்களை விபச்சாரத்தில் ஈடுபடுத்திய பெண் கைது. **2: (ஒன்றில்) நாட்டம் கொள்ளச் செய்தல்; (மனம்) ஒன்றச் செய்தல்;** engage in sth. வாழ்க்கையின் இயந்திர கதியை மாற்ற அவர் தன்னை இசையில் ஈடுபடுத்திக்கொண்டார்.

ஈடுபாடு பெ. **1: ஆர்வம்; நாட்டம்;** interest; involvement. விளையாட்டில் காட்டும் ஈடுபாட்டைப் படிப்பிலும் காட்ட வேண்டும்./ அவருக்கு இலக்கியத்தில் மிகுந்த ஈடுபாடு உண்டு. [*(தொ.சொ.)* **நாட்டம்/ பற்று/ பிடிப்பு/ பிணைப்பு**] **2: (நலனில்) அக்கறை;** concern. அவர் உன்னிடம் காட்டும் ஈடுபாட்டுக்கு என்ன காரணம்? [*(தொ.சொ.)* **அக்கறை/ கரிசனம்/ பரிவு**]

ஈடுபெற்ற கடன் பெ. **கடன் வாங்கியவரின் உடைமையை ஈட்டுறுதியாகப் பெற்றுக்கொண்டு தரும் கடன்;** loan advanced against one's property, stock, etc., as security; secured loan.

ஈடுபெறாத கடன் பெ. **கடன் வாங்கியவரிடம் ஈட்டுறுதியாக எதுவும் பெற்றுக்கொள்ளாமல் தரும் கடன்;** loan advanced without security; unsecured loan.

ஈடுவை வி. *(-வைக்க, -வைத்து)* **அடகு வைத்தல்;** pledge; mortgage. மருத்துவச் செலவிற்காக நகையை ஈடுவைக்க வேண்டியதாயிற்று.

ஈடேற்றம் பெ. *(கிறித்.)* **மீட்சி;** redemption. பாவிகளுக்கும் ஈடேற்றம் உண்டு என்றார் இயேசுநாதர்.

ஈடேற்று வி. *(ஈடேற்ற, ஈடேற்றி)* **1: (எண்ணத்தை, விருப்பத்தை) நிறைவேற்றுதல்; (கனவை) உண்மையாக்குதல்;** fulfil (a wish, desire). வாசகர்களின் விருப்பத்தை ஈடேற்றும் வகையில் இதழ் அமைந்துள்ளது./ தன் தாயின் ஆசையை ஈடேற்ற அவன் உறுதிபூண்டான். **2: (பெரும்பாலும் சமயத் துறையில்) (உலக வாழ்வின் இன்ப துன்பங்களிலிருந்து) விடுவித்தல்; மீட்சி;** deliver; redeem. இறைவன் தன்னை ஈடேற்றுவான் என்று அவர் உறுதியாக நம்பினார்.

ஈடேறு வி. *(ஈடேற, ஈடேறி)* **1: (நோக்கம், விருப்பம்) நிறைவேறுதல்; (கனவு) உண்மையாதல்;** (of hope, desire, wish) be fulfilled; (of dream about future) come true; (of plan) get executed. சதிகாரர்களின் திட்டம் மட்டும் ஈடேறியிருந்தால் நாம் நம் தலைவரை இழந்திருப்போம். **2: (பெரும்பாலும் சமயத் துறையில்) (உலக வாழ்வின் இன்ப துன்பங்களிலிருந்து ஒருவர்) மீளுதல்;** be redeemed. பக்தியால் ஈடேறலாம் என்பது அடியார்களின் நம்பிக்கை.

ஈப்பிடிப்பான் பெ. **ஓரிடத்தில் அமர்ந்து, பறந்து வரும் பூச்சிகளைத் தாவிப் பறந்து சென்று பிடித்து, பொதுவாக மீண்டும் அமர்ந்த இடத்துக்கே வந்து உண்ணும் இயல்புடைய பறவை;** flycatcher. சிறிய, பெரிய அளவுகளில் ஈப்பிடிப்பான் காணப்படுகிறது.

ஈமக் கடன் பெ. *(உ.வ.)* காண்க: **ஈமச் சடங்கு.**

ஈமச் சடங்கு பெ. **இறுதிச் சடங்கு;** funeral rites.

ஈமான் பெ. *(இஸ்.)* **இறை நம்பிக்கை;** faith in god. குர்ஆனை முழு ஈடுபாட்டுடன் ஓதுபவர்களின் உள்ளங்களில் ஈமான் வலிமை பெறுகிறது.

ஈயடிச்சான் காப்பி பெ. *(பே.வ.)* **ஒருவர் சுயமாகச் சிந்தித்துச் செய்யாமல், மற்றொருவர் செய்வதைப் பார்த்து, அப்படியே பின்பற்றும் செயல்;** blind copying; slavish imitation. இரண்டு பேருடைய விடைத்தாள்களும் ஒரே மாதிரி இருக்கின்றன. யாரோ ஒருவர் ஈயடிச்சான் காப்பி அடித்திருக்கிறார்.

ஈயப்பற்று பெ. **(மின் இணைப்புகளை அல்லது உலோக இணைப்புகளை உருவாக்குவதற்கோ துவாரங்களை அடைக்கவோ உருக்கிப் பயன்படுத்தும்) ஈயமும் தகரமும் கலந்த கலவை;** solder.

ஈயம்[1] பெ. **கனமான, ஆனால் எளிதில் உருகும், வளையக்கூடிய தன்மை கொண்ட வெளிர் நீல உலோகம்;** lead.

-ஈயம்[2] இ.சொ. காண்க: **-இயம்.**

ஈயம் பூசு வி. *(பூச, பூசி)* **(பித்தளைப் பாத்திரங்களில் புளி முதலியவற்றால் ஏற்படும் ரசாயன மாற்றத்தைத் தடுக்க அவற்றின் உட்பகுதியில்) ஈயத்தை உருக்கித் தடவுதல்; கலாய் பூசுதல்;** coat (the inside of a brass vessel) with lead (to avoid chemical reaction).

ஈயோட்டு வி. *(-ஓட்ட, -ஓட்டி)* *(பே.வ.)* **1: (வேலை இல்லாததால்) சும்மா இருத்தல்;** idle away. வீட்டில் உட்கார்ந்து ஈயோட்டவா இவ்வளவு படித்தாய்? **2: (ஒரு இடத்திற்கு என்று இயல்பாக உள்ள) பரபரப்பு குறைந்து காணப்படுதல்/(வியாபாரம் போன்றவை) மந்த கதியில் நடத்தல்;** (of a place that is usually busy) be dull. தொலைக்காட்சியின் ஆதிக்கத்தால் பல திரையரங்குகள் ஈயோட்டிக்கொண்டிருக்கின்றன./ பண்டிகைக்

காலங்களைத் தவிர மற்ற நாட்களில் ஜவுளிக் கடை ஈயோட்டுகிறது.

ஈர்[1] வி. (ஈர்க்க, ஈர்த்து) 1: **(பொருள்களைத் தன்னை நோக்கி) இழுத்தல்;** pull; attract. பொருள்களை ஈர்க்கும் சக்தி பூமிக்கு இல்லையென்றால் நாம் மிதக்க வேண்டியதாகிவிடும்./ காந்தம் இரும்பை ஈர்க்கும். [(தொ.சொ.) **ஆகர்ஷி / இழு/ கவர்**] 2: **(பூமி நீரை) உறிஞ்சுதல்;** (of earth) absorb; take in (water). வறண்டு கிடந்த நிலம் மழைநீரை உடனே ஈர்த்துக்கொண்டது. 3: **(மனத்தை, கவனத்தை) கவர்தல்; (ஒருவரைத் தன் பக்கம்) இழுத்தல்;** attract (one's attention, etc., or s.o. towards oneself). ஆசிரியர்கள் நடத்திய போராட்டம் பொதுமக்களின் கவனத்தை ஈர்த்தது./ அவளுடைய இனிய பேச்சும் சிரிப்பும் அவனை ஈர்த்தன.

ஈர்[2] பெ. **பேனின் முட்டை;** egg of a louse; nit.

ஈர்[3] பெ.அ. **(உயிர் எழுத்துகளில் தொடங்கும் பெயர்ச் சொற்களுக்கு முன் வரும்போது) இரண்டு என்பதன் பெயரடை வடிவம்; இரு;** adjectival form of இரண்டு (when occurring before a noun beginning with a vowel). ஈருருளை/ ஈரடிச் செய்யுள்.

ஈர்க்கு பெ. **பனை, தென்னை ஓலையின் நடுவில் உள்ள மெல்லிய (கம்பி போன்ற) நரம்பு;** rib of a palm leaf.

ஈர்க்குச்சி பெ. காண்க: ஈர்க்கு.

ஈர்ப்பு பெ. 1: **(ஒருவரைத் தன் பக்கம்) இழுக்கும் தன்மை அல்லது ஆற்றல்; கவர்ச்சி;** attraction; allure. அவளுடைய சிரிப்புக்கு அப்படி ஓர் ஈர்ப்புச் சக்தியா? 2: **(பொருள்களைத் தன்னை நோக்கி வரச்செய்யும்) இழுப்புச் சக்தி; ஆகர்ஷணம்;** gravity. பூமியின் ஈர்ப்பு விசைக்கு அப்பால் சென்றுவிட்டால் கீழே விழ முடியாது./ அணுக்களுக்கு இடையே உள்ள ஈர்ப்புச் சக்தி./ புவியின் ஈர்ப்பு ஆற்றலைவிட சூரியனின் ஈர்ப்பு ஆற்றல் பல மடங்கு அதிகம். [(தொ.சொ.) **ஆகர்ஷணம்/ கவர்ச்சி**] 3: **(ஒருவர் ஈடுபட்டிருக்கிற செயல் அவரைப் பிற செயல்களில் கவனத்தைச் செலுத்தவிடாமல்) கவர்கிற நிலை;** engaging nature. கதையின் ஈர்ப்பில் ஆள் வந்ததைக்கூட அவன் கவனிக்கவில்லை.

ஈர்ப்பு அலை பெ. (இயற்.) **பிரபஞ்சத்தில் வெகு வேகமாகப் பயணம் செய்யும் (கண்ணுக்குப் புலப்படாத) அலைத் தொகுதி;** gravitational wave.

ஈர்வடம் பெ. (இலங்.) **பனை நாரால் பின்னப்பட்ட கயிறு;** rope made of fibre from stalks of palmyra leaves. முன்பெல்லாம் ஈர்வடக் கயிற்றில்தான் வாளியைக் கட்டித் தண்ணீர் இறைப்போம்.

ஈர்வலி பெ. (ஊரக வ.) **(தலைமுடியிலுள்ள ஈர், பேன் ஆகியவற்றை எடுப்பதற்குப் பயன்படுத்தும்) நீண்ட பற்களும் கைப்பிடியும் கொண்ட ஒரு வகை மரச் சீப்பு;** long-toothed wooden comb for removing lice from hair.

ஈர்வலி

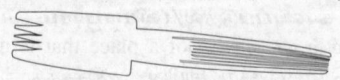

ஈர்வாங்கி பெ. (வ.வ.) காண்க: ஈர்வலி.

ஈரடிமான முறை பெ. (கணி.) **(கணிப்பொறியில்) பூஜ்யம், ஒன்று ஆகிய இரண்டு எண்களை மட்டும் பயன்படுத்திக் கணக்கிடும் முறை;** binary system.

ஈரடியாக வி.அ. ஈரெட்டாக; ambiguously.

ஈரப்பசை பெ. **(பொருள் அல்லது இடம் கொண்டிருக்கும்) நீர்த் தன்மை;** moisture. கோந்தில் ஈரப்பசையே இல்லை.

ஈரப்பதம் பெ. 1: **(காற்றில் நிறைந்திருக்கும்) ஈரத் தன்மை;** humidity. நவம்பர் மாதத்தில் காற்றில் 80% ஈரப்பதம் இருக்கும். 2: **(தானியங்களில் இருக்கும்) ஈரத் தன்மை;** moisture. குறுவை நெல்லில் ஈரப்பதம் அதிகம்; தை மாத நெல்லில் ஈரப்பதம் குறைவு./ நெல் கொள்முதல் மையங்களில் நெல்லின் ஈரப்பதத்திற்கு விலையில் ஒரு தொகையைக் கழித்துக்கொள்வார்கள்.

ஈரப்பதமானி பெ. (பு.வ.) **காற்றில் நிறைந்திருக்கும் ஈரப்பதத்தை அளக்க உதவும் கருவி;** hydrometer.

ஈரப்பதன் பெ. (இலங்.) **ஈரப்பதம்;** moisture. இன்றைய ஈரப்பதன் 55 என்று வானிலை அறிக்கை தெரிவித்தது.

ஈரம் பெ. 1: **நீரில் நனைவதால் பொருள்களில் காணப்படும் நீர்த் தன்மை;** dampness; moistness; wetness. ஈரப் புடவையைக் கொடியில் காயப் போட்டாள்./ நேற்று பெய்த மழையால் பூமி ஈரமாக இருக்கிறது. 2: **கண்ணீர்;** tear. கண்களின் ஓரத்தில் ஈரம் பளபளத்தது. 3: **நீர்த்துளி;** drop of water. ஈரம் சொட்டும் தலையுடன் குளியல் அறையிலிருந்து வெளிப்பட்டாள். 4: **ஈரப்பதம்;** humidity. ஈரக் காற்று வீசுவது மழைவருவதற்கான அறிகுறி. 5: **இரக்கம்; கருணை;** compassion. நெஞ்சில் ஈரம் இருந்தால் அவள் இப்படிப் பேசுவாளா?

ஈரமெடு வி. (-எடுக்க, -எடுத்து) (இலங்.) **(உடலில் உள்ள ஈரத்தை) துவட்டுதல்;** dry oneself using a towel. அப்பா குளித்துவிட்டு ஈரமெடுக்கிறார்./ உன் குழந்தையைக் குளிப்பாட்டி ஈரமெடுப்பதற்குள் என்னைப் படுத்தியெடுத்துவிடுகிறது என்று அம்மா தங்கையிடம் சொன்னார்.

ஈரல் பெ. **கல்லீரல்;** liver. அவருக்கு ஈரலில் வீக்கம் இருக்கிறது.

ஈரலி வி. (ஈரலிக்க, ஈரலித்து) (இலங்.) **ஈரமாதல்;** become moist. மழையினால் விறாந்தையெல்லாம் ஈரலித்துக் கிடக்கிறது.

ஈரலிப்பு பெ. (இலங்.) **ஈரப்பதம்; ஈரம்;** dampness. இந்த ஈரலிப்பில் கதியாலைப் போட்டுவிட வேண்டும்.

ஈரிழைத்துண்டு பெ. **(ஆண்கள் இடுப்பில் கட்டிக்கொண்டு குளிக்கப் பயன்படும்) இரண்டிரண்டு இழைகளாகச் சேர்த்து அலசலாக நெய்த துண்டு;** towel loosely woven with two yarns together (which men wear while bathing).

ஈருருவி பெ. (வ.வ.) **ஈர்வலி;** long-toothed wooden comb for removing lice from hair. ஈருருவியால் இழுத்தால்தான் பேன் வரும்.

ஈருள்ளி பெ. (ஊரக வ.) **காரம் சற்றுக் கூடிய சிறு வெங்காயம்;** variety of onion.

ஈரெட்டாக/ஈரெட்டான வி.அ./பெ.அ. (பெரும்பாலும் பேச்சைக் குறித்து வரும்போது) **(வேண்டுமென்றே)**

நிச்சயமற்றதாக/நிச்சயமற்றதான; with prevarication; ambiguously. 'வருகிறேன்' என்று சொல், இல்லாவிட்டால் 'வர முடியாது' என்று சொல். ஈரெட்டாகப் பதில் சொன்னால், நான் என்ன செய்வது?/ இப்படி ஈரெட்டாகச் சொன்னால் எதை நம்பி நான் வியாபாரத்தை ஆரம்பிப்பது?/ புதிய திட்டத்தைப் பற்றி ஈரெட்டான கருத்துகளையே அதிகாரிகள் கூறிவருகிறார்கள்.

ஈவிரக்கம் பெ. **(அடிப்படை மனிதத் தன்மைகளான) இரக்கம், பரிவு முதலியன;** pity; mercy; compassion. ஒரு குழந்தையை ஈவிரக்கமில்லாமல் அடிக்க அவனுக்கு எப்படி மனம் வந்தது?/ உனக்கு ஈவிரக்கமே கிடையாதா? [(தொ.சொ.) இரக்கம்/ கருணை/ பரிவு]

ஈவு பெ. (கணி.) **ஒரு எண்ணை மற்றொரு எண்ணால் வகுத்தால் கிடைக்கும் வகுக்கும் எண்ணின் மடங்கு;** quotient. எட்டை மூன்றால் வகுத்தால் ஈவு 2, மீதி 2.

ஈவுத்தொகை பெ. **ஒரு நிறுவனம் லாபத்தில் தன் பங்குதாரர்களுக்குத் தரும் விகிதம்;** dividend. ஈவுத்தொகை அளிக்கிற பொது நிறுவனங்களின் பங்குகளைத் தைரியமாக வாங்கலாம்.

ஈழம் பெ. (இலங்.) **(இந்தியாவின் தென்கிழக்கில் அமைந்துள்ள நாடான) இலங்கை;** (the country) Sri Lanka. சுதந்திரம் அடைவதற்கு முன்னர் இலங்கையை ஈழம் என்று அழைப்பது பெருவழக்கு./ ஈழக் கவிஞர்கள்/ ஈழத் தமிழர்கள்.

ஈளை[1] பெ. **1: ஆஸ்துமா;** asthma. **2: கோழை;** sputum.

ஈளை[2] பெ. (ஊரக வ.) **(எளிதில் சேறாகாமலும் பயிர் வளராமலும்) வெள்ளையாக வழுவழுவென்று களி மண் போன்று இருக்கும் ஒரு வகை மண்;** whitish clay bereft of organic matter which does not yield to be puddled. இந்த வயல் ஈளை என்பதால் சாமானியமாகச் சேறாகாது./ ஈளை மண்ணில் என்ன விளையும் என்று அலுப்போடு சொன்னான்.

ஈற்றயல் பெ.அ. (இலக்.) **(சொல்லைப் பிரித்து அல்லது செய்யுள் உறுப்புகளைப் பிரித்துக் கூறும்போது) இறுதிக்கு முந்திய;** (in word analysis or versification) penultimate. ஈற்றயல் எழுத்து/ ஈற்றயல் சீர்.

ஈற்று பெ. **(விலங்கு கன்று ஈனுவதை அல்லது குட்டி போடுவதைப் பற்றிக் கூறும்போது) தடவை;** calving. இது முதல் ஈற்றா, இரண்டாம் ஈற்றா?/ புலி ஒவ்வொரு ஈற்றிலும் இரண்டு ஆண் குட்டிகளை ஈன்றால் அதற்குச் சமமாக இரண்டு பெண் குட்டிகளையும் ஈனுகிறது.

ஈறாக இ.சொ. (உ.வ.) (பலரை அல்லது பலவற்றைக் குறிப்பிடும்போது) **'வரை' என்ற பொருளில் பயன்படுத்தப்படும் இடைச்சொல்;** particle used in the sense of 'down to'. கட்சித் தலைவர் முதல் கீழ்மட்டத் தொண்டன் ஈறாக அனைவரும் இந்த முடிவை ஆதரித்தனர்.

ஈறு[1] பெ. வாயில் **பற்கள் ஊன்றியிருக்கும் தசை;** gum (in the mouth).

ஈறு[2] பெ. (உ.வ.) **(ஒரு நிகழ்ச்சி, வரிசை முதலியவற்றில்) இறுதி; கடைசி;** end (of an event); last (in a row). செய்யுளின் ஈற்றடி.

ஈன் வி. (ஈன, ஈன்று) (பெண்ணைக் குறித்து வரும்போது) **குழந்தையைப் பெறுதல்;** (விலங்குகளைக் குறித்து வரும்போது) **கன்று போடுதல் அல்லது குட்டிபோடுதல்;** (of woman) give birth; (of animals) give birth to; calve. என்னை ஈன்ற தாய்/ தான் ஈன்ற கன்றைப் பசு நக்கிக் கொடுத்தது./ புலி தன் குட்டியை ஈன உரிய இடத்தைத் தேர்ந்தெடுக்கிறது./ ஈனாக் கிடாரி/ (உரு வ.) என்னை ஈன்ற தாய்நாடு.

ஈன்பார் பெ. (மண்.) **சாய்தளமாக அமைக்கப்பட்டிருக்கும் மண்பாண்டச் சூளையின் தரைப்பகுதி;** the incline in the floor of a potter's kiln.

ஈன்றெடு வி. (-எடுக்க, -எடுத்து) (உ.வ.) காண்க: ஈன்.

ஈனம்[1] பெ. **இழிவு; கேவலம்;** meanness; baseness. பணத்துக்காக எந்த விதமான ஈனச் செயலையும் அவன் செய்வான்./ ஈனப் புத்தி.

ஈனம்[2] பெ. (குரலைக் குறிப்பிடும்போது) **மெலிதாக ஒலிப்பது; சக்தியின்மை;** (of voice) feeble; faint; weak. கையும்களவுமாகப் பிடிபட்ட திருடன் தன் திருட்டை ஈனக் குரலில் ஒப்புக்கொண்டான்.

-ஈனம்[3] பெ. (சில பெயர்ச்சொற்களுடன் இணைந்து வரும்போது) **(குறிப்பிடப்படுவது) குறைந்த அளவு இருக்கும் நிலை;** -less. அறிவீனம்/ பலகீனம்/ மதியீனம்.

ஈனவிரக்கம் பெ. (இலங்.) காண்க: **ஈவிரக்கம்.**

ஈனுலை பெ. **அணுசக்தியை உற்பத்தி செய்யப் பயன்படும் தொழில்நுட்பச் சாதனம்;** nuclear reactor. இந்தப் புதிய ஈனுலை மூலம் 500 மெகா வாட் மின்சாரம் உற்பத்தி செய்ய இயலும்./ அதிவேக ஈனுலை கல்பாக்கத்தில் நிறுவப்பட்டுள்ளது.

ஈஸ்வரன் பெ. **ஈசன்; சிவன்;** (generally) god, (esp.) the god, Siva. ஈஸ்வரா, என்ன சோதனை இது?

ஈஸ்வரி பெ. **(பொதுவாக) பெண் தெய்வம்; (குறிப்பாக) பார்வதி;** (generally) female deity; (esp.) the goddess Parvati, consort of Siva.

உ

உக்கரை பெ. காண்க: **உக்காரை.**

உக்கல் பெ. (இலங்.) **உளுத்துப்போனது;** worm-eaten (wood, etc.,). உக்கல் மரப்பெட்டி.

உக்காரை பெ. (வ.வ.) **சமமான அளவில் பச்சரிசியையும் பாசிப்பருப்பையும் இளஞ்சூட்டில் வறுத்து ஆற வைத்தபின் மாவாக அரைத்து, வெல்லப் பாகில் போட்டுக் கிளறி, சிறிது நெய் விட்டு ஏலக்காய்ப் பொடி தூவித் தயாரிக்கும் ஒரு வகை இனிப்பு;** a kind of sweet made of equal parts of parched and powdered raw rice and greengram adding sugar syrup, ghee and cardamom powder. அம்மா செய்யும் உக்காரையை வாயில் போட்டால் அப்படியே கரையும்.

உக்கிரம் பெ. (-ஆக, -ஆன) **1: (சில இயற்கைச் சக்திகளின்) கடுமை; தீவிரம்;** intensity (of some natural forces); severity. வெயில் உக்கிரமாக அடித்தது./ காற்றின் உக்கிரம் குறைந்தால்தான் மீனவர்கள் கடலில் மீன்பிடிக்கச் செல்வார்கள். **2: (உணர்ச்சியின், செயலின்) தீவிரத் தன்மை;** severity; vehemence; rage; fury. கோபத்தின் உக்கிரம் கண்ணில் தெரிந்தது./ தருமனும் துரோணரும்

உக்கிரமாகப் போரிட்டனர்./ கையில் சூலாயுதத்துடன் காளி உக்கிரமாகக் காட்சி அளித்தாள்./ தூணிலிருந்து வெளிப்பட்ட நரசிம்மன் போல அவர் உக்கிரத்துடன் காணப்பட்டார்.

உக்கிராணம் பெ. **(பெரும்பாலும் கோயில், மடம் போன்றவற்றில்) சமையலுக்கு வேண்டிய பொருள்களை வைத்திருக்கும் அறை;** store room for provisions (in a temple, etc.,); pantry.

உக்கு வி. *(உக்க, உக்கி) (இலங்.)* **(மரம் அல்லது மரத்தால் செய்யப்பட்ட பொருள்) உளுத்தல்;** (of wood) be worm-eaten. மரமெல்லாம் உக்க ஆரம்பித்துவிட்டது./ மாம்பலகை கெதியிலே உக்கும்./ இந்த மரம் உக்குமா?

உக்குட்டி பெ. *(-ஆக, -ஆன) (இலங்.)* **மிகச் சிறியது;** very small. என்ன, இந்தப் பிள்ளை உக்குட்டிப் பொடியனாக இருக்கிறானே?/ அவளுக்குப் பிறந்த குழந்தை உக்குட்டியாகவே இருக்கிறது./ உக்குட்டியான வீடு.

உக்குறுணி பெ. *(-ஆக) (இலங்.)* **மிகவும் சிறியது;** very small. புத்தகத்தில் எழுத்தெல்லாம் ஒரே உக்குறுணியாக இருக்கிறது./ என்ன இப்படி உக்குறுணியாக வீடு கட்டிவிட்டீர்கள்?

உத்தாலம் பெ. **அதிக உயரமாக வளராத, கிளைகள் பக்கவாட்டில் வளராமல் தாழ்ந்து தொங்கும், குழகுழப்பான வெளிர் சிவப்புப் பழங்களைத் தரும் மரம்;** long-leaved saucer berry. உத்தாலம் ஒரு தல விருட்சம்.

உகந்த பெ.அ. *(உ.வ.)* **1: பொருத்தமான; ஏற்ற;** suitable; appropriate. இது தொழில் தொடங்குவதற்கு உகந்த இடம் தானா என்று பார்க்க வேண்டும்./ ஆராய்ச்சிக்கு உகந்த சூழ்நிலை இங்கே இருக்கிறது. **2: (நினைத்ததற்கு) ஏற்ற; விருப்பமான;** agreeable; pleasing (to one's mind). மனத்துக்கு உகந்த மனைவி கிடைத்த மகிழ்ச்சி.

உகப்பு பெ. *(-ஆக, -ஆன) (உ.வ.)* காண்க: **உவப்பு.**

உகு வி. *(உகுக்க, உகுத்து) (உ.வ.)* **(கண்ணீர்) வடித்தல்; சிந்துதல்; உதிர்த்தல்;** shed (tears). அவள் கண்ணீர் உகுக்கும்படி நான் என்ன கூறிவிட்டேன்?/ *(உரு வ.)* ஏன் அநாவசியமாக வார்த்தைகளை உகுக்கிறாய்?

உங்கள் பி.பெ. **'நீங்கள்' என்பது வேற்றுமை உருபு ஏற்கும்போது திரியும் வடிவம்;** form of 'நீங்கள்' serving as base for further declensions. உங்கள் தெருவின் பெயர் என்ன?/ உங்களை நான் எங்கோ பார்த்திருக்கிறேன்.

உச்ச(க்)கட்டம் பெ. **1: (கதை, திரைப்படம் போன்றவற்றில்) பெரும்பாலும் முடிவுக்கு முன்னால் வரும், பரபரப்பூட்டும் திருப்பமாக அமையும் முக்கியமான பகுதி;** (of story, etc.,) climax. திரைப்படத்தின் மயிர்க்கூச்செறியும் உச்சக்கட்டக் காட்சி! **2: (ஒரு செயல்பாடு அடையும்) மிகத் தீவிரமான நிலை;** peak; height. விவாதம் சூடுபிடித்து உச்சகட்டத்தை அடைந்தது./ இந்தி எதிர்ப்புப் போராட்டத்தின் உச்சக்கட்டத்தில்தான் நான் அரசியலில் நுழைந்தேன்./ கரகாட்டத்தின் உச்சக்கட்டத்தில் கலைஞர்கள் அதிவேகமாகச் சுழன்று ஆடுவார்கள்./ நிறுவனத்தின் வளர்ச்சி உச்சக்கட்டத்தை எட்டியபோது புதிய பிரச்சினைகள் உருவாயின./ வேலை நிறுத்தப் போராட்டம் உச்சகட்டத்தை எட்டியது.

உச்சக்கொப்பில் இரு வி. *(இருக்க, இருந்து) (இலங்.)* **(உணர்வு, நிலை போன்றவை) உச்சத்தில் இருத்தல்;** be at the peak of (emotion, status, etc.,). வெளிநாட்டுப் பணம் வந்ததால் அவர் சந்தோஷத்தின் உச்சக்கொப்பில் இருக்கிறார்./ பதவி உயர்வு கிடைத்ததில் அவள் உச்சக்கொப்பில் இருக்கிறாள்.

உச்சந்தலை பெ. **(மனிதர்களில்) மேல்தலையின் நடுப் பகுதி;** crown (of head). பறவை எச்சம் உச்சந்தலையில் விழுந்தது./ அம்மா உச்சந்தலையில் எண்ணெய் வைத்துத் தேய்த்தாள். *(பார்க்க, படம்: உடல்)*

உச்ச நீதிமன்றம் பெ. *(சட்டம்)* **(இந்தியாவில்) நாடு முழுமைக்குமான தலைமை நீதிமன்றம்;** Supreme Court (of India). உயர் நீதிமன்றத்தில் நம் வழக்கு தோற்றால் உச்ச நீதிமன்றத்தில் மேல்முறையீடு செய்யலாம்.

உச்சம் பெ. **1: (ஒரு செயல், உணர்ச்சி போன்றவை அடையும்) தீவிரம் அல்லது அதிகபட்ச அளவு;** maximum or extreme point; height (of an action, emotion, etc.,); peak. நிர்வாகத்தின் பிடிவாதப் போக்கினால் தொழிலாளர்களின் கோபம் உச்சத்தை எட்டியது./ நான் சுதந்திரப் போராட்டத்தில் நுழைந்தபோது அது உச்சத்தில் இருந்தது./ வெற்றி கிடைத்த மகிழ்ச்சியின் உச்சத்தில் அவனுக்கு அடுத்து என்ன செய்வது என்று தெரியவில்லை. **2: (ஒன்று அல்லது ஒருவர் அடையும்) மிக உயர்ந்த நிலை;** zenith; peak. இந்தப் படத்தில் நடிப்பின் உச்சத்தை அந்த நடிகர் தொட்டுவிட்டார்./ சூரிய கிரகணம் குறித்த ஆராய்ச்சிக்குப் பிறகு அவர் புகழ் உச்சத்திற்குப் போயிற்று. **3:** *(சோதி.)* **(ஜாதகத்தில் ஒரு கிரகம் செயல்படும்) தீவிரமான நிலை;** exaltation (of a planet in one's horoscope). இவருடைய ஜாதகத்தில் வாக்கு ஸ்தானத்தில் குரு உச்சம் பெற்றிருக்கிறார்./ மூன்று கிரகங்கள் உச்சம் அடைந்திருப்பது இவர் ஜாதகத்தின் சிறப்பு.

உச்சமட்டம் பெ. **(பல நிலைகளைக் கொண்ட அமைப்பில்) இறுதி; மேல்மட்டம்; உயர்நிலை;** highest level (in a hierarchy). அரசியல் கட்சிகளைப் பொறுத்தவரை செயற்குழுதான் உச்சமட்ட அமைப்பாகும்.

உச்சரி வி. *(உச்சரிக்க, உச்சரித்து)* **1: (எழுத்தை, சொல்லை) ஒலித்தல்;** pronounce (a sound, word); articulate. அவர் தமிழ்ச் சொற்களைப் பிழை இல்லாமல் உச்சரிக்கத் தெரிந்த நடிகர்./ ழகரத்தை உச்சரிப்பது சற்றுக் கடினம். **2: (ஒரு சொல்லை) சொல்லுதல்;** mention. ஆங்கிலேயர் ஆண்ட காலத்தில் 'சுதந்திரம்' என்ற சொல்லை உச்சரிக்கவே பலர் பயந்தனர்./ குருவின் மீது இருந்த பக்தியினால் அவர் பெயரை உச்சரிக்கவே அவன் தயங்குவான். **3: (மந்திரம், சுலோகம்) சொல்லுதல்;** chant (mantras, etc.,). கண்களை மூடி மந்திரத்தை உச்சரித்தவாறு அமர்ந்திருந்தார்.

உச்சரிப்பு பெ. **1: (எழுத்தின், சொல்லின்) ஒலிப்பு முறை;** pronunciation. செய்தி வாசிப்பவரின் உச்சரிப்பு நன்றாக இருக்கிறது. **2: (மந்திரம் முதலியவை) சொல்லும் முறை;** (of mantras) the way of chanting.

உச்சவரம்பு பெ. *(காலம், அளவு குறித்து வரும்போது)* **வரையறுக்கப்பட்ட உயர் எல்லை;** deadline; upper limit; ceiling. இந்த வேலையை முடிப்பதற்குக் கால உச்சவரம்பு உண்டா?/ நில உச்சவரம்புச் சட்டத்தால் பயன் அதிகம் கிடைக்கவில்லை.

உச்சஸ்தாயி பெ. (இசை) **(பாடும்போது) குரலின் மேல் எல்லை;** high pitch. உச்சஸ்தாயியில் பாடும்போது பாட கரின் கழுத்து நரம்புகள் புடைத்தன.

உச்சாடனம் பெ. (அ.வ.) **(மந்திரங்களை) முறையாக ஓதுதல்;** (of mantras) chanting. அவர் கவிதை படிப்பது மந்திர உச்சாடனம்போல் இருந்தது.

உச்சாணி பெ. (பே.வ.) **(மரத்தின்) உச்சி;** top (of a tree). அந்தப் புளிய மரத்தின் உச்சாணிக் கிளையில் காகம் கூடு கட்டியிருந்தது.

உச்சி பெ. 1: **(உயரமான ஒன்று) முடியும் இடம்;** top (of a tree, tower, etc.,); peak (of a mountain). கோபுரத்தின் உச்சியில் இரண்டு காக்கைகள் உட்கார்ந்திருந்தன. 2: **உச்சந்தலை;** crown (of the head). உச்சியில் முதலில் எண்ணெய் வைத்தாள்./ உச்சியிலிருந்து உள்ளங்கால்வரை நகைதான். 3: (வ.வ.) **வகிடு;** parting; line. 4: **(புகழ், செல்வாக்கு முதலியவற்றின்) உச்சம்;** zenith. அவர் புகழின் உச்சியில் இருக்கிறார்./ நாம் நாகரிகத்தின் உச்சியில் இருப்பதாக நினைத்துக்கொள்கிறோம். 5: **தலைக்கு நேர் மேலாக இருக்கும் வானத்தின் பகுதி;** zenith. சூரியன் காலையில் உதித்து நடுப்பகலில் உச்சிக்கு வந்து மாலையில் மறைவது நாள்தோறும் நடைபெறும் நிகழ்வு./ உச்சியில் இருந்த சூரியன் மேற்கே நகர ஆரம்பித்தது.

உச்சிக்கால பூஜை பெ. **(கோயிலில் நாள்தோறும்) பகல் பன்னிரண்டு மணி அளவில் நடக்கும் பூஜை;** (in temples) a daily பூஜை performed around noon.

உச்சிக்குடுமி பெ. **(ஆண்கள்) உச்சந்தலையில் முடிந்து கொள்ளும் முடிக் கற்றை;** tuft of hair (worn at the back of the head).

உச்சிக்குடுமி

உச்சிக்கொண்டை பெ. **(பெண்கள்) உச்சந்தலையின் பின்பகுதியில் கூந்தலை ஒன்றுசேர்த்து முடிந்து கொள்ளும் ஒரு வகைக் கொண்டை;** (of women) a hair-do in which hair is gathered up and knotted behind the crown.

உச்சிக்கொள் வி. (-கொள்ள, -கொண்டு) (இலங்.) 1: **முந்துதல்;** overtake. படிப்பில் யாரும் என்னை உச்சிக் கொள்ள முடியாது./ ஓட்டப் பந்தயத்தில் என் மகன் எல் லோரையும் உச்சிக்கொண்டு ஓடி முதலாவதாக வந்தான். 2: **ஏமாற்றுதல்;** dodge. அரசு அதிகாரிகளை எத்தனை நாளைக்குத்தான் உச்சிக்கொண்டு திரிய முடியும்?/ அவர் தான் வாங்கிய பணத்தைத் திருப்பித் தருவேன் என்று கூறுவார். பின்னர் உச்சிக்கொண்டு எங்காவது போய் விடுவார்.

உச்சிகுளிர் வி. (-குளிர, -குளிர்ந்து) **(புகழ்ச்சியால்) பெரும் மனமகிழ்ச்சி ஏற்படுதல்;** feel flattered. உன்னை விட்டால் இந்த வேலைக்கு வேறு ஆள் இல்லை என்று சொன்னதுமே அவனுக்கு உச்சிகுளிர்ந்துவிட்டது.

உச்சிநேரம் பெ. **உச்சிப்பொழுது;** high noon; midday. உச்சி நேரத்தில் திரியாதே./ உனக்கு உச்சிநேரத்தில் அப்படி என்ன வேலை?/ உச்சிநேரத்தில் திரிந்து காய்ச்சலை வர வழைத்துக்கொண்டான்.

உச்சிப்பொழுது பெ. **தலைக்கு நேராக வானத்தில் சூரியன் வரும் நேரம்; நண்பகல்;** high noon; midday.

உச்சிபிரி வி. (-பிரிக்க, -பிரித்து) (இலங்.) **(தலையில்) வகிடு எடுத்தல்;** part one's hair in order to comb. என் மகளுக்கு இன்னமும் உச்சிபிரித்துத் தலைசீவத் தெரியாது.

உச்சிமாநாடு பெ. **இரண்டு அல்லது அதற்கு மேற்பட்ட நாடுகளின் அரசுத் தலைவர்கள் முக்கியப் பிரச்சினை குறித்து விவாதிப்பதற்காகக் கூடும் சந்திப்பு அல்லது தொடர்ச்சியான சந்திப்புகள்;** summit conference.

உச்சிமுகர் வி. (-முகர, -முகர்ந்து) **(அன்பை வெளிக் காட்டும் வகையில்) முன்னந்தலையில் முத்தமிடுதல்;** kiss one's forehead (as a way of showing one's affection). வெளிநாட்டிலிருந்து திரும்பிவந்த தன் மகனை உச்சி முகர்ந்து வரவேற்றாள்.

உச்சிமோர் வி. (-மோக்க, -மோந்து) காண்க: **உச்சிமுகர்.**

உச்சியெடு வி. (-எடுக்க, -எடுத்து) (இலங்.) காண்க: **உச்சி பிரி.**

உச்சிவானம் பெ. **தலையின் உச்சிக்கு நேராக இருக்கும் வானம்;** sky overhead; zenith.

உச்சிவெயில் பெ. **நண்பகல் வெயில்;** hot sun (at high noon).

உச்சுக்காட்டு வி. (-காட்ட, -காட்டி) (இலங்.) **(நாயை) ஏவிவிடுதல்;** set (a dog) on s.o. நாயை உச்சுக்காட்டி யதும் வளவுக்குள் வந்த ஆடுகள் ஓடிவிட்டன.

உச்சுக்கொட்டு வி. (-கொட்ட, -கொட்டி) (பே.வ.) **('உச்சு' என்ற ஒலி எழுப்புவதன் மூலம்) அக்கறை யின்மை, விருப்பமின்மை, வெறுப்பு போன்றவற்றை வெளிக்காட்டுதல்;** click one's tongue (to express one's dislike, indifference, dissatisfaction, etc.,). நான் பாட்டுக்குச் சொல்லிக்கொண்டே இருக்கிறேன். நீ உச்சுக்கொட்டினால் என்ன அர்த்தம்?/ அப்பாவிடமிருந்து கடிதம் வந்திருக்கிறது என்று நான் சொல்ல, அவன் உச்சுக்கொட்டினான்.

உசத்தி பெ. (-ஆக, -ஆன) (பே.வ.) **(மதிப்பு, தரம் முதலி யவற்றில்) உயர்வு; மேலானது;** being treated as superior. மூத்த பெண் என்றால் உங்களுக்கு எப்போதும் உசத்தி./ பழைய வீட்டைவிட இந்த வீடு எந்த விதத்தில் உசத்தி?/ தன் மகனைப் பற்றி அவர் உசத்தியாகப் பேசினார்./ உன் னைக் குறித்து உன் அம்மாவுக்கு உசத்தியான எண்ணம்தான்.

உசாத்துணை நூல்கள் பெ. **துணை நூற்பட்டியல்;** bibliography.

உசார் பெ. (இலங்.) 1: **உற்சாக உணர்வு;** happiness; satisfaction (owing to success, contentment, etc.,). பரீட்சைப் பெறுபேறு வந்தவுடன் உன் மகன் நல்ல உசார் ஆகிவிட் டான். 2: காண்க: **உஷார்.**

உசார்படுத்து வி. (-படுத்த, -படுத்தி) (இலங்.) 1: **(ஒரு வரை) உற்சாகமடையச் செய்தல்; உற்சாகப்படுத்துதல்;** cheer (s.o.); encourage. போட்டியில் வெற்றியடைவதற்கு

மகனை உசார்படுத்திவையுங்கள். 2: **(ஒருவரை) எச்சரித்தல்; கவனப்படுத்துதல்;** warn s.o.; alert; caution. வீட்டுக்குப் போய் மாமா ஏதாவது சொல்லிப் பிரச்சினையாக்கிவிடுவார். அதனால் கவனமாக இருக்குமாறு அம்மாவிடம் முன்கூட்டியே சொல்லி உசார்படுத்திவிடுங்கள்.

உசாவல் பெ. *(இலங்.)* **ஆய்வு ரீதியான கட்டுரை;** research paper. சங்க இலக்கியம் பற்றிய அவரது உசாவல் அருமையாக இருந்தது.

உசாவு வி. *(உசாவ, உசாவி) (உ.வ.)* 1: **கேட்டல்; விசாரித்தல்;** enquire; ask. நலமாக இருக்கிறீர்களா என்று உசாவினார். 2: **அளவளாவுதல்;** talk; chat. அவர்கள் நீண்ட நேரம் உசாவிக்கொண்டிருந்தார்கள்.

உசிதம் பெ. 1: *(-ஆக, -ஆன)* **(குறிப்பிட்ட சூழ்நிலையில் பேச்சு, செய்கை முதலியவற்றின்) பொருத்தம்; (குறிப்பிட்ட நேரத்திற்கு அல்லது சூழ்நிலைக்கு) பொருத்தமானது; சரியானது; முறையானது;** sth. appropriate or proper. விபத்து நடந்த இடத்துக்கு வந்திருந்த அமைச்சரிடம் கோரிக்கைகள் அடங்கிய மனுவைக் கொடுப்பது உசிதமாக இராது./ நீ அவரிடம் நடந்ததைச் சொல்லிவிடுவது உசிதமானது./ அவையில் அவர் உபயோகித்த சில சொற்கள் உசிதமற்றவை. 2: **நிலைமைக்குத் தகுந்தது;** suiting one's situation. நீங்கள் உங்கள் உசிதம் போல் எவ்வளவு வேண்டுமானாலும் நன்கொடை தரலாம்.

உசிலி பெ. **வேகவைத்து அரைத்த பருப்போடு கொத்தவரங்காய், பீன்ஸ், வாழைப்பூ போன்ற காய்கறிகளில் ஏதாவது ஒன்றைச் சேர்த்துத் தயாரிக்கும் தொடுகறி;** a side dish prepared by adding a vegetable to boiled and mashed dhal.

உசுப்பு வி. *(உசுப்ப, உசுப்பி)* 1: **(பாய்ந்து தாக்குமாறு) ஏவுதல்;** set on; set upon. திருடன்மேல் நாயை உசுப்பிவிட்டார்./ உசுப்பிவிடப்பட்ட சேவல்கள் ஆக்ரோஷமாகச் சண்டையிடத் தொடங்கின. 2: காண்க: **உசுப்பேற்று.** 3: **(செயல்பட) தூண்டுதல்;** urge; motivate. மனைவியின் பேச்சு அவரை உசுப்பியது./ 'சும்மா இருக்காதே, ஏதாவது செய்' என்று என் மனம் என்னை உசுப்பிவிட்டுக்கொண்டிருக்கிறது. [*(தொ.சொ.)* **உசுப்பேற்று/ ஏவு/ கிளப்பு/ தூண்டு**] 4: **(தூக்கத்திலிருந்து) எழுப்புதல்;** wake (a person) up; arouse; stir. தோளில் கை வைத்து உசுப்பினாள்.

உசுப்பேற்று வி. *(-ஏற்ற, -ஏற்றி) (பே.வ.)* **தூண்டிவிடுதல்;** instigate. அவன் முரடன் என்றாலும் நல்லவன். ஆனால் கூட இருப்பவர்கள் அவனை உசுப்பேற்றி வீண் சண்டையில் இழுத்துவிடுகிறார்கள்./ பத்திரிகைகளில் படத்துடன் வந்த செய்தி கட்சித் தொண்டர்களை உசுப்பேற்றிவிட்டது. [*(தொ.சொ.)* **உசுப்பு/ ஏவு/ கிளப்பு/ தூண்டு**]

உஞ்சவிருத்தி பெ. *(ச.வ.)* **ஒவ்வொரு நாளும் காலையில் இறைவனைப் பற்றிய பாடல்களைப் பாடியபடி வீடுவீடாகச் சென்று ஒரு செம்பில் அந்தந்த வீட்டார் இடும் அரிசி, பருப்பு ஆகியவற்றைக் கொண்டு அன்றன்றைக்கு உண்டு வாழும் முறை;** practice of a devotee going door-to-door singing devotional songs and receiving rice as alms for the day.

உஞ்சாமரம் பெ. *(ஊரக வ.)* **(தேரோட்டத்தின் போது) தேரின் பின்சக்கரத்துக்கும் தரைக்கும் இடையில் நெம்புகோல்போல் திணித்து, கோலின் மறுமுனையில் ஆட்கள் தொங்கி, தேர்க்கால் உருளுவதற்காக உலுக்கும் நீளமான வாரை;** long pole used as a lever for rolling the back wheels of a temple car. தேர் தெற்கு வீதியில் நின்றுவிட்டது. இனி உஞ்சாமரம் போட்டால்தான் நகரும்./ அரைமணி நேரமாக உஞ்சாமரம் போட்டும் தேர் நகர்ந்தபாடில்லை.

உட்கரு பெ. 1: **(கதை முதலியவற்றின்) மிக ஆதாரமான பொருள்;** (of a literary work) theme; kernel. 2: *(இயற்.)* **அணுவில் புரோட்டான்களையும் நியூட்ரான்களையும் கொண்டிருக்கும் மையப்பகுதி;** nucleus (of an atom). 3: *(உயிரி.)* **உயிரணுவின் மையப் பகுதி;** nucleus (of a cell).

உட்கருத்து பெ. **(வெளிப்படையாகத் தெரியாத) நுட்பமான செய்தி;** intention; implication; import.

உட்காய்ச்சல் பெ. **தொட்டுப்பார்த்து அறிந்துகொள்ள முடியாமல் உடலில் இருக்கும் காய்ச்சல்;** fever that is not pronounced.

உட்கார் வி. *(உட்கார, உட்கார்ந்து)* 1: **(மனிதன்) இடுப்பின் கீழ்ப்பகுதியை ஒரு பரப்பில் வைத்து இருத்தல்; (விலங்குகள்) உடலை ஒரு பரப்பில் வைத்து நிலைகொள்ளுதல்; (பறவைகள்) இரு கால்களையும் பதித்து நிலைகொள்ளுதல்;** (of human beings) sit; sit down; (of animals) squat; sit; (of birds) perch. மாலை மணி ஐந்தானதும் நாய் வாசல் கதவருகில் உட்கார்ந்துகொள்ளும்./ மரக் கிளைகளில் காக்கைகள் உட்கார்ந்திருந்தன. 2: **(கட்டடத்தின் அஸ்திவாரம்) கீழிறங்குதல்;** (of the foundation of a building) sink; go down. களிமண் நிலமாக இருந்ததால் வீடு உட்கார்ந்துவிட்டது. 3: **(தேர்வு) எழுதுதல்;** take (an examination). அடுத்த வருடம் அவன் மருத்துவப் பரீட்சைக்கு உட்காரப்போகிறான். 4: **(இரண்டு பகுதிகள்) ஒன்றோடு ஒன்று பொருந்துதல்;** fit. கதவு இன்னும் கீலில் சரியாக உட்காரவில்லை. 5: *(பே.வ.)* **(பெண்) பருவமடைதல்;** (of girls) attain puberty. மூத்தவள் இன்னும் இரண்டு வருடங்களில் உட்கார்ந்துவிடுவாள். 6: *(பே.வ.)* **மாதவிடாய் ஏற்படுதல்;** menstruate. பொங்கலுக்கு நீயாவது பூஜை செய்வாய் என்று நினைத்தேன். நீயும் உட்கார்ந்துவிட்டாயா? 7: *(பே.வ.)* **(தேர்வில்) தோல்வியடைதல்;** fail (in an examination). ஆறாம் வகுப்பிலேயே அவன் இரண்டு முறை உட்கார்ந்துவிட்டான். 8: *(பே.வ.)* **(ஒன்று ஒரு இடத்தில்) பொருந்துதல் அல்லது பொருத்தமாக அமைதல்;** settle; fit. பல்லவிக்கு நான் அமைத்த மெட்டில் 'புன்சிரிப்பு' என்ற வார்த்தை உட்கார மாட்டேன் என்கிறது./ திருகாணி சுரையில் பொருந்தவில்லை

உட்கார்த்து வி. *(உட்கார்த்த, உட்கார்த்தி) (பே.வ.)* **(ஒருவரை) உட்காரச் செய்தல்;** seat (s.o. or sth.). குழந்தையை மடியில் உட்கார்த்திக்கொண்டாள்.

உட்கிடக்கை பெ. 1: காண்க: **உட்கருத்து.** 2: **உள்ளக் கிடக்கை;** desire. உறவுக்குள்ளேயே பெண்ணெடுக்க வேண்டும் என்பது அவர் உட்கிடக்கையாக இருந்தது.

உட்கிடை பெ. காண்க: **உட்கிடக்கை.**

169 உட்பொருள்

உட்குழு பெ. **ஒரு குழுவிலிருந்து தேர்ந்தெடுக்கப்பட்ட சிலரைக் கொண்டதும் முக்கியமான முடிவுகளைத் தீர்மானிக்கக்கூடியதுமான சிறு குழு;** inner group; subcommittee.

உட்கூரை பெ. **(கோயில், அரண்மனை, வீடு போன்ற) ஒரு கட்டடத்தின் உள்ளிருந்து பார்க்கும்போது தலைக்கு மேலே தெரியும் பகுதி;** ceiling (of a building).

உட்கொள் வி. *(-கொள்ள, -கொண்டு) (உ.வ.)* 1: **(வாய் வழியாக உணவு முதலியவற்றை) உள்ளே இறங்கச் செய்தல்; சாப்பிடுதல்;** take (food, etc.,); consume; ingest. உட்கொண்ட உணவும் மருந்தும் ஒத்துக்கொள்ளவில்லை./ பெரிய மீன்கள் சிறிய மீன்களை உணவாக உட்கொள்கின்றன. 2: **உறிஞ்சுதல்;** absorb. காற்று நீராவியை உட்கொண்டு மேகமாக மாறுகிறது. 3: **(ஒன்று மற்றொன்றை உறுப்பாக) கொண்டிருத்தல்; அடக்கியிருத்தல்;** consist of; include. இந்தச் சட்டம் பல பிரிவுகளை உட்கொண்டிருக்கிறது.

உட்செலுத்து வி. *(-செலுத்த, -செலுத்தி)* 1: **(உள்ளீடற்ற பொருளில், துவாரம் முதலியவற்றில் ஒன்றை) நுழைத்தல்;** insert. இரும்புக் குழாயில் கம்பியை உட்செலுத்தி அடைப்பை நீக்கினார். 2: **(ஒன்றை) உள்ளே போகச் செய்தல்;** inject (medicine); pump (air) into sth. மருத்துவர்கள் மருந்துகளை உட்செலுத்தி நோய்க் கிருமிகளை அழிக்கின்றனர்./ காற்று உட்செலுத்தப்பட்ட ரப்பர் வளையங்கள்.

உட்பக்கம் பெ. காண்க: **உட்புறம்.**

உட்பகை பெ. **வெளிப்படையாகத் தெரியாத விரோதம்;** covert enmity. உட்பகையைச் சமாளிப்பது கடினம்.

உட்பட இ.சொ. **'(குறிப்பிடப்படுபவரையும் குறிப்பிடப்படுவதையும்) சேர்த்து' என்ற பொருளில் பயன்படுத்தப்படும் இடைச்சொல்; 'அடங்கலாக';** particle used in the sense of 'including'. இந்த விளையாட்டுப் போட்டியில் இந்தியா, பாகிஸ்தான் உட்பட பல ஆசிய நாடுகள் கலந்துகொள்ளும்./ எல்லோரும் சிரித்துக்கொண்டிருந்தார்கள், தாத்தா உட்பட.

உட்படு வி. *(-பட, -பட்டு)* 1: **(ஒன்றின்) வரம்புக்குள் அல்லது எல்லைக்குள் அமைந்திருத்தல்;** fall within; be within. நகரப் பஞ்சாயத்துக்கு உட்பட்ட கிராமங்களின் பெயர்கள் இந்தப் பட்டியலில் இருக்கின்றன./ 14 வயதுக்கு உட்பட்ட சிறார்களைப் பணிக்கு அமர்த்தக் கூடாது./ இந்தச் சிறிய வீடுதான் எங்கள் வசதிக்கு உட்பட்டது. 2: **(வரைமுறை, சட்டம் போன்றவற்றுக்கு ஒருவர்) கட்டுப்படுதல்;** obey; submit to. ஒப்பந்தத்தின் வரையறைகளுக்குள் உட்பட்ட அதிகாரங்கள் இவை./ சாலை விதிகளுக்கு உட்பட்டே வாகனங்களை ஓட்ட வேண்டும்./ இலக்கியம் என்பது சட்டதிட்டங்களுக்கு உட்படாதது. 3: **(ஒரு நிலைமைக்கு) ஆளாதல்;** be subject to; be subjected to (influence, impact, etc.,). லஞ்ச ஊழலுக்கு உட்படாத அதிகாரிகள் அநேகர் உண்டு./ மாற்றத்திற்கும் மரணத்துக்கும் உட்பட்ட உலக வாழ்க்கை./ தொழிற்சங்கங்கள் ஏதாவது ஒரு அரசியல் கட்சியின் செல்வாக்குக்கு உட்பட்டு இயங்குவதை நாம் பார்க்கலாம்./ தான் குறிப்பிட்ட கொள்கைக்கோ நோக்கத்துக்கோ உட்பட்டவரல்ல என்று கூறினார்./ 17 வயதில் பெரியாராலும் 19 வயதில் மார்க்சியத்தாலும் பெரும் தாக்கங்களுக்கு உட்பட்டேன்./ ரயில் நிறுத்தப் போராட்டத்தால் பயணிகள் பெரும் துன்பத்துக்கு உட்பட வேண்டியதாயிற்று.

உட்படுத்து வி. *(-படுத்த, -படுத்தி)* 1: **(சோதனை, ஆய்வு, கட்டுப்பாடு முதலியவற்றுக்கு) உள்ளாக்குதல்;** bring (sth.) under (a classification); subject (sth. to a test, etc.,). பொது விதிகளுக்கு உட்படுத்த முடியாதவை விதிவிலக்குகளாகின்றன./ எதையும் ஆய்வுக்கு உட்படுத்தாமல் அவரால் ஏற்றுக்கொள்ள முடியாது./ தற்போது இயங்கிவரும் கல்வி நிறுவனங்கள் இந்தப் புதிய வரைமுறைக்கு உட்படுத்தப்படும்./ உற்பத்தி செய்யப்படும் அனைத்துப் பொருள்களும் கட்டாயமாகத் தரநிர்ணயத்துக்கு உட்படுத்தப்பட வேண்டும். 2: **(தண்டனை, தொல்லை போன்றவற்றை ஒருவர்) அனுபவிக்கும்படி செய்தல்;** subject (s.o. to). ஒரே குற்றத்திற்காக ஒருவரை இரண்டு முறை தண்டனைக்கு உட்படுத்த முடியாது./ தென்னாப்பிரிக்காவில் நிறவெறி அரசால் காந்தி பல அல்லல்களுக்கு உட்படுத்தப்பட்டார்.

உட்பிரதி பெ. காண்க. **உபபிரதி.**

உட்பிரிவு பெ. (-ஆக) **(பகுக்கப்பட்ட ஒரு பெரும் பிரிவின்) சிறு பிரிவு;** subdivision (in a book, treatise, etc.,); subgroup; subsection; clause. இந்தச் சட்டத்தின் மூன்றாவது பிரிவின் நான்காவது உட்பிரிவில் கூறப்பட்டுள்ளவை மிக முக்கியமானவை./ பாலூட்டிகளுள் பல உட்பிரிவுகள் உள்ளன./ இந்த நிகழ்ச்சியை நாடகத்தின் உட்பிரிவாக அமைக்கலாம்.

உட்புகு வி. *(-புக, -புகுந்து)* 1: **(திரவம் அல்லது ஒலி, ஒளி போன்றவை ஒன்றினுள்) செல்லுதல்;** go into; seep in; get into. உடைபட்ட குடிநீர்க் குழாய்க்குள் சாக்கடை நீர் உட்புகும் அபாயம் உண்டு./ செவியினுள் அளவுக்கதிகமான ஒலி உட்புகும் பட்சத்தில், அது செவிப்பறையைப் பாதிக்கும். 2: **(ஒன்றின் வழியே) ஊடுருவுதல்;** pass through. சாயம் பூசப்பட்ட கண்ணாடியில் ஒளி உட்புக முடியாது. 3: **(திரவம், வாயு போன்றவை ஒன்றுக்குள்) கசிதல்;** seep in. கடலோரப் பகுதிகளில் நிலத்தடி நீர் அதிக அளவில் எடுக்கப்படும்போது கிணறுகளில் கடல்நீர் உட்புகும் வாய்ப்பு அதிகம்.

உட்புறம் பெ. (-ஆக) **வெளிப்புறத்தின் மறுபுறம்; உள்பகுதி; உள்ளே இருக்கும் இடம்;** inside; inner side; interior. மதிய உணவுக்காகக் கடை உட்புறமாகத் தாளிடப்பட்டிருக்கிறது./ சட்டையின் உட்புறத்தில் ஒரு பை வைத்துத் தைத்திருக்கிறேன்./ கோட்டையின் உட்புறத்தில் ஒரு பூங்கா.

உட்பூசல் பெ. **(ஒரு குழு, அமைப்பு போன்றவற்றின் உறுப்பினர்களுக்குள்) சொந்த நலனை முன்னிட்டு எழும் பூசல்;** infighting. அந்தக் கட்சிக்குள் ஏற்பட்ட உட்பூசலுக்குக் காரணம் பதவி ஆசைதான்.

உட்பொருள் பெ. 1: **வெளிப்படையாக அல்லது மேலோட்டமாகத் தெரியாத பொருள்; மறைபொருள்;** hidden or inner meaning. ஒவ்வொரு சடங்குக்கும் உட்பொருள் இருக்கிறது என்று அவர் வாதாடினார்./ சித்தர் பாடல்களின் உட்பொருளைப் புரிந்துகொள்வது கடினம்.

2: உட்கருத்து; import. இது சமூக மாற்றத்தை உட்பொரு ளாகக் கொண்டு எழுதப்பட்ட நாவல்.

உடந்தை பெ. **(குற்றத்துக்கு அல்லது தீய செயலுக்கு) துணை; கூட்டு;** connivance; abetment. தேக்குமரங்களைக் கடத்துவதற்கு உடந்தையாக இருந்தவர் கைது./ கோயில் சிலைத் திருட்டுக்குப் பூசாரியும் உடந்தையா?

உடம்படுமெய் பெ. (இலக்.) **உயிரில் முடியும் சொல் உயிரில் துவங்கும் சொல்லோடு இணைக்கப்பட வேண்டியபோது அந்த இரு உயிரெழுத்துகளையும் சேர்க்கும் முறையில் இடையில் தோன்றும் ('ய்' அல்லது 'வ்' என்னும்) மெய்யெழுத்து;** consonantal glide ('ய்' or 'வ்'). marking the passage from one vowel to another. 'தலை' என்ற சொல்லையும் 'எடு' என்ற சொல்லையும் சேர்த்து எழுதும்போது உடம்படுமெய்யாகிய 'ய்' இடையே வந்து 'தலையெடு' என்று ஆகிறது.

உடம்பு பெ. **1: (பெரும்பாலும்) மனித உடல்;** one's body; physique. அண்ணன் திட்டத்திட்ட, என் உடம்பில் உஷ்ணம் கூடியது./ அவனுடைய மெலிந்த உடம்பைப் பார்த்து நான் அதிர்ந்து போனேன். **2: (ஒருவருடைய) உடல்நிலை;** health. நான்கு மாதங்களாக உடம்பு சரியில்லை என்று அவன் சொன்னான்./ 'உடம்பைப் பார்த்துக் கொள்' என்று அப்பா சொன்னார்.

உடம்புக்கு முடியாமல் வி.அ. **உடல்நலம் சரி இல்லாமல்;** be ill. எனக்கு உடம்புக்கு முடியாமல் இருந்தபோது நீங்கள் செய்த உதவியை நான் எப்படி மறக்க முடியும்?/ ரொம்ப வயதாகிவிட்டதால் எங்காவது இரண்டு நாள் வெளியில் சென்று வந்தால்கூட உடனே உடம்புக்கு முடியாமல் போய்விடுகிறது.

உடம்புக்கு வா வி. (வர, வந்து) **(ஒருவர்) நோயினால் பாதிக்கப்படுதல்; உடல்நலம் குறைதல்;** fall ill; be ill. வெயில் மழை என்று பார்க்காமல் அலைகிறாய். உடம்புக்கு வந்தால் யார் கஷ்டப்படுவது?/ வெளியில் கண்டதையும் வாங்கிச் சாப்பிட்டால் உடம்புக்கு வரும் என்று உனக்குத் தெரியாதா?

உடமை பெ. காண்க: **உடைமை.**

உடல்[1] பெ. **1: (மனிதனின் அல்லது விலங்கின்) முழு உருவம்; உடம்பு;** body; physique. உடல் தசைகள் வளர்ச்சி பெறுவதற்குப் புரதச்சத்து அவசியம்./ நடிக்கும்போது உடல் அசைவுகளும் குரல் ஒலியும் ஒருங்கிணைய வேண்டும்./ உருண்டைப் புழுக்களும் தட்டைப் புழுக்களும் உடல் அமைப்பில் வேறுபடுகின்றன./ அவருக்குச் சிறிய உடல், பெரிய தலை. (பார்க்க, படம்: பக். 171) **2: உயிரற்ற உடம்பு; சடலம்;** dead body; corpse; carcass. தலைவரின் உடல் இன்று மாலை ஊர்வலமாக எடுத்துச்செல்லப்பட்டுத் தகனம் செய்யப்படும்./ இறந்த யானையின் உடலை வனத் துறையினர் புதைத்தனர். **3: முண்டம்;** torso. தலை வேறு, உடல் வேறாக எதிரியை அவன் வெட்டி எறிந்தான்./ கோயிலில் அரவானின் உடலற்ற மூன்றடி உயரத் தலை மட்டுமே சிலை வடிவில் வைக்கப்பட்டுள்ளது. **4: (சேலையில்) கரை தவிர்த்த பகுதி;** main body of a saree, excluding the border spaces. பட்டுப்புடவையின் உடல் முழுவதும் புட்டா போடப்பட்டிருந்தது.

உடல்[2] பெ. **பித்தளைப் பீப்பாய் போன்ற அமைப்பில் இரு பக்கமும் தோல் இழுத்துக் கட்டப்பட்டிருக்கும், ஒரு பக்கம் மட்டும் தட்டி ஒலி எழுப்பும் கோயில் வாத்தியம்;** a barrel-like brass musical instrument with sides covered with skin and played with a stick in temples.

உடல்தகுதி பெ. **(ராணுவம், காவல்துறை போன்றவற்றில் பணிபுரிவதற்கு) அரசு நடத்தும் தேர்வில் அடிப்படைத் தேவையாக அமையும் குறிப்பிட்ட உயரம், எடை, மார்புச் சுற்றளவு முதலிய தகுதிகள்;** physical fitness. எழுத்துத் தேர்வில் வெற்றி பெற்றவர்கள் உடல்தகுதித் தேர்வுக்கு அழைக்கப்படுவார்கள்.

உடல்நலம் பெ. **உடல் நோயற்று இருக்கும் நிலை; ஆரோக்கியம்;** health. அசுத்த நீர் உடல்நலத்திற்குக் கேடு விளைவிக்கும்./ உடல்நலம் பேணுங்கள்.

உடல்நிலை பெ. **உடம்பின் (ஆரோக்கியமான அல்லது ஆரோக்கியக் குறைவான) நிலைமை;** health. எனக்கு உடல்நிலை நன்றாகத்தான் இருக்கிறது./ உடல்நிலையைக் காரணம் காட்டி அவர் ஒரு மாத மருத்துவ விடுப்பு எடுத்துக் கொண்டார்.

உடல் பருமன் பெ. (பெ.வ.) **(ஒருவரின்) வயதுக்கும் உயரத்துக்கும் ஏற்ற அளவில் இல்லாமல் உடல் பருத்துக் கூடுதல் எடையுடன் இருக்கும் நிலை;** obesity. உடல் பருமன் உள்ளவர்களுக்கு நீரிழிவு நோய் வரும் சாத்தியங்கள் அதிகம் என்று மருத்துவர்கள் கூறுகின்றனர்.

உடல் பொருள் ஆவி பெ. **அர்ப்பணிப்போடு கூடிய உழைப்பும் உடைமைகளும்;** one's all. என் தந்தை தன் உடல் பொருள் ஆவி அனைத்தையும் தந்து இந்தக் கல்லூரியைக் கட்டினார்.

உடல்மொழி பெ. **(பேச்சின் மூலம் வெளிப்படுத்துவதோடு) ஒருவரின் உணர்வுகளையும் ஆளுமையையும் வெளிப்படுத்துவதாக அமையும் உடல் அசைவுகளும் இருப்பு நிலையும்;** body language. நேர்காணலுக்குச் செல்பவர்களின் உடல்மொழியைக் கொண்டே அவர்களைப் பற்றி ஓரளவுக்கு மதிப்பிட்டுவிடுகிறார்கள்./ உடல்மொழியைக் குறித்து நடிகர்கள் கவனம்கொள்கிறார்கள்.

உடலுழைப்பு பெ. **உடலை வருத்திச் செய்யும் கடின உழைப்பு;** physical labour. நல்ல காரியத்துக்குப் பணம் தர முடியாதவர்கள் உடலுழைப்பையாவது தர முன்வர வேண்டும்.

உடலுறவு பெ. **(மனிதர்களில்) பாலுணர்வின் உந்துதலினால் (பெரும்பாலும்) ஆணும் பெண்ணும் இனப்பெருக்க உறுப்புகளால் கொள்ளும் தொடர்பு; புணர்ச்சி;** sexual intercourse. பாதுகாப்பான உடலுறவு வைத்துக்கொள்வதன்மூலம் பாலுறவு நோய்கள் வராமல் தடுக்கலாம்.

உடற்கல்வி பெ. **(பள்ளிக் கல்வி முறையின் ஒரு பகுதியாகக் கற்பிக்கப்படும்) விளையாட்டு, உடற்பயிற்சி முதலியவற்றின் மூலம் அளிக்கும் உடல் ஆரோக்கியத்திற்கான கல்வி;** physical education.

உடல்

உச்சந்தலை
முடி
நெற்றிப்பொட்டு
நெற்றி
இமை
புருவம்
கண்
காது
மூக்கு
கன்னம்
வாய்
உதடு
கழுத்து
முகவாய்
தோள்
காறையெலும்பு
புஜம்
மார்பு
அக்குள்
விலா
முழங்கை
வயிறு
தொப்புள்
இடுப்பு
மணிக்கட்டு
உள்ளங்கை
தொடை
முட்டி
முழங்கால்
கெண்டைக்கால்
குதிரைமுகம்
கணுக்கால்
பாதம்
பெருவிரல்
குதிகால்
உள்ளங்கால்

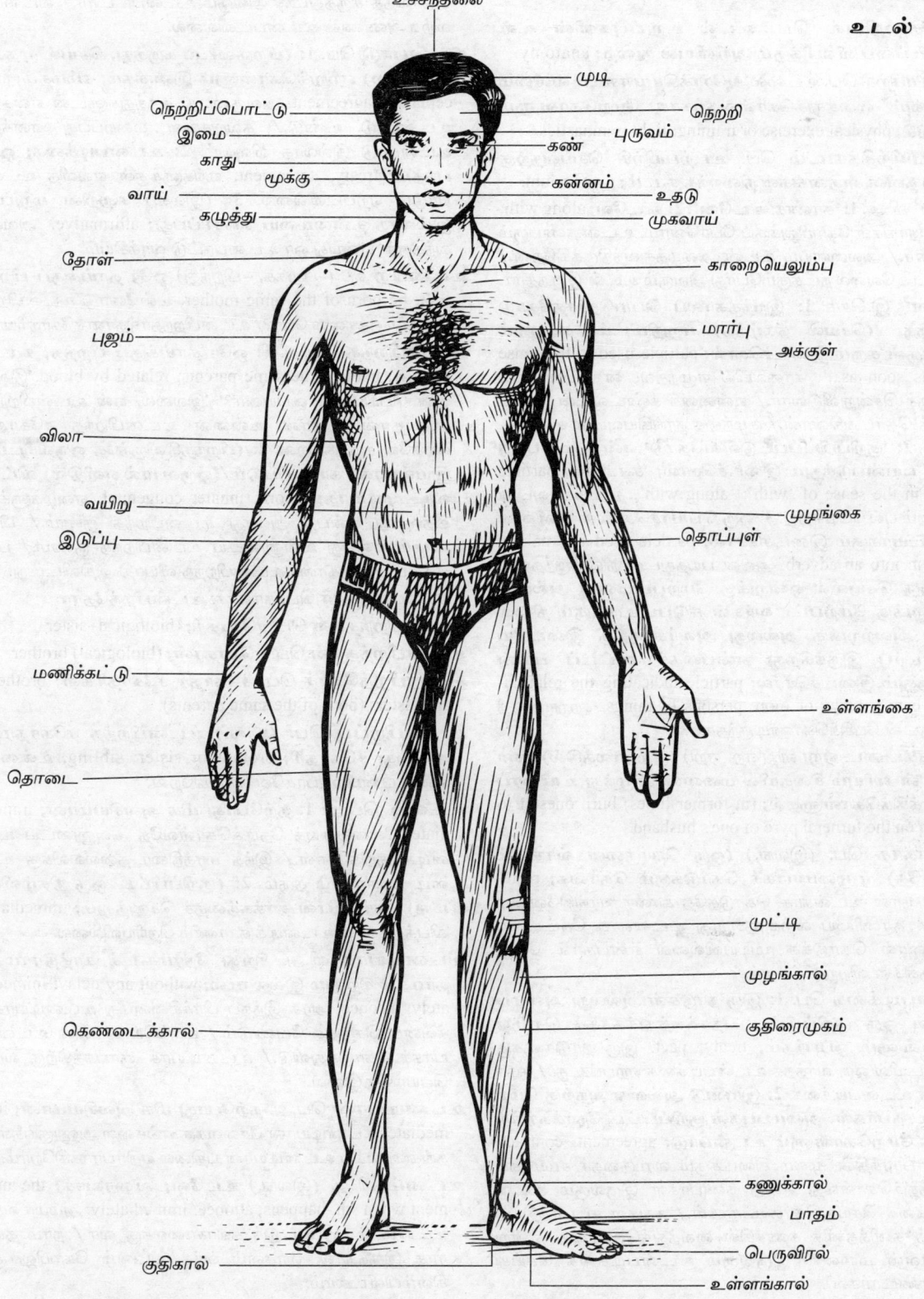

உடற்கூற்றியல் பெ. **உடல் உறுப்புகளின் உள்ளமைப்பை விவரிக்கும் அறிவியல் துறை;** anatomy.

உடற்பயிற்சி பெ. **உடலை ஆரோக்கியமாகவும் வலிமையாகவும் வைத்துக்கொள்வதற்காக மேற்கொள்ளும் பயிற்சி;** physical exercise or training; light gymnastics.

உடற்பயிற்சிக்கூடம் பெ. **உடற்பயிற்சி செய்வதற்கு ஏற்ற நவீன சாதனங்கள் நிறைந்த கூடம்;** gymnasium.

உடன்[1] வி.அ. 1: காண்க: **உடனே**[1]. 2: **கூடவே;** along with; with. நாங்கள் கோயிலுக்குப் போனோம். உடன் நண்பரும் வந்தார்./ அவனையும் உடன் அழைத்துவந்திருக்கிறேன்./ கட்டட வேலை நடக்கும்போது அவரும் உடன் இருந்தார்.

-உடன்[2] இ.சொ. 1: **இறந்தகாலப் பெயரெச்சத்தோடு சேர்ந்து '(செயல் நிகழ்ந்த) மறுநிமிடம்' என்னும் பொருள் தரும் இடைச்சொல்;** particle used in the sense of 'as soon as...'. காலையில் எழுந்தவுடன் அப்பா வயலுக்குச் சென்றுவிடுவார்./ என்னைக் கண்டவுடன் அவன் ஓடத் தொடங்கினான்./ குழந்தை தூங்கியவுடன் சாப்பிடலாம். 2: **'குறிப்பிடப்பட்டுள்ளதோடு' என்னும் பொருளில் பயன்படுத்தும் இடைச்சொல்; 'கூடவே';** particle used in the sense of 'with'; 'along with'. தாய்ப்பசுவுடன் கன்றும் புல் மேய்கிறது. 3: **ஒரு பெயர்ச்சொல்லை வினையடையாக்கும் இடைச்சொல்;** particle used for making a noun into an adverb. அவன் பயத்துடன் நின்றிருந்தான். 4: **ஒரு செயலில் ஒன்றுக்கு மேற்பட்டவை அல்லது ஒன்றுக்கு மேற்பட்டவர்கள் ஈடுபட்டிருக்கும் நிலையில் அவற்றுக்கு அல்லது அவர்களுக்கு இடையே தொடர்பு இருக்கிறது என்பதைக் காட்டப் பயன்படுத்தும் இடைச்சொல்;** particle indicating the relationship between two or more persons or things. சற்றுமுன் நீ யாருடன் பேசிக்கொண்டிருந்தாய்?

உடன்கட்டை ஏறு வி. (ஏற, ஏறி) **(முற்காலத்தில்) கணவனின் எரியும் சிதையில் மனைவி விழுந்து உயிரைப் போக்கிக்கொள்ளுதல்;** (in former times) burn oneself to death on the furneral pyre of one's husband.

உடன்காசு பெ. (இலங்.) **(ஒரு பொருளை வாங்கும் போதே) முழுமையாகக் கொடுக்கும் தொகை;** ready cash. நான் உடன்காசு கொடுத்தே காரை வாங்கினேன்./ அவர் காணியை விற்கும்போது உடன்காசு கேட்டார். என்னால் கொடுக்க முடியவில்லை என்பதால் வேறு யாருக்கோ விற்றுவிட்டார்.

உடன்படிக்கை பெ. 1: **இரு நாடுகள் அல்லது அமைப்புகள் ஒரு குறிப்பிட்ட நோக்கத்துக்காகச் செய்துகொள்ளும் ஒப்பந்தம்;** treaty; pact. இரு நாடுகளுக்கு இடையில் ஒரு வர்த்தக உடன்படிக்கை ஏற்பட்டது./ சமாதான உடன்படிக்கை. 2: **இரண்டு அல்லது அதற்கு மேற்பட்ட நபர்கள், அமைப்புகள் குறிப்பிட்ட நோக்கத்திற்காக மேற்கொள்ளும் உடன்பாடு;** agreement; contract. வியாபாரத்தின் மூலம் கிடைக்கும் லாபத்தைச் சமமாகப் பிரித்துக்கொள்வது என்று நண்பர்கள் இருவரும் உடன்படிக்கை செய்துகொண்டார்கள்./ தங்கள் சம்பாத்தியத்தைத் தனித்தனிக் கணக்கில் வைத்துக்கொள்வது என்று கணவன் மனைவி இருவரும் உடன்படிக்கை செய்துகொண்டார்கள்.

உடன்படு வி. (-பட, -பட்டு) **இணங்குதல்;** agree. நான் தெரிவித்த கருத்துடன் அவரும் உடன்பட்டார்./ வீட்டை விற்க அண்ணன் உடன்படவில்லை.

உடன்பாடு பெ. 1: **(பிறருடைய கருத்து, செயல் முதலியவற்றை) ஏற்றுக்கொள்ளும் இணக்கம்; சம்மதம்;** acceptance; agreement. அவருடைய கருத்துகளுடன் எனக்கு உடன்பாடு உண்டு./ தவறுகளை மறைப்பது எனக்கு உடன்பாடு இல்லாத விஷயம். 2: **உடன்படிக்கை; ஒப்பந்தம்;** treaty; agreement. எங்களுக்குள் எவ்வித உடன்பாடும் ஏற்படவில்லை. 3: (இலக்.) **கூற்றின் மறுப்பு இல்லாத தன்மையை விவரிப்பது;** affirmative. 'அவன் வந்தான்' என்பது ஓர் உடன்பாட்டு வாக்கியம்.

உடன்பிற வி. (-பிறக்க, -பிறந்து) **ஒரே தாய்க்குப் பிறத்தல்;** be born of the same mother. உன்னோடு உடன்பிறந்தவர்கள் எத்தனை பேர்?/ உடன்பிறந்தால்தான் சகோதரியா?

உடன்பிறந்த பெ.அ. 1: **ஒரே தாய்க்குப் பிறந்த; கூடப்பிறந்த;** born of the same parents; related by blood. 'இவர் உன் பெரியப்பா பையனா?' 'இல்லை, என் உடன்பிறந்த சகோதரன்.'/ நான் உன்னை உடன்பிறந்த சகோதரனாகவே கருதுகிறேன். 2: **(பிறந்ததிலிருந்தே ஒருவரிடம்) இயல்பாகக் காணப்படும்/(ஒருவரால் எளிதில்) விட்டுவிட முடியாத;** inborn; innate; congenital. ஏழைகளுக்கு உதவுவது என்பது அவரது உடன்பிறந்த குணம்./ பிடிவாதம் என்பது உன்னுடைய உடன்பிறந்த குணம்./ பலருக்குப் பணத்தாசை உடன்பிறந்த வியாதி ஆகிவிட்டது.

உடன்பிறந்தார் பெ. காண்க: **உடன்பிறந்தோர்.**

உடன்பிறந்தாள் பெ. **சகோதரி;** (biological) sister.

உடன்பிறந்தான் பெ. **சகோதரன்;** (biological) brother.

உடன்பிறந்தோர் பெ. **சகோதர சகோதரிகள்;** brothers and sisters (born of the same parents).

உடன்பிறப்பு பெ. (உ.வ.) **உடன்பிறந்த சகோதரன் அல்லது சகோதரி;** brother or sister; sibling. உன்னை என் உடன்பிறப்பாகவே கருதுகிறேன்.

உடனடி பெ.அ. 1: **தற்போது மிக அவசியமான;** immediate. வேலையைத் தேடிக்கொள்வதே அவனுடைய உடனடிக் குறிக்கோள்./ இந்த மாத்திரை தலைவலிக்கு உடனடி நிவாரணம் தரும். 2: **(குறிப்பிட்ட ஒரு நிகழ்வின் மீது) நேரடியான தாக்கத்தைச் செலுத்தும்;** immediate. விபத்துக்கான உடனடிக் காரணம் தெரியவில்லை.

உடனடியாக வி.அ. **சிறிது நேரம்கூடக் காத்திராமல்; தாமதம் சிறிதும் இல்லாமல்;** without any delay; immediately; at once. அரசு இந்தப் பிரச்சினைமீது உடனடியாகக் கவனம் செலுத்த வேண்டும்./ வாங்கிய கடனை உடனடியாகக் கொடுத்துவிடு./ உடனடியாக ஞாபகத்திற்கு வந்த பெயர்கள் இவை.

உடனடியான பெ.அ. **தற்போது மிக அவசியமான;** immediate. உடனடியான சேவைக்கு எங்களை அணுகுங்கள்./ தங்களுடைய உடனடியான பதிலை எதிர்பார்க்கிறோம்.

உடனம் வி.அ. (இலங்.) **உடனே; விரைவாக;** the moment when sth. happens; at once; immediately. அம்மா வந்த உடனம் நீ புறப்பட்டுக் கலாசாலைக்கு வா./ நாம் தயாராக இருந்தால், வாகனம் வந்த உடனம் கோயிலுக்குக் கிளம்பிவிடலாம்.

உடனிகழ்ச்சி பெ. *ஒரு நிகழ்ச்சி நடக்கும் நேரத்தில் நிகழும் மற்றொரு நிகழ்ச்சி;* contemporaneous events. புரட்சியின் உடனிகழ்ச்சியாகக் கலாச்சார மாற்றமும் நிகழும்.

உடனிகழ்வு பெ. காண்க: *உடனிகழ்ச்சி.*

உடனுக்குடன் வி.அ. *ஒரு செயல் நிகழ்ந்ததுமே அதற்குத் தொடர்பான செயல்பாடுகளைச் சற்றும் தாமதிக்காமல்; உடனடியாக;* promptly; then and there. வந்த கடிதங்களுக்கு தாத்தா உடனுக்குடன் பதில் எழுதிவிடுவார்./ பிரச்சினைகளை உடனுக்குடன் தீர்த்துவிட்டால் நிம்மதியாக இருக்கலாம்./ வெவ்வேறு இடங்களிலிருந்து வந்த ஓவியங்கள் உடனுக்குடன் சட்டமிடப்பட்டுக் கண்காட்சியில் வைக்கப்பட்டன.

உடனே[1] வி.அ. *(செயல் நடந்த) நிமிடமே; தாமதிக்காமல் விரைந்து;* at once; immediately; instantly. கடிதம் கண்டதும் உடனே பதில் எழுதவும்./ நேரமாகிவிட்டது, நீ உடனே கிளம்பு!

உடனே[2] இ.சொ. காண்க: *-உடன்[2].*

உடு வி. (உடுக்க, உடுத்து) *(ஆடை) அணிதல்; கட்டுதல்;* wear. உடுக்கத் துணியும் உண்ண உணவும் அடிப்படைத் தேவைகள்.

உடுக்கு பெ. *மெல்லிய தோலை இழுத்துக் கட்டிய வட்ட வடிவப் பக்கங்களும் ஒடுங்கிய நடுப்பகுதியும் கொண்ட ஒரு (இசை) கருவி;* a small cylindrical drum with a slender middle (held in one hand and played with the fingers of the other). பூசாரி உடுக்கு அடித்துக்கொண்டே குறிசொல்லத் தொடங்கினார்.

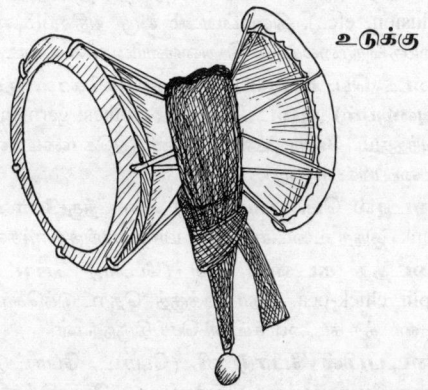

உடுக்கு

உடுக்குறி பெ. *(ஏதேனும் ஒரு குறிப்புக்காக எழுத்து, சொல் முதலியவற்றிற்கு மேல் இடப்படும்) நட்சத்திர வடிவக் குறியீடு;* (*); asterisk.

உடுக்கை பெ. காண்க: *உடுக்கு.*

உடுத்து வி. (உடுத்த, உடுத்தி) *(பொதுவாக ஆடை) அணிதல்; (குறிப்பாகப் புடவை, வேட்டி முதலியன) கட்டுதல்;* (generally) wear; (esp.) wear (a saree, dhoti, etc.,). பண்டிகையைப் புத்தாடை உடுத்திக் கொண்டாடினர்./ சாமியார் தனது ஈர வேட்டியை இரண்டாக மடித்து உடுத்தியிருந்தார்.

உடுப்பு பெ. 1: *ஒரு அமைப்பைச் சேர்ந்தவர்கள் தனித்துத் தெரிவதற்காக அணியும் உடை;* clothes; uniform; dress. ராணுவ உடுப்பு. 2: *ஆடை;* dress. இது பொங்கலுக்கு எடுத்த புது உடுப்பு.

உடுபுடவை பெ. *(இலங்.) உடை;* garments; clothes. அவர் உடுபுடவை, சம்பளம் தருகிறோம் என்று கூறித்தான் எனக்கு வேலை கொடுத்தார்.

உடும்பு பெ. *பிளவுபட்ட நாக்கையும் நீளமான வாலையும் கொண்ட, ஊர்வன இனத்தைச் சேர்ந்த (தான் ஊர்ந்து செல்லும் பரப்பை மிகவும் உறுதியாகப் பற்றிக்கொள்வதாக நம்பப்படும்) பிராணி;* monitor lizard. அவரது பிடி உடும்புப்பிடி போன்று இருந்தது.

உடும்பு

உடும்புப்பிடி வி. (-பிடிக்க, -பிடித்து) *(இலங்.) (குழந்தை குப்புறப் படுத்த நிலையில் முதன்முதலாக) தலையைத் தூக்கிப் பார்த்தல்;* (of a baby beginning to lie on its stomach) hold the head up. இப்போதுதான் பிள்ளை உடும்புப்பிடிக்கத் தொடங்கியுள்ளது./ பிள்ளை உடும்புப்பிடிக்கும்போது ஒரு படம் எடுத்து அனுப்பு.

உடும்புப்பிடியாக வி.அ. *(கொண்ட எண்ணம், கருத்து முதலியவற்றில்) விடாப்பிடியாக; உறுதியாக;* tenaciously. தெரியாத்தனமாக நாளை கடற்கரைக்கு அழைத்துச் செல்கிறேன் என்று சொல்லிவிட்டேன். அதை உடும்புப்பிடியாகப் பிடித்துக்கொண்டு பையன் அழுதுகொண்டிருக்கிறான்./ என்ன விலை தந்தாலும் தன் நிலத்தை விற்பதில்லை என்பதில் அவர் உடும்புப்பிடியாக இருக்கிறார்.

உடுமண்டலம் பெ. *நட்சத்திரங்களும் கிரகங்களும் அடங்கிய தொகுப்பு;* galaxy.

உடை[1] வி. (உடைய, உடைந்து) 1: *(விசையோடு தாக்கப்படுவதால் அல்லது அழுத்துவதால் ஒன்று) துண்டாதல்; பிளத்தல்;* break. சவுக்குக் கட்டையால் அடித்ததில் திருடனின் கால் உடைந்தது./ பளு தாங்காமல் நாற்காலி உடைந்தது./ விபத்தில் அவருடைய மண்டை உடைந்து இரத்தம் ஒழுகியது. 2: *(கீழே விழுந்து) துண்டு துண்டாதல்;* break into pieces. பீங்கான் கோப்பை உடைந்து நொறுங்கியது./ மாடியிலிருந்து விழுந்த தொட்டி உடைந்து சிதறியது./ கை தவறி விழுந்து என் கண்ணாடி உடைந்தது. [*(தொ.சொ.)* தகர்/ நொறுங்கு/ பிளி] 3: *(குழாய், நாளம் போன்றவற்றில் அழுத்தம் அதிகமாவதால்) விரிசல் ஏற்படுதல்;* burst; split. மூளையில் இரத்த நாளம் உடைந்துவிட்டதாம்./ தொற்றுக்குள்ளான குடல்வால் சில சமயம் உடைந்துவிடும்./ இயந்திரத்தில் வெப்பம் அதிகரித்ததால் குழாய் உடைந்துவிட்டது./ சிறுவன் ஊதிக்கொண்டிருந்த பலூன் உடைந்தது./ நீரின் மேற்பரப்பில் குமிழிகள் தோன்றி

உடைந்துகொண்டிருந்தன. **4: (ஆறு, குளம் போன்ற வற்றின் கரை) தகர்தல்;** (of river bank, etc.,) breach. ஏரிக்கரை உடைந்து வெள்ளம் ஊருக்குள் புகுந்தது. **5: (கட்சி, நிறுவனம் போன்ற அமைப்புகள்) பிளவுபடு தல்;** (of a party, an organization, etc.,) split; break up. தேர்தலில் ஏற்பட்ட தோல்விக்குப் பிறகு கட்சி உடைந்து விட்டது./ சொத்துத் தகராறின் காரணமாகக் குடும்பம் உடைந்துவிடும்போல் இருக்கிறது. **6: (உடம்பிலுள்ள கட்டி பழுத்து) கண்திறத்தல்; பிளத்தல்;** (of a boil) burst open. கட்டி நன்றாகப் பழுத்து உடைந்துவிடும் நிலையில் இருக்கிறது. **7: (குரல்) மாறுபடுதல்; (சோகத் தால்) தழுதழுத்தல்;** (of voice) break (because of grief). பாகவதர் குரல் உடைந்துவிட்டது./ தன் பிள்ளையை வழி யனுப்பும்போது அவள் குரல் உடைந்து கண்கள் கலங்கின. **8: (மனம்) தளர்தல்;** be broken; become heartbroken. மனைவி இறந்ததிலிருந்து அவர் மிகவும் உடைந்துபோய் விட்டார்./ ஒரு வேலையும் கிடைக்காததால் அவன் மனம் உடைந்தான். **9: (மறைக்கப்பட்டிருந்தது) வெளிப்படுதல்;** (of a secret) come into the open. அவன் குட்டு உடைந்தது.

உடை² வி. (உடைக்க, உடைத்து) **1: (விசையுடன் தாக்கி, எறிந்து அல்லது முறித்து) துண்டாக்குதல்; பிளத்தல்;** break (by striking with sth., by dropping, etc.,). சிறுவன் பொம்மையைத் தரையில் வீசி உடைத்தான்./ இது கல் உடைக்கும் இயந்திரம்./ கையிலிருந்த குச்சியை இரண் டாக உடைத்தேன்./ விறகு உடைக்க ஆள் இன்னும் வர வில்லை./ கொள்ளையர்கள் கதவை உடைத்து வீட்டுக்குள் புகுந்திருக்கிறார்கள்./ கரையை உடைத்துக்கொண்டு வெள் ளம் ஊருக்குள் பாய்ந்தது./ ஏணியிலிருந்து கீழே விழுந்து கையை உடைத்துக்கொண்டான்./ 'நீ உள்ளே வந்தால் காலை உடைத்துவிடுவேன்' என்று மிரட்டினான். [(தொ.சொ.) **அரி/ அறு/ ஒடி/ கிழி/ தகர்/ துண்டு போடு/ நறுக்கு/ நொறுக்கு/ பிடு/ பிள/ முறி/ வெட்டு**] **2: (தானியங்களை) குறுணை ஆக்குதல்;** break (grains into pieces). திருகையில் உடைத்த அரிசியைக் கஞ்சி காய்ச் சினாள்./ உடைக்கப்பட்ட தானியங்களைக் கோழிகளுக்கு உணவாகக் கொடுக்கிறார்கள்./ மக்காச்சோளத்தை உடைத் துத் தவிட்டுடன் தீனியில் கலக்கவும். **3: (முட்டை, தேங் காய் போன்றவற்றின்) ஓட்டைப் பிளத்தல்;** break (egg, coconut, etc.,). முட்டையை உடைத்துப் பாலுடன் கலந்து குழந்தைக்குக் கொடுத்தாள்./ துவையல் அரைக்கத் தேங் காயை உடை./ சிறுவர்கள் விளாம்பழத்தை உடைத்துச் சாப்பிட்டார்கள். **4: (கட்டியிருப்பதை அல்லது ஒட்டி யிருப்பதை) பிரித்தல்; (மூடியாகப் பொருத்தப்பட் டிருப்பதை) திறத்தல்;** break open (a bundle by snapping the string tied around); open (an envelope, a bottle, etc.,). துணிக் கட்டை உடைத்து அவர் ஒவ்வொன்றாக எடுத்து விலைபோட்டார்./ தபாலில் வந்த கடிதத்தை அப்பா உடைத்துப் படித்தார்./ அவருக்குச் சோடா உடைத்துக் கொடு. **5: (பூட்டைச் சாவியால் திறக்காமல்) தட்டி நீக்குதல்;** break open. திருடர்கள் பூட்டை உடைத்து அறைக்குள் நுழைந்தார்கள்./ சாவியைத் தொலைத்துவிட்ட தால் பூட்டை உடைக்க வேண்டிவந்தது./ கோயில் உண் டியலை உடைத்தவர்களைக் காவல்துறையினர் கைது செய்தனர். **6: (கடலையை) தோல் நீக்கிப் பருப்பை எடுத்தல்;** shell; pod. **7: (துவரை, பயறு, உளுந்து போன்றவற்றின்) முழுப் பருப்பை இரண்டாக்குதல்;** (of pulses) split. துவரை உடைக்க ஆட்களுக்குச் சொல்லி யிருக்கிறேன். **8: (கட்சி, நிறுவனம் போன்ற அமைப்பு களின்) ஒற்றுமையைக் குலைத்தல்;** split; break up (a party, an organization, etc.,). எங்கள் கூட்டுறவுச் சங்கத்தை உடைக்க அவர் செய்த முயற்சிகள் வீணாயின. **9: (போராட் டம் போன்றவற்றை) செயலிழக்கச் செய்தல்;** break. ஆலை நிர்வாகம் குண்டர்களின் உதவியுடன் வேலைநிறுத் தத்தை உடைக்க முயல்வதாக அவர் புகார் கூறினார்./ தீவிரவாதக் குழுக்களை உடைக்கப் புது உத்திகளைப் பயன்படுத்த அரசு தயங்காது. **10: (ரகசியம், உண்மை போன்றவற்றை) வெளியாக்குதல்;** make public (a secret, hidden fact, etc.,); disclose. அவன் என்னிடம் ரகசியமாகச் சொன்ன விஷயத்தை நான் போட்டு உடைத்துவிட்டேன்./ உண்மையை உடைத்துச் சொல்லிவிட வேண்டியதுதான். **11: (மரபு, கோட்பாடு போன்றவற்றை) மீறுதல்; மாற்று தல்;** break; defy. வாசகர்களை அதிர்ச்சிக்கு உள்ளாக்க இலக்கணத்தை உடைக்கிறாரா இந்த ஆசிரியர்?/ ஒரு மரபை உடைப்பது இன்னொரு மரபை ஆரம்பித்துவைப்பதுதான்./ 'மரபைக் கண்மூடித்தனமாக உடைப்பது கூடாது' என் றார் அவர்./ திரை இலக்கணத்தை உடைத்தவர் என்று இந்த இயக்குநரைச் சொல்லலாம். **12: (புதிரை) விடுவித் தல்;** solve (a riddle). குறுக்கெழுத்துப் போட்டிப் புதிர் களை உடைக்க அவர் உத்திகள் சொல்லித்தந்தார். **13: (கற் பனை, மாயை போன்றவற்றை) தகர்த்தல்;** shatter (an illusion, etc.,). திரைப்படம் ஒரு அதிசயம் என்ற மாயை யைத் தொலைக்காட்சி அலைவரிசைகள் உடைத்துவிட்டன.

உடை³ பெ. **(உடலை மறைத்துக்கொள்ளும் விதத்தில் அணியும்) ஆடை; உடுப்பு;** clothes; garments. வீட்டுக்கு வந்ததும் வேறு உடை அணிந்துகொண்டான்./ ராணுவ உடையில் வந்தார்.

உடைசல் பெ. **(பயனற்ற) உடைந்துபோன பொருள்;** junk. இந்த உடைசல்களை யார் வாங்குவார்கள்?

உடைத்த கடலை பெ. (பே.வ.) பொட்டுக்கடலை; split chick-pea. தோசைக்குத் தொட்டுக்கொள்ள அம்மா உடைத்த கடலை சட்னி செய்திருந்தாள்.

உடைப்பில் போடு வி. (போட, போட்டு) (பே.வ.) **(உபயோகமற்ற அல்லது உபயோகிக்க விரும்பாத ஒரு பொருளை வேண்டாம் என்று) தூக்கி எறிதல்; ஒதுக்குதல்;** throw out; dump; discard (as worthless). இந்தக் கடிகாரத்தை உடைப்பில் போடாமல் இன்னும் ஏன் வைத்திருக்கிறாய்?/ (உரு வ.) உன் யோசனையைக் கொண்டுபோய் உடைப்பில் போடு.

உடைப்பு பெ. **1: (பூட்டு, உண்டியல் போன்றவற்றை) திறப்பதற்காகப் பிளத்தல்;** act of breaking open. வங்கியில் கொள்ளையர்கள் பூட்டு உடைப்பு. **2: (கரை, வரப்பு, குழாய் போன்றவை) தகர்ந்துபோகும் அல்லது உடைந்து போகும் நிலை;** breach (of a bank). பலத்த மழையினால் ஏரிக்கரையில் உடைப்பு ஏற்பட்டுவிட்டது./ சாக்கடைக் குழாய் உடைப்பிலிருந்து கழிவுநீர் பாய்ந்தோடியது.

உடைப்பெடு வி. (-எடுக்க, -எடுத்து) **வெள்ளத்தின் காரணமாகக் கரை தகர்ந்து போதல்;** (of river bank, etc.,) get breached. பலத்த மழையினால் ஏரி உடைப் பெடுத்து வெள்ளம் ஊருக்குள் நுழைந்துவிட்டது.

உடைபடு வி. (-பட, -பட்டு) **(ஒன்று) உடைந்து போதல்; துண்டாதல்; பிளத்தல்;** break. ஏரிக்கரை உடைபட்டால் ஊருக்குள் நீர் புகுந்துவிடும்./ தேங்காய் சரியாக உடைபடவில்லை.

உடைமரம் பெ. **(உரசித் தீ மூட்டப் பயன்படும்) அரணிக்கட்டை;** pipal or mesquit wood used to kindle fire.

உடைமை பெ. **(ஒருவருக்கு) உரிமை உடைய வீடு, நிலம், பொருள்கள் போன்ற சொத்து;** possessions (such as house, land, etc.,); belongings. விபத்து நடந்த இடத்தில் கிடந்த உடைமைகள் உரியவர்களிடம் சேர்க்கப்பட்டன./ போர்க் காலத்தில் நாட்டின் எல்லைகளில் வசிப்பவர்கள் தங்கள் உடைமைகளை விட்டுவிட்டு வேறு இடங்களைத் தேடிச்செல்கிறார்கள்./ என்னுடைய உடைமை என்று சொல்லிக்கொள்ள இந்த வீடு மட்டும்தான் இருக்கிறது.

உடைய[1] பெ.அ. **(குறிப்பிடப்படும் தன்மை, குணம், பண்பு முதலியவை) கொண்ட; உள்ள;** having or containing (the stated characteristics, tendencies, etc.,). நல்ல குணம் உடைய பெண்/ தகுதி உடைய மாணவன்/ சோதிடத்தில் நல்ல பரிச்சயம் உடைய நண்பர்.

-உடைய[2] இ.சொ. **'(குறிப்பிடப்பட்டவருக்கு) சொந்தமான', 'உரிய' என்னும் பொருளில் பெயர்ச்சொல்லோடு இணைந்து வரும் இடைச்சொல்;** particle indicating possessive case. அவனுடைய நண்பர்கள்/ ஆசிரியருடைய வீடு/ என்னுடைய புத்தகம்.

உடையல் பெ. (இலங்.) காண்க: **உடைசல்.**

உடையவன் பெ. (பே.வ.) **(வயல், வீடு போன்றவற்றுக்கு) சொந்தக்காரன்;** owner (of a land, house, etc.,) நன்றாக விளைந்த பயிரை மாடு மேய்ந்துகொண்டிருந்தது. உடையவன் பார்த்தால் வயிறெரிவான்.

உடைவாள் பெ. **(முற்காலத்தில் படை வீரர்களும் தற்காலத்தில் அணிவகுப்பு போன்ற நிகழ்ச்சிகளின்போது உயர் ராணுவ அல்லது காவல்துறை அதிகாரிகளும்) உடையில் செருகிவைத்திருக்கும் வாள்;** sword. ராணுவ அணிவகுப்பின்போது ராணுவ அதிகாரி உடை வாளைத் தன்னுடைய முகத்துக்கு நேரே உயர்த்திப் பிடித்துக் குடியரசுத் தலைவருக்கு வணக்கம் தெரிவித்தார்.

உண்[1] வி. (உண்ண, உண்டு) (உ.வ.) **(உணவு) சாப்பிடுதல்; (நீர், கள்) குடித்தல்;** eat (food); drink (water, liquor). உண்ண உணவும் இருக்க இடமும் வேண்டும்./ காட்டில் மான்கள் நீர் உண்ணும் காட்சி. [(தொ.சொ.) **அருந்து/ இரையெடு/ கபளீகரம்செய்/ குடி/ சாப்பிடு/ தின்/ தீனி எடு**]

உண்[2] து.வி. (உண்ண, உண்டு) (உ.வ.) **ஒருவருக்கு ஏற்படும் பாதிப்பைக் குறிப்பிடும் பெயர்ச்சொற்களோடு இணைந்து 'உள்ளாதல்' என்ற பொருளில் அவற்றை வினையாக்கும் வினை;** auxiliary verb used as a verbalizer to mean 'be subjected to' (sth. mentioned). கொலையுண்டவர் யார்?/ திருவிழாக் கூட்டத்தில் சிக்கி நசுக்குண்டேன்./ அவர் வார்த்தைக்கு நாங்கள் கட்டுண்டோம்./ புதையுண்ட நகரங்கள்.

உண்டாக்கு வி. (உண்டாக்க, உண்டாக்கி) **1: படைத்தல்; தோற்றுவித்தல்;** create; make. பிரபஞ்சத்தை உண்டாக்கிய சக்தி எது?/ இந்த நாவலில் அவர் உண்டாக்கியுள்ள பாத்திரங்கள் நம் நெஞ்சை விட்டு நீங்காது. [(தொ.சொ.) **அமை/ உருவாக்கு/ எழுப்பு/ தொடங்கு/ நிறுவு**] **2: (ஒன்றை) உற்பத்தி செய்தல்;** produce. தரிசு நிலத்தில் பயிரை உண்டாக்கக் கடுமையாகப் பாடுபட வேண்டும்./ தொழிற்சாலை உண்டாக்கும் கழிவுகளை ஆற்றில் கலக்கவிடக் கூடாது. **3: (ஒலி, ஒளி, நெருப்பு முதலியவற்றை) ஏற்படுத்துதல்;** make. நாக்கை மடித்து வினோத ஒலியை உண்டாக்கினான்./ காட்டுக்கு நடுவில் நெருப்பை உண்டாக்கிக் குளிர்காய்ந்தார்கள். **4: (கட்டடம் போன்றவற்றை) நிர்மாணித்தல்;** construct; build. புதிய நகரத்தை உண்டாக்கிய வல்லுநர்களை அரசு பெருமைப்படுத்தியது./ ராஜராஜ சோழன் உண்டாக்கிய கோயில். **5: (நிறுவனம் போன்றவற்றை) தோற்றுவித்தல்;** establish (an institution, etc.,); found. பல கல்வி நிலையங்களை உண்டாக்கிய தொழிலதிபரின் நினைவு நாள்./ தொழிற்கூடங்களை உண்டாக்குவதன் மூலமே நாம் தொழில் வளர்ச்சியை ஏற்படுத்த முடியும். **6: (நகரம், மாவட்டம் போன்றவற்றை) உருவாக்குதல்;** form. இரண்டு மாவட்டங்களிலிருந்தும் சில பகுதிகளைப் பிரித்துப் புதிய மாவட்டம் உண்டாக்கப்பட்டது./ வங்க தேசத்தை உண்டாக்கியதில் இந்தியாவுக்கும் பங்கு உண்டு. **7: (அமைப்பு, ஆட்சி போன்றவற்றை) தோற்றுவித்தல்;** establish; start. புதிய சமுதாயத்தை உண்டாக்கப் பாடுபடுவோம்./ அவர் உண்டாக்கிய கட்சி, அவர் மறைந்த சில ஆண்டுகளிலேயே சின்னாபின்னமாகிவிட்டது. **8: (ஒரு பரப்பில் ஒரு குறிப்பிட்ட மாற்றம், வடிவம் போன்றவற்றை) ஏற்படுத்துதல்; உருவாக்குதல்;** create; make. பூகம்பம் நிலப் பகுதியில் பெரும் பள்ளங்களை உண்டாக்கிவிட்டது./ வேலியில் ஒரு ஆள் செல்வதற்கு ஏற்ற திறப்பை உண்டாக்கினான். **9: (குறிப்பிட்ட சூழல், தன்மை போன்றவற்றை) விளைவித்தல்;** bring about; create; start. கொலை செய்தது தன்னுடைய சகோதரனே என்று கூறி வழக்கில் ஒரு திருப்பத்தை உண்டாக்கினான்./ கலவரம் உண்டாக்கியவர்களை உடனடியாகக் கைது செய்ய அரசு உத்தரவிட்டது. **10: (குறிப்பிட்ட உணர்வை) ஏற்படுத்துதல்;** evoke (an emotion); produce. அவனுடைய தோற்றம் எங்களுக்குப் பயத்தை உண்டாக்கியது./ எப்போதும் திரைப்படங்களைப் பற்றிப் பேசிச் சலிப்பை உண்டாக்காதே./ அவருடைய பகிரங்கமான பேச்சு நாடு முழுதும் பரபரப்பை உண்டாக்கியது.

உண்டாகு வி. (உண்டாக, உண்டாகி) **1: (இயற்கையில் அல்லது இயற்கையாக ஒன்று) தோன்றுதல்;** come into existence; get formed; get produced. பூமி உண்டானபோது அது ஒரு பெரிய நெருப்புக் கோளமாக இருந்தது./ பிரபஞ்சம் எப்படி உண்டாயிற்று என்பது உனக்குத் தெரியுமா?/ வங்கக் கடலில் உண்டாகியிருக்கும் புயல் காற்றழுத்தத் தாழ்வு மண்டலமாக மாற வாய்ப்புள்ளது./ இரண்டு ஹைட்ரஜன் மூலக்கூறுகளும் ஒரு ஆக்ஸிஜன் மூலக்கூறும்

இணைவதால் நீர் உண்டாகிறது. 2: **(குறிப்பிட்ட முறையின் மூலம் ஒரு பொருள், சக்தி முதலியன) உருவாதல்;** get produced. புல்லாங்குழலில் உண்டான தெய்வீக இசை காற்றில் மிதந்து வந்தது./ திசு வளர்ப்பு முறையில் உண்டான புதிய வகைச் செடி. 3: **(கண்டுபிடிப்பால் ஒன்று) உருவாதல்;** develop (through discovery). அந்த இயந்திரம் உண்டான விதம் அனைவருக்கும் ஆச்சரியத்தை அளித்தது./ இது வேறு சோதனை செய்துகொண்டிருக்கும்போது உண்டாகிய புதிய வேதிப்பொருள். 4: **(குறிப்பிட்ட தன்மை, உணர்வு, சூழல் போன்றவை) ஏற்படுதல்;** (of emotion, a situation, etc.,) appear; get caused. குழந்தைகள் ஊருக்குப் போய்விட்டதால் வீடே வெறிச்சிட்டது போன்ற தோற்றம் உண்டாகியது./ அவருக்குச் சந்தேகம் உண்டாக நாம் காரணமாகிவிடக் கூடாது./ அவரது இழப்பால் கட்சியில் உண்டான வெறுமையை யாராலும் நிரப்ப முடியாது./ அவளைப் பார்த்ததும் எனக்கு மகிழ்ச்சி உண்டாயிற்று./ இளைஞர்களுக்கு ஆர்வம் உண்டாகும்படியான சொற்பொழிவு/ கர்வம் உண்டாகிவிட்டால் பிறகு எப்படி மற்றவர்களை மதிப்பான்? 5: **(நோய் அல்லது காயம்) ஏற்படுதல்;** be caused. புகைபிடிப்பதால் புற்றுநோய் உண்டாக வாய்ப்புள்ளது./ காய்ச்சல் அதிகமாகும்போது குழந்தைகளுக்கு ஜன்னி உண்டாகலாம்./ நான் கீழே விழுந்ததுதான் எனக்குக் காயம் உண்டாகக் காரணம். 6: **(ஒரு அமைப்பு அல்லது கருத்து முதலியவை) உருவாதல்;** get formed; appear. இந்த இயக்கம் உண்டானபோது அரசு அதைத் தடை செய்ய முயன்றது./ புதிய சமுதாயம் உண்டாகும்போது நாம் எழுச்சி நடைபோடுவோம்./ இப்படிப்பட்ட எண்ணம் உனக்கு ஏன் உண்டானது? 7: (பே.வ.) **கருவுறுதல்;** become pregnant; conceive. கல்யாணம் ஆகி இரண்டு வருடங்கள் கழித்து என் மகள் உண்டாகியிருக்கிறாள்./ மனைவி உண்டாகியிருக்கிறாள் என்ற செய்தியைக் கேட்டு சந்தோஷத்தில் அவன் மிதந்தான்.

உண்டான பெ.அ. (பே.வ.) **(ஒருவருக்கு) உரிய; உரிமையுடைய;** சேரவேண்டியதாக **அமையும்;** belonging to; rightful (for s.o.). சொத்தில் எனக்கு உண்டான பாகத்தைத் தானே கேட்கிறேன்./ உனக்கு உண்டான பணத்தை எடுத்துக்கொண்டு மீதியைக் கொடு.

உண்டி[1] பெ. (உ.வ.) **உணவு;** food.

உண்டி[2] பெ. காண்க: **உண்டியல்.**

உண்டியல் பெ. **(பணம், காணிக்கை ஆகியவற்றைப் போடுவதற்குப் பயன்படும்) மேல்புறத்தில் நீளவாக்கில் திறப்பு உடைய பெட்டி போன்ற சாதனம்;** container for collecting contributions or used for saving money,with a slit for dropping in money; money box. வெள்ள நிவாரணத் திற்காகப் பிரபல விளையாட்டு வீரர்கள் உண்டியல் ஏந்தி வந்தார்கள்./அறநிலையத் துறை அதிகாரி கோயில் உண்டியலைத் திறந்து அதிலிருந்த பணத்தை ஒரு பைக்குள் போட்டார்.

உண்டிவில் பெ. 1: **கவையின் இரு நுனிகளிலும் கட்டப்பட்ட ரப்பர் பட்டையின் நடுவில் சிறிய கல்லை வைத்து இழுத்து விடும்போது குறியை நோக்கிச் சென்று தாக்கப் பயன்படும் சாதனம்;** catapult. 2: **கவண்;** sling.

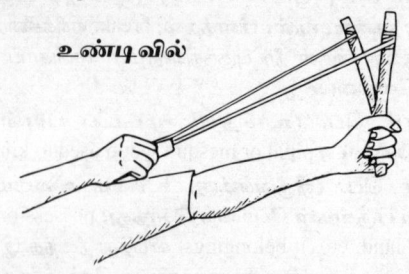

உண்டிவில்

உண்டு வி.மு. 1: **திணை, பால் வேறுபாடு இல்லாமல் பயன்படுத்தப்படுவதும் 'இரு' என்னும் வினையின் 'ஓர் இடத்தில் வந்தமைதல்', 'உடையதாக இருத்தல்' என்னும் பொருளில் வருவதுமாகிய ஒரு வினைமுற்று;** a form of predicate used for both singular and plural of human, non-human and neuter gender in the two senses of 'இரு', viz. 'be (present in a place or in sth.)' and 'have'. உலகத்தில் நல்லவர்களும் உண்டு, கெட்டவர்களும் உண்டு./ தவறு செய்தால் கண்டிக்கும் தைரியம் அவருக்கு உண்டு./ புளியம்பூவுக்கு வாசனை உண்டா? 2: **(தொடர்ந்தோ விட்டுவிட்டோ) ஒரு நிகழ்ச்சி வழக்கமாக நடைபெற்றது அல்லது நடைபெறுகிறது என்பதைக் குறிப்பிட 'அது' என்னும் விகுதியை அடுத்து வரும் வினைமுற்று;** a form of predicate used to indicate that an event that had taken place or is taking place (regularly or intermittently) was or is a fact. இந்த மாணவன் சரியாகப் படிக்கவில்லை என்று அவனுடைய பெற்றோரிடம் நான் சொன்னதுண்டு./ என் குழந்தை இரவில் அழுவதுண்டு./ சித்திரையிலும் புயல் வந்தது உண்டு./ அவர் எப்போதாவது கடற்கரைக்குப் போவதுண்டு. 3: **ஒருவர் தன் செயல்களை மட்டுப்படுத்திக்கொள்வதைக் குறிப்பதற்குப் பயன்படுத்தப்படும் வினைமுற்று;** word added to certain words to mean that one has limited one's activities specified by those words. அவர் தான் உண்டு தன் வேலை உண்டு என்று இருக்கிறவர்./ இந்தக் காலத்தில் கல்லூரி உண்டு, படிப்பு உண்டு என்று மாணவர்கள் இருந்துவிடுவதில்லை. 4: **(பெரும்பாலும் நிபந்தனை வாக்கியத்தில்) குறிப்பிடப்படும் ஒன்று நிகழ்ந்தால் மட்டுமே எதிர்பார்க்கும் விளைவு சாத்தியம் என்பதை உணர்த்தப் பயன்படுத்தும் வினைமுற்று;** used (mostly in conditional sentences) to say that what is expected or desired is possible on the condition that the specified event happens. அவர் இன்று பணம் கொடுத்தால்தான் உண்டு./ பேருந்து வந்தால்தான் உண்டு. இல்லையென்றால் நாம் எல்லோரும் நடந்துதான் போக வேண்டும்./ தண்ணீர்ப் பிரச்சினைக்காக யாராவது நடவடிக்கை எடுத்தால்தான் உண்டு.

உண்டு இல்லை என்று வி.அ. **(ஒருவர்) நொந்து போகும் அளவுக்கு;** (of rebuking or getting rebuked) in such a way as to make one feel miserable. அவர் சொன்ன நேரத்துக்குச் சரியாகப் போய் நிற்கவில்லையென்றால் உண்டு இல்லை என்று பண்ணிவிடுவார்./ தாத்தா பேச

ஆரம்பித்துவிட்டால் நம்மை உண்டு இல்லை என்று ஆக்கிவிடுவார்.

உண்டு உறைவிடப் பள்ளி பெ. (பெ.வ.) **மாணவர்கள் கட்டாயமாக விடுதியில் தங்கிக் கல்வி பயிலும் முறையில் நடத்தப்படும் பள்ளி;** residential school.

உண்டுபண்ணு வி. (-பண்ண, -பண்ணி) **(குறிப்பிட்ட நிலை, தன்மை போன்றவற்றை) உண்டாக்குதல்;** cause (the stated condition); create (the stated emotion). புயல் இவ்வளவு சேதத்தை உண்டுபண்ணும் என்று யாரும் எதிர்பார்க்கவில்லை./ இந்தப் புத்தகம் பறவைகளைப் பற்றித் தெரிந்துகொள்ள வேண்டும் என்ற ஆர்வத்தை உண்டு பண்ணும்./ மனத்துக்குப் பிடிக்காத வேலையைச் செய்ய வேண்டும் என்ற எண்ணமே அவனுக்கு வெறுப்பை உண்டு பண்ணியது.

உண்டைக்கட்டி பெ. (பே.வ.) **(கோயிலில் நைவேத்தியமாகப் படைத்த) அன்னத்தை விநியோகிப்பதற்காகத் திரட்டிச் செய்யப்படும் பெரிய உருண்டை;** rice offering in temples gathered into large balls for distribution among devotees.

உண்ணாநோன்பு பெ. காண்க: **உண்ணாவிரதம்.**

உண்ணாவிரதம் பெ. **1: (நோன்பாக) உண்ணாமல் இருத்தல்;** fasting (as a religious observance). புரட்டாசி சனிக்கிழமை வந்தால் அம்மாவுக்கு உண்ணாவிரதம். **2: (ஒன்றுக்கு எதிர்ப்பைத் தெரிவித்து) உண்ணாமல் இருந்து நடத்தும் போராட்டம்;** hunger strike; protest fast. மீண்டும் ஆலையைத் திறக்க வேண்டும் என்று கோரி ஆலைத் தொழிலாளர்கள் உண்ணாவிரதம் இருந்தார்கள்.

உண்ணி பெ. **1: (ஆடு, மாடு, நாய் போன்ற விலங்குகளின் தோலில் ஒட்டிக்கொண்டு) இரத்தத்தை உறிஞ்சி உயிர்வாழும் மிகச் சிறிய உயிரினம்;** tick. **2: (விலங்குகளைக் குறிப்பிடும்போது தாவரத்தையோ மாமிசத்தையோ) உணவாகக் கொள்ளும் உயிரினம்;** (of animals) one which feeds on (plants or the flesh of other animals). தாவர உண்ணிகள்/ கழுகு ஒரு புலால் உண்ணி.

உண்ணிக்கொக்கு பெ. **கால்நடைகளைப் பின்தொடர்ந்து சென்று பூச்சிகள் மற்றும் உண்ணிகளை உண்ணும், மஞ்சள் நிற அலகும் வெள்ளை நிற உடலும் கொண்ட ஒரு வகைக் கொக்கு;** cattle egret.

உண்மை பெ. (-ஆக, -ஆன) **1: மறுக்க முடியாதது; பொய் அல்லாதது; சத்தியம்;** fact; sth. true; truth. அவன் இந்தக் குற்றத்தில் சம்பந்தப்பட்டிருக்கிறான் என்பது உண்மை என்றால் தகுந்த நடவடிக்கை எடுக்க வேண்டும்./ 'ஐயோ, பேராசை பேரிழப்பு' என்பது உண்மையாக இருக்கிறதே என்று வருந்தியது ஓநாய். **2: போலி அல்லாதது;** genuine; sth. that is not spurious. இது காகிதப் பூ அல்ல, உண்மையான பூ./ இது என் வாழ்க்கையில் நடந்த உண்மைச் சம்பவம். **3: கற்பனைக்கு மாறானது; யதார்த்தத்தில் காணப்படுவது;** sth. that is real, not imagined; reality; (sth.) actual. இது உன் கற்பனை இல்லையே, உண்மைதானே?/ உண்மை நிலவரத்தைத் தெரிந்துகொண்டு பேசு. **4: முறைபிறழாதது; நேர்மை;** truthfulness; loyal; trustworthy. பல காலம் உண்மையாக உழைத்தும் பயன் இல்லை./ உண்மை நண்பன்/ உண்மை ஊழியர். **5: இயல்பில் அமைந்திருப்பது;** sth. natural or real. உண்மையான திறமையை வெளிக்காட்ட ஒரு சந்தர்ப்பம் கிடைத்திருக்கிறது./ அவனுடைய உண்மையான குணம் இன்று வெளிப்பட்டது. **6: (பன்மையில்) அறிவாலும் அனுபவத்தாலும் அறியப்படுவது;** truths. தத்துவ உண்மைகள்/ அனுபவ உண்மைகள்.

உண்மையில் இ.சொ. **'சொல்லப்போனால்', 'பார்க்கப் போனால்' என்ற பொருளில் பயன்படுத்தப்படும் இடைச்சொல்;** particle used in the sense of 'in fact'. முதலாம் சந்திரகுப்தர்தான் உண்மையில் குப்தப் பேரரசை உருவாக்கியவர்./ 'கட்சித் தொண்டர்கள்தான் உண்மையில் ஏமாளிகள்' என்றார் நண்பர்./ உண்மையில் ஒரு வாரமாக எனக்குக் காய்ச்சல்.

உணக்கை பெ. (ஊரக வ.) **(குளிர் காலத்தில் நெருப்புக்கு அருகில் அமர்ந்தால் அல்லது காலை வெயிலில் வெளியே நின்றால்) உடம்புக்குச் சுகமாக இருக்கும் கதகதப்பு;** comforting warmth felt when sitting near the fire or when standing in the morning sun in cold season. உணக்கையாக இருந்ததால் குழந்தைகளுக்கு அடுப்பை விட்டு அகல மனம் வரவில்லை.

உணர் வி. (உணர, உணர்ந்து) **1: (உடலிலும் மனத்திலும் ஏற்படும் நிலையைப் புலன்களால்) அனுபவித்து அறிதல்;** feel (physical sensation or mental experience); sense; perceive. அறைக்குள் நுழைந்ததும் ஒரு குளுமையை உணர்ந்தேன்./ குனியும்போது முதுகில் வலியை உணர முடிந்தது./ பழைய நினைவுகளைச் சொல்வதில் துன்பத்தையும் இன்பத்தையும் உணர்கிறேன். **2: புரிந்துகொள்ளுதல்;** understand; realize. என் மனநிலையை உணராமல் அவர் பேசிக்கொண்டிருந்தார்./ தரமான இலக்கியம் எது என்பதை உணர்வதற்குப் பயிற்சி அவசியம். **3: (ஒரு நிலையோ தன்மையோ மனத்திற்கு) தெரியவருதல்;** realize. நான் செய்தது தவறு என்பதை உணர்கிறேன்./ அவர் இப்போதுதான் சுதந்திரமாக இருப்பதாக உணர்கிறார்.

உணர்கொம்பு பெ. **(வண்ணத்துப்பூச்சி, அந்திப்பூச்சி, கரப்பான் போன்ற உயிரினங்களில்) பொருட்களைத் தொட்டு இன்னது என்று இனம்காண உதவும் வகையில், தலையிலிருந்து கம்பிபோல நீட்டிக்கொண்டிருக்கும் (இரண்டாக அமைந்த) மிக மெல்லிய உறுப்பு;** antenna (of insects).

உணர்ச்சி பெ. **1: உடலில் அல்லது மனத்தில் ஏற்படும் நிலையை அறிவதால் ஏற்படும் அனுபவம்; தொடுவதை அறியும் திறன்;** feeling; sensation. கட்டைவண்டியின் ஆட்டம் தொட்டிலில் போட்டுத் தூங்கவைப்பது போன்ற உணர்ச்சியை எனக்குத் தந்தது./ கால் மரத்துப் போய் உணர்ச்சியே இல்லாமல் ஆகிவிட்டது. **2: (மனத்தால் அனுபவிக்கும் கோபம், அன்பு, பரிவு, பொறாமை போன்ற) நிலை;** emotion; sentiments. நாம் வெகு எளிதாக உணர்ச்சிகளுக்கு அடிமையாகிவிடுகிறோம்./ இந்தக் கதையில் ஒரு தாயின் உணர்ச்சிகளை ஆசிரியர் அழகாகச் சித்தரிக்கிறார்./ இன்றைய விழாவில் அமைச்சர் உணர்ச்சி ததும்பப் பேசினார். **3: குறிப்பிடப்படும் தன்மை அல்லது இயல்பைக் கொண்டிருக்கும் அல்லது வெளிப்படுத்தும்**

உணர்ச்சிக்குறி 178

நிலை; sensibility; sensitivity. அவருக்கு அபாரமான நகைச் சுவை உணர்ச்சி!/ காட்டைப் பற்றிய அவரது விவரிப்பில் அழகுணர்ச்சி வெளிப்படுகிறது.

உணர்ச்சிக்குறி பெ. (எழுத்தில்) வியப்பு, பயம், அழைப்பு போன்றவற்றைக் குறிக்கப் பயன்படுத்தும் குறி; exclamation mark. ஒரு சட்டை ஐயாயிரம் ரூபாயா!/ ஐயோ! வலி தாங்க முடியவில்லையே./ அக்கா! சீக்கிரம் இங்கே வா.

உணர்ச்சிக் கொம்பு பெ. காண்க: உணர்கொம்பு.

உணர்ச்சிவசப்படு வி. (-பட, -பட்டு) அறிவை மீறிய மனநிலைக்கு ஆட்படுதல்; get worked up; get moved; be overwhelmed (with emotion). அவையில் உறுப்பினர்கள் உணர்ச்சிவசப்பட்டுப் பேச ஆரம்பித்தனர்./ எதிர்பாராத வகையில் உதவி கிடைத்ததும் அவன் உணர்ச்சிவசப்பட்டுப் போனான்./ பதவியேற்றபோது அமைச்சர் உணர்ச்சிவசப் பட்ட நிலையில் இருந்தார்./ உணர்ச்சிவசப்பட்டு செய்த குற்றம் இது என்று வழக்கறிஞர் கூறினார்.

உணர்ச்சிவயப்படு வி. (-பட, -பட்டு) காண்க: உணர்ச்சி வசப்படு.

உணர்த்து வி. (உணர்த்த, உணர்த்தி) 1: (ஒரு தகவலை) தெரிந்துகொள்ளச் செய்தல்; புரிய வைத்தல்; make known; make (one) realize. குளிர் நாடு என்பதை மக்கள் அணிந்திருக்கும் ஆடையே உணர்த்திவிடும்./ என் மன நிலையை அவர்களுக்கு உணர்த்துவதற்கு ஒரு சந்தர்ப்பம் கிடைத்தது./ நாம் சும்மா இருப்பது கோழைத்தனத்தால் அல்ல என்பதை அவர்களுக்கு உணர்த்துவோம். 2: குறிப் பிடுதல்; indicate. இந்த ஓவியம் எதை உணர்த்துகிறது?/ 'ன்' விகுதி பெரும்பாலும் ஆண்பாலை உணர்த்தும்.

உணர்மானி பெ. (பு.வ.) வெப்பம், அழுத்தம், ஒளி போன்றவற்றை அடையாளம் காணும் சாதனம்; sensor. உலகில் உள்ள மிகச் சிறந்த காமா கதிர் உணர்மானி இந்த விண்கலத்தில்தான் இருக்கிறது.

உணர்வு பெ. 1: (ஒன்றைக் குறித்த அழுத்தமான அல் லது வலுவான) மனநிலை; awareness; consciousness; a feeling of sth. specified. தான் தவறு செய்துவிட்டோம் என்னும் குற்ற உணர்வு அவனை வருத்தியது./ சைவ சமய உணர்வு மிக்கவர்/ இந்தியன் என்கிற உணர்வு/ தமிழ் உணர்வு. 2: (ஒன்றைக் குறித்த) தீவிரமான உணர்ச்சி; sentiments; feelings. என் உணர்வுகளுக்கு மதிப்பு கொடுக் காமல் பேசிவிட்டான். 3: உள்ளுணர்வு; intuition; instinct. அவன் இப்படிச் செய்திருக்க மாட்டான் என்று என் உணர்வு சொல்கிறது. 4: சுயநினைவு; பிரக்ஞை; consciousness. விபத்தில் அடிபட்டு உணர்வில்லாமல் கிடந்தான்.

உணவகம் பெ. காண்க. உணவு விடுதி.

உணவு பெ. (மனிதர்கள், விலங்குகள் போன்றவை) உயிர் வாழ்வதற்காக உட்கொள்வது/(தாவரங்கள்) உயிர் வாழ்வதற்காக எடுத்துக்கொள்ளும் சத்துகள்; food. திரவ உணவு/ உணவு தானிய உற்பத்தி/ ஒளிச்சேர்க் கையின் மூலமாகத் தாவரங்கள் தங்களுக்குத் தேவையான உணவைத் தயாரித்துக்கொள்கின்றன. [(தொ.சொ.) ஆகாரம்/ இரை/ ஊண்/ சாப்பாடு/ சிற்றுண்டி/ தின்பண்டம்/ தீனி]

உணவுக் குழல் பெ. உண்ட உணவு உள்ளே செல்வதற் காக வாயிலிருந்து இரைப்பைவரை உள்ள குழாய் போன்ற உறுப்பு; gullet; food pipe.

உணவுச் சங்கிலி பெ. இயற்கையில் ஒரு உயிரினம் மற்றொன்றுக்கு உணவு என்ற வகையில் தாவரங்கள், விலங்குகள் என்று எல்லா உயிரினங்களும் இணைந்த தொடர்; food chain. ரசாயனப் பூச்சிக்கொல்லிகள் உணவுச் சங்கிலியைப் பாதிக்கின்றன.

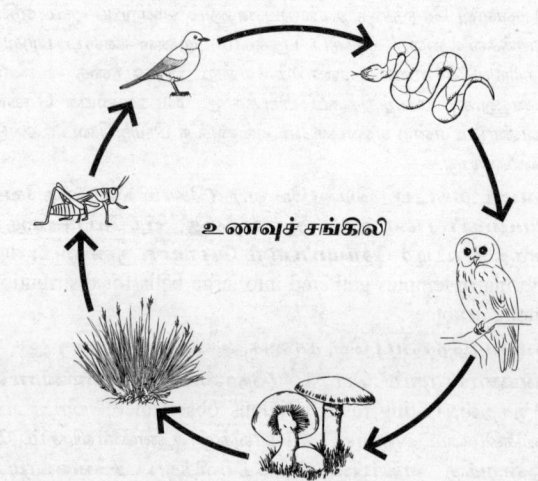

உணவுச் சங்கிலி

உணவுப் பூங்கா பெ. (பு.வ.) பெரிய வணிக வளாகம், பொருட்காட்சி போன்ற இடங்களில் பல்வேறு வகை உணவுகளை விற்கும் கடைகளின் தொகுதி; food court.

உணவு விடுதி பெ. 1: உரிய விலையைக் கொடுத்து உணவை உண்டு செல்லக்கூடிய வசதி கொண்ட விடுதி; ஓட்டல்; restaurant. 2: (ராணுவம், பள்ளி போன்றவற்றிலும் சில இடங்களில் பொதுமக்களுக் காகவும்) குறிப்பிட்ட நேரத்தில் மட்டும் உணவு தரும் வசதியைப் பெற்றிருக்கும் இடம்; mess (in India).

உத்தமம் பெ. 1: நல்லது விளைவிக்கக்கூடியது; the best (course of action). உண்மையைச் சொல்லிவிடுவது உத்த மம்./ அவர் கோபமாக இருக்கும்போது நாம் பேசாமல் இருப்பதுதான் உத்தமம். 2: (-ஆன) உயர்ந்தது; எடுத் துக்காட்டாகக் கூறக்கூடியது; (of character) being exemplary. உத்தம குணம்/ உத்தம லட்சணம் பொருந்திய குதிரை/ உத்தமமான மனிதர். 3: (சோதி.) சுபம்; மங்க ளம்; (in horoscope) auspiciousness. இந்த ராசிக்காரர் எல்லா நன்மையும் அடைவார். இந்த நிலை உத்தமம்.

உத்தமன் பெ. சிறந்த குணங்களை உடையவன்; man of virtuous conduct.

உத்தமி பெ. (பொதுவாக) சிறந்த குணங்களை உடை யவள்; (குறிப்பாக) கற்பில் சிறந்தவள்; woman of virtuous conduct.

உத்தரக்கிரியை பெ. இறந்தவருக்காக (பொதுவாகப் பதினாறாம் நாள்) செய்யும் சடங்கு; கருமாதி; final obsequies (generally on the sixteenth day of a person's death.).

உத்தரணி பெ. (பூஜையின்போது) நீர் எடுக்கப் பயன் படுத்தும் சிறு உலோகக் கரண்டி; small metal spoon (used in பூஜை and rituals).

உத்தரம்[1] பெ. 1: **(வீடுகளில் கூரையைத் தாங்குவதற்காக) இரு பக்கச் சுவர்களை இணைத்துப் போடப்படும் நீண்ட மரக் கட்டை அல்லது இரும்புக் கிராதி;** cross beam of wood or iron supporting the roof of a structure. **2: (பாலம் போன்றவற்றில்) சுமையைத் தாங்குவதற்காக இரண்டு தூண்களை இணைக்கும், சிமெண்டினால் ஆன இணைப்பு;** beam. ரயில் பாலத்தின் உத்தரம் உடைந்து விழுந்ததில் நான்கு பேர் காயமடைந்தனர்.

உத்தரம்[2] பெ. *(சோதி.)* **இருபத்தேழு நட்சத்திரங்களுள் பன்னிரண்டாவது;** the twelfth of the twenty-seven divisions of the zodiac in Indian astrology corresponding to an asterism, but smaller than a constellation.

உத்தரவாதம் பெ. 1: **(பொருளின் தரத்துக்கு அல்லது ஒருவரின் நன்னடத்தைக்கு) ஒருவரால் அளிக்கப்படும் உறுதி; பொறுப்பு;** guarantee. வாங்கிய கடனை அவர் நாணயமாகத் திருப்பித் தருவார் என்பதற்கு நான் உத்தரவாதம். **2: (ஒருவர் எதிர்பார்ப்பது நிகழும் அல்லது கிடைக்கும் என்பதற்கான) உறுதி; நிச்சயம்;** assurance; certainty. கூலி வேலை செய்பவர்களுக்குத் தினமும் வேலை கிடைக்கும் என்கிற உத்தரவாதம் இல்லை. **3: (உயிருக்கு) பாதுகாப்பு;** safety (for life). இது மிகவும் ஆபத்தான வேலை, உயிருக்கு உத்தரவாதம் இல்லை.

உத்தரவு பெ. 1: *(சட்டம்)* **சட்டம், விதிமுறை ஆகியவற்றின் அடிப்படையில் அல்லது அதிகாரத்தின் அடிப்படையில் ஒன்றைச் செய்யச் சம்பந்தப்பட்டவர் இடும் கட்டளை; ஆணை;** order; command. சாலை விதிகளை மீறுபவர்களிடம் கடுமையாக நடந்துகொள்ளும்படி காவல் துறை அதிகாரி உத்தரவு பிறப்பித்துள்ளார்./ பரீட்சை முடிகிறவரை சினிமாவுக்குப் போகக் கூடாது என்பது அப்பாவின் உத்தரவு. [*(தொ.சொ.)* **ஆணை/ கட்டளை**] **2: அனுமதி;** (a formal order or permission. இந்தத் தொழிற்சாலையைச் சுற்றிப்பார்ப்பதற்கு உத்தரவு பெற வேண்டும். **3: (ஒரு செயலைச் செய்யலாமா என்பதைக் குறித்து, தெய்வத்தின் முன்னிலையில் பூப்போட்டுப் பெறும்) குறிப்பு;** divine signal of permission (as in the practice of seeking a deity's permission using flowers). அக்காவுக்கு இந்த வரனை முடிக்கலாமா என்று பூப்போட்டுப் பார்த்ததில் உத்தரவு கிடைத்தது./ எம்பெருமான் முருகன் உத்தரவு கிடைத்தால் வீட்டை வாங்கிவிடலாம்.

உத்தரவு கொடு வி. (கொடுக்க, கொடுத்து) *(பே.வ.)* **(துறவிகள், பெரியவர்கள் போன்றோர் அவர்கள் முன்னிலையிலிருந்து ஒருவர்) போக விடைகொடுத்தல்;** (of elders and persons of high position) permit (s.o. to leave their presence). சாமி உத்தரவு கொடுத்தால் நான் கிளம்பலாம் என்று பார்க்கிறேன்.

உத்தரவுப் பத்திரம் பெ. *(இலங்.)* காண்க: **உத்திரவுப் பத்திரம்.**

உத்தரவு வாங்கிக்கொள் வி. (-கொள்ள, -கொண்டு) *(பே.வ.)* **(துறவிகள், பெரியவர்கள் போன்றோரிடமிருந்து) விடைபெற்றுக்கொள்ளுதல்;** seek permission from elders and persons of high position to leave their presence. நான் உத்தரவு வாங்கிக்கொள்கிறேன் என்று கூறிவிட்டு மடத்தை விட்டு அவர் வெளியே வந்தார்.

உத்தராயணம் பெ. **சூரியன் மகரரேகையிலிருந்து கடகரேகைக்குச் செல்லும் ஆறு மாத காலம்;** the six month period of the sun's northward passage from the Tropic of Capricorn.

உத்தரி[1] வி. (உத்தரிக்க, உத்திரித்து) *(இலங்.)* **பிறத்தல்;** be born. நல்ல குடும்பத்தில் உத்தரித்தும் இப்படித் திரிகின்றானே!

உத்தரி[2] வி. (உத்தரிக்க, உத்திரித்து) *(இலங்.)* **(கஷ்டம், சிரமம் போன்றவற்றை) அனுபவித்தல்;** suffer. கொஞ்ச காலத்திலேயே எல்லாவற்றையும் உத்தரித்துவிட்டேன்.

உத்தரீயம் பெ. *(அ.வ.)* **மேலாடை;** long piece of cloth worn by men around shoulders.

உத்தி பெ. 1: **(ஒரு செயல் அதிக அளவு பலனை அளிப்பதற்கு ஏதுவாக உருவாக்கப்படும்) திறமையான வழிமுறை; (ஒன்றைச் செயல்படுத்துவதற்கு உரிய) திறமையான திட்டம்;** strategy; technique. விளம்பர உத்திகளைக் கையாண்டு விற்பனையைப் பெருக்கலாம்./ தொழில் முறை உத்திகள் தெரிந்தவர். [*(தொ.சொ.)* **உபாயம்/ தந்திரம்/ யுக்தி/ வழி**] **2: (இலக்கியத்தில்) உள்ளடக்கத்திற்கு ஏற்ற வடிவத்தைப் பயன்படுத்தும் முறை;** (literary) device. நனவோடை உத்தி நாவல்./ கடிதங்கள் வாயிலாகக் கதையைச் சொல்லும் உத்தி மிகவும் பழையது.

உத்தியோகத்தர் பெ. *(இலங்.)* **அலுவலர்;** employee. திணைக்கள உத்தியோகத்தர் அனைவரும் வேலைநிறுத்தப் போராட்டத்தில் ஈடுபட்டனர்./ அரசு உத்தியோகத்தர்களின் சம்பள உயர்வு இந்த ஆண்டு வரவுசெலவுத் திட்டத்தில் சாத்தியமாகியுள்ளது.

உத்தியோகபூர்வம் பெ. (-ஆக, -ஆன) *(இலங்.)* **அதிகாரபூர்வம்;** official. பிரதம மந்திரி உத்தியோகபூர்வ விஜயத்தை மேற்கொண்டு இந்தியா சென்றுள்ளார்./ நான்தான் துறையின் அடுத்த தலைவர் என்றாலும் உத்தியோகபூர்வமான கடிதம் இன்னும் என் கைக்குக் கிடைக்கவில்லை./ தேர்தலில் யார் வென்றது என்பது இன்னும் உத்தியோகபூர்வமாக அறிவிக்கப்படவில்லை.

உத்தியோகம் பெ. 1: **(பிழைப்புக்காகச் செய்யும்) வேலை;** profession; employment. அவருக்குச் சொந்த ஊரிலேயே ஆசிரியர் உத்தியோகம் கிடைத்துவிட்டது. [*(தொ.சொ.)* **அலுவல்/ பணி/ பதவி/ பிழைப்பு/ வேலை**] **2: (படிநிலையாக இருப்பதில் குறிப்பிட்ட ஒரு) பதவி;** post (in a service). உத்தியோக உயர்வு/ என் நண்பர் உயர்ந்த உத்தியோகத்தில் இருக்கிறார்.

உத்திரட்டாதி பெ. *(சோதி.)* **இருபத்தேழு நட்சத்திரங்களில் இருபத்தாறாவது;** the twenty-sixth of the twenty-seven divisions of the zodiac in Indian astrology, corresponding to an asterism, but smaller than a constellation.

உத்திரம் பெ. காண்க: **உத்தரம்**[1], **உத்தரம்**[2].

உத்திரவாதம் பெ. காண்க: **உத்தரவாதம்.**

உத்திரவு பெ. காண்க: **உத்தரவு.**

உத்திரவுப் பத்திரம் பெ. *(இலங்.)* **உரிமம்;** licence. கடையின் உத்திரவுப் பத்திரத்தை வருடத் தொடக்கத்திலேயே எடுத்துவிட்டார்./ துவக்கு வைத்திருக்க அரசு இப்போது உத்திரவுப் பத்திரம் கொடுப்பதில்லை.

உத்திராட்சப்பூனை பெ. காண்க: **உருத்திராட்சப்பூனை.**

உத்திராட்சம் பெ. காண்க: **உருத்திராட்சம்.**

உத்திராடம் பெ. *(சோதி.)* **இருபத்தேழு நட்சத்திரங்களில் இருபத்தொன்றாவது;** the twenty-first of the twenty-seven divisions of the zodiac in Indian astrology, corresponding to an asterism, but smaller than a constellation.

உத்தேசம் பெ. 1: **மனத்தில் தீர்மானித்துள்ளது; எண்ணம்;** intention; proposal. பட்டம் வாங்கிய பிறகு என்ன செய்வதாக உத்தேசம்?/ மேற்கொண்டு நடவடிக்கை எடுக்கும் உத்தேசம் இல்லை. 2: (-ஆக, -ஆன) **துல்லியமாக இல்லாதது; ஏகதேசம்; தோராயம்;** being approximate. அவர் வீட்டை விட்டு வெளியேறியபோது மணி உத்தேசமாக மூன்று இருக்கும்./ உன் கேள்விக்கு உத்தேசமான ஒரு பதில்தான் தர முடியும்.

உத்தேசி வி. *(உத்தேசிக்க, உத்தேசித்து)* 1: **கருத்தில் கொள்ளுதல்; எண்ணுதல்;** have in one's mind; intend. உங்கள் வசதியை உத்தேசித்து இந்த ஏற்பாட்டைச் செய்திருக்கிறோம். 2: (கருத்து அளவில்) **திட்டமிடுதல்;** propose. தொழிலாளர் சட்டத்தில் திருத்தம் கொண்டுவர அரசு உத்தேசித்துள்ளது.

உத்வேகம் பெ. (-ஆக) **உந்துதல்; தூண்டுதல்;** urge; impulse. இன்று இரவுக்குள் இந்தக் கதையை எழுதி முடிக்க வேண்டும் என்று உத்வேகம் ஏற்பட்டது.

உதட்டளவில் வி.அ. **(முழுமனத்துடன் இல்லாமல்) வெறும் வாய் வார்த்தையாக;** insincerely; mere lip service. 'என்னை மன்னித்துவிடுங்கள்' என்று உதட்டளவில் சொன்னால் போதாது. தான் செய்த தவறை அவன் உணர வேண்டும்.

உதட்டுச்சாயம் பெ. **உதட்டுக்கு நிறம் தருவதற்காகப் பெண்கள் பூசிக்கொள்ளும் அழகு சாதனம்;** lipstick.

உதட்டுப்பிளவு பெ. **(பிறவியிலேயே காணப்படும்) பிளவுபட்ட மேல்உதடு;** cleft lip.

உதட்டைப் பிதுக்கு வி. *(பிதுக்க, பிதுக்கி)* **உதட்டை வெளியே தள்ளுவதன்மூலம் 'இல்லை', 'தெரியாது' போன்ற பொருளை உணர்த்துதல்;** indicate one's negative response (by curling the lower lip). அப்பா எங்கே போயிருக்கிறார் என்று கேட்டதற்கு உதட்டைப் பிதுக்கினான் தம்பி.

உதடு பெ. 1: **(மனித உடலில்) இரண்டாகப் பிரிந்து பற்களை மூடியுள்ள வாயின் மிருதுவான புறப்பகுதி;** lip. *(பார்க்க, படம்: உடல்)* 2: **(கிண்ணம், தம்ளர், மட்பாண்டம் போன்றவற்றில்) தலைப் பகுதி மடங்கி, பக்கவாட்டில் சற்று நீண்டிருக்கும் விளிம்புப் பகுதி;** the part of a vessel at its head that curves down and slightly protrudes.

உதயம் பெ. 1: **(சூரியன், நிலவு, நட்சத்திரம் ஆகியவை வானில்) தோன்றுதல்;** (of the sun, moon, star) rise; appearance (in the sky). காலை ஆறு மணிக்குச் சூரிய உதயம்./ வானில் நட்சத்திரங்களின் உதயம். 2: **(புதிதாக ஒன்று) தோன்றுதல்;** appearance; being born. சென்ற நூற்றாண்டில் கணிப்பொறியின் உதயம் புரட்சிகரமான ஒன்று./ இந்த எண்ணம் எப்படி உனக்கு உதயமாகியது?/ வங்க தேசம் என்ற புதிய நாடு உதயமாகியது. 3: *(சோதி.)* **(குழந்தை) பிறப்பு;** birth (of a baby). காலை மூன்று முப்பதுக்கு ஆண் குழந்தை உதயம். [*(தொ.சொ.)* **தோற்றம்/ பிறப்பு**] 4: *(சோதி.)* **குறிப்பிட்ட கிரகம் கிழக்கில் தோன்றுவது;** rising.

உதரவிதானம் பெ. **மார்புப் பகுதிக்கும் வயிற்றுப் பகுதிக்கும் நடுவில் இருப்பதும் நுரையீரல் சுருங்கி விரியக் காரணமாக இருப்பதுமான தசை;** diaphragm.

உதவாக்கரை பெ. 1: **எந்த விதப் பயனும் இல்லாதது;** useless. இந்த உதவாக்கரை இயந்திரத்தை விற்றுவிட்டு வேறுதான் வாங்க வேண்டும். 2: **பயன் அற்ற நபர்;** useless or worthless person; a good-for-nothing. இந்த உதவாக்கரையை நம்பி எந்த வேலையிலும் இறங்க முடியாது.

உதவி[1] பெ. 1: **ஒருவர் நன்மை அடையும்படி பிறர் செய்யும் செயல்; ஒருவருடைய வேலைப் பளுவைக் குறைக்கும் செயல்; ஒத்தாசை;** help; assistance. வங்கியின் உதவியுடன் இந்தக் கடையைத் தொடங்கினேன்./ வீடு மாற்றும்போது நீங்கள் செய்த உதவிக்கு நன்றி./ கடையில் உதவிக்கு ஒரு பையனை வைத்திருக்கிறேன். 2: (-ஆக) **(ஒரு பொருளின்) துணையால் கிடைக்கும் நன்மை;** aid; help. புதிதாகத் தொழில் தொடங்குபவர்களுக்கு இந்தப் புத்தகம் உதவியாக இருக்கும்./ மின்விளக்கின் உதவியைக் கொண்டு இரவு முழுவதும் கட்டட வேலை நடந்தது./ கடை வைப்பதற்கு அவர் கொடுத்த பணம்தான் உதவியாக இருந்தது. 3: **(ஆபத்து, விபத்து போன்ற சூழலில்) மீட்கும் விதமாகச் செய்யும் செயல்;** (to one's) rescue. வண்டி சேற்றில் மாட்டிக்கொண்டதும் பக்கத்து வயலில் வேலை பார்த்துக்கொண்டிருந்தவர்கள் என் உதவிக்கு வந்தனர்./ வெள்ளத்தால் பாதிக்கப்பட்டவர்களின் உதவிக்கு ராணுவத்தினர் விரைந்து வந்தனர்.

உதவி[2] பெ.அ. **பதவியில் அல்லது பணியில் உயர் நிலைக்கு அடுத்த கீழ்நிலையைக் குறிக்கும் சொல்;** prefix equivalent to 'sub', 'deputy', 'assistant'. உதவிப் பதிவாளர்/ உதவி இயக்குநர்/ பத்திரிகையின் உதவி ஆசிரியர்.

உதவித்தொகை பெ. 1: **(ஒருவர் கல்வி கற்பதற்கு உதவும் வகையில் அரசு அல்லது ஒரு தனியார் அமைப்பு) குறிப்பிட்ட காலம்வரை வழங்கும் பணம்;** scholarship. 2: **(வெள்ளம், தீ போன்றவற்றால் பாதிக்கப்பட்டவர்களுக்கு அரசு) நிவாரணமாக வழங்கும் பணம்;** relief (given in cash); ex-gratia cash payment. மழையால் வீடு இழந்தவர்களுக்கு அரசு உதவித்தொகை வழங்கியது.

உதவு வி. *(உதவ, உதவி)* 1: **பயன்படுதல்; உபயோகமாக இருத்தல்;** be useful; be helpful. நீங்கள் தரும் ஒவ்வொரு ரூபாயும் எங்கள் பணிக்கு உதவும்./ நீங்கள் தந்த பணம் தக்க சமயத்தில் உதவிற்று. 2: **(ஒருவர் தன்) பணியைத் திறமையாகச் செய்வதற்கு மற்றொருவர் ஆதரவாகச் செயல்படுதல்; ஒத்துழைப்பு தருதல்; ஒத்தாசை செய்தல்;** assist; help; facilitate. சமயத்தில் பணம் தந்து நீங்கள் உதவியிருக்கவில்லை என்றால் நான் திண்டாடிப்போயிருப்பேன்./ நல்ல காரியங்களுக்கு அவர் எப்போதும் உதவுவார்.

உதவுநர் பெ. (பு.வ.) **ஒருவரின் அல்லது ஒரு அமைப்பின் நோக்கம், குறிக்கோள், செயல்திட்டம் போன்றவை**

நிறைவேற ஆலோசனை கூறி உதவுபவர்; facilitator. ஒரு கிராம மையத்துக்கு இரண்டு உதவுநர் வீதம் மொத்தம் 4000 உதவுநர்களை நியமிக்க அரசு உத்தேசித்துள்ளது.

உதறல் பெ. **1: (குளிர், பயம் முதலியவற்றால் ஏற்படும்) உடல் நடுக்கம்;** trembling (of the body due to cold, fear, etc.,); shiver. அவருடைய அதட்டலிலேயே அவனுக்கு உதறல் ஏற்பட்டு விட்டது. [(தொ.சொ.) **அதிர்வு/ ஆட்டம்/ குலுக்கல்/ நடுக்கம்**] **2: (ஏற்படவிருக்கும் ஆபத்தை, தண்டனையை நினைக்கும்போது ஏற்படும்) பயம்;** fear (on sensing an impending danger or punishment); fright; panic. தான் செய்த தவறு கண்டுபிடிக்கப்பட்டு விடுமோ என்ற எண்ணம் அவனுள் உதறலை ஏற்படுத்தியது. [(தொ.சொ.) **அச்சம்/ உதைப்பு/ கலக்கம்/ கிலி/ நடுக்கம்/ பயம்/ பீதி**]

உதறு வி. (உதற, உதறி) **1: (தூசி, அடைப்பு முதலியவை போகும்படியாக) பலமாக அசைத்து வீசுதல்; (கத்தையாக இருப்பது) பிரிந்து விழுமாறு ஆட்டுதல்;** flap vigorously; shake off (dust, water, etc., from one's body). கீழே விழுந்த துண்டை எடுத்து உதறித் தோளில் போட்டுக் கொண்டார்./ பேனாவை உதறிஉதறித் தரையெல்லாம் மை/ மாட்டுக்கு வைக்கோலை உதறிப் போடு. **2: (சுளுக்கிக்கொண்ட அல்லது மரத்துப்போன காலை) மடக்கி நீட்டி ஆட்டுதல்;** shake in jerks (a sprained or benumbed hand or leg). சுளுக்கிக்கொண்ட காலை உதறிவிட்டுக் கொண்டான். **3: (குளிர், பயம் முதலியவற்றால்) நடுங்குதல்;** tremble (due to cold, fear, etc.,); shiver. குத்தும் குளிரில் கைகால்கள் உதறத் தொடங்கின. **4: விட்டுவிடுதல்; கைவிடுதல்;** discard; cast off; give up in a huff. ஏதோ ஒரு கோபத்தில் வேலையை உதறிவிட்டு வீட்டுக்கு வந்துவிட்டார்./ குடும்பத்தை உதறிவிட்டுப் போக அவரால் எப்படி முடிந்தது?

உதறுவாதம் பெ. **உடல் அசைவையும் ஒருங்கிணைப்புத் தன்மையையும் கட்டுப்படுத்தும் (மூளையில் உள்ள) செல்கள் அழிவதால் கைகால் நடுக்கமும் நடப்பதில் பிரச்சினையும் உருவாக்கும் நோய்;** shaking palsy; Parkinson's disease.

உதாசீனம் பெ. (-ஆக) **அலட்சியம்;** indifferent attitude; slight; disregard. சிறிய விவகாரம்தானே என்று உதாசீனமாக இருந்துவிட்டேன்./ உனக்கு அவரைப் பிடிக்கவில்லை என்பதால் உதாசீனம் செய்வதா?/ நீ அவரிடம் உதாசீனமாகப் பேசியது எனக்குப் பிடிக்கவில்லை. [(தொ.சொ.) **அலட்சியம்/ திமிர்/ மமதை/ மிதப்பு**]

உதார் பெ. (பே.வ.) **(ஒன்றைச் செயல்படுத்தும் திறமை இல்லாமல்) வெறுமனே செய்யும் ஆரவாரம்;** vain show; brag. அவனை என்ன பண்ணுகிறேன் பார் என்று சும்மா உதார் விடாதே.

உதாரகுணம் பெ. (அ.வ.) **பிறருக்கு உதவ வேண்டும் என்னும் மனப்பாங்கு; தயாள குணம்;** generosity.

உதாரசிந்தை பெ. (அ.வ.) **தருமம் செய்யும் எண்ணம்; தாராள மனப்பான்மை;** charitable nature.

உதாரணம் பெ. **1: பொது விதிக்கு அல்லது ஒரு கூற்றுக்கு விளக்கமாக அமையும் உண்மை; எடுத்துக்காட்டு;** example. திரவ நிலையில் உள்ள உலோகத்துக்கு உதாரணம் பாதரசம்./ தாராளமாக வாக்கு தருபவர்களை நம்பக் கூடாது என்பதற்கு நீயும் ஓர் உதாரணம்! [(தொ.சொ.) **எடுத்துக்காட்டு/ மாதிரி/ முன்மாதிரி/ முன்னுதாரணம்**] **2: முன்மாதிரி; முன்னுதாரணம்;** precedent; model. கடுமையான உழைப்புக்கு என் அம்மா வைத்தான் உதாரணமாகக் கொள்ள வேண்டும்.

உதி வி. (உதிக்க, உதித்து) **1: (சூரியன், சந்திரன் போன்ற கிரகங்கள், நட்சத்திரங்கள் ஆகியவை கண்ணுக்குப் புலனாகும்படி வானத்தில்) தோன்றுதல்;** (of the sun or moon) rise; (of star) appear. கிழக்கே உதிக்கும் சூரியன் மேற்கே உதித்தாலும் இது நடக்காது./ வானில் ஒரே ஒரு நட்சத்திரம் உதித்திருந்தது. **2: (மனத்தில் எண்ணம்) தோன்றுதல்;** (of a thought or idea) strike; occur to s.o. காயமடைந்தவரை உடனடியாக மருத்துவமனைக்கு எடுத்துச்செல்ல வேண்டும் என்ற எண்ணம் ஏன் ஒருவருக்கும் உதிக்கவில்லை?/ அவரிடம் உதவி கேட்கலாம் என்ற எண்ணம் உதித்ததும் நான் அவரைப் பார்க்கப் போனேன். **3: (மகான்களைக் குறிக்கையில்) பிறத்தல்;** (of saints) be born. பல மகான்கள் உதித்த பூமி இது.

உதிர்¹ வி. (உதிர, உதிர்ந்து) **1: (ஒன்றாகச் சேர்ந்திருப்பது அல்லது ஒன்றுடன் ஒன்று ஒட்டிக்கொண்டிருப்பது பிரிந்து) கீழே விழுதல்;** come off; drop; get shed. உதிர்ந்து கிடந்த சுள்ளிகளை அவள் பொறுக்கிக்கொண்டிருந்தாள்./ முடி உதிர்வதைத் தடுக்கத் தைலம்/ இந்தப் பழமையான கோயிலில் சுவரோவியங்கள் சரியாகப் பராமரிக்கப்படாததால் உதிர்ந்துகொண்டிருக்கின்றன./ இந்த மருந்தைப் பயன்படுத்தினால் மூன்றே நாட்களில் புண் குணமாகிப் பொருக்கு உதிர்ந்துவிடும்./ (உரு வ.) சிரிப்பு, கிண்டல், இடக்கு எல்லாம் அவரிடமிருந்து உதிர்ந்துபோய்விட்டிருந்தன./ (உரு வ.) அவருடைய வீணை வாசிப்பில் ஸ்வர ஜாலங்கள் மத்தாப்புப் பொறிபோல் உதிர்ந்தன./(உரு வ.) என் பாட்டி பேச ஆரம்பித்தால் ஒரே பழமொழியாக உதிரும். **2: (கண்ணீர் துளித்துளியாக) கீழே விழுதல்;** (of tears) drop. கண்களிலிருந்து நீர் பொலபொலவென்று உதிர்ந்தது. **3: பொடிப்பொடியாக விழுதல்; நொறுங்குதல்;** crumble; fall to pieces. கை பட்டதும் பழைய புத்தகத்தின் பக்கங்கள் உதிரத் தொடங்கின.

உதிர்² வி. (உதிர்க்க, உதிர்த்து) **1: (ஒன்றாகச் சேர்ந்திருப்பதை அல்லது ஒன்றுடன் ஒன்று ஒட்டிக்கொண்டிருப்பதை ஒன்றன்பின் ஒன்றாக அல்லது ஒரே சமயத்தில்) கீழே விழச் செய்தல்;** cause to fall (one by one or loosely or all at the same time); shake off. புறா தன் அலகால் கோதி இறகை உதிர்த்தது./ சட்டையில் ஒட்டியிருந்த ஈர மணலைத் தட்டி உதிர்த்தான்./ 'பல்லை உதிர்த்துவிடுவேன்' என்று அவன் பயமுறுத்தினான்./ இடியாப்பத்தை உதிர்த்து உப்புமா செய்யலாம். **2: (சொற்கள், கருத்துகள் போன்றவற்றை) ஒன்றன்பின் ஒன்றாக வெளிப்படுத்துதல்;** drop; let fall. கோபத்தில் வார்த்தைகளை உதிர்த்துவிட்டுப் பின்னால் வருத்தப்படாதே!/ நேர்காணலில் அவர் உதிர்த்த பல கருத்துகளில் இதுவும் ஒன்று./ ஒவ்வொரு பக்கத்திற்கும் மூன்று நகைச்சுவைத் துணுக்குகளை உதிர்த்துவிட வேண்டும் என்று திட்டமிட்டு எழுதியதைப் போல இருக்கிறது./ பேச்சாளர் நிமிடத்திற்கு ஒரு பொன்மொழியாக உதிர்த்துக்கொண்டிருந்தார். **3: (புன்னகையை,**

உதிரப்பாடு 182

சிரிப்பை) வெளிப்படுத்துதல்; let (a smile) play on one's lips. அவள் கேள்விக்குப் பதில் சொல்லாமல் சிரிப்பு ஒன்றை உதிர்த்தாள். 4: (இலங்.) (பாம்பு சட்டை) உரித்தல்; (of snake) shed (the skin); slough off.

உதிரப்பாடு பெ. (மாதவிடாயின்போது) இரத்தம் அதிகமாக வெளியேறுதல்; excessive bleeding during menstruation.

உதிரப்போக்கு பெ. காண்க: இரத்தப்போக்கு, 2.

உதிரம் பெ. (அ.வ.) இரத்தம்; blood.

உதிரி பெ. 1: (ஒன்றோடு ஒன்று இணையாமல்) தனித் தனியாக இருப்பது; state of being separate or loose or detached. உதிரிப் பூக்கள்/ உதிரிஉதிரியாகப் பருக்கைகள். 2: குறிப்பிட்ட எந்த வகைக்குள்ளும் அடங்காதது; miscellaneous; sundry. உதிரிச் செலவுகள். 3: (நிலையான வருவாயைத் தராத) சில்லறை (வேலைகள்); odd (jobs). வேளாண்மையை முற்றிலும் இயந்திரமயமாக்குவது விவசாயக் கூலிகளுக்குக் கிடைக்கும் உதிரி வேலைவாய்ப்புகளைப் பாதிக்கும்.

உதிரிப் பாகம் பெ. ஒரு இயந்திரத்தின் மாற்றக்கூடிய பகுதி; spare part.

உதை[1] வி. (உதைக்க, உதைத்து) 1: (காலை) முன்னும் பின்னும் பலமாக உதறுதல்; move (the foot) as if to strike; kick. குழந்தை காலை உதைத்துக்கொண்டு அழுதது. 2: (காலால்) பலமாகத் தள்ளுதல்; எற்றுதல்; kick (sth.). உதைத்த பந்து உயரே எழும்பியது./ மாடு யாரையும் அருகில் வரவிடாமல் உதைக்கிறது. [(தொ.சொ.) இடறு/ எற்று/ தேய்/ நசுக்கு/ மிதி] 3: (இரண்டு சக்கர வண்டியைக் கிளப்புவதற்காகக் காலால்) பலத்துடன் அழுத்துதல்; kick (the starter in two wheelers). பலமுறை உதைத்த பின்தான் மோட்டார் சைக்கிள் கிளம்பியது. 4: அடியும் உதையும் கொடுத்தல்; give a good thrash. பணத்தைத் தொலைத்துவிட்டதைச் சொன்னால் வீட்டில் என்னை உதைப்பார்கள்./ இப்படியே எதிர்த்துப் பேசிக் கொண்டிருந்தால் உன்னை உதைப்பேன். 5: (பே.வ.) (கணக்கு, செய்தி போன்றவை) முரண்படுதல்; (of account, information, etc.,) show discrepancy; be inconsistent. எப்படிக் கூட்டினாலும் கணக்கு எங்கோ உதைக்கிறது./ அவன் சொன்னதில் ஏதோ ஒன்று உதைக்கிறது. 6: (ஒரு செயலைச் செய்வதில்) தடுமாறுதல்; be deficient. நான் தமிழ் எழுதும்போது இலக்கணம் சற்று உதைக்கும்./ அவருடைய படங்களில் உச்சகட்டக் காட்சிகள் எப்போதும் உதைக்கும். 7: (பே.வ.) பற்றாக்குறை ஏற்படுதல்; be wanting. இந்த வீட்டை விலைக்கு வாங்கிவிட்டால் பின்னால் மாதாமாதம் கணிசமான தொகை உதைக்குமே! 8: (பே.வ.) (மனசாட்சி) உறுத்துதல்; (உள்ளூர) பயப்படுதல்; feel the prick (of conscience); feel uneasy. குற்ற உணர்வால் அவருக்கு உதைத்தது./ உண்மையைப் பிட்டுப் பிட்டு வைக்க ஆரம்பித்ததும் அவருக்கு உதைத்தது. 9: (கால்பந்து விளையாட்டில்) பந்தைக் காலால் வேகமாக எத்துதல்; (in football) kick. பந்தை எப்படி உதைக்க வேண்டும் என்று பயிற்சியாளர் சொல்லிக்கொடுத்தார்.

உதை[2] பெ. 1: (காலால் தரும்) பலத்த அடி; kick. கழுதையின் உதையைத் தாங்க முடியாமல் நாய் அலறியது. 2: (அறையும் எற்றும் சேர்ந்த) அடி; thrash (with beating and kicking). பெண்களைச் சீண்டிய இளைஞர்களுக்கு உதை கிடைத்தது.

உதைப்பு பெ. (தவறு செய்திருக்கும்போது) உள்ளூர ஏற்படும் மனக்கலக்கம்; உதறல்; uneasy feeling; sense of guilt. தாமதமாக அலுவலகத்துக்குச் சென்றதால் அவனுக்குச் சற்று உதைப்பாகவே இருந்தது./ மூன்று மாதமாக வாடகை தராததால் வீட்டுக்காரனைப் பார்த்ததும் அவனுக்கு உதைப்பு ஏற்பட்டது. [(தொ.சொ.) அச்சம்/ உதறல்/ கலக்கம்/ கிலி/நடுக்கம்/ பயம்/ பீதி]

உதைபந்து பெ. (இலங்.) கால்பந்து; football. உதைபந்துக்கு இன்னும் கொஞ்சம் காற்று அடிக்க வேண்டும்./ அவன் திறமையான உதைபந்தாட்டக்காரன்./ உதைபந்தாட்டப் போட்டி.

உந்தம் பெ. (இயற்.) உந்து விசையால் ஏற்படும் (ஒரு பொருளின் நிறையையும் அதன் திசை வேகத்தையும் பெருக்கினால் கிடைக்கும்) இயக்கம்; momentum.

உந்தல் பெ. காண்க: உந்துதல்.

உந்தி பெ. (உ.வ.) தொப்புள்; navel.

உந்து வி. (உந்த, உந்தி) 1: (முன்னோக்கி வேகமாக நகர்வதற்குத் தரையில்) முன்காலால் அழுத்துதல்; push; spring forward (using one's legs.). அவள் ஊஞ்சலை உந்தி ஆடும் காட்சி பார்க்க அழகாக இருந்தது. 2: (காற்று) முன்னோக்கித் தள்ளுதல்; (of wind) push forward. பாய்மரக் கப்பல்கள் காற்றால் உந்தப்படுகின்றன. 3: (ஒன்றைச் செய்ய) தூண்டுதல்; urge; impel (s.o. to do sth.). மேல்படிப்புக்காக வெளிநாடு செல்ல வேண்டும் என்ற ஆர்வம் அவனை உந்தியது./ வீம்பினால் உந்தப்பட்டு இதில் இறங்கியிருக்கிறான்.

உந்துசக்தி பெ. காண்க: உந்துவிசை.

உந்துதல் பெ. (ஒன்றைச் செய்வதற்கு ஒருவர் மனத்தில் எழும் அல்லது மற்றொருவர் தரும்) தூண்டுதல்; ஊக்கம்; urge; inducement; impetus. தானும் ஏதாவது சொல்ல வேண்டும் என்ற உந்துதல் ஏற்பட்டது./ அவருடைய பாராட்டு எனக்கு ஓர் உந்துதலாக இருந்தது.

உந்து பலகை பெ. (நீச்சல் குளத்தில் குதிப்பதற்கு முன்) உந்தி மேலெழுவதற்கு உதவும் வலுவான நீண்ட பலகை; springboard. உந்து பலகையில் எம்பி, மேலெழும்பி இரண்டு குட்டிக்கரணங்கள் போட்டுக் குளத்தில் தலைகீழாகப் பாய்ந்தான்.

உந்து விசை பெ. (இயற்.) ஒரு பொருள் முன்னோக்கிச் செல்ல அல்லது பாயத் தேவையான வேகத்தைத் தரும் சக்தி; propulsion. ஏவுகலத்தை விண்ணில் ஏவ உந்து விசை உதவுகிறது./ அரசின் புதிய ஏற்றுமதிக் கொள்கை ஏற்றுமதியாளர்களுக்குப் பெரும் உந்து விசையாக அமையும்.

உப்பங்கழி பெ. 1: கடலிலிருந்து பிரிந்து கடல்நீர் தேங்கியிருக்கும் மணல் மேடு; lagoon. 2: உப்பளம்; salt pan.

உப்பட்டி பெ. (இலங்.) (வயலில் அறுத்த) நெற்கதிர்களின் கட்டு; bundle of paddy sheaves.

உப்பரிகை பெ. (அரண்மனை போன்றவற்றில்) மேல் மாடம்; balcony (in a palace).

உப்பளம் பெ. **பாத்திகளில் தேக்கப்பட்ட கடல்நீர் ஆவியாகி உப்பு படிவதற்கு ஏற்ற வகையில் அமைக்கப்பட்ட இடம்;** salt pan.

உப்பீனி பெ. *(வேதி.)* **கார உலோகங்களுடன் இணைந்து உப்புகளைத் தரும் தனிமங்கள்;** halogen.

உப்பு[1] வி. *(உப்ப, உப்பி)* 1: **ஊதிப் பெருத்தல்;** get puffed up; bloat. எண்ணெயில் போட்டதும் பூரி உப்பியது./ ஏதோ ஒரு வியாதியால் அவருக்கு வயிறு உப்பியிருக்கிறது. 2: **வீங்குதல்;** swell. அழுது உப்பிய கண்களுடன் வந்தாள். [(தொ.சொ.) தடி/ புடை/ பெரு/ வீங்கு]

உப்பு[2] பெ. 1: **(கடல் நீரைக் காய்ச்சியோ நிலத்திலிருந்து வெட்டியோ எடுக்கப்படும்) கைப்புச் சுவையுடையதும் உணவிற்குப் பயன்படுவதுமான வெள்ளை நிறப் படிகப் பொருள்;** common salt. 2: **உப்பின் சுவை; கைப்பு;** saltiness. இந்தத் தண்ணீரைக் குடிக்க முடியவில்லை, ஒரே உப்பு! 3: *(வேதி.)* **அமிலமும் காரமும் சேர்ந்து ஏற்படும் மாற்றத்தால் கிடைக்கும் படிக வடிவப் பொருள்;** chemical salt.

உப்புக்கடலை பெ. **உப்பும் மஞ்சள் பொடியும் தூவி வறுத்த கொண்டைக்கடலை;** chickpeas seasoned with a mixture of salt and turmeric powder.

உப்புக்கண்டம் பெ. 1: **உப்பிட்டுக் காயவைத்துப் பதப்படுத்திய இறைச்சித் துண்டு;** piece of salted meat. உப்புக் கண்டம் போட்ட குழம்பு. 2: *(ஊரக வ.)* **கருவாடு;** salted fish.

உப்புக் கரி வி. *(கரிக்க, கரித்து)* **உப்புச் சுவை அதிகமாக இருத்தல்;** taste too salty. இந்தக் கிணற்றுத் தண்ணீர் இப்படி உப்புக் கரிக்கிறதே, எப்படிக் குடிக்கிறீர்கள்?

உப்புக்காகிதம் பெ. காண்க: **உப்புத்தாள்.**

உப்புக்காற்று பெ. **கடலிலிருந்து வீசும் உப்புத் தன்மை நிறைந்த காற்று;** salty sea breeze. கல்லில் செதுக்கிய சிற்பங்களையும் உப்புக் காற்று அரித்துவிடுகிறது.

உப்புக்கோடு பெ. *(ஊரக வ.)* **தரையில் பெரிய செவ்வகம் ஒன்றைக் காலால் கீறி, அதை எதிரும்புதிருமான கட்டங்களாகத் தடுத்துக்கொண்ட பிறகு, கட்டங்களைத் தாண்டிச் செவ்வகத்தின் மறுமுனைக்குச் செல்ல முடியாதபடி கைகளை விரித்து நின்றுகொண்டிருக்கும் ஆட்டக்காரர்களை ஏமாற்றிவிட்டு, மறுமுனைக்குச் செல்லும் முறையில் விளையாடும் விளையாட்டு;** game in which players dodge their opponents to pass through a rectangle drawn on the ground and divided into parallel squares to reach the other end of it. கோடை என்றால் இரவு முழுவதும் ஆற்றுமணலில் உப்புக்கோடு விளையாடுவோம்.

உப்புச் சத்தியாகிரகம் பெ. **உப்புக்கு ஆங்கிலேய அரசு விதித்த வரியை எதிர்த்து மகாத்மா காந்தி தலைமையில் நடத்தப்பட்ட போராட்டம்;** agitation led by Mahatma Gandhi during Indian independence movement protesting tax levied on salt; salt sathyagraha. இந்தியச் சுதந்திரப் போராட்டத்திற்கு உப்புச் சத்தியாகிரகம் ஒரு திருப்புமுனையாக அமைந்தது./ தமிழ்நாட்டில் ராஜாஜியின் தலைமையில் உப்புச் சத்தியாகிரகப் போராட்டம் நடந்தது.

உப்புச்சப்பு பெ. *(பே.வ.)* *(பெரும்பாலும் எதிர்மறைச் சொற்களோடு)* 1: **சுவை;** (of food) taste; இந்த உப்புச் சப்பு இல்லாத சாப்பாட்டைச் சாப்பிடுவதைவிடச் சும்மா இருக்கலாம். 2: **சுவாரஸ்யம்;** (of speech, story, etc.) interest. ஆட்டம் உப்புச்சப்பு இல்லாமல் முடிந்தது./ உப்புச் சப்பு இல்லாத கதை.

உப்புசம் பெ. 1: **வயிறு உப்பியிருப்பதைப் போன்ற உணர்வு;** distension (of the stomach). 2: **(வாயுக் கோளாறு, அஜீரணம் போன்றவற்றால்) வயிற்றில் ஏற்படும் மந்த நிலை;** flatulence.

உப்புத்தாள் பெ. **(ஒரு பரப்பைத் தேய்ப்பதற்குப் பயன்படுத்தும்) ஒரு வகைத் தாதுவின் துகள்கள் ஒரு பக்கத்தில் ஒட்டப்பட்ட சொரசொரப்பான காகிதம்;** sandpaper; emery board.

உப்புநீர் பெ. **குடிப்பதற்குப் பயன்படுத்த முடியாத, உப்புத் தன்மை அதிகமாக உள்ள நீர்;** salt water.

உப்புப் புளி பெ. **(குடும்பம் நடத்துவதற்கான) சிறுசிறு தேவைகள்;** small needs (of a household); bare necessities. கணவன் ஒழுங்காகச் சம்பாதிக்காததால் என் மகள் உப்புப் புளிக்குக்கூட என்னைத்தான் எதிர்பார்த்திருக்கிறாள்./ நான் எவ்வளவு கஷ்டப்பட்டபோதும் உப்புப் புளிக்காகக்கூட வேறொருவரிடம் போனதில்லை.

உப்புப் புளியில்லாத பெ.அ. *(இலங்.)* **பயனற்ற; பிரயோசனமற்ற;** useless. உப்புப் புளியில்லாத விடயம் பேசுவதை நிறுத்திவிட்டு வேலையைப் பாருங்கள்./ அவனுடைய வேலையே உப்புப் புளியில்லாத வேலைதான்.

உப்புப்பூ வி. *(-பூக்க, -பூத்து)* 1: **(வியர்வை காய்ந்து தோலின் மீது) உப்பு படிந்து வெள்ளைவெள்ளையாகக் காணப்படுதல்;** have white patches of salt (on the skin when sweat dries up). உடம்பெல்லாம் உப்புப்பூத்திருக்கிறது, போய்க் குளி! 2: **(உப்புக் காற்றால்) அரிக்கப்படுதல்;** be corroded (by brackish sea breeze). கடற்கரையில் ஒதுங்கியிருந்த பூநாரையின் உடல் உப்புப்பூத்திருந்தது.

உப்புப் பெறாத பெ.அ. **எந்த முக்கியத்துவமும் தரப்படத் தேவையில்லாத;** of no importance; petty. இந்த உப்புப் பெறாத விஷயத்தைப் பற்றியா இரவெல்லாம் பேசிக்கொண்டிருந்தீர்கள்?/ உப்புப் பெறாத விஷயத்துக்கெல்லாம் பக்கத்து வீட்டுக்காரர் சண்டைக்கு வந்துவிடுவார்.

உப்புமா பெ. **அரிசி அல்லது கோதுமை ரவையை வேகவைத்துச் செய்யும் ஒரு சிற்றுண்டி;** dish prepared by cooking the broken grains of rice or wheat.

உப பெ.அ. 1: **முக்கியப் பகுதியாக அமையாதது; துணை; கிளை;** sub-; supplementary; subordinate (narrative). மகாபாரதத்தின் பல உப கதைகளுள் இதுவும் ஒன்று./ கேள்வி நேரத்தின்போது சில உப கேள்விகளுக்கும் அமைச்சர் பதில் அளித்தார். 2: *(அ.வ.)* **பதவிப் பொறுப்பில் இரண்டாவது நிலையைக் குறிக்கப் பயன்படுத்தப்படுவது; துணை;** a prefix used to mean 'vice', 'deputy'. உப ஜனாதிபதி/ உப தலைவர்.

உப உணவு பெ. *(இலங்.)* **சாமை, கம்பு, வரகு போன்ற சிறுதானியங்கள்;** millet. நெல் செய்கையில் மட்டும் ஈடுபட்டிருந்த மக்களை உப உணவுப் பயிர் செய்கையிலும் அவர் ஈடுபடச் செய்தார்.

உபகரணம் பெ. **1: ஒரு தொழிலைச் செய்வதற்குத் தேவையான கருவி;** instrument. *அறுவைச் சிகிச்சைக்குத் தேவையான உபகரணங்கள்/ அறிவியல் ஆய்வுக்கூடத்துக்கு உபகரணங்கள் வாங்கப் பணம் ஒதுக்கப்பட்டிருக்கிறது./ கோழி வளர்ப்புக்குத் தேவையான உபகரணங்களைப் பற்றிய தகவல்களைச் சேகரித்தேன்.* [*(தொ.சொ.)* **இயந்திரம்/ கருவி/ சாதனம்**] **2: பயன்பாட்டுக்கான சாதனம்;** equipment. *மின்விசிறி, அரவை இயந்திரம் போன்ற உபகரணங்களைத் தயாரிக்கும் தொழிற்சாலை.*

உபகாரச்சம்பளம் பெ. *(அ.வ.)* காண்க: **உதவித்தொகை.**

உபகாரம் பெ. **(ஒருவருக்குச் செய்யும்) உதவி; நன்மை;** help; assistance. *அவர் எங்கள் குடும்பத்திற்குச் செய்த உபகாரங்கள் பல./ அவரால் எனக்கு ஒரு உபகாரம் ஆக வேண்டியிருக்கிறது.*

உபகாரி பெ. *(அ.வ.)* **உதவுபவர்; நன்மை செய்பவர்;** benefactor. *இப்படி ஓர் உபகாரியைப் பெற்றிருப்பதற்கு இந்த ஊர் கொடுத்துவைத்திருக்க வேண்டும்.*

உபசரணை பெ. *(அ.வ.)* காண்க: **உபசாரம்.**

உபசரி வி. *(உபசரிக்க, உபசரித்து)* **1: (விருந்தாளிகளை) வரவேற்று (மரியாதையுடன்) கவனித்துத் தேவையானவற்றைச் செய்தல்;** receive courteously and attend to the needs (of s.o.); be hospitable. *எங்கள் எல்லோரையும் நாற்காலியில் இருக்கச் சொல்லி மோர் கொடுத்து உபசரித்தார்./ பத்திரிகைக்காரர்களாகிய எங்களை அவர் உபசரித்த விதம் இன்னும் ஞாபகத்தில் இருக்கிறது.* **2: (விமானம் போன்றவற்றில்) பயணிகளுக்குத் தேவையான வசதிகளைச் செய்துதந்து கவனித்துக்கொள்ளுதல்;** attend (to the needs of passengers on a plane, etc.,).

உபசரிப்பு பெ. **(வீட்டுக்கு வருபவர்களுக்குக் காட்டும்) வரவேற்பும் கவனிப்பும்;** hospitality; attentiveness to the needs (of the guest). *உபசரிப்பில் யாரும் அம்மாவை மிஞ்ச முடியாது.*

உபசாரம் பெ. **1: உபசரிப்பு;** hospitality. *புது மாப்பிள்ளைக்கு மாமனார் வீட்டில் பலமான உபசாரம் நடந்தது.* **2:** *(-ஆக, -ஆன)* **முறை கருதிச் செய்யப்படும் செயல்;** formality. *அவர் வெற்றிலைத் தட்டை நீட்டியபோது உபசாரத்துக்காக இரண்டு வெற்றிலை மட்டும் எடுத்துக்கொண்டேன்./ நான் கூறுவது வெறும் உபசாரமான வார்த்தைகள் என்று நினைத்துவிடாதீர்கள்.*

உபத்திரவம் பெ. **1: (வேலைக்கு அல்லது நிம்மதிக்கு ஏற்படும்) இடைஞ்சல்;** impediment; hindrance. *நீ எனக்கு உதவி செய்ய வேண்டாம். உபத்திரவம் செய்யாமல் இருந்தால் போதும்.* [*(தொ.சொ.)* **அசௌகரியம்/ இடைஞ்சல்/ இடையூறு/ உபாதை/ தொல்லை**] **2: தொல்லை;** nuisance. *பக்கத்து வீட்டுக்காரரின் உபத்திரவம் தாங்காமல் தான் நான் வீட்டை மாற்றிக்கொண்டேன்.* **3: உடல் உபாதை;** nuisance. *வெயில் காலத்தில் வேர்க்குரு உபத்திரவம்./ மூல உபத்திரவத்தால் அவதிப்படுபவர்கள் தினமும் கீரை சாப்பிடுவது நல்லது.*

உபதேசம் பெ. **1: (சமய) விளக்க அறிவுரை; (குருவின்) அறிவுரை;** religious teaching; the teachings of a spiritual leader; doctrinal teaching. *இயேசுநாதரின் உபதேசம்.* [*(தொ.சொ.)* **அறவுரை/ அறிவுரை/ ஆலோசனை/ போதனை**] **2: (ஒரு செயலைச் செய்வதற்குத் தரும்) ஆலோசனை;** advice. *அவர் பலருக்கும் உபதேசம்செய்து அலுத்துப்போய்விட்டார்./ ஊருக்கு உபதேசம்செய்வது எளிது.* [*(தொ.சொ.)* **அறிவுரை/ புத்திமதி/ யோசனை**]

உபதேசி வி. *(உபதேசிக்க, உபதேசித்து)* **1: சமய உண்மைகளைக் கூறுதல்; போதித்தல்;** teach (spiritual truths). *இறைவன் ஆசாரியராகத் தோன்றி மாணிக்கவாசகருக்கு உபதேசித்தார்.* **2: (மந்திரம்) கற்றுத்தருதல்;** teach (mantras, charms). *நான் உபதேசிக்கும் மந்திரத்தை உச்சரித்தால் மனத்தில் அமைதி உண்டாகும்.* **3: (ஒரு செயலைச் செய்யும்படி பெரியோர்) அறிவுறுத்துதல்;** advise; exhort. *நீங்கள் அனைவரும் ஒற்றுமையோடு இருங்கள் என்று உபதேசித்தார்.*

உபதேசியார் பெ. *(கிறித்.)* **வேதியர்;** catechist.

உபநதி பெ. **பெரிய ஆற்றில் வந்து கலக்கும் சிறிய ஆறு;** tributary.

உபநயனம் பெ. *(ச.வ.)* **சில சமூகங்களில் ஆறு வயது அல்லது அதற்கு மேற்பட்ட சிறுவனுக்கு நல்ல நாளில் மந்திரம் சொல்லிப் பூணூல் அணிவித்து பிரம்மச்சரியத்தில் ஈடுபடுத்தும் சடங்கு;** ceremony among certain castes that initiates a boy into the stage of *பிரம்மசரியம்* in life allowing him to wear *பூணூல்.*

உபநிடதம் பெ. **வேதங்களில் தத்துவ ஆராய்ச்சி நிறைந்த பகுதி;** that part of the Vedas which has philosophical inquiry for its subject; Upanishad.

உபநியாசம் பெ. காண்க: **உபன்யாசம்.**

உபபிரதி பெ. *(பெ.வ.)* **ஒரு பனுவல், திரைப்படம், நாடகம் போன்றவற்றில் நேரடியாகக் குறிப்பிடப்படாவிட்டாலும் மறைமுகமாக அல்லது உள்ளூரப் பொதிந்திருப்பதும், அதன் இருப்பு எளிதாகப் புரிந்துகொள்ளக்கூடியதாக இருப்பதுமான கருத்து;** subtext.

உபமானம் பெ. *(அ.வ.)* காண்க: **உவமானம்.**

உபமேயம் பெ. *(அ.வ.)* காண்க: **உவமேயம்.**

உபயம் பெ. **(கோயிலுக்குப் பொருளாகவோ பணமாகவோ கொடுக்கப்படும்) நன்கொடை; (கோயில் பூஜை, விழா போன்றவற்றுக்காக ஏற்றுக்கொள்ளும்) செலவு;** donation (in cash or kind for a specified work, worship or festival in temples). *கோயிலுக்கு மின்விளக்குகள் நகைக் கடைக்காரரின் உபயம்/ இன்றைய உற்சவம் யாருடைய உபயம்?*

உபயோகப்படு வி. *(-பட, -பட்டு)* **பயனுள்ளதாக இருத்தல்; பயன்படுதல்;** be useful; be normally used. *இந்தப் பாத்திரம் பால் காய்ச்ச உபயோகப்படுகிறது./ சில மலர்கள் பூஜைக்கு உபயோகப்படாது./ இந்தக் கருவிகள் ஏதோ ஒரு வகையில் பின்னர் நமக்கு உபயோகப்படலாம்.*

உபயோகப்படுத்து வி. *(-படுத்த, -படுத்தி)* **பயன்படுத்துதல்;** use. *கோடைக் காலத்தில் பருத்தி ஆடைகளை உபயோகப்படுத்துவது நல்லது./ சமையலுக்கு நீங்கள் என்ன எண்ணெய் உபயோகப்படுத்துகிறீர்கள்?*

உபயோகம் பெ. **1:** *(-ஆன)* **குறிப்பிட்ட தேவையை நிறைவேற்றக்கூடியது; பயன்;** use; usefulness. *கிராமத்தில் சாணம்கூட உபயோகமான பொருளாகிவிடுகிறது./*

தினசரி உபயோகத்திற்காக நூல் புடவைகள் வாங்கினாள். **2: பயன்பாடு;** use; currency. பல சமஸ்கிருதச் சொற்கள் இப்போது தமிழில் உபயோகத்தில் இல்லை. **3: நன்மை; வசதி;** benefit; use. அவனால் உபயோகம் இல்லை, உபத்திரவம்தான்.

உபயோகி வி. (உபயோகிக்க, உபயோகித்து) **(தேவையை, நோக்கத்தை நிறைவேற்ற ஒன்றை) பயன்படுத்துதல்;** make use of; use; exercise. தண்ணீரை அளவாக உபயோகிக்க வேண்டும்./ பெரும்பாலான விவசாயிகள் ரசாயன உரங்களையே உபயோகிக்கிறார்கள்./ அவர் தன் செல்வாக்கை உபயோகிக்கத் தயங்குகிறார்./ கொஞ்சம் மூளையை உபயோகித்தால் இந்தக் கணக்கை எளிதில் போட்டுவிடலாம்.

உபரி பெ. **1: தேவைக்குப் போக எஞ்சியிருப்பது; தேவைக்கு மேல் கிடைப்பது;** that quantity or part which is more than the requirement; surplus. கங்கை ஆற்றின் உபரி நீரைத் தெற்கே கொண்டு வரலாம்./ மேட்டூர் அணைக்கு வரும் உபரி நீர் கொள்ளிடத்தில் திறந்துவிடப்பட்டது. [(தொ.சொ.) **அதிகம்/ அபரிமிதம்/ எக்கச்சக்கம்/ ஏராளம்/ கூடுதல்/ மிகுதி/ மிகை**] **2: கூடுதல்;** additional. அவர் உபரியாகச் சில விளக்கங்கள் தந்தார்./ செலவு போக உபரியாக இருந்த பணம் அனைவருக்கும் சமமாகப் பிரித்து அளிக்கப்பட்டது **3: (கிரிக்கெட் ஆட்டத்தில்) பந்து வீச்சாளர் முறையாகப் பந்து வீசாததால் எதிரணி பெறும் கூடுதல் ஓட்டம்;** extras. இந்த ஆட்டத்தில் உபரியாகத் தந்த ஓட்டங்கள் மட்டுமே இருபது ஆகும்./ இந்தியப் பந்துவீச்சாளர்கள் தொடர்ந்து உபரிகளை வாரி வழங்கியவண்ணம் இருந்தனர்.

உபரி வரி பெ. காண்க: **கூடுதல் வரி.**

உபவாசம் பெ. (அ.வ.) **உண்ணாமல் இருக்கும் நோன்பு; விரதம்;** fast (as a religious observance). ஒவ்வொரு பௌர்ணமியிலும் அவர் உபவாசம் இருப்பார்.

உபன்யாசம் பெ. **இடையிடையே பாட்டுகள் பாடி நிகழ்த்தும் சமயச் சொற்பொழிவு;** religious lecture with songs. இன்று யாருடைய உபன்யாசம்? [(தொ.சொ.) **உரை/ சொற்பொழிவு/ பிரசங்கம்/ பேச்சு**]

உபாசகன் பெ. **(பொதுவாகப் பெண் தெய்வத்தை) தீவிரப் பக்தியுடன் வழிபடுபவன்;** an ardent devotee (generally of a female deity); man who worships a female deity fervently. கருமாரியம்மன் உபாசகர்/ சக்தி உபாசகன்/ (உரு வ.) அழகின் உபாசகன்.

உபாசகி பெ. **(ஒரு குறிப்பிட்ட தெய்வத்தை) தீவிரப் பக்தியுடன் வழிபடும் பெண்;** an ardent female devotee. காளி உபாசகி.

உபாசனை பெ. **தீவிரமான வழிபாடு;** intense worship.

உபாசி வி. (உபாசிக்க, உபாசித்து) **(பெரும்பாலும் பெண் தெய்வத்தை) தீவிரமாக வழிபடுதல்;** worship intensely (a female deity). தேவியை உபாசித்து அருள் பெற்றவர்.

உபாத்தியாயர் பெ. (அ.வ.) **(கல்வி, கலை கற்பிக்கும்) ஆசிரியர்;** teacher.

உபாதை பெ. **1: (வலி, நோய் போன்றவற்றால் ஏற்படும்) அசௌகரியம்;** indisposition; discomfort (due to illness). வயிற்றுவலி என்கிறீர்களே, எத்தனை நாளாக உங்களுக்கு இந்த உபாதை இருக்கிறது?/ வாயு உபாதை. **2: தொல்லை;** nuisance. ரயில் பயணத்தின்போது மூட்டைக்கடி உபாதை தாங்க முடியவில்லை./ கடன் உபாதையிலிருந்து விடுபட முடியவில்லை. [(தொ.சொ.) **அசௌகரியம்/ இடைஞ்சல்/ இடையூறு/ உபத்திரவம்/ தொல்லை**]

உபாயம் பெ. **1: (ஒரு செயலை நிறைவேற்ற அல்லது ஒரு கருத்தைத் தெரிவிக்க மேற்கொள்ளும்) வழிமுறை; சாதனம்;** means; method. நோயாளியைக் காப்பாற்றத் தனக்குத் தெரிந்த எல்லா உபாயங்களையும் மருத்துவர் கையாண்டுபார்த்தார்./ அபிநயம் என்பது ஒரு கருத்தை எடுத்துச்சொல்லுவதற்கான உபாயம். **2: தந்திரம்;** clever device; strategy. சிங்கத்திடமிருந்து தப்பிக்க நரி ஓர் உபாயம் செய்தது./ நண்பர்களைப் பிரிக்க அவன் கையாளும் உபாயங்களில் இதுவும் ஒன்று. [(தொ.சொ.) **உத்தி/ தந்திரம்/ யுக்தி/ வழி**]

உம்¹ பி.பெ. **'நீர்' என்னும் முன்னிலை இடப்பெயர் வேற்றுமை உருபு ஏற்கும்போது திரியும் வடிவம்;** form of the second person *'நீர்'* serving as a base for further declension. உம்முடைய வீடு எங்கிருக்கிறது?/ உமக்கு எத்தனை குழந்தைகள்?/ எனக்கு உம்மால் ஒரு காரியம் ஆக வேண்டியுள்ளது.

-உம்² இ.சொ. **1: பெயர்ச்சொற்களையோ வினையடைகளையோ தொழிற்பெயர்களையோ பட்டியலிட்டுக் குறிப்பிடப் பயன்படுத்தும் இடைச்சொல்;** particle connecting nouns, adverbs and verbal nouns in a phrase; 'and'. என் மகனும் மருமகளும் நாளை வருகிறார்கள்./ குழந்தைகள் ஆடியும் பாடியும் மகிழ்ந்தார்கள்./ அவரைச் சந்திக்கவும் பாராட்டவும் விரும்புகிறேன்./ மற்றவர்கள் வாழ்த்தினாலும் திட்டினாலும் அவர்களுக்குக் கவலை இல்லை./ படிப்பதும் விவாதிப்பதும் அவருக்குப் பிடிக்கும். **2: ஒன்றுக்கு அல்லது ஒருவருக்கு மாற்றாக மற்றொன்று அல்லது மற்றொருவர் இருப்பதை உணர்த்தப் பயன்படும் இடைச்சொல்;** particle denoting that s.o. or sth. is an alternative to another; 'also'. குன்றில் உள்ள கோயிலுக்கு நடந்தும் போகலாம்./ மதுரைக்குப் பேருந்திலும் போகலாம்./ இந்த வேலைக்கு அவரையும் கூப்பிடலாம், அவர் தம்பியையும் கூப்பிடலாம். **3: தற்போது குறிப்பிடுவது ஏற்கனவே உணர்த்தப்பட்டதை ஒத்திருக்கிறது என்பதைக் கூறப் பயன்படுத்தும் இடைச்சொல்; 'கூட';** particle used to mean that what is mentioned is similar to what has been already mentioned; 'even'; 'too'; 'also'. உனக்கு மட்டுமல்ல, எனக்கும் வயதாகிறது./ அவரும் திருமணத்திற்கு வந்திருந்தார்./ என்னாலும் தேர்வு எழுத முடியவில்லை. **4: இறந்தகாலத் தொழிற்பெயரோடு இணைக்கப்படும்போது 'செயல் நிகழ்ந்தவுடன்' என்ற பொருளில் பயன்படுத்தும் இடைச்சொல்; 'உடன்';** particle, which when combining with verbal noun in the past tense, means 'as soon as...'. வந்ததும் ஏன் கிளம்புகிறாய்?/ காலையில் எழுந்ததும் பல் துலக்கு. **5: ஒரே வினைச்சொல்லின் '-ஆல்' ஈற்று வினையெச்சமும் வினைமுற்றும் இணைந்து வரும் வாக்கியத்தில் வினையெச்சத்தின் பின் இணைக்கப்படும்போது**

ஒரு செயல் நிகழ்வதற்கும் நிகழாமல் இருப்பதற்கும் சாத்தியம் உண்டு என்பதை உணர்த்தப் பயன்படும் இடைச்சொல்; particle, which when attached to -ஆல் ending verbal participle in a sentence which has also a finite form means that the specified event may or may not take place. இந்த வாரம் அவர் வந்தாலும் வரலாம்./ நீங்கள் சொல்வது போல நடந்தாலும் நடக்கலாம். 6: ஒரு வாக்கியத்தில் உள்ள ('ஏன்' தவிர்ந்த) வினாப் பெயரோடு சேரும்போது 'விடுபாடே இல்லாமல்' (எப்போதும்/யாரும்/எவரும்) என்ற பொருளை உணர்த்தப் பயன்படும் இடைச்சொல்; particle, which when occurring with an interrogative noun, means 'without exception'. காற்று எங்கும் நிறைந்திருக்கிறது./ எப்போதும் அவன் வேடிக்கையாகப் பேசுவான்./ இன்றிரவு என்னமும் நடக்கலாம்./ அவர் என்னவும் பேசி விட்டுப்போகட்டும். 7: ஒன்றுகூட்டிக் கூறும் எண்ணுப்பெயரோடும் 'அனைத்து', 'எல்லா' முதலிய சொற்களோடும் இணைக்கப்படும் போது 'விடுபாடே இல்லாமல்' என்ற பொருளை உணர்த்தப் பயன்படும் இடைச்சொல்; particle, which when occurring with count nouns, means 'without exception'. நண்பர்கள் மூன்று பேரும் என் திருமணத்துக்கு வந்திருந்தார்கள்./ ஏழு கண்டங்களையும் வரைபடத்தில் குறிக்கவும்./ கோடை விடுமுறைக்குப் பிறகு அனைத்துப் பள்ளிகளும் இன்று திறக்கின்றன./ எல்லா மாடுகளும் வீடு திரும்பின. 8: வினையடையுடன் இணைக்கப்படும்போது அதன் பொருளை உறுதிப்படுத்தவோ மிகுவிக்கவோ பயன்படுத்தும் இடைச்சொல்; particle, which when combined with an adverb, either confirms or emphasizes its meaning. அவன் திரும்பவும் வந்தான். 9: ஒருவருடைய செயல், உணர்வு முதலியவற்றைக் குறித்த சலிப்பையும் அலட்சியத்தையும் வெளிப்படுத்தப் பயன்படும் இடைச்சொல்; particle which conveys one's dismissal of sth. specified. நீயும் உன் இலக்கியமும்!/ நீயும் உன் காதலும்! 10: விதிநிலை அமையப்பெற்றாலும் உரிய விளைவு இருக்காது என்னும் எதிர்மறைப் பொருளைத் தர -ஆல் ஏற்ற வினையெச்சத்துடன் இணைக்கப்படும் இடைச்சொல்; particle used to make a sentence concessive, combining it with the verbal participle in the sentence. எவ்வளவு தண்ணீர் குடித்தும் தாகம் அடங்கவில்லை./ நீ போய்க் கேட்டாலும் அவன் கொடுக்க மாட்டான்./ இந்தக் கட்டுரையைப் பலமுறை திருப்பி எழுதியும் சரியாக வரவில்லை./ அவன் ஊருக்கு வந்தும் என்னைப் பார்க்கவில்லை.

உம்-என்று வி.அ. (பே.வ.) (ஒருவர் கோபம், கவலை முதலியவற்றால் பேச விருப்பம் இல்லாமல்) முகத்தை இறுக்கமாக வைத்துக்கொண்டு; grimly; unsmilingly; glumly. அவன் முதல் முறையாக நம் வீட்டிற்கு வரும்போது நீ உம்மென்று இருந்தால் அவன் என்ன நினைப்பான்?/ என்ன நடந்தது? ஏன் உம்மென்று இருக்கிறாய்?

உம்கொட்டு வி. (உம்கொட்ட, உம்கொட்டி) (பே.வ.) (ஒருவர் பேசும்போது அல்லது ஒன்றைச் சொல்லும்போது தான் கவனித்து வருவதைத் தெரிவிக்கும் முறையில் மற்றவர்) 'உம்' என்ற ஒலி எழுப்புதல்; say 'உம்' (=yes) (as indication that one is listening to what is being said). அம்மா கதை சொல்லச்சொல்ல, குழந்தைகள் உம்கொட்டினார்கள்./ அவள் உம்கொட்டுவதை நிறுத்தியவுடன் அவன் திரும்பிப் பார்த்தான்.

உம்பளச்சேரி மாடு பெ. (ஊரக வ.) (கீழத் தஞ்சையில் உழவுக்கும் வண்டி இழுக்கவும் பயன்படும்) உம்பளச்சேரி என்ற ஊர்ப் பெயரால் அறியப்படும் ஒரு மாட்டு இனம்; a cattle breed of East Thanjavur, the bullocks of which are used for ploughing paddy fields and also as draught animals. மிக ஆழமான சேற்றில் உழுவதற்கும், நடப்பதற்கும் உம்பளச்சேரி மாடுகள் ஏற்றவை.

உம்போடு வி. (உம்போட, உம்போட்டு) காண்க: உம் கொட்டு.

உம்மணாமூஞ்சி பெ. (பே.வ.) கலகலப்பாக இல்லாத ஆள்; சிரித்த முகத்துடன் இல்லாதவர்; person who looks cheerless; morose-looking person.

உம்மா பெ. (இஸ்.) அம்மா; mother.

உம்மாண்டி பெ. (இலங்.) (குழந்தைகளைப் பயமுறுத்தக் குறிப்பிடும் கோர உருவமான) பூச்சாண்டி; bogeyman; bogey. 'உம்மாண்டி வருகிறது' என்று பயமுறுத்திய வாறு தாய் குழந்தைக்குச் சோறு ஊட்டினாள்./ 'நீ தூங்காவிட்டால் உம்மாண்டியிடம் பிடித்துக்கொடுப்பேன்' என்று குழந்தையைப் பயமுறுத்தாதே.

உம்மைத்தொகை பெ. (இலக்.) இணைத்துத் தொடர்பு படுத்தும் 'உம்' என்னும் இடைச்சொல் இல்லாத பெயர்ச்சொற்களால் ஆன கூட்டுச்சொல்; noun compound where the connective உம் is absent. (எ-டு) இரவு பகல் (=இரவும்பகலும்).

உமரி பெ. அலையாத்திக் காடுகள், உப்புநீர் நிறைந்த கடலோரப் பகுதிகள் போன்ற இடங்களில் வளர்வதும், கணுக்கணுவாக இணைந்து காணப்படும் தண்டை உடையதுமான ஒரு சதுப்புநிலத் தாவரம்; a salt tolerant flowering plant that grows in salt marshes on beaches and among mangroves; salicornia.

உமல் பெ. (இலங்.) பனை ஓலையால் பின்னப்பட்ட பைபோல இருப்பது; bag-like basket made of palmyra leaves. உமலுக்குள் மீனை வாங்கிப் போட்டுக்கொண்டாள்.

உமி[1] வி. (உமிய, உமிந்து) (இலங்.) (ஒன்றை வாயில் போட்டு) உறிஞ்சுதல்; suck. ஒரே இருமலாக இருக்கிறது. கல்லக்காரத்தைப் போட்டு உமி./ ஏன் எந்த நேரமும் எதையாவது உமிந்துகொண்டிருக்கிறாய்?

உமி[2] பெ. 1: (தானியங்களிலிருந்து நீக்கப்பட்ட) புறத்தோல்; husk (removed from grains by milling). குத்திய நெல்லை எடுத்துப் புடைத்தால் உமி கிடைக்கும்./ வரகு உமி. 2: (ஊரக வ.) (தோலை நீக்குவதற்காக உமியைக் கலந்து உரலில் இட்டு இடிக்கும்போது) (இடப்படும் தானியத்தைப் போல இத்தனை) மடங்கு; times. சாமைக்கு இரண்டு உமி, குதிரைவாலிக்கு நான்கு உமி, தினைக்கு ஒரே உமி என்பதால் சீக்கிரம் உரலில் குத்துப்பட்டுவிடும்.

உமிச்சட்டி பெ. (இலங்.) கணப்பு போடுவதற்கான சிறிய மண் சட்டி; earthen pot used for keeping live coal.

உமியோடு பெ. (இலங்.) காண்க: உமிச்சட்டி.

உமிழ் வி. *(உமிழ, உமிழ்ந்து)* **1: துப்புதல்;** spit. அவர் வாயிலிருந்த புகையிலைச் சாற்றை உமிழ்ந்துவிட்டுப் பேசத் தொடங்கினார். **2: (ஒளி, வெப்பம் முதலிய வற்றைச் சிறிதுசிறிதாக) வெளிவிடுதல்;** emit (light); give off (heat). மின்மினிப் பூச்சிகள் ஒளி உமிழ்ந்தபடி பறந்து திரிந்தன./ ஒளி உமிழும் கண்கள்/ கோடைக் காலத்தில் தகரக் கூரை வெப்பத்தை உமிழ்ந்தது./ (உரு வ.) பெற்ற தாயே மகன்மீது வெறுப்பை உமிழ்ந்தால் என்ன செய்வது?

உமிழ்நீர் பெ. **வாயில் சுரக்கும் நீர்; எச்சில்;** saliva. உமிழ் நீர்ச் சுரப்பிகள்.

உமிழ்வு பெ. *(இயற்.)* **(ஒரு பொருள் ஒளியையோ கதிர்வீச்சையோ வெப்பத்தையோ) வெளிப்படுத்தும் நிலை;** emission (of heat, light, etc.,).

உமை பெ. *பார்வதி;* another name for goddess *பார்வதி*.

உய் வி. *(உய்ய, உய்ந்து) (உ.வ.)* **(தீவினையிலிருந்து நீங்கி) நற்கதி அடைதல்;** be redeemed; attain freedom (from evil).

உய்த்தறி வி. *(உய்த்தறிய, உய்த்தறிந்து) (உ.வ.)* காண்க: **உய்த்துணர்.**

உய்த்துணர் வி. *(உய்த்துணர, உய்த்துணர்ந்து) (உ.வ.)* **(கூறப்பட்டதிலிருந்து கூறப்படாததை) ஆராய்ந்து அறிதல்;** know by inference. காப்பியம் இயற்றியவர் சமயப் பொதுநோக்கு உடையவர் என்பதை உய்த்துணரலாம்.

உய்வி வி. *(உய்விக்க, உய்வித்து) (உ.வ.)* **உய்வடையச் செய்தல்;** redeem. நாட்டை உய்விக்க வந்த மகான்.

உய்வு பெ. *(உ.வ.)* **(தீவினையிலிருந்து நீங்கிப் பெறும்) நற்கதி; மீட்சி;** deliverance (from evil); redemption.

உயர்[1] வி. *(உயர, உயர்ந்து)* **1: (ஒன்று தன் நிலையி லிருந்து) மேல்நோக்கி எழும்புதல்;** rise; go up (from a lower position). விமானம் மெல்லமெல்ல மேலே உயர்ந்து சென்றது./ எல்லோரும் கைகளைத் தூக்கியதும் அவன் கையும் உயர்ந்தது. **2: (அளவு, விலை, மதிப்பு முதலி யவை) அதிகரித்தல்; கூடுதல்;** increase; rise. அணையின் நீர்மட்டம் நேற்று பெய்த மழையால் மேலும் உயரும்./ உணவுப் பண்டங்களின் விலை நாளுக்குநாள் உயர்ந்து கொண்டே போகிறது./ ரயில் விபத்தில் இறந்தவர்களின் எண்ணிக்கை நூறாக உயர்ந்துவிட்டது./ அவர்மீது நான் கொண்டிருந்த மதிப்பு உயர்ந்தது./ தேர்தலுக்குப் பிறகு கட்சியில் அவருடைய செல்வாக்கு கணிசமாக உயர்ந்தது. [*(தொ.சொ.)* அதிகரி/ ஏறு/ கூடு/ பெருகு]

உயர்[2] பெ.அ. **1: (மேலும்கீழும் நிலைகளாகப் பகுக்கக் கூடியதில்) மேல்;** higher (in grades or in a hierarchy). உயர் படிப்பு/ உயர் அதிகாரி. **2: (தரத்தைக் குறிப்பிடுகையில்) சிறந்த;** high (in quality; grade). உயர் ரக விதைகள்/ உயர் குணம்.

உயர் அழுத்த மின்சாரம் பெ. **(தொழிற்சாலைகளில் பெரிய இயந்திரங்களை இயக்கத் தேவையான) சக்தி வாய்ந்த மின்சாரம்;** high-tension electric power.

உயர் இரத்த அழுத்தம் பெ. **இயல்பான அளவுக்கும் அதிகமாக இருக்கும் இரத்த அழுத்தம்; இரத்தக் கொதிப்பு;** high blood pressure.

உயர்கல்வி பெ. **(பள்ளிக் கல்விக்கு அடுத்த) மேற் படிப்பு;** higher education. உயர்கல்வி படிக்க வங்கிகள் கடன் வழங்குகின்றன./ பள்ளிக் கல்வியை முடித்தவர்களில் மிகக் குறைந்த சதவீதத்தினர் மட்டுமே உயர்கல்விக்குப் போகிறார்கள்.

உயர்ச்சி பெ. *(உ.வ.)* **உயர்வு; மேன்மை;** exalted state; enhancement.

உயர்த்திப் பிடி வி. *(பிடிக்க, பிடித்து)* **முக்கியத்துவம் தருதல்;** give importance. வெளிநாட்டுப் பொருள்களை உயர்த்திப் பிடிக்கும் போக்கு பொதுவாக மக்களிடம் காணப்படுகிறது.

உயர்த்து வி. *(உயர்த்த, உயர்த்தி)* **1: (உடல் உறுப்பு களை) கீழ்நிலையிலிருந்து மேல்நிலைக்குக் கொண்டு போதல்;** raise (one's head, arm, etc.,); lift up. யாரோ வரும் சத்தம் கேட்டுத் தலையை உயர்த்தினான்./ கையைச் சற்று உயர்த்திக் கடிகாரத்தைப் பார்த்தான்./ இந்த ஆசனத்தில் உடம்பை நேராக வைத்துப் படுத்த பிறகு, வயிற்றை மட்டும் உயர்த்த வேண்டும். **2: (குறிப்பிட்ட) உயரத்திற்குக் கொண்டுவருதல்;** (of level) cause to rise. பள்ளத்தை நிரப்பிச் சாலையை உயர்த்தும் பணி நடைபெறுகிறது. **3: (அளவு, விலை, மதிப்பு முதலியவற்றை) அதிகப் படுத்துதல்;** increase; raise. விரைவுப் பேருந்துக் கட்டணம் உயர்த்தப்படுகிறது./ அவர் குரலை உயர்த்தியதும் எல்லோ ரும் அமைதியானார்கள்./ கல்வித் தரத்தை உயர்த்த நட வடிக்கை எடுக்கப்படுமா? **4: (ஒருவரை) புகழ்தல்; பாராட்டுதல்;** praise; appreciate. தனக்குப் பிடித்தவர்கள் என்றால் அவர்களை மிகவும் உயர்த்துவார். [*(தொ.சொ.)* அதிகரி/ ஏற்று/ கூட்டு/ பெருக்கு]

உயர்தரம் பெ. *(இலங்.)* **(பட்டப் படிப்பில் சேர்வதற் கான அடிப்படைத் தகுதியாக அமையும்) மேல்நிலைத் தேர்வு;** higher secondary examination; General Certificate of Examination (advanced level). உயர்தரப் பரீட்சையில் எத்தனை பாடங்களில் சித்தியடைந்தாய்?/ அவர் மகள் உயர்தரப் பரீட்சைக்குத் தயாராகின்றாள்./ நான் உயர்தரம் முதலாம் ஆண்டு படித்துக்கொண்டிருக்கும்போது இந்த நிகழ்ச்சி நடந்தது./ உயர்தர வகுப்பு.

உயர்திணை பெ. *(இலக்.)* **மனிதரையும் தெய்வங்களை யும் உள்ளடக்கிய பெயர்ச்சொல் பகுப்பு;** class of nouns referring to humans and celestial beings.

உயர் தொழில்நுட்பம் பெ. **மின்னணுவியல், கணிப் பொறியியல், உயிரித் தொழில்நுட்பம் போன்றவற் றைப் பயன்படுத்தும் தொழில்நுட்பம்;** high technology. இந்த மருத்துவமனையில் நோய்களைக் கண்டறிய உயர் தொழில்நுட்பக் கருவிகள் பயன்படுத்தப்படுகின்றன./ உயர் தொழில்நுட்பத்தைப் பயன்படுத்தி உற்பத்தித் திறனை அதிகரிக்கலாம்.

உயர்ந்த பெ.அ. **1: உயரமான;** high; tall. உயர்ந்த கோபுரம். **2: (தன்மை, தரம், குணம் போன்றவற்றில்) சிறந்த; நல்ல;** high (quality). உயர்ந்த ரக உரம்/ உயர்ந்த குணம்.

உயர்ந்தபட்சம் பெ. **அதிக அளவு;** maximum. இந்தக் கடி காரத்தின் விலை உயர்ந்தபட்சம் ஆயிரம் ரூபாய்தான் இருக்கும்.

உயர்ந்தோங்கு வி. *(-ஓங்க, -ஓங்கி) (உ.வ.)* **(வாழ்க்கை, தொழில் போன்றவற்றில்) சிறப்பான நிலையை அடைதல்;** attain a high level; flourish. உழவும் தொழிலும் உயர்ந்தோங்க வேண்டும்.

உயர்நிலை பெ. **பல மட்டங்களாகப் பிரிக்கப்பட்ட அமைப்பில் பிற மட்டங்களைவிட மேல்நிலை;** high; higher. உயர்நிலை ஆய்வு/ உயர்நிலை அதிகாரிகள்/ கணிப் பொறியின் உயர்நிலை மொழி/ உயர்நிலை இலக்கணம்/ உயர்நிலை விலங்குகள்/ உயர்நிலைப் பட்டம்.

உயர்நிலைக் கல்வி பெ. **பத்தாம் வகுப்புவரை பயிலும் கல்வி;** high school education; secondary education. உயர் நிலைக் கல்வியை முடித்தவுடன் மேலே படிக்க வேண்டியது தானே?/ உயர்நிலைக் கல்விவரை பெண்கள் இலவசமாகப் படிக்க அரசு நடவடிக்கை மேற்கொண்டுள்ளது.

உயர்நிலைக் குழு பெ. **குறிப்பிட்ட பிரச்சினைகளை ஆய்வுசெய்து அறிக்கை அளிக்கும் பொருட்டு அரசால் நியமிக்கப்படும் குழு;** high level committee (constituted by the government to study and report on specified issues).

உயர்நிலைப் பள்ளி பெ. **பத்தாம் வகுப்புவரை உள்ள பள்ளிக்கூடம்;** high school (offering instruction up to the 10th standard).

உயர் நீதிமன்றம் பெ. (சட்டம்) **(இந்தியாவில்) மாநிலத் திற்கான தலைமை நீதிமன்றம்;** High Court (of a State in India). மாவட்ட நீதிமன்ற முடிவுகள்மீது உயர் நீதி மன்றத்திலும், உயர் நீதிமன்ற முடிவுகள்மீது உச்ச நீதி மன்றத்திலும் மேல்முறையீடு செய்யலாம்.

உயர்மட்டக் குழு பெ. காண்க: **உயர்நிலைக் குழு.**

உயர் மின்னழுத்தம் பெ. **(மின்தொகுப்புக்கு அல்லது பெரும் தொழிற்சாலைகளுக்கு) மின்நிலையம் உற் பத்திசெய்து அனுப்பும் மின்னழுத்தம் மிகுந்த மின் சாரம்;** high voltage electricity.

உயர்விளைச்சல் ரகம் பெ. **வீரிய விதைகள், ரசாயன உரங்கள், ரசாயனப் பூச்சிக்கொல்லிகள், குறுகிய காலச் சாகுபடி போன்றவற்றை உள்ளடக்கிய, அதிக மகசூல் தரும் பயிர் ரகம்;** scientifically developed high-yielding variety of a plant. இந்த உயர்விளைச்சல் ரக நெல் ஏக்கருக்கு 1.8 டன் மகசூல் தரும்.

உயர்வு பெ. **1: (அளவு, விலை, மதிப்பு போன்றவற்றில்) அதிகரிப்பு; கூடுதல்;** rise (in salary); increase. விலைவாசி உயர்வுக்குத் தகுந்தபடி சம்பள உயர்வு இல்லை./ போக்கு வரத்துக் கட்டண உயர்வு பொதுமக்களைப் பாதிக்கும். **2: (பதவியில் குறிப்பிட்ட நிலையைவிட) அடுத்த மேல் நிலை;** promotion (to a higher post). திறமையின் அடிப் படையில் பதவி உயர்வு. **3:** (-ஆக, -ஆன) **சிறப்பு;** being high or superior. தலைவர் உங்களைப் பற்றி உயர்வாகப் பேசினார்./ சொந்த வாழ்க்கையில் தமிழர்கள் தமிழுக்கு உயர்வான இடம் தர வேண்டும்./ தன்மதிப்பு மிக உயர் வான பண்பு.

உயர்வு மனப்பான்மை பெ. (உள.) **மற்றவர்களை விடத் தான் எல்லா வகையிலும் உயர்வு என்ற மனப் போக்கு;** superiority complex.

உயர வி.அ. காண்க: **உயரே.**

உயரம் பெ. **1: (ஒருவரின் அல்லது ஒன்றின்) அடிப் பகுதியிலிருந்து மேல்பகுதிவரை உள்ள அளவு;** height. கட்டடத்தின் உயரம் நூற்றுப் பத்து அடி./ உன் உயரத் திற்கு ஏற்ற எடை இல்லை. **2:** (-ஆக, -ஆன) **சராசரி உயரத்தை விட அதிகம்; அதிக உயரம்;** being tall; being high. ஆள் உயரமாகவும் வாட்டசாட்டமாகவும் இருப் பார்./ உயரமான மலை. **3: (ஒருவரது புகழ், செல்வாக்கு போன்றவற்றைக் குறிப்பிடும்போது) உயர்ந்த நிலை; உச்சம்;** (of fame, achievement, etc.,) height(s); peak; pinnacle. அவர் கலை உலகில் புதிய உயரங்களை எட்டி யிருக்கிறார்.

உயரம் தாண்டுதல் பெ. **ஓடி வந்து அதிக உயரம் தாண்டும் தடகளப் போட்டி;** high jump.

உயரம் பாய்தல் பெ. (இலங்.) காண்க: **உயரம் தாண்டுதல்.**

உயரமானி பெ. (பு.வ.) **(பொதுவாக ஆகாய விமா னத்தில் பொருத்தப்பட்டிருக்கும்) கடல் மட்டத்துக்கு மேலாக உள்ள உயரத்தை அளவிட்டுக் காட்டும் கருவி;** altimeter.

உயரிய பெ.அ. (உ.வ.) **உயர்ந்த; சிறந்த;** noble; lofty. அவர் ஏழைகளுக்கு உதவ வேண்டும் என்கிற உயரிய குணம் உள்ளவர்./ உயரிய இலட்சியம்.

உயரே வி.அ. **மேலே; மேல்நோக்கி;** above; over; in a high altitude. அதோ உயரே பாருங்கள்!/ உயரே செல்லச் செல்லக் காற்றின் அழுத்தம் படிப்படியாகக் குறையும்.

உயவு எண்ணெய் பெ. **(இயந்திரத்தின் பாகங்கள் ஒன்றோடு ஒன்று உராய்வதைத் தடுக்கவும் இயந்திரம் சீராக இயங்கவும் பயன்படுத்தப்படும்) பசைத் தன்மை யும் குழகுழப்பும் நிறைந்த பொருள்;** lubricant.

உயிர்[1] வி. (உயிர்க்க, உயிர்த்து) (உ.வ.) **(கருவாக) உரு வாதல்; (உயிர்) தோற்றம் எடுத்தல்;** (of life) evolve; emerge. மனிதன் இம்மண்ணில் உயிர்த்திராத காலம் அது.

உயிர்[2] பெ. **1: (மனிதன், விலங்கு, தாவரம் ஆகியவற்றின் எல்லா இயக்கங்களுக்கும்) ஆதாரமாக இருக்கும் சக்தி; ஜீவன்;** life; sign of life. அடிபட்டுக் கிடந்தவனின் நாடி யைப் பிடித்துப் பார்த்தேன். இன்னமும் உயிர் இருந்தது./ (உரு வ.) கதையில் உயிரே இல்லை. **2: உயிரோடு இருந்து இனப்பெருக்கம் செய்யும் ஜீவராசி;** living being. சந்திர மண்டலத்தில் உயிர்கள் இருப்பதற்கான சூழ்நிலை இல்லை. **3: (தாயின் கருப்பையில் இருக்கும்) சிசு;** foetus. பத்து மாதம் ஓர் உயிரைச் சுமக்கிறாள் தாய்! **4: தீவிரமான விருப்பம்; கொள்ளைப் பிரியம்;** intense liking; love. மாம்பழம் என்றால் அவருக்கு உயிர்./ நான் என்றால் பாட்டிக்கு உயிர்./ அவர் உன்மேல் உயிரையே வைத்திருக் கிறார். **5:** (பெரும்பாலும் பெயரடையாக) **நெருக்கம்;** being very close; intimacy. உயிர்த் தோழன். **6:** (இலக்.) **தடைபடாமல் குரல்வளையிலிருந்து வரும் ஒலி; உயி ரெழுத்து;** vowel.

உயிர் இயற்பியல் பெ. (இயற்.) **இயற்பியல் விதிமுறை களைப் பயன்படுத்தி உயிரியலை ஆராயும் அறிவியல் துறை;** biophysics.

உயிர் உரம் பெ. **காற்று மண்டலத்தில் காணப்படும் தழைச்சத்தை ஈர்த்துப் பயிர்களுக்குப் பயன்படும் வகையில் மாற்றிக் கொடுக்கும் நுண்ணுயிரிகள்;** biofertilizers.

உயிர்க் குறியீடு பெ. (மொழி.) **ஒரு மெய்யெழுத்தோடு உயிரெழுத்து சேரும்போது சேர்க்கப்படும் குறி;** diagraph; secondary symbol for a vowel. கா, கெ என்ற எழுத்து களில் ககரத்தோடு சேர்ந்துவரும் வடிவங்கள் உயிர்க்

குறியீடுகள்./ துணை எழுத்து, ஒற்றைக் கொம்பு முதலியன சில உயிர்க் குறியீடுகள்.

உயிர்க்கோழி பெ. **(இறைச்சிக்காக) உயிரோடு விற்கப்படும் கோழி;** live chicken. உயிர்க்கோழி வாங்கினால் இறைச்சியைவிட விலை சற்றுக் குறைவுதான்.

உயிர்க்கோளம் பெ. *(உயிரி.)* **மனிதன், விலங்கு, தாவரம் போன்றவை உயிர்வாழக்கூடிய சூழலைக் கொண்ட பூமியின் மேற்பகுதியும் சுற்றுச்சூழலும்;** the biosphere.

உயிர்கா வி. *(-காக்க, -காத்து)* **ஆபத்திலிருந்து காத்தல்; வாழ வைத்தல்;** save (one's) life. உயிர்காப்பான் தோழன்./ உயிர்காக்கும் மருந்துகளின் விலைகள் குறைக்கப்பட வேண்டும்.

உயிர்கொடு வி. *(-கொடுக்க, -கொடுத்து)* **(அழிந்துவிடும் நிலையிலுள்ள ஒன்றுக்கு) புத்துயிர் அளித்தல்; உயிர்ப்பித்தல்;** revive; save from extinction. இந்திய அரசின் மானியங்கள் பல நாட்டார் கலைகளுக்கு உயிர் கொடுத்திருக்கின்றன.

உயிர்ச்சத்து பெ. **உடல் வளர்ச்சி, ஆரோக்கியம் ஆகியவற்றுக்கு அவசியமானதும் சில வகை உணவுப் பொருள்களில் காணப்படுவதுமான பல வகைச் சத்துப் பொருள்;** vitamin.

உயிர்ச்சேதம் பெ. **(விபத்து போன்றவற்றில் மனிதன், விலங்கு ஆகியவற்றின்) இறப்பு;** loss of life. புயலால் ஏற்பட்ட உயிர்ச்சேதம் இன்னும் கணக்கிடப்படவில்லை.

உயிர்த்த ஞாயிறு பெ. *(இலங்.)* காண்க: **உயிர்த்தெழுந்த திருநாள்.**

உயிர்த்துடிப்பு பெ. **1: உடலில் உயிர் இருப்பதை உணர்த்தும் அசைவு; இருதயத் துடிப்பு;** pulse of life; pulsation; throb. பரிசோதனைக்காக அறுக்கப்பட்ட தவளையின் உயிர்த்துடிப்பு. **2: ஒன்றைச் செய்துமுடிக்க வேண்டும் என்ற கட்டுக்கடங்காத ஆர்வம்;** liveliness; zest. அவன் உயிர்த்துடிப்புள்ள இளைஞன்.

உயிர்த்தெழு வி. *(-எழ, -எழுந்து)* **1: செயல்படத் தொடங்குதல்;** get awakened; become alive; quicken. உறங்கிக்கிடந்த உணர்வுகள் உயிர்த்தெழுந்தன. **2:** *(கிறித்.)* **மீண்டும் உயிர் பெறுதல்;** come back to life; rise again from death. இறந்த மூன்றாம் நாள் இயேசு கிறிஸ்து உயிர்த்தெழுந்தார்.

உயிர்த்தெழுந்த திருநாள் பெ. *(கிறித்.)* **இயேசு உயிர்த்தெழுந்ததன் நினைவாகக் கொண்டாடப்படும் புனித வெள்ளிக்குப் பின்வரும் ஞாயிற்றுக்கிழமை;** Easter (Sunday).

உயிர்தப்பு வி. *(-தப்ப, -தப்பி)* **உயிர்பிழைத்தல்;** escape from death; survive. தீவிரவாதிகள் வீசிய வெடிகுண்டிலிருந்து அமைச்சர் உயிர்தப்பியது அதிசயம்தான்./ விபத்திலிருந்து குழந்தை மயிரிழையில் உயிர்தப்பியது.

உயிர்தரி வி. *(-தரிக்க, -தரித்து) (உ.வ.)* **உயிரோடு இருத்தல்;** be alive; survive. அவன் நாடகப் பாணியில், 'உன்னைப் பிரியேன், பிரிந்தால் உயிர்தரியேன்' என்றான்./ என் ஒரே மகனுக்காகத்தான் நான் உயிர்தரித்திருக்கிறேன்.

உயிர்நாடி பெ. **(ஒன்று) நிலைப்பதற்கு ஆதாரமானது;** lifeblood of sth.; life force; vital force. கவிதைக்கு உயிர்நாடி உணர்ச்சிதான்./ கிராமப் பொருளாதாரத்தின் உயிர்நாடி விவசாயம்தான்.

உயிர்நிலை பெ. **1: (பொதுவாக) உயிர் தங்கியிருப்பதாக நம்பப்படும் உடல் உறுப்பு/ (குறிப்பாக) விதை;** (generally) seat of life, any vital part of the body/ (especially) testicles. அவன் எதிராளியின் உயிர்நிலையில் ஓங்கி ஒரு உதைவிட்டான். **2: உயிர்நாடி;** vital element; the most essential; the very essence. தொனியே கவிதையின் உயிர்நிலை.

உயிர்ப்பி வி. *(உயிர்ப்பிக்க, உயிர்ப்பித்து)* **(வழக்கற்றுப்போன ஒன்றை) மீண்டும் வழக்குக்குக் கொண்டுவருதல்; புதுப்பித்தல்;** resurrect (a custom, etc.,); revive (an old word, etc.,); revivify. முன்பு இருந்த சில நடன அடவுகளை இக்கலைஞர் உயிர்ப்பித்திருக்கிறார்./ பேச்சு வழக்கு இல்லாத மொழியை உயிர்ப்பிக்க முடியுமா?/ புராணங்களில் கடவுள் இறந்தவர்களை உயிர்ப்பிப்பார்.

உயிர்ப்பிச்சை பெ. **(சாவது உறுதி என்ற நிலையிலிருந்து) மீண்டும் பெறும் வாழ்வு; உயிர் நிலைத்தல்;** life rescued from certain death (which rescuing is thought to be the gift of s.o.). என் மனைவிக்கு உயிர்ப்பிச்சை கொடுங்கள் என்று மருத்துவரிடம் கெஞ்சினான்./ மரணத்திலிருந்து என்னைக் காப்பாற்றி உயிர்ப்பிச்சை அளித்ததற்கு இறைவனுக்குத்தான் நன்றி சொல்ல வேண்டும்.

உயிர்ப்பு பெ. *(உ.வ.)* **உயிர் இருப்பதை வெளிப்படுத்தும் மூச்சு, இயக்கம் முதலியன;** signs of life (such as breath, movement, etc.,); life. கிழவரின் உயிர்ப்பு அடங்கியது./ கருவேல மரங்கள் காய்ந்துவரும் நிலையிலும் உயிர்ப்புடன் நின்றன./ *(உரு வ.)* சுற்றிலும் நடக்கும் நிகழ்ச்சிகள் எதிலும் உயிர்ப்பு இருப்பதாக அவனுக்குத் தோன்றவில்லை.

உயிர்ப்பு ஞாயிறு பெ. *(கிறித்.)* காண்க: **உயிர்த்தெழுந்த திருநாள்.**

உயிர்ப்புத் திருநாள் பெ. *(கிறித்.)* காண்க: **உயிர்த்தெழுந்த திருநாள்.**

உயிர்ப் பூச்சிக்கொல்லி பெ. காண்க: **உயிரி பூச்சிக்கொல்லி.**

உயிர்பிரி வி. *(-பிரிய, -பிரிந்து)* **(சன்னமாகச் சுவாசம் அடங்கி) இறந்துபோதல்;** die; breathe one's last (breath). உயிர்பிரிவதற்கு முன்னால் அவர் கடைசியாகப் பேசிய வார்த்தை இதுதான்./ மருத்துவமனையிலேயே அவள் உயிர்பிரிந்துவிட்டது.

உயிர்பிழை வி. *(-பிழைக்க, -பிழைத்து)* **மரணத்திலிருந்து தப்பித்தல்;** escape certain death; survive (sth.). இந்த விமானத் தாக்குதலில் உயிர்பிழைத்தவர்கள் சிலரே.

உயிர்பெறு வி. *(-பெற, -பெற்று)* **உயிரோட்டம் பெறுதல்;** come to life. அவருடைய தூரிகையிலிருந்து வண்ணங்கள் உயிர்பெற்று மலரும்./ அவர் கவிதை வாசித்தால் கவிதையின் சொற்கள் உயிர்பெற்று நம் கண்முன் நடனமிடும்.

உயிர்போ வி. (-போக, -போய்) **மிகுந்த வேதனை ஏற்படுதல்;** (nearly) die (of pain, etc.,). வலியால் எனக்கு உயிர்போயிற்று./ பசியால் உயிர்போகிறது.

உயிர்மெய் பெ. (இலக்.) **மெய்யெழுத்து முன்னும் உயிரெழுத்து பின்னுமாக இணைந்து நின்று ஒலிக்கும் ஒலி;** the combination of a consonant and a vowel sound; consonant-vowel. 'க', 'ச', 'த' போன்றவை உயிர்மெய்.

உயிர்வாழ் வி. (-வாழ, -வாழ்ந்து) **உயிரோடிருத்தல்; ஜீவித்தல்;** live; keep alive; survive; exist. மனிதனைப் போல் யானையும் நூறு ஆண்டுகள் உயிர்வாழும்./ எத்தனை நாளைக்குத்தான் கஞ்சி மட்டுமே குடித்து உயிர் வாழ முடியும்?/ (உரு வ.) சில விளையாட்டுகள் கிராமங்களில்தான் உயிர்வாழ்ந்துகொண்டிருக்கின்றன.

உயிர்வாழ் சான்றிதழ் பெ. (பு.வ.) **அரசு வழங்கும் ஓய்வூதியத்தைப் பெற, தாங்கள் உயிரோடு இருப்பதற்கு ஆதாரமாக ஆண்டுதோறும் சமர்ப்பிக்க வேண்டிய சான்றிதழ்;** a certificate one has to submit annually to be eligible to receive pension from the government; (in India) life certificate.

உயிர்விடு வி. (-விட, -விட்டு) 1: **(தீவிரமாக நம்பும் கொள்கைக்காக) உயிரை இழத்தல்; இறத்தல்;** lay down one's life; die (for a cause). இது போரில் உயிர்விட்ட வீரர்களின் நினைவாக எழுப்பப்பட்ட சின்னம். 2: **(குறிப்பிட்ட) ஒன்றுக்காகவே வாழ்க்கையை வாழ்தல்;** be desperate for sth. பணம், பணம் என்று ஏன் இப்படி உயிர் விடுகிறாய்?/ கட்சி, அரசியல் என்று உயிர்விடுபவர் தன் குடும்பத்தைக் கவனிப்பதில்லை.

உயிர்வேதிப்பொருள் பெ. **உயிரினங்களின் உடலில் இருக்கும் அல்லது உற்பத்தியாகும் வேதிப்பொருள்;** biochemical substance.

உயிர் வேதியியல் பெ. **உயிர்வாழ்வனவற்றில் இருக்கும் பொருள்களின் வேதியியல் தன்மைகளை ஆராயும் அறிவியல் துறை;** biochemistry.

உயிர்வேலி பெ. **(கழி, கம்பி போன்றவற்றைப் பயன்படுத்தாமல்) அடர்த்தியாக வளரும் மரப் போத்துகளை நட்டு உருவாக்கும் வேலி;** biofence. காட்டாமணக்கு, ஆடாதொடை போன்றவற்றை உயிர்வேலியாக நடலாம்.

உயிரணு பெ. **உயிரினங்களின் இயக்கத்திற்கும் உடல் அமைப்பிற்கும் அடிப்படையான, கண்ணுக்குப் புலப்படாத மிக நுண்ணிய கூறு;** cell.

உயிரி பெ. (பெரும்பாலும் கலைச்சொல்லாக) 1: **உயிரினம்;** living creature; organism; life form. நிலம், நீர், காற்று ஆகிய மூன்றிலும் உயிரிகள் உள்ளன. 2: **நுண்ணுயிர்;** microorganism. உலகில் முதலில் தோன்றிய உயிரியாக அமீபா கருதப்படுகிறது.

உயிரி ஆயுதம் பெ. **பேரழிவை ஏற்படுத்தும் சக்தி படைத்த (ஆயுதமாகப் பயன்படுத்தப்படும்) பாக்டீரியாக்கள்;** biological weapon. சில நாடுகள் உயிரி ஆயுதங்களைக் கைவசம் வைத்துள்ளதாகச் செய்திகள் வந்துள்ளன.

உயிரி தொழில்நுட்பம் பெ. **நுண்ணுயிரிகளையும் மரபணுக்களையும் பயன்படுத்தும் நவீனத் தொழில்நுட்பம்;** biotechnology. உயிரி தொழில்நுட்பத்தின் மூலம் விளைச்சலைப் பெருக்கலாம்./ சுகாதாரம், சுற்றுச்சூழல் போன்ற துறைகளில் உயிரி தொழில்நுட்பம் பல நன்மைகளை விளைவிக்கும்.

உயிரி பூச்சிக்கொல்லி பெ. **வேதியியல் பொருள்களின் கலப்பு இல்லாமல் தாவரங்களிலிருந்து தயாரிக்கப்படும் இயற்கைப் பூச்சிக்கொல்லி மருந்து;** organic pesticide. உயிரி பூச்சிக்கொல்லியாக வேம்பு பயன்படுகிறது.

உயிரி மருத்துவக்கழிவு பெ. (பு.வ.) **அறுவைச் சிகிச்சையின்போதும், காயத்துக்குச் சிகிச்சை அளிக்கும்போதும் கழிவாக எஞ்சும் இரத்தம், சீழ், சதை, உறுப்புகள் போன்றவை;** bio-medical waste. மருத்துவக் கல்லூரி வளாகத்துக்கு உள்ளேயே உயிரி மருத்துவக் கழிவுகள் கொட்டத் தனிக் கட்டமைப்புகள் அமைக்கப்படும் என்று அரசு அறிவித்துள்ளது.

உயிரியல் பெ. **உயிர் வாழ்வன பற்றிய அறிவியல்;** biology.

உயிரியல் பூங்கா பெ. **விலங்குகளும் பறவைகளும் தம்முடைய இயற்கையான சூழலில் வாழ்வது போலவே இருக்கும் வகையில் பெரிய நிலப் பரப்பில் அமைக்கப்பட்ட மிருகக்காட்சிசாலை;** zoological garden; zoo.

உயிரிழ வி. (-இழக்க, -இழந்து) **(இயற்கையான முறையில் அல்லாமல் விபத்து, நோய் முதலியவற்றால்) இறத்தல்;** lose one's life (in an accident, war, etc.,); die (in an unnatural manner). குண்டர்களால் தாக்கப்பட்டு அவர் உயிரிழந்திருக்கிறார்./ கலவரத்தின்போது உயிரிழந்தவர்களின் குடும்பத்திற்கு அரசு உதவித்தொகை வழங்கியது./ சாலை விபத்துகளில் உயிரிழப்பவர்களின் எண்ணிக்கை கூடிக்கொண்டேபோகிறது.

உயிரினம் பெ. **உயிருள்ளவை அனைத்தையும் குறிக்கும் பொதுப்பெயர்;** common term denoting organisms; life forms; life. காற்று மண்டலம் இல்லாத கோளில் உயிரினங்கள் வாழ்வதற்கு வாய்ப்பு இல்லை./ நீர் அசுத்தம் அடைந்தால் நீரில் வாழும் உயிரினங்கள் பாதிக்கப்படும்.

உயிருக்கு உயிராக வி.அ. **மிகுந்த அன்போடு;** intimately; very dearly. என்னுடன் உயிருக்கு உயிராகப் பழகிய தோழியின் திருமணத்திற்குப் போக முடியவில்லையே என்று வருத்தமாக இருக்கிறது./ தான் உயிருக்கு உயிராக வளர்த்த மகன் தன்னை மதிக்காமல் நடந்துகொள்வதால் அவர் மிகவும் வேதனைப்படுகிறார்.

உயிரூட்டு வி. (-ஊட்ட, -ஊட்டி) **புது வேகம் அல்லது எழுச்சி தருதல்;** enliven; resuscitate; give life to. இந்தத் திரைப்படத்துக்கு உயிரூட்டுவது அதிலுள்ள வசனங்களே!

உயிரெடு வி. (-எடுக்க, -எடுத்து) **(ஒருவருடைய பொறுமை எல்லை மீறிப்போகும் அளவுக்கு அவரை) தொந்தரவு செய்தல்; நச்சரித்தல்;** trouble or pester s.o. to the end of their patience. என்னிடம் பணம் இல்லை என்று சொல்லிவிட்டேன். மீண்டும்மீண்டும் கேட்டு ஏன் உயிரெடுக்கிறாய்?

உயிரெழுத்து பெ. (இலக்.) 1: **உயிர்;** vowel. 2: **உயிர் ஒலியைக் குறிக்கும் வரிவடிவம்;** any of the letters representing a vowel.

உயிரைக் குடி வி. (குடிக்க, குடித்து) **(ஒருவருடைய) உயிர் போகக் காரணமாக இருத்தல்;** cost s.o. their life;

191 உரம் எடு

take one's life. சாலையில் தாறுமாறாக ஓடிய பேருந்து பலரின் உயிரைக் குடிக்கக் காரணமாகிவிட்டது.

உயிரைக்கொடுத்து வி.அ. **மிகுந்த ஈடுபாட்டுடன் தன்னால் இயன்றது அனைத்தையும் செய்து;** giving heart and soul; wholeheartedly. உயிரைக்கொடுத்து உழைத்தும் குறைவாகத்தான் கூலி தருகிறார்கள்.

உயிரை வாங்கு வி. (வாங்க, வாங்கி) 1: **(புயல், வெள்ளம் அல்லது போர், நோய் முதலியவை) உயிரை இழக்கச் செய்தல்;** take a toll of life. இந்தப் போர் எத்தனை வீரர்களின் உயிரை வாங்கப்போகிறதோ தெரியவில்லை./ பலருடைய உயிரை வாங்கிய கொடிய நோய். 2: **உயிரெடுத்தல்;** trouble; pester.

உயிரை விட்டு வி.அ. **(ஒருவர்) முழுச் சக்தியையும் பயன்படுத்தி; கடுமையாக உழைத்து;** taking great pains. இந்த வீட்டில் உயிரை விட்டு வேலை செய்தாலும் நல்ல பெயர் கிடைக்காது என்று புலம்பினான்./ இந்தத் தேர்வில் எப்படியாவது நல்ல மதிப்பெண்கள் வாங்கிவிட வேண்டும் என்று உயிரை விட்டுப் படித்துக்கொண்டிருக்கிறாள்.

உயிரை விடு வி. (விட, விட்டு) 1: **(ஒருவரிடம்) மிகுந்த பாசம் காட்டுதல்;** be much attached to s.o. அவள் 'அண்ணா, அண்ணா' என்று என்னிடம் உயிரை விடுவாள். 2: **(ஒருவர் தான் மிகவும் முக்கியம் என்று கருதும் ஒன்றுக்காக) வாழ்க்கையின் பெரும் பகுதியைக் கழித்தல்;** die for; give oneself up (to sth.). குடும்பத்தைக் கவனிக்காமல் கட்சிக்காக உயிரை விடுகிறான்.

உயிரை வைத்திரு வி. (-இருக்க, -இருந்து) 1: **(ஒன்றன் பொருட்டு) உயிர்வாழ்தல்;** keep alive. உனக்காகத்தான் உயிரை வைத்திருக்கிறேன். 2: **(ஒன்றின் அல்லது ஒருவரின் மேல்) மிகுந்த அன்பு வைத்திருத்தல்; (ஒன்றை அல்லது ஒருவரை) மிக அதிகமாக நேசித்தல்;** be all affection (for sth. or s.o.). அவர் தன் கடைசிப் பிள்ளையின் மேல் உயிரை வைத்திருந்தார்./ குழந்தை நாயிடம் உயிரை வைத்திருக்கிறது.

உயிரோட்டம் பெ. **(கதை, ஓவியம் முதலியவற்றுக்கு) உணர்ச்சி தரும் அம்சம்;** verve; vitality; vigour. உயிரோட்டம் நிறைந்த கதை/ அவருடைய ஒவ்வொரு ஓவியத்திலும் உயிரோட்டம் இருக்கும்.

உயில் பெ. (சட்டம்) **(இறப்பதற்குள் மாற்றி எழுதக் கூடியதாக அமையும் முறையில்) ஒருவர் தன் மரணத்துக்குப் பிறகு தன்னுடைய சொத்துகள் இன்னாரைச் சேர வேண்டும் என்று தன் விருப்பத்தின் பேரில் எழுதும் சட்டபூர்வமான பத்திரம்;** (last) will (and testament).

உர்-என்று வி.அ. (பே.வ.) **முறைப்பாக; இயல்புக்கு மாறாக;** unfriendly; sullen. எப்போதும் உர்ரென்று இருந்தால் உன்னிடம் யார் பேசுவார்கள்?/ நான் என்ன சொல்லிவிட்டேன் என்று முகத்தை இப்படி உர்ரென்று வைத்துக்கொள்கிறாய்?

உரக்க வி.அ. 1: **(பேசுதல், சிரித்தல், படித்தல் போன்ற செயல்களில்) குரல் ஒலி அதிகரிக்கும் வகையில்; அதிகச் சத்தத்துடன்;** aloud; loudly. பாடங்களை அவன் எப்போதும் உரக்கப் படித்துப் பழகியவன்./ பழம் விற்பவர் உரக்கக் கூவிக்கொண்டே சென்றார். 2: **அதிக அளவில்; தீவிரமாக;** heavily. மழை உரக்கப் பெய்தது.

உரச்சாக்கு பெ. (பே.வ.) **செயற்கை இழைகளைக் கொண்டு தயாரிக்கப்படும் (பொதுவாக உரத்தைக் கட்டப் பயன்படும்) சாக்கு;** sack made of synthetic fibre (mostly for packing chemical fertilizers). உரச்சாக்கில் தைத்த பை./ கூரைமேல் உரச்சாக்கைப் போட்டிருப்பதால் அவ்வளவாக ஒழுகாது.

உரசல் பெ. **(ஒருவருக்கொருவர் விட்டுக்கொடுக்காததால் ஏற்படும்) சிறு சச்சரவு; மனத்தாங்கல்;** friction. நேற்று மேலதிகாரியுடன் ஓர் உரசல். [(தொ.சொ.) **சச்சரவு/ தகராறு/ பிணக்கு/ பிரச்சினை**]

உரசு வி. (உரச, உரசி) 1: **உராய்தல்;** rub (against sth. or one with another). வெள்ளாடு ஒன்று மரத்தில் உரசிக்கொண்டிருந்தது./ மிதிவண்டியில் பின்சக்கரம் எந்த இடத்திலோ உரசுகிறது. 2: **(ஒன்றை ஒன்றின் மேல்) தேய்த்தல்;** rub (sth. on sth.); strike. மழைக் காலத்தில் தீப்பெட்டிகளில் குச்சியை எத்தனை முறை உரசினாலும் பற்றிக்கொள்வதில்லை./ கிழங்கை வேகவைக்கும் முன் கல்லில் உரசிக் கழுவு./ பொற்கொல்லர் தங்கத்தை உரசிப் பார்த்தார்.

உரசொலி பெ. (மொழி.) **உச்சரிக்கும்போது உள்ளிருந்து வரும் காற்று, வாயில் ஒரு இடத்தில் நாக்காலோ உதட்டாலோ முற்றிலும் நிறுத்தப்படாமல் சிறு திறப்பின் மூலம் உரசிக்கொண்டு வெளியேறும்போது பிறக்கும் ஒலி;** fricative consonant. ஃபைல் என்ற சொல்லின் முதல் எழுத்து பகரத்தின் உரசொலி.

உரஞ்சு வி. (உரஞ்ச, உரஞ்சி) (இலங்.) **தேய்த்தல்;** rub; scrape. சோறு சமைத்த பானையை நன்றாக உரஞ்சிக் கழுவிவை என்று அம்மா அக்காவிடம் கூறினார்./ முதலில் சுவரை நன்றாக உரஞ்சு. அதற்குப் பின்னர் வண்ணம் பூசலாம்.

உரஞ்சுபடு வி. (-பட, -பட்டு) (இலங்.) **தகராறு செய்தல்;** quarrel. எந்த நேரமும் பக்கத்து வீட்டார் எங்களிடம் உரஞ்சுபட்டுக்கொண்டேயிருக்கிறார்கள்.

உரத்த பெ.அ. (குரல் ஒலியைக் குறிப்பிடும்போது) **சத்தம் மிகுந்த; பலத்த;** loud. அவள் உரத்த குரலில் பாடினாள்./ உரத்த குரலில் அவர் என்னை அதட்டினார்.

உரத்த சிந்தனை பெ. **மனத்தில் தோன்றும் எண்ணம், கருத்து ஆகியவற்றை (மேலும் விரிவாக்கும் நோக்கத்துடன்) அப்படியே வெளிப்படுத்துதல்;** the act of thinking aloud.

உரத்து வி.அ. காண்க: **உரக்க.**

உரம்[1] பெ. **(பயிர்களின் வளர்ச்சிக்கு இடப்படும்) ஊட்டச் சத்து;** anything that enriches the soil; fertilizer; manure. நாற்று நடுவதற்கு முன் தழை உரம் இடுவது நல்லது./ தற்போது விவசாயிகள் செயற்கை உரங்களையே மிகுதியாகப் பயன்படுத்துகிறார்கள்.

உரம்[2] பெ. 1: **(உடல்) வலிமை; பலம்;** (of body) strength. இரும்புச் சத்துள்ள கீரை வகைகளை உணவில் சேர்த்துக் கொண்டால் உடல் உரம் பெறும். 2: காண்க: **நெஞ்சுரம்.**

உரம் எடு வி. (எடுக்க, எடுத்து) (பே.வ.) **பச்சிளம் குழந்தையைப் புடவை அல்லது வேட்டியில் போட்டு உருட்டி, கழுத்து அல்லது முதுகுப் பகுதியில் ஏற்பட்ட**

சுளுக்கை நீக்குதல்; roll a baby on a saree or a dhoti held by the ends to cure sprain. உரம் எடுத்த பிறகுதான் குழந்தை அழுகையை நிறுத்தியது.

உரம்விழு வி. (-விழ, -விழுந்து) (பே.வ.) **(பச்சிளம் குழந்தையின்) கழுத்து அல்லது முதுகுப் பகுதியில் சுளுக்கு ஏற்படுதல்;** (of a baby) develop sprain in the neck or back. தூக்கத் தெரியாமல் தூக்கிக் குழந்தைக்கு உரம் விழுந்துவிட்டது./ சின்னப் பெண்ணிடம் போய்க் குழந்தையைக் கொடுக்கலாமா? உரம்விழுந்துவிட்டால் என்ன செய்வது?

உரல் பெ. **வட்ட வடிவ மேல்பரப்பின் நடுவில் கிண்ணம் போன்று குழியுடையதும் குறுகிய இடைப் பகுதியுடையதும் தானியங்களைக் குத்த அல்லது இடிக்கப் பயன்படுவதுமான (முழங்கால் உயரத்தில் இருக்கும்) கல்லால் அல்லது மரத்தால் செய்யப்பட்ட சாதனம்;** a heavy stone or wooden cylinder with a pit-like receptacle for husking or pounding grains; a large stone or wooden mortar.

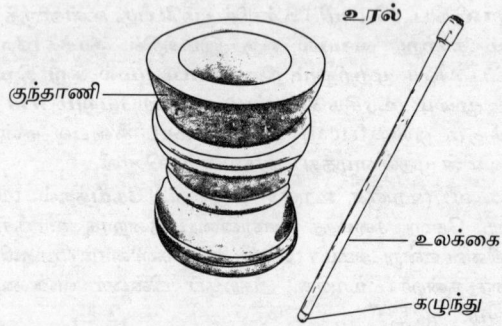

உரல்
குந்தாணி
உலக்கை
கழுந்து

உரலி பெ. (பு.வ.) **(இணையத்தில்) ஒரு இணைய தளத்தை அடைவதற்கு உள்ளிட வேண்டிய இணைய தள முகவரியைக் குறிப்பிடும் சுருக்கமான சொல்;** the internet address; Uniform Resource Locator (abbreviated to URL). இதைப் பற்றி மேலும் விவரங்கள் அறிய https://flagspot.net/flags/in%5Ergclr.html என்ற உரலியைப் பார்க்கவும்.

உராய் வி. (உராய, உராய்ந்து) **(ஒரு பரப்பில்) இழுபட்டுத் தேய்தல்; உரசுதல்;** grate. வண்டியின் சக்கரம் எதிலோ உராய்கிறது./ தண்டவாளத்தில் சக்கரங்கள் உராய்ந்து சென்றபோது தீப்பொறி பறந்தது.

உராய்வு பெ. **1: ஒன்றன்மீது மற்றொன்று இழுபட்டுத் தேய்வது;** act of rubbing. மூங்கில்களின் உராய்வால் ஏற்பட்ட சப்தம். **2:** (இயற்.) **(இரண்டு பொருள்களின் பரப்புகள் ஒன்றோடு ஒன்று தொட்டுக்கொண்டிருக்கும் நிலையில்) ஒன்றின் இயக்கத்திற்கு மற்றொரு பரப்பால் ஏற்படும் தடை;** friction.

உரி[1] வி. (உரிய, உரிந்து) **(உடம்பின் தோல், மரத்தின் பட்டை முதலியன) பிரிந்து வருதல்; நீங்குதல்;** (of skin, bark, etc.,) come off; peel; slough. பனிக் காலத்தில் சிலருக்கு உள்ளங்கைத் தோல் உரிய ஆரம்பிக்கும்./ மரத்தில் பட்டை உரிந்து தொங்கியது.

உரி[2] வி. (உரிக்க, உரித்து) **1: (பழம், கிழங்கு போன்றவற்றின் தோலை அல்லது விலங்கின் தோல், மரத்தின் பட்டை முதலியவற்றை) நீக்குதல்; பிய்த்தல்;** peel; strip; rind; slough; flay (a person). வாழைப்பழத் தோலை உரிப்பது போன்ற சுலபமான வேலை இது./ பட்டை உரிக்கப்பட்டால் மரங்கள் பட்டுப்போகும்./ 'தோலை உரித்துவிடுவேன்' என்று மிரட்டினான்./ பாம்பு சட்டை உரித்தது. **2: (பனை மட்டை, மட்டையோடு கூடிய தேங்காய் முதலியவற்றிலிருந்து நாரை) கிழித்தெடுத்தல்;** strip fibre off sth. பனை மட்டையிலிருந்து நார் உரித்துப் பெட்டி முடைகிறார்கள். **3: (சமைப்பதற்கு முன் கோழி முதலிய பறவைகளின் இறகுகளை) பிடுங்குதல்;** pluck (fowls while dressing). கோழியை உரித்துவிட்டு மஞ்சளைத் தடவு.

உரிச்சொல் பெ. (இலக்.) **பெயருக்கும் வினைக்கும் (பெரும்பாலும்) அடையாக வரும் சொல்;** class of words with an attributive function.

உரிசை பெ. (இலங்.) **(உணவுப் பொருளின்) சுவை;** taste (of food). மாம்பழம் உரிசையாக இருந்தது./ நீ காய்ச்சிய கறி உரிசையாக இல்லை.

உரித்தாக்கு வி. (-ஆக்க, -ஆக்கி) (உ.வ.) **1: (ஒருவருக்குத் தன் நன்றி, வாழ்த்து முதலியவற்றை) சேரச் செய்தல்;** convey (thanks, greetings, etc.,). இந்த விழாவில் பேசுவதற்கு வாய்ப்பளித்த உங்களுக்கு என் நன்றியை உரித்தாக்குகிறேன். **2: சமர்ப்பித்தல்;** dedicate. இந்த நூலகத்தை அவர் நினைவுக்கு உரித்தாக்குகிறேன்.

உரித்தாகு வி. (-ஆக, -ஆகி) (உ.வ.) **(நன்றி, வாழ்த்து முதலியன ஒருவருக்கு) சேர்தல்;** (of thanks, wishes, etc.,) be due to (s.o.). என் மனப்பூர்வமான நன்றி உங்களுக்கு உரித்தாகுக!

உரித்தான பெ.அ. **இயல்பான; பொருத்தமான;** characteristic or typical of; befitting. உயர் அதிகாரிக்கே உரித்தான தோரணையில் இருந்தது அவர் பேச்சு./ இந்த மாதிரியான பூக்களுக்கே உரித்தான மணம்/ குழந்தைகளுக்கே உரித்தான குறும்பு அவனிடம் இல்லை.

உரித்து பெ. (இலங்.) **உரிமை;** right (to sth.). அந்த நிலத்தில் எனக்கும் உரித்து இருக்கிறது./ உரித்துக்காரர் வந்து கேட்டால் நான் என்ன பதில் சொல்வது?/ தேச வழமை என்று ஒன்று இருப்பது இவர்களுக்குத் தெரியாதா? எனக்கு இல்லாத உரித்தா?

உரித்துக்காட்டு வி. (-காட்ட, -காட்டி) **(ஒருவரிடம் அல்லது ஒன்றிடம் இதுவரை அறியப்படாமல் இருந்த உண்மையான தோற்றத்தை அல்லது குணத்தை) வெளிப்படுத்துதல்;** reveal (the true, discreditable nature of sth. or s.o.); expose. அவன் எப்படிப்பட்டவன் என்பதை இந்தச் செயல் உரித்துக்காட்டுகிறது.

உரித்துவை வி. (பெரும்பாலும் இறந்தகால வடிவங்களில்) **(தோற்றத்தில், குணத்தில் நெருங்கிய உறவினரை) ஒத்திருத்தல்; அச்சாக இருத்தல்;** take after (an older relative); be the spitting image of s.o. பேரன் தாத்தாவை உரித்துவைத்திருக்கிறான்./ நடக்கும்போது உன்னைப் பார்த்தால் அப்பாவை உரித்துவைத்த மாதிரி இருக்கிறது.

அ ஆ இ ஈ உ ஊ எ ஏ ஐ ஒ ஓ ஔ ஃ

உரிமம் பெ. **ஓர் இடத்தைப் பயன்படுத்துதல், ஒரு தொழிலை மேற்கொள்ளுதல் போன்றவற்றுக்கு உரிய அதிகாரியிடமிருந்து பெறப்படும் அனுமதி;** licence. சர்க்கரை ஆலை அமைக்க உரிமம் கிடைத்துவிட்டது./ தற்காலிக அரங்கு கட்ட உரிமம் வழங்கப்படவில்லை.

உரிமை பெ. **1: சட்டபூர்வமாக அல்லது நியாயத்தின் அடிப்படையில் ஒருவர் கோருவது/அப்படிக் கோருவதைச் சட்டமோ மரபோ அனுமதிப்பது;** right(s) one is entitled to; claim. குறிப்பிட்ட வயதுடையோர் அனைவருக்கும் வாக்களிக்கும் உரிமை உண்டு./ சர்வாதிகார ஆட்சியில் முதலில் பறிக்கப்படுவது பேச்சுரிமை./ விவாகரத்து கோரும் உரிமை./ அத்தை மகளை மணக்கும் உரிமை. **2: (சட்டப்படி அல்லது நியாயப்படி அல்லாமல் ஒருவர் உறவாலோ நட்பாலோ) தன்னளவில் எடுத்துக்கொள்ளும் சுதந்திரம்;** liberty taken (by s.o. to do sth.). நண்பர் வீட்டுக் குடும்பச் சண்டையில் உரிமையோடு தலையிட்டேன்./ அவர் பல நாள் பழகியவர்போல் உரிமையோடு ஒருமையில் என்னை அழைத்துப் பேசினார். **3: (ஒருவருக்கு) உரியது; சொந்தமானது;** something that one owns; sth. that belongs to one. நாம் இருக்கும் நாடு நமக்கே உரிமை./ இந்தச் சொத்துக்கு உரிமை உடையவர்.

உரிமைக் குழு பெ. **சட்டமன்றத்தின் அல்லது நாடாளுமன்றத்தின் உரிமைகளையும் உறுப்பினர்களின் உரிமைகளையும் பாதுகாப்பதற்கு அந்த அவை உறுப்பினர்களுள் சிலரைக் கொண்ட குழு;** privileges committee (of legislative bodies).

உரிமைச் சோறு பெ. *(இலங்.)* **ஒருவர் இறந்துபோன எட்டாவது நாள் நடத்தும் சடங்கில் இரத்த உறவுடையோர் மட்டும் உண்ணும் உணவு;** food which blood relations partake in the ceremony for the deceased on the eighth day of death. இரத்த உறவுக்காரர் மட்டும் எட்டுவீட்டில் உரிமைச் சோறு உண்டனர்.

உரிமைப்பங்கு பெ. **காப்புரிமை செய்யப்பட்ட ஒன்றைப் பயன்படுத்துபவர் அதன் உரிமையாளருக்குத் தரவேண்டிய தொகை/அரசுக்கோ தனிப்பட்டவருக்கோ உரிமையாக உள்ள நிலத்திலிருந்து எடுக்கப்படும் (எண்ணெய், தாதுக்கள், நிலக்கரி முதலிய) பொருளுக்கு ஒரு நிறுவனம் தரவேண்டிய தொகை;** royalty.

உரிமைப் பிரச்சினை பெ. **நாடாளுமன்றம், சட்டப்பேரவை போன்றவற்றுக்குத் தரப்பட்டுள்ள உரிமை மீறப்படுகிறது என்று கருத இடமளிக்கும் பிரச்சினை;** privileges issue.

உரிமையாளர் பெ. **(சொத்துக்கு, பொருளுக்கு) சொந்தக்காரர்; (முதலீடு செய்து) தொழிலை நடத்துபவர்;** owner; proprietor. நில உரிமையாளர்கள்/ திரையரங்க உரிமையாளர்/ பத்திரிகை உரிமையாளர்.

உரிமையியல் பெ. *(சட்டம்)* **சொத்துரிமை, சட்டத்திற்குப் புறம்பான இழப்பு போன்ற தனிநபர் உரிமை தொடர்பான சட்டத் துறை;** branch of law concerning civil, private rights and torts.

உரிமையியல் நடுவர் பெ. *(சட்டம்)* **உரிமையியல் வழக்குகளில் தீர்ப்பளிப்பவர்;** munsif; judge.

உரிமையியல் நீதிமன்றம் பெ. *(சட்டம்)* **குற்றவியல் அல்லாத வழக்குகளுக்கான நீதிமன்றம்;** civil court.

உரிய பெ.அ. **1: இயல்பாக இருக்கிற அல்லது அமைந்த;** characteristic (of or to s.o. or sth.). முகத்தில் அவருக்கே உரிய சிரிப்பு/ வெற்றிலை போட்டுப்போட்டுப் பற்களுக்கு உரிய வெண்மை இல்லை. **2: சொந்தமான; உரிமை உடைய;** belonging to. அரசுக்கு உரிய நிலத்தில் வீடு கட்டக் கூடாது./ கண்டெடுத்த கைப்பையை உரிய நபரிடம் சேர்த்துவிட்டேன். **3: தகுந்த; பொருத்தமான;** appropriate; proper; due. உரிய நேரத்தில் தீ அணைக்கப்பட்டது./ தவறு செய்தவர்கள்மீது உரிய நடவடிக்கை எடுக்கப்படும்./ நீ தெரிவித்த கருத்து ஆய்வுக்கு உரிய ஒன்று./ என் அன்புக்கு உரிய மாணவன்/ அவர் மறைந்துவிட்டார் என்பது இரக்கத்திற்கு உரிய செய்தி. **4: ஏற்ற; உகந்த;** deserving. உனக்கு வேலை கிடைத்துவிட்டது மகிழ்ச்சிக்கு உரிய செய்தி./ இருட்டில் ஆள் நடமாட்டம் இல்லாத இடத்தில் நிற்பது சந்தேகத்துக்கு உரிய செயலாகிவிடும்./ அனுதாபத்துக்கு உரிய முறையில் நின்றான். **5: நிர்ணயிக்கப்பட்ட;** fixed. பொருளுக்கு உரிய விலையை எழுதி ஒட்டிவைக்க வேண்டும்.

உரு பெ. **1: (ஒன்றை இன்னது என்று தெரிந்துகொள்வதற்கு உரிய) புற (அடையாள) தோற்றம்; புற வடிவ அமைப்பு;** shape; form; image. விமானம் உருத் தெரியாதபடி சிதறிக்கிடந்தது./ மூர்க்கத்தின் மறுஉருவாகக் காட்சியளித்தார் அவர்./ இரவுச் செய்தி பிற்பகல் செய்தியின் இன்னொரு உருவாகவே இருந்தது. புதிதாக ஒன்றும் இல்லை./ ஒரு அலைவரிசை ஒளிபரப்பியதையே இன்னொரு அலைவரிசை வேறு உருவில் தருகிறது. **2: உருவம்;** figure; form. மனித உருவில் நடமாடும் மிருகம் அவன். **3: தாலியில் கோக்கப்படும் தங்கத்தால் ஆன சிறு மணி;** gold bead strung on the தாலி. தாலி உருக்கள் செய்ய எவ்வளவு தங்கம் வேண்டும்?

உருக்கம்[1] பெ. (-ஆக, -ஆன) **(உள்ள) நெகிழ்ச்சி; உணர்ச்சி மயம்;** moving. கட்சித் தலைவருடைய மறைவு குறித்துப் பொதுச்செயலாளர் உருக்கமாகப் பேசினார்./ அந்தப் பெண்ணின் உருக்கமான வேண்டுகோளை மறுக்க முடியவில்லை.

உருக்கம்[2] பெ. *(வ.வ.)* **கடும் வெம்மை; புழுக்கம்;** sultriness.

உருக்காலை பெ. **மிக அதிக வெப்பநிலையில் உலோகத்தை உருக்கிக் கம்பி, தகடு போன்றவற்றைத் தயாரிக்கும் பெரிய தொழிற்சாலை;** mill which produces metal wires and sheets.

உருக்கு[1] வி. (உருக்க, உருக்கி) **1: (வெண்ணெய், உலோகம் போன்றவற்றை வெப்பத்தின் மூலம்) இளகச் செய்தல்;** melt. வாசத்தைக் கொண்டே வீட்டில் வெண்ணெய் உருக்குவதைக் கண்டுபிடித்துவிடலாம்./ இரும்பை உருக்கி இந்தச் சட்டத்தில் வார்க்கிறார்கள்./ *(உரு வ.)* வெல்லம் நிறையச் சாப்பிட்டால் உடலை உருக்கிவிடுமாம். [*(தொ.சொ.)* கருக்கு/ சுடு/ வாட்டு] **2: நெகிழச் செய்தல்;** move (a person's heart). அந்தச் சோகமான காட்சி அவனை அப்படியே உருக்கிவிட்டது.

உருக்கு[2] பெ. **எஃகு;** steel. உருக்கின் பயனைப் பற்றி விவரிக்கவும் என்ற கேள்விக்கு நான் விளக்கமாக எழுதி யுள்ளேன்.

உருக்கு[3] பெ. (மண்.) **வேக்காடு அதிகமாவதால் சூளை யில் சுடும்போது உருகி உருவழியும் பாண்டம் அல்லது காளவாயில் உருகி உருவழியும் செங்கல்;** a warped earthenware vessel or brick owing to overfiring in the kiln.

உருக்குலை[1] வி. (-குலைய, -குலைந்து) 1: **நோய், கவலை போன்றவற்றால் மெலிந்து போதல்;** (of one's body) be ravaged; be reduced. நோயினால் அவன் உருக்குலைந்து போய்விட்டான்./ வேலை கிடைக்காத ஏக்கமே அவனை உருக்குலையவைத்துவிட்டது. 2: **(ஒன்றின் உருவம்) சிதை தல்;** be mangled. போர்க்களத்தில் பிணங்கள் உருக்குலைந்து கிடந்தன./ விபத்தில் சிக்கி உருக்குலைந்த வாகனம்.

உருக்குலை[2] வி. (-குலைக்க, -குலைத்து) 1: **நோய், கவலை போன்றவை ஒருவரை மெலிந்துபோகச் செய்தல்;** reduce s.o.; make one thin. காசநோய் அவர் உடம்பைக் கடுமையாக உருக்குலைத்துவிட்டது./ மகனின் திடீர் மறைவு அவரை உருக்குலைத்திருப்பது தெரிகிறது./ (உரு வ.) பணத்தாசையால் உருக்குலைக்கப்பட்ட வாழ்க்கை. 2: **(சூறாவளி, பூகம்பம் போன்றவை கட்ட டங்களை) சிதைத்தல்;** damage (severely). பூகம்பம் உருக்குலைத்த நகரத்தைச் சீர்படுத்துவதற்கு நாளாகும். 3: **(ஆவணங்களை) அழித்தல்;** tamper with; destroy (evidence). சாட்சியமாகும் ஆவணத்தை உருக்குலைப்பது பெரும் குற்றம்.

உருக்குவிழு வி. (-விழ, -விழுந்து) (மண்.) **அதிகத் தீயி னால் சூளையில் பாண்டங்கள் உருகி உருவழிதல்;** (of pots in the baking kiln) become misshapen due to excessive heat while baking. சூளையில் தீ அதிராக இருக்கிறது. தணிக்காவிட்டால் உருக்குவிழுந்துவிடும்.

உருக்கூட்டு வி. (-கூட்ட, -கூட்டி) (இலங்.) **(ஒருவரை) தூண்டிவிடுதல்; உருவேற்றுதல்;** instigate. தேர்தலில் போட்டியிடச் சொல்லி நண்பர்கள் அண்ணனுக்கு உருக் கூட்டிவிட்டார்கள்./ யாரோ உருக்கூட்டிவிட்டதும் கிழ வர் குடித்துவிட்டு வந்து அம்மம்மாவுடன் சண்டை போடு கிறார்.

உருக்கொடு வி. (-கொடுக்க, -கொடுத்து) (இலங்.) **உசுப் பேற்றுதல்;** instigate; incite. நண்பர்கள் எல்லோருமாகச் சேர்ந்து அவனை உருக்கொடுத்துவிட்டார்கள்./ உருக் கொடுத்துவிட்டால் போதும், காரியங்கள் எல்லாவற்றை யும் அவனே செய்துவிடுவான்.

உருக்கொள் வி. (-கொள்ள, -கொண்டு) **உருவாகுதல்;** take form or shape. வங்கக் கடலில் காற்றழுத்த மண்டலம் புயல் சின்னமாக உருக்கொண்டுள்ளது.

உருகு வி. (உருக, உருகி) 1: **(வெண்ணெய், பனிக்கட்டி, உலோகம் போன்றவை வெப்பத்தினால்) இளகுதல்;** melt. பனிக்கட்டி உருகி நீராக ஓடியது./ தொழிற்சாலையில் இரும்பு உருகிக் குழம்பாக ஓடியது./ (உரு வ.) உடலும் உயிரும் உருகும்படி உணர்ச்சியுடன் பாடினாள். 2: **மனம் நெகிழ்தல்;** be moved; melt (at heart). மற்றவர்கள் கஷ்டப் படுவதைப் பார்த்தால் அவன் உருகிவிடுவான். 3: **(ஒரு வரை நினைத்து) ஏங்குதல்;** pine (for); languish. அவளை நினைத்து உருகுவதை விட்டுவிட்டு உருப்படியாக ஏதாவது செய்யேன். [(தொ.சொ.) ஏங்கு/ மருகு/ வருந்து] 4: **(நோயால், கவலையால், வேலையால்) மெலிதல்;** become careworn. கணவனுக்கு வேலை கிடைக்கவில்லையே என்ற கவலையால் உருகிப் பாதி ஆளாகிவிட்டாள்.

உருகுநிலை பெ. (இயற்.) **ஒரு திடப்பொருள் திரவ நிலைக்கு மாறத் தொடங்கும் வெப்பநிலை;** melting point. தங்கத்தின் உருகுநிலை *1064*^{0} செண்டிகிரேட் ஆகும்.

உருட்சிதிரட்சி-ஆக/-ஆன வி.அ./பெ.அ. **சதைப்பற் றோடு திடமாக/சதைப்பற்றோடு திடமான;** stockily/ muscular. குழந்தை உருட்சிதிரட்சியாக இருக்கிறது./ உருட்சிதிரட்சியான கை.

உருட்டச்சு பெ. **பிரத்தியேகமான தாளில் எழுத்து களின் வடிவில் உண்டாக்கும் துளை வழியாக மையைச் செலுத்திப் பிரதிகள் எடுக்கும் முறை;** stencil.

உருட்டல்மிரட்டல் பெ. **(முகத்தில் கோபம், கடுமை போன்றவை வெளிப்பட, பலமாக அதட்டி) பயமுறுத் துதல்;** browbeating; bullying. உன்னுடைய உருட்டல் மிரட்டலுக்கு யார் பயப்படுவார்கள்?

உருட்டாலை பெ. **(பழுக்கக் காய்ச்சுதல், அமிலத்தில் நனைத்தல் ஆகிய முறைகளின் மூலம் இரும்பு உருளை களிலிருந்து) கட்டடம் கட்டப் பயன்படும் கம்பி களைத் தயாரிக்கும் தொழிற்சாலை;** steel rolling mill. உருட்டாலைகள் எண்ணிக்கையில் அதிகமாக இருப்பதால் கட்டட வேலைகளுக்குக் கம்பிகள் தாராளமாகக் கிடைக் கின்றன.

உருட்டித்திரட்டி வி.அ. **(பணம், பொருள் முதலிய வற்றை) இயன்ற வழிகளிலெல்லாம் சேர்த்து;** scraping together (money); gathering up. என்னிடம் இருக்கும் பணத்தையெல்லாம் உருட்டித்திரட்டிப் பார்த்தாலும் ஆயிரம் ரூபாய்தான் தேறும்./ தன் மகளின் திருமணத் திற்குத் தேவையான நகைகளை உருட்டித்திரட்டி வைத் திருக்கிறாள்.

உருட்டிப்புரட்டி வி.அ. **(ஒரு செயல் நிறைவேறத் தனக்குத் தெரிந்த) எல்லா விதமான வழிமுறைகளை யும் உபாயங்களையும் கையாண்டு;** moving heaven and earth (to accomplish sth.); adopting ingenious ways. உருட்டிப்புரட்டி ஒரு வீடு வாங்கிவிட்டார்.

உருட்டிமிரட்டி வி.அ. **(ஒருவரைத் தனக்கு அடிபணிய வைக்கும் நோக்கத்தோடு) அதட்டியும் மிரட்டியும்;** by browbeating. இவ்வளவு பெரிய தொகையைக் கடனாகக் கொடுக்கிறார் என்று பார்க்கிறீர்களா? கொடுத்த கடனை உருட்டிமிரட்டி வசூலிக்க அவருக்குத் தெரியும்./ யாராவது உருட்டிமிரட்டிக் கேட்டால் அவன் உண்மையைக் கக்கி விடுவான்.

உருட்டு[1] வி. (உருட்ட, உருட்டி) **அ.** (ஒரு பொருளுக்கு உருண்டை வடிவம் தருதல் தொடர்பான வழக்கு) 1: **(பந்துபோல்) உருண்டையாக்குதல்;** roll (sth. into a sphere). அம்மா சாதத்தில் பருப்புப் போட்டுப் பிசைந்து உருட்டிக் கையில் போட்டாள்./ பிள்ளையார் செய்யக் களிமண்ணைத் தரையில் அறைந்து உருட்டினார். **ஆ.** (உருண்டை அல்லது வட்ட வடிவத்தில் இருப்பதை

195 உருப்படியாக²/உருப்படியான

நகரச் செய்தல் தொடர்பான வழக்கு) **2: (கண்களை) சுழற்றுதல்;** roll (one's eyes). *குழந்தை கண்களை உருட்டிஉருட்டிப் பார்க்கும் அழகே தனி!* **3: உருளச் செய்தல்; உருண்டு ஓடச் செய்தல்;** make (sth.) roll; roll. *நலுங்கில் மணமக்கள் தேங்காயை உருட்டி விளையாடினார்கள்./ வாய் மந்திரம் உச்சரிக்க, கை உத்திராட்சத்தை உருட்டிக்கொண்டிருந்தது./ கையில் தடியை உருட்டியபடி நின்றிருந்தார்.* **4: (உருளச் செய்து) தள்ளுதல்;** take along (by rolling); move (sth. by rolling). *காற்று இறங்கிவிட்டதால் சைக்கிளை உருட்டிக்கொண்டு வருகிறேன்./ திரைப்படத்தில் குன்றின் உச்சியிலிருந்து பாறையை உருட்டிவிடும் காட்சி அருமை!* **இ.** *(மரபு வழக்கு)* **5: பொருள்களை அங்குமிங்கும் நகர்த்திச் சத்தம் உண்டாக்குதல்;** make noise by moving things. *ராத்திரி பத்து மணிக்கு எதை உருட்டிக்கொண்டிருக்கிறாய்?* **6:** (பெரும்பாலும் தலை என்னும் சொல்லோடு இணைந்து) **(ஒரு விவகாரத்தில் சம்பந்தப்படாதவரை) தொடர்புபடுத்துதல்;** drag (s.o. into an affair). *நான் உங்களுக்கு என்ன செய்தேன்? என் தலையை ஏன் வீணாக உருட்டுகிறீர்கள்?*

உருட்டு² பெ. *(வ.வ.)* **அலங்காரமில்லாத மெட்டி;** plain, solid silver ring worn by married women on the second toe.

உருட்டுக்கட்டை பெ. **ஒருவரைத் தாக்குவதற்குப் பயன்படுத்தப்படும் (சுமார் முக்கால் மீட்டர் நீளம் உள்ள) பருமனான சவுக்குக் கட்டை;** medium sized casuarina stick (approximately three quarters of a metre in length) used as a weapon. *மோட்டார் சைக்கிளில் வந்த கும்பல் அவர்களை வழிமறித்து உருட்டுக்கட்டையால் தாக்கிப் பணத்தைப் பறித்துச் சென்றது./ போராட்டம் நடத்தியவர்கள் உருட்டுக்கட்டையால் பேருந்துகளை அடித்துச் சேதப்படுத்தினார்கள்.*

உருட்டுப்புரட்டு பெ. **(ஒருவர் தான் செய்யும் செயல் நிறைவேறக் கையாளும்) முறைகேடான வழிமுறை; பித்தலாட்டம்;** fraud; fraudulent means. *இந்த உருட்டுப்புரட்டு வேலையெல்லாம் என்னிடம் வைத்துக்கொள்ளாதே!*

உருண்ட பெ.அ. **1: (தலை, முகம் போன்றவற்றைக் குறிக்கையில்) வட்ட வடிவமான;** (of head, face, etc.,) round. *உருண்ட முகமும் வழுக்கைத் தலையும்.* **2:** *(தசைகளைக் குறிக்கும்போது)* **திரட்சியான;** muscular. *உருண்ட புஜங்கள்.*

உருண்டுதிரண்டு/உருண்டுதிரண்ட வி.அ./பெ.அ. **மிகுந்த சதைப்பற்றுடன்/சதைப்பற்றாக;** chubby. *உருண்டுதிரண்டு இருக்கும் அந்தக் குழந்தையைப் பார்த்தால் தூக்கிக் கொஞ்ச வேண்டும் போலிருக்கும்./ உருண்டுதிரண்டு இருந்த பயில்வானின் புஜங்கள்.*

உருண்டை பெ. **1:** *(-ஆன)* **கோள அல்லது குண்டு வடிவம்;** (of shape) round; sphere. *உலகம் உருண்டை என்பது எப்போதோ நிரூபிக்கப்பட்டுவிட்டது!/ ஆசிரியர் பந்தைக் காட்டி 'இதன் வடிவம் உருண்டை' என்று விளக்கினார்.* **2: (பொருள்) சிறு கோள வடிவில் இருப்பது அல்லது செய்யப்பட்டிருப்பது;** small ball. *வேர்க்கடலை உருண்டை/ களிமண் உருண்டை/ ஒரு உருண்டைச் சாதம்கூடக் குழந்தை சாப்பிடவில்லை.*

உருத்தட்டு வி. (-தட்ட, -தட்டி) காண்க: உருப்போடு.

உருத்தாளன் பெ. *(இலங்.)* **(நிலம், வீடு போன்றவற்றின்) உரிமையாளர்; சொந்தக்காரர்;** owner. *உருத்தாளரிடம் கேட்காமல் காணிக்குள் உள்ள மரத்தையெல்லாம் வெட்டிக்கொண்டு போகிறார்.*

உருத்தாளி பெ. *(இலங்.)* **உரிமையாளர்; சொந்தக்காரர்;** owner. *என் நண்பர்தான் இந்தக் காணியின் உருத்தாளி ஆவார்.*

உருத்திராட்சப்பூனை பெ. **சாதுவான புறத்தோற்றமுடைய தீயவன்; ஆஷாடபூதி;** hypocrite who deceives by his pious appearance.

உருத்திராட்சம் பெ. **(பெரும்பாலும் தீட்சை பெற்ற சைவர்கள்) மாலையாகக் கோத்து அணியவும், ஜெப மாலை செய்யவும் பயன்படும் உறுதியான கரும் பழுப்பு நிறக் கொட்டை/அந்தக் கொட்டையைத் தரும் காய் காய்க்கும் மரம்;** rudraksha (nut and the tree). *உருத்திராட்ச மரம் நேபாளம், இந்தோனேஷியா போன்ற நாடுகளில் மட்டுமே காணப்படுகிறது.*

உருத்து¹ பெ. *(வ.வ.)* **அக்கறை;** interest (in a field or in a person). *காமராஜருக்கு உண்மையிலேயே மாணவர்கள் மீது உருத்து இருந்ததால் மதிய உணவுத் திட்டத்தை அறிமுகப்படுத்தினார்.*

உருத்து² பெ. *(வ.வ.)* **உறவு; சொந்தம்;** relations. *என் மகனின் கல்யாணத்துக்கு எல்லா உருத்துக்காரர்களும் வந்து வாழ்த்த வேண்டும்./ இது என் உருத்துக்காரருடைய காணி./ உருத்துக்காரர்களுக்குச் சொல்லி அனுப்பிவிட்டாயா?*

உருது பெ. **(இந்தியாவின் சில மாநிலங்களிலும் பாகிஸ்தானிலும் பேசப்படும்) பாரசீக மொழிச் சொற்கள் கலந்த, இந்தியோடு தொடர்புடைய ஒரு இந்தோ-ஆரிய மொழி;** Urdu (the language).

உருப்படி பெ. **1: (எண்ணக் கூடிய) பொருள்;** (countable) item; piece. *சலவைக்கு மொத்தம் எத்தனை உருப்படிகள் போட்டாய்?* **2:** *(இசை)* **கிருதிகள், கீர்த்தனைகள் போன்ற இசை வடிவங்களைக் குறிக்கும் பொதுப் பெயர்;** any of the musical pieces. *ஒரு ராகத்தைப் பற்றி நன்றாகப் புரிந்துகொள்ள அந்த ராகத்தில் பல உருப்படிகளைக் கற்றுக்கொள்ள வேண்டும்.* **3:** *(மண்.)* **சுட்ட மண்பாண்டத்துக்குப் பயன்படுத்தும் வணிகச் சொல்;** a baked earthenware vessel when merchandized.

உருப்படியாக¹ வி.அ. **1: (ஒருவருடைய) உயிருக்கு ஆபத்து இல்லாமல்;** unharmed. *பணம் போனால் போகட்டும். நீ உருப்படியாக வந்துசேர்ந்தாயே, அது போதும்.* **2: (ஒரு பொருள்) சேதம் அடையாமல்;** intact; without getting damaged. *இந்தக் கண்ணாடிச் சாமான்களை உருப்படியாக ஊருக்குக் கொண்டுபோய்ச் சேர்க்க வேண்டும்.*

உருப்படியாக²/உருப்படியான வி.அ./பெ.அ. **1: பயனுள்ள விதத்தில்/பயனுள்ள;** constructively/constructive. *ஒரு காரியம் உருப்படியாகப் பண்ணத் தெரியாதா?/ அலுவலகத்திற்கு வந்ததிலிருந்து இதுவரை உருப்படியாக ஒரு வேலையும் செய்யவில்லை./ அவர் சொன்னது உருப்படியான யோசனைதான்.* **2: ஒழுங்காக/ஒழுங்கான;** properly/proper. *இந்த நகரில் உருப்படியாக*

ஒரு சாலைகூட இல்லை./ போட்டுக் கொள்வதற்கு உருப்படியான சட்டை ஒன்றுகூட என்னிடம் இல்லை.

உருப்படு வி. (உருப்பட, உருப்பட்டு) 1: **(வாழ்க்கையில்) நல்ல நிலை அடைதல்;** prosper. ஒழுங்காகப் படித்தால் தான் நீ உருப்படுவாய்./ பையன் உருப்படுவதற்கு நான் என்ன என்னவோ செய்துபார்த்துவிட்டேன்./ வாரத்தில் இரண்டு நாள்கூட வேலைக்குப் போகாத நீ எப்படி உருப்படுவாய்?/ அவரோடு கூட்டு சேர்ந்தவன் எவனும் உருப்பட்டதில்லை. 2: **(திட்டம், ஒப்பந்தம் முதலியன) நிறைவேறி நடைமுறைக்கு வருதல்;** be useful; serve (a useful) purpose. இவ்வளவு செலவாகும் என்றால் இந்தத் திட்டம் உருப்படுவதே சந்தேகம்.

உருப்பற்றியாடு வி. (-ஆட, -ஆடி) (இலங்.) **(ஒன்றை) செய்தே தீர வேண்டும் என்று விடாப்பிடியாக நிற்றல்;** be possessed by an urge to do sth. மகன் வெளிநாட்டுக்குப் போக வேண்டும் என்று உருப்பற்றியாடுகிறான்./ உடனே காய்கறி வாங்க வேண்டும் என்பதற்காகவா இப்படி உருப்பற்றியாடுகிறாய்?

உருப்பற்று வி. (-பற்ற, -பற்றி) (இலங்.) **தெய்வம் ஆவேசிக்கப்பெறுதல்;** be possessed by a spirit. அம்மன் கோயில் பூசாரி உருப்பற்றி ஆடினார்./ உருப்பற்றி ஆடிய ஆச்சி குறிசொன்னதைக் கேட்டீர்கள் அல்லவா?

உருப்பெருக்காடி பெ. (பெரும்பாலும் கலைச்சொல்லாக) **பொருளின் அளவைப் பெரிதாக்கிக் காட்டும் தன்மை கொண்ட குவியாடி;** magnifying glass; (in India) lens.

உருப்பெறு வி. (-பெற, -பெற்று) காண்க: உருவெடு.

உருப்போடு வி. (-போட, -போட்டு) (அ.வ.) **பலமுறை படித்துப்படித்து நினைவில் வைத்துக்கொள்ளுதல்; மனப்பாடம் செய்தல்;** learn by rote; mug sth. up. அர்த்தம் தெரியாமல் உருப்போடாதே!

உருபன் பெ. (மொழி.) **(மொழியியலில்) பொருள் அடிப்படையில் மேலும் பிரிக்கப்பட முடியாத சொல் அல்லது சொல்லின் பகுதி;** morpheme. கண்கள் என்பதில் 'கண்', '-கள்' என்ற இரு உருபன்கள் உள்ளன.

உருபு பெ. (இலக்.) **பெயர்ச்சொல்லோடு சேர்ந்து வேற்றுமைப் பொருளையும் உவமைப் பொருளையும் காட்டுவதற்குப் பயன்படுத்தப்படும் இடைச்சொல்;** (in grammar) case.

உருமம் பெ. (வ.வ.) **உச்சிப்பொழுது;** high noon.

உருமறைப்பு பெ. (இலங்.) **உள்ளிருப்பது வெளியே தெரியாதபடி ஏற்படுத்தப்படும் அமைப்பு;** cover. அதற்குமேல் தென்னையோலைப் போட்டு உருமறைப்பு. பக்கத்திலேயே சமைக்கவும் படுக்கவும் ஒரு கொட்டில்./ விமானத் தாக்குதலிலிருந்து தப்பிப்பதற்காக நிலவறைகளை உருமறைப்பு செய்வது வழக்கம்.

உருமால் பெ. (அ.வ.) **தலைப்பாகை; முண்டாசு;** turban.

உருவ அமைதி பெ. **(கதை, கவிதை, ஓவியம் போன்ற கலைப் படைப்புகளில்) வடிவ ஒழுங்கு;** unity in form. வாய்மொழிக் கதைகளிலும் உருவ அமைதி உண்டு.

உருவ எழுத்து பெ. **சொற்களை, ஒலிகளைச் சித்திர வடிவில் குறிக்கும் எழுத்து முறை;** hieroglyphics. பண்டைய எகிப்தில் உருவ எழுத்துகள் பயன்படுத்தப்பட்டன.

உருவகப்படுத்து வி. (-படுத்த, -படுத்தி) 1: **உருவகமாகக் கூறுதல்;** describe metaphorically. இந்தப் பாடலில் மனைவி 'குயில்' என்று உருவகப்படுத்தப்படுகிறாள். 2: **இப்படித் தான் இருக்கும் அல்லது இருக்க வேண்டும் என்று கற்பனையாகத் தீர்மானித்தல்;** conceive (of sth. or s.o.). வாழ்க்கை என்றால் பொதுவாக மனைவி, மக்கள், வீடு வாசல், சொத்து என்றுதான் நாம் உருவகப்படுத்திக்கொள்கிறோம்.

உருவகம் பெ. **உவமானத்தையும் உவமேயத்தையும் வேற்றுமைப்படுத்தாமல் ஒற்றுமைப்படுத்திக் கூறும் முறை;** metaphor. மதிமுகம் என்பது உவமை, முகமதி என்பது உருவகம்.

உருவகி வி. (உருவகிக்க, உருவகித்து) காண்க: உருவகப்படுத்து.

உருவடி வி. (உருவடிக்க, உருவடித்து) காண்க: உருப்போடு.

உருவப்படம் பெ. **ஒருவரின் முழு உருவத்தைக் காட்டும் பெரிய படம்;** life-size portrait. அம்பேத்கரின் உருவப்படம் நாடாளுமன்றத்தில் திறந்துவைக்கப்பட்டது.

உருவ பொம்மை பெ. **கொடும்பாவி;** effigy.

உருவம் பெ. 1: **(மனிதன், விலங்கு முதலியவற்றின்) வெளித்தோற்றம்; முழு உடல்;** figure; body; shape. உருவத்தில் சிறியவர்/ யானையின் பெருத்த உருவம். 2: **(மனித, தெய்வ) வடிவத்தின் பிரதி அல்லது நகல்;** picture; image; idol. அழகான பெண்ணின் உருவத்தை அட்டைப் படத்தில் போட்டு விளம்பரம் செய்கிறார்கள்./ கோயிலில் சம்பந்தரின் வெண்கல உருவம். [(தொ.சொ.) சிலை/ சிற்பம்/ சுரூபம்/ பதுமை/ பொம்மை] 3: **(ஏதோ ஒன்று இருப்பது மட்டும் புலனாகும்படி உள்ள) நிழல் வடிவம்;** figure. லேசான இருட்டில் தெரிந்த அந்த உருவம் நகரத் தொடங்கியது.

உருவவழிபாடு பெ. **கடவுளுக்கு வடிவம் அமைத்து வழிபடும் முறை;** idol worship. இஸ்லாமிய மதத்தில் உருவ வழிபாடு இல்லை.

உருவாக்கு வி. (-ஆக்க, -ஆக்கி) 1: **(புதிதாக அல்லது புதிய முறையில் ஒன்றை) அமைத்தல்; நிர்மாணித்தல்/(புதிய மதம், கட்சி போன்றவற்றை) தோற்றுவித்தல்;** build up; form; make; found; establish (a religion, etc.,). இந்திய விஞ்ஞானிகள் உருவாக்கிய செயற்கைக் கோள் வானில் செலுத்தப்பட்டது./ மாமல்லபுரக் கோயில்களையும் சிற்பங்களையும் உருவாக்கிய சிற்பிகள் யாரோ!/ அரும்பாடுபட்டு அவர் உருவாக்கிய கட்சி இன்று உட்பூசலால் ஆட்டம் கண்டுவிட்டது./ (உரு வ.) அவன் தனக்கென்று ஒரு வாழ்க்கைப் பாதையை உருவாக்கிக்கொண்டான். [(தொ.சொ.) அமை/ உண்டாக்கு/ எழுப்பு/ தொடங்கு/ நிறுவு] 2: **(ஒருவர் தன் முயற்சியால் குறிப்பிட்ட துறையில் அல்லது முறையில் மற்றொருவரை) வெளிக்கொண்டு வருதல்;** produce (disciples, students, etc.,). சிறந்த மாணவர்களை உருவாக்கிய ஆசிரியர்./ வழுவூர் நடன பாணியில் அவர் உருவாக்கிய மாணவர். 3: **(விதிமுறை, கருத்து, உணர்ச்சி முதலியவற்றை) உண்டாக்குதல்; ஏற்படுத்துதல்;** draw up (plan, scheme, etc.,);

enact; formulate (ideas, etc.,). மக்களின் வாழ்க்கை நிலையை உயர்த்துவதற்கு அரசு பல திட்டங்களை உருவாக்கியுள்ளது.

உருவாகு வி. (-ஆக, -ஆகி) 1: **(புதிதாக ஒரு இயற்கை நிகழ்வு அல்லது அமைப்பு) தோன்றுதல்; உண்டாதல்;** come into existence; appear (in a new form or shape); evolve (from sth.)/(of religion, etc.,) be established. வங்கக் கடலில் உருவான காற்றழுத்தத் தாழ்வு மண்டலம் காரணமாக அடுத்த இரண்டு நாட்களுக்கு மழை இருக்கும்./ மே மாதக் கடைசிவாக்கில் அரபிக் கடலில் மழை மேகங்கள் உருவாகின்றன./ இந்தியத் துணைக்கண்டத்தில் பல பேர ரசுகள் உருவாகி அழிந்தன./ போன நூற்றாண்டில் உரு வாகிய நகரம் இது./ இந்தக் கட்சி உருவாகப் பாடுபட் டவர்./ (உரு வ.) மறுமலர்ச்சி பெற்றுப் புதிய சமுதாயம் உருவாகும். 2: **(ஒருவருடைய முயற்சியால்) வெளி வருதல்;** (of students, etc.,) be produced; come out. இவரால் பல மாணவர்கள் உருவாயினர். 3: **(கருத்து, உணர்ச்சி முதலியன) எழுதல்; ஏற்படுதல்; உண்டாதல்;** (of idea) be formed; (of emotion) get evoked. அவரைப் பற்றிய தெளிவான கருத்து நமக்கு உருவாகிறது./ ஒரு தாயின் உள்ளத்தில் உருவாகும் உணர்ச்சிகளைப் படம்பிடித்துக் காட்டுகிறார் ஆசிரியர்.

உருவாடு வி. (-ஆட, -ஆடி) (இலங்.) **சாமியாடுதல்;** give oracular responses while being supposedly possessed by a deity. கோயில் வேள்வியில் அவர்தான் உருவாடுவார்./ (உரு வ.) ஏன் தேவையில்லாததற்கெல்லாம் உருவாடு கின்றான்?

உருவாரம் பெ. (ஊரக வ.) **மதலை;** votive figurines placed at the temple of ஐயனார் or மாரியம்மன்.

உருவு வி. (உருவ, உருவி) அ. (இறுக்கமான ஒன்றி லிருந்து ஒரு பொருளை எடுத்தல் தொடர்பான வழக்கு) 1: **(கட்டப்பட்டதிலிருந்து அல்லது பற்றிக்கொண் டிருக்கும் ஒன்றிலிருந்து ஒன்றை) பலமாக இழுத்தல்;** pull (quickly) out (from a bundle, sheaf, etc.,); draw out. பத்திரிகை போடும் பையன் கட்டிலிருந்து ஒரு பத்திரி கையை உருவி வீட்டின் முன் எறிந்துவிட்டுப் போனான்./ கொள்ளைக்காரன் கத்தியை உருவுவதற்கும் அவர் சுடு வதற்கும் சரியாக இருந்தது./ கொடியிலிருந்த துண்டை உருவித் தோளில் போட்டுக்கொண்டார்./ (உரு வ.) அவனிடமிருந்து எப்படியோ பணத்தை உருவிவிட்டாயே. **ஆ.** (விரல்களை மேலிருந்து கீழ்நோக்கி ஒரு பரப்பின் மீது ஒட்டுதல் தொடர்பான வழக்கு) 2: **(விரலால்) அழுத்தித் தடவுதல்; பிடித்து நீவுதல்;** slide one's fingers along sth. with a pressing motion. சுளுக்குப் பிடித்திருந்த இடத்தை அவன் மெதுவாக உருவிவிட்டுக் கொண்டான்./ ஆழ்ந்த யோசனையுடன் தாடியை உருவிவிட்டுக்கொண் டார். 3: **(காம்பில் இருக்கும் இலை, கதிரில் உள்ள நெல் போன்றவற்றை விரல்களால்) இழுத்து ஒன்றாக எடுத்தல்;** sliding along; strip off (leaves, grains, etc.,) by gripping with one's fingers. கறிவேப்பிலையை உருவிப் போட்டு அவள் தாளித்தாள்./அகத்திக் கீரையை உருவிக் கொடு. 4: **(கயிறு முதலியவற்றை இரு கைகளாலும் பிடித்துக்கொண்டு கீழே) சரிந்து இறங்குதல்;** slide down (a rope gripping it). வரிக்கயிற்றில் உருவிக்கொண்டு கிணற்றில் இறங்கினார்கள்.

உருவுதடம் பெ. (இலங்.) **(கயிற்றில் போடும்) சுருக்கு முடிச்சு;** slip-knot. உருவுதடம் போட்டுவிட்டால் மரத் தில் போட்ட கட்டு கழலாமல் இருக்கும்./ நீ உருவுதடம் போட்டுக் கட்டியிருந்தால் கயிறு எப்படி அவிழும்?

உருவெடு வி. (-எடுக்க, -எடுத்து) 1: **ஒன்று வேறொன் றாக மாறுதல் அல்லது வெளிப்படுதல்;** transform (into sth.); develop. எனக்கு ஏற்பட்ட அனுபவம் கவிதையாக உருவெடுக்கத் தொடங்கியது./ தொழிலாளர் பிரச்சினை பெரும் போராட்டமாக உருவெடுத்தது. 2: **(வேறொரு) வடிவம் எடுத்தல்;** take the form (of s.o. or sth. mentioned). மந்திரவாதி பூனையாக உருவெடுத்தார்.

உருவேற்று வி. (-ஏற்ற, -ஏற்றி) 1: **(ஒருவரைத் தன் வழிக்குக் கொண்டுவருவதற்காக ஒன்றை மீண்டும் மீண்டும் சொல்லி அவர்) மனத்தில் பதியச் செய்தல்;** indoctrinate; get (sth.) into s.o.'s head. நீ சொல்லுகிறபடி எல்லாம் கேட்கிற அளவுக்கு அவனை உருவேற்றி வைத் திருக்கிறாயா? 2: (அ.வ.) **(இறைவனை நினைத்து மெல்லிய குரலில் மந்திரத்தை) திரும்பத்திரும்பச் சொல்லுதல்;** chant (mantras).

உருள் வி. (உருள, உருண்டு) 1: **(படுத்த நிலையில்) பக்க வாட்டில் தொடர்ந்து ஒரே திசையில் மீண்டும்மீண்டும் புரண்டு நகர்தல்;** roll over. என் மனைவிக்குப் பக்கத்தில் படுத்திருந்த குழந்தை உருண்டு என்னிடம் வந்துவிட்டது. 2: **(உருண்டை வடிவப் பொருள்கள் அல்லது சக்கரம் போன்றவை விசையால்) இடம்பெயர்தல்;** move rolling along a surface. கோலிக்குண்டு உருண்டு குழியில் விழுந்தது./ கீழே விழுந்த நாணயம் தரையில் உருண்டு சென்றது./ (உரு வ.) அதற்குள் ஓர் ஆண்டு உருண்டோடி விட்டதா? [(தொ.சொ.) சரி/ சறுக்கு/ நழுவு/ புரள்/ வழுக்கு] 3: **கீழ்நோக்கிப் புரண்டு விழுதல்;** (of a vehicle) skid; tumble; roll down. மலைப் பாதையில் சென்று கொண்டிருந்த பேருந்து வளைவில் திரும்பும்போது பள் ளத்தில் உருண்டது. 4: **(பெரும்பாலும் தலை என்ப தோடு இணைந்து) (ஒரு பிரச்சினையில் ஒருவரின்) பெயர் அடிபடுதல் அல்லது தொடர்புபடுத்தப்படுதல்;** be dragged (into an affair). நடந்த விஷயத்துக்கும் எனக் கும் துளிகூடச் சம்பந்தம் கிடையாது. ஆனால் என் தலை தான் உருள்கிறது.

உருளி பெ. **வாய் அகன்ற, உருண்டை வடிவ, உயரம் குறைந்த வெண்கலப் பாத்திரம்;** spherical bronze vessel with a wide mouth. எவர்சில்வர் வராத காலத்தில் சமைப் பதற்கு உருளியைப் பயன்படுத்தினார்கள்.

உருளை பெ. 1: (-ஆன) **நீள்உருண்டை (வடிவம்);** (of shape) cylinder. உருளை வடிவப் பீப்பாய். 2: **நீள் உருண்டை வடிவில் உள்ள பொருள்;** anything in cylindrical shape. உலோக உருளையின் மேல் வைத்த பலகை மீது யானை ஏறி நின்றது./ தட்டச்சுப்பொறியின் உருளை. 3: **உருளைக்கிழங்கு;** potato. தோட்டத்திலிருந்து வந்த உருளை மூட்டைமூட்டையாக ஒரு மூலையில் கிடந்தது./ உருளை விலை கடுமையாக உயர்ந்துள்ளது.

உருளைக்கிழங்கு பெ. **பழுப்பு நிற மெல்லிய தோலைக் கொண்ட, உருண்டை வடிவக் கிழங்கு;** potato.

உருளைப்புழு பெ. **மனிதர்களின், விலங்குகளின் வயிற்றுக்குள் காணப்படும், மண்புழுவைப் போன்ற தோற்றம் உடைய, நோயைப் பரப்பும், ஒட்டுண்ணி வகையைச் சேர்ந்த புழு;** nematode.

உருஸ் பெ. *(இஸ்.)* **சந்தனக்கூடு;** small pot of sandal paste placed in a chariot and taken in procession to the shrine of Muslim saints.

உரை[1] வி. *(உரைக்க, உரைத்து) (உ.வ.)* **தெரிவித்தல்; கூறுதல்;** state; express. இந்த ஆய்வுப் பணியை முடிக்க இவ்வளவு காலம் ஆகும் என்று அறுதியிட்டு உரைக்க இயலாது.

உரை[2] வி. *(உரைக்க, உரைத்து)* 1: **(தங்கத்தின் தரம் அறியும் பொருட்டு) தேய்த்தல்;** rub (gold on a touch-stone). எந்த நகையை விற்கச் சென்றாலும் உரைத்துப் பார்க்காமல் வாங்க மாட்டார்கள். 2: **(சுக்கு முதலியவற்றைக் கல்லில்) உரசுதல்;** rub (dried ginger, etc., on a wet stone to get a small amount of paste). வசம்பை உரைத்துப் பாலில் கலந்து குழந்தைக்குக் கொடு.

உரை[3] பெ. 1: **(பெரும்பாலும், எழுதிப் படிக்கப்படும்) பேச்சு;** (mostly, prepared) speech. தொழிலாளர் தினத்தன்று நிகழ்த்தப்போகும் உரையைத் தலைவர் எழுதிக்கொண்டிருக்கிறார்./ ஆளுநர் உரைக்கு நன்றி தெரிவிக்கும் தீர்மானம். [*(தொ.சொ.)* உபன்யாசம்/ சொற்பொழிவு/ பிரசங்கம்/ பேச்சு] 2: **(இலக்கிய, இலக்கண நூல்களுக்கு எழுதப்படும்) விளக்கம்;** explanatory commentary (on literary or grammatical works). தொல்காப்பியத்திற்குப் பலர் உரை எழுதியுள்ளனர்.

உரைக்கோவை பெ. **ஒரு பொருளைப் பற்றிய பலருடைய கட்டுரைத் தொகுப்பு;** anthology (of writings of different persons); symposium. சுற்றுப்புறத் தூய்மைபற்றிய உரைக்கோவை வெளியிடப்பட்டது.

உரைகல் பெ. 1: **(பொற்கொல்லர் தங்கத்தின் தரம் அறியத் தேய்த்துப் பார்க்கும்) கையடக்கமான கருமை நிறக் கல்;** touchstone (used by goldsmiths). 2: **தரம் அறிவதற்கான உதாரணம்;** standard of comparison; touch-stone. சோழர் காலச் சிற்பக் கலைக்குத் தஞ்சைப் பெரிய கோயில் ஓர் உரைகல்லாகும்.

உரைகாரர் பெ. *(உ.வ.)* காண்க: **உரையாசிரியர்.**

உரைநடை பெ. **(யாப்பில் அமையாத) இயல்பான எழுத்து மொழிநடை; வசனம்;** prose.

உரையாசிரியர் பெ. **(இலக்கிய, இலக்கண, சமய நூல்களுக்கு) விளக்கம் எழுதும் ஆசிரியர்;** commentator.

உரையாடல் பெ. 1: **இருவர் அல்லது இரண்டுக்கு மேற்பட்டோர் தங்களிடையே இயல்பாகப் பேசிக்கொள்ளும் பேச்சு;** conversation. அவர்களுடைய உரையாடலில் நானும் கலந்துகொண்டேன். 2: **(சிறுகதை, நாவல் முதலியவற்றில்) பேச்சாக அமையும் பகுதி;** dialogue (in a story, novel, etc.,). உரையாடல் முறையிலேயே கதை எழுதப்பட்டிருக்கிறது.

உரையாடு வி. *(உரையாட, உரையாடி)* **இருவர் அல்லது இரண்டுக்கு மேற்பட்டோர் தங்களிடையே இயல்பாகப் பேசிக்கொள்ளுதல்;** talk; converse. நம்மிடையே ஆங்கிலம் தெரியாதவர்கள் இருப்பதால் தமிழில் உரையாடுவோம்.

உரைவிளக்க நிகழ்ச்சி பெ. **விளக்கமும் செய்முறையும் கலந்து அளிக்கும் உரை;** lecture-demonstration. சொற்பொழிவின் இடையில் சில ராகங்களைப் பாடிக்காட்டி அந்தப் பிரபல இசைக்கலைஞர் அளித்த உரைவிளக்க நிகழ்ச்சி அருமையாக இருந்தது.

உரோசம் பெ. *(இலங்.)* காண்க: **ரோஷம்.**

உரோமம் பெ. காண்க: **ரோமம்.**

உல்லம் பெ. **(கடலிலிருந்து இனப்பெருக்கம் செய்வதற்காக ஆறுகளுக்கு வரும்) சுமார் முக்கால் மீட்டர் நீளம்வரை வளரும் (உணவாகும்) வெள்ளி நிற மீன்;** hilsa.

உல்லாசப்பயணம் பெ. **(பார்க்கத் தகுந்த இடங்களுக்கு மேற்கொள்ளும்) மகிழ்ச்சியான பொழுதுபோக்குப் பயணம்; சுற்றுலா;** pleasure trip (to tourist spots); picnic.

உல்லாசப்பயணி பெ. **உல்லாசப்பயணம் செல்பவர்;** tourist.

உல்லாசம் பெ. *(-ஆக, -ஆன)* **சுகமாக நேரத்தைக் கழித்தல்; கேளிக்கை;** fun. கொடைக்கானலுக்கு உல்லாசமாகப் பொழுதுபோக்கத்தானே வந்தோம்./ உழைக்காமல் சோம்பேறிகளாக உல்லாச வாழ்க்கை நடத்துவதா?

உல்லு பெ. *(இலங்.)* **தேங்காய்ப்பாரை;** a tool for removing the husk of a coconut.

உலக்கை பெ. **ஒரு முனை உருண்டையாகவும் மற்றொரு முனை தட்டையாகவும் பூணுடனும் இருக்கும் (தானியங்களை உரலில் இட்டு இடிக்க அல்லது குத்தப் பயன்படும்) நீள்உருளை வடிவ மரச் சாதனம்;** long heavy wooden pestle, one end rounded and the other fitted with an iron collar used for pounding or husking. உலக்கையில் பூண் போட்ட முனை நெல் போன்றவற்றைக் குத்தி உமி நீக்கப் பயன்படும். *(பார்க்க, படம்: உரல்)*

உலக்கைக் கொழுந்து பெ. **மந்த புத்தி உள்ள நபர்;** stupid person; dullard. வீட்டிற்கு வந்தவர்களின் பெயரைச் சரியாகக் கேட்டுவைத்துக்கொள்ளாமல், இப்போது வந்து யாரோ வந்தார்கள் என்கிறாயே; சரியான உலக்கைக் கொழுந்து!

உலகக் கோப்பை பெ. **ஒரு விளையாட்டில் சர்வதேச அளவில் போட்டிகள் நடத்தி, வெற்றி பெறும் அணிக்குத் தரும் கோப்பை/அப்படி நடைபெறும் போட்டித் தொடர்;** world cup.

உலகப்பற்று பெ. **ஒருவர் தன் குடும்பத்தின் மீதும் தன் உடைமைகளின் மீதும் கொண்டிருக்கும் பிடிப்பு;** attachment to worldly things; worldliness.

உலகப் போர் பெ. **பல நாடுகளுக்கு இடையே நடைபெறும், பெருத்த சேதத்தை உண்டாக்கும் போர்;** world war.

உலகம் பெ. 1: **உயிரினங்கள் வாழும் பூமி;** earth. உலகம் ஒரே நாளில் தோன்றிவிடவில்லை. 2: **அனைத்து நாடுகளையும் பொதுவாகக் குறிக்கும் சொல்;** world. உலகம் எங்கும் உணவுப் பற்றாக்குறை ஏற்படலாம்./ உலக சாதனை/ உலக அமைதிக்காக எல்லா நாடுகளும் பாடுபட

199 உலர் சாம்பல்

வேண்டும். 3: **ஒரு குழுவோ தனிமனிதனோ கொள்கை அல்லது அக்கறைகள் அடிப்படையில் இயங்கும் தளம்;** world (as a sphere of activity). தொழிலாளர் உலகம்/ விஞ்ஞான உலகம்/ இலக்கிய உலகம். 4: **பூமியில் வாழும் மனிதர்கள்;** people (of the world). காந்தி சுடப்பட்டபோது உலகமே கண்ணீர்விட்டது. 5: **(புராணங்களின்படி) செய்த பாவபுண்ணியங்களுக்குத் தகுந்தாற்போல் இறப்புக்குப் பிறகு ஒருவர் செல்வதாக நம்பப்படும் இடம்;** the other world (to which one is believed to go after death). வானுலகம்/ மேலுலகம்/ தேவருலகம். 6: **(மனித) வாழ்க்கையின் போக்கு; நடப்பு;** ways of the world. அவனுக்கு வயது என்னவோ இருபதாயிற்று. ஆனால் உலகம் தெரியாத அப்பாவி. 7: (உயிரி.) **(உயிரின வகைப்பாட்டில்) உயிரினங்களைத் தாவரங்கள், விலங்குகள் என்று இரண்டாகப் பிரிக்கும் பெரும் பிரிவு;** kingdom (of plants, of animals).

உலகமயமாக்கல் பெ. காண்க: **உலகமயமாதல்.**

உலகமயமாகு வி. (-ஆக, -ஆகி) **பன்னாட்டு நிறுவனங்களின் பாதிப்பாலும் பெருகி வரும் தொழில்நுட்பத்தினாலும் தொலைத்தொடர்பு வசதிகளாலும் உலக நாடுகள் ஒரே பொருளாதார அமைப்பாகவும் தடைகள் இல்லாத சந்தையாகவும் மாறிவருதல்;** globalize.

உலகமயமாதல் பெ. **உலகமயமாகும் போக்கு;** globalization. உலகமயமாக்கலின் விளைவாக இந்தியாவில் அந்நிய முதலீடு பெருகிவருகிறது.

உலக வங்கி பெ. **பொருளாதாரத்தில் பின்தங்கிய நாடுகளின் வளர்ச்சித் திட்டங்களுக்காக வட்டி இல்லாமலோ குறைந்த வட்டியிலோ கடன் கொடுப்பதற்காக உலக நாடுகளால் ஏற்படுத்தப்பட்ட வங்கி;** International Bank for Reconstruction and Development (also known as World Bank).

உலக வழக்கு பெ. 1: **பெரும்பாலானவர்கள் பின்பற்றும் வழக்கம்;** common practice. நாட்டை ஆள்பவர்கள் சுயநலம் இல்லாமல் இருக்க வேண்டும் என்று எதிர்பார்ப்பது உலக வழக்கு. 2: **மக்களிடையே பேச்சு மொழியில் வழங்கும் சொற்களின் ஆட்சி;** usage as evident in the spoken language of the people.

உலகாயதம் பெ. 1: (தத்.) **தூலப் பொருள்களே முதலில் தோன்றியவை, உண்மையானவை, அனைத்திற்கும் அடிப்படையானவை என்று கூறும் தத்துவம்;** materialism. உலகாயதவாதம். 2: **பொருளும் பொருளைச் சம்பாதிப்பதும் முக்கியமானவை என்று கருதும் நடைமுறை வாழ்க்கை;** worldly life; material life. அவர் ஆன்மீகத்தில் ஈடுபாடு கொண்டிருந்தாலும் அடிப்படையில் உலகாயத விஷயங்களில் கெட்டிக்காரர்./ 'உலகாயதத்தில் மூழ்கிவிடாமல் இறைவனைச் சேரும் வழியைத் தேடுங்கள்' என்றார்.

உலகியல் பெ. **இந்த உலகத்தில் அன்றாடச் செயல்பாடுகளைச் சார்ந்த நடைமுறை;** of this world; worldly. அவரால் உலகியல் ஆசைகளை எளிதில் விட முடியவில்லை.

உலகு பெ. (உ.வ.) காண்க: **உலகம்.**

உலங்கு வானூர்தி பெ. (இலங்.) **(ஓடுதளத்தில் ஓட வேண்டிய தேவை இல்லாமல்) ஒரு இடத்தில் நேரே இறங்கவும் மேலே போகவும் வசதியாக, உச்சிப் பகுதியில் இறக்கை பொருத்தப்பட்டுள்ள விமான வகை;** helicopter. மக்களைப் பாதுகாப்பான இடங்களுக்குச் செல்லுமாறு உலங்கு வானூர்தியிலிருந்து ராணுவத்தினர் துண்டுப் பிரசுரங்களை வீசினர்.

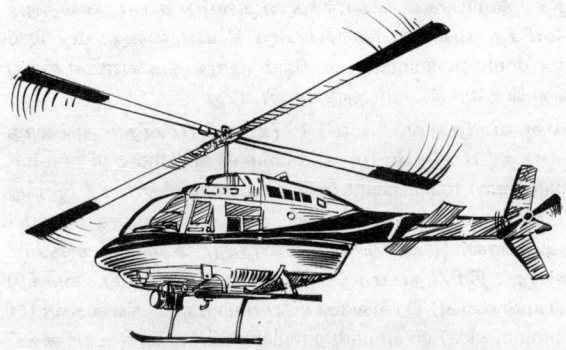

உலங்கு வானூர்தி

உலமா பெ. (இஸ்.) **மதக் கல்வி போதிப்பவர்;** religious teacher.

உலர் வி. (உலர, உலர்ந்து) **(ஈரம்) காய்தல்;** become dry; dry. தலைமுடி ஈரம் இன்னும் உலரவில்லை./ தாகத்தால் அவளுடைய உதடுகள் உலர்ந்துபோயிருந்தன.

உலர்உணவு பெ. (இலங்.) 1: **(நீண்ட நாட்களுக்குக் கெடாமல் இருக்கும் வகையில்) காயவைத்து எளிதில் தயாரிக்கக்கூடிய உணவு;** dry foods. போராளிகளுக்கு ஒவ்வொரு வீட்டிலிருந்தும் உலர்உணவு செய்துகொடுக்கப்பட்டது./ எந்த நேரத்திலும் அவசரத்துக்கு எடுக்கக்கூடியதாக உலர்உணவைச் செய்துவைத்திருக்கின்றோம். 2: **அரிசி, பருப்பு, சீனி போன்ற உணவுப் பொருள்களைக் குறிக்கும் பொதுப்பெயர்;** a general term to refer to rice, pulses, sugar, etc.,

உலர்உணவு அட்டை பெ. (இலங்.) **(அரிசி தவிர்த்து) மாவு, சீனி, பருப்பு போன்றவற்றை நியாய விலைக் கடையில் வாங்க ஒவ்வொரு குடும்பத்துக்கும் அரசு வழங்கும் அட்டை;** card issued by the government to families for buying flour, sugar, cereals, etc., from a fair price shop. உலர்உணவு அட்டைக்கு மண்ணெண்ணெய் கொடுக்கிறார்கள்./ சங்கக் கடையில் உலர்உணவு அட்டைக்குப் பால் மாவு வாங்கலாம்.

உலர்சலவை பெ. **தண்ணீரைப் பயன்படுத்தாமல் ரசாயனப் பொருள்களைப் பயன்படுத்தி இயந்திரத்தால் துணிகளைச் சுத்தப்படுத்தும் முறை;** dry cleaning. உலர்சலவையகம்/ பட்டுப் புடவையை உலர்சலவை செய்தால் நன்றாக இருக்கும்.

உலர் சாம்பல் பெ. **(சிமெண்டு, களிமண் கலக்காமல் வீடு கட்டும் கல், கூரைத் தகடு போன்றவை தயாரிக்கப் பயன்படும்) அனல் மின்நிலையங்களில் மின்சக்தி தயாரிக்கப் பயன்படுத்தும் நிலக்கரி எரிந்து எஞ்சும் சாம்பல்;** fly ash; pulverized coal ash; pulverized fuel ash.

உலர்த்து வி. *(உலர்த்த, உலர்த்தி)* **(ஈரமாக இருப்பதைக் காற்றில், வெயிலில்) காயவைத்தல்;** dry (anything wet); make dry. துணி உலர்த்தும் கொடி/ வெயிலில் நின்றபடி தலை முடியை உலர்த்திக்கொண்டிருந்தாள்./ வேகவைத்த நெல்லை உலர்த்துவதற்காகக் களத்தில் கொட்டிப் பரப்பி னார்கள்.

உலர் திராட்சை பெ. காண்க: **திராட்சை, 2.**

உலர் தீவனம் பெ. **(ஆண்டு முழுவதும் கால்நடைகளுக் குத் தீனியாகக் கொடுக்க உதவும்) காய வைத்துச் சேமித்த வைக்கோல் போன்ற தீவன வகை;** dry feed (for domestic animals). மாநிலம் முழுவதும் வறட்சி நிலவு வதால் உலர் தீவனம் அரிதாகிவிட்டது.

உலவு வி. *(உலவ, உலவி)* **1:** *(உ.வ.)* **(மனிதர் அல்லாத பிற) நடமாடுதல்;** (of wild animals and those in non-human form) roam; haunt. நரிகள் உலவும் தோப்பு./ இறந்து போன எங்கள் தாத்தா வீட்டில் உலவுவதாக அம்மா நம்பினாள். [*(தொ.சொ.)* **உலாத்து/ உலாவு/ சஞ்சரி/ சுற்று/ திரி/ நடமாடு**] **2:** *(உ.வ.)* **(கருத்து, வதந்தி போன்றவை) பரவலாகப் பேசப்படுதல்; நிலவுதல்;** (of opinion, idea) go around; circulate. விலைவாசி உயர்வைப் பற்றி மக்களிடையே உலவும் கருத்து என்ன?/ அமைச்சர் கட்சியிலிருந்து விலகிவிட்டதாக வதந்தி உலவுகிறது. **3:** *(சோதி.)* **சஞ்சரித்தல்;** move (in a space). இதுவரை பாக் கிய ஸ்தானத்தில் உலவிய குருவும் சனியும் உங்கள் ஜீவன ஸ்தானத்திற்கு மாறுகிறார்கள்.

உலா பெ. **1: (கோயிலிலிருந்து உற்சவர் அல்லது அரசன் வீதிகளில் சுற்றிவருகிற) ஊர்வலம்; பவனி;** (temple or royal) procession. **2: நகர வீதிகளில் தலைவன் உலா வரும்போது பெண்கள் அவன்மேல் காதல் கொள்வ தாகக் கூறிக் கதை அமைக்கும் ஒரு சிற்றிலக்கிய வகை;** a literary genre (in which the women of the town are said to fall in love with the hero when he goes in procession).

உலாஞ்சு வி. *(உலாஞ்ச, உலாஞ்சி) (இலங்.)* **ஆடுதல்;** shake. ஏன் அந்த வண்டி உலாஞ்சிக்கொண்டே போகிறது?

உலாத்து வி. *(உலாத்த, உலாத்தி) (பே.வ.)* **(இங்குமங்கு மாக) நடத்தல்;** pace (up and down). சாப்பிட்ட பிறகு வராந்தாவில் உலாத்த ஆரம்பித்தார். [*(தொ.சொ.)* **உலவு/ உலாவு/ சஞ்சரி/ சுற்று/ திரி/ நடமாடு**]

உலாத்தை பெ. *(இலங்.)* **உத்திரம்;** cross beam.

உலாவு வி. *(உலாவ, உலாவி)* **1: (அங்கும் இங்கும் அல் லது முன்னும் பின்னும்) நடத்தல்;** stroll. மாலை நேரத் தில் கடற்கரையில் உலாவப் பலர் வருவார்கள்./ நான் அவர் வீட்டுக்குப் போனபோது அவர் தோட்டத்தில் உலா விக் கொண்டிருந்தார். [*(தொ.சொ.)* **உலவு/ உலாத்து/ சஞ்சரி/ சுற்று/ திரி/ நடமாடு**] **2: (மனிதர் அல்லாத பிற) நடமாடுதல்;** roam. காட்டில் விலங்குகள் இரை தேடி உலாவிக்கொண்டிருக்கும்./ பேய் உலாவும் மாளிகை.

உலுக்கு வி. *(உலுக்க, உலுக்கி)* **(பலமாக) அசைத்தல்; ஆட்டுதல்;** shake (vigorously). புளிய மரத்தில் ஏறிக் கிளையை உலுக்கினான்./ *(உரு வ.)* சமீபத்தில் நடந்த கொலை அந்தக் கிராமத்தையே உலுக்கியிருக்கிறது.

உலுத்தன் பெ. *(உ.வ.)* **நியாயமாக நடந்துகொள்ளா தவன்; அயோக்கியன்;** dishonest person. குறைவாகக் கூலி கொடுத்து அதிகமாக வேலைவாங்கும் உலுத்தர்கள்.

உலுத்து வி. *(உலுத்த, உலுத்தி) (இலங்.)* **உலுக்குதல்;** shake vigorously. மாங்காயை இன்றைக்காவது உலுத்திப் போடு./ நாளைக்குப் புளி உலுத்தக் காணிக்கு வா.

உலுப்பு வி. *(உலுப்ப, உலுப்பி) (பே.வ.)* காண்க: **உலுக்கு.**

உலுவா பெ. *(இலங்.)* **வெந்தயம்;** fenugreek.

உலுவித்தம் பழம் பெ. *(இலங்.)* **(காட்டில் கிடைக்கும்) சிறிய சிவப்பு நிறப் பழம்;** a small red colour fruit. உலுவித்தம் பழத்திலிருந்து சாறு எடுக்கலாம்.

உலை¹ வி. *(உலைய, உலைந்து)* **(கட்டு) தளர்தல்; நெகிழ்ந்து பிரிதல்;** (of a bundle or sth. tied up) loosen. வாழை இலைக் கட்டு உலைந்துவிட்டது./ மடித்துவைத் திருந்த புடவை உலைந்துவிட்டது.

உலை² வி. *(உலைக்க, உலைத்து)* **(கட்டு, வரிசை போன்ற வற்றின் ஒழுங்கை) குலைத்தல்;** shuffle. அடுக்கிவைத் திருந்த புத்தகங்களை உலைத்தது யார்?

உலை³ பெ. **1: (சோறு சமைப்பதற்காக) நீருடன் அடுப் பில் வைக்கப்படும் பாத்திரம்/அந்தப் பாத்திரத்தில் உள்ள நீர்;** vessel with water kept on the stove (for cooking rice)/water in that vessel. உலையில் அரிசி போட்டா யிற்றா?/ உலை கொதிக்கிறது. **2: (சோறு) சமைக்க உத வும் நெருப்பு;** fire in cooking stove. சுள்ளிகளைப் பொறுக்கிக் கொண்டுவந்து உலை மூட்டினாள். **3: உலோ கங்களை மிக அதிக வெப்பத்தில் உருக்கும் சாதனம்;** furnace. ஆலையின் இயந்திரங்களும் உலைகளும் பாதுகாப் பாக இருக்கும் வகையில் பராமரிப்பு வேலைகள் மேற் கொள்ளப்பட்டுள்ளன.

உலைக்களம் பெ. **கொல்லன் பட்டறை;** smithy.

உலைமூடி பெ. *(ஊரக வ.)* **சோறு சமைக்கும் பாத்திரத் தின் மூடி;** removable lid or cover for a vessel (used for cooking rice).

உலை வை வி. *(வைக்க, வைத்து)* **1: (சோறு சமைப் பதற்காக) நீருடன் பாத்திரத்தை அடுப்பில் வைத்தல்;** set a vessel of water on a stove (to cook rice). இப்போது தான் உலை வைத்திருக்கிறேன். இனிமேல்தான் அரிசி அரித் துப் போட வேண்டும். **2:** *(பே.வ.)* **கேடு வரும்படி செய் தல்; ஆபத்து உண்டாக்குதல்;** undermine; harm; endanger. மேலதிகாரியிடம் என்னைப் பற்றித் தவறாகச் சொல்லி வேலைக்கு உலை வைத்துவிட்டான்./ முன்னெச்சரிக்கை யாகச் செயல்படாததே அவனது உயிருக்கு உலை வைத்து விட்டது.

உலோகக் கலவை பெ. *(வேதி.)* **தக்க விகிதத்தில் இரண்டு அல்லது இரண்டுக்கு மேற்பட்ட உலோகங் களை ஒன்றாக உருக்கி உண்டாக்கும் கலவை;** alloy. பித்தளையும் வெண்கலமும் உலோகக் கலவைகள்.

உலோகச்சத்து பெ. **பப்பாளி, கொய்யா, கீரை போன்ற வற்றில் இருக்கும், உடல்நலத்திற்குத் தேவையான தாதுப்பொருள்;** mineral.

உலோகப்போலி பெ. *(வேதி.)* **உலோகம், அலோகம் ஆகிய இரண்டின் பண்புகளையும் கொண்டிருக்கும் தனிமம்;** metalloid. ஆர்சனிக், ஆண்ட்டிமனி போன்றவை உலோகப்போலிகள்.

உலோகம் பெ. **1: திட நிலையில் காணப்படுவதும் தகடாகவோ கம்பியாகவோ மாற்றக்கூடியதுமான (இரும்பு, தங்கம் போன்ற) பொருள்;** metal. **2:** *(பெய ரடையாக வருகையில்) (நிறத்தைக் குறித்து வரும் போது)* **பளபளப்பும் மினுமினுப்பும் நிறைந்த;** (while referring to colours) metallic. உலோக நீலம்/ உலோகப் பச்சை.

உலோகவியல் பெ. *(வேதி.)* **உலோகங்களின் தன்மை, உருகுநிலை, பயன்பாடு மற்றும் அவற்றோடு சேரும் மற்ற உலோகங்கள் போன்றவற்றை விவரிக்கும் அறி வியல் துறை;** metallurgy.

உலோபி பெ. *(அ.வ.)* **கஞ்சன்;** miser.

உவ வி. *(உவக்க, உவந்து) (உ.வ.)* **1: விரும்புதல்;** like; enjoy. நீங்களே உவந்து செய்யும் பணிதானே இது? **2: மகிழ்தல்;** be pleased. நீங்கள் நலம் விசாரித்ததை அறிந்து அவர் மனம் உவந்தார்.

உவகை பெ. *(உ.வ.)* **மகிழ்ச்சி;** delight; joy. அவள் உள்ளத் தில் உவகை பெருக்கெடுத்தது.

உவப்பு பெ. *(-ஆக, -ஆன) (உ.வ.)* **மனத்துக்குப் பிடித் தது;** pleasing; pleasant. உனக்கு உவப்பான செய்தி ஒன்று சொல்கிறேன்./ இங்கு நடப்பது எதுவும் மனத்துக்கு உவப் பாக இல்லை.

உவமானம் பெ. **ஒன்றுக்கு ஒப்புமை காட்ட எடுத்துக் கொண்ட பொருள்;** object of comparison. 'மீன் போன்ற கண்' என்பதில் 'மீன்' உவமானம்.

உவமி வி. *(உவமிக்க, உவமித்து) (அ.வ.)* **ஒப்பிடுதல்;** speak or talk in similitude.

உவமேயம் பெ. **ஒப்பிடப்படும் பொருள்;** subject of comparison. 'மீன் போன்ற கண்' என்பதில் 'கண்' உவமேயம்.

உவமை பெ. **இணையாகக் காட்டும் ஒப்புமை;** simile. தமிழ் இலக்கியத்தில் யானைக்கு உவமையாகக் கரும் குன்று கூறப்படுவது உண்டு.

உவர்[1] வி. *(உவர்க்க, உவர்த்து)* **1:** *(உ.வ.)* **கரித்தல்;** taste saltish. **2: துவர்த்தல்;** taste astringent.

உவர்[2] பெ.அ. **உப்புத் தன்மை கொண்ட;** saline; brackish. உவர் தன்மை உள்ள மண்ணில் தென்னை பயிரிடலாமா?/ உவர் மண்/ உவர் நீர்.

உவர்த் தரவை பெ. *(இலங்.)* **உவர் நிலம்;** saline soil. உவர்த் தரவை விவசாயத்துக்கு உதவாது./ உவர்த் தரவை யில் ஒரு கொட்டில் போட்டுத் தங்கியிருந்தார்.

உவர்நிலம் பெ. **உப்புத் தன்மை கொண்ட நிலம்;** saline soil.

உவர்ப்பு பெ. **1: (உப்பின்) கரிப்பு;** saltiness. நிலத்திலும் நீரிலும் உவர்ப்புச் சுவை இருக்கிறது. **2: துவர்ப்பு;** astringency.

உவர்மண் பெ. **உப்புத் தன்மை நிறைந்ததும் துணியை வெளுக்கப் பயன்படுவதுமான ஒரு வகை வெள்ளை நிற மண்;** fuller's earth (used for washing clothes).

உழக்கு[1] வி. *(உழக்க, உழக்கி) (இலங்.)* **(ஒன்றை) மிதித் தல்;** step on; tread on. அந்தப் புத்தகத்தை உழக்காமல் வா./ சைக்கிளை உழக்கிக்கொண்டு சென்றான்.

உழக்கு[2] பெ. **1: (முன்பு வழக்கில் இருந்த முகத்தல் அளவையான) படியில் நான்கில் ஒரு பாகம் அல்லது இரண்டு ஆழாக்கு;** one fourth of a measure (roughly half of a litre used in former times). **2: மேற்சொன்ன அளவு குறிக்கப்பட்ட கலம்;** a container of this capacity.

உழப்பு வி. *(உழப்ப, உழப்பி)* **1: நேரடியாகப் பதில் சொல்லாமல் அல்லது உரிய வேலையைச் செய்யாமல் குழப்புதல்;** muddle; confuse the issue. கேட்ட கேள்விக்குப் பதில் சொல்லாமல் உழப்புகிறான்./ சொன்ன வேலையைச் செய்யாமல் என்ன உழப்புகிறாய்? **2: (வேண்டாததை யெல்லாம் நினைத்து மனத்தை) தெளிவற்ற நிலைக்கு உள்ளாக்குதல்; குழப்புதல்;** be confused (due to anxiety or fear). நாளை கடிதம் வந்தால் எல்லாம் தெரிந்துவிடும். நீ மனத்தை உழப்பிக்கொள்ளாதே! **3:** *(வ.வ.)* **(பொருள் களை) கலைத்தல்; தாறுமாறாக்குதல்; உலைத்தல்;** mess up (things). அம்மா இல்லாத நேரத்தில் குழந்தை சாமான்களையெல்லாம் உழப்பிவிட்டது. **4:** *(வ.வ.)* **கலக்குதல்;** churn up; stir. ஏரியில் அங்கங்கே தேங்கி நின்ற நீரை உழப்பி மீன்பிடித்தார்கள்.

உழல் வி. *(உழல, உழன்று)* **1: (வறுமை, நோய், வேலை முதலியவற்றில் அமிழ்ந்து) திணறுதல்; (நீண்ட கால மாக) அவதிப்படுதல்;** suffer (due to poverty, illness, etc., over a long period); be stuck with sth. unpleasant. வறுமையில் உழன்ற காலத்திலும் புத்தகங்கள் வாங்காமல் அவர் இருந்ததில்லை./ வயதான காலத்தில் நோயில் உழலாமல் இருக்க வேண்டும். **2: (ஓர் இடத்தை அல்லது ஒன்றை) சுற்றிச்சுற்றி அல்லது வளையவளைய வருதல்;** move around (within certain confines). ஓய்வே இல்லாமல் அடுக்களையிலேயே உழன்றுகொண்டிருக்கிறாயே!/ *(உரு வ.)* மனம் நினைவுகளில் உழன்றது.

உழவன் பெ. **உழவுத் தொழிலில் ஈடுபட்டிருப்பவன்; விவசாயி;** farmer. பொங்கல் உழவர் திருநாள்.

உழவாரக் குருவி பெ. **வேகமாகப் பறப்பதும் தனது எச்சிலால் கூடு கட்டுவதுமான (கரும் சாம்பல், கரும் பழுப்பு போன்ற நிறங்களில் காணப்படும்) ஒரு சிறு பறவை;** swift. உழவாரக் குருவிகளின் கூடுகளைக் கொண்டு ஒரு வகைப் பானம் தயாரிக்கிறார்கள்.

உழவாரப்பணி பெ. **கோயிலின் வெளிப்புறத்தையும் உட்பகுதியையும் சுத்தப்படுத்தும் தொண்டு;** service of cleaning and maintaining the temple premises offered by devotees. மயிலையில் திருக்கோயில் உழவாரப்பணி மன்றம் தொடங்கப்பட்டுள்ளது./ மருந்தீஸ்வரர் கோயிலில் ஞாயிற்றுக்கிழமையன்று உழவாரப்பணி நடைபெற்றது.

உழவாரப்பிடி பெ. *(இலங்.)* காண்க: **உழவாரம்.**

உழவாரம் பெ. *(இலங்.)* **(புல் செதுக்கப் பயன்படும்) களைக்கொத்தி போன்ற சிறிய சாதனம்;** a small implement used for weeding.

உழவியல் பெ. **மண் பரிசோதனை, உழவு செய்யும் முறைகள், உரமிடுதல், பயிர் உற்பத்தி போன்ற வேளாண்மைச் செயல்பாடுகளை உள்ளடக்கிய பிரிவு;** agronomy. உழவியல் முறைகளைப் பொறுத்து மகசூல் வேறுபடும்.

உழவு பெ. **1: (வயலில் கலப்பையால்) மண்ணைக் கிளறிவிடும் செயல்;** ploughing; tilling. இது முதல் உழவு தான்; மழை பெய்தவுடன் மற்றொரு உழவு உண்டு./ இது

வண்டி மாடா? உழவு மாடா? **2: பயிர்த்தொழில்; விவசாயம்;** agriculture; farming. உழவுத் தொழில்.

உழவு இயந்திரப் பெட்டி பெ. (இலங்.) **(பொருட்களை ஏற்றிச்செல்லப் பயன்படும்) உழவு வாகனத்தின் பின் இணைக்கப்பட்டு, இழுத்துச் செல்லப்படும் நான்கு சக்கர வண்டி;** trailer towed by tractor. நான் உழவு இயந்திரப் பெட்டியில் சில முக்கியமான சாமான்களை ஏற்றிக்கொண்டு வரும்போதுதான் விபத்து ஏற்பட்டது.

உழவு இயந்திரம் பெ. (இலங்.) **(உழுதல், அறுவடை செய்தல் போன்ற) விவசாய வேலைகளுக்குப் பயன்படும் சக்திவாய்ந்த பெரிய வாகனம்;** cultivator.

உழற்று வி. (உழற்ற, உழற்றி) (இலங்.) **(அலுப்பு, அசதி போன்றவற்றால் படுக்கையில்) புரளுதல்;** toss and turn (in bed). இரவு முழுதும் படுக்கையில் உழற்றிக்கொண்டேயிருந்தான்.

உழு வி. (உழ, உழுது) **1: (விதைக்கும் முன் வயலில் கலப்பையால்) மண்ணைக் கிளறிவிடுதல்;** plough; till. பயிர் எச்சங்களை நிலத்தில் இட்டு மீண்டும் உழுவதால் சத்துகள் மண்ணில் கலக்கின்றன. **2: நிலத்தில் பாடுபடுதல்;** cultivate the land. உழுபவருக்கே நிலம் சொந்தம்.

உழுத சால் பெ. (ஊரக வ.) **கலப்பை உழுத தடம்;** furrow made by a plough.

உழை[1] வி. (உழைக்க, உழைத்து) **1: கடினமாக வேலை செய்தல்;** work (hard); toil. உழைக்காமல் யாரும் வெற்றி காண முடியாது./ உழைக்கும் மக்களின் நலனைக் காப்பது அரசின் கடமை./ மாணவிகள் இருவரும் தங்கள் நடனத்தில் நன்கு உழைத்து அக்கறையுடன் ஆடினார்கள். **2: நீண்ட நாள் பயன்படுதல்;** (of things) last long; wear well. இந்தத் துணி நன்றாக உழைக்கும். **3:** (இலங்.) **(பணம்) சம்பாதித்தல்;** earn (money). அவர் மாதம் ஒன்றுக்கு இரண்டு லட்சம் ரூபாய் உழைக்கிறார்./ எவ்வளவு உழைத்தாலும் வாழ்க்கைச் செலவை என்னால் சமாளிக்க முடியவில்லை என்று நண்பர் புலம்பினார்.

உழை[2] பெ. (இசை) **(தமிழிசையில்) ஏழு ஸ்வரங்களில் நான்காவது ஸ்வரமான 'ம' வைக் குறிப்பது; மத்யமம்;** the fourth of the seven notes in an octave.

உழைப்பாளி பெ. **1: கடுமையாக வேலை செய்பவர்;** hard-working person. எங்கள் அலுவலகத்தில் இவர் நல்ல உழைப்பாளி என்பது எல்லோருக்கும் தெரியும். **2: தொழிலாளி;** labourer; worker. உழைப்பாளி வர்க்கம்.

உழைப்பு பெ. **1: கடுமையான வேலை அல்லது பணி;** hard work. உழைப்புக்கு ஏற்ற ஊதியம் இல்லை./ மூவாயிரம் ரூபாய் சம்பளத்துக்கு இவ்வளவு உழைப்பா? **2: கடும் முயற்சி;** great effort. அவருடைய உழைப்பால்தான் இந்த ஊரில் தொழிற்சாலை ஏற்பட்டது./ இந்த நாவலில் ஆசிரியரின் உழைப்பு நன்றாகத் தெரிகிறது. **3:** (இலங்.) **வருமானம்;** income. அவன் ஒரு உழைப்பும் இல்லாமல் கஷ்டப்படுகிறான்.

உழைமண் பெ. காண்க: **உவர்மண்.**

உள்[1] வி. (உ.வ.) **1: (ஓர் இடத்தில் ஒன்று அல்லது ஒருவர்) காணப்படுதல் அல்லது இருத்தல்;** be (present in a place or in sth.). அவன் கன்னத்தில் ஒரு மச்சம் உள்ளது./ தமிழில் சிறந்த சிறுகதை ஆசிரியர்கள் பலர் உள்ளனர்./ அந்தக் கருவியில் உள்ள சில பாகங்கள் வேலை செய்யாததால் அதை அப்படியே விட்டுவிட்டார்கள்./ கோயிலுக்கு எதிரில் நிறைய பூக்கடைகள் உள்ளன./ இந்தப் பிரச்சினையிலிருந்து தப்ப வழி உள்ளதா?/ அந்தப் புகைப்படத்தில் உள்ள பெண் யார்? **2: நிலையாக இருத்தல்;** be (in a place permanently); be situated; exist. இமயமலை இந்தியாவில் உள்ளது./ இந்த ஊர் மதுரை மாவட்டத்தில் உள்ளது./ இந்தத் தீவு கிழக்கில் உள்ளது. **3: குறிப்பிட்ட நிலையில் அல்லது முறையில் அல்லது வடிவில் அமைதல்;** be (in the specified condition or state). நீர் கலங்கலாக உள்ளது./ இந்தச் சேலை புதிதாக உள்ளதே?/ புதுமையான பெயராக உள்ளதே!/ அந்த மூட்டை கனமாக உள்ளதால் என்னால் தூக்க முடியவில்லை./ குழந்தைகளின் படிப்புக்காக நாங்கள் இருவரும் வேலைபார்க்க வேண்டியவர்களாக உள்ளோம். **4: (குறிப்பிடப்படும் இடத்தில் ஒருவர்) தங்குதல்; வசித்தல்;** stay; live or reside (in a place). அவர் பத்து வருடங்களாக மயிலாப்பூரில் உள்ளார்./ நாட்டின் மக்கள்தொகையில் 70 சதவீதம் மக்கள் கிராமத்தில் உள்ளனர். **5: (நான்காம் வேற்றுமை அல்லது ஏழாம் வேற்றுமை உருபு இணைந்த பெயர்ச்சொல்லுடன்) உடையதாக இருத்தல்; வைத்திருத்தல்; (குணம் முதலியவற்றை) கொண்டிருத்தல்;** (with dative or locative case) have; possess. அவருக்கு ஒரு வீடு உள்ளது./ குழந்தைக்கு இன்னும் காய்ச்சல் உள்ளது./ பூவில் மணம் உள்ளது./ நிறைய வேலைகள் உள்ளதால் அவனுடன் சினிமாவுக்கு வர முடியாது என்று அவள் கூறிவிட்டாள்./ எனக்கு உள்ள ஒரே பிரச்சினை நேரத்தை எப்படிக் கழித்துத் தீருவது என்பதுதான். **6: நினைவில் தங்குதல் அல்லது பதிதல்;** stay. அவனை நான் முதலில் சந்தித்த அந்த நாள் நன்றாக நினைவில் உள்ளது. **7: ஒன்று நிகழ்வதற்குக் குறிப்பிட்ட அளவு நேரம் எஞ்சுதல்;** remain. ரயில் கிளம்ப இன்னும் ஐந்து நிமிஷம் உள்ளது./ அமாவாசைக்கு இன்னும் எத்தனை நாட்கள் உள்ளன?

உள்[2] து.வி. **1: ஒரு செயல் கூடிய விரைவில் நிகழப்போவதைத் தெரிவிக்கப் பயன்படும் துணை வினை;** used to express that sth. is due in the near future. பிரதமர் வெளிநாடுகளுக்குப் போக உள்ளார்./ வரவுள்ள தேர்தலில் எங்கள் கட்சியை ஆதரியுங்கள். **2: முதன்மை வினை குறிப்பிடும் செயல் நிகழ்ந்துவிட்ட பிறகு அமையும் நிலையைத் தெரிவிக்கும் துணை வினை;** auxiliary verb used to change the main verb to the stative form. சட்டை கிழிந்துள்ளது./ ஆறு மாதத்தில் நீ நன்றாக பெருத்துள்ளாய்.

உள்[3] பெ. **அ.** (மூடியிருப்பது போன்ற அமைப்பு உடையவற்றில்) **1: (கட்டடம், பெட்டி போன்றவற்றின்) வெளிப்புறத்துக்கு எதிர்ப்புறம்;** inner side (of an enclosed space). மனைவியை எதிர்பார்த்து அவர் வாசலுக்கும் உள்ளுக்குமாக அலைந்துகொண்டிருந்தார்./ பெட்டி உள்ளுக்கு என்ன இருக்கிறது?. **2:** (வ.வ.) **(வீட்டின்) அறை;** room (of a house). சமையல் உள்ளைக் கழுவிவிட வேண்டும். **ஆ.** (மூடிய அமைப்பு இல்லாத பிறவற்றில்) **3: உடனே தெரியாதபடி தள்ளி அமைந்திருப்பது; ஒன்றிலிருந்து விலகிச் செல்வது;** (at a stated) distance away from. சாலையின் உள் தள்ளியிருக்கும் வீடுதான் அவருடைய வீடு./

நெடுஞ்சாலையிலிருந்து உள்ளாகச் செல்லும் பாதையில் ஒரு மைல் நடந்தால் அந்தக் கிராமம் வரும்.

உள்[4] பெ.அ. **அமைப்பின் பகுதியாக அமைந்த/ வெளித் தெரியாமல் இருக்கிற;** inner; internal. உள் பை/ உட்கட்சிப் பூசல்/ உட்குழு/ உட்பிரிவு/ உள் முரண்பாடு/ உள் ஜுரம்/ உள் ஒதுக்கீடு/ உட்கோட்டம்.

உள்[5] இ.சொ. 1: **(வேற்றுமை உருபு ஏற்பதற்குத் தக்க வாறு திரியும் வடிவத்திற்குப் பின் அல்லது நான்காம் வேற்றுமை உருபுக்குப் பின் சேர்க்கப்படும்போது) 'உள்பகுதி' என்ற பொருளை உணர்த்தும் ஏழாம் வேற்றுமைச் சொல்லுருபாகிய இடைச்சொல்;** particle, which when occurring after an oblique form or after a dative means 'inside'. நரி காட்டுக்குள் ஓடிவிட்டது./ காதுக்குள் ஏதோ குடைகிறது./ கிணற்றுக்குள் வாளி விழுந்துவிட்டது. 2: **(வேற்றுமை உருபு ஏற்பதற்குத் தக்கவாறு திரியும் வடிவத்திற்குப் பின் அல்லது நான்காம் வேற்றுமை உருபுக்குப் பின் சேர்க்கப்படும்போது) 'இடையில்' என்ற பொருளை உணர்த்தும் ஏழாம் வேற்றுமைச் சொல்லுருபாகிய இடைச்சொல்;** particle, which when occurring after an oblique form or after dative means 'between', 'among'. மாநிலங்கள் தம்முள் கொண்டிருக்கும் தொடர்பு./ உங்களுக்குள் என்ன தகராறு?/ குடும்பத்திற்குள் இருக்கும் பிரச்சினைகள் வெளியே தெரிவதில்லை./ நால்வருள் மூத்தவர் நல்லவர்/ நிர்வாகத்திற்குள் என்ன குழப்பம்?/ தம் பதியருக்குள் கோபதாபங்கள் இருக்கத்தான் செய்யும்./ வீட்டினுள் நடந்த சண்டை எல்லோருக்கும் தெரிந்துவிட்டது. 3: **('அது' ஈற்றுத் தொழிற்பெயரைத் தொடர்ந்து வரும் நான்காம் வேற்றுமைக்குப் பின்) ஒரு செயல் 'முடிவதற்கு முன்பு' என்ற பொருளில் பயன்படுத்தும் இடைச்சொல்;** particle, which when occurring after a dative following a verbal noun means 'before an action is completed'. நான் போவதற்குள் கூட்டம் முடிந்துவிட்டது./ நான் வருவதற்குள் நீ ஏன் போனாய்?/ நான் மதுரையை அடைவதற்குள் எனக்குத் தகவல் வந்துவிட்டது. 4: **(மணி, நாள் போன்ற காலத்தைக் குறிக்கும் பெயர்ச்சொற்களுடன் சேர்ந்து) குறிப்பிடப்படும் 'காலப் பகுதி முடிவதற்கு முன்பு' என்ற பொருளில் பயன்படுத்தும் இடைச்சொல்;** particle, which when occurring with words denoting time means 'before the end of a specified period'. பத்து மணிக்குள் வீட்டுக்கு வந்துவிடுவேன்./ இரண்டு நாளைக்குள் பணம் ஏற்பாடு செய்துவிட முடியுமா?/ இந்திய அரசியலில் ஒரு வருடத்திற்குள் நல்ல திருப்பத்தை எதிர்பார்க்கலாம்./ அடுத்த தேர்தலுக்குள் கட்சி உடைந்து விடும்.

உள் அர்த்தம் பெ. *(பே.வ.)* **எளிதில் புரிந்துகொள்ள முடியாத பூடகமான பொருள்;** hidden meaning. அவர் சொல்வதில் ஏதோ உள் அர்த்தம் இருக்க வேண்டும்./ நான் சொல்வதற்கெல்லாம் ஒரு உள் அர்த்தம் கற்பித்துக் கொள்ளாதே.

உள் இழைப்பு பெ. *(மண்.)* **(பானை, சட்டி போன்றவற்றில்) வாய்ப் பகுதியின் உட்புறத்தில் கம்பிபோலப் போடப்படும் வட்டக் கோடு;** thread shaped behind the lip at the head of an earthenware vessel.

உள் ஒதுக்கீடு பெ. *(பு.வ.)* **(சமூக ரீதியிலும் கல்வி நிலையிலும் பின்தங்கியிருப்பதாகக் கருதப்படும் வகுப்பினருக்குக் கல்வி, வேலைவாய்ப்பு முதலியவற்றில்) அரசு ஏற்கனவே செய்திருக்கும் இட ஒதுக்கீட்டிலேயே குறிப்பிட்ட உட்பிரிவினருக்கு இத்தனை சதவீதம் என்று பிரித்துத் நிர்ணயிக்கும் ஏற்பாடு;** Special Reservation.

உள்கட்டமைப்பு பெ. **மக்கள் வசிக்க அல்லது தொழில் நடத்தத் தேவையான மின் இணைப்பு, நீர், சாலை, தொலைதொடர்பு போன்ற அடிப்படை வசதிகள்;** infrastructure. சென்னை நகரின் உள்கட்டமைப்பை மேம்படுத்துவதற்கு உலக வங்கி நிதி உதவி வழங்குமா?/ உள்கட்டமைப்பு வசதிகளைப் பெருக்குவதன் மூலமே தொழில் துறையில் முதலீட்டை ஈர்க்க முடியும்.

உள்கட்டுமானம் பெ. காண்க: **உள்கட்டமைப்பு.**

உள்காது பெ. **ஒலிகளைக் கேட்டல், உடலைச் சமநிலையில் வைத்திருத்தல் ஆகியவற்றைச் செயல்படுத்தும் காதின் உட்பகுதி;** inner ear.

உள்காயம் பெ. **அடிபட்டாலும் இரத்தம் கசியாமலோ, சதை கிழியாமலோ இருந்து, தோல் கன்றிச் சிவந்து அழற்சிக்கு உள்ளான நிலை;** bruise.

உள்குத்தகை பெ. **வீடு, நிலம் போன்றவற்றைக் குத்தகைக்கு அல்லது வாடகைக்குப் பெற்ற ஒருவர் அதை மற்றொருவருக்கு மொத்தத்தையோ ஒரு பகுதியையோ மீண்டும் வாடகைக்கு அல்லது குத்தகைக்கு விடும் செயல்;** sublease; sublet.

உள்குத்து பெ. **(ஒரு நிகழ்வின் விளைவை மேம்போக்காகப் பார்க்கும்போது தோன்றும் காரணம் உண்மையானதாக இல்லாமல்) உள்நோக்கத்துடனும் பாரபட்சமாகவும் நடக்கும் பூடகமான செயல்பாடு;** a fishy happenning with a dishonest motive. 'திடீரென்று எப்படி இவரைத் தலைவராக்கினார்கள்?' 'இதில் ஏதோ உள்குத்து இருக்கிறது.'

உள்கை பெ. **(சட்டவிரோதச் செயல்களுக்கு) பிறர் அறியாமல் இருந்து உதவி செய்பவர்; கையாள்;** accomplice. திருடர்களுக்கு நிறுவன ஊழியரே உள்கையாக இருந்திருக்கிறார்.

உள்சாதி பெ. **ஒரு சாதியின் உட்பிரிவு;** sub-caste. நாங்களும் அவர்களும் ஒரே சாதியைச் சேர்ந்தவர்களாக இருந்தாலும் வெவ்வேறு உள்சாதியைச் சேர்ந்தவர்கள்.

உள்தகர்ப்பு முறை பெ. *(பு.வ.)* **பெரிய கட்டடம், பாலம், கோபுரம் முதலியவற்றின் முக்கியமான இடங்களில் வெடிமருந்தை வைத்து எல்லா இடங்களிலும் அதை ஒரே நேரத்தில் வெடிக்கச் செய்து, சில நொடிகளில் அமைப்பின் மையப் பகுதியில் அமைப்புகள் இடிந்து விழுவது போலவும் அருகில் உள்ள கட்டமைப்புகளுக்குப் பாதிப்பு ஏற்படாத வகையிலும் மேற்கொள்ளும் தகர்ப்பு முறை;** implosion.

உள்தரகு பெ. **ஒப்பந்த விலைக்கு மேலாக ஒரு விலையை வாங்குபவரிடம் சொல்லி, விற்பவர் வாங்குபவர் இருவருக்கும் தெரியாமல் தரகர் எடுத்துக்கொள்ளும் தொகை;** sum in excess of the agreed price appropriated by the broker without both the seller and the buyer knowing it.

உள்துறை பெ. **ஒரு நாட்டின் அல்லது ஒரு மாநிலத்தின் சட்டம், ஒழுங்கு முதலியவற்றுக்குப் பொறுப்பாக இருக்கும் அரசுத்துறை;** Home Ministry; Home department.

உள்நாக்கு பெ. **உள்வாயின் குழிந்த மேல்புறத்தின் முடிவில் தொங்கும் சிறு சதை;** uvula.

உள்நாடு பெ. *(பெரும்பாலும் பெயரடையாக)* **ஒரு நாட்டின் எல்லைகளுக்கு உட்பட்ட பகுதி;** inland; internal. உள்நாட்டு விவகாரங்களைக் குறித்து அயல்நாடுகள் கருத்துச் சொல்வது மரபு அல்ல./ உள்நாட்டு அஞ்சல் கட்டணம் உயர்கிறது./ உள்நாட்டுப் போக்குவரத்து வசதிகள்.

உள்நீச்சல் பெ. **நீரின் மேற்பரப்பில் அல்லாமல் உள்ளுக்குள்ளேயே நீந்தும் செயல்;** underwater swimming. உள்நீச்சல் போட்டு அக்கரைவரைக்கும் போய்விடுவேன்.

உள்நோக்கம் பெ. **(ஒரு செயலைச் செய்பவர் மற்றவருக்குத் தெரியாத வகையில்) உள்ளூரக் கொண்டிருக்கும் (கெட்ட) எண்ணம்;** ulterior motive; hidden intention. அவன் ஏதோ ஓர் உள்நோக்கத்துடன்தான் உன்னுடன் பழகுகிறான்.

உள்நோயாளி பெ. **மருத்துவமனையிலேயே தங்கிச் சிகிச்சை பெறுபவர்;** inpatient. இந்த மருத்துவமனையில் நாற்பத்தெட்டுப் படுக்கைகள் கொண்ட உள்நோயாளிகள் பிரிவு உண்டு.

உள்பட இ.சொ. காண்க: **உட்பட**.

உள்படம் பெ. **ஒரு பெரிய படத்தின் ஒரு பகுதியைக் காட்டக் கட்டம் கட்டி அதனுள் தரப்படும் சிறிய படம்;** inset. உலகப் படத்தை முழுப் பக்கத்திற்குக் கொடுத்து அதில் உள்படமாக ஆப்கானிஸ்தானைக் காட்டியிருந்தார்கள்./ நாடாளுமன்றத்தின் முன்பக்கத் தோற்றம். (உள்படம்) சுடப்பட்ட தீவிரவாதி.

உள்பாடு பெ. *(இலங்.)* **(ஒன்றின்) உட்பக்கம்;** inside. சட்டையின் உள்பாட்டில் ஊத்தை பட்டுவிட்டது./ ஏன் உள்பாட்டாகப் படலைப் போட்டுள்ளாய்?

உள்பாவாடை பெ. **பெண்கள் உள்ளாடையாக அணியும் பாவாடை;** skirt (over which the saree is worn).

உள்பேரம் பெ. **ஒரு நிறுவனத்தின் விவரங்கள் பொது மக்களுக்குத் தெரியாத நிலையில் அந்த விவரங்களைப் பயன்படுத்தி நிறுவனத்தின் பங்குகளை இயக்குநர்கள், ஊழியர்கள் போன்றவர்கள் வாங்கி, விற்கும் சட்டவிரோதமான செயல்;** inside trading.

உள்பேர (வர்த்தகம்) பெ. காண்க. **உள்பேரம்.**

உள்மனம் பெ. **1: (ஒருவரை) எச்சரிக்கும் உணர்வு; உள்ளுணர்வு;** instinct. **2:** *(உள.)* **அடிமனம்;** the subconscious.

உள்முற்றம் பெ. *(ஊரக வ.)* **சமையல் அறையில் தண்ணீர் புழங்கவும் பாத்திரம் கழுவவும் அமைக்கப்படும் சிறிய முற்றம்;** place in the kitchen open to the sky for handling water or cleansing vessels. சாப்பிட்ட தட்டுகளை உள்முற்றத்தில் போட்டுவிடவா?

உள்வட்டச் சாலை பெ. **(பெரும்பாலும் நகரத்தின் உள்ளே) எல்லா இடங்களையும் தொடர்புபடுத்துவது போல அமைந்திருக்கும் வட்டமான சாலை;** inner ring road.

உள்வாங்கு வி. *(உள்வாங்க, உள்வாங்கி)* **1: (ஒன்றை எல்லையாக வைத்துக்கொண்டு பார்க்கும்போது அந்த எல்லையிலிருந்து ஒன்று) தள்ளி அமைதல்;** be off (the stated place or mark); recede. அந்தச் சின்ன அறையை ஒட்டி உள்வாங்கியிருந்தது சமையல் அறை. **2: (ஒருவருடைய கண், உதடு முதலியவை) உள்ளே அமுங்கிக் காணப்படுதல்;** (of eyes, lips, etc.,) be sunken. உடல் மெலிந்து, கண்கள் உள்வாங்கி, பார்க்கவே அவன் பரிதாபமாக இருந்தான். **3: (மெத்தை போன்றவை அழுத்தத்தால்) உள்ளே அமுங்குதல்;** (of mattress, etc.,) sink. அவன் உட்கார்ந்ததும் அந்த மெத்தை உள்வாங்கியது. **4: (கருத்து முதலியவற்றை) கிரகித்தல்;** get; grasp; digest. இருத்தலியல் தத்துவத்தை முழுமையாக உள்வாங்கியிருந்தால் மட்டுமே இந்த நாவலைப் புரிந்துகொள்ள முடியும். **5: (கடல்நீர் இயல்பான கரைப் பகுதியிலிருந்து) பின்னே செல்லுதல்; பின்னோக்கி வடிதல்; பின்வாங்குதல்;** (of sea water) recede. சுனாமி வருவதற்கு முன் கடல் வெகு தூரம் உள்வாங்கியது.

உள்வாடகை பெ. **ஒருவர் தான் வாடகைக்கு இருக்கும் இடத்தை அல்லது அதன் ஒரு பகுதியை இன்னொருவருக்கு வாடகைக்கு விடும் முறை;** the act of subletting. வீட்டுக்காரரின் அனுமதி இல்லாமல் வாடகை வீட்டை உள்வாடகைக்கு விடுதல் சட்டப்படி குற்றமாகும்.

உள்வாரி பெ. *(இலங்.)* **கலாசாலை, கல்லூரி போன்றவற்றில் முழுநேரக் கல்வி பயிலும் முறை;** being a regular student. உள்வாரி மாணாக்கர்/ உள்வாரிப் பட்டதாரி/ உள்வாரி மாணவர்களுக்கான தேர்வு தொடங்கிவிட்டது./ உள்வாரிப் பட்டப்படிப்பில் இம்முறை குறைந்த தொகையே சேர்ந்தனர்.

உள்விளையாட்டு அரங்கு பெ. காண்க: **உள்ளரங்கம்.**

உள்வீட்டு வேலை பெ. *(இலங்.)* **ஒருவர் மற்றவருக்குத் தெரியாமலும் எதிராகவும் செய்யும் செயல்;** covert act. நம் ஒழுங்கையிலேயே இப்படி நடந்திருக்கிறதென்றால் இது உள்வீட்டு வேலையாகத்தான் இருக்கும்.

உள்ள பெ.அ. பார்க்க: **உள்**[1]; see **உள்**[1].

உள்ளக்கிடக்கை பெ. *(உ.வ.)* **(ஒருவர்) உள்ளூர வைத்திருக்கும் ஆசை, செய்ய விரும்புவது முதலியவை;** latent or hidden desire; intention. ஊருக்குப் போக வேண்டும் என்ற என் உள்ளக்கிடக்கையைப் புரிந்துகொண்டவர் போல் நண்பர் பேசினார்.

உள்ளங்கால் பெ. **பாதத்தின் அடிப்பகுதி;** sole (of the foot). உள்ளங்காலில் முள் தைத்துவிட்டது. *(பார்க்க, படம்: உடல்)*

உள்ளங்கை பெ. **விரல்களின் அடியிலிருந்து மணிக்கட்டுவரையில் உள்ள கைப் பகுதியின் உட்பக்கம்;** palm (of the hand). உள்ளங்கையில் மருதாணி இடலாம், புறங்கையில் பச்சை குத்தலாம். *(பார்க்க, படம்: உடல்)*

உள்ளடக்கம் பெ. **1: (எழுதப்பட்ட அல்லது பேசப்பட்ட) பொருள்;** content; message. இந்தக் கவிதையின் நடையைப் பாராட்டுகிற அளவுக்கு உள்ளடக்கத்தைப் பாராட்ட முடியவில்லை. **2: பொருளடக்கம்;** table of contents (in a book). யார்யார் கட்டுரை எழுதியிருக்கிறார்கள் என்பது உள்ளடக்கத்தைப் பார்த்தால் தெரிந்துவிடும்.

205 உள்ளாளி

3: (கைபேசி, கணினி போன்ற மின்னணுச் சாதனங்கள் தொடர்பாக வரும்போது) **நினைவகத்தில் பதிவாகியிருக்கும் தொலைபேசி எண்கள், தனிப்பட்ட தகவல்கள், செயலிகள், மின்னஞ்சல்கள், கடவுச்சொற்கள் போன்ற தகவல் தொகுப்புகள்;** (personal) content (stored in a mobile phone, computer, etc.,). ஒரு கைபேசியின் உள்ளடக்கத்தை வேறு சாதனத்துக்கு மாற்றுவதில் உள்ள சிரமங்கள் வழக்கமானவை.

உள்ளடக்கு வி. (-அடக்க, -அடக்கி) 1: **(பல கூறுகளை) கொண்டிருத்தல்;** include; contain; consist of. அடிப்படை வசதி என்பது குடிநீர், வடிகால், மின்சாரம் ஆகிய வசதிகளை உள்ளடக்கும்./ நாட்டியம் என்பது பல கூறுகளை உள்ளடக்கிய மிகப் பழமையான கலை./ தமிழின் இப்போதைய வரிவடிவம் வீரமாமுனிவரால் செய்யப்பட்ட பல மாற்றங்களை உள்ளடக்கியது. 2: **(வரம்பு, வரையறை போன்றவற்றுக்கு ஒன்றை) உட்பட்டதாக ஆக்குதல்;** comprise. சொத்து என்னும் சொல் அசையும் சொத்து, அசையாச் சொத்து, பணம் ஆகியவற்றை உள்ளடக்கும்.

உள்ளடங்கு வி. (-அடங்க, -அடங்கி) 1: **(ஒன்றில் பல கூறுகள்) அமைந்திருத்தல்;** be included in sth. எங்கள் செயல்திட்டத்தில் நூல்களை வெளியிடுவதும் தரவுகளை ஆவணப்படுத்துவதும் உள்ளடங்கும்./ இந்தப் பட்டியலில் பல துறைகளைச் சார்ந்த வல்லுநர்களும் உள்ளடங்குவார்கள். 2: **(ஒன்றில் குறிப்பிட்ட தன்மை அல்லது பொருள்) பொதிந்திருத்தல்;** be inherent in sth. தலைப்புகளைக் கொண்டே கட்டுரைகளில் உள்ளடங்கிய செய்திகளை ஊகிக்கவைப்பது ஒரு திறமை./ முன்னோர் எழுதிய நூல்களின் உள்ளடங்கிய கருத்துகளைச் சீர்தூக்கிப் பார்ப்பதில் தவறில்லை. 3: **(குறிப்பிட்ட ஓர் இடத்திலிருந்து) சற்றுத் தள்ளி அமைதல்;** be a little removed or withdrawn from sth. சாலையிலிருந்து உள்ளடங்கி அமைந்திருந்தது அந்த வீடு./ சற்று உள்ளடங்கி அழகாய்த் தெரிந்த கீழ் உதடு. 4: **(குரல்) தாழ்தல்;** be deep within. அவருடைய குரல் உள்ளடங்கி ஒலித்தது.

உள்ளடி பெ. காண்க: **உள்குத்து.**

உள்ளடு வி. (உள்ளட, உள்ளட்டு) (இலங்.) 1: **(ஓர் இடத்தின்) உள்ளே நுழைதல்;** enter (a premises, building, etc.,). வீட்டுக்குள் உள்ளட்ட நாய் சமையலறைக்குள் சென்றது. 2: **(ஒரு நிகழ்ச்சி, பிரச்சினை போன்றவற்றில்) குறுக்கிடுதல்; தலையிடுதல்;** interfere. உனது குடும்பப் பிரச்சினையில் நான் வந்து உள்ளட்டால் நன்றாக இருக்காது.

உள்ளது பெ. **உண்மை/உண்மையில் நடந்தது;** truth/fact. காவல்துறையினரிடம் உள்ளதைச் சொல்லிவிடுவது நல்லது./ உள்ளதை மறைக்காதே.

உள்ளநாள் பெ. (இலங்.) 1: **எப்போதும்;** always. விடுமுறை என்றால் உள்ளநாள் எல்லாம் விளையாடலாம்./ குழந்தை ஏன் உள்ளநாள் பூராவும் அழுதுகொண்டிருக்கிறது? 2: **(ஓய்வாக உள்ள) நேரம்;** available (time, day, etc.,). உள்ளநாள் பூராவும் அவர் வாசித்துக்கொண்டேயிருப்பார்.

உள்ளப்பாங்கு பெ. காண்க: **உளப்பாங்கு.**

உள்ளபடி வி.அ. **உண்மையான நடப்புப்படி; உண்மை நிலவரப்படி;** in truth; in fact. உள்ளபடி சொல்வதாக இருந்தால் உங்கள்மேல் அவருக்குக் கோபம்./ உள்ளபடி எனக்கு இதைப் பற்றி எதுவும் தெரியாது.

உள்ளம் பெ. **மனம்;** mind; heart. இவை என் உள்ளத்தில் தோன்றிய எண்ணங்கள்./ அவன் இத்தகைய பரிவு உள்ளம் உடையவனாக இருப்பான் என்று நினைக்கவில்லை./ இந்தக் காதல் கதை இளைஞர்களின் உள்ளங்களைக் கவரும்.

உள்ளரங்கம் பெ. **(விளையாட்டுப் போட்டிகளை நடத்துவதற்கு) மேற்கூரை போடப்பட்ட பெரிய அரங்கம்;** indoor stadium. கூடைப்பந்து போட்டி நேரு உள்ளரங்கத்தில் நடைபெறும்./ ஆயிரம் பேர் அமரக் கூடிய அளவில் புதிய உள்ளரங்கம் சென்னையில் கட்டப்பட்டுள்ளது.

உள்ளரங்கு பெ. காண்க: **உள்ளரங்கம்.**

உள்ளன் பெ. (இலங்.) **சுமார் முக்கால் மீட்டர் நீளத்தில் உருண்டையாகவும் சதைப்பற்றோடும் இருக்கும், (உணவாகும்) வெளிர் நீல நிறக் கடல் மீன்;** kind of edible sea fish, light blue in colour, approximately three quarters of a metre in length, cylindrical in shape and fleshy.

உள்ளன்போடு வி.அ. **மனம் நிறைந்த அன்புடன்;** whole heartedly. தன் வீடு தேடி வந்த வாசகர்களை உள்ளன்போடு வரவேற்று உபசரிக்கும் பாங்கு அவரைத் தவிர வேறு யாருக்கும் வராது./ அவர் உள்ளன்போடு எனக்கு இதைப் பரிசாக அளித்தார்.

உள்ளாக்கு வி. (உள்ளாக்க, உள்ளாக்கி) **(உணர்ச்சிக்கு அல்லது ஒரு நிலைக்கு) ஆளாக்குதல்;** subject (s.o.) to (an emotion, a state, etc.,). மாணவன் கூறிய பதில் ஆசிரியரை வியப்புக்கு உள்ளாக்கியது./ சமீபத்தில் பெய்த பலத்த மழை விவசாயிகளைப் பெரிதும் பாதிப்புக்கு உள்ளாக்கியிருக்கிறது./ பண்டைய சமூக மதிப்பீடுகள் சில இன்று கேள்விக்கு உள்ளாக்கப்படுகின்றன.

உள்ளாகு வி. (உள்ளாக, உள்ளாகி) **(ஓர் உணர்ச்சிக்கு அல்லது ஒரு நிலைக்கு) ஆளாகுதல்;** become subjected to (an emotion, state, etc.,). இளமையில் பல துன்பங்களுக்கு உள்ளாகி இன்று இந்த நிலைக்கு வந்திருப்பவர்./ ஓட்டுநரின் திறமையால் பேருந்து விபத்துக்கு உள்ளாகாமல் தப்பியது.

உள்ளாட்சி பெ. **கிராமம் போன்ற சிறு ஊர்களிலும் நகரம் போன்ற பெரிய ஊர்களிலும் வசிப்பவர்கள் தங்கள்தங்கள் ஊருக்கான நிர்வாகத்தைப் பிரதிநிதிகள்மூலம் நடத்தும் முறை;** local government.

உள்ளாடை பெ. **உடலில் முதலில் அணியும் ஆடை; வெளியில் தெரியும் ஆடைக்கு உள்ளே இருக்கும் ஆடை;** undergarment.

உள்ளார்ந்த பெ.அ. (உ.வ.) **உள்ளே இயற்கையாக அமைந்துள்ள; உட்பொதிந்துள்ள;** intrinsic to sth.; latent. கவிதையின் உள்ளார்ந்த இயல்புகள்/ பேச்சின் உள்ளார்ந்த கருத்து.

உள்ளாளி பெ. (ஊரக வ.) **வண்டிச் சக்கரம் அச்சின் உள்ளே உருளும்போது, சக்கரத்தின் மையமான மரத்தால் ஆன குடம் தேய்ந்துவிடாமல் இருக்க, அதில்**

உள்ளாற்றல் 206

பொருத்தப்படும் சிறிய இரும்புக் குழாய்; steel hub in a cart wheel. வண்டியின் இடது சக்கர உள்ளாளி தேய்ந்து விட்டது.

உள்ளாற்றல் பெ. **(ஒருவரின்) உள்ளே அடங்கியிருக்கும் வெளிப்படாத திறன்;** potential. மாணவர்களின் உள் ளாற்றலைத் தூண்டும் வகையில் கல்வித் திட்டம் அமைய வேண்டும்.

உள்ளான் பெ. 1: **(நீர்நிலைகளில் காணப்படும்) வாலை ஆட்டியபடி தலையை மேலும்கீழும் அசைத்துக் கொண்டிருக்கும், கரும்பழுப்பு கலந்த சாம்பல் நிறப் பறவை;** common sandpiper. 2: **(சேற்றில் ஆழமாகத் துழாவுவதற்கு ஏற்ற) நீண்ட, குறுகிய அலகைக் கொண்ட சதுப்பு நிலப் பறவை;** snipe.

உள்ளி பெ. 1: **வெள்ளைப்பூண்டு;** garlic. 2: *(ஊரக வ.)* **சிறு வெங்காயம்; ஈருள்ளி;** onion (of the smaller variety).

உள்ளிக்காய் பெ. *(வ.வ.)* காண்க: **உள்ளித்தேங்காய்.**

உள்ளிட்ட இ.சொ. **'கூறப்பட்ட ஒருவரோ ஒன்றோ அல்லது மேற்பட்டவர்களோ மேற்பட்டவையோ சேர்ந்த' என்ற பொருளில் பயன்படுத்தப்படும் இடைச் சொல்;** particle used to mean 'inclusive of'; 'including'. தலைமையாசிரியர் உள்ளிட்ட எல்லா ஆசிரியர்களும் கல்வி அமைச்சரைச் சந்தித்தனர்./ உத்தரப்பிரதேசம் உள்ளிட்ட இந்தி பேசும் மாநிலங்களில் இந்தக் கட்சிக்கு ஆதரவு உள்ளது.

உள்ளிட்டு இ.சொ. **'உட்பட' என்ற பொருளில் பயன் படுத்தப்படும் இடைச்சொல்;** particle connecting two phrases used in the sense of 'including'.

உள்ளிடு[1] வி. *(உள்ளிட, உள்ளிட்டு)* **கணிப்பொறியில் சேமிக்க விரும்பும் தகவல்களை விசைப் பலகையில் தட்டிப் பதிவு செய்தல்;** key in (the data in a computer). இந்தக் கேள்விக்கான பதில்களை எங்கள் இணையதளத்தில் உள்ளிடலாம்.

உள்ளிடு[2] வி. *(உள்ளிட, உள்ளிட்டு) (இலங்.)* **(ஓர் இடத் தில்) நுழைதல்;** enter (a place). வீட்டில் உள்ளிட்டதும் பிரச்சினையை ஆரம்பித்துவிட்டீர்களா?/ அவர் உள்ளிட்டு நல்ல முடிவை எடுக்கவைத்தார்./ ராணுவம் அப்பிர தேசத்தில் உள்ளிட்டுவிட்டதாம்./ இவன் எங்கு உள்ளிட் டாலும் பிரச்சினையை உருவாக்கிவிடுவான்.

உள்ளித்தேங்காய் பெ. *(ஊரக வ.)* **உள்ளீடற்ற தேங் காய்;** coconut with diseased flesh or without flesh. இந்த மரத்தில் பறித்த காய்களில் பாதிக்கு மேல் உள்ளித் தேங்காயாக இருக்கிறதே!

உள்ளிப்பூண்டு பெ. **வெள்ளைப்பூண்டு; உள்ளி;** garlic.

உள்ளிருப்புப் பயிற்சி பெ. **கல்வி நிறுவனங்களில் படிக்கும்போது அல்லது படிப்பின் ஒரு பகுதியாகத் தொழில் அனுபவம் பெறுவதற்கான நேரடிப் பயிற்சி;** internship. உள்ளிருப்புப் பயிற்சி மருத்துவ மாணவர் களுக்கு வழங்கப்பட்டுவந்த ஊக்கத் தொகை அதிகரிக்கப் பட்டுள்ளது.

உள்ளிருப்புப் போராட்டம் பெ. காண்க: **உள்ளிருப்பு வேலைநிறுத்தம்.**

உள்ளிருப்பு வேலைநிறுத்தம் பெ. **பணியாளர்கள் பணியிடத்தின் உள்ளேயே தங்கியிருந்து நடத்தும் வேலைநிறுத்தம்;** a form of protest where the employees stay on the premises of the workplace and go on strike; (in India) stay-in-strike.

உள்ளீடு பெ. 1: **(ஒன்றுக்கு) திண்மையைத் தரும் வகையில் உள்ளே இருக்கும் பொருள்;** (the hard) core or material (that gives solidity). மூங்கிலும் தாமரைத் தண்டும் உள்ளீடு இல்லாதவை. 2: **(கதை, கவிதை முதலிய வற்றின்) பொருள்; உள்ளடக்கம்;** content (of a story, poem, etc.,); matter. கவிதையின் உள்ளீடும் வடிவமும்.

உள்ளீடு செய் வி. *(செய்ய, செய்து)* காண்க: **உள்ளிடு**[1].

உள்ளுக்கு வி.அ. **(மாத்திரை, மருந்து முதலியவற்றை) வாய் வழியாக வயிற்றுக்குள் செல்லுமாறு;** (of drugs) orally. நாட்டு வைத்தியர் வெளியே தடவிக்கொள்ளவும் உள்ளுக்குச் சாப்பிடவும் மருந்து கொடுத்தார்.

உள்ளுக்குள் வி.அ. 1: **மனத்தின் அடித்தளத்தில்; மனத் திற்குள்;** within (oneself); deep down. அப்பாவிடம் பொய் சொல்ல நேரிட்டபோது உள்ளுக்குள் பயமாகத் தான் இருந்தது./ வருத்தப்படுவதாக வெளியில் காட்டிக் கொண்டாலும் அவருக்கு உள்ளுக்குள் மகிழ்ச்சிதான். 2: **உள்ளே;** inside. மாம்பழம் உள்ளுக்குள் அழுகியிருந்தது./ மூச்சை மெதுவாக உள்ளுக்குள் இழுக்கவும்.

உள்ளுடன் பெ. *(இலங்.)* **(கொழுக்கட்டை போன்ற வற்றின் உள்ளே வைத்துத் தயாரிக்கும்) பூரணம் போன்ற உள்ளீடு;** filling (of கொழுக்கட்டை, etc.,). மோதகத்தின் உள்ளுடனுக்கு இனிப்பு பத்தாது.

உள்ளுடை பெ. காண்க: **உள்ளாடை.**

உள்ளுணர்வு பெ. **(காரணம் தெரியாவிட்டாலும் ஒரு நிகழ்ச்சி நடக்கப்போவதை) மனம் தானே உணரும் திறன்;** intuition; instinct. ஏதோ ஆபத்து காத்திருப்பதை உள் ளுணர்வு உணர்த்தியது./ உன் உள்ளுணர்வை மதித்து நட!

உள்ளும்புறமும் வி.அ. *(உ.வ.)* **முழுமையாக; முற்றாக;** in and out; thoroughly. அவரை உள்ளும்புறமும் நன்கு அறிந்தவர்கள் ஒருசிலரே.

உள்ளுறுப்பு பெ. **உடலின் உள்ளே இருக்கும் உறுப்பு;** internal organ. மனித உடலின் உள்ளுறுப்புகளைப் படம் வரைந்து பாகங்களை விளக்குக.

உள்ளுறை[1] பெ. 1: **(சங்க இலக்கிய அகப் பாடல்களில்) வெளிப்படையாக ஒப்பிடாமல் பொருளைக் குறிப் பால் உணர்த்தும் உவமை;** (in அகம் poems of the classical Tamil literature) implicit simile; symbolic imagery. 2: **(நூலின்) உள்ளடக்கம்;** content (of a book).

உள்ளுறை[2] பெ.அ. **உள்ளார்ந்த;** intrinsic; latent. மனிதனின் உள்ளுறை ஆற்றல்கள்.

உள்ளுறை வெப்பம் பெ. *(இயற்.)* **ஒரு திடப்பொருள் திரவ நிலையை அல்லது திரவம் வாயு நிலையை அடையும்போது வெப்பநிலையில் மாற்றம் இல்லா மல் அது உள்வாங்கும் அல்லது வெளிவிடும் வெப்பச் சக்தி;** latent heat.

அ ஆ இ ஈ உ ஊ எ ஏ ஐ ஒ ஓ ஔ ஃ

உள்ளூர் பெ. **குறிப்பிடப்படும் ஊரும் அதைச் சார்ந்த பகுதிகளும்;** hometown; that which is local. மேற்படிப்பைத் தொடர்வதற்கு வசதியாக உள்ளூரிலேயே கல்லூரி இருக்கிறது./ உள்ளூர் நிலவரம் தெரியாமல் பேசாதே!/ உள்ளூர் தொலைபேசிக் கட்டணம்.

உள்ளூர் வரி பெ. **பொருள்களின் மீது உள்ளாட்சி நிர்வாகமோ மாநில அரசோ விதிக்கும், விற்பனை வரி போன்ற வரி;** tax levied on commodities by the state government or local bodies.

உள்ளூர் விடுமுறை பெ. **(திருவிழா போன்றவை நடக்கும்) குறிப்பிட்ட பகுதிக்கு மட்டும் அரசு அறிவிக்கும் விடுமுறை;** local holiday. கருட சேவையை முன்னிட்டு வரும் 24ஆம் தேதி காஞ்சிபுரம் மாவட்டத்தில் உள்ளூர் விடுமுறை அறிவிக்கப்பட்டிருக்கிறது./ இந்தியாவுக்கும் இங்கிலாந்துக்கும் இடையேயான நான்காவது ஒரு நாள் போட்டியை முன்னிட்டு, சென்னையில் உள்ளூர் விடுமுறை அறிவிக்கப்பட்டுள்ளது.

உள்ளூர வி.அ. **உள்ளுக்குள்;** deep down in one's mind. உள்ளூர அவர் பட்ட வேதனை அவருக்குத்தான் தெரியும்.

உள்ளே[1] வி.அ. **1: 'வெளியே' என்று கூறுவதற்கு மாறான பக்கத்தில்; உட்பகுதியில்;** inside; in (opposite to outside, out or open). ஜன்னல் வழியாக உள்ளே குதித்தான்./ கதவை உள்ளே தாழிட்டுக்கொண்டாள். **2: உடலின் பகுதியாக அமைந்து வெளியே தெரியாத உணவுக்குழல், வயிறு போன்றவற்றின் உட்பகுதியில்;** in. பீடியைப் பற்றவைத்துப் புகையை உள்ளே இழுத்தான்./ ஒருவாய் சோறு உள்ளே போனதும்தான் தெம்பு வந்தது. **3:** (பே.வ.) **சிறையில்;** in prison. அந்த ரவுடி உள்ளே இருந்துவிட்டு நேற்றுதான் விடுதலையாகி வந்தான்./ 'அதிகம் பேசினால் உள்ளே தூக்கிப்போட்டுவிடுவேன்' என்று காவல்துறை அதிகாரி என்னை மிரட்டினார்.

உள்ளே[2] இ.சொ. காண்க: **உள்[5]**.

உள்ளே தள்ளு வி. (தள்ள, தள்ளி) **(ஒருவரை) சிறைக்கு அனுப்புதல்;** put s.o. behind bars. நீ செய்த தப்பை அவர் வெளியே சொன்னால், அவ்வளவுதான்! உன்னை உள்ளே தள்ளிவிடுவார்கள்./ அவன் மீது பொய்க்குற்றம் சுமத்தி, நிர்வாகம் அவனை உள்ளே தள்ளப்பார்க்கிறது.

உளத்தாங்கல் பெ. (இலங்.) **மனவருத்தம்;** feeling of sadness or regret. அவர் இப்படிக் கதைத்தது எனக்குப் பெரும் உளத்தாங்கலை ஏற்படுத்தியது./ அவனிடம் எல்லாவற்றையும் சொல்லாதீர்கள், வீண் உளத்தாங்கலை ஏற்படுத்தும்.

உளநூல் பெ. (அ.வ.) **1: உளவியல்;** psychology. உளநூல் வல்லுநர்கள். **2: உளவியல் நூல்;** treatise on psychology.

உளப்பகுப்பாய்வு பெ. **ஒருவருடைய பிரச்சினைகளுக்குத் தீர்வு காண அவருடைய உணர்ச்சிகளையும் நடத்தையையும் அவரே புரிந்துகொள்ளும் வகையில் தரப்படும் உளவியல் சிகிச்சை முறை;** psychoanalysis.

உளப்படுத்து வி. (உளப்படுத்த, உளப்படுத்தி) (உ.வ.) **(ஒரு பகுப்பில்) உட்படுத்துதல்;** include (in a classification). 'நாம்' என்பது கேட்பவரையும் உளப்படுத்திக் கூறும் தன்மைப் பன்மையாகும்.

உளப்பாங்கு பெ. (உ.வ.) **மனப்பாங்கு; மனப்பான்மை;** attitude; mentality. அவரவர் உளப்பாங்கைப் பொறுத்து விளக்கம் வேறுபடுகிறது.

உளப்பு வி. காண்க: **உழப்பு**.

உளம் பெ. (உ.வ.) காண்க: **உள்ளம்**.

உளவறி வி. (-அறிய, -அறிந்து) (உ.வ.) காண்க: **உளவு பார்**.

உளவாளி பெ. **உளவு வேலையில் ஈடுபடுபவர்;** spy.

உளவியல் பெ. **மனித மனம் செயல்படுவதைக் குறித்தும் மனத்தின் வெளிப்பாடுகளான நடத்தை, குணம் குறித்தும் ஆராயும் அறிவியல் துறை;** psychology.

உளவியல் யுத்தம் பெ. (பு.வ.) **ஒருவரின் சுயமதிப்பீடு, நம்பிக்கை, நோக்கம், உணர்வுகள், நடத்தை ஆகியவற்றில் பாதிப்பு ஏற்படுத்தும் விதத்திலும் தன்னம்பிக்கையைக் குலைக்கும் விதத்திலும் மேற்கொள்ளும் உளவியல் ரீதியிலான செயல்பாடு;** psychological warfare.

உளவியலாளர் பெ. **மனித மனத்தின் இயக்கம் மற்றும் இயக்கம் சார்ந்த நடவடிக்கைகளைப் பற்றி ஆராய்பவர்;** psychologist.

உளவு பெ. **பிற நாடுகளின் ராணுவ ரகசியங்களையோ அரசியல் ரகசியங்களையோ உள்நாட்டில் செயல்படும் அரசியல், சமூகப் போக்குகளைப் பற்றியோ, தொழில் துறையில் போட்டி அமைப்புகளைக் குறித்தோ தகவல்களை ரகசியமாகச் சேகரிக்கும் முறை;** spying; intelligence; espionage. உளவு நிறுவனம்/ உளவுப் படையினர்/ ராஜஸ்தான் எல்லைப் பகுதியில் ஆளற்ற உளவு விமானங்கள் காணப்பட்டதாகச் செய்திகள் தெரிவிக்கின்றன.

உளவு பார் வி. (பார்க்க, பார்த்து) **உளவு வேலையில் ஈடுபடுதல்; வேவு பார்த்தல்;** spy; carry out espionage activities.

உளறல் பெ. **(கேட்பவருடைய நோக்கில்) அர்த்தம் இல்லாத பேச்சு;** (from the hearer's point of view) nonsense. உன்னுடைய உளறலைக் கொஞ்சம் நிறுத்து.

உளறு வி. (உளற, உளறி) **1: (தூக்கத்தில், குடிபோதையில், பயத்தில்) குழறிப் பேசுதல்; தெளிவில்லாமல் பிதற்றுதல்;** talk nonsense. நீ நேற்று தூக்கத்தில் உளறினாய்; குடிகாரன் உளறுவது மாதிரி. [(தொ.சொ.) **குழறு/ குளறு/ தடுமாறு/ திக்கு/ திணறு/ பிதற்று/ புலம்பு**] **2: (கேட்பவருடைய நோக்கில் மற்றொருவர்) அர்த்தம் இல்லாமல் அல்லது கட்டுப்பாடு இல்லாமல் பேசுதல்;** blabber. அவனுக்கு ஒன்றுமே தெரியாது. ஆனால் ஏதாவது உளறுவான். **3: (ரகசியத்தை) வெளியே சொல்லிவிடுதல்;** blurt out. நான் அவனிடம் சொன்ன ரகசியத்தை அவன் எல்லோரிடமும் உளறிவிட்டான்.

உளறுவாயன் பெ. (பே.வ.) **ரகசியத்தைக் காப்பாற்றத் தெரியாமல் எளிதில் வெளியே சொல்லிவிடுபவன்;** blabbermouth.

உளி பெ. **1: மரம் செதுக்குவதற்கான கூரிய, அகன்ற அடி விளிம்புடைய இரும்புப்பட்டை செருகப்பட்ட**

கருவி; (carpenter's) chisel. *(பார்க்க, படம்)* **2: (செருப்பு தைப்பவர்கள்) தோலைக் கிழிப்பதற்குப் பயன்படுத்தும், மேற்குறிப்பிட்டதைப் போன்ற கருவி;** a chisel-like implement used for cutting leather. *இரண்டு செருப்புகளையும் துருவித்துருவிப் பார்த்துவிட்டு, துண்டாகக் கிடந்த தோலை எடுத்து உளியால் கீறினான்.* **3: கல் செதுக்குவதற்கான கூரிய முனையும் தட்டையான தலைப் பாகமும் கொண்ட கருவி;** (sculptor's or stone-worker's) chisel.

உளி

உளு வி. *(உளுக்க, உளுத்து)* **(காய்ந்த மரம், மரத்தால் ஆன பொருள்கள் போன்றவை புழு, சிறு வண்டு முதலியவற்றால் அரிக்கப்பட்டு) பொடியாதல்; வீணாதல்;** (of wood) be worm-eaten; become decayed; become dry rot. *பனைமர உத்தரம் உளுத்து உதிர்கிறது./ (உரு வ.) உளுத்துப்போன கொள்கைகள்.*

உளுத்தங்களி பெ. **உளுத்த மாவுடன் வெல்லம் அல்லது கருப்பட்டியைச் சேர்த்துக் கிளறி நல்லெண்ணெய் ஊற்றித் தயாரிக்கும், ஊட்டச்சத்து மிகுந்த ஒரு வகைக் களி;** dish prepared from the flour of blackgram mixed with sesame oil. *பெண்கள் பருவமடைந்தவுடன் அவர்களுக்கு உளுத்தங்களி தருவார்கள்.*

உளுத்தம் பருப்பு பெ. **உடைத்த உளுந்து;** blackgram (split in half).

உளுந்தம் பருப்பு பெ. காண்க: **உளுத்தம் பருப்பு.**

உளுந்து பெ. **மெல்லிய கரு நிற மேல்தோல் மூடிய (பெரும்பாலும் வடை, இட்லி போன்றவற்றைத் தயாரிக்க உடைத்துப் பயன்படுத்தும்) உருண்டை வடிவப் பருப்பு/மேற்கூறிய பருப்பைத் தரும் செடி;** blackgram (main ingredient for making இட்லி,etc.,)/ the crop yielding blackgram. *வயலில் உளுந்து போட்டிருக்கிறோம்.*

உளுவை பெ. **அரை மீட்டருக்கும் குறைவாக வளரக்கூடிய, விசிறி போன்ற வாலைக் கொண்ட, நீர்நிலையின் அடிப்பகுதியில் காணப்படும், (உணவாகும்) நன்னீர் மீன்;** goby.

உளை[1] வி. *(உளைய, உளைந்து) (உ.வ.)* **(கை, கால், மூட்டு போன்ற இடங்களில்) குத்திக் குடைந்து வலித்தல்;** (of limbs and joints) have pricking and gripping pain. *வெகு நேரம் தண்ணீரில் நின்றதால் கால் உளைகிறது./ (உரு வ.) அவர் பேசிய வார்த்தைகளால் மனம் உளைகிறது.*

உளை[2] பெ. *(ஊரக வ.)* **(வயலில் அல்லது மண் சாலையில்) மண்ணும் நீரும் கலந்த கலவை; சேறு;** mire. *உளையில் மாட்டிக்கொண்ட வண்டியை இழுக்க முடியாமல் மாடுகள் திணறின.*

உளைச்சல் பெ. *(பே.வ.)* **(கை, கால், மூட்டு போன்ற இடங்களில் ஏற்படும்) கடுமையான குடைச்சல் வலி;** pricking and gripping pain (in limbs and joints). *கால் உளைச்சலால் அவனால் நன்றாக நீட்டிக்கூடப் படுக்க முடியவில்லை.* [*(தொ.சொ.)* **கடுப்பு/ குடைச்சல்/ குத்தல்/ வலி**]

உளைவு பெ. *(இலங்.)* **(கை, கால், மூட்டு போன்ற இடங்களில் ஏற்படும்) உளைச்சல்;** pain in the joints, arms or legs. *வயல் வேலை செய்ததால் சரியான கால் உளைவு என்று அப்பா யாரிடமோ சொல்லிக்கொண்டிருந்தார்./ தம்பி இன்று முழுவதும் பந்துவீசிப் பயிற்சி எடுத்ததால், அவனுக்குக் கடுமையான மூட்டு உளைவு.*

உற்சவம் பெ. **(கோயிலிலிருந்து) உற்சவரை அலங்கரித்து வீதியுலா வரச்செய்து ஆண்டு தோறும் நிகழ்த்தும் விழா/(சமயத் தொடர்பான) கொண்டாட்டம்;** annual festival of (a Hindu) temple (in which the deity is decorated and taken out in procession, etc.,). *உற்சவத்தின் ஏழாம் நாள் தேரோட்டம்.* [*(தொ.சொ.)* **கொண்டாட்டம்/ திருவிழா/ பண்டிகை/ விழா**]

உற்சவமூர்த்தி பெ. **(கோயிலில்) உற்சவத்தில் சுவாமி புறப்பாட்டுக்கு என்று இருக்கும் விக்கிரகம்;** an idol in the image representing the stationary deity during annual temple festivals. *கோயிலில் உற்சவமூர்த்திக்கு அலங்காரம் செய்திருந்தார்கள்./ சிதம்பரம் கோயிலில் நடராஜர் உற்சவமூர்த்திதான் என்றாலும் அதிகமாக வெளியே எடுத்துச் செல்லப்படுவதில்லை.*

உற்சவர் பெ. காண்க: **உற்சவமூர்த்தி.**

உற்சாகப்படுத்து வி. *(-படுத்த, -படுத்தி)* **மகிழ்ச்சி கலந்த ஆர்வத்தை ஏற்படுத்துதல்;** encourage. *நுழைவுத் தேர்வை அரசு ரத்து செய்தது தொழில்முறைக் கல்வி பயிலும் மாணவர்களை உற்சாகப்படுத்துவதாக அமைந்தது./ ஆசிய விளையாட்டுப் போட்டியில் வென்ற விளையாட்டு வீரர்களுக்குப் பரிசு வழங்கி அரசு உற்சாகப்படுத்தியது.*

உற்சாகம் பெ. *(-ஆக, -ஆன)* **1: (செயலைச் செய்வதற்குக் காட்டும்) ஆர்வம்;** enthusiasm; eagerness. *ஓவியம் கற்றுக்கொள்ள வேண்டும் என்ற உற்சாகம் வேண்டிய அளவு இருக்கிறது./ அவன் எவ்வித உற்சாகமும் இல்லாமல் நான் சொல்வதைக் கேட்டுக்கொண்டிருந்தான்.* **2: (வெற்றி, எதிர்பார்ப்பு அல்லது நிறைவு போன்ற உணர்ச்சிகளால் ஏற்படும்) மகிழ்ச்சி;** cheerfulness. *பள்ளிக்கூடம் விட்டதும் குழந்தைகள் உற்சாகமாக வீட்டுக்கு ஓடினார்கள்./ தனக்கு வேலை கிடைத்துவிட்டது என்ற செய்தியை அவள் மிகுந்த உற்சாகத்துடன் சொன்னாள்.*

உற்பத்தி பெ. **1: (பொருள்) தயாரித்தல்; உண்டாக்குதல்/ (பயிர்) விளைவித்தல்;** act of producing/(agricultural) production. *புதிய உரத் தொழிற்சாலை அடுத்த மாதத்திலிருந்து உற்பத்தியைத் துவக்கும்./ நெல் உற்பத்தியில் தமிழகம் சாதனை புரிந்திருக்கிறது.* **2: (நபரால் அல்லது இயந்திரத்தால்) தயாரிக்கப்பட்டது; உண்டாக்கப்பட்டது;** that which is produced or manufactured; product. *மலைவாசிகள் தங்கள் உற்பத்திப் பொருள்களைச் சமவெளிக்குக் கொண்டுவந்து விற்பார்கள்./ அமெரிக்கச் சந்தையில் ஜப்பான் நாட்டு உற்பத்திப் பொருள்கள் குவிக்கப்படுகின்றன.* **3: (கிருமிகள், நோய் போன்றவை)**

பெரும் அளவில் உண்டாதல்; breeding (of diseases, etc.,). தேங்கியிருக்கும் சாக்கடையில் கொசு உற்பத்தி/ நோய் உற்பத்தி.

உற்பத்திச் சாதனம் பெ. **ஒரு தொழிலுக்குத் தேவையான மூலதனம், நிலம், இயந்திரங்கள், இயற்கை வளங்கள் போன்றவை;** means of production. உற்பத்திச் சாதனத்தைக் கொண்டிருக்கும் ஆளும் வர்க்கத்துக்கும் உழைப்பவர்களுக்கும் இடையில் நடைபெறும் போராட்டமே வர்க்கப் போராட்டம் ஆகும்.

உற்பத்தியாகு வி. (-ஆக, -ஆகி) **1: (நதி ஓர் இடத்திலிருந்து) தோன்றுதல்; ஆரம்பித்தல்;** (of river) originate. இதுதான் கங்கை உற்பத்தியாகும் இடம். **2: (சக்தி) உண்டாதல்;** (of energy) be generated. சூரிய மின்கலங்களில் மின்சக்தி உற்பத்தியாகிறது./ நெருப்புக் கோளமான சூரியனிலும் சக்தி உற்பத்தியாகிறது. **3: (பொருள்கள்) தயாரிக்கப்படுதல்; உண்டாதல்; (பயிர்) விளைதல்;** (products) be manufactured; (of crops, etc.,) be produced. இந்தக் கருவி உற்பத்தியாகி வெளிவருவதற்குள் பலமுறை சோதனை செய்யப்படுகிறது./ தேயிலை நம் நாட்டில் உற்பத்தியாகி ஏற்றுமதி செய்யப்படுகிறது./ உற்பத்தியாகும் மொத்த சங்குகளில் நடுத்தரமானவைதான் மிகவும் அதிகம். **4: (உடலில் கிருமிகள், சுரப்புகள், நோய்கள் போன்றவை) உண்டாதல்;** (of insects, diseases, etc.,) be produced; be bred. உடலில் கொழுப்பு அதிக அளவில் எரிக்கப்படும்போது ஒருவித அமிலப் பொருள் அதிக அளவில் உற்பத்தியாகிறது./ சிறுகுடலை அடையும் உணவு கல்லீரலிலிருந்து உற்பத்தியாகும் பித்தநீராலும் கணையத்திலிருந்து உற்பத்தியாகும் திரவத்தாலும் அரைக்கப்படுகிறது./ கொசு உற்பத்தியாவதைத் தடுக்க மருந்து தெளிக்க வேண்டும்.

உற்பாதம் பெ. (அ.வ.) **தீய விளைவு; கெடுதி;** misfortune; calamity. இயற்கையின் உற்பாதங்கள்.

உற்ற பெ.அ. (உ.வ.) **மிகவும் வேண்டிய;** trusted; needed. உற்ற நண்பன்/ தெய்வமே உற்ற துணை.

உற்றறிவு பெ. (உ.வ.) **தொடு உணர்வு;** sense of touch. மெய்யால் நாம் அடைவது உற்றறிவு.

உற்றார் பெ. **(உறவால் அல்லாமல்) நெருக்கமானவர்; நண்பர்;** one who is close to a person (but not related). திருமணத்திற்கு வந்து சிறப்பித்த உற்றார் உறவினர் அனைவருக்கும் எங்கள் நன்றியைத் தெரிவித்துக்கொள்கிறோம்.

உற்று வி.அ. (பெரும்பாலும் 'பார்', 'கேள்' போன்ற வினைகளுடன்) **கூர்ந்து; உன்னிப்பாக;** keenly; intently; with rapt attention. கூட்டத்தில் யாரோ என்னை உற்று நோக்குவதை உணர்ந்தேன்./ படுத்திருந்த நாய் காதை நிமிர்த்தி உற்றுக் கேட்டது.

-உற இ.சொ. (உ.வ.) **'(குறிப்பிட்ட தன்மை) நிறைந்த, மிகுந்த, பொருந்திய' என்ற பொருளில் ஒரு பெயர்ச்சொல்லோடு இணைந்து அதைப் பெயரடை ஆக்கும் இடைச்சொல்;** particle used in the sense of 'full of', '-ful'. அழகுற/ தெளிவுற/ பொலிவுற.

உறக்கம் பெ. **தூக்கம்;** sleep.

உறங்கு வி. (உறங்க, உறங்கி) **தூங்குதல்;** sleep. நோயுற்ற குழந்தையின் அருகில் உண்ணாமல் உறங்காமல் உட்கார்ந்திருந்தாள்.

உறமுறை பெ. (வ.வ.) **பெண் எடுத்தல், கொடுத்தல் மூலம்வரும் உறவு;** relation through marital alliance.

உறவாக்கு வி. (-ஆக்க, -ஆக்கி) (இலங்.) **சமாதானப் படுத்துதல்;** reconcile. நான்தான் இரண்டு குடும்பத்தையும் ஒருமாதிரி உறவாக்கிவிட்டேன்.

உறவாடு வி. (உறவாட, உறவாடி) **தொடர்புகொண்டு உறவு ஏற்படுத்திக்கொள்ளுதல்;** be close to s.o. அந்தக் கவிஞரோடு நெருங்கி உறவாடிய ஒருவர்தான் கவிஞரின் வாழ்க்கை வரலாற்றை எழுதியிருக்கிறார்./ நீ அவளோடு உறவாடுவது வீட்டுக்குத் தெரிந்துவிட்டது.

உறவினர் பெ. **(குடும்பத்தின் மூலம்) இரண்டு அல்லது அதற்கு மேற்பட்ட நபர்கள் உறவு கொண்டிருக்கும் நிலை: சொந்தக்காரர்;** relative. அவர் எனக்கு மனைவி வழியில் உறவினர்.

உறவு பெ. **1: (பிறந்த குடும்பத்தின் மூலமாகவோ திருமணத்தின் மூலமாகவோ ஏற்படும்) சொந்தம்;** relationship; kin. எப்போதும் உறவிலேயே பெண்பார்த்துத் திருமணம் செய்துகொள்கிறோம்./ அவர் நமக்குத் தூரத்து உறவுதான். [(தொ.சொ.) தொடர்பு/ நெருக்கம்/ பந்தம்/ பிணைப்பு] **2: (தனிநபர்கள், இனங்கள் போன்றவற்றுக்கு இடையே நிலவும்) உணர்வுபூர்வமான நெருக்கம்;** relationship. மனித உறவுகளுக்கு இடையில் ஏன் இவ்வளவு சிக்கல்?/ கடன் அநேகமாக எல்லோருடைய விஷயத்திலும் உறவைப் பாதித்திருக்கிறது./ தமிழர்-சிங்களவர் உறவு குறித்து பல ஆய்வுகள் மேற்கொள்ளப்பட்டிருக்கின்றன. **3: (ஒரு அமைப்பு, துறை போன்றவற்றின் பல பிரிவுகளுக்கு இடையே) செயல் ரீதியான துறை சார்ந்த அல்லது ராஜியத் தொடர்பு;** relations between departments, states or countries. நிதி அமைச்சகத்துக்கும் சமூகநல அமைச்சகத்துக்கும் இடையே உள்ள சுமுகமான உறவுகள்தான் இந்தத் திட்டத்தின் வெற்றிக்குக் காரணம். **4: (இரண்டு மாநிலங்களுக்கு அல்லது நாடுகளுக்கு இடையிலான) துறை சார்ந்த தொடர்பு;** bilateral relations. இந்தியாவுக்கும் பாகிஸ்தானுக்கும் இடையில் வணிக உறவுகள் மேம்படுவது அவசியம்./ இந்த மாநாடு இந்திய-சீன இலக்கிய உறவுகளை வலுவாக்கும்./ இந்தியாவுக்கும் அரபு நாடுகளுக்குமான உறவுகள் நீண்ட வரலாறு கொண்டவை. **5: (ஏதேனும் ஒரு பொதுத் தன்மையின் அடிப்படையில் ஏற்படும்) பிணைப்பு;** relationship; bondage; attachment. மனிதனுக்கும் இயற்கைக்கும் இடையில் உள்ள உறவை எப்படி விவரிப்பது?/ உலகத்தோடு தனக்கு இருந்த உறவை உதறிவிட்டுத் துறவியானார்./ கலைக்கும் யதார்த்தத்துக்கும் உள்ள உறவு சிக்கலானது./ சிந்தனைக்கும் தர்க்கத்திற்கும் இடையில் உள்ள உறவு பிரிக்க முடியாதது./ தமிழும் மலையாளமும் உறவுடைய மொழிகள்./ பரிணாம வளர்ச்சி ரீதியில் மனிதனுக்கும் சிம்பன்ஸிக்கும் உறவு உண்டு. **6: உடலுறவு;** sexual intercourse. 'ஆணும் பெண்ணும் திருமணத்துக்கு முன்பே உறவு கொள்வது சரிதானா?' என்று ஒரு மாணவர் கேள்வி கேட்டார்.

உறவுமுறை பெ. **(இருவரிடையே உள்ள) உறவு/அந்த உறவு அழைக்கப்படும் விதம்;** relationship (between two persons). அவர் எனக்கு அண்ணன் உறவுமுறை./ அவர் இறந்த பிறகு அண்ணன் தம்பி உறவுமுறை என்று சொல்லிக்கொண்டு பலர் வருகிறார்கள்./ ஓர் ஆணுக்கும் பெண்ணுக்கும் இடையே உள்ள உறவுமுறை காதல் ஒன்றுதானா என்று அவர் கேட்டார்.

உறழ் வி. *(உறழ, உறழ்ந்து) (இலக்.)* **1: (ஒரு மொழியில்) இலக்கணத்தின் விதிக்குப் புறம்பாக இருப்பினும் வழக்கில் ஏற்றுக்கொள்ளப்பட்டு, மாற்றாகப் பயன்படுத்தப்பட்டு வருதல்;** be optional. ஒரு அரசன், ஓர் மன்னன் என்பது போன்ற இலக்கிய வழக்குகள் உறழ்ந்து வரும் விதியால் ஏற்றுக்கொள்ளப்படும். **2:** *(உ.வ.)* **(ஒன்றை மற்றொன்றால்) பெருக்குதல்;** multiply. *12 உயிரெழுத்துகள் 18 மெய்யெழுத்துகளோடு உறழ 216 உயிர்மெய்யெழுத்துகள் பிறக்கும்.*

உறி[1] வி. *(உறிய, உறிந்து)* **1: உறிஞ்சுதல்;** draw in. மூக்கை உறியாதே! **2: (நீரை அல்லது திரவ உணவை) குடிக்கும் அல்லது உண்ணும் முறையாக வாயால் உள்ளிழுத்தல்; உறிஞ்சுதல்;** drink by deep drafts from a vessel. *பசு ஏன் கழுநீரை உறியாமல் தொட்டியில் தலையை விட்டு உழப்பிக்கொண்டிருக்கிறது?*

உறி[2] பெ. **(வீடுகளில் தயிர், வெண்ணெய் முதலிய பொருள்களை வைத்திருக்கும் பானைகளைத் தாங்கி இருக்கும்) உத்தரத்திலிருந்து தொங்கவிட்டிருக்கும் கயிறு அல்லது சங்கிலியால் ஆன கூம்பு வடிவ அமைப்பு;** a rope-net suspended from the roof for keeping vessels with milk, butter, etc., உறியிலிருந்து வெண்ணெய் திருடி உண்ட கண்ணனைப் பற்றி எத்தனை கதைகள்!/ இப்போதெல்லாம் உறி போன்று செய்து அதில் பூந்தொட்டி வைக்கிறார்கள்.

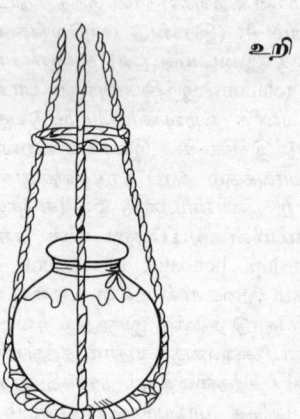

உறி

உறிஞ்சு வி. *(உறிஞ்ச, உறிஞ்சி)* **1: (உதடுகளைக் குவித்தோ சிறு குழல் வழியாகவோ திரவத்தை) உள்ளிழுத்தல்; (மூக்கினால் மூக்குப்பொடி முதலியவற்றை) உள்ளிழுத்தல்;** sip (a drink); suck up (liquid through a straw); draw in (snuff, etc.,). பேசி முடித்துவிட்டுக் கோப்பையை எடுத்துத் தேநீரை உறிஞ்சினார்./ கன்றுக்குட்டி பசுவின் மடியை முட்டிப் பாலை உறிஞ்சிக் குடித்தது./ குழந்தையின் விசும்பலும் மூக்கு உறிஞ்சலும் கேட்டது. [(தொ.சொ.) அதக்கு/ அரை/ கடி/ குதப்பு/ சப்பு/ சவை/ நக்கு/ மெல்] **2: (நிலம், வேர்கள் முதலியன நீரை) உள்ளிழுத்தல்; ஈர்த்தல்;** (of soil, roots, etc.) absorb. நிலத்தின் ஆழத்தில் இருக்கும் நீரை மரத்தின் வேர்கள் உறிஞ்சுகின்றன./ காய்ந்து கிடந்த தரை மழைநீரை உறிஞ்சிவிட்டது. **3: (நீர், மண் முதலியவற்றை இயந்திரம்) மேலிழுத்தல்;** (of machine) suck up; pump. மணல் மேட்டை அகற்ற மண்ணை உறிஞ்சி வெளியில் கொட்டும் இயந்திரம் வருகிறது.

உறிஞ்சுதாள் பெ. **மை முதலியவற்றை உறிஞ்சி உள்ளிழுத்துக்கொள்ளும் தன்மை கொண்ட ஒரு வகைக் காகிதம்;** blotting-paper.

உறியடி பெ. **1: நடப்பட்ட மூங்கில் மரத்தின் உச்சியில் தொங்கும் பானையிலிருந்து பணம், தின்பண்டங்களை எடுக்க இளைஞர்கள் அந்த மரத்தில் தனியாகவோ, குழுவாகவோ ஏறுவதும், சிலர் அதை எளிதாகச் செய்யவிடாமல் அவர்கள்மீது தண்ணீரைப் பீய்ச்சுவதுமான, பெருமாள் கோயில் திருவிழாவில் நிகழும் ஒரு விளையாட்டு;** game in Vishnu temple festival in which young men either singly or as a team climb a bamboo pole to take money and eatables kept in a pot atop a pole while people pump water on them to create hurdle. **2: இரண்டு கழிகளுக்கு இடையே கயிற்றில் தொங்கி ஆடும் நீர் நிறைந்த பானையைக் கண்ணைக் கட்டிக்கொண்டு கம்பால் அடித்து உடைக்கும் விளையாட்டு;** a game in which blindfolders try to break a pot with water, dangling from a rope spanning two poles. *(பார்க்க, படம்: பக். 211)*

உறு து.வி. *(உற, உற்று) (உ.வ.)* **1: ஓர் உணர்ச்சியை அல்லது ஒரு நிலையை அடைதல், பெறுதல் என்னும் பொருளில் குறிப்பிட்ட பெயர்ச்சொற்களோடு இணைந்து வரும் துணை வினை;** an auxiliary verb added to nouns of feeling or state, in the sense, 'get', 'obtain' (the stated feeling or state). செய்தியைக் கேட்டு மகிழ்ச்சியுற்றோம்./ குழந்தையைக் காணாமல் தவிப்புற்றாள்./ அவருடைய உணர்ச்சிமயமான பேச்சு எங்களை எழுச்சியுற வைத்தது. **2: வினைப்படுத்தும் வினை;** a verbalizer. *(எ-டு) கண்ணுறு (=காண்)/ கேள்வியுறு (=கேள்).*

உறுக்கு வி. *(உறுக்க, உறுக்கி) (இலங்.)* **மிரட்டுதல்;** threaten. *கண்டபடி குழந்தையை உறுக்காதே./ இந்த வாத்தியார் எந்த நேரமும் பொடியன்களை உறுக்கிக்கொண்டேயிருப்பார்.*

உறுத்தல் பெ. **1: உடலில் எரிச்சலையும் நெருடலையும் ஏற்படுத்தும் உணர்வு;** (of body) irritation. *கண்ணில் மணல் துகள் விழுந்துவிட்டதால் உறுத்தல் ஏற்பட்டது./* தொண்டையில் ஏதோ சிக்கிக்கொண்டதுபோல் ஓர் உறுத்தல். **2: (குற்ற உணர்வு, மனசாட்சி போன்றவற்றால் மனத்தில் ஏற்படும்) குறுகுறுப்பு;** pricks of conscience; qualms. குழந்தையை அடித்துவிட்டோமே என்ற உறுத்தல் கொஞ்ச நேரம் இருந்தது. **3: இயல்பாக இல்லாமல் இடையூறாக இருப்பது; ஒன்றோடு பொருந்தாமல் இருப்பது;** being uncomfortable. இந்தப் படத்தில் பாடல்கள்தான் உறுத்தலாக இருக்கின்றன./ அவர் எதுவும் பேசாமல் போனது எனக்கு உறுத்தலாக இருந்தது.

உறியடி

உறுத்து[1] வி. (உறுத்த, உறுத்தி) **1:** தொல்லையான நெருடல் உணர்ச்சி தருதல்; cause irritation; grate. கண்ணில் தூசி விழுந்து உறுத்திக்கொண்டேயிருக்கிறது./ கயிற்றுக் கட்டிலில் துணியை விரித்துப் படுத்தாலும் உறுத்தத்தான் செய்யும்./ (உரு வ.) இந்தப் புத்தகத்தின் அச்சுப் பிழைகள் கண்ணை உறுத்துகின்றன./ (உரு வ.) நான் வீடு வாங்கியது பலரையும் உறுத்தியிருக்கிறது. **2: (கடும் சொல், தவறு முதலியவை மனத்தை) வருத்துதல்**; trouble (one's conscience). தவறு செய்துவிட்டோம் என்ற எண்ணமே என்னை உறுத்துகிறது./ மனைவியுடன் காலையில் நடந்த வாக்குவாதம் மனத்தில் உறுத்திக்கொண்டிருந்தது.

உறுத்து[2] வி.அ. ('பார்', 'நோக்கு' போன்ற வினைகளோடு வரும்போது) **உற்று**; (with the verbs பார், நோக்கு, etc.,) intently. அந்த முதியவர் வெகு நேரமாக என்னையே உறுத்துப் பார்த்துக்கொண்டிருந்தார்./ புத்தகத்தில் அப்படி எதைத்தான் உறுத்துப் பார்க்கிறாய்?

உறுத்துக்கட்டளை பெ. நிரந்தரமாகவோ அல்லது வழக்கு முடியும்வரையிலோ வழக்குக்கு உட்பட்ட சொத்தில் மாற்றம் எதுவும் செய்யக் கூடாது அல்லது வாதிக்கு இடையூறு செய்யக் கூடாது என்று நீதிமன்றம் பிரதிவாதிக்குப் பிறப்பிக்கும் உத்தரவு; temporary or permanent injunction by a court of law in a suit forbidding the defendant to do any changes to suit property or to disturb the plaintiff.

உறுதி[1] பெ. (-ஆக, -ஆன) **1: (பொருளின் தன்மையைக் குறிக்கையில்) பலம்; வலிமை**; strength. இரும்பு போன்று உறுதியான உடல்/ உறுதியான கட்டடம். **2: (ஒரு செய்தி, விஷயம், தகவல் போன்றவை குறித்து வரும்போது) நிச்சயத் தன்மை நிறைந்தது; நம்பகமானது**; firm; reliable. விசாரணையில் இதுவரை உறுதியான தகவல் எதுவும் கிடைக்கவில்லை. **3: (கொண்ட கொள்கை, எண்ணம் முதலியவற்றிலிருந்து) மாறாத திடம்; நெகிழாத பிடிப்பு**; being firm or determined; firmness. அவர் தாம் கொண்ட கொள்கையில் உறுதியாக இருப்பார், மாற மாட்டார்./ வாழ்க்கையில் முன்னேறியே தீர்வது என்ற உறுதி சற்றும் தளரவில்லை. **4: முடிந்த முடிவு; நிச்சயம்**; being sure or certain (about sth.). என் பணத்தைத் திருடியவன் இவன்தான் என்று உறுதியாகக் கூறினார்./ இன்று மழை பெய்வது உறுதி./ அவனது திறமைக்கு விரைவிலேயே வேலை கிடைத்துவிடும் என்பது உறுதி. [(தொ.சொ.) கட்டாயம்/ கண்டிப்பு/ திண்ணம்/ நிச்சயம்] **5: வாக்குறுதி; உறுதிமொழி**; word of honour; promise; assurance. ஒரு மாதத்துக்குள் திருப்பித் தர வேண்டும் என்று உறுதி பெற்றுக்கொண்டு அவன் எனக்குக் கடன் கொடுத்தான்.

உறுதி[2] பெ. (இலங்.) **பத்திரம்; உரிமைச் சாசனம்**; deed. காணியை விலைபேசியாகிவிட்டது. உறுதி எழுத வேண்டியதுதான்.

உறுதிப்படுத்து வி. (-படுத்த, -படுத்தி) **(குறிப்பிடப்படுவது சரி என்று ஏற்றல் அல்லது அது சரியே என்று அழுத்தமாகச் சொல்லுதல்;** confirm (sth. said). பத்திரிகையில் வந்த செய்தியைப் பற்றிக் கேட்டபோது அவர் அதை உறுதிப்படுத்த மறுத்துவிட்டார். **2: (ஒன்று) நிச்சயமாகத் தெரியவருதல்; (ஒன்றை) முடிவாகக் கூறுதல்;** confirm. நீங்கள் நிச்சயம் அடுத்த வாரம் என்னோடு ஊருக்கு வருகிறீர்கள் என்பதை உறுதிப்படுத்தினால்தான் நான் உங்களுக்கும் சேர்த்துப் பயணச் சீட்டு வாங்க முடியும்./ அவர் கூட்டத்தில் கலந்துகொள்வதை உறுதிப்படுத்தாத நிலையில் அவர் பெயரை அழைப்பிதழில் எப்படிப் போடுவது?

உறுதிப்பாடு பெ. **1: அசைக்க முடியாத நம்பிக்கை;** firmness (of purpose). கடமையில் சிறிதும் பிறழக் கூடாது என்ற உறுதிப்பாடு உடையவன். **2: (நாட்டின்) நிலையான தன்மை;** stability. நாட்டின் உறுதிப்பாட்டைக் குலைக்கப் பல தீய சக்திகள் முயன்றுகொண்டிருக்கின்றன.

உறுதிப்பிணை பெ. (இலங்.) **(நிலம், வீடு போன்ற) அசையாச் சொத்தை உத்தரவாதமாக அளிக்கும் பிணை; சொத்து ஜாமீன்;** security.

உறுதிப்பொருள் பெ. (தத்.) **மனிதன் வாழ்வில் அடையத் தகுந்தவையாகக் கூறப்படும் (அறம், பொருள், இன்பம், வீடு ஆகிய நான்கு) குறிக்கோள்;** objectives worthy of human pursuit (viz., அறம், பொருள், இன்பம், வீடு).

உறுதிபூசுதல் பெ. (கிறித்.) **திருமுழுக்கு பெற்ற ஒருவர் கத்தோலிக்கத் திருச்சபையின் உறுப்பினராக முழுத் தகுதி அடைந்ததை உறுதி செய்யும் சடங்கு;** confirmation.

உறுதிமுடி வி. (-முடிக்க, -முடித்து) (இலங்.) **(வீடு, நிலம் போன்றவற்றை மற்றொருவருக்கு உடைமையாக்கும் பொருட்டு ஒருவருக்கு) பத்திரம் எழுதித் தருதல்;** execute an agreement of sale. நாளை உன் பெயரில் வீட்டை உறுதிமுடித்துவிடுகிறேன்./ காணியை ஒருவருக்கும் இன்னும் உறுதிமுடிக்கவில்லை.

உறுதிமொழி பெ. **1: நிபந்தனைகளுக்கு உட்பட்டு நடப்பதாக அளிக்கும் வாக்கு;** undertaking. கிளர்ச்சிகளில் இனி ஈடுபடுவதில்லை என்ற உறுதிமொழி தந்துவிட்டுத் தொழிலாளர்கள் வேலைக்குத் திரும்ப வேண்டும் என்று நிர்வாகம் சொன்னது./ நன்னடத்தையுடன் நடந்துகொள்வேன் என்னும் உறுதிமொழியைக் குற்றவாளி அளிக்க வேண்டும். **2: (நாட்டின் நலன் கருதி ஒருவர் எடுத்துக்கொள்ளும்) சத்தியப்பிரமாணம்;** pledge. இந்தியாவின் ஒருமைப்பாட்டைக் காப்போம் என்று அரசு ஊழியர்கள் உறுதிமொழி எடுத்துக்கொண்டனர்./ மதங்களிடையே நல்லெண்ணத்தை உருவாக்கக் கூட்டத்தில் உறுதிமொழி எடுத்துக்கொள்ளப்பட்டது. **3: (அமைச்சர், நீதிபதி போன்றோர் பதவி ஏற்கும்போது எடுத்துக்கொள்ளும்) அதிகாரபூர்வமான பிரமாணம்;** oath (of office). பதவி ஏற்பு மற்றும் ரகசியக் காப்பு உறுதிமொழிகளை ஆளுநர் படிக்க, அமைச்சர்கள் அவற்றைப் படித்து உறுதிமொழி ஏற்றனர்./ ஆளுநர் பொறுப்பை ஏற்பதற்கு முன் அந்த மாநிலத்தின் உயர் நீதிமன்றத் தலைமை நீதிபதி முன்னிலையில் உறுதிமொழி எடுத்துக்கொள்ள வேண்டும். **4: (வாய்மொழியாகத் தரும்) உத்தரவாதம்;** assurance; promise. எங்கள் கிராமத்திற்குச் சாலை போடப்படும் என்று அமைச்சர் உறுதிமொழி தந்தார்.

உறுதுணை பெ. **(ஒருவருக்கு அல்லது ஒன்றைச் செய்வதற்கு) இன்றியமையாத பெரும் உதவி; பக்கபலம்; உற்ற துணை;** unflinching support. எல்லா வகையிலும் அவன் மனைவி அவனுக்கு உறுதுணையாக நின்றாள்./ இந்த நிறுவனம் தொழில் தொடங்குவோருக்கு உறுதுணையாகத் திகழ்கிறது.

உறுப்பினர் பெ. **வரையறுக்கப்பட்ட அமைப்பை அல்லது குழுவைச் சார்ந்தவர்;** member (of an organization). அவர் உறுப்பினராக இல்லாத அமைப்புகளே இல்லை!

உறுப்பு பெ. **1: தனக்கென தனித்த செயல்பாட்டைக் கொண்டு உடலின் ஒரு பகுதியாக அமைந்திருப்பது; அங்கம்;** part of the body; limb. இருதயம் என்பது நான்கு அறைகள் கொண்ட ஓர் உறுப்பு./ முதுகு உடலின் ஒரு பாகமே தவிர தனித்த உறுப்பு அல்ல./ உடற்பயிற்சி கை கால் போன்ற உறுப்புகளையும் தொடை, வயிறு போன்ற பாகங்களையும் வலுப்படுத்துகிறது. **2: ஓர் அமைப்பின் ஒரு பகுதி; அங்கம்;** part of an organization. இந்தியா அணிசேரா நாடுகளின் அமைப்பில் ஓர் உறுப்பு நாடு. **3: (ஒன்றின்) கூறு;** feature. யாப்பிலக்கணத்தின் ஓர் உறுப்பு அசை. **4:** (கணி.) **ஒரு சமன்பாட்டில் அல்லது ஒரு தொகுப்பில் உள்ள பகுதிகளில் ஒன்று;** element. $6x^2-7y+3=20$ என்ற சமன்பாட்டில் எத்தனை உறுப்புகள் உள்ளன./ $[4,5,6,7,8]$ என்ற கணத்தில் ஐந்து உறுப்புகள் உள்ளன.

உறுப்புக் கல்லூரி பெ. **ஒரு பல்கலைக்கழகம் நடத்தும் கல்லூரி;** constituent college of a university.

உறுப்பு தானம் பெ. (பு.வ.) **மூளைச்சாவு ஏற்பட்ட ஒருவரின் குடும்பத்தினர் விருப்பப்பட்டு அளிக்கும் அல்லது உயிரோடிருக்கும்போது ஒருவர் மற்றவருக்குப் பொருத்திப் பிழைக்கவைக்க உதவும் வகையில் தானமாக அளிக்கும் உறுப்பு;** organ donation. மூளைச்சாவு அடைந்தவரின் உறுப்பு தானத்தால் ஆறு நோயாளிகள் பயனடைந்தனர்./ தாய் தன் மகனுக்கு ஒரு சிறுநீரகத்தை உறுப்பு தானமாக அளித்தாள்.

உறுமல் பெ. **(சில விலங்குகள்) உறுமும் ஒலி;** (of pig) grunt; (of tiger) roar; (of dog, monkey, etc.,) growl. பன்றியின் உறுமல்/ சண்டை போட்ட நாய் போன பின்பும் வீட்டு நாயின் உறுமல் தொடர்ந்தது.

உறுமால் பெ. காண்க: **உருமால்.**

உறுமிமேளம் பெ. **வளைந்த முன்பகுதியைக் கொண்ட, கோலால் பக்கப் பகுதியில் அழுத்தி இழுக்கும்போது உறுமல் போன்ற சத்தத்தை எழுப்பும், இரண்டு மேளங்களை இணையாக வைத்ததுபோல இருக்கும் தோல்**

கருவி; kind of two-headed drum which when played with a curved stick produces a sound similar to a growl.

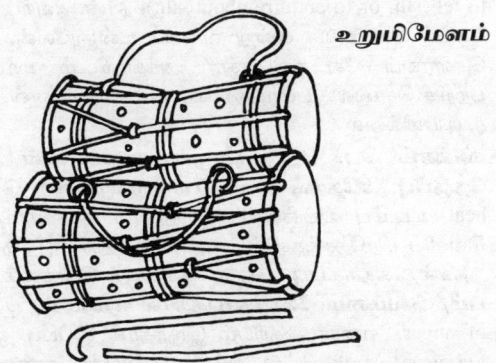

உறுமிமேளம்

உறுமு வி. (உறும, உறுமி) 1: **(புலி, சிங்கம் போன்ற விலங்குகள் இயல்பாக அல்லது நாய், குரங்கு போன்ற விலங்குகள் கோபம், வெறி முதலியவற்றை வெளிப்படுத்தும் வகையில்) 'உர்உர்' என்ற ஒலியை எழுப்புதல்;** (of tiger, lion, etc.,) roar; (of dog, monkey) growl. பன்றிகள் சேற்றில் படுத்துப் புரண்டு உறுமிக் கொண்டிருந்தன./ வீட்டிற்கு வந்த புதிய ஆளைக் கண்டதும் நாய் பல்லும் ஈறும் தெரிய உறுமியது./ (உரு வ.) காலால் உதைத்ததும் மோட்டார் சைக்கிள் உறுமிக் கொண்டு புறப்பட்டது. 2: **(எரிமலை) குமுறுதல்;** rumbling (of volcano). இந்தோனேசியாவில் ஒரு எரிமலை இன்று காலையிலிருந்து உறுமிக்கொண்டிருக்கிறது என்ற செய்தி வந்திருக்கிறது. 3: **(ஒருவர் கோபத்தை வெளிக் காட்டும் வகையில்) சீறிப் பேசுதல்;** (of human beings) growl. 'அப்படியா செய்தான் அந்தப் பயல்?' என்று அப்பா உறுமிக்கொண்டிருந்தார்.

உறை[1] வி. (உறைய, உறைந்து) அ. (திட நிலைக்கு வருதல் தொடர்பான வழக்கு) 1: **(நீர், எண்ணெய், இரத்தம் முதலியன) கெட்டித் தன்மை அடைதல்; கெட்டியாதல்;** (of water) freeze; (of oil, etc.,) become solid; harden; (of blood) clot. குளிர் காலத்தில் தேங்காய் எண்ணெய் உறைந்துவிடுவது வழக்கம்./ விபத்து நடந்த இடத்தில் இரத்தம் திட்டுத்திட்டாக உறைந்திருந்தது./ எரிமலைக் குழம்பு உறைந்து உண்டான பாறை./ (உரு வ.) அவருடைய கண்களில் கோபச் சிவப்பு உறைந்திருக்கக் கண்டேன்./ (உரு வ.) பயத்தில் அவன் இரத்தம் உறைந்துவிட்டது. 2: **(பயத்தால் இயங்க முடியாமல்) விறைப்பாதல்;** freeze (with fear). இரவில் திடீரென்று கூக்குரல் சத்தம் கேட்டதும் பயத்தால் உறைந்துபோனான். 3: **(பிரை ஊற்றிய பால் தயிராக) கெட்டிப்படுதல்;** curdle. ஏன் தயிர் நன்றாக உறையவில்லை? **ஆ.** (சில்லிடுதல் தொடர்பான வழக்கு) 4: **(குளிரால்) விறைத்தல்;** become stiff (due to cold); freeze. குளிரில் நிற்காதே, உறைந்துவிடுவாய்!/ (உரு வ.) அவர் முகத்தில் கவலையும் பயமும் உறைந்து கிடந்தன. **இ.** (ஓர் இடத்தில் இருத்தல் தொடர்பான வழக்கு) 5: (உ.வ.) **தங்குதல்; வாழ்தல்;** dwell. இறைவன் வேறு எங்கும் இல்லை. உன் உள்ளேயே உறைகிறான்.[(தொ.சொ.) இரு/ குடியிரு/ தங்கு/ வசி/ வாழ்]

உறை[2] வி. (உறைக்க, உறைத்து) 1: **காரமாக இருத்தல்;** be pungent or hot. பச்சைமிளகாய் உறைக்காமல் இனிக்கவா செய்யும்? 2: **(சூடு, குளிர் முதலியவை அல்லது அடி, உதை, முதலியவை உடம்பில்) உணரப்படுதல்;** (of heat, chillness, pain of being beaten or scolded, etc.,) be felt sharply. வெயில் சுள்ளென்று உறைத்தது./ எத்தனை அடி வாங்கினான்? ஒரு அடியாவது உறைத்ததுபோல் தெரியவில்லை. 3: **(கருத்து, பேச்சின் கடுமை முதலியவை) மனத்தில் உணரும்படி இருத்தல்; உறுத்துதல்;** (of idea, harshness of speech, etc.,) strike; occur. எவ்வளவு சொன்னாலும் உனக்கு உறைக்காதா?/ இந்தச் சின்ன விஷயம் எனக்கு உறைக்காமல் போய்விட்டதே!/ அவர் கேலியாகச் சொன்னார் என்பது எனக்கு அப்போது உறைக்கவில்லை.

உறை[3] பெ. அ. (மடங்கக் கூடிய பொருளால் ஆனவற்றைக் குறிப்பிடுவன) 1: **(கடிதம் முதலியவற்றை வைப்பதற்குப் பயன்படுத்தும்) ஒரு பக்கம் திறக்கக்கூடிய (தாளால் ஆன) கூடு; (பொருளை மூடுவதற்குப் பயன்படுத்தும்) துணி அல்லது துணி போன்ற பொருளால் ஆன மூடி;** envelope (for letters, etc.,); cover; case (made of cloth or material similar to cloth). பூர்த்திசெய்த விண்ணப்பத்தை உறையில் போட்டுப் பதிவு அஞ்சலில் அனுப்பு./ தலையணை உறை தைக்கக் கொடுத்திருக்கிறேன்./ கார் போன்ற வாகனங்களுக்கான உறைகள் இங்கு கிடைக்கும். 2: **(வாள், கத்தி முதலியன செருகி வைக்கும்) தோலால் ஆன மூடி;** scabbard. உறையோடு கூடிய கத்தி. **ஆ.** (கடினத் தன்மையுடைய பொருளால் ஆனவற்றைக் குறிப்பிடுவன) 3: (ஊரக வ.) **(ஒன்றன் மேல் ஒன்றாக அடுக்கிக் கேணி இறக்குவதற்குப் பயன்படும்) சுமார் மூன்று அடி விட்டமும் ஒரு அடி உயரமும் கொண்ட, மண் அல்லது சிமெண்டினால் ஆன வளையம்;** earthenware or cement rims for sinking a well. கிணற்றில் நீர் குறைந்துவிட்டதால் மேலும் மூன்று உறை இறக்கலாம் என்று பார்க்கிறோம். 4: (வ.வ.) **(தானியங்கள் சேமிக்கப் பயன்படும்) ஒன்றின் மீது ஒன்றாக அடுக்கிப் பத்தாயமாகச் செய்யப்படும் செவ்வக வடிவ மர அமைப்பு;** rectangular wooden frame (set one upon another to make a large container for grains).

உறை ஊற்று வி. (ஊற்ற, ஊற்றி) **(காய்ச்சி ஆறவைத்த) பாலைத் தயிராக்குவதற்காகச் சிறிது புளிப்பு (பெரும்பாலும் மோர்த்துளிகள்) சேர்த்தல்; பிரைகுத்துதல்;** add a few drops of buttermilk to make milk curdle.

உறைக் கிணறு பெ. **மண் சரிந்துவிடாமல் இருக்க ஒன்றன்மீது ஒன்றாக சிமெண்டு வளையங்களை வைத்து உருவாக்கப்படும் கிணறு;** a well dug by lowering concrete rings one over the other to prevent earth from caving in.

உறை குத்து வி. (குத்த, குத்தி) காண்க: **உறை ஊற்று.**

உறைகுளிர் பெ. **நீர் உறைந்து பனிக்கட்டியாக மாறும் வெப்பநிலை;** freezing point.

உறைதல் பெ. (இயற்.) **(வெப்பநிலை குறையும் போது) திரவங்கள் கெட்டித் தன்மை அடையும் நிகழ்வு;** freeze; frozen state.

உறைநிலை பெ. (இயற்.) **ஒரு திரவப் பொருள் திட நிலைக்கு மாறத் தொடங்கும் வெப்பநிலை;** freezing or solidifying point. நீரின் உறைநிலை 0^0 செல்சியஸ் ஆகும்.

உறைப்பு பெ. **மிளகாய் போன்றவற்றைக் கடிக்கும் போது உணரப்படுகிற சுவை; காரம்;** (taste of) pungency; sharp, spicy taste. சாம்பாரில் உறைப்பு அதிகம்./ பொரியலில் உறைப்பு கொஞ்சம் குறைவாக இருந்தால் நல்லது.

உறைபனி பெ. **(நீர் உறைந்துவிடக்கூடிய வெப்ப நிலைக்கும் குறைவான வெப்பநிலையில்) நிலத்தின் மேல் நீர் உறைந்து காணப்படும் நிலை;** frost.

உறை மோர் பெ. **பாலைத் தயிராக்குவதற்காக ஊற்றப் படுகிற மோர்; பிரை மோர்;** buttermilk (used as a curdling agent).

உறையுள் பெ. (உ.வ.) **தங்கும் இடம்;** boarding.

உறைவிடம் பெ. (உ.வ.) **1: ஒரு உயிரினம் உயிர்வாழ் வதற்கு ஏற்ற வசிப்பிடம்;** habitat; abode; place of living. உணவு, உடை, உறைவிடம் போன்ற அடிப்படை வசதிகள் கூடச் சிலருக்கு இல்லை./ மரங்களைத் தெய்வங்களின் உறைவிடங்களாகக் கருதி வழிபடுகின்றனர்./ அமைதிப் பள்ளத்தாக்கு பல அரிய உயிரினங்களுக்கு உறைவிடமாக இருக்கிறது./ (உரு வ.) எங்கள் ஆசிரியர் அன்பின் இருப் பிடமாகவும் அறத்தின் உறைவிடமாகவும் திகழ்ந்தார். **2:** (பெயரடையாக வரும்போது) **(ஒரு பல்கலைக்கழகம், நிறுவனம் போன்றவற்றில்) வந்து தங்கும் ஏற்பாடு;** the residence. உறைவிடப் பயிற்சி./ உறைவிடக் கலைஞர்./ உறைவிடப் பள்ளி.

உறைவிடு வி. (-விட, -விட்டு) காண்க: **உறை ஊற்று.**

உன் பி.பெ. **'நீ' என்னும் முன்னிலை இடப்பெயர் வேற்றுமை உருபு ஏற்கும்போது திரியும் வடிவம்;** form of the second person நீ serving as the base for further declension; your.

உன்மத்தம் பெ. **1: உணர்ச்சியின் உக்கிர நிலை; வெறி;** frenzy. உன்மத்தம் பிடித்தவன்போல் அலைந்தான். **2:** (அ.வ.) **போதை;** intoxication (induced by drugs or liquor). திராட்சை மது போலத் தாம்பூலமும் உன்மத்தம் தருமாம்.

உன்னதம் பெ. (-ஆக, -ஆன) **(தன்மையில், பண்பில், இயல்பில்) மிக உயர்வானது; மேன்மை;** eminence; excellence. உன்னதமான மனிதர்/ வாழ்க்கையில் ஓர் உன்னத நிலையை அடைந்தார்./ ஏழைக் குழந்தைகளுக்குக் கல்வி கிடைக்க வசதிகள் செய்வதைவிட உன்னதமான பணி வேறு இல்லை.

உன்னிப்பு பெ. (-ஆக, -ஆன) **1: கூர்மை;** watchfulness; keenness. நாய் காதை நிமிர்த்தி எதையோ உன்னிப்பாகக் கேட்டது./ அவருடைய உன்னிப்பான பார்வை. **2: மிகுந்த கவனம்; தீவிரம்;** serious. சில அமைப்புகளின் நடவடிக்கைகளை அரசு உன்னிப்புடன் கவனித்துவரு கிறது./ அவருடைய மறுப்பைச் சற்று உன்னிப்பாகப் பார்க்க வேண்டியுள்ளது.

உன்னு^{1} வி. (உன்ன, உன்னி) (இலங்.) **எம்புதல்; உந்து தல்;** propel. சுவரில் உன்னிப் பாய்ந்து உள்ளே வந்தான்.

உன்னு^{2} வி. (உன்ன, உன்னி) (இலங்.) **(ஒன்றைச் சொல்ல அல்லது கேட்க வாயை) திறத்தல்;** open (one's mouth to tell sth. or to enquire about sth.). நான் அவரிடம் உதவி கேட்க வேண்டும் என்று வாயை உன்னுவேன். ஆனால் கௌரவம் கேட்கவிடாது./ அக்காவிடம் மாமாவைப் பற்றிச் சொல்லப் பலமுறை வாயை உன்னினேன். ஆனால் முடியவில்லை.

உஷ்ணம் பெ. **1: (ஒருவருடைய உடலின் அல்லது நெருப்பு, சீதோஷ்ணம் போன்றவற்றின்) வெப்பம்;** heat. உடம்பு உஷ்ணமாக இருந்தால் கண் எரியும்./ சம வெளிப் பிரதேசங்களில் உஷ்ணம் அதிகம். [(தொ.சொ.) **அனல்/ கதகதப்பு/ சூடு/ தகிப்பு/ வெக்கை/ வெப் பம்/ வெம்மை**] **2: (கோபத்தால் ஏற்படும்) சூடு;** heat of anger. 'என்ன தைரியம் இருந்தால் இப்படி ஒரு காரி யத்தைச் செய்துவிட்டு இல்லை என்பாய்' என்று அப்பா உஷ்ணத்துடன் கேட்டார். **3:** (சித்த.) **உடம்பில் மட்டு மின்றி, கண் எரிச்சல் போன்ற அறிகுறிகளாலும் உண ரப்படும், (மிளகாய், பப்பாளிக்காய் போன்ற) உண வுப் பொருள்களாலோ மருந்துகளாலோ ஏற்படும் வெப்பம்; சூடு;** heat.

உஷ்ணமானி பெ. **வெப்பமானி;** thermometer.

உஷார் பெ. **1:** (-ஆக, -ஆன) **(செயலில் காட்டும்) விழிப் புணர்வு; கவனம்;** watchfulness; alertness; caution. கள்ள நோட்டை மாற்ற வந்தவர் வங்கி ஊழியரின் உஷாரினால் பிடிபட்டார்./ அவன் கையில் கத்தி இருந்ததை உஷா ராகவே தள்ளி நின்று கவனித்தேன்./ கள்ளத் தோணியை எதிர்பார்த்துக் காவல்துறையினர் கடற்கரையில் உஷாராக இருந்தனர். **2: (எந்த நிலைக்கும்) தயாராக இருப்பது; எச்சரிக்கை;** state of being on the alert or vigilant; beware! புகைபிடிப்பதால் புற்று நோய் வரலாம், உஷார்!

ஊ

ஊக்க ஊதியம் பெ. **(பெரும்பாலும் தொழிற்சாலை களில்) உற்பத்தியைப் பெருக்கும் பொருட்டுத் தொழி லாளர்களுக்கு ஊதியத்துக்கு மேல் அதிகமாகத் தரப் படும் தொகை;** incentive.

ஊக்கச் சலுகை பெ. **தொழில் வளர்ச்சியில் பின்தங்கிய பகுதிகளில் தொழில் துவங்குபவர்களுக்கு ஊக்கம் தரும் வகையில் வரி முதலியவற்றில் அரசு அளிக்கும் சலுகை;** concessions (given by the government to entrepreneurs) as incentives.

ஊக்கத் தொகை பெ. **(செய்து முடித்த அல்லது செய்து வரும் செயல், பணி, சேவை போன்றவற்றுக்கு) ஊக்கம் தரும் வகையில் அளிக்கப்படும் தொகை;** cash award; incentive. காவிரிப் பகுதி விவசாயிகளுக்கு நெல் கொள்முதல் விலைக்கும் கூடுதலாக ஊக்கத் தொகை வழங் கப்படும் என்று தமிழ்நாடு அரசு அறிவித்துள்ளது./ புயல் பாதித்த பகுதிகளில் சிறப்பாகப் பணியாற்றிய அரசுப் பணியாளர்களுக்கு ஊக்கத் தொகை அளிக்கப்பட்டது./ பத்தாம் வகுப்புப் பொதுத்தேர்வில் முதலிடம் பெறுபவர் களுக்குத் தலா 5000 ரூபாய் ஊக்கத் தொகையாக வழங்கப் படும் என்று பிரபலத் தமிழ்ப் பத்திரிகை அறிவித்துள்ளது.

ஊக்கம் பெ. **1: (ஒரு செயலைச் செய்வதற்குப் பிறர் தரும்) உற்சாகமான தூண்டுதல்; ஆதரவு;** encouragement; support; incentive. குடும்பநலத் திட்டத்தை நிறைவேற்றும் ஊராட்சி ஒன்றியங்களுக்கு ஊக்கம் தருவதற்காகப் பல சலுகைகள் அளிக்கப்படும்./ நண்பர்கள் தந்த ஊக்கம்தான் என்னை எழுதத் தூண்டியது./ தொழில் வளர்ச்சிக்கு அதிக ஊக்கம் தர வேண்டும். **2:** *(-ஆக, -ஆன)* **உந்துதல்;** motivation; drive; spirit. தேர்வில் இந்த முறை வெற்றி பெற்றுவிட வேண்டும் என்று ஊக்கமாகப் படித்து வருகிறான்./ அவர் ஊக்கத்தோடு உழைக்கும் விவசாயி.

ஊக்க மருந்து பெ. **(விளையாட்டு வீரர்கள்) போட்டிகளில் திறமையை அதிகப்படுத்திக்கொள்ள விதிமுறைகளுக்கு முரணாகப் பயன்படுத்தும் ஒரு வகை மருந்து;** drug used unlawfully by sportspersons to improve their performance during competitions; dope. போட்டியில் வென்ற வீரர் ஊக்க மருந்து பயன்படுத்தியது கண்டுபிடிக்கப்பட்டதால் அவருக்குத் தரப்பட்ட பதக்கம் திரும்பப் பெறப்பட்டது.

ஊக்கு பெ. **1: சிறு தகடு பொருத்தப்பட்ட தலைப்பாகத்தினுள் கூரான முனை உடைய பகுதி பொருந்தும்படி வளைக்கப்பட்ட கம்பி;** safety-pin. **2: (ஆடைகளில் பித்தான்களுக்குப் பதிலாகப் பொருத்தப்படும்) வளைந்த சிறு கம்பி; கொக்கி;** hook; (metal) fastener.

ஊக்குவி வி. *(ஊக்குவிக்க, ஊக்குவித்து)* **(ஒரு வேலையைத் தொடங்குமாறு அல்லது செய்யும் வேலையைத் தொடரும் வகையில்) உற்சாகப்படுத்துதல்;** encourage; motivate. சிறு தொழில் துவங்குவதற்கு அரசு பல சலுகைகள் அளித்து ஊக்குவிக்கிறது./ என் முதல் புத்தகத்துக்குக் கிடைத்த பரிசுதான் என்னைத் தொடர்ந்து எழுதுமாறு ஊக்குவித்தது.

ஊக்குவிப்பு பெ. **ஊக்கம் தருவதாக அமைவது;** boost; encouragement. பிரதமரின் வருகை பூகம்ப நிவாரணப் பணிகளில் ஈடுபட்டிருந்தோருக்கு மிகுந்த ஊக்குவிப்பாக இருந்தது.

ஊகம் பெ. **1: (தெரிந்த தகவல்களைக் கொண்டு மட்டும் செய்யும்) உத்தேசமான கணிப்பு;** guess; conjecture; speculation. அவன் மகிழ்ச்சியாக இருப்பதைப் பார்த்தால் அவனுக்கு வேலை கிடைத்திருக்க வேண்டும் என்பது என் ஊகம்./ ஊகங்களுக்கும் வதந்திகளுக்கும் ஆராய்ச்சியில் இடம் இல்லை. **2: சந்தை நிலவரத்தை ஒட்டிப் பெறக்கூடிய லாபத்தைப் பற்றிய அனுமானம்;** speculation. ஊக வணிகம்/ ஊக பேரம்/ ஊக வணிகர்.

ஊகி வி. *(ஊகிக்க, ஊகித்து)* **(தெரிந்த கொஞ்சம் தகவல்களைக் கொண்டு) உத்தேசமாகக் கணித்தல்;** guess; conjecture. ஏன் இப்படி நடந்தது என்பதற்கான காரணத்தை ஊகிப்பது ஒன்றும் சிரமம் இல்லை./ நீ என்ன சொல்லப் போகிறாய் என்பதை என்னால் ஊகிக்க முடிகிறது.

ஊசல்[1] பெ. *(இயற்.)* **(பொருளின் அலைவு நேரம் அதன் நீளத்தைப் பொறுத்து மாறுபடும் என்பதை விளக்குவதற்காக) முறுக்கற்ற மெல்லிய நூலில் உலோகக் குண்டு கட்டித் தொங்கவிடப்பட்டிருக்கும் அமைப்பு;** pendulum.

ஊசல்[2] பெ. **சமைத்த உணவுப் பொருள் கெட்டுப் போயிருக்கும் நிலை; ஊசிப்போனது;** cooked food that has become stale or has gone off. குழம்பு ஊசல் வாடை அடிக்கிறது.

ஊசலாட்டம் பெ. **(முடிவெடுக்க முடியாத) தடுமாற்றம்;** vacillation. வேலையில் சேருவதா சொந்தமாகத் தொழில் தொடங்குவதா என்ற ஊசலாட்டத்தில் இருக்கிறார்.

ஊசலாடு வி. *(-ஆட, -ஆடி)* **1: முன்னும் பின்னுமாக அசைதல்;** move from side to side; sway. காற்றில் பூங்கொத்துகள் ஊசலாடின./ பள்ளிக்கூடம் விட்டதும் பையன்கள் தோளில் பை ஊசலாட ஓடி வந்தார்கள். **2: (இரு நிலைகளுக்கு இடையே) முடிவெடுக்க முடியாமல் தடுமாறுதல்; அலைபாய்தல்;** (of a person or of one's mind) waver; vacillate. முதல் முறை லஞ்சம் வாங்குபவன் அச்சத்துக்கும் ஆசைக்கும் இடையே ஊசலாடுகிறான்./ நம்பிக்கையிலும் அவநம்பிக்கையிலுமாக மனம் ஊசலாடியது. **3: (உயிர்) பிரியும் நிலையில் இருத்தல்; பிழைத்தலுக்கும் சாதலுக்கும் இடையே இருத்தல்;** (of life) be in a critical or precarious condition. விபத்தில் அடிபட்டவரின் உயிர் ஊசலாடிக்கொண்டிருக்கிறது. **4: (மனத்தில் சந்தேகம் முதலியவை) மாறிமாறித் தோன்றவும் மறையவும் செய்தல்;** (of doubt, feeling of guilt, etc.,) flicker. குற்ற உணர்ச்சி மனத்தில் ஒரு கணம் ஊசலாடி மறைந்தது.

ஊசாட்டம் பெ. *(இலங்.)* **(மனிதர்களின்) நடமாட்டம்;** movement (of people). ஊரில் ஒரு ஊசாட்டத்தையும் காண வில்லையே?

ஊசி பெ. **1: நூல் கோத்துத் தைக்கப் பயன்படும் முள் போல் கூரிய முனையும் சிறு துளையும் உடைய மெல்லிய, சிறிய கம்பி;** needle (for sewing). ஊசியின் முனை உடைந்துவிட்டது. **2: உடம்பில் குத்தி மருந்து செலுத்தப் பயன்படும் கருவி;** syringe with needle. நோயாளிகளுக்குப் போட மருத்துவர் ஊசியை எடுத்தார். **3: ஊசியின் மூலம் செலுத்தப்படும் மருந்து;** drug given through injection. இந்த மருந்துச் சீட்டில் எழுதியிருக்கும் ஊசியை வாரத்துக்கு ஒருமுறை போட்டுக்கொள்ள வேண்டும்.

ஊசிக்காது பெ. **சிறு ஒலியையும் கேட்கும் திறன் படைத்த செவி;** (very) sharp ear. மெதுவாகப் பேசு, அம்மாவுக்கு ஊசிக்காது.

ஊசித்தட்டான் பெ. **ஊசி போன்ற (பொதுவாக வால் என்று கருதப்படும்) மெல்லிய உடலைக் கொண்ட சிறிய தட்டான்;** damselfly.

ஊசித்தொண்டை பெ. *(பே.வ.)* **1: காதைத் துளைக்கும் குரல்;** shrill or high pitched voice. அவனுக்கு ஊசித்தொண்டை, பேசினால் காதைத் துளைப்பதுபோல் இருக்கும். **2: மிகவும் மெதுவாகவும் கொஞ்சம்கொஞ்சமாகவும் சாப்பிடுபவரைக் குறிக்கும் சொல்;** one who takes food slowly and in small morsels.

ஊசிப்பட்டாசு பெ. காண்க. ஊசிவெடி.

ஊசிபோடு வி. *(-போட, -போட்டு)* **ஊசியால் குத்தி (உடம்பில் திரவ மருந்தை) உட்செலுத்துதல்;** inject; give an injection. வெறிநாய்க் கடிக்கு ஊசிபோட்டுக் கொள்வது அவசியம்.

ஊசியிலைக் காடு பெ. **ஊசியிலை மரங்களைக் கொண்ட காடு;** coniferous forest.

ஊசியிலை மரம் பெ. **கூம்பு வடிவக் காய்களையும் ஊசி போன்ற இலைகளையும் கொண்ட, இலையுதிர் காலத்தின்போது இலைகளை உதிர்க்காத (குளிர்ப் பிரதேசங்களில் வளரும்) ஒரு வகை மரம்;** conifer.

ஊசிவால்வாத்து பெ. **கரும்பழுப்பும் சாம்பலும் கலந்த நிறத்தில் தலையும், தலையிலிருந்து கழுத்துவரை இரு பக்கங்களிலும் வெள்ளை நிறக்கோடும், ஊசிபோன்ற மெல்லிய நீண்ட வாலும் கொண்டிருக்கும் பறவை;** Northern pintail. ஊசிவால்வாத்தில் பெண் இனம் பழுப்பு நிறத்தில் இருக்கும்./ ஊசிவால்வாத்து தென்னிந்தியாவுக்கு வலசை வரும் பறவை.

ஊசிவெடி பெ. **(பட்டாசுகளில்) குறைந்த ஒலியை எழுப்பக்கூடிய குச்சி போன்ற வெடி வகை;** small slender cracker producing a sharp, shrill popping noise.

ஊசு வி. *(ஊச, ஊசி)* **(சமைத்த உணவுப் பொருள்) கெட்டுப்போதல்;** (of cooked food) become stale; go off; get rotten. வடை ஊசிவிட்டது, பிட்டால் நூல்நூலாக வருகிறது./ சாம்பார் ஊசிப்போய் நாற்றமடிக்கிறது.

ஊஞ்சல் பெ. **உட்கார்ந்து காலால் உந்தி முன்னும் பின்னும் ஆடும் வகையில் பொதுவாக வீடுகளில் தொங்கவிடப்பட்டிருக்கும் அமைப்பு;** swing.

ஊஞ்சல்

ஊஞ்சல் உற்சவம் பெ. **கோயிலில் தெய்வச்சிலைகளை ஊஞ்சலில் வைத்து ஆட்டிச் செய்யும் உற்சவம்;** the festival in temples in which the idols are placed on a swing and worshipped.

ஊஞ்சலாடு வி. *(-ஆட, -ஆடி)* **முன்னும் பின்னும் அசைதல்;** move to and fro; swing. மரத்தின் கிளையில் பழங்கள் ஊஞ்சலாடின./ *(உரு வ.)* மனம் மகிழ்ச்சியில் ஊஞ்சலாடியது.

ஊட்டச் சத்து பெ. **(உடல்நலத்திற்கு அல்லது பயிர் வளத்திற்குத் தேவையான) சத்துப் பொருள்;** nutrition; nourishment. ஊட்டச் சத்துக் குறைவால் குழந்தைகளுக்குப் பல நோய்கள் உண்டாகின்றன./ பயிர்களுக்குத் தேவையான ஊட்டச் சத்து அளிப்பதற்கு இயற்கை உரங்கள் ஏற்றவை.

ஊட்டம் பெ. **1:** *(-ஆன)* **உடல் வளர்ச்சிக்கு வேண்டிய சத்து;** nourishment. குழந்தைகளுக்குத் தினமும் ஊட்டம் நிறைந்த உணவுகளைக் கொடுக்க வேண்டும்./ கருத்தரித்திருக்கும் பெண்களுக்கு ஊட்டமான உணவு அவசியம். **2: (சத்துள்ள உணவு உண்பதால் ஏற்படும்) செழுமை;** nourishment; strength. உடல் ஊட்டத்துடனும் ஆரோக்கியத்துடனும் இருக்க வேண்டும்./ உடம்பில் ஊட்டத்தின் மெருகு தெரிந்தது. **3:** *(-ஆக, -ஆன)* **(பயிரின்) வளம்; செழிப்பு;** (of crops) rich; healthy. பயிர் ஊட்டமாக வளர்ந்திருக்கிறது./ *(உரு வ.)* கொள்கைகளில் ஒற்றுமை உறவுகளுக்கு ஊட்டம் தருகின்றன. **4:** *(நெசவு)* **(துணிகளைக் குறித்து வரும்போது) அடர்த்தி;** density. நான்கு புணிகளில் பாவு இருந்தால் நெய்யும் புடவை ஊட்டமாக இருக்கும்.

ஊட்டி பெ. *(வ.வ.)* **1: குரல்வளை; கண்டம்;** throat; Adam's apple. அரிவாளால் ஊட்டியை அறுத்துக் கொலை செய்திருக்கிறார்கள். **2: முதுகுத் தண்டு தலையோடு சேரும் பகுதி;** neck. ஊட்டி முறிந்து இறந்துவிட்டான்.

ஊட்டு வி. *(ஊட்ட, ஊட்டி)* **1: (உணவைக் கையால் அல்லது கரண்டியால் எடுத்து ஒருவர்) வாயில் கொடுத்தல்/(குழந்தைக்குத் தாய்) தாய்ப்பால் கொடுத்தல்;** feed (esp. a baby) by hand or with a spoon; feed (a child or a sick person)/breastfeed (a child). விளையாட்டுக் காட்டிக்கொண்டே சோறு ஊட்டினால் குழந்தை நிறையச் சாப்பிடுகிறது./ நோயாளிக்குக் கரண்டியால் ஊட்டிவிடு./ குழந்தைக்குப் பாலூட்டும் தாயின் புகைப்படம் முதல் பரிசு பெற்றது. **2: (நம்பிக்கை, மகிழ்ச்சி, பயம் முதலியவற்றை ஒருவர் மனத்தில்) ஏற்படுத்துதல்; தோற்றுவித்தல்;** evoke (hope, happiness, fear in s.o.); give. ஒரே சமயத்தில் மகிழ்ச்சியும் திகிலும் ஊட்டும் திரைப்படம் இது. **3: (கல்வி) கற்பித்தல்;** impart (knowledge). அறிவூட்டி, கல்வியில் ஆர்வத்தையும் ஊட்டிய ஆசிரியர் இவர். **4:** *(உ.வ.)* **(கண்ணுக்கு மை) தீட்டுதல்;** apply (collyrium to the eyes). மையூட்டிய விழிகள்.

ஊடகம் பெ. **1:** *(இயற்.)* **ஒலி, ஒளி முதலியவற்றை ஊடுருவிச் செல்ல அனுமதிக்கும் (காற்று, நீர், கண்ணாடி போன்ற) பொருள்;** medium (of any substance that allows light, to pass through). **2: (கருத்து முதலியவற்றை) வெளிப்படுத்த உதவும் சாதனம்;** medium (of communication). திரைப்படம் ஒரு சக்திவாய்ந்த ஊடகம்./ ஊடகங்களின் வளர்ச்சி. **3: ஒரு உயிரி அல்லது திசு வளர்வதற்கான சத்துகளைக் கொண்டிருக்கும் (பிரத்தியேகமாக தயாரிக்கப்பட்டிருக்கும்) திரவம் அல்லது திடப் பொருள்;** medium (for culture).

ஊடகர் பெ. காண்க: **ஊடகவியலாளர்.**

ஊடகவியல் பெ. *(பு.வ.)* **(செய்தித்தாள், வானொலி, தொலைக்காட்சி, இணையம் போன்ற) ஒரு ஊடகத்தின் மூலம் தகவல்களைப் பெருமளவில் மக்களைச் சென்றடையச் செய்யும் துறை;** mass communication.

ஊடகவியலாளர் பெ. **செய்தித்தாள், வானொலி, தொலைக்காட்சி போன்ற ஊடகங்களில் பணிபுரிபவர்;** media person. ஊடகர்கள் தொடர்ந்து ஆளும் கட்சியை எதிர்த்து எழுதிவருகிறார்கள்.

ஊடல் பெ. *(உ.வ.)* **(காதலர்களிடையே அல்லது கணவன் மனைவிக்குள் ஏற்படும்) சிறு பிணக்கு;** lovers' tiff. [*(தொ.சொ.)* ***சண்டை/ தகராறு/ பிணக்கு/ பிரச்சினை / மனத்தாங்கல்/ மனஸ்தாபம்***]

ஊடறு வி. *(ஊடறுக்க, ஊடறுத்து) (இலங்.)* **(பொதுவாக) முன்னேறிச் செல்லும் ஒரு படை அதன் இலக்கை அடைய முடியாதபடி குறுக்கிட்டுச் சிதறச் செய்தல்;** intercept. பெரும் படையெடுப்பு நிகழும் காலங்களில் எதிரிப் படையை ஊடறுத்துத் தாக்குவதற்குச் சிறப்பான திட்டம் தேவை.

ஊடாக இ.சொ. காண்க: *ஊடே.*

ஊடாட்டம் பெ. *(உ.வ.)* **(நெருக்கமான) உறவு; பரிமாற்றம்;** interaction. இயற்பியல் கோட்பாட்டு வளர்ச்சிக்கும் ஓவியக்கலைகளுக்கும் இடையிலான ஊடாட்டம் புதிய பரிமாணங்களை உருவாக்கியது./ பள்ளிக்கூடம் என்பது குழந்தைகளைச் சமூக ஊடாட்டத்திற்குத் தயார் செய்யும் வகையில் இருக்க வேண்டும்.

ஊடாடு வி. *(-ஆட, -ஆடி) (உ.வ.)* **1: நெருங்கி உறவாடுதல்;** interact. பிற மொழிக்காரர்களுடன் ஊடாடும் போது அவர்களுடைய பண்பாடும் மொழியும் நம்மிடம் ஒட்டிக்கொள்கின்றன. **2: ஊடுருவுதல்; பரவியிருத்தல்;** pervade (sth.). சுய அனுபவம் படைப்பில் ஊடாடி நிற்கும்போது நம்பகத்தன்மை அதிகரிக்கிறது./ சமுதாயத்தின் பல அங்கங்களிலும் போலித்தனம் ஊடாடுவதைத் தெளிவாக இந்தக் கட்டுரை எடுத்துக்காட்டுகிறது./ பாரதியின் வரிகளுக்கிடையே ஊடாடும் உள் அர்த்தம் இதுதான்.

ஊடு[1] வி. *(ஊட, ஊடி) (உ.வ.)* **(காதலனிடம் காதலி அல்லது கணவனிடம் மனைவி) பொய்க் கோபம் கொள்ளுதல்; பிணங்குதல்;** (of lovers or husband and wife) sulk.

ஊடு[2] பெ. *(நெசவு)* காண்க: *ஊடை.*

ஊடுகதிர் பெ. *(இயற்.)* **உடலின் உள்ளுறுப்புகளை அல்லது பெட்டி போன்றவற்றுக்குள் இருக்கும் பொருள்களைப் படம் பிடிக்கப் பயன்படும் ஒளிக்கதிர்;** X-ray. விமான நிலையத்தில் பயணிகளின் பெட்டிகளை ஊடுகதிர்கொண்டு சோதனையிடுகிறார்கள்.

ஊடுகொழுப்பு பெ. *(பெ.வ.)* **வேதிமாற்றத்தின் காரணமாக எண்ணெய் திடப்பொருளாக மாற்றமடையும் போது உருவாகும் தீமை விளைவிக்கும் கொழுப்பு;** transfat. உடனடி உணவுகளில் ஊடுகொழுப்பு அதிகம்.

ஊடுசுவர் பெ. **(அறையைப் பிரிக்கும்) குறுக்குச் சுவர் அல்லது இடைச் சுவர்;** partition.

ஊடுபயிர் பெ. **பயிர் வரிசைகளுக்கு இடையே சாகுபடி செய்யப்படும் குறுகிய காலப் பயிர்;** short term crop farmed together with the long term crop; intercrop. கடலைக்கு இடையே ஊடுபயிராக உளுந்தைப் பயிரிடலாம்./ ஊடுபயிர் பூச்சிகளைக் கட்டுப்படுத்தவும் உதவுகிறது.

ஊடுருவல் பெ. **'ஊடுருவு' என்னும் வினையின் (எல்லாப் பொருளிலும் வரும்) பெயர்ச்சொல்;** noun form of the verb ஊடுருவு (in all its senses).

ஊடுருவு வி. *(ஊடுருவ, ஊடுருவி)* **1: ஒரு பரப்பின் வழியே உட்செல்லுதல்; துளைத்துக்கொண்டு போதல்;** pierce through; penetrate. வேர்கள் நிலத்தை ஊடுருவிச் சென்றிருக்கின்றன./ துப்பாக்கிக் குண்டு அவனுடைய கழுத்தை ஊடுருவிற்று./ இந்த சோப்பு சருமத் துவாரங்களில் மறைந்திருக்கும் அழுக்கையும் கிருமிகளையும் ஊடுருவிச் சுத்தம் செய்கிறது./ *(உரு வ.)* நேற்றைய ஹாக்கி போட்டியில் தன்ராஜ் பிள்ளை, ஜுக்ராஜ் சிங் ஆகியோர் எதிரணியின் அரணுக்குள் அடிக்கடி ஊடுருவித் தாக்குதல் ஆட்டம் தொடுத்தனர்./ *(உரு வ.)* அவருடைய பார்வை அவனை ஊடுருவிற்று./ உலகின் எல்லா நாடுகளிலும் அரசியலில் ஊழல் ஊடுருவியிருக்கிறது. **2: (ஒலி, ஒளி, மின்சாரம் முதலியன) உட்புகுதல்/(நீர்) உட்புகுந்து பரவுதல்;** (of light, electricity) pass through/(of water) seep. கூரையில் பதித்திருந்த கண்ணாடி ஓடு வழியாகச் சூரிய ஒளி ஊடுருவிப் பாய்ந்தது./ உடம்பில் மின்சாரம் ஊடுருவியதுபோல் ஒரு உணர்வு./ களிமண் நிலத்தில் நீர் எளிதாக ஊடுருவாது. **3: (நாட்டின் எல்லைக்குள், ஒரு அமைப்புக்குள் ஒருவர்) கேடு விளைவிக்கும் நோக்கத்தோடு அனுமதி இல்லாமல் நுழைதல்;** infiltrate. ராஜஸ்தான் எல்லையில் இந்தியாவுக்குள் ஊடுருவ முயன்ற தீவிரவாதிகள் மூன்று பேர் சுட்டுக் கொல்லப்பட்டனர். **4: (மொழி, இலக்கியம், கலை முதலியவற்றில் பிறருடைய அல்லது பிறவற்றின் கொள்கை, கருத்து முதலியன) பரவிக் காணப்படுதல்; விரவி இருத்தல்;** (of ideas, doctrines) pervade (sth.). அவருடைய கதைகளில் உளவியல் கருத்துகள் ஊடுருவியிருப்பதைக் காணலாம்./ எல்லாக் காலங்களிலும் சமூகத்தில் பிற பண்பாட்டு அம்சங்கள் ஊடுருவியிருக்கின்றன. **5: (அடர்த்தியாக இருப்பதன் அல்லது மூடியிருப்பதன் வழியே) உட்புகுந்து கடந்து செல்லுதல்;** pass through. மூடுபனியில் ஊடுருவிச் செல்வதற்கு ஏற்ற விளக்குகள் இந்த வாகனத்தில் பொருத்தப்பட்டிருக்கின்றன./ கூட்டத்தை ஊடுருவிச் செல்வது கடினமாக இருந்தது.

ஊடே இ.சொ. **(ஐந்தாம் வேற்றுமை உருபுக்குப் பின்) 'வழியே', 'இடையில்' என்ற பொருளில் பயன்படும் இடைச்சொல்;** particle used in the sense of 'through'; 'in between'. கிளைகளினூடே சூரிய ஒளி பாய்ந்தது./ மரங்களினூடே வீடு அரைகுறையாகத் தெரிந்தது./ சாதாரண வாக்கியங்களினூடே அசாதாரணக் கருத்துகளைச் சொல்வதில் அவர் சிறந்த எழுத்தாளர்.

ஊடை பெ. *(நெசவு)* **(தறியிலோ துணியிலோ) குறுக்குவாட்டில் செல்லும் இழை;** weft or filling.

ஊடை நூல் பெ. *(நெசவு)* **இரண்டு இழை நூல்களை முறுக்கி உண்டாக்கிய நூல்** . two threads twisted to make a thread of the weft.

ஊண் பெ. *(உ.வ.)* **உணவு;** food. மனிதனுக்கு ஊண், உடை, உறைவிடம் ஆகிய மூன்றும் அடிப்படைத் தேவைகள். [*(தொ.சொ.)* ***ஆகாரம்/ இரை/ உணவு/ சாப்பாடு/ சிற்றுண்டி/ தின்பண்டம்/ தீனி***]

ஊத்தப்பம் பெ. **தோசைக் கல்லில் சற்றுப் புளித்த மாவை ஊற்றித் தயாரிக்கப்படும் தடித்த தோசை;** kind of thick தோசை.

ஊத்தா பெ. *(ஊரக வ.)* **(ஓடும் தண்ணீரில் மீன் பிடிக்கப் பயன்படும்) மேல்புறம் சிறிய வட்டமாகவும்**

கீழ்ப்புறம் பெரிய வட்டமாகவும் இருக்கும் வகையில் மூங்கில் குச்சிகளைச் செங்குத்தாக வைத்துப் பின்னித் தயாரிக்கும் சாதனம்; cask-like device woven with thin bamboo sticks with a smaller opening at the top and a wider one at the bottom for catching fish in running water. ஓடும் தண்ணீரில் ஊத்தாவைக் குத்தினால், குச்சிகளின் இடைவெளி வழியாகத் தண்ணீர் தடைபடாமல் ஓடி, மீன் மட்டும் சிக்கிக்கொள்ளும்.

ஊத்தை பெ. (பே.வ.) 1: **(பொதுவாக) நாற்றமடிக்கும் (உடலின்) வியர்வை, அழுக்கு போன்றவை; (குறிப்பாக) நாற்றமடிக்கும் (பல்லின்) அழுக்கு;** (generally) foul smelling (body) waste; (esp.) plaque (of unclean teeth). ஊத்தை ஒழுகும் உடல்/ ஊத்தைப் பல். 2: (இலங்.) **அழுக்கு;** dirt. கீழே விழுந்ததில் சட்டை ஊத்தையாகிவிட்டது. 3: (இலங்.) **மோசம்;** bad. ஊத்தைப் பழக்கவழக்கங்கள்/ ஊத்தையானவர்களுடன் ஏன் சேருகிறாய்?

ஊத்தைசோடா பெ. (இலங்.) **எரிசோடா;** caustic soda. கதவெல்லாம் அழுக்காய் இருக்கிறது. ஊத்தைசோடாவைப் போட்டுக் கழுவிவிடு./ தரையில் ஊத்தைசோடா போட்டுத் தேய்த்தால்தான் அழுக்கு போகும்./ சட்டை பூரா எண்ணெய் கொட்டிவிட்டது. ஊத்தைசோடா போட்டுத் துவை.

ஊதல்[1] பெ. **(வாயில் வைத்து ஊதினால்) சீழ்க்கை போன்ற ஒலியை எழுப்பும் சாதனம்;** whistle. குழந்தைக்கு ஓர் ஊதல் வாங்கிக் கொடு!

ஊதல்[2] பெ. (ஊரக வ.) **குளிர் காற்று; வாடை;** cold wind. மார்கழி ஊதல் தாங்க முடியவில்லை.

ஊதல்போடு வி. (-போட, -போட்டு) (வ.வ.) **(வாழைக்காய் போன்றவற்றை) புகையில் பழுக்கச் செய்தல்;** induce ripening of fruits by smoke.

ஊதா பெ. 1: **(கத்திரிப் பூவைப் போன்று) சிவப்பும் நீலமும் கலந்த நிறம்;** violet; purple. வாடாமல்லி ஊதாவில் புடவை. 2: **நீலம்;** blue. பேனாவுக்கு ஊதா மை போடு!

ஊதாங்குழல் பெ. 1: **(அடுப்பில் நெருப்பு எரிவதற்காக) வாயினால் காற்றை ஊதப் பயன்படும் (பெரும்பாலும்) உலோகத்தால் ஆன சிறு குழாய்;** blow-pipe (used to kindle fire). 2: **(குழந்தைகளுக்கான) விளையாட்டுப் புல்லாங்குழல்;** toy flute.

ஊதாத் தேன்சிட்டு பெ. **பூக்களில் உள்ள தேன், பூச்சிகள் போன்றவற்றை உண்டு வாழும், சற்று நீண்ட கூர்மையான அலகைக் கொண்டிருக்கும் சிறிய பறவை;** purple sunbird. ஊதாத் தேன்சிட்டில் ஆண் நீலமும் பளபளக்கும் ஊதாவும் கலந்த நிறத்தில் இருக்கும், பெண் பழுப்பு நிற மேற்புறத்தையும், இள மஞ்சள் நிற அடிப்புறத்தையும் கொண்டு இருக்கும்.

ஊதாரி பெ. 1: **தன்னுடைய பொறுப்பை உணராமல் பணத்தையோ காலத்தையோ வீணாகச் செலவிடுபவர்;** spendthrift. தன் குடும்பச் சொத்தைச் சூதாடியே அழித்த ஊதாரி. 2: (பெயரடையாக) **(செலவைக் குறித்து வரும்போது) அவசியம் இல்லாதது; வீணானது;** extravagance. 'உன் ஊதாரிச் செலவுகளை நிறுத்தினால் ஒழிய சேமிக்க முடியாது' என்று என் நண்பன் சொன்னான்.

ஊதாரித்தனம் பெ. (-ஆக, -ஆன) **பணத்தைத் தேவையில்லாமல் அளவுக்கு அதிகமாகச் செலவு செய்யும் தன்மை;** extravagance. கையில் இருந்த பணத்தையெல்லாம் ஊதாரித்தனமாகச் செலவு செய்துவிட்டு இப்போது எல்லாரிடமும் கடன் வாங்கிக்கொண்டிருக்கிறான்./ உன்னுடைய ஊதாரித்தனத்துக்கு ஒரு அளவே இல்லையா?

ஊதித்தள்ளு வி. (-தள்ள, -தள்ளி) **(கடினமானது என்று கருதுவதை) சுலபமாகச் செய்தல்;** do sth. with ease. இந்த வேலையெல்லாம் அவனுக்கு ஒரு பொருட்டல்ல, ஊதித்தள்ளிவிடுவான்.

ஊதிப் பெரிதுபடுத்து வி. (-படுத்த, -படுத்தி) **(சாதாரணமான விஷயத்தை) வலிந்து பெரிய பிரச்சினை ஆக்குதல்;** exaggerate; cause to be inflated. சின்னப் பையன் ஏதோ தெரியாத்தனமாகப் பேசிவிட்டான். இதை ஊதிப் பெரிதுபடுத்தாதே.

ஊதியக் குழு பெ. **(குறிப்பிட்ட ஆண்டுகளுக்கு ஒரு முறை) அரசு ஊழியர்களின் ஊதிய விகிதங்களைத் திருத்தி அமைப்பது குறித்து ஆய்வு செய்து பரிந்துரைக்க அரசால் நியமிக்கப்படும் வல்லுநர் குழு;** group of experts periodically appointed by the government for recommending revision of pay scales for employees; (in India) Pay Commission.

ஊதியம் பெ. 1: **நிறுவனம் ஒன்றில் செய்யும் பணிக்காக ஒருவருக்குக் குறிப்பிட்ட காலத்துக்கு ஒரு முறை தரப்படும் பணம்; சம்பளம்;** pay; salary. மத்திய அரசு ஊழியர்களுக்கு ஊதிய உயர்வு கிடைத்திருக்கிறது./ துறைமுகத் தொழிலாளர்கள் ஊதிய உயர்வு கேட்டு வேலை நிறுத்தம் செய்தார்கள்./ வேலையில் சேர்ந்தபின் வாங்கிய முதல் மாத ஊதியத்தை அம்மாவின் கையில் கொடுத்தேன். [(தொ.சொ.) **கூலி/ சம்பளம்/ மதிப்பூதியம்**] 2: **(திரைப்படம், நாடகம், இசைத் துறை போன்றவற்றில்) ஒருவர் தனது பங்களிப்புக்காக அல்லது உழைப்புக்காகப் பெறும் தொகை/(விளையாட்டு வீரர்களுக்கு) குறிப்பிட்ட அடிப்படையில் தரப்படும் சம்பளம்;** fee. தெருக்கூத்து ஆட்டக்காரர்களுக்கு ஒரு நிகழ்ச்சிக்கு ரூபாய் ஐநூறுவரை ஊதியம் தரப்படுகிறது./ ஒவ்வொரு படத்திற்கும் கோடிக் கணக்கில் ஊதியம் வாங்கும் நடிகர்கள் பலர் இருக்கிறார்கள்./ ஹாக்கி வீரர்களுக்கும் தகுந்த ஊதியம் வழங்கப்பட வேண்டும் என்று பலர் கருதுகிறார்கள்.

ஊதிய விகிதம் பெ. **(குறிப்பிட்ட) பணிக்கான அடிப்படைச் சம்பளம் மற்றும் ஒவ்வொரு ஆண்டுக்கான ஊதிய உயர்வு ஆகியவை எவ்வாறு அமைந்திருக்கும் என்ற ஏற்பாடு;** scale of pay. அரசு ஊழியர்களுக்கான ஊதிய விகிதங்களை ஐந்து ஆண்டுகளுக்கு ஒரு முறை மாற்றியமைப்பது வழக்கம்.

ஊது[1] வி. (ஊத, ஊதி) 1: **வாயைக் குவித்துக் காற்றை வெளிப்படுத்துதல்;** blow (air). விளக்கை ஊதி அணைத்தான்./ புத்தகத்தின் மேல் இருக்கும் தூசியைத் துடை, ஊதாதே./ கரி அடுப்பை ஊதிஊதி வாய் வலிக்கிறது. 2: **(காற்றை ஒன்றினுள்) செலுத்துதல்; நிரப்புதல்;** fill (sth.) with (air). பலூனுக்குக் காற்று ஊதிக்கொடு! 3: **(உடல் அல்லது உடல் உறுப்பு) பெருத்தல்;** (of body or body

219 ஊர்க் கட்டுமானம்

part) swell; bloat. இரண்டு குழந்தை பிறந்தவுடன் அவள் ஊதிப்போய்விட்டாள்./ அவர் முகம் ஊதிப்போயிருந்தது./ அடையாளம் தெரியாமல் பிணம் ஊதிப்போயிருந்தது. **4: ஒலி எழுப்புதல்;** (of train) whistle; (of siren, conch) blow. ரயில் ஒரு முறை ஊதிவிட்டுப் புறப்பட்டது./ பஞ்சாலையில் சங்கு ஊதும் சத்தம் கேட்கிறது. **5: (காற்றிசைக் கருவிகளை) வாசித்தல்;** play (a wind instrument). நாட்டியத்தில் குழல் ஊதுவதுபோல் அபிநயித்தாள்./ ஒத்து ஊத ஒரு பையன் வேண்டும். **6:** *(அ.வ.)* **புகைத்தல்;** smoke. தனிமையில் அமர்ந்து பீடி ஊதிக்கொண்டிருந்தான்.

ஊது[2] வி. *(ஊத, ஊதி)* (வ.வ.) **(ஒருவரைப் பற்றி மற்றவரிடம்) ரகசியமாகக் குறைகூறுதல்; வத்தி வைத்தல்;** speak ill of s.o. in their absence. என்னைப் பற்றி யாரோ அவரிடம் ஊதியிருக்க வேண்டும். அதனால்தான் அவர் மாறிவிட்டார்.

ஊது உலை பெ. *(வேதி.)* **இரும்புத்தாது, கரி, சுண்ணாம்புக் கல் ஆகியவை நிறைந்திருக்கும் கொள்கலனில் கடும் வெப்பம் நிறைந்த காற்றைச் செலுத்துவதன் மூலம் (அச்சில் வார்க்கத் தேவையான) இரும்புக் குழம்பைத் தயாரிக்கும் அமைப்பு;** blast furnace.

ஊதுகாமாலை பெ. *(சித்த.)* **உடலை வீங்கச் செய்யும் ஒரு வகைக் காமாலை நோய்;** jaundice with dropsy.

ஊதுகுழல் பெ. **1:** காண்க: *ஊதாங்குழல்,* **1**. **2:** *(இலங்.)* **ஒரு செய்தியைப் பலர் அறியும்படி பரப்பும் நபர்;** person given to trumpeting. அவனிடம் ஏன் விஷயத்தைச் சொன்னாய், அவன் ஒரு ஊதுகுழல்.

ஊதுகொம்பு பெ. காண்க: **கொம்பு, 3.**

ஊதுபத்தி பெ. காண்க: **ஊதுவத்தி.**

ஊதுமாக்கூழ் பெ. *(இலங்.)* **உளுத்தம் மாவு, அரிசி மாவு ஆகியவற்றைச் சேர்த்துக் காய்ச்சும் கூழ்;** kind of pasty pudding. சுடச்சுட ஊதுமாக்கூழ் குடித்தால் தடிமன் பழுத்துவிடும்.

ஊதுவத்தி பெ. **நறுமணத்துக்காக எரிக்கும், வாசனைப் பொருள் பூசப்பட்ட குச்சி;** incense stick; joss stick.

ஊம்கொட்டு வி. *(-கொட்ட, -கொட்டி)* காண்க: **உம் கொட்டு.**

ஊமத்தை பெ. **முட்கள் நிறைந்த உருண்டையான காய்களையும் குழல் வடிவப் பூக்களையும் உடைய ஒரு வகைச் செடி;** thorn apple; datura plant.

ஊமல்(கொட்டை) பெ. *(இலங்.)* **பனங்கொட்டை முளைத்த பின் அடிப்பகுதியில் எஞ்சியிருக்கும் கொட்டை;** shell of palmyra seed after its germination. அடுப்பெரிக்கக் கொஞ்சம் ஊமல் எடுத்து வா./ ஊமல் கொட்டையைக் கனக்க அடுப்பில் போடாதே, வெக்கை கூடுதலாக இருக்கும்.

ஊமாண்டி பெ. *(இலங்.)* **பூச்சாண்டி;** bogeyman. அழாமல் அப்பத்தைச் சாப்பிடு, இல்லாவிட்டால் ஊமாண்டியிடம் பிடித்துக்கொடுத்துவிடுவேன்.

ஊமாண்டி காட்டு வி. *(காட்ட, காட்டி)* *(இலங்.)* **பூச்சாண்டி காட்டுதல்;** attempt scaring (s.o.). டேய், சும்மா ஊமாண்டி காட்டிக்கொண்டிருக்காதே. உன்னால் முடிந்ததைச் செய்துகொள்.

ஊமை பெ. *(த.வ.)* (பெரும்பாலும்) **பிறப்பிலேயே பேசும் திறன் இல்லாதவர்;** dumb person.

ஊமைக் காயம் பெ. **வெளியில் தெரியாத காயம்; உள்காயம்;** contusion. படிக்கட்டில் இடறி விழுந்ததில் அடிபடவில்லை. ஊமைக் காயம்தான் பட்டிருக்கிறது.

ஊமைக்குசும்பு பெ. *(பே.வ.)* **(பிறருக்குத் தெரியாமல்) கமுக்கமாகச் செய்யும் விஷமம்;** sly prank.

ஊமைக்கோட்டான் பெ. **விரும்பத் தகாத செயல் ஒன்று நடந்து, அது வெளிப்படும்போது, அதைப் பற்றி அறிந்திருந்தும் எதுவும் சொல்லாமல் இருக்கும் நபர்;** one who keeps mum when sth. done stealthily comes to light. ஊமைக்கோட்டானே! வாயைத் திறந்து என்ன நடந்தது என்று சொல்!

ஊமைப்படம் பெ. **மௌனப்படம்;** silent film.

ஊமையடி பெ. காண்க: **ஊமைக் காயம்;** contusion.

ஊமை வெயில் பெ. **பிரகாசமாக இல்லாமல், ஆனால் வெப்பத்தை உணரக்கூடிய மந்தமான வெயில்;** sun that is dull yet hot.

ஊர்[1] வி. *(ஊர, ஊர்ந்து)* **1: ஒரு பரப்பை ஒட்டியவாறே நகர்தல்;** (of certain creatures) crawl; creep. ஊர்ந்து செல்லும் உயிரினங்கள் பகுப்பில் பாம்பும் அடங்கும்./ தலையில் பேன் ஊர்கிறது./ இருட்டில் தரையில் ஊர்ந்தவாறு கொஞ்சம்கொஞ்சமாக முன்னேறினான்./ (உரு வ.) பயம் முதுகுத்தண்டில் ஊர்ந்தது. **2: மெல்லச் செல்லுதல்;** move slowly. வாகன நெரிசலில் பேருந்து ஊர்ந்துகொண்டிருந்தது. **3:** *(பே.வ.)* **அரிப்பு உண்டாதல்;** have an itching sensation. உடம்பு முழுவதும் கம்பளிப்பூச்சி கடித்தது போல் ஊர்கிறது.

ஊர்[2] பெ. **1: மக்கள் வசிக்கும், எல்லைகள் வரையறுக்கப்பட்ட இடம்;** village; town; city; place. **2: (ஊரில் வசிக்கிற) மக்கள்;** people of the town; community. ஊரோடு ஒத்துப்போ. **3: மேற்குறித்த மக்களுக்குப் பொதுவானது;** sth. that belongs to or owned by the local community. ஊர்க் கிணறு/ ஊர்ப் பழக்கம். **4: (ஒருவர்) பிறந்து வாழ்ந்த இடம்;** hometown; native place. உங்களுக்கு எந்த ஊர்?/ ஊருக்குப் போய் நாளாகிவிட்டது.

ஊர்[3] பெ. *(இலங்.)* (பெரும்பாலும் பெயரடையாக வரும்போது) **உள்ளூரில் விளைந்தது;** locally grown. நல்ல ஊர்ச் செத்தலாகப் பார்த்து வாங்கி வா.

ஊர்க் கட்டுப்பாடு பெ. **ஊர் மக்கள் ஒன்றுகூடி விதித்து, ஏற்றுக்கொண்டிருக்கும் தடை;** prohibition (as agreed upon by all the people in the village). பக்கத்தில் பறவைகள் சரணாலயம் இருப்பதால் இந்த ஊரில் பட்டாசு வெடிக்கக் கூடாது என்பது ஊர்க் கட்டுப்பாடு.

ஊர்க் கட்டுமானம் பெ. **1:** ஒருவருக்கு அல்லது ஒரு **குடும்பத்துக்குத் தரும் தண்டனையாக அவர் வீட்டு நிகழ்ச்சிகளில் கலந்துகொள்ளாமலும், அவருக்கு எதுவும் விற்காமலும் இருக்கும்படி கிராமம் (பெரும்பாலும் கிராமத்தின் வலுவான சமூகப் பிரிவுகள்) விதிக்கும் தண்டனை;** the boycott of a person or family by the village as a sanction. **2: (சில சூழ்நிலையில் ஊர் அல்லது**

அமைப்பு ஒற்றுமைக்காக) குறிப்பிட்ட நாளில் கிராமத் தொழிலாளர்கள் மேற்கொள்ளும் வேலை நிறுத்தம்.

ஊர்க் கதை பெ. **அண்டை அயலாரின் சொந்த வாழ்க்கை அல்லது ஊர் நடப்புகள்பற்றிய (தேவையற்ற) பேச்சு;** gossip. ஊர்க் கதையெல்லாம் பேசிவிட்டு வீட்டுக்கு வந்து சேர மணி பத்து ஆகிவிடும்./ இந்த ஊர்க் கதையெல்லாம் வேண்டாம், விஷயத்தைச் சொல்.

ஊர்க்காவல் படை பெ. **காவல்துறையினருக்கு உதவியாகப் பாதுகாப்புப் பணியில் ஈடுபடப் பயிற்சி அளிக்கப்பட்ட, உள்ளூர்க்காரர்களைக் கொண்டு அமைக்கப்படும் அணி;** voluntary force to assist the local police in maintaining law and order; (in India) homeguards. தேர்தலை முன்னிட்டு ஊர்க்காவல் படையினர் பாதுகாப்புப் பணிகளில் அமர்த்தப்பட்டுள்ளனர்.

ஊர்க்குருவி பெ. **1:** **சிட்டுக்குருவி;** house sparrow. **2:** (இலங்.) **ஊர்சுற்றுபவன்;** gadabout. அவன் ஒரு ஊர்க் குருவி.

ஊர்க்கோழி பெ. (இலங்.) **(கலப்பினம் அல்லாத) நாட்டுக் கோழி;** indigenous hen.

ஊர்காலி மாடு பெ. (வ.வ.) **கிராமத்திற்குப் பொதுவில் ஒருவருடைய பொறுப்பில் மேய்ச்சலுக்கு அனுப்பப்படும் மாடு;** cattle left in charge of a person appointed by the village for grazing.

ஊர்சாட்டு வி. (-சாட்ட, -சாட்டி) (வ.வ.) **ஒரு சிறிய தமுக்கைக் கழுத்தில் மாட்டி அடித்துக்கொண்டே சென்று, ஊரில் பல இடங்களில் கூட்டம் கூட்டி, ஒரு செய்தியை ஊர் மக்கள் அனைவருக்கும் தெரியப்படுத்தும் முறை;** announce by beating தமுக்கு. வைகாசி மாதம் ஏதேனும் ஒரு செவ்வாய்க்கிழமையைத் தேர்ந்தெடுத்து, 'வடகத்தி அம்மனுக்குக் கஞ்சி ஊற்றுகிறோம்' என்று ஊர்சாட்டுவார்கள்.

ஊர்சுற்றி பெ. (இலங்.) **(பொழுதுபோக்காக அல்லது பயனற்ற முறையில்) ஊர்சுற்றித் திரியும் நபர்;** a person who goes gallivanting from place to place; a gadabout. வெளிநாட்டுக் காசு வந்துகொண்டிருந்தால் நாமும் உன் நண்பன் மாதிரி ஊர்சுற்றியாக இருக்கலாம்./ அந்த ஊர்சுற்றிக்கு எனது தங்கையை எப்படித் திருமணம் செய்துகொடுப்பது?

ஊர்சுற்று வி. (-சுற்ற, -சுற்றி) **அலைந்து திரிந்து வீணாகக் காலம் கழித்தல்;** go gallivanting; gad about. அண்ணனுக்கு இன்னும் வேலை கிடைக்கவில்லை, ஊர்சுற்றிக் கொண்டிருக்கிறான்./ நீ இப்படி ஊர்சுற்றுவது நன்றாக இல்லை.

ஊர்த் தேன்சிட்டு பெ. **பூச்சிகள், பழங்கள், பூக்களில் உள்ள தேன் போன்றவற்றை உண்டு வாழும் சிறிய பறவை;** purple-rumped sunbird. ஊர்த் தேன்சிட்டில் ஆண் பளபளக்கும் கருஞ்சிவப்பில் மேற்புறத்தையும், மஞ்சளான அடிப்புறத்தையும் கொண்டிருக்கும், பெண் பழுப்பு நிற மேற்புறத்தையும், இளமஞ்சள் நிற அடிப்புறத்தையும் கொண்டிருக்கும்.

ஊர்தி பெ. **1:** **போக்குவரத்துக்குப் பயன்படுகிற வாகனம்;** vehicle (for transport). மாநகராட்சி எல்லைக்குள் இரவில் மட்டுமே இந்த ஊர்தி அனுமதிக்கப்பட்டிருக்கிறது./ தீயணைப்பு நிலையங்களுக்காகப் புதிய ஊர்திகள் வாங்கப்படும். **2:** (புராணத்தில்) **கடவுள், தேவர் ஆகியோர் ஏறி அமர்ந்து செல்லும் விலங்கு அல்லது பறவை; வாகனம்;** animal or bird used as a mount by gods or celestial beings. மயில் முருகனின் ஊர்தி/ இந்திரனின் ஊர்தி வெள்ளை யானை.

ஊர்ப் பஞ்சாயத்து பெ. **ஊருக்குப் பொதுவான விஷயங்கள்பற்றிப் பேசி முடிவெடுக்கவும், தனியார் கொண்டுவரும் பிரச்சினைகளுக்குத் தீர்வு காணவும் ஊராரை அல்லது ஊரின் மூத்தவர்களை வைத்து நடத்தும் கூட்டம்;** non-official assembly of villagers or village elders to discuss common issues and also to determine private disputes.

ஊர்ப்பட்ட பெ.அ. (பே.வ.) **அளவுக்கு அதிகமான; ஏகப்பட்ட;** more than usual; more than manageable. அவன் ஊர்ப்பட்ட கடன் வாங்கியிருக்கிறான்./ எனக்கு ஊர்ப்பட்ட வேலை இருக்கிறது.

ஊர்ப்புறம் பெ. **கிராமப்புறம்;** rural area; countryside. ஊர்ப்புறங்களில் மாட்டுப் பொங்கல் விமரிசையாகக் கொண்டாடப்படுகிறது.

ஊர்ப்பொது பெ. (ஊரக வ.) **ஊர்ப் பஞ்சாயத்து;** a group of village elders. குடும்பப் பிரச்சினையை ஊர்ப் பொதுவுக்குக் கொண்டுபோக வேண்டுமா?/ அவன் ஒத்து வரவில்லையென்றால் நிலத் தகராறை ஊர்ப்பொதுவுக்குக் கொண்டுவர வேண்டியதுதான்.

ஊர் மரங்கொத்தி பெ. **(மைனாவைவிடச் சற்றுப் பெரிய அளவில்) உச்சந்தலையில் சிவப்பு நிற இறகுகளுடனும், முதுகு பொன் நிறத்திலும், வால் கறுப்பாகவும், வயிற்றுப் பகுதி கறுப்புவெள்ளைத் திட்டுகளுடனும் காணப்படும் பறவை; பொன்முதுகு மரங்கொத்தி;** black-rumped flameback.

ஊர்மனை பெ. (இலங்.) **குடியிருப்புப் பகுதி;** residential area. வீட்டுக்கு வந்து அம்மாவிடம் வியளம் சொல்லிவிட்டு ஊர்மனையை நோக்கிச் சென்றான்.

ஊர்முட்டை பெ. (இலங்.) **நாட்டுக் கோழி இடும் முட்டை;** egg of indigenous hen. அடைவைக்க ஊர் முட்டை வாங்க வேண்டும்./ ஊர்முட்டையில் கரு நல்ல சிவப்பாய் இருக்கும்./ ஊர்முட்டைக் கோப்பி தடிமனுக்கு நல்லது.

ஊர்மேய் வி. (-மேய, -மேய்ந்து) **1:** **கட்டுப்பாடு இல்லாமல் ஊர்சுற்றுதல்;** gad about. எங்கே ஊர்மேய்ந்துவிட்டு இந்த நேரத்துக்கு வருகிறாய்? **2:** (த.வ.) **பலரிடம் உடலுறவு கொள்ளுதல்;** have sex with many.

ஊர்வசி பெ. **(நாட்டியத்தில் சிறந்த) தேவலோகப் பெண்;** a celestial dancer.

ஊர்வம்பு பெ. **(ஒருவருக்கு) சம்பந்தமில்லாத அல்லது தேவையில்லாத பிரச்சினை; வீண் வம்பு;** affairs not one's own; gossip. அவர் ஊர்வம்புக்குப் போக மாட்டார்./ நமக்கு ஏன் இந்த ஊர்வம்பு, ஒதுங்கியிருப்போம்.

ஊர்வலம் பெ. **1:** **ஒரு நோக்கத்துக்காகத் தெருவில் அணி அணியாகச் செல்லுதல்;** procession; rally. விலைவாசி உயர்வைக் கண்டித்துப் பொதுமக்கள் ஊர்வலம் நடத்தினர்.

2: (விழாவில் அல்லது கொண்டாட்டத்தில்) வீதிவலம் வருதல்; procession (in festivals or celebration). வெற்றி ஊர்வலம்/ யானைமீது அரசர் ஊர்வலம்.

ஊர்வன பெ. (எப்போதும் பன்மையில் வந்து) செதில்கள் போன்றவற்றால் மூடப்பட்ட தோலைக் கொண்ட, கால்களால் அல்லது உடலால் ஊர்ந்து செல்லும், முட்டையிட்டுக் குஞ்சு பொரிக்கும் (பாம்பு, பல்லி, முதலை, ஆமை முதலிய) முதுகெலும்புள்ள குளிர் இரத்தப் பிராணிகளின் இனம்; class of reptiles.

ஊர்வாய் பெ. பிறரது குற்றம்குறை காணும் ஊராரின் பேச்சு; gossip; scandal; accusation. ஊர்வாய்க்குப் பயப்பட வேண்டியிருக்கிறது.

ஊர்வாயை மூடு வி. (மூட, மூடி) (எதிர்மறை வாக்கியத்தில் அல்லது எதிர்மறைத் தொடரில் வரும்போது) (ஒருவரை அல்லது ஒன்றைப் பற்றி) பிறர் இழிவாகப் பேசுவதைத் தடுத்தல்; (in the negative) stop people from talking (implying that gossip cannot be checked); stop being talked about. நீ செய்த தவறைப் பற்றி நாங்கள் வேண்டுமானால் பேசாமல் இருக்கலாம். ஊர்வாயை மூட முடியுமா?/ அவர் தன் பண பலத்தைப் பயன்படுத்தி ஊர்வாயை மூடிவிடலாம் என்று தவறாக எண்ணிவிட்டார்.

ஊர் விலக்கம் பெ. குறிப்பிட்டவர் வீட்டு நிகழ்ச்சிகளுக்கு மற்றவர்கள் செல்லாமல், மற்றவர்கள் வீட்டு நிகழ்ச்சிகளுக்கு அவரை அழைக்காமல், பொது நிகழ்ச்சிகளில் கலந்துகொள்ள விடாமல் தண்டனையாக ஊரிலிருந்து (ஒருவரை அல்லது ஒரு குடும்பத்தினரை) விலக்கிவைத்தல்; social boycott. எங்களை ஊர் விலக்கம் செய்துவிட்டால் பிறகு இந்த ஊரில் நாங்கள் எப்படிப் பிழைப்பு நடத்த முடியும்?

ஊர்ஜிதம் பெ. (ஒன்று நடந்திருக்கும் அல்லது நடந்திருக்காது என்பதை முடிவுசெய்யும்) உறுதி; நிச்சயம்; confirmation; proof.

ஊரக பெ.அ. கிராமப்புற; rural. ஊரக வேலைவாய்ப்புத் திட்டம்/ ஊரக வளர்ச்சி.

ஊரடங்கு பெ. ஊரடங்கு உத்தரவு அமலில் இருக்கும் நிலை; curfew. ஊரடங்கின் காரணமாக நகரமே வெறிச்சோடிக் காணப்பட்டது.

ஊரடங்கு உத்தரவு பெ. (சட்டம்) சட்டம், ஒழுங்கு பாதிக்கப்படக்கூடிய நிலைமைகள் காரணமாக, தேவையில்லாமல் மக்கள் பொது இடங்களில் நடமாடக் கூடாது என்று மாவட்ட ஆட்சியர், காவல் துறை ஆணையர் போன்றோர் பிறப்பிக்கும் ஆணை; curfew. கலவரம் நடந்ததை ஒட்டி ஊரடங்கு உத்தரவு பிறப்பிக்கப்பட்டது.

ஊரல் பெ. (பே.வ.) (உடலில்) சொறியத் தூண்டும் உணர்வு; அரிப்பு; itching sensation. பூச்சி கடித்த இடத்தில் அடிக்கடி ஊரல் எடுத்துக்கொண்டே இருந்தது. [(தொ.சொ.) அரிப்பு/ எரிச்சல்/ தினவு/ நமைச்சல்]

ஊரவர் பெ. (இலங்.) (ஒரு) ஊரில் வசிப்பவர்கள்; ஊரார்; inhabitants of a village. அவசரஅவசரமாக ஒரு முறையீடு தயாரித்து ஊரவரிடம் கையொப்பம் பெற்று அரசத் துறையில் கொடுத்தார்கள்.

ஊரறிந்த ரகசியம் பெ. (ஒருவர் ரகசியம் என்று நினைத்தாலும்) அனைவரும் அறிந்த ஒன்று; open secret. அவர் அலுவலகத்தில் ஊழல் செய்து மாட்டிக்கொண்டது ஊரறிந்த ரகசியம்./ அந்தக் குடும்பத்தில் அண்ணன் தம்பித் தகராறு ஊரறிந்த ரகசியமாயிற்றே!

ஊராட்சி பெ. கிராமத்துக்கான உள்ளாட்சி அமைப்பு; machinery for local self-government at the village level; (in India) village panchayat.

ஊரார் பெ. 1: ஊரில் வசிக்கும் மக்கள்; inhabitants of a village. அந்தப் புண்ணியவான் எங்களுக்குச் செய்த உதவியை நாங்கள் எப்போதும் மறக்க மாட்டோம் என்று ஊரார் கூறினர். 2: ஒரு விஷயத்தோடு நேரடியாகச் சம்பந்தப்படாதவர்கள்; persons who are not directly connected with sth. ஊரார் பேச்சைக் கேட்டு இப்படியெல்லாம் ஆடுகிறான். 3: (பேசுபவர் கண்ணோட்டத்தில்) அவருடைய ஊரைச் சேர்ந்தவர்கள்; (from a speaker's point of view) persons belonging to his place.

ஊரிப்பட்ட பெ.அ. காண்க: ஊர்ப்பட்ட.

ஊருக்கு முன்னால் வி.அ. (அவசியமில்லாமல்) மற்ற அனைவரையும் முந்திக்கொண்டு; (as though sth. is) the very first thing to be done (implying unseemly hurry). இன்னும் கல்யாண வீட்டுக்காரர்களே வரவில்லை, ஊருக்கு முன்னால் நீ வந்து மண்டபத்தில் என்ன செய்கிறாய்?/ தெருவில் என்ன பிரச்சினை என்றாலும் அவன் ஊருக்கு முன்னால் போய் நிற்பான்.

ஊருணி பெ. 1: (பெரும்பாலும் கிராமப்புறத்தில் குடிநீருக்கான) குளம்; tank; pond (in a village maintained as a source of drinking water). 2: புன்செய் விளை நிலங்களுக்கு நடுவில் உள்ள, கண்மாயை விடச் சிறிய மழைநீர்க் குட்டை; small tank in rain-fed fields for storing rain water.

ஊரை அழை வி. (அழைக்க, அழைத்து) (இலங்.) காண்க: ஊரைக் கூட்டு.

ஊரைக் கூட்டு வி. (கூட்ட, கூட்டி) (கூச்சல் போட்டு) பெரும் கூட்டம் கூடுமாறு செய்தல்; collect an unwanted crowd. என் பக்கத்து வீட்டுக்காரர் சின்னச் சண்டைக்குக்கூட ஊரைக் கூட்டிவிடுவார்./ இப்போது என்ன நடந்துவிட்டது என்று ஊரைக் கூட்டுகிறாய்?

ஊரை விற்றுவிடு வி. (-விட, -விட்டு) ஒருவர் பார்ப்பதற்கு அப்பாவிபோல் தோன்றினாலும் தகுந்த சமயத்தில் (பிறர் ஆச்சரியப்படும் விதத்தில்) தனக்குச் சாதகமாக ஒன்றை செய்துகொள்ளுதல்; be far too clever (though taken for an innocent person or one to be trusted). இவன் பார்ப்பதற்கு அமைதியாக இருக்கிறான் என்று நினைக்காதீர்கள். அசந்தால் ஊரை விற்றுவிடுவான்.

ஊவா முள் பெ. (பூந்துடைப்பம் போன்றவற்றின் நுனியில் காணப்படும்) கூரிய முனையை உடைய மெல்லிய சிலாம்பு; thorn-like splinters at the end of the ribs in பூந்துடைப்பம். புதுத் துடைப்பம் என்பதால் நிறைய ஊவா முள் உதிர்ந்தது./ கூட்டும்போது புடவையில் ஊவா முள் ஒட்டிக்கொண்டது.

ஊழ் பெ. (உ.வ.) விதி; fate; destiny. ஊழின் வலிமையைப் பற்றி வள்ளுவர் கூறுகிறார்.

ஊழ்வினை பெ. **(இந்தப் பிறவியில் அனுபவிக்கும் நன்மை, தீமைக்குக் காரணம் என்று நம்பப்படும்) முற்பிறவியில் செய்த செயல்; கர்மம்;** deeds committed in one's previous birth (believed to be responsible for one's lot in this birth).

ஊழல் பெ. **(ஆட்சி, நிர்வாகம், தொழில் முதலியவற்றில் லஞ்சம் வாங்குதல், வேண்டியவருக்குச் சலுகை அளித்தல் போன்ற) முறைகேடு; நேர்மையின்மை;** corruption; corrupt practice. *ஊழலற்ற ஆட்சியை அமைக்கப்போவதாகக் கூறி அந்தக் கட்சியினர் மக்களின் ஆதரவைப் பெற்றனர்./ பொதுவாழ்வில் ஊழல்கள் மலிந்துவிட்டன./ தானியக் கொள்முதலில் ஊழல் செய்ததாகக் குற்றம் சாட்டப்பட்டு இருவர் கைதுசெய்யப்பட்டுள்ளனர்.*

ஊழலி வி. (ஊழலிக்க, ஊழலித்து) (இலங்.) **(உணவுப் பொருள்) கெடுதல்; பதம் அழிதல்;** (of food stuff) get spoilt. *காலையில் காய்ச்சிய சோறு ஊழலித்துப்போய் விட்டது.*

ஊழி பெ. (உ.வ.) **1: நீண்ட காலம் நிலைக்கும் ஒரு கால அளவு; யுகம்;** aeon. *ஊழியின் முடிவே வந்துவிட்டது போல் இருந்தது.* **2: யுக முடிவு;** apocalypse. *சிவனின் ஊழித் தாண்டவம்/ ஊழிக் காற்று.*

ஊழியம் பெ. **1: (கடவுள், அரசன் முதலியோருக்குச் செய்யப்படும்) தொண்டு அல்லது சேவை;** service (to god, king). *கோயிலுக்கு ஊழியம் செய்த புண்ணியம் உனக்கு உண்டு./ அரண்மனை ஊழியம் செய்து தலை நரைத்தவர்!* **2:** (கிறித்.) **கிறித்தவ மதத்தைப் பரப்பும் தொண்டு;** work of an evangelist. *நான் தேவனுக்கு ஊழியம் செய்கிறேன்.* **3: (அரசுத் துறை முதலியவற்றில்) பணி; வேலை;** service (in a department of the government or in an organized agency). *அரசுத் துறையில் ஊழியம் செய்யும் அனைவருக்கும் ஓய்வூதியம் உண்டு.*

ஊழியர் பெ. **1: பணியாளர்;** employee (in an office, bank, etc.,). *அரசு ஊழியர் சங்கம்/ தனியார் மருத்துவமனை ஊழியர்கள்.* [(தொ.சொ.) **அலுவலர்/ தொழிலாளர்/ தொழிலாளி/ பணியாள்/ பணியாளர்/ வேலையாள்**] **2: தொண்டர்;** worker (in an organization). *கட்சியின் உண்மையான ஊழியர்.*

ஊழியன் பெ. **(இறைவனுக்கு அல்லது அரசனுக்கு) தொண்டு அல்லது சேவை செய்பவன்;** servant (of god or king). *அரண்மனை ஊழியன்.*

ஊளை[1] பெ. **(நரி, ஓநாய் போன்றவை எழுப்பும்) ஒலி; (நாயின்) அழுகை ஓலம்;** (of fox, jackal, dog, etc.,) howl. *காட்டில் நரிகளின் ஊளை/ நாயின் சோகமான ஊளை.*

ஊளை[2] பெ. **1: புளித்த நாற்றம்;** stink (of sour milk). *ஊளை மோரை ஊற்றிச் சாப்பிடுவதை விடச் சும்மாவே இருக்கலாம்.* **2: நாற்றமடிக்கும் சீழ் அல்லது சளி;** putrid smell (of pus or mucus). *ஊளைக் காது/ ஊளை மூக்கு.*

ஊளைச்சதை பெ. **(ஒருவரின் உடம்பில்) அளவுக்கு அதிகமாகத் தொங்கும் சதை;** flab. *ஊளைச்சதையைக் குறைக்க உடற்பயிற்சி.*

ஊற்றி மூடு வி. (மூட, மூடி) (பே. வ.) **(ஒரு பிரச்சினை, செயல்பாடு முதலியவற்றை மேலும் தொடர்வதால் எந்தப் பலனும் இருக்காது என்று வெறுத்துப்போன நிலையில் ஒருவர் கூறும்போது) (மேற்கொண்டு தொடராமல் அல்லது நடவடிக்கை எடுக்காமல்) முடிவாக நிறுத்திக்கொள்ளுதல்;** bring to stop (a problem, activity, etc.,). *அவன் ஒழுங்காக வியாபாரத்தைப் பார்க்காமல் ஊர்சுற்றிக்கொண்டிருந்தால், கடையை ஊற்றிமூடி விட்டுப் போகவேண்டியதுதான்.*

ஊற்று[1] வி. (ஊற்ற, ஊற்றி) **1: (திரவப் பொருள்களை) கீழே சாய்த்துக் கொட்டுதல்;** pour (water or other liquids). *தண்ணீரைக் கீழே ஊற்றினாள்.* **2: (ஒரு கலனுக்குள் திரவத்தை) விடுதல்;** fill (sth. with a liquid). *பேனாவில் மை ஊற்று./ அவர் கண்ணாடிக் குவளையில் மது ஊற்றும் அழகே தனி.* **3: (செடிகளுக்கு நீரை) பாய்ச்சுதல்; விடுதல்;** water (the plants). *செடிகளுக்குத் தண்ணீர் ஊற்றினாயா?* **4: (திரவப் பொருள்) அதிக அளவில் வெளியேறுதல்;** come out profusely. *வெட்டுக்காயத்திலிருந்து இரத்தம் ஊற்றியது.* [(தொ.சொ.) **ஊறு/ ஒழுகு/ ஓடு/ கசி/ கொட்டு/ சிதறு/ சிந்து/ சுர/ தெறி/ பரவு/ பீச்சு/ பீறிடு/ வடி/ வழி**] **5: (மழை) பொழிதல்;** (of rain) pour down./ *வானம் கிழிந்ததுபோல் மழை ஊற்றியது.* [(தொ.சொ.) **கொட்டு/ தூறு/ பெய்/ பொழி/ விழு**] **6: (அரைத்த மாவை) வார்த்தல்;** pour (batter to make தோசை, etc.,). *ஐந்தாவது தோசை ஊற்றுகிறேன்./ இட்லி ஊற்றாமல் எங்கே போனாய்?* **7: (கவனக் குறைவால்) சிந்துதல்;** spill; splash. *அரிசி வடிக்கும்போது கஞ்சியைக் காலில் ஊற்றிக்கொண்டு துடித்துப்போனாள்.*

ஊற்று[2] பெ. **1: (நிலத்திலிருந்து வரும் நீர், எண்ணெய் போன்றவற்றின்) சுரப்பு;** spring (of a well, pond, etc.,). *கிணற்றில் ஊற்று வற்றிவிட்டது./ மும்பைக் கடல் பகுதியில் பல எண்ணெய் ஊற்றுகளைக் கண்டுபிடித்திருக்கிறார்கள்./ (உரு வ.) அவர் ஒரு ஞான ஊற்று.* **2: மேல் நோக்கிப் பீச்சும் நீர்;** fountain.

ஊற்றுக்கண் பெ. **1: (கிணறு முதலியவற்றின் அடியில் அல்லது ஓரங்களிலிருந்து) நீர் சுரந்து வரும் வழி;** orifice of a spring. *ஊற்றுக்கண் அடைபட்டுவிட்டதால் கிணற்றில் நீர் ஊறவில்லை.* **2: ஒன்று உருவாவதற்கு அல்லது தோன்றுவதற்கு ஆதாரமாக அமைவது;** source; fountain. *அதிகாரத்தைச் சீரழிவின் ஊற்றுக்கண்ணாக அந்த அறிஞர் காண்கிறார்./ ஊழலின் ஊற்றுக்கண்ணே அரசியல் தான் என்று அவர் சொல்வதை என்னால் ஏற்றுக்கொள்ள முடியாது.*

ஊற்று வட்டா பெ. (ஊரக வ.) **(கோடையில் ஆற்று மணலை அப்புறப்படுத்தி ஊற்றுத் தோண்டுவதற்குப் பயன்படும்) ஆல் இலை வடிவில், அதைவிட மூன்று நான்கு மடங்கு பெரிதாக இருக்கும், பித்தளைப் பாத்திரம்;** a slightly curved oval brass dish for scooping out sand from river bed to get to the water underneath in summer. *பெண்கள் ஊற்று வட்டாவும் குடமுமாக ஆற்றுக்குத் தண்ணீர் எடுக்கப் போனார்கள்.*

ஊறல்[1] பெ. **1: (சாராயம் தயாரிப்பதற்காக) ஊமத்தை, கடுக்காய்க் கொட்டை, நறுக்கிய வாழைப்பழம் போன்றவை சேர்க்கப்பட்டு ஊறும் நீர்;** anything fermenting for distillation of arrack; (a kind of) fermenting wash.

223 ஊனுண்ணி

சாராயம் காய்ச்ச வைத்திருந்த ஊறலின் மதிப்பு சுமார் லட்சம் ரூபாய். 2: *(இலங்.)* **கஷாயம்;** (herbal) decoction. *பரியாரியார் தந்த ஊறல் கசப்பாக இருக்கிறது.*

ஊறல்[2] பெ. காண்க: **ஊரல்.**

ஊறற்புண் பெ. *(இலங்.)* நெடுநாளாக **ஆறாமல் (அரிப்போடு) இருக்கும் புண்;** festering wound. *ஊறற்புண்ணை வைத்திருக்காமல் வைத்தியரிடம் காட்டுவது நல்லது./ அவருக்கு ஏற்பட்ட பிரச்சினை ஊறற்புண்போல இன்னும் தொடர்ந்துகொண்டிருக்கிறது.*

ஊறு[1] வி. *(ஊற, ஊறி)* **1: (நீர், எச்சில் முதலியன) வெளிவருதல்; சுரத்தல்;** (of water) spring; (of saliva, enzyme, etc.,) secrete. *கிணற்றில் நீர் ஊறட்டும், பிறகு தண்ணீர் இறைக்கலாம்./ மசாலாவின் வாசனையால் வாயில் நீர் ஊறுகிறது.* [*(தொ.சொ.)* **ஊற்று/ ஒழுகு/ ஓடு/ கசி/ கொட்டு/ சிதறு/ சிந்து/ சுர/ தெறி/ பரவு/ பீச்சு/ பீறிடு/ வடி/ வழி**] **2: (அரிசி, பருப்பு முதலிய பொருள்கள்) நனைந்து மென்மையாதல்;** be soaked. *அரிசி ஊறிவிட்டதா என்று பார்./ இஞ்சியைத் தேனில் ஊறவைத்துச் சாப்பிட வேண்டும்.* **3: (அழுக்குப் போவதற்காகத் துணி) நீரில் நனைதல்;** be soaked. *குளிக்கிற வாளியில் சட்டையை ஊறவைத்திருப்பது யார்?* **4: காகிதம், துணி முதலியவற்றில் (நீர், மை போன்றவை) பரவுதல்;** (of water, ink) spread (on a surface such as cloth, paper, etc.,); smudge. *இந்தக் காகிதத்தில் மை ஊறுகிறது.* **5: (குறிப்பிட்ட உணர்வு, பழக்கவழக்கம் போன்றவற்றில் மனம்) தோய்தல்;** be soaked or immersed (in habits); be steeped in. *பழைய பழக்கவழக்கங்களில் ஊறிவிட்ட எங்களால் புதியனவற்றை ஏற்றுக்கொள்ள முடியவில்லை./ தான் சொல்வது எப்போதும் சரியாகவே இருக்கும் என்கிற எண்ணம் அவர் உள்ளத்தில் ஊறிப்போயிருக்கிறது./ தேசப்பற்று என்பது அவர் இரத்தத்தில் ஊறிப்போய்விட்ட ஒன்று.*

ஊறு[2] பெ. *(உ.வ.)* **தீங்கு;** harm. *போதைப் பொருள்கள் உடல்நலத்திற்கு ஊறு விளைவிக்கக் கூடியவை ஆகும்./ நாட்டின் ஒற்றுமைக்கு ஊறு ஏற்படாமல் காக்க வேண்டிய பொறுப்பு மக்களுடையது.*

ஊறுகாய் பெ. **(எலுமிச்சம்பழம், மாங்காய், தக்காளி அல்லது சில வகை மீன்கள் முதலியவற்றைச் சிறு துண்டுகளாக நறுக்கி உப்பு, மிளகாய்ப்பொடி தூவி எண்ணெயில் ஊற வைத்து அல்லது மாவடுவை உப்பு நீரில் ஊறவைத்துத் தயாரிக்கும்) உணவோடு சிறு அளவில் சேர்த்துக்கொள்ளும் தொடுகறி;** pickle.

ஊறுகாய் போடு வி. *(போட, போட்டு)* **(குறிப்பிட்ட பொருளைப் பயன்படுத்த வேண்டிய காரியத்துக்குப் பயன்படுத்தாமல்) சும்மா வைத்திருத்தல்;** (said jocularly or mockingly) keep (esp. hoarded things) untouched. *பீரோவில் அவ்வளவு துணி வைத்திருக்கிறாயே, எதற்கு? ஊறுகாய் போடவா?*

ஊன் பெ. *(உ.வ.)* **1: உணவாக உட்கொள்ளப்படும் விலங்குகளின் அல்லது பறவைகளின் இறைச்சி; புலால்;** meat. *ஊன் உண்ணும் வழக்கத்தை அவர் கைவிட்டார்.* **2:** *(உ.வ.)* **(மனித) உடல்;** (human) body. *ஊனும் உயிரும் வருந்த உழைத்தார்.*

ஊன்றி வி.அ. **1:** *(கேட்டல், கவனித்தல், பார்த்தல் முதலிய வினைகளோடு வரும்போது)* **உற்று; உன்னிப்பாக;** keenly; intently. *ஊன்றிக் கவனித்தால்தான் இது புலப்படும்./ எங்கிருந்து வருகிறது இந்தச் சத்தம் என்று ஊன்றிக் கேட்டார்.* **2:** *(படித்தல், சிந்தித்தல் போன்ற வினைகளோடு வரும்போது)* **ஆழ்ந்து; கூர்ந்து;** deeply. *இந்தப் புத்தகத்தை அனைவரும் ஊன்றிப் படிக்க வேண்டும்./ ஊன்றி யோசித்தபோது அந்தக் கருத்து தவறு என்று எனக்குப் பட்டது.*

ஊன்று வி. *(ஊன்ற, ஊன்றி)* **1: (உடல் குறிப்பிட்ட நிலையில் இருப்பதற்காகக் கையையோ காலையோ கம்பையோ ஓர் இடத்தில்) அழுத்தமாகப் பதித்தல்;** plant firmly (one's hand, foot, stick, etc., for support). *வயதானவர் கையை ஊன்றி மெதுவாக எழுந்து நின்றார்./ பெரியவருக்குக் காலில் அடிபட்டிருப்பதால் கம்பு ஊன்றி நடக்கிறார்./ கால்முட்டில் முழங்கையை ஊன்றி உள்ளங்கையில் முகவாயைத் தாங்கி வெறித்துப் பார்த்தபடி உட்கார்ந்திருந்தான்.* **2: (விதையை) நிலத்தில் ஆழமாகப் பதித்தல்; (செடி, நாற்று, கம்பம் போன்றவற்றை) நடுதல்;** plant (seeds, seedlings); fix (a post in a pit). *நாற்றை விரைவாக ஊன்றி முடித்துவிட்டார்கள்./ (உரு வ.) அவர் மனத்தில் தவறான கருத்து ஊன்றப்பட்டது.* **3: (வேர் நிலத்தில்) பதிதல்; நிலைகொள்ளுதல்;** (of plants) get fixed; root. *மரத்தைப் பிடுங்கி மற்றோர் இடத்தில் நடுகிறபோது வேர் ஊன்றச் சில நாள் ஆகும்.*

ஊன்றுகோல் பெ. **1: (நடக்கும்போது விழாமல் நடப்பதற்குப் பயன்படுத்தும்) கைத்தடி;** walking stick. *அந்தக் கிழவர் ஊன்றுகோலைப் பிடித்துக்கொண்டு மெதுவாக நடந்துவந்துகொண்டிருந்தார்.* **2: (காலில் அடிபட்டவர் அல்லது மாற்றுத்திறனாளி நடப்பதற்குப் பயன்படுத்தும்) தாங்குகட்டை;** crutch. *குடியரசு தினத்தை முன்னிட்டு உடல் ஊனமுற்றோருக்கு ஊன்றுகோல்கள் இலவசமாக வழங்கப்பட்டன.*

ஊனக்கண் பெ. *(அ.வ.)* **(ஞானக்கண்ணோடு ஒப்பிட்டுக் கூறுகையில்) முகத்திலிருக்கும் (குறைபாடுடையதாகக் கருதப்படும்) கண்;** (physical) eye (as opposed to *ஞானக் கண்*).

ஊனம் பெ. **1: உடல் உறுப்புகளின் வளர்ச்சியின்மை; உடற்குறை;** (physical) deformity; disability. *குழந்தைக்குப் பிறப்பிலிருந்தே கால் ஊனம்.* **2: (ஒருவரின் முயற்சி, கொள்கை முதலியவற்றுக்கு உண்டாகும்) பாதிப்பு;** (of effort, principles, etc.,) setback; harm. *அவருடைய நல்ல முயற்சிக்கு ஊனம் ஏற்பட்டிருக்கிறது.* **3:** *(இலங்.)* **புண்ணிலிருந்து வடியும் நீர்;** thick liquid oozing out from the wound. *வைத்தியர் ஊனத்தைத் துடைத்துப் புண்ணைச் சுத்தப்படுத்தி மருந்து போட்டார்./ புண்ணிலிருந்து வடிந்த ஊனத்தில் இலையான்கள் மொய்த்துக்கொண்டிருந்தன.*

ஊனமுற்றோர் பெ. *(த.வ.)* **உடற்குறை உடையவர்கள்;** physically disabled persons. *தற்போது ஊனமுற்றோர் என்று அழைக்கப்படுவது தவறான வழக்காக உள்ளது*

ஊனுண்ணி பெ. **(தாவரங்கள் அல்லாத) மற்றொரு உயிரினத்தை அல்லது உயிரின் இறைச்சியை உண்டு வாழும் விலங்கினம்;** carnivore.

எ

எ பெ.அ. ***எந்த;*** which. எக்கணம்/ எவ்வீடு/ எவ்வூர்.

எஃகு பெ. **(கடினத் தன்மை உடையதும் வார்ப்பிரும்பிலிருந்து குறிப்பிட்ட அளவு கரித் தன்மையை நீக்குவதால் கிடைப்பதுமான) இரும்பின் வகைகளில் ஒன்று; உருக்கு;** steel. எஃகுத் தொழிற்சாலை.

எக்கச்சக்கம் பெ. *(-ஆக, -ஆன) (பே.வ.) (ஒன்றின் அளவைக் குறிப்பிடும்போது)* **மிக அதிகம்; மிகுதி;** heavy; abundant; plenty. காலை நேரத்தில் மின்சார ரயிலில் கூட்டம் எக்கச்சக்கம்./ இந்த வியாதி எக்கச்சக்கமாகச் செலவு வைத்துவிட்டது./ வீட்டுச் சுவரில் எக்கச்சக்கமான படங்கள் தொங்கின./ இந்த வருஷம் அவருக்கு எக்கச்சக்கமான விளைச்சல். [(தொ.சொ.) **அதிகம்/ அபரிமிதம்/ உபரி/ ஏராளம்/ கூடுதல்/ மிகுதி/ மிகை**]

எக்கச்சக்கமாக வி.அ. *(பே.வ.)* **வசமாக; தப்ப முடியாமல்;** inextricably. தேவையற்றதையெல்லாம் பேசி அவரிடம் எக்கச்சக்கமாக மாட்டிக்கொண்டான்.

எக்கண்டம் பெ. *(ஊரக வ.)* **இடைவெளி இல்லாத நிலப் பரப்பு;** the whole stretch (of land), without a break. எக்கண்டமும் வெள்ளம்.

எக்கல் பெ. *(ஊரக வ.)* **(ஆற்றின் நீரோட்டத்தாலோ வெள்ளத்தாலோ) மணல் அல்லது மண் ஒரு இடத்தில் குவிந்து மேடான இடம்;** a sandcast high ground made by flow in the river or floods. ஆறு உடைத்துக்கொண்டு வெள்ளம் வந்தால் வயல் எக்கல் அடித்துவிடும்./ தண்ணீர் வடிந்த பிறகு ஆற்றில் இரண்டு இடத்தில் எக்கல் தெரிந்தது.

எக்களி வி. *(எக்களிக்க, எக்களித்து) (உ.வ.)* **1: (சாதனையின் காரணமாக) இறுமாப்புடன் மகிழ்ச்சியை வெளிக்காட்டுதல்;** exult; crow. இந்தப் போட்டியில் வென்றுவிட்டதற்காக எக்களிக்காதே; அடுத்த போட்டியில் உன்னைக் கவனித்துக்கொள்கிறேன்!/ அவனை அடித்துக் கீழே சாய்த்துவிட்டு எக்களித்தான் அந்த முரடன். **2: குதூகலம் அடைதல்;** rejoice. அவர் மனம் விடுதலையில் எக்களித்தது./ நாளை விடுமுறை என்று ஆசிரியர் சொன்னதும் மாணவர்கள் மகிழ்ச்சியில் எக்களித்தனர்.

எக்களிப்பு பெ. *(உ.வ.)* **1: (சாதனை காரணமாக ஏற்படும்) இறுமாப்புடன் கூடிய மகிழ்ச்சி;** proud rejoicing; exultation. உலக சாதனை படைத்துவிட்டது போன்ற எக்களிப்பு./ தனக்குக் கிடைக்காததை அவனுக்கும் கிடைக்காமல் செய்துவிட்டதால் ஏற்பட்ட எக்களிப்பு. **2: அளவு கடந்த மகிழ்ச்சி;** cheerfulness. விடுமுறையில் ஊருக்குச் செல்வதை எண்ணியதும் என் மனம் எக்களிப்பில் துள்ளியது.

எக்காளம்[1] பெ. **(கோயில் விழாக்களிலும் வரவேற்பு நிகழ்ச்சிகளிலும் வாசிக்கும்) 'பொம்' என்ற ஒலியை எழுப்பும், பித்தளையால் ஆன நீண்ட ஊது கருவி;** kind of horncornet (with a heavy sound, used in temple processions and welcome-ceremonies). பிரதமரை வரவேற்கும் விதமாகத் தாரை, தப்பட்டை, எக்காளம் போன்ற வாத்தியங்கள் முழங்கின.

எக்காளம்

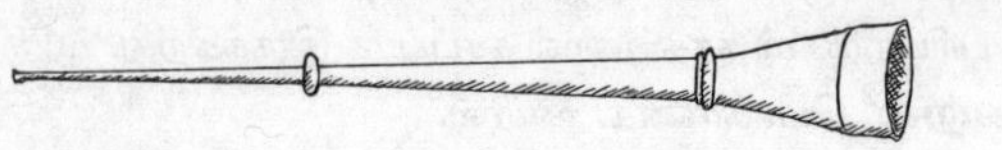

எக்காளம்[2] பெ. *(-ஆக, -ஆன) (வ.வ.)* **ஏளனம்; எகத்தாளம்;** crow; bragging. என்ன எக்காளமாகச் சிரிக்கிறாய்?

எக்காளமிடு வி. *(எக்காளமிட, எக்காளமிட்டு) (உ.வ.)* காண்க: **எக்களி, 1.**

எக்கு வி. *(எக்க, எக்கி)* **1: (இறுக்கமான ஆடையை அணிந்துகொள்ளவோ ஒரு செயலைச் செய்வதற்காகவோ வயிற்றை) உள்ளிழுத்தல்;** draw in (the abdomen). வயிற்றை எக்கியும்கூடப் பழைய கால்சட்டையைப் போட முடியவில்லை./ இந்த யோகாசனத்தைச் செய்ய வயிற்றுத் தசையை உட்புறமாகக் குழித்து எக்க வேண்டும். **2: (ஒன்றை எடுப்பதற்காக அல்லது ஒன்றைப் பார்ப்பதற்காக) பாதத்தின் முன்பகுதியை ஊன்றி உடலை உயர்த்துதல்; எம்புதல்;** stand on one's toes to reach sth. or to see. நீ உயரமாக இருப்பதால் பரணில் இருக்கும் பெட்டியை எக்கி எடுத்துவிடலாம்./ எக்கிஎக்கிப் பார்த்துக் காலும் தலையும் வலிக்கிறது.

எக்குத்தப்பாக/எக்குத்தப்பான வி.அ./பெ.அ. **1: எசகுபிசகாக/எசகுபிசகான; விரும்பத்தகாத விதத்தில்/ விரும்பத்தகாத;** awkwardly/awkward. குழந்தை ஓடி வந்து விழுந்ததில் எங்கோ எக்குத்தப்பாக அடிபட்டிருக்க வேண்டும்./ அலமாரியை ஜாக்கிரதையாகத் தூக்குங்கள், எக்குத்தப்பான இடத்தில் இடித்துவிடப்போகிறது. **2: தவறாக/தவறான;** improperly/improper. எக்குத்தப்பாகப் பேசி மாட்டிக்கொள்ளாதே!/ எக்குத்தப்பான பேச்சு.

எகத்தாளம் பெ. *(-ஆக, -ஆன) (பே.வ.)* **1: கேலித் தொனி;** mocking tone. 'அட! நீ கூடப் புத்தகமெல்லாம் படிப்பாயா?' என்று நண்பர் கேட்டதும் 'இந்த எகத்தாளம் எல்லாம் வேண்டாம்' என்றான். **2: திமிர்;** arrogance. கேள்வி கேட்டால் அவரிடமிருந்து எகத்தாளமான பதில்தான் வரும்.

எகிறு வி. *(எகிற, எகிறி)* **1: (அதிர்வினால் ஒரு பொருள்) விசையுடன் துள்ளுதல்; ஒரு பொருள் விசையின் காரணமாக எறியப்படுதல்;** (of things) go spinning or bouncing. வேகமாக ஓடியபோது பேனா எகிறிக் கீழே விழுந்திருக்க வேண்டும்./ வண்டி திடீரென்று நின்றதும் பையில் இருந்த காய்கறிகள் எகிறிப்போய் விழுந்தன./ மட்டையாளரின் கையில் பட்டுப் பந்து எகிறியது./ 'அளவுக்கு அதிகமாகப் பேசினால் உன் பற்களெல்லாம் எகிறிவிடும்' என்று மிரட்டினான். **2: (குதித்தல் போன்ற வினையோடு வரும்போது) தாவுதல்;** leap. ஒரு ஆள் சுலபமாக எகிறிக் குதிக்கும் அளவுக்குப் பெரிய ஜன்னல். [(தொ.சொ.) **குதி/ துள்ளு**] **3: (சண்டை போடும்போது பேச்சில் அல்லது செயலில்) அளவு மீறுதல்;** be brash. மரியாதையாகப் பேசு, ரொம்பவும் எகிறாதே! **4: (வழக்கமான நிலையிலிருந்தோ அளவிலிருந்தோ ஒன்று) திடீரென்று அதிகமாக உயர்தல்;** shoot up; soar. படத் தயாரிப்பிற்கான செலவுகள் நாளுக்கு நாள் எகிறிக்கொண்டேயிருக்கின்றன./ பங்குச் சந்தையில் இன்று குறியீட்டெண் எகிறிவிட்டது.

225 எச்சம்

எங்கணும் வி.அ. *(உ.வ.)* **எங்கும்; முழுவதும்;** everywhere; all over (a place specified). இந்தியாவில் தோன்றிய புத்த மதம் ஆசியக் கண்டம் எங்கணும் பரவியது.

எங்கள் பி.பெ. **1: 'நாங்கள்' என்பது வேற்றுமை உருபு ஏற்கும்போது திரியும் வடிவம்;** form of the first person plural நாங்கள் serving as the base for further declension. எங்களை எங்கே அழைத்துக்கொண்டுபோகிறீர்கள்?/ எங்களுக்கு நிறைய வேலை இருக்கிறது. **2:** *(இலங்.)* **நம்;** our. 'எங்கள் வீட்டைத் துப்புரவாக வைத்துக்கொள்ள வேண்டும்' என்று தன் மகளிடம் அவர் சொன்னார்./ 'எங்களுடைய பிரச்சினை தீர்ந்தது' என்று மனைவியிடம் அவர் கூறினார்.

எங்கனம் வி.அ. *(உ.வ.)* காண்க: **எங்ஙனம்.**

எங்கு வி.அ. காண்க: **எங்கே[1], 1.**

எங்கும் வி.அ. **(குறிப்பிடப்படும் இடத்தின்) எல்லாப் பகுதிகளிலும்; முழுவதும்;** everywhere. எங்கள் தயாரிப்புகள் தமிழ்நாட்டில் எங்கும் கிடைக்கும்./ வீடெங்கும் ஒரே தூசி./ சுதந்திர தின விழா நாடெங்கும் கொண்டாடப்பட்டது.

எங்கே[1] வி.அ. **1: (குறிப்பிட்ட) எந்த இடத்தில்; (குறிப்பிட்ட) எந்த இடத்திற்கு;** where; in which place. உன் வீடு எங்கே இருக்கிறது?/ வீட்டில் எங்கே பார்த்தாலும் புத்தகம்தான்./ எங்கே வந்தால் உன்னைச் சந்திக்கலாம்? **2: (குறிப்பிடப்படுவது) எந்த நிலையில்; எந்த நிலைக்கு;** in which or to which (situation or position). நாடு எங்கே போய்க்கொண்டிருக்கிறது என்றே தெரியவில்லை./ உறவுகளுக்கிடையே எங்கே சிக்கல் ஏற்படுகிறது என்று யோசித்துப் பார்க்கிறேன்./ எங்கேயோ ஆரம்பித்த பேச்சு வேறு எங்கேயோ போய்க்கொண்டிருந்தது./ தன் நிலை புரியாமல் ஆடிக்கொண்டிருப்பது அவனை எங்கே கொண்டுபோய் நிறுத்தப்போகிறதோ? **3: ஒன்று நிகழ்ந்திருக்கக் கூடாது அல்லது நிகழ்ந்திருக்க வாய்ப்பில்லை என்ற நிலையில் அவ்வாறு நிகழ்ந்ததற்கான காரணத்தைக் கேட்கும் முறையில் பயன்படுத்தும் சொல்; ஏன்;** how come. அவன் எங்கே இங்கு வந்தான்?/ நீங்கள் எங்கே இவ்வளவு தூரம்?/ தக்காளியும் கத்தரிக்காயும்தானே உன்னை வாங்கி வரச் சொன்னேன், மிளகாய் எங்கே இடையில் வந்தது?/ இவ்வளவு பணம் எங்கே உன்னிடத்தில் என்று என்னைச் சந்தேகத்துடன் கேட்டான். **4: முறைப்படி அல்லது எதிர்பார்த்தபடி ஒன்று நிகழாத போது அல்லது இல்லாத போது அதற்கான காரணம் அல்லது விளக்கம் கோரும் முறையில் பயன்படுத்தும் சொல்;** where. எனக்குச் சேர வேண்டிய பங்கு எங்கே?/ பெண்களுக்குக் கொடுப்பதாக வாக்களித்த 33% இடஒதுக்கீடு எங்கே?/ இன்று நீ தருவதாகச் சொன்ன என் புத்தகம் எங்கே?/ 'மிட்டாய் எங்கே?' என்று என் மகள் கேட்டாள். **5: ஒன்று நிகழ்வதற்கு வாய்ப்பான நிலை இல்லை என்று ஒருவர் கருதுவதைக் கேள்வியாக வெளிப்படுத்தி உறுதிப்படுத்துவதற்குப் பயன்படும் சொல்;** word used to frame a question to assert that there is little prospect of the specified thing happening. கட்டுரை எழுதுவதற்கெல்லாம் எங்கே நேரம் இருக்கிறது?/ நீங்கள் சொல்கிறபடி செய்யலாம். ஆனால் அதற்கு ஆள் எங்கே?/ அவன் எங்கே இதைச் செய்யப் போகிறான்? **6: இணைத்துக் கூறப்படும் இருவருக்கும் அல்லது இரண்டுக்கும் இடையே உள்ள இடைவெளியின் மிகுதியைக் காட்டும் முறையில் பயன்படுத்தும் சொல்;** word used rhetorically to show the enormity of difference between any two things compared. சென்னை எங்கே, லண்டன் எங்கே?/ அவர் வீட்டில் போய் பெண் கேட்பதா? அவர் எங்கே, நாம் எங்கே? **7: குறிப்பிடப்படும் ஒன்று நிகழவில்லை என்பதையோ அல்லது குறிப்பிடப்படும் விதத்தில் ஒன்று நிகழவில்லை என்பதையோ தெரிவிக்கப் பயன்படும் சொல்;** word used to form a rhetorical question to mean that sth. mentioned did not happen. நான் எங்கே அவனிடம் கடன் வாங்கினேன்?/ மாணவர்கள் என்னை எங்கே பாடம் நடத்தவிட்டார்கள்?/ அவர் எங்கே எழுதினார், நான் அல்லவா எழுதிக்கொடுத்தேன்?

எங்கே[2] இ.சொ. **1: ஒன்று நிகழ்ந்துவிடுமோ என்ற சந்தேகத்தை வெளிப்படுத்தப் பயன்படுத்தும் இடைச்சொல்;** particle used to express one's reservations or doubt. எங்கே அவன் வந்துவிடப்போகிறானோ என்று நினைத்து வெளியே போய்விட்டார்./ எங்கே தனக்கு வேலை பறிபோய்விடுமோ என்று பயப்படுகிறான்./ எங்கே குடும்பத்தில் குழப்பம் வந்துவிடுமோ என்ற கவலையில் ஆழ்ந்து போனார்./ இந்திய அணி எங்கே தோற்றுவிடுமோ என்ற படபடப்பு அவனுக்கு ஏற்பட்டது. **2: ஒரு செயலைச் செய்ய ஊக்குவிக்கும் முறையிலோ அல்லது சவால் விடும் முறையிலோ ஒரு உணர்ச்சியைத் தெரிவிக்க வாக்கியத்தின் தொடக்கத்தில் பயன்படுத்தும் இடைச்சொல்;** particle used for encouraging an action or to dare s.o. to do sth. எங்கே, உன் பெயரைச் சொல் பாப்பா!/ எங்கே, என்மீது கைவைத்துப்பார்!/ எங்கே, எல்லோரும் கைதட்டுங்கள் பார்க்கலாம்!/ எங்கே, எல்லோரும் தயாராகத்தானே இருக்கிறீர்கள்? **3: ஒருவர் அல்லது ஒன்று ஒரு இடத்தில் இல்லாதது குறித்தும் ஒரு செயல் நிகழாதது குறித்தும் கேட்கப் பயன்படுத்தும் இடைச்சொல்;** particle used for questioning the absence of s.o. or sth. எங்கே, வீட்டில் குழந்தைகளைக் காணோம்?/ எங்கே, இன்று கிரிக்கெட் விளையாடப் போகவில்லையா?/ எங்கே, அவர் வருவதாகக் கடிதம் போட்டிருந்தாரே?

எங்ஙனம் வி.அ. *(உ.வ.)* **எவ்வாறு; எவ்விதம்;** in what way; in which manner; how. நூலுக்கு இந்தத் தலைப்பு எங்ஙனம் பொருந்தும் என்பது பற்றிச் சிந்திக்க வேண்டும்./ ஆசையிலிருந்து மனிதன் விடுதலை பெறுவது எங்ஙனம்?

எச்சம் பெ. **1: (பறவைகளின் அல்லது பல்லி முதலியவற்றின்) கழிவு;** droppings (of birds, house lizards, etc.,). மரத்தடியில் நின்றால் காக்கை எச்சம் தலையில் விழாமல் இருக்குமா?/ பறவைக் காய்ச்சலால் பாதிக்கப்பட்ட கோழிகளின் எச்சத்திலிருந்து வைரஸ் பரவுகிறது. **2: (முன்பு இருந்ததை அடையாளம் காட்டும்படியான) மீதி; மிச்சம்; (அழிந்துபோனது போக) எஞ்சியிருப்பது;** vestiges; residue; remains (of sth.). கூட்டுக்குடும்ப முறை உடைந்துவிட்டது. அதன் எச்சங்களையே நாம் இன்று காண்கிறோம்./ எஜமான விசுவாசம் என்பது நிலப் பிரபுத்துவத்தின் எச்சமா?/ மழைக்காடுகளின் எச்சத்தைக் கேரளத்தில் காணலாம். **3: (தானிய மணிகள் நீக்கப்பட்ட தாள்**

எச்சரி 226

போன்ற) கழிவு; (farm or agricultural) waste. பயிர் எச்சங்களை உரமாகப் பயன்படுத்தலாம். 4: (இலக்.) (வினைச்சொல்லின் வடிவங்களில்) **முற்று வடிவம் அல்லாதது;** non-finite (form of a verb). எச்சச் சொற்களைப் பயன்படுத்தி நீண்ட தொடரைத் தமிழில் எழுத முடியும்.

எச்சரி வி. (எச்சரிக்க, எச்சரித்து) 1: **(பாதகமான விளைவுகளைத் தவிர்ப்பதற்காக) கவனமாக இருக்கும்படி கூறுதல்;** caution; warn. திருடர்கள் நடமாட்டம் இருப்பதால் இரவில் வெளியே போக வேண்டாம் என்று அவர் எச்சரித்தார்./ அணு ஆயுதங்களால் ஏற்படும் அழிவுபற்றி அவர் மக்களை எச்சரித்தார்./ சாலையில் அபாயகரமான வளைவு இருக்கிறது என்று எச்சரிக்கும் பலகை. [(தொ.சொ.) **அச்சுறுத்து/ பயமுறுத்து/ மிரட்டு**] 2: **(கால்பந்து, ஹாக்கி போன்ற விளையாட்டுகளில் விதிகளுக்கு மாறாகவோ முறை தவறியோ நடந்துகொள்ளும் வீரரை நடுவர்) கண்டித்தல்;** warn. பந்து வீசிவிட்டு ஆடுகளத்தின் மீது ஓடிய வீரரை நடுவர் எச்சரித்தார்./ கால்பந்தாட்டத்தில் எதிரணி வீரரை இடித்துக் கீழே தள்ளிய வீரருக்கு மஞ்சள் அட்டை காண்பித்து நடுவர் எச்சரித்தார்.

எச்சரிக்கை பெ. 1: (-ஆக, -ஆன) **(பாதகமான விளைவுகளைத் தவிர்ப்பதற்கான) கவனம்;** carefulness; heedfulness. அவர் இருதய நோயாளி, எப்போதும் எச்சரிக்கையாக இருப்பார்./ நாயை மிதித்துவிடாமல் எச்சரிக்கையுடன் விலகி நடந்தார். 2: **(கவனம் தேவை என்னும்) முன்னறிவிப்பு; ஜாக்கிரதை;** caution. சாலையில் 'எச்சரிக்கை, ஆட்கள் வேலை செய்கிறார்கள்' என்னும் பலகை வைக்கப்பட்டிருந்தது. 3: **ஒருவர் முறையாக நடந்துகொள்ளவில்லை என்றால் பாதகமான விளைவுகள் ஏற்படும் என்று பயமுறுத்துதல்;** warning. தலைமை ஆசிரியரின் கடைசி எச்சரிக்கை சற்றுக் கடுமையாகவே இருந்தது.

எச்சில் பெ. 1: **உமிழ்நீர்;** saliva; spittle. ஊறுகாயை நினைத்தாலே எனக்கு வாயில் எச்சில் ஊறும். 2: **உமிழ்நீர் பட்டதால் அசுத்தமானது என்று கருதப்படுவது;** sth. that has come in contact with one's spittle (considered contaminated). எச்சில் கையால் என்னைத் தொடாதே./ எச்சில் தட்டு.

எச்சில் இலை பெ. **(உணவு உண்ட பிறகு) தூக்கி எறியப்படும் இலை;** leaf with leftovers. எச்சில் இலைக்காக நாய்கள் சண்டை போட்டுக்கொண்டன.

எச்சில் படிக்கம் பெ. **(வெற்றிலை போட்டுக்கொண்ட பின்) எச்சில் துப்புவதற்குப் பயன்படுத்தும் சற்றுப் பெரிய கிண்ணம்;** spittoon.

எசகுபிசகாக/எசகுபிசகான வி.அ./பெ.அ. 1: **விரும்பத்தகாத விதத்தில் எதிர்பாராமல்/ விரும்பத்தகாத விதத்தில் எதிர்பாராத;** clumsily; embarrassing/(in a place or manner) embarrassing to describe. இருட்டில் நடந்தபோது எங்கோ எசகுபிசகாக இடித்துவிட்டது./ எசகுபிசகான இடத்தில் போய் மாட்டிக்கொண்டான். 2: **தவறாக/ பொருத்தமற்ற;** in an improper way. அவரிடம் என்னைப் பற்றி ஏதாவது எசகுபிசகாகச் சொல்லிவிடாதே./ இந்த நேரத்தில் எதற்கு இந்த எசகுபிசகான பேச்சு?

எசமான் பெ. (அ.வ.) காண்க: **எஜமான்.**

எசமானி பெ. (அ.வ.) காண்க: **எஜமானி.**

எஞ்சு வி. (எஞ்ச, எஞ்சி) 1: **மீதியாக அல்லது மிச்சமாக இருத்தல்; மிஞ்சுதல்;** remain; be left over. வாங்கிய கடனுக்காகப் பிடித்தது போகச் சம்பளத்தில் எஞ்சியது சிறு தொகையே./ எஞ்சி உள்ள பிரச்சினை இது ஒன்றுதான். 2: **நீங்காமல் தங்குதல்; நிலைத்தல்; நீடித்தல்;** remain; survive. கோட்டை இருந்த இடத்தில் சில தூண்களே எஞ்சி நிற்கின்றன./ பரிணாம வளர்ச்சியில் வலிமை உடைய உயிரினங்கள் மட்டும் எஞ்சும் என்பார்கள்.

எட்ட வி.அ. (ஊரக வ.) **(ஓர் இடத்தை விட்டு) தள்ளி; தூரமாக; எட்டி;** off; away (from a place); at a distance. விபத்து நடந்த இடத்தை நெருங்காமல் அனைவரும் எட்ட நின்றனர்./ கிட்ட வராதே, எட்டப் போ!

எட்டத்தில் வி.அ. (வ.வ.) **விலகி இருக்கும் நிலையில்; தூரத்தில்; தொலைவில்;** at or from a distance. வெகு நேரம் கழித்து எட்டத்தில் வண்டி வருவது தெரிந்தது./ இவ்வளவு சண்டையிலும் பட்டுக்கொள்ளாமல் எட்டத்தில் இருந்தபடியே கவனித்துக்கொண்டிருந்தார்.

எட்டத்தில் நில் வி. (நிற்க, நின்று) (இலங்.) காண்க: **எட்ட நில்.**

எட்ட நில் வி. (நிற்க, நின்று) (இலங்.) 1. **(ஒரு விஷயத்தில் அக்கறையோ ஆர்வமோ காட்டாமல்) அலட்சியமாக இருத்தல்; விலகியிருத்தல்;** be indifferent; be unconcerned. எனது மகன் கலியாணப் பேச்சை எடுத்தாலே எட்ட நிற்கிறான். 2. **கவனமாக இருத்தல்;** be careful. நீ புதிதாக நகரத்துக்குப் போகிறாய். அங்கு எல்லோருடனும் எட்ட நின்று பழகு.

எட்டாப் பொருத்தம் பெ. (இலங்.) காண்க: **ஏழாம் பொருத்தம்.**

எட்டி[1] வி.அ. **(சற்று) தள்ளி; (சற்று) தூரத்தில்; எட்ட;** at a distance; away; off. பக்கத்தில் வராதே, எட்டிப் போ!/ நடக்கும் சண்டையைச் சற்று எட்டி நின்று கவனித்தான்.

எட்டி[2] வி.அ. **(உடலை அல்லது உடலின் ஓர் உறுப்பை) நீட்டி;** stretching out or reaching out. கிணற்றை எட்டிப் பார்த்தபோது தலை சுற்றியது./ காற்றில் பறந்த கடிதத்தை எட்டிப் பிடித்ததில் கை சுளுக்கிக்கொண்டது./ பந்தை எட்டி உதைத்தான்.

எட்டி[3] பெ. **மருந்தாகப் பயன்படும் காயைத் தரும் ஒரு வகை மரம்;** strychnine tree.

எட்டிக்காய் பெ. **(மருத்துவக் குணம் உள்ள) வழவழப்பான, கடினமான காவி நிற மேல்ஓட்டையும் மிகுந்த கசப்போடு நச்சுத் தன்மையையும் கொண்ட, எட்டி மரத்தின் காய்;** nux vomica.

எட்டிப்பார் வி. (-பார்க்க, -பார்த்து) 1: **(பல்வேறு அலுவல்களுக்கு இடையில் அல்லது அரிதாக ஒருவரை) பார்க்கச் செல்லுதல் அல்லது வருதல்;** pay a short visit; drop in. இவ்வளவு தூரம் வந்துவிட்டோம், அவரையும் எட்டிப்பார்த்துவிடுவோமே!/ அடுத்த மாதமாவது ஊருக்குப் போய் அம்மாவை எட்டிப்பார்த்துவிட்டு வர வேண்டும். 2: (பெரும்பாலும் எதிர்மறை வினை வடிவங்களில்) **(ஓர் இடத்துக்கு) மீண்டும் வருதல்;** set foot in. இனிமேல் இந்தப் பக்கம் எட்டிப்பார்க்காதே!/ நகரத்துக்குப் போய்விட்டவர்கள் கிராமத்தை எட்டிப்பார்ப்பதில்லை. **3:** *(பெரும்பாலும் எதிர்மறைத் தொடர்களில்)* ***(குறிப்பிட்ட நோக்கத்திற்காக) ஒரு இடத்துக்குச் செல்லுதல்;*** do so much as pay a short visit. இவ்வளவு அழகாகப் பேசுகிற இவர் பள்ளிக்கூடத்தை எட்டிப்பார்த்ததில்லை./ நடுத்தர வர்க்கத்தைச் சேர்ந்த நம்மைப் போன்றவர்கள் ஐந்து நட்சத்திர ஓட்டல்களை எட்டிப்பார்க்க முடியாது. **4:** ***(கோபம், அமைதி, பிரச்சினை முதலியவை) தலைகாட்டுதல்;*** (of anger, peace, problem, etc.,) surface. அவருக்குக் கோபம் எட்டிப்பார்த்தது./ மனத்தில் கொஞ்சம் நிம்மதி எட்டிப்பார்த்தது./ நீண்ட காலத்திற்குப் பின் நாட்டில் எட்டிப்பார்த்த அமைதியைக் குலைக்கும் வகையில் மறுபடியும் போரா?

எட்டிப்பிடி வி. *(-பிடிக்க, -பிடித்து)* ***(இலக்கு முதலியவற்றை) முயன்று அடைதல்;*** reach with effort (a target, etc.,); reach out (to or for). எல்லாக் கிராமங்களுக்கும் மின்சார இணைப்பு தருதல் என்ற இலக்கை எட்டிப் பிடிக்கும் நிலையில் சில மாநிலங்கள் உள்ளன.

எட்டிப்போடு வி. *(-போட, -போட்டு)* ***(அகலமாக அடி எடுத்துவைத்து நடப்பதன் மூலம் நடையை) வேகப்படுத்துதல்;*** quicken (the pace by long steps). நேரமாகிறது, நடையை எட்டிப்போடு!

எட்டி நட வி. *(நடக்க, நடந்து)* *(இலங்.)* ***விரைவாக நடத்தல்; வேகமாக நடத்தல்;*** walk fast. கொஞ்சம் எட்டி நடந்தால்தான் நாம் கோயிலுக்கு நேரத்துக்குப் போக முடியும்.

எட்டு[1] வி. *(எட்ட, எட்டி)* **1:** ***(ஓர் இடத்தை, இலக்கை, நிலையை) அடைதல்;*** reach (a place, target, state). பரபரப்பாக வந்தவர் வீட்டை எட்டும் முன்பே மயங்கி விழுந்தார்./ அவர் ஓய்வு பெறும் வயதை எட்டிவிட்டார்./ இந்தியாவின் மக்கள்தொகை நூறு கோடியை எட்டிவிட்டது. **2:** ***(மூக்கு, காது முதலிய புலனை அல்லது புலனுக்கு) சென்றடைதல்; (கைக்கு) வந்துசேர்தல்;*** reach; strike; be available to. தாளிக்கும் வாசம் மூக்கை எட்டியது./ செய்தி என் காதுக்கும் எட்டியது./ கைக்கு எட்டியது வாய்க்கு எட்டாத கதையாகத்தான் இதுவும் இருக்கிறது. **3:** *(பெரும்பாலும் செயப்பாட்டுவினை வாக்கியங்களில்)* ***(கருத்து அல்லது தீர்மானம் போன்றவற்றை) அடைதல்;*** reach (a decision, consensus, etc.,). மாநிலங்களிடையேயான கூட்டத்தில் நீர்ப் பங்கீடு குறித்து ஒருமித்த கருத்து எட்டப்படவில்லை. **4:** ***(அறிவுக்கு) புலப்படுதல்;*** occur to; strike. இந்தப் பையனுக்குப் புரிந்துவிட்டது, என் புத்திக்குத்தான் எட்டவில்லை. **5:** ***(மற்றொன்றை அடைய அல்லது மற்றொன்றுக்குச் சென்றுசேர) போதியதாதல்; (மேலே அல்லது கீழே இருப்பதை) எடுக்க இயலுதல்;*** be (long) enough to reach; be possible to reach; be within one's reach. கிணற்றில் விழுந்த வாளியை எடுப்பதற்கா இந்தக் கயிறு? கயிறு எட்டுமா?/ அலமாரியின் மேல்தட்டில் இருக்கும் ஜாடி உனக்கு எட்டாது. **6:** *(இலங்.)* ***(ஒருவர் ஒரு நீர் நிலையின் உள்ளிருக்கும் நிலையில்) நீர் கழுத்துக்கு மேற்படாமல் இருத்தல்;*** (of the level of water) be not higher than one's neck while standing on the bed of the waterbody. கடலில் எட்டும்வரை சிறுவர் நீந்திக்கொண்டு போகலாம். எட்டாவிட்டால் திரும்பி வந்துவிட வேண்டும்./ நீராடும் போது எட்டு மட்டும் நிற்கவும் என்று தீர்த்தக்கரையில் இருந்த கிழவர் பொடியன்களுக்குக் கூறினார்.

எட்டு[2] பெ. ***(நடக்கும்போதோ தாவும்போதோ) இரண்டு கால்களுக்கு இடையில் உள்ள தூரம்; அடி;*** step; pace. சில எட்டுகள்தான் எடுத்துவைத்திருப்பேன். அதற்குள் யாரோ என்னைக் கூப்பிட்டார்கள்./ தேங்கிக்கிடந்த நீரை ஒரே எட்டில் தாவிக் கடந்து சென்றார்./ காகம் தன் சிறிய கால்களால் ஓரிரு எட்டுகள் வைத்துச் சுவரின் மீது நகர்ந்தது.

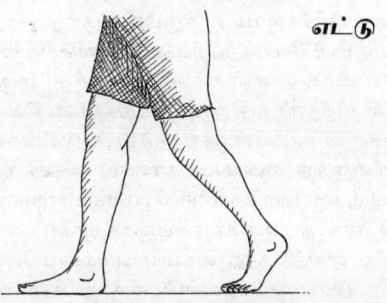

எட்டு

எட்டு[3] பெ. ***ஏழு என்னும் எண்ணுக்கு அடுத்த எண்;*** (the number) eight.

எட்டு[4] பெ. ***ஒருவர் இறந்த எட்டாம் நாள் அவருக்கு வீட்டில் படைக்கும் படையல்;*** ritual with food offerings conducted in the house of the deceased on the eighth day of death. நேற்று எட்டுக்குப் படைத்தார்கள்.

எட்டுக்கால்பூச்சி பெ. ***சிலந்தி;*** spider.

எட்டுச்செலவு பெ. *(இலங்.)* ***ஒருவர் இறந்துபோன எட்டாம் நாள் செய்யும் சடங்கு;*** ceremony for the deceased on the eighth day of death. எட்டுச்செலவுக்குப் படைக்க என்று இறந்தவர் விரும்பி உண்ட உணவுகளை வாங்கினர்./ எட்டுச்செலவுக்குப் படையல் செய்து வணங்குவதற்காக, இறந்தவர் போன்ற உருவத்தைத் தயாரித்தார்கள்.

எட்டுவீடு பெ. *(இலங்.)* ***ஒருவர் இறந்துபோன எட்டாவது நாள் சடங்கு நடத்தும் வீடு;*** house where the ceremony for the deceased on the eighth day of death is conducted. இரத்த உறவுக்காரர் மட்டும் எட்டுவீட்டில் உரிமைச் சோறு உண்டனர்.

எடாதவெடுப்பு பெ. *(இலங்.)* ***அகலக்கால் வைத்தல்;*** sth. that is beyond one's means. எடாதவெடுப்பெல்லாம் எடுத்துதானே இன்று கடன்காரனாக நிற்கிறேன்.

எடு[1] வி. *(எடுக்க, எடுத்து)* அ. *(ஒன்று இருக்கும் நிலையை மாற்றுவது தொடர்பான வழக்கு)* **1:** ***(ஏதேனும் ஒன்றை) தூக்குதல்/(ஒரு செயலுக்குப் பயன்படும் விதத்தில் ஒன்றை) பிடித்தல்;*** take (sth. with fingers, hand)/ lift sth. தரையில் பளபளப்பாகக் கிடந்ததைக் குனிந்து எடுத்துப் பார்த்தான்./ வண்டியிலிருந்து சாமான்களை எடுத்து உள்ளே வை./ அழுகிற குழந்தையை எடுக்காமல் எங்கே போய்விட்டாள்?/ அந்தக் காலத்தில் ஆசிரியர் பிரம்பை எடுத்தால் மாணவர்கள் நடுங்குவார்கள்./ வாள் எடுத்துப் போரிடத் தெரியாத வீரன்./ கண்ணில் தூசு விழுந்துவிட்டதால் கைக்குட்டையால் ஒத்தி எடுத்தான். [(தொ.சொ.)

அள்ளு/ மொள்/ வாரு] 2: **(தோற்றம், வடிவம், பிறவி முதலியவை) அடைதல்;** assume (specified form, role, etc.,). விபத்தில் தப்பியது மறுபிறவி எடுத்ததுபோல் இருக்கிறது./ தண்ணீர்ப் பிரச்சினை விசுவரூபம் எடுத்துள்ளது./ திருமால் எடுத்த பத்து அவதாரங்களில் ஒன்று கிருஷ்ணாவதாரம்./ இந்தப் படத்தில் அவர் வில்லனாக அவதாரம் எடுத்துள்ளார். 3: **(கடைதல், பிழிதல் போன்றவற்றால் அல்லது வேதியியல் முறைப்படி ஒன்றிலிருந்து) பிரித்துப் பெறுவதன் மூலம் ஒன்றைத் தயாரித்தல்;** extract. தயிரைக் கடைந்து வெண்ணெய் எடுப்பதைக் கிராமத்தில் இன்றும் பார்க்கலாம்./ கரும்பிலிருந்து சாறு எடுத்து வெல்லம், சீனி போன்றவற்றைத் தயாரிக்கிறார்கள்./ கீழாநெல்லியிலிருந்து மஞ்சள்காமாலைக்கு மருந்து எடுக்கிறார்கள்./ நோய் எதிர்ப்புச் சக்திக்கான சில மருந்துகள் விலங்குகளின் உடலிலிருந்து எடுக்கப்படுகின்றன. 4: **(ஒரு நிலையிலிருந்து கையை, காலை) விலக்குதல்;** move (one's hand, leg from a specified position); remove; take off. வழியில் கால் நீட்டிக்கொண்டிருக்கிறாயே, காலை எடு./ தோள்மீது வைத்திருந்த கையை எடுக்காமலேயே நடந்து வந்தார்./ *(உரு வ.)* அவள்மேலிருந்து கண்ணை எடுக்க முடியவில்லை. 5: **(சிறையில் இருப்பவரை ஜாமீனில்) வெளியில் கொண்டுவருதல்;** get s.o. released on bail. என்னை வெளியில் எடுக்க யாருமே வரவில்லை என்று புலம்பினான் அந்தக் கைதி./ திருட்டு வழக்கில் கைது செய்யப்பட்ட தன் தம்பியை ஜாமீனில் எடுப்பதற்காக அவர் முயன்றுவருகிறார். **ஆ.** *(வசமாக்கிக் கொள்ளுதல் தொடர்பான வழக்கு)* 6: **(பணம் கொடுத்து ஒன்றை) வாங்குதல்;** purchase (sth.). தீபாவளிக்குத் துணி எடுத்து விட்டீர்களா?/ மரம் எடுக்கக் கொல்லத்துக்குப் போயிருக்கிறார்./ எதை எடுத்தாலும் இரண்டு ரூபாய்./ பயணச்சீட்டு எடுப்பதற்காக எல்லோரும் வரிசையில் நின்றிருந்தார்கள்./ உலகப் புகழ்பெற்ற ஓவியம் ஒன்றைப் பல கோடி ரூபாய்க்குப் பிரபல தொழிலதிபர் ஏலத்தில் எடுத்திருக்கிறார்./ ஊரிலிருந்து மாமா வந்திருப்பதால் கறியெடுக்க வேண்டும். 7: **ஒரு இடத்தில் இருக்கும் பணம், பொருள் போன்றவற்றை ஒருவர் தன்னிடத்தில் வரச்செய்தல்;** take sth. for oneself; withdraw. பெட்டியில் ஆயிரம் ரூபாய் வைத்திருக்கிறேன். அதிலிருந்து இருநூறு எடுத்துக்கொள்./ எங்கள் வங்கியில் பணம் போடவும் எடுக்கவும் ஆகும் நேரம் சில நிமிஷங்கள்தான்./ பலாப்பழத்திலிருந்து சுளையை எடுத்துக்கொடு. 8: **(தோண்டுதல், மூழ்குதல் போன்ற செயல்பாடுகளின் மூலம் ஒன்றை) பெறுதல்;** obtain; take out. நெய்வேலியில் எடுக்கப்படுவது பழுப்பு நிலக்கரியாகும்./ வளைகுடா நாடுகளில்தான் அதிக அளவில் எண்ணெய் எடுக்கப்படுகிறது./ தம்பி! கிணற்றுக்குள் வாளி விழுந்துவிட்டது. கொஞ்சம் எடுத்துத் தருகிறாயா?/ கடலில் மூழ்கிச் சங்கு எடுப்பவர்கள்./ *(உரு வ.)* ஆன்மீகக் கடலில் மூழ்கி அவர் எடுத்த முத்துக்களின் தொகுப்புதான் இந்நூல். 9: **(தேர்வில் மதிப்பெண்கள் அல்லது விளையாட்டுப் போட்டியில் புள்ளிகள்) பெறுதல்;** score (marks, points, etc.,). கணக்குப் பாடத்தில் சுலபமாக நூற்றுக்கு நூறு எடுக்கலாம்./ சச்சின் டெண்டுல்கர் பத்தொன்பது பந்துகளில் இருபது ஓட்டங்கள் எடுத்து ஆட்டம் இழந்தார். 10: **(ஒருவர் தன் மகன் மூலம் பேரன், பேத்தி) வாய்க்கப்பெறுதல்;** be blessed with grandchildren. அவர்கள் பேரன் பேத்தி எடுத்தாகிவிட்டது. 11: **(செலவழித்த பணம், போட்ட முதலீடு போன்றவற்றை அல்லது லாபத்தை) ஈட்டுதல்;** earn (profit, etc.,). படம் சரியாக ஓடாததால் போட்ட பணத்தை அவரால் எடுக்க முடியவில்லை./ இந்த வருடமாவது எதிர்பார்த்த அளவு லாபத்தை எடுக்க முடியுமா? 12: **(வீடு, வண்டி முதலியவற்றை) அமர்த்துதல்;** hire (a house, vehicle, etc.,). வாடகைக்கு வீடு எடுத்துத் தங்கியிருக்கிறார். 13: **(விடுப்புக் கேட்டு) பெறுதல்;** avail (leave). நண்பனின் திருமணத்திற்காக மூன்று நாட்கள் விடுப்பு எடுத்திருக்கிறேன்./ தொழிலாளர்கள் அடிக்கடி விடுப்பு எடுத்தால் உற்பத்தி பாதிக்கப்படும். 14: *(பே.வ.)* **(வானொலி, தொலைக்காட்சி போன்றவை அலைவரிசைகளை ஏற்று) செயல்படுதல்;** receive (a channel on radio or television). தூர்தர்ஷன் நேற்றிலிருந்து சரியாகவே எடுக்கவில்லை./ உங்கள் வானொலியில் திருச்சி பண்பலை எடுக்கிறதா? 15: **(சிகிச்சை) பெறுதல்;** take (treatment). பத்து நாள் சிகிச்சை எடுத்துக்கொண்டதால் தான் நான் இப்போது தேறியிருக்கிறேன்./ யாரிடம் நீங்கள் சிகிச்சை எடுத்துக்கொள்கிறீர்கள்? 16: காண்க: **ஓய்வெடு.** 17: **(உரிய அனுமதி இல்லாமல் ஒன்றை) வசமாக்கிக் கொள்ளுதல்;** take (without permission); filch. என்னுடைய பையிலிருந்து பத்து ரூபாயை யார் எடுத்தது?/ அரசாங்கப் பணத்தை எடுத்ததற்காக அவர்மீது வழக்குப் போடப்பட்டது./ என் புத்தகத்தை யாரோ எடுத்துக்கொண்டு போய்விட்டார்கள். **இ.** *(சேகரித்தல் தொடர்பான வழக்கு)* 18: **(விவரங்களை) கணக்கிட்டுக் குறித்தல் அல்லது சேகரித்தல்;** take or collect (measurement, data, etc.,). ஜன்னல்களுக்குத் திரைபோட அளவு எடுக்க வேண்டும். 19: **(ஓர் இடத்திலிருந்து அல்லது பல இடங்களுக்குத் தேடிச் சென்று ஒன்றை) சேகரித்தல்;** collect; pick; gather. குளத்தில் தண்ணீர் எடுக்கப் போகலாமா?/ பருத்தி எடுக்க ஆட்கள் வருகிறார்கள்./ தோட்டத்திலிருந்து பூ எடுத்து வந்து பூஜை செய்வது வழக்கம்./ முன்பெல்லாம் சலவைத் தொழிலாளர்கள் வீடுவீடாகச் சென்று துணி எடுப்பார்கள்./ வீடுவீடாகச் சோறு எடுத்துச் சாப்பிடும் ராப்பிச்சைக்காரன்./ நேற்று குப்பை எடுப்பவர்கள் யாரும் வரவேயில்லை. 20: **(புத்தகம், கோப்பு முதலியவற்றைப் பிரித்து ஒரு பகுதியை) தேடிப் பார்த்தல்;** look up (in a book, etc.,). ஐம்பதாம் பக்கத்தை எடு. 21: **(பிற படைப்புகளிலிருந்து ஒரு அம்சத்தையோ பகுதியையோ) பயன்படுத்துதல்;** borrow (from a literary work, film, etc.,); take. இந்த உத்தியை ஒரு பிரெஞ்சு நாவலிலிருந்து எடுத்துக்கொண்டேன்./ இந்த மேற்கோள் கம்பராமாயணத்திலிருந்து எடுத்தது என்றார். 22: **(ஒன்றை) தேர்ந்தெடுத்தல்;** choose; take. துணைப்பாடமாக அவர் சமஸ்கிருதத்தை எடுத்துப் படிக்கிறார்./ குளிர்பானங்களின் மாதிரிகள் எடுக்கப்பட்டுப் பரிசோதனைக்கு அனுப்பப்பட்டுள்ளன. **ஈ.** *(ஒன்றை உருவாக்குதல் தொடர்பான வழக்கு)* 23: **(கோயில்) கட்டுதல்; (சுவர்) எழுப்புதல்;** build (a temple); construct (a wall). ராஜராஜன் தஞ்சையில் கோயில்

எடுத்தான்./ எங்கள் வீட்டைச் சுற்றிச் சுவர் எடுக்க இருப தாயிரம் ரூபாய் ஆயிற்று. **24: (திரைப்படம், தொலைக் காட்சி நிகழ்ச்சிகள் போன்றவற்றை ஒளிப்பதிவின் மூலம்) உருவாக்குதல்; (புகைப்படம்) பிடித்தல்; (பிரதி) தயாரித்தல்;** produce (a movie, etc.,); take (a photograph); make (a copy, photograph, etc.,). திரைப்படக் கல்லூரி மாணவர் ஒருவர் எடுத்த குறும்படம் இது./ மதக் கலவரத்தைப் பற்றி எடுக்கப்பட்ட விவரணப்படத்தைத் தணிக்கைக் குழு அனுமதிக்கவில்லை./ இந்த விண்ணப்பத்தைப் பிரதி எடுத்து வைத்துக்கொள்./ இது நான் போன வருடம் எடுத்துக்கொண்ட புகைப்படம். **25: (வகிடு) உண்டாக்குதல்;** make (a parting in the hair). ஏன் திடீரென்று நேர் வகிடு எடுத்திருக்கிறாய்? **உ.** *(நீக்குதல் தொடர்பான வழக்கு)* **26: (பிணத்தை) தூக்கிச்செல்லுதல்; அகற்றுதல்;** dispose of (the dead body). மூத்த மகன் வரும் வரை தாயின் உடலை எடுக்காமல் வைத்திருந்தார்கள். **27: (இருந்ததை) அப்புறப்படுத்துதல்/(வெட்டுவது, அறுப்பது முதலியவை மூலமாக) நீக்குதல்;** remove. ஏன் மீசையை எடுத்துவிட்டாய்?/ குழாயில் இருக்கும் அடைப்பை எடுத்த பிறகு தண்ணீர் ஒழுங்காக வருகிறது./ 'கை காலை எடுத்துவிடுவேன்' என்று அவன் மிரட்டினான்./ மகனுடைய சிறுநீரகங்களில் ஒன்றை எடுத்து அவருக்கு வைத்திருக்கிறார்கள். **28: (சிக்கு, முடிச்சு போன்றவற்றை) பிரித்தல்;** remove; disentangle. நூலில் விழுந்துவிட்ட முடிச்சை எடுக்க அரைமணி நேரமா? **29: (நடைமுறையில் இருப்பதை அல்லது நடைபெற்றுவருவதை) முறைப்படி நீக்குதல் அல்லது விலக்குதல்;** withdraw; lift; change. மதுவிலக்கை எடுப்பதுபற்றி ஒரு தெளிவான முடிவு வேண்டும்./ இன்றோடு அந்தப் படத்தை எடுத்துவிடுவார்கள். **30: (மந்திரவாதி போன்றவர்களிடம் சென்று செய்வினை, பில்லிசூனியம் போன்றவை) செயல்படாதவாறு நீக்குதல்;** exorcize. பக்கத்து வீட்டுக்காரி வைத்த செய்வினையை எடுப்பதற்காக அம்மா பூசாரியிடம் போயிருக்கிறாள். **ஊ.** *(மேற்கொள்ளுதல் தொடர்பான வழக்கு)* **31: (காவலில்) வைத்தல்;** take (s.o. into custody). நகைக்கடைக் கொள்ளையில் சம்பந்தப்பட்ட ஒரு நபர் காவலில் எடுக்கப்பட்டார்./ நிதிநிறுவன மோசடியில் ஈடுபட்டவரை ஐந்துநாள் போலீஸ் காவலில் எடுக்க நீதிமன்றம் அனுமதித்தது. **32: (முடிவை) தீர்மானித்தல்;** take (a decision). அமைச்சரவைக் கூட்டம் எடுத்த முடிவைப் பத்திரிகைகள் விரிவாக விமர்சித்திருந்தன. **33: (ஏதேனும் ஒரு செயல்பாட்டை) மேற்கொள்ளுதல்;** take (action, effort, etc.,). அவனுக்காக நான் எடுத்துக்கொண்ட முயற்சிகள் அனைத்தும் வீண்./ விரைவில் நடவடிக்கை எடுக்க இருப்பதாக மனு கொடுத்தவர்களிடம் அமைச்சர் உறுதியளித்தார்./ போனமுறை எடுக்கப்பட்ட கணக்கெடுப்பு இந்தியாவின் மக்கள்தொகைப் பெருக்கத்தைப் பற்றிய ஒரு எச்சரிக்கை ஆகும்./ உனக்கு யார் பாட்டு வகுப்பு எடுக்கிறார்கள்?/ எடுத்த காரியத்தை முடித்துவிட வேண்டும்./ தேசிய விருது பெற்ற கலைஞர்களுக்கு விழா எடுக்கப்பட்டது. **34: (உறுதிமொழி) ஏற்றல்;** take (an oath, pledge, etc.,). புதிய அமைச்சர்கள் நேற்று பதவிப் பிரமாணம் எடுத்துக்கொண்டனர்./ இனிமேல் குடிப்பதில்லை என்று உறுதிமொழி எடுத்துக்கொண்டான்./ அவர் தான் எடுத்த சபதத்தை நிறைவேற்றும்வரை ஓயப்போவது இல்லை என்றார். **எ.** *(பிற வழக்குகள்)* **35: (ஒன்றை) உட்கொள்ளுதல்;** take (medicine, etc.,). இந்த மாத்திரையை ஒழுங்காக எடுத்துக்கொள்கிறீர்களா?/ இந்த மருந்தை அறுபது நாள் தொடர்ந்து எடுத்துக்கொண்டால் சளிப் பிரச்சினை வரவே வராது./ மாடு மூன்று நாட்களாகவே சரியாகத் தீவனம் எடுக்கவில்லை. **36: (வாகனத்தை) கிளப்புதல்/(வாகனத்தை) பயன்படுத்துதல்;** start (a vehicle)/ take or use (a vehicle). 'நேரமாயிற்று. வண்டியை எடுங்கள்' என்று நடத்துநர் கூறினார்./ என் சைக்கிளை நீ எடுத்துக்கொண்டுபோ./ என்னைக் கேட்காமல் யார் என் வண்டியை எடுத்துக்கொண்டுபோனது? **37: (காலம்) பிடித்தல்; செலவாதல்;** take (time). இதை முடிப்பதற்கு நிறைய நேரம் எடுத்துவிட்டது./ நான்கு நாட்கள் வேண்டுமானாலும் எடுத்துக்கொள்ளுங்கள். ஆனால் வேலை சுத்தமாக இருக்க வேண்டும். **38:** *(பே.வ.)* **(ஒருவர் கேட்கும் குறிப்பிட்ட தொகையை) தருதல்; கொடுத்தல்;** give (the amount mentioned). நான் பேரம் பேசியதும் கடைக்காரன் பத்து ரூபாய் எடுங்கள் என்று கடைசியில் சொன்னான். **39:** *(பே.வ.)* **எடுபடுதல்;** be effective; appeal to s.o. என் பேச்சு அங்கே எடுக்குமா என்று தெரியவில்லை! **40: எடுப்பாக இருத்தல்;** go well with sth. கறுப்பு நிறத்திற்கு வெள்ளைதான் நன்றாக எடுக்கும். **41: (ஒன்றைப் பற்றிய பேச்சை) ஆரம்பித்தல்;** raise (an issue, etc.,). அவன் பேச்சை இங்கு எவனும் எடுக்கக் கூடாது என்று மிரட்டினார்./ கல்யாணத்தைப் பற்றிய பேச்சை எடுத்தாலே தன் மகன் நழுவுவதாகப் பெரியவர் குறைபட்டுக்கொண்டார். **42: (குழி, பள்ளம் போன்றவை) தோண்டுதல்;** dig. தென்னங்கன்று நட இரண்டரையடி ஆழத்துக்கு ஒரு குழி எடுக்க வேண்டும். **43: (திரையரங்கில் படத்தை) காட்டுதல்;** screen (film in a movie theatre). இந்தத் திரையரங்கத்தில் எப்போதுமே புதுப் படங்களைத்தான் எடுப்பார்கள். **44: உறிஞ்சுதல், பிரித்தல் மூலம் ஒன்றை ஒன்றிலிருந்து பெறுதல்;** take. காற்றிலுள்ள கரியமிலவாயுவை ஒளிச்சேர்க்கையின் போது தாவரங்கள் எடுத்துக்கொள்கின்றன./ வேர்கள் தங்களுக்குத் தேவையான அளவு நீரை மண்ணிலிருந்து எடுத்துக்கொள்கின்றன.

எடு² து.வி. (எடுக்க, எடுத்து) **1: சிலவகைப் பெயர்ச்சொற்களோடு இணைந்து 'உண்டாதல்', 'தொடங்குதல்', 'நிகழ்த்துதல்' முதலிய பொருளில் அவற்றை வினையாக்கும் வினை;** a verbalizer added to certain nouns. பசியெடு/ பயமெடு/ ஓட்டமெடு/ உதறலெடு/ நடுக்கமெடு. **2: முதன்மை வினையின் தொழில் ஒரு தீவிரத் தன்மையுடன் செய்யப்பட்டது என்பதைக் குறிக்கும் ஒரு துணை வினை;** an auxiliary verb which indicates that the action of the main verb happens or is performed with some intensity. அரித்தெடு/ குடைந்தெடு/ பிய்த்தெடு/ வாட்டியெடு. **3:** *(உ.வ.)* **ஒரு செயலை முழு மனத்தோடு செய்யும் முயற்சியைக் குறிக்க வினைச்சொல்லோடு இணைக்கப்படும் துணை வினை;** an auxiliary verb which indicates that the action of the main verb is performed with sincere effort. நான் சிறு குழந்தையாக இருக்கும்போதே என் தந்தை இறந்துவிட்டதால், என்னை

வளர்த்தெடுக்க என் தாய் பட்ட சிரமங்கள் கொஞ்ச நஞ்சமல்ல./ ஆட்சியை வென்றெடுக்க நம் கட்சித் தொண்டர்கள் முழுவீச்சில் களத்தில் இறங்கிப் பணியாற்ற வேண்டும்.

எடுக்கப்பிடிக்க வி.அ. *(வ.வ.)* **சிறுசிறு வேலைகள் செய்ய;** for doing odd jobs. எங்களுடையது கூட்டுக் குடும்பம் என்பதால் எடுக்கப்பிடிக்க நிறைய பேர் இருக் கிறார்கள்.

எடுகோள் பெ. *(இலங்.)* **கருதுகோள்;** hypothesis. அந்தக் கருத்து ஆழமாக ஆராயப்படாமல் ஓர் அடிப்படை எடு கோளாக மட்டுமே கருதப்படுகிறது.

எடுத்த எடுப்பில் வி.அ. **ஆரம்பத்திலேயே;** straight away; at the outset. எடுத்த எடுப்பில் உறுப்பினர்கள் இந்த முடிவுக்கு ஆட்சேபம் தெரிவித்தார்கள்./ சாப்பிட்டு விட்டுத்தான் போக வேண்டும் என்று எடுத்த எடுப்பிலேயே அத்தை கூறிவிட்டாள்.

எடுத்ததற்கெல்லாம் வி.அ. **அவசியமோ தேவையோ இல்லாத ஒவ்வொன்றுக்கும்; தொட்டதற்கெல்லாம்;** at the slightest excuse or pretext. எடுத்ததற்கெல்லாம் இப்படி ஏன் அழுதுகொண்டிருக்கிறாய்?/ 'எடுத்ததற் கெல்லாம் பணம் கேட்கிறாயே?' என்றார் அப்பா.

எடுத்ததும் வி.அ. காண்க: **எடுத்தவுடன்.**

எடுத்தலளவை பெ. **நிறுத்தலளவை;** measurement of weight.

எடுத்தவுடன் வி.அ. **ஆரம்பத்திலேயே; துவக்கத்தி லேயே;** at the very beginning. முன்பின் யோசிக்காமல் எடுத்தவுடன் கைநீட்டி விடுவதா?/ அந்தத் திரைப் படத்தில் எடுத்தவுடன் சண்டைக் காட்சிதான்.

எடுத்தாள் வி. (-ஆள, -ஆண்டு) **(எழுத்தில்) கையாளுதல்; பயன்படுத்துதல்;** employ (for the purpose of effectiveness, as an illustration); use; cite; quote. சில கிரேக்கக் கதாபாத்திரங்களை இந்த நாடகாசிரியர் நகைச்சுவைக் காக எடுத்தாண்டிருக்கிறார்./ இவர் தன் பேச்சில் உவமை களைப் பொருத்தமாக எடுத்தாள்கிறார்./ இந்தக் கட்டு ரையில் அவர் பின்நவீனத்துவக் கோட்பாடுகளை எடுத் தாண்டிருக்கும் விதம் விவாதத்திற்குரியது.

எடுத்தாற்போல் வி.அ. *(இலங்.)* **நினைத்த மாத்திரத்தில்; உடனடியாக;** impulsively. எடுத்தாற்போல் இந்தத் தொழிலைச் செய்ய இயலுமா? எத்தனையோ ஆயத்தம் செய்ய வேண்டுமே./ எடுத்தாற்போல் நியாயத்தைச் சொல் லாதே. என்ன கதைக்கிறோம் என்று விளங்கிக் கொண்டு கதை.

எடுத்து வி.அ. *('கூறுதல்', 'விளக்குதல்' தொடர்பான வினைகளின் முன்)* **(கூறப்படும் செய்திக்கு) முக்கியத் துவம் தந்து; முதன்மைப் படுத்தி/(செய்தியை) அறிந்து கொள்ளும் வகையில்;** clearly; appealingly. இதை அவன் மனத்தில் படும்படி நீ எடுத்துச்சொல்ல வேண்டும்./ மாநிலத்தின் அரசியல் நிலைமையை முதலமைச்சர் ஆளு நரிடம் எடுத்துக் கூறினார்./ செய்தியை அவர் எடுத்து உரைத்த விதமே தனி.

எடுத்துக்காட்டு[1] வி. (-காட்ட, -காட்டி) **1: (ஒன்றின் அல்லது ஒருவரின் தன்மையை) வெளிப்படுத்துதல்;** show; reveal; highlight. இந்தச் சிறுகதையே அவர் சிறந்த எழுத்தாளர் என்பதை எடுத்துக்காட்டுகிறது./ அவனுடைய போக்கு அவன் பலவீனங்களை எடுத்துக்காட்டும்வண்ணம் இருக்கிறது. **2: சுட்டிக்காட்டுதல்;** point out; indicate. ரசாயன உரங்களை அதிகமாகப் போடுவதால் ஏற்படும் விளைவுகளை ஆய்வுகள் எடுத்துக்காட்டுகின்றன.

எடுத்துக்காட்டு[2] பெ. **1: உதாரணம்;** example; illustration. இந்த இலக்கண விதிக்குப் பொருத்தமான எடுத்துக் காட்டு கிடைக்கவில்லையா? [(தொ.சொ.) **உதாரணம்/ மாதிரி/ முன்மாதிரி/ முன்னுதாரணம்**] **2: சான்று;** instance; sth. that exemplifies. தன் கருத்தை நிறுவ இவர் தரும் எடுத்துக்காட்டுகள் போதுமானவை அல்ல.

எடுத்துக்கொடு வி. (-கொடுக்க, -கொடுத்து) **(ஒருவர் பாடும்போதோ அல்லது பேசும்போதோ) நினை ஊட்டும் வகையில் வரிகளை அல்லது விஷயத்தை அருகில் இருப்பவர் சொல்லி உதவுதல்;** prompt. பாட்டுப் போட்டிக்கு வந்த சிறுமி தடுமாறியதும் ஆசிரியர் அடுத்த வரியை எடுத்துக்கொடுத்தார்./ மேடையில் திரைக்கு அருகில் நடிகர்களுக்கு வசனங்களை எடுத்துக்கொடுப்பதற் காகவே ஒருவர் இருப்பார்./ அவன் பழைய குப்பை களைக் கிளறிவிட்டுக்கொண்டிருக்கிறான். நீ வேறு எடுத்துக் கொடுக்க வேண்டுமா?

எடுத்துக்கொள் வி. (-கொள்ள, -கொண்டு) **1: உரிமை யாக்கிக்கொள்ளுதல்; சொந்தமாக்கிக்கொள்ளுதல்;** take as one's own; take (sth. to oneself). இந்தப் பணத்தில் எனக்கு ஒரு பைசாக்கூட வேண்டாம். நீயே எல்லாவற் றையும் எடுத்துக்கொள்!/ வீட்டை அண்ணனும் நிலத்தைத் தம்பியும் எடுத்துக்கொண்டார்கள். **2: (ஒன்றை) மிகுந்த கவனத்தோடு கருத்தில்கொள்ளுதல்;** consider. இந்தப் பிரச்சினையை லேசாக எடுத்துக்கொள்ளாதே. **3: (உதாரண மாக ஒன்றை) கருதுதல்; வைத்துக்கொள்ளுதல்;** take (s.o. or sth. as an example). என்னையே எடுத்துக்கொள் ளுங்கள், நானும் பெரிய குடும்பத்தில் பிறந்தவன்தான்.

எடுத்துச்செல் வி. (-செல்ல, -சென்று) **(கருத்தை, செய்தியை) பரப்புதல்;** carry; take (a message to s.o.). இந்த நல்ல கருத்தைப் பத்திரிகைகள் மக்களிடம் எடுத்துச் செல்ல வேண்டும்./ புதிய வேளாண்மை உத்திகள் விவ சாயிகளுக்கு எடுத்துச்செல்லப்பட வேண்டும்.

எடுத்துச்சொல் வி. (-சொல்ல, -சொல்லி) **1: அறிவுரை கூறுதல்;** give advice. என் மகன் படிக்காமல் எந்நேரமும் தொலைக்காட்சி பார்த்துக்கொண்டிருக்கிறான். நீங்கள் கொஞ்சம் எடுத்துச்சொல்லுங்கள்./ எடுத்துச்சொல்ல ஆள் இல்லாமல்தான் இப்படிச் சீரழிந்திருக்கிறேன். **2: (ஒருவர் ஒன்றை எளிதாகப் புரிந்துகொள்ளும் விதத்தில்) விவ ரித்துக் கூறுதல்; விளக்கிக் கூறுதல்;** explain. கதா காலட்சேபம் என்பது இதிகாசங்களில் உள்ள அம்சங் களையும் கதைகளையும் மக்களுக்குச் சுவையாக எடுத்துச் சொல்வதுடன் நீதிநெறிகளையும் மக்களுக்கு எடுத்துரைப் பதாக அமைகிறது./ நீங்கள் சற்றுப் பொறுமையாக எடுத்துச்சொன்னால் உங்கள் மகன் குடும்பச் சூழலைப் புரிந்துகொள்வான்.

231 எடுபிடி

எடுத்துரை வி. (-உரைக்க, -உரைத்து) காண்க: எடுத்துச் சொல்.

எடுத்துவளர் வி. (-வளர்க்க, -வளர்த்து) **(தன் குழந்தையாக) பேணிக் காத்தல்; (வளர்ப்புப் பிராணிகளை) பேணிப் பராமரித்தல்;** bring up (a child as one's own); rear (a pet animal). *என்னை எடுத்துவளர்த்து ஆளாக்கிய அவரை மறக்க முடியுமா?/ நீ செல்லமாக வளர்த்த நாய் காணாமல்போனதற்காகக் கவலைப்படாதே. வேறொரு நாயை எடுத்துவளர்க்கலாம்.*

எடுத்துவிடு வி. (-விட, -விட்டு) (பே.வ.) **(ஒன்றைக் குறித்துத் தேவைக்கு) அதிகமாகச் சொல்லுதல்; அளத்தல்;** give an exaggerated account (of sth.). *தன் வெளிநாட்டுப் பயணத்தைப் பற்றி எடுத்துவிட ஆரம்பித்தால் நிறுத்த மாட்டார்.*

எடுத்தெறிந்து பேசு வி. (பேச, பேசி) **(ஒருவரை) பொருட்படுத்தாமல் அல்லது அலட்சியப்படுத்தும் வகையில் பேசுதல்;** talk back. *பெரியவர் என்றுகூடப் பார்க்காமல் எடுத்தெறிந்து பேசுகிறாயே?*

எடுத்தேன் கவிழ்த்தேன்-என்று வி.அ. **(ஒன்றின்) விளைவைப் பற்றி யோசிக்காமல்; அவசரமாக;** without due deliberation or consultation; in a rash manner. *கல்யாண விஷயத்தில் எடுத்தேன் கவிழ்த்தேன் என்று முடிவெடுக்க முடியாது./ அவரிடம் பேசும்போது கவனமாகப் பேச வேண்டும். எடுத்தேன் கவிழ்த்தேன் என்று எதையாவது பேசிவிடாதே.*

எடுப்பார் கைப்பிள்ளை பெ. **(மற்றவர்கள் சொல்வதையெல்லாம் சரி என்று நம்பிச் செயல்படும்) சுய சிந்தனை அற்ற ஒருவர்; எளிதாக வசப்படுத்தக்கூடிய நபர்;** credulous or unsuspecting person. *பொதுமக்கள் அரசியல்வாதிகளின் எடுப்பார் கைப்பிள்ளைகளாக இருந்த காலம் போய்விட்டது./ தன் மகன் எடுப்பார் கைப் பிள்ளையாக இருப்பதை நினைத்து அவளுக்கு வருத்தமாக இருந்தது.*

எடுப்பி வி. (எடுப்பிக்க, எடுப்பித்து) (இலங்.) 1: **எடுக்கச் செய்தல்;** have sth. fetched by s.o. *உன் பையனைக் கொண்டு அந்தப் புத்தகத்தை நூலகத்திலிருந்து எடுப்பித்துத் தா.* 2: **(ஒருவரை ஓர் இடத்துக்கு) அழைத்துக் கொள்ளுதல்;** have s.o. taken to some place. *தன் மகனை அமெரிக்காவுக்கு எடுப்பிக்கும்படி சகோதரனுக்குக் கடிதம் எழுதினார்.*

எடுப்பு[1] பெ. (இசை) **ஒரு பாட்டு அதற்கு உரிய தாளத்தில் ஆரம்பிக்கும் இடம்;** starting point in the rendering of a composition set to a particular *தாளம்.*

எடுப்பு[2] **-ஆக/-ஆன** வி.அ./பெ.அ. 1: **(உடலமைப்பில் அல்லது தோற்றத்தில்) கவர்ச்சியாக/கவர்ச்சியான; நேர்த்தியாக/நேர்த்தியான;** attractively/attractive; impressively/impressive. *நீ இந்த உடையில் எடுப்பாகத் தெரிகிறாய்.* 2: **முன்தள்ளி/முன்தள்ளிய;** protruding. *பற்கள் எடுப்பாக இருந்தன.* 3: **வடிவாக/வடிவான;** (of a person's features) prominently/prominent; noticeably/ noticeable. *அவருக்கு மூக்கு எடுப்பாக இருக்கும்./ எடுப்பான மூக்கு/ குழந்தைக்கு என்ன எடுப்பான கண்கள்!*

எடுப்புக்காரர் பெ. (இலங்.) **மிடுக்காகவும் தோரணையுடனும் நடந்துகொள்பவர்; பந்தாப் பேர்வழி;** person of ostentatious behaviour. *அந்த அரசியல்வாதி பெரிய எடுப்புக்காரர். தனது பிறந்தநாளைக் கொண்டாடாமல் விட்டுவிடுவரா?/ ஒரு காலத்தில் பெரும் எடுப்புக்காரராக இருந்தவர், இப்போது ஒன்றுக்குமே வழியில்லாமல் இருக்கிறார்.*

எடுப்புச் சாப்பாடு பெ. **உணவு விடுதியிலிருந்து எடுத்து வரப்படும் சாப்பாடு;** meal brought (to s.o. from a mess or restaurant); a takeaway. *இந்த எடுப்புச் சாப்பாட்டை இரண்டு பேர் சாப்பிடலாம்.*

எடுப்புச்சாய்ப்பு பெ. (இலங்.) **(வீண்) ஆடம்பரம்;** pomp; fancy. *அப்பாவின் எடுப்புச்சாய்ப்புகளை அம்மா அருவருப்புடன் பார்த்துக்கொண்டிருந்தார்கள்.*

எடுப்பெடு வி. (-எடுக்க, -எடுத்து) (இலங்.) **தகுதிக்கு மீறிய முயற்சியைச் செய்தல்;** attempt to do sth. beyond one's means. *வியாபாரத்தில் பெரிய எடுப்பெடுத்து விழுந்து முறிந்ததுதான் மிச்சம்.*

எடுபடு[1] வி. (எடுபட, எடுபட்டு) 1: **(ஒரு குழுவினரிடையே) வரவேற்கப்படுதல்;** gain acceptance; sell. *எந்த மாதிரி கதை எழுதினால் வாசகரிடையே எடுபடும் என்று தெரிந்துவைத்திருக்கிறார்./ வெறும் வாக்குறுதிகள் இனி மேல் மக்களிடம் எடுபடாது.* 2: **ஏற்கப்படுதல்;** be accepted; be received well. *இந்த வாதம் நீதிமன்றத்தில் எடுபடுமா என்று வழக்கறிஞர் தன்னையே கேட்டுக்கொண்டார்.*

எடுபடு[2] வி. (எடுபட, எடுபட்டு) (இலங்.) **(ஒரு பணிக்கு அல்லது கல்வி நிறுவனத்தில் படிப்பிற்காக) தேர்ந்தெடுக்கப்படுதல்;** get selected (for admission to a course in an educational institution or for a job). *என் மகள் பல்கலைக்கழகத்திற்கு எடுபட்டிருக்கிறாள்./ இந்த வேலைக்கு இதுவரை யாரும் எடுபடவில்லை.*

எடுபடு[3] வி. (எடுபட, எடுபட்டு) (இலங்.) **(வலி) நீங்குதல்;** (of pain) be gone; disappear. *ஒரு முறை பத்துக் கட்டியவுடன் கை நோவு எடுபட்டுவிட்டது.*

எடுபடு[4] வி. (எடுபட, எடுபட்டு) (இலங்.) **(ஒன்றிடம் அல்லது ஒருவரிடம்) வசப்படுதல்;** succumb to temptation or s.o.'s influence. *யார் எதைச் சொல்லி ஆசை காட்டினாலும் அவள் எடுபட மாட்டாள்./ நீ என்னதான் சொன்னாலும் நான் எடுபட மாட்டேன் என்றாள்.*

எடுபிடி பெ. 1: **சிறு வேலை;** petty errands; odd jobs. *எடுபிடி வேலை செய்வதற்குத்தான் ஆளே கிடைப்பதில்லை./ ஏதோ நல்ல வேலை என்று வந்தேன். பார்த்தால் எடுபிடி வேலைதான்.* 2: **எடுபிடி வேலை செய்பவர்;** one who does errands; helper; assistant. *இவரும் இவர் பையனும் பண்ணையார் வீட்டில் எடுபிடிகள்./ எடுபிடிகளாக வேலைக்குச் சேர்ந்தவர்கள் கொத்தனாராக ஆகிவிட்டார்கள்.* 3: **பணம், அந்தஸ்து, அதிகாரம் முதலியவற்றில் உயர்ந்த நிலையில் இருப்பவர்களுக்குச் சார்பாக செயல்படுபவர்;** henchman. *பணக்காரர்களின் எடுபிடிகளாக இருந்து வரும் இவர்களா ஏழைகளுக்கு நல்லது செய்யப்போகிறார்கள்?*

எடை பெ. 1: **(ஒருவரை அல்லது ஒன்றை) நிறுத்துக் கணக்கிடும்போது பெறும் அளவு;** weight. *உயரத்துக்குத் தகுந்த எடை இல்லையே உனக்கு./ சுவாமிகளின் எடைக்கு எடை தங்கம்/ தொடர்ந்து எடை குறைந்தால் மருத்துவ ஆலோசனை பெற வேண்டும்./ இந்த இயந்திரத்தின் எடை 200 கிலோ ஆகும்.* 2: **(விறகு, கரி முதலியவற்றை நிறுக்கும்போது) தராசின் தட்டு கொள்ளும் அளவுக்கு வைத்து அதை ஓர் அளவாகக் கணக்கிடும் (முன்பு வழக்கில் இருந்த) முறை;** (of firewood, charcoal, etc.,) weight of the full capacity of a pan of the balance, a unit in use in the past. *ஆறு எடை விறகு கொடுங்கள்!/ வண்டியில் இருபது எடை சவுக்குக் கட்டை.* 3: காண்க: **எடைக்கல்.**

எடை இயந்திரம் பெ. **ஒரு பொருளின் எடையை அறிந்துகொள்ளும் வகையில் இயந்திர விசையால் அல்லது மின்னணுச் சக்தியால் இயங்கும் சாதனம்;** (weighing) scales.

எடைக்கல் பெ. **(நிறுப்பதற்குப் பயன்படுத்தும்) நிறை குறிக்கப்பட்ட உலோகக் கட்டி;** piece of metal as a specific unit of weight. *வணிகர்கள் தாங்கள் பயன்படுத்தும் எடைக்கற்களை ஒவ்வொரு ஆண்டும் எடை மற்றும் அளவீட்டுத் துறைக்கு எடுத்துச்சென்று புதிதாக முத்திரையிட வேண்டும்./ கள்ளத் தராசும் பொய்யான எடைக்கல்லும்.*

எடைகட்டு வி. (-கட்ட, -கட்டி) **(எண்ணெய் போன்றவற்றை வாங்கும்போது) தராசின் தட்டில் வைக்கும் பாத்திரத்தின் எடைக்குச் சமமான எடைக்கற்களை மறுதட்டில் வைத்தல்;** offset the weight (of the container while weighing liquid substances). *எண்ணெய்த் தூக்கை எடைகட்டிவிட்டுப் பிறகு எடைபோடு!*

எடைப்பிரிவு பெ. **(குத்துச்சண்டை, பளுதூக்கும் போட்டி போன்றவற்றில் கலந்துகொள்ளும் வீரர்களுக்கு) உடல் எடையின் அடிப்படையில் ஏற்படுத்தப்பட்ட பிரிவு;** category (of boxers, weightlifters, etc.,) based on body weight. *பெண்களுக்கான 53 கிலோ எடைப் பிரிவில் சென்னை வீராங்கனை ஒருவர் தங்கப் பதக்கம் வென்றார்./ 45முதல் 50 கிலோ எடைப் பிரிவு வீரர்களுக்கான குத்துச்சண்டை போட்டி.*

எடைபோடு வி. (-போட, -போட்டு) 1: **எடையைக் கணக்கிடுதல்;** weigh (sth.). *சரக்குகள் இங்கு எடை போடப்படும்.* 2: **(மனிதர்களை) மதிப்பிடுதல்; அளவிடுதல்;** judge; gauge (a person). *பார்த்த மாத்திரத்தில் மனிதர்களை அவர் எடைபோட்டுவிடுவார்./ அவர் தன்னோடு பேசிக்கொண்டு இருந்தவனை நிதானமாக எடைபோட்டார்.*

எடைமேடை பெ. **(ஏற்றப்பட்ட சரக்கோடு சேர்த்து வாகனங்களின் எடையைப் பார்க்க) வாகனங்கள் வந்து நிற்கும் வகையில் மேடை போன்று அமைக்கப்பட்ட, கனத்த தகடுகளால் ஆன சாதனம்;** weighbridge. *இந்தத் தொழிற்சாலையில் 40 டன் எடைமேடை உள்ளது./ மின்னணு எடைமேடை.*

எண்[1] பெ. 1: **(எத்தனை என்பதை) கணக்கிட்டுச் சொல்வதற்கு உதவும் 1, 2, 3 போன்ற கணிதக் குறியீடு;** number. *பக்க எண் 21.* 2: **ஒரு தொகுப்பில் இருக்கும் தனித்தனி அலகுகளின் அடையாளமான இலக்கம்;** number (given to sth.). *என்னுடைய தொலைபேசி எண்: 24412993.* 3: (நெசவு) **ஒரு பவுண்டு எடையில் எத்தனை சிட்டம் இருக்குமோ அந்த எண்ணிக்கையை அந்தப் பருத்தி நூல் பருமனின் அளவாகக் குறிப்பிட வழங்குவது;** count (of cotton yarn).

எண்[2] பெ.அ. **'எட்டு' என்பதன் பெயரடை வடிவம்;** adjectival form of எட்டு. *எண்திசை.*

எண்கோணம் பெ. **எட்டு (சம) கோணமுடைய வடிவம்;** octagon.

எண்சுவடி பெ. **(பெருக்கல், கூட்டல் முதலியவை அடங்கிய) வாய்பாட்டுப் புத்தகம்;** book of mathematical tables.

எண்சோதிடம் பெ. (சோதி.) **(பிறந்த தேதி, மாதம், வருடம், பெயரில் உள்ள எழுத்துகளின் மதிப்பு ஆகியவற்றைக் கூட்டி அதன் அடிப்படையில் ஒருவரின்) குணநலன்கள், எதிர்காலப் பலன்கள் முதலியவற்றைக் கணித்துக் கூறும் கலை;** numerology.

எண்ணக்கரு பெ. (இலங்.) **கருத்தாக்கம்;** concept.

எண்ணம் பெ. 1: **நினைப்பு; சிந்தனை;** thinking; thought. *பல்வேறு எண்ணங்களால் அவன் குழம்பினான்.* [(தொ.சொ.) **இலக்கு/ இலட்சியம்/ குறி/ குறிக்கோள்/ நோக்கம்**] 2: **ஆலோசனை; திட்டம்;** plan; idea. *மகளை மருத்துவக் கல்லூரியில் சேர்க்கும் எண்ணம் என்னவாயிற்று?* [(தொ.சொ.) **அபிப்பிராயம்/ கருத்து/ முடிவு/ யோசனை**] 3: **கருத்து; மதிப்பு;** opinion. *அவரைப் பற்றி எனக்குள்ள உயர்வான எண்ணம் என்றும் மாறாது.* [(தொ.சொ.) **அபிப்பிராயம்/ சிந்தனை/ தீர்மானம்/ நிலைப்பாடு/ முடிவு/ யோசனை**]

எண்ணறிவு பெ. **அடிப்படைக் கணித அறிவு;** numeracy. *மக்கள் அனைவரும் குறைந்தது எழுத்தறிவும் எண்ணறிவும் பெற வேண்டும்.*

எண்ணாத எண்ணம் பெ. (இலங்.) **(ஒன்றை அல்லது ஒருவரைப் பற்றிக் கொண்டுள்ள) அளவு கடந்த உயர்வான எண்ணம்;** very high esteem (on sth. or s.o.). *அவரைப் பற்றி நீ வைத்திருந்த எண்ணாத எண்ணம் என்ன வாயிற்று?/ எனக்கு ஏன் இப்படி ஒரு கெடுதல் செய்தாய்? உன்னைப் பற்றி எண்ணாத எண்ணம் எல்லாம் வைத்திருந்தேனே.*

எண்ணி இ.சொ. **'(வழக்கமாக எதிர்பார்ப்பதைவிட) குறைந்த அளவில்' என்ற பொருளைத் தரும் இடைச்சொல்;** particle used to mean 'barely'. *பேருந்தில் எண்ணிப் பத்துப் பேர்தான் இருந்தார்கள்./ இந்தக் கிராமத்தில் எண்ணி இருபது குடும்பங்கள்தான் இருக்கின்றன.*

எண்ணிக்கை பெ. 1: **எத்தனை அல்லது எவ்வளவு என்னும் கணக்கு; மொத்தத் தொகை;** (total) number; count. *இந்த அரண்மனையில் உள்ள அறைகளின் எண்ணிக்கை நூறு./ அக்கால நாடகங்களில் பாடல்களின் எண்ணிக்கை மிகுதி./ விந்தில் உள்ள உயிரணுக்களின் எண்ணிக்கையைத் தெரிந்துகொள்ள மருத்துவப் பரிசோதனைகள் உண்டு.* 2: **கணக்கிடும் அல்லது அளவிடும் செயல்;** counting. *எண்ணிக்கை தவறிவிட்டதால் மறுபடியும் முதலிலிருந்து அரிசியை அளக்க ஆரம்பித்தேன்./ ஞாயிற்றுக்கிழமை காலை 8 மணிக்கு வாக்கு எண்ணிக்கை தொடங்கும்.*

எண்ணு[1] வி. (எண்ண, எண்ணி) 1: **(வரிசையாக அல்லது முறைப்படி) எண்களைக் கூறுதல்;** count. நூறுவரை

எண்ணிவிட்ட சிறுமிக்கு என்ன பெருமை! 2: **(எத்தனை இருக்கின்றன என்று) கணக்கிடுதல்;** count (to find the amount of sth.). திருப்பதி உண்டியல் பணத்தை எண்ணு வதற்கு எத்தனை பேர் வேண்டும்?/ வானத்தில் உள்ள நட்சத்திரங்களை எண்ண முடியுமா?

எண்ணு[2] வி. (எண்ண, எண்ணி) 1: **(நடந்த ஒன்றை) நினைத்தல்; சிந்தித்தல்;** recollect; recall. தாய் காட்டிய அன்பையும் பாசத்தையும் எண்ணுகிறபோது மனம் உருகி விடுகிறது./ நடந்ததை எண்ணிப்பார்க்காமல் இருக்க முடிய வில்லை. [(தொ.சொ.) கருது/ சிந்தி/ நம்பு/ நினை/ யோசி] 2: **ஆலோசித்தல்; திட்டமிடுதல்;** consider; plan. மகளை மருத்துவக் கல்லூரியில் சேர்க்க எண்ணி யிருக்கிறோம்./ தற்போது வீடு வாங்க வேண்டாம் என்று எண்ணுகிறார். 3: **கருதுதல்; மதித்தல்;** consider; regard. கலையை வியாபாரப் பொருளாக எண்ணுவது எவ்வளவு இழிவானது!/ அவருடைய பாராட்டை மிகப் பெரிய கௌரவமாக எண்ணுகிறேன்.

எண்ணுப்பெயர் பெ. (இலக்.) **எண்களைக் குறிக்கும் பெயர்ச்சொல்;** noun denoting numbers. 'முப்பது' என்பது ஒரு எண்ணுப்பெயர்.

எண்ணுரு பெ. (கணி.) **எண்களை ஒரு மொழியில் எழுதும் முறை;** numeral system (of a language). வெகு சிலரே அரேபிய எண்ணுருவுக்குப் பதிலாகத் தமிழ் எண்ணுருவைப் பயன்படுத்துகின்றனர்.

எண்ணெய் பெ. 1: **தாவர வித்துகளிலிருந்தும் விலங்கு களின் கொழுப்பிலிருந்தும் பெறப்படுவதும் உணவுப் பண்டங்கள் முதலியவை தயாரிக்கப் பயன்படுவது மான திரவம்;** oil (extracted from oilseeds, animal fat). கடைக்காரர் பாத்திரத்திலிருந்து வழிந்த எண்ணெய்யைத் துடைத்தார். 2: **(மருந்து, பூச்சுகள், வர்ணம் போன்ற வற்றின் தயாரிப்பில் பயன்படும்) (தாவரத்தின் தண்டு, பட்டை, இலை போன்றவற்றிலிருந்து) அரைத்து எடுக் கப்படும் வழுவழுப்பான திரவம்;** oil (extracted from wood, bark, leaf, etc., of a plant). 3: **நிலத்தடியிலிருந்து எடுக்கப்படுவதும் எரிபொருளாகப் பயன்படுவதுமான திரவம்;** petroleum. 4: **சருமத்திலிருந்து சுரக்கும் பிசு பிசுப்பான திரவம்;** body oil; greasiness. செயற்கைக் களிம்புகளைப் பயன்படுத்துவதால் முகத்தில் வியர்வைத் துவாரங்களும் எண்ணெய்ச் சுரப்பிகளும் அடைபட்டுப் போகின்றன./ எண்ணெய் வழியும் முகம்.

எண்ணெய்க் கிணறு பெ. **நிலத்தடியிலிருந்து எண் ணெய் எடுப்பதற்காகத் தோண்டப்படும் கிணறு போன்ற ஆழமான துளை;** oil well.

எண்ணெய்க் குளியல் பெ. **தலையிலும் உடம்பிலும் நல்லெண்ணெய் அல்லது தேங்காய் எண்ணெய் தேய்த்துக் குளிப்பது;** bath taken after applying sesame or coconut oil on one's body.

எண்ணெய்ச் சுத்திகரிப்பு ஆலை பெ. **நிலத்தடியி லிருந்து கிடைக்கும் கச்சா எண்ணெயைச் சுத்தப் படுத்தி அதிலிருந்து மண்ணெண்ணெய் போன்ற வற்றைத் தனியாகப் பிரித்தெடுக்கும் தொழிற்சாலை;** oil refinery.

எண்ணெய்ப் பசை பெ. காண்க: எண்ணெய்ப் பிசுக்கு.

எண்ணெய்ப் பனை பெ. **சமையல் எண்ணெய் எடுக்கப் பயன்படும் வித்தைத் தரும் ஒரு வகைப் பனை மரம்;** oil palm.

எண்ணெய்ப் பிசுக்கு பெ. **(முகத்தில்) எண்ணெய் போன்ற சுரப்பு படிவதால் ஏற்படும் பிசுபிசுப்பு;** oiliness. என்ன தேய்த்துக் கழுவினாலும் முகத்தில் எண் ணெய்ப் பிசுக்கு போக மாட்டேன் என்கிறது.

எண்ணெய் வயல் பெ. **நிலத்துக்கு அல்லது கடலுக்கு அடியில் (பெட்ரோல், டீசல் போன்றவை தயாரிக்க உதவும்) எரிபொருள் நிறைந்திருக்கும் பரப்பு;** oilfield.

எண்ணெய் வித்து பெ. **எண்ணெய் எடுக்கப் பயன் படும் தாவரங்களின் விதை, பருப்பு போன்றவை;** oilseed(s).

எண்பது பெ. **பத்தின் எட்டு மடங்கைக் குறிக்கும் எண்;** (number) eighty.

எண்பதுக்கு எண்பது பெ. (நெசவு) **ஓரளவுக்கு முறுக் கோடு சன்னமாக இருக்கும் நூல் அல்லது அந்த நூலால் நெய்யப்பட்ட துணி;** fine and well twisted yarn of 80 counts or the cloth made of such yarn. நூல் புடவைகள் நூற்றுக்கு நூறிலும் இருக்கும் அல்லது எண்பதுக்கு எண் பதிலும் இருக்கும்.

எண்பி வி. (எண்பிக்க, எண்பித்து) (இலங்.) **நிரூபித்தல்; மெய்ப்பித்தல்;** prove. தன்னால் எதையும் சாதிக்க முடியும் என்பதை அவன் எண்பித்துவிட்டான்.

எண்வயமாக்கு வி. (-ஆக்க, -ஆக்கி) (பெ.வ.) **(ஒரு கணிப்பொறி எளிதாக இனம்காணவும் நிரல்படுத் தவும் ஏற்ற வகையில்) தரவுகளான எழுத்தையோ, படம் அல்லது ஒலிக் கூறுகளையோ கணினி மொழி யின் அலகுகளான 0, 1ஐப் பயன்படுத்தும் முறைக்கு மாற்றுதல்;** digitize. தமிழ் இலக்கியம் முழுவதையும் எண் வயமாக்குவது ஆராய்ச்சிக்கு இன்றியமையாத தேவை.

எத்தகைய பெ.அ. (உ.வ.) **எந்த விதமான;** what kind of; whatever. காஷ்மீர் பிரச்சினைக்குத் தீர்வு காண எத்தகைய நடவடிக்கைகளை எடுக்க வேண்டும் என்று அரசு எதிர்க் கட்சிகளுடன் விவாதிக்கும்./ எத்தகைய பிரச்சினையாக இருந்தாலும் எதிர்கொள்ள நாடு தயங்காது.

எத்தன் பெ. 1: **துணிச்சலாக ஏமாற்றுபவன்;** cheat. போலி உயில் தயாரித்துத் தன்னை வாரிசாக்கிக்கொண்ட எத்தன்! 2: (பே.வ.) **(ஒருவரைப் பாராட்டும் முறையில் பயன்படுத்தும்போது) சாமர்த்தியசாலி;** expert. சது ரங்கம் விளையாடுவதில் அவன் ஒரு எத்தன். யாருமே அவனை வெல்ல முடியாது.

எத்தனம் பெ. (அ.வ.) **முயற்சி;** effort; exertion. இந்தச் செயல் மனித எத்தனத்துக்கு அப்பாற்பட்டது.

எத்தனி வி. (எத்தனிக்க, எத்தனித்து) **முயற்சி செய்தல்;** make an effort; attempt. கிழவர் பேச எத்தனித்தார், வார்த்தை வரவில்லை./ ஆடு பள்ளத்திலிருந்து மேலே வர எத்தனித்துக்கொண்டிருந்தது.

எத்தனை பெ. 1: **(எண்ணப்படக்கூடியதில், அளவிடப் படக்கூடியதில்) எவ்வளவு;** how many. இந்தத் தோப்பில்

எத்தனை மரங்கள் இருக்கின்றன?/ அணையின் நீர்மட்டம் எத்தனை அடி உயர்ந்திருக்கிறது? **2: எண்ணிக்கை, தன்மை ஆகியவற்றைக் குறித்து வரும்போது வியப்பை வெளிப்படுத்தும் சொல்;** exclamatory word expressing one's admiration for the quality or intensity of sth. பறவைகள் எத்தனை விதம்!/ இன்பமாகக் கழித்த நாட்கள்தான் எத்தனை!/ தோட்டம் எத்தனை அழகாக இருக்கிறது!

எத்து வி. (எத்த, எத்தி) **(ஒரு பள்ளம், குழி போன்றவற்றில் தேங்கியுள்ள நீரை) காலால் அல்லது கையால் தள்ளி அப்புறப்படுத்துதல்;** bailout water using one's hands or foot. தண்ணீரை எத்தாவிட்டால் மண் அங்கே சேறாகி விடும்.

எத்துணை பெ. (உ.வ.) **எவ்வளவு;** how much.

எத்துப்படு[1] வி. (-பட, -பட்டு) (இலங்.) **(ஒருவர் அல்லது ஒன்று) எதிர்பாராத விதமாகக் கண்ணில் படுதல்; பார்வையில் படுதல்;** come into view; be seen; நீண்ட நாட்களுக்குப் பின் என் பள்ளித் தோழி கண்ணில் எத்துப் பட்டாள்./ நகையைக் கழற்றி எங்கு வைத்தேன் என்று தெரியவில்லை. கண்ணில் எத்துப்படவே இல்லை.

எத்துப்படு[2] வி. (-பட, -பட்டு) (இலங்.) **(சுழற்சியினால், விசையினால்) பறந்துவருதல்; சுழன்றுவருதல்;** move swirling. காற்றில் குப்பைகள் எத்துப்பட்டு வந்தன./ வெள்ளத்தில் எத்துப்பட்டுப்போன பொருட்கள் ஏராளம்.

எதற்கும் இ.சொ. **1: முதலில் கூறப்படும் கூற்றின் எதிர் மறைத் தன்மையை மீறி முயற்சி செய்வதைக் குறிப்பதற்கு இரண்டு வாக்கியங்களைத் தொடர்புபடுத்தும் இடைச்சொல்;** particle linking two sentences used in the sense of 'yet'; 'all the same'. எனக்கு அந்த வேலை கிடைக்காது என்று தெரியும். எதற்கும் நேர்காணலுக்குப் போய்ப்பார்க்கலாம் என்று நினைக்கிறேன்./ அம்மாவிடம் பணம் இல்லை என்று நினைக்கிறேன். எதற்கும் கேட்டுப் பாரேன். **2: 'தேவைக்கு உதவும் என்னும் வகையில்', 'அவசியத்துக்கு' என்ற பொருளைத் தரும் இடைச் சொல்;** particle used in the sense of 'just in case'; 'as a contingency'. எதற்கும் இந்தப் பணத்தைக் கையில் வைத்துக் கொள்./ சென்னையில் ஒரு வாரம் தங்குவதுபோல் ஆகி விட்டால் என்ன செய்வது? எதற்கும் இரண்டு வேட்டி அதிகமாக எடுத்துக்கொண்டு வா./ எதற்கும் இருக்கட்டுமே என்று கொஞ்சம் அதிகமாகச் சமையல் செய்துவிட்டேன்.

எதற்கெடுத்தாலும் வி.அ. **எடுத்ததற்கெல்லாம்;** at the slightest provocation. எதற்கெடுத்தாலும் ஏன் எரிந்துவிழு கிறாய்?/ எதற்கெடுத்தாலும் தன் வீட்டுப் பெருமையைப் பேசுவதா?

எதன் பி.பெ. **'எது' என்பது வேற்றுமை உருபு ஏற்கும் போது பயன்படுத்தப்படும் வடிவம்;** the base for எது in declension. எதனை எங்கு வைப்பது?

எதனால் இ.சொ. **'எதன் காரணமாக' என்ற பொருளில் ஒரு வாக்கியத்தில் இணைக்கப்படும் இடைச்சொல்;** particle used in the sense of 'due to what reason'. எதனால் இப்படி நடந்தது என்று எனக்கு இன்னும் புரியவில்லை./ எதனால் இந்த விபத்து நடந்தது?

எதார்த்தம் பெ. காண்க: *யதார்த்தம்.*

எதாவது பெ. காண்க: *ஏதாவது.*

எதிர்[1] வி. (எதிர்க்க, எதிர்த்து) **1: (ஒருவரை, ஒரு போக்கை, ஒரு நிலையை) மறுத்து மாறான நிலையை மேற் கொள்ளுதல்;** oppose (a person, attitude, stand, etc.,). பெண் விடுதலை என்பது ஆண்களை எதிர்ப்பது அன்று./ பெரும்பாலோர் எதிர்த்ததால் சட்டத் திருத்தம் கைவிடப் பட்டது. **2: (நோயை) தடுத்தல்;** prevent; resist. காச நோயை எதிர்க்கக்கூடிய சக்தி அவன் உடம்பில் இல்லை.

எதிர்[2] பெ. (-ஆக, -ஆன) **1: ஒன்றின் திசைக்கு முற்றிலும் மாறாக இருப்பது; நேர் முன்னால் இருப்பது; நேர் மறுபுறம்;** (directly) opposite; front. எதிர் வீடு/ நேர் எதிர்த் திசை/ எதிர் எதிராக இருவர் உட்கார்ந்து எழுதிக் கொண்டிருந்தார்கள். **2: (சாட்சி, ஆதாரம், தகவல் போன்றவற்றில்) ஒன்றை மறுப்பது அல்லது சாதகம் அல்லாததாக இருப்பது;** sth. that goes against s.o. or sth. தலைவருக்கு எதிராக விடுக்கப்பட்ட அறிக்கை/ நடை முறைக்கு எதிரான சட்டம்./ குற்றவாளிக்கு எதிரான சாட்சிகளை அரசுத் தரப்பு வக்கீல் விசாரணை செய்தார்./ அமைச்சருக்கு எதிராக ஆதாரங்களைத் திரட்ட முயல் கிறார் அவர். **3: (ஒன்றுக்கு அல்லது ஒருவருக்கு) எதிர்ப்பைக் காட்டுவது; மறுப்பாகச் செயல்படுவது;** that which is against sth. அரசுக்கு எதிரான மாணவர் போராட்டம்./ அவர் வன்முறைக்கு எதிராகத் தொடர்ந்து எழுதியும் பேசியும் வருகிறார்./ கல்லூரி நிர்வாகத்திற்கு எதிரான கோஷங்கள். **4: (தன்மை, அளவு, இயக்கம் முதலியவற்றில்) முற்றிலும் மாறுபடுவது;** that which is opposite to sth. புவியீர்ப்பு விசைக்கு எதிரான விசை./ நீ சொன்னதற்கு அப்படியே எதிராக அல்லவா அவன் இருக்கிறான்! **5: (கொள்கை, சட்டம், விதி போன்ற வற்றுக்கு) புறம்பானது; மாறுபாடானது;** sth. contrary to or not allowed by (rules, regulations, etc.,). நமது கட்சியின் கொள்கைக்கு எதிரான எதையும் நாம் அனு மதிக்க மாட்டோம்./ சட்டத்திற்கு எதிராக நாம் நடக்க முடியாது./ மதக் கலவரத்தைப் பற்றிச் சில பத்திரிகைகள் உண்மைக்கு எதிராக எழுதி வருகின்றன. **6: (நாணயங் களின் மதிப்பீட்டை ஒப்பிடும்போது) நிகரானது;** the equivalent of (a currency). டாலருக்கு எதிரான இந்திய ரூபாயின் மதிப்பு இன்று குறைந்தது. **7: (ஒன்றை) தடுத் துச் செயல்படுவது; (நோய் போன்றவற்றை) தடுப்பது;** being against. தீவிரவாதத்திற்கு எதிரான போர்/ கால ராவுக்கு எதிரான தடுப்பூசி/ இரத்தத்தில் வெள்ளை அணுக்கள் கிருமிகளுக்கு எதிராகச் செயல்படுகின்றன. **8:** (இயற்.) (பெயரடையாக) **(மின்சாரம் தொடர்பாக வரும்போது) எலெக்ட்ரான்களைக் கொண்டிருப்பது;** negative (electric charge). எதிர் மின்னோட்டம்/ எதிர் மின்னணு.

எதிர்[3] இ.சொ. **1: ஒரு வழக்கில் 'வாதி', 'பிரதிவாதி' என்ற இரண்டு பெயர்ச்சொற்களுக்கு இடையே 'எதிராக' என்ற பொருளைக் குறிக்கப் பயன்படுத்தும் இடைச் சொல்;** particle meaning 'versus'. தீர்ப்பின் விவரம்: கோவிந்தன் எதிர் தமிழ்நாடு அரசு. **2: ஒரு போட்டியில் 'எதிராக' என்ற பொருளில் பயன்படுத்தும் இடைச் சொல்;** particle meaning 'versus'. இந்தியா எதிர் இங்கிலாந்து.

235 எதிர்ப்பாட்டு

எதிர்க்கட்சி பெ. **ஆளும் கட்சியை (கொள்கை அடிப்படையில்) எதிர்க்கும் கட்சி;** the opposition. முன்னாள் முதல்வரே இந்நாள் எதிர்க்கட்சித் தலைவர்.

எதிர்காலம் பெ. 1: **(நிகழ்காலத்தைத் தொடர்ந்து) வரும் காலம்;** future. இன்று என்பது நிகழ்காலம், நாளை என்பது எதிர்காலம். 2: **(நிகழ்காலத்தைக் கடந்து) வளர்ச்சி, நன்மை போன்றவை ஏற்படப்போகும் காலம்;** future; prospects. கைத்தறிக்கு எதிர்காலமே கிடையாது என்று கூறியவர்களும் உண்டு. 3: **(இலக்.) வரும் காலத்தைக் குறிப்பது;** future tense. 'ஓடுவான்' என்ற வினைமுற்றில் 'வ்' எதிர்கால இடைநிலை.

எதிர்கொள் வி. (-கொள்ள, -கொண்டு) 1: **(வருபவரை நோக்கி) சென்று சந்தித்தல்;** approach s.o. and greet. சம்பந்தியை எதிர்கொண்டு அழைக்க வாசலில் காத்திருந்தார். 2: **நேருக்கு நேர் சந்தித்தல்;** face; encounter. எப்படி அவரை எதிர்கொள்ளப்போகிறோம் என்று அவன் தவித்தான்./ உலகம் எதிர்கொள்ளும் பிரச்சினை மக்கள் தொகைப் பெருக்கமாகும். 3: **(போட்டிகளில் ஒரு அணி மற்றொரு அணியை அல்லது கிரிக்கெட்டில் பந்து வீச்சை) எதிர்த்து விளையாடுதல்;** face. சானியா மிர்சா நாளைய போட்டியில் வீனஸ் வில்லியம்ஸை எதிர்கொள்கிறார்./ உலகக் கோப்பை இறுதிப்போட்டியில் பிரேசில் அணி ஜெர்மனியை எதிர்கொண்டது./ வீரேந்திர சேவாக் 182 பந்துகளை எதிர்கொண்டு 200 ஓட்டங்களை எடுத்தார்.

எதிர்ச்சொல் பெ. **ஒரு சொல்லின் பொருளுக்கு நேர் எதிரான பொருளைக் கொண்ட சொல்;** antonym. 'பெரிய' என்பது 'சிறிய' என்பதன் எதிர்ச்சொல்.

எதிர்சேவை பெ. **திருவிழாவின் ஒரு பகுதியாக வேறு ஊரிலிருந்து அல்லது கோயிலிலிருந்து வரும் உற்சவ மூர்த்தியை வரவேற்கும் வழிபாட்டு முறை;** worship offered to a deity that arrives from another temple during festival.

எதிர்த்த பெ.அ. **எதிரே இருக்கும்;** opposite to sth. இவன் வீட்டுக்கு எதிர்த்த வீட்டில்தான் நம் தமிழாசிரியர் குடியிருக்கிறார்./ எதிர்த்த கடைக்குப் போய் அரை கிலோ சர்க்கரை வாங்கிக்கொண்டு வா./ எதிர்த்த சாரியில்தான் ஜவுளிக் கடை இருக்கிறது.

எதிர்த்தரப்பு பெ. **ஒருவரை எதிர்த்துப் போட்டியிடுபவரின், வழக்காடுபவரின் பக்கம் அல்லது எதிரியின் பக்கம்;** opposite (camp, party, side). எதிர்த்தரப்பு வாதம்/ எதிர்த்தரப்பு வக்கீல்.

எதிர்த்தாற்போல் வி.அ. (பே.வ.) **எதிரே; எதிரில்;** in the opposite direction; in front of. கோயிலுக்கு எதிர்த்தாற்போல் பரந்த வெளி/ நான் தேடிச்சென்ற ஆள் எதிர்த்தாற்போல் வந்துகொண்டிருந்தான்.

எதிர்த்து வி.அ. 1: **ஏற்றுக்கொள்ளாமல் மறுத்து;** in protest of; against. கீழ்நீதிமன்றத் தீர்ப்பை எதிர்த்து மேல்முறையீடு செய்தார். 2: **(ஏதேனும் ஒரு போட்டியில்) எதிர்த்தரப்பில் இருந்து;** in opposition to (s.o. in a contest). தேர்தலில் உங்களை எதிர்த்து யார் போட்டியிடுகிறார்கள்?/ நாளை இந்திய அணி மேற்கிந்திய அணியை எதிர்த்து ஆடும்.

எதிர்த்துப்பேசு வி. (-பேச, -பேசி) **(மரியாதைக்கு உரியவர்களை) மதிக்காமல் மறுத்துப் பேசுதல்;** talk back. அப்பாவைத்தான் எதிர்த்துப்பேசுகிறாய் என்று நினைத்தேன், ஆசிரியரையுமா எதிர்த்துப்பேசுகிறாய்?

எதிர்துருவம் பெ. **(இருவர் அல்லது இரண்டு அமைப்புகள் போன்றவை) நேரெதிர்த் தன்மை கொண்டிருப்பதால் ஒத்துப்போகாத நிலை;** being poles apart. எப்போதுமே வீட்டில் அப்பாவும் அண்ணனும் எதிர்துருவங்கள்தான்./ எதிர்துருவமாக இருக்கும் இந்த இரண்டு கட்சிகளும் தேர்தலில் எப்படிக் கூட்டணி அமைத்துக்கொண்டன என்பதுதான் ஆச்சரியமான விஷயம்.

எதிர்நீச்சல்போடு வி. (-போட, -போட்டு) **(வாழ்க்கையில் ஏற்படும் தடை, இடர்ப்பாடு முதலியவற்றை) எதிர்த்துப் போராடுதல்;** fight against all odds. வாழ்க்கையில் எதிர்நீச்சல்போடப் பயந்தால் வாழவே முடியாது.

எதிர்நோக்கு வி. (-நோக்க, -நோக்கி) 1: **எதிர்பார்த்துக் காத்திருத்தல்;** await; wait for; face (a prospect); expect. அவர் வருகையை எதிர்நோக்கியிருக்கிறேன்./ அவர்கள் என்னை அழைப்பார்கள் என்று எதிர்நோக்கி நான் இங்கு நிற்கிறேன்./ சில நூற்பாலைகள் மூடப்படும் அபாயத்தை எதிர்நோக்கியுள்ளன. 2: **(பிரச்சினை, அனுபவம் முதலியவற்றை) எதிர்கொள்ளுதல்;** face (a problem, an experience, etc.,). தனது வாழ்வில் இன்பதுன்பங்களைச் சமமாக எதிர்நோக்கிய மனிதர் அவர்./ நாடு எதிர்நோக்கியிருக்கும் முக்கியப் பிரச்சினைகளுள் ஒன்று வேலையில்லாத் திண்டாட்டம்./ கவிதைகளை மொழிபெயர்க்கும்போதுதான் நாம் நிறைய பிரச்சினைகளை எதிர்நோக்க வேண்டிவரும்.

எதிர்ப்படு வி. (-பட, -பட்டு) 1: **(தற்செயலாக) எதிரில் வருதல்; (வழியில்) காணும்படி நேரிடுதல்; தென்படுதல்;** run into (s.o.); come to be seen (in one's way). தெருவில் எதிர்ப்பட்ட ஒவ்வொருவரிடமும் காணாமல் போன நாயைப் பற்றிக் கேட்க ஆரம்பித்துவிட்டான்./ கோயிலுக்குப் போகும் வழியில் பழைய நண்பர் ஒருவர் எதிர்ப்பட்டார்./ கப்பல் பயணத்தின்போது பனிப் பாறைகள் எதிர்ப்பட்டால் மிகவும் எச்சரிக்கை தேவை./ பேசிக்கொண்டே வரும்போது வெற்றிலைபாக்குக் கடை ஒன்று எதிர்ப்பட்டது./ வழியில் எத்தனையோ மான்களும் காட்டுப் பூனைகளும் எதிர்ப்பட்டன./ இடையிடையே எதிர்ப்பட்ட தூண்களில் மோதிவிடாமல், இருட்டில் கைகளால் துழாவியபடி நிதானமாக நடந்தான். 2: **(ஒரு செயலில் ஈடுபட்டிருக்கும்போது ஒன்றை) சந்தித்தல்; எதிர்கொள்ளுதல்;** face; meet; come to be in one's way. வீடு கட்டும்போது எதிர்ப்பட்ட பிரச்சினைகள் பல.

எதிர்ப்பணு பெ. (பெரும்பாலும் பன்மையில்) **நோயை உருவாக்கும் பாக்டீரியா, வைரஸ் போன்ற நுண்ணுயிரிகளை எதிர்க்க உடலின் தற்காப்பு மண்டலத்தில் உற்பத்தியாகும் புரதத்தால் ஆன பொருள்;** antibody.

எதிர்ப்பதம் பெ. காண்க: **எதிர்ச்சொல்.**

எதிர்ப்பாட்டு பெ. **சொல்லப்படும் ஒவ்வொன்றுக்கும் வேண்டுமென்றே தெரிவிக்கும் மறுப்பு;** sth. said in wilful opposition. பாலியல் கல்வி தேவையில்லை என்ற எதிர்ப்பாட்டு கேட்கிறது.

எதிர்ப்பாளர் பெ. *(ஒரு அமைப்பு போன்றவற்றின்)* **கொள்கை, நிலைப்பாடு போன்றவற்றை எதிர்ப்பவர்;** opponent; antagonist. *சிலர் உங்களைப் பொதுவுடமை எதிர்ப்பாளர் என்று கூறுகிறார்களே!*

எதிர்ப்பிலக்கியம் பெ. *(குறிப்பிட்ட காலத்தில் நிலவும்)* **சமூக மதிப்பீடுகள், ஆதிக்கச் சக்திகள் போன்றவற்றை எதிர்த்துக் குரல்கொடுக்கும் வகையில் எழுதப்படும் இலக்கியம்;** protest literature. *தலித் எழுத்தாளர்களின் படைப்புகள் எதிர்ப்பிலக்கியத்தின் பண்பைக் கொண்டிருக்கவேண்டும் என்று தலித் விமர்சகர்கள் வலியுறுத்துகின்றனர்.*

எதிர்ப்பு பெ. **ஏற்கவோ ஒத்துப்போகவோ முடியாத ஒன்றிற்கு ஒருவர் தெரிவிக்கும் கண்டனம் அல்லது அது குறித்து மேற்கொள்ளும் எதிரான போக்கு;** opposition; protest; antagonism. *தன்னுடன் பணிபுரியும் பெண்ணை மணந்துகொள்ள வீட்டில் அவனுக்குக் கடும் எதிர்ப்பு./ தமிழகத்தில் மதுவிலக்கை நீக்குவதற்கு எதிர்ப்பு இருந்ததா?/ சிறு வியாபாரிகள் காட்டிய எதிர்ப்பால் புதிய வரி விதிப்பு கைவிடப்பட்டது./ உங்கள் எழுத்துக்கு எதிர்ப்பு கிளம்பியிருக்கிறது.*

எதிர்ப்புச்சக்தி பெ. **உயிரினங்கள் இயற்கையாகவே உடலில் பெற்றிருக்கும், நோயை எதிர்க்கும் திறன்;** resistance. *குழந்தைக்கு எதிர்ப்புச்சக்தி குறைவாக இருக்கிறது என்று மருத்துவர் கூறினார்.*

எதிர்ப் பேச்சு பெ. **மேல்பேச்சு; மறுபேச்சு;** unnecessary argument. *எதிர்ப் பேச்சு பேசாமல் சொன்ன வேலையைச் செய் என்று அப்பா திட்டினார்./ பெரியவர்களிடம் எதிர்ப் பேச்சு பேசிக்கொண்டிருக்கக் கூடாது.*

எதிர்பார் வி. *(-பார்க்க, -பார்த்து) (எதிர்மறைப் பெயரெச்ச, வினையெச்சங்களில் மட்டும் வரும் மாற்று வடிவங்கள்: எதிர்பாராத, எதிர்பாராமல்)* **1:** *(ஒன்று நிகழும் அல்லது நிகழ வேண்டும் என்று)* **முன்கூட்டியே நினைத்தல்;** expect. *அவரிடமிருந்து கடிதம் வரும் என்று எதிர்பார்க்கிறேன்./ அவள் வேலைபார்ப்பதை விட்டுவிட வேண்டும் என்று நீங்கள் எதிர்பார்க்கக் கூடாது./ பலனை எதிர்பார்த்து நான் இந்தக் காரியத்தைச் செய்யவில்லை.* **2:** **பெறுவதற்கு** *(விரும்பி)* **காத்திருத்தல்;** wait for sth. *கூடிய விரைவில் உன் திருமண அழைப்பிதழை எதிர்பார்க்கிறேன்.* **3:** *(உதவிக்கு ஒருவரை)* **எதிர்நோக்குதல்;** expect (help); wait for. *அவருடைய தயவை எதிர்பார்க்க வேண்டிய நிலைமை ஏற்பட்டுவிட்டது./ அவர் யாரையும் எதிர்பார்க்காமல் காரியங்களைத் தானே செய்துகொள்வார்.*

எதிர்பார்ப்பு பெ. *(நிகழும் அல்லது நிகழ வேண்டும் என்று முன்கூட்டியே எழும்)* **நினைப்பு;** expectations; hope. *காவிரி நீர்ப் பிரச்சினை குறித்துத் தீர்வு விரைவில் ஏற்படும் என்ற எதிர்பார்ப்பு நிறைவேறவில்லை./ போராட்ட ஊர்வலத்தின் இறுதியில் கண்ணீர்ப் புகை, தடியடி இருக்கும் என்று எங்களுக்குள் ஓர் எதிர்பார்ப்பு இருந்தது.* [*(தொ.சொ.)* அவா/ ஆசை/ ஆவல்/ இச்சை/ நப்பாசை/ நாட்டம்/ நினைப்பு/ விருப்பம்/ விழைவு]

எதிர்மறை பெ. *(-ஆக, -ஆன)* **1: நேர்மாறானது;** (direct) opposite. *கூட்டலின் எதிர்மறை கழித்தல்/ இவ்விரண்டு ஓவியங்களும் பாணியில் ஒன்றாக இருந்தாலும், எதிர்மறையான உணர்ச்சிகளைச் சித்தரிக்கின்றன.* **2: சாதகமாக அமையாதது; பாதகமானது;** sth. unfavourable; negative. *நீ அவனைத் திட்டுவதால் பயன் எதுவும் இல்லை. அதனால் எதிர்மறையான விளைவுகள்கூட ஏற்படலாம்./ அவரிடமிருந்து 'இல்லை' என்று எதிர்மறையில் பதில் கிடைத்தது.* **3:** *(இலக்.)* **உடன்பாட்டை மறுப்பது;** negative. *'அவன் வரவில்லை' என்பது எதிர்மறை வாக்கியம்.*

எதிர்மாறு பெ. *(-ஆக, -ஆன)* **1: உடன்படாத நிலை; முரண்பாடு;** contrariety. *நீ என் கொள்கைக்கு எதிர்மாறான கருத்தைச் சொல்கிறாய்./ கட்சி விதிகளுக்கு எதிர்மாறாக நடந்துகொள்பவர்கள் கட்சியை விட்டு நீக்கப்படுவார்கள்.* **2: ஒன்றின் தன்மைக்கு முற்றிலும் வேறுபட்டு இருக்கும் தன்மை;** being completely contrary. *கூட்டலுக்கு எதிர்மாறான செயல் கழித்தல்./ இதுவரை கையாண்ட பாணியிலிருந்து முற்றிலும் எதிர்மாறான பாணியை இயக்குநர் இந்தப் படத்தில் கையாண்டிருக்கிறார்./ திரவமானது வாயுவாக மாறும் நிகழ்வை ஆவியாதல் என்கிறோம். இதற்கு எதிர்மாறாக, அதாவது, வாயு திரவமாக மாறுவதைக் குளிர்தல் என்று அழைக்கிறோம்.*

எதிர் மின்சுமை பெ. *(இயற்.)* **எலெக்ட்ரான்களால் கடத்தப்படும் மின்னோட்டம்;** negative charge. *மின் இணைப்பைக் காட்டும் வரைபடத்தில் எதிர் மின்சுமை என்பது '-' என்ற குறியீட்டால் குறிக்கப்படுகிறது.*

எதிர் மின்னூட்டம் பெ. *(இயற்.)* **எதிர் மின்சுமை;** negative charge. *அமிலம், கரைசல் போன்றவற்றின் அயனிகள் எதிர் மின்னூட்டம் உடையவை.*

எதிர்முகமாக வி.அ. **நேர் எதிராக அல்லது எதிர்ப் பக்கத்தில்;** in front of; facing (sth.). *அவன் வீட்டுக்கு எதிர்முகமாகப் பள்ளிக்கூடம் அமைந்துள்ளது.*

எதிர்வரும் பெ.அ. **1: இனி வரும்;** (in the days, months, etc.,) to come. *கோடையின் கடுமை எதிர்வரும் நாட்களில் மேலும் அதிகரிக்கலாம்.* **2: எதிர்காலத்தில் நடக்கவிருக்கும்;** forthcoming. *எதிர்வரும் தேர்தலில் எங்கள் கட்சி எல்லாத் தொகுதிகளிலும் போட்டியிடும்./ எதிர்வரும் உலகக் கோப்பை போட்டியில் பல ஆப்பிரிக்க நாடுகள் முதல் முறையாகக் கலந்துகொள்ளப்போகின்றன.*

எதிர்விளைவு பெ. **ஒரு செயலால் ஏற்படும் விளைவு;** reaction. *எதிர்விளைவை நினைத்துப் பார்க்காமல் அவன் எல்லாம் செய்கிறான்./ இயற்கையின் போக்கில் நாம் குறுக்கிட்டால் அதன் எதிர்விளைவுகளைச் சந்தித்தே ஆக வேண்டும்./ போராட்டம் நடத்திய மக்கள்மீது ஆங்கிலேயரின் ராணுவம் திட்டமிட்டு நடவடிக்கை எடுத்ததன் எதிர்விளைவே வன்முறைக்குக் காரணம் என்றார் காந்திஜி.*

எதிர்வினை பெ. **1:** *(ஒருவருடைய கருத்து, பேச்சு போன்றவற்றுக்கு)* **மற்றவர் தெரிவிக்கும் மறுப்பு; எதிர்ப்பு;** reaction. *சென்ற இதழில் பிரசுரமான கட்டுரைக்கு ஏராளமான எதிர்வினைகள் வந்துள்ளன./ எதிர்க் கட்சித் தலைவரின் அறிக்கைக்கு எதிர்வினையாக அமைந்திருந்தது அமைச்சரின் இந்தப் பேட்டி.* **2:** *(ஒரு செயலுக்கான)* **ஒருவரின் அல்லது ஒன்றின் எதிர்ச்செயல்;** backlash; reaction. *அவரைக் கைதுசெய்ததன் எதிர்வினை இவ்வளவு கடுமையாக இருக்கும் என்று அரசு எதிர்பார்த்திருக்காது./ மாணவர்களின் எதிர்வினை மோசமாக இருக்கும் என்று அஞ்சியே கல்லூரியை ஒரு மாதம் மூடிவிட்டார்கள்.*

237 எது

எதிர்வினையாற்று வி. (-ஆற்ற, -ஆற்றி) **(ஒரு செயல்பாடு, நிகழ்வு போன்றவற்றுக்குப் பதில் அளிக்கும் முறையில் செயல்படுதல்;** react to sth. said or done. ஒரு எழுத்தாளன் என்கிற முறையில் இந்தக் கட்டுரைக்கு எதிர் வினையாற்ற வேண்டிய கடமை எனக்கு உண்டு.

எதிர்வுகூறல் பெ. (இலங்.) **எதிர்காலத்தில் நடக்கப் போவதை முன்னரே அறியும் திறமை; தூரதிருஷ்டி;** foresight.

எதிர்வுகூறு வி. (-கூற, -கூறி) (இலங்.) **எதிர்காலத்தில் நடக்கப்போவதை முன்கூட்டியே கணித்தல்;** predict. சோதிடர் 2012ஆம் ஆண்டு உலகம் அழியும் என்று எதிர்வு கூறியது பொய்யாகிவிட்டது அல்லவா!/ வெகு விரைவில் ஆட்சி கவிழும் என்று அரசியல் அவதானிகள் எதிர்வு கூறியது சரியாகிவிட்டது!

எதிராளி பெ. (பே.வ.) 1: **எதிரி; பகைவன்;** enemy. எதிராளி அவ்வளவு சீக்கிரம் ஏமாந்துவிட மாட்டான். 2: **(விளையாட்டு போன்றவற்றில்) எதிர்த்துப் போட்டியிடும் நபர்;** rival; competitor. அவனுக்கு ஈடுகொடுத்து விளையாடுவதற்குச் சரியான எதிராளி அமையவில்லை. 3: **(பேசுபவருக்கு அல்லது ஒரு சூழலில் ஒருவருக்கு) எதிரில் இருப்பவர்;** addressee present; either of the two opposing parties. எதிராளி முட்டாள் என்று நினைத்துக் கொண்டு பேசுகிறான்./ மிகவும் கசப்பான உண்மையைக் கூட எதிராளி மனம் கோணாமல் சொல்வதில் வல்லவர். 4: **(கடிதம், தொலைபேசி போன்றவை தொடர்பாக வரும்போது) தகவல் பெறும் நபர்;** addressee. கடிதம் எழுதுவதில் உள்ள வசதி என்னவென்றால் எதிராளியை நாம் பார்க்க வேண்டாம்./ தொலைபேசியில் பேசும் போது எதிராளியின் முகம் தெரியாதிருப்பது சில சமயங்களில் கஷ்டமாக இருக்கிறது.

எதிரி பெ. 1: **ஒருவரிடம் பகைமை கொண்டிருப்பவர்; விரோதி;** enemy. தேர்தலில் அவரை எதிர்த்துப் போட்டியிட்டதிலிருந்து எதிரியாகிவிட்டேன்./ பரம்பரை எதிரிகளைப் பற்றிய இன்னொரு படம் இது. 2: **ஒருவருக்கு எதிராகப் போட்டியாக இருப்பவர்;** opponent; rival. அவர் என் அரசியல் எதிரி என்றாலும் எங்களிடையே பகைமை இல்லை. 3: **(ஒரு வழக்கில்) குற்றம் சாட்டப்பட்ட நபர்;** the accused. இந்த வழக்கில் எதிரி தலைமறைவாகிவிட்டார்./ இந்த வழக்கில் முக்கியமான எதிரிகளைக் காவல்துறையினர் தேடிவருகின்றனர்.

எதிரிகட்டு வி. (-கட்ட, -கட்டி) (வ.வ.) **(வேண்டுமென்றே ஒருவருடன்) சண்டை பிடித்தல்;** oppose perversely. பக்கத்து வீட்டுக்காரர் எப்போதும் எதிரிகட்டிக் கொண்டிருப்பார்./ ஏன் எந்த நேரமும் உன் தம்பியுடன் எதிரிகட்டிக்கொண்டிருக்கிறாய்?

எதிரிடை பெ. (-ஆக, -ஆன) (உ.வ.) **(கொள்கை, இயக்கம் முதலியவற்றுக்கு) நேர்மாறு; முரண்;** contrariness; against; being antagonistic. எங்கள் கொள்கைக்கு இந்த இயக்கம் எதிரிடையானது./ யதார்த்தவாதம் என்பது கற்பனாவாதத்திற்கு எதிரிடையானது./ பிற மொழிச் சொற்களை அப்படியே ஏற்றுக்கொள்ள வேண்டும் எனவும், எல்லாவற்றையும் தனித் தமிழ் ஆக்கிவிட வேண்டும் எனவும் நேர் எதிரிடையான இரண்டு கருத்துகள் நிலவுகின்றன.

எதிரில் வி.அ. 1: **எதிர்ப்பக்கத்தில்; முன்னே;** in front of. உன் வீட்டுக்கு எதிரில் ஒரு கல்லூரி இருக்கிறது அல்லவா?/ எனக்கு எதிரில் ஒரு இளம் பெண் உட்கார்ந்திருந்தாள். 2: **(ஒருவர்) பார்க்க;** in one's presence. என் எதிரிலேயே அவன் என் தம்பியை அடித்துவிட்டான்./ இந்த விபத்து என் கண் எதிரில் நடந்தது. 3: **(செல்லும் திசைக்கு) எதிர்த்த திசையில்;** in the opposite direction. நான் யாரைத் தேடிக்கொண்டு புறப்பட்டேனோ அவர் எதிரில் வந்து கொண்டிருந்தார்.

எதிரும்புதிருமாக/எதிரும்புதிருமான வி.அ./பெ.அ. 1: **நேருக்கு நேர் பார்க்கும்படியாக; எதிரெதிராக/ நேருக்கு நேர் பார்க்கும்படியான;** facing each other. இருவரும் எதிரும்புதிருமாக அமர்ந்து தாயம் ஆடத் தொடங்கினார்கள். 2: **எதிரெதிரான; மாறுபட்ட;** contrary to sth; opposite to. குணத்தில் அண்ணனும் தம்பியும் எதிரும்புதிருமாக இருக்கிறார்கள்./ எதிரும்புதிருமான திசையில் அமைந்திருந்த கட்டடங்கள்.

எதிரே வி.அ. காண்க: எதிரில்.

எதிரொலி[1] வி. (-ஒலிக்க, -ஒலித்து) 1: **எழுப்பப்படும் ஒலி (சுவர், மலை ஆகியவற்றில்) மோதி மீண்டும் கேட்கும்படி திரும்பி வருதல்; (ஒரு ஓசை) மீண்டும் ஒலித்தல்;** echo. திரையரங்குகளில் ஒலி எதிரொலிப்பதைத் தடுக்க வழிமுறைகள் உண்டு./ குழந்தைகளின் கூச்சல் மண்டபம் முழுவதும் எதிரொலித்தது. 2: **(ஒருவர் கருத்தை மற்றவர் பேச்சில் அல்லது எழுத்தில்) மாறுபாடு இல்லாமல் வெளிப்படுத்துதல்;** echo (someone's idea, thought, etc.,). தலைமையாசிரியரின் கருத்தையே பிற ஆசிரியர்களும் தம்முடைய பேச்சில் எதிரொலித்தனர். 3: **(ஒன்றின் விளைவு மற்றொன்றில்) வெளிப்படுதல்;** get echoed (in sth. else). பண மதிப்பின் வீழ்ச்சி உடனடியாகப் பங்குச் சந்தையில் எதிரொலிக்கும்.

எதிரொலி[2] பெ. 1: **(சுவர், மலை ஆகியவற்றில் பட்டு) மீண்டும் கேட்கும்படி திரும்பி வரும் ஒலி;** echo. தவிலின் எதிரொலியால் மண்டபமே அதிர்வதுபோல் இருந்தது. 2: **(ஒரு செயல் அல்லது கருத்து, பேச்சு முதலியவை ஏற்படுத்தும்) விளைவு; பாதிப்பு;** impact; reverberations. அண்மையில் நடந்த விபத்தின் எதிரொலியாக ரயில்வே அமைச்சர் தன் பதவியை ராஜினாமா செய்தார்.

எதிரொளி[1] வி. (எதிரொளிக்க, எதிரொளித்து) **(கண்ணாடி போன்ற பளபளப்பான பரப்பில் படும்) ஒளி திரும்பி வருதல்; பிரதிபலித்தல்;** reflect. முழுநிலவின் ஒளி நீர்ப்பரப்பில் எதிரொளித்தது.

எதிரொளி[2] பெ. **(கண்ணாடி போன்ற பளபளப்பான பரப்பில் பட்டு) திரும்ப வரும் ஒளி; பிரதிபலிக்கப்படும் ஒளி;** reflection. குளத்தில் பட்டு வந்த வெயிலின் எதிரொளி.

எதிரோட்டம் பெ. **(ஆறு, கால்வாய் போன்றவற்றில்) நீரின் போக்குக்கு எதிரான திசை;** course against the current (in a river, canal, etc.,). ஆற்றின் எதிரோட்டத்தில் நீந்துவது கடினம்.

எது பி.பெ. **வினாப்பொருளில் படர்க்கையில் ஒன்றைக் குறிப்பிடும் பிரதிப்பெயர்;** interrogative pronoun of the neuter singular. உனக்கு எது பிடிக்கிறது?/ எது வேண்டுமானாலும் கேள்./ எதையாவது பேசி மாட்டிக்கொள்ளாதே.

எதுக்களி வி. (எதுக்களிக்க, எதுக்களித்து) (ஊரக வ.) ***(வயிற்றைக் குமட்டி) வாந்தியெடுக்கும் உணர்வு தோன்றுதல்;*** retch. *எதைச் சாப்பிட்டாலும் எதுக்களித்துக் கொண்டிருக்கிறது.*

எதுகை பெ. (இலக்.) ***செய்யுளில் ஒரு அடியின் முதல் சொல்லின் இரண்டாவது எழுத்தும் அடுத்த அடியின் முதல் சொல்லின் இரண்டாவது எழுத்தும் ஒரே எழுத்தாகவோ அதன் இன எழுத்தாகவோ இருக்கும் ஒலி இயைபு;*** rhyming technique in versification in which the second letters of the first word of each line are either the same or similar.

எதுகை மோனை பெ. (பேச்சில்) ***அலங்காரமான ஒலி நயம்;*** alliteration. *அவர் எதுகை மோனையோடு பேசுவார்.*

எதுவரை வி.அ. ***எந்த அளவு, நேரம் அல்லது காலம் வரை;*** how long. *நேற்று இந்தப் பாடத்தை எதுவரை நடத்தினேன்?/ எதுவரை நான் காத்திருக்க வேண்டும்?*

எதுவிதப்படு வி. (-பட, -பட்டு) (இலங்.) ***இயன்ற அனைத்து முயற்சிகளையும் செய்தல்;*** at all costs. *எது விதப்பட்டாலும் எனக்கு ஒரு வேலை வாங்கிக்கொடுங்கள்./ அரசு எதுவிதப்பட்டும் ஏழைகளுக்கு நிவாரணம் அளிக்க வேண்டும்.*

எதேச்சாதிகாரம் பெ. ***எல்லா அதிகாரங்களையும் தானே எடுத்துக்கொண்டு தன் விருப்பப்படி ஆளும் அல்லது நடந்துகொள்ளும் ஆதிக்கப் போக்கு;*** autocracy; despotism. *சர்வாதிகாரியின் எதேச்சாதிகாரத்தால் நாடு பிளவுபட்டிருக்கிறது./ நான் எதேச்சாதிகாரம் செலுத்துவதாக நீங்கள் எல்லோரும் நினைக்கிறீர்கள்.*

எதேச்சாதிகாரி பெ. ***தன் விருப்பப்படி ஆளுபவர் அல்லது நடந்துகொள்பவர்;*** autocrat; despot.

எதேச்சை பெ. (-ஆக, -ஆன) ***தன்னிச்சையான போக்கு;*** wilfulness. *அவருடைய எதேச்சையான போக்கு அவரைச் சார்ந்தவர்களுக்குப் பிடிக்கவில்லை.*

எதேச்சையாக/எதேச்சையான வி.அ./பெ.அ. ***தற்செயலாக/தற்செயலான; எதிர்பாராமல்/எதிர்பாராத;*** unintentionally/unintentional; accidentally/accidental. *எதேச்சையாக அவனைக் கடைவீதியில் சந்தித்தேன்./ இது எதேச்சையாக நடந்ததா அல்லது திட்டம் போட்டு நடத்தப்பட்டதா?/ இதை ஒரு எதேச்சையான சந்திப்பு என்று சொல்லலாமா?*

எதேஷ்டம் பெ. (அ.வ.) ***தேவைக்கு அதிகம்;*** more than enough.

எந்த பெ.அ. **1:** ***வினாவாகப் பயன்படுத்தும் சுட்டுப் பெயரடை; எப்படியான;*** which (one). *எந்த வீட்டில் குடியிருக்கிறாய்?/ எந்தப் பையன் முதலில் வந்தான்?* **2:** ***எப்படிப்பட்ட;*** what; whatever; whichever. *அவர் உனக்கு எந்த விதத்தில் உறவு?/ எந்த வீடாக இருந்தால் என்ன?* **3:** ***இருக்கும் பலவற்றில் ஒன்று;*** one of many; any. *எந்த வேலையாக இருந்தாலும் சரிதான்./ எந்த நாளும் நல்ல நாள்தான்.*

எந்த நாளும் வி.அ. (இலங்.) ***எப்போதும்; எந்நேரமும்;*** all the time. *பக்கத்து வீட்டுக்காரி எந்த நாளும் எங்களுடன் கொழுத்தாடு பிடித்துக்கொண்டேயிருக்கிறாள்.*

எந்த முகத்தோடு வி.அ. ***(ஒருவரிடம் தான் முன்பு நடந்துகொண்ட விதம் சரியில்லை என்பதால் தற்போது) எந்தக் காரணத்தைக் காட்டி;*** how to face s.o. one has been unfair to. *போனமுறை வந்தபோது அவரிடம் சண்டை போட்டுவிட்டேன். இப்போது எந்த முகத்தோடு நான் அவரைப் பார்ப்பது?/ வாங்கிய பணத்தையே திருப்பித் தராதபோது எந்த முகத்தோடு அவரிடம் போய் மறுபடியும் கடன் கேட்பாய்?*

எந்த மூலைக்கு பெ. ***(குறிப்பிடத் தகுந்த ஒருவரோடு ஒப்பிடும்போது மற்றவர்கள்) எந்த விதத்திலும் சமம் இல்லை/(ஒருவருடைய தேவையோடு ஒப்பிடும் போது இருப்பது) மிகவும் சொற்பம்;*** too insignificant (in comparison with s.o.)/ nowhere near enough. *அவருடைய திறமைக்கும் அனுபவத்திற்கும் முன் நம் திறமையெல்லாம் எந்த மூலைக்கு?/ வீட்டில் ஆயிரக் கணக்கில் செலவு இருக்கும்போது இவன் அனுப்பும் ஐநூறு ரூபாய் எந்த மூலைக்கு?*

எந்திரம் பெ. **1:** ***(அரிசி, உளுந்து முதலிய தானியங்களை அரைக்கவோ உடைக்கவோ பயன்படுத்தும்) கீழ்க்கல்லின் நடுவில் உள்ள முளையில் சுற்றும்படியாக மேல்கல் பொருத்தப்பட்ட வட்ட வடிவச் சாதனம்; திரிகை; திரிகல்;*** two-piece round millstone, the base having a peg in the centre and the top with a hole to sit on the base, used for grinding corn and certain pulses; quern. *(பார்க்க, படம்)* **2:** *காண்க:* ***இயந்திரம்.*** **3:** ***கோணங்களுக்குள் அந்தந்தத் தெய்வங்களுக்கு உரிய மந்திர அட்சரங்கள் பொறித்த, பெரும்பாலும் தெய்வச் சிலைகளின் அடியில் வைக்கப்படும் அல்லது தனியாக வைத்து வணங்கப்படும் செப்புத் தகடு;*** thin copper sheet with mystic letters specific to deities inscribed within geometric figures and kept under the base of idols or worshipped separately. *சனிபகவான் எந்திரம் பொறித்த தகடு/ குபேர எந்திரம்.*

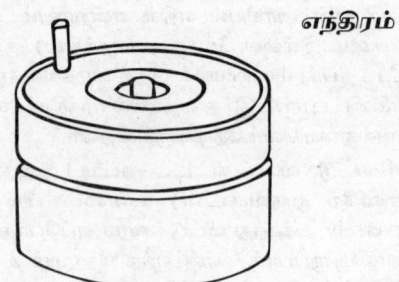

எந்திரம்

எந்திரவியல் பெ. (இயற்.) ***இயந்திரங்களைப் பற்றியும் அவற்றின் இயக்கங்களைப் பற்றியும் விவரிக்கும் பிரிவு;*** mechanics.

எந்நேரமும் வி.அ. ***எப்போதும்;*** all the time. *அம்மா எப்போதும் சிரித்த முகத்துடன் இருப்பாள்.*

எப்படி வி.அ. **1:** ***எந்த விதமாக; எந்த நிலையில்; எந்த முறையில்;*** in what way; in what manner; how. *அவரிடம் இந்தச் செய்தியை எப்படிச் சொல்வது?/ அப்பா எப்படி*

இருக்கிறார்?/ நீ ஊரிலிருந்து எப்படி வந்தாய்?/ வீட்டில் உன்னை எப்படி அழைப்பார்கள்? **2: எந்த (உரிமையின்) அடிப்படையில்;** how. நீ இந்தக் கேள்வியை எப்படி என்னிடம் கேட்கலாம்?/ நீ எப்படி என் தம்பியை அடிக்கலாம்? **3: எவ்வளவு தீவிரத்துடன் ஒரு செயல் நிகழ்ந்தது அல்லது நிகழும் என்பதைத் தெரிவிக்கும் சொல்;** word used for expressing the intensity of an action; how. குழந்தை எப்படிச் சிரிக்கிறது, பார்!/ அவள் எப்படி அழுதாள் தெரியுமா!/ இந்தச் சேவல்கள் எப்படிச் சண்டை போடும் தெரியுமா? **4: தான் செய்தது அல்லது செய்யத் திட்டமிட்டிருப்பது தனக்கு மிகவும் திருப்தி தருவதைக் கேட்பவருக்கு உணர்த்தும் ஒரு சொல்;** word used to express the satisfaction of the speaker at what he himself has done or is planning to do. எப்படி இருக்கிறது என் யோசனை!/ இதுதான் நான் போட்டிருக்கும் திட்டம், எப்படி!

எப்படிப்பட்ட பெ.அ. காண்க: **எப்பேர்ப்பட்ட.**

எப்படியான பெ.அ. **(ஒன்றின் உயர்வையோ தாழ்வையோ மிகைப்படுத்திக் கூறும்போது) எப்படிப்பட்ட;** how (great or low). எப்படியான இடத்தில் அவர் பெண்ணெடுத்திருக்கிறார் தெரியுமா?/ எப்படியான மனுஷன்/ எப்படியான பாட்டு அது!

எப்படியும் வி.அ. **1: பெரும் முயற்சி செய்தாவது; எப்படியாவது;** at any cost; at all costs; anyway. எப்படியும் அவர் ஐந்து மணிக்குள் வந்துவிடுவார்./ எப்படியும் நாம் இந்த வேலையை முடித்தாக வேண்டும்./ எப்படியும் நாளைக்குள் நான் உனக்குப் பணம் தந்துவிடுகிறேன்./ நான் எப்படியும் கடைக்குப் போகப்போகிறேன். அப்போது மருந்து வாங்கிக்கொள்ளலாம். **2: எந்தச் சூழலிலும்; எக்காரணத்தை முன்னிட்டும்;** however. எப்படியும் நான் இந்தச் சாதனத்தை வாங்கப்போவதில்லை./ எப்படியும் யாராவது குறைசொல்லத்தான் போகிறார்கள். நீ கவலைப்படாமல் உன் வழியில் போய்க்கொண்டே இரு.

எப்பன் பெ. (இலங்.) **சிறிதளவு; கொஞ்சம்;** small amount; little. எப்பன் கோப்பித்தூள் தா, பிறகு வாங்கித் தருவேன்./ இரவில் எப்பனாகத்தான் சாப்பிட வேண்டும்./ எப்பன் நேரம் வீட்டைப் பார்த்துக்கொள்கிறாயா?

எப்பேர்ப்பட்ட பெ.அ. **1: (ஒருவரின் அல்லது ஒன்றின் தன்மையைக் குறிக்கையில்) எந்த விதமான;** whatever. அவர் எப்பேர்ப்பட்ட சிக்கலையும் தீர்க்க வல்லவர். **2: நல்லது ஒன்றின் உயர்வையோ மோசமான ஒன்றின் தாழ்வையோ மிகுதிப்படுத்திக் கூறப் பயன்படுத்துவது;** word used as an exclamation; what; how. அவர் எப்பேர்ப்பட்ட குடும்பத்தில் பிறந்தவர் தெரியுமா?/ எப்பேர்ப்பட்ட அயோக்கியன்!/ எப்பேர்ப்பட்ட கொடுமை!

எப்பொழுதாவது வி.அ. காண்க: **எப்போதாவது.**

எப்பொழுது வி.அ. காண்க: **எப்போது.**

எப்போதாவது வி.அ. **(அடிக்கடி என்று இல்லாமல்) அரிதாக;** occasionally; rarely. அவரைப் போன்ற ஒரு இசைகலைஞர் எப்போதாவது பூக்கும் மலர் போன்றவர்./ அவர் எப்போதாவது தன் சொந்த ஊருக்குப் போவது உண்டு./ மாமா எப்போதாவது அம்மாவைப் பார்க்க வருவார்.

எப்போது வி.அ. **எந்த நேரத்தில்;** when; at what time; whenever. எப்போது வந்தீர்கள்?/ எப்போது வர வேண்டும் என்று நீங்கள் சொல்கிறீர்களோ அப்போது வருகிறேன்./ தொலைக்காட்சியில் எப்போது பார்த்தாலும் திரைப்படங்கள்தான்.

எம் பி.பெ. (இலங்.) **1: எங்கள்;** our (used for exclusive plural). இது எமது சொந்தப் பிரச்சினை, நீங்கள் தலையிட வேண்டாம். **2:** (யாழ்ப்பாணத்தில் மட்டும்) **நம்;** our (used for inclusive plural). எம் பிரச்சினையை நாமே தீர்த்துக்கொள்வோம்.

எம்டன் பெ. **1:** (பே.வ.) (பாராட்டிக் குறிப்பிடும்போது) **அசாத்தியத் திறமை படைத்த நபர்;** go-getter. சரியான எம்டன்! சொன்னபடி ஒரே நாளில் வேலையை முடித்துவிட்டானே! **2:** (வ.வ.) **பூடகமாக நடந்துகொள்ளும் குணம் உடையவன்;** sly person. இவன் சரியான எம்டன். இவனை நம்பாதே.

எம்பு வி. (எம்ப, எம்பி) **1: (குதிப்பதற்கு அல்லது உயரத்தில் இருப்பதை எடுப்பதற்கு) காலை உந்தி உடலை உயர்த்துதல்;** stand on tiptoe. ஆட்டுக் கிடாய் எம்பிப் பின்னங்கால்களில் நின்று முட்டத் தயாராயிற்று./ அவர் இருக்கிற உயரத்துக்கு எம்பாமலேயே முருங்கைக்காயைப் பறித்துவிடுவார். **2: துள்ளுதல்;** jump; leap up; bound. அடிபட்ட குரங்கு கத்திக்கொண்டே எம்பிஎம்பிக் குதித்தது.

எமகண்டம் பெ. (சோதி.) **ஒவ்வொரு நாள் பகலிலும் யமனுக்கு உரியதாகக் கருதப்படுகிற, நற்காரியங்கள் செய்வதற்கு உரியதல்லாத (மூன்றே முக்கால் நாழிகை) பொழுது;** inauspicious period of 1½ hours between sunrise and sunset in the course of a day said to be presided over by Yama, the god of death. திங்கள்கிழமை எமகண்டம் நண்பகல் பன்னிரண்டு மணிக்கு முடிகிறது.

எமகாதகன் பெ. (பே.வ.) **மிகச் சிரமமான காரியத்தையும் முடிக்கும் ஆற்றல் உடையவன்;** one who has the ability to carry out any difficult job; go-getter. அவனா, எமகாதகன் ஆயிற்றே. காரியத்தைக் கச்சிதமாக முடிக்காமல் விட மாட்டான்.

எமகிங்கரன் பெ. **1:** (அ.வ.) **(தலையில் கொம்பு உடையவனாகக் காட்டப்படும்) யமனின் சேவகன்;** servant of எமன் (with horns on his head). **2: பார்ப்பதற்குப் பயம் தரக்கூடிய தோற்றமும் உடல் பலமும் உடையவன்;** person who looks frightening; muscleman. காரிலிருந்து இரண்டு எமகிங்கரர்கள் வெளிப்பட்டனர்.

எமன் பெ. **(புராணங்களில்) (ஒருவருடைய வரையறுக்கப்பட்ட வாழ்நாள் முடிந்ததும்) உயிரைக் கொண்டு செல்ல (எருமை வாகனத்தில்) வரும் தெய்வம்;** god of death (who rides on a he-buffalo).

எய் வி. (எய்ய, எய்து) **1: (வில்லில் அம்பைப் பொருத்தி இழுத்து) விரைந்து செல்லும்படி விடுதல்;** shoot (an arrow). அம்பு எய்யும் போட்டி. **2:** (அ.வ.) **(கவணில் கல்லை வைத்து) எறிதல்; வீசுதல்;** shoot (a stone from a sling); pelt.

எய்து வி. (எய்த, எய்தி) (உ.வ.) **(ஒரு நிலையை, உணர்ச்சியை) அடைதல்;** attain or reach (a state, condition).

இன்பதுன்பங்களால் பாதிக்கப்படாத நிலையை எய்திவிட்டார்./ அவர் அமரத்துவம் எய்தி ஓர் ஆண்டு ஆகிறது./ போரில் வீர மரணம் எய்தியோர் குடும்பங்களுக்கு அரசு உதவி செய்யும்.

எயிறு பெ. *(உ.வ.)* **ஈறு;** gum (of teeth).

எரி[1] வி. *(எரிய, எரிந்து)* **1: (வெப்ப ஆற்றலைக் கொடுக்கும் வகையில் ஒரு பொருள் பற்றவைக்கப்பட்டு) நெருப்பு வெளிப்படுதல்; (தீ) சுவாலையுடன் மேலெழுதல்;** (of fire) burn; flame. *காய்ந்த சுள்ளிகளைப் போட்டதும் அடுப்பில் தீ நன்றாக எரிந்தது./ திடப்பொருள்கள் எரியும் போது கிடைப்பதைவிட நீர்மப் பொருள்களும் வாயுக்களும் எரியும்போது கிடைக்கும் வெப்ப ஆற்றல் அதிகம்./ விறகு ஈரமாக இருந்ததால் அடுப்பு சரியாக எரியவில்லை.* [*(தொ.சொ.)* **கருக்கு/ கொளுத்து/ தீய்/ பொசுக்கு**] **2: (விளக்கு முதலியவை) ஒளிவிடுதல்; ஒளிர்தல்;** (of lamps, candles) burn. *குன்றின் மேல் ஒரு சிறு விளக்கு எரிந்துகொண்டிருந்தது./ தெருவிளக்குகள் எரிய ஆரம்பித்துவிட்டன.* **3: தீயினால் அழிதல்; நெருப்புக்கு இரையாதல்;** be consumed by fire; burn. *மரங்கள் பற்றி எரிந்துகொண்டிருந்தன./ தொழிற்சாலை எரிந்து போனதில் பெரும் நஷ்டம்./ தீ விபத்தில் அவர் உடல் எரிந்து கருகிவிட்டது.* **4: (உடல் உறுப்புகளில் அல்லது உடலில் ஏற்பட்ட புண், கொப்புளம் முதலியவற்றில்) எரிச்சல் உண்டாதல்;** burn. *எரியும் புண்ணில் மருந்து போடு./ புகையால் கண் எரிகிறது.*

எரி[2] வி. *(எரிக்க, எரித்து)* **1: (வெப்பத்தைப் பெறுவதற்காக விறகு, எண்ணெய் போன்ற எரிபொருளை) பற்ற வைத்தல்;** burn (fuel in order to produce heat). *சாண எரிவாயுவை எரிக்கும்போது புகை வராது./ நிலக்கரியை எரித்துப் பெறப்படும் வெப்ப ஆற்றல் ரயில்களை இயக்கப் பயன்பட்டது.* **2: (விளக்கு முதலியவற்றை) ஒளிரச் செய்தல்;** burn (candle, flashlight, lamp, etc.,). *விளக்கை ஏன் இப்படி அநாவசியமாக எரிக்கிறீர்கள்?/ மின்சாரம் விளக்கு எரிக்க உதவுகிறது.* **3: (ஒன்றை) தீயினால் அழித்தல்; நெருப்புக்கு இரையாக்குதல்;** burn; burn down; burn up. *போகிப் பண்டிகை நாளில் வேண்டாத பொருள்களைக் குவித்துவைத்து எரிப்பார்கள்./ பிணத்தை எரிப்பது தான் எங்கள் வழக்கம்./ அவன் அவளை எரித்துவிடுவது போல் பார்த்தான்.* **4: தகித்தல்; சுடுதல்;** scorch. *என்ன, வெயில் இப்படி எரிக்கிறதே என்று அவர் அலுத்துக் கொண்டார்.* **5: (செங்கல், பானை முதலியவற்றை நெருப்பில்) சுடுதல்;** bake (bricks, pots, etc.,). *செங்கற்களைச் சூளையில் இட்டு எரிக்கும் முன் நன்றாக உலர்த்த வேண்டும்./ ஓடுகள் சரியாக எரிக்கப்படாததால் உடைந்து போய்விடுகின்றன.* **6: (உடலுக்குள்) கொழுப்பு, புரதம் போன்றவை ஆற்றலாக மாற்றப்படுதல்;** burn (fat, protein, etc., in the body). *சில சமயங்களில் சக்திக்காக உடலில் கொழுப்பு அல்லது புரதம் அதிக அளவில் எரிக்கப்படலாம்.*

எரி உலை பெ. **(உலோகம் முதலியவற்றை உருக்குவதற்குத் தொழிற்சாலைகளில் பயன்படுத்தப்படும்) அதிக வெப்பச் சக்தியுடன் எரியும் அடுப்பு;** furnace.

எரிகல் பெ. **(புவியீர்ப்பு விசையால் காற்று மண்டலத்துக்குள் நுழையும்போது) ஒளியுடன் எரியும் அல்லது எரிந்து கீழே விழும் விண்வெளிப் பொருள்;** meteor; meteorite.

எரிகாயம் பெ. *(இலங்.)* **தீக்காயம்;** burns. *அம்மா அடுப்பு மூட்டும்போது கையில் நெருப்புப் பட்டு எரிகாயத்துடன் வந்தாள்./ எரிகாயத்துடன் ஆஸ்பத்திரியில் அவளைச் சேர்த்தார்கள்./ எரிகாயங்களால் அவன் இறந்தான்.*

எரிகுடல் பெ. *(இலங்.)* **அளவுக்கு மீறி பசியெடுக்கும் வயிறு;** ever-hungry stomach. *அவனுக்குச் சாப்பாடு போட்டு அண்டாது, அவன் ஒரு எரிகுடல்காரன்./ என் எரி குடலுக்கு நீ தந்த இந்தச் சோறு எப்படிக் காணும்?*

எரிச்ச குழம்பு பெ. *(ஊரக வ.)* **(பொங்கல் நாளில்) பல காய்களைப் போட்டுத் தாளிக்காமல் செய்யும் குழம்பு;** sauce made on பொங்கல் day using diverse vegetables without the usual seasoning by oil, mustard, etc., *இரண்டு நாள் ஆனாலும் எரிச்ச குழம்பு கெட்டுப்போகாது.*

எரிச்சல் பெ. **1: (பொறுத்துக்கொள்ள முடியாத நிலையில் ஏற்படும்) கோப உணர்வு;** irritation; vexation; annoyance. *தன்னைக் கேட்காமலே அவன் பணத்தைக் கொடுத்தது அவருக்கு எரிச்சலூட்டியது./ அவர்கள் வீட்டுக் கல்யாணத்திற்கு உன்னைக் கூப்பிடவில்லை என்பதைத் திரும்பத் திரும்ப சொல்லி எரிச்சல் உண்டாக்காதே!* [*(தொ.சொ.)* **சலிப்பு/ விரக்தி/ வெறுப்பு/ வெறுமை**] **2: (கண், நெஞ்சு முதலியவற்றில் ஏற்படும்) எரிப்பு அல்லது கரிப்பு உணர்ச்சி;** (of eyes, heart) irritation; burning. *இரவெல்லாம் விழித்திருந்ததால் கண்ணில் எரிச்சல்.* [*(தொ.சொ.)* **அரிப்பு/ ஊரல்/ தினவு/ நமைச்சல்**] **3: (தீ சுட்ட இடத்தில்) எரிவது போன்ற உணர்ச்சி;** (of burns) burning sensation. **4: பொறாமை;** envy. *பிறர் வெற்றி பெற்றால் சிலர் எரிச்சல் அடைகிறார்கள்.*

எரிசக்தி பெ. **நிலக்கரி, மண்ணெண்ணெய் முதலிய பொருள்களை எரிப்பதால் கிடைக்கும் சக்தி;** heat energy (obtained by burning fossil fuel).

எரிசாராயம் பெ. **எளிதில் தீப் பற்றிக்கொள்ளும் தன்மை உடையதும் ஆவியாகக் கூடியதுமான திரவ நிலையில் உள்ள எரிபொருள்;** spirit.

எரிசோடா பெ. **பெரும்பாலும் துணிகளைச் சலவை செய்வதற்குப் பயன்படும், அரிப்புத் தன்மை உடைய ஒரு வகை உப்பு;** caustic soda; sodium carbonate.

எரிந்து விழு வி. *(விழ, விழுந்து)* **(பொறுமை இல்லாமல்) கோபத்துடன் கடுமையாகப் பேசுதல்; எரிச்சல் படுதல்;** fume at s.o. *நான் என்ன சொல்லிவிட்டேன் என்று இப்படி எரிந்து விழுகிறாய்?/ எதற்கெடுத்தாலும் நீ எரிந்து விழுந்தால் யார் உன்னிடம் பேசுவார்கள்?*

எரி நட்சத்திரம் பெ. **1: (செவ்வாய்க் கிரகத்துக்கும் வியாழன் கிரகத்துக்கும் இடையில் பொதுவாகக் காணப்படுவதும்) சூரியனைச் சுற்றி வருவதும் பிரம்மாண்டமான அளவில் பாறை போன்று இறுகி இருப்பதுமான சிறு கோள் வடிவ விண்வெளிப் பொருள்;** asteroid. *ரஷ்யாவில் எரி நட்சத்திரம் விழுந்து 1000 பேருக்கு மேல் காயமடைந்தனர்.* **2: காண்க: எரிகல்.**

எரிநிலை பெ. *(வேதி.)* **ஒரு பொருளை வெப்பத்திற்கு உட்படுத்தும்போது அது எரிய ஆரம்பிக்கும் வெப்ப நிலை;** burning point.

எரிப்பு பெ. **1: (ஒன்றைத் தீயிட்டு) எரித்தல்; கொளுத்து தல்;** act of burning. காடு எரிப்பு. **2: (தொண்டை, நெஞ்சு அல்லது தோலில் தோன்றும்) எரிச்சல் உணர்வு;** burning sensation. காலையிலிருந்து ஒரே நெஞ்செரிப்பு. **3: பொறாமை;** envy. *அவனுக்கு வேலை கிடைத்ததில் உனக்கு என்ன எரிப்பு?*

எரிபந்தம் பெ. **தீவட்டி;** flaming torch.

எரிபொருள் பெ. **(விறகு, மண்ணெண்ணெய் போன்ற) எரிசக்தியை பெறப் பயன்படும் பொருள்;** fuel. நிலக்கரி ஓர் எரிபொருள் ஆகும்.

எரிமலை பெ. **பூமியின் ஆழத்திலிருந்து கொதிக்கும் பாறைக் குழம்பை வெடிப்புடன் வெளியே தள்ளும், திறப்பு உடைய மலை;** volcano. பல நூற்றாண்டுகளாக உறங்கும் எரிமலைகளும் உண்டு.

எரிமலைக் குழம்பு பெ. **எரிமலையினுள் அதிக வெப்பத்தினால் பாறைகள் அடைந்திருக்கும் திரவ நிலை/ எரிமலை வெடித்து வெளியே தள்ளும் திரவம்;** lava.

எரிமுட்டை பெ. *(வ. வ.)* **வறட்டி;** dried cow dung cake (used as fuel). *அக்கா சுவரில் எரிமுட்டை தட்டிக்கொண்டிருக்கிறாள்.*

எரிமேடை பெ. **சடலத்தை எரிப்பதற்கு ஏதுவாகக் கட்டப்பட்ட சற்று உயரமான மேடை;** small platform for cremating corpses.

எரியூட்டி பெ. **(மருத்துவமனை, தொழிற்சாலை போன்ற இடங்களில்) கழிவுப் பொருள்களை மிக உயர்ந்த வெப்பநிலையில் எரித்துச் சாம்பலாக்கும் மின் இயந்திரம்;** incinerator.

எரியூட்டு வி. *(எரியூட்ட, எரியூட்டி) (உ.வ.)* **1: (சடலத்தைச் சிதையில் வைத்து) நெருப்பு வைத்தல்;** light the pyre. முன்னாள் குடியரசுத் தலைவரின் சடலம் சகல மரியாதைகளுடன் எரியூட்டப்பட்டது. **2: (மருத்துவமனை, தொழிற்சாலை போன்ற இடங்களில்) மிக அதிக வெப்பத்தை உருவாக்கும் மின் இயந்திரத்தில் கழிவுகளை எரித்துச் சாம்பலாக்குதல்;** incinerate. பிளாஸ்டிக் கழிவுகளை எரியூட்டக் கூடாது.

எரிவாயு பெ. **நிலத்தடியிலிருந்து எடுக்கப்பட்டு எரி பொருளாகப் பயன்படும் வாயு;** natural gas.

எரிவாயுக் கிணறு பெ. **பூமிக்கு அடியிலிருந்து எரிவாயு எடுப்பதற்காகத் துரப்பணக் கருவிகள் கொண்டு போடப்பட்டுள்ள ஆழமான துளை;** gas well. ஒவ்வொரு எரிவாயுக் கிணறும் பல்லாயிரம் அடி ஆழமுள்ளவை.

எரிவு பெ. *(இலங்.)* **(புண், காயம் முதலியவற்றில் ஏற்படும்) எரிச்சல்;** burning sensation.

எரு பெ. **1: (பயிர்களுக்கு ஊட்டச்சத்து அளிக்கும்) சாணம், மக்கிய தாவரக் கழிவு போன்ற இயற்கை உரம்;** compost; manure. ரசாயன உரங்கள் வந்த பிறகு நிலத்துக்கு எரு போடுவது குறைந்துவிட்டது. **2: வறட்டி;** dried cow-dung cake (used as fuel). எரு விற்றுக் கிடைத்த காசு.

எருக்கு பெ. **பயிரிடாமல் தானாக முளைக்கும், ஒடித்தால் பால் வரும், வெள்ளையும் வெளிர் சிவப்பும் கலந்த நிறத்தில் கொத்துக்கொத்தாகச் சிறு பூக்கள் பூக்கும், சாம்பல் நிறச் செடி;** yercum.

எருக் குழி பெ. **(உரமாக மாறுவதற்கு) தாவரக் கழிவுகள், சாணம் முதலியவை கொட்டப்படும் பள்ளம்;** manure pit.

எருது பெ. **(எருமை அல்லாத) மாட்டினத்தில் ஆண்; காளை;** ox.

எருமுட்டை பெ. *(வட்டார வ.)* **சாணமும் கூளமும் கலந்து உருண்டையாக்கப்பட்டுக் காயவைக்கப்பட்ட எரிபொருள்;** fuel.

எருமை பெ. **1: நீண்டு வளைந்த கொம்பும் கரிய நிறமும் தடித்த தோலும் கொண்ட ஒரு வகை மாடு;** buffalo. குழந்தைக்கு எருமைப்பால் வேண்டாம். **2: பெரும்பாலும் சுறுசுறுப்பு இல்லாத நபரைத் திட்டப் பயன்படுத்தும் சொல்;** term of abuse used generally for a lethargic person.

எல்லா பெ.அ. **எல்லாம் என்பது பெயரைத் தழுவி நிற்கும்போது எடுக்கும் வடிவம்;** form which எல்லாம் takes when qualifying a noun.

எல்லாம் பெ. **1: அனைத்தும்;** all. வாகனங்கள் எல்லாம் (=எல்லா வாகனங்களும்) வேறு சாலையில் திருப்பிவிடப்பட்டன./ இயந்திரங்கள் எல்லாவற்றையும் துடைத்துச் சுத்தப்படுத்தினார்./ விளக்குகள் எல்லாவற்றையும் தேய்த்து வை./ பாத்திரங்கள் எல்லாவற்றிலிருந்தும் ஏதோ நாற்றம் வந்தது./ நான் எல்லாம் பார்த்துக்கொள்கிறேன், நீ பேசாமல் போ. **2: முழுவதும்;** entire. இன்றைக்கெல்லாம் பார்த்துக்கொண்டிருக்கலாம், அவ்வளவு அழகு!/ வீடெல்லாம் தேடியாகிவிட்டது. மோதிரம் கிடைத்தபாடில்லை./ உலகமெல்லாம் தேடினாலும் இப்படி ஒரு மனிதரை நீங்கள் பார்க்க முடியாது./ ஆயுளெல்லாம் உழைத்தாலும் எவ்வளவு பணம் சேர்த்துவிட முடியும்? **3: அனைவரும்;** all (persons). சொந்தக்காரர்கள் எல்லாம் வந்துவிட்டார்கள்./ நாங்கள் எல்லாம் ஒரு கல்லூரியில் படித்தவர்கள்./ இந்தப் பள்ளி மாணவர்கள் எல்லாம் சுறுசுறுப்பாக இருக்கிறார்கள்./ இந்தத் துறையின் உயர் அதிகாரிகள் எல்லாம் எனக்குத் தெரிந்தவர்கள்தான்./ இந்தக் குழந்தைகளையெல்லாம் என்னால் சமாளிக்கவே முடியவில்லை. **4: (இதுஇது என்று வரிசையாகக் கூறப்படுவதன் பின் வரும்போது) சகலமும்;** (after enumeration) and all; everything. எனக்கு உறவு, ஆசிரியர், வழிகாட்டி எல்லாம் அவரே./ இந்தக் கடையைத் திட்டமிடுவது, தொடங்குவது, நடத்துவது எல்லாம் நீதான். **5: 'குறிப்பிட்ட ஒன்றும் அதைச் சார்ந்தவையும் அல்லது அதோடு தொடர்பு உடையவையும்' என்ற பொருளில் பயன்படுத்தும் சொல்;** word used to mean all that are related to or associated with what is specified. கல்யாணம் எல்லாம் நன்றாக நடந்ததா?/ பெண் எல்லாம் பார்த்துவிட்டோம். திருமணத்திற்கு நாள் குறிக்க வேண்டியதுதான்./ இந்த மாதிரி வேலை எல்லாவற்றுக்கும் என் நண்பன்தான் சரியான ஆள்./ இந்தப் பேச்செல்லாம்

எல்லார்   242

எனக்குப் பிடிக்காது./ இந்த மாதிரி கொடுமை எல்லாவற்றையும் நான் பார்த்துக்கொண்டிருக்க வேண்டுமா?/ உன் தந்திரம் எல்லாம் என்னிடம் பலிக்காது. 6: (சமூகத்தில் அல்லது கேட்பவர் பார்வையில்) பொதுவாக உயர்ந்தது அல்லது குறைந்தது என்று மதிக்கப்படும் தன்மைகளை அல்லது செயல்களை மிகுவித்துக் குறிப்பிடப் பயன்படுத்தும் சொல்; word used to intensify a quality or an action; one's admiration for sth. exceptional. அவர் அமெரிக்காவுக்கு எல்லாம் போய்வந்தவர்./ பெரிய படிப் பெல்லாம் படித்திருக்கிற உனக்கு நான் சொல்லித் தெரிய வேண்டுமா?/ நீ புத்தகம் எல்லாம் எழுதியிருக்கிறாயாமே?/ நான் மூட்டையெல்லாம் தூக்கியிருக்கிறேன். 7: ஒருவரை அல்லது ஒன்றைப் பற்றிய பொதுவான எண்ணத்திலிருந்து மாறுபட்ட மோசமான தன்மையை வலியுறுத்திக் கூறப் பயன்படும் சொல்; word used to emphasize the poor quality of s.o. or sth. இதெல்லாம் ஒரு சாப்பாடா?/ நீயெல்லாம் ஒரு மனிதனா?/ இவனெல்லாம் ஒரு தலைவனாம்! 8: (ஒரு செயல் அல்லது ஒரு பொருளின் தன்மை அதைக் குறித்த) பொதுவான எண்ணத்திலிருந்து மாறுபட்டது என்பதைச் சுட்டிக்காட்டு வதற்குப் பயன்படுத்தும் சொல்; word used to indicate how far a thing or quality specified differs from the common idea. இரவு எட்டுமணிக்கெல்லாம் எங்கள் வீட்டில் சாப்பாடு முடிந்துவிடும்./ உன் பையனுக்கெல்லாம் இந்த மாதிரி வேலை ஏற்றதா?/ பத்து ரூபாய்க்கெல்லாம் இந்த மாதிரி பேனா கிடைக்குமா?/ ஐந்து லட்ச ரூபாய்க்கெல்லாம் வீடு கட்ட முடியுமா என்ன?

எல்லார் பெ. அனைவர்; everyone. எல்லார் முன்னிலையிலும் நீ அப்படிப் பேசியது சரி இல்லை./ எல்லாரையும் விசாரித்துவிட்டாயா?

எல்லாரும் பெ. காண்க: எல்லோரும்.

எல்லை பெ. (அதிகாரபூர்வமாக வரையறுக்கப்பட்ட நாடு, மாநிலம், நகரம் போன்றவை) முடியும் இடம்; இந்த இடத்தைச் சுற்றி அல்லது ஒட்டியுள்ள பகுதி; (of a country) frontier; (of a province, state, town, etc.,) border. தாய்லாந்து எல்லையில் ராணுவக் குவிப்பு/ இந்தியாவின் வடக்கு எல்லையின் நீளம் சுமார் 8000 கிலோமீட்டர்./ தமிழ்நாடு, கேரளம், கர்நாடகம் ஆகிய மாநிலங்களின் எல்லையில் முதுமலை அமைந்துள்ளது./ நகர எல்லையைத் தாண்டிச் செல்வதற்குச் சில வாகனங்களுக்கு அனுமதி இல்லை./ ஊரின் எல்லையில் ஓர் அம்மன் கோயில்/ (உரு. வ.) கோபம் எல்லையைக் கடந்துவிட்டது./ (உரு. வ.) எல்லையற்ற மகிழ்ச்சி.

எல்லைக் கட்டுப்பாட்டுக் கோடு பெ. ஜம்மு-காஷ்மீர் மாநிலத்தில் இந்தியாவுக்கும் பாகிஸ்தானுக்கும் இடையே இருக்கும் பிரச்சினைக்குரிய பகுதியில் நடை முறையில் கடைப்பிடிக்கப்படும், ஆனால் சட்ட ரீதியாக சர்வதேச எல்லையாகக் கருதப்படாத எல்லையைக் குறிக்கும் கோடு; the line in Jammu-Kashmir, controlled by military which, for all practicl purposes is considered as the boundary, but not recognised legally as international boundary.

எல்லைக்காவல் படை பெ. நாட்டின் எல்லைகளைக் காக்கும் பணிக்கு என்று தனியாக ஏற்படுத்தப்பட்ட காவல் பிரிவு; paramilitary force organised for security operations on the nation's borders; (in India) Border Security Force (abbreviated to BSF).

எல்லைக்கோடு பெ. 1: எல்லையாக அமைந்து இரண்டு நாடுகள், மாநிலங்கள் அல்லது மாவட்டங்கள் போன்றவற்றைப் பிரித்துக் காட்டும் கோடு; border. சர்வதேச எல்லைக்கோடு/ 1913-14ஆம் ஆண்டு ஹென்றி மக்மாகன் வடகிழக்கில் இந்தியாவிற்கும் திபெத்திற்கும் இடையே ஒரு எல்லைக்கோட்டை நிர்ணயித்தார்./ புதிதாக அமைக்கப்பட்ட மாவட்டத்தின் எல்லைக்கோடு வரைபடத்தில் காட்டப்பட்டுள்ளது. 2: இரண்டு பிரிவுகள், போக்குகள், நடைமுறைகள் போன்றவற்றை வேறுபடுத்திக் காட்டும் கூறு; boundary. அராஜகவாதத்திற்கும் சந்தர்ப்பவாதத்திற்கும் இடையிலுள்ள எல்லைக்கோட்டைத் தெரிந்து கொள்ள வேண்டும்./ குச்சுப்புடி நடனத்தையும் பரத நாட்டியத்தையும் பாகுபடுத்திக் காட்டும் எல்லைக்கோடு மிகவும் மெல்லியது./ உங்களுக்குப் பழக்கமான சங்கீத எல்லைக்கோடுகளை மறந்துவிட்டு நான் அளிக்கும் சங்கீத உருவத்தைக் கவனியுங்கள். 3: (கிரிக்கெட் விளையாட்டில்) ஆடப்படும் மைதானத்தின் வெளிக்கோடு; boundary. அவர் மைதானத்தின் நான்கு திசைகளிலும் பந்துகளை எல்லைக்கோட்டுக்கு விரட்டினார்.

எல்லைகடந்த பெ.அ. அளவுகடந்த; abundant. அவருக்கு நாட்டின் மீது எல்லைகடந்த பக்தி.

எல்லைச் சாவடி பெ. ஒரு நாட்டின் எல்லைப் பகுதியில் காவல் காக்கும் ராணுவ வீரர்களுக்காக அமைக்கப்பட்டிருக்கும் தற்காலிகக் கூடாரம் அல்லது சிறு கட்டடம்; border security post. எல்லைச் சாவடிகளில் பணிபுரியும் வீரர்கள்.

எல்லோரும் பெ. 1: (உயர்திணைப் பெயர்ச்சொல்லுக்குப் பின்) எண்ணப்படக்கூடியவர்களின் மொத்தம் அல்லது மொத்த எண்ணிக்கையில் இருப்பவர்கள்; அனைவரும்; (when added to a countable human noun) all (persons). 'நண்பர்கள் எல்லோரும் வந்துவிட்டார்களா?' 'ஆம், எல்லோரும் வந்துவிட்டார்கள்'. 2: (முன்னிலையில் மட்டும்) குறிப்பிடப்படுபவர்கள் மொத்தமும்; all (those addressed). நான் சொல்வதைச் சற்று எல்லோரும் கேளுங்கள்.

எலி பெ. (வீடுகளிலும் வயல்களிலும் பரவலாகக் காணப்படும்) சிறிய தலையும் நீண்ட வாலும் சற்றுப் பெருத்த வயிறும் உடைய பாலூட்டி இனத்தைச் சேர்ந்த சிறிய பிராணி; rat. எலிகள் பயிர்களுக்குப் பெருத்த சேதம் ஏற்படுத்துகின்றன./ எலி கொறி விலங்கு வகையைச் சேர்ந்தது ஆகும்.

எலிக்காய்ச்சல் பெ. எலியின் சிறுநீர் கலந்த நீரைப் பயன்படுத்த நேர்வதாலோ அதன்மீது நடப்பதாலோ தொற்று ஏற்பட்டு உண்டாகும் காய்ச்சல்; leptospirosis. சாலையோரம் தேங்கியுள்ள நீரில் எலிக்காய்ச்சல் ஏற்படுத்தும் கிருமிகள் இருக்க வாய்ப்பு உண்டு.

எலிப்பத்தாயம் பெ. (வ.வ.) எலிப்பொறி; mouse trap.

எலிப்பொறி பெ. **எலியைப் பிடிப்பதற்கோ கொல்லுவதற்கோ மரத்தாலும் கம்பியாலும் ஆன அமைப்பு;** mouse trap.

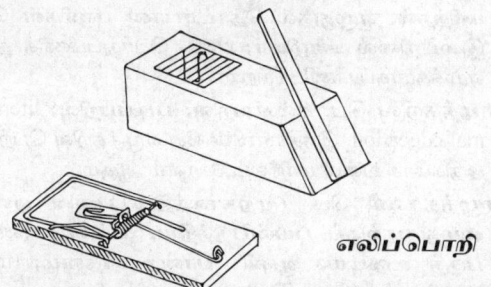

எலிப்பொறி

எலியும் பூனையும் பெ. **(ஒருவரோடு ஒருவர்) ஒத்துப் போகாமல் எப்போதும் சண்டை போட்டுக்கொள்பவர்கள்;** people who always quarrel with each other. வீட்டிலிருந்தாலே அக்காவும் தங்கையும் எலியும் பூனையுமாகத்தான் இருப்பார்கள்./ இரண்டு பேரும் ஒரே அலுவலகத்தில்தான் வேலைபார்க்கிறார்கள். ஆனால் எப்போதும் எலியும் பூனையும்தான்.

எலும்பு பெ. **தசையினுள் அமைந்து உடலுக்கு உருவத்தைத் தரும் உறுதியான வெண்ணிறப் பகுதி;** bone.

எலும்புக்கூடு பெ. **உடலின் எலும்புக் கட்டமைப்பு;** skeleton.

எலும்பும்தோலுமாக வி.அ. **(நோயால் அல்லது சத்துக் குறையால்) உடல் வற்றி எலும்பு தெரியும்படியாக;** bony; skinny. எவ்வளவு சாப்பிட்டாலும் எலும்பும்தோலுமாகத்தான் இருக்கிறாய்.

எலும்புருக்கி நோய் பெ. **(உடலை வற்றச் செய்யும்) காச நோய்;** tuberculosis.

எலும்பை எண்ணு வி. (எண்ண, எண்ணி) **(ஒருவரை) கடுமையாக அடித்து நொறுக்குதல்;** batter; knock s.o.'s block off. நீ அவன் தங்கையைக் காதலிப்பது தெரிந்தால் அவன் உன் எலும்பை எண்ணிவிடுவான்./ யாரிடம் பேசுகிறாய் என்று தெரிந்துகொண்டு பேசு. இல்லாவிட்டால் உன் எலும்பை எண்ணிவிடுவேன்.

எலுமிச்சை பெ. **வெளிர் மஞ்சள் நிறத் தோலையும் புளிப்புச் சுவையையும் உடைய, உருண்டை வடிவப் பழம்/மேற்குறிப்பிட்ட பழத்தைத் தரும் சிறிய மரம்;** lime (fruit and tree). எலுமிச்சை ஊறுகாய்.

எலுமிச்சை ரசம் பெ. **புளி இல்லாமல் பருப்புக் கரைசலில் எலுமிச்சைச் சாறு பிழிந்து தயாரிக்கப்படும் ஒரு வகை ரசம்;** kind of ரசம் prepared by adding certain condiments with lime juice instead of tamarind.

எவ்வளவு பெ. **1: எந்த அளவு;** how much. இன்னும் எவ்வளவு தூரம் போக வேண்டும்?/ ஒரு மைல் நடப்பதற்கு எவ்வளவு நேரம் ஆயிற்று? **2: (பணம், விலை தொடர்பாக) என்ன தொகை;** how much. இந்த மாட்டுக்கு எவ்வளவு கொடுத்தாய்?/ கத்திரிக்காய் கால் கிலோ எவ்வளவு? **3:** *(அடையாக வரும்போது)* **அளவின், தன்மையின் மிகுதியை அழுத்திக் கூறும் பிரதிப்பெயர்;** word used to stress the excessiveness of sth.; 'how', 'what'. எவ்வளவு நல்ல பையன்!/ எவ்வளவு வேகமாக ஓடுகிறான்!

எவ்வாறு வி.அ. **எந்த விதமாக; எந்த முறையில்; எப்படி;** in what manner; in what way; how. இந்த இயந்திரத்தை எவ்வாறு இயக்க வேண்டும்?/ இதைத் தெரிந்துகொள்வது எவ்வாறு?

எவ்வு வி. (எவ்வ, எவ்வி) (அ.வ.) **(உயரத்தில் இருக்கும் பொருளை எடுப்பதற்காக) எம்புதல்;** stand on one's toes (to reach sth.). பரணில் இருந்த பெட்டியை எவ்வி எடுக்கும்போது கீழே விழுந்தேன்.

எவர் பி.பெ. (உ.வ.) **வினாப் பொருளில் படர்க்கையில் ஒருவரை மரியாதையுடன் குறிப்பிடும் பிரதிப்பெயர்; எந்த நபர்; யார்;** third person masculine (honorific) interrogative pronoun; which person. வந்தது எவர் என்றுகூடக் கவனிக்காமல் படித்துக்கொண்டிருந்தான்.

எவர்சில்வர் பெ. **(பாத்திரம் முதலியவை செய்யப் பயன்படும்) இரும்பும் துத்தநாகமும் கலந்த (எளிதில் துருப்பிடிக்காத) வெள்ளி நிறக் கலப்பு உலோகம்;** stainless steel; (in India) eversilver.

எவள் பி.பெ. **(பெரும்பாலும் மரியாதைக் குறைவாக) வினாப் பொருளில் படர்க்கையில் பெண்ணைக் குறிப்பிடும் பிரதிப்பெயர்; எந்தப் பெண்;** third person feminine interrogative pronoun (not a polite term); which woman. எவள் வந்தாலும் சரிதான். எனக்கு வேலை ஆக வேண்டும்.

எவன் பி.பெ. **(பெரும்பாலும் மரியாதைக் குறைவாக) வினாப் பொருளில் படர்க்கையில் ஆணைக் குறிப்பிடும் பிரதிப்பெயர்;** third person masculine interrogative pronoun (not a polite term); which fellow. எவன் தந்தாலும் வாங்கிக்கொள்வாயா?

எவை பி.பெ. **வினாப் பொருளில் அஃறிணை பன்மையைக் குறிக்கும் பிரதிப்பெயர்;** interrogative pronoun of the neuter plural; what. ஆசிரியருக்கு இருக்க வேண்டிய தகுதிகள் எவை?

எழில் பெ. (-ஆக, -ஆன) (உ.வ.) **அழகு;** beauty; charm. இயற்கையின் எழில்/ எழில் கொஞ்சும் நகரம்/ எழிலான தோற்றம்.

எழு[1] வி. (எழ, எழுந்து) **1: படுத்த நிலையிலிருந்து நிமிர்ந்த நிலைக்கு அல்லது உட்கார்ந்திருந்த நிலையிலிருந்து நிற்கும் நிலைக்கு வருதல்;** rise; go up; get up. அவர் இருக்கையிலிருந்து எழுந்து எங்களை வரவேற்றார்./ (உரு வ.) இன்று வீழ்ச்சி அடைந்திருக்கும் நாம் என்றாவது ஒரு நாள் விசையுடன் எழுவோம். **2: (பறக்கக்கூடிய ஒன்று) இருக்கும் அல்லது நிலைகொண்டிருக்கும் பரப்பிலிருந்து உயர்தல்;** go up. விமானம் கொஞ்சம்கொஞ்சமாக மேலே எழுந்தது./ பறவைகள் மரங்களிலிருந்து கூட்டமாக எழுந்து பறந்த காட்சி அற்புதமாக இருந்தது. **3: (தூக்கம் நீங்கிப் படுக்கையை விட்டு) அகலுதல்;** get up (from bed); wake up. காலையில் எழுந்ததும் உடற்பயிற்சி செய்தார்./ படுக்கையை விட்டு எழும்போதே அன்று செய்ய வேண்டிய வேலைகள் நினைவுக்கு வந்தன./ மத்தியானம் தூங்கி எழுந்ததும் அவர் காப்பி சாப்பிடுவார். **4:** (பெரும்பாலும் எதிர்மறைத் தொடர்களில்) **(ஒன்றைச் செய்ய) இயலுதல்;** (mostly in the negative) be able to. சொல்ல நினைக்கிறேன், ஆனால் நா எழவில்லை./ புத்தகத்தைத்

தொடுவதற்குக் கை எழவில்லை. **5: (குறிப்பிட்ட எண்ணம், உணர்வு போன்றவை) தோன்றுதல்;** (of a feeling, thought, etc.,) arise. அவனுக்கு நன்றி சொல்ல வேண்டும் என்கிற எண்ணம் எனக்குக் கடைசிவரை எழவே இல்லை./ தன் பெண்ணின் திருமணத்தை எப்படி நடத்தி முடிக்கப் போகிறோமோ என்ற கவலை அவர் மனத்தில் எழுந்தது./ இவ்வளவு பணம் அவனுக்கு எப்படிக் கிடைத்தது என்ற சந்தேகம் எங்கள் எல்லோருக்கும் எழுந்தது./ உன் நினைவு எழும்போதெல்லாம் நான் உன் புகைப்படத்தைப் பார்த்துக் கொள்கிறேன். **6: (குறிப்பிட்ட நிலை அல்லது பிரச்சினை, மோதல், குற்றச்சாட்டு போன்றவை) உருவாதல்;** (of a situation, problem, etc.,) crop up; arise. நல்ல மொழிபெயர்ப்புகளுக்கு இப்போது தமிழில் அவசியம் எழுந்துள்ளது./ நம் இருவரிடையே எழுந்துள்ள பிரச்சினையை நாம்தான் பேசித் தீர்த்துக்கொள்ள வேண்டும்./ அமைச்சரின் பேரில் ஊழல் குற்றச்சாட்டு எழுந்துள்ளது./ விமர்சனம் எழும்போது அதைச் சந்திக்கத் தேவையான பக்குவம் உன்னிடம் இல்லை. **7: (ஒலி, கோஷம் போன்றவை) உண்டாதல்;** (of sound, noise) arise. அவர் பேசும்போது கூட்டத்திலிருந்து சத்தம் எழவே இல்லை./ 'முதலாளி ஒழிக' என்று கோஷம் எழுந்தது. **8: (படைப்பு, கருத்துகள் முதலியன) தோன்றுதல்;** (of concepts and works of art) rise; originate. சங்கப் பாடல்களைப் படிக்கும்போது அவை எந்தக் காலகட்டத்தில் எழுந்தவை என்பதையும் கருத்தில் கொள்ள வேண்டும்./ சிவனைப் போற்றி எழுந்த பாடல்கள்./ இந்தப் பத்திரிகை எந்தச் சூழலில் எழுந்தது என்பதை நாம் மறந்துவிடக் கூடாது. **9: (குறிப்பிடப்படும் ஒன்று) வெளிப்படுதல்; மேல்வருதல்;** rise. தண்ணீர் ஊற்றி அணைத்தபின் அடுப்பிலிருந்து புகை எழுந்தது./ ஆள் உயரத்திற்கு எழுந்த அலைகள்./ அவரிடமிருந்து ஏதோ ஒரு வீச்சம் எழுந்தது./ *(உரு வ.)* அவர் கண்களில் ஜுவாலை எழுந்தது. **10: (கட்டடம், கோயில் போன்றவை) கட்டப்படுதல்;** (of buildings) be built; rise. இங்கே ஒரு அடுக்குமாடிக் கட்டடம் எழவிருக்கிறது.

எழு[2] து.வி. (எழ, எழுந்து) **முதன்மை வினை தெரிவிக்கும் உணர்ச்சி மிகுந்த வேகத்துடன் வெளிப்படுவது என்பதைக் குறிப்பிடப் பயன்படும் ஒரு துணை வினை;** auxiliary verb used to indicate that the feeling or emotional state specified has become active or has started manifesting. கொடுமையைப் பொறுக்க முடியாமல் கொதித்தெழுந்தான்./ மக்கள் கிளர்ந்தெழுந்தனர்.

எழுச்சி பெ. *(உ.வ.)* **1: (குன்றிய நிலையிலிருந்து அல்லது வீழ்ச்சிக்குப் பின்) புதிய வேகத்துடன் கூடிய வளர்ச்சி; மறுமலர்ச்சி;** regeneration; renaissance. வீழ்ந்துபட்ட இந்த இனம் மீண்டும் எழுச்சி பெறும்./ சிந்தனையாளர்கள்தான் உண்மையான சமூக எழுச்சிக்குக் காரணமாக இருக்கிறார்கள். **2: (உணர்ச்சி நிரம்பிய) போராட்டம்; கிளர்ச்சி;** upsurge; upheaval. விடுதலைப் போராட்டம் என்னும் மாபெரும் எழுச்சியில் கலந்துகொண்டு இன்னல் அனுபவித்தவர்கள் இவர்கள். [*(தொ.சொ.)* **கலகம்/ கலவரம்/ கிளர்ச்சி/ புரட்சி/ போராட்டம்**] **3: (வேகத்துடன் வெளிப்படும்) உற்சாகம்;** rousing enthusiasm. தாயகம் திரும்பிய தலைவருக்கு எழுச்சி மிகுந்த வரவேற்பு அளிக்கப்பட்டது.

எழுத்தர் பெ. **அலுவலகத்தில் பதிவேடுகளைப் பராமரித்தல், எழுதுதல் தொடர்பான பணிகள் செய்யும் இடைநிலை ஊழியர்;** clerk. பொதுப்பணித் துறையில் எழுத்தராகப் பணிபுரிகிறார்.

எழுத்தறிவு பெ. **கல்வியறிவு; படிப்பறிவு;** literacy; formal education. இந்தியாவிலேயே எழுத்தறிவு பெற்றவர்கள் அதிகமாக உள்ள மாநிலம் கேரளம் ஆகும்.

எழுத்தாணி பெ. **(முற்காலத்தில் பனை ஓலையில்) எழுதுவதற்குப் பயன்படுத்திய, கூர்மையான நுனிப் பகுதி உடைய, ஆணி போன்ற சாதனம்;** (in former times) stylus (for writing on palmyra leaf).

எழுத்தாளர் பெ. **கதையாசிரியர், கட்டுரையாளர், கவிஞர் ஆகியோர் அனைவரையும் குறிப்பிடும் பொதுப்பெயர்;** writer. தமிழ் எழுத்தாளர் சங்கம்.

எழுத்து[1] பெ. **1: (ஒரு மொழியில் உள்ள ஒலிகளுக்குத் தரப்பட்டுள்ள) வரிவடிவம்;** letter; character. பிராமி எழுத்துகள்/ தமிழ் எழுத்துச் சீர்திருத்தம். **2: கதை, கட்டுரை, கவிதை போன்றவற்றின் பொதுப்பெயர்; எழுத்தாளரின் நடை;** works (of a writer); writings; style (of writing). என் எழுத்து அனுபவத்தை உங்களோடு பகிர்ந்து கொள்கிறேன்./ அவருடைய எழுத்தில் மனத்தைப் பறிகொடுத்தவர்கள் பலர்./ அவருடைய எழுத்து அலாதியானது. **3: (ஒரு செய்தி, புகார் முதலியவற்றின்) எழுதிய வடிவம்;** written form. சம்பவத்தைப் பற்றி எழுத்து மூலமாகப் புகார் கொடுத்திருக்கிறீர்களா? **4:** *(வ.வ.)* **கடிதம்;** letter. ஊருக்கு எழுத்து போட வேண்டும். **5:** *(பே.வ.)* **தலையெழுத்து;** fate; destiny. என்னுடைய எழுத்து இப்படி இருக்கும்போது யாரைப் போய் நோவது?/ 'அவரவர் எழுத்துப்படிதான் எல்லாம் நடக்கும்' என்று அவர் சலித்துக்கொண்டார். **6: ஒலிக்கு அடிப்படையான வரிவடிவம்;** grapheme.

எழுத்து[2] பெ. *(இலங்.)* **(திருமண) பதிவு;** (marriage) registration. நாளைக்கு என் மகளுக்கு எழுத்து. நீங்கள்தான் சாட்சிக் கையெழுத்துப் போட வேண்டும்.

எழுத்துக்கூட்டு[1] வி. *(-கூட்ட, -கூட்டி)* **(மொழியைக் கற்கும் ஒருவர் எழுதும்போது அல்லது படிக்கும்போது) சொல்லின் ஒவ்வொரு எழுத்தையும் உச்சரித்தல்;** articulate each letter in a word before reading it. பெரியவர் எழுத்துக்கூட்டியே பத்திரிகை முழுவதையும் படித்துவிடுவார்!

எழுத்துக்கூட்டு[2] பெ. *(மொழி.)* **ஒரு சொல்லின் ஏற்கப்பட்ட எழுத்துச் சேர்க்கை;** spelling. இரண்டாயிரம் ஆண்டுகளில் தமிழ்ச் சொற்களின் எழுத்துக்கூட்டில் ஏற்பட்டுள்ள மாற்றம் மிகவும் குறைவு.

எழுத்துத் தேர்வு பெ. **(ஒருவருடைய திறனைச் சோதிப்பதற்காக) கேள்வித்தாளைத் தந்து விடை எழுதுமாறு நடத்தப்படும் தேர்வு;** written test; written examination. இந்த மாணவர் எழுத்துத் தேர்வில் 60% மதிப்பெண்களும் செய்முறைத் தேர்வில் 30% மதிப்பெண்களும் பெற்றுள்ளார்./ எழுத்துத் தேர்வில் தேர்ச்சியடைந்தவர்கள் மட்டுமே நேர்முகத்தேர்வுக்கு அழைக்கப்படுவார்கள்.

எழுத்துப்பெயர்ப்பு பெ. காண்க: ஓலிபெயர்ப்பு.

எழுத்துரு பெ. 1: **வாய்மொழியாகவே வழங்கி வரும் ஒன்றுக்குத் தரும் எழுத்து வடிவம்;** written form (given to sth. oral). *பல ஒப்பாரிப் பாடல்கள் இன்னும் எழுத்துரு பெறாமலேயே இருக்கின்றன.* 2: **(அச்சுத் துறையில்) எழுத்து அமைந்திருக்கும் குறிப்பிட்ட வடிவம்;** font. *இந்த அழைப்பிதழில் பயன்படுத்தியிருக்கும் எழுத்துருக்கள் அழகாக இருக்கின்றன.*

எழுத்துருக்கட்டு பெ. *(இலங்.)* **எழுத்துரு;** font.

எழுத்துவண்ணம் பெ. *(இலங்.)* **தலையெழுத்து; தலைவிதி;** fate; destiny. *என்னுடைய எழுத்துவண்ணம் இந்த ஊரில் வேலைபார்க்க வேண்டியிருக்கிறது./ யார் எழுத்து வண்ணம் எப்படி இருக்கும் என்று யாருக்குத் தெரியும்?*

எழுத்தெண்ணிப் படி வி. *(படிக்க, படித்து)* **நுணுக்கமாகப் படித்தல்; மிகத் தெளிவாக அறிதல்;** study (a text) closely. *பண்டைத் தமிழ் இலக்கியங்களை எழுத்தெண்ணிப் படித்திருக்கிறார்.*

எழுதிப்போடு வி. *(-போட, -போட்டு)* **(வேலை, அனுமதி போன்றவற்றுக்கு) எழுத்து மூலமாக விண்ணப்பித்தல்;** apply (for a job, etc.,); write (asking for sth.). *ஒன்றிரண்டு வேலைக்கு எழுதிப்போட்டிருக்கிறேன். இன்னும் பதில் வரவில்லை./ ஆசிரமத்துக்கு எழுதிப்போட்டிருக்கிறேன். ஒத்துவந்தால் அங்கேயே போய்த் தங்கிவிடுவேன்.*

எழுதிவை வி. *(-வைக்க, -வைத்து)* **(உயில் மூலம் சொத்துகளை) ஒருவருக்கு அல்லது ஒன்றுக்கு உரியதாக்குதல்;** bequeath; endow (through a deed). *தன் திரண்ட சொத்துகளைத் தர்மத்துக்கு எழுதிவைக்க முடிவுசெய்தார்.*

எழுது[1] வி. *(எழுத, எழுதி)* 1: **(பேனா, பென்சில் முதலியவற்றைப் பயன்படுத்தி) மொழியின் குறியீடுகளை ஒரு பரப்பில் பதித்தல் அல்லது குறித்தல்;** write (a word, symbol, etc.,). *குழந்தை 'அ' எழுதியிருப்பதைப் பார்!/ இந்தக் கல்வெட்டு தமிழ் பிராமியில் எழுதப்பட்டிருக்கிறது./ அந்தக் காலத்தில் விரலால் மணலில் எழுதிப் பயிற்சிசெய்வார்கள்.* [(தொ.சொ.) கிறுக்கு/ தீட்டு/ வரை] 2: **(தகவல், கடிதம் முதலியவற்றை) வரிவடிவத்தில் தருதல்;** write (a message, letter, etc.,). *நாளை ஒரு கடிதம் எழுத வேண்டும்./ கோப்பில் உன்னைப் பற்றி நன்றாக எழுதியிருக்கிறார்./ தனது குறையை எழுதிப் புகார்ப் பெட்டியில் போட்டான்.* 3: **(கதை, கட்டுரை, பாடல் முதலியன) இயற்றுதல்;** write (a story, essay, etc.,). *பின்நவீனத்துவத்தைப் பற்றி அவர் எழுதியிருக்கும் கட்டுரை இது./ நான் அடுத்ததாக ஒரு பேய்க்கதை எழுதப்போகிறேன்./ இது யார் எழுதிய நாடகம்?* 4: **வரைதல்;** draw (a picture). *சிறுவன் அட்டையில் கிரீடம் எழுதித் தலையில் அணிந்துகொண்டான்./ இந்த ஓவியத்தில் இன்னும் கண் மட்டும்தான் எழுத வேண்டும்./ இராவணன் வேடம் ஏற்பவர் முகம் எழுதிக்கொண்டிருந்தார்.* 5: **(வர்ணம், மை முதலியன) தீட்டுதல்;** paint; apply (make up, etc.,). *மை எழுதிய கண்.* 6: **(வரவு, செலவு முதலியவற்றை) குறித்தல்;** note; write down (expenses, notes, etc.,). *செலவுகளை யார் கணக்கில் எழுதுவது?* 7: **(உயில், ஒப்பந்தம் போன்றவற்றை) ஏற்படுத்துதல்;** make (will, agreement, etc.,). *அவர் எழுதியுள்ள உயிலின்படி இந்தச் சொத்துகள் எல்லாம் ஒரு அநாதை ஆசிரமத்திற்குப் போய்விட்டன./ வீட்டை உனக்கு விற்கிறேன் என்று எழுதியா தந்திருக்கிறேன்?* 8: **கடவுள் ஒருவருடைய விதியை அல்லது தலையெழுத்தை முடிவு செய்வதாக நம்புவதைக் குறிக்கும் சொல்;** preordain. *எல்லாம் அவன் எழுதியபடி தான் நடக்கும் என்ற நம்பிக்கை./ 'கடவுள் எனக்கு என்ன எழுதியிருக்கிறாரோ தெரியவில்லை' என்றான்.* 9: **(தேர்வில்) பங்குகொள்ளுதல்/(தேர்வில் கேள்விக்கு) எழுத்து வடிவில் பதில் தருதல்;** sit or take an examination; appear (for an examination). *நேரம் முடிந்துவிட்டதால் ஒரு கேள்விக்குப் பதில் எழுத முடியவில்லை./ மஞ்சள் காமாலை வந்ததால் இந்த முறை நான் தேர்வு எழுதவில்லை.* 10: **(கணிப்பொறியில்) குறிப்பிட்ட கட்டளை நிரலுக்கான ஆணைகளை வரிசைப்படுத்தி உருவாக்குதல்;** write (a program for computer). *அலுவலகக் கணக்கு வழக்குகளை நிர்வகிக்கப் புதிதாக ஒரு கட்டளைநிரல் எழுதிக்கொண்டிருக்கிறார்.*

எழுது[2] வி. *(எழுத, எழுதி) (இலங்.)* **(திருமணத்தை) பதிவுசெய்தல்;** register (a marriage). *அவன் தாய் தகப்பனுக்குத் தெரியாமல் திருமணத்தை எழுதிவிட்டானாம்.*

எழுதுகோல் பெ. *(அ.வ.)* **எழுதுவதற்குப் பயன்படுத்தும் கருவி;** writing instrument (such as a pen, pencil, etc.,).

எழுதுபொருள் பெ. **எழுதுவதற்குத் தேவைப்படும் (தாள், மை, கடித உறை முதலிய) பொருள்;** stationery. *எழுதுபொருள் மற்றும் அச்சுத் துறை.*

எழுதுவினைஞர் பெ. *(இலங்.)* **எழுத்தர்;** clerk.

எழுதுனர் பெ. *(இலங்.)* **எழுத்தர்;** clerk.

எழுந்தமானம் பெ. *(-ஆக) (இலங்.)* **(சிந்திக்காமலும் ஆராயாமலும்) மனம்போன போக்கில் செயல்படும் தன்மை;** impulsiveness. *இந்த விஷயத்தில் எழுந்தமானமாகப் பேசாமல் சற்று யோசித்துப் பேசுங்கள்./ அப்பா எழுந்தமானமாக எடுத்த முடிவு, அக்காவின் படிப்பைப் பாழாக்கிவிட்டது.*

எழுந்தருள் வி. *(-அருள, -அருளி) (உ.வ.)* **(கோயிலில் தெய்வம்) குடிகொண்டிருத்தல்/ (சமயப் பெரியவர் முதலியோர்) வருகை தருதல்;** (of gods in the form of idols and of holy persons) grace (a place). *இந்தக் கோயிலில் எழுந்தருளியிருக்கும் விநாயகப் பெருமான் மிகவும் சக்தி வாய்ந்தவர்./ 'பெரியவர்கள் எங்கள் வீட்டுக்கு எழுந்தருள வேண்டும்' என்று அவர் துறவியைக் கேட்டுக்கொண்டார்.*

எழுந்திரு வி. *(எழுந்திருக்க, எழுந்திருந்து)* 1: **நிற்கும் நிலைக்கு வருதல்; எழுதல்;** rise; stand up; get up. *மெதுவாகக் கையை ஊன்றி எழுந்திரு!/ இங்கே உட்காரக் கூடாது, எழுந்திரு!/ (உரு வ.) எழுந்திருக்க முடியாதபடி கடன் சுமை.* 2: **(தூக்கத்திலிருந்து) விழித்தல்;** wake up; get up. *அவர் காலையில் எட்டு மணிக்குத்தான் எழுந்திருப்பார்.*

எழுப்பம் பெ. *(இலங்.)* **கர்வம்;** haughtiness. *அவருக்குச் சரியான எழுப்பம்./ பணம் வந்ததும் இவர்களின் எழுப்பத்தைப் பார்த்தீர்களா?*

எழுப்பு வி. *(எழுப்ப, எழுப்பி)* **அ.** *(உண்டாக்குதல் தொடர்பான வழக்கு)* 1: **(கோட்டை, நினைவுச் சின்னம்**

எழுபது 246

முதலியன) உருவாக்குதல்; கட்டுதல்; build; erect; construct. நடுவில் சுவர் எழுப்பி அறையைப் பிரித்தார்கள்./ மறைந்த தலைவருக்கு இங்கே ஒரு நினைவுச் சின்னம் எழுப்பப்படும். [(தொ.சொ.) அமை/ உண்டாக்கு/ உருவாக்கு/ தொடங்கு/ நிறுவு] 2: (ஓசை, இசை முதலியவற்றை) உண்டாக்குதல்; produce (sound, music, etc.,). நாகசுரம் மங்கல இசை எழுப்பியது./ பறவைகள் எழுப்பிய இனிய ஓசை. 3: (கேள்வி, பிரச்சினை முதலியவற்றை) கவனத்துக்குக் கொண்டுவருதல்; raise (a question, an issue, etc.,). இது இரங்கல் கூட்டம். விவாதத்துக்கு உரிய பிரச்சினைகளை எழுப்பாதீர்கள். ஆ. (நிலை மாற்றுதல் தொடர்பான வழக்கு) 4: (உட்கார்ந்திருந்த இடத்திலிருந்து) எழச் செய்தல்; கிளப்புதல்; make (s.o.) rise (from a chair, etc.,). கொஞ்ச நேரம்கூட உட்கார விடவில்லை, எழுப்பிக் கூட்டிக்கொண்டு போய்விட்டான். 5: தூக்கத்திலிருந்து விழிக்கச் செய்தல்; wake (s.o.) up. தூங்குகிற குழந்தையை எழுப்பிப் பால் கொடுக்க வேண்டுமா? 6: (கிறித்.) (இறந்தவரை) உயிர் பெறச் செய்தல்; resurrect. மரித்தவரையும் எழுப்ப வல்லவரின் மகிமையைச் சொல்கிறேன்.

எழுபது பெ. பத்தின் ஏழு மடங்கைக் குறிக்கும் எண்; (the number) seventy.

எழும்பு வி. (எழும்ப, எழும்பி) 1: (இருக்கும் மட்டத்திலிருந்து விசையின் காரணமாக உயரே) எழுதல்; go up; rise; rebound. சுனாமி காரணமாக ராட்சச அலைகள் கடலில் எழும்பின./ வீசப்பட்ட பந்து எழும்பும் உயரத்தைத் தீர்மானமாகக் கூற முடியுமா? 2: (இயல்பான நிலையிலிருந்து) உயர்ந்திருத்தல்; stick up. தலையை வாராததால் அவன் முடி எழும்பிநின்றது. 3: (ஒலி) தோன்றுதல்; arise. இரு ஆட்டுக் கிடாக்களின் மண்டைகளும் மோதி 'மடார்' என்ற ஓசை எழும்பியது./ ஜுரத்தின் காரணமாக அவன் குரலே எழும்பவில்லை. 4: (நரை) தோன்றுதல்; (of grey hair) appear. காதோரத்தில் நரை எழும்பிவிட்டது.

எழுவாய் பெ. (இலக்.) ஒரு வாக்கியத்தின் பயனிலையாக உள்ள வினைச்சொல் சுட்டும் செயலைச் செய்யும் அல்லது அனுபவிக்கும் ஒருவர் அல்லது ஒன்று; subject. 'நாய் குரைத்தது' என்பதில் 'நாய்' எழுவாய்./ 'எனக்குப் பசிக்கிறது' என்னும் வாக்கியத்தில் 'எனக்கு' என்பதை எழுவாயாகக் கொள்ளலாம்.

எழுவான்கரை பெ. (இலங்.) கிழக்கு; east. எங்கள் அண்ணனின் வீடு எழுவான்கரைப் பக்கம் இருக்கிறது./ எழுவான்கரைப் பக்கம் போய், வடக்குப் பக்கம் திரும்பினால் கோயில் வரும்.

எழுவினா பெ. (சட்டம்) ஒரு உரிமையியல் வழக்கில் தீர்ப்பளிக்க வேண்டிய பிரச்சினை; issue (framed in a civil suit for decision).

எள் பெ. நல்லெண்ணெய் எடுக்கப் பயன்படும், கறுப்பு நிறத்தில் உள்ள மிகச் சிறிய விதை/அந்த விதையைத் தரும் பயிர்; sesame (the seed and the plant). எள் போட்டால் கீழே விழாத அளவுக்கு அவ்வளவு கூட்டம்./ வயலில் எள் போட்டிருக்கிறோம்./ எள்ளுச் செடி.

எள்ளல் பெ. (உ.வ.) ஒரு நிலைமையில் காணப்படும் முட்டாள்தனத்தைச் சுட்டிக்காட்டும் பரிகாசம்; கேலி; satire; lampoon. எள்ளல் நாடகம்/ எள்ளல் இலக்கியம். [(தொ.சொ.) இகழ்ச்சி/ இளக்காரம்/ இளப்பம்/ கிண்டல்/ கேலி/ நக்கல்/ நையாண்டி]

எள்ளளவும் வி.அ. (பெரும்பாலும் எதிர்மறையில்) சிறிதும்; துளியும்; (in the negative) an iota; a jot. நீங்கள் சொன்ன வார்த்தையைக் காப்பாற்றுவீர்கள் என்பதில் எனக்கு எள்ளளவும் சந்தேகமில்லை./ இந்தத் திருமணத்தில் என் தந்தைக்கு எள்ளளவும் விருப்பம் கிடையாது.

எள்ளி நகையாடு வி. (நகையாட, நகையாடி) (உ.வ.) 1: (அவமானம் அடையும்படி ஒருவரை) கேலி செய்தல்; make (s.o.) an object of scorn; deride. குடும்பமே கூடி நின்று என்னை எள்ளி நகையாடிய காட்சியை மறக்க முடியவில்லை. 2: சிரிப்புக்கு உரிய விஷயமாக விமர்சித்தல்; make fun of. அவர் வெளியிட்ட கருத்துகள் எதிர்க்கட்சி ஏடுகளால் எள்ளி நகையாடப்பட்டன.

எள்ளுப் பேத்தி பெ. பேத்தியின் பேத்தி; granddaughter of a granddaughter.

எள்ளுப் பேரன் பெ. பேரனின் பேரன்; grandson of a grandson.

எள்ளுப்பொடி பெ. எள், மிளகாய், உப்பு ஆகியவற்றை அரைத்துப் பெருங்காயம் சேர்த்துத் தயாரிக்கப்படும் (சோற்றில் பிசைந்து சாப்பிடும்) ஒரு வகைப் பொடி; powdered sesame with other condiments which can be eaten mixed with cooked rice.

எள்ளுருண்டை பெ. வெல்லப்பாகில் எள்ளைக் கலந்து உருண்டையாகப் பிடித்த தின்பண்டம்; ball-shaped sweet made of sesame and jaggery syrup.

எளிது பெ. (-ஆக, -ஆன) கஷ்டம் அல்லது சிக்கல் இல்லாதது; சுலபம்; லேசு; sth. not difficult; sth. easy; simple. இப்படிச் செய்திருக்கலாமே என்று சொல்வது எளிது./ சிலருக்குச் சில கைத்தொழில்கள் எளிதில் கை வராது./ இவ்வளவு எளிதான தீர்வு எனக்குத் தோன்றவில்லையே!/ அனைவரும் எளிதில் காணக்கூடிய இடத்தில் அறிக்கையை ஒட்டு!/ காட்டை எளிதாக அடைந்துவிட்டோம். ஆனால் புலியைத்தான் பார்க்க முடியவில்லை.

எளிமை பெ. (-ஆக, -ஆன) 1: சிக்கல் அற்ற தன்மை; தெளிவு; simplicity. கவிதைக்கு வேண்டியது எளிமையா?/ சிக்கலான விஷயத்தையும் அவரால் எளிமையாக எழுத முடியும். 2: (வீண்) ஆடம்பரம் இல்லாத தன்மை; modesty; unassuming nature. எளிமையான அலங்காரத்தோடு அவள் புறப்பட்டாள்./ அவர் அமைதியானவர், எளிமையானவர்.

எளிமைப்படுத்து வி. (-படுத்த, -படுத்தி) (ஒரு கருத்தை, பாடத்தை) அனைவரும் எளிதில் புரிந்துகொள்ளும்படி எளிமையாக ஆக்குதல்; simplify (an idea, text, etc.,). குழந்தைகளுக்கான பாடத்திட்டத்தை எளிமைப்படுத்த அரசு நடவடிக்கை எடுத்துவருகிறது.

எளிய[1] பெ.அ. சிக்கல் அற்ற; தெளிவான; கஷ்டம் இல்லாத; uncomplicated; simple; clear; easy. மொழியை எளிய முறையில் கற்பதற்கு இந்த நூல் உதவும்./ இந்த எளிய விதியைப் பயன்படுத்தி எந்தச் சிக்கலான கணக்கையும்

அ ஆ இ ஈ உ ஊ எ ஏ ஐ ஒ ஓ ஔ ஃ

போட முடியும்./ இந்த எளிய உதவியைக்கூட உன்னால் செய்ய முடியாதா?

எளிய[2] பெ.அ. 1: **பண வசதி குறைந்த; ஏழ்மையான;** poor. எளிய குடும்பத்தில் பிறந்து முன்னேறியவர்./ எளிய மக்களின் நலனுக்கான திட்டம். 2: **விலை அதிகம் இல்லாத; மலிவான;** not expensive. வீட்டில் எளிய அலுமினியப் பாத்திரங்கள் மட்டுமே இருந்தன. 3: **பகட்டு அற்ற; ஆடம்பரம் இல்லாத;** unostentatious; simple. அவரிடம் நிறைய பணம் இருக்கிறது, இருந்தாலும் எளிய வாழ்க்கை வாழ்கிறார்.

எளிய[3] பெ.அ. (இலங்.) **கீழ்த்தரமான; மட்டமான;** undignified; mean. அவருடைய செயல்களெல்லாம் எளிய செயல்களாகத்தான் இருக்கின்றன./ உனக்கு ஏன் இப்படி ஒரு எளிய புத்தி?/ இப்படி எளிய செயல்களைச் செய்து கொண்டு எப்படித்தான் ஊரில் திரிகிறாரோ?

எளியோர் பெ. (உ.வ.) **பொருள் வசதி இல்லாதவர்;** people of little means.

எற்று வி. (எற்ற, எற்றி) 1: **(காலால்) உதைத்தல்;** kick. இவன் அவனை எற்ற அவன் திருப்பி எற்ற, சண்டை வலுத்துவிட்டது. [(தொ.சொ.) **இடறு/ உதை/ தேய்/ நசுக்கு/ மிதி**] 2: **(விளையாட்டில்) (சில்லு போன்றவற்றை) காலால் தள்ளி நகர்த்துதல்;** kick. நொண்டியடித்துச் சென்ற பெண் கட்டத்துக்குள் இருந்த சில்லை எற்ற, அது துள்ளிச் சென்று விழுந்தது.

எறி[1] வி. (எறிய, எறிந்து) **(தூரத்தில் போய் விழும்படி) வேகத்துடன் வீசுதல்;** fling; throw (with force); cast; hurl. வாழைப்பழத் தோலை நடைபாதையில் எறியாதே!/ ஈட்டி எறியும் போட்டியில் முதல் பரிசு.

எறி[2] து.வி. (எறிய, எறிந்து) **முதன்மை வினையின் செயல் ஒரு வேகத்துடனும் தீவிரத்துடனும் நிகழ்த்தப்படுவது என்பதைக் குறிப்பிடும் துணை வினை;** auxiliary verb used to indicate that the action of the main verb is forceful and intense. காற்று கூரையைப் பிய்த்தெறிந்தது./ என் நம்பிக்கைகளைத் தகர்த்தெறிந்தான்./ கவலைகளையெல்லாம் துடைத்தெறி!

எறிஈட்டி பெ. **(வேட்டையாடப் பயன்படுத்தும்) சற்று வளைந்த முனையை உடைய ஒரு வகை ஈட்டி;** harpoon.

எறிகணை பெ. (இலங்.) **ஏவுகணை;** rocket. ராணுவத்தினரின் எறிகணையில் வீடு சேதமடைந்தது.

எறிகுண்டு பெ. காண்க: **கையெறிகுண்டு.**

எறிநாடா பெ. (நெசவு) **தறியில் ஊடையைச் செலுத்தக் கையால் இயக்கும் சாதாரண நாடாவைவிட அகலத்திலும் நீளத்திலும் சிறிய நாடா;** throw shuttle smaller than the usual one.

எறிபந்து பெ. 1: **நடுவில் கட்டியிருக்கும் வலையில் படாமல் ஒரு பெரிய பந்தை ஓர் அணியினர் எறிய, எதிர் அணியினர் அதைப் பிடித்துத் திருப்பி எறிந்து விளையாடும் விளையாட்டு;** (in India) throw ball. 2: **சிறு பந்தை ஒரு வட்டத்துக்குள் ஓடும் பலருள் ஒருவர் மீது படும்படி எறிந்து அதை மற்றவர் பிடித்து மீண்டும் எறிந்து விளையாடும் சிறுவர் விளையாட்டு;** children's game in which one tries to hit another with a ball.

எறும்பு பெ. **மூன்று பகுதிகளாக உள்ள உடலைக் கொண்ட, கூட்டமாக வாழும் சிறு பூச்சியினம்;** ant. சர்க்கரை டப்பாவில் எறும்பு மொய்க்கிறது./ ஒற்றுமைக்கு அடையாளமாக எறும்புகளை உதாரணம் காட்டுவார்கள்.

எறும்புதின்னி பெ. **அழுங்கு;** anteater; pangolin.

என்[1] வி. (என, என்று) 1: **(இது ஒருவருடைய கூற்று அல்லது கருத்துரை என்பதைத் தெரிவிக்கும்பொருட்டு அதன் பின் வரும்போது) ('....' என்று) சொல்லுதல்; ('....' என்று) கூறுதல்;** word used after sth. stated for its attribution. 'நீ கேட்டதை மாலையில் வாங்கி வருகிறேன்' என்றான் அவன்./ இது மக்களுக்கு நன்மை தரும் திட்டம் என்போம்./ புவியியல் வல்லுநர்கள் நிலத்தடி நீரை அதிகமாகப் பயன்படுத்தக் கூடாது என்கிறார்கள். 2: **(ஒலிக் குறிப்புச் சொற்கள், சில வகை உணர்ச்சிகளைக் குறிக்கும் சொற்கள் ஆகியவற்றின் பின் வரும்போது) (குறிப்பிட்ட ஒலிக்குறிப்பை) எழுப்புதல் அல்லது (குறிப்பிட்ட உணர்வை) தருதல் என்பதைத் தெரிவிப்பது;** word used after imitative words for their attribution. பூனை 'மியாவ்' என்றது./ அஜீரணத்தால் வயிறு 'கட புடா' என்கிறது./ குற்றம் செய்த நெஞ்சு 'குறுகுறு' என்கிறது. 3: **ஒரு செயல் கைவருவதில்லை அல்லது பழக்கமாவதில்லை அல்லது முயற்சி செய்தாலும் பலன் கிடைப்பதில்லை என்பதைத் தெரிவிப்பது;** used after narrating a defiance for its attribution. என் மகளுக்குக் கர்நாடக சங்கீதம் வர மாட்டேன் என்கிறது./ மாடுகள் இரண்டும் வண்டியை இழுக்க மாட்டேன் என்கின்றன./ எவ்வளவு மருந்து அடித்தாலும் ஈக்கள் சாவோமா என்கின்றன./ நான் என்ன சொன்னாலும் என் பையன் படிக்க மாட்டேன் என்கிறான். 4: **(முன்னிலை நிகழ்கால முற்று வடிவங்கள் மட்டும்) செயல் நிகழ்ந்த தீவிரத்தைத் தன் முன் இருப்பவருக்கு உணர்த்தப் பயன்படுவது;** used by the speaker before describing sth. that would surprise or shock the listener. கேட்ட கேள்விக்கு எப்படிப் பதில் சொன்னான் என்கிறாய்!/ குழந்தை எப்படி அழுதது என்கிறீர்கள்!

என்[2] பி.பெ. **'நான்' என்பது வேற்றுமை உருபு ஏற்கும் போது திரியும் வடிவம்;** form of the first person pronoun நான் serving as the base for further declension. என்னை ஏன் அடித்தாய்?/ என்னையும் கோயிலுக்குக் கூப்பிட்டாள்./ எனக்கு ஒன்றும் தெரியாது./ என் வீடு.

என்கிற இ.சொ. 1: **ஒருவர் அல்லது ஒன்று இரண்டு பெயர்களால் வழங்கப்படும்போது அந்த இரண்டு பெயர்களையும் இணைக்கும் இடைச்சொல்;** particle used in the sense of 'whose real name is'. பாலு என்கிற பாலசுப்பிரமணியன்/ சுஜி என்கிற சுஜாதா/ மணமகன் ராமசாமி என்கிற வேழவேந்தன்/ இத்திட்டத்தின்படி பாண்டி ஆறு என்கிற ஹெலன் ஓடையிலிருந்து குடிதண்ணீர் எடுக்கப்படுகிறது. 2: **ஒரு வாக்கியத்தின் இரண்டு பெயர்த்தொடர்களைத் தொடர்புபடுத்தும் இடைச் சொல்;** particle used to establish appositional relationship between two noun phrases. நிதி நிறுவனம் என்கிற பெயரில் நடந்த மோசடிகளைக் குறித்து இன்று ஒரு கட்டுரை

வெளியாகியிருக்கிறது. **3: ஒரு வாக்கியத்தின் இரண்டு கூற்றுகளை இணைக்கும் இடைச்சொல்;** particle used to connect sth. stated with the following appellative description placed in apposition to it. அவளுக்கும் கனவுகள் இருக்கலாம் என்கிற எண்ணம் ஏன் உனக்குத் தோன்றவில்லை?/ குழந்தையின் தூக்கத்தைக் கலைத்துவிடக் கூடாது என்கிற ஜாக்கிரதை உணர்வுடன் மெதுவாக நடந்தான்./ அவர் மாரடைப்பால் காலமானார் என்கிற செய்தி எனக்கு வருத்தத்தை அளித்தது.

என்ற இ.சொ. **'என்று[3]' என்பதன் முதல் மூன்று பொருளில் வருவதும் பொருள் முடிவதற்குப் பெயர்ச்சொல்லோடு இணைக்கப்படுவதுமான இடைச்சொல்;** particle occurring in the first three senses of என்று (the difference being the requirement of a noun for the completion of its sense). பிரச்சினை தற்போது தீர்ந்தது என்ற மகிழ்ச்சியில் அவர் இருக்கிறார்./ 'களுக்' என்ற சிரிப்பு.

என்றால் இ.சொ. **1: நிபந்தனை வாக்கியத்தில் உள்ள இரண்டு பகுதிகளை இணைக்கும் இடைச்சொல்;** particle connecting the two parts in a conditional sentence. மழை பெய்யும் என்றால் பயிர்கள் பிழைக்கும். **2: விளக்கப்படுவதுடன் விளக்கத்தை இணைக்கும் இடைச்சொல்;** particle that connects the general to its paraphrastic definition placed in apposition to it. மாணவன் என்றால் கற்பதில் அக்கறை உடையவன் என்பது பொருள்./ தலைவன் என்றால் சுயநலமில்லாமல் இருப்பவன்./ நாவாய் என்றால் கப்பல் என்று பொருள்படும்.

என்றாலும் இ.சொ. **(கூறப்படுவதிலிருந்து இயல்பான விளைவு இல்லாமல் மாறான நிலை ஏற்படும்போது) 'தவிர' என்ற பொருளில் இரண்டு தொடர்களை இணைக்கப் பயன்படும் இடைச்சொல்;** particle meaning 'even so' relating two phrases in a sentence; 'even then'. நான் சாப்பிட்டேன் என்றாலும் பசி அடங்கவில்லை./ மழை பெய்தது என்றாலும் வெப்பம் குறையவில்லை./ நான் அவனைப் பார்த்தேன் என்றாலும் பேசவில்லை.

என்று[1] பெ. **எந்த நாள்;** which day. என்று உன் பிறந்த நாள்?

என்று[2] வி.அ. **எந்த நாளில்;** on which day; when. நீ என்று வந்தாயோ அன்றுதான் நானும் வந்தேன்./ குடும்பத் தொல்லைகள் என்று தீரும்?

என்று[3] இ.சொ. **1: ஒருவரால் தெரிவிக்கப்பட்டது, கேட்கப்பட்டது, நினைக்கப்பட்டது, குறிப்பிடப்பட்டது முதலியவற்றைத் தொடர்ந்து வரும் வாக்கியத்தோடு தொடர்பு படுத்தும் இடைச்சொல்;** particle that connects what one has been saying, thinking, etc., with the following sentence. 'முருகேசன் வீட்டுக்கு எப்படிப் போவது?' என்று அவர் கேட்டார்./ எப்படி ஊருக்குப் போய்ச் சேர்வது என்று அவன் யோசித்தான்./ அவன் இப்படிச் செய்வான் என்று நான் நினைக்கவில்லை. **2: ஒரு தொடரில் ஒன்றுக்கு மேற்பட்ட வினையெச்சங்கள் வரும்போது கடைசி வினையெச்சத்துடன் இணைந்து அவற்றைப் பின் வரும் வாக்கியத்துடன் தொடர்புபடுத்தும் இடைச்சொல்;** particle attached to the last of the stacked participles to relate them to the following sentence. கடையில் பெட்டிகள் வைக்க, பாட்டில்களை அடுக்க என்று அந்த இடம் பயன்பட்டது./ வங்கிக்குப் போக, சாப்பாடு வாங்க, சில்லறை வேலைகள் செய்ய என்று ஒரு பையன் வேலைக்குத் தேவை. **3: ஒலிக்குறிப்புச் சொற்களை வினையடையாக்கப் பயன்படும் இடைச்சொல்;** particle placed next to imitative words to change them into adverbs. 'களுக்' என்று சிரித்தாள்./ 'படக்' என்று கிளை முறிந்தது./ அடிபட்ட இடம் விண்விண்ணென்று வலித்தது. **4: (நான்காம் வேற்றுமை ஏற்ற பெயர்ச்சொல்லுக்குப் பின் வரும்போது) ஒருவருக்கோ ஒன்றுக்கோ உரியது என்பதைத் தெரிவிக்கும் இடைச்சொல்;** particle used (with dative) to mean 'exclusively for'. நமக்கு என்று ஒரு வீடு வேண்டும்./ உங்களுக்கு என்று ஒரு கொள்கை கிடையாதா?/ வெங்காய சாம்பாருக்கு என்று ஒரு மணம் உண்டு. **5: ஒரு கூற்று தனித்துக் குறிப்பிடப்படும் ஒன்றுக்கு அல்லது ஒருவருக்கு மட்டுமல்லாமல் தொடர்ந்து குறிப்பிடப்படும் மற்றவற்றுக்கும் அல்லது மற்றவர்களுக்கும் பொருந்தும் என்ற பொருளில் பயன்படுத்தப்படும் இடைச்சொல்;** particle used in the sense of மட்டும் as in (not) only… (but also). மாமா என்று மட்டும் இல்லை, எல்லோரும் என்னை ஒதுக்குகிறார்கள்./ சாப்பாட்டுக்கு என்று இல்லை, எல்லாவற்றுக்குமே நான் கஷ்டப்படுகிறேன்./ கடும் உழைப்பு வியாபாரத்திற்கு என்று இல்லை, படிப்பிற்கும் வேண்டியதுதான்./ நான் சொல்வது உனக்கு என்று இல்லை, உன் எதிரிக்கும் பொருந்தும். **6: ஒரு தகவலையும் அந்தத் தகவல் குறிப்பிடும் நபரை அல்லது பொருளையும் இணைக்கப் பயன்படுத்தப்படும் இடைச்சொல்;** particle used to connect sth. mentioned to its paraphrastic definition placed in apposition to it. காந்தி என்று ஒரு மாமனிதர் இந்தியாவில் இருந்தார்./ மணி என்று ஒரு வேலைக்காரன் எங்கள் வீட்டில் இருந்தான்./ வேலை என்று ஒன்று கிடைக்க இன்னும் ஆறு, ஏழு மாதங்கள் ஆகும்./ அந்த வீடுகளுக்கு வாசல் என்று ஒன்று உண்டா என்ற கேள்வி எழுந்தது./ படம் முழுவதும் 'காதல், காதல்' என்று ஒரே பேத்தல்.

என்றும் வி.அ. **எப்போதும்;** all the time; forever. என்றும் வாழும் இலக்கியம்/ என்றும் உன்னை மறவாத நண்பன்.

என்றைக்கு வி.அ. **காண்க: என்று[2].**

என்ன[1] பி.பெ. **1: அஃறிணை ஒருமையைக் குறிக்கும் வினாச் சொல்; 'எப்படிப்பட்ட ஒன்று';** third person singular neuter interrogative pronoun ; what. அவர் கையில் வைத்திருக்கிறாரே அது என்ன?/ சாவு என்பது என்ன?/ என்ன நடந்தது, என்ன ஆயிற்று? **2: கேட்கப்படும் கேள்விக்கு எதிர்மறைப் பதிலை உணர்த்துவதற்குப் பயன்படுவது;** the introduction of என்ன in a sentence serves to imply the negative, functioning as a question tag or rhetorical question. இதைச் செய்ய நான் என்ன மடையனா? கேட்டதையெல்லாம் தருவதற்கு அவர் என்ன காமதேனுவா?/ அவன் பெரிய கொம்பனா என்ன?/ நம் குழந்தைகளுக்கு ஆங்கிலக் கல்விதான் வேண்டும் என்பது என்ன கட்டாயம்?/ அவன்தான் குற்றவாளி என்பதில் என்ன சந்தேகம்?/ இவ்வளவு படித்துப் பயன் என்ன? **3: செய்திருக்க வேண்டிய ஒன்றை ஒருவர் செய்யாததைக் கண்டிக்கப் பயன்படுத்தும் வினாச் சொல்;** word for questioning one for not doing what should have been done. என்னிடம் சொல்லிவிட்டுப் போவதற்கு என்ன?/ கொஞ்சம் பொறுத்தால்தான் என்ன? அதற்குள் புறப் பட்டுப் போய்விட்டாய்.

என்ன[2] பெ.அ. 1: **எந்த; எந்த வகையான;** what kind of. இது என்ன கட்டடம்?/ இரவு என்ன சாப்பாடு?/ இது என்ன மரம்?/ என்ன வாழ்க்கை, ஒன்றுமே பிடிக்க வில்லை./ என்ன மனிதர் இவர், பத்து ரூபாய் தர்மம் தர மூக்கால் அழுகிறார். 2: **தன்மையின் மிகுதியைக் கூறும் சொல்; எவ்வளவு;** word used to characterize sth. stated as an excess. என்ன திமிர் இருந்தால் இப்படிப் பேசுவாய்?/ என்ன பேராசை இருந்தால் கூடப்பிறந்த தம்பியையே அவன் ஏமாற்றுவான்?

என்ன[3] வி.அ. **எவ்வளவு;** whatever; however. என்னதான் அதிகாரிகள் ஆக்கிரமிப்பை அகற்றினாலும் மறுபடியும் அங்கே கடைபோட்டுவிடுகிறார்கள்./ என்ன உழைத்தாலும் கடைசியில் நல்ல பெயர் கிடைப்பதில்லை./ நீ என்னதான் அழைத்தாலும் நான் வர மாட்டேன்./ இந்தத் திட்டத் திற்காக என்ன கஷ்டப்பட்டாலும் தகும்.

என்ன[4] இ.சொ. 1: **உரையாடலைத் தொடங்கும் விதத்தில் பயன்படுத்தும் இடைச்சொல்;** particle used as a phatic word to open a conversation. என்ன, வேலையெல்லாம் முடிந்துவிட்டதா?/ என்ன, அம்மா ஊரிலிருந்து வந்திருக்கி றார்கள் போலிருக்கிறதே? 2: **வினா வாக்கியம் தெரி விக்கும் செய்தி ஒருவருக்கு வியப்பு, அதிர்ச்சி முதலிய வற்றை ஏற்படுத்துவதை உணர்த்த வாக்கியத்தின் தொடக்கத்தில் இடப்படும் இடைச்சொல்;** particle conveying surprise, shock, etc., used at the beginning of a sentence; 'what!.' என்ன! ரயில் கவிழ்ந்துவிட்டதா?/ என்ன! அவர் கைதுசெய்யப்பட்டாரா? 3: **ஒருவரை அல்லது குறிப்பிட்ட நிலைமையைப் பற்றி மற்றவருக்கு இருக்கும் அலட்சிய உணர்வை வெளிப்படுத்தப் பயன் படுத்தும் இடைச்சொல்;** particle used to convey one's or s.o's disinterest. அவருக்கு என்ன, 'இப்படிச் செய்' 'அப்படிச் செய்' என்று சொல்லிவிட்டுப் போய்விடுவார்./ எனக்கு என்ன, சொல்வதைச் சொல்லிவிட்டேன். பிறகு உன் இஷ்டம். 4: **ஒருவருக்கு வாய்த்த அதிர்ஷ்டத்தைப் பாராட்டப் பயன்படுத்தும் இடைச்சொல்;** particle expressing appreciation. வேலை கிடைத்துவிட்டதா? உங்களுக்கு என்ன, இனிமேல் கொண்டாட்டம்தான்!/ வேலையும் கொடுத்து, பெண்ணையும் கொடுக்கிறாரா? பிறகு என்ன? 5: **(ஒன்றை அல்லது ஒருவரைக் குறித்த) எதிர்ப்புணர்வைக் காட்டப் பயன்படுத்தும் இடைச்சொல்;** particle expressing defiance. அவன் என்ன என்னைக் கேள்வி கேட்கிறது?/ நீ என்ன சொல்கிறது, நான் என்ன கேட்கிறது என்று நடந்து கொண்டால் எப்படி? 6: **குறிப்பிடப்படுபவர் அல்லது குறிப்பிடப்படுபவை மட்டுமல்லாமல் மற்றவரும், மற்றவையும் என்பதை உணர்த்தப் பயன்படுத்தும் இடைச்சொல்; 'மட்டுமா';** particle meaning 'not only'. தமிழ்நாடு என்ன, இந்தியா முழுக்க வறட்சியால் பாதிக்கப்பட்டிருக்கிறது./ நீயென்ன, நானும்தான் கஷ்டப்படுகிறேன். 7: **ஒரு செயல் நடந்த விதத்தைப் பெரிதுபடுத்திக் காட்டப் பயன்படுத்தும் இடைச்சொல்;** particle conveying one's exaggerated amazement. இப்படித்தான் என் தம்பியின் கல்யாணம் கச் சேரி என்ன, வாண வேடிக்கை என்ன என்று அமர்க்களப் பட்டது./ புதுப்பணக்காரன் குதிரைப் பந்தயம் என்ன, குடி என்ன, சீட்டு என்ன என்று பணத்தை இறைக்கிறான்./ அவருக்கு வியாபாரத்தில் நல்ல வருமானம். வீடு என்ன, நிலம் என்ன, நகை என்ன என்று வாங்கிக் குவிக்கிறார். 8: **இயல்புக்கு மாறாக ஒன்று நடக்கிறது என்பதைக் குறிப்பிடப் பயன்படுத்தும் இடைச்சொல்;** particle conveying the speaker's mild disapproval of sth. stated. இவ்வளவு காலையிலேயே என்ன தூக்கம்!/ இரவு இரண்டு மணி ஆகிறது, இன்னும் என்ன அரட்டை! 9: **முதல் கூற்று குறிப்பிடுவதைச் செய்யலாம் என்றாலும் அதில் ஒரு சிறு குறை இருக்கிறது என்பதைக் குறிப்பதற்கு இரண் டாவது கூற்றின் தொடக்கத்தில் பயன்படுத்தும் இடைச் சொல்; 'ஆனால்';** particle meaning 'but, of course'. அந்த ஓட்டலிலேயே சாப்பிடலாம். என்ன, கொஞ்சம் காரமாக இருக்கும்./ திருவான்மியூரிலேயே நகை வாங்கிவிடலாம். என்ன, விலை கொஞ்சம் கூட இருக்கும்.

என்னது பி.பெ. (பே.வ.) என்ன[1] **(முதல் பொருளில்);** in the first sense of என்ன. அவர் கையில் வைத்திருக்கிறாரே அது என்னது?

என்னவோ இ.சொ. 1: **ஒரு கூற்று குறிப்பிடும் பொருள் உண்மையாகத் தோன்றினாலும், அதற்கு மாறானது தான் உண்மையானது என்பதை உணர்த்தப் பயன் படுத்தும் இடைச்சொல்;** particle expressing the speaker's reservation in accepting what is stated. நீ பேசியது என்னவோ நியாயம்தான் என்றாலும் பிரச்சினையைத் தீர்க்க இது உதவியாக இருக்காது./ அவர் அமைதியாக இருப்பதுபோல் தோன்றினாலும் உள்ளுக்குள் என்னவோ கோபம் கொந்தளித்துக் கொண்டுதான் இருந்தது./ நீ என்னவோ எளிதாகச் சொல்லிவிட்டாய், சிரமப்படுவது நானல்லவா? 2: **ஒன்றுக்கான சாத்தியத்தையோ கார ணத்தையோ சந்தேகத்துடன் தெரிவிக்கப் பயன் படுத்தும் இடைச்சொல்;** particle used by a speaker to characterize what he says as a guess. நான் அவனைத் திட்டி விட்டேன் என்பதாலோ என்னவோ இரண்டு நாட்களாக அவன் சரியாகச் சாப்பிடவில்லை./ தபால்காரர் வராமல் போனதும் இன்று விடுமுறையோ என்னவோ என்று நினைத்துக்கொண்டேன்./ என்னைப் பார்த்துப் பயப்படு கிறார்களோ என்னவோ ஒருவரும் என்னிடம் சரியாகவே பேசுவதில்லை./ நான் சொன்னதை அவன் கேட்டானோ என்னவோ? 3: **ஒருவர் தன் உள்ளுணர்வைக் கூறவோ அல்லது குறிப்பிடப்படுவது தன்னளவில் சரியானது என்பதைத் தெரிவிக்கவோ நான்காம் வேற்றுமை ஏற்ற பெயர்ச்சொல்லோடு பயன்படுத்தும் இடைச்சொல்;** particle that conveys one's intuitive and personal perception. எனக்கென்னவோ அவர் இப்படியெல்லாம் பேசியிருக்கக் கூடாது என்றுதான் படுகிறது./ பிறர் என்ன சொன்னாலும் அவருக்கென்னவோ தான் செய்வதுதான் சரி என்று தோன்றியது./ எனக்கென்னவோ அப்பா இன்று என்னைப் பார்க்க வர மாட்டார் என்று தோன்றுகிறது. 4: **'இன்னது என்று திட்டவட்டமாகக் கூற முடியாது' என்ற**

பொருளை உணர்த்தும் இடைச்சொல்; 'ஏதோ'; particle that conveys indeterminacy. என்னவோ காலுக்கு அடியில் ஊர்வதுபோல் இருந்தது./ எனக்குத் தெரியாமல் என்னவோ ஏமாற்று வேலை இங்கே நடந்திருக்கிறது./ சமையல் அறையில் என்னவோ புகைவதுபோல் இருக்கிறதே?

என்னவோ ஏதோவென்று வி.அ. **ஆபத்து நேர்ந்து விட்டதோ என்று பதறி;** thinking that sth. untoward had happened. நடுராத்திரியில் அப்பா எழுப்பியதும் என்னவோ ஏதோவென்று பயந்துவிட்டேன்./ நீ ஓடிவரும் வேகத்தைப் பார்த்து என்னவோ ஏதோவென்று நினைத்துவிட்டேன்.

என்னும் இ.சொ. காண்க: **என்ற.**

என இ.சொ. (உ.வ.) 1: **'என்று' என்னும் பொருளில் வரும் இடைச்சொல்;** particle that is substitutable for என்று. பெருகிவரும் தொழிற்சாலைகள் சுற்றுச்சூழலைப் பாதிக்கும் என அறிஞர்கள் கருதுகின்றனர். 2: **'போல' என்ற உவமைப் பொருளில் பயன்படுத்தப்படும் இடைச்சொல்;** particle of comparison; 'like'; 'as'. புலி எனப் பாய்ந்தான்./ உங்கள் வார்த்தை தேன் என இனிக்கிறது.

எனவே இ.சொ. **'ஆகவே' என்ற பொருளில் இரண்டு வாக்கியங்களைத் தொடர்புபடுத்தும் இடைச்சொல்;** particle meaning 'as a result'; 'therefore'; 'that is why'; 'hence'. நீங்கள் கூறுவதில் நியாயம் இருக்கிறது. எனவே நான் அதை ஏற்றுக்கொள்கிறேன்./ வேறு வழியில்லை. எனவே ஒதுங்கிவிட்டேன்.

எனில் வி.அ. (உ.வ.) காண்க: **என்றால்.**

எனின் இ.சொ. (உ.வ.) **நிபந்தனை வாக்கியத்தில் உள்ள இரண்டு பகுதிகளை இணைக்கும் இடைச்சொல்;** particle connecting the two parts in a conditional sentence.

எனினும் இ.சொ. (உ.வ.) **'ஆயினும்', 'இருந்தபோதிலும்' என்ற பொருளில் இரண்டு வாக்கியங்களைத் தொடர்புபடுத்தும் இடைச்சொல்;** particle used in the sense of 'nevertheless', 'although'. தெருவிளக்குகள் அணைக்கப்பட்டுவிட்டன. எனினும் நிலவொளி இருந்தது./ பதவி உயர்வு இல்லையெனினும் ஊதிய உயர்வு கிட்டியது.

எஜமான் பெ. 1: **தங்கள் முதலாளியைக் குறிப்பிடுவதற்கு விவசாயத் தொழிலாளர்கள், வேலையாட்கள் போன்றோர் பயன்படுத்தும் சொல்;** (as regarded by a worker or farmhand in villages) one who provides employment in his house or farm; landowner; master. இவர் என் எஜமானுக்கு மிகவும் வேண்டியவர். 2: (பே.வ.) **அந்தஸ்து, செல்வம் முதலியவற்றில் மேல்நிலையில் இருப்பவரை ஒருவர் மரியாதையுடன் அழைக்கப் பயன்படுத்தும் சொல்;** sir. காரை நிறுத்திவிட்டு அவர் இறங்கியதும் அங்கிருந்த பிச்சைக்காரர்கள் எல்லாம் 'எஜமான், எஜமான்' என்று கையை நீட்டியபடி அவரிடம் ஓடினார்கள்.

எஜமானி பெ. **வேலைசெய்ய ஆள் வைத்திருப்பவரின் மனைவி அல்லது வேலை செய்ய ஆள் வைத்திருக்கும் பெண்;** wife of a landowner or a woman who employs people for work. அவசரம் என்று பணம் கேட்டால் எஜமானியம்மாள் இல்லை என்றே சொல்ல மாட்டார்கள்.

ஏ

-ஏ இ.சொ. 1: **ஒருவர் தான் சொல்வதற்குக் கூடுதல் அழுத்தம் தரப் பயன்படுத்தும் இடைச்சொல்;** particle used to make one's statement emphatic. இது அமெரிக்காவிலேயே பெரிய தொழிற்சாலை./ எங்கள் ஊரிலேயே ஒரு பொறியியல் கல்லூரி உள்ளது./ நேரத்திலேயே வீட்டுக்கு வந்துவிடு./ ஐந்து ஓட்டங்களிலேயே தோனி ஆட்டம் இழந்தார்./ அவனை ஏன் ஒதுக்குகிறீர்கள்? அவனும் நம்மில் ஒருவன்தானே./ வீட்டில் அப்பா இருக்கிறாரா? இருக்கிறாரே./ உன் அண்ணன் இருக்கிறானா? இல்லையே./ நீங்களா என்னைக் கூப்பிட்டீர்கள்? ஆம், நானேதான் கூப்பிட்டேன்./ அவர் என்னையே பார்த்துக்கொண்டிருந்தார்./ ஐந்தே நிமிடத்தில் ஓவியர் என் படத்தை வரைந்துவிட்டார்./ நூறே ரூபாயில் இந்த வேலையை முடித்துத் தருகிறேன்./ அவர் எங்கள் வீட்டுக்கு அடிக்கடி வருவாரே./ அவர் ஊருக்குப் போய்விட்டாரே./ அவரை நான் அடிக்கடி பார்ப்பேனே./ உன்னை எங்கேயோ பார்த்திருக்கிறேனே. 2: **பதற்றம், கவலை போன்ற உணர்ச்சிகளைத் தெரிவிக்கப் பயன்படுத்தப்படும் இடைச்சொல்;** particle used to imply one's anxiety. நாளைக்கு அவர் பத்திரத்தில் கையெழுத்து போட வர வேண்டுமே./ மகன் இப்படி மக்காக இருக்கிறானே என்று அவருக்கு வருத்தமாக இருந்தது.

ஏக்கம் பெ. **இழந்ததை அல்லது கிடைக்காததை எண்ணுவதால் ஏற்படும் வருத்த உணர்வு;** pining; longing (for). அதிகாரத்தோடும் ஆடம்பரத்தோடும் நடத்திய வாழ்க்கையை எண்ணிய போது ஏக்கப் பெருமூச்சு வெளிப்பட்டது./ வேலை கிடைக்கவில்லையே என்ற ஏக்கத்தால் அவன் மனம் உடைந்துபோயிருக்கிறான்./அன்பை எதிர்பார்த்துக் கிடைக்காத ஏக்கம். [(தொ.சொ.) **தாபம்/ வெறி/ வேட்கை**]

ஏக[1] பெ.அ. **ஏகப்பட்ட;** large; big; a great deal of; plenty. சந்தையில் ஏகக் கூட்டம்/ அவருக்கு ஏக வருமானம்/ அவருக்கு ஏகக் கிராக்கி/ என்ன இன்றைக்குச் சாப்பாடு ஏக தடபுடலாக இருக்கிறதே?.

ஏக[2] பெ.அ. 1: **(பலவாக இருந்தாலும் ஒன்றாக இணைந்த நிலையில்) ஒரே;** (all as) one; (at the) same (time). எல்லோரும் ஏகக் குரலில் 'சரி' என்றார்கள்./ ஏக காலத்தில் கேள்விகள் கேட்டார்கள். 2: (அ.வ.) **(ஒருவரை மட்டும் சுட்டும் போது) ஒரே;** (of person) the one and only. ஏக புத்திரன்/ ஏக புத்திரி.

ஏகத்துக்கு வி.அ. காண்க: **ஏகமாக.**

ஏகதேசம் பெ. (-ஆக, -ஆன) 1: **உத்தேசம்;** approximation. பத்திரிகைச் செய்தி ஏகதேசம் சரியாகத்தான் இருக்கிறது./ நிலத்தின் விலையைத் துல்லியமாகச் சொல்ல முடியாது, ஏகதேசமாகத்தான் கூற முடியும். 2: **அபூர்வம்; அருமை;** rarity. முன்பெல்லாம் ஏகதேசமாக வீட்டுக்கு வந்துகொண்டிருந்தவன் இப்போது அடிக்கடி வர ஆரம்பித்துவிட்டான்.

ஏகப்பட்ட பெ.அ. **(எண்ணிக்கையில், அளவில்) மிகுதியான; ஏராளமான; ஏக;** excessive; enormous; innumerable. அலுவலக நேரத்தில் பேருந்திலும் ரயிலிலும் ஏகப்பட்ட

கூட்டம்./ பண்டிகை நாள் வந்துவிட்டாலே ஏகப்பட்ட செலவுதான்./ அவன்மேல் ஏகப்பட்ட புகார்.

ஏகபத்தினி விரதம் பெ. **மனைவியைத் தவிர வேறு பெண்ணுடன் உறவுகொள்வது இல்லை என்று எடுத்துக்கொள்ளும் உறுதி;** vow to remain faithful to one's wife.

ஏகபோகம் பெ. (-ஆக) 1: **(வேறு யாருக்கும் இல்லாமல்) அனைத்தையும் தன்னிடத்தே கொண்டிருக்கும் ஆதிக்கம்; (ஒருவரிடம்) குவிக்கப்பட்டிருக்கும் உரிமை;** monopoly. அரசியல் ஒரு சிலரின் ஏகபோகம் அல்ல./ இந்தப் புத்தகத்தைத் தென்னிந்தியா முழுவதும் விற்பனை செய்யும் ஏகபோக உரிமையை நாங்கள் பெற்றிருக்கிறோம்./ ஆங்கிலேயர்கள் கப்பல் வணிகத்தை ஏகபோகமாக நடத்திக் கொண்டிருந்த காலம் உண்டு. 2: **அமோகம்;** abundance; plenty. ஏகபோக விளைச்சல்.

ஏகமனதாக வி.அ. **ஒருமனதாக;** unanimously. சட்டசபைக் கூட்டத்தில் தீர்மானம் ஏகமனதாக நிறைவேறியது./ விழாவில் அரசியல் பேசக் கூடாது என்று ஏகமனதாக முடிவு செய்யப்பட்டது.

ஏகமாக வி.அ. **(அளவில்) மிகுதியாக; அதிகமாக;** (of quantity) excessively. அடிபட்ட இடத்தில் மருந்தை ஏகமாகத் தடவியிருக்கிறான்./ அரிக்கன் விளக்கில் திரியை ஏகமாக உயர்த்திவிட்டதால் கண்ணாடியில் கரி பிடித்திருக்கிறது.

ஏகவசனம் பெ. **ஒருவருடன் சண்டை போடும்போது அவரை மரியாதையாகக் குறிப்பிடாமல் ஒருமையில் குறிப்பிடுதல்;** addressing s.o. using impolite words (while quarrelling). 'அவன்', 'இவன்' என்று ஏகவசனத்தில் பேசிவிட்டான்./ சண்டை ஆரம்பித்துவிட்டால் ஏகவசனம் வந்துவிடுகிறது.

ஏகாக்கிர சிந்தை பெ. (அ.வ.) **மனத்தை ஒன்றில் குவித்திருக்கும் நிலை;** single-mindedness.

ஏகாங்கி பெ. (அ.வ.) **(குடும்பம், பொறுப்பு முதலிய வற்றிலிருந்து விலகிய) தனித்த மனிதர்; தனிமையான நபர்;** recluse. அவர் ஏகாங்கியாகவே வாழ்க்கையைக் கழித்துவிட்டார்.

ஏகாதசி பெ. 1: **அமாவாசையிலிருந்தும் பௌர்ணமியிலிருந்தும் (சாப்பிடாமல் விரதம் இருக்கும்) பதினோராவது திதி;** the eleventh day either from the new moon or the full moon on which the religious custom of fasting is observed. 2: **(கேலித் தொனியில்) பட்டினி;** (jocularly) starving. இன்றைக்கும் சம்பளம் கொடுக்காவிட்டால், வீட்டில் ஏகாதசிதான்!

ஏகாதிபத்தியம் பெ. **சிறிய நாடுகள்மீது வலிமை படைத்த நாடுகள் செலுத்தும் அரசியல், பொருளாதார ஆதிக்கம்; மேலாதிக்கம்;** imperialism.

ஏகாந்தம் பெ. (-ஆன) **தனிமையும் அமைதியும் நிறைந்தது;** solitude. இந்த நகரச் சந்தடியை விட்டுவிட்டு எங்காவது ஏகாந்தமான இடத்தில் போய் உட்கார்ந்துவிட வேண்டும் போலிருந்தது.

ஏகு வி. (ஏக, ஏகி) (உ.வ.) **செல்லுதல்;** go. சுதந்திரப் போராட்டத்தில் பங்கேற்றுச் சிறை ஏகிய தொண்டர்கள்/ தந்தையின் கட்டளையைச் சிரமேற்கொண்டு இராமன் காடு ஏகினான்.

ஏகோபித்து/ஏகோபித்த வி.அ./பெ.அ. (அ.வ.) **ஒருமனதாக/ஒருமனதான;** unanimously/unanimous. கோடை விடுமுறைக்குக் காஷ்மீர் செல்ல வேண்டும் என்று ஏகோபித்து முடிவு செய்திருக்கிறோம்./ இது எங்கள் ஏகோபித்த அபிப்பிராயம்.

ஏங்கு வி. (ஏங்க, ஏங்கி) **இழந்ததை அல்லது கிடைக்காததை எண்ணி வருந்துதல்;** long for; pine for; yearn. கல்லூரி நாட்களை நினைத்து மனம் ஏங்கியது./ குழந்தை அன்புக்கு ஏங்குகிறது. [(தொ.சொ.) உருகு/ மருகு/ வருந்து]

ஏச்சு பெ. (ஊரக வ.) **வசவு; திட்டு;** scolding; abuse. உனக்கு நல்லது செய்யப்போய் எனக்கு ஏச்சுதான் கிடைத்தது.

ஏச்சுப்பேச்சு[1] பெ. (இலங்.) **வசவு; திட்டு;** scolding; abuse. சொன்ன வேலையை அப்படியே செய்துவிட்டுப் போகாமல் ஏன் முதலாளியிடம் ஏச்சுப்பேச்சு வாங்கிக் கொண்டிருக்கிறாய்?

ஏச்சுப்பேச்சு[2] பெ. (இலங்.) **(அண்டை அயலாருடன் கொண்டுள்ள சுமுக உறவின் அடையாளமாக வைத்துக்கொள்ளும்) பேச்சுவார்த்தை;** being amicable (with neighbours). பக்கத்து வீட்டுக்காரரை எங்களுக்குப் பிடிக்காது என்பதால் அவர்களிடம் நாங்கள் ஏச்சுப்பேச்சு வைத்துக்கொள்வதில்லை.

ஏசு[1] வி. (ஏச, ஏசி) (ஊரக வ.) **(மோசமான வார்த்தைகளால்) திட்டுதல்; வைதல்;** scold (using abusive language); abuse. 'அவர் என்னைக் கண்டபடி ஏசிவிட்டார்' என்று கூறி அழுதாள்./ அவன் பேசுவதே ஏசுவது போல்தான் இருக்கும்.

ஏசு[2] பெ. (கிறித்.) காண்க: இயேசு கிறிஸ்து.

ஏட்டிக்குப்போட்டி பெ. (-ஆக, -ஆன) (பே.வ.) **வேண்டுமென்றே காட்டும் எதிர்ப்பு/ (இப்படிப்பட்ட எதிர்ப்புடன்) ஒன்றைச் செய்ய வேண்டும் அல்லது சொல்ல வேண்டும் என்ற முனைப்பு;** spiteful competition; rivalry. கேள்வி கேட்டால் ஏட்டிக்குப்போட்டியாக அவனும் கேள்வி கேட்கிறான்./ ஏட்டிக்குப்போட்டியாக எதையாவது செய்துவைக்காதே!

ஏட்டு பெ. (பே.வ.) **தலைமைக் காவலர்;** Head Constable.

ஏட்டுச்சுரைக்காய் பெ. 1: **வாழ்க்கைக்கு உதவாத வெறும் புத்தக அறிவு; அனுபவத்தோடு ஒட்டாத கல்வி;** mere bookishness. 2: **வாழ்க்கைக்கு உதவாத வெறும் புத்தக அறிவை மட்டும் பெற்றிருக்கும் நபர்;** bookish person. இந்த ஏட்டுச்சுரைக்காய்க்கு உலக நடப்பு புரியாது.

ஏட்டுச்சுவடி பெ. **எழுதப்பட்ட பனை ஓலைகளின் தொகுதி;** set of inscribed palm leaves.

ஏட்டைத் திருப்பு வி. (திருப்ப, திருப்பி) **(தன்மேல் சுமத்தப்பட்ட குற்றச்சாட்டை அப்படியே) மற்றவர் மீது சுமத்துதல்;** shift the blame. 'அதை ஏன் அவரிடம் சொன்னாய்?' என்று கேட்டதற்கு, 'நீங்கள்தானே சொல்லச் சொன்னீர்கள்' என்று ஏட்டைத் திருப்பிவிட்டான்.

ஏடாகூடம் பெ. (-ஆக, -ஆன) **முறைதவறிய செயல்; முறைக்கு மாறானது;** sth. improper; sth. amiss. ஆத்திரத்தில்

ஏதாவது ஏடாகூடமாகச் செய்துவிடாதே!/ காலையிலிருந்து மேலதிகாரியோடு சண்டை, இது ஏடாகூடத்தில் தான் முடியப்போகிறது.

ஏடாங்கரிசி பெ. *(ஊரக வ.)* **(ஆண்டுக் கடைசியாக அமையும் இறுதி அறுவடை நாளில், நல்ல நேரம் பார்த்து) அறுவடையை முடித்துக்கொண்டு வரும் விவசாயத் தொழிலாளர்களுக்கு வெற்றிலைபாக்கு, சந்தனம் வழங்கும் மரபு சார்ந்த நிகழ்ச்சி;** greeting tradition of giving betel leaf and sandal paste to farm-hands at an auspicious time on the last day of the season's harvest. நாளைக்கு ஏடாங்கரிசி என்பதால் வெற்றிலைபாக்கு, சந்தனம் வாங்கக் கடைத்தெருவுக்குப் போக வேண்டும்.

ஏடு பெ. **1: (பொதுவாக) பத்திரிகை; (குறிப்பாக) இதழ்;** (generally) magazine; (esp.) periodical. இது ஒரு தரமான இலக்கிய ஏடு./ நாளேடுகளும் வார ஏடுகளும் பெருகிவிட்டன. **2: (பத்திரிகை, புத்தகம் முதலியவற்றின்) தாள்;** sheet; page (of a magazine, book, etc.,). அகராதி ஏடு ஏடாக வந்துவிட்டது. **3: சுவடிக் கட்டு அல்லது அந்தக் கட்டில் ஓர் ஓலை;** palm leaf manuscript or a leaf of the manuscript. பழைய ஏடுகளைப் பரிசோதித்து அவர் இந்த நூலைப் பதிப்பித்தார்./ ஏடும் எழுத்தாணியும் அநேகமாக மறைந்துவிட்டன. **4:** *(பேச்சுக்கு எதிர்மறையாக வரும் போது)* **எழுத்து;** *(நடைமுறைக்கு எதிர்மறையாக வரும் போது)* **எழுதப்பட்டது; நூலில் இடம்பெற்றுள்ளது;** written form; sth. on paper (but not practised or enforced). இது பேச்சு வழக்கில் இல்லை, ஏட்டு வழக்கில் மட்டுமே உள்ளது./ இது ஏட்டில் எழுதாச் சட்டம்/ இந்தத் திட்டங்கள் எல்லாம் ஏட்டளவிலேயே உள்ளன. **5: ஒரு செய்திக்கு ஆதாரமாகும் எழுத்துப் பத்திரம்;** record; register. தினமும் காவல்நிலையத்திற்குச் சென்று ஏட்டில் கையெழுத்திட்டு வர வேண்டும் என்ற நிபந்தனையுடன் வெளியே வந்திருக்கிறார். **6: (பால்) ஆடை;** cream of milk. பாலில் ஏடு படியப்படிய அதை எடுத்துப் பாசந்தி செய்யலாம். **7: சாப்பாடு போடுவதற்காக வாழை இலையை நரம்பு வழியாக இரண்டு பாகமாகக் கிழித்துச் செவ்வகமாக நறுக்கிக்கொள்ளும் இலை;** banana leaf split along the midrib and cut into rectangular pieces from which food can be eaten. ஒரு வாழை இலையில் ஒரு நுனியிலையும் ஆறு ஏடுகளும் வெட்டலாம்.

ஏடுதொடக்கு வி. (-தொடக்க, -தொடக்கி) *(இலங்.)* **(குழந்தைக்கு) நல்ல நாளில் முதல்முதலாகக் கல்வி கற்பிக்கத் தொடங்குதல்;** start teaching a child to read and write on an auspicious day. விஜயதசமியன்று குழந்தைக்கு ஏடுதொடக்கினோம்.

ஏணி பெ. **உயரமான ஓர் இடத்தை அடைவதற்கு வசதியாக இரு நீண்ட மர அல்லது இரும்புக் கழிகளுக்கு இடையில் குறுக்குச் சட்டங்களைப் படிகளாக வைத்துச் செய்யப்பட்ட ஒரு சாதனம்;** (mostly wooden) ladder. நான் கீழே வரும்வரை ஏணியை ஜாக்கிரதையாகப் பிடித்துக்கொள்./ மூங்கில் ஏணி/ *(உரு வ.)* ஏறி வந்த ஏணியை உதறித்தள்ளும் குணம்/ *(உரு வ.)* புகழேணி.

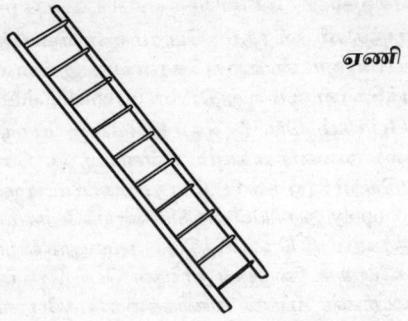

ஏணி

ஏணை பெ. *(வ.வ.)* **தூளி; தொட்டில்;** kind of hammock for babies to sleep in.

ஏத்து வி. (ஏத்த, ஏத்தி) *(உ.வ.)* **(புகழ்ந்து) சிறப்பித்தல்;** praise; glorify. முருகக் கடவுளே! உன்னைப் பாடுகிறோம், புகழ்ந்து ஏத்துகிறோம்.

ஏதனம் பெ. *(இலங்.)* **உணவு பரிமாறப் பயன்படும் பாத்திரங்கள்;** utensils used for serving food.

ஏதாகிலும் வி.அ. **ஏதாவது;** any. ஊழலைக் குறைக்க ஏதாகிலும் யோசனைகள் உங்களுக்கு உண்டா?/ இந்தத் துறையில் சிறப்புப் பயிற்சி ஏதாகிலும் பெற்றிருக்கிறீர்களா?

ஏதாகுதல் வி.அ. *(இலங்.)* **ஏதாவது;** something. ஏதாகுதல் செய்தென்றாலும், எனக்கு இந்தக் காரியத்தை முடித்துத்தா./ ஏதாகுதல் செய்தாவது என் மகளை வெளிநாட்டுக்கு அனுப்ப வேண்டும்./ இந்தக் கல்யாணத்தை ஏதாகுதல் செய்தாவது முடித்துவைப்பேன்.

ஏதாவது பெ. **1: எந்த ஒன்றாவது;** anything; something. கடைக்குப் போகிறேன். ஏதாவது உங்களுக்கு வேண்டுமா?/ வீட்டில் சும்மா இருக்க மாட்டான். ஏதாவது செய்து கொண்டே இருப்பான். **2: குறிப்பிட்ட சூழலில் சுட்டப்பட்டது அல்லது சுட்டப்பட்டதைப் போன்ற ஒன்று;** unspecified kind or quantity of sth. mentioned. காயம் ஏதாவது பட்டதா?/ உன்னிடம் பணம் ஏதாவது இருக்குமா? **3: இப்படிப்பட்டது அல்லது இன்னது என்று குறிப்பிட்டுச் சொல்லாதது;** any; some. சிறு விஷயங்கள் கூட ஏதாவது ஒரு விதத்தில் உபயோகப்படும்./ ஏதாவது ஒரு பேருந்தைப் பிடித்து வீட்டுக்கு வந்துவிடு.

ஏதிலி பெ. *(பெரும்பாலும் பன்மையில்)* **அந்நியன்;** stranger; alien. தன் சொந்த நாட்டிலேயே ஏதிலிகளாக வாழ வேண்டிய கொடுமையை என்னவென்று சொல்வது?/ கிராமங்களில் உதிரிகளாக வாழும் ஏதிலிகளின் வலியையும் அரசு கணக்கில் கொள்ள வேண்டும்.

ஏது[1] பெ. (-ஆக, -ஆன) **1: (ஒரு செயல் அல்லது நிகழ்ச்சி எளிதில் நடப்பதற்கான) வசதி;** sth. that facilitates; sth. that is conducive (to sth.). தேர்தலில் அனைவரும் சிரமமின்றி வாக்களிக்க ஏதுவாக வாக்குச் சாவடி ஊரின் மையத்தில் இருந்தது./ மாணவர்கள் அமைதியாகப் படிக்க ஏதுவான ஒரு சூழ்நிலை பள்ளியில் இருக்க வேண்டும். **2: (ஒன்றுக்கு) காரணம்;** cause (for sth.); scope. தவறு நிகழ்வதற்கு ஏது இல்லாத வகையில் போடப்பட்ட திட்டம் இது.

ஏது[2] பி.பெ. **1: 'குறிப்பிடப்படுவது இல்லை' என்ற பொருளில் பயன்படுத்தப்படும் பிரதிப்பெயர்;** where (implying the negative in the reply). நீ சொல்கிற கோயில் அங்கே ஏது?/ இவ்வளவு பொருள்களையும் வைக்க வீட்டில் ஏது இடம்?/ அவனுக்கு ஏது அந்தத் தைரியம்? **2: எப்படி அல்லது எங்கிருந்து (வந்தது);** how or from where. உனக்கு இவ்வளவு பணம் ஏது?

ஏது[3] இ.சொ. **ஒரு அனுமானத்தைக் கேலியாக வெளிப் படுத்தும்போது வாக்கியத்தின் தொடக்கத்தில் பயன் படுத்தும் இடைச்சொல்;** particle used to jokingly express a presumption. ஏது, போகிற போக்கைப் பார்த்தால் அவரே தொழில் தொடங்கிவிடுவார் போலிருக்கிறதே!/ ஏது, இன்னும் கொஞ்ச நேரம் போனால் நான்தான் இந்த வீட்டுக்குச் சொந்தக்காரன் என்று சொல்லிவிடுவாய் போலிருக்கிறதே?

ஏதேனும் பெ. (உ.வ.) காண்க: **ஏதாவது.**

ஏதோ இ.சொ. **1: ஒருவர் அல்லது ஒன்றின் நிலை, செயல், தன்மை போன்றவற்றைக் குறிப்பிடும் ஒரு வாக்கியத்தை, அவற்றுக்கு மாறானவற்றைக் குறிப் பிடும் மற்றொரு வாக்கியத்துடன் தொடர்புபடுத்தப் பயன்படும் இடைச்சொல்;** particle meaning 'under the circumstances… (that which is specified) a matter of consolation'. யாருக்கும் உதவி செய்யாதவர், ஏதோ இவ் வளவு பணமாவது உனக்குக் கொடுத்தாரே!/ பத்து வருட மாக அவரோடு தொடர்பு கிடையாது. ஏதோ என்னைப் பற்றி உன்னிடம் விசாரித்தாரே. **2: ஒன்றைக் குறித்து மனநிறைவு இல்லாத சூழலில் பயன்படுத்தும் இடைச் சொல்;** particle used to express dissatisfaction about the state of things. 'பரீட்சை எப்படி எழுதியிருக்கிறாய்?' 'ஏதோ எழுதியிருக்கிறேன்.'/ 'எப்படி இருக்கிறீர்கள்?' என்று நண் பரிடம் கேட்டதற்கு 'ஏதோ காலம் ஓடிக்கொண்டிருக் கிறது' என்று சொன்னார்.

ஏந்தல் பெ. (மண்.) **(மட்பாண்டங்கள் சுடும்) சூளை யின் மேற்பகுதிகளுக்குச் செல்ல, அதைச் சுற்றி மூன்று புறமும் சாய்தளமாகக் கட்டப்பட்டிருக்கும் அமைப்பு;** an inclined plane built on three sides of a potter's kiln.

ஏந்து வி. (ஏந்த, ஏந்தி) **1: (வில், கொடி முதலியவற் றைக் கையில் பிடித்து, தோளில் சாத்திச் சற்று) உயர்த் திய நிலையில் தாங்குதல்;** hold aloft; carry; bear. வில் ஏந்திய இராமன் சிலை/ கட்சித் தொண்டர்கள் கொடி ஏந்தி வருகிறார்கள்./ நகரில் துப்பாக்கி ஏந்திய ராணுவத்தினரின் காவல். **2: (உள்ளங்கையில் ஒன்றை வைத்து மார்புக்கு நேராக) பிடித்தல்;** carry (sth. on one's palm at the level of the chest). பால் செம்பை ஏந்தியவாறு உள்ளே நுழைந்தார்./ இப்படிச் செலவு செய்தால் திருவோடு ஏந்த வேண்டியதுதான். **3: (ஒன்றைப் பெறுவதற்கு ஏற்ற நிலையில் உள்ளங்கையை ஒன்றுசேர்த்துக் குழித்து அல்லது துணி முதலியவற்றை விரித்து) முன் நீட்டுதல்;** stretch or hold out one's hands or cloth to receive sth. பிச் சைக்காரனிடம் பாத்திரம் இல்லை, கை ஏந்திச் சாதத்தை வாங்கிக்கொண்டான்./ ஏந்திய மடியில் அரிசியைப் போட் டேன். **4: (ஒன்றுக்கு ஆதாரமாக அல்லது ஒன்று தரை யில் விழாமல்) தாங்குதல்;** rest (sth. in one's palm); hold (the falling thing in hands); support; catch. மோவாயை உள்ளங்கையில் ஏந்திக்கொண்டு யோசனையில் ஆழ்ந் திருந்தான்./ மாடியிலிருந்து விழுந்த குழந்தையை அவர் இரு கையாலும் ஏந்தி உயிரைக் காப்பாற்றினார்.

ஏப்பம் பெ. **(வயிற்றிலிருந்து) வாய்வழியாகச் சத்தத் துடன் வெளிவரும் காற்று;** belch; burp. சாப்பிட்டு முடித்ததும் அவரிடமிருந்து ஒரு பெரிய ஏப்பம் வந்தது./ வயிற்றுக் கோளாறு காரணமாக எனக்கு அடிக்கடி ஏப்பம் வந்துகொண்டிருக்கிறது.

ஏப்பம்விடு வி. (-விட, -விட்டு) **(பணத்தை) அபகரித் தல்; கபளீகரம் செய்தல்;** misappropriate; swindle. கும்பா பிஷேகத்திற்காகத் திரட்டிய நிதியை ஏப்பம்விட்டுவிட் டார்./ சமூகசேவை என்ற பெயரில் ஊரார் பணத்தை ஏப்பம்விட்டுச் சேர்த்த சொத்துதானே இது?/ வேலை வாங்கித் தருவதாகக் கூறி ஏராளமானவர்களின் பணத்தை ஏப்பம்விட்டுவிட்டான்.

ஏம்பலி வி. (ஏம்பலிக்க, ஏம்பலித்து) (இலங்.) **அங்க லாய்த்தல்; குறைபட்டுப் புலம்புதல்;** complain persistently; lament. அந்தந்த நேரத்தில் பிள்ளைகளைப் பார்க் காமல் பிறகு ஏம்பலிக்கக் கூடாது./ ஏன் எல்லாவற்றுக்கும் ஏம்பலித்துக்கொண்டே இருக்கிறாய்?

ஏமம்சாமம் பெ. (இலங்.) **அகாலம்;** ungodly hour. பக் கத்து வீட்டுக்காரர் ஏமம்சாமத்தில் வந்து எழுப்பியதும் பதறிப்போனேன்./ ஊரெல்லாம் திரிந்துவிட்டு வந்து ஏமம்சாமத்தில் கதவைத் தட்டினான்.

ஏமாந்த சோணகிரி பெ. **(சாமர்த்தியம் இல்லாததால்) எல்லோரிடமும் எளிதாக ஏமாறக்கூடிய நபர்;** sucker. அழுகிய காய்கறிகளை வாங்கி வந்திருக்கிறாயே, சரியான ஏமாந்த சோணகிரி!

ஏமாளி பெ. **எளிதில் ஒருவரை அல்லது ஒன்றை நம்பி மோசம்போய்விடக் கூடிய நபர்;** gullible person; sucker. இருநூறு ரூபாய்க்கு ஒரு மின்விசிறி என்ற விளம்பரத்தைப் பார்த்து உடனே பணம் அனுப்புகிற ஏமாளி நான் அல்ல.

ஏமாற்றம் பெ. (-ஆக, -ஆன) **எதிர்பார்ப்பது நிறை வேறாததால் ஏற்படும் மனக்குறை;** disappointment. பத்திரிகைக்கு அனுப்பிய சிறுகதை பிரசுரிக்கப்படாமல் திரும்பி வந்ததில் அவனுக்கு ஒரே ஏமாற்றம்./ பேருந்து முன்பே சென்றுவிட்டது என்று தெரிந்ததும் அவர் ஏமாற்ற மடைந்தார்.

ஏமாற்று[1] வி. (ஏமாற்ற, ஏமாற்றி) **1: (நேர்மையற்ற முறையில் நடந்து அல்லது பொய் சொல்லி ஒருவரை) மோசம் செய்தல்;** cheat; deceive. வெளிநாட்டில் வேலை வாங்கித் தருவதாகக் கூறி ஐயாயிரம் ரூபாய் பெற்றுக் கொண்டு பலரை ஏமாற்றியவன் பிடிபட்டான்./ அவன் உன்னை ஏமாற்றிவிட்டான் என்று சொல்லாதே. நீ ஏமாந்துவிட்டாய் என்று சொல்! **2: (ஒரு நோக்கத்துடன் அல்லது வேடிக்கைக்காக) தந்திரம் செய்தல்;** trick (s.o. into doing sth.); dodge. நம் ராணுவம் அந்நியப் படை களை ஏமாற்றிவிட்டுக் கடல் வழியாகத் தலைநகருக்குள் நுழைந்தது./ குழந்தையை ஏமாற்றித்தான் மருந்து சாப்பிட வைத்தேன்./ ஆசிரியர் வருகிறார் என்று சொல்லி நம்மை

எப்படி ஏமாற்றிவிட்டான்!/ 3: **நம்பிக்கை அல்லது எதிர்பார்ப்பைப் பொய்யாக்கும் விதத்தில் நடந்துகொள்ளுதல்;** let down. உன்னை நம்பி கல்யாணத்துக்கு நாள் குறித்து விட்டேன். என்னை ஏமாற்றிவிடாதே.

ஏமாற்று² பெ. **ஏமாற்றும் செயல்;** fraud; cheat. நமது சமூகத்திலுள்ள ஏமாற்றுப் பேர்வழிகளை நாம் இனங்கண்டு கொள்ள வேண்டும்./ இரு நாடுகளுக்கு இடையேயான இந்த உடன்பாடு ஒரு ஏமாற்று வேலைதான் என்று சில அரசியல் நோக்கர்கள் கருதுகிறார்கள்./ ஆளும் வர்க்கத்தின் சூழ்ச்சிக்கும் ஏமாற்றுக்கும் நாம் அடிபணிந்துவிடக் கூடாது என்றார் அவர்.

ஏமாறு வி. (ஏமாற, ஏமாந்து) 1: **(எதிர்பார்த்து) நம்பிக்கை இழத்தல்; ஏமாற்றம் அடைதல்;** be disappointed. நிச்சயம் வேலை கிடைத்துவிடும் என்று நினைத்து ஏமாற நேர்ந்த சந்தர்ப்பங்கள் எத்தனையோ!/ இன்று அவர் கட்டாயம் வருவார் என்று எதிர்பார்த்து ஏமாந்தேன்./ நியாயவிலைக் கடையில் சர்க்கரை போடுகிறார்கள் என்று கேள்விப்பட்டுப் போனேன். ஏமாந்து திரும்பி வருகிறேன்./ தின்பண்டம் எதுவும் வாங்காமல் போனால் குழந்தை ஏமாந்துவிடும். 2: **(நம்பி) மோசம்போதல்;** be cheated; be deceived (through misplaced trust). அவர் எளிதில் ஏமாற மாட்டார்./ நான் அன்று ஏமாந்த காரணத்தால், இன்று அவஸ்தைப்படுகிறேன்./ ஏமாற ஆள் கிடைத்தால், ஏமாற்றுகிறவனுக்குக் கொண்டாட்டம்தான்./ வேலை வாங்கித் தருவதாகச் சொன்னவரிடம் பணத்தைக் கொடுத்து ஏமாந்துபோனேன்./ நீ நினைக்கிறபடி அவன் சுலபமாக ஏமாறுகிற ஆள் இல்லை. 3: **கவனக்குறைவாக இருத்தல்; அசர்தல்;** be slack or inattentive. இந்த முறை நான் ஏமாற மாட்டேன்./ சற்று ஏமாந்தால் போதும், நம்மைக் கவிழ்த்துவிடுவார்கள்./ ஒரு நிமிஷம் ஏமாந்து விட்டேன், பையைக் காணவில்லை./ ஏமாறுகிற மாதிரி யாராவது நடிப்பார்களா? சும்மா வாய்க்கு வந்ததைச் சொல்லக் கூடாது.

ஏமிலாந்தி பெ. (இலங்.) **கவனக்குறைவாக நடந்து கொள்ளும் நபர்;** forgetful person. அவன் ஒரு ஏமிலாந்தி. அவனிடம் இந்தக் காரியத்தைச் செய்யச் சொன்னாயே!

ஏமிலாந்து வி. (ஏமிலாந்த, ஏமிலாந்தி) (இலங்.) **கவனக் குறைவாக இருத்தல்;** be careless. விளக்கு ஏற்றும் போது ஏமிலாந்தாமல் ஏற்று, இல்லையென்றால் உடுப்பில் நெருப்புப் பட்டுவிடும்.

ஏய் வி. (ஏய்க்க, ஏய்த்து) 1: **(நம்பும்படியாக நடந்து கொண்டு) ஏமாற்றுதல்;** cheat. வீட்டை என் பேரில் எழுதி வைப்பதாக எத்தனையோ முறை சொன்னவர் கடைசியில் என்னை ஏய்த்துவிட்டார்./ என்னை ஏய்க்கலாம், ஊரை ஏய்க்க முடியாது. 2: **(ஏமாற்றி) தப்பிக்க முயலுதல்;** dodge; evade; cheat. கடனைத் திருப்பிக் கொடுக்காமல் ஏய்த்துக்கொண்டுவருகிறான்./ வரி கட்டாமல் ஏய்ப்பது குற்றம்.

ஏய்ப்பு பெ. **(வரி, கடன் போன்றவற்றை) செலுத்தாமல் அல்லது தராமல் ஏமாற்றும் செயல்;** evasion. வருமான வரி ஏய்ப்பைத் தடுக்க அரசு புதிய திட்டங்களை வகுத்துள்ளது.

ஏய்ப்பு காட்டு வி. (காட்ட, காட்டி) (இலங்.) **ஏமாற்றுதல்;** cheat. காசு தருகிறேன் என்று சொல்லி எதற்காகக் குழந்தைக்கு ஏய்ப்பு காட்டுகிறாய்?

ஏர் பெ. **உழுவதற்கு இரண்டு மாடுகள் பூட்டிய கலப்பை;** plough harnessed to a pair of bullocks. வயல் நன்றாகச் சேறு ஆக வேண்டுமென்றால் இன்னொரு சால் ஏர் ஓட்ட வேண்டும்./ நாளை நாள் நன்றாக இருப்பதால் பொன்னேர் பூட்டலாம்.

ஏர்

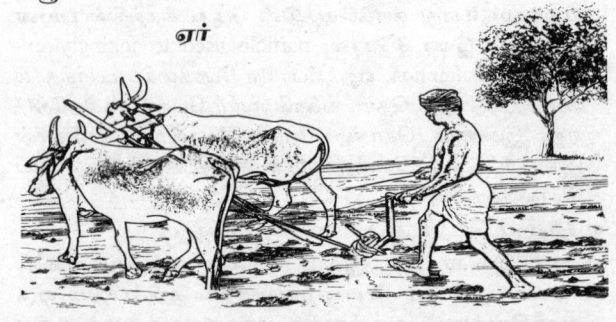

ஏர்க்கால் பெ. 1: **(கலப்பையில்) ஏரையும் நுகத்தடியையும் இணைக்கும் பகுதி;** shaft (of the plough). *(பார்க்க, படம்: கலப்பை)* 2: **மாட்டு வண்டியில் நுகத்தடிக்கு ஆதாரமான நீண்ட கட்டை;** (of a bullock cart) long wooden piece on which the yoke rests.

ஏர்கட்டு வி. (-கட்ட, -கட்டி) **(நிலத்தை உழுவதற்காக) கலப்பையில் மாட்டை இணைத்தல்;** yoke the oxen to the plough.

ஏர்பிடி வி. (-பிடிக்க, -பிடித்து) **(கலப்பை கொண்டு) உழுதல்;** plough; till (the soil). எங்கள் தாத்தா இந்தத் தள்ளாத வயதிலும் வயலுக்குச் சென்று ஏர்பிடிக்கத் தயங்குவதில்லை.

ஏர்பூட்டு வி. (-பூட்ட, -பூட்டி) 1: காண்க: **ஏர்கட்டு.** 2: **(ஒரு பருவத்தில்) சடங்கு செய்து முதல் முறையாக நிலத்தில் உழுதல்;** do the ceremonial first ploughing of the soil in an agricultural season. உங்கள் வயலில் எப்போது ஏர்பூட்டப்போகிறீர்கள்?/ அணையில் நீர் திறந்துவிட்டால் ஏர்பூட்டிவிடலாம்.

ஏராக் கள் பெ. (இலங்.) **(ஒரே பனை மரத்திலிருந்து இறக்கப்படும்) போதை தராத கள்;** sap of a single palmyra tree used as a non-intoxicating drink,. ஏராக் கள் உடல் குளிர்ச்சிக்கு நல்லது./ ஏராக் கள்ளைக் குடித்தால் என்ன வெறி வரும்?

ஏராளம் பெ. (-ஆக, -ஆன) **(எண்ணிக்கையில், அளவில்) அதிகம்;** large number or quantity; plenty. தென்னங் கன்றுகள் அவர் வீட்டில் ஏராளம் உண்டு./ ஏராளமான ஆண்களும் பெண்களும் கிளர்ச்சியில் பங்கேற்றனர்./ அவர் ஏராளமாகச் சொத்து சேர்த்திருக்கிறார். [(தொ.சொ.) **அதிகம்/ அபரிமிதம்/ உபரி/ எக்கச்சக்கம்/ கூடுதல்/ மிகுதி/ மிகை**]

ஏரி¹ பெ. **மழைநீர் வந்துசேர்வதற்கு வசதியாகத் திறந்த பக்கங்களும், நீர் தேங்கி வெளியேறும் பக்கத்தில் கரையும் கொண்டதாக உள்ள, பாசனத்திற்கான பெரிய நீர்நிலை;** lake. [(தொ.சொ.) **கடல்/ குட்டை/ குளம்/ பெருங்கடல்**]

ஏரி[2] பெ. (இலங்.) **(காளையின்) திமில்;** hump (of a bull). காளை மாட்டின் ஏரியில் புண்வந்துவிட்டது.

ஏருவப்படு வி. (-பட, -பட்டு) (இலங்.) **1: (குற்றத்தை ஒப்புக்கொண்டு நீதிமன்றத்தில் அல்லது காவல்துறையினரிடம்) சரணடைதல்;** surrender (in a court of law or to the police pleading guilty). கொலைசெய்துவிட்டுக் காவல் நிலையத்துக்குப் போய் அவன் ஏருவப்பட்டுவிட்டான். **2: ஒரு காரியத்தைச் செய்வதற்குத் தானாக முன்வருதல்;** volunteer. இதைச் செய்வதாக உங்களில் யாராவது ஏருவப்பட்டால் என் சுமை குறையும்.

ஏல் வி. (ஏற்க, ஏற்று) **1: ஒப்புக்கொள்ளுதல்; அங்கிகரித்தல்;** accept; approve; acknowledge. நீண்ட விவாதத்துக்குப் பிறகு திருத்தப்பட்ட அறிக்கையை மாநாடு ஏற்றது./ இது பொதுவாக எல்லோராலும் ஏற்றுக்கொள்ளப்பட்ட விதி./ கூட்டத்தில் உரை நிகழ்த்திய பிறகு மக்களின் வாழ்த்துகளைப் பிரதமர் ஏற்றார்./ அவரைச் சிறந்த எழுத்தாளர்களுள் ஒருவராக ஏற்கத் தடை இல்லை. **2: (பொறுப்பு, பதவி முதலியவற்றை அல்லது தண்டனையை) ஒப்புக்கொள்ளுதல்;** assume; take up; undertake (responsibility, position, etc.,); accept (punishment, penalty). இன்று புதிய முதல்வர் பதவி ஏற்கிறார்./ கிடைக்கும் வேலையை ஏற்பது என்று அவள் தீர்மானித்துக் கொண்டாள்./ நீங்கள் தரும் தண்டனையை ஏற்கத் தயாராக இருக்கிறேன். **3: (நாடகத்தில், திரைப்படத்தில் குறிப்பிட்ட பாத்திரத்தை) மேற்கொள்ளுதல்;** play (a character) in a play, etc., அவர் பல முறை முருகன் வேடம் ஏற்று நடித்திருக்கிறார்./ இராவணன் பாத்திரத்தை அவர் ஏற்க மறுத்தார். **4: (விண்ணப்பம் முதலியவற்றை) பெறுதல்;** receive. பூர்த்திசெய்யப்பட்ட விண்ணப்பங்களை ஏற்கும் கடைசித் தேதியும் முடிந்துவிட்டது. **5: உறிஞ்சி உட்கொள்ளுதல்; கிரகித்தல்;** absorb; take. புதிய ரக நெல் சுமாராக உரம் ஏற்றுச் செழித்து வளரும் இயல்பு உடையது./ இந்தத் துணி சாயம் ஏற்காது. **6:** (இலக்.) **(ஒரு சொல் இன்னொரு சொல்லை) சேர்த்துக்கொள்ளுதல்;** (of words) take (the forms mentioned). இரண்டாம் வேற்றுமை ஏற்ற பெயர்ச்சொற்களுக்குப் பின் ஒற்று மிகும்./ 'ஓடுதல்' என்ற சொல் '-தல்' விகுதி ஏற்ற தொழிற்பெயர் ஆகும்./ வினைச்சொல் வினையடை ஏற்கும்.

ஏலக்காய் பெ. காண்க: ஏலம்[2].

ஏலச்சீட்டு பெ. (பே.வ.) **சீட்டின் மொத்தத் தொகையில் அதிகபட்சக் கழிவை ஒப்புக்கொண்டு மீதித் தொகையைப் பெறும் சேமிப்பு ஏற்பாடு;** arrangement in which members pay a specified amount every month and the pooled amount is given to the person agreeing to the maximum deduction.

ஏலத்தில் விடு வி. (விட, விட்டு) (இலங்.) **(ஒன்றை) ஏலம் விடுவதன் மூலம் விற்பனை செய்தல்;** sell sth. by auction; auction (sth.). வீடுகளை ஏலத்தில் விட்டால் விற்றுப்போடலாம்./ வங்கியில் அடகு வைத்த நகையைத் திரும்ப எடுக்காவிட்டால் ஏலத்தில் விடுவார்கள்.

ஏலம்[1] பெ. **பலர் கூடியுள்ள ஒரு கூட்டத்தில் அதிகபட்ச விலைக்குப் பொருளைக் கேட்போருக்கு விற்கும் விற்பனை முறை/வணிக ரீதியில் ஒரு பொறுப்பை லாபகரமான முறையில் நிறைவேற்றுவதற்கான உரிமையை ஒப்பந்தப்புள்ளிகளின் அடிப்படையில் ஒருவருக்கு வழங்கும் முறை;** auction. அடகு வைத்த தங்க நகைகள் ஏலம்./ நவீன ஓவியங்கள் ஏலத்தில் விரும்பி வாங்கப்படுகின்றன./ உலகக் கோப்பை கிரிக்கெட் போட்டிகளை ஒளிபரப்புவதற்காக நடைபெற்ற ஏலத்தில் எதிர்பார்த்ததைவிட அதிகத் தொகை கிடைத்தது./ புதிய மேம்பாலம் கட்டுவதற்கான ஏலம் குறைந்தபட்சத் தொகையைக் கேட்பவர்களுக்கே தரப்படும்.

ஏலம்[2] பெ. **(உணவுப் பண்டங்களில் சுவைக்காகச் சேர்க்கப்படுவதும் மருந்தாகப் பயன்படுவதுமான) நறுமணம் உடைய சிறு விதைகள் கொண்ட காய்/அந்தக் காயைத் தரும் செடி;** cardamom.

ஏலரிசி பெ. **ஏலக்காயின் உள்ளே இருக்கும் விதை;** seed of the cardamom fruit.

ஏலவே வி.அ. (இலங்.) **ஏற்கனவே; முன்பே;** already. நாம் ஏலவே கூறியதை இங்கு சற்று விரிவாக ஆராய்வோம்.

ஏலாவாளி பெ. (இலங்.) **ஒன்றுக்கும் இயலாதவர்;** person without means or livelihood. அப்பா ஏலாவாளியாகப் போய்விட்டார். மகன் தலையெடுத்துச் சம்பாதித்தால் தான் உண்டு./ ஏலாவாளிகளை ஏன் இப்படிக் கரைச்சல் படுத்துகிறார்கள்?/ நான் ஏலாவாளியாய்ப் போனதால் எல்லோரும் ஏறி மிதிக்கிறார்கள்.

ஏவங்கேள் வி. (-கேட்க, -கேட்டு) (இலங்.) **நியாயம் கேட்டல்;** question (sth.). தனது பிள்ளையை அடித்ததற்காக ஆசிரியரிடம் ஏவங்கேட்கத் தந்தை சென்றார்.

ஏவல் பெ. **1: (ஒன்றைச் செய்யுமாறு இடும்) ஆணை; கட்டளை;** order; command; bidding. தந்தையின் ஏவலை ஏற்றுக் காட்டுக்குச் சென்ற இராமன் கதை. **2: (பிறர் விதிக்கும் அல்லது இடும்) பணி;** performing tasks for s.o. வேலை செய்பவர்கள் கைகட்டி ஏவல் செய்யக் காத்திருந்த காலம் போய்விட்டது./ யாரிடமும் ஏவல் செய்ய விரும்பாததால் அவர் சொந்தமாகத் தொழில் தொடங்கினார். **3:** (இலக்.) **ஒன்றைச் செய்யச் சொல்லும் விதத்தில் உள்ள வினை வடிவம்;** imperative verb. 'நீ இங்கு வா' என்ற வாக்கியத்தில் 'வா' ஏவல் வினை வடிவத்தில் உள்ளது. **4: (தாக்குவதற்காக) தூண்டிவிடப்படுவது;** s.o. or sth. incited or urged to attack. ஏவல் நாயின் கோரப் பிடியில் சிக்கினான். **5:** (வ.வ.) **கேடு விளைவிக்கும் நோக்கத்தில் ஒருவர்மீது பேய் போன்ற தீயசக்திகளை ஏவுதல்;** kind of witchcraft, setting evil spirits on s.o. அவன் இரத்த வாந்தி எடுப்பதற்குக் காரணம், யாரோ அவனுக்கு ஏவல் வைத்துவிட்டதுதானாம்.

ஏவல்பேய் பெ. (இலங்.) **மற்றவர்கள் சொல்வதைப் பற்றிச் சிந்தித்துப்பார்க்காமல் அப்படியே ஏற்றுக் கொண்டு அதைச் செய்து முடிக்கும் நபர்;** one who does what others say without thinking for oneself. உன் அண்ணா திருமணத்தை ஏன் நிறுத்தினார் என்று கேட்க வேண்டாம். அவர் ஒரு ஏவல் பேய்./ தேவையற்ற விதத்தில் யாரோ பேசியதைக் கேட்டு என்னுடன் ஏன் சண்டை போடுகிறாய்? நீ என்ன ஏவல்பேயா?

ஏவல்மேவல் பெ. (இலங்.) **எடுபிடி வேலை;** petty errands; odd jobs. பதவிக் காலத்தில் வீடு, தோட்டம், வயல், வில் வண்டி, ஏவல்மேவல் செய்ய ஆட்கள் எல்லாம் இருந்தது.

ஏவலாள் பெ. *(உ.வ.)* **ஒருவர் இடும் கட்டளையை ஏற்றுப் பணிவிடை செய்பவன்; பணியாள்;** servant; attendant.

ஏவறை பெ. (இலங்.) **ஏப்பம்;** belch.

ஏவாள் பெ. (கிறித்.) **கடவுள் ஆதாமிடமிருந்து படைத்ததாக விவிலியத்தில் கூறப்படும் முதல் பெண்;** first woman according to the Bible; Eve.

ஏவு வி. *(ஏவ, ஏவி)* **1: (தாக்குவதற்காக ஒருவரை அல்லது ஒரு விலங்கை) தூண்டுதல்;** set (s.o. or sth.) on. குண்டர்களை ஏவி அவர் எங்களைப் பயமுறுத்தினார்./ திருடர்கள்மீது அவர் நாயை ஏவிவிட்டார். [*(தொ.சொ.)* **உசுப்பு/ உசுப்பேற்று/ கிளப்பு/ தூண்டு**] **2: (வன்முறை, அடக்குமுறை முதலியவற்றை) கட்டவிழ்த்துவிடுதல்;** let loose (violence, etc.,); unleash. அடக்குமுறையை ஏவி விட்டு மக்களின் போராட்டத்தை அடக்கிவிட முடியாது. **3: (வேலை செய்யும்படி) கட்டளையிடுதல்; பணித்தல்;** order s.o. about. நான் போன நேரம் அவர் வேலைக் காரர்களை ஏவிக்கொண்டிருந்தார்./ 'என்னை ஏவுவதற்கு நீ யார்?' என்று அவர் கேட்டார். **4: (ஏவுகணை முதலியவற்றை ஓர் இலக்கு நோக்கி) அனுப்புதல்; செலுத்துதல்;** launch (a missile, etc.,). ஏவுகணைகளை ஏவிப் பலத்த சேதம் விளைவித்த போர் இது.

ஏவுகணை பெ. **தொலைவில் அல்லது உயரத்தில் உள்ள ஓர் இலக்கைக் குறிவைத்துத் தாக்குவதற்குச் செலுத்தப்படும் ராணுவ ஆயுதம்;** missile. குறுகிய தூர ஏவுகணை.

ஏவுகலம் பெ. **செயற்கைக்கோளை ஏற்றிச் செல்லும் சாதனம்;** satellite launching vehicle. செயற்கைக்கோளை அதன் சுற்றுவட்டப் பாதையில் செலுத்தும் வகையில் ஏவுகலம் வடிவமைக்கப்பட்டுள்ளது./ ஏவுகலத்தில் ஏற்பட்ட கோளாறினால் செயற்கைக்கோள் செலுத்துவது ஒத்திப் போடப்பட்டிருக்கிறது.

ஏவுதளம் பெ. **ஏவுகலம் செலுத்தப்படுவதற்கு ஏற்ற தொழில்நுட்ப வசதிகளுடன் அமைந்த இடம்;** launching pad. ஸ்ரீஹரிகோட்டா ஏவுதளத்திலிருந்து செயற்கைக் கோள் வெற்றிகரமாக விண்ணில் ஏவப்பட்டது.

ஏவு வாகனம் பெ. **ஏவுகலம்;** satellite launching vehicle.

ஏழ் பெ.அ. **(உயிரெழுத்துகளில் தொடங்கும் பெயர்களின் முன்) ஏழு என்பதன் பெயரடை வடிவம்;** adjectival form of ஏழு (before a vowel). ஏழிசை/ ஏழுலகு/ ஏழுருக்குக் கேட்கும் படியாகக் கத்தாதே!

ஏழ்மை பெ. *(-ஆன)* **1: வறுமை;** poverty. நாட்டிலிருந்து ஏழ்மையை ஒழிக்கப் பல்வேறு திட்டங்கள் போடுகிறோம். **2: பொருள் வசதி இல்லாமை;** want of means. அவர் மிக ஏழ்மையான குடும்பத்திலிருந்து வந்தவர்.

ஏழரை நாட்டுச் சனி பெ. *(சோதி.)* **கோசார முறைப்படி ஒருவருடைய ஜென்ம ராசிக்கு 1, 2, 12 ஆகிய ராசிகளில் ஒவ்வொன்றிலும் இரண்டரை ஆண்டுகள் சனி சஞ்சரிப்பதால் ஏற்படும் பலன்;** adverse effects caused by Saturn when it occupies, two and a half years each, the 1st, 2nd and 12th *ராசி* from the natal moon. இவருடைய நட்சத்திரத்தின்படி இவருக்கு ஏழரை நாட்டுச் சனி நாற்பத்தேழு வயதில் ஆரம்பிக்கிறது.

ஏழாம் பொருத்தம் பெ. *(பே.வ.)* **ஒருவர் மற்றொருவரோடு ஒத்துப்போக முடியாத நிலை; இருவரிடையே காணப்படும் இணக்கமற்ற நிலை;** incompatibility. அக்காவுக்கும் தங்கைக்கும் ஏழாம் பொருத்தம்தான்.

ஏழிலைக் கிழங்கு பெ.(வ.வ.) **மரவள்ளிக் கிழங்கு;** cassava.

ஏழு பெ. **ஆறு என்ற எண்ணுக்கு அடுத்த எண்;** (number) seven.

ஏழேழு ஜென்மத்திற்கும் வி.அ. **இனி ஒரு போதும்;** forever. நீ செய்த உதவியை ஏழேழு ஜென்மத்திற்கும் மறக்க மாட்டேன்./ ஏழேழு ஜென்மத்திற்கும் இந்த ஊருக்குள் நான் காலடி வைக்க மாட்டேன்./ இப்படி ஒரு அனுபவம் ஏழேழு ஜென்மத்திற்கும் எனக்கு வேண்டாம்.

ஏழை பெ. **1: வறுமையில் இருப்பவர்;** poor person. அவன் ஒரு பரம ஏழை. அவனால் இவ்வளவு பணம் கொடுக்க முடியாது./ ஏழையால் யாரை எதிர்க்க முடியும்? **2: (பெரும்பாலும் பெயரடையாக) போதிய பொருள் வசதி இல்லாத நிலை;** state of being poor. ஏழை மக்கள்/ ஏழை நாடுகள்.

ஏழை எளிய பெ.அ. **(பொருளாதாரத்தில்) நலிவுற்ற; அடிப்படை வசதிகள்கூடப் பெற்றிருக்காத;** the poor and the helpless. ஏழை எளியோருக்கான பள்ளிக்கூடம்./ இந்தப் பகுதியில் ஏழை எளிய மக்கள் நிறைய பேர் வசிக்கின்றனர்.

ஏழைப்பங்காளன் பெ. **ஏழைகளின் துன்பங்களில் தானும் பங்கேற்று அவர்களுக்கு வேண்டிய உதவிகள் செய்பவன்;** saviour of the poor. அவர் ஏழைகளின் நண்பன், ஏழைப்பங்காளன்.

ஏழைபாழை பெ. **ஏழையும் ஆதரவற்றவரும்; ஏழை எளியவர்;** the poor and the destitute. இப்படி வீணாகச் செலவழித்ததற்குப் பதிலாக ஏழைபாழைகளுக்கு ஒரு வேளை சோறாவது போட்டிருக்கலாம்.

ஏளனம் பெ. *(-ஆக)* **அலட்சியப்படுத்திக் கேலிசெய்து தாழ்த்தி மதிப்பிடும் போக்கு;** derision; jeering; sarcasm. 'காய்கறியில் என்ன சத்து இருக்கிறது?' என்று கேட்டு விட்டு ஏளனமாகச் சிரித்தார்./ அவர் ஏளனம் தொனிக்கக் கேட்டதால்தான் எனக்குக் கோபம் வந்தது. [*(தொ.சொ.)* **கிண்டல்/ குத்தல்/ கேலி/ நக்கல்**]

ஏற்கனவே வி.அ. **(சொல்லப்படும் இந்த நேரத்துக்கு) முன்பே; (கட்டுரை முதலியவற்றில், குறிப்பிடப்படும் இந்த இடத்துக்கு) முந்திய பகுதியில்;** (in time and space) already. நிவாரணப் பொருள்கள் ஏற்கனவே அனுப்பப்பட்டு விட்டன./ எனக்கு ஏற்கனவே பழக்கமானவர்./ மேலை நாடுகளுடன் தமிழகம் கொண்டிருந்த வணிகத் தொடர்பை ஏற்கனவே கண்டோம்.

ஏற்கெனவே வி.அ. காண்க: **ஏற்கனவே.**

-ஏற்ப இ.சொ. **நான்காம் வேற்றுமை உருபு ஏற்ற பெயர்ச் சொல்லுடன் இணைக்கப்பட்டு 'தகுந்த', 'தகுந்தபடி' என்னும் பொருளைத் தரும் இடைச்சொல்;** particle meaning 'according to'; 'in accordance with'; 'in harmony (with)'. புதிய தொழில்நுட்பத்திற்கேற்பப் பயிற்சி பெறுவது அவசியம்./ அவள் சொல்வதற்கேற்ப இவனும் ஆடுகிறான்./ இசைக்கேற்ப அங்க அசைவுகள் இருக்க வேண்டும்.

ஏற்படு வி. *(ஏற்பட, ஏற்பட்டு)* **1: (பாதிப்பு, விபத்து போன்றவை) நேரிடுதல்;** (of accident, damage, etc.,) happen; occur; be caused. பெரு மழையால் கடந்த ஆண்டு பலத்த சேதம் ஏற்பட்டது./ கவனக்குறைவாக வாகனத்தை ஓட்டிச்சென்றதால் விபத்து ஏற்பட்டது./ அவனுக்கு ஏற்பட்ட அதிர்ச்சியிலிருந்து இன்னும் அவன் மீளவில்லை. **2: (நோய், காயம்) உண்டாதல்;** (of injury) sustain. கல்லில் இடறி விழுந்ததால் காலில் காயம் ஏற்பட்டது./ அசுத்தமான நீரைக் குடிப்பதால் வயிற்றுப்போக்கு ஏற்படுகிறது. **3: (ஒன்று தானாகவோ அல்லது குறிப்பிட்ட செயலின் மூலமோ) உருவாதல்;** (of cloud, etc.,) form; occur; be produced. நீர்நிலைகளிலிருந்து ஆவியான நீர் மேகமாகிப் பின் மழை ஏற்படுகிறது./ நிலநடுக்கம் எப்போது ஏற்படும் என்பதைக் கணிப்பது கடினம்./ நீராவியால் ஏற்படும் விசையின் காரணமாக நீராவி இயந்திரம் இயங்குகிறது./ எரிகற்கள் மோதியதால் ஏற்பட்ட பள்ளங்கள் பூமியில் காணப்படுகின்றன. **4: (ஒரு சூழ்நிலையில் ஒன்று) தோன்றுதல்; எழுதல்; (உணர்ச்சி, குறிப்பிட்ட நிலை போன்றவை) உண்டாதல்;** arise; appear (in a situation). யுத்தம் ஏற்பட வாய்ப்பு இருக்கிறது./ என்னைப் பற்றி இப்படி ஒரு தவறான கருத்து ஏற்பட்டிருக்கிறதா?/ எனக்கு அவன்மேல் சந்தேகம் ஏற்பட்டது./ இரு நாடுகளுக்கிடையே போர் நிறுத்தத்திற்கான ஒப்பந்தம் ஏற்பட்டது./ திடீரென்று அவனைப் பார்த்ததும் எனக்கு மகிழ்ச்சி ஏற்பட்டது./ அவரைப் பற்றி நினைத்தாலே வியப்பு ஏற்படும்./ இசையின் காரணமாக இருவருக்கிடையே நெருக்கம் ஏற்பட்டது./ வேலைப் பளுவின் காரணமாக எனக்குக் களைப்பு ஏற்பட்டது. **5: (ஒன்று) நிறுவப்படுதல்;** be established; be formed. தொழிற்சங்கங்கள் ஏற்பட்ட பின்புதான் தொழிலாளர்களுக்குத் தக்க ஊதியம் கிடைத்தது.

ஏற்படுத்து வி. *(ஏற்படுத்த, ஏற்படுத்தி)* **1: (குறிப்பிட்ட நிலை, உணர்ச்சி, விளைவு போன்றவற்றை) உண்டாக்குதல்;** cause; bring about. புயல் பெரும் சேதத்தை ஏற்படுத்தியது./ கண்ணாடிச் சில்லு காலில் குத்திக் காயத்தை ஏற்படுத்திவிட்டது./ திரைப்படம்மூலம் மக்களிடையே விழிப்புணர்ச்சி ஏற்படுத்திய பழம் பெரும் நடிகர் இவர்./ இருநாடுகளும் சண்டை நிறுத்த ஒப்பந்தம் ஒன்றை ஏற்படுத்திக்கொண்டன./ அவனது நிலைமை எனக்குப் பரிதாபத்தை ஏற்படுத்தியது./ அவருடைய பேச்சு எனக்குச் சந்தேகத்தை ஏற்படுத்தியது. **2: (அமைப்பு, கட்டடம், திட்டம் போன்றவற்றை) உருவாக்குதல்; நிறுவுதல்;** establish; found (an institution); institute. தொழிலாளர்களின் நன்மை கருதியே தொழிற்சங்கங்கள் ஏற்படுத்தப்பட்டுள்ளன./ இந்த மாவட்டத்தில் சில தொழிற்சாலைகளை ஏற்படுத்த அரசு திட்டமிட்டுள்ளது./ ஆண்டுக்கு ஒரு கோடி பேருக்கு வேலை வழங்கும் திட்டம் ஏற்படுத்தப்பட்டது./ மறைந்த எழுத்தாளரின் குடும்பத்திற்காக ஏற்படுத்தப்பட்ட நிதி. **3: (வசதி, தொடர்பு போன்றவற்றை) உருவாக்குதல்;** organize; establish. எனக்குத் தேவையான வசதிகளை ஏற்படுத்திக்கொண்டேன்./ இளைஞராக இருக்கும்போதே இவர் புரட்சியாளர்களுடன் தொடர்பை ஏற்படுத்திக்கொண்டார்.

ஏற்பாட்டாளர் பெ. *(இலங்.)* **ஒரு செயல், நிகழ்ச்சி முதலியவை நடைபெறுவதற்கு ஏற்பாடு செய்பவர்; ஏற்பாட்டாளர்;** organizer (of an event, function, etc.,). கோயில் திருவிழாவுக்கு ஏற்பாட்டாளரே அவன்தான்./ விழா ஏற்பாட்டாளரே நிகழ்ச்சியைக் குழப்பினால் பார்வையாளர்கள் சும்மா இருப்பார்களா?

ஏற்பாடு பெ. **1: செயல், நிகழ்ச்சி முதலியவை நடைபெறுவதற்கு எடுக்கப்படும் நடவடிக்கை; வழி;** preparatory work; arrangements. திருமணத்துக்கான ஏற்பாடுகள் நடந்துவருகின்றன./ வெளிநாடு செல்வதற்கான எல்லா ஏற்பாடுகளையும் முடித்துவிட்டேன்./ பலத்த மழையினால் வீடு இழந்தவர்கள் தங்குவதற்கான ஏற்பாடுகளைச் செய்வதாக அமைச்சர் உறுதி அளித்தார்./ பறிபோன பணத்துக்கு வேறு வகையில் ஏற்பாடு செய்தாக வேண்டும். **2: (குறிப்பிட்ட முறையில் உருவாக்கப்பட்ட அல்லது திட்டமிட்ட) அமைப்பு;** arrangement; device. வெளியிலிருந்து இழுத்துச் சாத்தினாலே பூட்டிக்கொள்ளும் ஏற்பாடுள்ள கதவு.

ஏற்பு பெ. **(பெரும்பாலும் செய்தித்தாளில் செய்திக்கான தலைப்பாக வரும்போது) அதிகாரபூர்வமான முறையில் அங்கீகரித்தல்; பெற்றுக்கொள்ளுதல் அல்லது ஒப்புக்கொள்ளுதல்;** acceptance; assumption (of office). முதலமைச்சரின் ராஜினாமா ஏற்பு./ புதிய அமைச்சரவை பதவி ஏற்பு. [*(தொ.சொ.)* **அனுமதி/ இசைவு/ ஒப்புதல்**]

ஏற்புடைய பெ.அ. **1:** *(உ.வ.)* **உகந்த; ஏற்ற;** suitable; agreeable. நீங்கள் எங்களுக்கு ஏற்புடைய கருத்துகளையே கூறினீர்கள்./ மக்களுக்கு ஏற்புடைய திட்டங்களை அமல்படுத்துவது எளிது. **2: ஏற்றுக்கொள்ளத்தக்க;** acceptable. அமெரிக்க அரசின் நிலை இந்தியாவுக்கு ஏற்புடையது அல்ல.

ஏற்புத்திறன் பெ. *(இயற்.)* **ஏற்றுக்கொள்கிற தன்மை;** absorbing capacity. தேனிரும்புக்குக் காந்த ஏற்புத்திறன் அதிகம்.

ஏற்புரை பெ. **பாராட்டப்படுபவர் தன்னைப் பற்றி அல்லது தன் சேவையைப் பற்றிக் கூட்டத்தில் கூறிய பாராட்டுகளை ஏற்றுக்கொள்ளும் முறையில் பேசும் பேச்சு;** speech made by one accepting felicitations.

ஏற்புவலி பெ. *(இலங்.)* **தசைவிறைப்பு ஜன்னி; வில்வாத ஜன்னி;** tetanus. குழந்தை ஏற்புவலியால் இறந்துவிட்டது.

ஏற்பூசி பெ. *(இலங்.)* **தடுப்பூசி;** vaccination. நாய் கடித்ததனால் மகளுக்கு ஏற்பூசி போட்டேன்./ காலில் துருப்பிடித்த ஆணி குத்திவிட்டது. உடனடியாக ஏற்பூசி போடவேண்டும்.

ஏற்ற பெ.அ. **தகுந்த; பொருத்தமான; உரிய;** agreeable; suitable; fitting; proper. பெண்ணுக்கு ஏற்ற வரன் இவன்தான் என்று தீர்மானித்துவிட்டார்./ அவனுக்கு ஏற்ற வேலை கிடைத்துவிட்டது./ காலத்துக்கு ஏற்ற உடை அணிந்துகொள்வார்.

ஏற்ற இறக்கம் பெ. **(அதிகரிக்க அல்லது குறையச் சாத்தியம் உள்ளவற்றில் ஒன்று) சில சமயம் உயர்ந்தும் சில சமயம் தாழ்ந்தும் காணப்படும் போக்கு;** (tonal) modulation; fluctuation; undulation. மேடைப் பேச்சாளர்கள் குரலில் ஏற்ற இறக்கத்தோடு பேசுகிறார்கள்./ பங்குகளின் விலையில் ஏற்பட்ட ஏற்ற இறக்கங்களைக் காட்டும் வரைபடம்./ மின்னழுத்தத்தில் ஏற்படும் ஏற்ற இறக்கங்களால் கணிப்பொறிகள், தொலைக்காட்சிப் பெட்டிகளெல்லாம் பாதிப்படைகின்றன.

ஏற்றத்தாழ்வு பெ. 1: **(மனிதரிடையே அல்லது சமுதாயத்தில் காணப்படும்) தர வேறுபாடு;** inequality; inequalities; discrimination. ஏழை-பணக்காரன், படித்தவன்-படிக்காதவன் என்று எத்தனை விதமான ஏற்றத்தாழ்வுகள்!/ குழந்தைகளிடையே ஏற்றத்தாழ்வு கற்பிக்காதே! **2: (-ஆன) சரிசமம் அற்றது;** being unfair; being unequal. வருமானத்தின் ஏற்றத்தாழ்வான பகிர்வு.

ஏற்றப்பாடல் பெ. **(கிராமங்களில்) ஏற்றம் இறைக்கும் போது பாடும் பாடல்;** song sung by farmhands while working on ஏற்றம்.

ஏற்றம்[1] பெ. **1: (விலை) அதிகரிப்பு;** rise (in price). விலைவாசி ஏற்றத்தைக் கட்டுப்படுத்தக் கடும் நடவடிக்கைகள் எடுக்கப்படும் என்று நிதியமைச்சர் உறுதியளித்தார். **2: (சாலையில்) உயர்ந்து செல்லும் இடம்; மேடான இடம்;** uphill. இந்த ஏற்றத்தில் வண்டி போவது கடினம். **3:** *(உ.வ.)* **மேன்மை; சிறப்பு;** excellence; high position. அயராத உழைப்பினால்தான் அவர் இன்று வாழ்வில் ஏற்றத்தை அடைந்துள்ளார்./ நல்ல மொழிபெயர்ப்புகள் மொழிக்கு வளமும் ஏற்றமும் தருகின்றன.

ஏற்றம்[2] பெ. **கிணறு போன்ற நீர்நிலைகளின் விளிம்பில் நடப்பட்ட மரம் ஒன்றின் உச்சியில் ஒரு நீளமான கழியைக் குறுக்காகப் பொருத்தி அதன் ஒரு முனையில் சால் ஒன்றையும், மறுமுனையில் அதற்கேற்ற பாரத்தையும் கட்டி, இலகுவாக நீர் இறைக்கப் பயன்படுத்தும் ஓர் அமைப்பு;** apparatus for lifting water for irrigation from sources like well, lake, etc.,

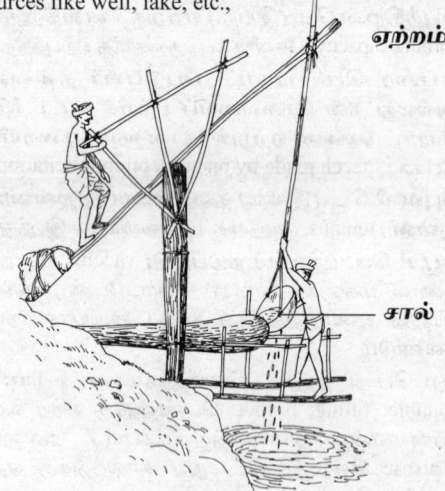

ஏற்றம்
சால்

ஏற்றம்[3] பெ. *(வேதி.)* **குறிப்பிட்ட வேதிப்பொருளை மற்றொரு வேதிப்பொருளோடு சேர்க்கும் செயல்;** mix or treat (chemicals). ஆக்சிஜனேற்றம்/ ஹைட்ரஜனேற்றம்.

ஏற்றி பெ. *(வேதி.)* **குறிப்பிட்ட வேதிப்பொருளை மற்றொரு வேதிப்பொருளோடு சேர்க்க உதவும் பொருள்;** agent.

ஏற்று[1] வி. *(ஏற்ற, ஏற்றி)* **அ.** *(ஒன்றினுள் அல்லது ஓர் இடத்தின் மேல் வந்திருக்கும்படி செய்தல் தொடர்பான வழக்கு)* **1: (வாகனத்தில்) ஏறச் செய்தல்;** take on board; help s.o. board (a vehicle). பேருந்தில் அதிகப் பயணிகளை ஏற்றுவது தவறு./ அம்மாவை வண்டியில் ஏற்றிவிட்டு வீட்டுக்கு வந்தேன். **2: (ஒன்றின் மேல்) தூக்கிவைத்தல்; (ஒருவரை அல்லது ஒன்றை) ஒரு இடத்திற்கு மேலே போகச் செய்தல்;** load; lift (sth. into or onto sth.); place (sth. upon or over sth.). எல்லாச் சாமான்களையும் வண்டியில் ஏற்றிவிட்டீர்களா?/ பால் பாத்திரத்தை இப்போதுதான் அடுப்பில் ஏற்றினேன்./ அவனைக் குதிரை மேல் ஏற்றி உட்காரவைத்தேன்./ *(உரு வ.)* கலை உலகில் என்னை ஏற்றிவைத்த பெருமை என் அன்னையைச் சாரும். **ஆ.** *(ஒன்றின் மீது போகச் செய்தல் தொடர்பான வழக்கு)* **3: (கீழே கிடப்பதன் மேல் ஒன்றை) செலுத்துதல்;** run over (sth.). தெருவில் விளையாடும் குழந்தைகள் மேல் ஏற்றிவிடாமல் பார்த்து லாரியை ஓட்டு. **இ.** *(மேல் நோக்கிப் போகச் செய்தல் தொடர்பான வழக்கு)* **4: (கம்பத்தில் கொடியை) உயர்த்துதல்;** hoist (a flag). தேசியக் கொடி ஏற்றப்பட்டதும் தேசிய கீதம் ஒலித்தது./ காலையில் ஏற்றிய கொடியை மாலையில்தான் இறக்குவார்கள். **5: (நீரை) மேலே போகச் செய்தல்;** pump up (water). நீரேற்று நிலையம். **6: (கீழ்நோக்கி வருவதை அல்லது ஒரு நிலையிலிருப்பதை) உயர்த்துதல்;** raise (sth.) move up (a sliding thing). மூக்கில் இறங்கியிருந்த கண்ணாடியை விரல்களால் ஏற்றிவிட்டுக்கொண்டு பேச ஆரம்பித்தார்./ கையில் சரிந்த துண்டைத் தோளில் ஏற்றிப் போட்டுக்கொண்டார்./ படத்தை இன்னும் சிறிது ஏற்றி மாட்டு! **7: (விலை, அளவு, தன்மை முதலியவற்றை) உயர்த்துதல்; அதிகப்படுத்துதல்;** increase (price, fare, etc.,); put up. வீட்டுக்காரர் ஆறு மாதத்திற்கு ஒருமுறை வாடகையை ஏற்றிவிடுகிறார். [*(தொ.சொ.)* **அதிகரி/ உயர்த்து/ கூட்டு/** பெருக்கு] **8: (குரலை) உயர்த்துதல்;** raise. குரலைப் படிப்படியாக எப்படி ஏற்றி இறக்கலாம் என்ற பயிற்சி நடிகர்களுக்கு அளிக்கப்படுகிறது. **9:** *(உ.வ.)* **உயர்வாகக் கூறுதல்;** praise; glorify. இறைவனது திரு விளையாடல்கள் ஏற்றிப் போற்றப்படுகின்றன. **ஈ.** *(உள்ளே செல்வதை மேல்நோக்கிச் செல்வதாகக் கூறும் வழக்கு)* **10: (உடம்பில்) உட்செலுத்துதல்;** cause to go in; inject; transfuse. விபத்தில் கால் இழந்தவருக்கு உடனடியாக இரத்தம் ஏற்ற வேண்டும். **11: (ஒரு தன்மை, விசை போன்றவற்றை ஒன்றுக்கு) ஊட்டுதல்;** impart; charge. உணர்ச்சிகரமான பேச்சுகளால் மக்களுக்கு வெறி ஏற்றிவிடுகிறார்கள்./ கட்டியங்காரன் நிகழ்காலத்தின் சாயலைத் தெருக்கூத்தில் ஏற்றிவிடுகிறான்./ காந்தவிசை ஏற்றப்பட்ட ஊசி. **12: (சூட்டை) பரவச் செய்தல்;** make hot; heat. பாத்திரத்தை லேசாகச் சூடேற்றியபின் எண்ணெய் ஊற்றவும். **உ.** *(ஒன்றின் மீது மாற்றுதல் தொடர்பான வழக்கு)* **13: (பழி, பாவம் போன்றவற்றை ஒருவர் மேல்) சுமத்துதல்;** shift (blame, responsibilities, etc.,); transfer. பிறர்மேல் பழியை ஏற்றிவிடுவது சுலபம். **14: (குறிப்பில்) சேர்த்தல்;** put (on record). அந்த உறுப்பினர் கூறிய சில சொற்கள் அவைக்குறிப்பில் ஏற்றப்படாது. **15: (அரியணையில், ஆட்சியில்) அமர்த்துதல்;** place (a person or group in power or position). தன் நம்பிக்கைக்குப் பாத்திரமான ஒருவரை ஆட்சியில் ஏற்றிவிட்டுக் கட்சிப் பணியில் ஈடுபட்டிருக்கும் தலைவர்./ தன் மகனை அரியணையில் ஏற்றிவிட்டுத் துறவறம் பூண்ட மன்னர்.

ஏற்று[2] வி. (ஏற்ற, ஏற்றி) **1: (விளக்கு, கற்பூரம் போன்றவற்றை) எரியச் செய்தல்; கொளுத்துதல்;** light (an oil lamp, camphor, etc.,). மணி ஆறு ஆகப்போகிறது, இன்னும் விளக்கு ஏற்றாமல் என்ன செய்கிறாய்? **2: (மின்விளக்கை எரியச் செய்ய விசையை) போடுதல்;** switch on. மின் விளக்கை ஏற்றியவுடன் அறையில் ஒளி பாய்ந்தது.

ஏற்றுக்கொள் வி. (-கொள்ள, -கொண்டு) **(ஒன்றை அங்கீகரித்து) ஒப்புக்கொள்ளுதல்;** accept; approve of. நீங்கள் சொல்வதை நான் அப்படியே ஏற்றுக்கொள்கிறேன்./ இது அனைவராலும் பொதுவாக ஏற்றுக்கொள்ளப்பட்ட விதி.

ஏற்றுமதி பெ. **(பொருள்கள் பிற மாநிலங்களுக்கு அல்லது வெளிநாடுகளுக்கு) விற்கப்பட்டு அனுப்பப்படுதல்/இவ்வாறு அனுப்பப்படும் பொருள்கள்;** the act of exporting/export. இந்தியாவில் விளையும் உயர்ந்த ரகத் தேயிலை ஏற்றுமதி செய்யப்பட்டுவிடுகிறது./ மேற்கு ஐரோப்பிய நாடுகளுக்கான நம்முடைய ஏற்றுமதிகள் அதிகரித்திருக்கின்றன.

ஏற இறங்க வி.அ. **(ஒருவர் எப்படிப்பட்டவர் என்று தெரிந்துகொள்ள அவரைப் பார்க்கும்போது) மேலும் கீழுமாக;** look at a person up and down. நீண்ட நேரம் ஒரே இடத்தில் நின்றிருந்ததால் காவலர் என்னை ஏற இறங்கப் பார்த்தார்.

ஏறக்கட்டு வி. (-கட்ட, -கட்டி) (வ.வ.) **(படிப்பு, வியாபாரம் முதலியவற்றை) மேலும் தொடராமல் நிறுத்துதல்; விட்டுவிடுதல்;** wind up; close. இப்படி வரி போட்டால் வியாபாரத்தை ஏறக்கட்ட வேண்டியதுதான்./ இந்த வருடத்தோடு படிப்பை ஏறக்கட்டிவிட்டு வேலை தேடும் வழியைப் பார்!

ஏறக்குறைய வி.அ. **1: சற்றுக் கூடுதலாக அல்லது குறைவாக; தோராயமாக;** approximately; more or less. களவு போன பொருட்களின் மதிப்பு ஏறக்குறைய ஒரு லட்சம் ரூபாய்./ அவனுக்கு ஏறக்குறைய முப்பது வயது இருக்கும். **2: பெரும்பாலும்; அநேகமாக;** nearly; almost. கூட்டத்தில் ஏறக்குறைய எல்லா உறுப்பினர்களும் கலந்துகொண்டனர்./ ஏறக்குறைய நீ சொன்னது போலத்தான் நடந்தது.

ஏறத்தாழ வி.அ. காண்க: ஏறக்குறைய.

ஏறி இறங்கு வி. (இறங்க, இறங்கி) **(ஒன்றைத் தேடிப் பல இடங்களுக்கும்) அலைதல்;** visit several places (seeking job, help, etc.,); make (endless) visits. பல கடைகளில் ஏறி இறங்கியும் நீ கேட்ட மருந்து கிடைக்கவில்லை./ அவன் ஏறி இறங்காத அலுவலகம் இல்லை. அப்படியும் வேலை கிடைக்கவில்லை.

ஏறிடு வி. (ஏறிட, ஏறிட்டு) **தலையை நிமிர்த்தி (ஒருவரை) பார்த்தல்; பார்வையை (ஒருவரை அல்லது ஒன்றை நோக்கி) செலுத்துதல்;** look up to see s.o.; raise one's eyes. குழப்பம் அடைந்தவளாக அவனை ஏறிட்டுவிட்டுக் கேட்டாள், 'நீங்கள் என்ன சொல்லுகிறீர்கள்?'/ அம்மாவின் முகத்தைக் குழந்தை ஏறிட்டுப் பார்த்தது./ வாசலில் உட்கார்ந்திருந்த யாரையும் ஏறிட்டுப் பார்க்காமல் வெளியே சென்றான்.

ஏறி மேய் வி. (மேய, மேய்ந்து) (த.வ.) **(கிடைக்கும் வாய்ப்பைப் பயன்படுத்தி) அதிகாரம் செலுத்துதல்;** be domineering; be overbearing towards s.o. நான் இப்படிக் கண்டிப்பாக நடந்துகொள்ளவில்லை என்றால் என்னை ஏறி மேய்ந்துவிடுவார்கள்.

ஏறு வி. (ஏற, ஏறி) **அ.** (மேல்நோக்கிச் செல்லுதல் தொடர்பான வழக்கு) **1: உயரமான ஓர் இடத்தை அடையும் பொருட்டு (மேலே) செல்லுதல்;** climb; get on to. வெற்றி பெற்றவர்கள் மேடையில் ஏறிப் பரிசுகளைப் பெற்றுச் சென்றார்கள்./ வயதாகிவிட்டதால் மாடிப்படி ஏற முடியவில்லை./ குரங்கு மரத்தில் சரசரவென்று ஏறியது. **2: (ஒரு பரப்பின் மட்டம்) கூடுதல்; உயர்தல்;** (of a level) rise. அடைமழை பெய்தால்தான் குளத்தில் நீர் ஏறும்./ அவன் மூச்சை இழுத்து விட்டபோது மார்பு ஏறி இறங்கியது. [(தொ.சொ.) அதிகரி/ உயர்/ கூடு/ பெருகு] **3: (பொருளின் மதிப்பு, விலை போன்றவை) உயர்தல்;** (of price, value, etc.,) rise; go up. கடந்த மாதத்தில் மட்டும் தங்கத்தின் விலை பலமுறை ஏறியிருக்கிறது. **4: (ஆட்சியில், அரியணையில்) அமர்தல்;** ascend (the throne). இளவரசனை அரியணை ஏறவிடாமல் சதிசெய்யும் மந்திரியைப் பற்றிய நாடகம்./ ஆட்சியில் ஏறியதும் பல நல்ல திட்டங்களைப் பிரதமர் மக்களுக்கு அறிவித்தார். **ஆ.** (ஒன்றினுள் அல்லது ஓர் இடத்தில் வருதல் தொடர்பான வழக்கு) **5: (வண்டி, ரயில் முதலிய வாகனத்தினுள்) நுழைதல்;** get on (a vehicle); board. சீக்கிரம் ஏறு, வண்டி புறப்படப்போகிறது. **6: (பயணம் செய்வதற்காக பஸ், ரயில் போன்றவற்றை) பிடித்தல்;** catch (a bus, train, etc., for a journey). நான் நாளை காலை பத்து மணிக்கு ரயில் ஏற வேண்டும். **7: (குறிப்பிட்ட ஒரு காரியத்துக்காக ஒரு இடத்துக்கு) செல்லுதல்;** visit; enter; go to a place (for a purpose). மனைவிக்குப் பிடித்த மாதிரி புடவை எடுப்பதற்காகக் கடைகடையாய் ஏறி இறங்கினார். **இ.** (ஒன்றின் மேல் போதல் என்னும் வழக்கு) **8: கீழே கிடப்பதன் மேல் செல்லுதல்;** run over s.o. or sth. தெருவில் படுத்துக் கிடந்த நாய்மீது லாரி ஏறிவிட்டது. **ஈ.** (உள்ளே செல்வதை அல்லது பரவுவதை, படிவதை மேல்நோக்கிச் செல்வதாகக் கூறும் வழக்கு) **9: (காலில் ஆணி, முள் போன்றவை அல்லது உடம்பில் விஷம் முதலியவை) உட்செல்லுதல்;** (of thorn, nail, etc.,) run into (sth. mentioned); (of poison) get into (the system). காலில் ஏறிய முள்ளைப் பிடுங்க முடியவில்லை./ பாம்பின் விஷம் ஏறி மாட்டின் வாயில் நுரைதள்ளியது. **10: (வழுக்கை, நரை) விழுதல்;** (of greying, baldness) develop. முடி கொட்டி வழுக்கை ஏறியிருந்தது./ காதோரங்களில் நரை ஏறியிருந்தது. **11: (குளிர், உஷ்ணம்) பரவுதல்;** rise. சாராயம் குடித்தவுடன் உடம்பில் உஷ்ணம் ஏறத் தொடங்கியது./ வெயில் ஏறஏற ஒரே புழுக்கம். **12: (சாயம், நிறம் முதலியவை) படிதல்; பிடித்தல்;** (of dye, colour, etc.,) get absorbed; get into. துவைத்துத்துவைத்துப் பழுப்பு ஏறிய வேட்டி/ வெற்றிலை போட்டுக் காவி ஏறிய பற்கள். **13: (கோபம், வெறி முதலியவை) அதிகரித்தல்;** (of anger, frenzy, etc.,) rise; shoot up. மகன் எதிர்த்துப் பேசப்பேச அவர் முகத்தில் கோபம் ஏறியது./ போதை ஏறியதும் உளற ஆரம்பித்தான். **உ.** (மரபு வழக்கு) **14: (குறிப்பிட்ட ஒன்று) அதிகமாகச் சேர்தல்;** (of money, haughtiness, etc.,) increase (so as to make one conceited). கையில் காசு

ஏறியிருக்கிறது./ உனக்குக் கொழுப்பு ஏறிவிட்டது. **15:** ***(உடம்பு) சதை விழுதல்; சதை போடுதல்;*** put on (weight). உனக்கு உடம்பு ஏறவே ஏறாதா?/ போன தடவை பார்த்ததைவிட இப்போது அவனுக்கு உடம்பு நன்றாக ஏறியிருக்கிறது. **16:** *(எதிர்மறை வினைவடிவங்களில் அல்லது எதிர்மறைத் தொனியில்)* ***கவனத்தில் படுதல்; (மனத்தில்) பதிதல்;*** (of sth. communicated) get registered. நீங்கள் என்ன சொன்னாலும் அவன் மூளையில் ஏறாது./ நாம் சொல்வது அவன் காதில் ஏறுமா?

ஏறுக்குமாறு-ஆக/-ஆன வி.அ./பெ.அ. *(பேச்சில், செயலில்)* ***முரண்பாடாக/முரண்பாடான;*** in a contradictory way/inconsistent. அப்போது ஒன்று சொன்னாய், இப்போது ஒன்று சொல்கிறாய். இப்படி ஏறுக்குமாறாகப் பேசினால் என்ன செய்வது?/ உன்னுடைய ஏறுக்குமாறான நடத்தையால்தான் காரியம் கெட்டுவிட்டது.

ஏறுகொடி பெ. *(இலங்.)* *(கொடி படர்வதற்கான)* ***கொழு கொம்பு;*** pole (for supporting a climber).

ஏறுதழுவுதல் பெ. *(முற்காலத்தில் ஓர் இளைஞன் பெண்ணை மணமுடிக்கும் பொருட்டு)* ***காளையை அடக்குதல்;*** (in former times) custom of taming a bull (in order to win the hand of a girl).

ஏறுநடை பெ. *(உ.வ.)* ***கம்பீரமான பெருமித நடை;*** proud bearing (as of a victor); majestic gait. அடக்கு முறைக்கு எதிராக அவர்கள் ஏறுநடை போடுகிறார்கள்./ ஏறுநடை போட்டுவரும் தலைவர் அவர்களே!

ஏறுபட்டி பெ. *(இலங்.)* *(பனை, தென்னை போன்ற மரங்களில் ஏறுபவர்கள் கால்களில் மாட்டிக்கொள்ளும்)* ***தளைநார்;*** band of rope used by climbers (to climb palm, coconut trees, etc.,).

ஏறுபொழுது பெ. *(ஊரக வ.)* ***அதிகாலைக்குப் பிந்திய, மதியம்வரை உள்ள நேரம்;*** hours following dawn till noon. ஏறுபொழுதிலேயே முகூர்த்தங்களை வைத்துக்கொள்வார்கள்.

ஏறுமாறு-ஆக/-ஆன வி.அ./பெ.அ. காண்க: **ஏறுக்குமாறு-ஆக/-ஆன.**

ஏறுமுகம் பெ. *(வாழ்க்கை, வியாபாரம், விலை முதலியவற்றில்)* ***தாழ்ந்த நிலையிலிருந்து உயரும் நிலை; முன்னேற்றம்;*** upward trend (in business, life, etc.,); (on the) rise. விலைவாசி எப்போதும் ஏறுமுகம்தான், இறங்குமுகம் என்பதே கிடையாது./ வேலை கிடைத்துவிட்டால் வாழ்க்கை ஏறுமுகமாக இருக்கும் என்று ஒரு நம்பிக்கை.

ஏறுவரிசை பெ. ***முறைப்படுத்தப்பட்ட வரிசையில் முதலாவதாக உள்ளதிலிருந்து இறுதியாக உள்ளதற்குச் செல்லும் முறை;*** ascending order.

ஏறுவெயில் பெ. *(பே.வ.)* *(காலையில் தொடங்கி உச்சிப் பொழுதுவரை)* ***கொஞ்சம்கொஞ்சமாக அதிகரிக்கும் வெயில்;*** increasing heat of the sun (from morning to midday). ஏறுவெயிலில் நடந்துவந்ததால் தலைவலி வந்துவிட்டது./ ஏறுவெயிலில் எங்கே கிளம்பிவிட்டாய்?/ ஏறுவெயிலின் வெப்பம் கூடிக்கொண்டேவந்தது.

ஏறெடுத்து வி.அ. ***தலையை நிமிர்த்தி;*** look up to see s.o. அவள் என்னை ஏறெடுத்துப் பார்த்தாள்.

ஏன்[1] பி.பெ. ***காரணத்தை அல்லது பயனைக் குறித்து வினவும் பிரதிப்பெயர்; என்ன (காரணத்திற்காக அல்லது பயன் கருதி); எதற்கு;*** why. ஏன் இதைச் செய்தாய்?/ ஏன்? இதை நான் சொல்லக் கூடாதா?/ 'குப்குப்' என்று புகை வருவது ஏன்?

-ஏன்[2] இ.சொ. **1:** ***'செய்' என்னும் ஏவல் வடிவத்தில் கூறப்பட்டாலும் அதைக் கேட்பவர் அதைச் செய்வது நிச்சயமில்லை என்ற தொனியை உணர்த்தப் பயன்படும் இடைச்சொல்;*** particle, which when added to finite forms, makes them imperative but also conveys the speaker's misgivings about the listener's response. அவனோடு பேசிப்பாருங்களேன்./ இந்தக் கடிதத்தைத் தபாலில் சேர்த்துவிடேன்./ நீயும் கதை எழுதேன். **2:** ***'தொல்லை தரும் செயலையும் அதன் விளைவையும் தவிர்த்திருக்கலாம்' என்பதை உணர்த்துவதற்கு வாக்கியத்தின் இரு வினைச்சொற்களிலும் இணைக்கப்படும் இடைச்சொல்;*** modal particle added to the two verbs in a sentence in cause and effect relation to suggest that the action and its consequence could have been avoided. இந்த வேலையைச் செய்வானேன், வாங்கிக் கட்டிக்கொள்வானேன்!/ குழந்தையை அடிப்பானேன், அப்புறம் வருத்தப்படுவானேன்! **3:** ***ஒன்றை அல்லது ஒருவரைக் குறித்துச் சொல்லப்படுவது மற்றொன்றுக்கும் அல்லது மற்றொருவருக்கும் பொருந்தும் என்பதைத் தெரிவிக்கப் பயன்படும் இடைச்சொல்;*** particle used to suggest that a statement made about s.o. or sth. applies also to others specified. இந்த ஆண்டு ஐரோப்பாவில் கோடை வெப்பம் நூறு டிகிரியைத் தாண்டிவிட்டது. அவ்வளவு தூரம் போவானேன், சென்னையிலேயே இதுவரை இந்த அளவுக்கு வெப்பம் கடுமையாக இருந்ததில்லை./ எல்லோரும் தொலைக்காட்சித் தொடர் என்று பைத்தியமாக அலைகிறார்கள். மற்றவர்களைச் சொல்வானேன், நம் வீட்டிலும் இதே கதைதான்.

ஏன்[3] இ.சொ. ***ஒரு பொதுக் கூற்றையும் அதற்கு எதுவும் விலக்கு இல்லை என்று கூறும் மற்றொரு கூற்றையும் தொடர்புபடுத்தும் இடைச்சொல்;*** particle that relates a sentence which has a general statement to another sentence which mentions a specific instance of it. வளரும் நாடுகளில் பல உலக வங்கிக்குப் பெரும் அளவில் கடன் பட்டிருக்கின்றன. ஏன், இந்தியாவும்கூடத்தான்./ குடும்பங்களில் நிம்மதி என்பது அறவே போய்விட்டது. ஏன், நம் குடும்பத்தையே எடுத்துக்கொள்ளுங்கள்.

ஏனம் பெ. *(ஊரக வ.)* *(வீட்டில் புழங்கும்)* ***பாத்திரம்;*** vessel (in daily use). ஏனங்களைக் கழுவிக் கவிழ்த்து வை!

-ஏனும் இ.சொ. *(உ.வ.)* **1:** ***'-ஆவது' என்னும் பொருளில் பயன்படுத்தப்படும் இடைச்சொல்;*** particle added to nouns to mean 'at least'. யாரேனும் அவருக்குத் துணையாகப் போகக் கூடாதா?/ அவரேனும் இதைச் சொல்லியிருக்கலாம்./ ஏதேனும் சாப்பிடக் கொடுங்கள். **2:** ***எதிர்மறை வாக்கியங்களில் 'கூட' என்னும் பொருளில் வரும் ஒரு இடைச்சொல்;*** particle in negative sentences used in the sense of 'even'. இம்மியேனும் பாறை அசையவில்லை.

ஏனென்றால் இ.சொ. ஒன்றுக்கு உரிய காரணத்தை அல்லது விளக்கத்தைத் தெரிவிப்பதற்கு இரண்டு வாக்கியங்களைத் தொடர்புபடுத்தும் இடைச்சொல்; particle used to relate two sentences, the first stating sth. and the second giving the reason for the thing stated; 'the reason being'; 'because'. இன்று கச்சேரி நடைபெறாது. ஏனென்றால் பாடகருக்குத் தொண்டை கட்டியிருக்கிறது./ 'உன் குழந்தைகள் பயப்படுவதே இல்லை, ஏன்?' 'ஏனென்றால் நான் அவர்களைப் பயமுறுத்துவதே இல்லை.'

ஏனெனில் இ.சொ. (உ.வ.) 'ஏனென்றால்' என்ற பொருளில் பயன்படுத்தப்படும் இடைச்சொல்; particle meaning 'because'.

ஏனை பெ.அ. (உ.வ.) காண்க: ஏனைய.

ஏனைய பெ.அ. (குறிப்பிடப்படுபவருக்கு அல்லது குறிப்பிடப்படுவதற்கு) மேலும் உள்ள; மற்ற; பிற; other; all other. தலைமை ஆசிரியரும் ஏனைய ஆசிரியர்களும் கல்வி அமைச்சரைச் சந்தித்தனர்./ பத்து உறுப்பினர்கள் தவிர ஏனைய உறுப்பினர்கள் வாக்களித்தனர்.

ஏனோ வி.அ. குறிப்பிட்டுக் கூற முடியாத காரணத்தால்; காரணம் ஏதும் இல்லாமலேயே; for some reason or other; for no reason; somehow. ஏனோ அவளுக்கு அவனைப் பிடிக்கவில்லை.

ஏனோதானோ-என்று/-என்ற வி.அ./பெ.அ. உரிய கவனமோ ஈடுபாடோ இல்லாமல்/உரிய கவனமோ ஈடுபாடோ இல்லாத; half-heartedly/half-hearted; perfunctorily/perfunctory; indifferently/indifferent. நம் பையன் படிப்பு விஷயத்தில் நீங்கள் இப்படி ஏனோதானோவென்று இருக்கக் கூடாது./ ஏனோதானோவென்று செய்தால் அவருக்குப் பிடிக்காது./ ஏனோதானோவென்ற மனப்பான்மை வேண்டாம்.

ஐ

ஐ பெ.அ. (உ.வ.) ஐந்து என்பதன் பெயரடை வடிவம்; adjectival form of ஐந்து. ஐவகையாகப் பிரித்துக்கொள்வோம்.

ஐக்கிய நாடுகள் சபை பெ. போரைத் தடுக்கவும் மனித உரிமை, சுதந்திரம், பண்பாடு போன்றவற்றைப் பாதுகாக்கவும் ஏற்படுத்தப்பட்ட, உலக நாடுகளை உறுப்பு நாடுகளாகக் கொண்ட சர்வதேச அமைப்பு; United Nations Organization.

ஐக்கியம் பெ. 1: குறிப்பிட்ட அடையாளத்தைக் கொண்டவை தனித்தனியானவை என்ற வேற்றுமை மறைந்து ஒன்றுவதால் ஏற்படும் நிலை; ஒன்று மற்றொன்றில் அடக்கம்; fusion; oneness; being one with sth. அவருடைய எழுத்தாற்றல் நம்மைக் கதையுடன் ஐக்கியம் அடையச் செய்கிறது./ மலைவாழ் மக்களுடன் பழகி, உண்டு, உறங்கி அவர்களுடன் ஐக்கியமாகிவிட்டார். 2: ஒற்றுமை; unity. தொழிலாளர்களின் ஐக்கியத்தைக் குலைக்கும் முயற்சி தோற்றது. 3: (பெரும்பாலும் பெயரடையாக) ஒன்றாக இணைந்திருப்பது; state of being united. ஐக்கிய அரபு நாடுகள்./ ஐக்கிய ஜனநாயக முன்னணி.

ஐசுவரியம் பெ. காண்க: ஐஸ்வரியம்.

ஐதிகம் பெ. காண்க: ஐதீகம்.

ஐதீகம் பெ. 1: (காலம்காலமாக இருந்துவரும்) கருத்து அல்லது நம்பிக்கை; (traditional) belief. பாம்புப் புற்றுக்குப் பால் வார்த்தால் பாம்பு வீட்டுக்கு வராது என்பது ஓர் ஐதீகம். 2: (ஒன்றை அல்லது ஒருவரைக் குறித்து) காலப்போக்கில் எழும் கதைகளும் நம்பிக்கைகளும்; convention(s); myth. இந்தக் கோயிலைப் பற்றிப் பல ஐதீகங்கள் தோன்றிவிட்டன.

ஐது பெ. (-ஆக) (இலங்.) அடர்த்திக் குறைவு; நெருக்க மின்மை; sparseness. குழந்தைக்குத் தலையில் ரோமம் ஐதாக வளர்ந்திருக்கிறது.

ஐந்தறிவு பெ. (பகுத்தறிவு தவிர்த்த மற்ற) ஐந்து புலன்களின் மூலம் பெறும் அறிவு; five senses.

ஐந்தாண்டுத் திட்டம் பெ. அனைத்துத் துறைகளிலும் நாடு முன்னேறுவதற்குக் குறிப்பிட்ட இலக்குகளை அடைய, ஐந்தாண்டுகளில் செயல்படுத்துவதற்கு மத்திய அரசு வகுக்கும் திட்டம்; Five Year Plan (of the central government for planned economic growth). கிராமப்புற வளர்ச்சிக்கு ஐந்தாண்டுத் திட்டங்கள் உதவியுள்ளன.

ஐந்தாம்படை பெ. (ஒரு நாட்டை அல்லது அமைப்பைச் சார்ந்தவர்களாக இருந்துகொண்டே) எதிரிகளுக்கு உதவிசெய்யும் கும்பல்; fifth column.

ஐந்திணை பெ. (பழந்தமிழ் இலக்கியத்தில்) குறிஞ்சி, முல்லை, மருதம், நெய்தல், பாலை என்று ஐந்து வகைகளாகப் பிரிக்கப்படும் நிலப் பகுப்பு; (in classical Tamil poetics) five landscapes.

ஐந்து பெ. நான்கு என்ற எண்ணுக்கு அடுத்த எண்; (number) five.

ஐந்தொகை பெ. (வியாபாரத்தில்) வரவு, செலவு, கொள்முதல், விற்றுவரவு, இருப்பு ஆகிய ஐந்தையும் சரிபார்க்கும் கணக்கு விவரம்; balance sheet.

ஐப்பசி பெ. ஏழாம் தமிழ் மாதத்தின் பெயர்; name of the seventh Tamil month, (mid-October to mid-November).

ஐம்பது பெ. பத்தின் ஐந்து மடங்கைக் குறிக்கும் எண்; (number) fifty.

ஐம்பால் பெ. (இலக்.) ஆண்பால், பெண்பால், பலர்பால், ஒன்றன்பால், பலவின்பால் என்று ஐந்து வகையாகப் பிரிக்கப்படும் பால் பகுப்பு; five genders (in Tamil grammar).

ஐம்புலன் பெ. பார்த்தல், கேட்டல், முகர்தல், சுவைத்தல், தொடுதல் ஆகிய ஐந்து உணர்வுகள்; five senses.

ஐம்பொறி பெ. கண், காது, மூக்கு, வாய், உடல் ஆகிய ஐந்து உறுப்புகள்; five sense organs.

ஐம்பொன் பெ. தங்கம், இரும்பு, செம்பு, ஈயம், வெள்ளி ஆகிய ஐந்து உலோகங்களின் கலவை; பஞ்சலோகம்; alloy of five metals, viz. gold, iron, copper, lead and silver. சோழர் காலத்தைச் சேர்ந்த இரண்டு ஐம்பொன் சிலைகள் கிடைத்துள்ளன.

ஐமிச்சம் பெ. (இலங்.) சந்தேகம்; ஐயம்; suspicion; doubt. உனக்கு யார் மீதாவது ஐமிச்சம் இருந்தால் சொல்.

ஐயகோ இ.சொ. (உ.வ.) **நடந்த நிகழ்ச்சியை அல்லது ஒன்றின் நிலையைக் கண்டு இரக்கம், துயரம் போன்றவற்றை வெளிப்படுத்துவதற்கு வாக்கியத்தின் தொடக்கத்தில் பயன்படுத்தும் இடைச்சொல்;** particle used for expressing one's sympathy and sorrow at sth. untoward; 'alas'. *கறையானால் அரிக்கப்பட்டு அழிந்த ஏடுகள் ஐயகோ எத்தனை, எத்தனை!/ ஐயகோ! என் சொந்த நாட்டிலேயே அந்நியனாக இருக்க வேண்டிய துர்ப்பாக்கிய நிலைக்கு ஆளாகிவிட்டேனே!*

ஐயந்திரிபு பெ. (உ.வ.) **சந்தேகமும் குழப்பமும்;** doubt; misgivings. *இலக்கண நூல்களை ஐயந்திரிபறக் கற்றவர்./ ஐயந்திரிபுக்கு இடம் இல்லாமல் குற்றம் நிரூபிக்கப்பட்டுவிட்டது.*

ஐயப்படு வி. (-பட, -பட்டு) (உ.வ.) **1: சந்தேகித்தல்;** suspect. *மயங்கிய நிலையில் இருந்த அவன் தூக்க மாத்திரையைச் சாப்பிட்டிருக்கலாம் என்று மருத்துவர் ஐயப்பட்டார்.* **2: சந்தேகப்படுதல்;** have misgivings about sth.; doubt. *இந்த விஷயத்தில் ஐயப்பட ஒன்றுமேயில்லை.*

ஐயப்பாடு பெ. (உ.வ.) **சந்தேகம்;** reservation about sth.; doubt. *அந்தப் புதிய இயந்திரத்தின் பயன்குறித்துப் பொறியாளர்கள் ஐயப்பாடு தெரிவித்துள்ளனர்./ நமக்குத் தோன்றியுள்ள இதே ஐயப்பாடு பலருக்கும் எழுந்திருக்கும்.*

ஐயம் பெ. (உ.வ.) **சந்தேகம்;** doubt. *இவ்வாறு நடந்திருக்குமா என்பது மிகவும் ஐயத்திற்கு உரியது./ பாடத்தில் எழுந்த சில ஐயங்களைக் கேட்டுத் தெளிவு செய்துகொண்டேன்.*

ஐயய்யோ இ.சொ. **ஒருவர் தன்னுடைய அதிர்ச்சி, பயம், சோகம் முதலியவற்றை வெளிப்படுத்துவதற்கு வாக்கியத்தின் தொடக்கத்தில் பயன்படுத்தும் இடைச்சொல்;** particle used for expressing shock, fear, grief, outrage, etc., *ஐயய்யோ! ஜனநாயக நாட்டில் இப்படி ஒரு அக்கிரமமா?/ ஐயய்யோ என்று கதறியவண்ணம் தீப்பிடித்த குடிசைக்குள்ளிருந்து பெண்கள் வெளியே ஓடி வந்தனர்.*

ஐயர் பெ. **1: வேத மந்திரங்கள் சொல்லி சைவ ஆலயங்களில் பூஜை செய்பவர் அல்லது திருமணம் போன்ற சடங்குகளை நடத்திவைப்பவர்;** priest (one who performs பூஜை in temples dedicated to Siva or one who officiates at ceremonies like wedding, etc.,). *ஐயர் வந்தால்தான் கல்யாணச் சடங்குகளை ஆரம்பிக்க முடியும்.* **2:** (கிறித்.) **தேவாலயத்தில் வழிபாடு நடத்திவைப்பவர்;** priest; clergyman.

ஐயனார் பெ. **வலதுகையில் செண்டாயுதத்துடன் இடது காலைக் குத்துக்கால் வைத்து உட்கார்ந்த நிலையில், கருங்கல்லால் செய்யப்பட்ட சிலை வடிவில், ஊருக்கு வெளியில் இருக்கும் கிராம தெய்வம்;** village deity seen in a seated posture outside the village, with செண்டாயுதம் in the right hand.

ஐயா பெ. **1: ஆண்களில் வயதில் மூத்தவரையோ உயர்ந்த நிலையில் இருப்பவரையோ குறிக்கும்போது பயன்படுத்தப்படும் ஒரு மரியாதைச் சொல்;** sir. *ஐயா, நீங்கள் எங்கு செல்ல வேண்டும்?/ ஐயா, நீங்கள்தான் இதற்கு ஆவனசெய்ய வேண்டும்.* **2:** (பே.வ.) **மதிப்புடையதாகக் கருதப்படும் சில தொழில்களைக் குறிக்கும் பெயர்ச்சொற்களுடன் 'ஆண்' என்பதை உணர்த்துவதற்கும் மரியாதையைக் காட்டுவதற்கும் இணைக்கப்படும் சொல்;** word added to generic names of certain professions or offices of status to indicate respect and that the professional is a male. *வக்கீல் ஐயா/ கலெக்டர் ஐயா.* **3:** (ஊரக வ.) **தந்தை அல்லது தந்தையின் தந்தை;** father or (paternal) grandfather. *சின்னப் பையனாக இருக்கும்போது ஐயாவோடு சந்தைக்குச் சென்றிருக்கிறேன்.*

ஐயுறவு பெ. (இலங்.) **சந்தேகம்;** suspicion. *இரு நண்பர்களும் ஐயுறவினால் பிரிந்துவிட்டார்கள்./ கணவன்மேல் ஐயுறவு கொண்டு பிரிந்து வாழ்கிறாளா?/ ஐயுறவு கொண்டால் எந்த நாளும் நிம்மதி இருக்காது.*

ஐயுறு வி. (ஐயுற, ஐயுற்று) (உ.வ.) **சந்தேகம் அடைதல்; சந்தேகித்தல்;** doubt; have misgivings. *தம்மை அறியாமல் ஏதாவது பிழை நேர்ந்திருக்குமோ என்று அவர் ஐயுற்றார்./ தான் பேசாமலிருந்தால் ஏனையோர் ஐயுறுவர் என எண்ணித் தன் கருத்தைக் கூறினார்.*

ஐயோ இ.சொ. **ஒருவர் தன்னுடைய வலி, துக்கம், இரக்கம் முதலியவற்றைத் தெரிவிப்பதற்கு வாக்கியத்தின் தொடக்கத்தில் பயன்படுத்தும் இடைச்சொல்;** particle used for expressing pain, sorrow, pity, etc., *ஐயோ, தலைவலி உயிர்போகிறதே!/ ஐயோ! எங்களையெல்லாம் இப்படி அநாதையாக விட்டுவிட்டுப் போய்விட்டாயே?/ ஐயோ, அவனுக்கு இந்த இளம் வயதில் இப்படி ஒரு நோயா?*

ஐவேசு பெ. (அ.வ.) **சொத்து;** wealth. *அவனுக்கென்ன ஐவேசுக்குக் குறைச்சலா?*

ஐஸ்பழம் பெ. (இலங்.) **குச்சி ஐஸ்;** ice lolly. *ஐஸ்பழம் கேட்டுத் தம்பி அழுதுகொண்டிருந்தான்.*

ஐஸ்வரியம் பெ. **(பல வகையான) செல்வம்;** riches; wealth. *கல்வி உனக்குச் சகல ஐஸ்வரியங்களையும் தரும்.*

ஐஸ் வை வி. (வைக்க, வைத்து) **(சுயலாபம் கருதி ஒருவர் மற்றொருவரை) மனம் மகிழும்படி புகழ்தல்;** flatter s.o.; soft-soap. *இவன் மேலதிகாரிக்கு ஐஸ் வைத்தே பதவி உயர்வு வாங்கிவிட்டான்./ 'ரொம்பவும் ஐஸ் வைக்காதே, உனக்கு என்ன வேண்டும்?' என்று அப்பா சிரித்துக்கொண்டே கேட்டார்.*

ஒ

ஒ வி. (ஒக்க, ஒத்து) (உ.வ.) **1: (ஒன்று மற்றொன்றை) போல இருத்தல்; (ஒன்று மற்றொன்றுக்கு) சமமாக இருத்தல்;** resemble; be similar or equal to. *வாழ்க்கை என்பது பயணத்தை ஒத்தது./ ஏழையின் கண்ணீர் கூரிய வாளை ஒக்கும் என்பார்கள்.* **2: பொருந்துதல்; ஏற்றவாறு இருத்தல்; உகந்ததாக இருத்தல்;** be in agreement with; be congenial to. *அந்த அரசின் நடவடிக்கைகள் சமாதானப் பேச்சுவார்த்தைக்கு ஒத்ததாக இல்லை./ மனம் ஒத்து வாழுங்கள்!* **3: ஒன்றுபோலிருத்தல்;** be consistent. *அவர் உள்ளும் புறமும் ஒத்தவர்.*

ஒக்கிடு வி. (ஒக்கிட, ஒக்கிட்டு) (பே.வ.) (சிறு கருவிகளை, இயந்திரங்களை) பழுது பார்த்தல்; repair (usually small tools or machines). கடிகாரத்தை ஒக்கிடக் கொடுத்திருக்கிறேன்.

ஒக்கு பெ. (வ.வ.) இடுப்பு; hip. ஒக்கில் குழந்தையோடு ஒரு பெண் வந்துகொண்டிருந்தாள்.

ஒட்ட[1] வி.அ. 1: (அகற்றுதல், நீக்குதல் தொடர்பாக வரும்போது) முற்றிலும்; முழுமையாக; completely; utterly. பாலை ஒட்டக் கறந்துவிடாதே, கன்றுக்குக் கொஞ்சம் விடு!/ அந்த நினைவை ஒட்டத் துடைத்தெறி! 2: ('வெட்டு' போன்ற வினையோடு வரும்போது) (அடிப்பகுதியைத் தொடும்படியாக) மிகவும் குட்டையாக; (of cutting) closely (to the root). முடியை ஒட்ட வெட்டிக்கொண்டால்தான் அப்பாவுக்குப் பிடிக்கும்.

ஒட்ட[2] வி.அ. (இலங்.) 1: (பெரும்பாலும் உடையைக் குறிக்கும்போது) இறுக்கமாக; tightly. ஏன் இப்படிச் சட்டையை ஒட்டப் போட்டுக்கொண்டிருக்கிறாய்? 2: நெருக்கமாக; closely. இந்தப் பகுதியில் வீடுகளெல்லாம் ஒட்டஒட்ட இருக்கின்றன.

ஒட்டகச்சிவிங்கி பெ. மிக நீண்ட கழுத்தும் கால்களும் சிவந்த மஞ்சள் நிறத் தோலில் கரும் புள்ளிகளும் உடைய (ஆப்பிரிக்காவில் காணப்படும்) உயரமான விலங்கு; giraffe.

ஒட்டகச்சிவிங்கி

ஒட்டகம்[1] பெ. நீண்ட கழுத்தும் கால்களும் முதுகில் ஒற்றை அல்லது இரட்டைத் திமிலும் உடைய (பாலைவனத்தில் போக்குவரத்துக்குப் பயன்படும்) உயரமான விலங்கு; camel.

ஒட்டகம்

ஒட்டகம்[2] பெ. (ஒரு ஆட்டக்காரருக்கு இரண்டு என்ற எண்ணிக்கையில்) சதுரங்க ஆட்டத்தில் தான் இருக்கும் நிலையிலிருந்து மேலே அல்லது கீழே குறுக்குவாக்கில் நகரும் காய்; bishop (in the game of chess).

ஒட்டடை பெ. (கூரையிலும் சுவரின் மூலைகளிலும்) திரிதிரியாகத் தொங்கும் அல்லது படிந்திருக்கும் தூசி; dusty cobwebs in corners, roofs, etc.,

ஒட்டடைக் கம்பு பெ. நீளமான கழியின் ஒரு முனையில் (பெரும்பாலும்) நார் சுற்றப்பட்டு ஒட்டடை நீக்கப் பயன்படும் வீட்டுச் சாதனம்; long stick tied (usually) with a mop of coconut fibre at one end to remove dusty cobwebs.

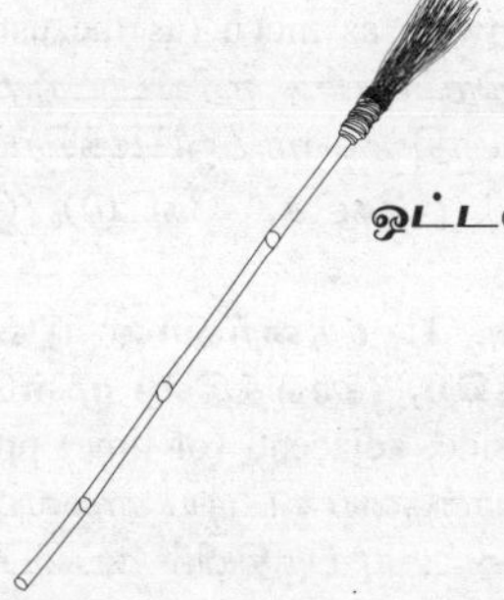

ஒட்டடைக் கம்பு

ஒட்டடைக் குச்சி பெ. காண்க: ஒட்டடைக் கம்பு.

ஒட்டற வி.அ. (இலங்.) (அகற்றுதல், நீக்குதல் தொடர்பாக வரும்போது) அடியோடு; முழுவதுமாக; (of removing) totally; completely. மரத்தை ஒட்டறத் தரித்துவிடு./ அவனுடைய உறவை இன்றுடன் ஒட்டற அறுத்துவிடு.

ஒட்டறை பெ. (இலங்.) ஒட்டடை; dusty cobwebs (in corners, roofs, etc.,). கூரையில் படிந்திருந்த ஒட்டறை பார்ப்பதற்குப் புகைத் திரளாகக் காட்சியளித்தது./ வீட்டில் ஒட்டறை போகச் சுத்தம் செய்தால்தான் சாப்பாடு என்று அம்மா என்னிடம் சொல்லிவிட்டார்.

-ஒட்டாமல் வி.அ. (உ.வ.) (செய என்னும் வாய்பாட்டு வினையெச்சத்தின் பின்) அனுமதிக்காமல்; விடாமல்; (after an infinitive) not allowing or permitting. குழந்தை பேசவொட்டாமல் அழுகிறது./ செடிக்குச் சூரிய வெளிச்சம் கிடைக்கவொட்டாமல் இந்த மரம் தடுக்கிறது.

ஒட்டாண்டி பெ. (இலங்.) காண்க: ஓட்டாண்டி.

ஒட்டி[1] பெ. (இலங்.) சுமார் பதினைந்து செ.மீ. நீளத்தில் செதிள்கள் இல்லாமல் இருக்கும் (உணவாகும்) சாம்பல் நிறக் கடல் மீன்; brown, edible sea fish, approximately fifteen cm long, and with no scales. பிள்ளைக்குப் பால் கொடுப்பவளுக்கு ஒட்டி மீன் நல்லது.

ஒட்டி[2] இ.சொ. 1: '(ஓர் இடத்தில்) மிகக் குறைவான இடைவெளி விட்டு' என்ற பொருளில் பயன்படுத்தப்படும் இடைச்சொல்; 'அடுத்தாற்போல்'; particle used in the sense of 'close to'; 'nearby'; 'alongside'; 'adjacent to'. சுவரை ஒட்டிக் கட்டிலைப் போடு!/ குடிசையை ஒட்டிச் சாக்கடை ஓடுகிறது./ கோயிலை ஒட்டிக் கடைத்தெரு இருக்கிறது. 2: (காலத்தில்) 'அடுத்து' என்ற பொருளில் பயன்படுத்தப்படும் இடைச்சொல்; 'தொடர்ந்து';

particle used in the sense of 'consequently'; 'following'. மின்சாரத் தட்டுப்பாடு ஏற்பட்டதை ஒட்டித் தொழிற்சாலைகளில் உற்பத்தி குறைந்துள்ளது./ கிராமத் திருவிழாக்களை ஒட்டியே கூத்து, கரகம் போன்றவை ஏற்பாடு செய்யப்படுகின்றன./ ஞாயிற்றுக்கிழமையை ஒட்டி இரு நாட்கள் விடுமுறை கேட்டிருக்கிறேன். **3: '(குறிப்பிடப்படும்) அளவிலிருந்து மிகவும் வேறுபடாமல்' என்ற பொருளில் பயன்படுத்தப்படும் இடைச்சொல்;** particle used in the sense of 'around'; 'in the region of'. மூன்று ஆண்டுகளாகக் கோதுமை விளைச்சல் ஐந்து டன்னை ஒட்டியே இருந்து வந்திருக்கிறது.

ஒட்டிக்கிரட்டி பெ. (-ஆக, -ஆன) *(பே.வ.)* **ஒன்றுக்கு இரு மடங்கு;** twice as much (as the usual). எண்ணெய் விலை ஒட்டிக்கிரட்டியாக ஏறிவிட்டது./ ஒட்டிக்கிரட்டியாக லாபம் சம்பாதிக்கலாம்./ ஒட்டிக்கிரட்டி வேலை.

ஒட்டிக்கேள் வி. (-கேட்க, -கேட்டு) *(இலங்.)* காண்க: **ஒட்டுக்கேள்.**

ஒட்டிய பெ.அ. **1: (குறைவான இடைவெளியில்) அடுத்து இருக்கிற; (காலத்தில்) முன்னோ பின்னோ வருகிற;** alongside; adjacent; (of time) preceding and following. ரயில் பாதையை ஒட்டிய சாலையில் நடந்தோம்./ கடற்கரையை ஒட்டிய பகுதியில் குப்பை எதுவும் கொட்டக் கூடாது./ தீபாவளியை ஒட்டிய நாட்களில் விடுமுறை கேட்காதீர்கள். **2: சம்பந்தப்பட்ட;** associated with. இந்த ஊரும் இதை ஒட்டிய என் இளமைக் கால நினைவுகளும் மறக்க முடியாதவை. **3: நெருங்கிய;** close. ஒட்டிய உறவு என்று சொல்லிக்கொள்ள எனக்கு யாரும் இல்லை.

ஒட்டியாணம் பெ. **(பெண்கள்) இடுப்பைச் சுற்றி ஆடையின் மேல் அணிந்துகொள்ளும், பொன்னால் அல்லது வெள்ளியால் பட்டையாகச் செய்யப்பட்ட ஒரு வகை ஆபரணம்;** gold or silver girdle-like ornament worn by women around the waist over the saree. மணப்பெண் ஒட்டியாணம் அணிந்திருந்தாள்./ நடனம் ஆடும் போது பெண்கள் ஒட்டியாணம் அணிகிறார்கள்.

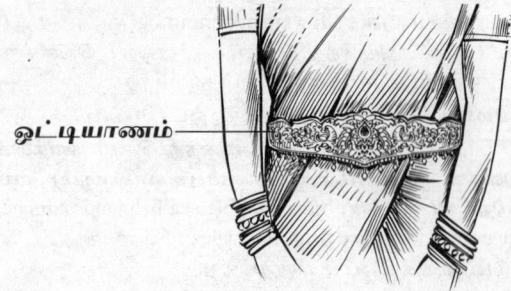

ஒட்டியாணம்

ஒட்டில் வி.அ. *(பே.வ.)* **ஓரத்தில்;** on the edge (of sth.). திண்ணையின் ஒட்டில் உட்கார்ந்திருந்த குழந்தை கீழே விழுந்துவிட்டது.

ஒட்டு[1] வி. (ஒட்ட, ஒட்டி) **அ.** *(ஒன்றுடன் ஒன்று பற்றுதல் தொடர்பான வழக்கு)* **1: (பசைத் தன்மை போன்றவற்றால் ஒரு பொருள் மற்றொன்றில்) கெட்டியாகப் பிடித்தல்; நெருக்கமாக இணைதல்;** (of things on a surface) stick. புத்தகத்தோடு ஒட்டாமல் அட்டை தனியாகப் பிரிந்துவிட்டது./ சேலையில் ஒட்டியிருந்த மணலை உதறினாள்./ பல்லில் ஒட்டுகிற மிட்டாய்களைக் குழந்தைக்குக் கொடுக்காதே!/ தாத்தாவின் உடம்பில் இன்னும் உயிர் ஒட்டிக்கொண்டு இருக்கிறது./(உரு வ.) கொடுத்த வாக்குறுதிகளை நிறைவேற்ற முடியாதவர்கள் இன்னும் பதவியில் ஒட்டிக்கொண்டிருப்பது ஏன் என்று எதிர்க்கட்சித் தலைவர் கேள்வி எழுப்பினார். **2: (காகிதம், உடைந்த கண்ணாடி முதலிய பொருள்களைப் பசை தடவி) பொருத்துதல்;** stick (sth.); glue (pieces together). இந்த உறையை ஒட்டி அஞ்சல் பெட்டியில் போடு!/ பொம்மையின் உடைந்த பகுதிகளை ஒட்டிக் காயவைத்தாள். **3: (புழு, பூச்சி முதலியன கால்களால் அல்லது உடம்பின் அடிப்பகுதியால் ஒரு பரப்பை) இறுக்கமாகப் பற்றுதல்;** (of worm, insect, etc.,) stick; press close. சட்டையில் ஒட்டிக்கொண்டிருந்த இலைப் புழுவைத் தட்டிவிட்டான்./ நாய் பயந்துபோய்த் தரையோடு ஒட்டிக்கொண்டு கிடந்தது. **ஆ.** *(ஈர்க்கப்படுதல் தொடர்பான வழக்கு)* **4: (ஒன்றோடு அல்லது ஒருவரோடு) நெருக்கமாதல்;** attach or associate (oneself with). ஊரிலிருந்து வந்த என் தங்கையிடம் குழந்தை சீக்கிரம் ஒட்டிக்கொண்டது./ இவன் ஏன் நம் சங்கத்தோடு வந்து ஒட்டுகிறான்? **5: (ஒருவரின் மகிழ்ச்சி, சோகம் போன்ற உணர்வுகள் மற்றொருவரை) தொற்றுதல்;** infect (s.o. with enthusiasm, etc.,). அவள் பேசத் தொடங்கினால் அவளுடைய உற்சாகம் எளிதாக மற்றவர்களையும் ஒட்டிக்கொள்ளும். **6: (மனம் ஒன்றில் ஈர்க்கப்பட்டு) நிலைகொள்ளுதல்;** stay. எதிலும் ஒட்டாமல் அலைபாய்ந்த மனத்தை நாகசுர இசை கவர்ந்தது./ அவனுடைய பாராட்டு என் மனத்தில் ஒட்டவில்லை. **இ.** *(உள்வாங்குதல் தொடர்பான வழக்கு)* **7: உட்புறமாகக் குழிதல்; ஒடுங்குதல்;** be hollow; (of cheeks) be sunken; (of stomach) curve inwards. ஒட்டிய கன்னமும் குழி விழுந்த கண்களும்./ அவன் வயிறு ஒட்டிக்கிடந்தது.

ஒட்டு[2] பெ. **1: (துணி போன்றவற்றில் கிழிந்த இடத்தின் மேல் அல்லது துவாரம் உள்ள இடத்தின் மேல் வைக்கும்) மறைப்பு;** patch (on a tear or a hole of clothes, etc.,). இவ்வளவு பெரிய தோல்பைக்கு இந்தச் சின்ன ஒட்டு தாங்காது./ சட்டையில் முழங்கைப் பகுதியில் ஒரு பெரிய ஒட்டு **2: ஒன்றுடன் ஒன்றை இணைக்கும் செயல்;** being held together. சினிமா என்பது ஒட்டு வேலையாக இருப்பதால் படத்தொகுப்பு மிகவும் முக்கியமாகிறது. **3:** *(பெரும்பாலும் 'உறவு' என்பதோடு இணைந்து வரும்போது)* **(நெருங்கிய) தொடர்பு;** (interpersonal) contact (implying understanding and friendship). அவர்களுக்கும் நமக்கும் இனி ஒட்டும் வேண்டாம் உறவும் வேண்டாம். **4: வீரியம் மிகுந்த செடியின் தண்டை அதே இனத்தைச் சேர்ந்த வீரியம் குறைந்த செடியின் தண்டுடன் பக்கவாட்டில் சீவிவிட்டு ஒன்றின் மேல் மற்றொன்று பொருத்தி வீரிய இனத்தை உருவாக்கும் முறை/அப்படி உருவாக்கப்பட்ட வீரிய இனம்;** graft. ஒட்டு மாங்காய்/ ரோஜாவையும் ஒட்டுப் போடலாம். **5: வயலில் அறுத்த பின் எஞ்சியிருக்கும் தாள்;** stub.

ஒட்டு[3] பெ. *(வ.வ.)* **பேன் குஞ்சு;** louse.

ஒட்டு[4] பெ. *(வ.வ.)* **(ஒன்றின்) ஓரம்; முனை;** edge. அவள் கூடத்தின் ஒட்டில் நின்றபடியே தலையை உயர்த்திப்

பந்தலை ஒரு முறை பார்த்தாள்./ மொட்டை மாடியில் ரொம்ப ஒட்டுக்குப் போகாதே என்று அம்மா குரல் கொடுத்தாள்.

ஒட்டுக்கல் பெ. காண்க: **கண்டிக்கல்**

ஒட்டுக்குடித்தனம் பெ. காண்க: **ஒண்டுக்குடித்தனம்.**

ஒட்டுக் குழு பெ. *(இலங்.)* **உளவாளிக் குழு;** spy. புரட்சியாளர்கள் இருக்கும் இடத்தை ஒட்டுக் குழுவின் உதவியுடன் ராணுவத்தினர் கண்டுபிடித்தனர்./ பொது இடத்தில் அரசியல் பேசுவதை நிறுத்த வேண்டும். ஒட்டுக் குழுவினால் ஆபத்து ஏற்படலாம்.

ஒட்டுக்கேள் வி. *(-கேட்க, -கேட்டு)* **1: பிறர் பேசுவதை மறைந்திருந்து கேட்டல்;** overhear (secretly); eavesdrop. நாங்கள் என்ன பேசினோம் என்பதை நீ ஒட்டுக்கேட்டிருக்க வேண்டும் என்று நினைக்கிறேன். **2: தொலைபேசியில் ஒருவர் பேசுவதை அவர் அனுமதி இல்லாமலும், அவர் அறியாமலும் மின்னணுச் சாதனங்கள் கொண்டு கேட்டல்;** tap (telephone, etc.,). தீவிரவாதிகளின் தொலைபேசி உரையாடலை ஒட்டுக்கேட்க உளவுத்துறை நடவடிக்கை எடுத்தது.

ஒட்டுண்ணி பெ. **மனிதன், விலங்கு ஆகியவற்றின் உடலினுள் அல்லது தாவரங்களின் மேல்புறம் ஒட்டிக்கொண்டு உயிர்ச்சத்துகளை உறிஞ்சி வாழ்கிற உயிரினம்;** parasite. மனிதனின் வயிற்றுக்குள் இருக்கும் நாடாப் புழு ஓர் ஒட்டுண்ணியாகும்./ *(உரு வ.)* பணம் இருப்பவர்களைச் சுற்றிப் பல ஒட்டுண்ணிகள் இருப்பார்கள்.

ஒட்டுணி பெ. *(இலங்.)* காண்க: **ஒட்டுண்ணி.**

ஒட்டுத்திண்ணை பெ. **(வீட்டின்) பெரிய திண்ணைக்கு எதிர்ப்புறம் சுவரோடு ஒட்டினாற்போல் அமைக்கப்படும் சிறிய திண்ணை;** small narrow pyol attached to the wall of a house opposite the big pyol.

ஒட்டுத்துணி பெ. *(பே.வ.)* **உடலை மறைக்கும்படியான சிறு ஆடை அல்லது துண்டுத் துணி;** rags. உடம்பில் ஒட்டுத்துணிகூட இல்லாமல் விளையாடும் ஏழைச் சிறுவர்கள்.

ஒட்டுதல் பெ. **(அன்பின் காரணமாக ஒருவர் இன்னொருவரிடம் கொண்ட) நெருக்கம்;** attachment. பாட்டியிடம் குழந்தைக்கு என்ன ஒட்டுதல்!

ஒட்டுப்பலகை பெ. **தகடு போன்ற மெல்லிய பலகைகளை ஒன்றன் மேல் ஒன்றாக ஒட்டிச் செய்யப்பட்ட வலுவான பலகை;** plywood.

ஒட்டுப்பிடி வி. *(-பிடிக்க, -பிடித்து) (இலங்.)* **பந்தயம் கட்டுதல்;** make a bet. உலகக் கோப்பைப் போட்டியில் இலங்கை வென்றுவிடும் என்று நண்பர் ஒட்டுப்பிடித்தார்.

ஒட்டுமீசை பெ. **(திரைப்படம், நாடகம் போன்றவற்றில் நடிகர்கள் வைத்துக்கொள்ளும் அல்லது விளையாட்டுப் பொருளாக விற்கப்படும்) செயற்கை மீசை;** false moustache (used by actors, children, etc.,).

ஒட்டு முளை பெ. *(இலங்.)* **(புது இனத்தை உருவாக்க இரண்டு தாவரங்களை ஒட்டும்போது) ஒட்டப்பட்ட பரப்பில் புதிதாகத் தோன்றும் துளிர்;** tender leaf sprouting from the grafted part. ஒட்டு முளை தெரிகின்றது. அதனால் ஒட்டிய கன்று தப்பிவிடும்.

ஒட்டுமொத்தம் பெ. *(-ஆக, -ஆன)* **1: (தனித்தனியாகக் குறிப்பிடாமல் தொகுத்துக் கூறும்போது) பலவற்றின் தொகுப்பு;** (state of being) collective; combined. எல்லாக் கலைஞர்களையும் ஒட்டுமொத்தமாகப் பாராட்டிப் பேசினார்./ பறவைகளின் ஒட்டுமொத்தமான இரைச்சல். **2: தனித்தனியாக இருப்பவற்றின் கூட்டு;** total; whole. தொழில் திட்டங்களில் ஒட்டுமொத்த முதலீடு எழுநூறு கோடி ரூபாய்./ அவருடைய சாதனைகளை ஒட்டுமொத்தமாகப் பார்க்க வேண்டும்./ இந்திய அணி இந்தத் தொடரில் பெற்ற ஒட்டுமொத்தப் புள்ளிகள் 15 ஆகும்./ ஒட்டுமொத்தத்தில் வியாபாரத்தில் மிஞ்சியது பத்தாயிரம் ரூபாய்தான். **3: (-ஆக) (ஒன்றுவிடாமல்) எல்லாம்; அனைத்தும்; முழுவதும்;** all; whole; entire. தெருவில் இருந்த குடிசைகள் தீ விபத்தில் ஒட்டுமொத்தமாக எரிந்துபோயின.

ஒட்டுவாரொட்டி பெ. *(பே.வ.)* **ஒருவரைத் தொடுவதால் அல்லது அவர் பயன்படுத்தும் பொருள்களைத் தொடுவதால் பரவும் நோய்;** contagious disease.

ஒட்டுவேலை பெ. **கட்டடங்களில் மேல்தளம் போட ஜல்லி, மணல், சிமெண்டு ஆகியவை கலந்த கலவையைப் பரப்பிப் பூசி மூடும் வேலை;** roofing with concrete.

ஒட்டுறவு பெ. **பாசத்தோடு கூடிய தொடர்பு;** attachment (for s.o.). அவனுக்கு உறவினர்களோடு ஒட்டுறவு அதிகம்.

ஒட்டை பெ. *(வட்டார வ.)* **ஆள்காட்டி விரலையும் கட்டை விரலையும் விலக்கிப் பிடித்திருக்கும் நிலையில் இரண்டு விரல்களுக்கு இடைப்பட்ட அளவு;** the distance between the tip of the thumb and the tip of the index finger when kept apart as a unit of measurement. வயலில் நெற்கதிர் சில இடங்களில் ஒரு ஒட்டைதான் நீளம், சில இடங்களில் ஒரு சாண் நீளம். எல்லா இடங்களிலும் ஒத்தாற்போல் இல்லை.

ஒட்டைச்சிவிங்கி பெ. காண்க: **ஒட்டகச்சிவிங்கி.**

ஒடி¹ வி. *(ஒடிய, ஒடிந்து)* **1: (கழி, எலும்பு போன்ற உறுதித் தன்மை உடைய பொருள்கள்) இரண்டாக முறிதல்; (மரக் கிளை போன்றவை) இணைந்திருக்கும் நிலையிலிருந்து பிரிதல்; உடைதல்;** (of slender solid objects such as stick, bone, etc.,) break; (of branches of a tree, etc.,) break (off). புயலில் பெரிய மரக் கிளைகள் ஒடிந்து விழுந்தன./ சிறிய கொம்புகள் ஒடிந்து தொங்குகின்றன./ மரத்திலிருந்து கீழே விழுந்து கை ஒடிந்துவிட்டது. **2: (மனம்) செயலிழத்தல்;** be heartbroken. மரணச் செய்தியால் மனம் ஒடிந்திருக்கிறாள்.

ஒடி² வி. *(ஒடிக்க, ஒடித்து)* **1: (கழி, எலும்பு போன்ற உறுதித் தன்மை உடைய பொருள்களை) துண்டாகுமாறு உடைத்தல்; (மரக் கிளை போன்றவற்றை) இணைந்திருக்கும் இடத்திலிருந்து முறித்தல்;** break (slender solid objects such as stick, etc., or a branch of a tree). கரும்பைக் கால் முட்டியில் வைத்து ஒடித்தான்./ ஆடு முன்னங்கால்களை மரத்தில் வைத்துக் கொம்பை ஒடித்து இழுக்கிறது. [*(தொ.சொ.)* அரி/ அறு/ உடை/ கிழி/ தகர்/ துண்டி/ நறுக்கு/ நொறுக்கு/ பிடு/ பிள/ முறி/ வெட்டு] **2: (ஒடிப்பது போல்) வளைத்துத் திருப்புதல்;** turn sharply (to the side). கழுத்தை ஒடித்துப் பார்த்தான்./ குறுக்கே ஓடிவந்த குழந்தையைக் காப்பாற்ற வண்டியை ஒடித்ததில் சைக்கிளிலிருந்து விழுந்தான்.

ஓடிசல் பெ. (-ஆன) **(உடல் தோற்றத்தில்) ஒல்லி;** (of one's body) thin; slender. பெண் சற்று ஓடிசல்/ சற்று ஓடிசலான உடம்பு.

ஓடியல் பெ. (இலங்.) **உலரவைத்த பனங்கிழங்கு;** dried palmyra tuber. அம்மா ஓடியல் பிட்டு அவித்தாள்.

ஓடியல்மாவு பெ. (இலங்.) **காயவைத்த பனங்கிழங்கை அரைத்து எடுக்கும் மாவு;** powder obtained by grinding the dried palmyra tuber.

ஒடுக்கப்பட்ட பெ.அ. **(சாதி அமைப்பின் காரணமாக) கல்வி, வேலைவாய்ப்பு, சமூக அந்தஸ்து ஆகியவை தரப்படாமல் அடக்கி வைக்கப்பட்டுள்ள;** oppressed (class). ஒடுக்கப்பட்டவர்களின் நலன்களைக் காக்கக் கூடுதல் முயற்சிகள் தேவை.

ஒடுக்கம்[1] பெ. 1: (-ஆன) **குறுகல்;** narrow. ஒடுக்கமான சந்து. 2: (-ஆக) **(ஒருவர் உட்காரும்போது அல்லது படுக்கும் போது) கைகால்களை உடம்போடு சேர்த்துக் குறுக்கிக் கொள்ளும் விதம்;** state of lying or sitting huddled up. ஒடுக்கமாக நாற்காலியின் முனையில் உட்கார்ந்து கொண்டான்.

ஒடுக்கம்[2] பெ. (வேதி.) **ஒரு வேதிவினையில் குறிப்பிட்ட வேதிப்பொருளின் நீக்கம்;** reduction.

ஒடுக்கு[1] வி. (ஒடுக்க, ஒடுக்கி) 1: **(கலகம் செய்வோரை அல்லது போராட்டம் முதலியவற்றை) அடக்குதல்;** put down; repress (rioters, a rebellion, etc.,). பயங்கரவாதிகளை ஒடுக்க ராணுவம் அனுப்பப்படுகிறது. 2: **(உரிமைகளைப் பறித்து) கட்டுப்படுத்துதல்;** suppress. பத்திரிகைச் சுதந்திரத்தை ஒடுக்கத்தான் இந்தப் புதிய சட்டம் கொண்டுவரப்படுகிறதா? 3: **(எண்ணிக்கையை அல்லது ஒன்றின் தீவிரத்தை மிக) குறைந்த அளவிற்குக் கொண்டு வருதல்; குறைத்தல்;** reduce (to a minimum); curtail. வரி ஏய்ப்பை ஒடுக்குவதில் ஓரளவு வெற்றி/ வர்த்தகப் போட்டியை ஒரேயடியாக ஒடுக்கிவிடக் கூடாது. 4: **(கை கால் முதலியவற்றைச் சுருக்கி உடம்பை) குறுக்குதல்;** squeeze (oneself into sth. as in entering a crowded place). உடம்பை ஒடுக்கிக்கொண்டுதான் கூட்டத்திற்குள் நுழைய வேண்டியிருந்தது.

ஒடுக்கு[2] பெ. (பே.வ.) **(பாத்திரத்தில் ஏற்படும்) நெளிவு;** dent (in a vessel). குடத்தின் அடியில் ஒடுக்கு விழுந்திருப்பதால் கீழே வைத்தால் ஒரு பக்கமாகச் சாய்கிறது.

ஒடுக்குமுறை பெ. **அடக்குமுறை;** repression. வரலாறு நெடுகிலும் ஒவ்வொரு சமுதாயத்திலும் ஏதோ ஒரு பிரிவினர் ஒடுக்குமுறைக்கு ஆளாகியிருக்கிறார்கள்.

ஒடுங்கிய பெ.அ. 1: **குறுகிய; சுருங்கிய;** narrow; small; drawn in. வாய் ஒடுங்கிய பாத்திரம். 2: (உடல் உறுப்புகள் குறித்து வரும்போது) **உள்வாங்கி ஒட்டிப்போன;** depressed; hollow. கன்னம் ஒடுங்கிய முகம்/ ஒடுங்கிய கண்கள்/ ஒடுங்கிய வயிறு.

ஒடுங்கு வி. (ஒடுங்க, ஒடுங்கி) 1: **(ஒன்று அதிகமாக அல்லது முனைப்பாக இருந்த நிலையிலிருந்து) குறைதல்; (மூச்சு) குறைந்து உள்ளடங்குதல்;** (of volume, intensity, etc.,) become reduced; (of breathing) become thin; decrease; subside. மேலதிகாரியைக் கண்டதும் அவர்களின் கலகலப்பு ஒடுங்கிவிட்டது./ கடலின் ஆரவாரம் ஒடுங்கிக் கேட்டது./ மரணப் படுக்கையில் இருந்தவரின் மூச்சு ஒடுங்கத் தொடங்கியது. [(தொ.சொ.) **இளை/ நரங்கு/ மெலி/ வற்று**] 2: **(ஒரு நிலைக்குள் அல்லது நிலையில்) வந்து சேர்தல்; அடைபடுதல்; அடங்குதல்;** retire into (state of rest, place of shelter). பறவைகள் கூட்டில் ஒடுங்கின.

ஒண்டடிமண்டடியாக வி.அ. (இலங்.) **(பொருள்கள் ஒரே இடத்தில்) எந்த ஒரு ஒழுங்கும் இல்லாமல்; ஒன்றோடொன்று கலந்த நிலையில்;** (of things) in disorder. கலியாணம் முடிந்து குசினியுள் எல்லாச் சாமானும் ஒண்டடிமண்டடியாகக் கிடக்கிறது.

ஒண்டி பெ. (பே.வ.) 1: **(துணை இல்லாமல்) தனி; ஒற்றை;** (being) alone. வீட்டில் மனைவி ஒண்டியாக இருப்பாளே என்ற நினைவு வந்தது./ இந்த ராத்திரியில் எங்கே ஒண்டியாக வெளியே போகிறீர்கள்?/ நான் ஒண்டி ஆள், அவர்களை என்ன செய்ய முடியும்? 2: **துணை யாரும் இல்லாமல் தனியாக வாழ்பவர்;** person living alone; single. நான் ஒண்டிதானே, எனக்கு இந்த அறையே போதும்.

ஒண்டிக்கட்டை பெ. (பே.வ.) **துணை யாரும் இல்லாத வாழ்க்கையைத் தேர்ந்தெடுத்துக் கொண்டவர்;** one who is alone (by choice); single. அவன் ஒண்டிக்கட்டை; அவனே சமைத்துச் சாப்பிடுகிறான்.

ஒண்டு வி. (ஒண்ட, ஒண்டி) **(ஒன்றின் அல்லது ஒருவரின் அருகில் போய்ப் பாதுகாப்புக்காக) ஒட்டினாற் போல் இருத்தல்; ஒதுங்குதல்;** draw close to s.o. or sth. (as when seeking shelter or protection). அப்பா அடிப்பார் என்று பயந்து குழந்தை அம்மாவிடம் போய் ஒண்டிக் கொண்டது./ மழையில் நனையாமல் சுவரோடு சுவராக ஒண்டி நின்றுகொண்டிருந்தாள்./ மழைக்கு ஒண்டக்கூட இந்தப் பேருந்து நிறுத்தத்தில் ஒரு இடம் கிடையாது./ ஒண்ட இடமின்றி வாடும் ஏழைகள்.

ஒண்டுக்குடி பெ. 1: காண்க: ஒண்டுக்குடித்தனம். 2: **மற்றொருவர் வசிக்கும் வீட்டிலேயே தானும் வாடகை கொடுத்து வசிக்கும் முறை;** living as a co-tenant. தன் நண்பர் குடும்பத்தோடு ஒண்டுக்குடியாக வசித்துக்கொண்டிருந்தான்.

ஒண்டுக்குடித்தனம் பெ. **ஒரு வீட்டில் தனித்தனியாகத் தடுக்கப்பட்ட பகுதிகளில் வாடகைக்கு இருக்கும் முறை;** living in a tenement house. ஒண்டுக்குடித்தனம் நடத்தும் வீட்டில் மனைவியுடன் பேச வேண்டும் என்றால் கூட வாசல் அறையிலிருந்து முற்றத்தைத் தாண்டிச் செல்ல வேண்டும்.

ஒண்ணு வி. **(ஒண்ணாத, ஒண்ணாது, ஒண்ணாமல் ஆகிய எதிர்மறை வடிவங்கள் மட்டும்) (உ.வ.) (செய என்னும் வாய்பாட்டு வினையெச்சத்தின் பின்) இயலுதல்; முடிதல்;** (always in the negative) be able to. சொல்லவொண்ணாத துயர்/ அவள் துன்பத்தைக் கேட்க ஒண்ணாது./ முடக்குவாதம் அவரை நடக்க ஒண்ணாமல் செய்துவிட்டது.

ஒத்த பெ.அ. 1: **(வெவ்வேறாக இருப்பவர்களில் அல்லது இருப்பனவற்றில்) பொதுத் தன்மை கொண்ட;** similar. சென்னையை ஒத்த நகரங்களில் மக்கள்தொகை நாளுக்கு நாள் பெருகிவருகிறது./ ஒத்த கருத்துகளை உடையவர்கள் இணைந்து செயலாற்றுவது எளிது./ என்னுடைய

267 ஒத்து²

பெற்றோரைப் போல் மனம் ஒத்த தம்பதிகளைக் காண்பது கடினம்./ ஒத்த அமைப்பையும் செயலையும் கொண்ட செல் தொகுதிக்குத் திசு என்று பெயர். **2:** *(காலத்தைக் குறிக்கையில்)* **ஒரே;** (while referring to time, period) same. பெண்ணின் திருமணமும் இடமாற்றமும் ஒத்த நேரத்திலா வர வேண்டும்?

ஒத்தடம் பெ. **வெந்நீரில் துணியை நனைத்து அல்லது இளஞ்சூட்டில் உள்ள தவிட்டைத் துணியில் சுற்றி வலி அல்லது சளி நிவாரணத்துக்காக உடம்பில் சிறிது நேரம் வைத்துவைத்து எடுத்தல்;** fomentation; poultice. இடுப்பு வலிக்கு ஒத்தடம் கொடுத்தால் சரியாகிவிடும்./ (உரு வ.) அவருடைய ஆறுதல் வார்த்தை அவனுடைய மனத்தில் ஏற்பட்ட காயத்துக்கு ஒத்தடமாக அமைந்தது.

ஒத்தணம் பெ. (வ.வ.) காண்க: **ஒத்தடம்.**

ஒத்தாசை பெ. *(ஒருவருடைய வேலையின் சிரமத்தைக் குறைப்பதற்குச் செய்யும்)* **உதவி;** help; assistance. தள்ளாத வயதில் ஒத்தாசைக்கு ஆள் வேண்டாமா?/ பார்வை இழந்தோர்க்கு நாய் ஒத்தாசையாக இருக்கிறது.

ஒத்தாப்பு பெ. (இலங்.) **1:** *(வீட்டை ஒட்டி)* **வெளியே சார்ப்பு இறக்கிய பகுதி;** lean-to. இடம்பெயர்ந்து வந்தவர்களை ஒத்தாப்பில் தங்கவிட்டேன்./ ஆட்டை ஒத்தாப்பில் கட்டு./ ஒத்தாப்புக்கு சிமெண்டு போட்டால் நல்லது. **2: ஆதரவு; உதவி;** support; help. அவருக்கு ஒத்தாப்பாக இருந்து, இந்த வேலையை முடித்துக்கொடு./ ஒரு ஒத்தாப்புக்கு நீயும் அவளோடு போ.

ஒத்தி பெ. **தான் வாங்கிய கடனுக்காகத் தன் வீடு, நிலம் போன்றவற்றை வாடகை அல்லது குத்தகை தராமல் கடன் கொடுத்தவர் அனுபவித்துக்கொள்ளும்படி செய்துகொள்ளும் ஏற்பாடு;** mortgage; usufructuary mortgage. குடியிருக்க ஒத்திக்கு வீடு கிடைக்குமா என்று தேடிக்கொண்டிருக்கிறார்./ நிலத்தை இரண்டு வருடம் குத்தகைக்கு விட்டார், பிறகு ஒத்திக்குக் கொடுத்திருக்கிறார். [(தொ.சொ.) குத்தகை/ வாடகை/ வாரம்]

ஒத்திகை பெ. **1:** *(நாடகம், இசைக் கச்சேரி, தேர்வு போன்றவற்றை நிகழ்த்துவதற்கு முன் அதை நடத்தி)* **சரிபார்க்கும் பயிற்சி;** rehearsal. ஒத்திகையின்போது நன்றாக நடிக்கும் நீ மேடையில் ஏன் தடுமாறுகிறாய்?/ நேர்முகத் தேர்வில் எவ்வாறு பதிலளிக்க வேண்டும் என்ற ஒத்திகை மனத்துக்குள் நடந்தது. **2: பின்னால் நடக்கப்போகும் ஒரு நிகழ்ச்சியை முன்னதாக நிகழ்த்திப்பார்க்கும் செயல்;** rehearsal; trial. இந்த இடைத்தேர்தல் வரப்போகும் பொதுத் தேர்தலுக்கான ஒத்திகையே!/ இந்திய விமானப்படை பல்வேறு வகையான ஏவுகணைகளைச் செலுத்தி ஒத்திகை நடத்தவிருக்கிறது.

ஒத்திகை பார் வி. (பார்க்க, பார்த்து) **ஒத்திகையில் ஈடுபடுதல்;** rehearse. தலைவரிடம் என்ன பேச வேண்டும் என்பதை ஒருமுறை ஒத்திகை பார்த்துக்கொண்டேன்.

ஒத்திசை வி. (-இசைய, -இசைந்து) *(ஒன்றுக்கொன்று அல்லது ஒருவருக்கொருவர்)* **முரண்பாடு இல்லாமல் ஒத்துப்போதல்;** be amicable; be in harmony. இரு தரப்பினரும் ஒத்திசைந்து வாழ்ந்தால் ஊரில் பிரச்சினை வர வாய்ப்பே கிடையாது.

ஒத்திசைவு பெ. *(முரண்பாடு இல்லாத)* **பொருத்தம்; இயைபு;** harmony. கட்டடங்கள் சுற்றுப்புறத்துடன் ஒத்திசைவு கொண்டதாக இருக்க வேண்டும்.

ஒத்திப்போடு வி. (-போட, -போட்டு) **1:** *(ஒரு செயலை, பணியைச் செய்ய வேண்டிய நாளில் அல்லது நேரத்தில் செய்யாமல்)* **தள்ளிப்போடுதல்;** postpone (work, plan, etc.,); defer. ஊருக்குப் போவதை ஒத்திப்போட முடியாதா?/ தேர்வு ஒத்திப்போடப்படலாம்./ மகள் திருமணத்தைத் தை மாதம்வரை ஒத்திப்போட்டிருக்கிறேன். **2:** *(ஒரு செயல்)* **பின்னொரு நாளில் நிகழும்படியாகச் செயல்படுதல்;** postpone. அடுத்த குழந்தையை இரண்டாண்டுகளுக்கு ஒத்திப்போடுவது நல்லது என்று மருத்துவர் கூறினார்./ நவீன மருத்துவம் இறப்பை ஒத்திப்போடுவதில் வெற்றிகண்டிருக்கிறது. **3:** காண்க: **ஒத்திவை, 1.**

ஒத்திரு வி. (-இருக்க, -இருந்து) *(இருவர் அல்லது இரண்டாக இருப்பவை ஏதேனும் ஓர் அம்சத்தில்)* **ஒன்று போல் இருத்தல்;** be the same or like (s.o. or sth. mentioned); resemble; correspond. பிடிவாதத்தில் நீ உன் அப்பாவை ஒத்திருக்கிறாய்./ மாதிரிக் கையெழுத்தோடு ஒத்திருந்தால் தான் காசோலை செல்லும்.

ஒத்திவை வி. (-வைக்க, -வைத்து) **1:** *(கூட்டம் அல்லது வழக்கு)* **நடைபெற வேண்டிய நேரத்தை வேறொரு நேரத்துக்குத் தள்ளி வைத்தல்;** adjourn (to a later hour or date). நாடாளுமன்றத்தில் இன்று இரு அவைகளும் மதியம்வரை ஒத்திவைக்கப்பட்டன./ நீதிபதி வழக்கை அடுத்த வியாழக்கிழமைக்கு ஒத்திவைத்தார். **2:** காண்க: **ஒத்திப்போடு, 1.**

ஒத்திவைப்பு பெ. **தள்ளிவைப்பு;** postponement; adjournment. வழக்கு ஒத்திவைப்பு/ அவை ஒத்திவைப்பு.

ஒத்திவைப்புத் தீர்மானம் பெ. **முக்கியத்துவம் வாய்ந்த பிரச்சினை ஒன்றை விவாதிக்கும் பொருட்டு நாடாளுமன்றம், சட்டமன்றம் முதலியவற்றில் அவையின் அன்றைய நடவடிக்கைகளை ஒத்திவைக்க எதிர்க்கட்சிகள் கொண்டுவரும் தீர்மானம்;** motion of adjournment on a matter of public importance. வெள்ளத்தினால் ஏற்பட்ட சேதத்தைக் குறித்து விவாதிக்க ஒத்திவைப்புத் தீர்மானத்தை எதிர்க்கட்சி உறுப்பினர் முன்மொழிந்தார்./ தேர்வுக் குளறுபடிகளை விவாதிக்கப் பல்கலைக்கழக ஆட்சி மன்றக் கூட்டத்தில் ஒத்திவைப்புத் தீர்மானம் கொண்டுவரப்பட்டது.

ஒத்து[1] வி. (ஒத்த, ஒத்தி) காண்க: **ஒற்று**[1].

ஒத்து[2] பெ. **நாகசுர வாசிப்புக்குச் சுருதி கூட்ட உடன் ஊதப்படும் ஒரு குழல் கருவி;** wind instrument serving as tonic support to நாகசுரம்.

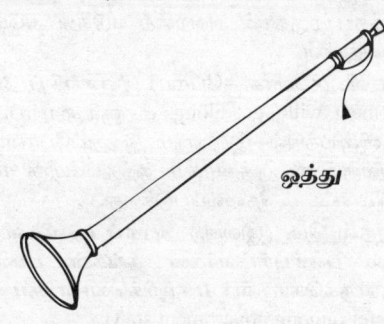

ஒத்து

ஒத்து³ வி.அ. **இணைந்து; ஒருமித்து;** jointly; in unison; in harmony. *கணவன் மனைவியாக ஒத்து வாழ முடியவில்லை.*

ஒத்துக்கொள் வி. *(-கொள்ள, -கொண்டு)* **1: (ஒருவருடைய செயல், கருத்து முதலியவற்றைச் சரி என்று மற்றவர்) ஏற்றுக்கொள்ளுதல்;** accept (as true or correct); agree with. *நான் சொல்வதையெல்லாம் நீ ஒத்துக்கொள்ள வேண்டும் என்கிற அவசியமில்லை.* **2: (ஒரு தவறான செயலுக்கு ஒருவர் காரணமாக இருந்தது வெளிப்படும்போது அவர் அதற்கான) பொறுப்பை ஏற்றுக்கொள்ளுதல்; ஒப்புக்கொள்ளுதல்;** admit. *முதலில் நீ செய்தது தவறு என்பதை ஒத்துக்கொள்!/ தான் பணத்தைத் திருடியதாக ஒத்துக்கொண்டான்.* **3: சம்மதித்தல்;** consent; agree. *ஒருவழியாக நண்பன் திருமணம் செய்துகொள்ள ஒத்துக்கொண்டான்./ நீ ஒத்துக்கொண்டால் மட்டுமே இந்த வீட்டை விற்பேன்.* **4: (உணவு, நீர் முதலியவை ஒருவருடைய உடல்நலத்திற்கு) ஏற்றதாக இருத்தல்; பொருந்துதல்;** (food, climate, etc.,) be agreeable (to one's health). *எண்ணெய்ப் பண்டம் அவளுக்கு ஒத்துக்கொள்ளாது./ மலைக் காற்று அவனுக்கு ஒத்துக்கொள்ளவில்லை.* **5:** *(பெரும்பாலும் எதிர்மறையில்)* **ஒத்துப்போதல்;** (mostly in the negative) get along. *உங்கள் இருவருக்கும் ஒத்துக்கொள்ளவில்லை என்றால் விலகிவிட வேண்டியதுதானே.*

ஒத்துப்பாடு வி. *(-பாட, -பாடி)* **(எரிச்சலான அல்லது கேலியான தொனியில் கூறும்போது) (அந்தஸ்து, அதிகாரம் போன்றவற்றில் மேல்நிலையில் உள்ள ஒருவர் செய்வது அல்லது சொல்வது உண்மையில் சரிதானா என்று ஆராயாமல்) சரியென ஆமோதித்தல்;** blindly accept (everything a superior says or does as correct). *'நீங்கள் சொல்வது சரிதான்' என்று அதிகாரியைச் சுற்றியிருந்தவர்கள் ஒத்துப்பாடினார்கள்./ தனக்குப் பதவி உயர்வு கிடைக்க வேண்டும் என்பதற்காகவே இயக்குநர் சொல்வதற்கெல்லாம் அவர் ஒத்துப்பாடிக்கொண்டிருக்கிறார்.*

ஒத்துப்பார் வி. *(-பார்க்க, -பார்த்து)* **1: மூலத்தையும் பிரதியையும் அல்லது இருவருடைய (அல்லது மேற்பட்டவர்களுடைய) கணக்குகளை ஒப்பிட்டுச் சரிபார்த்தல்;** compare (the original with the copy); check; verify. *நீ பிரதி எடுத்ததை ஒத்துப்பார்த்தாயா?/ கணக்கை ஒத்துப்பார்க்காமல் பணம் கொடுக்காதே.* **2:** *(ஊரக வ.)* **ஒரு பட்டியலின்படி பொருட்கள் இருக்கின்றனவா என்று சரிபார்த்தல்;** check the items with the list. *பொட்டலம் கட்டியிருந்த மளிகைச் சாமான்களை ரோக்காவோடு ஒத்துப்பார்த்த பிறகுதான் அவற்றை எடுத்து அம்மா அலமாரியில் வைத்தாள்.*

ஒத்துப்போ வி. *(-போக, -போய்)* **இணங்கிப் போதல்;** be in agreement with; get along. *மகளுக்கு மாப்பிள்ளை பார்க்கும் விஷயத்தில் இருவரும் ஒத்துப்போனார்கள்./ குடியிருப்பவரும் வீட்டுக்காரரும் ஒத்துப்போக முடியாத சூழ்நிலையில் சட்டம் தேவைப்படுகிறது.*

ஒத்து மாறுதல் பெ. *(இலங்.)* **அரசுப் பணிகளில் இரு இடங்களில் பணிபுரிபவர்கள் தங்கள் பணியிடங்களை ஒருவருக்கொருவர் மாற்றிக்கொள்ளும் முறை;** mutual transfer (among government staff).

ஒத்துவா வி. *(-வர, -வந்து)* **1: இணக்கமாக இருத்தல்; சரிப்பட்டுவருதல்;** be in harmony with; get along. *எனக்கும் அவனுக்கும் ஒத்துவராததால் அவனுடன் பேசுவதைக் குறைத்துக்கொண்டேன்./ நிறுவனத்தின் கட்டுப்பாட்டுக்கும் என் சுதந்திரத் தன்மைக்கும் ஒத்துவரவில்லை.* **2: ஒத்துக்கொள்ளுதல்;** be suitable; be agreeable. *உங்களுக்கு இந்த ஊரின் குளிர் ஒத்துவருகிறதா?/ பாட்டிக்கு நகர நாகரிகம் ஒத்துவருமா?* **3: (ஒன்றுக்கொன்று) ஒத்திருத்தல்;** be the same; agree. *இருவர் போட்டதும் ஒரே கணக்கு, விடை ஒத்துவரவில்லையா?*

ஒத்துழை வி. *(ஒத்துழைக்க, ஒத்துழைத்து)* **(தனியாக ஒருவரால் செய்ய முடியாத பணியை முடிப்பதற்காக மற்றவர் உடனிருந்து) இணக்கமாக உதவுதல்;** cooperate. *இவர் இந்தத் திரைப்படத்தின் வெற்றிக்கு என்னோடு ஒத்துழைத்தார்./ எந்தத் திட்டமுமே மக்கள் ஒத்துழைத்தால்தான் நிறைவேறும்.*

ஒத்துழைப்பு பெ. **இணக்கமான (கூட்டு) உதவி;** cooperation; assistance. *இந்தத் திரைப்படம் வெற்றிகரமாக அமையப் பலருடைய ஒத்துழைப்பு தேவைப்பட்டது./ கிராம மக்களின் ஒத்துழைப்பால்தான் அந்தக் கொள்ளைக்காரர்கள் பிடிபட்டனர்.*

ஒத்துழையாமை இயக்கம் பெ. **(இந்தியாவை ஆண்ட ஆங்கிலேய அரசுக்கு எதிராக) சட்டம், நிர்வாகம் ஆகியவற்றுக்குப் பணிய மறுத்து அகிம்சை முறையில் நடத்தப்பட்ட சுதந்திரப் போராட்டம்;** civil disobedience movement (against the British rule as part of the Indian Independence struggle).

ஒத்தூது வி. *(-ஊத, -ஊதி)* **ஒத்துப்பாடுதல்;** say yes to; be a yes-man. *பெரிய நடிகருக்கு ஒத்தூதவில்லையென்றால் நடிக்க வாய்ப்பு கிடைக்காது./ அப்பா சொல்வதற்கு எல்லாம் ஒத்தூதுவதை விட்டுவிட்டு எது நியாயம் என்று எடுத்துச்சொல்லக் கூடாதா?*

ஒதியன் பெ. **சாம்பல் நிறப் பட்டையையும் மென்மையான, சிவப்பான தண்டையும் கொண்ட ஒரு வகை மரம்;** Indian ash tree; wodier wood. *ஒதியன் பலகையில் செய்த பத்தாயம்./ ஒதிய மரம்போல் வளர்ந்திருக்கிறாய். ஆனால் ஒரு சின்ன வேலையைச் செய்யத் துப்புக் கிடையாது.*

ஒதுக்கிவை வி. *(-வைக்க, -வைத்து)* **(ஒருவரையோ ஒரு குடும்பத்தையோ அவர் சார்ந்த சமூகத்துடன் எந்த விதத் தொடர்பும் இல்லாத வகையில்) விலக்கிவைத்தல்; தள்ளிவைத்தல்;** exclude s.o. (from the community); ostracize. *ஆடுகளைத் திருடினான் என்பதற்காகப் பஞ்சாயத்தில் அவனை ஊரை விட்டு ஒதுக்கிவைத்துவிட்டார்கள்.*

ஒதுக்கீடு பெ. **(சேர வேண்டியது அல்லது உரியது இவ்வளவு என்று) பிரித்துத் தருவது; நிர்ணயம்;** allotment (of place, house, funds, etc.,); quota; allocation. *அரசுக் குடியிருப்புகள் குலுக்குச்சீட்டுமூலம் ஒதுக்கீடு செய்யப்படுகின்றன./ கல்விக்கான திட்ட ஒதுக்கீடு கூடுதலாக்கப்பட்டுள்ளது.*

ஒதுக்கு வி. *(ஒதுக்க, ஒதுக்கி)* **அ.** *(ஒரு பரப்பில் ஒரு பக்கமாகக் கொண்டுசேர்த்தல் தொடர்பான வழக்கு)* **1: (திரைச்சீலை, முடி முதலியவற்றை) ஒரு பக்கமாகத்**

தள்ளுதல்; pull back (curtains); adjust (hair); draw (sth. to one side). வெளிச்சம் போதவில்லை, ஜன்னல் திரைகளை ஒதுக்கிவிடு./ முகத்தில் விழுந்த முடியை வலது கையால் ஒதுக்கிக்கொண்டார். **2: (ஒன்றை ஒன்றின்) ஓரத்தில் இருக்கச் செய்தல்;** push to a corner; bring to a side. தனக்குப் பிடிக்காத பொரியலை இலையின் ஓரத்தில் ஒதுக்கி விட்டான்./ புகையிலையை வாயில் ஒதுக்கிக்கொண்டு பேச ஆரம்பித்தான். [*(தொ.சொ.)* ***தள்ளு/ நகர்த்து***] **ஆ.** *(பிரித்துப் பங்கிடுதல் தொடர்பான வழக்கு)* **3: (குறிப்பிட்ட தொகை, நேரம், இடம் போன்றவற்றைக் குறிப்பிட்ட நபருக்காக அல்லது நோக்கத்துக்காக) தனியாகப் பிரித்துவைத்தல்;** set aside; allot. எங்கள் ஒன்றியத்தின் வளர்ச்சிப் பணிகளுக்காக அரசு எழுபது லட்ச ரூபாய் ஒதுக்கியுள்ளது./ பேராசிரியர் என்னுடன் பேசுவதற்கு ஒரு மணி நேரம் ஒதுக்கியிருந்தார்./ எனக்கென்று ஒதுக்கப்பட்ட இடத்தில் சென்று அமர்ந்தேன். **இ.** *(விலக்குதல் தொடர்பான வழக்கு)* **4: (ஒன்றை அல்லது ஒருவரைத் தேவையில்லை, முக்கியத்துவம் இல்லை என்பதால்) தவிர்த்தல்; விட்டுவிடுதல்; தள்ளி வைத்தல்;** leave out; reject. எல்லா வினாக்களுக்கும் விடை தெரிந்திருந்ததால், எதற்கு விடை எழுதுவது எதை ஒதுக்குவது என்று புரியவில்லை./ என்னை அணியில் சேர்த்துக்கொள்ளாமல் ஒதுக்கிவிட்டார். [*(தொ.சொ.)* ***தவிர்/ தள்ளு/ நிராகரி/ புறக்கணி/ மறு/ விலக்கு***] **5: (முகத்தில் உள்ள மீசை, தாடி போன்றவற்றை) ஒழுங்குபடுத்தும் விதமாகக் கத்தரித்தல்;** trim (facial hair). மீசை, தாடியை மழிக்க வேண்டாம், ஒதுக்கிக்கொண்டாவது வா.

ஒதுக்குப்புறம் பெ. **(ஊருக்கு) சற்றுத் தொலைவில் தள்ளி அமைந்திருக்கும் இடம்; ஆள் நடமாட்டம் அதிகம் இல்லாத இடம்;** remote or secluded place. ஊருக்கு வெளியே ஒதுக்குப்புறமாக இருந்த தோப்பில் கூடிப் பேசினார்கள்./ நகரத்தின் ஒதுக்குப்புறத்தில் இருக்கும் அந்தத் திரையரங்கிற்கு அதிகமாகக் கூட்டம் வருவதில்லை.

ஒதுங்கு வி. *(ஒதுங்க, ஒதுங்கி)* **அ.** *(இடத்திலிருந்து அகலுதல் தொடர்பான வழக்கு)* **1: (இருந்த இடத்திலிருந்து) அகலுதல்; விலகுதல்;** move away; be removed. அதிகாரியைக் கண்டதும் ஒதுங்கி வழிவிடுவது வழக்கமாகி விட்டது./ நான் என்ன வேண்டாதவனா, எல்லோரும் ஒதுங்கிப்போகிறீர்கள்?/ ஊரிலிருந்து ஒதுங்கிய இடத்தில் வீடு./ அடிதடி நடப்பதைப் பார்த்ததும் பக்கத்தில் இருந்த வீட்டுத் திண்ணையில் ஒதுங்கிக்கொண்டான். **2: (தனிமைப்படுத்திக்கொள்ளும் விதத்தில்) தனித்திருத்தல்; விலகியிருத்தல்;** keep aloof; keep away. இவ்வளவு காலம் ஒதுங்கியிருந்துவிட்டு இப்போது பணம் கிடைக்கிறது என்று தெரிந்ததும் தலைகாட்டுவது நியாயமா?/ நிர்வாகக் குழுவின் செயல்பாடுகள் எனக்குப் பிடிக்காததால் நான் ஒதுங்கிக்கொண்டேன்./ தொடர்ந்து நஷ்டம் ஏற்படுவதால் வியாபாரத்திலிருந்து ஒதுங்கிக்கொள்வதாகக் கூட்டாளியிடம் சொன்னேன். **ஆ.** *(ஒரு பக்கத்திற்கு வந்து சேர்தல் தொடர்பான வழக்கு)* **3: (ஆடை முதலியன அதற்கு உரிய இடத்தில் இருக்காமல்) ஒரு பக்கமாகக் கிடத்தல்; விலகுதல்;** (of clothes) gather to one side. கீழே விழுந்து கிடந்தவரின் வேட்டி ஒதுங்கியிருந்தது. **4: (நீர் நிலையில் மிதக்கும் பொருள்கள், மீன்கள் போன்றவை) கரையோரம் வந்துசேர்தல்;** be washed ashore. இறந்த கடலாமைகள் கரையில் ஒதுங்கின. **5: மாதவிலக்கு ஏற்படுதல்;** have one's period. **6: (இயற்கை உபாதைகளைத் தீர்த்துக்கொள்ள) தனிமையான இடத்திற்குப் போதல்;** go to secluded spots (to answer the call of nature). இந்த ஊரில் அவசரத்திற்கு ஒதுங்கக்கூட இடமில்லை.

-ஒப்ப இ.சொ. *(உ.வ.)* **நான்காம் வேற்றுமை உருபு ஏற்ற தொழிற்பெயருடன் இணைக்கப்பட்டு 'முறையில்' என்னும் பொருள் தரும் இடைச்சொல்; '-படி';** particle when added to a verbal noun in dative meaning 'in the manner'; 'as'; 'strictly according to'. நான் சொன்னதற்கொப்ப *(=சொன்னபடி)* நடந்திருக்கிறது./ பேசியதற்கொப்ப *(=பேசியபடி)* வேலையை முடித்துவிட்டேன்.

ஒப்படை வி. *(ஒப்படைக்க, ஒப்படைத்து)* **1: (தன் பொறுப்பில் உள்ள ஒருவரை அல்லது ஒன்றை மற்றொருவர்) பொறுப்பில் விடுதல்;** entrust; hand over. இவனை நான் உன்னிடம் ஒப்படைக்கிறேன். நீதான் அவனை முன்னுக்குக் கொண்டுவர வேண்டும்./ பத்திரிகையை நீதான் இனிமேல் நடத்த வேண்டும் என்று கூறி அப்பா என்னிடம் ஒப்படைத்துவிட்டார்./ பணத்தை மேலாளரிடம் ஒப்படைத்துவிட்டு வருகிறேன்./ கடவுளிடம் என்னை ஒப்படைத்துவிட்டேன். **2: (அதிகாரத்தில் இருப்பவரிடம் அல்லது உரியவரிடம்) சேர்ப்பித்தல்;** hand over. கொள்ளைக்காரர்கள் தங்கள் ஆயுதங்களைக் காவலர் வசம் ஒப்படைத்துச் சரணடைந்தனர்./ வண்டியில் மறதியாக விட்டுவிட்டுப் போன பெட்டியை ஓட்டுநர் அதன் உரிமையாளரிடம் ஒப்படைத்தார்.

ஒப்பந்தக்காரர் பெ. **பொது இடங்களை நிர்வகித்தல், கட்டடம் கட்டுதல், பொருள்களை வழங்குதல் போன்ற பணிகளைக் குறிப்பிட்ட தொகைக்காக மேற்கொள்ளும் பொறுப்பை ஏற்றுக்கொள்பவர்;** contractor. நகராட்சிக் காய்கறிச் சந்தையில் ஒப்பந்தக்காரர் எந்த வசதியையும் செய்து தரவில்லை./ சாலை போடும் பணியை ஏற்றிருக்கும் ஒப்பந்தக்காரர் இவர்தான்./ மாணவர் விடுதிக்குக் காய்கறிகளைத் தருவதற்குப் புது ஒப்பந்தக்காரர் தேர்ந்தெடுக்கப்பட்டிருக்கிறார்.

ஒப்பந்தப்புள்ளி பெ. **(குறிப்பிட்ட காலத்திற்குள் குறிப்பிட்ட பணிகளைச் செய்து முடிக்க) செலவு விவரங்களை ஒருவர் ஓர் அமைப்புக்குத் தெரியப்படுத்தும் முழு விவர அட்டவணை தாங்கிய ஆவணம்;** tender. நாளைக் காலை பத்து மணிக்குள் நகராட்சி அலுவலகத்தில் சாலைப் பராமரிப்புக்கான ஒப்பந்தப்புள்ளிகள் சேர்க்கப்பட வேண்டும்./ உருக்காலையை நிறுவ உலக அளவில் ஒப்பந்தப்புள்ளிகள் கோரப்படும்.

ஒப்பந்தம் பெ. **(நபர்கள், அமைப்புகள், நாடுகள் போன்றவை ஏதேனும் ஒன்றைத் தமக்குள் செயல்படுத்த முடிவுசெய்யும்போது அதற்காக) நடைமுறைக் குறிப்புகளோடு ஏற்படுத்திக்கொள்ளும் உடன்படிக்கை;** agreement; contract; treaty; pact. வீட்டை வாங்க ஒப்பந்தம் செய்துகொண்டோம்./ இந்திய, அமெரிக்க நாடுகளிடையே அணுசக்தி குறித்த ஒப்பந்தம் பற்றித் தீவிரமான விவாதங்கள் நடைபெற்றுக்கொண்டிருக்கின்றன./ ஒப்பந்த காலம் முடியும்வரை ராணுவத்தை விட்டு வெளியேற முடியாது./

முப்பது ஆண்டுகளுக்கு ஒப்பந்தம் செய்துகொண்டு கோயில் நிலங்களைப் பயிரிட எடுத்துக்கொண்டார்.

ஒப்பம் பெ. *(உ.வ.)* **(பெரும்பாலும் அலுவலக ஆவணங்களில்) கையொப்பம்;** (mostly with reference to government offices or government circulars) signature. *சம்பந்தப்பட்ட அதிகாரியின் ஒப்பம் பெறப்பட்டது.*

ஒப்பமைவு பெ. **ஒரு படைப்பின் இரண்டு சம பாகங்களும் ஒன்றுக்கொன்று ஒத்த கூறுகளைக் கொண்டிருக்கும் நிலை;** symmetry.

ஒப்பற்ற பெ.அ. **மிகச் சிறந்த; தனித்துவம் வாய்ந்த;** peerless; unique. *தமிழிலும் ஆங்கிலத்திலும் ஒப்பற்ற புலவர்/ இது ஓர் ஒப்பற்ற படைப்பு ஆகும்.*

ஒப்பனை பெ. 1: **(திரைப்படம், நாடகம் போன்றவற்றில் நடிப்பவர்களின்) முகத்திலும் கை, கால் போன்ற உறுப்புகளிலும் வண்ணக் கலவையைப் பூசி அல்லது உடை, அணிகலன் ஆகியவற்றை அணியச்செய்து குறிப்பிட்ட தோற்றத்தை உருவாக்கும் கலை;** (of actors, etc.,) make-up (sometimes including costume). *இந்தப் படத்தில் கிழவராக நடித்தது ஒரு இளைஞராம்! ஒப்பனை அவ்வளவு நன்றாக இருந்தது./ தெருக்கூத்துக் கலைஞர்களின் ஒப்பனையில் பாத்திரங்களின் தன்மையைக் காட்டும் வண்ணங்கள் பயன்படுத்தப்படுகின்றன.* 2: **(பெரும்பாலும் பெண்கள்) அழகிற்காகச் செய்துகொள்ளும் முக அல்லது முடி அலங்காரம்;** (of women) facial make-up or hairdo. *அழகுக்கு அழகு செய்வதுபோல் இருந்தது அவள் ஒப்பனை./ ஒப்பனை செய்துகொள்ளாமல் அவள் வெளியே புறப்படுவதே இல்லை.*

ஒப்பனைக் கலைஞர் பெ. **ஒப்பனை செய்வதைத் தொழில்முறையாகக் கொண்டவர்;** make-up artiste.

ஒப்பாய்வு பெ. **குறிப்பிட்ட அம்சத்தை வெளிப்படுத்தும் வெவ்வேறு படைப்புகளுக்கு இடையிலான ஏதாவது ஒரு பொது அம்சத்தை ஒப்பிட்டுச் செய்யும் ஆராய்ச்சி;** comparative study.

ஒப்பாரி பெ. **(இழவு வீட்டில்) இறந்துபோனவரைக் குறித்த அழுகையும் (பாட்டு வடிவிலான) புலம்பலும்;** lamentation. *நள்ளிரவில் பக்கத்து வீட்டிலிருந்து எழுந்த ஒப்பாரிச் சத்தம் என்னைத் திடுக்கிடவைத்தது./ (உரு வ.) மகன் தன்னைக் கவனிப்பதே இல்லை என்பது கிழவியின் ஒப்பாரி.*

ஒப்பாரிவை வி. *(-வைக்க, -வைத்து)* 1: **(இழவு வீட்டில்) இறந்துபோனவரைக் குறித்து (பாட்டு வடிவிலான) புலம்பலுடன் அழுதல்;** lament (over s.o.'s death). *தாத்தாவின் உடலைச் சுற்றி அம்மா, சித்தி எல்லோரும் ஒப்பாரி வைத்துக்கொண்டிருந்தனர்.* 2: **(ஒருவரிடம் தன்) குறைகளைச் சொல்லிப் புலம்புதல்;** lament; be wailing. *ஒப்பாரிவைக்காமல் விஷயத்தைச் சொல்./ அவரிடம் வியாபாரத்தைப் பற்றி எதுவும் கேட்டு விடாதே. உடனே ஒப்பாரிவைக்க ஆரம்பித்துவிடுவார்.*

ஒப்பி வி. *(ஒப்பிக்க, ஒப்பித்து)* **(மனப்பாடமாக இருக்கும் விஷயத்தை மாற்றாமல்) திருப்பிச் சொல்லுதல்;** repeat or reproduce exactly (from memory). *அவள் எழுதிய கடிதங்கள் அவனுக்கு மனப்பாடம், அப்படியே ஒப்பிக்கிறான்./ யாரோ எழுதித் தந்ததை அப்படியே ஒப்பிப்பது போல் இருந்தது அவருடைய பேச்சு.*

ஒப்பிடு வி. *(ஒப்பிட, ஒப்பிட்டு)* **இரண்டு அல்லது அதற்கு மேற்பட்டவர்களின் அல்லது மேற்பட்டவற்றின் ஒற்றுமை வேற்றுமைகளை மதிப்பிட்டுப் பார்த்தல்;** compare; contrast (to point out differences). *இரு கடிகாரங்களையும் ஒப்பிட்டால் இது நன்றாக உழைக்கக்கூடியது./ கோடைக் காலத்தைக் குளிர் காலத்தோடு எப்படி ஒப்பிடுவது?*

ஒப்பீடு பெ. *(உ.வ.)* **(மதிப்பீட்டு நோக்கில்) ஒன்றை மற்றொன்றோடு ஒப்பிட்டுப்பார்க்கும் செயல்;** comparison; *ஒப்பீடு செய்து கண்ட முடிவுகள்.*

ஒப்பு[1] வி. *(ஒப்ப, ஒப்பி)* 1: **(ஒன்றைச் செய்வதற்கு அல்லது ஏற்பதற்கு) இணங்குதல்;** consent (to do); yield (to sth.). *நண்பருடைய யோசனைக்கு ஒப்பி அவருடன் புறப்பட்டேன்./ நீ செய்தது சரிதான் என்று சொல்ல ஏனோ என் மனம் ஒப்பவில்லை.* 2: *(உ.வ.)* **உடன்படுதல்;** agree. *இது மேலும் ஆராய்வதற்கு உரியது என்பதைப் பெரும்பாலான ஆய்வாளர்கள் ஒப்புவர்.*

ஒப்பு[2] பெ. *(-ஆக, -ஆன)* **(குணம், பண்பு, செயல், தரம் போன்றவற்றில்) இணை; பொருத்தம்; சமம்;** equal; match. *அவரை என் தந்தைக்கு ஒப்பாக மதிக்கிறேன்./ இந்தக் கோயிலின் சிற்ப வேலைக்கு ஒப்பு உவமை சொல்ல முடியாது./ இதில் பணம் போடுவது கிணற்றில் போடுவதற்கு ஒப்பாகும்.*

ஒப்புக்கு வி.அ. 1: **(ஒருவர் ஒரு செயலைச் செய்கையில்) மனப்பூர்வமாக அல்லாமல்; உண்மையாக அல்லாமல்;** not wholeheartedly; *'வாருங்கள்' என்று ஒப்புக்கு வரவேற்றுவிட்டு உள்ளே போய்விட்டார்.* 2: **(ஒன்றைச் செய்கிறபோது) சடங்கு ரீதியாக; சம்பிரதாயத்துக்காக;** merely for the sake of formality. *என் சம்மதத்தைக்கூட அப்பா ஓர் ஒப்புக்குத்தான் கேட்டார்.*

ஒப்புக்குச் சப்பாணி பெ. *(பே.வ.)* **குழுவில் ஒப்புக்காகச் சேர்த்துக்கொள்ளப்படும் நபர்;** person included for the sake of form; dummy. *என் தம்பியை விளையாட்டில் சேர்த்துக்கொள்ளவில்லை என்றால் அழுவான். அவனை ஒப்புக்குச் சப்பாணியாகவாவது வைத்துக்கொள்ளுங்கள்.*

ஒப்புக்கொடு வி. *(-கொடுக்க, -கொடுத்து)* **ஒப்படைத்தல்;** entrust. *பணத்தை முதலாளியிடம் ஒப்புக்கொடுத்துவிட்டுக் கிளம்ப வேண்டியதுதான்.*

ஒப்புக்கொள் வி. *(-கொள்ள, -கொண்டு)* 1: **ஒத்துக்கொள்ளுதல்;** accept; consent; agree. *நீங்கள் கூறுவதை நான் கொள்கை அளவில் ஒப்புக்கொள்கிறேன்./ நீ ஒப்புக்கொண்டால் மட்டுமே நான் வியாபாரத்தில் இறங்குவேன்.* 2: **(வேலையை, பதவியை) ஏற்றல்;** take charge of. *நீங்கள் வந்து வேலையை ஒப்புக்கொண்டால்தான் நான் விடுப்பில் செல்ல முடியும்.*

ஒப்புகை அட்டை பெ. *(பு.வ.)* **ஒரு அலுவலகத்துக்கு அனுப்பும் கடிதம் அல்லது விண்ணப்பம், ஒப்பந்தம் முதலியவற்றைப் பெற்றுக்கொண்டதற்குச் சான்றாக அளிக்கப்படும் ஆவணம்;** acknowledgement card. *அஞ்சலில் வந்த ஒப்புகை அட்டையைப் பத்திரமாக வைத்துக் கொள்.*

ஒப்புகைச் சீட்டு பெ. *(பு.வ.)* **(தேர்தலின்போது வாக்குச் சாவடியில்) ஒருவர் வாக்களித்துவிட்டதற்குச் சான்றாக அவருக்கு அளிக்கப்படும் சீட்டு;** acknowledgement slip (issued at the polling booth to the voter).

ஒப்புதல் பெ. **1: சம்மதம்; உடன்பாடு;** acceptance; consent. *கல்யாணத்துக்குத் தன் ஒப்புதலைத் தெரிவித்துக் கடிதம் எழுதியிருக்கிறான்.* [*(தொ.சொ.)* **அனுமதி/ இசைவு/ ஏற்பு**] **2: அதிகாரபூர்வமான இசைவு;** approval; assent. *குடியரசுத் தலைவரின் ஒப்புதலுக்கு மசோதாவை அரசு அனுப்பிவைத்தது./ ஐம்பது கோடி ரூபாய்க்கு அரசு இத்திட்டத்திற்கு ஒப்புதல் அளித்துள்ளது.* **3: (ஒன்றைப் பெற்றுக்கொண்டதற்கு அடையாளமாகத் தரும்) எழுத்து மூலமான அறிவிப்பு;** a knowledgement (of a receipt). *புத்தகங்களைப் பெற்றுக்கொண்டதற்கு ஒப்புதல் அனுப்புக./ ஒப்புதல் ரசீது.*

ஒப்புதல் வாக்குமூலம் பெ. *(சட்டம்)* **நீதிபதிக்கு முன் பாகக் குற்றம் சாட்டப்பட்டவர் தானாக முன்வந்து தன் குற்றத்தை ஒப்புக்கொள்வதாகக் கொடுக்கும் வாக்குமூலம்;** statement of confession (made by an accused in the court or before a magistrate).

ஒப்புநோக்கு வி. *(-நோக்க, -நோக்கி)* காண்க: **ஒப்பிடு.**

ஒப்புமை பெ. **(ஒன்றை மற்றொன்றோடு) ஒப்பிடும் போது காணப்படும் ஒற்றுமை;** similarity. *தெருக் கூத்துக்கும் யட்சகானத்துக்கும் இடையே ஒப்புமைகள் காணப்படுகின்றன.*

ஒப்புரவு பெ. *(கிறித்.)* **பாவமன்னிப்பு;** confession.

ஒப்புவி வி. *(ஒப்புவிக்க, ஒப்புவித்து)* **(ஒருவருடைய) பொறுப்பில் சேர்த்தல்; ஒப்படைத்தல்;** hand over; entrust to s.o. *தெருவில் கண்டெடுத்த பையை உரியவரிடம் ஒப்புவித்துவிட்டு வருகிறேன்./ என் ஒரே பையனை உங்களிடம் ஒப்புவிக்கிறேன், பார்த்துக்கொள்ளுங்கள்.*

ஒப்பேற்று வி. *(ஒப்பேற்ற, ஒப்பேற்றி)* **1: (இக்கட்டான ஒரு சூழ்நிலையில் தன்னிடம் இருப்பதை வைத்துக் கொண்டு) சரிக்கட்டுதல்;** (in difficult circumstances) make do (with what is available). *மாதக் கடைசி, செலவுக்குக் கையில் இருப்பதை வைத்துக்கொண்டுதான் ஒப்பேற்ற வேண்டும்.* **2: (ஓரளவாவது) தேறச் செய்தல்;** save; salvage. *இந்தக் குறைந்த தண்ணீரை வைத்துக்கொண்டு இந்தப் பயிரை ஒப்பேற்றப்பார்க்கிறோம்.* **3:** *(இலங்.)* **நிறைவேற்றுதல்;** fulfil. *இந்தப் பாரிய பொறுப்பை எவ்வாறாயினும் ஒப்பேற்றி முடிக்க வேண்டும்.*

ஒப்பேறு வி. *(ஒப்பேற, ஒப்பேறி)* **(ஒன்றுமே இல்லை அல்லது மிகவும் மோசம் என்ற நிலையில் இல்லாமல்) தேறுதல்;** be salvaged; be retrieved. *இந்தச் சாகுபடியிலாவது பயிர் ஒப்பேறுமா?/ இவன் ஒப்பேறுவான் என்ற நம்பிக்கை எனக்கு இல்லை.*

ஒய்யாரம் பெ. *(-ஆக, -ஆன)* *(பெரும்பாலும் பெண்களின் தோற்றத்தை, அசைவைக் குறிப்பிடும்போது)* **(பிறரைக் கவரும்) நளினம்;** (of women's appearance, movement) airs and graces. *பட்டு உடுத்திப் பூச்சூடி அலங்கரித்துக்கொண்டால் ஒய்யாரம் வந்துவிடுகிறது.*

ஒய்யாரி பெ. **(நடை, உடை முதலியவற்றில்) பிறரைக் கவர வேண்டும் என்ற முனைப்பு கொண்ட பெண்;** (affectedly or conspicuously) stylish woman. *சிரித்துச்சிரித்து ஆளை மயக்கும் ஒய்யாரி.*

ஒயில் பெ. *(-ஆக, -ஆன)* *(உ.வ.)* **ஒய்யாரம்;** (stylish) elegance (of a conspicuous kind).

ஒயில் கும்மி பெ. காண்க: **ஒயிலாட்டம்.**

ஒயிலாட்டம் பெ. **(தென் தமிழ்நாட்டில் குறிப்பிட்ட சமூகத்தினரில் பெரும்பாலும் ஆண்கள்) கையில் வண்ணத் துணிகளை வைத்துக்கொண்டு கும்மி அடிப்பது போல் சுற்றிவந்து புராணக் கதைகளை நிகழ்த்தி, ஆடும் நாட்டார் நடனம்;** kind of folk dance (performed mostly by men) of a particular community in southern Tamil Nadu.

ஒரு பெ.அ. **1: 'ஒன்று' என்னும் எண்ணின் பெயரடை;** the adjectival form of ஒன்று. *சட்டைப் பையில் கிடந்த ஒரு ரூபாயைப் பிச்சைக்காரனுக்குப் போட்டான்.* **2: பலரை அல்லது பலவற்றைக் கொண்டிருக்கும் தொகுப்பைப் பிரதிநிதித்துவப்படுத்துகிற வகையில் குறிப்பிடுகிற அல்லது எடுத்துக்காட்டுகிற;** used adjectivally to refer to one in a group of similar things. *இந்தியா போன்ற ஒரு நாட்டில்...* **3: 'இன்னது இப்படி' அல்லது 'இவர் இப்படி' என்ற திட்டவட்டமான எண்ணத்தை வெளியிடப் பயன்படுத்தும் ஒரு சொல்;** word used to mean that s.o. or sth. mentioned is a reference. *இதுவும் ஒரு அழகுதான்./ இது ஒரு வீடா?/ இது ஒரு படமா?*

ஒருக்களி வி. *(ஒருக்களிக்க, ஒருக்களித்து)* **1: (படுத்திருக்கும்போது) விலாப்புறமாகச் சாய்ந்திருத்தல்;** lie on one's side. *பிறந்த குழந்தை சில மாதங்கள் கழித்து புரண்டோ ஒருக்களித்தோ படுக்கத் தொடங்கும்./ அந்தச் சிறிய திண்ணையில் ஒருவர் ஒருக்களித்துப் படுக்கும் அளவுக்கே இடம் இருந்தது./ ஒருக்களித்த நிலையில் படுத்திருந்தவனால் சட்டென்று எழுந்திருக்க முடியவில்லை.* **2: (ஒரு பொருளை வைக்கும்போது அல்லது தூக்கும் போது) ஒரு பக்கமாகச் சாய்ந்த நிலையில் இருக்குமாறு செய்தல்;** turn sth. on its side. *வாசல்படி சிறியதாக இருப்பதால் அலமாரியை ஒருக்களித்துத்தான் உள்ளே எடுத்துச் செல்ல வேண்டும்.* **3: (கதவை) பாதி மூடிய நிலையில் சாத்துதல்;** keep ajar (a door or window). *கதவைக் கொஞ்சம் ஒருக்களித்து வை.*

ஒருக்கால்[1] வி.அ. *(உ.வ.)* **ஒருவேளை;** perhaps; maybe. *அவர் வீட்டில் இல்லை, ஒருக்கால் ஊருக்குப் போயிருப்பாரோ?/ ஒருக்கால் நான் நாளை இங்கு வர முடியாவிட்டால் நீ அம்மாவைக் கூட்டிக்கொண்டு போகிறாயா?*

ஒருக்கால்[2] வி.அ. *(இலங்.)* **1: கொஞ்சம் நேரம்; சிறிது நேரம்;** for a while. *ஒருக்கால் பிள்ளையைப் பார். முகம் கழுவிவிட்டு வருகிறேன்./ ஒருக்கால் வீட்டில் நில். கடைக்குப் போய்விட்டு வருகிறேன்.* **2: ஒருமுறை; ஒருதரம்;** once. *ஒருக்கால் சொன்னால் நீ கேட்க மாட்டாயா?/ அந்தப் பக்கம் போனால் அவரை ஒருக்கால் பார்த்துவிட்டு வா./ எந்த விஷயத்தையும் ஒருக்கால் சொன்னால் பிடித்துக்கொண்டுவிடுவான். அவனுக்கு அபாரமான ஞாபகசக்தி.*

ஒரு(க்)காலும் வி.அ. (எதிர்மறை வினைகளுடன்) ***எந்தக் காலத்திலும்; எக்காரணத்தை முன்னிட்டும்;*** (in a negative sentence) never. ஒருகாலும் பொய் சொல்லாதே!/ இந்தத் திருமணத்துக்கு நான் ஒருகாலும் சம்மதிக்க மாட்டேன்.

ஒருகண் பெ. காண்க: **கண்**[1],7, 8.

ஒருகண் தூங்கு வி. (தூங்க, தூங்கி) (இலங்.) (ஓய்வாக) ***கண்மூடுதல்; தூங்குதல்;*** sleep. அவனை இரவு முழுதும் ஒருகண் தூங்கவிடாமல் வெறுமனே காவல் நிலையத்தில் வைத்திருந்தார்களாம்.

ஒருகண் நித்திரை பெ. (இலங்.) (பொதுவாக எதிர்மறையில்) ***மிகக் குறைந்த அளவு நேரம் உறங்கும் தூக்கம்;*** a wink of sleep. பல்வலியால் நேற்று இரவு ஒருகண் நித்திரைகூட இல்லை./ இரவு முழுவதும் படித்துவிட்டு, ஒருகண் நித்திரைகூடக் கொள்ளாவிட்டால் நாளைக்குப் பரீட்சையை எப்படி நல்ல முறையில் செய்வாய்?

ஒருகால் வி.அ. (உ.வ.) காண்க: **ஒருக்கால்**[1].

ஒருகாலத்திலும் வி.அ. ***ஒருபோதும்;*** (in a negative sentence) never. ஒருகாலத்திலும் நான் யாருக்கும் அடிபணிய மாட்டேன்.

ஒருகாலம் பெ. (குறிப்பிட்டுச் சொல்லப்படாத) ***கடந்த காலம்;*** once upon a time. ஒருகாலத்தில் நானும் வசதியாக வாழ்ந்தேன்./ பசியென்று வந்தவனுக்கு அன்னம் அளித்ததெல்லாம் ஒருகாலம்.

ஒரு குடைகீழ் வி.அ. ***ஒரே நிர்வாகத்தின் கீழ்;*** under a single authority. தங்களுடைய வர்த்தக நிறுவனங்கள் அனைத்தையும் ஒரு குடைகீழ் கொண்டுவர நிர்வாகம் முடிவுசெய்துள்ளது.

ஒருகை கொடு வி. (கொடுக்க, கொடுத்து) (ஒரு காரியத்தைச் செய்து முடிக்க பிறர்) ***உதவி செய்தல்;*** lend a hand. ஊர்க்காரர்கள் ஒருகை கொடுத்ததால் நடுவழியில் நின்ற பேருந்து கிளம்பியது.

ஒருகை பார்[1] வி. (பார்க்க, பார்த்து) (ஒருவருக்குச் சவால் விடப்படும்போது) ***திட்டவட்டமான ஒரு முடிவுக்குக் கொண்டுவருதல்;*** (as response to a challenge) face and tackle squarely; dispatch s.o. or sth. பெரிய ஆள் என்று நினைப்பு. அவனை ஒருகை பார்க்கிறேன்.

ஒருகை பார்[2] வி. (பார்க்க, பார்த்து) (ருசியான உணவை) ***வயிறு கொள்ளும் மட்டும் சாப்பிடுதல்;*** enjoy heartily (a meal); polish off (food). இன்றைக்கு எனக்குப் பிடித்த வெங்காய சாம்பாரும் உருளைக்கிழங்கும். ஒருகை பார்த்து விட்டேன்.

ஒருங்கமை வி. (-அமைக்க, -அமைத்து) (உ.வ.) ***ஒன்று சேர்த்தல்;*** integrate. கணிப்பொறியில் பல செயல்முறைகளை ஒருங்கமைத்துப் பல விந்தைகள் புரிகிறார்கள்.

ஒருங்கிணை[1] வி. (-இணைய, -இணைந்து) (தனித்தனியாக அல்லது பல பகுதிகளாக உள்ளவை முரண்பாடு இல்லாமல்) ***ஒன்றாக இணைதல்;*** come (harmoniously) together; unite. நாம் ஒருங்கிணைந்து செயல்பட்டால்தான் திட்டம் நிறைவேறும்./ இரு துருவங்களாக இருந்தவர்கள் ஒருங்கிணைந்தனர்.

ஒருங்கிணை[2] வி. (-இணைக்க, -இணைத்து) (தனித்தனியாக உள்ள பலவற்றை) ***ஒன்றாக இணைத்தல் அல்லது சேர்த்தல்;*** link; bring together; coordinate; unite; integrate. வடகிழக்கு, வடமேற்கு ஆகிய திசைகளில் ஓடும் ஆறுகளை ஒருங்கிணைத்து நாட்டில் விவசாயத்தை மேலும் வளமாக்கலாம்./ சிதறிக்கிடக்கும் சங்கங்களை ஒருங்கிணைப்பதன் மூலம் ஒரு வலுவான அமைப்பை உருவாக்கலாம்./ கிராம முன்னேற்றம்குறித்து அவர் தெரிவித்த கருத்துகளை ஒருங்கிணைத்துத் தந்திருக்கிறோம்.

ஒருங்கிணைந்த பெ.அ. ***ஒரு பணியின் அல்லது நோக்கத்தின் பல அம்சங்களையும் உள்ளடக்கிய;*** (any scheme that is) integrated. கடல் உயிரியலில் ஒருங்கிணைந்த பாடத்திட்டத்தை அண்ணாமலைப் பல்கலைக் கழகம் அறிமுகப்படுத்தியிருக்கிறது.

ஒருங்கிணைப்பாளர் பெ. ***ஒரு திட்டத்தின் அல்லது பணியின் பகுதிகள் பலரால் அல்லது பல அமைப்புகளால் செயல்படுத்தப்படும்போது அவற்றை இணைத்துத் திட்டத்தை நிறைவேற்றும் பொறுப்பை வகிப்பவர்;*** coordinator.

ஒருங்கிணைப்பு பெ. **1:** ***ஒன்றுகூடிய நிலை;*** combined state; integration. சக்தி, வேகம், சிக்கனம் இவற்றின் உன்னதமான ஒருங்கிணைப்பே இந்தப் புதிய வாகனம். **2:** ***ஒன்றாகச் செயல்படுவதற்குவேண்டிய தொடர்பு;*** coordination; liaison. போராடும் குழுக்கள் இடையே ஒருங்கிணைப்பு இல்லை.

ஒருங்கு வி.அ. (உ.வ.) ***ஒன்றாக (ஓர் இடத்தில்);*** (collect or gather) together (in one place). அவர் பல நூல்களில் தெரிவித்திருக்கும் கருத்துகளை ஒருங்கு திரட்டுவது எளிதல்ல./ தற்போது அளிக்கப்படுகிற சுகாதார வசதிகளை ஒருங்கு சேர்க்கும் செயல்திட்டம் வகுக்கப்படுகிறது.

ஒருங்குறி பெ. (பு.வ.) ***உலகில் உள்ள வெவ்வேறு மொழிகளுக்கும் பொதுவாகப் பொருந்தும் வகையில் ஒவ்வொரு எழுத்துக்கும் தனித்த எண் மதிப்பு வழங்கப்பட்டு, அதை அனைத்து மென்பொருள்களிலும் கணினித் தளங்களிலும் எளிதாகப் பயன்படுத்த வழி செய்யும் பன்னாட்டுக் குறியீட்டு முறை;*** Unicode.

ஒருங்குறிக் குழுமம் பெ. (பு.வ.) ***கணினியின் திரையில் வெளிப்படுத்தப்படும் பல மொழிகளின் எழுத்துகளுக்குத் தரும் குறியீடுகளை உலக அளவில் ஒருமைப்படுத்தவும், அனைத்துக் கணிப்பொறி நிரல்களிலும் செயல்படுத்தவும் அமைக்கப்பட்ட அரசு சாராத கூட்டமைப்பு;*** Unicode Consortium.

ஒருங்கே வி.அ. (உ.வ.) **1:** ***ஒரே சமயத்தில்;*** at one and the same time; at once. இந்த உடற்பயிற்சி உடலையும் உள்ளத்தையும் ஒருங்கே பக்குவப்படுத்தும்./ அவளுக்குப் பயமும் பக்தியும் ஒருங்கே எழுந்தன. **2:** ***ஒன்றாக;*** together. பாம்பையும் கீரியையும் ஒருங்கே வளர்க்க முடியாது! **3:** ***மொத்தமாக; முழுமையாக;*** totally; entirely; altogether. புகழ்ச்சி வார்த்தைகளெல்லாம் அவருக்கு ஒருங்கே சலித்துப்போயின./ குடும்பத்தினர் அனைவரும் ஒருங்கே இருந்து எடுத்துக்கொண்ட புகைப்படம்.

ஒருசபை சந்திக்காரர் பெ. (இலங்.) (ஏதோ ஒருவகையில் ஒருவருக்கு) ***உறவினராக இருப்பவர்; தூரத்துச்***

சொந்தக்காரர்; (in some ways) relative to s.o. கோயிலுக்கு வடக்கே வாழ்பவர் ஒருசபை சந்திக்காரர்./ அவர்கள் எல்லாம் ஒருசபை சந்திக்காரர். இன்று சண்டைபிடிப்பார்கள், நாளை ஒற்றுமையாகிவிடுவார்கள்.

ஒருசந்தி பெ. *(வ.வ.)* **ஒருபொழுது மட்டும் உணவு உண்ணுதல்;** observance of taking only one meal (a day). வெள்ளிக்கிழமையெல்லாம் நான் ஒருசந்தி இருப்பேன்.

ஒரு சாரி வீடு பெ. *(ஊரக வ.)* **நடு முற்றம் இல்லாமல் கட்டப்பட்ட வீடு;** a house having no central open yard.

ஒருசில பெ.அ. **மிகக் குறைவான (எண்ணிக்கை);** few. அவ்வப்போது ஒருசில நல்ல படங்கள் வரத்தான் செய்கின்றன./ ஒருசில நாட்கள் இரவில் எனக்குத் தூக்கமே வருவதில்லை.

ஒருசிலர் பெ. **மிகக் குறைவான நபர்கள்;** few people. இந்தக் கருத்தை ஒருசிலர் ஏற்கத் தயங்கலாம்./ பொதுக் காரியத்துக்கு உதவ ஒருசிலராவது முன்வருவார்கள் என்றால் நல்லதுதான்.

ஒருசிறிது வி.அ. *(உ.வ.)* **சிறிதாவது; கொஞ்சமாவது;** a little. பரிவு ஒருசிறிது இருந்தால் இதைச் செய்திருப்பாயா?

ஒரு செல் உயிரி பெ. **ஒரே ஒரு உயிரணுவை மட்டும் கொண்ட மிகவும் நுண்ணிய உயிரின வகை;** protozoan; unicellular creature.

ஒருசேர வி.அ. **1: ஒன்றாக இணைந்து;** at the same time. நாடகத்தின் ஆரம்பத்தில் தவிலும் நாகசுரமும் ஒருசேர ஒலித்தன. **2: ஒன்றுசேர்ந்து; இணைந்து;** jointly; together. அரசனையும் அவன் பட்டத்து யானையையும் ஒருசேரப் பாராட்டும் பாடல் இது./ உங்களையெல்லாம் ஒருசேரப் பார்க்கும் வாய்ப்பு எனக்கு இன்றுதான் கிடைத்தது.

ஒருசொட்டு பெ.அ. **மிகக் குறைந்த அளவு;** tiny quantity; the least. நாங்கள் படும் பாட்டைப் பார்த்தும், ஒரு சொட்டு இரக்கம்கூட இல்லாமல் பேசுகிறாயே./ ஒரு சொட்டு மனிதாபிமானம்கூட இல்லாதவனிடம் எதையும் பேசிப் பிரயோஜனம் இல்லை.

ஒருத்தர் பெ. **1: ஒருவர்;** honorific form of ஒருவன் or ஒருத்தி. **2:** *(முன்னிலையிலும் படர்க்கை ஒருமையிலும் ஒரு பிரதிப்பெயரோடு வரும்போது)* **கோபத்தில் அல்லது எரிச்சலில் ஒருவரைக் குறிப்பிடும் சொல்;** expression used in annoyance at s.o. இவர் ஒருத்தர், நேரம் காலம் தெரியாமல் பேசிக்கொண்டிருக்கிறார்.

ஒருத்தன் பெ. *(பே.வ.)* **1: ஒருவன்;** (certain) man; single person. மேடையில் ஒருத்தன் பாடிக்கொண்டிருந்தான்./ இந்தப் பெட்டியைத் தூக்க ஒருத்தன் வந்தால் போதாது. **2:** *(முன்னிலையிலும் படர்க்கை ஒருமையிலும் ஒரு பிரதிப்பெயரோடு வரும்போது)* **கோபத்தில் அல்லது எரிச்சலில் ஒருவனைக் குறிப்பிடும் சொல்;** expression used in annoyance at a man. இவன் ஒருத்தன், சும்மா வாயை மூடிக்கொண்டு இருக்க மாட்டான்.

ஒருத்தி பெ. **1: ஒரு பெண்;** (certain) woman/single woman. பூ விற்றுக்கொண்டிருந்த ஒருத்தியிடம் போய் வழி கேட்டேன்./ களை எடுக்க ஒருத்திதான் வந்திருக்கிறாள். **2:** *(முன்னிலையிலும் படர்க்கை ஒருமையிலும் ஒரு பிரதிப்பெயரோடு வரும்போது)* **கோபத்தில் அல்லது எரிச்சலில் ஒரு பெண்ணைக் குறிப்பிடும் சொல்;** expression used in annoyance at a woman. நீ ஒருத்தி, அவனிடம்போய் ஏன் இதைச் சொல்லித்தொலைத்தாய்?

ஒருத்தினை பெ. *(இலங்.)* **மிகச் சிறிய அளவு; கொஞ்சம்;** a little. உங்கள் மூக்குப்பொடியில் ஒருத்தினை எனக்குத் தாருங்கள்./ ஒருத்தினை புளி இருந்தால் கொடுங்கள் என்று பக்கத்து வளவில் இருக்கும் ஆச்சி என்னிடம் கேட்டார்.

ஒருதடவை வி.அ. **(கடந்தகாலத்தில் அல்லது எதிர்காலத்தில்) ஒரு சந்தர்ப்பத்தில்;** on one occasion; once. ஒருதடவை நம் பூர்வீக வீட்டைப் பற்றி அப்பா சொன்னது நினைவிருக்கிறதா?/ ஒருதடவை நாம் திருவண்ணாமலை போய்வந்தால் என்ன?

ஒருதரப்பு பெ. *(-ஆக, -ஆன)* **(பொதுவாக இல்லாமல் ஒருவருக்கு அல்லது ஓர் அமைப்புக்கு) சார்பாக இருக்கும் அல்லது செயல்படும் நிலை; நடுநிலை இல்லாமை;** being one-sided; partial. இது ஒருதரப்பான தீர்ப்பு.

ஒருதரம் வி.அ. *(பே.வ.)* காண்க: ஒருதடவை.

ஒருதலை பெ. *(உ.வ.)* **சமநிலை இல்லாத தன்மை; ஒருதரப்பு;** imbalance. ஒருதலைச் சார்பான தீர்ப்பு.

ஒருதலைக் காதல் பெ. **ஒருவர் மட்டும் மற்றொருவரை விரும்பும் காதல்;** unrequited love.

ஒருதலைப்பட்சம் பெ. *(-ஆக, -ஆன)* **ஒரு பக்கச் சார்பான நிலை;** partiality. விசாரணைக் குழு ஒருதலைப்பட்சமாக நடந்துகொண்டது என்ற குற்றச்சாட்டு எழுந்துள்ளது.

ஒருதலையான உத்தரவு பெ. *(சட்டம்)* **ஒரு வழக்கு விசாரணைக்கு வரும்போது வாதி நீதிமன்றத்துக்கு வந்திருந்து பிரதிவாதி வராத நிலையில் அவரது வாதத்தைக் கேட்காமலேயே வழங்கப்படும் தீர்ப்பு;** decree given ex parte.

ஒருதார மணம் பெ. **ஒரே மனைவியோடு வாழும் மண முறை;** custom of having only one wife.

ஒருநாள் வி.அ. **1: (எதிர்காலத்தில்) என்றாவது;** one day (in future). அவன் பண்ணும் அக்கிரமத்துக்கெல்லாம் ஒருநாள் பதில் சொல்லியே ஆக வேண்டும்./ ஒருநாள் நான் சொன்னது நடக்கிறதா இல்லையா என்று பார். **2: (கடந்தகாலத்தில்) ஒருநாளில்;** one day (in the past). ஒருநாள் பேசிக்கொண்டிருந்தபோது அப்பா என்னிடம் நீ உதவியதைச் சொன்னார்.

ஒருநாள் தொடர் பெ. **(கிரிக்கெட் விளையாட்டில்) ஒருநாள் மட்டுமே கால அளவு கொண்டதாக நடத்தப்படும் போட்டிகளின் வரிசை;** (of cricket) one-day series. இலங்கையில் நடைபெற்ற ஒருநாள் தொடரை இந்தியா வென்றது.

ஒருநாள் போட்டி பெ. **ஒரு நாள் மட்டுமே கால அளவு கொண்டதாக விளையாடப்படும் கிரிக்கெட் போட்டி;** (of cricket) one-day match. முத்தரப்பு ஒருநாள் போட்டி/ ஐந்து ஒருநாள் போட்டிகள் கொண்ட தொடரை இந்தியா 4:1 என்ற கணக்கில் வென்றது.

ஒருநாளும் வி.அ. **ஒருபோதும்;** never. நீ செய்த உதவியை ஒருநாளும் மறக்க மாட்டேன்./ அவனை நான் ஒருநாளும் சந்தேகித்ததே இல்லை.

ஒருநாளும் இல்லாமல் வி.அ. **வழக்கத்துக்கு மாறாக;** against one's nature. *என்ன, ஒருநாளும் இல்லாமல் இவ்வளவு சீக்கிரம் அலுவலகத்துக்கு வந்துவிட்டாய்?/ ஒருநாளும் இல்லாமல் இப்படி ஒரு மழை!*

ஒருநாளைப் போல வி.அ. *(எரிச்சலுடன் குறிப்பிடும்போது)* **தினமும்; அடிக்கடி;** very often; every day. *ஒருநாளைப் போலப் பணம் கொடு என்று நச்சரித்தால் நான் என்ன செய்வது?*

ஒருநிலைப்படுத்து வி. *(-படுத்த, -படுத்தி)* **(கவனத்தை, மனத்தை) சிதறவிடாமல் கட்டுப்படுத்துதல்; ஒருமுகப்படுத்துதல்;** concentrate (one's attention); focus (one's mind) on (sth.). *சதுரங்க விளையாட்டு மனத்தை ஒருநிலைப்படுத்த உதவுகிறது.*

ஒருநேரம் பெ. *(பே.வ.)* **(நாளில்) ஒரு பகுதி;** half-day; partial working day. *இன்றைக்குப் பள்ளிக்கூடம் ஒரு நேரம்தான்.*

ஒருநேரம் போல வி.அ. *(குணம், நடத்தை முதலியவற்றைக் குறித்து வரும்போது)* **(வழக்கமாக விரும்புமாறு இருப்பதைப் போல) எப்போதும் ஒரே தன்மையுள்ளதாக;** (of temperament, behaviour, etc.,) uniformly of the same (usually pleasant) kind, consistency. *ரொம்ப வயதாகிவிட்டதால் தாத்தாவின் குணம் ஒருநேரம் போல இருக்காது. சுள்ளென்று எரிந்துவிழுவார். நாம்தான் அனுசரித்துப் போக வேண்டும்.*

ஒருப்படு வி. *(ஒருப்பட, ஒருப்பட்டு) (உ.வ.)* **உடன்படுதல்; ஒப்புதல்;** consent. *நானும் ஒருப்பட்டுத்தான் அவரோடு சென்றேன்.*

ஒருபடி வி.அ. *(இலங்.)* **ஒருவழியாக; ஒருவாறு;** somehow. *எப்படியோ வீட்டை ஒருபடி கட்டி முடித்துவிட்டேன்./ கலியாண ஆயத்தங்கள் எல்லாம் ஒருபடி முடித்துவிட்டீர்கள் என்று அண்ணன் சொன்னார்.*

ஒருபடித்தாக்கு வி. *(-ஆக்க, -ஆக்கு)* **ஒரே தன்மை அல்லது தரம் உடையதாக ஆக்குதல்;** make sth. uniform.

ஒருபடித்தான பெ.அ. *(உ.வ.)* **ஒரே தன்மை அல்லது தரம் உடையதான;** uniform. *இந்த வகுப்பில் படிப்பவர்கள் எல்லோரும் ஒருபடித்தான மாணவர்கள் என்று கூற முடியாது.*

ஒருபால் பெ.அ. *(உயிரி.)* **ஒரே ஒரு பாலுக்கு உரிய இனப்பெருக்க உறுப்புகளை அல்லது பாகங்களை மட்டும் கொண்டிருக்கும்;** unisexual. *பெரும்பாலும் விலங்குகள் எல்லாம் ஒரு பால் உயிரிகள்.*

ஒருபுறம் வி.அ. **(முக்கியத்துவம் தர வேண்டியதாக அமையும் இரண்டு தரப்புகளில்) ஒரு தரப்பில்;** on the one hand. *ஒருபுறம் பெற்றோர், மறுபுறம் மனைவி. அவன் யாருக்குப் பரிந்து பேசுவது?/ ஒருபுறம் அலுவலக வேலை, மறுபுறம் சொந்த வேலை. அவளுக்கு ஓய்வு என்பதே இல்லை.*

ஒருபேச்சுக்கு வி.அ. *(பே.வ.)* **1:** *(சொல் என்ற வினையுடன் வரும்போது)* **(உள்நோக்கமோ தீவிரமான தொனியோ இல்லாமல்) சாதாரணமாக;** without design or motive; unintentionally. *ஒருபேச்சுக்கு 'இனிமேல் வீட்டுப் பக்கமே வராதே' என்று சொன்னதற்காக அவன் நிஜமாகவே வருவதை நிறுத்திவிட்டான்./ ஒருபேச்சுக்கு 'ஊருக்குப் போய்விட்டு வா' என்று சொன்னதற்காக ஒரேயடியாக அங்கேயே தங்கி விடுவதா?/ ஒருபேச்சுக்கு 'உங்களுக்குத்தான் உலக அழகிப் பட்டம் கொடுக்க வேண்டும்' என்று சொன்னதற்கு அந்த நடிகை அப்படியே உருகிப் போய்விட்டார்.* **2:** *(பே.வ.)* **உண்மையாக இல்லாத அல்லது நடக்காத ஒன்றை ஒரு கற்பனைக்காக மட்டும் எடுத்துக்கொண்டு;** for the sake of argument; as a matter of form. *உங்கள் கட்சியே ஆட்சிக்கு வருகிறது என்று ஒருபேச்சுக்கு வைத்துக்கொள்வோம். அதனால் மக்களுக்கு என்ன பயன்?/ ஒருபேச்சுக்கு உன்னை வைத்து நான் படம் இயக்குகிறேன் என்றாலும் அந்தப் படத்தை யார் தயாரிப்பது?* **3:** *(ஒருவரிடம் ஒன்றைச் சொல்வதைக் குறித்து வரும்போது)* **சம்பிரதாயத்துக்காக;** for the sake of formality. *கல்யாணத்தைப் பற்றிப் பெரியவரிடம் ஒருபேச்சுக்குச் சொல்லிவைப்போம்.*

ஒருபொழுது பெ. **(விரதத்தின் காரணமாக) ஒரு வேளை மட்டும் உண்ணுதல்;** observance of taking only one meal a day. *அவர் இன்றைக்கு ஒருபொழுது. மதியம் மட்டுமே சிறிது சாப்பிடுவார்.*

ஒருபொழுதும் பெ. காண்க: **ஒருபோதும்.**

ஒருபோக்கு பெ. *(இலங்.)* **வழக்கத்துக்கு மாறான நடத்தை;** peculiar conduct of s.o. *அந்த ஆள் ஒருபோக்கு என்று தெரிந்தும் அவரோடு ஏன் பிரச்சினைப்படுகிறாய் என்று அம்மா என்னிடம் கேட்டார்.*

ஒருபோதும் வி.அ. *(எதிர்மறை வாக்கியங்களில்)* **விலக்கு இல்லாமல் எல்லாச் சமயங்களிலும்;** (in a negative sentence) never. *அம்மாவை அப்பா ஒருபோதும் திட்டியது கிடையாது./ அவரிடம் இரக்கம் என்பதையே ஒருபோதும் காண முடியாது./ இரவல் வாங்கிய புத்தகத்தை ஒருபோதும் அவன் திருப்பித் தர மாட்டான்.*

ஒருமட்டும் வி.அ. *(வ.வ.)* **ஒருவாறாக; முடிவில்;** at long last; finally. *இரண்டு மணி நேரமாகத் தேடி ஒருமட்டும் சாவியைக் கண்டுபிடித்தேன்.*

ஒருமனதாக/ஒருமனதான வி.அ./பெ.அ. **கருத்து வேற்றுமை இல்லாமல்/கருத்து வேற்றுமை இல்லாத;** unanimously/unanimous. *நன்றி தெரிவிக்கும் தீர்மானம் ஒருமனதாக நிறைவேறியது./ இது எங்களுடைய ஒருமனதான முடிவு.*

ஒருமனப்பட்டு வி.அ. **ஒருமனதாக;** unanimously. *அவர்கள் எல்லோரும் ஒருமனப்பட்டுச் செய்த காரியம் இது.*

ஒருமாதிரி[1] பெ. *(-ஆக, -ஆன)* **இயல்புக்கு அல்லது வழக்கத்துக்கு மாறான தன்மை;** out of sorts; off colour; odd; eccentric. *நான் அந்தக் கேள்வியைக் கேட்டதும் அவர் என்னை ஒருமாதிரியாகப் பார்த்தார்./ அவர் ஒருமாதிரியான ஆள், கவனமாக நடந்துகொள்./ ஏன் ஒருமாதிரி இருக்கிறாய்?*

ஒருமாதிரி[2] **/-ஆக** வி.அ. **சரியான முறைப்படி அல்லாமல்; ஏதோ ஒரு விதத்தில்;** not in the proper fashion; anyhow. *ஒருமாதிரி பிரச்சினையைச் சமாளித்துவிட்டேன்./ வழக்கிலிருந்து ஒருமாதிரியாகத் தப்பித்துவிட்டேன்.*

ஒருமிக்க வி.அ. *(இலங்.)* **மொத்தமாக;** together; in total; altogether. *நான் வாங்கிய சாமான்களுக்கு ஒருமிக்க*

எவ்வளவு பணம் உங்களுக்குத் தர வேண்டும்?/ திருமணத் துக்கு ஒருமிக்க எல்லாச் சனமும் வந்து வீடே நிரம்பிவிட்டது.

ஒருமித்த பெ.அ. **ஒன்றுசேர்ந்த; ஒன்றிணைந்த; ஒரே மாதிரியான;** unanimous. பிரச்சினையை உடனடியாகத் தீர்ப்பதுகுறித்து அனைவருக்கும் ஒருமித்த கருத்து இருந்தது.

ஒருமித்து வி.அ. **ஒன்றுசேர்ந்து; ஒன்றிணைந்து;** unitedly; unanimously. ஒருமித்து உழைக்காவிட்டால் முன்னேற்றம் இல்லை.

ஒருமுகப்படு வி. (-பட, -பட்டு) **(மனம், உணர்வு ஆகியவை) சிதறாமல் குவிதல்;** (of mind, feeling, etc.,) get focussed on (sth.). மனம் ஒருமுகப்பட மறுத்தது./ உணர்வுகள் ஒருமுகப்பட்டுச் செயல்படத் தொடங்கின.

ஒருமுகப்படுத்து வி. (-படுத்த, -படுத்தி) **(மனத்தை) ஒன்றின் மீது நிலைக்கும்படி செய்தல்;** concentrate; focus. 'யோகத்தின் மூலம் மனத்தை ஒருமுகப்படுத்த முடியும்' என்றார் அவர்.

ஒருமுகமாக வி.அ. **ஒருமனதாக;** unanimously. எல்லா நாடுகளும் இந்தத் தீர்மானத்தை ஒருமுகமாக ஆதரித்தன.

ஒருமுகமான பெ.அ. **ஒருமனதான;** unanimous. ஒருமுக மான அபிப்பிராயம்.

ஒருமுறை வி.அ. **(கடந்தகாலத்தில் அல்லது எதிர்காலத் தில்) ஒரு சந்தர்ப்பத்தில்;** once (in the past or future). ஒருமுறை தாத்தாவிடம் பேசிக்கொண்டிருக்கும்போது இதைச் சொன்னார்./ மதுரைக்கு ஒருமுறை சென்றபோது அவரைச் சந்தித்தேன்./ ஒருமுறை வீட்டிற்கு வாருங்கள் என்று என்னை அழைத்தார்./ நீ இதை ஒருமுறை சாப் பிட்டுப்பாரேன்.

ஒருமுனை இணைப்பு பெ. **(வீட்டு உபயோகத்துக் காக) ஒரு முனையின் மூலம் வழங்கப்படும் குறைந்த அழுத்தம் உள்ள மின்சாரம்;** (in India) single-phase connection.

ஒருமுனை வரி பெ. **ஒரு பொருள் (உற்பத்தி செய்யப் படும் இடத்திலிருந்து) முதலில் விற்கப்படும்போது அல்லது (கடையிலிருந்து வாங்குபவர்களுக்கு) கடை சியாக விற்கப்படும் போது விதிக்கப்படும் விற்பனை வரி;** tax levied either at the point of first sale or at the point of last sale; single point tax.

ஒருமூச்சு வி.அ. **தொடர்ச்சியாகச் சிறிது நேரம்;** in a brief but uninterrupted spell. நேரம் கழித்து வீட்டுக்குப் போனால் அம்மா ஒருமூச்சு திட்டித் தீர்ப்பாள்.

ஒருமை பெ. **1: பல்வேறு கூறுகள் தொடர்புபடுத்தப் பட்டு அமையும் முழுமை;** unity; wholeness. இந்தக் கவி தையில் ஒருமை இல்லாததைக் காண முடிகிறது. **2: ஒரு முகப்பட்ட நிலை;** focus (on one thing). மன ஒருமை வேண்டும். **3: (பேச்சில்) (மிக நெருக்கமானவரை மட் டும் அழைக்கப் பயன்படும்) மரியாதைக் குறிப்பு இல் லாத சொல்;** familiar form of address (used by equals or superiors). அவர்கள் இருவரும் ஒருமையில்தான் அழைத் துக்கொள்வார்கள்./ அவர் என்னை உரிமையுடன் ஒரு மையில் அழைத்துப் பேசுவார். **4: (இலக்.) ஒன்று என்ற எண்ணிக்கையை உணர்த்தும் சொல்;** singular in number (opposite to பன்மை). 'அவர்கள்' என்பது பன்மை. அதன் ஒருமை வடிவம் என்ன? **5: ஒரு முழுமையின் பல்வேறு**

கூறுகள் தங்களுக்குள் கொண்டிருக்கும் பொதுத் தன்மை; unity. இந்திய மக்கள் மொழியாலும் மதத்தாலும் வேறுபட்டிருந்தாலும் அவர்களின் பண்பாட்டில் ஒருமை யைக் காண முடிகிறது./ வேற்றுமையில் ஒருமை.

ஒருமைப் பல்கலைக்கழகம் பெ. (பு.வ.) **இணைப்புக் கல்லூரிகள் இல்லாமல் தானே பாடத்திட்டம் வகுத்து, வகுப்பு நடத்தி, தேர்வு நடத்திப் பட்டம் வழங்கும் பல்கலைக்கழகம்;** unitary university.

ஒருமைப்பாடு பெ. **1: ஒரு நாட்டிலுள்ள பல்வேறு மத, சமூக, மாநிலப் பிரிவுகள் கொண்டிருக்கும் ஒருமை நிலை;** integrity. இந்தியாவின் தேசிய ஒருமைப்பாட்டைக் காக்க அனைத்து மாநிலத்தவரும் ஒத்துழைக்க வேண்டும். **2: ஒருமை; ஒருமுகப்பட்ட நிலை;** focus. மன ஒருமைப் பாடு இல்லாத நிலை.

ஒருவகையில் வி.அ. **குறிப்பிட்ட ஒருவிதத்தில் அல்லது நோக்கில்; ஒரு கோணத்தில்;** from one angle; in a way. நீ சொல்வதும் ஒருவகையில் சரிதான்./ விருந்துக்கு அதிக மான பேரை அழைக்காதது ஒருவகையில் நல்லதாகப் போயிற்று./ அவர் ஒருவகையில் எனக்கு மாமா முறை.

ஒருவர் பெ. **'ஒருவன்' அல்லது 'ஒருத்தி' என்பதன் மரி யாதை வடிவம்;** honorific form of ஒருவன் or ஒருத்தி.

ஒருவருக்கொருவர் பெ. **ஒருவரோடு ஒருவர்;** to each other; mutual. ஒருவருக்கொருவர் விட்டுக்கொடுத்துப் போங்கள்./ ஏன் இப்படி ஒருவருக்கொருவர் சண்டை போட்டுக்கொள்கிறீர்கள்?/ நண்பர்கள் இருவரும் ஒரே தெருவில் குடியிருந்ததால் ஒருவருக்கொருவர் உதவிசெய்து கொண்டார்கள்.

ஒருவழிப்படுத்து வி. (-படுத்த, -படுத்தி) (உ.வ.) **(மனத்தை) ஒருமுகப்படுத்துதல்;** concentrate. மனத்தை ஒருவழிப்படுத்திப் படித்தால் எந்தப் பாடத்தையும் எளி தில் புரிந்துகொள்ளலாம்.

ஒருவழிப் பாதை பெ. **வாகனங்கள் ஒரு திசையில் மட்டுமே போவதற்கு அனுமதிக்கப்பட்டுள்ள பாதை;** one-way.

ஒருவழி பண்ணு வி. (பண்ண, பண்ணி) **1: (ஒன்றை) மோசமான நிலைக்கு உள்ளாக்குதல்;** leave (s.o. or sth.) in a shambles. புது வண்டியை அவனிடம் கொடுத்துவிட் டாயா. அவன் அதை ஒருவழி பண்ணிவிடுவான். **2: (ஒரு வரை) வெறுத்துப்போகும் அளவுக்குச் சிரமத்திற்கு உள்ளாக்குதல்;** make s.o. feel miserable or wretched. சொன்ன தேதியில் நான் பணத்தைத் திருப்பித் தரா விட்டால் அவன் என்னை ஒருவழி பண்ணிவிடுவான்.

ஒருவழியாக வி.அ. **பிரச்சினைகள் எல்லாவற்றையும் ஏதோ ஒருவகையில் சமாளித்த பிறகு;** to one's great relief; finally; at long last. ஒருவழியாகப் பிரச்சினை தீர்ந்தது./ ஒருவழியாக ஊர் வந்துசேர்ந்தோம்.

ஒருவன் பெ. **ஓர் ஆண்/ஒரு நபர்;** (certain) man/single man. நேற்று உங்களைத் தேடி ஒருவன் வந்திருந்தான்./ ஒருவன் செய்யக்கூடிய வேலையில்லை இது.

ஒருவாய் வி.அ. **வாய் கொள்ளும் சிறிதளவு;** morsel; draught. எனக்குத் தொண்டையில் புண், ஒருவாய்கூடச்

சாப்பிட முடியவில்லை./ ஒருவாய் காப்பியாவது குடித்து விட்டுப் போ.

ஒருவாறு/-ஆக வி.அ. *(உ.வ.)* 1: **ஏதோ ஒருவகையில்;** somewhat; somehow. அவர் நோக்கம் எனக்கு ஒருவாறு விளங்கியது./ வலியை ஒருவாறாகப் பொறுத்துக்கொண்டு வேலையை முடித்தேன். 2: **ஒருவழியாக;** to one's great relief. சத்தம் ஒருவாறு ஓய்ந்தது.

ஒருவித்திலைத் தாவரம் பெ. *(உயிரி.)* **சல்லி வேர்த் தொகுப்பை உடையதும் விதையினுள் ஒரே ஒரு வித்திலையைக் கொண்டதுமான தாவர இனம்;** monocotyledonous plant.

ஒருவிதத்தில் வி.அ. **ஒருவகையில்;** in a way. ஒருவிதத்தில் நீ செய்தது சரியென்றே என் மனத்தில் படுகிறது./ நீ சொல்வது ஒருவிதத்தில் நியாயம் என்றாலும் எல்லோரும் அதை ஒப்புக்கொள்ள வேண்டுமே?

ஒருவிதம் பெ. (-ஆக, -ஆன) காண்க: **ஒருமாதிரி**[1].

ஒருவிதமாக வி.அ. காண்க: **ஒருமாதிரி**[2]**/-ஆக.**

ஒருவேளை[1] பெ. காண்க: **ஒருபொழுது.**

ஒருவேளை[2] வி.அ. **ஊகித்துக் கூறுவது நிகழ்வதற்கான வாய்ப்பு உண்டு என்பதைத் தெரிவிக்கப் பயன்படுத்தும் சொல்;** term used to express the likelihood or possibility of sth. happening; perhaps; likely. நண்பர் ஒருவேளை ஊருக்குப் போயிருக்கலாம்./ அவர் ஒருவேளை பணம் தரலாம்./ ஊருக்குப் போன நண்பர் ஒருவேளை நாளை திரும்பலாம்.

ஒரே பெ.அ. 1: **'(குறிப்பிட்ட ஒருவரை அல்லது ஒன்றைத் தவிர) வேறு இல்லை' என்ற பொருளில் பயன்படுத்தப்படும் சொல்;** one and only; the only. என்னுடைய ஒரே மகன்/ கிழவியிடம் இருந்த ஒரே பானையும் உடைந்து விட்டது. 2: **குறிப்பிட்ட அதே;** very same; (of time, object, manner, etc.,) same. நீங்கள் இருவரும் ஒரே அச்சில் வார்த்ததுபோல் இருக்கிறீர்கள்./ ஒரே நேரத்தில் சாப்பிடத் தொடங்கினோம். 3: **(குறிப்பிட்ட ஒன்றைத் தவிர வேறு இல்லை என்னும்படி) மிகுதியான; மிக அதிகமான;** unrelieved; unrelenting. ராத்திரி முழுவதும் ஒரே இருமல்/ ஒரே இருட்டு, எதுவும் தெரியவில்லை. 4: **பொதுவாக அமைந்திருக்கும்;** common. இந்தப் பல்கலைகழகத்தில் இருபாலருக்கும் ஒரே விடுதிதான்./ நாங்கள் இருவரும் ஒரே ஊர்தான்.

ஒரே குரலில் வி.அ. **(எல்லோரும்) ஒரே கருத்தை உடையவர்களாய்;** in one voice. தொழிலாளர்கள் அனைவரும் ஊதிய உயர்வு விஷயத்தில் ஒரே குரலில் நிர்வாகத்தை எதிர்க்கின்றனர்./ மாலையில் எங்கே போகலாம் என்று குழந்தைகளிடம் கேட்டபோது ஒரே குரலில் 'கடற்கரைக்கு' என்றார்கள்.

ஒரே கூரையின் கீழ் வி.அ. காண்க: **ஒரு குடைகீழ்.**

ஒரேமூச்சாக வி.அ. காண்க: **ஒரேமூச்சில்.**

ஒரேமூச்சில் வி.அ. **(ஒரு செயலை ஆரம்பித்த பின்) இடையில் நிறுத்தாமல் வேகத்துடன்;** at one stretch; at one go. எழுத வேண்டிய கடிதங்கள் அனைத்தையும் ஒரே மூச்சில் எழுதி முடித்தார்./ கதைப் புத்தகத்தை ஒரேமூச்சில் படித்துவிட்டுத்தான் கீழே வைத்தான்./ மருந்து கசப்பாக இருந்ததால் ஒரேமூச்சில் குடித்துவிட்டார்.

ஒரேயடியாக வி.அ. 1: **(இறுதி எல்லைக்கே அல்லது வரம்புக்கே போய்விடுவதுபோல்) மிக அதிகமாக; மிகவும்;** completely; excessively; thoroughly; absolutely. பத்து வருடங்களுக்குள் உருவத்தில் ஒரேயடியாக மாறியிருந்தாள்./ முடியை ஒரேயடியாகக் குறைத்துவிட்டீர்களே./ இப்படி ஒரேயடியாகப் பொய் சொன்னால் என்ன செய்வது? 2: **(இன்னொரு முறை என்று இல்லாமல்) ஒரே தடவையாக; முழுதாக;** in one unbroken spell. மாட்டை அடித்துச் சித்திரவதை செய்வதைவிட ஒரேயடியாகக் கொன்றுவிடலாம்./ ஒரேயடியாக இந்த வேலையையும் முடித்துவிடு! 3: **முற்றிலும்;** totally; completely; flatly. பணம் வாங்கிக்கொள்ள ஒரேயடியாக மறுத்துவிட்டார்.

ஒல்லி[1] பெ. (-ஆன) **(உடல் அல்லது உடலின் ஓர் உறுப்பு) சதைப்பற்று இல்லாதிருக்கும் நிலை; மெலிவு;** (of body or limbs) thin; emaciated. குச்சிபோல் ஒல்லியாக இருக்கிறாயே./ ஒல்லியான கைகால்.

ஒல்லி[2] பெ. *(இலங்.)* **உள்ளீடற்ற தேங்காய்;** diseased coconut without kernel. சிறுவர்கள் ஒல்லி கட்டி குளத்தில் நீந்தப் பழகினார்கள்.

ஒலி[1] வி. *(ஒலிக்க, ஒலித்து)* 1: **ஓசை எழுப்புதல்;** produce sound; sound; ring. மெட்டி ஒலிக்க அவள் நடந்து வந்தாள்./ வகுப்பு முடிவதற்கு அறிகுறியாக மணி ஒலித்தது./ நாகசுரம் இனிமையாக ஒலித்தது. 2: **(பாடல், இசை முதலியன) கேட்டல்;** (of sound) fall (on one's ears); (of music) be present so as to be heard. பறையும் தம்பட்டமும் அடிப்பது அவன் காதில் ஒலித்தது./ பின்னணியில் இசை ஒலிக்க ஆரம்பித்தது. 3: **(எழுத்தையோ சொல்லையோ அதற்கு உரிய) ஓசை முறைப்படி வெளிப்படுத்துதல்; உச்சரித்தல்;** pronounce (words, sounds, etc.,). அவர் ளகரத்தை லகரமாக ஒலித்தது எரிச்சலூட்டியது. 4: **(ஒன்றில் ஒரு குறிப்பிட்ட தன்மை) வெளிப்படுதல்;** (of a specific feature) be predominant. எனது எல்லா நாவல்களிலும் ஆன்மீகம் கொஞ்சம் மேலோங்கியே ஒலிக்கும். 5: **செல்வாக்கு வெளிப்படுதல்;** (voice one's opinion). உலக அரங்கில் இந்தியாவின் குரல் ஓங்கி ஒலிக்க வேண்டும்./ இலக்கிய விமர்சகர்கள் பலர் இருந்தாலும் அவருடைய குரல் மட்டும் தனித்து ஒலிக்கும்.

ஒலி[2] பெ. **காதால் கேட்டு உணரக்கூடியது; சத்தம்;** (any) sound; noise. ஒலி இல்லை என்றால் எதிரொலியும் இல்லை./ வளையல் ஒலியிலிருந்து பாத்திரம் கழுவுகிறாள் என்பது தெரிந்தது./ வீணையின் ஒலி/ சில மொழிகளுக்குச் சில சிறப்பு ஒலிகள் உண்டு. [*(தொ.சொ.)* **இரைச்சல்/ ஓசை/ சத்தம்**]

ஒலி-ஒளிக் காட்சி பெ. **(வரலாற்றுச் சிறப்பு வாய்ந்த கட்டடம் அல்லது நினைவுச் சின்னம் உள்ள இடங்களில் இரவில்) வண்ண ஒளிக் கதிர்களைப் பாய்ச்சி, பதிவுசெய்யப்பட்ட பின்னணி விவரம் ஒலிக்க, அந்த இடத்தின் வரலாற்றை விளக்கும் நிகழ்ச்சி;** sound and light. மதுரை திருமலை நாயக்கர் மகாலில் சுற்றுலாப் பயணிகளுக்காக ஒலி-ஒளிக் காட்சி நடத்தப்படுகிறது.

ஒலிக்குறிப்பு பெ. **ஒருவரின் செயல் ஏற்படுத்தும் சத்தத்தை அல்லது ஒன்றின் தன்மையை மனம் உணரும்**

277 ஒவ்வாமை

விதத்திலேயே குறிக்கும் சொல்; onomatopoeia. 'சலசல வென்று நீர் ஓடியது' என்ற வாக்கியத்தில் 'சலசல' என்பது ஒலிக்குறிப்பு./ 'வழவழ' என்பதும் ஒலிக்குறிப்புதான்.

ஒலிச்சித்திரம் பெ. **வானொலியில் ஒலிபரப்பப்படும் திரைப்பட ஒலி வடிவம்;** radio broadcast of the soundtrack of a film. இன்று வானொலியில் பழைய தமிழ்ப்படம் ஒன்றின் ஒலிச்சித்திரம் ஒலிபரப்பப்போகிறார்கள்./ ஒலிச் சித்திரம் கேட்டது, அந்தப் படத்தையே பார்த்தது போன்ற உணர்வை ஏற்படுத்தியது.

ஒலிநயம் பெ. **(கவிதையில், இசையில்) இனிமையாகப் பொருந்தி வெளிப்படும் ஓசை;** harmony of sound; melodious quality (in music, poetry, etc.,). எதுகைமோனை யால் ஒலிநயம் ஏற்படுகிறது./ இசையே ஒலிநயத்தால்தான் பிறக்கிறது.

ஒலிநாடா பெ. **ஒலியை ஒலிப்பதிவுக் கருவி வழியாகப் பதிவுசெய்துகொள்ளக்கூடிய காந்தப் பூச்சுக் கொண்ட மெல்லிய பிளாஸ்டிக் நாடா;** (magnetic) audio tape.

ஒலிப்பதிவாளர் பெ. **ஒலிப்பதிவு செய்பவர்;** sound recordist.

ஒலிப்பதிவு பெ. **(கருவிகள்மூலம்) ஒலியைப் பதிவு செய்யும் பணி;** sound recording.

ஒலிப்பு பெ. **மொழியில் சொற்கள் உச்சரிக்கப்படும் முறை அல்லது மொழிக்கு உரிய ஒலிகளை வெளிப் படுத்தும் முறை;** pronunciation; phonetic system. பிற மொழிச் சொற்கள் சில தமிழ் ஒலிப்புக்கு ஏற்ப மாற்றப் படுகின்றன.

ஒலிப்புமுறை பெ. *(மொழி.)* **ஒரு மொழியின் நெடுங் கணக்கில் உள்ள எழுத்துகள் சொற்களில் வரும்போது வருமிடத்தைப் பொறுத்து அவை உச்சரிக்கப்படும் விதத்தை விளக்கும் முறை** pronunciation system. நகரம் இரட்டித்து வரும்போது முதல் நகரத்தை டகரமாகவும் இரண்டாவது நகரத்தை ரகரமாகவும் உச்சரிப்பது தமிழின் ஒலிப்புமுறைக்கு ஒரு எடுத்துக்காட்டு

ஒலிப்பேழை பெ. **ஒலிநாடாவைக் கொண்ட, பிளாஸ் டிக்கினால் ஆன சிறிய பெட்டி;** audio cassette. புதிய திரைப்படத்தின் பாடல்கள் அடங்கிய ஒலிப்பேழையைப் பிரபல நடிகர் வெளியிட்டார்./ என் பேராசிரியரின் உரை ஒலிப்பேழையில் இருக்கிறது.

ஒலிப்பொலி பெ. *(மொழி.)* **வல்லெழுத்தை ஒலிக்கும் போது தொண்டையில் குறிப்பிட்ட தசை நார் அதிர்வ தால் மாறி எழும் ஒலி;** voiced sound. 'பீமன் வைத்திருந்தது கதை' என்ற தொடரில் 'கதை'யில் வரும் 'க' ஒலிப்பொலி.

ஒலிபரப்பு வி. *(-பரப்ப, -பரப்பி)* **1: (வானொலி நிலையம் நிகழ்ச்சிகளை) மின்காந்த அலையாக அனுப்பு தல்;** transmit (programmes as from a radio station); broadcast. கால்பந்தாட்டத்தைப் பற்றிய நேர்முக வர்ணனை ஆங் கிலத்திலும் தமிழிலும் ஒலிபரப்பப்படும். **2: (ஒருவரின் பேச்சு, பாடல், இசை போன்றவற்றைப் பதிவுசெய்து) ஒலிக்கச் செய்தல்;** play sth. recorded. மூன்று வயதுக்கு உட்பட்ட குழந்தைகளுக்குத் தடுப்பூசி போட வேண்டும் என்ற அறிவிப்பைச் சுகாதாரத் துறையினர் எல்லாக் கிராமங்களிலும் ஒலிபரப்பினார்கள்.

ஒலிபெயர் வி. *(-பெயர்க்க, -பெயர்த்து) (மொழி.)* **சொற்களையும் பனுவல்களையும் பொதுமையான ஒலிக் குறியீடுகளால் எழுதுதல்;** transcribe. நான் சொல்லச் சொல்ல உன்னால் வேகமாக ஒலிபெயர்த்து எழுத முடியுமா?

ஒலிபெயர்ப்பு பெ. *(மொழி.)* **வாயால் சொல்லும் சொற்களையும் பனுவல்களையும் பொதுமையான ஒலிக்குறியீடுகளால் எழுதும் முறை;** phonetic description. தேவாரப் பாடலை ஒலிபெயர்ப்புச் செய்து வெளியிட் டால் தமிழ் தெரியாதவர்கள் கூட உச்சரிப்பைத் தெரிந்து கொள்ள உதவியாக இருக்கும்.

ஒலிபெருக்கி பெ. **(பேச்சு, இசை முதலியவற்றின்) ஒலி அளவைப் பல மடங்காகக் கூட்டி வெளிப்படுத்த உத வும் ஒரு மின்சாதனம்;** loudspeaker; megaphone. ஒலி பெருக்கியிலிருந்து காதைத் துளைக்கும் ஒலி கிளம்பியது./ மதுரையிலிருந்து வரும் ரயில் ஆறு மணிக்கு வந்துசேரும் என்று ஒலிபெருக்கியில் அறிவித்தார்கள்.

ஒலியமைப்பு பெ. **(திரையரங்கு, பொதுக்கூட்டம் முதலியவற்றில் இசை, பாடல் முதலியவை அனை வருக்கும் கேட்குமாறு) ஒலிபெருக்கி போன்ற சாதனங் களின் மூலம் செய்யும் ஏற்பாடு;** sound arrangement (in a theatre, public meetings, etc.,). இவ்வளவு பெரிய கூட்டத் திற்கு ஏற்றாற்போன்ற ஒலியமைப்பு இல்லை.

ஒலியன் பெ. *(மொழி.)* **ஒரு மொழியில் உள்ள ஒலிகளில் ஒத்த உச்சரிப்பு உடையனவற்றை, பொருள் வேறுபடுத்தும் தன்மையால் தனிப்படுத்திக் காட்டும், மொழியியலின் ஒரு பிரிவு;** phonology; phonemics. கலை, களை, கழை என்னும் சொற்களில் மூன்று லகர ஒலிகளும் பொருளை வேறுபடுத்துவதால், அவை மூன்று ஒலிகள் மட்டுமல்ல, மூன்று ஒலியன்கள் என்று சொல்ல வேண்டும்.

ஒலியியல் பெ. *(மொழி.)* **எந்த மொழியிலும் உள்ள ஒலிகளை ஒரு உலகப் பொதுமையான ஒலிப் பாகு பாட்டின் அடிப்படையில் பொதுமையான குறியீடு களை வைத்து விளக்கும், மொழியியலின் கீழ் அடங் கும் அறிவுத் துறை** phonetics. தமிழ்ச் சொற்களின் எழுத் துக்கூட்டும் முறை சொற்களை வாசிக்கும்போது சொல் லுக்குச் சொல் மாற்றாமல் உச்சரிக்கும்படி அமைந்திருப் பது தமிழ்

ஒலியிழை பெ. காண்க: **ஒலிநாடா.**

ஒலிவாங்கி பெ. **1: தொலைபேசியின் கேட்கக்கூடிய முனையும் பேசக்கூடிய முனையும் கொண்ட பகுதி;** (telephone) receiver. **2:** *(இலங்.)* **ஒருவர் பேசுவதைத் தன்னுள் பெற்று அதன் ஒலி அளவைப் பெருக்கி அனுப்பக்கூடிய மின் கருவி;** microphone; mike.

ஒவ்வாமை பெ. **உட்கொள்ளும் உணவு, சுவாசிக்கும் காற்று முதலியவற்றில் ஒத்துக்கொள்ளாத ஏதேனும் ஒன்று இருந்து அதனால் தும்மல், தோலில் அரிப்பு போன்ற ஆரோக்கியக் குறைவான விளைவு ஏற்படும் நிலை;** allergy. ஒவ்வாமை காரணமாக ஒற்றைத் தலைவலி வரலாம்./ ஆலைக் கழிவுநீரால் ஒவ்வாமை ஏற்படும் வாய்ப்பு உண்டு.

ஒவ்வு வி. (ஒவ்வாத, ஒவ்வாமல் முதலிய எதிர்மறை வடிவங்கள் மட்டும்) (உ.வ.) **(ஒன்று மற்றொன்றுக்கு) பொருந்திவருதல்; ஏற்றுக்கொள்ளும்படி இருத்தல்;** agree with; suit; conform to. மரபிற்கு ஒவ்வாதவற்றை ஏற்பதில் அவருக்குத் தயக்கம் உண்டு./ இது பண்புக்கு ஒவ்வாத செயல்./ காலத்துக்கு ஒவ்வாத கருத்துகள்/ புதிய மருந்து அவர் உடலுக்கு ஒவ்வாமல் போகவே உடலெங்கும் தடித்துவிட்டது.

ஒவ்வொரு பெ.அ. 1: **குறிப்பிடப்படுகிற தனித்தனியான;** each; every. ஒவ்வொரு பக்கமாக நூலைப் புரட்டிக்கொண்டே வந்தார்./ ஒவ்வொரு நாளும் ஒரு புதுச் சேலை உடுத்தி வருகிறாள்./ ஒவ்வொரு வீட்டிலும் இருக்க வேண்டிய புத்தகம் இது. 2: **(ஒரு வாக்கியத்தில் ஒரு முறைக்கு மேல் கூறப்படும்போது கடைசியாக வரும் இடத்தில்) வேறுவேறு;** (at the last instance of more than one occurrence in a sentence) different. ஒவ்வொரு நாளும் ஒவ்வொரு பிரச்சினைக்கும் ஒவ்வொரு விதமாகத் தீர்வு காண வேண்டியிருக்கிறது./ ஒவ்வொருவரும் ஒவ்வொரு விதம்.

ஒவ்வொன்று பெ. 1: **(தனித்தனியாக) ஒன்று;** one each (in distribution). மிட்டாய் ஆளுக்கு ஒவ்வொன்று கொடு. 2: **(-ஆக) ஒன்றுக்குப் பின் ஒன்றாக;** one by one. புத்தகங்களை ஒவ்வொன்றாக எடுத்துப் பார்த்தேன்.

ஒவ்வொன்றும் பெ. **தனியாகப் பிரித்துப் பார்க்கக்கூடியது;** each; every. மிட்டாய்கள் ஒவ்வொன்றும் வெவ்வேறு நிறங்களில் இருந்தன./ பாடல்கள் ஒவ்வொன்றும் அருமையாக இருந்தன.

ஒழி[1] வி. (ஒழிய, ஒழிந்து) 1: **(கெட்டதாக அல்லது தீயதாகக் கருதப்படுவது) இல்லாமல் போதல்;** (of sth. unwanted or evil) disappear; be wiped out; cease to be. மருந்து வைத்ததில் எலிகள் ஒழிந்தன./ நாட்டில் தீண்டாமை அறவே ஒழிந்துவிட்டது என்று கூற முடியாது./ எத்தனையோ மூடநம்பிக்கைகள் ஒழிந்தன. 2: **(வெறுப்போடு கூறும்போது) எங்காவது போதல்; தொலைதல்;** be finished. இவர் வீட்டைவிட்டு ஒழிந்தால்தான் நிம்மதி. 3: **(செய்துகொண்டிருக்கிற வேலை) முடிவுக்கு வருதல்; (முடிந்த பிறகு) ஓய்வு நேரம் கிடைத்தல்;** (of work on hand) cease; be finished with; get disposed of; get respite (from an exacting work). வீட்டு வேலை ஒழிந்தால்தானே வெளியில் எங்காவது போகலாம்./ இன்றுதான் உன்னைப் பார்க்க வருவதற்கு ஒழிந்தது. 4: **(ஒருவரும் இல்லாமல் ஓர் இடம்) காலியாக இருத்தல்;** (of a room, etc.,) be free. குளிக்கும் அறை ஒழிந்திருக்கிறது, குளித்துவிட்டு வா.

ஒழி[2] து.வி. (ஒழிய, ஒழிந்து) **முதன்மை வினையின் செயல் முடிவுக்கு வருவது (பேசுபவரின் நோக்கில்) பெரும் ஆறுதல் தருவது என்ற பொருளை உணர்த்தும் துணை வினை;** auxiliary verb used to express one's relief that the action indicated in the main verb has come to an end at last; 'good riddance'. பீடை விட்டொழிந்தது./ ஊரையெல்லாம் நடுங்கவைத்த கொள்ளைக்காரன் செத்தொழிந்தானா?

ஒழி[3] வி. (ஒழிக்க, ஒழித்து) 1: **(கெட்டதாக அல்லது தீயதாகக் கருதப்படுவதை) இல்லாமல் செய்தல்; அழித்தல்;** eradicate (sth. bad); destroy; end. எலிகளை ஒழிக்க விவசாயிகள் பல புதிய முறைகளைக் கையாளுகிறார்கள்./ ஆட்சிக்கு வந்தால் ஊழலை ஒழித்துவிடுவோம் என்றுதான் தேர்தலில் போட்டியிடும் ஒவ்வொருவரும் கூறுகிறார்கள்./ அறியாமையை ஒழிக்க ஓர் இயக்கம். 2: **(ஒருவருக்குத் தொல்லை தந்து அவர் செய்யும் தொழிலை விட்டு) போகும்படி செய்தல்; அகற்றுதல்;** get rid of; eliminate. இவனை இந்த அலுவலகத்திலிருந்தே ஒழித்துவிடுகிறேன்./ வியாபாரிகள் இருவரும் ஒருவரை ஒருவர் ஒழிப்பதிலேயே கவனமாக இருக்கிறார்கள். 3: **(தாறுமாறாகக் கிடக்கும் பொருள்களை அகற்றி இடத்தை) காலி செய்தல்;** tidy up; vacate. சமையல் அறையை ஒழித்துச் சுத்தம் பண்ணிவிட்டுப் படுத்தாள்./ தேர்வுக்காகப் படிக்கும் மகனுக்கு அறை ஒன்றை ஒழித்துவிட்டிருக்கிறோம்.

ஒழிக வி.மு. **(ஒருவரை அல்லது ஒன்றை) எதிர்த்து அல்லது தாழ்த்திக் கோஷமிடும்போது பயன்படுத்தும் வியங்கோள் வினை வடிவம்;** (used as a slogan) 'down with'. 'அராஜகம் ஒழிக' என்று தொழிலாளர்கள் கோஷமிட்டனர்.

ஒழிந்தநேரம் பெ. காண்க: **ஒழிந்தவேளை.**

ஒழிந்தவேளை பெ. **ஓய்வாக இருக்கும் நேரம்;** leisure; free time. ஒழிந்தவேளையில் பாட்டுக் கற்றுக்கொள்கிறாள்.

ஒழிப்பு பெ. (சட்டம்) **(நடைமுறையில் கெட்டதாக அல்லது தீயதாகக் கருதப்படுவதை) ஒழிக்கும் செயல்;** abolition; eradication. லஞ்ச ஒழிப்புப் பிரிவு/ கள்ளக் கடத்தல் ஒழிப்புச் சட்டம்.

ஒழிய இ.சொ. 1: **(கூறப்படுவதிலிருந்து இயல்பான விளைவு இல்லாத நிலை ஏற்படும்போது) 'தவிர' என்ற பொருளில் இரண்டு தொடர்களைத் தொடர்புபடுத்தப் பயன்படும் இடைச்சொல்;** particle used to relate two phrases meaning 'though'; 'in spite of (the fact)'. நான் சாப்பிட்டேனே ஒழியப் பசி அடங்கவில்லை./ மழை பெய்ததே ஒழிய வெப்பம் குறையவில்லை./ அவர்மேல் மதிப்பு அதிகமாயிற்றே ஒழியக் குறையவில்லை./ நான் அவனைப் பார்த்தேனே ஒழியப் பேசவில்லை. 2: **(நிபந்தனை வாக்கியத்தில்) 'தவிர', 'அல்லாமல்' என்ற பொருளில் நிபந்தனையைக் குறிக்கும் தொடரை அடுத்து வரும் இடைச்சொல்;** particle meaning 'unless' in a conditional sentence following the clause which mentions the condition. நீ கேட்டால் ஒழிய அவன் தரப்போவதில்லை./ மீதி உள்ள பாடல்களையும் சேர்த்தால் ஒழிய உன் ஆய்வு முழுமை பெறாது.

ஒழுக்கக்கேடு பெ. (-ஆக, -ஆன) **(சமூக நெறிமுறைகளுக்கு) புறம்பான அல்லது தவறான நடத்தை;** immoral conduct; vice. ஒழுக்கக் கேடான காரியங்களுக்காக வீட்டைப் பயன்படுத்திய குடித்தனக்காரரை வெளியேற்றினோம்.

ஒழுக்கம் பெ. 1: (-ஆன) **(தன்னுடைய அல்லது தான் சார்ந்து வாழும் குழுவினருடைய பொதுநலன், ஒற்றுமை முதலியவற்றைக் கருத்தில்கொண்டு) தனிமனிதன் கடைப்பிடிக்க வேண்டிய நெறி; உரிய முறையில் நடந்துகொள்ளுதல்;** virtue; righteousness; rectitude; good conduct. அவனுடைய ஒழுக்கத்தில் குறை எதுவும் சொல்ல

முடியாது./ நிலை தாழ்ந்தபோதும் அவர் ஒழுக்கத்தைக் கைவிடவில்லை./ ஒழுக்கமான பையன். **2:** *(பெண்களைக் குறிக்கும்போது)* **கற்பு;** (of women) chastity; virtuousness. ஒழுக்கத்தில் சிறந்தவள்.

ஒழுக்காற்று நடவடிக்கை பெ. *(இலங்.)* காண்க: **ஒழுங்கு நடவடிக்கை.**

ஒழுக்கு பெ. **(துவாரம், காயம் முதலியவற்றிலிருந்து நீர், இரத்தம் முதலியவற்றின்) வெளியேற்றம்; கசிவு;** leak; seepage. வீட்டில் பல இடங்களில் ஒழுக்கு/ அடிபட்ட இடத்தில் இரத்த ஒழுக்கு நின்றுவிட்டது.

ஒழுகலாறு பெ. *(இலங்.)* **பழக்கவழக்கம்; நடந்துகொள்ளும் முறை;** custom and habit; behaviour. இந்த நூலில் மனித ஒழுகலாற்றை வகைப்படுத்திக் கூற முயன்றிருக்கின்றார்.

ஒழுகு[1] வி. (ஒழுக, ஒழுகி) **(துவாரம், காயம் முதலியவற்றிலிருந்து நீர், இரத்தம் முதலியவை) வெளியேறி வழிதல்;** leak; ooze; dribble. மழை பெய்தால் வீடு ஒழுக ஆரம்பித்துவிடும்./ அடிபட்டு மூக்கில் இரத்தம் ஒழுகியது./ வாயில் எச்சில் ஒழுகுகிறது. [*(தொ.சொ.)* **ஊற்று/ ஊறு/ ஓடு/ கசி/ கொட்டு/ சிதறு/ சிந்து/ சுர/ தெறி/ பரவு/ பீச்சு/ பீறிடு/ வடி/ வழி**]

ஒழுகு[2] வி. (ஒழுக, ஒழுகி) (உ.வ.) **(பின்பற்றி) நடத்தல்; (ஒன்றோடு ஒத்து) வாழ்தல்;** conform to (esp. moral standards). சமூக விதிகளைப் பின்பற்றி ஒழுகவே விரும்புகிறோம்./ உலகத்தோடு ஒட்டி ஒழுகினால் பிரச்சினை எதுவும் இல்லை.

ஒழுங்கீனம் பெ. (-ஆக, -ஆன) **1:** *(செயல், நடத்தை முதலியவற்றைக் குறிப்பிடும்போது)* **தரக்குறைவு;** (of conduct, behaviour) being irregular; indiscipline. பொது வாழ்வில் ஈடுபட்டுள்ளவர்கள் ஒழுங்கீனமாக நடந்துகொண்டால் எல்லோரும் அறியும்படி ஆகிவிடுகிறது./ ஒழுங்கீனமாகப் பேசுவதை முதலில் நிறுத்து. **2: முறைகேடு; தவறு;** impropriety; indiscipline. எங்கோ ஒழுங்கீனம் நடந்திருக்கிறது. கண்டுபிடித்துச் சரிசெய்ய வேண்டும்.

ஒழுங்கு பெ. **1:** (-ஆக, -ஆன) **(ஒவ்வொரு செயலையும் செய்வதற்கு ஏற்பட்டிருக்கும்) நியதி அல்லது பொருத்தமான முறை;** proper manner; propriety; regularity. வேலையை ஒழுங்காகச் செய்!/ வியாபாரம் ஒழுங்கான முறையில் நடந்துவருகிறது. **2:** (-ஆக, -ஆன) *(பொருள், கருத்து முதலியனவற்றில் அமையும்)* **சீர்;** orderly way or manner. அவளுடைய பற்கள் ஒழுங்காக அமைந்திருக்கின்றன./ வீட்டில் சாமான்கள் எதுவும் ஒரு ஒழுங்கில் இல்லை./ கட்டுரையில் கருத்துகள் ஒழுங்காக அமைந்துள்ளன. **3:** *(சமூகத்தில் அமைதிக்கு வேண்டிய)* **பொறுப்பான நடத்தை;** (law and) order. நாட்டில் சட்டம் ஒழுங்கு பேணப்பட வேண்டும். **4: கட்டுப்பாடான நடத்தை;** order; discipline; propriety. அவனைக் குறைசொல்கிறாயே, நீ ரொம்ப ஒழுங்கா?/ மாணவர்களிடையே ஒழுங்கை நிலைநாட்ட ஆசிரியர்கள் முயல வேண்டும். **5:** *(இலங்.)* **ஆயத்தம்; ஏற்பாடு;** preparations. கலியாணத்துக்கு ஒழுங்கெல்லாம் செய்துவிட்டாயா?/ பயணத்திற்கு இன்னும் எந்த ஒழுங்கும் செய்யவில்லை./ பணத்துக்கு அவன் மூலம் ஒழுங்கு செய்துவிட்டேன்.

ஒழுங்கு செய் வி. (செய்ய, செய்து) *(இலங்.)* **(ஒன்றுக்கான) ஏற்பாடு செய்தல்;** arrange for; make preparations. தங்கையின் கலியாணத்தை ஒழுங்கு செய்யக் கொஞ்சம் அவகாசம் வேண்டும்./ அப்பா எனக்கு வேண்டிய பணத்தை ஒழுங்கு செய்து தந்தால், நான் வெளிநாடு போகத் தயார்.

ஒழுங்கு நடவடிக்கை பெ. **விதிமுறைகளை மீறும் உறுப்பினர்மீது அல்லது பணியாளர்மீது அவர் சார்ந்திருக்கும் அமைப்போ நிறுவனமோ நிர்வாக விதிமுறைகளின்படி எடுக்கும் நடவடிக்கை;** disciplinary action (taken by an organization against its member or employee).

ஒழுங்குப் பிரச்சினை பெ. **நாடாளுமன்றம், சட்டமன்றம் முதலியவற்றில் விவாதம் நடக்கும் முறையிலோ, உறுப்பினர்களின் நடத்தையிலோ, வேறு வகையிலோ அவையின் விதிகள் அல்லது மரபுகள் மீறப்பட்டால் அதுபற்றி அவையில் எழுப்பும் பிரச்சினை;** point of order (regarding rules of procedure of a house raised by a member for the decision of the Speaker).

ஒழுங்குபடுத்து வி. (-படுத்த, -படுத்தி) **முறைப்படுத்துதல்;** arrange; put in order. விருந்தினர்கள் வரப்போவதால் அம்மா பரபரப்பாக வீட்டை ஒழுங்குபடுத்திக்கொண்டிருந்தாள்./ கலைந்துகிடக்கும் புத்தகங்களை ஒழுங்குபடுத்தி வைக்கக் கூடாதா என்று அப்பா கேட்டார்.

ஒழுங்குமுறை பெ. **1: (விதிகளுக்குப் பணிந்து நடக்கும்) கட்டுப்பாடு;** discipline; order. நிறுவனங்கள் தங்களுக்கு என்று சில ஒழுங்குமுறைகளை வகுத்துள்ளன./ ஓர் ஒழுங்குமுறை இல்லையா? யார் எது வேண்டுமானாலும் செய்யலாமா? **2: முறையாகச் செய்யப்படும் ஏற்பாடு;** system. அரசு ஊழியர்களுக்குப் போதிய வீட்டு வசதி செய்து தருவதற்கு இந்தச் சட்டத்தில் ஒழுங்குமுறை செய்யப்பட்டிருக்கிறது./ பயணச் சீட்டு வாங்கும் இடத்தில் ஒழுங்குமுறை இல்லை.

ஒழுங்குமுறை விற்பனைக் கூடம் பெ. **தாங்கள் உற்பத்தி செய்யும் வேளாண் பொருள்களுக்கு விவசாயிகள் நியாயமான விலையைப் பெற பல்வேறு ஊர்களில் அரசு செய்திருக்கும் ஏற்பாடு;** facility created by the government to enable farmers to get a fair price for their produce; (In India) regulated market. அரசின் ஒழுங்குமுறை விற்பனைக் கூடத்தில் இடைத்தரகர்களின் குறுக்கீடு இல்லாமல் விவசாயிகள் தாங்கள் உற்பத்தி செய்யும் பொருள்களை விற்க முடிகிறது.

ஒழுங்கை பெ. *(இலங்.)* **குறுகலான பாதை; சந்து;** (narrow) lane. ஒழுங்கையின் வழியாக அவள் வந்தாள்./ எங்கள் ஒழுங்கையில் கார் போகாது.

ஒளி[1] வி. (ஒளிய, ஒளிந்து) **(ஒருவர் பிறர்) கண்ணில் படாதவாறு இருத்தல்; மறைதல்;** hide (oneself). குழந்தை பாம்பாட்டியைக் கண்டதும் தாயின் பின்னால் ஒளிந்துகொண்டது./ நாம் ஒளிந்து விளையாடுவோமா?/ *(உரு வ.)* அவருடைய கூற்றில் ஓர் உண்மை ஒளிந்திருக்கிறது./ *(உரு வ.)* உன்னிடம் ஒளிந்திருக்கும் சக்தி உனக்குத் தெரியாது. [*(தொ.சொ.)* **பதுங்கு/ பம்மு/ மறை**]

ஒளி[2] வி. (ஒளிக்க, ஒளித்து) **1: மறைவான இடத்தில் இருக்கச் செய்தல்; (பார்வை படாத இடத்தில்) மறைத்தல்;** hide (sth. in a place); conceal. 'என் பந்தை

எங்கே ஒளித்துவைத்தாய்?' என்று தம்பி கேட்டான். [(தொ.சொ.) போர்த்து/ மறை/ மூடு] **2: (தெரியப் படுத்தாமல்) மறைத்தல்;** keep (sth.) from the knowledge (of s.o.); conceal; hide. அம்மாவிடம் மகள் ஒளிக்கக்கூடிய செய்தி எதுவும் இல்லை./ நடந்ததை ஒளிக்காமல் சொல்!

ஒளி³ பெ. **1: சூரியன், சந்திரன், நெருப்பு முதலியவற்றிலிருந்து வெளிப்படுவது; பொருள்களின் மீது பட்டுப் பொருள்கள் இருப்பது தெரியக் காரணமாக இருப்பது;** light. சூரிய ஒளி/ விளக்கின் ஒளி/ அறைக்குள் ஒளி குறைவாக இருந்தது./ (உரு வ.) கண்களில் அறிவின் ஒளி. [(தொ.சொ.) பிரகாசம்/ வெளிச்சம்] **2: (ஒன்றில் அல்லது ஒருவரிடம்) இயல்பாக வெளிப்படும் பிரகாசம்;** brightness; lustre. அவன் கண்களின் ஒளி என்னைக் கவர்ந்தது./ உன் முகத்தில் பழைய ஒளி இல்லையே./ கட்டடத்தின் ஒளி மங்கிப்போய்விட்டது.

ஒளிக்கற்றை பெ. **ஒளிக்கதிர்களின் திரள்;** beam (of light).

ஒளிச்சிதறல் பெ. (இயற்.) **சமதளமாக இல்லாத பரப்பில் ஒளி விழும்போது சீரற்ற முறையில் எல்லாத் திசைகளிலும் சிதறும் பிரதிபலிப்பு; ஒழுங்கற்ற பிரதிபலிப்பு;** scattering of light.

ஒளிச்சேர்க்கை பெ. (உயிரி.) **இலைகளில் சூரிய ஒளி படும்போது மண்ணிலிருந்து உறிஞ்சப்பட்ட நீரும் காற்றிலிருந்து பெறப்பட்ட கரியமிலவாயுவும் இணைந்து தாவரத்துக்கு அவசியமான மாவுப்பொருளாக மாறும் நிகழ்வு;** photosynthesis.

ஒளிநகல் பெ. **நகல் எடுக்கும் சாதனத்தைக்கொண்டு (அந்தந்தப் பக்கத்தில் உள்ள எழுத்து, படம் முதலியவை) அச்சு மாறாமல் படம்போல எடுக்கும் பிரதி;** photocopy. சான்றிதழ்களை ஒளிநகல் எடுத்து விண்ணப்பத்துடன் இணைக்க வேண்டும்.

ஒளிநாடா பெ. **நிகழ்ச்சி, திரைப்படம் போன்றவற்றை ஒளிப்பதிவு செய்வதற்கு ஏற்ற காந்தப் பூச்சுக் கொண்ட பட்டையான மெல்லிய பிளாஸ்டிக் நாடா;** video tape.

ஒளிப்பதிவாளர் பெ. **(திரைப்படத்தை) ஒளிப்பதிவு செய்பவர்;** cinematographer.

ஒளிப்பதிவு பெ. **(திரைப்படத்திற்காக அல்லது தொலைக்காட்சி நிகழ்ச்சிக்காக) காட்சிகளைப் படப்பிடிப்புக் கருவியால் பதிவு செய்தல்;** shooting; cinematography.

ஒளிப்பேழை பெ. **ஒளிநாடாவைக் கொண்ட, பிளாஸ்டிக்கினால் ஆன பெட்டி;** video cassette.

ஒளிபரப்பு¹ வி. (-பரப்ப, -பரப்பி) **(நிகழ்ச்சிகளைத் தொலைக்காட்சிப் பெட்டியில் காணும் வகையில்) மின்காந்த அலைகளாக மாற்றி அனுப்புதல்;** telecast; televise. நாளை நடைபெற உள்ள ஒற்றையர் ஆட்டம் தொலைக்காட்சியில் நேரடியாக ஒளிபரப்பப்படும்.

ஒளிபரப்பு² பெ. **(தொலைக்காட்சிப் பெட்டியில்) படம் தெரியச் செய்யும்படி அனுப்புதல்;** telecast. தொலைக்காட்சி ஒளிபரப்பைச் செயற்கைக்கோள் உதவியால் உலகெங்கும் காண முடியும்.

ஒளியச்சு பெ. **(கணிப்பொறியில் உள்ள தகவல்களை) லேசர் கதிரைப் பயன்படுத்தி அச்சிடும் முறை;** laser print.

ஒளியமைப்பு பெ. **(நாடகம், திரைப்படம், முதலியவற்றுக்கு) விளக்குகளால் தேவையான வெளிச்சம் தரும் ஏற்பாடு;** lighting arrangement (in a stage performance, etc.,).

ஒளியாண்டு பெ. **(விண்வெளியில் கிரகங்கள், நட்சத்திரங்கள் ஆகியவற்றுக்கு இடையிலான தூரத்தைக் கணக்கிடும் அளவாக உள்ள) ஒளி ஒரு வருட காலத்தில் செல்லும் தூரம்;** light year. ஒரு ஒளியாண்டு என்பது 94.6 லட்சம் கோடி கிலோமீட்டர் தூரம் ஆகும்.

ஒளிர் வி. (ஒளிர, ஒளிர்ந்து) (உ.வ.) **1: (எரியும் பொருளிலிருந்து) ஒளி வெளிப்படுதல்;** glow; shimmer. வானில் விண்மீன்கள் ஒளிர்ந்தன. **2: (ஒளியினால் ஒன்று) பளபளப்பு அடைதல்;** glimmer; shine. அவள் உடலின் மேல் இருந்த நீர்த் துளிகள் ஒளிர்ந்தன./ மாலையில் வானம் தங்க நிறத்துடன் ஒளிர்ந்தது.

ஒளிரும் பெ.அ. **இருட்டிலும் பளிச்சென்று தெரியும்;** fluorescent. ஒளிரும் பச்சையில் அவன் பனியன் போட்டிருந்தான்.

ஒளிவட்டம் பெ. **1: கடவுள் அல்லது மகான்களின் படங்களில் தலைக்குப் பின்னால் தெய்வீகத் தன்மையைக் குறிக்கும் வகையில் உள்ள வட்ட வடிவ ஒளி;** halo. **2:** (பு.வ.) **சந்திர கிரகணத்தின்போது நிலவைச் சுற்றியும், சூரிய கிரகணத்தின்போது சூரியனைச் சுற்றியும் காணப்படும் வளையம் போன்ற மங்கலான வட்டப் பகுதி;** corona.

ஒளிவிடம் பெ. **மறைவிடம்;** hideout.

ஒளிவிலகல் பெ. (இயற்.) **(ஓர் ஊடகத்தினுள் செல்லும்) ஒளிக்கதிர் தன் நேரான பாதையிலிருந்து சற்று விலகுதல்;** refraction (of light rays).

ஒளிவுமறைவு பெ. (-ஆக, -ஆன) (எதிர்மறை வாக்கியங்களில்) **(ஒரு செயலைச் செய்யும்போது) தெரியப் படுத்தாமல் மறைத்தல்;** (in negative sentences) secrecy. என்னிடம் எந்த ஒளிவுமறைவும் வேண்டாம், தைரியமாகச் சொல்./ மருத்துவரிடமும் வழக்கறிஞரிடமும் ஒளிவு மறைவு இல்லாமல் பேச வேண்டும்.

ஒளிவெள்ளம் பெ. **(பொதுவாக இரவில் விளையாட்டுப் போட்டிகளை நடத்த வசதியாக) மையத்தை நோக்கி நான்கு திசைகளிலிருந்தும் சக்தி வாய்ந்த விளக்குகளிலிருந்து வரும் ஒளி;** floodlight. இந்தியா -ஆஸ்திரேலியாவுக்கு இடையேயான ஒருநாள் போட்டி ஒளிவெள்ளத்தில் நடக்கும்.

ஒளு பெ. (இஸ்.) **தொழுகைக்கு முன் செய்யப்படும் அங்க சுத்தி;** ablutions prior to prayer. தொழுகைக்குச் செல்வதற்கு முன் கட்டாயம் ஒளுச் செய்ய வேண்டும்.

ஒற்றறி வி. (-அறிய, -அறிந்து) (உ.வ.) **உளவு பார்த்தல்; வேவு பார்த்தல்;** spy. ஒற்றறியச் செல்பவர்கள் திரும்பி வராமலே போகலாம்.

ஒற்றன் பெ. **உளவு பார்ப்பவன்; உளவாளி;** spy. அயல் நாட்டு ஒற்றர்கள்.

ஒற்று¹ வி. (ஒற்ற, ஒற்றி) **1: (நீர், வியர்வை முதலியவற்றைத் துணி முதலியவை கொண்டு மென்மையாக) உறிஞ்சச் செய்தல்;** sponge up; blot. சிந்திய மையை உறிஞ்சு தாளால் ஒற்றியெடுத்தான்./ வியர்வையைச் சேலைத் தலைப்பால் ஒற்றிக்கொண்டாள். [(தொ.சொ.) அழுத்து/

281 ஒற்றையாட்சி

கிள்ளு/ குட்டு/ தட்டு/ தடவு/ நீவு/ பிசை/ பிடி] 2: (உயர்வானதை, அழகானதைப் போற்றும் விதத்திலும் பிரியத்தைக் காட்டும் விதத்திலும் கையால் தொட்டு அல்லது கையில் வைத்துக் கண்களில், உதட்டில்) மென்மையாக வைத்தெடுத்தல்; place one's fingers or palm on one's eyes, etc., after touching sth. (as an act of reverence or affection). பெற்றோரின் பாதங்களைத் தொட்டுக் கண்ணில் ஒற்றிக்கொண்டாள்./ அர்ச்சகர் தந்த பூவை வாங்கிக் கண்ணில் ஒற்றிக் கூடையில் வைத்தாள்./ குழந்தையைத் தொட்டு விரலை உதட்டில் ஒற்றிக்கொண்டாள். 3: (சில ஒலிகளின் உச்சரிப்புக்காக நாக்கு அண்ணத்தை) மென்மையாகத் தொடுதல்; touch gently (the palate in pronouncing a sound). 'ட' வை ஒலிக்க நாக்கின் நுனி அண்ணத்தை ஒற்றி வருட வேண்டும்.

ஒற்று² பெ. உளவு; spying. ஒற்று வேலை.

ஒற்று³ பெ. (இலக்.) (சந்தி விதியைக் கூறும் போது) மெய்யெழுத்து; (often in sandhi rules) consonant. நான்காம் வேற்றுமைக்குப் பிறகு ஒற்று மிகும்.

ஒற்றுமை பெ. 1: (பலர் இணைந்து) ஒன்றாக இருக்கும் நிலை; (பல பகுதிகள் இணைந்த) முழுமை; unity (of people); solidarity. தொழிலாளர் ஒற்றுமைக்காக அரும்பாடுபட்டார்./ நாட்டின் ஒற்றுமையைக் குலைக்கச் சில சக்திகள் முயல்கின்றன. 2: (-ஆக, -ஆன) (கொள்கை, ஈடுபாடு முதலியன ஒத்துவருவதால் ஏற்படும்) நேசமான கூட்டு; unity. ஒற்றுமையாக இருந்தீர்கள், ஏன் பிரிந்துவிட்டீர்கள்? 3: ஒத்த தன்மை; similarity. உருவ ஒற்றுமை/ இலக்கியத்தையும் மொழியியலையும் கற்பிக்கும் முறைகளில் சில ஒற்றுமைகள் உண்டு.

ஒற்றெழுத்து பெ. (அ.வ.) காண்க: ஒற்று³.

ஒற்றை¹ பெ. 1: (இரட்டையில்) ஒன்று; one (of a pair). ஒற்றைச் செருப்பை வைத்துக்கொண்டு என்ன செய்வது?/ ஒற்றைக் கொம்பு யானை. 2: (-ஆக, -ஆன) தனி; being single; solitary. ஒற்றை ஆளாக நின்று அனைவரையும் சமாளித்தான்./ ஒற்றை விரலால் அதை ஒருபுறமாக ஒதுக்கினான்./ ஒற்றையாக வாழ்வது கஷ்டம்./ ஒற்றையான ஆள்.

ஒற்றை² பெ. (இலங்.) (புத்தகம், நோட்டு போன்றவற்றின்) பக்கம்; page. நாற்பது ஒற்றை உள்ள கொப்பி ஒன்று வாங்கிக்கொண்டு வா.

ஒற்றை இரட்டை பிடி வி. (பிடிக்க, பிடித்து) (இலங்.) (ஒன்றைக் குறித்து) குறைகூறுதல்; find fault with sth. எதிலும் ஒற்றை இரட்டை பிடிப்பதே அவன் குணம்./ எல்லாவற்றுக்கும் ஒற்றை இரட்டை பிடிக்காமல் கொஞ்சம் நிதானமாக விட்டுக்கொடுத்துப்போ என்று அப்பா மகனுக்கு அறிவுரை கூறினார்.

ஒற்றைக்காலில் நில் வி. (நிற்க, நின்று) ஒன்றைச் செய்தே அல்லது அடைந்தே தீருவது என்று இருத்தல்; பிடிவாதம் பிடித்தல்; show unusual firmness or determination in doing sth.; be adamant. தான் விரும்பும் பெண்ணைத் தான் திருமணம் செய்வதுகொள்வேன் என்று அவன் ஒற்றைக்காலில் நிற்கிறான்.

ஒற்றைக் குழல் துப்பாக்கி பெ. முன்பகுதி ஒற்றைக் குழலாக அமைந்து ஒருமுறை சுட்டால் ஒரு குண்டு மட்டும் வெளியேறுமாறு அமைக்கப்பட்ட ஒரு வகைத் துப்பாக்கி; single-barrelled gun.

ஒற்றைக்கொம்பு பெ. ஒரு மெய்யெழுத்தின் முன் போடப்பட்டு அதைக் குறில் உயிர்மெய்யெழுத்து ஆக்கும் வடிவம்; 'ெ' வடிவம்; the vowel sign 'ெ' forming part of consonant-vowel letters and placed before the consonant.

ஒற்றைச்சாளர முறை பெ. (மாணவர் சேர்க்கை, பணியிட மாற்றம், தொழில் துவங்க அனுமதி போன்றவை தொடர்பான) அனைத்துப் பணிகளையும் ஒரே இடத்தில் ஒரே நேரத்தில் முடிவுசெய்வதற்கான ஏற்பாடு; system where processing of applications (for admission to courses in higher education, transfer of government employees, permission to start new industries) is done at a time in one place; (in India) Single Window System. மருத்துவக் கல்லூரிகளில் உள்ள இடங்களுக்கு ஒற்றைச்சாளர முறைப்படி மாணவர்கள் சேர்க்கப்படுவர்./ தொடக்கப் பள்ளி ஆசிரியர்களுக்கான இடமாற்றம் குறித்த உத்தரவுகள் இந்த ஆண்டு ஒற்றைச்சாளர முறையின் மூலம் வழங்கப்படும்./ ஒற்றைச்சாளர முறையில் அனைத்து ஒப்புதல்களையும் தொழில் முனைவோர் எளிதாகப் பெற முடியும்.

ஒற்றைத் தலைவலி பெ. ஒரு பக்கத்தில் மட்டும் ஏற்படுகிற தலைவலி; migraine.

ஒற்றைநாடி பெ. ஒல்லி; thin; lean. அவருக்கு ஒற்றைநாடி சரீரம்.

ஒற்றைப்பட்டு¹ பெ. (இலங்.) நான்கு முழம் நீளமுள்ள வேட்டி; dhoti of four முழம் in length. அவன் வடிவாக ஒற்றைப்பட்டு வேட்டியை உடுத்துவான்.

ஒற்றைப்பட்டு² பெ. (இலங்.) (சங்கிலியைக் குறித்து வரும்போது) ஒற்றை வடம்; gold chain with a single strand. என்னால் ஒற்றைப்பட்டுச் சங்கிலிதான் மகளுக்குப் போட முடிந்தது.

ஒற்றைப்படை எண் பெ. இரண்டால் (மீதி வராமல்) வகுபடாத (1, 3, 5, 7, 9 போன்ற) எண்; odd number.

ஒற்றையடிப் பாதை பெ. கால் தடம் தொடர்ந்து பட்டு (ஒருவர் நடந்துசெல்லும்படியாக) உருவான குறுகிய வழி; track. இந்த ஒற்றையடிப் பாதையில் போனால் கிராமத்துக்குச் சீக்கிரம் போய்விடலாம்.

ஒற்றையடிப் பாலம் பெ. (சிறிய ஆறு, கால்வாய் போன்றவற்றின் குறுக்கே மரங்களைப் போட்டு அமைக்கும்) நடைப் பாலம்; footbridge made with logs across a river or a canal.

ஒற்றையர் பெ. (பெரும்பாலும் பெயரடையாக) (இறகுப் பந்து, டென்னிஸ் போன்ற விளையாட்டுகளில்) ஒருவர் மற்றொருவரை எதிர்த்து விளையாடும் ஆட்டம்; (in badminton, tennis, etc.,) singles. லியாண்டர் பயஸ் ஒற்றையர் இறுதிப் போட்டியில் அமெரிக்க வீரரைத் தோற்கடித்தார்./ ஒற்றையர் பிரிவில் ஆட 16 வீரர்கள் தகுதிபெற்றிருக்கின்றனர்.

ஒற்றையாட்சி பெ. (இலங்.) அதிகாரங்கள் அனைத்தும் ஓரிடத்தில் குவிந்திருக்கும் ஆட்சி; ஒரே அரசின் ஆட்சி; unitary government. ஒற்றையாட்சி முறையே இனங்களுக்கு இடையில் பேதங்களை அதிகம் வளர்த்துவிட்டது.

ஒற்றைவிழு வி. (-விழ, -விழுந்து) (இலங்.) **(எண், நாள் போன்றவை) ஒற்றைப்படை எண்ணில் முடிதல்;** (of number, date, etc.,) occur as odd number. ஐந்து என்பது ஒற்றைவிழும் இலக்கம்.

ஒறுப்பு பெ. (-ஆக, -ஆன) (இலங்.) **(விலையில்) அதிகம்;** sth. expensive; sth. costly. நீ வாங்கிய வீடு சரியான ஒறுப்பு./ அந்தக் கடையில் சாமான்கள் எல்லாம் ஒரே ஒறுப்பாக இருக்கும்./ வீடு இருக்கும் நிலையில் ஒறுப்பான பொருளை ஏன் வாங்க வேண்டும்?

ஒன்பது பெ. **எட்டு என்னும் எண்ணுக்கு அடுத்த எண்;** (number) nine.

ஒன்றடி மன்றடியாக வி.அ. (இலங்.) **ஒன்றுசேர்ந்து; ஒருசேர; ஒருமித்து;** jointly; joining together; all at once. கூட்டத்தில் இருந்தவர்கள் ஒன்றடி மன்றடியாகக் கூச்ச லிட்டார்கள்./ எல்லோரும் ஒன்றடி மன்றடியாக வராமல் தளுசை வாங்க வரிசையாக வாருங்கள் என்று ஐயர் கூறினார்.

ஒன்றன்பால் பெ. (இலக்.) **அஃறிணை ஒருமையைக் குறிக்கும் சொல்;** neuter singular.

ஒன்றாக வி.அ. **1: மொத்தமாக; கூட்டாக;** together; as a whole. தொழிலாளர்கள் ஒன்றாகச் சேர்ந்து இந்தக் கூட்டுறவுச் சங்கத்தை ஆரம்பித்திருக்கிறார்கள்./ எங்கே எல்லோரும் ஒன்றாகக் கிளம்பிவிட்டீர்கள்? **2: ஒரே நேரத்தில்; ஒரே இடத்தில்;** at the same time; in the same place. நாங்கள் இருவரும் ஒன்றாகப் படித்தோம்./ நானும் அவனும் ஒன்றாகத்தான் தங்கினோம்.

ஒன்றியம் பெ. **1: தனித்துச் செயல்படும் அமைப்புகள் தாமாக முன்வந்து ஒன்றுசேரும் அமைப்பு;** union. பால் உற்பத்தியாளர் ஒன்றியம்/ ஐரோப்பிய ஒன்றியம். **2: தனித்து இயங்கும் அமைப்புகளை நிர்வாக வசதிக்காக ஒன்றுசேர்க்கும் ஏற்பாடு;** union. ஊராட்சி ஒன்றியம்.

ஒன்றிரண்டாக வி.அ. **(அரிசி, கோதுமை, கடலை முதலியவற்றை மாவாக இல்லாமல்) பொடிப்பொடியாக;** (of grains) coarsely. இரண்டு கிலோ அரிசி எடுத்துக்கொண்டு போய் ஒன்றிரண்டாக அரைத்துக்கொண்டு வா./ பொட்டுக் கடலையை ஒன்றிரண்டாக உடைத்துப்போட்டுக் கிளற வேண்டும்.

ஒன்றில் பெ. (இலங்.) **மாற்று வழிகளைத் தெரிவிக்கும் போது முதல் மாற்று வழியின் முன் பயன்படுத்தப்படும் சொல்;** either.... (or...). ஒன்றில் வேலைக்குப் போ, இல்லாவிட்டால் மேலே படி.

ஒன்று[1] வி. (ஒன்ற, ஒன்றி) **1: இரண்டும் வெவ்வேறு என்று சொல்ல முடியாதபடி இணைதல்; ஐக்கியமாதல்;** become one with. நடிகர்கள் தாங்கள் ஏற்ற பாத்திரத்துடன் ஒன்றி நடித்திருக்கிறார்கள்./ மலைப்பகுதியில் வாழ்கிற மக்கள் இயற்கைச் சூழலோடு ஒன்றியவர்கள். **2: தன்னை மறந்து ஈடுபடுதல்; லயித்தல்;** get involved totally. கண்ணை மூடி இசையில் ஒன்றிவிட்டார்.

ஒன்று[2] பெ. **1: முதல் முழு எண்;** (number) one. **2: (குறிப்பிடப்படும்) ஒரு பொருள்; ஒரு தன்மை; ஒரு விஷயம்;** something. பழத்தில் ஒன்றை எடுத்து எனக்குக் கொடுத்தார்./ பணிவு என்ற ஒன்று உண்டு தெரியுமா?/ அவரிடம் ஒன்று கேட்க வேண்டும். **3: தனித்தனியாகக் கருதப்படுவது;** each. நாள் ஒன்றுக்கு நூறு ரூபாய் கூலி. **4: வேறுபாடு இல்லாத நிலை; சரிசமம்;** equal; same. ஆண்டவர் சன்னிதியில் அனைவரும் ஒன்று./ நீ வேறு அவன் வேறு என்கிற பாகுபாடு கிடையாது. எனக்கு இருவருமே ஒன்றுதான். **5: இரண்டு சாத்தியக்கூறுகள் இருக்கும்போது அவற்றைப் பிரித்துக்காட்டப் பயன்படுத்தும் சொல்;** either... (or...). ஒன்று, நீ பேசாமல் இருந்திருக்க வேண்டும் அல்லது தெரியாது என்று சொல்லியிருக்க வேண்டும். **6: (முன்னிலை, படர்க்கை ஒருமைப் பிரதிப்பெயருக்கு முன்னால்) குறிப்பிட்ட நபரை குறிப்பிட்ட சூழலில் முக்கியத்துவம் அற்றவராகக் கருதுவதைத் தெரிவிக்கும் சொல்;** when preceded by நீ, அவன், etc., it means that the speaker regards s.o. in a given situation as inconsequential. நீ ஒன்று, சொன்னதையே சொல்லாதே./ அவன் ஒன்று, சொன்னாலும் கேட்க மாட்டான்.

ஒன்றுக்கிரு வி. (-இருக்க, -இருந்து) (பே.வ.) **சிறுநீர் கழித்தல்;** urinate.

ஒன்றுக்குப் பாதியாக வி.அ. **(ஒன்றின் நியாயமான மதிப்பைவிட) மிகவும் குறைவாக;** (of price) lower than one's reasonable expectation; unconscionably low. நான் வீட்டை விற்கப்போகிறேன் என்பது தெரிந்தவுடன் எல்லோரும் ஒன்றுக்குப் பாதியாகக் கேட்கிறார்கள்.

ஒன்றுக்குப்போ வி. (-போக, -போய்) (பே.வ.) காண்க: **ஒன்றுக்கிரு.**

ஒன்றுக்குவா வி. (-வர, -வந்து) **சிறுநீர் கழிக்க வேண்டும் போன்ற உணர்வு ஏற்படுதல்;** feel the urge to urinate.

ஒன்றுக்குள் ஒன்று பெ. **(உறவுமுறை, நட்பு முதலியவற்றால்) மிகவும் நெருக்கமானவர்கள்;** close circle of relations. நாமெல்லாம் ஒன்றுக்குள் ஒன்று என்று ஆகிவிட்ட பிறகு இந்தச் சின்ன விஷயத்திற்குக்கூட மன்னிப்பு கேட்க வேண்டுமா?/ நாம் எல்லாம் ஒன்றுக்குள் ஒன்று தானே. உன் கஷ்டத்தை என்னிடம் சொல்லக் கூடாதா?

ஒன்றுக்கொன்று பெ. **(கூறப்படும் பலவற்றுள்) ஒன்றுடன் மற்றொன்று;** (of two or more) each one (in relation to the other). நீ சொன்ன விஷயங்கள் ஒன்றுக்கொன்று முரண்பட்டவை.

ஒன்றுகூட்டு வி. (-கூட்ட, -கூட்டி) காண்க: **ஒன்றுசேர்**[2].

ஒன்றுகூடல் பெ. (இலங்.) **கூட்டம்;** meeting; gathering. இலக்கிய ஒன்றுகூடலில் ஜானகிராமனின் நாவல் பற்றிய விமர்சனம் வைக்கப்பட்டது./ பெற்றோர் ஆசிரியர் சங்க ஒன்றுகூடலில் பாடசாலைக்குப் புதிய கட்டடம் கட்டத் தீர்மானிக்கப்பட்டது.

ஒன்றுகூடு வி. (-கூட, -கூடி) காண்க: **ஒன்றுசேர்**[1].

ஒன்றுசேர்[1] வி. (-சேர, -சேர்ந்து) **1: பலர் அல்லது பல கூடுதல்;** come together. புகழ்பெற்ற நடிகர்கள் ஒன்று சேர்ந்து நடித்த திரைப்படம் இது./ நரிகள் ஒன்றுசேர்ந்து ஊளையிட்டன. **2: ஒற்றுமைப்படுதல்;** become united. அவர்கள் மீண்டும் ஒன்றுசேர வாய்ப்பு இல்லை./ நாம் ஒன்றுசேர்வதைத் தடுக்கவே இந்தத் திட்டம்!

ஒன்றுசேர்[2] வி. (-சேர்க்க, -சேர்த்து) **(பலரை அல்லது பலவற்றை) ஒரே இடத்தில் அல்லது ஒரே நோக்கத்திற்காகச் சேர்த்தல்;** bring (people) together; mobilize.

போராட்டத்தின் முதல் கட்டமாக மக்களை ஒன்றுசேர்க்க வேண்டும்./ அனைத்து இசைக் கலைஞர்களையும் ஒன்று சேர்த்து இசைவிழா ஒன்றிற்கு ஏற்பாடு செய்திருக் கிறார்கள்./ பல்வேறு ஆசிரியர் சங்கங்களையும் நம் இயக் கத்தில் ஒன்றுசேர்க்க வேண்டும்.

ஒன்றுதிரட்டு வி. (-திரட்ட, -திரட்டி) காண்க: **ஒன்று சேர்**[2].

ஒன்றுதிரள் வி. (-திரள, -திரண்டு) **ஒன்றுகூடுதல்; ஒன்று சேர்தல்;** come together (as one body); gather together. கொள்ளையடித்துக்கொண்டு ஓடிய திருடனை ஊர்மக்கள் அனைவரும் ஒன்றுதிரண்டு பிடித்தனர்./ நடிகரைப் பார்க்க ஊரே ஒன்றுதிரண்டு வந்தது.

ஒன்றுபட்ட பெ.அ. **ஒன்றுகூடிய நிலையிலான;** united. தொழிலாளர்களின் ஒன்றுபட்ட போராட்டம் வெற்றியைத் தந்தது.

ஒன்றுபடு வி. (-பட, -பட்டு) **1: (வேற்றுமையை மறந்து) ஒற்றுமையாக இருத்தல்;** unite; become united. சமாதானத்தை விரும்புவோர் அனைவரும் ஒன்றுபட்டு உழைக்க இந்த அமைப்பு உதவுகிறது. **2: ஒன்றுதல்;** become one with. நாங்கள் மனத்தால் ஒன்றுபட்டுவிட்டோம். **3: ஒத்துப்போதல்;** agree. தலைவரும் செயலாளரும் எல்லா விஷயங்களிலும் ஒன்றுபட்டு உழைக்கிறார்கள்.

ஒன்றுபடுத்து வி. (-படுத்த, -படுத்தி) **ஒன்றுசேர்த்தல்; ஒற்றுமைப்படுத்துதல்;** unite. ஒரே பகுதியில் வாழும் பல பழங்குடி மக்களை ஒன்றுபடுத்த ஒரு முயற்சி.

ஒன்றுபாதி பெ. (இலங்.) **நடுநிசி; நடுச் சாமம்;** midnight. உன் மகன் எந்த நாளும் ஒன்றுபாதியில் தானே வீட்டுக்கு வருகிறான்.

ஒன்றுபோல வி.அ. (பே.வ.) **(அமைப்பில் அல்லது தோற்றத்தில்) ஒரே மாதிரி;** like; similar (in appearance). ஒன்றுபோல இருக்கும் அவர்கள் இருவரும் இரட்டை யர்களா?/ இருவரும் ஒன்றுபோல புடவை கட்டியிருக் கிறீர்களே!

ஒன்றும்[1] பெ. (எதிர்மறை வாக்கியத்தில்) **எதுவும்;** (in a negative sentence) anything. அவனுக்கு இங்கு நடப்பது ஒன்றும் தெரியாது.

ஒன்றும்[2] இ.சொ. **1: (ஒருவரை அல்லது ஒன்றைப் பற்றி நினைத்திருப்பதை அல்லது கொண்டிருக்கும் அபிப்பிராயத்தை மறுத்துக் கூறும்போது) 'ஒரு விதத் திலும்', 'எந்த விதத்திலும்' என்ற பொருளில் பயன் படுத்தப்படும் இடைச்சொல்;** particle used in the sense of '(not) by any means'. இதைப் புரிந்துகொள்ள முடியாத அளவுக்கு நான் ஒன்றும் முட்டாள் இல்லை./ நீ நினைப் பதுபோல் வெளிநாட்டுப் பொருள்கள் ஒன்றும் தரத்தில் உயர்ந்தவை அல்ல. **2: ஒரு வாக்கியத்தில் அழுத்தம் தரு வதற்காகச் சேர்க்கப்படும் இடைச்சொல்;** particle used for emphasis. இங்கு நடப்பது எனக்கு ஒன்றும் தெரியாமல் இல்லை.

ஒன்றும் இல்லாததற்கு வி.அ. **மிகச் சாதாரண விஷ யத்திற்கு;** for no reason. ஏன் இப்படி ஒன்றும் இல்லாத தற்கெல்லாம் கோபப்படுகிறான்?/ ஒன்றும் இல்லாததற்குக் கோபித்துக்கொண்டு என்னிடம் பேசாமல் இருக்கிறாள்.

ஒன்றும்பாதியுமாக வி.அ. **1:** (தானியங்கள், பருப்பு வகைகள் ஆகியவற்றைக் குறிக்கும்போது) **ஒன்றிரண் டாக;** (of grains and pulses) coarsely. சட்னிக்குப் பொட்டுக் கடலையை ஒன்றும்பாதியுமாக அரைத்துக்கொள். **2: (வேலையைக் குறித்து வரும்போது) சரியான முறை யில் இல்லாமல்; அரைகுறையாக;** by halves. உன்னை நம்பி இந்த வேலையைக் கொடுத்தேன். இப்படி ஒன்றும் பாதியுமாகச் செய்தால் என்ன செய்வது?

ஒன்றுமட்டும் இ.சொ. **நிச்சயம் என்று ஒருவர் கருது வதை வலியுறுத்தப் பயன்படுத்தப்படும் இடைச்சொல்;** particle used in the sense of 'one thing' (to stress what is said). ஒன்றுமட்டும் தெரிகிறது, அவள் ஏதோ கஷ்டத்தில் மாட்டிக்கொண்டிருக்கிறாள்./ ஒன்றுமட்டும் நாம் நினை வில் வைத்துக்கொள்ள வேண்டும். பயங்கரவாதம் என்பது எந்த வடிவத்தில் இருந்தாலும் அதை எதிர்க்கத் தயங்கக் கூடாது.

ஒன்றுவிட்ட பெ.அ. **தன் பெற்றோரின் அல்லது தாத்தா பாட்டியின் சகோதர சகோதரிகளின் சந்ததியினரோடு தனக்கு உள்ள (உறவு முறை);** (of relationship) once removed. அவர் என்னுடைய ஒன்றுவிட்ட அண்ணன்./ என் ஒன்றுவிட்ட மாமாவின் மகளைத் திருமணம் செய்து கொண்டேன்./ ஒன்றுவிட்ட தாத்தா.

ஒன்று விடாமல் வி.அ. **எதையும் விட்டுவிடாமல்; அனைத்தையும்;** not omitting anything. படித்த பாடங்களை ஒன்று விடாமல் ஒப்பித்தாள்.

ஒன்றைப் பத்தாக்கு வி. (-ஆக்க, -ஆக்கி) **(மிகச் சிறிய விஷயத்தை) பெரிதுபடுத்தியோ திரித்தோ கூறுதல்;** blow up. சின்னப் பையன், ஏதோ தெரியாமல் பேசிவிட் டான். ஒன்றைப் பத்தாக்க வேண்டுமா?/ இந்த ஊர்க்காரர் களிடம் நீ ஜாக்கிரதையாக நடந்துகொள்ளாவிட்டால் ஒன் றைப் பத்தாக்கி உன் பெயரைக் கெடுத்துவிடுவார்கள்.

ஓ

-ஓ[1] இ.சொ. **1: ஒரு வாக்கியத்தில் மாற்றாக இருக்கும் தொடர்களோடு இணைக்கப்பட்டு 'அல்லது' என்ற பொருளில் பயன்படுத்தும் இடைச்சொல்;** particle added to nouns which are alternatives in a sentence, used in the sense of 'either...or'. பணமாகவோ பொருளாகவோ தரலாம்./ இது மாறுபாடோ முரண்பாடோ இல்லை. **2: இன்னார் அல்லது இன்னது என்று உறுதியாகக் குறிப் பிட முடியாத நிலையைத் தெரிவிக்க வினாப் பெயர்க ளோடு இணைக்கப்படும் இடைச்சொல்;** particle added to interrogative pronouns to denote sth. indefinite or unspecified. அவர் எங்கோ போயிருக்கிறார்./ யாரோ கதவைத் தட்டும் சத்தம் கேட்டது./ எப்படியெல்லாமோ நடக்கிறது. **3: சந்தேகத்தையும் நிச்சயமற்ற தன்மையை யும் உணர்த்தப் பயனிலையோடு இணைக்கப்படும் இடைச்சொல்;** particle added to a predicate to express the speaker's misgivings. பணத்தை நான் எடுத்துச் செலவழித்து

விட்டதாக நினைப்பார்களோ?/ அவர்கள் வராமல் இருந்து விடுவார்களோ என்று பயந்தான். 4: **இயல்புக்கு மாறானது அல்லது மாறானவை என்பதைத் தனிப்படுத்திக் காட்டப் பயன்படுத்தும் இடைச்சொல்;** particle used to contrast what obtains with what is generally expected. தீபாவளியன்று ஊரில் ஒரே கொண்டாட்டம். ஆனால் அவன் வீடோ சோகத்தில் ஆழ்ந்திருந்தது./ அவனோ குடிகாரன், அவனிடம் என்ன மரியாதையை எதிர்பார்க்க முடியும்?/ எனக்குச் சொல்வதற்கு நிறைய செய்தி இருக்கிறது. ஆனால் அவருக்கோ கேட்பதற்கு நேரமில்லை. 5: **முதல் தொடரில் ஒன்றைத் தனிப்படுத்திக் காட்டி அதை இரண்டாவது தொடரோடு தொடர்புபடுத்தப் பயன்படுத்தும் இடைச்சொல்;** particle used to specify sth. in the first part of the sentence and to relate that part to the rest of the sentence. நான் எதைச் செய்யச் சொன்னேனோ, அதைச் செய். 6: **முரண்படுவதாகத் தோன்றும் இரண்டு நடப்புகளைக் குறிப்பிடும்போது இரண்டாவது வாக்கியத்திலோ இரண்டு வாக்கியங்களிலுமோ முரணைக் காட்ட வாக்கியத்தின் இறுதியில் சேர்க்கும் இடைச்சொல்; -ஆனால்² 3;** a particle added to the one or both of the propositions that are claimed to be in conflict to suggest that the speaker is conflicted. எனக்கோ வேலை இல்லை, என் மனைவியோ பட்டுப் புடவை வேண்டும் என்கிறாள்./ எனக்கோ இந்த மாதச் சம்பளமே வரவில்லை, தம்பியோ கொடுத்த கடனை எப்போது திருப்பித் தருவாய் என்று நச்சரிக்கிறான்.

ஓ² இ.சொ. 1: **ஒருவர் கூறும் செய்தி தனக்கு முன்பே தெரியும் என்பதைக் குறிப்பதற்கு வாக்கியத்தின் தொடக்கத்தில் பயன்படுத்தும் இடைச்சொல்;** particle of exclamation used in the sense of 'yes, indeed!'; 'yes, of course'. 'நாளை மாமா ஊரிலிருந்து வருகிறார்'. 'ஓ! எனக்குத் தெரியுமே'. 2: **ஒரு உடன்பாட்டுப் பதிலைக் கூறும் வாக்கியத்தின் தொடக்கத்தில் இடப்படும் இடைச்சொல்;** particle used in the sense of 'yes'. 'நாளை படத்திற்குப் போகலாமா?' 'ஓ! போகலாமே'./ 'அவன் நாளை வருவானா?' 'ஓ! வருவானே'. 3: **மகிழ்ச்சி, வியப்பு போன்ற உணர்ச்சிகளைக் காட்டப் பயன்படுத்தும் இடைச்சொல்;** particle used to express one's happiness, surprise, etc., ஓ! எவ்வளவு அற்புதமான இயற்கைக் காட்சி!/ ஓ! என்ன ஒரு வேகம்!/ ஓ! நீங்களா? ஊரிலிருந்து எப்போது வந்தீர்கள்?/ ஓ! உனக்குப் படம் வரையக்கூடத் தெரியுமா?

ஓ-என்று¹ வி.அ. **வலி, துக்கம் ஆகியவற்றின் தீவிரத்தை வெளிப்படுத்தும் ஒலிக்குறிப்பு;** exclamation of extreme pain or agony. பெருவிரலில் மிதிபட்ட அவன் ஓவென்று கத்திவிட்டான்./ அந்தத் துயரச் செய்தியைக் கேட்டதும் அவன் ஓவென்று அழுதுவிட்டான்.

ஓ-என்று² வி.அ. *(முகத்தைக் குறிப்பிடும்போது)* **களையிழந்து; பொலிவிழந்து/***(தெரு போன்றவற்றைக் குறிப்பிடும்போது)* **வெறிச்சோடி;** (of face) with a gloomy look/ (of a street or room) with a desolate look. ஏன் இப்படி உன் முகம் ஓவென்று இருக்கிறது, உடம்பு சரியில்லையா?/ ஆட்கள் யாரும் இல்லாமல் தெருவே ஓவென்றிருந்தது./ பார்வையாளர்கள் மிகவும் குறைவாக வந்திருந்ததால் அரங்கம் ஓவென்று காணப்பட்டது.

ஓக்காளம் பெ. *(ஊரக வ.)* **வாந்தியெடுக்க வேண்டும் போன்ற உணர்வு;** nausea; retching.

ஓக்காளி வி. *(ஓக்காளிக்க, ஓக்காளித்து) (ஊரக வ.)* **வாந்தியெடுக்கும் உணர்வு தோன்றுதல்; ஓங்காரித்தல்;** nauseate.

ஓகோ இ.சொ. **புதிய செய்தியை ஒருவர் கேட்கும்போது தனக்குத்தானே அதை உறுதி செய்துகொள்ளும் வகையில் வாக்கியத்தின் தொடக்கத்தில் பயன்படுத்தும் இடைச்சொல்;** particle of exclamation used in the sense of 'indeed!'. ஓகோ! அவன் அமெரிக்காவிலிருந்து திரும்பி வந்துவிட்டானா?/ ஓகோ! அப்படிச் செய்திருக்கக் கூடாதோ!/ ஓகோ! இந்த விஷமங்களுக்கெல்லாம் காரணம் இவன்தானா?

ஓகோ-என்று வி.அ. 1: **(பிறர்) மெச்சும்படியாக; விமரிசையாக; கோலாகலமாக;** splendidly; magnificently. ஓகோவென்று இருந்த குடும்பம் இப்போது நொடித்துவிட்டது./ விழா ஓகோவென்று நடந்தேறியது. 2: **(வியாபாரத்தைக் குறிக்கையில்) மிகவும் வெற்றிகரமாக அல்லது லாபகரமாக;** with roaring success. அந்தத் திரைப்படம் ஓகோவென்று ஓடியது./ வியாபாரம் அப்படி ஒன்றும் ஓகோவென்று நடக்கவில்லை.

ஓங்கல் பெ. **நீண்டு குவிந்த வாய்ப் பகுதியுடன், மீன் போல இருக்கும் ஒரு பெரிய கடல் விலங்கு;** dolphin.

ஓங்காரம்¹ பெ. **'ஓம்' என்னும் மந்திரம்; பிரணவம்;** mystic syllable ஓம். ஓங்கார நாதம் தொடர்ந்து ஒலிக்கும் விதத்தில் ஒலிப்பேழைகள் வந்துள்ளன.

ஓங்காரம்² பெ. **பலத்த சப்தம்;** roar. புயல் காற்று ஓங்காரமிட்டு வீசியது.

ஓங்காரி வி. *(ஓங்காரிக்க, ஓங்காரித்து) (வ.வ.)* **வாந்தியெடுக்கும் உணர்வு தோன்றுதல்;** nauseate. அவர்கள் வீட்டுச் சமையலறையைப் பார்த்தாலே ஓங்காரிக்கிறது, அவ்வளவு குப்பை.

ஓங்காளம் பெ. *(இலங்.)* காண்க: **ஓக்காளம்.**

ஓங்காளி வி. *(ஓங்காளிக்க, ஓங்காளித்து) (இலங்.)* காண்க: **ஓக்காளி.**

ஓங்கி வி.அ. 1: **(கையால் அடித்தல், கருவியால் வெட்டுதல் போன்ற செயல்களோடு தொடர்புபடுத்திக் கூறும்போது) பலமாக; விசையோடு;** (with acts such as striking with a hand or with a weapon) with force; heavily. முதுகில் ஓங்கி ஒரு போடு போட்டார்./ கோடாலியை மரத்தில் ஓங்கிப் பாய்ச்சினார். 2: *(குரலைக் குறிப்பிடும்போது)* **உரக்க;** (of voice) loudly. இப்படி ஏன் ஓங்கிப் பேசுகிறாய்? 3: *(உயரத்தைக் குறிப்பிடும்போது)* **உயரமாக; நெடிதாக;** with loftiness; commandingly; very tall; commanding. மரம் ஓங்கி வளர்ந்திருக்கிறது./ ஓங்கி உயர்ந்த உருவம்.

ஓங்கு¹ வி. *(ஓங்க, ஓங்கி)* 1: **(அடிக்கவோ வெட்டவோ ஒன்றை) உயர்த்துதல்;** lift (sth. to strike or chop). அந்தச் சிறுவனை அடிக்க அவர் கையை ஓங்கினார்./ மரத்தை வெட்ட ஓங்கியபோது கோடாலி கையிலிருந்து நழுவியது.

2: (உ.வ.) **(தொழில், வாழ்க்கை, செல்வாக்கு முதலியவை) மேல்நிலைக்கு வருதல்; முன்னேறுதல்; சிறத்தல்;** (of life, business, fame, etc.,) get better; improve; flourish; rise. உள்நாட்டுக் கைத்தொழில்கள் ஓங்க ஏதுவான சூழல் உருவாக வேண்டும்./ இந்தப் படத்திற்குப் பிறகு புது நடிகரின் புகழ் மேலும் ஓங்கும்.

ஓங்கு[2] து.வி. (ஓங்க, ஓங்கி) (உ.வ.) **வளர்ச்சி, முன்னேற்றம் போன்ற நிலைகளை உணர்த்தும் முதன்மை வினைகளின் செயல் மேலும் உயர்வான நிலை அடைதல் என்ற பொருள் தரும் ஒரு துணை வினை;** auxiliary verb to denote the enhancement of the status mentioned. விவசாயமும் தொழிலும் செழித்தோங்கும் நாடு./ நீ வாழ்க்கையில் உயர்ந்தோங்க என் வாழ்த்துகள்.

ஓசி பெ. (பே.வ.) **1: இலவசம்;** sth. given or obtained free of cost. ஓசியாகக் கொடுத்தாலும் அந்த ஓட்டை சைக்கிள் எனக்கு வேண்டாம். **2: இரவல்;** loan. யாருக்காவது உன் பேனாவை ஓசி கொடுத்திருக்கிறாயா?

ஓசை பெ. **1: (ஒன்று மற்றொன்றின் மீது படும்போது ஏற்படும்) சத்தம்;** sound; noise. பாத்திரங்கள் நகர்த்தப்படும் ஓசை கேட்டது./ தோசை வார்க்கும் ஓசை/ காலடி யோசை. [(தொ.சொ.) **இரைச்சல்/ ஒலி/ சத்தம்**] **2: (ஒன்று அல்லது ஒருவர் ஏற்படுத்தும்) ஒலி;** sound; chirp. குழலோசை/ குயிலோசை/ அவள் அழும் ஓசை கேட்டதும் திரும்பிப் பார்த்தேன். **3:** (இலக்.) **செய்யுளுக்கு உரிய ஒலியின் அளவு;** rhythm. வெண்பாவிற்கு உரிய ஓசை.

ஓசைப்படாமல் வி.அ. **1: (ஒரு செயலைச் செய்யும்போது) சப்தம் ஏற்படாதவாறு;** without making noise; quietly. இரவில் நேரம் கழித்து வீடு திரும்பியவன் ஓசைப்படாமல் தன் அறைக்குச் சென்று படுத்துக்கொண்டான்./ ஓசைப்படாமல் பையிலிருந்த சில்லறையை எடுத்து மேசையின் மேல் வைத்தான். **2: பிறர் அறியாதவாறு;** without getting noticed. ஓசைப்படாமல் கடிதத்தை எடுத்த இடத்தில் வைத்துவிட்டாள்./ கிராமத்தில் இருந்த வீட்டை ஓசைப்படாமல் விற்றுவிட்டு நகரத்துக்குக் குடிபெயர்ந்துவிட்டார்.

ஓட்டப் பந்தயம் பெ. **(குறிப்பிட்ட இடத்திலிருந்து ஆரம்பித்துக் குறிப்பிட்ட தூரம்வரை) ஓடும் போட்டி;** running race. நூறு மீட்டர் ஓட்டப் பந்தயம்.

ஓட்டம் பெ. **அ.** (விரைந்து செல்லுதல் தொடர்பான வழக்கு) **1: ஓடுதல்;** running. ஏன் இந்த ஓட்டம்? மெதுவாக வந்திருக்கலாமே. **2: ஓட்டப் பந்தயம்;** running race; dash. இருநூறு மீட்டர் ஓட்டத்தில் அவருக்குத் தங்கப் பதக்கம் கிடைத்தது. **3: (கிரிக்கெட் போன்ற விளையாட்டில் ஆட்டக்காரர் பந்தை அடித்துவிட்டுத் தன் முனைக்கும் எதிர் முனைக்கும் இடையே உள்ள தூரத்தை ஓடிக் கடப்பதன் மூலம் பெறும்) புள்ளி;** run (in cricket). இந்திய வீரர் கடைசிப் பந்தில் இரண்டு ஓட்டங்கள் எடுத்து அணியை வெற்றி பெறச் செய்தார்./ இந்த ஆட்டத்தில் வெற்றி பெற இந்தியா 240 ஓட்டங்கள் எடுக்க வேண்டும். **4: (ஒன்றின்) விரைவு;** rapidity. பேருந்தின் ஓட்டத்தில் அந்தப் பூங்கா பார்வையில் பட்டு மறைந்தது. **5: (குறிப்பிட்ட பொது நலனின் நோக்கத்தைப் பற்றிய ஒரு விழிப்புணர்வை மக்களிடம் ஏற்படுத்தப் பெரும் எண்ணிக்கையில் நபர்கள்) நகரத்தின் ஒரு பகுதியிலிருந்து இன்னொரு பகுதிக்கு ஓடுதல்;** run. எய்ட்ஸ்குறித்த பள்ளி மாணவர்களின் ஓட்டம் நாளை சென்னையில் நடைபெறும்./ காசநோய் தினத்தை முன்னிட்டு சென்னையில் இன்று விழிப்புணர்வு ஓட்டம் நடைபெறுகிறது. **ஆ.** (ஓடுவதாகக் கூறும் முறையில் உள்ள வழக்கு) **6: (இலக்கியப் படைப்பு போன்றவற்றின்) சீரான போக்கு;** flow (in a narration, etc.,). கதை ஓட்டம்/ படத்தின் ஓட்டம். **7: (ஒரு காரியத்தை முடிக்க) பெரும்பாடுபடுதல்;** run about. குடும்பத்தைக் காப்பாற்ற இந்த வயதிலும் என்ன ஓட்டம் ஓடுகிறார்!

ஓட்டம்பிடி வி. (-பிடிக்க, -பிடித்து) **(ஒரு மோசமான சூழ்நிலையில் அந்த இடத்தில் நிற்காமல்) தப்பி ஓடுதல்;** flee; take to one's heels. தோட்டத்தில் மாங்காய் அடித்துக்கொண்டிருந்த பையன்கள் காவல்காரனைக் கண்டதும் ஓட்டம்பிடித்தார்கள்./ கொள்ளையர்கள் நகையுடன் ஓட்டம்பிடித்தார்கள்.

ஓட்டமெடு வி. (-எடுக்க, -எடுத்து) காண்க: **ஓட்டம்பிடி.**

ஓட்டல் பெ. **(பெரும்பாலும் தங்கும் வசதி இல்லாத) உணவு விடுதி;** restaurant; (in India) hotel. நீங்கள் இன்னும் ஓட்டலில்தான் சாப்பிடுகிறீர்களா?/ போகும் வழியில் ஓட்டலில் சாப்பிட்டுவிட்டுப் போய்விடலாம்.

ஓட்டாஞ்சல்லி பெ. **உடைந்த மண் பாத்திரத்தின் சிறு துண்டு;** small piece from a broken earthenware; shard; potsherd.

ஓட்டாண்டி பெ. (பே.வ.) **பிச்சையெடுக்கும் நிலையில் இருப்பவன்;** pauper. ஓட்டாண்டியாகச் சுற்றிக்கொண்டிருந்தவன் ஒரே நாளில் கோடீஸ்வரன் ஆகிவிட்டான்./ அவன் எவ்வளவு பெரிய பணக்காரனாக இருந்தவன்! இன்று ஓட்டாண்டியாகத் திரிகிறான்.

ஓட்டி பெ. (வாகனத்தைக் குறிக்கும் சொற்களுடன் இணைந்து வரும்போது) **செலுத்துபவர்; ஓட்டுநர்;** (when added to words denoting vehicles) one who operates. தேரோட்டி/ படகோட்டி/ காரோட்டி.

ஓட்டு[1] வி. (ஓட்ட, ஓட்டி) **அ.** (விரட்டுதல் தொடர்பான வழக்கு) **1: (பெரும்பாலும் வீட்டு விலங்குகளை, பறவைகளை, பூச்சிகளை) துரத்துதல்; விரட்டுதல்;** drive away; chase away. தோட்டத்துக்குள் ஆடு புகுந்துவிட்டது, அதை ஓட்டு!/ முதுகில் உட்கார்ந்த ஈயை மாடு வாலால் ஓட்டியது. **2:** (செல், போ ஆகிய வினைகளுடன் இணைந்து) **(ஆடு, மாடு போன்ற மிருகங்களை ஓர் இடத்திலிருந்து மற்றோர் இடத்துக்கு விரட்டி) கொண்டுபோதல்;** take along (animals such as sheep, cow to a place); drive along. சந்தைக்கு மாடுகளை ஓட்டிச் செல்லும் சத்தம் கேட்டது. **ஆ.** (இயங்கச் செய்தல் தொடர்பான வழக்கு) **3: (ஒன்றின் மீது) நடக்க அல்லது போகச் செய்தல்;** cause to walk or go (over sth.). களத்தில் பரப்பிய கதிர்களின் மீது மாட்டை ஓட்டி மணிகளைப் பிரித்தார்கள். **4: (வாகனங்களை) செலுத்துதல்; (கருவிகளை) இயக்குதல்;** drive (a vehicle), row (a boat), work (a machine), etc., நான் கார் ஓட்டக் கற்றுக்கொள்ளப்

போகிறேன்./ ஏர் ஓட்ட மாடு இல்லை./ எனக்குப் படகு ஓட்டத் தெரியாது./ தையல் இயந்திரத்தை ஓட்டிக்கொண்டிருந்தாள்./ நான் வீட்டிலேயே தறி ஓட்டிக்கொண்டு இருக்கிறேன். **5: (மின்சாரத்தால் இயங்கும் அரவை இயந்திரத்தைச் சற்று நேரம் ஓடச் செய்வதன் மூலம்) (மாவு) அரைத்தல்;** run (a grinder). உளுந்து வடைக்கு அரைக்கும்போது ஒரு கோப்பை ஊறவைத்த அவலைப் போட்டு சிறிது ஓட்டி எடு. **6: (விலங்குகளின் மீது ஏறி அமர்ந்து) சவாரி செய்தல்;** ride (an animal). கடிவாளம் இல்லாமலேயே குதிரை ஓட்டிக் காட்டினார்./ புலியை அடக்கி அதன் மீது ஏறி அமர்ந்து ஓட்டிவரும் ஐயப்பன் படம். **இ.** *(மேலும்கீழும் அல்லது நீளவாக்கில் போகச் செய்தல் தொடர்பான வழக்கு)* **7: (விரல்களை) விரைவாக நகர்த்துதல்;** move (fingers) quickly (as when shaping sth.). களிமண்ணை உருட்டி அதன் மீது விரல்களை ஓட்டி உருவம் கொடுத்தார்./ அவள் வீணைத் தந்திகளின் மீது விரல்களை ஓட்டிய விதம் மிக நளினமாக இருந்தது. **8: (பார்வையைப் பொருள்களின்மீது) செலுத்துதல்;** direct one's eyes over sth.; take a quick glance (at sth.). கடை வாசலில் நின்று கண்ணாடி ஜன்னல்களின் பின் வைக்கப்பட்டிருந்த பொருள்களின் மீது பார்வையை ஓட்டினான். **9:** *(பே.வ.)* **(கற்பிக்கும் பாடத்தை) வேகமாகச் சொல்லிச் செல்லுதல்;** run (the lessons). ஆசிரியருக்கு நேரம் இல்லை; பாடத்தை ஓட்டிவிட்டார். **ஈ.** *(அகற்றுதல் தொடர்பான வழக்கு)* **10: (பேய் போன்றவற்றை ஒருவரை விட்டு) விலகச் செய்தல்;** exorcize. பேய் ஓட்டுவதற்குப் பூசாரியை அழைத்துவரப் போனார்கள். **உ.** *(மரபு வழக்கு)* **11: (நேரத்தை) கழித்தல்; போக்குதல்;** idle away (time); pass (the time). வண்டி இரண்டு மணி நேரம் தாமதமாக வருகிறதாம், பொழுதை எப்படி ஓட்டுவது? **12: (காரியத்தை) சமாளித்தல்;** manage (one's affairs with inadequate means). அரைகுறை ஆங்கிலத்தை வைத்துக்கொண்டு எப்படியோ இதுநாள்வரை ஓட்டிவிட்டேன்.

ஓட்டு² பெ. **(தேர்தலில்) வாக்கு;** (in elections) vote. நாளை ஓட்டு எண்ணப்படும்./ கள்ள ஓட்டு போட்டவர் கைது./ செல்லாத ஓட்டு.

ஓட்டுச் சாவடி பெ. காண்க: *வாக்குச் சாவடி*.

ஓட்டுச் சீட்டு பெ. காண்க: *வாக்குச் சீட்டு*.

ஓட்டுநர் பெ. **பேருந்து, கார் முதலிய வாகனங்களை ஓட்டும் பணிபுரிபவர்;** driver (of a bus, car, etc.,). பேருந்து ஓட்டுநர் பயிற்சிப் பள்ளி.

ஓட்டுப்பதிவு பெ. காண்க: *வாக்குப்பதிவு*.

ஓட்டுப் போடு வி. (போட, போட்டு) **(தேர்தலில்) வாக்களித்தல்;** cast one's vote; vote. நீங்கள் எந்தக் கட்சிக்கு ஓட்டுப் போட்டீர்கள்?

ஓட்டுனர் பெ. காண்க: *ஓட்டுநர்*.

ஓட்டை பெ. **1: (நீர், காற்று, ஒளி போன்றவை தடையின்றிச் செல்லக்கூடிய விதத்தில்) (ஒரு பரப்பில் இருக்கும்) சிறிய துளை;** hole. படகில் ஏற்பட்ட ஓட்டையைக் கஷ்டப்பட்டு அடைத்தார்கள்./ நெருப்பு பட்டுச் சட்டையில் ஓட்டை விழுந்துவிட்டது. [*(தொ.சொ.)* இடுக்கு/ குழி/ குழிவு/ சந்து/ துளை/ பள்ளம்/ பொத்தல்/ பொந்து/ வளை] **2: (குடம், பாத்திரம், டப்பி போன்ற ஒரு கொள்கலனில்) (வீறல், தெறிப்பு போன்றவற்றால்) மிகச் சிறிய அளவில் இருக்கும் திறப்பு;** leak. தவலை ஓட்டைபோல இருக்கிறது. தண்ணீர் கசிந்துகொண்டிருக்கிறது. **3: (ஒரு பரப்பில் உருவாகும்) மிகப் பெரிய துளை;** hole. காற்று மாசுபாட்டால் விண்வெளியில் ஓஸோன் பரப்பில் ஓட்டை விழுந்திருக்கிறது. **4: (சட்டம், ஒப்பந்தம் முதலியவற்றில்) குறைபாடு;** loophole (in a rule, law, etc.,). ஒப்பந்தத்தில் இவ்வளவு ஓட்டைகள் இருக்கும்போது நீ எப்படிக் கையெழுத்து போட்டாய்? **5: நல்ல நிலையில் இல்லாதது; பழுதாகக்கூடியது;** anything not in good repair; anything rickety. ஓட்டை வண்டி/ ஓட்டைப் பேனா.

ஓட்டைக் காது பெ. *(இலங்.)* **(ஒன்றை) சொல்லும்போது கவனமாகக் கேட்டுக் கிரகித்துக்கொள்ளாமல் உடனடியாக மறந்துவிடுபவர்;** person who quickly forgets what is said. நான் என்ன ஓட்டைக் காது என்று எண்ணி விட்டீரோ? நீர் சொல்வதையெல்லாம் கேட்டுக்கொண்டு தானே இருந்தேன்./ நான் இவ்வளவு சொல்லியும் கேட்க மாட்டேன் என்கிறாய். உனக்கென்ன ஓட்டைக் காதா?

ஓட்டைக்கை பெ. **எவ்வளவு பணம் இருந்தாலும் எளிதாகச் செலவு செய்துவிடும் தன்மை;** being incapable of saving or conserving money.

ஓட்டைப் பல் பெ. **(முதுமையின் காரணமாக அல்லாமல்) உடைந்துவிட்ட அல்லது விழுந்துவிட்ட காரணத்தால் தெரியும் பல் இடைவெளி;** gap in a row of teeth. பால்பற்கள் விழுந்துவிட்டதால் தம்பியை எல்லோரும் 'ஓட்டைப் பல்லைக் காட்டாதே' என்று கேலி செய்தார்கள்./ ஓட்டைப் பல் தெரியாமல் இருக்க அவர் தங்கப் பல் கட்டிக்கொண்டார்.

ஓட்டையுடைசல் பெ. *(பே.வ.)* **(ஓட்டை விழுதல், உடைதல் போன்ற காரணங்களால்) உபயோகப்படுத்த முடியாத வீட்டுப் பாத்திரம் அல்லது தட்டுமுட்டுச் சாமான்கள்;** scrap; old junk. ஓட்டையுடைசலையெல்லாம் தூக்கி எறியாமல் இன்னும் ஏன் வைத்திருக்கிறீர்கள்?

ஓட்டைவாய் பெ. **1: எதையும் பிறரிடம் எளிதாகச் சொல்லிவிடும் இயல்பு;** blabbermouth. அவனுக்கு ஓட்டைவாய். **2: பிறரிடம் எல்லாவற்றையும் எளிதாகச் சொல்லிவிடும் நபர்;** blabbermouth. அந்த ஓட்டைவாயிடமா இந்த விஷயத்தைச் சொன்னாய்!

ஓடம் பெ. **(ஆறு, ஏரி போன்ற நீர்நிலைகளில் பயணிகளை ஏற்றிச் செல்லப் பயன்படும்) குறைந்த அகலமும் அதிக நீளமும் உடைய ஒரு வகைச் சிறிய படகு; தோணி;** kind of small boat to ferry passengers across a river or a lake.

ஓடாக வி.அ. **உடல் மெலியும்படி; உடல் கெடும் அளவுக்கு;** to the point of being worn out. என் அம்மா ஓடாக உழைத்துதான் என்னைப் படிக்கவைத்தாள்.

ஓடாவியார் பெ. *(இலங்.)* **தச்சன்;** carpenter.

ஓடிப்பிடித்து விளையாடு வி. (விளையாட, விளையாடி) *(பே.வ.)* **(சிறுவர்கள் விளையாட்டில்) பலர்**

ஓட ஒருவர் துரத்திப் பிடித்துத் தொடுதல்; tag (game). தெருவில் குழந்தைகள் ஓடிப்பிடித்து விளையாடிக்கொண் டிருந்தனர்.

ஓடிப்போ வி. (-போக, -போய்) **(மன வருத்தத்தால் வீட்டை விட்டு) வெளியேறுதல்; (காதலிப்பவருடன்) ரகசியமாக வெளியேறுதல்;** run away (from home in protest); elope. பையன் வீட்டை விட்டு ஓடிப்போய் விட்டான் என்பது பெற்றோருக்கு ஒரு நாள் கழித்துதான் தெரிந்தது./ ஓடிப்போன தன் மகளை நினைத்து அவர் கண்ணீர் விடாத நாளே இல்லை.

ஓடியாடு வி. (பெரும்பாலும் ஓடியாட, ஓடியாடி என்ற வடிவங்கள் மட்டும்) **(களைப்பு இல்லாமல்) அலைந்து திரிதல்;** be active and energetic; move about actively. அவரால் முன் போல் ஓடியாட முடியவில்லை./ கல்யாண வேலைகளை ஓடியாடிச் செய்ய ஆள் வேண்டுமே!/ பெரியவர் ஓடியாடிச் சேர்த்த சொத்து இது.

ஓடிவா வி. (-வர, -வந்து) **(இக்கட்டான சமயத்தில் அல்லது உதவி தேவைப்படும் சமயத்தில் ஒருவர் முன் வந்து) உதவி செய்தல்;** come forward (to help s.o.). தம்பிக்கு ஒரு பிரச்சினை என்றால் அவர் ஓடிவந்துவிடுவார்./ எனக்காக ஓடிவர யார் இருக்கிறார்கள்?

ஓடு[1] வி. (ஓட, ஓடி) **அ.** (இடம்பெயர்தல் தொடர்பான வழக்கு) **1: (மனிதன், விலங்கு ஆகியவை கால்களை வேகமாக முன்னோக்கி எடுத்து வைப்பதன்மூலம்) நடப்பதைவிட விரைந்து செல்லுதல்/(மீன் போன்றவை நீரில்) விரைவாக நீந்திச் செல்லுதல்/(பாம்பு போன்றவை) வேகமாக ஊர்ந்து செல்லுதல்;** run. வேகமாக ஓடித்தான் ரயிலைப் பிடிக்க வேண்டியிருந்தது./ குழந்தை குடுகுடுவென்று ஓடியது./ வெடிச் சத்தத்தைக் கேட்ட யானைகள் மிரண்டு ஓடத் தொடங்கின./ நீரின் அடியில் ஓடும் அழகான மீன் குஞ்சுகள்./ குப்பையை அள்ளும்போது அதிலிருந்து ஒரு பாம்பு ஓடியது. **2: (இயந்திர விசையால் இயங்கும் பேருந்து போன்ற வாகனங்கள்) ஓர் இடத்திலிருந்து மற்றொரு இடத்திற்குச் செல்லுதல்;** run; ply. சுரங்க ரயில் இன்று முதல் ஓடும்./ போராட்டத்தின் காரணமாகப் பேருந்துகள் ஓடவில்லை./ (உரு வ.) கவிஞருடைய பேனா எப்படியெல்லாம் ஓடியிருக்கிறது பாருங்கள்! **3: (உருண்டையான பொருள்கள் வேகமாக) உருளுதல்;** (of round objects) roll (fast). மட்டையாளர் அடித்த பந்து தடுப்பதற்கு ஆளின்றி எல்லைக்கோட்டை நோக்கி ஓடியது./ கீழே குனிந்தபோது பையில் இருந்த சில்லறைக் காசுகளெல்லாம் தரையில் சிதறி உருண்டு ஓடின. **4: (நீர், இரத்தம் போன்ற திரவங்கள்) பாய்தல்/(மின்சாரம் கம்பியில்) பாய்தல்;** (of water, blood, etc.,) flow/(of electricity) pass (through). இந்த ஆறு காட்டின் வழியாக ஓடிக் கடலில் கலக்கிறது./ அந்தக் கம்பியைத் தொடாதே. அதில் மின்சாரம் ஓடுகிறது./ (உரு வ.) உற்சாகம் கரைபுரண்டு ஓடியது. [(தொ.சொ.) **ஊற்று/ ஊறு/ ஒழுகு/ கசி/ கொட்டு/ சிதறு/ சிந்து/ சுர/ தெறி/ பரவு/ பீச்சு/ பீறிடு/ வழி**] **5: (துரத்தப்படும் அல்லது பிடிபட்டிருக்கும் நிலையிலிருந்து) விரைவாகத் தப்பிச் செல்லுதல்;** flee; escape. அக்கம்பக்கத்திலிருப்பவர்கள் எல்லோரும் ஓடி வந்ததும் திருடன் பயந்து ஓடிவிட்டான்./ வனத் துறையினர் அடைத்துவைத்திருந்த புலி தப்பி ஓடிவிட்டது. **6: (வீடு, நாடு முதலியவற்றிலிருந்து வெளியேறி) வேறிடம் செல்லுதல்;** run away (from one's house or country); flee. யுத்தத்தின்போது தங்கள் நாட்டிலிருந்து ஓடிவந்த அகதிகள்/ அப்பாவுடன் சண்டை போட்டு வீட்டை விட்டு ஓடிவிட்டான். **7: (கவர்ச்சி காரணமாகவோ தேவை அல்லது அவசரம் கருதியோ ஒருவரை) நாடிச் செல்லுதல்;** run after. அன்று பிரபலமாக இருந்த ஒரு நடிகரிடம் எல்லோரும் ஓடினார்கள். இன்று வேறொரு நடிகரிடம் ஓடுகிறார்கள்./ உடம்பில் ஒரு சின்னக் காயம் என்றால்கூட அவன் மருத்துவரிடம் ஓடுவான். **8: (விளையாட்டு, பந்தயம் போன்றவற்றில் புள்ளிகள் பெறுவதற்காகவோ முன்னிலை பெறுவதற்காகவோ) (ஓட்டமாக) விரைதல்;** run (in a cricket match, race, etc.,). இந்திய வீரர் மூன்றாவது ஓட்டம் எடுப்பதற்காக ஓடியபோது ஆட்டமிழந்தார்./ இந்தப் பந்தயத்தில் எத்தனை குதிரைகள் ஓடுகின்றன? **9: (படச்சுருள் அல்லது தையல் இயந்திரம், தறி போன்றவற்றில் நூல் முதலியவை) ஒரு முனையிலிருந்து மற்றொரு முனைக்குச் செல்லுதல்;** (of film, yarn) roll. ஓடிக்கொண்டிருந்த படச்சுருள் அறுந்துவிட்டதால் படம் பாதியிலேயே நிறுத்தப்பட்டது./ தறியில் பாவு சீராக ஓடிக்கொண்டிருந்தது. **ஆ.** (ஒரு நிலையில் நின்று இயங்குதல் தொடர்பான வழக்கு) **10: (இயந்திரங்கள்) இயங்குதல்; செயல்படுதல்;** (of watches, clocks) go; (of machines) run. கடிகாரம் நன்றாக ஓடுகிறது./ இந்தத் தண்ணீர் இறைக்கும் இயந்திரம் சரியாக ஓடுவதில்லை./ (உரு வ.) ஏதோ வாழ்க்கை ஓடிக்கொண்டிருக்கிறது. **11: (சுவாசக் காற்று) உள்ளே போய் வெளியே வருதல்;** (of breath) move in and out (of the lungs). மருந்து கொடுத்த பிறகு அவருக்கு மூச்சு சீராக ஓட ஆரம்பித்தது. **12: (இருதயம்) இயங்குதல்; (நாடி) தொடர்ந்து துடித்தல்;** (of heart) function; (of pulse) beat. ஓடிக்கொண்டிருந்த இருதயம் ஒரு கணம் நின்றுவிட்டதுபோல் இருந்தது./ நாடி சீராக ஓடிக்கொண்டிருக்கிறது என்று கிழவர் கையைப் பிடித்துப் பார்த்த மருத்துவர் சொன்னார். **இ.** (இயக்கம் இல்லாதவற்றை இயக்கம் உள்ளது போல் கூறும் வழக்கு) **13: (கையில் ரேகை, ஒரு பரப்பில் கோடு போன்றவை) காணப்படுதல்; அமைந்திருத்தல்;** run (across). உன் கையில் அதிர்ஷ்ட ரேகை ஓடுகிறது./ விதி ரேகை சனி மேட்டில் ஓடினால் நல்லது./ அவர் ஆழ்ந்த சிந்தனையில் இருப்பதை அவர் நெற்றியில் ஓடிய கோடுகள் பறைசாற்றின./ (உரு வ.) அவருடைய முகத்தில் வறுமையின் கோடுகள் ஓடின. **14: (உடம்பில் நரம்பு, நாளம் போன்றவை அல்லது மண்ணில் வேர் போன்றவை) பரவுதல்;** run across; run through. அவள் கழுத்தில் பச்சை நரம்பு ஒன்று ஓடுகிறது./ நிலத்தில் வேர் ஓடியிருக்கிறது. **15: (ஒரு பொருளின் மீது மேலும்கீழுமாகப் பார்வையை) செலுத்துதல்;** run (one's eyes) over sth. ஏக்கத்துடன் அவள்மேல் கண்களை ஓட விட்டான்./ நான் கொடுத்த கடிதத்தின் மேல் பார்வையை ஓட விட்டார். **16: (முகத்தில் புன்னகை, மனத்தில் சிந்தனை போன்றவை) தோன்றுதல்;** flash. ஒருகணம் அவருடைய பார்வையில் வெறுப்பு ஓடி மறைந்தது./ உன் மனத்தில் என்ன ஓடுகிறது என்று

எனக்குத் தெரியாதா? **17: (தலையில் நரை) பரவுதல்;** (of grey hair) show up in streaks. தலையில் அங்கங்கே நரை ஓடியிருந்தது. **18: (திரைப்படம், நாடகம் முதலியவை அரங்குகளில் தொடர்ச்சியாக) நடத்தல்/ காட்டப்படுதல்; (பணி, வேலை) நடைபெறுதல்;** (of film) run; (of work) progress. இந்தத் திரைப்படம் நூறு நாள் ஓடுமா?/ அவர் திரையரங்கில் நுழைவதற்குள் படம் அரை மணி நேரம் ஓடியிருந்தது. **19: (ஒரு பொருள்) விற்பனையாதல்; (கடை, வியாபாரம்) நடத்தல்;** (of goods) get sold; (of shops and business) fare; do; go. புதிதாக வந்திருக்கும் இந்த மருந்து எங்கள் கடையில் சுமாராகத்தான் ஓடுகிறது./ வியாபாரம் ஒரு மாதிரியாக ஓடிக்கொண்டிருக்கிறது./ இப்போது பாலம் கட்டும் வேலை ஓடிக்கொண்டிருக்கிறது. **20: (காலம் விரைவாக) கழிதல்; கடத்தல்;** (of time) pass (quickly). வேலையில் சேர்ந்து ஒரு வருடம் ஓடிவிட்டது./ நாட்கள் எவ்வளவு வேகமாக ஓடிவிட்டன! **21:** *(எதிர்மறை வடிவங்களில் அல்லது எதிர்மறைச் சொற்களோடு வரும்போது)* **செயல்படத் தோன்றுதல்;** function (normally). காவல்துறை அதிகாரிகள் திடீரென்று வந்தவுடன் எனக்கு ஒன்றுமே ஓடவில்லை.

ஓடு² பெ. **1: (வீடுகளுக்குக் கூரையாகப் பயன்படுத்தும்) சிறு பலகை போன்ற சுட்ட மண் துண்டு;** tile (for roofing). ஓடு போட்ட வீடு/ ஓட்டுக் கூரை. **2: மண் பானையின் உடைந்த பகுதி; சில்லு;** broken piece of earthenware; potsherd. கீழே கிடந்த ஓட்டை எடுத்துத் தரையில் கோடு போட்டான்./ வழியில் கிடந்த ஓடு காலைக் குத்திவிட்டது. [*(தொ.சொ.)* **கிற்று/ சில்லு/ துண்டு/ பத்தை**] **3: (ஆமை, நண்டு முதலியவற்றின் பாதுகாப்பிற்காக) உடலின் மேல்பகுதியில் இருக்கும் கனமான அல்லது உறுதியான கூடு;** (of a tortoise, turtle, crab, etc.,) shell. **4: (முட்டையின் அல்லது சில பழங்களின்) மேல்புறத்தில் கூடு போல இருக்கும் பகுதி;** (of an egg) shell; hard outer cover (of certain fruits, such as wood apple, etc.,). புளியம்பழ ஓட்டை உடைத்துப் புளி எடுப்பார்கள்./ விளாம்பழத்தின் ஓடு உறுதியானது. **5:** காண்க: **திருவோடு.**

-ஓடு³ இ.சொ. **'குறிப்பிடப்பட்டதுடன்', 'கூட' என்ற பொருளை உணர்த்தும் ஒரு சொல்லுருபு;** the case marker in the sense of 'with'. யாரோடு பேசிக்கொண்டிருந்தாய்?/ அவனோடு வருகிறேன்./ மண்வெட்டியோடு ஒரு தாத்தா வரப்பில் போய்க்கொண்டிருந்தார்.

ஓடுகால் பெ. *(ஊரக வ.)* **சிறிய வாய்க்கால்;** a narrow channel made for water to flow from a water body. கிணற்றிலிருந்து தண்ணீர் இறைக்கலாம். ஆனால் ஓடுகால் இல்லாமல் அது தோட்டத்துக்கு எப்படிப் போகும்?

ஓடுகாலி பெ. **1:** *(த.வ.)* **(முறைகேடாக) வீட்டை விட்டுச் சென்றுவிடும் பெண்;** girl or woman of loose morals who runs away from home. அந்த ஓடுகாலி திரும்பி வந்தால் நான் வீட்டுக்குள் சேர்க்க மாட்டேன். **2:** *(ஆடு, மாடு போன்றவற்றைக் குறித்து வரும்போது)* **(சொந்தக்காரரின் இருப்பிடத்தை விட்டு அடிக்கடி) ஓடிப்போய்விடும் விலங்கு;** (of domestic animals) stray. ஓடுகாலி மாடு.

ஓடுதளம் பெ. **விமானம் மேல் எழும் முன் அல்லது கீழ் இறங்கிய பின் சற்றுத் தூரம் ஓடுவதற்கான நீண்ட பாதை;** runway.

ஓடுபாதை பெ. காண்க: **ஓடுதளம்.**

ஓடு போடு வி. (போட, போட்டு) **வீடு கட்டுவதன் பகுதியாக, கூரையை ஓடுகள் கொண்டு மூடுதல்;** (as part of building a house) cover the roof with tiles.

ஓடை¹ பெ. **(பெரும்பாலும்) இயற்கையாக ஆற்றிலிருந்து பிரிந்து வரும் (சிறிய) நீர்வழி; நீரோடை;** stream or rivulet. பாறைகளுக்கு அருகிலேயே ஒரு சிறு ஓடை/ ஓடையில் சிறுவர்கள் குளித்துக்கொண்டிருந்தார்கள். [*(தொ.சொ.)* **ஓடை/ கால்வாய்/ வடிகால்/ வாய்க்கால்**]

ஓடை² பெ. (இலங்.) **தூரம் குறைந்த பாதை;** a shortcut. வீதியில் போகாமல் ஓடை வழியாகப் போய்ச் சீக்கிரம் வா என்று அம்மா சொன்னாள்./ எங்கள் பாடசாலைக்கு ஓடை வழியாகப் போனால் ஐந்து நிமிட நடை போதும்.

ஓடோடி வி.அ. **பரபரப்போடும் விரைந்தும்;** (come) hurrying. நீ வந்திருக்கும் செய்தி கேட்டதும் ஓடோடி வந்தேன்./ உன்னைக் காண்பதற்காகத்தான் ஓடோடி வந்தேன்.

ஓணாங்கொடி பெ. *(ஊரக வ.)* **கயிறுபோல் கட்டுவதற்குப் பயன்படும் ஒரு வகைக் கொடி;** creeper which when dried can be used as rope. கயிறு வாங்கக் கடைக்குப் போகாமல் ஓணாங்கொடியாலேயே ஒரு கொட்டகை கட்டிவிட்டார்.

ஓணான் பெ. **தடித்த சொரசொரப்பான செதில்கள் உள்ள தோலும் கூம்பு போன்ற வாயும் நீண்ட வாலும் கொண்ட, பல்லி இனத்தைச் சேர்ந்த ஒரு பிராணி;** garden lizard.

ஓதப்பள்ளி பெ. *(இலங்.)* **இஸ்லாமியச் சிறுவர்களுக்குக் குர்ஆன் கற்றுக்கொடுக்கும் இடம்; மதரஸா;** school where Koran is taught.

ஓதம்¹ பெ. *(ஊரக வ.)* **1: மழைக் காலத்தில் சுவரின் கீழ்ப் பகுதியிலோ தரையிலோ பூமியிலிருந்து ஏறும் ஈரம்;** dampness in the base of the wall or floor creeping up from the ground (in the rainy season). **2: (தினந்தோறும் கடலின்) நீர் மட்டத்தில் ஏற்படும் உயர்வு;** high tide.

ஓதம்² பெ. (பே.வ.) **விரைவீக்கம்;** hydrocele.

ஓதம்கா வி. (-காக்க, -காத்து) *(ஊரக வ.)* **(தரை, சுவர் முதலியவை மழைக் காலத்தில்) பூமியிலிருந்து ஈரத்தை உறிஞ்சி வைத்துக்கொள்ளுதல்;** (of walls, floor, etc.,) become damp (during rains by absorbing moisture in the soil). மழை பெய்ததால் சிமெண்டு தரை ஓதம்காக்கிறது.

ஓது வி. (ஓத, ஓதி) **1: (ஏற்கனவே கற்றிருந்து நினைவிலிருக்கும்) (வேதத்தை அல்லது மந்திரங்களை) முறைப்படி வாய்விட்டுச் சொல்லுதல்; உச்சாடனம் செய்தல்;** recite (Vedas); chant (mantras). புரோகிதர் மந்திரம் ஓதித் திருமணத்தை நடத்திவைத்தார்./ சரியாக வேதம் ஓதத் தெரிந்தவர்கள் குறைந்துவிட்டார்கள். **2:** *(வ.வ.)* **(ஒருவரைப் பற்றி மற்றவரிடம் ரகசியமாக) குறைகூறுதல்;** whisper (sth. about s.o.). அவன் அதிகாரியிடம் என்னைப் பற்றி என்ன ஓதினானோ தெரியவில்லை. அவர் என்மேல் கோபமாக இருக்கிறார். **3:** *(இலங்.)* **(மாந்திரீக முறைப்படி**

தயாரிக்கும் தகட்டுக்கு) பலம் சேர்க்க மந்திரங்களை உச்சரித்தல்; recite incantations (to impart power to *யந்திரம்*). *தகட்டை ஓதி அறையில் பதி.*

ஓதுவார் பெ. **சிவன் கோயில்களில் பூசை நடக்கும் வேளையில் சைவத் திருமுறைகளிலிருந்து பாடல் பாடும் உரிமை உடையவர்;** person who has the right to sing Saiva devotional hymns in a temple.

ஓந்தி பெ. **1:** *(வ.வ.)* **ஓணான்;** garden lizard. **2: பச்சோந்தி;** chameleon.

ஓநாய் பெ. **(நாய்க் குடும்பத்தைச் சேர்ந்த) கூட்டமாக வாழும் இயல்புடைய, காட்டு விலங்கு;** wolf.

ஓம்[1] பெ. **இந்துக்களால் மிகப் புனிதமானதாகக் கருதப்படும் மந்திரம்; பிரணவம்;** mantra considered most sacred by Hindus.

ஓம்[2] இ.சொ. *(இலங்.)* **கேள்விக்கு உடன்பாடாக பதில் அளிக்கும்போது அல்லது ஒருவரோடு உடன்படும் போது பயன்படுத்தும் இடைச்சொல்; 'ஆம்'; 'ஆமாம்';** particle meaning 'yes'. *நீ சாப்பிட்டுவிட்டாயா? ஓம், சாப்பிட்டுவிட்டேனே./ ஓம் என்று சொல்லிவிட்டு, இப்போது அரசு மறுக்கிறது./ அவர் உதவி செய்ய ஓம் என்று விட்டார்.*

ஓம்படு வி. *(-பட, -பட்டு) (இலங்.)* **1: ஒத்துக்கொள்ளுதல்; உடன்படுதல்;** agree; comply with. *தாய் தகப்பன் அவளின் கல்யாணத்திற்கு ஓம்பட்டுவிட்டார்கள்.* **2: (ஒருவரோடு தகராறு செய்யாமல்) ஒத்துப்போதல்;** agree. *அவனோடு பிரச்சினை பண்ணாமல் ஓம்பட்டுவிட்டு வா./ அவர் எல்லோருடனும் ஓம்பட்டுப் பழகுவார்./ யார் என்ன சொன்னாலும் ஓம்பட்டு அதைச் செய்வார்.*

ஓம்பு[1] வி. *(ஓம்ப, ஓம்பி) (உ.வ.)* **பேணுதல்;** protect; guard. *தனிமனிதனின் சுதந்திரத்தை உயிரினும் மேலாக ஓம்பும் மக்கள் சர்வாதிகாரத்தை ஏற்க மாட்டார்கள்.*

ஓம்பு[2] வி. *(ஓம்ப, ஓம்பி) (இலங்.)* **தயவாக வேண்டுதல்; கெஞ்சுதல்;** beg; plead. *யாரிடம் என்றில்லாமல் ஓம்பித் தன் காரியத்தை முடித்துக்கொள்வார்./ இப்படியெல்லாம் ஓம்பி வாழ வேண்டுமா?*

ஓம்புயிரி பெ. *(உயரி.)* **நோய் உண்டாக்கும் கிருமிகள், வைரஸ்கள் அல்லது நன்மை பயக்கும் பூச்சிகள் போன்றவை தங்கள்மீது தங்கிப் பெருக இடம் கொடுக்கும் விலங்கு அல்லது தாவரம்;** host.

ஓமப்பொடி பெ. **பிசைந்த கடலை மாவை அச்சின் மூலம் நூல்நூலாகப் பிழிந்து எண்ணெயில் இட்டுப் பொரித்துச் செய்யப்படும் கார வகைத் தின்பண்டம்;** a deep-fried snack (in the form of broken noodles) made by pressing chickpea batter through a perforated ladle or press.

ஓமம்[1] பெ. **மருந்தாகப் பயன்படும் (சீரகம் போன்று இருக்கும்) ஒரு மூலிகையின் விதை;** Bishop's weed; carom.

ஓமம்[2] பெ. காண்க: **ஹோமம்.**

ஓமவள்ளி பெ. **கர்ப்பூரவள்ளி;** lavender.

ஓய் வி. *(ஓய, ஓய்ந்து)* **1: (தன் போக்கிலேயே நிகழ்ந்து தானாகவே) ஒரு முடிவான நிலைக்கு வருதல்; முடிதல்;** come to (its natural) end; cease; stop. *மழை பெய்து ஓய்ந்துவிட்டது./ ஆப்பிள் விளையும் பருவம் ஓய்ந்துவிட்டது./ கடிகாரம் மூன்று முறை அடித்து ஓய்ந்தது./ இடைத்தேர்தல் பிரச்சாரம் நாளையுடன் ஓய்கிறது.* **2: (சந்தடி, ஓசை) அடங்குதல்;** (of noise) subside. *இரவு எட்டு மணிக்குத்தான் சாலையில் சற்றுச் சந்தடி ஓய்ந்தது.* **3: களைப்படைதல்; தளர்ந்துபோதல்;** get exhausted. *வெயிலில் நடந்து ஓய்ந்துபோய் வீடு வந்துசேர்ந்தேன்./ அவர் ஏற்கனவே வியாபாரத்தில் ஏற்பட்ட நஷ்டத்தில் ஓய்ந்துபோய் இருக்கிறார்.* **4:** *(பெரும்பாலும் எதிர்மறை வினையெச்ச வடிவங்கள் மட்டும்)* **(செயல் முடிந்து) அமைதியடைதல்;** rest; cease. *புத்தகத்தைப் படித்து முடிக்கும்வரை ஓய மாட்டான்./ வாய் ஓயாமல் பேசிக்கொண்டிருக்கிறான்.*

ஓய்ச்சல் பெ. *(ஊரக வ.)* **அசதி; தளர்ச்சி;** tiredness; exhaustion. *ஒரே ஓய்ச்சலாக இருக்கிறது; படுத்துத் தூங்க வேண்டும்.*

ஓய்வறை பெ. **நீண்ட நேரம் காத்திருக்க வேண்டியதாக அமையும் (ரயில் நிலையம், பேருந்து நிலையம் போன்ற) இடங்களில் தற்காலிகமாக அமர்ந்திருக்கவோ ஓய்வெடுக்கவோ (மின்விசிறி, இருக்கைகள் ஆகியவற்றுடன்) ஏற்படுத்தப்பட்டுள்ள அறை அல்லது கூடம்;** waiting room.

ஓய்வு பெ. **1: (வேலையை முடித்த பின்) களைப்பை நீக்கிப் பெறும் அமைதி; ஆறுதல்;** relaxation; (brief) rest from work; respite. *கிடைத்த ஒரு மணி நேர ஓய்வைக்கூட அனுபவிக்க முடியாதபடி தொலைபேசியில் அழைப்பு.* **2: (உடலுக்கு வேலை தராமலும் உள்ளத்துக்குக் கவலை ஏற்படுத்தாமலும் இருக்கும்) பூரண அமைதி நிலை;** (complete) rest. *ஒரு மாத காலம் என்னை ஓய்வில் இருக்கும்படி மருத்துவர் கூறிவிட்டார்./ கவலையை விடுங்கள், ஓய்வு எடுத்துக்கொள்ளுங்கள்.* **3:** *(இயற்.)* **ஒரு பொருள் அது இருக்கும் நிலையில் மாற்றமில்லாமல் தொடர்ந்து இருப்பது;** inertia. *ஓய்விலிருக்கும் ஒரு பொருளின் மீது புறவிசையொன்று செயல்படாதவரை அந்தப் பொருள் தொடர்ந்து அதே நிலையில் இருக்கும்.* **4:** *(பெரும்பாலும் ஒருவரின் பெயரை அடுத்து வரும்போது)* **(அரசு) பணிக் காலம் முடிந்த நிலை;** state of having retired (from government service). *அவர் பெயரை அடுத்து 'செயற்பொறியாளர் (ஓய்வு)' என்று அச்சிடப்பட்டிருந்தது.*

ஓய்வுஒழிச்சல் பெ. *(பெரும்பாலும் எதிர்மறை வினைகளோடு)* **மிகக் குறைந்த நேர ஓய்வு;** respite; breathing space; breather. *குடும்பத்தைக் காப்பாற்ற ஓய்வுஒழிச்சல் இல்லாமல் பாடுபட்டு வருகிறான்./ காலையிலிருந்து இரவு வரை ஓய்வுஒழிச்சல் அற்ற வேலை.*

ஓய்வுக்காலம் பெ. **நிர்ணயிக்கப்பட்ட வயதுக்குப் பிறகு பணியிலிருந்து விலகிக் கழிக்கும் காலம்;** retirement. *ஓய்வுக்காலத்தில் வேலைசெய்ய வேண்டிய சூழ்நிலை அவருக்கு ஏற்பட்டது.*

ஓய்வுக் கொடுப்பனவு பெ. *(இலங்.)* **ஓய்வூதியம்;** (retirement) pension. *தீபாவளியை முன்னிட்டு இரண்டு தினங்களுக்கு முன்னரே ஓய்வுக் கொடுப்பனவு வழங்கப்படும்./ வரவு செலவுத் திட்டத்தில் இம்முறை ஓய்வுக் கொடுப்பனவையும் கூட்டியுள்ளார்கள்.*

ஓய்வுநாள் பெ. 1: **விடுமுறை நாள்;** holiday. 2: *(கிறித்.)* **உலகை ஆறு நாட்களில் படைத்தபின் இறைவன் ஓய்வெடுத்த நாளான ஞாயிற்றுக்கிழமை;** Sabbath day; Sunday, day of rest.

ஓய்வு நேரம் பெ. **(மேசைப் பந்தாட்டம், கூடைப் பந்தாட்டம் போன்ற விளையாட்டுகளில்) போட்டி நடந்துகொண்டிருக்கும்போதே இடையில் ஆலோசனைக்காக வீரர்களுக்கு அளிக்கப்படும் சில நிமிடங்கள் கொண்ட காலம்;** time-out (in sports like table tennis, basketball etc.,)

ஓய்வுபெறு வி. (-பெற, -பெற்று) 1: **(நிர்ணயித்த வயதை அடைந்ததும் ஒருவர்) பணியிலிருந்து விலகுதல்;** retire (from service). முப்பது ஆண்டுகள் பணியாற்றிய பின் அவர் இன்று பதவியிலிருந்து ஓய்வுபெற்றார்./ ஓய்வுபெற்ற பின் அவர் கிராமத்துக்குப் போய்விட்டார். 2: **(அரசியல், சினிமா, விளையாட்டு போன்ற துறைகளில்) மேற்கொண்டு பங்குகொள்வதிலிருந்து ஒருவர் நிரந்தரமாக விலகுதல்;** retire. உடல்நிலை காரணமாக அந்த மூத்த தலைவர் அரசியலிலிருந்து ஓய்வுபெறப்போவதாக அறிவித்துள்ளார்./ பொதுவாழ்விலிருந்து ஓய்வுபெற்ற சில ஆண்டுகளிலேயே அவர் மரணமடைந்தார்./ உலகக் கோப்பைப் போட்டிக்குப் பிறகு விளையாட்டிலிருந்து ஓய்வுபெற விரும்புவதாக அந்த கிரிக்கெட் வீரர் அறிவித்துள்ளார்.

ஓய்வூதியம் பெ. **அரசுப் பணியிலிருந்து ஓய்வுபெறுபவருக்கு ஒவ்வொரு மாதமும் அரசாங்கத்தால் வழங்கப்படுகிற ஊதியம்;** (retirement) pension.

ஓய்வூதியர் பெ. **ஓய்வூதியம் பெறுபவர்;** pensioner.

ஓய்வெடு வி. (-எடுக்க, -எடுத்து) **(களைப்பு நீங்குவதற்காக) அமைதியுடன் இருத்தல்; இளைப்பாறுதல்;** take rest. எவ்வளவு தூரம்தான் நடப்பது, சிறிது ஓய்வெடுக்கலாமா?/ ஓய்வெடுக்காமல் வேலை செய்தால் உடம்பு கெட்டுவிடும்.

ஓயாது ஒழியாது வி.அ. காண்க: **ஓயாமல் ஒழியாமல்.**

ஓயாமல் வி.அ. **இடைவிடாமல்; தொடர்ச்சியாக;** continuously; incessantly. ஓயாமல் பெய்த மழையினால் நீர் நிலைகள் நிரம்பி வழிந்தன./ பேச்சுக்கு ஆள் கிடைத்தால் போதும், ஓயாமல் பேசிக்கொண்டிருப்பார்.

ஓயாமல் ஒழியாமல் வி.அ. 1: **எந்த நேரமும்; எப்போதும்;** at all times; always. ஓயாமல் ஒழியாமல் அவளைப் பற்றியே என்ன பேச்சு? 2: **ஓய்வுஒழிச்சல் இல்லாமல்;** continuously. ஓயாமல் ஒழியாமல் பாடுபட்டு என்ன பயன் கண்டாய்?

ஓர் பெ.அ. **(பெரும்பாலும் இலக்கண ஆசிரியர்கள் கருத்துப்படி உயிரெழுத்துகளில் தொடங்கும் பெயர்களுக்கு முன்) 'ஒன்று' என்னும் எண்ணின் பெயரடை;** adjectival form of ஒன்று (mostly before a vowel). ஓர் ஒப்பற்ற படைப்பு.

ஓர்ப்படி பெ. காண்க: **ஓரகத்தி.**

ஓர்மம் பெ. *(இலங்.)* **மன உறுதி;** courage. அவர் ஓர்மம் உள்ளவர்.

ஓர்மை[1] பெ. (அ.வ.) **ஒற்றுமை;** unity; oneness. இந்த நிகழ்ச்சி தொழிலாளர்களிடையே வர்க்க ஓர்மை வளர்வதற்கு அடிப்படையாக அமைந்தது.

ஓர்மை[2] பெ. (ஊரக வ.) **நினைவு; ஞாபகம்;** remembrance; memory. உங்களை எங்கோ பார்த்ததாக ஒரு ஓர்மை./ நான் சொல்வதை ஓர்மையில் வைத்துக்கொள்.

ஓரக்கண்ணால் வி.அ. **(நேரடியாகப் பார்க்காமல்) கண்ணின் ஓரத்திற்குக் கருவிழியைக் கொண்டுசென்று; கடைக்கண்ணால்;** sidelong. அவன் என்ன செய்துகொண்டிருக்கிறான் என்பதை ஓரக்கண்ணால் பார்த்தாள்./ இயக்குநரின் கருத்துக்கு மாறுபட்ட கருத்தை நான் சொன்னபோது மற்றவர்கள் ஒருவரையொருவர் ஓரக்கண்ணால் பார்த்துக்கொண்டார்கள்./ ஓரக்கண்ணால் சுற்றுப்புறத்தை ஆராய்ந்தபடி வீட்டினுள் நுழைந்தான்.

ஓரகத்தி பெ. **கணவனுடைய சகோதரனின் மனைவி;** wife of one's husband's brother; (in India) co-sister.

ஓரங்க நாடகம் பெ. **(பல பகுதிகளாகப் பிரிக்கப்படாமல்) ஆரம்பம்முதல் முடிவுவரை ஒரே களத்தில் நிகழ்த்தப்படும் நாடகம்;** one-act play.

ஓரம் பெ. (-ஆக) 1: **(ஓர் இடத்தின் மையத்திலிருந்து அல்லது ஆள் நடமாடும் இடத்திலிருந்து) ஒதுங்கிய பக்கம்;** side. வண்டியைத் தெரு ஓரமாக நிறுத்திவிட்டு வந்தான்./ வண்டி கோயில் வாசல் ஓரமாக வந்து நின்றது./ ஜட்கா வண்டிக்காரர் 'ஓரம் போ, ஓரம் போ' என்று கூச்சலிட்டார். 2: **(ஒன்றின்) விளிம்பு; பக்கவாட்டு நுனி;** edge; corner. புகைப்படத்தின் ஓரம் கிழிந்திருந்தது./ ஓர் ஓரத்தில் அடிபட்டுப் பழம் நசுங்கியிருந்தது./ புடவையில் ஓரம் அடித்துக் கொடு. 3: **(ஆறு, கடல் முதலியவற்றின்) கரையை ஒட்டிய பகுதி/(சுவர் முதலியவற்றின்) ஒட்டிய பகுதி;** space close by; space alongside (sth.). வாய்க்கால் ஓரமாக நடந்துகொண்டிருந்தேன்./ அந்தச் சுவர் ஓரமாகவே நடந்துசென்றேன்.

ஓரம்கட்டு வி. (-கட்ட, -கட்டி) 1: **(வாகனத்தைப் பாதையின்) ஓரத்துக்குக் கொண்டுபோதல்;** take (the vehicle) to one side (of the road). வண்டியை ஓரம்கட்டிவிட்டு மாட்டைத் தட்டிக்கொடுத்தவாறு கீழே குதித்தான். 2: **(பெற்ற வெற்றியால்) பிறரின் அல்லது பிறவற்றின் முக்கியத்துவத்தைக் குறையச் செய்தல்;** push aside; marginalize. வசூலில் இந்தப் படம் மற்றவற்றை ஓரம் கட்டிவிட்டது. 3: **(ஒருவர் பாதையின்) ஓரத்தில் ஒதுங்குதல்;** go to the side (of the road). சாக்கடைத் தண்ணீரில் கால் படாமல் ஓரம்கட்டி நடந்தேன். 4: **(வேண்டாம் என்று) ஒதுக்குதல்;** sideline (s.o.). சில திரைப்பட இயக்குநர்கள் பழைய நடிகைகளையெல்லாம் ஓரம்கட்டிவிட்டுப் புதிய நடிகைகளுக்கு வாய்ப்பு அளிக்கிறார்கள்.

ஓரல் பெ. *(இலங்.)* **மிகவும் ஒல்லியான நபர்;** thin person. அந்தக் குழந்தை சரியான ஓரல்.

ஓரவஞ்சகம் பெ. காண்க: **ஓரவஞ்சனை.**

ஓரவஞ்சனை பெ. **(பலர் அடங்கிய சூழலில்) ஒரு பக்கம் சார்ந்து செயல்படும் (வெளிப்படையான) புறக்கணிப்பு;** discrimination (against); partiality. கூட்டணிக் கட்சிகளிடம்கூட ஓரவஞ்சனையா?

ஓரளவு வி.அ. **குறிப்பிட்ட அளவுக்கு;** in some measure; somewhat. அவன் சொல்வதில் ஓரளவு உண்மை இருக்

291 ஓவியர்

கிறது./ இந்த ஊரிலேயே ஓரளவு வசதி படைத்த குடும்பம் இவர்களுடையதுதான்./ இவருடைய முதல் படம் பெரிய வெற்றியைப் பெறவில்லை என்றாலும் ஓரளவு வசூலைப் பெற்றுத்தந்தது./ ஓரளவுதான் நான் பொறுமையாக இருப்பேன்.

ஓரளவுக்கு வி.அ. காண்க: ஓரளவு.

ஓரா பெ. (இலங்.) **சுமார் 30 செ.மீ. நீளத்தில் செதிள்களோடு இருக்கும் (உணவாகும்) பழுப்பு நிறக் கடல் மீன்;** brown, edible scaly sea fish approximately 30 cm long.

ஓராசிரியர் பள்ளி பெ. (பெரும்பாலும் கிராமங்களில்) **ஒரே ஒரு ஆசிரியரை மட்டும் கொண்ட ஆரம்பப் பள்ளிக்கூடம்;** (mostly in villages) primary school with a single teacher.

ஓராட்டு[1] வி. (ஓராட்ட, ஓராட்டி) (இலங்.) (குழந்தையை) **தாலாட்டுதல்;** rock (a child) singing lullabies. ஓராட்டிப் பிள்ளையைத் தூங்கவைத்தாள்./ பிள்ளை அழுகிறது, ஓராட்டி நித்திரையாக்கிவிட்டு வருகிறேன்.

ஓராட்டு[2] வி. (ஓராட்ட, ஓராட்டி) (இலங்.) (சாக்கு சொல்லி) **ஏமாற்றுதல்; தாமதப்படுத்துதல்;** delay. தர வேண்டிய காசை இன்னும் தராமல் ஓராட்டிக்கொண்டேயிருக்கிறான்.

ஓராட்டு[3] பெ. (இலங்.) **தாலாட்டுப் பாடல்;** lullaby (song). ஓராட்டுப் பாட்டு கேட்டால்தான் என் மகள் தூங்குவாள்.

ஓரிடவாழ்வி பெ. **உலகின் வெவ்வேறு பகுதியில் காணப்படாமல் குறிப்பிட்ட பகுதியை மட்டுமே வாழிடமாகக் கொண்டுள்ள உயிரினம்;** creature that is endemic to a place. கங்காரு ஒரு ஓரிடவாழ்வி என்று சொல்லலாம்.

ஓரிரு பெ.அ. **மிகவும் குறைவான; சில;** a few. தலைவர் அவர்களை ஓரிரு வார்த்தைகள் பேசும்படி கேட்டுக் கொள்கிறேன்./ கணிப்பொறி வந்தபின் வங்கியில் பணம் எடுப்பது ஓரிரு நிமிடங்களில் முடிந்துவிடுகிறது.

ஓரினச் சாகுபடி பெ. (அடுத்தடுத்த வயல்களில்) **ஒரே ரகப் பயிரைப் பயிரிடும் முறை;** monoculture. எங்கள் ஊர் முழுக்க ஓரினச் சாகுபடிதான்./ ஒரு வயலைத் தாக்கும் பூச்சிகள் அடுத்தடுத்து எல்லாப் பயிர்களுக்கும் பரவும் அபாயம் ஓரினச் சாகுபடியில் இருக்கிறது.

ஓரின மெல்லெழுத்து பெ. (மொழி.) **ஒவ்வொரு வல்லெழுத்தும் பிறக்கும் இடத்தில் அதற்கு இணையாகப் பிறக்கும் மெல்லெழுத்து;** homorganic nasal consonant. ஙகரமும் மகரமும் முறையே ககரத்தின், பகரத்தின் ஓரின மெல்லெழுத்துகள்.

ஓரை பெ. (சோதி.) **ஒரு நாளில் ஒரு கிரகத்தின் ஆதிக்கம் பெற்றிருக்கும் காலப் பொழுது;** period in which a planet exercises its power in a day. சூரிய ஓரை முடிந்த பிறகு, அதாவது காலை ஏழு மணிக்கு சுக்கிர ஓரை ஆரம்பமாகும்.

ஓலம் பெ. **1:** (துக்கம், வலி முதலியவற்றைத் தெரிவிக்கும் வகையில் எழுப்பும்) **துயரம் மிகுந்த சப்தம்;** heart-rending cry; wail. போர்க்களத்தில் காயமுற்றவர்கள் எழுப்பிய மரண ஓலம்./ அவள் ஆத்திரம் தாங்காமல் ஓலமிட்டு அழுதாள். **2:** (நரி, நாய் முதலியவற்றின்) **ஊளை;** howling (of jackal, dog, etc.,).

ஓலை பெ. **1: தென்னை, பனை, ஈச்சை மரங்களின் மட்டையில் மையத்தில் வலுவான நரம்போடு நீளமாக இருக்கும் இலை போன்ற பகுதி;** leaf with a strong mid rib in the frond of coconut, palmyra or date palm. ஈச்சை மரத்தின் ஓலையின் நுனி கூர்மையான முள்ளாக இருக்கும்./ ஈச்சை ஓலையைப் பாடம்செய்து பாய் நெய்யலாம்./ தென்னை ஓலையின் நரம்பைக் கிழித்துத் துடைப்பமாக்கலாம்./ பனை ஓலையைப் பாடம்செய்து கூடை பின்னலாம். [(தொ.சொ.) இலை/ தாள்/ தோகை] **2: உலர்ந்த பனை இலை;** dried palmyra leaf. ஓலைப் பெட்டியில் கருப்பட்டி. **3:** (பழங்காலத்தில் பனையின் உலர்ந்த மடலில் அல்லது துணியில் எழுதப்பட்ட) **ஆவணம்;** (in former times) document (written on a strip of seasoned palm leaf or on cloth). அண்டை நாட்டு அரசர் தூதுவன்மூலம் ஓலை அனுப்பியிருந்தார். **4:** (இலங்.) (ஒருவரின்) **ஜாதகம்;** horoscope. பொருத்தம் பார்க்க ஓலையைச் சாத்திரியாரிடம் கொண்டுசென்றோம்./ ஓலை பொருந்தினால் இந்தச் சம்பந்தத்தை முடித்துவிடலாம்.

ஓலை அனுப்பு வி. (அனுப்ப, அனுப்பி) **கடிதத்தின் மூலம் விரும்பத்தகாத செய்தியைத் தெரியப்படுத்துதல்;** (said slightingly or sarcastically by those notified) serve a notice of warning or of adverse legal proceedings. போராட்டத்தில் கலந்துகொண்டவர்களுக்கு எல்லாம் நிர்வாகம் ஓலை அனுப்பிவிட்டது என்பது உனக்குத் தெரியுமா?/ வாங்கிய கடனைக் கட்டாவிட்டால் வங்கி ஓலை அனுப்பிவிடும்.

ஓலைக்கூறு வி. (கிறித்.) **நிச்சயிக்கப்பட்ட திருமணத்தைக் குறித்து ஏதாவது ஆட்சேபணையை அல்லது கருத்தை எவராது தெரிவிக்க ஏதுவாக அத்திருமணத்தைப் பற்றி தேவாலயத்தில் வாசிக்கப்படும் அறிக்கை;** a notice read out on three sucessive Sundays in a Parish church announcing an intended marriage and giving the opportunity for objection; wedding banns.

ஓலைச்சட்டம் பெ. (இலங்.) (கூடை, பாய் போன்ற வற்றைப் பின்னுவதற்கு ஏற்ப) **அளவாக நறுக்கப்பட்ட பனை ஓலைத் துண்டு;** strips of palm leaf (for weaving mat, basket, etc.,). பூச்சியை ஓலைச்சட்டத்தால் எடுத்து எறி./ ஓலைச்சட்டத்துக்குச் சாயம் பூசு.

ஓலைச்சுவடி பெ. காண்க: சுவடி.

ஓலைப் பட்டாசு பெ. **பனை ஓலையின் ஒரு முனையில் மருந்தை வைத்துச் சுருட்டித் தயாரிக்கும் ஒரு வகைப் பட்டாசு;** small firecracker with chemicals encased in one end of a palmyra leaf.

ஓலைப்பாய் பெ. (வ.வ.) **பனையோலையால் பின்னப் பட்ட தரை விரிப்பு;** mat of plaited palmyra leaves.

ஓவியம் பெ. (பெரும்பாலும் தூரிகையால் வரையப் படும்) **சித்திரம்;** painting or drawing. ரவிவர்மாவின் ஓவியங்கள்/ ஓவியக் கலை/ இந்தப் புத்தகத்துக்கு முகப்பு ஓவியம் வரைந்தது யார்?/ (உரு வ.) எழுத்தோவியம்/ (உரு வ.) சொல்லோவியம்.

ஓவியர் பெ. **ஓவியம் வரைபவர்;** artist (who draws pictures or paints); painter. இவர் என் நண்பர், ஓவியர்./ இந்த நூலின் அட்டைப்பட ஓவியர் இவர்தான்.

ஓவென்ற வெளி பெ. (இலங்.) **பெரிய மைதானம்;** open space. ஓவென்ற வெளியில் கூட்டம் நடந்தது./ பள்ளிக் கூடத்துக்கு முன்னால் இருக்கும் ஓவென்ற வெளியில்தான் ஆண்டுவிழா நடக்கும்.

ஓஹோ இ.சொ. காண்க: ஓகோ.

ஔ

ஔஷதம் பெ. (அ.வ.) **மருந்து;** medicine; remedy. கைகண்ட ஔஷதம்.

ஃ

ஃபஜர் பெ. (இஸ்.) **அதிகாலைத் தொழுகை;** morning prayer.

ஃபில்டர் பெ. காண்க: பில்டர்.

க

கக்கட்டமிட்டு வி.அ. (இலங்.) **மகிழ்ச்சியோடு; சந்தோஷமாக;** happily. பிள்ளை கக்கட்டமிட்டுச் சிரித்துக்கொண்டிருந்தது./ அவன் எந்த நேரமும் கக்கட்டமிட்டுச் சிரிப்பான்.

கக்கட்டி பெ. **கண்ணில் வரும் கட்டி;** boil in the eye. கண்ணில் கக்கட்டி வந்துவிட்டது./ கக்கட்டிக்குச் செஞ்சந்தனத்தை அரைத்துப் பூசு.

கக்கம்[1] பெ. **அக்குள்;** armpit. குடையைக் கக்கத்தில் இடுக்கிக்கொண்டு நடந்தார்.

கக்கம்[2] பெ. (ஊரக வ.) **(நல்லெண்ணெய், கடலை எண்ணெய் போன்றவற்றின் அடியில் தங்கும்) கசடு;** dark coloured sediment (in certain vegetable oils).

கக்கரி பெ. **இளம் பச்சை நிறத்தில் லேசான கசப்புச் சுவையோடு இருக்கும் ஒரு வகை வெள்ளரிக்காய்;** kakr melon. இளநீர், வெள்ளரிப் பிஞ்சு, கக்கரி போன்றவை கோடை வறட்சியிலிருந்து நம்மைக் காக்கும்.

கக்கல் பெ. **(குழந்தையின்) வாந்தி;** (child's) vomit.

கக்கு வி. (கக்க, கக்கி) **1: (சாப்பிட்டதை அல்லது நோய், விபத்து காரணமாக இரத்தம், நுரை போன்றவற்றை வாய் வழியாக) வெளித்தள்ளுதல்; வாந்தியெடுத்தல்;** throw up; vomit. குழந்தை குடித்த பாலையெல்லாம் கக்கிவிட்டது./ விபத்தில் அடிபட்டவர் இரத்தம் கக்கி இறந்து போனார். **2: (விஷமுடைய பிராணிகள் விஷத்தை) உமிழ்தல்;** (of venomous creatures) squirt (poison); spit. **3: (எரிமலை தீக்குழம்பை அல்லது இயந்திரம் முதலியவை புகையை) அதிக அளவில் வெளியேற்றுதல்;** (of volcano, etc.,) spew (fire); (of machines) let out (smoke); belch out. பேருந்து புகையைக் கக்கிக்கொண்டு புறப்பட்டது./ நெருப்பைக் கக்கும் எரிமலையைத் தொலைக்காட்சியில் தான் பார்த்திருக்கிறோம்./ (உரு வ.) அனல் கக்கும் விழிகள். **4: (மறைத்துவைத்திருந்த செய்தியை நிர்ப்பந்தத்தின் பேரில்) வெளியிடுதல்;** tell (the truth under duress). அடி பொறுக்காமல் அவன் உண்மையைக் கக்கிவிட்டான்.

கக்குவான் பெ. **(குழந்தைகளுக்கு) தொடர்ந்து கடுமையான இருமலையும் நீண்ட மூச்சு இரைப்பையும் ஏற்படுத்தும் நோய்;** whooping cough; pertussis.

கக்கூஸ் பெ. (பே.வ.) **கழிப்பிடம்;** lavatory.

கக்கூஸ்படை பெ. **ஒரு வகைக் காளானால் தொடையின் இடுக்குகளில் படையாகப் பரவி அரிப்பை ஏற்படுத்தும் தோல் நோய்;** jock itch.

கங்கணம் பெ. **நடைபெற வேண்டிய மங்கலக் காரியம் முடியும்வரை மணிக்கட்டில் கட்டிக்கொள்ளும், மஞ்சள் துண்டு முடியப்பட்ட கயிறு;** a cord tied with a piece of turmeric worn around the wrist till a particular auspicious event is successfully completed. கங்கணம் கட்டிய பிறகு மாப்பிள்ளை மண்டபத்தை விட்டு வெளியே போகக் கூடாது.

கங்கணம்கட்டிக்கொள் வி. (-கொள்ள, -கொண்டு) **(ஒரு செயலை நிறைவேற்றியே தீருவது என்று) உறுதி கொள்ளுதல்;** take a vow (to accomplish sth.). எப்படியும் இந்தத் திருமணத்தை நடத்திவிடுவது என்று மாமா கங்கணம்கட்டிக்கொண்டிருக்கிறார்./ இந்த மாத இறுதிக்குள் கடனைத் திருப்பிக்கொடுத்துவிட வேண்டும் என்று அவன் கங்கணம்கட்டிக்கொண்டான்.

கங்காணி பெ. **1: (தேயிலைத் தோட்டம், காப்பித் தோட்டம் முதலியவற்றில் வேலை செய்யும் கூலியாட்களை) மேற்பார்வையிடும் பணியைச் செய்பவர்; மேஸ்திரி;** supervisor (of workers in plantations). **2:** (அ.வ.) **(அயல் நாடுகளில் வேலை செய்ய) ஆள் சேர்க்கும் பணியைச் செய்பவர்;** agent (who collects people for jobs in foreign countries). வெளிநாட்டில் நிறைய பணம் சம்பாதிக்கலாம் என்று கங்காணிகள் ஆசைகாட்டிப் பலரை அழைத்துச் சென்றனர்.

கங்காரு பெ. **வலுவான பின்னங்கால்களால் உந்தித் தாவிச் செல்லும் ஒரு வகை விலங்கு;** kangaroo. பெண் கங்காரு தன் வயிற்றில் உள்ள பையில் குட்டியைச் சுமந்து செல்லும்./ கங்காரு ஆஸ்திரேலியாவில் மட்டுமே காணப்படுகிறது.

கங்காரு

கங்கா ஸ்நானம் பெ. (ச.வ.) **தீபாவளிப் பண்டிகையன்று அதிகாலையில் எண்ணெய் தேய்த்துக் குளித்தல்;** bath with a little oil applied on the head taken in the early hours of தீபாவளி day.

கங்கு[1] பெ. **முழுவதும் தணலாக உள்ள கரித் துண்டு;** live coal; glowing coal; cinder. அடுப்பிலிருந்து கங்குகளை வெளியில் தள்ளி நீர் தெளித்து அணைத்தாள்.

கங்கு² பெ. (ஊரக வ.) வீட்டின் சுவர், வைக்கோல் போர் போன்றவற்றின் (முன்பகுதி, பின்பகுதி தவிர்த்த) **இடப்பகுதி அல்லது வலப்பகுதி;** the left or the right flank of any structure. எப்போதுமே வைக்கோல் போரின் கங்கில் வைக்கோல் பிடுங்கக் கூடாது./ புயலில் இடது கங்கில் வீட்டுச் சுவர் கொஞ்சம் இடிந்துவிட்டது.

கங்கு³ பெ. (இலங்.) (வெட்டிய பிறகு தென்னை, பனை போன்ற மரங்களில் எஞ்சியிருக்கும்) **மட்டையின் அடிப்பகுதி;** part of the stalk remaining attached to palms after the leaf has been chopped off. அடுப்பு எரிப்ப தற்குக் கங்கு மட்டை நல்லது./ மரத்தில் தொங்கிக்கொண் டிருக்கும் கங்குகளைப் பிடுங்கிப் போட்டுவிடு.

கங்குகரை பெ. (உ.வ.) (ஓர் உணர்ச்சியின் பெருக்கைக் குறிப்பிடும்போது) **வரம்பு; எல்லை;** (with reference to emotions) bound; limit. அவருக்கு வந்த கோபத்துக்குக் கங்கு கரையே இல்லை./ அவருடைய உற்சாகத்துக்குக் கங்கு கரை ஏது?

கங்குப்பனை பெ. (இலங்.) **இளம் பனை மரம்;** young palmyra tree. கங்குப்பனையின் மட்டையை வெட்டாதே, மரம் பட்டுவிடும்.

கச்சடா பெ. (பே.வ.) **மட்ட ரகம்; மோசம்;** being base; being mean; being cheap. ஆள் சரியான கச்சடா/ கச்சடாப் பத்திரிகை.

கச்சல் பெ. (-ஆக, -ஆன) 1: (வாழைக்காயைக் குறித்து வரும்போது) **உரிய வளர்ச்சி அடையாமல் சற்றுக் கறுத்துக் காணப்படும் காய்;** (of banana) not fully developed. மூன்று ரூபாய் கொடுத்து இந்தக் கச்சல் வாழைக் காயை வாங்கி வந்திருக்கிறாயே? 2: (ஒருவரின் உருவத் தைக் குறிக்கும்போது) **கறுத்தும் ஒல்லியாகவும் இருக் கும் நிலை;** lankiness. ஆள் ஏன் இப்படிக் கச்சலாக இருக் கிறான்?/ கச்சலாக உயரமாக இருப்பாரே, அவரா உன் மாமா? 3: (இலங்.) **கசப்பு;** bitter taste. நீ வாங்கிவந்த பாகற்காய் படுகச்சல்.

கச்சா பெ. **பயன்படுத்துவதற்கு ஏற்ற வகையில் சுத்தம் செய்யப்படாதது;** crude; unrefined; unprocessed. கச்சாப் பருத்தி/ கச்சா எண்ணெய்.

கச்சாப்பொருள் பெ. (தொழிற்சாலையில் ஒன்றை உற் பத்தி செய்வதற்குத் தேவையான) **மூலப்பொருள்; அடிப்படைப் பொருள்;** raw material. கச்சாப்பொருள் களின் பற்றாக்குறை காரணமாகப் பல நெசவாலைகள் மூடப்பட்டுவிட்டன.

கச்சான்¹ பெ. (இலங்.) (மேற்கிலிருந்து வீசும்) **வறண்ட காற்று;** dry westerly wind. கச்சான் வீசத் தொடங்கி விட்டது.

கச்சான்² பெ. (இலங்.) **நிலக்கடலை;** peanut. இந்த முறை கச்சான் நன்றாக விளைந்திருக்கிறது./ கோவிலால் வரும் போது கச்சான் வாங்கி வா.

கச்சான் அல்வா பெ. (இலங்.) காண்க: **கச்சான் தட்டு.**

கச்சான் கொட்டை பெ. (இலங்.) **நிலக்கடலை;** peanut.

கச்சான் தட்டு பெ. (இலங்.) **கடலை மிட்டாய்;** peanut candy.

கச்சிதம் பெ. (-ஆக, -ஆன) 1: (சற்று அதிகம் அல்லது குறைவு என்று இல்லாமல் மிகவும்) **சரியான அளவு; ஒன்றுக்கென்றே அமைந்தது போன்ற பொருத்தம்;** (most) apt; neat; compact. உன்னுடைய அலங்காரம் கன கச்சிதம்!/ உடை உனக்குக் கச்சிதமாக இருக்கிறது./ சிறிய குடும்பத்துக்குக் கச்சிதமான வீடு இது. 2: (ஒரு செயலைச் செய்வதில்) **நேர்த்தி;** perfect (in doing sth). கொடுத்த வேலையைக் கச்சிதமாகச் செய்து முடிப்பான்./ பந்தை அவன் கச்சிதமாகப் பிடித்தான்./ கச்சிதமான அணுகுமுறை.

கச்சு பெ. (முற்காலத்தில் பெண்கள்) **மார்பில் கட்டும் துணி அல்லது மார்பிலிருந்து இடைவரையிலான ஆடை;** (in ancient times) a kind of brassiere (sometimes reaching to the hip).

கச்சேரி¹ பெ. 1: (இசை, நாட்டியம் முதலிய) **கலை நிகழ்ச்சி;** performance (of music, dance, etc.,); concert. இன்றைக்கு இசை விழாவில் யாருடைய கச்சேரி?/ நாட் டியக் கச்சேரி. 2: (பெரும்பாலும் சில பொழுதுபோக்கு முறைகளைக் குறித்த சொற்களுடன் இணைந்து) **கூட் டம்;** party or gathering (for amusement). சீட்டுக் கச்சேரி/ அரட்டைக் கச்சேரி.

கச்சேரி² பெ. 1: (அ.வ.) **நீதிமன்றம்;** court. 2: (அ.வ.) **காவல் நிலையம்;** police station. 3: (இலங்.) **அரசின் மாவட்டத் தலைமை அலுவலகம்;** district administrative office.

கச்சை பெ. 1: காண்க: **கச்சு.** 2: (கிறித்.) **குருக்கள் அணி யும் வழிபாட்டு ஆடையின் இடுப்புப் பட்டை;** sash.

கச்சைக்காய் பெ. (வ.வ.) காண்க: **கச்சல்.**

கச்சைகட்டு வி. (-கட்ட, -கட்டி) **சண்டைக்குத் தயா ராதல்;** be ready for a fight. அவனைத் தொலைத்துவிடுவது என்று கச்சைகட்டிக்கொண்டு நிற்கிறான்.

கச வி. (கசக்க, கசந்து) 1: **பாகற்காயில் இருப்பது போன்ற சுவையைக் கொண்டிருத்தல்;** have a bitter taste; taste bitter. இது என்ன வெள்ளரிக்காய், இப்படிக் கசக்கிறது?/ மருந்து பயங்கரமாகக் கசந்ததால் குழந்தை துப்பிவிட்டது. 2: **வெறுத்தல்; பிடிக்காமல் போதல்;** be embittered; be bitter. இருபது வயதுக்குள் வாழ்க்கை கசந்துவிட்டதா?/ கூட நூறு ரூபாய் கிடைத்தால் கசக்கவா போகிறது? 3: (பொதுவாக ஒருவருக்கு உடல்நலம் இல்லாதபோது) (நாக்கில்) **உவப்பு அல்லாத சுவையை உணர்தல்; கசப் பாக உணர்தல்;** taste sour. எனக்கு வாய் கசக்கிறது. எதுவும் சாப்பிடப் பிடிக்கவில்லை.

கசக்கிப்பிழி வி. (-பிழிய, -பிழிந்து) (ஒருவரை) **கடுமை யாக வருத்துதல்;** squeeze. அவரிடமா வேலைசெய் கிறாய், கசக்கிப்பிழிந்துவிடுவாரே!/ பெண்வீட்டாரைக் கசக்கிப்பிழிந்து வரதட்சணை வாங்குவதா?/ அதிக மதிப் பெண்கள் பெற வேண்டும் என்று மாணவர்களைக் கசக்கிப்பிழியக் கூடாது.

கசக்கு வி. (கசக்க, கசக்கி) 1: (ஒன்றை உள்ளங்கையில் வைத்து மற்றொரு கையால்) **அழுத்தித் தேய்த்தல்;** (கண்களைக் கையால்) **தேய்த்தல்;** rub (sth. keeping it in the palm); rub (one's eyes). பச்சிலையை உள்ளங்கையில் வைத்துக் கசக்கி இரண்டு சொட்டுக் கண்ணில் விடவும்./

தூசி விழுந்துவிட்டது என்பதற்காகக் கண்ணை இப்படியா கசக்க வேண்டும்?/ (உரு வ.) அந்தச் சோகம் என் மனத்தைக் கசக்கியது. [(தொ.சொ.) கிழி/ சுருட்டு/ மடக்கு/ மடி] **2: (சலவை செய்த துணிகளில்) மடிப்புகளும் சுருக்கங்களும் தோன்றும்படி செய்தல்; (தாள் முதலியவற்றைக் கையால்) கண்டபடி மடக்குதல்;** crumple (laundered clothes or paper). சட்டையைக் கசக்கிவிட்டதற்காகக் குழந்தையைப் போட்டு அடிப்பதா? **3: (துணிகளை அழுக்கு போவதற்காகக் கைகள் இடையே வைத்து) தேய்த்துத் துவைத்தல்;** squeeze and rinse (linen). வேட்டியைக் கசக்கிக் காயப் போடு!

கசகச வி. (கசகசக்க, கசகசத்து) **(வியர்வையால்) பிசுபிசுப்பாக உணர்தல்;** feel sticky (with sweat). உடம்பு முழுக்கக் கசகசக்கிறது./ வெயிலில் ரொம்ப தூரம் நடந்துவந்ததால் உடம்பு கசகசக்க ஆரம்பித்துவிட்டது.

கசகச-என்று வி.அ. **(வியர்வையால்) பிசுபிசுப்பாக;** stickily; sweatily. மின்சாரம் தடைப்பட்டதால் உடம்பெல்லாம் கசகசவென்று இருக்கிறது.

கசகசப்பு பெ. **வியர்வை மிகுதியால் பிசுபிசுப்பாக உணரும் நிலை;** feeling of stickiness due to perspiration. கசகசப்பு போக நன்றாகக் குளிக்க வேண்டும்./ காற்றோட்டமே இல்லாததால் கசகசப்பாக இருக்கிறது.

கசகசா பெ. **(சமையலில் பயன்படும்) வெண் பழுப்பு நிறத்தில் கடுகைவிடச் சிறியதாக இருக்கும் விதை/ அந்த விதையைத் தரும் செடி;** poppy (seed and the plant). கசகசா பாயசம் குடித்தால் தூக்கம் நன்றாக வரும்.

கசங்கு வி. (கசங்க, கசங்கி) **(துணி, தாள் போன்றவற்றில்) மடிப்புகளும் சுருக்கங்களும் தோன்றுதல்;** (of clothes, paper) get crumpled. பானைக்குள் சுருட்டிவைத்திருந்தது போல் சட்டை கசங்கியிருந்தது.

கசடு பெ. **1: (எண்ணெய் போன்றவற்றின்) அடியில் கரிய நிறத்தில் படிந்திருப்பது;** (mostly of oils) dregs. எண்ணெய்க் கசடு/ நெய்க் கசடு. **2: (ஆலைகளில் பொருள் தயாரிப்பில் அல்லது உலோகச் சுத்திகரிப்பில் ஏற்படும்) கழிவு;** waste (from factories); (metal) impurities. சர்க்கரை ஆலைக் கசடுகளை ஆற்றில் கொட்டக் கூடாது./ தாமிர ஆலையில் கசடு நீக்கும் பிரிவு தொடங்கப்பட்டது. [(தொ.சொ.) அழுக்கு/ கழிவு/ குப்பை/ தூசு/ மாசு]

கசப்பு பெ. **1: பாகற்காய் உண்ணும்போது உணரப்படும் சுவை;** bitter taste. **2: (-ஆன) மகிழ்ச்சி சிறிதும் இல்லாமை;** unpleasantness; bitterness. சிறையில் அடைக்கப்பட்ட கசப்பான அனுபவம். **3: வெறுப்பு;** utter dislike; total aversion; bitterness. சகோதரர்களுக்குள் கசப்பு மண்டிக் கிடந்தது.

கசம்[1] பெ. (வ.வ.) **1: குப்பையும் கூளமுமாக இருக்கும் நிலை;** filth. வீட்டின் பின்புறம் சாக்கடையும் சாணியுமாக ஒரே கசம். **2: ஆடைகளில் படிந்திருக்கும் அழுக்கு;** dirt on clothes. சட்டை ஒரே கசம்.

கசம்[2] பெ. (இலங்.) **காசநோய்;** tuberculosis. அவர் கடைசிக் காலத்தில் கசம் வந்துதான் இறந்தார்./ கசம் இப்போது மாற்றக்கூடியதாகிவிட்டது.

கசமுச-என்று/-என்ற வி.அ./பெ.அ. **(பேச்சைக் குறித்து வரும்போது) வெளிப்படையாக இல்லாமல்/ வெளிப்படையாக இல்லாத;** (spreading scandal) in whispers/ gossipy. ஊரில் நடந்த திருட்டோடு அவரைத் தொடர்புபடுத்திக் கசமுசவென்று பேசிக்கொள்கிறார்கள்./ ஊரில் எதைப் பற்றித்தான் கசமுசவென்ற பேச்சு இல்லை?

கசர் பெ. (பே.வ.) **(ஏலச் சீட்டில்) சீட்டை ஏலம் விட்டுக் கிடைக்கும் லாபப் பணத்தில் உறுப்பினர்களுக்குக் கிடைக்கும் பங்குத் தொகை;** dividend. இந்த மாதச் சீட்டில் எவ்வளவு கசர் கிடைத்தது?

கசரத்து பெ. (அ.வ.) **கடுமையான உடற்பயிற்சி;** (strenuous) physical exercise.

கசரத்து வாங்கு வி. (வாங்க, வாங்கி) **(வேலை) களைப்பை ஏற்படுத்தும் அளவுக்குக் கடுமையான உழைப்பை வேண்டுவதாக இருத்தல்;** make heavy demands on one's energy; be exacting. 'என்ன, கல்யாண வேலை கசரத்து வாங்குகிறதா?' என்று சிரித்துக்கொண்டே கேட்டார்./ வீடு மாற்றும் வேலை எங்களைக் கசரத்து வாங்கிவிட்டது.

கசரோகம் பெ. (இலங்.) **காசநோய்;** tuberculosis. நான் கசரோகத்தினால் தொடர்ச்சியாகப் பேச முடியாமல் சிரமப்படுகிறேன்./ கசரோகம் வந்ததினால் அக்கா மிகவும் மெலிந்துவிட்டாள்.

கசவஞ்சி பெ. (இலங்.) **கஞ்சன்; கருமி;** miser. இந்தக் கசவஞ்சியிடம் போய் யாராவது உதவி கேட்பார்களா?/ அந்தக் கசவஞ்சியா கோயிலுக்கு ஆயிரம் ரூபாய் கொடுத்தான்? நம்பவே முடியவில்லையே!/ கசவஞ்சித்தனம்.

கசவாரம் பெ. (இலங்.) **கஞ்சன்; கருமி;** miser. அவர் சரியான கசவாரம்./ அந்தக் கசவாரத்திடம் போய்ப் பணம் கேட்டாயா?/ பிள்ளை வெளிநாட்டுக்குப் போன பின்னரும் அவருடைய கசவாரத்தனம் அவரை விட்டுப் போகவில்லை.

கசாப்பு பெ. **ஆடு, மாடு போன்ற விலங்குகள் இறைச்சிக்காக வெட்டப்படுதல்;** slaughter. மாட்டைக் கசாப்புக்கு அனுப்பலாமா?

கசாப்புக் கடை பெ. **இறைச்சி விற்கும் இடம்;** a place where (fresh) meat is sold; butcher's shop.

கசாலை பெ. (ஊரக வ.) **(வீட்டின்) சமையல் அறை; அடுப்படி;** kitchen in a house.

கசி வி. (கசிய, கசிந்து) **1: (இரத்தம், கண்ணீர், வியர்வை முதலியவை) மிகச் சிறிய அளவில் வெளிவருதல்; ஒழுகுதல்;** (of blood, tears, sweat, etc.,) ooze out; leak. புது மண்பானையிலிருந்து தண்ணீர் கசிகிறது./ வெற்றிலைச் சாறு கசியும் கடைவாய்/ (உரு வ.) அந்த நடிகரின் காதல் திருமணத்தைப் பற்றிய செய்தி எப்படியோ பத்திரிகைகளின் வழியாகக் கசிந்துவிட்டது. [(தொ.சொ.) ஊற்று/ ஊறு/ ஒழுகு/ ஓடு/ கொட்டு/ சிதறு/ சிந்து/ சுர/ சொட்டு/ தெறி/ பரவு/ பீச்சு/ பீறிடு/ வடி/ வழி] **2: (கண்கள் கண்ணீரால், சுவர் நீரினால்) ஈரமாதல்;** (of eyes) moisten; (of a wall) become dampened. கண்கள் கசிந்து பளபளத்தன./ மழையினால் சுவர் கசிந்திருக்கிறது. **3: (பக்தி, பரவசம் போன்ற உணர்ச்சிகள் மனத்தில்) ததும்புதல்;** brim with devotion. இறைவனை நினைத்து

295 கட்சி

மனம் கசிந்து பாடினான். 4: **(வெல்லம், சீனி, உப்பு போன்றவை ஈரப்பதத்தால்) இளகுதல்;** (of salt, sugar, etc.,) become sticky (due to humidity). கருப்பட்டி கசிந்து எறும்பு மொய்க்கத் தொடங்கிவிட்டது./ *(உரு வ.)* கல் மனத்தையும் கசியவைக்கும் சோகக் கதை. 5: **(மிகச் சிறிய திறப்பின் வழியாக வாயு) வெளியேறுதல்;** (of gas) leak. சமையல் வாயு கசிந்தால் ஜன்னலைத் திறந்து வைக்கவும்.

கசிப்பு பெ. *(இலங்.)* **கள்ளச் சாராயம்;** illicit liquor.

கசிவு பெ. 1: **(நீர் முதலியவற்றின்) சிறிய அளவிலான ஒழுக்கு;** (of water, etc.,) oozing; leak. இரத்தக் கசிவு/ அணையில் நீர்க் கசிவு. 2: **(வாயு) வெளியேறுதல்;** (of gas) leak. விஷ வாயுக் கசிவால் பலர் மரணம்.

கசிவுநீர்க் குட்டை பெ. **மழைநீரைச் சேமிக்கவும் நிலத்தடி நீர் மட்டத்தை அதிகரிக்கச் செய்யவும் வறண்ட பகுதிகளில் ஏற்படுத்தப்படும் சிறு குட்டை;** pond.

கசுக்கொட்டை பெ. *(இலங்.)* **முந்திரிப் பருப்பு;** cashew nut.

கசுமத்து பெ. *(இலங்.)* **தொல்லை தருபவர்; தொந்தரவு செய்பவர்;** one who causes nuisance. அவன் சரியான கசுமத்து.

கசுமாரி பெ. *(இலங்.)* **சண்டைக்காரி;** quarrelsome woman. அவளுடன் கவனமாகப் பழகு, சரியான கசுமாரி.

கசை பெ. **(முற்காலத்தில் தண்டனை பெறும் ஆட்களை அடிப்பதற்குப் பயன்படுத்திய) தோலால் அல்லது கயிற்றால் பின்னப்பட்ட நீண்ட சவுக்கு;** lashing whip.

கசையடி பெ. **கசையைக் கொண்டு அடித்துத் தரப்படும் தண்டனை;** lash. பழங்காலத்தில் சிறிய தவறு செய்தாலும் அடிமைகளுக்குக் கசையடி கொடுக்கப்பட்டது.

கஞ்சங்கோரை பெ. *(ஊரக வ.)* **(நெல் பத்தாயத்திலும் குதிரிலும் அந்துப்பூச்சி வராமலிருக்கச் செருகி வைக்கும்) துளசியைப் போன்ற ஒரு வகைச் செடி;** herb placed in granaries to repel insects.

கஞ்சத்தனம் பெ. (-ஆக, -ஆன) **அவசியமான செலவைக் கூடத் தவிர்த்துப் பணத்தை மிச்சம் பிடிக்க நினைக்கும் குணம்;** niggardliness. சிக்கனமாக இருக்க வேண்டியது தான்; ஆனால் கஞ்சத்தனமாக இருக்க வேண்டுமா?

கஞ்சம் பெ. **கஞ்சத்தனம்;** niggardliness. சாப்பிடுவதில் கூடக் கஞ்சமா?/ கஞ்சப் புத்தி.

கஞ்சல் பெ. *(இலங்.)* **குப்பை;** trash; garbage. முற்றம் ஒரே கஞ்சலாக இருக்கிறதே. ஒவ்வொரு நாளும் கூட்டுவதில்லையா?/ கஞ்சல் கொட்டுவதற்கு என்றே ஒரு கிடங்கு கிண்டிப்போட்டிருக்கிறோம்.

கஞ்சல்தனம் பெ. *(இலங்.)* **கஞ்சத்தனம்;** niggardliness; stinginess. ஐந்து ரூபாய்க்காக ஏசுகிறாயே. உனக்கு ஏன் இவ்வளவு கஞ்சல்தனம்?/ அவர் யாருக்குமே கொடுக்காமல் கஞ்சல்தனமாக இருந்து கடைசியில் என்ன கொண்டு போகப்போகிறார்?

கஞ்சல் பழக்கம் பெ. *(இலங்.)* *(சிறுவர்களைக் குறித்து வரும்போது)* **தீய பழக்கம்;** bad habit. கஞ்சல் பழக்கத்தினால்தான் இந்தச் சிறுவர்கள் கெட்டுப்போகிறார்கள்./ பொய் சொல்லும் கஞ்சல் பழக்கத்தை இனியாவது மாற்றிக் கொள் என்று மகனைத் திட்டினார்.

கஞ்சன் பெ. **கஞ்சத்தனமாக இருப்பவன்; கருமி;** niggard; miser. வீட்டுக்கு வருகிறவர்களுக்கு காப்பிகூடக் கொடுக்காத கஞ்சன்.

கஞ்சா பெ. 1: **போதைப்பொருளைத் தரும் ஒரு வகைச் செடி;** Indian hemp. கஞ்சாவைப் பயிரிடுவது குற்றம். 2: **மேற்குறித்த செடியின் (புகைத்தால் போதை தரும்) இலை, பூ, பிசின் போன்றவை;** the leaves, flowers and resin of Indian hemp. கஞ்சாப் பழக்கத்தை விட முடியாமல் வாழ்க்கையைப் பாழாக்கிக்கொண்டவர்கள் பலர்.

கஞ்சி பெ. 1: **சோறு வெந்த பிறகு வடித்து எடுத்த, குழகுழப்புத் தன்மை உடைய நீர்;** sticky, starchy water drained from cooked rice. 2: **(அரிசி, கோதுமை முதலியவை போட்டுக் காய்ச்சித் தயாரிக்கப்படும்) திரவ உணவு;** gruel; semi-liquid food. மருத்துவர் கோதுமைக் கஞ்சி மட்டுமே குடிக்கச் சொல்லியிருக்கிறார்./ வயலில் வேலை செய்பவர்களுக்குக் கஞ்சி கொண்டுபோக வேண்டும். 3: **(பருத்தித் துணிகள் மொடமொடப்பாக இருக்க அவற்றைத் தோய்க்கும்போது போடுவதற்கான) பசைத் தன்மையுடைய கரைசல்;** starch (used for making clothes and sheets stiff). கஞ்சி போட்டுத் தேய்த்த சட்டை.

கஞ்சி ஊற்று வி. (ஊற்ற, ஊற்றி) **(குடும்பத்துக்கு) உணவு, உடை போன்றவை தந்து காப்பாற்றுதல்;** feed. பெற்ற தாய்க்குக் கஞ்சி ஊற்ற வழியில்லை; கல்யாணம் செய்துகொள்ளப்போகிறானாம்./ இந்தக் குடும்பத்துக்கே என் மருமகன்தான் கஞ்சி ஊற்றுகிறான்.

கஞ்சிகாய்ச்சு வி. (-காய்ச்ச, -காய்ச்சி) *(பே.வ.)* **(பலர் ஒன்றாகச் சேர்ந்துகொண்டு ஒருவரை) அளவுக்கு அதிகமாகக் கிண்டல்செய்தல்;** make fun of (s.o.); tease excessively. அந்தச் சின்னப் பையனை ஏன் இப்படிக் கஞ்சி காய்ச்சுகிறீர்கள்?

கஞ்சிரா பெ. *(இசை)* **உலோகத் தகடுகள் பொருத்தப்பட்ட, கையடக்கமான மர வளையத்தின் ஒரு பக்கத்தில் இழுத்துக் கட்டப்பட்ட தோலை விரல்களால் தட்டி வாசிக்கும் இசைக் கருவி;** a percussion instrument made of circular wooden frame attached with tiny cymbals, on the one side of which a hide is drawn tightly and played with fingers.

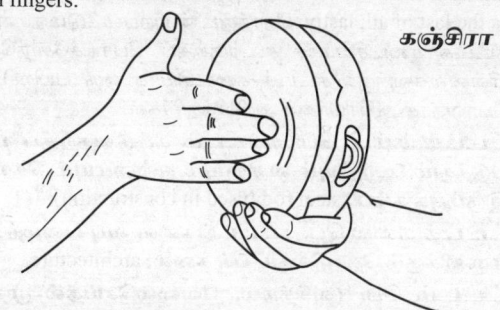

கஞ்சிரா

கட்சி பெ. 1: **பொருளாதார வளர்ச்சி, சமூகச் சீர்திருத்தம் போன்றவற்றை அடிப்படையாகக் கொண்டு உறுப்பினர்களைச் சேர்த்து உருவாக்கப்பட்ட, அரசியலில் பங்குபெறும் அமைப்பு;** (political) party. தேசியக் கட்சி/

கட்சிக்காரர் 296

வரும் தேர்தலில் எங்கள் கட்சி போட்டியிடாது. **2: (விவாதம், வழக்கு போன்றவற்றில் ஒருவர் சார்ந்திருக்கும்) அணி;** (in a debate) side; camp; (one's) stand. பட்டிமன்றத்தில் நீங்களும் நானும் எதிரெதிர்க் கட்சியில் இருக்கிறோம்./ பெண்களுக்குச் சம உரிமை தரப்பட வேண்டும் என்பது என் கட்சி.

கட்சிக்காரர் பெ. **1: தன் வழக்கை நடத்தும் பொறுப்பை வழக்கறிஞரிடம் ஒப்படைத்தவர்;** client (of a lawyer). **2: ஓர் அரசியல் கட்சியைச் சேர்ந்தவர்;** a member of a (political) party.

கட்சிகட்டு வி. *(-கட்ட, -கட்டி)* **(பிரச்சினை, தகராறு, விவாதம் போன்றவற்றில்) குறிப்பிட்ட போக்குக்கு ஆதரவாகப் பிறரை ஒன்றுசேர்த்தல்;** mobilize. அவர்கள் குடும்பத்தினரைக் குறைசொன்னதும் எல்லோரும் கட்சிகட்டிக்கொண்டு என்னிடம் சண்டைக்கு வந்துவிட்டார்கள்./ அவன் எனக்கு எதிராகக் கட்சிகட்டுகிறான் என்பது எனக்குத் தெரியும்.

கட்சிதாவு வி. *(-தாவ, -தாவி)* **சட்டமன்ற அல்லது நாடாளுமன்ற உறுப்பினர் தன் கட்சியிலிருந்து எதிர்க் கட்சிக்கு மாறுதல்;** switch over (to some opposition party after getting elected); cross the floor. கட்சிதாவிய பதினோரு பேர் தங்களுக்குத் தனி இடம் ஒதுக்க வேண்டும் என்று அவைத்தலைவரிடம் கேட்டுக்கொண்டனர்.

கட்சிப் புடவை பெ. *(பு.வ.)* **பெண்கள் தாங்கள் சார்ந்திருக்கும் அரசியல் கட்சியின் கொடியில் இருக்கும் வண்ணங்களைக் கரையாகக் கொண்ட புடவை;** saree bordered with the colours as in the flag of one's political party.

கட்சியாடு வி. *(-ஆட, -ஆடி) (அ.வ.)* **பல கட்சிகளாகப் பிரிந்து வாதாடுதல்;** argue in a partisan manner. சைவர்களும் வைணவர்களும் முழுமுதல் கடவுள் யார் என்று கட்சியாடியிருக்கிறார்கள்.

கட்சி வேட்டி பெ. *(பு.வ.)* **ஆண்கள் தாங்கள் சார்ந்திருக்கும் அரசியல் கட்சியின் கொடியில் இருக்கும் வண்ணங்களைக் கரையாகக் கொண்ட வேட்டி;** வேட்டி bordered with the colours as in the flag of one's political party.

கட்டக் கடைசியாக வி.அ. *(இலங்.)* **மிகவும் கடைசியில்;** as the last of all; lastly. நேரத்துடன் புறப்பட்டும் நான்தான் கட்டக் கடைசியாகச் சடங்குக்குப் போய்ச்சேர்ந்தேன்./ பிள்ளைகளுக்குக் கட்டக் கடைசியாக ஒரு பயிற்சி தரப் போவதாக ஆசிரியர்கள் அறிவித்தார்கள்.

கட்டடக் கம்பி பெ. **கட்டடம் கட்டுவதற்குப் பயன்படுத்தும், உறுதியும் வளையும் தன்மையும் கொண்ட இரும்புக் கம்பி;** steel rod (used in construction).

கட்டடக் கலை பெ. **கட்டடங்களை வடிவமைத்து நிர்மாணிக்கும் தொழில்நுட்பக் கலை;** architecture.

கட்டடம் பெ. **(வசித்தல், வேலைசெய்தல் முதலியவற்றுக்காக) செங்கல், கல் முதலியவற்றால் எழுப்பிய சுவர்களின் மீது தளமோ கூரையோ கொண்டதாக உருவாக்கப்படும் அமைப்பு;** building.

கட்டணம் பெ. **(ஒன்றை) பயன்படுத்திக்கொள்வதற்கு, (ஒரு செயலைச் செய்ய) அனுமதிக்கப்படுவதற்கு அல்லது சேவையைப் பெறுவதற்குச் செலுத்தும் தொகை;** fare; charge; fee. பேருந்துக் கட்டணம்/ தேர்வுக் கட்டணம்/ மின்சாரக் கட்டணம்.

கட்டம் பெ. **1: நான்கு பக்கமும் கோடுகளால் அமையும் வடிவம்;** square; chequered pattern. இந்தக் கட்டத்தின் உள்ளே நீ நில்./ தாயம் விளையாடவா இந்தக் கட்டம்?/ கட்டம் போட்ட சட்டை. **2: (படிப்படியான திட்டம், வளர்ச்சி அல்லது நடவடிக்கை, செயல்பாடு போன்றவற்றில் ஒரு) நிலை;** stage; phase (in a plan, development, etc.,). குடிநீர்ப் பற்றாக்குறையை நீக்கும் திட்டத்தின் முதல் கட்டமாக ஆழ்துளைக் கிணறுகள் தோண்டப்படும்./ அந்தத் தலைவரின் முதல் கட்டத் தேர்தல் பிரச்சாரம் இன்றோடு முடிகிறது. **3: (ஒன்று நிகழும் காலத்தில்) ஒரு சந்தர்ப்பம்; தருணம்;** (a particular) time; phase. மனம் வெறுத்துப்போயிருந்த கட்டத்தில் அவரை நான் சந்தித்தேன்./ வாழ்க்கையில் பல நெருக்கடியான கட்டங்களைக் கடந்து வந்தவர் அவர். **4: (சினிமா, நாடகம் போன்றவற்றில்) குறிப்பிடப்படும் ஒரு நிகழ்ச்சி நடைபெறும் சூழல்; இடம்;** (of cinema, drama, etc.,) scene or situation. இந்தக் கட்டத்தில்தான் கதாநாயகன் வில்லனிடமிருந்து கதாநாயகியைக் காப்பாற்றுகிறான்./ காதலன் காதலியைச் சந்திக்கும் கட்டங்களிலெல்லாம் வீணை இசை பின்னணியாக ஒலிக்கிறது. **5:** *(சோதி.)* **வீடு 4.**

கட்டம்கட்டு வி. *(-கட்ட, -கட்டி)* **(பத்திரிகைகளில் ஒரு செய்தி தனித்துத் தெரிவதற்காக) கோடுகளால் ஆன பெட்டி போன்ற வடிவத்தை அமைத்தல்;** (of news papers) make a box (to highlight a news). உலகச் சதுரங்கப் போட்டியில் வெற்றி பெற்ற மாணவனைப் பற்றியச் செய்தி கட்டம்கட்டி வெளியிடப்பட்டிருந்தது.

கட்டமைப்பு பெ. **1: அமைப்பு முறை;** structure; construction. வீட்டின் கட்டமைப்பு/ உள்நாட்டுப் பொருளாதாரக் கட்டமைப்பு. **2: (தாள்களை ஒன்றாகச் சேர்த்துப் புத்தகம் போன்ற) தொகுப்பாகக் கட்டும் முறை;** binding. கட்டமைப்பு சரி இல்லாததால் புத்தகம் தாள்தாளாக வந்துவிட்டது.

கட்டரவத்து பெ. *(பே.வ.)* **(கடலில் நீர் வற்றுவதால்) உயரக் குறைவான அலைகளோடு நீர்மட்டம் குறைவாகக் காணப்படும் நிலை அல்லது காலம்;** ebbing; lowtide.

கட்டவிழ்த்துவிடு வி. *(-விட, -விட்டு)* **(ஓர் அமைப்பு போராடுபவர்கள்மீது வன்முறை போன்ற அழிவுச் சக்திகளை) ஏவிவிடுதல்;** let loose (repression, violence); unleash. சர்வாதிகார அரசு பத்திரிகையாளர்கள்மீது அடக்குமுறையைக் கட்டவிழ்த்துவிட்டது.

கட்டழகன் பெ. **1: கடுமையான பயிற்சிகளால் உடலைக் கட்டுக்குலையாமல் வைத்திருப்பவன்;** well built person. **2: அழகான ஆண்;** handsome man. மாப்பிள்ளை நல்ல கட்டழகன்தான்.

கட்டழகி பெ. **(கட்டுக்குலையாத) அழகான பெண்;** beautiful woman.

கட்டழகு பெ. **கட்டுக்குலையாத உடல் அமைப்பினால் பெற்றிருக்கும் அழகு;** shapeliness. தாய்ப்பால் கொடுப்பதால் பெண்ணின் கட்டழகு எந்த விதத்திலும் குறைந்துவிடாது.

கட்டளை பெ. **1: (சட்டம், விதிமுறை ஆகியவற்றின் அடிப்படையில் அல்லது ஒருவருக்கு மற்றொருவரின் மேலுள்ள அதிகாரத்தின் அடிப்படையில்) ஒன்றைச் செய்யுமாறு அல்லது கீழ்ப்படியுமாறு பிறப்பிக்கப்படும் உத்தரவு;** command; order. 'நிவாரண வேலையைத் துரிதப்படுத்துக' என்று மேலிடத்திலிருந்து கட்டளை வந்துள்ளது./ தேர்வு முடியும்வரை சினிமாவுக்குப் போகக் கூடாது என்பது அப்பாவின் கட்டளை. [*(தொ.சொ.)* **ஆணை/ உத்தரவு**] **2: (இறைவனின்) ஆணை;** (god's) will; commandment. ஆண்டவனின் கட்டளை இப்படி இருக்கிறது. **3: (ஒருவர் தன் பெயரில்) கோயிலில் ஒரு விசேஷ தினத்தன்று பூஜை, அபிஷேகம், உற்சவம் போன்றவை நடக்க நிதி வழங்கிச் செய்யும் ஏற்பாடு;** endowment made in one's name for some special பூஜை or festival in a temple on a particular day. **4: (குறிப்பிட்ட செயலைக் கணிப்பொறி செய்வதற்கான) இயக்கமுறை;** command.

கட்டளை அதிகாரி பெ. *(இலங்.)* **(ராணுவத்தில்) ஒரு படையை வழிநடத்தும் அதிகாரி;** commanding officer (in an army). படை வீரர்கள் தமது கட்டளை அதிகாரியின் கட்டளைக்குக் காத்திருந்தனர்.

கட்டளைநிரல் பெ. காண்க: நிரல்.

கட்டளைப் பணியாளர் பெ. *(சட்டம்)* **உரிமையியல் நீதிமன்றங்களின் கட்டளைகளை நிறைவேற்றுதல், சாட்சி அல்லது பிரதிவாதி போன்றோரை அழைத்தல் போன்ற பணிகளைச் செய்யும் நீதிமன்ற ஊழியர்;** process server.

கட்டாக்காலி பெ. *(இலங்.)* **தன்னிச்சைப்படி அலையும் கால்நடை;** stray animal. வீதியில் கட்டாக்காலிகளின் தொல்லை அதிகரித்துவிட்டது./ கட்டாக்காலி மாடுகளைப் பிடித்து வரும்படி விதானையார் சொல்லிவிட்டார்.

கட்டாடி பெ. *(இலங்.)* **சலவைத் தொழில் செய்பவர்;** washerman. கட்டாடிச் சமூகத்தைச் சேர்ந்தவர்கள் பொதுவாக உடுக்கடித்துப் பாடுவார்கள்.

கட்டாடிச்சி பெ. *(இலங்.)* **சலவைத் தொழில் செய்யும் பெண்;** washerwoman.

கட்டாந்தரை பெ. **1: வறண்டு இறுகிக் கெட்டியாக இருக்கும் நிலப் பகுதி;** hard-set earth. இந்தக் கட்டாந்தரையில் புல்கூட முளைக்காது. **2: (வீட்டில்) வெறும் தரை;** (in the house) floor (not covered by carpet or rug). இப்படிக் கட்டாந்தரையில் படுத்துத் தூங்குகிறாயே?

கட்டாய ஓய்வு பெ. **(அரசுப் பணியில்) நிர்ணயிக்கப்பட்ட வயதுக்கு முன்னரே பணியிலிருந்து கட்டாயமாக ஒருவரை ஓய்வில் அனுப்பும் நடவடிக்கை;** the act of sending s.o. in government service compulsorily into retirement; (in India) compulsory retirement. இடைநீக்கம் செய்யப்பட்ட அந்த அதிகாரி விசாரணைக்குப் பிறகு கட்டாய ஓய்வில் அனுப்பப்பட்டார்.

கட்டாயக் காத்திருப்பு பெ. **(அரசாங்கத்தில்) ஒரு துறையிலிருந்து மற்றொரு துறைக்கு மாற்றப்படும் அல்லது நீண்ட விடுமுறையிலிருந்து திரும்பும் உயர் அதிகாரி அடுத்த பதவி ஒதுக்கப்படும்வரை காத்திருக்க வேண்டிய நிலை;** (interim period of) compulsory waiting (for higher officials for a change of portfolio).

கட்டாயம்[1] பெ. **(ஒரு சூழ்நிலையில் ஒன்றைச் செய்வதை) தவிர்க்க முடியாத நிலை; (ஒருவரின்) வற்புறுத்தல்; நிர்ப்பந்தம்;** sth. compulsory; compulsion. உணவுப் பொருள்களை இறக்குமதி செய்ய வேண்டிய கட்டாயம் இப்போது இல்லை./ சில நாடுகளில் கட்டாய ராணுவச் சேவை அமலில் இருக்கிறது. [*(தொ.சொ.)* **உறுதி/ கண்டிப்பு/ திண்ணம்/ நிச்சயம்/ நிர்ப்பந்தம்/ பலவந்தம்/ வலுக்கட்டாயம்**]

கட்டாயம்[2] பெ. *(ஊரக வ.)* **1: குறிப்பிட்ட எண்ணிக்கையிலான (பெரும்பாலும் 250, 500 அல்லது 1000) செங்கற்களின் அடுக்கு;** stack of bricks of certain number, usually 250, 500 or 1000. செங்கல்லை லாரியிலிருந்து இறக்கும்போது அதைக் கட்டாயம் போட்டு அடுக்கு. **2: (ஆற்றின் இரண்டு பக்கமும் சரிவாகக் கரை கட்டுவதற்கு) சுமார் ஒரு கன அடியில் செங்கல் அல்லது சிமெண்டால் முன்னதாகவே தயாரித்துக்கொள்ளும் கட்டுமானப் பொருள்;** readymade block of approximately one cubic foot made of bricks or cement for constructing retaining walls along river banks.

கட்டாயம்[3] **/-ஆக** வி.அ. **அவசியம்; தவறாமல்;** certainly; without fail. இந்தச் சிறு உதவியை நீங்கள் எனக்காகக் கட்டாயம் செய்ய வேண்டும்./ சாலை விதிகளைக் கட்டாயமாகப் பின்பற்ற வேண்டும்.

கட்டாரி பெ. **பிடியுடைய குத்துவாள்;** cross-hilted dagger.

கட்டி பெ. **1: (உடலில் தோன்றி) வலியை உண்டாக்கும் கெட்டியான புடைப்பு;** hard boil or swelling. கோடைக் காலத்தில் குழந்தைகளுக்கு முகத்திலும் முதுகிலும் கட்டிகள் தோன்றுவது உண்டு./ கர்ப்பப்பையில் கட்டி. **2: (திரவ நிலையில் இருப்பது அல்லது மாவாக இருப்பது) இறுகிக் கெட்டிப்பட்டிருக்கும் நிலை;** anything hardened; lump. பனிக் கட்டி/ களிமண் கட்டி. **3:** *(தயிரைக் குறிக்கும்போது)* **சற்றே உறைந்த நிலை;** (curd, etc., in) semi-solid form. கட்டித் தயிர். **4: குறிப்பிட்ட வடிவில் வார்த்தெடுக்கப்பட்ட துண்டு;** sth. in the shape of a bar or cake. வெல்லக் கட்டி/ தங்கக் கட்டிகள்/ சோப்புக் கட்டி.

கட்டிக்கா வி. *(-காக்க, -காத்து)* **1: (ஒரு அமைப்பு) சிதறிப் போகாமல் நிலைப்படுத்துதல்;** preserve (unity); hold (sth.) together. கட்சியின் ஒற்றுமையைக் கட்டிக்காப்பது மிகவும் கடினமான செயல்./ தொழிலாளர் இயக்கத்தைக் கட்டிக் காத்த முக்கியத் தலைவர் இவர்./ தாத்தா இருந்தவரையில் குடும்பத்தைக் கட்டிக்காத்தார். **2: பாதுகாத்தல்;** preserve. நாட்டின் இறையாண்மையைக் கட்டிக்காப்பதில் அரசியலமைப்புச் சட்டத்தின் பங்கு மிக முக்கியமானது.

கட்டிக்கொடு வி. *(-கொடுக்க, -கொடுத்து)* **பெண்ணைத் திருமணம் செய்துகொடுத்தல்;** give (one's daughter) in marriage; marry (s.o. to s.o.) இரு பெண்களையும் நல்ல இடத்தில் கட்டிக்கொடுத்திருக்கிறார்.

கட்டிக்கொண்டு வி.அ. **(பயன் இல்லை என்று தெரிந்தும் ஒன்றை) விடாமல் வைத்துக்கொண்டு;** clinging to;

sticking to; being unable to give up. இந்த ஓட்டை வண்டியைக் கட்டிக்கொண்டு ஏன் சிரமப்படுகிறாய்?/ சில துறைகளில் இன்னும் பழைய முறைகளைக் கட்டிக்கொண்டு அழுகிறோம்.

கட்டிக்கொள்[1] வி. (-கொள்ள, -கொண்டு) **இறுக அணைத்துக்கொள்ளுதல்;** hold tightly; hug closely. வீட்டை விட்டுப் போன மகன் திரும்பிவந்ததும் தாய் அவனைக் கட்டிக்கொண்டு கண்ணீர் விட்டாள்.

கட்டிக்கொள்[2] வி. (-கொள்ள, -கொண்டு) (பே.வ.) **திருமணம் செய்துகொள்ளுதல்;** marry (a person). குடிகாரனைக் கட்டிக்கொண்டு அவள் கஷ்டப்படுகிறாள்.

கட்டிடம் பெ. காண்க: **கட்டடம்.**

கட்டிதட்டு வி. (-தட்ட, -தட்டி) **(மாவு அல்லது சிமெண்டு போன்றவை ஈரத்தினால் சிறுசிறு உருண்டைகளாக) பயன்படுத்த முடியாதவாறு கெட்டிப்படுதல்;** (of flour, cement, etc.,) become lumpy and unusable (due to moisture). தண்ணீர் கொதித்ததும் ரவையைக் கொஞ்சம்கொஞ்சமாகப் போட்டுக் கட்டிதட்டாமல் கிளற வேண்டும்./ மழைக் காலத்தில் கேழ்வரகு மாவு கட்டிதட்டிவிடும்./ ஈரம் பட்டால் சிமெண்டு கட்டிதட்டிப் போய்விடும்.

கட்டிப்பால் பெ. (இலங்.) **(இனிப்புச் சுவை சேர்த்துச் சற்று) கெட்டியாக்கப்பட்ட பால்;** condensed milk.

கட்டிப்பிடி வி. (-பிடிக்க, -பிடித்து) காண்க: **கட்டிக்கொள்[1].**

கட்டிப்புரள் வி. (-புரள, -புரண்டு) **(ஒருவர் மற்றொருவரை) கட்டிப்பிடித்தபடியே உருளுதல்;** roll over (one holding the other as in a fight). குழந்தைகள் மணலில் கட்டிப்புரண்டு சண்டைபோட்டார்கள்.

கட்டிப்போடு வி. (-போட, -போட்டு) **(ஒன்றைச் செய்யவிடாமல்) கட்டுப்படுத்துதல்;** control (s.o. from doing sth.). அப்பா என்னைக் கட்டிப்போட்டுவிட்டார். இல்லையென்றால் அவனை நான் அடித்து நொறுக்கியிருப்பேன்./ அவர்மேல் எனக்கு இருந்த நன்றியுணர்ச்சி அவரை எதிர்த்துப் பேசவிடாமல் என்னைக் கட்டிப்போட்டுவிட்டது.

கட்டிமேய் வி. (-மேய்க்க, -மேய்த்து) (பே.வ.) **(குழுவாக இருப்பவர்களை) அடக்கி நடத்துதல்/ வேலைவாங்குதல்;** manage or control. இத்தனை மாணவர்களை எப்படித்தான் கட்டிமேய்க்கிறீர்களோ!/ வேலையாட்களைக் கட்டிமேய்ப்பதற்கே நாளில் பாதி நேரம் சரியாக இருக்கிறது.

கட்டியங்காரன் பெ. **கூத்தில் பிற பாத்திரங்களை அறிமுகப்படுத்துதல், நகைச்சுவையாகப் பேசுதல் முதலிய செயல்களைச் செய்யும் பாத்திரம்;** a character in கூத்து who, among other things, introduces other characters to the audience and is also a clown.

கட்டியடி வி. (-அடிக்க, -அடித்து) (இலங்.) **(விருப்பமில்லாத ஒரு வேலையை) தண்டனைபோல் ஏற்றுச் செய்தல்;** unwillingly do a work as if it is a punishment. ஒவ்வொரு நாளும் தோட்ட வேலையை ஏதோ கட்டியடிக்கிறேன்./ நான் வேறு வழியில்லாமல் கோயில் வேலையைப் பொறுப்பெடுத்துவிட்டதால் கட்டியடித்துதானே ஆக வேண்டும்?

கட்டிய துணியுடன் வி.அ. காண்க: **கட்டிய துணியோடு.**

கட்டிய துணியோடு வி.அ. **(ஒருவர் நெருக்கடி காரணமாகத் தான் வசிக்கும் இடத்தை விட்டு வேறு இடத்திற்குப் போகும்போது) அணிந்திருப்பதைத் தவிர வேறு எதையும் உடன் எடுத்துக்கொள்ளாமல்;** (leaving a place) with no possessions other than what one has on; empty-handed. சுனாமி எங்கள் பகுதியைத் தாக்கியபோது கட்டிய துணியோடு நாங்கள் வீட்டை விட்டு வெளியேறினோம்.

கட்டியம் கூறு வி. (கூற, கூறி) (உ.வ.) **(ஒன்றின் அல்லது ஒருவரின்) வருகையைத் தெரிவித்து முன்னறிவிப்புச் செய்தல்;** announce in advance (the arrival of sth. or s.o.); herald. வசந்தத்தின் வருகைக்குக் கட்டியம் கூறுவதுபோல் இருந்தது குயில்களின் கூவல்.

கட்டியவன் பெ. (பே.வ.) **(எரிச்சலுடன் குறிப்பிடும்போது) கணவன்;** (said vexedly) husband. கட்டியவன் சொல்வதைக் கேட்டுத்தானே ஆக வேண்டும் என்று அம்மா புலம்பிக்கொண்டிருந்தாள்./ கட்டினவன் ஒழுங்காக இருந்தால் அவள் ஏன் இன்னொருவர் தயவை எதிர்பார்க்க வேண்டும் என்று மாமா கேட்டார்.

கட்டியாள் வி. (-ஆள, -ஆண்டு) **அடக்கி ஆளுதல்;** rule (with absolute authority). கட்சியைப் பத்து ஆண்டுகளாகக் கட்டியாண்ட பெருமை அவருக்கு உண்டு.

கட்டியெழுப்பு வி. (கட்டியெழுப்ப, கட்டியெழுப்பி) **(நிறுவனம், அமைப்பு போன்றவற்றைத் துவக்கி அவற்றை) வளர்த்தெடுத்தல்;** build an institution, organization, etc., இந்தக் கல்லூரியைக் கட்டியெழுப்ப அவர் பட்ட பாடு மிகப் பெரியது.

கட்டில் பெ. **நான்கு கால்களைக் கொண்ட, இரும்புத் தகடு, மரப் பலகை ஆகியவற்றால் ஆன அல்லது கயிறு, நாடா போன்றவற்றால் பின்னப்பட்ட செவ்வக நடுப்பகுதி உடைய, படுத்துக்கொள்வதற்கான அமைப்பு;** bed (without mattress); (in India) cot.

கட்டி வளர் வி. (வளர்க்க, வளர்த்து) **(ஒரு நிறுவனத்தை அல்லது அமைப்பை) உருவாக்கி (அது முன்னேற்றம் அடையும் வகையில்) நடத்துதல்;** found and foster (an organization). அவர் கட்டி வளர்த்த நிறுவனம் இப்போது அவர் பிள்ளைகளால் சீரழிந்துகிடக்கிறது./ நான் தனி ஒருவனாக நின்று கட்டி வளர்த்த ஸ்தாபனம் இது.

கட்டிவா வி. (-வர, -வந்து) (பெரும்பாலும் எதிர்மறைத் தொடரில்) **கட்டுப்படியாதல்;** (of prices) be enough; be affordable. பத்து ரூபாய்க்கும் குறைத்துக் கொடுத்தால் எனக்குக் கட்டிவராது./ இந்த வாடகை நமக்குக் கட்டிவராது.

கட்டிவை வி. (-வைக்க, -வைத்து) காண்க: **கட்டிக்கொடு.**

கட்டிளம் பெ.அ. **கட்டுடலும் இளமையும் உடைய;** (of men) strong and youthful; (of women) attractive and charming. கட்டிளம் காளை/ கட்டிளம் பெண்.

கட்டு[1] வி. (கட்ட, கட்டி) அ. (உருவாக்குதல் தொடர்பான வழக்கு) **1: (வீடு, பாலம் முதலியவற்றை வடிவமைத்தபடி) உருவாக்குதல்/(பறவை, தேனீ முதலியவை கூட்டை) அமைத்தல்;** construct (a house, bridge, etc.,)/(of birds) build (a nest, etc.,). / பத்து மாடிக் கட்டடம்

கட்டும் பணி நடந்துகொண்டிருக்கிறது./ அவர் கிராமத்தில் எதற்கு இவ்வளவு பெரிய வீடு கட்டுகிறார்?/ ஆற்றின் குறுக்கே பாலம் கட்டத் தொடங்கியிருக்கிறார்கள்./ சின்னதாக ஒரு கோயில் கட்ட வேண்டும் என்பது தாத்தாவின் ஆசை./ கதவின் சாவித் துளையில் குளவி கூடு கட்டியிருந்தது. **2: (பல பாகங்களை ஒன்றுசேர்த்து ஒன்றை) அமைத்தல்;** build (ship, coach, etc.,). ரயில் பெட்டி கட்டும் தொழிற்சாலை ஒன்று சென்னையில் இருக்கிறது./ கப்பல் கட்டும் கூடம் ஒன்றை அரசு அமைக்கவிருக்கிறது./ மூங்கில் முள்ளை வெட்டிப் படல் கட்டிக்கொண்டிருந்தான்./ *(உரு வ.)* வெவ்வேறு உத்திகளைப் பயன்படுத்தி இந்த நாவல் கட்டப்பட்டிருக்கிறது. **3:** *(பே.வ.)* **(பாட்டு) எழுதுதல்;** compose (a song). அந்தக் காலத்தில் இவர் கட்டிய பாட்டுகளைக் கூத்தில் பாடியிருக்கிறார்கள். **4: (ஆபரணங்களில் கற்களை) பதித்தல்/ (செயற்கைப் பல்லை) பொருத்துதல்;** inlay (stones in ornaments)/have a denture fixed. மோதிரத்துக்குப் பச்சைக் கல் கட்டினால் அழகாக இருக்குமா?/ அவர் தங்கப்பல் கட்டியிருக்கிறார். **5: (மண்ணைத் திரட்டிப் பயிரின் வேரில்) சேர்த்தல்;** heap up earth at the base (of a plant) as support. பயிர்க்காலில் மண்ணைக் கட்டிக்கொண்டிருந்தான். **6: (புத்தகங்கள் போன்றவற்றை அச்சிடுவதற்காக அவற்றின் பக்கங்களை) அமைத்தல்;** (of a book) make (page). முன்பெல்லாம் அச்சகங்களில் சிரமப்பட்டுப் பக்கம் கட்டிக்கொண்டிருப்பார்கள். இப்போது அந்த வேலையைக் கணினி எளிதாகச் செய்துவிடுகிறது. **ஆ.** *(இணைத்தல் தொடர்பான வழக்கு)* **7: (கயிறு போன்றவற்றால் ஒருவரை ஒன்றோடு) பிணைத்தல்; (ஒன்றை மற்றொன்றோடு) இணைத்தல்; (ஒன்றைச் சுருட்டி அல்லது மற்றொன்றுள் வைத்துக் கயிறு முதலியவற்றால்) சுற்றுதல்;** fasten (s.o. with sth.); tie (sth.) up; tie (a packet, etc., with a string); pack (sth.). திருடனைப் பிடித்துத் தூணோடு கட்டியிருந்தார்கள்./ சடையின் நுனியில் குஞ்சலம் கட்டியிருந்தாள்./ ஒரு கிலோ அரிசியைப் பொட்டலம் கட்டிக் கொடுங்கள். [*(தொ.சொ.)* **இணை/ பிணை/ பின்னு/ பூட்டு/ முடி**] **8: (எலும்பு முறிவு, காயம் போன்றவற்றுக்குச் சிகிச்சை அளிக்கும் விதமாக மருந்து போன்றவற்றை வைத்து) கெட்டியாகச் சுற்றுதல்;** bandage (the injured part of the body). எலும்பு முறிந்த இடத்தில் மருத்துவர் கட்டுக் கட்டிவிட்டார்./ புண்ணில் மருந்து வைத்துத் துணியால் கட்டினாள். **9: (புடவை, வேட்டி முதலியவற்றை) குறிப்பிட்ட முறையில் உடுத்துதல்;** wear (a saree, dhoti, etc.,); tie (a piece of cloth around the head, waist, etc.,). கல்யாணத்துக்குப் போகப் பட்டுப் புடவை கட்டிக்கொண்டாள்./ தலையில் கட்டியிருந்த துண்டை எடுத்து இடுப்பில் கட்டிக்கொண்டான்./ வேட்டியை மடித்துக் கட்டிக்கொண்டு தோட்ட வேலையில் அவன் இறங்கினான். **10: (கடிகாரம், தாயத்து போன்றவற்றை) அணிதல்;** wear (wristwatch, talisman, etc.,). அவர் விலை உயர்ந்த கடிகாரம் ஒன்றைக் கட்டியிருந்தார்./ 'இந்தத் தாயத்தைக் கட்டிக்கொள்ளுங்கள், எல்லாம் சரியாகிவிடும்' என்றார் பூசாரி. **11: (கண்ணைத் துணியால் சுற்றி) மறைத்தல்;** blindfold. தீவிரவாதிகள் அவரைக் கண்ணைக் கட்டிக் கடத்திச் சென்றார்கள். **12: (சடங்குகளில் தாலி, பட்டம் போன்றவற்றை) அணிவித்து முடிச்சிடுதல்;** tie a knot (as when getting married). அறுபதாம் கல்யாணத்திலும் தாலி கட்டப்படும்./ மணப்பெண்ணுக்குத் தாய்மாமன் பட்டம் கட்டினார். **13: (வண்டி, ஏர் முதலியவற்றில் மாட்டை) பிணைத்தல்; பூட்டுதல்;** yoke (oxen to a cart, plough, etc.,). தமிழ்நாட்டில் பெரும்பாலும் ஏரில் எருமைகளைக் கட்டி உழுவதில்லை./ ஊருக்குப் போக வண்டி கட்டிக்கொண்டு வா. **14: (பூக்களைச் சரமாக, மாலையாக) தொடுத்தல்;** string up (flowers); make (a garland). உதிரிப் பூ வாங்கிக் கட்டிக்கொண்டிருக்கிறாள்./ ஆள் உயர மாலையைக் கட்டிக்கொண்டுவந்திருக்கிறார்கள். **15: (வெற்றிலையை பீடாவாக) மடித்தல்/சுருட்டுதல்;** make *பீடா* by rolling (betel leaves). இரண்டு பீடா கட்டிக் கொடு. **16: (கைகளை மார்பின் குறுக்காக) மடக்கி வைத்தல்/(கைகளை இணைத்த நிலையில்) பின்புறம் வைத்திருத்தல்/(உயர்த்திய கால் மூட்டுகளைக் கைகளால்) கோத்து அணைத்தல்;** fold (hands across the chest or around the knees)/keep (the hands) folded (at the back). மார்பில் கைகட்டி நிற்கும் விவேகானந்தரின் உருவப் படம்./ கையைப் பின்புறமாகக் கட்டிக்கொண்டு உலாத்தினான்./ இரு கையாலும் முழங்காலைக் கட்டியபடி உட்கார்ந்திருந்தான். **இ.** *(பிற வழக்குகள்)* **17: திருமணம் செய்துகொள்ளுதல்/திருமணம் செய்து தருதல்;** marry. கட்டினால் அத்தைப் பெண்ணைத்தான் கட்டுவேன் என்று அவன் ஒற்றைக் காலில் நின்றான்./ நீ வெளிநாட்டுப் பெண்ணைக் கட்டினாலும் எனக்கு ஆட்சேபணை இல்லை என்று அம்மா கூறினாள்./ 'உன் பெண்ணை எனக்குக் கட்டித்தா' என்று அக்காவிடம் தைரியமாகக் கேள். **18: (நீரை) தேக்குதல்/(நீர்) தேங்குதல்;** dam (up water)/stagnate. வயலில் கட்டிய தண்ணீரை யாரோ திறந்துவிட்டுவிட்டார்கள். **19: (நெஞ்சில் சளி, கபம்) திரளுதல்/(அடிபட்ட இடத்தில் இரத்தம், கால் போன்ற உறுப்பில் நீர்) திரளுதல்;** (of phlegm, blood, etc.,) accumulate.; clot. நெஞ்சில் சளி கட்டியிருக்கிறது./ கீழே விழுந்ததில் தொடையில் இரத்தம் கட்டிவிட்டது./ காலில் நீர் கட்டியிருக்கிறது. **20:** *(பெரும்பாலும் எதிர்மறை வாக்கியங்களில்)* **(விலை, கூலி முதலியவை) போதுமானதாக இருத்தல்; கட்டுப்படியாதல்;** (of price, rent, charges, etc.,) be reasonable. முப்பது ரூபாய்ப் பொருளைப் பத்து ரூபாய்க்குக் கேட்டால் எப்படிக் கட்டும்?/ 'நீங்கள் கேட்கிற விலை எனக்குக் கட்டாது' என்றார் கடைக்காரர். **21: (கட்டணம், சந்தா, வட்டி போன்றவற்றை) செலுத்துதல்;** pay (fees, interest, etc.,). நாளைக் காலை தேர்வுக்குப் பணம் கட்டிவிடு./ ஒழுங்காக வட்டி கட்டிவருகிறேன். **22: (குதிரைப் பந்தயத்தில் குறிப்பிட்ட குதிரை வெற்றி பெறும் என்று ஊகித்து அதன் மீது) பணம் செலுத்துதல்;** bet (in a horse race). எந்தக் குதிரைமீது பணம் கட்டுவது என்று தெரியவில்லை. **23: (வேடம்) பூணுதல்; தரித்தல்;** play (a part in a stage play, film). அந்தக் காலத்தில் எங்கள் தாத்தா கட்டி ஆடாத வேஷமே இல்லை./ அவர் எந்த வேஷம் கட்டினாலும் பாத்திரத்தோடு அப்படியே ஒன்றிவிடுவார்.

24: (பெரும்பாலும் விரும்பத்தகாத விதத்தில்) (பட்டப் பெயர்) சூட்டுதல்; brand (s.o.); label. எல்லோரும் சேர்ந்து எனக்குத் திருட்டுப் பட்டம் கட்டிவிட்டார்கள்./ அவன் எனக்குப் பைத்தியக்காரப் பட்டம் கட்டலாம் என்று பார்க்கிறான். 25: (விஷத்தை மருந்து) முறித்தல்; counteract venom (as an antidote). பாம்பு விஷத்தைச் சிறியா நங்கை கட்டும் என்று சித்த மருத்துவம் கூறுகிறது. 26: (சிலவகை உணவு, மருந்து போன்றவற்றை உட்கொள்வதால் மலம்) இறுகுதல்/(சிலவகை உணவு, மருந்து மலத்தை) இறுகச் செய்தல்; (of stools) become hard/ harden (the stools). அடிக்கடி கீரை சாப்பிட்டால் மலம் கட்டாது./ 'வயிற்றுப்போக்கு அதிகமானால் வெந்தயத்தைச் சாப்பிடுங்கள். மலத்தைக் கட்டும்' என்றார் வைத்தியர். 27: (வ.வ.) (சிலம்பாட்டத்தில்) கழியைச் சுழற்றி வேகமாக அடிக்கும்போது அதைத் தடுத்துக் காத்துக்கொள்ளுதல்; protect from the blows of the staff (in the martial art). மின்னல் வேகத்தில் விழும் அவரது கம்பைக் கட்ட முடியாது.

கட்டு² து.வி. (கட்ட, கட்டி) (இல்லாமல் ஆக்குதல் என்ற பொருளில் வழங்கும்) முதன்மை வினையின் செயல் மிகவும் வன்மையுடனும் தீர்மானத்துடனும் நிறைவேற்றப்படுகிறது என்பதைக் குறிப்பிடும் துணை வினை; an auxiliary verb used to indicate that the action expressed by the main verb is carried out forcefully and with determination. நாட்டிலிருந்து வறுமையை ஒழித்துக்கட்ட அனைவரும் ஒன்றுசேர்ந்து போராடுவோம்./ எதிரியைத் தொலைத்துக்கட்ட அவன் போட்ட திட்டம் இது.

கட்டு³ பெ. அ. (ஒன்று மற்றொன்றோடு இணைந்திருக்கும் அல்லது சேர்ந்திருக்கும் முறையைக் குறிப்பிடும் வழக்கு) 1: (ஒருவரின் உடலில் காயம், எலும்பு முறிவு முதலியவை ஏற்பட்ட இடத்தில்) மருந்து வைத்துச் சுற்றப்படும் துணி அல்லது மாவுப் பசையால் உருவாக்கப்படும் இறுக்கமான உறை; bandage; plaster. உன் கால் கட்டை என்று பிரிக்கிறார்கள்?/ தலையில் என்ன கட்டு? 2: (கயிறு போன்றவற்றால் போடப்பட்டிருக்கும்) முடிச்சுடன் கூடிய சுற்று; tie; knot. முதலில் கட்டுகளை அவிழ்த்துவிட்டு அவரைக் கீழே படுக்கவை. 3: (துணி, ரூபாய் நோட்டு முதலியவற்றின் மொத்தமான) அடுக்கு; தொகுப்பு; bundle; pack; pile of papers. புல் கட்டு/ புதிய ஐந்து ரூபாய்க் கட்டு. [(தொ.சொ.) கற்றை/ குவியல்/ தொகுப்பு] 4: (அஞ்சல் நிலையத்தில் நேரப்படி வந்துசேரும் அல்லது அனுப்பப்படும்) கடிதத் தொகுப்பு; batch (of letters collected or delivered as per schedule). இரண்டாவது கட்டை எப்போது பிரிப்பார்கள்?/ இது முதல் கட்டில் வந்த கடிதம். 5: (தலைமுடி) கொத்து; bunch (of hair); hairdo. பின்னால் மட்டும் குதிரை வால் மாதிரி ஒரு கட்டு முடி தொங்குகிறதே! 6: (புடவை, வேட்டி முதலியவற்றை) உடுத்தியிருக்கும் முறை; the style of draping (saree, dhoti). மடிசார் கட்டு/ தார்ப்பாய்ச்சிய கட்டு. ஆ. (கட்டப்பட்ட ஒன்றின் அல்லது உருவான ஒன்றின் அமைப்பைக் குறிப்பிடும் வழக்கு) 7: (பல பிரிவுகளாகக் கட்டப்பட்டிருக்கும் பழைய பாணி வீட்டின்) ஒரு பகுதி/(ஒவ்வொரு புழக்கத்திற்கும் உள்ள) அறை அல்லது வெளி; bay. எங்கள் வீட்டின் இரண்டாம் கட்டில் ஊஞ்சல் போடப்பட்டிருக்கும்./ பல கட்டுகளைத் தாண்டித்தான் சமையல் அறைக்குப் போக வேண்டும்./ சமையல் கட்டு/ கொல்லைக் கட்டு. 8: வண்டிச் சக்கரத்தின் வெளிப்புறதில் இறுகப் பற்றியிருக்கும் இரும்பால் ஆன வளையம்; steel rim. 9: (-ஆன) (உடலின்) உறுதியான வடிவம்; (firm and solid) build. கட்டுத் தளராத உடல். 10: கட்டுப்பாடு; prohibition enjoined (on a community); control. ஜாதிக் கட்டு/ நிலைமை கட்டுக்கு அடங்காமல் போய்விட்டது./ கட்டற்ற சுதந்திரமான வாழ்க்கை. 11: (இலங்.) கரை; bank (of a tank, pond). வெள்ளம் குளக்கட்டை உடைத்துவிட்டது.

கட்டு⁴ பெ. (சித்த.) பால், தேன் முதலியவற்றில் உரைத்துக் கொடுக்கப்படும் கெட்டிப்படுத்தப்பட்ட மருந்துப் பொருள்; solidified medicine given to the patient by rubbing it in milk, honey, etc.,

கட்டு⁵ பெ. (இலங்.) (உடலில் தோன்றும்) கட்டி; boil or swelling (on the body). கட்டை நெடுக வைத்துக்கொண்டிருக்காதே, பரியாரியாரிடம் காட்டு.

கட்டுக்கதை பெ. 1: முழுக் கற்பனை; imagination; fabrication; myth. புளிய மரத்தில் பேய் இருக்கிறது என்று சொல்வதெல்லாம் கட்டுக்கதை. [(தொ.சொ.) அளப்பு/ கதை/ கற்பனை/ புரளி/ புனைந்துரை/ புனைவு/ பொய்/ வதந்தி] 2: (உண்மையை மறைப்பதற்குப் பரப்பப்படும்) பொய்யான செய்தி; concocted tale. கட்சியில் அவருக்கு மிகவும் செல்வாக்கு இருக்கிறது என்பது வெறும் கட்டுக்கதை.

கட்டுக்கம்பி பெ. (கட்டடக் கம்பிகளைப் பிணைத்துக் கட்டுவதற்குப் பயன்படும்) மெல்லிய இரும்புக் கம்பி; thin steel wire (used to secure steel rods in construction).

கட்டுக்கழுத்தி பெ. (ஊரக வ.) சுமங்கலி; married woman who has her husband living.

கட்டுக் காசு பெ. (இலங்.) தவணை முறையில் பணம் செலுத்திப் பொருள் வாங்கும் முறை; hire purchase. இது கட்டுக் காசுக்கு வாங்கிய சைக்கிள்.

கட்டுக்காவல் பெ. (ஒருவரை அல்லது ஓர் இடத்தைச் சுற்றிப் போடப்படும்) பலத்த காவல்; strict guard; tight security. அந்தக் கட்டுக்காவலை மீறி யார் அவரைக் கொன்றிருக்க முடியும்?/ நடந்த திருட்டுக்குப் பிறகு கோயிலில் கட்டுக்காவல் அதிகமாக உள்ளது.

கட்டுக்கிணறு பெ. (இலங்.) பூமிக்கு அடியில் தோண்டப்பட்ட பகுதி முழுதும் சுற்றுச்சுவருடனும் நீர் இறைக்க வசதியாக இடுப்பளவு உயரத்துக்குக் கட்டுமானமும் கொண்ட கிணறு; parapeted well with retaining wall to secure its sides, cement collars and an apron. கட்டுக்கிணற்றுக்குள் விழுந்த வாளியைக் கம்பு ஒன்றின் உதவியுடன் எடுத்தான்./ கட்டுக்கிணற்றில் நீர் குறைவாகத்தான் உள்ளது.

கட்டுக்குள் இரு வி. (இருக்க, இருந்து) **(ஒரு குறிப்பிட்ட நிலைமை) தீவிரத் தன்மையோடு இருந்தாலும் எல்லை மீறிப் போகாமல் தொடர்தல்;** (of a situation causing concern or anxiety) be under control. விவசாயிகள் போராட்டம் கட்டுக்குள் இருப்பதாக உள்துறைச் செயலர் மத்திய அரசுக்கு அறிக்கை அனுப்பினார்./ அவர் உடல் நிலை மோசமாக இருந்தாலும் கட்டுக்குள்தான் இருக்கிறது.

கட்டுக்கொடுக்காத பெ.அ. (ஊரக வ.) (மகிழ்ச்சி போன்றவை குறித்து வரும்போது) **தன்னிலை இழக்கச் செய்யும் அளவுக்கு; அடக்க முடியாத அளவுக்கு;** unbounded; uncontrollable (happiness, etc.,). மகளும் மாப்பிள்ளையும் பேரக் குழந்தைகளோடு வந்ததில் அவருக்குக் கட்டுக்கொடுக்காத மகிழ்ச்சி./ கட்டுக்கொடுக்காத மகிழ்ச்சியில் அவருக்கு என்ன செய்வது என்றே புரியவில்லை.

கட்டுக் கொதி பெ. (இலங்.) **கட்டியில் சீழ் கோத்திருப்பதால் ஏற்படும் கடுமையான வலி;** throbbing pain in a boil due to accumulated pus. கட்டுக் கொதியால் இரவு முழுதும் நித்திரை இல்லை.

கட்டுக்கோப்பு பெ. (-ஆக, -ஆன) **1: கட்டுப்பாட்டோடு கூடிய ஒற்றுமை; உறுதியான பிணைப்பு;** being well knit or well disciplined; solidarity. இந்தக் கட்சியில் உள்ள கட்டுக்கோப்பு மற்ற கட்சிகளில் இல்லை. **2: (கவிதை, கதை போன்றவற்றில்) (கூறுகளின்) இறுக்கமான அமைப்பு;** (of poetry, play, etc.,) well constructed or structured. கட்டுக்கோப்பான கதை/ கட்டுக்கோப்பான நாடகம்.

கட்டுச்சோறு பெ. (அ.வ.) (பயணத்திற்காக) **பொட்டலமாகக் கட்டப்பட்ட உணவு;** food packed (for a journey). மூன்று நாட்கள் பயணம் செய்ய வேண்டியிருந்ததால் கட்டுச்சோறு கட்டிக்கொண்டு புறப்பட்டான்.

கட்டுடல் பெ. **திடகாத்திரம்; வலிமை;** robustness. கட்டுடல் இளைஞர்கள்.

கட்டுடல் போட்டி பெ. **கட்டுமஸ்தான உடல் கட்டைப் பெற்றிருப்பவர்களுக்கு இடையில் உடல் கட்டை மதிப்பிட நடத்தப்படும் போட்டி;** a competition in which the best bodybuilder is selected. கட்டுடல் போட்டியில் கலந்துகொள்ள வந்திருந்தவர்களுக்கு புஜங்களும் கால்களும் நன்கு திரண்டிருந்தன./ முப்பது வயதுக்கு உட்பட்டவர்கள் மட்டுமே இந்தக் கட்டுடல் போட்டியில் கலந்துகொள்ள முடியும்.

கட்டுடைத்தல் பெ. (இலக்கியத்திலும் தத்துவத்திலும் வாசகன் தன் அனுபவத்தின் அடிப்படையில் பகுத்து ஆய்வதன்மூலம்) **ஒரு கருத்தாக்கத்தில் அல்லது பனுவலில் உள்ள உண்மையின் முரண்களையும், அவை கூறாமல் விடும் உண்மையையும் வெளிக்கொண்டு வரும் அணுகுமுறை;** deconstruction.

கட்டுத்திட்டம் பெ. (-ஆக, -ஆன) (பே.வ.) **கட்டுப்பாடு;** discipline; control. கட்டுத்திட்டமான வாழ்க்கை/ பெண்களுக்குத்தான் கட்டுத்திட்டங்கள் அதிகம்.

கட்டுநர் பெ. (பு.வ.) **தொழில்முறையில் வீடுகளையும் பிற கட்டடங்களையும் கட்டித்தருபவர் அல்லது கட்டித் தரும் நிறுவனம்; கட்டுமானத் தொழிலைச் செய்பவர்;** builder.

கட்டுப்படியாகு வி. (-ஆக, -ஆகி) **1: (பொருளின் விலை விற்பவருக்கு) போதுமானதாக இருத்தல்; கட்டுதல்;** (of prices) be enough; be reasonable. வாழைப்பழம் கிலோ நூறு ரூபாய். அதற்கும் குறைத்துக் கொடுத்தால் எனக்குக் கட்டுப்படியாகாது./ கரும்புக்குக் கட்டுப்படியாகிற விலை கிடைக்கச் செய்ய வேண்டும் என்று விவசாயிகள் கோரினார்கள். **2: (தேவை அதிகமாக இருக்கும்போது) (ஒன்றுக்குக் கொடுக்க வேண்டிய தொகை வசதிக்கு உட்பட்டதாக இருப்பதால்) ஈடுகொடுக்க முடிதல்; சமாளிக்க முடிதல்;** meet (a need) adequately. நம் வீட்டுக்கு எண்ணெய் வாங்கிக் கட்டுப்படியாகாது போலிருக்கிறது./ நீயும் சம்பாதித்தால்தான் இந்த வாடகை நமக்குக் கட்டுப்படியாகும்.

கட்டுப்படு வி. (-பட, -பட்டு) **1: அடங்கி நடத்தல்; பணிதல்; கீழ்ப்படிதல்;** submit (oneself) to (a decision, rule, etc.,); be bound (by). நீங்கள் எந்த முடிவு எடுத்தாலும் நான் அதற்குக் கட்டுப்படுகிறேன்./ யாருக்கும் கட்டுப்படாமல் அவர் வாழ்ந்துவிட்டார். **2: (நோய் முதலியவை) தணிதல்; அடங்குதல்;** be under control. மஞ்சளைச் சுட்டு முகர்ந்துபார், ஜலதோஷம் கட்டுப்படும்.

கட்டுப்படுத்து வி. (-படுத்த, -படுத்தி) **1: ஓர் அளவுக்குள் இருக்குமாறு அல்லது வெளிப்படாதவாறு ஒன்றை நிறுத்துதல்;** control; hold back; restrain. என்னுள் எழுந்த கோபத்தைச் சிரமப்பட்டுக் கட்டுப்படுத்திக்கொண்டேன்./ உடற்பயிற்சி மற்றும் சீரான உணவுப் பழக்கத்தினால் நீரிழிவு நோயைக் கட்டுப்படுத்த முடியும்./ ஒன்றுக்குப் போவதைக்கூடக் கட்டுப்படுத்திக்கொண்டு உட்கார்ந்திருந்தான். **2: (ஒன்றை அல்லது ஒருவரை) தன் வசத்தின் அல்லது தன் ஆதிக்கத்தின் கீழ் வைத்திருத்தல்;** keep (s.o. or sth.) under one's control. பெற்றோர்கள் குழந்தைகளை அளவுக்கு அதிகமாகக் கட்டுப்படுத்தக் கூடாது./ நவீனத் தொழில்நுட்பம் வளரும் நாடுகளுக்குக் கிடைக்காதவாறு பன்னாட்டு நிறுவனங்கள் கட்டுப்படுத்துகின்றன. **3: அளவுக்கு மீறிச் செல்லாமல் ஒன்றைத் தடுத்தல்; தடுத்து ஒழுங்குபடுத்துதல்;** check; control; regulate. இந்த இயந்திரத்தில் நீராவியின் அழுத்தத்தைக் கட்டுப்படுத்த விசை உள்ளது./ காடுகளால் வெள்ளம் கட்டுப்படுத்தப்படுகிறது. **4: (விதிமுறை, பொறுப்பு முதலியன ஒருவரை) பிணைத்தல்;** be binding on s.o. தந்தை வாங்கிய கடன் மகனையும் கட்டுப்படுத்துமா?/ இந்த விற்பனை வரிச் சட்டம் பெட்டிக்கடைக்காரர்களைக் கட்டுப்படுத்தாது.

கட்டுப்பணம் பெ. (இலங்.) **கட்டணம்;** fee. ரூபாய் 500 மீளளிக்கப்படக்கூடிய வைப்புப்பணமாகவும், ரூபாய் 100

கட்டுப்பணமாகவும் செலுத்துவதன் மூலம் கோரல் மனுக் களைப் பெற்றுக்கொள்ளலாம்./ கட்டுப்பணம் செலுத்தி அந்தப் போட்டியில் கலந்துகொண்டார்.

கட்டுப்பல் பெ. (இலங்.) **பொய்ப்பல்;** dentures. அப்பப்பா தனக்குக் கட்டுப்பல் வேண்டாம் என்று சொல்லி விட்டார்./ எங்காவது போட்டுவிட்டுக் கட்டுப்பல்லைத் தேடுவதே அம்மம்மாவின் வேலை.

கட்டுப் பழுதை பெ. (ஊரக வ.) **(அறுவடையான நெல் தாள்களை வயலிலிருந்து கட்டிக் களத்துக்கு எடுத்துச் செல்ல) நெல் தாளை இரண்டு பிரிகளாகச் சேர்த்துத் திரித்துக்கொள்ளும் கயிறு;** rope made by twisting paddy straw for temporary use in fetching sheaves of grain from the field to the threshing ground.

கட்டுப்பாட்டு அறை பெ. **ஒரு துறையின் அல்லது நிறுவனத்தின் பணிகள் பல இடங்களில் தொடர்ந்து நடைபெறும்போது தகவல்களைப் பெற்று, வேண்டிய இடங்களுக்கு அவற்றை அனுப்பும் (தொலைத்தொடர்புச் சாதனங்கள் அமைந்துள்ள) இடம்;** control room.

கட்டுப்பாடு பெ. 1: **(-ஆக, -ஆன) வரம்பை மீறாத ஒழுங்கு;** discipline. நம் கட்சியில் தொண்டர்கள் கட்டுப்பாடு உடையவர்களாக இருக்கிறார்கள்./ கட்டுப்பாடான வாழ்க்கை. 2: **(சுதந்திரமாகச் செயல்பட விடாமல் ஒருவர்மீது செலுத்தும்) ஆதிக்கம்;** restriction; control. பல நாடுகளில் பெண்களுக்கு எதிரான கட்டுப்பாடுகள் குறைந்து வருகின்றன./ எங்கள் கல்லூரியின் விடுதியில் கட்டுப்பாடுகள் அதிகம். 3: **(சீராகவோ அளவுக்கு மீறிப் போய்விடாமலோ ஒன்றை) கட்டுக்குள் வைத்திருப்பது; முறைமை;** control; regulation. தங்கக் கட்டுப்பாட்டுச் சட்டம் வெற்றியடையவில்லை./ வாடகைக் கட்டுப்பாட்டு வாரியம்./ இந்தச் சிகிச்சையை எடுத்துக்கொண்டால் சர்க்கரை நோயைக் கட்டுப்பாட்டுக்குள் வைத்திருக்கலாம். 4: **(ஒன்றைச் செயல்படுத்த, நிர்வகிக்க, மேற்பார்வையிட ஒருவருக்கு இருக்கும்) அதிகாரம்; பொறுப்பு;** administrative control. ராணுவம் மத்திய அரசின் கட்டுப்பாட்டில்தான் இருக்கிறது./ தன் கட்டுப்பாட்டில் உள்ள பள்ளிகளில் இருபதாயிரத்திற்கும் மேற்பட்ட மாணவர்கள் இருப்பதாக அந்த அதிகாரி தெரிவித்தார்./ இந்தக் கோயில் அறநிலையத் துறையின் கட்டுப்பாட்டின் கீழ் உள்ளது.

கட்டுப்பெட்டி பெ. **(மாறுதல்கள்பற்றி அறிந்துகொள்ளாமல்) பழைய வழக்கங்களையும் நம்பிக்கைகளையும் பின்பற்றி வாழ்பவர்;** a person given to orthodoxy. பெண்கள் கட்டுப்பெட்டிகளாக இருந்த காலம் மலையேறிவிட்டது./ இளைஞனான நீ இன்றைய வாழ்க்கையின் போக்குகளைப் புரிந்துகொள்ளாத கட்டுப்பெட்டியாக இருப்பது வியப்பாக இருக்கிறது.

கட்டுமட்டு பெ. (-ஆக, -ஆன) (இலங்.) **சிக்கனம்;** thrift. கட்டுமட்டான குடும்பம்./ அவர்கள் கட்டுமட்டாகக் குடும்பத்தை நடத்துகிறார்கள்./ அவன் கட்டுமட்டானவன்.

கட்டுமரம் பெ. **(மீனவர் கடலில் செல்வதற்குப் பயன்படுத்தும்) நீண்ட மரக் கட்டைகள் ஒன்றாகப் பிணைக்கப்பட்ட மிதவை;** raft (made with logs tied together and used for fishing in the sea); catamaran.

கட்டுமரம்

கட்டுமலை பெ. (ஊரக வ.) **(இயற்கையாகத் தோன்றியதாக அல்லாமல்) கோயிலுக்காகக் கட்டி உருவாக்கிய சிறிய மலை போன்ற அமைப்பு;** hill-like structure constructed for a temple. சுவாமிமலையைக் கட்டுமலை என்பார்கள்.

கட்டுமஸ்தாக/கட்டுமஸ்தான வி.அ./பெ.அ. **உடல் வலிமையுடன்/திண்மையான;** (of body) robust. உயரத்திற்கேற்பக் கட்டுமஸ்தாகக் காணப்பட்டார்./ நல்ல கட்டுமஸ்தான தேகம்.

கட்டுமானம்[1] பெ. 1: **(கட்டடம் போன்றவற்றின்) உருவாக்கம்; நிர்மாணம்;** construction (of a building, etc.,). கோபுரக் கட்டுமானப் பணி சென்ற மாதம் துவங்கியது./ கட்டுமானம் சரியாக இல்லாததால் பாலத்தில் விரிசல் கண்டுவிட்டது. 2: **கட்டப்பட்ட அமைப்பு; கட்டடம்;** structure; construction; anything built. இது கருங்கற்களால் ஆன ஒரு கட்டுமானம் ஆகும்.

கட்டுமானம்[2] பெ. (ஊரக வ.) **கட்டுப்பாடு;** restriction; control; prohibition. ஊர்க் கட்டுமானத்தை யார் மீற முடியும்?

கட்டுமீறு வி. (-மீற, -மீறி) 1: **தடையை அல்லது கட்டுப்படுத்தப்பட்டிருக்கும் நிலையை மீறுதல்;** defy; get out of control. கட்டுமீறி உள்ளே நுழைய முயன்றவனைக் காவலர்கள் தடுத்து நிறுத்தினர்./ கட்டுமீறி ஓடிய காளையைப் பிடிக்க இளைஞர்கள் முயன்றனர். 2: **(ஒரு குறிப்பிட்ட நிலைமை) கட்டுப்படுத்த முடியாத அளவுக்குத் தீவிரத் தன்மையை அடைதல்;** (of a situation) get out of hand. நாட்டின் நிலைமை கட்டுமீறிப் போய்விட்டது./ உணர்ச்சிகள் கட்டுமீறிப் போகாமல் பார்த்துக்கொள்வது நல்லது.

கட்டுரை பெ. **ஏதேனும் ஒரு பொருள்பற்றித் தகவல்கள், கருத்து போன்றவற்றை வெளிப்படுத்தி, உரைநடையில் (கதையாக இல்லாமல்) எழுதப்படுவது;** informative essay; article.

கட்டுவிரியன் பெ. **கரும்சாம்பல் நிற உடலில் வெண்ணிற வளையம் கொண்ட ஒரு வகை விஷப் பாம்பு;** krait.

கட்டு வெட்டிப்போடு வி. (-போட, -போட்டு) *(ஊரக வ.)* **(மாட்டு வண்டியின்) சக்கரத்தைச் சுற்றியிருக்கும் வட்டமான இரும்புப் பட்டையின் விட்டத்தைக் குறைத்து, நெருப்பில் காய்ச்சி, மீண்டும் பொருத்தி இறுக்குதல்;** reset the steel rim of a cart's wooden wheel after reducing its circumference and heating it to secure and make the wheel firm. கட்டு வெட்டிப்போட ஒரு வாரமாக வண்டி பட்டறையிலேயே கிடக்கிறது./ கட்டு வெட்டிப்போட்டாலும் வண்டிக்கால் தேறாது என்று நினைக்கிறேன்.

கட்டுறுதி பெ. (-ஆன) (பெரும்பாலும் உடல் அமைப்பைக் குறிப்பிடும்போது) **வலிமையும் உறுதியும் உடையது;** (of body or structure) strongly built. கட்டுறுதி வாய்ந்த உடல்.

கட்டெறும்பு பெ. **(சாதாரண எறும்பைவிடச் சற்றுப் பெரிய) கடித்தால் வலி ஏற்படுத்தும் கறுப்பு நிறத்தில் இருக்கும் எறும்பு;** a kind of black ant (whose sting is painful).

கட்டை[1] பெ. அ. (மரத் துண்டு தொடர்புடைய வழக்கு) **1: அளவாக வெட்டப்பட்ட மரத் துண்டு;** block of wood split into pieces (such as firewood); log. சந்தனக் கட்டை/ பிணத்தைச் சுற்றிக் கட்டைகளை அடுக்கினார்கள்./ கட்டையால் தாக்கப்பட்டு மரணம். [(தொ.சொ.) **கழி/ குச்சி/ சுள்ளி/ தடி**] **2: (துப்பாக்கியின் கைப்பிடியை ஒட்டிப் பின்புறம் அமைக்கப்பட்டிருக்கும்) பட்டையான, நீண்ட மரத் துண்டு;** butt (of a gun). தோட்டா தீர்ந்துவிட்டால் துப்பாக்கிக் கட்டையாலும் தாக்கலாம். **3: (ஆர்மோனியத்தில் ஸ்வரத்தைக் குறிக்கும்) பட்டை வடிவத் துண்டு;** key (in a harmonium). **4:** *(இலங்.)* **சற்றுப் பருமனான குச்சி;** twig. துவரங்கட்டை/ பூவரசங்கட்டை. **ஆ.** (உயரத்தைக் குறிப்பிடும் வழக்கு) **5:** (-ஆக, -ஆன) **உயரக் குறைவு; நீளம் குறைந்தது; குட்டை;** sth. that is short; anything worn down to a stub. தலைமுடி கட்டையாக இருக்கிறது./ அவர் உயரத்தில் சிறிது கட்டைதான்./ பெருக்கிப்பெருக்கித் துடைப்பம் கட்டையாகப் போய்விட்டது. **இ.** (ஆள் தொடர்பான வழக்கு) **6:** *(பே.வ.)* **(ஒருவரின்) உடல்/ஒரு நபர்;** (one's) body/a person. இப்போதுதான் கட்டையைக் கிடத்தினேன், அதற்குள் பால்காரர் வந்துவிட்டார்./ அவன் எதற்கும் துணிந்த கட்டை.

கட்டை[2] பெ. *(இலங்.)* **மைல்;** mile. இங்கிருந்து எத்தனை கட்டை தூரத்தில் உன் வீடு இருக்கிறது?/ கோயிலுக்கு இன்னும் நாலு கட்டை போக வேண்டும்.

கட்டைக் கறுவல் பெ. *(இலங்.)* **குள்ளமாகவும் கறுப்பாகவும் இருக்கும் நபர்;** a short person of dark complexion. அந்தக் கட்டைக் கறுவலான மெல்லிய தேகத்தைக் குலுக்கிக்கொண்டே அவன் பேசியது புதினமாக இருந்தது.

கட்டைக்குரல் பெ. **1: அடித்தொண்டையிலிருந்து எழும் கனத்த குரல்;** deep voice. கட்டைக்குரல் என்பதே தெரியாதபடி பாடினார். **2:** *(இலங்.)* **கம்மிய குரல்;** faint voice.

கட்டைக் குருத்து பெ. *(இலங்.)* **(பசுமையான) வாழை மரத்தின் விரியாத இளம் இலை; குருத்து இலை;** tender banana leaf that has yet to unfurl. அவசரப்பட்டுக் கட்டைக் குருத்தை நறுக்கிவிடாதே./ வாழை பட்டுப்போனதுக்குக் காரணம் கட்டைக் குருத்தை வெட்டியதுதான்.

கட்டைக்கூத்து பெ. *(பெ.வ.)* **தெருக்கூத்து;** a form of street theatre.

கட்டைப் பஞ்சாயத்து பெ. **பிரச்சினைகளை அடாவடித்தனத்துடன், சட்டத்துக்குப் புறம்பான வழிகளில் ஒரு குழுவாகச் சிலர் சேர்ந்துகொண்டு தீர்த்து வைக்கும் ஏற்பாடு;** settlement of dispute by a group of persons using unfair means. இத்தனை நாள் கட்டைப் பஞ்சாயத்து செய்துகொண்டிருந்தவர் இன்று தேர்தலில் போட்டியிடுகிறார்.

கட்டைப் பயறு பெ. *(ஊரக வ.)* **சிவப்புக் காம்புடன் சிறியதாக இருக்கும் இளம் வெற்றிலை;** tender betel leaf of a smaller size with reddish stalk. ஒரு கவுளி கட்டைப் பயறும் சீவலும் கொடு என்று கடைக்காரரிடம் கேட்டான்.

கட்டைப் பேனா பெ. **(முன்பு வழக்கில் இருந்த) மையில் தொட்டு எழுதும் வகையில் மரப்பிடியின் முனையில் உலோகத்தால் ஆன முள் பொருத்தப்பட்ட சாதனம்;** an instrument consisting of a wooden holder with a metal nib fixed at one end used for writing with ink (not in vogue now).

கட்டைப் பை பெ. **(பொதுவாக ஜவுளிக்கடைகளில் வாடிக்கையாளர்களுக்கு இலவசமாக வழங்கும்) மரக் கட்டைக் கைப்பிடி கொண்ட பெரிய பை;** a big bag with wooden handle (given free to customers in textile shops).

கட்டைப் பை

கட்டை பிரம்மச்சாரி பெ. **திருமணம் செய்துகொள்வதில்லை என்பதில் மிகவும் உறுதியாக இருப்பவர்;** confirmed bachelor.

கட்டையைப் போடு வி. (போட, போட்டு) **(சீராக நடந்துகொண்டிருக்கும் ஒரு செயலுக்குத் தடை ஏற்படுத்தும் விதத்தில்) இடையூறு செய்தல்;** hinder an activity. வேலை நன்றாக நடந்துகொண்டிருக்கிறது. திடீரென்று இவன் ஏன் கட்டையைப் போடுகிறான்?/ எல்லாம் முடியப்போகிற நேரத்தில், நீ கட்டையைப் போடாதே.

கட்டையை நீட்டு வி. (நீட்ட, நீட்டி) *(பே.வ.)* **1:** (அலுப்புடன் குறிப்பிடும்போது) **(படுத்து) ஓய்வெடுத்தல்;** (lie down in order to) take rest. பத்து நிமிடம் கட்டையை நீட்டலாம் என்றால் அதற்குள் யாரோ கதவைத்

கட்டைவண்டி   304

தட்டும் சத்தம் கேட்டது./ இந்த வீட்டில் ஐந்து நிமிஷம் கட்டையை நீட்ட முடிகிறதா? **2:** (விரக்தியுடனோ மரியாதைக் குறைவான முறையிலோ குறிப்பிடும்போது) இறத்தல்; die (flippant reference to the death of a person). நான் கட்டையை நீட்டிவிட்டால் இந்தக் குடும்பம் என்னவாகும் என்று யோசித்தீர்களா?/ இந்தக் கிழம் எப்போது கட்டையை நீட்டும் என்று எதிர்பார்த்தவர்கள்போல் எல்லோரும் நடந்துகொண்டார்கள்.

கட்டைவண்டி பெ. (இருசுக் கட்டையின் இரு பக்கங்களிலும் பெரிய சக்கரங்களை உடைய) மூடும் அமைப்பு இல்லாத, பாரம் ஏற்றிச் செல்லும் மாட்டு வண்டி; a bullock cart without cover, used mainly for carrying loads. (பார்க்க, படம்)

கட்டைவிரல் பெ. கையில் மற்ற நான்கு விரல்களை விட உயரத்தில் குறைந்தும் சற்றுப் பருமனாகவும் தனித்தும் (பொருளைப் பிடிப்பதற்கு வசதியாகவும்) இருக்கும் விரல்/காலில் மற்ற விரல்களைவிடத் தடியாக உள்ள முதல் விரல்; பெருவிரல்; thumb/big toe. கையெழுத்துப் போடத் தெரியாதவர்கள் கட்டைவிரல் ரேகையைத்தான் பதிப்பார்கள்./ திருமணத்தில் அம்மி மிதிக்கும்போது மணமகன் மணமகளின் கட்டைவிரலைப் பிடித்துப் பாதத்தைத் தூக்கி வைக்க வேண்டும்.

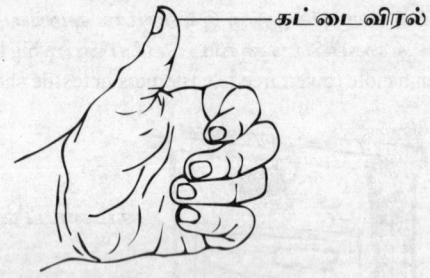
கட்டைவிரல்

கட்டோடு வி.அ. அடியோடு; அறவே; completely; wholly. வெற்றிலை போடுவது எனக்குக் கட்டோடு பிடிக்காது./ அவன் உறவைக் கட்டோடு விட்டுவிடு.

கட்ரா பெ. (ஊரக வ.) **1:** (வளைவோ மடிப்போ இல்லாத விளிம்புகளைக் கொண்ட) சிறிய உலோகக் கிண்ணம்; small flat-bottomed, metal vessel with no lip for keeping side dish in a meal. சாப்பாட்டுக்குத் தட்டில் சாதமும் கட்ராவில் சாம்பார், ரசம், தயிர், கூட்டு, பொரியல் எல்லாம் வைத்துத் தருகிறார்கள். **2:** (விளிம்பு மடிக்கப்படாத) சிறிய மண் பாத்திரம்; flat-bottomed earthenware vessel of a small size with no lip. கட்ராவில் பழையது இருந்தது./ தூக்கு வாளியில் சுடுசாதமும் கட்ரா நிறைய குழம்பும் வீட்டிலிருந்து வயலுக்கு வந்தது.

கட்லா பெ. சுமார் இரண்டு மீட்டர்வரை வளரும், பருத்த தலையும் தடித்த உதடுகளும் கொண்ட, வெள்ளி நிறத்தில் காணப்படும் (உணவாகும்) பெரிய நன்னீர் மீன்; catla.

கட வி. (கடக்க, கடந்து) **1:** (ஒரு பரப்பின்) ஒரு பக்கத்திலிருந்து எதிர்ப் பக்கத்தை அடைதல்/(இடத்தை, பொருளை, நபரை) தாண்டிச் செல்லுதல்; cross (a road, a river, etc.,)/go past (sth.). பெரிய நகரங்களில் சாலையைக் கடப்பது எளிதல்ல./ கேரளத்தில் பல இடங்களில் ஆற்றைக் கடக்கத் தோணிகள் உண்டு./ பேருந்து தன்னைக் கடந்து மறையும்வரை காத்திருந்தான்./ (உரு வ.) வாழ்க்கையில் பல பிரச்சினைகளைக் கடந்துவர வேண்டியதாக உள்ளது. **2:** (புகழ், முக்கியத்துவம் போன்றவை குறிப்பிட்ட காலத்தை) தாண்டி நிலைத்தல்; go beyond (time); transcend. நல்ல இலக்கியங்கள் காலத்தைக் கடந்து நிற்பவை. **3:** (காலம்) கழிதல்; (of time) pass. விண்ணப்பம் அனுப்பிப் பல மாதங்கள் கடந்துவிட்டன./ காலம் கடந்து இதைச் செய்திருக்கிறாய்.

கடகட வி. (கடகடக்க, கடகடத்து) (கட்டுத் தளர்ந்து) ஆட்டம் காணுதல்; become loose; become rickety. மாட்டு வண்டி கடகடக்க ஆரம்பித்துவிட்டது./ இந்த வயதிலேயே பல்லெல்லாம் கடகடக்கிறதா?

கடகட-என்ற பெ.அ. (பொருள்) உருள்வதைப் போன்ற; loud. பூட்டியிருந்த அறைக்குள் கடகடவென்ற சத்தம் கேட்டது.

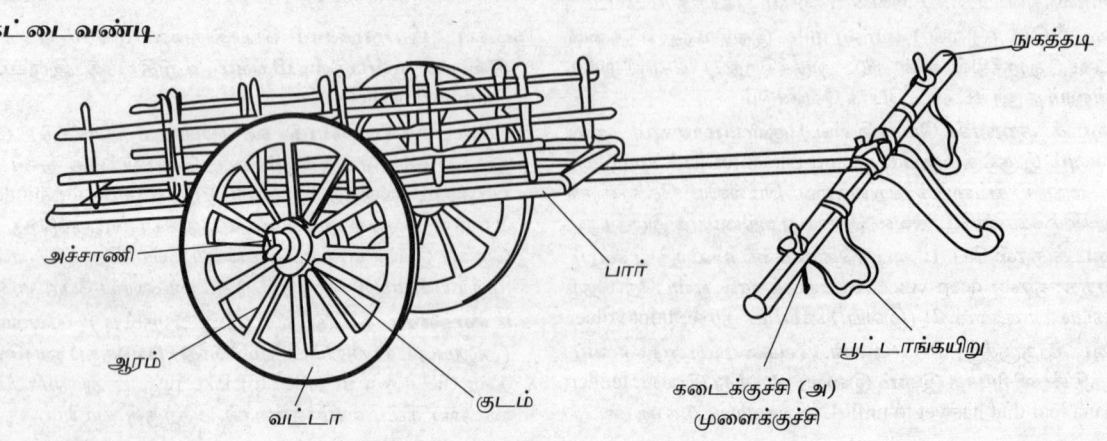
கட்டைவண்டி

கடகட-என்று[1] வி.அ. **தடங்கல் இல்லாமல்; விரைவாக;** without break, interruption or pause; quickly. நீ பாடங்களைக் கடகடவென்று ஒப்பித்துவிட்டால் விளையாடப் போகலாம்./ வீட்டு வேலைகளைக் கடகடவென்று செய்து விட்டு வா!

கடகட-என்று[2] வி.அ. *(சிரிப்பைக் குறித்து வரும் போது)* **பொருள் உருள்வதைப் போன்று;** (of laughter) heartily and loudly. அவர் கடகடவென்று சிரித்தார்.

கடகம்[1] பெ. *(சோதி.)* **நண்டைக் குறியீட்டு வடிவமாக உடைய நான்காவது ராசி;** fourth constellation of the zodiac having crab as its sign; Cancer. *(பார்க்க, படம்: ராசி[1])*

கடகம்[2] பெ. *(வ.வ.)* **(பொருள்களை எடுத்துச் செல்லப் பயன்படும்) பனை ஓலையால் பின்னப்பட்ட பெரிய பெட்டி;** a box-like basket made of palm leaves. மண் அள்ளக் கடகம் கொண்டுவா!

கடகரேகை பெ. **நிலநடுக்கோட்டுக்கு இணையாக வடக்கில் 23° தூரத்தில் செல்வதாக அமைத்துக்கொண்ட கற்பனைக் கோடு;** Tropic of Cancer. *(பார்க்க, படம்: மகரரேகை)*

கடத்தல் பெ. **(ஒருவரை, ஒரு பொருளை) கடத்தும் செயல்;** kidnapping; abduction; smuggling; hijack. கடத்தல்காரனிடமிருந்து சிறுமி தப்பினாள்./ தங்கக் கடத்தல் கோஷ்டி கைது./ விமானக் கடத்தல்.

கடத்தி பெ. *(இயற்.)* **வெப்பத்தை அல்லது மின்சாரத்தைத் தன் ஊடாகச் செல்ல அனுமதிக்கும் பொருள்;** conductor (of heat and electricity). வெப்பக்கடத்தி/ மின்கடத்தி.

கடத்து வி. *(கடத்த, கடத்தி)* **அ.** (ஒரு பொருளைக் கொண்டுபோதல் அல்லது போக விடுதல் தொடர்பான வழக்கு) **1: (ஒருவரை) விருப்பத்துக்கு மாறாகக் கொண்டு போதல்;** kidnap (a person). துப்பாக்கி முனையில் ஒரு பெண்ணைக் கடத்த முயற்சி செய்திருக்கிறார்கள். **2: (அரசால் தடைசெய்யப்பட்ட பொருளை அல்லது அரசின் அனுமதி இல்லாமல் ஒரு பொருளை) சட்டவிரோதமாக எடுத்துச்செல்லுதல்;** smuggle (goods). கஞ்சா போன்ற போதைப்பொருள்களைக் கடத்துவது அதிகமாகி விட்டது./ காட்டிலிருந்து தேக்கு மரங்களை வெட்டிக் கடத்த முயன்றவர்கள் கைதுசெய்யப்பட்டனர். **3: (ஆயுதங்களைக் காட்டி, மிரட்டி விமானம் போன்றவற்றை) சட்டவிரோதமாகக் கைக்கொள்ளுதல்;** hijack (a plane, etc.,). விமானத்தைக் கடத்த முயன்றவர் கைது. **4: உட்புகுந்து அல்லது ஒன்றின் வழியே செல்ல அனுமதித்தல்;** allow sth. to pass through (without retaining); conduct (electricity, etc.,). சிலவகை மண் மட்டுமே நீரைக் கடத்தும் திறனைப் பெற்றிருக்கும்./ மின்சாரத்தைச் செப்புக் கம்பி எளிதில் கடத்தும். **5: (கால்பந்து, கூடைப்பந்து போன்ற விளையாட்டுகளில்) (எதிர் அணியினருக்குக் கிடைக்காத முறையில் தன் அணியில் உள்ளவருக்குப் பந்தை) அனுப்புதல் அல்லது போக விடுதல்;** (in football, etc.,) pass (the ball). பந்தைக் கடத்தும் நுணுக்கம் இன்னும் நம் அணியினருக்குச் சரியாக வரவில்லை. **ஆ.** (காலத்தைக் கழிய விடுதல் தொடர்பான வழக்கு) **6: (கல்வி, இசை, நாட்டியம் போன்று) (தனக்குக் கற்றுத்தரப்பட்டதை அல்லது தான் கற்றுக்கொண்டதை அடுத்த தலைமுறைக்குச் சொல்லிக்கொடுப்பதன் மூலம்) கைமாற்றி விடுதல்;** pass on; hand sth. down. குடும்பத்தின் இசைச் செல்வமும் பாணியும் அடுத்த தலைமுறைகளுக்குக் கடத்தப்பட்டன. **7: (காலத்தை) போக்குதல்; கழித்தல்;** while away (time); let (time) pass. பேசியே காலத்தைக் கடத்தாமல் உருப்படியாக ஏதாவது செய்!/ நூறு ரூபாயில் இன்னும் நான்கு நாட்களைக் கடத்தியாக வேண்டும்.

கடதாசிப்பூ பெ. *(இலங்.)* காண்க: **காகிதப்பூ.**

கடதாசி விளையாட்டு பெ. *(இலங்.)* **சீட்டு விளையாட்டு;** (the game) cards.

கடந்த[1] பெ.அ. *(காலத்தைக் குறிக்கும்போது)* **கழிந்து போன;** (of time) past; last. கடந்த பத்து நாட்களாக மழை பெய்துவருகிறது./ கடந்த ஆண்டு.

-கடந்த[2] இ.சொ. **'இல்லாத, மீறிய' ஆகிய பொருளில் (அளவு, எல்லை போன்றவற்றைக் குறிக்கும்) பெயர்ச்சொல்லுடன் சேர்ந்து அதைப் பெயரடை ஆக்கும் இடைச்சொல்;** particle used in the sense of 'without'; '-less'. அவள் அண்ணன்மீது அளவுகடந்த அன்பு வைத்திருந்தாள்.

கடந்தகாலம் பெ. **முடிந்துபோன காலம்/குறிப்பிட்ட அந்தக் காலத்தில் நடந்த நிகழ்வு;** past. கடந்தகாலத்தில் அவருடைய செயல்பாடுகள் எப்படி இருந்தன என்பது கவனத்தில் எடுத்துக்கொள்ளப்படும்./ எனது கடந்தகாலத்தைப் பற்றி நான் யோசிப்பதே இல்லை.

கடப்படாதவன் பெ. *(ஊரக வ.)* **வயதானதால் வேலை செய்ய உடம்பில் வலு இல்லாதவர்;** old and infirm person. கடப்படாதவன் என்று வயல் வேலைக்கு யாரும் என்னைக் கூப்பிடுவதில்லை.

கடப்பளி பெ. *(இலங்.)* **ஒழுக்கம் இல்லாத நபர்;** degenerate person. இவன் சரியான கடப்பளி. இவனோடு சேராதே./ இந்தக் கடப்பளிக் கூட்டத்தில் போய்க் கலியாணம் செய்யலாமா?

கடப்பாடு பெ. *(உ.வ.)* **(தானே உணர்ந்து செய்ய வேண்டிய) கடமை;** bounden duty; obligation. காவல்துறைக்கு ஒத்துழைப்புத் தரும் கடப்பாடு உடையவர்கள் மக்கள்./ மகளிரின் நலனைக் காக்கும் கடப்பாடு அரசுக்கு உண்டு.

கடப்பாரை பெ. **(இடித்தல், நெம்புதல் போன்ற செயல்களுக்குப் பயன்படும்) பட்டை முனையும் கொண்டைத் தலையும் உடைய கனத்த இரும்புக் கம்பி;** iron bar with a flat end (used for digging pits or used as a lever); (a kind of) crow-bar.

கடப்பு பெ. *(இலங்.)* **(வீட்டு வேலியில்) உள்ளே நுழையும் பகுதியில் நீண்ட குறுக்குக் கழிகளைக் கட்டி, தாண்டிச் செல்வதுபோல் அமைக்கப்படும் தடுப்பு;**

கடப்புக்கால் 306

a wooden crossbar in a fence which allows pedestrians to pass over. கடப்பைத் தாண்டி உள்ளே வாயேன்./ அந்தக் கடப்பை எடுத்துவிட்டு ஒரு கதவைப் போடலாம்தானே!

கடப்புக்கால் பெ. (இலங்.) *கவட்டுக்கால்;* bandy legs. கடப்புக்கால் என்பதால் அவரால் கெதியாக நடக்க முடியாது.

கடப்பைக்கல் பெ. *(கட்டடங்களின் தரையில் பதிப்பதற்குப் பயன்படுத்தும்) கனமான கறுப்பு நிறக் கல்;* a kind of granite (used for paving floors); cuddappah slab.

கடம் பெ. (இசை) *வயிற்றில் கவிழ்த்து வைத்துக் கைகளால் தட்டி வாசிக்கும், மண் பானையால் ஆன தாளக் கருவி;* a pot-shaped earthen percussion instrument (the mouth of which is kept against the player's belly and played with hands).

கடம்

கடம்பு பெ. *பூப்பந்து போன்ற மஞ்சரிகளைக் கொண்ட, மரச் சாமான்கள் செய்யப் பயன்படும், குறிப்பிட்ட சில மர வகைகளின் பொதுப்பெயர்;* common term for cadamba trees.

கடம்புப்பால் பெ. (இலங்.) காண்க: **சீம்பால், 1.**

கடம்பு மான் பெ. காண்க: **கடமான்.**

கடம்போடு வி. (-போட, -போட்டு) (அ.வ.) *(பாடங்களை) மனப்பாடம் செய்தல்; நெட்டுருப்பண்ணுதல்;* learn by rote; mug up. எத்தனை பாடங்களைத்தான் கடம் போடுவது?

கடமான் பெ. *(காடுகளில் வசிக்கும்) நீண்டு கிளைத்த கொம்புகளுடன் பழுப்பு நிறத்தில் இருக்கும் ஒரு வகைப் பெரிய மான்;* sambar (deer). இந்தியாவில் காணப்படும் மான்களிலேயே மிகவும் பெரியது கடமான்.

கடமான்

கடமை பெ. **1:** *(ஒருவர் தான்) இருக்கும் நிலை, வகிக்கும் பதவி முதலியவற்றின் காரணமாகச் செய்ய வேண்டிய பணி/(ஓர் அரசு, அமைப்பு முதலியன) அடிப்படையாக ஆற்ற வேண்டிய பொறுப்பு;* duty; obligation; responsibility. கற்பிப்பது ஆசிரியரின் கடமை, கற்றுக்கொள்வது மாணவனின் கடமை./ குடிமக்கள் அனைவருக்கும் அடிப்படை வசதிகள் செய்துதர வேண்டியது அரசின் கடமை ஆகும். **2:** (இலங்.) *வேலை; பணி;* work. நேற்றுதான் அவர் கடமைக்குத் திரும்பினார்./ கடமையின் நிமித்தம் அவர் வெளியூர் சென்றிருக்கிறார்.

கடமைக்கு வி.அ. (இலங்.) *கடனுக்கு;* (do sth.) for the sake of formality; do sth. without involvement. இப்போதெல்லாம் அவர் கடமைக்குத் திணைக்களம் வந்து போகிறார்./ கடமைக்குப் படிக்காமல், உனது எதிர்காலத்துக்காகப் படி.

கடமைப்படு வி. (-பட, -பட்டு) *நன்றி தெரிவிக்க வேண்டிய நிலையில் இருத்தல்;* be indebted to s.o.; be obliged to s.o. கட்டுரைகளை வெளியிட அனுமதி அளித்த ஆசிரியர்களுக்கு நாங்கள் பெரிதும் கடமைப்பட்டிருக்கிறோம்./ தக்க நேரத்தில் உதவி செய்ததற்கு நான் உங்களுக்கு என்றென்றும் கடமைப்பட்டவன்.

கடமை புரி வி. (புரிய, புரிந்து) (இலங்.) *(ஒரு பதவியில் இருந்து) பணி செய்தல்;* be employed. அவர் விதானையாராகக் கடமை புரிகிறார்./ எனது அப்பா ஆசிரியராகக் கடமை புரிந்தார்.

கடல் பெ. *உப்புக் கரிக்கும், அலைகள் எழும் பெரும் நீர்ப் பரப்பு;* sea. [(தொ.சொ.) ஏரி/ குட்டை/ குளம்/ பெருங்கடல்]

கடல் அட்டை பெ. *பொதுவாகப் பத்திலிருந்து முப்பது செ.மீ. நீளம்வரை வளர்வதும், நீண்ட உருளை வடிவத்தில் மிருதுவான உடலைக் கொண்டதும், கடலின் தரையில் காணப்படுவதுமான ஒரு கடல் உயிரினம்;* sea cucumber.

கடல் அட்டை
கடல் உணவு பெ. *(உணவாகும்) மீன், நண்டு போன்ற கடல்வாழ் உயிரினங்கள்;* seafood. கடல் உணவு ஏற்றுமதியில் நம் நாடு குறிப்பிடத்தக்க முன்னேற்றம் கண்டுள்ளது./ கடல் உணவில் சுண்ணாம்புச் சத்து அதிகம் உள்ளது.

கடல் எல்லை பெ. *ஒரு நாட்டின் கடற்கரையை ஒட்டிப் பன்னிரண்டு கடல் மைல்கள்வரை அந்நாட்டின் இறையாண்மைக்கு உட்பட்டிருக்கும் கடல் பரப்பு;* territorial waters. இந்தியக் கடல் எல்லைக்குள் நுழைந்த அந்நிய நாட்டு மீனவர்கள் கைதுசெய்யப்பட்டனர்.

கடல்கன்னி பெ. (கதைகளில்) தலைமுதல் இடுப்பு வரை பெண்ணின் உடலையும் அதற்குக் கீழ் மீனின் உடலையும் கொண்ட கடல் பிராணி; mermaid.

கடல்காகம் பெ. (கடற்கரை ஓரங்களில் காணப்படும்) சாம்பல் அல்லது பழுப்பு நிறத் தலையும், வெண்ணிற உடலும், சவ்வினால் இணைக்கப்பட்ட கால் விரல் களும் கொண்ட, காக்கை இனம் சாராத ஒருவகைப் பறவை; gull.

கடல்காற்று பெ. கடல் பரப்பிலிருந்து நிலத்தை நோக்கி வீசும் காற்று; sea breeze. *கோடைக் காலத்தில் கடல்காற்று வீசுவது தாமதப்பட்டால் வெப்பம் அதிகமாகும்./ இன்று பன்னிரண்டு மணிக்கே கடல்காற்று வீச ஆரம்பித்து விட்டது.*

கடல்குதிரை பெ. குதிரை முகம் போன்ற தலையைக் கொண்டதும் பக்கவாட்டில் நீந்திச்செல்வதுமான, கடலில் வாழும் சிறிய மீன்; sea horse.

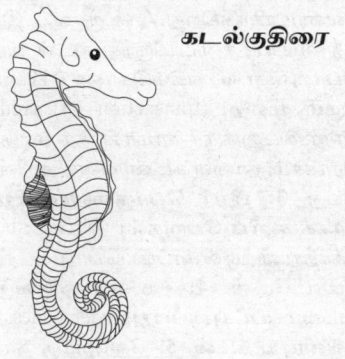

கடல்குதிரை

கடல்கோள் பெ. காண்க: கடற்கோள்.

கடல் தாமரை பெ. தாமரை இதழ்களைப் போன்ற அமைப்பைக் கொண்டதும், கடலின் அடியில் மணல் பகுதியிலோ அல்லது பாறைகளிலோ ஒட்டிக் கொண்டு வாழ்வதும், தன் வட்ட இதழ்களால் ஒரு விதத் திரவத்தைப் பீய்ச்சியடித்து அருகில் வரும் உயிரினத்தை விழுங்கிச் சாப்பிடுவதுமான அரிய வகைக் கடல்வாழ் உயிரினம்; sea anemone.

கடல்நாய் பெ. துடுப்புப் போன்ற கால்களையும், வழ வழப்பான பெரிய உடலையும் கொண்ட, பாலூட்டி இனத்தைச் சேர்ந்த கடல்வாழ் விலங்கு; seal.

கடல்நோய் பெ. கடலில் பயணம் செய்யும்போது ஒவ்வாமை காரணமாக ஏற்படும் வாந்தி, உடல் தளர்ச்சி போன்ற பாதிப்பு; seasickness.

கடல்பசு பெ. மீனைப் போன்ற வால் பகுதியையும், துடுப்புப் போன்ற முன்னங்கால்களையும், தட்டை யான வயிற்றுப் பகுதியையும் கொண்ட, பாலூட்டி இனத்தைச் சேர்ந்த கடல்வாழ் விலங்கு; dugong.

கடல்பஞ்சு பெ. சிறுசிறு துளைகள் காணப்படும் பஞ்சு போன்ற உடலைக் கொண்ட, எலும்பு இல்லாத கடல்வாழ் உயிரினம்; sponge. *பரிணாம வளர்ச்சியில் கடல்பஞ்சு மிகப் பழமையான உயிரினம் ஆகும்./ கடல் பஞ்சுகள் இறந்ததும் கடலுக்கு அடியில் போய்ச் சுண் ணாம்புப் பாறைகள் உருவாகக் காரணமாகின்றன.*

கடல்பன்றி பெ. கடலில், பெரும்பாலும் துருவப் பிர தேசங்களில் வாழும், குளம்புகளையும் தட்டையான பற்களையும் கொண்ட, திமிங்கில இனத்தைச் சேர்ந்த பாலூட்டி; porpoise.

கடல்பாசி பெ. கடற்கரை ஓரங்களில் பாறைகளில் வளரும், தாவர இனத்தைச் சார்ந்த, பச்சை, சிவப்பு அல்லது பழுப்பு நிறங்களைக் கொண்ட பாசி; sea-weed; kelp. *கிழக்காசிய நாடுகளில் கடல்பாசி உணவாகப் பயன்படுகிறது./ சில வகைக் கடல்பாசிகள் உரமாகப் பயன்படுகின்றன.*

கடல்புல் பெ. சராசரித் தாவரங்கள் போலவே வேர், தண்டு, பூக்கள், விதை ஆகியவற்றைப் பெற்றிருப்பதும், புல் போன்ற நீண்ட இலைகளைக் கொண்டதும், கட லுக்கு அல்லது கடலை ஒட்டிய அதிக ஆழமில்லாத உப்புநீர்த் தேக்கங்களுக்கு அடியில் வளர்வதும், மீன், நண்டு, ஆமை போன்ற கடல்வாழ் உயிரினங்களுக்கு உணவாக அமைவதுமான தாவரம்; seagrass.

கடல்போல வி.அ. (தேவைக்கும் அதிகமான பரப்பள வில்) மிகப் பெரிதாக; magnificent and palatial. *கடல் போல வீட்டைக் கட்டிவிட்டு நீங்கள் ஏன் ஆசிரமத்தில் தங்க வேண்டும்?*

கடல்மட்டம் பெ. நிலப் பகுதியில் உயரத்தையும் நீர்ப் பகுதியில் ஆழத்தையும் கணக்கிடப் பயன்படுத்தும் கடலின் சராசரி மட்டம்; mean sea level.

கடல் மைல் பெ. (கடலில் தூரத்தைக் கணக்கிடுவதற் கான) 1.853 கிலோமீட்டர் கொண்ட ஓர் அளவு; nautical mile. *புயல் காற்றினால் மணிக்கு ஆறு கடல் மைல் களை மட்டுமே கடக்கும் நிலையில் கப்பல் இருந்தது./ போர்ட் பிளேயரிலிருந்து சுமார் 420 கடல் மைல் தூரத்தில் யாங்கோன் இருக்கிறது.*

கடலியல் பெ. கடலின் தன்மை, அதில் வாழும் உயி ரினங்கள் ஆகியவற்றை ஆராயும் அறிவியல் துறை; oceanography.

கடலை பெ. 1: சில தாவரங்களின் தோல் மூடிய பருப்பு அல்லது விதை; common term for seeds or nuts with husk. 2: நிலக்கடலைப் பயிர்; groundnut crop. *வயலில் உளுந்தும் கடலையும் போட்டிருக்கிறோம்.* 3: தோலோடு கூடிய, அவித்த அல்லது வறுத்த வேர்க்கடலைப் பருப்பு; peanut (processed for eating). *கடலை வாங்கிக் கொறித்துக் கொண்டே நடந்தோம்.*

கடலை உருண்டை பெ. வறுத்த வேர்க்கடலையை வெல்லப் பாகில் போட்டுச் சிறு உருண்டைகளாகப் பிடித்த தின்பண்டம்; ball-shaped peanut candy.

கடலை எண்ணெய் பெ. வேர்க்கடலையை ஆட்டி எடுக் கும் (சமையலில் பயன்படும்) எண்ணெய்; groundnut oil.

கடலைப் பருப்பு பெ. (சமையலில் பயன்படும்) தோல் நீக்கிய, இரண்டாக உடைத்த கொண்டைக்கடலை; the pulse known as bengal gram; chickpea. *கடலைப் பருப்பை அரைத்து மசால் வடை செய்யலாம்.*

கடலை மாவு பெ. கடலைப் பருப்பின் மாவு; flour of bengal gram.

கடலை மிட்டாய் பெ. **வறுத்த வேர்க்கடலையை வெல்லப் பாகில் போட்டுச் சிறு சதுரமாகவோ செவ்வகமாகவோ வெட்டி எடுத்த தின்பண்டம்;** peanut candy.

கடலோடி பெ. **கடல் பயணத்தை வாழ்க்கைமுறையாகவோ தொழில்முறையாகவோ கொண்டவர்;** seafarer. கடலோடியான என் நண்பர் தன்னுடைய பயணங்களைப் பற்றிப் புத்தகம் எழுத விரும்புகிறார்.

கடலோரக் காவல் படை பெ. **கடல் எல்லைக்குள் ரோந்துப் பணிகளை மேற்கொள்ளவும், கள்ளக்கடத்தல், சட்டவிரோதமாக நாட்டுக்குள் நுழைதல் போன்றவற்றைத் தடுக்கவும், கடலில் ஆபத்தில் சிக்கியிருக்கும் கப்பல்களையும் மீனவர்களையும் மீட்கவும், நாட்டின் கடல்சார் வளங்களைப் பாதுகாக்கவும் ஏற்படுத்தப்பட்ட காவல் பிரிவு;** Coast Guard.

கடலோரம் பெ. *(பெரும்பாலும் பெயரடையாக)* **கடலை ஒட்டி அமைந்திருப்பது;** coastal. கடலோரக் கிராமங்கள்/ கடலோரப் பகுதி/ கடலோர மாவட்டங்களில் மழை பெய்யும் என்று வானிலை ஆய்வு மையம் அறிவித்துள்ளது.

கடவது வி.மு. *(உ.வ.)* *('செய' என்னும் வாய்பாட்டு வினையெச்சத்தின் பின்)* **வாழ்த்துதல், சபித்தல் போன்ற பொருள் தரும் ஒரு வினைமுற்று; 'அவ்வாறே ஆகட்டும்'; 'ஆகட்டும்';** (an optative form) 'let that be so'. இறைவன் சித்தத்தின்படி ஆகக் கடவது./ 'உன் நாடு மண் மூடிப்போகக் கடவது' என்று முனிவர் சபித்தார்.

கடவு பெ. **இரண்டு நிலப் பகுதிகளை இணைக்கும் பாதை;** passage.

கடவுச்சீட்டு பெ. *(வெளிநாடு செல்வதற்கு அரசு தரும்)* **பயண அனுமதிப் பத்திரம்;** passport.

கடவுச்சொல் பெ. *(ஒரு கணினி, மின்னஞ்சல், முதலியவற்றைத் திறக்க)* **எழுத்துகள் அல்லது எண்கள் அல்லது இரண்டும் கலந்து பயன்பாட்டாளரால் உருவாக்கப்படும் ரகசியத் தொடர்;** password.

கடவுப்பாதை பெ. **இருப்புப்பாதை சாலையைக் கடக்கும் இடம்;** level crossing (in a railway track).

கடவுள் பெ. **உலகம், உயிர் ஆகியவற்றின் தோற்றத்துக்குக் காரணமாகவும், மனித ஆற்றலால் அறிய முடியாதபடி இருப்பதாகவும் நம்பப்படும் மேலான சக்தி;** God.

கடவை பெ. *(இலங்.)* **இருப்புப்பாதையின் குறுக்கே கதவு போடப்படாமல் இருக்கும் சாலைச் சந்திப்பு;** unmanned level crossing.

கடற்கரை பெ. **கடல் அலைகள் நிலத்தைத் தொடும் மணல் நிறைந்த பகுதி;** seashore; beach. கடற்கரையில் அலைகளில் நின்று விளையாடிக்கொண்டிருந்த சிறுவர்கள்.

கடற்கொள்ளை பெ. **கடலில் சென்றுகொண்டிருக்கும் கப்பல், படகு போன்றவற்றைத் தாக்கிக் கொள்ளையடிக்கும் செயல்;** piracy. தெற்காசியக் கடல்வழிகளில் கடற்கொள்ளைகள் அதிகம் நடக்கின்றனவாம்.

கடற்கோள் பெ. **கடல் பொங்கி நிலப் பரப்புக்குள் வருவதால் நிலப் பகுதி நீருக்குள் முழுகி மறையும் இயற்கையின் போக்கு;** submergence under sea. பூம்புகார் நகரம் கடற்கோளால் அழிந்தது.

கடற்படை பெ. **போர்க் கப்பல்கள் கொண்ட ராணுவப் பிரிவு;** navy.

கடற்பெருக்கு பெ. *(இலங்.)* **வழக்கத்துக்கு மாறாகக் கடல்நீர் பெருக்கெடுத்துக் கரையைத் தாண்டி நிலப் பகுதியின் உள்ளே வரும் நிகழ்வு;** inundation caused by the swelling of the sea. கடற்பெருக்கினால் மீனவர்கள் வாழ்விடத்தை விட்டு வெளியேறினர்.

கடன் பெ. **1:** *(குறிப்பிட்ட காலத்திற்குள்)* **திருப்பித் தருவதாகக் கூறிப் பெறும் பணம்; கைமாற்று;** *(வட்டியுடனோ வட்டி இல்லாமலோ)* **திருப்பித் தர வேண்டிய பணம்;** borrowed money; loan (to be paid back with or without interest). நூறு ரூபாய் கடன் கொடுங்கள், ஒரு வாரத்தில் தந்துவிடுகிறேன்./ பொருளாதாரத் திட்டங்களை நிறைவேற்ற உலக வங்கியிடம் கடன் வாங்க வேண்டியிருக்கிறது./ *(உரு வ.)* இந்தச் சிந்தனை நான் புதுமைப்பித்தனிடமிருந்து கடன் வாங்கியது. **2: முதலில் பொருளை வாங்கிக்கொண்டு பின்னர் அதற்குப் பணம் தரும் முறை;** (transaction on) credit. மளிகைக் கடைக்காரர் கடனுக்குச் சாமான் தர மறுத்துவிட்டார்./ 'இன்று ரொக்கம், நாளை கடன்' என்ற அறிவிப்பு கடையில் தொங்கியது. **3: பிறர் பொருளைப் பிறகு திருப்பித் தருவதாகக் கூறிப் பெறுதல்; இரவல்;** borrowing (of articles). பக்கத்து வீட்டில் காப்பிப்பொடி கடன் வாங்கித்தான் காப்பி போட்டேன். **4:** *(உ.வ.)* **ஒருவருக்கு மற்றொருவர் கடமைப்பட்டிருப்பது;** indebtedness. பெற்றோருக்கு ஆற்ற வேண்டிய கடன். **5: வேறொரு நாடு, மொழி போன்றவற்றிலிருந்து பயன்பாட்டு நோக்கில் பெறப்பட்டவையாக அமைவது;** borrowing. நாம் நாடகக் கலை கிரேக்கத்திலிருந்து வாங்கிய கடன் என்று கூறுவது சரியா?/ உருது, பாரசீகம் ஆகிய மொழிகளிலிருந்து சொற்களைத் தமிழ் கடன் வாங்கியிருக்கிறதா? **6: ஈடுபாடு இல்லாமல் வெறும் கடமைக்காக மட்டும் ஒன்றைச் செய்யும் நிலை;** (mere) obligation (the discharging of which is perceived to afford no pleasure). எந்த வேலையையும் கடனே என்று செய்யாதே, உற்சாகத்தோடு செய்./ உன்னைப் பெற்ற கடனுக்காக இதைச் செய்ய வேண்டியிருக்கிறது. **7:** *(ஒருவர் கட்டாயம் நிறைவேற்ற வேண்டியதாக அமையும்)* **கடமை;** duty. அன்றாடக் கடன்கள்/ தினசரிக் கடன்கள்/ நித்தியக் கடன்கள்.

கடன் அட்டை பெ. **கடனில் பொருள்கள் வாங்கவும் தானியங்கி மூலம் பணம் பெறவும் வங்கி அல்லது கடன் தரும் நிறுவனங்கள் வழங்கும் அட்டை;** credit card.

கடன் உடன் பெ. *(பே.வ.)* **கடனும் அது போன்ற பிற வழிகளும்;** loans and other such sources. கடன் உடன் வாங்கியாவது பிள்ளையைப் படிக்கவைக்க அவர் ஆசைப்படுகிறார்./ கடன் உடன் வாங்கித்தான் அம்மாவுக்கு வைத்தியம் செய்ய வேண்டும்.

கடன்காரன் பெ. **1: கடன் கொடுத்தவன்;** (a vexatious) creditor. காலையில் கடன்காரன் வந்து கத்திவிட்டுப் போனான். **2: கடன் வாங்கியவன்;** person worried by

309 கடிதப் போக்குவரத்து

his creditors. உன் பேச்சைக் கேட்டுச் செலவு செய்தால் நாளைக்கு நான் கடன்காரனாகத்தான் நிற்பேன். **3:** *(பெரும்பாலும் எரிச்சலுடன்)* **திட்டுவதற்குப் பயன் படுத்தும் சொல்;** a term of abuse. 'இப்படிச் செய்து விட்டாயே, கடன்காரா' என்று அம்மா திட்டத் தொடங்கி விட்டாள்.

கடன்தாரர் பெ. **(ஒருவரிடமிருந்தோ வங்கி, நிதி நிறு வனம் போன்றவற்றிடமிருந்தோ) பணத்தைக் கடனாகப் பெற்றவர்;** debtor; borrower; loanee. கடன்தாரர்களிட மிருந்து வர வேண்டிய தொகையை வசூலிப்பதுகுறித்து வங்கி மேலாளர்கள் கலந்தாலோசித்தனர்./ வாங்கிய கடனை மே மாதம் முதல் தேதிக்குள் கடன்தாரர் திருப்பித் தராவிட்டால் வழக்கு தொடரப்படும் என்று வங்கி அறி வித்தது.

கடன்படு வி. *(-பட, -பட்டு)* **1: கடனைத் திருப்பிச் செலுத்த வேண்டிய நிலையில் இருத்தல்;** be a debtor; owe (money). அவர் எனக்கு ஆயிரம் ரூபாய் கடன்பட்டிருக் கிறார். **2: (ஒருவர் செய்த நன்மை, உதவி ஆகியவற்றின் காரணமாக) கடமைப்படுதல்;** be indebted to. நண்பர் களுடைய உதவிக்கு நான் என்றும் கடன்பட்டுள்ளேன்.

கடன் பத்திரம் பெ. **(ஒரு பெருவணிக நிறுவனம்) குறிப்பிட்ட வட்டி விகிதத்தில் நீண்ட கால அளவில் கடன் பெறுவதற்காகப் பொதுச் சந்தையில் வெளி யிடும் பத்திரம்;** debenture. அந்த வங்கிக்குக் கூடுதல் முதலீடு தேவைப்படுவதால் சுமார் 5000 கோடி ரூபாய்க்குக் கடன் பத்திரங்களை வெளியிட்டுள்ளது.

கடனாளி பெ. **திருப்பிக் கொடுக்க முடியாத அளவுக்குக் கடன் வாங்கியவர்;** one unable to discharge his debts. ஊதாரித்தனமாகச் செலவு செய்துவிட்டுக் கடனாளியாக நிற்க அவர் விரும்பவில்லை./ வறுமை அவர்களைக் கட னாளிகளாக ஆக்கியது.

கடனுக்கு வி.அ. **(ஒன்றைச் செய்வதில்) எந்த விதமான ஈடுபாடும் இல்லாமல் வெறும் கடமை என்ற அளவில்;** without genuine interest or commitment; for the sake of formality. அப்பா இறந்ததைக் கேட்டு மாமா கடனுக்கு வந்து விட்டுப் போனார்.

கடா பெ. **ஆட்டில் ஆண்; எருமையில் ஆண்;** he-goat; he-buffalo. எமனுடைய வாகனமாகக் கூறப்படுவது எருமைக் கடாதான்.

கடாசு வி. *(கடாச, கடாசி) (வ.வ.)* **வீசி எறிதல்;** throw; fling. கோபத்தில் கையிலிருந்த புத்தகத்தைக் கடாசிவிட்டுப் போனான்.

கடாட்சம் பெ. *(அ.வ.)* **(தெய்வத்தின், குருவின்) அருள்; அனுக்கிரகம்;** (god's) grace; goodwill. உங்கள் குழந்தைகள் நன்றாகப் படிக்கிறார்கள், அவர்களுக்குக் கலைமகளின் கடாட்சம் கிட்டியிருக்கிறது./ என்னுடைய குருவின் கடாட்சத்தினால்தான் இசையில் இந்த உயர்ந்த நிலையை அடைந்திருக்கிறேன்.

கட(ா)முடா-என்று வி.அ. **பெருத்த ஒலியோடு; உரு ளும் ஒலியோடு;** with a tumbling or rumbling noise. சமையல் அறையில் நுழைந்த பூனை பாத்திரங்களைக் கடா முடா வென்று உருட்டியது./ வயிறு கடமுடாவென்று இரை கிறது.

கடாய் பெ. *(வ.வ.)* **வாணலி;** (a kind of) frying pan; wok.

கடாரங்காய் பெ. காண்க: **கிடாரங்காய்.**

கடி[1] வி. *(கடிய, கடிந்து)* **உரிமையோடு ஒருவரைக் கண் டித்தல்;** scold; reprimand. அவர் ஒரு நாள்கூட என்னைக் கடிந்து பேசியதில்லை./ 'பெரியவர்களிடம் இப்படியா பேசுவது?' என்று மகனைக் கடிந்துகொண்டாள்.

கடி[2] வி. *(கடிக்க, கடித்து)* **1: (பொருளை நொறுக்குதல், துண்டாக்குதல் போன்றவற்றிற்காக) பற்களை ஒன்றில் பதித்துப் பலமாக அழுத்துதல்; (நாய், பாம்பு முதலி யன) பல் பதித்துக் கவ்வுதல்;** bite (with teeth); (of a dog, snake, etc.,) bite; sting. தாத்தாவுக்குப் பல் இல்லை. கடித்துச் சாப்பிட முடியாது./ பச்சைமிளகாயைக் கடித்தால் உறைக்காதா?/ நகத்தைக் கடிக்காதே, கெட்ட பழக்கம்./ அவனை நாய் கடித்துவிட்டது. [*(தொ.சொ.)* **அதக்கு/ அரை/ உறிஞ்சு/ குதப்பு/ சப்பு/ சவை/ சாப்பிடு/ தின்/ நக்கு/ மெல்**] **2: (பூச்சி, வண்டு, பாம்பு முதலியன) வாய்ப் பகுதியால் அல்லது கொடுக்கால் வலி ஏற்படும் அளவுக்குக் குத்துதல்; கொட்டுதல்; கொத்துதல்;** (of bees, etc.,) sting. தேள் கடித்த இடம் கடுக்கிறது. [*(தொ.சொ.)* **கொட்டு/ கொத்து/ தீண்டு**] **3: (புதிய செருப்பு, அரை ஞாண் கயிறு போன்றவை) தோலில் பதிந்து அல்லது உராய்ந்து புண்ணாக்குதல்;** (of shoes, etc.,) pinch. புதிய செருப்பு காலைக் கடிக்காமல் இருக்க அதில் எண்ணெய் தடவ வேண்டும்./ அரைஞாண் கயிறு இடுப்பைக் கடிக் கிறது. **4:** *(பே.வ.)* **(பேச்சின் மூலம்) சலிப்பு உண்டாக்கி நோகச் செய்தல்;** bore (s.o. by talking). காலை நேரத்தில் கடிக்காமல் உருப்படியாக வேலையைச் செய்.

கடி[3] பெ. **1: கடிக்கும் செயல் அல்லது கடிக்கப்பட்ட நிலை;** biting (with teeth); (of snake, dog) bite. குழந்தையைப் பிடித்திருந்த அவளது கையில் வெடுக்கென்று ஒரு கடி/ பாம்புக் கடி/ இங்கு நாய்க் கடிக்குச் சிகிச்சை அளிக்கப்படும். **2: (கொசு, குளவி முதலியவை) குத்துதல்; கொட்டுதல்;** (of bees, etc.,) sting; bite. கொசுக் கடி தாங்க முடியவில்லை. **3:** *(பே.வ.)* **சலிப்பு ஏற்படுத்தும் வகையில் அமைந் திருப்பது;** boredom. உன் கடியைத் தாங்க முடியாமல் எல்லோரும் ஓடுகிறார்கள்./ இந்தப் படம் ஒரே கடி.

கடிகாரம் பெ. **ஒரு நாளின் நேரத்தை மணி, நிமிடம், நொடி என்று காட்டும் கருவி;** clock; watch.

கடித்துக் குதறு வி. *(குதற, குதறி)* **(ஒருவரை) மிகுந்த கோபத்துடன் கடுமையாகத் திட்டுதல்;** scold severely. வேலைக்கு ஐந்து நிமிடம் தாமதமாகப் போனால்கூட என் மேலதிகாரி கடித்துக் குதறிவிடுவார்./ நான் ஆங்கிலப் பாடத்தில் வாங்கியிருந்த மதிப்பெண்களைப் பார்த்ததும் என் அப்பா கடித்துக் குதறிவிட்டார்.

கடிதப் போக்குவரத்து பெ. **(இருவருக்கிடையே நிகழும்) கடிதப் பரிமாற்றம்;** exchange of letters; correspondence. அந்த அயல்நாட்டுப் பேராசிரியருடன் கடிதப் போக்குவரத்து உண்டே தவிர அவரை நேரில் சந்தித்த தில்லை.

கடிதம் பெ. **1: ஒருவர் மற்றொருவருக்குத் தெரிவிக்க விரும்பும் செய்தியை எழுதிக் கையெழுத்திட்டு அஞ்சலிலோ அல்லது ஒருவர் மூலமோ அனுப்பும் தாள்;** letter (sent through a person or by post). இந்தக் கடிதத்தைக் கொண்டுவருபவர் என்னுடைய நெருங்கிய நண்பர்./ அப்பாவிடமிருந்து உனக்கு ஒரு கடிதம் வந்திருக்கிறது. **2:** காண்க: **மொட்டைக் கடிதம்.**

கடிநாய் பெ. *(இலங்.)* **1: கடிக்கும் நாய்;** a dog that is aggressive. அவர் வீட்டு வாயிலில் 'கடிநாய் உள்ளது' என்று ஒரு அறிவித்தல் காணப்பட்டது. **2: மிகச் சாதாரண விஷயத்துக்குக்கூடச் சண்டை பிடிக்கும் நபர்;** quarrelsome person. இந்தக் கடிநாய் ஒரு பேனையைத் தொலைத்தாலும் சத்தம்போடும் என்று நண்பனைப் பார்த்துச் சொன்னான்.

கடிவாய் பெ. **(நாய், தேள் முதலியவை) பல்லால் கடித்து அல்லது கொடுக்கால் கொட்டிக் காயம் ஏற்படுத்திய இடம்;** wound caused by bite. பாம்பு கடித்தால் கடிவாயில் வாயை வைத்து இரத்தத்தை உறிஞ்சி முதலுதவி செய்யலாம்.

கடிவாளம் பெ. **(குதிரையைக் கட்டுப்படுத்தும் வகையில்) வாயிலும் தலையிலும் பொருத்தப்படும், நீண்ட வாருடன் கூடிய சாதனம்;** (horse's) bridle with bit and reins. கடிவாளத்தைப் பிடித்து இழுத்துக் குதிரையை நிறுத்தினான்.

கடிவாளம் போடு வி. (போட, போட்டு) **(ஒருவருக்கு) கட்டுப்பாடு விதித்தல்;** restrain. பொறுமையாக இருக்க வேண்டும் என்று சொல்லிச்சொல்லியே என் வேகத்திற்கும் திறமைக்கும் அப்பா கடிவாளம் போட்டுவிட்டார்./ ஊதாரியாய்த் திரிபவனுக்குக் கல்யாணம் என்ற பெயரில் கடிவாளம் போடப்பார்க்கிறார்கள்.

கடிவாளமிடு வி. (-இட, -இட்டு) *(உ.வ.)* **(உணர்ச்சிகளை அல்லது ஒருவருடைய அதிகாரம் போன்றவற்றை) கட்டுப்படுத்தி வைத்தல்;** rein sth. or s.o. in. எந்தச் சூழலிலும் உணர்ச்சிகளுக்குக் கடிவாளமிடப் பழகிக்கொள்.

கடினநீர் பெ. *(வேதி.)* **(சுண்ணாம்புச் சத்தை அதிகம் பெற்றிருப்பதால்) நுரைக்கும் தன்மை குறைவாக உடைய நீர்; உப்புநீர்;** hard water.

கடினம் பெ. **1:** (-ஆக, -ஆன) *(செயலைக் குறிக்கும்போது)* **எளிமையாக அல்லது சுலபமாக இல்லாதது; சிரமத்தைத் தருவது;** (work that is) difficult. அவரைப் பேச்சில் வெல்வது கடினம்./ கடினமாக உழைத்தால்தான் வெற்றி கிடைக்கும்./ கடின உழைப்பு. **2:** (-ஆன) **உறுதி; கெட்டித் தன்மை;** hardness. கடினமான ஆமை ஓடு. **3:** *(உள்ளத்தைக் குறிக்கும்போது)* **இரக்கமற்ற தன்மை;** being unkind. கடின உள்ளம் படைத்தவர். **4: (சாதகமான அல்லது எதிர்பார்க்கும்) வாய்ப்பு குறைவாக இருக்கும் நிலை;** (of chance, opportunity) being rare. அவர் பிழைப்பது கடினம்./ உனக்கு அந்த வேலை கிடைப்பது கடினம்.

கடு வி. (கடுக்க, கடுத்து) **1: (ஒரு செயலைத் திரும்பத் திரும்பச் செய்வதால் அல்லது நீண்ட நேரம் செய்வதால் கை அல்லது கால்) குத்துவது போன்று வலித்தல்; (வயிற்றில்) பிசைவது போன்ற வலி ஏற்படுதல்;** (of hands and legs) have a throbbing pain; (of stomach) ache (from colic or dysentery). கடிதம் எழுதிஎழுதிக் கை கடுக்கிறது./ இரண்டு நாட்களாக வயிறு கடுக்கிறது. **2: (தேள், குளவி முதலியவை கொட்டிய இடம்) விண்விண்ணென்று தெறித்தல்;** (of the part in body stung by scorpion, bee, etc.,) have stinging pain. தேனீ கொட்டிய இடம் கடுக்கிறது. **3:** *(வ.வ.)* *(நீரின் சுவையைக் குறிப்பிடும்போது)* **காரத் தன்மையைக் கொண்டிருத்தல்;** (of water) have an alkaline taste. கிணற்றுத் தண்ணீர் கடுப்பதற்கு அதில் உள்ள சுண்ணாம்புச் சத்துதான் காரணம்.

கடுக்கன் பெ. **(ஆண்கள் அல்லது சிறுவர்கள்) காது மடலின் கீழ்ப்பகுதியில் போட்டுக்கொள்ளும் கல் வைத்துக் கட்டிய காதணி;** a kind of stud inlaid with stone (worn by men or boys on the ear lobe). இளைஞர்கள் கடுக்கன் அணிவது சாதாரணமாகிவிட்டது.

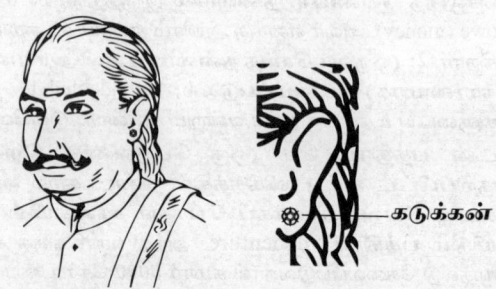

கடுக்கன்

கடுக்காய் பெ. **கரும்பழுப்பு நிற ஓடும், துவர்ப்புச் சுவையும் கொண்ட (மருந்தாகப் பயன்படுத்தும்) சிறிய காய்;** myrobalan.

கடுக்காய் கொடு வி. (கொடுக்க, கொடுத்து) *(அ.வ.)* **(ஒருவர் மற்றொருவரை அவர் கண் எதிரிலேயே தன் சாமர்த்தியம், தந்திரம் முதலியவற்றால்) ஏமாற்றித் தப்பித்தல்;** give (s.o.) the slip. பணத்தை வாங்கிக்கொண்டு பொருளைத் தராமல் நமக்குக் கடுக்காய் கொடுத்துவிட்டான்.

கடுக்காய் நண்டு பெ. *(இலங்.)* **கடற்கரையில் காணப்படும் மிகச் சிறிய நண்டு;** a kind of small crab found on the beach. கடற்கரையில் பிள்ளைகள் கடுக்காய் நண்டைப் பிடித்து விளையாடினார்கள்.

கடுகடு வி. (கடுகடுக்க, கடுகடுத்து) **(பேச்சில், செயலில் ஒருவர் தன் கோபத்தின்) கடுமையை வெளிப்படுத்துதல்;** scowl. அவர் காலையிலிருந்தே சரியாகப் பேசவில்லை. யார் போய் எது கேட்டாலும் கடுகடுக்கிறார்./ அம்மாவின் முகம் கோபத்தில் கடுகடுத்தது.

கடுகடுப்பு பெ. (-ஆக, -ஆன) **(கோபத்தால் பேச்சில், செயலில் வெளியாகும்) கடுமை; சிடுசிடுப்பு;** scowl; severity. அவருடைய கடுகடுப்பைப் பார்த்து நீ பயந்துவிடாதே!/ முகத்தைக் கடுகடுப்பாக வைத்துக்கொள்ளாதே.

கடுகதி பெ. *(இலங்.)* *(பேருந்து, ரயில் போன்றவற்றைக் குறிக்கும்போது)* **விரைவு;** (of bus, train) express. கடுகதி வண்டி.

கடுகு பெ. **(சமையலில் தாளிப்பதற்குப் பயன்படும்) மிகச் சிறியதாகவும் உருண்டையாகவும் இருக்கும் கரிய நிற விதை/அந்த விதையைத் தரும் செடி;** mustard (seed and the plant). எண்ணெய்ச் சட்டியில் கடுகு வெடித்ததும் நறுக்கி வைத்திருந்த தக்காளியையும் வெங்காயத்தையும் அதில் போட்டு வதக்கினேன்./ கொல்லையில் கடுகு முளைத்திருக்கிறது.

கடுகு எண்ணெய் பெ. **கடுகை ஆட்டி எடுக்கும் எண்ணெய்;** mustard oil. வட இந்தியாவில் கடுகு எண்ணெயைச் சமையலுக்குப் பயன்படுத்துகிறார்கள்.

கடுகுமாங்காய் பெ. **ஆவக்காய் ஊறுகாய்;** a kind of mango pickle in which mustard is used.

கடுங்காப்பி பெ. *(வ.வ.)* **பால் சேர்க்கப்படாத காப்பி;** coffee without milk; black coffee. கிராமத்தில் பெரும்பாலும் காலையில் கடுங்காப்பிதான்./ அவர் வழக்கமாகக் கடுங்காப்பிதான் சாப்பிடுவார்.

கடுங்காவல் தண்டனை பெ. **சிறையில் இருக்கும் காலத்தில் குற்றவாளி கடுமையான வேலைகளைச் செய்து சிறைக்காலத்தைக் கழிக்க வேண்டும் என்று வழங்கப்படும் தண்டனை;** rigorous imprisonment.

கடுதாசி பெ. **1:** *(பே.வ.)* **கடிதம்;** letter. ஊருக்குப் போனவுடன் ஒரு கடுதாசி போடு. **2:** *(அ.வ.)* **காகிதம்; தாள்;** paper. ஒரு கடுதாசி கொடு. என் முகவரியை எழுதித் தருகிறேன். **3:** *(இலங்.)* **சீட்டுக் கட்டு;** pack of playing cards. சின்ன வயதிலேயே கடுதாசி விளையாடத் தொடங்கிவிட்டான்./ எந்த நாளும் கடுதாசி விளையாடுவதுதான் உனக்கு வேலையா?

கடுதாசிப் பூ பெ. *(இலங்.)* **காகிதங்களைக் கொண்டு செய்யப்படும் பூ; காகிதப்பூ;** flower made of paper. கடுதாசிப் பூக்களால் நன்றாகச் சோடித்துள்ளனர்./ கடுதாசிப் பூக்களைத் தோரணமாகக் கட்டியிருந்தார்கள்.

கடுதாசி மட்டை பெ. *(இலங்.)* **(மடித்துப் பெட்டி செய்யப் பயன்படும்) கெட்டியான அட்டை;** cardboard. ஊருக்குள் வெள்ளம் வந்த காலத்தில் நாங்கள் கடுதாசி மட்டைகளை நிலத்தில் விரித்துவிட்டுத் தூங்கினோம்.

கடுப்பு பெ. **1: (தேள், தேனீ முதலியவை கொட்டிய இடத்தில் ஏற்படும்) தெறிக்கும் வலி;** pain. தேள் கொட்டிய இடத்தில் கடுப்பு. [*(தொ.சொ.)* **உளைச்சல்/ குடைச்சல்/ குத்தல்/ வலி**] **2:** *(-ஆக, -ஆன)* **(கோபத்தால் பாதிக்கப்பட்டு உண்டாகும்) கொதிப்பு; கடுமை;** rage; anger. திரும்பத்திரும்ப நான் செய்த தப்பையே சொல்லிக் கடுப்பு உண்டாக்காதே./ 'நான் ஒரு முன்னாள் அமைச்சர். என்னை இப்படி நடத்துகிறீர்களே!' என்றார் சற்றுக் கடுப்புடன். **3: எரிச்சல்;** irritation; annoyance. அவனுக்காகக் காத்திருக்க வேண்டும் என்பதே கடுப்பாக இருக்கிறது. **4: (நீரில் உள்ள) காரத் தன்மை;** alkalinity (of water). தோல் பதனிடும் தொழிற்சாலைகளின் கழிவுகளால் நீரின் கடுப்புத் தன்மை கூடுகிறது.

கடும்[1] பெ.அ. **1: (பொறுக்க முடியாத) அளவுக்கு அதிகமான; மிகுதியான;** extreme. கடும் குளிர்/ கடும் கோபம்/ கடும் வேகம். **2: மிகவும் தீவிரமான; பலத்த;** intense; fierce; vehement. கடும் போர்/ கடும் வாக்குவாதம். **3: கொடுமையான;** stringent; harsh. கடும் சட்ட திட்டம்/ கடும் சொல்.

கடும்[2] பெ.அ. *(இலங்.)* **பகல் அல்லது இரவின் நடுப்பொழுது;** mid-. கடும் மத்தியானத்தில் ஏன் திரிகின்றாய், தடிமன் பிடித்துவிடும்./ கடும் இரவில் எங்கே போய்விட்டு வருகிறாய்?

கடும்பிடியான பெ.அ. *(இலங்.)* **(குணத்தில்) கடுமையான; கண்டிப்பான;** strict; stiff; stern. கடும்பிடியான மனிதர். அவர் அறைக்குள் காலடி எடுத்துவைக்கவே ஊழியர்கள் நடுங்குவார்கள்.

கடும்புப்பால் பெ. *(இலங்.)* **சீம்பால்;** yellowish milk (lactated by cow, etc., soon after calving); beestings.

கடுமை பெ. *(-ஆக, -ஆன)* **1: (பொறுக்க முடியாத) அளவுக்கு அதிகம்;** severity. வெளியில் வெயிலின் கடுமை/ கடுமையான குளிர்/ அவருக்குக் கடுமையாகக் கோபம் வந்தது. **2: மிகவும் தீவிரம்;** fierceness; vehemence. போர் கடுமையாக நடந்தது./ அந்தத் திரைப்படத்துக்குக் கடுமையான எதிர்ப்புக் கிளம்பியது. **3: மிகவும் கஷ்டம்; கொடுமை;** great difficulty; toughness. ஏழ்மை அவனுக்குக் கடுமையாகத் தோன்றவில்லை. **4: (நிர்ணயிக்கப்பட்டதிலிருந்து விலகாத) கண்டிப்பு;** being stringent. விற்பனைப் பொருள்களுக்குக் கடுமையான தரக் கட்டுப்பாடு விதிக்கப்பட்டுள்ளது. **5: கண்டிப்பு;** sternness. குழந்தையிடம் கடுமையாக நடந்துகொள்ள வேண்டாம்.

கடுவன் பெ. **பூனை, குரங்கு, புலி போன்ற விலங்குகளில் ஆண்;** male animal (in cat, monkey, tiger, etc.,). கடுவன் பூனை/ கடுவன் புலி.

கடுரம் பெ. *(-ஆக, -ஆன)* **1: மிகுதியான கடுமை;** harshness. கணவன் தன்னோடு பேசாமல் இருப்பது அவளுக்குக் கடுரமான தண்டனையாக இருந்தது./ எதிர்க்கட்சித் தலைவரை நிதியமைச்சர் கடுரமாகத் தாக்கிப் பேசினார். **2:** *(சத்தத்தைக் குறிப்பிடும்போது)* **இனிமை அற்றது;** (of noise) terrible; grating. ரயில் கடுரமான சத்தத்துடன் நகரத் தொடங்கியது./ வாகனங்களின் கடுரமான சத்தங்களினால் குழம்பிப்போனான்.

கடூழியச் சிறைத்தண்டனை பெ. *(இலங்.)* **கடுங்காவல் தண்டனை;** rigorous imprisonment.

கடூழியச் சிறைவாசம் பெ. *(இலங்.)* காண்க: **கடூழியச் சிறைத்தண்டனை.**

கடை[1] வி. *(கடைய, கடைந்து)* **1: (மத்து, கோல் முதலியவற்றை ஒன்றில் வைத்து) வலமாகவும் இடமாகவும் மாறிமாறிச் சுழலச் செய்தல்;** churn (buttermilk); drill (a wooden plank with a churn-like rod to strike fire); mash (greens, etc., with a churning stick). தயிர் கடைய மத்து எடுத்துவரச் சொன்னால் கீரை கடையும் மத்தைக் கொண்டுவருகிறாயே./ தேவர்கள் ஒரு புறமும் அசுரர்கள் மற்றொரு புறமுமாக நின்று பாற்கடலைக் கடைந்து அமுது எடுத்தார்களாம்./ ஆதிவாசிகள் தீக் கடைவதற்குப் பயன்படுத்திய கோலை அருங்காட்சியகத்தில் காணலாம். **2: (கடைசல் எந்திரத்தின் மூலம் உலோகம், மரம் போன்றவற்றை) தேய்த்துத் தேவையான வடிவம் அமைத்தல்;** turn (in a lathe); give form by chiselling. தேக்குக் கட்டையைக் கடைவதற்குப் பட்டறைக்கு எடுத்துப்போனார்கள்./ இயந்திரத்தின் இந்தப் பாகத்தைக் கடைவதற்கு இரண்டு நாட்கள் ஆகும்.

கடை[2] பெ. 1: **(பொருள்கள்) விற்கப்படும் இடம்; அங்காடி;** shop; stall (dealing in goods). பூக் கடை/ துணிக் கடை/ லட்டு கடையில் வாங்கியதா, வீட்டில் செய்ததா? 2: (பே.வ.) **(வீட்டில் உள்ள நபர்களுக்கு) ஒருவரை அடுத்து மற்றவர் என்று தொடர்ந்து உணவு தருதல்;** the seemingly endless process of serving food (to the members of a large family who come one after the other as in a restaurant). காலையில் காப்பிக் கடை முடியவே மணி எட்டாகி விடுகிறது.

கடை[3] பெ. (உ.வ.) **(காலத்தில், இடத்தில்) முடிவு; இறுதி;** end (in time and space). முதல், இடை, கடை என மூன்று தமிழ்ச் சங்கங்கள் இருந்தன./ எங்கள் வயல் கடைமடைக்கு அருகில் இருப்பதால், அணை நீர் கடைசியாகத்தான் வந்து சேரும்.

கடைக்கண் பெ. 1: **கண்ணின் ஓரத்திற்குக் கொண்டு வரும் கருவிழி;** corner of one's eye. வீட்டுக்குள் நுழையும் போதே யாரெல்லாம் திண்ணையில் உட்கார்ந்திருக்கிறார்கள் என்று கடைக்கண்ணால் பார்த்தான்./ 'சீக்கிரம் கிளம்புங்கள்' என்று என் மனைவி கடைக்கண்ணால் ஜாடை காட்டினாள்./ முதல்வரின் கடைக்கண் பார்வை தங்கள் மேல் விழாதா என்று காத்திருக்கும் கட்சித் தலைவர்கள். 2: **(தெய்வத்தின்) அருள் பார்வை;** (of god) benign look. அம்பாள் நம்மீது கடைக்கண் வைக்க வேண்டும்.

கடைக்காரன் பெ. **கடைக்குச் சொந்தக்காரன் அல்லது கடையில் வேலை செய்பவன்;** shop-keeper or employee in a shop.

கடைக்கால் பெ. 1: **அஸ்திவாரம் போடுவதற்குத் தோண்டப்படும் பள்ளம்;** foundation pit. மழை பெய்ததால் கடைக்காலில் தண்ணீர் நிற்கிறது. 2: **அஸ்திவாரம்;** foundation.

கடைக்குச்சி பெ. **நுகத்தடியின் இரு முனைகளிலும் உள்ள துளையில் செருகப்படும் முளைக்குச்சி;** stick at either end of the yoke. ஒரு கடைக்குச்சியைக் காணோம், மாட்டை வண்டியில் எப்படிப் பூட்டுவது? (பார்க்க, படம்: கட்டைவண்டி)

கடைக்குட்டி பெ. (பே.வ.) **(ஒரு குடும்பத்தில்) கடைசிக் குழந்தை;** youngest (of the children). எங்கள் வீட்டில் நான்தான் கடைக்குட்டி./ என் பெண் குழந்தைகளில் இவள் தான் கடைக்குட்டி.

கடைக்கோடி பெ. (பே.வ.) **(ஓர் இடம்) முடியும் முனை; கடைசி;** the very end (of a street, etc.,). தெருவின் கடைக்கோடியில் உள்ள வீடு./ கடைக்கோடியில் உட்கார்ந்திருப்பவர் யார்?

கடைகண்ணி பெ. (பே.வ.) **கடையும் அதைப் போன்ற பிறவும்;** bazaar; market place. கடைகண்ணிக்குப் போய் வர ஒரு சிறு பையனை வைத்துக்கொண்டார்.

கடைகேள் வி. (-கேட்க, -கேட்டு) (திருநர் வ.) **(திருநங்கைகள் வருமானம் பெறும் வகையில்) கடைகடையாகச் சென்று காசு கேட்டல்;** (said of transwomen) visit shops asking for money to make a living.

கடைச்சரக்கு பெ. (பே.வ.) **(நாட்டு மருந்தில்) பச்சிலைகள் நீங்கலாகக் கடையிலிருந்து வாங்கப்படும் மருந்துப் பொருள்கள்;** in indigenous medicine the medicinal substances other than fresh herbs. கொதிக்கும் நீரில் வசம்பு, சித்தரத்தை, மிளகு ஆகிய கடைச்சரக்குகளைப் போட்டு இறக்க வேண்டும்./ இந்த லேகியம் தயாரிக்க எட்டுக் கடைச்சரக்குகள் வேண்டும்.

கடைசல் பெ. **(மரக் கட்டை, உலோகம் முதலியவற்றை) தேவையான வடிவம் பெறும்படி கடைதல்;** shaping (wood or metal on a lathe). கடைசல் வேலை/ கடைசல் எந்திரம்.

கடைசி பெ. **(தொடர்ச்சியில், வரிசையில், காலத்தில்) முடிவு; இறுதி;** last; final; end. இன்றுதான் பள்ளிக்கூடத்தில் பணம் கட்டுவதற்குக் கடைசி நாள்./ இடது பக்கம் கடைசியில் உட்கார்ந்திருப்பவர்தான் என் மாமா./ மாதக் கடைசியில் யாரிடமும் கடன் கேட்க முடியாது./ முதல் பக்கத்திலிருந்து கடைசிப் பக்கம்வரை விறுவிறுப்பான நாவல் இது./ வீட்டில் நான்தான் கடைசிப் பையன்.

கடைசிக் காலம் பெ. **(ஒருவருடைய வாழ்க்கை, பணி போன்றவற்றில்) இறுதிக் காலம்;** final phase (of one's life or profession). அவர் கடும் ஊதாரியாக இருந்ததால் கடைசிக் காலத்தில் சாப்பாட்டுக்கே வழியில்லாமல் கஷ்டப்பட்டுச் செத்துப்போனார்./ அம்மா இடையில் கஷ்டப்பட்டாலும் அவளுடைய கடைசிக் காலம் சுகமாகக் கழிந்தது.

கடைசி நேரத்தில் வி.அ. **ஏற்பாடாகியிருக்கும் முக்கிய நிகழ்வுக்குச் சற்று முந்தைய நேரத்தில்;** in the last minute. கல்யாணம் அடுத்த வாரம், இப்போது கடைசி நேரத்தில் பணம் இல்லை என்று சொன்னால் நான் என்ன செய்வது?

கடைத்தெரு பெ. **(ஊரில்) கடைகள் அதிகம் உள்ள பகுதி;** bazaar; market place.

கடைத்தேற்று வி. (கடைத்தேற்ற, கடைத்தேற்றி) (உ.வ.) **ஈடேற்றுதல்;** save; redeem. பிறவியிலிருந்து தன்னைக் கடைத்தேற்ற வேண்டும் என்று இறைவனை இறைஞ்சினார்.

கடைத்தேறு வி. (கடைத்தேற, கடைத்தேறி) (உ.வ.) **ஈடேறுதல்;** be redeemed or saved. 'எல்லாம் விதிப்படி நடக்கும் என்று நம்பிக் கடைத்தேற வழி நாடாமல் இருப்பது சரியல்ல' என்றார் அந்தச் சாமியார்.

கடைந்தெடுத்த[1] பெ.அ. (பொம்மை, சிலை போன்றவற்றைக் குறித்து வரும்போது) **செதுக்கியும் இழைத்தும் கச்சிதமாக உருவாக்கப்பட்ட;** carved. தந்தத்தில் கடைந்தெடுத்த நடராஜர் சிலை இது.

கடைந்தெடுத்த[2] பெ.அ. (நல்லது அல்லாததற்கு அடையாக) **முற்றிலும்; முழுக்கமுழுக்க;** (of sth. or somebody bad) downright; out-and-out. அவன் ஒரு கடைந்தெடுத்த அயோக்கியன்.

கடைநிலை பெ. **பல நிலைகளைக் கொண்ட பணி அமைப்பில் கடைசி நிலை;** last grade (in the hierarchical structure of any service). கடைநிலை ஊழியர்கள்/ கடைநிலைப் பணி.

கடைப்பிடி வி. (கடைப்பிடிக்க, கடைப்பிடித்து) 1: **(கொள்கை, வழிமுறை, மரபு முதலியவற்றை) பின்பற்றுதல்;** follow; adhere to (a principle, procedure, tradition, etc.,); adopt. இவை மாணவர்கள் கடைப்பிடிக்க வேண்டிய நெறிமுறைகள்./ சாலை விதிகளை வாகன ஓட்டிகள் அனைவரும் கடைப்பிடிப்பதன் மூலம் விபத்துகளைத் தவிர்க்கலாம்./ பிரதமர் குடியரசுத் தலைவருடன் கலந்து ஆலோசிக்க வேண்டும் என்ற மரபு கடைப்பிடிக்கப்பட்டுவருகிறது. [(தொ.சொ.) **செயல்படுத்து/ பின்பற்று/ மேற்கொள்**] 2: **(துக்கம், நினைவு நாள் முதலியவற்றை) மேற்கொள்ளுதல்; அனுஷ்டித்தல்;** observe (mourning, etc.,). இறந்த தலைவருக்கு அஞ்சலி செலுத்தும் வகையில் இன்று துக்க தினம் கடைப்பிடிக்கப்படுகிறது.

கடைப்புத்தி பெ. *(இலங்.)* **கீழ்த்தரமான அல்லது மட்டமான புத்தி;** undignified or filthy nature. உன்னை எவ்வளவு நம்பினேன். கடைசியில் உன் கடைப்புத்தியைக் காட்டிவிட்டாயே.

கடைப்புளி பெ. *(இலங்.)* **நேர்மையோ நாணயமோ இல்லாத தன்மை; அயோக்கியத்தனம்;** insincerity; dishonesty. இந்தக் கடைப்புளிக் குடும்பத்துக்குள் சென்று நீயும் கெட்டுவிட்டாய்./ அவன் செய்கையெல்லாம் கடைப்புளித்தனமாகவே இருக்கின்றது.

கடைபரப்பு வி. *(-பரப்ப, -பரப்பி)* காண்க: **கடைவிரி.**

கடைபோடு வி. *(-போட, -போட்டு)* **(ஓர் இடத்தில் நிலையாக அல்லது தற்காலிகமாக) கடை வைத்தல்;** open a shop. திருவிழாவுக்காகக் கோயிலுக்கு முன்னால் நிறைய பேர் கடைபோட்டிருக்கிறார்கள்.

கடைமடை பெ. *(ஊரக வ.)* **(அதிகமாகத் தண்ணீர் வரும் வாய்ப்பு இல்லாமல்) ஆறு அல்லது வாய்க்கால் கடைசியாகப் பாசனம் தரும் பகுதி;** land at the tail of a river or canal which usually receives poor supplies of water. ஆற்றில் தண்ணீர் நிறைய ஓடினாலும் கிராமத்தில் கடைமடைக்குத் தண்ணீர் எட்டுவதில்லை./ கடைமடை நிலம் எப்படி நல்ல விலைக்குப் போகும்?

கடைமுகம் பெ. *(ஊரக வ.)* **ஐப்பசி மாதக் கடைசி நாளில் மயிலாடுதுறை நகருக்குள் ஓடும் காவிரி ஆற்றில் நீராடும், மதம் சார்ந்த ஒரு வழக்கம்;** religious practice of taking bath in Cauvery river at Mayiladuthurai on the last day of Tamil month ஐப்பசி (October-November). இந்த வருடமாவது கடைமுகத்துக்கு அழைத்துப்போ என்று பாட்டி நச்சரித்துக்கொண்டிருக்கிறாள்.

கடையடைப்பு பெ. **(ஒன்றுக்கு எதிர்ப்பைக் காட்டும் முறையிலோ ஒரு கோரிக்கைக்காகவோ) அனைத்துக் கடைகளையும் வியாபாரம் நடக்காதபடி மூடுதல்;** shut down (shops, restaurants, etc., demanding sth. or protesting against sth.); hartal. திடீரென்று நேற்று கடையடைப்பு நடந்ததே, எதற்காக?

கடையப்பம் பெ. *(இலங்.)* **கடையில் வாங்கும் அப்பம், இடியாப்பம், தோசை போன்ற உணவு வகைகள்;** foodstuff bought from shops. உடம்புக்கும் கூடாது, வாய்க்கும் ருசி இல்லை என்று தெரிந்தும் கடையப்பத்தைதான் எந்த நாளும் வாங்குகின்றீர்கள்.

கடையல் பெ. *(இலங்.)* **அகப்பையால் கடைந்து சமைக்கப்பட்ட கீரை;** mashed greens.

கடையாணி பெ. **அச்சாணி;** axle pin (of a wheel).

கடையைக் கட்டு வி. *(கட்ட, கட்டி)* 1: **(அன்றைய வேலை முடிந்ததும்) கடையை மூடுதல்;** close the shop (after the day's business). மணி பத்தாகிவிட்டது. இன்னுமா கடையைக் கட்டவில்லை? 2: **(நிரந்தரமாக) தொழிலை நிறுத்துதல்;** wind up. இந்த நிறுவனம் நஷ்டக் கணக்குக் காட்டி கடையைக் கட்டப்பார்க்கிறது என்று தொழிற் சங்கம் குற்றம்சாட்டியது. 3: *(பே.வ.)* **(ஓர் இடத்தில் மேலும் இருக்கத் தேவை இல்லாததால்) புறப்படுதல்;** go away; be gone. உன் வேலை முடிந்துவிட்டதல்லவா, கடையைக் கட்டு./ நீ கடையைக் கட்டு. எனக்குச் செய்ய வேண்டிய வேலை நிறைய இருக்கிறது.

கடைவாய் பெ. 1: **வாயில் உதடுகள் பிரியும் ஓரம்;** corner of the mouth. குழந்தையின் கடைவாயில் எச்சில் ஒழுகிக்கொண்டிருந்தது. 2: **(வாயினுள்) கடைவாய்ப் பற்களுக்கு அருகில் உள்ள இடம்;** region in the mouth near molar teeth. புகையிலையைக் கடைவாயில் அடக்கிக் கொண்டார்.

கடைவாய்ப் பல் பெ. **உணவைக் கூழாக்க உதவும் விதத்தில் தட்டையான தலைப் பாகத்தோடு தாடையின் பின்பக்கத்தில் இருக்கும் பெரிய பல்;** molar tooth.

கடைவிரி வி. *(-விரிக்க, -விரித்து)* 1: **(சாலை ஓரத்தில் அல்லது சந்தையில்) பொருள்களை விற்பனைக்குத் தயாராகப் பரப்பி வைத்தல்;** (of hawking) set up make-shift open stall. ஞாயிற்றுக்கிழமைகளில் நடைபாதை முழுவதும் சிறிய பொருள்களை விற்பவர்கள் கடைவிரித்து விடுகிறார்கள். 2: **(ஒரு இடத்தில் பொருள்களை) பரப்பி வைத்தல்;** scatter. கடைவிரிக்காமல் புடவையை மடித்து வை. 3: **(தேவையில்லை என்ற போதும் ஒரு கருத்து, விஷயம் போன்றவற்றைப் பற்றி) விரிவாகக் கூறுதல்;** parade sth. நம் வீட்டு விஷயங்களையெல்லாம் பக்கத்து வீட்டுக்காரரிடம் கடைவிரிக்க வேண்டியதில்லை./ மேடை கிடைத்தால் போதும், தன் கருத்துகளைக் கடைவிரிக்க ஆரம்பித்துவிடுவார்.

கடைவீதி பெ. காண்க: **கடைத்தெரு.**

கடோத்கஜன் பெ. **(மகாபாரதத்தில்) பீமனின் (மிகுந்த உடல் வலிமை படைத்த) மகன்;** (in the Mahabharata) son of Bhima. அதோ கடோத்கஜன்போல் வருகிறானே அவன் தான் என் தம்பி.

கண்[1] பெ. அ. *(பார்ப்பதற்கான பொறி)* 1: **பார்ப்பதற்குப் பயன்படும் உறுப்பு; விழி;** eye. ஆந்தை போன்று அவனுக்குப் பெரிய வட்டமான கண்கள்./ கிழவருக்கு இன்னும் கண் தெரிகிறது, காது கேட்கிறது. *(பார்க்க, படம்: உடல்)* **ஆ.** *(பொருள்களில் கண் போன்று இருக்கும் பகுதி)* 2: **(தேங்காய், பனங்காய் முதலியவற்றில்) முளை வருவதற்கு வசதியாக உள்ள, குழிந்த, சிறு வட்ட வடிவத்தில் இருக்கும், கறுப்பு நிறப் பகுதி;** eye (of a coconut, palm fruit, etc.,). பொதுவாகத் தேங்காயில் மூன்று கண்கள் இருக்கும். 3: **(மயிலின் தோகையில் உள்ள) கரு நிறப் புள்ளி;** dark eye-like spot (on the feathers of certain birds such as peacock). மயில் தோகையின் கண். 4: **(புண், கட்டி முதலியவற்றில் சீழ் வெளிவரும்) பழுத்த முனை;** head (of a boil, etc.,). கட்டி பழுத்துக்

கண் வைக்கவில்லை. **5: (சல்லடை, சில வகைப் பல கணி போன்றவற்றில் உள்ள) சிறு ஓட்டை;** perforation (in the wire-mesh of a sieve); one of the small openings (in certain types of windows). சல்லடைக் கண்களை மாவு அடைத்துக்கொண்டுவிட்டது. **இ.** (நோக்கம் குறித்தது) **6: கண்ணோட்டம்; பார்வை; நோக்கு;** view; perspective. சட்டத்தின் கண்ணில் அனைவரும் சமம்./ இந்தப் பிரச்சினையை வரலாற்றுக் கண்கொண்டு பார்க்க வேண்டும். **ஈ.** (மரபு வழக்கு) **7:** (பெரும்பாலும் 'ஒரு' என்ற சொல்லுடன் சேர்ந்து வரும்போது) **(ஏதேனும் ஒன்றின் மேல் வைக்கும்) விருப்பம்;** liking; desire. எதிர் வீட்டுச் சிறுவனுக்கு நம் குழந்தை வைத்திருக்கும் பொம்மையின் மீது ஒரு கண். **8:** (பெரும்பாலும் 'ஒரு' என்ற சொல்லுடன் சேர்ந்து வரும்போது) **கண்காணிப்பு;** keeping an eye (on sth. or somebody). அவன்மேல் எப்போதும் ஒரு கண் இருக்கட்டும்! **9:** (ஊரக வ.) **(ஆறு, கால்வாய் போன்றவற்றின்) மதகிலிருந்து நீர் வெளியேறும் பாதையாக உள்ளதும், பலகை அடைப்பைக் கொண்டதுமான வழி;** sluice in a regulator across a river or canal.

-கண்² இ.சொ. (உ.வ.) (இலக்.) **ஏழாம் வேற்றுமை உருபாகப் பயன்படும் இடைச்சொல்;** particle used as a locative case marker. உலகின்கண் வாழும் மக்கள்.

கண்கட்டி பெ. (கண்) **இமைகளின் ஓரத்தில் சிவந்த நிறத்தில் வீக்கத்தோடு காணப்படும் புடைப்பு;** sty. கோடைக் காலம் என்றால் எனக்குக் கண்கட்டி வரும்./ கண்கட்டி இருப்பதால் சரியாகப் பார்க்க முடியவில்லை.

கண்கட்டு வித்தை பெ. **கண் எதிரிலேயே சில பொருள்களைத் திடீரென்று தோன்ற அல்லது மறையச் செய்யும் (கண்களால் பார்த்தும் நம்ப முடியாத) ஜால வித்தை;** art of conjuring. பெண் அந்தரத்தில் நிற்பதுபோல் காட்டும் ஒரு கண்கட்டு வித்தை/ அவரைக் காணோமா? நம்ப முடியவில்லையே, இது என்ன கண்கட்டு வித்தையா!

கண்கடை தெரியாமல் வி.அ. (இலங்.) **கட்டுப்பாடு இல்லாமல்; கண்மண் தெரியாமல்;** recklessly; blindly. கண்கடை தெரியாமல் காரை ஓட்டுகிறான்./ உண்மையில் நகரங்களில்தான் காதல் கண்கடை தெரியாமல் வளர்கிறது.

கண்கண்ட பெ.அ. காண்க: **கைகண்ட.**

கண்கண்ட தெய்வம் பெ. **தான் இருப்பதை உணரச் செய்வதாகவும் துன்பங்களை உடனே தீர்ப்பதாகவும் நம்பப்படும் தெய்வம்;** god whose grace one experiences personally. எங்களுக்கு முருகன்தான் கண்கண்ட தெய்வம்.

கண்கயல் பெ. (இலங்.) காண்க: **மேல்கயல்.**

கண்கரண்டி பெ. (இலங்.) **ஜல்லிக்கரண்டி;** a broad perforated ladle.

கண்கலங்கு வி. (-கலங்க, -கலங்கி) **வருத்தத்திற்கு உள்ளாதல்;** be in tears; be in visible distress. பசியால் வாடும் குழந்தைகளைப் பார்த்து அவள் கண்கலங்கினாள்./ ரயில் விபத்தில் பலர் உயிர் இழந்ததைக் கண்டு நாடே கண்கலங்கியது.

கண்கவர் பெ.அ. **பார்வையை இழுக்கும்; கவர்ச்சிகரமான;** fascinating; attractive. கண்கவர் பள்ளத்தாக்கு/ கண்கவர் வண்ணத்தில் பட்டுச் சேலைகள்.

கண்களில் பூச்சி பற வி. (பறக்க, பறந்து) **திடீரென்று பார்வை தெளிவாகத் தெரியாமல் அலசலாகவும் தெளிவற்றும் காணப்படுதல்;** (of one's vision) get blurred. ஓடிக்கொண்டிருந்த பேருந்திலிருந்து குதித்து இறங்கியதும் ஒரு கணம் கண்களில் பூச்சி பறப்பது போலிருந்தது.

கண்காட்சி பெ. **பெரும்பாலும் ஓரே வகையைச் சேர்ந்த பொருள்களைக் குறிப்பிட்ட நாட்களுக்கு மட்டும் பொதுமக்களின் பார்வைக்காக அல்லது விற்பனைக்கு வைக்கும் தற்காலிக ஏற்பாடு;** show; exhibition. மலர்க் கண்காட்சி/ ஓவியக் கண்காட்சி/ தபால்தலைக் கண்காட்சி.

கண்காட்சியாளர் பெ. (பு.வ.) **தன் படைப்பு அல்லது தான் உற்பத்திசெய்த பொருளைக் காட்சிக்கு வைக்கும் ஒரு நிறுவனம், அமைப்பு அல்லது தனிநபர்;** exhibitor. மாநில அரசு நடத்தும் இந்த வாகனக் கண்காட்சியில் 50க்கும் மேற்பட்ட கண்காட்சியாளர்கள் பங்கேற்கிறார்கள்.

கண்காட்டு வி. (-காட்ட, -காட்டி) (இலங்.) காண்க: **கண்ணைக் காட்டு.**

கண்காணாத பெ.அ. (பே.வ.) **தொலைதூரமான;** remote; far away. கண்காணாத இடத்துக்குப் போய்விட வேண்டும் போல் இருக்கிறது./ கண்காணாத ஊரில் போய் நீ என்ன செய்வாய்?

கண்காணி¹ வி. (கண்காணிக்க, கண்காணித்து) **1: (பிரச்சினை, தவறு போன்றவற்றைத் தடுக்கும் வகையில்) நடவடிக்கை மேற்கொள்ளுதல்; ஜாக்கிரதையாகக் கவனித்தல்;** keep watch; watch (the activities); keep track of. கலவரம் நடந்த இடத்தில் நிலைமையைக் காவல்துறையினர் கண்காணித்துவருகிறார்கள்./ தீவிரவாதிகளின் நடவடிக்கைகள் அனைத்தும் கண்காணிக்கப்படுகின்றன. **2: மேற்பார்வையிடுதல்;** monitor; supervise; oversee. ஊழியர்களின் பணிகளை உயர் அதிகாரிகள் சரியாகக் கண்காணிப்பதில்லை என்று புகார் வந்துள்ளது./ இயந்திரங்களைக் கண்காணிக்கும் பொறுப்பு இவருடையது.

கண்காணி² பெ. காண்க: **கங்காணி.**

கண்காணிப்பாளர் பெ. **ஒரு நிர்வாக அமைப்பு, அதன் பிரிவுகள், பணி, நடவடிக்கை ஆகியவை முறையாக உள்ளனவா என்று கவனிக்கும் பொறுப்புடைய அதிகாரி;** superintendent. மருத்துவமனைக் கண்காணிப்பாளர்/ காவல்துறைக் கண்காணிப்பாளர்/ சுங்கத்துறைக் கண்காணிப்பாளர்.

கண்காணிப்பு பெ. **1: (ஓர் அமைப்பின் மீது அல்லது ஒருவருடைய செயல்களின் மீது அல்லது ஓர் இடத்தைச் சுற்றி) கூர்ந்த, தொடர்ந்த கவனிப்பு;** vigilance; surveillance. தீவிரக் கண்காணிப்பை மேற்கொண்டதன் மூலம் காடுகளில் மரம் வெட்டப்படுவது கணிசமாகக் குறைந்துள்ளது./ அந்தப் போராட்டத் தலைவர் விடுதலை செய்யப்பட்ட பின் அவர் நடவடிக்கைகள் பலத்த கண்காணிப்புக்கு உள்ளாகியுள்ளன. **2: மேற்பார்வை;** custody; supervision. தூரத்து உறவினர் ஒருவரின் கண்காணிப்பில்

என் தம்பி வளர்ந்தான்./ என் நிலம் இன்னும் அவருடைய நேரடிக் கண்காணிப்பில்தான் இருந்துவருகிறது.

கண்குத்திப்பாம்பு பெ. **பச்சைப்பாம்பு;** green whip snake.

கண்கூடு பெ. *(-ஆக, -ஆன)* **மிகவும் தெளிவு; வெளிப்படை;** plain; obvious; evident; crystal clear. *பட்டப் பகலில் திருட்டு நடந்திருக்கிறது என்றால் அந்த நேரத்தில் சுற்றுவட்டாரத்தில் யாரும் இல்லை என்பது கண்கூடு./ பொதுமக்களுக்குக் கண்கூடாகத் தெரியும் இந்தக் குறை அதிகாரிகளுக்குத் தெரியாத ஒன்றா?* [(தொ.சொ.) **தெளிவு/ நிதர்சனம்/ வெளிப்படை**]

கண்கொட்டு வி. *(-கொட்ட, -கொட்டி)* **கண் சிமிட்டுதல்;** wink. *அந்தச் சிறுமி கண்கொட்டாமல் கதை கேட்டுக் கொண்டிருந்தாள்./ கண்கொட்ட மறந்து அவளையே அவன் பார்த்துக்கொண்டிருந்தான்.*

கண்கொள்ளா(த) பெ.அ. **(காட்சியின் மூலம்) வியப்பைத் தோற்றுவிக்கக்கூடிய அளவிலான;** (of beauty, sight) surpassing. *விமானப்படையினரின் சாகசச் செயல்கள் கண்கொள்ளாக் காட்சியாக இருந்தன./ இந்த ஓவியத்தை நாளெல்லாம் பார்த்துக்கொண்டே இருக்கலாம், அப்படி ஒரு கண்கொள்ளாத அழகு!*

கண்சிமிட்டு வி. *(-சிமிட்ட, -சிமிட்டி)* **1: கண்ணால் குறிப்புக் காட்டுதல்; ஜாடை காட்டுதல்;** wink (at s.o. to signal secret amusement or to invite attention). **2: (நட்சத்திரம், விளக்கு முதலியவை) விட்டுவிட்டு ஒளிர்தல்;** (of stars) twinkle; (of lights) flicker. *வானில் கண்சிமிட்டும் நட்சத்திரங்கள்.*

கண்சிரட்டை பெ. (இலங்.) **(இரண்டாக உடைத்த தேங்காய் மூடியில்) கண் உள்ள பகுதி;** half of a split coconut shell in which the eye is found. *பொரிக்கிறதைக் கண் சிரட்டைக்குள் போட்டால் எண்ணெய் கீழே வழிந்துவிடும்.*

கண்ட பெ.அ. *(பெரும்பாலும் எரிச்சலுடன் கூறும்போது)* **இன்னது, இன்னார் என்று குறிப்பிடப்படாத அல்லது தீர்மானிக்கப்படாத;** (just) any. *வேலை தேடிக் கண்ட இடங்களுக்குச் சென்றுவந்ததுதான் மிச்சம்./ கண்ட நேரங்களில் வந்து அவன் என்னைத் தொந்தரவுசெய்வான்./ கண்ட தண்ணீரைக் குடித்தால் வயிற்றுப்போக்குதான் வரும்./ தெருவில் சண்டைபோட்டால் இப்படித்தான் கண்டவனெல்லாம் வந்து புத்திமதி சொல்வான்./ காசு இருக்கிறது என்பதற்காகக் கண்டதை வாங்கிப்போட முடியுமா?*

கண்டங்கத்தரி பெ. **மஞ்சள் நிறத்தில் சிறு பழங்கள் கொண்ட, முட்கள் நிறைந்த கொடி;** a thorny plant which bears small yellow fruits.

கண்டடை வி. *(-அடைய, -அடைந்து)* **(ஒன்றை) தேடிப் பெறுதல்;** get; find. *'தேடுங்கள், அப்பொழுது கண்டடைவீர்கள்' என்பது இயேசுவின் மொழி./ அழகியல் ரீதியில் கவிதை ஓர் ஒத்திசைவைக் கண்டடைய முனைகிறது.*

கண்டத்தட்டு பெ. **(புவியியலில்) பூமியின் மேற்பரப்பைத் தகடுபோல் மூடியிருக்கும், தட்டு போன்ற பெரும் பாறைகளில் ஒன்று;** tectonic plate. *மிகச் சிறிய கண்டத் தட்டின் கனம் 50 கிலோமீட்டர் ஆகும்./ பல கண்டத் தட்டுகள் இணைந்துதான் பூமியின் மேற்பரப்பு உண்டாகியிருக்கிறது.*

கண்டத்தட்டு

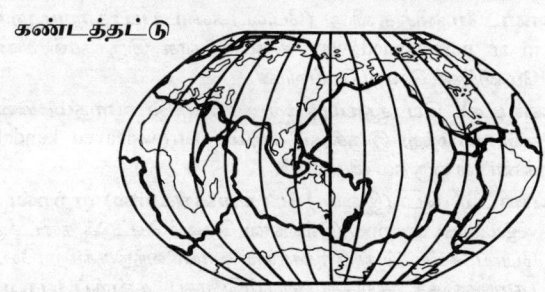

கண்டது கடியது பெ. **இன்னது என்ற வரைமுறை இல்லாத பல;** anything and everything. *உன் பையன் கேட்டுவிட்டான் என்பதற்காகக் கண்டது கடியதையெல்லாம் வாங்கித் தராதே./ இப்படிக் கண்டது கடியதை வாங்கித் தின்று உடம்பைக் கெடுத்துக்கொள்ளாதே./ கண்டது கடியதைப் படித்துவிட்டு மேதாவிபோல் அவன் அலைகிறான்.*

கண்டதுண்டமாக வி.அ. **(உருத் தெரியாதபடி) துண்டு துண்டாக;** into pieces. *கீரிப்பிள்ளை பாம்பைக் கண்ட துண்டமாகக் கடித்துப்போட்டுவிட்டது./ அவனைக் கண்ட துண்டமாக வெட்ட வேண்டும்போல் இருந்தது எனக்கு.*

கண்டபடி வி.அ. **எந்த வித ஒழுங்கும் இல்லாமல்; தாறுமாறாக;** without observing any norm or standard or rule; without restraint. *குடித்துவிட்டு வந்து கண்டபடி பேசுகிறான்./ கோபம் வந்துவிட்டால் கண்டபடி திட்டுவார்.*

கண்டம்[1] பெ. **1: கழுத்தின் முன்பகுதி; தொண்டை;** front of the neck (including the Adam's apple); throat. *சிவன் கண்டம் கறுத்தவனாகவே கூறப்படுகிறான்./ கண்டம் கீறப்பட்டுக் கொலைசெய்யப்பட்டிருந்தார்.* **2: (ஒலி பிறக்கும்) தொண்டை;** vocal tract.

கண்டம்[2] பெ. **பூமியில் உள்ள நிலப் பரப்பின் பெரும் பிரிவுகளுள் ஒன்று;** continent. *அண்டார்டிகா ஒரு கண்டம் என்பது உனக்குத் தெரியுமா?*

கண்டம்[3] பெ. **(மீன் அல்லது இறைச்சி) துண்டு;** piece; slice (of fish or meat). *மீன் குழம்பிலிருந்து ஒரு கண்டம் எடுத்துப் போடு.*

கண்டம்[4] (g-) பெ. (சோதி.) **(கிரகத்தின் தீய விளைவுகளால்) உயிருக்கு நேரக்கூடிய ஆபத்து;** (in astrology) critical period (indicated in one's horoscope due to the adverse effect of the ruling planet); testing time. *இந்த ஜாதகக்காரருக்கு ஏழாம் வயதில் தண்ணீரில் கண்டம் ஏற்பட வாய்ப்பு உண்டு.*

கண்டம்[5] பெ. (உயிரி.) **(சில உயிரினங்களின் உடல்) தனித்த உள், வெளி உறுப்புகளைக் கொண்டு பகுதி பகுதியாகப் பிரிந்திருப்பது;** segment. *மண்புழுவின் உடல் உருண்டை வடிவமாகவும் பல கண்டங்களை உடையதாகவும் காணப்படுகிறது./ கரப்பான் பூச்சியின் மார்புப் பகுதி மூன்று கண்டங்களால் ஆனது.*

கண்டமாலை பெ. (சித்த.) **குறிப்பிட்ட சுரப்பிகள் வீங்குவதால் கழுத்தில் புண்ணாக மாறும் கட்டிகள்;** tubercular glands in the neck.

கண்டமேனிக்கு வி.அ. *(பே.வ.)* **கண்டபடி; தாறுமாறாக;** in an unrestrained way. கையில் காசு இருந்தால் கண்ட மேனிக்குச் செலவு செய்வான்.

கண்டல்[1] பெ. **சதுப்புநிலக் காடுகளில் வளரும், கிளைகள் தாழ்ந்து இருக்கும் மரம்;** narrow-leaved kandelia. கண்டல் ஒரு தல விருட்சம்.

கண்டல்[2] பெ. *(இலங்.)* **1: *(காய்கறிகளில்)* முற்றல்;** (of vegetables) overripe. இவ்வளவு மெனக்கெட்டுக் கடைக்குப் போய், கண்டல் கத்திரிக்காயை வாங்கிவந்திருக்கிறாயே. **2:** *(காயத்தைக் குறித்து வரும்போது)* **கன்றிப்போனது;** bruise. அடிபட்டவுடன் கவனிக்காததால் காயம் கண்டலாகப் போய்விட்டது.

கண்டல் கல் பெ. *(இலங்.)* **பாறையை உடைத்துப் பெறும் வெள்ளை நிறக் கல்;** a kind of white stone cut from rock. கிணற்றுக்கட்டைக் கண்டல் கல்லாலேயே கட்டியுள்ளோம்./ வீட்டு அத்திவாரம் போடுவதற்குக் கண்டல் கல் வாங்க வேண்டும்.

கண்டறி வி. *(-அறிய, -அறிந்து)* **(இதுவரை அறியப்படாதிருப்பதை அல்லது போதிய தகவல் இல்லாததை) தெரிந்துகொள்ளுதல்;** enquire into (what is little known so far); examine; investigate; discover. சுதேசித் தொழில் நுட்பங்களைக் கண்டறிந்து மேம்படுத்த வேண்டும்./ உண்மையைக் கண்டறிவதுதான் இந்தக் குழுவின் பணி.

கண்டனம் பெ. **(ஒரு நிகழ்வை, செயல்பாட்டை, கூற்றை) ஏற்றுக்கொள்ள முடியாது என்று வன்மையாகத் தெரிவிக்கும் நிலைப்பாடு;** condemnation; denunciation. தலைவர் இறந்தபின் நிகழ்ந்த வன்முறையைக் குறித்து அவர் பலத்த கண்டனம் தெரிவித்தார்./ அந்தக் கதை பெண்களை இழிவுபடுத்துவதாக அமைந்துள்ளது என்று கண்டனம் கிளம்பியுள்ளது./ அவருடைய மதவாதப் பேச்சு கண்டனத்துக்கு உரியது.

கண்டாங்கி பெ. **கட்டம் போட்ட நூல் புடவை;** chequered cotton saree. சிவப்புக் கண்டாங்கி உனக்கு நன்றாக இருக்கும்.

கண்டாமணி பெ. **(கோயில்களில் காணப்படும்) அளவில் பெரிய மணி;** large-sized bell.

கண்டாயம் பெ. *(இலங்.)* **வேலியில் இருக்கும் சிறிய திறப்பு;** small opening in the fence. கண்டாயத்துக்குள் மாடுகள் வந்து வாழைக் கன்றுகளை மேய்ந்துவிட்டன.

கண்டி வி. *(கண்டிக்க, கண்டித்து)* **1: (தவறைச் சுட்டிக்காட்டி இவ்வாறு செய்யக் கூடாது என்று) திருந்தும்படி கடுமையாகக் கூறுதல்;** rebuke; pull (s.o.) up; scold. குழந்தையைக் கண்டித்து வளர்க்கலாம், ஆனால் தண்டிக்கக் கூடாது./ 'நீ இவ்வாறு திட்டியிருக்கக் கூடாது' என்று அவர் என்னைக் கண்டித்தார். **2: கண்டனம் தெரிவித்தல்;** denounce; condemn. நேற்று நடந்த வன்முறைச் செயலைப் பலரும் கண்டித்திருக்கிறார்கள்./ அந்த வங்கியில் கண்டுபிடிக்கப்பட்ட முறைகேடுகள் கண்டிக்கத் தக்கவை.

கண்டிக்கல் பெ. **கட்டடத்தின் கைப்பிடிச் சுவர், மாடம் முதலிய பகுதிகளைக் கட்டப் பயன்படும் தட்டையான சிறு செங்கல்;** a flat small-sized brick (used for building parapet, niche, etc.,).

கண்டிகை பெ. **1: அட்டிகையுடன் இணைந்த பெரிய பதக்கம்;** necklace with a big pendant. மகர கண்டிகை. **2: உருத்திராட்சத்தால் ஆன கழுத்தணி;** necklace with rudraksha beads. மடாதிபதி கண்டிகை அணிந்திருந்தார்.

கண்டிச்செங்கல் பெ. காண்க: **கண்டிக்கல்.**

கண்டிப்பாக வி.அ. **1: நிச்சயமாக;** certainly. கண்டிப்பாக ஏதோ தவறு நடந்திருக்கிறது./ கண்டிப்பாக இது என் அப்பாவின் கையெழுத்துதான்./ நாளைக்குக் கண்டிப்பாக உங்கள் பணத்தைக் கொடுத்துவிடுகிறேன். **2: அவசியம்;** without fail; imperatively. தாங்கள் கண்டிப்பாக எங்கள் வீட்டுத் திருமணத்துக்கு வர வேண்டும்./ நல்ல நீரும் காற்றும் அனைவருக்கும் கண்டிப்பாகத் தேவை.

கண்டிப்பு பெ. *(-ஆக, -ஆன)* **1: (இதைச் செய்ய வேண்டும் அல்லது செய்யக் கூடாது என்பதில் ஒருவர் காட்டும்) உறுதி;** strictness; firmness. குழந்தைக்குத் தெருவில் விற்பதை வாங்கிக் கொடுக்கக் கூடாது என்பதில் அப்பா மிகவும் கண்டிப்பு./ விதிமுறைகளைக் கண்டிப்பாகக் கடைப்பிடிக்க வேண்டும்./ அவர் மிகவும் கண்டிப்பான அதிகாரி. [*(தொ.சொ.)* ***உறுதி/ கட்டாயம்/ திண்ணம்/ நிச்சயம்***] **2: கடுமையான கட்டுப்பாடு;** firm control. தாத்தாவின் கண்டிப்பில் வளர்ந்தவன் நான்./ அவருடைய கண்டிப்பு என்னைத் தவறு செய்யவிடாமல் தடுத்தது.

கண்டு[1] பெ. **உருளையில் அல்லது பந்து வடிவில் சுற்றப்பட்ட நூல் அல்லது கயிறு;** length of thread or twine coiled into a ball. நூல் இரண்டு கண்டு போதுமா?

கண்டு[2] பெ. *(நெசவு)* **கைத்தறியில் ஊடு இழைகளைச் சிறிய உலோக அல்லது மரக் குழாயில் சுற்றியிருக்கும் நூல் கண்டு;** a spindle of yarn (used in hand-weaving). தறி நாடாவுக்குள் கண்டு இருக்கிறதா?/ தறி நாடாவுக்குள் இருக்கும் கண்டிலிருந்துதானே ஊடு இழை வருகிறது?

கண்டுகளி வி. *(-களிக்க, -களித்து)* **(கலைநயம் உடையவற்றை) பார்த்து மகிழ்தல்;** enjoy oneself (seeing or viewing sth. artistically produced). மகாபலிபுரம் சென்று சிற்பங்களைக் கண்டுகளித்தோம்./ இவ்வளவு சிறப்பான ஓவியக் கண்காட்சியைக் கண்டுகளிக்கும் வாய்ப்பைத் தவறவிடாதே.

கண்டுகொள்[1] வி. *(-கொள்ள, -கொண்டு)* **1: (இன்னது, இன்னார் என்று) இனம் தெரிந்துகொள்ளுதல்; அறிந்துகொள்ளுதல்;** find out; discriminate. இரவா பகலா என்பதைக்கூடக் கண்டுகொள்ள முடியாத மயக்கத்தில் அவன் கிடந்தான்./ ஆசிரியர்கள் மாணவர்களிடம் உள்ள தனித்தன்மையைக் கண்டுகொள்வதில் கவனம் செலுத்த வேண்டும். [*(தொ.சொ.)* ***சீந்து/ பொருட்படுத்து/ மதி***] **2: *(எதிர்மறை வடிவங்களில்)* தெரிந்ததுபோல் காட்டிக்கொள்ளுதல்;** (in negative forms only) take notice of. நீ சம்பந்தப்படாத இந்த விஷயத்தைக் கண்டுகொள்ளாமல் இருப்பதுதான் உனக்கு நல்லது./ அக்கிரமங்கள் நடக்கும்போது கண்டுகொள்ளாமல் இருக்க முடியுமா? **3:** *(பே.வ.)* **(மதிப்புக்கு உரியவர்களை) நேரில் சென்று பார்த்தல்;** pay a formal visit to (respectable persons, higher officials, etc.,). உங்களைக் கண்டுகொண்டு போகலாம் என்று வந்தேன்.

கண்டுகொள்[2] வி. *(-கொள்ள, -கொண்டு) (இலங்.)* காண்க: **கண்டுவிடு.**

கண்டுபிடி வி. *(-பிடிக்க, -பிடித்து)* **1: (புதிய பொருள், கொள்கை முதலியவற்றை) உருவாக்குதல்; (இதுவரை அறியப்படாமல் இருந்த ஒன்றை) அறியச் செய்தல்;** invent; discover. புற்றுநோய்க்கான மருந்தைக் கண்டுபிடிக்க விஞ்ஞானிகள் பெருமுயற்சி செய்துவருகிறார்கள்./ இவ்வளவு அழகான குகைக் கோயிலை இவ்வளவு நாள் யாரும் கண்டுபிடிக்காமல் இருந்தது எப்படி? **2: (ஒன்றை) தேடி அறிதல்;** figure out; spot. இந்தப் புகைப்படத்தில் நான் எங்கிருக்கிறேன் என்று கண்டுபிடியுங்கள் பார்க்கலாம்./ இவ்வளவு சொல்லியும் இந்த விடுகதைக்கான விடையைக் கண்டுபிடிக்க முடியவில்லையா?

கண்டுபிடிப்பு பெ. **1: புதிதாக உருவாக்கப்பட்டது; முதல்முதலாக வெளிப்படுத்தப்பட்டது;** invention; discovery. இந்த மருந்து வெளிநாட்டு நிறுவனம் ஒன்றின் கண்டு பிடிப்பு ஆகும்./ தொல்லியல் ஆய்வாளர்களின் இந்தக் கண்டுபிடிப்பு வரலாற்றுக்கு உதவும். **2: (ஆராய்ச்சி, வழிமுறை போன்றவற்றால்) கண்டறியப்பட்டது;** finding. இத்தனை ஆண்டுகள் ஆராய்ச்சி செய்தீர்களே, உங்களுடைய புதிய கண்டுபிடிப்புகள் என்ன?/ (உரு வ.) முதன் முதலாகத் திரைக்கு அறிமுகமாகியிருக்கும் இந்த நடிகரை இயக்குநரின் கண்டுபிடிப்பு என்று சொல்லலாம்.

கண்டும்காணாமல் வி.அ. **பொருட்படுத்தாமல்; கண்டுகொள்ளாமல்;** without making much of; taking no notice of; turning a blind eye to. நூறு பேர் வேலை செய்யும் இடத்தில் தவறுகள் நடக்கும், அவற்றைக் கண்டும்காணாமல் போவதே நல்லது./ எங்கள் மேலதிகாரி நாங்கள் செய்யும் சிறுசிறு தவறுகளைக் கண்டும்காணாமல் விட்டுவிடுவார்.

கண்டுமுதல் பெ. *(ஊரக வ.)* **1: (நெல், உளுந்து போன்றவற்றின்) விளைச்சல்/ விளைச்சல் வீதம்;** the yield/ rate of yield of paddy. இந்த வருடம் நெல் என்ன கண்டுமுதல்?/ உனக்குக் கண்டுமுதல் எப்படியிருக்கிறது?/ உளுந்து ஒரு காணிக்கு இருபது மூட்டை கண்டுமுதலாகிறது. **2: ஆன செலவை ஈடுகட்டும் வகையில் விற்றுக் கிடைத்த தொகை;** income (that balances the expenses incurred). இந்த வருஷம் வியாபாரத்தில் கண்டுமுதல்கூடக் கிடைக்க வில்லை.

கண்டுவிடு வி. *(-விட, -விட்டு) (இலங்.)* **சந்தித்தல்; பார்த்தல்;** meet; see. நான் மாமாவைக் கண்டுவிட்டுத்தான் வந்தேன்./ நீங்கள் போகையிலே அம்மாவைக் கண்டுவிட்டுப் போங்கள்./ நண்பரைக் கடைவீதியில் கண்டுவிட்டேன்.

கண்டெடு வி. *(-எடுக்க, -எடுத்து)* **1: (ஒரு பொருளை) தற்செயலாகப் பார்த்து எடுத்தல்;** find (sth.); chance to see and pick up. இந்தப் பேனாவை வழியில் கண்டெடுத்தேன்./ இரண்டு மாதமாகத் தேடிக்கொண்டிருக்கும் புத்தகத்தைக் கடைசியில் உன் பெட்டியிலிருந்து கண்டெடுத்தேன். **2: (நாணயம், மட்பாண்டம் முதலிய பொருள்களை அகழாய்வின்போது) கண்டுபிடித்தல்;** find (sth. in an archaeological excavation). உறையூரில் சோழர் காலச் சிலைகள் கண்டெடுக்கப்பட்டன.

கண்டை பெ. **(முற்காலத்தில்) கழல்;** (warrior's) anklet.

கண்ணகப்பை பெ. *(இலங்.)* **சாரணி; ஜல்லிக்கரண்டி;** kitchen implement to handle the food while frying. அம்மா பொரித்த பலகாரங்களைக் கண்ணகப்பையால் அள்ளி எடுத்தாள்.

கண்ணகி பெ. **(ஐம்பெரும் காப்பியங்களில் ஒன்றான) சிலப்பதிகாரத்தின் நாயகி;** the heroine of the Tamil epic சிலப்பதிகாரம்.

கண்ணசைவு பெ. **விழியை அசைப்பதால் காட்டும் குறிப்பு;** suggestion made by the movement of eyes. அவருடைய கண்ணசைவுக்காகப் பலர் காத்திருந்த காலம் உண்டு.

கண்ணடி வி. *(-அடிக்க, -அடித்து)* **1: (ஒருவருக்கு ஒன்றை உணர்த்தக் கண்ணைச் சிமிட்டி) ஜாடைகாட்டுதல்;** wink (at s.o.) to give a cue. 'நான் சொன்ன பெண் அவள் தான்' என்று நண்பனைப் பார்த்துக் கண்ணடித்தான். **2: (பெண்ணைப் பார்த்துக் கண்ணால்) குறிப்புக் காட்டுதல்;** wink at (women); make eyes at. 'அவன் என்னைப் பார்த்துக் கண்ணடித்தான்' என்று அவள் தன் அண்ணனிடம் புகார் கூறினாள்.

கண்ணடை வி. *(-அடைக்க, -அடைத்து)* காண்க: **கண்ணயர்.**

கண்ணயர் வி. *(-அயர, -அயர்ந்து)* **(அசதி, களைப்பு முதலியவற்றால் ஒருவர் தன்னை அறியாமல்) தூங்கிப் போதல்; தூங்கிவிழுதல்;** doze off. நீண்ட தூரம் நடந்து வந்ததால் ஏற்பட்ட அசதியில் நாற்காலியில் உட்கார்ந்தபடியே கண்ணயர்ந்துவிட்டார்.

கண்ணளவு பெ. **கண்திட்டம்;** estimate by sight. கண்ணளவாகத்தான் குழம்புக்கு உப்புப் போட்டேன்.

கண்ணறை பெ. *(இலங்.)* **(ஆடையைக் குறித்து வரும் போது) உடல் தெரியும் தன்மை;** (of cloth) transparent. கண்ணறை உடையை அணிந்துகொண்டு தெருவில் போகாதே என்று அம்மா மகளுக்குக் கூறினார்.

கண்ணன் பெ. **(திருமாலின் ஒரு அவதாரமாகிய) கிருஷ்ணன்;** the god Krishna.

கண்ணாக இரு வி. *(இருக்க, இருந்து)* **(நினைத்தது நிறைவேறும்வரையில், ஒன்றை அடைய வேண்டும் என்பதில்) குறியாக இருத்தல்;** be intent or keen on. எது எப்படி நடந்தாலும் அவன் தன் காரியத்தில் மட்டும் கண்ணாக இருப்பான்./ புகழை லட்சியம் பண்ணாமல் கருமமே கண்ணாக இருப்பவர்களும் உண்டு.

கண்ணாடி பெ. **1: ஒளி ஊடுருவக்கூடியதும் எளிதில் உடையக்கூடியதுமான ஒரு பொருள்;** glass. கண்ணாடித் தொட்டி/ கண்ணாடிக் கதவு/ கண்ணாடி வளையல். **2: உருவத்தைப் பிரதிபலிக்கக்கூடிய வகையில் பாதரசம் பூசப்பட்ட பின்பகுதியையும் வழுவழுப்பான முன் பகுதியையும் கொண்ட, தட்டையான பொருள்;** mirror. கண்ணாடியின் முன் நின்று தலைவாரிக்கொண்டாள். **3: (பார்வைக் குறையைச் சரிசெய்ய) கண்ணில் அணிந்துகொள்ளும் சாதனம்;** spectacles.

கண்ணாடி இலை பெ. **நெல், கம்பு முதலியவற்றின் இளம் கதிரை அல்லது வாழையின் இளம் தாரைப் பொதிந்திருக்கும் சிறு இலை;** flag leaf.

கண்ணாடி இழை பெ. **கண்ணாடியை அல்லது சில ரசாயனப் பொருள்களை இழைகளாக்கியதன் மூலம் தயாரிக்கப்பட்ட மூலப்பொருள்;** fibre glass. கண்ணாடி இழைப் படகு.

கண்ணாடிக் கெண்டை பெ. **தடித்த உதடுகளும் சிவந்த கண்களும் உடைய, வெள்ளி நிறம் கொண்ட (கெண்டை இனத்தைச் சேர்ந்த), ஒரு மீட்டர்வரை வளரக்கூடிய, (உணவாகும்) நன்னீர் மீன்;** silver carp.

கண்ணாடிநார் இழை பெ. (பெ.வ.) காண்க: **கண்ணாடி இழை.**

கண்ணாடிவிரியன் பெ. **செம்பழுப்பு நிறத்திலிருக்கும், பருமனான உடலில் சிறு வளையம் போன்ற வடிவங்களைக் கொண்ட விஷப் பாம்பு;** Russell's viper.

கண்ணாமூச்சி பெ. **கண்ணைப் பொத்திப் பிறர் ஒளிந்து கொள்ள நேரம் தந்து பின்னர் ஒளிந்துகொண்டவர்களைக் கண்டுபிடிக்கும் சிறுவர் விளையாட்டு;** (a children's game of) hide and seek.

கண்ணாமூச்சி காட்டு வி. (காட்ட, காட்டி) **(கிடைத்துவிடுவதுபோல் இருந்த ஒன்று) கிடைக்காமல் நழுவிப் போதல்;** be elusive. இத்தனை ஆண்டுகள் ஆகியும் பதவி உயர்வு அவருக்குக் கண்ணாமூச்சி காட்டிக்கொண்டிருக்கிறது./ திரையுலக வாய்ப்பு அவனுக்குக் கண்ணாமூச்சி காட்டிக்கொண்டிருக்கிறது./ (உரு வ.) என்ன, இன்று வெயில் வருவதும் போவதுமாகக் கண்ணாமூச்சி காட்டுகிறது!

கண்ணார வி.அ. **நேரடியாக (தன்) அனுபவத்தின் மூலம்;** with one's own eyes. மதுப் பழக்கத்துக்கு அடிமையாகிவிட்டால் அதிலிருந்து எளிதில் மீள முடியாது என்பதை என் அண்ணன் விஷயத்தில் நான் கண்ணாரப் பார்க்கிறேன்.

கண்ணால் பார் வி. (பார்க்க, பார்த்து) (பே.வ.) **(கண்ட ஒன்றை அழுத்தமாகக் கூறும்போது) நேரடியாகப் பார்த்தல்;** see (sth.) with one's own eyes (generally to dispel doubt). அவன் பணம் வாங்கியதை என் கண்ணால் பார்த்தேன்.

கண்ணி பெ. 1: **(பறவைகளைப் பிடிப்பதற்காக) தரையில் பரப்பியிருக்கும் கயிற்றுச் சுருக்குகள் கொண்ட அமைப்பு;** snare (for trapping birds). காடை, கவுதாரி போன்ற பறவைகளை இன்னும் கண்ணி வைத்துப் பிடிப்பதைப் பார்க்கலாம். 2: **(சங்கிலியில் ஒரு) வளையம்;** a ring or link (in a chain). சங்கிலியில் கண்ணி அறுந்துவிட்டது./ (உரு வ.) சமூகச் சங்கிலியில் தனிமனிதன் ஒரு கண்ணி. 3: **(பூச்சரத்தில்) நாரில் கட்டப்பட்டிருக்கும் இரண்டு அல்லது இரண்டுக்கு மேற்பட்ட பூத் தொகுப்பு;** cluster of two or more flowers tied on either side of the string. ஒரு முழச் சரத்தில் இருபது கண்ணி/ கண்ணிகள் இடையே இடைவெளி அதிகம். 4: **(யாப்பில்) ஒரே எண்ணிக்கையில் சீர்கள் கொண்ட இரண்டடி இசைப்பாட்டு வகை;** a stanza of two lines with the same number of metrical feet, often set to be sung. 5: (நெசவு) **ஒன்று அல்லது ஒன்றுக்கு மேற்பட்ட இழைகளைக் குச்சியில் சுற்றி வைத்துக்கொள்ளும் அமைப்பு;** arrangement to keep one or more threads wound on a stick.

கண்ணியம் பெ. (-ஆக, -ஆன) **தன் மதிப்பை இழக்காமல் இருப்பதும், பிறருக்கு இருக்கும் மதிப்பை அங்கீகரிப்பதும் நாகரிகம் என்று கொள்ளும் போக்கு;** sense of decency; dignity. கடன் வாங்குவதை அவர் கண்ணியக் குறைவாகக் கருதினார்./ போர் மனிதனின் கண்ணியத்தைக் குறைத்துவிடுகிறது./ கண்ணியமான பேச்சு.

கண்ணியவான் பெ. (அ.வ.) **கண்ணியமான நடத்தை உள்ளவர்;** gentleman.

கண்ணில் ஒற்றிக்கொள் வி. (-கொள்ள, -கொண்டு) **(மேன்மையான தன்மையைப் பெற்றிருப்பதால்) பாராட்டிப் போற்றுதல்;** be very lovely. அந்தச் சிறுவனின் கையெழுத்தைப் பார்த்தால் கண்ணில் ஒற்றிக்கொள்ளலாம்./ அவர்கள் வீட்டில் பொருள்களை அடுக்கிவைத்திருக்கும் அழகைப் பார்த்தால் கண்ணில் ஒற்றிக்கொள்ளலாம்.

கண்ணில் காட்டு வி. (காட்ட, காட்டி) (பெரும்பாலும் எதிர்மறையில் அல்லது எதிர்மறைத் தொனியில்) 1: **பார்க்க அனுமதித்தல்;** allow (one) to see or have a look at. பட்டுச் சேலை வாங்கி வந்தாளாம், என் கண்ணில் காட்டவில்லை. 2: **தர முன்வருதல்;** be willing to share. உன் மகன் வாங்குகிற சம்பளத்தைக் கண்ணில் காட்டுவதே இல்லை.

கண்ணில் படு வி. (பட, பட்டு) **(தற்செயலாக) தென்படுதல்; (படிக்கும்போது) பார்வைக்கு வருதல்;** catch one's attention; come into one's view (by chance). எத்தனையோ முறை இந்த வழியாகச் சென்றிருக்கிறேன். இன்றுதான் அந்த விளம்பரம் என் கண்ணில் பட்டது./ எவ்வளவோ கவனமாகத்தான் அச்சுப் படிவங்களைப் பார்த்தேன். இருந்தாலும் இந்த அச்சுப் பிழை என் கண்ணில் படவில்லை.

கண்ணில் மண்ணைத் தூவு வி. (தூவ, தூவி) **(ஒருவரின்) கவனத்தைத் திசைதிருப்பி ஏமாற்றுதல்;** dodge. நான் கவனமாக இருந்தும் அவன் எப்படியோ என் கண்ணில் மண்ணைத் தூவிவிட்டுப் பணத்தைக் கொண்டுபோய்விட்டான்./ அப்பா கண்ணில் மண்ணைத் தூவிவிட்டுப் படத்திற்குப் போனேன்.

கண்ணில் வைத்து வி.அ. **அருமையாகவும் மிகுந்த அக்கறையோடும்;** with utmost care. 'உங்கள் பெண்ணைக் காலம் முழுவதும் கண்ணில் வைத்துக் காப்பாற்றுவேன்' என்று அவன் சொன்னான்./ பெற்றோர் இல்லை என்ற எண்ணமே அவனுக்கு வராத அளவுக்கு அவனைக் கண்ணில் வைத்து வளர்த்தேன்.

கண்ணிவெடி பெ. **(கண்ணில் படாதவண்ணம் நிலத்தின் அல்லது நீரின்) அடியில் வைக்கப்பட்டு வாகனம் அல்லது ஆள் கடக்கும்போது வெடிக்கக்கூடிய (அல்லது தொலைவிலிருந்து வெடிக்கச் செய்யக்கூடிய) குண்டு வகை;** (land or sea) mine. ராணுவ வாகனத்தைக் கண்ணிவெடி வைத்துத் தகர்த்தனர்.

கண்ணீர் பெ. **(உணர்ச்சி மிகுதியால்) கண்களிலிருந்து வெளிப்படும் நீர்;** tears.

கண்ணீர்ப்புகை பெ. **(கலவரத்தில் ஈடுபட்டிருக்கும் கூட்டத்தைக் கலைக்கப் பயன்படுத்தும்) கண்களில் எரிச்சலை ஏற்படுத்திக் கண்ணீர் வரச் செய்யும், குண்டு வடிவக் கலனில் அடைக்கப்பட்ட ரசாயன வாயு;** tear gas.

கண்ணீர்விடு வி. (-விட, -விட்டு) **(கண்ணீர் வரும்படி) அழுதல்;** shed tears. காமராஜர் இறந்த செய்தியைக் கேட்டு

319 கண்ணை மூடிக்கொண்டு

எங்கள் தாத்தா கண்ணீர்விட்டார்./ கதாநாயகனின் தாய் கண்ணீர்விட்டுக் கதறும் காட்சி நெஞ்சை உருக்குவதாக இருந்தது.

கண்ணீரும் கம்பலையுமாக வி.அ. **கண்ணீர் வழியச் சோகத்துடன்;** tearful; grief-stricken. கண்ணீரும் கம்பலையுமாக வந்துநின்ற மகளைப் பார்த்துத் தாய் திடுக்கிட்டாள்.

கண்ணீரைத் துடை வி. (துடைக்க, துடைத்து) **(ஒருவரின்) துயரத்தை நீக்குதல்;** remove the cause of one's distress. ஏழைகளின் கண்ணீரைத் துடைக்க அவர் பாடுபட்டார்.

கண்ணுக்குக் கண்ணாக வி.அ. **மிகுந்த பாசத்துடன் அல்லது விருப்பத்துடன்; அக்கறையாக;** with utmost love and care. கண்ணுக்குக் கண்ணாக வளர்த்த பிள்ளையைப் பறிகொடுத்துவிட்டேனே என்று அவள் அழுதாள்./ தன் நண்பனின் குழந்தைகள் என்று வித்தியாசம் பார்க்காமல் அவர்களைக் கண்ணுக்குக் கண்ணாக வளர்த்தார்./ நான் கண்ணுக்குக் கண்ணாக வைத்திருந்த வண்டி காணாமல் போய்விட்டது.

கண்ணுக்குள் வைத்து வி. காண்க: **கண்ணில் வைத்து.**

கண்ணுங்கருத்துமாக வி.அ. **மிகுந்த பொறுப்புடன்; அக்கறையுடன்;** showing great concern or care; with great care. கடையைக் கண்ணுங்கருத்துமாகக் கவனித்து நடத்தி வந்தாள்.

கண்ணுருட்டு பெ. (இலங்.) **கண்கள் சிவந்து நீர் வடியும் ஒரு வகைக் கண் நோய்;** conjunctivitis.

கண்ணுறங்கு வி. (-உறங்க, -உறங்கி) **(தாலாட்டுப் பாடல்களில் வரும்போது) கண்மூடித் தூங்குதல்;** (in lullabies) go to sleep.

கண்ணுறு வி. (கண்ணுற, கண்ணுற்று) (உ.வ.) **பார்த்தல்;** see; behold. உங்கள் கடிதத்தைக் கண்ணுற்றேன்./ அந்தக் காட்சியைக் கண்ணுற்றதும் அவருக்குப் பேச நா எழவில்லை.

கண்ணூறு பெ. (உ.வ.) **திருஷ்டி;** evil eye.

கண்ணெடுத்து வி.அ. **1:** ('பார்' என்ற வினையுடன்) **(தலையை) உயர்த்தி; நிமிர்ந்து;** look up (to see s.o. or sth.). அவன் பழக்கமில்லாத பெண்களைக் கண்ணெடுத்துப் பார்க்கத் தயங்குவான். **2:** (பெரும்பாலும் எதிர்மறை வடிவத்தில் மட்டும்) **(ஒருவர் மீதுள்ள அன்பின் காரணமாக) பார்வை படும்படி;** show concern for. என்றோ நடந்த சின்னப் பிரச்சினையை மனத்தில் வைத்துக்கொண்டு இப்போது அவன் என்னைக் கண்ணெடுத்துப் பார்ப்பதுகூட இல்லை./ இறைவா! என்னைக் கண்ணெடுத்துப் பார்க்க மாட்டாயா?

கண்ணேறு பெ. காண்க: **கண்ணூறு.**

கண்ணேறு படு வி. (பட, பட்டு) (வ.வ.) **திருஷ்டிபடுதல்;** be harmed by evil eye. குழந்தைக்குக் கண்ணேறு பட்டுவிடாமல் இருக்கக் கறுப்புப் பொட்டு வைத்தாள்./ யாருடைய கண்ணேறு பட்டதோ தெரியவில்லை, வசதியாக வாழ்ந்த அந்தக் குடும்பம் இன்று சாப்பாட்டுக்கே கஷ்டப்பட்டுக்கொண்டிருக்கிறது.

கண்ணை இருட்டிக்கொண்டு வா வி. (வர, வந்து) **(ஒருவருக்கு) மயக்கம் வருதல்;** feel dizzy. எனக்குக் கண்ணை இருட்டிக்கொண்டு வருகிறது. நான் கொஞ்சம் நேரம் உட்கார்ந்து ஓய்வெடுத்துக்கொள்ளவா?

கண்ணை உறுத்து வி. (உறுத்த, உறுத்தி) **1: (ஒருவரின் உடைமைகள் மற்றவரை) எரிச்சலடையச் செய்தல்;** provoke jealousy. நாம் வீடு கட்டியது எல்லோருக்கும் கண்ணை உறுத்துகிறது./ அவள் புதுச் சங்கிலி போட்டுக்கொண்டது மற்றவர்களுக்குக் கண்ணை உறுத்துகிறது. **2: (கண்ணில் படுவது) ஆசையைத் தூண்டுவதாக அமைதல்; சபலத்தை ஏற்படுத்துதல்;** tempt. பீரோவில் கட்டுக்கட்டாக இருந்த பணம் அவன் கண்ணை உறுத்தியது.

கண்ணைக் கசக்கு வி. (கசக்க, கசக்கி) (பெரும்பாலும் பெண்களைக் குறிக்கும்போது) **அழப்போவதன் அறிகுறியாகத் தோன்றும் கண்ணீரைத் துடைப்பதற்காகக் கண்களைத் தேய்த்தல்;** show visible signs of distress; begin to cry. இந்த வருஷம் கொடைக்கானலுக்குப் போக முடியாது என்று சொன்னதும் மூத்த மகள் கண்ணைக் கசக்க ஆரம்பித்துவிட்டாள்.

கண்ணைக் கட்டு வி. (கட்ட, கட்டி) **(மந்திரத்தால்) கண்ணை மறைத்தல்;** blindfold (by magic); hoodwink. இத்தனை பேர் இருந்தும் பணத்தை அவன் எடுத்துக்கொண்டு போய்விட்டான் என்றால் நம் கண்ணைக் கட்டிவிட்டான் என்றுதான் அர்த்தம்.

கண்ணைக் காட்டு வி. (காட்ட, காட்டி) **கண்ணால் குறிப்புக் காட்டுதல்; கண்சிமிட்டுதல்;** give (s.o.) a wink. மகன் கேட்ட பணத்தைக் கொடுக்க நினைத்தேன். மனைவி கண்ணைக் காட்டவே பணம் இல்லை என்று கூறிவிட்டேன்.

கண்ணைத் திற வி. (திறக்க, திறந்து) **(ஒருவர் ஏற்கனவே கொண்டிருந்த கருத்தை மாற்றிக்கொள்ளும் விதத்தில்) உண்மையை உணர்த்துதல்;** open s.o.'s eyes. பணத்தால் எதையும் வாங்கிவிடலாம் என்று நம்பிக்கொண்டிருந்தேன். நேற்று நடந்த நிகழ்ச்சி என் கண்ணைத் திறந்துவிட்டது.

கண்ணைப் பறி வி. (பறிக்க, பறித்து) **1: (பிரகாசமான ஒளி) கண்களைக் கூசச் செய்தல்;** dazzle the eyes; blind. சூரிய ஒளி கண்ணைப் பறித்தது./ கார் விளக்கொளி கண்ணைப் பறித்தது. **2:** (அழகு முதலியவற்றைக் குறித்து வரும்போது) **பார்வையைக் கவர்தல்;** captivate; make spellbound. கண்ணைப் பறிக்கும் அழகு அவளுடையது.

கண்ணை மறை வி. (மறைக்க, மறைத்து) **(ஒன்று) உண்மை நிலையை உணரவிடாமல் செய்தல்;** make s.o. blind. பாசம் அவள் கண்ணை மறைத்துவிட்டதால் தன் பிள்ளை தவறே செய்யவில்லை என்று சாதித்தாள்./ பணம் அவன் கண்ணை மறைக்கும்போது அவன் ஏன் நம்மைப் பற்றிக் கவலைப்படப்போகிறான்?

கண்ணை மூடிக்கொண்டு வி.அ. **1: எந்த விதத் தயக்கமும் இல்லாமல்; யோசனை செய்யாமல்;** blindfold; without any hesitation. இந்தப் புடவைக்குக் கண்ணை மூடிக்கொண்டு ஐநூறு ரூபாய் கொடுக்கலாம்./ பல முறை இந்தப் பாதையில் பயணம் செய்திருக்கிறேன். அதனால் கண்ணை மூடிக்கொண்டு கார் விடுவேன். **2: (தன்னைச் சுற்றி என்ன நடக்கிறது என்பதை) கவனிக்காமல்; பொருட்படுத்தாமல்;** turn a blind eye. என் கண்ணுக்கு எதிரே

கண்ணை மூடு 320

நடக்கும் அக்கிரமத்தைப் பார்த்துவிட்டு, கண்ணை மூடிக் கொண்டு போகச் சொல்கிறாயா?/ பக்கத்து வீட்டுப் பெண் கஷ்டப்படுவதைப் பார்த்துவிட்டுக் கண்ணை மூடிக் கொண்டு போக முடியவில்லை. **3: சுயமாகச் சிந்திக்காமல்; யோசித்துப் பார்க்காமல்;** thoughtlessly; blindly. அவன் எதைச் சொன்னாலும் கண்ணை மூடிக்கொண்டு நம்பிவிடுவதா?/ கண்ணை மூடிக்கொண்டு அவனுக்குப் பணத்தை எடுத்துக் கொடுத்துவிட்டாயே!

கண்ணை மூடு வி. *(மூட, மூடி) (பே.வ.)* **இறந்து போதல்;** die. குழந்தையைப் பெற்றுத் தந்துவிட்டு அவனுடைய தங்கை கண்ணை மூடிவிட்டாள்.

கண்ணோட்டம் பெ. **(ஒரு நிலையிலிருந்து ஒன்றை) அணுகும் அல்லது பார்க்கும் முறை;** perspective; point of view; viewpoint. பழைய சடங்குகளை நவீனக் கண்ணோட்டத்தில் பார்ப்பதில் என்ன தவறு?/ திரைப்படத்தைப் பற்றி நீ வைத்திருக்கும் குறுகிய கண்ணோட்டத்தை மாற்றிக்கொள். [*(தொ.சொ.)* **அணுகுமுறை/ செயல்முறை/ வழி/ வழிமுறை**]

கண் தானம் பெ. **ஒருவர் இறந்த பிறகு அவருடைய இரண்டு கண்களிலிருந்தும் விழிவெண்படலத்தை அகற்றி உயிரோடிருக்கும் ஒருவருக்குப் பொருத்திப் பார்வை கிடைக்கச் செய்வதற்காக அளிக்கும் தானம்;** eye donation.

கண்திட்டம் பெ. *(பே.வ.)* **(உரிய கருவி கொண்டு அளக்காமல்) பார்வையால் அளவிடும் மதிப்பு; கண்ணளவு;** estimate by sight. இந்த நெற்குவியல் கண்திட்டத்தில் எவ்வளவு தேறும்?/ கண்திட்டமாகக் குழம்புக்கு உப்பு போடு.

கண்திருஷ்டி பெ. காண்க: **கண்ணூறு.**

கண்திற வி. *(-திறக்க, -திறந்து)* **1: (பிறந்தவுடன் குழந்தை) முதல் முறையாகக் கண்ணைத் திறந்து பார்த்தல்;** open the eyes for the first time (after the birth). இரட்டைக் குழந்தைகளில் ஒன்று இன்னும் கண்திறக்கவில்லை. **2: (ஒருவர் ஏற்கனவே கொண்டிருந்த கருத்து மாறி) உண்மை தெரியவருதல்;** make s.o. realize the truth. நேற்று நடந்த சம்பவத்தால் என் கண்திறந்தது. **3:** *(மண்.)* **சுட்ட மண்ணால் செய்த குதிரை, சாமி சிலைகளைக் கோயிலுக்குக் கொண்டுசெல்லும் முன் வண்ணம் வைத்து, அவற்றின் கண்களில் சேவலின் காலைக் கீறி ஒரு பொட்டு (மிகச் சிறிய அளவு) இரத்தத்தை வைக்கும் சடங்கு;** the ritual of opening the eyes of terracotta figures performed by applying a dot of blood from the slit foot of a cock before they are taken to the temple.

கண்துஞ்சு வி. *(-துஞ்ச, -துஞ்சி) (உ.வ.)* **தூங்குதல்;** sleep. கண்துஞ்சும் குழந்தையின் அழகு!/ காரியம் முடியும்வரை அவர் கண்துஞ்ச மாட்டார்.

கண்துடைப்பு பெ. **(உண்மையாக அல்லாமல்) நம்ப வைப்பதற்காகப் பேசப்படும் பேச்சு அல்லது நடத்தப்படும் செயல்;** mere words; bluff. இந்த நேர்காணல் வெறும் கண்துடைப்புதான் என்று எனக்கு ஏற்கனவே தெரியும்./ கடைசிவரை காப்பாற்றுவேன் என்று அவன் சொன்னதெல்லாம் கண்துடைப்பு என்பது இப்போது புரிகிறது.

கண் தெரிந்து வி.அ. **(ஒன்று அல்லது ஒருவர்) மோசம் என்று தெரிந்தும்;** with one's eyes open. கண் தெரிந்து யாராவது இந்தப் பழைய வண்டியை வாங்குவார்களா?/ கண் தெரிந்து அந்தக் குடும்பத்தில் யாராவது பெண்ணெடுப் பார்களா?

கண் நிறைந்த பெ.அ. **(அழகு, பொலிவு முதலியவை நிறைந்திருப்பதால்) மனநிறைவைத் தரக்கூடிய;** pleasing (to one's eyes and mind). கண் நிறைந்த மனைவி/ கண் நிறைந்த கணவன், கை நிறைய பணம், மாளிகைபோல் வீடு, அவளுக்கு என்ன குறை?

கண்நீர் அழுத்தநோய் பெ. **விழிக்கோளத்தில் ஏற்படும் அழுத்தத்தால் பக்கவாட்டில் பார்க்கும் திறன் குறைந்து படிப்படியாகப் பார்வையைப் பாதிக்கும் நோய்;** glaucoma.

கண்பஞ்சடை வி. *(-பஞ்சடைய, -பஞ்சடைந்து)* **(பசியால், வெயிலில் நீண்ட நேரம் இருப்பதால்) பார்வை மங்குதல்;** (of eyes) become dim.

கண்பட்டை பெ. **(பக்கவாட்டில் கவனம் சிதறாமல்) குதிரை நேராக மட்டுமே பார்க்கக்கூடிய விதத்தில் கண்ணை ஒட்டி அணிவிக்கப்படும் பட்டை போன்ற மறைப்பு;** blinkers.

கண்பட்டை

கண்படு வி. *(-பட, -பட்டு)* **(சிலருடைய) பார்வையால் தீங்கு நேர்தல்; திருஷ்டி விழுதல்;** be harmed by evil eye. குழந்தை எவ்வளவு அழகாயிருக்கிறது! கண்பட்டுவிடப் போகிறது, உள்ளே கொண்டுபோ./ யாருடைய கண் பட்டதோ தெரியவில்லை, அவர் தன் புது வீட்டில் வழுக்கி விழுந்துவிட்டார்.

கண்பார்வை பெ. **கண்ணால் பார்க்கும் சக்தி;** eyesight; (normal) vision. சர்க்கரை நோயால் அவர் தன் கண் பார்வையை இழந்தார்.

கண்பிதுங்கு வி. *(-பிதுங்க, -பிதுங்கி)* **(வேலை அல்லது பொறுப்பின் சுமையால்) மிகவும் அவதிப்படுதல்; திணறுதல்;** experience severe strain. வேலையை முடிக்க முடியாமல் கண்பிதுங்குகிறது./ இந்தச் சின்ன வயதிலேயே குடும்பச் சுமையால் அவனுக்குக் கண்பிதுங்குகிறது.

கண்புரை பெ. **(பார்வையைப் பாதிக்கக்கூடிய வகையில்) கருவிழிப் பகுதியின் பின்புறம் உள்ள திரையின் மீது மெல்லிய படலம் படர்ந்து காணப்படும் நிலை;** cataract.

கண்பூ வி. *(-பூக்க, -பூத்து)* **(ஒன்றை அல்லது ஒருவரை வெகு நேரம் எதிர்பார்த்து, வரும் வழியில் பார்வையைப் பதித்திருப்பதால்) பார்வை மங்குவதுபோல்**

உணர்தல்; (of vision) become blurred (on account of looking for or at s.o. or sth. for too long). *அவரை எதிர்பார்த்து வாசலையே பார்த்துக்கொண்டிருந்து கண்பூத்துவிட்டது.*

கண்பூளை பெ. *(ஊரக வ.)* **(பொங்கல் பண்டிகையின் போது வீட்டு வாசலில் கட்டவும், மாட்டுக்குப் படைக் கவும், மாலை கட்டவும் பயன்படும்) தண்டோடு இலைக் காம்பு சேரும் இடத்தில் உளுந்து அளவுக்கு வெள்ளை நிறப் பூப் பூக்கும் சிறிய செடி வகை; சிறுபீழைப்பூ;** small plant with clusters of white flowers at the nodes used in making garlands for cattle during பொங்கல்; mountain knot grass.

கண்பொத்தி விளையாடு வி. *(விளையாட, விளை யாடி) (இலங்.)* **கண்ணாமூச்சி விளையாட்டு ஆடுதல்;** play the game of hide and seek. *சிறுவர்கள் வீட்டு முற்றத் தில் கண்பொத்தி விளையாடிக்கொண்டிருந்தார்கள்.*

கண்போடு[1] வி. *(-போட, -போட்டு)* காண்க: **கண்வை[1].**

கண்போடு[2] வி. *(-போட, -போட்டு) (இலங்.)* **(ஒன்றின் அல்லது ஒருவரின் மீது) (மிகுந்த விருப்பம் கொள்வ தால்) ஆசையோடு ஆர்வம் காட்டுதல்;** be keen on s.o. or sth. *பக்கத்து வளவில் உள்ள கல்லூரிப் பெண்மீது உன் தம்பி கண்போடுகிறான்./ எனது பதவிமீது அவர் கண் போடுகிறார்.*

கண்மண் தெரியாமல்/தெரியாத வி.அ./பெ.அ. **கட்டுப்பாடு இல்லாமல்/கட்டுப்பாடு இல்லாத; அளவு கடந்து/அளவுகடந்த;** recklessly/reckless; blindly/blind. *குடித்துவிட்டுக் கண்மண் தெரியாமல் வாகனத்தை ஓட்டி யவர் கைது./ குழந்தையின் மீது அன்பு இருக்க வேண்டியது தான். அதற்காகக் கண்மண் தெரியாத பாசமா?/ கோபத் தில் மகனைக் கண்மண் தெரியாமல் அடித்துவிட்டார்.*

கண்மணி பெ. **1: கண்ணின் கருவிழியின் நடுவே அமைந் திருக்கும் வட்ட வடிவப் பகுதி; (கண்) பாவை;** pupil (of the eye). **2: ஒருவரை அன்புடன் அழைக்கப் பயன் படுத்தும் சொல்;** a term of endearment; darling; beloved. *கட்சிக்காகத் தொண்டாற்றும் அன்புக் கண்மணிகளே!*

கண்மலர் பெ. **(கடவுள் சிலைக்கு அலங்காரமாகப் பதிக்கும்) வெள்ளி அல்லது தங்கத்தால் செய்த கண் வடிவ ஆபரணம்;** a decorative piece resembling the eye, made of gold or silver for an idol. *அம்மனுக்குக் கண்மலர் சாத்துவதாக வேண்டிக்கொண்டாள்.*

கண்மாய் பெ. *(பே.வ.)* **(பாசனத்திற்கான) சிறிய ஏரி;** small lake; irrigation tank. *இந்த ஏரியின் மூலம் பல கண் மாய்களுக்கு நீர் கிடைக்கிறது.*

கண்மூடித்தனம் பெ. *(-ஆக, -ஆன)* **1: எதையும் ஆரா யாமல் அப்படியே ஏற்றுக்கொள்ளும் அல்லது அறிவு பூர்வமாக இல்லாமல் நடந்துகொள்ளும் செயல்; மடத் தனம்;** docile acceptance; blind obedience; irrationality. *புதுமை என்பதாலேயே ஒன்றைக் கண்மூடித்தனமாக ஏற்றுக் கொள்ளக் கூடாது./ நடிகர்களுக்காக ரசிகர்கள் அடித்துக் கொள்வதெல்லாம் சுத்தக் கண்மூடித்தனம்./ நண்பன் என்ப தற்காக அவன்மேல் கண்மூடித்தனமான நம்பிக்கை வைக் காதே.* **2: எந்தப் பாகுபாடும் ஆலோசனையும் இல்லாத தன்மை;** indiscretion (in action, speech, etc.,); want of discrimination. *விவசாயத்திற்காகப் பெரும் அளவில் காடுகள் கண்மூடித்தனமாக அழிக்கப்படுகின்றன./ கண்மூடித்தன மான குண்டுவீச்சால் ஒரு நகரமே அழிந்தது.*

கண்மூடு[1] வி. *(-மூட, -மூடி)* **தூங்குதல்;** have sleep. *நேற்று இரவு நான் கண்மூடவே இல்லை.*

கண்மூடு[2] வி. *(-மூட, -மூடி)* காண்க: **கண்ணை மூடு.**

கண்ராவி பெ. காண்க: **கண்றாவி.**

கண் வங்கி பெ. **இறந்தவர்கள் கண்களிலிருந்து விழி வெண் படலத்தை எடுத்து, பார்வைக் குறை உடை யவர்களுக்குப் பொருத்துவதற்காகத் தக்க முறையில் பாதுகாத்து வைக்கும் அமைப்பு;** a facility to preserve cornea removed from a dead body for transplantation.

கண்வலி பெ. **கண்ணில் எரிச்சல் ஏற்படுத்துவதும் பீளை சேர்வதுமான நோய்;** conjunctivitis.

கண்விழி வி. *(-விழிக்க, -விழித்து)* **1: தூக்கத்திலிருந்து எழுதல்;** wake up. *காலையில் கண்விழித்தபோது வீட்டில் யாரும் இல்லை.* **2: (இரவில்) தூங்காமல் விழித்துக் கொண்டிருத்தல்;** stay awake (at night). *குழந்தைக்குக் காய்ச்சல் அதிகமாக இருந்ததால் இரவு முழுதும் கண்விழித் துப் பார்த்துக்கொள்ள வேண்டியதாகிவிட்டது./ சிவராத் திரி அன்று கண்விழிக்கப்போவதாக அம்மா சொன்னாள்.*

கண்வெட்டு வி. *(-வெட்ட, -வெட்டி) (இலங்.) (பெரும் பாலும் எதிர்மறையில்)* **கண்கொட்டுதல்;** (in the negative) blink. *பிள்ளை சாப்பிடுவதை ஏன் இப்படிக் கண்வெட் டாமல் பார்த்துக்கொண்டிருக்கிறாய்?/ பொடியன்கள் கண் வெட்ட மறந்து பட்டத்தைப் பார்த்துக்கொண்டிருந்தனர்.*

கண்வை[1] வி. *(-வைக்க, -வைத்து)* **(ஒருவருக்கு அல்லது ஒன்றுக்கு) தீங்கு அல்லது கேடு வரும் வகையில் பார்த் தல்; பொறாமை கொள்ளுதல்;** give the evil eye. *என் புதுப் புடவையின் மீது யாரோ கண்வைத்துவிட்டார்கள். அதனால்தான் ஆணி குத்தி இப்படிக் கிழிந்துவிட்டது./ வியாபாரம் நன்றாக நடக்கிறது. யாரும் கண்வைக்காமல் இருக்க வேண்டும்.*

கண்வை[2] வி. *(-வைக்க, வைத்து) (இலங்.)* காண்க: **கண் போடு[2].**

கண்றாவி பெ. **1:** *(-ஆக, -ஆன)* **(கண்ணுக்கு) சிறிதும் அழகு இல்லாதது; (புலனுக்கு) மகிழ்ச்சி தராதது; அசிங்கம்;** eyesore. *அந்தக் கட்டடம் பார்க்கவே கண் றாவியாக இருக்கிறது./ அவன் போட்டுக்கொடுத்த காப்பி கண்றாவியாக இருந்தது.* **2: அனுதாபத்தை உண்டாக்கு வது;** sth. that is pitiful. *அம்மாவுக்கு நோய், அப்பாவுக்கு வேலை போய்விட்டது. அந்தக் குடும்பத்தைப் பார்த்தாலே கண்றாவியாக இருக்கிறது.* **3: வெறுப்பை வெளிப்படுத் தும் சொல்;** a term of disapproval; terrible; horrible. *அட கண்றாவியே, இப்படியுமா நடக்கும்!*

கணக்கப்பிள்ளை பெ. காண்க: **கணக்குப்பிள்ளை.**

கணக்கர் பெ. காண்க: **கணக்காளர்.**

கணக்காக[1] வி.அ. **1: (மணி, நாள், மாதம், ஆண்டு ஆகிய வற்றை அடுத்து வரும்போது) (முதலில் குறிப்பிடப் பட்டதன் பன்மடங்கு என்ற) அளவில்;** (hours, days, months, years) together. *மருத்துவரைப் பார்க்க மணிக்*

கணக்காக² 322

கணக்காகக் காத்திருக்க வேண்டியிருக்கிறது./ மாதக் கணக்காக மழை பெய்யவில்லை. **2: (நூறு, ஆயிரம் முதலிய எண்ணுப்பெயர்களை அடுத்து வரும்போது முதலில் குறிப்பிடப்பட்ட எண்ணிக்கையின்) பல மடங்குகளாக;** a word used after a number to mean several times the amount, quality, etc., as in 'in hundreds, thousands, lakhs'. திட்டங்களுக்கு லட்சக் கணக்காகச் செலவு செய்து என்ன பயன்? **3: (மிகவும்) சரியாக;** exactly. கணக்காக ஆறு மணிக்குப் பால்காரன் வந்துவிடுவான்./ செலவு செய்வதில் அவர் மிகவும் கணக்காக இருப்பார்./ காப்பியில் சர்க்கரை கணக்காக இருக்கிறது.

கணக்காக² இ.சொ. *(பே.வ.)* **'(சொல்லப்பட்ட ஒன்றை) போல' என்ற பொருளில் பயன்படுத்தப்படும் இடைச்சொல்;** particle used in the sense of 'like', 'resembling'. சாமியார் கணக்காக அவன் முடியை வளர்த்திருந்தான்.

கணக்காளர் பெ. **(அலுவலகத்தில் அல்லது தொழில் நிறுவனத்தில்) பண வரவுசெலவுக் கணக்கைக் கவனிக்கும் பணியைச் செய்பவர்;** accountant.

கணக்கான பெ.அ. **(நூறு, ஆயிரம் முதலிய எண்ணுப் பெயர்களை அடுத்து வரும்போது) (குறிப்பிடும் அந்த) எண்ணிக்கையின் பல மடங்கான;** several. பூமியின் வெப்பம் அதிகரிக்கும்போது கோடிக் கணக்கான மக்கள் பாதிக்கப்படுவார்கள் என்று அறிவியல் அறிஞர்கள் கூறுகின்றனர்.

கணக்கிடு வி. (கணக்கிட, கணக்கிட்டு) **1: கணக்குப்பார்த்தல்; கணக்குப்போடுதல்;** make an estimate; compute; calculate. கணக்கிட்ட பிறகுதான் கட்ட வேண்டிய பாக்கி எவ்வளவு என்று தெரியும்./ தொழிலாளர்கள் தொழிற்சாலைக்குக் கிடைக்கும் லாபத்தைக் கணக்கிட்டுக் கூடுதல் சம்பளம் கேட்கிறார்கள். **2: எண்ணுதல்;** count. கடலில் கணக்கிட முடியாத உயிரினங்கள் வாழ்கின்றன.

கணக்கில் வி.அ. **1:** காண்க: *கணக்காக¹, 1.* **2: பல மடங்குகளாக; கணக்காக;** a word used after a number to mean several times the amount, quality, etc., as in 'in hundreds, thousands, lakhs'; by the ton. சென்னை மாநகரில் ஒவ்வொரு நாளும் டன் கணக்கில் குப்பை சேர்கிறது./ அவளைப் பார்த்ததும் அவன் முகத்தில் கிலோ கணக்கில் அசடு வழிந்தது. **3:** காண்க: *கணக்கு, 13.*

கணக்கில் எடு வி. (எடுக்க, எடுத்து) **கவனத்தில் கொள்ளுதல்;** take (sth.) into account; consider. ஒரு முடிவுக்கு வரும் முன் பலதரப்பட்ட கருத்துகளையும் கணக்கில் எடுத்துக்கொள்ள வேண்டும்./ அவர் போன தேர்தலில் நமக்கு எதிராக வேலை செய்தார் என்பதைக் கணக்கில் எடுத்துக் கொள்ள வேண்டும்.

கணக்கில் சேர் வி. (சேர்க்க, சேர்த்து) காண்க: *கணக்கில் எடு.*

கணக்கீடு பெ. **1: (ஒத்த) மதிப்பு;** valuation; equation. ஒரு டாலருக்கு எழுபத்திரண்டு ரூபாய் என்ற கணக்கீட்டில் பணம் வழங்கப்பட்டது. **2: கூட்டல், கழித்தல், பெருக்கல், வகுத்தல் போன்றவை அடங்கிய செயல்பாடு;** calculation. இந்தக் கணிப்பொறி சிக்கலான கணக்கீடுகளையும் மிக எளிதாகச் செய்து முடிக்கிறது./ தமிழரின் காலக் கணக்கீட்டு முறை மறைந்துவிட்டது./ துல்லியமான கணக்கீடுகள்மூலம் மனிதன் விண்வெளியை வெற்றிகொள்ள முடியும்.

கணக்கு பெ. **1: கூட்டல், கழித்தல், பெருக்கல் போன்ற முறைகள் அடங்கிய, பள்ளியில் கற்பிக்கப்படும் படிப்பு; கணிதம்;** mathematics; arithmetic. எனக்குப் பிடித்த பாடமான கணக்கில் நூற்றுக்கு நூறு வாங்கிவிடுவேன்./ நான் விருப்பப்பாடமாகக் கணக்கை எடுத்திருக்கிறேன்./ இவர் மிக நன்றாகக் கணக்குச் சொல்லிக்கொடுப்பார். **2: கணிதத்தில் விடை காணப்பட வேண்டிய கூட்டல், கழித்தல் அல்லது இயற்கணித சமன்பாடு போன்றவற்றுள் ஒன்று;** sum; problem (in mathematics). கணங்களைப் பயன்படுத்திக் கொடுக்கப்பட்ட கணக்கிற்கான விடையைக் காணவும்./ வெவ்வேறு வழிமுறைகளைப் பின்பற்றி இந்தக் கணக்கைப் போடலாம்./ இந்தக் கணக்கை எப்படிப் போடுவது என்று எனக்குத் தெரியவில்லை./ மனிதன் பத்து நிமிடம் செலவழித்துப் போடும் ஒரு கணக்கைக் கணிப்பொறி சில நொடிகளில் போட்டு முடித்துவிடுகிறது. **3: (பணம், பொருள் ஆகியவற்றின்) வரவுசெலவு அல்லது கொடுக்கல்வாங்கல் பற்றிய விவரம்;** account (for receipts, expenditure). வாங்கிய பணத்துக்கு என்ன செலவு? கணக்குக் காட்டு!/ வங்கியில் அரையாண்டுக் கணக்கை முடிப்பதற்காக நாளை விடுமுறை அறிவித்திருக்கிறார்கள். **4: (சொத்து, வருமானம் போன்றவற்றுக்கான) முறையான விவரம்;** returns (of one's income, assets); statement. தேர்தலில் போட்டியிடுபவர்கள் தங்கள் சொத்துக் கணக்கைக் கட்டாயம் காட்ட வேண்டும்./ இந்த ஆண்டுக்கான வருமான வரிக் கணக்கு இன்னும் தயாராகவில்லை. **5: (வங்கி, அஞ்சலகம் போன்றவற்றில்) பணம் செலுத்துதல், எடுத்தல் போன்ற வசதிகளுடைய, வாடிக்கையாளர்களுக்கு உரிய ஏற்பாடு;** account (in a bank). நீ செலுத்தியதாகச் சொன்ன ஆயிரம் ரூபாய் இன்னும் என் கணக்கில் வரவில்லையே./ வங்கியில் என் மகள் பெயரில் ஒரு புதுக் கணக்குத் தொடங்கியிருக்கிறேன். **6: (வாங்கிய பொருளுக்கு அல்லது ஒரு சேவைக்கு) செலுத்த வேண்டிய மொத்தத் தொகை/இந்தத் தொகையைப் பின்னால் மொத்தமாகக் கொடுப்பதற்கான ஏற்பாடு;** payment to be made (for the things bought or enjoyed); bill to be paid; total; account (in a shop, etc.,). கடையில் பொருள்களையெல்லாம் வாங்கிய பின் கணக்கு எவ்வளவு என்று கேட்டேன்./ விடுதியில் இந்த மாதத்துச் சாப்பாட்டுக்கான கணக்கு முந்நூறு ரூபாய்./ நண்பனுக்கு ஓட்டலில் என் கணக்கில் சாப்பாடு வாங்கிக் கொடுத்தேன்./ மளிகைக் கடையில் எனக்குக் கணக்கு இருப்பதால் சாமான்களை வாங்கிக்கொண்டு மாதக் கடைசியில் பணத்தைக் கொடுத்துவிடுவேன். **7: (ஒன்றின் தன்மை, அளவு போன்றவற்றைப் பற்றிய) மதிப்பீடு;** estimate; evaluation. பொறியியல் கணக்குப்படி இந்தக் கட்டடம் இன்னும் ஐம்பது ஆண்டுகள் உறுதியாக இருக்கும். **8: கணிப்பு;** calculation; prediction. அந்தக் கட்சியுடன் கூட்டணி வைத்தால் வெற்றி பெறலாம் என்பது இவரது கணக்கு./ என் மகன் விஷயத்தில் என் கணக்கு பொய்த்தது கிடையாது./

அந்தச் சோதிடரின் கணக்குப்படி இன்னும் ஒரு வருடத்தில் எனக்கு வேலை கிடைத்துவிடும். **9:** *(பெரும்பாலும் எதிர்மறையில் அல்லது எதிர்மறைத் தொனியில்)* **(ஒன்றின் மிகுதியைச் சுட்டிக்காட்டும் விதமாகக் கூறும்போது) அளவு;** reckoning. அவர்மேல் சுமத்தப்பட்டிருக்கும் குற்றச்சாட்டுகளுக்குக் கணக்கே கிடையாது./ பிரபஞ்சத்தில் கணக்கற்ற நட்சத்திரக் கூட்டங்கள் காணப்படுகின்றன. **10:** *(பே.வ.)* **(இருவருக்கு இடையே உள்ள) தொடர்பு;** connection; relationship. இன்றோடு உனக்கும் எனக்கும் உள்ள கணக்கு தீர்ந்தது. **11: (தரப்பட்ட விவரத்தின், எண்ணிக்கையின்) விகிதாச்சாரம்;** ratio. உலக மக்கள்தொகையில் ஆறு பேருக்கு ஒருவர் என்ற கணக்கில் இந்தியர்கள் உள்ளனர்./ ஒரு வருடத்தில் வெளியாகும் நூறு படங்களில் பத்துப் படங்கள் மட்டுமே வெற்றி பெறுகின்றன என்பது கணக்கு. **12: (கணக்கெடுப்பின் அடிப்படையில் தரப்படும்) புள்ளிவிவரம்;** statistics; census. கடந்த பத்தாண்டுகளில் இறப்பு விகிதம் வெகுவாகக் குறைந்துவிட்டதாக அரசாங்கத்தின் பிறப்பு இறப்புக் கணக்கு தெரிவிக்கிறது./ *2011*ஆம் ஆண்டு எடுக்கப்பட்ட கணக்கின்படி இந்தியாவின் மக்கள்தொகை ஏறத்தாழ *121* கோடி ஆகும். **13:** *(இசை)* **(தாளம், ஸ்வரம் போன்றவற்றை வாசிப்பதற்கான) கால அடிப்படையில் அமைந்த பகுப்புமுறை;** permutation and combination of ஸ்வரம் and beats in a cycle of time measures. தாளக் கணக்குத் தவறிவிட்டது. **14: (விளையாட்டுகளில் புள்ளிகளின் அடிப்படையில் செய்யும்) தகுதி நிர்ணயம்;** point (in sports, games). ஒவ்வொரு சுற்றிலும் வெற்றி பெறக் குறிப்பிட்ட புள்ளிக் கணக்குகள் உண்டு./ இந்தியாவுக்கும் சீனாவுக்கும் இடையிலான டேவிஸ் கோப்பை போட்டியில் இந்தியா *3-0* என்ற கணக்கில் முன்னிலை பெற்றுள்ளது./ அமெரிக்க ஓப்பன் டென்னிஸ் போட்டியின் இரண்டாம் சுற்றில் சானியா மிர்ஸா *6-4, 1-6, 6-4* என்ற கணக்கில் வென்றார். **15: அளவீட்டு முறை;** system of measurement. திரவப் பொருள்களை மில்லிலிட்டர், லிட்டர், கணக்கிலும் திடப் பொருள்களை கிராம், கிலோகிராம் கணக்கிலும் அளவிடுகிறோம். **16:** *(பு.வ.)* **மின்னஞ்சல் சேவை தரும் நிறுவனத்துடன் குறிப்பிட்ட பெயரில் செய்துகொள்ளும் ஏற்பாடு;** account with an email service provider under a particulr email address. **17:** *(பு.வ.)* **இணையத்தில் குறிப்பிட்ட நிறுவனத்துடன் அதன் சேவையைப் பெறப் பதிவுசெய்துகொள்ளும் ஏற்பாடு;** account with an organisation or company to avail their services through the Internet.

கணக்குத் தீர் வி. *(தீர்க்க, தீர்த்து)* **(ஒருவர்) தனக்கு நேர்ந்த அவமானம், தோல்வி போன்றவற்றை ஈடுகட்டும் விதத்தில் அதற்குச் சமமான செயலைச் செய்தல்; பழிவாங்குதல்;** settle an old score (with s.o.); take revenge (on s.o.) அபாண்டமாக என் குடும்பத்தின் மேல் பழி சுமத்தியதற்குக் கணக்குத் தீர்க்காமல் விட மாட்டேன்.

கணக்குப் பதிவியல் பெ. **(கடையின் அல்லது நிறுவனத்தின்) கணக்குவழக்குகளை (பதிவேடுகளில்) பதிவுசெய்யும் முறைபற்றிய படிப்பு;** accountancy; book-keeping.

கணக்குப் பார் வி. *(பார்க்க, பார்த்து)* **வரவுசெலவில் மிகவும் கவனமாக இருத்தல்;** calculate. அவன் ஒவ்வொரு பைசாவுக்கும் கணக்குப் பார்ப்பானே!

கணக்குப்பிள்ளை பெ. *(பே.வ.)* **1: (கடை முதலியவற்றில்) வரவுசெலவுக் கணக்குகளை நிர்வகிக்க நியமிக்கப்பட்டவர்;** accountant (in shops, large farms, etc.,). **2: கர்ணம்;** a village servant employed by the government to maintain revenue records of the village.

கணக்குப் போடு வி. *(போட, போட்டு)* **(ஒரு செயலின் போக்கை அல்லது முடிவை) கவனமாகக் கணித்தல்;** reckon. நீ எனக்குப் பணம் கடன் கொடுத்திருக்கிறாய் என்பதற்காக நீ சொன்னதையெல்லாம் செய்துவிடுவேன் என்று கணக்குப் போட்டுவிட்டாயா?/ அவரிடம் நல்லவன் போல் நடித்தால் சொத்தைத் தன் பெயரில் எழுதிவிடுவார் என்று கணக்குப் போட்டான். ஆனால் அது நடக்கவில்லை.

கணக்குவழக்கு பெ. *(பே.வ.)* **1: (குறிப்பிட்ட நாட்களுக்கு ஒரு முறை) சரிபார்க்கப்படும் வரவுசெலவு;** accounts. வீட்டில் கணக்குவழக்கையெல்லாம் யார் பார்த்துக்கொள்கிறார்கள்?/ இன்றைய கணக்குவழக்கை முடித்துவிட்டுத்தான் வீட்டுக்குப் போக வேண்டும். **2: கொடுக்கல் வாங்கல்;** dealings (in money or things). அவருடைய கணக்குவழக்கையெல்லாம் இன்று முடித்து மிச்சப் பணத்தை அவருக்கு அனுப்பிவிடு. **3:** *(பெரும்பாலும் எதிர்மறையில் அல்லது எதிர்மறைத் தொனியில்)* **அளவு; எண்ணிக்கை;** reckoning. கணக்குவழக்கு இல்லாமல் செலவழிக்கிறான்.

கணக்கு விட்டுப்போ வி. *(-போக, -போய்)* **(ஒன்றைக் கணக்கிடும்போது) ஏதோ ஒரு காரணத்தால் தொடர்ச்சி அறுபட்டு, எண்ணிக்கை தவறுதல்;** (while counting or calculating sth.) miss in the count. பணத்தை எண்ணிக் கொண்டிருக்கும்போது, நீ குறுக்கே பேசினால் கணக்கு விட்டுப்போகும்.

கணக்குவிடு வி. *(-விட, -விட்டு)* *(இலங்.)* **1: கதைவிடுதல்;** give a fabricated account of. அவன் சும்மா கணக்கு விடுகிறான், நம்பாதே! **2: ஏமாற்றுதல்;** cheat; deceive. வாங்கிய பணத்தைத் தராமல் கணக்குவிட்டுக்கொண்டிருக்கிறார்./ எத்தனை நாளைக்குத்தான் இவன் கணக்குவிடுகிறான் என்று பார்ப்போம்.

கணக்கெடு வி. *(-எடுக்க, -எடுத்து)* **(எத்தனை என்று) எண்ணுதல்; எண்ணிக் குறித்தல்;** count; take note of the number; read (the figures in a meter, gauge, etc.,). லாரியிலிருந்து இறக்கப்படும் சரக்குகளை அவன் கணக்கெடுத்துக் கொண்டிருந்தான்./ அவனுக்கு உறவுகள் என்று கணக்கெடுத்தால் இரண்டு அக்கா, ஓர் அண்ணன் மட்டும்தான்.

கணக்கெடுப்பு பெ. **(பெரும் எண்ணிக்கையில் உள்ளவற்றை) அதிகாரபூர்வமாக எண்ணிச் சொல்வதற்கான ஏற்பாடு;** survey; census. இந்தியாவில் உள்ள புலிகளின் எண்ணிக்கை குறித்த கணக்கெடுப்பு மிகுந்த விவாதத்துக்கு உள்ளாகியிருக்கிறது.

கணகண வி. *(கணகணக்க, கணகணத்து)* **(காய்ச்சல் போன்றவற்றால் உடல்) சூடாக இருத்தல்;** (of body) feel hot; be feverish. உடம்பு நெருப்பு மாதிரி கணகணக்கிறது.

கணகண-என்று வி.அ. 1: **(தீப் பிழம்பாக இல்லாமல்) அடங்கி உஷ்ணத்துடன்;** in a glowing state; in a red hot state. எரிமலைகள் கணகணவென்று எரிந்துகொண்டிருக்கும்./ அடுப்பு கணகணவென்று இருந்தது. 2: **(காய்ச்சல் போன்றவற்றால் உடல்) சூடாக;** in a fevered state. குழந்தைக்கு உடம்பு கணகணவென்று இருக்கிறது.

கணகணப்பு பெ. *(ஊரக வ.)* **(சுபிட்சமாகக் கருதப்படும்) கை மணியின் ஓசை;** resonant clang of a bell of good metal. அம்மா பூஜையறையில் ஆரத்தி காட்டிக்கொண்டிருந்ததால் மணியின் கணகணப்பு கேட்டுக்கொண்டேயிருந்தது.

கணப்பு பெ. 1: **குளிர்காய்வதற்காக மூட்டப்படும் நெருப்பு;** fire (for warming). 2: **(குளிர் பிரதேசங்களில்) குளிர்காய்வதற்காக நெருப்பு மூட்டப்பட்ட இடம்;** fireplace. கணப்பின் மீது இருந்த சிலை அவன் கவனத்தைக் கவர்ந்தது.

கணபதி பெ. **விநாயகர்;** the elephant-headed god.

கணம்[1] பெ. 1: **(கண் இமைப்பதற்குள் கடந்துவிடும்) மிகக் குறைந்த காலம்;** moment. சில கணங்கள் உணர்வு இழந்து கிடந்தார்./ அவள் முகத்தில் புன்னகை ஒரு கணத்தில் தோன்றி மறைந்தது./ பீதியும் குழப்பமும் கணத்துக்குக் கணம் அதிகரிக்கின்றன. 2: **ஒன்றைச் செய்வதற்கு உரிய தருணம்;** opportune moment; occasion. உண்மையைச் சந்திக்க வேண்டிய கணத்தில் கோழையாகிவிடாதே!

கணம்[2] (g-) பெ. *(தேவர், அசுரர் போன்றவர்களைக் குறித்து வரும்போது)* **பிரிவு; வகை;** (of devas, asuras, etc.,) class; classification. அசுர கணம்/ தேவ கணம்/ பூத கணம்.

கணம்[3] (g-) பெ. *(கணி.)* **பொதுவான அம்சங்கள் கொண்ட பொருள்களின் வரையறுக்கப்பட்ட தொகுப்பு;** (in mathematics) set.

கணவன் பெ. **ஒரு பெண்ணைச் சட்டப்படி மணந்து வாழ்பவன்;** husband.

கணவாய்[1] பெ. **(போக்குவரத்துக்குப் பயன்படும் அளவில்) இரண்டு மலைகளுக்கு இடையே இயற்கையாக அமைந்துள்ள பாதை;** (mountain) pass.

கணவாய்[2] பெ. **தட்டையான ஓட்டினையும் கை போன்ற பத்து உறுப்புகளையும் கொண்ட, மெல்லுடலி இனத்தைச் சேர்ந்த (உணவாகும்) கடல்வாழ் உயிரினம்;** cuttlefish.

கணனி பெ. *(இலங்.)* **கணினி;** computer.

கணி வி. *(கணிக்க, கணித்து)* 1: **(இன்னது என்று அல்லது இன்ன விளைவுகள் உடையதாக இருக்கும் என்று) மதிப்பிடுதல்; நிர்ணயித்தல்; நிகழப்போவதை முன்கூட்டியே சொல்லுதல்;** predict; make a prediction; forecast. இந்த அறிகுறிகளை வைத்து இது காசநோய்தான் என்று கணித்துவிட முடியும்./ சோதிடர் எதிர்காலத்தைக் கணிக்கிறார். 2: **(குறிப்பிட்ட முறையில்) கணக்கிடுதல்;** calculate; compute. குடியரசுத் தலைவர் தேர்தலில் வாக்குகளின் மதிப்பு கணிக்கப்படும் விதம் வேறு. 3: **ஜாதகம் எழுதுதல்;** cast (a horoscope). உன் ஜாதகத்தைக் கணித்த முறை சரியில்லை.

கணிகை பெ. **(முற்காலத்தில்) அரசவையில் நாட்டியமாடும் இனத்தைச் சேர்ந்த பெண்;** (in former times) a girl of the community of professional dancers; courtesan.

கணிசமாக/கணிசமான வி.அ./பெ.அ. **(குறைவு என்று சொல்ல முடியாதவாறு) குறிப்பிடத் தகுந்த அளவில்/ குறிப்பிடத் தகுந்த அளவிலான;** considerably; fairly; in a pretty good way/considerable; fair; pretty good. சமையல் வாயு வந்த பின் விறகின் உபயோகம் கணிசமாகக் குறைந்துவிட்டது./ தொழிலாளர்களில் கணிசமான பகுதியினர் வேலைநிறுத்தம் செய்ய ஆதரவு தந்துள்ளனர்./ இந்தப் பத்திரிகையில் கணிசமான பக்கங்கள் அரசியல் விமர்சனத்துக்கு ஒதுக்கப்பட்டுள்ளன.

கணிதம் பெ. **எண்களையும் அளவுகளையும் குறித்த அறிவியல் துறை;** mathematics. கணித மேதை/ இந்தியக் கணிதவியல் கழகம்.

கணிப்பு பெ. 1: **(இன்னது என்று அல்லது இன்ன விளைவுகள் உடையதாக இருக்கும் என்று செய்யப்படும்) நிர்ணயம்; நிகழப்போவதைக் குறிப்பிட்ட அடிப்படைகளைக் கொண்டு முன்கூட்டியே சொல்லுவது;** forecast; prediction; calculation. வானிலை ஆராய்ச்சியாளர்களின் கணிப்புப்படி இந்த ஆண்டு நல்ல மழை பெய்யும். 2: **(ஒன்றின் தன்மையைப் பற்றிய அல்லது அளவைப் பற்றிய) மதிப்பீடு;** evaluation; estimate; opinion; survey. அவரைப் பற்றி என்னுடைய கணிப்பைவிட உன்னுடைய கணிப்பு சரியாகவே இருக்கிறது./ அரசியல்வாதிகள் பற்றி மக்களின் கணிப்பு என்ன?/ ஒரு நாளில் துரித ரயில் சேவையை எத்தனை பேர் பயன்படுத்துவார்கள் என்ற கணிப்பு மேற்கொள்ளப்படும். 3: **(ஜாதகம்) குறித்தல்;** the casting of a horoscope. ஜாதகக் கணிப்பிற்குக்கூடக் கணிப்பொறி பயன்படுத்தப்படுகிறது.

கணிப்பொறி பெ. **கணினி;** computer.

கணினி பெ. **பெரும் அளவில் தகவல்களைச் சேமித்து வைக்கவும் கையாளவும் உதவும் மின்னணு சாதனம்;** computer.

கணினி அறிவியல் பெ. **கணினியின் இயக்கம், மென்பொருள் உருவாக்குதல் ஆகியவற்றைப் பற்றி விவரிக்கும் அறிவியல் துறை;** computer science.

கணினிமயமாக்கு வி. (-ஆக்க, -ஆக்கி) **(நிறுவனம், அலுவலகம், கடை போன்றவற்றில்) கணினியை அனைத்துச் செயல்பாடுகளுக்கும் பயன்படுத்துதல்;** computerize. வேலைவாய்ப்பு அலுவலகம் கணினிமயமாக்கப்பட்டிருப்பதால் நமக்கு வேண்டிய தகவல்களை எளிதாகப் பெற முடிகிறது./ தமிழகத்தில் உள்ள அனைத்து பத்திரப் பதிவாளர் அலுவலகங்களும் கணினிமயமாக்கப்பட்டுள்ளன.

கணீர்-என்று/-என்ற வி.அ./பெ.அ. **(குரல், ஒலி, மணி ஓசை) உரத்துத் தெளிவாக/உரத்துத் தெளிவான;** (of voice, clang of bell) clear and loud. அவருடைய குரல் கணீரென்று ஒலித்தது./ கோயில் மணியிலிருந்து வந்த கணீரென்ற ஓசை எங்கும் கேட்டது.

கணு பெ. 1: (கரும்பு, மூங்கில் முதலியவற்றில்) இரண்டு துண்டுகளை இணைப்பதுபோல் இடையில் இருக்கும் சற்றுக் கடினமான பகுதி; node (in sugar cane, bamboo, etc.,). (பார்க்க, படம்) 2: (கைவிரல், முதுகுத்தண்டு முதலியவற்றில் காணப்படும்) இணைப்பு; joint. கால் மடங்கிக் கணுவைச் சுற்றி வீங்கிவிட்டது./ கணுவுக்குக் கணு வலிக்கிறது.

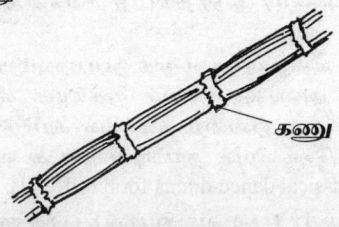

கணு ஏறு வி. (ஏற, ஏறி) (ஊரக வ.) (நாற்றங்காலிலிருந்து பறித்து வயலில் நடுவதற்குக் கால தாமதமாகி விடும்போது நாள்பட்ட நாற்றில் கரும்புபோல்) கணு உருவாதல்; (of paddy seedlings) develop joints owing to delay in plucking and transplanting. கணு ஏறிய நாற்றை நட்டால் விளைச்சல் நன்றாக இருக்காது.

கணுக்கால் பெ. முழங்காலுக்குக் கீழே உள்ள பகுதி பாதத்துடன் இணையும் இடம்; ankle. குளத்தில் கணுக்கால் அளவுக்குத்தான் தண்ணீர் இருக்கிறது. (பார்க்க, படம்: உடல்)

கணுக்காலிகள் பெ. பல கண்டங்களாக அமைந்த உடலையும் பல ஜோடிக் கால்களையும் கொண்ட பூச்சி இனம்; arthropoda. கரப்பான் பூச்சி கணுக்காலிகள் வகையைச் சேர்ந்தது ஆகும்.

கணை[1] பெ. (உ.வ.) அம்பு; arrow. நஞ்சு தோய்ந்த கணை/ (உரு வ.) விமர்சனக் கணை/ கேள்விக் கணை.

கணை[2] பெ. (ஊரக வ.) (மண்வெட்டி, கோடாலி முதலியவற்றின்) மரத்தால் ஆன கைப்பிடி; காம்பு; wooden handle (of spade, axe, etc.,).

கணைக்கால் பெ. (உ.வ.) கெண்டைக்கால்; calf.

கணைச்சூடு பெ. (சித்த.) பித்தம் அதிகரிப்பதால் குழந்தைகளின் உடல் இளைத்தும், இயல்புக்கு அதிகமான சூட்டுடனும் இருக்கும் நிலை; in children, increase in body temperature due to excessive secretion of bile (according to the Siddha system).

கணையம் பெ. இரைப்பைக்குக் கீழ் இடது பக்கம் அமைந்துள்ள, உணவைச் செரிக்கச் செய்யும் ஒரு வித நொதியைச் சுரக்கும் உறுப்பு; pancreas.

கணையாழி பெ. (உ.வ.) (பொதுவாக) மோதிரம்; (சிறப்பாக) முத்திரை மோதிரம்; (generally) ring; (esp.) signetring.

கத்தரி[1] வி. (கத்தரிக்க, கத்தரித்து) 1: (துணி, தாள் போன்றவற்றை) கத்தரிக்கோலால் வெட்டுதல்; துண்டாக்குதல்; cut with scissors; snip. நான் கொடுத்த அளவுகளின்படி சட்டைத் துணியைக் கத்தரித்து வைத்தான்./ இவை வண்ணக் காகிதத்தைக் கத்தரித்து உருவாக்கிய பொம்மைகள். 2: (வெட்டுக்கிளி, எலி முதலியவை பயிர்களைக் கடித்து) துண்டாக்குதல்; (of grasshopper, rat, etc.,) cut up. பூச்சிகள் இப்படிப் பயிர்களைக் கத்தரித்தால் எப்படி விளைச்சலைப் பார்ப்பது? 3: (ஒருவருடன் உள்ள உறவை, நட்பை) முறித்துக்கொள்ளுதல்/ (ஒருவருடன் பேசிக்கொண்டிருக்கும்போது பேச்சை) முடித்துக் கொள்ளுதல்; sever (connection, etc.,)/break sth. off (esp. one's conversation). இப்படி நெருக்கமாகப் பழகி விட்டுத் திடீரென்று நட்பைக் கத்தரித்துக்கொண்டு போக அவனுக்கு எப்படி மனம் வந்தது?/ அவர் என் குடும்ப விவகாரங்களைக் கேட்க ஆரம்பித்ததும் பேச்சைக் கத்தரித்துவிட்டேன்.

கத்தரி[2] பெ. காண்க: கத்தரிக்கோல்.

கத்தரிக்காய் பெ. காண்க: கத்திரிக்காய்.

கத்தரிக்கோல் பெ. இரண்டு சம நீள உலோகப் பட்டைகளைக் குறுக்கில் ஒன்றின் மேல் ஒன்றாக வைத்து இணைத்து அவற்றின் கூர்மையான உட்பகுதியால் துணி முதலியவற்றை வெட்டப் பயன்படுத்தும் ஒரு கருவி; scissors.

கத்தரித் தோட்டத்து வெருளி பெ. (இலங்.) சோளக் கொல்லை பொம்மை; scarecrow. கத்தரித் தோட்டத்து வெருளியைக் கண்டு பறவைகள் பறந்தோடின./ நீ புது உடுப்பில் கத்தரித் தோட்டத்து வெருளி மாதிரி இருக்கிறாய் என்று நண்பன் என்னைக் கிண்டல்செய்தான்.

கத்தல் பெ. 1: உரத்த குரலில் ஆன பேச்சு; loud talk; shout. 'கிட்டே வராதே' என்று அவள் போட்ட கத்தலில் குழந்தை பயந்துவிட்டது. 2: அலறல்; loud cry; shriek. தொட்டிலில் படுத்திருந்த குழந்தையிடமிருந்து 'வீல்' என்று ஒரு கத்தல். 3: (விலங்குகள், பறவைகள் எழுப்பும்) உரத்த ஒலி; noise (made by animals, birds). ஆடுகளின் 'மே' என்ற கத்தல்.

கத்தி பெ. 1: பட்டையான உலோகத் தகடால் ஆன, நறுக்குவதற்கும் வெட்டுவதற்கும் பயன்படும் சிறு சாதனம்; knife. மாம்பழத்தை அம்மா கத்தியால் நறுக்கினாள்./ வெள்ளரிக்காயின் தோலைச் சீவக் கத்தியைக் கொண்டு வா./ திருடன் கத்தியைக் காட்டிப் பயமுறுத்திப் பணத்தைப் பிடுங்கிக்கொண்டான். 2: வாள்; sword. அந்தக் காலத்தில் அரச குமாரர்கள் கத்திச் சண்டையும் பயின்றனர்.

கத்திக்கப்பல் பெ. (சிறுவர்கள் செய்யும்) கீழ்ப்புறம் கத்தி முனை போன்ற பகுதியைக் கொண்ட காகிதக் கப்பல்; a paper boat with a sharp edge at the bottom (made by children).

கத்திக்கப்பல்

கத்திகபடா பெ. கத்தியும் அதைப் போன்ற பிற ஆயுதங்களும்; knife and other similar weapons. இங்குள்ள ஆட்கள்

சின்ன விஷயத்திற்கெல்லாம் கத்திகபடாவைத் தூக்கிவிடுவார்கள், ஜாக்கிரதையாக இரு.

கத்தி முனையில் வி.அ. **கத்தியைக் காட்டி மிரட்டி;** at knifepoint. கத்தி முனையில் தொழிலதிபர் கடத்தப்பட்டார்./ நகைக் கடையில் நுழைந்த கொள்ளையர்கள் கத்தி முனையில் கொள்ளையடித்துச் சென்றனர்.

கத்திரி பெ. **தோட்டங்களிலும் வயல்களிலும் பயிரிடப்படும் (உணவாகும் காய் தரும், ஊதா நிறப் பூப் பூக்கும்) ஒரு செடி;** the plant of aubergine. அவர் தனது தோட்டத்தில் கத்திரியும் வெண்டையும் கலந்து போட்டிருக்கிறார்.

கத்திரிக்காய் பெ. **காய்கறியாகப் பயன்படுத்தும், கத்திரிச் செடியின் காய்;** aubergine; eggplant; (in India) brinjal.

கத்திரி வெயில் பெ. **அக்கினி நட்சத்திரம்;** hottest days in summer; dog days.

கத்தி வை வி. (வைக்க, வைத்து) (இலங்.) **(கட்டியை) அறுத்து மருத்துவம் செய்தல்;** operate (a boil). கட்டிக்குக் கத்தி வைக்க நாளை பரியாரியார் வரச் சொன்னார்.

கத்து வி. (கத்த, கத்தி) **1: (வலி, பயம், கோபம் போன்றவற்றால்) அலறுதல்; பெரும் குரல் எழுப்புதல்;** scream. கத்தக்கூட முடியாதபடி அவனுடைய வாயைக் கட்டியிருந்தார்கள்./ பக்கத்து வீட்டில் யாரோ கத்துவதைக் கேட்டு அவள் வெளியே வந்தாள்./ அவன் வலியால் கத்தினான். **2: (விலங்குகள், பறவைகள்) உரக்க ஒலி எழுப்புதல்;** (of animals, birds, etc.,) bellow, squawk, croak, etc., கன்றைக் காணாத பசு 'ம்மா' என்று கத்தியது./ எல்லாத் தவளைகளும் கத்தத் தொடங்கின. **3: உரத்த குரலில் பேசுதல் அல்லது திட்டுதல்;** speak loudly; shout. 'அவனை விடப் போவதில்லை' என்று ஆவேசத்துடன் கத்தினார்./ ஏன் இப்படிக் கத்துகிறாய்? மெதுவாகப் பேசு./ 'நேரத்திற்கு வீடு திரும்பாவிட்டால் மனைவி கத்துவாள்' என்றான் நண்பன்.

கத்துக்குட்டி பெ. **ஒரு வேலையில் அல்லது துறையில் அரைகுறையான அறிவும் பயிற்சியும் உடைய நபர்;** greenhorn; novice; apprentice. சங்கீதத்தில் நான் கத்துக்குட்டிதான்!

கத்தை பெ. காண்க: **கற்றை.**

கத்தைக் காம்பு பெ. (ஊரக வ.) **(புகையிலைக்குப் பதிலாக வெட்டிச் சிறு துண்டாக வாயில் அடக்கிக்கொள்ளும்) பாடம்செய்த புகையிலைச் செடியின் பட்டை;** tobacco stalk. புகையிலை இல்லையென்றால் கத்தைக் காம்பாவது கொடு.

கத்தோலிக்க பெ.அ. (கிறித்.) **(கிறித்தவச் சமயத்தில்) ரோமானியப் பிரிவைச் சேர்ந்த, திருத்தந்தையின் ஆளுமைக்கு உட்பட்ட;** Catholic. நான் கத்தோலிக்கப் பள்ளி ஒன்றில் படித்தேன்.

கத்னா பெ. (இஸ்.) **(ஆண் பிறப்புறுப்பின் ஒரு பகுதியாக அமையும்) ஆண்குறியின் முன்தோலை நீக்கும் முறை;** circumcision.

கதகத-என்று இரு வி. (இருக்க, இருந்து) **மிதமான வெப்பத்துடன் இருத்தல்; மிதமான வெப்பத்தைத் தருதல்;** be warm. இந்த அறை குளிருக்குச் சுகமாகக் கதகத வென்று இருக்கிறது./ ஜுரம் இருந்தால் உடம்பு கதகத வென்று இருக்கும்.

கதகதப்பு பெ. **மிதமான வெப்பம் அல்லது சூடு;** (slight) warmth. குளிர் காலத்தில் போர்வையின் கதகதப்பிலிருந்து விடுபட்டு எழுந்துவர மனம் வருவதில்லை. [(தொ.சொ.) **அனல்/ உஷ்ணம்/ சூடு/ தகிப்பு/ வெக்கை/ வெப்பம்/ வெம்மை**]

கதகளி பெ. **விஸ்தாரமான முக ஒப்பனையையும் நுண்ணிய முக அசைவுகளையும் முக்கியக் கூறுகளாகக் கொண்டு கதை ஒன்றை நடித்துக் காட்டும் (கேரள நாட்டின்) செவ்வியல் நாட்டிய நாடக வகைகளுள் ஒன்று;** a classical dance-drama form of Kerala.

கதம்பம் பெ. **1: (பல வகையான) பூக்களும் இலைகளும் வேர்களும் ஒன்றாகத் தொடுக்கப்பட்ட சரம்;** string of different kinds of flowers and leaves of aromatic plants. கதம்பம் முழம் என்ன விலை? **2: (-ஆக, -ஆன) (ஒரே சமயத்தில்) பலவற்றின் கலவை;** mixed; mixture. பல ஒலிபெருக்கிகளிலிருந்து வெளிப்பட்ட ஒரு கதம்பமான சத்தம்/ பூக்களின் கதம்பமான மணம்/ இந்தக் கூட்டணி பல அரசியல் கட்சிகளின் கதம்பமாக அமைந்திருக்கிறது.

கதர் பெ. (நெசவு) **கையால் நூற்ற இழைகளைக் கொண்டு கைத்தறியில் நெய்யப்பட்ட துணி;** cloth woven by handloom with hand-spun yarn. கதர்ச் சட்டை/ கதர் வேட்டி.

கதர்ப் பட்டு பெ. (நெசவு) **கையால் நெய்த பட்டு;** silk cloth woven by hand with hand-made yarn.

கதலி பெ. **அளவில் சிறிய, ஒரு வகை வாழைப்பழம்;** a variety of banana, small in size.

கதவடைப்பு பெ. **(தொழிலாளர்களுடன் ஏற்படும் பிரச்சினைக்குத் தீர்வு காணும்வரை தொழிற்சாலையில்) பணி செய்ய அனுமதி மறுப்பு;** lockout. கதவடைப்பு செய்யப்பட்டுள்ள நூற்பாலைத் தொழிலாளர்கள் உண்ணாவிரதம் மேற்கொண்டார்கள்.

கதவணை பெ. **பலகைகளைத் தூக்கியோ இறக்கியோ நீர் வெளியேற்றத்தைக் கூட்ட அல்லது குறைக்க அவற்றின் குறுக்கே அமைந்திருக்கும் ஏற்பாடு;** regulator (with sluices and shutters) across a river; weir.

கதவணை

கதவு பெ. **(கட்டடம், அறை முதலியவற்றின் வாயிலில் அல்லது அலமாரி, ஜன்னல், வாகனம் முதலியவற்றின்**

327 கதிர்வீச்சு

வெளிப்பக்கத்தில் திறந்து மூடுவதற்கு ஏற்ற வகையில்) மரத்தால் அல்லது பிற பொருளால் ஒற்றையாக அல்லது பிரிவுகளாகச் செய்யப்படும் அமைப்பு; door. கதவைச் சாத்திவிட்டு உள்ளே வா./ ஜன்னல் கதவு திறந்து கிடந்தது./ (உரு வ.) உனக்காக என் மனக் கதவுகள் எப்போதும் திறந்திருக்கும்.

கதறு வி. (கதற, கதறி) **(துக்கம், வலி போன்றவற்றால்) வாய்விட்டு அழுதல்/(அழும்போது) பெருங்குரல் எழுப்புதல்;** wail; scream (heartbreakingly); cry piteously. 'அடிக்காதீர்கள், அடிக்காதீர்கள்' என்று அவன் கதறினான்./ 'உன்னை விட்டால் எனக்கு யார் கதி' என்று அம்மா என்னைக் கட்டிக்கொண்டு கதறிக்கதறி அழுதாள்./ (உரு வ.) அவனை உதைத்தால் பணம் கதறிக்கொண்டு வரும். [(தொ.சொ.) **அழு/ கேவு/ செருமு/ தேம்பு/ விசி/ விசும்பு/ விம்மு**]

கதாகாலட்சேபம் பெ. **(பெரும்பாலும் கோயில்களில்) புராணக் கதைகளை இசைப் பாடல்களுடன் கூறி நடத்தும் சொற்பொழிவு;** storytelling in which narration of a puranic story is interspersed with songs.

கதாசிரியர் பெ. **கதை எழுதுபவர்;** writer of stories.

கதாசிரியை பெ. (அ.வ.) **பெண் கதாசிரியர்; பெண் எழுத்தாளர்;** woman writer.

கதாநாயகன் பெ. 1: **(காப்பியம், திரைப்படம் முதலியவற்றில்) முக்கிய ஆண் பாத்திரம்;** hero (of a play, novel, epic, film, etc.,); protagonist. ராமாயணத்தின் கதாநாயகன் இராமன்./ பல படங்களில் கதாநாயகனாக நடித்த பழம் பெரும் நடிகர் மறைவு. 2: **ஒரு நிகழ்ச்சியில் முக்கியத்துவம் வாய்ந்தவராக இருக்கும் நபர்;** hero (of an event); protagonist. அன்றைய விழாவில் என் மாமாதான் கதாநாயகன்.

கதாநாயகி பெ. **(காப்பியம், நாவல், சிறுகதை, திரைப்படம் முதலியவற்றில்) முக்கியப் பெண் பாத்திரம்;** heroine. இந்த நாவலின் கதாநாயகி போராட்டக் குணம் மிக்கவள்./ இந்த நடிகை ஒரே ஒரு படத்தில் மட்டும் கதாநாயகியாக நடித்திருக்கிறார்.

கதாபாத்திரம் பெ. **கதையில் வரும் பாத்திரம்;** character (in an epic, story, etc.,). மிகக் குறைந்த கதாபாத்திரங்களை வைத்து அவர் இந்த நாடகத்தை எழுதியிருக்கிறார்.

கதாயுதம் பெ. காண்க: **கதை**[3].

கதி[1] பெ. 1: **(வாழ்க்கையில் ஒருவருக்கு ஏற்படும்) நிலைமை; நிலை;** (one's) condition in life; (one's) plight; lot. மழை பெய்யாவிட்டால் விவசாயிகளின் கதி என்ன ஆவது?/ உங்கள் குடும்பத்துக்கு இப்படி ஒரு கதியா?/ உனக்கு நல்ல கதி கிடைக்காது./ குடித்துக்கொண்டே இருந்தால் உன் அண்ணனுக்கு ஏற்பட்ட கதிதான் உனக்கும் ஏற்படும். 2: **குறிப்பிட்ட ஒன்றைத் தவிர வேறு எதுவும் முக்கியமில்லை என்று ஒருவர் இருக்கும் நிலைமை;** an obsessive, addictive enthusiasm for sth. என் வீட்டுக்காரர் வேலையே கதி என்று கிடக்கிறார்./ சீட்டாட்டமே கதி என்று இருந்தால் குடும்பம் என்ன ஆகும்?

கதி[2] பெ. 1: **(இயங்கும் ஒன்றின் அல்லது நடைபெறும் ஒன்றின்) போக்கு;** pace; tempo. வாழ்க்கை இயந்திர கதியில் போகிறது./ வேலை இந்த கதியிலேயே நடந்தால் சீக்கிரம் முடிந்துவிடும். 2: (இலங்.) **வேகம்;** speed. கடுகதி வண்டி.

கதிகலங்கு வி. (-கலங்க, -கலங்கி) 1: **(மோசமான நிகழ்வு, விளைவு போன்றவற்றின் பாதிப்பால்) நிலைகுலைதல்;** be badly shaken up; be upset. ஐந்து மணிக்குப் பள்ளியிலிருந்து வந்திருக்க வேண்டிய பையன் எட்டு மணி ஆகியும் வராததால் கதிகலங்கிப்போனேன்./ தான் முதலீடு செய்திருந்த நிதி நிறுவனம் மூடப்பட்டுவிட்டது என்பதைக் கேள்விப்பட்டு அப்பா கதிகலங்கிவிட்டார். 2: **(ஒருவருக்கு) பயமும் கலக்கமும் தோன்றுதல்;** give one the creeps. அப்பாவின் கோபத்தை நினைத்தாலே எனக்குக் கதிகலங்குகிறது.

கதிமோட்சம் பெ. (பே.வ.) **பிறவித் துன்பம் நீங்குவதற்கான நல்வழி; விடிவு;** salvation. பொதுப் பணத்தைக் கையாடுபவருக்குக் கதிமோட்சமே இல்லை என்று அவர் சொன்னார்.

கதியால் பெ. (இலங்.) **(மர) போத்து;** slender branch, twig cut from a tree for rooting. இந்த ஈரலிப்பில் கதியாலைப் போட்டுவிட வேண்டும்.

கதிர்[1] பெ. **பயிர்களில் தானியம் உள்ள பாகம்;** ear (of corn).

கதிர்[2] பெ. 1: **(ஒளியின்) கீற்று;** ray (of light). சூரியனின் கதிர்கள் நீரில் பட்டுப் பளபளத்தன./ ஒளிக்கதிர். 2: (கணி.) **ஒரு புள்ளியில் ஆரம்பித்து இன்னொரு புள்ளியின் வழியாகச் செல்லும் கோடு;** ray.

கதிர்[3] பெ. (நெசவு) **(ராட்டினம் போன்ற நூற்கும் இயந்திரத்தில்) நூலை முறுக்குவதற்காகச் சுழலும் வகையிலும் நூல் வருவதற்கு ஏற்ற வகையில் நடுவில் சிறிது குழிவுடையதாகவும் இருக்கும் மரக் குச்சி அல்லது இரும்புக் கம்பி;** (spinner's) spindle.

கதிர்க்குருவி பெ. **பூச்சிகளை விரும்பி உண்பதும், பொதுவாக வெளிர் பழுப்பு நிறங்களில் அல்லது பச்சை நிறங்களில் புதர்களிலும் மர உச்சிகளிலும் இரை தேடும் பண்புடைய சிறிய பறவை;** warbler; prinia. கதிர்க்குருவிகளில் சில வகைகள் வலசை வரும்.

கதிர்நாவாய்ப்பூச்சி பெ. **நெற்பயிரில் பால் பிடிக்கும் பருவத்தில் மணிகளில் உள்ள பாலை உறிஞ்சிச் சேதப்படுத்தும் ஒரு வகைப் பூச்சி;** earhead bug (that causes damage to the earhead of paddy crop).

கதிர்ப்பாய் பெ. (இலங்.) **சூட்டடிப்பின்போது நெல் சேகரிக்கத் தரையில் விரிக்கப்படும் பெரிய பாய்;** large mat used to cover the threshing floor (while threshing harvested paddy crop).

கதிர்வாங்கு வி. (-வாங்க, -வாங்கி) (ஊரக வ.) **(நெற்பயிரில்) ஈட்டிபோலப் பாளையாகக் கதிர் வெளியே வருதல்;** (of paddy) put forth panicle. இப்பொழுதுதான் பயிர் கதிர்வாங்க ஆரம்பித்திருக்கிறது. வயலுக்கு இன்னும் இரண்டு முறையாவது தண்ணீர் பாய்ச்ச வேண்டும்./ பயிர் கதிர்வாங்கும்போது பூச்சிமருந்து அடிக்காதே.

கதிர்வீச்சு பெ. (இயற்.) 1: காண்க: **கதிரியக்கம்.** 2: **வெப்பம் ஓர் இடத்திலிருந்து மற்றொரு இடத்திற்கு எவ்வித**

ஊடகத்தின் உதவியுமின்றிப் பரவுவது; radiation. கதிர் வீச்சு முறையில் சூரியனின் வெப்ப ஆற்றல் பூமியை வந் தடைகிறது.

கதிரடி வி. (-அடிக்க, -அடித்து) நெல்லின் தாளைக் கொத் தாகக் கையில் பிடித்துத் தரையில் அடித்து மணி களைப் பிரித்தல்; thresh (harvested paddy crop).

கதிரவன் பெ. (உ.வ.) சூரியன்; sun.

கதிரியக்கச் சிகிச்சை பெ. புற்றுநோயையும் வேறு சில நோய்களையும் குணப்படுத்த, சக்திவாய்ந்த கதிரியக் கக் கதிர்களைச் செலுத்தி அளிக்கப்படும் மருத்துவச் சிகிச்சை; radiation therapy; radiotherapy.

கதிரியக்கம் பெ. (இயற்.) சில தனிமங்களின் அணுக் களைப் பிளக்கும்போது வெளிப்படும் (ஆபத்து நிறைந்த) சக்தி; radioactivity.

கதிரை பெ. (இலங்.) நாற்காலி; chair.

கதுப்பு பெ. 1: கன்னச் சதை; plumpness of the cheek. அவளின் கண் இமைகளும் கன்னக் கதுப்புகளும் லேசாக அதிர்ந்தன. 2: (மாம்பழத்தில்) (கொட்டையின் இரு புறமும் உள்ள) சதைப் பகுதி; the fleshy part on both the sides of a mango.

கதுவாலி பெ. கவுதாரி; grey partridge.

கதை[1] வி. (கதைக்க, கதைத்து) (இலங்.) 1: (ஒருவரோடு ஒருவர்) பேசுதல்; உரையாடுதல்; converse; chat. நாங்கள் இரவு வெகு நேரம் கதைத்துக்கொண்டிருந்தோம்./ நீங்கள் யாரைப் பற்றிக் கதைக்கிறீர்கள்? 2: (பே.வ.) நம்ப முடியாத அளவுக்குக் கற்பனையாக ஒன்றைக் கூறுதல்; bluff. நடிகர் கமல்ஹாசனுடன் கைகுலுக்கினாயா? சும்மா கதைக்காதே./ படம் எடுக்கப்போகிறானாம். வெறுமனே கதைக்கிறான்.

கதை[2] பெ. 1: ஏதேனும் ஒரு செய்தியை, நிகழ்ச்சியை அல்லது கற்பனையான ஒன்றை மையமாக வைத்துச் சுவையுடன் சொல்லப்படுவது; story. என் கதைகளைப் பெண்கள் விரும்பிப் படிக்கிறார்கள்./ பாட்டி கதை சொன் னால் கேட்டுக்கொண்டே இருக்கலாம். 2: நடந்ததைப் பற்றிய விவரத் தொகுப்பு; account; narrative; story. அவர் சிறைக்கு வந்த கதையைச் சொல்லத் தொடங்கினார். 3: (ஒருவரின்) வாழ்க்கையையும் நடத்தையையும் பற்றிக் கூறப்படும் செய்தி; gossip; anecdote. இந்த நடிகரைப் பற்றி எத்தனையோ கதைகள்! 4: நம்ப முடியாத விவரிப்பு; tall story; sth. concocted. இருபதாயிரம் ரூபாய் சம்பளம் வாங்கு வதாக அவன் சொல்வது வெறும் கதை! [(தொ.சொ.) அளப்பு/ கட்டுக்கதை/ கற்பனை/ புரளி/ புனைந்துரை/ புனைவு/ பொய்/ வதந்தி] 5: விவாதத்துக்கு உள்ளான பேச்சு அல்லது விஷயம்; subject of conversation. ஏன் கதையை வளர்த்துக்கொண்டே போகிறாய், சீக்கிரம் முடி. 6: (பே.வ.) (கதை போன்ற) வாழ்க்கை; life (as a story). ஊரைப் பகைத்துக்கொண்டு நாற்பது வருடம் வாழ்ந் தவரின் கதையும் முடிந்தது./ அவர்கள் கதை எல்லோருக் கும் தெரிந்ததுதான். 7: கதி; fate. நான் பணம் எடுத்தது வெளியே தெரிந்தால், என் கதை அவ்வளவுதான்./ நீ வீட்டை விட்டுப் போய்விட்டால் அவள் கதை என்ன ஆவது? 8: (இலங்.) (பேசப்படுவது ஏற்றுக்கொள்ளும் அல்லது ஏற்றுக்கொள்ளாத நிலையில் இருக்கும்) பேச்சு; talk (that one finds agreeable or disagreeable). தாத்தா எவ்வளவு பெரிய அனுபவசாலி. அவரது கதையைக் கேட்டு நடப்பது உனக்கு நன்மை தரும்.

கதை[3] (g-) பெ. (பழங்காலத்தில் பயன்படுத்தப்பட்ட) நீண்ட பிடியும் உருண்டை வடிவத்தில் கனமான தலைப்பாகமும் கொண்ட ஒரு வகை ஆயுதம்; a heavy mace without spikes (used as a weapon in former times).

கதை அள வி. (அளக்க, அளந்து) 1: (ஒன்றைப் பற்றி) நம்ப முடியாத அளவுக்குத் திரித்துக் கூறுதல்; spin a yarn. வெளிநாட்டுக்குப் போய்வந்ததைப் பற்றி அவன் கதை அளந்துகொண்டிருக்கிறான். 2: (விஷயம் தெரியாத கார ணத்தால்) தேவை இல்லாததையெல்லாம் தெரிவித்தல் அல்லது எழுதுதல்; come up with stories; make up (a story). தேர்வில் ஒரு வினாவுக்கு விடை தெரியவில்லை. ஏதோ கதை அளந்திருக்கிறேன்.

கதைக்கு ஆகு வி. (ஆக, ஆகி) (பே.வ.) (நடைமுறை யில்) சாத்தியமாக இருத்தல்; (of a plan, suggestion) work; be practicable. பொதுமக்களிடம் பணம் வசூலித்துப் பத்தி ரிகை நடத்தப்போகிறார்களாம் கதைக்கு ஆகிற மாதிரி தெரியவில்லை./ அவன் சொல்கிற யோசனையெல்லாம் கதைக்கு ஆகுமா?

கதை கட்டு வி. (கட்ட, கட்டி) பொய்ச் செய்தி கிளப்பு தல்; வதந்தியைப் பரப்புதல்; make up a gossipy story. ஒரு பெண்ணோடு பேசிக்கொண்டிருந்தாலே கதை கட்டி விடுகிற ஆட்கள் மத்தியில் நீ இருக்கிறாய்.

கதைகாரியம் பெ. (இலங்.) (பெரும்பாலும் எதிர்மறை யில்) (சுமுக உறவின் அடையாளமான) பேச்சு வார்த்தை; பேச்சுத் தொடர்பு; being on speaking terms. நாங்கள் பக்கத்து வீட்டாருடன் கதைகாரியம் வைத்துக் கொள்வதில்லை./ மாமாவோடு எங்களுக்கு எந்தக் கதை காரியமும் இல்லை.

கதைகாவி பெ. (இலங்.) ஒருவர் சொல்வதை இன் னொருவரிடம் சொல்லி வம்பு வளர்க்கும் நபர்; gossip-monger. இவன் ஒரு சரியான கதைகாவி. இவனிடம் கவன மாகக் கதை./ இந்தக் கதைகாவியால்தான் அந்தக் குடும்பம் இன்று திக்குக்கு ஒன்றாக நிற்கிறது.

கதைகாவு வி. (-காவ, -காவி) (இலங்.) (இருவருக்கு இடையில் வம்பு மூட்டும் நோக்கத்தோடு) (ஒருவர் சொன்னதை மற்றொருவரிடம்) திரித்துக் கூறுதல்; tell on s.o.; carry tales (about s.o.). தம்பி! அவன் கதைகாவிக் கொண்டு வருவான். நீ கவனமாக இரு./ உனது கதைகாவும் வேலையால் ஒரு கலியாணமே நின்றுபோய்விட்டது என் பது உனக்குத் தெரியுமா?

கதை கொடு வி. (கொடுக்க, கொடுத்து) (இலங்.) (ஒரு வரிடம்) பேசுதல்; engage in conversation. அவரை வேலை செய்ய விடாமல் மற்றவர்கள் கதை கொடுத்துக் கொண்டிருந்தார்கள்./ ஒருவரிடமும் கதை கொடுக்காமல் ஒடுங்கிக் கிடந்தாள்.

கதைசொல்லி பெ. 1: கதை சொல்லும் பாத்திரம்; narrator (as a persona). இந்த நாவலின் கதைசொல்லி இருபது வயது இளைஞர். 2: கதை சொல்பவர்; storyteller; author as the storyteller. இவன் நண்பர்களிடையே நல்ல கதை

சொல்லி என்று பெயர்பெற்றவன்./ அந்தப் புதிய இயக்குநர் ஒரு திறமையான கதைசொல்லி.

கதைப்பாடல் பெ. **(தெய்வத்தின் அல்லது ஒரு பகுதியில் தலைவனாகக் கருதப்படுபவனின்) வாழ்க்கை வரலாற்றைப் பாட்டு வடிவில் கூறும் நாட்டார் இலக்கிய வகை;** folk epic; folk ballad. கட்டபொம்மன் கதைப்பாடல்./ தேசிங்குராஜன் வரலாறு கதைப்பாடலாக உள்ளது.

கதைபடு வி. (-பட, -பட்டு) (இலங்.) **(ஒருவரைத் திட்டி) வாய்ச் சண்டை போடுதல்;** quarrel (with s.o.). நேற்று உன் பெண் பக்கத்து வீட்டுப் பெண்ணுடன் வீதியில் நின்று கதைபட்டாள் என்பது உனக்குத் தெரியுமா?/ காலையில் எழும்பியவுடன் எந்த நாளும் இப்படிக் கதைபட்டால் எப்படி மனுஷன் நிம்மதியாக வேலைக்குப் போவது?

கதைபண்ணு வி. (-பண்ண, -பண்ணி) **தெரிந்துகொண்டும் தெரியாததுபோல் பேசுதல்;** (while talking to s.o.) feign ignorance; dissemble. உனக்கு அவரைத் தெரியாதா? என்ன கதைபண்ணுகிறாய்?

கதைபிடுங்கி பெ. (இலங்.) **ஒருவரிடம் பேசி விஷயத்தைக் கறந்து மற்றொருவரிடம் சொல்பவர்;** gossiping person. அவனிடம் கவனமாக இரு, அவன் சரியான கதைபிடுங்கி.

கதைபிடுங்கு வி. (-பிடுங்க, -பிடுங்கி) (இலங்.) **ஒருவரிடம் பேசி விஷயத்தைக் கறந்து மற்றொருவரிடம் சொல்லுதல்;** gossip. உன்னிடம் கதைபிடுங்கிக் கொழுவிவிட்டுவிடுவாள். அவளிடம் கவனமாக இரு.

கதை பேசு வி. (பேச, பேசி) (பே.வ.) **வம்பளத்தல்;** indulge in idle talk; gossip. கதை பேசிக்கொண்டிருக்காமல் வேலையைப் பாருங்கள் என்று அதட்டினார்./ வீணாகக் கதை பேசிக்கொண்டிருக்கும் நேரத்தில் உருப்படியாக ஏதாவது வேலை செய்தால் நாலு காசு சம்பாதிக்கலாம்.

கதைபோடு வி. (-போட, -போட்டு) (இலங்.) **கதைபேசுதல்;** chit-chat. பக்கத்தில் இருந்தவரோடு கதைபோட முயன்றான்.

கதையள் பெ. (இலங்.) **(தேவையற்ற) பேச்சு அல்லது விஷயம்;** idle talk. தேவையற்ற கதையளினால் குடும்பத்தில் பிரச்சினைகள் வந்துள்ளது./ எங்களுக்கு இந்தக் கதையள் தேவையில்லை.

கதையை முடி வி. (முடிக்க, முடித்து) **ஒருவரைக் கொல்லுதல்;** do away with s.o.; eliminate s.o. தன் குடும்பத்தை வேரோடு அழித்தவர்களின் கதையை முடிக்கும் வெறியோடு அவன் அலைந்துகொண்டிருக்கிறான்./ தன் கதையை முடிக்கத் திட்டம் போடுகிறார்கள் என்று தெரிந்ததும் அவன் ஊரை விட்டே ஓடிவிட்டான்.

கதைவழிப்படு வி. (-பட, -பட்டு) (இலங்.) **(ஒருவரை ஒருவர்) திட்டிக்கொள்ளுதல் அல்லது காரசாரமாகப் பேசிக்கொள்ளுதல்;** quarrel; altercation. அவர்கள் இருவருக்குள் கதைவழிப்பட்டதோடு சரி. நல்ல காலம் கைபரிமாறப்படவில்லை.

கதை விடு வி. (விட, விட்டு) காண்க: **கதை அள.**

கந்தக அமிலம் பெ. (வேதி.) **கந்தகத்தை மூலக்கூறாகக் கொண்டுள்ள அமிலம்;** sulphuric acid.

கந்தகம் பெ. **(வெடிமருந்து, தீக்குச்சி முதலியவை தயாரிக்கப் பயன்படும்) கார நெடியுடைய மஞ்சள் நிற வேதிப்பொருள்;** sulphur.

கந்தக மணம் பெ. (இலங்.) **(குண்டு வெடித்த இடத்தில் எழும்) மூக்கைத் துளைக்கும் வகையிலான வேதிப்பொருளின் வாசனை;** pungent smell of sulphur following detonation. கந்தக மணத்தினைச் சுவாசிக்க முடியாமல் எல்லோருக்கும் மூச்சுத் திணறியது.

கந்தர்வ மணம் பெ. (அ.வ.) **(கந்தர்வர்கள் செய்துகொள்வது போன்ற) பிறருக்குத் தெரியாமல் செய்துகொள்ளும் காதல் திருமணம்;** marriage based on mutual love and without rituals (as practised by the Gandharvas).

கந்தர்வர் பெ. **(புராணத்தில்) தேவர்களுள் (இசையில் தேர்ச்சி பெற்ற) ஒரு பிரிவினர்;** a class of celestial beings (fond of music); Gandharvas.

கந்தரகோளம் பெ. (-ஆக) (பே.வ.) **ஒழுங்கில்லாத நிலை; தாறுமாறு;** disorderly state; mess. ஏன் உன் அறை இப்படிக் கந்தரகோளமாக இருக்கிறது?

கந்தல் பெ. **1: கிழிந்து துண்டுதுண்டாக இருப்பது;** rag(s). படுக்க இந்தக் கந்தல் பாய்தான் உனக்குக் கிடைத்ததா?/ சாக்கு கந்தல்கந்தலாகக் கிழிந்திருக்கிறது. **2: கிழிந்த துணி;** tattered cloth. கம்பிக் கொடியில் கை அகலத்தில் ஒரு கந்தல் தொங்கிக்கொண்டிருந்தது./ ஏன் இந்தக் கந்தலைக் கட்டிக்கொண்டிருக்கிறாய்?

கந்தறு[1] வி. (-அற, -அறுந்து) (இலங்.) **சீரழிதல்;** be ruined; be in reduced circumstances. வியாபாரத்தால் குடும்பம் கந்தறுந்துவிட்டது./ அந்தக் கந்தறுந்த குடும்பத்தில் யார் சம்மந்தம் வைத்துக்கொள்வார்கள்?

கந்தறு[2] வி. (-அறுக்க, -அறுத்து) (இலங்.) **சீரழித்தல்;** ruin. மூத்த பையன் குடும்பத்தைக் கந்தறுத்துவிட்டான்.

கந்தறுந்த காவடி பெ. (இலங்.) **கட்டுப்பாடற்ற நபர்;** unruly person. அந்தக் கந்தறுந்த காவடியை வைத்துக்கொண்டு எந்தக் காரியமும் செய்ய இயலாது./ பேருந்து வரப்போகிறது. அந்தக் கந்தறுந்த காவடியைக் காணவில்லை.

கந்தாயம் பெ. (பே.வ.) **நீண்ட நாட்களாகப் பயன்படுத்தாமல் அடைந்துகிடக்கும் பொருள்கள்;** unused things shelved for a long time. பரணில் கிடக்கும் கந்தாயத்தை ஒழிக்கக் கூடாதா?/ இன்னும் எவ்வளவு நாளைக்கு இந்தக் கந்தாயத்தைப் பாதுகாத்து வைத்திருக்கப்போகிறாய்?

கந்து பெ. **பெண் பிறப்புறுப்பின் மேற்பகுதியில் இருப்பதும் தொடுவதால் கிளர்ச்சியை அதிகப்படுத்துவதுமான ஒரு சிறிய உறுப்பு;** clitoris.

கந்துவட்டி பெ. **எழுத்து மூலமாக ஒப்பந்தம் எதுவும் இல்லாமல் மிக அதிக வட்டிக்குப் பணத்தைக் கடனாகத் தரும் முறை;** usury. சிறு வியாபாரிகள் கந்துவட்டியை நம்பித்தான் தொழில் செய்கிறார்கள்./ கந்துவட்டிக்குக் கடன் வாங்கியே என் வாழ்க்கை கழிந்துவிட்டது.

கந்தூரி விழா பெ. (இஸ்) **மறைந்த இஸ்லாமிய மகான்களின் நினைவாக ஆண்டுதோறும் இஸ்லாமியர்கள் கொண்டாடும் விழா;** festival celebrated by Muslims annually in memory of Muslim saints.

கந்தை பெ. ஓட்டுப்போட்ட கிழிந்த துணி; கந்தல்; sewn up tatters; tatters. கந்தையானாலும் கசக்கிக் கட்டு.

கந்தோர் பெ. (இலங்.) அலுவலகம்; office. கந்தோருக்குப் போகும் அவதியில் சாப்பிட மறந்துவிட்டான்.

கப்சா பெ. (பே.வ.) கட்டுக்கதை; அளப்பு; fibbing. எல்லாக் கட்சித் தலைவர்களோடும் தான் நெருங்கிப் பழகியிருப்பதாக அவன் கப்சா விடுவான்!

கப்சிப்-என்று வி.அ. (பே.வ.) பேசாமல் அமைதியாக; quietly; keeping quiet. ஆசிரியர் வகுப்புக்கு வந்ததும் மாண வர்கள் கப்சிப்பென்று அடங்கிவிட்டார்கள்./ எனக்கு உண்மை தெரிந்தாலும் கப்சிப்பென்று இருந்துவிட்டேன்.

கப்பம் பெ. திறை; tribute (to a king).

கப்பம் கட்டு வி. (கட்ட, கட்டி) (பே.வ.) (கேலித் தொனி யில்) (தன் காரியத்தைச் செய்துகொடுக்க ஒருவருக்கு) பணம் தருதல்; லஞ்சம் கொடுத்தல்; bribe. இவனுக்குக் கப்பம் கட்டாமல் இந்தக் காரியத்தை முடிக்க முடியாது.

கப்பரை[1] பெ. (பே.வ.) திருவோடு; (shell of a fruit used as) begging bowl. கையில் கப்பரையோடு சன்னிதி வாசலில் ஒரு சாமியார் உட்கார்ந்திருந்தார்.

கப்பரை[2] பெ. (அம்மன் கோயிலுக்குப் பிரார்த்தனை யாக எடுத்துச்செல்லும்) தீச்சட்டி; pot of burning coal (taken to அம்மன் temple in fulfilment of a vow).

கப்பல் பெ. படகைவிடப் பல மடங்கு பெரியதாக இருக்கும், இயந்திர விசையால் இயக்கப்படும் கடல் போக்குவரத்து வாகனம்; ship. கப்பல் செல்லும் அள வுக்கு ஹூக்ளி ஆறு அகலமானது.

கப்பல்

கப்பல்கூடம் பெ. கப்பல் கட்டும் அல்லது பழுது பார்க்கும் இடம்; shipyard; dock.

கப்பல்படை பெ. கடற்படை; navy.

கப்பல் வாழை (பழம்) பெ. (இலங்.) ரஸ்தாளிப் பழம்; a variety of banana fruit having thin skin. கப்பல் வாழையில் மாச்சத்து அதிகம்./ என் மகள் கப்பல் வாழைப்பழத்தை மாத்திரம்தான் சாப்பிடுவாள்.

கப்பலோட்டி பெ. (பே.வ.) மாலுமி; sailor; seaman.

கப்பானிக் கயிறு பெ. (வ.வ.) நன்றாக முறுக்கிய, உறுதி யான தேங்காய் நார்க் கயிறு; strong and well-twisted coir.

கப்பி[1] பெ. 1: (சாலை போடுதல், தளம் அமைத்தல் முதலி யவற்றுக்குப் பயன்படுத்தும்) சற்றுப் பெரிய துண்டு களாக உடைக்கப்பட்ட கருங்கல்; gravel; road-metal. 2: (ஊரக வ.) (செந்நிற) தவிடு; (brownish) husk of grain. 3: (வ.வ.) இடித்த அரிசி மாவைச் சலித்த பிறகு எஞ்சும், பொடிப்பொடியான கல்போல உடைந்த அரிசி; the residue of hard broken grains after pounded rice is sieved.

கப்பி[2] பெ. (பொருள்களை இழுத்துத் தூக்கப் பயன் படும் விதத்தில் கயிறு, கம்பி முதலியவை பதிந்து) சுற்றக்கூடிய உருளை; சகடை; ராட்டினம்; pulley.

கப்பிச் சாலை பெ. (ஊரக வ.) கருங்கல் ஜல்லியோடு செம்மண் கலந்து அமைத்த சாலை; road made of broken stone mixed with red gravel.

கப்பிப்பால் பெ. (இலங்.) தேங்காய்த் துருவலில் நீர் விட்டு மூன்றாவது முறையாகப் பிழிந்தெடுக்கும் பால்; juice obtained from coconut gratings in the third of three extractions.

கப்பு[1] வி. (கப்ப, கப்பி) செறிந்து படிதல்; கவிதல்; be wrapped up; be thick with. சோகம் கப்பிய முகம்/ சாலையில் இருள் கப்பிக் கிடந்தது.

கப்பு[2] பெ. 1: கிளையிலிருந்து பிரியும் சிறிய கிளை; branchlet. கப்பும் கிளையுமாக மரம் தெருவை அடைத்துக் கொண்டிருந்தது. 2: (இலங்.) (நிரந்தரமாகப் போடப் படும் குடிசை, கொட்டில் போன்றவற்றில்) கூரையைத் தாங்கி நிற்கும் கால்; pole (supporting a thatched shed, etc.,).

கப்பு[3] பெ. (நெசவு) சாயத்தின் அழுத்தம்; fastness of colour (in dyeing cloth).

கப்பு[4] பெ. (திருநர் வ.) (முகத்தில் வளர்ந்துள்ள முடியைக் கொத்துக்கொத்தாக வேரோடு பிடுங்கி எறியப் பயன்படுத்தும்) ஈர்வலியைப் போன்ற ஒரு மரச் சாதனம்; long-toothed comb-like wooden instrument used for removing hair growing on one's face.

கப்புக்கால் பெ. (இலங்.) தூணின் அடிப்பகுதி; the lower part of a pillar.

கப்பைக்கால் பெ. (ஊரக வ.) காண்க: கவட்டுக்கால்.

கபக்கட்டு பெ. (நெஞ்சில்) சளி திரண்டு ஏற்பட் டிருக்கும் அடைப்பு; accumulation of phlegm (in the lungs); bronchial congestion.

கபகப-என்று வி.அ. (பே.வ.) மிகுந்த உக்கிரத்துடன் அல்லது வேகத்துடன்; in a raging manner. வயிறு கபகப வென்று பசிக்கிறது./ தீ கபகபவென்று எரிகிறது.

கபடதாரி பெ. (அ.வ.) கபடம் நிறைந்த நபர்; man with guile. இந்தக் கபடதாரிகளின் சூழ்ச்சியை நாம் எப்படி யாவது முறியடித்தாக வேண்டும்.

கபடநாடகம் பெ. (பேச்சு, செயல் முதலியவற்றில்) தீய உள்நோக்கத்தை மறைத்துவைத்திருக்கும் நடிப்பு; dissemblance. அவனுடைய சொத்தைப் பறிக்கவே இந்தக் கபடநாடகம் ஆடினான்.

கபடம் பெ. (-ஆக, -ஆன) தீய உள்நோக்கம்; வஞ்சகம்; சூது; guile; deceit. குழந்தையின் கபடமற்ற உள்ளம்/ அத்தையின் கபடமான போக்கு அவள் மன அமைதியைக் கெடுத்தது./ இப்படிக் கபடமாகப் பேசுவது எனக்கு எரிச் சலைத் தருகிறது. [(தொ.சொ.) கபடு/ சூது/ சூழ்ச்சி/ வஞ்சகம்/ வஞ்சனை]

331 கம்பசேவை

கபடி பெ. ஏழு பேர் கொண்ட அணியிலிருந்து ஒருவர் ஒரே மூச்சில் 'கபடி, கபடி' என்று விடாமல் கூறிக் கொண்டு எதிர் அணியினர் இருக்கும் பகுதிக்குச் சென்று எதிர் அணியினரைத் தொட்டுத் திரும்பி வரும் ஒரு வகை விளையாட்டு; kabadi. ஆசிய கபடிப் போட்டியில் இந்தியா வென்றுள்ளது./ கபடி வீரர்/ கபடிக் கழகத் தலைவர். (பார்க்க, படம்.)

கபடு பெ. காண்க: கபடம். [(தொ.சொ.) கபடம்/ சூது/ சூழ்ச்சி/ வஞ்சகம்/ வஞ்சனை]

கபம் பெ. 1: சளி; phlegm. இரத்தம், சிறுநீர், கபம் எல்லாம் பரிசோதனை செய்யப்பட்டன. 2: (சித்த.) மூட்டுகள் இயங்குவதற்கான பசைத் தன்மை, ருசி ஆகியவற்றுக் குக் காரணமாக இருக்கும், உடலின் மூன்று சக்திகளில் ஒன்று; one of the three biological forces responsible for functions such as movement, taste, etc.,

கபருஸ்தான் பெ. (இஸ்.) இறந்தவர் உடலை அடக்கம் செய்யும் இடம்; burial ground.

கபளீகரம்செய் வி. (-செய்ய, -செய்து) 1: (ஒன்றைப் பெருமளவில்) அழித்தல்; destroy. தீ விபத்து முந்நூறுக் கும் மேற்பட்ட குடிசைகளைக் கபளீகரம்செய்துவிட்டது./ சுனாமி பல கடலோரக் கிராமங்களைக் கபளீகரம்செய்து விட்டது. 2: (ஒன்றை மிக அதிக அளவில்) உட்கொள் ளுதல்; lap sth. up. சுவர்களில் ஒட்டப்பட்டிருந்த விளம் பரக் காகிதங்களை மாடு ஒன்று கபளீகரம்செய்துகொண் டிருந்தது./ அவனை மட்டும் தனியே விட்டால் அவன் ஒரு வனே இனிப்பு எல்லாவற்றையும் கபளீகரம்செய்துவிடு வான். 3: அபகரித்தல்; கையாடுதல்; misappropriate; swindle (money); take (sth.) by fraud. குத்தகைப் பணத்தை அவர் கபளீகரம்செய்துவிட்டார்.

கபளீகரி வி. (கபளீகரிக்க, கபளீகரித்து) கபளீகரம் செய்தல்; swallow at one sweep; take in at one sweep. சுனாமி லட்சக் கணக்கான உயிர்களைக் கபளீகரித்தது.

கபாலக்குத்து பெ. (இலங்.) ஒற்றைத் தலைவலி; migraine. இன்று பூராவும் அம்மா கபாலக்குத்தினால் அவதிப்பட்டுக்கொண்டிருக்கிறார்./ கபாலக்குத்தினால் ஒரு வேலையும் செய்ய முடியவில்லை.

கபாலம் பெ. (அ.வ.) (உறுதியான எலும்பையுடைய) மண்டையோடு; skull.

கபால மோட்சம் பெ. 1: துறவிகள், மடாதிபதிகள் போன்றவர்களை அடக்கம் செய்வதற்கு முன் அவர்கள் மண்டையைப் பிளந்து ஆத்மாவை வெளியேறச் செய் வதற்கான சடங்கு; a ritual during the burial of saints, etc., in which the skull is broken open to release the soul. 2: (மண்டை உடைந்து ஏற்படும்) மரணம்; death (due to broken skull). மலைமேல் ஜாக்கிரதையாக ஏற வேண்டும். தவறி விழுந்தால் கபால மோட்சம்தான்.

கபிலம் பெ. கருஞ்சிவப்பு; காப்பிப்பொடி நிறம்; (of colour) coffee brown. கபில நிறக் காளை.

கம்-என்று[1] வி.அ. (பே.வ.) எதையும் செய்யாமல்; பேசாமல்; (be) quiet; (keep) mum; (lie) doing nothing. கொஞ்ச நேரம் கம்மென்று இரு!/ எதிர்த்துஎதிர்த்துப் பேசாதே, கம்மென்று கிட!/ குடித்துவிட்டு வந்து வீட்டில் கம்மென்று படுத்துக்கொண்டான்.

கம்-என்று[2] வி.அ. (பே.வ.) மூக்கைத் துளைக்கும்படி யாக; அருமையாக; pleasantly; agreeably; fragrantly. ரசம் கம்மென்று மணக்கிறது./ நீ என்ன சோப்புப் போட்டுக் குளித்தாய்? கம்மென்று வாசம் வருகிறதே!

கம்பசூத்திரம் பெ. (பெரும்பாலும் எதிர்மறை வாக்கி யத்தில்) (செய்வதற்கு அல்லது அறிந்துகொள்வதற்கு) மிகவும் கடினமானது; பிரம்மவித்தை; sth. that involves extraordinary skill. இந்தப் பின்னல் என்ன கம்பசூத்திரமா? நான்கூடப் போடுவேனே.

கம்பசேவை பெ. (ஊரக வ.) (ஆண்டுக்கு ஒரு முறை) குத்துவிளக்கு ஒன்றை மடத்திலிருந்து பஜனை பாடிய படி தெருக்களில் எடுத்துச்சென்று, திரும்பியதும் தளிகை செய்து வணங்கும், வைணவ மரபு சார்ந்த விழா; annual festival of Vaishnavite tradition in which a lighted lamp is taken round the village singing bhajans and brought back to the hall to be worshipped with elaborate food offerings.

கபடி

கம்பசேவை மடம் பெ. (ஊரக வ.) **வைணவ மரபில் உள்ள தெய்வங்களின் படங்களை வைத்து வழிபடவும் கம்பசேவை நடத்தவும் உள்ள சிறிய கட்டடம்;** small hall where pictures of Vaishnavite deities are worshipped and also the festival of கம்பசேவை conducted annually. எங்கள் ஊர் கம்பசேவை மடத்தின் சுவரில் பெருமாளின் படம் எழுதியிருக்கிறது.

கம்பம் பெ. **(குழியில் ஊன்றப்படும்) மரம், உலோகம் முதலியவற்றால் ஆன தூண்;** post; pillar. கொடிக் கம்பம்/ விளக்குக் கம்பம்/ மின் கம்பம்.

கம்பவுண்டர் பெ. (அ.வ.) **(ஆங்கில மருத்துவ முறையில் பட்டம் பெற்ற மருத்துவர் நோயாளிகளுக்கு எழுதித் தரும் முறைப்படி) மருந்து கலந்து தரும் பணியை மருத்துவருடன் இருந்து செய்பவர்;** person compounding (allopathic) medicine according to the prescription; (in India) compounder.

கம்பளப்பூச்சி பெ. (இலங்.) **சிவப்பு நிறத்தில் மிருதுவான உடல் பகுதியைக் கொண்ட ஒரு வகைச் சிறிய பூச்சி;** a kind of insect, red in colour having a smooth body. மழைக் காலம் வந்தால் கம்பளப்பூச்சியும் வந்துவிடும்./ தோட்டம் முழுதும் ஒரே கம்பளப்பூச்சியாக இருக்கிறது.

கம்பளம் பெ. **(பெரும்பாலும்) ஆட்டு ரோமத்தின் இழைகளால் நெய்யப்பட்ட தரை விரிப்பு;** (woollen) carpet. வீட்டின் வரவேற்பு அறையில் கம்பளம் விரிக்கப்பட்டிருந்தது./ பச்சைக் கம்பளம் விரித்தது போன்ற புல் தரை.

கம்பளி பெ. **1: ஆட்டு ரோமத்தின் இழை;** sth. made from wool. கம்பளிச் சட்டை/ கம்பளிக் குல்லா/ கம்பளி நூல். **2: கனமான பருத்தி அல்லது ஆட்டு ரோமத்தின் இழைகளால் நெய்யப்பட்ட போர்வை;** blanket. கம்பளியை எடுத்துப் போர்த்திக்கொண்டால் குளிர் தெரியாது./ அவர் கம்பளி வியாபாரம் செய்கிறார்.

கம்பளிப்புழு பெ. **1: உடம்பின் மேல்புறத்தில் ரோமங்களை உடையதும் (மனித உடம்பில் படும்போது) அரிப்பை ஏற்படுத்தக்கூடியதுமான கரும்பழுப்பு நிறப் புழு;** caterpillar. **2:** (உயிரி.) **பட்டாம்பூச்சியின் முட்டையிலிருந்து வெளிவரும் புழு;** caterpillar.

கம்பளிப்பூச்சி பெ. காண்க: கம்பளிப்புழு.

கம்பி பெ. **1: உலோக இழை; தந்தி;** thin metal line; wire or string; threads (forming the border of clothes). ஒன்பது கம்பிகள் கொண்ட வீணை/ தங்கத்தைக் கம்பியாக இழுக்க முடியும்./ கம்பிக் கரை வேட்டி. **2: (பருமன் குறைவாகவும் நீளம் அதிகமாகவும் உள்ள) உலோகத் துண்டு;** (generally) any thin rod; (of window) bar; (of umbrella) rib. ஜன்னல் கம்பி/ குடைக் கம்பி. **3: (கோலத்தில்) ஒரு கோடு;** line in a கோலம். அம்மா கோலத்தில் உள்ள கம்பிகளைப் புள்ளிகளுக்கு ஏற்றவாறு வளைத்துப் போட்டாள். **4:** (இலங்.) **(மரத்திலிருந்து இலை, காய் போன்றவை பறிக்கப் பயன்படும்) சுமார் ஒரு மீட்டர் நீளத்தில் கூர்மையான வளைந்த முனையோடு இருக்கும் கம்பி போன்ற இரும்புச் சாதனம்;** crook (for plucking leaves, fruits, etc.,). கம்பி நிறைய இலை வந்ததும் மாட்டுக்குப் போடு./ கம்பி எடுத்துப்போய் ஆட்டுக்குப் பலா இலை குத்தி வா.

கம்பிஎண்ணு வி. (-எண்ண, -எண்ணி) (பே.வ.) **தண்டனை பெற்றுச் சிறையில் இருத்தல்;** be put behind bars; undergo imprisonment. திருடிவிட்டு இப்போது கம்பி எண்ணுகிறான்.

கம்பிச்சுருள் பெ. **இழுக்கும்போது விரிவடைந்து, விட்டு விடும்போது உடனடியாகத் தன் பழைய நிலைக்கே போய்விடும் தன்மை கொண்ட, பல சுற்றுகளாகச் சுற்றப்பட்ட கம்பி;** spring.

கம்பிநீட்டு வி. (-நீட்ட, -நீட்டி) (பே.வ.) **(பிறரால் கவனிக்கப்படுவதைத் தவிர்ப்பதற்காக) ஒரு இடத்தை விட்டு விரைந்து அகலுதல்; நழுவுதல்;** decamp. அகப்பட்டதைச் சுருட்டிக்கொண்டு திருடன் கம்பிநீட்டிவிட்டான்./ காவலரைப் பார்த்ததும் அவன் கம்பிநீட்டப் பார்த்தான்.

கம்பி மத்தாப்பு பெ. **(கம்பியின் ஒரு முனையைக் கையில் பிடித்துக்கொண்டு மருந்து நிறைந்த மறு முனையை) கொளுத்தியதும் பூக்கள்போல அல்லது நட்சத்திரங்கள்போலத் தீப்பொறிகள் சிதறும் பட்டாசு வகை;** sparkler.

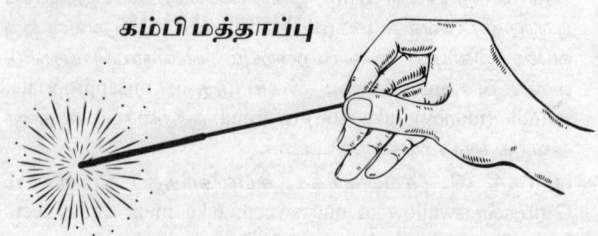

கம்பி மத்தாப்பு

கம்பியில்லா பெ.அ. **(மின் கம்பி இணைப்பு இல்லாமல்) ஓர் இடத்திலிருந்து மற்றோர் இடத்திற்குச் செய்தியை மின்காந்த அலைகளாக மாற்றி அனுப்பப் பயன்படும்;** wireless. கம்பியில்லாத் தந்தி/ கம்பியில்லாத் தொலைபேசி.

கம்பி வடம் பெ. **(மின்சாரத்தை அல்லது மின்னணுச் சமிக்ஞைகளைக் கடத்த உதவும்) ரப்பர் காப்பிட்ட, மிகவும் பருமனான கம்பி;** cable. இந்தியாவுக்கும் சிங்கப்பூருக்கும் இடையில் கடலுக்கு அடியில் கம்பி வடம் பதிக்கும் பணி நடந்துவருகிறது.

கம்பீரம் பெ. (-ஆக, -ஆன) **1: (பேச்சு, நடை, பார்வை முதலியவற்றில் வெளிப்படும்) ஆளுமை மிக்க தோரணை; மிடுக்கு;** grandeur; stateliness; commanding look. அவர் இடுப்பில் கையை வைத்துக்கொண்டு கம்பீரமாக நின்றிருந்தார். [(தொ.சொ.) தோரணை/ மிடுக்கு] **2: (பிரம்மாண்டத்தாலோ அழகாலோ) பிரமிப்பை உண்டாக்கும் தோற்றம்;** majesty; grandeur. கஞ்சின் ஜிங்கா சிகரத்தின் கம்பீரத்தை எளிதில் விவரிக்க முடியாது./ நகரத்தின் பிரதான சாலையில் அந்த வங்கியின் கட்டடம் கம்பீரமாக நின்றுகொண்டிருந்தது.

கம்பு[1] பெ. **வெட்டியெடுக்கப்பட்ட நீளமான மரக்கழி;** (trimmed) stick; cane. ஆடு மேய்ப்பவர்கள் நீண்ட கம்பு ஒன்று வைத்திருப்பார்கள்./ கிழவர் கம்பை ஊன்றி நடந்து வந்தார்.

கம்பு[2] பெ. *(உணவுப் பொருளாகப் பயன்படும்)* **பச்சையும் வெள்ளையும் கலந்த நிறத்தில் மணிகள் உள்ள ஒரு வகைத் தானியம்;** pearl millet.

கம்பு ஊன்றித் தாண்டுதல் பெ. *(வளையும் தன்மை உடைய)* **நீளமான கம்பை ஊன்றி அதிக உயரத்தைத் தாண்டும் தடகளப் போட்டி;** pole vault.

கம்மல்[1] பெ. **தங்கத்தால் ஆன** *(பெண்கள் அணியும்)* **கல் பதிக்காத காதணி;** ear stud made of gold (worn by women). இலை வடிவில் செய்த கம்மல்.

கம்மல்

கம்மல்[2] பெ. *(-ஆக, -ஆன)* **1:** *(ஜலதோஷம் போன்றவற்றால்)* **குரலின் கம்மிய ஒலி;** (of voice) being hoarse and faint. கரகரத்த கம்மல் குரல். **2: ஒளிக் குறைவு; மங்கல்;** (of light) dimness. கம்மலான வெளிச்சத்தில் எப்படிப் படிக்க முடியும்? **3:** *(வ.வ.)* **லேசான மாநிறம்;** (of complexion) one little less than fair. பையன் நெடுநெடுவென்று உயரமாக இருந்தான். சற்றுக் கம்மலான நிறம்.

கம்மாய் பெ. காண்க: **கண்மாய்.**

கம்மாலை பெ. *(இலங்.)* **கொல்லன் பட்டறை;** smithy. கொல்லன் கம்மாலையில் போய்க் கத்தியைத் தோய்வித்துக் கொண்டு வா.

கம்மி பெ. *(-ஆக, -ஆன) (பே.வ.) (அளவிட்டு அல்லது அளந்து கூறக்கூடியவற்றில்)* **குறைவு;** (of things measurable) sth. less than fair or normal; very little; low. நான் செய்த வேலைக்கு இந்தக் கூலி கம்மி./ டஜன் பத்து ரூபாய். இதற்கும் கம்மியாகத் தர முடியாது./ சர்க்கரை கம்மியான காப்பி வேண்டும். [(தொ.சொ.) இல்லாமை/ குறைபாடு/ குறைவு/ தட்டுப்பாடு/ பஞ்சம்/ பற்றாக்குறை]

கம்மியர் பெ. **பொற்கொல்லர், கொல்லர் போன்றோரைக் குறிக்கும் பொதுப்பெயர்;** a common term for smith and artisan.

கம்மு வி. *(கம்ம, கம்மி) (தொண்டைகட்டி)* **குரல் ஒலி குறைந்து வெளிப்படுதல்;** (of one's voice) become feeble, faint or hoarse. அழுகை தொண்டையை அடைத்தது, குரல் கம்மிற்று.

கமக்கட்டு பெ. *(இலங்.)* **கக்கம்; அக்குள்;** armpit. கமக்கட்டுக்குள் கட்டி வந்ததால் கையை அசைக்க முடியவில்லை./ தாத்தா கமக்கட்டுக்குள் குடையை வைத்தபடி வீதியில் போவார்.

கமக்காரன் பெ. *(இலங்.)* **1: விவசாயி;** peasant; agricultural labourer. **2: நில உடைமையாளன்;** landlord.

கமகம் பெ. *(இசை)* **ஒரு ஸ்வரத்தில் அல்லது ஒரு ஸ்வரத்திலிருந்து மற்றொரு ஸ்வரத்திற்குச் செல்லும்போது வெளிப்படுத்தும் ஒலி அசைவு;** the transition from one note to another in the rendering of a composition through voice modulation; grace.

கமகம வி. *(கமகமக்க, கமகமத்து) (பே.வ.)* **அதிகமாக மணத்தல்;** be fragrant; have a strong agreeable smell. பூக் கடைகள் நிறைய இருப்பதால் அந்தத் தெருவே கமகமக்கிறது./ பலகார மணம் கமகமக்கும் கடை.

கமகம-என்று/-என்ற வி.அ./பெ.அ. **மணம் மிகுந்து/ மணம் மிகுந்த;** smelling pleasantly / smelling pleasant. மல்லிகையின் வாசனை கமகமவென்று வீசுகிறது.

கமண்டலம் பெ. *(முனிவர், மதத் தலைவர் ஆகியோர் பூஜைக்கு உபயோகிக்கும்)* **நீர் வருவதற்கு ஏற்றவாறு குழல் வடிவ மூக்கைக் கொண்ட ஒரு வகைச் செம்பு;** a cruet-like vessel (containing holy water carried by saints and heads of religious institutions).

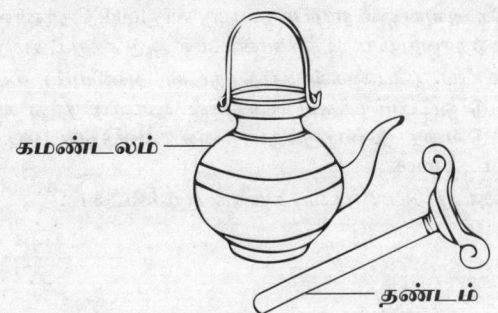

கமண்டலம்
தண்டம்

கமம் பெ. *(இலங்.)* **விவசாயம்;** agriculture.

கமர்கட்டு பெ. **வெல்லப்பாகில் தேங்காய்த் துருவலைப் போட்டுக் கிளறிச் சிறுசிறு உருண்டைகளாகப் பிடிக்கப்பட்ட, சற்றுக் கெட்டியான ஒரு வகைத் தின்பண்டம்;** small ball-shaped sweetmeat made by mixing coconut gratings in treacle.

கமலகுண்டலமாக வி.அ. *(இலங்.)* **தாறுமாறாக;** without order or regularity. இவன் எடுத்த காரியமெல்லாம் கமலகுண்டலமாகப் போய்விட்டது./ கலியாணத்திற்கு அடுத்த நாள் வீடெல்லாம் கமலகுண்டலமாகக் கிடந்தது.

கமலம் பெ. *(உ.வ.)* **தாமரை;** lotus.

கமலா ஆரஞ்சு பெ. *(மலைப் பகுதிகளில் விளையும்)* **எளிதாக உரிக்கக்கூடிய, சிவந்த மஞ்சள் நிறத் தோலினுள் சுளைகளைக் கொண்ட பழம்;** a variety of orange having a loose jacket.

கமலை பெ. **அடிப்பகுதியில் நீண்ட தோல் பை இணைக்கப்பட்ட பெரிய தவலை போன்ற தகரச் சாதனத்தை நீண்ட கயிற்றால் மாடுகளோடு பிணைத்துக் கிணற்றிலிருந்து வயலுக்கு நீர் இறைக்கப் பயன்படும் அமைப்பு;** a device consisting of a cauldron-like vessel and bellows-like part attached at the bottom for lifting water from a well with oxen. *(பார்க்க, படம்)*

கமழ் வி. *(கமழ, கமழ்ந்து)* **(மணம்) நிறைந்திருத்தல்;** (of fragrance) be permeated with; be hung with. *ஊதுவத்தி மணம் கமழும் பூஜை அறை/ அருகில் நின்றிருந்தவரிடமிருந்து ஜவ்வாது மணம் கமழ்ந்தது./ (உரு வ.) தெய்வ மணம் கமழும் பாசுரங்கள்.*

கமறல் பெ. **எரிச்சலையும் இருமலையும் ஏற்படுத்தும் (மிளகாய் வற்றல், புகையிலை போன்றவற்றின்) நெடி;** pungent and irritating smell (of chillies, tobacco, etc.,). *மிளகாய் வற்றலின் கமறல்.*

கமறு வி. *(கமற, கமறி)* **1: (தொண்டையில் நெடி தாக்குவதால் அல்லது நோயால்) லேசாக இரும வைக்கும் உணர்வு ஏற்படுதல்;** (of pungent smell, acrid things) cause irritation in the throat. *மிளகாய் வற்றல் வறுக்கும்போது வீட்டுக்குள் இருக்க முடியாத அளவுக்குக் கமறும்./ காலையிலிருந்தே தொண்டை கமறிக்கொண்டிருந்தது.* **2: (உணர்ச்சி மிகுதியால்) தொண்டை அடைத்தல்;** feel a lump in throat. *அப்பாவின் நோயைப் பற்றிப் பேசிக்கொண்டிருந்தவனின் குரல் கமறியது.* **3: (வேதனையால்) மிக அதிக அளவு ஒலி எழுப்புதல்;** cry very loud. *தொண்டையில் ஏதாவது மாட்டிக்கொண்டால் ஆடு கத்தும், கமறும்.*

கமீஸ் பெ. **(பெண்கள் சுடிதாருடன் அணியும்) உடம்போடு ஒட்டியிருக்கும் வகையில் தோளிலிருந்து கால் மூட்டுவரை நீண்டிருக்கும், கை வைத்துத் தைத்த உடை;** kameez.

கமுக்கட்டு பெ. *(பே.வ.)* காண்க: *கமுக்கட்டை.*

கமுக்கட்டை பெ. *(பே.வ.)* **கக்கம்; அக்குள்;** armpit. *அவர் கமுக்கட்டைக்குள் செய்தித்தாளை இடுக்கிக்கொண்டு வேகமாகப் போய்க்கொண்டிருந்தார்.*

கமுக்கம்-ஆக/-ஆன வி.அ./பெ.அ. *(பே.வ.)* **வெளியே தெரியாதபடி/வெளியே தெரியாத;** secretively/secretive. *அடித்தாலும் எடுத்த பணத்தைப் பற்றி வாய்திறக்க மாட்டான், கமுக்கமான ஆள்!/ நகரின் இந்தப் பகுதியில் போதைப்பொருள் வியாபாரம் கமுக்கமாக நடைபெறுகிறது.*

கமுகு பெ. **பாக்கு மரம்;** areca (tree).

கயமை பெ. *(உ.வ.)* **(ஒருவரின் செயல், குணம் ஆகியவற்றைக் குறிக்கும்போது) மிகவும் கேவலம்; கீழ்த்தரம்;** vileness; meanness. *பணத்திற்காகக் கட்சி மாறும் கயமையை மன்னிக்கவே முடியாது./ வாக்குத் தவறுவதும் கயமைத்தனம்தான்.*

கயர் பெ. *(இலங்.)* **(துணி, தாள் முதலியவற்றில் படியும்) கறை;** stain. *தேத்தண்ணீர் பட்டு என் சட்டை கயராகி விட்டது./ வாழைக் கயர்/ தேங்காய்க் கயர்.*

கயர்ப்பு பெ. *(இலங்.)* **துவர்ப்பு;** astringent taste. *கறியெல்லாம் ஒரே கயர்ப்பாகக் கிடக்கிறது.*

கயரோகம் பெ. *(இலங்.)* காண்க: **கசரோகம்.**

கயல் பெ. *(உ.வ.)* **(இலக்கியங்களில் பெண்களின் நீண்ட விழிக்கு உதாரணமாகக் காட்டப்படும்) கெண்டை மீன்;** barb; carp.

கயவன் பெ. **கீழ்த்தரமான அல்லது தீய குணமுடையவன்;** dishonest person; rogue. *எல்லோரையும் தூற்றித் திரியும் கயவன் இவன்./ குழந்தைகளைக் கடத்திப் பிச்சையெடுக்க வைக்கும் கயவர் கூட்டம் பிடிபட்டது.*

கயவாளி பெ. *(பே.வ)* காண்க: **கயவன்.**

கயில் பெ. *(இலங்.)* **(இரண்டாக) உடைத்த தேங்காயில் ஒரு பாதி; தேங்காய் மூடி;** one half of a split coconut. *ஒரு கயில் தேங்காய்ப் பூவில் சம்பல் அரைத்தால் போதும்.*

கயிற்றில் தொங்கு வி. *(தொங்க, தொங்கி)* **தூக்குப் போட்டுக்கொண்டு இறந்தல்; தூக்கில் தொங்குதல்;**

கமலை

hang oneself. தான் சம்பாதித்த நல்ல பெயரைத் தன் மகன் கெடுத்துவிட்டான் என்ற வேதனையிலேயே அவர் கயிற்றில் தொங்கியிருக்கலாம்./ வியாபாரத்தில் பெருத்த நஷ்டம் ஏற்பட்டதால் கயிற்றில் தொங்கிவிட்டார்.

கயிறடி வி. *(கயிறடிக்க, கயிறடித்து) (இலங்.)* **(ஒரு விளையாட்டாக) ஒரு கயிற்றின் இரு முனைகளையும் பிடித்துக்கொண்டு, கயிற்றைத் தலைக்கு மேலே சுழற்றி, அது கீழே வரும்போது அதைத் தாண்டுதல்;** (of the game) skip.

கயிறிழுத்தல் போட்டி பெ. *(இலங்.)* **ஒரு கோட்டுக்கு இரு புறமும் இரண்டு அணிகள் ஒரு கயிற்றை எதிரெதிரே பிடித்துக்கொண்டு எதிரணி கோட்டைத் தாண்டும்படி இழுத்து விளையாடும் போட்டி;** tug of war.

கயிறு பெ. **(பொருள்களைக் கட்டவும் தூக்கவும் இழுக்கவும் பயன்படுத்தும்) சணல், நார், நூல் போன்றவற்றைத் திரித்து, முறுக்கித் தயாரிக்கப்படும் நீளமான பொருள்;** rope (made of jute); thick cord; coir. கயிற்றையும் குடத்தையும் எடுத்துக்கொண்டு போய்க் கிணற்றிலிருந்து நீர் இறைத்தான்./ கயிற்றுக் கட்டில். [*(தொ.சொ.)* **இழை/ நூல்/ வடம்**]

கயிறு ஏறுதல் பெ. **(ராணுவம், காவல்துறை போன்றவற்றுக்கு ஆட்களைத் தேர்ந்தெடுக்க நடத்தப்படும்) உடல் தகுதித் தேர்வின் ஒரு பகுதியாக உயரமான இடத்தில் கட்டித் தொங்கவிடப்பட்டிருக்கும் பருமனான கயிற்றைக் கைகளால் பிடித்து வேகமாக ஏறி இறங்கும் போட்டி;** climbing up or down with ropes (as part of testing one's physical fitness).

கயிறுதிரி வி. *(-திரிக்க, -திரித்து) (பே.வ.)* **அரைகுறையாகத் தெரிந்த தகவல்களைக் கொண்டு பொய்யாகக் கதைவிடுதல்;** spin a yarn. அவரைத் தெரியும், இவரைத் தெரியும் என்று கயிறுதிரிப்பான், அதை நம்பிவிடாதே!

கர்ணகடூரம் பெ. *(-ஆக, -ஆன)* **(பேச்சு, இசை முதலியவற்றைக் குறிக்கும்போது) காதுக்குச் சற்றும் இனிமையில்லாதது;** sth. that is jarring. குரல் கர்ணகடூரம்/ கழுதை கர்ணகடூரமாகக் கத்திற்று./ கர்ணகடூரமான இசை.

கர்ணத்தார் பெ. **கருவூலத் தணிக்கையாளர்கள்;** official who audits the treasury accounts.

கர்ணபரம்பரை பெ. *(-ஆக, -ஆன)* **(கதை, செய்தி போன்றவை) ஒரு பரம்பரையிலிருந்து மற்றொரு பரம்பரைக்குக் காலம்காலமாக வாய்வழியாகச் சொல்லப்பட்டு வழங்கும் முறை;** spoken account (of something or somebody) handed down from the past. ராமனின் கதை காலத்துக்குக் காலம் கர்ணபரம்பரையாகப் பலவாறு திரிந்து வழங்கிவந்திருக்கிறது./ எங்கள் மூதாதையரில் ஒருவர் மேற்குத் தொடர்ச்சி மலைக் காடுகளில் இன்னமும் உயிருடன் உலாவுவதாகக் கர்ணபரம்பரைக் கதை ஒன்று உண்டு./ பாண்டிய அரசர்கள் இக்கோயிலுக்கு ஏராளமான நகைகளை வழங்கினார்கள் என்பது கர்ணபரம்பரைச் செய்தியாகும்.

கர்ணம்[1] பெ. *(அ.வ.)* **கிராமங்களில் நிலவரி, நில அளவை தொடர்பான கணக்குகளை எழுதி வைக்கும் பணிக்கு வருவாய்த் துறை அதிகாரிகளால் முன்பு நியமிக்கப்பட்ட ஊழியர்;** (formerly) village officer who maintained records of land revenue, etc., of a village; village accountant.

கர்ணம்[2] பெ. **தலைகீழாகப் பாய்தல்; குட்டிக்கரணம்;** somersault. *(உரு வ.)* என்னிடம் பணம் வாங்கக் கர்ணம் போட்டான்.

கர்ணம்[3] பெ. *(கணி.)* **ஒரு செங்கோண முக்கோணத்தில் அடிப்பக்கத்தையும் குத்துயரத்தையும் இணைக்கும் கோடு;** hypotenuse.

கர்ணம்[4] பெ. *(அ.வ.)* *(பெரும்பாலும் பிற சொற்களோடு இணைந்து)* **காது;** (a combining form) ear. கர்ணாமிருதம்.

கர்ணன் பெ. **(மகாபாரதத்தில்) நட்புக்கும் கொடைக்கும் எடுத்துக்காட்டாக விளங்கும் பாத்திரம்;** a character in the epic Mahabharatha exemplifying generosity and friendship.

கர்த்தர் பெ. *(கிறித்.)* **இயேசு கிறிஸ்து;** Christ.

கர்த்தா பெ. **1: (ஒரு செயலை) செய்பவர்; மூலமானவர்;** doer; agent. காரிய கர்த்தா/ காரண கர்த்தா. **2: (இலக்கியம்) படைப்பவர்;** (of literary works) author. இலக்கிய கர்த்தா. **3:** *(கிறித்.)* **கர்த்தர்;** god. **4:** *(இலக்.)* **வினையை மேற்கொள்பவர்;** agent (of an action). 'இராமன் இராவணனைக் கொன்றான்' என்ற வாக்கியத்தில் 'இராமன்' கர்த்தா ஆகும்.

கர்நாடக சங்கீதம் பெ. *(இசை)* **தென்னிந்திய, செவ்வியல் இசை வகை;** South Indian classical music; Carnatic music.

கர்நாடகம் பெ. **1:** *(-ஆக, -ஆன)* **(மாறிவரும் பழக்க வழக்கங்களுக்குத் தகுந்தபடி நவீனமாக மாற விரும்பாத) பழைய மரபு வழிப்பட்ட முறை; கட்டுப்பெட்டி;** being old-fashioned. இந்தக் காலத்திலும் பெண்ணைப் படிக்கவைக்காமல் கர்நாடகமாக இருக்கிறாயே. **2: பழைய மரபுவழிப்பட்ட முறையைக் கடைப்பிடிப்பவர்;** conservative or old fashioned person; (old) fogy. எங்கள் பாட்டி சுத்த கர்நாடகம்.

கர்ப்பகிரகம் பெ. **கோயிலின் மையத்தில் மூலஸ்தானத்தைக் கொண்டு விளங்கும் இடம்; கருவறை;** inner sanctuary of a Hindu temple, in which the consecrated idol is placed.

கர்ப்பச்செல் பெ. *(சோதி.)* **ஒருவர் பிறந்த நேரத்துக்கு உரிய தசையில் பிறக்கும்வரை கர்ப்பத்தில் கழிந்த காலம்;** the balance period of one's தசை spent in the womb.

கர்ப்பத்தடை பெ. காண்க: **கருத்தடை.**

கர்ப்பப்பை பெ. காண்க: **கருப்பை.**

கர்ப்பம் பெ. **பெண்ணின் கருப்பையில் உருவாகும் கரு/ அந்தக் கரு உருவாகி வளர்ந்து வரும் நிலை;** embryo/ the state of having conceived; pregnancy. கர்ப்பம் கலைந்துவிட்டது./ அவன் மனைவி நான்கு மாதக் கர்ப்பம்.

கர்ப்பம்தரி வி. *(-தரிக்க, -தரித்து)* காண்க: **கருத்தரி.**

கர்ப்பவதி பெ. **கர்ப்பிணி;** pregnant woman.

கர்ப்பிணி பெ. **வயிற்றில் சிசுவை உடையவள்;** expectant mother; pregnant woman. நிறைமாதக் கர்ப்பிணி.

கர்ப்பூரம் பெ. காண்க: **கற்பூரம்.**

கர்ப்பூரவல்லி பெ. **மெல்லிய தோலை உடைய, நல்ல மணமுடைய சிறு வகை வாழைப்பழம்;** a ripe banana, small in size, with delicate skin. எங்கள் கடையில் கர்ப்பூர வல்லி, மொந்தன், பச்சைப்பழம், ரஸ்தாளி ஆகியவை கிடைக்கும்.

கர்ப்பூரவாழை பெ. காண்க: கர்ப்பூரவல்லி.

கர்ப்போட்டம் பெ. *(ஊரக வ.)* **மார்கழியில் வடகிழக்குப் பருவமழை ஓய்வதற்கு அடையாளமாக வடகிழக்கிலிருந்து தென்மேற்காகப் பஞ்சுப் பொதி போன்ற வெண்மேகங்கள் கூட்டம்கூட்டமாக வானத்தில் ஓடும் காலம்;** period in the Tamil month of மார்கழி (December-January) in which white masses of clouds go from the north-east to the soth-west signifying the end of rainy season.

கர்மசிரத்தை பெ. *(-ஆக)* **காரியத்தில் முழு ஈடுபாடு; கவனம்;** dedication (to work); (of one's work) application. கர்மசிரத்தையோடு பணியாற்றும்போது மனம் செயலில் ஒன்றிவிடுகிறது.

கர்மம் பெ. **1: (தன் வாழ்நாளில் குடும்பத்துக்கும் சமூகத்துக்கும் செய்ய வேண்டிய) கடமை;** duty (to one's family and the society); action. 'கர்மத்தைச் செய், பலனை எதிர்பார்க்காதே' என்பது கீதையின் சாரம். **2: (பின்வரும் பிறவியில் பலன் தருவதாகக் கருதப்படும் முற்பிறவியின்) செயல்; வினை;** deeds in one's previous birth the consequences of which one has to bear now; karma. நான் இப்படி இருப்பதற்குப் போன பிறவியில் என்ன கர்மம் செய்தேனோ!/ நீ செய்த கர்மம் ஏழு பிறவிக்குப் போதும். **3: (சாத்திரப்படி செய்ய வேண்டிய) சடங்கு;** ceremonial rites (mostly associated with death). வைதீகக் கர்மங்கள்/ சாவு சம்பந்தமான கர்மங்கள். **4:** *(பே.வ.)* **வெறுப்பை அல்லது கண்டனத்தைத் தெரிவிக்கும் சொல்;** a term used to express disapproval or condemnation; curse; woe. 'ஊரிலிருக்கும் சொறி நாய்களை எல்லாம் வீட்டுக்குக் கொண்டு வந்துவிடுகிறான், கர்மம், கர்மம்' என்று அம்மா தலையிலடித்துக் கொண்டாள்.

கர்மயோகம் பெ. **(இறைவனை அடைவதற்கு ஒரு வழியாகக் கருதப்படும்) பலனை எதிர்பார்க்காமல் ஒருவர் தன் பணியைச் செய்யும் போக்கு;** doing one's enjoined duty disinterestedly as a way of reaching god.

கர்மயோகி பெ. **எந்தப் பலனையும் எதிர்பார்க்காமல் பணியைக் கடமையாக மேற்கொள்பவர்;** a disinterested but dedicated worker. கர்மயோகி காமராஜர்.

கர்மவியாதி பெ. *(இலங்.)* **ஒருவர் முற்பிறவியில் செய்த பாவத்தின் காரணமாகத் தோன்றுவதாக நம்பப்படும் கடுமையான நோய்;** serious disease believed to have been caused by one's sins in the previous birth. பெரியவர் நீண்ட காலமாகப் படுக்கையில் கிடந்து அவஸ்தைப்படுகிறார். ஏதோ கர்மவியாதி போலிருக்கிறது என்று ஊரார் பேசிக்கொண்டனர்.

கர்லாக்கட்டை பெ. **(உடற்பயிற்சிக்குப் பயன்படும்) தடித்த கீழ்ப்புறத்தை உடைய, கனமான நீள் உருண்டை வடிவக் கட்டை;** heavy wooden club (used for physical exercises). கர்லாக்கட்டை சுழற்றிச்சுழற்றித் தோள்பட்டை திரட்சியுடன் காணப்பட்டது.

கர்லாக்கட்டை

கர்வம் பெ. **1:** *(-ஆக, -ஆன)* **பிறரை மதிக்காமல் தன்னைப் பற்றி உயர்வாக எண்ணும் போக்கு; ஆணவம்;** arrogance; haughtiness. பணக்காரன் என்ற கர்வம் அவனுக்கு!/ அவர் சற்றும் கர்வம் இல்லாதவர். [*(தொ.சொ.)* **அகங்காரம்/ அகந்தை/ அகம்பாவம்/ இறுமாப்பு/ கொழுப்பு/ செருக்கு/ திமிர்/ பெருமிதம்**] **2: பெருமை;** pride. நாம் அனைவருமே கர்வப்பட்டுக்கொள்ள வேண்டிய விஷயம் இது.

கர்வி பெ. **கர்வம் கொண்ட நபர்;** arrogant or haughty person; proud person.

கர்ஜனை பெ. **(சிங்கம் எழுப்பும்) பெரும் குரல்; அதிர்ந்து ஒலிக்கும் முழக்கம்;** (of lion) roar. காட்டுக்குள் சிங்கத்தின் கர்ஜனை கேட்டது./ *(உரு வ.)* அவர் பேச ஆரம்பித்தால் சிம்ம கர்ஜனைதான்!

கர்ஜி வி. *(கர்ஜிக்க, கர்ஜித்து)* **1: (சிங்கம், கடல் முதலியவை) பேரொலி எழுப்புதல்; முழங்குதல்;** (of lion, sea, etc.,) roar; rumble. தொழிற்சாலையின் இயந்திரங்கள் எழுப்பிய பேரோசை சிங்கங்கள் கர்ஜிப்பதுபோல் இருந்தது. **2: உரத்த குரலில் பேசுதல்;** speak in full-throated voice; roar. பொதுமேடையில் கர்ஜிக்கும் அவர் வீட்டுக்குப் போனால் பூனையாகிவிடுவார்.

கரகம் பெ. **1: (வேண்டுதலுக்காகவோ கேளிக்கைக்காகவோ) (நீர் நிரம்பிய) சிறிய உலோகக் குடத்தைப் பூவால் அலங்கரித்துத் தலையில் வைத்துக் கீழே விழாதவாறு நையாண்டி மேளத்தின் தாளத்திற்கு ஏற்ப ஆடும் நாட்டார் கலை/இந்தக் கலையில் பயன்படுத்தும் உலோகக் குடம்;** an acrobatic folk dance in which the dancer bears on the head a decorated brass pot with water and dances to the rhythm of நையாண்டி மேளம் (either for fulfilling a vow or as entertainment). *(பார்க்க, படம்: பக். 337)* **2: கோயில் திருவிழாவில் வழிபடுபவதற்குத் தலையில் சுமந்து தெருவில் செல்ல நீர் நிரப்பி, வேப்பிலை செருகி அலங்கரித்த சொம்பு அல்லது சிறிய குடம்;** small pitcher filled with water and decorated with neem leaves to be carried on head along streets for worship in festivals.

கரகர வி. *(கரகரக்க, கரகரத்து)* **1: (ஜலதோஷம் முதலியவற்றால் தொண்டை) அரித்தல்;** (of throat) experience irritation; be hoarse (due to cold, etc.,). பல இடங்களிலும் தண்ணீர் குடித்ததால் தொண்டை கரகரக்கிறது. **2: (குரல்) கம்மி ஒலித்தல்;** (of voice) become hoarse. 'நீங்கள் செய்த உதவியை மறக்க மாட்டேன்' என்று சொல்லும்போதே அவருடைய குரல் கரகரத்தது.

கரகம்

கரகரப்பு பெ. **1: (தொண்டையில்) அரிப்பு;** irritation (in the throat). *தொண்டைக் கரகரப்பைப் போக்கச் சுக்குக் கஷாயம்.* **2:** *(-ஆக, -ஆன) (குரலைக் குறிக்கும்போது)* **சீரற்ற தன்மை;** (of voice) hoarseness (brought about by emotions). *கரகரப்பான குரலாக இருந்தாலும், அவன் பாட்டைக் கேட்க முடிகிறது.*

கரகாட்டம் பெ. காண்க: **கரகம்.**

கரகோஷம் பெ. **(ஒருவரைப் பாராட்டும் விதத்தில் அவையினர்) கைதட்டி எழுப்பும் ஒலி; பலத்த கை தட்டல்;** (thunderous) applause; ovation. *கலைநிகழ்ச்சி முடிந்ததும் பார்வையாளர்கள் கரகோஷம் செய்தனர்.*

கரடி பெ. **1: உடல் முழுவதும் அடர்ந்த சொரசொரப்பான ரோமமும் கால்களில் கூரிய நகங்களும் கொண்ட ஒரு காட்டு விலங்கு;** bear. **2: பங்குச் சந்தையில் பங்குகளின் விலை சரியும் என்று எதிர்பார்த்துப் பங்குகளை முன்கூட்டியே விற்பவர்;** bear.

கரடியாய்க் கத்து வி. *(கத்த, கத்தி) (பே.வ.)* **(ஒருவர் சொல்வதைப் பிறர் கேட்காத போதும்) திரும்பத் திரும்ப (வலியுறுத்தி) கூறுதல்;** reiterate to no purpose; shout oneself hoarse. *எவ்வளவுதான் கரடியாய்க் கத்தினாலும் என் யோசனையை நீங்கள் ஏற்றுக்கொள்ள மாட்டீர்கள்./ அவர்கள் ஆர்வம் காட்டாதபோது நீ ஏன் கரடியாய்க் கத்துகிறாய்?*

கரடிவிடு வி. *(-விட, -விட்டு) (பே.வ.)* **(தான் சொல்வதை மற்றவர் நம்பிவிடுவார் என்ற நினைப்பில்) தீங்கற்ற பொய் சொல்லுதல்;** tell white lies. *காலையில்தான் சம்பளம் வாங்கினாய். அதற்குள் கையில் பணமே இல்லை என்று கரடிவிடுகிறாய்!/ உன் பேரில் ஏகப்பட்ட சொத்து இருக்கிறது என்று எனக்குத் தெரியும். நீ ஏழை என்று யாரிடம் கரடிவிடுகிறாய்?*

கரடு பெ. *(வ.வ.)* **சிறு குன்று;** low hill.

கரடுமுரடு-ஆக/-ஆன வி.அ./பெ.அ. *(நிலப் பரப்பைக் குறிக்கும்போது)* **மேடுபள்ளங்கள் நிறைந்து/மேடுபள்ளங்கள் நிறைந்த; சமதளமாக இல்லாமல்/சமதளமாக இல்லாத;** (of an area) unevenly/uneven; ruggedly/rugged. *கரடுமுரடாக இருக்கும் இந்த மலைப்பாதையில் வாகனத்தில் போவது கடினம்.*

கரண்டகம் பெ. *(அ.வ.)* **(வெற்றிலை போடுபவர்கள்) சுண்ணாம்பு வைத்திருக்கும் சிறிய டப்பி;** small metal box for keeping quicklime (used by those who chew betel).

கரண்டி பெ. **1: (பாத்திரத்திலிருந்து உணவு, திரவப் பொருள் முதலியவற்றை எடுக்கப் பயன்படும்) நுனியில் குழிந்த பகுதியும் நீண்ட கைப்பிடியும் உடைய சமையல் அறைச் சாதனம்;** (metal) ladle; spoon (of various sizes and shapes). *சட்னி எடுக்கக் கரண்டி கொண்டு வா./ கடுகு தாளிக்கும் கரண்டி.* **2:** காண்க: **கொத்துக்கரண்டி.**

கரண்டிவாயன் பெ. **பட்டையான, கரண்டி போன்ற நீண்ட அலகையும் வெண்ணிற உடலையும் கொண்ட ஒரு வகை நீர்ப்பறவை;** spoonbill.

கரண்டிவாயன்

கரண்டு வி. *(கரண்ட, கரண்டி) (வ.வ.)* **(பல்லாலோ அல்லது ஒரு சாதனத்தின் உதவியாலோ) துருவுதல்; சுரண்டுதல்;** nibble (with teeth or an instrument). ஏன் இப்படி மாங்காயைக் கரண்டிவைத்திருக்கிறாய்?/ குழம்புக்கு வைத்திருந்த தேங்காயை எலி கரண்டியிருந்தது.

கரண்டைக்கால் பெ. **கணுக்கால்;** ankle.

கரணம் பெ. *(நாட்.)* **(பரத நாட்டியத்தில்) முத்திரை;** stylized posture or gesture (in the Indian classical dance). நூற்றெட்டுக் கரணங்கள்.

கரணமடி வி. *(-அடிக்க, -அடித்து)* **குட்டிக்கரணம் போடுதல்;** somersault.

கரணை[1] பெ. *(ஊரக வ.)* **கொத்துக்கரண்டி;** mason's trowel.

கரணை[2] பெ. 1: **(கரும்பில்) இரு கணுக்களுக்கு இடைப்பட்ட பகுதி;** (of sugarcane, etc.,) the part between two nodes. ஒரு கரணைக் கரும்பு ஒரு ரூபாயா?/ கரணைகளாகத் துண்டு போடப்பட்ட கரும்புகள் விற்பனைக்காக அடுக்கி வைக்கப்பட்டிருந்தன. 2: **நடவுசெய்வதற்காக ஒரு கணு இருக்குமாறு வைத்து வெட்டப்பட்ட சிறிய கரும்புத் துண்டு;** sugarcane cutting with a node for planting.

கரணைகரணையாக வி.அ. *(கைகால்களின் அமைப்பைக் குறிப்பிடும்போது)* **சதைப்பற்றோடு திரண்டு; திரட்சியாக;** (of arms and legs) muscularly. அவன் கையும் காலும் கரணைகரணையாக இருக்கும், நல்ல பலசாலி.

கரத்தை பெ. *(இலங்.)* **(ஒற்றை) மாட்டு வண்டி;** bullock cart (drawn by a single ox).

கரத்தை வலுப்படுத்து வி. *(-படுத்த, -படுத்தி)* **(பொது வாழ்வில் ஒருவரின் முயற்சிகளுக்கு) பக்கபலமாக இருத்தல்;** lend support to; strengthen s.o.'s hand. தீவிர வாதத்துக்கு எதிரான போராட்டத்தில் பிரதமரின் கரத்தை வலுப்படுத்த எதிர்க்கட்சிகள் தயாராக உள்ளன.

கரதலைப் பாடம் பெ. **(ஒன்றைப் பற்றி) எப்படிக் கேட்டாலும் சரளமாகச் சொல்லும் அளவுக்கு மனப்பாடமாக இருக்கும் நிலை;** knowing (sth.) inside out. நன்னூல் முழுதும் அவருக்குக் கரதலைப் பாடம்./ பொருளின் விலையெல்லாம் அவனுக்குக் கரதலைப் பாடம், தூக்கத்தில் எழுப்பிக் கேட்டாலும் சரியாகச் சொல்லுவான்.

கரந்தடிப் போர் பெ. *(இலங்.)* **கொரில்லாப் போர்;** guerilla warfare. இயக்கத்தினர் கரந்தடிப் போரில் வல்லவர்கள்.

கரப்பந்து பெ. *(இலங்.)* **கைப்பந்து;** volleyball.

கரப்பான் பெ. 1: **(பெரும்பாலும் குழந்தைகளுக்கு வரும்) தடித்து அரிப்பை ஏற்படுத்தும் ஒருவிதத் தோல் நோய்;** a skin disease that causes eruption and itch. 2: **ஒவ்வாமை காரணமாகக் கொப்புளமாகத் தோன்றி உடையும் தோல் நோய்;** eczema.

கரப்பான்(பூச்சி) பெ. **உணர்வை அறிவதற்கான, மீசை போன்ற மெல்லிய உறுப்பையும் நீண்ட (ஆறு) கால்களையும் கொண்ட கருஞ்சிவப்பு நிறப் பூச்சி;** cockroach.

கரப்பு[1] பெ. காண்க: **கரப்பான்(பூச்சி).**

கரப்பு[2] பெ. *(இலங்.)* **கோழிக் கூண்டு;** enclosure for domestic fowl, esp. chicken. கரப்புக்குள் கோழிக் குஞ்சை அடைத்துவிடு, பிராந்து பறந்து திரிகிறது.

கரப்பொத்தான் பெ. *(இலங்.)* **கரப்பான்பூச்சி;** cockroach.

கரம்[1] பெ. *(உ.வ.)* **கை;** arm; hand. கரம் கூப்பி அவையினரை வணங்கினார்.

-கரம்[2] இ.சொ. 1: **பெரும்பாலும் (சமஸ்கிருத) பெயர்ச்சொற்களோடு சேர்க்கப்படுவதும் 'அளிப்பது' அல்லது 'செய்வது' என்ற பொருள்படுவதும், ஒரு பெயர்ச்சொல்லிலிருந்து மற்றொரு (வேற்றுமை உருபோ பன்மை விகுதியோ ஏற்காத) பெயர்ச்சொல்லை உருவாக்கப் பயன்படுவதுமான இடைச்சொல்;** particle added to (mostly Sanskrit) nouns to form a noun base (to which case marker or plural suffix cannot be added) to suggest the meaning of 'conducive to'. விழா ஏற்பாடுகள் திருப்திகரமாக இருந்தன./ மங்களகரமான காரியம். 2: **சுட்டும் முறையாக உயிர் எழுத்திலும் உயிர்மெய் எழுத்திலும் குறில் எழுத்துகளோடு சேர்க்கப்படும் இடைச்சொல்;** a particle added to short vowels and consonant-vowels for the purpose of their designation. சிலர் ழகரத்தை ளகரமாக உச்சரிக்கிறார்கள்.

கரம்பற்று வி. *(-பற்ற, -பற்றி) (உ.வ.)* **(குறிப்பிடப்படுபவரை) திருமணம் செய்துகொள்ளுதல்; மணத்தல்;** marry. அவளைக் கரம்பற்றிய நாளிலிருந்து அவனுக்கு அதிர்ஷ்டம்தான்.

கரம்பு பெ. **சாகுபடி செய்யாத நிலம்; தரிசு;** uncultivated land; land left fallow.

கரம்பை[1] பெ. *(நிலத்தைக் குறித்து வரும்போது)* **பயிர்த் தொழிலுக்கு ஏற்ற வளமுள்ள மண்ணாக இல்லாததால் தரிசாகக் கிடக்கும் நிலம்;** uncultivated land having infertile soil that produces no vegetation

கரம்பை[2] பெ. *(மண்ணைக் குறித்து வரும்போது)* **ஈரத்தைத் தக்கவைத்து மண் வளத்தை அதிகரிக்க நிலத்தில் பரப்பும் குளம், ஏரி முதலியவற்றிலிருந்து காய்ந்தபின் எடுக்கும் கறுப்பு நிற மண்;** clayey soil caking up in tanks and lakes which is removed and spread over farmland to retain moisture and to enrich it.

கரவு பெ. *(உ.வ.)* **(மனத்திற்குள்) மறைத்து வைத்திருக்கும் பழிவாங்கும் எண்ணம்; வஞ்சம்;** vengeance; rancour. நெஞ்சக் கரவு.

கரவொலி பெ. **கரகோஷம்;** applause. தலைவர் மேடைக்கு வந்ததும் தொண்டர்கள் கரவொலி எழுப்பி வரவேற்றார்கள்.

கராம்பு பெ. *(இலங்.)* காண்க: **கிராம்பு.**

கரி[1] வி. *(கரிய, கரிந்து)* **(தீயினால்) கருகுதல்; தீய்தல்;** be charred; be burnt (by fire). தீப்பிடித்து ஏதோ கரிகிறது.

கரி[2] வி. *(கரிக்க, கரித்து) (உ.வ.)* **(நெருப்பில் எரித்து) கரியாக்குதல்; தீய்த்தல்;** char; make black (by burning). சில வேர்களைக் கரித்து மருந்தாகப் பயன்படுத்துவது உண்டு.

கரி[3] வி. *(கரிக்க, கரித்து)* 1: **உப்புக்கரித்தல்;** be salty. குழம்பில் உப்பை அள்ளிக் கொட்டியிருப்பார்கள்போல் இருக்கிறது, பயங்கரமாகக் கரிக்கிறது. 2: **(அளவுக்கு மீறி உண்பதாலோ அல்லது ஒத்துக்கொள்ளாத உணவுப்**

பண்டத்தைச் சாப்பிடுவதாலோ நெஞ்சில்) அசௌ கரியமாக உணர்தல்; feel uneasy in the chest (due to overeating or inappropriate food.). காலையிலிருந்தே எனக்கு நெஞ்சைக் கரித்துக்கொண்டிருக்கிறது.

கரி[4] பெ. **1: மரத்தை எரித்துக் கிடைக்கும் கரிய நிறத் துண்டு;** charcoal. கரி அடுப்பு. **2: புகையின் கரிய நிறப் படிவு;** soot. விளக்கின் சிம்னி கரி பிடித்துக் கிடந்தது. **3:** *(வேதி.)* **எதனோடும் கலக்காத சுத்த நிலையில் வைரம், கிராஃபைட் போன்றவையாக இருக்கும், எல்லா உயி ரினங்களிலும் காணப்படும் ஒரு தனிமம்;** carbon.

கரிக்குருவி பெ. காண்க: **கரிச்சான்.**

கரிக் கை பெ. (பே.வ.) **(ஒருவர் தொடங்கிய செயல்கள் எல்லாம் தோல்வியில் முடியும் என்று நம்புவதால் உணரப்படும்) துரதிர்ஷ்டம் விளைவிக்கும் தன்மை;** that quality of a specified person who is believed to bring bad luck. அவரையா கல்யாணப் பத்திரிகை எழுதச் சொன்னாய்? அவருக்குக் கரிக் கை ஆயிற்றே!

கரிச்சான் பெ. **நீண்டு பிளந்த வாலுடன் மைனாவை விடச் சிறியதாக இருக்கும் கரிய நிறப் பறவை; இரட்டைவால் குருவி;** black drongo. கரிச்சான் பிற பறவைகளைப் போலவே குரலெழுப்பும்.

கரிச்சான்

கரிசல் பெ. **நீண்ட நாட்களுக்கு ஈரத்தைத் தன்னுள் நிறுத்திவைத்துக்கொள்ளும் தன்மை உடைய கறுப்பு நிற மண்;** black soil (which is capable of retaining water for long). கரிசல் நிலத்தில் பருத்தி நன்றாக விளையும்.

கரிசலாங்கண்ணி பெ. **(நீர்நிலைகளின் அருகில் வள ரும்) சற்றுத் தடித்த சிறு இலைகளையும் கருநீல நிறத் தண்டுப் பகுதியையும் உடைய ஒரு வகை மூலிகை;** a kind of herb with short thick leaves; eclipse plant.

கரிசனம் பெ. **பரிவு கலந்த அக்கறை;** concern. 'சாப்பிட் டாயா?' என்ற ஒரு வார்த்தையிலேயே அவருடைய கரி சனம் வெளிப்பட்டது. [*(தொ.சொ.)* அக்கறை/ ஈடுபாடு/ பரிவு]

கரிசனை பெ. காண்க: **கரிசனம்.**

கரித்துக்கொட்டு வி. *(-கொட்ட, -கொட்டி)* **(வெறுப் பைக் காட்டும் வகையில் ஒருவரை) திட்டிக்கொண்டே இருத்தல்;** carp. ஏன் உங்கள் அண்ணனைக் கரித்துக் கொட்டிக்கொண்டிருக்கிறீர்கள்?

கரித்துணி பெ. (பே.வ.) **(சூடான பாத்திரங்களை இறக்குவது போன்றவற்றுக்குச் சமையல் அறையில் பயன்படுத்தப்படும்) சிறிய துணி; பிடிதுணி;** a piece of cloth used for handling hot vessels in the kitchen. அந்தக் கரித் துணியை எடுத்து அடுப்பு மேடையைத் துடைக்கக் கூடாதா?

கரிநா பெ. (இலங்.) காண்க: **கருநாக்கு.**

கரிநாக்கு பெ. காண்க: **கருநாக்கு.**

கரிநாள் பெ. **1: பொங்கல் பண்டிகைக்கு மறுநாள்;** the day after the Pongal festival. **2:** *(சோதி.)* **மங்களகரமான நிகழ்ச்சிகள் நடத்துவதற்குப் பொருத்தம் இல்லாத நாள்;** inauspicious day. இன்று கரிநாள் என்பதால் நாளை யிலிருந்து வேலைக்குப் போ.

கரிப்பிசின் பெ. *(வேதி.)* **இயற்கையாகவோ அல்லது பெட்ரோலியப் பொருள்களிலிருந்தோ எடுக்கப்படு வதும், சாதாரண நிலையில் கடினமாகவும் உருக்கி னால் உருகும் தன்மை கொண்டதுமான கறுப்பு நிற வேதிப்பொருள்;** asphalt. சாலைகள் போடக் கரிப்பிசின் பயன்படுகிறது.

கரிப்பு பெ. **1: உப்புச் சுவை; கைப்பு;** saltiness. **2: (நெஞ் சில்) எரியும் உணர்வு;** heartburn.

கரிம பெ.அ. *(வேதி.)* **கரிமம் அடங்கிய;** organic. கரிம வேதியியல்/ பண்டைக் காலத்தில் இருந்த தாவரங்களின் இலைதழைகள் கரிமப் பதிவுகளாகச் சிவகங்கைக்கு அருகில் கிடைத்திருக்கின்றன./ மருந்து உற்பத்தியின்போது கரிம மூலக்கூறுகளுக்கும் உலோகங்களுக்கும் இடையில் ஏற் படும் வினைகளைப் பயன்படுத்தி பெரிய மூலக்கூறுகள் உருவாக்கப்படுகின்றன.

கரிமம் பெ. *(வேதி.)* **வைரம், கரி போன்றவற்றில் காணப் படும் வேதிப்பொருள்;** carbon. பல லட்சம் ஆண்டுகளுக்கு முன் பூமிக்கு அடியில் புதைந்துபோன மரங்கள் கரிமமாக மாறியிருக்கின்றன.

கரிம வேதியியல் பெ. *(வேதி.)* **கரியை மூலக்கூறாகக் கொண்ட கூட்டுப்பொருள் பற்றி விவரிக்கும் வேதி யியல்;** organic chemistry.

கரிய பெ.அ. (உ.வ.) **கருமை நிறம் உடைய;** black. கரிய விக்கிரகத்தின் மேல் வெண்மையான பால் வழிந்து ஓடியது.

கரியமிலவாயு பெ. *(வேதி.)* **(கரியை மூலக்கூறாகக் கொண்டதும்) வெளிவிடும் மூச்சில் கலந்திருப்பதும் காற்றைவிடக் கனமானதுமான வாயு;** carbon dioxide.

கரியாக்கு வி. (-ஆக்க, -ஆக்கி) **(பணத்தை) வீணாக் குதல்;** fritter away (money). வியாபாரம் செய்கிறேன் என்று சொல்லிக் காசைக் கரியாக்கிவிட்டான்.

கரியிருட்டு பெ. (இலங்.) **அடர்ந்த இருள்; கும்மிருட்டு;** being pitch-dark. ஒரே கரியிருட்டாய் இருக்கிறது. கோயி லுக்குக் கவனமாகப் போ./ மின்சாரம் சென்றவுடன் வீடெல்லாம் கரியிருட்டு ஆகிவிட்டது.

கரு பெ. **1: (கருப்பையில் அல்லது முட்டையில்) வளர்ச்சி யின் ஆரம்ப நிலையில் இருக்கும் உயிர்;** embryo; foetus. தான் வளருவதற்கான உணவைக் கரு தாயின் இரத்தத்தி லிருந்து பெறுகிறது. **2: (கதை, கவிதை முதலியவற்றில்) மூலக் கருத்து;** theme; idea. இந்தக் கதைக்கான கரு ஒரு பிரயாணத்தின்போது கிடைத்தது. **3: (பண்டைய தமிழ் இலக்கியக் கோட்பாட்டில்) ஐந்து வகை நிலங்கள் ஒவ்வொன்றுக்கும் உரித்தான பொருள்;** things characteristic of each of the five kinds of land (as in ancient Tamil poetics).

கருக்கட்டு வி. (-கட்ட, -கட்டி) (இலங்.) (முட்டையில்) **கரு கெட்டுப்போதல்;** (of egg's yolk) get spoilt. வெயில் காலத்தில் முட்டைகள் கருக்கட்டிவிடும்./ நேற்று வாங்கிய முட்டை கருக்கட்டிவிட்டது.

கருக்கரிவாள் பெ. **(கதிர் அறுப்பதற்குப் பயன்படுத்தும்) உட்புறம் கூரான பற்களை உடைய அரிவாள்;** sickle with serrated edge.

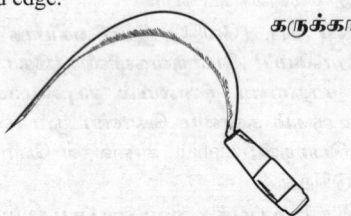

கருக்கரிவாள்

கருக்கல் பெ. (பே.வ.) **காலையில் வெளிச்சம் பரவும் முன் அல்லது மாலையில் வெளிச்சம் முழுவதும் போகும் முன் உள்ள அடர்த்திக் குறைவான இருட்டு;** pre-dawn or pre-dusk darkness.

கருக்கலைப்பு பெ. **மருத்துவக் காரணங்களுக்காக அல்லது பிற காரணங்களுக்காக மருத்துவரின் உதவியோடு கருவை வெளியேற்றும் செயல்;** abortion.

கருக்காய் பெ. (பே.வ.) **உள்ளீடாகிய மணி முழு வளர்ச்சி அடையாத நெல்;** paddy in which the grain is not fully grown.

கருக்கு[1] வி. (கருக்க, கருக்கி) **(ஒரு பொருளைச் சூட்டில் அல்லது நெருப்பில்) கருகச் செய்தல்;** cause to become black (by overroasting); char (sth.). கடலையை இப்படிக் கருக்கிவிட்டாயே!/ மஞ்சளைக் கருக்கி முகர்ந்தால் சளிக்கு நல்லது. [(தொ.சொ.) உருக்கு/ எரி/ கொளுத்து/ சுடு/ தீய்/ பொசுக்கு/ வாட்டு]

கருக்கு[2] பெ. **1: (பனை மட்டையின் இரு ஓரங்களிலும் உள்ள) பல் போன்ற கூர்முனை;** serrated or toothed edge (on either side of the stalk of palmyra leaf). **2: நுங்கின் மேல்பகுதியில் இருக்கும் துவர்ப்புச் சுவை மிகுந்த மெல்லிய தோல்;** the rind of palmyra fruit.

கருக்கு[3] பெ. **பொலிவு;** freshness; newness. புதுக் கருக்கு அழியாத பாத்திரங்களையும் அடகு வைத்துவிட்டாயே!/ (உரு வ.) பத்து வருடங்களுக்கு முன்பு பார்த்த மாதிரியே கருக்கு அழியாமல் இருக்கிறாள்.

கருக்கு[4] பெ. (ஊரக வ.) **அரிவாள் வாயின் கூர்மை;** the sharpness of the edge of a sickle. அரிவாள் வாய்க்குக் கருக்குப் பிடிக்க வேண்டும்.

கருக்குப் பிடி வி. (பிடிக்க, பிடித்து) **அரிவாளின் வாயைக் கொல்லர் கூர்மையாக்குதல்;** sharpen the edge of a sickle.

கருக்குழாய் பெ. **சினைக்குழாய்;** fallopian tube.

கருக்கொள் வி. (-கொள்ள, -கொண்டு) (உ.வ.) **கருத் தரித்தல்; கரு உருவாதல்;** become pregnant; conceive. கருக்கொண்ட காலத்தில் பெண்கள் அதிர்ச்சிக்கு உள்ளாகாமல் இருக்க வேண்டும்./ (உரு வ.) மதுரைக்கு ஒரு முறை நான் சென்றிருந்தபோது இந்தக் கதை என் மனத்தில் கருக்கொண்டது.

கருகரு-என்று வி.அ. **1: அதிகக் கருமையாக;** in a jet black manner. குழந்தையின் தலைமுடி கருகருவென்று இருந்தது. **2: (கரும் பசுமையுடன்) செழிப்பாக;** (of crops) with dark lush green; flourishingly. தழைச்சத்து அதிகம் போட்டதால் பயிர் கருகருவென்று வளர்கிறது.

கருகல் பெ. **(சூட்டினால்) கருகியது;** sth. that is charred. கொளுத்திப் போட்ட காகிதக் கருகல் காற்றில் சிதறிப் பறந்தது.

கருகு[1] வி. (கருக, கருகி) **1: (தீயில்) எரிந்து அல்லது சூடேறிக் கறுப்பு நிறம் அடைதல்;** get charred (by fire or by the heat of the fire). அந்தத் தீ விபத்தில் இரண்டு குழந்தைகள் உட்பட ஐந்து பேர் கருகிச் செத்தார்கள்./ வறுக்கும்போது பல கடலைகள் கருகிப்போய்விட்டன. [(தொ.சொ.) காந்து/ தீய்] **2: (தாவரத்தின் இலை, தளிர் முதலியவை வெப்பத்தால் அல்லது நோயால்) காய்தல்; வாடுதல்;** (of sprout, leaf, etc.,) wilt. நோய் பாதித்த நெற்பயிரின் நுனி கருகிப்போயிருந்தது./ (உரு வ.) காதல் வளரட்டும், கருக வேண்டாம்.

கருகு[2] பெ. (இலங்.) **(ரொட்டியின் மேற்பகுதி, அப்பத்தின் ஓரப் பகுதி போன்றவற்றில்) ஏடுபோல் மெல்லியதாகக் காணப்படும் பழுப்பு நிறப் பகுதி;** the crust of bread, etc., பாண் கருகு மொரமொரவென்று இருக்கின்றது./ அப்பக் கருகைப் பிள்ளைக்குக் கொடு.

கருகுமணி பெ. **(பெண்கள் கழுத்தில் அணியும்) கறுப்பு நிறப் பாசி மணி;** a string of black beads (worn closely around the neck by women).

கருங்கல் பெ. **(மலையிலிருந்து வெட்டி எடுக்கப்படும்) கனமான கறுப்பு நிறக் கல்;** black rock; granite. கிணற்றடியில் துணி துவைக்கக் கருங்கல் பதித்த மேடை ஒன்று கட்டப்பட்டது./ கருங்கல் ஜல்லி.

கருங்காலி[1] பெ. **1: (கலப்பை முதலியவை செய்யப் பயன்படும்) கறுப்பு நிறத்தில் இருக்கும் உறுதியான முள் மரம்;** a kind of acacia. **2: கரிய நிறத்தில் பட்டைகளையும் தடித்த இலைகளையும் கொண்ட உறுதியான மரம்;** a kind of ebony. வேலைப்பாடுகளுடன் கூடிய மரச் சாமான்கள் செய்யக் கருங்காலி பயன்படுகிறது.

கருங்காலி[2] பெ. **ஒரு நிர்வாகத்தை எதிர்ப்பவர்களைச் சார்ந்தவராக இருந்துகொண்டே நிர்வாகத்துக்கும் ஆதரவாகச் செயல்படுபவர்; ரகசியமாக உடந்தையாய் இருப்பவர்;** blackleg; scab. ஆலைத் தொழிலாளர்கள் தொழிற்சாலையின் வாயிலில் நின்று 'கருங்காலிகள் ஒழிக' என்று கோஷமிட்டனர்.

கருங்குரங்கு பெ. **உடல் கறுப்பாகவும் முகம் வெள்ளையாகவும் இருக்கும் நீண்ட வால் உடைய ஒரு வகைக் குரங்கு;** black langur.

கருங்குவளை பெ. காண்க: **குவளை.**

கருங்குறுவை பெ. (ஊரக வ.) **(கார் காலத்தில் அறுவடைக்கு வரும்) கருஞ்சிவப்பாக இருக்கும் குறுவை நெற்பயிர்;** paddy variety of reddish black colour (harvested in rainy season).

கருச்சிதைவு பெ. **கருவுற்ற இருபது வாரங்களுக்கு முன்னால் இயற்கையாகச் சிசு கருப்பையை விட்டு வெளியேறுதல்;** miscarriage.

கருஞ்சிட்டு பெ. **(தோற்றத்தில் சிட்டுக் குருவியை விடக் கொஞ்சம் பெரிதாக) வாலுக்கு அடியில் சிவப்பு நிறப் பிட்டப் பகுதியைக் கொண்ட பறவை; வாலைக் கிளப்பி;** Indian robin. கருஞ்சிட்டில் ஆண் பறவை கறுப்பு நிறத்திலும், பெண் பறவை பழுப்பும் சாம்பலும் கலந்த நிறத்திலும் இருக்கும்

கருஞ்சீரகம் பெ. **அதிகமான காரமும் கசப்பும் கொண்ட கறுப்பு நிறச் சீரகம்;** black cumin.

கருஞ்சூளை பெ. *(மண்.)* **சிவப்பாக இல்லாமல் மட்பாண்டங்களைக் கறுப்பாகச் சுட்டு எடுக்கும் சூளை;** potter's kiln which uses a process to bake vessels to black colour. திருவிழாவின்போது சின்னச்சின்னக் கருஞ்சூளை மட்பாண்டங்கள் விற்பனைக்கு வரும்./ கருஞ்சூளையில் பாண்டங்கள் வேகும்போது மேல்பரப்பைக் கலைத்து உமி தூவினால் அந்தப் புகையில் அவை கறுத்துவிடும்.

கருடசேவை பெ. **பெருமாளைக் கருட வாகனத்தில் வைத்து நடத்தும் வைணவக் கோயில் விழா;** a festival in Vaishnava temple in which the deity appears mounted on the mythical bird கருடன்.

கருடன் பெ. **உடல் செம்மண் நிறமாகவும் கழுத்து வெண்மையாகவும் இருக்கும், இரையைக் கொன்று தின்னும் ஒரு வகைப் பறவை;** brahminy kite.

கருடஸ்தம்பம் பெ. **(பெருமாள் கோயிலில்) உச்சியில் கருட உருவத்தோடு கோபுர வாசலுக்கு எதிரில் உள்ள தூண்;** a column bearing a figure of கருடன் atop (facing the entrance of a Vishnu temple).

கருணை பெ. **1: உயிர்களுக்கு இரங்கும் பண்பு;** sympathy. கருணை மிகுந்த பார்வை. [*(தொ.சொ.)* **அனுதாபம்/ இரக்கம்/ ஈவிரக்கம்/ பரிதாபம்/ பரிவு**] **2: (துன்பம் முதலியவற்றைத் தீர்க்க வல்ல இறைவனின்) அருள்;** (god's) grace; mercy. இறைவனின் கருணைக்குக் கடலை ஒப்பாகச் சொல்வது உண்டு.

கருணைக்கிழங்கு பெ. **சேனைக்கிழங்கு, காறாக் கருணை, பிடிகருணை போன்றவற்றைக் குறிக்கும் பொதுப்பெயர்;** yam.

கருணைக் கொடை பெ. காண்க: **கருணைத் தொகை.**

கருணைக் கொலை பெ. **மரணம் நிச்சயம் என்ற நிலையில், உபாதை மிகுந்து துன்பப்படுபவருக்கு மருந்து கொடுத்து அவருடைய உயிரைப் போக்கும் செயல்;** mercy killing; euthanasia. கருணைக் கொலையைச் சட்டபூர்வமாக்க வேண்டும் என்று சில அமைப்புகள் கோரி வருகின்றன./ வெளிநாட்டில் ஒரு மருத்துவர் பல கருணைக் கொலைகளைச் செய்திருப்பதாக நீதிமன்றத்தில் வாக்கு மூலம் அளித்துள்ளார்.

கருணைத் தொகை பெ. **(இயற்கைச் சீற்றம், கலவரம், போர் போன்றவற்றால் பாதிக்கப்பட்டோருக்கு அரசு வழங்கும்) நிவாரணத் தொகை;** solatium. போரில் உயிர் நீத்தோரின் குடும்பங்களுக்குத் தலா 7.5 லட்சம் ரூபாய் கருணைத் தொகையாக வழங்கப்பட்டது./ துப்பாக்கிச் சூட்டில் இறந்தவர்களின் குடும்பத்திற்கு ஒரு லட்சம் ரூபாய் கருணைத் தொகை வழங்குவதாகக் கட்சித் தலைவர் அறிவித்தார்.

கருணைமரணம் பெ. *(இலங்.)* **கருணைக் கொலை;** euthanasia.

கருணை மனு பெ. **மரண தண்டனை விதிக்கப்பட்டவர் அதைக் குறைக்குமாறு குடியரசுத் தலைவருக்கு செய்துகொள்ளும் விண்ணப்பம்;** petition made to the President by a person convicted with death sentence praying for remission or commutation of his or her punishment; (in India) mercy petition.

கருத்த பெ.அ. **கரிய;** black; dark. கருத்த கட்டம் போட்ட சட்டை அணிந்திருந்தார்./ கருத்த குதிரை.

கருத்தடை பெ. **கருத்தரிப்பதைத் தவிர்க்க மேற்கொள்ளும் (மருத்துவ ரீதியான) வழிமுறை;** birth control; contraception.

கருத்தடை உறை பெ. *(இலங்.)* **ஆணுறை;** condom.

கருத்தடைச் சாதனம் பெ. **கருத்தடைக்குப் பயன்படுத்தும் பொருள்;** contraceptive.

கருத்தரங்கம் பெ. **குறிப்பிட்ட ஒரு துறையில் ஏதேனும் ஒரு தலைப்பில் அல்லது சில தலைப்புகளில் அந்தத் துறையில் பயிற்சியுடையவர்கள் கூடிக் கட்டுரை படித்தல் அல்லது கருத்துத் தெரிவித்தல்;** symposium; seminar.

கருத்தரங்கு பெ. காண்க: **கருத்தரங்கம்.**

கருத்தரி வி. *(கருத்தரிக்க, கருத்தரித்து)* **கர்ப்பமடைதல்;** become pregnant; conceive. திருமணமாகி ஐந்து வருடங்களுக்குப் பிறகு என் மகள் கருத்தரித்திருக்கிறாள்./ மருத்துவர்கள் செயற்கை முறையில் கருத்தரிக்கச் செய்து வெற்றி கண்டுள்ளார்கள்.

கருத்தா பெ. காண்க: **கர்த்தா.**

கருத்தாக்கம் பெ. **வரையறுக்கப்பட்டு முறைமையுடன் வெளிப்படுத்தப்படும் கருத்து;** concept.

கருத்தாடல் பெ. **(தத்துவம், இலக்கியம் போன்றவற்றில்) கருத்துகளை வெளிப்படுத்தும் முறை;** discourse (in philosophy, literature, etc.,). மனுதர்மத்தைப் பற்றிய அவரது கருத்தாடல் விவாதத்துக்கு உரிய பிரச்சினையாக உருவெடுத்தது./ கவிதையின் அழகியல் குறித்த அவரது கருத்தாடல் ஆழமிக்கது.

கருத்தியல் பெ. **சித்தாந்தம்;** ideology. [*(தொ.சொ.)* **கொள்கை/ கோட்பாடு/ சித்தாந்தம்/ தத்துவம்/ நெறிமுறை**]

கருத்து பெ. **1: (ஒன்றைப் பற்றி அல்லது ஒருவரைப் பற்றி ஒருவர் கொண்டுள்ள) எண்ணம்; அபிப்பிராயம்;** opinion. இந்தத் திட்டத்தை நாம் மேற்கொள்ளலாம் என்று நினைக்கிறேன். உன் கருத்து என்ன?/ எதிலும் வன்முறை கூடாது என்பது எல்லோரும் ஏற்றுக்கொள்ளக்கூடிய கருத்து./ கருத்துச் சுதந்திரம் வேண்டும். [*(தொ.சொ.)* **ஆலோசனை/ அபிப்பிராயம்/ எண்ணம்/ சிந்தனை/ திட்டம்/ முடிவு/ யோசனை**] **2: (ஒரு பொருள் பற்றிய) முறைப்படுத்தப்பட்ட சிந்தனை; (கவிதை, கட்டுரை முதலியவற்றில்) தெரிவிக்கப்படும் பொருள்;** thought; idea; gist. இந்த நூலில் ஆசிரியர் தெரிவித்திருக்கும் கருத்துகள் புரட்சிகரமானவை./ நுட்பமான கருத்துகளையும் மொழியால் சொல்லிவிட முடிகிறது. **3: நோக்கம்;** intention. இந்த நூல் உனக்குப் பயன்படும் என்ற கருத்தில்தான் வாங்கச் சொன்னேன்./ மோசடிக் கருத்துடன் இதைச் சொல்லியிருக்கிறான். **4:** *(-ஆக, -ஆன)* **அக்கறை;** (serious)

கருத்துக்கணிப்பு 342

attention. கருத்தாக வேலைசெய்கிறான். **5:** *(பெரும்பாலும் கருத்தில் என்னும் வடிவத்தில் மட்டும்)* **கவனத்தில் (கொள்ளுதல்);** (bear in) mind. விவசாயிகளைக் கருத்தில் கொண்டு இந்த நிதிநிலை அறிக்கை தயாரிக்கப்பட்டிருக்கிறது./ இந்த நாவலாசிரியர் ஒரு அறிவியல் பேராசிரியர் என்பதைக் கருத்தில் கொள்ள வேண்டும். **6:** *(பெரும்பாலும் 'கண்ணையும் கருத்தையும்' என்ற தொடரில்)* **(கலை நயமுள்ள அல்லது அர்த்தம் பொதிந்த ஒன்றை உள்வாங்கிக்கொள்ளும்) அறிவுத் திறன்;** one's intellect. கண்காட்சியில் இடம்பெற்றிருந்த ஓவியங்கள் கண்ணையும் கருத்தையும் கவரும் வகையில் இருந்தன.

கருத்துக்கணிப்பு பெ. **ஒரு விஷயத்தைக் குறித்து மக்களின் கருத்தை அறிய நடத்தப்படும் வாக்கெடுப்பு;** opinion poll. அடுத்த தேர்தலில் எந்தக் கட்சி ஆட்சிக்கு வரும் என்பது பற்றி தேசிய அளவில் ஒரு கருத்துக்கணிப்பு நடத்தப்பட்டுள்ளது./ புதிய கல்வித் திட்டத்தைப் பற்றிய கருத்துக்கணிப்பு.

கருத்துநிலை பெ. **ஒரு சமூகக் குழு அல்லது வர்க்கத்தின் உறுப்பினர்களால் பகிர்ந்துகொள்ளப்படுவதும், அது விரும்புகிற அரசியல், பொருளாதார அல்லது இதர அமைப்புகளின் அடிப்படையாக அமைந்து, அந்த வர்க்கத்தின் இருப்பையோ ஆதிக்கத்தையோ நியாயப்படுத்துகிறதும், அந்த அமைப்புகளில் உள்ள முரண்பாடுகளை மூடிமறைப்பதுமான கோட்பாடுகள், கருத்துகள், நம்பிக்கைகள் ஆகியவற்றின் தொகுப்பு;** ideology.

கருத்துப்படம் பெ. **(பத்திரிகைகளில் நாட்டு நடப்பு, அரசியல் தலைவர்களின் நடவடிக்கைகள் முதலிய வற்றை) வேடிக்கையான முறையில் வெளிப்படுத்தி வரையப்படும் கேலிச்சித்திரம்;** cartoon (in newspapers, magazines, etc.,).

கருத்துமுதல்வாதம் பெ. *(தத்.)* **கருத்துகளே முதன்மையானவை, உண்மையானவை, அனைத்திற்கும் அடிப்படையானவை என்று கூறும் தத்துவம்;** theory that says 'essence precedes existence'.

கருத்துரை பெ. **(கூட்டம், கருத்தரங்கு போன்றவற்றில் ஒரு பொருளைக் குறித்து ஒருவர் வெளியிடும்) எண்ணங்களின் தொகுப்பு;** opinion or thought expressed. கவிதைத் தொகுப்பைப் பற்றிக் கூட்டத்தில் பலர் கருத்துரை வழங்கினார்கள்./ பெண் கல்விகுறித்த கருத்தரங்கில் பேராசிரியர் கணேசன் கருத்துரை வழங்குவார்.

கருத்தொற்றுமை பெ. **(ஒரு பிரச்சினைக்கான முடிவாக) குழுவாக உள்ள அனைவரும் ஒருமித்து ஏற்றுக்கொள்ளும் கருத்து; பொதுவான ஒப்புதல்;** consensus. வரும் நாடாளுமன்றத் தேர்தலில் யாரைப் பிரதம மந்திரியாக முன்னிறுத்துவது என்பது குறித்துக் கூட்டணிக் கட்சிகளுக்குள் கருத்தொற்றுமை எட்டப்படவில்லை.

கருது வி. (கருத, கருதி) **1: மனத்தில் உணர்தல்; எண்ணுதல்; மதித்தல்;** view (sth. as); regard. திரைப்படத்தில் வரும் நிகழ்ச்சிகளை நடிப்பு எனக் கருதாமல் அழுபவர்கள் உண்டு./ உங்கள் பாராட்டைப் பெரிய கௌரவமாகக் கருதுகிறேன். [*(தொ.சொ.)* **எண்ணு/ சிந்தி/ நம்பு/ நினை/ யோசி**] **2: ஆலோசித்துத் தீர்மானித்தல்;** consider. இது ஒரு நல்ல திட்டம் அல்ல என்று நீ கருதினால் விட்டுவிடலாம். **3: கருத்தில் கொள்ளுதல்;** take into consideration. மீனவர்களின் பாதுகாப்பைக் கருதிப் புயல் எச்சரிக்கை செய்யப்படுகிறது./ நீ உன் சுயநலத்தை மட்டும் கருதினால் நாங்கள் என்ன செய்வது?

கருதுகோள் பெ. *(பெரும்பாலும் கலைச்சொல்லாக)* **உண்மை என்று நிறுவப்படாத, அனுமான அளவிலான கூற்று;** hypothesis; postulate.

கருந்தலைக் கடல் காகம் பெ. **(கடற்கரையை ஒட்டிய பகுதிகளில் காணப்படும்) இனப்பெருக்கக் காலங்களில் கரிய நிறத் தலைப் பகுதியும், வெள்ளை நிற உடல் பகுதியும் கொண்ட, காக்கை இனம் சாராத பறவை;** black-headed gull.

கருந்தலை பாம்புக் கழுகு பெ. **தலையும் கழுத்தும் கறுப்பு நிறத்தில் இருப்பதும், பறக்கும்போது கருநிற வரிகளுடன் இறக்கையின் அடிப்பாகமும் வயிறும் வெள்ளையாகக் காட்சியளிப்பதுமான, கழுகு இனத்தைச் சேர்ந்த ஒரு பறவை;** short-toed snake eagle.

கருந்தலை மைனா பெ. **தலையின் மேற்பகுதி கறுப்பாகவும், வயிறும் மார்பும் வெளிர் ஆரஞ்சு நிறத்திலும், அலகும் கால்களும் மஞ்சள் நிறத்திலும் இருக்கும் ஒரு அனைத்துண்ணிப் பறவை;** brahminy starling.

கருந்திரி பெ. **பற்றவைத்துப் பட்டாசை வெடிக்கச் செய்ய நுனியில் பொருத்தப்படும் வெடிமருந்து பூசப் பட்ட திரி;** fuse (of a firecracker).

கருந்துளை பெ. *(இயற்.)* **ஒளி உட்பட அருகே இருக்கும் அனைத்தையும் தனக்குள் இழுத்துக்கொள்ளும் அளவுக்கு ஈர்ப்பு விசை மிக வலிமையாக உள்ள, விண்மீன்கள் சக்தியை இழந்து அணைந்துவிடுவதால் உருவாகும் பிரபஞ்ச வெளியின் ஒரு பகுதி;** black hole.

கருந்தோள் பருந்து பெ. **சாம்பல் நிற மேற்பகுதியும், வெள்ளை நிற வயிற்றுப் பகுதியும், சிவந்த கண்களும், வளைந்த கூர்மையான அலகும் கொண்ட பறவை;** black-winged kite. அமர்ந்த நிலையில் கருந்தோள் பருந்தின் இறக்கைகளில் கறுப்புத் திட்டு காணப்படும்.

கருநாக்கு பெ. **1: (இயல்பாகவே) சிறு கரும்புள்ளிகளை உடைய நாக்கு;** tongue with black dots. பிறக்கும்போதே உனக்குக் கருநாக்காகத்தான் இருந்ததா? **2: சொன்னது பலித்துவிடும் என்று கருதப்படும் தீய வாக்கு;** the supposed tendency of a person's evil words to come true. அவனுக்குக் கருநாக்கு, கடையை ஆரம்பித்தபோதே இது ரொம்ப நாள் நடக்காது என்று வாயை வைத்தான். அது போலவே ஆகிவிட்டது.

கருநாகம் பெ. **கறுப்பு அல்லது கரும்பழுப்பு நிற உடலில் மங்கலான நிறத்தில் வளையங்களைக் கொண்ட, மிகவும் நீளமான நாகம்; ராஜநாகம்;** king cobra. கருநாகத்தின் படம் நல்ல பாம்பைவிட அகலம் குறைந்தது.

கருப்பங்கழி பெ. *(ஊரக வ.)* **துண்டாக்கப்படாத முழுக் கரும்பு;** a full-length sugar cane. பொங்கல் நாட்கள் என்பதால் கட்டுக்கட்டாகக் கருப்பங்கழிகள் சுவரில் சாய்த்து வைக்கப்பட்டிருந்தன.

கருப்பட்டி பெ. **பதநீரைக் காய்ச்சி, கட்டி வடிவில் தயாரிக்கப்படும், அடர்ந்த பழுப்பு நிறமுடைய இனிப்புப்**

பொருள்; unrefined jaggery (made from palmyra sap). கிராமங்களில் காப்பியில் சர்க்கரைக்குப் பதிலாகக் கருப் பட்டி போட்டுக்கொள்வார்கள்.

கருப்பட்டி காப்பி பெ. (வ.வ.) **காப்பித்தூளைப் பயன் படுத்தாமல் சுக்கு, தனியா முதலியவற்றைக் கொதிக்க வைத்துப் பனை வெல்லம் அல்லது கருப்பட்டி கலந்து தயாரிக்கப்படும் பானம்; சுக்குமல்லி காப்பி;** a hot drink prepared with dried ginger, coriander seeds and adding palm jaggery.

கருப்பநீர்க்கஞ்சி பெ. (இலங்.) காண்க: **கருப்பனிக்கஞ்சி.**

கருப்பனி பெ. (இலங்.) **பதநீர்;** sap of palmyra; non-alcoholic sweet toddy. கருப்பனியிலிருந்து பனங்கட்டி காய்ச்சு வார்கள்./ சித்திரை பருவத்துக்குக் கோயிலில் கருப்பனிக் கஞ்சி காய்ச்சினார்கள்./ கருப்பனிக் கூழ் ருசியாக இருந்தது.

கருப்பனிக்கஞ்சி பெ. (இலங்.) **பதநீரில் அரிசி, பாசிப் பயறு, தேங்காய்ப் பால் ஆகியவை சேர்த்துத் தயா ரிக்கும் கஞ்சி;** a kind of porridge prepared by adding rice, greengram, juice extracted from grated coconut to the sap of palmyra.

கருப்பு பெ. காண்க: **கறுப்பு.**

கருப்புக்கட்டி பெ. காண்க: **கருப்பட்டி.**

கருப்புப்பெட்டி பெ. **விமானம் பறக்கும்போது உள்ள நிலைமைகளை (உயரம், வானிலை பற்றிய தகவல்கள், விமானிகள் அனுப்பும் செய்திகள் போன்றவற்றை) பதிவு செய்யும் மின்னணுச் சாதனம்;** black box (in an aircraft). விமானத்தின் கருப்புப்பெட்டி கண்டுபிடிக்கப் பட்டுவிட்டால் விபத்திற்கான காரணங்களை அறிய முடியும்.

கருப்பை பெ. **(தாயின் வயிற்றில்) கரு முழு வளர்ச்சி யடைந்து வெளிவரும்வரை தங்கியிருக்கும் பை போன்ற உறுப்பு;** womb; uterus.

கருப்பை வாய் பெ. **கருப்பையின் நுழைவாயிலாக அமையும் சிறிய திறப்பு;** cervix.

கருப்பொருள் பெ. காண்க: **கரு, 2.**

கரும் பெ.அ. 1: **கரிய;** (of colours) black. கருங்கூந்தல்/ கருமேகம். 2: **அடர்ந்த;** dark; deep. கருநீலம்/ கருஞ்சிவப்பு.

கரும்பருந்து பெ. **பழுப்பு நிற உடலும், வளைந்த கூர்மை யான கருநிற அலகும் கொண்ட பறவை;** black kite. கரும் பருந்தின் வால் பறக்கும்போது 'V' வடிவில் தோற்றம் தரும்.

கரும்பலகை பெ. **(பள்ளி, கல்லூரி முதலிய இடங் களில்) எழுதிக் காட்டப் பயன்படுத்தும் (பெரும் பாலும்) கறுப்பு நிறம் பூசப்பட்ட பலகை;** blackboard.

கரும்பு பெ. **ஆளுயரத்திற்கும் அதிகமாக, நேராக வள ரும் (சர்க்கரை தயாரிப்பதற்கும் பொங்கல் பண்டிகை யின்போது தின்பதற்கும் பயன்படும்) இனிப்பான சாறு நிறைந்த தண்டையும் அதன் நுனியில் தோகையையும் உடைய தாவர வகையின் பொதுப்பெயர்;** sugarcane. கரும்புச் சாகுபடி/ கரும்பு ஆலை.

கரும்பேன் பெ. (இலங்.) **துணி தொடர்ந்து ஈரமாக இருப்பதால் தோன்றும் கரும்புள்ளி;** black dots in clothes caused by moisture. மழைக்குள் நனைந்து வந்த நீ, உடனே உடுப்பை நல்ல தண்ணீரில் அலம்பிவிடு, இல்லாவிட்டால் கரும்பேன் பிடித்துவிடும்.

கருமகாரியம் பெ. காண்க: **கருமாதி.**

கருமணல் பெ. **(கடல், ஆறு முதலியவற்றின் கரையில் அல்லது நிலத்தடியில் காணப்படும்) கரிய நுண் மணல்;** fine black sand (found on the seashore, riverbed, etc.,).

கருமணி பெ. (உ.வ.) காண்க: **கண்மணி, 1.**

கருமபீடம் பெ. (இலங்.) **அலுவலகம்;** work place. கரும பீடத்திற்குச் சென்று உன்னுடைய வேலை விவரங்களைப் பற்றி அறியவும்./ இவர் என்னுடன் கருமபீடத்தில் வேலை செய்பவர்.

கருமம்[1] பெ. காண்க: **கர்மம்.**

கருமம்[2] பெ. 1: **ஒருவர் ஆற்றும் பணி;** one's duty; one's appointed work. அவர் தன் கருமத்தில் கண்ணுங்கருத்து மாக இருந்தார். 2: (இலங்.) **(வீடு, அலுவலகம் போன்ற இடத்தில் செய்யும்) வேலை;** work (done in a house, office, etc.,). வீட்டுக் கருமங்களை முதலில் ஒழுங்காகச் செய்.

கருமாதி பெ. (பே.வ.) **உத்தரக்கிரியை;** final obsequies.

கருமாந்திரம் பெ. (பே.வ.) காண்க: **கருமாதி.**

கருமான் பெ. **கொல்லன்;** blacksmith.

கருமி பெ. **கஞ்சத்தனம் கொண்ட நபர்;** miser.

கருமித்தனம் பெ. **கஞ்சத்தனம்;** niggardliness.

கருமுட்டை பெ. (உயிரி.) **விந்தோடு சேர்ந்து கருவை உருவாக்கும் (பெண்ணிடம் உள்ள) உயிரணு; கருப் பையிலிருந்து வெளிப்படும் நுண்ணிய முட்டை;** ovum.

கருமை பெ. (உ.வ.) **கறுப்பு;** blackness; darkness (in colour).

கருவண்டு பெ. **(நாவல் பழத்தைப் போன்ற) கறுப்பு நிற வண்டு;** black beetle.

கருவணு பெ. (உயிரி.) **கருமுட்டை;** ovum. நான்கு வாரங் களில் ஒரே ஒரு கருவணுதான் உருவாகிறது.

கருவணுவகம் பெ. (உயிரி.) **கருமுட்டையை உற்பத்தி செய்யும் பெண்ணுறுப்பு;** ovary. கருவணுவகத்தையும் கருப்பையையும் சினைக்குழாய் இணைக்கிறது.

கருவளையம் பெ. **அரைவட்டமாகக் கண்களுக்குக் கீழே இயல்பான நிறத்தைவிடவும் கறுப்பாகக் காணப் படும் பகுதி;** dark ring (below the eyes). ஒரு மாதமாகத் தொடர்ந்து கண்விழித்ததால் கருவளையம் விழுந்து விட்டது./ தாய்மையுற்ற பெண்களுக்குக் கருவளையம் இருப்பது இயற்கைதான்.

கருவறு வி. (-அறுக்க, -அறுத்து) **அடியோடு அழித்தல்;** root out. காட்டிக்கொடுத்தவனின் குடும்பத்தைக் கரு வறுக்கத் திட்டம் தீட்டினான்.

கருவறை பெ. **(கோயிலில்) கர்ப்பக்கிரகம்;** (in temples) sanctum sanctorum.

கருவாடு பெ. **(உப்பைச் சேர்த்து வெயிலில் நன்றாக) காயவைக்கப்பட்ட மீன்;** salted and dried fish.

கருவாப்பட்டை பெ. (பே.வ.) **லவங்கப் பட்டை;** cinnamon (used in cooking).

கருவி பெ. 1: **வேலையை எளிதாக்கும் பொருட்டு அல் லது வேலைக்கு உதவும் பொருட்டுக் கையாலோ மின் சக்தியாலோ இயக்கிப் பயன்படுத்தும் சாதனம்;** tool; implement; instrument. கற்காலக் கருவிகள்/ தச்சர் கருவி/ தொழில்நுட்பக் கருவிகள்/ (உரு வ.) அவர்களைப் பழி

வாங்க என்னை ஒரு கருவியாக நீங்கள் பயன்படுத்துவதா? [(தொ.சொ.) **இயந்திரம்/ உபகரணம்/ சாதனம்**] 2: **சாதனம்; வழி;** means; instrument. மொழி என்பது கருத்தைத் தெரிவிக்கும் கருவி மட்டும்தானா?

கருவிநூல் பெ. **ஒன்றைக் கற்பதற்கும் கற்கும்போது ஏற்படும் சந்தேகங்களைத் தெளிவுபடுத்திக்கொள்வதற்கும் துணையாக அமையும், அடிப்படைத் தகவல்கள் அடங்கிய நூல்;** reference book.

கருவிமொழி பெ. *(மொழி.)* **ஒரு மொழியைப் பற்றி விவரித்துக் கூறப் பயன்படுத்தும் மொழி;** metalanguage.

கருவிழி பெ. **கண்ணின் (நடுவில் உள்ள) கரு நிறப் பகுதி;** iris.

கருவு வி. (கருவ, கருவி) காண்க: **கறுவு.**

கருவுயிர் வி. *(-உயிர்க்க, -உயிர்த்து) (உ.வ.)* **கருக்கொள்ளுதல்; கருத்தரித்தல்;** conceive. கருவுயிர்த்துள்ள பெண்கள் சத்தான உணவை உட்கொள்ள வேண்டும்.

கருவுறு வி. *(கருவுற, கருவுற்று) (உ.வ.)* **கருத்தரித்தல்;** conceive; become pregnant.

கருவூலம் பெ. 1: **மதிப்பு மிகுந்த பொருள்களைச் சேர்த்துவைத்திருக்கும் இடம்;** treasury; treasure house. அக்காலத்தில் அரண்மனைகளிலும் கோயில்களிலும் இருந்த கருவூலங்களில் பொன்னும் மணியும் நிறைந்திருந்ததாக அறிகிறோம்./ *(உரு வ.)* இந்த நூல் இலக்கணக் கருத்துகளின் கருவூலம். 2: **அரசுக்குச் சேர வேண்டிய வரி, கட்டணம் போன்றவற்றைச் செலுத்துமிடமாகவும் அரசு தர வேண்டிய தொகையைப் பெற்றுக்கொள்ளும் இடமாகவும் செயல்படும் அலுவலகம்;** government office for receiving remittances and for making payments on bills; (in India) treasury. ஓய்வூதியத்தைக் கருவூலத்தில் பெற்றுக்கொள்ளலாம்.

கருவேப்பிலை பெ. காண்க: **கறிவேப்பிலை.**

கருவேல் பெ. **முட்கள் நிறைந்த, கறுப்பு நிறப் பட்டையை உடைய, பிசின் தரும் வேல மர வகை;** black babul.

கரை[1] வி. (கரைய, கரைந்து) 1: **(திரவங்களில் வாயு, திடப் பொருள் ஆகியவை ஒன்றாகும் விதத்தில் கலத்தல்;** dissolve. இந்தத் தண்ணீரில் சோப்பு வேகமாகக் கரைகிறது./ கடலின் ஆழத்தில் உள்ள நீரில் கரியமிலவாயு பெரும் அளவில் கரைந்திருக்கிறது. 2: **(கற்பூரம் முதலிய பொருள்கள் காற்றில்) ஆவியாகி ஒன்றுமில்லாமல் போதல்;** (of camphor, etc.,) evaporate. 3: **(உடலில் ஏற்பட்ட கட்டி, பரு முதலியவை) அமுங்கி மறைந்து போதல்;** (of boils) subside; disappear. 'மாத்திரை சாப்பிட்டால் போதும் இந்தக் கட்டி கரைந்துவிடும்' என்றார் மாமா. 4: **(இருப்பில் உள்ள பணம், சேமிப்பு) செலவழிதல்;** (of money, savings) be used up. கையில் உள்ள பணமோ கரைந்துகொண்டிருக்கிறது. இன்னும் வேலை கிடைக்கவில்லை. 5: **(மனம்) நெகிழ்தல்; உருகுதல்;** (of one's heart) melt. அந்தப் பரிதாபக் காட்சியைக் கண்டதும் என் மனம் கரைந்தது.

கரை[2] வி. (கரைய, கரைந்து) **(காகம்) 'கா, கா' என்று ஒலி எழுப்புதல்;** (of a crow) caw.

கரை[3] வி. *(கரைக்க, கரைத்து)* 1: **திரவங்களில் வாயுவை அல்லது திடப்பொருளைக் கலத்தல்; (ஒன்றின் பௌதிக வடிவத்தை) குறைத்தல்;** dissolve; reduce sth.; immerse. தோசை மாவில் உப்பைப் போட்டுக் கரைத்தாள்./ ஒரே நாளில் சோப்பை இப்படிக் கரைத்துவிட்டாயே!/ தாத்தாவின் சாம்பலைக் கன்னியாகுமரியில் கரைத்தார்கள். 2: **(உடலில் ஏற்பட்டுள்ள கட்டி, பரு முதலியவற்றை) மறையச் செய்தல்;** (of a boil) cause to subside; disappear. தலையிலிருந்த கட்டியைக் கரைக்க எத்தனையோ மருந்துகள் சாப்பிட்டும் பயன் இல்லை. 3: **(பணத்தை) செலவழித்தல்;** drain (s.o.'s money). அவன் காசைக் கரைக்கச் சிலர் கூடவே இருக்கிறார்கள். 4: **(மனத்தை) இளகச் செய்தல்;** make (one's heart) melt. அவள் கண்ணீர் அவன் மனத்தைக் கரைத்துவிட்டது. 5: *(இலங்.)* **பிழிதல்;** squeeze. தேசிக்காயைக் கரைத்துப் பானம் தயாரித்தார்கள்.

கரை[4] பெ. 1: **நீரைத் தேக்கிவைக்க ஏரி, குளம் போன்றவற்றில் அல்லது நீர் செல்வதற்கு ஏற்ற முறையில் ஆறு, கால்வாய் முதலியவற்றின் ஓரங்களில் உயர்த்தப்பட்ட (மண்) மேடு;** bank (of a river, etc.,); (in India) bund. ஆற்றின் கரையில் உள்ள மரங்கள் மண் அரிப்பைத் தடுக்கின்றன. 2: *(நெசவு)* **(சேலை, வேட்டி, துண்டு முதலியவற்றின்) ஓரத்தில் வேறு நிறத்தில் நெய்யப்பட்டிருக்கும் பகுதி;** border (on saree, dhoti, towel, etc.,). ஜரிகைக் கரை வேட்டி கட்டியிருந்தார்./ கட்டியிருக்கும் வேட்டியின் கரையிலிருந்தே அவர் எந்தக் கட்சியைச் சேர்ந்தவர் என்பதைத் தெரிந்துகொள்ளலாம். 3: *(பெரும்பாலும் பிற சொற்களோடு இணைந்து)* **(ஒன்றை) ஒட்டி உள்ள பக்கம்;** (a combining form) surrounding area. அடுப்பங்கரை/ கிணற்றங்கரை.

கரைக்கட்டு பெ. *(நெசவு)* **புடவை, வேஷ்டி போன்ற துணிகளின் ஓரம்;** border of clothes such as saree or dhothi. நீலக் கரைக்கட்டில் இரண்டும், பச்சைக் கரைக்கட்டில் நாலுமாக ஆறு வேஷ்டி வேண்டும்.

கரைகாண் வி. *(-காண, -கண்டு)* **(ஒரு கலையில் அல்லது துறையில்) சிறந்த தேர்ச்சி பெறுதல்;** attain consummate scholarship (in a specified field). கர்நாடக இசையில் கரை கண்டுவிட்டது போல் அவன் பேசினான்./ இலக்கணத்தில் கரைகண்டவர்.

கரை காணாத பெ.அ. **(அளவிட்டுக் கூற முடியாத அளவுக்கு) மிக அதிகமான;** boundless. நடனத்தின் மீது அவளுக்குக் கரை காணாத ஆசை./ அந்தத் தலைவரின் பேச்சைக் கேட்கக் கரை காணாத கூட்டம் கூடியிருந்தது.

கரைச்சல் பெ. *(ஊரக வ.)* **தொந்தரவு; தொல்லை;** trouble; botheration. இந்தக் குழந்தைகளால் பெரிய கரைச்சலாக இருக்கிறது./ அமைதியாகப் போய்க்கொண்டிருந்த வாழ்க்கையில் எங்கிருந்து இவ்வளவு கரைச்சல் வந்தது?

கரைசல் பெ. **திடப் பொருளோ வாயுவோ கலந்திருக்கும் திரவம்;** solution. காய்கறிகள் வதங்கியதும் புளிக் கரைசலை ஊற்றிக் கொதிக்க விடவும்./ உப்புக் கரைசல்/ மொத்தச் சாணக் கரைசலில் தொண்ணூறு சதவீதத்திற்கு நீர் இருக்க வேண்டும்.

கரைசேர்[1] வி. *(-சேர, -சேர்ந்து)* 1: **(தற்போது அனுபவித்து வரும்) சிரமமான நிலையிலிருந்து மீண்டுவருதல்;** get out of a difficult situation. ஊரெல்லாம் கடன் வாங்கியாகிவிட்டது. இந்தக் கஷ்டத்திலிருந்து எப்படிக் கரைசேரப் போகிறேன் என்று அவர் புலம்பினார். 2: **(உலக பந்தங்களிலிருந்து விடுபட்டு) நற்கதி அடைதல்; வீடுபேறு**

345 **கல் ஆல்**

அடைதல்; attain salvation; be redeemed. *தீவிர பக்தியி னால் பாமரனும் கரைசேர முடியும் என்று யோகி கூறினார்.*

கரைசேர்[2] வி. *(-சேர்க்க, -சேர்த்து)* **1: (ஒருவர் தன் பொறுப்பில் உள்ள ஒருவரை) பாதுகாப்பான நல்ல நிலைக்குக் கொண்டுவருதல்;** help one's dependents until they become self-supporting. *என்னை நம்பியிருக்கும் இரண்டு தம்பிகளை நான் முதலில் கரைசேர்த்தாக வேண்டும்.* **2: (தன் பொறுப்பில் உள்ள பெண்களை) கல்யாணம் செய்து கொடுத்தல்;** marry (a dependent girl to s.o. and help her settle down). *என் பெண்களையெல்லாம் எப்படிக் கரைசேர்க்கப் போகிறேனோ தெரியவில்லை.*

கரைத்துக்குடி வி. *(-குடிக்க, -குடித்து)* **(ஒரு கலையின் அல்லது ஒரு துறையின்) சகல நுணுக்கங்களையும் அம்சங்களையும் முழுமையாகத் தெரிந்துகொள்ளுதல்;** know (a subject) inside out; learn thoroughly. *சரித்திரப் பாடத்தை அவன் கரைத்துக்குடித்திருக்கிறான்.*

கரைதட்டு வி. *(-தட்ட, -தட்டி)* **(கப்பல் அல்லது பெரும் படகு) கரையோர மணலில் சிக்கிக்கொள்ளு தல்;** (of ship) run aground; be stranded. *புயலில் சிக்கிய கப்பல் சென்னையில் கரைதட்டியது.*

கரைந்தசோறு பெ. *(இலங்.)* **குழைந்துவிட்ட சோறு;** overcooked rice. *கரைந்தசோற்றை இப்போதே சாப்பிட்டு விடுங்கள். இரவு வைத்தால் பழுதாகப் போய்விடும்.*

கரைந்த பாடம் பெ. *(இலங்.)* காண்க: **கரதலைப் பாடம்.**

கரைப்பாதை பெ. *(இலங்.)* **கடற்கரையை ஒட்டிச் செல்லும் சாலை;** road along the coast. *கரைப்பாதை வழியாகச் சென்றால் கோயிலுக்குப் போகலாம்.*

கரைப்பான் பெ. *(வேதி.)* **திட வடிவில் உள்ள பொரு ளைக் கரைக்கப் பயன்படும் திரவம்;** solvent.

கரைபுரள் வி. *(-புரள, -புரண்டு)* **1: (ஆற்றில் வெள்ளம்) கரையை மீறி ஓடுதல்;** overflow. *(உரு வ.) குழந்தை பிறந்து விட்டது, வீட்டில் உற்சாகம் கரைபுரண்டு ஓடியது.* **2: (கூட்டம்) கட்டுமீறிப் போதல்;** (of crowds) surge. *தலை வரைக் காண மக்கள் கூட்டம் கரைபுரண்டு வந்தது.*

கரைபொருள் பெ. *(வேதி.)* **ஒரு திரவத்தில் கரைந் திருக்கும் பொருள்;** solute.

கரையான் பெ. காண்க: **கறையான்.**

கரையேற்று வி. *(-ஏற்ற, -ஏற்றி)* காண்க: **கரைசேர்[2].**

கரையேறு[1] வி. *(-ஏற, -ஏறி)* **(துன்பம், வறுமை முதலிய வற்றிலிருந்து) மீளுதல்; விடுபடுதல்;** get out or be saved (from distress, poverty, etc.,); be rescued. *வறுமை யிலிருந்து கரையேறுவது எப்போது?*

கரையேறு[2] வி. *(வ.வ.) (-ஏற, -ஏறி)* **வயலில் அன்றைய வேலை முடிந்து புறப்படுதல்;** get out of the field after completing the day's work .

கரையைக் கட வி. *(கடக்க, கடந்து)* **(கடலில் உருவாகும் காற்றழுத்தத் தாழ்வு மண்டலம் புயலாக மாறி) கடற் கரையைக் கடந்து நிலப் பகுதிக்குள் நுழைந்து வலு விழத்தல்;** (of depression in sea) cross the coast. *புயல் இன்று இரவு கரையைக் கடக்கும் என்று வானிலை ஆராய்ச்சி நிலையம் அறிவித்துள்ளது./ கடலூருக்கு அருகில் புயல் கரையைக் கடக்கலாம்.*

கரைவலை பெ. **கடலில் சுமார் அரை மைல் தூரம் வரையில் வட்டமாக வீசிவிட்டு, இரண்டு மணி நேரம் கழித்து, கரையிலிருந்தபடி இழுத்து மீன்பிடிக்கப் பயன்படுவதும் நெருக்கமாகப் பின்னப்பட்டதுமான வலை;** drag net.

கல்[1] வி. *(கற்க, கற்று)* **1: (அறிவு பெறும் முறையில்) படித்தல்; (ஒரு துறையில்) தேர்ச்சி பெறுதல்;** study (for acquiring knowledge); learn (sth.). *சொற்களும் தொடர் களும் பழக்கமாகும்வரை பண்டைய இலக்கியங்களைக் கற்பது கடினமாக இருக்கும்./ யாப்பை மட்டும் கற்றுக் கவிஞன் ஆக முடியாது./ மொழியைக் கற்பது எளிதாகி வருகிறது./ நாம் கல்வி கற்பதன் நோக்கம் என்ன?* **2: (செய் முறைப் பயிற்சிகளின் வழியாக ஒன்றை) பழகுதல்;** learn (by practice). *கார் ஓட்டக் கற்றுக்கொண்டிருக்கிறேன்.* **3: (ஒரு நிகழ்ச்சி, அனுபவம் போன்றவற்றின் மூலம் ஒன்றை) தெரிந்துகொள்ளுதல்;** learn (sth. from an experience, incident, etc.,). *இந்த நிகழ்ச்சியின் மூலம் நீங்கள் கற்ற பாடம் என்ன?/ அவனிடம் பழகியதிலிருந்து நான் கற்றுக்கொண்ட உண்மை என்னவென்றால் யாரையும் சீக் கிரத்தில் நம்பிவிடக் கூடாது என்பதுதான்.*

கல்[2] பெ. **அ.** *(இயற்கையாகக் கிடைப்பது அல்லது கிடைப் பதைப் பயன்படுத்துவது)* **1: மலை, குன்று, பாறை ஆகியவற்றிலிருந்து சிறுசிறு துண்டுகளாக உடைத்து எடுப்பதும் அல்லது சிறுசிறு துண்டுகளாகக் காணப் படுவதும் கடினத் தன்மை உடையதுமான இயற்கைப் பொருள்;** stone (of various shapes and sizes); rock. *கிணற்றடியில் போடப்பட்டிருந்த கல்லில் துணியை அடித்துத் துவைத்துக்கொண்டிருந்தாள்./ நான் உணர்ச்சியே இல்லாத கற்சிலை அல்ல./ குரங்கின் மேல் கல் எறியாதே!/ சோற்றில் கல் கிடந்தது./ (உரு வ.) உன் நெஞ்சு என்ன கல்லா?* **2: அணிகலன்களில் பதிக்கும் வைரம், மரகதம் போன்ற இயற்கையாகக் கிடைக்கும் பொருள்;** precious stone (such as diamond, sapphire, etc.,). *வைரக் கல் தோடு/ சிவப்புக் கல் மூக்குத்தி/ கல் வளையல்.* **3:** காண்க: **மைல்கல். ஆ.** *(செயற்கையாகச் செய்யப்படுவது)* **4: (பெரும்பாலும் கைக்கடிகாரத்தின் உள்ளே பொருத்தப்பட்டிருக்கும்) செயற்கை வைரம்;** jewel (in a watch). **5: (உப்புப் போன்ற வற்றில்) ஒரு சிறு குருணை;** a grain of salt. *குழம்புக்கு ஒரு கல் உப்பு போடு.* **6:** காண்க: **செங்கல். 7:** காண்க: **எடைக்கல். 8: தோசைக்கல், ஆட்டுக்கல், அம்மிக்கல், சப்பாத்திக்கல், பணியாரக்கல் போன்றவற்றின் பொதுப்பெயர்;** common name for kitchen utilities such as grinding stone, frying pan, etc., *அடுப்பில் கல் காய்கிறது./ கல்லில் வைத்து மிளகாயை அரைத்தேன்.* **இ.** *(பிற வழக்கு)* **9: (சிறுநீரகம், சிறுநீர்க்குழாய், பித்தப்பை ஆகிய வற்றில்) சிறு உருண்டை வடிவத்தில் திரண்டு படியும் உப்புகள் அல்லது தாது உப்புகளின் படிவு;** stone (in kid- neys or gall bladder). *சிறுநீரகத்தில் பெரிய கல் உண்டாகி யிருப்பதால் அறுவைச் சிகிச்சை செய்து அகற்ற வேண்டும் என்று மருத்துவர் கூறினார்.* **10:** *(அ.வ.)* **மைல்;** mile. *மாமல்லபுரக் கடற்கரையிலிருந்து வடக்கு நோக்கி 3 கல் தூரம் சென்றால் குகை மண்டபம் ஒன்று இருக்கும்./ நீங்கள் கேட்ட கிராமம் இங்கிருந்து 5 கல் தொலைவில் இருக்கிறது.*

கல் ஆல் பெ. **பாறைகளின் மேல் பெரிதாக வளரும், மிக மெல்லிய மயிர்களைக் கொண்ட இலைகளை உடைய மரம்;** soft fig. *கல் ஆல் ஒரு தல விருட்சம்.*

கல்கண்டு பெ. காண்க: **கற்கண்டு.**

கல்காரம் பெ. **கோபுரத்தில் சுதை வேலைப்பாடுகள் உள்ள மேற்பகுதியைத் தவிர்த்த, கருங்கல்லால் ஆன கீழ்ப்பகுதி;** base of a (temple) tower made of granite. கோபுர வேலை கல்காரத்துடன் நிற்கிறது./ கோயில் கோபுரத்தைக் கல்காரத்துக்கு மேல் கட்ட வேண்டியிருப்பதால் பக்தர்களிடமிருந்து நன்கொடை வசூலிக்கிறோம்.

கல் கிணறு பெ. காண்க: **உறைக் கிணறு.**

கல்குட்டை பெ. **மலைப் பகுதிகளில் கருங்கல்லுக்காக வெட்டி எடுக்கப்பட்ட இடங்களில் உள்ள குழிகளில் தண்ணீர் தேங்கி உருவாகும் குட்டை;** a pool in a quarry. குரோம்பேட்டைக்கு அருகில் உள்ள கல்குட்டையில் மூழ்கி மூவர் பலி.

கல்சட்டி பெ. **1: (புளி சேர்த்துச் சமைக்கும் கறி, ஊறுகாய் போன்றவற்றை வைப்பதற்காகப் பயன்படுத்தப்படும்) மாக்கல்லால் செய்யப்பட்ட மூடி இல்லாத பாத்திரம்;** a container without a lid, made of soapstone (used to keep sour dishes, pickles, etc.,). **2: தொங்கும் வாழைப்பூ போன்ற வடிவில் அடிப்பகுதி தட்டையாகவும் விளிம்பாக அமையும் உதடு இல்லாமலும், இடமும் வலமும் காது வைத்துச் செய்யப்பட்ட மண்ணால் ஆன பாத்திரம்;** earthenware vessel in the shape of a hanging banana flower-head or an upturned cone with a flat bottom and pegs on either sides at its head. **3: கீரை கடைவதற்கான மண் சட்டி;** earthenware vessel used for mashing cooked greens with a masher.

கல் தச்சர் பெ. **1: கருங்கல்லைக் கொத்தித் தூண்கள் போன்றவற்றை உருவாக்குபவர்;** stonecutter. வெளிநாட்டில் ஆலயம் அமைக்கும் பணிக்காகக் கல் தச்சர்கள் அழைத்துச்செல்லப்பட்டுள்ளனர். **2: நிலை, ஜன்னல் போன்றவற்றைப் பொருத்துவதற்குக் கட்டடங்களில் சுவரைக் கொத்தித் தருபவர்;** stonemason. கல் தச்சர் இரண்டு நாட்களாக வராததால் ஜன்னல் பொருத்தும் வேலை தாமதப்படுகிறது.

கல்தா பெ. (பே.வ.) **(அவமானப்படத் தக்க வகையில்) வெளியேற்றம்;** expulsion; dismissal. அவனுக்குக் கல்தா கொடுத்து வெளியே அனுப்பு!/ கட்சித் தலைவரை எதிர்த்தவருக்குக் கட்சியிலிருந்து கல்தா!

கல் தோசை பெ. **எண்ணெய் அதிக அளவில் ஊற்றாமல் சற்றுக் கனமாகத் தயாரிக்கப்படும் தோசை;** a kind of தோசை made thick using less oil.

கல்நார் பெ. **தீப்பிடிக்காத தன்மையுடைய, வெப்பத்தைத் தாக்குப்பிடிக்கக்கூடிய, இழை வடிவில் கிடைக்கும் சாம்பல் நிறத் தாது;** asbestos. குளியலறைக்கு கல் நார்த் தகட்டினால் கூரை அமைத்திருந்தார்கள்.

கல்நெஞ்சம் பெ. **இரக்க உணர்வு சிறிதும் இல்லாத மனம்;** hard-heartedness. அந்தக் கல்நெஞ்சக்காரனிடம் போயா உதவி கேட்டாய்?

கல்மரம் பெ. **பல கோடி ஆண்டுகளுக்கு முன்னால் நிலத்துக்கு அடியில் புதைந்து கல்போல இறுகிப் புதைபடிவம் ஆகிவிட்ட மரம்;** fossil (of a plant).

கல்மழை பெ. **ஆலங்கட்டி மழை;** shower of hailstones; hailstorm.

கல்மிஷம் பெ. (அ.வ.) **சூதுவாது;** cunning; craftiness. என் மனத்தில் கல்மிஷம் இல்லை.

கல்மூங்கில் பெ. **குறுகிய துளையைக் கொண்ட உறுதியான மூங்கில்;** male bamboo; solid bamboo.

கல்யாண ஊர்வலம் பெ. **திருமணத்துக்கு முதல் நாள் இரவு மணமகனை அல்லது மணமகளை ஊர்வலமாக அழைத்துச் செல்லும் சடங்கு;** the ritual in which the bridegroom or the bride is taken in procession on the eve of the wedding.

கல்யாணச்சாவு பெ. **முதிர்ந்த வயதுடையோரின் இயற்கையான சாவு; நல்ல சாவு;** natural death of a person at a ripe old age (which is not attended by the usual mourning).

கல்யாணம் பெ. **திருமணம்;** marriage; wedding.

கல்யாணம்காட்சி பெ. (பே.வ.) **திருமணம் போன்ற மங்கல நிகழ்ச்சிகள்;** marriage and similiar auspicious events. கல்யாணம்காட்சி என்று வெளியே கிளம்ப எங்கே நேரம் இருக்கிறது?/ கல்யாணம்காட்சி என்று நாலு இடத்துக்கு உன் மகனைக் கூட்டிக்கொண்டு போ.

கல்யாண முருங்கை பெ. **சிறுசிறு முட்கள் நிரம்பிய, நேராக வளரும் தண்டுப் பகுதியையும் மருத்துவக் குணங்கள் நிறைந்த இலைகளையும் கொண்ட, சிவப்பு நிறத்தில் பூப் பூக்கும் ஒரு மரம்;** Indian coral tree.

கல்யாண மேளம் பெ. **(திருமணங்களில் மங்கலகரமானதாகக் கருதி வாசிக்கப்படும்) நாகசுரமும் தவிலும்;** தவில் and நாகசுரம் played on auspicious occasions.

கல்லாக்காரம் பெ. (இலங்.) **பனங்கற்கண்டு;** sugar crystals of brown colour made from palmyra sap. கல்லாக்காரம் போட்டுப் பால் பருகினால் இருமல் மட்டுப்படும்./ சீனிக்குப் பதிலாகக் கல்லாக்காரத்தைப் பயன்படுத்துவது சளிக்கு நல்லது.

கல்லறை பெ. (கிறித்.) **1: இறந்த நபரைப் புதைத்த இடம்;** grave; tomb. **2:** காண்க: **கல்லறைத் தோட்டம்.**

கல்லறைத் தோட்டம் பெ. (கிறித்.) **கல்லறைகள் அமைந்திருக்கும் இடம்;** cemetery; graveyard; churchyard.

கல்லா பெ. **1: (பெரும்பாலும் பழைய பாணியில் நடத்தப்படும் கடையில்) (பொருளுக்கான) பணத்தைப் பெற்றுக்கொள்ளும் இடம்;** cash counter. கல்லாவில் அமர்ந்து பணம் வாங்கிக்கொண்டிருந்தார். **2: (பொருளுக்கான) பணத்தை வாங்கிப் போட்டுவைக்கும் பணப்பெட்டி;** cash box. எனக்கு மீதிப் பணம் கொடுக்கக் கல்லாவைத் திறந்தார்.

கல்லா கட்டு வி. (பே.வ.) **1: (வியாபாரம் தொடர்பாக வரும்போது) விற்பனை செய்தல்;** sell (while referring to the sales of a day). கடையைத் திறந்து ஒரு மணி நேரம் ஆகியும் இதுவரை ஐந்து ரூபாய்கூட நான் கல்லா கட்டவில்லை./ அவருக்கு நல்ல வியாபாரம், மத்தியானத்திற்குள் ஆயிரம் ரூபாய்க்குக் கல்லா கட்டிவிடுவார். **2: (ஒரு நாளின் முடிவில் விற்பனைத் தொகையை எண்ணிப் பார்த்து) கணக்குவழக்கை முடித்தல்;** close the account (at the end of a day). கடையில் சரியான கூட்டம். கல்லா கட்டுவதற்கு இரவு ஒரு மணி ஆகிவிட்டது.

347 கல்விமான்

கல்லாங்காய் பெ. ஐந்து சிறுசிறு காய்களில் ஒவ்வொன்றாய் மேலே தூக்கிப் போட்டு அதற்குள் கீழிருந்து முதல் முறை ஒரு காயையும் அடுத்த முறைகளில் கூடுதலாக ஒவ்வொரு காயையும் எடுத்துக்கொண்டு மேலிருந்து வரும் காயைப் பிடித்து (பெண்கள்) விளையாடும் விளையாட்டு; a game for girls involving throwing small stones and scooping others up.

கல்லாப்பெட்டி பெ. காண்க: கல்லா, 2.

கல்லாயுதம் பெ. (கற்கால மனிதன் பயன்படுத்திய) கல்லால் உருவாக்கப்பட்ட ஆயுதம்; stone implements (used by the Stone Age man). உலோகத்தின் பயனைக் கண்டுபிடிப்பதற்கு முன் மனிதன் கல்லாயுதங்களைப் பயன்படுத்தினான்.

கல்லீரல் பெ. வயிற்றில் பித்தநீரைச் சுரப்பதும் இரத்தத்தைச் சுத்தம் செய்வதுமான உறுப்பு; liver.

கல்லீரல் நோய் பெ. (பசியின்மை, உடல் சோர்வு, தோல் அல்லது கண்ணின் விழிகள் மஞ்சள் நிறமடைதல் போன்ற அறிகுறிகளுடன்) கல்லீரல் திசுக்கள் அழற்சியடைவதால் உருவாகும் நோய்; hepatitis.

கல்லுக்குத்து வி. (-குத்த, -குத்தி) (இலங்.) இடையூறு ஏற்படுத்துதல்; trouble. இவன் மட்டும் கல்லுக்குத்தாமல் இருந்திருந்தால் என் பெண்ணுக்கு நல்ல இடத்தில் கல்யாணம் நடந்திருக்கும்.

கல்லுக்குருவி பெ. (பே.வ.) தவிட்டுக்குருவி; babbler.

கல்லுத்தாட்டு வி. (-தாட்ட, -தாட்டி) (இலங்.) நிலத்தை அளந்து எல்லையைக் காட்டும் விதத்தில் கல் நடுதல்; fix the boundary stone. இன்னும் சில தினங்களில் நில அளவையர் வந்து அளந்து கல்லுத்தாட்டிக் காணி வழங்கப் போகிறாராம்.

கல்லுப்பு பெ. சிறுசிறு படிகங்களாக இருக்கும் சாதாரண உப்பு; படிக உப்பு; crystalline salt.

கல்லுப்பென்சில் பெ. (இலங்.) சிலேட்டுக் குச்சி; pencil-like stone to write on a slate. கல்லுப்பென்சில் சீக்கிரம் உடையாது.

கல்லுளி பெ. கல் செதுக்கப் பயன்படும் உளி; stone-cutter's chisel.

கல்லுளிமங்கன் பெ. தான் நினைப்பதையோ தன் உணர்ச்சிகளையோ வெளிவிடாத அழுத்தமான ஆள்; an obdurate person; stony-faced person; poker-faced person.

கல்லூரி பெ. 1: பள்ளிப் படிப்பு முடித்தவர்கள் உயர் கல்வி பெறுவதற்கான நிறுவனம்; college. கலைக் கல்லூரி/ மருத்துவக் கல்லூரி/ சட்டக் கல்லூரி/ வேளாண் கல்லூரி. [(தொ.சொ.) பல்கலைக்கழகம்/ பள்ளிக்கூடம்] 2: (இலங்.) மேல்நிலைப் பள்ளி; higher secondary school. உன்னுடைய மகள் கல்லூரிக்கு ஒழுங்காக வருகிறாரில்லை./ ஏதோ பாடுபட்டு அவனை நல்ல கல்லூரியில் சேர்த்துவிட்டேன்.

கல்லெறி தூரம் பெ. (பே.வ.) சமீபம்; பக்கம்; a stone's throw. என் வீடு கல்லெறி தூரத்தில்தான் இருக்கிறது./ கடை கல்லெறிதூரம்தான். போய்விட்டு வருகிறேன்.

கல்லைத் தூக்கிப் போடு வி. (போட, போட்டு) (ஒருவருடைய உறுதி குலைந்துபோகும்படி) அதிர்ச்சியளிக்கக்கூடிய ஒன்றைச் சொல்லுதல் அல்லது செய்தல்; குண்டைத் தூக்கிப் போடுதல்; shatter (one's hopes, aspirations, etc.,). கல்யாண வேலைகளை ஆரம்பித்துவிட்டேன். இப்போது வந்து மாப்பிள்ளை பிடிக்கவில்லை என்று கல்லைத் தூக்கிப் போட்டுவிட்டாளே./ கிளம்பும் போது கையில் போதுமான பணம் இருக்கிறது என்று சொன்னாய். நகை வாங்கிய பிறகு அவ்வளவு பணம் இல்லை என்று கல்லைத் தூக்கிப் போடுகிறாயே.

கல்லை விட்டெறிந்து பார் வி. (பார்க்க, பார்த்து) (ஒரு செயலின் பலன் சாதகமாக அமையுமா அமையாதா என்று உறுதியாகத் தெரியாத நிலையில்) முயற்சி செய்துபார்த்தல்; give sth. a try. விண்ணப்பம் அனுப்ப வேண்டுமா என்று யோசித்துக்கொண்டே இருக்காதே. கல்லை விட்டெறிந்து பார்./ அவர் உதவி செய்வாரா என்று எனக்குத் தெரியாது. சும்மா கல்லை விட்டெறிந்து பார்த்தேன், பலித்துவிட்டது.

கல்வம் பெ. (வேதி.) (மூலிகைகள், வேதிப்பொருள் போன்றவற்றை அரைக்க அல்லது கலக்கப் பயன்படும்) கிண்ண வடிவில் தடித்த சிறு குழவியுடன் கல், கண்ணாடி, பீங்கான் ஆகியவற்றால் ஆன சாதனம்; mortar.

கல்வம்

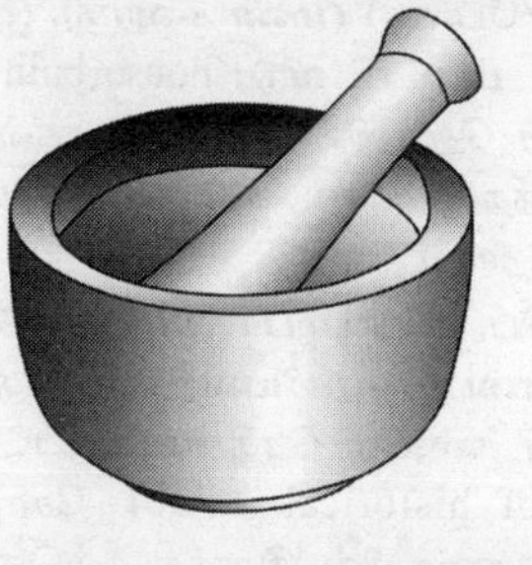

கல்வாழை பெ. இரு புறமும் விரிந்த வெளிர் பச்சை நிற இலைகளை ஒன்றின் மீது ஒன்றாகக் கொண்ட, பல நிறங்களில் பூக்கள் பூக்கக்கூடிய (அழகுக்காக வளர்க்கப்படும்) ஒரு வகைச் செடி; canna.

கல்வி பெ. 1: (பள்ளி, கல்லூரி போன்றவற்றின் மூலம் கிடைக்கும்) முறைப்படுத்தப்பட்ட அறிவு; படித்துப் பெறும் அறிவு; education; learning. அனைவருக்கும் கல்வி தர வேண்டும்./ கல்வித் துறை/ மருத்துவக் கல்வி. 2: குறிப்பிட்ட படிப்பு அல்லது பயிற்சி; education (in a given subject). சுகாதாரக் கல்வி/ பாலியல் கல்வி.

கல்வி ஆண்டு பெ. (பெரும்பாலும் ஜூன் மாதம் தொடங்கி மே மாதம் முடியும்) கல்வி நிறுவனங்கள் செயல்படும் காலம்; academic year (June to May in India).

கல்விக்கூடம் பெ. (பள்ளிக்கூடம், கல்லூரி போன்ற) கல்வி கற்பிக்கும் இடம்; educational institution.

கல்விகேள்வி பெ. (பெரும்பாலும் பன்மையில்) கற்றும் கேட்டும் பெறும் அறிவு; knowledge acquired through studying texts and listening to lectures. அவர் கல்விகேள்வி நிரம்பப் பெற்றவர்./ இளம் வயதிலேயே கல்விகேள்விகளில் சிறந்தவனாகவும் கலையார்வம் கொண்டவனாகவும் விளங்கினான்.

கல்விமான் பெ. (அ.வ.) நன்றாகக் கற்றவர்; அறிஞர்; scholar; learned person.

கல்வியறிவு பெ. **முறையாகக் கல்வி கற்பதால் கிடைக்கும் அறிவு;** knowledge acquired through formal education. அவருக்குக் கல்வியறிவு இல்லை என்றாலும் பட்டறிவு உண்டு.

கல்வியாளர் பெ. **கல்வித் துறை வல்லுநர்;** educationist.

கல்வியியல் பெ. *(பெரும்பாலும் அடையாக)* **கல்வி கற்பிக்கும் முறைகளைக் கற்றுத் தரும் படிப்பு;** education (as a subject of study concerning teaching). கல்வியியல் கல்லூரி/ கல்வியியல் தேர்வு.

கல் விளக்கு பெ. **மாக்கல்லால் செய்யப்பட்ட எண்ணெய் விளக்கு;** lamp made of soapstone. துளசி மாடத்தில் வைக்க ஒரு கல் விளக்கு வாங்க வேண்டும்.

கல்வீச்சு பெ. **(போராட்டம், ஆர்ப்பாட்டம் போன்றவற்றில் ஈடுபட்டிருக்கும் கும்பல் கட்டடம், வாகனம் முதலியவற்றின் மீது) கற்களை வீசிச் சேதம் ஏற்படுத்தும் வன்முறைச் செயல்;** pelting (buildings, vehicles, etc., with stones in an act of vandalism). கல்வீச்சில் ஈடுபட்டவர்களைக் காவலர்கள் கைதுசெய்தனர்.

கல் வீடு பெ. *(பே.வ.)* **(மண் சுவராக இல்லாமல்) கல் சுவரால் கட்டப்பட்ட வீடு;** house built with brick and mortar. எங்கள் தெருவில் சில குடிசைகள் கல் வீடுகளாக மாறிவிட்டிருந்தன./ கல் வீடு கட்டிவிட்டோம் என்ற திமிரில் பேசுகிறாயா?

கல்வெட்டு[1] பெ. **(பெரும்பாலும் அரசர் பெற்ற வெற்றி, அளித்த கொடை முதலியவற்றைக் குறித்து) பாறையில் அல்லது கல்லில் செதுக்கப்பட்ட வாசகம்;** rock inscription (of historical value). சோழர் காலக் கல்வெட்டுகள்/ குகையில் இருந்த கல்வெட்டு ஒன்றைத் தொல்லியல் ஆய்வுத் துறை கண்டுபிடித்துள்ளது.

கல்வெட்டு[2] பெ. *(இலங்.)* **1: (ஒருவர் இறந்த முப்பத்தொன்றாம் நாள் சடங்கில் வெளியிடப்படும்) இரங்கற்பா;** verse in praise of the dead (read on the thirty-first day of the funeral). யாரைக் கொண்டு உன் அம்மாவின் கல்வெட்டை எழுதுவிக்கப்போகிறாய்? **2: இறந்தவரின் நினைவாக அச்சிட்டு வழங்கும் புத்தகம்;** a printed booklet distributed in remembrance of s.o. தகப்பனின் அந்தியேட்டிக்கு மருத்துவக் குறிப்புகளைக் கல்வெட்டாக அடித்துவிட்டார்.

கல வி. *(கலக்க, கலந்து)* **1: (ஒரு திட, திரவ அல்லது வாயுப் பொருளோடு மற்றொரு திட, திரவ அல்லது வாயுப் பொருளை) சேர்த்தல்;** mix (a liquid, powder, solid substance or a gas with another); add. இரண்டு மருந்தையும் கலந்து குடிக்கலாமா?/ தண்ணீர் கலக்காத தரமான பால்/ சிமெண்டில் சாம்பலைக் கலந்து விற்கிறார்களா?/ கரியமில வாயு கலந்த காற்றை அதிக அளவு சுவாசித்ததால் அவருக்கு மயக்கம் ஏற்பட்டது. **2: (ஒன்றில் மற்றொன்று) சேர்தல்; (ஒன்றில் மற்றொன்றாக) சேர்த்தல்; விரவுதல்/(தனித்தனியாக இருக்க வேண்டியவை) ஒன்றோடு ஒன்றாகக் கிடத்தல்;** mix (sth. in some specified measure); combine/get mixed up. இருபது சதவீதம் பருத்தி கலந்த துணி/ தமிழில் ஆங்கிலச் சொற்களைக் கலக்காமல் அவர் பேசுவார்./ விருந்தினரின் துணி வீட்டுத் துணியோடு கலந்துவிட்டது. **3: (கூட்டத்தில் ஒருவராக) சேர்தல்;** mingle (in the crowd). **4: (ஒன்றில் ஒன்றைச் சேர்த்து) தயாரித்தல்;** make (coffee, tea, etc., by adding the ingredients together). விருந்தினர்களுக்கு அம்மா காப்பி கலந்து தந்தாள். **5: (ஆறு, ஓடை போன்றவை கடலில் அல்லது மற்றொரு நீரோட்டத்தில்) வந்துசேர்தல்;** (of a river, stream) join; flow into. வீணாகக் கடலில் கலக்கும் ஆற்று நீரைத் தேக்கி விவசாயத்திற்குப் பயன்படுத்தலாம். **6: (ஒரு பிரச்சினை, தீர்மானம் முதலியவை தொடர்பாக ஒருவரோடு) ஆலோசித்தல்;** consult. என் திருமணத்தைப் பற்றி அம்மாவைக் கலக்காமல் முடிவு சொல்ல முடியாது./ வறட்சியைச் சமாளிக்கும் வழிகள்பற்றி அமைச்சர் செயலாளர்களோடு கலந்து பேசினார். **7:** *(அ.வ.)* **(உடலுறவில்) சேர்தல்;** copulate; have sex. தூங்கும் ஒருத்தியைக் கலந்து இன்புற்றதைக் கூறும் கதைகள் உண்டு. **8: ஐக்கியமாதல்;** become one with; get united. சில அருளாளர்கள் இறைவனின் சோதியில் கலந்து மறைந்ததாக வரலாறு தெரிவிக்கிறது./ மனம் கலந்து பழகினோம்.

கலக்கடி பெ. *(இலங்.)* **(ஒருவருக்கு) அச்ச உணர்வால் மனதில் தோன்றும் குழப்பம்;** confusion arising out of fear. எனக்கு ஒரே கலக்கடியாக இருக்கிறது. ஏதோ ஆபத்து நடக்கப்போகிறது என நினைக்கிறேன்./ வீட்டுப்பாடம் செய்யாத மாணவர்களுக்கு ஆசிரியரைக் கண்டவுடன் கலக்கடியாக இருந்தது.

கலக்கம் பெ. *(-ஆக, -ஆன)* **1: (உறுதியான முடிவை எடுக்க இயலாத) தெளிவற்ற மனநிலை; குழப்பம்;** state of confusion or disturbance. அறிவுத் தெளிவு இருந்தால் கலக்கமின்றி நிதானமாக நல்ல முடிவுகள் எடுக்க முடியும். **2: (தெளிவற்ற மனநிலையில் ஏற்படும்) அச்ச உணர்வோடு கூடிய குழப்பம்;** anxiety; uneasy feeling. குழந்தையைக் காணாமல் கலக்கத்துடன் நின்றிருந்தாள்./ எதிர்காலத்தை நினைக்கநினைக்கக் கலக்கம்தான் அதிகரிக்கிறது. [*(தொ.சொ.)* **அச்சம்/ உதறல்/ உதைப்பு/ கிலி/ நடுக்கம்/ பயம்/ பீதி**]

கலக்கு வி. *(கலக்க, கலக்கி) (எதிர்மறைப் பெயரெச்ச, வினையெச்சங்களில் மட்டும் வரும் மாற்று வடிவங்கள்: கலவாத, கலவாமல்)* **1: (ஒரு திரவத்தை அல்லது ஒரு திரவத்தில் ஒன்றைப் போட்டுக் கரண்டி, குச்சி போன்றவற்றால்) கிண்டுவதைப் போல் சுழற்றுதல்; (தெளிந்த நீர் முதலியவற்றை) கலங்கச் செய்தல்;** stir (a liquid or sth. in a liquid); mix; disturb. தொட்டியில் இருந்த கழுநீரைக் கலக்கிவிட்டு மாடுகளைக் குடிக்கச் செய்தான்./ எருமைகள் குட்டையில் இறங்கி நீரைக் கலக்கிவிட்டன. **2: (வயிற்றை) புரட்டுவது போன்ற உணர்வை ஏற்படுத்துதல்;** upset (one's stomach). தண்ணீர் நிறையக் குடித்ததால் வயிற்றைக் கலக்குகிறது. **3: (என்ன நடக்கப்போகிறதோ என்ற எண்ணத்தால் உண்டாகும் பயம்) தொல்லைப்படுத்துதல்;** make s.o. anxious; disturb. மனத்தைக் கலக்கும் செய்தி இது. **4: (பொதுமக்களை) பரபரப்படையச் செய்தல்;** cause sensation; excite; cause a flutter. தமிழகத்தையே கலக்கிக்கொண்டிருந்த கொள்ளைக் கூட்டம் பிடிபட்டுவிட்டது./ இவர் ஐம்பது ஆண்டுகளுக்கு முன் கிரிக்கெட் உலகையே கலக்கிய வீரர்.

கலகக்காரர் பெ. 1: **(ஆயுதம் ஏந்தி) ஆட்சியாளரை, அதிகாரத்தை எதிர்ப்பவர்;** (armed) rebel. கலகக்காரர்களை அடக்க ராணுவம் அனுப்பப்பட்டுள்ளது. 2: **சமூகத்தில் நிலவிவரும் மதிப்பீடுகளை (கலை, இலக்கியம், தத்துவம் போன்றவற்றின் மூலம்) எதிர்த்துக் குரல்கொடுப்பவர் அல்லது அவற்றுக்கு எதிரான முறையில் வாழ்பவர்;** rebel (against the social orthodoxy). பெரியாரை ஒரு கலகக்காரர் என்று சொல்லலாம்.

கலகண்டி பெ. (இலங்.) **பச்சை நிறத்தில் உருண்டையாகவும் இனிப்புச் சுவையோடும் இருக்கும் சாறு நிறைந்த மாம்பழம்;** a variety of green mango, round in shape, with a lot of juice and tasting sweet.

கலகம் பெ. 1: **அமைதியைக் குலைக்கும் சண்டை; குழப்பம்;** riot; unruliness. பொதுக்கூட்டத்திற்குச் சென்றுகொண்டிருந்தவர்களை வழிமறித்துக் கலகம்செய்தனர்./ கூட்டத்தில் கலகம் உண்டாக்கச் சிலர் முயன்றார்கள். 2: **(ஆட்சியாளர்களுக்கு, அதிகாரிகளுக்கு எதிரான) கிளர்ச்சி;** rebellion; revolt; mutiny. ஆங்கில அரசாங்கத்துக்கு எதிராகக் கலகம்செய்த சிப்பாய்கள் ஒடுக்கப்பட்டனர்./ உள்நாட்டுக் கலகம் மூண்டது. [(தொ.சொ.) எழுச்சி/ கலவரம்/ கிளர்ச்சி/ புரட்சி/ போராட்டம்]

கலகல வி. (கலகலக்க, கலகலத்து) 1: **(ஒன்றாக இருக்கும் சிறு பொருள்கள் ஒன்றோடொன்று) மோதி அல்லது உருண்டு ஒலி உண்டாக்குதல்;** produce a rattling noise. பாத்திரம் கழுவும்போது அவள் போட்டிருந்த கண்ணாடி வளையல்கள் கலகலத்தன. 2: **(செயல்களாலும் போக்குவரத்தாலும் ஓர் இடம்) ஓசையோடு இருத்தல்;** (of a place) bustle with activity; become lively. காலை ஏழு மணிக்கே ஊர் கலகலக்க ஆரம்பித்துவிட்டது./ அவளுடைய சிரிப்பால் வீடே கலகலத்தது. 3: **(நாடகம், திரைப்படம் போன்றவற்றின் சில தன்மைகளால் அவையோரிடையே) உற்சாகம் மிகுதல்;** (of audience) show visible signs of appreciation. நாடகத்தின் நகைச்சுவைக் காட்சிகளில் அரங்கமே கலகலத்தது./ அரங்கமே கலகலக்கும் வண்ணம் முழுக் காத்திரத்துடன் கிட்டப்பா கர்நாடக இசை ராகங்களை ஆண்டார். 4: **(ஒரு அமைப்பு) ஒற்றுமை, கட்டமைப்பு போன்றவை குலைந்து ஆட்டம் காணுதல்;** become shaky. அதிருப்தியாளர்களின் எதிர்ப்பினால் கட்சி கலகலத்துவிட்டது./ தமிழ்நாடு அணியின் ஆட்டத்தினால் கர்நாடக அணி கலகலத்துவிட்டது./ (உரு வ.) நேர்மையில் அவர் வைத்திருந்த நம்பிக்கை கலகலத்துவிட்டது.

கலகல-என்று/என்ற வி.அ./பெ.அ. **உற்சாகமாகவும் மகிழ்ச்சியாகவும்/உற்சாகமும் மகிழ்ச்சியும் நிறைந்த;** exuberantly/exuberant. குட்டி இளவரசன் கலகலவென்று அழகான சிரிப்பொன்றை உதிர்த்தான்./ அவருக்கு எப்போதும் கலகலவென்ற பேச்சு, சிரித்த முகம்.

கலகலப்பு பெ. (-ஆக, -ஆன) 1: **(பேச்சும் சிரிப்புமாக அல்லது ஆட்கள் நடமாட்டத்தால்) ஆரவாரத்தோடு இருக்கும் நிலை;** liveliness (resulting from noisy chatter and laughter). சித்தப்பா சிரிக்கச்சிரிக்கப் பேசுவார், அவர் வந்துவிட்டால் வீட்டில் கலகலப்புதான்./ குழந்தைகள் இருக்கும் இடங்களில் எப்போதும் கலகலப்புக்குக் குறைவில்லை. 2: **(பேச்சில் அல்லது பழகுவதில்) தங்குதடையற்ற, இயல்பான நிலை;** affability; heartiness. அவள் வழக்கத்தைக் காட்டிலும் அதிகக் கலகலப்புடன் என்னுடன் பேசிக்கொண்டிருந்தாள்./ எல்லோரும் என்னிடம் கலகலப்பாகப் பழகுகிறார்கள்.

கலங்கடி வி. (கலங்கடிக்க, கலங்கடித்து) **(ஒன்றை அல்லது ஒருவரை) நிலைகுலையச் செய்தல்;** make s.o. or sth. lose balance; upset s.o. or sth. தேர்தலில் எங்கள் கட்சி பெற்ற வெற்றி எதிர்க்கட்சிகளைக் கலங்கடித்துவிட்டது.

கலங்கரைவிளக்கம் பெ. **உயரத்திலிருந்து ஒளிக்கற்றைகளைப் பாய்ச்சி, கடலில் செல்லும் கப்பல்களை வழிப்படுத்தக் கடற்கரையில் அமைக்கப்பட்டுள்ள நிலையம்;** lighthouse.

கலங்கல் பெ. (-ஆக, -ஆன) 1: **(நீர், எண்ணெய் போன்ற திரவங்களின்) கலங்கிய நிலை;** (of liquids) turbidity; the condition of being not clear; murkiness. கலங்கலான நீர்/ மண்ணெண்ணெய் கலங்கலாக இருக்கிறது./ அருகில் இருந்த ஆலைகளின் கழிவுகளால் கிணறுகளில் நீர் கலங்கலாக மாறிவிட்டது./ முத்துச்சிப்பிகளுக்குக் கலங்கலான நீர் ஆகாது. 2: **(பனி, மழை போன்றவற்றால் உருவம்) தெளிவில்லாமல் காணப்படும் நிலை;** haziness. மாரியம்மன் கோயில் உள்ளே மண்டியிருந்த புகையில் அவன் உருவம் கலங்கலாகத் தெரிந்தது.

கலங்கு வி. (கலங்க, கலங்கி) 1: **(நீர், எண்ணெய் போன்ற திரவங்கள் பிறவற்றுடன் சேர்ந்து) தெளிந்த நிலை கெடுதல்; குழம்புதல்;** become turbid; be murky. மழையால் குளத்தில் நீர் கலங்கியிருக்கிறது. 2: **(கண்ணின் இயற்கையான வெண்ணிறம் மறைந்து) சிவந்திருத்தல்;** (of eyes) become red. உன் கண்கள் ஏன் கலங்கியிருக்கின்றன? கசக்கினாயா? 3: **கண்ணீர் மல்குதல்; தளும்புதல்;** brim with tears. நன்றி உணர்வுடன் கண்கள் கலங்கக் கும்பிட்டுவிட்டு மருத்துவரிடமிருந்து அவள் விடைபெற்றாள்./ மகளைப் பிரியும்போது கண்கள் கலங்காமல் இருக்குமா? 4: **(மனம்) வருந்துதல்; துயரமடைதல்;** be worried; be perturbed. தன் பிள்ளைகளின் எதிர்காலத்தை நினைத்து அவர் கலங்கினார்./ மற்றவர்களைச் சார்ந்து வாழ வேண்டியதாகிவிட்டதே என்று அவன் கலங்கினான். [(தொ.சொ.) தவி/ திண்டாடு/ திணறு/ வருந்து]

கலசம் பெ. 1: **கோயில் கோபுரத்தின் மேலும் விமானங்களின் மேலும் இருக்கும் செம்பு வடிவ அமைப்பு;** pot-like structure on the top of temple towers and the cupola above the sanctum sanctorum. 2: **(யாகம், திருவிழா போன்ற நிகழ்ச்சிகளில் பயன்படுத்தப்படும் மேற்கூறிய வடிவமுடைய) உலோகப் பாத்திரம்;** metal pot (used in rituals). சுதந்திரப் போராட்டம் நடந்த இடங்களிலிருந்து புனித மண் ஒரு கலசத்தில் கொண்டுவரப்பட்டது.

கலட்டி பெ. (இலங்.) **(விவசாயம் செய்ய ஏற்றதாக இல்லாத) கல் நிறைந்த நிலம்;** barren land (unsuitable for agriculture). இந்தக் கலட்டியில் பனைமரம்கூட முளைக்காது./ கலட்டித் தரையை வைத்து எப்படி விவசாயம் செய்வது?

கலந்தாய்வு (கூட்டம்) பெ. **உயர்கல்வி நிறுவனத்தில் சேருவதற்கு அல்லது அரசுத் துறையில் இடமாற்றம்**

கலந்தாலோசி 350

பெறுவதற்கு ஒற்றைச்சாளர முறையில் ஒதுக்கீடு செய்ய நடத்தப்படும் கூட்டம்; counselling for admission of students or transfer of government employees. பொறியியல் கல்லூரிகளில் மாணவர்களைச் சேர்ப்பதற்கான கலந்தாய்வுக் கூட்டம் அடுத்த மாதம் 15ஆம் தேதி தொடங்குகிறது./ இடைநிலை ஆசிரியர்களுக்கான மாற்றல் குறித்துக் கலந்தாய்வுக் கூட்டம் விரைவில் கூட்டப்படும்.

கலந்தாலோசி வி. (-ஆலோசிக்க, -ஆலோசித்து) **(ஒருவரோடு அல்லது ஒரு அமைப்போடு ஒரு பிரச்சினை, தீர்மானம் முதலியவை தொடர்பாக) தீர்வு காண வேண்டிக் கூடிப் பேசுதல்;** consult; discuss. அப்பாவைக் கலந்தாலோசிக்காமல் எந்த முடிவும் எடுக்க முடியாது என்று அண்ணன் சொல்லிவிட்டான்./ கூட்டணிக் கட்சிகளோடு கலந்தாலோசித்த பிறகே தீர்மானம் குறித்து முடிவெடுக்கப்படும் என்றார் ஆளுங்கட்சித் தலைவர்.

கலந்துகட்டி வி.அ. 1: **தனித்தன்மையோ குறிப்பிடத் தகுந்த அம்சமோ இல்லாமல்;** as in a hotchpotch. எதற்கு இப்படிக் கலந்துகட்டி ஒரு படம் எடுக்கிறார்களோ தெரியவில்லை. 2: **தனித்தனியாக இல்லாமல் எல்லா இனத்திலும் ஒன்றிரண்டு என்ற வகையில்;** in an assorted manner. மைசூர்ப்பாகு அரை கிலோவும் மற்றதெல்லாம் கலந்துகட்டி ஒரு கிலோ இனிப்பும் வாங்கிக்கொள்.

கலந்துகொள் வி. (-கொள்ள, -கொண்டு) **(ஒரு நிகழ்ச்சி, விழா போன்றவற்றில் ஒருவர்) பங்குகொள்ளுதல்; பங்கேற்றல்;** take part (in an activity, a competition, etc.,); participate. விழாவில் கலந்துகொள்ள வாய்ப்பளித்ததற்கு நன்றி./ போட்டியில் கலந்துகொண்ட அனைவருக்கும் ஆறுதல் பரிசு வழங்கப்பட்டது./ பொதுக்குழுக் கூட்டத்தில் பத்து உறுப்பினர்கள் கலந்துகொள்ளவில்லை./ என் தங்கையின் திருமணத்தில் என்னால் கலந்துகொள்ள முடியவில்லை.

கலந்துரையாடல் பெ. **(ஏதேனும் ஒரு பொருள் குறித்து) ஒன்றுகூடி நிகழ்த்தும் கருத்துப் பரிமாற்றம்;** discussion; get-together for a discussion. கணித ஆசிரியர் சங்கம் ஒரு கணிதப் பேராசிரியரோடு கலந்துரையாடலுக்கு ஏற்பாடு செய்தது.

கலந்துரையாடு வி. (-உரையாட, -உரையாடி) **(ஓர் இடத்தில் கூடி, ஏதேனும் ஒரு பொருள்பற்றி) கருத்துப் பரிமாறிக்கொள்ளுதல்;** discuss; interact. பிரபல நாட்டியக் கலைஞருடன் கலந்துரையாடும் வாய்ப்பு எனக்குக் கிடைத்தது./ உலகில் தட்பவெப்பம் மாறிவருவதைக் குறித்து ஆராய்ச்சியாளருடன் அவர் கலந்துரையாடினார்.

கலப்படம் பெ. **ஒரு பொருளில் அதே மாதிரியான, ஆனால் தரம் குறைந்த அல்லது மலிவான வேறொரு பொருளை விதிமுறைகளுக்கு மாறாகக் கலந்துவிடும் செயல்;** adulteration (in foodstuff, etc.,). உணவில் கலப்படம், உயிரைக் காக்கும் மருந்திலும் கலப்படம்./ பெட்ரோலுடன் மண்ணெண்ணெய் கலப்படம் செய்கிறார்கள்.

கலப்பினம் பெ. **(தாவரம், கால்நடை போன்றவற்றில்) ஓர் இனத்தின் இரு வகைகளை ஒன்றுசேர்த்து உருவாக்கும் வீரிய இனம்;** (of animal, seed, etc.,) hybrid. கலப்பின விதைகள்/ கலப்பின மாடு.

கலப்பு பெ. **ஒரே பிரிவின் அல்லது இனத்தின் பல வகைகள் ஒன்றாகச் சேர்ந்திருக்கும் நிலை;** amalgam; blend. மணிப்பிரவாளம் என்பது ஒரு கலப்பு மொழிநடை./ அச்சு எழுத்தை உருவாக்கக் கலப்பு உலோகம் பயன்படுகிறது./ கலப்பு உரம்.

கலப்பு இரட்டையர் பெ. **(டென்னிஸ், இறகுப்பந்து போன்ற விளையாட்டுகளில்) ஒரு அணியில் ஆண் வீரர் ஒருவரும் பெண் வீரர் ஒருவரும் ஜோடியாகச் சேர்ந்து, அதே போன்ற மற்றொரு ஜோடியை எதிர்த்து விளையாடும் போட்டி;** (in tennis, shuttlecock, etc.,) mixed doubles. கலப்பு இரட்டையர் பிரிவில் லியாண்டர் பயஸும் மார்ட்டினா நவரத்திலோவாவும் சேர்ந்து விளையாடி வெற்றி பெற்றார்கள்.

கலப்பு எண் பெ. (கணி.) **இரண்டு அல்லது அதற்கு மேற்பட்ட காரணிகளை (மீதி இல்லாமல் வகுக்கும் எண்ணை) கொண்ட எண்;** composite number. *1, 2, 3* மற்றும் *6* ஆகிய எண்களால் வகுபடும் என்பதால் 6 என்பது ஒரு கலப்பு எண் ஆகும்.

கலப்புத் திருமணம் பெ. **வேறு சாதி அல்லது மதத்தைச் சார்ந்தவருடன் செய்துகொள்ளும் திருமணம்;** (in India) intercaste or interreligious marriage.

கலப்பு பின்னம் பெ. (கணி.) **ஒரு முழு எண்ணும் தகு பின்னமும் சேர்ந்து அமையும் பின்னம்;** mixed number. 2¾ என்பது ஒரு கலப்பு பின்னம்.

கலப்பை பெ. **(மாட்டைப் பூட்டி) நிலத்தை உழுவதற்குப் பயன்படுத்தும், மரத்தால் ஆன கருவி;** plough. கலப்பையை எடுத்துக்கொண்டு வயலுக்குப் போனான்.

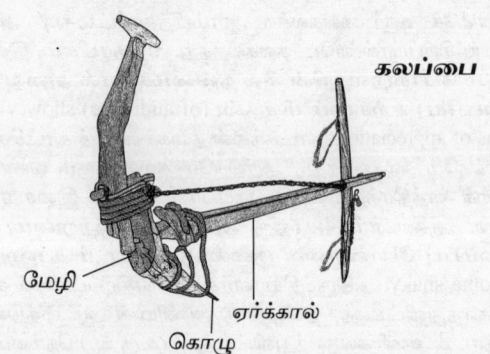

கலப்பை
மேழி
ஏர்க்கால்
கொழு

கலப்பைக்கிழங்கு பெ. **வறண்ட பகுதிகளில் பணப்பயிராக விளைவிக்கப்படுவதும் வளைவாக இருப்பதும், மருத்துவக் குணம் கொண்டதுமான ஒரு கிழங்கு வகை;** a kind of curved tuber with medicinal properties, grown as a cash crop in dry lands.

கலம்[1] பெ. **(முன்பு தானியங்களை மதிப்பிடும்) முகத்தலளவையில் பன்னிரண்டு மரக்கால் கொண்ட ஓர் அளவு;** a measure of capacity for grains (twelve *மரக்கால்*).

கலம்[2] பெ. **(உண்பதற்கான) கும்பா போன்ற பாத்திரம்;** a large shallow bowl.

கலம்[3] பெ. காண்க: மரக்கலம்.

கலம்[4] பெ. (இலங்.) **உயிரணு; செல்;** cell. மூளையில் கலங்களெல்லாம் இறந்துவிட்டதால், அவருடைய உடல் பாகங்கள் செயலற்றுவிட்டன.

கலம்பகம்[1] பெ. **(தெய்வத்தையோ அரசனையோ தலைவனாகக் கொண்டு) பல வகைச் செய்யுள்களால் பாடப்படும் ஒரு சிற்றிலக்கிய வகை;** a kind of poem with a deity or a king as the protagonist and composed of different kinds of metric stanzas.

கலம்பகம்[2] பெ. (இலங்.) **கலகம்;** riot; unruliness. அந்த ஊரே திரண்டு போய்த் தொடர்ந்து இரண்டு மாதங்கள் காணுமிடமெல்லாம் கலம்பகம் செய்தார்கள்.

கலயம் பெ. **(கஞ்சி, கள் முதலியவற்றைக் குடிக்கப் பயன்படுத்தும்) சற்று நீண்ட கழுத்தும் குறுகிய வாயும் உடைய சிறிய மண் பானை;** an earthen pot having raised neck and a narrow mouth (used for drinking rice gruel, toddy, etc). கலயத்தில் கஞ்சியா கள்ளா?

கலர் பெ. (பே.வ.) **(பல நிறங்களில் கிடைக்கும்) தாகத்தைத் தணிக்கக் குடிக்கும், கண்ணாடிப் புட்டியில் அடைத்து விற்கப்படும் இனிப்புச் சுவை கொண்ட பானம்;** soft drink (available in several colours). கடைக்குப் போய் ஒரு கலர் வாங்கி வா.

கலவடை பெ. (ஊரக வ.) **(பானை, குடம் போன்றவை சாய்ந்துவிடாமல் இருக்க அவற்றின் அடியில் வைக்கும்) உலோகத்தாலோ சுட்ட மண்ணாலோ செய்யப்பட்ட வளையம் போன்ற சாதனம்; பிரிமணை;** ring-shaped device used as a rest for vessels.

கலவரம் பெ. **1: கலகம்; கிளர்ச்சி;** revolt; rebellion. உள்நாட்டுக் கலவரத்தை அடக்க ராணுவம் வந்தது. [(தொ.சொ.) **எழுச்சி/ கலகம்/ களேபரம்/ கிளர்ச்சி/ குழப்பம்/ கூச்சல்/ புரட்சி/ போராட்டம்**] **2: (பயம் கலந்த மன) குழப்பம் அல்லது அதிர்ச்சி;** being upset; disturbance. பெரியவர் கேட்ட கேள்வி அவன் மனத்தில் சிறிது கலவரத்தை உண்டாக்கியது./ விபத்துக்கு உள்ளான மனைவிக்கு என்ன ஆயிற்றோ என்ற கலவரத்துடன் அவன் மருத்துவமனையை நெருங்கினான்.

கலவன் பாடசாலை பெ. (இலங்.) **ஆண்களும் பெண்களும் சேர்ந்து படிக்கும் பள்ளிக்கூடம்;** co-educational institution. அரசு தமிழ்க் கலவன் பாடசாலையில் என் மகன் படிக்கிறார்./ எங்கள் பாடசாலையைக் கலவன் பாடசாலையாக மாற்ற முடிவு செய்திருக்கிறார்கள்.

கலவாங்கட்டி பெ. (இலங்.) **உடைந்த பானையின் துண்டு; ஓடு;** potsherd. நான் ஓடிவரும்போது காலில் கலவாங்கட்டி குத்தியதால் கடுமையாக வலிக்கிறது./ இப்படிப் பொறுப்பில்லாமல் கலவாங்கட்டிகளை வீதியில் வீசலாமா? நடப்பதற்கு எவ்வளவு சிரமமாக இருக்கிறது?

கலவாய் பெ. (இலங்.) **சுமார் முக்கால் மீட்டர் நீளத்தில் சதைப்பற்றோடு உருளை வடிவத்தில் இருக்கும், (உணவாகும்) பழுப்பு நிறக் கடல் மீன்;** a kind of edible sea fish, less than a metre long, fleshy and cylindrical in shape.

கலவி பெ. (உ.வ.) **(ஆண், பெண்) சேர்க்கை; புணர்ச்சி;** sexual union.

கலவை பெ. **1: பல்வேறுபட்ட பொருள்களின் கலப்பு;** mixture (of many things). வண்ணங்களின் கலவை/ கலவையான மணம். **2: சிமெண்டும் மணலும் கலந்த பூச்சுப் பொருள்;** mixture of cement and sand. **3:** (இலங்.) **மருத்துவர் கலந்து தரும் திரவ மருந்து;** medicine in liquid form (prescribed by a doctor); mixture. ஆஸ்பத்திரியில் குளிகையும் கலவையும் கொடுத்தார்கள்.

கலவை மருந்து பெ. (இலங்.) **இரண்டு அல்லது இரண்டுக்கு மேற்பட்ட திரவ மருந்துகளின் தொகுப்பு;** mixture of medicine (in liquid form).

கலன் பெ. **(நீர் முதலியவற்றைக் கொதிக்க வைத்தல், எரிவாயு ஆக்குதல் முதலியவற்றுக்குப் பயன்படும்) பெரிய உலோகப் பாத்திரம்;** boiler-like metal container. கொதிகலன்/ சாண எரிவாயுக் கலன்.

கலாச்சாரம் பெ. **பண்பாடு;** culture. இந்தியக் கலாச்சாரம்/ அந்நியக் கலாச்சாரம்.

கலாசாலை பெ. (இலங்.) **(மொழி கற்பித்தல், தொழில் பயிற்சி போன்றவற்றுக்கான) கல்வி நிறுவனம்;** technical institute. அரபுக் கலாசாலை/ ஆசிரியர் பயிற்சிக் கலாசாலை/ தொழில்நுட்பக் கலாசாலை.

கலாட்டா பெ. **1: கூச்சல்போட்டு (நாகரிகம் அற்ற முறையில் நடந்துகொண்டு) ஏற்படுத்தும் வீணான தகராறு;** fracas; brawl. தினமும் குடித்துவிட்டு வந்து இப்படிக் கலாட்டா செய்தால் உன்னை யார் மதிப்பார்கள்?/ மின்சார ரயிலில் பெண்களுக்கான பெட்டியில் ஆண்கள் ஏறியதால் கலாட்டா. [(தொ.சொ.) **சச்சரவு/ தகராறு/ பிரச்சினை/ ரகளை**] **2: கேலி; வேடிக்கை;** merry-making; fun. திருமணம் நிச்சயித்த நாள்முதல் எல்லோரும் சேர்ந்து அவளைக் கலாட்டா செய்துகொண்டிருந்தார்கள்.

கலாதி பெ. (-ஆக, -ஆன) (இலங்.) **1: அழகு;** beauty. ஆள் நல்ல கலாதியாக இருக்கிறார்./ கலாதியான சட்டை. **2: அருமை; சிறப்பு;** excellence. மகனின் கலியாணம் கலாதியாக நடைபெற்றதில் அப்பாவுக்கு ரொம்பப் பெருமை./ அவனின் பரீட்சைப் பெறுபேறுகள் கலாதியாக உள்ளன.

கலாதிப்படு வி. (-பட, -பட்டு) (இலங்.) **கலவரப்படுதல்;** get scared. காரணமே இல்லாமல் மனம் கலாதிப்பட்டுக் கொண்டிருக்கிறது./ நாயைக் கண்டு கோழியெல்லாம் கலாதிப்பட்டு ஓடிவிட்டன.

கலாநிதி பெ. **1: (இசை, நாட்டியம் முதலிய) கலைகளில் சிறந்தவருக்கு வழங்கப்படுகிற கௌரவப் பட்டம்;** a title given to a great master in fine arts such as music, dance, etc., சங்கீத கலாநிதி/ நாட்டிய கலாநிதி. **2:** (இலங்.) **முனைவர்;** Doctor of Philosophy (Ph.D.).

கலாபூர்வமாக/கலாபூர்வமான வி.அ./பெ.அ. **கலை அம்சம் பொருந்தியதாக/கலை அம்சம் பொருந்திய;** artistically/artistic. ஓவியம் கலாபூர்வமாக அமையவில்லை./ அந்த இளைஞனின் கலாபூர்வமான சிந்தனை அவரை மிகவும் கவர்ந்தது.

கலாய்பூசு வி. (-பூச, -பூசி) (வ.வ.) **ஈயம்பூசுதல்;** tin (the vessels); coat (vessels) with tin.

கலால் வரி பெ. **உள்நாட்டில் உற்பத்தி செய்யப்படும் பொருளுக்கு விதிக்கப்படும் வரி;** excise duty. பட்டாசுகளுக்கு இப்போது கலால் வரி உண்டு.

கலி பெ. **நான்கு வகையான தமிழ்ச் செய்யுள்களுள் ஒன்று;** one of the four major metres of Tamil prosody.

கலிப்பா பெ. காண்க: **கலி.**

கலிமா பெ. (இஸ்.) இறைவன் ஒருவனே என்பதிலும் இறைவனின் தூதர் முகமது நபி என்பதிலும் நம்பிக்கை கொண்டு சொல்லும் மந்திரம்; sacred words uttered expressing faith in one god and accepting Prophet Muhammad as the messenger of god.

கலி முற்றிப்போ வி. (-போக, -போய்) (கலி யுகம் என்பதால்) அக்கிரமங்களும் தீமைகளும் பெருகுதல்; evil days be on (because of கலி யுகம்). பெற்ற பிள்ளையே தாயை அவமானப்படுத்துகிறான். கலி முற்றிப்போய் விட்டது./ 'கலி முற்றிப்போய்விட்டது என்பதைத்தான் நாளுக்கு நாள் அதிகமாகிக்கொண்டேவரும் கொலையும் கொள்ளையும் காட்டுகின்றன' என்றார் அவர்.

கலியா பெ. (இஸ்.) (புலவுக்குத் தொடுகறியாகச் சாப்பிடும்) உருளைக்கிழங்கும் ஆட்டின் ஈரலும் கலந்து தயாரிக்கப்படும் ஒரு வகைப் பொரியல்; a kind of side-dish prepared by adding minced liver of goat with potato.

கலியாண எழுத்து பெ. (இலங்.) (சட்டபூர்வமான) திருமணப் பதிவு; marriage registration. மாமாவின் மகனுக்கு நாளை கலியாண எழுத்து.

கலியாணப் படிப்பு பெ. (இலங்.) (முருகனின் திருமணத்தை விவரிக்கும்) கந்தபுராணத்தைத் தொடர்ந்து படிப்பதில் கடைசி நாள் நிகழ்வு; the final day of the recitation of Lord Murugan's wedding in the serial recitation of Skandapuranam. கோயிலில் கலியாணப் படிப்பின் பின் அன்னதானம் கொடுத்தார்கள்.

கலியாணம் பெ. (இலங்.) காண்க: கல்யாணம்.

கலி (யுகம்) பெ. (புராணத்தில்) நான்கு யுகங்களுள் (தீமை நிறைந்த, தற்பொழுது நடப்பதாகக் கருதப்படும்) கடைசி யுகம்; (in puranas) the last of the four ages (in which there is general deterioration). இந்தக் கலி காலத்தில் எதுவும் நடக்கும் என்று அந்தப் பாட்டி முணுமுணுத்துக்கொண்டே போனாள்.

கலுங்கு பெ. (குளம், ஏரி போன்றவற்றில்) கொள்ளளவுக்கு அதிகமாக நிறையும் நீர் வெளியேறுவதற்கான அமைப்பு; floodgate; sluice.

கலுங்குப்படு வி. (-பட, -பட்டு) (ஊரக வ.) தண்ணீர் பாய்ந்து அரைகுறையாக ஊறியிருக்கும் களிமண் உழும்போது சேறாகாமல் உருண்டைஉருண்டையாகத் திரண்டுபோதல்; (of clayey, insufficiently wet soil) clump into balls when ploughed. களிமண் பூமியை உழுதவுடன் கலுங்குபட்டுவிட்டது என்பதால் இனி நன்றாகக் காய்ந்தால்தான் சேறாகும்.

கலுவம் பெ. (வேதி.) காண்க: கல்வம்.

கலெக்டர் பெ. மாவட்ட ஆட்சியர்; the officer responsible for the administration of a district; (in India) Collector.

கலை[1] வி. (கலைய, கலைந்து) 1: (அடுக்கு, வரிசை முதலியன) சீர்கெடுதல்; குலைதல்; (of an orderly arrangement) become disorderly; become dishevelled. மடித்து அடுக்கி வைத்திருந்த துணிகள் கலைந்து கிடந்தன./ ஊர்வலத்தினர் வரிசை கலையாமல் அமைதியாகச் சென்றனர்./ தலைமுடி கலைந்து காதுகளை மூடியது. 2: (ஒரு இசைக் கருவியில்) ஆதார சுருதி விலகுதல்; பிறழ்தல்; (of a musical instrument) be out of tune. வீணையின் சுருதி கலைந்துவிட்டது. 3: (தூக்கம், தியானம் முதலியவை) நீங்குதல்; அகலுதல்; (of sleep, meditation, etc.,) come to an end; get disturbed. எங்களிடையே நிலவிய மௌனம் அவருடைய கேள்வியால் கலைந்தது./ கதவு தட்டப்படும் சத்தம் கேட்டுத் தூக்கம் கலைந்தது. 4: (அலுவல் நேரம்) முடிதல்; (working hours of an office) be over; adjourn. அந்த வாலிபரை நீதிமன்றம் கலையும்வரையிலும் காவலில் வைக்க உத்தரவிடப்பட்டது. 5: (கூட்டம், மேகம் முதலியவை) பிரிதல்; பிரிந்து செல்லுதல்; (of crowd, clouds, etc.,) disperse; get scattered. மழை வரும் போலிருந்தது, ஆனால் மேகம் கலைந்துவிட்டது./ விழா முடிந்ததும் கூட்டம் கலைந்தது. 6: (எழுதப்பட்டது, வரையப்பட்டது) அழிதல்; (of sth. written or drawn) get smudged or erased. நெற்றியில் குங்குமம் கலைந்திருந்தது./ பலருடைய காலடி பட்டுக் கோலம் கலைந்திருந்தது. 7: (உருவாகியிருந்த கரு) சிதைதல்; (of foetus) get miscarried. அவளுக்கு ஏற்பட்ட அதிர்ச்சியால் கரு கலைந்ததாக மருத்துவர் கூறினார்.

கலை[2] வி. (கலைக்க, கலைத்து) 1: (அடுக்கு, வரிசை முதலியவற்றை) ஒழுங்கற்றதாக ஆக்குதல்; குலைத்தல்; change the order; shuffle. தயவுசெய்து அடுக்கிவைத்திருக்கும் புத்தகங்களை எடுத்துக் கலைக்காதீர்கள்./ வாரியிருந்த தலைமுடியைச் சட்டென்று வீசிய காற்று கலைத்துவிட்டது./ சீட்டைக் கலைத்துப் போடு! 2: (தூக்கம், தியானம் முதலியவை மேற்கொண்டு) நீடிக்காதவாறு செய்தல்; bring to an end; disturb. சத்தம்போட்டுப் பேசித் தாத்தாவின் தூக்கத்தைக் கலைத்துவிட்டாயே!/ தன் தவத்தைக் கலைத்தவர்களுக்கு முனிவர் சாபம் கொடுத்தார்./ அவர் தனது எழுத்துலக மௌனத்தைக் கலைத்து நீண்ட நாட்களுக்குப் பிறகு எழுதிய கதை இது. 3: (கூட்டம், மேகம் முதலியவற்றை) பிரிந்து போக வைத்தல்; disperse. கும்பலைக் கலைக்கக் காவலர் கண்ணீர்ப்புகைக் குண்டுகளை வெடித்தனர்./ சூறாவளிக் காற்று மேகங்களைக் கலைத்துவிட்டது. 4: (எழுதப்பட்டதை, வரையப்பட்டதை) அழித்தல்; erase; disfigure. நெற்றிக் குங்குமத்தை வியர்வை கலைத்திருந்தது./ தவழ்ந்து சென்ற குழந்தை கோலத்தைக் கலைத்துவிட்டது. 5: (சட்டமன்றம், அமைச்சரவை முதலியவற்றில் உள்ளவர்களை) அதிகாரம் இழக்கச் செய்தல்; dissolve (an assembly, etc.,). நாடாளுமன்றத்தைக் கலைத்துவிட்டுப் பொதுத்தேர்தல் நடத்தப் பிரதமர் உத்தேசித்துள்ளார். 6: (கட்சி, அமைப்பு முதலியவற்றை) இல்லாமல் ஆக்குதல்; disband. தங்கள் இயக்கத்தைக் கலைத்துவிட்டு ஜனநாயக முறைக்கு வரும்படி தீவிரவாதிகளைப் பிரதமர் கேட்டுக்கொண்டார். 7: (உருவாகியிருக்கும் கருவை) சிதைத்தல்; அழித்தல்; abort (pregnancy). ஆரம்ப நிலையிலிருக்கும் கருவைக் கலைத்துக்கொள்வது சட்டப்படி குற்றமாகாது. 8: (மனத்தை) கெடுத்தல்; spoil (one's mind). யாரோ அவன் மனத்தைக் கலைத்திருப்பதால்தான் சொத்தைப் பிரிக்கச் சொல்கிறான். 9: (ஒப்பனையை) நீக்குதல்; remove (make-up). நாடகம் முடிந்ததும் கதாநாயகி ஒப்பனையைக் கலைத்துக்கொண்டிருந்தார்./ (உரு வ.) நீ போட்டிருக்கும் நல்லவன் வேடத்தைக் கலைக்கும்வரை நான் ஓய மாட்டேன் என்றான். 10: (இலங்.) துரத்துதல்; விரட்டுதல்; chase; send (s.o.) out. நாய் ஆட்டைக்

கலைத்துக்கொண்டு சென்றது./ என்னை வீட்டை விட்டுக் கலைக்கப்போகிறாயா?

கலை[3] பெ. 1: பார்ப்பவர், கேட்பவர் முதலியோர் மனத்தில் அழகுணர்வைத் தோற்றுவிக்கும் வகையில் (அந்தந்தப் பண்பாட்டுச் சூழலில்) மக்கள் வெளிப்படுத்தும் நடனம், இசை, இலக்கியம் போன்றவை; art. இந்தத் திரைப்படம் ஒரு அற்புதமான கலைப்படைப்பு./ கலை அம்சம் துளியும் இல்லாத நடனம். 2: தொழில்திறன் நிரம்பியது; art; workmanship. சமையல் கலை/ பீடா சுற்றுவதும் ஒரு கலைதான்.

கலை[4] பெ. நிலவின் வளர்ச்சிக் கட்டம்; (moon's) phase.

கலைக்களஞ்சியம் பெ. ஒன்று அல்லது ஒன்றுக்கு மேற்பட்ட துறைகள் தொடர்பான நிகழ்வுகள், கருத்துகள், நபர்கள் போன்றவற்றைப் பற்றிய தகவல்களை அகர வரிசையில் சிறு கட்டுரை வடிவில் தரும் நூல்; encyclopaedia.

கலைச்சொல் பெ. ஒரு துறையில் உள்ள கருத்துகளை அல்லது கருத்துத் தொகுப்புகளைக் குறிக்கப் பயன்படுத்தும் (பொதுப் பொருளில் வழங்காத) அந்தத் துறைக்கே உரிய சொல்; technical term; word used in particular fields. 'அடவு' என்பது நாட்டியத்தில் உள்ள கலைச்சொல்/ 'வினைச்சொல்' என்பது இலக்கணத்துக்கு உரிய கலைச்சொல்.

கலைஞர் பெ. கலைப் படைப்பில் தேர்ச்சி பெற்றவர்; படைப்பாளி; artist; artiste. இசைக் கலைஞர்/ நாடகக் கலைஞர்/ நாட்டியக் கலைஞர்.

கலைநிகழ்ச்சி பெ. நாட்டியம், நாடகம் முதலிய கலை வடிவங்களில் வழங்கும் நிகழ்ச்சி; programme of entertainment.

கலைப்படம் பெ. வணிக ரீதியில் பொழுதுபோக்கு அம்சங்கள் இல்லாமல் தயாரிக்கப்படும் திரைப்படம்; art film.

கலைமகள் பெ. கலைகளுக்கான தெய்வம்; சரஸ்வதி; goddess of all branches of learning.

கலைமாணி பெ. (இலங்.) இளங்கலை; undergraduate.

கலைமான் பெ. ஆண் வெளிமான்; male blackbuck.

கலையரங்கு பெ. நாடகம், நடனம் போன்ற பொது நிகழ்ச்சி நடக்கும் இடம்; auditorium; concert hall.

கலைவாணன் பெ. (அ.வ.) கலைஞன்; artist.

கலைவிழா பெ. கலைநிகழ்ச்சிகளைக் கொண்ட விழா; cultural festival.

கவ்வு வி. (கவ்வ, கவ்வி) 1: (பற்களுக்கு அல்லது அலகுகளுக்கு இடையில்) அழுத்திப் பிடித்தல்; hold (sth. between the teeth or with the beak). முந்தானையை வாயில் கவ்விக்கொண்டு கொண்டை போட்டாள்./ நாய் எலும்பைக் கவ்விக்கொண்டு ஓடியது./ சுவர்மீது வந்து உட்கார்ந்த பூச்சிகளைப் பல்லி கவ்விக்கவ்வி விழுங்கிக்கொண்டிருந்தது./ மீன்கொத்திப் பறவை மீனைக் கவ்விக்கொண்டு பறந்தது. 2: (இருள்) சூழ்தல்/(மனத்தை பயம், பீதி, ஏக்கம் முதலியன) பற்றுதல்; (of darkness) envelop/ (of fear, longing, etc.,) engulf. வானத்தில் இருள் கவ்வியிருந்தது./ திடீரென இனம்புரியாத திகில் அவளைக் கவ்வியது. 3: (ஒன்று மற்றொன்றோடு) இறுக்கமாகப் பொருந்துதல்; (of clothes, machines) fit tightly. உடலைக் கவ்விப்பிடிக்கும் உடை அணிவது கோடைக் காலத்திற்கு ஏற்றதல்ல.

கவசம் பெ. 1: (முற்காலத்தில் ஈட்டியோ அம்போ உட்புகாமல் இருக்க உடலில் அணிந்துகொண்ட) பாதுகாப்பு மேலுறை; armour; shield; (bullet proof) vest. ஆமையின் ஓடு அதற்கு ஒரு கவசமாக அமைகிறது./ (உரு வ.) நம்பிக்கைக் கவசம் பூண்டு நிற்கிறேன். 2: விக்கிரகங்களின் உடலில் சாத்தப்படும், வெள்ளி, தங்கம் போன்ற உலோகங்களினால் ஆன உறை; a covering made of gold or silver worn by idols in temples. முருகனுக்குத் தங்கக் கவசம் சாத்தியிருந்தார்கள்.

கவசவாகனம் பெ. (போரில் பயன்படும்) குண்டுகளால் துளைக்கப்படாத வகையில் சுற்றிலும் உறுதியான உலோகத் தகடு பொருத்தப்பட்டதும் ஆயுதங்களைக் கொண்டதுமான வாகனம்; armoured vehicle; armoured car.

கவட்டி பெ. (பே.வ.) காண்க: கவட்டை.

கவட்டுக்கால் பெ. உட்பக்கமாக வளைந்த கால்; கப்பைக்கால்; bandy legs.

கவட்டை பெ. 1: இரண்டு சிறு கிளைகள் ஒன்றுக்கொன்று நேர் எதிரில் பிரியும் அமைப்பைக் கொண்ட கம்பு; fork of a branch. 2: (ஊரக வ.) உண்டிவில்; catapult. 3: இரு தொடைகள் சேரும் இடம்; fork of the legs; crotch. கவட்டையில் கையைக் கொடுத்துத் தூங்கிக்கொண்டிருந்தான்.

கவடு பெ. (இலங்.) 1: (ஒரு) எட்டு; அடி; step. நான் சந்தியில் திரும்பி இரண்டு கவடு வைத்தபோது தலையில் கல்லொன்று விழுந்தது./ வளவில் திரும்பி நான்கு கவடு வைத்தால் போதும், தேவாலயம் வந்துவிடும். 2: காண்க: கவட்டை

கவண் பெ. கயிற்றில் கட்டப்பட்ட பட்டையான தோலில் கல் வைத்து (பயிர்களைக் கொத்தும் பறவைகளை விரட்ட) சுழற்றி எறியும் சிறு கருவி; sling (to drive away birds that destroy the crops).

கவண்

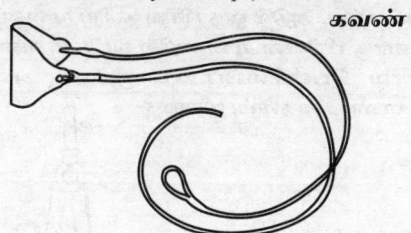

கவணை[1] பெ. காண்க. கவண்.

கவணை[2] பெ. (மாட்டுக் கொட்டிலில்) புல் அல்லது வைக்கோல் போட்டு வைத்திருக்கும், பலகையால் தடுத்திருக்கும் பகுதி; enclosure for cattle feed.

கவர் வி. (கவர, கவர்ந்து) 1: (குறிப்பிடத் தக்க தன்மை, அம்சம் காரணமாக) கவனத்தை ஈர்த்தல்; attract; draw the attention of; captivate. அவளுடைய பேச்சும் பணிவும் அவனைக் கவர்ந்தன./ கொடைக்கானலின் குளுமை உல்லாசப் பயணிகளைக் கவர்வதில் வியப்பில்லை./ சிறு தொழில் செய்பவர்களைக் கவரும் விதத்தில் தமிழக அரசு பல சலுகைகளை அறிவித்திருக்கிறது. 2: (உ.வ.) (ஒன்றை) **முறையற்ற வழியில் தன் வசமாக்கிக்கொள்ளுதல்;** take; appropriate; capture. வெண்ணெயைக் கவர்ந்து உண்ணும் கண்ணனின் ஓவியம்./ இந்தியாவின் செல்வங்கள் அந்நியப் படையெடுப்புகளின்போது ஏராளமாகக் கவர்ந்து செல்லப்பட்டன./ திடீர்ப் புரட்சியின் மூலம் அதிகாரத்தைக் கவர்ந்து சர்வாதிகாரியானார் அவர்./ (உரு வ.) உள்ளம் கவர் கள்வன். 3: **(காந்தம், சாதனங்கள் போன்றவை) ஈர்த்தல்;** (of magnet) attract; (of antenna, etc.,) receive. காந்தத்தின் எதிரெதிர் துருவங்கள் ஒன்றையொன்று கவரும்./ ஒலி வாங்கிகள் மிகக் குறைந்த சத்தத்தையும் கவர்ந்து இழுக்கும் ஆற்றல் கொண்டவை. [(தொ.சொ.) **ஆகர்ஷி/ இழு/ ஈர்**]

கவர்ச்சி பெ. (-ஆக, -ஆன) 1: **கவனத்தை ஈர்க்கும் தன்மை;** quality that holds one's attention; attraction. இப்போது விற்பனைப் பொருள்களுக்குக் கவர்ச்சியாக விளம்பரம் செய்கிறார்கள்./ அவருக்கே உரிய கவர்ச்சியான நடையில் எழுதப்பட்ட கதை. 2: (பெரும்பாலும் பெயரடையாக) **பாலுணர்வைத் தூண்டும் முறையிலானது;** being seductive or sexy. கவர்ச்சி நடனம்/ விற்பனையைப் பெருக்குவதற்காகப் பத்திரிகைகள் நடிகைகளின் கவர்ச்சிப் படங்களைப் பிரசுரிக்கின்றன. 3: **கவரும் அழகு;** special charm; attraction. கண்கள்தான் அவளுக்கு ஒரு தனிக் கவர்ச்சியைத் தந்தன./ உனக்கு இந்த உடை கவர்ச்சியாக இருக்கிறது. 4: **(ஒன்றின் அல்லது ஒருவரின் மேல் உள்ள) ஈர்ப்பு;** fascination. இசையில் அவருக்கு அப்படி ஒரு கவர்ச்சி./ அந்தப் பெண்மேல் கொண்ட கவர்ச்சியின் காரணமாக அவன் என்ன வேண்டுமானாலும் செய்வான். [(தொ.சொ.) **ஆகர்ஷணம்/ ஈர்ப்பு**] 5: (இயற்.) **பிறவற்றைக் கவர்ந்து இழுக்கக்கூடிய வகையில் ஒரு பொருளில் இருக்கும் விசை; ஈர்ப்பு விசை;** attraction. எதிரெதிர் துருவங்களுக்கு இடையில் ஏற்படும் கவர்ச்சி விசைதான் காந்த விசை.

கவராயம் பெ. (கணி.) **கவை போன்று இரு பிரிவாக அமைந்து, அதில் ஒரு பிரிவு கூரிய முனையையும் இன்னொரு பிரிவின் முனையில் வட்டம் வரையத் தேவையான பென்சிலைப் பொருத்தும் அமைப்பையும் கொண்ட சாதனம்;** compass.

கவராயம்

கவரிங் நகை பெ. (பே.வ.) **தங்க முலாம் பூசப்பட்ட நகை;** jewellery plated with gold.

கவரிமான் பெ. **(இலக்கியங்களில்) தன் மயிரை இழந்தால் இறந்துவிடும் குணம் படைத்ததாகக் கூறப்படும் (மானமுள்ளவர்களுக்கு உதாரணமாகக் காட்டப்படும்) கற்பனையான ஒரு மான்;** an imaginary animal said to be a deer which gives up its life if a single strand of its hair falls off (used as an analogy for people with honour).

கவலை[1] பெ. 1: **(ஒரு நிகழ்ச்சியால் அல்லது நிலைமையால் ஏற்படும்) நிம்மதியின்மை; வருத்தம்;** anxiety; worry; concern. குழந்தைக்கு ஒரு வாரமாகக் கடும் காய்ச்சல். கவலையாக இருக்கிறது./ அவருடைய மறைவு கேட்டு அதிர்ச்சியும் கவலையும் அடைந்தேன்./ அணு ஆயுதங்கள் பெருக்கத்தைக் குறித்து அவர் ஆழ்ந்த கவலை தெரிவித்தார். 2: **அக்கறை; பொறுப்பு;** concern; care. வீட்டில் என்ன நடக்கிறது என்கிற கவலை உனக்கு உண்டா? 3: **(விரும்புவது அல்லது தேவைப்படுவது கிடைக்கவில்லை என்று) வருத்தப்பட வேண்டிய நிலை;** worry. பசுமாடு வாங்கிவிட்டால் பாலுக்குக் கவலை இல்லை.

கவலை[2] பெ. (வ.வ.) காண்க: **கமலை.**

கவலை[3] பெ. **சாளை மீன்;** sardine.

கவலைக்கிடம் பெ. (-ஆக, -ஆன) **(ஒருவர் உயிர் பிழைப்பாரா என்பதை உறுதியாகச் சொல்ல முடியாத அளவுக்கு) மோசமான நிலை; அபாயகரம்;** (of one's life) critical condition or state. தீ விபத்தில் காயமுற்ற ஐந்து பேரின் உடல்நிலை கவலைக்கிடமாக உள்ளது.

கவலைப்படு வி. (-பட, -பட்டு) **(ஒன்றைக் குறித்து) கவலைகொள்ளுதல்;** worry; be anxious. நான் இருக்கும்போது நீ ஏன் கவலைப்படுகிறாய்?/ காலம் கடந்து அவரைப் பற்றிக் கவலைப்பட்டு என்ன பயன்?/ கவலைப்படாமல் உன் வேலையைப் பார். வேறு வழி என்ன என்று யோசிப்போம்.

கவளம் பெ. 1: **கைப் பிடி அளவான சோற்று உருண்டை; ஒரு பிடி உணவு;** a handful of food; morsel. சோற்றைக் கவளம்கவளமாக உருட்டிக் கையில் போட்டாள்./ இரண்டு கவளம்கூடக் குழந்தை சாப்பிடவில்லை. 2: **(யானைக்குத் தரும்) உணவுக் கட்டி;** elephant fodder rolled into a ball (for serving).

கவன ஈர்ப்புத் தீர்மானம் பெ. **முக்கியத்துவம் வாய்ந்த பொதுப் பிரச்சினை ஒன்றை அவையின் கவனத்துக்குக் கொண்டுவருவதற்காக அவைத்தலைவரின் அனுமதியுடன் உறுப்பினர் கொண்டுவரும் தீர்மானம்;** statement made by a member of legislature, etc., with the permission of the Speaker for calling the attention of the House to a matter of urgent public importance; (in India) call attention motion.

கவனகம் பெ. **நினைவாற்றலால் ஒரே நேரத்தில் பல செயல்களை நிகழ்த்திக் காட்டும் கலை;** a feat of memory by which a person performs several tasks at one and the same time.

கவனகர் பெ. **கவனகக் கலையில் தேர்ச்சி பெற்றவர்;** a master of கவனகம்.

கவனம் பெ. 1: *(-ஆக, -ஆன)* **செய்யும் செயலுடன் மனம் ஒன்றிய நிலை;** attention. அவர் சொல்வதைக் கவனத்துடன் கேள்./ படம் வரைவதில் கவனம் செலுத்த முடியவில்லை [*(தொ.சொ.)* **அக்கறை/ சிரத்தை/ பொறுப்பு**] **2:** *(-ஆக, -ஆன)* **(தான் இருக்கும் அல்லது செயல்படும் சூழல்பற்றி) விழிப்போடு இருக்கும் நிலை; ஜாக்கிரதை;** alertness; carefulness; vigilance. என்ன நடக்கும் என்று சொல்ல முடியாது, நீ கவனமாக இரு!/ அவரிடம் பேசும்போது சொந்த விஷயங்களைக் கவனமாகத் தவிர்த்துவிடுகிறேன். **3: (குறிப்பிட்ட சூழலில் ஒன்றைப் பற்றிய) நினைவு;** being mindful of sth. இது புராணம். வரலாறு இல்லை என்பதைக் கவனத்தில் கொள்ள வேண்டும். **4: அக்கறை;** care. நூல் வெளிவர அவர் விசேஷக் கவனம் எடுத்துக்கொண்டார். **5: (ஒன்று) பரிசீலனைக்கு அல்லது பார்வைக்கு உட்படும் நிலை;** notice. இது என் கவனத்திற்கு வரவே இல்லை./ இந்தக் கோயிலிலுள்ள பல சிற்பங்கள் கவனத்துக்கு உரியவை ஆகும்./ பிரச்சினையை அமைச்சரின் கவனத்திற்குக் கொண்டுசென்றார்கள்./ இந்தப் படத்தில் அவரது நடிப்பு உரிய கவனத்தைப் பெறாமல் போய்விட்டது.

கவனமெடு வி. *(-எடுக்க, -எடுத்து) (இலங்.)* **(ஒன்றில்) அக்கறை காட்டுதல்;** show interest (in sth.). நான் சொன்ன காரியத்தில் கொஞ்சம் கவனமெடு./ பரீட்சை நெருங்கிவிட்டதால் நீ கவனமெடுத்துப் படி.

கவனி வி. *(கவனிக்க, கவனித்து) (எதிர்மறைப் பெயரெச்ச, வினையெச்சங்களில் மட்டும் வரும் மாற்று வடிவங்கள்: கவனியாத, கவனியாமல்)* **1: (பார்த்தல், கேட்டல் மூலம் ஒன்றை) மனத்தால் அறிந்துகொள்ளுதல்;** look or listen intently (so as to record what is seen or heard); pay attention to; notice; observe. வீட்டு மாடியில் விளக்கு எரிந்துகொண்டிருந்ததைக் கவனித்தேன்./ நான் அவர் பேச்சைக் கவனித்துக்கொண்டிருந்ததால் நீ வந்ததைக் கவனிக்கவில்லை. **2: (ஒன்றுக்கு) பொறுப்பேற்றுச் செய்தல்;** attend to (sth.); look after. ஒழுங்காக உன் வேலையைக் கவனி!/ முதலமைச்சரே நிதித் துறையையும் கவனித்து வருகிறார். **3: அக்கறையுடன் பேணுதல்; பராமரித்தல்;** take care of (s.o., one's needs, etc.,). பையனைக் கவனித்து வளர்க்காததால் இப்போது கஷ்டப்பட வேண்டியுள்ளது./ 'வேலைவேலை என்று வீட்டைக் கவனிக்கக்கூட நேரமில்லாமல் அலைகிறாயே?' என்று கேட்டான் என் நண்பன்./ தாத்தாவைக் கவனித்துக்கொள்ள ஆள் வைத்திருக்கிறோம். **4: பரிசீலனைக்கு எடுத்தல்;** take into consideration; consider. முகவரி இல்லாத விண்ணப்பம் கவனிக்கப்படமாட்டாது./ போராட்டம் நடத்தினால்தான் நிர்வாகம் நம் கோரிக்கைகளைக் கவனிக்குமா? **5: (ஒன்றில் ஒரு அம்சத்தை) குறிப்பிட்டுச் சொல்லுதல்;** note. இவருடைய நாவல்களில் இருத்தலியல் சிந்தனைகள் பரவலாகக் காணப்படுவது கவனிக்கத் தகுந்த அம்சமாகும்./ இந்தியத் தொழில் துறையில் சில ஆண்டுகளாகக் கவனிக்கத் தக்க மாற்றங்கள் ஏற்பட்டுள்ளன. **6: உபசரித்தல்;** look after. நான் அவர்கள் வீட்டில் இருந்த மூன்று நாட்களும் என்னை நன்றாகக் கவனித்துக்கொண்டார்கள்./ என்னைக் கவனிப்பது இருக்கட்டும், முதலில் வீட்டுக்கு வந்த விருந்தினர்களைக் கவனியுங்கள். **7: (ஒருவரை அல்லது ஒரு படைப்பு முதலியவற்றை) இனம்காணுதல்;** take notice (of sth.); acknowledge. சமூகத்தால் கவனிக்கப்படாத அரிய கலைஞன்./ அவருடைய முதல் நாவல் எல்லோராலும் கவனிக்கப்பட்டது. **8:** *(பே.வ.)* **(ஒருவரைப் பணியச் செய்வதற்காக அவர்மீது) வன்முறையைச் செலுத்துதல்;** use force (to make s.o. submit). அவன் ரொம்பவும் துள்ளுகிறான். கொஞ்சம் கவனித்தால்தான் சரிப்படுவான். **9:** *(பே.வ.)* **(ஒரு காரியத்தை முடித்துத் தருவதற்காக ஒருவருக்கு) பணம், சலுகை போன்றவற்றைத் தருதல்;** tip s.o. or show concession to s.o. (in return for a favour). 'என்னைக் கொஞ்சம் கவனியுங்கள், காரியத்தை எளிதாக முடித்துத் தருகிறேன்' என்று அவன் என்னிடமே லஞ்சம் கேட்டான்.

கவனித்துக்கொள் வி. *(-கொள்ள, -கொண்டு)* **(சுயமாக இயங்க முடியாதவர்களுக்கு) ஆதரவு அளிக்கும் விதத்தில் அருகிலிருந்து பொறுப்போடு பார்த்துக்கொள்ளுதல்;** look after or take care of s.o. (esp. children, the aged, the incapacitated). இருவரும் வேலைக்குப் போவதால் குழந்தைகளைக் கவனித்துக்கொள்ள ஒரு ஆள் தேவைப்படுகிறது./ கடைசிக் காலத்தில் அவள்தான் தன் பெற்றோரைக் கவனித்துக்கொண்டாள்.

கவனிப்பு பெ. **1: (ஒருவர் ஒன்றின் மேல் செலுத்தும்) கவனம்;** careful attention. உங்கள் பையனுக்குப் பாடத்தில் சரியான கவனிப்பு இருப்பதில்லை. **2: (ஒருவர் தன்னுடைய செயலால் பிறரிடமிருந்து பெறும்) மதிப்பு; கவனம்;** notice. அந்தக் கவிதைத் தொகுப்பு அவனை இலக்கிய உலகில் பலருடைய கவனிப்பிற்கு உரியவனாக மாற்றியது. **3: உபசரிப்பு; உபசாரம்;** hospitality. கல்யாணத்தில் கவனிப்பு பலமாக இருந்தது.

கவாத்து பெ. *(அ.வ.)* **(காவலர் செய்யும்) உடற்பயிற்சி;** (police) drill.

கவாத்து செய் வி. *(செய்ய, செய்து)* **(தாவரம் நன்றாக வளருவதற்காக) கிளை, தழை போன்றவற்றைக் கழித்து ஒழுங்குபடுத்துதல்;** prune (a tree). மரத்தின் நடுப்பகுதியிலும் அதன் கிளைகளிலும் சூரிய ஒளியும் காற்றோட்டமும் இருக்கும் வகையில் கவாத்து செய்ய வேண்டும்./ அந்தப் பூங்காவில் புதர்களையும் செடிகளையும் பல வடிவங்களில் கவாத்து செய்திருந்தார்கள்.

கவி[1] வி. *(கவிய, கவிந்து)* **1: (இருள், மேகம் முதலியவை குடை விரிவது போல்) கீழ்முகமாக இறங்குதல்; பரவுதல்;** (of darkness, clouds, etc.,) descend; envelop; cover over. அந்தி மயங்கி இருள் கவியும் நேரம்/ பனி மூட்டம் எங்கும் கவிந்திருந்தது./ *(உரு வ.)* மனத்தில் ஏக்கம் கவிந்தது. **2: (மரம் குடை விரித்ததுபோல்) கிளை பரப்புதல்;** (of trees) overhang (with its branches). சாலையின் இரு புறமும் பல வகை மரங்கள் கவிந்து நின்றன.

கவி[2] பெ. **1:** *(அ.வ.)* **கவிதை; செய்யுள்;** poem; verse. அவர் நினைத்த மாத்திரத்தில் கவி பாட வல்லவர். **2: கவிஞர்;** poet. மகா கவி.

கவிச்சி பெ. காண்க: **கவிச்சை.**

கவிச்சித் தட்டு பெ. *(பே.வ.)* **(அசைவம் சாப்பிடு பவர்கள் வீடுகளில்) அசைவச் சாப்பாடு சாபிடுவதற் கென்றே பயன்படுத்தும் தட்டு;** (in houselholds taking non-vegetarian food) plate used exclusively for eating non-vegetarian food.

கவிச்சை பெ. *(பே.வ.)* 1: **(மீன், இறைச்சி முதலியவற் றின்) நாற்றம்; புலால் நாற்றம்;** stink (of meat, esp. fish). மீன் கவிச்சை. 2: **மாமிச உணவு;** meat dish; non-vegetarian dish. அவருக்குக் கவிச்சை இல்லாமல் சாப்பிட முடியாது.

கவிஞர் பெ. **கவிதை இயற்றுபவர்; கவி;** poet.

கவிஞை பெ. *(இலங்.)* **பெண் கவிஞர்;** woman poet. என் வகுப்புத் தோழி ஒரு சிறந்த பெண் கவிஞையாக விளங் கினார்./ எனது அக்கா ஒரு கவிஞை என்பது எனக்குப் பெருமையாக இருக்கிறது.

கவித்துவம் பெ. **கவிதைப் பண்பு;** poetic quality.

கவிதை பெ. **ஒருவர் தன் எண்ணத்தையோ அனுபவத் தையோ கற்பனை நயத்துடன் உணர்ச்சிபூர்வமாக (உரைநடை அல்லாத) சொல்லமைப்பில் சுருக்கமாக வும் செறிவாகவும் வெளிப்படுத்தும் வடிவம்;** poetry; poem.

கவியரங்கம் பெ. **ஏதேனும் ஒரு தலைப்பில் கவிஞர்கள் தாங்கள் இயற்றிய கவிதைகளைப் படித்துக்காட்டும் நிகழ்ச்சி;** poets' meet or forum (to read poems composed on a common theme).

கவிராயர் பெ. *(அ.வ.)* **புலவர்; கவிஞர்;** (a scholar) poet.

கவிழ்[1] வி. *(கவிழ, கவிழ்ந்து)* 1: **(பாத்திரங்கள், பொருள் கள் இயல்பான நிலையிலிருந்து மாறி) கீழ்நோக்கிச் சாய்தல்; சரிதல்;** (of vessels, objects) tip over; collapse; tumble. பூனை தாவி ஓடியதில் பானை கவிழ்ந்து உருண் டது./ நேற்று அடித்த காற்றில் தகரக் கொட்டகை கவிழ்ந்து விடும் போலிருந்தது./ மலைமேல் மேகம் கவிழ்கிறது. 2: **(கப்பல், ரயில் முதலிய வாகனங்கள்) சாய்ந்து விழு தல்;** (of vehicles such as train, bus, etc.,) capsize; overturn. பேருந்து பள்ளத்தில் கவிழ்ந்து உருண்டதில் சிலர் படுகாய மடைந்தனர்./ பனி மூட்டத்தில் பெரிய கப்பலுடன் மோதி யதில் சிறிய கப்பல் கவிழ்ந்தது. 3: **(ஒருவருடைய தலை) கீழ்நோக்குதல்;** (of head) droop; drop; bow. மேஜைமேல் இருந்த புத்தகத்தில் தலை கவிழ்ந்து படித்துக்கொண்டிருந் தான்./ வெட்கத்தால் அவன் தலை கவிழ்ந்தான். 4: **(அரசு, ஆட்சி) அதிகாரத்தை இழக்கும் நிலை ஏற்படுதல்;** (of a government) fall; be toppled. கூட்டணிக் கட்சிகளுக்கி டையே ஏற்படும் மோதல்களால் ஆட்சி கவிழலாம்.

கவிழ்[2] வி. *(கவிழ்க்க, கவிழ்த்து)* 1: **(பாத்திரம், பெட்டி, கூடை போன்றவற்றை) தலைகீழாக வைத்தல் அல்லது விளிம்பு தரையைத் தொடுமாறு கீழ்நோக்கிச் சாய்த் தல்;** turn sth. upside down; turn over; tilt (as in pouring the contents out of a vessel). ஜாடியின் மூடியைக் காண வில்லை. இப்போதைக்கு இந்தச் சட்டியை அதன் மேல் கவிழ்த்து வை./ கூடையைக் கவிழ்த்துப் போட்டு அதன் மேல் உட்கார்ந்தான்./ கழுவிய பாத்திரங்களைக் கவிழ்த்து வை, தண்ணீர் வடியட்டும்./ புத்தகத்தைக் கவிழ்த்து வைக் காதே. 2: **(ரயில் வண்டியை) தடம்புரளச் செய்தல்; (கப்பலை) மூழ்கடித்தல்;** capsize; overturn (a train, etc.,); sink (a ship). பாலத்தில் வெடி வைத்துப் ரயில் வண்டியைக் கவிழ்க்கச் சதி! 3: **(ஓர் அரசை, ஆட்சியை) அதிகாரத்தி லிருந்து இறக்குதல்; நீக்குதல்;** overthrow (a government); depose. எங்கள் ஆட்சியைக் கவிழ்க்க எதிர்க்கட்சிகள் சதி செய்கின்றன என்று அமைச்சர் குற்றம்சாட்டினார்./ ராணு வத்தின் துணையுடன் ஆட்சியைக் கவிழ்த்துவிட்டு அவர் தானே நாட்டின் சர்வாதிகாரி ஆனார். 4: **ஒருவருடைய முன்னேற்றத்தைத் தடுத்து நிலைகுலையச் செய்தல்;** topple. அவன் தன்னைக் கவிழ்க்க சதி செய்கிறானோ என்ற சந்தேகம் அவருக்கு ஏற்பட்டது. 5: **(தலையை) கீழ் நோக்கச் செய்தல்; குனிதல்;** bow (the head). தலையைக் கவிழ்த்துக்கொண்டு நிற்பதிலிருந்தே குற்றம் செய்தது நீ தான் என்று தெரிகிறது.

கவிழ்த்து வி. *(கவிழ்த்த, கவிழ்த்தி) (பே.வ.)* *காண்க:* **கவிழ்**[2].

கவிழ்ந்து வி.அ. *(படுத்தல் என்னும் வினையோடு)* **குப்புற;** on one's stomach. எனக்குக் கவிழ்ந்து படுத்துத் தூங்கியே பழக்கமாகிவிட்டது.

கவின் பெ. *(உ.வ.)* **அழகு; எழில்;** beauty; fineness. சிற்பத்தைக் கவினுற அமைத்திருக்கிறார்./ கவின் கலைகள்.

கவுதாரி பெ. **தவிட்டு நிற உடலில் கறுப்புக் கோடுகளும், குட்டையான வாலும், சிவப்புக் கால்களும் உடைய, கோழியைவிடச் சற்றுச் சிறியதாக இருக்கும் பறவை; குடுகுடு பறவை;** grey francolin.

கவுளி[1] பெ. **நூறு வெற்றிலை அடங்கிய ஒரு கட்டு;** a pack of hundred betel leaves. கல்யாணத்துக்கு முப்பது கவுளி வெற்றிலை வேண்டும்.

கவுளி[2] பெ. *காண்க:* **கௌளி.**

கவை[1] வி. *(கவைக்க, கவைத்து) (உ.வ.)* **(ஒன்றிலிருந்து) கிளைத்துப் பிரிதல்;** fork (as a branch from the stem); branch off. கலைமானின் கவைத்த கொம்பு.

கவை[2] பெ. 1: **கவட்டை;** forked stick. 2: **இரு கூரிய முனைகள் கொண்டதும் விரிக்கவும் மடக்கவும் கூடிய தும் இரு புள்ளிகளுக்கு இடையே உள்ள தூரத்தை அளக்க உதவுவதுமான ஒரு கருவி;** dividers.

கவைக்கம்பு பெ. **கவையை உடைய கம்பு;** stick with forked branch. கவைக்கம்பை நான்கு பக்கமும் ஊன்றி வெற்றிலைக் கொடிக்கு ஒரு பந்தல் போட்டான்.

கவைக்குதவாத பெ.அ. *(பெரும்பாலும் ஒருவரை அல் லது ஒன்றை விமர்சிக்கும்போது)* **நடைமுறைக்குப் பயன்படாத; உபயோகப்படாத;** useless; worthless; futile. இலக்கியம் கவைக்குதவாத விஷயம் என்பது என் மனைவியின் கருத்து./ கவைக்குதவாத பேச்சு.

கழகம் பெ. 1: **அரசு பிறப்பிக்கும் தனிச் சட்டத்தால் ஏற்படுத்தப்பட்ட பொது நிறுவனம்;** (any) statutory body or (any) corporate body; corporation. இந்திய உணவுக் கழகம்/ மாநகரப் போக்குவரத்துக் கழகம். 2: ஒத்த

கொள்கை, ஆர்வம் முதலியவை கொண்ட பலர் ஒன்றாகச் சேர்ந்து நடத்தும் ஓர் அமைப்பு; association; organization. கம்பன் கழகம்.

கழஞ்சு பெ. தங்கத்தை அளக்கும் (முன்பு வழக்கில் இருந்த, 1.77 கிராம் எடை உள்ள) ஓர் அளவு; (in former times) a unit of gold equivalent to 1.77 gms.

கழட்டு வி. (கழட்ட, கழட்டி) காண்க: கழற்று.

கழர் வி. (கழர, கழர்ந்து) (இலங்.) (செருகப்பட்டிருப்பது, திருகப்பட்டிருப்பது) கழன்று வருதல்; come off; get detached. போத்தல் மூடி கழராமல் நன்றாக இறுக்கி மூடுங்கள்./ சைக்கிள் சில்லு கழர்ந்து விழுந்துவிட்டது.

கழல்[1] வி. (கழல, கழன்று) (செருகப்பட்டிருப்பது, திருகப்பட்டிருப்பது, நகையாக அணியப்பட்டிருப்பது) தனியாக வருதல்; உருவி அல்லது நெகிழ்ந்து நீங்குதல்; (of a ring, handle, screw, etc.,) come off; get detached. கதவுப் பிடி கழன்று கையோடு வந்துவிட்டது./ (உரு வ.) அந்தக் கிழவரிடமிருந்து எப்படிக் கழன்றுகொள்வது என்று யோசித்தான்.

கழல்[2] பெ. (முற்காலத்தில் அரசர்களும் வீரர்களும் காலில் அணிந்திருந்த) குழல் வடிவக் கால் வளையம்; தண்டை; anklet (worn by kings and warriors in former times).

கழலை பெ. வழக்கத்துக்கு மாறாக அதிக அளவில் உண்டாகும் திசுக்களின் பெருக்கம்; tumour. சில கழலைகள் புற்றுநோய் காரணமாக ஏற்படலாம்.

கழற்று வி. (கழற்ற, கழற்றி) 1: (செருகப்பட்டிருக்கும் அல்லது திருகப்பட்டிருக்கும் ஒன்றை) பிரித்துத் தனியாக எடுத்தல்; நீக்குதல்; disconnect; unfasten; unhook; unscrew. கடிகாரத்தைப் பழுதுபார்க்க அக்கக்காகக் கழற்றினால்தான் முடியுமா?/ இந்த மேஜைக் கால்களைத் தனித்தனியாகக் கழற்றி மீண்டும் சேர்த்துவிடலாம். 2: (உடம்பில் அணிந்திருப்பதை) நீக்குதல்; take off (clothes such as a shirt, jacket, etc.,); remove (jewels or one's shoes, etc.,). சட்டையைக் கழற்றி ஆணியில் மாட்டினான். 3: (இலங்.) (உடல் உறுப்பை அறுவைச் சிகிச்சையின் மூலம்) நீக்குதல்; remove; amputate. சர்க்கரை வியாதி காரணமாக அவர் காலைக் கழற்றிவிட்டார்கள்./ உயிருக்கு ஆபத்து இல்லையென்றாலும் அவர் வலது கால் கழற்றப்பட்டுவிட்டது.

கழனி[1] பெ. (நன்செய்) நிலம்; வயல்; (paddy) field. கண்ணுக்கு எட்டிய தூரம்வரை பச்சைப்பசேலென்று காட்சி தரும் கழனி. [(தொ.சொ.) கொல்லை/ தோட்டம்/ தோப்பு/ நிலம்/ வயல்]

கழனி[2] பெ. (வட்டார வ.) அரிசி களைந்த நீர்; கழுநீர்; water in which rice has been washed. குழம்புக்கான காய்கறிகளைக் கழனியில் வேகவைக்கலாம்./ இந்தக் கழனியைக் கொண்டுபோய் மாட்டுக்கு ஊற்று.

கழி[1] வி. (கழிய, கழிந்து) 1: (காலம், வாழ்நாள்) செல்லுதல்; கடத்தல்; (of time, days) pass. உணவு சாப்பிட்டு இரண்டு மணி நேரம் கழிந்த பின் இந்த மாத்திரையைச் சாப்பிட வேண்டும்./ அவரோடு பேசிக்கொண்டிருந்ததில் பொழுது கழிந்ததே தெரியவில்லை. 2: (கடன், கடமை) தீர்தல்; (of debt, indebtedness) get cleared; (of duty) get fulfilled. பையனைப் படிக்கவைத்துவிட்டோம். நம் கடமை கழிந்தது என்று இருக்க முடியுமா?/ கடன் வாங்கினால், கடன் கழியும்வரை வேலை செய்ய வேண்டுமே என்று கவலைப்பட்டார். 3: (தோஷம், தீட்டு போன்றவை) நீங்குதல்; (of malignant influence, ritual pollution, etc.,) leave. 'ஜாதகத்தில் இருக்கும் தோஷம் கழிந்தால்தான் இவருக்குக் கல்யாணம் நடக்கும்.'/ 'இந்த தோஷம் கழிய சில பரிகாரங்கள் உண்டு' என்றார் ஜோசியர்./ 'தீட்டு கழிந்த பிறகுதான் கோயிலுக்குப் போக முடியும்' என்றாள் பாட்டி.

கழி[2] வி. (கழிய, கழிந்து) (பெரும்பாலும் மாட்டைக் குறிப்பிடும்போது) பேதியாதல்; (of cattle) suffer diarrhoea. மாடு எதையோ சாப்பிட்டிருக்கிறது. அதனால்தான் இப்படிக் கழிகிறது./ (உரு வ.) அவன் பயத்தால் கழிகிறான்.

கழி[3] வி. (கழிக்க, கழித்து) 1: (காலத்தை) செலவழித்தல் அல்லது போக்குதல்; pass (the time, days, etc.,). பெற்றோரின் தயவிலேயே இன்னும் எத்தனை நாள் காலத்தைக் கழிப்பது?/ பெண்கள் தங்கள் பாதி வாழ்நாளை அடுப்படியிலேயே கழித்துவிடுவார்கள் போலும். 2: (ஒரு தொகையிலிருந்து மற்றொரு தொகையை) பிடித்தல்; (ஓர் எண்ணிலிருந்து மற்றோர் எண்ணை) குறைத்தல்; deduct (an amount, interest); subtract (a number from another). கடன் கொடுக்கும்போது வட்டியைக் கழித்துக்கொண்டுதான் மீதியைத் தருவார்./ ஐநூறு ரூபாய் கொடுங்கள்; என் சம்பளத்தில் கழித்துக்கொள்ளுங்கள்./ நூற்றியிருபதிலிருந்து முப்பத்தாறைக் கழி! 3: (பொருள்களை வேண்டாதது ஆக) ஒதுக்குதல்; (ஊழியர்களை) நீக்குதல்; dispose of (sth. as unwanted); retrench (workers). இந்த ஓட்டையுடைசல்களைக் கழித்துவிட வேண்டியதுதானே./ புதிய நிர்வாகத்தினர் நிறைய ஊழியர்களைக் கழிக்கப்பார்க்கிறார்கள். 4: (கடனை) தீர்த்தல்; அடைத்தல்; clear (the debts). ஒருவழியாகக் கடனைக் கழித்து முடித்துவிட்டேன். 5: (மரத்தின் கிளையை) வெட்டுதல்; lop (a branch, etc.,). வேலிக்கு வெளியே நீட்டிக்கொண்டிருந்த வேப்பமரக் கிளையைக் கழித்துக்கொண்டிருந்தார் அப்பா.

கழி[4] பெ. தடியான கம்பு; stick; staff; (bamboo) cane. பெரிய மூங்கில் கழிகளை நட்டு அதன்மேல் பரண் அமைத்திருந்தார்கள். [(தொ.சொ.) கட்டை/ குச்சி/ சுள்ளி/ தடி]

கழிச்சல் பெ. கால்நடைகளுக்கு ஏற்படும் வயிற்றுப்போக்கு; diarrhoea (suffered by cattle).

கழிசடை பெ. ஒன்றுக்கும் உதவாத நபர் அல்லது பொருள்; உதவாக்கரை; worthless person or thing; scum of the earth. அந்தக் கழிசடை சொன்னதையெல்லாம் என்னிடம் வந்து சொல்லாதே!/ கண்ட கழிசடைகளையெல்லாம் படித்துக் கெட்டுப்போகாதே!

கழித்தல் பெ. ஒரு எண்ணிலிருந்து மற்றொரு எண்ணைக் குறைக்கும் முறை; subtraction.

கழித்து வி.அ. (பே.வ.) (குறிப்பிட்ட காலம், நேரம்) கழிந்த பின்; (in time) after. நீ போய் ஒரு வாரம் கழித்து இது நடந்தது.

கழித்துக்கட்டு வி. (-கட்ட, -கட்டி) **1: பயன் இல்லாதது, பழுதடைந்தது என்று பல காரணங்களால் வேண்டாம் என்று ஒன்றை ஒதுக்கிவிடுதல்;** discard. தேவை இல்லாத புத்தகங்களைக் கழித்துக்கட்டினால்தான் புதுப் புத்தகங்களை வைப்பதற்கு இடம் கிடைக்கும். **2: (ஒருவரை) இகழ்ந்து ஒதுக்குதல்; தவிர்த்தல்;** cast off s.o. with contempt; discriminate. உயர் பதவிகளுக்குப் பொருத்தம் இல்லாதவர்கள் என்று இவர்களாகவே முடிவுசெய்து கொண்டு பெண்களைக் கழித்துக்கட்டுகிறார்கள்./ வேலைக்கு மனு செய்தவர்களில் முக்கால்வாசிப் பேர்களை ஏதோ காரணம் காட்டிக் கழித்துவிட்டால் யார்தான் மிஞ்சுவார்கள்?

கழிந்து வி.அ. **(குறிப்பிட்ட காலம், நேரம்) சென்ற பிறகு; கழித்து;** (in time) after. ஒரு மணி நேரம் கழிந்து வந்தால் போதும்.

கழிப்பறை பெ. **சிறுநீர், மலம் கழிக்க (வீட்டில் அல்லது பொது இடங்களில்) ஏற்படுத்தப்பட்டிருக்கும் வசதி;** toilet; lavatory.

கழிப்பிடம் பெ. **(பொது இடத்தில் உள்ள) கழிப்பறை;** public convenience. கட்டணக் கழிப்பிடம்.

கழிப்பு பெ. **திருஷ்டி;** evil eye. புது வீட்டுக்குப் பூசணிக்காயை உடைத்து கழிப்புக்கழித்தார்கள்.

கழிப்புக்கழி வி. (-கழிக்க, -கழித்து) **பேய், பிசாசு, ஆவி போன்றவற்றை அகற்றுவதற்காகச் சடங்கு செய்தல்; திருஷ்டி கழித்தல்;** conduct a ritual to dispel the effects of evil eye. புதிதாக வீடு கட்டியவர்கள் நேற்று இரவு கழிப்புக்கழித்தார்கள்./ எதிர் வீட்டில் கழிப்புக்கழித்துக் கொண்டிருக்கிறார்கள். சிறுவர்களை உள்ளே அனுப்பு என்று தாத்தா சொன்னார்.

கழிமுகம் பெ. **ஆறு கடலோடு கலக்கும் இடம்; முகத்துவாரம்;** estuary.

கழிவறை பெ. காண்க: **கழிப்பறை.**

கழிவிடம் பெ. (அ.வ.) காண்க: **கழிப்பிடம்.**

கழிவிரக்கம் பெ. (உ.வ.) **நடந்துபோனதை எண்ணி ஒருவர் தன்மேல் கொள்ளும் மிகையான வருத்தம் அல்லது அனுதாபம்;** self-pity. தனக்கு மட்டும் ஏன் வாழ்க்கையில் தொடர்ந்து தோல்விகள் ஏற்பட வேண்டும் என்று அவன் தன்னைப் பற்றிக் கழிவிரக்கம் கொண்டான்.

கழிவு பெ. **1: (தேவையற்றது என்று கழிக்கப்பட்டதாகிய) குப்பைகூளம்; (தொழிற்சாலையில் பயன்படுத்தப்பட்ட பின் சேரும் அல்லது வெளியேற்றப்படும்) ரசாயனக் கலப்புடைய பொருள்;** garbage; (industrial) waste. பெருநகரங்களில் சேரும் கழிவுப்பொருள்கள் உடனடியாக அகற்றப்பட வேண்டும்./ தொழிற்சாலையின் கழிவுகள் ஆற்றில் கலப்பதால் மீன் வளம் குறைகிறது./ திடக் கழிவு. [(தொ.சொ.) **அழுக்கு/ கசடு/ குப்பை/ தூசு/ மாசு**] **2: மனிதர்கள் மற்றும் விலங்குகளின் ஆசனவாய் வழியாக வெளியேறுவது;** faeces. விலங்குக் கழிவுகள் வயலுக்கு நல்ல உரமாகப் பயன்படுகின்றன. **3: தரத்தில் குறைந்தது என்று நீக்கப்பட்டது;** sth. discarded as inferior in quality; refuse. கழிவுப் புகையிலை/ வெற்றிலைக் கழிவுகளை வாங்கிவந்து விற்கிறார். **4: உரமாகப் பயன்படும், கழிக்கப்பட்ட இயற்கைப் பொருள்;** agricultural waste. ரசாயன உரங்களின் வருகையால் இயற்கைக் கழிவுகள் வீணாக்கப்படுகின்றன./ விவசாயக் கழிவுகள். **5: (ஏலச்சீட்டு முதலியவற்றில் அளிக்கப்படும்) தள்ளுபடி;** (in auction chit) balance of the money (divided among the members after bidding). ஏலக் கழிவு போகக் கட்ட வேண்டிய பணம் எவ்வளவு? **6: (விற்கும்போது பொருள்களுக்கு அளிக்கப்படும்) விலைக் குறைப்பு; தள்ளுபடி;** discount. இந்தச் சேலை கழிவு போக இருநூறு ரூபாய்தான்.

கழிவுநீர் பெ. **(தொழிற்சாலை, வீடு முதலியவற்றிலிருந்து வெளியாகிற) அசுத்த நீர்; சாக்கடை நீர்;** (industrial) waste; sewage. தொழிற்சாலைகளிலிருந்து வரும் கழிவுநீரால் ஆற்று நீரின் தன்மை கெடுகிறது.

கழிவுநீர்த் தொட்டி பெ. **நிலத்தடியில் கழிவுநீரைத் தேக்குவதற்காகக் கட்டப்படும் தொட்டி;** underground tank to collect sewage; septic tank.

கழு பெ. **கழுமரம்;** a spike formerly used for impaling criminals. கொலைகாரனைக் கழுவில் ஏற்றுமாறு அரசன் உத்தரவிட்டான்.

கழுகு பெ. **வளைந்த கூரிய அலகுடைய, இறந்த விலங்குகளைத் தின்னும் அல்லது இரையைக் கொன்று தின்னும் குறிப்பிட்ட சில வகைப் பறவைகளின் பொதுப்பெயர்;** a common term for vulture and eagle. அப்பாவுக்குக் கழுகு மாதிரி பார்வை. எதையும் தூரத்திலிருந்தே கண்டுபிடித்துவிடுவார்.

கழுகுக் கண் பெ. **(தன்னை) சுற்றி நடக்கும் எந்த நிகழ்ச்சியையும் கவனிக்கத் தவறாத கூர்மையான பார்வை;** eagle eye. அவருடைய கழுகுக் கண்ணிலிருந்து எதுவுமே தப்பாது./ கொல்லைக்குள் வந்து விழுந்த பந்தை எடுக்க வந்த சிறுவர்கள் இரண்டு மாங்காயைப் பறித்துப் பையில் போட்டுக்கொண்டது அப்பாவின் கழுகுக் கண்ணிலிருந்து தப்பவில்லை.

கழுகுப் பார்வை பெ. **கூர்மையான பார்வை;** eagle eye. வருமான வரித் துறையின் கழுகுப் பார்வையிலிருந்து அவரால் இந்த முறை தப்ப முடியவில்லை.

கழுத்தளவு பெ.அ. **(ஒருவர்) மீண்டுவர முடியாத அளவுக்கான;** very heavy. கழுத்தளவுக் கடனில் தத்தளித்துக் கொண்டிருப்பவன் எப்படி இந்தத் திருமணத்தை நடத்தப் போகிறான்?/ அவருக்குக் கழுத்தளவுப் பிரச்சினை. அவர் எங்கே உனக்கு உதவி செய்யப்போகிறார்?

கழுத்தறு வி. (-அறுக்க, -அறுத்து) **1: (ஒருவரைச் சிறுசிறு காரியங்களுக்காக) தொல்லைக்கு உள்ளாக்குதல்;** annoy; be a pain in the neck. அவன் நினைத்தபோதெல்லாம் வீட்டுக்கு வந்து எதையாவது கேட்டுக் கழுத்தறுப்பான். **2: (நம்பியிருந்த ஒருவர் அல்லது ஒன்று மிக முக்கியமான சமயத்தில்) கைவிடுதல்;** leave (s.o.) in the lurch. இப்படிக் கழுத்தறுப்பான் என்று தெரிந்திருந்தால் இந்தக் காரியத்தில் ஈடுபட்டிருக்க மாட்டேன்./ பேருந்து பாதி வழியில் நின்று கழுத்தறுத்துவிட்டது.

கழுத்தறுப்பு பெ. **தொல்லை; தொந்தரவு;** big nuisance. காலையிலேயே சரியான கழுத்தறுப்பில் மாட்டிக் கொண்டேன்.

கழுத்தில் கட்டு வி. *(கட்ட, கட்டி)* **(ஒருவருக்கு) வற்புறுத்தித் திருமணம் செய்துவைத்தல்;** get s.o. married to an unwilling person. பட்டிக்காட்டில் வளர்ந்த பெண்ணை என் கழுத்தில் கட்டிவிட்டார்கள் என்று புலம்பிக்கொண்டே இருந்தான்.

கழுத்தில் தாலி ஏறு வி. *(ஏற, ஏறி)* **(பெண்ணுக்கு) திருமணம் ஆதல்;** (of a woman) get married. தன் மகள் கழுத்தில் தாலி ஏற வேண்டும் என்று அவர் போகாத கோயில்களே இல்லை./ கழுத்தில் தாலி ஏறிய நாளிலிருந்தே குடும்பப் பொறுப்பை நான்தான் கவனித்துவருகிறேன்.

கழுத்தில் துண்டு போட்டு வி.அ. **(பணத்தை வசூலிப்பதில்) மிகவும் கறாராக;** cornering (s.o. to collect one's dues). அவனிடம் கடன் வாங்கினால் கழுத்தில் துண்டு போட்டு அதை வசூலித்துவிடுவான்.

கழுத்தில் பிடி வி. *(பிடிக்க, பிடித்து) (இலங்.)* **(செய்ய விரும்பாத ஒன்றைச் செய்யும்படி ஒருவரை) வற்புறுத்துதல்;** compel s.o. reluctant to do sth. பணம் தரச் சொல்லி அண்ணா வந்து உங்கள் கழுத்தில் பிடிப்பார். நீங்கள் கவனமாக இருங்கள் என்று மனைவி என்னை எச்சரித்தாள்./ கலவரம் குறித்து அமைச்சர் பதிலளிக்க விரும்பாதபோதும் பத்திரிகையாளர்கள் தங்கள் கேள்விக்குப் பதில் சொல்லச் சொல்லிக் கழுத்தில் பிடித்தனர்.

கழுத்து பெ. **1: உடலோடு தலைப் பகுதி இணைகிற இடம்;** neck. *(பார்க்க, படம்: உடல்)* **2: குரல்வளை; கண்டம்;** throat. கழுத்து நெரிக்கப்பட்டுக் கொலை செய்யப்பட்டிருக்கிறார். **3: (குடம் போன்றவற்றில்) வாயை ஒட்டி அமைந்திருக்கும், சற்றுக் குறுகலான பகுதி/(சட்டை, ரவிக்கை போன்றவற்றில்) கழுத்தில் தங்கும் பகுதி;** neck (of certain kinds of pots)/ (of a shirt) collar.

கழுத்துக் கயிறு பெ. *(ஊரக வ.)* **காளை மாட்டின் கழுத்தில் இரண்டாக மடித்துக் கட்டப்பட்டிருக்கும் கயிறு;** a doubled rope as a collar on the neck of a bullock.

கழுத்துக்குக் கத்தி வா வி. *(வர, வந்து)* **(ஒருவருக்கு) பெரும் ஆபத்து நேர்தல்;** get it in the neck. தான் செய்த கையாடல் வெளியே தெரிந்தால் தன் கழுத்துக்குக் கத்தி வந்துவிடும் என்று பயந்து ஊரை விட்டே ஓடிவிட்டான்.

கழுத்துப்பட்டி பெ. **(சட்டை போன்றவற்றில்) கழுத்தைச் சுற்றித் தைக்கப்பட்டு மடித்துவிடப்பட்டிருக்கும் பகுதி;** (shirt) collar.

கழுத்துவாங்கு வி. *(-வாங்க, -வாங்கி) (இலங்.)* **கழுத்துச் சுளுக்கிக்கொள்ளுதல்;** sprain one's neck. காலையில் படுக்கையிலிருந்து எழுந்திருக்கும்போதே கழுத்துவாங்கி விட்டது./ அப்பாவுக்குக் கழுத்துவாங்கியதால் சுளுக்குப் பார்க்க வைத்தியரிடம் சென்றார்.

கழுத்தைக் கொடு வி. *(கொடுக்க, கொடுத்து)* காண்க: **கழுத்தை நீட்டு.**

கழுத்தை நீட்டு வி. *(நீட்ட, நீட்டி)* **(ஒரு பெண்) ஒரு திருமண ஏற்பாட்டுக்கு வேறு வழியின்றி உட்படுதல்;** (of a woman) meekly consent to the marriage proposed. பணக்காரன் என்பதற்காக எனக்குப் பிடிக்காத ஒருவனுக்குக் கழுத்தை நீட்ட முடியுமா?

கழுதை பெ. **1: கறுப்பு நிறத்தில் மூக்கும் நீண்ட காதுகளும் உடைய, பொதுவாகச் சாம்பல் நிறத்தில் இருக்கும், குதிரை இனத்தைச் சேர்ந்த (பொதி சுமப்பதற்குப் பயன்படுத்தப்படும்) ஒரு விலங்கு;** donkey; (domestic) ass. **2: ஒருவரைத் திட்டவும் பிரியத்துடன் அழைக்கவும் பயன்படுத்தும் சொல்;** a term of abuse as well as endearment. சீ கழுதை, வாயை மூடு!/ அட, போக்கிரிக் கழுதை, நீயா இந்தக் குறும்பு செய்தது?

கழுதைப்புலி பெ. **(சிரிப்பதைப் போன்று கத்தும்) ஓநாய் போன்ற தோற்றமுடைய ஒரு காட்டு விலங்கு;** hyena.

கழுந்து பெ. *(ஊரக வ.)* **(உரலில் இடிக்க உதவும்) உலக்கையில் பூண் போட்ட முனைக்கு எதிராக உள்ள மறுமுனை;** rounded end of a pestle. *(பார்க்க, படம்: உரல்)*

கழுநீர் பெ. **அரிசியைக் கழுவி அல்லது கொதிக்க வைத்து வடித்த நீர்;** water collected after rinsing rice or water drained after cooking.

கழுமரம் பெ. **(முற்காலத்தில்) கடும் குற்றம் புரிந்த ஒருவரின் கைகளையும் கால்களையும் கட்டி, கூர்மையாக்கப்பட்ட மரத்தின் நுனியில் உட்காரவைத்து உயிரைப் போக்கப் பயன்படுத்திய கம்பம்;** a spike formerly used for impaling criminals.

கழுவாய் பெ. *(உ.வ.)* **பரிகாரம்; பிராயச்சித்தம்;** act performed in expiation (of sin); atonement.

கழுவு வி. *(கழுவ, கழுவி)* **1: (நீர், எண்ணெய் போன்றவற்றால்) சுத்தம் செய்தல்;** wash (with water, oil, etc.,). கைகால்களைக் கழுவிக்கொண்டு வா, சாப்பிடலாம்./ சாப்பிட்டு முடித்தவுடன் பாத்திரங்களைக் கழுவிக் கவிழ்த்தாள்./ வாரம் இரு முறையாவது வீட்டைக் கழுவ வேண்டும்./ இயந்திரத்தை எண்ணெயால் கழுவிக்கொண்டிருந்தார்கள். [*(தொ.சொ.)* அலசு/ அலம்பு] **2: (முன்பு புகைப்பட அல்லது திரைப்படச் சுருளை) உருவம் தெரிவதற்காக வேதியியல் கலவையில் அலசுதல்;** develop (the negatives by a process of chemical wash). புகைப்படத்தைக் கழுவிக்கொடுக்க இத்தனை நாளா? **3:** *(இலங்.)* **(துணி) துவைத்தல்;** wash (clothes). கொஞ்சம் இருவிவிட்டு வருகிறேன்.

கழுவேற்று வி. *(-ஏற்ற, -ஏற்றி)* **(முற்காலத்தில் கடும் குற்றம்செய்த ஒருவரை) கழுமரத்தில் ஏற்றி உயிரைப் போக்குதல்;** (in former times) impale a person (on a spike). கழுவேற்றுவதில் பல முறைகள் உண்டாம்.

கழைக்கூத்தாடி பெ. **கழைக்கூத்து ஆடும் ஆண் அல்லது பெண்;** tightrope-walker. கழைக்கூத்தாடி கம்பத்தில் நின்று வித்தை காட்டிக்கொண்டிருந்தான்./ கழைக்கூத்தாடிச் சிறுமி.

கழைக்கூத்து பெ. (பெரும்பாலும்) கயிற்றின் மேல் நடப்பது, கம்பத்தின் மேல் நடப்பது போன்ற வித்தைகளைச் செய்துகாட்டும் கலை; the art of acrobatics. (பார்க்க, படம்).

கள்¹ பெ. தென்னை அல்லது பனை மரத்திலிருந்து வடிக்கப்படும், போதை தரும் பானம்; toddy (tapped from palmyra or coconut palm).

-கள்² இ.சொ. 1: ஒருமையில் உள்ள எண்ணப்படக் கூடிய பெயர்ச்சொற்களைப் பன்மையாக்கும் இடைச்சொல்; a particle added to countable nouns to make them into plural. புத்தகங்கள்/ மாடுகள்/ குழந்தைகள்/ வண்ணங்கள்/ சுவைகள்/ ஆடுமாடுகள்/ பாத்திரபண்டங்கள்/ சேர சோழ பாண்டியர்கள்/ நன்றிகள்/ வாழ்த்துகள்/ எண்ண ஓட்டங்கள்/ மாணவர்கள் வருகிறார்கள். 2: 0முதல் 9வரை உள்ள எண்களைக் குறிக்க 'இருபது', 'முப்பது' போன்ற எண்ணுப்பெயர்களோடு இணைக்கப்படும் இடைச்சொல்; a particle added to numerals twenty, thirty, etc., to refer to the numbers in tens. 1930களில் சுதந்திரப் போராட்டம் உச்ச கட்டத்தை அடைந்தது./ டெண்டுல்கர் பல முறை 90களில் ஆட்டம் இழந்திருக்கிறார்./ அவர் தன்னுடைய 80களிலும் மிகவும் சுறுசுறுப்பாகச் செயல்பட்டார். 3: 'குறிப்பிடப் படும் ஒவ்வொரு கிழமையிலும்' என்ற பொருளைத் தருவதற்குக் கிழமையைக் குறிக்கும் சொல்லோடு இணைக்கப்படும் இடைச்சொல்; particle used in the sense of 'every', 'all' when added to the name of the day in the week. ஞாயிற்றுக்கிழமைகளில்தான் அவர் வீட்டில் இருப்பார்./ நான் வெள்ளிக்கிழமைகளை ஆசிரமப் பணிகளுக்காக ஒதுக்கிவைத்திருக்கிறேன்.

கள்வன் பெ. (உ.வ.) திருடன்; கள்ளன் 1; thief.

கள்ள பெ.அ. 1: சட்டவிரோதமாகவும் லாப நோக்கத் தோடும் செய்யப்படுகிற அல்லது நடத்தப்படுகிற; illegal; illicit. கள்ளச் சாராயம்/ கள்ளச் சரக்கு. 2: (திருமண உறவுக்குப் புறம்பாக) பிறர் அறியாமல் ஒருவர் கொண்டிருக்கும்; clandestine; illicit. கள்ளக் காதல்/ கள்ளக் காதலி/ கள்ளப் புருஷன்/ கள்ளத் தொடர்பு. 3: பிறர் அறியாத வாறு குறிப்பாக வெளிப்படுத்தும்; sly; furtive; surreptitious. கள்ளச் சிரிப்பு/ கள்ளப் பார்வை. 4: உண்மையாக இல்லாத; பாவனையான; false; pretended. கள்ளச் சாட்சி/ கள்ளத் தூக்கம். 5: உள்நோக்கத்தோடு காழ்ப்பு உணர்வு கொண்ட; grudging. இவ்வளவு முக்கியமான விஷயத்தில் தன் நிலைப்பாட்டைத் தெரிவிக்காமல் கட்சித் தலைமை கள்ள மௌனம் சாதிக்கிறது.

கழைக்கூத்து

கள்ளக்கடத்தல் பெ. காண்க: **கடத்தல்.**

கள்ளக் கையெழுத்து பெ. (காசோலை, பத்திரம் முதலியவற்றில்) **ஏமாற்றும் நோக்கத்தோடு பிறருடைய கையெழுத்தைப் போடுதல்;** forged signature.

கள்ளங்கபடம் பெ. (பெரும்பாலும் 'இல்லாத', 'அற்ற' போன்ற எதிர்மறைச் சொற்களுடன்) **பொய், களவு, சூழ்ச்சி முதலிய தீய செயல்களைச் செய்யவும் பிறர் செய்தால் அவற்றை அறியவும் இயலும் தன்மை; சூது வாது;** guile; deceitfulness. கள்ளங்கபடம் இல்லாத குழந்தை உள்ளம் கொண்டவர்./ அவன் அப்பாவி, கள்ளங் கபடம் அற்றவன்.

கள்ளங்கபடு பெ. காண்க: **கள்ளங்கபடம்.**

கள்ளச்சந்தை பெ. **அரசாங்கக் கட்டுப்பாட்டின் கீழ் இருக்கும் பொருள்களை உரிமம் பெறாமலும் வரி செலுத்தாமலும் அதிக விலைக்கு விற்கும் வியாபாரம்; கறுப்புச் சந்தை;** black market.

கள்ளச்சாவி பெ. **(திருடும் நோக்கத்துடன் அல்லது உரியவரின் அனுமதி இன்றிப் பூட்டைத் திறக்கப் பயன்படுத்தும்) மாற்றுச் சாவி;** forged key.

கள்ளத்தனம் பெ. (-ஆக, -ஆன) **திருட்டுத்தனம்;** furtiveness. கட்டடத்தினுள் கள்ளத்தனமாக நுழைய முயன்ற இருவரும் காவலரிடம் பிடிபட்டனர்./ தமிழ்த் திரைப்படங்களின் குறுந்தகடுகளைக் கள்ளத்தனமாகத் தயாரித்துவந்த மூவர் காவல்துறையினரால் கைதுசெய்யப் பட்டனர்./ அவன் அரைக் கண்ணால் அவளைக் கள்ளத் தனமாகப் பார்த்துக்கொண்டிருந்தான்.

கள்ளத் தீன் பெ. (இலங்.) **இரண்டு வேளை உணவுக்கு இடையே உண்ணும் உணவு; நொறுக்குத்தீனி;** snack or food eaten in between two meals. மகன் மத்தியானம் கொஞ்சமும் சாப்பிடவில்லை. கள்ளத் தீன் சாப்பிட்டுவிட் டார் போலும்./ நீங்கள் வைத்தியர் தந்த மருந்தும் எடுத்துக் கொண்டு கள்ளத் தீன் சாப்பிடுவது சரியா என்று அம்மா அப்பாவைக் கேட்டார்.

கள்ளத் தொண்டை பெ. (இசை) **(குரலில் இனிமையைக் காட்ட வேண்டும் என்பதற்காக) உண்மையான குரலைவிட மெலிதாக வெளிப்படுத்தும் குரல்;** false voice.

கள்ளத்தோணி பெ. **உரிய அனுமதி இல்லாமல் ஒரு நாட்டிலிருந்து மற்றொரு நாட்டுக்கு ஆட்களை அல்லது பொருள்களைக் கொண்டுசெல்லப் பயன்படுத்தும் படகு;** boat used for illegal transport (from one country to another).

கள்ள நோட்டு பெ. **அரசு வெளியிட்டுள்ள பணத்தாள் போலவே சட்டவிரோதமாக அச்சடித்துப் புழக்கத்தில் வெளிவிடும் போலிப் பணத்தாள்;** counterfeit currency. வங்கியில் கள்ள நோட்டை மாற்ற முயன்றவர் கைது செய்யப்பட்டார்.

கள்ளப்பணம் பெ. காண்க: **கள்ள நோட்டு.**

கள்ளபார்ட் பெ. (அ.வ.) **(பழைய பாணி நாடகத்தில்) திருடன் வேடம்;** the role of bad guy (in popular drama of the past).

கள்ளம் பெ. **மறைக்கிற குணம்; தந்திரம்;** cunning or deceitful nature; trickery. குழந்தையைப் போல் கள்ளம் இல்லாத வெள்ளை மனம் கொண்டவள் அவள்./ கள்ளம் நிறைந்த சிரிப்பு.

கள்ளம்படு வி. (-படு, -பட்டு) (இலங்.) **(ஒன்றை செய்ய) விரும்பாமல் இருத்தல்;** be unwilling (to do sth.). இவன் சின்ன வயதில் பள்ளிக்கூடம் போகக் கள்ளம்படு வான்./ மருந்து குடிக்கக் கள்ளம்பட்டால் நோய் மாறாது.

கள்ளம்போடு வி. (-போட, -போட்டு) (இலங்.) காண்க: **கள்ளம்படு.**

கள்ள மழை பெ. (இலங்.) **வெயில் அடிக்கும்போது போடும் தூறல்;** drizzle even as the sun shines. இந்தக் கள்ள மழையை நம்பிப் பயணத்தை நிறுத்த முடியாது./ என்ன! உன் மகன் கள்ள மழைபோலச் சிரித்துக்கொண்டே அழுகிறான் என்று நண்பன் பகடிபண்ணினார்.

கள்ள மூளை பெ. (இலங்.) **1: நேர்மையற்ற முறையிலும் குறுக்குவழியிலும் சிந்திக்கும் குணம்;** crooked mind. அவன் புத்தகமே தூக்காமல் கள்ள மூளையால் சித்தியடைந்துவிட்டான். **2: நேர்மையற்ற முறையிலும் குறுக்குவழியிலும் சிந்திக்கும் நபர்;** dishonest person; crook. அவன் மரத்தில் ஏறியிருக்க மாட்டான். இந்தக் கள்ள மூளைதான் அவனுக்கு வழிகாட்டியிருப்பான்.

கள்ளர்காடர் பெ. (இலங்.) (பெரும்பாலும் பன்மையில்) **திருடன்;** (often in plural) thief. இந்தப் பகுதியில் கள்ளர்காடர் தொந்தரவு எப்போதுமே இருந்ததில்லை./ இரவு வேளையில் பிள்ளைகளை விட்டுத் தனியே போக வேண்டாம். இங்கு கள்ளர்காடர் பயம் அதிகமாக உள்ளது என்று பாட்டி அப்பாவை எச்சரித்தார்.

கள்ளவிலை பெ. (இலங்.) **அரசு விதித்துள்ள வரம்பை மீறி விற்கப்படும் (ஒரு பொருளின்) விலை;** price that is higher than the controlled price prescribed by government. விடுமுறை நாளில் கள்ளவிலையில் மதுவை விற்றவர் பிடிபட்டார்.

கள்ள வெயில் பெ. (இலங்.) **மழை பெய்துகொண்டிருக்கும்போதே எரிக்கும் வெயில்;** sunshine while it is still raining. கள்ள வெயிலை நம்பி உடுப்பைக் கழுவினால் பின்னர் காயவைக்க முடியாது.

கள்ள வேட்டை பெ. **(காட்டில் விலங்குகள், பறவைகள் போன்றவற்றை) சட்ட விரோதமாக வேட்டையாடும் செயல்;** poaching.

கள்ள வேலை பெ. (இலங்.) **பிறர் அறியாது முறைகேடாகச் செய்யும் செயல்; திருட்டு வேலை;** act of secretly using unfair means. கள்ள வேலை செய்து பதவிக்கு வந்தவரால் எப்படி ஒழுங்காக நிர்வாகம் நடத்த முடியும்?

கள்ளன் பெ. (பே.வ.) **1: திருடன்;** thief. **2: (கேலித் தொனியில்) உண்மையை மறைப்பவன்;** (jocularly) good masquerader. இவனுக்கு எல்லாம் தெரியும், ஆனால் சொல்லமாட்டான். சரியான கள்ளன்! **3: வாழைப்பூவில் சீப்பு போல இருக்கும் இதழ்களின் உள்ளே மறைந்திருக்கும், நுனியில் கறுப்பாக இருக்கும் கம்பி போன்ற சூல்தண்டு;** style (in the flower of banana). வாழைப்பூவை ஆயும்போது கள்ளனை நீக்க வேண்டும்.

கள்ளி[1] பெ. 1: **பிறருக்குத் தெரியாமல் மறைத்த செய்தி தெரியவரும்போது ஒரு பெண்ணைக் கேலியாக அழைக்கும் அல்லது குறிப்பிடும் சொல்;** term of endearment for a clever girl (when sth. she tries to conceal comes to light). அடி கள்ளி! இதை இவ்வளவு நாள் என்னிடம் சொல்லவே இல்லையே! 2: **திருடி;** female thief. அவள் தான் எனது நகையைக் களவெடுத்த கள்ளி.

கள்ளி[2] பெ. **சதைப் பற்றுள்ள, கிள்ளினால் பால் வடியும் (முட்கள் நிறைந்த) பச்சை நிறத் தண்டுகளைக் கொண்ட, சில வகை வறண்ட நிலத் தாவரங்களைக் குறிக்கும் பொதுப்பெயர்;** a general term for a variety of spurges.

கள்ளிச்சொட்டு பெ. **கள்ளிச் செடியிலிருந்து வடிகிற, சற்றுக் குழகுழப்பான பால்;** (drop of) spurge milk (which is thick). கள்ளிச்சொட்டுப் போல் பால் கிடைத்த காலம் போய்விட்டது.

கள்ளிப்பெட்டி பெ. **(பொருள்களை எடுத்துச் செல்வதற்கு) சாதிக்காய் மரப் பலகைகளால் செய்யப்பட்ட ஒரு வகைப் பெட்டி;** deal (wood) box (for transporting things).

கள்ளிவட்டம் பெ. *(ஊரக வ.)* **(மாட்டுப் பொங்கல் அன்று காலையில்) சாணத்தைக் கொண்டு வயல் போல் நான்கு சிறிய பாத்திகளாகத் தடுத்து, வரப்பில் கள்ளித் துண்டு, பறங்கிப்பூ நட்டு, நடுவில் நெற்கதிரைத் தூரோடு வைத்திருக்கும் அமைப்பு;** model of a paddy field made in the morning of the day following பொங்கல் using cow dung, with cactus fencing and a mature paddy stalk at the centre. பொங்கலுக்காக வீட்டின் முற்றத்தில் கள்ளிவட்டம் போடுவார்கள். சிலர் மாட்டுக் கொட்டிலில் போடுவார்கள்.

கள ஆய்வு பெ. காண்க: **களப்பணி.**

களங்கம் பெ. 1: **ஒருவருடைய நற்பெயருக்கு அல்லது குடும்பத்தின் பெருமைக்கு வந்துசேரும் கெட்ட பெயர்;** slur; blemish; stain; dishonour. உங்கள் புகழுக்குக் களங்கம் கற்பிக்கப்பார்க்கிறார்கள்./ தந்தைமேல் திருட்டுக் குற்றம், குடும்பத்துக்கு இப்படி ஒரு களங்கமா? [*(தொ.சொ.)* **அகௌரவம்/ அவமதிப்பு/ அவமரியாதை/ அவமானம்/ இழிவு/ இழுக்கு/ பழி**] 2: *(பெண்ணைக் குறிப்பிடும்போது)* **நடத்தையில் கெட்ட பெயர்;** stigma (attributed to a woman). பெண்ணுக்குக் களங்கம் கற்பித்துத் திருமணத்தை நிறுத்த முயற்சி.

களஞ்சியம் பெ. 1: **(தானியத்தை) கொட்டி வைப்பதற்கான இடம் அல்லது பெட்டி போன்ற அமைப்பு;** granary. பத்து மூட்டை நெல்லைக் களஞ்சியத்தில் கொட்ட வேண்டும்./ *(உரு வ.)* கல்விக் களஞ்சியம்/ *(உரு வ.)* அபத்தக் களஞ்சியம். 2: *(இலங்.)* **சாமான்கள் வைக்கும் இடம்;** room for keeping provisions; storeroom. அந்த வீட்டில் சாமியறை, களஞ்சிய அறை, படுக்கையறை எனப் பல அறைகள் இருந்தன.

களத்திர ஸ்தானம் பெ. *(சோதி.)* **ஒருவருடைய ஜாதகத்தில் லக்னத்திலிருந்து ஏழாவதாகிய (மனைவியின் ஆயுள், உடல்நிலை முதலியவற்றைக் குறிக்கும்) இடம்;** seventh house from the லக்னம் (in one's horoscope having a bearing on wife's lifespan, health, etc.,).

களத்துமேடு பெ. **(கிராமப்புறங்களில்) கதிரடிப்பதற்கான (வயலைவிடச் சற்று உயரமான) இடம்;** (in the countryside) threshing ground (a little elevated from the ground).

களப் படி பெ. **(அறுவடை செய்தல், கதிரடித்தல் போன்ற வேலைகளைச் செய்தவர்களுக்கு) களத்தில் கூலிக்கு மேல் உபரியாகத் தரப்படும் தானியம்;** extra quantity of grains given over and above the wages to workers during harvest.

களப்பணி பெ. **ஆய்வு, அறிக்கை முதலியவற்றிற்காக உரிய இடங்களுக்குச் சென்று தகவல் சேகரிக்கும் பணி;** fieldwork (for research, investigation, etc.,). நாட்டார் வழக்காற்றியல் களப்பணி/ ஆயுள் காப்பீட்டுக் கழகத்தின் களப்பணியாளர்கள்.

களப்பலி பெ. **(முற்காலத்தில்) போர்க்களத்தில் வெற்றி கிடைக்கத் தெய்வத்திற்குத் தரும் பலி;** (in ancient times) sacrifice offered to god on the battlefield for victory.

களப்பு பெ. *(இலங்.)* **உப்பங்கழி;** lagoon. களப்பில் மீன் பிடித்துக்கொண்டிருந்தார்கள்.

களப்பூசை பெ. *(ஊரக வ.)* **நல்ல விளைச்சலுக்காகக் களத்தில் செய்யப்படும் பூஜை;** worship offered at the threshing floor for a good harvest. களப்பூசை செய்துவிட்டுக் கட்டுகளைக் கொண்டுவந்து களத்தில் போடுங்கள்.

களம் பெ. 1: *(ஊரக வ.)* **கதிரடிக்கும் இடம்; களத்துமேடு;** threshing floor. களத்தில் இருக்கும் அப்பாவுக்குச் சாப்பாடு கொண்டுபோக வேண்டும். 2: **(ஆய்வுக்கு உரியதாக அல்லது ஆய்வின் தொடர்பாகத் தேர்ந்தெடுத்துக்கொள்ளும்) ஊர்; இடம்;** (fieldwork) site. களத்திற்குச் செல்லும் முன் அறிந்துகொள்ள வேண்டிய செய்திகள் பல உள்ளன. 3: **(கதை, பாடல் முதலியவற்றில்) நிகழ்ச்சி நடக்கும் இடம்;** setting (in a story, epic, poem, etc.,). நாடகத்தில் களம் மாறுகிறது./ *(உரு வ.)* சிந்தனைக் களம். 4: **(தேர்தல், போராட்டம், போர் முதலியவை) நடைபெறும் இடம்;** field (for any contest or agitation). களம் பல கண்ட வீரர்கள் நிறைந்தது நம் கட்சி./ களத்தில் இருக்கிற ஐந்து வேட்பாளர்களில் யார் வெற்றி பெறுவார்? 5: **விளையாட்டு மைதானம்; ஆடுகளம்;** ground; pitch (in cricket). மழை பெய்திருந்ததால் களத்தில் தண்ணீர் நின்றிருந்தது./ நடுவர் வழங்கிய தீர்ப்பை எதிர்த்துப் பார்வையாளர்கள் களத்தில் புகுந்து கலாட்டா செய்தனர்.

களம் புறம்போக்கு பெ. **(கிராமத்தில்) போரடிப்பதற்காகப் பயன்படுத்தப்படும், ஊருக்குப் பொதுவான புறம்போக்கு நிலம்;** common land in a village used as threshing floor.

களமிறக்கு வி. (-இறக்க, -இறக்கி) (பு.வ.) **(விளையாட்டுக் களத்தில்) அணித் தலைவர் குறிப்பிட்ட வீரரை விளையாடச் செய்தல்;** field a player. 'நான்காவதாக உன்னைக் களமிறக்கலாம் என்றிருக்கிறேன்' என்றார் அணித் தலைவர்.

களமிறங்கு வி. (-இறங்க, -இறங்கி) *(பு.வ.)* **(விளையாட்டுக் களத்தில்) விளையாட நுழைதல்;** enter the field. மூன்றாவதாகக் களமிறங்கிய மட்டையாளர் இரட்டைச் சதம் அடித்து ரசிகர்களை மகிழ்வித்தார்.

களமுனை பெ. (இலங்.) **நேருக்கு நேர் இரண்டு படைகள் மோதிக்கொள்ளும் இடம்;** battle front. களமுனையில் படைவீரர்கள் மிக்க வேகம் கொண்டு எதிரியைத் தாக்கத் தொடங்கினர்./ களமுனையில் முன்னேறிவந்த எதிரிகளின் தாங்கிகளை நம் வீரர்கள் தாக்கி அழித்தனர்.

களர் பெ. (பெரும்பாலும் பெயரடையாக) **உவர்த் தன்மை;** salinity. களர் மண்/ களர் நிலம்/ களர் பூமி.

களரி பெ. **கேரளத்தைச் சேர்ந்த பாரம்பரியத் தற்காப்புக் கலை;** a traditional martial art of (the state of) Kerala.

களரி விளம்பு வி. (விளம்ப, விளம்பி) (இஸ்.) **இஸ்லாமிய விருந்துகளில் பெரிய தாம்பாளத்தில் சாப்பாட்டைப் பரிமாறுதல்;** serving food in sahan in Islamic feasts.

களவாக வி.அ. (இலங்.) **திருட்டுத்தனமாக;** stealthily; surreptitiously; clandestinely. ஒரு பொருள் வேண்டுமெனில் களவாக எடுக்கக் கூடாது என்று மகனிடம் அறிவுரை கூறினான்./ களவாக எடுத்துவரப்பட்ட மூட்டைகள் சுங்க அதிகாரிகளிடம் பிடிபட்டன.

களவாடு வி. (களவாட, களவாடி) (ஊரக வ.) **திருடுதல்;** steal. தோட்டத்தில் புகுந்து மாங்காய் களவாடி மாட்டிக் கொண்டான்.

களவாணி பெ. (ஊரக வ.) **(பொருளை) திருடும் நபர்;** petty thief.

களவு பெ. **1: திருட்டு;** theft. பத்திரிகையில் களவு, கொள்ளை, கொலை பற்றிய செய்திகள் இல்லாத நாளே இல்லை. **2: (பழந்தமிழ் இலக்கியத்தில், அகப்பொருளில்) உறவினரும் ஊராரும் அறியாத, காதலர்களின் மறைவான உறவு;** (in classical Tamil literature) (the motif of) secret love affair.

களவுபோ வி. (-போக, -போய்) **திருடப்படுதல்; திருடு போதல்;** be stolen. எங்கள் வீட்டு மாடு களவுபோய்விட்டது.

களவெடு வி. (-எடுக்க, -எடுத்து) (இலங்.) **திருடுதல்;** steal. வீட்டிலிருந்த பணத்தை யார் களவெடுத்திருப்பார்கள்?

களன் பெ. **காண்க: களம், 3.**

களாக்காய் பெ. **அடர் ஊதா நிறத்தில் இருக்கும், புளிப்புச் சுவை மிகுந்த (ஊறுகாய் போடுவதற்குப் பயன்படும்) சிறு காய்;** Indian currant.

களி[1] வி. (களிக்க, களித்து) (உ.வ.) **(பார்ப்பது, கேட்பது முதலியவற்றால்) இன்பம் அடைதல்; மகிழ்தல்;** enjoy (by seeing, listening, etc.,); rejoice. நேற்று இரவு திருச்சி வானொலியில் நீங்கள் ஆற்றிய உரையைக் கேட்டுக் களித்தோம்.

களி[2] பெ. **1: கேழ்வரகு, கம்பு முதலியவற்றின் மாவை நீரில் கரைத்துக் காய்ச்சித் தயாரிக்கும், நீராகவோ கெட்டியாகவோ இல்லாமல் இருக்கும் உணவு;** a dish made with millet flour thickened to the consistency of a pudding. உப்புமாவைக் களிபோல கிண்டி வைத்திருக்கிறாயே! **2: உளுந்து மாவையும் பச்சரிசி மாவையும் கலந்து, கொதிக்கும் வெல்லப் பாகில் போட்டுக் கிளறிச் செய்யும் உணவு;** a nutritious dish prepared by mixing the flour of black gram and rice in treacle of jaggery. பிரசவித்த பெண்களுக்கு அந்தக் காலத்தில் களி கொடுப்பார்கள்.

களி[3] பெ. (ஊரக வ.) **காண்க: களிமண்.**

களி[4] பெ. (இலங்.) **(ஒப்பனைக்கான) முகப் பூச்சு, தலைச்சாயம் ஆகியவற்றைக் குறிக்கும் பொதுச்சொல்;** cream (as of facial, hair, etc.,). முகம் பளிச்சென்று இருக்கிறதே; என்ன களி பூசினாய்?

களிக்காய் பெ. (இலங்.) **(காய் வகைகளில்) சதைப்பற்று அதிகம் உள்ள காய்;** fleshy vegetable. முருங்கைக்காய் வாங்கும்போது நல்ல களிக்காயாகப் பார்த்து வாங்கு.

களிசான் பெ. (இலங்.) **கால்சட்டை;** trousers. தம்பி நீல நிறக் களிசானும் வெள்ளை நிறச் சட்டையும் போட்டுக் கொண்டு பாடசாலைக்குப் போனான்./ துப்புரவு செய்யும் ஊழியர் களிசானைக் கழற்றிவிட்டுச் சாரத்தை உடுத்திக் கொண்டார்.

களிப்பாக்கு பெ. **நீரில் அவித்துச் சாயம் ஊட்டிய பாக்கு;** areca nut boiled, dried, and coloured.

களிப்பு[1] பெ. (-ஆக, -ஆன) **(மண், கலவை போன்றவை) குழகுழப்பாகவும் சற்றுக் கனமாகவும் உள்ள தன்மை;** (of cement coating) being thick. சுவரில் இந்த இடத்தில் சிமெண்டைக் களிப்பாகப் பூசு.

களிப்பு[2] பெ. (உ.வ.) **பெருமகிழ்ச்சி;** exultation; delight; joy. அவனுடைய உள்ளக் களிப்பு துள்ளல் நடையில் தெரிந்தது.

களிம்பு[1] பெ. **பித்தளை, செம்பு முதலிய உலோகங்களால் செய்யப்பட்டவற்றில் காற்றும் நீரும் படுவதால் ஏற்படும் பச்சை நிறமுடைய, நச்சுத் தன்மையுள்ள படிவு;** verdigris; patina. பித்தளைப் பாத்திரங்கள் களிம்பேறிக் கிடந்தன.

களிம்பு[2] பெ. **புண்ணில் தடவப் பயன்படுத்தும் பசையாக இருக்கும் மருந்து;** ointment; salve. முதலில் காயத்தைக் கழுவிக் களிம்பு தடவு!

களிமண் பெ. **கெட்டியாகவும் இறுகியும், நீர் பட்டால் குழையக்கூடியதாகவும் இருக்கும் ஒரு வகைக் கறுப்பு நிற மண்;** clay. களிமண்ணால் செய்த பிள்ளையார் சிலை/ 'அவன் தலையில் மூளை இல்லை, களிமண்தான்' என்று அண்ணன் திட்டினார்.

களிமண் தரை பெ. **(டென்னிஸ் விளையாடப் பயன்படுத்தப்படும் தரைகளில் ஒன்றான) களிமண் நிரப்பிக் கடினமாக்கப்பட்ட ஆடுகளம்;** clay court (in tennis).

களியாட்டம் பெ. **1: உல்லாசம் நிறைந்த கொண்டாட்டம்;** gaiety. **2: குடித்தோ சிற்றின்பத்தில் ஈடுபட்டோ மகிழும் கேளிக்கை;** revelry. இரவின் களியாட்டங்கள்.

களியாட்டு பெ. (இலங்.) **பொழுதுபோக்கு;** entertainment; merrymaking. களியாட்டுப் பூங்கா/ களியாட்டு வித்தை.

களிறு பெ. (உ.வ.) **ஆண் யானை; கொம்பன் யானை;** male of the elephant.

களுக்-என்று வி.அ. (சிரிப்பைக் குறிக்கும்போது) **சிறு சத்தத்துடன்;** (referring to laughter) in a short burst. கிச்சுக் கிச்சுமூட்டியதும் குழந்தை களுக்கென்று சிரித்தது.

களேபரம் பெ. **(ஒரு நிகழ்ச்சியால், ஒன்றிற்கான ஆயத்தங்களால் கூட்டம் நிறைந்த இடத்தில் நிலவும்) பரபரப்புடன் கூடிய குழப்பம்;** hullabaloo; hubbub; furore. வெளியே விளையாடிக்கொண்டிருந்த குழந்தையைக் காணவில்லை என்று வீட்டில் களேபரமாக இருந்தது./ சாலையில்

கல்வீச்சு, களேபரம். [(தொ.சொ.) கலவரம்/ குழப்பம்/ கூச்சல்]

களை[1] வி. (களைய, களைந்து) **1: (பயனற்ற செடி, புல் முதலியவற்றை) பிடுங்கி அகற்றுதல்; நீக்குதல்;** weed out. விளையாட்டு மைதானத்தில் முளைத்திருந்த முட்செடிகளை மாணவர்கள் வெட்டிக் களைந்தனர். **2: (அரிசி, கேழ்வரகு முதலியவற்றை நீரில் போட்டு அதில் உள்ள கற்கள், துரும்பு போன்றவற்றை) பிரித்தெடுத்தல்;** separate (rice by rinsing it to remove small stones, etc.,); sift. அரிசியைக் களைந்து உலையில் போடு. **3: (ஆடையை உடலிலிருந்து கழற்றி, உருவி) நீக்குதல்;** take off (clothes); remove. வீட்டுக்கு வந்தவுடன் வேர்வையால் நனைந்திருந்த உடைகளைக் களைந்துவிட்டுக் குளிக்கச் சென்றார். **4: (குறைபாடு, சந்தேகம் முதலியவற்றை) நீக்குதல்; போக்குதல்;** remove (defects, doubt, etc.,). மக்கள் தெரிவித்த குறைகள் களையப்படும் என்று அந்த மேலதிகாரி உறுதியளித்தார்.

களை[2] வி. (களைக்க, களைத்து) **(வேலை செய்து) சோர்வடைதல்;** feel tired; feel exhausted. அலுவலகத்திலிருந்து களைத்துப்போய் வந்திருக்கிறாய்./ ஒரு மைல்கூட நடக்கவில்லை, அதற்குள் களைத்துவிட்டாயே!

களை[3] பெ. **(பயிர் வளர்வதற்குத் தடையாக இருக்கும்) புல், பூண்டு, சிறு செடி முதலியன;** weed(s). பயிர்களுக்குப் போக வேண்டிய சத்துகளைக் களைகள் எடுத்துக்கொள்கின்றன.

களை[4] பெ. **1:** (-ஆன) **(முகத்தில் காணப்படும்) பொலிவு;** radiance. என்ன களையான முகம்! [(தொ.சொ.) சோபை/ பொலிவு/ மலர்ச்சி] **2: (ஓர் இடத்தில் காணப்படும்) கலகலப்பு;** liveliness. வீடு களை இழந்து காணப்பட்டது. **3: (முகத்தில்) குறிப்பிட்ட தன்மையைக் காட்டும் வெளிப்பாடு;** countenance (expressive of different states); look. எல்லோருடைய முகத்திலும் ஏன் இந்த அசட்டுக் களை?/ புத்திசாலிக் களை.

களை[5] பெ. (இசை) **ஒரு தாளத்தில் இருக்கும் அட்சரங்களின் எண்ணிக்கை;** the number of அட்சரம் in one beat.

களை[6] பெ. (இலங்.) **களைப்பு;** tiredness. ஓடுவதும் பிறகு களை வந்தால் நடப்பதுமாய்ப் போய்க்கொண்டிருந்தான்.

களைக்கொட்டு பெ. (வ.வ.) **களைவெட்டி;** weeding-hook.

களைக்கொல்லி பெ. **களைகளை அழிக்கப் பயன்படுத்தும் வேதிப்பொருள்;** weedicide. கூட்டுறவு அங்காடிகளின் மூலம் களைக்கொல்லி, பூச்சிக்கொல்லி மருந்துகள் விற்பனை செய்யப்படுகின்றன.

களைகட்டு வி. (-கட்ட, -கட்டி) **(நிகழ்ச்சி அல்லது நிகழ்ச்சி நடக்கும் இடம்) பொலிவுடன் விளங்குதல்;** become lively; come alive; take off. ராக ஆலாபனைக்குப் பிறகு கச்சேரி களைகட்டத் தொடங்கியது./ விருந்தினர்கள் வருகையால் கல்யாண வீடு களைகட்டிவிட்டது.

களைப்பாறு வி. (களைப்பாற, களைப்பாறி) **ஓய்வெடுத்தல்; இளைப்பாறுதல்;** have respite; take rest. கதை படிப்பவர், கொஞ்சம் நிறுத்திவிட்டுக் களைப்பாறினார்./ வேகமாக ஓடிவந்தவன் சற்று நேரம் நின்று களைப்பாறிவிட்டு, வந்த விஷயத்தைச் சொல்லத் தொடங்கினான்.

களைப்பு பெ. **(வேலையால்) சோர்வு; (நோயால்) பலம் இழந்த நிலை;** tiredness; exhaustion. உடலில் களைப்பும் கண்ணில் தூக்கமுமாகப் படுக்கையில் விழுந்தான்./ காய்ச்சலுக்குப் பிறகு அடிக்கடி களைப்பாக இருப்பதை உணர்கிறேன்.

களைவெட்டி பெ. **(களைகளை நீக்கப் பயன்படுத்தும்) சிறிய இரும்புத் தகடு பொருத்தப்பட்ட மரப்பிடியோடு கூடிய கருவி;** a small implement with a flat end attached to a wooden handle for weeding; weeding-hook.

கற்கண்டு பெ. **படிகம்போல இருக்கும் கரும்புச் சாற்றின் கட்டி;** rock-candy (from sugarcane juice).

கற்காலம் பெ. **(மனித வரலாற்றில்) கருவிகளாகவும் ஆயுதங்களாகவும் கல் மட்டுமே பயன்படுத்தப்பட்ட ஆதி காலம்;** Stone Age.

கற்குறுணி பெ. (இலங்.) **குறுணை;** broken grain (of rice). அரிசியில் இருக்கும் கற்குறுணியைப் பொறுக்கி வீசிவிடு.

கற்கைநெறி பெ. (இலங்.) **(கல்வி நிறுவனங்களில் பின்பற்றப்படும்) பாடத்திட்டம்;** syllabus for a course. தற்போது கற்கைநெறி ஒழுங்குபடுத்தப்பட்டுள்ளது./ பாடசாலைகளுக்குப் புதிய கற்கைநெறி அனுப்பப்பட்டுள்ளது.

கற்பகம் பெ. காண்க: **கற்பக விருட்சம்.**

கற்பக விருட்சம் பெ. **சொர்க்கத்தில் இருப்பதாகவும் ஒருவர் விரும்பியதையெல்லாம் தரக்கூடியதாகவும் கூறப்படும் ஒரு மரம்;** a tree in heaven which is said to yield whatever one desires.

கற்பலகை பெ. (இலங்.) **சிலேட்டு;** slate.

கற்பழி வி. (த.வ.) (கற்பழிக்க, கற்பழித்து) **(ஒரு பெண்ணை) பலவந்தப்படுத்தி உடலுறவு கொள்ளுதல்;** rape.

கற்பழிப்பு பெ. (த.வ.) **(ஒரு பெண்ணுடன் கொள்ளும்) பலவந்தமான உடலுறவு; பாலியல் வன்புணர்வு;** rape.

கற்பனாவாதம் பெ. **(கலை, இலக்கியங்களில்) தர்க்க ரீதியாக இல்லாமல் உணர்வுகளைச் சார்ந்தும் கற்பனை அம்சம் மிகுந்தும் காணப்படும் தன்மை;** romanticism. நாவலில் யதார்த்தத்தைவிடக் கற்பனாவாதம் அதிகமாகக் காணப்படுகிறது.

கற்பனை பெ. **1: ஒன்றைப் புதிதாகப் படைக்கும் அல்லது உருவாக்கும் ஆற்றல்;** imagination. மிகுந்த கற்பனையுடன் உருவாக்கப்பட்ட தோட்டம்./ ராக ஆலாபனையில் அவருடைய கற்பனையின் வீச்சு தெரிந்தது. **2: இல்லாததை இருப்பதாக நினைத்துப்பார்ப்பது;** imagination. அவர் பணத்தைத் திருடிவிட்டார் என்பது உன் கற்பனை./ உன்னைப் பற்றி நீயே தாழ்வாகக் கற்பனை செய்துகொள்ளாதே./ அட்சரேகை, தீர்க்கரேகை என்பதெல்லாம் ஒரு வசதிக்காக ஏற்படுத்திக்கொண்ட கற்பனைக் கோடுகள்./ இந்த நாவலின் கதை சலாமியா என்னும் கற்பனை நாட்டில் நடப்பதாக அமைந்திருக்கிறது. [(தொ.சொ.) அளப்பு/ கட்டுக்கதை/ கதை/ புரளி/ புனைந்துரை/ புனைவு/ பொய்/ வதந்தி]

கற்பனைநயம் பெ. **(கலை, இலக்கியம் அல்லது இசை போன்றவற்றில்) கற்பனைத் திறனால் வெளிப்படும் அழகியல் உணர்வு சார்ந்த நுண்மையான கூறுகள்;**

365 கறிக்கடை

beauty of imagination. கற்பனைநயத்தின் அற்புத வெளிப் பாடாகக் கம்பரின் கம்பராமாயணத்தைக் கூறலாம்.

கற்பி[1] வி. (கற்பிக்க, கற்பித்து) (உ.வ.) **கற்றுக்கொடுத்தல்; சொல்லித்தருதல்;** teach. என் ஆசிரியர் வாழ்நாள் முழுதும் கற்பதும் கற்பிப்பதுமாகவே இருந்தார்.

கற்பி[2] வி. (கற்பிக்க, கற்பித்து) **1: கற்பனையாக உரு வாக்குதல்; புனைதல்;** imagine; concoct. இது நீயாகக் கற் பித்துச் சொல்வது, நான் நம்ப மாட்டேன்./ நூலை விமர் சிக்கும்போது ஒரு வாசகனைக் கற்பித்துக்கொண்டு எழுது கிறோம். **2: (நியாயம், உள்நோக்கம் முதலியவற்றை) உண்டாக்கிக் காட்டுதல்; கண்டுபிடித்தல்;** invent a reason (for sth.); attribute (ulterior motive). நீ செய்தது தவறு, நியாயம் கற்பிக்க முயலாதே!/ அவர் சாதாரண மாகச் சொன்னதற்கு ஏன் உள்நோக்கம் கற்பிக்கிறீர்கள்? **3: (ஒருவருடைய நற்பெயருக்குக் களங்கம், ஆட்சிக்கு அவப்பெயர்) ஏற்படுத்துதல்;** impute (blame, etc.,). எதிர்க் கட்சியினர் எங்கள் தலைவரின் அப்பழுக்கற்ற பொது வாழ்வுக்குக் களங்கம் கற்பிக்கிறார்கள்.

கற்பிதம் பெ. (அ.வ.) **கற்பனையானது;** sth. fictitious. உங்களுடைய குற்றச்சாட்டுகள் கற்பிதமானவை.

கற்பு பெ. **1:** (பெரும்பாலும் பெண்களைக் குறித்து) **திருமண உறவில் தன் துணையைத் தவிர வேறொரு வரை நாடாத ஒழுக்கம்;** (usually said of women) fidelity; loyalty. கற்புடைய பெண்கள்/ கற்பில் சிறந்த பெண்கள். **2:** (த.வ.) **(பெண்ணின்) கன்னித் தன்மை;** virginity.

கற்பூரம் பெ. **1: காற்றுப் பட்டால் கரைந்து ஆவியாகக் கூடியதும் எளிதில் தீப் பற்றிக் கொள்ளக்கூடியதுமான (ஆசியாவில் காணப்படும் லாரல் தாவரக் குடும்பத் தின் மரங்களின் எண்ணெயிலிருந்து தயாரிக்கப்படும்) வெண்ணிறப் பொருள்;** camphor. **2: பச்சைக் கற்பூரம்;** medicated camphor.

கற்பூரவள்ளி பெ. **(மருந்தாகப் பயன்படும்) காரச் சுவையுடைய தடித்த இலைகளை உடையதும், கசக்கி னால் கற்பூரத்தின் மணத்தைத் தருவதுமான வாசனை மிகுந்த ஒரு வகைச் செடி;** a variety of lavender.

கற்றாழை பெ. **சதைப்பற்றுள்ள, வெளிர் பச்சை நிற மடல்களின் நுனியில் கரும்சிவப்பு நிற முள்ளோடு காணப்படும் (மருத்துவக் குணமுள்ள) வறண்ட நிலத் தாவரம்;** agave.

கற்றுக்குட்டி பெ. காண்க: **கத்துக்குட்டி.**

கற்றுக்கொடு வி. (-கொடுக்க, -கொடுத்து) **(கல்வி, வேலை, பழக்கம் முதலியவற்றை ஒருவருக்கு) சொல் லிக்கொடுத்தல்;** teach.

கற்றை பெ. **1: (முடியின்) அடர்த்தியான திரள்;** (of hair) lock. [(தொ.சொ.) கட்டு/ குவியல்/ தொகுப்பு] **2: (ரூபாய் நோட்டு, தாள் முதலியவற்றை) ஒன்றாகச் சேர்த்த தொகுப்பு; கட்டு;** bundle; wad (of currency notes); sheaf (of papers). கற்றைகற்றையாக நூறு ரூபாய் நோட்டு பெட்டிக்குள் இருந்தன./ அறிக்கைகள் அடங்கிய கற்றை ஒன் றைப் பணியாளர் கொண்டுவந்து மேசைமேல் வைத்தார்.

கற வி. (கறக்க, கறந்து) **1: (பசு, ஆடு முதலிய விலங்கு களின் மடிக் காம்பிலிருந்து பாலை) பீய்ச்சி எடுத்தல்;** draw (milk from a cow, goat, etc.,); milk. மாட்டை வீட்டுக் குக் கொண்டுவந்து பால் கறந்து தரும் வழக்கம் மறைந்து வருகிறது. **2: (பசு, ஆடு முதலிய விலங்குகள்) பால் தருதல்;** (of cow, goat, etc.,) yield milk. இந்த மாடு ஒரு படிதான் கறக்கிறதா? **3: (நயமாகப் பேசியோ செயல் பட்டோ தேவையானதை) தரும்படி செய்தல்; வெளிக் கொண்டுவருதல்;** extract (secrets, money, etc.,); worm sth. out of s.o. கடைக்காரர்கள் சிரித்துப் பேசி நம்மிட மிருந்து எப்படியாவது பணத்தைக் கறந்துவிடுகிறார்கள்./ இந்த அதிகாரியின் திறமை பிறரிடமிருந்து எப்படிப்பட்ட ரகசியத்தையும் கறந்துவிடுவதுதான். **4:** (இலங்.) **பிழிதல்;** squeeze. பனம்பழத்தைக் கறந்து பனங்களி எடுக்க வேண்டும்.

கறவை பெ. **1: பால் தரும் மாடு;** milch cow or buffalo. அவர் வீட்டில் கறவைக்குப் பஞ்சம் இல்லை; எப்போது போனாலும் பால் கிடைக்கும்./ வெளிநாடுகளிலிருந்து கறவை இனங்கள் இறக்குமதி செய்யப்படும். **2: (பசு, எருமை ஆகியவை) ஒரு வேளைக்குக் கறக்கிற அளவு;** the quantity that is milked from an animal in one round. இந்தப் பசு ஒரு கறவைக்கு ஐந்து லிட்டர் பால் கொடுக்கிறது.

கறள் பெ. (இலங்.) **1: துரு;** rust. கறள் பிடித்த ஆணி. **2: வன்மம்;** grudge. அவர் என்மீது கறள் வைத்திருக்கிறார்.

கறார் பெ. (-ஆக, -ஆன) **(ஏற்றுக்கொண்ட அல்லது ஏற்படுத்திக்கொண்டிருக்கிற நெறிமுறைகளிலிருந்து) சற்றும் விலகாத கண்டிப்பு அல்லது விட்டுக்கொடுக் காத தன்மை;** strictness. அவர் கறாரப் பேர்வழி./ அவரி டம் கடன் வாங்கினால் வட்டியைக் கறாராக வசூலித்து விடுவார்./ வியாபாரத்தில் எல்லா நேரங்களிலும் கறாராக இருக்க முடியாது.

கறார்காட்டு வி. (-காட்ட, -காட்டி) **(ஒருவரிடம்) கண்டிப்போடு நடந்துகொள்ளுதல்;** be strict. நீங்கள் யாருக்கு வேண்டியவர்களாக இருந்தாலும் எனக்குக் கவலை யில்லை, எனக்கான பங்கைக் கொடுத்துவிடுங்கள் என்று அந்த அதிகாரி கறார்காட்டுகிறாராம்.

கறி பெ. **1: மாமிசம்; இறைச்சி;** (raw or cooked) meat. ஆட்டுக் கறி கிலோ என்ன விலை?/ தோசைக்குக் கறிக் குழம்பு. **2: (ஏதேனும் ஒரு காய்கறியை அல்லது இறைச் சியைத் துண்டுதுண்டாக நறுக்கி வேகவைத்துச் செய் யப்படும்) குழகுழப்பான அல்லது கெட்டியான உண வுப் பண்டம்;** a liquid or solid side dish (prepared with pieces of a vegetable or meat); curry. முட்டைகோஸ் கறி/ மீன் கறி. **3:** (வ.வ.) **குழம்பு;** any sauce used for mixing with cooked rice. புளி இல்லாத கறி வைத்திருக்கிறேன். **4: (இரத்தச் சிவப்புடன் காணப்படும்) சதை;** (bloody, raw) flesh. மாட்டை அடித்த அடியில் கறி பிய்ந்து தொங்குகிறது.

கறிக்கடை பெ. (இலங்.) **இறைச்சி, மீன் போன்ற வற்றை விற்பனை செய்யும் இடம்;** a shop where fish, mutton, chicken, etc., are sold. இன்று கறிக்கடையில் கறி யெல்லாம் மலிவாக இருக்கிறது./ நல்ல கருவாடு வேண்டு மென்றால் கறிக்கடைக்குப் போய்ப் பாருங்கள்.

கறிக்காரன் பெ. (இலங்.) **இறைச்சி, மீன் போன்றவற்றை விற்பவன்;** a man who sells fish, mutton, chicken, etc., கறிக்காரன் வருகின்றானா என்று கவனி.

கறிக்காரி பெ. (இலங்.) **இறைச்சி, மீன் போன்றவற்றை விற்பவள்;** a woman who sells fish, mutton, chicken, etc., அந்தக் கறிக்காரியிடம் மீன் மலிவாகக் கிடைக்கும்./ கறிக்காரியிடம் கருவாட்டுக்கு இன்றைக்கே சொல்லிவிட வேண்டும்.

கறிக்கோழி பெ. **இறைச்சிக்காகவே பண்ணைகளில் வளர்க்கப்படும் கோழி;** broiler chicken.

கறிகாய் பெ. காண்க: **காய்கறி.**

கறிகூட்டு வி. (-கூட்ட, -கூட்டி) (இலங்.) **(சமையலில் குறிப்பிட்ட உணவுப் பண்டத்தைச் சமைக்கத் தொடங்குவதற்கு முன்) முன்னேற்பாடாகச் செய்துவைத்துக் கொள்ளும் வேலை;** preparation (done before cooking). கறிகூட்டிவிட்டால் தூக்கி அடுப்பில் வை./ இப்போதுதான் கறிகூட்டி வைத்துள்ளேன். கொதித்தவுடன் சாப்பிடலாம்.

கறி மசாலா பெ. **கறிக்குச் சேர்க்கும் மசாலாப் பொருள்கள்;** spice ingredients of *கறி*; spice-mix.

கறி மஞ்சள் பெ. **கறிக்குச் சேர்க்கும் மஞ்சள்;** turmeric added to *கறி* for flavour.

கறிவேப்பிலை பெ. **கறி, குழம்பு முதலியவற்றில் வாசனைக்காகச் சேர்க்கும் ஒரு வகைச் சிறிய இலை;** curry leaf (used in seasoning dishes or to add flavour).

கறிவேப்பிலைப் பொடி பெ. **(சாதத்தில் கலந்து சாப்பிடப் பயன்படும்) கறிவேப்பிலையைக் காயவைத்து அரைத்துப் பெறப்பட்ட பொடி;** powder of dried curry leaves (for mixing with cooked rice).

கறு வி. (கறுக்க, கறுத்து) **1: இருட்டிக்கொண்டு வருதல்;** darken; become dark. வானம் கறுத்திருக்கிறது, மழை வரலாம். **2: (வெயிலால், வியாதியால் உடல்) கறுப்பு நிறம் அடைதல்;** (of body) become dark; tan. வெயிலில் அலைந்து ஆள் கொஞ்சம் கறுத்துவிட்டான். **3: (அவமானம், கடும் கோபம் முதலியவற்றால் முகம்) ஒளி இழத்தல்;** (of face) turn ashen or dark. பயத்தால் முகம் வெளிறும், அவமானத்தால் கறுக்கும்./ கோபத்தில் அவர் முகம் கன்றிக் கறுத்திருந்தது.

கறுகறு-என்று வி.அ. காண்க: **கருகரு-என்று.**

கறுத்தக்கொழும்பான் பெ. (இலங்.) **கரும்பச்சை நிறத் தோலுடன் தடிப்பாக இருக்கும் ஒரு வகை மாம்பழம்;** a variety of mango, dark green in colour and thick in size.

கறுப்பர் பெ. **ஆப்பிரிக்க இன மக்கள்;** Africans; the blacks.

கறுப்பு பெ. **1: கரிக்கு உள்ளது போன்ற நிறம்; கருமை;** black colour. **2: (உடலின் நிறத்தைக் குறிக்கும்போது) கருமைக்கும் பழுப்புக்கும் இடைப்பட்ட நிறம்;** (of skin) dark. குழந்தை நிகுநிகுவென்று கறுப்பாக அழகாக இருந்தது.

கறுப்பு அரிசி பெ. **முதிர்ச்சி அடையாமல் கறுப்பு நிறத்தில் இருக்கும் அரிசி;** black grains found mixed with rice. ஒரு கிலோ அரிசியில் இவ்வளவு கறுப்பு அரிசி இருந்தால் என்ன செய்வது?

கறுப்பு அரிவாள்மூக்கன் பெ. **சாம்பல் நிற அலகும், கறுப்பு நிறக் கழுத்துப் பகுதியும், கருநீல நிற வயிற்றுப் பகுதியும் தலையின் பின்புறம் சிவப்புத் திட்டையும் கொண்ட ஒரு நீர்ப்பறவை;** red-naped ibis. சங்கப் பாடல்களில் அன்றில் என அழைக்கப்படும் பறவை கறுப்பு அரிவாள்மூக்கன்தான்.

கறுப்பு ஆடு பெ. **ஒரு குழுவில் இணக்கமாக இருப்பது போல் காட்டிக்கொண்டு குழுவின் நலனுக்கு எதிராகச் செயல்படுபவர்; கருங்காலி;** black sheep. ஏதோ ஒரு கறுப்பு ஆடு நாம் போடும் திட்டத்தையெல்லாம் மேலிடத்தில் சொல்லிக்கொண்டிருக்கிறது.

கறுப்புக் கண்ணாடி பெ. **வெயிலில் செல்லும்போது (வெயிலின் பிரகாசம் கண்ணைத் தாக்காமல் இருக்க) அணியும் மூக்குக்கண்ணாடி;** sunglasses; (in India) cooling glasses.

கறுப்புக் கொடி பெ. **துக்கத்தையோ அனுதாபத்தையோ எதிர்ப்பையோ தெரிவிக்கும் அடையாளமாகப் பயன்படுத்தும் கறுப்புத் துணி;** black flag or strip of black cloth used as a sign of mourning or protest. தலைவர் இறந்ததை முன்னிட்டு வாகனங்களில் கறுப்புக் கொடி கட்டியிருந்தனர்./ பேருந்துக் கட்டண உயர்வை எதிர்த்து மக்கள் கறுப்புக் கொடி குத்தியிருந்தனர்.

கறுப்புச்சந்தை பெ. காண்க: **கள்ளச்சந்தை.**

கறுப்புத் தாமரைக் கோழி பெ. **நீர்த்தாவரங்களின் மீது நடக்க ஏதுவாக நீண்ட விரல்களைக் கொண்டிருக்கும், அடர் கரும்பச்சை நிறத் தலையையும் கழுத்தையும், வெண்மையான புருவத்தையும், வெண்கல நிற இறக்கைகளையும் கொண்ட நீர்ப்பறவை;** bronze-winged jacana.

கறுப்புப்பணம் பெ. **வருமான வரிக் கணக்கில் காட்டாமல் பதுக்கப்படும் பணம்;** black money.

கறுப்புப் புள்ளி பெ. **(ஊழியர்களின்) திறமையின்மையை அல்லது ஒழுங்கற்ற நடத்தையைக் குறிக்கப் பயன்படுத்தும் குறியீடு;** adverse remark; black mark.

கறுப்புப்பூனை (படை) பெ. **உயர் ஆட்சிப் பொறுப்பில் உள்ளவர்கள் அல்லது முக்கியமான பிரமுகர்களின் உயிரைப் பாதுகாக்கும் பணியில் ஈடுபட்டிருக்கும், கறுப்பு உடை அணிந்த, சிறப்புப் பயிற்சி பெற்ற காவலர்;** commandoes engaged for the security of public figures whose lives are under threat; (in India) black cats.

கறுப்புவெள்ளை பெ. **(புகைப்படம், திரைப்படம் போன்றவற்றில்) கறுப்பு, வெள்ளை மற்றும் சாம்பல் வண்ணம் ஆகியவற்றைக் கொண்டது;** black and white. கறுப்புவெள்ளைத் திரைப்படம்/ கறுப்புவெள்ளைப் புகைப்படம்/ கறுப்புவெள்ளைத் தொலைக்காட்சிப் பெட்டி.

கறுப்புவெள்ளை மீன்கொத்தி பெ. **(பொதுவாக நீர்நிலைகளிலும் வயல்வெளிகளிலும் காணப்படும்) கறுப்பும் வெள்ளையும் கலந்த நிறத்தில் இறக்கைகளும், வெள்ளை நிறத்தில் கழுத்தும் மார்பும் உடைய ஒரு வகை நீர்ப்பறவை;** pied kingfisher.

கறுவல் பெ. (இலங்.) **கறுப்பாக இருப்பவர்;** a person of dark complexion. அந்தக் கறுவல்தான் கடிதத்தைக் கொண்டுவந்து கொடுத்தான்./ அந்த மீசைக்காரக் கறுவல்தான் அன்று மறித்துக் கேள்வி கேட்டவன்.

கறுவாப்பட்டை பெ. *(இலங்.)* **லவங்கப் பட்டை;** cinnamon (used in cooking).

கறுவு வி. *(கறுவ, கறுவி)* **(முன்விரோதம், போட்டி, சண்டை முதலியவை காரணமாக) மனத்திற்குள் வஞ்சம் வளர்த்தல்; பழிதீர்ப்பதாகப் பேசுதல்;** nurse ill feelings; harbour malice. எங்கள் குடும்பத்தை அவமானப்படுத்தியவனைப் பழிவாங்காமல் விட மாட்டேன் என்று கறுவினான்./ போட்டியில் என்னிடம் தோற்றதிலிருந்து கறுவிக்கொண்டு திரிகிறான்.

கறை பெ. 1: **(ஒன்றின்) தூய்மையை, அழகைக் கெடுக்கும் அழுக்கு; எளிதில் நீக்க முடியாத மாசு; ஒரு திரவம் பட்டு உண்டாகும் படிவு;** blot; stain; smudge. வேட்டியில் காப்பி கொட்டிக் கறையாகிவிட்டது./ அரிவாளில் இரத்தக் கறை/ *(உரு வ.)* எங்கள் தலைவரின் கைகள் கறை படியாதவை. 2: **களங்கம்;** blemish. உன் நடத்தை நம் குடும்பத்துக்கு அழியாத கறையை ஏற்படுத்திவிட்டது.

கறையான் பெ. **மரத்தை அல்லது மரத்தால் ஆன பொருள்களை அரித்துத் தின்னும், புற்றில் கூட்டமாக வாழும் சிறிய வெண்மையான உயிரினம்;** white ant; termite.

கன்று[1] வி. *(கன்ற, கன்றி)* 1: **(அடிபட்ட இடம் பொட்டாகவோ வரியாகவோ) கறுத்துக் காணப்படுதல்;** develop bruising (from a blow or hit). வாழைப்பழச் சீப்பில் சில பழங்கள் கன்றியிருந்தன./ சவுக்கடி பட்ட முதுகு வரிவரியாகச்சிவந்து கன்றிக் காணப்பட்டது. 2: **(அவமானத்தால், கோபத்தால் முகம்) சிறுத்தல்; கடுமை ஏறி இருத்தல்;** (of face) darken (with anger, due to insult). இப்படி ஒரு கேள்வியை அவன் கேட்டுவிட்டானே என்ற அவமானத்தில் அவர் முகம் கன்றிச் சிவந்தது. 3: **(உள்ளங்கை) காய்த்தல்;** develop callus. கோடாலியால் வெட்டிப் பழக்கம் இல்லை, உள்ளங்கை கன்றிப்போய்விட்டது.

கன்று[2] பெ. 1: **(எருமை, பசு முதலிய சில விலங்குகளின்) குட்டி;** calf. 2: **(தென்னை, வாழை முதலியவை அல்லது ரோஜா முதலியவை) மரமாவதற்கு அல்லது செடியாவதற்கு முன் உள்ள நிலை;** (of palm, plantain, etc., or of rose, etc.,) sapling. வாழைக் கன்று/ ரோஜாக் கன்று/ தென்னங்கன்று. *(பார்க்க, படம்: வாழை)*

கன்றுக்குட்டி பெ. காண்க: **கன்று[2], 1.**

கன்றுகாலிகள் பெ. **மாடு மற்றும் அது போன்ற கால்நடை;** livestock. கிராமத்தில் வயல், தோப்பு, கன்றுகாலிகள் என்று வசதியாக இருந்தவர்.

கன்றுத்தாய்ச்சி பெ. *(இலங்.) (மாட்டைக் குறிக்கும்போது)* **சினைப்பட்டிருக்கும் விலங்கு;** pregnant animal. கன்றுத்தாய்ச்சியை ஏன் அடிக்கிறாய்?

கன்றுபோடு வி. *(-போட, -போட்டு)* **(பசு, எருமை, யானை ஆகிய விலங்குகள்) கன்றை ஈனுதல்;** (of cow, buffalo, elephant) calve.

கன்ன உச்சி பெ. *(இலங்.)* **தலையின் உச்சிப் பகுதியில் இல்லாமல் சற்றுத் தள்ளி முடியை இரண்டாகப் பிரித்து எடுக்கும் வகிடு;** parting (of a person's hair) slightly to the left or right of the centre. ஆண்கள் அதிகமாகக் கன்ன உச்சி பிரித்துதான் தலை இழுப்பார்கள்.

கன்னக்கோல் பெ. **(முற்காலத்தில் சுவரில் ஓட்டை போடத் திருடர்கள் பயன்படுத்திய) கடப்பாரை போன்ற கருவி;** crowbar-like tool (used by burglars to make an opening in the wall of a house in former times).

கன்னங்கரிய பெ.அ. **மிகவும் கறுப்பான;** pitch-black. கன்னங்கரிய நிறத்தில் இரண்டு அண்டங்காக்கைகள்.

கன்னங்கரேல்-என்று வி.அ. **மிகவும் கறுப்பாக;** in a jet black manner. அம்மன் சிலை கன்னங்கரேலென்று இருந்தது./ இயந்திரங்களைப் பழுதுபார்த்துவிட்டுக் கையைத் துடைத்துத்துடைத்துக் கன்னங்கரேலென்று இருந்தது அந்தத் துண்டு.

கன்னடம் பெ. **கர்நாடக மாநிலத்தில் பெரும்பாலோரால் பேசப்படுவதும் திராவிட மொழிக் குடும்பத்தைச் சேர்ந்ததுமான ஒரு மொழி;** Kannada (language).

கன்னம் பெ. 1: **(முகத்தின் பக்கவாட்டில்) கண், வாய், காது ஆகிய மூன்றுக்கும் நடுவில் உள்ள சதைப்பற்று மிகுந்த பகுதி;** cheek. *(பார்க்க, படம்: உடல்)* 2: **(அரியும்போது) மாம்பழத்தில் கொட்டைக்கு இரண்டு பக்கமும் உள்ள சதைப் பகுதி;** the fleshy sides of a ripe mango.

கன்னம்வை வி. *(-வைக்க, -வைத்து) (முற்காலத்தில்)* **(திருடுவதற்காகச் சுவரில் கன்னக்கோலைக் கொண்டு) ஓட்டைபோடுதல்;** make a hole (in the wall of a house for burgling in former times). வீட்டில் யாரும் இல்லாத நேரத்தில் திருடர்கள் கன்னம்வைத்து உள்ளே நுழைந்திருக்கிறார்கள்.

கன்னாபின்னா-என்று வி.அ. *(பே.வ.)* 1: **எந்த ஒரு முறையும் ஒழுங்கும் இல்லாமல்;** without order or propriety. பெரியவர்களிடம் இப்படிக் கன்னாபின்னாவென்று பேசாதே!/ கன்னாபின்னாவென்று செலவு செய்தால் சமாளிக்க முடியாது. 2: **தரக்குறைவாக;** using rude language; indecently. வாடகை தரவில்லை என்பதற்காக வீட்டு உரிமையாளர் கன்னாபின்னாவென்று கத்த ஆரம்பித்துவிட்டார்.

கன்னான் பெ. **வெண்கலம், செம்பு, பித்தளை ஆகிய உலோகங்களில் பாத்திரம் முதலியவை செய்பவர்;** one who makes vessels, etc., using bell-metal or copper or bronze.

கன்னி[1] பெ. 1: **திருமணமாகாத இளம் பெண்;** unmarried young woman; maiden. 2: **கன்னித் தன்மை நீங்காத பெண்;** virgin. 3: **திருமணம் செய்துகொள்ளாமல் வாழும் பெண்;** spinster. 4: *(சோதி.)* **இளம் பெண்ணின் உருவத்தைக் குறியீடாக உடைய ஆறாவது ராசி;** sixth constellation of the zodiac having the figure of a maiden as its sign; Virgo. *(பார்க்க, படம்: ராசி[1])* 5: *(பெயரடையாக வரும்போது)* **முதல் முறையாக நிகழ்த்தப்பட்டது;** (of one's speech, attempt, etc.,) maiden. கன்னிப் பேச்சு/ கன்னி முயற்சி/ இது அந்த கிரிக்கெட் வீரர் அடித்த கன்னிச் சதம் ஆகும்.

கன்னி[2] பெ. **கூம்பிய நீண்ட முகத்தையும் நீளமான கால்களையும் கொண்ட, மிக வேகமாக ஓடக்கூடிய, வேட்டைக்குப் பயன்படுத்தப்படும், கறுப்பு அல்லது பழுப்பு நிறத்தில் காணப்படும், ஒரு வகை நாட்டு நாய்;** an indigenous dog, mostly black and tan in colour, with a domed and long head, capable of great speed, and used for hunting.

கன்னி³ பெ. *(ஊரக வ.)* **(ஒன்றிரண்டு வயல்களுக்குத் தண்ணீர் பாய்வதற்கு ஏற்படுத்திக்கொள்ளும்) சிறிய வாய்க்கால்;** small chanel (made for irrigating one or two fields). ஒரு கன்னி பிடித்து அந்த வயலுக்குத் தண்ணீர் கொண்டுபோகலாம்.

கன்னிக்கால் பெ. *(இலங்.)* **முகூர்த்தக்கால்;** the first post fixed at an auspicious moment for a பந்தல் for a wedding. கன்னிக்கால் நட்டுவிட்டு மாப்பிள்ளையை வெளியே அனுப்பலாமா?

கன்னிகழி வி. (-கழிய, -கழிந்து) **(ஒரு பெண்ணின்) கன்னித் தன்மை நீங்குதல்;** (of one's maidenhood) come to an end formally.

கன்னிகாதானம் பெ. **பெண்ணை ஒருவருக்கு (தாரை வார்த்துக் கொடுத்து) திருமணம் செய்வித்தல்;** giving one's daughter in marriage.

கன்னிகாஸ்திரீ பெ. *(அ.வ.) (கிறித்.)* **கிறித்தவப் பெண் துறவி;** nun.

கன்னிகை பெ. காண்க: *கன்னி¹, 1.*

கன்னிசாமி பெ. **சபரிமலைக்கு முதல் முறையாகச் செல்வதற்காக மாலைபோட்டுக்கொள்பவர்;** person observing rituals for his maiden pilgrimage to சபரிமலை.

கன்னித் தன்மை பெ. **(பெரும்பாலும் கன்னியின்) உடலுறவு கொள்ளாத தன்மை;** virginity.

கன்னித்திரை பெ. **பெண்குறியின் துவாரத்தைச் சற்று மூடியதுபோல் இருக்கும் மெல்லிய சவ்வு;** hymen.

கன்னிப்பெயர் பெ. **ஒரு பெண்ணுக்குத் திருமணம் ஆவதற்கு முன், அவர் பெயரோடு இணைந்திருக்கும் தந்தையின் அல்லது குடும்பத்தின் பெயர்;** maiden name.

கன்னிப்பொங்கல் பெ. காண்க: **காணும்பொங்கல்.**

கன்னிமாடம் பெ. *(அ.வ.)* **அரச குலத்தைச் சேர்ந்த கன்னிப் பெண்கள் வசித்த மாளிகையின் பகுதி;** part of the palace where the royal maidens lived.

கன்னிமாடு பெ. *(இலங்.)* **கன்று ஈனாத பசு; கிடாரி;** heifer that has yet to bear a calf.

கன்னிமுட்டை பெ. *(இலங்.)* **கோழி இடும் முதல் முட்டை;** the first egg laid by a hen. தான் வளர்த்த கோழி கன்னிமுட்டை இட்டதில் அம்மாவுக்கு மிக்க மகிழ்ச்சி.

கன்னி மூலை பெ. **தென்மேற்கு மூலை;** south-west quarter. வாஸ்து சாஸ்திரப்படி கன்னி மூலையில் சமையலறை இருக்கக் கூடாதாம்.

கன்னிமை பெ. *(அ.வ.)* **கன்னித் தன்மை;** virginity; maidenhood.

கன்னியர் மடம் பெ. *(அ.வ.) (கிறித்.)* **(கத்தோலிக்கப் பிரிவைச் சேர்ந்த) கிறித்தவப் பெண் துறவிகள் வசிக்கும் இடம்;** nunnery; convent.

கன்னை பெ. *(இலங்.)* **1: (விளையாட்டில்) அணி;** (in sports) team. சிறுவர்கள் கன்னை பிரித்து விளையாடினார்கள். **2: (அரசியலில்) அணி;** (in politics) front. தேர்தல் காலத்தில் அரசியல்வாதிகள் கன்னை கட்டுவதில் தீரர்கள். **3: (தலையைச் சீவும்போது வகிடு பிரிக்கும்) பகுதி; பக்கம்;** (while combing hair) side. தலையைக் கன்னை உச்சி பிரித்துச் சீவினேன்.

கன்னை உச்சி பெ. *(இலங்.)* காண்க: **கன்ன உச்சி.**

கன்னைபிரி வி. (-பிரிக்க, -பிரித்து) *(இலங்.)* **1: (சேர்ந்திருப்பவர்களை) அணிகளாகப் பிரித்தல்;** form teams. நாம் இருபது பேர் இருக்கிறோம். கன்னைபிரித்து விளையாடுவோம். **2: (எதிர் நிலையில் நின்று) வேறுபடுத்திப் பார்த்தல்;** discriminate; differentiate. நீயும் எங்கள் குடும்பம்தானே. ஏன் எப்பவும் கன்னைபிரித்துப் பேசுகிறாய்?

கன்னை மாறு வி. (மாற, மாறி) *(இலங்.)* **(ஒரு ஆட்டம் முடிந்து மீண்டும் விளையாடத் தொடங்கும்போது) பக்கம் மாறி ஆடுதல்;** change team for a new game. ஒரு ஆட்டம் முடிந்ததும் சிறுவர்கள் அடுத்த ஆட்டத்துக்குக் கன்னை மாறி விளையாடினார்கள்.

கன¹ வி. (கனக்க, கனத்து) **1: (தூக்கும்போது சிரமத்தைத் தரக்கூடிய அளவில்) அதிக எடை அல்லது பளு உடையதாக இருத்தல்;** be heavy. சாமான்கள் நிறைந்திருந்த பெட்டி தூக்க முடியாமல் கனத்தது. **2: (ஜலதோஷத்தால் தலை) பாரமாக இருத்தல்/(மனத்தில்) சோகம், துக்கம் போன்ற உணர்வு நிறைந்திருத்தல்;** feel heavy. இரண்டு நாட்களாக எனக்குத் தலை கனத்துக்கொண்டிருக்கிறது./ நெஞ்சம் கனக்க அவள் அவனை வழியனுப்பினாள். **3: (ஒருவரின் உடல் அல்லது உடலின் ஒரு பகுதி) பெருத்தல்;** become stout. முன்பு பார்த்தபோது இருந்ததைவிட இப்போது சற்றுக் கனத்திருக்கிறாய். **4: (மழை, காற்று) வலுத்தல்;** (of rain) become heavy. மழை கனக்க ஆரம்பித்துவிட்டது.

கன² பெ.அ. **அளவின் மிகுதியை உணர்த்தும் ஒரு பெயரடை; மிகுந்த;** an adjectival form expressing excess (in volume size); extreme; excessive (in degree); heavy; very. இன்று இரவு கனமழை பெய்யலாம்./ கனரக வாகனம்.

கன³ பெ.அ. **ஒரு குறிப்பிட்ட அளவைப் பக்கமாகக் கொண்டிருக்கும் கனச்சதுரம் கொள்ளும் அளவுக்கு இணையான கொள்ளளவைக் குறிக்கும் அலகு;** cubic. அணையில் இரண்டாயிரம் கன அடி நீர் உள்ளது./ கன மீட்டர்/ கன சென்டிமீட்டர்.

கன⁴ இ.சொ. **1: 'மிகவும்' என்ற பொருளில் பயன்படுத்தப்படும் இடைச்சொல்;** particle used as an intensifier in the sense of 'very'. வண்டி கன வேகமாகச் சென்றுகொண்டிருந்தது./ வேலையைக் கன கச்சிதமாக அவள் முடித்துவிட்டாள். **2: (இலங்.) '(தூரத்தில், காலத்தில்) நீண்ட' என்ற பொருளில் பயன்படுத்தப்படும் இடைச்சொல்;** particle used in the sense of '(in space and time) long'. கன காலமாக நீ எங்கள் வீட்டுப் பக்கமே வரவில்லை./ கன நாட்களாக நான் வெளிநாடு போவதற்காகக் காத்திருக்கிறேன்./ கோயிலை அடைய கன தூரம் நடக்க வேண்டும்./ அவர் கன நீளமாகக் கதைத்துக்கொண்டே இருப்பார்.

கன எண் பெ. *(கணி.)* **ஒரு எண்ணை அதே எண்ணால் இரண்டு முறை பெருக்கக் கிடைக்கும் எண்;** cube (number). மூன்றின் கன எண் இருபத்தி ஏழு ஆகும்.

கனக்க¹ வி.அ. *(இலங்.)* **நிறைய;** much; a lot; a number of. கடையில் சாமான்கள் கனக்க இருக்கின்றன./ கனக்கக் கதைக்க வேண்டாம்.

கனக்க[2] பெ.அ. (இலங்.) **அதிகமான;** a lot of. கூட்டத்துக்குக் கனக்க பேர் வந்திருந்தார்கள்.

கனகாபிஷேகம் பெ. *(கடவுள் விக்கிரகம் அல்லது மகான் போன்றோருக்கு)* **பொன் நாணயங்களால் செய்யும் அபிஷேகம்;** (the ritual worship of) bathing an idol or a venerable person in a shower of gold coins. மடாதிபதிக்கு நடந்த கனகாபிஷேகத்தைக் காண ஆயிரக் கணக்கில் பக்தர்கள் திரண்டிருந்தனர்.

கனகாம்பரம் பெ. *(சரமாகத் தொடுத்துப் பெண்கள் தலைமுடியில் சூட்டிக்கொள்ளும்)* **மணம் இல்லாத சிவந்த மஞ்சள் நிறப் பூ/அந்தப் பூப் பூக்கும் செடி;** crossandra.

கனச்சதுரம் பெ. **முப்பரிமாணமுள்ள சதுரம்;** cubic square.

கனச்செவ்வகம் பெ. **முப்பரிமாணமுள்ள செவ்வகம்;** cubic rectangle.

கனத்த பெ.அ. **1: கனமான; பருத்த;** (of body) heavily built. அவருடைய கனத்த உடல் அசைய நடந்துவந்தார். **2:** *(குரலைக் குறித்து வரும்போது)* **ஆழ்ந்து ஒலிக்கிற;** (of voice) deep. **3:** *(மழையைக் குறித்து வரும்போது)* **ஒரே சமயத்தில் அதிகமான;** (of rain) heavy. கடந்த இரண்டு நாட்களாகத் தென் தமிழகத்தில் கனத்த மழை. **4:** *(இலங்.)* *(குறிப்பிடப்படும்)* **நாள் முழுதும் நிறைந்துள்ள; அன்றைய பொழுது முழுதும் இருக்கக்கூடிய;** all day long. கனத்த அமாவாசை/ கனத்த பௌர்ணமி.

கனதி பெ. (-ஆன) *(இலங்.)* *(எடையைக் குறிக்கும்போது)* **கனம்;** heaviness. மேசை இவ்வளவு கனதியாக இருக்கிறதே./ *(உரு வ.)* கனதியான கதை.

கனநீர் பெ. *(வேதி.)* **அணு உலைகளின் தேவைக்கு ஏற்ப வேதியியல் முறைப்படி தயாரிக்கப்படும் நீர்;** heavy water.

கன பரிமாணம் பெ. **ஒரு பொருளின் நீளம், அகலம், உயரம் ஆகியவை சேர்ந்து அமையும் அளவு;** dimensions.

கனபாடி பெ. **வேதத்தைக் குறிப்பிட்ட முறையில் ஓதுவதற்குப் பயிற்சி பெற்றவர்;** a person trained in reciting the Veda in a particular manner.

கனம்[1] பெ. **1:** (-ஆக, -ஆன) *(ஒன்றைத் தூக்கும்போது உணரும்)* **எடையின் மிகுதியான அளவு; பளு;** heaviness. இந்த மேஜை இவ்வளவு கனமாக இருக்கும் என்று நான் நினைக்கவில்லை./ *(உரு வ.)* நாளுக்கு நாள் அவருடைய கவலையின் கனம் கூடியது. [*(தொ.சொ.)* சுமை/ பளு/ பாரம்] **2:** (-ஆன) *(ஒருவரின் உடலை, ஒரு பொருளின் பெரிய அளவைக் குறித்து வரும்போது)* **பருமன்; தடி;** bulk; thickness; stoutness. தன்னுடைய கனமான சரீரத்தை வைத்துக்கொண்டு நடப்பதற்கே அவர் கஷ்டப்பட்டார். **3:** *(ஒரு பொருளின்)* **பருமன்;** thickness. சட்டத்தின் கனம் கால் அங்குலம்./ அரை அங்குல கனத்தில் இரண்டு பலகைகள் வேண்டும். **4:** *(இலக்கியத்தில்)* **பொருள் செறிவு;** (of a work) weightiness or seriousness (of content). அவருடைய எழுத்தில் கனம் அதிகம். **5:** (-ஆக, -ஆன) *(காலடியின்)* **அழுத்தம்;** deep (impression). மணலில் காலடி கனமாகப் பதிந்திருந்தது.

கனம்[2] பெ.அ. *(சட்டம்)* **நீதிபதியை அழைக்கும்போது 'மரியாதைக்கு உரிய' என்ற பொருளில் பயன்படுத்தும் ஒரு சொல்;** a formal address for a judge; honourable. கனம் நீதிபதி அவர்களே.

கனம்[3] பெ. **வேதத்தைக் குறிப்பிட்ட முறையில் ஓதும் முறை;** a particular way of reciting the Vedas.

கனமான பெ.அ. *(இசை)* **1:** *(குரலைக் குறிக்கும்போது)* **ஆழம், அழுத்தம், உறுதி ஆகியவற்றைக் கொண்ட;** (of one's voice) sonorous. **2:** *(பாடல்களைக் குறித்து வரும்போது)* **இசையின் பல நுட்பங்களையும் பொருள் செறிவையும் கொண்டதாக அமைந்த;** (of a composition) heavy; weighty. நேற்று கச்சேரியில் அவர் பாடியது அனைத்துமே கனமான உருப்படிகள்தான்.

கன மூலம் பெ. *(கணி.)* **ஒரு கன எண்ணுக்கு அடிப்படையாக இருக்கும் எண்;** cube root. அறுபத்தி நான்கின் கன மூலம் நான்கு.

கனரகத் தொழில் பெ. **பெரிய வாகனங்கள், இயந்திரங்கள் ஆகியவற்றைத் தயாரிப்பது, (எஃகு, இரும்பு போன்ற) மூலப்பொருள்களை உற்பத்திசெய்வது போன்ற தொழில் துறை;** heavy industry.

கனரக வாகனம் பெ. **சரக்குகளை அல்லது பயணிகளை ஏற்றிச்செல்லும் பெரிய வாகனம்;** heavy vehicle. கனரக வாகன ஓட்டுநர் பயிற்சி/ கனரக வாகனம் ஓட்டும் உரிமம்/ கனரக வாகனத் தொழிற்சாலை/ இந்தப் பகுதியில் கனரக வாகனங்கள் செல்வதற்கு அனுமதி இல்லை.

கனல்[1] வி. *(கனல, கனன்று)* *(உ.வ.)* *(நெருப்பு)* **கடும் சூட்டுடன் இருத்தல்; தகித்தல்;** burn with intense heat. அடுப்பில் நெருப்பு கனன்றுகொண்டிருந்தது./ உலையில் தீ கனன்றது./ *(உரு வ.)* நெஞ்சில் கோபம் கனன்று எழுந்தது.

கனல்[2] பெ. **1:** *(நெருப்பு, வெயில் ஆகியவற்றின்)* **கடுமையான சூடு; தகிப்பு;** intense heat; glow. அடுப்பில் கனல்/ *(உரு வ.)* அவருடைய கண்களில் கோபக் கனல் வீசுகிறது. **2:** *(பெரும்பாலும் உவமையாக)* **நெருப்பு;** (mostly metaphorically) fire. கனல் கக்கும் சொற்பொழிவு/ சுதந்திரக் கனல்.

கனவான் பெ. **மதிப்பிற்கு உரியவர்; கண்ணியம் நிறைந்தவர்;** gentleman; person of esteem.

கனவு பெ. **1: தூக்கத்தில் தோன்றும் உணர்வுகள், காட்சிகள் போன்றவை;** dream. மலையிலிருந்து தலைகுப்புற விழுவதுபோல் கனவு கண்டு திடுக்கிட்டு விழித்தான்./ விமானத்தில் செல்வதுபோல் ஒரு கனவு. **2: மனத்தில் வளர்க்கும் எண்ணம்; விருப்பம்;** desire; dream. திரைப்பட நடிகர் ஆகிவிட வேண்டும் என்பது அவர் கனவு./ அவளுடைய கனவு வீண்போகவில்லை. **3: கற்பனை;** imagination. அவர் கனவுலகில் சஞ்சரிக்க ஆரம்பித்துவிட்டார்.

கனா பெ. காண்க: **கனவு.**

கனி[1] வி. *(கனிய, கனிந்து)* **1:** *(பழம்)* **பழுத்தல்;** (of fruits) ripen. மரத்திலேயே கனியும் மாம்பழங்கள் மிகுந்த சுவையுடன் இருக்கும்./ பப்பாளி காயாகவே இருக்கிறது, இன்னும் கனியவில்லை. **2:** *(பழங்கள்)* **மிகவும் பழுத்துக்**

குழைவான நிலையை அடைதல்; (mostly of bananas) turn soft and ripe; be overripe. பலாப்பழம் கனிந்திருந்ததால் தின்பதற்கு மிகவும் தித்திப்பாக இருந்தது./ வாழைப்பழம் கனிந்துவிட்டது, இப்போதே தின்றுவிடு. நாளை வைத்திருந்தால் அழுகிவிடும்./ (உரு வ.) கல்லையும் கனிய வைக்கும் பாடல். 3: (அன்பு, காதல் போன்றவை) கனிவாக வெளிப்படுதல்; be tender (with affection). கிழவர் தன் பேத்தியிடம் அன்பு கனியப் பேசினார். 4: (காலம், வாய்ப்பு முதலியவை) ஏற்றதாக அல்லது பயன் தருவதாக அமைதல்; (of time, opportunity) become favourable (for sth.); become propitious. காலம் கனியட்டும், காரியம் தானாகவே நடக்கும்./ வெளிநாடுகள் இந்தியாவில் முதலீடு செய்வதற்கான நிலைமைகள் கனிந்துவருகின்றன. 5: (கரி, இரும்பு முதலியவை நெருப்பால்) செந்நிறம் அடைதல்; (of iron, coal, etc.,) glow (when heated or in fire); become red-hot. கரி அடுப்பு கனிந்து எரிகிறது. 6: (மனம்) இளகுதல்; (of heart) soften. கடவுளின் சன்னிதியில் மனம் கனிந்துருகி நின்றான்./ என் நிலைமையைப் பார்த்த பின்னும் உன் மனம் கனியவில்லையா?/ 'நீங்கள் மனம் கனிந்து வழங்கிய வாழ்க்கை இது' என்று அவர் என்னிடம் நன்றியுடன் கூறினார். 7: (பயன், உறவு முதலியன) ஏற்படுதல்; விளைதல்; yield; bear fruit. இந்தத் திட்டத்தினால் கனிந்திடும் பயன்கள் எண்ணற்றவையாகும்./ இரு நாட்டுத் தலைவர்களின் சந்திப்பு தொழில் துறையில் புதிய உறவுகள் கனிவதற்கு வகை செய்துள்ளது.

கனி² பெ. (உ.வ.) பழம்; fruit.

கனி³ பெ. (கூட்டுச்சொற்களில்) கனிமம்; mineral (as in mineral wealth). கனிவளம்/ கனிச்செல்வங்கள்/ கனிப்பொருள்.

கனிமம் பெ. (வேதி.) தனித்த பண்புகளைக் கொண்டதும் தனிமங்களை உள்ளடக்கியதும் இயற்கையில் கிடைக்கக்கூடியதுமான பொருள்; mineral.

கனிம வேதியியல் பெ. (வேதி.) கரிமம் இல்லாத பொருள்களைப் பற்றி விவரிக்கும் வேதியியல்; inorganic chemistry.

கனிவு பெ. (-ஆக, -ஆன) (பேச்சு, பார்வை, செய்கை ஆகியவற்றில் அன்பு, பரிவு முதலியவற்றின்) நயமான வெளிப்பாடு; tenderness. 'உங்களுக்கு என்ன வேண்டும்' என்றாள் கனிவோடு./ நோயாளிகளிடம் கனிவாகப் பேசினாலே பாதி நோய் போய்விடும்.

கனிஷ்ட பெ.அ. (பெரும்பாலும் திருமண அழைப்பிதழில் குறிப்பிடும்போது) கடைசியாகப் பிறந்த; last born. கனிஷ்ட குமாரன்/ கனிஷ்ட குமாரி.

கனை வி. (கனைக்க, கனைத்து) 1: (குதிரை அல்லது கழுதை) கத்துதல்; (of horse) neigh; (of donkey) bray. 2: (தொண்டையில் தங்கியிருக்கும் உமிழ்நீர் போன்றவற்றை நீக்க) மிக லேசாக இருமுதல்; clear (the throat). அவர் தொண்டையைக் கனைத்துக்கொண்டு ஒரு மடக்குத் தண்ணீர் குடித்துவிட்டுப் பேச ஆரம்பித்தார்.

கனைப்பு பெ. குதிரை அல்லது கழுதை எழுப்பும் சத்தம்; கத்தல்; neigh (of horse); bray (of donkey).

கஜகர்ணம்போடு வி. (-போட, -போட்டு) (பே.வ.) (ஒருவர் ஒன்றைப் பெறுவதற்காக) பெரும் முயற்சிசெய்தல்; make a hell of an effort (to achieve sth.). நீ எவ்வளவு தான் கஜகர்ணம்போட்டாலும் அந்த வேலை உனக்குக் கிடைக்காது.

கஜம்¹ பெ. (அ.வ.) (சில தொடர்களில் மட்டும்) யானை; (only in phrases) elephant. விநாயகரைக் கஜமுகன் என்றும் வழங்குவது உண்டு.

கஜம்² பெ. (முன்பு வழக்கில் இருந்த) 90 செ.மீ. கொண்ட நீட்டல் அளவை; (in former times) yard (i.e. 90 cm).

கஜால் பெ. (இலங்.) (இஸ்லாமியர் வழக்கில்) குழப்பம்; confusion.

கஜானா பெ. (அரச அல்லது அரசாங்க) கருவூலம்; treasury.

கஜூ பெ. (இலங்.) முந்திரிப் பருப்பு; cashewnut.

கஷ்டநஷ்டம் பெ. (ஒருவருக்கு ஏற்படும்) துன்பம், இழப்பு முதலியன; travails; trials and tribulations. வாழ்க்கை என்றால் கஷ்டநஷ்டங்கள் இருக்கத்தான் செய்யும்./ நம்முடைய கஷ்டநஷ்டம் யாருக்குத் தெரிகிறது?

கஷ்டப்படு வி. (-பட, -பட்டு) சிரமப்படுதல்; திண்டாடுதல்; struggle; trouble (oneself). எனக்காக அவர் மிகவும் கஷ்டப்படுகிறார்./ இப்போதைக்கு நீங்கள் கஷ்டப்பட வேண்டாம். நான் பார்த்துக்கொள்கிறேன்./ அப்பா ரொம்பக் கஷ்டப்பட்டுத்தான் என்னைப் படிக்கவைத்தார்.

கஷ்டப்படுத்து வி. (-படுத்த, -படுத்தி) கடும் சிரமத்துக்கு உள்ளாக்குதல்; put s.o. to trouble. குழந்தைகளைப் படிக்கச் சொல்லி எதற்காக இந்த வயதிலேயே கஷ்டப்படுத்த வேண்டும்?/ 'மூன்று மாதமாகப் படுக்கையில் கிடந்து உங்களையெல்லாம் ரொம்பக் கஷ்டப்படுத்திவிட்டேன்' என்று தாத்தா புலம்பினார்.

கஷ்டப் பிரதேசம் பெ. (இலங்.) மிகவும் குறைவான வசதிகள் உள்ள ஊர்ப் பகுதி; backward region. கஷ்டப் பிரதேசப் பாடசாலைகளில் கற்பிக்கும் ஆசிரியர்களுக்கு அரசு இரண்டாயிரம் ரூபாய் மேலதிகத் தொகை வழங்கியது./ கஷ்டப் பிரதேசம் என்பதால் எங்கள் ஊருக்குப் போக்குவரத்து வசதி குறைவு.

கஷ்டம் பெ. 1: (ஒன்று இல்லாமல் அல்லது ஒன்றைச் செய்ய முடியாமல் படும்) திண்டாட்டம்; சிரமம்; trouble; difficulty; privations. தண்ணீர் இல்லாமல் என்ன கஷ்டம் தெரியுமா?/ இந்த வேலையின் கஷ்டம் எனக்குத் தெரியும். 2: (உடலையும் மனத்தையும் வருத்தும்) வருத்தம்; துன்பம்; suffering. மக்களுடைய கஷ்டங்கள்/ என்னுடைய கஷ்டங்களை யாரிடம் சொல்வது? 3: (-ஆன) எளிதாக இல்லாதது; கடினம்; அரிது; sth. difficult; sth. not easy. கஷ்டமான பாடம்/ இந்த மருந்து இங்கு கிடைப்பது கஷ்டம்.

கஷ்டஜீவனம் பெ. (குடும்பத்தின்) அன்றாட அடிப்படைத் தேவைகளை ஈடுகட்டுவதற்குக்கூட இயலாத வறுமை நிலை; hard life. மகள் வேலைக்குப் போக ஆரம்பிக்கும்வரை எங்களுக்குக் கஷ்டஜீவனமாகத்தான் இருந்தது./ கடந்த சில வருடங்களாக மழை பொய்த்துப்போனதால் பெரும்பாலான விவசாயிகள் கஷ்டஜீவனம் நடத்திக்கொண்டிருக்கிறார்கள்.

கஷாயம் பெ. (சுக்கு, மிளகு முதலிய பொருள்களை நீரில் போட்டுக் கொதிக்கவைத்து) வடிக்கப்பட்ட மருந்து; (herbal) decoction. இருமலுக்குச் சுக்குக் கஷாயம் ஒரு நல்ல மருந்து.

கஸ்தூரி பெ. ஆண் கஸ்தூரிமானின் அடிவயிற்றில் இருக்கும் சுரப்பியிலிருந்து பெறப்படும் ஒரு வகை வாசனைப் பொருள்; musk.

கஸ்தூரி மஞ்சள் பெ. காட்டில் விளையும் ஒரு வகை வாசனை மிகுந்த மஞ்சள்; musk turmeric.

கஸ்தூரிமான் பெ. (ஆசியாவில் காணப்படும்) கொம்பில்லாத, சாம்பல் நிறமும் பழுப்பும் கலந்த நிறத்தை உடைய ஒரு வகைச் சிறிய மான்; musk-deer. ஆண் கஸ்தூரிமான் சுரக்கும் ஒருவித திரவத்திலிருந்து கஸ்தூரி என்ற வாசனைத் திரவியத்தைத் தயாரிக்கிறார்கள்.

கா[1] வி. (காக்க, காத்து) 1: பாதுகாத்தல்; protect; save; preserve; guard. அரசனைக் காக்க மெய்க்காப்பாளர்கள் இருந்தனர்./ மண்வளம் தாவரங்களால் காக்கப்படுகிறது./ உயிர்காக்கும் மருந்து/ நாய் வீட்டைக் காக்கும். 2: (உ.வ.) கடைப்பிடித்தல்; அனுஷ்டித்தல்; observe (silence, vow, etc.,); keep (promise); maintain. நூலகத்தில் அமைதிகாக்க வேண்டும்./ அவர் சத்தியத்தைக் காக்கத் தவறிவிட்டார். 3: காண்க: அமைதிகா, 1.

கா[2] வி. (காக்க, காத்து) 1: (துணை வினைகள் ஏற்று மட்டுமே வரும்போது) (ஒன்று வரும் அல்லது ஒருவர் வருவார் என்றோ ஒரு செயல் நிகழும் என்றோ) எதிர்பார்த்துப் பொறுத்திருத்தல்; wait for (s.o. or sth.); await; (patiently) wait. என்னை நீண்ட நேரம் காக்கவைத்துவிட்டாய்./ இன்னும் எத்தனை நாள்தான் காத்துக் கிடக்க வேண்டும்?/ அப்பா பொம்மை வாங்கி வருவார் என்ற நம்பிக்கையுடன் குழந்தை காத்திருக்கும்./ நண்பர் வரும்வரை வங்கியில் காத்திருக்க வேண்டியதாகிவிட்டது./ அவன் பேசி முடிக்கட்டும் என்று காத்துக்கொண்டிருக்கிறேன்./ குழந்தை தூங்கும்வரை காத்திருந்துவிட்டு சினிமாவுக்குப் புறப்பட்டார்கள். 2: (பணியை ஏற்றுச் செய்ய) தயார் நிலையில் இருத்தல்; be ready (to execute an order). நீங்கள் இட்ட வேலையைச் செய்யக் காத்துக்கிடக்கிறோம்.

காக்கா பெ. (இஸ்.) மூத்த சகோதரன்; அண்ணன்; தமையன்; elder brother.

காக்கா(ய்) பெ. (பே.வ.) காகம்; crow.

காக்காய்க்கடி பெ. (பே.வ.) (பெரும்பாலும் சிறுவர் பேச்சில்) (தின்பண்டம் போன்றவற்றை) எச்சில் படாமல் துணியால் மூடிக் கடிக்கும் முறை; practice of splitting sweetmeats, etc., in which the object is not directly bitten but through a cloth (prevalent among children). அந்த மிட்டாயில் எனக்குக் காக்காய்க்கடி கடித்துக் கொஞ்சம் கொடு!

காக்காய்க்குளியல் பெ. (பே.வ.) (முழு உடம்பையும் நனைக்காமல்) தண்ணீரை அள்ளித் தெளித்து உடம்பைக் கழுவிக்கொள்ளுதல்; wash in a hurry. காக்காய்க் குளியல் போட்டுவிட்டு ஐந்து நிமிடத்தில் வந்துவிடுகிறேன்.

காக்காய்க் கூட்டம் பெ. (பே.வ.) (தங்கள் சுயலாபத்துக்காக) மேலிடத்தில் உள்ளவர்களைப் புகழ்ந்து அல்லது அவர்களுக்கு இசைவாக நடந்துகொள்ளும் நபர்கள்; bunch of toadies. அவரைச் சுற்றி எப்போதும் ஒரு காக்காய்க் கூட்டம் இருக்கும்.

காக்காய்ப்பொன் பெ. (பே.வ.) ஒரு இடத்தை அலங்கரிக்கப் பயன்படும், பளபளப்பான, தாதுவாகக் கிடைக்கும், ஒரு வகை மெல்லிய தகடு; a kind of tinsel (used for decoration).

காக்காய்பிடி வி. (-பிடிக்க, -பிடித்து) (பே.வ.) (தன் காரியத்துக்காக ஒருவருக்கு) வேண்டியதைச் செய்து மகிழ்வித்தல்; curry favour with (s.o. in authority); ingratiate (oneself). மேலதிகாரியைக் காக்காய்பிடித்து எப்படியாவது அவன் காரியத்தைச் சாதித்துக்கொள்வான்.

காக்காய்வலிப்பு பெ. (மூளையில் ஏற்படும் பாதிப்பினால்) கைகால்கள் வெட்டிவெட்டி இழுத்து வாயில் நுரைதள்ளிச் சுயநினைவை இழக்கச் செய்யும் ஒரு நோய்; epilepsy.

காக்கி பெ. 1: மரத்தின் நிறத்தை ஒத்த ஒரு வகைப் பழுப்பு நிறம்; (dust coloured) dull brownish yellow; khaki. பெட்டிக்கு உறை தைக்கக் காக்கி நிறத் துணி வேண்டும். 2: (பொதுவாகக் காவல்துறையைச் சேர்ந்தவர்கள், தொழிலாளிகள் முதலியோருக்குச் சீருடை தைக்கப் பயன்படுத்தும்) சற்றுக் கனமாக இருக்கும் ஒரு வகைப் பழுப்பு நிறத் துணி; khaki (fabric). காக்கி உடுப்பை வைத்து அவர் காவல்துறையைச் சேர்ந்தவர் என்று சொல்கிறாய்.

காக்கை பெ. காண்க: காகம்.

காக்கைவலி பெ. (இலங்.) காண்க: காக்காய்வலிப்பு.

காகம் பெ. (பெரும்பாலும் மனிதர்களின் வசிப்பிடங்களைச் சுற்றிக் காணப்படும்) கரிய நிற உடலும் சாம்பல் நிறக் கழுத்துப் பகுதியும் கொண்ட ஒரு அனைத்துண்ணிப் பறவை; house crow. காகம் 'காகா' என்று கரையும்.

காகிதக் கூழ் பெ. காகிதத்தை ஊறவைத்து, அரைத்துப் பெறும் கலவை; paper pulp. காகிதக் கூழில் செய்த காந்தி பொம்மை./ அம்மா முறத்துக்குக் காகிதக் கூழைப் பூசுவாள்.

காகிதப் புலி பெ. செல்வாக்கோ அதிகாரமோ இல்லாதபோதும் இருப்பதுபோல் காட்டிக்கொள்ளும் நபர்; paper tiger. அவர் பேசுவதை வைத்துக்கொண்டு அவர் பெரிய ஆள் என்று நினைத்துவிடாதே, அவர் ஒரு காகிதப் புலி.

காகிதப்பூ பெ. 1: மென்மையாக இல்லாத இதழ்களைக் கொண்ட, பல நிறங்களில் பூக்கும், பார்ப்பதற்குக் காகிதத்தைப் போல் இருக்கும் ஒரு வகைப் பூ/அந்தப் பூவைத் தரும் செடி; bougainvillea. காகிதப்பூச் செடி அலங்காரத்திற்காக வீடுகளில் வளர்க்கப்படுகிறது. 2: வண்ணக் காகிதங்களைக் கத்தரித்துப் பூப்போலச் செய்யப்பட்டிருக்கும் அலங்காரப் பொருள்; paper flower.

காகிதம் பெ. 1: தாள்; paper. 2: (பே.வ.) கடிதம்; letter. அப்பா காகிதம் போட்டிருக்கிறார்.

காங்கை பெ. (வட்டார வ.) வெம்மை; வெக்கை; radiation (of heat).

காசநோய் பெ. (பெரும்பாலும்) நுரையீரலைப் பாதிக்கும் கடுமையான தொற்றுநோய்; tuberculosis. காசநோய் வந்தவர்களுக்குப் பசி இருக்காது.

காசம் பெ. (அ.வ.) காசநோய்; tuberculosis.

காசாக்கு வி. (-ஆக்க, -ஆக்கி) (சுய ஆதாயத்தையே குறியாகக் கொண்டு ஒன்றை) **விற்று அல்லது முன்னிறுத்திப் பணம் சேர்த்தல்; பொருளைப் பணமாக மாற்றுதல்;** cash in (on sth.). அந்த நடிகையின் தந்தை தன் மகளின் புகழைக் காசாக்குவதில் குறியாக இருக்கிறார்./ அவன் மண்ணையும் காசாக்கிவிடுவான்.

காசாளர் பெ. **(வங்கி, அலுவலகம் முதலியவற்றில்) பணம் தருதல், பெறுதல் ஆகியவற்றையும் அவை தொடர்பான பிற பணிகளையும் செய்பவர்;** cashier.

காசியாத்திரை பெ. (ச.வ.) **திருமணத்தில் தாலி கட்டும் முன் மணமகன் சகலத்தையும் துறந்து காசிக்குச் செல்வதாகப் பாவனைசெய்யும் வகையில் நடத்தப்படும் ஒரு சடங்கு;** a ritual in certain (Hindu) weddings where the bridegroom undertakes a symbolic pilgrimage to Varanasi.

காசு பெ. 1: **நாணயம்;** coin. குனிந்தபோது பையிலிருந்து காசுகள் கீழே விழுந்தன./ சோழர் காலச் செப்புக் காசுகள் கண்டெடுக்கப்பட்டன. 2: **ரூபாயில் நூற்றில் ஒரு பங்கு; பைசா;** one hundredth of a rupee; paisa. ஐம்பது காசுக்கு ஒரு மிட்டாய்கூட வாங்க முடியாது. 3: **பணம்;** money. காசு இருந்தால்தான் நாலுபேர் நம்மை மதிப்பார்கள். 4: **காசுமாலையில் நாணய வடிவில் இருக்கும் தகடு;** round coin-like piece made of gold or silver for stringing into a necklace.

காசுக்கட்டளை பெ. (இலங்.) **பணவிடை;** money order. வைப்புப்பணத்தையும் கட்டுப்பணத்தையும் காசுக் கட்டளையாக அனுப்ப விரும்புகிறவர்கள் 'நிதியாளர்' பெயருக்கு அனுப்புதல் வேண்டும்.

காசு சுற்று வி. (சுற்ற, சுற்றி) (திருநர் வ.) **(திருநங்கைகள் கடைகளில் காசு வாங்கும் சமயத்தில்) காசு வாங்கிய பிறகு தங்களிடமிருக்கும் பணத்தில் ஒரு ரூபாயை எடுத்து, காசு கொடுத்தவரின் தலையைச் சுற்றி ஆசீர்வதித்துக் கொடுத்தல்;** (said of transwomen when they collect money from shops) wave round the head of the giver a one rupee coin taken from the collections and give it to him as a blessing.

காசுப்பயிர் பெ. (இலங்.) **பணப்பயிர்;** commercial crop; cash crop. காசுப்பயிர்களைச் செய்வதிலேயே எல்லோரும் நாட்டமாக உள்ளனர்./ புகையிலை ஒரு காசுப்பயிர்.

காசுப் பிசாசு பெ. (இலங்.) **அளவுக்கு மிஞ்சிய பணத்தாசை பிடித்தவர்; பேராசைக்காரர்;** greedy person; avaricious person. அந்தத் திணைக்கள அதிகாரி எல்லாவற்றுக்கும் காசை எதிர்பார்க்கும் காசுப் பிசாசு./ அவர் பெரும் பணக்காரர். எந்தத் தேவையும் இல்லாத காலத்திலும் அதிகமாக உழைக்கும் காசுப் பிசாசு.

காசுபார் வி. (-பார்க்க, -பார்த்து) **(பணம்) சம்பாதித்தல்;** earn money. வீணாக ஊர்சுற்றுவதை விட்டுவிட்டு ஏதாவது வேலைபார்த்துக் காசுபார்க்கிற வழியைப் பார்./ இந்தப் பதவிக்கு வந்த பிறகு அவர் நிறையக் காசுபார்த்துவிட்டார்.

காசுபிரி வி. (-பிரிக்க, -பிரித்து) **(பொதுமக்களிடமிருந்து) பணம் வசூலித்தல்;** collect donations or contributions. கூத்து நடந்துகொண்டிருக்கும்போது வேஷம் கட்டியவர்களே தட்டுகளை எடுத்துக்கொண்டு கூட்டத்தினுள் சென்று காசுபிரிக்கிறார்கள்./ ஊராரிடமிருந்து காசு பிரித்துக் கோயில் திருவிழாவை நடத்த முடிவுசெய்தார்கள்.

காசுமாலை பெ. **(பெண்கள் கழுத்தில் அணியும்) தங்க நாணய வடிவத் தகடுகளைக் கோத்துச் செய்யப்பட்ட ஆபரணம்;** a necklace made with coin-like pieces of gold.

காசுமாலை

காசோலை பெ. **தன் கணக்கிலிருந்து குறிப்பிட்ட ஒரு தொகையைத் தான் குறிப்பிடும் நபருக்கு வழங்குமாறு வங்கிக்கு ஒருவர் அனுப்பும் படிவம்;** cheque.

காஞ்சொறி பெ. **மேலே பட்டால் அரிக்கக் கூடிய சுணைகளைக் கொண்ட ஒரு வகைக் கொடி;** tragia.

காஞ்சோன்றி பெ. (இலங்.) காண்க: **காஞ்சொறி.**

காட்சி பெ. 1: **கண்ணையும் கருத்தையும் கவரும் வகையில் ஒருவருக்குத் தென்படும் தோற்றம்;** sight; scenery. அவன் மனைவி புலம்பி அழும் காட்சியைப் பார்க்கவே கஷ்டமாக இருந்தது./ அந்த இயற்கைக் காட்சி அவன் மனத்தைக் கவர்ந்தது. 2: **(நாடகத்தில் அல்லது திரைப்படத்தில்) ஒரு பகுதி அல்லது ஒரு கட்டம்;** scene (in a play, cinema). நாடகத்தில் கடைசிக் காட்சியை மட்டும் திருத்தி எழுதினேன். 3: **(திரைப்படம் அல்லது நாடகம்) ஒரு நாளில் காட்டப்படுவதில் அல்லது நடத்தப்படுவதில் ஒரு தடவை;** show. திரையரங்கங்களில் பெரும்பாலும் நான்கு காட்சிகள் உண்டு. 4: **(பொதுமக்களின் பார்வைக்காக நடத்தப்படும்) கண்காட்சி;** fair. புத்தகக் காட்சி. 5: ('காட்சிக்கு' என்ற வடிவத்தில் மட்டும்) **(கண்காட்சி போன்றவற்றில் கலைப் பொருட்களோ வியாபாரப் பொருட்களோ பார்வையாளர்) பார்ப்பதற்காக; விற்பனைக்காக;** display. அவரது ஓவியங்கள் பல்வேறு நாடுகளிலும் காட்சிக்கு வைக்கப்பட்டிருக்கின்றன./ அந்த அரங்கில் கதர் ஆடைகள் காட்சிக்கு வைக்கப்பட்டுள்ளன.

காட்சி ஊடகம் பெ. **புகைப்படம், தொலைக்காட்சி, திரைப்படம் போன்று காட்சிப்படுத்துவதை அடிப்படையாகக் கொண்ட ஊடகம்;** visual media. காட்சி ஊடகங்களின் அண்மைக் கால வளர்ச்சி பிரமிக்கத் தக்கதாக உள்ளது.

காட்சி கொடு வி. (கொடுக்க, கொடுத்து) **(இறைவன், மகான்) தரிசனம் தருதல்;** (of god) appear (to devotees); (of holy persons) give audience (to devotees).

காட்சி தா வி. (தர, தந்து) காண்க: **காட்சி கொடு.**

காட்சிப்படுத்து வி. (-படுத்த, -படுத்தி) **(ஓவியம், திரைப்படம், விவரணை போன்றவற்றின் மூலம்) நேரில் காண்பது போன்ற தோற்றத்தை உருவாக்குதல்;** visualize. ஊட்டியை அந்த இயக்குநர் மிக அருமையாகக்

373 காட்டு[1]

காட்சிப்படுத்தியிருக்கிறார்./ சங்க காலப் புலவர்கள் போர்க்களத்தைப் பாடலில் அழகுறக் காட்சிப்படுத்தி யுள்ளனர்.

காட்சிப்பொருள் பெ. **(கண்காட்சி, அருங்காட்சியகம் முதலியவற்றில்) பார்ப்பதற்காக மட்டும் வைக்கப்பட்டிருக்கும் பொருள்;** exhibit; object on display. *மகாத்மா காந்தி அணிந்திருந்த மூக்குக்கண்ணாடி காட்சிப்பொருளாக வைக்கப்பட்டுள்ளது./ நான் என்ன காட்சிப்பொருளா? எல்லோரும் என்னையே பார்க்கிறீர்கள்?*

காட்சிப் போட்டி பெ. **1: ஒரு நல்ல நோக்கத்திற்கு நிதி திரட்ட நடத்தப்படும் விளையாட்டுப் போட்டி;** benefit match. *பளுதூக்கும் வீரர்கள் நடத்தும் காட்சிப் போட்டி./ காட்சிப் போட்டியில் இந்திய அணியும் இலங்கை அணியும் விளையாடும்.* **2: ஒரு விளையாட்டைப் பிரபலப்படுத்தும் முறையில் நடத்தப்படும் விளையாட்டுப் போட்டி;** (in India) exhibition match. *எங்கள் அணியினர் 19ஆம் தேதிமுதல் தமிழகத்தில் சுற்றுப்பயணம் செய்து காட்சிப் போட்டியில் விளையாட உள்ளனர்.*

காட்சியளி வி. *(-அளிக்க, -அளித்து)* **1: (ஒருவர் அல்லது ஓர் இடம் குறிப்பிட்ட ஒரு) தோற்றம் தருதல்;** appear; present (oneself in a particular manner). *அந்த மருத்துவர் எப்போதும் சிரித்த முகத்துடன் காட்சியளிப்பார்./ திருவிழாக் கோலத்தில் நகரமே ஒளிமயமாகக் காட்சியளித்தது.* **2: காண்க: காட்சி கொடு.**

காட்டம் பெ. *(-ஆக, -ஆன) (பே.வ.)* **1: (கேட்பவருக்கு உறைக்கும் வகையில் வெளிப்படுத்தும்) எரிச்சல் கலந்த கோபம்;** sharpness (of temper); pungency. *'யாரைக் கேட்டு இந்தக் காரியத்தைச் செய்தாய்' என்று அவர் காட்டமாகக் கேட்டார்.* **2: (மது, காரமான உணவு ஆகியவற்றின்) கடும் சுவை அல்லது நெடி;** (of liquor, hot food, etc.,) strong taste. *இந்தச் சுருட்டு நல்ல காட்டமாக இருக்கிறது./ மிளகாய்ச் சட்னியின் காட்டம்.*

காட்டாமணக்கு பெ. **(மருத்துவக் குணமுள்ள) ஒடித்தால் பால் வரும் தண்டையும் கொத்துக்கொத்தான பூக்களையும் கொண்ட ஒரு வகை ஆமணக்கு;** physic nut; purging nut.

காட்டாறு பெ. **(ஆண்டில் பெரும் பகுதி வறண்டு கிடந்து) திடீர் வெள்ளத்தால் பெருக்கெடுத்து ஓடும் ஆறு;** wild stream (carrying flash floods but remaining dry most part of the year).

காட்டான் பெ. *(பே.வ.)* **நாகரிகமாகப் பழகும் இயல்பு இல்லாதவன்; முரட்டுத்தனமாக நடந்துகொள்பவன்;** person of rough manners; person lacking in etiquette. *காட்டான் மாதிரி கத்தாதே!*

காட்டி பெ. *(பு.வ.)* **(கணிப்பொறித் திரையில்) சொடுக்கிய இடத்தில் ஒளிரும் சிறு கோடு;** cursor.

காட்டிக்கொடு வி. *(-கொடுக்க, -கொடுத்து)* **1: (தேடப்படும் நபரையோ அவர் இருக்கும் இடத்தையோ) வஞ்சகமாகத் தெரிவித்தல்;** inform on (as an act of betrayal). *உயிருக்குப் பயந்து அந்த ரவுடியை யாரும் காவல்துறையினரிடம் காட்டிக்கொடுக்கவில்லை./ நம்மோடு இருந்துகொண்டே அவன் நம்மைக் காட்டிக்கொடுப்பான் என்று எதிர்பார்க்கவில்லை./ கொலை வழக்கில் தேடப்பட்டு வரும் தந்தையை மகனே காட்டிக்கொடுத்தான்.* **2: (சோதனை முறையைக் கையாண்டு ஒன்றை) வெளிப்படுத்துதல்;** reveal. *அந்த விமானப் பயணியின் கைப்பையில் ஒரு கத்தி இருந்ததை சோதனை மின்கருவி காட்டிக்கொடுத்துவிட்டது.* **3: (சொல்லாமல் மறைப்பதை மற்றொன்று) வெளிக்காட்டுதல்;** betray (what one tries to hide); give (one) away. *அவனது கைகால் நடுக்கமே அவன்தான் குற்றவாளி என்பதைக் காட்டிக்கொடுத்துவிட்டது./ அவர் பேசிய தோரணையும், நடந்துகொண்ட விதமுமே அவர் காவல்துறை அதிகாரி என்பதைக் காட்டிக்கொடுத்தன.*

காட்டிக்கொள் வி. *(-கொள்ள, -கொண்டு)* **பாவனை செய்தல்;** try to pass for (s.o.); put on airs. *அவன் தன்னை அறிவாளிபோல் காட்டிக்கொண்டான்.*

காட்டிலும் இ.சொ. **ஒன்றை அல்லது ஒருவரை மற்றொன்றுடன் அல்லது மற்றொருவருடன் ஒப்பிடும்போது பயன்படுத்தும் இடைச்சொல்; 'விட';** particle of comparison used in the sense of 'than'. *என்னைக் காட்டிலும் அவர் இரண்டு வயது மூத்தவர்./ நான் கொடுத்த விலையைக் காட்டிலும் நீ கொடுத்தது அதிகம்./ தோசையைக் காட்டிலும் இட்லி வயிற்றுக்கு நல்லது.*

காட்டு[1] வி. *(காட்ட, காட்டி)* **அ.** *(பார்க்கச் செய்தல் தொடர்பான வழக்கு)* **1: (கை, விரல் அல்லது குச்சி போன்றவற்றை நீட்டி ஒருவர் ஒன்றை) காணும்படி செய்தல்; சுட்டுதல்;** point out; show. *இந்தப் படத்தில் நீ எங்கே இருக்கிறாய் என்று காட்டு!/ அதோ அங்கே நிற்கிறாரே அவர்தான் என் சித்தப்பா என்று கை நீட்டிக் காட்டினான்./ தம்பி! காமராஜர் நகர் எங்கிருக்கிறது என்று கொஞ்சம் காட்டுகிறாயா?/ (உரு வ.) அண்ணல் காந்தி காட்டிச் சென்ற அகிம்சை நெறியை நாம் மறந்துவிட்டோம்.* **2: (மிரட்டும் நோக்கத்தோடு ஒருவரை நோக்கித் துப்பாக்கி, கத்தி போன்றவற்றை) நீட்டுதல்;** brandish. *கத்தியைக் காட்டி மிரட்டிப் பணத்தை எடுத்துக்கொண்டு போய்விட்டான்./ அப்போதெல்லாம் எங்கள் ஆசிரியர் பிரம்பைக் காட்டினாலே போதும், நாங்கள் அலறுவோம்.* **3: (வாகனத்தை நிறுத்தும் அடையாளமாகக் கையை) நீட்டுதல்;** hold (one's hand) up (to stop a vehicle). *கையைக் காட்டியும் பேருந்து நிற்கவில்லை.* **4: (நெருப்பில் படும்படி ஒன்றை) பிடித்தல்;** hold (sth.) over (the fire as in roasting, etc.,). *சோளக் கதிரைத் தீயில் காட்டி வாட்டினான்.* **5: சூடம், தீபம் போன்றவற்றை விக்கிரகம் முதலியவற்றின் முன்பாக நீட்டிச் சுற்றுதல்;** wave (lighted camphor as a ritual before a deity). *மணி அடித்துச் சாமி படத்தின் முன் சூடம் காட்டினார்.* **6: (படத்தை) திரையிடுதல்/(தொலைக்காட்சியில் படத்தை) ஒளிபரப்புதல்;** screen (film in theatre); show (film on television). *இந்தத் திரையரங்கில் என்ன படம் காட்டுகிறார்கள்?/ இந்த ஞாயிற்றுக்கிழமை பொதிகையில் காட்டிய படத்தைப் பார்த்தாயா?* **ஆ.** *(தெரிந்துகொள்ளும்படி செய்தல் தொடர்பான வழக்கு)* **7: (சைகை, முகபாவனை போன்றவற்றின் மூலம் ஒன்றைப் பிறர்) காணும்படி அல்லது அறியும்படி செய்தல்;** show (sth. through gesture). *அவனிடம் பேசக் கூடாது என்று எனக்குச் சைகை*

காட்டினான் என் நண்பன்./ அந்த நடனக் கலைஞர் நவ ரசங்களையும் முகத்தில் அற்புதமாகக் காட்டினார். **8: (மருத்துவரை நாடி) சிகிச்சை பெறுதல்;** consult (a doctor). ஒரு மாதமாக ஒரே முதுகுவலி; பல மருத்துவர் களிடம் காட்டியும் பயன் இல்லை./ பல் வலி நிற்க வில்லையென்றால் மருத்துவரிடம் காட்டு. **9: (ஒன்று மற்றொன்றை) அறியச் செய்யும்படி உணர்த்துதல்;** indicate; show. அவன் நடவடிக்கைகள் அவனுடைய நிதா னப் போக்கைக் காட்டுகின்றன./ வீட்டின் தோற்றமே அவ ரைக் கலை நயம் மிக்கவராகக் காட்டுகிறது. **10:** (பெரும் பாலும் எதிர்மறையில்) **(சத்தத்தை) வெளிப்படுத்து தல்;** (usually in the negative) make or produce (noise, sound). சத்தம் காட்டாமல் அறையிலிருந்து வெளியேறினான். **11: (அக்கறை, அன்பு, ஆர்வம் போன்றவற்றை) செலுத்து தல்; (குறிப்பிட்ட உணர்வு, தன்மை, நிலை போன்ற வற்றைப் பிறர் உணரும் வகையில் அல்லது குறிப்பிட்ட பாதிப்பை ஏற்படுத்தும் வகையில்) வெளிப்படுத் துதல்;** show (one's concern, interest, etc., for s.o. or sth.). பிறர் விஷயத்தில் ஆர்வம் காட்டாதவர்கள் குறைவு./ ஒரு கோழையிடமா உன் வீரத்தைக் காட்டுவது?/ கூட்டம் நடந்துகொண்டிருக்கும்போது அவர் தன் அதிருப்தியைக் காட்டுவதற்காக எழுந்து வெளியேறினார்./ மகனின் படிப்பு விஷயத்தில் அலட்சியம் காட்டாதீர்கள் என்று நண்பர் அறிவுரை கூறினார்./ இரண்டு பேரும் உங்கள் பிள்ளைகள் தானே, ஏன் இப்படிப் பாரபட்சம் காட்டுகிறீர்கள் என்று அவரைக் கேட்டேன். **12: (சலுகை) அளித்தல்;** give (concession). தனக்கு வேண்டியவர்களுக்குச் சலுகை காட்டு வதாக அவர்மீது புகார் உண்டு. **13: (குறிப்பிட்ட ஒன்றை விளக்கும் முறையில் ஒன்றை) குறித்தல்;** denote. சத வீதத்தைக் காட்ட % என்ற குறியை இடுகிறோம்./ இது பங்குச் சந்தையில் கடந்த மாதம் ஏற்பட்ட ஏற்ற இறக்கங் களைக் காட்டும் வரைபடம் ஆகும்./ சமாதானத்தையும் அமைதியையும் காட்ட வெள்ளை நிறம் பயன்படுகிறது. **14: (மேற்கோள், உதாரணம் போன்றவற்றை) குறிப்பிடுதல்;** quote. தன் ஆய்வுக்குத் தொடர்புடைய சில சான்றுகளை அவர் சிலப்பதிகாரத்திலிருந்து காட்டியுள்ளார்./ தற் போதைய எழுத்தாளர்கள் எழுதுவது ஒன்றுமே புரிய வில்லை என்று அவர் இரு கவிதைகளை உதாரணம் காட் டிப் பேசினார். **15: (ஒருவர் இப்படிப்பட்டவர் என்ப தைப் பிறருக்கு) தெரியச் செய்தல்; நிரூபித்தல்;** show. நான் யார் என்று உங்களுக்குக் காட்டுகிறேன் என்று அவன் சபதம் செய்தான்./ அவர் எப்படிப்பட்டவர் என் பதை நான் உனக்குக் காட்டுகிறேன். **16: (கடிகாரம் முத லிய சாதனங்கள் குறிப்பிட்ட நேரம், அளவு முதலிய வற்றை) தெரியச் செய்தல்;** (of watch and other instruments) show (time and other measurements). கைக்கடிகாரம் 10 மணியைக் காட்டியது./ வெப்பமானி 20° C அளவைக் காட்டியது.

காட்டு² து.வி. (காட்ட, காட்டி) **முதன்மை வினையின் செயல், பிறர் நன்மை கருதியோ பிறர் அறிவதற் காகவோ நிகழ்த்தப்படுவது என்பதைக் குறிக்கும் ஒரு துணை வினை;** an auxiliary verb which indicates that the action of the main verb is a demonstration either for the benefit of others or to oneself, etc., அவர் உடற்பயிற்சி செய்து காட்டினார்./ அந்த ராகத்தை மீண்டும் பாடிக்காட்டு!/ இந்தத் தேர்வில் முதல் வகுப்பு வாங்கிக்காட்டுகிறேன்.

காட்டுக்கீச்சன் பெ. **(பொதுவாக மரங்கள் அடர்ந்த பகுதியில் வாழ்வதும்) உச்சந்தலையும் நெஞ்சுப் பகுதி யும் சாம்பல் வண்ணத்திலும், இறக்கைகள் பழுப்பு நிறத்திலும் இருக்கும் ஒரு வகைப் பறவை;** common woodshrike.

காட்டுக் குத்தாலம் பெ. (ஊரக வ.) **மணல் கலந்த களிமண் நிலங்களுக்கு ஏற்ற, மற்ற ரகங்களைவிட அதிக எடை கொண்ட நெல்மணிகளைத் தரும், குறு கிய காலப் பயிராக வளரும், பாரம்பரிய நெல் வகை களில் ஒன்று;** a traditional variety of rice of short duration, suitable for sandy clay soil, yielding rice grains heavier than other varieties.

காட்டுக்கூச்சல் பெ. **(நாகரிகமற்ற முறையில் எழுப்பும்) பெரும் சத்தம்;** raucous clamour; uproarious shouting. அலுவலகத்துக்குள் ஏன் இப்படிக் காட்டுக்கூச்சல் போடு கிறீர்கள்?/ உங்களுக்கு என்ன வேண்டும்? வீட்டுக்குள் நுழைந்ததும் காட்டுக்கூச்சல் போட்டால் என்ன அர்த்தம்?

காட்டுக்கோழி பெ. **காட்டில் இருப்பதும், ஆண் இனம் ஊதா நிறத்திலும் பெண் இனம் பழுப்பு கலந்த சாம்பல் நிறத்திலும் இருப்பதுமான, கோழியைப் போன்ற ஒரு வகைப் பறவை;** grey junglefowl.

காட்டுத் தகைவிலான் பெ. **(பறந்துகொண்டே பூச்சி களைப் பிடித்து உண்ணும் தன்மை கொண்டதும்) தலையும் உடலும் வெளிர் சாம்பல் நிறத்திலும், இறக் கைகள் சாம்பல் நிறத்திலும் இருக்கும், பொதுவாக மின் கம்பிகளில் இரண்டு மூன்று பறவைகள் அருகருகே சேர்ந்து அமர்ந்திருக்கும் ஒரு வகைச் சிறிய பறவை;** ashy woodswallow.

காட்டுத் தர்பார் பெ. **வரைமுறை இல்லாமல் தன் னிச்சையாகச் செயல்படும் நிர்வாகம்;** anarchy; lawlessness. குற்றம் சுமத்தியவனையே தூக்கில் போடும் காட்டுத் தர்பார்!

காட்டுத்தனம் பெ. **(-ஆக, -ஆன) கட்டுப்பாடில்லாத முறை; அநாகரிகம்;** (of manners, action, etc.,) recklessness; being rude and uncivilized. அண்ணன் காட்டுத்தனமாகக் காரை ஓட்டுவான்./ குழந்தையை இப்படி அடிப்பது சுத்தக் காட்டுத்தனம்.

காட்டுத்தீ பெ. **(காடுகளில்) விரைவில் எல்லாப் பகுதி களுக்கும் பரவிவிடும் நெருப்பு;** wildfire. காட்டுத்தீ பரவு வதைத் தடுக்கக் காடுகளில் சிறிய இடைவெளியை ஏற் படுத்துவது வழக்கம்./ தலைவர் இறந்துவிட்டார் என்ற செய்தி காட்டுத்தீபோலப் பரவியது.

காட்டுப்பயல் பெ. **நாகரிகம் தெரியாத, முரட்டுத்தன மாக நடந்துகொள்ளும் நபர்;** boor; savage. என் மரு மகன் ஒரு காட்டுப்பயல். அவனிடம் மாட்டிக்கொண்டு என் மகள் பட்ட கஷ்டங்கள் கொஞ்சமல்ல.

காட்டுப்பன்றி பெ. **வாயின் இரு புறமும் வெளியே நீண்டிருக்கும் இரு பற்களைக் கொண்ட, காட்டில் வசிக்கும் ஒரு வகைப் பன்றி;** wild boar.

காட்டுப் பாம்புக்கழுகு பெ. (கூரிய நகங்கள் கொண்ட விரல்களுடன்) அலகின் முனை கறுப்பாகவும், எஞ்சிய பெரும் பகுதியும் கண்ணும் மஞ்சள் நிறமாகவும், உடல் வெளிர் பழுப்பு நிறத்தில் வெள்ளைப் புள்ளி களுடனும், இறக்கைகள் அடர்பழுப்பு நிறமாகவும் இருக்கும் ஒரு வகை இரைகொல்லிப் பறவை; crested serpent eagle.

காட்டுப் பிராணி பெ. 1: காண்க: காட்டு விலங்கு. 2: (இலங்.) (நாகரிகம் அற்ற) காட்டுமிராண்டி; uncultured man; barbarian. அந்தக் காட்டுப் பிராணிகளோடு ஒன்றும் கதைக்க இயலாது.

காட்டுப்புதர்க் காடை பெ. ஆண் பறவை வெள்ளை நிறத்தில் கறுப்புப் பட்டைகளை உடைய வயிற்றுப் பகுதியையும், பெண் பறவை செம்பழுப்பு நிற வயிற் றுப் பகுதியையும் கொண்டிருக்கும், காடை இனத் தைச் சேர்ந்த பழுப்பு நிறப் பறவை; jungle bush quail.

காட்டுப்பூனை பெ. சாம்பல் நிற உடலையும் நீண்ட கால்களையும் உடைய, காட்டில் வசிக்கும் ஒரு வகைப் பூனை; jungle cat.

காட்டுமாடு பெ. காண்க: காட்டெருது.

காட்டுமிராண்டி பெ. 1: காடுகளில் விலங்குகளை வேட்டையாடி வாழ்ந்த மனிதன்; காட்டு மனிதன்; savage. காட்டுமிராண்டி வாழ்க்கை. 2: (பே.வ.) நாகரிகம் அற்றவன்; uncultured man; barbarian. அந்தக் காட்டு மிராண்டியுடன் யார் பேச முடியும்?

காட்டுமிராண்டித்தனம் பெ. (-ஆக, -ஆன) மனிதத் தன்மை இல்லாமல் (வன்முறையாக) நடந்துகொள் ளும் செயல்; barbarity; savagery. இந்தத் தாக்குதலைக் காட்டுமிராண்டித்தனமான செயல் என்று பல தலைவர் களும் கண்டித்தார்கள்./ கார்களிலிருந்து ஆயுதங்களுடன் இறங்கியவர்கள் அங்கு நின்றிருந்தவர்களைக் காட்டு மிராண்டித்தனமாகத் தாக்க ஆரம்பித்தார்கள்.

காட்டு முல்லை பெ. சிவப்பு நிறக் காம்புகளைக் கொண்ட, மணம் மிகுந்த பூக்கள் பூக்கும், காடுகளில் காணப்படும் கொடி; wild jasmine. காட்டு முல்லை ஒரு தல விருட்சம்.

காட்டுமைனா பெ. (பொதுவாக நிலப் பகுதியில் இரை தேடுவதும் கூட்டமாக மரத்தில் அடைவதும்) கொண் டையும் இறக்கைகளும் கறுப்பு வண்ணத்திலும், நெஞ்சுப் பகுதி அடர்ந்த சாம்பல் நிறத்திலும், கால்கள் மஞ்சள் நிறத்திலும் இருக்கும் பறவை; jungle myna.

காட்டுயிர் பெ. ஒரு பிரதேசத்தில் இயற்கையாக வள ரும் அல்லது காணப்படும் விலங்குகள், பறவைகள், தாவரங்கள் முதலிய உயிரினங்களைக் குறிக்கும் சொல்; wildlife. காட்டுயிர்களை வேட்டையாடும் கும்பல் பெருகிவருகிறது./ அழிவிலிருந்து காட்டுயிர்களைப் பாது காப்பது நமது கடமையாகும்./ காட்டெருது, காட்டுப்பன்றி போன்ற காட்டுயிர்கள் அழியும் அபாயத்தில் உள்ளன.

காட்டு விலங்கு பெ. இயற்கையான காட்டுச் சூழலில் மட்டுமே வாழக்கூடிய விலங்கு; wild animal.

காட்டு வெள்ளம் பெ. (இலங்.) 1: ஆறு, ஏரி போன்ற வற்றில் ஏற்படும் உடைப்பு; breach caused by flood. 2: பெருமழை, புயல் போன்ற காரணங்களால் கட்டற்றுப்

பாய்ந்து பரவும் வெள்ளப் பெருக்கு; flash flood. காட்டு வெள்ளத்தினால் வீடுகளுக்குள் நீர் புகுந்தது.

காட்டெருது பெ. பெரிய திமிலையும் அடர்ந்த செம் பழுப்பு நிறத்தில் கனமான உடலையும் பக்கவாட்டில் வளைந்த கொம்புகளையும் கொண்ட காட்டு மாடு; bison; gaur.

காட்டெருமை பெ. கரும்சாம்பல் நிற உடலையும் மேல்நோக்கி அரைவட்டமாக வளைந்த கொம்புகளை யும் கொண்ட, காட்டில் வசிக்கும் ஒரு வகை மாடு; wild buffalo.

காட்டெருமை

காடர் பெ. தமிழ்நாட்டில் மேற்குத் தொடர்ச்சி மலை யில் நாடோடிகளாக வாழும், தமிழும் மலையாளமும் கலந்த மொழியைப் பேசும் பழங்குடி இனத்தவர்; a hill tribe living in the Western ghats (in Tamil Nadu); Kadar (tribe).

காடா பெ. (நெசவு) பெரும்பாலும் 44 அங்குலம் அகலத் தில் இருப்பதும், சலவை செய்து வெளுக்கப்படாதது மான தடித்த நூல் துணி; unbleached coarse cotton cloth usually of 44 inches in width.

காடாவிளக்கு பெ. (நடைபாதையில் வியாபாரம் செய் பவர்கள் பயன்படுத்தும்) தடித்த திரி போட்ட, சிம்னி இல்லாத தகர (டப்பா) விளக்கு; simple oil-lamp with a thick wick burnt without a chimney.

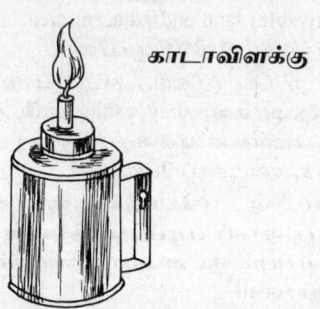

காடாவிளக்கு

காடாற்று பெ. இறந்தவரைத் தகனம் செய்த இடத்தில் (பெரும்பாலும்) அடுத்த நாள் பால் தெளித்துச் செய்யும் சடங்கு; perform the ceremony of sprinkling milk (where one was cremated or buried the previous day). நேற்றுதான் அவரின் காடாற்று நடந்தது./ நாளை காடாற்றுக்குப் போக வேண்டும்.

காடி[1] பெ. 1: *(ஊரக வ.)* **(பழைய சோற்றில் நீர் ஊற்றி ஒரு சில நாட்கள் வைத்திருந்து பெறும்) புளித்த நீர்;** fermented rice-water. 2: **(பழங்கள், தானியங்கள், சர்க்கரை போன்றவற்றை) புளிக்கவைத்து எடுக்கப்படும், உணவுப் பண்டங்கள் கெடாமல் பாதுகாக்கப் பயன்படுத்தப்படும், அமிலத் தன்மை கொண்ட ஒரு திரவம்;** vinegar.

காடி[2] பெ. 1: **மரம், உலோகம் போன்றவற்றால் ஆன பொருள்களில் மற்றொன்றைப் பொருத்துவதற்காக ஏற்படுத்தும் சற்றுப் பள்ளமான வெட்டுப் பாதை;** groove (in woodwork, etc.,). காடி சரியாக இல்லாததால் மேஜையினுள் இழுப்பறை சரியாகப் பொருந்துவதில்லை. 2: *(வ.வ.)* **மாட்டுக் கொட்டில்;** cow-shed. காடிக்குப் போய்க் காளைகளை அவிழ்த்துத் தண்ணீர்காட்டிவிட்டுக் கூளம் போட்டுவிட்டுத் திரும்பினான்.

காடு பெ. 1: **மரங்களும் செடிகளும் இயற்கையாக அடர்ந்து வளர்ந்துள்ள (விலங்குகளின் உறைவிடமாகிய) பரப்பு; வனம்;** forest; jungle; wood. 2: **புதர் மண்டிக்கிடக்கும் திருத்தப்படாத நிலம்;** uncultivated tract. இப்போது திரையரங்கு கட்டியுள்ள இடம் முன்பு வெறும் காடாகத்தான் இருந்தது. 3: *(வ.வ.)* **தோட்டம்; புன்செய் நிலம்;** dry land (under cultivation). உழுவதற்காக மாடுகளைக் காட்டுக்கு ஓட்டிக்கொண்டு போனான்./ காட்டில் கடலை எடுக்க அனைவரும் போய்விட்டார்கள். 4: **(குறிப்பிடப்படுவது) அடர்ந்தும் நிறைந்தும் இருக்கும் நிலப் பகுதி;** dence growth of given plant. தாழம்பூக்காடு/ தாழங்காடு/ கரும்புக்காடு/ கருப்பங்காடு. 5: **ஒரு பரப்பில் ஒன்று பெரும் அளவில் நிறைந்திருக்கும் நிலை;** vast expanse (of water, sand, etc.,). சென்னை நகரமே வெள்ளக்காடாக உள்ளது./ தண்ணீர்க்காடு/ திசை தெரியாத மணற்காடு. 6: **பரந்த வெளி;** vast open space. இந்தப் பொட்டல்காட்டில் எவனாவது வீடு கட்டுவானா? 7: **சுடுகாடு;** burial ground; cremation ground. 'என்ன வீடு போ போ என்கிறது, காடு வா வா என்கிறதா' என்று நண்பர் கிண்டல் செய்தார்.

காடுகரை பெ. **வயலும் வயலைச் சார்ந்த பகுதியும்;** (cultivable) land and adjacent area. காடுகரையைச் சுற்றிப் பார்த்துவிட்டு வீடு திரும்பினார்.

காடேறி பெ. *(இலங்.)* **கட்டுப்பாடு இல்லாமல் திரியும் கால்நடைகள்;** stray cattle. காடேறியாகத் திரியும் ஆடு மாடுகளைக் கட்டிவை./ *(உரு வ.)* அந்தக் காடேறியுடன் ஏன் சண்டைக்குப் போனாய்?

காடை[1] பெ. **(கோழிக் குஞ்சு அளவே இருக்கும்) பொதுவாகப் பழுப்பு நிறத்தில் உருண்டையான உடலமைப்பும் குட்டையான வாலும் கொண்ட பறவை வகை;** quail.

காடை[2] பெ. *(இலங்.)* காண்க: **காடையன்.**

காடைக்கழுத்தான் பெ. *(ஊரக வ.)* **களிமண், வண்டல் மண், மணல் கலந்த களிமண் பாங்கான நிலங்களுக்கு ஏற்ற, வடிகால் வசதி உடைய நிலங்களில் நன்றாக வளரும், சன்ன ரக அரிசியைத் தரும், பாரம்பரிய நெல் வகைகளில் ஒன்று;** a traditional variety of rice suitable for clay and silt soil, yielding thin grains of rice. கருடனுடைய கழுத்துப் பகுதி போன்ற தோற்றத்தைக் காடைக்கழுத்தான் ரகத்தின் நெல்மணிகள் கொண்டிருக்கும்.

காடைகடைப்புலி பெ. *(இலங்.)* **பெரும் அடாவடித்தனம் செய்யும் நபர்;** person of extremely outrageous or shocking behaviour. இப்போது ஒழுங்காகப் படிக்காவிட்டால் காடைகடைப்புலிபோலத் தெருவில் நிற்பாய் என்று அம்மா ஏசினார்.

காடைத்தனம் பெ. *(இலங்.)* **ரவுடித்தனம்;** hooliganism. அவர்களின் காடைத்தனத்தால் பல உயிர்கள் பலியாயின.

காடையன் பெ. *(இலங்.)* **வன்முறையில் இறங்குபவன்; ரவுடி;** hooligan. இந்தப் பகுதியில் காடையர்கள் செய்த கொடுமைகளால் மக்கள் பீதி அடைந்திருக்கிறார்கள்.

காண் வி. *(காண, கண்டு)* **அ.** *(கண்ணுக்குத் தெரிதல் தொடர்பான வழக்கு)* 1: **பார்த்தல்;** see. நான் தேடிச் சென்ற நண்பர் எதிரில் வருவதைக் கண்டேன்./ *(உரு வ.)* பல நூற்றாண்டுகளைக் கண்ட நிறுவனம் இது./ *(உரு வ.)* பல பதிப்புகள் கண்ட புத்தகம் இது. [*(தொ.சொ.)* **பார்/ முறை/ விழி/ வெறி**] 2: **(ஒருவரை அல்லது ஒரு பிரச்சினை, நிகழ்வு போன்றவற்றை) சந்தித்தல்;** meet; face. பன்னிரண்டு மணிக்கு அவர் உங்களைக் காண வருகிறார்./ சரித்திரம் கண்டிராத சிந்தனையாளர் அவர்./ *(உரு வ.)* வரலாறு காணாத வெற்றி/ *(உரு வ.)* இவர் வாழ்க்கையில் பல ஏற்ற இறக்கங்களைக் கண்டவர். 3: *(எதிர்மறை வடிவங்களில் மட்டும்)* **(தேடப்படும் அல்லது எதிர்பார்க்கப்படும் இடத்தில்) பார்க்க முடிதல்;** (only the form காணோம்) be (there as expected). எங்கே தேடினாலும் பேனாவைக் காணோம்./ வகுப்பறையில் மாணவர்களைக் காணோமே!/ குளத்தில் தண்ணீரையே காணோம்./ 'எங்கே ஒரு வாரமாக ஆளையே காணவில்லை?' என்று அவர் கேட்டார். 4: *(செய என்னும் வினையெச்சத்தோடு இணைந்து 'காணோம்' என்னும் எதிர்மறை வடிவத்தில் மட்டும்)* **(எதிர்பார்க்கப்படும் ஒன்று) நிகழ்தல்;** (only the form காணோம் with infinitive) take place (as expected); happen. இன்னும் பால்காரர் வரக் காணோம்./ அவர் இரண்டு நாட்களாக வீட்டை விட்டு எங்கும் வெளியில் கிளம்பக் காணோம். 5: **(பார்வையில் படும் வகையில் வெடிப்பு, விரிசல் போன்றவை) உண்டாதல்;** develop. சிமெண்டுக் கலவை சரி இல்லாததால் சுவர் விரிசல் கண்டிருக்கிறது. 6: **(கண்ணில்) தென்படுதல்;** be noticed; be in sight. கண்ணில் கண்ட மனிதர்கள் எல்லோரிடமும் ஏதோ ஒரு அவசரம் தெரிந்தது./ காணும் இடங்களிலெல்லாம் ஒரே பசுமையாக இருந்தது. **ஆ.** *(அனுபவித்தல், உணர்தல், அறிதல் தொடர்பான வழக்கு)* 7: **(வெற்றி, தோல்வி, மாற்றம் அல்லது இன்பம், துன்பம் முதலியவற்றை) அடைதல்; பெறுதல்; அனுபவித்தல்;** meet with (success, failure, etc.,); experience (happiness, sorrow, etc.,). அவருடைய முதல் படமே பெரிய வெற்றியைக் கண்டது./ தொழில் துறையில் நம் நாடு வியக்கத்தக்க வகையில் முன்னேற்றம் கண்டுள்ளது./ அவன் வாழ்க்கையில் காணாத சுகம் இல்லை./ ஆரவாரத்தோடு அவர் தொடங்கிய துணி வியாபாரம் போகப்போகத் தொய்வு கண்டது./ இருபது வருட மண வாழ்க்கையில் அவள் என்ன கண்டாள்? 8: **(நோய், எரிச்சல் முதலியவை) ஏற்படுதல்;** get (an ailment); get (a burning sensation). அவருக்குக்

காய்ச்சல் கண்டிருக்கிறது./ குழந்தைக்கு அம்மை கண்டிருக்கிறது./ தீக்காயத்தில் தண்ணீர் பட்டவுடன் எரிச்சல் கண்டது. **9: (வழி, தீர்வு அல்லது குறை முதலியவற்றை) கண்டுபிடித்தல்;** find (a way, means, etc.,). இந்தப் பிரச்சினைக்கு விரைவில் ஒரு முடிவு காணபோம்./ எலிகளை ஒழிக்க நாம் ஒரு வழி காண வேண்டும்./ நாம் எதைச் செய்தாலும் அதில் குறைகாணும் பழக்கம் அவருக்கு உண்டு. **10: (இன்ன முறையிலானது என்று) உணர்தல் அல்லது கவனித்தல்;** observe; see; feel. தன் கணவனிடமிருந்து சாராய நெடி வருவதைக் கண்டு முகம் சுளித்தாள்./ தன் மகள் படும் கஷ்டத்தைக் கண்டு அவர் மனம் வாடினார்./ அந்த எழுத்தாளரைக் கண்டு நான் வியக்கிறேன்./ அந்த இசை மேதையின் இரண்டு முக்கிய இசை வடிவங்களுக்கும் இடையில் அதிக ஒற்றுமையை விமர்சகர்கள் கண்டனர்./ மக்கள் எழுச்சியைக் கண்டு ஆங்கிலேயர் கலக்கமுற்றனர். **11: (பார்த்தல், படித்தல் போன்றவற்றின் மூலம் ஒன்றை) தெரிந்துகொள்ளுதல்;** perceive; see. பிரபஞ்சத்தின் தோற்றம்பற்றி அடுத்த அத்தியாயத்தில் சற்று விரிவாகக் காணபோம்./ நிலையாமையைப் பற்றிய தத்துவங்களை நாம் இந்த நாவலில் காணலாம். **12: உருவாக்குதல்; நிறுவுதல்;** discover; find; establish. இயற்பியலில் அரிய தத்துவங்களைக் கண்டவர் மாமேதை ஐன்ஸ்டீன்/ பத்திரிகைத் துறையில் தனக்கென்று தனிவழி கண்டவர் அவர். **13: (கடிதம், பத்திரம் போன்றவற்றில் ஒன்று) குறிப்பிடப்பட்டிருத்தல்; கொடுக்கப்பட்டிருத்தல்;** be mentioned (in a letter or a deed). தங்கள் கடிதத்தில் கண்டுள்ளபடி நான் தங்கள் நண்பருக்கு ஆயிரம் ரூபாய் கொடுத்துவிட்டேன்./ பத்திரத்தில் கண்டபடி சொத்துகளைப் பிரித்துக்கொண்டார்கள். **இ.** (மரபு வழக்கு) (அஃறிணையில் மட்டும்) **14: (இறந்தகால உடன்பாட்டு வடிவங்கள் வினா வாக்கியத்தில் வரும்போது) எதிர்பார்த்தல்;** (with affirmative forms of the past tense in interrogative) anticipate; foresee. இது இப்படி நடக்கும் என்று கண்டேனா?/ இந்தக் கட்சி இரண்டாகப் பிளவுபடலாம், யார் கண்டது? **15: (ஒன்று குறிப்பிட்ட எண்ணிக்கையில் உள்ளவர்களுக்கு அல்லது குறிப்பிட்ட காலம்வரை) போதுமானதாக இருத்தல்;** be adequate; be sufficient. ஒரு பானைச் சோறு எத்தனை பேருக்குக் காணும்?/ நீர்த்தேக்கத்தில் உள்ள தண்ணீர் இரண்டு மாதங்களுக்குக் கூடக் காணாது. **16: (விளைச்சல்) கிடைத்தல்; தேறுதல்;** (of produce) be obtained. இந்த வருடம் விளைச்சல் எவ்வளவு காணும்?

காண்க வி.மு. **(ஒரு நூல், அகராதி, பத்திரிகை போன்றவற்றில்) குறிப்பிட்ட தகவலை வேறொரு பகுதியில் பார்க்கச் சொல்வதற்குப் பயன்படுத்தும் சொல்;** see (a verb used to refer to a word or an information in a dictionary or a book, etc.,). அகராதியில் 'சலவைசோடா' என்ற சொல்லுக்கு நேராக 'காண்க: எரிசோடா' என்று தரப்பட்டிருந்தது.

காண்டம் பெ. **1: பெருங்காப்பியத்தின் ஒரு பெரிய உட்பிரிவு;** canto; section (of an epic, etc.,). கம்பராமாயணத்தின் முதல் காண்டம் பால காண்டம் ஆகும். **2:** (சோதி.) **ஒருவருடைய ஜாதகத்தில் குறிப்பிட்ட உறவு, நிகழ்ச்சி போன்றவை குறித்து வெளிப்படும் விவரங்கள்;** chapter. தந்தையைப் பற்றிய விவரங்களை விவரிப்பது பித்ரு காண்டம் ஆகும். **3:** (இலங்.) **(ஓலைச்சுவடியை வைத்துப் பலன் கூறும்) நாடி ஜோதிடம்;** system of divination which uses palm leaf manuscripts (said to have been written by ancient sages for every person) containing prediction about one's life. சோதிடர் காண்டம் வாசிப்பதைக் கேட்டுக் கொண்டிருந்த பாட்டி, தனது முன்னைய பிறப்பைக் கேட்டு ஆனந்தப்பட்டாள்.

காண்டாமிருகம் பெ. **பெருத்த உருவமும் தடித்த தோலும் மூக்கின் மேல் கொம்பும் உடைய விலங்கு;** rhinoceros. இந்தியாவில் அசாம், மேற்கு வங்கம் ஆகிய மாநிலங்களில் மட்டுமே காண்டாமிருகம் காணப்படுகிறது.

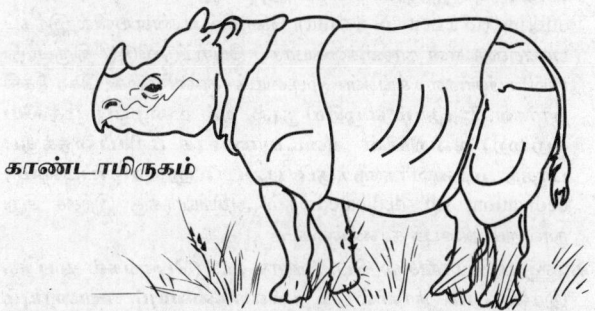

காண்டாமிருகம்

காண்டாவனம் பெ. (இலங்.) **அக்கினி நட்சத்திரம்; கத்திரி வெயில்;** hottest days (in May); dog days. காண்டாவனம் தொடங்குவதற்கு முன் வீடு மேய வேண்டும்./ காண்டாவன வெயிலில் மரங்கள் வாடிவிட்டன.

காண்பி[1] வி. (காண்பிக்க, காண்பித்து) **காட்டு**[1]; see **காட்டு**[1].

காண்பி[2] து.வி. (காண்பிக்க, காண்பித்து) **காட்டு**[2]; see **காட்டு**[2].

காணப்படு வி. (-பட, -பட்டு) **(ஒன்று ஒரு இடத்தில் அல்லது ஒரு சூழலில்) கண்ணுக்குப் புலப்படும் வகையில் அல்லது உணரப்படும் வகையில் இருத்தல்;** be found. கொலைசெய்யப்பட்டவன் உடலில் கத்திக் குத்து காணப்பட்டது./ இந்தக் கட்டுரை முழுவதிலும் தேவையற்ற கோபமே காணப்படுகிறது./ இந்த வகை மீன் பெரும்பாலும் கடலின் மேற்பரப்பில் காணப்படும்.

காணம்[1] பெ. (வ.வ.) **1: செக்கு;** oil press. உங்களுக்குச் சொந்தக் காணம் இருக்கிறதா? **2: (எண்ணெய் ஆட்டுவதற்குப் போடும் தானியத்தின்) ஒரு செக்கு கொள்ளும் அளவு;** capacity of an oil press.

காணம்[2] பெ. (வ.வ.) **கொள்ளு;** horsegram.

காணாமல் போ வி. (போக, போய்) **1: (ஒன்று அல்லது ஒருவர்) தொலைந்துபோதல்;** be missing. காணாமல் போனவர்களைப் பற்றிய அறிவிப்பு/ சட்டைப் பையில் வைத்திருந்த பேனா காணாமல் போய்விட்டது. **2: (பிரபலமாக இருந்த ஒருவர் அல்லது ஒன்று) இருக்கும் இடம் தெரியாமல் போதல்/முற்றிலும் மறக்கப்பட்டுவிட்ட நிலையை அடைதல்;** be forgotten. வெகு சீக்கிரம் முன்னேறிய பல கலைஞர்கள் இன்று காணாமல் போய்விட்டார்கள்./ நாட்டில் ஏற்பட்ட பொருளாதார வீழ்ச்சியால் பல பெரிய நிறுவனங்கள் காணாமல் போய்விட்டன.

காணி பெ. **1: நூறு குழி அல்லது 133 சென்ட் கொண்ட நில அளவு;** a land measure equal to one hundred குழி (approximately). அவனுக்குச் சொந்தமாகப் பத்துக் காணி நிலம் இருக்கிறது. **2:** (இலங்.) **(பொதுவாக) நிலம்/(குறிப்பாக) நன்செய்;** (in general) land/(specifically) wet land. வீட்டுக் காணி/ வயல் காணி/ அவனுக்குச் சீதனமாகப் பத்து ஏக்கர் காணி கொடுத்தார்கள். **3:** (இலங்.) **தோப்பு;** grove. பனங்காணிக்குள் கவனமாகப் போக வேண்டும்.

காணிக்கை பெ. **1: (தெய்வத்துக்கு அல்லது மகான்களுக்கு) பக்தி அல்லது மரியாதையின் அடையாளமாகச் செலுத்தும் பணம் அல்லது பொருள்;** votive offering (to a deity or a saint). கோயில் உண்டியலில் இந்தப் பணத்தை என் காணிக்கையாகப் போட்டுவிடு!/ திருப்பதியில் பக்தர்கள் தங்கள் முடியைக் காணிக்கை கொடுக்கிறார்கள். **2: (தாம் எழுதிய நூல், தம் உழைப்பு முதலியவற்றை) நன்றியின் அடையாளமாக மரியாதைக்குப் பாத்திரமானவர்களுக்குப் படைப்பது; சமர்ப்பணம்;** dedication; sth. dedicated. நம் ஆசிரியருக்கு இந்தச் சிறு நூல் நம் அன்புக் காணிக்கை.

காணும்பொங்கல் பெ. (ஊரக வ.) **(பொங்கல் முடிந்த இரண்டாம் நாளில்) உறவினர்களையும் ஊரையும் கண்டு மகிழும் பண்டிகை; கன்னிப்பொங்கல்;** second day after பொங்கல் on which one goes visiting and sight-seeing.

காணொலிக் காட்சி பெ. (பு.வ.) **வெவ்வேறு இடங்களிலோ ஊரிலோ இருப்பவர்கள் மின்னணுச் சாதனங்களின் உதவியால் ஒருவரை ஒருவர் பார்த்துக்கொள்ளவும் உரையாடவும் வகை செய்யும் ஏற்பாடு;** video conferencing. காணொலிக் காட்சியின் மூலம் தமிழக முதல்வர் பல சுகாதார நலத் திட்டங்களைத் தொடங்கிவைத்தார்./ உயர் பாதுகாப்புச் சிறையிலிருக்கும் கைதியுடன் காணொலிக் காட்சி மூலம் நீதிபதி விசாரணை நடத்தினார்.

காத்தடி பெ. (இலங்.) **இரு முனையிலும் சுமையைக் கட்டித் தொங்கவிட்டுத் தூக்கிச் செல்வதற்குப் பயன்படும் ஒரு நீண்ட தடி;** wooden pole for carrying loads on shoulder.

காத்திரம் பெ. (-ஆன) **1:** (அ.வ.) **(நீண்ட காலம் உழைக்கும் வகையில்) உறுதியானது அல்லது கனமானது;** the quality of being sturdy and durable. ஒட்டியாணத்தை அழித்து இரண்டு ஜோடி காத்திரமான வளையல்கள் செய்தோம். **2:** (இலங்.) **வலிமை; உறுதி;** strong; firm. அவனுடைய சட்டத் தரணி காத்திரமான வாதங்களை நீதியரசர் முன் வைத்தார்./ காத்திரமான கூட்டு அமைப்பதில் எதிர்க் கட்சிகள் முனைந்துள்ளன. **3:** (இலங்.) (இலக்கியப் படைப்பு, எழுத்தாளர் குறித்து வரும்போது) **கருத்துச் செறிவு; தரத்தில் நிறைவு;** (with reference to literary work, writing) depth; solidity. காத்திரமான நாவல்/ காத்திரமான எழுத்து. **4:** (இசை) **குரலிலிருந்து அல்லது இசைக் கருவியிலிருந்து ஒலியை உருவாக்கும்போது தோன்றும் அழுத்தம்;** the firmness of tonal quality. பாடகரின் காத்திரமான குரல் எல்லோரையும் வசீகரித்தது.

காத்திராப்பிரகாரம் வி.அ. (இலங்.) **எதிர்பாராத முறை;** unexpected manner. மாமா பேசும்போது காத்திராப்பிரகாரமாகச் சொல்லிவிட்டார். அதை மனதில் வைத்துக்கொள்ளாதீர்கள்./ நாங்கள் யாரைப் பற்றிப் பேசிக்கொண்டிருந்தோமோ, அவர் காத்திராப்பிரகாரமாக வந்துவிட்டார்.

காதணி பெ. **காதில் அணியும் கம்மல், தோடு போன்ற ஆபரணம்;** ear ornament.

காத தூரம் பெ. (பே.வ.) **(ஒருவரின் இயல்புக்குப் பொருந்திவராததால் குறிப்பிடப்படுவதற்கும் அவருக்கும்) எந்த விதத் தொடர்பும் இல்லை என்ற பொருளில் பயன்படுத்தப்படும் சொல்;** being a total stranger to sth. சங்கீதத்துக்கும் அவனுக்கும் காத தூரம்./ சிக்கனத்துக்கும் அவருக்கும் காத தூரம் என்பது அவர் பணத்தைச் செலவு செய்யும் வேகத்தைப் பார்த்தால் தெரியவில்லையா?

காதம் பெ. **(முற்காலத்தில்) சுமார் பதினாறு கி.மீ. தூரத்தைக் கணக்கிட்டுக் கூறப் பயன்படுத்தப்பட்ட அளவு;** (in former times) a measure of distance of roughly sixteen km.

காதல் பெ. **1: (இனக்கவர்ச்சி அடிப்படையில்) ஆண், பெண் இருவரிடையேயோ, ஆண், ஆண் இருவரிடையேயோ, பெண், பெண் இருவரிடையேயோ ஏற்படும் அன்பு; நேசம்;** love (between man and woman). [(தொ.சொ.) அன்பு/ பக்தி/ பற்று/ பாசம்] **2: (ஒன்றின் மேல்) ஆழ்ந்த பற்று; பிடிப்பு; விருப்பம்;** strong liking; love. அவர் இசையின் மேல் கொண்ட காதல்.

காதலர் பெ. **இனக்கவர்ச்சி அடிப்படையில் காதலில் ஈடுபட்டுள்ளவர்களைக் குறிப்பிடும் பன்மைச்சொல்/ (ஆணை மட்டும் குறிக்கும்போது) காதலன்;** (in general) lovers/man (with whom a woman is) in love. இந்தச் சிறுவர் பூங்கா இப்போது காதலர் பூங்காவாக மாறிவருகிறது என்று நண்பர் கூறினார்./ உங்கள் காதலரிடம் உங்களுக்குப் பிடித்த குணம் என்ன?

காதலன் பெ. **ஒரு பெண்ணைக் காதலிப்பவன்;** man in love with a woman.

காதலி[1] வி. (காதலிக்க, காதலித்து) **(இனக்கவர்ச்சியின் அடிப்படையில் ஆணும் பெண்ணும் அல்லது ஆணும் ஆணும் அல்லது பெண்ணும் பெண்ணும் ஒருவரை ஒருவர்) விரும்புதல்; நேசித்தல்;** love (a person of the opposite sex). அவர்கள் இருவரும் உயிருக்கு உயிராகக் காதலிக்கிறார்கள்./ அவன் அவளை மூன்று வருடங்களாகக் காதலிக்கிறான்.

காதலி[2] பெ. **ஓர் ஆணைக் காதலிப்பவள்;** woman in love with a man.

காதால் கேள் வி. (கேட்க, கேட்டு) **(கேட்ட ஒன்றை அழுத்தமாகக் கூறுகையில்) நேரடியாகக் கேட்டல்;** hear (sth.) with one's own ears (said to give emphasis). அவன் உன்னைப் பற்றி மோசமாகப் பேசியதை என் காதால் கேட்டேன்.

காதாவடி பெ. (இலங்.) **(காதுப் பக்கத்து) கன்னம்; செவிடு;** cheek (close to ear). காதாவடியில் ஒன்று கொடுத்தால் உண்மையைச் சொல்லுவான்./ அடி தாங்க முடியாமல் காதாவடியை ஒரு கையில் பொத்திக்கொண்டே கீழே விழுந்தான்.

காதி பெ. **1:** காண்க: **கதர். 2: (பெரும்பாலும் குடிசைத் தொழிலாக) உள்நாட்டுப் பொருள்களையும் தொழில் நுட்பத்தையும் கொண்டு தயாரிக்கும் முறை;** domestic production using local materials and indigenous know-how. காதிச் சட்டை/ காதி வேட்டி/ காதி மாலை/ காதி சோப்பு.

காதில் ஏறு வி. (ஏற, ஏறி) **(ஒருவர் சொல்வது மற்றவரின்) மனத்தில் பதிதல்;** be listened to. இந்த வயதில் நாம் சொல்வது எதுவுமே அவன் காதில் ஏறாது./ அவன் தன்னைப் பெரிய மனிதனாக நினைத்துக்கொள்வதால் மற்றவர்கள் சொல்வது அவன் காதில் ஏறாது.

காதில் போட்டுக்கொள் வி. (-கொள்ள, -கொண்டு) (பெரும்பாலும் எதிர்மறை வடிவங்களில்) **கேட்டு உரிய கவனம் செலுத்துதல்;** pay heed to; listen to. நான் வீடு மாற்ற வேண்டும் என்று சொல்வதை நீங்கள் காதில் போட்டுக்கொள்வதேயில்லை./ தொழிலாளர்களின் கோரிக்கைகளைக் காதில் போட்டுக்கொள்ளாமல் செயல்படுவதாக அவர்மேல் ஒரு குற்றச்சாட்டு உள்ளது.

காதில் போடு வி. (போட, போட்டு) **(ஒருவரிடம் ஒரு செய்தியை) கவனத்தில் கொள்ளும்படி தெரிவித்தல்;** put in a word; mention (sth.). என் பையன் வேலை விஷயத்தை உங்கள் காதில் போட்டுவைக்கிறேன்./ இந்த விஷயத்தை இப்போதைக்கு அம்மா காதில் போடாமல் இருப்பதே நல்லது.

காதில் வாங்கு வி. (வாங்க, வாங்கி) **1: (ஒருவர் சொல்வதை) கவனமாகக் கேட்டல்;** pay heed to; lend an ear. அவர் கூறுவதைக் காதில் வாங்காமல் நீ பேசிக்கொண்டே போனால் என்ன அர்த்தம்? **2:** காண்க: **காதில் போட்டுக்கொள்.**

காதில் விழு வி. (விழ, விழுந்து) **1: காதால் கேட்பதன் மூலம் அறியவருதல்;** hear it said. நீ என்னைக் குறை சொல்லிப் பேசியதாக என் காதில் விழுந்தது. **2: (ஒருவர் சொல்வது மற்றவர்) மனத்தில் பதிதல்;** be heard. நான் சொல்வதெல்லாம் உன் காதில் விழுகிறதா?

காது பெ. **1: (ஒலியை) கேட்பதற்குப் பயன்படும் உடல் உறுப்பு;** ear. (பார்க்க, படம்: உடல்) **2: (பெரும்பாலும் பையின்) இரு புறமும் உள்ள தூக்கும் பிடி;** handle (on both sides of a bag). **3: (செருப்பில்) கால் கட்டைவிரலை நுழைக்கும் பகுதி;** toe loop (of a sandal). **4: (ஊசியில் நூல் கோப்பதற்காக உள்ள) துளை;** eye (of a needle). **5: (புத்தகம், நோட்டு போன்றவற்றின் பக்கங்களில்) முனைப் பகுதி;** corner or edges (of a book, notebook, etc.,). காது மடிந்த பழைய புத்தகம்.

காதுக்கருவி பெ. **காது கேட்பதில் குறைபாடு உள்ளவர்கள், கேட்கும் திறனை அதிகப்படுத்தக் காதில் பொருத்திக்கொள்ளும் சிறு மின் சாதனம்;** hearing aid.

காதுக்குறும்பி பெ. **1: காதில் சேர்ந்திருக்கும் மெழுகு போன்ற அழுக்கை எடுக்கப் பயன்படும், நுனியில் குழிந்த பகுதியைக் கொண்ட சிறு கம்பி;** a pointed instrument to remove the ear wax. **2:** காண்க: **குறும்பி.**

காதுகுத்து[1] வி. (-குத்த, -குத்தி) **1: காது மடலின் கீழ்ப் பகுதியில் துளையிடுதல் என்னும் சடங்கை நிகழ்த்துதல்;** perform the ceremony of piercing the ear lobe. குழந்தைக்குக் காதுகுத்தக் கோயிலுக்குப் போயிருக்கிறார்கள். **2: ஒன்றைப் பற்றித் தெரிந்தவரிடம் அது அவருக்குத் தெரியாது என்ற எண்ணத்தில் அதற்கு மாறான செய்தியைச் சொல்லுதல்;** tell fibs. நான் இப்போதுதான் அவரைப் பார்த்துவிட்டு வருகிறேன். அவர் ஊருக்குப் போய்விட்டார் என்று என்னிடமே காதுகுத்துகிறாயா?

காதுகுத்து[2] பெ. **1: காதினுள் ஏற்படும் வலி;** ear-ache. **2: காதுகுத்துதல் என்னும் சடங்கு;** the ceremony of piercing the ear lobe. என் குழந்தைக்கு நாளை காதுகுத்து.

காதுகேளாத பெ.அ. **(பிறந்ததிலிருந்தே) கேட்கும் திறன் இல்லாத;** hearing impaired. காதுகேளாத சிறுவர்களுக்கான பள்ளி/ காது கேளாதோர்.

காதுகொடுத்துக் கேள் வி. (கேட்க, கேட்டு) **கவனத்துடன் கேட்டல்;** give one's ear to; listen (attentively). நான் சொல்வதைச் சிறிது நேரம் காதுகொடுத்துக் கேள்!/ அந்த இனிய வீணை இசையைச் சிறிது நேரம் காதுகொடுத்துக் கேட்டார்.

காதுபட வி.அ. **(யார் ஒன்றைக் கேட்கக் கூடாதோ அதை அவர்) கேட்கும் வகையில்;** in one's hearing. என்னைப் பற்றி மோசமாக என் காதுபடப் பேசினார்கள்./ அவர் வியாதியைப் பற்றி ஒரு வார்த்தைகூட அவர் காது படச் சொல்லிவிடாதே!

காதும் காதும் வைத்தாற்போல வி.அ. **(நெருக்கமானவர்களைத் தவிர பிறருக்குத் தெரியவராத வகையில்) மிகவும் ரகசியமாக;** the utmost secrecy; on the quiet. திருமணத்துக்கான ஏற்பாடுகள் காதும் காதும் வைத்தாற்போல நடந்துகொண்டிருந்தன./ அண்ணன் காதும் காதும் வைத்தாற்போல வீட்டை விற்றுவிட்டார்.

காதை பெ. (உ.வ.) **(காப்பியங்களில்) உட்பிரிவு;** canto; section. சிலப்பதிகாரத்தில் முப்பது காதைகள் உள்ளன.

காதைக் கடி வி. (கடிக்க, கடித்து) **(பிறர் உடனிருக்கும்போது நெருங்கி வந்து) செய்தியைப் பிறருக்குக் கேட்காத வகையில் சொல்லுதல்; கிசுகிசுத்தல்;** whisper (sth. confidentially). பேச்சுவார்த்தை நடந்துகொண்டிருக்கும் போது என் செயலர் 'அவசரப்பட்டு ஒத்துக்கொண்டுவிடாதீர்கள்' என்று என் காதைக் கடித்தார்.

காதைத் துளை வி. (துளைக்க, துளைத்து) **(சத்தம்) மிக அதிக அளவில் பாதித்தல்;** (of sound) be piercing; be shrill; be shrieking. காதைத் துளைக்கும் வாகனங்களின் இரைச்சல்.

காதொலிக் கருவி பெ. **(கணிப்பொறி, கைபேசி போன்றவற்றிலிருந்து) இசையை அல்லது உரையாடலைக் கேட்பதற்குக் காதில் செருகிக்கொள்ளும் குமிழ் போன்ற பகுதியைக் கொண்ட மின்னணுக் கருவி;** earphones; headphones.

காதோடு காதாக வி.அ. **(பிறர் உடனிருக்கும்போது இருவர்) மிகவும் மெதுவான குரலில் ரகசியமாக;** in a hushed voice; in a whisper. இரு கட்சித் தலைவர்களும் மேடையில் காதோடு காதாகப் பேசிக்கொண்டிருந்தபோது எடுத்த படம் இது.

காதோல் பெ. (இலங்.) **தளைநார்; ஏறுபட்டி;** band of rope used by climbers to climb palm, coconut trees, etc.,

காதோலை பெ. *(ஊரக வ.)* **(அணிந்துகொள்வதற்கு) காய்ந்த பனை ஓலையைச் சுருட்டிச் சிவப்புச் சாயம் தோய்த்திருக்கும் அணி;** strip of palmyra leaf rolled and dyed red for wearing in the ear.

காந்த ஊசி பெ. *(இயற்.)* **காந்த விசை ஏற்றப்பட்ட ஊசி;** magnetic needle. *திசைமானியில் காந்த ஊசி பொருத்தப்பட்டுள்ளது.*

காந்த சிகிச்சை பெ. **(சில நோய்களையும் வலியையும் குணப்படுத்த) காந்தத்தைப் பயன்படுத்திச் சிகிச்சை அளிக்கும் முறை;** a therapy in which magnets are used. *காந்த சிகிச்சை எடுத்துக்கொண்டால் மூட்டுவலி குறையுமா?*

காந்தப்புலம் பெ. *(இயற்.)* **ஒரு காந்தத்தைச் சுற்றிக் காந்த அலைகள் பரவியிருக்கும் பகுதி;** magnetic field.

காந்தம் பெ. **இரும்புப் பொருள்களைத் தன் பக்கம் இழுக்கும் தன்மையைக் கொண்ட இரும்புத் துண்டு;** magnet.

காந்தல் பெ. *(பே.வ.)* 1: **(உப்புமா, பொங்கல் போன்ற உணவுப் பண்டங்களைத் தயாரிக்கும்போது பாத்திரத்தின் அடிப்பாகத்தில்) தீய்ந்துபோய்க் காணப்படும் உணவுப் பகுதி;** overcooked or charred part of a dish such as உப்புமா, பொங்கல், etc., sticking to the bottom of the vessel. *உப்புமாக் காந்தலுக்குத் தனிச் சுவை உண்டு./ இருப்புச்சட்டியின் அடியில் இருந்த காந்தலைச் சுரண்டிக் கழுவினாள்.* 2: **(சூரிய வெப்பத்தினால் உடம்பிலும், மருந்து முதலியவற்றால் புண்ணிலும் ஏற்படும்) எரிவது போன்ற உணர்வு; எரிச்சல்;** burning sensation.

காந்தள் பெ. **(இலக்கியங்களில் பெண்களின் கை விரல்களுக்கு உவமையாகக் கூறப்படும்) நெளிவுகள் உடைய சிவப்பும் மஞ்சளும் கலந்த நிறத்தில் இருக்கும் பூ;** glory lily.

காந்தாரம் பெ. *(இசை)* **ஏழு ஸ்வரங்களில் மூன்றாவது ஸ்வரமான 'க'வைக் குறிப்பது;** the third of the seven notes.

காந்திக் குல்லாய் பெ. **முன்பக்கம் நீளும் விளிம்புப் பகுதி இல்லாமல் தைக்கப்பட்ட சிறு கதர்க் குல்லாய்;** a soft cap without a brim made of homespun cotton cloth. *சுதந்திர தின விழாவில் கலந்துகொண்ட தியாகிகள் அனைவரும் காந்திக் குல்லாய் அணிந்திருந்தனர்.*

காந்தியம் பெ. **(மகாத்மா) காந்தி கடைப்பிடித்த கொள்கைகள்;** the ideals of Mahatma Gandhi; Gandhism.

காந்தீயம் பெ. காண்க: *காந்தியம்.*

காந்து[1] வி. *(காந்த, காந்தி) (பே.வ.)* 1: **(அடுப்பில் வைக்கப்பட்ட உணவுப் பொருள் அதிகச் சூட்டால்) கருகுதல்;** (of foodstuff) get burnt (through overcooking). *பருப்பு காந்துகிற வாசனை அடிக்கிறது.* [*(தொ.சொ.)* கருகு/ தீய்] 2: **(சூரிய வெப்பத்தினால் உடம்பிலும், மருந்து முதலியவற்றால் புண்ணிலும்) எரிச்சல் ஏற்படுதல்;** burn; experience a burning sensation. *மருந்து போட்டவுடன் புண் காந்துகிறது.* 3: *(இலங்.)* **அரிக்கும் உணர்வு ஏற்படுதல்; அரித்தல்;** feel itchy. *மயிர்க்குட்டி கையில் பட்டுக் கையெல்லாம் காந்துகிறது.*

காந்து[2] வி. *(காந்த, காந்தி) (இலங்.)* **(விலங்குகள் நாக்கு, பல் போன்றவற்றால்) சுரண்டுதல்;** (of animals) lick. *வேலிக்குப் போட்ட கதியால் எல்லாவற்றையும் மாடு காந்திவிட்டது.*

காப்பகம் பெ. **(தங்களைத் தாங்களே கவனித்துக் கொள்ள முடியாதவர்களை) பொறுப்பேற்றுக் கவனிக்கும் இல்லம்;** home (for orphans, aged, etc.,). *குழந்தைகள் காப்பகம்/ மனநலக் காப்பகம்/ முதியோர் காப்பகம்.*

காப்பகழி பெ. *(இலங்.)* **(பகைவரின் தாக்குதலிலிருந்து பாதுகாத்துக்கொள்வதற்காக) ஒரு படை நிலை கொண்டிருக்கும் இடத்தைச் சுற்றி அல்லது ஒட்டித் தோண்டி அமைக்கப்படும் ஆழமான பள்ளம்;** trench. *காப்பகழியில் நிலையெடுத்து நின்றபோது ஒரு குண்டு வந்து மேலே விழுந்தது.*

காப்பரிசி பெ. **காதுகுத்து, வளைகாப்பு போன்ற நிகழ்ச்சிகளில் வந்திருப்போருக்குத் தரப்படும் வெல்லப்பாகு கலந்த அரிசி;** rice mixed with treacle distributed at காதுகுத்து, வளைகாப்பு, etc.,

காப்பாட்சியர் பெ. **அருங்காட்சியகம், ஆவணக்காப்பகம் போன்றவற்றின் நிர்வாகப் பொறுப்பை ஏற்றிருப்பவர்;** curator (of a museum, archive, etc.,). *இந்த நடுகற்கள் பதின்மூன்றாம் நூற்றாண்டைச் சேர்ந்தவை என்று அருங்காட்சியகக் காப்பாட்சியர் கூறினார்.*

காப்பாளர் பெ. 1: **(விடுதி போன்றவற்றில்) தங்கியிருப்போரைக் கவனித்துக்கொள்ளும் பொறுப்பு ஏற்றவர்;** warden. *மாணவர் விடுதிக் காப்பாளர்/ ஆதரவற்றோர் இல்லக் காப்பாளர்.* 2: **சட்டபூர்வமாக ஒருவரின் நலனுக்குப் பொறுப்பேற்பவர்;** guardian.

காப்பாற்று வி. *(காப்பாற்ற, காப்பாற்றி)* 1: **(ஆபத்து, அழிவு போன்றவற்றிலிருந்து) பாதுகாத்தல்; தீங்கு, அழிவு வராமல் தடுத்தல்;** save (from danger, destruction); protect. *எரிந்துகொண்டிருந்த வீட்டிற்குள் தீயணைப்புப் படையினர் புகுந்து அங்கிருந்த முதியவரைக் காப்பாற்றினர்./ ஓர் உயிரைக் காப்பாற்ற இந்த மருந்து தேவை./ நம் கலைச் செல்வங்களைக் காப்பாற்ற நடவடிக்கை எடுக்கப்படும்.* 2: **(வாக்குறுதி, மரியாதை போன்றவற்றை) நிறைவேற்றுதல் அல்லது கைவிடாமல் கடைப்பிடித்தல்;** keep (a promise, one's dignity, one's word). *உனக்குக் கொடுத்த வாக்கை நான் காப்பாற்றிவிட்டேன்./ உன் மதிப்புமரியாதையைக் காப்பாற்றிக்கொள்!/ நாணயத்தைக் காப்பாற்றிக்கொள்ளத் தெரியாதவன் கடன் வாங்கக் கூடாது./ சொன்ன வார்த்தையைக் காப்பாற்றிக்கொள்ளத் தெரிய வேண்டும்.* 3: **(வாழ்க்கைக்கு வேண்டிய வசதிகளைச் செய்துகொடுத்து) கவனித்துக்கொள்ளுதல்;** look after; take care of. *பிள்ளைகள் பிற்காலத்தில் நம்மைக் காப்பாற்றுவார்கள் என்று ஏன் எதிர்பார்க்க வேண்டும்?/ யார் உன்னைக் காப்பாற்றுவார்கள் என்று இந்த நகரத்திற்கு வந்தாய்?*

காப்பி பெ. 1: **காப்பித்தூளைக் கொதிக்கும் நீரில் போட்டு வடிகட்டி எடுத்துப் பால் கலந்து தேவையான அளவு இனிப்புச் சேர்த்துத் தயாரிக்கும் பானம்;** coffee (usually with milk and sugar). 2: **காப்பிக்கொட்டை காய்க்கும் ஒரு வகைக் குத்துச்செடி;** coffee plant. *இருபது ஏக்கரில் காப்பி பயிரிட்டிருக்கிறேன்.*

381 காபரா

காப்பிக்கொட்டை பெ. காப்பிச் செடியின் பழத்திலிருந்து எடுத்துக் காயவைத்து காப்பி தயாரிக்கப் பதப்படுத்திய விதை; coffee beans.

காப்பித்தூள் பெ. வறுத்த காப்பிக்கொட்டையை அரைத்துத் தயாரித்த பொடி; coffee powder.

காப்பிப்பொடி பெ. காண்க: காப்பித்தூள்.

காப்பியடி வி. (-அடிக்க, -அடித்து) 1: (தேர்வில்) விதிக்குப் புறம்பாக (புத்தகம் முதலியவற்றை) பார்த்து விடை எழுதுதல்; copy (the answer from sources that are not allowed in the examination). காப்பியடித்துப் பிடிபட்டால் மூன்றாண்டுகள் தேர்வு எழுத முடியாது. 2: (ஒன்றில் இருப்பதை அல்லது ஒருவர் செய்யும் செயலைப் பார்த்து) அப்படியே செய்தல்; imitate. தலைமுடியை வாருவதில்கூட என்னைப் பார்த்துக் காப்பியடிக்க வேண்டுமா, என்ன? 3: பிறர் எழுதியதிலிருந்து எடுத்துத் தான் எழுதியதுபோலக் காட்டிக்கொள்ளுதல்; plagiarize. என் நண்பர் தென் அமெரிக்க எழுத்தாளர் ஒருவரைக் காப்பியடித்து எழுதியிருந்ததை எளிதில் பார்க்க முடிந்தது.

காப்பியம் பெ. தெய்வத்தையோ உயர்ந்த மக்களையோ கதை மாந்தர்களாகக் கொண்ட, செய்யுள் வடிவில் அமைந்த இலக்கியம்; epic.

காப்பீடு பெ. இறப்பு, விபத்து முதலியவற்றால் ஏற்படும் இழப்பை ஈடுசெய்யும் விதத்தில் தொகை கொடுப்பதற்காக நிறுவனங்கள் தனிநபர்களுடனோ அமைப்புகளுடனோ செய்துகொள்ளும் ஒப்பந்தம்; insurance.

காப்பு பெ. 1: கையில் அணியும், இறுக்கமாக இல்லாத, பட்டையான, வளையலைப் போன்ற (தங்க அல்லது வெள்ளி) அணிகலன்; (golden) band (not as loose as a bangle); bracelet. நான்கு பவுனில் இரண்டு காப்புகள் செய்துகொண்டாள். 2: (ஈயம், இரும்பு, செம்பு போன்றவற்றால் ஆன) நோய்த் தடுப்புக்காகக் காலில் அணியும் வளையம்; (lead, copper or iron) protective anklet (worn against certain diseases). காக்காய்வலிப்புக்கு உள்ளானவரின் காலில் இரும்புக் காப்பு. 3: (குறிப்பாகத் திருமணம் முதலிய சடங்குகளில்) தீய சக்திகளிலிருந்து காக்க மணமகன் மற்றும் மணமகள் கையில் கட்டும் மஞ்சள் கயிறு; turmeric-dyed cord tied and worn on the wrist (especially on occasions such as wedding by the bride and the bridegroom to protect them from evil forces). 4: (தண்ணீர் முதலியவை அரிக்காதிருக்கும் வகையில் அல்லது மின்சாரம் முதலியவை வெளியே பரவாத வகையில்) ரசாயனப் பூச்சு அல்லது பிளாஸ்டிக் போன்றவற்றால் ஆன உறை; insulation by chemical coating or plastic covering. 5: (முற்காலத்தில்) நூல் இயற்றும் போது அந்தப் பணி சிறப்பாக நிறைவேற வேண்டும் என்று கடவுளை வேண்டிக்கொள்ளும் வகையில் எழுதப்படும் முதல் பாடல்; (in former times) invocatory verse in a book. விநாயகர் காப்புடன் அபிராமி அந்தாதி தொடங்குகிறது.

காப்புக்கட்டு வி. (-கட்ட, -கட்டி) 1: (திருவிழாவின் தொடக்கமாக நடத்தப்படும் சடங்கில்) கோயிலில் மரம் நட்டு அதில் மஞ்சள் நூல் கட்டுதல்; erect a pole at the temple and tie a turmeric-dyed cord around it to mark the commencement of the temple festival. 2: (திருவிழாவின் சடங்குகளை முன்னின்று நடத்துபவர்கள் கையில்) மஞ்சளில் நனைத்து எடுத்த கயிற்றை விழா முடியும் நாள்வரை கட்டிக்கொள்ளுதல்; tie a turmeric-dyed cord on the wrist of the person authorized to conduct the rituals during a temple festival which he wears till the end of the festival. 3: (திருமணச் சடங்கின் ஒரு பகுதியாக) மணமகன் அல்லது மணமகளுக்கு மஞ்சளில் நனைத்த கயிற்றில் ஒரு துண்டு மஞ்சளை முடிந்து கையில் கட்டுதல்; tie a turmeric-dyed cord with a piece of turmeric on the wrist of the bride or the bridegroom as part of wedding rituals. காப்புக்கட்டிய பிறகு மணமகன் வெளியே செல்லக் கூடாது என்பது சம்பிரதாயம்.

காப்புக் காடு பெ. (பு.வ.) தாவரங்கள், விலங்குகள், புவியியல் அமைப்பு போன்றவற்றின் பாதுகாப்புக்காக மேய்ச்சலும், வேட்டையாடுதலும் தடைசெய்யப்பட்ட காடாக அரசு அறிவித்திருக்கும் காடு; reserve forest. சென்னைக்கு அருகில் உள்ள வண்டலூரில் ஒரு காப்புக் காடு இருக்கிறது.

காப்புச் சோதனை பெ. (பு.வ.) தடைசெய்யப்பட்ட பொருட்கள் எடுத்துச்செல்லப்படுகின்றனவா என்பதைக் கண்காணிக்க (பொதுவாக விமான நிலையத்தில் பாதுகாப்புக் கருதி) பயணிகளிடம் மேற்கொள்ளப்படும் முழு உடல் பரிசோதனை; security check. காப்புச் சோதனைக்குப் பிறகே பயணிகள் அனைவரும் விமானத்தில் ஏற அனுமதிக்கப்படுகின்றனர்.

காப்புத்தொகை பெ. (ஒரு சேவையைப் பெறுவதற்குக் கட்ட வேண்டிய) உத்தரவாதத் தொகை; security deposit. வீட்டுக்கான மின் இணைப்புப் பெறக் காப்புத் தொகை செலுத்த வேண்டும்.

காப்புரிமை பெ. (சட்டம்) 1: (கண்டுபிடித்த ஒரு பொருளுக்கு அல்லது அதற்குச் சூட்டிய பெயருக்குத் தான் தான் உரிமையாளர் என்று) அரசிடம் பதிவுசெய்து பெறும் உரிமை; patent. இந்தியாவில் மரபு ரீதியாகத் தயாரிக்கப்படும் சில பொருள்களுக்குச் சில வெளிநாட்டு நிறுவனங்கள் காப்புரிமை கோருகின்றன. 2: ஒரு படைப்பாளிக்கு அல்லது ஒரு நிறுவனத்திற்குத் தன் படைப்பில் சட்டபூர்வமாக இருக்கும் உரிமை; copyright. இந்தியக் காப்புரிமைச் சட்டத்தின் கீழ் ஒரு எழுத்தாளர் இறந்து அறுபது ஆண்டுகள்வரை அவர் எழுதிய நூல்களின் காப்புரிமை அவருடைய வாரிசுகளின் உடைமையாக இருக்கும்.

காப்புறுதி பெ. (இலங்.) காப்பீடு; insurance.

காபந்து பெ. (அ.வ.) பாதுகாப்பு; காவல்; protection; security. போலீஸ்காரர்கள் அந்தத் தீவிரவாதியைப் பலத்த காபந்து செய்து நீதிமன்றத்திற்கு அழைத்துச்சென்றார்கள்.

காபந்து அரசு பெ. தேர்தல் முடிந்து மறு அரசு தேர்ந்தெடுக்கப்படும்வரை அல்லது நாட்டின் தலைமைப் பொறுப்பில் உள்ளவர் ராஜினாமா செய்துவிடும் நிலையில் மற்றொருவர் பதவியேற்கும்வரை உள்ள காலத்தில் நாட்டை நிர்வகிக்கும் அரசு; caretaker government.

காபரா பெ. (பே.வ.) கலக்கம்; கலவர உணர்வு; alarm; panic. நகரத்தின் ஒரு பகுதியில் குண்டு வெடிப்பு என்ற செய்தி காபராவை ஏற்படுத்தியது.

காபி பெ. காண்க: **காப்பி.**

காபினெட் அமைச்சர் பெ. **அமைச்சரவைக் கூட்டங்களில் பங்கேற்று அரசின் கொள்கைகளை வகுக்கும், ஒரு துறையின் முழுப் பொறுப்பையும் நிர்வகிக்கும் அமைச்சர்;** minister holding full charge of a department and participating in cabinet meetings. காபினெட் அமைச்சர் பதவி வரும் என்று எதிர்பார்த்தவருக்கு இணை அமைச்சர் பதவிதான் கிடைத்தது.

காம்பவுண்டு பெ. **ஒரு வீடு அல்லது கட்டடத் தொகுதிக்கு வெளியில் உள்ள சுற்றுச்சுவர்;** compound wall.

காம்பறா பெ. *(இலங்.)* **அறை;** room. தம்பி தனது காம்பறாவில் நித்திரைகொள்கிறான்./ வீட்டுக்கு வரும் விருந்தினர் தங்குவதற்கென்றே தனியான ஒரு காம்பறா கட்ட வேண்டும் என்று அப்பா கூறினார்.

காம்பீரியம் பெ. *(அ.வ.)* **கம்பீரம்;** grandeur; majesty. ரிஷப வாகனத்தின் காம்பீரியம்!/ காப்பிய நடையில் உள்ள காம்பீரியம்.

காம்பு[1] பெ. **1: (தாவரங்களில் இலை, பூ, காய் ஆகியவற்றைக் கிளை, கொடி போன்ற பகுதிகளோடு) இணைத்துத் தாங்கும் மெல்லிய தண்டுப் பகுதி;** stalk. பூவைக் காம்போடு பறித்தான்./ வெற்றிலைக் காம்பைக் கிள்ளி எறிந்துவிட்டுச் சுண்ணாம்பு தடவினார். **2:** *(பசுவின் மடி, பெண்களின் மார்பகம் போன்றவற்றைக் குறித்து வரும்போது)* **பால் வெளிவரும் துவாரமுள்ள பகுதி/ஆணின் மார்பில் சிறியதாக, மேற்குறிப்பிட்டதைப் போல இருக்கும் பகுதி;** teat; nipple.

காம்பு[2] பெ. **(கோடாலி, விசிறி முதலியவற்றில்) மரக் கைப்பிடி;** (wooden) handle (of an axe, etc.,).

காம்புச்சத்தகம் பெ. *(இலங்.)* **(பாய், பெட்டி போன்றவற்றைப் பின்னுவதற்கான) ஓலையை நறுக்கப் பயன்படும் சிறிய கத்தி;** a small knife used to cut and shape palm leaf (for making *பாய், பெட்டி*, etc.,). ஓலையைச் சீவும்போது காம்புச்சத்தகம் விரலைச் சீவிவிட்டது.

காமக்கிழத்தி பெ. *(உ.வ.)* **காம இச்சைக்காக மட்டும் வைத்திருக்கும் பெண்; ஆசைநாயகி;** concubine; mistress. ஆயுள் முழுக்கப் பண்ணையாரின் காமக்கிழத்தியாகவே வாழ்ந்து அவள் இறந்துபோனாள்.

காமதேனு பெ. **(கேட்டதையெல்லாம் தருவதாகக் கூறப்படும்) தேவலோகப் பசு;** celestial cow (having power to grant wishes).

காமம் பெ. **1: உடலுறவு கொள்ளத் தோன்றும் உணர்வு;** sexual desire; lust. **2:** *(உ.வ.)* **அன்பு; காதல்;** love.

காமரா உள் பெ. *(ஊரக வ.)* **(வீட்டில் உடை மாற்றிக் கொள்ள, உறங்க என்று பெண்களின் பிரத்தியேகப் பயன்பாட்டுக்கான) அறை;** room in a house affording privacy for women of the household. ஒரு காமரா உள் இருந்த வீட்டில் எப்படி இத்தனை குடும்பங்கள் வசித்தன?

காமன் பெ. **மன்மதன்;** (Indian) god of love.

காமன் பண்டிகை பெ. **சிவனால் காமன் எரிக்கப்படுவதையும், அவன் மீண்டும் உயிர்பெறுவதையும் குறியீட்டு வடிவில் (பெரும்பாலும் மாசி மாதத்தில்) நிகழ்த்தும் விழா;** a festival, normally in the month *மாசி*, which symbolically enacts the burning of *காமன்* by *சிவன்* and his resurrection later.

காமாசோமா-என்று வி.அ. *(பே.வ.)* **திருத்தமாக இல்லாமல்; ஒழுங்கானபடி இல்லாமல்;** in a haphazard manner. கடைசியில் கதையைக் காமாசோமாவென்று முடித்துவிட்டார்.

காமாட்சி விளக்கு பெ. **சற்று உயர்ந்த கூம்பு வடிவப் பகுதியில் அம்மன் வடிவம் பொறிக்கப்பட்டதும் குழிவான பகுதியில் திரியிட்டு எண்ணெய் ஊற்றும் வகையில் அமைக்கப்பட்டதுமான உலோக விளக்கு;** a big lamp made of metal with the image of goddess engraved on a panel perpendicular to the base.

காமாலை பெ. *(சித்த.)* **பித்தம் அதிகரிப்பதால் ஏற்படும் நோய்களைப் பொதுவாகக் குறிப்பது;** jaundice.

காமுகன் பெ. *(அ.வ.)* **பல பெண்களோடு உடலுறவு கொள்வதில் மிகுந்த விருப்பம் உள்ளவன்;** womanizer.

காமுகி பெ. *(அ.வ.)* **பல ஆண்களோடு உடலுறவு கொள்வதில் மிகுந்த விருப்பம் உள்ளவள்;** nymphomaniac.

காய்[1] வி. *(காய, காய்ந்து)* **அ.** *(உலர்தல் தொடர்பான வழக்கு)* **1: (வெப்பத்தால்) ஈரத் தன்மை இல்லாமல் ஆதல்;** get dried; dry up. மழை இல்லாமல் நிலமெல்லாம் காய்ந்துகிடக்கிறது./ ஈரத் துணிகளைக் காயப்போடு!/ அழுதுஅழுது கன்னத்தில் வடிந்த கண்ணீர் காய்ந்துவிட்டது. **2: (புண், காயம் முதலியன) ஆறுதல்; குணமாதல்;** (of wound) heal. புண் நன்றாகக் காய்ந்து பொருக்குப் படர்ந்திருக்கிறது. **3: (தொண்டையில்) வறட்சி உண்டாதல்;** (of throat) become dry. பேசிப்பேசித் தொண்டை காய்ந்துவிட்டது. **4: (ஒருவருக்கு) அதிக அளவில் பசித்தல்;** be or get famished. வயிறு காய்ந்தால் தானாகச் சாப்பிட வருவான். **ஆ.** *(சூடாதல் தொடர்பான வழக்கு)* **5: (பொருள்) சூடேறுதல்;** boil; be heated up. அடுப்பில் பாகு காய்கிறது./ அடுப்பில் சட்டி காய்கிறது./ பழுக்கக் காய்ந்த இரும்புக் கம்பி. **6: (காய்ச்சலால் உடல்) சுடுதல்;** run a temperature. குழந்தைக்கு இரண்டு நாளாக உடம்பு காய்கிறது. **இ.** *(ஒளி வீசுதல் தொடர்பான வழக்கு)* **7: (நிலா, சூரியன் ஆகியவை) பிரகாசமாக ஒளி வீசுதல்;** (of moon, sun) shine brightly. நிலவு காயும் நாட்களில் மொட்டை மாடியில் உட்கார்ந்து பேசிக்கொண்டிருப்போம்./ ஒரு வார மழைக்குப் பிறகு இன்று நன்றாக வெயில் காய்கிறது.

காய்[2] வி. *(காய்க்க, காய்த்து)* **(மரம், செடி, கொடி முதலியன) காய் தருதல்;** bear fruit; yield. மாமரம் இன்னும் காய்க்கத் தொடங்கவில்லையா?

காய்[3] வி. *(காய்க்க, காய்த்து)* **(கருவிகளை அடிக்கடி பயன்படுத்துவதால் உள்ளங்கையிலும் அல்லது ஒரே இடத்தில் பட்டுப்பட்டுக் கால், முட்டி போன்ற உடல் பகுதிகளிலும்) தோல் தடித்தல்;** (of part of the body) become calloused. கோடாலி பிடித்து அடிக்கடி விறகு வெட்டுவதால் என் கையில் தோல் காய்த்துப்போய்விட்டது.

காய்[4] பெ. **1: பழமாவதற்கு முன் உள்ள நிலையிலிருக்கும், தாவரத்தின் பாகம்;** green fruit. மாமரத்தில் முற்றிய காயை மட்டும் பறியுங்கள்./ பலாக்காய். **2: (சமையலுக்கான) காய்கறி/காய்கறிகளின் நறுக்கிய துண்டு;** vegetables and some edible roots/a piece of this vegetable or of edible root. உப்பும் மிளகாய்ப் பொடியும் போட்டுக் காய் வேகும்வரை கொதிக்கவைக்கவும்./ காய் இல்லாமல் வெறும் குழம்பு ஊற்று. **3: விரை;** testicles. **4: (சதுரங்கம், தாயம் முதலிய விளையாட்டுகளில்) கட்டங்களில் நகர்த்தப்படுவது;** a movable piece (in a game such as chess); counter. **5: (சிறுவர்களிடையே) (ஒருவரோடு ஒருவர்) பேசாத நிலை;** an expression (among children) for breaking with s.o. உன்னோடு காய்!

காய்கறி பெ. **சமைத்து உண்ணப் பயன்படும் காய், கிழங்கு, கீரை போன்றவற்றைக் குறிக்கும் பொதுச் சொல்;** vegetables. காய்கறிக் கடையில் அரைக்கீரை வாங்கினேன்.

காய்ச்சல்¹ பெ. **இயல்பாக இருக்க வேண்டிய சூட்டை விட உடலில் அதிகமாகச் சூடு இருக்கும் (நோயின் அறிகுறியான) நிலை;** fever.

காய்ச்சல்² பெ. (பே.வ.) காண்க: **காய்ப்பு¹.**

காய்ச்சல்³ பெ. (மண்.) **சூளையில் அடுக்கிய மண்பாண்டங்களைச் சுடுவதற்கு முன்பாக அவற்றைப் படிப்படியாகச் சூடேற்றும்போது கையால் உணரும் வெப்பம்;** the gradually rising temperature assessed by feeling the earthenware vessels stacked in potter's kiln before firing. காய்ச்சல் குறைவாக இருக்கும்போது சூளையை கொளுத்தினால் பாண்டங்கள் பொதரிப்போகும்./ காய்ச்சல் போதாது, காய்ச்சல் எல்லா பக்கமும் சீராக இல்லை.

காய்ச்சிவடித்தல் பெ. (வேதி.) **ஒரு திரவத்தை வெப்பப்படுத்துவதன்மூலம் ஆவியாக்கி அதைக் குளிரவைத்து மீண்டும் திரவமாக்கும் முறை;** distillation.

காய்ச்சு வி. (காய்ச்ச, காய்ச்சி) **1: (நீர், பால் முதலியவற்றை) கொதிக்கும் அளவுக்குச் சுடவைத்தல்;** boil (water, milk, etc.,). நீரை நன்றாகக் காய்ச்சி ஆறவைத்துக் குடிக்கவும்./ அம்மா எண்ணெய் காய்ச்சிக்கொண்டிருந்தாள். **2: (உணவுப் பொருள்களையோ மருந்துப் பொருள்களையோ நீரில் கலந்து அல்லது ஒன்றின் சாற்றைக் கொதிக்கவைத்து ஒன்றை) தயாரித்தல்;** make (sth. by the process of brewing, etc.,). வெல்லம் காய்ச்சும் தொழில்/ கஞ்சி காய்ச்சிக் குடித்தாள்./ கள்ளச் சாராயம் காய்ச்சியவர்கள் கைது. **3: (இரும்பு, ஈயம் போன்ற உலோகத்தை அல்லது வெண்ணெயை) இளகவைத்தல்;** smelt (iron, lead); clarify (butter). அவன் பேச்சு ஈயத்தைக் காய்ச்சிக் காதில் ஊற்றியது போலிருந்தது./ வெண்ணெய் காய்ச்சும் வாசனை. **4:** (இலங்.) **சமைத்தல்;** cook (food). செவ்வாய்க்கிழமையும் வெள்ளிக்கிழமையும் நாங்கள் மச்சம் காய்ச்சுவதில்லை./ உனக்குக் கருப்பனிக் கூழ் காய்ச்சத் தெரியுமா?/ கறி காய்ச்சிவிட்டுதான் சொதி வைக்க வேண்டும்./ அம்மா சோறு காய்ச்சுகிறாள்.

காய்ந்த மிளகாய் பெ. **மிளகாய் வற்றல்;** red chillies. உப்பு மாவுக்குத் தாளிக்க இரண்டு காய்ந்த மிளகாய் வேண்டும்.

காய்நகர்த்து வி. (-நகர்த்த, -நகர்த்தி) **(ஒரு அமைப்பு அல்லது ஒருவர்) ஒரு செயல் தனக்குச் சாதகமாக நடக்க வேண்டும் என்பதற்காகச் சாமர்த்தியமாகவும் படிப்படியாகவும் சில நடவடிக்கைகளை மேற்கொள்ளுதல்;** make clever moves to achieve the desired result. எப்படியாவது கட்சித் தலைவர் ஆகிவிட வேண்டும் என்று அந்த முன்னாள் அமைச்சர் காய்நகர்த்திவருகிறார்./ இந்த இருவருக்கும் எதிராக ஒரு அணியினர் காய்நகர்த்திவருவது உனக்குத் தெரியுமா?

காய்ப்பு¹ பெ. **மரம், செடி முதலியவை காய் தருவது;** yield (in terms of fruit); produce. புளிய மரத்தில் சென்ற ஆண்டைப் போலவே இந்த ஆண்டும் காய்ப்புச் சரியாக இல்லை.

காய்ப்பு² பெ. **(கை, கால் முதலியவற்றில்) தோல் காய்த்துப்போகும் நிலை;** callus. சம்மட்டி பிடித்துப் பிடித்துக் காய்ப்பேறியிருந்த உள்ளங்கை./ கொலுசு அணிந்திருந்த காலில் காய்ப்புத் தடம் மாறாமல் இருந்தது.

காய்பிடி வி. (-பிடிக்க, -பிடித்து) **(தாவரங்களில்) பூ காயாக மாறத் தொடங்குதல்;** fruit. அவரைச் செடி இன்னும் காய்பிடிக்க ஆரம்பிக்கவில்லை.

காய்விடு வி. (-விட, -விட்டு) (பே.வ.) **(நண்பர்களாக இருக்கும் சிறுவர்கள்) ஒருவரோடு ஒருவர் இனி பேசிக் கொள்வதில்லை என்று சொல்லிவிடுதல்;** (of children) break friendship. 'மிட்டாய் தராவிட்டால் உன்னோடு காய்விட்டுவிடுவேன்' என்றான்.

காய்விழு வி. (-விழ, -விழுந்து) (வ.வ.) **கருச்சிதைதல்;** miscarry.

காய்வெட்டு¹ வி. (-வெட்ட, -வெட்டி) (இலங்.) **தவிர்த்தல்;** avoid (s.o.). என்னையும் கூட்டிக்கொண்டு போகிறேன் என்று சொன்னவர், காய்வெட்டிவிட்டுத் தான் மாத்திரம் போய்விட்டார்./ சரியான சமயங்களில் மற்றவர்களைக் காய்வெட்டிவிடுவதில் அவர் கெட்டிக்காரர்.

காய்வெட்டு² பெ. (-ஆக) (காய், பழம் போன்றவற்றைக் குறித்து வரும்போது) **பழுக்க ஆரம்பித்த நிலை;** (of fruits) state just before the fully ripe one. காய்வெட்டாக இல்லாமல் நன்றாகப் பழுத்த மாம்பழமாக வாங்கிக் கொண்டு வா./ வாழைப்பழம் சரியாகப் பழுக்கவில்லை, காய்வெட்டாக இருக்கிறது.

காயகல்பம் பெ. **(சித்த வைத்தியத்தில்) உடலுக்கு வலிமையையும் இளமையையும் தரும் மருந்து;** medicine that gives vigour and youthfulness. நெல்லிக்காய் காயகல்பத் தன்மை கொண்டது.

காயடி வி. (-அடிக்க, -அடித்து) **(ஆடு, மாடு போன்ற விலங்குகளில் ஆண் விலங்கின் விதையை நசுக்கி) இனப்பெருக்கம் செய்ய முடியாதபடி ஆக்குதல்;** castrate (animals).

காயம்¹ பெ. **(கீழே விழுதல், வெட்டுப்படுதல், துப்பாக்கிக் குண்டு பாய்தல் போன்றவற்றால்) இரத்தம் வரும்படியாகவும் உள்தசை தெரியும்படியாகவும் ஏற்படுகிற பாதிப்பு;** injury; wound. கல் தடுக்கிக் கீழே விழுந்ததில் முழங்கையில் காயம் ஏற்பட்டது./ ஈராக் போரில் ஆயிரக் கணக்கானோர் காயம் அடைந்தனர்./ விபத்தில் நான்கு பேர் காயமடைந்தனர்./ (உரு வ.) என் மனத்தில் ஏற்பட்ட காயம் ஆறவேயில்லை. [(தொ.சொ.) **சிராய்ப்பு/ புண்/ ரணம்**]

காயம்² பெ. (அ.வ.) **உடம்பு;** (human) body. மனம், வாக்கு, காயம் சுத்தமாக இருக்க வேண்டும்.

காயம்³ பெ. (அ.வ.) காண்க: **பெருங்காயம்.**

காயமாகு வி. (-ஆக, -ஆகி) *(வ.வ.)* **1: (பணி) நிரந்தர மாதல்;** (of job) become permanent. உனக்கு வேலை காயமாயிற்றா? **2: (காரியம்) வெற்றிகரமாக நிறை வேறுதல்;** (of a piece of work or mission) get completed successfully. போன காரியம் காயமாகவில்லை.

காயல் பெ. **கழிமுகத்தை ஒட்டி அமைந்திருக்கும் உப்பு நீர் நிறைந்த நீர்வழி;** backwater. கடலுக்கும் காயலுக்கும் இடையில் இருக்கும் கடற்கரையில் நடந்துபோவதே ஒரு சுகமான அனுபவம்.

காயலான் கடை பெ. **பழைய இரும்புச் சாமான்கள், பிளாஸ்டிக் பொருள்கள் போன்றவற்றை எடைக்கு வாங்கிக்கொண்டு பணம் தரும் கடை;** scrap shop. இந்த சைக்கிளைப் பேசாமல் காயலான் கடையில் போட்டு விட்டுப் புது சைக்கிள் வாங்கிக்கொள்./ வீட்டில் கிடந்த அந்தப் பழைய இரும்பு நாற்காலியை இன்றுதான் காய லான் கடையில் போட்டேன்.

காயா பழமா பெ. **ஒன்றின் முடிவு சாதகமாக அமைந் ததா இல்லையா என்று கேட்கும் விதத்தில் பயன் படுத்தும் தொடர்;** an expression used to ask if the outcome (of an effort) is positive or negative. நீ போன வேலை காயா பழமா?

கார்[1] பெ. **1: மழைக் கால நெற்பயிர்; குறுவை;** the first crop of paddy harvested in the rainy season. கார் அறு வடை/ கார்ப் பாசனம். **2:** *(வ.வ.)* **மழைக் காலத்தில் விளைவிக்கும் செந்நிற நெல்;** rice crop yielding red coloured grains harvested in the rainy season.

கார்[2] பெ.அ. *(உ.வ.)* **கரிய;** black. கார் மேகம்/ கார் நிறக் கூந்தல்.

கார் காலம் பெ. *(உ.வ.)* **(தமிழ்நாட்டில் தட்பவெப்ப நிலையின் அடிப்படையில் ஐப்பசி, கார்த்திகை மாதங் கள் உள்ளிட்ட) மழைக் காலம்;** rainy season (brought about by the north-east wind in Tamil Nadu from October to December).

கார்குண்டு பெ. **இலக்கை அழிக்கத் தீவிரவாதிகளால் கார் போன்ற வாகனங்களில் நிரப்பப்பட்டு வெடிக்கச் செய்யும் வெடிகுண்டு;** car bomb.

கார் குறுவை பெ. *(ஊரக வ.)* **கார் காலத்தில் அறு வடைக்கு வரும் குறுவை நெல்;** short-term paddy crop harvested in rainy season.

கார்த்திகை பெ. **1: எட்டாவது தமிழ் மாதத்தின் பெயர்;** the name of the eighth Tamil month (mid-November to mid-December). **2:** *(சோதி.)* **இருபத்தேழு நட்சத்திரங் களில் மூன்றாவது;** the third of the twenty-seven divisions of the zodiac in Indian astrology, corresponding to an asterism, but smaller than a constellation. **3: கார்த்திகை மாதம் கார்த்திகை நட்சத்திரத்தில் வீடுதோறும் அகல் விளக்குகள் ஏற்றி வைத்துக் கொண்டாடும் பண் டிகை;** a festival that falls on the கார்த்திகை star of the கார்த்திகை month, which people celebrate by lighting oil-lamps in their houses.

கார்த்திகைப்பூ பெ. *(இலங்.)* **காந்தள்;** glory lily.

கார்ப்பு பெ. *(உ.வ.)* **உறைப்புச் சுவை;** (the taste of) pungency.

கார்மேகம் பெ. **(கடுமையான மழை பெய்வதற்கு முன் வானில்) கறுப்பாகவும் நீர் நிறைந்தும் காணப்படும் மேகம்;** black cloud heavy with rain. மார்கழி செம்பாதிக்கு மேல் கார்மேகங்களின் ஓட்டம் நின்றுவிடும்.

கார்வார் பெ. *(அ.வ.)* **(தனக்குக் கீழ் வேலை செய்பவர் களை) அதிகாரம் செய்யும் தோரணை;** authoritative bearing.

கார்வை பெ. *(இசை)* **(பாடும்போது அல்லது நரம் பிசைக் கருவிகளை வாசிக்கும்போது) ஒரே ஸ்வரத்தை நீட்டிப் பாடும் அல்லது வாசிக்கும் திறமை;** the extent to which one can stay on a note in vocal or instrumental music.

காரக் குழம்பு பெ. **உறைப்பான புளிக் குழம்பு;** a kind of hot sauce with a tamarind base.

காரகன் பெ. *(சோதி.)* **ஒருவருடைய வாழ்க்கையில் குறிப்பிட்ட அம்சத்தை நிர்ணயிக்கும் கிரகம்;** a planet which governs a particular aspect of one's life. உங்கள் ஜாத கத்தில் ஆயுள் காரகனான சனி உச்சத்தில் இருக்கிறான்.

காரச்சேவு பெ. காண்க: **காராச்சேவு.**

காரசாரம் (-ஆக, -ஆன) வி.அ./பெ.அ. **1: (பேசுதல், எழு துதல், விவாதித்தல் முதலியவை குறித்து வரும்போது) காட்டமாக அல்லது தீவிரமாக/காட்டமான அல்லது தீவிரமான;** vehemently; heatedly/vehement; heated. கப்பல் வாங்குவதில் நடந்த ஊழலைப் பற்றி அவர் காரசாரமாகப் பேசினார்./ நாடாளுமன்றத்தில் கட்சித் தாவல்பற்றிக் கார சாரமான விவாதம் நடந்தது. **2: காரமும் சுவையும் கூடி யதாக/காரமும் சுவையும் கூடியதான;** (of a meal) tastefully/tasteful. காரசாரமாகச் சமைத்துப் போடுவாள்./ கார சாரமான சமையல்.

காரணகர்த்தா பெ. **(விரும்பத்தகாத ஒன்றுக்கான) மூல கர்த்தா; விரும்பத்தகாத ஒன்று நிகழ அல்லது உரு வாகக் காரணமாக இருந்தவர்;** person responsible for an unwanted or undesirable happening); cause. இவ்வளவு பிரச்சினைக்கும் உன் மாமாதான் காரணகர்த்தா என்று தாத்தா திட்டிக்கொண்டிருந்தார்.

காரணகாரியம் பெ. **(ஒரு செயலின்) அடிப்படைக் கார ணமும் அதன் விளைவுகளும்;** cause and effect; object and reason. இது ஏன் இப்படி நடந்தது என்பதற்கான காரண காரியங்களை அலசிப்பார்க்க வேண்டும்.

காரணப்பெயர் பெ. *(இலக்.)* **ஒரு காரணத்தின் அடிப் படையில் ஒன்றுக்கு வழங்கும் பெயர்;** name based on some logic. நாற்காலி, முக்காலி என்பவை காரணப் பெயர்கள்.

காரணம் பெ. **1: ஒரு விளைவைத் தோற்றுவிப்பது; விளைவுக்கு ஆதாரமாக இருப்பது;** cause. அவளுடைய பரபரப்புக்கான காரணம் தெரியவில்லை./ அப்பா உன்னை அடித்ததற்குக் காரணம் நீ சரியாகப் படிக்காததுதான்./ கவனக் குறைவின் காரணமாக இது நடந்துவிட்டது. **2: ஒரு செயலுக்குத் தரப்படும் விளக்கம்;** reason; ground. நேற்று வராததற்கு என்னென்னவோ காரணங்கள் கூறுகிறான். **3: நோக்கம்;** purpose; motive. காரணம் இல்லாமல் அங்கு போகக் கூடாது.

காரணி பெ. **1:** **ஒரு செயல் நிகழ அல்லது ஒன்று உருவாகக் காரணமாக அமைவது;** (causative) factor; agent. *ஆரோக்கியம் அற்ற சூழல், பொருளாதார நெருக்கடி முதலியவை ஒருவருக்கு மனநோய் ஏற்படக் காரணிகளாக அமையலாம்.* **2:** *(கணி.)* **ஒரு பெரிய எண்ணை மீதி இல்லாமல் வகுக்கும் (ஒன்று என்னும் எண் தவிர்த்த) எண்களில் ஒன்று;** factor. *2, 4, 5, 10 ஆகியவை இருபதின் காரணிகள்.*

காரப்பொடி பெ. **அரசிலை வடிவில் பட்டையாகவும் சிறியதாகவும் இருக்கும், (உணவாகும்) ஒரு வகைக் கடல் மீன்;** striped pony fish.

காரம்[1] பெ. **1:** *(-ஆக, -ஆன)* **உறைப்பு;** pungency; hot (in taste). *குழம்பில் காரம் அதிகம்./ காரமான சட்னி.* **2:** **எண்ணெயில் செய்யப்பட்ட உறைப்புச் சுவை உடைய தின்பண்டம்;** savoury. *இனிப்புக்கு லட்டும் காரத்துக்குப் பக்கோடாவும் வாங்கினார்.* **3:** *(-ஆக, -ஆன)* **(பேச்சிலும் எழுத்திலும் வெளிப்படும்) கடுமை;** severe; severity. *எதிர்க்கட்சியினரைக் காரமாகத் தாக்கிப் பேசினார்.* **4:** *(வேதி.)* **அமிலத்துடன் சேரும்போது உப்பை உண்டாக்கும் வழுவழுப்புத் தன்மை கொண்ட பொருள்;** alkali. *கார உலோகங்கள்.* **5:** *(இலங்.)* **சக்தி வாய்ந்த மருந்து;** powerful medicine. *காரமான குளிசைகளைக் கொடுத்தும் நோய் மாறவில்லை./ இந்தச் சிறிய நோய்க்கு இவ்வளவு காரமான மருந்துகளைச் சாப்பிடக் கூடாது.*

-காரம்[2] இ.சொ. **ஒரு எழுத்தைச் சுட்டும் முறையாக உயிரெழுத்தில் நெடில் எழுத்துகளோடு சேர்க்கப்படும் இடைச்சொல்;** particle added to long vowels for the purpose of their designation. *ஈகாரம்/ ஓகாரம்.*

காரல்[1] பெ. காண்க: **காரப்பொடி.**

காரல்[2] பெ. *(ஊரக வ.)* **(சில வகைக் காய்கறிகளை உண்ணும்போது) அடிநாக்கிலும் தொண்டையிலும் ஏற்படும் சொரசொரப்பான, அறுப்பதைப் போன்ற உணர்வு;** grating feeling felt in the tongue and in the throat caused by eating certain vegetables. *சேனைக் கிழங்கு சரியாக வேகவில்லை, தொண்டையில் ஒரே காரல்.*

-காரன் இ.சொ. **1:** **செய்பவன், உரியவன், உடையவன், தொடர்புடையவன், சார்ந்தவன் முதலிய பொருள்களில் ஒரு பெயர்ச்சொல்லோடு இணைந்து மற்றொரு பெயர்ச்சொல்லை உருவாக்கப் பயன்படும் இடைச்சொல்;** particle added to nouns to indicate 'a man who performs sth.', 'a man who possesses sth.', 'a man who has a particular nature', 'a man who is connected with', 'a man who belongs to a particular place', etc., *காவல்காரன்/ ஆத்திரக்காரன்/ வண்டிக்காரன்/ மதுரைக்காரன்.* **2:** **ஆணுக்கு உரிய சில உறவுமுறைச் சொற்களோடு இணைந்து, அவரை அலட்சியமாகக் குறிப்பிடுவதற்குப் பயன்படும் இடைச்சொல்;** a particle referring to a man, added to nouns of relationship making them impolite. *அவன் அண்ணன்காரன் என்ன சொன்னான்?/ உன் அப்பன்காரன் இப்படி மோசம் செய்வான் என்று நான் நினைக்கவில்லை.*

காராச்சேவு பெ. **கடலை மாவுடன் மிளகாய்ப் பொடி கலந்து பிசைந்து அச்சின்மூலம் கனத்த திரிபோல் பிழிந்து கொதிக்கும் எண்ணெயில் இட்டுச் செய்யும் தின்பண்டம்;** a kind of snack made from a paste of chickpea flour mixed with chilli powder and fried in oil in the shape of small sticks.

காராபூந்தி பெ. **கடலை மாவில் மிளகாய்ப் பொடி கலந்து பிசைந்து, துளைகளை உடைய பெரிய கரண்டியில் தேய்த்து, கொதிக்கும் எண்ணெயில் இட்டுச் செய்யப்படும் தின்பண்டம்;** a snack made from a paste of chickpea flour mixed with chilli powder and fried in oil in the shape of big granules.

காராம்பசு பெ. **நாக்கும் மடிக் காம்பும் கறுப்பு நிறத்தில் இருக்கும் பசு மாடு;** a cow with black tongue and teats. *உங்கள் வீட்டுக் காராம்பசு கன்று போட்டுவிட்டதா?*

காராமணி பெ. **(புன்செய் நிலத்தில் ஊடுபயிராகப் பயிரிடப்படும்) உள்ளே பயறுகளைக் கொண்டிருக்கும், கரும்பச்சை நிறத்தில் தட்டையாகவும் சற்று நீளமாகவும் இருக்கும் காயைத் தரும் பயிர்/அதன் பருப்பு;** cowpea.

-காரி இ.சொ. **1:** **செய்பவள், உரியவள், உடையவள், தொடர்புடையவள், சார்ந்தவள் முதலிய பொருள்களில் ஒரு பெயர்ச்சொல்லோடு இணைந்து மற்றொரு பெயர்ச்சொல்லை உருவாக்கப் பயன்படும் இடைச்சொல்;** particle added to nouns to indicate 'a woman who performs sth.', 'a woman who possesses sth.', 'a woman who has a particular nature', 'a woman who is connected with', 'a woman who belongs to a particular place', etc., *வேலைக்காரி/ பொறாமைக்காரி/ கடைக்காரி/ மதுரைக்காரி.* **2:** **பெண்ணுக்கு உரிய சில உறவுமுறைச் சொற்களோடு இணைந்து, அவரை அலட்சியமாகக் குறிப்பிடுவதற்குப் பயன்படும் இடைச்சொல்;** particle referring to a woman, added to nouns of relationship making them impolite. *உன் அக்காக்காரிதான் இதைச் சொன்னாள்!/ அவள் அத்தைக்காரிக்கு வாய் கொஞ்சம் நீளம்.*

காரிக்கன் வேட்டி பெ. *(ஊரக வ.)* **தண்ணீரில் நனைத்து வெளுக்கப்படாமல், தறியிலிருந்து நேரடியாக வரும் வேட்டி;** unbleached and not yet worn வேட்டி.

காரிகை பெ. **1:** *(உ.வ.)* **பெண்;** lady. **2:** *(இலக்.)* **(பெண்ணை முன்னிலைப்படுத்திக் கூறும் அமைப்பு உடையதாக) யாப்பைப் பற்றி இயற்றப்பட்ட செய்யுள் நூல்;** treatise on prosody (a verse composition in the form of an address to a woman). *காரிகை கற்றால்தான் கவி பாட முடியுமா?*

காரியக்காரன் பெ. *(பே.வ.)* **சுயநல நோக்கத்தோடு காரியங்களைச் செய்துகொள்பவன்;** self-centred man.

காரியக்காரி பெ. *(பே.வ.)* **சுயநல நோக்கத்தோடு காரியங்களைச் செய்துகொள்பவள்;** self-centred woman.

காரியக்கெட்டி பெ. *(இலங்.)* **வேலையைத் திறமையாகச் செய்து முடிக்கும் ஆற்றல் உடைய நபர்;** efficient person; resourceful person. *ஆள் பயங்கரக் காரியக்கெட்டியாக்கும். அவரை நம்பி எந்தப் பொறுப்பையும் கொடுக்கலாம்.*

காரியச் செவிடு பெ. (பே.வ.) **(மற்றவர் சொல்வது காதில் விழுந்தபோதும்) காதில் விழாததுபோல் இருத்தல்; காதில் விழுந்ததாகக் காட்டிக்கொள்ளாமல் இருத்தல்;** one who feigns deafness with a purpose. அவன் காரியச் செவிடு. அதனால்தான் பதில் சொல்லாமல் இருக்கிறான்.

காரியதரிசி பெ. **செயலர்;** secretary. சங்கீத சபாவின் காரியதரிசி.

காரியம் பெ. **1:** (-ஆக) **(ஒருவர் செய்கிற அல்லது செய்ய வேண்டிய) வேலை அல்லது செயல்;** work; act; task; thing (to be done). எந்த ஒரு காரியத்தையும் கருத்துடன் செய்!/ நீ செய்வது சட்டவிரோதமான காரியம்./ ஊருக்குப் போனதும் முதல் காரியமாக அவரைச் சந்திக்க வேண்டும். **2: கருமாதி;** obsequies. தாத்தாவின் காரியத்திற்காவது அவன் வந்திருக்கலாம்.

காரியமாக வி.அ. **(எந்த ஒரு செயலையும்) சுய ஆதாய நோக்கத்தோடு; ஆதாயத்தை எதிர்பார்த்து;** in self-interest. எல்லோரும் காரியமாக இருக்கக் கற்றுக்கொண்டு விட்டார்கள்./ அவன் எப்போதும் காரியமாகத்தான் என் வீட்டுக்கு வருவான்.

காரியமில்லை வி.மு. (இலங்.) **பரவாயில்லை;** never mind; does not matter. சுகவீனம் காரணமாக உங்கள் பிறந்த நாளுக்கு வர இயலவில்லை என்று சொன்னபோது 'காரியமில்லை' என்று நண்பர் கூறியது, அவரது பெரிய மனதைக் காட்டுகிறது./ இன்று பணம் கிடைக்காவிட்டாலும் காரியமில்லை. நாளை தாருங்கள் போதும்.

காரியவாதி பெ. **சுயநல நோக்கத்தோடு காரியங்களைச் செய்துகொள்ளும் நபர்;** person who acts in self-interest. கணவனும் மனைவியும் சரியான காரியவாதிகள்!

காரியஸ்தன் பெ. (அ.வ.) **பண்ணை, தோட்டம் முதலியவற்றைக் கவனிப்பதற்காக நியமிக்கப்பட்டவர்;** an agent who looks after an estate.

காரியாலயம் பெ. (அ.வ.) **அலுவலகம்;** office. இந்தப் பத்திரிகையின் தலைமைக் காரியாலயம் தில்லிக்கு மாற்றப்பட்டுவிட்டது.

காரீயம் பெ. **கறுப்பு நிறத்தில் இருக்கும் ஒரு வகை ஈயம்;** lead that is black in colour.

காரு வி. (கார, காரி) (ஊரக வ.) **(சில வகைக் காய்கறிகள்) அடிநாக்கிலும் தொண்டையிலும் சொரசொரப்பான, அறுப்பதைப் போன்ற உணர்வை ஏற்படுத்துதல்;** (of some vegetables) cause a grating feeling in the tongue and throat. சேனைக் கிழங்குக் கறி காருகிறது.

காருண்யம் பெ. (அ.வ.) **கருணை; இரக்கம்;** compassion.

காரை[1] பெ. **1: (செங்கல் போன்றவற்றை இணைத்துக் கட்டவோ சுவரின் மேல் பூசவோ பயன்படும்) சுண்ணாம்பும் மணலும் கலந்து நீர் ஊற்றிக் குழைத்த கலவை;** lime plaster; stucco (for building). சுவரில் பல இடங்களில் காரை பெயர்ந்துவிட்டது. **2: (பற்களில் படிந்திருக்கும் காரைபோன்ற) அழுக்கு;** tartar.

காரை[2] பெ. **வறண்ட பகுதிகளில் வளரும், சிவப்புப் பழங்களைத் தரும், கீரையாக உண்ணக்கூடிய இலைகளைக் கொண்ட முள் புதர்ச்செடி;** Coromandel canthium. காரை ஒரு தல விருட்சம்.

காரையெலும்பு பெ. காண்க: காறையெலும்பு.

கால்[1] பெ. **1: நிற்பது, நடப்பது, ஓடுவது முதலிய செயல்களைச் செய்யத் தேவையான (மனிதனுக்கு இடுப்பின் கீழும் விலங்கு, பறவை முதலியவற்றுக்கு உடலின் கீழ்ப்புறத்திலும் இருக்கும்) உறுப்பு;** leg; foot. பந்தைக் காலால் உதைத்தான்./ நாயின் காலில் காயம்பட்டிருந்தது./ வண்டுக்கு ஆறு கால்கள் உண்டு. **2: மேஜை, நாற்காலி போன்றவற்றில் அவற்றின் மேல்பகுதியைத் தாங்கி நிற்கும் கோல் போன்ற பகுதி;** leg (of a chair, table, etc.,). அந்த நாற்காலியின் ஒரு கால் உடைந்துவிட்டது. **3: (சடையைக் குறித்து வரும்போது) பிரிக்கப்பட்ட முடிக் கற்றை;** strand (of hair). காலுக்குக் கால் சீவி அக்கா அழகாகப் பின்னி விடுவாள். **4: (பந்தல், கொட்டகை முதலியவை அமைக்கத் தரையில் ஊன்றும்) கழி அல்லது கம்பு;** pole; staff; (wooden) post. திருமணப் பந்தலுக்குக் கால் நட்டுவிட்டார்கள். **5:** (பெரும்பாலும் கூட்டுச்சொற்களில்) **(தேரின் அல்லது வண்டியின்) சக்கரம்; அடி;** lower part of the wheel (of a chariot, cart). வண்டிக்கால் உடைந்துவிட்டது./ தேர்க்காலில் மாட்டிக் கன்று இறந்த கதை.

கால்[2] பெ. **நான்கில் ஒரு பகுதி;** quarter; one fourth. கால் லிட்டர் பால் வாங்கி வா!/ போன வருடம் பெய்த மழையில் கால் பங்குகூட இந்த வருடம் பெய்யவில்லை.

கால்[3] பெ. **தமிழில் மெய்யெழுத்துகளோடு 'ஆ', 'ஒ', 'ஓ' ஆகிய உயிரெழுத்துகள் சேரும்போது பயன்படுத்தப்படும் 'ா' என்ற குறியீடு;** the grapheme 'ா' which is used when the vowels 'ஆ', 'ஒ', 'ஓ' are combined with consonants. 'கெ' என்ற எழுத்துக்குக் கால் போட்டால் 'கொ' ஆகிவிடும்.

கால்[4] இ.சொ. (உ.வ.) **(எதிர்காலப் பெயரெச்சத்தின் பின்) 'போது' என்ற பொருளைத் தரும் இடைச்சொல்;** particle, after the future relative participle, used in the sense of 'at the time of'; 'when'. இவற்றையெல்லாம் எண்ணுங்கால் நெஞ்சம் களிப்பு அடைகிறது.

கால்[5] பெ. (இலங்.) **மூலகாரணம்; பிறப்பிடம்;** origin. நம் வீட்டுப் பிரச்சினைக்கு உன் மாமாதான் கால்./ பள்ளிக்கூடத்தை மூடுவதற்கு ஆர்ஆர் காலாக நின்றார்களோ, அவர்கள் எல்லோருமே நாட்டை விட்டு ஓடிவிட்டார்கள்.

கால் இறுதி பெ. **(பல சுற்றுகளாக அமைந்திருக்கும் விளையாட்டுப் போட்டியில் அரை இறுதிக்கு முந்தியதாக அமைந்து) கடைசிச் சுற்றுக்கு முன்னேற வாய்ப்புள்ள எட்டு பேரை அல்லது அணிகளைத் தேர்ந்தெடுக்க நடத்தப்படும் சுற்று;** quarter final.

கால்கட்டு பெ. (பே.வ.) **(ஒரு இளைஞன் வாழ்க்கைப் பொறுப்பை உணரும் வகையில்) திருமணம் மூலமாக ஏற்படுத்தும் கட்டுப்பாடு;** bond (of marriage). உங்கள் மகனைப் பற்றிக் கவலைப்படாதீர்கள். கால்கட்டுப் போட்டால் எல்லாம் சரியாகிவிடும்.

கால்கடுதாசி பெ. (பே.வ.) **திடீர் ராஜினாமாக் கடிதம்;** letter of resignation (especially one written in a huff). அதிகாரி திட்டியதால் கால்கடுதாசியை நீட்டிவிட்டு வந்துவிட்டான்.

கால்கழுவு வி. (-கழுவ, -கழுவி) **(இடக்கரடக்கலாகக் கூறும்போது) (மலம் கழித்த பிறகு) நீரால் சுத்தம் செய்தல்;** wash after defecation (a euphemism).

கால்காப்பு பெ. காண்க: கால்தடுப்பு.

கால்கெஞ்சு வி. (-கெஞ்ச, -கெஞ்சி) (மேலும்) நடக்க முடியாதபடி கால் வலித்தல்; have no further strength to walk; (legs) give out. எனக்குக் கால்கெஞ்சுகிறது. என்னால் இனிமேல் ஓர் அடிகூட எடுத்துவைக்க முடியாது.

கால்கோள் பெ. (உ.வ.) அடிப்படை; அஸ்திவாரம்; basis; foundation. கணிப்பொறியின் கண்டுபிடிப்புதான் நவீனக் கல்வி யுகத்திற்கான கால்கோளாகும்.

கால்சட்டை பெ. இரு பகுதிகளாகப் பிரித்துத் தைத்த, முழங்கால்வரை உள்ள (பெரும்பாலும் ஆண்கள் அணியும்) உடை; shorts.

கால்சராய் பெ. (அ.வ.) கால்சட்டை; shorts.

கால்தடுப்பு பெ. (கிரிக்கெட், ஹாக்கி போன்ற விளையாட்டுகளில்) பந்து காலில் பட்டுக் காயப்படுத்தாமல் இருக்க ஆட்டக்காரர் அணியும் கவசம் போன்ற பட்டையான சாதனம்; pad. கால்தடுப்பில் பட்டு வந்த பந்தை எதிரணி வீரர் பாய்ந்து பிடித்தார்./ கால்தடுப்பு இருந்தும் கூட பந்து வந்த வேகத்தின் காரணமாகச் சிறிய காயம் ஏற்பட்டது.

கால் தூசு பெ. (பொருட்படுத்தத் தேவையில்லாத அளவுக்கு) சாதாரணமானது; too insignificant. பத்தாயிரம் ரூபாய் என்பதெல்லாம் அவருடைய வசதிக்குக் கால் தூசு./ அவனுடைய திறமைக்கு இந்த வேலையெல்லாம் கால் தூசு.

கால்நடை பெ. (பால், இறைச்சி முதலியவற்றுக்காக அல்லது விவசாயத்துக்காக வளர்க்கும்) ஆடு, மாடு முதலிய விலங்குகள்; cattle (including sheep and goats); farm animals.

கால்நடை மருத்துவம் பெ. நோய்வாய்ப்பட்ட விலங்குகளுக்குச் சிகிச்சை அளிக்கும் மருத்துவம்; veterinary medicine.

கால்நடை மருத்துவர் பெ. விலங்குகளுக்குச் சிகிச்சை அளிப்பவர்; veterinarian.

கால்நடையாக வி.அ. (வாகனம் எதுவும் பயன்படுத்தாமல்) நடந்து; on foot. போக்குவரத்து வசதி இல்லாதபோது எவ்வளவு தூரமானாலும் கால்நடையாகவே செல்வார்கள்.

கால்பதி வி. (-பதிக்க, -பதித்து) (உ.வ.) (ஒரு துறையில்) செயல்பட ஆரம்பித்தல்; நுழைதல்; set foot in; enter (a field, etc.,). அவர் பதிப்புத் துறையில் கால்பதித்து முப்பது ஆண்டுகள் ஆகின்றன./ அவள் கால்பதிக்காத துறைகளே இல்லை எனலாம்./ அரசியலில் கால்பதிக்க நான் விரும்பவில்லை.

கால்பந்து பெ. பந்தைக் காலால் உதைத்து எதிர் அணியினர் பக்கம் கொண்டுசென்று வலையோடு கூடிய இரு கம்பங்களுக்கு இடையே தள்ளி விளையாடும் ஆட்டம்; football.

கால்புள்ளி பெ. பொருள் புரியும்படி நிறுத்திப் படிக்க வாக்கியத்தின் இடையில் அல்லது பல இலக்க எண்களில் எண்ணின் இடத்தை அறிய இடப்படும் குறியீடு; comma.

கால்மாடு பெ. (படுத்த நிலையில் இருக்கும் ஒருவரின்) கால் இருக்கும் பகுதி; place near the foot (of s.o. or sth. lying). இரும்புக் கட்டிலின் கால்மாட்டுக் கம்பியைப் பிடித்தபடி நின்றிருந்தாள்./ படுத்திருந்த பெண்ணின் கால்மாட்டில் குழந்தை ஒன்று தவழ்ந்துகொண்டிருந்தது.

கால்மாறு வி. (-மாற, -மாறி) (இலங்.) (திருமணத் தம்பதிகள்) முதன்முதலில் மணமகன் வீட்டுக்குச் செல்லுதல்; (of the just married) set foot in (the bridegroom's house as a couple). பொம்பளை மாப்பிள்ளை எப்போது கால்மாறிப்போவார்கள்?/ கால்மாறிப் போனபோது நாங்களும் போனோம்.

கால்மிதி பெ. 1: (காலில் உள்ள அழுக்கு, தூசு முதலியவற்றைத் துடைத்துக்கொள்வதற்காக வாசலின் முன், அறைகளுக்கு முன் போடப்பட்டிருக்கும்) மிதியடி; doormat. 2: (நெசவு) பாவுகளுக்கு இடையே வேண்டிய அளவில் திறப்பை ஏற்படுத்தத் தறியின் கீழ்ப்பகுதியில் அமைக்கப்பட்டிருக்கும் மிதிகட்டை; treadle (in a loom).

கால்முளை வி. (-முளைக்க, -முளைத்து) (பே.வ.) (நான்காம் வேற்றுமையோடு வரும்போது) (இளம் வயதினருக்கு) தனியாக வெளியே போய்வரத் துணிவு வருதல்; (of the young and the inexperienced) be presumptuous. உன் மகனுக்குக் கால்முளைத்துவிட்டது. அதனால்தான் ஊர்சுற்ற ஆரம்பித்துவிட்டான்.

கால்மேசு பெ. (இலங்.) காலுறை; socks.

கால்வழி பெ. சந்ததி அல்லது வம்சம் கிளைத்து வந்த முறை; lineage. இந்தக் கிராமத்தில் வசிப்பவர்களில் பெரும்பாலானோர் ஒரே கால்வழியிலிருந்து வந்தவர்கள்.

கால்வாங்கு வி. (-வாங்க, -வாங்கி) (உயிர்மெய் எழுத்துகளில் 'ஆ', 'ஓ', 'ஓ' ஆகிய உயிரெழுத்துகள் இணைந்து வருவதைச் சுட்ட) 'ா' என்ற குறியை எழுதுதல்; place the grapheme 'ா' (denoting the combination of long vowels, 'ஆ', 'ஒ', 'ஓ' with consonants).

கால்வாய் பெ. 1: பாசனத்துக்காக அல்லது போக்குவரத்துக்காக அமைக்கப்பட்ட நீர்வழிப் பாதை; canal (for irrigation or transport). அணையிலிருந்து கால்வாய்களின் வழியாக நிலங்களுக்கு நீர் பாய்கிறது. [(தொ.சொ.) ஆறு/ ஓடை/ வடிகால்/ வாய்க்கால்] 2: இரு நிலப் பகுதிகளை இணைக்கும் நீர்வழி; channel; canal. பனாமா கால்வாய் வடஅமெரிக்காவுக்கும் தென்அமெரிக்காவுக்கும் இடையே இருக்கிறது.

கால்வை வி. (-வைக்க, -வைத்து) 1: (முதல் முறையாக) நுழைதல்; (நீண்ட இடைவெளிக்குப் பிறகு) வருதல்; set foot (for the first time or after a long interval). மருமகள் நம் வீட்டில் கால்வைத்ததிலிருந்து வீடு கலகலப்பாக இருக்கிறது./ பத்து ஆண்டுகளுக்குப் பிறகு பிறந்த மண்ணில் கால்வைத்தேன். 2: (தொழில், வியாபாரம் போன்ற துறைகளில்) நுழைதல்; ஈடுபடுதல்; enter (a field). அவர் கால்வைக்காத வியாபாரமே இல்லை என்று சொல்லலாம்./ தொலைக்காட்சித் தயாரிப்பிலும் அவர் கால்வைக்கப் போகிறார்.

கால அட்டவணை பெ. (பேருந்து, ரயில் போன்றவற்றுக்கான அல்லது பள்ளி, கல்லூரிகளில் வகுப்புகள், தேர்வுகள் ஆகியவற்றுக்கான) நேரம் குறித்த விவரப் பட்டியல்; (bus, train or school) timetable; schedule. புறநகர் செல்லும் பேருந்துகளின் கால அட்டவணை/ புதிய கால அட்டவணையில் மொழிக் கல்விக்குக் குறைந்த நேரமே ஒதுக்கப்பட்டிருக்கிறது.

காலக்கிரமத்தில் வி.அ. *(அ.வ.)* **காலப்போக்கில்;** in course of time.

காலகட்டம் பெ. **குறிப்பிட்ட காலத்தின் ஒரு பகுதி; குறிப்பிடப்படும் காலச் சூழல்;** particular point of time; a period of time. இந்தியச் சுதந்திரப் போராட்டத்தின் ஒரு முக்கியமான காலகட்டத்தில் காந்தி பிரவேசித்தார்./ புதுக்கவிதை எழுதத் தொடங்கிய காலகட்டத்தில் இவர் பலரது எதிர்ப்புகளைச் சமாளிக்க வேண்டியிருந்தது.

காலசாயா பெ. *(திருநர் வ.)* **(நிர்வாணம் செய்துகொண்ட திருநங்கைக்குத் தரப்படும்) பால் சேர்க்காத, வெல்லம் கலந்த தேநீர்;** tea with jaggery but with no milk served to a transwoman who has undergone gender reassignment surgery.

காலட்சேபம் பெ. **1:** காண்க: **கதாகாலட்சேபம். 2:** *(அ.வ.)* **பிழைப்பு; ஜீவனம்;** livelihood; living. இந்தச் சம்பளத்தை வைத்துக்கொண்டு காலட்சேபம் பண்ணுவதே கஷ்டம்.

காலடிக்குள் வி.அ. காண்க: **காலடியில்.**

காலடியில் வி.அ. **கட்டுப்பாட்டுக்குள்; (தன்) பிடியில்;** under one's rule; (in one's) control; under one's thumb. ஐரோப்பா முழுவதையும் தன் காலடியில் கொண்டுவந்து விட வேண்டும் என்று நினைத்த சர்வாதிகாரி.

காலணி பெ. *(உ.வ.)* **1: நடக்கும்போது காலுக்குப் பாது காப்பாகப் பாதத்தில் அணியும் செருப்பு முதலியவை;** footwear (such as sandals, shoes, etc.,). ஏழைகளுக்கு இல வசமாகக் காலணிகள் வழங்கப்பட்டன./ கல்யாண மண்ட பத்தின் வாசலில் பல விதமான காலணிகள் கிடந்தன. **2: (பெண்கள்) காலில் அணியும் சலங்கை முதலிய அணி கள்;** ornaments (such as anklets, rings, etc.,) worn on the foot or ankle (by women). சிலம்பு என்னும் காலணியை வைத்து ஒரு காப்பியம்.

காலத்தாலே வி.அ. *(இலங்.)* **காலையில்;** in the morning. அப்பா காலத்தாலே வயலுக்குப் போனவர் இன்னும் வர வில்லை./ காலத்தாலே எழும்பிப் படி என்று சொல்லியும் கேட்காவிட்டால் பரீட்சையில் தோல்விதானே வரும்.

காலதேசவர்த்தமானம் பெ. *(அ.வ.)* **குறிப்பிட்ட காலத் துக்கும் இடத்துக்கும் சூழ்நிலைக்கும் ஏற்றபடி இருப் பது;** conditioning factors such as time, space and environment. இலக்கியம் காலதேசவர்த்தமானத்திற்குக் கட்டுப் பட்ட ஒன்றே என்று சிலர் கருதுகின்றனர்.

காலதேவன் பெ. *(உ.வ.)* **எமன்;** god of death.

காலப்போக்கு பெ. **1: காலம் கழிந்துசெல்லுதல்;** passage of time. சில நகரங்கள் காலப்போக்கில் பூமிக்கடியில் புதை யுண்டன./ இந்தக் கோயிலைப் பற்றிப் பல கட்டுக்கதைகள் காலப்போக்கில் எழுந்துவிட்டன. **2: குறிப்பிட்ட காலத் தில் நிலவும் சூழ்நிலை, தன்மை போன்றவை;** conditions and circumstances of the specified period. மக்களின் மன நிலை, நாட்டுச் சூழல், காலப்போக்கு ஆகியவற்றைக் கருத் தில் கொண்டு இயக்குநர்கள் திரைப்படம் எடுக்கின்றனர்./ காலப்போக்குக்கு ஏற்றவாறு நாகரிகமும் மாறி வருகிறது./ காலப்போக்கை உணர்ந்து வாழக் கற்றுக்கொண்டால் முது மைக் காலம் இனிமை நிறைந்ததாக இருக்கும்.

காலம் பெ. **1: நொடி, நிமிடம், மணி, நாள், மாதம், வரு டம் முதலிய அளவுகளால் குறிப்பிடப்படுவதும் பிர பஞ்சம் தோன்றியதிலிருந்து இடைவிடாமல் தொடர் வதுமான (நான்காவது பரிமாணமான) ஒன்று;** (generally) time. காலமும் தூரமும் ஒன்றுதான் என்பது இயற் பியல் உண்மை. **2: (ஆண்டில் தட்பவெப்ப மாறுதல் களை அடிப்படையாகக் கொண்டோ வரலாற்றில் ஒன் றின் வளர்ச்சியையும் போக்குகளையும் அடிப்படை யாகக் கொண்டோ மனிதரின் வாழ்க்கை நிலைகளை அடிப்படையாகக் கொண்டோ) சென்றது, இருப்பது, வருவது என்னும் முறையில் பிரிக்கப்படும் கட்டம்;** (with reference to years) season; (with reference to the history of sth. or the life of a people) period; time. கற்காலம்/ சங்க காலம்/ பிற்காலச் சோழர்கள் காலம்/ குளிர் காலம்/ இளமைக் காலம்/ எங்கள் பாட்டனார் காலத்தில் வாங்கிய கடிகாரம் இது. **3: (ஒருவரின்) வாழ்நாள்/(ஒருவரின் வாழ்நாளில் ஒன்றைச் செய்வதற்கு) ஏற்றதாகக் கருதப் படும் நேரம்;** time (in one's life); right time (to do sth.). என் காலத்தில் நான் எவ்வளவோ கஷ்டப்பட்டுவிட்டேன்; உங்கள் காலத்திலாவது நீங்கள் நன்றாக இருக்க வேண்டும்./ காலம் வந்தால் எல்லாம் நடக்கும். **4:** *(இலக்.)* **ஒரு வினைச் சொல் குறிக்கும் செயல் எப்போது நிகழ்ந்தது அல்லது நிகழ்கிறது அல்லது நிகழும் என்பதைக் காட்டும் இலக் கணக் கூறு;** tense. 'இல்' என்னும் வினை காலம் காட்டாது. **5:** *(இசை)* **(ஒரு பாடல் அல்லது பாடலின் பகுதி) அமைக்கப்பட்டிருக்கும் வேகம்;** the tempo to which a particular song or a part of a song is set. இந்தப் பாடலின் முதல் வரியை முதல் காலத்தில் பாடினால் நன்றாக இருக் கும். **6: ஒரு நாளில் கோயில் பூஜைக்கென்று நிர்ணயிக் கப்பட்ட நேரம்;** appointed time for performing பூஜை in a temple in a day. அந்திக் காலப் பூஜை மாலை ஆறு மணிக்குச் செய்வார்கள்.

காலம் கடத்து வி. *(கடத்த, கடத்தி)* **(வேண்டுமென்றே) தாமதம் செய்தல்;** delay; protract. ஏன் தேர்வுக்குப் பணம் கட்டாமல் காலம் கடத்துகிறாய்?/ அரசு காலம் கடத்தாமல் நடவடிக்கை எடுக்க வேண்டும்.

காலம்காலமாக வி.அ. **நெடும் காலமாக;** for ages. காலம் காலமாக கங்கை ஓடிக்கொண்டுதான் இருக்கிறது.

காலம்செல் வி. *('காலம்சென்று', 'காலம்சென்ற' என்ற இரு வடிவங்களும் 'காலம்சென்றார்' என்னும் முற்று வடிவமும் மட்டும்) (மங்கல வழக்காகக் கூறும்போது)* **இறந்துபோதல்;** die (a euphemism); pass away. அவர் எந்த ஆண்டு காலம்சென்றார்?/ காலம்சென்ற நண்பரின் மகள்./ அவர் காலம்சென்று ஐந்து ஆண்டுகள் ஆகிறது.

காலம்தள்ளு வி. *(-தள்ள, -தள்ளி)* **(மனக் குறையுடன் மகிழ்ச்சி இல்லாமல்) வாழ்க்கை நடத்துதல்;** lead a difficult life; get on. வட இந்தியாவில் இருக்கும்வரை ரொட்டியைச் சாப்பிட்டே காலம்தள்ள வேண்டியதா யிற்று./ இனிமேலும் உன்னோடு காலம்தள்ள முடியாது என்பது நிச்சயமாகிவிட்டது.

காலம்தாழ் வி. *(-தாழ, -தாழ்ந்து)* **(ஒரு செயல் அல்லது நிகழ்வு உரிய காலத்தில் அல்லாமல்) தாமதமாதல்;** delay. இப்படிக் காலம்தாழ்ந்து பெய்யும் மழையால் பல மோசமான விளைவுகள் ஏற்படும்.

காலம் தாழ்த்து வி. (தாழ்த்த, தாழ்த்தி) **காலம் கடத்துதல்;** delay. காலம் தாழ்த்தாமல் வீட்டைக் கட்டி முடி.

காலம்விடு வி. (-விட, -விட்டு) (இலங்.) **(ஒருவருடன் இருந்து) வாழ்நாளைக் கடத்துதல்; காலம்தள்ளுதல்;** get on (with s.o.). உங்களோடு காலம்விடுவது ரொம்பக் கஷ்டம் என்று அம்மா அப்பாவைத் திட்டிக்கொண்டிருந்தார்./ நான் என்கிறபடியால் உங்களோடு காலம்விடுகிறேன். வேறு யாராவது என்றால் இந்நேரம் போயிருப்பார்கள்.

காலமாகு வி. (-ஆக, -ஆகி) காண்க: **காலம்செல்.**

காலமுறை பெ. **பணிக் காலத்தை அடிப்படையாகக் கொண்டது;** time scale. அனைத்துப் பணியிடங்களும் காலமுறைப் பணியிடங்களாக நிரப்பப்படும் என்று முதல்வர் அறிவித்தார்./ ஆசிரியர்கள், மருத்துவர்கள் போன்றோர் காலமுறை ஊதிய விகிதத்தின் கீழ் கொண்டுவரப்படுவார்கள்.

காலன் பெ. (உ.வ.) **எமன்;** god of death.

காலனி பெ. **1: (ஒரு நகரத்தில்) பொருளாதார ரீதியில் ஒரே நிலையில் உள்ளவர்கள் அல்லது ஒரு பெரிய நிறுவனத்தில் பணிபுரிபவர்கள் வசிக்கும் குடியிருப்புப் பகுதி;** (in a town) cluster of houses forming a settlement; colony. எங்கள் காலனியில் 1200 சதுர அடிக்குக் குறைந்த அடுக்கு மாடிக் குடியிருப்புகள் இல்லை./ வங்கி அதிகாரிகள் காலனி/ பஞ்சாலைத் தொழிலாளர் காலனி. **2: கிராமங்களில் தாழ்த்தப்பட்டவர்கள் என்று கருதப்படும் மக்கள் வசிக்கும் பகுதி;** that part of the village where depressed classes live; colony. ஊர்ப் பொதுக் கிணற்றிலிருந்து காலனி மக்கள் தண்ணீர் எடுக்கக் கூடாது என்று சொல்வது எந்த விதத்தில் நியாயம்?

காலனியம் பெ. **மற்றொரு நாட்டின் ஆட்சியையும் சந்தையையும் இயற்கை வளத்தையும் பொருளாதாரத்தையும் தன் நாட்டின் நலத்திற்காகத் தன்வசமாக்கிக் கொள்ளும் மேலாதிக்கம்;** colonialism.

காலனியாட்சி பெ. **பொருளாதாரத்திலும் ராணுவத்திலும் வசதி மிக்க ஒரு நாடு மற்றொரு நாட்டைத் தன் அதிகாரத்துக்கு உட்படுத்தி நடத்துகிற ஆட்சி;** colonial rule.

காலனியாதிக்கம் பெ. காண்க: **காலனியாட்சி.**

காலாகாலத்தில் வி.அ. **ஒன்றுக்கு உரிய அல்லது குறிப்பிட்ட நேரத்தில்;** in due time; in due course. காலாகாலத்தில் சாப்பிட்டுவிட்டுப் படு!/ காலாகாலத்தில் அவனுக்கு ஒரு கல்யாணம் செய்துவிடுங்கள்.

காலாகுரு பெ. (திருநர் வ.) **ஒரு திருநங்கையைத் தத்தெடுத்த (தத்துத் தாயான) குருவின் சகோதரி;** sister of the adoptive transgender mother.

காலாட்படை பெ. (அ.வ.) **தரைப்படை;** infantry.

காலாண்டு பெ. **(ஓர் ஆண்டின் நான்கில் ஒரு பகுதியாக அமையும்) மூன்று மாதங்கள்;** quarter; quarterly. ஒவ்வொரு காலாண்டிலும் தேர்வு நடக்கும்./ காலாண்டு இதழ்/ எங்கள் நிறுவனத்தின் காலாண்டு அறிக்கை அடுத்த வாரம் தயாராகிவிடும்.

காலாவதியாகு வி. (-ஆக, -ஆகி) **1: (ஏதேனும் ஒன்றுக்குக் கொடுக்கப்பட்ட காலக்கெடு) முடிவுக்கு வருதல்;** (of deadline) expire. அவரோடு செய்துகொண்ட ஒப்பந்தம் காலாவதியாகிவிட்டது./ தொழில் துவங்க வழங்கப்பட்ட உரிமம் காலாவதியாக ஒரு மாதமே இருக்கிறது./ இந்த மருந்து அடுத்த மாதத்துடன் காலாவதியாகிறது. **2: நடைமுறையில் இல்லாமல்போதல்;** be no more in force or valid. திருமணச் சடங்குகளில் பல இன்று காலாவதியாகிவிட்டன. **3: (விதி அல்லது சட்டம்) அமலில் இல்லாமல் போதல்;** (of a rule or law) lapse. அவசரச் சட்டத்துக்கான ஒப்புதலை நாடாளுமன்றத்தின் இரு அவைகளிலும் ஆறு மாதங்களுக்குள் பெறாவிட்டால் அது காலாவதியாகிவிடும்.

காலி[1] வி. (காலிக்க, காலித்து) (இலங்.) **(சூரியன்) உதயமாதல்;** (of sun) rise. சூரியன் காலிப்பதற்கு முன்னம் நான் வீட்டுக்குப் போய்ச் சேர்ந்துவிடுவேன்./ சூரியனே இன்னும் காலிக்கவில்லை. அதற்குள் விடிந்துவிட்டது என்று கூறி என்னைத் தூக்கத்தில் எழுப்பிவிட்டாயே?

காலி[2] பெ. (-ஆக, -ஆன) **1: (வீடு, வாகனம், இருக்கை போன்றவற்றில்) ஆள் இல்லாத நிலை; (நிறுவனத்தில், பதவியில்) ஆள் நியமிக்கப்படாத நிலை;** (with reference to house, vehicle, seat, etc.,) being empty; being unoccupied; (with reference to an office, post) vacancy. ஒரு வருடம் காலியாகக் கிடந்த வீட்டில் இன்றுதான் யாரோ புதிதாகக் குடிவந்திருக்கிறார்கள்./ எதிரில் கிடந்த காலி நாற்காலியில் உட்காரச் சொன்னார்./ உங்கள் அலுவலகத்தில் ஒரு வேலை காலி என்று கேள்விப்பட்டு வந்திருக்கிறேன்./ இரவு நேரமாகிவிட்டதால் பேருந்துகள் காலியாக ஓடிக்கொண்டிருந்தன. **2: (பெட்டி, பாத்திரம் போன்றவற்றில்) பொருள் இல்லாத நிலை;** (with reference to containers) being devoid of contents; being empty. காலிப் பெட்டியில் சட்டைகளையெல்லாம் மடித்துவைத்தான்./ காலியான குடங்கள் வரிசையாக வைக்கப்பட்டிருந்தன. **3: (ஓர் இடத்தைக் குறிப்பிடும்போது) பயன்படுத்தப்படாத, ஒருவருக்கும் உரிமை இல்லாத நிலை;** (with reference to a site) being unoccupied; being unused. காலி மனைகள் ஏலம் விடப்படும்./ காலியாக உள்ள இடங்கள் ஏழைகளுக்கு வீடு கட்டக் கொடுக்கப்படும். **4: ஒன்று தீர்ந்துவிடும் நிலை;** (with reference to one's resources) the state of having been exhausted; the state of having been used up. பணம் காலி/ பாத்திரத்தில் இருந்த தண்ணீர் காலி. **5: (பே.வ.) ஒருவர் நொடித்துப்போகும் அல்லது உயிர் இழக்கும் நிலை;** state of being broke or being dead. அவரை எதிர்த்துப் போட்டியிட்டால் நான் காலி./ படம் ஒரு வாரம் கூட ஓடாததால் வட்டிக்குப் பணம் வாங்கிப் படம் எடுத்த தயாரிப்பாளர் காலி./ கார் விபத்தில் நாலு பேர் காலி.

காலி[3] பெ. (பே.வ.) **அடாவடித்தனமாக நடந்துகொள்பவன்; ரவுடி;** rogue; rowdy. தெரு விளக்குகளைக் கல் எறிந்து உடைத்த காலிகள் கைது.

காலிகோ பெ. **தடிப்பான பருத்தித் துணி;** calico. காலிகோ கட்டு என்றால் நூலின் விலை சற்று அதிகமாக இருக்கும்.

காலிசெய் வி. (-செய்ய, -செய்து) **1: (குடியிருக்கும் வீடு, அறை முதலியவற்றை விட்டு) வெளியேறுதல்; (இருக்கும் இடத்தை அல்லது இருக்கையை விட்டு) நீங்கிப் போதல்;** vacate (house, room, etc.,); clear off; clear out. வாடகை கொடுக்கவில்லை என்று வீட்டைக் காலிசெய்யச்

காலித்தனம் 390

சொன்னார்./ பேசிக்கொண்டே நிற்காதே. இடத்தைக் காலி செய்! **2: (பானை, குவளை முதலியவற்றில் உள்ள பொருள்களை) இல்லாமல் செய்தல்; இல்லாமல் ஆக்குதல்;** empty (a container etc., of its contents). குண்டானில் இருந்த கஞ்சி முழுவதையும் காலிசெய்துவிட்டான். **3: (ஒன்றை) தீர்த்தல்; செலவழித்தல்;** spend; finish. ஒரே நாளில் பணத்தைக் காலிசெய்துவிட்டான். **4:** *(பே.வ.)* **(ஒருவரை) கொன்றுவிடுதல்;** finish s.o. off. சொத்துத் தகராறில் இரண்டு பேரைக் காலிசெய்துவிட்டான்.

காலித்தனம் பெ. **அடாவடியாகவும் பெண்களுக்குத் தொல்லை கொடுக்கும் வகையிலும் நடந்துகொள்ளும் செயல்;** roguishness. அவனது காலித்தனங்களுக்கு அளவே இல்லாமல் போய்விட்டது.

காலில் விழு வி. *(விழ, விழுந்து)* **வணங்குதல், மன்னிப்புக் கேட்டல் போன்றவற்றுக்காக ஒருவருடைய காலை ஒட்டி அவருக்கு முன்னால் தனது உடம்பைக் கிடத்துதல்;** prostrate oneself (at the feet of s.o.). பெரியவரின் காலில் விழுந்து ஆசிர்வாதம் வாங்கிக்கொண்டான்./ 'ஐயா என்னை மன்னித்துவிடுங்கள்!' என்று அவருடைய காலில் விழுந்து கெஞ்சினான்.

காலுறை பெ. **பாதத்திலிருந்து முழங்காலுக்குச் சற்றுக் கீழ்வரை இறுக்கமாக அணியப்படும், நூலால் பின்னப்பட்ட (ஒரு ஜோடி) உறை;** (pair of) sock(s); stocking(s).

காலூன்று வி. *(-ஊன்ற, -ஊன்றி)* **(ஒரு துறையில்) இடம்பிடித்தல் அல்லது நிலைபெறுதல்;** be established or settled. இப்போது வியாபாரத்தில் நன்றாகக் காலூன்றிவிட்டான்.

காலை[1] பெ. **சூரியன் உதிப்பதிலிருந்து தொடங்கி உச்சிக்கு வருவதுவரை உள்ள நேரம்;** morning.

காலை[2] பெ. *(இலங்.)* **ஊருக்கு வெளியே ஆடு, மாடு வளர்ப்பதற்கான இடம்;** pasture. மாடெல்லாம் காலையில் கிடக்கிறது.

காலை[3] பெ. *(இலங்.)* **சுமார் அரை மீட்டர் நீளத்தில் செதிள்களோடு சதைப்பற்றாக இருக்கும், (உணவாகும்) வெளிர் பழுப்பு நிறக் கடல் மீன்;** a kind of light brown, edible sea fish with scales, approximately half a metre long and fleshy.

காலை[4] இ.சொ. *(உ.வ.)* *(எதிர்காலப் பெயரெச்சத்தின் பின்)* **'போது' என்ற பொருளைத் தரும் இடைச்சொல்;** particle, after the future relative participle, used in the sense of 'at the time of', 'when'. கவலை வருத்துங்காலை கடவுளைத் தொழுகிறீர்கள்.

காலைக்கடன் பெ. **காலையில் எழுந்ததும் செய்யும் (பல் துலக்குதல், மலம் கழித்தல், குளித்தல் முதலிய) உடலைத் தூய்மைப்படுத்திக்கொள்ளும் வேலை;** morning routine (such as brushing one's teeth, moving one's bowels, taking a bath, etc.,).

காலை நீட்டு வி. *(நீட்ட, நீட்டி)* *(பே.வ.)* **(பெரும்பாலும் படுத்து) ஓய்வெடுத்தல்;** lie down and rest. சாப்பிட்டுவிட்டுச் சிறிது நேரம் காலை நீட்டினால் நன்றாக இருக்கும்./ கல்யாண வேலைகளுக்கு நடுவே காலை நீட்ட நேரம் ஏது?

காலைப் பிடி வி. *(பிடிக்க, பிடித்து)* **(ஒருவருடைய உதவியை எப்படியும் பெற்றுவிட வேண்டும் என்ற நோக்கத்துடன்) மனத்தை இளகச் செய்யும் அளவுக்குக் கெஞ்சுதல்; மிகவும் பணிந்து வேண்டுதல்;** go down on one's knees (for favour); fall at s.o.'s feet. பெரியவர் காலைப் பிடித்து உனக்கு வாங்கித்தந்த வேலை இது.

காலை வாரு வி. *(-வார, -வாரி)* **(சாதகமாக இருப்பது போல் இருந்து ஒருவரை) ஏமாற்றுதல்; கைவிடுதல்;** let down; pull the rug from under one's feet. பல கோடி ரூபாய் செலவில் தயாரித்த படம் அவரைக் காலை வாரிவிட்டது.

காவடி பெ. **1: கோயில்களுக்குப் பக்தர்கள் தோளில் எடுத்துவருவதும், உருளை வடிவக் கட்டையின் இரு முனைகளையும் இணைக்கும் அரைவட்ட வடிவ மரச் சட்டத்தின் முனைகளில் காணிக்கைப் பொருள்கள் கட்டியிருப்பதுமான அமைப்பு;** a wooden rod joined by semi-circular wooden strip to both ends to which offerings are tied and borne to temples on shoulders by devotees. *(பார்க்க, படம்)* **2: தடித்த நீண்ட கழியின் இரு முனைகளிலும் கனமான சுமையைக் கட்டி, எளிதாகச் சுமந்து செல்ல ஏற்ற உரி போன்ற அமைப்பு;** pole or stave of wood used for carrying heavy objects.

காவடி

காவடிச்சிந்து பெ. *(இசை)* **இசைப் பாட்டு வகைகளில் ஒன்று;** a type of melodic song meant to be sung while carrying a காவடி to a temple.

காவடியெடு வி. *(-எடுக்க, -எடுத்து)* **1: நேர்த்திக் கடனாகக் காவடியை எடுத்துச்சென்று காணிக்கையைக் கோயிலுக்குச் செலுத்துதல்;** carry காவடி to temple as votive offering. இந்தத் தைப் பூசத்திற்குத் திருத்தணி முருகனுக்குக் காவடியெடுப்பதாக நேர்ந்துகொண்டிருக்கிறேன். **2:** *(பே.வ.)* **(உயர்நிலையில் உள்ள ஒருவரைப் பார்ப்பதற்காக) பலமுறை போக நேரிடுதல்;** make repeated calls (at s.o.'s place seeking a favour). அமைச்சரைப் பார்க்க எத்தனை முறை காவடியெடுக்க வேண்டியிருக்கிறது!

காவல் பெ. **(தாக்குதல், ஆபத்து, அழிவு முதலியவை ஏற்படாமல் தடுக்கும்) பாதுகாப்பு;** guard; watch. வீட்டுக்குக்

காவலாக நான் படுத்திருந்தேன்./ தோட்டத்தின் காவலுக்கு ஏற்பாடு செய்திருக்கிறேன்.

காவல் செய் வி. (செய்ய, செய்து) (இலங்.) **(தாக்குதலிலிருந்து) பாதுகாத்தல்;** protect (from an attack). ராணுவத்தின் தாக்குதலிலிருந்து தம்மைக் காவல் செய்துகொள்ள மக்கள் ஆலயங்களை நோக்கி ஓடினார்கள்./ காவல் செய்த வீரர்கள் கடத்தப்பட்டது எப்படி என்று யாருக்கும் தெரியவில்லை.

காவல்துறை பெ. (சட்டம்) **சட்டம், ஒழுங்கைப் பராமரிக்கும் பொறுப்பை உடைய அரசுத் துறை;** the police (department).

காவல் தெய்வம் பெ. **(கிராமத்தின் எல்லைப்புறத்தில் இருந்து) ஊரைக் காத்துவரும் தெய்வம்;** deity guarding the village.

காவல் நிலையம் பெ. **(சட்டம், ஒழுங்கு ஆகியவற்றை நிலைநாட்டுவதற்காக ஒரு ஊரில் அல்லது நகரத்தின் பல இடங்களில் அமைக்கப்பட்டிருக்கும்) காவலர்கள் பணிபுரியும் அலுவலகம்;** police station.

காவலர் பெ. **1: (பொதுவாக) காவல்துறையில் பணிபுரிபவர்; (குறிப்பாக) காவல்துறையில் துவக்கநிலைப் பதவி வகிப்பவர்;** police constable. **2: காவலாளி;** security guard. வங்கியில் காவலர் வேலைக்கு ஆள் எடுக்கிறார்கள்.

காவலரண் பெ. (இலங்.) **(ஒரு படைப்பிரிவு, படைக்கலன் போன்றவற்றை) பாதுகாக்கும் முகமாக ஆயுதத்துடன் வீரர்கள் காவலாக நிற்கும் இடம்;** sentry point. இராணுவத்தின் முன்னணிக் காவலரண்மீது வீரர்கள் தாக்கியதுடன் அந்த வெற்றிச் சமர் ஆரம்பமாகியது./ ராணுவம் தமது முகாமின் காவலரணைத் தாண்டி உள்ளே செல்ல எல்லோரையும் அனுமதிப்பதில்லை.

காவலாளி பெ. **(வீடு, தோட்டம் போன்றவற்றை) காவல் செய்பவர்;** person employed to guard (a house, garden, etc.,); watchman.

காவாலி பெ. (த.வ.) **காலி; ரவுடி;** rogue.

காவி பெ. **1: செங்கல் நிறம்; மங்கிய சிவப்பு அல்லது பழுப்பு நிறம்;** saffron (colour); yellowish brown. இந்திய தேசியக் கொடியில் காவி நிறம்/ வெற்றிலை போட்டுக் காவி ஏறிய பற்கள். **2: (சாமியார்களும் பக்தர்களும் அணியும்) மங்கிய சிவந்த நிற ஆடை;** saffron-coloured clothes. காவி அணிந்தவர். **3: நீர்க்காவி;** white that has dulled (due to frequent washing). துவைத்துத்துவைத்துக் காவி ஏறிய வேட்டி. **4: வீடுகளுக்கு வர்ணம் பூசுவதற்குப் பயன்படும் காவி நிறக் கனிமம் கலந்த களிமண்;** red ochre. இரண்டு கிலோ காவி வாங்கிக்கொண்டு வா. **5:** (மண்.) **வெள்ளைச் செம்மண்;** ochre (mixed with water and used as a slip for earthenware before baking).

காவிமயமாக்கு வி. (-ஆக்க, -ஆக்கி) (பெ.வ.) **இந்துத்துவக் கண்ணோட்டத்தில் எல்லாவற்றையும் பார்க்கும் அரசியல் கொள்கையைச் செயல்படுத்துதல்;** saffronize. ஆளும்கட்சி பாடநூல்களைக் கூட காவிமயமாக்க முயற்சி செய்வதாக ஒரு குற்றச்சாட்டு எழுந்துள்ளது.

காவியம் பெ. **காப்பியம்;** epic.

காவு வி. (காவ, காவி) (இலங்.) **(தோளில் அல்லது கையில்) தூக்குதல்; எடுத்துச்செல்லுதல்;** carry. கழியில் சுமையைக் கட்டித் தொங்கவிட்டுக் காவிச் செல்வது வழக்கம்.

காவுகொடு வி. (-கொடுக்க, -கொடுத்து) **(காளி முதலிய தெய்வங்களுக்கு) ஆடு, கோழி போன்றவற்றைப் பலி கொடுத்தல்;** offer propitiatory sacrifice. காளிக்கு ஆடு வெட்டிக் காவுகொடுத்தார்கள்./ (உரு வ.) எத்தனை மனித உயிர்கள் இந்தப் போராட்டத்தில் காவுகொடுக்கப்பட்டிருக்கும்!

காவுகொள் வி. (-கொள்ள, -கொண்டு) **உயிர்களைப் பலிகொள்ளுதல்;** accept or take (animal or human) sacrifice. நேற்று நடந்த ரயில் விபத்து நூற்றுக்கும் மேற்பட்டோரைக் காவுகொண்டுவிட்டது.

காவுதடி பெ. (இலங்.) **1: (இரு முனைகளிலும் சுமையைக் கட்டி எடுத்துச்செல்ல உதவும்) நீளமான தடித்த கழி;** pole or stave of wood across one's shoulder for carrying heavy objects tied to either end. காவுதடியின் பாரம் தாங்க முடியவில்லை. **2: வாரை;** pole for carrying load (on shoulders by a number of persons together). சுவாமியை ஊர்வலத்தில் பீடத்தோடு கொண்டுசெல்வதற்குக் காவுதடியைக் கொண்டுவரச் சொன்னார்கள்.

காவுவாங்கு வி. (-வாங்க, -வாங்கி) காண்க: **காவுகொள்.**

காவோலை பெ. (இலங்.) **காய்ந்த பனை ஓலை;** dried palm leaf. காவோலையைக் கண்டபடி குவித்துவைக்காதே, பாம்பு வரும்./ காவோலையை அடுப்புக்குப் பக்கத்தில் வைக்காதே.

காழ்ப்பு பெ. **பகைமையுடன் கூடிய வெறுப்பு;** (feeling of) intense dislike or hatred; grudge. எனக்குப் பதவி உயர்வு கிடைக்காமல் போனதற்குக் காரணம் மேலதிகாரி என்மேல் கொண்ட காழ்ப்புதான்./ காழ்ப்பின் காரணமாக என்மேல் பழி சுமத்தினார்கள். [(தொ.சொ.) குரோதம்/ பகை/ பகைமை/ வெறுப்பு]

காளவாய் பெ. (மண்.) **1: மட்பாண்டங்கள், செங்கல், சுண்ணாம்பு முதலியவற்றைச் சுட்டு எடுக்கப் பயன்படுத்தும் பெரிய அடுப்பு;** kiln (for brick, lime, etc.,). **2: சுடுவதற்கு அடுக்கிய பச்சைக் கல் தொகுப்பு;** unbaked bricks stacked to be baked. நான்கு மணிக்குள் காளவாய் அடுக்கி முடித்து இரவு அதை எரித்தார்கள். **3: சுட்டபின் பிரிக்காமல் இருக்கும் செங்கல் தொகுப்பு;** bricks still left as stacked and baked in the kiln. வீடு கட்ட அவ்வப்போது கல் வாங்க வேண்டாமென்று ஒரு காளவாயை அப்படியே பேசி விலைக்கு வாங்கிவிட்டேன்.

காளவாய்க் கரை பெ. (மண்.) **செங்கல் காளவாயை வைக்கும் இடம்;** site having brick kilns.

காளாஞ்சி பெ. (ஊரக வ.) **கோயில் விழாக்களில் மரியாதை செய்யும் விதமாக ஒருவருக்கு வழங்கப்படும் வெற்றிலைபாக்கு;** the honour done to s.o. during temple festivals by giving betel leaves and betel nut.

காளான் பெ. **1: மழை பெய்ததும் நிலத்தில் மிக வேகமாக முளைக்கும் ஒரு வகைச் சிறிய தாவரம்;** mushroom. சில வகைக் காளான்கள் விஷமுடையவை./ இப்போது

காளான் உற்பத்தி லாபகரமான தொழிலாக உருவாகிவிட்டது./ ஆங்கிலம் கற்பிக்கும் மழலையர் பள்ளிகள் காளான்கள்போலப் பெருகிவிட்டன. **2: ஈரப் பொருள்களின் மேல் படரும், தோலின் மேல் தோன்றி நோயை உண்டாக்கும், சாம்பல் தூவியதுபோல் வளரும், தாவர வகையைச் சேர்ந்த ஒரு வகை உயிரினம்; பூஞ்சணம்;** fungus. சுவர் எங்கும் காளான் பூத்திருக்கிறது.

காளி பெ. **கருமையான, உக்கிரமான தோற்றம் கொண்ட ஒரு பெண் தெய்வம்;** an angry-looking female deity of dark complexion.

காளை பெ. **1: இனப்பெருக்கத்துக்குப் பயன்படுத்தும் (எருமை அல்லாத) மாடு;** bull. காளைகளை அடக்கும் போட்டி. **2: வாலிபம்/வாலிபன்;** youth/young man. காளைப் பருவம்/ கல்லூரிக் காளைகள். **3: பங்குச் சந்தையில் பங்குகளின் விலை உயரும் என்று எதிர்பார்த்துப் பங்குகளை முன்கூட்டியே வாங்குபவர்;** (in stock trade) bull.

காளை மாடு பெ. **உழவுக்கும், வண்டி இழுக்கவும் பயன்படும் காயடிக்கப்பட்ட காளை;** ox; bullock. காளைகள் இரண்டையும் வண்டியில் பூட்டினான்.

காற்றடித்த பக்கத்துக்கு நில் வி. (நிற்க, நின்று) (இலங்.) **(எது சரி அல்லது எது தவறு என்று சிந்தித்துப் பார்க்காமல்) பெரும்பான்மைக் கருத்தை ஆமோதித்தல்;** blindly support the majority view. நிர்வாகக் கூட்டங்களில் முடிவெடுக்கும்போது பேராசிரியர் காற்றடித்த பக்கத்துக்கு நிற்பார்./ அண்ணன் காற்றடித்த பக்கத்துக்கு நிற்பார் என்பது குடும்பத்துக்கே தெரிந்த சங்கதிதானே.

காற்றழுத்தத் தாழ்வு மண்டலம் பெ. **காற்று மண்டலத்தில் இயல்பானதைவிடக் குறைந்த அழுத்தம் உருவாகியிருக்கும் (மேகங்கள் திரண்டு மழை பெய்யும்) பகுதி;** depression; low pressure area.

காற்றழுத்தமானி பெ. (பு.வ.) **காற்றின் அழுத்தத்தை அளக்க உதவும் கருவி;** barometer.

காற்றாட வி.அ. **காற்று படும்படி;** for a breath of fresh air; for airing. அப்படியே கடற்கரைப் பக்கம் காற்றாடப் போய் வருவோம்./ மொட்டை மாடியில் சற்று நேரம் காற்றாடப் படுத்துக் கிடந்தேன்./ ஈரத் துணிகளைக் காற்றாடப் போடு.

காற்றாடி பெ. **1: மிக மெல்லிய மூங்கில் பிளாச்சால் ஆன சட்டத்தின் மீது துணி அல்லது காகிதம் ஒட்டப்பட்டு, வால் போன்ற நீளமான பகுதி சேர்க்கப்பட்டு, நூலின் மூலமாகக் காற்றில் பறக்கவிடப்படும் ஒரு விளையாட்டுப் பொருள்; பட்டம்;** kite. தந்திக் கம்பத்தில் காற்றாடி சிக்கிக்கொண்டது. **2: நறுக்கிய இரு ஓலைத் துண்டுகளை ஒன்றன் மீது ஒன்றைக் குறுக்காக வைத்து அதன் நடுப்பகுதியில் முள் போன்றவற்றால் குத்தி ஒரு குச்சியுடன் இணைத்து அல்லது இது போலவே காகிதத்தில் செய்து காற்றில் சுழலவிடும் சிறுவர் விளையாட்டுப் பொருள்;** a kind of pinwheel. **3:** (பே.வ.) **மின்விசிறி;** electric fan.

காற்றாடு வி. (காற்றாட, காற்றாடி) **(இயல்பாக ஆட்கள் நிறைந்திருக்க வேண்டிய கடை, திரையரங்கம் போன்றவற்றில்) மந்தமான நிலை காணப்படுதல்;** (shop, cinema hall, etc.,) look empty due to lack of patronage. ஒரு வாரமாகக் கடை காற்றாடுகிறது./ பெரிய நடிகர்கள் நடித்திருந்தும் படம் வெளியான முதல் வாரமே திரையரங்குகள் காற்றாடுகின்றன.

காற்றாலை பெ. **காற்றின் இயக்கத்தைக் கொண்டு மின்சாரம் தயாரிக்கவோ இயந்திரங்களை இயக்கவோ பயன்படும் அமைப்பு;** windmill.

காற்றாலை

காற்றிசைக் கருவி பெ. (இசை) **(புல்லாங்குழல், நாகசுரம் போன்ற) ஊதுவதன் மூலம் இசைக்கக்கூடிய இசைக் கருவிகளின் பொதுப்பெயர்;** wind instrument.

காற்று பெ. **1: உலகில் உள்ள உயிரினங்கள் உயிர் வாழ சுவாசிக்கும், பூமியைச் சுற்றி நிறைந்திருக்கும், கண்ணுக்குப் புலப்படாத வாயுப் பொருள்;** air; wind. மழையினால் காற்றில் ஈரப்பதம் கூடியிருக்கிறது./ மழையுடன் பலத்த காற்றும் இன்று வீசக்கூடும்./ சைக்கிளுக்குக் காற்று அடித்தாயா? **2: (ஒன்றின் அல்லது ஒருவரின்) தாக்கம்;** influence. உன் மாமா சீட்டுப் பைத்தியம். அவர் காற்று உனக்கும் அடித்துவிட்டதா?/ மேலைநாட்டு நாகரிகத்தின் காற்று இந்தியாவிலும் எப்போதோ வீசத் தொடங்கிவிட்டது.

காற்றுக் கொட்டகை பெ. (ஊரக வ.) **(கோடைக் காலத்தில் காற்றுக்காக) வீட்டு வாசலில் போடும் கீற்றுக் கொட்டகை;** shed of plaited coconut fronds in front of a house (where people sit for fresh air during summer). தாத்தா காற்றுக் கொட்டகையில் உட்கார்ந்திருந்தார்./ காற்றுக் கொட்டகையில் கிடந்த விசுப்பலகையைக் காணவில்லை.

காற்றுகறுப்பு பெ. (பே.வ.) **பேய், பிசாசு முதலியவை;** evil spirits. அவனை ஏதோ காற்றுகறுப்பு அடித்துவிட்டதாகச் சொல்லி வேப்பிலை அடித்து மந்திரித்தார்கள்.

காற்றுப்போக்கி பெ. **ஒரு அறைக்குள் அல்லது கட்டடத்துக்குள் சுழற்சி மூலம் தூய்மையான காற்று வருவதற்கும், அசுத்தக் காற்று வெளியேறுவதற்கும் வழிவகுக்கும் வகையில் சுவரில் பொருத்தப்படும் சாதனம்;** ventilator.

காற்று பிரி வி. (பிரிய, பிரிந்து) **குடலில் இருக்கும் காற்று ஆசனவாயின் வழியே வெளியேறுதல்;** break wind.

காற்று மண்டலம் பெ. **வாயு மண்டலம்;** atmosphere. காற்று மண்டலம் பல அடுக்குகளைக் கொண்டது.

காற்றுவாக்கில் வி.அ. (நேரடியாகக் கேள்விப்படாமல்) **பிறர் சொல்லி; தற்செயலாக;** by word of mouth. அவனுக்கு வேலை கிடைத்துவிட்டது என்பதைக் காற்றுவாக்கில் கேள்விப்பட்டேன்.

காற்றுவாங்கு வி. (-வாங்க, -வாங்கி) **1: நல்ல காற்று வீசும் இடத்திற்குப் போய்க் காற்றை அனுபவித்தல்;** enjoy fresh air. காற்றுவாங்கத் தினமும் நான் கடற்கரைக்கு வருகிறேன். **2: காண்க: காற்றாடு.**

காற்றோட்டம் பெ. **சுத்தமான காற்று வந்து போகும் படியாக இருக்கும் நிலை;** ventilation; being airy. காற்றோட்டமே இல்லாத இந்த வீட்டில் எப்படி வசிக்கிறீர்கள்?/ சற்றுக் காற்றோட்டமாக இருக்கிறது, இங்கு உட்காரலாம்.

காறல்[1] பெ. **(தொண்டையில்) அரிப்பு அல்லது கரகரப்பு உணர்வை ஏற்படுத்தும் தன்மை;** irritation.

காறல்[2] பெ. (-ஆக, -ஆன) (இலங்.) **கசப்புச் சுவை;** bitter taste. பாகற்காய் கறி ஒரே காறலாய் இருக்கிறது.

காறாக்கருணை பெ. (ஊரக வ.) **சேனைக்கிழங்கு;** elephant yam. காறாக்கருணை மூல நோய்க்கு மருந்தாகக் கூறப்படுகிறது.

காறாப்பு வி. (காறாப்ப, காறாப்பி) (இலங்.) **தொண்டையைக் காறித் துப்புதல்;** hawk and spit. பக்கத்து வீட்டுக் கிழவி ஒவ்வொரு நாளும் காலையில் காறாப்புவாள்./ ஏன் இப்படிக் காறாப்பிக்கொண்டு இருக்கிறாய்? சுருட்டுக் குடித்தாயா என்று அம்மா அண்ணனை ஏசினாள்.

காறித்துப்பு வி. (-துப்ப, -துப்பி) **வெறுப்பை வெளிக்காட்டும் விதத்தில் பழித்தல்; கேவலமாக நினைத்தல்;** treat with utmost scorn; spit at sth. or s.o. வீட்டை இப்படிக் குப்பையாகப் போட்டுவைத்திருக்கிறாயே? யாராவது பார்த்தால் காறித்துப்ப மாட்டார்களா?/ நான் இந்தக் காரியத்தைச் செய்தால் என் உறவினர்களே காறித்துப்புவார்கள்.

காறியுமிழ் வி. (-உமிழ, -உமிழ்ந்து) (உ.வ.) **காண்க: காறித்துப்பு.**

காறு வி. (காற, காறி) **1: (தொண்டையில் இருப்பதை) ஒலியுடன் வாய்க்குக் கொண்டுவருதல்;** hawk. சளியைக் காறித் துப்பு. **2: (கருணைக்கிழங்கு போன்றவற்றை உண்டவுடன் நாக்கு, தொண்டை ஆகிய இடங்களில்) அரிக்கும் உணர்வு ஏற்படுதல்;** (of edible tubers) taste acrid (in the throat). இந்தக் கிழங்கை அவிக்காமல் சாப்பிட்டால் காறும் என்று உனக்குத் தெரியாதா?

காறுகருணை பெ. (வ.வ.) **காண்க: கருணைக்கிழங்கு.**

காறையெலும்பு பெ. **கழுத்தின் கீழ் இரு பக்கமும் தோள் மூட்டுவரை அமைந்துள்ள எலும்பு;** collarbone; clavicle. (பார்க்க, படம்: உடல்)

கான் பெ. **சற்று ஆழமான வாய்க்கால்;** deep channel (dug for irrigation). வெள்ளம் கானுக்குள் ஓடிவிட்டதால் சாலை பாதிக்கப்படவில்லை./ வாழைத் தோப்பில் கான் வெட்டிவிட வேண்டும்.

கானகம் பெ. (உ.வ.) **காடு;** jungle; forest.

கானம் பெ. (உ.வ.) **இசை;** music. வேணு கானம்.

கானல் பெ. **வெப்பப் பிரதேசங்களில் அனல் காற்றால் நீரோடை ஒன்று ஓடுவதுபோலத் தெரியும் மாயத் தோற்றம்;** mirage. வயல்வெளிகளில் கானல் பறந்தது./ கிழவர் வெகு தொலைவில் கானல் அலைகளின் பின்னால் மறைந்து இருந்தது போல் தோன்றியது./ (உரு வ.) எத்தனை திட்டங்கள் போட்டும் வறுமை ஒழிப்பு என்பது வெறும் கானல்தானா?

கானல்நீர் பெ. **காண்க: கானல்.**

கானா பெ. **(சென்னை நகர) அடித்தட்டு மக்களிடையே சாவு நிகழ்ச்சிகளின் பகுதியாகப் பாடும் பாட்டு வகை/ இதைப் பின்பற்றிப் பிற பொருள்களையும் குறித்துப் பாடும் பாட்டு வகை;** a genre of songs sung at the funerals among the urban poor in the city of Chennai/songs with other themes inspired by the above mentioned variety. கல்லூரி மாணவர்கள் கானாப் பாட்டு பாடியபடி ஊர்வலமாக வந்தார்கள்.

கானா ஓலை பெ. (ஊரக வ.) **(கன்றுக்குட்டிக்குப் புல்லாகக் கொடுக்கும்) அகலமான இலைகளுடன் தரையில் படரும் ஒரு வகைக் கொடி;** creeper (which can be given as fodder for calf).

கானாங்கெளுத்தி பெ. **மார்புத் துடுப்புக்குப் பின் பகுதியில் கறுப்புப் புள்ளியைக் கொண்ட, கூட்டமாக வாழும், (உணவாகும்) ஒரு வகை மீன்;** mackerel. கானாங்கெளுத்தி பெரும்பாலும் கடலின் மேற்பரப்பில் காணப்படும்.

கானாங்கோழி பெ. **(செடிகொடிகள் அடர்ந்த சதுப்பு நிலங்களில் காணப்படும்) குட்டையான வாலைக் கொண்டதும், ஆளரவம் கேட்டால் ஒளிந்துகொள்வதுமான பறவை வகை;** rail; crake.

காஜா பெ. **உடையில் பொத்தானைப் பொருத்த வசதியாக நீளவாக்கில் வெட்டித் தைக்கப்படும் சிறிய துவாரம்;** buttonhole. இந்தச் சட்டைக்கு எத்தனை காஜா எடுக்க வேண்டும்?/ காஜா பிய்ந்துவிட்டது.

காஜி பெ. (இஸ்.) **ரம்ஜான், பக்ரீத் போன்ற பண்டிகைகள் எப்போது கொண்டாடப்பட வேண்டும் என்று பொதுமக்களுக்கு அறிவிக்கவும், இஸ்லாம் மதம் குறித்து அரசுக்கு விளக்கங்கள் அறிவிக்கவும், குடும்ப விவகாரங்களில் அறிவுரை வழங்கவும் அரசால் நியமிக்கப்படும் மத குரு;** kazi.

காஷாயம் பெ. **(சன்னியாசி போன்றோர் கட்டிக்கொள்ளும்) காவி நிறத் துணி;** saffron cloth (worn by monks and religious heads).

காஷாயம் வாங்கிக்கொள் வி. (-கொள்ள, -கொண்டு) **காவி உடை தரித்துத் துறவியாதல்;** take to wearing saffron robe; become a monk. குடும்பம் நடத்திக்கொண்டிருந்த என் நண்பர் ஒருவர் திடீரென்று காஷாயம் வாங்கிக்கொண்டு எங்கோ போய்விட்டார்.

கிங்கரன் பெ. **காண்க: எமகிங்கரன்.**

கிச்சடி பெ. **கொதிக்கும் நீரில் ரவை அல்லது சேமியாவைப் போட்டு, வேகவைத்த தக்காளி, உருளைக்கிழங்கு முதலியவற்றைச் சேர்த்து, மஞ்சள் தூள் தூவிச் செய்யும் சிற்றுண்டி;** a dish prepared by boiling semolina or vermicelli to which tomatoes, potatoes, etc., are added.

கிச்சிலி பெ. **நாரத்தை அளவுக்குப் பெரிதாக இருக்கும், எலுமிச்சை இனத்தைச் சேர்ந்த காய்/அந்தக் காய் காய்க்கும் மரம்;** (bitter) lime.

கிச்சிலிச் சம்பா பெ. *(ஊரக வ.)* **மணல் கலந்த களிமண் நிலங்களுக்கு ஏற்ற, மானாவாரிப் பயிராக வளர்க்கக் கூடிய, பூச்சிகளையும் நோய்களையும் தடுக்கும் ஆற்றல் கொண்ட, சன்ன அரிசியைத் தரும், பாரம்பரிய நெல் வகைகளில் ஒன்று;** a traditional variety of rice suitable for sandy clay soil,that is pest resistant and yielding thin grains of rice. பிரியாணி செய்வதற்குக் கிச்சிலிச் சம்பா நன்றாக இருக்கும்.

கிச்சுக்கிச்சுக்காட்டு வி. *(-காட்ட, -காட்டி)* காண்க: **கிச்சுக்கிச்சுமூட்டு.**

கிச்சுக்கிச்சுத்தம்பலம் பெ. **மணலை ஒரு முழ நீளத்தில் சிறு கரைபோலக் குவித்து வைத்து அதில் ஒருவர் குச்சியை ஒளிக்க மற்றவர் கையால் பொத்திக் கண்டு பிடிக்கும் ஒரு சிறுவர் விளையாட்டு;** a children's game for two in which one runs his fingers into the sand leaving a small stick which is to be found by another by marking the area with his folded palms.

கிச்சுக்கிச்சுமூட்டு வி. *(-மூட்ட, -மூட்டி)* **(ஒருவருடைய அக்குள், விலாப்புறம் முதலிய இடங்களில்) கையால் வருடிச் சிரிப்பு வரும்படி கூச்சம் உண்டாக்குதல்;** tickle (so as to make one laugh). குழந்தைக்குக் கிச்சுக்கிச்சுமூட்டிச் சிரிக்க வைத்தான்.

கிசுக்கிண்டு வி. *(கிசுக்கிண்ட, கிசுக்கிண்டி) (இலங்.)* **கிச்சுக்கிச்சுமூட்டுதல்;** tickle (so as to make one laugh). குழந்தையைக் கிசுக்கிண்டினால், அது சிரிக்கும்./ என்ன! உன் பையன் அழுதுகொண்டே இருக்கிறான்? கிசுக்கிண்டி னால்தான் சிரிப்பான்போல இருக்கிறது.

கிசுகிசு[1] வி. *(கிசுகிசுக்க, கிசுகிசுத்து)* **(பிறர் கேட்காதவாறு ஒருவருடைய காதில்) மெதுவாக (ஒன்றை) சொல்லுதல்; ரகசியம் பேசுதல்;** whisper (sth. into the ears); tell (a secret) in whispering voice. அவருடைய காதில் ஏதோ கிசுகிசுத்ததும் அவர் முகம் மாறியது./ அவனிடம் 'எனக்கும் பஞ்சு மிட்டாய் வேண்டும்' என்று கிசுகிசுத்து விட்டுச் சிரித்தாள்.

கிசுகிசு[2] பெ. **பிரபலமானவர்களின் சொந்த வாழ்க்கையைப் பற்றிப் பத்திரிகைகள் முதலிய ஊடகங்களில் இடம்பெறும், உண்மை என்று உறுதியாகத் தெரியாத செய்திகள் அல்லது பொதுவாகப் பலர் பேசிக்கொள்வது;** gossipy stories. இப்போதெல்லாம் நடிகர், நடிகைகளைப் பற்றிய கிசுகிசுக்களை வெளியிடுவதிலேயே பத்திரிகைகள் ஆர்வம் காட்டுகின்றன.

கிசுகிசு-என்று வி.அ. *(இலங்.)* **விரைவாக; கடகடவென்று;** without break, interruption or pause. கிசுகிசு வென்று ஓடிப்போய்க் கடையில் பால் வாங்கிவா./ இரண்டு வருடத்தில் கிசுகிசுவென்று வளர்ந்துவிட்டாள்.

கிசுகிசுப்பு பெ. **1: கிசுகிசு;** gossipy stories. புது நடிகையைப் பற்றிப் பல கிசுகிசுப்புகள் வரத் தொடங்கிவிட்டன. **2:** *(-ஆன)* **பிறர் கேட்காதபடியான மெல்லிய சத்தம்;** whisper; soft voice. பக்கத்து அறையில் யாரோ இருவர் கிசுகிசுப்பான குரலில் பேசிக்கொள்வது எனக்குக் கேட்டது.

கிஞ்சித்தும் வி.அ. **சிறிதும்;** even a little. அவருக்கு ஏழைகள் மீது இரக்கம் கிஞ்சித்தும் கிடையாது.

கிஞ்சித்தேனும் வி.அ. *(அ.வ.)* காண்க: **கிஞ்சித்தும்.**

கிட்ட[1] வி.அ. *(பே.வ.)* **அருகில்; பக்கத்தில்;** near; closer. கிட்ட வந்து மெதுவாகப் பேசு./ ஊர்வலம் மிகவும் கிட்ட வந்துவிட்டது.

கிட்ட[2] இ.சொ. **(வயது, நேரம் போன்றவை குறிப்பிட்ட எண்ணிக்கையை) 'ஒட்டி' என்ற பொருளில் பயன்படுத்தும் இடைச்சொல்; 'பக்கத்தில்';** particle meaning (of time, age) 'around', 'about'. அவருக்கு வயது ஐம்பதுக்குக் கிட்ட இருக்கும்./ அவன் வீட்டுக்கு வரும்போது பத்து மணிக்குக் கிட்ட இருக்கும்.

கிட்டங்கி பெ. *(ஊரக வ.)* **கிடங்கு;** godown.

கிட்டடி பெ. *(இலங்.)* **(காலத்தில்) சமீபம்; (இடத்தில்) அருகாமை;** being recent; (of space) proximity. கிட்டடியில் கடை ஒன்றும் இல்லை./ வெளிநாட்டில் வசிக்கும் அத்தை கிட்டடியில்தான் வந்துபோனார். இனி அடுத்த வருடம்தான் வருவார்.

கிட்டத்தட்ட[1] வி.அ. **பெரும்பாலும்; அநேகமாக;** nearly. வீடு கட்டும் வேலை கிட்டத்தட்ட முடிந்துவிட்டது.

கிட்டத்தட்ட[2] பெ.அ. **ஏறக்குறைய;** about; approximately. இந்த ஓவியத்தை முடிக்கக் கிட்டத்தட்ட இரண்டு மணி நேரமாகிவிட்டது./ கிட்டத்தட்ட எல்லோரும் வந்துவிட்டார்கள்./ பார்ப்பதற்குக் கிட்டத்தட்ட அப்பா மாதிரியே இருந்தான்.

கிட்டத்தில் வி.அ. *(பே.வ.)* **பக்கத்தில்; கிட்ட;** near; close by. கொஞ்சம் கிட்டத்தில் வந்து பேசு!/ கடை கிட்டத்தில்தான் இருக்கிறது.

கிட்டப் பார்வை பெ. **தூரத்தில் இருப்பவை கண்ணுக்குத் தெளிவாகத் தெரியாத பார்வைக் குறை;** short-sightedness; myopia.

கிட்டாணி பெ. *(ஊரக வ.)* **(சாய்ந்து உட்கார்ந்து கொள்ளவும், முதுகுப் பகுதியை வேண்டிய அளவுக்கு நிமிர்த்தவும், சாய்க்கவும் வசதியாக) தடித்த கித்தான் துணியில் செய்யப்பட்ட நாற்காலி;** easy chair (with adjustable back) made of canvas. அவர் எப்போதும் கிட்டாணியில் அமர்ந்துதான் புத்தகம் படிப்பார்.

கிட்டி[1] வி. *(கிட்டிக்க, கிட்டித்து)* **(வெடிமருந்து முதலியவற்றைத் துப்பாக்கிக் குழாய் முதலியவற்றினுள் இறுக்கமாக) அமுக்கி உள்ளே செலுத்துதல்;** ram (the gun powder into a gun). நாட்டுத் துப்பாக்கியினுள் வெடி மருந்தைக் கிட்டித்துச் சுடுவார்கள்.

கிட்டி[2] பெ. **(ஒன்றை இறுக்கிப் பிடிக்க அல்லது நெருக்கப் பயன்படுத்தும்) ஒன்றின் குறுக்காக ஒன்று அமைந்த மரக்கோல் அல்லது 'ப' வடிவ உலோக இணைப்பு;** clamp; brace.

கிட்டிப்புள் பெ. **1: இரு புறமும் சற்றுக் கூர்மையாகச் செதுக்கப்பட்ட ஒரு மரத் துண்டை அதே அளவு பருமன் உள்ள மற்றொரு நீண்ட கோலால் தட்டி, அது துள்ளி மேலே எழும்போது அதை அடித்து, அது போகும் தூரத்தைக் கணக்கிடும் சிறுவர் விளையாட்டு;** tipcat. **2: மேற்குறிப்பிட்ட விளையாட்டில் பயன்படும், இரு புறமும் சற்றுக் கூர்மையாகச் செதுக்கப்பட்ட சிறிய மரத் துண்டு;** the short piece in the tipcat game.

கிட்டிபோடு வி. *(-போட, -போட்டு)* **1: கிட்டியில் மாட்டச்செய்தல்;** put in a clasp (so as to prevent moving).

மாட்டைக் கிட்டிபோட்டு லாடம் அடித்தார்கள். 2: **(மற்றவர் தனக்குத் தர வேண்டிய பணத்தைத் திருப்பித் தருமாறு) விடாது நெருக்குதல்;** urge in a forcible manner; put the squeeze on (s.o. or sth.). *ஆளைக் கிட்டி போட்டுக் கடனை வசூலித்துவிட்டார்.*

கிட்டு¹ வி. (கிட்ட, கிட்டி) **(ஒருவருக்கு ஒன்று) வந்து சேர்தல்; வந்தடைதல்; கிடைத்தல்;** get; accrue. *மனத்திற்குப் பிடித்த செயலைச் செய்யும்போது கிட்டும் இன்பமே தனி./ அவரைச் சந்திக்கும் வாய்ப்பு எனக்குக் கிட்டியது./ திட்டம் நிறைவேறியதால் மக்களுக்கு நல்ல பயன் கிட்டியுள்ளது./ இந்த வாய்ப்பு யாருக்குக் கிட்டும்?*

கிட்டு² வி. (கிட்ட, கிட்டி) **(குளிர், காய்ச்சல், வலிப்பு நோய் முதலிய காரணங்களால் தாடை இரண்டும் ஒன்றோடு ஒன்றுசேர்ந்து பல்) இறுகுதல்;** (of jaws, teeth) be firmly locked together. *காய்ச்சலில் அப்படியே பற்களெல்லாம் கிட்டிக்கொண்டன./ பல் கிட்டும் அளவுக்குக் குளிர்.*

கிட்டே¹ வி.அ. (பே.வ.) காண்க: கிட்ட¹.

கிட்டே² இ.சொ. காண்க: கிட்ட².

கிட¹ வி. (கிடக்க, கிடந்து) 1: **(ஒன்றின் மேலோ ஒரு பரப்பிலோ ஒன்று) படிந்த நிலையில் இருத்தல்;** be (lying). *அறையில் கிடந்த பொம்மைகளை எடுத்து வைத்தேன்./ கொடியில் கிடக்கும் துணியை எடு./ குடித்துவிட்டு வந்து தெருவில் கிடக்கிறான்./ வாசலில் சாணி கிடக்கிறது.* 2: **(நோய்வாய்ப்பட்டு) படுத்திருத்தல்;** be (in the state mentioned or in the physical condition mentioned). *ஒரு வாரம் காய்ச்சலில் கிடந்தேன்./ பெரியவர் படுத்தபடுக்கையாகக் கிடக்கிறார்.* 3: *(படர்க்கை வினைமுற்று வடிவங்களில் மட்டும்)* **(குறிப்பிட்ட சூழலில் ஒருவரை அல்லது ஒன்றை) பொருட்படுத்தத் தேவையில்லை என்ற பொருளில் பயன்படுத்தும் சொல்;** let (s.o. or sth.) be (ignored, dismissed). *அவர் கிடக்கிறார், நீ வேலையைக் கவனி./ 'என் மாற்றல் விஷயம் கிடக்கட்டும், உங்கள் பையனுக்கு வேலை கிடைத்துவிட்டதா?'* 4: *('சும்மா', 'பேசாமல்' போன்ற சொற்களை அடுத்து வரும்போது)* **வெறுமனே இருத்தல்;** keep quiet. *'வாயை வைத்துக் கொண்டு சும்மா கிடக்காமல் எல்லோரையும் திட்டிக் கொண்டே இருப்பார் என் அப்பா' என்றான் அவன்./ புலம்பிக்கொண்டிருந்த தன் மகளை 'பேசாமல் கிட' என்று அதட்டினாள்.*

கிட² து.வி. (கிடக்க, கிடந்து) **முதன்மை வினை ஒரு செயலின் நிலையைக் குறிக்கிறது என்பதை அழுத்திக் கூறும் ஒரு துணை வினை;** an auxiliary verb to indicate that the state described by the main verb remains static. *கதவு திறந்துகிடந்தது./ கொடிகள் ஒன்றோடொன்று பின்னிக்கிடந்தன./ ஊர் அமைதியில் ஆழ்ந்துகிடந்தது.*

கிடங்கு¹ பெ. **(பொருள்களை) பெருமளவில் சேமித்து வைக்கும் இடம்; பண்டகசாலை;** (governmental or private) warehouse; depot; (in India) godown. *அரிசிக் கிடங்கு/ அரசின் எழுதுபொருள் கிடங்கு/ ஆயுதக் கிடங்கு.*

கிடங்கு² பெ. (வ.வ.) **(ஆழமான) பள்ளம்;** ditch; trench. *இது யானையைப் பிடிப்பதற்காகத் தோண்டிய கிடங்கு.*

கிடத்து வி. (கிடத்த, கிடத்தி) **(குழந்தையை மடியில், கட்டிலில் அல்லது தரையில்) படுக்க வைத்தல்; (உணர்வு இழந்தவரை, நோயாளியை அல்லது பிணத்தை) படுத்த நிலையில் போடுதல்;** lay (a baby) down (in crib, etc.,); keep (the patient, etc.,) in a lying posture; cause s.o. to be laid down. *குழந்தையை மடியில் கிடத்திப் பால் கொடுத்தாள்./ அறுவைச் சிகிச்சைக்காக மேசையின் மேல் நோயாளி கிடத்தப்பட்டார்.*

கிடந்து வி.அ. **(மோசமான நிலையினால்) பாதிக்கப்பட்டு;** (having got caught in a specified state) with no way out; helplessly. *வறுமையில் கிடந்து உழல்கிறோம்./ குழந்தையைக் காணோம் என்று நான் கிடந்து தவிக்கிறேன்./ அவள் உள்ளம் கிடந்து அடித்துக்கொண்டது.*

கிடப்பில் இரு வி. (இருக்க, இருந்து) **(திட்டம், தீர்மானம் போன்றவை) மேற்கொண்டு செயல்படுத்தப்படாமல் இருத்தல்;** allow (a plan, etc.,) to be in cold storage. *இந்தக் குடிநீர்த் திட்டம் மூன்று ஆண்டுகளாகக் கிடப்பில் இருந்து வருகிறது.*

கிடப்பில் போடு வி. (போட, போட்டு) **(திட்டம், தீர்மானம் போன்றவற்றை) செயல்படுத்தாமல் அப்படியே வைத்திருத்தல்;** put (a plan, etc.,) in cold storage; put sth. on ice. *இரு நதிகளையும் இணைப்பதற்கான திட்டம் வெகு நாட்களாகவே கிடப்பில் போடப்பட்டுள்ளது.*

கிடவு பெ. **கட்டடம் கட்டுவதற்கு கடைகால்/அஸ்திவாரம் போட தோண்டும் நீளவாக்கிலான பள்ளம்;** pit for foundation.

கிடா பெ. (ஊரக வ.) **வெள்ளாட்டில் ஆண்;** male of goat.

கிடாய் பெ. (இலங்.) **ஆட்டில் ஆண்; கடா;** he-goat. *திருமண நாள் சடங்கில் கிடாய் வெட்டிச் சாப்பாடு போட்டார்கள்.*

கிடாரங்காய் பெ. **(ஊறுகாய் தயாரிக்கப் பயன்படும்) தடிமனான கரும்பச்சை நிறத் தோலுடனும் புளிப்புச் சுவை உடைய சுளைகளுடனும் சற்றுப் பெரியதாக இருக்கும், எலுமிச்சை இனத்தைச் சேர்ந்த காய்;** a kind of seville orange.

கிடாரி பெ. **சினையாகும் பருவம்வரையில் எருமையையும் பசுவையும் குறிக்கும் சொல்;** heifer.

கிடுக்கிப்பிடி பெ. **விடுபட முடியாதபடி கையாலோ காலாலோ பிடித்துக்கொள்கிற அல்லது பின்னிக் கொள்கிற ஒரு பிடி;** vice-like grip; wrenching hold. *மல்யுத்தப் போட்டியில் அவனுடைய கிடுக்கிப்பிடியிலிருந்து யாரும் திமிற முடியாது.*

கிடுகலங்கு வி. (-கலங்க, -கலங்கி) (இலங்.) **(ஒருவர்) கதிகலங்குதல்; நிலைகுலைதல்;** be badly shaken up; be upset. *ஏதோ பெரிய குற்றம் செய்துவிட்டு வசமாக மாட்டிக் கொண்டவனைப் போல் கிடுகலங்கினான்.*

கிடுகிடு¹ வி. (கிடுகிடுக்க, கிடுகிடுத்து) (பே.வ.) 1: **(பழைய சுவர் முதலியன) பலமாக அதிர்தல்; ஆடுதல்;** (of wall, etc.,) shake. *ரயில் வண்டி போகும்போதெல்லாம் வீட்டுச் சுவர் கிடுகிடுக்கிறது.* 2: **(பயத்தால்) நடுங்குதல்;** tremble (with fear). *இந்தக் கேடி ஊரையே கிடுகிடுக்கவைத்து விட்டான்.*

கிடுகிடு² பெ.அ. **தலைச்சுற்றல் ஏற்படக்கூடிய அளவுக்கு ஆழமான;** deep (enough to cause dizziness). *கிடுகிடு பள்ளம்/ கிடுகிடு பாதாளம்.*

கிடுகிடு-என்று வி.அ. 1: **(ஒரு செயலைச் செய்யும் போது) மளமளவென்று;** (in doing sth.) quickly. நேர மாகிறது, கிடுகிடுவென்று புறப்படு!/ கிடுகிடுவென்று வேகமாக நடந்தான்./ தேர்வுக்குப் போவதற்கு முன் ஒரு முறை பாடத்தைக் கிடுகிடுவென்று பார்த்துக்கொள்! 2: *(பொருள்களின் விலை ஏற்றம் அல்லது இறக்கத்தைக் குறிக்கையில்)* **மிக விரைவாக;** (indicating price) rapidly. நெல் விலை கிடுகிடுவென்று இறங்கிவிட்டது.

கிடுகு பெ. *(வ.வ.)* **கீற்று;** thatched (palm) leaf (used as roofing or fencing).

கிடை[1] வி. *(கிடைக்க, கிடைத்து)* 1: **(தேடுதல், முயலுதல், கேட்டல் முதலியவை மூலம் ஒன்று) பெறப்படுதல்;** get (sth. after searching, waiting); attain; obtain. அந்தக் கொலை வழக்கில் முக்கியமான ஆதாரம் கிடைத்தது./ நீண்ட நேரத்திற்குப் பிறகு அமைச்சரைப் பார்க்க அனுமதி கிடைத்தது./ இந்தியாவுக்குச் சுதந்திரம் கிடைத்து அரை நூற்றாண்டுக்கு மேல் ஆகிவிட்டது./ கிடைத்த வாய்ப்பைப் பயன்படுத்திக்கொள்ளத் தெரியாத முட்டாள் அவன்./ விபத்தில் இழந்த பார்வை அறுவைச் சிகிச்சையின் மூலமாகத் திரும்பக் கிடைத்தது./ தண்ணீர் பிரச்சினைக்குத் தீர்வு கிடைக்காதா?/ விவாகரத்து கிடைத்த சில மாதங்களிலே அவன் வேறொரு திருமணம் செய்துகொண்டான். 2: **(கடிதம் முதலியவை ஒருவருக்கு) வந்துசேர்தல்;** get (letter, etc.,); receive; arrive. நீங்கள் எனக்கு அனுப்பிய தந்தி தாமதமாகத்தான் கிடைத்தது./ உங்கள் படைப்புகள் கிடைத்ததும் உரிய பதில் அனுப்பப்படும். 3: **(வாங்குதல், பெறுதல், பயன்படுத்துதல் முதலியவற்றிற்கு ஒன்று) இயலுவதாக இருத்தல்; பெறக்கூடியதாக இருத்தல்;** be available. விதைப்பதற்கு நல்ல விதைகள் கிடைத்தன./ நூறு ரூபாய்க்குக்கூடக் கைக்கடிகாரம் கிடைக்கிறது./ வாடகைக்கு வீடு கிடைக்குமா?/ இந்த மரத்தில் ஐம்பதுக்கும் குறையாமல் தேங்காய் கிடைக்கும்./ இந்தியாவில் சில மாநிலங்களில்தான் நிலக்கரி கிடைக்கிறது. 4: **(ஒருவருக்கு) வாய்த்தல்; (ஒன்றிற்கு) அமைதல்;** gain; chance on. கல்லூரியில் படிக்கிற காலத்தில் எனக்குப் பல நண்பர்கள் கிடைத்தார்கள்./ கதைக்கு ஒரு நல்ல கரு கிடைத்தது. 5: **(குறிப்பிட்ட செயல்முறையின் விளைவாக ஒன்று) வருதல் அல்லது உண்டாதல்;** result. பத்தையும் எட்டையும் கூட்டினால் பதினெட்டு கிடைக்கிறது./ இந்த மட்டையை எரித்தால் சாம்பல் கிடைக்கும்./ விறகு எரியும் போது கிடைக்கும் வெப்பத்தைவிட இயற்கை எரிவாயுவிலிருந்து கிடைக்கும் வெப்பம் அதிகம். 6: **(தேடும்போது பொருள் அல்லது நபர்) அகப்படுதல்;** get; chance upon. தண்ணீர் பிடிப்பதற்காகக் கையில் கிடைத்த பாத்திரங்களையெல்லாம் தூக்கிக்கொண்டு வந்திருந்தார்கள்./ சட்டைப் பையில் கை விட்டுக் கிடைத்த காசுகளை அப்படியே தன் மகனிடம் கொடுத்தார்./ கைக்குக் கிடைத்த பொம்மைகளைத் தூக்கி எறிந்து குழந்தை விளையாடிக்கொண்டிருந்தது./ நண்பர்கள் யாராவது கிடைத்தால் இன்று கடன் வாங்கிவிடுவது என்று தீர்மானம் செய்தார். 7: **(ஒன்றைச் செய்வதற்கு ஒருவருக்கு நேரம்) இருத்தல்;** be found. நேரம் கிடைக்கும்போது வீட்டுப் பக்கம் வந்துவிட்டுப் போ./ இன்றுதான் வீட்டுக்குக் கடிதம் எழுதுவதற்கு எனக்கு நேரம் கிடைத்தது./ 'முடி வெட்டிக்கொள்ளக் கூட உனக்கு நேரம் கிடைக்கவில்லையா?' என்று அப்பா தம்பியைத் திட்டினார்.

கிடை[2] பெ. 1: **வயல்களில் உரத்துக்காக மறித்து வைக்கப்படும் ஆடு மாடுகளின் கூட்டம்;** herd of cattle penned in the fallow for manuring. ஆட்டுக் கிடையிலிருந்து இரண்டு ஆடுகள் ஓடிப்போய்விட்டன. 2: **படுக்கை வாட்டம்;** lying position. நோயாளியைக் கிடையாகப் படுக்கவை.

கிடைமட்டம் பெ. *(-ஆக)* **(செங்குத்தாக இல்லாமல்) படுக்கை வாட்டம்;** horizontal or lying position. கடப்பாரையைக் கிடைமட்டமாக வை.

கிடையாது வி.மு. ('கிடையாது' என்ற வடிவத்தில் மட்டும்) **'உண்டு', 'உள்ளது' என்னும் வடிவங்களுக்கும் 'இரு' என்னும் வினையின் முற்று வடிவங்களுக்கும் எதிர்மறையாக வருவது; இல்லை;** a negation for such affirmatives as உண்டு, உள்ளது and for finite forms of the verb இரு; no; not. இந்தப் பூவுக்கு வாசனை கிடையாது./ பெண்ணுக்கு ஜாதகம் கிடையாது./ வீட்டில் தண்ணீர் கிடையாதா?/ அவர் சினிமாவுக்குப் போவது கிடையாது./ நான் வெற்றிலை போடுவது கிடையாது.

கிண்கிணி பெ. 1: **(ஒலி எழுப்பும் பரல்கள் கொண்ட) தண்டை, கொலுசு போன்ற காலில் அணியும் நகை;** anklet. 2: **தண்டை, கொலுசு போன்றவை எழுப்பும் ஒலி;** a sound made by anklet.

கிண்டல் பெ. *(-ஆக, -ஆன)* **(ஒன்றின் அல்லது ஒருவரின்) மதிப்பைக் குறைக்கும் விதத்தில் செய்யப்படும் கேலி;** making fun (of s.o.). கரும்பலகையில் ஆசிரியரைக் கிண்டல் செய்யும் கேலிச்சித்திரம் வரையப்பட்டிருந்தது./ அரசியல்வாதிகளைப் பற்றிய கிண்டல்தான் அவருடைய பல திரைப்படங்களின் பிரதான அம்சம். [*(தொ.சொ.)* **இகழ்ச்சி/ இளக்காரம்/ இளப்பம்/ எள்ளல்/ ஏளனம்/ குத்தல்/ கேலி/ நக்கல்/ நையாண்டி**]

கிண்டி பெ. காண்க: **கெண்டி.**

கிண்டு[1] வி. *(கிண்ட, கிண்டி)* 1: **(மனிதர்கள் கம்பு, கை, கரண்டி முதலியவற்றாலும், பறவைகள் காலாலும் ஒன்றை) மேல்கீழாகவோ பக்கவாட்டிலோ புரட்டுதல்; கிளறுதல்;** stir (sth. with a stick, hand, etc.,); (of birds) turn (sth.) upside down. வெல்லப் பாகில் மாவைப் போட்டவுடன் கரண்டியால் கிண்டவும்./ நெல்லைக் கிண்டிக்கிண்டி நகம் தேய்ந்துவிட்டது./ கோழி குப்பையைக் கிண்டித் தெருவில் இறைத்திருக்கிறது./ *(உரு வ.)* பழைய நினைவுகளைக் கிண்டாதே! [*(தொ.சொ.)* **கிளறு/ நோண்டு**] 2: **(உப்புமா, அல்வா போன்ற உணவு வகைகளைக் கரண்டியால் கிளறி) தயாரித்தல்;** make or prepare *(உப்புமா, அல்வா,* etc., by stirring). உப்புமா கிண்டவா, தோசை சுடவா? 3: **துருவிப் பார்த்தல்;** probe; poke (into). எழுதிவைத்திருந்த கணக்கில் சந்தேகம் ஏற்பட்டவுடன் அவர் என்னைக் கிண்டிக் கேட்க ஆரம்பித்துவிட்டார்.

கிண்டு[2] வி. *(கிண்ட, கிண்டி) (இலங்.)* **தோண்டுதல்;** dig. கிணறு கிண்டினால் ஒரே மக்கியாக வருகிறதே!/ பத்தடி விட்டுக் கிண்டு./ பனம் பாத்தியைக் கிண்ட எப்போது வருகிறாய்?

கிண்ணம் பெ. 1: **சற்றுக் குழிவான உள்ளங்கை அளவு பரப்புடைய, பிடி இல்லாத (பெரும்பாலும் உணவுப்**

பொருள்களை வைப்பதற்குப் பயன்படும்) **சிறிய வட்ட வடிவப் பாத்திரம்;** a small bowl; cup. *சப்பாத்திக்கு ஒரு கிண்ணத்தில் குருமாவும் மற்றொரு கிண்ணத்தில் பருப்பும் வைக்கப்பட்டிருந்தன.* **2: (முற்காலத்தில்) பால், மது முதலியன அருந்துவதற்காகப் பயன்படுத்திய (தங்கத்தால் அல்லது வெள்ளியால் ஆன) சிறு குவளை;** (formerly) goblet. *அரசர்கள் பொற்கிண்ணத்தில் மது ஊற்றி அருந்தினர்.*

கிண்ணி பெ. *(பே.வ.)* காண்க: **கிண்ணம், 1.**

கிணற்றுக்கட்டு பெ. **கிணற்றைச் சுற்றிக் கட்டப்பட்ட சுவர்/கிணற்றுச் சுவரை ஒட்டிய பகுதி;** parapet (wall) of a well/area surrounding the parapet of a well. *கிணற்றுக் கட்டில் எந்தச் சாமானையும் வைக்காதே; உள்ளே விழுந்துவிடும்./ கிணற்றுக்கட்டில் பாத்திரங்களைக் கழுவிக் கொண்டிருந்தாள்.*

கிணற்றுத்தவளை பெ. *(-ஆக)* **தான் வாழும் சூழலுக்கு அப்பால் உள்ள எதையும் அறியாத நபர்; பரந்த அனுபவம் அற்ற நபர்;** person who has no knowledge of things outside his or her own small sphere; insular person. *கிராமத்தில் வாழ்கிறவர்கள் கிணற்றுத்தவளைகளாக வாழ்ந்த காலம் போய்விட்டது.*

கிணறு பெ. **பூமிக்கு அடியிலிருந்து நீர் எடுப்பதற்காக மண்ணை வெட்டி அகற்றி உண்டாக்கிய ஆழமான குழி;** well.

கிணுகிணு வி. *(கிணுகிணுக்க, கிணுகிணுத்து) (வ.வ.)* **(மணி போன்றவை) மெல்லிய ஓசையுடன் ஒலித்தல்;** tinkle. *சைக்கிள் மணி கிணுகிணுத்தது.*

கித்தான் பெ. *(ஊரக வ.)* **(கூடாரம், கிட்டாணி போன்றவற்றுக்குப் பயன்படும்) முரட்டு நூலால் நெய்த, தடித்த துணி;** canvas (cloth). *இது இரும்புச் சாமான்களைக் கொண்டுபோவதற்காக வாங்கிய கித்தான் பை.*

கித்துல் பெ. *(இலங்.)* **கூந்தற்கமுகு வகை;** a kind of jaggery-palm. *சீனியைவிடக் கித்துல் வெல்லம் அதிகச் சுவை.*

கிம்பளம் பெ. *(பே.வ.)* **(சம்பளம்போல் வழக்கமாகக் கிடைக்கும்) லஞ்சத் தொகை;** bribe (as regular as one's salary). *சம்பளம் மாதம் நாலாயிரம் ரூபாய், கிம்பளம் ஆறாயிரம் ரூபாயா?*

கியாமத் பெ. *(இஸ்.)* **உலகம் அழிந்தபின் அனைவருக்கும் உயிர்கொடுத்து எழுப்பப்படும் மறுமை நாள்;** Final Judgement Day. *ஒவ்வொருவரிடமும் கியாமத் நாளன்று கேள்வியும் கணக்கும் கேட்கப்படும்.*

கிர்-என்று வி.அ. **(சட்டென்று) மிகவும் வேகமாக; விரைவாக;** swiftly. *பச்சை விளக்கு விழுந்ததும் வாகனங்கள் கிர்ரென்று சீறிப்பாய்ந்தன.*

கிரகசாரம் பெ. *(சோதி.)* **(ஜாதகத்தில்) (பெரும்பாலும் எதிர்மறைத் தொனியில்) கிரகங்களினால் ஏற்படும் பலன்; கிரகங்கள் ஏற்படுத்தும் கோளாறு;** ill effects caused by movement of planets (in one's horoscope). *என் கிரகசாரம், எதைத் தொட்டாலும் நஷ்டத்தில் முடிகிறது.*

கிரகணம் பெ. **சந்திரனால் சூரிய ஒளியும் அல்லது பூமியால் சந்திரனின் பிரதிபலிப்பு ஒளியும் தற்காலிகமாக மறைக்கப்படும் நிலை;** eclipse. *சந்திர கிரகணம்/ சூரிய கிரகணம்/ (உரு வ.) உனக்கு ஏதோ கிரகணம் பிடித்திருக்கிறது. அதனால்தான் இப்படிக் கேவலமாக நடந்துகொள்கிறாய்.*

கிரகணம் விடு வி. *(விட, விட்டு)* **1: கிரகணத்தின்போது சூரியனை மறைத்திருக்கும் சந்திரனோ, சந்திரனை மறைக்கும் பூமியோ மறைக்கும் நிலையிலிருந்து முற்றிலும் அகலுதல்;** (of eclipse) end. **2: (ஒருவரைப் பீடித்திருந்த கடுமையான பிரச்சினை) முற்றிலுமாக நீங்குதல்;** (of a serious problem) end. *நீ குற்றவாளி இல்லை என்று சொல்லிவிட்டார்களா? கிரகணம் விட்டது போ./ ஆறு மாதமாகப் படுத்திக்கொண்டிருந்த நோய் ஒருவாறு குணமாகிவிட்டது. என்னைப் பிடித்த கிரகணம் விட்டது!*

கிரகப்பிரவேசம் பெ. **புதிதாகக் கட்டிய அல்லது வாங்கிய வீட்டில் சடங்குகள் செய்து குடியேறும் நிகழ்ச்சி; புதுமனை புகுவிழா;** a ceremony performed at the time of occupying a newly built house; house-warming.

கிரகம் பெ. **1: சூரியனைப் போன்ற பெரும் நட்சத்திரத்தின் ஈர்ப்புவிசையால் கவரப்பட்டு அதைச் சுற்றி வருவதும் தனக்கென ஒளி இல்லாததுமான (பூமி, வெள்ளி, சனி போன்ற) விண்வெளியில் இருக்கும் பொருள்; கோள்;** planet. *புளூட்டோ ஒரு கிரகம் அல்ல என்று சர்வதேச வானியல் அறிஞர்கள் முடிவு செய்திருக்கிறார்கள்.* **2:** *(சோதி.)* **ஒருவருடைய ஜாதகத்தில் தான் இருக்கும் வீட்டைப் பொறுத்து நன்மைகளுக்கு அல்லது தீய பலன்களுக்குக் காரணமாகக் கருதப்படும் (சூரியன், சந்திரன், ராகு, கேது முதலிய) கோள்;** planet in a given position in one's horoscope. *உன் ஜாதகத்தில் ஒரே வீட்டில் மூன்று கிரகங்கள் உள்ளன.*

கிரகி வி. *(கிரகிக்க, கிரகித்து)* **1: மனத்தில் வாங்குதல்;** comprehend; grasp; imbibe. *நான் சொல்லவந்ததை அவர் கிரகித்துக்கொண்டதாக எனக்குத் தோன்றவில்லை./ குழந்தைகள் மொழியைக் கிரகிக்கத் தொடங்குவது ஓர் இயற்கையான நிகழ்வு.* **2: ஒருவர் சொல்வதிலிருந்து அவர் சொல்லாத தகவல்களையும் ஊகித்து அறிதல்;** gather (information) tactfully. *அவனிடம் பேசிக்கொண்டிருந்ததில் நான் கிரகித்த விஷயங்கள் இவ்வளவுதான்.* **3: (ஒளி, ஒலி அலைகளைச் சாதனங்கள் போன்றவை) வாங்கிக் கொள்ளுதல்; பெறுதல்;** (of antenna, radar, etc.,) receive (radio waves). *விமானம் அனுப்பும் சமிக்ஞைகளைக் கிரகித்துக்கொண்டு அதற்கேற்றாற்போல இந்தக் கருவி செயல்படுகிறது.* **4: உறிஞ்சுதல்;** absorb (energy, heat, etc.,). *சிறுகுடலில் இருக்கும் குடலுறிஞ்சிகள் உணவில் உள்ள சத்துகளைக் கிரகித்துக்கொள்கின்றன./ மழைநீரைத் தேக்கிவைக்காமல் அப்படியே கிரகித்துவிடும் திறன் கொண்டது செம்மண் பூமி.*

கிரகிப்பு பெ. *(அ.வ.)* **1: (ஒரு பொருள் வெப்பம், நீர் போன்றவற்றை) உள்ளிழுத்துக்கொள்ளுதல்;** absorption. *செம்மண்ணுக்குக் கிரகிப்புத் தன்மை அதிகம்.* **2: புரிந்துகொள்ளும் திறன்;** comprehension; capacity to understand. *சாதாரண வாசகனின் கிரகிப்பிற்கு அப்பாற்பட்ட விஷயம் இது.*

கிரணம் பெ. **(சூரியனின், சந்திரனின்) ஒளிக் கதிர்;** (of the sun, moon) ray of light. *காலைச் சூரியனின் கிரணங்கள் தலைகாட்டத் தொடங்கின.*

கிரந்தம் 398

கிரந்தம் பெ. **சமஸ்கிருதத்தைத் தமிழில் எழுதுவதற்குப் பயன்படுத்தப்படும் எழுத்து;** Grantha script (that was used in Tamil Nadu for writing Sanskrit). ஜ, ஸ்ரீ, ஷ, ஸ, ஹ, க்ஷ போன்றவை கிரந்த எழுத்துகளாகும்./ கிரந்தக் கல்வெட்டு.

கிரந்தி பெ. 1: **மேகப்புண்;** syphilis. 2: *(இலங்.)* **உடம்பில் அரிப்பை உண்டாக்கி, தடித்து, நீர் வடியச் செய்யும் ஒரு வகைத் தோல் நோய்;** a kind of skin disease.

கிரந்திப்புண் பெ. **பாலுறவு நோயின் அறிகுறியாக ஆணின் அல்லது பெண்ணின் பிறப்புறுப்புகளிலும் உதடு, கைவிரல் முதலிய உறுப்புகளிலும் தோன்றும், வலி இல்லாத ஒரு வகைப் புண்;** chancre.

கிரமம் பெ. *(-ஆக) (அ.வ.)* **முறை; ஒழுங்கு;** order; propriety; method. வரிசைக் கிரமம்/ தாத்தாவின் பூஜைக் கிரமம் தவறவில்லை./ யாகம் கிரமமாக நடந்தது.

கிரய ஒப்பந்தம் பெ. *(சட்டம்)* **(நிலம், வீடு, வாகனம் போன்றவற்றை) யார், யாருக்கு, என்ன விலைக்கு, என்ன நிபந்தனையுடன் விற்கிறார் என்பதைக் குறித்துச் செய்துகொள்ளும் ஒப்பந்தம்;** sale agreement.

கிரயப் பத்திரம் பெ. **ஒரு சொத்து விற்பனையானதைக் குறித்துப் பதிவுசெய்யப்பட்ட பத்திரம்;** sale deed.

கிரயம் பெ. *(ஊரக வ.)* **ஏதாவது ஒன்றை விற்ற அல்லது வாங்கிய விலை;** price for which sth. is sold or bought. விதைக் கிரயம் ஆயிரம் ரூபாய், உரக் கிரயம் இரண்டாயிரம்./ நீ நிலத்தை என்ன கிரயத்துக்கு வாங்கினாய்?

கிரயம்செய் வி. *(-செய்ய, -செய்து)* காண்க: **கிரயம் பண்ணு.**

கிரயம்பண்ணு வி. *(-பண்ண, -பண்ணி)* **(நிலம், வீடு, வாகனம் முதலியவற்றை) விற்றல்;** sell (a land, house, vehicle, etc.,). கிராமத்திலிருந்த வயலையெல்லாம் கிரயம் பண்ணிவிட்டு நகரத்தில் குடியேறிவிட்டார்.

கிரவுண்டு பெ. **(223 சதுர மீட்டர் கொண்ட) வீடு கட்டும் மனை;** a measure of land (of 223 sq. metres.); (in India) ground. முக்கால் கிரவுண்டில் கட்டப்பட்ட வீடு.

கிராக்கி பெ. *(பே.வ.)* 1: **(தேவை காரணமாக ஒரு பொருள் அல்லது நபர்) அதிகமாகத் தேவைப்படும் நிலை;** demand. முகூர்த்த நாளாக இருப்பதால் வாழை இலைக்குப் பலத்த கிராக்கி ஏற்பட்டுள்ளது./ உள்ளூர் கிராக்கியே விலை ஏற்றத்திற்குக் காரணம்./ இந்தப் பேச்சாளருக்கு ஓர் ஆண்டுக்கு முன் இருந்த கிராக்கி இப்போது குறைந்துவிட்டது. 2: **வாங்குபவர்; பயன்படுத்துபவர்; வாடிக்கை;** customer. இன்று கடை திறந்ததிலிருந்து ஒரு கிராக்கியும் வரவில்லை.

கிராக்கிப் படி பெ. **அகவிலைப் படி;** dearness allowance.

கிராக்கிபண்ணு வி. *(-பண்ண, -பண்ணி) (பே.வ.)* **(ஒருவர் ஒன்றைச் செய்யும் முன் தனக்கு) பல வேலைகள் இருப்பது போலவும் நேரமே இல்லாதது போலவும் காட்டிக்கொள்ளுதல்; பிறர் தன்னை வேண்டிக்கொள்ளுமாறு செய்தல்;** put on airs by making oneself unavailable; pretend to be busy. ரொம்ப கிராக்கிபண்ணாமல் என்னோடு சினிமாவுக்கு வா.

கிராதகம் பெ. *(அ.வ.)* **கொடுமை;** cruelty; heartlessness. அந்த சர்வாதிகார அரசு செய்த கிராதகங்கள் கொஞ்ச நஞ்சமா?/ அந்தக் கிராதகப் பயலிடமா கடன் வாங்கினாய்?

கிராதகன் பெ. **இரக்கம் இல்லாதவன்;** cruel man; merciless person. அவன் சரியான கிராதகன், பணத்துக்காக எதையும் செய்வான்.

கிராதகி பெ. **இரக்கம் இல்லாதவள்;** merciless woman.

கிராதி பெ. *(ஊரக வ.)* 1: **பாதுகாப்புக் கருதி ஜன்னல்களில் பொருத்தப்படும் அல்லது ஒரு இடத்தில் வேலியாக அமைக்கப்படும், உலோகக் கம்பிகளால் ஆன தடுப்பு;** grille. பாலத்தின் இரும்புக் கிராதி. 2: **பளுவைத் தாங்கும் வகையில் தூண்களுக்கு அல்லது சுவர்களுக்கு இடையே போடப்படும் பருமனான இரும்புக் கழி;** girder.

கிராப்பு பெ. *(பே.வ.)* **குறிப்பிட்ட பாணியில் வெட்டி ஒழுங்குபடுத்தப்பட்ட (ஆண்களின்) தலைமுடி;** (men's) hairstyle; (short) haircut; crop.

கிராம்பு பெ. **(சமையலில் நறுமணப் பொருளாகவும் சித்த வைத்தியத்தில் மருந்தாகவும் பயன்படும்) லவங்க மரத்தின் கரிய நிற மொட்டு;** clove. கிராம்புத் தைலத்தைப் பல் வலிக்குப் பயன்படுத்துவார்கள்.

கிராம சபை பெ. **ஒரு ஊராட்சியில் உள்ள அனைவரும் கலந்துகொள்வதும் வருடம் ஓரிரு முறை கூடுவதுமான அமைப்பு;** a body at the village panchayat which meets once or twice a year. கிராம சபைக் கூட்டத்தில் மாவட்ட ஆட்சியர் கலந்துகொண்டார்.

கிராம சுகாதாரச் செவிலியர் பெ. **(கிராம மக்களின் சுகாதாரம், உடல்நலம் தொடர்பான பணிகளைச் செய்யும்) அரசுப் பெண் மருத்துவ ஊழியர்;** village health nurse.

கிராம சேவகர் பெ. *(இலங்.)* **அரசு நியமிக்கும் கிராம நிர்வாக அதிகாரி;** village administrative officer. கிராம சேவகரிடம் அடையாள அட்டை விண்ணப்பத்தில் கையெழுத்து வாங்க வேண்டும்.

கிராம தேவதை பெ. **(பெரும்பாலும்) கிராமங்களில் உள்ள சிறு கோயில்களில் வணங்கப்படும் தெய்வம்;** village deity.

கிராம நிர்வாக அதிகாரி பெ. **நிலம், உடைமையாளர், சாகுபடியாளர், பயிர் விவரங்கள், நிலவரி போன்றவை பற்றிய பதிவேடுகளைப் பராமரிக்க ஒவ்வொரு வருவாய் கிராமத்திற்கும் அரசால் நியமிக்கப்படும் வருவாய்த் துறை அதிகாரி;** village administrative officer.

கிராம நிர்வாக அலுவலர் பெ. காண்க: **கிராம நிர்வாக அதிகாரி.**

கிராமப்புறச் சுகாதாரச் செவிலியர் பெ. காண்க: **கிராம சுகாதாரச் செவிலியர்.**

கிராமப்புறம் பெ. **கிராமமும் கிராமத்தைச் சார்ந்த பகுதியும்;** village and its surrounding areas.

கிராமம் பெ. **பரப்பிலும் மக்கள்தொகையிலும் குறைவாகவும் நகர வாழ்க்கை வசதிகள் இல்லாததாகவும் உள்ள (விவசாயம், நெசவு போன்ற தொழில்களை மக்கள் பாரம்பரியமாகச் செய்துவரும்) ஊர்;** village.

கிராம முன்சீப் பெ. **(வருவாய்த் துறையால் முன்பு) நில வரி வசூலுக்கு ஒவ்வொரு கிராமத்துக்கும் நியமிக்**

கப்பட்ட கிராம அதிகாரி; (formerly) munsif (appointed by the Revenue Department to every revenue village for collection of land and other revenues).

கிராமாந்திரம் பெ. (அ.வ.) கிராமமும் கிராமத்தை ஒட்டிய பகுதியும்; countryside; rural area. நகரங்களை விடக் கிராமாந்திரங்களில் ஆரோக்கியமாகவும் அமைதியாகவும் வாழலாம்.

கிராமிய பெ.அ. கிராமத்தைச் சார்ந்த; கிராமத் தன்மை உடைய; of village; rural. கிராமியக் கலை/ கிராமிய நடனம்.

கிரிக்கட்டி பெ. (அ.வ.) கண் இமையில் உண்டாகும் வீக்கம்; கண்கட்டி; sty.

கிரிசைகேடு பெ. (இலங்.) அவமானம்; shame; dishonour; disgrace. அவன் பக்கத்து வளவுப் பெண்ணைக் கூட்டிக் கொண்டு ஓடிவிட்டான்! என்ன கிரிசைகேடு!

கிரியா ஊக்கி பெ. (வேதி.) காண்க: வினை ஊக்கி.

கிரியை பெ. 1: இறுதிச் சடங்கு; funeral. 2: (சைவசித்தாந் தத்தில்) வீடுபேறு அடைவதற்கு உரிய நால்வகை வழிகளில் சடங்கு மார்க்கம்; one of the four paths for attaining salvation which consists of ritual worship of Siva.

கிரிவலம் பெ. (புனிதமானதாகக் கருதும்) மலையை வலம்வருதல்; going round (a holy hill clockwise). பௌர்ணமியன்று கிரிவலத்திற்காகக் கிட்டத்தட்ட மூன்று லட்சம் பேர் திருவண்ணாமலைக்குச் செல்கிறார்கள்./ கிரி வலப் பாதையில் ஒளிவெள்ள விளக்குகள் பொருத்தப் பட்டுள்ளன.

கிரீச்சிடு வி. (கிரீச்சிட, கிரீச்சிட்டு) காண்க: கிறீச்சிடு.

கிரீடம் பெ. 1: (கடவுள் விக்கிரகத்திற்கு) அலங்கார மாகச் சூட்டப்பட்டிருக்கும் அல்லது (அரசன், அரசி போன்றோர் தங்கள்) அதிகாரத்தின் சின்னமாகத் தலையில் வைத்துக்கொள்ளும் (பெரும்பாலும் தங்கத்தால் செய்த) அணி; மகுடம்; crown. மதுரை மீனாட்சி அம்ம னுக்குப் புதிதாக வைரக் கிரீடம் அணிவிக்கப்பட்டது. (பார்க்க, படம்: மகுடம்) 2: அழகிப் போட்டியில் வெற்றி பெற்றவருக்கு அணிவிக்கப்படும், கல் பதித்த அலங் காரத் தலை அணி; tiara. உலக அழகியாகத் தேர்ந்தெடுக் கப்பட்டவருக்குக் கிரீடம் சூட்டப்பட்டது.

கிருணிப்பழம் பெ. முலாம்பழம்; muskmelon.

கிருத்திகை பெ. 1: காண்க: கார்த்திகை. 2: (பே.வ.) தமிழ் மாதத்தில் கார்த்திகை நட்சத்திரம் வரும் (முருகனுக்கு) விசேஷமான நாள்; the day of கார்த்திகை in every month considered sacred to Lord Murugan.

கிருத்திரிமம் பெ. (பே.வ.) (ஒருவருக்குத் தொல்லை தரும் நோக்கத்தோடு செய்யப்படும்) விஷமத்தனம்; nuisance; mischief. அவனிடம் வம்பு வைத்துக்கொண்டால் ஏதாவது கிருத்திரிமம் செய்துவிடுவான், ஜாக்கிரதையாக இரு.

கிருத்துவம் பெ. காண்க: கிறித்தவம்.

கிருத யுகம் பெ. (புராணங்களில்) நான்கு யுகங்களில் (நன்மைகள் நிறைந்திருந்த) முதல் யுகம்; (in puranas) the first of the four aeons (said to be the age of virtues).

கிருதா பெ. (ஆண்களின்) காதின் அருகில் தலைமுடி யின் தொடர்ச்சியாக அடர்த்தியாகவும் நீளமாகவும் வளரும் முடி; sideboards; sideburns. அவருடைய மீசை கிருதாவைத் தொடும் அளவுக்கு இருந்தது.

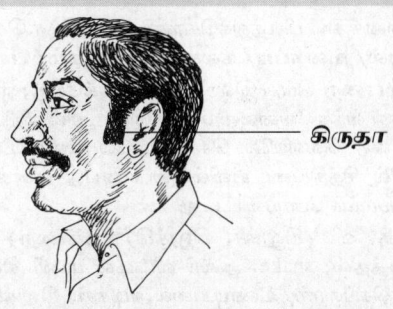

கிருதா

கிருதி பெ. (இசை) (பாட்டின் ராகத்தை அதிகம் சார்ந் துள்ள) இசை வடிவம்; a composition depending on and bringing out the form of a ராகம் set to a particular தாளம். பைரவி ராகத்தில் அமைந்த கிருதி/ தியாகராஜர் கிருதிகள்.

கிருபை பெ. கருணை; அருள்; compassion; benevolence (bestowed by god). கடவுள் கிருபையால் அவன் இன்று ஒரு நல்ல பதவியில் இருக்கிறான்.

கிருமி பெ. நோயை உண்டாக்கும் தன்மை கொண்ட, கண்ணுக்குப் புலப்படாத நுண்ணிய உயிரினம்; microbe (such as bacteria, virus) causing disease. காலராவைப் பரப்பும் தொற்று நோய்க் கிருமிகள்/ இந்த நீரில் ஏராள மான விஷக் கிருமிகள் உள்ளன.

கிருமிநாசினி பெ. தீமை விளைவிக்கும் கிருமிகளைக் கொல்லப் பயன்படும் மருந்து; germicide; antiseptic. சாக்கடையில் கிருமிநாசினியைத் தெளிக்க வேண்டும்./ மாட்டுச் சாணம் ஒரு கிருமி நாசினி.

கிருமிநீக்கு வி. (-நீக்க, -நீக்கி) (கிருமிநாசினியைப் பயன் படுத்தி அல்லது உயர் வெப்ப நீராவியில் வைத்து) தீமை விளைவிக்கும் கிருமிகளை அல்லது நுண் ணுயிரிகளைக் கொல்லுதல்; sterilize. கிருமிநீக்கிய ஆடைகளையே அறுவைச் சிகிச்சை செய்யும் மருத்துவர்கள் அணிகின்றனர்.

கிருஷ்ணப் பருந்து பெ. காண்க: செம்பருந்து.

கிருஷ்ணபட்சம் பெ. தேய்பிறைக் காலம்; period of the waning moon.

கிருஷ்ணன் பெ. திருமாலின் அவதாரமாகிய, நீல நிற உடலைக் கொண்ட கடவுள்; the god Krishna.

கிருஷ்ணாயில் பெ. (பே.வ.) சீமையெண்ணெய்; மண் ணெண்ணெய்; kerosene; paraffin.

கிரேதா யுகம் பெ. காண்க: கிருத யுகம்.

கில்லாடி பெ. (பே.வ.) 1: மிகுந்த சாமர்த்தியம் உடை யவர்; a smart person. குழந்தைகள் கில்லாடிகள்தான்; காணாமல் போன நகையை எப்படியோ கண்டுபிடித்து விட்டார்களே!/ நீ பேச்சில் கில்லாடி, உன்னையா ஜெயிக்க முடியும்! 2: சாமர்த்தியமாகக் குற்றம்புரியும் நபர்; trickster. நூதன முறையில் பல பேரை ஏமாற்றிய கில்லாடி பிடிபட்டான்.

கில்லிதாண்டு பெ. (வ.வ.) கிட்டிப்புள்; tip-cat.

கிலி பெ. பயப்படுகிறபடி ஏதாவது நடந்துவிடுமோ என்ற மனக் கலக்கம்; பீதி; jitters. அமைச்சரின் கடும் எச்சரிக்கை வரி ஏய்ப்பு செய்பவர்களிடையே கிலியை ஏற் படுத்தியிருக்கிறது./ பேய் அடித்துவிடும் என்று கேட்டதும்

அவனைக் கிலி பிடித்துக்கொண்டது. [(தொ.சொ.) அச்சம்/ உதறல்/ உதைப்பு/ கலக்கம்/ நடுக்கம்/ பயம்/ பீதி]

கிலிசம்பறை பெ. (இலங்.) வெட்கக்கேடு; shame. அவன் பார்த்து வந்த வேலையை ஏன் இடையில் விட்டுவிட்டான் என்பதை வெளியில் சொன்னாலே கிலிசம்பறை./ பரீட்சையில் சித்தியடையவில்லை என்பது எனக்குக் கிலிசம் பறையாய்ப் போய்விட்டது.

கிலுக்கு[1] வி. (கிலுக்க, கிலுக்கி) **(ஒன்றை) ஆட்டுதல்; அசைத்தல்;** shake. அவர் வீட்டில் மணி கிலுக்கித்தான் பூசை செய்வார்./ உண்டியலை அடிக்கடி கிலுக்கிப்பார்த்துக் கொண்டேயிருப்பான்./ (உரு வ.) திடீரென்று வசதி வந்த வுடன் கிலுக்கிக்கொண்டு திரிகிறான்.

கிலுக்கு[2] பெ. கிலுகிலுப்பை; (child's) rattle.

கிலுகிலுப்பை பெ. **குலுக்கினால் ஒலி எழுப்பும், குழந்தைக்கு விளையாட்டுக் காட்டுவதற்குப் பயன்படும் பொருள்;** (baby's) rattle.

கிலேசம் பெ. (அ.வ.) 1: **சஞ்சலம் கலந்த துக்கம்;** anguish; sorrow. மகன் இறந்த கிலேசத்தில் வாடிப்போயிருந்தார். 2: **பயம்;** anxiety. தேர்வு நெருங்கநெருங்க மனத்தில் கிலேசம் உண்டாயிற்று.

கிழக்கத்திய பெ.அ. **கிழக்குத் திசையில் அமைந்துள்ள நாடுகளைச் சேர்ந்த;** eastern. கிழக்கத்திய தத்துவங்கள் தற்போது மேற்கத்திய நாடுகளில் அதிகம் படிக்கப்பட்டு வருகின்றன.

கிழக்கு பெ. **சூரியன் உதிக்கும் திசை;** east.

கிழக்கே வி.அ. **கிழக்குப் பக்கத்தில்;** in the eastern direction. ஊருக்குக் கிழக்கே கோயில் உள்ளது.

கிழங்கான் பெ. **(ஒரு அடி நீளம்வரை வளரும்) வெள்ளி நிற உடலைக் கொண்ட, (உணவாகும்) ஒரு வகைக் கடல் மீன்;** sand whiting.

கிழங்கு பெ. 1: **சில வகையான தாவரங்களில் நிலத்திற்கு அடியில் வேரிலோ தண்டிலோ விளையும் திரட்சியான பகுதி/அந்தப் பகுதியைக் கொண்ட தாவர வகை;** tuber. உருளைக்கிழங்கு தண்டிலும் முள்ளங்கி வேரிலும் வளரும் கிழங்கு வகைகள் ஆகும்./ நீரிழிவு நோய் உள்ளவர்கள் கிழங்கு வகைகளைத் தவிர்ப்பது நல்லது./ தாத்தாவுக்கு வயதாகிவிட்டாலும் இன்னும் கிழங்குபோல் இருக்கிறார். 2: **(பூரி, சப்பாத்தி போன்றவற்றுக்குத் தொட்டுக்கொண்டு சாப்பிடும்) உருளைக்கிழங்கோடு காரம் சேர்த்துத் தயாரிக்கப்படும் ஒரு வகைத் தொடுகறி;** a side dish for பூரி, சப்பாத்தி, etc., prepared with potatoes and chillies.

கிழங்குப் புக்கை பெ. (இலங்.) **மரவள்ளிக் கிழங்கை நன்றாக அவித்து, அத்துடன் தேங்காய்ப் பால், சர்க்கரை சேர்த்துத் தயாரிக்கும் ஒரு வகைக் கூழ்;** a kind of porridge prepared by boiling tapioca and adding coconut extract, sugar, etc.,

கிழடு பெ. (பே.வ.) **வயதானவரை மரியாதை இல்லாமலோ அல்லது வயதான விலங்கை உதாசீனமாகவோ குறிப்பிடப் பயன்படுத்தும் சொல்;** (derogatory) aged person or animal. இப்போது அந்தக் கிழடுக்குக் காதும் கேட்பதில்லை./ கட்டடத்திற்குக் காவலாக ஒரு கிழடைப் போட்டிருக்கிறார்கள்./ கிழட்டு வேலைக்காரன்/ கிழட்டு நாய் ஒன்று வாசலில் படுத்திருந்தது./ கிழட்டுச் சிங்கம்.

கிழடுகட்டை பெ. (பே.வ.) **மிகவும் வயதாகி எந்த வேலையும் செய்ய முடியாத நிலையில் இருப்பவர்;** (derogatory) old person.

கிழடுதட்டு வி. (-தட்ட, -தட்டி) **வெளிப்படையாகத் தெரியும் வகையில் முதுமைத் தோற்றம் ஏற்படுதல்;** age (in a visible way). பழைய நாடக நடிகர் தற்போது கிழடு தட்டிப் பரிதாபமாக இருக்கிறார்./ கிழடுதட்டிப்போன புலி.

கிழம் பெ. (பே.வ.) **கிழடு;** aged person or animal; old; aged. குழந்தைகள்முதல் கிழங்கள்வரை படிக்கும் ஜனரஞ்சகப் பத்திரிகை/ வண்டிக் குதிரைகள் படு கிழம்/ கிழ மாடுகளை வைத்துக்கொண்டு எப்படி வயலில் உழுவது?

கிழமை பெ. 1: **வாரத்தின் ஏழு நாட்களோடும் இணைத்துக் கூறப்படும் சொல்; வார நாளின் பொதுப்பெயர்;** day (of the week). இன்று என்ன கிழமை?/ அவர் புதன் கிழமை ஊரிலிருந்து திரும்பி வருவார். 2: (இலங்.) **வாரம்;** week. என்னிடம் வாங்கிய காசை எத்தனை கிழமையில் தருவாய்?/ வருகிற கிழமை நீ எங்கள் வீட்டுப் பக்கம் வருவாயா?/ அடுத்த கிழமை நாங்கள் கதிர்காமம் போக உள்ளோம்.

கிழவன் பெ. **வயது முதிர்ந்தவன்; வயதானவன்;** old man.

கிழவி பெ. **வயது முதிர்ந்தவள்; வயதானவள்;** old woman.

கிழி[1] வி. (கிழிய, கிழிந்து) **(துணி, தாள் போன்றவை) ஓர் இடத்தில் பிரிதல் அல்லது பிரிந்து துண்டாதல்;** be torn. சண்டைக்குப் பின் இருவருடைய சட்டையும் வேட்டியும் கிழிந்து தொங்கின./ கிழிந்த பாவாடையை ஒட்டுப்போட்டுத் தைத்திருந்தாள்./ பனியன் கிழிந்துவிட்டது./ (உரு வ.) வானம் கிழிந்து மழை கொட்டிற்று.

கிழி[2] வி. (கிழிக்க, கிழித்து) 1: **(துணி, காகிதம், தோல் முதலியவற்றைக் கையால் அல்லது ஒரு கருவியைப் பயன்படுத்தி) துண்டுகளாகுமாறு அல்லது பெரிதாக ஓட்டை விழுமாறு செய்தல்;** rip. துணிக் கடையில் துணி கிழிப்பது போல் என்னால் கிழிக்க முடியாது. [(தொ.சொ.) அரி/ அறு/ உடை/ ஒடி/ கசக்கு/ சுருட்டு/ துண்டி/ நறுக்கு/ பிடு/ பிள/ மடக்கு/ மடி/ முறி/ வெட்டு] 2: **கூரான பொருள் தோலில் உரசிக் காயம் ஏற்படுத்துதல்;** tear. தகரம் கையைக் கிழித்துவிட்டது. 3: **(கப்பல், ஏவுகணை முதலியவை ஒரு பரப்பை) ஊடுருவுதல்;** (of fast moving objects) streak; speed away. படகு நீரைக் கிழித்துக்கொண்டு சென்றது./ மேகத்தைக் கிழித்துப் பாய்ந்தது அந்த ஏவுகணை. 4: **(தீக்குச்சியைத் தீப்பெட்டியில் வேகமாக) உரசுதல்;** strike (a matchstick). எத்தனை தீக்குச்சியைத்தான் கிழிப்பது? 5: **(கோடு, கட்டம்) இழுத்தல்; வரைதல்;** draw (a line, a diagram, etc.,). சிறுவர்கள் விளையாடுவதற்காகத் தரையில் கோடு கிழித்துக்கொண்டிருந்தார்கள். 6: **(கேலியாகப் பேசும்போது) சாதித்தல்;** (sarcastically) accomplish or achieve (sth. great). நீ இரண்டு வருஷமாகப் படித்துக் கிழித்தது போதும்./ காலையில் நான்கு மணிக்கே எழுந்து என்ன கிழிக்கப்போகிறாய்?

கிழிசல் பெ. 1: **(துணி) கிழிந்திருப்பது;** tear (in clothes). கிழிசல் சட்டை/ கிழிசல் தெரியாதபடி வேட்டி மடிக்கப்பட்டிருந்தது. 2: **கிழிந்த உடை;** garment which is torn in some places; tattered garment; rag. ஏன் இந்தக் கிழிசலைப் போட்டுக்கொண்டிருக்கிறாய்?

கிழியல் பெ. (இலங்.) காண்க: கிழிசல்.

கிள்ளவடு பெ. (இலங்.) ***கரண்டகம்;*** small metal box for keeping quicklime. அவர் கிள்ளவடுவிலிருந்து கொஞ்சம் சுண்ணாம்பு எடுத்துக்கொடுத்தார்.

கிள்ளிக்கொடு வி. (-கொடுக்க, கொடுத்து) (இலங்.) ***இரு விரல்களால் சிறிது எடுத்துக்கொடுத்தல்;*** give a pinch; give a little. எனக்கு மூக்குப்பொடி கொஞ்சம் கிள்ளிக் கொடுங்கள்./ (உரு வ.) நீ சம்பாதிப்பதில் எனக்குக் கொஞ்சம் கிள்ளிக்கொடுப்பாயா?

கிள்ளு[1] வி. (கிள்ள, கிள்ளி) **1:** ***(இலை, காம்பு முதலியவற்றை) நகத்தால் துண்டாக்குதல்;*** snip (a leaf, etc.,). வெற்றிலைக் காம்பைக் கிள்ள நினைத்தவர் பேசிக் கொண்டே புகையிலையைக் கிள்ளி வாயில் போட்டுக் கொண்டார்./ கொடியிலிருந்து காய்ந்துபோன இலை களைக் கிள்ளி எறிந்தார். **2:** ***கட்டைவிரலுக்கும் ஆள் காட்டி விரலுக்கும் இடையில் தசையைப் பிடித்து வலிக்கும்படி நெருக்குதல்;*** pinch. எங்கள் ஆசிரியர் கிள் ளினால் வலி பொறுக்க முடியாது. [(தொ.சொ.) ***அடி/ அமுக்கு/ அழுத்து/ அறை/ ஒற்று/ குட்டு/ குத்து/ தட்டு/ தடவு/ தள்ளு/ நிமிண்டு/ நீவு/ பிசை/ பிடி/ மொத்து***] **3:** ***(பசி வயிற்றை, சொற்கள் மனத்தை) வலிக்கச் செய்தல்; வருத்துதல்;*** feel the pangs (of hunger); affect; touch. காலையில் சாப்பிடவில்லை, பசி வயிற்றைக் கிள்ளுகிறது./ ஏழ்மையைப் பற்றிய அவருடைய கூரிய வருணனை நம் நெஞ்சைக் கிள்ளும்.

கிள்ளு[2] பெ. ***கட்டைவிரலுக்கும் ஆள்காட்டி விரலுக்கும் இடையில் தசையைப் பிடித்து வலிக்கும்படி நெருக்கும் செயல்;*** pinch. அம்மாவுக்கு என்மேல் கோபம் வந்தால் தொடையில் நறுக்கென்று ஒரு கிள்ளு விழும்.

கிள்ளுக்கீரை பெ. ***அற்பமாகவும் தேவையற்றதாகவும் கருதப்படும் ஒருவர் அல்லது ஒன்று;*** s.o. or sth. taken lightly by others. வாடகைக்கு இருப்பவர்களைக் கிள்ளுக் கீரை என்று நினைத்தீர்களா?/ தமிழ் என்றால் உங்களுக்குக் கிள்ளுக்கீரையாகப் போய்விட்டதா?

கிள்ளுவத்தல் பெ. ***அச்சில் பிழியாமல் கையால் கிள் ளிக் காயவைக்கும் வடகம்; கூழ்வடகம்;*** rice ground wet, cooked and sun-dried in large pinches which can then be fried and taken as a side dish.

கிளப் பெ. **1:** ***பொழுதுபோக்கக் கூடும் இடம்;*** (recreation) club. கிளப்புக்குப் போனால் சீட்டு விளையாடலாம். **2:** (அ.வ.) ***ஓட்டல்; உணவகம்;*** restaurant. கிளப்பில் சாப் பிட்டு வயிற்றைக் கெடுத்துக்கொள்ளாதே.

கிளப்பிவிடு வி. (-விட, -விட்டு) (பே.வ.) ***அடங்கி யிருப்பதை அல்லது ஓய்ந்திருப்பதைத் தூண்டிவிடுவதுபோல் ஒரு செயலைச் செய்தல்;*** instigate orincite (esp. sth. that has subsided). அரைத்தூக்கத்தில் இருக்கும் அவனைக் கிளப்பிவிடாதே. அழ ஆரம்பித்தால் அப்புறம் ஓயமாட்டான்./ இப்போதுதான் கடைக்குப் போகலாம் என்று சொல்வதை மறந்து விளையாடிக்கொண்டிருக்கி றாள். அவளைக் கிளப்பிவிட்டால் மீண்டும் பிடித்துக் கொள்வாள்.

கிளப்பு வி. (கிளப்ப, கிளப்பி) **1:** ***(பெரும்பாலும் இயந் திரம் பொருத்தப்பட்ட வாகனங்களை) இயங்கச் செய் தல்; நகரச் செய்தல்;*** start (an automobile). ஓட்டுநர் பேருந் தைக் கிளப்பினார்./ காலால் பல முறை உதைத்து மோட் டார் சைக்கிளைக் கிளப்பினார். **2:** ***(பயம், கோபம் முத லியவற்றை) உண்டாக்குதல்/(பசி, நினைவு முதலிய வற்றை) ஏற்படுத்துதல்;*** arouse (fear, anger, etc.,)/kindle (appetite, memories, etc.,). நீரில் விஷம் கலந்துள்ளது என்ற வதந்தி மக்களிடையே பீதியைக் கிளப்பியது./ 'என் கோபத்தை வீணாகக் கிளப்பாதே' என்று அவர் என்னை எச்சரித்தார்./ தக்காளி வதக்கும் வாசனை எனக்குப் பசியைக் கிளப்பியது. **3:** ***(எதிர்ப்பாகச் செயல்படுமாறு) தூண்டு தல்;*** incite (s.o. to do sth.). நீ கிளப்பிவிட்டுத்தான் அவன் இந்த ஆர்ப்பாட்டம் செய்கிறான். [(தொ.சொ.) ***உசுப்பு/ உசுப்பேற்று/ ஏவு/ தூண்டு***] **4:** ***மேலே வரும்படி செய் தல்; மேலெழுப்புதல்;*** raise. மெதுவாக மேஜையைத் துடை, தூசியைக் கிளப்பாதே!/ கழுதை வாலைக் கிளப் பிக்கொண்டு ஓடிற்று. **5:** ***(ஒரு பிரச்சினை, விவகாரம் முதலியவற்றை) ஆரம்பித்தல்; எழுப்புதல்; (பிரச்சினை முதலியவற்றைச் சம்பந்தப்பட்டவர்களிடம்) முன் வைத்தல்;*** raise (a problem, issue, etc.,); bring up. அந்த வாரப் பத்திரிகைதான் சுகாதாரத் துறையில் நடந்த ஊழல் களைப் பற்றிய பிரச்சினையை முதலில் கிளப்பியது./ நாடாளுமன்றத்தில் அவர் பொது நிறுவனங்கள்குறித்த குற்றச்சாட்டைக் கிளப்பினார். **6:** (பே.வ.) ***(ஒருவரை வேலையை விட்டு) நீக்குதல்; (ஓர் இடத்திலிருந்து) அப்புறப்படுத்துதல்; அகற்றுதல்;*** remove (s.o. or sth. from a position or place). முதலில் அவனை அந்த அலுவலகத்தி லிருந்து கிளப்ப வேண்டும். அப்போதுதான் அலுவலகம் உருப்படும்./ முதலில் கடையை இந்த இடத்தை விட்டுக் கிளப்பு. **7:** (பே.வ.) ***திருடுதல்;*** knock off; steal. எப் படியோ புத்தகத்தைக் கிளப்பிக்கொண்டு போய்விட்டான். **8:** (இலங்.) ***உயர்த்துதல்; தூக்குதல்;*** raise. அவன் வேட் டியைக் கிளப்பிக் கட்டிக்கொண்டான். **9:** (இலங்.) ***தோண்டியெடுத்தல்;*** remove by digging. தென்னங் கன்றைக் கிளப்பி முன்னுக்கு வை./ மாமா இரண்டு வாழைக்கன்று கேட்டிருக்கிறார், கிளப்பிவை.

கிளம்பு வி. (கிளம்ப, கிளம்பி) **1:** ***(ஓர் இடத்திலிருந்து) புறப்படுதல்; வெளிப்படுதல்;*** leave; set out; go out; start. சாப்பிட்டுவிட்டு அவசரமாக வெளியே கிளம்பினான்./ பாம்பு இரவில்தான் இரை தேடக் கிளம்பும்./ நான் ஏறு வதற்கும் பஸ் கிளம்புவதற்கும் சரியாக இருந்தது. **2:** ***(ஒன்று ஒரு இடத்திலிருந்து அல்லது ஒரு பரப்பிலிருந்து) வெளிப்படுதல்; மேலெழுதல்;*** gush; arise; rebound; rise to a specified height. துப்பாக்கியிலிருந்து சரமாரியாகக் குண்டுகள் கிளம்பின./ எங்கிருந்து புகை கிளம்புகிறது?/ வெட்டுப்பட்ட இடத்திலிருந்து இரத்தம் குபுகுபுவென்று கிளம்பியது./ பந்து தரையில் பட்டு ஆளுயரத்திற்குக் கிளம் பியது./ கடலில் திடீரென்று பல அடி உயரத்திற்கு அலை கள் கிளம்பின. **3:** ***(எதிர்ப்பு, வதந்தி, பேச்சு முதலியவை) எழுதல்;*** (of protest, scandal, problem, etc.,) arise. அந்தப் புத்தகத்திற்குப் பலரிடமிருந்து கண்டனங்கள் கிளம்பின./ இப்படி ஒரு பிரச்சினை கிளம்பும் என்று யாரும் எதிர் பார்க்கவில்லை.

கிளர் வி. (கிளர, கிளர்ந்து) (உ.வ.) ***(உணர்ச்சி முதலியவை) அடங்கியிருக்கும் நிலையிலிருந்து உணரும் நிலைக்கு வருதல்;*** (of anger, feeling, etc.,) be aroused; stir.

அவளைப் பார்த்ததும் பழைய நினைவுகள் கிளர்ந்தெழுந் தன./ உணர்வுகள் கிளர்ந்திருக்கும் நிலையில் கவிதை பிறக் கிறது./ அவனிடம் அடங்கியிருந்த கலையுணர்வு கிளர்ந் தெழுந்தது.

கிளர்ச்சி பெ. 1: **(உள்ளத்தின்) உணர்ச்சிமயமான மன நிலை; எழுச்சி;** arousal; upsurge; excitement (of interest, etc.,). நாடகத்தின் உச்சக்கட்டம் பார்வையாளர்களுக்குப் பரபரப்பையும் கிளர்ச்சியையும் ஏற்படுத்துவதாக அமைந் தது./ அவருடைய கனல் தெறிக்கும் பேச்சால் நான் அடைந்த உள்ளக் கிளர்ச்சியைச் சொல்லி முடியாது. 2: **(அதிகாரத்திற்கு எதிர்ப்பைத் தெரிவிக்கும்) போராட் டம்;** protest; agitation. ஊதிய உயர்வு வேண்டி அரசு அலு வலர்கள் கிளர்ச்சி செய்து வருகிறார்கள்./ அடக்குமுறை யால் நாட்டில் பெரும் கிளர்ச்சி எழுந்தது. [*(தொ.சொ.)* **எழுச்சி/ கலகம்/ கலவரம்/ புரட்சி/ போராட்டம்**] 3: **அதிகார வர்க்கத்துக்கு எதிராக ஆயுதம் ஏந்திக் குழு வாகப் போராடும் போக்கு;** insurgency. மன்னர் ஆட்சிக்கு எதிராக நடத்தப்பட்ட கிளர்ச்சி. 4: **சமூகத்தில் ஆதிக்கம் செலுத்தும் மதிப்பீடுகளை எதிர்க்கும் போக்கு;** rebellion. ஆல்பெர் காம்யுவின் எழுத்து கிளர்ச்சியின் வெளிப் பாடு ஆகும்.

கிளர்ச்சியூட்டு வி. *(-ஊட்ட, -ஊட்டி)* **பாலுணர்வைத் தூண்டுதல்;** titillate. 'தமிழ்த் திரைப்படங்களில் கிளர்ச்சி யூட்டுவதற்காகவே காதல் காட்சிகள் வைக்கப்படுகின்ற னவோ?' என்று அவர் கேட்டார்.

கிளறு வி. *(கிளற, கிளறி)* 1: **கிண்டுதல்;** stir; dig around. வெல்லப் பாகில் மாவைப் போட்டவுடன் கரண்டியால் கிளறவும்./ கோழி குப்பையைக் கிளறித் தெருவில் இறைத் திருக்கிறது. [*(தொ.சொ.)* **கிண்டு/ நோண்டு**] 2: **(கிண்டி) தயாரித்தல்;** make; prepare (by stirring). காலை உண விற்கு உப்புமா கிளறிவைத்திருக்கிறேன். 3: **(ஒருவரு டைய கோபம், வெறுப்பு, சிந்தனை முதலியவற்றை) தூண்டுதல்;** arouse; kindle; provoke. அவளுடைய நட வடிக்கை கோபத்தைக் கிளறுவதாகவே இருக்கிறது. 4: **(நடந்து முடிந்த கசப்பான செய்தியை மீண்டும்) நினை வுக்குக் கொண்டுவருதல்; எழுப்புதல்;** bring up (unpleasant things). முடிந்துபோன பிரச்சினையை மீண்டும் கிளறாதீர்கள்.

கிளி பெ. **வளைந்த உறுதியான சிவப்பு நிற அலகும், நீண்ட வாலும் கொண்ட பச்சை நிறப் பறவை;** rose-ringed parakeet. ஆண் கிளியின் கழுத்தில் கறுப்பு அல்லது இளஞ்சிவப்பு நிற வளையம் காணப்படும்.

கிளிஞ்சல் பெ. **சம அளவில் உள்ள இரு ஓடுகளால் மூடப்பட்டிருக்கும் உடல் அமைப்பை உடைய, கட லில் வாழும் உயிரினம்/அந்த உயிரினத்தின் ஓடு;** oyster or (its) shell. கடற்கரையில் கிளிஞ்சல் பொறுக்கலாம்.

கிளிஞ்சல் சுண்ணாம்பு பெ. **கிளிஞ்சலில் வெந்நீர் ஊற்றிக் குழையச் செய்து பெறும் சுண்ணாம்பு;** shell lime.

கிளித்தட்டு பெ. **தரையில் கட்டங்களாகக் கோடுகள் வரைந்து, ஒரு குழுவின் எல்லா உறுப்பினர்களும் பிற கட்டங்களிலிருந்து ஒரு கட்டத்திற்குள், தடுப்பவர் தொட்டுவிடாதபடி வந்துசேரும் பெண்கள் விளை யாட்டு;** a game for girls in which they hop across cells drawn on the ground.

கிளிமீன் பெ. **கிளியின் மூக்கைப் போல கூர்மையான வாய்ப்பகுதியும் பல்லும் கொண்டதும், நீலமும் கருஞ் சிவப்பும் கலந்த வண்ணத்தில் இருப்பதும், பாறைகள் அதிகம் உள்ள பகுதிகளில் காணப்படுவதுமான ஒரு வகைக் கடல் மீன்;** parrot fish.

கிளிமூக்கு மாம்பழம் பெ. *(பே.வ.)* **கிளியின் மூக்கு போல வளைந்தும் கூர்மையாகவும் இருக்கும் அடிப் பகுதியைக் கொண்ட ஒரு வகை மாம்பழம்;** a kind of mango fruit with a pointed tip (resembling the beak of a parrot).

கிளி ஜோசியம் பெ. **பலன்கள் குறித்திருக்கும் சீட்டு களில் ஒன்றைப் பயிற்சி தரப்பட்ட கிளியை விட்டு எடுக்கச்செய்து சொல்லப்படுகிற சோதிடம்;** a kind of fortune-telling where trained parrots pick out cards containing readings of the fortunes of individuals.

கிளி ஜோசியம்

கிளுகிளு வி. *(கிளுகிளுக்க, கிளுகிளுத்து) (பே.வ.)* **பாலு ணர்வைத் தூண்டுதல்;** titillate. வாசகர்களைக் கிளு கிளுக்கவைப்பது எங்கள் பத்திரிகையின் நோக்கம் அல்ல.

கிளுகிளுப்பு பெ. *(-ஆக, -ஆன)* **பாலுணர்வு தூண்டப் பட்ட நிலை;** sexual excitement; titillation. அவளுடைய நடையே அவனுக்குக் கிளுகிளுப்பை ஏற்படுத்தியது.

கிளுசைகெட்ட பெ.அ. *(இலங்.)* **நேர்மையற்ற; ஒழுக் கம்கெட்ட;** immoral. அந்தக் கிளுசைகெட்ட பயலோடு சேராதே./ கிளுசைகெட்ட பெண்ணோடு சேர்ந்து உன் வாழ்க்கையைப் பாழாக்கிக்கொள்ளாதே.

கிளுவை[1] பெ. **வேலிகளில் வளர்க்கப்படும், தண்டில் முட்கள் போன்ற பாகங்களை உடைய சிறு மரம்;** Madras balsam tree.

கிளுவை[2] பெ. **அரக்கு நிறத் தலைப் பகுதியில் கண் ணிலிருந்து கழுத்துவரை பச்சை நிறப்பட்டையுடன் ஆண் பறவையும், பழுப்பு நிறத்தில் பெண் பறவையும் இருக்கும், வலசைவரும், தாவர உண்ணி வகைப் பறவை;** Eurasian teal.

கிளை[1] வி. *(கிளைக்க, கிளைத்து)* 1: **(மரத்திலிருந்து) பல பிரிவுகள் ஏற்படுதல்; கப்பு விடுதல்;** branch out. ஆல மரம் கிளைத்து அடர்த்தியாக இருந்தது./ மாமரம் இப் போது நன்றாகக் கிளைக்கத் தொடங்கியுள்ளது. 2: **ஒன் றிலிருந்து ஒன்றாகப் பிரிதல்; பெருகுதல்;** branch off; multiply. குடும்பம் எப்படிக் கிளைத்துப் பெருகிவிட்டது!/ தேசியக் கட்சியிலிருந்து கிளைத்த சிறு கட்சிகள் பல.

கிளை^{2} பெ. 1: தாவரத்தின் தண்டிலிருந்து பக்கவாட்டில் பிரிந்து இலை, பூ, காய் ஆகியவற்றைத் தாங்கியிருக்கும் பகுதி; branch (of a tree); bough. மரத்தில் ஏறிக் கிளைகளை வெட்டிப் போடு!/ குரங்கு கிளைக்குக் கிளை தாவிச் செல்லும். 2: (அலுவலகம், நிறுவனம், கட்சி முதலியவற்றின் தலைமையகத்தின் கீழ் கட்டுப்பாட்டுக்கு உட்பட்டு) வேறு இடத்தில் இயங்கும் பிரிவு; (of an institution) branch. எங்கள் வங்கியின் கிளைகள் நாடெங்கும் உள்ளன./ கிளை நூலகம். 3: (ஒன்றின் துணையாக அமையும்) உட்பிரிவு; supplementary. கிளைக் கதை/ கிளைக் கேள்வி. 4: மாநிலத் தலைநகரில் உள்ள உயர் நீதிமன்றத்தின் பகுதியாக அமைவதும் வேறு ஒரு நகரில் செயல்படுவதுமான நீதிமன்றம்; (of High Court) bench. சென்னை உயர் நீதிமன்றத்தின் மதுரைக் கிளை.

கிளை^{3} பெ. (இலங்.) (பெரும்பாலும் பன்மையில்) (சலிப்போடு குறிப்பிடும்போது) சிறுவர்; a vexed reference to children; brats. இந்தக் கிளைகளைக் கூட்டிக்கொண்டு போனால் நாம் நிம்மதியாக இருக்க முடியாது./ இந்தக் கிளைகளைப் பெற்றுப்போட்டு நான் படும்பாடு ஆண்டவனுக்குத்தான் தெரியும்./ இந்தக் கிளைகளால்தான் பக்கத்து வீட்டுடன் எந்த நாளும் சண்டை.

கிளைக்கதை பெ. ஒரு பெரிய கதையின் பகுதியாக அமையும் மற்றொரு சிறிய கதை; a story branching out of another story; incidental narrative. மகாபாரதத்தில் ஏகப்பட்ட கிளைக்கதைகள் உள்ளன.

கிளைநதி பெ. ஓர் ஆற்றிலிருந்து பிரிந்து வேறு வழியில் செல்லும் ஆறு; branch (of a river).

கிளைமொழி பெ. (மொழி.) (ஒருவர்) வாழும் இடம், சார்ந்திருக்கும் சமூகம் போன்ற புறக் காரணங்களால் ஒரு மொழியைப் பேசும் விதத்தில் ஏற்படும், ஆனால், புரிந்துகொள்ளக் கூடிய, வித்தியாசங்களை உள்ளடக்கிய மொழியின் ஒரு உட்பிரிவு; dialect. தமிழில் உள்ள வட்டாரப் பேச்சுகள், சாதிப் பேச்சுகள் தமிழின் கிளைமொழிகள் எனப்படும்.

கிறக்கம் பெ. (மிகுந்த தூக்கம், போதை முதலியவற்றால் சரியாகச் சிந்திக்க முடியாதபடி ஏற்படும்) கண்கள் செருகிக்கொள்ளும் மயக்க நிலை; stupor; drowsiness; languor. தூக்கக் கிறக்கம்/ (உரு வ.) அவளுடைய அழகு ஏற்படுத்திய கிறக்கம். [(தொ.சொ.) போதை/ மயக்கம்]

கிறக்கு வி. (கிறக்க, கிறக்கி) (தூக்கம், போதை முதலியன ஒருவரை) நிலைதடுமாறச்செய்தல்; மயக்குதல்; induce languor, stupor, etc., தூக்கம் கிறக்குகிறது./ (உரு வ.) அவளுடைய அழகு மனத்தைக் கிறக்கிற்று.

கிறங்கு வி. (கிறங்க, கிறங்கி) 1: (ஒருவர் தூக்கம், போதை முதலியவற்றால்) நிலைதடுமாறுதல்; மயங்குதல்; be in languor, stupor, etc., கஞ்சாவின் போதையில் கிறங்கிக் கொண்டிருந்தான்./ (உரு வ.) எஸ்.ஜி. கிட்டப்பாவின் குரலில் கிறங்காத ரசிகர் உண்டோ? 2: (பே.வ.) சோர்வடைதல்; be languid. வெயிலில் நடந்து வந்ததால் குழந்தை கிறங்கிப்போய்விட்டான்.

கிறித்தவம் பெ. (கிறித்.) கிறிஸ்துவின் வாழ்க்கையையும் போதனைகளையும் வாழ்க்கை நெறியாகக் கொண்ட மதம்; Christianity.

கிறிஸ்து பெ. (கிறித்.) (அர்ச்சிக்கப்பட்ட) இயேசு; Jesus, the anointed one.

கிறிஸ்துமஸ் தாத்தா பெ. (கிறித்.) பாரம்பரிய வழக்கத்தின்படி கிறிஸ்துமஸ் பண்டிகையின்போது நீண்ட வெள்ளைத் தாடியுடன் சிவப்பு நிற உடுப்பில் முதியவர் தோற்றத்தில் வந்து குழந்தைகளுக்குப் பரிசுப் பொருள்களைத் தருபவராக நம்பப்படுபவர்; Santa Claus.

கிறிஸ்துமஸ் தாத்தா

கிறிஸ்துமஸ் மரம் பெ. (கிறித்.) பாரம்பரிய வழக்கத்தின்படி கிறிஸ்துமஸ் பண்டிகையின்போது வண்ண விளக்குகளால் அலங்கரிக்கப்பட்டுப் பரிசுப் பொருள்கள் கட்டித் தொங்கவிடப்பட்டிருக்கும் ஊசியிலை மரம்; Christmas tree.

கிறிஸ்துமஸ் மரம்

கிறிஸ்துவம் பெ. (கிறித்.) காண்க: கிறித்தவம்.

கிறீச்சிடு வி. (கிறீச்சிட, கிறீச்சிட்டு) 1: (உலோகப் பகுதி உராய்ந்து) ஒலி எழுப்புதல்; screech. பழங்கால இரும்புக் கதவு என்பதால் திறந்ததும் கிறீச்சிட்டது. 2: (குரலைக் குறித்து வரும்போது) காதைத் துளைப்பது போன்று குரல் எழுப்புதல்; screech. சோலையில் கிறீச்சிடும் பறவைகள்./ அவள் பயத்தில் கிறீச்சிட்டாள்.

கிறுக்கல் பெ. படித்துப் புரிந்துகொள்ள முடியாத வகையில் எழுதப்பட்டிருப்பது; illegible handwriting; scribble. இந்தக் கடிதம் ஒரே கிறுக்கலாக இருக்கிறதே!

கிறுக்கன் பெ. 1: தான் செய்வது இன்னதென்று அறியாத அளவுக்கு மூளை கலங்கியவன்; பைத்தியக்காரன்; lunatic; old nut. அந்தக் கிறுக்கன் யாரைக் கண்டாலும் சிரிப்பான். 2: ஒன்றில் வழக்கத்திற்கு மாறான ஈடுபாடும் விசித்திரமான நடத்தையும் உடையவன்; eccentric. சினிமாக் கிறுக்கன்.

கிறுக்கு[1] வி. *(கிறுக்க, கிறுக்கி)* **1: படிக்க முடியாதபடி தெளிவு இல்லாமல் எழுதுதல்;** write illegibly; scrawl. பாடம் எழுதச் சொன்னால் இப்படியா கிறுக்குவது? [*(தொ.சொ.)* எழுது/ தீட்டு/ வரை] **2: ஒருவர் எழுது வதைக் கேலியாகக் குறிப்பிடப் பயன்படும் சொல்;** (jocular) scribble. என் கணவர் எப்பொழுதும் எதையாவது கிறுக்கிக்கொண்டேயிருப்பார்./ பொழுதுபோகாத நேரத் தில் ஏதாவது கிறுக்குவேன். **3: (சிறு குழந்தைகள்) எழுது வதான பாவனையில் கோடுகள் போடுதல்;** (of children) scribble. சுவர் முழுதும் குழந்தை கிறுக்கிவைத்திருந்தது.

கிறுக்கு[2] பெ. **1: பைத்தியம்;** insanity. அவனுக்குக் கிறுக்கு பிடித்துவிட்டது. **2: பைத்தியம் பிடித்த நபர்;** insane person. **3: மற்றவர்களிலிருந்து வேறுபட்ட விதத்தில் சிந்திப்பவர், நடந்துகொள்பவர்;** crazy (person). மற்றவர் கள் தங்களை 'கிறுக்கு' என்று சொல்வதுதான் சில கலை ஞர்களுக்குப் பிடிக்கும்போல் இருக்கிறது.

கிறுக்குத்தனம் பெ. *(-ஆக, -ஆன)* **பிறரால் கேலிசெய் யப்படும்படி அபத்தமாகவும் முட்டாள்தனமாகவும் நடந்துகொள்ளும் தன்மை;** (of behaviour) madness. கல்லூரி நாட்களில் நான் இலக்கியப் பத்திரிகை தொடங் கியபோது எல்லோரும் அதைக் கிறுக்குத்தனமாகவே கருதி னார்கள்./ கிறுக்குத்தனமாக இப்போதே உன் காதலை அவ ளிடம் சொல்லிவிடாதே. கொஞ்சம் பொறுத்திருந்து பார்!

கிறுகிறு வி. *(கிறுகிறுக்க, கிறுகிறுத்து)* **(ஏதேனும் ஒன் றால் கவரப்பட்டு) தன் நிலை அல்லது வசம் இழத் தல்;** be bewitched or charmed; swoon over. அந்த இளைஞ னின் பாட்டைக் கேட்டுக் கிறுகிறுத்துப்போனேன்./ கிறு கிறுக்கவைக்கும் அழகு!

கிறுகிறு-என்று வி.அ. **தலைச்சுற்றலும் மயக்கமுமாக;** groggy; dizzy. பசியால் கிறுகிறுவென்று வந்தது.

கிறுகிறுப்பு பெ. **தலைச்சுற்றல்; மயக்கம்;** giddiness; dizziness. வெயிலில் நடந்து வீட்டுக்குள் வந்ததும் கிறுகிறுப்பு அடங்கச் சிறிது நேரமாயிற்று.

கிறுங்கு வி. *(கிறுங்க, கிறுங்கி) (இலங்.)* **(ஒருவர்) பயந்து போதல்; பயப்படுதல்;** be afraid; be disturbed. அப்பா அவ் வளவு எளிதில் எதற்கும் கிறுங்க மாட்டார்./ அந்தப் பதவி யிலிருந்து அவரை நீக்குவதற்கு அரசியல் ஆட்கள் எவ்வ ளவோ சிரமம் கொடுத்தார்கள். ஆனால், அதெற்கெல்லாம் அவர் கிறுங்கவே இல்லை.

கிறுதி பெ. *(இலங்.)* **மயக்கம்;** giddiness. இன்றைக்குத் தலை ஒரே கிறுதியாக இருக்கின்றது./ அவன் கிறுதி வந்து சாலையின் நடுவில் விழுந்துவிட்டான்.

கின்னிக் கோழி பெ. **உருவத்துக்குப் பொருந்தாத அள வுக்குச் சிறிய தலைப் பகுதியும், பருத்து நீண்ட உடற் பகுதியும், குட்டையான வாலும் உடைய பறவை;** helmeted guineafowl. கின்னிக் கோழிகளின் பூர்வீகம் ஆப்பிரிக்கா/ கின்னிக் கோழி உலகின் பல இடங்களில் முட்டைக்காவும், இறைச்சிக்காகவும் வளர்க்கப்படுகிறது.

கிஸ்தி பெ. *(அ.வ.)* **நிலவரி;** land revenue; kist.

கிஸ்மிஸ்பழம் பெ. *(வ.வ.)* **உலர்ந்த திராட்சை;** raisin.

கீச்சல் பெ. *(-ஆக) (இலங்.)* **கூச்சல்; சத்தம்;** loud noise. என்ன அந்தப் பக்கம் ஒரே கீச்சலாக இருக்கிறது?/ அந்தக் கீச்சலுக்கிடையில் நான் எதையும் கவனிக்கவில்லை.

கீச்சான் பெ. **மற்ற பறவைகளைப் போல ஒலி எழுப் பக்கூடியதும், அலகிலிருந்து கண்ணின் பின்பகுதி வரை கறுப்பு நிறப் பட்டையைக் கொண்டிருப்பதும், இரையை முள்ளில் குத்திவைத்துத் தின்பதுமான பறவை;** shrike.

கீச்சிடு வி. *(கீச்சிட, கீச்சிட்டு) (இலங்.)* காண்க: **கிறீச்சிடு.**

கீச்சுக்குரல் பெ. **காதைத் துளைப்பது போன்ற ஒலி எழுப்பும் குரல்;** shrill voice; squeak.

கீதம் பெ. **1: (பொதுவாக) இசை; பாட்டு;** song. எங் கிருந்தோ ஓர் இனிய கீதம் கேட்டது./ பாரதியாரின் தேசிய கீதங்கள் மக்கள் மனத்தில் எழுச்சியூட்டின. **2:** *(இசை)* **(குறிப்பாக ஒரு ராகத்தில்) பாடலையும் ஸ்வரங்களை யும் கொண்ட, இசையின் ஆரம்பப் பாடங்களின் ஒரு பகுதி;** a part of basic lesson in music that has notes and suitable composition set in a particular ராகம்.

கீதாரி பெ. *(ஊரக வ.)* **ஊர்ஊராகக் கிடை ஆடுகளை ஓட்டிச் செல்லும் வேலையைச் செய்யும் நபர்;** goat-herd.

கீயோமாயோ-என்று வி.அ. *(இலங்.)* **கூச்சலும் குழப்ப முமாக;** noisily. வாத்தியார் வராததால் வகுப்பறையில் ஒரே கீயோமாயோவென்று இருக்கிறது./ பள்ளிக்கூட விடு முறையில் வீடு கீயோமாயோவென்று இருக்கும்.

கீர்த்தனை பெ. *(இசை)* **ராகத்தைவிடப் பாட்டின் பாடத்தை அதிகம் சார்ந்துள்ள இசை வடிவம்;** a composition with more stress on the text than on ராகம்.

கீர்த்தி பெ. **(ஒருவரை அல்லது ஒன்றைப் பற்றி எங்கும் பரவியுள்ள) புகழ்;** fame; renown. மூர்த்தி சிறிது கீர்த்தி பெரிது!/ கீர்த்தி பெற்ற வைணவ ஆலயம்.

கீரி பெ. **நீண்ட உடலையும் வாலையும், கூரிய பற்களை யும் கொண்ட, சாம்பல் நிறத்தில் காணப்படும், (பாம் புக்குப் பகை என்று நம்பப்படும்) ஒரு விலங்கு;** mongoose. பாம்பின் விஷம் கீரியை ஒன்றும் செய்யாது என்னும் நம்பிக்கை உண்மை அல்ல.

கீரிப்பல் பெ. **(மனிதர்களுக்கு இருக்கும்) கூர்மையான சிறிய பல்;** sharp canine tooth.

கீரிப்பிள்ளை பெ. காண்க: **கீரி.**

கீரியும் பாம்புமாக வி.அ. **(ஒருவர் மீது ஒருவர்) மிகுந்த பகை உணர்வோடு;** as sworn enemies. சொத்தைப் பற்றிப் பேசினாலே இருவரும் கீரியும் பாம்புமாகச் சண்டை போட்டுக்கொள்கிறார்கள்./ ஒரே அலுவலகத்தில் வேலை பார்த்துக்கொண்டு ஏன் இப்படிக் கீரியும் பாம்புமாக அடித்துக்கொள்கிறீர்கள்?

கீரை பெ. **தோட்டங்களில் வளர்க்கப்படும் சில வகைச் செடிகளின் அல்லது முருங்கை, அகத்தி ஆகிய மரங் களின் (வேகவைத்து உண்ணக் கூடிய) இலை/ உணவாகும் இலையைத் தரும் செடியைக் குறிக்கும் பொதுப்பெயர்;** greens (including the leaves of certain trees) and the plant that yields the greens. [*(தொ.சொ.)* மூலிகை]

கீரைத்தண்டு பெ. **1: கீரையின் தண்டுப்பகுதி;** stem of certain greens used as vegetable. **2:** காண்க: **தண்டுக்கீரை.**

கீரைப்பூச்சி பெ. **மனிதர்களின் வயிற்றில் வாழும், சுமார் 2 செ.மீ. நீளமுடைய, வெள்ளை நிற ஒட்டுண்ணிப் புழு;** threadworm; pinworm.

கீரை மீன் பெ. (இலங்.) **சுமார் 15 செ.மீ. நீளத்தில் உடல் பகுதியில் முட்களோடு தட்டையாக, வெளிர் பச்சை நிறத்தில் இருக்கும், (உணவாகும்) கடல் மீன்;** an edible sea fish light green in colour, approximately 15 cm in length, flat and thorny.

கீல்[1] பெ. **கதவு, பெட்டியின் மூடி முதலியவற்றைத் திறந்து மூடுவதற்குப் பயன்படுத்தும் உலோகப் பட்டை;** hinge.

கீல்[2] பெ. **(கறையான் அரிக்காமல் இருக்க மரச் சாமான்களுக்குப் பூசப்படும் திரவ நிலையில் உள்ள) தார்;** tar (used for coating timber to keep away termites).

கீல்வாதம் பெ. **(அழற்சி காரணமாக) மூட்டுகளில் ஏற்படும் வலியும் விறைப்புத் தன்மையும்;** arthritis.

கீலம்[1] பெ. (அ.வ.) **பிளவு; விரிசல்;** crack. *கோயிலின் வெளிச்சுவர் கீலமாகியிருந்தது.*

கீலம்[2] பெ. (இலங்.) **(வெட்டப்பட்ட அல்லது அரிந்த) துண்டு;** piece (of sth.). *கத்தரிக்காயைக் கீலமாக வெட்டு./ உப்புப் போட்டு வெயிலில் காயவைத்த இறைச்சிக் கீலங்கள்.*

கீழ்[1] பெ. **கிழக்கு;** east. *கீழ்த்திசை நாடுகள்/ கீழ்ப்பக்கம்/ கீழ்ப்புறம்.*

கீழ்[2] பெ. (-ஆக, -ஆன) **தாழ்ந்த நிலை; தரக் குறைவு; மோசம்;** being inferior or low. *அந்தச் சர்வாதிகார நாட்டில் மக்கள் நாயினும் கீழாக வாழ்ந்துவருகிறார்கள்./ உங்களைவிட நான் மிகவும் கீழ்நிலையில் இருக்கும் ஊழியன்.*

கீழ்[3] பெ. 1: **(மேல்பகுதிக்கு அல்லது மேல் நிலைக்கு மாறான) அடிப்பகுதி;** lower or bottom part (opposite of upper or top). *கீழ் இமையில் மை தீட்டினாள்.* 2: **(ஓர் அளவின்) குறைந்த பகுதி;** minimum; lower (limit). *இந்தப் போட்டியில் கலந்துகொள்பவர்களுக்குக் கீழ் எல்லையாக இருபது வயது நிர்ணயிக்கப்பட்டுள்ளது.*

கீழ்[4] இ.சொ. 1: **('கு', 'இன்' ஆகிய உருபுகளைச் சார்ந்து வரும்போது) 'அடியில்' என்ற பொருளில் வரும் இடைச்சொல்;** particle, after dative and genitive, meaning 'beneath', 'below', 'under (sth.)'. *மேசைக்குக் கீழ் நாய் படுத்திருந்தது./ தலையணையின் கீழ் சாவி வைத்திருக்கிறேன்.* 2: **('கு', 'இன்' ஆகிய உருபுகளைச் சார்ந்து வரும்போது) '(சட்டம் முதலியவற்றின் பிரிவுக்கு அல்லது நிர்வாகத்தின் ஆட்சிக்கு அல்லது ஒருவரின் அதிகாரத்துக்கு) உட்பட்டு' என்ற பொருளில் வரும் இடைச்சொல்;** particle, after dative and genitive, meaning 'as per', 'according to (the law or rule)', 'under (the jurisdiction)'. *மாநகர நிர்வாகத்தின் ஆட்சிக்குக் கீழ் வரும் பகுதி இது./வாடகைச் சட்டத்தின் கீழ் இந்த வழக்கு செல்லுபடியாகாது./ இந்தப் பகுதி ராணுவக் கட்டுப்பாட்டின் கீழ் இருக்கிறது.* 3: (கணி.) **தொகுதியைப் பகுதி வகுக்கிறது என்பதைக் குறிப்பிடப் பயன்படுத்தும் இடைச்சொல்;** (in mathematics) particle used in the sense of 'divided by'. *எட்டின் கீழ் நான்கு என்ற கணக்குக்கு விடை என்ன?*

கீழ்க்கண்ட பெ.அ. **(விளம்பரம், கேள்வித்தாள் போன்றவற்றில்) கீழே கொடுக்கப்பட்டுள்ள; அடியில் குறிப்பிடப்பட்டிருக்கும்;** (in a test, examination, application, etc.,) the following. *இந்த வேலைக்கு விண்ணப்பம் வேண்டுபவர்கள் கீழ்க்கண்ட முகவரிக்கு எழுதவும்./ கீழ்க்கண்ட ஊழியர்கள் நாளை சங்கச் செயலாளரைச் சந்திக்குமாறு கேட்டுக்கொள்ளப்படுகிறார்கள்.*

கீழ்க்காணும் பெ.அ. காண்க: **கீழ்க்கண்ட.**

கீழ்க்காலம் பெ. (இசை) காண்க: **விளம்ப காலம்.**

கீழ்சபை பெ. (அ.வ.) **மக்களவை;** the lower house of the Parliament in India; Lok Sabha.

கீழ்த்தட்டு பெ.அ. **(மக்களைக் குறிக்கையில்) சமூகத்தில் பொருளாதார நிலையில் அடித்தளத்தில் உள்ள; அடித்தட்டு;** (people in the) lower economic stratum. *பேருந்துக் கட்டண உயர்வால் கீழ்த்தட்டு மக்கள் அதிகம் பாதிக்கப்படுவார்கள்.*

கீழ்த்தரம் பெ. (-ஆக, -ஆன) **(ஒருவர் பேச்சு, போக்கு குறித்து வருகையில்) தரக்குறைவு; அநாகரிகம்;** (of a person's conduct, speech, etc.,) baseness; vulgarity. *இப்படிக் கீழ்த்தரமாகப் பேசுவான் என்று நான் நினைக்கவில்லை./ பெண்களிடம் கீழ்த்தரமாக நடந்துகொண்ட வாலிபர் கைதுசெய்யப்பட்டார்.* [(தொ.சொ.) **மட்டம்/ மோசம்**]

கீழ்த்திசை பெ. **கிழக்கு ஆசியப் பகுதி;** east; Oriental. *'கீழ்த்திசை நாடுகளில் பொருளாதார முன்னேற்றம்' என்ற தலைப்பில் அவர் உரையாற்றினார்./ கீழ்த்திசை மொழிகள்.*

கீழ்த்திசையியல் பெ. **கிழக்கு ஆசியப் பகுதியைச் சார்ந்த மக்கள், அவர்களின் வரலாறு, கலை முதலியவற்றைக் குறித்த துறை;** area studies of the Orient.

கீழ்நிலைத் தொட்டி பெ. **(பெரும்பாலும் குடிநீரைச் சேமித்துவைக்க) பூமியைத் தோண்டிக் கட்டப்படும் தொட்டி போன்ற அமைப்பு;** underground storage tank; (in India) sump.

கீழ்நீதிமன்றம் பெ. (சட்டம்) 1: **உயர் நீதிமன்றத்திற்குக் கீழ் இயங்கும் மாவட்ட நீதிமன்றம், சார்பு நீதிமன்றம், குற்றவியல் நீதிமன்றம், உரிமையியல் நீதிமன்றம் போன்றவற்றைக் குறிக்கும் பொதுப்பெயர்;** (in India) lower court. 2: **ஒரு வழக்கு முதலில் தொடங்கப்படுவதற்கு உரிய நீதிமன்றம்;** court of the first instance. *கொலை வழக்கில் போதிய ஆதாரங்கள் இல்லாததால் கீழ் நீதிமன்றம் விதித்த தண்டனையை உயர் நீதிமன்றம் ரத்து செய்தது.*

கீழ்ப்படி வி. (-படிய, -படிந்து) **(ஆணை, உத்தரவு முதலியவற்றுக்கு) பணிதல்;** obey; submit (without protest). *கட்சிக் கட்டுப்பாட்டுக்குக் கீழ்ப்படிந்து தொண்டர்கள் செயல்பட வேண்டும்./ அரசு அதிகாரியாகவே இருந்தாலும் நீதிமன்றத்தின் ஆணைக்குக் கீழ்ப்படியாமல் இருக்க முடியாது.*

கீழ்ப்படு வி. (-பட, -பட்டு) 1: **உட்படுதல்; அடங்குதல்;** come under; be included. *பத்து வயதுக்குக் கீழ்ப்பட்ட குழந்தைகள் இந்த ஓவியப் போட்டியில் கலந்துகொள்ளலாம்./ இவை ஆங்கிலேய ஆட்சிக்குக் கீழ்ப்பட்டிருந்த நாடுகள்.* 2: **கீழ்ப்படிதல்;** obey; submit. *கீழ்ப்பட மறுத்தால் என்ன தண்டனை தெரியுமா?*

கீழ்ப்பாய்ச்சிக் கட்டு வி. *(கட்ட, கட்டி)* **(செய்யும் வேலைக்கு இடைஞ்சலாக இல்லாத வகையில்) வேட்டியின் முனையைக் கால்களுக்கு இடையே விட்டு இறுக்கமாக இழுத்துப் பின்பக்கம் செருகிக் கட்டுதல்;** wear a வேட்டி drawing one end of it backwards between thighs and tucking it at one's back up.

கீழ்ப்பாலம் பெ. **பாலத்தின் கீழ் குறுக்குவாக்கில் அமைந்த பாதை;** subway.

கீழ்மடை பெ. *(ஊரக வ.)* **வாய்க்காலிலிருந்து தண்ணீர் முதலில் உள்ள வயல்களுக்குப் பாய்ந்த பிறகு பாயும் மடை;** an inlet to the field downstream in a channel. மேட்டூரில் திறந்துவிடப்படும் நீர் தஞ்சை போன்ற கீழ் மடைப் பகுதிகளைச் சரிவரச் சென்றடைவதில்லை./ எனது வயல் கீழ்மடையில் இருப்பதால் ஏரித் தண்ணீரை நம்பி விவசாயம் செய்ய முடியாது.

கீழ்மடைக்காரர் பெ. *(ஊரக வ.)* **மேல்மடைக்காரருக்கு அடுத்துத் தண்ணீர் பாயும் வயலை உடையவர்;** person having a field downstream an irrigation channel below another's field in its upper reaches. வாய்க்காலில் வரும் தண்ணீர் மேல்மடைக்காரருக்கே போதவில்லை, கீழ் மடைக்காரனான எனக்கு எங்கிருந்து தண்ணீர் கிடைக்கும்?

கீழ்முழி பெ. *(பே.வ.)* **பேசுபவரை நிமிர்ந்து பார்க்காமல் தரையைப் பார்த்துப் பேசும் கள்ளத்தனம் நிறைந்த பார்வை;** the stealthy look that avoids the person one is talking to.

கீழ்மை பெ. *(உ.வ.)* **இழிவு;** lowliness; meanness. சில நேரங்களில் மனிதர்களின் கீழ்மைக் குணம் வெளிப்படு கிறது. [*(தொ.சொ.)* **இழிவு/ தாழ்வு/ மோசம்**]

கீழ்வாரம் பெ. **நிலத்தை உள்குத்தகைக்கு விடுதல்;** the practice of subletting farm land.

கீழ பெ.அ. **கிழக்கு என்பதன் பெயரடை வடிவம்;** the adjectival form of கிழக்கு. கீழ வீதி/ கீழத் தெரு.

கீழமை நீதிமன்றம் பெ. *(பு.வ.)* காண்க. **கீழ்நீதிமன்றம்.**

கீழவை பெ. *(அ.வ.)* **மக்களவை;** the lower house of the Parliament in India; Lok Sabha.

கீழாநெல்லி பெ. **சிறுசிறு இலைகளையும் அவற்றுக்கு அடியில் சிறிய காய்களையும் கொண்ட, கசப்புச் சுவை உடைய (மஞ்சள் காமாலைக்கு மருந்தாகப் பயன் படுத்தும்) ஒரு வகைச் செடி;** a small herb with pinnate tiny leaves having fruits under them (used as a cure for jaundice).

கீழினம் பெ. *(கணி.)* **(நீட்டலளவை, முகத்தலளவை, எடுத்தலளவை போன்றவற்றில்) பெரிய அளவீடு களுக்கு நிகராகக் குறிக்கப்படும் சிறிய அளவீடுகள்;** lower denomination. *2.5 மீட்டரின் கீழினம் 2500 மில்லி மீட்டர் ஆகும்./ 1 அடியின் கீழினம் 12 அங்குலம் ஆகும்.*

கீழுலகம் பெ. **(புராணத்தில்) பூமிக்கு அடியில் இருப்ப தாகச் சொல்லப்படும் உலகம்;** the mythical world below the earth.

கீழே[1] வி.அ. **1: தரையில்; நிலத்தில்;** below; on the ground or floor. மரத்திலிருந்து கீழே இறங்கு!/ கட்டிலில் படு, கீழே படுக்காதே!/ இருபதாவது மாடியிலிருந்து பார்த்தால் கீழே செல்லும் வாகனங்கள் சிறு புள்ளிகளாகத் தெரியும். **2: (குறிப்பிட்ட அளவு, எண்ணிக்கை முதலியவற்றுக்கு) குறைவாக;** below. குளிர் காலத்தில் வெப்பநிலை சராசரி வெப்பநிலையைவிடக் கீழே செல்கிறது./ கார் நாற்பது கிலோமீட்டர் வேகத்துக்கும் கீழே சென்றுகொண்டிருந் தது./ பாடகரின் குரல் கீழே போகும்போது அபஸ்வரம் தட்டியது.

கீழே[2] இ.சொ. காண்க: **கீழ்[4], 1.**

கீழை பெ.அ. **கிழக்கத்திய;** eastern; Oriental. கீழை நாடு கள்/ கீழை மொழிகள்/ கீழைத் தத்துவம்.

கீளி பெ. *(இலங்.)* **உடலின் மேற்பகுதியில் கோடுகளைக் கொண்ட, பழுப்பு நிறத்தில் இருக்கும் (உணவாகும்) சிறிய கடல் மீன்;** an edible sea fish, brown in colour, with lines on its body.

கீற்று[1] பெ. **(வீடுகளுக்குக் கூரை போட அல்லது பந் தல் போடப் பயன்படும்) முடைந்த தென்னை ஓலை; கிடுகு;** plaited coconut palm leaf (used for roofing). கீற்றுக் கொட்டகை வெயிலுக்கு இதமாக இருந்தது./ தோப்பில் கீற்று முடைகிறார்கள்.

கீற்று[2] பெ. **1: (சில காய்கறிகளை அல்லது பழங்களை) நீளவாக்கில் அறுத்து எடுத்த துண்டு;** (of vegetables such as pumpkin, fruits such as mango) slice. ஒரு பூசணிக் கீற்று வாங்கி வா. [*(தொ.சொ.)* **ஒடு/ சில்லு/ துண்டு/ பத்தை**] **2: (சூரிய ஒளியின்) கற்றை;** (of sunlight) beam; ray. உடைந்த கண்ணாடியில் பிரதிபலித்த ஒளிக்கீற்று/ *(உரு வ.)* நம்பிக்கையின் கீற்றுகள் தெரிந்தன. **3: (நெற்றி யில், உடலில் இடப்பட்ட விபூதி, சந்தனம் முதலிய வற்றின்) கோடு; வரி;** streak or line (of sacred ash, sandal paste, etc., on the forehead). அவன் நெற்றியில் சந்தனக் கீற்று தெரிந்தது.

கீறல் பெ. **(கூரிய முனையுடைய பொருள் ஏற்படுத்திய தால் அல்லது ஒன்றோடு ஒன்று உராய்வதால்) ஏற் படும் கோடு;** scratch; incision; slit. சில வகை மரங்களில் கீறல் ஏற்படுத்திப் பிசின் வடிக்கிறார்கள்./ கைக்கடிகாரத் தின் கண்ணாடியில் கீறல் விழுந்திருக்கிறது.

கீறு[1] வி. *(கீற, கீறி)* **1: (கூரிய முனையுடைய பொருள் ஒரு பரப்பில் கோடுபோல்) கிழித்தல்;** scratch. வேலி யைத் தாண்டும்போது காலில் முள் கீறிவிட்டது./ உடம் பில் பட்டால் கிழிவிடும் அளவுக்கு அவளது நகம் கூர்மை யாக இருந்தது. **2: (கத்தி போன்ற ஆயுதத்தால்) கோடு போல் நீளவாக்கில் வெட்டுதல்;** make a cut in; incise; cut open. பாம்பின் அடிவயிற்றில் கீறித் தோலை உரிக்கிறார்கள்./ பூசணியைக் கீறி விற்பனைக்காக வைத்திருக்கிறார்கள்./ மருத்துவர் கட்டியைக் கீறிவிட்டு மருந்து வைத்துக் கட்டினார். [*(தொ.சொ.)* **துண்டி/ வெட்டு**] **3:** *(இலங்.)* **(கோடு) இழுத்தல்; (படம்) வரைதல்;** draw (a line, a picture). கோடு கீறு!/ அவள் மிக வடிவாகப் படம் கீறுவாள்.

கீறு[2] பெ. *(ஊரக வ.)* **(தேங்காய் முதலியவற்றின்) கீற்று;** slice. கத்தியால் தேங்காய் மூடியைக் கீறு போட்டார்.

குக்கல் பெ. *(வ.வ.)* **கக்குவான்;** whooping cough.

குக்கிராமம் பெ. **(நகரத்திலிருந்து தொலைவில் இருக் கும்) வசதிகள் குறைந்த மிகச் சிறிய கிராமம்;** hamlet (far away from the town); small village (both in size and population).

குக்குடு கிழவன் பெ. (இலங்.) காண்க: குடுகுடு கிழம்.

குக்குறுவான் பெ. மரங்களின் உச்சிப் பகுதியில் காணப்படும், பச்சை நிற உடலைக் கொண்ட, (தட்டுவது போன்ற ஒலியை நீண்ட நேரம் எழுப்பும்) சிட்டுக்குரு வியைவிடச் சற்று பெரிதாக இருக்கும் பறவை; barbet.

குகை பெ. மலையில் இயற்கையாக அமைந்துள்ள பொந்து போன்ற வெற்றிடம் அல்லது நீண்ட வழி; cave; (wild animal's) den. குகையில் வாழ்ந்த மனிதர்கள்/ சிங்கத்தின் குகை/ குகை ஓவியங்கள்.

குகைக் கோயில் பெ. காண்க: குடவரைக் கோயில்.

குங்கிலியம் பெ. வர்ணம், மருந்து ஆகியவை தயாரிக்கப் பயன்படுத்தும் பிசினைத் தரும் ஒரு வகை மரம்/அந்த மரத்தின் பிசினிலிருந்து தயாரிக்கப்படும் பொருள்; a kind of dammar (tree) and the product made from its resin.

குங்குமப்பூ பெ. (பெரும்பாலும் மருந்தாகப் பயன்படும்) ஒரு வகைப் பூவிலிருந்து எடுக்கப்படும், சிவந்த மஞ்சள் நிறத்தில் தேங்காய்த் துருவலைப் போல் இருக்கும் பொருள்; saffron.

குங்குமம் பெ. (பெரும்பாலும் பெண்கள்) பொட்டு வைத்துக்கொள்ளப் பயன்படுத்தும் கருஞ்சிவப்புப் பொடி; saffron powder (worn on the forehead usually by women); kumkum. குங்குமம் மஞ்சளிலிருந்து தயாரிக்கப்படுகிறது.

குச்சி பெ. 1: மெல்லிய கிளை; twig. வேப்ப மரத்திலிருந்து ஒரு குச்சியை ஒடித்து வந்து மாட்டை விரட்டினான்./ குச்சி போன்ற கை. [(தொ.சொ.) கட்டை/ கழி/ சுள்ளி/ தடி] 2: (சில வகை மரங்களிலிருந்து) மிகவும் மெல்லியதாக நறுக்கப்பட்ட சிறிய துண்டு; twig. வேலங்குச்சியினால் பல் விளக்கிக்கொண்டிருந்தார். 3: தீக்குச்சி; (safety) match. தீப்பெட்டியில் குச்சியே இல்லை. 4: காண்க: சிலேட்டுக் குச்சி.

குச்சி ஐஸ் பெ. (பே.வ.) தின்பண்டமாகும் (பல வண்ணங்களில் கிடைக்கும்) குச்சி செருகப்பட்ட இனிப்பான ஐஸ் கட்டி; ice lolly.

குச்சிக்கிழங்கு பெ. (வ.வ.) 1: பனங்கிழங்கு; edible shoot growing from palmyra seed. கிழவி வேகவைத்த குச்சிக் கிழங்கை விற்றுப் பிழைப்பு நடத்துகிறாள். 2: மரவள்ளிக் கிழங்கு; tapioca.

குச்சு பெ. ஓலையால் வேயப்பட்ட (குடிசையை விட) சிறிய அமைப்பு; a small hut with a thatched roof; shanty. குச்சு வீட்டுக்குக்கூட நாதியில்லாமல் இருக்கிறான்.

குச்சு ஒழுங்கை பெ. (இலங்.) குறுகலான மிகச் சிறிய சந்து; narrow lane. என் வீட்டின் எதிர்ப்புறம் உள்ள குச்சு ஒழுங்கையில்தான் அவன் வீடு இருக்கிறது.

குச்சுப்புடி பெ. (நாட்.) நாட்டிய நாடக மரபில் ஆந்திர மாநிலத்தில் தோன்றி முதலில் ஆண்களால் ஆடப் பட்ட, தற்போது பெண்களாலும் ஆடப்படும் நாட்டியம்; the dance-drama tradition originating in Andhra Pradesh, practised earlier by men and now by women too.

குச்சுமட்டை பெ. (வெள்ளை அடிப்பதற்கு ஏற்ற வகையில்) திரிதிரியாக நுனி நசுக்கப்பட்ட, ஒரு வகை மரத்தின் மட்டை அல்லது தாழை நார்; brush-like stick used in whitewashing.

குசலம் விசாரி வி. (விசாரிக்க, விசாரித்து) (அ.வ.) நலன் விசாரித்தல்; உசாவுதல்; enquire after one's health, welfare, etc., நண்பர்கள் சிறிது நேரம் குசலம் விசாரித்துவிட்டு வேறு விஷயம் பேச ஆரம்பித்தார்கள்.

குசினி பெ. (இலங்.) சமையல் அறை; kitchen. எந்த நேரமும் அம்மா குசினிக்குள்தான் இருப்பாள்.

குசு பெ. (த.வ.) ஆசனவாய் வழியாக வெளியேறும் (நாற்றமடிக்கும்) வாயு; the wind let out through anus.

குசுகுசு வி. (குசுகுசுக்க, குசுகுசுத்து) (பே.வ.) கிசுகிசுத் தல்; whisper (sth. into one's ears). அவன் காதில் என்ன குசுகுசுக்கிறாய்?

குசும்பல் பெ. (இலங்.) ஆரவாரம்; din and bustle. அந்தக் கூட்டத்தில் ஒரே குசும்பலாக இருந்தது./ எந்த நேரமும் மாணவர்கள் குசும்பல் செய்துகொண்டேயிருப்பார்கள்.

குசும்பு பெ. (பே.வ.) விஷமம்; mischief. குழந்தைகளின் குறும்பு மகிழ்ச்சி அளிக்கிறது. பெரியவர்களின் குசும்பு கோபத்தைத் தருகிறது.

குஞ்சட்டி பெ. (இலங்.) சிறிய மண் சட்டி; small earthenware. குஞ்சட்டிக்குள் பாலை உறை ஊற்றிவை./ எத்தனை பேருக்குக் காணும் என்று இந்தக் குஞ்சட்டிக்குள் கறி காய்ச்சினாய்?/ குஞ்சட்டிக்குள் தலைப்பாலைப் பிழிந்து வை.

குஞ்சம் பெ. 1: (பெரும்பாலும் பெண்களின் சடையில் இணைத்துத் தொங்கவிடும்) கயிற்றில் இணைக்கப் பட்ட நூல் கொத்து அல்லது துணிப் பந்து போன்ற அலங்காரப் பொருள்; tassel (mostly tied to the end of a woman's plaited hair). (பார்க்க, படம்) 2: (நெசவு) தறியிலிருந்து புடவை அறுத்ததும் அதன் பாவு இழைகளைச் சீராகச் சேர்த்து முடிந்த முடி; any of the several knots made by gathering threads of warp into a knot at the end of the saree after weaving is finished.

குஞ்சம்

குஞ்சலம் பெ. காண்க: குஞ்சம்.
குஞ்சாலாடு பெ. (அ.வ.) லட்டு; ball-shaped sweetmeat.

குஞ்சியப்பு பெ. (இலங்.) **சித்தப்பா;** father's younger brother or mother's younger sister's husband. குஞ்சியப்புத் தான் என்னைக் கல்லூரியில் படிப்பித்தார்./ குஞ்சியப்புவும் குஞ்சியாச்சியும் நாளை நம் வீட்டுக்கு வருகிறார்கள்.

குஞ்சியாச்சி பெ. (இலங்.) **சித்தி; சின்னம்மா;** mother's younger sister or father's younger brother's wife. குஞ்சியாச் சிக்கு என்மேல் ஆசை அதிகம்.

குஞ்சு பெ. 1: **(பறவைகள், மீன், பல்லி போன்ற சில பிராணிகளின் முட்டையிலிருந்து வெளிவரும்) இளம் உயிர்; (எலி, அணில் முதலிய சில இனங்கள் போடும்) குட்டி;** the young ones (of birds, fish, etc., that lay eggs or of some species such as mouse, squirrel). 2: (பே.வ.) (பெரும்பாலும் ஆண் குழந்தைகளைக் குறித்துப் பேசும் போது) **பிறப்புறுப்பு;** (male child's) genital organ.

குஞ்சுக்கடகம் பெ. (இலங்.) **பனை ஓலையால் செய்த சிறிய பெட்டி;** a small basket made of palmyra leaf. குஞ்சுக்கடகத்தில் வெங்காயம் கொண்டுவந்து தந்தாள்.

குஞ்சுக்கு வை வி. (வைக்க, வைத்து) (இலங்.) **அடை காக்க முட்டையை வைத்தல்;** keep egg for incubation. குஞ்சுக்கு வைக்க வேண்டும், நல்ல ஊர்முட்டையாகப் பார்த்து வாங்கிவா.

குஞ்சுகுருமான் பெ. (இலங்.) **வெவ்வேறு வயதில் உள்ள குழந்தைகள்;** a group of children of different ages. மண்டபத்துக்கு வெளியே குஞ்சுகுருமானெல்லாம் விளை யாடிக்கொண்டிருந்தது.

குஞ்சுகுளுவான் பெ. (பே.வ.) (பெரும்பாலும் பன்மை யில்) **வெவ்வேறு வயதில் உள்ள குழந்தைகள்;** a group of children of different ages; a gathering of kids. கல்யாண மண்டபம் குஞ்சுகுளுவான்களின் சத்தத்தால் அதிர்ந்தது.

குஞ்சுபொரி வி. (-பொரிக்க, -பொரித்து) **தேவையான சூடு உண்டாக்கி முட்டையிலிருந்து குஞ்சு வெளிவரச் செய்தல்;** hatch. கோழி நேற்றுதான் குஞ்சுபொரித்தது./ கோழிப் பண்ணைகளில் குஞ்சுபொரிக்கும் இயந்திரங் களைப் பயன்படுத்துகிறார்கள்.

குட்கா பெ. **(வாயில் அடக்கிக்கொள்வதால் லேசான விறுவிறுப்பு உணர்வைத் தரும்) ஒரு வகை வேல மரப் பட்டை, பாக்கு, புகையிலை, நீர்த்த சுண்ணாம்பு, பாரஃபின் மெழுகு, இனிப்புகள் ஆகியவை கலந்த, போதை தரும் (தடைசெய்யப்பட்ட) ஒரு கலவை;** a preparation of crushed areca nut, tobacco, slaked lime, paraffin wax and sweet flavorings as a stimulant; gutka. குட்கா வாய்ப்புற்றுக்குக் காரணமாகிறது.

குட்டம் பெ. (வ.வ.) **சிறிய மடு; குட்டை;** small pond. கோடையில் அனைத்து ஊர்களிலும் உள்ள குளம், குட்டை, ஊருணி, குட்டம், ஏந்தல் போன்ற நீர்நிலைகளில் தூர்வாரும் பணி நடைபெற்றது.

குட்டான்[1] பெ. (ஊரக வ.) **அளவில் சிறிய வைக்கோல் குவியல்;** small, circular stack of paddy straw. வயலில் கிடக்கும் பத்துக் குட்டான் வைக்கோலைக் கொண்டுவந்து கொல்லையில் போர் போட வேண்டும்.

குட்டான்[2] பெ. (இலங்.) **மிகவும் சிறிய ஓலைப் பெட்டி;** small basket. குட்டானில் இருந்த புழுவை எடுத்துத் தூண்டி லில் குத்தினான்.

குட்டி[1] பெ. 1: **(நாய், புலி போன்ற) பாலூட்டி இனத் தைச் சேர்ந்த சில விலங்குகளுக்கு அல்லது பாம்பு போன்றவற்றுக்குப் பிறக்கும் இளம் உயிர்;** the young ones (of certain mammals and certain reptiles.). ஆட்டுக் குட்டி/ யானைக் குட்டி/ நாய்க் குட்டி/ சிங்கக் குட்டி/ பாம்புக் குட்டி. 2: **சிறுமி;** little girl. இந்தக் குட்டிக்குப் பத்து வயது இருக்குமா? 3: (த.வ.) **இளம் பெண்;** young woman; chick. 4: (பே.வ.) **குழந்தைகளைப் பிரி யத்துடன் அழைப்பதற்குத் தனியாகவோ பெயருடன் இணைத்தோ பயன்படுத்தப்படும்** ஒரு **சொல்;** a word used by itself or in combination with a noun expressing endearment. 'ஏய் குட்டி, இங்கே வா' என்று குழந்தையை அவர் கூப்பிட்டார்./ மீனுக் குட்டி/ அருண் குட்டி.

குட்டி[2] பெ.அ. 1: **குறைந்த வயதுடைய; இளம்;** (while referring to a person) young or little (in age). குட்டி இள வரசன்/ குட்டிப் பையன்/ குட்டி யானை. 2: (பொருளைக் குறிக்கையில்) **(நீளம், அகலம், உயரம், பரப்பளவு ஆகியவற்றில்) சராசரியைவிடக் குறைந்த அளவுள்ள; சிறிய/(காலத்தைக் குறிக்கையில்) நேரம் குறைவான;** (while referring to things) less than average (in length, breadth, height, etc.,)/short (in duration). குட்டிக் கட்டில்/ குட்டி நகரம்/ குட்டித் தூக்கம்/ குட்டிக் கதை. 3: **சிக்கல் இல்லாத சிறிய; மிகத் தீவிரமாக இல்லாத;** simple; not very complicated. குட்டிக் கணக்கு/ குட்டிச் சண்டை/ குட்டிப் பிரச்சினை.

குட்டிக்கரணம் பெ. **(வேடிக்கை காட்டும் நோக்கத்தில்) தலையைத் தரையில் ஊன்றிக் கால்களைத் தலைக்கு மேலாக மறுபுறம் தூக்கிப்போட்டு விழுதல்;** somersault. குரங்கைக் குட்டிக்கரணம் அடிக்கவைத்துக் காசு வாங்கி னான்./ (உரு வ.) எந்த வேலை கொடுத்தாலும் செய்வேன் என்று முதலில் சொல்லிவிட்டு இப்போது குட்டிக்கரணம் போடுகிறாயே!/ (உரு வ.) நீ என்னதான் குட்டிக்கரணம் போட்டாலும் வீட்டை நான் உனக்கு விற்பதாக இல்லை.

குட்டிச்சாத்தான் பெ. 1: **பில்லிசூனிய வித்தைகளில் அழைக்கப்படும் தீய சக்தி;** imp. 2: **குறும்பு செய்யும் குழந்தைகளைச் செல்லமாக அழைக்க அல்லது கடிந்து கொள்ளப் பயன்படும் ஒரு சொல்;** imp. கண்ணாடியை உடைத்தது இந்தக் குட்டிச்சாத்தானாகத்தான் இருக்கும்.

குட்டிச்சுவர் பெ. 1: **இடிந்துபோய் உபயோகமற்றதாக இருக்கும் சிறு சுவர்;** dilapidated wall. குட்டிச்சுவர் அரு கில் கழுதை நிற்கிறது. 2: **சீரழிவு;** ruin. அவன் இப்படிக் குட்டிச்சுவராகப் போனதற்குக் காரணமே குடிப் பழக்கம் தான்./ இப்போதாவது திருத்திக்கொண்டால் நல்லது, இல்லை என்றால் எல்லாம் குட்டிச்சுவர்தான்.

குட்டித்தாய்ச்சி பெ. (இலங்.) **சினைப்பட்ட ஆடு;** pregnant goat. குட்டித்தாய்ச்சியை அவிழ்த்து நிழலில் கட்டு./ குட்டித்தாய்ச்சிக்குப் பலாச் சக்கையைப் போடாதே.

குட்டிபோடு வி. (-போட, -போட்டு) 1: **(மாடு, ஆடு, யானை முதலிய பாலூட்டி வகையைச் சேர்ந்த விலங்கு கள்) குட்டி ஈனுதல்;** (of mammals) calve. குட்டிபோட்ட பூனை மாதிரி வீட்டைச் சுற்றிச்சுற்றி வருகிறான். 2:

(இலங்.) (வாழை) கன்று தோன்றுதல்; (of a banana plant) sprout; ratoon. வாழை எத்தனை குட்டிபோட்டிருக்கிறது?

குட்டிவை பெ. (-வைக்க, -வைத்து) (வரம்பு மீறும் ஒருவரின் செயல்பாட்டை) அடக்கிவைத்தல்; கட்டுப்படுத்துதல்; control (s.o. who exceeds his or her limit). அவன் அதிகமாகத் துள்ளுகிறான், கொஞ்சம் குட்டிவைத்தால்தான் சரிப்படுவான்./ வீட்டில் அவன் செய்யும் அட்டகாசம் தாங்க முடியவில்லை. அப்பாவிடம் சொல்லிக் குட்டிவைக்க வேண்டும்.

குட்டு[1] வி. (குட்ட, குட்டி) மடக்கிய விரல் முட்டியால் (தலையில்) குத்துதல் அல்லது (தலையின் பக்கவாட்டில்) தட்டுதல்; rap with the knuckles (on the head) or tap (on the temples). வீட்டுக்கணக்கு செய்துகொண்டு வராத மாணவனின் தலையில் ஆசிரியர் ஓங்கிக் குட்டினார்./ பிள்ளையார் கோயில் முன் நின்று தலையில் குட்டிக்கொண்டு தோப்புக்கரணம் போடாமல் அவர் போவதில்லை. [(தொ.சொ.) அழுத்து/ ஒற்று/ கிள்ளு/ தட்டு/ தடவு/ நீவு/ பிசை/ பிடி]

குட்டு[2] பெ. (வெளிப்பட்டுவிடக்கூடிய) தவறான செயல்; deceit. அமைச்சரின் செயலாளர் என்று கூறி வங்கியில் கடன் வாங்கினார். பிறகு குட்டு வெளிப்பட்டுக் கைதானார்.

குட்டை[1] பெ. (-ஆக, -ஆன) (சராசரியைவிட அல்லது எதிர்பார்த்ததைவிட) உயரத்தில் குறைவு; shortness; shorter (than average or expected). பையன் சற்றுக் குட்டைதான்/ குட்டையான மரம்.

குட்டை[2] பெ. குறைந்த அளவில் நீர் தேங்கிக் கிடக்கும் இடம்; (கரை இல்லாத) ஆழமற்ற குளம்; (shallow) pond; pool. ஆடுமாடுகள் இந்தக் குட்டையில் தண்ணீர் குடிக்க வரும்./ கழிவுநீர்க் குட்டை. [(தொ.சொ.) ஏரி/ கடல்/ குளம்/ பெருங்கடல்]

குட்டை[3] பெ. (இலங்.) கைக்குட்டை; kerchief. கையில் வைத்திருந்த குட்டை தரையில் விழுந்தது./ குட்டையால் முகத்தைத் துடைத்துக்கொண்டாள்.

குட்டையைக் குழப்பு வி. (குழப்ப, குழப்பி) (நிலைமையில் தெளிவு ஏற்படுத்துவதற்குப் பதிலாக) குளறுபடி செய்தல்; add to the confusion; muddle up. ஏற்கனவே இங்கே எல்லாம் குழப்பமாக இருக்கிறது, மேலும் குட்டையைக் குழப்பாதே!

குடக்கூலி பெ. (வ.வ.) (குடியிருக்கும்) வீட்டுக்குத் தரும் வாடகை; house rent.

குடங்கு வி. (குடங்க, குடங்கி) (இலங்.) ஒடுங்குதல்; வளைதல்; be curled up. தாத்தா மார்கழிக் குளிர் பொறுக்க முடியாமல் கட்டிலில் குடங்கிக்கொண்டு படுத்திருக்கிறார்.

குடங்கை பெ. (ஊரக வ.) (வைக்கோல் குறித்து வரும்போது) இரண்டு கைகளாலும் அணைத்து எடுத்துவரக் கூடிய அளவு; mass of paddy straw or similar things that can be held using both hands which is treated as a unit. ஒரு கட்டு வைக்கோல் தின்னும் மாட்டுக்கு ஒரு குடங்கை போட்டால் அது எப்படிக் கறக்கும்?

குடதீபம் பெ. (ஊரக வ.) காண்க: குடவிளக்கு.

குடம் பெ. 1: (நீர் வைத்துக்கொள்ளவும் எடுத்துவரவும் பயன்படுத்தும்) குவிந்த கீழ்ப்பகுதியும் குறுகிய கழுத்துப் பகுதியும் உடைய (மண், உலோகம் முதலியவற்றால் ஆன) பாத்திரம்; pot (with round bottom and short neck for keeping or fetching water). குடத்தில் ஓட்டை விழுந்துவிட்டது. (பார்க்க, படம்) 2: வண்டிச் சக்கரத்தை அச்சாணியில் பொருத்துவதற்கு உரிய துளை உள்ளதும் ஆரங்களைத் தாங்கியுள்ளதுமான உருளை வடிவப் பகுதி; hub (of a wheel). (பார்க்க, படம்: கட்டை வண்டி) 3: (கோட்டுவாத்தியம், வீணை, தம்பூரா முதலிய இசைக் கருவிகளில்) உருண்டையான, உள்ளீடற்ற பகுதி; gourd-like part (in certain musical instruments). வீணைக் குடம். (பார்க்க, படம்: வீணை)

குடம்

குடமிளகாய் பெ. நீளம் குறைந்த, சற்றுப் பருமனான, காரம் இல்லாத ஒரு வகை மிளகாய்; capsicum; bell pepper. கடற்கரையில் குடமிளகாய் பஜ்ஜி விற்றுக்கொண்டிருந்தார்கள்.

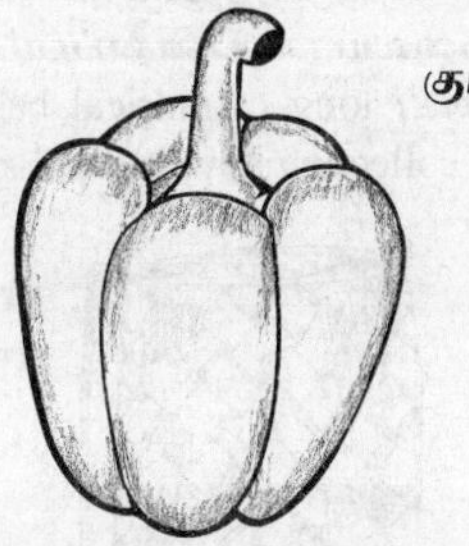

குடமிளகாய்

குடமுழுக்கு பெ. புதிய கோயில்களுக்கு அல்லது புனரமைத்த கோயில்களுக்கு அவற்றின் கலசங்களில் புனித நீர் ஊற்றிச் செய்யப்படும் சடங்கு; கும்பாபிஷேகம்; consecration ceremony for newly constructed or renovated temples in which sanctified water is poured over the crown of towers and of other structures.

குடல் பெ. இரைப்பையிலிருந்து வரும் உணவில் உள்ள சத்தை உறிஞ்சி இரத்தத்தில் சேர்த்தல், கழிவுகளை மல வாய்க்கு அனுப்புதல் ஆகிய செயல்களைச் செய்யும் நீண்ட குழல் போன்ற உறுப்பு; bowel; intestine.

குடல்தட்டு வி. (-தட்ட, -தட்டி) (பே.வ.) (பெரும்பாலும் குழந்தைகளுக்கு) (வயிற்றில் குடல் அதன் நிலையான இடத்திலிருந்து சற்று விலகி இருக்கும்போது) வயிற்றைக் கையால் தடவிவிட்டுக் குடல் பிறழ்வை ஒழுங்குபடுத்துதல்; push the bowels into place by massaging.

குடல் நடுக்கம் பெ. (இலங்.) காண்க: குலைநடுக்கம்.

குடல்புண் பெ. உணவுக் குழல், இரைப்பை, குடல் முதலியவற்றில் ஏற்படும் புண்; ulcer in the stomach.

குடல்வால் பெ. பெருங்குடலின் வலது புறத்தில் கீழ்ப் பகுதியில் பிறை வடிவில் காணப்படும் மிகச் சிறிய உறுப்பு; appendix.

குடல்வால் அழற்சி பெ. குடல்வால் தொற்றுக்கு உள்ளாவதால் ஏற்படும் உடல்நலக் குறைவு; appendicitis. முற்றிய குடல்வால் அழற்சிக்கு அறுவைச் சிகிச்சைதான் ஒரே வழி.

குடலியல் பெ. (பு.வ.) (உணவு மண்டலத்தின் பகுதியாக அமையும்) வயிறு, குடல் போன்ற உறுப்புகள் தொடர்பான நோய்களைப் பற்றி ஆராயும் மருத்துவத் துறை; gastro-enterology.

குடலிறக்கம் பெ. வயிற்றின் உள்ளுறுப்புகளைத் தாங்கியிருக்கும் தசை கிழிந்து அதன் வழியே குடல் சிறு அளவில் இறங்கியிருத்தல்; hernia.

குடலுறிஞ்சி பெ. உணவிலிருந்து சத்துகளை உறிஞ்சுவதற்காகச் சிறுகுடலில் பெரும் எண்ணிக்கையில் மெல்லியதாக அமைந்திருக்கும் விரல் வடிவ நீட்சி; villus.

குடலேற்றம் பெ. (குழந்தைகளுக்கு) குடலின் கீழ்ப் பகுதி மேல்பகுதிக்குள் சென்று அடைப்பை ஏற்படுத்தும் ஆபத்தான நிலை; a medical condition in which the distal portion of the intestine goes into the proximal portion causing obstruction (in children).

குடலை¹ பெ. (ஊரக வ.) (பூக்களைப் பறித்துப் போட்டுக் கொள்ள) ஓலையால் பின்னப்பட்ட நீள் உருண்டை வடிவக் கூடை; long cylindrical basket made of plaited palm leaf (for collecting flowers). பூக் குடலை.

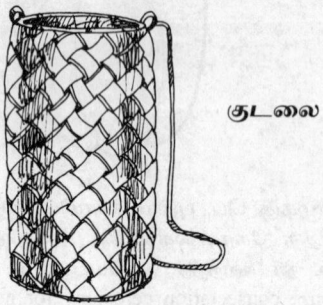

குடலை

குடலை² பெ. (ஊரக வ.) (மழைக்குத் தலையோடு உடம்பில் போட்டுக்கொள்ள) தென்னங்கீற்றுகளை இரண்டாக மடித்து, இரண்டு ஓரங்களையும் இணைத்து ஓடம்போல் பின்னியிருக்கும் அமைப்பு; shelter for rain made by doubling a plaited coconut frond and sewing its edges together. குடலையின் மடித்திருக்கும் பக்கம் தலையில் இருக்குமாறு போட்டுக்கொள்.

குடலைப்பிடுங்கு வி. (-பிடுங்க, -பிடுங்கி) 1: (பசி) வயிற்றைக் கடுமையாகப் பாதித்தல்; (of hunger) pinch the bowels. குடலைப்பிடுங்கும் பசி, கண்ணைத் திறக்க முடியவில்லை. 2: (வயிற்றைப் புரட்டி) வாந்தியெடுக்கும் உணர்வு ஏற்படுதல்; be nauseous. பிண நாற்றம் குடலைப் பிடுங்குகிறது.

குடவண்டிபோடு வி. (-போட, -போட்டு) (வ.வ.) (பெரும்பாலும் மாட்டு வண்டி) குடை சாய்தல்; overturn.

குடவரைக் கோயில் பெ. காண்க: குடைவரைக் கோயில்.

குடவிளக்கு பெ. 1: மணவறையில் தென்கிழக்கு மூலையில் குடத்தின் மேல் வைக்கப்படும் விளக்கு; a lighted lamp placed over a pot in the south-east corner of the wedding stage. 2: (ஊரக வ.) (உற்சவமூர்த்தி புறப்பாட்டின்போது) சிறிய செம்பின் மேல் ஏற்றி, சுவாமிக்கு முன் இடவலமாகச் சுற்றப்படும் விளக்கு; lamp on top of a brass vessel waved left to right in a circle before the deity at procession. அம்பாளுக்குக் குடவிளக்கு காட்டியதும் கருவறைக்குக் கொண்டுசென்றார்கள்.

குடவோலை முறை பெ. (முற்காலத்தில்) பெயர் எழுதிய ஓலை நறுக்குகளைக் குடத்தில் போட்டுக் குலுக்கி எடுப்பதன் மூலம் கிராம நிர்வாக உறுப்பினர்களைத் தேர்ந்தெடுக்கும் முறை; (in former times) a method of selecting members for the village council in which pieces of palmyra leaf with names of eligible candidates are put into a pot for selection by draw.

குடற்புழு பெ. குடலில் இருந்துகொண்டு உணவில் உள்ள சத்துகளை உறிஞ்சி வாழும் உயிரினம்; worm (found) in the intestine. வயிற்றில் குடற்புழு இருக்கும் என்று நினைக்கிறேன். அதனால்தான் உன் மகன் இப்படி இளைத்துவிட்டான்.

குடாநாடு பெ. (இலங்.) தீபகற்பம்; peninsula. யாழ்ப் பாணக் குடாநாடு.

குடி¹ வி. (குடிக்க, குடித்து) 1: (பானத்தையோ திரவ உணவையோ வாய் வழியாக) உட்கொள்ளுதல்; take (liquid food); drink. மருத்துவர் கஞ்சி மட்டும்தான் குடிக்கச் சொல்லியிருக்கிறார்./ கன்றுக்குட்டி முட்டிமுட்டிப் பால் குடிக்கிறது. [(தொ.சொ.) அருந்து/ இரையெடு/ உண்/ சாப்பிடு/ தின்/ தீனி எடு] 2: மது அருந்துதல்; drink alcohol. அவர் குடித்திருக்கிறார் என்பது நன்றாகத் தெரிகிறது. 3: உறிஞ்சுதல்; absorb (ink, etc.,). இந்தத் தாளில் எழுத வேண்டாம், இது நிறைய மை குடிக்கிறது./ வடை எவ்வளவு எண்ணெய் குடித்திருக்கிறது பார்! 4: (கார், பேருந்து போன்ற வாகனங்கள் பெட்ரோல் போன்ற வற்றை) அளவுக்கு அதிகமாகப் பயன்படுத்திக்கொள்ளுதல்; (of vehicles) consume more fuel than necessary. என் கார் மிக அதிகமாகப் பெட்ரோல் குடிக்கிறது. 5: (திரவம் அல்லாதவற்றைக் குறிப்பிடும்போது) (பீடி, சுருட்டு முதலியன) புகைத்தல்; smoke (cigarette, etc.,). சிறு வயதிலேயே சிகரெட் குடிக்க ஆரம்பித்துவிட்டாயா?

குடி² பெ. 1: (மதுபானம்) குடித்தல் அல்லது குடிக்கும் பழக்கம்; act of drinking or habit of drinking (alcohol). அவனுக்குக் குடிப் பழக்கம் கிடையாது./ குடிக்கு அடிமை யாகி வாழ்க்கையை அழித்துக்கொண்டவர்கள் அநேகம். 2: மதுபானம் குடிப்பதால் ஏற்படும் போதை; intoxication. குடியில் ஏதாவது உளறுவான்.

குடி[3] பெ. **1: குடிமகன்; பிரஜை;** citizen; subject(s). *குடிகளின் நலனே அரசின் நோக்கமாக இருக்க வேண்டும்./ குடிகளின் குறைகள் நீங்காவிட்டால் புரட்சி ஏற்படும்.* **2: குடும்பம்;** family. *குடி கெடுத்தவன் என்ற பெயர் வாங்காதே!* **3:** *(உ.வ.)* **குலம்;** clan. *ஆதிவாசிகள் ஒரு நாட்டின் மூத்த குடிகளாக இருக்கலாம்./ சோழர் குடிக்கு இழுக்கு வந்துவிடக் கூடாது என்பதில் ராஜராஜ சோழன் கவனமாக இருந்தான்.* **4: குடித்தனம்;** tenant. *இந்த வீட்டில் எட்டுக் குடிகள்.*

குடிக்கூலி பெ. காண்க: **குடக்கூலி.**

குடிகாரன் பெ. **(அளவுக்கு மிஞ்சி) மதுபானம் குடிப்பவன்;** drunkard; alcoholic.

குடிகொள் வி. *(-கொள்ள, -கொண்டு)* **(கோயிலில் தெய்வம் அல்லது மனத்தில் எண்ணம், நினைவு ஆகியவை) நிலையாகத் தங்குதல்;** (of deity) dwell; (of thought, memory, etc.,) occupy (one's mind). *குன்றில் குடிகொண்ட முருகன்/ விவரிக்க முடியாத துயரம் மனத்தில் குடிகொண்டிருப்பதை அவரது பேச்சு வெளிப்படுத்தியது./ அவளிடம் ஒரு குழந்தைத்தனம் குடிகொண்டிருக்கக் காணலாம்.*

குடிசை பெ. **அதிக உயரம் இல்லாத மண் சுவரின் மேல் ஓலையால் வேயப்பட்ட கூரை உடைய சிறு வீடு;** hut. [*(தொ.சொ.)* அரண்மனை/ பங்களா/ மாளிகை/ வீடு]

குடிசைத்தொழில் பெ. **மின்சாரத்தையும் இயந்திரங்களையும் பயன்படுத்தாமல் வீட்டிலேயே செய்யப்படும் சிறு தொழில்;** cottage industry. *காளான் வளர்ப்பு ஒரு குடிசைத்தொழிலாகச் செய்யப்படுகிறது.*

குடித்தனக்காரர் பெ. **வீட்டில் வாடகைக்குக் குடியிருப்பவர்;** tenant.

குடித்தனப்படு வி. *(-பட, -பட்டு) (இலங்.)* **(ஒருவர்) திருமணம் செய்துகொண்டு இல்வாழ்க்கை நடத்துதல்;** enter married life. *அவர் வயது குறைந்தவர் என்றாலும் குடித்தனப்பட்டுவிட்டார்./ இளம் வயதில் குடித்தனப்பட்டு இரண்டு குமருகளைப் பெற்றதுதான் மிச்சம் என்று அத்தை அலுத்துக்கொண்டார்.*

குடித்தனம் பெ. **1: குடும்ப வாழ்க்கை;** domestic life. *குறைந்த வருவாயில் குடித்தனம் நடத்துவதில் உள்ள சிரமங்கள்.* **2: வாடகைக்குக் குடியிருப்பு;** state of being a tenant; tenant. *இந்த வீட்டில் மூன்று குடித்தனங்கள் உண்டு.*

குடித்தொகை பெ. *(இலங்.)* **மக்கள்தொகை;** population.

குடிநபர் பெ. *(பு.வ.)* காண்க: **குடிமகன்.**

குடிநிலம் பெ. *(இலங்.)* **(ஒருவரின் வீட்டை ஒட்டி) வேலிக்குள் இருக்கும் நிலப் பகுதி;** land adjacent to one's house. *குடிநிலத்துக்குள் செத்த மிருகங்களைத் தாக்கக் கூடாது./ குடிநிலத்துக்குள் இருந்த அரச மரத்தைத் தறித்து விட்டோம்.*

குடிநீர் பெ. **1: மனிதர்கள் குடிப்பதற்கு ஏற்ற தண்ணீர்;** drinking water. **2: கஷாயம்;** (herbal) decoction. *உடம்பு அலுப்பாக இருந்தால் குடிநீர் போட்டுக் குடி./ நிலவேம்புக் குடிநீர்.*

குடிநோய் பெ. *(பு.வ.)* **(ஒருவர்) விட முடியாமல் தொடர்ந்தும் மிகுதியாகவும் மது அருந்துவதால் வரும் நோயுற்ற நிலை;** alcoholism.

குடிநோயாளி பெ. *(பு.வ.)* **தொடர்ந்தும் மிகுதியாகவும் மது அருந்தியதால் (அந்தப் பழக்கத்தைக் கைவிட முடியாத அளவுக்கு) நோயாளி ஆனவர்;** alcoholic.

குடிப்பனவு தின்பனவு பெ. *(இலங்.)* **(இயல்பான உறவுமுறையின் வெளிப்பாடாக ஒருவர் வீட்டில்) (பானம்) அருந்துவதும் (உணவு) உண்பதும்;** partaking of a meal or a drink (of a beverage); eating a shared meal with s.o. *மகன் தான் விரும்பிய இடத்தில் எங்களுக்குத் தெரியாமல் கலியாணம் செய்துவிட்டான். ஆகையால் நாங்கள் அவன் வீட்டில் குடிப்பனவு தின்பனவு இல்லை.*

குடிப்பிறப்பு பெ. **ஒருவர் பிறந்த (உயர்) குடி;** ancestry; (noble) lineage.

குடிபடை பெ. *(ஊரக வ.)* **(பழங்காலத்தில்) கிராமத்தில் மிராசுதாரர்களைச் சார்ந்து இருந்த விவசாயத் தொழிலாளர்கள், கொல்லர், தச்சர் போன்றவர்களைக் குறிக்கும் பொதுச்சொல்;** collective name for farm-hands and artisans dependent on landlords of a village in the past.

குடிபுகு வி. *(-புக, -புகுந்து)* **(ஒரு வீட்டில்) வசிக்கத் தொடங்குதல்;** move to a new home. *வீடு வாடகைக்கு எடுத்து நல்ல நாளில் குடிபுகுந்தோம்./ வீட்டைக் கட்டிக் குடிபுகுவதற்குள் இரண்டு ஆண்டுகள் ஆகிவிட்டது.*

குடிபெயர் வி. *(-பெயர, -பெயர்ந்து)* **ஓர் இடத்தை விட்டு வேறொரு இடத்துக்கு வாழச் செல்லுதல்;** migrate. *நிலத்தை இழந்த விவசாயிகள் நகர்ப்புறத்திற்குக் குடிபெயர்ந்துவிடுகிறார்கள்.*

குடிபோ வி. *(-போக, -போய்)* **1: குடிபுகுதல்;** move into (a new house). *அவர்கள் அந்த வீட்டுக்குக் குடிபோய் ஐந்து நாட்கள்தான் ஆகிறது.* **2:** *(அ.வ.)* காண்க: **குடிபெயர்.**

குடிபோதை பெ. **(அளவுக்கு அதிகமாக) மது அருந்துவதால் ஏற்படும் சுயநினைவற்ற நிலை;** state of being drunk; drunkenness. *குடிபோதையில் வாகனங்களை ஓட்டுவது சட்டப்படி குற்றமாகும்.*

குடிமக்கள் பெ. **(பிறப்பினால் அல்லது சட்டப்படி) ஒரு நாட்டில் வாழ்வதற்குக் குடியுரிமை உடைய மக்கள்;** citizens; subjects.

குடிமகன் பெ. **குடிமக்களில் ஒருவர்;** citizen. *ஒவ்வொரு மாணவனும் நல்ல குடிமகனாக உருவாக வேண்டும்.*

குடிமராமத்து பெ. **கிராமத்தில் உள்ள வாய்க்கால், வடிகால் போன்ற பாசன அமைப்புகளுக்கு ஆண்டுதோறும் செய்ய வேண்டிய பராமரிப்புப் பணிகளை உள்ளூர் மக்களே ஒன்றுசேர்ந்து மேற்கொள்வதற்கான ஏற்பாடு;** an arrangement in a village for the local people to undertake the annual maintenance work of its channels and drains. *பொதுவாகக் குடிமராமத்துப் பணி கோடையில் நடக்கும்.*

குடிமனை பெ. *(இலங்.)* **வீடுகள்;** houses. *இந்தக் கிராமத்தில் குடிமனை அதிகம் இல்லை./ என்ன! இந்த ஊரில் கண்ணுக்கெட்டிய தூரம் குடிமனை எதுவும் இல்லையே?*

குடிமுழுகு வி. *(-முழுக, -முழுகி) (பெரும்பாலும் எதிர்மறைத் தொனியில்)* **கேடு விளைதல்; நாசம் ஏற்படுதல்; நஷ்டம் ஏற்படுதல்;** be lost; be desperate. *ஒரு வேளை சாப்பிடாவிட்டால் குடிமுழுகி விடாது!/ அப்படி என்ன குடிமுழுகிப் போகிற அவசரம்?*

குடிமை பெ.அ. **ஒரு நாட்டில் உள்ள மக்கள் சார்ந்த;** civil.

குடிமை உரிமை பெ. **(சட்டத்தால் சமமாக மதிக்கப்பட வேண்டும், கருத்துச் சுதந்திரம், மதச் சுதந்திரம்**

குடிமைச் சமூகம் 412

போன்று) ஒரு சமூகத்தின் மக்கள் அனைவருக்கும் உள்ள அடிப்படை உரிமைகள்; civil rights.

குடிமைச் சமூகம் பெ. ஒரு சமூகமாகப் பார்க்கப்படும் நாட்டு மக்கள்; civil society.

குடிமைப் பணி பெ. நாட்டின் பொது நிர்வாகம், சட்டம் ஒழுங்கு பாதுகாத்தல் போன்ற உயர் பொறுப்புகளை மேற்கொள்ளும் மத்திய அரசுப் பணி; civil service. இந்திய குடிமைப் பணிக்கான தேர்வுபற்றிய அறிவிப்பு நேற்றைய செய்தித்தாளில் வந்துள்ளது.

குடிமைப் பொருள் பெ. அன்றாட வாழ்க்கைக்குத் தேவையான (அரிசி, எண்ணெய் போன்ற) பொருள்கள்; civil supplies.

குடிமையியல் பெ. குடிமக்களின் உரிமைகள், கடமைகள், பொறுப்புகள் ஆகியவற்றைப் பற்றியும் அரசின் செயலமைப்புப் பற்றியும் பள்ளியில் கற்பிக்கப்படும் ஒரு பாடப் பிரிவு; civics. தற்கால அரசியல் பற்றிய செய்திகள் குடிமையியலில் கொடுக்கப்பட வேண்டும்.

குடியமர் வி. (-அமர, -அமர்ந்து) குடியேறுதல்; leave one's place and settle in another place or country; immigrate. எங்கள் முன்னோர்கள் நூறு ஆண்டுகளுக்கு முன் குஜராத்திலிருந்து வந்து தமிழகத்தில் குடியமர்ந்தார்கள்./ இந்தியாவிலிருந்து அமெரிக்கா சென்று குடியமர்ந்தவர்களுக்கு இரட்டைக் குடியுரிமை வழங்கப்படுமா?

குடியமர்த்து வி. (-அமர்த்த, -அமர்த்தி) (ஓர் இடத்தில்) தங்கவைத்து வாழச்செய்தல்; குடியேற்றுதல்; settle (s.o. in a place or country). புயலால் வீடு இழந்தவர்கள் அகதிகள் முகாமில் தற்போது குடியமர்த்தப்பட்டுள்ளனர்.

குடியரசு பெ. அனைத்து அதிகாரங்களும் மக்களுக்கே என்ற அடிப்படையில் உருவாக்கப்படும் அரசியல் அமைப்பு; republic.

குடியரசுத் தலைவர் பெ. (இந்தியாவில்) மாநிலங்களின் சட்டமன்றங்கள், நாடாளுமன்றம் ஆகியவற்றின் உறுப்பினர்கள் தேர்ந்தெடுக்கும் அல்லது (சில நாடுகளில்) மக்களே நேரடியாகத் தேர்ந்தெடுக்கும் நாட்டின் தலைமை நிர்வாகி; President (of a republic) .

குடியரசுத் தலைவர் ஆட்சி பெ. (இந்தியாவில்) அரசியல் சட்டப்படியான அமைப்பு ஒரு மாநிலத்தில் செயலிழக்கும்போது அதன் நிர்வாகத்தைக் குடியரசுத் தலைவர் தானே மேற்கொண்டு நேரடியாகச் செலுத்தும் ஆட்சி; the assumption of the functions of a state government by the President of India during failure of constitutional machinery in that State.

குடியரசுத் துணைத்தலைவர் பெ. (இந்தியாவில்) நாடாளுமன்றம், மாநிலங்களின் சட்டமன்றங்கள் ஆகியவற்றின் உறுப்பினர்கள் தேர்ந்தெடுக்கும் அல்லது (சில நாடுகளில்) மக்களே நேரடியாகத் தேர்ந்தெடுக்கும் நாட்டின் துணைத் தலைமை நிர்வாகி; Vice-President (of a republic).

குடியாட்சி பெ. காண்க: மக்களாட்சி.

குடியானவன் பெ. பயிர்த் தொழில் செய்பவன்; விவசாய வேலை செய்பவன்; farmer; farm labourer.

குடியிரு வி. (குடியிருக்க, குடியிருந்து) (ஒரு வீட்டில்) வாழ்க்கை நடத்துதல்; (ஓர் ஊரில் அல்லது ஊரின் பகுதியில்) வசித்தல்; take up residence (in a house); live (in a place). நாங்கள் இன்னமும் வாடகை வீட்டில்தான் குடியிருக்கிறோம்./ இங்கு வருவதற்கு முன்பு நாங்கள் மதுரையில் குடியிருந்தோம்./ நாங்கள் மயிலாப்பூரில் பத்து ஆண்டுகள் குடியிருந்தோம். [(தொ.சொ.) இரு/ உறை/ தங்கு/ வசி/ வாழ்]

குடியிருப்பு பெ. 1: வசிப்பதற்காக (பெரும்பாலும்) ஒரே மாதிரியாகக் கட்டப்பட்ட வீடுகளின் தொகுப்பு; வீடுகள் கொண்ட பகுதி; group of flats; residential houses; colony. சென்னைப் புறநகர்ப் பகுதியில் பல பெயர்களில் பல குடியிருப்புகள் இருக்கின்றன./ எங்கள் குடியிருப்பின் பெயர் 'குறிஞ்சி'. 2: ஓர் இனத்தவர் அல்லது ஒரே தேசத்தைச் சார்ந்தவர் தமக்கென்று இருப்பிடங்கள் அமைத்துக்கொண்டு வாழும் பகுதி; settlement. பழங்குடி மக்கள் குடியிருப்பு/ இலங்கை அகதிகள் குடியிருப்பு.

குடியுரிமை பெ. 1: ஒரு நாட்டில் ஒருவர் வாழ்வதற்கான உரிமை; citizenship. மக்களின் குடியுரிமையை மதிக்க வேண்டிய கடமை அரசுக்கு உண்டு. 2: அந்நிய நாட்டில் பிறந்தவர் ஒரு நாட்டின் குடிமகனாக வாழ்வதற்கு அந்த நாட்டின் அரசு அளிக்கும் உரிமை; citizenship.

குடியெழுப்பு வி. (-எழுப்ப, -எழுப்பி) (இலங்.) வாழும் இடத்தை விட்டு மக்களை வேறு இடத்துக்குப் போகச் செய்தல்; evacuate. ராணுவத்தினர் மக்களைக் கிராமத்தை விட்டுக் குடியெழுப்பினார்கள்.

குடியெழும்பு வி. (-எழும்ப, -எழும்பி) (இலங்.) வாழும் இடத்தை விட்டு மக்கள் வேறு இடத்துக்குப் போதல்; (of people) move out (to another place); be displaced.

குடியேற்றம் பெ. 1: ஒரு நாடு அதிகாரத்தின் மூலம் மற்றொரு நாட்டைக் கைப்பற்றித் தன்னுடைய கட்டுப்பாட்டின் கீழ்க் கொண்டுவந்து தன்னுடைய மக்களை அங்கே வசிக்க வைக்கும் நடவடிக்கை/மேற்குறிப்பிட்ட நடவடிக்கையின் மூலம் கைப்பற்றிய நாடு; colonization/colony. ஐரோப்பிய நாடுகளின் குடியேற்றத்தினால் பல ஆசிய நாடுகள் தங்கள் வளங்களை இழந்தன./ ஆங்கிலேயக் குடியேற்றங்களில் ஒன்றாக இந்தியா இருந்தது. 2: ஒரு நாட்டில் குடியேறி நிரந்தரமாக வசிக்க மேற்கொள்ளும் செயல்பாடு/மேற்குறிப்பிட்ட முறையில் குடியேறிய மக்கள் பெருமளவில் வசிக்கும் பகுதி; immigration/settlement. ஆஸ்திரேலியா, கனடா போன்ற நாடுகளில் இந்தியர்களின் குடியேற்றம் அதிகரித்திருக்கிறது./ இலங்கையின் துறைமுகப் பகுதிகளில் அராபியர் குடியேற்றங்கள் இருந்ததற்கான சான்றுகள் உண்டு./ காஸா பகுதியில் இஸ்ரேலியக் குடியேற்றங்கள். 3: (பெரும்பாலும் பெயரடையாக) (ஒரு நாட்டில்) குடியேற விரும்பும் மக்களின் வருகை, அங்கீகாரம் போன்றவை குறித்த சட்டம் மற்றும் அதிகாரபூர்வ அரசுச் செயல்பாடுகள் தொடர்பானது; immigration. கனடா நாட்டுக்கு வரும் பயணிகளின் எண்ணிக்கை அதிகரித்திருப்பதால் குடியேற்ற அதிகாரிகளின் சோதனைகள் முடிந்து வெளியே வரப் பல மணி நேரம் விமான நிலையத்தில் காத்துக்கிடக்க வேண்டியுள்ளது./ குடியேற்றத் துறை/ பிரிட்டிஷ் குடியேற்ற விதிகள் அண்மையில் திருத்தியமைக்கப்பட்டுள்ளன.

குடியேற்று வி. (குடியேற்ற, குடியேற்றி) **(ஒரு நாட்டில் மக்களைக் கொண்டுவந்து) நிரந்தரமாக வாழச்செய்தல்;** colonize; settle. பாலஸ்தீனப் பகுதிகளில் இஸ்ரேல் அரசு மக்களைக் குடியேற்றுகிறது என்ற குற்றச்சாட்டை இஸ்ரேல் மறுத்தது.

குடியேறு வி. (குடியேற, குடியேறி) **1: (தம் நாட்டை விட்டு அல்லது வசிக்கும் பகுதியை விட்டு வேறொரு நாட்டுக்கு அல்லது பகுதிக்குச் சென்று) நிலையாகத் தங்குதல்;** emigrate; move to another country, town, etc.,; migrate. அவர் அமெரிக்காவில் குடியேறிவிட்டார்./ கிராம மக்கள் வறட்சியின் காரணமாக நகரங்களில் குடியேறுகின்றனர். **2: (வீட்டில்) குடிபுகுதல்;** move in; occupy; dwell. இந்த வீட்டில் இன்னும் யாரும் குடியேறவில்லை./ (உரு வ.) அவளுடைய கண்களில் சோகம் குடியேறியிருந்தது.

குடில் பெ. **1:** (உ.வ.) **(முற்காலத்தில் முனிவர் போன்றோர் தங்கும்) குடிசை;** (formerly) hut (of hermits). **2: (குடிசை போன்ற அமைப்பில் கட்டப்பட்ட) பயணிகள் விடுதி;** (holiday) cottage (for tourists). கன்னியாகுமரியில் கடலோரத்தில் குடில்கள் கட்டத் திட்டம். **3:** (கிறித்.) **கிறிஸ்துமஸ் பண்டிகையை ஒட்டி வீடுகளில் இயேசு பிறந்த தொழுவத்தைச் சித்தரிக்கும் அமைப்பு;** (Christmas) crib.

குடிவரவு பெ. (இலங்.) **குடியேற்றம்;** immigration.

குடிவா வி. (குடிவர, குடிவந்து) **(காலியாக இருக்கும் வீட்டுக்கு அல்லது புதிய வீட்டுக்கு) வசிப்பதற்காக வருதல்;** move in; take residence. நேற்றுவரை காலியாக இருந்த வீட்டில் இன்றுதான் யாரோ குடிவந்திருக்கிறார்கள்.

குடிவெறி பெ. **(அளவுக்கு அதிகமாக) மது அருந்துவதால் ஏற்படும் கட்டுப்பாடற்ற நிலை;** state of being intoxicated (due to excessive drinking).

குடிவை வி. (-வைக்க, -வைத்து) **1: (பெரும்பாலும் புதிதாகத் திருமணம் ஆனவர்கள் ஒரு வீட்டில்) குடும்பமாக வாழத் தேவையான ஏற்பாடு செய்துதருதல்;** set up a family (finding a house for the newly married). எங்கள் தெருவிலேயே ஒரு வீட்டை வாடகைக்கு எடுத்து மகளையும் மருமகனையும் குடிவைத்துவிட்டோம். **2: (ஒருவரை ஒரு வீட்டில்) குடித்தனக்காரராக ஏற்றல்;** let (s.o.) to be a tenant. மாடியில் யாரைக் குடிவைத்திருக்கிறீர்கள்?

குடுக்கை பெ. **உள்ளீடு நீக்கப்பட்டுக் காய வைக்கப்பட்ட சுரை முதலியவற்றின் கூடு;** dry and hollow shell of some gourds (used as container, etc.,). குறவர்கள் குடுக்கையில் தேன் வைத்திருப்பார்கள்./ நீந்தத் தெரியாதவர்கள் கிணற்றில் இறங்கும்போது சுரைக் குடுக்கையை இடுப்பில் கட்டிக்கொள்வார்கள்.

குடுகுடு-என்று வி.அ. (ஓடு, நட ஆகிய வினைகளுடன்) **குறுகிய எட்டு வைத்து வேகமாக (உருண்டுவருவது போல);** with short quick steps (as if rolling down). கல்யாண வீட்டில் அவர் குடுகுடுவென்று ஓடியாடி ஏற்பாடுகளைக் கவனித்துக்கொண்டிருந்தார்.

குடுகுடு கிழம் பெ. (பே.வ.) **(நடப்பதற்கே தட்டுத்தடுமாறுகிற) தள்ளாத நிலையில் இருக்கும் முதியவர்;** tottering old man or woman. விபத்தை வேடிக்கை பார்க்கப் பொடியனிலிருந்து குடுகுடு கிழம்வரை வந்துவிட்டார்கள்.

குடுகுடுத்தான் பெ. (இலங்.) **எப்போதுமே பரபரப்பாக இருப்பவர்;** s.o. always in a hurry. உன் தம்பி ஒரு குடுகுடுத்தான். எந்தக் காரியமும் ஒழுங்காகச் செய்யாமல் போட்டு உடைத்துவிடுவான்./ இந்தக் குடுகுடுத்தானை நம்பி இவ்வளவு முக்கியமான வேலையை ஒப்படைக்கலாமா என்று யோசிக்கிறேன்.

குடுகுடுப்பை பெ. **கையால் ஆட்டி கடகடவென்ற ஒலியை எழுப்பும், உடுக்கை வடிவில் இருக்கும் கருவி;** a drum resembling an hour-glass (with strings which produce a rattling sound when shaken vigorously); rattle-drum. (பார்க்க, படம்: உடுக்கு)

குடுகுடுப்பைக்காரன் பெ. **குடுகுடுப்பையை ஆட்டிக்கொண்டு வீடுவீடாகச் சென்று குறி சொல்லிப் பிழைப்பவன்;** fortune-teller with a குடுகுடுப்பை in his hand.

குடுகுடுப்பைக்காரன்

குடுகுடு பறவை பெ. (பே.வ.) **கவுதாரி;** grey francolin.

குடும்ப அட்டை பெ. **உணவுப் பொருள்கள், மண்ணெண்ணெய் முதலியவற்றைப் பொது விநியோகத் திட்டத்தின் கீழ் நியாய விலையில் பெற அரசாங்கத்தால் குடும்பத்திற்கு ஒன்று என்ற வீதத்தில் வழங்கப்படும் (உறுப்பினர்களின் எண்ணிக்கை, வருமானம் முதலியவை பதிவுசெய்யப்பட்ட) குறிப்பேடு;** card given under the public distribution system to a family by the government against which essential things can be had at fair price; (in India) ration card.

குடும்ப அரசியல் பெ. **ஒரு கட்சியின் பொறுப்புகள் ஜனநாயக முறையில் பகிர்ந்துகொள்ளப்படாமல் தலைமைப் பொறுப்பில் இருப்பவரின் குடும்பத்தினர் அல்லது வாரிசுகள் அவற்றைக் கைக்கொண்டு நடத்தும் அரசியல்;** nepotism in the management of a party organization. குடும்ப அரசியலின் காரணமாகக் கட்சி பிளவுற்றது.

குடும்ப ஓய்வூதியம் பெ. **அரசுப் பணியிலிருக்கும் ஒருவர் இறந்த பிறகு அவர் மனைவிக்கு அல்லது கணவனுக்கு அரசு வழங்கும் ஓய்வூதியம்;** family pension.

குடும்பக் கட்டுப்பாடு பெ. **(குடும்பத்தின் அளவு சிறியதாக அமைய) கருத்தடை மூலம் குழந்தைகள் பிறப்பதைத் தடுக்கும் ஏற்பாடு;** family planning.

குடும்பத் தலைவர் பெ. (பெரும்பாலும்) **சம்பாதிப்பவராக இருந்து ஒரு குடும்பத்தைப் பராமரிப்பவர்;** head (of a family).

குடும்பத் தலைவி பெ. (பெரும்பாலும்) **சம்பாதிப்பவராக இருந்து ஒரு குடும்பத்தைப் பராமரிக்கும் பெண்;** female head (of a family).

குடும்பநல நீதிமன்றம் பெ. காண்க: குடும்ப நீதிமன்றம்.

குடும்ப நீதிமன்றம் பெ. (சட்டம்) **விவாகரத்து, ஜீவனாம்சம் போன்ற குடும்ப வழக்குகளை விசாரிக்கும் நீதிமன்றம்;** family court.

குடும்பம் பெ. **1: கணவனும் மனைவியும் தம் குழந்தையோடு (சில சமயம் தங்கள் பெற்றோரோடு அல்லது உடன்பிறந்தவரோடு) கூடி வாழும் சமூக ஏற்பாடு;** family. என் பெற்றோரையும் சேர்த்து என் குடும்பத்தில் எட்டுப் பேர். **2: குடும்பத்தின் (பல வயதுகளில் இருக்கும்) எல்லா நபர்களையும் அல்லது எல்லா நபர்களுக்கும் உரியதைப் பொதுவாகக் குறிக்கும் சொல்;** members of a family (of different ages from grandparents to grandchildren). ஆபாசக் காட்சிகள் இல்லாத இந்தத் திரைப் படத்தைக் குடும்பத்தோடு சென்று பார்க்கலாம்./ குடும்பப் பத்திரிகை/ எங்கள் நிறுவனத்தில் எல்லோரும் ஒரே குடும்பமாகப் பழகுகிறோம். **3: குடித்தனம்; வாழ்க்கை;** family life. இந்த வருமானத்தில் எப்படிக் குடும்பம் நடத்துவது? **4: (உயிரின வகைப்பாட்டில்) ஒத்த பேரினங்களை உள்ளடக்கிய, வரிசையைவிடச் சிறிய பிரிவு;** family. சிங்கம், புலி, சிறுத்தை எல்லாம் பூனைக் குடும்பத்தைச் சேர்ந்தவை./ தென்னை மரமும் பனை மரமும் ஒரே குடும்பத்தைச் சேர்ந்தவையாகும். **5: ஒத்த பண்புகளை உடைய மொழிகளை உள்ளடக்கிய பிரிவு;** (of languages) family. தமிழ், தெலுங்கு, கன்னடம் போன்றவை திராவிட மொழிக் குடும்பத்தைச் சேர்ந்தவை ஆகும். **6:** காண்க: **சூரியக் குடும்பம்.**

குடும்ப வன்முறை பெ. (பு.வ.) **சட்டவிரோதமாக வரதட்சணை, சொத்து அல்லது பணம் போன்ற மதிப்புள்ள பொருள்களை வாங்கி வரும்படி திருமணமான ஒரு பெண்ணிடம் கணவரோ அவரது குடும்பத்தாரோ சித்திரவதை செய்தல் உட்பட, உடல் ரீதியாகவோ வார்த்தைகள் மற்றும் உணர்வு ரீதியாகவோ, பாலியல் ரீதியாகவோ பொருளாதார ரீதியாகவோ திருமணமான பெண்ணின் உடலுக்கும் மனதுக்கும் காயம் ஏற்படுத்தும் செயல்;** domestic violence. குடும்ப வன்முறையிலிருந்து பெண்களைப் பாதுகாக்க மத்திய அரசு சட்டம் கொண்டுவந்துள்ளது.

குடும்பஸ்தன் பெ. **மனைவி மக்களோடு வாழ்பவன்; குடும்பம் உடையவன்;** man with family. குடும்பஸ்தனிடம் போய்க் கடன் கேட்டுத் தொந்தரவுசெய்யாதே.

குடும்பி[1] பெ. (அ.வ.) **(பெரிய) குடும்பத்தை நிர்வகிக்கும் பொறுப்பு உள்ளவன்;** man having the responsibility of managing a (large) family.

குடும்பி[2] பெ. (இலங்.) **குடுமி;** tuft of hair (on one's head). அவள் அழகாகக் குடும்பி கட்டியுள்ளாள்.

குடும்பி[3] பெ. (இலங்.) **(காது) குறும்பி;** earwax.

குடுமி[1] பெ. **1: (கொண்டைபோல் முடிந்து கொள்ளக் கூடிய அளவுக்கு) ஆண்கள் வளர்த்திருக்கும் நீண்ட முடி;** (of men) tuft of hair. இத்தனை நாளும் குடுமி வைத்திருந்தவர் இன்று அதை மாற்றி கிராப் வைத்திருக்கிறாரே! **2: (உரிக்கப்பட்ட தேங்காயின் கண் பகுதியில்) கூம்பு வடிவத்தில் இருக்கும் நார்க்கற்றை;** tuft of fibre (of coconut). குடுமியைப் பிய்த்து விட்டால் தேங்காய் சீக்கிரம் கெட்டுப்போகும்.

குடுமி[2] பெ. (இலங்.) **(காதினுள் இருக்கும்) குறும்பி;** earwax. காதினுள் இருக்கும் குடுமியை எடுக்கும்போது கவனமாக இரு.

குடுமிக் கழுகு பெ. **கூராக நீட்டிக்கொண்டிருக்கும் கொண்டையுடன் முதுகும் இறக்கைகளும் கறுப்பு நிறத்திலும் கழுத்தும் அடிப்பகுதியும் வெள்ளை நிறத்திலும் கண்கள் மஞ்சள் நிறத்திலும் இருக்கும் ஒரு வகைக் கழுகு;** hawk eagle.

குடுமிப்பிடிச் சண்டை பெ. **மற்றவர்களின் கேலிக்கு உள்ளாகும் தரக்குறைவான சண்டை;** demeaning quarrel (between two persons). மேலதிகாரிக்கும் ஊழியருக்கும் நடந்த குடுமிப்பிடிச் சண்டையைப் பார்த்து அலுவலகமே சிரித்தது./ இருவருக்குள் நடந்த குடுமிப்பிடிச் சண்டையில் மாட்டிக்கொண்டு முழித்தது நண்பர்கள்தான்.

குடுவை பெ. **1: உருண்ட அடிப்பக்கமும் நீண்ட கழுத்தும் குறுகிய வாயும் கொண்ட (கண்ணாடி அல்லது மண்) பாத்திரம்;** (mud) vessel with round bottom and long neck; (glass) flask (in a laboratory). மண் குடுவையில் குடிக்க நீர் வைத்திருக்கிறேன்./ சோதனைக்கூடத்தில் கண்ணாடிக் குடுவைகளைப் பயன்படுத்துகிறார்கள். **2:** காண்க: **குடுக்கை.**

குடை[1] வி. (குடைய, குடைந்து) **1: (சில பறவைகள், வண்டு முதலியவை மரத்தை அல்லது எலி, மண்புழு போன்றவை நிலத்தை) துளைத்து ஊடுருவுதல்;** (of some birds, beetles, etc.,) make holes. சில வண்டுகள் மரத்தையும் குடைந்துவிடும்./ மண்ணைக் குடைந்து செல்லும் மண்புழு. **2: (கருவியால் மரச் சாமான்களை அல்லது மலை, பாறை போன்றவற்றை) துளைத்தல்;** tunnel (through a hill); bore. மலையைக் குடைந்து ரயில்பாதை அமைக்கத் திட்டம்/ (உரு வ.) பழைய நினைவுகள் அவன் மனத்தைக் குடைந்தன. [(தொ.சொ.) **கொத்து/ சுரண்டு/ துளை/ நோண்டு**] **3: (பாறையை) செதுக்குதல்;** cut (rocks). பாறையைக் குடைந்து பல்லவர்கள் செதுக்கிய அழகழகான சிற்பங்கள். **4: (விரலாலோ குச்சியாலோ) கிண்டுதல்; நோண்டுதல்;** pick (the nose, ear); probe (with a stick); prod. பலர் இருக்கும்போது மூக்கைக் குடையாதே!/ சாவியைத் தொலைத்துவிட்டதால் கம்பியால் பூட்டைக் குடைய வேண்டியதாகிவிட்டது./ குச்சியை வைத்துக் காதைக் குடையாதே. **5: துளைப்பது போன்ற உணர்வு ஏற்படுதல்;** have a prickling sensation. கால் குடைகிறது. **6: ஒரு பழக்கம்போல எப்போதும் எதையாவது பழுது பார்த்தல், இயந்திரங்களைச் சரிசெய்தல் போன்ற வேலைகளில் ஈடுபட்டிருத்தல்;** busy oneself (with one thing or the other). அவரால் சற்று நேரம்கூடச் சும்மா இருக்க முடியாது; எதையாவது குடைந்து கொண்டே இருப்பார்./

நேற்று நான் அவனைப் பார்க்கப் போனபோது தையல் இயந்திரத்தைக் குடைந்துகொண்டிருந்தான். 7: **(திரும்பத் திரும்பக் கேள்வி கேட்டு) விசாரித்தல்;** grill (with questions). புலனாய்வுத் துறை அதிகாரிகள் கேள்வி மேல் கேள்வி கேட்டு அவனைக் குடைந்ததற்குப் பலன் ஏதும் இல்லை.

குடை² பெ. 1: **மடக்கி விரிக்கக்கூடிய கம்பிகளால் ஆன ஒரு அமைப்பின் மேல் (பெரும்பாலும் கறுப்பு நிற) துணி பொருத்தப்பட்டு மழையிலிருந்தும் வெயிலிலிருந்தும் காத்துக்கொள்வதற்காகக் கையில் பிடித்துக்கொள்ளும் சாதனம்;** umbrella. (பார்க்க, படம்) 2: **(உற்சவமூர்த்தி வீதி உலா வரும்போது அல்லது மகான்களை வரவேற்கும்போது உயர்த்திப் பிடிக்கப்படும்) வண்ணத் துணிகளால் அமைக்கப்பட்ட, பெரிய அலங்கார அமைப்பு;** a large decorated parasol made with cloths of different colours and used in ceremonial receptions or processions.

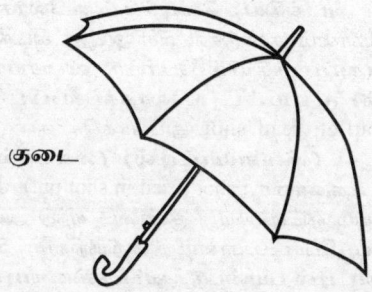

குடை

குடைக்கல் பெ. (ஊரக வ.) காண்க: ஆட்டுக்கல்.
குடைக்காளான் பெ. நாய்க்குடை; a kind of mushroom that looks like an umbrella.
குடைகவிழ் வி. (-கவிழ, -கவிழ்ந்து) காண்க: குடைசாய்.

415   குடைவரைக் கோயில்

குடைச்சல் பெ. **(கை, கால், மூட்டு முதலிய இடங்களில் உண்டாகும்) குடைவது போன்ற வலி;** gnawing pain (in the limbs, joints, etc.), கைகாலில் குடைச்சல்/ காது குடைச்சல்/ (உரு வ.) மனக் குடைச்சல். [(தொ.சொ.) உளைச்சல்/ கடுப்பு/ குத்தல்/ வலி]

குடைசாய் வி. (-சாய, -சாய்ந்து) **(மாட்டு வண்டி) ஒரு பக்கமாகவோ தலைகீழாகவோ விழுதல்;** (of cart drawn by bullocks) overturn. காளைகள் மிரண்டதால் வண்டி குடைசாய்ந்து பள்ளத்தில் உருண்டது./ (உரு வ.) சீராகப் போய்க்கொண்டிருந்த அவருடைய வாழ்க்கை குடைசாய்ந்துவிட்டது. 2: **(ஒன்றைக் கேட்டு அல்லது ஒன்றைச் செய்யுமாறு வேண்டி ஒருவருக்கு) எரிச்சல் ஏற்படும் அளவுக்குத் தொடர்ந்து திரும்பத்திரும்பக் கூறுதல்; நச்சரித்தல்;** pester. தொடர்ந்து அவர் கறுப்புப் பண விவகாரம் பற்றிப் பேசிப்பேசியே குடைச்சல் கொடுத்துவந்தார்./ இவன் குடைச்சல் தாங்க முடியாமல்தான் நான் மாடிக்கு வந்தேன். பின்னாலேயே அவனும் வந்துவிட்டான்.

குடையடி வி. (-அடிக்க, -அடித்து) (ஊரக வ.) காண்க: குடைசாய்.

குடைராட்டினம் பெ. **(பொருட்காட்சி, திருவிழா நடக்கும் இடங்களில்) பெரிய குடை போன்ற அமைப்பின் விளிம்பில் பல வடிவங்களில் தொங்கவிடப்பட்ட இருக்கைகளில் (சிறுவர்) ஏறிச் சுற்றிவரும் விளையாட்டுச் சாதனம்;** merry-go-round. (பார்க்க, படம்)

குடைவரைக் கோயில் பெ. **(பெரும்பாலும் குன்றுகளில்) பாறையைக் குடைந்து உருவாக்கிய கோயில்;** rock-cut temple. பல்லவர் காலக் குடைவரைக் கோயில்களில் இதுவும் ஒன்று.

குடைராட்டினம்

குடைவாழை பெ. *(ஊரக வ.)* **களிமண் நிலங்களுக்கு ஏற்ற, குறுகிய காலப் பயிராகவும், உயரமாகவும் வளரும், பாரம்பரிய நெல் வகைகளில் ஒன்று;** a traditional variety of rice of short duration, suitable for clay soil and growing tall. *குடைவாழையின் கதிர்கள் குடை விரித்தது போல் இருக்கும்.*

குடைவு பெ. **1: பொந்து;** a hollow; a cavity. *மரத்தின் குடைவுக்குள் கையை விட்டபோது ஒரு முட்டை அகப்பட்டது.* **2: குகை;** cave. *சமணத் துறவிகள் பாறைக் குடைவுகளைத் தங்கள் இருப்பிடமாகப் பயன்படுத்தினர்.*

குண்டம் பெ. **1: (வேள்வியில், சடங்கில்) தரையில் தீ வளர்ப்பதற்கான சிறு தொட்டி போன்ற அமைப்பு;** small structure on the ground for sacred fires (at sacrifice or ritual). *ஹோமகுண்டம்/ யாககுண்டம்/ ராமேசுவரம் திருக்கோயில் கும்பாபிஷேகத்தில் 81 குண்டங்களுடன் பூஜைகள் தொடங்கின.* **2: (தீமிதிப்பதற்கான) தீக்குழி;** pit with live coal (for devotees to walk on, in fulfilment of their vows). *தீமிதிக் குண்டம்.*

குண்டம் இறங்கு வி. (இறங்க, இறங்கி) *(வேண்டுதலாக)* **தீமிதித்தல்;** walk across a pit filled with live coals (in fulfilment of a vow). *மாரியம்மன் கோயிலில் ஆண்களும் பெண்களும் பெருமளவில் குண்டம் இறங்கித் தங்கள் நேர்த்திக் கடனைச் செலுத்தினார்கள்.*

குண்டர் பெ. **கூலிப்படையை வைத்துக்கொண்டு கொலை, கொள்ளை, சொத்துகளைச் சேதப்படுத்துதல் போன்ற குற்றங்களில் தொடர்ந்து ஈடுபடும் நபர்;** hooligan; gangster; (in India) goonda. *குண்டர் தடுப்புக் காவல் சட்டம்/ கட்சித் தொண்டர்களைக் குண்டர்கள் தாக்கியதாகப் புகார்.*

குண்டலம் பெ. *(முற்காலத்தில் அரசரும் முனிவரும் அணிந்துகொண்ட)* **சிறு குண்டோ மணியோ தொங்கும் காதணி;** spherical pendant (worn on the ear by kings and sages in former times).

குண்டலினி பெ. **யோகம் செய்வதன் மூலம் நடு நெற்றிக்குக் கொண்டுவரப்படுவதாகவும், மூலாதாரத்தில் இருப்பதாகவும் கூறப்படும் சக்தி;** an occult power which is said to be latent with its centre in the lower abdomen below the navel (which can be drawn up to the forehead through yoga).

குண்டன் பெ. **பருத்து (உடல் வலிமையோடு) இருப்பவன்;** stout (and strong) man. *இந்தக் குண்டன் ஒரு குத்து விட்டால் எலும்பு நொறுங்கிப்போகும்!*

குண்டனி பெ. *(வ.வ.)* **ஒருவரைப் பற்றி மற்றொருவரிடம் தவறாகவோ இருவருக்கு இடையில் மனத்தாங்கல் ஏற்படும் விதமாகவோ பேசும் பேச்சு;** malicious talk intended to set a person against another; backbiting. *அவள் எப்போதும் குண்டனி சொல்லிக்கொண்டிருப்பாள்.*

குண்டா பெ. காண்க: **குண்டான்.**

குண்டாந்தடி பெ. *(பே.வ.)* **(ஒருவரை அடிப்பதற்குப் பயன்படுத்தப்படும்) சற்றுப் பருமனான சிறு கைத்தடி;** short stout club; cudgel.

குண்டாளக்கோப்பை பெ. *(இலங்.)* **அகன்ற வாய் உடைய கழுத்து இல்லாத பாத்திரம்; கிண்ணம்;** wide-mouthed bowl without brim. *அம்மா குண்டாளக்கோப்பை நிறைய முட்டைக் கோப்பி அடித்துத் தருவாள்.*

குண்டான் பெ. **அகன்ற வாயும் குவிந்த அடிப்பாகமும் உடைய உலோகப் பாத்திரம்;** vessel with a wide mouth and a tapering bottom. *கூழ் என்றால் அவன் ஒரு குண்டான் குடிப்பான்./ இட்லிக் குண்டான்.*

குண்டி பெ. *(பே.வ.)* **இரு பிரிவாக அமைந்திருக்கும் (சதைப்பற்றுடைய) ஆசனவாய்ப் பகுதி;** (of persons) bottom; buttocks; (of animals) rump.

குண்டிக்காய் பெ. *(அ.வ.)* **சிறுநீரகம்;** kidney.

குண்டு[1] பெ. **அ.** *(உருண்டை அல்லது நீள் உருண்டை வடிவில் இருக்கும் பொருளைக் குறிப்பிடும்போது)* **1: (முற்காலத்தில் பீரங்கியில் பயன்படுத்திய) இரும்பு உருண்டை;** (cannon) ball. **2: (தீப்பிடிக்கும் ரசாயனப் பொருள் அடங்கிய) வெடிக்கும் உலோக ஆயுதம்;** bomb. *விமானம் குண்டுகள் வீசி ஆயுதக் கிடங்கை அழித்தது.* **3: (துப்பாக்கியில் போட்டு விசையால் வெளியேற்றும்) மூடியிட்ட உலோகக் குப்பி; தோட்டா; ரவை;** bullet; lead shot. *துப்பாக்கிக் குண்டு பாய்ந்து மரணம்.* **4: (விளையாட்டில்) (கையால் எறியும்) உலோக உருண்டை;** shot (used in shot put). *தோளையும் கழுத்தையும் ஒட்டியவாறு குண்டை ஏந்தி அதை எறியத் தயாராகப் போட்டியாளர் நின்றிருந்தார்.* **5: (கோலி விளையாட்டில் பயன்படுத்தும்) கண்ணாடியால் ஆன உருண்டை வடிவப் பொருள்;** marble. **6: (தாலியில் கோக்கப்படும்) சிறு தங்க உருண்டை;** a small spherical piece of gold (attached to *தாலி*). **ஆ.** *(உருவத்தை அல்லது வடிவத்தைக் குறிப்பிடும்போது)* **7: (-ஆன) சதைப்பற்று மிகுந்து திரட்சியாக இருப்பது;** s.o. or sth. fat and thick. *குண்டுக் கத்திரிக்காய்/ பையன் குண்டாக இருக்கிறான்./ குண்டான ஆள்.*

குண்டு[2] பெ. *(இலங்.)* **குண்டம்;** small structure on the ground for the sacred fire. *வேள்விக் குண்டு.*

குண்டு[3] பெ. **மஞ்சள் நிறத் தோலையும் நாரில்லாத சதையையும் கொண்ட, உருண்டையாக இருக்கும் மாம்பழ வகை;** a variety of yellow-skinned mango, round, fleshy and without fibre.

குண்டு எறிதல் பெ. **உலோகக் குண்டை முடிந்த அளவுக்குத் தூரமாக எறியும் விளையாட்டுப் போட்டி;** shot put. *குண்டு எறிதல் போட்டியில் உயரமும் பருமனும் விளையாட்டு வீரர்களுக்கு அனுகூலங்களாகும்.*

குண்டுக்கட்டாக வி.அ. *(பே.வ.) (பெரும்பாலும் 'தூக்குதல்', 'கட்டுதல்' ஆகிய வினைகளுடன்)* **கழுத்தையும் காலையும் ஒன்றுசேர்த்துப் பந்துபோல் சுருட்டி;** bundling (s.o.) up. *வர மாட்டேன் என்று சொன்னால் உன்னைக் குண்டுக்கட்டாகத் தூக்கிக்கொண்டு போய்விடுவேன்.*

குண்டுக் கரிச்சான் பெ. **ஆண் பறவைகளின் மேற்புறம் பளபளப்பான கருநீல நிறத்திலும், பெண் பறவைகளின் மேற்புறம் வெளிறிய கரு நிறத்திலும், பொதுவாக அடிப்பகுதி வெள்ளை நிறத்திலும் இருப்பதும், இனிமையான குரலால் ஒலியெழுப்புவதுமான பறவை;**

417 குணாதிசயம்

oriental magpie-robin. குண்டுக் கரிச்சான் வாலைத் தூக்கிக் கொண்டு தரையில் குதித்துக்குதித்துச் செல்லும்.

குண்டுச்சட்டி பெ. 1: *(ஊரக வ.)* **வெண்கலத்தால் ஆன உருண்டை வடிவச் சிறு பாத்திரம்;** small round-bottomed vessel. 2: *(மண்.)* **புடையில் விளிம்பு இல்லாமல் மொழுக்கியிருக்கும், வாய் அகலமான சிறிய மண் பானை;** small earthenware pot with a wide mouth which tapers to its bottom gradually curving below the chest .

குண்டு தோய் வி. *(தோய, தோய்ந்து) (இலங்.)* **கோலி களை வைத்து விளையாடுதல்;** play with marbles.

குண்டும்குழியுமாக/குண்டும்குழியுமான வி.அ./பெ.அ. **சிறு மேடுகளும் பள்ளங்களுமாக/சிறு மேடு களும் பள்ளங்களும் நிறைந்த;** potholes. சாலை குண்டும் குழியுமாக இருக்கிறது./ குண்டும்குழியுமான பாதை.

குண்டு மஞ்சள் பெ. **(பெண்கள்) அரைத்து முகத்திலும் கைகளிலும் தேய்த்துக் குளிப்பதற்குப் பயன்படுத்தும், சற்றுப் பருத்து இருக்கும் மஞ்சள்;** the bulbous part of the turmuric plant, used by women as cosmetic while bathing.

குண்டுமல்லி(கை) பெ. **அடுக்குகளாக இதழ்கள் அமைந்த ஒரு வகைப் பெரிய மல்லிகைப் பூ/அந்தப் பூப் பூக்கும் கொடி;** Arabian jasmine.

குண்டுவீச்சு பெ. **விமானங்கள் இலக்கை நோக்கிக் குண்டுகளைச் செலுத்தும் செயல்;** (aerial) bombardment. அமெரிக்கக் குண்டுவீச்சில் ஈராக்கில் ஏராளமானோர் இறந் தனர்.

குண்டுவீசு வி. *(-வீச, -வீசி)* **விமானங்களிலிருந்து இலக்கை நோக்கிக் குண்டுகளைச் செலுத்துதல்;** bombard from air. இரண்டாம் உலகப்போரில் நேச நாடுகளின் படைகள் ஜெர்மன் நகரங்கள்மீது குண்டுவீசித் தாக்கின.

குண்டூசி பெ. **(தாள் போன்றவற்றை) குத்திக் கோத்து வைப்பதற்குப் பயன்படும், உருண்ட தலைப்பகுதி உடைய சிறு ஊசி;** pin.

குண்டைத் தூக்கிப்போடு வி. *(-போட, -போட்டு)* **அதிர்ச்சி தரும் செய்தியைக் கூறுதல்;** disclose a shocking news; drop a bombshell. 'வேலையை ராஜினாமா செய்துவிட்டேன்' என்று அண்ணன் குண்டைத் தூக்கிப் போட்டான்.

குண்டோதரன் பெ. **எவ்வளவு உணவு தந்தாலும் தின்று தீர்ப்பவன்;** gourmand.

குணச்சித்திர பெ.அ. *(நடிகரைக் குறிக்கும்போது)* **ஏற்றிருக்கும் பாத்திரத்தின் குணத்தையும் உணர்ச்சியையும் திறம்பட வெளிப்படுத்தக்கூடிய;** *(பாத்திரத்தைக் குறித்து வரும்போது)* **ஏற்றிருக்கும் பாத்திரத்தின் குணத்தையும் உணர்ச்சிகளையும் வெளிப்படுத்தும் வாய்ப்புள்ள;** (of an actor) good at performing character roles; scope (for performing character roles). குணச்சித்திர நடிகை/ அவர் குணச்சித்திர வேடங்களை மட்டுமே ஏற்றுக் கொள்வார்.

குணச்சித்திரம் பெ. 1: **(கதை, நாடகம் முதலியவற் றில்) கதாபாத்திரம்;** scope (of a character in a story, play, etc.,). இந்தச் சிறுகதையில் வரும் குணச்சித்திரங்களை வாழ்க்கையில் நாம் சந்தித்த உணர்வு ஏற்படுகிறது. 2: **(ஒரு கதாபாத்திரத்தை) உருவாக்கியிருக்கும் விதம்;** characterization. பாத்திரங்களின் குணச்சித்திரம் சிறப்பாக அமைந்திருக்கிறது.

குணசாலி பெ. *(-ஆக, -ஆன) (அ.வ.)* **(பொதுவாக) நல்ல பண்புகள் நிறைந்தவர்; (சிறப்பாக) சகிப்புத் தன்மை உடையவர்;** (generally) person of noble traits; (esp.) person who has patience and endurance. கணவன் மனைவி இருவருமே நல்ல குணசாலிகள்./ மனைவி குணசாலியாக அமைந்ததால்தான் கூட்டுக்குடும்பத்தில் எல்லோருடனும் ஒத்துப்போக முடிகிறது./ குணசாலியான பையன்.

குணநலன் பெ. **(ஒருவரின் நல்ல) இயல்பு;** (of a person) positive qualities. அபூர்வமான குணநலன்கள் கொண்டவர்.

குணப்படுத்து வி. *(-படுத்த, -படுத்தி)* **(நோயை) நீக்கு தல்; (நோயாளியை) சுகப்படுத்துதல்;** cure; heal; restore health. அறுவைச் சிகிச்சைமூலம் எலும்பு முறிவைக் குணப் படுத்திவிட்டார்கள்./ நோய் வந்த பின் குணப்படுத்துவதை விட வரும் முன் காப்பது நல்லதுதான்.

குணம்[1] பெ. 1: **(இப்படிப்பட்டவர், இப்படிப்பட்டது என்பதைத் தெரிந்துகொள்ளும்படியாக இருக்கும்) இயல்பு; பண்பு;** nature; disposition. அக்கா தங்கை இரு வருக்கும் ஒரே குணம்!/ அவசரப்படாமல் நிதானமாகப் பிரச்சினையை அலசுவது அவருடைய குணம். [*(தொ.சொ.)* **இயல்பு/ சுபாவம்/ தன்மை/ பண்பு**] 2: *(-ஆன)* **(பொறுமை, அடக்கம் போன்ற) இயற்கையாகவே அமைந்திருக்கும் சிறப்பான இயல்பு;** noble quality; noble traits. குணமான பெண். 3: **(மூலிகை, மருந்து போன்றவற்றுக்கு இருக்கும்) நோய் தீர்க்கும் அல்லது குறிப்பிட்ட விளைவை ஏற்படுத்தும் தன்மை;** inherent quality (of sth.); property. வேப்பெண்ணெய்க்கு நோய்க் கிருமிகளை அழிக்கும் குணம் உண்டு.

குணம்[2] பெ. **(நோய் நீங்கிப் பெறும்) சுகம்; நலம் பெறு தல்;** healing; cure. இந்த மருந்தைச் சாப்பிட்டால் மூன்று நாளில் குணம் தெரியும் என்று வைத்தியர் கூறினார்./ பணம்தான் செலவழிகிறதேயொழிய வியாதி குணமாகிற வழியைக் காணோம்.

குணம்[3] பெ. *(இலங்.)* **அறிகுறி;** symptom. மழை வரும் குணமாகக் கிடக்கிறது. குடை எடுத்துக்கொண்டு போ./ என்ன, இன்றைக்கு மழைக் குணத்தைக் காணவில்லை.

குணவடை பெ. *(ஊரக வ.)* **வடகிழக்கிலிருந்து வீசும் மழைக்காலக் காற்று;** wind from the north-east during the rainy season. குணவடைக் காற்று சீராக இருந்தால் மழை இருக்காது.

குணவதி பெ. *(அ.வ.)* **நற்குணமுடையவள்;** woman of noble character. உன் தாயைப் போன்ற குணவதியைப் பார்க்கவே முடியாது.

குணவான் பெ. *(அ.வ.)* **நற்குணமுடையவர்;** man of noble character. அந்தக் குணவானுக்குப் பிறந்த பிள்ளை களா இப்படி இருக்கிறார்கள்?

குணாதிசயம் பெ. 1: **மேலோங்கிய குணம்; குண விசே ஷம்;** predominant characteristics. யாருக்கும் இரங்கும் அவருடைய குணாதிசயத்தை எல்லோரும் அறிந்திருப்பார் கள்./ தாத்தாவினுடைய குணாதிசயங்களை யாரால் மாற்ற

முடியும்? **2: (ஒன்றிற்கே) உரித்தான பண்பு;** characteristic feature. வெளிநாட்டு வங்கி என்பதற்கான எல்லாக் குணாதி சயங்களும் அங்கு இருந்தன.

குணாம்சம் பெ. காண்க: **குணாதிசயம்.**

குணுக்கு வி. (குணுக்க, குணுக்கி) *(இலங்.) (எழுதுவதைக் குறித்து வரும்போது)* **நுணுக்கி அல்லது பொடிப் பொடியாக இருத்தல்;** (referring to writing) cram. ஏன் இப்படிக் குணுக்கி எழுதுகிறாய்?/ தாளில் இவ்வளவு இடம் இருக்கும்போது குணுக்கி எழுத வேண்டுமா?/ ரொம்பக் குணுக்காமல் எழுதப் பழகு.

குத்தகை பெ. **1: உரிமையாளர் தனது நிலத்தை மற்றொருவர் பயிரிடுவதற்கு அனுமதித்து, விளைச்சலில் ஒரு பங்கையோ அதற்கு ஈடான பணத்தையோ பெற்றுக்கொள்ளும் சட்டபூர்வமான ஒப்பந்தம்;** lease. இரண்டு ஏக்கர் தவிர மற்ற நிலத்தையெல்லாம் குத்தகைக்கு விட்டிருக்கிறேன்./ கோயில் மனைகள் இருபது ஆண்டுகளுக்குக் குத்தகைக்கு விடப்பட்டுள்ளன./ ஊராட்சி மன்றத்துக்கு மீன் குத்தகைமூலம் கணிசமான வருவாய் கிடைக்கிறது. [*(தொ.சொ.)* **ஒத்தி/ வாடகை/ வாரம்**] **2: சாகுபடி செய்யும் உரிமையை அளித்ததற்காகப் பெறப்படும் தானியம் அல்லது அதற்கு ஈடான பணம்;** rent (in kind or cash). அவர் குத்தகை நெல்லை வசூலிப்பதற்காக ஒருவரை நியமித்திருந்தார்./ தோப்புக் குத்தகை இன்னும் வந்து சேரவில்லை.

குத்தகைதாரர் பெ. **குத்தகைக்கு எடுப்பவர்;** lessee.

குத்தரிசி பெ. *(இலங்.)* **கைக்குத்தல் அரிசி;** pounded rice.

குத்தல் பெ. **1: (ஊசியால் குத்துவதைப் போன்ற) கடுமையான வலி;** piercing or stinging pain. தலைக் குத்தல்/ உடம்பில் குத்தலும் குடைச்சலுமாக இருக்கிறது. [*(தொ.சொ.)* **உளைச்சல்/ கடுப்பு/ குடைச்சல்/ வலி**] **2:** *(-ஆக, -ஆன)* **(பேச்சால், எழுத்தால் ஒருவருடைய மனம் புண்படும் விதத்தில்) குத்திக்காட்டும் செயல்;** sarcastic or hurtful remarks. 'சம்பளத்தில் எப்போதும் நூறு ரூபாய் குறைகிறது. யாருக்குப் போகிறதோ!' என்று மனைவி குத்தலாகப் பேசுவது அவனை ஆத்திரப்பட வைத்தது. [*(தொ.சொ.)* **ஏளனம்/ கிண்டல்/ கேலி/ நக்கல்**]

குத்திக்காட்டு வி. (-காட்ட, -காட்டி) **(ஒருவர் செய்த தவறை அல்லது குறையை) சுட்டிக்காட்டி மனம் புண்படச் செய்தல்;** draw pointed attention to (one's lapses, weaknesses in a mean or malicious way). எனக்கு ஆங்கிலம் தெரியாது என்பதைக் குத்திக்காட்டுகிறாயா?

குத்திட்டு வி.அ. **1: (உட்காரும்போது) குத்துக்காலிட்டு;** in squating position. கணப்புக்கு அருகில் குத்திட்டு உட்கார்ந்துகொண்டான். **2: நெட்டுக்குத்தாக;** like stubble. தாடி மயிர் முள்முள்ளாகக் குத்திட்டு நின்றது.

குத்திடு வி. (குத்திட, குத்திட்டு) **(பார்வை, கவனம் முதலியன ஒருவரின் மேல், ஒன்றில்) நிலைத்தல்; வெறித்தல்;** (attention, etc.,) get fixed on; stare. உயிர் பிரியும் நேரத்தில் பார்வை குத்திட்டது./ கவனம் கோபுரத்தின் மேல் குத்திட்டு நிலைத்தது.

குத்திருமல் பெ. **கக்குவான்;** whooping cough.

குத்து[1] வி. (குத்த, குத்தி) **அ.** *(மடக்கிய கைவிரல்களால் அல்லது ஒரு கருவியால் அடித்தல் தொடர்பான வழக்கு)* **1: (விரல்களை மடக்கிக்கொண்டு) பலமாக அடித்தல்;** hit (with clenched fist); punch. மண் மூட்டையைக் குத்திக் குத்துச் சண்டைக்காகப் பயிற்சி செய்துகொண்டிருந்தார்./ சப்பாத்தி மாவைக் குத்தி நன்றாகப் பிசை! [*(தொ.சொ.)* **அடி/ அமுக்கு/ அறை/ கிள்ளு/ தள்ளு/ நிமிண்டு/ மொத்து**] **2: (உலக்கையால்) இடித்தல்;** pound (with a pestle). அம்மாவும் சித்தியும் திண்ணையில் நெல் குத்திக் கொண்டிருந்தார்கள். **3: (முத்திரை) பதித்தல்;** impress; cancel (a postal stamp by stamping). இந்தத் தபால்தலையில் மட்டும் முத்திரை குத்தப்படவில்லை. **ஆ.** *(பலமாக நெருக்குதல் தொடர்பான வழக்கு)* **4: (பேனைக் கொல்லும் பொருட்டு நகத்தால்) நசுக்குதல்;** crush (lice with one's finger-nails). **இ.** *(கூர்மையாக இருப்பது துளைத்தல் அல்லது உள்ளே போதல் தொடர்பான வழக்கு)* **5: (முள், ஆணி போன்றவை) தைத்தல்;** (thorn, nail, etc.,) pierce; run through. காலில் ஆணி குத்தி இரத்தம் வடிகிறது./ மீன் முள் தொண்டையில் குத்திக்கொண்டு விட்டது./ *(உரு வ.)* அவளுடைய வார்த்தை மனத்தில் சுருக்கென்று குத்தியது. **6: (ஊசி போன்றவற்றை) செருகுதல்; (ஒன்றை) துளைத்து உள்ளே போகும்படி அழுத்துதல்;** inject; spike (letters, etc.,). ஊசி குத்திய இடம் வீங்கியிருக்கிறது./ கடிதங்களைக் கம்பியில் குத்தித் தொங்கவிட்டார். **7: (கத்தி, ஈட்டி முதலிய ஆயுதங்களால்) தாக்குதல்;** stab; pierce (with spear, etc.,). கத்தியால் குத்திக் கொலை!/ புலியை ஈட்டியால் குத்திக் கொன்றிருக்கிறார்கள். **8: (பம்பரத்தை விசையோடு தரையில்) வீசுதல்;** throw a top spinning. வட்டத்துக்குள் இருந்த பம்பரத்தைக் குத்தி வெளியே எடுத்தான். **9: சுரீரென்று வலித்தல்;** (of wound) smart; (of cold) bite. கட்டியில் சீழ்பிடித்துக் குத்துகிறது./ குத்தும் குளிரையும் பொருட்படுத்தவில்லை./ கால் குத்துகிறது.

குத்து[2] பெ. **1: (மடக்கிய கைவிரல்களால் விழும்) அடி;** hit (with fist); punch. முகத்தில் பலமான குத்து விழுந்தது. **2: (உலக்கையின்) கீழ்நோக்கிய ஒரு வீச்சு;** (of a mortar) pounding. இன்னும் நாலு குத்தில் மாவு இடிபட்டுவிடும். **3: (உடலில் கத்தி, ஈட்டி முதலிய ஆயுதங்கள் துளைத்த) காயம்;** stab (caused in the body by knife, spear, etc.,). கொலைசெய்யப்பட்டவன் உடலில் கத்திக் குத்து காணப்பட்டது. **4:** *(பே.வ.)* **கைப்பிடி அளவு;** fistful. குழந்தை ஒரு குத்து மண்ணை அள்ளி வீசியது.

குத்துக்கட்டை பெ. *(இலங்.)* **1: வண்டி குடை சாய்ந்து விடாமல் இருக்கப் பின்புறம் தொங்கவிடப்படும் உருட்டுக்கட்டை;** log of wood suspended as a prop at the rear end of a cart. வண்டியைக் குத்துக்கட்டையில் விட்டு விட்டுச் சாமான்களை ஏற்றினார்கள். **2: முட்டுக்கட்டை;** (wooden) block for stopping a running temple car. தேருக்குக் குத்துக்கட்டை போடுவதில் அவன் அனுபவசாலி./ குத்துக்கட்டை போட்டதனால் தேர் பள்ளத்தில் இறங்காமல் நின்றது. **3: தடை; தடங்கல்;** hindrance; obstacle. எல்லாக் காரியத்துக்கும் அவன் குத்துக்கட்டையாக நிற்பான்./ நல்ல காரியங்களுக்கு இவர்கள் ஏன் குத்துக்கட்டை போடுகின்றார்களோ தெரியவில்லை.

குத்துக்கதை பெ. (இலங்.) **மறைமுகமான கேலி;** sarcastic remark indirectly made; innuendo. எதுவாக இருந்தாலும் என்னிடம் நேரடியாகச் சொல். குத்துக்கதை கதைக்காதே./ இவ்வளவு பிரச்சினைக்கும் காரணம், அவளுடைய குத்துக் கதைதான்.

குத்துக்கரணம் பெ. (இலங்.) **குட்டிக்கரணம்;** somersault. கடற்கரையில் சிறுவர்கள் குத்துக்கரணம் போட்டு விளையாடிக்கொண்டிருந்தார்கள்./ (உரு வ.) அரசியல் வாதிகள் இப்போது ஒன்று பேசிவிட்டுப் பின்னர் குத்துக் கரணம் போட்டு வேறொன்று பேசுவார்கள்.

குத்துக்கல் பெ. **நிலத்தின் எல்லையைக் குறிப்பதற்குச் செங்குத்தாக நட்டுவைக்கப்படும் கல்;** stone planted erect on the ground to mark boundary. குத்துக்கல்லை யாரோ நகர்த்தி நட்டிருக்கிறார்கள்./ குழந்தையைக் காண வில்லை என்று எல்லோரும் அழுது தவிக்கிறார்கள், நீ குத்துக்கல் மாதிரி உட்கார்ந்திருக்கிறாயே!

குத்துக்கால் பெ. ('உட்கார்' என்னும் வினையோடு) **முழங்காலை மடித்து முகத்துக்கு முன் கொண்டுவந்து இடுப்பின் கீழ்ப்பகுதி தரையைத் தொட்டுக்கொண்டி ருக்கும்படி வைத்திருக்கும் நிலை;** squatting position. அவள் குத்துக்காலிட்டபடி உட்கார்ந்து பாத்திரம் தேய்த் தாள்./ எனக்குப் பக்கத்தில் ஒரு முதியவர் குத்துக்கால் வைத்து உட்கார்ந்திருந்தார்.

குத்துக்கோல் பெ. **(தாக்கும் ஆயுதமாகப் பயன்படுத் தும்) கூர்மையான முனை உடைய கம்பு;** pointed pole (used as a weapon). கையில் குத்துக்கோல், அரிவாள் போன்ற ஆயுதங்களுடன் பத்துப் பேர் புறப்பட்டார்கள்.

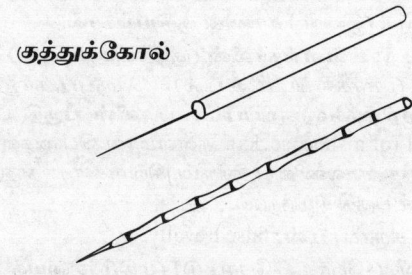

குத்துக்கோல்

குத்துச்சண்டை பெ. **இரு வீரர்கள் கையில் உறை அணிந்து ஒருவர் முகத்தில் ஒருவர் குத்திப் புள்ளிக் கணக்கில் வெற்றி அடையும் விளையாட்டு;** boxing.

குத்துச்செடி பெ. **புதர்ச்செடி;** bush; low shrub.

குத்துப்படு வி. (-பட, -பட்டு) (இலங்.) **(ஒருவரை ஒருவர் திட்டிக்கொண்டு) வாய்ச்சண்டை போடுதல்;** quarrel. ஊரே சிரிக்கும் அளவுக்கு அக்காவும் தங்கையும் காணிக்காகக் குத்துப்படுகிறார்கள்.

குத்துப்பாடு பெ. (இலங்.) **(சண்டையால் ஏற்பட்ட) மனக்கசப்பு; மனத்தாங்கல்;** bitterness (arising from a quarrel). நான் ஒரு வருடமாக அவர்களுடன் பேசுவது இல்லை. கொஞ்சம் குத்துப்பாடுதான் என்பதால் நீங்கள் வேண்டுமானால் காணியை விற்பதுபற்றி அவர்களிடம் பேசிப்பாருங்கள்.

குத்துப்பாறை பெ. **செங்குத்தான பாறை;** steep rock.

குத்துமதிப்பு பெ. (-ஆக, -ஆன) (பே.வ.) **ஊகத்தின் அடிப்படையில் செய்யும் மதிப்பீடு; தோராயம்;** rough estimate. 'அறுபது கலம் நெல் என்று எப்படிச் சொல்கி றாய்?' 'எல்லாம் ஒரு குத்துமதிப்புதான்'./ குத்துமதிப்பாகச் சொன்னால் இந்த வீடு பத்து லட்சம் பெறும்./ குத்து மதிப்பான விவரங்களை வைத்துக்கொண்டு எந்த முடிவுக் கும் வர முடியாது.

குத்துமால் பெ. (இலங்.) **நெல் குத்துதல், அரிசி உடைத் தல், விறகு அடுக்கி வைத்தல் போன்றவற்றுக்குப் பயன் படும் வகையில் வீட்டின் பின்புறம் கட்டப்படும் சிறு கூடம்;** a small hall built in the backyard of the house for dehusking paddy, pounding rice and for storing firewood, etc., அக்கா குத்துமாலில் இருந்த உரலை உருட்டிவந்து முற்றத்தில் நிறுத்தினாள்./ குத்துமாலில் நெல் குத்தும்போது அம்மா என்னையும் உதவிக்கு அழைத்தாள்.

குத்து முள் பெ. (ஊரக வ.) **(வேலி கட்டும்போது) ஐந் தடி உயரத்துக்கு அடர்த்தியாகச் செங்குத்தாகவும் வரி சையாகவும் வைக்கும் மூங்கில் முள்;** short branches of bamboo vertically placed in a thick row while making fence. குத்து முள் உயரமாக இருந்தால் வேலி உயரமாக இருக்கும்.

குத்துயரம் பெ. (கணி.) **செங்கோண முக்கோணத்தில் அடிப்பக்கத்திற்கும் மேல்முனைக்கும் இடையில் உள்ள தூரம்;** altitude (in a triangle).

குத்துவாள் பெ. **(பெரும்பாலும் இடுப்பில் செருகி வைத் திருக்கும்) கைப்பிடியுடைய சிறு வாள்;** small dagger; stiletto.

குத்துவிளக்கு பெ. **வட்ட வடிவமான அடிப் பகுதியில் நேராகப் பொருந்திய தண்டின் மேல் உள்ள தட்டு போன்ற பாகத்தில் திரியிட்டு எண்ணெய் ஊற்றி ஏற் றும் (உலோக) விளக்கு;** oil-lamp with a pedestal.

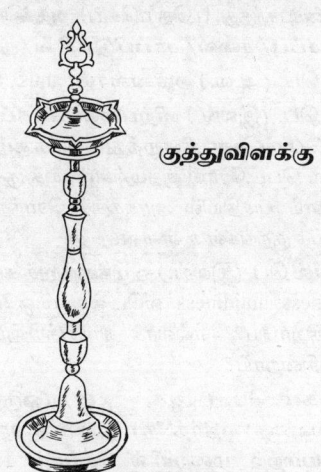

குத்துவிளக்கு

குத்துவெட்டு பெ. காண்க: வெட்டுக்குத்து.

குத்துளைவு பெ. (இலங்.) **உடம்பு வலி;** body pain. நேற்று காணியைச் சுத்தப்படுத்தியதால் இன்று உடம்பு பூரா ஒரே குத்துளைவாக இருக்கிறது./ உடம்பு ஒரே குத்துளைவாக

இருந்தபடியால் இன்று ஒரு வேலையும் செய்ய முடிய வில்லை./ பிரயாணம் செய்ததும் போதும், குத்துளைவால் நான் படும் பாடும் போதும்.

குத்தூசி பெ. 1: **(மூட்டையைப் பிரிக்காமல் உள்ளிருக் கும் தானிய மணியின் தரத்தை அறியப் பயன்படுத் தும்) கூரிய நுனியும் தானியம் வருவதற்கான குழிந்த பகுதியும் கொண்ட ஊசி போன்ற இரும்புக் கம்பி;** a sharp grooved hook (to draw grains from the sack as sample). 2: **(தென்னங்கீற்றுகளால் கூரை வேயப் பயன்படுத் தும்) இருபுறமும் கூர்மையாகச் சீவிய மூங்கில் துண்டு;** a short split bamboo with sharp ends (for thatching roof, etc.,); bamboo pin. 3: **கூரிய முனையின் நுனியில் சிறிய ஓட்டையோடு இருக்கும் இரும்புக் கம்பி;** a thin iron rod having a pointed end with a hole for the rope. வேலி அடைக்க குத்தூசி எடுத்துக்கொண்டு வா./ குத்தூசியில் இழைக்கயிற்றை வடிவாகக் கோத்துக் கொடு.

குத்தென விழு வி. (விழ, விழுந்து) *(இலங்.)* **தலைகீழாக விழுதல்;** fall headlong. பெடியன்கள் சர்வ சாதாரண மாகக் கிணற்றினுள் குத்தென விழுந்தார்கள்.

குத்பா பெ. *(இஸ்.)* **ரம்ஜான், பக்ரீத் போன்ற பண்டிகை களின்போதும் வெள்ளிக்கிழமைகளிலும் பள்ளிவாச லில் ஆற்றப்படும் பேருரை;** discourse in a mosque during Ramadan, Bakrid or on Fridays.

குதப்பு வி. (குதப்ப, குதப்பி) **(வெற்றிலை, பாக்கு, மிட் டாய் முதலியவற்றை) வாய்க்குள் அடக்குதல்; (கடிக் காமல்) சப்புதல்;** keep (betel leaf, tobacco, etc., as much as fills the mouth) and chew steadily without swallowing; suck (toffee). வாயில் இவ்வளவு வெற்றிலையைக் குதப்பிக் கொண்டு அவரால் எப்படிப் பேச முடிகிறது?/ வாயில் எச்சில் வடித்தவாறு குழந்தை மிட்டாயைக் குதப்பிக் கொண்டிருந்தது. [*(தொ.சொ.)* **அதக்கு/ அரை/ உறிஞ்சு/ கடி/ சப்பு/ சவை/ சாப்பிடு/ தின்/ நக்கு/ மெல்**]

குதம்[1] பெ. *(அ.வ.)* **ஆசனவாய்;** anus.

குதம்[2] பெ. *(இலங்.)* **விற்பனைக்காகப் பெருமளவில் திர வப் பொருளை நிறைத்து வைக்கும் நிலையம்;** bunk; station. பெட்ரோல் குதம்/ சாராயக் குதம்/ கள்ளுக் குதம்/ புறநகர்ப் பகுதியில் அரசுக்குச் சொந்தமான பாரிய எண் ணெய்க் குதங்கள் உள்ளன.

குதம்பல் பெ. *(இலங்.)* **ஒழுங்கற்றுக் காணப்படும் நிலை;** messiness; untidiness. வீடெல்லாம் ஒரே குதம்பலாக வைத் திருக்கிறாயே?/ எல்லாக் காரியத்திலும் ஏன் குதம்பலாக இருக்கின்றாய்?

குதர்க்கம் பெ. (-ஆக, -ஆன) **(ஒருவர் மற்றொருவர் சொல்வதை) எதிர்த்தோ இல்லாத அர்த்தம் கொடுத்தோ நியாயமற்ற முறையில் செய்யும் வாதம்; விதண்டா வாதம்;** unreasonable argument; perversity. ஒழுங்காகப் படி என்று சொன்னதற்கு இத்தனை நாள் ஒழுங்கில்லாமலா படித்தேன் என்று உன் மகன் குதர்க்கம் பேசுகிறான். [*(தொ.சொ.)* **சர்ச்சை/ வாதம்/ விதண்டாவாதம்/ விவாதம்**]

குதறு வி. (குதற, குதறி) **(பற்களால் கடித்து) உருக்குலை யும்படி பிய்த்தல்; (கிழித்து) நாசப்படுத்துதல்;** tear into shreds (by biting); tear apart. பூனை எலியைக் கடித்துக் குதறிவிட்டது./ நாய் செருப்பை எடுத்துப்போய்க் குதறிப் போட்டுவிட்டது./ *(உரு வ.)* விமர்சனம் என்ற பெயரால் கதையை அவர் குதறியெடுத்துவிட்டார்.

குதி[1] வி. (குதிக்க, குதித்து) 1: **(காலால் உந்தி) மேல் எழும்பிக் கீழே வருதல்; (உயரமான இடத்திலிருந்து) கீழே பாய்தல்;** jump; leap; jump down. சிறுவர்கள் நீரில் குதித்து விளையாடினார்கள்./ கங்காரு குதித்து ஓடினாலும் குட்டி விழுந்துவிடாது./ பத்து மாடிக் கட்டடத்திலிருந்து குதித்தால் மரணம்தான். [*(தொ.சொ.)* **எகிறு/ தத்து/ தாவு/ துள்ளு/ பாய்**] 2: **(திடீரென்று ஒன்று அல்லது ஒருவர்) தோன்றுதல்;** appear suddenly as if from an unrelated place. இந்த அரிய யோசனை உனக்கு எங்கிருந்து வந்து குதித்தது?/ அவன் மட்டும் என்ன சீமையிலிருந்து வந்து குதித்தானா? 3: **(ஒன்றில் திடீரென்று) ஈடுபடுதல்; இறங்குதல்;** plunge. சினிமா நடிகை தேர்தலில் குதிக்கப் போவதாக அறிவித்தார்./ தொழிலாளர்கள் வேலைநிறுத் தத்தில் குதித்தனர். 4: *(உணர்ச்சிவசப்பட்ட நிலையில் இருக்கும் ஒருவரின் நடத்தையைக் குறிப்பிடும்போது)* **ஆர்ப்பாட்டம் செய்தல்;** hit the roof. பணத்தைக் காணோம் என்று அப்பா ஒரேயடியாகக் குதிக்கிறார்./ கோபப்பட்டுக் குதித்துப் பயன் இல்லை.

குதி[2] பெ. **(காலால் உந்தி) ஒரு முறை எழும்பிக் கீழே வருதல்;** jump; leap. தெருக்கூத்துக் கலைஞரின் குதியும் துள்ளலும் பார்க்கப் பரவசமாக இருந்தன.

குதி[3] பெ. *(இலங்.)* **குதிகால்;** heel. குதி உயர்த்திய சப் பாத்தை அவள் அணிந்திருந்தாள்.

குதிக்கால் பெ. *(இலங்.)* காண்க: **குதியங்கால்.**

குதிகால் பெ. 1: **உள்ளங்காலின் (குழிவை ஒட்டிய) பின் பகுதி;** heel. *(பார்க்க, படம்: உடல்)* 2: **செருப்பு, காலுறை முதலியவற்றில் மேற்குறிப்பிட்ட காலின் பகுதி படும் இடம்;** heel (of a shoe, socks). குள்ளமான பெண்கள் குதி கால் உயர்ந்த காலணியை விரும்புகிறார்கள்./ காலுறை யில் குதிகால் பகுதி கிழிந்துவிட்டது.

குதிப்பு பெ. **சுரும்பு மீன்;** false trevally.

குதிபோடு வி. (-போட, -போட்டு) **(மகிழ்ச்சியைக் காட் டும் விதத்தில்) துள்ளிக் குதித்தல்;** jump about; frolic. 'உன்னையும் கூட்டிக்கொண்டு போகிறேன்' என்றதும் குழந்தை குதிபோட்டது./ *(உரு வ.)* அவள் இருக்கும் இடத்தில் குறும்பும் கும்மாளமும் குதிபோடும்.

குதியங்கால் பெ. *(இலங்.)* **குதிகால்;** heel. குதியங்காலில் முள் குத்திவிட்டது.

குதிர்[1] வி. (குதிர, குதிர்ந்து) **(விற்பவர் அல்லது வாங்கு பவர் எதிர்பார்த்தபடி வீடு, மனை முதலியவற்றின் விலை) ஏற்ற வகையில் அமைதல்/(பெண்ணுக்கு வரன்) வாய்த்தல்; அமைதல்;** (of a business deal or a marriage proposal) materialize. வீட்டுக்கும் விலை குதிர வில்லை, பெண்ணுக்கும் வரன் குதிரவில்லை.

குதிர்[2] பெ. **(நெல் முதலிய தானியம் சேமித்து வைப்ப தற்கான) மண்ணால் அல்லது மரத்தால் செய்யப்பட்ட (பீப்பாய் போன்ற) அமைப்பு;** a large barrel-like receptacle for storing grain.

குதிரை¹ பெ. 1: **வேகமாக ஓடுவதும் பிடரியில் மயிர் உடையதும் சவாரி செய்வதற்குப் பழக்கப்படுத்தக் கூடியதுமான விலங்கு;** horse. 2: **சதுரங்க ஆட்டத்தில் இரண்டு கட்டங்கள் நேராகவும் பிறகு ஒரு கட்டம் பக்கவாட்டிலும் நகரும் காய்;** (in chess) knight. 3: **தாண்டிக் குதிக்கும் தடகளப் போட்டியில் பயன்படும், குதிரையின் முதுகு வடிவத்தில் இருக்கும் சாதனம்;** (in gymnastics) vaulting horse. 4: **சுவரின் உயரமான பகுதியை எட்டுவதற்கு உதவும், நான்கு கால்களை உடைய சாதனம்;** high stool (to help reach sth. at a height).

குதிரை² பெ. 1: **(விரலால் அழுத்திக் குண்டை வெளியேற்ற) துப்பாக்கியின் கீழ்ப்பகுதியில் உள்ள விசை;** trigger. 2: **(முற்காலத்தில் வெடி மருந்து போட்டுக் கெட்டித்த துப்பாக்கியின் மேல்பகுதியில்) சேவல் கொண்டைபோல் இருக்கும் உறுப்பு;** cock of a gun (in former times).

குதிரைக்கொம்பு பெ. **கிடைப்பதற்கு அரியது;** rarity; a near impossibility. *தன்னலமற்ற தலைவர்களைக் காண்பது குதிரைக்கொம்பாகிவிட்டது.*

குதிரைச்சக்தி பெ. **விசையினால் இயங்கும் இயந்திரங்களின் இயங்கு சக்தியை அளவிடப் பயன்படுத்தும் அலகு;** horsepower.

குதிரைச்சதை பெ. **ஆடுசதை;** calf muscle.

குதிரைத்திறன் பெ. காண்க: **குதிரைச்சக்தி.**

குதிரைப்படை பெ. 1: **குதிரைகளில் அமர்ந்து செயல்படும், காவல்துறையின் ஒரு பிரிவு;** mounted police. *கலவரத்தில் ஈடுபட்டிருந்தவர்களைக் கலைக்கக் குதிரைப்படை வந்தது./ அழகர் கோயில் திருவிழாவுக்கான பந்தோபஸ்து ஏற்பாடுகளில் குதிரைப்படையினர் ஈடுபட்டிருக்கிறார்கள்.* 2: **ராணுவ அணிவகுப்பில் இடம்பெறும், குதிரையில் அமர்ந்து வரும் வீரர்களின் பிரிவு;** cavalcade.

குதிரைப் பந்தயம் பெ. **முதலாவதாக வந்து வெற்றி பெறும் வாய்ப்புள்ள குதிரையின் மீது பணம் கட்டும் விளையாட்டுப் போட்டி;** horse racing.

குதிரை பேரம் பெ. *(பெ.வ.)* **தேர்தலில் பெரும்பான்மை பெறாத கட்சி தான் அரசமைக்க ஆதரவு பெறுவதற்கு எதிர்க்கட்சியின் தனி உறுப்பினர்களோடு நடத்தும் முறையற்ற பேரம்;** (in India) a political party which is short of majority in the elections doing an improper bargain with individual legislators of the opposition parties for support to form government. *சென்ற தேர்தலில் எந்தக் கட்சிக்கும் பெரும்பான்மை கிடைக்காததால் பெரிய கட்சிகள் எல்லாமே குதிரை பேரத்தில் ஈடுபட்டன./ எந்தக் கட்சிக்குமே தேர்தலில் அறுதிப் பெரும்பான்மை கிடைக்கவில்லையானால் அவை குதிரை பேரத்தில் ஈடுபடுவதற்கான வாய்ப்பு அதிகம்.*

குதிரைமுகம் பெ. **முழங்காலின் முன்பக்க எலும்பு;** shinbone. *(பார்க்க, படம்: உடல்)*

குதிரையேற்றம் பெ. **குதிரையில் சவாரி செய்வதற்கான பயிற்சி;** horsemanship. *சில பள்ளிகளில் மாணவர்களுக்குக் குதிரையேற்றத்தில் பயிற்சி தரப்படுகிறது.*

குதிரையோடு வி. *(குதிரையோட, குதிரையோடி) (இலங்.)* **ஒருவர் தனக்குப் பதிலாக மற்றொருவரைத் தேர்வு எழுதவைத்து ஆள்மாறாட்டம்செய்தல்;** sit an examination by proxy. *அவன் குதிரையோடித்தான் பரீட்சையில் சித்தியடைந்தான்.*

குதிரை வண்டி பெ. **குதிரையால் இழுக்கப்படும், பயணம் செய்வதற்கான வண்டி;** horse-drawn cart (as a mode of transport).

குதிரைவாலி பெ. **(நார்ச்சத்து, மாவுச்சத்து, கொழுப்புச் சத்து, சுண்ணாம்புச்சத்து, இரும்புச்சத்து ஆகியவை நிறைந்த) வெளிர் பழுப்பு நிறத்தில் இருக்கும் ஒரு வகைச் சிறுதானியம்;** horse-tail millet; barnyard millet. *குதிரைவாலி மானாவாரியாகப் புன்செய் நிலத்தில் பயிரிடப்படுகிறது.*

குதும்பு வி. *(மண்.)* **பச்சை மண்பானை குறிப்பிட்ட பதத்தில் உலர்ந்து இருக்கும்போது அதைப் பலகை கொண்டு தட்டி வழவழப்பாக்குதல்;** smoothen the surface of an yet to be baked earthenware vessel with the potter's malletwhile still malleable .

குதூகலம் பெ. *(-ஆக, -ஆன)* **(ஒரு சூழ்நிலையின் காரணமாக அந்தக் கணத்தில் வெளிப்படும்) மகிழ்ச்சி; உவகை;** joy; exhilaration. *புதுப் பொம்மையைக் கண்டால் குழந்தைக்குக் குதூகலம் வந்துவிடுகிறது./ அருவியில் குளித்துக்கொண்டிருக்கும் அனைவரிடமும் குதூகலம் காணப்பட்டது.*

குதூகலி வி. *(குதூகலிக்க, குதூகலித்து) (அ.வ.)* **(ஒரு சூழ்நிலையின் காரணமாகத் தோன்றும்) மகிழ்ச்சியை (அந்தக் கணத்திலேயே) வெளிப்படுத்துதல்;** jump for joy. *கைகொட்டிக் குழந்தை போல் குதூகலித்தார்.*

குந்தகம் பெ. *(-ஆன)* **(ஒரு ஒழுங்கில் இருப்பதைக் குலைத்துவிடும்) தடை; இடையூறு;** thwarting; hampering; hindering. *சட்டம் ஒழுங்கு அமைதிக்கு எந்த விதமான குந்தகமும் ஏற்படக் கூடாது./ உறுப்பினர்கள் கூட்டத்துக்கு வரத் தவறுவது விசாரணைக் குழுவின் பணிக்கே குந்தகம் விளைவிக்கிறது.*

குந்தாணி பெ. 1: *(ஊரக வ.)* **உரல்;** stone mortar. 2: **தானியம் முதலியவற்றை இடிக்கும்போது சிதறாமலிருப்பதற்காக உரலின் மேல் வைக்கும் (பெரும்பாலும்) மரத்தால் ஆன வட்டமான சாதனம்;** a ring placed over a stone mortar to prevent the grain from spilling while being pounded. *(பார்க்க, படம்: உரல்)*

குந்து¹ வி. *(குந்த, குந்தி) (பே.வ.)* **குத்துக்காலிடுதல்;** squat; crouch. *கைதிகள் குந்தியிருந்து சாப்பிட்டுக்கொண்டிருந்தனர்.*

குந்து² பெ. **இரும்பு அல்லது மரச் சட்டம் தரையில் கீறலை ஏற்படுத்தாமல் இருக்க அந்தச் சட்டத்துடன் இணைக்கும், ரப்பர் போன்ற பொருளினால் ஆன சிறு வளையம்;** small ring made of substance such as rubber to prevent metallic or wooden frame from making scratches on the ground; (in India) bush. *நாற்காலிக்குப் புதிய குந்துகள் பொருத்த வேண்டும்.*

குந்து³ பெ. *(இலங்.)* **திண்ணை;** raised platform at the entrance of a house. *வீட்டுக் குந்தில் இருந்து தேநீர் ஆற்றிக் கொண்டிருந்தாள்.*

குந்து[4] பெ. (இலங்.) **(பழம், கிழங்கு போன்றவற்றின்) நார்;** fibre (found in certain fruits, tuber, etc.,). பனம்பழத்தைச் சூப்பியதால் பல் இடுக்கில் குந்து புகுந்துவிட்டது./ மாம்பழக் குந்து/ பலாப் பழக் குந்து.

குந்துமணி பெ. காண்க: குன்றிமணி.

குந்துவை பெ. **மெழுகு பதத்தில் இருக்கும் பச்சை மண்பாண்டத்தின் நெஞ்சடியில் அலங்கார வடிவங்களைப் பதிக்கப் பயன்படுத்தும், மரத்தால் ஆன அச்சு;** a wooden die for stamping decorative designs on the chest of yet-to-be baked mud vessels while still malleable.

குப்-என்று வி.அ. 1: **(ஒரு உணர்ச்சியின் எதிர்பாராத தாக்குதலால்) அடுத்த கணமே;** gushingly; in a flush. தன் மேல் திருட்டுக் குற்றம் சுமத்தப்பட்டதைக் கேட்டு அவனுக்குக் குப்பென்று வேர்த்தது./ வெட்கத்தால் முகம் குப்பென்று சிவந்தது. 2: **(மணம், புகை போன்றவை) ஒரேயடியாகத் திரண்டுவருவதுபோல்;** (of smell, smoke) in a sudden whiff. சமையல் கட்டிலிருந்து ஏதோ தாளிக்கும் மணம் குப்பென்று மூக்கைத் தாக்கியது./ சாக்கடையிலிருந்து நாற்றம் குப்பென்று அடித்தது./ சரவெடி வெடித்த இடத்திலிருந்து குப்பென்று புகை எழுந்தது.

குப்பம் பெ. 1: **(பெரும்பாலும்) மீனவர்கள் வாழும் கடலோரப் பகுதி அல்லது சிற்றூர்;** fishermen hamlet. 2: **(நகரத்தில்) குடிசைகள் நிறைந்த பகுதி;** (in a city) slum.

குப்பல் பெ. (வ.வ.) **குவியல்;** heap. குப்பல்குப்பலாகக் கிடந்த துணிகளை எடுத்து மடித்து வைத்தார்கள்.

குப்பாயம் பெ. (வ.வ.) **ஆண்களும் பெண்களும் அணியும் (அதிக இறுக்கமாக இல்லாத) மேல்உடை;** a kind of loose-fitting shirt. கதர்க் குப்பாயம்.

குப்பி பெ. 1: **சிறு புட்டி;** small (flask-like) bottle. மருந்துக் குப்பி. 2: **(காளை மாட்டின் கொம்புகளில் மாட்டும்) ஊதுகொம்பு வடிவில் செய்த உலோகக் குழல்;** cone-shaped metal tip (for the horns of a bull).

குப்பி விளக்கு பெ. (இலங்.) **சீசாவின் மூடியில் துளையிட்டுத் திரியைச் செருகி எண்ணெய் ஊற்றி எரிக்கும் விளக்கு;** simple oil-lamp with a thick wick in a bottle filled with kerosene.

குப்புற வி.அ. 1: **(முகம், வயிற்றுப் பகுதி, மார்பு ஆகியவை) தரையில் அழுந்திய நிலையில்; கவிழ்ந்து;** (of a person) face downwards; on one's belly. குப்புறப் படுத்துத் தூங்கிக்கொண்டிருந்தான். 2: **(பெட்டி, கூடை முதலியவை) தலைகீழாக;** (of objects) upside down. பழக் கூடை குப்புறச் சரிந்து கிடந்தது.

குப்பை[1] பெ. 1: **(கிழிக்கப்பட்ட தாள், கந்தல் துணி போன்ற) உபயோகம் அற்றவை என்று கழிக்கப்பட்டவை;** trash; garbage. கூடையில் குப்பை நிரம்பிவிட்டது. [(தொ.சொ.) அழுக்கு/ கசடு/ கழிவு/ தூசு/ மாசு] 2: **காற்று அடித்துக் கொண்டுவரும் தூசி, செத்தை முதலியவை;** dust, dried leaves, sweepings, etc., முதலில் கொல்லையைப் பெருக்கிக் குப்பையை அள்ளு! 3: **(வெறுப்பாகக் கூறும்போது) மதிக்கத் தக்கதாக இல்லாதது;** (contemptuous) rubbish; trash. இது கதையா, வெறும் குப்பை.

குப்பை[2] பெ. (ஊரக வ.) **பத்து நாற்று முடிகளை ஒன்று சேர்த்த தொகுதி;** unit of paddy seedlings consisting of ten bunches. இரண்டு குப்பை நாற்று இருந்தால் எஞ்சிய வயலையும் நட்டுவிடலாம்.

குப்பைக்கீரை பெ. **(தரிசு நிலத்தில் வளரும்) சிறிய இலைகளைக் கொண்ட ஒரு வகைக் கீரை;** a variety of greens with small leaves, growing on fallow land.

குப்பைக் கூடை பெ. **குப்பை போடுவதற்கான கூடை வடிவச் சாதனம்;** waste (paper) basket; dustbin.

குப்பைகொட்டு வி. (-கொட்ட, -கொட்டி) 1: **(சொல்பவர் நோக்கிலும் கேலியாகவும்) பயனற்ற வேலையில் பங்குபெறுதல்; பயனற்ற (ஒரே) வேலையைச் செய்தல்;** (jocularly) take part in an unproductive work; do the (same) useless job (again and again). நீயும் அந்த அலுவலகத்தில்தான் குப்பைகொட்டுகிறாயா?/ இவ்வளவு நாள் கதை எழுதிக் குப்பைகொட்டியது போதும்! 2: **(குறைகள் இருந்தபோதும் ஒருவருடன் அல்லது ஓர் இடத்தில்) வாழ்க்கை நடத்துதல்;** manage to live; get along (with s.o.). என் சிடுமூஞ்சிப் பிள்ளையோடு மருமகளும் எப்படியோ இருபது வருடம் குப்பை கொட்டிவிட்டாள்./ இந்த ஊரிலும் எப்படியோ முப்பது வருடம் குப்பை கொட்டிவிட்டேன்.

குப்பைத்தண்ணீர் பெ. (இலங்.) **பூப்படைந்த பெண்ணுக்கு முதன்முதலாகத் தலைக்கு விடும் தண்ணீர்;** ritual bathing of a girl on her attaining puberty.

குப்பைத் தொட்டி பெ. **குப்பை போடுவதற்காக (வீட்டுக்கு வெளியே அல்லது தெருவில்) வைத்திருக்கும் சிமெண்டு, இரும்பு, பிளாஸ்டிக் போன்றவற்றால் செய்த தொட்டி போன்ற அமைப்பு;** dustbin; garbage can.

குப்பைப் பழக்கம் பெ. (இலங்.) **தீய பழக்கம்;** bad habit. குப்பைப் பழக்கத்தினால் சிறுவர்கள் கெட்டுப்போகிறார்கள்./ பொய் சொல்லும் குப்பைப் பழக்கத்தை மாற்றிக் கொள் என்று மகனைத் திட்டினார்.

குப்பைப் பிறாண்டி பெ. (இலங்.) **(பெரிய பரப்பை எளிதாகச் சுத்தப்படுத்த) முனைப் பகுதியில் கூரான இரும்புக் கம்பிகள் பொருத்தப்பட்டதும் நீண்ட கைப்பிடியை உடையதுமான ஒரு சாதனம்;** rake. முதலில் குப்பைப் பிறாண்டியால் இழுத்துவிட்டு விளக்குமாற்றால் கூட்டு./ உங்களுடைய குப்பைப் பிறாண்டியைத் தாருங்கள். காணியைச் சுத்தப்படுத்திவிட்டுத் தருகின்றோம்.

குப்பைமேனி பெ. **இலை தண்டோடு சேரும் இடத்தில் சிறுசிறு காய்கள் காய்க்கும் (மருந்தாகப் பயன்படும்) கீரை இனத்தைச் சேர்ந்த ஒரு வகைச் செடி;** Indian acalypha.

குபீர் பெ.அ. **பீறிட்டுவரும்; எதிர்பாராத; திடீர்;** a fit of; burst of; sudden. குபீர்ச் சிரிப்பு/ குபீர்ப் பாய்ச்சல்.

குபீர்-என்று வி.அ. **திடீரென்று;** like a flash or shot; suddenly. தூங்கிக்கொண்டிருந்தவன் யாரோ தொட்டவுடன் குபீரென்று எழுந்து உட்கார்ந்தான்./ குபீரென்று கண்களில் நீர் ததும்பியது.

குபுகுபு-என்று வி.அ. **(புகை, நீர் போன்றவை திடீரென்று) பெருக்கெடுத்தாற்போல்; வேகமாகவும் மிகுதியாகவும் தொடர்ச்சியாகவும்;** (of water, etc.,) gushing out; (of smoke) vigorously puffing out. தோண்டிய இடத்தில் குபுகுபுவென்று தண்ணீர் வந்தது./ அடுப்பிலிருந்து புகை குபுகுபுவென்று வந்தது.

குபேரன் பெ. **பெரும் பணக்காரன்; கோடீஸ்வரன்;** millionaire; very rich man. குபேரன் ஆகிவிட வேண்டும் என்னும் ஆசை எனக்கு இல்லை.

கும்-என்று வி.அ. **(நல்ல மணம்) ஒரு இடத்தில் சட்டென்று பரவி அல்லது நிறைந்து;** (of delicious smell) come filling the air. அவள் அறைக்குள் வந்ததும் மல்லிகைப் பூ மணம் கும்மென்று பரவியது./ அம்மா குழம்பு வைக்கும் வாசனை கும்மென்று வந்தது.

கும்கி (யானை) பெ. (பு.வ.) **மனிதர்களின் பல தேவைகளைப் பூர்த்திசெய்ய, குறிப்பாக தொந்தரவு செய்வதாகக் கருதப்படும் காட்டு யானைகளை அடக்கிப் பிடிக்கவோ அவற்றை விளைநிலங்களிலிருந்து விரட்டியடிக்கவோ குட்டியிலிருந்தே பழக்கப்படுத்தப்பட்ட யானை அல்லது பயிற்சியளிக்கப்பட்ட பெரிய யானை;** a trained elephant to control wild elephants.

கும்பக் கலயம் பெ. (ஊரக வ.) **(கும்பமாக வைப்பதற்குப் பயன்படுத்தப்படும்) வாய் குறுகலான சிறிய மண்பானை;** small earthenware pot with a narrow mouth used for arranging கும்பம். குடமுழுக்குக்குச் செல்பவர்கள் யாகசாலையில் இருந்த கும்பக் கலயத்தை வீட்டுக்கு வாங்கிச் செல்வார்கள்.

கும்பகர்ணன் பெ. **1: (ராமாயணத்தில்) அதிக நேரம் தூங்குபவனாகச் சித்தரிக்கப்படும், இராவணனின் தம்பியாகிய ஒரு பாத்திரம்;** (in the Ramayana) the brother of Ravana and one given to sleeping for long hours. **2: அதிக நேரம் ஆழ்ந்து தூங்குபவன்;** person given to sleeping for long hours. அவன் சரியான கும்பகர்ணன், இடி இடித்தாலும் கேட்காது.

கும்பம் பெ. **1: வாய் குறுகலான சிறிய செம்பில் அல்லது பானையில் தண்ணீர் நிரப்பி, வாயில் மாவிலை வைத்து, அதன்மேல் தேங்காய் வைத்திருக்கும் ஒரு மங்கல அமைப்பு;** auspicious arrangement of a small brass vessel or earthenware pot filled with water at the mouth of which a coconut is placed on mango leaves. யாகசாலையைச் சுற்றி உட்புறத்தில் கும்பம் வைத்திருந்தார்கள். **2:** (சோதி.) **குடத்தைக் குறியீட்டு வடிவமாக உடைய பதினோராவது ராசி;** eleventh constellation of the zodiac having a pitcher as its sign; Aquarius. *(பார்க்க, படம்: ராசி[1])* **3:** (இலங்.) **குவியல்;** heap. மீன் கும்பத்தைக் கூடையில் அள்ளச் சொன்னான்.

கும்பல் பெ. **1: (மனிதர்களின்) கூட்டம்;** throng; crowd. இந்தக் கும்பலில் காணாமல் போன குழந்தையை எப்படித் தேடுவது? **2: குழுவாகத் தீய செயல்களில் ஈடுபடுபவர்கள்;** gang. திருட்டுக் கும்பல்/ கடத்தல் கும்பல்.

கும்பல் கொலை பெ. (பு.வ.) **சந்தேகத்தின் பேரில் (ஒருவரை எந்த நியாயமான விசாரணையும் செய்யாமல்) கும்பலாகப் பலர் சேர்ந்து தாக்கிச் செய்யும் கொலை;** mob lynching.

கும்பா பெ. (ஊரக வ.) **(சோறு பிசைவதற்கோ சந்தனம் வைப்பதற்கோ பயன்படுத்தப்படும்) விரிந்த**

தாமரை மலர் வடிவத்தில் வெள்ளியால் அல்லது வெண்கலத்தால் செய்யப்பட்ட பாத்திரம்; கிண்ணம்; silver or brass bowl (for mixing rice or for keeping sandal paste). சந்தனக் கும்பா/ கும்பாவில் சோறு போட்டு ரசம் விட்டுப் பிசைந்தாள்.

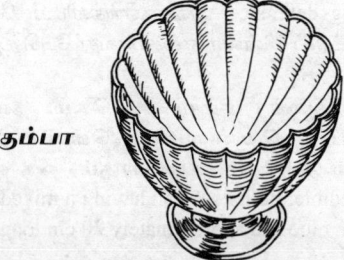

கும்பா

கும்பாபிஷேகம் பெ. **(பொதுவாக) பன்னிரண்டு ஆண்டுகளுக்கு ஒரு முறை சைவ சமயக் கோயிலைப் புதுப்பிக்கும் விதத்தில் நடத்தப்படும் குடமுழுக்கு;** consecration ceremony conducted for a Hindu saivite temple (mostly) once in every twelve years.

கும்பி[1] பெ. (அ.வ.) **வயிறு;** belly. கும்பிக்குக் கஞ்சி கிடைத்தால் போதும்./ கும்பி காய்கிறது.

கும்பி[2] பெ. (இலங்.) **(கல், மண் போன்றவற்றின்) குவியல்;** pile; heap. மண் கும்பியில் ஏறி விளையாடாதீர்கள்./ கல்லுக் கும்பியில் விழுந்து மண்டை உடைந்துவிட்டது.

கும்பிடு[1] வி. (கும்பிட, கும்பிட்டு) **1: (தெய்வத்தை வழிபடும்போது அல்லது பெரியவர்களுக்கு மரியாதை செலுத்தும்போது) இரு கைகளையும் கூப்பி வணங்குதல்;** make obeisance with folded hands (as in offering prayers or paying respects to elders). இளைஞனாக இருந்தால் கைகுலுக்குவேன், வயதானவராக இருந்தால் கும்பிடுவேன். **2: (தெய்வத்தை) வழிபடுதல்;** worship. திருப்பதிக்குப் போய்ச் சாமி கும்பிட்டோம்./ அம்மா கருப்பசாமியைக் கும்பிட்டுவிட்டு வந்தாள்./ நாங்கள் கும்பிடும் ஏசு எங்களைக் கைவிட மாட்டார்.

கும்பிடு[2] பெ. **1: (தெய்வ வழிபாட்டின் அறிகுறியாக அல்லது பெரியவர்களுக்கு மரியாதை செலுத்தும் முறையாக) இரு கை கூப்பிய வணக்கம்;** worship; obeisance with folded hands. காலை எழுந்தவுடன் சாமி படத்தின் முன் நின்று ஒரு கும்பிடு போட்ட பின்புதான் பிற வேலைகளைச் செய்வான். **2: ஒருவரோடு அல்லது ஒன்றோடு இனி தொடர்பே வேண்டாம் என்ற கருத்தில் கூறப்படுவது;** goodbye; farewell (to s.o. or sth. when one decides not to have any more contact). படிப்புக்கு ஒரு கும்பிடு./ மாமாவுக்கு ஒரு கும்பிடு, அவர் பேச்சே நமக்கு வேண்டாம்.

கும்பிடுகள்ளன் பெ. (இலங்.) **நேருக்கு நேர் சுமுகமாகப் பழகிக்கொண்டு மறைமுகமாகத் தீங்கு விளைவிப்பவன்;** a man who is obsequious but with ill-feeling; a villain pretending deference. அவன் எங்களிடம் வேண்டியதை வாங்கிவிட்டுப் பின்னர் எதையாவது பேசித் திரியும் கும்பிடுகள்ளன்./ இந்தக் கும்பிடுகள்ளன் வேலையெல்லாம்

அவரிடம் எடுபடாது. நேர்மையாகப் பழகினால் மட்டுமே அவருக்குப் பிடிக்கும்.

கும்பிடுகள்ளி பெ. (இலங்.) **நேருக்கு நேர் சுமுகமாகப் பழகிக்கொண்டு மறைமுகமாகத் தீங்கு விளைவிப்பவள்;** a woman who is obsequious but with ill-feeling; a villain pretending deference. *அவள் எங்களிடம் வேண்டியதை வாங்கிவிட்டுப் பின்னர் எதையாவது பேசித் திரியும் கும்பிடுகள்ளி.*

கும்புழா பெ. (இலங்.) **சுமார் 20 செ.மீ. நீளத்தில் சதைப்பிடிப்போடு வெண்மையும் வெளிர் நீலமும் கலந்த நிறத்தில் இருக்கும் (உணவாகும்) ஒரு வகைக் கடல் மீன்;** an edible, fleshy sea fish having a mixed colour of white and light blue and approximately 20 cm long.

கும்மட்டி[1] பெ. **கரி, மரத்தூள் போன்றவற்றால் தணல் மட்டும் இருக்கும் வகையில் அமைக்கப்பட்டிருக்கும் (சட்டி போன்ற) இரும்பு அடுப்பு;** a kind of stove which can be lit with coal or chaff to provide heat without flame.

கும்மட்டி[2] பெ. **தர்ப்பூசணி இனத்தைச் சேர்ந்த ஒரு வகைக் கொடி/அந்தக் கொடியில் காய்க்கும், நாரத்தை அளவில் இருக்கும் காய்;** bitter apple.

கும்மாளம் பெ. **மகிழ்ச்சி நிறைந்த ஆரவாரம்;** uncontrolled merriment. *மாணவர் விடுதி என்றால் சிரிப்பும் கும்மாளமும்தான்./ குடித்துவிட்டுக் கும்மாளம் போடாதே!*

கும்மி பெ. 1: **பெரும்பாலும் பெண்கள் (தாங்கள் பாடும் பாட்டின் இசைக்கு ஏற்றவாறு சுற்றிவந்து) கைகொட்டி ஆடும் நடனம்;** dancing by girls with rhythmic clapping. 2: **மேற்குறிப்பிட்ட நடனத்துக்கு ஏற்ற வகையில் பாடும் பாட்டு;** verse composed for கும்மி dance.

கும்மியடி வி. (-அடிக்க, -அடித்து) **(பெண்கள் சுற்றி வந்து) கைகொட்டிப் பாடி ஆடுதல்;** (of girls) dance round clapping and singing.

கும்மிருட்டு பெ. **அடர்ந்த இருள்;** pitch-darkness. *இந்தக் கும்மிருட்டில் தனியாகத் தோட்டத்திற்குப் போகாதே./ பூச்சிகள் எழுப்பிய சத்தமும் கும்மிருட்டும் திகில்கொள்ளச் செய்தன.*

கும்மு வி. (கும்ம, கும்மி) (பே.வ.) **(துவைக்கும்போது துணியைச் சுருட்டி இரு கைகளாலும் தூக்கி) ஒரு பரப்பில் லேசாகக் குத்தியும் அழுத்தியும் எடுத்தல்;** wash clothes by rubbing and sqeezing them against a hard surface. *துணி துவைக்கும் கல்லில் சட்டையைக் கும்மித் துவைத்தான்./ நன்றாகக் கும்மினால்தான் அழுக்குப் போகும்.*

குமட்டல் பெ. **வயிற்றைப் புரட்டி வாந்தியெடுக்க வேண்டும் என்ற உணர்வு;** nausea; queasiness. *சாப்பாட்டைப் பார்த்தாலே ஒரு குமட்டல்./ குமட்டலை ஏற்படுத்தும் நாற்றம்.*

குமட்டு வி. (குமட்ட, குமட்டி) **(வாந்தியெடுக்க வேண்டும் என்ற உணர்வால் வயிற்றை) புரட்டுதல்; வாந்தி வருதல்;** turn one's stomach; nauseate. *வயிற்றைக் குமட்டும் நாற்றம்/ அதைப் பார்த்தாலே குமட்டுகிறது./* (உரு வ.) *அவன் பேச்சை எடுத்தாலே எனக்குக் குமட்டுகிறது.*

குமர் பெ. (இஸ்.) **திருமணமாகாத, பருவமடைந்த இளம் பெண்;** unmarried young girl.

குமரன் பெ. (அ.வ.) **இளைஞன்; வாலிபன்;** young man. *உன்னைப் போல் ஓடிவர நான் என்ன குமரனா? எனக்கு வயது ஐம்பத்தைந்து ஆகிறது.*

குமராகு வி. (-ஆக, -ஆகி) (வ.வ.) **(பெண்) பருவமடைதல்;** (of girls) come of age; attain puberty. *மகள் குமராகி விட்டாள்.*

குமராளி பெ. (இலங்.) **(திருமண வயதில் இருக்கும் பெண்ணின்) தந்தை;** father (of a young girl to be married to s.o.).

குமரி பெ. 1: **பருவமடைந்த பெண்;** girl who has come of age. *குமரிகள் இருக்கிற வீட்டில் ஆண்கள் இஷ்டப்படி நுழைந்துவிட முடியாது.* 2: **இளம் பெண்;** young girl. *இவ்வளவு வயதாகியும் இன்னும் குமரி என்று நினைத்துக் கொண்டு இருக்கிறாயா?*

குமரு பெ. (வ.வ.) **இளம் பெண்; குமரி;** unmarried young girl. *குமருகளாகச் சேர்ந்து குளத்தில் தண்ணீர் எடுக்கச் செல்கிறார்கள்.*

குமாரத்தி பெ. (பெரும்பாலும் திருமண அழைப்பிதழ் முதலியவற்றில் குறிப்பிடும்போது) **மகள்;** (often in wedding invitations, etc.,) daughter. *மூத்த குமாரத்தி.*

குமாரன் பெ. (பெரும்பாலும் திருமண அழைப்பிதழ் முதலியவற்றில் குறிப்பிடும்போது) **மகன்;** (often in wedding invitations, etc.,) son. *மூத்த குமாரன்/ கனிஷ்ட குமாரன்.*

குமாரி பெ. 1: **(முகவரி முதலியவை எழுதும்போது) திருமணமாகாத பெண்ணின் பெயருக்கு முன் மதிப்புத் தரும் வகையில் சேர்க்கும் சொல்; செல்வி;** Miss. 2: **மகள்;** daughter.

குமாஸ்தா பெ. 1: **(அலுவலகப் பணியில்) எழுத்தர்;** clerk (in an office). *பொதுப்பணித் துறையில் குமாஸ்தாவாக இருந்து ஓய்வு பெற்றவர்.* 2: **(வழக்கறிஞரின் சட்டப் படிப்பில் பட்டம் பெறாத) உதவியாளர்;** clerical assistant (to a lawyer).

குமி[1] வி. (குமிய, குமிந்து) (பே.வ.) காண்க: **குவி**[1], **1.**

குமி[2] வி. (குமிக்க, குமித்து) (பே.வ.) காண்க: **குவி**[2], **2.**

குமிழ் பெ. 1: **(திறக்கவோ இழுக்கவோ பயன்படும் வகையில் அல்லது அழகிற்காக ஒன்றில் பொருத்தியிருக்கும்) உருண்டை வடிவப் பொருள்;** knob; anything shaped like a knob. *குமிழைத் திருப்பிக் கதவைத் திறந்தான்./ மின் விசிறியின் நடுவில் ஒரு குமிழ்.* 2: (மண.) **(திருமணத்தில் சாத்திரப்படி மேடையில் வைக்கப்படும்) வண்ணப் பானைகளின் உச்சியில் வைக்கும், கோயில் கலசம்போல் இருக்கும் மண்ணால் செய்த பாண்டம்;** earthenware vessel like the turned up banana inflorescence on the top of the vertical line of ritual pots on a wedding stage. 3: காண்க: **குமிழி.**

குமிழி பெ. **காற்றால் திரவத்தில் ஒரு சில நொடிகளே தோன்றி மறையும் சிறு அரைப் பந்து வடிவம்;** bubble. *நீர்க் குமிழி போன்று வாழ்க்கை நிலையற்றது என்று சொல்வார்கள்.*

குமிழியிடு வி. (குமிழியிட, குமிழியிட்டு) **1: (நீரில்) குமிழி தோன்றுதல்;** bubble. பாறைகளுக்கு இடையில் நீர் குமிழியிட்டுச் சுழன்றுகொண்டிருந்தது. **2: (ஒருவ ரிடத்தில் மகிழ்ச்சி, உற்சாகம் முதலியன) பெருகுதல்;** (happiness, enthusiasm, etc.,) bubble up. உற்சாகம் அவள் வார்த்தைகளில் குமிழியிட்டது.

குமுறல் பெ. **1: (எரிமலை, கடல் முதலியவை தொடர்ந்து எழுப்பும்) உரத்த ஒலி;** rumbling (of volcano, sea, etc.,). **2: (மனத்தில் அடக்கி வைத்திருந்த கோபம், துக்கம் போன்ற உணர்ச்சிகளின்) வெளியே தெரியாத கொந் தளிப்பு;** simmer. எண்ணக் குமுறல்களைக் கவிதையாக வடித்தேன்.

குமுறு வி. (குமுற, குமுறி) **1: (வெடிக்கும் முன் எரிமலை அல்லது காற்றால் கடல்) உரத்த ஒலியுடன் பொங்கு தல்;** (of volcano) rumble; (of rough sea) roar. எரிமலை குமுறி வெடித்தது. **2: (கோபம், துக்கம் போன்ற உணர்ச்சி கள் மனத்தினுள்) கொந்தளித்தல்;** (of emotions) surge up. மனத்தில் கோபம் குமுறியது./ குமுறும் உணர்ச்சிகளுக்கு வடிகால் இல்லை./ அவள் குமுறிக்குமுறி அழுதாள். [(தொ.சொ.) **அங்கலாய்/ குமை/ கொதி/ பொங்கு/ பொருமு**]

குமை வி. (குமைய, குமைந்து) **1: (புகை, நெருப்பு முத லியவை வெளியேற வழி இல்லாமல் ஒரே இடத்தில்) சுழன்றுவருதல்;** (of smoke, fire) spiral (without any outlet). சமையல் அறை முழுக்கப் புகை குமைந்துகொண்டிருந்தது. **2: (பொறாமை, வெறுப்பு, கவலை போன்றவை) வெளிப்பட இயலாமல் மனத்திற்குள்ளாகவே சுழன்று சுழன்று வருதல்; (மனம்) புழுங்குதல்;** become choked up. பெற்றோரிடம்கூடக் கணவன் நடத்தையைப் பற்றிச் சொல்ல முடியாமல் குமைந்தாள்./ உனக்குள் குமை யாதே! விஷயத்தைச் சொன்னால் உனக்குச் சற்று ஆறுத லாக இருக்கும். [(தொ.சொ.) **அங்கலாய்/ குமுறு/ கொதி/ பொங்கு/ பொருமு**]

குமைச்சல் பெ. **(மன) புழுக்கம்;** (of emotions) state of being pent-up. குமைச்சலும் நிராசையும் அவனைத் தளர் வடையச் செய்தது.

குய்யோமுறையோ-என்று வி.அ. **(ஆபத்தை அறிந்து) உரத்த குரலில் முறையிட்டு;** complaining loudly (about what one thinks is unjust); raising alarm (in danger). 'உள் ளதைச் சொல்கிறாயா, இல்லையா?' என்று கேட்டுக் கம்பை ஓங்கியதும் பையன் குய்யோமுறையோவென்று கத்தத் தொடங்கிவிட்டான்./ தீப்பிடித்ததும் மக்கள் குய்யோ முறையோவென்று கதறிக்கொண்டு ஓடினார்கள்.

குயவர் பெ. **(களிமண்ணைச் சக்கரத்தில் வைத்துச் சுற்றி) மட்பாண்டங்கள் செய்பவர்;** potter.

குயில் பெ. **இனிய குரலில் கூவும் கருநிற ஆண் பறவை யையும் பழுப்பு நிற உடலில் சிறுசிறு வெண்ணிறத் திட்டுக்களைக் கொண்ட பெண் பறவையையும் உடைய ஒரு பறவை இனம்;** koel. காக்கையின் கூட்டில் பெண் குயில் முட்டைகளை இடும்.

குயுக்தி பெ. (-ஆக, -ஆன) **நேர்மையான முறையில் இல்லாதது; இடக்கு; குதர்க்கம்;** craftiness; sophistry. 'நீங்கள் கட்சி மாறிவிட்டீர்களா?' என்று கேட்டதற்கு, 'கட்சி மாறாதவர்கள் யார்?' என்னும் குயுக்தியான பதில் அவரிடமிருந்து வந்தது.

குர்ஆன் பெ. (இஸ்.) **இஸ்லாமியர்களின் புனித நூல்;** Koran.

குர்பானி பெ. (இஸ்.) **(இப்ராஹிம் நபி தன் மகன் இஸ்மாயிலை அல்லாவுக்குப் பலி தரத் தயாராக இருந் ததைச் சிறப்பிக்கும் விதமாக) ஒவ்வொரு ஆண்டும் பக்ரீத் பண்டிகையின்போது சேவல், ஆடு, மாடு, ஒட்டகம் ஆகியவற்றில் ஒன்றைப் பலி தரும் சடங்கு;** Qurbani.

குரக்கன் பெ. (இலங்.) **கேழ்வரகு;** ragi. குரக்கன் கூழ்/ குரக்கன் பிட்டு.

குரக்கன் களி பெ. (இலங்.) **கேழ்வரகு மாவில் சீனியும் பாலும் கலந்து காய்ச்சித் தயாரிக்கப்படும் ஒருவகைக் களி;** a kind of dish made by mixing of ragi flour with sugar and milk to the consistency of a pudding. குரக்கன் களியைச் சிறுவர்கள் விரும்பி உண்டனர்.

குரக்கு பிடி வி. (பிடிக்க, பிடித்து) (வ.வ.) **(கை, கால் முதலியவற்றின் தசைப் பகுதியில்) திடீரென்று குத்தி இழுப்பது போன்ற வலி உண்டாதல்;** suffer muscle pull or sprain; suffer cramps. காலில் குரக்கு பிடித்துவிட்டது.

குரக்கு வலி பெ. (வ.வ.) **(கை, கால் முதலியவற்றின் தசைப் பகுதியில்) திடீரென்று குத்தி இழுப்பது போன்று உண்டாகும் வலி;** muscle pull or sprain.

குரங்காட்டி பெ. **குரங்கைக் குட்டிக்கரணம் போடச் செய் தல் போன்ற வித்தைகள் செய்ய வைத்துப் பிழைப்பு நடத்துபவன்;** person earning his living by making a monkey perform some tricks.

குரங்கு பெ. **1: மரங்களில் வாழும், கிளைக்குக் கிளை தாவிச் செல்லும், (பெரும்பாலும்) நீண்ட வால் உடைய ஒரு வகை விலங்கு;** monkey. குரங்குச் சேட்டை பண்ணாதே! **2: மிகுந்த தொல்லை தரும் சிறுவர்களைக் கடிந்துகொள்ளப் பயன்படுத்தும் சொல்;** a word used for chiding mischievous child. என் தம்பிக் குரங்குதான் பேனாவை எடுத்து ஒளித்துவைத்திருக்கும்.

குரங்குப்புத்தி பெ. **(தெளிவான முடிவு எடுக்க முடி யாமல்) தடுமாறும் குணம்; அலைபாயும் மனம்;** fickle-mindedness. இவனுக்குச் சரியான குரங்குப்புத்தி. கடைக்கு வந்தால்கூடச் சீக்கிரம் துணியை எடுக்க மாட்டான்.

குரல்[1] பெ. **1: (பேச்சை அல்லது பாட்டை வெளிப் படுத்த) தொண்டையில் உள்ள குரல் நாண்களின் அசைவால் உண்டாக்கும் ஒலி;** voice. தொலைபேசியில் உங்கள் குரல் வேறு மாதிரி ஒலித்தது./ (உரு வ.) நாவல் முழுதும் ஆசிரியரின் குரல் ஒலித்துக்கொண்டிருப்பதை உணர முடிகிறது. **2: (பேச்சு, பாட்டு முதலியவற்றுக்கு ஏற்ற) ஒலித் தன்மை; சாரீரம்;** (quality of) voice. பாட கருக்கு நல்ல வளமான குரல். **3: கருத்தை வெளிப்படுத்தக் கையாளும் ஒலிப்பு விதம்; தொனி;** (of voice) tone. அவளைக் கண்டிப்பதற்கு நீங்கள் உபயோகித்த சொல்லும் குரலும் சரியானவை அல்ல. **4: முறையிடும் வகையிலோ அல்லது எதிர்ப்பு, கண்டனம் முதலியவற்றைக் காட் டும் வகையிலோ வெளிப்படுத்துவது;** voice (expressing the opinion of a person or people). கண்டனக் குரல்/ ஏழையின் குரலை யார் மதிக்கிறார்கள்?

குரல்² பெ. (இசை) **(தமிழிசையில்) ஏழு ஸ்வரங்களில் முதல் ஸ்வரமான 'ச'வைக் குறிப்பது;** the first of the seven notes.

குரல்காட்டு வி. (-காட்ட, -காட்டி) (இலங்.) **(ஒருவர் தன் இருப்பைத் தெரிவிக்கும் விதத்தில்) குரல்கொடுத்தல்;** show one's presence by calling. பிள்ளை தனியே வீட்டில் இருக்கிறாள், நீ அடிக்கடி குரல்காட்டிக்கொண்டிரு./ நீ வெளிக்கிட்டுவிட்டு குரல்காட்டு, நானும் உன்னுடன் வருகிறேன்./ நீங்கள் குரல்காட்டியதால்தான் காணிக்குள் நின்ற ஆடுகள் ஓடிவிட்டன.

குரல்கொடு வி. (-கொடுக்க, -கொடுத்து) **1: பதில் தரும் முறையில் அல்லது கூப்பிடும் முறையில் குரல் எழுப்புதல்;** respond to a call; call. 'இதோ வந்துவிட்டேன்' என்று குரல்கொடுத்துக்கொண்டே அவர் ஓடினார்./ நீங்கள் குரல்கொடுத்தால் போதும், நான் வந்துவிடுகிறேன். **2: (எதிர்த்து அல்லது ஆதரித்து) கருத்துத் தெரிவித்தல்;** raise one's voice (against sth.); voice (one's protest); lend one's voice to. அநீதியை எதிர்த்துக் குரல்கொடுக்க ஒரு சிலரே முன்வருவார்கள்./ தாழ்த்தப்பட்ட மக்களுக்காகக் குரல்கொடுத்தவர் அண்ணல் அம்பேத்கர் ஆவார். **3: (திரைப்படத்தில் அல்லது தொலைக்காட்சித் தொடரில்) தம் சொந்தக் குரலில் பேசாத நடிகர்களுக்குப் பிறர் தம் குரல் தந்து பேசுதல்;** (in films) dub in (voice). பிரபல நட்சத்திரங்களுக்கு இவர் குரல்கொடுக்கிறார்.

குரல் நாண் பெ. **ஒலிக்கான அதிர்வுகளை எழுப்பப் பயன்படும், தொண்டையில் உள்ள மெல்லிய சதைத் தொகுப்பு;** vocal cords.

குரல்வளம் பெ. **பல வித ஏற்ற இறக்கங்களை எளிதாகவும் இனிமையாகவும் காட்டக் கூடிய குரலின் செழுமை;** range of voice; voice culture. அவருடைய குரல் வளம் வியக்கத் தக்கது.

குரல்வளை பெ. **கண்டம் தெரியும் கழுத்தின் முன் பகுதி;** throat (including Adam's apple). தைராய்டு சுரப்பி குரல்வளைக்குக் கீழே இருக்கிறது./ குரல்வளையைப் பிடித்து நெரித்து அவளைக் கொன்றிருக்கிறான்./ (உரு வ.) இந்தச் சட்டம் பத்திரிகையின் குரல்வளையை நெரிக்கும்.

குரல்வாக்கு பெ. **அவையில் விவாதம் முடிந்ததும் தீர்மானிக்கப்பட வேண்டியதை ஆதரித்து அல்லது எதிர்த்து உறுப்பினர்கள் வாய்மொழியாகத் தெரிவிக்கும் வாக்கு;** voting by saying 'aye' or 'no'; voice vote.

குரல் வாக்கெடுப்பு பெ. **குரல்வாக்கின் மூலம் நடத்தப்படும் வாக்கெடுப்பு;** voice vote. இடஒதுக்கீடு தொடர்பான தீர்மானம் தமிழகச் சட்டப்பேரவையில் குரல் வாக்கெடுப்பு மூலம் நிறைவேறியது.

குரல் விழு வி. (விழ, விழுந்து) (இலங்.) **(அலுப்பு, சோர்வு, ஏமாற்றம் போன்றவற்றால்) குரல் உயிர்ப்பின்றி ஒலித்தல்; பேச்சுக் குரல் தாழ்தல்;** (of one's voice) sound without any interest or enthusiasm. தருவதற்குப் பணம் இல்லை என்று அவர் சொன்னதும் மகளின் குரல் விழுந்தது./ ஒரு காலத்தில் அரசியலில் தீவிரமாக இயங்கி வந்தவர், தற்போது குரல் விழுந்ததுபோல இருக்கிறார்.

குரலெழுப்பு வி. (-எழுப்ப, -எழுப்பி) காண்க: **குரல் கொடு, 2.**

குரவை¹ பெ. **(முற்காலத்தில்) பெண்கள் கைகோத்து ஆடும் ஒரு வகை நடனம்;** (in former times) dancing in a circle by women holding hands.

குரவை² பெ. காண்க: **குலவை.**

குரான் பெ. காண்க: **குர்ஆன்.**

குரு¹ (g-) பெ. **1: ஆசிரியர்; ஆசான்;** (venerable) teacher; master. மாதாவும் பிதாவும் குருவும் தெய்வமும்/ என் சங்கீத குரு. [(தொ.சொ.) **ஆசான்/ ஆசிரியர்/ சத்குரு/ வாத்தியார்**] **2: முன்னுதாரணமாக இருப்பவர்;** exemplary model; mentor. இன்றைய எழுத்தாளர்கள் பலருக்கு இவர்தான் குரு./ உங்களுடைய அரசியல் குரு யார்? **3:** (கிறித்.) **ஆயரால் அபிஷேகம் செய்யப்பட்டவர்;** priest.

குரு² (g-) பெ. (சோதி.) **மக்கட்பேறு, சொத்து, ஞானம், தலைமைப் பண்பு, மஞ்சள் நிறம், புஷ்பராகம், வடகிழக்குத் திசை முதலியவற்றைக் குறிக்கும் கிரகம்;** (in astrology) the planet Jupiter.

குரு³ (g-) பெ. (திருநர் வ.) **ஒரு திருநங்கையைத் தத்தெடுத்த திருநங்கை அம்மா;** transwoman adoptive mother who has adopted a transwoman.

குருக்கத்தி பெ. **காடுகளில் காணப்படும், மரங்கள்மீது படரும், வெள்ளையும் மஞ்சளும் கலந்த, வாசம் மிகுந்த பூக்கள் பூக்கும் பெரிய கொடி;** helicopter flower. குருக்கத்தி ஒரு தல விருட்சம்.

குருக்கள் பெ. **சிவனுக்கும் சிவனோடு தொடர்புடைய பிற தெய்வங்களுக்கும் சைவ ஆகமப் படி பூஜை செய்யும் தகுதி உடையவர்;** person entitled by ஆகமம் to perform பூஜை in temples dedicated to சிவன் and other related deities.

குருகுலக் கல்வி பெ. **குருவின் இல்லத்திலேயே தங்கிப் பெறும் கல்வி;** learning by living with the teacher. இன்றும் சில இடங்களில் குருகுலக் கல்விமுறை வழக்கத்தில் இருக்கிறது.

குருகுலம் பெ. **(குருவோடு இருந்து கற்கும்) பாடசாலை;** school (where disciples live together with the teacher).

குருசடி பெ. (கிறித்.) **சிலுவையும் சிலுவையை வைத்திருக்கும் பீடத்தில் உள்ள சிறு மாடக் குழியும் சேர்ந்த, பொது இடத்தில் வைக்கப்பட்டிருக்கும் அமைப்பு;** seat of cross in a public place.

குருசாமி பெ. **முதன்முறையாக ஐயப்பன் கோயிலுக்குச் செல்லும் நபருக்கு உரிய சடங்குகள் செய்வித்து அவரைத் தன் குழுவில் சேர்த்துக்கொள்ளும் (மூத்த) பக்தர்;** (a senior) devotee who initiates one into the worship of ஐயப்பன். எங்கள் குருசாமி பதினெட்டு முறை மலைக்குப் போய்வந்தவர்.

குருட்டடியாக வி.அ. (பே.வ.) **குருட்டாம்போக்காக;** blindly. குருட்டடியாக நான் அந்த வேலைக்கு மனுப் போட்டேன், அதிர்ஷ்டவசமாகக் கிடைத்துவிட்டது.

குருட்டாம்போக்கு-ஆக,-இல்/-ஆன வி.அ./பெ.அ. **எந்த முன்திட்டமும் இல்லாமல்/எந்த முன்திட்டமும்**

இல்லாத; blindly/blind. குருட்டாம்போக்கில் நான் எடுத்த சீட்டுக்குப் பரிசு விழுந்தது./ குருட்டாம்போக்காகச் சொன்ன பதில் சரியாக இருந்தது./ குருட்டாம்போக்கான முடிவு.

குருட்டு பெ.அ. **ஆராய்ந்து அறியப்படாத; சற்றும் விளக்க முடியாத;** blind. குருட்டு நம்பிக்கை/ குருட்டு விசுவாசம்/ குருட்டு அதிர்ஷ்டம்.

குருட்டு அதிர்ஷ்டம் பெ. **எந்த முயற்சியும் செய்யாமல் வரும் நன்மை;** blind luck. இவ்வளவு பெரிய வீடு, இவ்வளவு குறைந்த விலையில் கிடைத்தது குருட்டு அதிர்ஷ்டம்தான்.

குருட்டுக்கொக்கு பெ. (பே.வ.) **மடையான்;** Indian pond heron.

குருட்டுச்சந்து பெ. **முட்டுச்சந்து;** blind alley; dead end. நேராகப் போய் இடதுபுறம் திரும்பினால் ஒரு குருட்டுச் சந்து. அதில் கடைசி வீடு.

குருட்டுப்பாடம் பெ. **பொருளைப் புரிந்துகொள்ளாமல் படிக்கும் பாடம்; அர்த்தம் தெரியாத மனப்பாடம்;** anything committed to memory without knowing its meaning; rote.

குருட்டு யோசனை பெ. 1: **இன்னது என்று எதைப் பற்றியும் குறிப்பாக யோசிக்காமல் மனதை இங்குமங்கும் செலுத்தும் போக்கு;** undirected, wandering thoughts. குருட்டு யோசனையில் நேரம் போனதே தெரியவில்லை. 2: **(தீர ஆராயாமல்) எடுக்கும் முடிவு;** an impulsive decision; decision without regard to result or consequences. ஒரு குருட்டு யோசனையில் அந்தக் கட்சியோடு தேர்தல் கூட்டு வைத்தது தவறு.

குருட்டு வாய்ப்பு பெ. (இலங்.) காண்க: **குருட்டு அதிர்ஷ்டம்.**

குருடன் பெ. (த.வ.) **பார்க்கும் திறன் இல்லாதவன்; கண் தெரியாதவன்;** blind man.

குருடி பெ. (த.வ.) **பார்க்கும் திறன் இல்லாதவள்; கண் தெரியாதவள்;** blind woman.

குருடு பெ. 1: **பார்வை இல்லாமை;** blindness; want of sight. மின்னல் தாக்கி அவருக்கு ஒரு கண் குருடாகிவிட்டது./ குருட்டுப் பூனை. 2: (த.வ.) **பார்வை இழந்த நபர்;** visually challenged person. பார்வையற்ற ஒருவரை அழைக்க 'குருடு' என்ற சொல்லைப் பயன்படுத்துவது நாகரிகம் அல்ல.

குருடுபற்று வி. (-பற்ற, -பற்றி) (இலங்.) **(எண்ணெய் இல்லாமல் விளக்குத் திரி கருகி) ஒளி குறைதல்;** (of lamps) become dim (due to the burning of the wick for want of oil). விளக்கு குருடுபற்றி மங்கியது.

குருணை பெ. 1: **(மிருதுவான மாவைப் போல் இல்லாத) ரவையைவிடச் சற்றே பெரிதான துகள்;** granules. பூந்தாதுவை உலர்த்திக் குருணையாக மாற்றி மருந்தாகப் பயன்படுத்துகிறார்கள். 2: காண்க: **குறுணை.**

குருத்தணு பெ. (பு.வ.) **குழந்தை பிறக்கும்போது அதன் தொப்புள்கொடியிலிருந்து எடுக்கப்படுவதும், பின்னர் எந்த வகையான திசுவாக அல்லது உறுப்பாக வேண்டுமானாலும் வளர்த்துக்கொள்ளும் தன்மை உடையதுமான உயிரணு வகை;** stem cell. எதிர்காலத்தில் மருத்துவச் சிகிச்சையில் குருத்தணு ஒரு முக்கியப் பங்காற்றும் என்று அறிவியலாளர்கள் கருதுகின்றனர்.

குருத்து பெ. 1: **(தென்னை, பனை, வாழை போன்ற மரங்களின்) விரியாத இளம் இலை;** tender leaf (of banana plant); unfurled frond of palm. வாழை குருத்து விடத் தொடங்கிவிட்டது. 2: **செவிப்பறை;** tympanum; eardrum. 3: காண்க: **குருத்தெலும்பு.**

குருத்துஞாயிறு பெ. (கிறித்.) **குருத்தோலைகளுடன் இயேசுவின் புகழ்பாடி, உயிர்ப்பு ஞாயிறுக்கு முந்திய ஞாயிற்றுக்கிழமை கொண்டாடப்படும் திருவிழா;** Palm Sunday.

குருத்துப்புழு பெ. **பயிரின் குருத்துப் பகுதியையும் இலைக் காம்பையும் துளைத்துச் சேதப்படுத்தும் மிகச் சிறிய புழு வகை;** shoot borer.

குருத்துமணல் பெ. **பொடி மணல்;** fine sand.

குருத்துவம் பெ. (கிறித்.) **திருச்சபையால் திருப்பணிக்காகத் தேர்ந்தெடுக்கப்பட்ட சிறப்பு நிலை;** priesthood.

குருத்துவாரா பெ. **சீக்கியர்களின் வழிபாட்டுத் தலம்;** a place of worship for the Sikh community. குருத்துவாராவுக்குச் சென்று பிரதமர் வழிபட்டார்.

குருத்தெலும்பு பெ. **காதுமடல், மூக்கின் முன்பகுதி முதலியவற்றில் இருப்பது போன்ற மடங்கக்கூடிய மென்மையான எலும்பு;** cartilage. ஒவ்வொரு மூட்டிலும் குருத்தெலும்பு இருக்கும்.

குருதி பெ. (உ.வ.) **இரத்தம்;** blood. குருதி வெள்ளம்.

குருதிச்சோகை பெ. (இலங்.) **இரத்தசோகை;** anaemia. சரியான உணவும் மருந்தும் இல்லாமல் பல குழந்தைகள் குருதிச்சோகைக்கு ஆளாகியிருக்கிறார்கள்.

குருந்தம் பெ. **கறிவேப்பிலைக் குடும்பத்தைச் சேர்ந்த, அடித்தண்டு மடிப்புகளுடன் காணப்படும், வெள்ளை நிற, வாசம் மிகுந்த பூக்கள் பூக்கும், சிறிய முட்களை உடைய மரம்;** Indian atalantia.

குருநாதன் பெ. **வணக்கத்திற்கு உரிய குரு;** revered master.

குருப்பித்துவிடு வி. (-விட, -விட்டு) (இலங்.) **தோன்றுதல்;** appear. முகத்தில் பருக்கள் குருப்பித்துவிட்டன.

குருபாய் பெ. (திருநர் வ.) **குருவின் (திருநங்கை) மகள்;** daughter of a transwoman adoptive mother.

குருபீடம் பெ. **மடத்தின் தலைமைப் பொறுப்பு;** headship of a monastic order. சுவாமிகள் குருபீடத்தின் தலைவராகப் பொறுப்பேற்று இன்றோடு அறுபது ஆண்டுகள் ஆகின்றன./ இந்த குருபீடத்தை அலங்கரித்த மடாதிபதிகளில் பலர் தமிழ்த் தொண்டாற்றியுள்ளனர்.

குருபூசை பெ. **தீட்சை தந்த குருவுக்கு அவர் முக்தி அடைந்த தினத்தில் சீடர்களால் நடத்தப்படும் பூசை;** worship offered by the disciples to their guru, who initiated them into a religious order, on his death anniversary.

குரும்பி பெ. காண்க: **குறும்பி.**

குரும்பை[1] பெ. **(தென்னை அல்லது பனையின் பூவிலிருந்து தோன்றும்) பிஞ்சுக்காய்;** small unripe fruit (of coconut or palmyra trees). தென்னங்குரும்பைகளில் பாதி உதிர்ந்துவிட்டன.

குரும்பை² பெ. **குறும்பி;** earwax.

குருமடம் பெ. (கிறித்.) **குரு ஆவதற்கு உரிய பயிற்சி பெறும் இடம்;** seminary.

குருமணல் பெ. (இலங்.) **பொடி மணல்; தூவாளி மணல்;** fine sand. அம்மா தம்பியின் கைவிரலைப் பிடித்துக் குரு மணலில் எழுதப் பழக்கினாள்./ குருமணலை முற்றத்தில் கொட்டிப் பரப்பிவிடுங்கள்.

குருமன் பெ. (இலங்.) **(வாழை மரத்தில்) வாழைப்பூ வெளியே வரும் சமயத்தில் அதனைத் தாக்கிக் கருகச் செய்யும் நோய் வகை;** a disease affecting the inflorescence of the banana plant. வாழைத் தோப்பு முழுவதும் குருமன் அடித்துப் பாழாய்ப்போய்விட்டது.

குருமா பெ. **வேக வைத்த காய்கறிகளுடன் அல்லது இறைச்சியுடன் அரைத்த மசாலாவைச் சேர்த்துத் தாளித் துச் செய்யும் (சப்பாத்தி போன்றவற்றுக்குத் தொடுகறி யாகும்) கெட்டியான குழம்பு;** a kind of thick sauce prepared with boiled vegetables or meat and served as side dish for சப்பாத்தி, etc.,

குருமாணவன் பெ. (கிறித்.) **குரு ஆவதற்கு உரிய பயிற்சி பெறுபவர்;** seminarian.

குருமார் பெ. **(சீக்கிய மதத்தின்) முதன்மை குரு அல் லது தலைவர்;** head priest or leader (of Sikh religious institutions).

குருமிளகு பெ. **(முதிர்ந்த, மணமுள்ள) காரமான மிளகு;** pepper (with a strong smell and taste).

குருவானவர் பெ. (கிறித்.) காண்க: குரு[1], 3.

குருவி பெ. **(தோட்டத்திலும் வீட்டைச் சுற்றியும் காணப் படும்) சாம்பல் அல்லது பழுப்பு நிறத்தில் இருக்கும் சிறு பறவை; சிட்டுக்குருவி;** sparrow. காயப் போட்ட நெல்லைக் குருவிகள் வந்து கொத்திக்கொண்டு போய்விடு கின்றன.

குருவிச்சை பெ. (இலங்.) **ஒரு வகைத் தாவர ஒட் டுண்ணி;** a kind of parasite weed. மாமரத்தில் குருவிச்சை பிடித்துவிட்டதால் மரத்தை வெட்டி எறிந்துவிட்டேன்.

குரூபம் பெ. (அ.வ.) **விகாரமான உருவம்;** ugly figure. இந்தத் திரைப்படத்தில் குரூபமான உருவத்துடன் அவர் நடித்திருக்கிறார்.

குரூபி பெ. (அ.வ.) **விகாரமான தோற்றம் உடைய நபர்;** ugly person.

குரூரம் பெ. (-ஆக, -ஆன) **1: கொடுமை நிறைந்தது; கொடூரம்;** cruelty. கையில் கத்தியுடன் குரூரமாகச் சிரித்தான்./ மற்றவர்களைத் துன்புறுத்துவதில் அவனுக்கு ஒரு குரூரமான மகிழ்ச்சி. **2: விகாரம்; அவலட்சணம்;** ugliness. தீ விபத்தில் சிக்கிக் கருகிய அவள் முகம் பார்க்கக் குரூரமாக இருந்தது.

குரை வி. (குரைக்க, குரைத்து) **(நாய்) சத்தம் எழுப்புதல்; குலைத்தல்;** bark.

குரைப்பு பெ. **நாய் எழுப்பும் சத்தம்;** bark (of a dog). புதருக்கு அருகில் பன்றியின் உறுமலும் நாயின் குரைப்பும் கேட்டன.

குரோதம் பெ. (-ஆக, -ஆன) **பகைமை உணர்ச்சி நிறைந்த வெறுப்பு; காழ்ப்புணர்வு;** malicious hatred; malice. கொலை நடந்தாலும் ஆச்சரியப்படுவதற்கில்லை. அவர்களுக்குள் அவ்வளவு குரோதம்!/ அவனுடைய குரோதப் பார்வையைத் தாங்கிக்கொள்ள முடியவில்லை. [(தொ.சொ.) காழ்ப்பு/ பகை/ பகைமை/ வெறுப்பு]

குல்கந்து பெ. **உலர்ந்த ரோஜா இதழ்களைத் தேனிலும் ஜீராவிலும் போட்டுத் தயாரித்த லேகியம் போன்ற பொருள்;** conserve of rose petals prepared with honey and said to have cooling effect.

குல்லம் பெ. (இலங்.) **(வயலில் சூடு அடிக்கும்போது பயன்படுத்தும்) சுளகு; முறம்;** winnowing pan.

குல்லா பெ. **(பெரும்பாலும் துணியால்) வட்டமாகவோ நீளமாகவோ தைத்துத் தலையின் மேல்பகுதியில் அணிவது;** cloth cap; fez. அந்தக் காலத்தில் குல்லா அணிந்து பள்ளிக்கூடம் செல்ல வேண்டும்./ கதர்க் குல்லா.

குல்லாப்போடு வி. (-போட, -போட்டு) **(உதவி செய்யும் நிலையில் இருப்பவரை) மகிழ்வித்துக் காரியம் சாதித் துக்கொள்ளுதல்; காக்காய்பிடித்தல்;** please (s.o. for a favour); curry favour. பெரிய மனிதர்களுக்குக் குல்லாப் போடுவதில் இவன் சமர்த்தன்.

குல்லாய் பெ. காண்க: குல்லா.

குலக்குறி பெ. **ஒரு குலம் தன் வழிபாட்டுக்கு என எடுத் துக்கொள்ளும் (விலங்கு, பறவை, தாவரம் போன்ற) குறியீடு;** totem. இந்தியப் பழங்குடிகள் பலருக்கு எலி குலக் குறியாக உள்ளது.

குலதெய்வம் பெ. **ஒரு குலத்தைச் சேர்ந்தவர்கள் வழி படும் தெய்வம்;** deity (of a community); family deity. குலதெய்வத்தை வணங்கிவிட்டுத் திருமண வேலைகளில் ஈடுபட்டார்.

குலதேவதை பெ. **பெண் குலதெய்வம்;** female family deity.

குலம் பெ. **1: (மனித) இனம்;** general class; type. பண்பாடு என்பது மனித குலத்திற்கே உரியது. **2: வம்சம்;** lineage. சில அரசர்கள் தங்களைச் சூரிய குலம் என்று கூறிக்கொண்டனர். **3: (சமூகப் பிரிவுகளைக் குறிக்கும்போது) ஜாதி;** caste; community. பையனின் குலம், கோத்திரம் எல்லாம் தெரிந்த பிறகுதான் பெண் கொடுப்போம்.

குலவு வி. (குலவ, குலவி) **நெருங்கி உறவாடுதல்; பிரியத் தோடு பழகுதல்;** be overly familiar; move freely or intimately. நேற்றுவரை விரோதியாக இருந்தவன் இன்று ஏன் நம்மோடு குலவுகிறான்?/ அடக்குமுறையை ஏவிவிடுபவர் களோடு குலவாதீர்கள்.

குலவை பெ. **(சில சமூகங்களில்) (திருமணம், குழந்தைப் பிறப்பு, பெயர் சூட்டுதல் போன்ற மங்கல நிகழ்ச்சி களின்போது பெண்கள்) வாயைத் திறந்து நாக்கை வாயின் பக்கவாட்டிலோ மேலும்கீழுமாகவோ அசைத்து எழுப்பும் ஒரு விதமான ஒலி;** sound produced by moving the tongue rapidly across open mouth while emitting a low-pitched sound (collectively by women); ululation.

குலவையிடு வி. **(திருமணம், குழந்தைப் பிறப்பு, பெயர் சூட்டுதல், பொங்கல் போன்ற மங்கல நிகழ்ச்சிகளின் போது பெண்கள்) வாயைத் திறந்து நாக்கை வாயின்**

பக்கவாட்டிலோ அல்லது மேலும்கீழுமாகவோ அசைத்து ஒருவிதமான ஒலியை எழுப்புதல்; ululate. பெண்கள் குலவையிட கிராமத்தினர் முன்னிலையில் ஊராட்சித் தலைவராகத் தேர்ந்தெடுக்கப்பட்டவர் பதவி யேற்றார்.

குலாவு வி. *(குலாவ, குலாவி)* காண்க: **குலவு.**

குலுக்கல்[1] பெ. 1: **(மேடுபள்ளத்தில் ஏறி இறங்குவதால் அல்லது தடையால் வாகனங்களில் ஏற்படும்) ஆட்டம்; தூக்கிப்போடுதல்;** (of vehicles) jolt. மாட்டு வண்டியில் உட்கார முடியாத அளவுக்குக் குலுக்கல்!/ பேருந்து ஒரு குலுக்கலுடன் நின்றது. [*(தொ.சொ.)* **அதிர்வு/ ஆட்டம்/ உதறல்/ நடுக்கம்**] 2: **(பெண்களின்) கவர்ச்சியான உடல் அசைவு;** sashaying. 'அவளுடைய குலுக்கலும் தளுக்கு நடையும் பார்க்க நன்றாகவா இருக்கிறது?' என்று அவர் அங்கலாய்த்தார்.

குலுக்கல்[2] பெ. **(பரிசு, போட்டி, முறை போன்றவற்றைத் தீர்மானிப்பதற்காகப் பெயர், எண் போன்ற அடையாளங்களைக் கொண்ட சீட்டுகளைக் கைகளுக்குள் அல்லது பெட்டி போன்றவற்றில் போட்டு நன்றாகக் குலுக்கி) ஒரு சீட்டைத் தேர்ந்தெடுத்தல்;** draw. பந்தயத்திற்கு முன்னால் நடந்த குலுக்கலில் கந்தசாமியும் சீனிவாசனும் எதிர்த்து விளையாட வேண்டும் என்று முடிவாயிற்று./ இந்த மாதக் குலுக்கலில் சீட்டுத்தொகை என் நண்பனுக்குக் கிடைத்தது.

குலுக்கல் சீட்டு பெ. **(ஒருவரை) குறிப்பிட்ட நாட்களுக்குக் குறிப்பிட்ட தொகை எனக் கட்டச் செய்து குலுக்கலின் மூலம் தொகையையோ பொருளையோ தரும் முறை;** a system in which subscription is collected in instalments and the accumulated sum or the article for which the subscription is made is given to a subscriber by draw. பத்தாயிரம் ரூபாய் குலுக்கல் சீட்டில் சேர்ந்துகொள்கிறாயா?/ தீபாவளிக் குலுக்கல் சீட்டில் சேர்பவர்களுக்கு ஒரு கிராம் தங்க நாணயம் இலவசம்.

குலுக்கு வி. *(குலுக்க, குலுக்கி)* 1: **(ஒன்றைக் கையில் பிடித்து) மேலும்கீழும் அல்லது பக்கவாட்டில் ஆட்டுதல்;** shake (a bottle, etc.,); shake (a bag, box, etc., to settle the contents). மருந்து குடிப்பதற்கு முன் சீசாவை நன்றாகக் குலுக்கு./ சாக்கு மூட்டையைச் சற்றுத் தூக்கிக் குலுக்கு, இன்னும் இரண்டு படி நெல் கொட்டலாம்./ உண்டியலைக் குலுக்கிக்கொண்டு வந்தான். 2: **(உடலை, தோளை) அசைத்தல்; ஆட்டுதல்;** shake (one's body, shoulder, etc.,). அவள் உடலைக் குலுக்கிக்குலுக்கி நடந்தாள்./ 'தெரியாது' என்று சொல்லிவிட்டு உதட்டைப் பிதுக்கித் தோளைக் குலுக்கினார்.

குலுக்குச் சீட்டு பெ. காண்க: **குலுக்கல் சீட்டு.**

குலுக்கை பெ. *(வ.வ.)* **தானியங்கள் சேகரித்து வைப்பதற்காகப் பானை செய்யும் களிமண், கம்பங்கதிர்க் கொம்மைகள், மாட்டுச் சாணம் ஆகியவை கலந்து செய்யும் கலன்கள்;** bin made of clay mixed with straw for storing grain.

குலுங்கு வி. *(குலுங்க, குலுங்கி)* 1: **லேசாக இங்குமங்கும் அசைந்து அதிர்தல்;** shake (when doing sth.); (of vehicle) jolt. அவர் சிரிக்கும்போது உடல் முழுவதும் குலுங்கும்./ உணவு பரிமாறும்போது கைவளையல்கள் குலுங்கின. 2: *(காய்த்தல், பூத்தல் ஆகிய வினைகளுடன்)* **நிறைந்திருத்தல்;** be rich in (sth.); be full of (sth.). தோட்டம் முழுக்கப் பூக்கள் பூத்துக் குலுங்கின./ செடிகளில் மிளகாய் காய்த்துக் குலுங்கியது.

குலை[1] வி. *(குலைய, குலைந்து)* 1: **(உடல் கட்டு) தளர்தல்;** (of body) become loose or limp. வயதாகியும் உடல் கட்டுக் குலையவில்லை. 2: **(நம்பிக்கை, ஆசை முதலியன) சிதைதல்;** (of hope, desire, etc.,) get shattered; get shaken. என் நம்பிக்கை குலைந்துவிட்டது. 3: **(கூந்தல்) பிரிந்து அலைதல்;** (of hair) get dishevelled. குலைந்த முடியும் அழுத கண்ணுமாக அவள் வந்து நின்றாள். 4: **(பொருள்கள்) கலைதல்;** be disturbed. காகித அடுக்குகள் குலைந்து சிதறின.

குலை[2] வி. *(குலைக்க, குலைத்து)* 1: **(ஒற்றுமை, அமைதி, நடவடிக்கை முதலியவற்றை) கெடுத்தல்;** disturb (peace, etc.,). நாட்டு ஒற்றுமையைக் குலைக்க முயலும் சக்திகளை முறியடிக்க வேண்டும். 2: **(நம்பிக்கை முதலியவற்றை) சிதைத்தல்;** shatter (one's hope, desire, etc.,). என் நம்பிக்கையைக் குலைக்கும் நிகழ்ச்சி நடந்துவிட்டது.

குலை[3] வி. *(குலைக்க, குலைத்து) (பே.வ.)* காண்க: **குரை.**

குலை[4] பெ. 1: **(மரத்தில்) காய்களின் தொகுப்பு;** bunch of unripe fruits; cluster. தென்னம் குலை/ வாழைக் குலை. *(பார்க்க, படம்: வாழை)* [*(தொ.சொ.)* **கொத்து/ சீப்பு**] 2: *(வ.வ.)* காண்க: **குழை**[4].

குலைதள்ளு வி. *(-தள்ள, -தள்ளி)* **(வாழை காய்ப்பதன் அறிகுறியாக) பூவுடன் கூடிய காம்பை வெளிப்படுத்துதல்/(தென்னை, பனை போன்றவற்றின்) பாளை வெடித்துக் காய்த் தொகுதியாக மாறுதல்;** (of trees such as coconut, palm, plantain, etc.,) put forth a bunch of fruits (as yield). வாழை மரம் ஒரு முறைதான் குலைதள்ளும்./ ஒரு தென்னை இன்னும் குலைதள்ளவில்லை.

குலைநடுக்கம் பெ. **(வயிற்றில் சங்கடமாக உணரும்) பீதியும் நடுக்கமும்;** trepidation; terror. அந்த ரவுடியைப் பார்த்தாலேயே எல்லோருக்கும் குலைநடுக்கம் ஏற்படும்./ நாய் என்றால் அவருக்குக் குலைநடுக்கம்.

குலைநடுங்கு வி. *(-நடுங்க, -நடுங்கி)* **பீதியையும் நடுக்கத்தையும் உணர்தல்;** be terrified; tremble. நடு இரவில் அந்தக் கூச்சலைக் கேட்டதும் எனக்குக் குலைநடுங்கிவிட்டது./ விபத்திலிருந்து மயிரிழையில் மீண்டுவிட்டாலும் அதைப் பற்றி இன்று நினைத்தாலும் அவளுக்குக் குலைநடுங்கும்.

குலைநோய் பெ. **நெற்பயிரின் இலைகளில் புள்ளிகளை ஏற்படுத்தி நாளடைவில் பயிரைச் சேதப்படுத்தும், காற்றின் மூலம் பரவக்கூடிய ஒரு வகைப் பூஞ்சாண நோய்;** blast disease.

குலைப்பன் காய்ச்சல் பெ. *(இலங்.)* **குளிர்காய்ச்சல்;** fever with shivering. குலைப்பன் காய்ச்சலால் மகள் இரவு முழுவதும் தூங்கவில்லை./ குலைப்பன் காய்ச்சலில் இருந்து விட்டுப் பின்னர் ஏன் குளிர் தண்ணீரில் குளிக்கிறாய்?

குலோப்ஜாமுன் பெ. **மைதா மாவைச் சிறு உருண்டைகளாக உருட்டிப் பொரித்து ஜீராவில் போட்டுத் தயாரிக்கும் ஓர் இனிப்பு வகை;** flour-balls soaked in sugar treacle.

குவடு பெ. **மார்பின் மையத்தில் உள்ள குழிவான பகுதி;** depression (in the middle of the chest). இருமலுக்கு நெஞ்சுக் குவட்டில் சூடாக எண்ணெய் தடவலாம்.

குவளை பெ. **1: (தண்ணீர் முதலியன குடிப்பதற்குப் பயன்படும்) விளிம்பும் பிடியும் இல்லாத கோப்பை;** tumbler. குவளையில் தண்ணீர் கொடு. **2:** *(வூரக வ.)* **அண்டா;** a large deep vessel with a wide mouth (used as a container). நெல் அவிக்கும் குவளை.

குவி[1] வி. *(குவிய, குவிந்து)* **1: (ஒரு பொருள் அல்லது மனிதர்கள் ஒரு இடத்தில்) அதிக அளவில் சேர்தல்;** pile up; form in heaps; crowd. அரிசி மூட்டைமூட்டையாக வந்து குவிந்தது./ காய்கறிகள் குவிந்துகிடந்தன./ திரையரங்கின் முன் தங்கள் அபிமான நடிகரைப் பார்க்க ரசிகர்கள் குவிந்தனர்./ *(உரு வ.)* ஒரு நிறுவனத்தில் ஒருவரிடமே எல்லா அதிகாரங்களும் குவியவிடக் கூடாது./ *(உரு வ.)* விடுமுறை கழிந்து வந்து பார்த்தால் வேலை குவிந்திருக்கிறது. **2: (ஏதேனும் ஒரு செயலுக்காகக் கை, உதடு முதலியன) இணைந்து சேர்தல் அல்லது கூடுதல்; (மலர்கள்) கூம்புதல்;** (of one's hands) join (as in worship); (of one's lips) round; get rounded (as in pronouncing a sound); (of petals) close. 'உ' என்பதை உச்சரிக்கும்போது உதடுகள் குவியும்./ மொட்டு குவிந்து நீண்டிருந்தது. **3: (ஒருவரின் பார்வை, கவனம் முதலியவை ஒன்றின் மீது) நிலைத்தல்; பதிதல்;** (one's vision, attention, etc.,) get centred on (sth.). அவன் பார்வை அந்தக் கடையில் வைக்கப்பட்டிருந்த புத்தகங்களின் மீது குவிந்தது. **4:** *(இயற்.)* **ஒளிக் கதிர்கள் ஓர் ஆடியின் மறுபுறத்தில் அல்லது எதிர்ப்புறத்தில் ஒரு புள்ளியில் ஒன்றாக இணைதல்;** (of light) converge (on a point).

குவி[2] வி. *(குவிக்க, குவித்து)* **1: (பொருளை, மனிதர்களை) அதிக அளவில் சேர்த்தல்; நிறைத்தல்;** pile up; heap up; gather in masses; concentrate. எல்லைப் பகுதியில் ராணுவம் குவிக்கப்பட்டுள்ளது./ *(உரு வ.)* இந்திய அணி அடுத்தடுத்து வெற்றிகளைக் குவித்துக்கொண்டிருக்கிறது. **2: (பொருள்களை ஒன்றாகப் போட்டு) குவியலாக ஆக்குதல்;** put (things) in heaps. துணிகளைக் குவித்துப்போட்டு விற்பனை செய்தார்கள்./ சாலை போடக் கற்களைக் குவித்திருக்கிறார்கள். **3: (கைகளை) கூப்புதல்; (ஒலியை உச்சரிக்க உதடுகளை) சுழித்து ஒன்றாக்குதல்;** fold (hands as in worshipping); round (the lips as in pronouncing a sound). ஆசிரியர் வந்ததும் கைகுவித்து வணக்கம் தெரிவித்தார்./ 'உ' என்பதை உச்சரிக்க உதடுகளைக் குவிக்க வேண்டும். **4:** *(இயற்.)* **ஒளிக்கதிர்களை ஓர் ஆடியின் மூலம் மறுபுறத்தில் அல்லது எதிர்ப்புறத்தில் ஒரு புள்ளியின் மேல் விழச் செய்தல்;** focus (the rays on a point). சூரிய ஒளியைக் குழியாடியின் மூலம் காகிதத்தின் மேல் குவித்தால் காகிதம் தீப் பிடித்து எரியும்.

குவி[3] து.வி. *(குவிக்க, குவித்து)* **முதன்மை வினையின் தொழிலை மிகுதிப்படுத்திக் காட்டும் துணை வினை;** an auxiliary used to indicate that the act of the main verb is being done to excess or in large quantities. அவர் சிறுகதைகளையும் நவீனங்களையும் எழுதிக் குவித்தார்./ உலகப் போர் மக்களைக் கொன்று குவித்தது.

குவிப்பு பெ. **சேர்ந்து ஒன்றாகிக் காணும் நிலை;** piling up; concentration (of troops). எல்லைப் பகுதியில் படைக் குவிப்பு/ ஆறுகளால் அடித்து வரப்பட்ட வண்டல் மண் குவிப்பே இந்தச் சிறு தீவு.

குவிமுனை பெ. *(இயற்.)* காண்க: **குவியம்.**

குவிமையம் பெ. *(இயற்.)* காண்க: **குவியம்.**

குவியத்தூரம் பெ. *(இயற்.)* **ஆடியின் மையத்திற்கும் குவிமுனைக்கும் இடைப்பட்ட தூரம்;** focal length.

குவியம் பெ. *(இயற்.)* **ஒளிக்கதிர்கள் ஊடகத்தின் வழியாகச் சென்று மறுபுறத்தில் அல்லது எதிர்ப்புறத்தில் ஒரு சிறு புள்ளியாகக் குவியும் இடம்;** principal focus; focal point.

குவியல் பெ. **ஒன்றின் மீது ஒன்றாக ஓர் இடத்தில் குவிக்கப்பட்டுள்ள பொருள்களின் தொகுப்பு;** pile; heap. சட்டைகளைக் குவியலாகப் போட்டு விற்றுக்கொண்டிருந்தார்கள்./ *(உரு வ.)* அவர் கவிதைகள் உணர்ச்சிகளின் குவியல். [*(தொ.சொ.)* **கட்டு/ கற்றை/ தொகுப்பு**]

குவியாடி பெ. *(இயற்.)* **இருபுறமும் சற்றுக் குவிந்து அரைக் கோள வடிவத்தில் இருக்கும் ஆடி;** convex mirror or lens.

குழகுழப்பு பெ. *(-ஆன)* **பிசுபிசுப்போடு குழைவாக இருக்கும் தன்மை;** sticky and slimy nature. விரலில் பசையின் குழகுழப்பு/ குழகுழப்பான திரவம். [*(தொ.சொ.)* **குழைவு/ மிருது**]

குழந்தை பெ. **1: தாயின் வயிற்றில் இருக்கும் அல்லது அண்மையில் பிறந்த பிள்ளை;** child; baby. 'வயிற்றில் குழந்தை உதைக்கிறது' என்றாள் என் மனைவி./ குழந்தைக்கு நிறைய முடி இருக்கிறது. **2: (ஒரு தம்பதியினரின்) மகன் அல்லது மகள்; வாரிசு;** offspring; child. உங்களுக்கு எத்தனை குழந்தைகள்?/ குழந்தைகள் இல்லாததால் தன் சொத்துகள் அனைத்தையும் அவர் கோயிலுக்கு எழுதி வைத்துவிட்டார்.

குழந்தைக்காரி பெ. *(பே.வ.)* **(தாய்ப்பால் குடிக்கும்) கைக்குழந்தையை உடையவள்;** mother having a suckling baby. குழந்தைக்காரி பட்டினி கிடக்கக் கூடாது.

குழந்தைகள் இல்லம் பெ. *(பு.வ.)* **மாற்றுத்திறனாளிகள் உட்பட, பாதுகாப்பும் பராமரிப்பும் தேவைப்படும் குழந்தைகளின் மறுவாழ்வுக்காகப் பராமரிப்பு, கல்வி, தொழில் பயிற்சி வழங்க அரசால் அல்லது அரசு நிதியுதவியுடன் தன்னார்வத் தொண்டு நிறுவனங்களால் நடத்தப்படும் பராமரிப்பு இல்லம்;** Children's Home.

குழந்தைகுட்டி பெ. *(பே.வ.)* **பிள்ளைகள்;** children. திருமணமாகிக் குழந்தைகுட்டி பெற்றுப் பெரிய குடும்பி ஆகிவிட்டேன்.

குழந்தைத்தனம் பெ. *(-ஆக, -ஆன)* **1: கள்ளங்கபடம் இல்லாத தன்மை; வாழ்க்கை அனுபவம் இல்லாத**

வெகுளித்தனம்; child-like; innocence. அந்தப் பையனின் குழந்தைத்தனமான முகம் இன்னும் எனக்கு மறக்கவில்லை./ என்னைப் பார்த்து அவள் குழந்தைத்தனமாகச் சிரித்தாள். **2: சிறுபிள்ளைத்தனம்;** childishness; babyishness. இது போலக் குழந்தைத்தனமான கேள்விகளையெல்லாம் இங்கே கேட்கக் கூடாது என்று அவர் என்னைக் கடிந்து கொண்டார்.

குழந்தைத் திருமணம் பெ. **18 வயது நிறைவடையாத பெண்ணுக்கோ, 21 வயது நிறைவடையாத ஆணுக்கோ செய்யும், சட்டப்படி தடை செய்யப்பட்டுள்ள திருமணம்;** child marriage.

குழந்தைத் தொழிலாளர் பெ. **(வளர்ச்சிக்கும் கல்விக்கும் இடையூறாக அமையும் விதத்தில் கூலி வேலை செய்யும்) பதினான்கு வயதுக்கு உட்பட்ட தொழிலாளர்;** child labour. குழந்தைத் தொழிலாளர்களை வேலைக்கு அமர்த்துவது சட்டப்படி குற்றம்.

குழந்தைநல மருத்துவம் பெ. **குழந்தைகளின் நலனைக் குறித்த சிறப்பு மருத்துவப் பிரிவு;** paediatrics.

குழந்தை மேதை பெ. **வளர்ந்தவர்களுக்கு மட்டுமே கைவரப்பெற்ற அரிய திறன் ஒன்றைப் பெற்றிருக்கும் குழந்தை அல்லது சிறுவர்;** child prodigy.

குழப்படி பெ. **1:** *(பே.வ.)* **குழப்பமாக இருக்கும் நிலை; குழப்பம்;** confused state; muddle. நிர்வாகத்தில் ஒரே குழப்படி. **2:** *(இலங்.)* **குறும்பு;** mischief. வகுப்பில் குழப்படி செய்யாமல் இருங்கள் என்று ஆசிரியர் மாணவர்களுக்குக் கட்டளையிட்டார்./ 'எந்த நேரமும் குழப்படி செய்தால், இனி இனிப்பு வாங்கித் தர மாட்டேன்' என்று தாய் குழந்தைக்குக் கூறினாள்.

குழப்பம் பெ. **1:** *(-ஆக, -ஆன)* **(என்ன நடக்கிறது அல்லது என்ன செய்ய வேண்டும் என்பதைப் பற்றி நாட்டில், சமூகத்தில், தனிநபர்களிடம் காணப்படும்) தெளிவற்ற நிலை;** turmoil; confusion. சிப்பாய்க் கலகத்தை ஒட்டி நாட்டில் பெருங்குழப்பங்கள் தோன்றின./ குண்டு வெடிப்பைத் தொடர்ந்து நகரில் குழப்பம் நிலவியது./ பொறியியல் கல்லூரிச் சேர்க்கையில் ஏற்பட்ட குழப்பங்கள் பெற்றோர்களைக் கவலையில் ஆழ்த்தியிருக்கின்றன./ போர்க்காலத்தில் ஏற்பட்ட குழப்பங்களால் நிர்வாகம் நிலைகுலைந்தது./ வினாத்தாளைப் பார்த்தவுடன் எதற்கு முதலில் விடையளிப்பது என்ற குழப்பம் வந்தது./ குழப்பமான சூழ்நிலையில் எந்த முடிவுக்கும் வரக் கூடாது. **2: (சிந்தனையில்) தெளிவின்மை;** want of clarity. என் கட்டுரையில் எந்தக் குழப்பமும் இல்லை./ எண்ணத்தில் காணப்படும் குழப்பம் எழுத்திலும் காணப்படுகிறது./ உங்கள் கட்சியில் கொள்கைக் குழப்பம் மிகுந்துவிட்டது. **3: (கூட்டம், ஊர்வலம் போன்றவற்றில்) கலவரமான சூழல்;** turbulence; confusion. நீதிமன்றத்தில் குழப்பம் ஏற்படுத்தியவர் தண்டிக்கப்பட்டார்./ ஊர்வலத்தில் எங்கிருந்தோ ஒரு கல் வந்து விழுந்தவுடன் குழப்பம் ஏற்பட்டது./ பேச்சாளர் எதிர்க்கட்சியினரைத் தாக்கிப் பேச ஆரம்பித்ததும் கூட்டத்தில் கூச்சலும் குழப்பமும் எழுந்தன. [*(தொ.சொ.)* *அமளி/ ஆர்ப்பாட்டம்/ கலவரம்/ களேபரம்/ கூச்சல்*]

குழப்பு வி. (குழப்ப, குழப்பி) **1: தெளிவற்ற நிலைக்கு (ஒருவரை) உள்ளாக்குதல்; தெளிவு இல்லாதபடி ஆக்குதல்;** confuse (a person); make a mess of (sth.); muddle. ஒரு சராசரி மனிதனைக் குழப்புகிற வகையில் ஒரே மருந்து பல பெயர்களில் விற்பனையாகிறது./ குழந்தைகளைக் குழப்பாமல் பாடம் சொல்லித்தர வேண்டும்./ எதிர்காலத்தைப் பற்றி ஏதேதோ சொல்லி அவனைக் குழப்பிவிட்டார். **2: (மாவு, வண்ணம் போன்ற பொருள்களை நீர் முதலியவற்றோடு சேர்ந்து) குழைத்தல்;** mix (with water, etc., into thin consistency). நீரில் களிமண்ணைக் குழப்பிச் சுவரில் பூசிக்கொண்டிருந்தான்./ சில வர்ணப் பொடிகள் எண்ணெயில் குழப்பினால்தான் கரையும். **3:** *(இலங்.)* **(முடியை) கலைத்தல்; (கூட்டத்தை) கலைத்தல்;** make (hair) dishevelled or tousled; disperse (the crowd). காற்று தலையைக் குழப்பிவிட்டது.

குழம்பு[1] வி. (குழம்ப, குழம்பி) **1: தெளிவற்ற நிலைக்கு உள்ளாதல்; முடிவுக்கு வர முடியாமல் தடுமாறுதல்;** be confused; be indecisive; be perplexed. இருவரும் ஒரே மாதிரி இருந்ததால் யார் அண்ணன், யார் தம்பி என்று தெரியாமல் குழம்பிப்போனேன்./ கடைசி வண்டியையும் தவறவிட்டுவிட்டு என்ன செய்வதென்று புரியாமல் குழம்பினார். **2: (சேறு, மண் முதலியவை) நீருடன் கலந்து குழகுழப்பாக இருத்தல்;** get murky. மழைநீர் பட்டுச் சேறு குழம்பியிருந்தது. **3:** *(இலங்.)* **(முடி) கலைதல்; (கூட்டம்) கலைதல்; (வரிசை) கலைதல்;** (of hair) get disorderly; get dishevelled; (of crowd) disperse; (of a row) become disorderly. தலைமுடி காற்றில் குழம்பிவிட்டது./ புத்தக நிரை குழம்பிப்போயிருக்கிறது.

குழம்பு[2] பெ. **1: காய்கறி அல்லது இறைச்சியை வேக வைத்து, பருப்பு இல்லாமல் பெரும்பாலும் புளி நிறையச் சேர்த்து காரச் சுவையுடன் தயாரிக்கும் உணவுப் பண்டம்;** thickened sauce or a kind of broth mostly with tamarind (for mixing with cooked rice). கறிக் குழம்பிலும் கோழிக் குழம்பிலும் புளி இருக்காது, மீன் குழம்புக்கு நிறைய புளி சேர்ப்பார்கள். **2: (தங்கம், இரும்பு போன்ற உலோகங்களின்) திரவ நிலை;** (of metals) molten state. **3: (சந்தனம், வண்ணம் போன்றவற்றின்) கரைசல்;** (of sandal) paste; (of colours) mix.

குழல்[1] பெ. **1: உள்ளீடு இல்லாததாகவும் அளவான நீளமுடையதாகவும் வளையாததாகவும் செய்யப்படும் பொருள்;** any inflexible, tube-like object of a standard length. இந்தத் துப்பாக்கியில் இரண்டு குழல்கள் இருக்கும்./ கண்ணாடிக் குழல். **2: (திரவங்கள் செல்வதற்கு உடலினுள் இயற்கையாக அமைந்திருக்கும்) தசையால் ஆன, குழாய் போன்ற உள்ளுறுப்பு;** tube; duct; (blood) vessel. வாயின் பின்புறத்திலிருந்து தொண்டை வழியாகச் சுவாசப் பைக்கு ஒரு குழல் செல்கிறது. **3:** காண்க: **புல்லாங்குழல். 4:** காண்க: **ஊதுகுழல்.**

குழல்[2] பெ. *(உ.வ.)* **(பெண்ணின்) முடி;** (woman's long) hair. பூவை எடுத்துத் தன் குழலில் செருகிக்கொண்டாள்.

குழல்புட்டு பெ. காண்க: **குழாய்ப்புட்டு.**

குழல்விளக்கு பெ. **ஒளிரும் ரசாயனப் பொருள் உட்புறம் பூசப்பட்ட, நீண்ட குழாய் போன்ற அமைப்புடைய, வெண்ணிற ஒளி தரும் மின்விளக்கு;** neon (tube) light. பெரும்பாலான வீடுகளில் குழல்விளக்கு களையே அதிகம் உபயோகிக்கிறார்கள்.

குழலூதித் திரி வி. (திரிய, திரிந்து) (இலங்.) **(ஒரு நிகழ்வை) எல்லோரும் அறியும்படி பகிரங்கமாகச் சொல்லிக்கொண்டு திரிதல்;** trumpet (sth.); tom tom (about sth.). உன் நண்பர் தன் பதவி உயர்வைச் சில நாட்களாகக் குழலூதித் திரிகிறார் போலிருக்கிறது./ பத்திரிகையில் செய்தி வரும்வரை உனக்கு விருது கிடைத்தது பற்றிக் குழலூதித் திரியாமல் கொஞ்சம் அடக்கமாக இரு.

குழவி[1] பெ. 1: **(அம்மி, ஆட்டுக்கல் முதலியவற்றில்) அரைப்பதற்குப் பயன்படுத்தப்படும் நீள்உருண்டை வடிவக் கல்;** stone roller of அம்மி, etc., மாவு ஆட்டி முடித்த பிறகு குழவியைக் கழுவிவை. (பார்க்க, படம்: அம்மி, ஆட்டுக்கல்) 2: **(அப்பளம், பூரி, சப்பாத்தி போன்றவற்றைத் தயாரிப்பதற்குப் பயன்படும்) இரு பக்கமும் கைப்பிடி உடைய நீள்உருண்டை வடிவ மரக் கட்டை;** rolling pin (for rolling out dough to make பூரி, சப்பாத்தி, etc.).

குழவி[2] பெ. (உ.வ.) **குழந்தை;** child.

குழவிக்கல் பெ. காண்க: குழவி[1], 1.

குழறல் பெ. **(வாய், நாக்கு ஆகியவை இயல்பாகச் செயல்படாததால் உண்டாகும்) தெளிவில்லாத பேச்சு;** mumblings. அடிபட்டுக் கிடந்தவனின் குழறலிலிருந்து ஒன்றும் புரிந்துகொள்ள முடியவில்லை.

குழறு வி. (குழற, குழறி) **(வாய், நாக்கு ஆகியவை இயல்பாகச் செயல்படாததால்) தெளிவில்லாமல் பேசுதல்;** talk inarticulately; stammer out; falter. பக்கவாதம் வந்த பிறகு அவருக்கு நாக்கு குழறுகிறது./ அவனுக்குப் பயத்தில் வாய் குழறியது. [(தொ.சொ.) **உளறு/ குளறு/ தடுமாறு/ திக்கு/ திணறு/ பிதற்று/ புலம்பு**]

குழாம் பெ. (உ.வ.) 1: **ஒருசிலர் அடங்கிய கூட்டம்;** group; gathering. கல்லூரிப் பெண்கள் குழாம்/ நண்பர்கள் குழாம். 2: **(ஒரே நோக்கு உடையவர்களின்) குழு; அமைப்பு;** circle; guild. எழுத்தாளர் குழாம்/ கவிஞர் குழாம்/ அறிஞர் குழாம்.

குழாய் பெ. 1: **உள்ளீடு அற்றதும் உருளை வடிவில் உள்ளதும் பொருள்களைத் தன்வழி கடத்துவதற்குப் பயன்படுவதுமான நீண்ட பொருள்;** tube; pipe. மின் கம்பி செல்லும் குழாய்/ ரப்பர் குழாய்/ மூங்கில் குழாய். 2: **(வீடு முதலியவற்றில்) நீர் வருவதற்கான கருவி;** (water) tap; (water) pump. குழாயைத் திருகியதும் தண்ணீர் கொட்டும்./ குழாயின் கைப்பிடி உடைந்துவிட்டது. 3: காண்க: குழல்[1], 2.

குழாய்க் கிணறு பெ. **நிலத்தில் ஆழமாகத் துளை போட்டு (தண்ணீரை வெளியே கொண்டுவருவதற்காக) இறக்கப்பட்ட குழாய்;** tube-well.

குழாய்ப்புட்டு பெ. **குழாய் போன்ற நீண்ட கழுத்துடைய பாத்திரத்தில் அரிசி மாவை அடைத்து ஆவியில் வேகவைத்துச் செய்யும் புட்டு;** dish prepared by filling a long tube-like structure with rice flour and steaming it.

குழாய் மாத்திரை பெ. (பே.வ.) **இயற்கையான புரதத்தினால் செய்யப்பட்ட சிறு உறையில் மருந்து அடைக்கப்பட்ட மாத்திரை;** capsule.

குழாய் வெடிகுண்டு பெ. (பு.வ.) **சுமார் ஒரு அடி நீள பிளாஸ்டிக் குழாயினுள் வெடிமருந்து நிரப்பிச் சிறிய மின்கலத்துடன் இணைத்துத் தயாரிக்கும் ஒரு வகை வெடிகுண்டு;** a kind of bomb made by filling a small plastic pipe of approximately one foot in length with dynamite powder and connected to a battery for igniting; pipe bomb. தீவிரவாதிகள் தங்கியிருந்த வீட்டைச் சோதனை செய்தபோது நான்கு குழாய் வெடிகுண்டுகள் பதுக்கிவைத்திருந்தது கண்டுபிடிக்கப்பட்டது.

குழாயடிச் சண்டை பெ. **(தரம் தாழ்ந்து) மிக மோசமான விதத்தில் போட்டுக்கொள்ளும் சண்டை;** demeaning quarrel. இது அலுவலகம் என்ற ஞாபகமே இல்லாமல் இப்படிக் குழாயடிச் சண்டை போட்டுக்கொள்கிறீர்களே.

குழி[1] வி. (குழிய, குழிந்து) **குழிவு ஏற்படுதல்;** form a hollow; form dimple. கன்னம் குழியச் சிரித்தாள்.

குழி[2] வி. (குழிக்க, குழித்து) **குழிவு உண்டாகும்படி செய்தல்;** make a hollow; cup (one's hands). சாதத்தைக் குழித்து அதில் குழம்பு ஊற்றிக்கொண்டாள்./ கிண்ணம்போல் கையைக் குழித்து நீரைப் பிடித்து முகத்தில் தெளித்துக்கொண்டான்.

குழி[3] பெ. 1: **உள்நோக்கிச் செல்லுமாறு அமைந்திருக்கும் குழிவு;** depression; dimple. ஐந்து குழி இட்லித்தட்டு/ தரை ஏன் இப்படிக் குழிகுழியாக இருக்கிறது? [(தொ.சொ.) **ஓட்டை/ குழிவு/ பள்ளம்/ பொந்து/ வளை**] 2: **நிலத்தைத் தோண்டி மண்ணை எடுப்பதால் ஏற்படுத்தப்பட்ட பள்ளம்;** pit. வாழைக் கன்று நடுவதற்குக் கொல்லையில் குழி தோண்டியாயிற்று.

குழி[4] பெ. (வ.வ.) **நிலத்தை அளப்பதற்கான அளவுகளில் நாற்பத்தி நான்கு மீட்டர் கொண்ட ஒரு அளவு;** a land measure equal to 44 square metres.

குழிக்கக்கூஸ் பெ. (இலங்.) **தரையோடு தரையாகப் பீங்கான் சாதனம் பொருத்தப்பட்ட ஒரு வகைக் கழிப்பிடம்;** a kind of toilet, where the ceramic bowl is fixed at the floor level. இப்பொழுது எல்லா வீடுகளிலும் குழிக்கக்கூஸ்தான்.

குழித்தறி பெ. (நெசவு) **(ஒரு முனையிலிருந்து மறு முனைக்கு நாடா கையினால் எறியப்பட்டு, புணியின் வழியே ஊடை செலுத்தப்படும்) குழியில் கால்மிதிக் கட்டைகளைக் கொண்ட தறி;** loom with a pit for working the treadles.

குழிதாடி பெ. (வ.வ.) **மாடு தண்ணீர் குடிப்பதற்கான, மண்ணால் செய்த, வாய் அகன்ற, தடிமனான தொட்டி;** earthenware tub with thick walls to store water for the cattle.

குழிபறி[1] வி. (-பறிய, -பறிந்து) **(ஒரு தளத்தில்) பள்ளம் ஏற்படுதல்;** develop potholes. மாடுகள் நடந்துநடந்து களத்துமேடு குழிபறிந்துவிட்டது.

குழிபறி[2] வி. (-பறிக்க, -பறித்து) **கேடு விளைவிக்க மறைமுகமாகச் செயல்படுதல்; சதி செய்தல்;** conspire (to do harm); undermine. கூட இருந்தே குழிபறித்துவிட்டான்./ சமாதானத் திட்டத்திற்குக் குழிபறிக்கும் முயற்சி இது.

குழியடிச்சான் பெ. (ஊரக வ.) **களிமண், களர் நிலங்களுக்கு ஏற்ற, பூச்சிகளைகளையும் நோய்களையும் எதிர்க்கும் ஆற்றல் கொண்ட, வறட்சியைத் தாங்கும்,**

பாரம்பரிய நெல் வகைகளில் ஒன்று; a traditional variety of rice suitable for clay and saline soil, and which is pest and drought resistant.

குழியாடி பெ. *(இயற்.)* **இருபுறமும் சற்றுக் குழிந்து அரைக் கோள வடிவத்தில் இருக்கும் ஆடி;** concave mirror or lens.

குழிவாங்கு வி. *(-வாங்க, -வாங்கி) (ஊரக வ.)* **(தென்னம் பிள்ளை, பாகல், புடல், பீர்க்கு போன்றவற்றை நடு வதற்காக) குழி வெட்டுதல்;** make a pit for planting coconut or seeds of vegetables such as bitter gourd, ridge gourd, etc., இரண்டு தென்னம்பிள்ளைக்குக் கொல்லை யில் குழிவாங்க வேண்டும்./ ஆடி மாதம் பிறந்தால் பாகல், புடலுக்குக் குழிவாங்குவார்கள்.

குழிவு பெ. **உள்நோக்கிச் செல்லும் பள்ளம்;** hollow; depression. [*(தொ.சொ.)* **ஓட்டை/ குழி/ பள்ளம்/ பொந்து/ வளை**]

குழு பெ. **1: ஒரு குறிப்பிட்ட பணிக்காக அல்லது நோக் கத்துக்காகப் பலர் சேர்ந்து ஒன்றாக இயங்கும் அமைப்பு;** committee; commission. விசாரணைக் குழு உறுப்பினர்கள்/ தேர்வுக் குழு/ ஆய்வுக் குழு/ பாடத்திட்டக் குழு. **2: (மற் றொரு அணியுடன் எதிர்த்து விளையாட அமைக்கப் படும்) குறிப்பிட்ட எண்ணிக்கையிலான விளை யாட்டு வீரர்கள் அடங்கிய அணி;** team.

குழுமம் பெ. **1: ஒருவரின் அல்லது ஒரு குழுவின் நிர் வாகப் பொறுப்பில் செயல்படும் பல நிறுவனங்களின் தொகுப்பு;** group (of companies). **2: குறிப்பிட்ட செயல் பாட்டுக்காகச் சுயேச்சையான அதிகாரத்துடன் செயல் பட அரசால் நியமிக்கப்பட்ட குழு;** Corporation; Agency; Board. கம்பெனி சட்டக் குழுமம்/ விசைத்தறி வளர்ச்சிக் குழுமம்/ சென்னை பெரு நகர வளர்ச்சிக் குழுமம்.

குழுமு வி. *(குழும, குழுமி) (உ.வ.)* **(பலர் ஓர் இடத்தில்) கூடுதல்;** collect in large numbers; throng. தெருக்கூத்தைக் காண மக்கள் குழுமினர்./ ஆண்டுவிழாவுக்காகக் குழந்தை கள் தங்கள் பெற்றோருடன் பள்ளியில் குழுமியிருந்தனர்./ விபத்து நடந்த இடத்தைச் சுற்றிப் பொதுமக்கள் குழுமி விட்டனர்.

குழு விவாதம் பெ. **(ஒரு பணி, படிப்பு போன்றவற்றுக் குத் தேர்வுசெய்யும்போது) விண்ணப்பித்தவர்களைக் குழுவாக இருக்கச் செய்து, ஏதாவது ஒரு தலைப்பைத் தந்து விவாதம் செய்யச் சொல்லித் திறமையைச் சோதிக்கும் முறை;** group discussion. நுழைவுத் தேர்வு, குழு விவாதம், நேர்முகத் தேர்வு ஆகியவை நடத்தப் பட்டு, அவற்றின் அடிப்படையில் மாணவர்கள் பணிக் குத் தேர்வுசெய்யப்படுகின்றனர்./ குழு விவாதத்தில் சிறப் பாகப் பங்கேற்றவர்கள் நேர்முகத் தேர்வுக்கு அழைக்கப் படுவார்கள்.

குழூஉக்குறி பெ. *(இலக்.)* **ஒரு குழுவினருக்குள் குறி யீடாக வழங்கும் சொற்கள்;** jargon; argot.

குழை[1] வி. *(குழைய, குழைந்து)* **1: (அரிசி முதலியவை அதிகமாக வெந்துவிடுவதால்) குழகுழப்புத் தன்மை ஏற்படுதல்;** (of rice) be overcooked; become sticky or pulpy by being overcooked. சாதம் குழைந்து களி மாதிரி ஆகி விட்டது. **2: (உறுதியாக இருக்க வேண்டிய உடல், கால் முதலியன) தளர்தல்; துவளுதல்;** (of body, leg, etc.,) become limp; feel feeble. மயக்கத்தால் உடல் குழைந்து தலை சரிந்தது./ பயத்தில் கால்கள் குழைந்து துணிபோல் துவண்டன. **3: (ஒரு காரியம் நடக்க வேண்டும் என்பதற் காக ஒருவரிடம்) அளவுக்கு மீறி நயமாக நடந்து கொள்ளுதல்;** fawn on (s.o.). காரியம் ஆக வேண்டும் என்றால் அவன் நாய்போல் குழைவான். **4:** *(உ.வ.)* **(ஒன் றோடு இனிமையாக) இணைதல்; கலத்தல்;** mingle harmoniously. காற்றில் குழைந்து வந்தது கீதம்.

குழை[2] வி. *(குழைக்க, குழைத்து)* **(சந்தனம், சுண்ணாம்பு, பொடி முதலிய திடப் பொருளை) திரவத்தில் சாந்து போலக் கலத்தல்;** mix (a powder, etc., with a liquid); make a paste of sth. by mixing it with water. மருந்துப் பொடியைத் தேனில் குழைத்துக் குழந்தையின் நாக்கில் தடவு!/ விபூதி யைக் குழைத்து நெற்றியில் இட்டுக்கொண்டார்.

குழை[3] வி. *(குழைக்க, குழைத்து)* **(வாலை) ஆட்டுதல்;** wag (the tail).

குழை[4] பெ. *(ஊரக வ.)* **தழை;** sprig (as feed for animals). ஆட்டுக்குக் குழை ஒடித்துப் போடு!

குழைக்காட்டான் பெ. *(இலங்.)* **நாட்டுப்புறம்;** rustic. என்னடா! இவன் சரியான குழைக்காட்டானாக இருக்கி றானே.

குழைக்காடு பெ. *(இலங்.)* **(அடிப்படை வசதிகள்கூட இல்லாத) கிராமம்; குக்கிராமம்;** a village (where even basic facilities are not available). அந்தக் குழைக்காட்டுக் குள் அந்தரத்துக்கு சோடாகூட வாங்க முடியாது./ அந்தக் குழைக்காட்டில் போய்ப் பெண்ணெடுத்திருக்கிறாயே?

குழையடி வி. *(-அடிக்க, -அடித்து)* **1:** *(ஊரக வ.)* **வேப் பிலை அடித்து மந்திரம் சொல்லி நோய் தீர்த்தல்;** exorcise by repeatedly touching the possessed with a bunch of neem leaves. **2: (தனக்கு ஆதாயம் கிடைக்கக்கூடிய ஒருவரிடம்) அளவு கடந்து நயமாக நடந்துகொள்ளு தல்;** be excessively polite or friendly (with s.o.); be unctuous. அவன் எதற்காகக் குழையடிக்கிறான் என்பது எனக்குத் தெரியும்.

குழையலாக்கு வி. *(-ஆக்க, -ஆக்கி) (இலங்.)* **(உணவை மசிக்கும் விதமாக) பிசைதல்;** (of food) mash. அவர்கள் கிடைத்த சோற்றையும் மீதமாய் இருந்த கறியையும் ஒன் றாகச் சேர்த்துக் குழையலாக்கினார்கள்./ அம்மா சோற் றினைக் குழையலாக்கித் திரணையாகக் குழந்தையின் கையில் வைத்தார்.

குழைவாக வி.அ. *(அரைப்பதைக் குறித்து வரும்போது)* **மையைப் போல்;** in smooth, soft consistency. முசுமுசுக்கை இலைகளைக் குழைவாக அரைத்துக்கொள்ள வேண்டும்.

குழைவு பெ. *(-ஆக, -ஆன)* **(குரலில், பேச்சில்) நெகிழ்வு;** tenderness or softness (in tone, speech). பரிவும் குழைவும் கலந்த குரலில் ‘என்ன வேண்டும்?’ என்று கேட்டார். [*(தொ.சொ.)* **குழகுழப்பு/ மிருது**]

குள்ளக்கார் பெ. *(ஊரக வ.)* **களிமண், மண் கலந்த களி மண் நிலங்களுக்கு ஏற்ற, வறட்சியைத் தாங்கக்கூடிய, குறுகிய காலப் பயிராக வளரும், பூச்சிகளையும் நோய் களையும் எதிர்க்கும் ஆற்றல் கொண்ட பாரம்பரிய நெல் வகைகளில் ஒன்று;** a traditional variety of rice of short duration suitable for sandy clay soil and is drought and pest resistant.

குள்ளநரி பெ. 1: **தரையில் குழி பறித்து வாழும், நரியை விடச் சிறியதாக இருக்கும், (நாய் இனத்தைச் சேர்ந்த) சாம்பல் நிற விலங்கு;** fox. 2: **சாமர்த்தியமாக ஏமாற்றும் நபர்;** cunning fox; trickster; cheat. அவனுடன் பார்த்துப் பழகு, அவன் சரியான குள்ளநரி.

குள்ளம்[1] பெ. (-ஆக, -ஆன) (மனிதர்கள், விலங்குகளைக் குறித்து வரும்போது சராசரியைவிட) **குறைந்த உயரம்; உயரக் குறைவு;** being shorter than average. என் மகன் குள்ளமே தவிர, பருமன் இல்லை./ உங்கள் வீட்டுக்குக் குள்ளமாக ஒருவர் வருவாரே, அவர் யார்?/ சற்றுக் குள்ளமான உருவம்.

குள்ளம்[2] பெ. (-ஆக) (இலங்.) **தந்திரம்;** craftiness; cunning. நீ குள்ளமாக இருந்து யாரையும் கெடுக்காதே. பிறகு யாரும் உன்னை நம்ப மாட்டார்கள்./ நான் கேட்டதைத் தராமல், என்னிடமே நீ குள்ளமாக நடந்துகொள்வது நியாயமா?

குள்ளன் பெ. (இலங்.) **தந்திரமாக நடந்துகொள்பவன்;** cunning fellow. இந்தப் பிரச்சினையை அந்தக் குள்ளனிடம் சொல்லாதே. உன்னை இன்னும் அதிகமாக வம்பில் மாட்டிவிடுவான்./ கட்சியின் நடவடிக்கைகளைத் தனது சுய நலத்துக்காகப் பயன்படுத்திக்கொண்டு, அந்தக் குள்ளன் எல்லாவற்றையும் பழுதாக்கிவிட்டான்.

குளக்கட்டு பெ. (இலங்.) **(நடந்து செல்லவும், அமர்ந்திருக்கவும் ஏதுவாக) குளத்தைச் சுற்றி மேடைபோல அமைந்த உயரமான கட்டுமானம்;** platform around a tank. அவன் குளக்கட்டில் நின்றபடி புகைப்படம் எடுத்தான்./ குளக்கட்டில் நடை பயில்வது அவருக்கு மிகவும் பிடிக்கும்.

குளத்துக்கரம்பை பெ. **குளத்திலிருந்து எடுக்கப்பட்டு வயலுக்கு உரமாக இடப்படும் தூர்;** pond silt.

குளப்படுக்கை பெ. (இலங்.) **குளத்தை ஒட்டிய நிலப் பகுதி;** land adjacent to a tank. அவனைக் குளப்படுக்கையில் வைத்து வெட்டிவிட்டார்கள்.

குளம் பெ. **(பாசனத்திற்காகவும் குடிநீருக்காகவும் கோயிலுக்காகவும் வெட்டப்பட்ட) ஏரியைவிடச் சிறிய நீர்நிலை;** pond; (in India) tank (for irrigation or inside a temple, etc.,). கோடைக் காலத்தில் ஏரி, குளம் அனைத்திலும் நீர் வற்றிவிடும்./ கோயிலுக்குச் சொந்தமான குளம் சீர் செய்யப்படுகிறது. [(தொ.சொ.) **ஏரி/ கடல்/ குட்டை/ பெருங்கடல்**]

குளம்பு பெ. **(ஆடு, மாடு, குதிரை, ஒட்டகம் முதலிய விலங்குகளின்) காலின் அடிப்பகுதியில் கடினத் தன்மையுடன் உள்ள பகுதி;** hoof (of certain animals). மாடு, குதிரை போன்றவற்றின் குளம்புகளில் லாடம் அடிப்பார்கள்.

குளவி[1] பெ. **மெல்லிய இறக்கைகளைக் கொண்ட, கொட்டும் தன்மையுள்ள (களிமண்ணால் கூடு கட்டி முட்டையிடும்) ஓர் பூச்சி இனம்;** wasp.

குளவி[2] பெ. (ஊரக வ.) **வைக்கோல் பிரிகளை விரலால் முறுக்கிச் செய்வதும் மூட்டை போன்றவற்றின் வாயைக் கட்டப் பயன்படுவதுமான கயிறு;** short cord made by twisting a few paddy straws.

குளவி விடு வி. (விட, விட்டு) (ஊரக வ.) **வைக்கோல் பிரிகளை விரலால் முறுக்கிக் கயிறுபோலச் செய்தல்;** make a cord twisting a few paddy straws. நெல் மூட்டைகளைக் கட்டக் குளவி விட வேண்டும்.

குளறல் பெ. **தடுமாற்றம்;** (of speech) faltering. அவருடைய பேச்சில் ஒரு குளறல் தெரிகிறதே, குடித்திருப்பாரோ?/ அவர் ஆற்றியது என்ன சொற்பொழிவா? ஒரே குளறல்.

குளறியடித்து வி.அ. (இலங்.) **அலறியடித்துக்கொண்டு;** agitatedly; in panic. ராணுவம் சுடுவதைக் கண்டு சனங்கள் குளறியடித்து ஓடினார்கள்.

குளறு வி. (குளற, குளறி) 1: காண்க: **குழறு.** [(தொ.சொ.) **உளறு/ குழறு/ தடுமாறு/ திக்கு/ திணறு/ பிதற்று/ புலம்பு**] 2: (இலங்.) (பேசுவது, அழுவது போன்றவற்றைக் குறித்து வரும்போது) **கூக்குரலிடுதல்;** wail. அம்மா இறந்த செய்தி கேட்டுக் குளறி அழுதாள்./ தூக்கத்தில் ஏன் இப்படிக் குளறுகிறீர்கள்?

குளறுபடி பெ. 1: **குழப்பம்; தாறுமாறானது;** confusion; disorder; muddle. நிர்வாகத்தின் குளறுபடிகளைச் சரிசெய்யவே சில மாதங்கள் ஆகும். 2: **முறைகேடு;** irregularity. சங்கத் தேர்தலில் பல குளறுபடிகள் நடந்துள்ளன.

குளி[1] வி. (குளிக்க, குளித்து) 1: **நீரில் அமிழ்ந்தோ நீரை உடம்பின் மேல் ஊற்றிக்கொண்டோ கொட்டும் நீரின் கீழ் நின்றோ உடம்பைச் சுத்தப்படுத்திக்கொள்ளுதல்; நீராடுதல்;** take bath; bathe (in a river, etc.,). 2: **(விலங்குகள், பறவைகள்) நீரில் அமிழ்ந்து கிடத்தல், நீரைத் தங்கள் உடல்மீது தெளித்துக்கொள்ளுதல் போன்ற செயல்களைச் செய்தல்;** (of animals) wallow in the water; splash the water. அந்தக் காட்டாற்றில் யானைகள் கூட்டமாகக் குளித்துக்கொண்டிருந்தன./ காக்கை குளிப்பதைப் பார்த்திருக்கிறாயா? 3: **(கருவுறவில்லை என்ற பொருளைத் தரும் விதத்தில் பயன்படுத்தும்போது) மாதவிடாய் வந்து நீராடுதல்;** (of a woman implying that she has yet to conceive) have one's period. உன் பெண் இன்னும் குளித்துக்கொண்டிருக்கிறாளா?/ என் மகள் குளித்து இரண்டு மாதம் ஆகிறது.

குளி[2] பெ. (பே.வ.) காண்க: **குளியல்.**

குளிக்க வார் வி. (வார்க்க, வார்த்து) (இலங்.) **தலையை நனைக்காமல் குளிக்கவைத்தல்;** bathe s.o. (without washing the head). இன்றைக்குப் பிள்ளையைக் குளிக்க வார்.

குளிக்காமலிரு வி. (-இருக்க, -இருந்து) (பே.வ.) **கருவுற்றிருத்தல்; கர்ப்பம் தரித்திருத்தல்;** be pregnant. உன் மகள் குளிக்காமலிருக்கிறாளா? எத்தனை மாதம்?

குளிகை[1] பெ. (சித்த.) **அரைத்து வில்லையாகத் தரப்படும் மருந்து;** (Siddha) medicine in the form of pills.

குளிகை[2] பெ. **ஒவ்வொரு நாளிலும் இறுதிச் சடங்கு முதலியவை நடத்த ஏற்றது அல்ல என்று கருதப்படும் (ஒன்றரை மணி நேர) பொழுது;** the ninety-minute period in each day which is avoided for performance of funeral rites.

குளிசை பெ. (இலங்.) **மாத்திரை;** tablet; pill. ஒரு குளிசை விழுங்கு, தலையிடி உடனே சுகமாகும்.

குளிப்பாட்டு வி. (குளிப்பாட்ட, குளிப்பாட்டி) 1: **(உடம்பிலிருக்கும் அழுக்கைப் போக்க) நீர் ஊற்றிக் கழுவிவிடுதல்;** bathe (s.o.); wash (a cow, etc.,). குழந்தையைக்

குளிப்பாட்டிக் கண்ணுக்கு மையிட்டாள்./ மாட்டைக் குளிப்பாட்டக் குளத்திற்கு ஓட்டிக்கொண்டு போனான். **2: (இறுதிச் சடங்கில் பிரேதத்தை) நீரால் கழுவுதல்;** wash (the corpse as a part of funeral rite). பிரேதத்தைக் குளிப்பாட்டியாகிவிட்டதா?

குளியல் பெ. **குளிக்கும் செயல்;** bath; bathing. அதிகாலைக் குளியல் உடலுக்கு இதமளிப்பதாக இருந்தது./ எண்ணெய்க் குளியல்.

குளியல் அறை பெ. **குளிப்பதற்குப் பயன்படுத்தும் அறை;** room for taking bath.

குளிர்[1] வி. *(குளிர, குளிர்ந்து)* **1: (ஒரு பொருள், திரவம்) சராசரி வெப்பநிலைக்கும் குறைவான நிலையை அடைதல்;** become cold. மலைப்பிரதேசங்களில் மாலையானால் குளிர ஆரம்பித்துவிடும். **2: குளிரை உடல் உணர்தல்;** feel cold; feel a chill. கதவைச் சாத்து, எனக்குக் குளிர்கிறது./ நன்றாகப் போர்த்திக்கொள், குளிராது. **3: மகிழ்ச்சி அடைதல்; சுகம் என்று உணர்தல்;** feel satisfied or happy; be pleased. அவரின் சிறப்பான வரவேற்பில் குளிர்ந்துபோனார்./ இயற்கைக் காட்சியைக் கண் குளிரக் கண்டேன்./ பாடலைக் கேட்டுக் காது குளிர்ந்தது. **4: (ஒரு செயலைச் செய்வதில்) முழு நிறைவு அடைதல்;** feel greatly satisfied (in doing sth.). கை குளிரும் அளவுக்குச் சாப்பாடு போடுவதில் அம்மாவுக்கு சந்தோஷம்./ நான் வயிறு குளிரச் சாப்பிட்டேன்./ மகள் இறுதித் தேர்வில் முதல் இடம்பெற்றிருக்கிறாள் என்பதைக் கேட்டதும் மனம் குளிர்ந்தது./ திருப்பதி ஏழுமலையானை மனம் குளிர தரிசித்தேன்.

குளிர்[2] பெ. **1: வெப்பமே இல்லாத அல்லது வெப்பம் மிகக் குறைவாக இருக்கும் நிலை;** coldness. காஷ்மீர் ஒரு குளிர்ப் பிரதேசம். **2: உடல் வெப்பத்தைவிடக் காற்று மண்டலத்தின் வெப்பம் குறைவாக இருக்கும் நிலை;** cold; chillness. குளிரால் உடல் நடுங்கியது./ குளிருக்குப் பாதுகாப்பாகக் கம்பளிச் சட்டை அணிந்துகொண்டான்.

குளிர் இரத்தப் பிராணி பெ. **ஒரு இடத்தின் தட்ப வெப்பநிலைக்கு ஏற்பத் தன் இரத்தத்தின் வெப்ப நிலையை மாற்றிக்கொள்ளும் தன்மை கொண்ட பிராணி;** cold-blooded animal. ஊர்வன இனத்தைச் சேர்ந்த உயிரினங்கள் எல்லாமே குளிர் இரத்தப் பிராணிகள் ஆகும்.

குளிர்காய் வி. *(-காய, -காய்ந்து)* **1: (குளிரைப் போக்கிக்கொள்ள எரியும் நெருப்புக்கு அல்லது கணப்புக்கு அருகில் உட்கார்ந்து) உடம்பைச் சூடுபடுத்திக்கொள்ளுதல்;** warm oneself (by the fireside). பனை ஓலைகளை எரித்துக் குளிர்காய்ந்துகொண்டிருந்தோம். **2: (மற்றவர் கஷ்டத்தைப் பயன்படுத்தி) ஆதாயம் தேடுதல்;** take advantage (of sth. in an unfair manner); exploit a situation. பங்காளிகள் சண்டை போட்டுக்கொண்டால் எதிரி அதில் குளிர்காய்வான்.

குளிர்காய்ச்சல் பெ. **உடலை நடுங்க வைக்கும் காய்ச்சல்;** fever with shivering.

குளிர் காலம் பெ. **(கார்த்திகை, மார்கழி, தை ஆகிய மாதங்களை உள்ளடக்கிய) குளிர் அதிகம் உள்ள பருவம்;** cold season (mid-November to mid-February).

குளிர்ச்சி பெ. *(-ஆன)* **1: வெப்பம் குறைந்த இதமான நிலை;** coolness. கோடையில் கூரை வீடு குளிர்ச்சியாக இருக்கும். **2: (பசுமையான அல்லது அழகான பொருள்களைப் பார்ப்பதால் கண்ணுக்கு ஏற்படும்) சுகம்; இதம்;** pleasantness. இயற்கைக் காட்சிகளைப் பார்க்கும்போது ஏற்படும் குளிர்ச்சியே அலாதிதான்./ கண்ணுக்குக் குளிர்ச்சியான காட்சி. **3: (சித்த.) (உடலில்) வெப்பம் குறைந்த நிலை;** (in Indian indigenous medicine) the condition of being cold. மோர் உடலுக்குக் குளிர்ச்சியைத் தரும்.

குளிர்சாதனப் பெட்டி பெ. **மிகக் குறைந்த வெப்ப நிலையில் உணவு, காய்கறி, குளிர்பானம் போன்றவற்றை வைத்துக் கெடாமல் பாதுகாக்க உதவும், பெட்டி போன்ற மின் சாதனம்;** refrigerator; deep-freeze; freezer.

குளிர்சாதனம் பெ. **(வீடு, பேருந்து முதலியவற்றின் உட்பகுதியை) குளிர்ச்சியாக இருக்கச் செய்வதற்கு உதவும் மின்சாதனம்;** air-conditioner.

குளிர்த்தி பெ. *(இலங்.)* **(கோயிலில்) பங்குனியிலிருந்து சித்திரை மாதத்திற்குள் வெள்ளிக் கிழமையில் சோறு பொங்கிப் படைக்கும் சடங்கு;** a temple ritual in which offerings of cooked rice are made on Fridays during the Tamil months of பங்குனி and சித்திரை. பங்குனி வெயில் தொடங்கிவிட்டது. இனி ஊரில் உள்ள கோயில்களிலெல்லாம் குளிர்த்தி நடைபெறும்.

குளிர் தண்ணீர் பெ. *(இலங்.)* **மிகவும் குளிர்ச்சியாக இருக்கும் நீர்;** chill water; cold water. **ஒரு வாரமாகக் காய்ச்சலில் கிடந்துவிட்டுப் பின்னர் ஏன் குளிர் தண்ணீரில் குளிக்கிறாய்?**

குளிர்தல் பெ. *(இயற்.)* **மிகக் குறைந்த வெப்பநிலையில் வாயுவானது திரவ நிலைக்கு மாறும் நிகழ்வு;** condensation.

குளிர்ந்த பெ. **குளிர்ச்சியான;** cool. குளிர்ந்த காற்று/ குளிர்ந்த பார்வை/ குளிர்ந்த காட்சி.

குளிர்பதனக் கிடங்கு பெ. **(இறைச்சி, காய்கறி போன்றவற்றை அதிக அளவில் சேமித்து வைக்க) உறைகுளிர் நிலையில் அமைக்கப்பட்ட பெரிய அறை அல்லது கட்டடம்;** cold storage.

குளிர்பதனப் பெட்டி பெ. காண்க: **குளிர்சாதனப் பெட்டி.**

குளிர்பானம் பெ. **(பாட்டில் போன்றவற்றில் அடைத்து விற்கப்படும்) (கரியமிலவாயு சேர்க்கப்பட்ட) பான வகை;** (bottled) carbonated soft drink kept in cooler.

குளிர்மை பெ. *(-ஆக, -ஆன) (இலங்.)* **குளிர்ச்சி; குளுமை;** coolness. குளிர்மையான உணவை மழைக் காலத்தில் சாப்பிட வேண்டாம் என்று வைத்தியர் சொன்னார்.

குளிர்வி வி. *(குளிர்விக்க, குளிர்வித்து)* **(மிக அதிக வெப்ப நிலையில் இருக்கும் ஒன்றை) சராசரி வெப்பநிலைக்குக் கொண்டுவருதல்;** cool (sth. to room temperature). உருக்கப்பட்ட இரும்புக் குழம்பு குளிர்விக்கப்படும்போது திடப் பொருளாக மாறுகிறது./ உயர் அழுத்தக் கொதிகலன்களை உரிய முறையில் குளிர்விக்கத் தனி இயந்திரங்கள் உள்ளன.

குளிர்விட்டுப்போ வி. (-போக, -போய்) **(அடக்க ஆள் இல்லாததால்) பயம் இல்லாமல் போதல்;** no longer fear authority. அவனுக்குக் குளிர்விட்டுப்போயிற்று, இனிமேல் நம்மை மதிக்க மாட்டான்./ அப்பா ஊரில் இல்லை என்பதால் உனக்குக் குளிர்விட்டுப்போயிற்றா?

குளிரூட்டி பெ. காண்க: **குளிர்சாதனம்.**

குளிரூட்டும் கோபுரம் பெ. **(தொழிற்சாலையில் இயந்திரத்தினுள் சுற்றிவரும் நீர், நீராவி போன்றவை) குறிப்பிட்ட வெப்பநிலைக்கு மேல் போகாதவாறு குளிரச் செய்யும் சாதனங்கள் பொருத்தப்பட்ட உயரமான கோபுரத்தோடு கூடிய அமைப்பு;** cooling tower. குளிரூட்டும் கோபுரத்தில் கோளாறு ஏற்பட்டதால் நெய்வேலியில் மின்உற்பத்தி பாதிக்கப்பட்டுள்ளது.

குளிரூட்டும் கோபுரம்

குளிரூட்டும் நிலையம் பெ. **பாலைப் பதனப்படுத்திச் சேமித்துவைப்பதற்காகக் குளிர்ச்சியடையச் செய்யும் நிலையம்;** chilling plant (for preserving milk).

குளுகுளு பெ.அ. (பே.வ.) **(குளிர்சாதனக் கருவி பொருத்தப்பட்டு) குளிர்ச்சியாக இருக்கும்;** air-conditioned. குளுகுளு அறை/ குளுகுளு பேருந்து/ குளுகுளு திரையரங்கம்.

குளுகுளு-என்று வி.அ. **(இதமான) குளிர்ச்சியாக;** (pleasantly) cool. காற்று குளுகுளுவென்று வீசுகிறது.

குளுசை பெ. (இலங்.) காண்க: **குளிசை.**

குளுத்திப்பூச்சி பெ. (இலங்.) **பிள்ளையார் எறும்பு;** a kind of black ant with a painless sting.

குளுமாடு பெ. (இலங்.) **காட்டுக்குள் தன்னிச்சையாகத் திரிந்துகொண்டிருக்கும் மூர்க்கமான மாடு;** a wild ox in the forest.

குளுமை[1] பெ. (-ஆக, -ஆன) 1: **(இதமான) குளிர்ச்சி உடையது;** coolness. காற்று குளுமையாக வீசியது./குளுமையான மர நிழலில் துண்டை விரித்துப் படுத்தேன். 2: **(கண், காது, மனம் முதலியவற்றுக்கு) இதமளிப்பது;** pleasantness (to the senses). குளுமையான சிரிப்போடு வரவேற்றாள்./ கண்களுக்குக் குளுமை தரும் காட்சிகள்.

குளுமை[2] பெ. (வ.வ.) **தானியங்கள் சேமித்து வைக்கக் காரையால் கட்டப்பட்டு, பெரிய கூட்டுக்குடும்பங்கள் பயன்படுத்தும் கொள்கலன்;** storage container built with mortar and used by big joint families.

குற்ற உணர்வு பெ. **குற்றம் செய்ததை உணர்ந்த மனநிலை;** (feeling of) guilt; guilty conscience. குற்ற உணர்வு மனத்தில் முள்ளாகத் தைத்தது.

குற்றக்காசு பெ. (இலங்.) (சட்டம்) **அபராதத் தொகை;** fine. விசாரணையின் முடிவில் குற்றக்காசு கட்டிவிட்டுத் திரும்பினான்.

குற்றக் குறிப்பாணை பெ. **ஒரு பணியாளர் செய்ததாகக் கருதப்படும் குற்றங்களைப் பட்டியலிட்டு அவர் தனது மறுப்பைத் தெரிவிக்க வாய்ப்பு அளிக்கும் நோக்கில் மேலதிகாரியால் தரப்படும் ஆவணம்;** charge memo.

குற்றச்சாட்டு பெ. (சட்டம்) 1: **ஒருவர்மீது சுமத்தும் குற்றம்;** accusation; allegation. உன்னுடைய குற்றச்சாட்டுகளுக்கு நான் பதில் சொல்ல வேண்டிய அவசியம் இல்லை. 2: **விசாரணை எந்தெந்தக் குற்றங்களைக் குறித்தது என்று எதிரிக்கும் அரசுத் தரப்புக்கும் விசாரணைக்கு முன்பு நீதிமன்றம் தெரிவிக்கும் விவரங்கள்;** charge. இந்தக் கொலை வழக்கில் இன்னும் குற்றச்சாட்டு பதிவு செய்யப்படவில்லை.

குற்றத் தீர்ப்பு பெ. (சட்டம்) **ஒரு குற்றவியல் வழக்கில் குற்றம் சாட்டப்பட்டவர் குற்றவாளி என்று நீதிமன்றம் வழங்கும் தீர்ப்பு;** conviction (in a criminal case).

குற்றப்பத்திரிகை பெ. (சட்டம்) **புலனாய்வு முடிந்தவுடன் சேகரிக்கப்பட்ட சாட்சியம், ஆதாரங்களுடன் நீதிமன்றத்தில் விசாரணை அதிகாரி சமர்ப்பிக்கும் அறிக்கை;** (in India) charge sheet. பேருந்தை எரித்தது சம்பந்தமாக நான்கு பேர்மீது குற்றப்பத்திரிகை தாக்கல் செய்யப்பட்டிருக்கிறது./ குற்றப்பத்திரிகையின் நகல் எதிரிக்குக் கொடுக்கப்பட்டது./ (உரு வ.) அப்பா உள்ளே நுழைந்ததும் அம்மா மளமளவென்று என்மீது குற்றப்பத்திரிகை படித்தாள்.

குற்றப்பிரிவு பெ. (சட்டம்) **சில குற்றங்களின் தன்மையைக் கருதி சிறப்புப் புலனாய்வு செய்வதற்காகத் தனியாக அமைக்கப்பட்டிருக்கும், காவல்துறையின் பிரிவு;** crime branch (of the police force).

குற்றம் பெ. (சட்டம்) 1: **(சமூகத்தினர் எதிர்பார்க்கும் ஒன்றைச் செய்யாததால் அல்லது கவனக் குறைவால் ஏற்படும்) தவறு; பிழை;** (moral) blemish; fault. பெற்றோரை அவமதித்த குற்றத்திற்கு ஆளாகிவிட்டேன்./ இந்த நூலில் காணப்படும் சொல் குற்றங்களுக்கு ஆசிரியரே பொறுப்பு. [(தொ.சொ.) **குறை/ கோளாறு/ தப்பு/ தவறு/ பிழை**] 2: **சட்டப்படியோ சமூக வழக்குப்படியோ தண்டிக்கத் தகுந்ததாகக் கருதப்படும் செயல்;** crime; offence. கொலைக் குற்றம் புரிந்தவருக்கு ஆயுள் தண்டனை வழங்கப்பட்டது./ நீ செய்த குற்றத்தை ஒப்புக்கொள்!

குற்றம்சாட்டு வி. (குற்றம்சாட்ட, குற்றம்சாட்டி) 1: (சட்டம்) **(குறிப்பிட்ட) குற்றத்தை ஒருவர் செய்ததாகக் காவல்துறை அவரைக் கைதுசெய்யும்போது அவரிடம் அறிவித்தல்;** charge (s.o. with an offence); accuse. ரயிலைக் கவிழ்க்க முயன்றதாகக் குற்றம்சாட்டப்பட்டுச் சிலர் கைதுசெய்யப்பட்டுள்ளனர். 2: **(நியதிகளுக்குப் புறம்பாக நடந்துகொண்ட) தவறுக்கு ஒருவரைப் பொறுப்பேற்கச் செய்தல்;** find fault with; blame (sth.) on (s.o.). நடந்த தவறுக்கு என்னைக் குற்றம்சாட்டுவது போலப் பேசினார்./ அவனுக்கு நான் மிகவும் விட்டுக்கொடுத்துவிட்டதாகக் குற்றம்சாட்டாதே!

குற்றம்சொல் வி. (-சொல்ல, -சொல்லி) **விரும்பத் தகாதது நடந்ததற்கு ஒருவரைப் பொறுப்பாக்குதல்; குறை**

கூறுதல்; blame (s.o.). நீயே சரிபார்த்துவிடு, பிறகு என்னைக் குற்றம் சொல்லாதே!

குற்றம்பாராட்டு வி. (-பாராட்ட, -பாராட்டி) (உ.வ.) **குற்றம் சொல்லுதல்;** keep finding fault with s.o; carp at. தகுந்த காரணம் இல்லாமல் ஒருவரைக் குற்றம்பாராட்டக் கூடாது.

குற்ற முறையீட்டாளர் பெ. (சட்டம்) **நீதிமன்றத்தில் குற்றம் பற்றிய புகாரைத் தாக்கல் செய்பவர்;** complainant.

குற்றவாளி பெ. **1: தவறு செய்த நபர்;** wrongdoer; culprit. அப்பா பையில் இருந்த பணத்தைக் காணவில்லை என்பதற்காக என்னைக் குற்றவாளி ஆக்காதீர்கள் **2:** (சட்டம்) **விசாரணைக்குப் பிறகு நீதிமன்றத்தால் குற்றம் நிரூபிக்கப்பட்ட நபர்;** a person found guilty by a court of law; convict; offender; delinquent. அவன் ஒரு கொலைக் குற்றவாளி/ பொருளாதாரக் குற்றவாளி.

குற்றவியல் பெ. (சட்டம்) **1: குற்றம் பற்றியும் குற்றவாளிகள் பற்றியும் அறிவியல் அடிப்படையில் விளக்கும் துறை;** criminology. **2:** (பெரும்பாலும் பெயரடையாக) **(சட்டப்படி) குற்றம் சார்ந்த நடவடிக்கை தொடர்பானது;** anything relating to crimes (used mostly as an adjective). குற்றவியல் வழக்கு/ குற்றவியல் சட்டம்/ குற்றவியல் நடைமுறை/ குற்றவியல் வழக்கறிஞர்/ குற்றவியல் நீதிமன்றம்.

குற்றவியல் நடுவர் பெ. (சட்டம்) **குற்றவியல் வழக்குகளில் தீர்ப்பளிப்பவர்;** magistrate; judge .

குற்றி[1] பெ. (இலங்.) **மரக் கட்டை;** block of wood. இடுப்பளவு உயரம் உள்ள குற்றியில் அம்மிக்கல் ஏற்றப்பட்டிருந்தது.

குற்றி[2] பெ. (இலங்.) **நாணயம்;** coin. ஐந்து ரூபாய் குற்றி/ பத்து ரூபாய் குற்றி.

குற்றியலுகரம் பெ. (இலக்.) **கு, சு, டு, து, பு, று ஆகிய ஆறு எழுத்துகளில் ஒன்றைக் கடைசி எழுத்தாகக் கொண்ட சொற்களில் உள்ள இறுதி 'உ' தன் இயல்பான அளவில் குறைந்து ஒலிப்பது;** the shortening of the final 'உ' in certain words.

குற்றுயிரும் குலையுயிருமாக வி.அ. **(விபத்து, ஆயுதத்தால் தாக்கப்படுதல் போன்றவற்றைத் தொடர்ந்து) உயிர்போகிற நிலையில்;** (of one critically injured or wounded) quivering on the verge of death. கத்தியால் குத்தப்பட்டவன் குற்றுயிரும் குலையுயிருமாகக் கிடக்கிறான்.

குற்றுயிரும் குறையுயிருமாக வி.அ. காண்க: **குற்றுயிரும் குலையுயிருமாக.**

குற்றேவல் பெ. (உ.வ.) **சின்னச்சின்ன வேலைகள்; பணிவிடை;** menial task. மகானுக்குக் குற்றேவல் செய்வதில் அவர் மகிழ்ச்சியுற்றார்./ சிறு வயதிலேயே குருவுக்குக் குற்றேவல் செய்யும் பேறு அவருக்குக் கிடைத்தது.

குறட்டு வி. (குறட்ட, குறட்டி) (இலங்.) **(வலி போன்றவற்றின் காரணமாகச் சுண்டி) இழுத்தல்;** pull (as of a leg due to pain, etc.,).

குறட்டை பெ. **(தூக்கத்தில்) மூச்சுவிடுகிறபோது (வாய் வழியாக) வெளிப்படுகிற சத்தம்;** snore. அவர் குறட்டை விட்டால் பக்கத்து வீட்டுக்குக்கூடக் கேட்கும்.

குறடு[1] பெ. **(ஒன்றைப் பிடித்து இழுப்பதற்கோ வளைப்பதற்கோ பயன்படுத்தும்) சம நீளமுள்ள, கனமான இரு கம்பிகள் இணைக்கப்பட்ட கருவி;** tool such as pincers, pliers, etc.,

குறடு[2] பெ. **1: திண்ணையின் கீழ்ப்பகுதியை ஒட்டித் தரைக்கு மேல் போட்டிருக்கும் தளம்;** flooring adjacent to திண்ணை. வீட்டிற்கு வந்தவர்களைக் குறட்டிலேயே நிற்க வைத்துப் பேசிக்கொண்டிருக்கிறாயே! **2: படிகள் முடிவடையும் அல்லது ஆரம்பிக்கும் சமதளம்;** landing. மாடிப் படிக் குறட்டில் ஒரே குப்பையாக இருந்தது.

குறண்டல்வாதம் பெ. (இலங்.) **(தசைப் பகுதி அல்லது விரல்கள்) உள்ளிழுக்கப்படும் உடல்நலக் குறை;** a kind of rheumatic affliction with spasm. அடிக்கடி காலில் குறண்டல்வாதம் வருகிறது.

குறண்டு வி. (குறண்ட, குறண்டி) (இலங்.) **1: (மரம், செடி கொடி, பூ போன்றவை) வாடுதல்;** (of plants, flower, etc.,) fade; wither. மழை இல்லாமல் மரங்கள் குறண்டிவிட்டன./ மரமெல்லாம் தண்ணீர் இல்லாமல் குறண்டிப்போய்விட்டது./ (உரு வ.) அவர் நோய் தாங்க முடியாமல் குறண்டிப் படுத்துவிட்டார். **2: (தசைப் பகுதி அல்லது விரல்கள்) உள்ளிழுக்கப்படுதல்; இறுகுதல்;** get a cramp.

குறத்தி பெ. **(ஊசி, பாசி விற்றல், குறி சொல்லுதல் முதலியவற்றைத் தொழிலாகக் கொண்ட) குறவர் இனத்தைச் சேர்ந்த பெண்;** woman of the Kurava community or tribe.

குறவஞ்சி பெ. **தலைவன் உலா வரும்போது அவன்மீது காதல் கொண்டு தவிக்கும் ஒரு பெண்ணுக்குக் குறத்தி அவளது எதிர்காலத்தைப் பற்றிக் குறிசொல்வதாக அமைத்துப் பாடப்படும் ஒரு சிற்றிலக்கிய வகை;** minor literary form in which a Kurava woman is represented as describing to a maiden the future course of her love by reading her palm.

குறவர் பெ. **(காடை, கவுதாரி முதலிய பறவைகளை வேட்டையாடுதல், பாம்பு பிடித்தல், வலை விரித்தல், ஊசி, பாசி போன்றவற்றை விற்றல் முதலியவற்றைத் தொழிலாகக் கொண்ட) ஓர் நாடோடி இனம்;** a nomadic community (known by the name of Kurava).

குறவன் பெ. **குறவர் இனத்தைச் சேர்ந்த ஆண்;** male of a nomadic community (known by the name of Kurava).

குறவை பெ. **(குளம்குட்டைகளில் காணப்படும்) சுமார் ஒரு அடி நீளம்வரை வளரும், உடல் முழுவதும் புள்ளிகளும் கோடுகளும் கொண்ட (உணவாகும்) பழுப்பு நிற மீன்;** snakehead.

குறள் பெ. (இலங்.) **குறை;** complaint. அவன் எல்லார் மேலும் குறள் சொல்லிக்கொண்டேயிருப்பான்.

குறளிப்பிசாசு பெ. **மாய வித்தை செய்யக் கூடியதாகக் கூறப்படும் பேய்;** dwarf-demon capable of doing magical acts.

குறளிவித்தை பெ. **மந்திரத்தால் செய்வதாகக் கூறப்படும் தந்திர வித்தை;** legerdemain; magical tricks.

குறாள் பெ. (ஊரக வ.) **பெண் வெள்ளாடு;** female of goat.

குறி[1] வி. *(குறிக்க, குறித்து)* 1: **(ஒருவர் சொன்னது, ஒருவரின் பேச்சு முதலியவற்றை) சுருக்கமாக எழுதுதல்;** note down; jot down. அவர் சொன்னதையெல்லாம் குறித்துக் கொண்டாயா?/ நான் குறித்துவைத்திருந்த உன் முகவரியைத் தொலைத்துவிட்டேன். 2: **(கவனிக்க வேண்டியதை அல்லது கவனித்ததை) பதிதல்; பதிவு செய்தல்;** mark; note. இந்த நூலில் நான் குறித்திருக்கும் பக்கங்களை மட்டும் படித்தால் போதும்./ கேள்விக்கான பதில்களை ஆசிரியர் புத்தகத்தில் குறித்துக்கொடுத்தார்./ நீ வந்தது ஒன்பது மணிக் குத்தான் என்று பதிவேட்டில் குறிக்கப்பட்டிருக்கிறது. 3: **(ஒரு நிகழ்ச்சிக்கான தேதி, நேரம் முதலியவற்றை) நிச்சயித்தல்; நிர்ணயித்தல்;** fix (a date); appoint (an hour). கல்யாணத் தேதியும் குறித்தாகிவிட்டது./ குறித்த நேரத்தில் வந்திருந்தால் அவரைப் பார்த்திருக்கலாம். 4: **(ஒன்று மற்றொன்றை) சுட்டுதல்; (எது எங்கு உள்ளது என்று) சுட்டிக்காட்டுதல்; (துல்லியமாக) தெரிவித்தல்;** indicate (sth. through sth.); mark (which is which); state (clearly). இந்தப் படம் எதைக் குறிக்கிறது?/ பூவின் படம் வரைந்து பாகங்களைக் குறிக்கவும். 5: **(ஜாதகத்தை) கணித்தல்;** cast (horoscope). குழந்தைக்கு ஜாதகம் குறித்தாகிவிட்டதா?

குறி[2] பெ. 1: **சுடுவதற்காக அல்லது எறிவதற்காக நிர்ணயித்துக்கொள்ளும் பொருள் அல்லது இடம்; இலக்கு;** aim; target; mark. அவர் குறி தவறாமல் சுடுவதில் வல்லவர் 2: **(ஒருவர் தன் கவனத்தை முழுமையாகக் குவித்து இலக்காகக் கொள்ளும்) நோக்கம்;** purpose; aim; objective. அவனைத் தோற்கடிப்பதுதான் என்னுடைய குறி!/ ஜெயிப்பதிலேயே குறியாக இருந்தான். [*(தொ.சொ.)* **இலக்கு/ இலட்சியம்/ எண்ணம்/ குறிக்கோள்/ நோக்கம்**] 3: **ஒரு கருத்து, செயல்முறை போன்றவற்றைத் தெரிவிக்கும் அடையாளம்; குறியீடு;** any sign such as a dash, dot, etc.,; differentiating mark. 'x' என்பது பெருக்கலுக்கான குறி. [*(தொ.சொ.)* **அடையாளம்/ அறிகுறி/ குறியீடு/ சின்னம்**]

குறி[3] பெ. **(ஆண் அல்லது பெண்ணின்) இனப்பெருக்க உறுப்பு;** genitals.

குறிக்கோள் பெ. **அடைய நினைக்கும் இலட்சியம்; நோக்கம்;** goal; ideal; target; aim. குறிக்கோள் இல்லாத வாழ்க்கை அர்த்தமற்றது என்று ஆசிரியர் கூறினார்./ வேலையில்லாத் திண்டாட்டத்தை ஒழிப்பதே எங்கள் முதல் குறிக்கோள் என்றார் அமைச்சர். [*(தொ.சொ.)* **இலக்கு/ இலட்சியம்/ எண்ணம்/ குறி/ நோக்கம்**]

குறிகேள் வி. *(-கேட்க, -கேட்டு)* **குறிசொல்பவரிடம் (ஒன்றைப் பற்றி) கேட்டு அறிதல்;** consult a diviner. வீட்டிலிருந்து பணத்தை யார் எடுத்திருப்பார்கள் என்று குறி கேட்கப்போகிறேன்./ மாடு காணாமல் போய்விட்டது. குறி கேட்கலாம் என்று இருக்கிறேன்.

குறிச்சி பெ. *(இலங்.)* **(ஊரின்) பகுதி;** locality. இவன் குறிச்சியில் உள்ளவர்கள்தான் நேற்று சண்டைக்கு வந்தார்கள்.

குறிசுடு வி. *(-சுட, -சுட்டு) (இலங்.)* **(மாடு, நாய் போன்ற விலங்குகளுக்கு) சூடு போடுதல்; அடையாளம் இடுதல்;** brand (an animal). எங்கள் நாய்க்குட்டி வளர முன் குறிசுட வேண்டும்./ நீ மாட்டுக்குக் குறிசுடாவிட்டால் உனது மாடு என்று எப்படி உரிமை கோருவாய்?

குறிசொல் வி. *(-சொல்ல, -சொல்லி)* **எதிர்காலத்தைப் பற்றி அல்லது காணாமல் போன பொருளைப் பற்றி ஏதேனும் ஓர் அடையாளத்தின் அடிப்படையில் கூறுதல்;** divine. காளி கோயில் பூசாரி குறிசொல்வாராமே?/ திருட்டுப்போன நகை ஒரு வாரத்துக்குள் கிடைத்துவிடும் என்று சாமியார் குறிசொன்னார்.

குறிஞ்சா பெ. *(ஊரக வ.)* **(வயலின் வரப்பில் படரும்) காசு வடிவ இலைகளைக் கொண்ட ஒரு வகைக் கொடி;** creeper with coin-sized leaves found on bunds of paddy fields. குறிஞ்சாவைக் கீரையாகச் சுண்டிச் சாப்பிடலாம்.

குறிஞ்சி பெ. 1: **பன்னிரண்டு ஆண்டுகளுக்கு ஒரு முறை நீல நிறப் பூப் பூக்கும், (மலைகளில் மட்டும் காணப்படும்) சிறு குத்துச்செடி;** Strobilanthus kunthianus. நல்ல திரைப்படங்கள் குறிஞ்சி பூப்பது போல எப்போதாவதுதான் வருகின்றன. 2: **(பழந்தமிழ் இலக்கியங்களில் குறிப்பிடப்படும் ஐந்து வகைத் திணைகளில்) மலையும் மலையை ஒட்டிய பகுதியும்;** (one of the five-fold divisions of land in classical Tamil literature comprising) mountain and the place adjacent to it; mountainous region; hilly tract.

குறித்த[1] பெ.அ. **குறிப்பிட்ட;** specified. குறித்த காலத்தில் வேலையை முடித்துத் தர முடியுமா என்று அவர் என்னிடம் கேட்டார்.

குறித்த[2] இ.சொ. **'பற்றிய' என்ற பொருளில் பயன்படுத்தப்படும் இடைச்சொல்;** particle used in the sense of 'concerning'; 'regarding'; 'about'. ஆசிரியர்களுக்கு ஊதிய உயர்வுகுறித்த அறிவிப்பு இன்னும் சில நாட்களில் வெளியிடப்படும்./ சுற்றுச்சூழல் பாதுகாப்புக்குறித்த கருத்தரங்கு இன்று துவங்குகிறது.

குறித்து இ.சொ. **'பற்றி' என்ற பொருளில் பயன்படுத்தப்படும் இடைச்சொல்;** particle meaning 'concerning'; 'regarding'; 'about'. இந்த விவகாரம்குறித்து விவாதிக்க வேண்டாம்./ நாட்டில் ஏற்பட்டிருக்கும் வறட்சிகுறித்து ஆழ்ந்த கவலை தெரிவித்தார்.

குறிப்பாக வி.அ. **(பலவற்றுள் ஒன்றையோ சிலவற்றையோ தெரிவிக்கும்போது) முக்கியமாக; சிறப்பாக;** particularly; (more) specifically; especially. நாட்டு மக்களின், குறிப்பாகக் கிராம மக்களின், உடல்நலத்தைக் கருத்தில் கொண்டு இந்தத் திட்டம் தயாரிக்கப்பட்டிருக்கிறது./ எனக்குப் பிடித்த சாப்பாடு என்று குறிப்பாக எதுவும் இல்லை.

குறிப்பாணை[1] பெ. **(ஒன்றைக் குறித்த தகவல் அளிக்கும் விதத்தில்) அரசு வெளியிடும் அதிகாரபூர்வமான அறிவிக்கை;** notification. எழுத்துத் தேர்வில் வெற்றி பெற்றவர்கள் மட்டுமே உடல்தகுதித் தேர்வுக்கு அழைக்கப்படுவார்கள் என்று அரசுக் குறிப்பாணை தெரிவிக்கிறது.

குறிப்பாணை[2] பெ. **(அலுவலகத்தில்) ஒரு பணியாளர் செய்த தவறு அல்லது குற்றத்தைக் குறிப்பிட்டு மேலதிகாரி விளக்கம் கேட்டு அளிக்கும் கடிதம்;** a memo issued to an employee.

குறிப்பிட்ட பெ.அ. 1: **(மற்றவற்றிலிருந்து) பிரித்துச் சொல்லப்பட்ட;** specified. குறிப்பிட்ட சில துறைகளுக்கு மட்டுமே இந்த விதி பொருந்தும்./ குறிப்பிட்ட செயலாளர்கள் மட்டுமே தலைவரைச் சந்திக்க அனுமதிக்கப்படுவார்கள். 2: (நேரம், காலம் முதலியவற்றைக் குறிக்கும்

போது) **(முன்பே) தீர்மானிக்கப்பட்ட; உரிய;** (of time, period) appointed. *குறிப்பிட்ட நேரத்தில்தான் மருத்துவரை மாலைதான் பார்க்க முடியும்.*

குறிப்பிடு வி. *(குறிப்பிட, குறிப்பிட்டு)* **1: (ஏதேனும் ஒரு காரணம் கருதி ஒன்றை அல்லது ஒருவரை) குறிப்பாக அல்லது முக்கியமாகச் சொல்லுதல்; சுட்டிக்காட்டுதல்;** make a specific mention of; indicate. *தற்கால எழுத்தாளர்களில் யார் சிறந்தவர் என்று நீங்கள் குறிப்பிடுவீர்கள்?/ இந்தியப் பொருளாதாரம் கடந்த சில ஆண்டுகளில் குறிப்பிடத் தகுந்த விதத்தில் முன்னேற்றம் கண்டுள்ளது.* **2: தெரிவித்தல்; சொல்லுதல்;** mention; point out. *நீங்கள் வெளியூர் செல்ல இருப்பதை ஏன் உங்கள் கடிதத்தில் குறிப்பிடவில்லை?/ தமிழ் வளர்ச்சிக்கு அனைவரும் பாடுபட வேண்டும் என்று அவர் தன் பேச்சின்போது குறிப்பிட்டார்.*

குறிப்பு பெ. **1: (நிகழ்ச்சி, செய்தி, பாடம் முதலியவற்றின் அளவான தகவல்களுடன் கூடிய) சிறு விவரம்; சுருக்கம்;** (brief) note; sketch. *வகுப்பில் ஆசிரியர் கூறிய பாடக் குறிப்புகள் தேர்வுக்குப் பயன்படும்./ ஒரு கணித மேதையின் வாழ்க்கைக் குறிப்பு இது.* **2: சுருக்கமான சான்று;** note(s). *பண்டைத் தமிழகம்பற்றி அறிய வெளிநாட்டார் எழுதிய சில குறிப்புகள் பயன்படும்.* **3:** *(-ஆக)* **(வெளிப்படையாகவோ நேரடியாகவோ அல்லாமல்) சிந்தித்துப் புரிந்துகொள்ளக்கூடியதாக அல்லது தெரிந்துகொள்ளக்கூடியதாக இருப்பது;** suggestion; implication. *இந்தப் புத்தகத்தில் பல செய்திகள் குறிப்பால் உணர்த்தப்படுகின்றன./ உனக்குக் குறிப்பாகச் சொன்னால் புரியாதா?* **4:** *(வ.வ.)* **ஜாதகம்;** horoscope.

குறிப்பு வினை பெ. *(இலக்.)* **பயனிலையாக வரும்போது எழுவாயின் பால், எண், இடம் காட்டினாலும் கால உருபு ஏற்காத, மரபு இலக்கணம் சுட்டும் வினை வகை;** It is a kind of verb not conjugated for tense, but is in agreement with the gender-number-person of the subject when it functions as a predicate. *தமிழில் படித்தல் நன்று, இவன் மனிதன் அல்லன் என்ற தொடர்களில் நன்று, அல்லன் என்ற சொற்களின் அடியான நல், அல் ஆகியவை குறிப்பு வினைகள்.*

குறிப்பெடு வி. *(-எடுக்க, -எடுத்து)* **(பேச்சு, பாடம், விவாதம் முதலியவற்றை) தொகுத்து எழுதுதல்; முக்கியச் செய்திகளைச் சுருக்கமாக எழுதுதல்;** take notes; take down; jot down. *முதலமைச்சரின் பேச்சைப் பத்திரிகை நிருபர்கள் குறிப்பெடுத்துக்கொண்டிருந்தனர்./ கட்டுரைக்காகப் பல புத்தகங்களைப் படித்து அவன் குறிப்பெடுத்திருக்கிறான்.*

குறிப்பேடு பெ. **1: அன்றாட நிகழ்ச்சிகள், பாடங்கள், வரவுசெலவுகள் முதலியவற்றைக் குறித்து வைத்துக் கொள்ளும் புத்தகம்;** diary; notebook; ledger. *நாளைக்கு என்ன நிகழ்ச்சி என்பதைக் குறிப்பேட்டில் பார்த்தால்தான் தெரியும்./ மாணவர் குறிப்பேடு.* **2: ஒன்றைக் குறித்த சட்ட திட்டம், விதிமுறை முதலியவை அடங்கிய நூல்;** handbook (of rules). *சாலைப் பாதுகாப்புக் குறிப்பேடு.*

குறிபார் வி. *(-பார்க்க, -பார்த்து)* **குறிவைத்தல்;** take aim (in shooting, etc.,). *மரத்தில் தொங்கும் மாங்காயைக் குறி பார்த்துக் கல்லை எறிந்தான்.*

குறிமொந்தை பெ. *(ஊரக வ.)* **(கதிரடித்துக் குவித்து வைக்கப்பட்டுள்ள நெல்லைத் திருடினால் கண்டு பிடிப்பதற்காகக் குவியலில் சாணிப்பாலைக் கொண்டு குறிபோடுவதற்குப் பயன்படும்) தகரத்தில் நீளமான மூக்கு வைத்துச் செய்த குவளை போன்ற சாதனம்;** receptacle having an elongated nozzle (for marking paddy heap with cowdung solution as a caution against pilferage).

குறியாக இரு வி. *(இருக்க, இருந்து)* **மிகுந்த கருத்துடன் தீவிரமாக இருத்தல்; முனைப்பாக இருத்தல்;** be intent on; be keen on. *பணம் சேர்த்து விட வேண்டும் என்பதிலேயே அவன் குறியாக இருந்தான்./ முன்னேறுவதில் குறியாக இரு!*

குறியீட்டெண் பெ. **பொருள்களின் விலை, வாழ்க்கைத் தரம் முதலியவற்றின் போக்கில் ஏற்படும் மாற்றங்களை ஒப்பிட்டுப் பார்ப்பதற்காகப் பயன்படுத்தப்படும் அடிப்படை எண்;** index. *பங்குச் சந்தைக் குறியீட்டெண்/ அகவிலைக் குறியீட்டெண்.*

குறியீடு பெ. **1: (ஒரு கருத்தைத் தெரிவிக்கும்) அடையாளம்; சின்னம்;** symbol. *சிவப்புக் கொடி அபாயத்தின் குறியீடாகும்.* [*(தொ.சொ.)* **அடையாளம்/ அறிகுறி/ குறி/ சின்னம்**] **2: ஒரு கருத்துக்குப் பதிலாக வழங்குவது;** sign (as a representation of a concept). *கணிதத்தில் + என்னும் குறியீடு கூட்டலைக் குறிக்கும்.* **3: கருத்தை வெளியிடும் (பேச்சு, சைகை போன்ற) சாதனம்;** notation; symbol; tool. *மொழி என்ற குறியீடு.*

குறில் பெ. *(இலக்.)* **ஒரு மாத்திரை அளவு ஒலிக்கப்படும் உயிரெழுத்து;** short vowel. *அ, இ, உ, எ, ஒ என்பன உயிர்க் குறில்கள்.*

குறிவை வி. *(-வைக்க, -வைத்து)* **1: (சுடுதல், எறிதல் முதலியவற்றுக்கான) இலக்கை உன்னிப்பாகப் பார்த்தல்;** aim at. *மாங்காயைக் குறிவைத்து அடித்தான்./ ஒரு சில வினாடிகள் குறிவைத்தபடி நின்றிருந்த இந்திய வில்வித்தை வீரர் துல்லியமாக இலக்கை நோக்கி அம்பு விட்டார்.* **2: (ஒன்றை அல்லது ஒருவரை) இலக்காக அல்லது நோக்கமாகக் கொள்ளுதல்;** aim at; target sth. *அவர் மட்டுமல்ல, பலரும் அந்தப் பதவியின் மீது குறிவைத்துள்ளனர்./ வியாபாரிகளைக் குறிவைத்துப் போடப்பட்ட வரி./*

குறுக்கப்பட்ட பால் பெ. **(நீர்ச்சத்தைக் குறைப்பதற்காக) சுண்டக் காய்ச்சி இனிப்புச் சேர்க்கப்பட்ட அடர்த்தியான பால்;** condensed milk.

குறுக்கம் பெ. *(உ.வ.)* **சுருக்கமாகக் குறிப்பிடப் பயன்படுத்தும் வடிவம்;** abbreviation. *'குடந்தை' என்பது 'கும்பகோணம்' என்பதன் குறுக்கம்.*

குறுக்களவு பெ. **(சதுரம், செவ்வகம் ஆகியவற்றில்) எதிரெதிர் முனைகளுக்கு இடைப்பட்ட தூரம்; (வட்டத்தில்) விட்டம்;** diagonal length; diameter.

குறுக்கிடு வி. *(குறுக்கிட, குறுக்கிட்டு)* **1: (பேசும்போது) இடைமறித்தல்;** intervene (when one is talking); interrupt. *நான் பேசும்போது குறுக்கிடாமல் கேளுங்கள்./ அமைச்சர் பேசும்போது எதிர்க்கட்சித் தலைவர் குறுக்கிட்டார்.* **2: (பிறர் விஷயத்தில்) தலையிடுதல்;** interfere (in the affairs of others). *இந்தத் தகராறில் நீங்கள் குறுக்கிட வேண்டாம்.* **3: (ஒருவர் அல்லது ஒன்று) எதிர்ப்படுதல்;** come across; encounter. *கடைத்தெருவுக்குச் சென்றபோது வழியில் நண்பன் குறுக்கிட்டான்./ சைக்கிளில் சென்றுகொண்டிருந்தபோது மாடு குறுக்கிட, கீழே விழுந்தான்.*

குறுக்கீடு பெ. 1: **(பிறர் செயலுக்கு) தடையாக அமையும் தலையீடு;** interference. பணி நியமனங்களில் யாருடைய குறுக்கீடும் இருக்கக் கூடாது. 2: **(பேச்சில்) இடைமறிப்பு;** interruption. நிருபருடைய குறுக்கீடு அமைச்சருக்கு எரிச்சல் தந்தது. 3: *(சட்டம்)* **ஒரு நடவடிக்கையைத் தடைசெய்யவோ அல்லது செல்லத்தக்கது என்று அறிவிக்கவோ ஒரு வழக்கில் நீதிமன்றம் மேற்கொள்ளும் நடவடிக்கை;** intervention.

குறுக்கு[1] வி. (குறுக்க, குறுக்கி) 1: **(இரண்டு புள்ளிகளுக்கு இடையில் ஏற்கனவே இருக்கும் தூரத்தை) குறைத்தல்;** shorten (sth. by cutting). இரண்டு அடி நீளம் இருந்த தடியை வெட்டி ஓர் அடியாகக் குறுக்கிவிட்டான். 2: **(உடலை) சுருக்குதல்;** contract (the body as in entering a narrow door). உடலைக் குறுக்கிக்கொண்டுதான் வாசலில் நுழைய வேண்டியிருந்தது.

குறுக்கு[2] பெ. (-ஆக) **அகலத்தைக் குறிக்கும் இரண்டு புள்ளிகளுக்கு இடையே உள்ள (குறைந்த) தூரம் அல்லது இடைவெளி;** transverseness; crosswise. குறுக்குச் சந்து வழியாகச் சென்றால் சீக்கிரம் வீட்டை அடைந்துவிடலாம்./ மகாமண்டபத்தின் நடுவே குறுக்காக உள்ள சுவரில் நுழைவாயிலை ஒட்டி ஒரு சிற்பம் உள்ளது./ குரல்வளையின் நடுவே குறுக்காக இரு மடிப்புகள் போன்ற குரல் நாண்கள் உள்ளன.

குறுக்கு[3] பெ. *(ஊரக வ.)* 1: **முதுகு;** back. குறுக்கு வலி. 2: *(வ.வ.)* **இடுப்பு;** hip. காலையிலிருந்து ஓயாமல் வேலை செய்வதால் குறுக்கு வலிக்கிறது.

குறுக்குக் கேள்வி பெ. **(ஒருவர் தந்த) பதிலை அல்லது விளக்கத்தை மடக்கிக் கேட்கும் கேள்வி;** cross-questioning. நான் பேசும்போது குறுக்குக் கேள்விகள் கேட்கக் கூடாது.

குறுக்குச் சட்டம் பெ. **இணையாக இருக்கும் இரண்டு சட்டங்களை இணைக்கும் சட்டம்;** brace (to connect a pair of rafters); cross-piece.

குறுக்குச்சால் பெ. **முதலில் ஏர் உழுத திசைக்குக் குறுக்கான திசையில் இரண்டாம் முறை ஏர் உழுதல்;** ploughing across the furrows left by the first ploughing.

குறுக்குச்சால் ஓட்டு வி. (ஓட்ட, ஓட்டி) **(ஏற்கனவே சிக்கலாக இருக்கும் பிரச்சினையில் தலையிட்டு) மேலும் சிக்கலுக்கு உள்ளாக்குதல்;** aggravate (the existing problem). நாங்களே எரிச்சலில் இருக்கிறோம், நீ வேறு குறுக்குச்சால் ஓட்டாதே.

குறுக்குப் பாதை பெ. **(பல வழிகள் இருக்கும்போது ஓர் இடத்தை அடைவதற்கான) அதிக தூரம் இல்லாத வழி; சுருக்கு வழி;** short cut (to reach a place).

குறுக்கும் நெடுக்குமாக வி.அ. **ஒரே திசையில் இல்லாமல் மாறிமாறி; இங்குமங்குமாக;** up and down; here and there. அவர் கூடத்தில் குறுக்கும் நெடுக்குமாக நடந்து கொண்டிருந்தார்./ தலைக்கு மேல் மின்சாரக் கம்பிகள் குறுக்கும் நெடுக்குமாகப் போய்க்கொண்டிருந்தன.

குறுக்கு மாலை பெ. **வலது தோளிலிருந்து இடது விலாவுக்கும், இடது தோளிலிருந்து வலது விலாவுக்கும் என்ற வகையில் ஒன்றுக்கு ஒன்று குறுக்கே போகும்படி அணியும் மாலைகள்;** garlands worn so that one runs from the right shoulder to the left flank and the other runs from the left shoulder to the right flank intersecting the former. சிறுவர்களின் காதணி விழாவில் அவர்களுக்கு குறுக்கு மாலை அணிவிப்பார்கள்./ தீச்சட்டி ஏந்தி வந்த பூசாரி குறுக்கு மாலை அணிந்திருந்தார்.

குறுக்கு வழி பெ. 1: காண்க: **குறுக்குப் பாதை.** 2: **சுருக்கமான முறை; எளிய முறை;** short or simple method; a short cut. இந்தக் கணக்கைக் குறுக்கு வழியில் இரண்டே நிமிடத்தில் செய்துவிடலாம். 3: **நேர்மை இல்லாத முறை;** dishonest means. நீ குறுக்கு வழியில் பணம் தேட ஆசைப்படுகிறாய்.

குறுக்கு விசாரணை பெ. *(சட்டம்)* **(நீதிமன்றத்தில்) ஒருவர் ஏற்கனவே கொடுத்த சாட்சியத்தின் அடிப்படையில் அவரை மறுதரப்பு வழக்கறிஞர் கேள்வி கேட்டு நடத்தும் விசாரணை;** cross-examination.

குறுக்குவெட்டுத் தோற்றம் பெ. **ஒரு பொருளின் உள்ளமைப்பைக் காட்ட அதைக் குறுக்காக வெட்டியது போல் காட்டப்படுவது;** cross section. இலையின் குறுக்குவெட்டுத் தோற்றத்துக்கும் தண்டின் குறுக்குவெட்டுத் தோற்றத்துக்கும் இடையே நிறைய வேறுபாடுகள் உண்டு./ இது வீட்டின் குறுக்குவெட்டுத் தோற்றம்.

குறுக்கெழுத்துப் புதிர் பெ. *(இலங்.)* காண்க: **குறுக்கெழுத்துப் போட்டி**

குறுக்கெழுத்துப் போட்டி பெ. **(பெரும்பாலும் பத்திரிகைகளில்) தரப்பட்டுள்ள குறிப்புகளைக் கொண்டு கட்டங்களை நிரப்புவதன் மூலம் சொற்களைக் கண்டு பிடிக்கும் போட்டி;** crossword puzzle.

குறுக்கெழுத்துப் போட்டி

ஆ[1]		ர[2]		■	வா[3]	ழ்	வா	தா[4]	ர	
	■	வி	■	■	ர	■	■		■	■
ப[5]	ந்	தா	டு	■	ச[6]				ம	தி[7]
ல	■	ன்	■	■	ந்	■	■	வி	■	ரி
ம்	■	■	ம[8]	ம[9]	தை	■	இ[10]	ய		
■	■	க[11]	■	சி	■	மு[12]	■	ல்	■	■
இ[13]			லி	■	ந்[14]	டி		■	■	ப[15]
னி	■	நா	■	■	க	■	■	எ[16]	■	ட
நீ[17]	தி		ர			■	பே[18]	ரி	ட	ர்
■	■	க	■	■	வா	■	■		■	க்
பே[19]	ர		பு		ன்	■	க[20]	ல்	கு	

குறுக்கே[1] வி.அ. 1: **(ஒரு பரப்பு, பொருள், ஆறு, பாதை முதலியவற்றின் இரு பக்கங்களுக்கும்) நடுவில்;** across; transversely. நடக்கிற வழியில் குறுக்கே நிற்காதே!/ ரம்பத்தைக் கொண்டு இரண்டு பேர் மரத்தைக் குறுக்கே அறுத்துக் கொண்டிருந்தார்கள். 2: **(பேச்சின்) இடையில்;** (in conversation) cutting in on; in the midst. நான் சொல்லி முடிக்கிறவரை குறுக்கே பேசாதே!

குறுக்கே[2] இ.சொ. **('கு', 'இன்' ஆகிய உருபுகளைச் சார்ந்து வரும்போது) 'ஒரு பரப்பின் ஒரு பக்கத்திலிருந்து இன்னொரு பக்கம்வரை' என்ற பொருளில்**

441 குறும்பர்

பயன்படுத்தப்படும் இடைச்சொல்; particle used in the sense of 'across'. சாலைக்குக் குறுக்கே பள்ளம் வெட்டி யிருந்தார்கள்./ மகாநதியின் குறுக்கே ஹிராகுட் அணை கட்டப்பட்டிருக்கிறது./ மார்பின் குறுக்கே இரு கைகளை யும் கட்டிக்கொண்டு நின்றான்.

குறுக்கே நில் வி. (நிற்க, நின்று) **(ஒருவரின் செயலுக்கு) எதிர்ப்புத் தெரிவித்தல்; தடையாக இருத்தல்;** stand in s.o.'s way; go counter to; oppose. உன் திருமணத்திற்கு நாங்கள் குறுக்கே நிற்கவில்லை.

குறுக்கே விழு வி. (விழ, விழுந்து) **(ஒருவர் ஒரு செயலைச் செய்ய முற்படும்போது) தடுத்தல்; இடைமறித்தல்;** intervene.

குறுகல் பெ. (-ஆக, -ஆன) **அகலக் குறைவு;** narrowness. சட்டைக் கையைக் குறுகலாக மடித்துத் தைத்துவிட்டாய்./ இந்தக் குறுகலான சந்தில் வண்டி போக முடியாது.

குறுகிய பெ.அ. 1: **(பரப்பளவில் அல்லது காலத்தில்) குறைந்த;** narrow; short. குறுகிய சாலை/ குறுகிய சந்து/ குறுகிய காலப் பயிர். 2: **(அறிவு, சிந்தனை போன்றவை குறித்து வரும்போது) பரந்த அளவில் இல்லாத;** parochial; narrow. குறுகிய நோக்கம்/ குறுகிய கண்ணோட்டம்/ பிரியம் என்ற சொல்லை காதல் என்ற குறுகிய பொருளில் பயன்படுத்தியுள்ளார் அந்தக் கவிஞர்./ பெண்களைப் பற்றிக் குறுகிய பார்வை கொண்ட மனிதர் அவர்.

குறுகு வி. (குறுக, குறுகி) 1: **(பெயர், சொல் முதலியன நீளத்தில்) குறைதல்;** (of name, word, etc.,) shorten. 'வேங்கடாசலம்' என்ற பெயர் 'வெங்கு' என்று குறுகிவிட்டது. 2: **(வெட்கம், அவமானம் முதலியவற்றால் உடல்) சிறுத்துவிட்டதைப் போல் உணர்தல்;** feel small. தனக்கு இப்படி ஓர் அவமானம் வந்துவிட்டதே என்று அவர் குறுகிப்போனார். 3: **(படிப்படியாக) குறைந்து சிறிதாதல்;** narrow down. பரந்த நெற்றியிலிருந்து குறுகிவரும் மோவாய்.

குறுகுறு வி. (குறுகுறுக்க, குறுகுறுத்து) 1: **(தவறுகளால் மனம்) உறுத்துதல்;** feel uneasy (as a result of the mistakes made); feel the pricks of conscience; develop qualms. குற்றமுள்ள நெஞ்சு குறுகுறுக்கும்./ அவனுக்குத் தீங்கிழைத்து விட்டோமே என்று குறுகுறுத்த மனத்தைச் சமாதானப் படுத்த முடியவில்லை. 2: **(உடலில்) ஊர்வது அல்லது அரிப்பது போன்று உணர்தல்;** have a creeping sensation. முதுகில் ஏதோ குறுகுறுக்க அவசரமாகச் சட்டையைக் கழற்றி எறிந்தான்./ குளிர்ந்த நீரில் கால் வைத்ததும் உள்ளங் கால் குறுகுறுத்ததுபோல் இருந்தது. 3: **(ஒன்றைச் செய்வதற்குக் கை) பரபரத்தல்;** be itching to. உடனே அந்தப் புத்தகத்தை வாங்கிவிட வேண்டும் என்று கைகள் குறுகுறுத்தன.

குறுகுறுப்பு பெ. **குறுகுறு என்னும் வினையின் எல்லாப் பொருளிலும் வரும் தொழிற்பெயர்;** a verbal noun in all the senses of குறுகுறு.

குறுங்கோணம் பெ. (கணி.) **90^0 பாகையைவிடக் குறைவாக இருக்கும் கோணம்;** acute angle.

குறுஞ்செய்தி பெ. காண்க: **குறுந்தகவல்.**

குறுணி[1] பெ. (அ.வ.) 1: **ஒரு மரக்கால் (அளவு);** a measure of grains of one மரக்கால். வயலில் வேலை செய்யும் பெண்களுக்கு ஒரு நாளைக்குக் கூலியாகக் குறுணி நெல் கிடைக்கும். 2: **(இலங்.) சிறியது; பொடி;** small. அவள் நெற்றிப் பொட்டு குறுணியாக இருந்தது./ குறுணி எழுத்துகள்/ குறுணி விதைகள்/ அரிசி முழுவதும் ஒரே குறுணிக் கல்லாக இருக்கிறது.

குறுணி[2] பெ. (பே.வ.) **(கடலின்) உயரக் குறைவான அலை;** low-tide.

குறுணி[3] பெ. (இலங்.) **அரிசிக் குறுணை;** broken rice. அவள் சுளகிலிருந்த குறுணியைப் பொறுக்கிக் கோழிக்குப் போட்டாள்./ குறுணி அரிசியைக் கொடுத்துக் கடைக் காரன் என்னை ஏமாற்றிவிட்டான்.

குறுணை பெ. **(அரைக்கும்போது அல்லது இடிக்கும்போது) ஒன்றிரண்டாக நொறுங்கும் தானியம்;** broken grain (esp. rice, used for cooking); grit-like grain. அரிசிக் குறுணை/ கோதுமைக் குறுணை.

குறுதாழி பெ. (மண்.) **குழிவாகவும் வாய் அகலமாகவும் உள்ள பெரிய மண்சட்டி;** a large, wide-mouthed, deep earthen vessel. குறுதாழியில் தண்ணீர் வைத்துக்கொள்ளலாம்./ குறுதாழியில் விசேஷங்களுக்குச் சாம்பார் அல்லது குழம்பு வைக்கலாம்.

குறுந்தகடு பெ. **(கணிப்பொறியின் மூலம் அதிக அளவில் தகவலைச் சேமித்துவைக்கப் பயன்படும்) மெல்லிய வட்ட வடிவ பிளாஸ்டிக் தகடு;** compact disc; CD.

குறுந்தகவல் பெ. **கைபேசியின் மூலம் சில சொற்களில் அனுப்பும் சுருக்கமான தகவல்/அப்படித் தகவல் அனுப்பும் முறை;** short message sent through a mobile phone/short message service (abbreviated to SMS).

குறுந்தொழில் பெ. **(சிறுதொழிலைவிடச் சற்றே பெரிய அளவில்) மிக அதிக மூலதனமோ அல்லது பெரிய இயந்திரங்களோ இல்லாமல் நடத்தப்படும் தொழில்;** medium-scale industry. குறுந்தொழில் நிறுவனங்கள் பெருமளவில் வேலைவாய்ப்புகளை வழங்குகின்றன./ குடிசைத் தொழில், சிறுதொழில், குறுந்தொழில் என்று அரசு தொழில்களை வகைப்படுத்தி அதற்குத் தகுந்தபடி சலுகைகளை அளிக்கிறது.

குறுநாவல் பெ. **(பொதுவாக) அளவில் சிறுகதையை விட நீளமாகவும் நாவலைவிடச் சிறியதாகவும் இருக்கும் கதை;** short novel; novelette.

குறுநிலம் பெ. (பெரும்பாலும் பெயரடையாக) **(பண்டைக் காலத்தில் ஒரு பேரரசின் மேலாண்மைக்குக் கீழ்ப்பட்டுக் கப்பம் செலுத்திவந்த) சிற்றரசனின் ஆளுகைக்கு உட்பட்ட சிறிய நிலப் பகுதி;** (in former times) land ruled by a feudatory. குறுநில மன்னன்/ குறுநில அரசர்கள்.

குறும் பெ.அ. **சிறிய;** short. குறுந்தாடி.

குறும்படம் பெ. **குறைந்த நேரமே ஓடக்கூடிய திரைப் படம்;** short film. குழந்தைத் தொழிலாளர்களைப் பற்றிய குறும்படம்./ குறும்படம் எடுப்பதில் இருக்கும் ஆத்ம திருப்தி வணிக நோக்கில் படங்களை இயக்குவதில் இருப்பதில்லை.

குறும்பர் பெ. **(கேரளத்தின் மலைகளிலும் நீலகிரியின் மலைப் பகுதியிலும் வாழும்) வேட்டையாடுவதையும் விவசாயத்தையும் தொழிலாகக் கொண்ட ஒரு பழங் குடியினர்;** Kurumba (tribe).

குறும்பன் பெ. **குறும்பு செய்பவன்;** mischief-maker; prankster.

குறும்பா பெ. (இலங்.) **ஐந்து அடி கொண்ட நகைச் சுவைப் பாங்கான செய்யுள் வடிவம்;** limerick.

குறும்பி பெ. **(காதினுள் சேரும்) பழுப்பு நிறமுடைய மெழுகு போன்ற பொருள்;** earwax.

குறும்பு பெ. **1: (-ஆன) சிறு தொல்லை தரும் விளை யாட்டுச் செயல்/மகிழ்விக்கும் விளையாட்டுத்தனம்;** playful act; prank/mischief. குறும்பு செய்யாமல் ஒழுங் காகப் படி!/ குறும்புப் பார்வை/ குறும்புச் சிரிப்பு. **2: (பெண் ணிடம் நடந்துகொள்ளும்) பண்பாடற்ற செயல்;** teasing. தனியாக நின்றிருந்த பெண்ணிடம் குறும்பு செய்த வாலிபரைக் காவல்துறையினர் கைதுசெய்தனர்.

குறும்புத்தனம் பெ. (-ஆக, -ஆன) **(சிறு தொல்லை விளைவிக்கும்) விளையாட்டுத்தனம் அல்லது விஷமத் தனம்;** mischievousness; impishness. என் பையனுடைய குறும்புத்தனம் வரவர அதிகமாகிக்கொண்டே போகிறது. வகுப்பில் எல்லோருடைய புத்தகங்களிலும் கிறுக்கி வைத்து விடுகிறானாம்./ தோழி குறும்புத்தனமாக என் கன்னத்தில் கிள்ளினாள்.

குறும்பை ஆடு பெ. (வ.வ.) **செம்மறியாடு;** sheep.

குறுமணல் பெ. **சன்னமான மினுமினுப்புடன் இருக்கும் மென்மையான மணல்;** fine sand. காற்றடித்துத் தரை யெங்கும் குறுமணல் படிந்திருந்தது.

குறுவட்டு பெ. காண்க: **குறுந்தகடு.**

குறுவை பெ. **வைகாசிவாக்கில் விதைத்து ஆவணி வாக்கில் அறுவடை செய்து விடக்கூடியதாகச் சாகுபடி செய்யும் குறுகிய கால நெற்பயிர்;** the short term crop of paddy cultivated during May-August. தமிழ்நாட்டில் தஞ் சாவூரில் குறுவை அதிகமாகப் பயிரிடப்படுகிறது./ ஆழ் துளைக் கிணறு உள்ள இடங்களில் குறுவையை அதிகப் பரப்பளவில் பயிர் செய்யலாம்.

குறுனல் பெ. (இலங்.) **நொய்;** (of rice, wheat, etc.,) broken grain. குறுனல் அரிசி போட்டுக் கஞ்சி காய்ச்சினோம்.

குறை[1] வி. (குறைய, குறைந்து) **1: எண்ணிக்கை, அளவு, தன்மை போன்றவை முன்பிருந்த நிலைக்கும் கீழே வருதல்;** come down (in number, in quantity); get reduced; diminish. மூல வளங்கள் குறைந்துகொண்டிருப்பது கவலை அளிக்கும் செய்தி./ இளைஞர்களிடையே ஒழுக் கம் குறைந்துவருகிறது என்று ஒவ்வொரு தலைமுறை யிலும் சொல்கிறார்கள்./ *(உரு வ.)* எனக்கும் அவருக்கும் இடையில் இருந்த இடைவெளி குறைந்துவிட்டது. [*(தொ.சொ.)* அமுங்கு/ இறங்கு/ தணி/ வடி] **2: (ஒன்றின் வேகம், தீவிரம் முதலியன) தணிதல்; கட்டுப்படுதல்;** come down (in intensity); subside; lessen. அரை மணி நேரத் துக்குப் பிறகுதான் புயலின் வேகம் குறைந்தது./ மாத்திரை யால் தலைவலி குறைந்திருக்கிறது. **3: (ஒரு இசைக் கருவி யிலிருந்து) இயல்பாக ஒலிக்க வேண்டிய ஒலி ஆதார சுருதியை விட்டு விலகித் தாழ்தல்;** (of a musical instrument) be out of tune. வீணையின் சுருதி குறைந்துவிட்டது.

குறை[2] வி. (குறைக்க, குறைத்து) **1: எண்ணிக்கை, அளவு, தன்மை போன்றவற்றை முன்பு இருந்த நிலைக்குக் கீழே கொண்டுவருதல்;** reduce (the number, capacity, etc.,); cut down; bring down. வீட்டுச் செலவைப் பாதியாகக் குறைத்துவிட வேண்டும்./ ஆடம்பரப் பொருள்களின் உற் பத்தியைக் குறைப்பதுகுறித்து ஆலோசனை நடக்கிறது./ கட்டையின் நீளத்தை அரை அங்குலம் குறை. **2: (ஒன்றின் வேகம், தீவிரம், உயர்வு முதலியவற்றை) தணித்தல்; கட்டுப்படுத்துதல்;** reduce (the speed, intensity, etc.,); slow down; lessen. குழந்தைகள் சாலையைக் கடப்பதைப் பார்த் ததும் காரின் வேகத்தைக் குறைத்தார்./ இந்த மாத்திரை வலி யைக் குறைக்குமா?/ விலைவாசி ஏற்றத்தைக் குறைக்க நட வடிக்கை. **4: (குறிப்பிட்ட தொகையை) கழித்தல்; பிடித் தல்;** take away (a sum as discount); deduct. அவர் நமக்குத் தர வேண்டியதைக் குறைத்துவிட்டுப் பாக்கியைக் கொடு.

குறை[3] பெ. **1: இருக்க வேண்டியது இல்லாத நிலை அல் லது வேண்டுவது கிடைக்காத நிலை; ஒன்று போது மான அளவு இல்லாத நிலை;** wants; needs; lack (of sth.). குழந்தை ஒரு குறையும் இல்லாமல் வளர்கிறது./ நல்ல நண் பர்கள் இல்லாத குறையை உணர்கிறேன்./ மக்களின் குறை களைத் தீர்க்கத்தான் அரசு./ பெண்ணுக்குப் படிப்பு இருக் கிறது, பணம் இருக்கிறது. எதில் குறை?/ சிறிய வீடாக இருந் தாலும் எந்தக் குறையும் இல்லை./ நான்கு பேரோடு பேசத் தெரியாததுதான் என் குறை. [*(தொ.சொ.)* குற்றம்/ கோளாறு/ தப்பு/ தவறு/ பிழை] **2: (ஒன்று இல்லாத தால், நிறைவேறாததால் உண்டாகும்) வருத்தம்; ஆதங் கம்;** sadness (due to the absence of sth.); discontentment. அவனுக்குக் குழந்தை இல்லை என்கிற குறை/ அவன் இவ் வளவு படித்தும் இன்னும் வேலை கிடைக்கவில்லை என்பது தான் குறை. **3: (மற்றவர்கள் வெறுக்கும் அளவுக்கு ஒரு வரிடம் இருக்கும்) எதிர்மறைக் குணம்; விரும்பத்தகாத போக்கு;** negative qualities of s.o. அவரிடம் உள்ள குறை களைத் தள்ளிவிட்டுத்தான் நாம் போக வேண்டும்./ அவளி டம் இருக்கும் குறைகளை மட்டும் சொல்லிக்கொண்டிருக் காதே. நாலு நல்ல விஷயங்களையும் சொல்லு. **4: தன்மை அல்லது அளவு போன்றவற்றில் முழுமையாக இல்லா தது;** the condition of being incomplete or deficient. நேற்றுக் குறை மழைதான் பெய்தது. **5: உடல் ரீதியாக ஒருவருக்கு உள்ள கோளாறு அல்லது பிரச்சினை;** (of body parts) disability. பேச்சுக் குறை உள்ளவன்/ ஒரு தம்பதிக்குக் குழந்தை இல்லை என்றால் குறை யாரிடம் இருக்கிறது என்று தெரிய வேண்டும். **6:** (சில எதிர்மறை வினை வடிவங்களோடு) **குறிப்பிட்ட ஒரு சந்தர்ப்பத்தில் ஒன்று கிட்டத்தட்ட நடந்திருக்கக்கூடிய ஒன்று என்ற பொருளில் பயன்படுத்தும் சொல்;** short (of sth. happening). அவன் அழாததுதான் குறை/ அடி விழாத குறை.

குறை எண் பெ. (கணி.) **பூஜ்ஜியத்தைவிடக் குறைந்த மதிப்புக் கொண்ட (கழித்தல் குறியீட்டைக் கொண்டி ருக்கும்) எண்களின் பொதுப்பெயர்;** minus (number). *-1, -2, -3* போன்றவை குறை எண்களாகும்.

குறைகடத்தி பெ. (இயற்.) **(கணிப்பொறி போன்ற மின் சாதனங்களில் பயன்படுத்தப்படும்) குறைந்த அளவு மின்சாரத்தை மட்டுமே கடத்தும் தன்மை உடைய பொருள்;** semiconductor.

443 குறைவினை

குறைகாண் வி. (-காண, -கண்டு) **குற்றம் கண்டுபிடித்தல்;** find fault (with s.o. or sth.). அரசு கொண்டுவரும் எல்லாத் திட்டங்களிலும் எதிர்க்கட்சிகள் குறைகண்டால் என்ன செய்வது?/ அவரிடம் உள்ள பிரச்சினை எல்லோரிடமும் குறைகாண்பதுதான்.

குறைகூறு வி. (-கூற, -கூறி) **குற்றம்சாட்டுதல்; குற்றம் சொல்லுதல்;** find fault with; criticize; blame. எல்லாவற்றுக்கும் ஏன் ஆசிரியர்களையே குறைகூற வேண்டும்?/ யார் மேலும் நான் குறைகூறவில்லை.

குறைச்சல் பெ. (பே.வ.) **1:** (எதிர்மறை வாக்கியங்களில் வரும்போது) **தேவை; அசௌகரியம்; குறை;** (usually in the negative) the wanting of sth. இந்த வீட்டுக்கு என்ன குறைச்சல்? **2:** (-ஆக, -ஆன) **குறைவு;** being low. சம்பளம் குறைச்சல்./ குறைச்சலான கூலிக்கு யார் வேலை செய்வார்கள்? **3: குறைந்தபட்சம்;** minimum. எவ்வளவு குறைச்சலாகப் பார்த்தாலும் இந்த வீடு இருபது லட்சம் ரூபாய் பெறும்.

குறைத்து வி.அ. **(உண்மையானதைவிட) குறைவாக; தாழ்வாக; மலிவாக;** belittlingly. அவரைக் குறைத்துப் பேசாதே. இந்த ஊரிலேயே அவருக்கு இருக்கும் செல்வாக்கு வேறு யாருக்கும் கிடையாது./ நண்பர்கள் தன்னைக் குறைத்து மதிப்பிட்டுவிடக் கூடாது என்பதில் அவன் கவனமாக இருந்தான்./ நாட்டியத்தில் அவருக்கு உள்ள திறமையை இன்றைய நிகழ்ச்சி குறைத்துக் காட்டாது.

குறைந்த பெ.அ. **அதிகம் இல்லாத; போதுமானதாக இல்லாத;** moderate; not high; low; insufficient. குறைந்த வாடகை/ குறைந்த சாமான்.

குறைந்த அழுத்த மின்சாரம் பெ. **(வீட்டு உபயோகம், சிறு இயந்திரங்களை இயக்குதல் போன்றவற்றுக்குத் தேவையான) குறைந்த அளவு சக்தியை அளிக்கும் மின்சாரம்;** low-tension electricity; LT power.

குறைந்த இரத்த அழுத்தம் பெ. **உடலில் இயல்பாக இருக்க வேண்டிய இரத்த அழுத்தத்தைவிடக் குறைவாக இருக்கும் நிலை;** low blood pressure.

குறைந்தது பெ. **குறைந்த அளவு;** minimum. இந்த வேலைக்குக் குறைந்தது நான்கு வருட அனுபவம் உள்ளவர் தேவை./ தினசரி குறைந்தது ஆறு மணி நேரமாவது ஒருவர் தூங்க வேண்டும்.

குறைந்தபட்சம் பெ. (-ஆக) **மேலும் குறைக்க முடியாத அளவு;** minimum. குறைந்தபட்சம் ஆயிரம் பேராவது கல்யாணத்துக்கு வருவார்கள்./ குறைந்தபட்சமாகப் பார்த்தாலும் வீடு கட்ட ஐந்து லட்சம் ரூபாய் தேவை.

குறைநிறை பெ. (பெரும்பாலும் பன்மையில்) **நல்ல அம்சங்களும் குறைபாடுகளும்;** plus and minus (of sth.); merits and defects. ஒருவரோடு நெருங்கிப் பழகும்போது தான் அவருடைய குறைநிறைகள் தெரியவரும்./ நூலின் குறைநிறைகளைப் பற்றி மதிப்புரை விரிவாகக் கூறுகிறது.

குறைநினை வி. (-நினைக்க, -நினைத்து) (இலங்.) **குறைபடுதல்; குறைகூறுதல்;** complain; feel aggrieved. அவனுடைய கலியாணத்துக்குப் போகாததுபற்றிக் குறைநினைக்க வேண்டாம் என்று நண்பனுக்குக் கடிதம் எழுதினேன்./ நான் அவரைக் குறைநினைக்கவில்லை. அவர்தான் என்னைப் புரிந்துகொள்கிறார் இல்லை.

குறைப்பிடி வி. (-பிடிக்க, -பிடித்து) (இலங்.) **குறைபட்டுக் கொள்ளுதல்;** complain. சின்னச்சின்ன விஷயத்துக்கெல்லாம் குறைப்பிடிக்கக் கூடாது.

குறைப்பிரசவம் பெ. **(கருவுற்ற) 21ஆவது வாரத்திலிருந்து 37ஆவது வாரத்திற்குள் பிறக்கும் சிசு;** premature delivery.

குறைப்பு பெ. **(எண்ணிக்கையில்) குறைத்தல்;** reduction. ஆயுதக் குறைப்பு செய்யுமாறு வல்லரசுகளை உலக நாடுகள் கேட்டுக்கொண்டன.

குறைபட்டுக்கொள் வி. (-கொள்ள, -கொண்டு) **(வேண்டியது கிடைக்காததாலோ எதிர்பார்ப்பு பொய்ப்பதாலோ ஏற்படும்) வருத்தத்தை வெளிப்படுத்துதல்; குறைகூறுதல்;** complainbitterly. தன்னுடைய சிறுகதைகளை எந்தப் பத்திரிகையும் பிரசுரிப்பதில்லை என்று நண்பன் குறைபட்டுக்கொண்டான்./ அவனைப் பற்றி என்னிடம் நீ குறைபட்டுக்கொண்டு எந்தப் பயனும் இல்லை./ என்னை யார் கவனிக்கிறார்கள் என்று பாட்டி குறைபட்டுக்கொண்டாள்.

குறைபடு வி. (-பட, -பட்டு) **(வேண்டியது கிடைக்காததாலோ எதிர்பார்ப்பு பொய்ப்பதாலோ ஏற்படும்) வருத்தத்தை வெளிப்படுத்துதல்; குறைகூறுதல்;** complain. தன்னுடைய சிறுகதைகளை எந்தப் பத்திரிகையும் பிரசுரிப்பதில்லை என்று நண்பன் குறைபட்டுக்கொண்டான்./ அவனைப் பற்றி என்னிடம் நீ குறைபட்டுப் பயனில்லை./ என்னை யார் கவனிக்கிறார்கள் என்று பாட்டி குறைபட்டுக்கொண்டாள்.

குறைபாடு பெ. **1:** குறை^{3} **(முதல் பொருளிலும் நான்காவது பொருளிலும்);** see குறை^{3} (in the senses of 1 and 4). [(தொ.சொ.) இல்லாமை/ கம்மி/ குறைவு/ தட்டுப்பாடு/ பஞ்சம்/ பற்றாக்குறை] **2: (உடலில் சத்துகள்) போதிய அளவு இல்லாமை;** deficiency (of certain essential things for one's health). இரும்புச் சத்துக் குறைபாட்டைக் கீரை வகைகள் போக்கும். **3:** (இலங்.) (தெய்வக் காரியம் குறித்து வரும்போது) **தவறு; குற்றம்;** fault; sth. requiring propitiation. கோயிலுக்கு நேர்த்திக்கடன் செய்யாத குறைபாட்டில்தான் ஊரில் நோய் வந்துள்ளது என்று பேசிக்கொண்டார்கள்.

குறைமாதம் பெ. **(பிரசவத்திற்கான) நிறைமாதத்திற்கு முந்திய காலம்;** (of the birth of a baby) prematurity. குறைமாதத்தில் பிறந்த பிள்ளை.

குறைவிளங்கு வி. (-விளங்க, -விளங்கி) (இலங்.) (பெரும்பாலும் எதிர்மறையில்) **பொருட்படுத்துதல்;** (usually in the negative) mind. மகனுக்கு வேலை கிடைத்த விஷயத்தை உன்னிடம் சொல்ல மறந்துவிட்டேன், நீ குறைவிளங்காதே./ நான் ஒரு வருடமாகக் கடிதம் போடாததால் குறைவிளங்க வேண்டாம்./ என் பையன் அப்படித்தான். நீங்கள் ஒன்றும் குறைவிளங்க வேண்டாம்.

குறைவினை பெ. (இலக்.) **ஒரு வினையடி இயல்பாகக் காலம் காட்டும் இடைநிலைகளையும் திணை, பால், எண், இட விகுதிகளையும் ஏற்று வருவது போன்று இல்லாமல் திரிபு வடிவங்களில் சிலவற்றையே ஏற்கும் வினைச் சொல்;** defective verb. காலம் காட்டும் இடை

குறைவு 444

நிலைகளை ஏற்காத 'அல்', 'உள்' போன்ற வினைகளைக் குறைவினை என்பார்கள்.

குறைவு பெ. *(-ஆக, -ஆன)* **1: (ஒன்று) குறைந்து காணப் படும் நிலை; கம்மி;** being low; being less than normal. நான் பார்க்கும் வேலைக்கு இந்தச் சம்பளம் குறைவுதான்./ மரியாதைக் குறைவு/ கவனக் குறைவு. [*(தொ.சொ.)* **இல் லாமை/ கம்மி/ குறைபாடு/ தட்டுப்பாடு/ பஞ்சம்/ பற்றாக்குறை**] **2: போதிய அளவு இல்லாதிருத்தல்;** insufficiency; deficiency. காப்பியில் சர்க்கரை குறைவாக இருக்கிறது./ கோடிக் கணக்கான பேர் ஊட்டச்சத்துக் குறைவால் பாதிக்கப்பட்டுள்ளனர். **3: (ஒரு குறிப்பிட்ட நிலையை அளவாகக் கொண்டு கூறும்போது) கீழ் உள்ளது;** being less than a specified quantity, etc., ரயிலில் பன்னிரண்டு வயதுக்குக் குறைவான குழந்தைக்கு அரைக் கட்டணம்./ அரை மணிக்கும் குறைவான நேரத்தில் முடித்துவிடக் கூடிய வேலை இது.

குறைவை வி. *(-வைக்க, -வைத்து)* **ஒருவர் குறையாக உணரும் விதத்தில் ஒன்றைச் செய்தல்;** cause s.o. to be dissatisfied. படிப்பு விஷயத்தில் உனக்கு நான் என்ன குறை வைத்தேன்?

குன்றம் பெ. *(உ.வ.)* காண்க: *குன்று*[2].

குன்றிமணி பெ. **1: முழுதும் சிவப்பாக அல்லது பாதி சிவப்பாகவும் பாதி கறுப்பாகவும் உள்ள, கொத்தாகக் காய்க்கும், உருண்டையான சிறிய விதை/அந்த விதை யைத் தரும் ஒரு வகைக் கொடி;** (red or half-red and half-black seed of) crab's eye/the plant crab's eye. களிமண்ணில் பிள்ளையார் சிலை செய்துவிட்டுக் குன்றிமணிகளைக் கண் களாகப் பொருத்துவார்கள்./ வீட்டில் குன்றிமணி அளவு கூடத் தங்கம் இல்லை. தங்கையின் கல்யாணத்தை எப்படி நடத்தப்போகிறேனோ? **2: பொன்னை நிறுக்கப் பயன் படுத்தும் நான்கு நெல் எடை உள்ள ஓர் அளவு;** a standard weight of four grains of paddy for weighing gold. இரண்டு குன்றிமணி எடை என்பது ஒரு கிராம் ஆகும்.

குன்று[1] வி. *(குன்ற, குன்றி)* **1: (முன்பு இருந்த நிலைக் கும்) குறைந்த நிலைக்கு வருதல்; குறைதல்;** become less (than what it was); diminish. வயதாகிவிட்டாலும் வலிமை குன்றவில்லை./ எழுத வேண்டும் என்ற ஆர்வம் குன்றிவிட் டது. **2: (அவமானத்தால், வெட்கத்தால்) உடல் சிறுத்து விட்டதைப் போல் உணர்தல்/(மனம்) கூசுதல்;** feel small. தன்னைப் பற்றிய அவதூறுகளைக் கேட்டு உடலும் உள்ளமும் குன்றிய நிலையில் அவர் இருந்தார்.

குன்று[2] பெ. **(தொடர்ச்சியாக இல்லாத, உயரம் குறைந்த) சிறு மலை;** hill. குன்றின் உச்சியில் ஒரு முருகன் கோயில் இருக்கிறது.

குனி வி. *(குனிய, குனிந்து)* **(தலை அல்லது உடல்) கீழ் நோக்கி வளைதல்;** (of head or body) bend; bow down. தலையைக் குனிந்துகொண்டே நடந்துவந்தாள்./ தரையில் கிடந்த துண்டை எடுக்கக் குனிந்தான்./ குனிந்தும் நிமிர்ந் தும் உடற்பயிற்சி செய்தான்.

குனியக்குனியக் குட்டு வி. *(குட்ட, குட்டி)* **(ஒருவர் பணிந்துபோவதைத் தனக்குச் சாதகமாகப் பயன் படுத்திக்கொண்டு) மேலும் அதிகாரம் செலுத்துதல்; தொடர்ந்து ஒடுக்குதல்;** harass more the more one submits. அவன் சொல்வதை எல்லாம் நீ செய்வாய் என்று தெரிந் தால் குனியக்குனியக் குட்டுவான்./ நீ எதிர்த்துப் பேசாத வரையில் குனியக்குனியக் குட்டிக்கொண்டுதான் இருப் பார்கள்.

குஷ்டம் பெ. *(த.வ.)* காண்க: **குஷ்டரோகம்.**

குஷ்டரோகம் பெ. *(த.வ.)* **தொழுநோய்;** leprosy.

குஷ்டரோகி பெ. *(த.வ.)* **தொழுநோயாளி;** leper.

குஷி பெ. *(-ஆக, -ஆன)* **பொங்கும் மகிழ்ச்சி; மகிழ்ச்சி யான மனநிலை;** bubbling enthusiasm; being merry. வழக்கத்திற்கு மாறாக இன்று குஷியாகப் பேசிக்கொண்டி ருந்தான்./ குஷியான ஆள்.

குஸ்கா பெ. **(இறைச்சித் துண்டுகள் கலந்து சமைத்து விட்டு) இறைச்சித் துண்டுகள் நீக்கப்பட்டு விற்கப் படும் பிரியாணி;** biriyani sold without the pieces of meat. 'எங்கள் கடையில் ஒரு கிலோ கோழி பிரியாணி வாங் கினால், கால் கிலோ குஸ்கா இலவசம்' என்று ஒரு விளம்பர அறிவிப்பு.

குஸ்தி பெ. **மல்யுத்தம்;** wrestling.

கூக்காட்டு வி. *(-காட்ட, -காட்டி) (இலங்.)* **(ஒருவரை) கேலி செய்தல்;** make fun of s.o. வாத்தியார் போக, பின் னால் நின்று பையன்கள் கூக்காட்டினார்கள்./ அவர் பேச எழுந்ததும் அவையோர் கூக்காட்டினார்கள்.

கூக்குரல் பெ. **1: (பிறர் கேட்பதற்காக ஒருவர் அல்லது பலர் எழுப்பும்) உரத்த சத்தம்; கூச்சல்;** scream; shout (of s.o. or many). ஒரு பெண்ணின் கூக்குரல் கேட்டுக் குரல் வந்த திசை நோக்கி ஓடினோம். **2: எதிர்ப்பு, முறையீடு, கண் டனம் போன்றவற்றை வெளிப்படுத்துவது;** outcry. பத் திரிகைச் சுதந்திரம் தடைசெய்யப்படுகிறது என்ற கூக்குரல் எங்கும் கேட்கத் தொடங்கிவிட்டது./ மக்களின் கூக்குர லுக்கு ஆட்சியில் இருப்பவர்கள் செவிசாய்க்க வேண்டும்.

கூக்குரலிடு வி. *(-இட, -இட்டு)* *(கத்துவது அல்லது அழு வது குறித்து வரும்போது)* **பெரும் குரலில் சத்தம் எழுப்புதல்;** scream. என்ன நடந்துவிட்டது என்று இப்ப டிக் கூக்குரலிட்டு அழுகிறாள்./ கூக்குரலிட்டு அலறாதே என்று அம்மா அதட்டினாள்.

கூகை பெ. **வெளிர் மஞ்சள் நிறத்தில் தட்டையான முகத்தோடு அண்டங்காக்கையைவிடச் சற்றுப் பெரி தாக இருக்கும் ஆந்தை வகை; சாவுக்குருவி; கோட் டான்;** western barn owl.

கூகைக்கட்டு பெ. *(இலங்.)* காண்க: **கூவ(ா)க்கட்டு.**

கூச்சங்காட்டு வி. *(-காட்ட, -காட்டி) (இலங்.) (பெ.வ.)* **கிச்சுக்கிச்சுமூட்டுதல்;** tickle (so as to make one laugh). குழந்தைக்குக் கூச்சங்காட்டினால், அது விழுந்துவிழுந்து சிரிக்கும்.

கூச்சநாச்சம் பெ. *(பே.வ.) (பெரும்பாலும் எதிர்மறை யில்)* **தயக்கமும் வெட்கமும்;** (usually in the negative) sense of shame. கூச்சநாச்சமின்றி வெளிப்படையாகப் பொய் சொல்லுவான்./ கூச்சநாச்சம் இல்லாமல் அவர் என் னிடம் லஞ்சம் கேட்டார்.

கூச்சம் பெ. **1: (இயல்புக்கு மாறான ஒன்றால் ஒரு வருக்கு ஏற்படும்) தயக்க உணர்வு; வெட்கம்;** shyness. எல்லோரும் தன்னையே பார்ப்பது தெரிந்ததும் அவளுக்குக் கூச்சமாக இருந்தது./ மேடையில் பேச இவ்வளவு கூச்சமா? [*(தொ.சொ.)* **நாணம்/ வெட்கம்**] **2: (உடலில் சில**

445 கூட்டாளி

இடங்களைத் தொடும்போது எழும்) ஒவ்வாத கிளர்ச்சி உணர்வு; tickling sensation. இடுப்பைத் தொடாதே, கூச்ச மாக இருக்கிறது.

கூச்சல் பெ. 1: (ஒரே நேரத்தில் பலர் பேசுவதால் ஏற் படும்) தெளிவற்ற உரத்த சத்தம்; confused loud noise (as a result of many talking at a time); tumult; hubbub. 'ஏன் கூச்சல் போடுகிறீர்கள்?' என்று அம்மா குழந்தைகளைப் பார்த்துக் கத்தினாள்./ குழாயடியில் ஒரே கூச்சலும் குழப்பமுமாக இருந்தது. [(தொ.சொ.) அமளி/ ஆர்ப்பாட்டம்/ கல வரம்/ களேபரம்/ குழப்பம்] 2: (ஒருவர் அல்லது பலர் எழுப்பும்) உரத்த குரல் ஒலி; loud protest. பக்கத்து வீட்டுக்காரன் போட்ட கூச்சலில் தூங்கிக்கொண்டிருந்த குழந்தை விழித்துக்கொண்டது./ 'தலைவரை விடுதலை செய்' என்று கூட்டத்தினர் கூச்சல் போடத் துவங்கினார்கள். [(தொ.சொ.) ஆர்ப்பாட்டம்/ ஆரவாரம்/ சத்தம்]

கூசா பெ. (இலங்.) காண்க: கூஜா.

கூசாமல் வி.அ. சற்றும் வெட்கப்படாமல்; without sense of shame. இது அவருக்கு மூன்றாவது கட்சி. எப்படித்தான் கூசாமல் கட்சி மாறுகிறார்களோ!/ அவன் கூசாமல் பொய் சொல்லுவான்!

கூசிப்போ வி. (-போக, -போய்) (ஒருவர் அவமானத் தால்) உடல் குறுகுவதுபோல் உணர்தல்; feel ashamed. அவன் என்னிடம் இப்படி ஒரு கேள்வி கேட்டதும் எனக் குக் கூசிப்போய்விட்டது./ அவரது எதேச்சதிகார அடக்கு முறைச் செய்திகள் வந்தபோது ஏமாற்றத்துடன் கூசிப் போயிருக்கிறேன்.

கூசு வி. (கூச, கூசி) 1: (உடல் உறுப்புகளைக் குறிக்கும் சொற்களோடு இணைந்து வரும்போது) மனத்தில் ஒவ் வாத உணர்வு ஏற்படுதல்; (when combining with words denoting body parts) feel delicate; shrink back. கெட்ட வார்த்தைகளால் திட்ட வாய் கூசவில்லையா?/ லஞ்சம் வாங்குவதற்குக் கை கூசாதா?/ தெரு முழுவதும் அசிங்கம், நடக்கக் கால் கூசுகிறது. 2: (அதிக ஒளியால் கண்) பார்க்க முடியாமல் சுருங்குதல்; (of eyes) be dazzled (by the brilliance of light). கண் கூசும் மின்விளக்கு அலங்காரம். 3: (புளிப்போ குளிர்ச்சியோ படுவதால் பல்லில்) ஒவ்வாத உணர்வு ஏற்படுதல்; set one's teeth on edge. மாங்காய் ஒரே புளிப்பு, பல் கூசுகிறது.

கூட்டணி பெ. தனித்தனியாக இயங்கும் சங்கம், கட்சி போன்றவை குறிப்பிட்ட நோக்கத்திற்காக இணைந்து செயல்பட ஏற்படுத்தப்பட்ட அமைப்பு; alliance of political parties; front consisiting of associations. ஊதிய உயர்வு கேட்டு ஆசிரியர் கூட்டணி நடத்தும் வேலைநிறுத் தம் இன்னும் தொடர்கிறது./ எதிர்க்கட்சிகளின் கூட்டணி/ கூட்டணி அரசியல்.

கூட்டத்தொடர் பெ. (நாடாளுமன்றம், சட்டமன்றம் போன்ற அமைப்புகளில்) உறுப்பினர்கள் குறிப்பிட்ட காலம்வரை நாள்தோறும் கூடும் கூட்டம்; session (of parliament, etc.,). நாடாளுமன்றத்தின் மழைக் காலக் கூட் டத் தொடர் தொடங்கியது.

கூட்டம் பெ. 1: திரண்டிருக்கும் மக்கள் தொகுதி; crowd; gathering. பொங்கலை முன்னிட்டுக் கடைவீதியில் கூட்டம் அலைமோதியது./ கலவரக்காரர்களின் கூட்டத்தைக் கலைக்கக் காவலர் கண்ணீர்ப்புகைக் குண்டுகளை வெடித் தனர்./ பயணச்சீட்டு வாங்கும் இடத்தில் கூட்டம் அதிகம் இல்லை. 2: (ஒரு நோக்கத்திற்காக அழைக்கப்பட்டவர் கள் பங்கேற்பதற்காக) கூடுதல்; meeting (of persons, members, etc., for a purpose). செயற்குழுக் கூட்டம்/ அமைச் சரவைக் கூட்டம் நாளை நடைபெறும். 3: (விலங்கு, பறவை ஆகியவை) குறிப்பிடத் தகுந்த எண்ணிக்கை யில் உள்ள தொகுதி; (of animals) flock; herd; swarm. காட்டில் யானைக் கூட்டம்/ காக்காய்க் கூட்டம். 4: பொது மக்களை ஒரு இடத்தில் கூடச் செய்து, தலைவர்கள் பேசும் ஏற்பாடு; public meeting. பிரதமர் பேசும் கூட்டத் திற்குப் பலத்த பாதுகாப்பு போடப்பட்டிருந்தது./ இது புதிய கட்சி தொடங்கிய பிறகு நடத்தப்படும் முதல் கூட் டம். 5: தீய செயலில் ஈடுபடுபவர்களின் குழு; gang. கொள்ளைக் கூட்டம்/ ரவுடிக் கூட்டம்.

கூட்டமைப்பு பெ. ஒன்றுக்கு மேற்பட்ட சங்கங்களின் இணைப்பு; federation (of unions and associations). தொழிற் சங்கக் கூட்டமைப்பு இன்று ஒரு நாள் அடையாள வேலை நிறுத்தம் மேற்கொண்டது./ வங்கி ஊழியர் கூட்டமைப்பு.

கூட்டல் பெ. (கணி.) 1: ஒரு எண்ணோடு மற்றொரு எண்ணைச் சேர்த்து மொத்தமாக்கும் கணித முறை; addition (in arithmetic). ஆரம்ப வகுப்புகளில் கூட்டல், கழித்தல், பெருக்கல், வகுத்தல் போன்றவை கற்றுத்தரப்படு கின்றன. 2: ஒன்றுக்கு மேற்பட்டவற்றைக் கூட்டுவதன் மூலம் பெறும் மொத்த எண்ணிக்கை; total (of figures). இந்தக் கூட்டலைக் கொஞ்சம் சரிபார்./ கூட்டலில் எங்கோ இடிக்கிறது.

கூட்டறிக்கை பெ. (நாடுகள் அல்லது அமைப்புகள்) ஒன்றாகச் சேர்ந்து விடுக்கும் அறிக்கை; joint communique.

கூட்டாஞ்சோறு பெ. 1: அரிசியுடன் பல விதமான காய் கறிகளை நறுக்கிப் போட்டுப் பருப்பும் சேர்த்து வேக வைத்துத் தயாரிக்கப்படும் ஒரு வகைச் சாதம்; a dish of rice cooked with a variety of vegetables. 2: சிறுவர்கள் ஒவ்வொருவரும் தங்கள் வீட்டிலிருந்து அரிசி, காய் கறிகள் போன்றவற்றைக் கொண்டுவந்து விளையாட் டாகச் செய்யும் சமையல்; cooking done by children as a play with rice and vegetables brought from each one's home.

கூட்டாட்சி பெ. ஒன்றுக்கு மேற்பட்ட கட்சிகள் இணைந்து அமைக்கும் அரசு; கூட்டணி ஆட்சி; coalition government; மத்தியில் கூட்டாட்சி என்பதே எங்கள் கட்சியின் நோக்கமாகும்./ நாங்கள் கட்சி தொடங்கிய காலத்திலிருந்தே கூட்டாட்சித் தத்துவத்தை வலியுறுத்தி வருகிறோம்.

கூட்டாண்மை பெ. (பு.வ.) (இரண்டு நிறுவனங்கள்) குறிப்பிட்ட ஒரு பணியை இணைந்து செய்வதாக ஒப்பந்தம் செய்துகொண்டு மேற்கொள்ளும் இணைச் செயல்பாடு; joint venture. நாகப்பட்டினம் துறைமுகத் தைக் கூட்டாண்மை அடிப்படையில் பொதுத் துறையும் தனியார் நிறுவனமும் இணைந்து மேம்படுத்தும் என்று அரசு அறிவித்துள்ளது.

கூட்டாளி பெ. 1: (பெரும்பாலும்) தீய செயலில் ஒரு வருக்குத் துணையாக ஈடுபடுபவர்; accomplice. இந்த வட்டாரத்தில் பிரபலமான கேடியையும் அவனது கூட் டாளியையும் காவல்துறை கைதுசெய்தது./ ஒரு சர்வாதி காரிக்கு மற்றொரு சர்வாதிகாரி கூட்டாளி. 2: கூட்டாகத்

கூட்டிக் கழித்துப்பார் 446

தொழிலை நடத்துபவருள் ஒருவர்; பங்குதாரர்; partner (in a firm). ஒரு பெரிய சட்ட நிறுவனத்தில் இவரும் ஒரு கூட்டாளி./ கூட்டாளிகளிடமிருந்து விலகித் தனியாகத் தொழில் செய்கிறேன். 3: (பே.வ.) நண்பன்; friend. கூட்டாளிகளோடு அவன் கும்மாளமடித்துக்கொண்டிருந்தான்.

கூட்டிக் கழித்துப்பார் வி. (-பார்க்க, -பார்த்து) **(ஒன்றோடு தொடர்புடைய) எல்லா நிலவரங்களையும் கணக்கில் எடுத்துக்கொள்ளுதல்;** make an assessment; take everything into account. மலிவாகத் துணியெடுக்கலாம் என்று வெளியூருக்குப் போவதாகச் சொல்கிறாய். கூட்டிக் கழித்துப்பார்த்தால் செலவு ஒன்றுதான்./ கூட்டிக் கழித்துப் பார்த்தால், என் வாழ்க்கையில் பெரிய ஏமாற்றங்கள் ஒன்றும் இல்லை.

கூட்டிக்கொடு வி. (-கொடுக்க, -கொடுத்து) (த.வ.) **(ஒருவர் தன் சுய லாபத்திற்காக) ஒரு பெண்ணை ஒருவருடன் உடலுறவு கொள்ள ஏற்பாடுசெய்தல்;** pimp.

கூட்டிக்கொண்டு வி.அ. (பே.வ.) **(ஒரு இடத்திற்குப் போகும்போதோ வரும்போதோ அல்லது ஒரு செயலைச் செய்யும்போதோ ஒருவரைத் தன்னுடன்) கூட்டாகச் சேர்த்து; அழைத்துக்கொண்டு;** (bringing or taking s.o.) along. நண்பர்களைக் கூட்டிக்கொண்டு கொட்டமடிக்கிறான்./ இவனையும் கூட்டிக்கொண்டு வெயிலில் சுற்றுகிறாயே!/ கடற்கரைக்குக் குழந்தைகளைக் கூட்டிக்கொண்டு சென்றேன்./ நாளைக்கு வரும்போது உன் தம்பியையும் கூட்டிக்கொண்டு வா.

கூட்டிப்போ வி. (-போக, -போய்) (பே.வ.) **அழைத்துச் செல்லுதல்;** take s.o. along. நீ கோயிலுக்குப் போகும்போது பாட்டியையும் கூட்டிப்போ என்று அப்பா என்னிடம் சொன்னார்.

கூட்டிலை பெ. (உயிரி.) **ஒரு மையக் காம்பில் சிறு இலைகள் பலவற்றைக் கொண்ட தொகுப்பு;** compound leaf. வேப்பிலை கூட்டிலை வகையைச் சேர்ந்ததாகும்.

கூட்டு[1] வி. (கூட்ட, கூட்டி) **1: (ஒரு இடத்தில் கிடக்கும் குப்பைகளைத் துடைப்பம் போன்றவற்றைக் கொண்டு தள்ளுவதன் மூலம்) ஒன்றுசேர்த்து அகற்றுதல்; பெருக்குதல்;** gather up (the rubbish with a broom); sweep (a place). தெருவில் சேர்ந்திருக்கும் குப்பையைக் கூட்ட இன்னும் ஆட்கள் வரவில்லை./ ஒட்டடையைத் தட்டி அறையைக் கூட்டு! **2: ஒன்றுசேர்த்தல்; (ஓர் இடத்தில்) திரட்டுதல்;** bring together; collect. எச்சிலைக் கூட்டி விழுங்கினான்./ குழந்தை தன் சின்ன விரல்களைக் கூட்டி விரித்து விளையாடிக்கொண்டிருந்தது./ வேப்பங்கொட்டையைக் கூட்டிக் குவித்தாள். [(தொ.சொ.) சேகரி/ சேர்/ திரட்டு/ தொகு] **3: (உறுப்பினர்களை) வருவித்துக் கூட்டம் நடத்துதல்; (மக்களை) திரண்டு வரச் செய்தல்; பலரை ஒரு இடத்திற்கு வரச் செய்தல்;** convene (a meeting); collect (a crowd). சட்டப்பேரவையை எப்போது கூட்டுவது?/ நேற்றுக் கூட்டப்பட்ட கட்சிக் கூட்டத்தில் ஒரு முடிவும் எடுக்கப்படவில்லை./ சின்ன விஷயத்துக்குக்கூட அவள் கூச்சல்போட்டு ஊரைக் கூட்டிவிடுவாள். **4: (தேவையானவற்றை) கலத்தல்; கலந்து தயாரித்தல்;** mix (ingredients for a preparation); mix (paints). ரசம் கூட்டத் தெரியாதா உனக்கு?/ வண்ணம் கூட்டித் தீட்டிய ஓவியம். **5: (எண்களை ஒன்றோடு ஒன்றுசேர்த்து) மொத்தமாக்குதல்; தொகையைக் கணக்கிடுதல்;** add (figures) up. நான் பொருள்களின் விலைகளைச் சொல்லச்சொல்ல அவர் கூட்டிக்கொண்டே வந்தார். **6: (அளவை) அதிகப்படுத்துதல்;** increase (the price, etc.,). மொத்த வியாபாரிகள் தம் விருப்பம்போல் பொருள்களின் விலையைக் கூட்டிவிடுகிறார்கள். [(தொ.சொ.) அதிகரி/ உயர்த்து/ ஏற்று/ பெருக்கு] **7:** (இலங்.) **சிறிது நீர் விட்டு மிளகாயை அரைத்து உருட்டி வைத்தல்;** grind chillies into a paste and gather it into a lump. கூட்டிய மிளகாயைத் தேங்காய்ப் பாலோடு கரைத்துக்கொள். **8:** (இசை) **(ஒரு இசைக் கருவியின்) ஆதார சுருதியின் ஒலியைவிடச் சற்று உரக்க ஒலிக்கச் செய்தல்;** raise the pitch (of an instrument). வீணையின் சுருதியைக் கொஞ்சம் கூட்டு.

கூட்டு[2] பெ. (-ஆக, -ஆன) **1: (தொழிலில், வேலையில் அல்லது ஒரு செயலில்) பங்கு அல்லது துணை;** partnership; complicity. என் நண்பனை வியாபாரத்தில் கூட்டு சேர்த்துக்கொண்டேன்./ கொள்ளையில் கூட்டு. **2: நபர்களின் அல்லது அமைப்புகளின் இணைப்பு;** sth. made or performed collectively. குடும்பத்தினர் அனைவரும் கூட்டாக வழிபட்டனர்./ பல நாடுகளின் ராணுவக் கூட்டு./ தேடுதல் வேட்டையில் கூட்டு அதிரடிப்படை ஈடுபட்டது.

கூட்டு[3] பெ. **ஒரு காய்கறியை நறுக்கி வேகவைத்துப் பருப்பு, தேங்காய் முதலியவை சேர்த்து (திரவ நிலையில்) தயாரிக்கும் ஒரு தொடுகறி;** a semi-solid dish of vegetable cooked with lentils, coconut, etc., புடலங்காய்க் கூட்டு.

கூட்டுக் களவாணி பெ. (பே.வ.) **(பொதுவாக இளைஞர்களை அல்லது சிறுவர்களைக் குறிப்பிட்டுச் சொல்லும்போது)** நெருக்கமான நண்பர்களாக இருப்பதால், **எந்தச் சூழலிலும் ஒருவரை ஒருவர் காட்டிக் கொடுக்காத அல்லது விட்டுக்கொடுக்காத அளவுக்கு இணைந்து செயல்படும் இருவர்;** two friends so close that one never betrays the other in any situation.

கூட்டுக்கறி பெ. காண்க: **கூட்டு**[3].

கூட்டுக்குடும்பம் பெ. **மணமான பிள்ளைகள் பெற்றோர்களுடன் ஒரே வீட்டில் இணைந்து வாழும் குடும்ப முறை;** joint family (with undivided property); a family unit consisting of married sons and their children living together with parents in the same house. கூட்டுக்குடும்பத்தில் இருந்துகொண்டு தன்னிச்சையாக எந்த முடிவும் எடுக்கக் கூடாது./ அப்பா உயிரோடு இருந்தவரையில் நாங்கள் கூட்டுக்குடும்பமாகத்தான் இருந்தோம்.

கூட்டுச்சொல் பெ. **தனிப் பொருளைத் தரும் இரண்டு அல்லது இரண்டுக்கு மேற்பட்ட சொற்களின் கூட்டு;** compound (word). 'அறுவை' என்ற சொல்லும் 'சிகிச்சை' என்ற சொல்லும் சேர்ந்து 'அறுவைச் சிகிச்சை' என்ற கூட்டுச்சொல் உருவாகிறது.

கூட்டுசேராக் கொள்கை பெ. **வல்லரசு நாடுகளுடன் சேராமல் தனித்துச் செயல்படுவதைக் கடைப்பிடிக்கும் கொள்கை;** the policy of non-alignment.

கூட்டுநர் பெ. (இலங்.) **(ஒரு நிறுவனம், தொழில் போன்றவற்றின்) பங்குதாரர்;** (business) partner. அந்த

நிறுவனத்துக்கு மொத்தம் எத்தனை கூட்டுநர்கள் இருக்கிறார்கள்?/ எங்கள் நிறுவனத்தின் இரண்டாவது கூட்டுநர் பழகுவதற்கு நல்லவர்.

கூட்டு நுண்ணோக்கி பெ. *(இயற்.)* **மிகச் சிறிய பொருள்களையும் நுண்ணுயிரிகளையும் பல ஆயிரம் மடங்கு பெரிதாகக் காட்டும் ஒரு வகை நுண்ணோக்கி;** compound microscope.

கூட்டுப்பண்ணை பெ. **பலர் ஒன்றுசேர்ந்து கூட்டுறவு முறையில் நிர்வகித்து லாபத்தைப் பிரித்துக்கொள்ள அமைத்த விவசாயப் பண்ணை;** cooperative farm.

கூட்டுப் பிணை பெ. **ஒருவர் தன்னுடைய கடனுக்காக அளிக்கும் உத்தரவாதம்;** collateral. சிறு தொழில் நிறுவனங்கள் ஐந்து லட்சம் ரூபாய்வரை பெறும் வங்கிக் கடனுக்குக் கூட்டுப் பிணை தர வேண்டியதில்லை என்ற புதிய விதி வந்துள்ளது.

கூட்டுப்புழு பெ. **முழு வளர்ச்சி பெறுவதற்கு முன்னால் தன்னைச் சுற்றி அமைத்துக்கொண்ட கூட்டினுள் இருக்கும் (சில வகைப் பறக்கும் பூச்சிகளின்) புழு;** pupa (in the cocoon).

கூட்டு ரோடு பெ. *(பே.வ.)* **ஊருக்கு வெளியே சாலைகள் இணையும் இடம்;** junction of roads on the outskirts of a town, village, etc., எங்கள் கிராமத்துக்குப் போகக் கூட்டு ரோட்டில் இறங்கி ஒரு கிலோமீட்டர் தூரம் நடக்க வேண்டும்.

கூட்டு வட்டி பெ. **(கடன் தொகைக்கு) ஒவ்வொரு ஆண்டுக்கான வட்டியும் அசலோடு சேர்க்கப்பட்டு, அந்தக் கூட்டுத் தொகைக்குக் கணக்கிடப்படும் வட்டி;** compound interest.

கூட்டுறவு பெ. **1:** *(-ஆக)* **ஒன்றுசேர்ந்து செயல்படும் தன்மை அல்லது நிலை;** cooperation. உலக நாடுகளிடையே கூட்டுறவை வளர்க்க வேண்டும்./ நாம் அனைவரும் கூட்டுறவாகச் செயல்பட்டால் இந்தக் காரியத்தைச் சிறப்பாக முடிக்கலாம். **2:** *(பெரும்பாலும் பெயரடையாக)* **உறுப்பினர்களே உடைமையாளர்களாக இருந்து கூட்டாக நிர்வகிக்கும் நிர்வாக முறை;** cooperative. தொழிலாளர் கூட்டுறவு அங்காடி/ கூட்டுறவுப் பால் பண்ணை/ கூட்டுறவுச் சர்க்கரை ஆலை.

கூட்டெழுத்து பெ. **1:** *(தமிழில்)* **மெய்யெழுத்தை உயிர்மெய்யெழுத்தோடு சேர்த்து எழுதிய (முன்பு வழக்கில் இருந்த) வரிவடிவம்;** (in Tamil) joined form of a consonant and consonant-vowel (not in vogue). **2:** *(பிற இந்திய மொழிகளில்)* **மெய்யெழுத்துகளைச் சேர்த்து எழுதிய இணை வரிவடிவம்;** (in other Indian languages) conjunct consonant; (consonant) ligature.

கூட[1] வி.அ. *(குறிப்பிடப்படுவதோடு)* **இன்னும் கூடுதலாக; மேலும்;** additionally; extra. இரண்டு நாள் அரசு விடுமுறை. கூட ஒரு நாள் விடுமுறை எடுத்தால் ஊருக்குப் போகலாம்./ ஐநூறு ரூபாய்க்கு இந்த நூல்புடவை வாங்குவதைவிடக் கூட இருநூறு ரூபாய் போட்டுப் பட்டுப் புடவை வாங்கிவிடலாம்./ நேரம் கொஞ்சம் கூட ஆகிவிட்டது./ பணம் கூடக் கொடுத்தேன்.

-கூட[2] இ.சொ. **'ஒடு' என்னும் உருபு உணர்த்தும் பொருளைத் தரும் சொல்லுருபாகப் பயன்படும் இடைச்சொல்;** particle used in the place of the case marker ஒடு (to denote association). என்கூட வா!/ அவன்கூடப் பேசாதே!

கூட[3] இ.சொ. **1: ஏற்கனவே உணர்த்தப்பட்டதோடு தற்போது குறிப்பிடப்படுவதும் ஒத்திருக்கிறது என்பதைக் கூறப் பயன்படுத்தும் இடைச்சொல்;** particle meaning that s.o. or sth. now referred to is in similar situation to what has already been implicitly suggested; 'too'. திருமணத்திற்கு என்னால்கூடப் போக முடியவில்லை./ எனக்குக்கூட வயதாகிறது./ இங்கு தங்குவதற்குக்கூட கட்டணம் உண்டு./ கோவைகூட வெயிலில் தகிக்கிறது. **2: ஒன்றை வலியுறுத்திக் கூறப் பயன்படும் இடைச்சொல்;** particle used in the sense 'even'. ஒருவாய்த் தண்ணீர்கூடக் குடிக்கவில்லை./ இந்த ஓலைச்சுவடிக்குப் பத்தாயிரம் ரூபாய்கூடக் கொடுக்கத் தயாராக இருக்கிறேன்./ உனக்குக் கொஞ்சம்கூடப் புத்தியில்லை./ சாகும் தருவாயில்கூட கர்ணன் தர்மம் செய்தான்.

கூடக்குறைய வி.அ. **(எடுத்துக்கொண்ட அளவிலிருந்து அல்லது எண்ணிக்கையிலிருந்து) அதிகமாக வேறுபடாமல்;** a little more or a little less (than what is mentioned). விலை கூடக்குறைய இருந்தாலும் சரி, வீட்டை வாங்கிவிடுவோம்.

கூடகோபுரம் பெ. *(அ.வ.)* **பல நிலைகளை உடைய கோபுரம்;** (in former times) a monumental building with many storeys, each growing smaller than the lower one, till the whole makes a pyramid-like structure. மாடமாளிகைகளும் கூடகோபுரங்களும் நிறைந்த நகரம் தஞ்சாவூர்.

கூடப்பிற வி. *(-பிறக்க, -பிறந்து)* **ஒரே பெற்றோருக்குப் பிறத்தல்; உடன்பிறத்தல்;** be born of the same parents. இவன் ஒன்றுவிட்ட தம்பியல்ல, என் கூடப்பிறந்த தம்பி./ உன்னோடு கூடப்பிறந்ததற்காக நீ செய்யும் அக்கிரமத்தைப் பொறுத்துக்கொள்ள வேண்டுமா?/ கூடப்பிறக்காவிட்டாலும் நீ என் தங்கைதான்.

-கூடம்[1] பெ. *(கூட்டுச்சொற்களில்)* **குறிப்பிட்ட நோக்கத்திற்கான இடம் அல்லது கட்டடம்; மையம்;** a building or a place for the purpose specified. ஆய்வுக்கூடம்/ சுயசேவை விற்பனைக்கூடம்/ சோதனைக்கூடம்/ சத்துணவுக்கூடம்.

கூடம்[2] பெ. **விசாலமாக உள்ள வீட்டின் நடுப்பகுதி;** spacious central hall of a house. கூடத்தில் விரித்திருந்த பாயில் எல்லோரும் அமர்ந்தார்கள்./ முன்பெல்லாம் வீட்டுக் கூடத்திலேயே திருமணங்கள் நடக்கும்.

கூடமாட வி.அ. *(பே.வ.)* **(ஒருவர் செய்யும்) காரியத்துக்குத் துணையாக;** lending a helping hand. அம்மாவுக்குக் கூடமாட இருந்து உதவி செய்./ கடையில் கூடமாட வேலைசெய்ய ஒரு ஆள் இருந்தால் தேவலாம்.

கூடல் பெ. *(உ.வ.)* **(ஆண்பெண்) புணர்ச்சி;** copulation. ஊடலும் கூடலும்.

கூடவே இ.சொ. **'மேலும்', 'அதனோடு' என்ற பொருளில் இரண்டு வாக்கியங்களைத் தொடர்புபடுத்தப் பயன்படுத்தும் இடைச்சொல்;** particle used in the sense of 'at the same time'. வறுமையை அகற்றுவதற்கு வேலைவாய்ப்பு அளிக்க வேண்டும். கூடவே உணவு உற்பத்தியையும் அதிகரிக்க வேண்டும்.

கூடாமல் வி.அ. *(இலங்.)* **இழிவாக; தவறாக;** damagingly. நான் செய்த குற்றம் என்னவென்றால் வாசிகசாலை சுவரில்

அவளைப் பற்றிக் கூடாமல் எழுதினதுதான்./ அவனைப் பற்றிக் கூடாமல் கதைக்காதே.

கூடாரம் பெ. 1: **(தற்காலிகமாகத் தங்குவதற்கு) கழிகளை நட்டு அவற்றின் மேல் தண்ணீர் புகாத கனத்த கித்தான் துணியை விரித்து இழுத்துக் கட்டி அமைக்கும் கூம்பு வடிவ அமைப்பு;** tent. வெள்ள நிவாரணப் பணிகளை மேற்கொள்ள வந்திருக்கும் ராணுவத்தினர் கூடாரம் அடித்துத் தங்கியுள்ளனர். 2: **(சர்க்கஸ் குழுவினர்) சாகச விளையாட்டுகளைப் பொதுமக்கள் பார்ப்பதற்காக அமைக்கும் அமைப்பு;** tent (put up by circus). இந்த சர்க்கஸ் கூடாரத்தில் ஒரே நேரத்தில் ஆயிரம் பேர் உட்கார்ந்து பார்க்கலாம்.

கூடார வண்டில் பெ. *(இலங்.)* காண்க: **கூண்டு வண்டி.**

கூடிக்குலாவு வி. *(-குலாவ, -குலாவி) (பெரும்பாலும் கேலியாக அல்லது கண்டனத் தொனியில்)* **(தேவைக்கு அதிகமாக ஒருவருடன்) நெருங்கி உறவாடுதல்;** (jocularly or disapprovingly) be close to s.o. நேற்று கூடிக்குலாவிக்கொண்டிருந்தீர்கள். இன்று ஆளுக்கொரு திசையில் போய்க்கொண்டிருக்கிறீர்களே?

கூடிப்போனால் வி.அ. **மிக அதிகமாகக் கணக்கிட்டால்;** at the most. கூடிப்போனால் இந்த வீட்டுக்கு ஆறு லட்சம் கொடுக்கலாம்./ இன்னும் ஒரு வாரம், கூடிப்போனால் பத்து நாட்கள் அவர் இந்த ஊரில் இருப்பார்.

கூடிய[1] பெ.அ. *(இலங்.)* 1: **அதிகமான; கூடுதலான;** heavy. கூடிய பாரத்தை அவனால் சுமக்க முடியாது./ இந்த வண்டி கூடிய பாரத்தை எப்படித் தாங்கும்?/ அவன் எல்லாப் பாடங்களிலும் கூடிய மதிப்பெண்கள் எடுத்துள்ளான். 2: **நீண்ட;** (of time) long. இவர் என் கூடிய கால நண்பர்./ ஊருக்குப் போனவர் கூடிய நாட்கள் அங்கேயே தங்கிவிட்டார்.

கூடிய[2] இ.சொ. **'(முன் குறிப்பிடப்படும் ஒன்றுடன்) சேர்ந்து இருக்கும் அல்லது நிகழும்' என்ற பொருளைத் தருவதற்குப் பயன்படுத்தும் இடைச்சொல்;** particle used in the sense of 'having in addition'; 'with'. மாலையில் இடியுடன் கூடிய மழை பெய்யலாம் என்று வானிலை ஆய்வு மையம் தெரிவித்துள்ளது./ விளக்கோடு கூடிய மின் விசிறி.

கூடிய மட்டும் வி.அ. **(ஒருவரால் ஒன்றைச் செய்ய) முடிந்த அளவு;** as far as possible. கூடிய மட்டும் கடன் வாங்காமல் காலம் கழிப்போம்./ கூடிய மட்டும் அவனோடு பேசாமல் இருப்பது நல்லது.

கூடியவரை(யில்) வி.அ. காண்க: **கூடிய மட்டும்.**

கூடியவிரைவில் வி.அ. **மிகக் குறுகிய காலத்தில்; வெகு சீக்கிரத்தில்;** at the earliest; as soon as possible. கூடிய விரைவில் தேர்தல் நடக்கும் என்று அறிவித்துள்ளார்கள்./ கூடியவிரைவில் இதற்கு ஒரு தீர்வு காண வேண்டும்.

கூடிவா வி. *(-வர, -வந்து)* 1: **(ஒன்றைச் செய்யக் காலம், நிலைமை போன்றவை) ஒத்துவருதல் அல்லது ஏற்றதாக அமைதல்;** (of time) be appropriate; be propitious. நேரமும் காலமும் கூடிவந்தால் எல்லாம் நடக்கும்./ நிலைமைகள் கூடிவந்தால் அடுத்த ஆண்டு புதிய பள்ளிக்கூடத்தைத் தொடங்கிவிடுவேன். 2: **ஒன்றுதிரண்டு உரிய முறையில் உருவாதல்;** materialize. அந்தக் கட்டுரையை எழுதிய ஆசிரியருக்கு இன்னும் மொழி கூடிவரவில்லை.

கூடு[1] வி. *(கூட, கூடி)* **அ.** *(சேர்தல், இணைதல் தொடர்பான வழக்கு)* 1: **(ஓர் இடத்தில்) வந்துசேர்தல்; குழுமுதல்;** gather; come together; meet at. நாடகத்தைப் பார்க்க மக்கள் பெரும் திரளாகக் கூடியிருந்தனர்./ அடுத்த மாதம் உங்கள் வீட்டில் நாம் அனைவரும் கூடிப் பேசுவோம். 2: **(உறுப்பினர்களைக் கொண்ட குழு, அமைப்பு போன்றவை) குறிப்பிட்ட நோக்கத்திற்காக முறையாகச் சந்தித்தல்;** (of an organized group) meet; assemble. நாடாளுமன்றம் நாளை கூடுகிறது. 3: **(உடைந்த எலும்பு போன்றவை) ஒன்றுசேர்தல்; பொருந்துதல்;** (of broken bone, etc.,) join; get set. சின்னப் பையன்தானே, எலும்பு கூடிவிடும். 4: **உடலுறவு கொள்ளுதல்; இணைதல்;** copulate; have sexual intercourse. மனைவியோடு அவன் கூடுவது சனிக்கிழமைகளில் மட்டும்தான் என்று ஆகிவிட்டது. 5: **ஒன்றுபட்டிருத்தல்;** associate; cooperate. 6: **(நேரம், பொழுது) வாய்த்தல்;** (of time) be opportune. எதிர்பார்த்திருந்த சுப வேளை கூடிவிட்டது. **ஆ.** *(எண்ணிக்கை, அளவு உயர்தல் தொடர்பான வழக்கு)* 7: **(பொருள், விலை, வயது முதலியவை) அதிகரித்தல்; அதிகப்படுதல்;** (of price, age, etc.,) increase; be on the rise. பொருள்களின் விலை கூடுகிறதே தவிரக் குறைவதில்லை./ நாட்டில் பணவீக்கம் கூடியுள்ளது./ சாம்பாரில் உப்பு சிறிது கூடினாலும் சாப்பிட முடியாது. [*(தொ.சொ.)* அதிகரி/ உயர்/ ஏறு/ பெருகு] 8: *(இலங்.)* **(ஒருவருக்கு உணவு, மருந்து போன்றவை) ஒத்துக்கொள்ளுதல்;** (of food, medicine, etc.,) be agreeable (to one's health). உடம்புக்கும் கூடாது, வாய்க்கும் ருசி இல்லை என்று தெரிந்தும் கடை அப்பத்தைத்தான் எந்த நாளும் வாங்குகிறீர்கள்.

கூடு[2] து.வி. *(கூடிய, கூடியது, கூடும், கூடாது போன்ற வடிவங்களில் மட்டும்)* 1: **('செய' என்னும் வாய்பாட்டு வினையெச்சத்தின் பின்) 'இயலுதல்' என்னும் பொருளில் வரும் ஒரு துணை வினை;** can. எல்லோரும் வாங்கக்கூடிய விலையில் இது இல்லை./ இந்தத் தொழில் செல்வந்தர்களால் மட்டுமே தொடங்கப்படக்கூடியது./ இந்த வர்ணம் கழுவக்கூடியது./ இந்தப் படம் குடும்பத்தோடு பார்க்கக்கூடியது. 2: **('செய' என்னும் வாய்பாட்டு வினையெச்சத்தின் பின் உடன்பாட்டு வடிவங்களில்) ஒன்று நிகழ்ந்திருக்க அல்லது நிகழச் சாத்தியம் இருப்பதைத் தெரிவிக்கும் முறையில் பயன்படுத்தும் துணை வினை;** may. அவன் சொல்வது உண்மையாக இருக்கக்கூடும்./ அவர் லஞ்சம் வாங்கியிருக்கக்கூடும்./ அவர் விரைவில் சென்னை வரக்கூடும். 3: **('செய' என்னும் வாய்பாட்டு வினையெச்சத்தின் பின் எதிர்மறை வடிவங்களில்) ஒரு செயலைச் செய்யத் தடை விதிக்கும் முறையில் பயன்படுத்தப்படும் துணை வினை;** (in negative forms, after an infinitive) should (not). சாப்பிடக் கூடாத உணவு/ தேர்வு முடியும்வரை நீ விளையாடப் போகக் கூடாது./ இந்த மாத்திரையைத் தொடர்ந்து சாப்பிடக் கூடாது./ குழந்தைகளிடம் நம் கோபத்தைக் காட்டக் கூடாது./ வண்டியை அங்கு நிறுத்தக் கூடாது.

கூடு[3] பெ. 1: **(பறவை, தேனீ, பூச்சி முதலியவை) அமைத்துக்கொள்ளும் வசிப்பிடம்;** (of birds, insects, etc.,) nest, hive, web, etc., பறவைகள் தங்கள் கூட்டிற்குத் திரும்பின./ குளவிக் கூடு/ பீடி குடித்துக்குடித்து நெஞ்சு கூடாகப் போய்விட்டது. **2: (ஒன்றை) வைத்துக்கொள்ள ஏற்ற விதத்தில் அமைக்கப்படும் சாதனம்;** small case (to keep things in). கண்ணாடிக் கூடு. **3: (வெயிலிலிருந்து, மழையிலிருந்து பாதுகாக்க) வண்டியில் கூரைபோல் போடப்படும் தடுப்பு;** hood of a cart. வண்டிக்குக் கூடு கட்ட வேண்டும். **4:** *(வ.வ.)* **(நெல் கொட்டிவைக்கும்) பத்தாயம்;** receptacle for grain. **5:** *(இலங்.)* **சிறை;** cell; prison. எங்களைக் கூடுகளில் அடைத்துவைத்து ராணுவம் விசாரித்தது.

கூடுதல் பெ. **1:** *(-ஆக, -ஆன)* **(குறிப்பிட்ட அளவை விட) அதிகம்; மிகுதி;** excess; more. அடுத்த ஆண்டில் உணவு உற்பத்தி பத்து சதவீதம் கூடுதலாக இருக்கும்./ அவர் உயரம் சராசரி உயரத்தைவிடக் கூடுதல். [*(தொ.சொ.)* **அதிகம்/ அபரிமிதம்/ உபரி/ எக்கச்சக்கம்/ ஏராளம்/ மிகுதி/ மிகை**] **2:** *(பெரும்பாலும் பெயரடையாக)* **ஏற்கனவே இருப்பதோடு மேலும் சேர்க்கப்படுவது என்ற பொருள் தரும் சொல்;** additional; extra. திட்டத்திற்குக் கூடுதல் நிதி வழங்கப்படும்./ தெற்கே போகும் ரயில்களில் கோடை விடுமுறையை முன்னிட்டுக் கூடுதல் பெட்டிகள் இணைக்கப்படும்./ கலவரப் பகுதிக்குக் கூடுதல் படைகள் அனுப்பத் தீர்மானம். **3:** *(பெயரடையாக வரும்போது) (அரசு அலுவலகம், பதவி ஆகியவற்றைக் குறிக்கும் போது)* **(தேவை கருதி) 'மேலும் ஏற்படுத்தப்பட்டது' என்ற பொருளில் பயன்படுத்தப்படும் சொல்;** (when referring to a post in government) additional. கூடுதல் நீதிமன்றம்/ கூடுதல் பொதுச்செயலர்.

கூடுதல் வரி பெ. **(செலுத்த வேண்டிய வரியில்) குறிப்பிட்ட சதவீதமாக விதிக்கும் கூடுதல் வரி;** surcharge.

கூடுமான பெ.அ. **இயன்ற அல்லது முடிந்த (அளவில்);** to the extent possible. கூடுமான மட்டும் அதிகச் செலவாகாமல் பார்த்துக்கொள்./ கூடுமான அளவுக்குப் பந்தலை உயரமாகப் போடு.

கூடை பெ. **1: மூங்கில், பிரம்பு, நார் முதலியவற்றால் பின்னிச் செய்யும் அகன்ற வாய் உடைய சாதனம்;** basket (made of bamboo, cane, wire, etc.,). கூடையில் சாப்பாட்டுப் பாத்திரங்களை வைத்தாள்./ பூக் கூடை. **2: (கூடைப்பந்தாட்டக் களத்தின் இரு முனைகளிலும்) உயரமாக உள்ள பலகையில் பொருத்தப்பட்டிருக்கும், திறந்த வலையைக் கொண்டிருக்கும் வளையம்;** basket (in basketball game).

கூடை நாற்காலி பெ. **கூடை போன்ற அமைப்பில் செய்த ஒரு வகை நாற்காலி;** chair with a basket-like seat.

கூடைப்பந்து பெ. **ஆடுகளத்தின் இரு புறமும் அமைக்கப்பட்டிருக்கும் கம்பத்தில் உள்ள கம்பி வளையத்திற்குள் பந்தை (இரு அணியினராகப் பிரிந்து) போடும் விளையாட்டு;** basketball.

கூண்டில் ஏற்று வி. *(ஏற்ற, ஏற்றி) (பே.வ.)* **(ஒரு பிரச்சினை, தகராறு, சண்டை போன்றவற்றின் காரணமாக ஒருவர்மீது) வழக்குத் தொடர்தல்;** sue s.o. வாடகை பாக்கி தராவிட்டால் கூண்டில் ஏற்றிவிடுவேன்.

கூண்டு பெ. **1: (பறவையையோ விலங்கையோ அடைத்துவைக்க அல்லது ஆடுமாடுகள் மேய்ந்து விடாமல் மரக் கன்றுகளைப் பாதுகாக்க) கம்பி அல்லது கம்புகள் கொண்டு ஏற்படுத்தப்பட்ட அமைப்பு;** cage (for animals); coop; pen; cage-like structure (to protect saplings). புலிக் கூண்டு/ கூண்டுக் கிளி/ மரக் கன்றுகளை ஆடுகள் தின்றுவிடாமலிருக்கக் கூண்டு அமைக்கப்பட்டுள்ளது. **2: (நீதிமன்றத்தில் குற்றவாளி அல்லது சாட்சி ஏறி நிற்க வேண்டிய) மேடை போன்ற இடம்;** box (for witnesses).

கூண்டு வண்டி பெ. **மேல்புறம் வளைவான கூரை போடப்பட்ட மாட்டு வண்டி;** (bullock) cart with a hood. *(பார்க்க, படம்.)*

கூண்டோடு வி.அ. **(குறிப்பிடப்படும் சூழலில்) தொடர்புடைய அனைவரும்; பூண்டோடு;** totally; en masse. சாதிச் சண்டையில் கூண்டோடு அழிந்த குடும்பங்களும் உண்டு./ தேர்தலில் ஏற்பட்ட தோல்வியை அடுத்துக் கட்சி நிர்வாகிகள் கூண்டோடு மாற்றப்பட்டனர்./ நிர்வாகம் உற்பத்திப் பிரிவில் இருந்த தொழிலாளர்களைக் கூண்டோடு

கூண்டு வண்டி

வேலையை விட்டு நீக்கிவிட்டது./ சட்டசபையில் தொடர்ந்து பிரச்சினை எழுப்பிய எதிர்க்கட்சி உறுப்பினர்கள் கூண்டோடு வெளியேற்றப்பட்டனர்.

கூண்டோடு கைலாசம் பெ. 1: **(ஒன்றாக இருக்கும்) அனைவரும் ஒரே நேரத்தில் இறந்துபோகும் நிலை;** dying en bloc. உன்னை நம்பி வண்டியில் ஏறினால் கூண்டோடு கைலாசம் போக வேண்டியதுதான்./ மலைப் பாதையில் செல்லும் பேருந்து மட்டும் கவிழ்ந்து விழுந்தால் பயணிகள் அனைவரும் கூண்டோடு கைலாசம்தான். 2: **அனைவருக்கும் ஒரே மாதிரி மோசமான நிலைமை ஏற்படுதல்;** being ruined en bloc. நீ செய்யும் தவறுகளுக்கு நாங்களும் உடந்தை என்பது மேலதிகாரிக்குத் தெரிந்தால் கூண்டோடு கைலாசம்தான்.

கூத்தடி வி. (கூத்தடிக்க, கூத்தடித்து) **(விரும்பத் தகாத முறையில்) ஆர்ப்பாட்டமாக நடந்துகொள்ளுதல்;** create a noisy scene; behave in an unruly way. குடித்துவிட்டு வந்து கூத்தடிக்கிறான்.

கூத்தாடு வி. (-ஆட, -ஆடி) **(நாட்டுப்புறக் கூத்தில்) ஆடிப் பாடி நடித்தல்;** act, sing and dance (in folk play). (உரு வ.) அவன் தலையில் குழப்பம் புகுந்து கூத்தாடுகிறது.

கூத்தாண்டவர் பெ. (திருநர் வ.) **(திருநங்கைகள் ஆண்டுதோறும்) முதல் நாள் தாலிகட்டிக்கொண்டு, மறுநாள் தாலி அறுக்கும் சடங்குகள் செய்யும் கோயிலில் உள்ள பிரதான தெய்வம்;** principal deity in the temple where transwomen annually divest themselves of தாலி which they had tied round their neck the previous day observing rituals.

கூத்தியாள் பெ. (த.வ.) **வைப்பாட்டி;** (derogatorily) mistress; concubine. காலம் முழுவதும் கூத்தியாளும் குடியுமாக அவர் இருந்தார்.

கூத்து பெ. 1: **வசனம், பாட்டு, அடவுகள் போன்றவற்றைக் கொண்டு (பெரும்பாலும் புராணக் கதைகளை) நடிக்கும் நாட்டார் கலை;** a form of folk theatre with song, dialogue and movements, enacting stories from mythology. தமிழகத்தின் வட மாவட்டங்களில் பாரதக் கதை கூத்தாக ஆடப்படுகிறது. 2: (உ.வ.) **நாடகம்;** drama; play. இயல், இசை, கூத்து என்ற மூன்று பிரிவுகளில் கூத்துத் தமிழ் நூல்கள் நமக்குக் கிட்டவில்லை. 3: **தேவை இல்லாமல் செய்யும் ஆர்ப்பாட்டம்;** fuss; noisy scene. குடிகாரர்கள் அடிக்கிற கூத்தில் தெருவில் நடக்க முடியவில்லை./ நாயைக் காணவில்லை என்று நேற்று வீட்டில் ஒரே கூத்து. 4: **(அதிருப்தி, வியப்பு ஆகியவற்றைத் தெரிவிக்கும் சூழலில்) ஒழுங்கில்லாத முறை;** ludicrousness. இது என்ன கூத்து! நேற்று எல்லாவற்றுக்கும் ஒப்புக்கொண்டுவிட்டு இப்போது 'முடியாது' என்கிறாய்.

கூதல் பெ. (பே.வ.) **குளிர்;** chill. கூதல் காற்று.

கூந்தல்[1] பெ. **(பெண்ணின்) தலைமுடி;** hair (of a woman); tresses. எவ்வளவு நீளமான கூந்தல்!

கூந்தல்[2] பெ. (இலங்.) **கணவாய், இறால் போன்றவற்றின் வாய்ப் பகுதிக்குப் பக்கத்தில் மெல்லிய இழை போலக் கொத்தாகக் காணப்படும் பகுதி;** hairy part looking like tentacles around the mouth of cuttlefish, prawn, etc.,

கூந்தல்பனை பெ. **இறகு போன்ற ஓலை உடைய மட்டைகளில் சடைசடையாகப் பூக்கள் தொங்கும் ஒரு வகைப் பனை மரம்;** fan palm; fishtail palm.

கூந்தல்பனை

கூப்பன் அட்டை பெ. (இலங்.) **குடும்ப அட்டை;** a card issued to each family by the government to buy rations from fair price shop. இந்தக் கிழமைக்குள் கூப்பன் அட்டை சாமான்களை எடுத்துவிட வேண்டும்./ கூப்பன் அட்டை இல்லாமல் இந்தக் காலத்தில் ஒன்றும் வாங்க முடியாது.

கூப்பன் கடை பெ. (இலங்.) **(அரசின்) நியாய விலைக் கடை;** fair price shop (run by the government). கூப்பன் கடையில் போய் அரிசி வாங்கிவா./ கூப்பன்கடைப் பக்கம் போகும்போது என்னையும் கூப்பிடு./ கூப்பன்கடையில் மாசிக் கருவாடு கொடுக்கிறார்களாம்.

கூப்பாடு பெ. 1: **(எரிச்சலான தொனியில் குறிப்பிடும்போது) கூப்பிடுதல்;** shout; yell. தெருவில் நின்றுகொண்டு 'அம்மா, அம்மா' என்று ஏன் கூப்பாடுபோடுகிறாய்?/ 'என் மூக்குக் கண்ணாடியைக் காணோமே' என்ற தாத்தாவின் கூப்பாடு கேட்டது. 2: **(ஒருவரை) கண்டிக்கும்போது அல்லது (ஒருவருடன்) சண்டை போடும்போது போடும் கூச்சல்;** yell. அடகு வைத்த நகையை இன்னும் மீட்கவில்லை என்று என் மனைவி கூப்பாடு போடுகிறாள்.

கூப்பிட்ட குரலுக்கு வி.அ. **(எப்பொழுது அழைத்தாலும்) உதவத் தயாரான நிலையில்;** ready to attend s.o.; on call. வயதான காலத்தில் கூப்பிட்ட குரலுக்கு யாராவது உடனிருக்க வேண்டாமா?/ கூப்பிட்ட குரலுக்கு வருவதற்கு நாங்கள் எல்லோரும் இங்கு இருக்கும்போது நீ எதற்குப் பயப்படுகிறாய்?

கூப்பிடு வி. (கூப்பிட, கூப்பிட்டு) 1: **ஒருவருடைய கவனத்தைத் தன்னை நோக்கித் திருப்பும் முறையில் அல்லது அவரைத் தன்னை நோக்கி வருமாறு (பெயரை, உறவுமுறை, அடையாளம் போன்றவற்றை) அவர் கேட்கும்படி சொல்லுதல்; அழைத்தல்;** call; call out; address. தெருவில் விளையாடிக் கொண்டிருந்த பையனைக் கூப்பிட்டு முருகன் கோயில் எங்கிருக்கிறது என்று விசாரித்தார்./ 'இங்கே வா' என்று அவர் சிறுவனைக் கூப்பிட்டார்./ நீங்கள் என்னைப் பெயர் சொல்லியே கூப்பிடலாம்./ நீ கூப்பிட்டதும் நான் வந்து நிற்க வேண்டுமா?/ 'ஏய், பச்சை சட்டை, இங்கே வா' என்று அவர் என்னைக் கூப்பிட்டார். 2: **(உதவிக்கோ ஒரு நிகழ்ச்சிக்கோ) வரும்படி வேண்டுதல்;** invite. அவரே

451 கூராக்கு

நேரில் வந்து என்னைக் கூப்பிட்டதால் போகிறேன். **3:** *(தொலைபேசியின் மூலம்)* **தொடர்பு கொள்ளுதல்;** call (s.o. over phone). சரியாகப் பத்து மணிக்குத் தொலை பேசியில் என்னைக் கூப்பிடுவதாக நண்பர் சொல்லி யிருந்தார். **4:** *(அ.வ.)* *(விடியற்காலையில் கோழி)* **கூவு தல்;** (of cock) crow (at daybreak). இன்னும் கோழி கூப் பிடவில்லை.

கூப்பிடுதூரம் பெ. *(பே.வ.)* **குறைந்த தொலைவு;** within hail. கூப்பிடுதூரத்தில் உள்ள கடைக்குப் போய்வர இவ் வளவு நேரமா?

கூப்பிடுதொலை பெ. *(இலங்.)* காண்க: **கூப்பிடுதூரம்.**

கூப்பு[1] வி. (கூப்ப, கூப்பி) *(வணங்கும்போது)* **உள் ளங்கை ஒன்றோடு ஒன்று தொடும்படி (கைகளை) மார்புக்கு நேராக இணைத்தல்;** join (one's palms together and bring them in front of the chest as in paying one's respects or praying). கை கூப்பி வணங்கினார்./ கூப்பிய கரங்களுடன் வேட்பாளர் மேடையில் நின்றிருந்தார்./ கைகளைக் கூப்பியபடி வாசலில் நின்று அனைவரையும் வரவேற்றார்.

கூப்பு[2] பெ. *(வனத் துறை)* **குத்தகைக்கு விடும் குறிப் பிட்ட பகுதியில் உள்ள மரங்களின் தொகுப்பு;** trees in an area of forest marked as a unit for leasing. இந்த ஆண்டும் மூங்கில் கூப்புகள் காகித ஆலைக்கே வழங்கப்படும்.

கூபகம் பெ. *(உயிரி.)* *(மனித உடலில்)* **தொடை எலும்பு கள் இடுப்பில் இணையும் பகுதி;** pelvis. கூபக வடி வமைப்புக் குறுகலாக இருக்கும் பெண்களுக்குப் பிரசவம் சற்றுக் கடினமாக இருக்கலாம்./ பொதுவாக ஆண்களின் கூபகம் பெண்களின் கூபகத்தைவிடக் குறுகலாக இருக்கும்.

கூம்பா பெ. *(ஊரக வ.)* காண்க: **கும்பா.**

கூம்பு[1] வி. (கூம்ப, கூம்பி) *(உ.வ.)* **1:** *(மலரின் இதழ்கள்)* **ஒன்றாக இணைதல்; குவிதல்;** (of flowers) fold up. காலையில் மலரும் தாமரை சூரியன் மறைந்ததும் கூம்பி விடும்./ கூம்பிய மல்லிகை மொட்டு./ *(உரு வ.)* உண்மை தெரிந்ததும் அவள் முகம் வாடிக் கூம்பிவிட்டது. **2:** *(இலங்.)* *(மலர், இலை போன்றவை)* **வாடிவிடுதல்;** (of flowers, leaves, etc.,) wilt.

கூம்பு[2] பெ. **அடிப்பக்கத்தில் வட்டமாகவும் மேல்பக்கத் தில் கூராகவும் உள்ள வடிவம்;** cone. கடைக்காரர் தாளைக் கூம்பாக்கிச் சர்க்கரையைக் கொட்டிக் கட்டிக் கொடுத்தார்./ பம்பரத்தின் அடிப்பகுதி கூம்பு வடிவில் இருக்கும்.

கூமுட்டை பெ. *(பே.வ.)* **அழுகிய முட்டை;** addled egg. கடைக்குப் போய் முட்டை வாங்கி வா என்றால் கூமுட் டையாக வாங்கிவந்திருக்கிறான்.

கூர்[1] வி. (கூர, கூர்ந்து) *(உ.வ.)* *(பெரும்பாலும் இறந்த கால வடிவங்கள் மட்டும்)* *(அன்பு, அருள், கருணை போன்ற உணர்வுகளைப் பிறர்மேல்)* **காட்டுதல்; செலுத்துதல்; கொள்ளுதல்;** (mostly in past forms) have (love, mercy, pity, etc., on others). என்மேல் அன்பு கூர்ந்து இதை முடித்துத்தர வேண்டும்./ தேவன் நம் மீது கருணை கூர்ந்தார்.

கூர்[2] பெ. **1:** *(ஊசி, கத்தி போன்றவற்றில்)* **குத்தும் அல் லது வெட்டும் முனை;** pointed tip; sharp edge. கூர் உடைந்த ஊசி/ கூர் மழுங்கிய கத்தி. **2:** *(பென்சிலின்)* **எழு தும் முனை;** tip (of a pencil). பென்சிலின் கூர் உடைந்து விட்டது. **3:** *(-ஆக, -ஆன)* **கூர்மை;** (of knife, sickle, etc.,) sharpness; (of needle, pin, etc.,) pointedness. மாட்டின் கொம்பைக் கூராகச் சீவிக் குப்பி பொருத்துவார்கள்./ பென்சிலின் கூரான முனை.

கூர்க்கா பெ. **நேபாள நாட்டிலிருந்து வந்து காவல் காக் கும் பணிசெய்பவர்;** a Nepali employed as a guard. நாங் கள் குடியிருக்கும் பகுதியில் திருட்டு அதிகமாகிவிட்ட தால் ஒரு கூர்க்காவைக் காவலுக்கு நியமித்திருக்கிறோம்.

கூர்த்த பெ.அ. *(உ.வ.)* *(அறிவு, பார்வை முதலியவை குறித்து வரும்போது)* **நுட்பமான;** (of intellect) sharp. கூர்த்த மதி உடையவர்.

கூர்ந்த பெ.அ. *(உ.வ.)* காண்க: **கூர்த்த.**

கூர்ந்து வி.அ. *('கவனி', 'பார்', 'நோக்கு', 'கேள்' போன்ற வினைகளுடன்)* **முழுக் கவனத்தையும் செலுத்தி; உற்று;** keenly; intently; with rapt attention. தேச விரோதக் கிளர்ச்சிகளை அரசு கூர்ந்து கவனித்துவருகிறது./ கூர்ந்து நோக்கினால்தான் போலிப் படம் எது என்பது தெரியவரும்.

கூர்நோக்கு இல்லம் பெ. *(பு.வ.)* **சிறார்களின் குற்றங்கள் குறித்த விசாரணை முடியும்வரை அவர்களைத் தங்க வைத்துப் பராமரித்து, தொழில் பயிற்சியும், கல்வி யும் வழங்குவதற்காக அரசு மேற்பார்வையில் உள்ள இடம்;** Obervation Home.

கூர்மை பெ. *(-ஆக, -ஆன)* **1:** *(கத்தி, அரிவாள் முதலி யவற்றின் ஓரப் பகுதியின்)* **வெட்டும் பதம்;** *(ஊசி, ஆணி முதலியவற்றின் முனையின்)* **கிழிக்கும் அல்லது குத்தும் தன்மை;** (of knife, sickle, etc.,) sharpness; (of needle, pin, etc.,) pointedness. ரம்பத்தின் பற்களை அவ்வப்போது கூர்மையாக்கிக்கொள்ள வேண்டும்./ மாட்டின் கொம்பு கூர்மையாக இருந்தது./ புலியின் கூர்மையான நகங்கள்./ கம்பியின் ஒரு முனை தடித்தும் மறு முனை கூர்மையாகவும் இருந்தது. **2:** *(பார்த்தல், கேட்டல் முதலியவை குறித்து வரும்போது)* **நுட்பமானதையும் உன்னிப்பாகக் கவ னிக்கும் அல்லது கிரகித்துக்கொள்ளும் தன்மை;** sharpness; keenness. கூர்மையான பார்வை/ காதுகளைக் கூர்மையாக்கிக்கொண்டு கேட்டான்./ அவர் அறிவுக் கூர்மை உள்ளவர்./ புத்திக் கூர்மை/ திரைப்படத்தைக் கூர் மையாகக் கவனித்தால் மட்டுமே அந்தக் காட்சி உங்களுக் குப் புரியும். [*(தொ.சொ.)* **நுட்பம்/ நுண்மை/ நுணுக் கம்**]

கூர் வாங்கு வி. (வாங்க, வாங்கி) **மரச் சட்டத்தை இன் னொரு மரச் சட்டத்தின் துளையில் பொருத்தும் வகை யில் அதன் நுனியைச் செதுக்கி மெலிதாக்குதல்;** chisel the tip of a wooden plank into a tenon so that it fits into a mortise. ஜன்னல் கோக்க மரச் சட்டங்களை இழைத்து, கூர் வாங்கி வைத்திருக்கிறார்கள்.

கூராக்கு வி. (-ஆக்க, -ஆக்கி) *(கத்தி, கடப்பாரை முதலி யவற்றின் முனையை)* **கூர்மை உடையதாக ஆக்குதல்; தீட்டுதல்;** sharpen (an implement, etc.,). ஆணியை இன் னும் கொஞ்சம் கூராக்கினால்தான் செருக முடியும்.

கூரிய பெ.அ. **கூர்மையை உடைய;** pointed; sharp. ஆணியின் கூரிய முனை கையைக் கிழித்துவிட்டது./ கூரிய கல்.

கூருணர்வு பெ. **நுணுக்கமாக ஒன்றை உணரும் திறன்;** sensibility. பரதநாட்டியத்துக்கு மிருதங்கம் வாசித்த அனுபவம் தாள இசையில் அவருடைய கூருணர்வை வடிவமைத்தது.

கூரை பெ. **(ஓடு, ஓலை முதலியவற்றால்) சாய்வாகவோ (சிமெண்டு முதலியவற்றால்) சமதளமாகவோ கட்டடத்தின் இரு பக்கச் சுவர்களை இணைக்கும் பகுதி;** ceiling; roof.

கூரை ஓவியம் பெ. **(அரண்மனை, கோயில் போன்றவற்றின்) கூரைப் பகுதியின் உட்பக்கத்தில் வரையப்படும் ஓவியம்;** mural on the inner surface of the roofs of a palace or temple.

கூலி பெ. **1: (விவசாய வேலைகளுக்காகத் தரும்) தானியம் அல்லது பணம்; (கட்டடப் பணியில் அமர்த்தப்படுபவருக்கு) நாள் அல்லது வார அடிப்படையில் தரும் பணம்; (தொழிலாளி செய்து முடித்த) வேலைக்கான பணம்;** (daily) wage in kind or cash (for agricultural labourers); daily or weekly wage (for labourers); payment (for a job done). நாற்று நட்டதற்குக் கூலி இரண்டு மரக்கால் நெல்/ கட்டட வேலையில் உனக்கு வாரக் கூலியா, தினக் கூலியா?/ சட்டைக்குத் தையல் கூலி நூறு ரூபாய்./ நான் உங்களிடம் சன்மானம் கேட்கவில்லை, உழைத்ததற்கான கூலியைத்தான் கேட்கிறேன்./ கூலிக்கு ஆட்களை அழைத்து வந்து கட்சிக் கூட்டம் நடத்த வேண்டிய தேவை எங்களுக்கு இல்லை. [*(தொ.சொ.)* **ஊதியம்/ சம்பளம்/ மதிப்பூதியம்**] **2:** *(பே.வ.)* **(பெரும்பாலும்) வாகனத்தைப் பயன்படுத்தியதற்குத் தர வேண்டிய பணம்;** fare; freight; hire charges. வண்டிக் கூலி/ ரிக்‌ஷாக்காரனுக்குக் கூலி கொடுத்து அனுப்பு! **3: பயிர்த் தொழில், கட்டட வேலை, சுமை தூக்குதல் முதலிய வேலை செய்து கிடைக்கும் பணத்தைக் கொண்டு பிழைப்பு நடத்துபவர்;** wage-earner; coolie. நகரத்தில் கூலிகளாக வேலை செய்வதற்குக் கிராமங்களிலிருந்து ஆட்களை வரவழைக்கிறார்கள்.

கூலிக்கு மாரடி வி. *(மாரடிக்க, மாரடித்து)* **(வேலையை ஈடுபாட்டுடன் செய்யாமல் வாங்கும் ஊதியத்துக்காக மட்டும் செய்வது போல்) ஏனோதானோவென்று செய்தல்; மனம் இல்லாமல் வேலை செய்தல்;** do a mercenary's work; do one's work half-heartedly. என் திறமைக்கு ஏற்ற வேலை இது அல்ல. ஏதோ கூலிக்கு மாரடிக்கிறேன்.

கூலிப்பட்டாளம் பெ. *(த.வ.)* **கூலி வேலை செய்து பிழைப்பு நடத்துபவர்கள்;** (when used derogatorily) wage slaves; hirelings. நாங்கள் கூலிப்பட்டாளம்தான். ஆனால் எங்களுக்கும் தன்மானம் உண்டு.

கூலிப்படை பெ. **1: (போர்செய்தல், கலகம், கிளர்ச்சி போன்றவற்றை உண்டாக்குதல் போன்ற செயல்களுக்காக) பணம் கொடுத்துத் தற்காலிகமாக அமர்த்தப்படும் படை;** mercenary force. அந்நியக் கூலிப்படையைச் சேர்ந்த தீவிரவாதிகள் பத்து பேர் காஷ்மீரில் சுட்டுக் கொல்லப்பட்டனர். **2: பணம் பெற்றுக் கொண்டு வன்முறையில் ஈடுபடும் நபர்கள்;** goons; goondas. அரசியல்வாதியைக் கொலை செய்த கூலிப்படையினரைப் பிடிக்கத் தனிப் படை அமைக்கப்பட்டுள்ளது.

கூலியாள் பெ. **கூலி வேலை செய்ய அமர்த்தப்படுபவர்;** hired labourer. கூலியாட்களை வைத்தாவது வேலையை முடி!

கூவ(ா)க்கட்டு பெ. *(இலங்.)* **அம்மைக்கட்டு; பொன்னுக்குவீங்கி;** mumps.

கூவித் திரி வி. *(திரிய, திரிந்து) (இலங்.)* **(ஒரு விஷயத்தை) பலரிடமும் சொல்லித் திரிதல்;** go about spreading the news about sth. அண்ணன் தான் விரும்பியதை வெற்றிகரமாகச் செய்துவிட்டதாகக் கூவித் திரிகிறார்./ நீ உன் மேலதிகாரியைப்பற்றிக் கூவித் திரியாமல் உனது வேலையை மட்டும் பார்ப்பது உன் எதிர்காலத்துக்கு நல்லது.

கூவு வி. *(கூவ, கூவி)* **1: (குயில், கோழி முதலிய சில பறவைகள்) ஒலி எழுப்புதல்;** (of birds such as cuckoo, cock, etc.,) call; crow. முதல் கோழி கூவியதும் கிழவர் விழித்துக்கொண்டார். / 'குயில் கத்தும்' என்று மாணவன் சொல்லியதை 'குயில் கூவும்' என்று ஆசிரியர் திருத்தினார். **2: உரத்த குரலில் (ஒன்றைச் சொல்லி) சத்தமிடுதல்;** cry; shout. *'மீனோ மீன்'* என்று கூவிக்கொண்டே போனாள்./ 'என்ன அற்புதமான காட்சி!' என்று அவர் கூவினார்.

கூழ் பெ. **1: (கம்பு, கேழ்வரகு போன்ற) சில தானியங்களின் மாவைக் கொதித்த நீரில் போட்டுத் தயாரித்த, சற்றுக் குழைந்திருக்கும் திரவ உணவு;** porridge-like preparation from the flour of certain millets. இன்று காலையில் கேழ்வரகுக் கூழ்தான் குடித்தோம்./ வடகத்துக்கு அரிசிக் கூழ் காய்ச்ச வேண்டும். **2: (காகிதம் தயாரிப்பதற்கான) மரத் தூள் குழம்பு;** pulp.

கூழ் ஊற்று வி. *(ஊற்ற, ஊற்றி)* **(அம்மன் வழிபாடாக ஆடி மாதத்தில்) கூழைக் காய்ச்சிப் படைத்து எல்லோருக்கும் வழங்குதல்;** distribute to the public the ritual offering of porridge made to village deities as a form of worship. ஊரில் மாரியம்மனுக்கு நாளை கூழ் ஊற்றுகிறார்கள்.

கூழ்மம் பெ. *(வேதி.)* **ஒரு கரைசலில் உள்ள இரண்டு அல்லது இரண்டுக்கு மேற்பட்ட பொருள்களில் ஒன்று மற்றொன்றோடு கலந்தும் அதே சமயம் திரவத்தில் முழுமையாகக் கரையாமலும் இருக்கும் நிலை;** colloid.

கூழ்முட்டை பெ. *(இலங்.)* காண்க: **கூமுட்டை.**

கூழ்வடகம் பெ. **உப்பும் உறைப்பும் சேர்த்த அரிசி மாவுக் கூழைத் துணியில் சிறிதுசிறிதாக ஊற்றிக் காயவைத்து எடுத்து (வேண்டும்போது பொரித்து) பயன்படுத்தும் துணை உணவு வகை;** spiced and cooked rice paste left in thick drops or squeezed through a press on a cloth to dry so that it can be fried for a side dish.

கூழ்வற்றல் பெ. *(ஊரக வ.)* காண்க: **கூழ்வடகம்.**

கூழ் வார் வி. *(வார்க்க, வார்த்து)* காண்க: **கூழ் ஊற்று.**

கூழன்பலா பெ. *(இலங்.)* **ஓரளவுக்குப் பழுத்ததுமே சுளைகள் குழகுழப்புத் தன்மையைப் பெற்றுவிடும்**

ஒரு வகைப் பலா; a variety of jackfruit that becomes overripe too quickly. கூழன்பலாவாக இருந்தாலும் உரிசையாக இருக்கும்.

கூழாங்கல் பெ. **(பெரும்பாலும் கடற்கரையிலும் ஆற்றுப் படுகையிலும் காணப்படும்) வழுவழுப்பான சிறிய உருண்டைக் கல்;** pebble (found on seashore and on river beds).

கூழாம்பழம் பெ. *(இலங்.)* **அளவுக்கு அதிகமாகக் கனிந்த பழம்;** an overripe fruit. நல்ல பழமாகப் பார்த்து வாங்காமல் ஏன் இந்தக் கூழாம் பழத்தை வாங்கி வந்தாய்?

கூழாம்பாணி பெ. (-ஆக, -ஆன) *(இலங்.)* **1: (குழகுழப்பும் பிசுபிசுப்பும் நிறைந்த) கூழ் போன்ற தன்மை;** pulp. என்ன, சம்பலை இப்படிக் கூழாம்பாணி ஆக்கிவிட்டாயே? **2: (திட்டமிட்டு நடக்கும் ஒரு செயல்பாடு, நிகழ்வு போன்றவற்றில் ஏற்படும் அல்லது ஏற்படுத்தும்) குழப்பம்;** confusion. கலியாணப் பிரச்சினையைக் கதைத்துக் கூழாம்பாணி ஆக்கிவிட்டார்கள்./ அவனுடைய விஷயத்தில் தலையிடாதே, அது கூழாம்பாணியான பிரச்சினை.

கூழை பெ. *(ஊரக வ.)* **குட்டை;** short; puny. ஆள் கூழையாக இருக்கிறான்./ கூழை மாடு.

கூழைக்கடா பெ. **நீண்ட அகலமான அலகின் கீழ் பை போன்ற உறுப்பும், குட்டையான கால்களும், சவ்வினால் இணைக்கப்பட்ட கால் விரல்களும் கொண்டு, சாம்பல் அல்லது வெள்ளை நிறத்தில் இருக்கும் ஒரு பெரிய நீர்ப்பறவை;** pelican.

கூழைக்கும்பிடு பெ. **(ஒருவரிடம் காரியம் சாதித்துக் கொள்வதற்காகக் காட்டும்) போலியான மரியாதை;** obsequiousness. முதலாளிக்குக் கூழைக்கும்பிடு போட்டே அவன் மகனுக்கு வேலை வாங்கிவிட்டான்./ இந்தக் கூழைக் கும்பிடு எல்லாம் வேண்டாம். உனக்கு என்ன வேண்டும் என்று சொல்./ கடன் கேட்கும்போது மட்டும் கூழைக் கும்பிடு போடுவான்.

கூளம் பெ. **1: ஒடிந்து துண்டுதுண்டான வைக்கோல்;** bits of straw. மரத்தடியில் மாடுகளைக் கட்டிவிட்டுக் கூளம் அள்ளிப் போட்டான்./ கூளம் தூவி வறட்டி தட்டினாள். **2: கழிவுப் பொருள்;** farm waste; refuse. குப்பை, சாணம், விவசாயக் கூளங்கள்.

கூளமண் பெ. *(மண்.)* **(அடுப்பு, தொட்டி, குதிரை, சிலை போன்றவற்றைச் செய்வதற்கு) கூளம், கருக்காய் ஆகியவற்றைச் சேர்த்துத் தயாரித்துக்கொள்ளும் களிமண்;** clay mixed with paddy straw and chaff for making earthenware oven, trough, terracotta horses and deities.

கூற்று பெ. **1:** *(உ.வ.)* **(ஒருவர்) சொன்னது; (ஒருவரால்) கூறப்பட்டது;** sth. said by a person. உன் கூற்றுப்படி எதுவும் நடக்கவில்லை./ நீ என் கூற்றை நம்ப மறுக்கிறாய். **2:** *(உ.வ.)* **ஒன்றைப் பற்றிய தன் கருத்தை வாய்மொழியாகவோ எழுத்து வடிவிலோ வெளிப்படுத்தியது;** utterance; statement; contention. இது தலைவியின் கூற்றாக அமைந்த பாடல்./ அவருடைய நான்கு கூற்றுகளில் முதல் கூற்றை மட்டும் என்னால் ஏற்க முடியாது. **3:** *(கணி.)* **நிரூபிக்கப்பட வேண்டிய அல்லது மறுக்கப்பட வேண்டிய கருதுகோள்;** proposition (in maths).

கூற்றுவன் பெ. **எமன்;** god of death.

கூறு[1] வி. (கூற, கூறி) **(பேச்சு அல்லது எழுத்து மூலமாக) (பிறர்) அறியச் செய்தல்; சொல்லுதல்;** say; tell; state. 'நீங்கள் போகலாம்' என்று கூறிவிட்டு அவர் வேலையில் ஈடுபட்டார்./ திட்டக்குழுவின் அறிக்கை இவ்வாறு கூறுகிறது.

கூறு[2] பெ. **1: அம்சம்;** aspect; feature. யட்சகானத்துக்கும் தெருக்கூத்துக்கும் இடையே பொதுவான கூறுகள் இருக்கின்றன./ மொழியின் அடிப்படைக் கூறு 'சொல்' ஆகும்./ இவற்றை மாநாட்டின் சிறப்புக் கூறுகளாகச் சொல்லலாம்./ பல நவீனக் கூறுகளை உள்ளடக்கிய நாடகம். **2: (காய்கறி, தின்பண்டம் போன்றவற்றில் சம பங்கு இருக்கும்படி) கண்திட்டமாகவோ குறிப்பிட்ட அளவிலோ பிரித்து வைக்கப்பட்ட குவியல்;** portion of sth.; division; share. கத்திரிக்காய்க் கூறு ஒவ்வொன்றின் விலையும் இரண்டு ரூபாய்தான்./ பிடித்து வந்த மீன்களை ஐந்து கூறாக்கி ஆளுக்கு ஒரு கூறு எடுத்துக்கொண்டார்கள்.

கூறுகெட்ட பெ.அ. *(பே.வ.)* **சிந்தித்து அல்லது பாகுபடுத்திப் பார்க்கும் திறன் இல்லாத;** (one) who does not have the capacity to discriminate. இந்தக் கூறுகெட்ட பயல் சொன்னதை நம்பியா இவ்வளவு தூரம் வந்தீர்கள்?/ இந்தக் கூறுகெட்ட மனுசன் மட்டும் ஒழுங்காக இருந்திருந்தால் நான் ஏன் பணத்துக்குக் கஷ்டப்படுகிறேன்?

கூறுபாடு பெ. **அம்சம்; கூறு;** feature. இவை அனைத்துக்கும் உள்ள பொதுவான கூறுபாட்டை அவர் விளக்கினார்.

கூறை பெ. காண்க: **கூறைப்புடவை.**

கூறைசால் பெ. **(திருமணச் சடங்குகளில் பயன்படுத்தப்படும்) வண்ணம் பூசப்பட்ட மண் பானை;** painted earthen pot used in wedding rituals.

கூறைப்புடவை பெ. **திருமணச் சடங்குகளின்போது மணமகள் அணிந்துகொள்ளும் (பெரும்பாலும்) அரக்கு நிறத்தில் இருக்கும் சேலை;** saree, usually in deep crimson colour, worn by the bride during wedding rituals.

கூன் பெ. **(முதுகுத்தண்டின்) முன்னோக்கிய வளைவு/ (முதுகுத்தண்டில் ஏற்படும்) திமில் போன்ற திரட்சி;** round shoulders/hump on the back. இந்த வயதில் உனக்குக் கூன் விழுந்துவிட்டதே!

கூனல் பெ. காண்க: **கூன்.**

கூனன் பெ. **கூன் விழுந்தவன்;** (male) hunchback.

கூனி[1] பெ. **கூன் விழுந்தவள்;** (female) hunchback.

கூனி[2] பெ. (-ஆக) *(இலங்.)* **மிகவும் சிறியது;** anything that is much smaller than its normal size. கூனிப் பழம்/ கூனி இறால் வாங்கிவந்து ஒடியல் பிட்டு அவித்தேன்./ கத்திரிக்காய் என்ன கூனியாகக் காய்த்திருக்கிறது?

கூனிக்குறுகு வி. (-குறுக, -குறுகி) **(அவமானம், குற்றம் போன்றவற்றால்) உடல் சுருங்குவது போல் உணர்தல்;** feel small. குற்ற உணர்வு உடலைக் கூனிக்குறுகவைத்தது.

கூனு வி. (கூன, கூனி) **(ஒருவரின் உடல்) முன்புறமாக வளைதல்;** stoop. குனிந்தே வேலை செய்து இடுப்பு கூனிவிட்டது.

கூஜா பெ. **(குடிப்பதற்கான நீர், பால் முதலியவற்றை வைத்துக்கொள்ளப் பயன்படுத்தும்) புடைத்த நடுப்**

கூஜாதூக்கு 454

பகுதியும் சிறிய வாய்ப் பகுதியும் அதற்கேற்ற மூடியும் கொண்ட கலன்; small, round, short-necked vessel with a lid (to keep drinking water, milk, etc.,).

கூஜா

கூஜாதூக்கு வி. (-தூக்க, -தூக்கி) **(சுயலாபத்துக்காக) ஒருவரைத் திருப்தி செய்யும் நோக்கில் (தன்னைத் தாழ்த்திக்கொண்டு) அவருக்குச் சிறு சேவைகள் செய்தல்;** be shamelessly servile. யாருக்கும் கூஜாதூக்கிப் பிழைப்பு நடத்த வேண்டிய அவசியம் எனக்கு இல்லை.

கெக்கலி[1] வி. (கெக்கலிக்க, கெக்கலித்து) (அ.வ.) **ஏளனமாக (உரக்க) சிரித்தல்;** laugh derisively. தன்னைப் பார்த்து எல்லோரும் கெக்கலிப்பது போல் ஒரு பிரமை.

கெக்கலி[2] பெ. **ஏளனச் சிரிப்பு;** derisive laughter. 'உங்கள் கெக்கலியையெல்லாம் இன்றோடு நிறுத்திக்கொள்ளுங்கள்' என்று தன் எதிரிகளைப் பார்த்து அவன் எச்சரித்தான்.

கெக்கலி கொட்டு வி. (கொட்ட, கொட்டி) **ஏளனமாக (உரக்க) சிரித்தல்;** laugh derisively. வேட்டி அவிழ்ந்து விழுவதுகூடத் தெரியாமல் தள்ளாடி நடந்துகொண்டிருந்த குடிகாரனைப் பார்த்து எல்லோரும் கெக்கலி கொட்டினார்கள்.

கெக்களி வி. (கெக்களிக்க, கெக்களித்து) (இலங்.) **நெளிதல்;** wriggle. பேருந்துக்குள் நிறைய ஜனம் இருந்ததால் அவன் கெக்களித்துக்கொண்டேயிருந்தான்./ கதிரையில் ஒழுங்காக இரு. ஏன் கெக்களித்துக்கொண்டிருக்கிறாய்?

கெஞ்சல் பெ. (-ஆன) **ஒன்றைச் செய்ய வேண்டும் அல்லது வேண்டாம் என்று இரக்கத்தை ஏற்படுத்தும் வகையில் கேட்கும் செயல்;** imploring; pleading; entreaty. உன் கெஞ்சலுக்கு மசிகிற ஆள் நான் இல்லை./ என்னை வேலையிலிருந்து நீக்கிவிடாதீர்கள் என்ற அவனது கெஞ்சல் காதில் ஒலித்துக்கொண்டேயிருக்கிறது./ அவளுடைய கெஞ்சல்களும் கொஞ்சல்களும் அவனுடைய மனத் திடத்தைச் சோதித்தன.

கெஞ்சிக் கூத்தாடு வி. (கூத்தாட, கூத்தாடி) **(காரியத்தைச் சாதித்துக்கொள்வதற்காக) நயந்து வேண்டுதல்;** make piteous pleas. அப்பாவிடம் கெஞ்சிக் கூத்தாடிப் புது சைக்கிள் வாங்கிவிட்டேன்./ எவ்வளவோ கெஞ்சிக் கூத்தாடிப் பார்த்தேன். மீண்டும் வேலையில் சேர்த்துக் கொள்ள அவர் மறுத்துவிட்டார்./ அவரிடம் கெஞ்சிக் கூத்தாடி இந்த வேலையை உனக்கு வாங்கித் தந்திருக்கிறேன்.

கெஞ்சு வி. (கெஞ்ச, கெஞ்சி) **ஒன்றைச் செய்ய வேண்டும் அல்லது செய்ய வேண்டாம் என்று இரக்கத்தை ஏற்படுத்தும் வகையில் கேட்டல்;** beg; plead; implore. உங்களைக் கெஞ்சிக் கேட்டுக்கொள்கிறேன். இந்த முறை மட்டும் என்னை மன்னித்துவிடுங்கள்./ தேவையில்லாமல் ஏன் அவனிடம் கெஞ்சிக்கொண்டிருக்கிறாய்? [(தொ.சொ.) **இறைஞ்சு/ போராடு/ மன்றாடு**]

-கெட்ட[1] பெ.அ. **(பெயர்ச்சொல்லுக்குப் பின் வரும் போது) (பெயர்ச்சொல் குறிப்பிடும் தன்மை) இல்லாத;** (when suffixed to a noun) not having the thing or quality specified. நன்றிகெட்ட/ மானங்கெட்ட/ அறிவுகெட்ட/ சுரணைகெட்ட/ மூளைகெட்ட.

கெட்ட[2] பெ.அ. 1: **தீமை விளைவிக்கிற; தீய; தவறான;** harmful; bad. போதைப்பொருள்களைப் பயன்படுத்தும் கெட்ட பழக்கத்துக்கு அடிமையாகிவிடாதே!/ கெட்ட சகுனம், நல்ல சகுனம் என்றெல்லாம் பார்த்துக்கொண்டிருக்காதே!/ என்ன கெட்ட நேரமோ, அவன் இப்படித் தவறாக நடந்துகொண்டுவிட்டான். 2: **(நடத்தையைக் குறிக்கும்போது) ஒழுக்கம் இல்லாத;** (of conduct) evil; bad. கெட்ட சகவாசம்தான் அவனது இந்த நிலைக்குக் காரணம்./ கெட்ட பையன். 3: **(நாற்றத்தைக் குறிக்கும் போது) அருவருப்பை ஏற்படுத்தும்; மோசமான;** (of smell) bad. இந்தக் கெட்ட நாற்றம் எங்கிருந்து வருகிறது?

கெட்டகேட்டுக்கு வி.அ. (இகழ்ச்சியாகக் கூறும்போது) **(நிலைமை) ஏற்கனவே மோசமாக இருக்கும் நிலையில்;** term used derisively to contrast what one desires with what one deserves. நீ கெட்டகேட்டுக்கு கார் வேண்டுமா?/ இந்த ஊர் கெட்டகேட்டுக்கு விளையாட்டு அரங்கம் வேறா?

கெட்ட கோபம் பெ. (பே.வ.) **கட்டுப்படுத்த முடியாத கோபம்;** seething rage. அவர் பேசும்போது குறுக்கே பேசாதே, அவருக்குக் கெட்ட கோபம் வரும்.

கெட்டது பெ. **தீமை; கெடுதல்;** evil. ஊரில் கெட்டது செய்வதற்கு நிறைய பேர் இருக்கிறார்கள், நல்லது செய்யத்தான் ஆள் இல்லை./ ஏதோ கெட்டது நடக்கப்போகிறது என்று என் உள்மனம் சொல்லியது.

கெட்ட வார்த்தை பெ. **(திட்டுவதற்குப் பயன்படுத்தும்) சொல்லத் தகாத ஆபாசமான வார்த்தை;** dirty word; expletive; swear word. இந்தச் சிறுவன் எங்கிருந்து இவ்வளவு கெட்ட வார்த்தைகளைக் கற்றுக்கொண்டான்?

கெட்டி[1] வி. (கெட்டிக்க, கெட்டித்து) **(திணித்து) நெருக்கமாக அடைத்தல்;** pack; ram. வெடிமருந்து கெட்டித்த போது நடந்த விபத்தா?

கெட்டி[2] பெ. 1: (-ஆக, -ஆன) **(துணி, காகிதம் முதலியவற்றின்) கனம்; திண்மை;** (of cloth, paper, etc.,) being thick. அழைப்பிதழைக் கெட்டியான தாளில் அச்சடிக்க வேண்டும்./ துணி கெட்டியாக இருக்கிறது. 2: (-ஆக, -ஆன) **(தயிர், பிசைந்த மாவு போன்றவை) நீர்த் தன்மை குறைவாகவும் சற்று நெகிழ்வாகவும் உள்ள நிலை;** (of curd, paste, etc.,) thickness. கெட்டித் தயிர்/ மாவைக் கெட்டியாகப் பிசைந்து வை!/ கெட்டிச் சட்னி. 3: **(ஆயுளைக் குறிப்பிடும் போது) நீடித்த தன்மை உடையது;** (of one's life) being resilient. இவருக்கு ஆயுள் கெட்டி, விபத்தில் இவர் மட்டும்தான் உயிர் தப்பினார்./ இறந்துவிடுவார் என்றே நினைத்தோம். ஆனால் அவருக்கு ஆயுள் கெட்டி.

கெட்டி[3] பெ. **(வாய்ப்பில்) குறியாக இருக்கும் நபர்; திறமைசாலி;** keen person; smart person; alert person. வளவளவென்று பேசினாலும் அவள் காரியத்தில் கெட்டி./ கணவனும் மனைவியும் காசு விஷயத்தில் கெட்டி./ பையன் படிப்பில் கெட்டி.

கெட்டி அட்டை பெ. **தடித்த அட்டை வைத்துத் தைக்கப்பட்ட புத்தகக் கட்டு;** hardback; hard cover. *சாதாரண அட்டைப் பதிப்பு 175 ரூபாய் என்றும் கெட்டி அட்டைப் பதிப்பு 300 ரூபாய் என்றும் விலைப்பட்டியலில் போடப்பட்டிருந்தது.*

கெட்டிக்காரத்தனம் பெ. (-ஆக) **புத்திசாலித்தனம், சாதுர்யம், திறமை போன்றவை கொண்ட தன்மை;** shrewdness; cleverness. *கெட்டிக்காரத்தனமாகப் பேசி மாட்டை நல்ல விலைக்கு விற்றுவிட்டான்./ கெட்டிக்காரத்தனம் இருந்தால் போதும், இந்தப் பட்டணத்தில் எப்படியாவது பிழைத்துக்கொள்ளலாம்.*

கெட்டிக்காரன் பெ. **திறமை உள்ளவன்; சாமர்த்திய சாலி;** capable man; smart man. *அவன் வேலையில் கெட்டிக்காரன்.*

கெட்டிக்காரி பெ. **திறமை உள்ளவள்; சாமர்த்தியசாலி;** an intelligent girl or woman. *நீ கெட்டிக்காரி, நான் என்ன சொல்லவருகிறேன் என்பது உனக்குப் புரியும்.*

கெட்டிச் சாயம் பெ. **(தண்ணீரில் நனைக்கும்போது) எளிதில் கரைந்து போய்விடாத சாயம்;** fast colour.

கெட்டித்தனம் பெ. (இலங்.) **புத்திசாலித்தனம்;** intelligence. *அவனுடைய கெட்டித்தனம், அவனை எல்லாப் பாடங்களிலும் கூடிய மதிப்பெண்களை எடுக்கவைத்தது.*

கெட்டிதட்டு வி. (-தட்ட, -தட்டி) காண்க: **கட்டிதட்டு.**

கெட்டிப்படு வி. (-பட, -பட்டு) **(திரவ நிலையில் உள்ள பொருள்) இறுகித் திடப் பொருளாக ஆதல்;** (of liquid, paste, etc.,) become solid; solidify. *பாகு சற்றுக் கெட்டிப்பட்டதும் தேங்காயைப் போட்டுக் கிளற வேண்டும்./ சிமெண்டு போட்ட தளம் இன்னும் கெட்டிப்பட வில்லை.*

கெட்டிப்படுத்து வி. (-படுத்த, -படுத்தி) **(திரவப் பொருளைக் கெட்டியான) திடப் பொருளாக ஆக்குதல்;** bring to a solid state; solidify. *பாலைக் கெட்டிப்படுத்திப் பாலாடைக் கட்டி தயாரிக்கிறார்கள்.*

கெட்டிமேளம் பெ. **திருமணத்தின் சில முக்கிய சடங்குகளில் (குறிப்பாகத் தாலி கட்டும்போது) நாகசுரம், மேளம் போன்ற இசைக் கருவிகள் அனைத்தையும் கூட்டாகத் துரித கதியில் வாசித்து எழுப்பும் உரத்த (மங்கல) ஒலி;** simultaneous and rapid playing of all musical instruments at certain important stages of the wedding ceremony, such as tying the தாலி.

கெட்டியாக வி.அ. **நழுவிவந்துவிடாதபடி; இறுக்கி; உறுதியாக;** tightly; firmly. *முடிச்சைக் கெட்டியாகப் போடு./ குழந்தை பயந்துபோய் என் கையைக் கெட்டியாகப் பிடித்துக்கொண்டது.*

கெட்டு பெ. (இலங்.) **கிளை;** branch. *மரக் கெட்டு ஓட்டின் மேல் படுகிறது, வெட்டிவிடு./ பூவரசு கெட்டுவிட்டு நன்றாக வளர்ந்துவிட்டது./ கண்டபடி மரத்தில் கெட்டை வெட்டினால் மரம் பட்டுவிடும்.*

கெட்டுப்போ வி. (-போக, -போய்) (ஊரக வ.) **காணாமல்போதல்; தொலைந்துபோதல்;** (of things) be lost. *நீ கொடுத்த பேனா எங்கோ கெட்டுப்போய்விட்டது.*

கெட்டுப்போனவள் பெ. (த.வ.) **ஒழுக்கம் தவறியவள்;** woman of loose morals; promiscuous woman.

கெட்டுவை வி. (-வைக்க, -வைத்து) (இலங்.) **கிளைவிடத் தொடங்குதல்; கிளைத்து வளர்தல்;** branch out. *ஒட்டு மரம் நன்றாகக் கெட்டு வைத்துவிட்டது.*

கெடிக்கலக்கம் பெ. (இலங்.) **பெரும் பயம்; பேரளவிலான அச்சம்;** terror. *விமானச் சத்தத்தைக் கேட்டதும் எல்லோருக்கும் கெடிக்கலக்கமாகப் போய்விட்டது./ எந்த நாளும் கெடிக்கலக்கம் என்றால் எப்படித்தான் வாழ்வது?*

கெடு¹ வி. (கெட, கெட்டு) **1: (ஒன்று அல்லது ஒருவர்) மோசமான நிலையை அல்லது தன்மையை அடைதல்; (இருந்த நிலை, தன்மை) பாதிப்படைதல்; சீர்குலைதல்;** get affected; deteriorate; be spoilt. *ஒலிபெருக்கியின் அலறலால் தூக்கம் கெடுகிறது./சேரக் கூடாதவர்களுடன் சேர்ந்து தான் தன் மகன் கெட்டுவிட்டான் என்று அவர் புலம்பினார்.* **2: (உணவுப் பொருள் போன்றவை நுண்கிருமிகளால் பாதிக்கப்பட்டு அல்லது பதம் அழிந்து) உண்பதற்கு ஏற்றதாக இல்லாமல் போதல்; (காற்று, நீர் போன்றவை) இயல்பான தன்மையை இழத்தல்;** (of foodstuff, fodder) get spoilt; become unfit (for consumption). *குளிர்சாதனப் பெட்டியில் வைத்தால் பால் கெடாது./ பழக் கூடை கீழே விழுந்ததால் பழங்கள் நசுங்கிக் கெட்டுப்போய்விட்டன./ மழையில் நனைந்து வைக்கோல் கெட்டுவிட்டது./ நச்சுப் புகையால் காற்றின் தூய்மை கெடுகிறது.* **3: (நற்பெயர், மரியாதை முதலியவை) பாதிப்படைதல்; (அறிவு, உணர்ச்சி போன்றவை) பாதிப்படைதல்; குறைதல்;** (of one's reputation) be harmed; (of one's sense, self-respect) be affected. *இதைச் செய்தால் என் பெயர் கெட்டுவிடும்./ சுரணை கெட்டு அலைகிறேன் என்று நினைத்துவிட்டாயா?/ உனக்குப் புத்தி கெட்டுவிட்டதா, என்ன? குழந்தையைப் போட்டு இப்படி அடிக்கிறாயே?* **4: (உடல் உறுப்பு, இரத்தம் முதலியவற்றைக் குறித்து வரும்போது செயல்திறன் இழந்து) பாதிப்பு ஏற்படுதல்; (இயந்திரம்) பழுதடைதல்;** (of an organ) be impaired; (of machine) break down. *சாப்பாடு சரியில்லை என்று சொல்லாதே. உனக்குதான் நாக்குக் கெட்டுவிட்டது./ சிறுநீரகம் கெட்டுப்போனால் இரத்தமும் கெட்டுப்போகும்./ கண்டதையெல்லாம் சாப்பிட்டு வயிறு கெட்டுவிட்டது./ காப்பிக் கொட்டை அரைக்கும் இயந்திரம் அதற்குள் கெட்டுவிட்டது.* **5:** (கெட்டான், கெட்டாள், கெட்டது போன்ற வினைமுற்று வடிவங்களில் மட்டும்) **சிறந்த உதாரணத்தையும் ஒருவர் மிஞ்சிவிட்டார் அல்லது ஒன்று மிஞ்சிவிட்டது என்ற பொருளில் பயன்படுத்தப்படும் சொல்;** a word used for saying that s.o. or sth. has excelled even the best of the class specified. *உன் திருடன் வேஷம் பிரமாதம்; அசல் திருடன் கெட்டான்./ பலே தந்திரசாலி நீ, சாணக்கியன் கெட்டான் போ!*

கெடு² வி. (கெடுக்க, கெடுத்து) **1: மோசமான நிலையை அடையச் செய்தல்; சீர்குலையும்படி செய்தல்;** make worse; spoil; ruin. *ஒரு சிறு தகராறு குடும்ப வாழ்க்கையின் நிம்மதியைக் கெடுத்து விட்டது./ குதிரைப் பந்தயம் பலருடைய வாழ்க்கையைக் கெடுத்திருக்கிறது.* **2: (காற்று, நீர் போன்றவற்றின்) இயல்பான தன்மையை இழக்கச் செய்தல்;** pollute. *சுத்திகரிக்கப்படாத தொழிற்சாலைக் கழிவுகள் நீர்நிலைகளின் தூய்மையைக் கெடுக்கின்றன.* **3:**

(உணர்ச்சியை) குலைத்தல்; (நற்பெயர் முதலிய வற்றை) பாதித்தல்; spoil (one's happiness, etc.,); tarnish (one's name, reputation, etc.,). உங்கள் மகிழ்ச்சியைக் கெடுக்க வேண்டும் என்ற நோக்கம் எனக்கு இல்லை./ உட்பூசல்கள் கட்சியின் பெயரைக் கெடுக்கின்றன. **4: (உடல் உறுப்பை அல்லது அதன் செயல்திறனை) பாதித்தல்; (இயந் திரத்தை) பழுதாக்குதல்;** spoil. கண்டதையெல்லாம் சாப் பிட்டு வயிற்றைக் கெடுத்துக்கொள்ளாதே!/ ஓட்டத் தெரி யாமல் ஓட்டிக் காரைக் கெடுத்துவிடாதே. **5: (தீயவழி யில் ஈடுபடச் செய்து) பாழாக்குதல்;** spoil. ஒரு கிரேக் கத் தத்துவஞானி இளைஞர்களைக் கெடுத்ததாகக் குற்றம் சாட்டப்பட்டார்./ நன்றாகப் படிக்கும் பையனையும் கெடுத்துவிடாதே. **6:** *(பெண்ணைக் குறிப்பிடும்போது)* **பாலியல் வன்புணர்வு;** (of a woman) rape. அந்தக் கலவரத்தின் போது பல பெண்கள் கெடுக்கப்பட்டதாகக் கூறப்படுகிறது.

கெடு³ பெ. **(ஒரு காரியத்தை முடிக்கத் தரப்படும்) கால வரம்பு; (நிர்ணயிக்கப்பட்ட) கால எல்லை;** dead-line; extension of time (for paying due); due date; date of expiry. வங்கியில் கடனைச் செலுத்த வேண்டிய கெடு நேற் றுடன் முடிவடைந்தது./ பயங்கரவாதிகள் ஆயுதங்களை ஒப்படைக்கவும் சரணடையவும் ராணுவம் கெடு நிர்ணயித் துள்ளது.

கெடுகாலம் பெ. *(இலங்.)* **கேடுகாலம்; அழிவுகாலம்;** evil days. நாட்டுக்குக் கெடுகாலம் வந்துவிட்டது. இல்லாவிட் டால் இப்படியெல்லாம் நடக்குமா என்று பெரியவர் புலம் பினார்./ பேராசிரியருக்குக் கெடுகாலம்போல இருக்கிறது. பல்கலைக்கழகம் மாணவர்களுக்காகக் கொடுத்த புத்தகங் களைக் களவாடிவிட்டார்.

கெடுதல் பெ. *(-ஆக, -ஆன)* **மோசமான விளைவுகளை ஏற்படுத்துவது; தீங்கு; தீமை;** damage; injury; harm. நீ சொல்லும் யோசனை கெடுதலாக எனக்குப் படவில்லை./ மனத்தாலும் பிறருக்குக் கெடுதல் செய்ய நினைக்காதவர்./ நான் உனக்குக் கெடுதல் நினைக்கிறவன் இல்லை.

கெடுதி¹ பெ. *(-ஆக, -ஆன)* **அழிவு; கெடுதல்;** ruin; sth. damaging. அவர் ஒன்றும் கெடுதியாகச் சொல்லவில்லை./ திறந்த சாக்கடையில் கொசு உற்பத்தியாகி உடல்நலத் துக்குக் கெடுதி ஏற்படுகிறது.

கெடுதி² பெ. *(இலங்.)* **தவணை;** time-limit for a payment. அவன் சொன்ன கெடுதிக்குள் நீ பணம் கொடுத்துவிட வேண்டும்.

கெடுபிடி பெ. **1:** *(-ஆக, -ஆன)* **(விதிமுறைகள், கட்ட ளைகள் ஆகியவற்றை நிறைவேற்றுவதில் காட்டும்) கடுமை; கண்டிப்பு;** severity (in enforcement of regula-tions); sternness. வரி வசூலிப்பில் அதிகாரிகள் கெடுபிடி யாக நடந்துகொண்டனர்./ சுங்கத் துறையினரின் கெடுபிடி யான நடவடிக்கைகளினால் கடத்தல் கணிசமாகக் குறைந்து விட்டது. **2: சுதந்திரமாகச் செயல்பட முடியாத கட்டுப் பாடு;** restriction; constraint; check. வீட்டில் அப்பாவின் கெடுபிடிகள் அதிகம்./ வீட்டுக்காரரின் கெடுபிடி தாங்க முடியவில்லை.

கெண்டி பெ. **(குழந்தைகளுக்குப் பால், நீர் முதலிய வற்றைக் கொடுப்பதற்குப் பயன்படுத்தும்) சற்று நீண்ட குழல் போன்ற மூக்கைக் கொண்ட குவளை;** a small cup-like vessel with a spout (used for feeding children).

கெண்டை பெ. **(ஏரி, ஆறு முதலியவற்றில் கூட்டமாகக் காணப்படும்) செதில்கள் நிறைந்த, வெள்ளி நிறத்தில் சற்றுச் சிறியதாக இருக்கும் (உணவாகும்) மீன்;** barb; carp.

கெண்டைக்கால் பெ. **1: முழங்காலின் பின்பகுதி;** calf. *(பார்க்க, படம்: உடல்)* **2:** *(இலங்.)* **கணுக்கால்;** ankle.

கெண்டைச்சதை பெ. காண்க: **கெண்டைக்கால், 1.**

கெத்து பெ. *(பே.வ.)* **தன்னுடைய உயர்வையும் பெரு மையையும் காட்டிக்கொள்ளும் போக்கு;** being haugh-ty; proud bearing. புதிய அதிகாரி அல்லவா, அதனால் கெத் தாக இருக்கிறார்.

கெத்து காட்டு வி. *(காட்ட, காட்டி) (பே.வ.)* **தன் னுடைய உயர்வையும் பெருமையையும் கூடுதலாகக் காட்டிக்கொள்ளுதல்; மிடுக்கான தோரணையை வெளிப்படுத்துதல்;** be haughty; be proud; show off. அவ ருடைய முதல் படமே வெற்றியடைந்துவிட்டதால் அந்த இயக்குநர் கெத்து காட்டிக்கொண்டு திரிகிறார்.

கெதி பெ. *(-ஆக) (இலங்.)* **வேகம்; விரைவு; சீக்கிரம்;** speed; quickness. கெதியாகப் போனால்தான் ரயிலைப் பிடிக்க முடியும்./ கெதியாகச் சாப்பிட்டுவிட்டு வா./ கெதி யில் பரீட்சை முடிவுகள் வரவுள்ளன.

கெந்து வி. *(கெந்த, கெந்தி)* **1: (நடக்கும்போது) பாதத் தின் முன்பகுதியை மட்டும் தரையில் ஊன்றி எம்பு தல்; உந்துதல்;** walk with one's toes. இரண்டு நாளாகக் குழந்தை ஏன் கெந்திக்கெந்தி நடக்கிறது? **2: (கிட்டிப்புள் விளையாட்டில் மரத் துண்டை) துள்ளிப் போகச் செய் தல்;** (in the tipcat game) strike the short piece at one end so that it goes hopping into the air. இன்னும் கொஞ்சம் வேகமாகக் கெந்து.

கெபி பெ. *(கிறித்.)* **வீட்டின் வெளிச் சுவர், தெருமுனை போன்ற இடங்களில் மேரி மாதா, ஜோசப், புனிதர் கள் போன்றோரின் சிறு உருவங்களை வைத்து அலங் கரிக்கப்பட்ட சிறிய மாடம்;** shrine.

கெம்பு பெ. *(அ.வ.)* **1: (ஆபரணங்களில் பதிக்கும்) கரும் சிவப்பு நிறக்கல்;** a (precious) stone having deep crimson colour; ruby. கெம்புத் தோடு. **2: கரும்சிவப்பு; அரக்கு;** dark red. கெம்பு நிறப் புடவை.

கெரில்லா பெ. *(இலங்.)* காண்க: **கொரில்லா.**

கெல்லு வி. *(கெல்ல, கெல்லி) (அ.வ.)* **(நிலத்திலிருந்து வெளியே எடுக்க) தோண்டுதல்;** dig up; pluck; uproot. ஆணிவேரையே கெல்லி எறிந்துவிடுவதா?

கெலி¹ வி. *(கெலிக்க, கெலித்து) (வ.வ.)* **(போட்டியில்) ஜெயித்தல்; வெற்றி பெறுதல்;** win (in a contest). பல்லாங் குழியில் என்னை ஏமாற்றிக் கெலித்துவிட்டாய்.

கெலி[2] பெ. *(இலங்.)* **வெறி;** madness. எதற்கு இப்படி அவள்மீது கெலிகொண்டு திரிகிறான்?/ சரியான கெலி பிடித்தவன். எல்லாக் காணியும் அவனுக்கே வேண்டுமாம்.

கெழு பெ. *(கணி.)* **(இயற்கணிதத்தில்)** x, y **போன்ற உறுப்புகளைப் பெருக்கும் எண்;** coefficient. $6x^2-4y+2=0$ என்ற சமன்பாட்டில் x^2ன் கெழு *6*.

கெழுத்தி பெ. காண்க: கெளுத்தி.

கெளிறு பெ. **கெளுத்தி;** catfish.

கெளுத்தி பெ. **(ஏரி, ஆறு முதலியவற்றில் காணப்படும்) செவுளின் இரு புறத்திலும் முள்ளும் மீசையும் உடைய, (உணவாகும்) மீன்;** catfish.

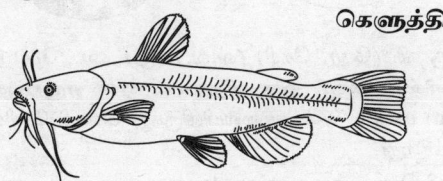

கெளுத்தி

கெளுத்து பெ. *(இலங்.)* **கெளுத்தி;** catfish.

கேசம் பெ. *(உ.வ.)* **தலைமுடி;** hair. தன் கேசத்தைக் கோதிவிட்டவாறு வாசலில் நின்றிருந்தாள்./ புற்றுநோய்க்கு அளிக்கப்படும் இந்தச் சிகிச்சையினால் நோயாளியின் கேசம் உதிர்ந்துவிடுகிறது.

கேசரம் பெ. **(பூக்களில்) மகரந்தத் தூளைத் தாங்கியிருக்கும் மெல்லிய காம்பு;** stamen.

கேசரி பெ. **ரவையை நீரில் வேகவைத்து நெய், சர்க்கரை, முந்திரி முதலியவற்றையும் நிறத்திற்காகக் கேசரிப்பவுடரும் சேர்த்துக் கிளறிச் செய்யும் ஒரு இனிப்பு;** a sweet dish made by cooking semolina in water and adding ghee, sugar, cashew, cardamom, etc.,

கேசரிப் பவுடர் பெ. **(கேசரி, ஜிலேபி போன்ற சில இனிப்புகளுக்கு) சிவந்த மஞ்சள் நிறம் சேர்ப்பதற்குப் பயன்படுத்தும் ஒரு வகைப் பொடி;** a powder which when added to a dish gives it a light saffron colour.

கேட்டுக்கேள்வி பெ. *(இலங்.)* **அனுமதி;** permission. காடையர்கள் கேட்டுக்கேள்வியில்லாமல் வீட்டுக்குள் நுழைந்தார்கள்./ எனது தபாலைக் கேட்டுக்கேள்வியில்லாமல் ஏன் பிரித்தாய்?

கேட்டுக்கொள்[1] வி. (-கொள்ள, -கொண்டு) **(ஒன்றைச் செய்யுமாறு அல்லது செய்ய வேண்டாம் என்று) ஒருவரை வேண்டிக்கொள்ளுதல்;** ask politely; make an appeal; request. 'அமைதியாக இருங்கள்' என்று கூட்டத்தினரை அவர் கேட்டுக்கொண்டார்.

கேட்டுக்கொள்[2] வி. (-கொள்ள, -கொண்டு) **(ஒருவர் சொல்வதை) கவனமாகக் கேட்டல்;** pay due attention. நாம் சொல்வது எதையும் அவள் கேட்டுக்கொள்ள மாட்டாள்./ முதலில் அவர் என்ன சொல்கிறார் என்பதைக் கேட்டுக்கொள். பிறகு அதைச் செய்வதோ செய்யாததோ உன் இஷ்டம்.

கேட்டை பெ. *(சோதி.)* **இருபத்தேழு நட்சத்திரங்களில் பதினெட்டாவது;** the eighteenth of the twenty-seven divisions of the zodiac in Indian astrology, corresponding to an asterism, but smaller than a constellation.

கேட்பார் இல்லாத பெ.அ. காண்க: கேட்பாரற்ற.

கேட்பார் இல்லாமல் வி.அ. காண்க: கேட்பாரற்று.

கேட்பாரற்ற பெ.அ. **கவனிப்பதற்கோ கண்காணிப்பதற்கோ உரிமை கொண்டாடுவதற்கோ தட்டிக்கேட்பதற்கோ யாரும் இல்லாத;** unclaimed; unattended; uncared for. கேட்பாரற்ற பிள்ளையாக வளர்ந்தவனை என்ன செய்வது?/ பேருந்து நிலையத்தில் கேட்பாரற்ற நிலையில் கிடந்த பெட்டியைப் பொதுமக்கள் காவல்துறையினரிடம் ஒப்படைத்தனர்.

கேட்பாரற்று வி.அ. **கவனிப்பதற்கோ கண்காணிப்பதற்கோ உரிமை கொண்டாடுவதற்கோ தட்டிக்கேட்பதற்கோ யாரும் இல்லாமல்;** uncared for; unclaimed. தெருவில் கேட்பாரற்று ஒரு பை கிடந்தது./ கேட்பாரற்று ஊர் சுற்றித் திரிகிறாயே!

கேட்புக் காசோலை பெ. **வரைவோலை;** demand draft.

கேட்புத் தொகை பெ. **ஏலம் விடுபவரால் நிர்ணயிக்கப்படும் குறைந்தபட்ச ஏலத் தொகை;** lowest acceptable selling price in an auction; upset price.

கேட்போர் கூடம் பெ. *(இலங்.)* **(பொது நிகழ்ச்சிகளுக்கான) அரங்கம்; மண்டபம்;** auditorium. கலைப்பீடக் கேட்போர் கூடத்தில் நூல் வெளியீடு நடைபெறும்./ பொது நூலகக் கேட்போர் கூடத்தில் எழுத்தாளர்களின் கலந்துரையாடல் நடைபெற்றது.

கேடயம் பெ. 1: **பெற்ற வெற்றி, புரிந்த சாதனை முதலிய தகவல்கள் பொறித்த தட்டு வடிவ அலங்காரப் பரிசு;** memento in the form of a shield given to a winner or to s.o. who has done sth. meritorious. போட்டியில் வெற்றி பெற்றவர்களுக்கு அவர் கேடயம் வழங்கினார்./ அவருடைய சேவையைப் பாராட்டிப் பணமுடிப்பும் கேடயமும் வழங்கப்பட்டன. 2: **(முற்காலத்தில் போரில் எதிரியின் வாள், வேல் முதலியவை தன்னைத் தாக்காமல் இருக்கக் கையில் ஏந்திய) கனத்த மரத்தால் அல்லது உலோகத்தால் தட்டு வடிவில் செய்யப்பட்ட பாதுகாப்புச் சாதனம்;** (in former times) shield; buckler (used in person-to-person combat).

கேடி பெ. *(அ.வ.)* **திருடுதல், வழிப்பறிசெய்தல் போன்ற சட்டவிரோதமான செயல்களில் ஈடுபடுபவன்; போக்கிரி;** criminal.

கேடு பெ. 1: **(நல்ல நிலைக்கு நேரும்) தீங்கு; கெடுதி;** harm; damage; detriment. நாட்டின் ஒற்றுமைக்கு இனக் கலவரங்கள் கேடு விளைவிக்கும்./ போக்குவரத்து பெருகப்பெருகத் தூய்மைக் கேடுகளும் பெருகுகின்றன. [(தொ.சொ.) **அழிவு/ தாக்கம்/ பாதிப்பு/ விளைவு**] 2: **(புகழ், மதிப்பு ஆகியவற்றுக்கு) களங்கம்;** blemish; damage; injury. இந்த நிறுவனத்தின் நற்பெயருக்குக் கேடு விளைவிக்கச் சிலர் முயல்கிறார்கள். 3: **(சில பெயர்ச்சொற்களோடு இணைந்து வரும்போது) சிதைவு; குறைவு;** a combining word used to indicate loss, impairment, injury to the thing specified. வெட்கக்கேடு/ ஒழுக்கக்கேடு/ சுகக்கேடு. 4: **இருக்கிற நிலைமையே மோசமாக**

கேடுகாலம் 458

இருக்கும்போது, வேறொன்றை விரும்புவது சரியல்ல என்று எரிச்சலை வெளிப்படுத்தப் பயன்படுத்தும் சொல்; a word used to express one's vexation at sth. done or proposed where these would look an absurd luxury. தெருவில் விளக்கு இல்லை. ஊருக்குப் பூங்காதான் ஒரு கேடா?/ வீட்டுச் செலவுக்கே பணம் இல்லாதபோது உனக்குச் சுற்றுலா ஒரு கேடா? 5: ஒன்றைச் செய்ய முடிந்தும் ஒருவர் அதைச் செய்யாமல் இருப்பதைக் கண்டு எரிச்சல்பட்டுக் கூறும் சொல்; a word used to express one's vexation at s.o. shirking his responsibility. மாதம் ஐந்தாயிரம் ரூபாய் சம்பளம் வாங்குகிறாயே, கடனைத் திருப்பித் தர என்ன கேடு?

கேடுகாலம் பெ. தீங்கு, அழிவு முதலியவை நிகழும் காலம்; கெட்ட காலம்; evil days. நடப்பதையெல்லாம் பார்த்தால் உலகத்திற்கே கேடுகாலம் வரப்போகிறது என்றுதான் தோன்றுகிறது./ சொல்வதைக் கேள், இல்லையென்றால் உனக்குக் கேடுகாலம்தான்.

கேடுகெட்ட பெ.அ. மோசமான; கீழ்த்தரமான; மட்டமான; சீரழிந்த; wretched; despicable. இந்தக் கேடுகெட்ட பயலுக்கு என்ன தண்டனை கொடுத்தாலும் தகும்./ இந்தக் கேடுகெட்ட ஊருக்கு எவ்வளவு செய்து என்ன பயன்?

கேணி பெ. 1: கிணறு; well. கேணியில் நீர் வற்றிவிட்டது. 2: (இலங்.) (பெரும்பாலும் கோயிலுக்கு அருகில் உள்ள) குளம்; pond; tank in a temple precinct. நாளை கோயில் கேணித் தீர்த்தம்./ கேணியில் எல்லோரும் தீர்த்தமாடினார்கள்.

கேத்தில் பெ. (இலங்.) (நீர் கொதிக்கவைக்கப் பயன்படும்) கைப்பிடியும் சற்று நீண்ட குழல் போன்ற வளைந்த மூக்கும் கொண்ட பாத்திரம்; kettle. கேத்திலை எடுத்து அடுப்பில் வை./ கேத்திலிலிருந்து கொஞ்சம் சுடு தண்ணீர் ஊற்றிக்கொடுக்கவா?

கேதம்கேள் வி. (-கேட்க, -கேட்டு) (வ.வ.) துக்கம் கேட்டல்; துக்கம் விசாரித்தல்; condole (death).

கேது பெ. (சோதி.) தாய்வழிப் பாட்டன் அல்லது பாட்டி, ஞானம், நோய், பஞ்சவர்ணம், வைடூரியம், வடமேற்குத் திசை முதலியவற்றைக் குறிக்கும் கிரகம்; (in astrology) the planet Ketu.

கேந்தி பெ. (இலங்.) கோபம்; anger. சும்மா இருந்தவர்களிடம் சென்று ஏன் கேந்தி ஏற்றினாய்?/ உன் கதையைக் கேட்டால் எனக்குக் கேந்தியாக இருக்கிறது./ நான் சொன்னதைக் கேட்டதும் அவனுக்குக் கேந்தியாகப் போயிற்று.

கேந்திரம் பெ. (அ.வ.) 1: (ஆராய்ச்சி, பயிற்சி முதலியவற்றை ஒருங்கிணைக்கும்) மையம்; centre (for research, training, etc.,). அணு ஆராய்ச்சிக் கேந்திரம்/ அமெரிக்க ராணுவக் கேந்திரத்தின் மீது தாக்குதல். 2: (ஒலிபரப்பும் அல்லது ஒளிபரப்பும்) நிலையம்; (broadcast, telecast) station. நாட்டின் இருநூறாவது தொலைக்காட்சிக் கேந்திரம் பிரதமரால் துவக்கி வைக்கப்பட்டது.

கேப்பை பெ. கேழ்வரகு; ragi. கேப்பைக் களி.

கேப்பை மாடு பெ. (இலங்.) அதிகப் பால் தரும் உயர் சாதி மாட்டு இனம்; a variety of high-yielding cow.

கேரியர் பெ. சாப்பாடு எடுத்துச்செல்லும் பாத்திர அடுக்கு; a set of boxes piled one on the other and used for carrying meal; (in India) tiffin carrier.

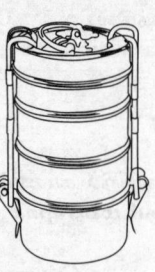

கேரியர்

கேரு வி. (கேர, கேரி) (வ.வ.) (முட்டை போடும் நேரங்களில்) கோழி ஒரு விதமான ஒலி எழுப்புதல்; (of a hen) cackle. ஏன் காலையிலிருந்து கோழி கேரிக்கொண்டிருக்கிறது?

கேலி பெ. (-ஆக, -ஆன) 1: ஒருவரை அல்லது ஒருவரின் செயலைக் குறித்து விளையாட்டாகவும் வேடிக்கையாகவும் கூறப்படுவது; an act of teasing. 'அடுத்த உலக அழகிப்பட்டம் உனக்குதான்' என்று தங்கையிடம் சொன்னவளைப் பார்த்து, 'போதும், உன் கேலி' என்று தங்கை கூறினாள்./ என்னுடைய கேலியை அவன் தவறாக எடுத்துக்கொண்டுவிட்டான்./ உனக்கு எல்லாம் கேலிதான்! [(தொ.சொ.) இகழ்ச்சி/ இளக்காரம்/ இளப்பம்/ எள்ளல்] 2: (ஒருவருடைய நடத்தை, செயல் முதலியவற்றைப் பேச்சிலோ எழுத்திலோ) மட்டம்தட்டிச் சிரிப்பை வருவிக்கும் சித்தரிப்பு; ridicule; mockery. சமகால நிகழ்வுகளைக் கேலியும் கிண்டலுமாக ஆசிரியர் சித்தரித்திருந்தார்./ கேலித் தொனியில் எழுதப்பட்ட நாடகம். [(தொ.சொ.) ஏளனம்/ கிண்டல்/ குத்தல்/ நக்கல்/ நையாண்டி]

கேலிக்கூத்து பெ. 1: (-ஆக, -ஆன) (ஒன்றின் முக்கியத்துவத்தை) சிரிக்கும் அளவுக்குத் தாழ்த்தி அர்த்தமற்றதாகச் செய்யும் செயல்; farce; mockery of sth.; travesty. பண பலமும் சாதிப் பற்றும் தேர்தலைக் கேலிக்கூத்தாகச் செய்துவிட்டன./ ஆராய்ச்சி என்ற பெயரில் நடக்கும் கேலிக்கூத்துகள். 2: அளவு கடந்த கோமாளித்தனம்; farce. படம் நகைச்சுவையாக இருக்க வேண்டுமே தவிரக் கேலிக்கூத்தாக இருக்கக் கூடாது.

கேலிச்சித்திரம் பெ. 1: முக்கியத் தலைவரின் அல்லது பிரபலமான ஒருவரின் குறிப்பிட்ட இயல்பைப் பெரிதுபடுத்திக் காட்டிச் சிரிப்பூட்டும் வகையில் வரையப்படும் படம்; caricature. 2: (அ.வ.) கருத்துப்படம்; cartoon.

கேலிசெய் வி. (-செய்ய, -செய்து) (முக்கியம் வாய்ந்ததை) அர்த்தமற்றதாகச் செய்து சிரிப்புக்கு உள்ளாக்குதல்; make a travesty or mockery (of sth.). உன் நடத்தை சட்டத்தையே கேலி செய்வதாக இருக்கிறது.

கேலிவதை பெ. (பு.வ.) (பொதுவாகக் கல்லூரி வளாகத்தில் புதிதாகச் சேரும் மாணவர்களை மூத்த மாணவர்கள்) இரக்கமற்ற முறையில் அளவுக்கு மீறிச் செய்யும் கேலி; (கேலி) செயல்பாடுகள்; ragging.

459 கேள்

கேவல் பெ. ***அதிகமாக அழும்போது எழும் விக்கல் போன்ற ஒலி;*** sobbing. அறையிலிருந்து அவளுடைய கேவலும் விசும்பலும் கேட்டன.

கேவலம் பெ. **1:** *(-ஆக, -ஆன)* ***அவமானம்; இழிவு;*** humiliation; insult; shame. வரதட்சணை கேட்பதை இளைஞர்கள் கேவலமாகக் கருதினால்தான் அந்தப் பழக்கம் நிற்கும்./ குடிப்பழக்கத்துக்கு அடிமையாகிவிட்டால் பல கேவலங்களுக்கு உள்ளாக வேண்டியதுதான். **2:** *(-ஆக, -ஆன)* ***(கீழ் நிலையில் உள்ளதைக் காட்டிலும்) கீழ்த்தரம்; மட்டம்; மோசம்;*** being mean; being disgraceful. மாட்டுத் தொழுவத்தைவிடக் கேவலமான நிலைமையில் இந்த நகர்ப் பகுதி இருக்கிறது./ மிருகத்தைவிடக் கேவலமாக நடந்துகொண்டான். **3:** ***மிகவும் மோசமான நிலைமை என்று ஒருவர் கருதுவதை வெளிப்படுத்தப் பயன்படுத்தும் சொல்;*** shame; disgrace. இவ்வளவு பெரிய ஊரில், கேவலம் தெருவுக்கு ஒரு குப்பைத் தொட்டியாவது இருக்க வேண்டாமா?/ தந்திதான் கொடுக்கவில்லை. கேவலம், ஒரு தபாலாவது போடக் கூடாதா?/ கேவலம், மூவாயிரம் ரூபாய் மாதச் சம்பளம் வாங்குகிறவன் என்னை எதிர்த்துப் பேசிவிட்டான்./ கேவலம், பிழைப்புக்காக என்ன வேஷமெல்லாம் போட வேண்டியிருக்கிறது. **4:** *(-ஆக) (வ.வ.)* ***(உடலின்) மோசமான நிலை;*** (of one's health) poor shape. உடம்பு என்ன இவ்வளவு கேவலமாகப் போய்விட்டது?

கேவு வி. *(கேவ, கேவி)* ***அதிகமாக அழும்போது விக்கல் போன்ற ஒலியை எழுப்புதல்;*** sob. கணவன் செய்த கொடுமைகளைக் கூறி அழுதாள், கேவினாள்./ குழந்தை கேவிக் கேவி அழுகிறது. [*(தொ.சொ.)* **அழு/ கதறு/ செருமு/ தேம்பு/ விசி/ விசும்பு/ விம்மு**]

கேழ்வரகு பெ. ***(உணவாகப் பயன்படுத்தும்) கடுகு போன்ற உருண்டையான செம்பழுப்பு நிறத் தானியம்;*** a kind of millet; ragi. கேழ்வரகுக் கஞ்சி.

கேள் வி. (கேட்க, கேட்டு) *(எதிர்மறைப் பெயரெச்ச, வினையெச்சங்களில் மட்டும் வரும் மாற்று வடிவங்கள்: கேளாத, கேளாமல்)* **அ.** *(ஒன்றை வேண்டுதல் என்ற முறையில் உள்ள வழக்கு)* **1:** ***பதில், குறிப்பிட்ட தகவல் முதலியவற்றைச் சொல்லும்படி ஒருவரிடம் வினவுதல்; (கேள்வி) எழுப்புதல்;*** ask; enquire (so as to get an answer); raise (a question). 'தாசில்தார் வீடு எங்கே இருக்கிறது?' என்று எதிரே வந்தவரிடம் கேட்டான்./ அவருக்கு என்ன வேண்டும் என்று கேள்./ குழந்தைகள் ஓயாமல் கேள்வி கேட்பார்கள்./ கட்சித் தலைமையைக் குறித்து அவர் விமர்சித்ததைப் பற்றிப் பொதுக்குழுக் கூட்டத்தில் விளக்கம் கேட்கப்பட்டது. **2:** ***(ஒன்றை) தருமாறு தெரிவித்தல்; கோருதல்;*** ask for (sth.); demand. நீ என்னிடம் இதுவரை எதையுமே கேட்டதில்லை./ இளைஞர்கள் வேலை கேட்டுப் போராடுகிறார்கள்./ சமீபத்தில் வெளிவந்த சிறுகதைத் தொகுப்பை எங்கள் புத்தகக் கடையில் நிறைய பேர் கேட்டு வாங்கிச் செல்கிறார்கள்./ மருத்துவர்களிடம் பாலியல் குறித்த ஆலோசனைகளைக் கேட்கப் பெரும்பாலோர் தயங்குகிறார்கள்./ நன்கொடை கேட்டு நான்கு பேர் நேற்று வந்திருந்தார்கள்./ கர்நாடகத்திடம் தண்ணீர் கேட்டு முதலமைச்சர் கடிதம் எழுதியிருக்கிறார். **3:** ***ஒருவருடைய அனுமதியைக் கோருதல்;*** ask for permission. என்னைக் கேட்காமல் ஏன் போனாய்?/ அப்பாவை கேட்டுவிட்டுதான் நாம் இதைத் தர முடியும். **4:** ***கண்டிக்கும் வகையில் பேசுதல்; கண்டித்தல்;*** question (the action, conduct of s.o.); demand (an explanation from s.o.). இவ்வளவு அட்டூழியம் செய்பவனைக் கேட்க ஊரில் ஆள் இல்லையா?/ உன்னை அடித்தது யார் என்று சொல்; நான் கேட்கிறேன். **5:** ***(குறிப்பிட்ட நபரின் உடல்நலம் முதலியவற்றை ஒருவர் இன்னொருவர் மூலமாக) விசாரித்தல்;*** enquire after; make enquiries. உங்களை அப்பா மிகவும் கேட்டார்கள். **ஆ.** *(செவிப்புலனுக்கு உரிய செயல்களாகக் கூறப்படும் வழக்கு)* **6:** ***(செவிப்புலன்) ஒலியை உணரும் வகையில் செயல்படுதல்;*** perform the function of hearing; hear. அறுவைச் சிகிச்சைக்குப் பிறகு காது நன்றாகக் கேட்கிறது./ அவருக்குச் சரியாகக் காது கேட்காது. **7:** ***ஒலி, பேச்சு, இசை முதலியவை கவனத்தில் படும்படி செவிப் புலனால் உணர்தல்;*** listen to (music, etc.,). இந்தப் பாட்டை எத்தனை முறை கேட்டாலும் அலுக்காது./ மத ஒற்றுமையைப் பற்றிய அவருடைய சொற்பொழிவைக் கேட்க ஏராளமானோர் வந்திருந்தனர். **8:** ***(ஒலி, பேச்சு, இசை) காதில் படுதல்; செவிப்புலனால் உணரப்படுதல்;*** (of sound, music) be heard; reach one's ear. சப்தம் விட்டுவிட்டுக் கேட்டது./ வாகனங்களின் இரைச்சலில் நீ கூப்பிட்டது கேட்கவில்லை. **9:** ***(ஒருவர் கூறுவதை, ஒருவரின் அறிவுரையைக் காதில் வாங்கி) கருத்தில் கொள்ளுதல்; ஏற்றுக்கொள்ளுதல்;*** give or pay heed to; listen. நான் சொல்வதைக் கேள். இப்போது இந்த வீட்டை விற்க வேண்டாம்./ யார் சொல்வதையும் கேட்காதே. உனக்கு எது சரி என்று படுகிறதோ அதைச் செய்! **10:** *(அ.வ.)* ***(காதால் கேட்டு) கற்றல்; படித்தல்;*** learn (sth. by listening). நீங்கள் யாரிடம் கம்பராமாயணப் பாடம் கேட்டீர்கள்? **இ.** *(மரபு வழக்கு)* **11:** *(பே.வ.)* ***(மருந்தினால் நோய்) கட்டுப்படுதல்;*** (of illness) be under check; get arrested; respond to. இந்தத் தைலத்தைத் தடவினால் தலைவலி கேட்குமா?/ எந்த மருந்துக்கும் வயிற்றுவலி கேட்கவில்லை. **12:** *(பே.வ.)* ***தேவைப்படுதல்; வேண்டியதாக இருத்தல்;*** ask for; be in need of; demand. உனக்கு அடி கேட்கிறதா?/ 'சாகப்போகும் வயதில் உங்களுக்கு இரண்டாம் கல்யாணம் கேட்கிறதா?' என்று அந்த முதியவரைக் கிண்டல் செய்தான். **13:** *(பெரும்பாலும் எதிர்மறை வாக்கியங்களில் அல்லது எதிர்மறைத் தொனியில்)* ***(ஒன்றைச் செய்வதற்கு மனம்) இணங்குதல்; ஒப்புதல்;*** (of one's conscience) allow; permit. இவன் செய்த தவறுக்கு வேலையிலிருந்து நீக்கியிருக்க வேண்டும். ஆனால் மனம் கேட்கவில்லை./ குறும்பு செய்துவிட்டுச் சிரிக்கிற குழந்தையை அடிக்க மனம் கேட்குமா? **14:** ***கேள்விப்படுதல்;*** get to know (sth. through others). உன் அப்பாவைப் பற்றி நிறைய பேர் சொல்லக் கேட்டிருக்கிறேன்./ பல ஆட்களிடம் கேட்டதை வைத்துதான் உன்னைப் பற்றி நான் இந்த முடிவுக்கு

வந்திருக்கிறேன். 15: **(குறி, சோதிடம் ஆகியவற்றை ஒருவர் சொல்லி) தெரிந்துகொள்ளுதல்;** consult a soothsayer. காணாமல் போன மாட்டைக் கண்டுபிடிப்பதற்காகப் பூசாரியிடம் அப்பா குறி கேட்கப் போயிருக்கிறார்./ என் மகனுக்குச் சீக்கிரம் வேலை கிடைக்குமா என்று நேற்று ஜோசியம் கேட்டேன்.

கேள்வி பெ. 1: **பதிலை அல்லது தகவலை எதிர்பார்க்கும் (ஏன், எதற்கு, யார் போன்ற வார்த்தைகளைக் கொண்ட) வாக்கியம்;** question. அவர் ஏன் என்னை வரச் சொன்னார் என்ற கேள்வி என்னைக் குடைந்துகொண்டிருந்தது./ நாம் எதற்காகப் பிறந்தோம் என்ற கேள்விக்கு யாரால் பதில் சொல்ல முடியும்? 2: **தேர்வில் திறமையைக் கணிக்க எழுத்து வடிவிலோ வாய்மொழியாகவோ கேட்கப்படுவது; வினா;** question (in a test, etc.,). ஒரு கேள்விக்குப் பதில் எழுத நேரமில்லை./ இந்தக் கேள்விக்குச் சரியாகப் பதில் எழுதினால் பத்து மதிப்பெண்கள் கிடைக்கும். 3: **(அநீதியை, தவறான அல்லது ஏற்றுக்கொள்ள முடியாத ஒன்றை) கண்டித்து எழுப்பும் குரல்;** condemnation. விலைகளை ஏற்றிக்கொண்டே போகிறார்கள். கேள்வி கேட்பார் இல்லையா? 4: **குறிப்பிட்ட ஒன்று பிறர் மூலம் கேட்டு அறிந்தது அல்லது கேள்விப்பட்டது என்பதைக் குறிப்பிடப் பயன்படுத்தும் சொல்;** what one has heard from others; hearsay; (by) word of mouth. நான் நேரில் பார்த்ததில்லை; கிராமத்தில் சொல்லக் கேள்வி./ அவருக்கு இரண்டு வீடு இருப்பதாகக் கேள்வி. 5: **(ஒன்றை அல்லது ஒருவரைக் குறித்த) சந்தேகம்;** (of an issue) question(s). அமைச்சருடைய திடீர் ராஜினாமா பல கேள்விகளை எழுப்பியுள்ளது. 6: **(ஏலத்தில்) குறிப்பிட்ட விலைக்கு ஒரு பொருளைக் கேட்டல்/(ஏலச் சீட்டில்) குறிப்பிட்ட தொகைக்குச் சீட்டு எடுக்கும் விருப்பம்;** bid (at an auction). கேள்வி குறைந்ததால் பஞ்சு விலை ரூபாய் இருபத்தைந்துவரை குறைந்துவிட்டது./ ஏலம் விடுபவர் இறுதியாக எல்லோரையும் ஒரு முறை பார்த்துவிட்டு 'வேறு கேள்வி ஏதாவது உண்டா?' என்று கேட்டார்.

கேள்வி அறிவித்தல் பெ. (இலங்.) **ஒப்பந்தப்புள்ளி கோரும் அறிவிப்பு;** call for a tender. கேள்வி அறிவித்தல்: உணவு விநியோக சேவை.

கேள்விக்குறி பெ. 1: **கேள்வி வாக்கியம் என்பதை உணர்த்த இடப்படும் கொக்கி வடிவக் குறி;** question mark. 2: **கேள்வியை உள்ளடக்கிய முகபாவனை;** a questioning look. கூடி நின்ற கூட்டத்தைப் பார்த்துவிட்டு முகத்தில் ஒரு கேள்விக்குறியோடு என்னை நோக்கினார். 3: **ஒன்று நடப்பது அல்லது நிறைவேறுவது சந்தேகத்திற்கு இடமான நிலை;** situation where sth. is questioned. இந்தத் திட்டம் குறித்த காலத்திற்குள் முடிவடையுமா என்பது கேள்விக்குறியாகத்தான் இருக்கிறது./ என் எதிர்காலமே கேள்விக்குறி ஆகிவிட்டது.

கேள்வி கேள் வி. (கேட்க, கேட்டு) **(ஒருவர் செய்தது சரியா என்று மற்றொருவர்) தட்டிக்கேட்டல்;** question (someone). என்னைக் கேள்வி கேட்க நீ யார்?/ அம்மாவை யாரும் கேள்வி கேட்பது எனக்குப் பிடிக்காது./ இந்த வீட்டில் உன்னைக் கேள்வி கேட்க ஆளில்லை என்று நினைத்துக்கொண்டிருக்கிறாயா?

கேள்விஞானம் பெ. **(ஒரு துறையில்) முறையாகப் பயிற்சி பெறாமல், கேட்பதால் பெறும் அறிவு;** knowledge gained through observation and listening. நீங்கள் யாரிடம் சங்கீதம் கற்றுக்கொண்டீர்கள் என்று கேட்டதற்கு 'எல்லாம் கேள்விஞானம்தான்' என்றார்./ நாலு பேரோடு கலந்து பழகுவதால் கேள்விஞானமும் கிடைக்கிறது.

கேள்வித்தாள் பெ. **(தேர்வு எழுதுபவர்களுக்கு அளிக்கப்படும்) கேள்விகள் அடங்கிய தாள்;** question paper.

கேள்விநேரம் பெ. **சட்டமன்றம், நாடாளுமன்றம் போன்றவற்றில் உறுப்பினரின் கேள்விகளுக்காக ஒதுக்கப்படும் நேரம்;** the time allotted in a sitting of parliament, etc., for members to ask questions; question hour.

கேள்விப்படு வி. (-பட, -பட்டு) **(ஒரு செய்தியை) நேரடியாக அல்லாமல் பிறர் சொல்லக் கேட்டறிதல் அல்லது தெரிந்துகொள்ளுதல்;** hear sth. being said. மாப்பிள்ளை பெரிய படிப்புப் படித்தவர் என்று கேள்விப்பட்டேன்./ நீ வேலையை விட்டுவிட்டதாகக் கேள்விப்பட்டேனே, அது உண்மைதானா?

கேள்விப்பத்திரம் பெ. (இலங்.) **ஒப்பந்தப்புள்ளி அறிக்கை;** tender notice.

கேள்விமுறை பெ. (எதிர்மறை வினைகளோடு மட்டும்) **தவறு, அநீதி போன்றவற்றைத் தட்டிக்கேட்பதற்கான அல்லது கண்டிப்பதற்கான வழி;** means of questioning or objecting; checks and controls. பள்ளிக்கூடங்களில் நன்கொடை என்கிற பெயரால் பணத்தைப் பிடுங்குகிறார்கள், கேள்விமுறை கிடையாதா?/ பொதுப் பணத்தைக் கேள்விமுறை இல்லாமல் செலவு செய்கிறார்கள்.

கேளா ஒலி பெ. (இயற்.) **மனிதக் காதினால் உணரப்பட முடியாததும் நவீனக் கருவிகளால் பதிவுசெய்யக்கூடியதுமான ஒலி;** ultrasound. பல மருத்துவச் சாதனங்களில் கேளா ஒலி பயன்படுத்தப்படுகிறது.

கேளிக்கை பெ. **(உல்லாசமாக இருக்க உதவும் இசை, திரைப்படம் போன்ற) பொழுதுபோக்கு;** entertainment; merrymaking. கேளிக்கை நிகழ்ச்சிகளில் கலந்துகொள்வது மனஇறுக்கத்தைக் குறைக்கும்./ விளையாட்டும் கேளிக்கையுமாக விடுமுறை கழிந்தது./ அவர் ஆடம்பரங்களுக்கும் கேளிக்கைகளுக்கும் செலவழித்தே தன் சொத்தை இழந்தார்.

கேளிக்கை வரி பெ. **பொழுதுபோக்கு நிகழ்ச்சிகளைப் பார்ப்பதற்கு உரிய அனுமதிக் கட்டணத்தோடு சேர்த்து வசூலிக்கப்படும் வரி;** entertainment tax.

கேஸ் கட்டு பெ. (சட்டம்) **ஒரு வழக்கு தொடர்பான ஆவணங்கள் அடங்கிய தொகுப்பு;** a set of documents pertaining to a case.

கை[1] வி. (கைக்க, கைத்து) 1: **உப்புச் சுவை தெரிதல்; கரித்தல்;** taste salty. 2: (ஊரக வ.) **கசத்தல்;** taste bitter. பாகற்காய்போல் கக்கரிக்காய் கைக்கிறது./ (உரு வ.) முகத்தில் கைத்துப்போன சிரிப்பு. 3: (வ.வ.) **(ஈயம் பூசாத பித்தளைப் பாத்திரத்தில் வைக்கப்படும் ரசம், இளநீர் போன்றவை) கெட்டுப்போதல்;** (of food) get spoiled.

கை[2] பெ. **1: தோளில் தொடங்கி முன்பகுதியில் விரல்களாகப் பிரிந்துள்ள உடல் உறுப்பு/(மணிக்கட்டோடு இணைந்திருக்கும்) உள்ளங்கையும் விரல்களும் உள்ள உறுப்பு;** arm; hand. கொரில்லாவின் கை போல் நீண்ட கை/ கையில் கண்ணாடி வளையல்கள்./ அவன் கையில் ஆறு விரல்கள் உள்ளன./ 'கையை நன்றாக விரி' என்று அதட்டினார்./ சாலை விபத்தில் அவர் ஒரு கையை இழந்தார். **2: (நாற்காலி போன்ற இருக்கைகளில் உட்கார்பவர்) கை வைத்துக்கொள்ள வசதியாக இருக்கும் பகுதி;** arm (of a chair, etc.,). இது கை இல்லாத நாற்காலி. **3: (உடை அணிபவர்) கை நுழைக்கும் பகுதி;** sleeve (of a shirt, etc.,). அரைக்கைச் சட்டை./ முழுக்கைச் சட்டை. **4: ஆள்; நபர்;** player (in a game of cards); hand. இந்த வீடு மூன்று கை மாறி என்னிடம் வந்திருக்கிறது./ சீட்டு விளையாட ஒரு கை குறைகிறது. **5: கையால் இயக்கப் படக் கூடியது;** a machine which is operated by hand. கைராட்டினம். **6: கையில் வைத்துக்கொள்ளும் அளவுடையது;** being handy. கையகராதி. **7: (ஒருவரின்) பொறுப்பு;** (one's) responsibility. இந்தப் பையனை உன் கையில் ஒப்படைக்கிறேன்./ இதை முடிவு செய்வது என் கையில் இல்லை./ பணத்தை அவர் கைக்கு மாற்றிவிட்டு விட்டேன். **8: குவித்த நிலையில் உள்ளங்கை கொள்ளும் அளவு;** a handful. தோசை மாவுக்கு ஒரு கை உப்புப் போட்டுக்கொள்./ கோதுமை மாவோடு ஒரு கை அரிசி மாவைக் கலந்துகொள்.

கை அரி வி. (அரிக்க, அரித்து) **(முறையற்ற வழியில்) பிறர் பொருளை எடுத்துக்கொள்ளும் உணர்வு ஏற்படுதல்;** be itching to make dishonest gains. அவனுக்குத் திருடும் பழக்கம் இருக்கிறது என்று தெரிந்தும் இப்படி நகையை வெளியில் வைத்தால் அவனுக்குக் கை அரிக்காமல் இருக்குமா?

கை இறங்கு வி. (இறங்க, இறங்கி) **1: (ஒருவருடைய) செல்வாக்கு குறைதல்;** decline in status. அவர் பெரிய கோடீஸ்வரர்; வியாபாரத்தில் தொடர்ந்து நஷ்டம் என்பதால் கொஞ்சம் கை இறங்கியிருக்கிறது./ கையில் காசு இருந்தபோது அவரைச் சுற்றி எப்போதும் ஒரு கூட்டம் இருக்கும்; இப்போது கை இறங்கிவிட்டதால் ஒருவர்கூடப் பக்கத்தில் வருவதில்லை. **2:** *(பே.வ.)* **(சீட்டு விளையாட்டில்) (ஒருவரின்) முறை;** one's turn (in a game of cards). அடுத்து உன் கை இறங்க வேண்டும்.

கை ஏறி நாடா பெ. *(நெசவு)* குழித்தறி

கை ஏறு வி. (ஏற, ஏறி) **(ஒருவரின் வசதி, வாய்ப்பு போன்றவை) திடீரென்று ஏறுமுகத்தில் இருத்தல்;** (of one's fortunes) be in the ascendant. இப்போது அவன் கை ஏறிக்கிடக்கிறது. அதனால்தான் தலைகால்புரியாமல் செலவு செய்துகொண்டிருக்கிறான்./ கட்சியில் கை ஏற ஆரம்பித்தால் அதிகாரம் தலைதூக்க வேண்டியதுதான்.

கை ஒடி வி. (ஒடிய, ஒடிந்து) **(மிகக் கடுமையாக வேலை செய்ததால்) கை வலித்தல் அல்லது சோர்வடைதல்;** (of hands) become weary; be fatigued. விடைத்தாள்களைத் திருத்தியே கை ஒடிந்துவிட்டது.

கை ஓங்கு வி. (ஓங்க, ஓங்கி) **(ஒருவருடைய) செல்வாக்கு உயர்தல்;** enjoy a high status; be in the ascendant. அண்மையத் தேர்தலுக்குப் பிறகு அரசியலில் அவர் கை ஓங்கியிருக்கிறது./ தீவிரவாதிகளின் கை ஓங்கியிருப்பது எந்த நாட்டுக்கும் நல்லதல்ல.

கைக்கடிகாரம் பெ. **மணிக்கட்டில் கட்டிக்கொள்ளும் கடிகாரம்;** wristwatch.

கைக்கத்தி பெ. *(இலங்.)* **அரிவாள்;** sickle. கைக்கத்தியால் தேங்காயை உடைத்துக்கொண்டு வா./ மரத்தில் கொப்புகள் கூடிவிட்டன. வெட்டக் கைக்கத்தி எடுத்து வா.

கைக்காசு[1] பெ. **(ஒருவரின்) சொந்தப் பணம்;** one's personal money. என் கைக்காசைப் போட்டுதான் கோயில் திருவிழாவை நடத்துகிறேன்.

கைக்காசு[2] பெ. *(இலங்.)* **சற்று விலை கூடிய ஒரு பொருளை வாங்கும்போது மொத்தமாக உடனே தரும் பணம்;** ready cash. நான் சைக்கிளை ஐயாயிரம் ரூபாய் கைக்காசு கொடுத்து வாங்கினேன் என்பது உனக்குத் தெரியுமா?

கைக்காரியம் பெ. காண்க: **கைவேலை.**

கைக்கிளை பெ. *(இசை)* **(தமிழிசையில்) ஏழு ஸ்வரங்களில் மூன்றாவது ஸ்வரமான 'க'வைக் குறிப்பது; காந்தாரம்;** the third of the seven notes.

கைக்குட்டை பெ. **(முகம், கை முதலியவற்றைத் துடைத்துக்கொள்ளப் பயன்படுத்தும்) சதுர வடிவச் சிறு துணி;** handkerchief. பூப் போட்ட கைக்குட்டை.

கைக்குண்டு பெ. *(இலங்.)* காண்க: **கையெறிகுண்டு.**

கைக்குத்தரிசி பெ. *(இலங்.)* காண்க: **கைக்குத்தல் அரிசி.**

கைக்குத்தல் அரிசி பெ. **அரவை ஆலையில் அல்லாமல் நெல்லை உரலில் குத்தித் தயாரிக்கப்படும் அரிசி;** hand-pound rice. கைக்குத்தல் அரிசியில் சத்து அதிகம்.

கைக்கும் வாய்க்கும் வி.அ. **(ஒருவரின் பொருளாதார நிலை) அடிப்படைத் தேவைகளை நிறைவேற்றிக் கொள்வதற்கு மட்டுமே போதுமான அளவில்;** (of one's income) being barely enough; hand to mouth. நான் வாங்கும் சம்பளமே கைக்கும் வாய்க்குமாக இருக்கும்போது கல்யாணத்தைப் பற்றி யோசிக்க முடியுமா?

கைக்குழந்தை பெ. **(கையில் தூக்கிச்செல்ல வேண்டியதாக இருக்கும்) சிறு குழந்தை;** babe in arms; nursling. கைக்குழந்தையை வைத்துக் கொண்டு சமையல் செய்வது சிரமம்.

கைக்குள்போடு வி. (-போட, -போட்டு) **(தன் விருப்பப்படி நடந்துகொள்வதற்காக, கண்காணிக்கும் அதிகாரம் உடைய நபரையோ அமைப்பையோ) தன் வசப்படுத்துதல்;** have (s.o.) in one's pocket. மேலதிகாரியைக் கைக்குள் போட்டுக்கொண்டு தன் இஷ்டப்படி ஆடுகிறான்./ தன் பண பலத்தால் பஞ்சாயத்தையே அவர் கைக்குள்போட்டுக்கொண்டார்.

கைக்குள் வை வி. (வைக்க, வைத்து) *(இலங்.)* **1:** காண்க: **கைக்குள்போடு. 2: (ஒருவருக்கு) லஞ்சம் கொடுத்தல்;** bribe (s.o.). காவல் அதிகாரியைக் கைக்குள் வைத்தால் தான் செய்யும் குற்றத்திலிருந்து எளிதாகத் தப்பிக்கலாம் என்று எண்ணினான்.

கைக்கூலி பெ. **அதிகாரம், பணம், சலுகைகள் போன்ற வற்றுக்காகப் பிறருக்குத் தன்னை ஒப்புக்கொடுத்து அவர் சார்பாகவே நடந்து கொள்பவர்;** lackey; stooge. ஆங்கிலேயரின் கைக்கூலியாக இருந்தவர்கள் பலர்./ பதவி உயர்வுக்கு ஆசைப்பட்டு அவன் மேலதிகாரியின் கைக்கூலி ஆகிவிட்டான்.

கைக்கொள் வி. (-கொள்ள, -கொண்டு) **1: (பயன் கருதி) மேற்கொள்ளுதல்; (பழக்கமாக) ஏற்றல்;** take to; adopt. அடக்குமுறை நடவடிக்கைகளைக் கைக்கொண்டுதான் சர் வாதிகாரிகள் நாட்டை ஆள்கிறார்கள்./ கடுமையான பயிற் சிகளைக் கைக்கொள்வதன் மூலமே யோகத்தைப் பயில முடியும். **2:** (உ.வ.) **கடைப்பிடித்தல்; பின்பற்றுதல்;** follow. தலைவர்கள் பொதுவாழ்வில் தூய்மையைக் கைக் கொள்ள வேண்டும் என்று மக்கள் எதிர்பார்க்கிறார்கள்.

கைகட்டி வி.அ. **மிகவும் பணிந்து;** most humbly; cap in hand. சில மன்னர்கள் ஆங்கிலேயர்களுக்குக் கைகட்டிச் சேவகம் புரிந்தனர்./ நான் கைகட்டி யாருக்கும் பதில் சொல்ல வேண்டும் என்கிற அவசியம் கிடையாது.

கைகட்டிக்கொண்டு வி.அ. **(தடுக்கவோ எதிர்க்கவோ செய்யாமல்) சும்மா; பேசாமல்;** doing nothing; looking on. கலவரம் நடந்தபோது காவலர்கள் கைகட்டிக்கொண்டு பார்த்துக்கொண்டிருந்தார்களா?/ அவன் என்னை அடித்த போது நீ கைகட்டிக்கொண்டுதானே இருந்தாய்?

கைகட்டு கால்கட்டு பெ. (இலங்.) **(ஒருவர்) சுதந்திர மாகச் செயல்பட முடியாத நிலை;** inability to act or take decisions independently. அவர்தான் இந்தக் கல்லூரியின் அதிபர் என்றாலும் கல்லூரிசார் நிறுவனங்களால் அவருக்குக் கைகட்டு கால்கட்டு.

கைகடன் பெ. (இலங்.) **கைமாற்று;** a small sum borrowed in a contingency. கைகடனாகப் பெற்ற ஆயிரம் ரூபாயை நாளைக்குக் கொடுத்துவிட வேண்டும்./ நான் வெளியூர் போகும் அவசரத்தில் கைகடனாக முதலாளியிடம் ஐநூறு ரூபாய் பெற்றேன்.

கைகண்ட பெ.அ. **பலன்தருவது என்று அனுபவத்தில் கண்டறிந்த;** efficacious; of proven effect. 'மஞ்சள் காமா லைக்குக் கைகண்ட மருந்து கீழாநெல்லி' என்றாள் பாட்டி.

கைகலப்பு பெ. **ஒருவரையொருவர் கைகளால் அடித்துக் கொள்ளும் சண்டை;** hand-to-hand fight; scuffle. கூட்டத் தில் கைகலப்பு ஏற்பட்டது./ சாதாரணமாக ஆரம்பித்த பேச்சு கைகலப்பில் முடிந்தது. [(தொ.சொ.) **அடிதடி/ சண்டை**]

கைகழுவு வி. (-கழுவ, -கழுவி) **(வேண்டாத அல்லது முடியாத நிலையில் ஒன்றை அல்லது ஒருவரை) கை விடுதல்; விட்டுவிடுதல்; ஒதுங்கிக்கொள்ளுதல்;** wash one's hands of (sth.); let down. அவனைப் பிடிக்கவில்லை என்றால் கைகழுவ வேண்டியதுதானே!/ பணம் தருவ தாகச் சொல்லிவிட்டுக் கடைசி நிமிஷத்தில் கைகழுவப் பார்க்கிறார்.

கைகாட்டி பெ. **(முன்பு ரயில் வண்டி ஒரு நிலையத்திற் குள் வர அல்லது ஒரு நிலையத்தைக் கடந்து செல்ல அனுமதி தரும் வகையில் இருப்புப்பாதை ஓரத்தில் வைக்கப்பட்டிருந்த) விளக்குப் பொருத்தப்பட்ட, மேலும்கீழும் இயங்கக் கூடியதான கை போன்ற அமைப்பு;** semaphore (used on railways).

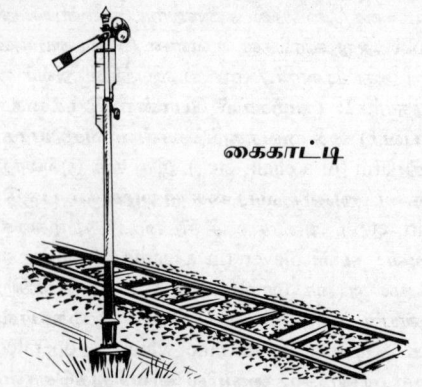

கைகாட்டி

கைகாட்டி மரம் பெ. **(பெரும்பாலும் வெவ்வேறு திசை களில் போகும் சாலைகளைச் சுட்டிக்காட்டும் விதத் தில்) ஊர்ப் பெயர் எழுதிய பலகைகளைக் கொண்ட கம்பம்; வழிகாட்டி மரம்;** signpost.

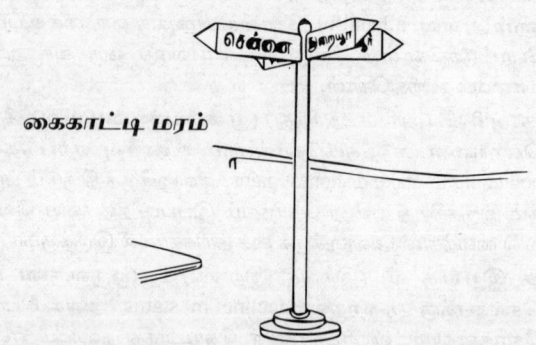

கைகாட்டி மரம்

கைகாட்டு வி. (-காட்ட, -காட்டி) **(வாழ்க்கையில் துவக்க நிலையில் ஒருவருக்கு) உதவி செய்தல்; ஆலோ சனை சொல்லுதல்; வழிகாட்டுதல்;** give help and guidance to one, esp. at the beginning of an undertaking. நான் கைகாட்டிவிடத்தான் முடியும். மேலே போவது உன் திறமை.

கைகாரி பெ. (பே.வ.) **சாமர்த்தியமாகத் தன் வேலையை முடித்துக்கொள்ளும் பெண்;** a smart woman. நீ நினைத்த காரியத்தை முடித்துவிட்டாயே, பலே கைகாரிதான்!

கைகால் உதறு வி. (உதற, உதறி) **(ஒருவருக்கு) கடுமை யான பயம் ஏற்படுதல்; (பயத்தின் காரணமாக) நடுக் கம் ஏற்படுதல்;** tremble with fear; shake in one's shoes. புதி தாக வந்திருக்கும் மேலாளரின் கோபத்தை நினைத்தாலே கைகால் உதறுகிறது./ அப்பாவைக் கண்டாலே அவளுக்குக் கைகால் உதறும்.

கைகாவல் பெ. **அவசரத்துக்கு உதவுவது (போன்று வைத்திருக்கும் மருந்துகள், மளிகைச் சாமான்கள், பணம் போன்றவை);** things in hand to meet contigencies. குழந்தை இருக்கும் வீட்டில் எப்பொழுதும் கைகாவலாகக் கொஞ்சம் பணம் வைத்திருக்க வேண்டும்.

கைகுலுக்கு வி. (-குலுக்க, -குலுக்கி) **(வரவேற்பு, மகிழ்ச்சி, வாழ்த்து முதலியவற்றைத் தெரிவிக்கும் அடையாள மாக) கையை இறுகப் பற்றி ஆட்டுதல்;** shake hands (with s.o.). அவரைக் கைகுலுக்கி வரவேற்றேன்.

கைகுழை வி. (-குழைய, -குழைந்து) (இலங்.) **(ஒருவ ரிடம்) உதவி பெறுவதற்காக மிகவும் பணிவாக நடத் தல்; நயந்து நடந்துகொள்ளுதல்;** fawn on s.o.; toady to s.o. என்ன கஷ்டம் வந்தபோதிலும், அப்பா யாரிடமும் சென்று கைகுழைய மாட்டார்./ நான் கஷ்டப்பட்டுப் படித்து எனது திறமையால் முன்னுக்கு வந்தேன். பதவிக்காக அவர் முன்னால் நான் ஏன் கைகுழைந்து நிற்க வேண்டும்?

கைகூடு வி. (கைகூட, கைகூடி) **(ஒருவர் மேற்கொண்ட செயல், நினைத்த எண்ணம் முதலியன) வெற்றிகரமாக நிறைவேறுதல்; நல்லபடியாக முடிதல்; சித்தியாதல்;** materialize; realize (one's ambition); come to fruition. போன காரியம் கைகூடிற்றா?/ தத்துவம் படிக்க வேண்டும் என்று நினைத்தேன். ஆனால் அந்த எண்ணம் கைகூடவில்லை.

கைகொட்டிச் சிரி வி. (சிரிக்க, சிரித்து) **இகழ்ச்சியை வெளிப்படுத்துதல்;** laugh at; mock at; deride. ஊரே கைகொட்டிச் சிரிக்கும் அளவுக்கு நீ நடந்துகொண்டாய்.

கைகொடு வி. (-கொடுக்க, -கொடுத்து) 1: **(சிரமத்தில் இருக்கும்போது) உதவிசெய்தல்; துணையாக இருத் தல்;** help a person (in distress); give a helping hand. கஷ்ட காலத்தில் கைகொடுப்பார் யாரும் இல்லை./ (உரு வ.) திரைக்கதையும் வசனமும் படத்தின் வெற்றிக்குக் கைகொடுக் கின்றன. 2: காண்க: **கைகுலுக்கு.**

கைகோ வி. (-கோக்க, -கோத்து) 1: **ஒருவருடைய கை களை மற்றொருவர் இணைத்துக்கொள்ளுதல்;** hold hands. குழந்தைகள் கைகோத்த வண்ணம் பள்ளிக்குச் சென்றுகொண்டிருந்தார்கள்./ இருவரும் கைகோத்து ஆடி னார்கள்./ மனிதச்சங்கிலிக்காக அனைவரும் கைகோத்த படி நின்றிருந்தனர். 2: **(குறிப்பிட்ட நோக்கத்துக்காகப் பலர் அல்லது பல அமைப்புகள், துறைகள் போன் றவை) இணைதல்;** join hands (with s.o.). தகவல் தொழில் நுட்பமும் தொலைதொடர்பும் கைகோத்து ஒரு நவீனப் புரட்சிக்கு வித்திட்டுள்ளன.

கைங்கர்யம் பெ. 1: **(தெய்வம் தொடர்பான) தொண்டு; (தர்ம நோக்கமான) சேவை;** service (esp. one prompted by devotion or charity). தலைமுறைதலைமுறையாகக் கோயி லுக்குக் கைங்கர்யம் செய்துவருகிறோம்./ இந்தத் தர்ம கைங் கர்யத்தை நீங்களே ஆரம்பித்துவையுங்கள். [(தொ.சொ.) சேவை/ தர்மம்/ தொண்டு] 2: (கேலியாகச் சொல்லும் போது) **(மோசமான விளைவுகளை ஏற்படுத்தும்) வேலை;** a sarcastic word for s.o.'s mischief; handiwork. பேனாவின் முனை ஒடிந்திருப்பதைப் பார்த்து விட்டு 'இது யாருடைய கைங்கர்யம்?' என்று கேட்டார்.

கைச்சமையல் பெ. **பிறர் உதவியின்றித் தனக்காகத் தானே செய்துகொள்ளும் சமையல்;** cooking one's food by oneself. யார் சமைத்தாலும் அம்மா சாப்பிட மாட் டார்கள். தன் கைச்சமையல்தான் அம்மாவுக்குப் பிடிக்கும்./ 'மனைவி ஊருக்குப் போயிருப்பதால் கைச்சமையல்தான்' என்றார் நண்பர்.

கைச்சரக்கு பெ. **(பிற தகவல்களோடு ஒருவர் சேர்க்கும்) சொந்தக் கற்பனை;** fictitious additions made by a person narrating or reporting sth. அவர் சொல்வதில் உண்மையோடு அவர் கைச்சரக்கும் இருக்கும்.

கைச்சல்[1] பெ. (இலங்.) (பெரும்பாலும் காய்களைக் குறித்து வரும்போது) **கச்சல்;** very tender and unripe fruit. இந்தக் கைச்சல் நாரத்தை ஊறுகாய்க்கு உதவாது./ கைச்சல் வாழைக்காய்.

கைச்சல்[2] பெ. (இலங்.) **கசப்பு;** bitterness. கர்ப்பூரவல்லிச் சாறு கைச்சலாக இருந்ததால் குடித்த குழந்தை அழுதது.

கைச்சாத்து[1] பெ. **ஒன்றைப் பெற்றுக்கொண்டதற்கான ரசீது;** receipt.

கைச்சாத்து[2] பெ. (இலங்.) **கையொப்பம்;** signature.

கைச்சுத்தம் பெ. **(திருடுதல், லஞ்சம் வாங்குதல் முதலிய செயல்களில் ஈடுபடாத) நாணயம்; நேர்மையான குணம்;** probity; rectitude. அவரை யாரும் சந்தேகப்பட முடி யாது. அவர் கைச்சுத்தம் உடையவர்.

கைச்செலவு பெ. **(பயணம் செய்யும்போது அல்லது அன்றாட வாழ்க்கையில் ஏற்படும்) சிறு செலவு; சில் லறைச் செலவு;** minor or incidental expenses. கைச்செல வுக்கு இந்தப் பணத்தை வைத்துக்கொள் என்று அப்பா பத்து ரூபாய் கொடுத்தார்./ மாதக் கடைசி, கைச்செலவுக் குக்கூடக் காசு இல்லை.

கைசெயின் பெ. **கையின் மணிக்கட்டுப் பகுதியில் கட்டிக்கொள்ளும் சங்கிலி போன்ற ஆபரணம்;** bracelet.

கைத்தடி பெ. 1: **(வயது முதிர்ந்தோர், மாற்றுத்திறனாளி) நடக்கும்போது ஊன்றிக்கொள்ளப் பயன்படும் மரக் கம்பு அல்லது கழி; ஊன்றுகோல்;** walking stick. 2: **(ஒருவரின்) கையாள்;** crony. இவன் அரசியல் தலைவர் ஒருவரின் கைத்தடி./ அந்தத் தொழிலதிபர் தன் கைத் தடிகளை விட்டு என்னை மிரட்டப்பார்க்கிறார்.

கைத்தறி பெ. (நெசவு) **கையால் இயக்கப்படும் தறி;** handloom. கைத்தறி ஆடைகள்/ கைத்தறி நெசவாளர்கள்/ கைத்தறித் தொழில்.

கைத்தாங்கலாக வி.அ. **(நடக்க முடியாத நிலையில் இருப்பவரை) கீழே விழாத வகையில் ஆதரவாகத் தாங்கிப்பிடித்து;** holding (a tottering person) with one's hand. அடிபட்டுக் கீழே விழுந்தவரைக் கைத்தாங்கலாக அழைத்துப் போய் வண்டியில் ஏற்றினார்கள்.

கைத்திட்டம் பெ. **(உப்பு, புளி போன்றவற்றின் தேவை யான அளவை) கையைக் கொண்டே நிதானமாக அள விட்டுக்கொள்ளுதல்;** taking a certain measure of sth. using one's hand. சாம்பாரில் கைத்திட்டமாகத்தான் உப்பு போட்டேன்.

கைத்திருத்தம் பெ. (-ஆக, -ஆன) **(கையால் செய்வதில்) நேர்த்தி; ஒழுங்கு;** deftness (of hand). தையல் வேலை யானாலும் சமையல் வேலையானாலும் பாட்டியின் கைத் திருத்தம் யாருக்கும் வராது.

கைத்திறன் பெ. **(கைவேலையில் வெளிப்படும்) திறமை, நுணுக்கம், லாவகம் முதலியவை;** craftsmanship; dexterity. காகிதத்தை வெட்டி அழகாகப் பொம்மை செய்யும் அவன் கைத்திறனைப் பாராட்டினார்கள்.

கைத்துப்பாக்கி பெ. **(ஒரு கையாலேயே பிடித்துச் சுடும் அமைப்புடைய) சிறிய துப்பாக்கி;** handgun; pistol.

கைத்துவக்கு பெ. (இலங்.) காண்க: **கைத்துப்பாக்கி.**

கைத்தொழில் பெ. **கைத்திறமையாலோ சிறு கருவிகளைப் பயன்படுத்தியோ செய்யப்படும் தச்சுவேலை, கூடை முடைதல் போன்ற தொழில்;** craft; handicraft. *ஏதாவது ஒரு கைத்தொழில் தெரிந்திருப்பது நல்லது./ வெளிநாட்டு இறக்குமதிகளால் கைத்தொழில்கள் மிகவும் பாதிக்கப்படுகின்றன.*

கைதட்டல் பெ. **பாராட்டும் விதத்தில் இரு கைகளையும் தட்டி எழுப்பும் ஒலி; கரகோஷம்;** applause. *தலைவர் பேசி முடித்ததும் கைதட்டல் வானைப் பிளந்தது.*

கைதட்டிச் சிரி வி. (சிரிக்க, சிரித்து) (இலங்.) காண்க: **கைகொட்டிச் சிரி.**

கைதட்டு வி. (-தட்ட, -தட்டி) **1: இரு கைகளையும் ஒலி வரும்படி தட்டுதல்;** clap. *குழந்தை கைதட்டி விளையாடிக்கொண்டிருந்தது./ யாரோ கைதட்டிக் கூப்பிடுவதைக் கேட்டுத் திரும்பினேன்.* **2: கையால் ஒலி எழுப்பி மகிழ்ச்சி அல்லது பாராட்டுத் தெரிவித்தல்;** applaud by clapping. *அவர் கவிதையைப் படித்து முடித்ததும் அனைவரும் பலமாகக் கைதட்டினார்கள்.* **3:** (திருநர் வ.) **(கடைக்காரரின் கவனத்தை ஈர்க்கும் வகையில்) காசு கேட்கக் கடையில் கையைத் தட்டுதல்;** clap one's hands (to be noticed by the shopkeeper) while asking for money.

கைதவறி வி.அ. **1: ஞாபகமறதியாக;** forgetfully. *அம்மா கைதவறி பீரோ சாவியை எங்கோ வைத்துவிட்டாள்./ சங்கிலியைக் கைதவறிக் கழற்றி வைத்துவிட்டுப் பிறகு தேடாதே.* **2: தவறுதலாக;** by mistake. *கைதவறி 4 என்பதற்குப் பதில் 5 என்று எழுதிவிட்டேன்.* **3: பாதிப்பு ஏற்படும் வகையில்;** accidentally. *கைதவறி புத்தகத்தின் மீது தண்ணீரைக் கொட்டிவிட்டேன்.*

கைதவறு வி. (-தவற, -தவறி) **(ஒரு பொருள்) கையிலிருந்து நழுவுதல்;** (of an object) slip from hand. *கண்ணாடியை ஜாக்கிரதையாகத்தான் எடுத்துக்கொண்டு வந்தேன். எப்படியோ கைதவறிக் கீழே விழுந்து நொறுங்கிவிட்டது.*

கைதவறுதலாக வி.அ. காண்க: **கைதவறி**

கைதாகு வி. (-ஆக, -ஆகி) **குற்றம் புரிந்ததாகக் கருதப்படுபவர் காவல்துறையினரால் பிடிக்கப்படுதல்;** get arrested; get detained. *சுதந்திரப் போராட்டக் காலத்தில் எங்கள் ஊரில் பலர் கைதானார்கள்.*

கைதி பெ. **விசாரணைக்காகவோ தண்டனை தரப்பட்டோ சிறையில் அடைக்கப்பட்டவர்;** prisoner (serving a sentence or in custody for trial).

கைது பெ. (சட்டம்) **(ஒருவர்) காவல்துறையினரால் பிடிக்கப்படுதல்;** being arrested. *கொலை வழக்கில் தேடப்பட்டுவந்த குற்றவாளி கைது.*

கைதுசெய் வி. (-செய்ய, -செய்து) (சட்டம்) **(குற்றவியல் சட்டப்படி குற்றம் புரிந்ததாகக் கருதப்படும் நபரைக் காவல்துறையினர் பிடித்து, அவர்) தன்னிச்சைப்படி செயல்படவிடாமல் தங்கள் கட்டுப்பாட்டின் கீழ் வைத்தல்;** arrest (a person). *கொலையோடு தொடர்புடையதாகக் கருதப்படும் நபர்களைக் காவல்துறை கைதுசெய்தது./ கறுப்புக்கொடி காட்ட முயன்ற கட்சித் தொண்டர்கள் கைதுசெய்யப்பட்டனர்./ குண்டர் சட்டத்தின் கீழ் பிரபல ரவுடி கைதுசெய்யப்பட்டான்.*

கைதூக்கிவிடு வி. (-விட, -விட்டு) **(பொருளாதார ரீதியாக) நல்ல நிலைக்குக் கொண்டு வருதல்; உயர்த்துதல்;** help a person in dire straits; rescue from sinking. *வருமானம் இல்லாமல் கஷ்டப்படும் கலைஞர்களை அரசுதான் கைதூக்கிவிட வேண்டும்./ தொடர்ந்து மூன்று படங்கள் தோல்வியைத் தழுவிய பின் இந்தப் படம்தான் அவரைக் கைதூக்கிவிட்டது.*

கைதூக்கு வி. (-தூக்க, -தூக்கி) **(கூட்டத்தில் அறிவிக்கப்படும் செயல், திட்டம் முதலியவற்றை) ஆமோதிக்கும் வகையில் கையை உயர்த்துதல்;** express support or approval by show of hands; raise one's hand. *'கல்விச் சுற்றுலாவுக்கு வர விரும்பும் மாணவர்கள் கைதூக்குங்கள்' என்று ஆசிரியை கூறினார்.*

கைதேர்ந்த பெ.அ. **(கலையில், தொழிலில்) திறமையான;** adept (in sth.). *சமையற்கலையில் கைதேர்ந்த ஐந்து பேரால் இந்த நட்சத்திர ஓட்டல் நடத்தப்படுகிறது./ படகு ஓட்டுவதில் இவன் கைதேர்ந்தவன்.*

கைதொட்டு வி.அ. (ஒருவரை அடிப்பது குறித்து வரும் போது) **உடலில் கை படும்படி;** do so much as touch s.o.'s person with the intention of striking him. *நானே என் பிள்ளையை இதுவரை கைதொட்டு அடித்ததில்லை. அவன் யார் என் பிள்ளைமீது கைவைக்க?/ வளர்ந்த பிள்ளையைக் கைதொட்டு அடிக்கலாமா?*

கை நழுவு வி. (நழுவ, நழுவி) **(கிடைக்கும் என்று நம்பிக் கொண்டிருந்த ஒன்று) கிடைக்காமல் போதல்;** (of an opportunity) slip out of one's hand. *புத்தாண்டுத் தள்ளுபடிச் சலுகைகளைக் கை நழுவவிடாதீர்கள்./ ஒரு வாரத்துக்குள் பத்தாயிரம் ரூபாய் கட்டாவிட்டால் இந்த வேலை கை நழுவிப்போய்விடும்.*

கைநனை வி. (-நனைக்க, -நனைத்து) **1: (ஒருவர் வீட்டில் உறவை நிலைநாட்டும் அல்லது உறுதிப்படுத்தும் முறையில்) உணவு உண்ணுதல்;** dine in someone's house (as a token of establishing or confirming good relations). *சம்பந்தம் பேசி முடித்த பின்னரே கைநனைப்போம்.* **2:** (எதிர்மறையில்) **(பிறர் வீட்டில்) உணவு உண்ணுதல்;** (always in the negative) dine in a house other than one's own. *அப்பா யார் வீட்டிலும் கைநனைக்க மாட்டார்.*

கைநாட்டு பெ. **1: (எழுதப் படிக்கத் தெரியாததால் கையெழுத்துக்குப் பதிலாக) இடதுகை கட்டைவிரல் ரேகையை மையில் தொட்டுப் பதித்தல்;** impression of one's left thumb recorded on a document as subscription. **2: எழுதப் படிக்கத் தெரியாத நபர்;** illiterate. *நான் கைநாட்டாக இருந்தாலும் என் பிள்ளைகளைப் படிக்கவைத்துவிட்டேன்.*

கைநாட்டு வை வி. (வைக்க, வைத்து) காண்க: **(கை) ரேகை வை.**

கை நிதானம் பெ. (-ஆக) **கைத்திட்டம்;** adjusting the quantity of sth. to a desired measure using one's hand.

465 கைப்பிடி[1]

தோசை மாவுக்குக் கை நிதானமாக உப்புப் போட்டுக் கொள்./ பத்து பேருக்குச் சமைப்பது என்றாலும் அம்மா கை நிதானத்திலேயே எல்லாம் போடுவாள்.

கைநிறைய வி.அ. (வருமானம், சம்பளம் ஆகியவற்றைக் குறிக்கும்போது) **போதுமான அளவுக்கும் அதிகமாக; கணிசமாக;** (of income, remuneration) substantially; more than enough; plentifully. கைநிறைய சம்பளம் வாங்கும் மாப்பிள்ளை/ கைநிறையச் சம்பாதிக்கும்போது உனக்கு என்ன கஷ்டம்?

கைநீட்டு வி. (-நீட்ட, -நீட்டி) **1: (பண) உதவி செய்யும்படி கேட்டல்;** ask for (monetary) help; beg s.o. for financial help. யாரிடமும் போய்க் கைநீட்டுவதில்லை என்பது நல்ல கொள்கைதான். **2: (சுயக் கட்டுப்பாடு இல்லாமல்) கையால் (ஒருவரை) அடித்தல்;** strike s.o. intemperately. மாமாவுக்குக் கோபம் வந்தால் கைநீட்டிவிடுவார்./ இந்தக் கைநீட்டுகிற பழக்கத்தை விட்டுவிடுங்கள்!

கைநீள் வி. (-நீள, -நீண்டு) **(கட்டுப்பாட்டை மீறி ஒருவரை) கையால் அடித்தல்;** strike s.o. intemperately. வாக்குவாதம் நடந்துகொண்டிருந்தபோதே அவன் கைநீண்டுவிட்டது.

கைநீளம் பெ. **1: (ஒருவருடைய) திருடும் குணம்;** being given to stealing; being light-fingered. அவளுக்குக் கைநீளம் என்று தெரிந்திருந்தும் நகைகளை ஏன் வெளியில் வைத்தாய்? **2: (கோபத்தில் யோசிக்காமல் ஒருவரை) அடித்துவிடும் குணம்;** given to hitting intemperately. நீ சொல்வதைக் கேட்கவில்லை என்பதற்காக அவனை அடிக்கப் போகிறாயே, உனக்குக் கைநீளம்தான்.

கைப்பக்குவம் பெ. (-ஆக, -ஆன) **1: (உணவு, மருந்து) பதமாகத் தயாரிப்பதில் ஒருவருக்குள்ள திறமை;** (of cooking, making home-made remedies) preparation that has an inimitable flavour. மருந்தாகட்டும், சமையலாகட்டும், அம்மாவின் கைப்பக்குவம் யாருக்கும் வராது. **2: வீட்டிலேயே மருந்து தயாரித்துப் பயன்படுத்தும் முறை;** using home-made remedies. அஜீரணம் என்று நினைத்து இரண்டு நாளாக வீட்டிலேயே கைப்பக்குவமாக வைத்தியம் பார்க்கப்பட்டது./ சிலர் கைப்பக்குவமாகச் செய்துபார்த்து குணமாகவில்லை என்றால்தான் மருத்துவமனைக்கே வருகிறார்கள்./ கைப்பக்குவமாக என்னென்னவோ செய்து பார்த்தும் வாந்தி நிற்கவில்லை.

கைப்பட வி.அ. **சொந்தக் கையெழுத்தினால்; தானே சொந்தமாக;** by oneself; in one's own hand. என் மகளின் திருமணத்திற்குக் கட்டாயம் வர வேண்டும் என்று நானே என் கைப்படக் கடிதம் எழுதிப் போட்டேன்./ தன் சொத்து முழுவதும் தர்ம ஸ்தாபனத்திற்குச் சேர வேண்டும் என்று கைப்பட உயில் எழுதியிருக்கிறார்.

கைப்பணி பெ. (இலங்.) **கைத்தொழில்; கைவினைத் தொழில்;** handicraft; craft. கைப்பணிப் பொருள்கள்/ பாடவிதானத்தில் கைப்பணியும் இடம்பெற்றுள்ளது.

கைப்பந்து பெ. **நடுவில் வலை கட்டிப் பந்தை ஓர் அணியினர் கையால் அடிக்க, அதை எதிர் அணியினர் தரையில் பட்டுவிடாமல் திருப்பி அடித்து விளையாடும் விளையாட்டு;** volleyball.

கைப்பழக்கம் பெ. (கையால் செய்யப்படும் வேலைகளைக் குறிக்கும்போது) **(திரும்பத்திரும்பச் செய்வதனால் ஏற்படும்) பயிற்சி;** practice leading to the acquisition of a skill. 'எப்படி இவ்வளவு விரைவாகப் பின்னுகிறாய்?' 'எல்லாம் கைப்பழக்கம்தான்.'

கைப்பற்றாக வி. அ. (நடக்க இயலாத நிலையில் உள்ள ஒருவரை) **கைத்தாங்கலாக;** supporting or holding (a tottering person) by the arms. பாட்டியைக் கைப்பற்றாக வீட்டுக்குள் அழைத்துப்போனாள்.

கைப்பற்று[1] வி. (கைப்பற்ற, கைப்பற்றி) **1: (சட்ட நடவடிக்கைகள் அல்லது பிற நடவடிக்கைகளின் மூலமாக ஒன்றை) தன்வசம் எடுத்துக்கொள்ளுதல்;** take possession of sth.; confiscate; seize. கடத்திவரப்பட்ட தங்கக் கட்டிகளைச் சுங்க அதிகாரிகள் கைப்பற்றினார்கள்./ தற்கொலையாக இருக்கலாம் என்ற சந்தேகத்தில் பிணத்தைக் காவலர்கள் கைப்பற்றினார்கள். **2: (போர், ஆக்கிரமிப்பு, வன்முறை போன்றவற்றின் மூலம் ஒரு இடம், நாடு, நகரம் போன்றவற்றை) தன்வசமாக்கிக்கொள்ளுதல் அல்லது தனது கட்டுப்பாட்டுக்குக் கீழே கொண்டு வருதல்;** capture (a country, etc.,); seize; annex. போரில் கைப்பற்றிய இடங்கள் போர்நிறுத்த ஒப்பந்தப்படி திருப்பித் தரப்பட்டன./ காஷ்மீரில் உள்ள ஒரு உணவு விடுதியைத் தீவிரவாதிகள் கைப்பற்றினார்கள்./ உள்ளாட்சித் தேர்தலின்போது பல்வேறு இடங்களில் வன்முறையாளர்கள் வாக்குச்சாவடிகளைக் கைப்பற்றிய சம்பவங்கள் நடந்தன. **3: (தேர்தல், விளையாட்டுப் போட்டி போன்றவற்றில் தொகுதிகள், கோப்பைகள் போன்றவற்றை) வெல்லுதல்;** win sth. (in a competition, etc.,). எங்கள் கட்சி ஐம்பது இடங்களையாவது கைப்பற்றும்./ 3-2 என்ற கணக்கில் இந்திய அணி கோப்பையைக் கைப்பற்றியது. **4: (அதிகாரம், பதவி முதலியவற்றை) முயன்று அடைதல்; எடுத்துக்கொள்ளுதல்;** wrest; grab. தலைமைப் பதவியைக் கைப்பற்றக் கட்சித் தலைவர்களிடையே பலத்த போட்டி.

கைப்பற்று[2] பெ. (சட்டப்படி) **ஒருவரின் பெயரில் உள்ள (நிலம், வீடு போன்ற) சொத்து;** property in one's possession (such as land, etc.,); one's possessions. கைப்பற்று நிலத்தின் விவரங்கள் கீழே கொடுக்கப்பட்டுள்ளன./ கைப்பற்றிலுள்ள பலன்கள் வாரிசுதாரராகிய மகனையே சேரும் என்று உயிலில் உள்ளது.

கைப்பாடு பெ. (அ.வ.) **கைவசம்;** sth. that is handy. அவசரத்துக்கு இந்தப் பணம் கைப்பாடாக இருக்கட்டும் என்று ஆயிரம் ரூபாய் கொடுத்தார்.

கைப்பால் பெ. **பால் வாங்குபவரின் வீட்டுக்கு மாட்டைக் கொண்டுவந்து கறக்காமல் முன்பே கறந்து கொண்டுவந்த பால்;** milk delivered at home as distinguished from milk taken from the cow which the milkman brings along. அதிகமாகத் தண்ணீர் கலப்பார்கள் என்பதால் நாங்கள் கைப்பால் வாங்குவதில்லை என்றார் அவர்.

கைப்பாவை பெ. (-ஆக) **(சுயமாக இயங்காமல்) பிறர் இயக்க இயங்கும் நபர் அல்லது அமைப்பு;** puppet. பிற நாடுகளின் கைப்பாவையாக இயங்கும் தீவிரவாதிகள்/ மாணவர்கள் அரசியல்வாதிகளின் கைப்பாவையாக ஆகிவிடக் கூடாது என்று அவர் எச்சரித்தார்.

கைப்பிடி[1] வி. (-பிடிக்க, -பிடித்து) (உ.வ.) **திருமணம் செய்துகொள்ளுதல்;** marry. வீட்டின் எதிர்ப்பையெல்லாம் மீறிக் கதாநாயகி தன் காதலனையே கைப்பிடிக்கிறாள்.

கைப்பிடி[2] பெ. 1: **(மண்வெட்டி போன்ற கருவிகளிலும் சில வகைப் பாத்திரங்களிலும்) பிடித்துக்கொள்வதற்கு வசதியாக ஏற்படுத்தப்பட்ட தண்டு அல்லது வளையம்;** handle. 2: **(படிக்கட்டின் ஓரத்தில்) பிடித்துக் கொள்ள உதவும் வகையில் உள்ள அமைப்பு;** banister.

கைப்பிடி[3] பெ. 1: *(தானியம், மணல் போன்றவை குறித்து வரும்போது)* **கையால் அள்ளும் அல்லது கைக்குள் கொள்ளும் அளவு;** handful (of sth.). *கைப் பிடி அளவு உப்பை அள்ளி மாவில் அம்மா போட்டாள்./ பல்லாங்குழி விளையாடுவதற்காகக் கைப்பிடி புளியங் கொட்டைகளை அவள் அள்ளிக்கொண்டாள்.*

கைப்பிடிச் சுவர் பெ. **(படிக்கட்டு, பாலம் முதலியவற்றின் பக்கங்களில்) நடப்பவர் விழுந்துவிடாமல் இருப்பதற்கு உதவியாகப் பக்கவாட்டில் அமைக்கப்படும் உயரக் குறைவான சுவர்;** wall similar to railings on both the sides of a staircase, bridge, etc.,; parapet.

கைப்பிரதி பெ. 1: **(ஓலைச் சுவடியில் உள்ளதைப் பார்த்து) தாளில் எழுதிவைத்த நகல்;** handwritten copy (of a palm leaf manuscript); transcription made by hand. 2: **கையெழுத்துப் பிரதி;** manuscript (esp. one written by hand). *தட்டச்சுசெய்து வந்ததையும் நாவலின் கைப்பிரதியையும் ஒப்பிட்டுப் பார்த்துக்கொண்டிருக்கிறேன்.*

கைப்பிள்ளை பெ. காண்க: **கைக்குழந்தை.**

கைப்பு பெ. 1: **(உப்பின்) கரிப்புச் சுவை;** saltiness. *கடல் நீரின் கைப்பு.* 2: *(ஊரக வ.)* **கசப்பு;** bitterness. *பாகற் காயின் கைப்பு.*

கைப்பெட்டி பெ. 1: **பணம், துணி போன்றவை வைத்துக்கொள்ளப் பயன்படும் (தகரம், தோல் முதலியவற்றால் செய்யப்பட்ட) சிறு பெட்டி;** small (metal) case; small suitcase; briefcase. *அவசரத்துக்கு உதவும் என்று கொஞ்சம் பணத்தைக் கைப்பெட்டியில் வைப்பது அவரது வழக்கம்.* 2: *(இலங்.)* **பனை ஓலையில் பின்னப்பட்ட கையடக்கமான சிறிய பெட்டி;** small case made with palm leaves. *கைப்பெட்டியை எடுத்துப் போய் அப்பம் வாங்கிக்கொண்டு வா./ வெங்காயம் உரித்துக் கைப் பெட்டியில் போடு.*

கைப்பை பெ. **கையில் எடுத்துச்செல்லத் தகுந்தவாறு (துணி, தோல் முதலியவற்றால்) செய்யப்படும் பை;** bag that can be held in hand; handbag. *மதிய உணவுப் பொட்டலத்தை மறக்காமல் கைப்பைக்குள் வைத்துக் கொண்டு அலுவலகம் சென்றாள்./ வீட்டை விட்டுப் புறப் படும் முன் கைப்பையில் பணம் இருக்கிறதா என்று பார்த் துக்கொண்டாள்.*

கைப்பொங்கல் பெ. *(பே.வ.) (பொதுவாக ஆண்களைக் குறித்து வரும்போது)* **(ஓரளவுக்குச் சமைக்கத் தெரிந்த ஒருவர்) தானே எளிமையாகச் செய்துகொள்ளும் சமையல்;** cooking done by a man for himself. *குடும்பத்தை அழைத்து வரும்வரையில் ஒரு வீடு பார்த்துக் கொண்டு கைப்பொங்கலாக ஏதாவது செய்துகொள்ள வேண்டியதுதான் என்றார் புதிதாக வந்த அதிகாரி.*

கைப்பொம்மை பெ. காண்க: **கைப்பாவை.**

கைபம்பு பெ. **கையால் இயக்கி நீர் இறைக்கும் சாதனம்;** hand-pump.

கைபரிமாறு வி. *(-பரிமாற, -பரிமாறி) (இலங்.)* **(சண்டையின்போது) ஒருவரையொருவர் அடித்துக்கொள்ளுதல்;** come to blows. *அவர்கள் இருவருக்குள் கதைவழிப் பட்டதோடு சரி, நல்ல காலம் கைபரிமாறப்படவில்லை.*

கைபார்[1] வி. *(-பார்க்க, -பார்த்து)* 1: **கைரேகை பார்த்துப் பலன் சொல்லுதல்;** read s.o.'s palm. *கைபார்க்க ஐந்து ரூபாய் கட்டணம்./ எனக்கு வெளிநாட்டுப் பயணம் உண்டு என்று கைபார்த்துச் சொன்னார்.* 2: **நாடி பார்த்தல்;** take s.o.'s pulse.

கைபார்[2] வி. *(-பார்க்க, -பார்த்து) (ஊரக வ.)* **(வேண்டாதவற்றை) நீக்குதல் அல்லது நீக்கிச் சுத்தம்செய்தல்;** examine sth. for sorting the unwanted. *பெட்டியில் இருப் பதைக் கைபார்த்து விட்டால் தேவலாம்./ இந்த அரிசியைக் கொஞ்சம் கைபார்த்துக் கொடு.*

கைபிசகாக வி.அ. *(பே.வ.)* **கைமறதியாக;** forgetfully. *பேனாவைக் கைபிசகாக எங்கோ வைத்துவிட்டேன்.*

கை பிசை வி. *(பிசைய, பிசைந்து) (இலங்.)* காண்க: **கையைப் பிசை.**

கைபேசி பெ. **கம்பிகள் வழியாக இணைக்கப்பட்டிருக்காமல் ஒலி அலைகளை நேரடியாகப் பெறுவதும் எங்கு வேண்டுமானாலும் எடுத்துச்சென்று பேசும் வகையில் இருப்பதுமான தொலைபேசிக் கருவி;** mobile phone; cellular phone. *அந்த விரிவுரையாளரின் கைபேசி எண் என்ன?*

கைபோடு வி. *(-போட, -போட்டு) (த.வ.)* **(காம இச்சையோடு பொது இடங்களில் ஒரு பெண்ணை) தொடுதல்;** touch a woman in an indecently flirtatious way taking advantage of a crush.

கைம்பெண் பெ. **கணவனை இழந்த பெண்; விதவை;** widow.

கைம்பெண்டாட்டி பெ. *(அ.வ.)* காண்க: **கைம்பெண்.**

கைம்மாறு பெ. காண்க: **கைமாறு**[2].

கைம்மை பெ. *(உ.வ.)* **கணவனை இழந்து வாழும் நிலை;** widowhood. *இளமையில் கைம்மை மிகவும் கொடுமை யானது.*

கைமணம் பெ. **(ஒருவருடைய சமையலில் வெளிப் படும்) தனித்துவம் மிக்க சுவை;** (of cooking) the particular taste attributed to the skills of the person cooking. *உன் அம்மாவின் கைமணம் அப்படியே உன்னிடத்திலும் இருக்கிறது./ அக்காவின் கைமணத்தைப் பாராட்டாதவர் களே இல்லை.*

கைமருந்து பெ. **வீட்டில் இருக்கும் பொருள்களைக் கொண்டே தயாரிக்கும் மருந்து;** home-made remedy. *என் அம்மாவுக்கு நிறைய கைமருந்து தயாரிக்கத் தெரியும்.*

கைமறதியாக வி.அ. *(பே.வ.)* **நினைவில்லாமல்;** forgetfully. *சாவியைக் கைமறதியாக எங்கோ வைத்துவிட்டேன்./ கைமறதியாக உன் புத்தகத்தைக் கொண்டுவந்துவிட்டேன்.*

கைமா பெ. *(பே.வ.)* **நன்றாக நறுக்கி மசித்த இறைச்சி/ அந்த இறைச்சியைக் கொண்டு செய்த ஒரு வகைத் தொடுகறி;** meat minced to a pulpy consistency/a side dish prepared with minced meat.

கைமாஞ்சி பெ. (இலங்.) **கைவிலங்கு;** handcuff.

கைமாற்றிவிடு வி. (-விட, -விட்டு) **(ஒருவர்) தனக்காகப் பேசிவைத்திருக்கும் பொருளை இன்னொருவர் வாங்கிக்கொள்ளச் செய்தல்; மற்றொருவரிடம் மாற்றிக்கொடுத்தல்;** make over sth. அவன் தனக்காகப் பேசி வைத்திருந்த வண்டியைத் தன் நண்பருக்குக் கைமாற்றிவிட்டான்./ மாமா விலைபேசி வைத்திருந்த நிலத்தைப் பணம் தயார்செய்ய முடியாததால் அண்ணனுக்குக் கைமாற்றிவிட்டார்./ (உரு வ.) அவர் தன் குடும்பத்தின் மூலம் வில்லுப்பாட்டுக் கலையைக் கைமாற்றிவிட்டார்.

கைமாற்று பெ. **உடனடித் தேவைகளுக்காகத் தெரிந்தவர்களிடம் வாங்கிக்கொள்ளும் (வட்டி இல்லாத) சிறு தொகை;** a small sum borrowed from friends in a contingency. கைமாற்றாக ஐநூறு ரூபாய் கொடுங்கள். நாளை கொடுத்து விடுகிறேன்.

கைமாறி வை வி. (வைக்க, வைத்து) (இலங்.) **ஒரு பொருளை வழக்கமாக வைக்கும் இடத்தில் வைக்காமல் வேறு இடத்தில் வைத்துவிட்டு மறந்துபோதல்;** misplace sth. அப்பா கடைத் திறப்பைக் கைமாறிவைத்துவிட்டுத் தேடிக்கொண்டிருக்கிறார்./ எத்தனை தடவை சொன்னாலும் கவனமில்லாமல் மணிக்கூடைக் கைமாறி வைத்துவிட்டுத் தேடிக்கொண்டிருப்பதே உனக்கு வேலை என்று அம்மா என்னை ஏசினாள்.

கைமாறு[1] வி. (-மாற, -மாறி) **(உரிமை, தொகை முதலியவை) ஒருவரிடமிருந்து மற்றொருவருக்குச் செல்லுதல்;** change hands. மாமாவின் ஜவுளிக் கடை கைமாறி விட்டது./ பணம் கைமாறியதும் வீட்டின் மூலப்பத்திரம் கிடைத்தது.

கைமாறு[2] பெ. (உ.வ.) **(செய்த உதவிக்கு) நன்றி தெரிவிக்கும் வகையில் செய்வது; பிரதியுபகாரம்;** a return (made out of gratitude). கைமாறு கருதாமல் உதவி புரிபவர்களும் இருக்கிறார்கள்.

கைமீறு வி. (-மீற, -மீறி) **(காரியம், பிரச்சினை முதலியவை) கட்டுப்பாட்டுக்கு உட்படாத அல்லது சமாளிக்க முடியாத நிலையை அடைதல்;** (of a problem) get out of hand. வீட்டுப் பிரச்சினை கைமீறிப் போய்விடுமோ என்று நான் பயப்படுகிறேன்.

கைமுகூர்த்தம் பெ. காண்க: **கைராசி.**

கைமுந்து வி. (-முந்த, -முந்தி) (இலங்.) **(சண்டையின் போது) முதலில் அடித்தல்;** (of a person scuffling) strike a blow precipitately. அவன்தான் கைமுந்தினான்.

கைமுளுத்தம் பெ. (இலங்.) **(கடையில் நடக்கும்) முதல் விற்பனை; போணி;** first sale of the day (in a shop). 'இன்றைக்கு நீங்கள்தான் கைமுளுத்தம்' என்றார் கடைக்காரர்.

கைமுறி வி. (-முறிய, -முறிந்து) (இலங்.) **(மிகவும் உதவியாக இருந்த ஒன்றை அல்லது ஒருவரை) இழந்து நிற்றல்; துணை இல்லாதுபோதல்;** lose the essential help. செயலாளர் விலகியதுடன் தலைவரின் கைமுறிந்தது./ நிறைய வேலை இருப்பதால் திருமணத்துக்கு முதல் நாளே வந்துவிடு. நீ வராவிட்டால் என் கைமுறிந்துவிடும்.

கைமேல் வி.அ. **(ஒன்றைச் செய்ததும் அதற்கான சாதகமான விளைவு) சற்றும் தாமதம் இல்லாமல்; உடனடியாக;** promptly; immediately. இந்த மருந்து சாப்பிட்டதும் கைமேல் பலன் கிடைக்கும் பார்!/ காரியத்தை முடித்ததும் கைமேல் காசு கிடைத்தது.

கையகப்படுத்து வி. (-படுத்த, -படுத்தி) **(அரசு) தன்வசத்தில் எடுத்துக்கொள்ளுதல்; ஆர்ஜிதம் செய்தல்;** take over; acquire. தகவல் தொழில்நுட்பப் பூங்கா அமைப்பதற்காக அரசு 100 ஏக்கர் நிலத்தைக் கையகப்படுத்தியுள்ளது./ நஷ்டத்தில் இயங்கிய தனியார் நிறுவனத்தை எண்ணெய் மற்றும் இயற்கை எரிவாயு நிறுவனம் கையகப்படுத்தியுள்ளது.

கையடக்கத் தொலைபேசி பெ. (இலங்.) காண்க: **கைபேசி.**

கையடக்கம் பெ. (பெரும்பாலும் பெயரடையாக) **எளிதாகக் கையில் எடுத்துச்செல்லக் கூடிய அளவில் இருப்பது;** being handy; being convenient to handle. கையடக்கப் பதிப்பு/ கையடக்கப் பிரதி./ கைபேசிகள் கையடக்கமாக இருக்கின்றன.

கையடித்துக் கொடு வி. (கொடுக்க, கொடுத்து) **(ஒன்றைச் செய்வதாக) வாக்குறுதி அளித்தல்; சத்தியம் செய்துதருதல்;** swear to do sth. தெரிந்தவரிடம் சொல்லி வேலை வாங்கித் தருகிறேன் என்று சொல்லத்தான் முடியும்; கையடித்துக் கொடுக்கவா முடியும்?/ என்னால் முடிந்ததைத் திருமணத்திற்குச் செய்கிறேன் என்று சொன்னது உண்மைதான். அதற்காகக் கையடித்துக் கொடுத்ததுபோல் எங்கே பணம் என்கிறாயே?

கையமர்த்து வி. (-அமர்த்த, -அமர்த்தி) **(அமைதியாக இருக்கும்படியோ ஒன்றைச் செய்ய வேண்டாம் என்றோ) கையால் சைகை காட்டுதல்;** motion (to communicate a message). ஏதோ கோபமாகப் பேச ஆரம்பித்தவனை 'இரு' என்று கையமர்த்தினார்./ 'எல்லோரும் தயவுசெய்து சற்று அமைதியாக இருங்கள்' என்று கையமர்த்திக் கூறினார்.

கையளி வி. (-அளிக்க, -அளித்து) **1: ஒருவரிடமிருந்து இன்னொருவருக்கு என்ற முறையில் தருதல்;** hand sth. down. சைவ சமயக் கல்வி குருசிட முறையில் கையளிக்கப் பட்டுவந்திருக்கிறது. **2:** (இலங்.) **(ஒன்றை) ஒப்படைத்தல்;** hand over. போராளிகள் ஆயுதங்களைக் கையளிக்க மறுத்து விட்டனர்.

கையளிப்பு பெ. (இலங்.) **ஒப்படைப்பு;** the handing over of sth.; handover. ஆயுதக் கையளிப்பை நாங்கள் ஏற்றுக் கொள்ள மாட்டோம் என்று போராளிகள் இயக்கம் அறிவித்தது.

கையறுநிலை பெ. (உ.வ.) **வருந்திச் செயலற்று இருக்கும் நிலை;** being helpless and distressed. ராமனைக் காட்டுக்கு அனுப்பிவிட்டுக் கையறு நிலையில் தவித்த தசரதன்/ கையறுநிலையைப் பற்றிய சங்கப் பாடல்கள் உள்ளத்தை உருக்கக் கூடியவை.

கையாடல் பெ. (பண) **மோசடி;** defalcation. பணத்தைக் கையாடல் செய்ததற்காக வங்கி ஊழியர் கைதுசெய்யப் பட்டார்.

கையாடு வி. (கையாட, கையாடி) **(பொதுப் பணத்தை அல்லது மற்றொருவரின் பணத்தைச் சொந்த உபயோகத்திற்கு) நம்பிக்கைக்கு மாறாக எடுத்துக்கொள்ளுதல்;** embezzle; misappropriate. அலுவலகத்தில் ஐம்பதாயிரம் ரூபாய் கையாடியதாகக் குற்றம்சாட்டப்பட்டுக் கைது செய்யப்பட்டார்./ கோயில் பணத்தைக் கையாடிவிட்டு இப்போது நியாயம் வேறு பேசுகிறாயா?

கையாந்தகரை பெ. **கரிசலாங்கண்ணி;** eclipse plant.

கையாலாகாத்தனம் பெ. **எதிர்த்துச் செயல்பட முடியாத (துணிச்சல் அல்லது வலிமைக் குறைவான) நிலை; இயலாமை;** impotence. தன்னைத் திட்டியவனைப் பதிலுக்குத் திட்டாமல் இருந்த தன் கையாலாகாத்தனத்தை நினைத்துக் குமைந்தான்.

கையாலாகு வி. (-ஆக, -ஆகி) (பே.வ.) (பெரும்பாலும் எதிர்மறையில்) **(ஒன்றைச் செய்ய) இயலுதல்;** (often in the negative) be able to do sth. மகனைக் கண்டிக்கக் கையாலாகவில்லை. இவன் என்னைக் குறைசொல்ல வந்துவிட்டான்./ எனக்குக் கையாலாகாததால்தானே உன்னைக் கேட்கிறேன்.

கையாள்[1] வி. (கையாள, கையாண்டு) 1: **(ஒன்றை உரிய முறையில்) பயன்படுத்துதல்; உபயோகப்படுத்துதல்;** use; adopt; handle. கண்ணாடிச் சாமான்களைக் கவனமாகக் கையாள வேண்டும்./ நவீன வேளாண்மை முறையைக் கையாண்டு அதிக மகசூல் பெறலாம்./ யானைக்கால் வியாதியைக் குணப்படுத்த மருத்துவர்கள் புதிய சிகிச்சை முறைகளைக் கையாண்டுவருகிறார்கள்./ கணிப்பொறியைக் கையாள எனக்குத் தெரியாது. 2: **(குறிப்பிட்ட செயல், பணி போன்றவற்றை) மேற்கொள்ளுதல்;** deal with; handle. சென்னைத் துறைமுகப் பொறுப்புக் கழகம் கடந்த மாதம் மட்டும் 40 லட்சம் டன் சரக்குகளைக் கையாண்டு சாதனை படைத்துள்ளது./ இந்தப் பிரச்சினையை எப்படிக் கையாள்வது என்று எனக்குத் தெரியும்.

கையாள்[2] பெ. **(ஒருவரின்) தவறான செயல்களுக்கு ரகசியமாகத் துணைபுரியும் ஆள்;** crony; henchman. அவனைப் பார்த்தால் முதலாளியின் கையாள்போலத் தெரிகிறது.

கையிருப்பு பெ. **உடனடியாகப் பயன்படுத்திக்கொள்ளும் நிலையில் தற்போது ஒருவர் வசம் சேமிப்பாக இருப்பது;** sth. in hand; sth. readily available for use; saving. கையிருப்பாக ஐம்பது ரூபாய் மட்டுமே உள்ளது.

கையில் எடுத்துக்கொள் வி. (-கொள்ள, -கொண்டு) **(சட்டம், அதிகாரம் முதலியவற்றை) வலிந்து மேற்கொள்ளுதல்;** appropriate. மாமியார் படுக்கையில் விழுந்ததும் மருமகள் வீட்டு நிர்வாகத்தைத் தன் கையில் எடுத்துக்கொண்டாள்./ இயக்குநர் வெளிநாடு சென்றுள்ளதால் மேலாளர் அதிகாரத்தைக் கையில் எடுத்துக்கொண்டு ஆட்டம் போடுகிறார்.

கையில் காலில் விழு வி. (விழ, விழுந்து) **(தன் வேலையை முடித்துக்கொள்வதற்காக ஒருவரை) மிகவும் நயந்து வேண்டுதல்;** request very humbly. அவருடைய கையில் காலில் விழுந்தாவது பணத்தை வாங்கிக்கொண்டு வா.

கையில் பிடித்துக்கொடு வி. (-கொடுக்க, -கொடுத்து) 1: **(பெண்ணை) ஒருவருக்குத் திருமணம் செய்துகொடுத்தல்;** give (a girl) in marriage (to s.o.); marry (a girl to s.o.). தங்கையை யாராவது ஒருவன் கையில் பிடித்துக்கொடுத்த பிறகுதான் என் திருமணத்தைப் பற்றி நான் யோசிக்க முடியும். 2: **(ஒரு நபரை ஒருவரின்) முழுப் பொறுப்பில் விடுதல்; (ஒருவரிடம்) ஒப்படைத்தல்;** entrust (one) to s.o.'s care. அம்மா இறந்ததும் எங்களை மாமா கையில் பிடித்துக்கொடுத்துவிட்டு அப்பா காசிக்குப் போய்விட்டார்./ எனக்கு ஐந்து வயதிருக்கும்போது என்னைப் பாட்டி கையில் பிடித்துக்கொடுத்துவிட்டு அம்மா கண்மூடிவிட்டாள்.

கையிளகு வி. (-இளக, -இளகி) (இலங்.) **(ஒன்றைப்) பிடித்திருக்கும் பிடி நழுவுதல்;** lose hold of sth. கையிளகிக் கண்ணாடிக் கோப்பை கீழே விழுந்து நொறுங்கியது./ (உரு வ.) முருகன் கோயில் நிர்வாகமே முன்னர் எனது கையில்தான் இருந்தது. இப்போது கையிளகிப் போய்விட்டது.

கையிறுக்கம் பெ. (-ஆன) (வ.வ.) **கஞ்சத்தனம்;** stinginess; being tight-fisted. கையிறுக்கமான ஆள்.

கையிறை பெ. (இலங்.) **விரல் இடுக்கு;** finger joints. அவருடைய கையிறைக்குள் சிரங்கு போட்டுவிட்டது./ கையிறைக்குள் கத்தி வெட்டி விட்டதா?

கையுடன் வி.அ. காண்க: **கையோடு.**

கையுந்து பந்து பெ. **(ஏழு பேர் கொண்ட இரண்டு குழுக்களாகப் பிரிந்து) கையால் பந்தைப் பிடித்துத் தூக்கி எறிந்தும் காலில் பந்து படாமல் தவிர்த்தும் விளையாடும் விளையாட்டு;** (the game) handball.

கையும்களவுமாக வி.அ. **குற்றம் அல்லது தவறு செய்யும் அதே நேரத்தில்;** red-handed. தேங்காய் திருடியவன் கையும்களவுமாக மாட்டிக்கொண்டான்./ லஞ்சம் வாங்கும்போது கையும்களவுமாகப் பிடிபட்டார்.

கையும்மெய்யுமாக வி.அ. காண்க: **கையும்களவுமாக.**

கையுமாக வி.அ. **'குறிப்பிடப்படும் ஒன்றை விடாமல் அல்லது குறிப்பிடப்படும் ஒன்றிலிருந்து விடுபடாமல்' என்ற பொருளில் பயன்படுத்தப்படும் சொல்;** engrossed in sth. specified. கல்லூரி நாட்களில் எப்போதும் புத்தகமும் கையுமாகவே இருப்பான்./ பள்ளிக்கூடம் விட்டதும் இந்தப் பொடியன்கள் பட்டமும் கையுமாகத் திரிகிறார்கள்./ அவன் வந்தபோது வேலையும் கையுமாக இருந்தேன்.

கையுறை பெ. **(துணி, ரப்பர் முதலியவற்றால் செய்து) விரல்களைத் தனித்தனியாக நுழைத்து மணிக்கட்டு வரையில் மாட்டிக்கொள்ளும் பாதுகாப்புச் சாதனம்;** glove. நோயாளியைப் பரிசோதிப்பதற்கு முன் மருத்துவர் கையுறையை மாட்டிக்கொண்டார்.

கையூட்டு பெ. (உ.வ.) **லஞ்சம்;** bribe.

கையெடுத்துக் கும்பிடு வி. (கும்பிட, கும்பிட்டு) **(ஒருவரை) பணிவுடன் வேண்டிக் கேட்டுக்கொள்ளுதல்;** implore. உன்னைக் கையெடுத்துக் கும்பிடுகிறேன். நான் ஊரிலிருந்து வந்திருக்கும் விஷயத்தை அவனிடம் சொல்லிவிடாதே./ உங்களைக் கையெடுத்துக் கும்பிடுகிறேன். தகராறு செய்யாமல் இந்த இடத்தை விட்டுப் போய்விடுங்கள்.

கையெழுத்தாகு வி. (-ஆக, -ஆகி) **(ஒப்பந்தம் முதலியவை அங்கீகரிக்கப்பட்டதற்கு அடையாளமாக அவற்றில்) கையெழுத்திடப்படுதல்;** (of a deed, agreement) get signed or executed. ஒப்பந்தம் கையெழுத்தாகி நாற்பத்தெட்டு மணி நேரத்தில் போர்நிறுத்தம் அமலுக்கு வந்தது.

கையெழுத்து பெ. 1: **தன் அடையாளமாக ஒருவர் ஒரே மாதிரி எழுதும் தன் பெயர்;** signature. கடிதத்தில் கையெழுத்துப் போட்டிருப்பது யார்? 2: **(ஒருவர்) தான் அறிந்த மொழியைக் கையால் எழுதும் விதம்;** one's handwriting.

469 கையை வீசிக்கொண்டு

அவனுடைய கையெழுத்து குண்டுகுண்டாகப் பார்க்க அழகாக இருக்கும்.

கையெழுத்து இயக்கம் பெ. **(குறிப்பிட்ட பொதுநலன், கோரிக்கை போன்றவற்றின் மீது அரசின் கவனத்தை ஈர்ப்பதற்காக) மிகப் பெரிய எண்ணிக்கையில் ஆதரவாளர்களின் கையெழுத்தைப் பெறும் நடவடிக்கை;** a campaign canvassing for subscription to a petition, etc.,; signature campaign. தங்கள் ஊருக்கு ரயில்பாதை அமைக்க அந்தப் பகுதி மக்கள் கையெழுத்து இயக்கம் ஒன்றை ஆரம்பித்திருக்கிறார்கள்./ அணுமின் நிலையத்தை எதிர்த்துக் கையெழுத்து இயக்கம்.

கையெழுத்துப் பத்திரிகை பெ. **(அச்சடிக்காமல்) கையால் எழுதித் தயாரிக்கும் பத்திரிகை;** magazine circulated in handwritten copies. நான் கல்லூரியில் படிக்கும் காலத்தில் கையெழுத்துப் பத்திரிகை நடத்தியிருக்கிறேன்.

கையெழுத்துப் பிரதி பெ. **(அச்சடிக்கத் தயாராக உள்ள) கையால் எழுதப்பட்ட அல்லது தட்டச்சுச் செய்யப்பட்ட மூலம்; கைப்பிரதி;** manuscript (written or typewritten).

கையெறிகுண்டு பெ. **கையால் வீசி வெடிக்கச் செய்யும் குண்டு;** hand grenade.

கையேடு பெ. **1: (ஒரு துறையில் பணிபுரிவோருக்குப் பயன்படும் வகையில்) செயல்முறைகளைக் கூறும் சிறிய நூல்; வழிகாட்டி;** handbook; manual. சுகாதாரப் பணியாளர்களுக்கான விளக்கக் கையேடுகள் தயாரிக்கப்பட்டுள்ளன./ இந்த நடைக் கையேடு தற்காலத் தமிழை எழுதுவதில் உள்ள பிரச்சினைகளைப் பற்றியது. **2: அன்றாட நிகழ்ச்சிகளைக் குறித்துவைத்துக்கொள்ள உதவும் சிறிய குறிப்பேடு;** diary. **3: (தேர்வு எழுதுபவர்களுக்குப் பயன்படும் வகையில்) வினா விடைகளைக் கொண்ட நூல்;** a book of reference with questions and answers; (in India) guide.

கையேந்து வி. (-ஏந்த, -ஏந்தி) காண்க: **கைநீட்டு, 1.**

கையை அறுத்துக்கொள் வி. (-கொள்ள, -கொண்டு) (பே.வ.) **(வேறொருவருக்கு உதவுவதால்) நஷ்டப்படுதல்;** incur loss (in the process of helping others). சொந்த அண்ணன் தம்பிக்கே அவன் கையை அறுத்துக்கொள்ள மாட்டான். உனக்கு உதவுகிறேன் என்று அவனா சொன்னான்!/ மாமாவுக்கு ஜாமீன் போட்டு நீ கையை அறுத்துக் கொண்டது போதாதா?

கையை எதிர்பார் வி. (-பார்க்க, -பார்த்து) **(பிறரை) நம்பியிருத்தல்;** be dependent on; look to s.o. for help. இன்னும் எத்தனை நாள் அப்பாவின் கையை எதிர்பார்த்துக் கொண்டிருப்பது? உனக்கென்று ஒரு வேலை வேண்டாமா?/ யாருடைய கையை எதிர்பார்த்தும் நான் இந்தக் காரியத்தில் இறங்கவில்லை./ பாவம், வயதான காலத்தில் பிள்ளைகளின் கையை எதிர்பார்க்க வேண்டிய நிலைமை அவருக்கு ஏற்பட்டிருக்க வேண்டாம்.

கையைக் கட்டிக்கொண்டு வி.அ. **(செயல்பட வேண்டிய நேரத்தில்) செயல்படாமல்; உரியதைச் செய்யாமல்;** remain unconcerned. வீட்டில் வயதானவர்கள் வேலை செய்யும்போது நாம் கையைக் கட்டிக்கொண்டு வேடிக்கை பார்ப்பது நன்றாகவா இருக்கும்?

கையைக் கட்டு வி. (கட்ட, கட்டி) **(ஒன்றைச் செய்யவிடாமல் ஒருவரை) கட்டுப்படுத்துதல்;** restrain s.o. from doing sth. குடும்பக் கஷ்டம் ஒருபுறம் இருந்தாலும் நேர்மை அவர் கையைக் கட்டிவிட்டது./ நானே இந்தப் பிரச்சினைக்கு முடிவு காணலாம் என்றுதான் கிளம்பினேன். அம்மாதான் ஊர்வம்பு உனக்கு எதற்கு என்று சொல்லி என் கையைக் கட்டிவிட்டாள்.

கையைக் கடி வி. (கடிக்க, கடித்து) **1: (எதிர்பார்த்ததற்கும் மேலாகச் செலவாகி) பாதிப்பை ஏற்படுத்துதல்;** suffer more loss than what one can afford. மகளின் கல்யாணச் செலவு கையைக் கடித்துவிட்டது. **2: நஷ்டம் ஏற்படுத்துதல்;** cause to incur loss. இந்த முறை வியாபாரம் கையைக் கடித்துவிட்டது./ இந்தத் திரைப்படம் பெரிதாக வெற்றி பெறவில்லை என்றாலும் தயாரிப்பாளரின் கையைக் கடிக்கவில்லை.

கையைக் கழுவு வி. (கழுவ, கழுவி) காண்க: **கைகழுவு.**

கையைச்சுட்டுக்கொள் வி. (-கொள்ள, -கொண்டு) **(ஒரு செயலில் ஈடுபட்டு) கசப்பான அனுபவத்தைப் பெறுதல்; நஷ்டம் அடைதல்;** have a bitter experience doing sth. indiscreetly; burn one's fingers. அவனுடன் சேர்ந்து வியாபாரம் செய்து ஏற்கனவே ஒருமுறை கையைச் சுட்டுக் கொண்டது போதும்./ மீண்டும் அந்தக் கட்சியுடன் கூட்டு வைத்துக்கொண்டு கையைச் சுட்டுக்கொள்ள நாங்கள் தயாராக இல்லை.

கையைப் பிசை வி. (பிசைய, பிசைந்து) **(இக்கட்டான சூழலில்) செய்வதறியாது கலங்குதல் அல்லது திகைத்தல்;** be in a fix; be in a quandary. அவசரமாக வீடு கட்டத் தொடங்கிவிட்டுப் பிறகு கையைப் பிசைவதில் அர்த்தம் இல்லை./ மகள் திருமணத்திற்குப் பணம் கிடைக்காமல் கையைப் பிசைந்துகொண்டிருந்தார்./ தங்கச் சங்கிலி தொலைந்துவிட்டது. கணவன் கேட்டால் என்ன சொல்வது என்று தெரியாமல் கையைப் பிசைந்துகொண்டிருந்தாள்.

கையைப் பிடித்து இழு வி. (இழுக்க, இழுத்து) **(ஒரு பெண்ணை) தவறான நோக்கத்தோடு தொடுதல்;** molest. இந்தச் சின்னப் பையன் உங்கள் பெண்ணின் கையைப் பிடித்து இழுத்தான் என்கிறீர்களே. இது நியாயமா?

கை(யை)விட்டு வி.அ. (பணத்தைக் குறித்து வரும்போது) **(அவசரத்தை முன்னிட்டு ஒருவர் தனக்கு) சொந்தமாக இருந்ததிலிருந்து;** from one's own pocket. உனக்காக நான் கைவிட்டுப் பணத்தைக் கட்டினேன்.

கை(யை) விட்டுப் போ வி. (போக, போய்) **(தன் வசமாக இருப்பது அல்லது இருக்க வேண்டியது) நீங்குதல்; தப்பிப்போதல்; நழுவுதல்;** slip out of (one's hands). அந்த வேலை கைவிட்டுப் போய்விட்டது./ இந்த வாய்ப்பும் கையைவிட்டுப் போகாமல் இருக்க வேண்டும்.

கையை வீசிக்கொண்டு வி.அ. **1: (ஒருவரைப் பார்க்கச் செல்லும்போது அவர்மீது உள்ள அன்பு, மரியாதை போன்றவற்றை வெளிப்படுத்தும் விதமாக) ஏதாவது தின்பண்டமோ பரிசுப்பொருளோ எடுத்துச் செல்லாமல்;** (while visiting someone) without carrying something as a token of one's affection or respect for the host; empty-handed. குழந்தை இருக்கும் வீட்டுக்கு நான் எப்படிக்

கையொப்பம் 470

கையை வீசிக்கொண்டு வருவேன்?/ யாராவது கல்யாணத்துக்குக் கையை வீசிக்கொண்டு போவார்களா? **2: கொண்டுவர வேண்டியதைக் கொண்டு வராமல் அல்லது தகுந்த ஏற்பாடு இல்லாமல்;** without bringing sth. that one ought to be bringing or without making suitable arrangemwnt. *மளிகைக் கடைக்குப் போகும்போது கையை வீசிக்கொண்டு போகாமல் ஒரு பையை எடுத்துக்கொண்டு போ./ வரும்போது அகராதியை எடுத்துவரச் சொன்னால் கையை வீசிக்கொண்டு வருகிறாயே!*

கையொப்பம் பெ. *(உ.வ.)* **கையெழுத்து;** signature.

கையோடு வி.அ. **1: (முடித்த வேலையை) தொடர்ந்து; (முடிய இருக்கும் வேலையோடு) கூட;** along with; at one stretch. *கல்யாணம் முடித்த கையோடு திருப்பதிக்குப் போய்விட்டு வந்தார்கள்./ நீ வெளியே போனால் கையோடு இந்தக் கடிதத்தைத் தபாலில் போட்டுவிடு!* **2: (அழைத்துச் செல்பவருடன்) உடன் செல்லும் வகையில்; கூடவே;** right away; without delay; along with oneself. *உங்களைக் கையோடு கூட்டிவரச் சொன்னார் முதலாளி.* **3: தன்னோடு;** along with oneself. *கையோடு எடுத்துவந்திருந்த பொட்டலத்தைப் பிரித்தார்.*

கைராசி பெ. **(ஒருவருக்கு இருப்பதாக நம்பப்படும்) நன்மையான விளைவைத் தரும் தன்மை;** auspiciousness associated with s.o. *நல்ல கைராசியான மருத்துவர்; அவரிடம் காட்டினால் ஒரே நாளில் குணமாகிவிடும்.*

கைராட்டினம் பெ. *(நெசவு) காண்க: கைராட்டை.*

கைராட்டை பெ. *(நெசவு)* **கையால் சுற்றி இயக்கி நூல் நூற்கும் கருவி;** a spinning wheel operated by hand.

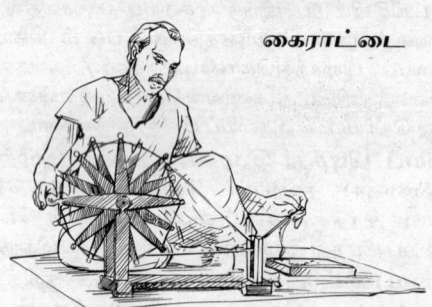

கைராட்டை

கைரிக்ஷா பெ. *(முன்பு)* **கைகளால் இழுத்துச் செல்லப்பட்ட ரிக்ஷா;** (formerly) a light vehicle drawn by a man and available to passengers for hire. *தமிழ்நாட்டில் கைரிக்ஷா முற்றிலுமாக ஒழிக்கப்பட்டுவிட்டது.*

கைரேகை பெ. **1: (பொதுவாக) உள்ளங்கையில், விரலில் அமைந்திருக்கும் ரேகை;** lines on the palm; fingerprint. *குற்றவாளிகளின் கைரேகைகளை ஒப்புநோக்குவதன் மூலம் காவல்துறையினர் குற்றவாளிகளை எளிதில் கண்டுபிடிக்கின்றனர்.* **2: ஒரு பரப்பில் பதியும் விரல்களின் ரேகை;** fingerprint. *திருடுபோன கடைகளிலிருந்து எடுக்கப்பட்ட திருடர்களின் கைரேகைகள் சோதனைக்கு அனுப்பப்பட்டுள்ளன.* **3: (ஒருவரைத் தனித்து அடையாளம் காட்டும் விதமாகப் பதிக்கும்) இடதுகை கட்டைவிரல் ரேகை;** thumb impression. *பத்திரத்தில் கையெழுத்து போட்டுக் கைரேகையும் பதிக்க வேண்டும்./ அமெரிக்காவுக்கு வரும் பயணிகளின் பயண ஆவணங்களில் கைரேகையைப் பதிவு செய்வது கட்டாயமாக்கப்பட்டுள்ளது.* **4: கைரேகை ஜோசியம்;** palmistry. *உனக்குக் கைரேகையில் நம்பிக்கை உண்டா?*

(கை)ரேகை சாஸ்திரம் பெ. *காண்க: கைரேகை ஜோசியம்.*

கைரேகைப் பதிவு பெ. **(குற்றம் நடந்த இடத்தில் இருக்கும் அல்லது கண்டெடுக்கப்படும் பொருள்களின் மீது பதிவாகியிருக்கும்) கைரேகைகள்;** fingerprint. *கொலை நடந்த அறையில் எந்தக் கைரேகைப் பதிவும் கிடைக்கவில்லை.*

(கை)ரேகை வை வி. *(வைக்க, வைத்து)* **(ஒருவரைத் தனித்து அடையாளம் காட்டும் விதமாக) இடதுகைக் கட்டைவிரல் ரேகையைப் பதித்தல்;** record one's thumb-print. *கையெழுத்துப் போடத் தெரியாவிட்டால் என்ன? பத்திரத்தில் கைரேகை வைக்கலாமே./ ரேகை வைத்துவிட்டுக்கூலியைவாங்கிக்கொண்டுபோ./கைரேகைவைத்த அடையாள அட்டைகள் தொழிலாளர்களுக்கு வழங்கப்படுகின்றன.*

கைரேகை ஜோசியம் பெ. **உள்ளங்கையில் உள்ள ரேகை, மேடு முதலியவற்றைக் கொண்டு ஒருவரின் வாழ்க்கைப் பலனைக் கணித்துக் கூறும் கலை;** palmistry.

கைலாகுகொடு வி. *(-கொடுக்க, -கொடுத்து) (அ.வ.)* **(ஒருவர் ஏறுவதற்கு, இறங்குவதற்கு, நடப்பதற்கு) ஆதரவாகக் கையைக் கொடுத்தல்;** assist (s.o. to get down, walk, etc.,) holding him by the hand. *கைலாகுகொடுத்துப் பெரியவரைப் படகில் ஏற்றிவிட்டான்.*

கைலாயம் பெ. **சிவனின் இருப்பிடம்;** the mythical abode of Siva.

கைலி பெ. **(பெரும்பாலும் பூவோ கட்டமோ போட்ட) இரு ஓரங்களும் சேர்த்துத் தைக்கப்பட்ட, வேட்டியை ஒத்த, (பெரும்பாலும்) ஆண்கள் அணியும் உடை; லுங்கி;** a piece of cloth (mostly with chequered pattern or floral design) sewn together at both ends, and worn by men as an outer garment hanging from the waist.

கைலேஞ்சி பெ. *(இலங்.)* **கைக்குட்டை;** handkerchief.

கைவசப்படுத்து வி. *(-படுத்த, -படுத்தி)* **தன் பிடிக்குக் கீழ்க் கொண்டுவருதல்; தன்வசப்படுத்துதல்;** take control of; seize. *வீட்டை ஒட்டி இருக்கும் புறம்போக்கு நிலத்தை அவர் கைவசப்படுத்த முயன்றார்.*

கைவசம் பெ. **(குறிப்பிட்ட சமயத்தில் ஒருவரின்) வசம் இருப்பது;** being in one's possession; being available with s.o. *கைவசம் எவ்வளவு பணம் வைத்திருக்கிறாய்?/ ஓவியத்தைப் பற்றிய புத்தகங்கள் கைவசம் இல்லை./ அவர்கள் கைவசம் ஏராளமான ஆயுதங்கள் இருந்ததாகக் காவல்துறையினர் கூறினர்.*

கைவண்டி பெ. **(சரக்குகள் ஏற்றிச்செல்லப் பயன்படும்) கையால் இழுத்துச்செல்லும் இரு சக்கர வண்டி;** hand-cart.

கைவண்ணம் பெ. **(ஒன்றைச் செய்வதில் ஒருவருக்கு இருக்கும்) தனித்திறமை;** touch; craftsmanship; artistry.

ரசம் வைப்பதில் அம்மாவின் கைவண்ணமே தனி./ அம் பாள் அலங்காரத்தில் குருக்களின் கைவண்ணம் தனித்துத் தெரிகிறதா?

கைவந்த கலை பெ. **(ஒருவருக்கு இருக்கும் திறமை காரணமாக) மிகவும் எளிதாகச் செய்யக்கூடியது;** being an adept in sth. *பேச்சால் பிறரை மயக்கிவிடுவது அவ னுக்குக் கைவந்த கலை./ காக்காய்பிடிப்பது உனக்குக் கைவந்த கலைதானே?*

கைவரிசை பெ. **(கண்டிக்கத் தக்க செயலைச் செய்வ தில் காட்டும்) திறமை; சாமர்த்தியம்;** sleight of hand; smartness; cleverness. *பெண்களிடமிருந்து நகையைப் பறிக் கும் ரவுடி மீண்டும் தன் கைவரிசையைக் காட்டிவிட் டான்./ உன்னிடமும் அவன் தன் கைவரிசையைக் காட்டி விட்டானா?*

கைவா வி. *(-வர, -வந்து)* **1: (ஒன்றை) திறமையாகச் செய்ய முடிதல்;** be gifted with. *ஏமாற்றுவது சிலருக்குக் கைவந்த விஷயம்./ கவிதை எழுதுவது மட்டும் எனக்கு இன்னும் கைவரவில்லை.* **2: (ஒன்றைச் செய்ய வேண்டும் என்று) இயல்பாகத் தோன்றுதல்;** bring onelself to do sth. *எதையும் கொடுக்க அவருக்குக் கைவராது./ குழந்தையை அடிக்க உனக்கு எப்படிக் கைவந்தது?*

கைவிசேஷம் பெ. *(இலங்.)* **(பரிசாக அளிக்கும்) பணம்;** gift. *பெருநாளுக்கு எல்லோருக்கும் கைவிசேஷம் கொடுத்தார்.*

கைவிட்டுப்போ வி. *(-போக, -போய்)* **1: (இவ்வளவு காலம் உரிமை உடையதாக இருந்த ஒன்று) (சூழ் நிலையின் காரணமாக ஒருவரை விட்டு) நீங்கிவிடுதல்; (கிடைக்கும் என்று நம்பிக்கொண்டிருந்த ஒன்று) (ஒரு வருக்கு) கிடைக்காமல்போதல்;** (of a property or opportunity) slip out of (one's hands). *பூர்வீகச் சொத்து கைவிட்டுப் போய்விடுமோ என்று அவர் கவலைப்பட்டார்./ பதவி உயர்வு வாய்ப்பு இந்த வருடமாவது கைவிட்டுப் போகாமல் இருக்க வேண்டும்.* **2: (உடல் உழைப்பில் தொடர்ந்து இயங்குவதால்) கை சோர்ந்துபோதல்;** (as of hands) become tired. *ஆட்டுக்கல்லில் மாவு ஆட்டியே கைவிட்டுப் போயிற்று.*

கைவிடு வி. *(-விட, -விட்டு)* **1: (குறிப்பிட்ட முடிவு, திட்டம், எண்ணம் முதலியவற்றை) மேற்கொண்டு தொடராமல் இருத்தல்; (நடத்துவதாக இருந்த நிகழ்ச் சியை நடத்தாமல்) விட்டுவிடுதல்; (போராட்டம், பழக் கம், தொழில் முதலியவற்றை) மேலும் தொடராமல் நிறுத்துதல்;** drop; give up. *குழந்தைக்கு உடல்நலம் இல் லாததால் ஊருக்குப் போகும் யோசனையைக் கைவிட் டேன்./ போராட்டத்தைத் தொழிலாளர்கள் கைவிட்டால் தான் பேச்சுவார்த்தையைத் தொடங்க முடியும் என்று நிர் வாகம் அறிவித்தது./ தண்ணீர்த் தட்டுப்பாட்டால் குறு வைச் சாகுபடியைக் கைவிட வேண்டிய நிலை./ மழையின் காரணமாகப் போட்டி கைவிடப்பட்டது.* **2: (ஒன்றைச் செய்யாமல் அல்லது நிறைவேற்றாமல் ஒருவரை) ஏமாற்றுதல்; ஏமாற்றம் அடையச் செய்தல்;** let s.o. down desert; forsake. *வேலைக்கு உங்களைத்தான் நம்பியிருக்கி றேன். என்னைக் கைவிட்டுவிடாதீர்கள்./ இந்த முறையும் மழை நம்மைக் கைவிட்டுவிடுமோ?*

கைவியளம் பெ. *(இலங்.)* **(கடையில் நடக்கும்) முதல் விற்பனை; போணி;** first sale of the day (in a shop).

கைவிரி வி. *(-விரிக்க, -விரித்து)* **(ஓர் உதவிக்காக ஒரு வரை மிகவும் நம்பிக்கையுடன் நாடும்போது அவர்) இயலாது என்று தெரிவித்தல்;** express one's inability to give a much expected help. *திருமணத்துக்கான உதவி களைச் செய்வதாகச் சொல்லிவிட்டுக் கடைசி நேரத்தில் கைவிரித்துவிட்டார்./ உன்னை நம்பித்தான் கடையை ஆரம்பித்தேன். இப்போது கைவிரித்தால் நான் என்ன செய் வேன்?*

கைவிலங்கு பெ. **(காவல்துறையினர், தாம் கைதுசெய் தவரின்) கைகளைப் பிணைத்து மணிக்கட்டில் மாட்டும், இரண்டு வளையங்கள் இணைக்கப்பட்ட விலங்கு;** handcuffs.

கைவிளக்கு பெ. **1: (சிறு மின்கலங்களைக் கொண்டு இயங்கும்) கையால் தூக்கிச் செல்லக் கூடிய விளக்கு;** flashlight; torch. **2:** *(ஊரக வ.)* **(அன்றாடம் மாலை நேரத் தில் வீடுகளில் எண்ணெயும் திரியும் போட்டு ஏற்றும்) கையில் ஏந்திக்கொள்ளும் அளவுக்கு இலை வடிவில் இருக்கும் பித்தளை அல்லது வெண்கலத்தால் ஆன விளக்கு;** a small oil lamp of the size of one's hand, made of brass or bronze, lit in the house in the evening. **3:** *(இலங்.)* *காடாவிளக்கு;* a simple oil-lamp having a thick wick and no chimney. *கைவிளக்கைக் கவனமாகப் பாவி.*

கைவினை பெ. *(பெரும்பாலும் பெயரடையாக)* **இயந்தி ரங்களின் உதவியில்லாமல் கைகளால் சிறு கருவிகள் கொண்டு செய்வது;** craft; handicraft. *கைவினைப் பொருள் களை ஏற்றுமதி செய்ய அரசு ஊக்கம் அளிக்க வேண்டும்.*

கைவினைஞன் பெ. *(உ.வ.)* **கைவினைப் பொருள்கள் செய்பவன்;** craftsman.

கைவேலை பெ. **1: (அலங்காரத்திற்காக) துணிகளில் வண்ண நூல் கொண்டு தைத்தல், பொம்மை செய்தல் போன்ற வேலை;** (any of the) craft such as knitting, doll-making, etc., *பெண்ணுக்குக் கைவேலையெல்லாம் தெரி யும்./ வீட்டில் இருந்தபடி கைவேலை செய்து கொஞ்சம் சம் பாதிக்கிறேன்.* **2: குறிப்பிட்ட நேரத்தில் செய்துகொண் டிருக்கும் வேலை;** work that one is attending to at the moment. *குழந்தை அழுவதைக் கேட்டதும் கைவேலையை விட்டுவிட்டு ஓடினாள்./ கைவேலையாக இருக்கிறேன், பிறகு வா!/ தகவல் தெரிந்ததும் அவரவர் தங்கள் கைவேலை யைப் போட்டது போட்டபடியே குளத்தை நோக்கி ஓடத் தொடங்கினார்கள்.*

கைவேலைப்பாடு பெ. **(நகை, தச்சுத் தொழில், பூத் தையல் போன்றவற்றில்) நுணுக்கமாக வெளிப்படும் திறன்;** workmanship. *இந்தப் பட்டுப் புடவையில் கைவேலைப்பாடு மிகப் பிரமாதமாக இருக்கிறது.*

கைவை[1] வி. *(-வைக்க, -வைத்து)* **1: (ஒருவரை) அடித்தல்;** lay hands on. *அவன் முரடன்; அவன்மேல் கைவைக்க யாருக்கும் துணிச்சல் இல்லை.* **2: திருடுதல்;** embezzle; steal. *அரசாங்கப் பணத்தில் கைவைத்து மாட்டிக்கொண்டான்.* **3: (ஒருவருடைய பிழைப்பை) கெடுத்தல்;** meddle with; rob s.o. of his livelihood. *என் பிழைப்பிலேயே கைவைக்க ஆரம்பித்துவிட்டாயா?/ (உரு வ.) என் சுதந்திரத்தில் கைவைக்க உனக்கு உரிமை இல்லை.* **4: (ஒருவர் எழுதிய**

கட்டுரை, கதை போன்றவற்றில் அவருடைய அனுமதி இன்றி) திருத்தங்கள் செய்தல்; meddle with. என்னைக் கேட்காமல் என் கட்டுரையில் அவர் கைவைத்திருக்கக் கூடாது.

கைவை² வி. (-வைக்க, -வைத்து) 1: (ஒருவர் ஒரு செயல், காரியம், பணி போன்றவற்றை) மேற்கொள்ளுதல்; undertake. அவர் கைவைத்து ஆரம்பித்த வியாபாரம் எதுவுமே சோடைபோனதில்லை./ நீ கைவைத்தால் எந்த வேலையும் உருப்படாது. 2: பழுதுபார்க்கும் பணி மேற்கொள்ளுதல்; undertake repairing; do repairs to sth. இப்போது வீட்டில் கைவைத்தால் இருபதாயிரம் ரூபாய்க்கு மேல் தேவைப்படும்./ இன்னும் ஒரு வருடத்திற்கு இந்த வண்டியில் நீங்கள் கைவைக்க வேண்டியதில்லை.

கைவைத்தியம் பெ. (சிறு உபாதைகள் நீங்க மருத்துவரிடம் போகாமல்) அன்றாடம் பயன்படுத்தும் உணவு, தாவரங்கள் போன்றவற்றை அனுபவத்தின் வாயிலாகத் தெரிந்துகொண்டு வீட்டிலேயே செய்யும் (மரபு வழி) வைத்தியம்; treatment using home-made remedies.

கொக்கச்சத்தகம் பெ. (இலங்.) (முனையில் அரிவாள் இணைத்துக் கட்டப்பட்ட) அலக்கு; pole fixed with a sickle (to pluck, fruit, etc., from a tree).

கொக்கத்தடி பெ. (இலங்.) துறட்டி; அலக்கு; pole fixed with a hook (to pluck, fruit, etc., from a tree). கொக்கத்தடியால் இரண்டு தேங்காய் பிடுங்கிவிடு./ கிணற்றில் விழுந்த வாளியைக் கொக்கத்தடியால் எடுத்தாள்.

கொக்கரி வி. (கொக்கரிக்க, கொக்கரித்து) 1: (எச்சரிப்பது போல் கோழி) கூவுதல்; (of hen) cackle; crow. பருந்தைப் பார்த்த கோழி கொக்கரிக்க, குஞ்சுகள் அதனிடம் ஓடின. 2: (ஒன்றைச் சாதித்துவிட்ட பாவனையாக அல்லது குரூரத் திருப்தியுடன்) வெற்று ஆரவாரம் செய்தல்; crow over (sth.). தங்கள் அணி வெற்றி பெற்றுவிட்டதால் அவர்கள் கொக்கரிக்கின்றனர்.

கொக்கலிக்கட்டை பெ. சற்று உயரமான கட்டையைக் காலில் கட்டிக்கொண்டு அதன்மேல் நின்றபடி நடனம் ஆடும் ஒரு நாட்டுப்புறக் கலை/ இந்த நாட்டுப்புறக் கலையில் காலில் கட்டிக்கொள்ளும் கட்டை; stilts.

கொக்கலிக்கட்டை

கொக்காரை பெ. (இலங்.) (பனை மரத்தில்) பனங்காயைத் தாங்கியிருக்கும் பகுதி; peduncle bearing the fruits of the palm tree.

கொக்கான் பெ. (இலங்.) சோழி; cowrie; tropical shell.

கொக்கான் வெட்டு வி. (வெட்ட, வெட்டி) (இலங்.) (சிறுவர்கள்) சோழியை வைத்து விளையாடுதல்; (of children) play with cowrie. இரவில் கொக்கான் வெட்டாதே என்று எத்தனை முறைதான் சொல்லுவது?

கொக்கி பெ. 1: ஒன்றில் மாட்டத் தக்க வகையில் வளைவாக இருக்கும் உலோகம் முதலியவற்றால் ஆன இணைப்பு; clasp; hook (in a necklace, earring, etc.,). 2: (மூட்டை போன்ற பொருளை) பிடித்துத் தூக்கப் பயன்படுத்தும், கூரிய முனையுடைய, வளைவான கம்பி பொருத்தப்பட்ட கருவி; a hook-like device with a handle used by men to hold heavy bags while loading or unloading them. 3: (பே.வ.) கேள்விக்குறி; question mark. புரியாத இடங்களில் கொக்கி போட்டுவை.

கொக்கிப்புழு பெ. குடலில் காணப்படும், (நோயை உண்டாக்கும்) ஒட்டுண்ணி வகையைச் சேர்ந்த சிறிய சிவப்பு நிறப் புழு; hookworm.

கொக்கு பெ. ஈட்டி போன்ற கூர்மையான அலகும் வளைந்த கழுத்தும் நீண்ட கால்களும் கொண்ட (சதுப்பு நிலங்கள், நீர்நிலைகள் ஆகியவற்றில் காணப்படும்) வெள்ளை நிறப் பறவை; egret.

கொக்கு மீன் பெ. வாயின் கீழ்ப்பகுதி நீண்டு கூர்மையாக அமைந்திருக்கும், மெலிதான உடலைக் கொண்ட, கடலிலோ நன்னீரிலோ காணப்படும் (உணவாகும்) சில வகை மீன்களின் பொதுப்பெயர்; common name for halfbeaks.

கொக்கை பெ. (இலங்.) காண்க: கொக்கத்தடி.

கொச்சிக்காய் பெ. (இலங்.) மிளகாய்; chilli. பச்சைக் கொச்சிக்காய்/ காய்ந்த கொச்சிக்காய்.

கொச்சை பெ. (-ஆக, -ஆன) 1: முறைப்படுத்தப்பட்ட எழுத்தின் தன்மைகளைக் கொண்டிருக்காத மொழியின் வகை; slang. அன்றாடம் மக்கள் பேசும் கொச்சைத் தமிழை அந்த நடிகர் கற்றுக்கொண்டு படத்தில் பேசி நடித்தார்./ இவர் கொச்சை நடையில் எழுதுகிறார். 2: ஆபாசம்; obscenity; vulgarity. அரைகுறை ஆடைகளுடன் கொச்சையான நடனக் காட்சிகள் திரைப்படங்களில் இடம் பெறுகின்றன.

கொச்சைப்படுத்து வி. (-படுத்த, -படுத்தி) மலினப்படுத்துதல்; vulgarize; trivialize. திரைப்படம் இளைஞர்களைக் கெடுக்கிறது என்று கொச்சைப்படுத்திப் பேச வேண்டாம்./ அரசியலுக்காகத் தொழிலாளர்களின் போராட்டத்தைக் கொச்சைப்படுத்தாதீர்கள் என்று கேட்டுக்கொண்டார்.

கொசு பெ. 1: மெல்லிய கூர்மையான குழலால் தோலைத் துளைத்து இரத்தத்தைக் குடிக்கும் சிறிய உயிரினம்; mosquito. அனோஃபிலஸ் என்னும் கொசுவினால் மலேரியா நோய் பரவுகிறது. 2: (இலங்.) ஈ; fly.

கொசுவத்தி பெ. (பற்றவைத்தால் புகை எழுப்பி) கொசுக்களை விரட்டும் ரசாயனப் பொருள்களால் செய்யப்பட்ட சுருள்; mosquito coil which, when burnt, releases fumes to keep off mosquitoes.

கொசுவம் பெ. **இடைப் பகுதியில் செருகிக்கொள்ளும் புடவையின் மடிப்பு;** folded gathering (of a saree); pleats.

கொசுவம்

கொசுவலை பெ. **கொசுக்கள் உள்ளே புகாதவாறு படுக்கையைச் சுற்றித் தொங்கவிடப்படும் வலை;** mosquito net.

கொசுவு வி. (கொசுவ, கொசுவி) **(புடவையைக் கட்டும்போது) கைவிரல்களால் மடிப்பு உண்டாக்கிச் சுருக்குதல்;** gather into folds (as done with the loose end of the saree). எனக்குப் புடவை கட்டிப் பழக்கம் இல்லை. எப்படிக் கொசுவ வேண்டும் என்று சொல்லித்தாருங்கள்./ நைலான் புடவை என்பதால் கொசுவிக் கட்டிக்கொள்வதற்குக் கடினமாக இருந்தது.

கொசுறு பெ. **1: காய்கறி, தின்பண்டம் போன்றவற்றை வாங்கும்போது அதே பொருளில் இனாமாகக் கிடைக்கும் சிறு அளவு;** quantity obtained gratis (when buying vegetables, etc.,). பச்சைமிளகாயை நிறுத்துப் போட்டுவிட்டுக் கொசுறாக இரண்டு மிளகாயையும் கடைக்காரர் போட்டார். **2:** (பே.வ.) (வேலை முதலியவற்றைக் குறித்து வரும்போது) **சிறிய அளவில் எஞ்சியிருப்பது;** small items of one's work that remain to be done after the major ones have been dealt with. முக்கியமானதை முடித்துவிட்டேன், கொசுறு வேலைதான் இருக்கிறது.

கொஞ்சநஞ்சம் பெ. **குறைந்த அளவு; மிகச் சிறிய அளவு;** (of time, materials, etc.,) a little; a wee bit. தண்ணீர்ப் பிரச்சினையால் மக்கள் படும் துன்பம் கொஞ்சநஞ்சமல்ல./ கொஞ்சநஞ்சம் இருந்த சொத்தையும் அவர் குடித்தே அழித்துவிட்டார்.

கொஞ்சம்[1] பெ. (-ஆக) **சிறிதளவு;** (of quantity) a little; for a while. சாம்பாரில் உப்பு கொஞ்சம் அதிகம்./ உனக்குக் கொஞ்சம்கூடப் புத்தியில்லையா?/ கொஞ்ச நேரம் காத்திரு, அவர் வந்துவிடுவார்./ பாலில் சர்க்கரை கொஞ்சமாகப் போட்டுக்கொண்டுவா.

கொஞ்சம்[2] வி.அ. **1: சிறிது; சற்று;** a wee bit. இந்த விஷயத்தை அவரிடம் சொன்னால் கொஞ்சம் கோபப்படுவார்./ கூட ஓர் அறை கட்டக் கொஞ்சம் செலவாகும். **2:** (பே.வ.) **(வேண்டிக்கொள்ளும்போது அல்லது அனுமதி கேட்கும்போது) செய்யும் செயலுக்குச் சற்று ஒத்துழைப்பு தேவை என்னும் முறையில் பயன்படுத்தப்படும் சொல்; தயவுசெய்து;** a word used in the sense of requesting a little cooperation, (hence=) please. இங்கே கொஞ்சம் வாருங்கள்./ நான் பரீட்சைக்குப் படிக்க வேண்டும். கொஞ்சம் பேசாமல் இருக்கிறீர்களா?

கொஞ்சம்[3] இ.சொ. **(குறிப்பிடப்படும்) தன்மையை மிகுவிக்கவோ அல்லது குறைக்கவோ பயன்படுத்தப்படும் இடைச்சொல்;** particle used as an intensifier meaning 'a little'. இன்னும் கொஞ்சம் வேகமாக ஓடினால்தான் பேருந்தைப் பிடிக்க முடியும்./ கொஞ்சம் சத்தமாகப் பேசினால்தான் தாத்தாவின் காதில்விழும்./ கொஞ்சம் பெரிய வீடாக இருந்தால் நல்லது./ காப்பியில் சர்க்கரையைக் கொஞ்சம் குறைத்துப் போடு.

கொஞ்சல் பெ. (-ஆக, -ஆன) **ஆசையை அல்லது அன்பை வெளிப்படுத்தும்போது எழுப்பப்படும் ஒலிகளும் சொல்லப்படும் சொற்களும்/இவற்றோடு கூடிய செய்கைகள்;** soft and loving talk or behaviour. 'கடற்கரைக்கு அழைத்துப் போகிறீர்களா' என்று மகள் கொஞ்சலாகக் கேட்டதும் 'சரி' என்றார்./ நம் திருமணம் எப்போது என்று கொஞ்சலான குரலில் கேட்டான்./ தூங்கிக் கொண்டிருக்கும் பிள்ளையிடம் உனக்கு என்ன கொஞ்சல்?

கொஞ்சிக்குலாவு வி. (-குலாவ, -குலாவி) **(ஒருவரிடம்) அளவுக்கு அதிகமான விதத்தில் பணிவாகவும் குழைவாகவும் நயந்து பேசிப் பழகுதல்;** be excessively endearing in talking and behaving. ஒரு வாரமாக உன் தம்பி என்னிடம் கொஞ்சிக்குலாவிக்கொண்டிருக்கிறானே, என்ன விஷயம்?/ எப்படியாவது கொஞ்சிக்குலாவிக் காரியம் சாதித்துவிடலாம் என்று பார்க்கிறான் போலிருக்கிறது.

கொஞ்சு[1] வி. (கொஞ்ச, கொஞ்சி) **1: ஆசைப்படவைக்கும் முறையில் குழைந்து பேசுதல் அல்லது நடத்தல்;** fondle; caress. குழந்தையைத் தூக்கிவைத்துக்கொண்டு கொஞ்சிக்கொண்டிருந்தான்./ குழந்தை 'அப்பா, அப்பா' என்று அவன் காலைக் கட்டிக்கொண்டு கொஞ்சியது./ (உரு வ.) அவரிடத்தில் தமிழ் கொஞ்சி விளையாடுகிறது. **2: (அழகு, கனிவு முதலியவை) நிறைந்து காணப்படுதல்;** bubble with charm and love; play lovingly and spontaneously; (of beauty) blossom in all its splendour. எழில் கொஞ்சும் பூஞ்சோலை./ கருணையும் கனிவும் கொஞ்சும் முகம்.

கொஞ்சு[2] வி. (கொஞ்ச, கொஞ்சி) (இலங்.) **முத்தமிடுதல்;** kiss. அண்ணன் மகளைத் தூக்கிக் கொஞ்சினான்./ கனநாளைக்குப் பின் ஊர் வந்தபோது அம்மா பேரனைக் கட்டிப்பிடித்துக் கொஞ்சினாள்.

கொட்டக்கொட்ட வி.அ. காண்க: **கொட்டுக்கொட்டு- என்று, 1.**

கொட்டகை பெ. **1: (விழாக்கள், வீட்டில் நடக்கும் காரியங்கள் போன்றவற்றுக்குப் போடப்படும்) பந்தல்;** temporary flat-roofed thatched shelter put up in front of a house (for occasions). வீட்டின் முன் ஒரு பெரிய கொட்டகை போடப்பட்டிருந்தது. **2:** (பே.வ.) **(திரைப்பட, நாடக) அரங்கு;** a theatre; a cinema. **3: (மாடுகளுக்கு வீட்டின் பின்புறத்தில் ஏற்படுத்தப்படும்) சாய்வான கூரை போட்ட இடம்;** shed (for cows).

கொட்டடி பெ. 1: காண்க: கொட்டில். 2: *(அ.வ.)* **சிறைச் சாலை அறை;** cell in a prison. சுதந்திரப் போராட்டத் தியாகிகள் பலர் தனிமைக் கொட்டடிகளில் அவதியுற்றனர்.

கொட்டம் பெ. 1: **(மற்றவர்களின் அமைதியைக் குலைக்கும்) ஆரவாரம் மிகுந்த விளையாட்டு;** boisterous play or behaviour. அப்பா இல்லையென்றால் வீட்டில் குழந்தைகளின் கொட்டம் தாங்க முடியாது. 2: **(கவலைப் பட வைக்கும்) அடாவடித்தனம்; அட்டகாசம்;** unruly or riotous behaviour. பேட்டையில் ரவுடிகளின் கொட்டம் அதிகரித்துவிட்டது./ புதிய இயக்குநரின் கொட்டம் தாங்க முடியவில்லை.

கொட்டவியல் பெ. *(இலங்.)* **நீர் வற்றி அழுகிய தேங் காய்;** rotten coconut with the milk inside dried up. காசு கொடுத்து இந்தக் கொட்டவியலை வாங்கிவந்திருக் கிறாயே?/ கொட்டவியல் சமையலுக்கு உதவுமா?

கொட்டன் பெ. *(இலங்.)* **சற்றுப் பருமனான தடி;** thick staff; club. கள்ளனுக்குப் பயந்து ஒவ்வொரு வீட்டிலும் ஒரு கொட்டன் வைத்திருக்கிறோம்./ இரவில் வெளியே போகும்போது கொட்டனைக் கொண்டுபோ.

கொட்டாங்கச்சி பெ. **உடைத்த தேங்காயில் பருப்பை எடுத்த பிறகு உள்ள கடினமான ஓடு; சிரட்டை;** any of the two halves of a coconut shell after it is broken open and the contents scooped up.

கொட்டாப்புளி பெ. **(உளியை அடித்து உட்செலுத்து வதற்குத் தச்சர்கள் பயன்படுத்தும்) பருத்த மரத் துண் டால் ஆன சுத்தியல் போன்ற கருவி;** mallet.

கொட்டாப்புளி மாதிரி வி.அ. (பெரும்பாலும் ஆண் களைக் குறித்து வரும்போது) **கட்டுடலோடு; திடகாத் திரமாக;** (of men) in perfect health; sound as a bell. தாத்தா உடம்பைப் பார். எழுபது வயதாகியும் இன்னும் கொட் டாப்புளி மாதிரி இருக்கிறார்.

கொட்டாரம் பெ. 1: *(வ.வ.)* **ஊரில் உள்ள கால்நடை களுக்கான வைக்கோல், சோளம், கம்பந்தட்டைகள் ஆகியவை மழையால் பாதிக்கப்படாதவாறு அடுக்கு களாக சேமித்து வைக்கப்படும் பொட்டல்.** open space common to the village for fodder stacks. 2: *(அ.வ.)* **அரண்மனை;** royal house; palace.

கொட்டாவி பெ. **(களைப்பு, தூக்கம் முதலியவற்றால்) வாயை அகலத் திறந்து வெளியே விடும் காற்று;** yawn.

கொட்டான் பெ. *(வ.வ.)* **சிறிய ஓலைப் பெட்டி;** small basket woven with leaves of palm tree.

கொட்டிக்கொட்டி வி.அ. *(இலங்.)* *(ஒன்றின் மிகுதியைக் குறிக்கும்போது)* **பெருமளவில்; நிறைய;** abundantly. அந்த ஊரில் தண்ணீர் கொட்டிக்கொட்டி வருமாம்.

கொட்டிக்கொள் வி. *(-கொள்ள, -கொண்டு)* *(வெறுப்பு டன் கூறும்போது)* **(அனுபவித்துச் சாப்பிடுதல் என்ற முறையில் அல்லாமல்) வயிற்றை நிரப்பிக்கொள்ளு தல்;** (contemptuous) tuck away; shift; gulp down. வேலைக் குப் போகமாட்டாய், வேளாவேளைக்கு வந்து வயிற்றுக்குக் கொட்டிக்கொள்கிறாய்./ வேகவேகமாகக் கிடைத்ததைக் கொட்டிக்கொண்டு அலுவலகத்துக்குக் கிளம்பினேன்.

கொட்டில் பெ. 1: **(ஆடு, மாடுகளைக் கட்டிவைக்கும்) தொழுவம்; மாட்டுக் கொட்டகை;** cattle shed; cowshed; barn. 2: *(வ.வ.)* **பட்டி;** sheep-fold; pen. செம்மறி ஆடு களைக் கொட்டிலில் அடைத்து வைத்துள்ளார்கள்.

கொட்டு[1] வி. (கொட்ட, கொட்டி) **அ.** *(கீழ்நோக்கி விழு தல் தொடர்பான வழக்கு)* 1: **(ஓர் இடத்திலிருந்து திர வம்) வழிதல் அல்லது விசையுடன் கீழே விழுதல்;** (of water or liquid) pour down; run down (in profusion). தொட்டி நிரம்பித் தண்ணீர் கொட்டத் துவங்கியது./ அடி பட்ட காலிலிருந்து இரத்தம் கொட்டியது./ *(உரு வ.)* துணி வியாபாரத்தில் அவருக்குப் பணம் கொட்டுகிறது. [*(தொ.சொ.)* ***ஊற்று/ ஊறு/ ஒழுகு/ ஓடு/ கசி/ சிதறு/ சிந்து/ சுர/ தெறி/ பரவு/ பீச்சு/ பீறிடு/ வழி***] 2: **(திரவத்தை) ஊற்றுதல்;** pour (a liquid, etc., into sth.). தண்ணீரை இறைத்துத் தொட்டியில் கொட்டு!/ கெட்டுப் போன பாலைக் கொட்டிவிட்டுப் பாத்திரத்தைத் தேய்த் தாள்./ *(உரு வ.)* குழந்தைமேல் அன்பைக் கொட்டி வளர்த் தாள். 3: **(மணல், ஜல்லி போன்றவற்றை ஓர் இடத்தில் கொண்டுவந்து) குவித்தல்;** pile up (sand, brick, etc.,). வீட்டின் முன்னால் கிடந்த மணலில் சிறுவர்கள் விளை யாடிக்கொண்டிருந்தார்கள்./ *(உரு வ.)* இந்த வியாபாரத் தில் ஏன் இப்படிப் பணத்தைக் கொட்டுகிறாய்? 4: **(மழை, பனி போன்றவை) மிகுதியாகப் பெய்தல்;** (of rain, dew, etc.,) pour down; fall heavily. நேற்று ஒரு மணி நேரம் மழை கொட்டியது./ கொட்டும் பனியையும் பொருட்படுத்தாமல் மக்கள் கூட்டத்துக்கு வந்திருந்தனர். [*(தொ.சொ.)* ***அடி/ ஊற்று/ தூறல்போடு/ தூறு/ பிய்த்து/ பெய்/ பொழி/ வாங்கு/ விழு/ வெளுத்துக்கட்டு***] 5: **(தலைமுடி அதிக மாக) விழுதல்; உதிர்தல்;** (of hair) fall off. ஒரு மாதக் காய்ச்சலில் முடியெல்லாம் கொட்டிவிட்டது. **ஆ.** *(ஒன் றின் மேல் படுதல், தட்டுதல் தொடர்பான வழக்கு)* 6: **(கண்) இமைத்தல்;** bat (one's eyelid); wink (one's eyes). குழந்தை கண்ணைக் கொட்டிக்கொட்டிப் பார்த்தது./ தெருவில் வந்த யானையை இமை கொட்டாமல் குழந் தைகள் பார்த்தன. 7: **(தாளக் கருவியைக் கையால் அல் லது குச்சியால்) அடித்தல்; தட்டுதல்;** beat (a percussion instrument with hand or a stick). அவன் போட்ட சத்தம் மேளம் கொட்டும் சத்தத்தையும் மீறிக் கேட்டது./ பறை கொட்டும் ஒலி கேட்கிறது. 8: **(கைகளை) தட்டுதல்;** clap (one's hands). குழந்தை கை கொட்டிச் சிரித்தது. 9: **(தேள், தேனீ, வண்டு போன்ற பிராணிகள்) கொடுக்கால் குத்து தல்;** (of scorpion, bee, etc.,) sting. முகத்தில் தேனீ கொட்டிய இடம் வீங்கிவிட்டது. **இ.** *(மரபு வழக்கு)* [*(தொ.சொ.)* ***கடி/ கொத்து/ தீண்டு***] 10: **(பல்லி) சத்த மிடுதல்;** (of house lizard) chirp. அறையில் எங்கோ ஒரு பல்லி கொட்டும் சப்தம் கேட்டது.

கொட்டு[2] து.வி. **ஒரு செயலின் தீவிரத்தை உணர்த்தும் துணை வினை;** an auxiliary verb used to intensify the meaning of the main verb. வீட்டுக்குள் இருக்க முடியாதபடி வியர்த்துக்கொட்டுகிறது./ உங்களுக்குச் சமைத்துக்கொட்ட நான்தான் கிடைத்தேனா?/ சம்பாதித்துக்கொட்ட நான் இருக்கும்போது உங்களுக்கெல்லாம் என்ன கவலை?

கொட்டு[3] பெ. **ஒரு பக்கத்தில் மட்டும் தட்டி வாசிக்கக் கூடிய ஒரு வகைத் தோல் கருவி;** a common name for percussion instruments with only one side covered with hide.

475 கொடி அணிவகுப்பு

கொட்டு[4] பெ. *(இலங்.)* **கிணற்றுக்கட்டு;** parapet wall of a well. கிணற்றுக் கொட்டில் இருந்த சவுக்காரம் கிணற்றினுள் விழுந்துவிட்டது.

கொட்டு[5] பெ. *(இலங்.)* **குறுக்குவாக்கில் வெட்டிய மரத் துண்டு;** a log obtained by cutting the tree cross-wise. பனங்கொட்டு/ தென்னங்கொட்டு.

கொட்டுக்கொட்டு-என்று வி.அ. **1:** *(விழி என்னும் வினையோடு இணைந்து வரும்போது)* **சிறிதும் கண்ணயராமல்; தூக்கத்தின் அறிகுறி சிறிதும் இல்லாமல்;** not getting a wink of sleep. இரவு முழுதும் தூக்கம் வராமல் கொட்டுக்கொட்டென்று விழித்துக்கொண்டிருந்தான். **2:** **(ஒரே இடத்தில்) செய்வதற்கு ஒரு வேலையும் இல்லாமல் சலிப்புடன்;** in unrelieved idleness. வீட்டில் எவ்வளவு நேரம்தான் கொட்டுக்கொட்டென்று உட்கார்ந்திருப்பது?

கொட்டுமண் பெ. *(இலங்.)* **வேறு இடத்திலிருந்து வெட்டியெடுத்துக் கொண்டுவந்து கொட்டும் மண்;** mud or soil collected in one place and piled up in another place. வீடு கட்டவிருக்கும் காணி பள்ளமாக இருப்பதால் கொட்டுமண் போட்டு உயர்த்தினோம்./ இந்தப் பள்ளத்துள் கொட்டுமண் போட்டிருந்தால் வெள்ளம் வளவுக்குள் வந்திருக்காது.

கொட்டு மழை பெ. *(இலங்.)* **பலத்த மழை;** heavy rain. இந்தக் கொட்டு மழையில் எப்படி வெளியே போக முடியும்?

கொட்டுமேளம் பெ. காண்க: **கெட்டிமேளம்.**

கொட்டுவாய் பெ. **1: (தேள், குளவி முதலிய விஷப் பூச்சிகள்) கொட்டிய இடம்; கடிவாய்;** sting. கொட்டுவாயில் மருந்து போடு!/ கொட்டுவாயில் சரியான வலி. **2:** *(பே.வ.)* **மிகவும் அவசரமான அல்லது தீவிரமான நிலை;** direness (of a situation). 'உங்களுக்குக் கொட்டுவாயில்தான் என்னுடைய ஞாபகம் வரும்' என்று சொல்லிவிட்டு மாமா என்னிடம் பணத்தைத் தந்தார்.

கொட்டை பெ. **1: பழம், காய் முதலியவற்றில் இருக்கும் (பெரும்பாலும்) தடித்த கனமான ஓட்டினை உடைய உருண்டை வடிவ விதை;** seed; stone; nut. வேப்பங்கொட்டை/ பலாக் கொட்டை/ மாங்கொட்டை. **2: (சிவ பக்தர்கள் அணியும்) உருத்திராட்சம்;** rosary beads (worn by Saivites). கழுத்தில் கொட்டையுடன் எதிரே ஒரு பண்டாரம் வந்தார். **3:** *(எழுத்துகளின் வடிவத்தைக் குறிப்பிடும்போது)* **பெரிய உருண்டை வடிவம்;** (of letters in one's handwriting) being large and rounded; a bold hand; (of type) boldface. கொட்டை எழுத்துகளில் ஒரு பெயர்ப் பலகை/ அவன் கையெழுத்து கொட்டைகொட்டையாக இருக்கும். **4:** *(பே.வ.)* **விரை;** testicle.

கொட்டைப்பாக்கு பெ. **பச்சையாகக் காய வைக்கப்பட்ட முழுப் பாக்கு;** a whole arecanut dried raw.

கொட்டைப் பெட்டி பெ. *(இலங்.)* **(பாக்கு, வெற்றிலை அல்லது பணம் போன்றவற்றை வைத்துக்கொள்ளப் பயன்படும்) பனை ஓலையால் செய்த சிறுபெட்டி;** a small box made ofstrips of palmyra leaves (used to keep betel, areca nut or cash, etc.,); betel-box. ஆச்சி கொட்டைப் பெட்டிக்குள் இருந்த இரண்டு ரூபாய்க் குற்றியை எடுத்துத் தன் பேரனிடம் கொடுத்தாள்.

கொட்டைபோடு வி. (-போட, -போட்டு) *(பே.வ.)* **(ஒரு தொழிலில்) எல்லா நுணுக்கமும் தெரிந்திருத்தல்;** be an old hand; be a veteran. அவர் பத்திரிகைத் தொழிலில் கொட்டைபோட்டவர்.

கொட்டைமுத்து பெ. *(வ.வ.)* **முத்துக்கொட்டை; ஆமணக்கு;** castor seed.

கொடக்கல் பெ. *(வ.வ.)* காண்க: **ஆட்டுக்கல்.**

கொடாக்கண்டன் பெ. **பிறருக்கு எதுவும் தராதவன்;** tight-fisted person. அவன் சரியான கொடாக்கண்டன் ஆயிற்றே. அவனிடமா கடன் கேட்பது!

கொடி[1] பெ. **1: ஒன்றின் மேல் பற்றி ஏறும் அல்லது தரையில் படரும், வளையும் தன்மை கொண்ட தண்டினை உடைய தாவரம்;** climber; creeper. அவரைக் கொடி/ வெற்றிலைக் கொடி/ திராட்சைக் கொடி/ பூசணிக் கொடி/ பரங்கிக் கொடி. **2: (துவைத்த துணிகளை உலர்த்துவதற்காகப் பயன்படுத்தப்படும்) இரு முனைகளையும் இழுத்துக் கட்டிய கயிறு அல்லது கம்பி;** clothes line. துவைத்த துணிகளைக் கொடியில் காயப்போட்டாள்./ நைலான் கயிற்றைக் கொடியாகக் கட்டியிருந்தார்கள். **3: தொப்புள்கொடி;** umbilical cord. குழந்தையின் கழுத்தில் கொடி சுற்றிக்கொண்டதால் பிரசவம் சிக்கலாகிவிட்டது. **4:** *(பிற சொற்களோடு இணைந்து வரும்போது)* **நகையாக அணியும் சரடு;** (a combining form) cord; cord-like chain. தாலிக் கொடி/ அரைஞாண் கொடி.

கொடி[2] பெ. **1: (நாடு, கட்சி, இயக்கம் போன்றவற்றின்) சின்னம் பதித்துக் கம்பத்தில் பறக்க வசதியாக வடிவமைத்துத் தைக்கப்பட்ட துணி; மேற்குறிப்பிட்டபடி சின்னம் அச்சிட்டு சட்டை முதலியவற்றில் குத்திக்கொள்ள வசதியாக வெட்டப்பட்ட சிறு துண்டுத்தாள்;** flag; standard. இந்திய தேசியக் கொடி செங்கோட்டையின் உச்சியில் பட்டொளி வீசிப் பறந்தது./ மாநாட்டுக்கு அணிவகுத்துச் சென்ற வாகனங்களின் முன்புறம் கட்சிக் கொடிகள் பறக்கவிடப்பட்டிருந்தன./ சுதந்திர தின விழாவுக்கு வந்திருந்த மாணவர்களின் சட்டைகளில் இந்தியக் கொடி./ சாரணர் இயக்கத்தின் கொடியைத் தலைமை ஆசிரியர் ஏற்றிவைத்துப் பேசினார். **2: நிறங்களின் வழியாக ஒன்றைக் குறியீடாக உணர்த்துவதற்கு அளவாக வெட்டிய துணி;** piece of cloth in a specified colour used to signify sth.; flag. பச்சைக் கொடி/ வெள்ளைக் கொடி/ இரும்புக் கம்பிகள் ஏற்றியிருந்த லாரியின் பின்புறம் ஒரு சிவப்புக் கொடி கட்டப்பட்டிருந்தது.

கொடி[3] பெ. *(இலங்.)* **காற்றாடி; பட்டம்;** kite. பள்ளிக்கூடம் விட்டதும் எல்லாப் பிள்ளைகளுமே கொடியும் கையுமாய்த்தான் திரிகிறார்கள்./ உன்னுடைய கொடியை விட என் கொடி வடிவாக இருக்கிறது.

கொடி அணிவகுப்பு பெ. **(கலவரம் நிகழக்கூடும் என்று பொதுமக்கள் அஞ்சும் நிலைமையில் கலவரம் செய்யக்கூடியவர்களுக்கு எச்சரிக்கையாகவும் பொதுமக்களுக்கு நம்பிக்கை ஏற்படுத்தவும்) ராணுவத்தினர் அல்லது காவல்துறையினர் ஊரின் முக்கியச் சாலைகளில் நடத்தும் அணிவகுப்பு;** the marching of troops or of the police force along the main streets to strengthen confidence in public order; (in India) flagmarch. சாதிக் கலவரம் நடந்த பகுதியில் ராணுவத்தினர் கொடி அணிவகுப்பு நடத்தினர்.

கொடிக்கால் பெ. வெற்றிலைக் கொடி பயிரிடும் தோட்டம்; garden for growing betel.

கொடிகட்டி வி.அ. (செல்வாக்கு, புகழ் போன்றவை) மிகச் சிறப்பாக வெளிப்படும் வகையில்; with a high social status; gloriously; with much renown. ஒரு காலத்தில் கொடிகட்டி வாழ்ந்த குடும்பம் இது./ இப்போது கொடி கட்டிப் பறக்கும் நடிகர் இவர்./ இருபதாம் நூற்றாண்டின் தொடக்கத்தில் ஆங்கிலேயர்கள் உலகம் முழுதும் கொடி கட்டி ஆண்டார்கள்.

கொடிசுற்றிப் பிற வி. (பிறக்க, பிறந்து) தொப்புள்கொடி கழுத்தைச் சுற்றியிருக்கும் நிலையில் குழந்தை பிறத்தல்; (of a baby) be born with the umbilical cord around the neck.

கொடி தினம் பெ. ஒவ்வொரு ஆண்டும் டிசம்பர் 7ஆம் தேதி முப்படைகளின் அடையாளங்களைத் தாங்கிய சிறு கொடிகளைப் பொதுமக்களுக்கு விநியோகம் செய்து நிதி திரட்டுவதன் மூலம் முப்படைகளைச் சேர்ந்த தியாகிகளுக்கு நாடு மரியாதை செலுத்தும் நாள்; the seventh day of December every year on which tiny paper flags are sold to raise funds for the welfare of ex-servicemen; flag-day.

கொடிது பெ. (உ.வ.) கொடுமையானது; that which is harsh; sth. cruel, ruthless, vicious. வறுமை கொடிது.

கொடி நாள் பெ. காண்க: கொடி தினம்.

கொடி பிடி வி. (பிடிக்க, பிடித்து) (ஒன்றை எதிர்த்து) போராட்டம் நடத்துதல்; agitate against (s.o. or sth.). புதிதாக விதிக்கப்பட்ட விற்பனை வரியை எதிர்த்து வியாபாரிகள் கொடி பிடித்துள்ளனர்./ கல்லூரி நிர்வாகத்தை எதிர்த்து நடக்கும் போராட்டத்தில் ஆசிரியர்களுக்கு ஆதரவாக மாணவர்களும் கொடி பிடிக்கின்றனர்.

கொடிமரம் பெ. 1: தேசியக் கொடி, கட்சிக் கொடி போன்றவற்றை ஏற்றுவதற்காக உள்ள கம்பம்; flagstaff. கோட்டையில் உள்ள கொடிமரம் புதுப்பிக்கப்பட்டது./ பள்ளி மைதானத்தின் நடுவில் கொடிமரம் இருந்தது./ கொடிமரத்தில் வேற்று நாட்டுக் கொடியோடு ஒரு கப்பல் நின்றிருந்தது. 2: திருவிழாவின் துவக்கமாகக் கொடியேற்றுவதற்கு சன்னதிக்கு முன்பாகக் கோயிலுக்குள் ஒரு மேடையில் தகடு வேயப்பட்டு நிரந்தரமாக நடப்பட்டிருக்கும் உயரமான மரம்; a post, usually covered with metal plates, put up permanently on a pedestal within the temple and in front of the deity for hoisting the temple flag at the commencement of the temple festival. (பார்க்க, படம்: கோயில்) 3: (சில தேவாலயங்களிலும் மசூதிகளிலும்) திருவிழாவின் துவக்கத்தை அறிவிக்க நடக்கும் கொடியேற்றத்துக்காக நடப்பட்டிருக்கும் உயரமான கம்பம்; flagstaff.

கொடிமின்னல் பெ. கொடிபோல் மேலிருந்து கீழாகக் கிளைத்துத் தோன்றும் மின்னல்; lightning resembling a creeper; tower lightning. கொடிமின்னல் எப்போதாவது தான் தோன்றும்.

கொடிய பெ.அ. 1: உயிருக்கு ஆபத்தை விளைவிக்கக் கூடிய; dangerous; cruel; venomous. பூகம்பம் ஏற்பட்ட பகுதியில் கொடிய நோய் பரவும் அபாயம் உள்ளது./ கொடிய விஷம் உள்ள நாகம். 2: பொறுத்துக்கொள்ள முடியாத அளவுக்கு வருத்தும்; கடுமையான; மிகுந்த; cruel; terrible; severe. கொடிய குளிர் காற்று வீசுகிறது./ கொடிய பஞ்சம் தலைவிரித்தாடியது./ விசாரணைக் கைதிகளைக் கொடிய முறையில் நடத்துவதாக அந்தக் காவல் துறை அதிகாரிமீது புகார் வந்துள்ளது.

கொடியசை வி. (-அசைக்க, -அசைத்து) (ஒரு நிகழ்வு, போட்டி முதலியவற்றை) தொடங்கிவைக்கும் விதமாகக் கையில் பிடித்திருக்கும் பச்சைக் கொடியை மேலும்கீழுமாக அசைத்தல்; start or inaugurate sth. by waving a green flag; flag off. அரசு போக்குவரத்துக் கழகத்துக்குப் புதிதாக வாங்கப்பட்டிருந்த 325 பேருந்துகளை முதலமைச்சர் கொடியசைத்துத் துவக்கிவைத்தார்./ சிறப்பு விருந்தினர் கொடியசைத்ததும் ஓட்டப் பந்தயம் தொடங்கியது.

கொடியடுப்பு பெ. ஒரு பெரிய அடுப்பும் அதிலிருந்து கிடைக்கும் வெப்பத்தைப் பயன்படுத்தும் வகையில் இணைக்கப்பட்ட சிறிய அடுப்பும் கொண்ட அமைப்பு; an oven with a connected smaller oven on its side.

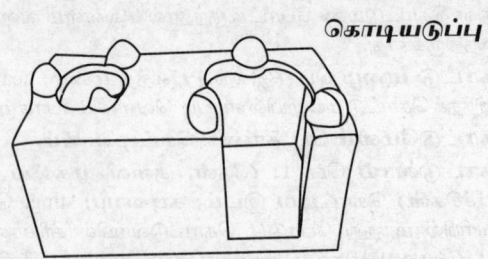

கொடியடுப்பு

கொடியிறக்கம் பெ. கோயில், தேவாலயம், மசூதி ஆகியவற்றில் திருவிழாவின் முடிவை அறிவிக்கும் விதமாக, கொடிமரத்தில் ஏற்றியிருந்த கொடியை இறக்கும் சடங்கு; the temple ritual of lowering the flag hoisted at the beginning of the festival as a mark of its end.

கொடியேற்றம் பெ. கோயில், தேவாலயம், மசூதி ஆகியவற்றில் திருவிழாவின் தொடக்கமாக நடக்கும் சடங்கில் கொடியைக் கம்பத்தில் பறக்கவிடும் துவக்க விழா/தேசியக் கொடி போன்றவற்றைக் கம்பத்தில் ஏற்றிப் பறக்க விடுதல்; the ceremony of hoisting the temple flag to mark the beginning of festival in the temple/the ceremony of hoisting national flag, etc.,

கொடியேற்று[1] வி. (-ஏற்ற, -ஏற்றி) கோயில், தேவாலயம், மசூதி ஆகியவற்றில் திருவிழாவின் தொடக்கமாக நடக்கும் சடங்கில் கொடியைக் கம்பத்தில் பறக்கவிடுதல்/பொது நிகழ்ச்சியில் தேசியக் கொடி, கட்சிக் கொடி போன்றவற்றைக் கம்பத்தில் பறக்கவிடுதல்; hoist a flag.

கொடியேற்று[2] வி. (-ஏற்ற, -ஏற்றி) (இலங்.) பட்டத்தைப் பறக்கவிடுதல்; fly (a kite). ஒவ்வொரு தைப் பொங்கலுக்கும் கொடியேற்றும் போட்டி நடக்கும்./ நீ என்ன கொடியேற்றினாய்?

கொடு[1] வி. (கொடுக்க, கொடுத்து) (எதிர்மறைப் பெயரெச்ச, வினையெச்சங்களில் மட்டும் வரும் மாற்று வடிவங்கள்: கொடாத, கொடாமல்) அ. (கிடைக்கச் செய்தல் என்ற வழக்கு) 1: (ஒருவர் அல்லது ஒன்று குறிப்பிட்ட ஒன்றை) பெறுமாறு செய்தல்; (கடனாக,

477 கொடு[1]

தானமாக, பரிசாக அல்லது அவற்றை ஒத்த பிற வகையில் ஒன்றை) அளித்தல்; give; deliver. என்னிடம் வெற்றிலை இருக்கிறது; பாக்கு இருந்தால் கொடு./ ஊர் மக்கள் கொடுத்த காணிக்கைகளைக் கொண்டு இந்தக் கோயில் கட்டப்பட்டது./ உழைப்பவர்களுக்கு உரிய ஊதியம் கொடுக்க வேண்டும்./ நீங்கள் கொடுக்கும் இரத்தம் ஓர் உயிரைக் காப்பாற்றும்./ சுவருக்குக் கொஞ்சம் சிமெண்டுப் பூச்சுக் கொடுக்க வேண்டும்./ அடிபட்ட இடத்தில் வெந்நீர் ஒத்தடம் கொடுக்கவும்./ நடிப்பதற்கான பயிற்சிகள் கூத்துப்பட்டறையில் கொடுக்கப்படுகின்றன./ ஒரு மொழியில் உள்ள ஒலிகளுக்கு நாம் கொடுக்கும் வரிவடிவம் தான் எழுத்து./ சென்னை வந்த தென்னாப்பிரிக்க வீரர்களுக்குப் பலத்த பாதுகாப்பு கொடுக்கப்பட்டது./ பத்து ரூபாய் தா. நாளைக்குக் கொடுத்துவிடுகிறேன்./ அவர்களின் புகைப்படங்களை அவர்களிடமே கொடுத்துவிட்டேன்./ சலவை செய்த துணிகளை வீடுவீடாகச் சென்று கொடுத்துவிட்டு வந்தான். **2: (தேவை கருதி கால அவகாசம்) அளித்தல்;** need. எனக்கு இரண்டு நாள் அவகாசம் கொடு./ உனக்கு ஒரு வாரம் கொடுத்தும் உன்னால் இந்தச் சின்ன வேலையை முடிக்க முடியவில்லையா? **3: (ஜுரம், ஜலதோஷம் போன்றவற்றை) மற்றவருக்குப் பரவச் செய்தல்;** pass on (infectin, cold, etc.,) to another. உன் ஜுரத்தை எனக்குக் கொடுத்துவிடாதே! **4: (ஆடு, மாடு போன்றவை பால்) சுரத்தல்; (பயிர்) மகசூல் காணுதல்; (செடி, மரம் முதலியன காய், பழம் போன்றவற்றை) உற்பத்தி செய்தல்;** (of goat, cow, etc.,) give (milk); (of crop) yield. இந்தப் பசு இரண்டு படி பால் கொடுக்கும்./ புது ரக நெல் ஏக்கருக்கு நாற்பது மூட்டை கொடுக்கும்./ எங்கள் வீட்டு மாமரம் நிறைய பழங்களைக் கொடுக்கும். **5: (வரி, கட்டணம், விலை முதலியவற்றை) செலுத்துதல்;** pay (tax, fee, etc.,). ஆங்கிலேய அரசுக்கு வரி கொடுக்க மறுத்துப் பல போராட்டங்கள் நடந்தன./ ஊசிபோடுவதற்கு இருபது ரூபாய் கொடுக்க வேண்டும்./ வாடகை கொடுப்பதற்குக்கூடக் கையில் பணம் இல்லை./ கந்து வட்டிக்குப் பணம் வாங்கிப் படம் எடுத்தால் வட்டி கொடுத்து மாளாது. **6: (பெண்ணை) திருமணம் செய்து தருதல்;** give (a girl) in marriage. நான் ஏழை என்பதற்காக என் பெண்ணை இரண்டாம் தாரமாகக் கொடுக்க மாட்டேன்./ உன் பெண்ணை என் பையனுக்குக் கொடுப்பாயா? **7: (ஒரு குறிப்பிட்ட நிலை, தன்மை, வாய்ப்பு முதலியவற்றை ஒன்றுக்கு அல்லது ஒருவருக்கு) அளித்தல்;** give (priority, importance, etc.,) accord; impart. வறுமையை அகற்றும் திட்டத்திற்கு முதல் இடம் கொடுக்க வேண்டும்./ சத்யஜித் ராயின் படங்களில் சிறுசிறு விஷயங்கள்கூடக் காட்சிக்குப் பல புதிய பரிமாணங்களைக் கொடுக்கின்றன./ பெண் கல்விக்கு நாம் முன்னுரிமை கொடுக்க வேண்டும்./ இந்த மைதானம் இதுவரை இந்திய அணிக்கு வெற்றியையே கொடுத்துவந்திருக்கிறது./ உருவம் கொஞ்சம் குள்ளமானாலும் முழங்கால்வரைக்கும் தொங்குகிற ஜிப்பாவும் கதர் வேஷ்டியும் பார்வைக்கு உயரமானவர்போல் தோற்றம் கொடுக்கும். **8: (அடி, உதை அல்லது தண்டனை) பெறச் செய்தல்;** give (a beating, kick, etc.,). இரண்டு அறை கொடுத்து அவனை இழுத்துக்கொண்டு வா./ தவறு செய்தவர்களுக்குச் சட்டம் தகுந்த தண்டனை கொடுக்கும். **9: (ஒரு துறை, இலாக்கா போன்றவற்றின் அதிகாரத்தை ஒருவர்) பெறுமாறு செய்தல்; ஒதுக்குதல்;** allot. தமிழ்நாட்டு உறுப்பினர் ஒருவருக்கு நிதித்துறை கொடுக்கப்பட்டது. **10: (விற்பனை செய்தல் போன்ற முறையில் ஒன்றை ஒருவருக்கு) சேரச் செய்தல்;** let (for lease, etc.,); issue (tickets, etc.,); supply. ரயில் நிலையத்தில் டிக்கெட் இன்னும் கொடுக்க ஆரம்பிக்கவில்லை./ இந்திய விமானப் படைக்கு நவீன மின்னணுக் கருவிகளையும் பயிற்சி சாதனங்களையும் கொடுப்பதற்கு அமெரிக்கா ஒப்புக்கொண்டுள்ளது. **11: (குறிப்பிட்ட பணிக்காக ஒன்றை ஒருவரிடம்) ஒப்படைத்தல்;** give s.o. or sth. to be dealt with in a specified way. புத்தகத்தை அச்சுக்குக் கொடுத்தாயிற்று./ சட்டையைச் சலவைக்குக் கொடுக்க வேண்டும்./ துணியைத் தைக்கக் கொடுத்திருக்கிறேன். **12: (முத்தம்) தருதல்;** give (s.o. a kiss.). மாமாவுக்கு ஒரு முத்தம் கொடு பாப்பா. **ஆ.** (வெளிப்படுத்துதல், உருவாக்குதல் தொடர்புடைய வழக்கு) **13: (இன்பம், உற்சாகம் அல்லது தொல்லை, தொந்தரவு முதலியவை) உண்டாக்குதல்;** give (pleasure, enthusiasm, etc.,); afford. உங்கள் பேச்சு மனத்திற்கு உற்சாகம் கொடுக்கிறது./ நான் யாருக்கும் தொல்லை கொடுக்க விரும்பவில்லை./ நல்ல புத்தகங்கள் படிப்பவர்களுக்குச் சலிப்பைக் கொடுக்காது. **14: (தகவல், சம்மதம், புகார், விளக்கம் முதலியவற்றை ஒருவரிடம்) தெரிவித்தல்; வெளிப்படுத்தல்;** give (information); present; grant. வாக்குக் கொடுத்தால் அதிலிருந்து தவறக் கூடாது./ சுற்றுலா செல்வதற்கு அப்பா சம்மதம் கொடுத்துவிட்டார்./ தவறான தகவல் கொடுக்காதீர்கள்./ நீங்கள் கொடுத்த விளக்கம் எங்களுக்கு ஏற்புடையதாக இல்லை./ தன் கருத்தை விளக்க அவர் நிறைய எடுத்துக்காட்டுகளைக் கொடுத்திருக்கிறார்./ அவர் எனக்குக் கொடுத்த ஆதரவை மறக்க முடியாது. **15: (கட்டளை, ஆணை) இடுதல்;** give (command, etc.,). கட்சி மேலிடம் தனக்குக் கொடுத்த கட்டளையின்படி தான் ராஜினாமா செய்யப்போவதாக அவர் கூறினார்./ எனக்குக் கொடுக்கப்பட்ட பணியைச் சிறப்பாக செய்துமுடிப்பேன். **16:** (வேதி.) **(ஒரு செயல்பாட்டின் விளைவாக மற்றொன்றை) உண்டாக்குதல்;** yield; produce. இரண்டு தனிமங்கள் சேர்ந்து ஒன்றுக்கு மேற்பட்ட சேர்மங்களைக் கொடுக்கின்றன./ இரும்பும் கந்தகமும் குறிப்பிட்ட விகிதத்தில் சேர்ந்து இரும்பு சல்ஃபைடைக் கொடுக்கின்றன. **17: (குறிப்பிட்ட நிலை, படைப்பு முதலியவற்றை) உருவாக்குதல்;** provide; offer. நிறைய வெற்றிப் படங்களைக் கொடுத்த இயக்குநர் இவர்./ இந்தத் திட்டம் பத்தாயிரம் பேருக்கு வேலைவாய்ப்புகளைக் கொடுக்கும் என்று எதிர்பார்க்கப்படுகிறது./ எல்லோருக்கும் எழுத்தறிவு கொடுக்கக் கூடிய திட்டங்களை அரசு செயல்படுத்தும். **18: (பூ முதலியவை மணத்தை) வெளிப்படுத்துதல்;** give off. மல்லிகை நல்ல மணம் கொடுக்கும். **இ.** (உள்ளே செல்லுமாறு செய்தல் என்ற வழக்கு) **19: நுழைத்தல்; செருகுதல்;** insert. வாயில் விரலைக் கொடுத்து வாந்தியெடுத்தான்./ அண்டாவின் வளையங்களில் கம்பைக் கொடுத்துத் தூக்கினார்கள். **20: (இரத்தம், பிராணவாயு முதலியவற்றை) உட்செலுத்துதல்;** give (blood, oxygen, etc.,). இவருக்கு உடனடியாகப் பிராணவாயு கொடுக்க வேண்டும்./

நோயாளிக்கு ஆறு பாட்டில் இரத்தம் கொடுக்க வேண்டும். **21: (மருந்து, மாத்திரை முதலியவற்றை) உட்கொள்ளச் செய்தல்; (குழந்தை, நோயாளி போன்றோருக்குப் பால், சோறு முதலியவற்றை) உண்ண அளித்தல்; புகட்டு தல்;** administer (medicine); give (milk, food, etc.,); feed. *குழந்தைக்குச் சோறு கொடு!/ இரண்டு வயதாகும்வரை குழந்தைக்குத் தொடர்ந்து தாய்ப்பால் கொடுத்தால் நல் லது./ நோயாளிக்கு நினைவு திரும்பும்வரை வாய்வழியாக எதுவும் கொடுக்கக் கூடாது./ மருத்துவர் கொடுத்த மாத்திரை களைச் சாப்பிடாமல் இருந்தால் எப்படி வியாதி குண மாகும்?* **ஈ.** *(இதர வழக்கு)* **22: (ஒரு நூலில் சொற்கள், படங்கள் முதலியவற்றை) இடம்பெறச் செய்தல்;** present; provide; offer. *அந்த அகராதியில் அறிவியல் சம்பந்த மான புதிய சொற்கள் நிறையக் கொடுக்கப்பட்டிருந்தன./ இந்த அகராதியில் 'அடி' என்ற வினைச் சொல்லுக்கு 33 பொருள்கள் கொடுத்திருக்கிறார்கள்./ இந்தக் கையேட்டில் விளக்கத்தோடு நிறைய படங்களும் கொடுத்திருக்கிறார்கள்.* **23: (திவசம், பலி போன்ற சடங்குகளை) நிகழ்த்துதல்;** offer (sacrifice, etc.,). *அம்மாவுக்குத் திதி யார் கொடுத்தது?/ ஆடு, மாடுகளைப் பலி கொடுப்பதைத் தடுக்கச் சட்டம்.* **24: (வாகனங்கள் குறிப்பிட்ட அளவு எரிபொருளுக்குக் குறிப்பிட்ட தூரம்) ஓடுதல்;** (of bus, car, etc.,) give (mileage). *இந்த கார் லிட்டருக்கு எவ்வளவு கொடுக்கிறது?*

கொடு[2] து.வி. *(கொடுக்க, கொடுத்து)* (எதிர்மறைப் பெயரெச்ச, வினையெச்சங்களில் மட்டும் வரும் மாற்று வடிவங்கள்: கொடாத, கொடாமல்) **1: முதன்மை வினை சுட்டும் செயல் பிறருக்காகச் செய்யப்படுகிறது என் பதைக் குறிப்பிடப் பயன்படுத்தும் துணை வினை;** an auxiliary verb used to indicate that the action of the main verb is for the benefit of another person. *அம்மாவிற்கு ஒரு குடம் தண்ணீர் எடுத்துக் கொடு./ அவருக்கு ஒரு வீடு வாங்கிக்கொடுத்தேன்.* **2: நிலைமாற்றம் அடைவதைக் குறிக்கும் வகையில் பயன்படுத்தப்படும் துணை வினை;** an auxiliary verb used to indicate the change of state of s.o. or sth. *எவ்வளவோ அடித்தும் இரும்புத் தகடு வளைந்துகொடுக்கவில்லை./ பலமாக அழுத்தியதும் கம்பி நெளிந்துகொடுத்தது.*

கொடுக்கல்வாங்கல் பெ. **1: (நட்பு முறையில்) அவசி யம் ஏற்படும்போது ஒன்றைக் கொடுத்து உதவுவது அல்லது தேவைப்படும்போது கேட்டு வாங்கிக்கொள் வது என்ற முறையில் இருவர் பரிமாறிக்கொள்ளும் செயல்;** friendly acts of lending and borrowing. *கொடுக்கல் வாங்கலில் ஏற்பட்ட பிரச்சினையால் அவர்கள் இப்போது பேசிக்கொள்வதே இல்லை.* **2: திருமணத்தின் மூலம் ஏற்படுத்திக்கொள்ளும் உறவு;** (matrimonial) alliance. *எங்கள் குடும்பங்களுக்குள் பெண் கொடுக்கல்வாங்கல் கிடையாது.*

கொடுக்கன் பெ. *(இலங்.)* காண்க: *கொடுக்கான்.*

கொடுக்காய்ப்புளி பெ. **சுருண்ட வடிவமும் பச்சை நிறத் தோலும் வெண்ணிறச் சதைப் பகுதியில் கறுப்பு நிற விதையும் கொண்ட (துவர்ப்பும் இனிப்பும் உடைய) ஒரு வகைக் காய்/மேற்குறிப்பிட்ட காயைத் தரும் மரம்;** manilla tamarind (the fruit and the tree).

கொடுக்கான் பெ. *(இலங்.)* **தேள்;** scorpion. *கொக் காரைக்குள் இருந்த கொடுக்கான் கையில் கடித்துவிட்டது.*

கொடுக்கு[1] வி. *(கொடுக்க, கொடுக்கி)* *(இலங்.)* **(வேட்டி, லுங்கி போன்றவற்றை) தார்ப் பாய்ச்சிக் கட்டுதல்;** wear வேட்டி, லுங்கி, etc., with one corner of an end secured in the front and the other drawn through the crotch and tucked up at the back.

கொடுக்கு[2] பெ. **1: (தேள், குளவி முதலிய சில உயிரி னங்களின்) வளைவான கூரிய நுனியைக் கொண்ட கொட்டும் உறுப்பு;** sting (of a wasp, scorpion, etc.,). **2: (நண்டு முதலிய உயிரினங்களின்) இரண்டாக அமைந் திருக்கும், கிடுக்கி போன்ற கால்;** pincers (of a crab, etc.,). **3:** *(வ.வ.)* **சேலைத் தலைப்பின் நுனி; முந்தானை;** end of the hanging part of the saree. *அம்மாவின் கொடுக்கைப் பிடித்துக்கொண்டே குழந்தை திரிகிறது.*

கொடுக்குக் கட்டிக்கொண்டு வி.அ. *(இலங்.)* **(ஒரு செயலில் ஈடுபடும்போது) முழுமூச்சாக; வரிந்துகட்டிக் கொண்டு;** with a firm resolution. *இருக்கும் கால் காணி வயலையும் விற்கத்தான் கொடுக்குக் கட்டிக்கொண்டு வெளிநாட்டிலிருந்து வந்திருக்கிறானோ?*

கொடுக்குக் கேள்வி பெ. *(இலங்.)* **(உண்மையைத் தெரிந்துகொள்வதற்கு) விடாமல் ஒருவரைத் தூண்டித் துருவிக் கேட்கும் கேள்வி;** probing question; question asked searchingly. *எத்தனை கொடுக்குக் கேள்விகள் கேட் டும் அவனிடமிருந்து உண்மையைப் பெற முடியவில்லை./ என்ன கொடுக்குக் கேள்வி கேட்டாலும் அவன் பதில் சொல்லிச் சமாளித்து விடுவான்.*

கொடுக்குமதி பெ. *(இலங்.)* **(ஒருவர் மற்றவருக்கு) தர வேண்டிய பாக்கித் தொகை; நிலுவை;** balance; arrears. *கொடுக்குமதி பிழையாகப் போனதால் நண்பர்களுக்குள் பகை வந்துவிட்டது./ கடைக்குக் கொடுக்குமதி இருக்கிறதா?*

கொடுகொட்டி பெ. **1: (பெரும்பாலும் கோயிலில்) ஒரு முனை சுழித்து வளைந்திருக்கும் குச்சியால் தட்டி இசைக்கப்படும்) தபேலா போன்ற தோல் வாத்தியக் கருவி;** a tabla-like musical instrument played in temples with stick curved at one end. **2: சிவன்போல் வேடமணிந்து ஆடும் ஒரு வகை நடனம்;** a kind of dance in which the performer dances dressed like Siva.

கொடுங்கை பெ. *(வ.வ.)* **1: மடக்கி வைத்திருக்கும் கை;** crook (of one's arm). *கொடுங்கையில் தலைவைத்துத் தூங்கிவிட்டான்.* **2: கை அளவு;** handful. *ஒரு கொடுங்கை வைக்கோல் எடுத்துக்கொண்டு வா.*

கொடுங்கோல் பெ. **(ஒரு நாட்டில் மனித உரிமை, சுதந் திரம், நியாயம் முதலியவற்றை மதிக்காமல்) கொடும் அடக்குமுறையைக் கையாண்டு நடத்தப்படும் நிர்வா கம்;** tyrannical rule; despotism. *இத்தகைய கொடுங்கோல் ஆட்சியைச் சரித்திரம் இதுவரை கண்டதில்லை./ கொடுங் கோல் மன்னனை எதிர்த்து மக்கள் புரட்சி செய்தனர்.*

கொடுங்கோன்மை பெ. *(உ.வ.)* **கொடுங்கோல் நிலை; அராஜகம்;** tyranny.

கொடுத்துவை வி. *(-வைக்க, -வைத்து)* **(ஒருவர் ஒன்றை அடைவதற்கு) முற்பிறவியில் புண்ணியம் செய்திருத் தல்;** merit sth. by one's virtuous deeds in the previous birth. *உன்னைக் கல்யாணம் பண்ணிக்கொள்ள அவனுக்குக்*

கொடுத்துவைக்கவில்லை./ உன் மனைவியும் நல்ல வேலை யில் இருக்கிறாள், நீ கொடுத்துவைத்தவன்.

கொடுந்தமிழ் பெ. *(உ.வ.)* **(பழங்காலத்தில்) செந்தமிழ் அல்லாத வட்டார மொழிகளைக் குறித்த சொல்;** (in former times) a general term for any dialectal variety as distinguished from the cultivated Tamil.

கொடுப்பனவு பெ. *(இலங்.)* **(ஒருவருக்கு) கொடுக்க வேண்டிய தொகை;** the sum owed to s.o. அவருக்குக் கொடுப்பனவு எவ்வளவு என்று பார்த்துச் சொல்.

கொடுப்பினை பெ. *(பே.வ.)* **கொடுத்துவைத்தது;** meriting sth. (by one's virtuous deeds in the previous birth). பெற்றோர்களைச் சிறிய வயதிலேயே நாங்கள் இழந்து விட்டோம். எங்களுடைய கொடுப்பினை அவ்வளவுதான்.

கொடுப்பு பெ. *(இலங்.)* **(வாயினுள்) கடைவாய்ப் பல்லுக்கு அடுத்து இருக்கும் சதைப் பகுதி; கடைவாய்;** area in one's mouth near the molar teeth. வெற்றிலையைக் கொடுப்புக்குள் அடக்கிக்கொண்டிருந்தான்.

கொடுப்புக்குள் சிரி வி. *(சிரிக்க, சிரித்து) (இலங்.)* **(பிறரின் துன்பத்தைக் கண்டு) ரகசியமாக மகிழ்ச்சியடைதல்;** laugh secretly. அவனுடைய தோல்வியைக் கண்டு அவர் கொடுப்புக்குள் சிரித்தார்.

கொடும் பெ.அ. **கொடிய; கடுமையான;** terrible. கொடும் பாலைவனம்/ கொடும் நோய்.

கொடும்பாவி பெ. **(மழை இல்லாத குறை, பஞ்சம் முதலியவற்றை நீக்குவதற்கான சடங்காக) வைக்கோலால் செய்து தெருவில் இழுத்துச்சென்று எரிக்கும் உருவம்/(அரசியல் தலைவர்கள் மற்றும் பிரபலமானவர்களுக்கு எதிர்ப்புத் தெரிவிக்கும் வகையில் அவர்களைப் போன்று) வைக்கோலால் அல்லது அட்டையால் செய்து தெருவில் இழுத்துச்சென்று எரிக்கும் உருவம்; உருவ பொம்மை;** effigy drawn through the streets and burnt as a communal ritual to end drought and famine/ effigy of s.o. drawn through the streets and burnt as a protest. சென்னையில் மழை வேண்டிக் கொடும்பாவி இழுத்தார்கள்./ இரு நாட்டுத் தலைவர்களின் கொடும்பாவிகள் எரிக்கப்பட்டன.

கொடுமை பெ. **1:** *(-ஆக, -ஆன)* **ஒன்றின் விளைவாக உணரும் கடுமை அல்லது அனுபவிக்கும் துன்பம்;** severity; harshness. உலகத்தில் ஏழையாக இருப்பது கொடுமை./ கொடுமையான வெயில். **2: மிகுந்த துன்பம் தரும் செயல்; இரக்கமற்ற செய்கை;** inhuman act; cruelty. நீ செய்த கொடுமைகளுக்கு இப்போது தண்டனை அனுபவிக்கிறாய்./ சிறையின் சிறிய அறையில் முப்பது பேர் அடைக்கப்பட்டிருந்தனர். என்ன கொடுமை!

கொடுமைப்படுத்து வி. *(-படுத்த, -படுத்தி)* **(அவசியமில்லாமலோ உள்நோக்கத்துடனோ) துன்பத்துக்கு உள்ளாக்குதல்; சித்திரவதை செய்தல்; வேதனைப்படுத்துதல்; வதைத்தல்;** torture; torment s.o. வீட்டுப்பாடம் எழுதச் சொல்லி அந்தப் பச்சைக்குழந்தையை ஏன் கொடுமைப்படுத்துகிறாய்?/ அளவுக்கு அதிகமாக வண்டியில் சுமையை ஏற்றிவிட்டு மாட்டைக் கொடுமைப்படுத்தலாமா?

கொடுவாய்[1] பெ. *(வ.வ.)* காண்க: **கோட்டுவாய்.**

கொடுவாய்[2] பெ. **முதுகுத் துடுப்பில் கூரிய முட்களைக் கொண்ட, பழுப்பு நிறத்திலிருக்கும், (உணவாகும்) ஒரு வகைக் கடல் மீன்;** grouper. கொடுவாய் மீன் தன்னுடைய குஞ்சுகளைத் தானே தின்றுவிடுவதால் அதன் இனம் அதிகமாகப் பெருகுவதில்லை.

கொடுவா(ய்)க் கத்தி பெ. *(இலங்.)* காண்க: **கொடுவாள்.**

கொடுவாள் பெ. **கொக்கிபோல் வளைந்திருக்கும் நுனி உடைய அரிவாள்;** sickle; billhook.

கொடூரம் பெ. *(-ஆக, -ஆன)* **அருவருப்பை, பயத்தை அல்லது துன்பத்தை உண்டாக்கக் கூடிய கடுமை அல்லது கொடுமை;** horrifying severity or cruelty. கொடூர விபத்து/ என்ன கொடூரமான பார்வை!/ கொடூரமான வெயில்.

கொடை பெ. **1:** *(உ.வ.)* **நன்கொடை; பரிசு;** gift. காடும் மலையும் இயற்கை நமக்குத் தந்த கொடை./ *(உரு வ.)* இந்த அரிய நூல் தமிழுக்கு நம் பேராசிரியர் தந்த கொடை. **2: (தெய்வங்களுக்கு) உணவு முதலியவற்றைக் காணிக்கையாக்கிக் கொண்டாடும் விழா;** festival which takes the form of offering food, etc., (to a deity). ஐயனார் கோயிலில் கொடை.

கொடை ஆவணம் பெ. *(சட்டம்)* **ஒருவருடைய சொத்தை இன்னொருவருக்குக் கிரயம் இல்லாமல் எழுதிக்கொடுப்பது;** gift deed.

கொடையாளர் பெ. காண்க: **கொடையாளி.**

கொடையாளி பெ. **(பொதுவாக) ஒன்றைத் தானமாகத் தருபவர்/(குறிப்பாக) இரத்தம், உடல் உறுப்புகள் போன்றவற்றைத் தானமாகத் தருபவர்;** (generally) a person who donates sth. as a charity; donor/(especially) a person who donates blood for transfusion, organ for transplantation, etc.,; donor; கல்லூரியின் முக்கியக் கொடையாளிகளில் ஒருவரின் பெயரை விளையாட்டு அரங்கத்திற்குச் சூட்டியுள்ளனர்./ இரத்தக் கொடையாளிகளை ஊக்குவிக்கச் சிறப்புச் சலுகைகள் வழங்கப்பட்டுள்ளன./ தன்னார்வக் கொடையாளிகள்.

கொண்ட பெ.அ. **பொருந்திய; உடைய; படைத்த; உள்ள;** having or containing (the stated characteristic, quality, etc.,). நீண்ட வாலைக் கொண்ட பறவை./ அவள் நல்ல திறமைகள் கொண்ட பெண்.

கொண்டலாத்தி பெ. **விரியக்கூடிய சிறிய கொண்டையையும் மெலிதான நீண்ட அலகையும் உடைய, உடலின் மேற்பகுதியில் மஞ்சளும் பழுப்பும் கலந்த நிறத்தையும் பின் பகுதியில் கறுப்பு வெள்ளைப் பட்டைகளையும் கொண்ட ஒரு பறவை;** hoopoe.

கொண்டவன் பெ. *(உ.வ.)* **ஒரு பெண்ணைத் திருமணம் செய்துகொண்டவன்; கணவன்;** husband. கொண்டவன் வந்ததும் அவளுக்கு முகம் மலர்ந்தது.

கொண்டாட்டம்[1] பெ. **1: (குடும்பம், சமூகம் போன்றவை சார்ந்த) சிறப்பு நிகழ்ச்சி; விழா;** (family, social) celebration; (religious) festival. வெள்ளிவிழாக் கொண்டாட்டங்கள்/ சுதந்திர தினக் கொண்டாட்டம்/ திருவிழாக் கொண்டாட்டம். [(தொ.சொ.) **உற்சவம்/ திருவிழா/ பண்டிகை/ விழா**] **2: உற்சாகம் கலந்த மகிழ்ச்சி;** fun;

கொண்டாட்டம்² 480

merriment. விடுமுறை விட்டால் குழந்தைகளுக்குக் கொண் டாட்டம்தான்.

கொண்டாட்டம்² பெ. *(இலங்.)* **(இருவருக்கு இடையி லான) நெருக்கமான நட்பு;** close friendship (between two persons). அவர்கள் இரண்டு பேருக்குள் நல்ல கொண் டாட்டம் உண்டு.

கொண்டாடு வி. *(கொண்டாட, கொண்டாடி)* **1: (விழா, நிகழ்ச்சி போன்றவற்றை) சிறப்பாக அல்லது விமரிசை யாக நடத்துதல்;** celebrate (a festival, birthday, etc.,). நாடு முழுதும் தீபாவளி மகிழ்ச்சியாகக் கொண்டாடப்பட் டது./ தலைவரின் பிறந்தநாளை நேற்றுச் சிறப்பாகக் கொண்டாடினார்கள். **2: புகழ்தல்; போற்றுதல்; சிறப்பித் தல்;** celebrate; praise; fete. இவரை மக்கள் தெய்வமாகவே கொண்டாடுகிறார்கள்./ நம் நட்பைக் கொண்டாடும் வித மாக நான் இந்தச் சிறிய நிகழ்ச்சியை ஏற்பாடு செய்துள் ளேன்./ இயற்கையின் அற்புதங்களைக் கொண்டாடும் கவிதை. **3: (ஒருவர் மற்றவரோடு தனக்கு உறவு, நட்பு, உரிமை உண்டு என்று) காட்டிக்கொள்ளுதல்;** claim (relationship, friendship, rights). கையில் பணம் இருந்தால் சொந்தம் கொண்டாடுவார்கள்./ அப்பா இறந்தவுடன் சொத்துக்கு உரிமை கொண்டாட வந்துவிட்டான்.

கொண்டி பெ. *(வ.வ.)* **(கதவு முதலியவற்றில்) சங்கிலி யின் முனையில் கொக்கி இணைக்கப்பட்டிருக்கும் அமைப்பு;** (metal) fastener. கதவில் கொண்டியை மாட் டினேன். ஆனால் பூட்ட மறந்துவிட்டேன்.

கொண்டிரு து.வி. *(-இருக்க, -இருந்து)* *காண்க:* **இரு².**

கொண்டு இ.சொ. **'-ஆல்' என்னும் உருபு உணர்த்தும் பொருளில் சொல்லுருபாகப் பயன்படும் இடைச் சொல்;** particle used as instrumental case. வாள்கொண்டு மரத்தை அறுத்தார்கள்./ கத்திகொண்டு வெட்டினான்.

கொண்டுசெல் வி. *(-செல்ல, -சென்று)* **1:** *காண்க:* **கொண்டுபோ. 2:** *காண்க:* **எடுத்துச்செல்.**

கொண்டுசேர் வி. *(-சேர்க்க, -சேர்த்து)* **(ஒன்றை) ஒரு வரை அடையச் செய்தல்;** make sth. reach s.o. நற்பண்பு களை மாணவர்களிடம் கொண்டுசேர்க்க வேண்டியது ஆசி ரியர்களின் கடமை அல்லவா?/ அரசின் அனைத்து நலத் திட்டங்களையும் பொதுமக்களிடம் கொண்டுசேர்க்க அதி காரிகள் பாடுபட வேண்டும் என்று மாவட்ட ஆட்சியர் சொல்லிக்கொண்டிருந்தார்.

கொண்டுபோ வி. *(-போக, -போய்)* **1: (ஒருவரை) அழைத்துச் செல்லுதல்; (ஒன்றை) எடுத்துச் செல்லு தல்;** take (s.o. or sth. to a place); transport. மனைவியைக் கொண்டுபோய் அலுவலகத்தில் விட்டுவந்தான்./ வாடகை சைக்கிளைக் கொண்டுபோய்க் கடையில் கொடுத்துவிடு!/ காட்டிலிருந்து மரங்களை வெளியே கொண்டுபோக அனுமதி பெற வேண்டும். **2: (கதை, திரைப்படம் முதலி யவற்றின் ஓட்டத்தை) அமைத்தல்; (நிறுவனம், கட்சி முதலியவற்றை) நெறிப்படுத்துதல்;** develop (a story, film, etc.,); carry; direct (an institution, organization, etc.,); conduct. ஆசிரியர் கதையை விறுவிறுப்பாகக் கொண்டு போயிருக்கிறார்./ இடைவேளைக்குப் பிறகு படத்தை எப்படிக் கொண்டுபோவது என்று தெரியாமல் இயக்குநர் திணறியிருக்கிறார்.

கொண்டுவா வி. *(-வர, -வந்து)* **1: (ஒருவரை) அழைத்து வருதல்; (ஒன்றை) எடுத்துவருதல்;** bring (s.o. or sth.). நோயாளியை உடனடியாக மருத்துவமனைக்குக் கொண்டு வர வேண்டும் என்று மருத்துவர் கூறினார்./ நான் சொன்ன புத்தகங்களைக் கொண்டுவந்தாயா? **2: (பிரச்சினை, தீர் மானம் முதலியவற்றை) கவனத்துக்கு உட்படுத்துதல்;** bring (a problem to s.o.'s attention); bring up an issue; move (a resolution, etc.,). சின்னச்சின்னப் பிரச்சினைகளை யெல்லாம் என்னிடம் கொண்டுவராதீர்கள் என்று மேலதி காரி கூறிவிட்டார்./ எதிர்க்கட்சியினர் கொண்டுவந்த நம்பிக்கையில்லாத் தீர்மானம் தோற்றுப்போயிற்று. **3: (சட்டத்தை அல்லது சட்டத்தில் திருத்தத்தை) ஏற் படுத்துதல்;** bring in (legislation, amendment). மதுவிலக்குச் சட்டம் கொண்டுவரக் கோரிப் பெண்கள் சங்கம் ஆர்ப் பாட்டம் நடத்தியது./ இடஒதுக்கீட்டில் திருத்தம் கொண்டு வர வேண்டிப் போராட்டம் நடத்தப்பட்டது

கொண்டுவிடு வி. *(-விட, -விட்டு)* **1: (ஒருவரை ஓர் இடத்துக்கு) அழைத்துச்செல்லுதல் அல்லது அழைத் துச்சென்றுவிடுதல்; (ஒருவரை) இட்டுச்சென்று (ஒன் றில்) விடுதல்;** take (s.o. to a place). கீழே விழுந்துகிடந்த வரை அவரது வீட்டில் கொண்டுவிட ஏற்பாடு செய்தோம்./ தம்பியைப் பள்ளியில் கொண்டுவிடாமல் என்ன செய்து கொண்டிருக்கிறாய்? **2: (ஒரு பிரச்சினை, சிக்கல் போன்ற வற்றுக்கு ஒருவரை) உள்ளாக்குதல்;** lead (s.o. into sth.). அவசரப்பட்டு எடுக்கும் முடிவு உன்னைச் சிக்கலில் கொண்டுவிடாமல் பார்த்துக்கொள்./ ஊர்ப் பிரச்சினை நம்மை ஆபத்தில் கொண்டுவிடப்போகிறது.

கொண்டெழுப்பு வி. *(-எழுப்ப, -எழுப்பி) (இலங்.)* **(குடும் பத்தை) நல்ல நிலைக்குக் கொண்டுவருதல்;** help (s.o.) to come up. அண்ணன் காலமான பிறகு அவர் குடும்பத்தை அவன்தான் கொண்டெழுப்பிவிட்டான்.

கொண்டை பெ. **1: (பெரும்பாலும் பெண்களின்) சுருட் டிய முடிக் கட்டு;** bun. குதிரை வால்போல் கொண்டை./ நன்றாகத் தூக்கிச் சீவிக் கொண்டை போடு. **2: (சேவல், மயில் போன்ற சில பறவைகளின் தலையில்) பட் டையாக மேல்நோக்கி வளர்ந்திருக்கும் சதைப் பகுதி அல்லது முடி;** crest (of birds). சேவலின் செந்நிறக் கொண்டை. **3: (ஆணி, பம்பரம் போன்றவற்றின்) தலைப்பகுதி;** head (of a nail, top, etc.,). **4:** *(ஊரக வ.)* **செடியின் அல்லது மரத்தின் உச்சி;** apex (of a plant or tree). பூச்சி பருத்திச் செடியின் கொண்டையைத் தாக்கு கிறது. **5: (காளை மாட்டின்) திமில் அல்லது (பசு மாட்டின்) கழுத்துப் பகுதி முடிந்து முதுகுத்தண்டு தொடங்கும் இடம்;** the place on the back of a bull or cow, where the spinal column begins.

கொண்டை ஊசி பெ. **(பெண்கள் போட்டிருக்கும் கொண்டை அவிழாதபடி செருகும்) U வடிவத்தில் நெருக்கமாக வளைக்கப்பட்ட மெல்லிய கம்பி;**

(U-shaped) hairpin (to keep the hairdo intact). இங்கு வைத்திருந்த கொண்டை ஊசியை யார் எடுத்தது?

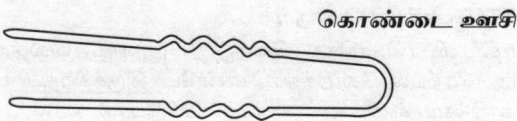

கொண்டை ஊசி

கொண்டை ஊசி வளைவு பெ. **(செங்குத்தான மலைப் பாதையில்) நேராகச் சென்றுகொண்டிருக்கும் சாலையில் சட்டென்று நேரெதிராகத் திசைமாறும் வகையில் அமைந்துள்ள பகுதி;** sharp bend (on hilly roads).

கொண்டை ஊசி வளைவு

கொண்டைக்கடலை பெ. **உருண்டை வடிவத்தில் சிறு கூர்மையான முனையைக் கொண்டிருக்கும் பழுப்பு நிறப் பருப்பு;** bengalgram; chick-pea. கொண்டைக் கடலையை உடைத்துக் கடலைப் பருப்பு தயாரிக்கிறார்கள்.

கொண்டைக்குருவி பெ. **கறுப்பு நிறத் தலைப் பகுதியில் சற்று உயர்ந்திருக்கும் கொண்டையையும் வாலின் அடியில் சிவப்பு நிறத்தையும் கொண்ட ஒரு பறவை;** redvented bulbul.

கொணர் வி. (கொணர, கொணர்ந்து) *(உ.வ.)* **கொண்டு வருதல்;** bring. சான்றிதழ்களைக் கொணரும்படி தலைமையாசிரியர் மாணவனிடம் கூறினார்./ வெளிமாநிலத்திலிருந்து சென்னை நகருக்கு தண்ணீர் கொணர்வதற்குத் திட்டம் வகுக்கப்பட்டுள்ளது.

கொத்சு பெ. **கத்தரிக்காயை அல்லது தக்காளியை எண்ணெய் விட்டு வேகவைத்துக் கடைந்து தயாரிக்கப்படும் (இட்லி, பொங்கல் முதலியவற்றோடு சேர்த்துக்கொள்ளும்) ஒரு தொடுகறி;** a mash of brinjal or tomato cooked with oil for use as a side dish for இட்லி, etc., அரிசி உப்புமாவும் கத்திரிக்காய் கொத்சும் செய்து விடவா?

கொத்தடிமை பெ. **நியாயமற்ற ஒப்பந்தத்தின் காரணமாக (தனியாகவோ அல்லது குடும்பத்துடனோ) மிகக் குறைந்த கூலிக்கு ஒருவரிடத்தில் அடிமைப்பட்டுத் தொடர்ந்து வேலைபார்ப்பவர்;** bonded labourer. பண்ணைகளில் கொத்தடிமை முறை ஒழிக்கப்பட்டது./ இந்த ஓட்டலில் நாங்கள் கிட்டத்தட்டக் கொத்தடிமைகள் மாதிரிதான் வேலை செய்ய வேண்டியிருக்கிறது.

கொத்தமல்லி பெ. 1: **(அரைத்துத் துவையலாகவும் ரசம் முதலியவற்றில் வாசனைப் பொருளாகவும் பயன்படுத்தும்) மணம் உள்ள (பெரும்பாலும்) துளிரான பச்சை இலையைக் கொண்ட கீரை/ அந்த இலையை உடைய செடி;** coriander leaf used as a condiment for preparing a side dish. 2: **(சமையலில் பயன்படும்) கொத்தமல்லிச் செடியின் பழுப்பு நிற விதை; தனியா;** coriander seed.

கொத்தவரங்காய் பெ. **(காய்கறியாகப் பயன்படும்) சற்று நீளமாகவும் தட்டையாகவும் வெளிர் பச்சை நிறத்தில் இருக்கும் காய்;** cluster beans. கொத்தவரங்காய் வற்றல்/ அவன் கொத்தவரங்காய்போல் மெலிந்துவிட்டான்.

கொத்தளம் பெ. **(பழங்காலத்தில் வீரர்கள் நின்று போர் புரிய ஏற்றவாறு) தளத்தோடு கட்டப்பட்ட கோட்டை மதிலின் மேற்புறப் பகுதி;** rampart. கொத்தளத்தில் காவலுக்கு நின்றிருந்த வீரர்கள்./ டெல்லி செங்கோட்டைக் கொத்தளத்துக்கு வந்து பிரதமர் தேசியக் கொடியை ஏற்றி வைத்தார்.

கொத்தனார் பெ. **கட்டடம் கட்டும் வேலை செய்பவர்;** mason.

கொத்திக்கொண்டுபோ வி. (-போக, -போய்) **(கிடைப்பதற்கு அரியதாக இருப்பதால்) விரைந்து கைப்பற்றுதல்;** swoop s.o. or sth. up. உன் அழகுக்கு யாராவது உன்னைக் கொத்திக்கொண்டு போய்விடுவார்கள்./ இருபதாயிரம் ரூபாய்ச் சம்பளம் தரும் வேலையைக் கொத்திக்கொண்டுபோக ஆயிரம் பேர் இருக்கிறார்கள்.

கொத்து[1] வி. (கொத்த, கொத்தி) 1: **(பாம்பு, பறவைகள் முதலியன) குத்துவதுபோல் கடித்தல்;** (of birds) peck; (of snakes, squirrel, etc.,) bite; strike. காகம் எருமையின் மீது உட்கார்ந்து புண்ணைக் கொத்திக்கொண்டிருந்தது./ கோழி குப்பையைக் கொத்திக் கிளறியது./ தன்னைப் பிடிக்க வந்த கீரியைப் பாம்பு கொத்தியது. [*(தொ.சொ.)* **கடி/ கொட்டு/ தீண்டு**] 2: **(அலகால்) கவ்விப் பிடித்தல்;** pick. பருந்து கோழிக் குஞ்சைக் கொத்திச் சென்றது./ காக்காய் வடையைக் கொத்திக்கொண்டு பறந்தது. 3: **(மண்வெட்டியால்) வெட்டிக் கிளறுதல்;** turn over (the soil) with a spade; dig; pick. தோட்டம் போடுவதற்காக நிலத்தைக் கொத்திக்கொண்டிருந்தார். [*(தொ.சொ.)* **குடை/ சுரண்டு/ துளை/ நோண்டு**] 4: **(அரைப்பதற்கு அல்லது ஆட்டுவதற்கு ஏற்ற வகையில் அம்மி, ஆட்டுக்கல் முதலியவற்றின் மேல்பரப்பை உளிகொண்டு) சிறுசிறு குழி உண்டாகும்படி அடித்தல்; பொளிதல்;** chip or pick (stone mortar, etc., to make the surface rough). அம்மி தேய்ந்து வழுவழுப்பாகிவிட்டது, கொத்த வேண்டும். 5: *(வ.வ.)* **துண்டுதுண்டாகும்படி செய்தல்;** cut to tiny pieces; mince. பலாக்காயைக் கொத்து. 6: *(இலங்.)* **(விறகு) பிளத்தல்; உடைத்தல்;** split or cleave (firewood, etc., with an axe or cleaver). விறகு கொத்த ஆள் கிடைக்கவில்லை.

கொத்து[2] பெ. 1: **(பூ, காய் போன்றவை) ஒன்றோடு ஒன்று நெருக்கமாகக் காணப்படும் நிலை;** bunch; cluster. கொத்துக்கொத்தாக மலர்கள் பூத்திருந்தன./ சாவிக்

கொத்து/ தலை முடியைக் கொத்தாகப் பிடித்து இழுத்தான்./ ஒரு கொத்தில் பெரியதும் சிறியதுமாக ஆறு மாங்காய்கள் இருந்தன. [(தொ.சொ.) **குலை/ சீப்பு**] 2: **(இட்லி போன்ற உணவுப் பொருள் தயாரிக்கும்போது) ஈடு; தடவை;** a set of preparations such as இட்லி. எத்தனை கொத்து இட்லி வைக்கட்டும்?

கொத்து³ பெ. (இலங்.) **ஒன்றேகால் கிலோவுக்குச் சமமான அளவு கொண்ட முகத்தல் அளவை;** a measure roughly equal to one kilo and a quarter.

கொத்து⁴ பெ. (ஊரக வ.) **அறுவடை செய்தவர்களுக்குக் கூலியாகத் தரப்படும் தானியம்;** grain given as wages for reaping (during harvest). விளைச்சலில் கொத்து போகச் சரியாகப் பன்னிரண்டு மூட்டைதான் தேறியது.

கொத்துக்கரண்டி பெ. **(கட்டட வேலையில் கலவையை அள்ளிப் பூசப் பயன்படும்) அரசிலை வடிவில் இரும்புப் பட்டையைக் கொண்ட கருவி;** mason's trowel.

கொத்துக்கறி பெ. **சிறுசிறு துண்டுகளாகக் கொத்தி நைக்கப்பட்ட இறைச்சி;** mince.

கொத்துக்குண்டு பெ. (பெரும்பாலும் பன்மையில்) **சிறிய குண்டுகளின் தொகுப்பாக அமைவதும் வெடிக்கும்போது பெரும் பரப்பளவில் நாசத்தை விளைவிக்கக்கூடியதாக விமானத்திலிருந்து வீசப்படுவதுமான குண்டு வகை;** cluster bomb. போரின் இறுதிக் கட்டத்தில் அப்பாவி மக்கள்மீது கொத்துக்குண்டுகள் வீசப்பட்டதாக ஒரு அயல்நாட்டுப் பத்திரிகை ஆதாரத்துடன் செய்தி வெளியிட்டுள்ளது.

கொத்து பரோட்டா பெ. **பரோட்டாவுடன் மசாலா, வெங்காயம் போன்றவற்றைச் சேர்த்துத் தோசைத் திருப்பியால் கொத்திச் சிறுசிறு துண்டுகளாக்கப்படும் உணவு வகை;** a dish of பரோட்டா minced with condiments and mixed with spices.

கொத்துமல்லி பெ. காண்க: **கொத்தமல்லி.**

கொத்துமானம் பெ. (வ.வ.) **(வெள்ளி அல்லது பொன்னால் ஆன) அணிகலன்களில் செய்யப்படும் அலங்கார வேலை; நகாசு வேலை;** filigree.

கொத்துரொட்டி பெ. (இலங்.) **(இறைச்சி சேர்த்துத் தயாரிக்கும்) கொத்து பரோட்டா;** a dish of minced பரோட்டா and meat.

கொத்துவேலை பெ. 1: (பே.வ.) **கட்டடம் முதலியன கட்டும் வேலை;** masonry. 2: (இலங்.) **(நிலம், தோட்டம் போன்றவற்றைக் கொத்தும்) விவசாய வேலை;** the work of preparing the soil for crops by digging.

கொதி¹ வி. (கொதிக்க, கொதித்து) 1: **(திரவங்கள்) வெப்பத்தினால் சூடாகி ஆவியாகும் நிலைக்கு வருதல்;** boil. அடுப்பில் பால் கொதித்துப் பொங்கி வழிந்தது./ ரசம் கொதித்துவிட்டால் இறக்கி வை. [(தொ.சொ.) **கொளுத்து/ சுடு/ தகி/ வேகு**] 2: **வெப்பநிலை சராசரியைவிட அதிகமாக இருத்தல்;** be warm; have a high temperature; be hot. தரை கொதிக்கிறது; கீழே கால் வைக்க முடியவில்லை./ குழந்தைக்கு உடம்பு அனலாகக் கொதிக்கிறது. [(தொ.சொ.) **அனற்று/ சுடு/ வேகு**] 3: **மிகுந்த கோபம் அடைதல்;** be enraged. தன்னை அவமானப்படுத்திவிட்டார்கள் என்று அவன் என்னிடம் கொதித்தான். [(தொ.சொ.) **அங்கலாய்/ குமுறு/ குமை/ கொந்தளி/ பொங்கு/ பொருமு**]

கொதி² வி. (கொதிக்க, கொதித்து) (இலங்.) **வலித்தல்;** pain. மேற்பல் கொதித்துக்கொண்டே இருக்கிறது./ புண் கொதிக்காமல் இருக்கக் குளுசையைப் போடு.

கொதி³ பெ. **திரவம் கொதிக்கிற நிலை;** (of liquid) the state of boiling. ஒரு கொதி வந்தவுடன் உலை நீரில் அரிசியைப் போடு!

கொதி⁴ பெ. (இலங்.) **வலி;** pain. பல்லுக் கொதியினால் சொத்தை வீங்கிக்கிடக்கிறது.

கொதிகலன் பெ. **தொழிற்சாலைகளில் நீராவி உண்டாக்கப் பயன்படுத்தும் கலன்;** boiler.

கொதிநிலை பெ. (இயற்.) **ஒரு திரவம் கொதிக்கத் தொடங்கும் வெப்பநிலை;** boiling point.

கொதிநீர் பெ. (இலங்.) **மிகச் சூடான நீர்;** boiling water. காலில் கொதிநீர் கொட்டிப் புண்ணாகிவிட்டது.

கொதிப்பு பெ. **அளவுகடந்த கோபம்;** rage; fury. சமூகத்தில் நிகழும் அநீதிகளைக் கண்டு கொதிப்படைகிறோம்./ நிர்வாகத்தின் இந்தச் செயல் ஊழியர்கள் மத்தியில் கொதிப்பை ஏற்படுத்தியுள்ளது.

கொந்தராத்து பெ. (இலங்.) **ஒப்பந்தம்;** contract. இலக்கியத்தையே கொந்தராத்து எடுத்தது போல் பேசுகிறார்.

கொந்தல் பெ. (இலங்.) **அணில் போன்றவை கடித்த அல்லது பறவை கொத்திய காய்;** fruit bitten by a squirrel or bird, etc., கொந்தல் கொய்யாப் பழத்தை அணில் தன் வாயில் கவ்விச் சென்றது./ சாமிக்குப் படைப்பதற்குக் கொந்தல் இல்லாத மாம்பழம் வேண்டும் என்று ஐயர் கூறினார்.

கொந்தளி வி. (கொந்தளிக்க, கொந்தளித்து) **(காற்றால் கடல் நீர்) அலைக்கப்பட்டுப் பொங்குதல்;** (of sea) be rough; swell. கடல் கொந்தளிப்பதால் மீனவர்கள் மீன் பிடிக்கச் செல்லவில்லை./ (உரு வ.) தந்தையின் முகத்தில் கோபம் கொந்தளித்தது.

கொந்தளிப்பு பெ. (-ஆன) 1: **(கடலின் நீர்ப் பரப்பு) அலைக்கப்பட்டுப் பொங்கிவரும் நிலை;** turbulence (of the sea); swell. வங்கக் கடலில் உருவாகியுள்ள புயல் காரணமாகச் சென்னையில் கடல் கொந்தளிப்பு அதிகரித்துள்ளது./ பூகம்பம், நிலச்சரிவு, கடல் கொந்தளிப்பு, வெள்ளம், சூறாவளி போன்ற இயற்கைச் சீற்றங்களால் நாட்டின் பொருளாதாரம் பெருமளவில் பாதிக்கப்படுகிறது. 2: **(உணர்ச்சியின்) குமுறல்;** (emotional) upheaval. முகம் உணர்ச்சிக் கொந்தளிப்பில் சிவந்துபோயிற்று. 3: **(நாட்டில்) பதற்ற நிலை;** unrest or turmoil; commotion. அரசியல் தலைவர் கைதானதைத் தொடர்ந்து நாட்டில் பெரும் கொந்தளிப்பு ஏற்பட்டது.

கொந்து வி. (கொந்த, கொந்தி) (வ.வ.) **(பறவைகள் அலகால்) கொத்துதல்; (கூர்முனை கொண்ட கருவியால்) குத்துதல்;** (of birds) peck; prod. கிளி பழத்தைக் கொந்தித் தின்றது./ அவன் குச்சியால் குப்பையைக் கொந்தி எதையோ தேடிக்கொண்டிருந்தான்.

கொப்பரை[1] பெ. ***பிடித்துத் தூக்குவதற்கான வளைய முடைய, வாய் அகன்ற பெரிய பாத்திரம்;*** brass or copper cauldron with rings as handles. கருப்பஞ்சாற்றைக் கொப்பரையில் ஊற்றிக் கொதிக்கவைக்கிறார்கள்./ எண்ணெய்க் கொப்பரை.

கொப்பரை[2] பெ. *முற்றிய தேங்காய்ப் பருப்பு;* dried coconut kernel (yielding oil); copra. கொப்பரையை ஆட்டித் தேங்காய் எண்ணெய் எடுக்கிறார்கள்./ கொப்பரையைத் துருவிப் பாயசத்தில் போடு.

கொப்பளம் பெ. காண்க: **கொப்புளம்.**

கொப்பளி வி. *(கொப்பளிக்க, கொப்பளித்து)* **1:** ***வாய்க்குள் நீரை அடக்கி அலைத்துச் சுத்தம் செய்தல்;*** gargle; rinse. முதலில் பல் துலக்கி வாய் கொப்பளித்துவிட்டு வா. பிறகு காப்பி குடிக்கலாம்./ வாய்ப் புண் குணமாக உப்புநீரால் வாயைக் கொப்பளி! **2: *(நீர் போன்ற திரவம் சிறிய துவாரத்தின் வழியாக) குமிழ்களுடன் வேகமாக வெளிப்படுதல்;*** (of water, blood, etc.,) gush. வெட்டுப்பட்ட காயத்திலிருந்து இரத்தம் கொப்பளித்தது./ சோடா பாட்டிலின் மூடியைத் திறந்ததும் நீர் கொப்பளித்து வழிந்தது./ *(உரு வ.)* தன்மேல் மோதியவனைக் கோபம் கொப்பளிக்கத் திரும்பிப் பார்த்தான். **3: *(உடலில்) கொப்புளம் தோன்றுதல்;*** (of body, skin, etc.,) blister. கொதிக்கும் எண்ணெய் பட்டதால் கை கொப்பளித்துவிட்டது./ தீக்காயத்தால் கொப்பளித்த இடம் ஆறிவருகிறது.

கொப்பளிப்பான் பெ. *(இலங்.)* ***பெரியம்மை;*** smallpox.

கொப்பாட்டன் பெ. *(இலங்.)* ***தாத்தாவின் தாத்தா;*** great-great-grandfather. கொப்பாட்டன் காலத்தில் இந்த ஊருக்குக் குடிபெயர்ந்து வந்தோம்.

கொப்பி பெ. *(இலங்.)* ***குறிப்பேடு; நோட்டு;*** notebook. நாற்பது தாள் கொப்பி மூன்று வாங்க வேண்டும்.

கொப்பு பெ. ***(சிறிய) கிளை; கொம்பு;*** branch (of a tree). கொப்பின் நுனியில் மஞ்சள் நிற மலர்கள் பூத்திருந்தன./ வேலியாக வளர்க்கும் குத்துச்செடிகளின் கொப்புகளை ஒட்ட வெட்டக் கூடாது./ பலமாக வீசிய காற்றில் முருங்கை மரத்தின் கொப்புகள் முறிந்து விழுந்தன.

கொப்புளம் பெ. **1: *(உடலில் உண்டாகும்) நிணநீர் அல்லது சீழ் நிரம்பிய மெல்லிய சிறு புடைப்பு;*** blister. கையில் இருந்த கொப்புளம் உடைந்துவிட்டது. **2: *(நீர் போன்ற திரவத்தில் தோன்றும்) குமிழ்;*** bubble.

கொப்பூழ் பெ. ***தொப்புள்;*** navel.

கொப்பூழ்க்கொடி பெ. ***தொப்புள்கொடி;*** umbilical cord.

கொம்பறிமூ(ர்)க்கன் பெ. *(இலங்.)* காண்க: **கொம்பேறி மூக்கன்.**

கொம்பறை பெ. *(இலங்.)* ***நெல் கொட்டி வைக்கும் அறை;*** room exclusively used for storing paddy.

கொம்பன் பெ. *(அலட்சியமாகப் பேசும்போது)* ***பலம் அல்லது அதிகாரம் படைத்தவன்/திறமை படைத்தவன்;*** (defiant) bighead. 'எந்தக் கொம்பனும் என்னை ஒன்றும் செய்துவிட முடியாது' என்ற பாவனை அவருடைய முகத்தில் தெரிந்தது./ நாம்தான் இந்தக் காரியத்தைச் செய்தோம் என்பதை எந்தக் கொம்பனும் கண்டுபிடிக்க முடியாது.

கொம்பன் ஆந்தை பெ. ***(பொதுவாகப் பாறைகள் அடர்ந்த மலைப் பகுதிகளில் இணையாகவே காணப் படுவதும்) தலையில் கண்களுக்கு மேல் சிண்டு போன்ற இறகுத் தொகுப்பைக் கொண்டதும், கருஞ் சிவப்பு நிறக் கண்களைக் கொண்டதும், இரவில் இரை தேடுவதுமான ஒருவகை ஆந்தை;*** Indian eagle owl.

கொம்பன் யானை பெ. *(வ.வ.)* ***நீண்ட பெரிய தந்தங்களை உடைய ஆண் யானை;*** a male elephant with long tusks; tusker.

கொம்பு பெ. **1: *(ஆடு, மாடு, மான் போன்ற சில விலங்குகளின் தலைப்பகுதியில்) அடியில் பெருத்தும் நுனியில் கூர்மையாகவும் நீண்டு வளர்ந்திருக்கும் உறுதியான உறுப்பு;*** horn. மாட்டின் கொம்பில் குஞ்சலம் கட்டியிருந்தார்கள்./ ஒற்றைக் கொம்பு காண்டாமிருகம்/ ஆட்டின் கொம்பு வளைந்திருந்தது. **2: *(யானையின்) தந்தம்;*** tusk (of an elephant). முதுமலைக் காட்டில் கொம்புடைந்த யானை ஒன்றைப் பார்த்தேன். **3: *வாயில் வைத்து ஊதுகிற பகுதி குறுகியும் மறுமுனை அகன்றும், நீண்டு 'S' போல் வளைந்திருக்கும் ஒலி எழுப்பும் குழல் வடிவக் கருவி; தாரை;*** horn; bugle. கோயிலில் கொம்பு ஊதியதும் தேர் புறப்பட்டது. *(பார்க்க, படம்)* **4: *(மரத்தின்) கிளை;*** branch (of a tree). குரங்கு உச்சாணிக் கொம்பில் ஏறி உட்கார்ந்துகொண்டது./ பூவரசுக் கொம்பை ஊன்றிவைத்திருக்கிறேன். **5:** *(வ.வ.)* ***குச்சி;*** stick. கீழே கிடக்கிற கொம்பை எடு. **6: *(குறில் அல்லது நெடில்) உயிர் எழுத்தைச் சுட்டிக்காட்ட உயிர்மெய்யெழுத்தின் முன் அல்லது மேல் போடப்படும் அடையாளக் குறி;*** vowel sign in consonant-vowel letter, placed before the consonant or on the top of it.

கொம்பு

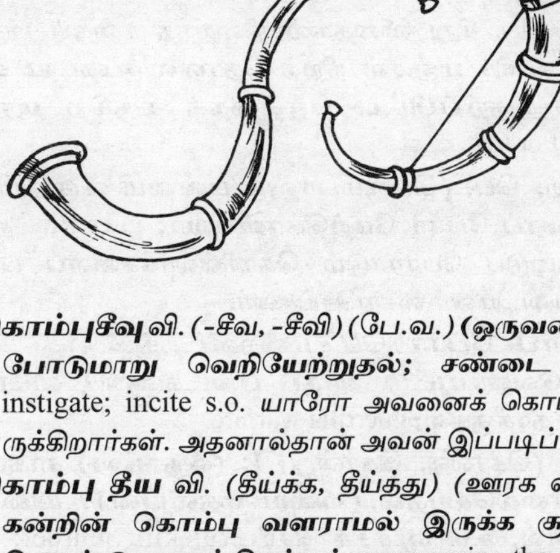

கொம்புசீவு வி. *(-சீவ, -சீவி) (பே.வ.)* ***(ஒருவரை) சண்டை போடுமாறு வெறியேற்றுதல்; சண்டை மூட்டுதல்;*** instigate; incite s.o. யாரோ அவனைக் கொம்புசீவிவிட்டிருக்கிறார்கள். அதனால்தான் அவன் இப்படிப் பேசுகிறான்.

கொம்பு தீய வி. *(தீய்க்க, தீய்த்து) (ஊரக வ.)* ***காளைக் கன்றின் கொம்பு வளராமல் இருக்க சூட்டுக்கோல் கொண்டு கருகச் செய்தல்;*** suppressing the growth of the horns of a bullock with a hot iron while it is a calf. காளைக் கன்றுக்கு வயதாகிவிட்டது, கொம்பு தீய்க்க வேண்டும்./ கொம்பு தீய்க்காமல் விட்டுவிட்டால் தாறுமாறாக வளரும்.

கொம்புமுளை வி. *(-முளைக்க, -முளைத்து) (பெரும் பாலும் இடித்துக் கூறும் தொனியில்)* ***(வேறு எவரும்***

பெற்றிருக்காத) சிறப்பை அல்லது தனித்துவத்தை ஒருவர் பெற்றிருத்தல்; (derogatorily) be exceptional; be privileged. எல்லாம் தெரிந்தவன்போல் பேசுகிறாயே; கல்லூரியில் படித்தால் கொம்பு முளைத்ததாக அர்த்தமா?/ இவனுடைய குடும்பத்தில் இவன்தான் ஓரளவுக்கு வசதியாக இருக்கிறான். அதனால் தனக்குக் கொம்பு முளைத்துவிட்டதாக நினைக்கிறான்.

கொம்புள பெ. (இலங்.) **கொம்பை முதலில் கொண்ட 'ள' என்னும் எழுத்து;** the Tamil letter ள that begins with the vowel sign. குழந்தையிடம் 'பழம்' என்ற சொல்லை எழுது என்று கூறியதும், அது கொம்புளவா மவ்வுளவா என்று கேட்டது.

கொம்பு ளகரம் பெ. (இலங்.) **'ள்' என்னும் தமிழ் எழுத்து; பொதுளகரம்;** the letter 'ள்' in the Tamil alphabet.

கொம்பேறிமூக்கன் பெ. **(பெரும்பாலும் மரத்தில் இருக்கும்) தலையைச் சற்றுத் தூக்கியபடி வேகமாக ஊர்ந்து செல்லும் (விஷம் இல்லாத) ஒரு வகைப் பாம்பு;** bronze-back snake.

கொய் வி. (கொய்ய, கொய்து) 1: (உ.வ.) **(பூவை) பறித்தல்;** pick (flowers). மலர் கொய்து மாலை தொடுத்து இறைவனுக்குச் சூட்டினாள். 2: **கிள்ளி அல்லது வெட்டி எடுத்தல்;** nip off. தினை கொய்யும் கிளிகளை விரட்டுவது போல் ஒரு காட்சி/ ஒற்றனின் தலையைக் கொய்ய அரசர் ஆணையிட்டார்.

கொய்மலர் பெ. (பு.வ.) **செடியின் தண்டோடும் சில இலைகளோடும் செடியிலிருந்து வெட்டியெடுக்கப்படும் மலர்;** cut-flowers. பூங்கொத்துத் தயாரிக்கக் கொய் மலர்கள் பயன்படுகின்றன./ நாட்டின் கொய்மலர் உற்பத்தியில் 19% தமிழகத்தில் நடைபெறுகிறது.

கொய்யகம் பெ. (இலங்.) **(புடவையின்) கொசுவம்;** folded gathering (of a saree); pleats.

கொய்யா பெ. **சிறு விதைகள் நிறைந்த சதைப் பகுதியுடன் வெளிர் மஞ்சள் நிறத் தோலை உடைய ஒரு பழம்/மேற்குறிப்பிட்ட பழத்தைத் தருகிற மரம்;** guava fruit or tree.

கொரில்லா பெ. (பெரும்பாலும் பன்மை விகுதியில்) **கொரில்லாப் போர் மேற்கொள்பவர்;** guerrilla. தனி நாடு கேட்டுப் போராடும் கொரில்லாக்களைப் பாது காப்புப் படையினர் கைதுசெய்தனர்.

கொரில்லாப் போர் பெ. **மறைவிடத்திலிருந்து திடீரென்று வெளிப்பட்டு அரசுப் படைகளுக்கு எதிராக நடத்தும் தாக்குதல்;** guerrilla warfare.

கொல் வி. (கொல்ல, கொன்று) 1: **(ஒருவரை) சாகடித்தல்; கொலைசெய்தல்; (விஷம் முதலியன) உயிரைப் போக்குதல்; உயிரிழக்கச் செய்தல்;** kill; murder; assassinate; (of poison) kill. தலைவர் கொல்லப்பட்ட செய்தி நாட்டு மக்களை அதிர்ச்சி அடையச் செய்தது./ அவன் ஈ எறும்பைக்கூடக் கொல்ல மாட்டான்./ ஆளை மெல்லமெல்லக் கொல்லும் தன்மையுடைய விஷம் இது./ (உரு வ.) தொலைக்காட்சிகளில் தினமும் தமிழைக் கொல்கிறார்கள். 2: **மிக அதிக அளவில் துன்புறுத்துதல்;** torture. குடிவெறியில் என்னைத் தினமும் அடித்துக் கொல்கிறான்./ வெயில் கொல்கிறது. 3: (பெ.வ.) **(செய்வதற்கு வேறு ஒன்றும் இல்லாத நிலையில்) (காலத்தை) கழித்தல்; போக்குதல்; தள்ளுதல்;** kill (time). அவர் நேரத்தை எப்படிக் கொல்வது என்று தெரியாமல் திரிந்துகொண்டிருக்கிறார். 4: (பே.வ.) **மிகவும் பாராட்டும்படியாகச் செய்தல்; வெளுத்துக்கட்டுதல்;** perform excellently. 'நேற்று கச்சேரியில் அந்தப் பாடகர் எப்படிப் பாடினார்?' 'கொன்றுவிட்டார், போங்கள்!'

கொல்-என்று[1] வி.அ. (சிரித்தல் என்னும் வினையுடன்) **உடனடியாகவும் உரக்கவும்;** bursting into (tears, laughter, etc.,). கோமாளி மேடைக்கு வந்து குட்டிக்கரணம் போட்டதும் சிறுவர்கள் கொல்லென்று சிரித்தார்கள்.

கொல்-என்று[2] வி.அ. (பூத்தல், மலர்தல் போன்ற வினைகளுடன் வரும்போது) **(ஒரே நேரத்தில் பூக்கள்) மிக அதிக அளவில்;** in full bloom; in full blossom. தோட்டத்தில் மல்லிகைப் பூ கொல்லென்று பூத்திருக்கிறது.

கொல்லன் பெ. **இரும்பைக் காய்ச்சி அடித்து (வண்டி, சக்கரத்தின் பட்டை, அச்சு, அரிவாள் முதலிய) பொருள்கள் செய்பவர்; கருமான்;** blacksmith (who makes or repairs axle, axle pin and farming implements, etc.,).

கொல்லன் பட்டறை பெ. **கொல்லன் தொழில் செய்யும் இடம்;** blacksmith's workshop; smithy.

-கொல்லி பெ. **'குறிப்பிடப்படுவதை அழிக்கக் கூடியது', 'கொல்லக்கூடியது', 'விஷம் போன்றவற்றை முறிக்கக் கூடியது' என்ற பொருளைத் தருவதற்கு ஒரு பெயர்ச்சொல்லோடு இணைந்து மற்றொரு பெயர்ச்சொல்லை உருவாக்கப் பயன்படும் சொல்;** a term when added to nouns meaning 'that which destroys or kills (sth.)'; -cide (as in pesticide, etc.,). நச்சுக்கொல்லி.

கொல்லை பெ. 1: **(வீட்டுக்கு) பின்னால் உள்ள இடம்; புழக்கடை;** backyard (of a house). மாட்டைக் கொல்லையில் கட்டு!/ கொல்லையில் இருக்கும் துளசிமாடம்./ எங்கள் வீட்டுக் கொல்லையில் ஒரு பெரிய பலா மரம் இருக்கிறது. 2: **(வாழை, தென்னை, கரும்பு முதலியவை பயிரிடும்) தோட்டம்;** enclosed garden; grove (with plantain, palm trees, sugarcane). [(தொ.சொ.) கழனி/ தோட்டம்/ தோப்பு/ நிலம்/ வயல்] 3: (ஊரக வ.) **புன்செய் நிலம்;** dry land. அவருக்குக் கொல்லையே பத்து ஏக்கர் இருக்கிறது. 4: **(முந்திரி, மா போன்ற மரங்கள் நிறைந்த) தோப்பு;** grove. முந்திரிக் கொல்லை/ வாழைக் கொல்லை.

கொல்லைக்குப்போ வி. (-போக, -போய்) (ஊரக வ.) **மலங்கழித்தல்; மலங்கழிக்கச் செல்லுதல்;** (euphemism for) defecate. குழந்தை தொட்டிலிலேயே கொல்லைக்குப் போய்விட்டது.

கொல்லைப்புறம் பெ. காண்க: கொல்லை, 1.

கொல்லைப்புற வழி பெ. **(ஒரு செயலைச் செய்வதற்கு மேற்கொள்ளும்) நேர்மையற்ற வழி; தவறான வழி;** unfair means; back door. இவன் கொல்லைப்புற வழியில் பணம் சம்பாதித்துக் கோடீஸ்வரன் ஆகிவிட்டான்.

கொலு பெ. **(நவராத்திரி பண்டிகையின்போது வீடுகளிலும் கோயில்களிலும்) படிகள் கொண்ட மேடையில் பொம்மைகளை வைத்து உருவாக்கும் அலங்காரம்;** array of figurines on wooden stairs (during நவராத்திரி) kept in the houses and temples. எங்கள் வீட்டுக் கொலுவுக்கு வந்து பாடுகிறாயா?

கொலுசு பெ. **பெரும்பாலும் வெள்ளியால் சிறுசிறு மணிகள் தொங்குமாறு செய்யப்பட்டு (பெண்கள்) கணுக்காலில் அணியும் நகை;** a silver chain with tiny bells worn by women round the ankle.

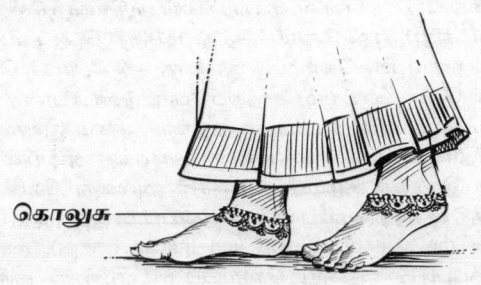

கொலுசு

கொலுப் படி பெ. **நவராத்திரி பண்டிகையின்போது கொலுவில் பொம்மைகளை வைக்க உருவாக்கும், மூன்று, ஐந்து, ஏழு அல்லது ஒன்பது படி போன்ற அமைப்பு;** stairs-like arrangement for displaying dolls during நவராத்திரி festival.

கொலுமண்டபம் பெ. **(முற்காலத்தில்) அமைச்சர், தளபதி முதலியோருடன் அரசர் அமர்ந்திருக்கும் மண்டபம்;** royal court.

கொலுவிரு வி. *(-இருக்க, -இருந்து)* காண்க: **கொலுவீற்றிரு.**

கொலுவீற்றிரு வி. *(-வீற்றிருக்க, -வீற்றிருந்து)* **(கொலு மண்டபத்தில் அரசர்) அரியணையில் அமர்ந்திருத்தல்;** (of kings) be on the throne (in the royal court).

கொலை பெ. **1: (ஒருவரின்) உயிரைப் போக்கும் அல்லது (ஒருவரை) சாகடிக்கும் வன்முறைச் செயல்;** murder; assassination. சொத்துத் தகராறு காரணமாக நடந்த கொலை/ கழுத்தை நெரித்துக் கொலை!/ தன் தந்தையைக் கொன்றவர்களைப் பழிவாங்க அவன் கொலை வெறியோடு அலைகிறான். **2: (மொழி, பாட்டு போன்றவற்றை) கேட்கச் சகிக்க முடியாத அளவுக்குச் சிதைக்கும் செயல்;** spoiling sth. because of lack of skill or knowledge; murder. ஆங்கிலம் பேச வராவிட்டால் விட்டுவிடு. இப்படிக் கொலை பண்ணாதே./ பாட்டா பாடினான்? சங்கீதக் கொலை!

கொலைக்களம் பெ. **(முற்காலத்தில் அரசர் ஆணைப்படி) கொலைத் தண்டனையை நிறைவேற்றும் இடம்;** (in former times) the place of execution.

கொலைஞன் பெ. *(உ.வ.) (இலங்.)* **கொலைகாரன்;** murderer.

கொலைப்பசி பெ. **அகோரமான பசி;** the state of being famished. காலையிலிருந்து சாப்பிடவில்லை. எனக்குக் கொலைப்பசி.

கொலைப்பட்டினி பெ. **நீண்ட நேரமாக (எதையும் சாப்பிடாமல்) மிகுந்த பசியுடன் இருக்கிற நிலை;** utter starvation; extreme hunger. காலையிலிருந்தே நான் கொலைப்பட்டினி.

கொலைபாதகம் பெ. **கொலை செய்வது போன்ற கொடூரச் செயல்;** heinous crime. தாயைப் பட்டினிபோடுவது கொலைபாதகம்!

கொலையாளி பெ. **கொலைசெய்த நபர்;** murderer. வங்கி ஊழியரைக் கொன்ற கொலையாளிகளைக் காவலர்கள் தேடிவருகின்றனர்./ விசாரணையின்போது கொலையாளி ஒரு பெண் என்று தெரியவந்தது.

கொலை விழு வி. *(விழ, விழுந்து)* **கொலை நடத்தல்;** result in murder. 'நீ மறுபடியும் தகராறு செய்தால் இங்கு ஒரு கொலை விழும்' என்று பயமுறுத்தினார்.

கொலைவெறி பெ. **(ஒன்றைச் செய்ய அல்லது அடைய ஒருவரிடம் உருவாகும்) அதீத ஆவேச உணர்வு;** violent passion.

கொவ்வைப்பழம் பெ. **கோவைப் பழம்;** the red fruit of cucurbitaceous plant.

கொழகொழப்பு பெ. காண்க: **குழகுழப்பு.**

கொழி[1] வி. *(கொழிக்க, கொழித்து)* **1: (வளம், செழுமை முதலியவை) மிகுந்து காணப்படுதல்;** be seen in excess or abundance; flourish. பசுமையும் செழுமையும் கொழிக்கும் வயல்கள்/ அவரிடம் பணம் கொழிக்கிறது. **2: (ஒருவர்) மேம்படுதல்; (ஒருவருடைய தொழில்) செழித்தல்;** (of a person, of a business) flourish. இந்த நகரம் பஞ்சு வியாபாரிகள் கொழிக்கும் இடம்.

கொழி[2] வி. *(கொழிக்க, கொழித்து)* **(அரிசி, கேழ்வரகு முதலியவற்றிலிருந்து நொய், குறுணை முதலியவற்றைப் பிரித்து எடுப்பதற்கு) முறத்தால் புடைத்தல்;** sift; winnow (rice, ragi, etc., with a winnowing pan to separate it from broken pieces). அரை மூட்டை அரிசியைக் கொழிக்க அரை நாளா?

கொழிப்பு பெ. **செழிப்பு;** prosperity. செல்வக் கொழிப்பு.

கொழு[1] வி. *(கொழுக்க, கொழுத்து)* **1: (உடலில்) சதைப்பற்று மிகுதல்;** fatten. ஆட்டை நன்றாகக் கொழுக்க வைத்துப் பலி கொடுக்கப்போகிறார்கள்!/ கொழுத்த முயல் போல் இருக்கிறான்./ *(உரு வ.)* ஏழைகளைச் சுரண்டிக் கொழுக்கும் முதலாளிகள். **2: திமிர் பிடித்தல்;** be haughty or saucy; be impudent; be headstrong. அவன் கொழுத்துத் திரிகிறான். **3: ('கொழுத்து' என்னும் வடிவம் மட்டும்) அளவுக்கு அதிகமாதல்;** be over-abundant. அவனிடம் பணம் கொழுத்துக் கிடக்கிறது.

கொழு[2] பெ. **கலப்பையில் (மண்ணைக் கிளறும் பகுதியில் பொருத்தப்பட்டிருக்கும்) கூரான இரும்புப் பட்டை;** ploughshare. *(பார்க்க, படம்: கலப்பை)*

கொழுக்கட்டை பெ. **1: பிசைந்த அரிசி மாவை வட்டமாகத் தட்டிக்கொண்டு, நடுவில் பூரணத்தை வைத்துக் கையால் உருண்டையாகப் பிடித்து ஆவியில் வேக வைத்துச் செய்யும் தின்பண்டம்;** a pastry-like rice-flour preparation with a filling of sweetened grated coconut or made by mixing rice flour with jaggery. **2:** காண்க: **பிடிகொழுக்கட்டை.**

கொழுக்கி பெ. *(இலங்.)* **(கதவு, ஜன்னல் போன்றவற்றின் அல்லது சுவரில் பொருத்தப்பட்ட) கொக்கி;** hook (fastened to door, window, etc.,). வீட்டில் தனியாக இருக்கும்போது கொழுக்கியைப் போட்டுக்கொள்./ சட்டையைக் கொழுக்கியில் கொழுவிவிடு.

கொழுக்கு பெ. *(இலங்.)* **கைப்பிடி உள்ள கோப்பை;** cup. கொழுக்கு நிறைய கோப்பி கொடுத்தார்கள்.

கொழுகொம்பு பெ. **(அவரை, வெற்றிலை முதலியவற்றின்) கொடி படர்வதற்கான கம்பு அல்லது கிளை;** pole for supporting a climber; support. *(உரு வ.)* வாழ்க்கையில் முன்னேறுவதற்கு ஒரு கொழுகொம்பு கிடைத்தது.

கொழுகொழு-என்று வி.அ. **(உடல்) மிகுந்த சதைப்பற்றுடன்;** chubby. குழந்தை கொழுகொழுவென்று இருக்கிறது.

கொழுகொழுப்பு பெ. *(இலங்.)* **புஷ்டி;** healthiness; chubbiness. நல்ல கொழுகொழுப்பாக இருந்தவள் காய்ச்சலில் மெலிந்துவிட்டாள்./ அவன் குழந்தையாக இருந்தபோது கொழுகொழுப்பாக இருப்பானாம்.

கொழுத்த பெ.அ. **1: (வருமானம் தொடர்பானவற்றில்) மிகுந்த; பெருத்த;** huge; big. கொழுத்த லாபம்/ கொழுத்த வேட்டை. **2:** *(சோதி.)* *(காலத்தைக் குறிக்கும்போது)* **தீவிரத் தன்மை உடைய;** full. கொழுத்த ராகுகாலத்தில் ஊருக்குக் கிளம்புகிறாயா?/ நல்ல நாளா என்று பார்த்தபோது கொழுத்த அமாவாசை என்பது தெரியவந்தது.

கொழுத்தாடு பெ. *(இலங்.)* **சண்டை;** quarrel; altercation. பக்கத்து வீட்டுக்காரி எந்த நாளும் எங்களுடன் கொழுத்தாடு பிடித்துக்கொண்டேயிருக்கிறாள்.

கொழுந்தன் பெ. காண்க: **கொழுந்தனார்.**

கொழுந்தனார் பெ. **கணவனின் சகோதரன்;** husband's brother; brother-in-law.

கொழுந்தி பெ. காண்க: **கொழுந்தியாள்.**

கொழுந்தியாள் பெ. **மனைவியின் சகோதரி;** wife's sister; sister-in-law.

கொழுந்து பெ. **1: (சில தாவரங்களின்) இளம் இலை, தளிர் போன்றவை;** tender shoot or leaf. வேப்பங்கொழுந்து வயிற்றுவலிக்கு நல்லது./ கொழுந்து வெற்றிலை. **2: (தளிர் போன்று தோன்றும்) நெருப்புச் சுவாலை;** the flame of sth. burning. தீக் கொழுந்து/ இயந்திரத்தின் கீழ் திடீரென்று தீக் கொழுந்து தோன்றியதும் அவன் பயந்துவிட்டான்./ சொக்கப்பனையில் கொழுந்துகள் சுழன்று சுழன்று வீசிக்கொண்டிருந்தன. [*(தொ.சொ.)* **சுடர்/ சுவாலை/ பொறி**]

கொழுந்துவிட்டு எரி வி. *(எரிய, எரிந்து)* **1: (தீ) பிழம்புகளுடன் எரிதல்;** be in flames; burn strongly and steadily. குப்பை நன்றாகக் கொழுந்துவிட்டு எரிந்துகொண்டிருந்தது. **2: உணர்ச்சிகள் மிகத் தீவிரமாகச் செயல்படுதல்; (கோபம், பகை உணர்வு போன்றவை) மேலோங்கி இருத்தல்;** be consumed with; burn with. தன்னை மட்டமாகப் பேசியவர்கள் பாராட்டும் அளவுக்கு ஒரு நல்ல நிலைக்கு வர வேண்டும் என்ற எண்ணம் அவனுக்குள் கொழுந்துவிட்டு எரிந்தது./ அவளை எப்படியாவது அடைந்துவிட வேண்டும் என்ற ஆசை அவன் மனத்தில் கொழுந்துவிட்டு எரிந்துகொண்டிருக்கிறது./ இத்தனை ஆண்டுகள் ஆகியும் உன் மனத்தில் பழைய பகை கொழுந்துவிட்டு எரிகிறதே!

கொழுப்பு பெ. **1: வெண்ணெய், இறைச்சி, தாவர வித்துகள் போன்றவற்றில் அடங்கியிருக்கும் ஓர் ஊட்டச் சத்து;** fat. குழந்தைகளுக்குக் கொழுப்பு நிறைந்த உணவு தேவை. **2: மிருகங்கள், தாவரங்கள் ஆகியவற்றிலிருந்து கிடைக்கும் எண்ணெய்ச் சத்து மிகுந்த பொருள்;** (animal, plant) fat. கொழுப்பு இல்லாத கறி போடச் சொன்னால் கொழுப்பையும் சேர்த்துப் போட்டுவிட்டான்./ தாவரக் கொழுப்பால் உடம்புக்குத் தீங்கு அதிகம் இல்லை. **3: மனிதர்களின், விலங்குகளின் தோலுக்கு அடியில் அல்லது இரத்தக் குழாயில் மஞ்சள் அல்லது வெள்ளை நிறத்தில் குழகுழப்பாகக் காணப்படுவது;** fat (found under the skin of animals and human beings). உடலில் அதிகப்படியாகச் சேரும் கொழுப்பு அடிவயிற்றுப் பகுதியில் சேர்கிறது./ இருதயத்திற்குச் செல்லும் இரத்தக் குழாயில் படியும் கொழுப்பே மாரடைப்புக்குக் காரணமாகிறது. **4:** *(-ஆன)* **சதைப்பற்று மிகுந்தது; திரட்சி;** chubbiness; plumpness. கொழுப்பான கன்னம். **5:** *(-ஆக, -ஆன)* **(உடம்பில் கொழுப்பு அதிகமாவதால் ஏற்படுவதாகக் கருதப்படும்) திமிர்;** sauciness; impudence. *'எனக்குப் புத்தி சொல்ல நீ யார்?'* என்றான் கொழுப்பாக. [*(தொ.சொ.)* **அகங்காரம்/ அகந்தை/ அகம்பாவம்/ இறுமாப்பு/ கர்வம்/ செருக்கு/ திமிர்/ பெருமிதம்**]

கொழுப்பு நீக்கப்பட்ட பால் பெ. **குறிப்பிட்ட சதவீதம் மட்டுமே கொழுப்புச் சத்து இருக்கும் வகையில் பதப்படுத்தப்பட்ட பால் வகை;** milk with a limited percentage of fat content; (in India) toned milk.

கொழுமை பெ. *(-ஆன)* **(உடலின்) சதைப் பற்று மிகுந்த தன்மை; செழுமை;** plumpness; bloom. குழந்தையின் கொழுமையான கன்னங்களைப் பார்த்தவுடன் கிள்ள வேண்டும் போலிருந்தது./ உடம்பில் பூசினாற்போல் ஒரு கொழுமை தெரிந்தது.

கொழுமோர் பெ. *(ஊரக வ.)* **(குழந்தை எதையாவது பார்த்துப் பயந்திருந்தால் பயத்தைப் போக்கும் என்ற நம்பிக்கையில்) பழுக்கக் காய்ச்சிய இரும்புக் கரண்டியின் நுனியை நனைத்துத் தரப்படும் மோர்;** buttermilk in which hot iron ladle is dipped (given to children in the belief that it will cure them of the fright they have suffered).

கொழுவு[1] வி. *(கொழுவ, கொழுவி)* *(இலங்.)* **1: மாட்டுதல்; தொங்கவிடுதல்;** hang (sth. on sth.). குடையைத் தோளில் கொழுவிக்கொண்டு புறப்பட்டான். **2: (ஒன்றை) ஒன்றினுள் தள்ளுதல்;** push. துவக்கினுள் குண்டுகளைக் கொழுவி விடு.

கொழுவு[2] வி. *(கொழுவ, கொழுவி)* *(வ.வ.)* **சண்டை போடுதல்/சண்டை மூட்டுதல்;** quarrel/cause a quarrel. அண்ணன் தம்பி இருவரையும் கொழுவிவிட்டாள்./ எல்லோருடனும் கொழுவிக்கொண்டு ஏன் இருக்கின்றாய்?

கொழுவுப்பாடு வி. *(இலங்.)* **(இருவருக்கு இடையிலான) கருத்து வேறுபாடு;** difference of opinion. ஆசிரியருக்கும் மாணவருக்கும் ஒரே கொழுவுப்பாடுதான்./

அவர் தனது மனைவியுடன் ஏதோ கொழுவுப்பாடாம். வீட்டை விட்டு வெளியேறிவிட்டார்.

கொள்[1] வி. (கொள்ள, கொண்டு) **அ.** (அளவை, பரப்பை நிரப்புதல் என்னும் வழக்கு) **1: (ஒன்றை ஒரு பரப்பு, பாத்திரம் போன்றவை) ஏற்றல்; பிடித்தல்/(ஓர் இடம்) போதுமானதாக இருத்தல்;** contain; hold. இந்தப் பாத்திரம் ஒரு படி அரிசி கொள்ளுமா?/ வயிறு கொள்ளும் மட்டும் சாப்பிடு!/ வீடு கொள்ளாத அளவுக்கு விருந்தினர்கள்./ வாய் கொள்ளாத அளவுக்குச் சர்க்கரையை அடக்கிக்கொண்டு அந்தக் குழந்தை ஓடியது. **2: (தன்னிடத்தில்) உள்ளடக்கியிருத்தல்;** consist of. இருபது மாவட்டங்களைக் கொண்ட இந்த மாநிலம் இரண்டாகப் பிரிக்கப்பட்டது./ பத்தே வீடுகள் கொண்டது இந்தத் தெரு./ நான் எழுதப்போகும் நாவல் மூன்று பகுதிகளைக் கொண்டிருக்கும். **3: (எதிர்மறையில் மட்டும்) (உறக்கம்) வருதல்;** get sleep. ஊர்ச் சத்தமெல்லாம் அடங்கிய பிறகும் அவன் உறக்கம் கொள்ளாமல் புரண்டான்./ சாப்பிட்டுவிட்டுப் படுத்தவளுக்குத் தூக்கம் கொள்ளவில்லை./ நள்ளிரவாகியும் படுக்கை கொள்ளாமல் புரண்டுகொண்டேயிருந்தான். **ஆ.** (மனத்தில் வாங்குதல் என்னும் வழக்கு) **4: (மனத்தில், கருத்தில்) வைத்தல்;** keep (in one's mind, view, etc.,). எல்லா நிலைமைகளையும் மனத்தில் கொண்டு முடிவெடுக்க வேண்டும்./ மக்களின் நலனைக் கருத்தில் கொண்டு செயல்பட வேண்டும்./ கட்டுரை எழுதும்போது இந்தச் செய்தியை நினைவில் கொள்வது நல்லது./ உணவுச் சத்தூட்டக் கொள்கை மூன்றாம் உலக நாடுகளின் தேவைகளையும் கவனத்தில் கொள்ள வேண்டும். **5: (குறிப்பிட்ட முறையில் ஒன்றை) ஏற்றுக்கொள்ளுதல்;** take (sth. for sth.); accept. வரலாற்று ஆசிரியர்கள் நினைவுக் குறிப்புகளை வரலாற்றுக்கு முதல் சான்றாகக் கொள்வதில்லை./ அவர் சொல்வதையெல்லாம் உண்மை என்று கொள்ள முடியாது. **6: (இன்னது அல்லது இப்படியானது என்று) கருதுதல்;** treat; consider. அரசாங்கத்தில் பகுதிநேர ஊழியர்களாகப் பணிபுரிபவர்களையும் பொது ஊழியர் என்றே கொள்ள வேண்டும்./ இவற்றை வெற்று ஆரவாரம் என்று கொள்ளலாமா?/ கூர்மையான நாசியே அழகின் அளவுகோலாகக் கொள்ளப்படுகிறது. **இ.** (உடையதாக இருத்தல் என்னும் வழக்கு) **7: பெற்றிருத்தல்;** possess; have. இரட்டைத்தலை கொண்டு ஒரு குழந்தை பிறந்திருக்கிறது./ இந்தப் பத்திரிகை ஒரு அரசியல்வாதியை ஆசிரியராகக் கொண்டது./ ஆங்கிலேயர் முதலில் கொல்கத்தாவைத் தலைநகராகக் கொண்டிருந்தனர். **8: (பெண்ணை) எடுத்தல்; மணத்தல்;** take (a woman as wife); marry. நல்ல குடும்பத்தில் மகனுக்குப் பெண் கொண்டோம்./ பெண் கொண்ட இடமும் கொடுத்த இடமும் பிரச்சினை இல்லாத இடங்கள். **9: (ஒருவரைக் குறிப்பிட்ட உறவுமுறையில்) ஏற்றல்;** take s.o. as (in the specified manner). அவர் ரமணரைக் குருவாகக் கொண்டார்./ உன்னை நண்பனாகக் கொள்வதில் பெருமை அடைகிறேன். **10: உயிர் பெறுதல்;** assume. உயிர் கொண்ட ஓவியம்போல் இருந்தாள். **11: (குறிப்பிடப்படும் உணர்ச்சியை அல்லது நிலையை) அடைதல்;** come to a stated condition; become; be filled with. சிறு வயதிலேயே இசைகற்பதில் அவர் ஆவல் கொண்டார்./ தந்தையை மனவருத்தம் கொள்ளும்படி செய்துவிட்டாயே!/ உலக நாடுகள் பொறாமை கொள்ளும் அளவுக்கு ஜப்பான் பொருளாதாரத்தில் முன்னேற்றம் அடைந்துள்ளது./ நாட்டின் மேல் கொண்ட பற்று/ என் மேல் அன்பு கொண்டவர்./ இளம் வயதிலேயே ஆன்மீகத்தில் அதிக ஈடுபாடு கொண்டார்./ அவனுடைய தோற்றம் பார்ப்பவரை இரக்கம் கொள்ள வைத்தது. **12:** (உ.வ.) **(குறிப்பிட்ட எண்ணம், நினைவு போன்றவை) தோன்றுதல்;** come to have (a thought, feeling, etc.,). இவ்வளவு பட்டும் இன்னும் தனக்குப் புத்திவரவில்லையே என்ற எண்ணம் கொண்டார். **13: (உறுதி, இலட்சியம் போன்றவற்றை) மேற்கொள்ளுதல்;** have sth. (as one's aim, objective). இந்தியா சுதந்திரம் பெறுவதை காந்தி தனது லட்சியமாகக் கொண்டார்./ ஏழை மக்களுக்கு மருத்துவம் செய்வதையே தனது நோக்கமாகக் கொண்டவர் அவர். **ஈ.** (மரபு வழக்கு) **14: (உடலுறவில்) ஈடுபடுதல்;** have (sex). 'ஒருவனுக்கு ஒருத்தி என்பதை மறந்து பலருடன் உடலுறவு கொள்வது ஆபத்தானது' என்றார் அவர்.

கொள்[2] து.வி. (கொள்ள, கொண்டு) 1: **ஒரு செயலைச் செய்பவரே அதன் பலனைப் பெறுபவர் அல்லது அனுபவிப்பவர் என்பதை உணர்த்தவோ, ஒரு செயலை ஒருவருக்காக இன்னொருவர் செய்தாலும் தானே செய்தது போல் குறிப்பதை உணர்த்தவோ முதல் வினையுடன் இணைக்கப்படும் துணை வினை;** an auxiliary verb which puts the main verb in the reflexive form. அவன் கீழே விழுந்து காலை முறித்துக்கொண்டான்./ காய்கறி நறுக்கும்போது விரலை வெட்டிக்கொண்டாள்./ அவன் கண்ணாடியில் ஒரு முறை பார்த்துக்கொண்டான்./ அவர் ஒரு சட்டை வாங்கிக்கொண்டார்./ அவமானம் தாங்காமல் தூக்குப்போட்டுக்கொண்டார்./ யானை மணலை வாரித் தலையில் போட்டுக்கொண்டது./ அவர் கொடி தினத்திற்காக என்னிடம் பணம் பெற்றுக்கொண்டார்./ என்னுடைய வலது கால் வீங்கிக்கொண்டது./ சாப்பாட்டை வைத்துவிட்டுப் போ; நானே போட்டுக்கொள்கிறேன்./ மாமா தனியே ஒரு வீட்டைக் கட்டிக்கொண்டார்./ இன்று முடி வெட்டிக்கொள்ளப்போகிறேன். 2: **இருவர் அல்லது அதற்கு மேற்பட்டோர் ஈடுபட்டிருக்கும் ஒரு செயலின் விளைவு அச்செயலில் ஈடுபட்டுள்ள அனைவரையும் உள்ளடக்குவதைக் குறிப்பதற்கு முதல் வினையுடன் இணைக்கப்படும் துணை வினை;** an auxiliary verb added to the main verb to indicate reciprocity. வியாபாரத்தில் கிடைத்த லாபத்தைப் பங்குதாரர்கள் இருவரும் சமமாகப் பிரித்துக்கொண்டார்கள்./ நண்பர்களாக இருந்துகொண்டு நீங்கள் இப்படி அடித்துக்கொள்ளலாமா?/ எல்லைப் பிரச்சினையை முன்வைத்து இரண்டு நாடுகளும் போரிட்டுக்கொண்டன. **3: ஒரு செயலின் தொடர்ச்சியைக் காட்டுவதற்கு 'இரு' என்னும் துணை வினையோடு இணைந்து 'கொண்டிரு' என்னும் வடிவில் முதல் வினையுடன் இணைக்கப்படும் துணை வினை;** an auxiliary verb added to the main verb to denote the progression of an action. நேற்று இன்னேரம் நான் படம்

கொள்கலம் 488

பார்த்துக்கொண்டிருந்தேன்./ சாப்பிட்டுக்கொண்டிருக்கும் அப்பாவைத் தொந்தரவு செய்யாதே./ நாளை உனக்காக நான் காத்துக்கொண்டிருப்பேன்./ நீ சொல்வதை நான் கேட்டுக்கொண்டிருக்கிறேன்./ புல்வெளியில் மாடுகள் மேய்ந்துகொண்டிருந்தன. 4: **ஒரே நேரத்தில் இரண்டு செயல்கள் நிகழ்வதைக் குறிப்பதற்கு முதல் செயலைக் குறிக்கும் முதல் வினையுடன் இணைக்கப்படும் துணை வினை;** an auxiliary verb added to the first occurring verb in a sentence about two actions happening to indicate the simultaneity of the actions. சாப்பிட்டுக்கொண்டே தொலைக்காட்சி பார்ப்பது அவர் வழக்கம்./ அவன் பாடிக் கொண்டு நடந்தான்./ நாய் குரைத்துக்கொண்டே ஓடியது.

கொள்கலம் பெ. காண்க: **கொள்கலன்.**

கொள்கலன் பெ. **(பொதுவாக) சேமித்துவைக்கப் பயன்படுத்தும் பாத்திரம்;** container for storing.

கொள்கை பெ. 1: **(அரசு, கட்சி போன்றவை கொண்டிருக்கும்) செயல்திட்டம் அல்லது நடைமுறை;** policy. அரசின் புதிய கல்விக் கொள்கையைப் பற்றி நீங்கள் என்ன நினைக்கிறீர்கள்?/ உங்கள் கட்சியின் கொள்கைகள் என்ன?/ மதுவிலக்குக் கொள்கை. 2: **(தனி மனிதன், மதம் முதலியவை கடைப்பிடிக்க வேண்டும் என வைத்திருக்கும்) நெறிமுறை;** principle; tenet; doctrine. உயிர்க் கொலை கூடாது என்பது புத்த மதத்தின் கொள்கைகளுள் மிகவும் முக்கியமானது ஆகும். [*(தொ.சொ.)* **கருத்தியல்/ கோட்பாடு/ சித்தாந்தம்/ தத்துவம்/ நெறிமுறை**] 3: **அறிவியல் பூர்வமாக ஆராய்ந்து ஆதாரங்களுடன் முன்வைக்கப்படும்) கோட்பாடு;** theory. டார்வினின் பரிணாமக் கொள்கை/ சார்பியல் கொள்கை.

கொள்முதல் பெ. **(உற்பத்தி, விற்பனை, சேவை முதலியவற்றுக்காகப் பொருள்களை) பெருமளவில் வாங்குதல்;** procurement (for manufacturing or sale or service). கைத்தறித் துணிகள் கொள்முதல் செய்யப்படாமல் தேங்கிக் கிடக்கின்றன./ ஆயுதக் கொள்முதல்/ தொழிற்சாலைக்குத் தேவையான சரக்குகளைக் கொள்முதல் செய்ய அவர் வெளிநாடு சென்றிருக்கிறார்./ ராணுவத் தளவாடங்களைக் கொள்முதல் செய்வது குறித்த அறிக்கை நாடாளுமன்றத்தில் தாக்கல் செய்யப்பட்டது.

கொள்வனவு பெ. *(இலங்.)* **கொள்முதல்;** purchase. அப்பா தலைநகருக்குக் கொள்வனவு செய்யப் போயிருக்கிறார்./ அவ்வளவு கொள்வனவு செய்ய என்னிடம் பணம் இல்லை.

கொள்விலைக் காணி பெ. *(இலங்.)* **(பரம்பரையாக உள்ள காணி அல்லாமல்) விலைக்கு வாங்கிய நிலம்;** a land purchased (as distinguished from hereditary property). கொள்விலைக் காணியைப் பண்படுத்தினால்தான் விவசாயம் செய்ய முடியும்.

கொள்வினைகொடுப்பினை பெ. **பெண் கொடுத்து அல்லது பெண் எடுத்துச் செய்துகொள்ளும் சம்பந்தம்;** alliance (by marriage). அந்த ஊரில் நாங்கள் கொள்வினை கொடுப்பினை வைத்துக்கொள்வதில்லை.

கொள்ள இ.சொ. *(பே.வ.)* **'குறிப்பிடப்படும் சொல் உணர்த்தும் செயலும் அதை ஒத்த பிறவும்' என்ற பொருளில் ஒரு வினையெச்சத்துடன் இணைந்து ஒரு தொடரை உருவாக்கப் பயன்படும் இடைச்சொல்;** particle added to the verb to make a phrase denoting actions similar to the one specified by the verb. வெளியே போகக்கொள்ள ஒரு வண்டி இருந்தால் நன்றாக இருக்கும்./ ஊரில் பேசக்கொள்ள ஒருவரும் இல்லை.

கொள்ளளவு பெ. **(பாத்திரம், தொட்டி, நீர்த்தேக்கம் முதலியவற்றில்) அதிகபட்சமாக உள்ளே நிரம்பும் அல்லது பிடிக்கக்கூடிய அளவு;** capacity; volume. பத்தாயிரம் லிட்டர் கொள்ளளவு கொண்ட நீர்த் தொட்டி/ இந்த ஏரியின் கொள்ளளவு இருபது லட்சம் கன அடி.

கொள்ளாகொள்ளை பெ. *(இலங்.) (லாபத்தைக் குறித்து வரும்போது)* **மிகுதி;** (of profit) plenty. அவனுக்கு வியாபாரத்தில் கொள்ளாகொள்ளை லாபம்./ இந்த வருடப் புகையிலை விளைச்சல் அமோகமாக இருப்பதால் விவசாயிகளுக்குக் கொள்ளாகொள்ளை லாபம் பெற்றுத் தரும்.

கொள்ளாமல் இ.சொ. *(பே.வ.)* **'குறிப்பிடப்படும் சொல் உணர்த்தும் செயலும் அதை ஒத்த பிறவும்' என்ற பொருளில் எதிர்மறை வினையெச்சத்துடன் இணைந்து ஒரு தொடரை உருவாக்கப் பயன்படும் இடைச்சொல்;** particle added to the verb to make a phrase denoting actions similar to the one specified by the verb. நீங்கள் பாட்டுக்குச் சொல்லாமல் கொள்ளாமல் ஊருக்குக் கிளம்பிவிட்டீர்களே!/ சாப்பிடாமல் கொள்ளாமல் எங்கே புறப்பட்டுவிட்டாய்?

கொள்ளி பெ. **நெருப்பு;** fire.

கொள்ளிக்கட்டை பெ. **ஒரு முனையில் நெருப்பு பற்றியுள்ள (அடுப்பில் இருக்கும்) விறகு;** a piece of burning wood; firebrand.

கொள்ளிக்கண் பெ. **பார்ப்பதாலேயே தீங்கு விளைவிக்கும் என்று ஒருவர் கருதும் (ஒருவரின்) பார்வை;** the evil eye.

கொள்ளிக்குடம் பெ. *(இலங்.)* **இறந்தவருக்குக் கொள்ளி வைப்பவர் தோளில் சுமந்து சிதையைச் சுற்றும் நீர் நிறைந்த மண் தோண்டி;** an earthen pot with water which the person who lights the pyre carries on his shoulder and goes round it. கொள்ளிக்குடத்தைத் தோளில் ஏற்றிப் பிணத்தை மூன்று முறை சுற்றி வந்தார்.

கொள்ளிச்சட்டி பெ. **இறந்தவரின் சடலத்திற்குத் தீ வைக்க கொள்ளி போடுபவர் எடுத்துச்செல்லும் (கங்கு அல்லது எரியும் சுள்ளிகள் வைத்த) மண் சட்டி;** pot containing live coal or burning sticks carried to the cremation ground by the person who is to light the pyre.

கொள்ளிபோடு வி. *(-போட, -போட்டு)* காண்க: **கொள்ளிவை.**

கொள்ளியெறும்பு பெ. **(கடித்தால் கடுக்கும் அளவுக்கு மிகுந்த வலியை ஏற்படுத்தும் ஒரு வகை) சிவப்பு நிற எறும்பு;** small red ant (causing severe sting).

கொள்ளிவாய்ப் பிசாசு பெ. **வாயில் நெருப்பை உடையதாக நம்பப்படும் பிசாசு;** a demon who is said to spit fire; will o' the wisp.

கொள்ளிவால் பேய் பெ. *(இலங்.)* **கொள்ளிவாய்ப் பிசாசு;** a demon who is said to spit fire; willo' thewisp.

இரவு நேரத்தில் வயல்வெளியில் கொள்ளிவால் பேய் திரிவதாகச் சிறுவர்கள் பேசிக்கொண்டார்கள்.

கொள்ளிவை வி. (-வைக்க, -வைத்து) **1: இறந்தவரின் சிதைக்குத் தீ மூட்டுதல்;** perform the ritual of lighting the pyre. கொள்ளிவைக்கப் பிள்ளை இல்லை என்பது தான் அவருடைய கவலை. **2: (ஒருவருடைய பிழைப்பு அல்லது எதிர்பார்ப்பு, ஆசை முதலியவற்றுக்கு) தீங்கு விளைவித்தல்;** ruin (one's livelihood, expectation, etc.,). ஏதோ கூலி வேலைக்குப் போய்ச் சம்பாதித்துக்கொண்டி ருக்கிறான். அதற்கும் கொள்ளிவைத்துவிடாதே.

கொள்ளு பெ. **(மனிதருக்கும், குதிரைக்கும் உண வாகும்) தட்டையான வெளிர் பழுப்பு நிறத் தானியம்/ அந்தத் தானியத்தைத் தரும் செடி; காணம்;** horse-gram.

கொள்ளுத்தாத்தா பெ. **தாத்தாவின் தந்தை;** (in India) great grandfather.

கொள்ளுப்பாட்டன் பெ. காண்க: **கொள்ளுத்தாத்தா.**

கொள்ளுப்பாட்டி பெ. **பாட்டியின் அம்மா;** (in India) great grandmother.

கொள்ளுப்பேத்தி பெ. **பேரனின் அல்லது பேத்தியின் மகள்;** (in India) great granddaughter

கொள்ளுப்பேரன் பெ. **பேரனின் அல்லது பேத்தியின் மகன்;** (in India) great grandson.

கொள்ளை[1] பெ. **1: (பயமுறுத்தி அல்லது வன்முறை யைப் பிரயோகித்து) பெரும் அளவில் பொருள் அல் லது பணம் அபகரிக்கும் செயல்;** theft; robbery; swindle. செய்தித்தாள்களில் கொலை, கொள்ளைச் செய்திகள்தான் அதிகம்!/ வங்கிக் கொள்ளையிலும் கோயில் நகைக் கொள் ளையிலும் சம்பந்தப்பட்ட ஒருவர் கைதுசெய்யப்பட்டார். **2: (விதிமுறையை மீறி அல்லது திருட்டுத்தனமாக ஒரு பொருளை) அளவுக்கு அதிகமாக எடுக்கும் சட்ட விரோதச் செயல்பாடு;** plunder. மணல் கொள்ளையைத் தடுக்க அரசு உரிய நடவடிக்கை எடுக்க வேண்டும்./ கனிமக் கொள்ளை.

கொள்ளை[2] பெ.அ. **மிகுந்த;** huge; great. தீபாவளி விற் பனையில் அவருக்குக் கொள்ளை லாபம் கிடைத்தது./ அல்வா என்றால் எனக்குக் கொள்ளைப் பிரியம்/ மணப் பெண் கொள்ளை அழகு.

கொள்ளைகொள் வி. (-கொள்ள, -கொண்டு) **(உள் ளத்தை) மிகவும் கவர்தல்;** captivate. பாட்டும் நடன மும் எல்லோருடைய உள்ளங்களையும் கொள்ளைகொண் டன./ உங்கள் உள்ளத்தைக் கொள்ளைகொண்ட நடிகர் நடித்த படம் இது!

கொள்ளைகொள்ளையாக வி.அ. **(குறிப்பிட்டுச் சொல் லும் அளவுக்கு) மிகுதியாக;** abundantly. இந்த வருடம் மாங்காய் கொள்ளைகொள்ளையாகக் காய்த்திருக்கிறது./ அவரிடம் கொள்ளைகொள்ளையாகக் காசு இருக்கிறது.

கொள்ளைநோய் பெ. **1: பெருமளவில் மக்களைப் பாதிக்கும் வகையில் விரைவாகப் பரவும் தொற்று நோய்;** epidemic. காலரா ஒரு கொள்ளைநோய்./ வெள்ளத் தால் பாதிக்கப்பட்ட பகுதிகளில் கொள்ளைநோய் பரவா மல் தடுக்க நடவடிக்கைகள் எடுக்கப்பட்டுள்ளன. **2: குலை நோய்;** blast disease.

கொள்ளைபோ வி. (-போக, -போய்) **கொள்ளையடிக் கப்படுதல்;** be robbed. கொள்ளைபோன பணம் அவ்வ ளவு எளிதில் கிடைத்துவிடுமா?/ ஏதோ கொள்ளைபோய் விட்டதைப் போல ஏன் கத்துகிறாய்?/ (உரு வ.) நிறை வேற்றப்படாத திட்டங்களால் மக்களின் வரிப் பணம் கொள்ளைபோய்க்கொண்டிருக்கிறது.

கொள்ளையடி வி. (-அடிக்க, -அடித்து) **1: (பொருள், பணம் முதலியவற்றை) பெருமளவில் திருடுதல்;** rob; plunder. முகமூடித் திருடர்கள் பேருந்தை வழியில் நிறுத் திக் கொள்ளையடித்தனர்./ வங்கியைக் கொள்ளையடிக்க முயன்ற திருடர்களை ஊர் மக்கள் விரட்டிப் பிடித்தனர். **2: (பெருமளவில் பணம் முதலியவற்றை) கையாடுதல்/ (அநியாயமான முறையில்) பறித்தல்;** swindle (public money, etc.,); plunder. ஊர்ப் பணத்தைக் கொள்ளையடித் துப் பணக்காரர் ஆனவரா?/ அந்தக் கடையில் போய்த் துணி எடுக்காதே. நம்மைக் கொள்ளையடித்துவிடுவார்கள்.

கொளகொள-என்று வி.அ. **கெட்டித் தன்மை குறைந்து நெகிழ்ந்த நிலையில்;** (of fruits) too soft. வெயிலால் பழங்கள் கொளகொளவென்று ஆகிவிட்டன.

கொளுக்கி பெ. (இலங்.) காண்க: **கொழுக்கி.**

கொளுத்திப் போடு வி.(போட, போட்டு) (பே.வ.) **(பிரச்சினை உருவாகும் என்று தெரிந்தே அது தொடர் பான) ஒரு விஷயத்தைக் கூறுதல்;** say something aggravating the existing problem. ஏற்கனவே இங்கு சூழல் சரியில்லை. நீ எதையாவது கொளுத்திப் போட்டுவிட்டுப் போகாதே./ அக்கா போகிற போக்கில் கொளுத்திப் போட்டு விட்டுப் போய்விட்டாள். இவன் கிடந்து குதித்துக் கொண்டிருக்கிறான்.

கொளுத்து வி. (கொளுத்த, கொளுத்தி) **1: (கற்பூரம், மத் தாப்பு முதலியவற்றை) எரியச் செய்தல்; (விளக்கை) ஏற்றுதல்;** light (a lamp, camphor etc.,). குழந்தை மத்தாப் பைக் கொளுத்தும்போது கவனமாக இருக்க வேண்டும்./ அரிக்கன் விளக்கைக் கொளுத்தி இங்கே வை./ மின்விளக்கு இல்லை, மெழுகுவர்த்தியைக் கொளுத்து. **2: தீயில் அழி யச் செய்தல்; எரித்தல்;** set fire to (sth.); burn. குப்பை களை ஒன்றுசேர்த்துக் கொளுத்தினார்./ கலகக்காரர்களால் பேருந்துகள் கொளுத்தப்பட்டன. [(தொ.சொ.) எரி/ கருக்கு/ தீய்/ பொசுக்கு] **3: (வெயில்) கடுமையாக அடித்தல்; காய்தல்;** (of the heat of the sun) be scorching. கொளுத்தும் வெயிலில் பிரதமரைப் பார்க்க மக்கள் காத் துக்கிடந்தனர். [(தொ.சொ.) கொதி/ சுடு/ தகி/ வேகு]

கொறடா பெ. (சட்டம்) **நாடாளுமன்றம், சட்டப் பேரவை முதலியவற்றில் முக்கிய வாக்கெடுப்புகளின் போது தங்கள் கட்சி உறுப்பினர்கள் தவறாமல் அவைக்கு வந்து கட்சியின் தீர்மானப்படி வாக்களிப் பதை உறுதிப்படுத்தும் பொறுப்புக்கு நியமிக்கப்பட்ட உறுப்பினர்;** (a political party's) whip.

கொறி[1] வி. (கொறிக்க, கொறித்து) **1: (பல்லால் அல்லது அலகால்) கடித்தோ கொத்தியோ உரித்தோ தின்னு தல்;** gnaw; nibble. எலி நெல்லைக் கொறித்துக்கொண்டி ருந்தது./ அணில் கொறித்த மாம்பழம். **2: (நொறுக்குத்**

தீனி) தின்னுதல்; munch (snacks). கடைக்குப் போனால் கொறிக்க ஏதாவது வாங்கி வா.

கொறி[2] வி. (கொறிக்க, கொறித்து) (இலங்.) (பல்லி, எலி போன்றவை) விட்டுவிட்டு ஒலி எழுப்புதல்; (of a lizard, rat, etc.,) make a ticking or clucking or chirping sound. எங்கோ பல்லி கொறிக்கும் சத்தம் கேட்டது./ இரவு முழுக்க எலி எதையோ போட்டுக் கொறித்துக்கொண்டிருந்தது.

கொறிப்பான் பெ. (இலங்.) பல்லால் கடித்து உண்ணும் போது சத்தம் எழுப்பும் முறுக்கு, தட்டை போன்ற நொறுக்குத்தீனி வகை; crispy snacks. மாலைத் தேநீருக்கு ஏதாவது கொறிப்பான் வாங்கிவாருங்கள்./ கடற்கரையில் அமர்ந்து கொறிப்பான் வாங்கிச் சாப்பிட்டுக்கொண்டே கழித்த கல்லூரி நாட்களை மறக்க முடியாது.

கொறி விலங்கு பெ. (தனக்கு உணவாகும் தானியம், கொட்டை முதலியவற்றை) கூரிய பற்களால் கொறித்து உண்ணும் (எலி, அணில் போன்ற) விலங்குகளைக் குறிக்கும் பொதுப்பெயர்; rodent.

கொன்றை பெ. மஞ்சள் நிறப் பூக்களும் நீண்ட, உருண்டையான பழுப்பு நிறக் காய்களும் உடைய மரம்; Indian laburnum.

கொன்னக்கோல் பெ. (இசை) கச்சேரியில் பக்கவாத்தியமாக வாயால் சொல்லப்படும் தாளம்; vocalized rhythmic beat as an accompaniment in a concert.

கொன்னு வி. (கொன்ன, கொன்னி) (பேசும்போது) திக்குதல்; stammer. அப்பா இறந்துவிட்ட செய்தியைக் கொன்னிக்கொன்னிச் சொன்னான்.

கொன்னைதட்டிப் பேசு வி. (பேச, பேசி) (இலங்.) திக்கித்திக்கிப் பேசுதல்; stammer. மகன் கொன்னை தட்டிப் பேசுகிறான் அல்லவா? அவனை ஏசாமல், சற்றுப் பொறுமையாக அவன் என்ன சொல்லவருகிறான் என்று கேளுங்கள்.

கொனஷ்டை பெ. (அ.வ.) உடலைக் கோணலாக்கிச் செய்யும் கேலி; clowning esp. by turning and twisting one's body.

கோ[1] வி. (கோக்க, கோத்து) 1: (நூல், கம்பி போன்றவற்றை ஒன்றில் இணைப்பதற்காக) நுழைத்தல்; insert (a string or wire into a needle, bead, etc.,); thread. ஊசியில் நூலைக் கோக்கக் கிழவர் மிகவும் சிரமப்பட்டார். 2: (மணி, காசு போன்றவற்றை நூல், கம்பி முதலியவற்றைக் கொண்டு) தொடராக இணைத்தல்; தொடுத்தல்; string (beads, etc., with a thread or wire). தங்கக் காசுகளை மாலையாகக் கோத்து அணிந்திருந்தனர்./ பண்டிகை என்றால் மாவிலைகளை நாரில் கோத்து வாசலில் கட்டுவார்கள். 3: (ஒரு கையின் விரல்களை மற்றொரு கையின் விரல்களுக்கு இடையில் வைத்து அல்லது மற்றொருவரின் விரல்களோடு) பிணைத்தல்; சேர்த்துக் கொள்ளுதல்; clasp one's hands; hold hands. கைகளைக் கோத்துத் தலைக்கு மேலே வைத்துக்கொண்டு பஜனைப் பாடல் பாட ஆரம்பித்தார்./ நண்பர்கள் இருவரும் கை கோத்து நடந்து சென்றார்கள். 4: (மரச் சாமான்களைச் செய்ய) இழைத்து, வடிவமைக்கப்பட்ட மரத் துண்டுகளை இணைத்தல்; (in a woodwork) join the wooden pieces. இந்தக் கட்டில் கோத்து ஐம்பது வருஷங்கள் ஆகிவிட்டது.

கோ[2] வி. (கோக்க, கோத்து) (வியர்வை, சீழ் முதலியவை) திரள்தல்; (தானியத்தில் பால்) பிடித்தல்; (of sweat, tears, etc.,) form into drops. புருவங்களின் மீது முத்துமுத்தாக வியர்வைத் துளிகள் கோத்திருந்தன./ பால் கோத்திருந்த கம்புக் கதிர்களைக் குருவிகள் கொத்திக்கொண்டிருந்தன.

கோ[3] பெ. (அ.வ.) (பெரும்பாலும் கூட்டுச்சொற்களில்) பசு; (mostly in compounds) cow. கோதானம்/ கோசாலை.

கோ-என்று வி.அ. (அழுதல் தொடர்பான வினைகளுடன்) வாய்விட்டுப் பலத்த சத்தத்துடன்; aloud; wailingly. கணவன் இறந்த செய்தியைக் கேட்டதும் கோவென்று கதறினாள்.

கோக்காலி பெ. உயரமான இடத்தை எட்டுவதற்கு உதவும் நான்கு கால்களை உடைய மரச் சாதனம்; குதிரை[1], 4; high stool (to help reach sth. at a height).

கோக்கோ போட்டி பெ. அணிக்குப் பன்னிரண்டு பேர் என்ற கணக்கில் பிரிந்து, எட்டு சதுரங்கள் கொண்ட தளத்தில் ஓடிப் பிடித்து விளையாடும் விளையாட்டு; game played by two teams of twelve players each, one chasing and the other defending, on a field of eight squares; kho-kho.

கோகர்ணம் பெ. (ச.வ.) (ரசம், மோர் முதலியன ஊற்றப் பயன்படும் விதத்தில்) ஒரு பக்கத்தில் மூக்கு போன்ற அமைப்பை உடைய ஒரு வகைப் பாத்திரம்; broad-bottomed vessel with a lip-like part for pouring.

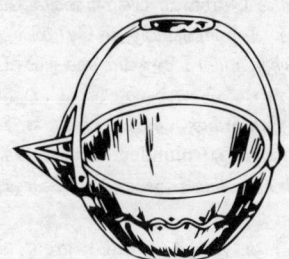

கோகர்ணம்

கோகிலம் பெ. (உ.வ.) குயில்; koel.

கோங்கிலவு பெ. வறண்ட காடுகளில் காணப்படும், மஞ்சள் நிறப் பூக்கள் பூக்கும், பஞ்சு போன்ற இழைகளைக் கொண்ட காய்களைத் தரும் மரம்; yellow silk cotton tree. கோங்கிலவு ஒரு தல விருட்சம்.

கோங்கு பெ. 1: (மரச் சாமான்கள் செய்யப் பயன்படும்) உறுதியான காட்டு மரம்; Thinneveli dammar tree. தேக்கு கிடைக்காவிட்டால் கோங்கு மரத்தில் வாசல் நிலையைச் செய்யலாம். 2: மஞ்சள் நிறப் பூக்களையும், காயில் இலவம்பஞ்சு போன்ற இழைகளையும் உடைய ஒரு வகை மரம்; yellow silk cotton tree; buttercup tree.

கோச்சி பெ. (இலங்.) ரயில் வண்டி; train. மாமா நாளைக்குக் கோச்சியில் வருகிறார்.

கோசாரம் பெ. (சோதி.) கிரகங்கள் ராசிகளில் சஞ்சரிக்கும் நிலையை அடிப்படையாகக் கொண்டு ஒருவருக்குப் பலன் சொல்லும் முறை; predicting events in a person's life considering the present transit of planets with reference to moon (at the time of birth). *கோசார ரீதியாக ரிஷப ராசிக்குச் சனி அஷ்டமத்தில் இருக்கிறான்.*

கோசாலை பெ. **வயதான பசுக்களைப் பராமரிக்க ஏற்படுத்தப்பட்ட இடம்;** a shelter for aged cows. *சில சிவன் கோயில்களில் இன்றும் கோசாலையைக் காணலாம்./ கோயிலை ஒட்டி ஒரு வேத பாடசாலை, மடம், கோசாலை ஆகியவை இருக்கின்றன.*

கோசு பெ. காண்க: **முட்டைக்கோஸ்.**

கோட்டக்கால் பெ. *(ஊரக வ.)* **ஆரங்கள் உருண்டையாக இருக்கும் வண்டிச் சக்கரம்;** wheel of a bullock cart with rounded spokes. *அவர்களுடையது தேக்கு மரத்தால் ஆன கோட்டக்கால் வண்டி.*

கோட்டகம் பெ. *(ஊரக வ.)* **(கிராமத்தின் கடைமடைப் பகுதியில்) மழைக்காலத்தில் தண்ணீர் வடியாமல் தேங்கிக் கிடக்கும் வயல் பகுதி;** area in the tail-end of irrigation channels in a village where rain water stagnates owing to poor drainage. *கோட்டகத்தில் நடுவதற்கு நன்றாக வளர்ந்த நாற்று வேண்டும்./ குட்டையான நாற்றைக் கோட்டகத்தில் நட்டால் மழையில் முழுகிவிடும்.*

கோட்டடி வி. *(கோட்டடிக்க, கோட்டடித்து) (வ.வ.)* **(தேர்வில்) தோல்வியடைதல்;** fail (an examination). *பத்தாம் வகுப்பில் இரண்டு முறை கோட்டடித்துவிட்டான்.*

கோட்டடுப்பு பெ. *(ஊரக வ.)* காண்க: **கோட்டையடுப்பு.**

கோட்டம்[1] பெ. **1: நிர்வாக வசதிக்காகப் பிரித்திருக்கும் பிரிவு;** (an administrative) division (in a territory). *தென்னிந்தியாவில் ஆயுள் காப்பீட்டு நிறுவனம் பல கோட்டங்களாகப் பிரிந்து இயங்குகிறது.* **2: மாவட்டத்திற்கு அடுத்த கீழ்நிலையிலும் வட்டத்திற்கு மேல்நிலையிலும் உள்ள வருவாய் நிர்வாகப் பிரிவு;** a territorial unit for revenue administration above the Taluk and below the District; Division.

கோட்டம்[2] பெ. **(வணங்கத் தகுந்தவருக்கான) நினைவு ஆலயம்;** a temple-like structure erected in memory of the highly revered. *வள்ளுவர் கோட்டம்/ கண்ணகிக் கோட்டம்.*

கோட்டம்[3] பெ. *(பே.வ.)* **(சைக்கிள் சக்கரத்தின் வட்டமான இரும்பு வளையத்தில் ஏற்படும்) நெளிவு;** bend (in the rim of a wheel). *கோட்டம் எடுக்க சைக்கிளைக் கடையில் கொடுத்திருக்கிறேன்.*

கோட்டா பெ. *(வ.வ.)* **கேலி; கிண்டல்;** banter; joking remark; teasing. *அவளைக் கோட்டா பண்ணி அழவைத்துவிட்டார்கள்.*

கோட்டாட்சியர் பெ. **(நிர்வாகப் பிரிவான கோட்டத்தின்) வருவாய்த் துறை உயர் அதிகாரி;** the principal officer of a revenue division; (in India) Revenue Divisional Officer.

கோட்டான் பெ. **கூகை;** western barn owl.

கோட்டி பெ. *(வ.வ.)* **பைத்தியம்;** madness; craze. *உனக்கு என்ன கோட்டியா பிடித்திருக்கிறது; காய்ச்சலோடு குளிக்கிறாயே?/ கோட்டிப் பயல்.*

கோட்டு பெ. *(ஊரக வ.)* **(அறுவடையான நெற்கதிரைக் களத்துக்குக் கொண்டுவரக் கட்டும்போது அல்லது கதிரடிக்கும்போது எடுக்கும்) நான்கு அல்லது ஐந்து அரிகளைக் கொண்ட கதிர்த் தொகுதி;** bunch of four or five sheaves of paddy. *களத்தில் நெல் அடிக்கும்போது கட்டிலிருந்து கோட்டுகோட்டாக எடுத்து அடிப்பார்கள்.*

கோட்டுச் சித்திரம் பெ. காண்க: **கோட்டோவியம்.**

கோட்டுப் பழுதை பெ. *(ஊரக வ.)* **(நெல் அரிகளைக் களத்தில் அடிப்பதற்காகச் சேர்த்துக் கையில் பிடித்துக்கொள்வதற்கு) நெல் தாளின் பிரிகளைக் கொண்டு திரித்துக்கொள்ளும் கயிறு;** cord of twisted paddy straw for holding sheaves of paddy while threshing.

கோட்டுவாத்தியம் பெ. *(இசை)* **மெட்டுகள் இல்லாமல், வீணைபோல இருக்கும், தந்திகள்மீது சிறு கட்டையை அழுத்தியும் தேய்த்தும் வாசிக்கும் ஒரு வகை இசைக் கருவி;** a stringed musical instrument similar to வீணை but without frets and played with a wooden peg.

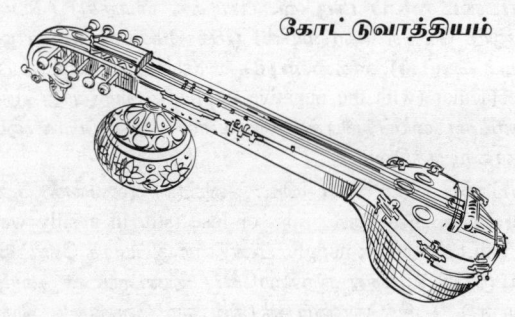

கோட்டுவாத்தியம்

கோட்டுவாய் பெ. *(வ.வ.)* **(தூங்கும்போது வாயிலிருந்து வழிந்த) உமிழ்நீர் காய்ந்து உண்டான கோடு;** the trace left by a dribble. *கோட்டு வாயைக்கூடத் துடைக்காமல் உட்கார்ந்திருக்கிறாயே?*

கோட்டை[1] பெ. **1: (பெரும்பாலும் அரசர்கள் வசித்த) பாதுகாப்பிற்காக உயர்ந்த உறுதியான சுற்றுச்சுவரையும் கனமான பெரிய கதவுகளையும் கொண்ட (அகழி சூழ்ந்த) இருப்பிடம்;** fort; castle. *அந்தப் பழங்காலக் கோட்டையை அரசு ஓர் அருங்காட்சியகமாக மாற்றியிருக்கிறது./ முற்காலத்தில் கோட்டையின் கதவுகளை உடைக்க யானைகள் பயன்படுத்தப்பட்டன.* **2: (ஒருவர் அல்லது ஓர் அமைப்பு) மிகுந்த செல்வாக்குடன் விளங்குகிற இடம்;** stronghold (of a particular person, organization, etc.,). *எதிர்க்கட்சியினர் தங்கள் கோட்டை என்று பெருமைப்பட்டுக்கொண்டிருந்த தொகுதிகளிலேயே தோற்கடிக்கப்பட்டார்கள்.* **3: சதுரங்க ஆட்டத்தில் தான் இருக்கும் நிலையிலிருந்து நான்கு பக்கங்களிலும் நேராக நகரும் காய்;** rook; castle. *அவனுடைய இரண்டு கோட்டைகளையும் வெட்டிவிட்டேன்.*

கோட்டை[2] பெ. *(ஊரக வ.)* **(தானியத்தை அளக்கப் பயன்படும்) 115 கிலோ அல்லது 263 கிலோ கொண்ட ஓர் அளவு;** a measure of grain equal to 115 or 263 kgs.

கோட்டை[3] பெ. *(ஊரக வ.)* **(அடுத்த பருவத்துக்கான) விதை நெல்லை வைக்கோலில் வைத்து வைக்கோல் பிரியால் கட்டி, சாணத்தால் மெழுகி வைக்கும்**

அமைப்பு; a quantity of paddy seeds stored for the following season in a wrapping of straw covered with cow-dung paste.

கோட்டைகட்டு வி. (-கட்ட, -கட்டி) மனத்தில் நிறைய ஆசைகளை வளர்த்துக்கொள்ளுதல்/மிகப் பெரிய அளவில் (நடைமுறையில் சாத்தியமல்லாத) திட்டம் தீட்டுதல்; build castles in the air; daydream. வாழ்வில் எப்படியெல்லாமோ இருக்க வேண்டும் என்று நான் கோட்டை கட்டினேன்./ திரைப்படத் துறையில் கோடிக் கணக்கில் சம்பாதிக்கலாம் என்று கோட்டைகட்டியவர்கள் பலர்.

கோட்டையடுப்பு பெ. (அதிக அளவில் சமைப்பதற்காகத் தரையில் நீண்ட பள்ளமாகக் கட்டப்பட்ட) பெரிய அடுப்பு; a trench-oven (for cooking on a large scale).

கோட்டையைப் பிடி வி. (பிடிக்க, பிடித்து) (பெரும்பாலும் கேலித் தொனியில்) (மிக மேன்மையான ஒன்றைச் செய்து) சாதனைபுரிதல்; (sarcastic) achieve sth. spectacular (with the negative implied). இப்போது எந்தக் கோட்டையைப் பிடிக்க இவ்வளவு பரபரப்பாக ஓடிக் கொண்டிருக்கிறாய்?

கோட்டைவிடு வி. (-விட, -விட்டு) (கவனக் குறைவால்) தவறவிடுதல்; miss or lose (sth. in a silly way); let (sth.) slip away; bungle. பணத்தை இப்படிக் கோட்டை விட்டுவிட்டு வந்து நிற்கிறாயே?/ நண்பருடன் சுவாரசியமாகப் பேசிக்கொண்டிருந்ததில் ஏற வேண்டிய பேருந்தைக் கோட்டைவிட்டேன்./ கிடைத்த வாய்ப்பைக் கோட்டைவிட்டுவிட்டு இப்போது புலம்பி என்ன பயன்?/ பரீட்சையில் கோட்டைவிட்டுவிட்டான்./ கதைக்கும் வசனத்துக்கும் முக்கியத்துவம் கொடுத்தேன். ஆனால் காட்சியமைப்பில் கோட்டைவிட்டுவிட்டேன்.

கோட்டோவியம் பெ. கோடுகளால் மட்டும் ஆன ஓவிய வகை; line drawing. ஓவியர் ஆதிமூலம் அற்புதமாக காந்தியைக் கோட்டோவியமாக வரைந்திருக்கிறார்.

கோட்பாடு பெ. (ஒரு துறையில்) ஒன்றை விளக்கச் சில கொள்கைகளை அடிப்படையாகக் கொண்டு தர்க்க பூர்வமாக நிறுவப்படும் கூற்று அல்லது கூற்றுகளின் தொகுப்பு; theory. இறையியல் கோட்பாடு/ சமயக் கோட்பாடு/ பொருளாதாரக் கோட்பாடு. [(தொ.சொ.) கருத்தியல்/ கொள்கை/ சித்தாந்தம்/ தத்துவம்/ நெறிமுறை]

கோடரி பெ. காண்க: கோடாலி.

கோட(ா)ங்கி பெ. (வ.வ.) உடுக்கை அடித்துக் குறி சொல்பவர்; soothsayer.

கோடாம்பி பெ. (வ.வ.) (வெற்றிலைபாக்கு எச்சிலைத் துப்புவதற்குப் பயன்படும்) அகன்ற வாயை உடைய வெண்கலப் பாத்திரம்; brass vessel used as spittoon.

கோடாரி பெ. காண்க: கோடாலி.

கோடாலி பெ. (மரம் வெட்ட அல்லது விறகு பிளக்கப் பயன்படும்) உருண்டையான கழியின் முனையில், ஒரு பக்கம் கூர்மையாக இருக்கும் இரும்புத் துண்டு பொருத்தப்பட்ட சாதனம்; (woodcutter's) axe.

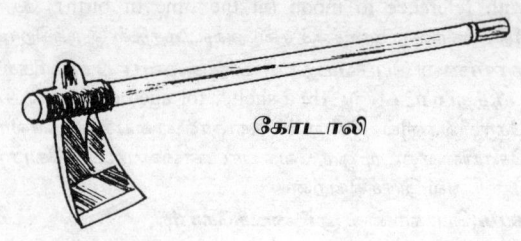

கோடாலி

கோடாலிக்காம்பு பெ. தன் இனத்தையே அல்லது குடும்பத்தையே (தன் தவறான செயல்களின் விளைவுகளால்) அழிக்கும் நபர்; one who brings ruin to his family. குலத்தைக் கெடுக்க வந்த கோடாலிக்காம்பே!

கோடாலிமுடிச்சு பெ. (அலங்காரமாக அல்லாமல்) பெண்கள் கூந்தலை அள்ளிச் சுருட்டிப் போட்டுக் கொள்ளும் முடிச்சு; a way of wearing one's hair in a casual knot.

கோடானுகோடி பெ. குறிப்பிட்டுச் சொல்ல முடியாத பெரும் எண்ணிக்கை; பல கோடி; innumerable; millions. கோடானுகோடி ஜீவராசிகள் இந்த மண்ணில் வாழ்கின்றன.

கோடி[1] பெ. லட்சம் என்னும் எண்ணின் நூறு மடங்கு; ten millions; (one) crore.

கோடி[2] பெ. (நீண்ட பரப்பு உடையவற்றில்) எல்லை; (இடத்தின்) கடைசிப் பகுதி; end (of a street, etc.,); extremity. ஊர்க் கோடியில் ஒரு குளம் உள்ளது./ தெருக் கோடியில் யாரோ வருவது தெரிந்தது./ வராந்தாவில் இந்தக் கோடிக்கும் அந்தக் கோடிக்குமாக நடைபோட்டார்.

கோடி[3] பெ. (ஊரக வ.) 1: புது ஆடை; புதுத் துணி; new clothes. தீபாவளி அன்று மஞ்சள் தடவிக் கோடி உடுத்துவது வழக்கம். 2: இறந்தவரின் உடலுக்கு ஈமச் சடங்கில் அணிவிக்கும் புதுத் துணி; new cloth spread over the dead body. 3: இறந்தவரின் ஈமச் சடங்கில் அவரது மனைவிக்கு அவளுடைய சகோதரர்கள் தரும் புதுத் துணி; new garment given to the wife of the deceased person by her brothers during his funeral.

கோடிகாட்டு வி. (-காட்ட, -காட்டி) (ஒரு விஷயத்தைப் புரிந்துகொள்ளும்படியாக) குறிப்பு காட்டுதல்; hint at. நீங்கள் அந்த விஷயத்தைக் கோடிகாட்டினால் போதும். நான் புரிந்துகொள்வேன்.

கோடிட்ட பெ.அ. 1: (தேர்வுத்தாள், பயிற்சிப் பாடம் ஆகியவற்றில் மாணவர் விடை எழுதுவதற்காகக் கேள்வியில்) கோடுபோட்டுக் காலியாக விடப்பட்ட; (of space left to be filled in by examinees in a question paper, etc.,) blank. கோடிட்ட இடங்களை நிரப்புக! 2: (காசோலை, வரைவோலை, அஞ்சல் ஆணை முதலியவற்றின் இடது பக்க மேல்முனையில்) குறுக்குவாட்டில் இரு கோடுகள் இழுத்து அடையாளமிட்ட; (of cheques, etc.,) crossed. கடிதத்துடன் கோடிட்ட வரைவோலையை இணைத்திருக்கிறேன்.

கோடிட்டுக் காட்டு வி. (காட்ட, காட்டி) வலியுறுத்திச் சுட்டிக்காட்டுதல்; underline; underscore. இந்த உடன்படிக்கையை எங்கள் கட்சி ஏற்கவில்லை என்பதை நான் கோடிட்டுக் காட்ட விரும்புகிறேன்.

கோடீஸ்வரன் பெ. **கோடிக் கணக்கில் சொத்து உள்ளவன்; மிகப் பெரும் பணக்காரன்;** man who owns property worth several crores.

கோடீஸ்வரி பெ. **கோடிக் கணக்கில் சொத்து உள்ளவள்; மிகப் பெரும் பணக்காரி;** woman who owns property worth several crores.

கோடு[1] பெ. **1:** *(ஒரு பரப்பில்)* **ஒற்றைப் பரிமாணத்தில் நீளவாக்கில் இருக்கும் பதிவு;** line; stripe. தரையில் குச்சியால் கோடு கிழித்து விளையாட ஆரம்பித்தார்கள்./ கோடு போட்ட சட்டை/ அணிலின் முதுகில் மூன்று கோடுகள் உண்டு. [*(தொ.சொ.)* **பட்டை/ வரி**] **2:** *(தோலில் ஏற்படும்)* **சுருக்கம்;** the furrow on one's forehead. நெற்றியில் கோடு விழுந்திருக்கிறது.

கோடு[2] பெ. *(இலங்.) (சட்டம்)* **நீதிமன்றம்;** court of law.

கோடு எடு வி. *(எடுக்க, எடுத்து) (பே.வ.)* **(தலையைச் சீவும்போது) வகிடு எடுத்தல்;** part one's hair (to arrange it). இவ்வளவு வயதாகியும் இன்னும் உனக்குக் கோடு எடுக்கத் தெரியவில்லை என்று பாட்டி திட்டினாள்.

கோடுதிற வி. *(-திறக்க, -திறந்து) (ஊரக வ.)* **வீட்டுக்குள் பொங்கல் வைப்பவர்கள் வீட்டு முற்றத்தில் (சூரியனுக்குத் தெரியும்படி) அரிவாளால் இரண்டு இணை கோடுகள் கிழித்துத் திறந்தவெளியில் பொங்கல் வைப்பதாக அடையாளப்படுத்துதல்;** draw a couple of parallel lines in the inner yard of a house open to the sky to symbolize doing பொங்கல் in full view of the sun (practice adopted by people doing பொங்கல் inside their house). கோடுதிறந்த பிறகுதான் பொங்கல் வைக்கலாம்./ வாசலில் பொங்கல் வைப்பவர்கள் கோடுதிறக்க வேண்டியதில்லை.

கோடை (காலம்) பெ. *(சித்திரை, வைகாசி ஆகிய மாதங்களை உள்ளடக்கிய)* **கடுமையான வெப்பம் நிலவும் பருவம்;** summer (particularly mid-March to mid-June). கோடை விடுமுறைக்குக் குடும்பத்துடன் கொடைக்கானல் செல்வது வழக்கம்./ கோடைக் காலத்தில் குளம், ஏரி எல்லாம் வற்றிவிடுகின்றன.

கோடை மழை பெ. **கோடைக் காலத்தில் பெய்ய வேண்டிய மழை;** rain due in the summer season. மக்கள் அனல் காற்றைத் தாங்கிகொள்ள முடியாமல் கோடை மழை பெய்யாதா என்று ஏங்கிக்கொண்டிருந்தனர்.

கோணங்கி பெ. *(அ.வ.)* **தன் அங்க அசைவுகளால் சிரிக்க வைப்பவர்; கோமாளி;** clown.

கோணத்திசை பெ. *(கணி.)* **இரண்டு திசைகளுக்கு இடைப்பட்ட திசை;** the point of the compass between two perpendicular directions.

கோணம் பெ. **1:** *(கணி.)* **ஒன்றையொன்று சந்திக்கும் இரு கோடுகளின் திசைகளுக்கு இடையில் உள்ள (பாகையால் குறிக்கப்படும்) இடைவெளியின் அளவு;** angle. இந்தக் கட்டத்தில் எத்தனை கோணங்கள் உள்ளன?/ முக்கோணத்தில் உள்ள கோணங்களின் கூட்டுத்தொகை 180° பாகை ஆகும். **2:** *(ஒருவர் எடுத்துக்கொள்ளும்)* **நிலை; பார்வை; கண்ணோட்டம்;** aspect; angle; point of view; perspective. ஒவ்வொரு விமர்சகரும் ஒவ்வொரு கோணத்தில் இலக்கியத்தை அணுகுகிறார்கள்./ கட்டடத்தை இந்தக் கோணத்தில் பார்த்தால் அழகாக இருக்கும்./ நான் சொல்வதைச் சரியான கோணத்தில் பார்!

493 கோதண்டம்

கோணமானி பெ. *(கணி.)* காண்க: **பாகைமானி.**

கோணல் பெ. *(-ஆக, -ஆன)* **1: நேர்கோடாக அல்லது ஒழுங்காக அமையாதது; வளைந்த நிலை;** being crooked; state of being bent; being askew. உன் கையெழுத்து ஒரே கோணலாக இருக்கிறது./ எலும்பு முறிவுக்குப் பிறகு கை சற்றுக் கோணலாகத் தெரிகிறது./ கோணல் தென்னை. **2:** *(எண்ணத்தின், சிந்தனையின்)* **முறையற்ற போக்கு; வக்கிரம்;** (of one's mind) perversity; deviation; twist. உனக்கு ஏன் புத்தி இப்படிக் கோணலாகப் போகிறது?

கோணல்மாணல் பெ. *(-ஆக, -ஆன)* *(நேராக இல்லாமல்)* **ஒழுங்கற்றுத் தாறுமாறாக இருக்கும் நிலை;** irregular manner; unevenness. குழந்தைக்குப் பற்கள் கோணல்மாணலாக முளைத்திருக்கின்றன./ எருமையின் கோணல்மாணலான ஓட்டம்.

கோணல் வகிடு பெ. **தலைப் பகுதியின் உச்சியில் சரியாக நடுவில் பிரிக்காமல் (பெரும்பாலும் இடப்புறமாக) சற்றுத் தள்ளி எடுக்கும் வகிடு;** the parting in one's hair slightly to the left of the centre. உனக்குக் கோணல் வகிடு எடுத்துச் சீவினால்தான் அழகாக இருக்கிறது./ பொதுவாக ஆண்கள் கோணல் வகிடுதான் எடுப்பார்கள்.

கோணி பெ. **சணலால் தயாரிக்கப்பட்ட நீள் சதுர வடிவப் பை; சாக்குப் பை;** gunny bag; sack. கோணியில் நெல்லைக் கொட்டித் தைத்தார்கள்.

கோணி ஊசி பெ. *(கோணி தைக்க உதவும்)* **தடித்த நீளமான இரும்பு ஊசி;** a long, thick needle for sewing gunny bags.

கோணிப் பை பெ. காண்க: **கோணி.**

கோணு வி. *(கோண, கோணி)* *(நேராக இல்லாமல்)* **வளைந்திருத்தல்;** *(இயல்பாக இல்லாமல்)* **ஒரு பக்கமாகச் சாய்ந்த நிலையில் இருத்தல்;** (of one's posture) be contorted; be slanting; be crooked; be askew. எழுத்து ஏன் இப்படிக் கோணிக்கொண்டு இருக்கிறது?/ ஏன் கோணிக்கொண்டு உட்கார்ந்திருக்கிறாய்?/ வாத நோயினால் அவர் முகம் கோணியிருந்தது. [*(தொ.சொ.)* **சுருள்/ நெளி/ மடங்கு/ வளை**]

கோத்தர் பெ. **தமிழ்நாட்டில் நீலகிரி மலைத் தொடர்களில் வாழும், மட்பாண்டத் தொழிலில் தேர்ச்சி பெற்ற இனத்தைச் சேர்ந்தவர்கள்;** the tribe living in the Nilgiris region of the western ghats, known for its skills in pottery. ஆடவர் வாசிக்கும் இசைக்கு ஏற்றவாறு கோத்தர் இனப் பெண்கள் வட்டமாக நின்று ஆடுகின்றனர்.

கோத்தி பெ. *(திருநர் வ.)* **ஆண் உடையில் இருக்கும், பால்மாற்று அறுவைச் சிகிச்சை செய்துகொள்ளாத திருநங்கை;** transgender in male's dress who has not had gender reassignment surgery.

கோத்திரம் பெ. *(சில சாதிகளில்)* **ஒரு குடும்பத்தின் கால் வழியைக் காட்டும் பிரிவு;** a (caste) group of common descent. ஒரே கோத்திரத்தில் பெண் எடுக்க மாட்டார்கள்.

கோதண்டம் பெ. **1:** *(உ.வ.)* **வில்;** bow. **2:** *(முற்காலத்தில்)* *(குற்றவாளி, ஒற்றன் முதலியோரின்)* **கைகால்களைப் பரப்பிக் கட்டிச் சித்திரவதை செய்ய மரத்தினால் செய்யப்பட்ட ஓர் அமைப்பு;** stocks (of former times).

கோதா பெ. **(குத்துச்சண்டை, மல்யுத்தம் ஆகியவை நடத்த) உயரமாக அமைக்கப்பட்ட மேடை; களம்;** (boxing) ring; (wrestling) arena. கோதாவிற்குள் மல்யுத்த வீரர்கள்/ *(உரு வ.)* அரசியல் கோதாவில் அவர் இறங்கி விட்டார்.

கோதாரி பெ. *(இலங்.)* **கொள்ளைநோய்;** epidemic. இலங்கையில் கோதாரி நோயால் இறந்துபோனவர்கள் பத்தாயிரத்துக்கும் மேல் இருக்கும்./ உடுப்பிட்டி குமார சுவாமி பாடிய கோதாரி கீதங்களே ஈழத்தின் சமூகச் சார்புக் கவிதையின் தொடக்கப் புள்ளி.

கோதானம் பெ. **(சடங்கின் ஒரு பகுதியாக) பசுவைத் தானமாகத் தருதல்;** ritual gift of cow.

கோது[1] வி. (கோத, கோதி) **1: (பறவைகள் சிறகுகளின் ஊடே அலகை நுழைத்து) நீவுதல்; குடைதல்; (முடி யின் இடையே விரல், சீப்பு முதலியவற்றைக் கொடுத்து) நீளவாக்கில் மெதுவாக இழுத்தல்;** (of birds) preen; run (one's fingers) through the hair; comb. புறாக்கள் கழுத்தை நொடித்துச் சிறகைக் கோதிக்கொண்டிருந்தன./ குளித்து விட்டு வந்து ஈரம் போக முடியைக் கோதிக்கொண்டிருந் தாள். **2: (தலையை) அன்புடன் தடவுதல்; வருடுதல்;** fondle (s.o. by stroking the hair). குழந்தையின் தலை யைக் கோதிவிட்டுக் கனிவு பொங்கப் பார்த்தாள்.

கோது[2] பெ. **1:** *(ஊரக வ.)* **(பலாப் பழத்தின் தோலை உரிக்கும்போது சுளையின் மேல்) நார்போல் படிந்து காணப்படும் பகுதி;** the fibrous strip (attached to the pulp of the jackfruit). கோதுடன் சுளையைச் சாப்பிட்டால் வயிறு வலிக்கும். **2:** *(ஊரக வ.)* **கரும்பைப் பிழிந்த பின் கிடைக்கும் சக்கை; கரும்புச் சக்கை;** dry residue of sugar cane after extracting juice; cane trash. **3:** *(இலங்.)* **(நிலக்கடலை, உளுந்து போன்றவற்றின்) மேல் ஓடு/ (மங்குஸ்தான் பழம், ரம்புட்டான் பழம் போன்ற வற்றின்) மேல் தோல்;** pod; rind. வயிற்றுவலிக்கு மங்குஸ் தான் கோதை அவித்துக் குடித்தால் நல்லது.

கோதுமை பெ. **(சப்பாத்தி, ரொட்டி போன்றவை செய் வதற்குப் பயன்படும்) பழுப்பு நிறத் தானியம்/அந்தத் தானியத்தைத் தரும் பயிர்;** wheat (the grain and the crop).

கோந்து பெ. **(சில வகை மரங்களிலிருந்து கிடைக்கும் அல்லது ரசாயனப் பொருள்களால் தயாரிக்கப்படும்) ஒட்டும் தன்மையுடைய கெட்டித் திரவம்; பிசின்;** gum; paste. கிழிந்து போன புத்தக அட்டையைக் கோந்து போட்டு ஒட்டினான்.

கோப்பி பெ. *(இலங்.)* காண்க: காப்பி.

கோப்பிக்கத்தி பெ. *(இலங்.)* **(வெட்டுப் பரப்பு) சற்று வளைவாக இருக்கும் அரிவாள்;** a type of sickle. வேலி அடைக்க வேண்டும். கோப்பிக்கத்தியும் கயிறும் எடுத்துக் கொண்டு வா.

கோப்பு பெ. **(அலுவலகத்தில்) ஒரு பொருள் தொடர் பான குறிப்புகள் அடங்கிய தாள்கள், கடிதங்கள் முத லியவற்றைக் கால வரிசைப்படி சேர்த்து வைத்திருக் கும் தொகுப்பு;** (in offices) file. இந்தக் கடிதத்தைக் கோப் பில் இணைத்து விடு!/ கோப்பு அமைச்சரின் பார்வைக்குப் போயிருக்கிறது.

கோப்புக்காட்சி பெ. *(பு.வ.)* **(தொலைக்காட்சியில்) ஏற்கனவே தொகுத்துவைத்துள்ள காட்சிகளிலிருந்து மீண்டும் எடுத்துக்காட்டப்படும் காட்சி;** file-shot. காந்தி யடிகள் உப்புச் சத்தியாகிரகத்தில் கலந்துகொள்ளும் காட்சி காட்டப்பட்டது. இது ஒரு கோப்புக்காட்சி ஆகும்.

கோப்பை பெ. **1: (குடிக்கப் பயன்படுத்தும்) ஒரு பக் கத்தில் கைப்பிடியுடைய சிறு பீங்கான் அல்லது கண் ணாடிப் பாத்திரம்;** (porcelain) cup; mug. தேநீர்க் கோப்பை யின் பிடி உடைந்திருந்தது. **2: (சோறு முதலியவை வைக்கப் பயன்படுத்தும்) அடிப்பகுதி தட்டையாகவும் பக்கப் பகுதி புடைத்தும் இருக்கும் பாத்திரம்;** cup-like bowl (either of porcelain or of metal). ஒரு கோப்பையில் சாதம், மற்றொரு கோப்பையில் குழம்பு. **3: (போட்டியில் வென்றவருக்கு அளிக்கப்படும் வெள்ளி அல்லது தங்க முலாம் பூசப்பட்ட) வேலைப்பாடு கொண்ட பரிசுப் பொருள்;** cup; trophy. கபடிப் போட்டியில் வெற்றி பெற்ற தமிழக அணியினருக்குக் கோப்பை வழங்கப்பட்டது.

கோபதாபம் பெ. **கோபமும் அதன் விளைவாக ஏற் படும் மனக்குறையும்;** sth. rankling; resentment; displeasure. பிரச்சினை முடிந்துவிட்டது; இனிமேலும் கோப தாபங்களை வளர்த்துக்கொண்டிருப்பதில் என்ன பயன்?/ அப்பாவுடைய கோபதாபத்திற்கு அம்மா பயந்த காலம் போய்விட்டது.

கோபப்படு வி. (-பட, -பட்டு) **(ஒன்றின் மேல் அல்லது ஒருவரின் மேல்) கோபம் கொள்ளுதல்;** get angry (with s.o. or sth.). நீ கோபப்படும்படி அவள் என்ன சொன் னாள்?/ அப்பா உயிரோடு இருந்தவரையில் என்னிடம் எதற்காகவும் கோபப்பட்டதேயில்லை./ இந்தச் சின்ன விஷயத்துக்கு இப்படிக் கோபப்படலாமா?

கோபம் பெ. (-ஆக, -ஆன) **(அநீதி, கொடுமை, அவ மதிப்பு, இயலாமை முதலியவற்றுக்கு உள்ளாகும் போது ஒருவருடைய) முகத்தில், செயலில் வெளிப்ப டும் அல்லது மனத்தில் உண்டாகும் கடுமை உணர்வு; சினம்;** anger. அவருடைய கண்கள் கோபத்தால் சிவந்தி ருந்தன./ அவர் எனக்குக் கோபமாக ஒரு கடிதம் எழுதி யிருக்கிறார்./ 'அதைத் தொடாதே' என்று கோபமான குர லில் கத்தினார்.

கோபி[1] வி. (கோபிக்க, கோபித்து) **(ஒருவர்மேல்) கோபம்கொள்ளுதல்; கோபப்படுதல்;** get angry. சொன் னபடி செய்யாவிட்டால் அவர் நம்மைக் கோபிப்பார்./ திருமணத்துக்கு உன்னை அழைக்காததற்காக என்னைக் கோபித்துக்கொள்ளாதே!

கோபி[2] (g-) பெ. **கட்டடத்திற்குச் சந்தன நிறத்தைத் தரச் சுண்ணாம்புடன் கலந்து வர்ணமாகப் பூசப்படும் ஒரு வகைப் பொடி;** a light yellow powder mixed with whitewash for colouring walls.

கோபுரம் பெ. **1: அடிப்பக்கம் அகன்றும் மேல்பகுதி குறுகியும் பக்கங்களில் சிற்ப வேலைப்பாடு கொண்ட தாகவும் (கோயில் நுழைவாயிலின் மேல்) பல நிலைக ளோடு அமைக்கப்படும் உயர்ந்த கட்டடப் பகுதி;** a rectangular tower-like structure built in tiers over the entrance (in Hindu and Jain temples). *(பார்க்க, படம்: கோயில்)* **2: (வசிப்பதற்கோ பணிபுரிவதற்கோ அல்லாத) உயர மான கட்டடம்;** tower; tower-like structure. பைசா

495 கோரல்

நகரத்துச் சாய்ந்த கோபுரம். 3: ஒலி, ஒளி அலைகளைச் சமிக்ஞையாக மாற்றி செயற்கைக்கோளுக்கு அனுப்பவும் அல்லது செயற்கைக்கோளிலிருந்து வரும் சமிக்ஞைகளைப் பெறவும் உதவும் உலோகக் கம்பிகளால் ஆன உயர்ந்த அமைப்பு; a tower-like structure used in telecommunication. தொலைக்காட்சிக் கோபுரம்./ கைபேசி கோபுரம்.

கோம்பை[1] பெ. **கரிய உறுதியான தாடைகளையும் நீண்ட காதுகளையும் கொண்ட, காவலுக்காகவும் வேட்டைக்காகவும் பயன்படுத்தப்படும், தமிழ்நாட்டைச் சேர்ந்த (பெரும்பாலும் பழுப்பு நிறத்தில் இருக்கும்) நாய்;** a dog of indigenous breed, brown in colour, with powerful jaws and pendant ears, used for hunting and guarding.

கோம்பை[2] பெ. (இலங்.) **நுங்கு நீக்கிய பனங்காய்;** the fruit of palmyra cut open with its flesh removed.

கோமகன் பெ. 1: *(உ.வ.)* **(மக்கள் மனத்தில் இடம் பெறும்) மதிப்பிற்கு உரியவர்; உயர்ந்தவர்;** eminent person. ஏழைகள் போற்றிப் புகழும் கோமகனாக வாழ்ந்தவர் அவர். 2: *(அ.வ.)* **அரசகுமாரன்;** son of a king; prince.

கோமாரி (நோய்) பெ. **(கால்நடைகளுக்கு) காய்ச்சலுடன் வாய், கால் ஆகிய பகுதிகளில் கொப்புளம் தோன்றச் செய்து உயிரைப் பறிக்கும் நோய்;** foot-and-mouth disease. கோமாரி தாக்கும் மாடுகள் தீவனம் உண்ண முடியாது./ கோமாரி நோய் காணப்படும் நாடுகளிலிருந்து மாட்டிறைச்சியை இறக்குமதிசெய்வது தடைசெய்யப்பட்டுள்ளது.

கோமாளி பெ. 1: **உடையால், பேச்சால், அங்க அசைவுகளால் சிரிக்க வைப்பவன்;** clown; jester; buffoon. மேடையில் கோமாளி தோன்றியதும் கைதட்டல் விணணைப் பிளந்தது. 2: *(பே.வ.)* **எப்போதும் வேடிக்கையாக எதையாவது செய்துகொண்டிருப்பதால் பிறரால் ஏளனத்துடன் பார்க்கப்படும் நபரைக் குறிக்கப் பயன்படுத்தும் சொல்;** frivolous person. அந்தக் கோமாளிப் பயலோடு சேர்ந்து நீயும் கூத்தடிக்காதே.

கோமாளித்தனம் பெ. (-ஆக, -ஆன) **கேலிக்குரிய விதத்திலான செயல் அல்லது தன்மை;** buffoonery; clownery. அரசியலில் அவருடைய கோமாளித்தனங்களுக்கு அளவே இல்லாமல் போய்விட்டது./ கதாநாயகனும் கதாநாயகியும் மரத்தைச் சுற்றிப் பாட்டுப் பாடுவது, கதாநாயகன் பத்துப் பேருடன் ஒரே நேரத்தில் சண்டை போடுவது என்று கோமாளித்தனமான காட்சிகளுக்கு இந்தப் படத்தில் குறைவே இல்லை.

கோமான் பெ. (உ.வ.) காண்க: **கோமகன்.**

கோமியம் பெ. **பசுவின் சிறுநீர்;** cow's urine. சில சடங்குகளின் பகுதியாக வீடு முழுதும் கோமியத்தைத் தெளிப்பார்கள்.

கோமேதகம் பெ. **(நவமணிகளுள் ஒன்றான) பழுப்பு அல்லது வெளிர் மஞ்சள் நிறத்தில் உள்ள விலையுயர்ந்த கல்;** precious stone of light yellow colour.

கோயில் பெ. **(கடவுள் விக்கிரகத்தை அல்லது கடவுளின் அடையாளமான லிங்கம் போன்றவற்றை மையமாகக் கொண்டு எழுப்பப்படும்) வழிபாட்டுக்கான கட்டடம்;** temple. *(பார்க்க, படம்: பக். 496)*

கோயில் காடு பெ. **(கிராமங்களில் ஊரை ஒட்டி அல்லது ஊருக்கு வெளியே, சிறு குளத்தோடு மரம், செடிகொடிகள் அடர்ந்திருக்கும் பகுதியில்) ஐயனார், மண்குதிரைகள் போன்ற சிலைகள் அமைந்திருக்கும் வழிபாட்டு இடம்;** a place of worship (with a small tank and various trees and plants usually situated outside a village). பல்லுயிர்ச் சூழல் நிலவும் இந்தக் கோயில் காடுகள் கிராமத்தின் நிலத்தடி நீரைப் பாதுகாக்க உதவுகின்றன./ பறவைகள், பூச்சிகள், பறவைகள் போன்றவற்றின் வாழிடமாகவும் கோயில் காடுகள் விளங்குகின்றன.

கோயில் காளை பெ. **கோயிலுக்குக் காணிக்கையாக அளிக்கப்பட்டுத் தடை இல்லாமல் திரியும் காளை;** bull dedicated to a temple and is allowed to move around freely. கோயில் காளை பயிரை மேய்ந்தால் நஷ்டஈடு வாங்க முடியாது./ அவன் கோயில் காளைபோலத் திரிகிறான்.

கோயில் குளம் பெ. **கோயிலும் அதைப் போன்ற பிற வழிபாட்டுத் தலங்களும்;** places of pilgrimage. வேலையிலிருந்து ஓய்வுபெற்ற பிறகு கோயில் குளம் என்று அவர் போக ஆரம்பித்துவிட்டார்./ ஒரு கோயில் குளம் போகலாம் என்றாலும் துணைக்கு ஆள் வேண்டியிருக்கிறது.

கோயில் பெருச்சாளி பெ. **(பிறர் சொத்தை உடனிருந்தே) சிறிதுசிறிதாக அபகரிப்பவர்;** pilferer. பொதுச் சேவை என்ற போர்வையில் திரியும் கோயில் பெருச்சாளி அவன்!

கோர் வி. (கோர்க்க, கோர்த்து) காண்க: **கோ[1], கோ[2].**

கோ(ர்)க்காலி பெ. (இலங்.) **(சட்டிப்பானை, தானிய மூட்டை முதலியவற்றை வைப்பதற்குப் பயன்படும்) சற்று அகலமாக இருக்கும் மேசை போன்ற மரச் சாதனம்;** table-like wooden stand. கோர்க்காலியில் இருக்கும் மூட்டைகளில் ஒன்றைப் பிரித்துக் கொஞ்சம் அரிசி எடுங்கள்.

கோர்வை[1] பெ. காண்க: **கோவை[1], 1.**

கோர்வை[2] பெ. (இசை) **ஸ்வர அமைப்பின் அல்லது சொற்கட்டு அமைப்பின் முடிவில் வரும் தொடர்;** phrase coming at the end of a sequence of ஸ்வரம் or சொற்கட்டு.

கோர்வை[3] பெ. (நெசவு) **கரைக்கட்டு அல்லது முந்தியைத் தனியாக நெய்து, பிறகு புடவையோடு இணைத்து நெய்யும் முறை;** method in which a ready-made border or முந்தி is woven into a sari. check

கோரம் பெ. (-ஆக, -ஆன) 1: **(அச்சம் தரும்) கொடூரம்;** severity; cruelty. கோரமாகக் குத்திக் கொலைசெய்யப்பட்டுக் கிடந்தான்./ அந்த நாடே வறுமையின் கோரப் பிடியில் சிக்கித் தவிக்கிறது. 2: **அருவருப்பு; விகாரம்;** ugliness; unsightliness. அவன் கோரமாகச் சிரித்தான்./ போன மாதம் நேர்ந்த தீ விபத்தால் அவர் முகம் கோரமாகிவிட்டது.

கோரல் பெ. (இலங்.) **அதிகாரபூர்வமாக அனுமதி கேட்டு ஒருவர் செய்துகொள்ளும் விண்ணப்பம்;** official request (for an application, tender form, etc.,). கோரல் மனுக்கள் யாவும் உதவிப் பதிவாளர் அலுவலக முகவரிக்கு அனுப்பப்பட வேண்டும்.

தெப்பக்குளம்

துவாரபாலகர்

நீராழி மண்டபம்

கொடி மரம்

நந்தி

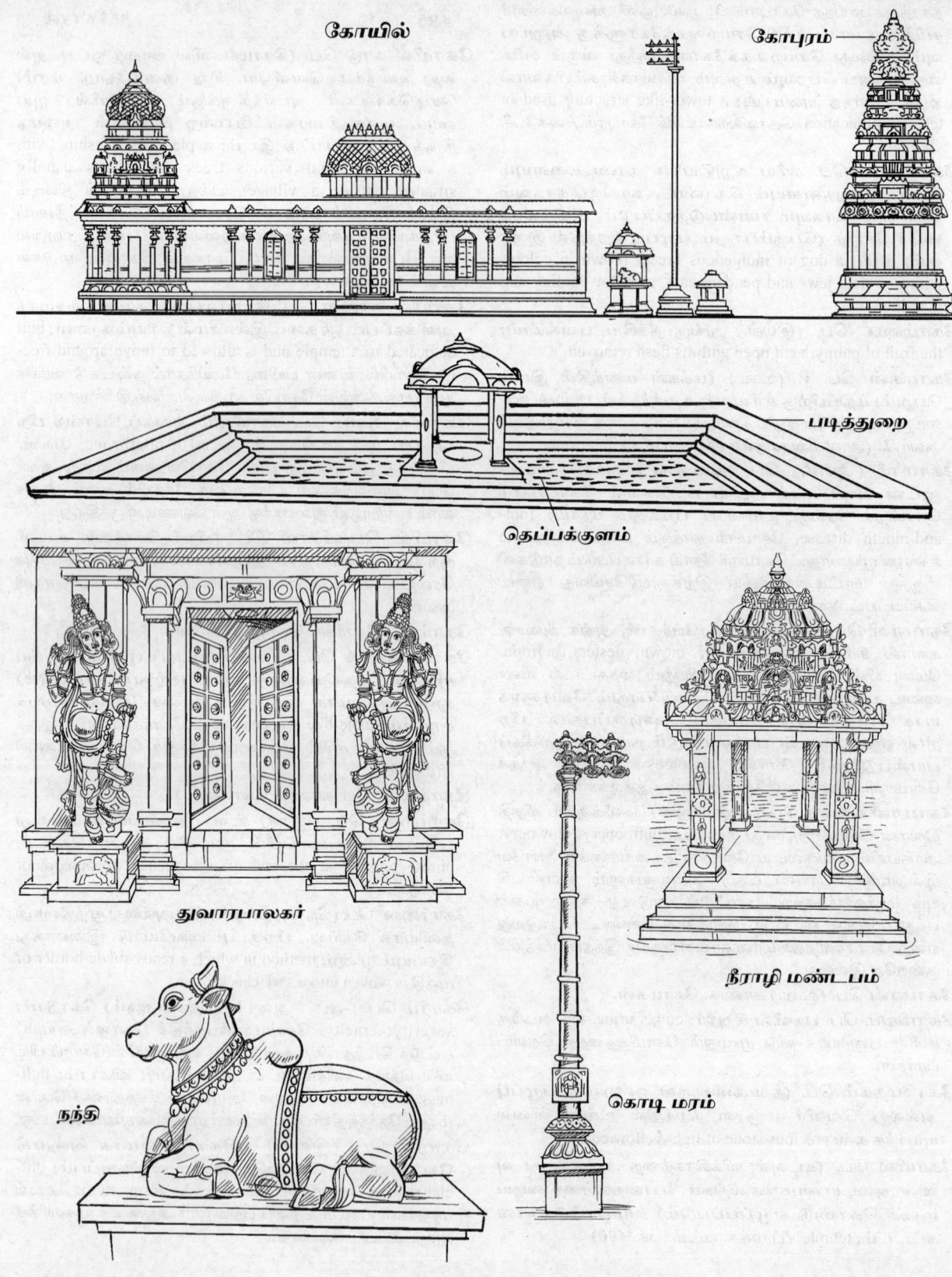

கோரா நூல் பெ. (நெசவு) **வெளுத்துச் சாயம் போடாமல் இருக்கும், நெய்வதற்கான நூல் அல்லது பட்டு;** unbleached yarn that has not been dyed for weaving. நெய்வதற்கு வரும் கோரா நூலை வெளுத்துச் சாயம் போட்டுக்கொள்கிறார்கள்./ கோரா பட்டாக வாங்கி, வேண்டிய நிறத்துக்குச் சாயம் போட்டுக்கொள்கிறோம்.

கோராமை பெ. (வ.வ.) **(பச்சாதாபத்தை ஏற்படுத்தும்) அகோரமான காட்சி;** piteousness. யார் பெற்ற பிள்ளையோ, ரயிலில் அடிபட்டு உயிர்போய்விட்டது. பார்க்கக் கோராமையாக இருந்தது./ தீப்பற்றி எரியும் தன் வீட்டைக் காட்டி 'இந்தக் கோராமையைப் பாரு' என்று அவள் கதறினாள்.

கோரி பெ. (இஸ்.) **இறந்தவரைப் புதைத்து அதன்மேல் எழுப்பப்படும் (இஸ்லாமியரின்) சமாதி;** sepulchre.

கோரிக்கை பெ. **(தேவைகள், குறைகள், விருப்பம் முதலியவற்றைத் தெரிவித்து முன்வைக்கும்) வேண்டுகோள்;** demand; request. விவசாயிகளின் கோரிக்கையை அரசு நிறைவேற்ற வேண்டும்./ தனிநாடு வேண்டும் என்னும் கோரிக்கை கைவிடப்பட்டது.

கோரி மூரத் பெ. (திருநர் வ.) **ஒரு திருநங்கையால் முதன்முதலாக மகளாகத் தத்தெடுக்கப்படும் மற்றொரு திருநங்கை;** first time adoption of a transwoman as daughter by another transwoman.

கோரு[1] வி. (கோர, கோரி) **(உரிமையுடன்) கேட்டல்; (முறையாக) வேண்டுதல்;** demand; request; ask for. விபத்தில் காலை இழந்தவர் நஷ்டஈடு கோரி வழக்குத் தொடுத்துள்ளார்./ புதிய பொருளாதாரத் திட்டம்பற்றி அறிஞர்களின் கருத்துகள் கோரப்படும்.

கோரு[2] வி. (கோர, கோரி) (வ.வ.) **(நீரைக் கையால் அல்லது பாத்திரத்தால்) அள்ளுதல்; முகத்தல்;** take (water) cupping one's hands; scoop. ஆற்றில் நீரைக் கோரிக் குடித்தான்./ ஊற்றிலிருந்து நீரைக் கோரித் தவலையில் ஊற்றினான்.

கோரை பெ. **மணற்பாங்கான இடங்களிலும் நீர்நிலைகளின் கரைகளிலும் உயர்ந்து வளர்ந்திருக்கும் (பாய் பின்னப் பயன்படும்) நீண்ட மெல்லிய பச்சை நிறத் தண்டைக் கொண்ட ஒரு வகைச் செடி;** a variety of sedge used for making mat; bulrush.

கோரைக் கிழங்கு பெ. **(மருந்தாகப் பயன்படுத்தும்) கோரையின் கிழங்கு;** the rhizome of sedge.

கோரைப்பல் பெ. **கடினமாக இருக்கும் இறைச்சி, கரும்பு போன்றவற்றைத் தின்பதற்கு வசதியாக மேல் தாடையில் இரண்டும் கீழ்த் தாடையில் இரண்டுமாக உள்ள கூரிய முனையைக் கொண்ட பல்;** canine tooth.

கோரைப் பாய் பெ. **கோரைப் புல்லைக் கிழித்துப் பதப்படுத்தி நெய்யப்படும் பாய்;** a mat woven with bulrush.

கோரைப் புல் பெ. காண்க: **கோரை.**

கோரோசனை பெ. **பசு முதலிய அசைபோடும் மிருகங்களின் வயிற்றிலிருந்து எடுக்கப்படுவதும் நாட்டு வைத்தியத்தில் விஷமுறி மருந்தாகப் பயன்படுவதுமான மஞ்சள் நிறப் பொருள்;** bezoar (used as antidote).

கோல் பெ. **1: (சிராய் நீக்கப்பட்ட) வழவழப்பான கம்பு;** a smoothed stick. கோலை எடுத்து மாட்டை விரட்டினாள். **2: (படகு தள்ளப் பயன்படுத்தும்) நீண்ட கழி;** a longpole (used as an oar). **3:** (நெசவு) **தறியில் பாவு இழைகளை மேலும் கீழுமாகப் பிரித்துக்கொடுக்கும் வழவழப்பான மூங்கில்பிளாச்சு;** smoothened, long bamboo stick that helps keep the layers of warp separate in a loom. தறியில் ஒரு முனையில் பட மரம் இருக்கிறது, மறுமுனைக்குச் சற்று முன்பே இரண்டு கோல்கள் பாவின் ஊடாக அடுத்தடுத்து இருக்கின்றன. **4:** காண்க: **வீசுகோல்.**

கோல்மால் பெ. (பே.வ.) **முறைகேடு;** malpractice; fraud. ஏழை மாணவர்களுக்கு உதவித்தொகை வழங்குவதிலும் கோல்மாலா?/ அவன் சரியான கோல்மால் பேர்வழி.

கோலப் பொடி பெ. **கோலம் போடுவதற்காகப் பச்சரிசியை அல்லது மாக்கல்லை இடித்துத் தயாரிக்கும் பொடி;** powdered rice or soapstone used for drawing கோலம்.

கோலம் பெ. **1: (பொடியாலோ மாவாலோ மாவுக் கரைசலாலோ) தரையில் புள்ளிகள் வைத்து, கோடுகள் இழுத்து, அவற்றை இணைத்து உருவாக்கும் அலங்கார வடிவம்;** decorative designs drawn on floor, etc., (with powder or flour or flour-paste). பொங்கல் என்பதால் பெரியபெரிய கோலங்களைப் போட்டிருந்தார்கள்./ அடுக்கு மாடிக் குடியிருப்புகளில் கோலம் போடுவதற்கு இடம் ஏது?/ அம்மாவுக்கு நூறு விதமாகக் கோலங்கள் போடத் தெரியும். **2: (குறிப்பிட்ட சூழல், தன்மை, நிலை போன்றவை வெளிப்படும் வகையிலான) தோற்றம்;** the aspect or appearance of s.o. or sth. specified to the condition or status or occasion mentioned. வயோதிகக் கோலம்/ விதவைக் கோலம்/ வீடு கல்யாணக் கோலம் பூண்டிருந்தது.

கோல மாவு பெ. காண்க: **கோலப் பொடி.**

கோலா பெ. **நீர்ப் பரப்பிலிருந்து மேலே துள்ளிப் பாயும், பறக்கக்கூடிய, இறகு போன்ற மார்புத் துடுப்புகள் கொண்ட (உணவாகும்) ஒரு வகைக் கடல் மீன்;** flying fish.

கோலா உருண்டை பெ. **கொத்திய இறைச்சியை வேக வைத்துப் பொரித்த உருண்டை;** a dish of minced meat seasoned, shaped into balls and cooked with sauce.

கோலாகலம் பெ. (-ஆக, -ஆன) **(திருவிழா, வரவேற்பு, பண்டிகை முதலியவற்றில்) மகிழ்ச்சியுடன் கூடிய ஆடம்பரம்; விமரிசை;** gaiety; pomp; festivity. சுதந்திர தின விழா நாடு முழுவதும் கோலாகலமாகக் கொண்டாடப்பட்டது./ அண்டை நாட்டு அதிபருக்குக் கோலாகலமான வரவேற்பு அளிக்கப்பட்டது.

கோலாட்டம் பெ. **(பெரும்பாலும் பெண்கள்) வட்டமாக நின்று வர்ணமிட்ட கோல்களைப் பாட்டுக்கு ஏற்பத் தட்டி ஆடும் ஒரு வகை நடனம்;** a popular group dance in which generally women move round striking short coloured sticks to the rhythm of songs.

கோலி பெ. **1: (விளையாடப் பயன்படுத்தும்) சிறு கண்ணாடிக் குண்டு;** marble. பையிலிருந்த கோலிகள் கீழே விழுந்து உருண்டோடின. **2: கண்ணாடிக் குண்டுகளை**

வைத்து ஆடும் சிறுவர் விளையாட்டு; game played with marbles. நாம் கோலி விளையாடலாமா?

கோலி சோடா பெ. வாயில் மூடிக்குப் பதிலாக ஒரு கோலிக்குண்டைக் கொண்டிருக்கும் கண்ணாடிப் புட்டியில் இருக்கும் சோடா; a bottle of soda water with a spherical glass stopper.

கோலி சோடா

கோலியள்ளு வி. (-அள்ள, -அள்ளி) (இலங்.) (ஒன்றை) குவித்து அள்ளுதல்; heap up. முற்றத்தில் காயப் போட்ட நெல்லைக் கோலியள்ளு.

கோலு வி. (கோல, கோலி) 1: (வ.வ.) (நீர் பாய) வழி செய்தல்; take water in a channel to plants or field. தென்னை மரத்துக்குத் தண்ணீர் கோலிவிட்டு வா. 2: (இலங்.) (நீரைக் கையால் அல்லது ஒரு கொள்கல னால்) முகந்து எடுத்தல்; scoop (water). தொட்டியில் இருக்கும் தண்ணீரைச் சட்டியால் கோலிக் கீழே ஊற்று.

கோலூன்றிப் பாய்தல் பெ. (இலங்.) நீண்ட, வளையும் கோல் ஒன்றை ஒரு கையில் ஏந்தி, ஓடி வந்து கோலை ஊன்றி இரு கம்புகளுக்கு இடையே வைத்திருக்கும் கழியைத் தாண்டிக் குதிக்கும் விளையாட்டு; pole vault.

கோலோச்சு வி. (கோலோச்ச, கோலோச்சி) (உ.வ.) (அர சன்) சிறப்பாக ஆட்சிபுரிதல்; rule; reign. ராஜராஜன் கோலோச்சிய காலத்தில் வெட்டப்பட்ட ஏரி/ (உரு வ.) அகில இந்திய அளவில் இசைத் துறையில் கோலோச்சி வரும் இளைஞர்.

கோவணம் பெ. (ஆண்கள் பிறப்புறுப்பை மறைக்கும் பொருட்டு) அரைஞாண் கயிற்றில் கோத்து முன்புற மிருந்து பின்புறமாகக் கட்டிக்கொள்ளும் நீளத் துணி; a long strip of cloth worn by men with one end suspended from the waist, and the other drawn through the crotch and tucked at the back; loin-cloth.

கோவி வி. (கோவிக்க, கோவித்து) (இலங்.) காண்க: கோபி[1].

கோவிந்தாக் கொள்ளி பெ. (பே.வ.) (அநாதைப் பிணத்துக்கு) உறவு அல்லாத ஒருவரால் போடப்படும் கொள்ளி; the funeral performed by s.o. for an unclaimed corpse. விபத்தில் இறந்த முதியவர் யார் என்று அடையாளம் தெரியாததால் மருத்துவமனை ஊழியர் ஒரு வரே கோவிந்தாக் கொள்ளி போட்டுவிட்டார்./ நீ பாட் டுக்கு எங்காவது போய்ச் செத்துத்தொலைக்காதே. பிறகு கோவிந்தாக் கொள்ளிதான்.

கோவில் பெ. காண்க: கோயில்.

கோவேறுகழுதை பெ. (பெரும்பாலும் பொதி சுமக்கப் பயன்படும்) பெண் குதிரைக்கும் ஆண் கழுதைக்கும் பிறந்த விலங்கு; mule.

கோவை[1] பெ. 1: (-ஆக, -ஆன) ஓர் ஒழுங்கில் அமைந்த தொடர்ச்சி; continuity; coherence. நூலைப் படித்துவிட்டுக் கருத்துகளைக் கோவையாக அவர் கூறினார். 2: (கட்டுரை களின்) தொகுப்பு; a collection (of essays). ஆய்வுக் கோவை. 3: சிற்றிலக்கிய வகைகளில் ஒன்று; a minor literary form in Tamil.

கோவை[2] பெ. நீள் உருண்டை வடிவச் சிவப்புப் பழத் தைத் தரும் (வேலியில் படரும்) ஒரு வகைக் கொடி; cucurbitaceous plant. கோபத்தில் அவருடைய கண்கள் இரண்டும் கோவைப் பழம் போன்று சிவந்துவிட்டன.

கோவை[3] பெ. (இலங்.) (அலுவலக) கோப்பு; (in offices) file. கோவைகளையெல்லாம் நீ இளைப்பாறுவதற்கு முன் ஒழுங்குபடுத்திவிடு./ இந்த வாரத்துக்குள் பார்க்க வேண் டிய கோவைகளே எக்கச்சக்கமாக உள்ளன.

கோவைக்காய் பெ. (காய்கறியாகப் பயன்படும்) கோவைக் கொடியில் காய்க்கும், நீள் உருண்டை வடி வத்தில் இருக்கும் சிறிய காய்; cucurbitaceous fruit. கோவைக்காய்ப் பொரியல்.

கோழி பெ. (பொதுவாக) முட்டைக்காகவும் இறைச் சிக்காகவும் வளர்க்கப்படும், கொண்டை அற்ற பெண் இனத்தையும் சிவப்பு நிறக் கொண்டையை உடைய ஆண் இனத்தையும் கொண்டிருக்கும், அதிக உயரம் பறக்காத பறவை; (குறிப்பாக) மேற்குறிப்பிட்ட இனத் தின் பெண் பறவை; (generally) a domestic fowl; (especially) hen. கோழிப் பண்ணை வைக்க வங்கியில் கடன் வாங்கினான்./ வீட்டுக்கு முன்னால் கோழிகள் மேய்ந்து கொண்டிருந்தன./ முட்டைகளைக் கோழி அடைகாத்தது.

கோழிச்சண்டை பெ. சேவல்கட்டு; cockfight.

கோழித்தூக்கம் பெ. (வழக்கமாகத் தூங்குவது போல் அல்லாமல்) குறைந்த நேரமே தூங்கும் தூக்கம்/ (தொடர்ச்சியாக இல்லாமல்) விட்டுவிட்டுத் தூங்கும் தூக்கம்; sleep for a very short time; catnap. மதியச் சாப் பாட்டுக்குப் பிறகு ஒரு கோழித்தூக்கம் போடுவது அவர் வழக்கம்./ மீனவர்கள் முன்னிரவில் படுத்துக் கொஞ்சம் கோழித்தூக்கம் போட்டுவிட்டுப் பின்னிரவில் கடலுக்குச் செல்வது வழக்கம்./ வயதாகிவிட்டதால் இரவு முழுதும் கோழித்தூக்கம்தான்.

கோழிப்புரை பெ. (வ.வ.) கோழிகளை அடைத்து வைக்கும் கூண்டு; enclosure for domestic fowls, esp. chicken; pen.

கோழி முட்டை பெ. (பே.வ.) (பெரும்பாலும் தேர்வில் ஒருவர் வாங்கும் மதிப்பெண்களைக் குறித்துக் கேலி யாகச் சொல்லும்போது) பூஜ்யம்; (jocularly) the score of zero (in an examination). படிக்க வேண்டிய நேரத்தில் படிக்காமல் ஊரைச் சுற்றிக்கொண்டிருந்தால் பரீட்சையில் கோழி முட்டைதான் வாங்குவாய்.

கோழி முட்டைப் பண்டம் பெ. (இலங்.) எளிதில் உடையக்கூடிய பொருட்கள்; fragile (things). இதை வண்டியில் ஏற்றும்போது அவதானமாக ஏற்றுங்கள். பெட் டியுள் இருப்பன எல்லாம் கோழி முட்டைப் பண்டம்.

கோழை[1] பெ. **மன உறுதியோ துணிச்சலோ இல்லாத நபர்;** coward. உனக்குப் பயப்படும் அளவுக்கு நான் கோழை இல்லை.

கோழை[2] பெ. **கபம்; சளி;** phlegm; sputum.

கோழைத்தனம் பெ. **எதிர்ப்பதற்குத் துணிவில்லாத, பயப்படும் தன்மை;** cowardice. தவறு செய்பவர்களை எதிர்த்துப் போராடாமல் இருப்பது நமது கோழைத்தனம்./ 'சட்டபூர்வமாகத் தீர்வு காணாமல் ஆட்களை ஏவிவிட்டு அடிப்பது கோழைத்தனம்' என்று அவர் தன்மீதான தாக்குதலைப் பற்றிக் கருத்துத் தெரிவித்தார்.

கோள் பெ. (உ.வ.) **கிரகம்;** planet.

கோள்சொல் வி. (-சொல்ல, -சொல்லி) காண்க: **கோள் மூட்டு.**

கோள்மூட்டி பெ. **கோள்சொல்லும் நபர்;** person who tells tales. எங்கள் வீட்டில் அக்காதான் கோள்மூட்டி./ அந்தக் கோள்மூட்டிக்கு வேலையே நம்மைப் பற்றி வகுப்பாசிரியரிடம் தவறாகக் கூறுவதுதான்.

கோள்மூட்டு வி. (-மூட்ட, -மூட்டி) **(ஒருவரைப் பற்றி) தவறாக (மற்றவரிடம்) கூறுதல்; (இருவரிடையே) மனத்தாங்கல் ஏற்படும்படி செய்தல்;** tell tales (against s.o.). நீதானே என்னைப் பற்றி அவனிடம் கோள் மூட்டினாய்?

கோளம் பெ. 1: **உருண்டை; உருண்டை வடிவில் இருப்பது;** sphere; ball-shaped thing. கோள வடிவப் பாறை/ சூரியன் ஒரு நெருப்புக் கோளம் ஆகும்./ தூணில் செதுக்கப்பட்டிருந்த யாளிச் சிற்பத்தின் வாய்க்குள் கற்கோளம் உருண்டது. 2: **கிரகம்; கோள்;** planet. செவ்வாய்க் கோளம்.

கோளயாட்கள் பெ. (இலங்.) **எடுபிடி ஆட்கள்;** helpers; assistants.

கோளரங்கம் பெ. (பெ.வ.) **கிரகங்கள், நட்சத்திரங்கள் முதலியன எவ்வாறு வானில் அமைந்துள்ளன என்பதை விளக்கும் விதத்தில் மாதிரிகளைக் கொண்டதும் வானில் உள்ள கிரகங்கள், நட்சத்திரங்கள் போன்றவற்றைப் பார்க்கப் பயன்படும் விதத்தில் சக்தி வாய்ந்த தொலைநோக்கிகளைக் கொண்டதுமான அறிவியல் நிலையம்;** planetarium.

கோளார்த்தம் பெ. **பூமியின் நிலநடுக்கோட்டுக்கு மேலே அல்லது கீழே உள்ள பாதி;** earth's hemisphere. பூமியின் வடகோளார்த்தத்தில் கோடைக் காலமாக இருக்கும் போது தென்கோளார்த்தத்தில் குளிர் காலமாக இருக்கும்.

கோளாறு பெ. 1: **(இயக்கம், தன்மை, விளைவு முதலியவற்றை) பாதிக்கிற வகையில் ஏற்படும் சிக்கல்; சீர்குலைவு; தடை;** fault; disorder; complication; malfunctioning. இயந்திரக் கோளாறு காரணமாக விமானம் நான்கு மணி நேரம் தாமதமாகப் புறப்பட்டது./ அவருக்கு இருதயக் கோளாறு. 2: **(மோசமான) விளைவு;** (bad) effect. 'பிள்ளைக்கு அதிகமாகச் செல்லம்கொடுத்த கோளாறு இப்போது கெட்டுத் திரிகிறான்' என்று அவர் குறைபட்டுக் கொண்டார். [(தொ.சொ.) **குற்றம்/ குறை/ தப்பு/ தவறு/ பிழை**] 3: (இலங்.) **(ஒருவரது) உடலில் அல்லது உள்ளத்தில் ஏற்படும் உபாதை;** illness. வயிற்றுக் கோளாறு காரணமாக நேற்று அலுவலகம் போக முடியவில்லை.

கோறையாகு வி. (-ஆக, -ஆகி) (இலங்.) **(ஒன்றில்) ஓட்டை விழுதல்;** wear away. மறைப்புக்குக் கட்டியிருந்த துணி கோறையாகிவிட்டது./ வேலி கோறையாகிவிட்டது.

கோஷ்டி பெ. 1: **(ஒரு நோக்கத்திற்காக) வந்திருப்பவர்களின் திரள்;** group of people; party. கல்யாண கோஷ்டி மேளதாளத்துடன் தெருவில் சென்றுகொண்டிருந்தது. 2: **(கருத்து வேற்றுமை, பகை முதலியவற்றின் காரணமாகப் பிரிந்த) பிரிவு;** faction. அந்தக் கட்சி இப்போது இரண்டு கோஷ்டிகளாகப் பிளவுபட்டுள்ளது./ கோஷ்டிப் பூசல்கள் இந்த நிறுவனத்தைச் சீர்குலைத்துவிடும்.

கோஷம் பெ. **(போராட்டம், ஊர்வலம் போன்றவற்றில்) உரத்த குரலில் எழுப்பப்படும் அல்லது எல்லோருக்கும் தெரிவிக்கும் வகையில் எழுதப்படும் வாசகம்;** (oral or written) slogan. கல்லூரி மாணவர்கள் 'பேருந்துக் கட்டணத்தை உயர்த்தாதே' என்று கோஷம் போட்டார்கள்.

கோஷா பெ. (இஸ்.) **நெருங்கிய உறவினர்கள் தவிரப் பிற ஆண்கள் தங்களைப் பார்க்காதவாறு உடலை இஸ்லாமியப் பெண்கள் மறைத்துக்கொள்ளும் முறை;** the practice of covering body so as not to be seen by strangers, adopted by women in Muslim societies.

கோஸ் பெ. காண்க: **முட்டைக்கோஸ்.**

கௌதாரி பெ. காண்க: **கவுதாரி.**

கௌபீனம் பெ. (அ.வ.) **கோவணம்;** loin-cloth.

கௌரவ பெ.அ. 1: **(ஒருவரை) சிறப்பிப்பதற்காக வழங்கப்படுகிற; சிறப்பான தகுதி அடிப்படையில் நியமிக்கப்பட்ட;** honorary. கௌரவப் பட்டம்/ கௌரவ உறுப்பினர். 2: **பணம் பெற்றுக்கொள்ளாமல் சேவையை வழங்குகிற/அழைப்புக்கு இணங்கிப் பெருமைப்படுத்துகிற;** unpaid (functionary); honorary. கௌரவ மருத்துவ ஆலோசகர்/ சங்கத்தின் கௌரவத் தலைவர். 3: **(நடிகரை அல்லது பிரபலமானவரைக் குறித்து வரும்போது) ஒரு திரைப்படத்தில் பணம் பெற்றுக்கொள்ளாமல் சிறிய வேடத்தில் தோன்றும்;** guest (artiste). கௌரவ நடிகர்/ கௌரவ நடிகை.

கௌரவக் கொலை பெ. (பு.வ.) காண்க: **ஆணவக் கொலை.**

கௌரவம் பெ. 1: (-ஆக, -ஆன) **(ஒருவரின் அல்லது ஒருவர் சார்ந்துள்ள ஒன்றின்) உயர்ந்த நிலை; மதிப்பு;** prestige; honour. பணம் இருந்தால் கௌரவம் தானே கிடைக்கிறது./ இந்த உலகில் கௌரவமாக வாழ முடியவில்லை என்று புலம்பினான்./ கௌரவமான குடும்பம்/ கௌரவமான வேலை/ போலி கௌரவம். [(தொ.சொ.) **மதிப்பு/ மரியாதை/ மானம்**] 2: (-ஆக, -ஆன) **(பிறருக்குத் தர வேண்டிய) மரியாதை;** respectfulness; honour. படித்தவனாக இருக்கிறாய், பெரியவர்களிடம் கௌரவமாக நடந்துகொள்ளத் தெரியவில்லையே!/ அவருக்கு உரிய கௌரவத்தைக் கொடுப்பதுதான் முறை. 3: **மானம்;** dignity; prestige. கௌரவம் பார்க்காமல் அவரிடம் உதவி கேள்./ கௌரவப் பிரச்சினை.

கௌரவி வி. *(கௌரவிக்க, கௌரவித்து)* 1: **(ஒருவரை அவர் செய்த பணிகளுக்காக) பாராட்டிச் சிறப்பித்தல்;** honour (a person). *கலைஞர்களுக்குப் பிரதமர் பொன் னாடை போர்த்திக் கௌரவித்தார்./ அந்த அரசியல் தலை வரைக் கௌரவிக்கும் வகையில் முனைவர் பட்டம் வழங் கப்பட்டது.* [(தொ.சொ.) சிறப்பி/ பாராட்டு/ புகழ்/ போற்று/ மெச்சு/ வாழ்த்து] 2: **தக்க மதிப்புத் தருதல்; மதித்தல்;** give due respect; respect. *ஒத்துப்போகாவிட் டாலும் பிறருடைய கொள்கைளைக் கௌரவிக்க வேண் டும்.*

கௌரா பெ. **கரும்சிவப்பு நிற உடலில் நீல நிறப் பட்டைகளைக்கொண்ட, நீள்வட்ட வடிவில் இருக் கும் ஒரு வகைச் சிறிய மீன்;** dwarf gourami. *கௌரா மீனை அலங்கார மீனாக வளர்ப்பார்கள்.*

கௌவு வி. *(கௌவ, கௌவி)* காண்க: **கவ்வு.**

கௌளி பெ. **பல்லி;** house lizard.

கௌளி சாஸ்திரம் பெ. **பல்லி எழுப்பும் சத்தத்தைக் கொண்டு அல்லது உடம்பில் பல்லி விழும் இடத்தைக் கொண்டு பலன் கூறும் முறை;** a system of fortune telling based on the chirps of the lizard or on the part of one's body where the lizard happens to fall.

கௌளிசொல் பெ. **பல்லி எழுப்பும் சத்தம்;** chirp of the lizard. *கௌளிசொல்லுக்குப் பலன் சொல்லுபவர்கள் இன்றும் இருக்கிறார்கள்.*

ச

சக்கட்டை பெ. *(இலங்.)* காண்க: **சக்கடை.**

சக்கடை பெ. *(இலங்.)* **ஒன்றுக்கும் உதவாத நபர்; திறமை யற்றவர்;** incompetent person. *இந்தச் சக்கடையிடம் கல்யாணக் காரியத்தைக் கொடுத்தாயே!*

சக்கப்பணிய வி.அ. *(இலங்.)* *(உட்கார்ந்திருக்கும் நிலை யைக் குறிக்கும்போது)* **(தரையில்) சப்பணமிட்டு;** (sitting) cross-legged (on the floor). *வெள்ளிக்கிழமையில் எல்லோரும் மதிய உணவைச் சக்கப்பணிய இருந்து வாழை இலையில் சாப்பிடுவோம்.*

சக்கர நாற்காலி பெ. **நடக்க முடியாதவர்கள் இடம் விட்டு இடம் செல்லப் பயன்படுத்தும், சக்கரங்கள் பொருத்தப்பட்ட நாற்காலி போன்ற சாதனம்;** wheelchair.

சக்கர நாற்காலி

சக்கரம் பெ. 1: **(வண்டி, சைக்கிள், பேருந்து போன்றவை ஒரு இடத்திலிருந்து இன்னொரு இடத்திற்கு நகர உத வும்) அச்சில் சுழலக்கூடிய வட்டமான பாகம்;** (of a cart, vehicle, etc.,) wheel. *வண்டியின் சக்கரத்தைக் கழற்றி உருட் டிக்கொண்டு சென்றான்.* 2: **(இயந்திர விசையினால் இயங்கும் இயந்திரங்கள் போன்றவற்றில்) சுழலும் வட்டமான பாகம்;** wheel. 3: *(மண்.)* **(குயவர்கள் மண் பாண்டம் செய்வதற்குப் பயன்படுத்தும்) கிடைமட்ட நிலையில் ஒரு அச்சில் சுழலும் வட்டமான சாதனம்;** (potter's) wheel. 4: **(புராணத்தில்) திருமாலின் கையில் உள்ளதும் வீசினால் சுழன்று சென்று பகைவரை அழிப் பதுமான ஆயுதம்;** disc-like weapon borne by விஷ்ணு.

சக்கரவர்த்தி பெ. 1: *(அ.வ.)* **பேரரசன்;** emperor. *சக்கர வர்த்தி அக்பர் கட்டிய கோட்டை ஆக்ராவில் உள்ளது.* 2: **குறிப்பிட்ட கலைத் துறையில் பெரும் சிறப்பு பெற்று விளங்குபவருக்குத் தரப்படும் பட்டம்;** title conferred on an outstanding poet or artist. *ராஜரத்தினம் பிள்ளை அவர் களுக்கு நாகசுரச் சக்கரவர்த்தி என்ற பெயர் உண்டு./ இசைச் சக்கரவர்த்தி/ கவிச் சக்கரவர்த்தி.*

சக்கரவாகம் பெ. **(இலக்கியத்தில்) இணையைப் பிரிந்து இரவில் வருந்துவதாகக் கூறப்படும் ஒரு (கற்பனை) பறவை;** bird (in classical Tamil literature) said to pine for its mate at night.

சக்களத்தி பெ. *(பே.வ.)* **(முதல் மனைவி இருக்கும் போதே) கணவன் திருமணம் செய்துகொண்ட மற் றொரு பெண்; கணவனின் இரண்டாவது மனைவி;** woman taken as wife while the first wife is still alive. *சக்களத்திச் சண்டை.*

சக்களி வி. *(சக்களிக்க, சக்களித்து)* *(வ.வ.)* **தட்டையாதல்; நெளிதல்;** be dented. *தூக்கியெறிந்ததில் அலுமினியப் பானை சக்களித்துப் போய்விட்டது./ அடித்து அவன் முகத் தைச் சக்களித்துவிட்டார்கள்.*

சக்கு பெ. *(இலங்.)* **பூஞ்சணம்;** mould. *புளி சக்குப்பிடித் துள்ளதால் தூக்கி வீசிவிடுங்கள்./ மழையில் நனைந்த அரிசி சக்குப்பிடிக்க ஆரம்பித்துவிட்டது.*

சக்குப்பிடி வி. *(-பிடிக்க, -பிடித்து)* *(இலங்.)* **(எண்ணெ யில் செய்த உணவுப் பண்டம்) கெட்டுப்போதல்;** (of fried food stuff) become spoilt; become unfit for consumption. *சக்குப்பிடித்த பலகாரத்தைச் சாப்பிடாதே./ தேங்காய் எண்ணெய் சக்குப்பிடித்துவிட்டது. அதைத் தூக்கிப் போடு.*

சக்கை[1] பெ. 1: **(கரும்பு, காய்கறிகள் முதலியவற்றி லிருந்து பிழிதல், மெல்லுதல் போன்ற முறையில்) சாறு, சதைப் பகுதி போன்றவற்றை எடுத்த பிறகு எஞ்சி யிருப்பது;** dry residue after extraction of juice; bagasse. *முருங்கைக்காயை மென்று சக்கையைத் துப்பினான்./ காய்ந்த கரும்புச் சக்கையை அடுப்பெரிக்கப் பயன்படுத்த லாம்.* 2: **(பலாப் பழம் போன்றவற்றில்) சுளையை நீக்கிய பின் எஞ்சியிருக்கும் பகுதி;** discarded fibrous part of jackfruit.

சக்கை[2] பெ. **(மரச் சாமான்களில் துளைகளை அடைப் பதற்கு அல்லது இரண்டு பகுதிகளை இணைப்பதற்கு வைக்கும் ஆணி போன்ற) சிறு மரத் துண்டு;** small wooden peg (used as a nail or to plug a hole). *நிலைக்கான சட்டங்களை இணைத்துச் சக்கை வைத்து இறுக்கினான்.*

சக்கை[3] பெ. *(இலங்.)* **வெடிமருந்து நிரப்பப்பட்ட குழாய்;** pipe loaded with explosives.

சக்கை இறுக்கு வி. *(இறுக்க, இறுக்கி) (இலங்.)* **(குழாய் போன்றவற்றில் வெடிமருந்தைப் போட்டு) அடைத்தல்;** fill (gunpowder). இரும்புக் குழாய்க்குள் சக்கை இறுக்கும்போது அது வெடித்து இரண்டு பேர் இறந்துவிட்டார்கள்.

சக்கைச்சி பெ. *(இலங்.)* **குண்டாக இருக்கும் பெண்;** stout woman. அந்தப் பையனுடன் நிற்கும் சக்கைச்சி யார்?

சக்கைப் படகு பெ. *(இலங்.)* **(வெடிமருந்து ஏற்றிய) படகு;** a boat carrying explosives. சக்கைப் படகு பெரிய கப்பலுடன் மோதி வெடித்தது.

சக்கைப்போடு போடு வி. *(போட, போட்டு) (பே.வ.)* **1: (ஒருவர் ஒன்றை) சிறப்பாகச் செய்தல்/ (ஒன்று) வெற்றிகரமாக அல்லது அமோகமாக நிகழ்தல்;** do exceptionally well. இந்த இயக்குநரின் முதல் படமே வசூலில் சக்கைப்போடு போடுகிறது./ இந்திய அணிக்குப் புதிதாக வந்துள்ள வீரர்கள் சக்கைப்போடு போடுகிறார்கள்./ கோடைக் காலத்தில் குளிர்பானங்களின் விற்பனை சக்கைப்போடு போடுகிறது. **2: (ஒன்று) தீவிரத்துடன் நிகழ்தல்;** (of an activity) occur with intensity. நேற்று இரவு மழை சக்கைப்போடு போட்டது.

சக்கையன் பெ. *(இலங்.)* **குண்டாக இருக்கும் ஆண்;** stout man. இந்தச் சக்கையனால் எப்படிக் கெதியாக ஓட முடிகிறது!

சக்கையாக வி.அ. *(பே.வ.)* **கடுமையாக;** severely. அவனைச் சக்கையாக அடித்துப்போட்டுவிட்டார்கள்./ அந்த நிறுவனத்தில் கொஞ்சம் சம்பளம் கொடுத்துவிட்டுச் சக்கையாக வேலை வாங்கிவிடுவார்கள்.

சக்கையாகப் பிழி வி. *(பிழிய, பிழிந்து)* **களைத்துப் போகும் அளவுக்கு ஒருவரை வேலை செய்ய வைத்தல்;** make s.o. break sweat. கொடுக்கிற இரண்டாயிரம் ரூபாய்க்கு நம்மைச் சக்கையாகப் பிழிந்துவிடுகிறார்கள்./ ஆண்டுக் கணக்கை முடிக்க வேண்டும் என்பதால் அலுவலகத்தில் வேலை சக்கையாகப் பிழிந்தெடுக்கிறது.

சக்தி பெ. **1: ஒரு செயலைச் செய்யத் தேவைப்படும் ஆற்றல்; திறன்;** power (to do sth.); energy; strength. உயிரினங்களிலேயே மனிதனுக்கு மட்டும்தான் பேசும் சக்தி உண்டு./ ஆந்தைகளுக்கு இரவில் பார்க்கும் சக்தி உண்டு./ எழுந்திருக்கக்கூடச் சக்தி இல்லாமல் கிடக்கிறார் கிழவர். [*(தொ.சொ.)* **ஆற்றல்/ திறன்/ பலம்/ வல்லமை/ வலிமை**] **2: ஒரு செயலுக்கு அல்லது இயக்கத்துக்குத் தேவையான மின்சாரம், வெப்பம், விசை போன்றவற்றைக் குறிப்பது;** energy. மின் சக்தி/ எரி சக்தி. **3: (ஒருவரால் ஒன்றைத் தன்னுடைய) தகுதிக்கு அல்லது நிலைக்கு உட்பட்டுச் செய்யக்கூடிய அளவு;** (one's) capacity; means. சக்திக்கு மீறிச் செலவு செய்துவிட்டு வருத்தப்படாதே!/ ஏழைக்குள்ள சக்தி இவ்வளவுதான். **4: (ஆணின்) இனவிருத்தி செய்யும் ஆற்றல்; வீரியம்;** (man's) potency; virility. 'உங்கள் சக்தியை விருத்தி செய்துகொள்ள எங்கள் லேகியத்தைச் சாப்பிடுங்கள்' என்று ஒரு விளம்பரம் வந்திருந்தது. **5: (ஏதேனும் ஒன்றுக்காக) பலமுடைய குழுவாகச் செயல்படுவது;** force (that has a strong influence). இந்தத் தேர்தல் ஜனநாயகச் சக்திகளுக்கும் பிற்போக்குச் சக்திகளுக்கும் இடையிலான போராட்டம்./ தேச விரோதச் சக்திகள் நாட்டின் ஒற்றுமையைக் குலைக்க முயல்கின்றன./ தீய சக்திகள். **6: (இந்து மதத்தில்) படைப் பாற்றலுக்கான பெண் தெய்வம்;** (in Hinduism) the female creative force; Sakti. சக்தி வழிபாடு. **7:** *(இயற்.)* **(ஒரு இயந்திரம், சாதனம் போன்றவை) அதிகபட்சமாக இயங்கக்கூடிய அளவு;** capacity (of a machine). இந்த இயந்திரத்தின் சக்தி எவ்வளவு?

சக[1] பெ. *(இலங்.)* **(கணிதத்தில்) கூட்டல் குறி;** (in arithmetic) plus sign. ஐந்து சக ஐந்து சமன் பத்து.

சக[2] பெ.அ. **ஒருவர் இருப்பது போன்ற அதே நிலையில் இருக்கும்;** co-; fellow. சக ஆசிரியர்களே, ஒன்றுபடுங்கள்!/ சக எழுத்தாளருக்கு நேர்ந்தது நமக்கும் நேரலாம்./ சக மனிதர்கள்/ சக மாணவர்கள்/ சக பயணிகள்/ சக ஊழியர்கள்.

சகட்டுக்கு வி.அ. *(அ.வ.)* காண்க: **சகட்டுமேனிக்கு.**

சகட்டுமேனிக்கு வி.அ. *(பே.வ.)* **எந்த வித வித்தியாசமும் பார்க்காமல்; பாகுபாடு இல்லாமல்;** without any discretion or discrimination. தீபாவளிக்கு வந்த எல்லாப் படங்களையும் சகட்டுமேனிக்குப் பார்த்துவிட்டான்./ கதையை முழுதும் படிக்காமல் இப்படிச் சகட்டுமேனிக்கு விமர்சனம் செய்யாதே!

சகடை பெ. *(ஊரக வ.)* **(கிணற்றில் தண்ணீர் இறைக்கப் பயன்படுத்தும்) கப்பி; ராட்டினம்;** pulley (to draw water from a well). கிணற்றில் தண்ணீர் இறைத்துவிட்டுச் சகடையைக் கழட்டி விடு.

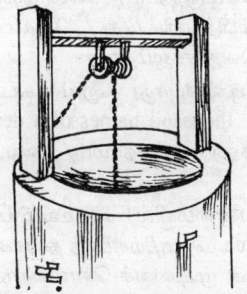

சகடை

சகத்துக்காக வி.அ. *(ஊரக வ.)* **(தன் பெருமையைக் வெளிக்காட்டிக்கொள்ளும் வகையில்) வேண்டுமென்றே அடுத்தவருக்குப் போட்டியாக;** ostentatiously; in a flaunting way. பங்காளி மாடிவீடு கட்டிவிட்டான் என்று இவனும் சகத்துக்காக அதைவிடப் பெரியதாக ஒன்றைக் கட்டிக் கடனாளியானான்./ அடுத்தவன் வீட்டில் இருக்கிறது என்று நாமும் சகத்துக்காக ஒரு சீமைப் பசுவை வாங்கிக் கட்டிவைக்க முடியுமா?

சகதர்மிணி பெ. *(அ.வ.)* **மனைவி;** wife.

சகதி பெ. **சேறு;** slush; mud. மழை பெய்துவிட்டால் தெருவில் நடக்க முடியாது, அவ்வளவு சகதி.

சகபாடி பெ. **1:** *(அ.வ.)* **உடன் பணிசெய்பவர்; சக ஊழியர்;** co-worker. **2:** காண்க: **சகலபாடி. 3:** *(இலங்.)* **நண்பன்;** friend. நீண்ட காலத்திற்குப் பின் தன் கல்லூரிச் சக பாடியைச் சந்தித்ததில் அவன் சந்தோஷப்பட்டான்.

சகலகலா பெ.அ. **பல கலைகளில் அல்லது துறைகளில் தேர்ச்சி பெற்ற;** versatile. சகலகலா வல்லவன்/ சகலகலா விற்பன்னர்/ சகலகலா வித்வான்.

சகலபாடி பெ. *(பே.வ.)* **சகலர்;** wife's sister's husband; (in India) co-brother.

சகலம் பெ. **எல்லாம்; அனைத்து;** all; everything. நகரத்தில் சகலமும் காசு கொடுத்துதான் வாங்க வேண்டியிருக்கிறது./ சகல வசதிகளும் நிறைந்த வீடு/ சகலத்தையும் விற்றுக் கடனை அடைத்தார்.

சகலர்[1] பெ. **மனைவியினுடைய சகோதரியின் கணவர்;** wife's sister's husband; (in India) co-brother.

சகலர்[2] பெ. **அனைவர்; எல்லார்;** all. பாதிக்கப்பட்ட சகலருக்கும் உரிய பணம் வந்துசேரும்./ சகலரும் இதையே சொல்கிறார்கள்./ சகலராலும் பாராட்டப்பட்ட தலைவர்.

சகலை பெ. *(பே.வ.)* காண்க: **சகலர்**[1].

சகவாசம் பெ. **(ஒருவர் மற்றொருவரோடு கொள்ளும், பெரும்பாலும் விரும்பத் தகாத) தொடர்பு;** (in a tone of disapproval) association; friendship; intimacy. அவனுடைய சகவாசத்தால்தான் இவனும் குடிக்க ஆரம்பித்துவிட்டான்./ மனைவி இறந்த பிறகு பெண் சகவாசம் அதிகமாகிவிட்டது./ அவளுக்கு நிறைய ஆண்களின் சகவாசம் உண்டு என்று நீ சொல்வதை நான் நம்ப மாட்டேன்.

சகஜம் பெ. (-ஆக, -ஆன) **இயல்பு; சாதாரணம்; வழக்கமானது;** what is usual or normal or natural. விருந்தினருடன் அவர் சகஜமாகப் பேசிக்கொண்டிருந்தார்./ கலவரத்தால் ஊரில் சகஜ வாழ்க்கை ஸ்தம்பித்துவிட்டது./ வேகமாக எழுதும்போது தவறுகள் ஏற்படுவது சகஜம்தான்.

சகஸ்ரநாமம் பெ. **(வழிபாட்டின்போது கூறும்) கடவுளின் ஆயிரம் பெயர்கள்;** the thousand names of a deity (chanted during worship). விஷ்ணு சகஸ்ரநாமம்/ கணபதி சகஸ்ரநாமம்.

சகா பெ. 1: *(பெரும்பாலும் பன்மையில்)* **சக ஊழியர்; கூட்டாளி;** co-worker; colleague. தொழிற்சங்கத் தலைவர் சகாக்களுடன் பேசிவிட்டுத் தன் முடிவைச் சொல்வதாகக் கூறினார். 2: **நண்பன்;** friend. சகாக்களுடன் சுற்றிவிட்டு இரவு தாமதமாகத் திரும்பி வந்தான்./ உங்கள் பையன் தன் சகாவைத் தேடிப் போயிருக்கிறான்.

சகாத் பெ. *(இஸ்.)* **(பணமாக அளிக்கும்) இஸ்லாத்தின் நான்காவது கடமையாக ரம்ஜான் நோன்புக் காலத்தில் இஸ்லாமியர்களில் வசதி படைத்தோர் ஒவ்வொரு வருடமும் தங்கள் செல்வத்தில் 2.5% ஏழைகளுக்குக் கொடுக்கும் கொடை.** (Charity to the poor) (obligatory tax).

சகாப்தம் பெ. 1: **(வரலாற்றில் குறிப்பிட்ட நிகழ்ச்சி ஒன்றைத் தொடக்கமாகக் கொண்டு கணக்கிடப்படும்) ஆண்டு முறை;** era. சாலி வாகன சகாப்தம்/ கிறித்தவ சகாப்தம். 2: **சிறப்பு மிக்க காலகட்டம்;** epoch; era. காந்தி சகாப்தம் முடிவடைந்ததா?/ இரு நாடுகளின் நட்புறவில் இது ஒரு புதிய சகாப்தம்.

சகாயம்[1] பெ. **உதவி; உபகாரம்;** help; aid; support. வியாபாரம் செய்வோருக்கு நன்மையும் சகாயமும் கிடைக்கும் என்று ராசிபலனில் இருந்தது./ உனக்குத் தேவனின் சகாயம் கிட்டும்.

சகாயம்[2] பெ. (-ஆக, -ஆன) *(அ.வ.)* **(விலை) மலிவு;** (of price) being moderate; being inexpensive. நல்ல மாடு, விலையும் சகாயம், வாங்கிவிடலாம்./ கோடை மாதங்களில் புளி சகாயமாகக் கிடைக்கும்.

சகி[1] வி. (சகிக்க, சகித்து) *(எதிர்மறைப் பெயரெச்ச, வினையெச்சங்களில் மட்டும் வரும் மாற்று வடிவங்கள்: சகியாத, சகியாமல்)* **பொறுத்தல்; தாங்கிக்கொள்ளுதல்;** bear; endure; tolerate; put up with. நெஞ்சில் சகிக்க முடியாத வலி/ இப்படி ஓர் அவமானத்தைச் சகித்துக் கொண்டு உன்னால் எப்படி இருக்க முடிகிறது?/ தாடியும் மீசையுமாக இருக்கிற உன் முகத்தைப் பார்க்கச் சகிக்கவில்லை.

சகி[2] பெ. *(அ.வ.)* **தோழி;** companion; lady's maid. என் பிரிய சகி!/ பாலும் கசந்ததடி சகியே!

சகிதம் இ.சொ. **(முன்பு குறிப்பிடப்படுபவர்) 'துணையாக', 'கூடவே', '(ஒன்றின்) கூட' என்ற பொருளில் பயன்படுத்தப்படும் இடைச்சொல்; '(குறிப்பிடும் பொருள்கள்) முதலியவற்றோடு';** particle used in the sense of 'together with' (the person mentioned), 'in the company of' (object mentioned), 'in the midst of' (things mentioned). அவர் தன் மனைவி, குழந் தைகள் சகிதம் கோயிலுக்குப் புறப்பட்டார்./ பெட்டி, படுக்கை சகிதம் புறப்பட்டு வந்துவிட்டாள்.

சகிதமாக இ.சொ. காண்க: **சகிதம்.**

சகிப்பு பெ. **(தனக்கு மாறானவற்றை அல்லது தனக்குப் பிடிக்காதவற்றை) பொறுத்துக்கொள்ளும் அல்லது ஏற்றுக்கொள்ளும் தன்மை;** tolerance. குடும்பம் என்றால் சகிப்புத் தன்மை வேண்டும்./ சகிப்பு உணர்வு இல்லாதவர்கள் அலுவலகத்தில் ஒன்றாக வேலை செய்ய முடியுமா?/ மதச் சகிப்புத் தன்மை.

சகிப்புத் தன்மை பெ. 1: **(ஒருவரின் நடத்தை, நடவடிக்கை, செயல்பாடு போன்றவற்றை) ஏற்றுக்கொள்ள அல்லது சகித்துக்கொள்ள இயலாதபோதும் பொறுமையைக் கடைப்பிடித்தல்; பொறுத்துக்கொள்ளுதல்;** tolerance. குடும்பம் என்றால் சகிப்புத் தன்மை வேண்டும். 2: **(ஒருவரின் நடத்தை, நடவடிக்கை, செயல்பாடு போன்றவை) மிகவும் மாறுபட்டிருந்தாலும் அவற்றை மதித்து ஏற்றுக்கொள்ளுதல்;** tolerance. மதச் சகிப்புத் தன்மை.

சகுனத்தடை பெ. **(ஒரு செயலைச் செய்வதற்கு) தடையாக ஏற்படும் சகுனம்;** obstruction in the form of an omen; ill omen. வெளியே புறப்படும்போது கால் தடுக்கியதைச் சகுனத்தடையாகக் கருதினார்.

சகுனம் பெ. **மேற்கொள்ளும் செயல் நல்லபடியாக முடியும் அல்லது தடைபட்டுவிடும் என்பதை முன்கூட்டியே தெரிந்துகொள்ளும்படி நிகழ்வதாக நம்பப்படும் அறிகுறி;** omen. வெளியே புறப்படும்போது தண்ணீர்க் குடத்தோடு பெண் எதிரே வந்தால் நல்ல சகுனம் என்பார்கள்./ பூனை குறுக்கே வந்துவிட்டது, புறப்படும் போதே சகுனம் சரியில்லை./ எல்லாவற்றுக்கும் சகுனம் பார்த்துக்கொண்டிருந்தால் என்ன ஆவது?

சகுனி பெ. 1: (மகாபாரதத்தில்) **சூழ்ச்சிசெய்து பாண்டவர்களுக்கும் கௌரவர்களுக்கும் இடையில் தீராத பகைமையை உருவாக்கிய, கௌரவர்களுடைய தாய் மாமன்;** (in the Mahabharata) one who fostered enmity between the Pandavas and the Kauravas. 2: (கலகமூட்டி) **பகையை உண்டாக்கும் நபர்;** person who creates enmity. அவனுடன் சேராதே. அவன் ஒரு சகுனி.

சகோதர பெ.அ. **சக;** fellow (being); co-. சகோதர எழுத்தாளர்கள்/ சகோதரத் தொழிலாளர்கள்.

சகோதரத்துவம் பெ. **ஏற்றத்தாழ்வு, வேறுபாடு போன்றவற்றைப் பார்க்காமல் சகோதரர்களாகப் பாவித்துச் செயல்படும் பாங்கு;** brotherhood; fraternity. மக்களிடையே சகோதரத்துவம் நிலவாவிட்டால் நாட்டில் ஒற்றுமை சீர்குலையும்./ சுதந்திரம், சமத்துவம், சகோதரத்துவம்.

சகோதரம் பெ. (இலங்.) **உடன்பிறப்பு;** sibling. அவரும் நானும் சகோதரம்தான். ஒருவரையொருவர் விட்டுக் கொடுக்க மாட்டோம்.

சகோதரர் பெ. 1: காண்க: சகோதரன். 2: (கிறித்.) **கிறித்தவ ஆண் துறவியை அழைக்கப் பயன்படுத்தும் சொல்;** Brother.

சகோதரன் பெ. **ஒருவரோடு உடன்பிறந்தவனை அல்லது ஒருவருடைய சித்தி, சித்தப்பா, பெரியம்மா, பெரியப்பா ஆகியோரின் மகன்களைக் குறிக்கும் பொதுச் சொல்;** brother; either a sibling or a male member born to paternal uncles and maternal aunts.

சகோதரி பெ. 1: **ஒருவரோடு உடன்பிறந்தவளை அல்லது ஒருவருடைய சித்தி, சித்தப்பா, பெரியம்மா, பெரியப்பா ஆகியோரின் மகள்களைக் குறிக்கும் பொதுச் சொல்;** sister; either a sibling or a female member born to paternal uncles and maternal aunts. 2: (கிறித்.) **கிறித்தவப் பெண் துறவியை அழைக்கப் பயன்படுத்தும் சொல்;** Sister.

சங்கக் கடை பெ. (இலங்.) (அரசின்) **நியாய விலைக் கடை;** a fair-price shop run by the government to supply essential commodities such as rice, kerosene, etc.,; ration shop (run by the government). சங்கக் கடையில் மண்ணெண்ணெயைப் பொதுக்கிவிட்டார்கள்./ சங்கக் கடையில் தந்த நெல்லெல்லாம் ஒரே சப்பியாகக் கிடக்கிறது./ சங்கக் கடையில் உலர் உணவு அட்டைக்குப் பால்மாவு வாங்கலாம்.

சங்ககாலம் பெ. (தமிழ் இலக்கிய வரலாற்றில்) **ஏறத்தாழ கி.பி. மூன்றாம் நூற்றாண்டு வரையிலான (அகம், புறம் பற்றிய இலக்கியங்கள் தோன்றிய) காலம்;** (in Tamil literary history) the period approximately up to third century A.D. (in which the body of literature on அகம் and புறம் themes arose).

சங்கடப்படு வி. (-பட, -பட்டு) 1: (சில சூழ்நிலைகளில்) **தயக்கமாகவும் சிரமமாகவும் உணர்தல்;** feel embarrassed. அவனுக்கு வந்திருப்பது புற்றுநோய்தான் என்பதைத் தெரிவிக்க அவன் தந்தை சங்கடப்பட்டார்./ 'சங்கடப்படாமல் உங்கள் கழிப்பறைகளையும் சுத்தம் செய்துவிடுங்கள்' என்று விடுதிக்காப்பாளர் வலியுறுத்திச் சொன்னார். 2: **சிரமப்படுதல்;** be in difficulties. மகனை மருத்துவக் கல்லூரியில் சேர்த்துவிட்டு இப்போது பணத்திற்குச் சங்கடப்படுகிறார்.

சங்கடப்படுத்து வி. (-படுத்த, -படுத்தி) **(ஒருவருடைய) மனத்தைப் பாதிக்கும் விதத்தில் நடந்துகொள்ளுதல்;** embarrass (s.o.). நிலைமை புரியாமல் பெரியவரைச் சங்கடப்படுத்திவிட்டேனோ என்று வருத்தமாக இருக்கிறது./ அமைச்சரைச் சங்கடப்படுத்துவதுபோல் எந்தக் கேள்வியும் கேட்டுவிடாதீர்கள் என்று செயலாளர் நிருபர்களிடம் கேட்டுக்கொண்டார்.

சங்கடம் பெ. (-ஆன) 1: **(ஒரு நிகழ்ச்சியால் மனத்தில் ஏற்படும்) நெருடல் உணர்வு; (மனத்தைப் பாதிக்கும் சந்தர்ப்பத்தை எதிர்கொள்வதில் ஏற்படும்) தயக்கம்; கஷ்டம்;** uneasiness (on account of an incident or act); embarrassment (met with in a situation which causes mental discomfort). தாத்தா பிரியமற்றவராக மாறிவிட்டது மிகவும் சங்கடத்தைத் தந்தது./ நண்பர் கடன் கேட்டபோது இல்லை என்று சொல்வதற்குச் சங்கடமாக இருந்தது./ ஆண் மருத்துவரிடம் தன் நோயைப் பற்றிக்கூற அவள் பட்ட சங்கடம்! 2: **தொல்லை; அசௌகரியம்;** trouble; difficulty. வீட்டுக்கு மூத்த பிள்ளையாக இருப்பதன் சங்கடமும் அசௌகரியமும் உனக்குத் தெரியாது./ அவனுக்கு உதவ நினைத்து நான் சங்கடத்தில் மாட்டிக்கொண்டேன்./ இவ்வளவு சிறிய அறையில் ஐந்து பேர் தங்கியிருப்பது மிகுந்த சங்கடத்தை ஏற்படுத்துகிறது.

சங்கதி[1] பெ. 1: **(ஒன்று அல்லது ஒருவர் சம்பந்தப்பட்ட) விவகாரம்; சம்பவம்;** happening; event; affair. காலையிலிருந்து அடுத்த வீட்டுச் சங்கதிகளைப் பற்றியே நீ பேசிக்கொண்டிருக்கிறாய்./ கோயில் சங்கதி என்றால் அவர் பணம் தந்துவிடுவார். 2: **(ஒன்று அல்லது ஒருவரைக் குறித்துப் பெறப்படும் அல்லது கருதும்) செய்தி அல்லது விவரம்; விஷயம்;** information (about s.o. or what happened); news. நாம் மிஞ்சினால் அவன் கெஞ்சுவான், தெரியாத சங்கதியா இது?/ அவர் ஊரில் இல்லை என்கிற சங்கதி நீ சொல்லித்தான் எனக்குத் தெரியும்./ அவர் நிகழ்ச்சிக்கு வருவாரா மாட்டாரா என்பது வேறு சங்கதி./ இது சாதாரண சங்கதி இல்லை.

சங்கதி[2] பெ. (இசை) **இசைத் தன்மையை வெளிப்படுத்தப் பாட்டின் ஒரு வரியைப் பலவிதமாகப் பாடிக் காட்டுவது;** the various ways of rendering a line (of a musical composition) to bring out the musical nuances.

சங்கநாதம் பெ. (உ.வ.) (உணர்ச்சி மிக்க) **முழக்கம்; அறைகூவல்;** oration; clarion call. தொழிலாளர் தலைவரின் சங்கநாதம்.

சங்கப்பலகை பெ. (சங்க காலத்தில் மதுரை தமிழ்ச் சங்கத்தில்) **தகுதியுள்ள புலவர்களுக்கு மட்டும் இடமளித்ததாக நம்பப்பட்ட பலகை;** (in Sangam period) a forum believed to have accepted only worthy poets.

சங்கம் பெ. 1: **(ஒரு குழு தன் நலனை அல்லது ஒரு துறையின் நலனை மேம்படுத்த) ஒன்றாகச் சேர்ந்து ஏற்படுத்தும் கூட்டமைப்பு;** association; society; club. கூட்டுறவுச்

சங்கம்/ வியாபாரிகள் சங்கம்/ மாதர் சங்கம். 2: **(தமிழ் இலக்கிய வரலாற்றில்) தமிழை வளர்ப்பதற்கு என்று புலவர்களைக் கூட்டி ஏற்படுத்தப்பட்ட அமைப்பு;** academy of poets (in the history of Tamil literature). கடைச் சங்கம் மதுரையில் நிறுவப்பட்டிருந்தது என அறிகிறோம்.

சங்கமம் பெ. **ஒரு ஆறு மற்றொரு ஆற்றுடன் அல்லது கடலில் இணைவது;** confluence. காவிரி வங்கக் கடலில் சங்கமம் ஆகிறது./ (உரு வ.) இரு மரபுகளின் சங்கமம்.

சங்கமி வி. (சங்கமிக்க, சங்கமித்து) **சங்கமமாதல்;** flow together; mingle. மூன்று கடல்கள் சங்கமிக்கும் இடம் கன்னியாகுமரி./ (உரு வ.) ஒத்த மனங்கள் சங்கமித்தன.

சங்கமுகம் பெ. (அ.வ.) **கழிமுகம்;** estuary.

சங்கரா பெ. **(முப்பது செ.மீ. நீளம்வரை வளரும்) வெள்ளை நிற வயிற்றுப் பகுதியையும் பக்கவாட்டில் வெளிர் சிவப்பு நிறமும் கொண்ட (உணவாகும்) கடல் மீன்;** red snapper.

சங்கல்பம் பெ. **(ஒருவர் மேற்கொள்ளும்) தீர்மானம்; முடிவு; உறுதி;** (mental) resolve; determination; vow; will. பொதுவாழ்வில் முழுமையாக ஈடுபடுவதற்காகத் திருமணம் செய்து கொள்வதில்லை என்று அவர் சங்கல்பம் செய்து கொண்டார்./ 'ஈஸ்வர சங்கல்பம் இப்படி இருக்கும்போது நான் என்ன செய்ய முடியும்?' என்று அவர் கேட்டார்.

சங்கற்பம் பெ. காண்க: **சங்கல்பம்.**

சங்காத்தம் பெ. (பே.வ.) **(ஒருவருடன் கொள்ள விரும்பாத) தொடர்பு; சம்பந்தம்;** contact; association. அவனுடைய சங்காத்தமே வேண்டாம் என்று நான் இருந்து விட்டேன்./ உன்னுடைய சங்காத்தமே வேண்டாம் என்று தானே ஒதுங்கியிருக்கிறேன். என்னை ஏன் தொல்லைப் படுத்துகிறாய்?

சங்காரம் பெ. (பே.வ.) காண்க: **சம்ஹாரம்.**

சங்கிலி பெ. 1: **ஒன்றோடு ஒன்று இணைந்த உலோக வளையங்களால் உருவாக்கப்பட்ட தொடர்;** chain. கைதியின் கைகால்களைச் சங்கிலியால் இணைத்திருந்தார்கள்./ ஊஞ்சல் சங்கிலி/ (உரு வ.) சமூகச் சங்கிலியில் ஒவ்வொரு மனிதனும் ஒவ்வொரு கண்ணி. 2: **வளையம், கண்ணி போன்ற வடிவங்களால் செய்யப்பட்ட தங்கம் அல்லது வெள்ளியால் ஆன கழுத்தில் அணியும் நகை;** (gold or silver) chain (as a piece of jewellery). குழந்தையின் கழுத்தில் இருந்த தங்கச் சங்கிலி எங்கே? 3: காண்க: **அபாயச் சங்கிலி.**

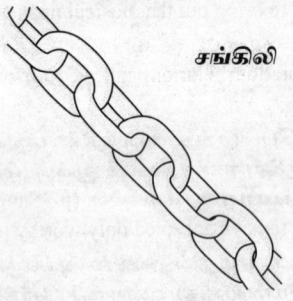

சங்கிலி

சங்கிலிக்குண்டு எறிதல் பெ. **சங்கிலியுடன் இணைக்கப்பட்டிருக்கும் இரும்புக் குண்டை அதிக தூரம் எறியும் தடகளப் போட்டி;** hammer throw.

சங்கீதம் பெ. 1: **இசை;** music. சங்கீதக் கச்சேரி/ சங்கீத வித்துவான். 2: (கிறித்.) **விவிலியத்தில் கடவுளைத் துதித்துப் பாடப்பட்ட பாடல்;** psalm (in the Bible).

சங்கு பெ. 1: **குவிந்த முனையையும் உட்புறமாக வளைவுகளையும் உடைய ஓட்டினைக் கொண்ட, மெல்லுடலி இனத்தைச் சேர்ந்த, கடல்வாழ் உயிரினம்/ (ஊதுதல், அலங்காரப் பொருள்கள் செய்தல் போன்றவற்றுக்குப் பயன்படும்) மேற்குறிப்பிட்ட உயிரினத்தின் ஓடு;** conch (the creature and its shell). கோயிலில் சங்கு ஊதினார்கள்./ ஒரு கையில் சங்கும் மற்றொரு கையில் சக்கரமும் இருக்கும் திருமால் விக்கிரகம். 2: **பாலடை;** conch-like vessel for feeding babies. 3: **(தொழிற்சாலை முதலியவற்றில் நேரத்தை அறிவிப்பதற்காகப் பயன்படுத்தும்) நீண்ட உரத்த ஒலியை எழுப்பும் மின் சாதனம்;** siren. ஆலையின் சங்கு ஏழு மணிக்குத் துல்லியமாக ஒலித்தது. 4: (வ.வ.) **கழுத்து;** throat. அவனுடைய சங்கை நெறித்துக் கொலை செய்திருக்கிறார்கள்.

சங்கு ஊது வி. (ஊத, ஊதி) **(ஒன்றுக்கு) முடிவு கட்டுதல்;** put an end (to sth.). அவன் செய்த தில்லுமுல்லுகள் தெரிந்துவிட்டால் வேலைக்குச் சங்கு ஊதிவிடுவார்கள்.

சங்கு குளி வி. (குளிக்க, குளித்து) **(கடலில்) சங்கு எடுக்க மூழ்குதல்;** dive for (conch) shells.

சங்குச் சுண்ணாம்பு பெ. **சங்குகளைச் சுட்டுப் பெறும் சுண்ணாம்பு;** shell lime.

சங்குசக்கரம் பெ. **பற்றவைத்தால் பூப்பூவாகத் தீப்பொறி சிந்தித் தரையிலோ கம்பியிலோ சுழலும் சுருள் வடிவிலான ஒரு வகைப் பட்டாசு;** sparkler that either spins on the floor or rotates on a metal wire when lit; catherine wheel; pin wheel.

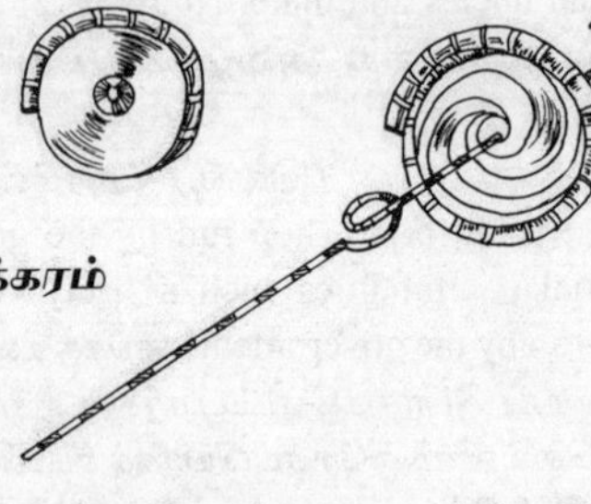

சங்குசக்கரம்

சங்கு புஷ்பம் பெ. **சங்கு போன்ற வடிவத்தில் இருக்கும் வெள்ளை அல்லது நீல நிறப் பூ/அந்தப் பூப் பூக்கும் கொடி;** the conch-like flower of mussel-shell creeper/the plant mussel-shell creeper.

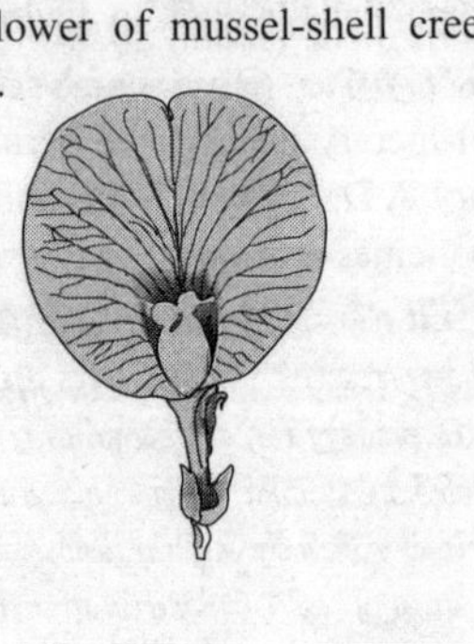

சங்கு புஷ்பம்

சங்குவளை நாரை பெ. கூர்மையான நீண்ட அலகும், வெளிர்சிவப்பு நிறக் கால்களும் உடைய, மஞ்சள் நிற நீர்ப்பறவை; painted stork. சங்குவளை நாரை கூட்டமாக இரை தேடும்.

சங்கூதி பெ. (இலங்.) அவசியம் இல்லாமலேயே ஒரு விஷயத்தை எல்லோருக்கும் (பொழுதுபோக்காக) சொல்லித்திரியும் நபர்; a loudmouthed person. மகனுக்குக் கலியாணம் பேசுவது பற்றி மாமாவுக்கு இப்போதைக்குச் சொல்ல வேண்டாம். அவர் ஒரு சங்கூதி./ இந்தச் சங்கூதியிடம் எந்த ரகசியத்தையும் பேசாமல் கவனமாக நடந்துகொள்.

சங்கேதம் பெ. (பேச்சு, செய்கை, குறியீடு போன்றவற்றைக் குறித்து வரும்போது) சம்பந்தப்பட்டவர்களுக்கு மட்டும் புரியும் விதத்தில் இருப்பது; code. சங்கேத மொழி/ சங்கேதச் சொல்/ சங்கேத முறையில் செய்தி.

சங்கை பெ. (இலங்.) மரியாதை; கௌரவம்; respect.

சங்கைக்குரிய பெ.அ. (பௌத்த மதத் துறவிகளைக் குறிப்பிடும்போது) மிகுந்த மரியாதைக்குரிய; (while referring to Buddhist monks) venerable. பட்டமளிப்பு விழாவில் சங்கைக்குரிய தேரர் ஆசியுரை வழங்கினார்.

சங்கைசெய் வி. (-செய்ய, -செய்து) (இலங்.) மரியாதை செய்தல்; show respect. பெரியவர்களைச் சங்கைசெய்.

சங்கோஜம் பெ. (-ஆக, -ஆன) (அ.வ.) கூச்சம், வெட்கம் கலந்த தயக்கம்; shyness. அவரிடம் கடன் கேட்க எனக்கு சங்கோஜமாக இருக்கிறது./ உன் தம்பியைப் போல் ஒரு சங்கோஜமான பேர்வழியைப் பார்த்ததில்லை!/ சங்கோஜப்படாமல் நன்றாகச் சாப்பிடு!

சங்கோஜி பெ. (அ.வ.) கூச்சம் நிறைந்த நபர்; shy person. அவன் சரியான சங்கோஜி, பெண்களை நிமிர்ந்துகூடப் பார்க்க மாட்டான்.

சச்சதுரம் பெ. பக்க அளவுகள் துல்லியமாக இருக்கும் சதுரம்; perfect square. சச்சதுரக் கூரை வேய்ந்த கோயில்.

சச்சரவு பெ. தகராறு; squabble; strife; dispute. புருஷன் பெண்டாட்டிக்குள் சண்டை சச்சரவு இருந்தாலும் வெளியே சொல்லிக்கொள்ளலாமா?/ உங்களுக்குள் என்ன சச்சரவு? [(தொ.சொ.) உரசல்/ கலாட்டா/ தகராறு/ பிணக்கு/ பிரச்சினை/ ரகளை]

சஞ்சரி வி. (சஞ்சரிக்க, சஞ்சரித்து) 1: (சுதந்திரமாக) திரிதல்; சுற்றிவருதல்; wander; go around (freely in a large area). புலி சஞ்சரிக்கும் காடு/ (உரு வ.) மனம் கனவுகளில் சஞ்சரித்தது. [(தொ.சொ.) உலவு/ உலாத்து/ உலாவு/ சுற்று/ திரி/ நடமாடு] 2: (குறிப்பிடும் இடத்தில்) இயங்குதல்; இருத்தல்; move about (in a specified place). அவனுடைய தோரணையைப் பார்த்தால் அவன் பூமியில் சஞ்சரிப்பதாகத் தெரியவில்லை. 3: (சோதி.) (குறிப்பிட்ட காலத்திற்கு ஒருவருடைய ராசியில் ஒரு கிரகம்) செயல்படுதல்; (of planets in one's horoscope) transit. உங்களுடைய ராசியில் சனி சஞ்சரிப்பதால் வரவுக்கு மேற்பட்ட செலவுகள் ஏற்படும்.

சஞ்சலப்படு வி. (-பட, -பட்டு) நிம்மதி இல்லாமல் இருத்தல்; feel distressed; feel miserable. எந்த வேலையும் கிடைக்காமல் பெற்றவர்களுக்குப் பாரமாக இருப்பதை எண்ணிச் சஞ்சலப்பட்டான்.

சஞ்சலம் பெ. 1: நிம்மதி இழந்த நிலை; கலக்கம்; disturbed state or restlessness (of mind); disquiet. தன் எதிர் காலம் எப்படி இருக்குமோ என்ற சஞ்சலம் அவனை வாட்டி யெடுத்தது. 2: (-ஆன) உறுதி இல்லாத மனநிலை; அலை பாயும் நிலை; unsteadiness; fickleness. அவளுக்குச் சஞ்சலமான சுபாவம்./ எதிலும் சபலம், சஞ்சலம்.

சஞ்சாயம் பெ. (ஊரக வ.) அன்றைய வேலைக்கு அன்றைக்கே சம்பளம் பெறும் முறை; system in which a worker gets his wages at the end of the day's work; system of day labour. நிரந்தரமான வேலை இல்லை, கிடைக்கும்போது சஞ்சாயத்துக்கு வேலைபார்க்கிறேன்.

சஞ்சாரம் பெ. 1: நடமாட்டம்; (of human beings) movement; (of animals) roaming. மனித சஞ்சாரம் அற்ற பிரதேசம். 2: (பல இடங்களுக்கு மேற்கொள்ளும்) பயணம்; travelling; moving around. அவர் தேச சஞ்சாரம் செய்கிறார். 3: (இசை) தாள அமைப்பு இல்லாமல் ஸ்வர சேர்க்கைகள் வாயிலாக ராக வடிவத்தை விரிவாக வெளிப்படுத்தும் முறை; sequence of phrases that indicates the form of a ராகம், not set to any time-measure.

சஞ்சாரி[1] பெ. (அ.வ.) ஒரு இடத்தில் நிலைத்து இருக்காமல் திரிபவர்; wanderer. கனவுலகச் சஞ்சாரியான அவருக்கு நடப்பு எங்கே புரியப்போகிறது?/ சித்தர்களை வானத்துச் சஞ்சாரிகள் என்று அழைப்பார்கள்.

சஞ்சாரி[2] பெ. (இசை) ஒரு ராகத்தின் தன்மையை விளக்கக்கூடிய ஸ்வர வரிசைகளைத் தாளத்தில் அமைத்துப் பாடும் இசை வடிவம்; musical piece in which phrases of a particular ராகம் are set to தாளம் and meant to bring out the form of the ராகம்.

சஞ்சிகை பெ. 1: (அ.வ.) (வார, மாத) பத்திரிகை; journal; periodical; magazine. 2: (இலங்.) (செய்தித்தாள் தவிர்த்த) இதழ்; periodical; magazine. நண்பர்கள் ஒன்று சேர்ந்து ஓர் இலக்கிய சஞ்சிகையைத் தொடங்கியுள்ளார்கள்./ கல்லூரி சஞ்சிகையில் அவள் எழுதிய கட்டுரை வந்துள்ளது.

சஞ்சீவி பெ. 1: இறந்தவரை உயிர்ப்பிக்கும் சக்தி உடைய தாக நம்பப்படும் மூலிகை; a herb believed to be capable of bringing the dead back to life. இறந்துபோன லட்சுமணனைப் பிழைக்க வைக்க சஞ்சீவி மூலிகையைத் தேடி அனுமன் சென்றான். 2: கடும் பிரச்சினைக்கான தீர்வு; panacea. வறுமையைப் போக்கும் சஞ்சீவி இன்னும் கண்டுபிடிக்கப் படவில்லை.

சட்-என்று வி.அ. 1: (கவனத்தில், உணர்வில் பட்டதும்) உடனடியாக; (சொன்னதும்) விரைவாக; at once; instantly; suddenly. பல வருடங்கள் கழித்துப் பார்க்கும் நண்பனைச் சட்டென்று அடையாளம் தெரியவில்லை./ அடுப்பில் இருந்த பாத்திரத்தைத் தொட்டவள் சட்டென்று கையை இழுத்துக்கொண்டாள்./ எந்த வேலையையும் அவன் சட்டென்று செய்ய மாட்டான். 2: (இவ்வாறு நிகழப்போகிறது என்பதற்கான) முன் அறிகுறி இல்லாமல்; திடீரென்று; abruptly. மழை சட்டென்று நின்று விட்டது./ திரையரங்கில் விளக்கு சட்டென்று அணைந்தது./ பேசிக்கொண்டிருக்கும்போதே அவர் சட்டென்று குனிந்தார்.

சட்டகம்[1] பெ. **குறிப்பிட்ட கருத்துகள், எண்ணங்கள் அல்லது விவரங்களை அடிப்படையாகக் கொண்டு அவற்றைத் தொடர்புபடுத்தும் கருத்தமைப்பு;** (of ideas, plans) frame. நீங்கள் சொல்லும் விவரங்கள் நாம் விவாதிக்கும் பொருளின் சட்டகத்திற்குள் அடங்காது./ இலக்கியம் என்னும் சட்டகத்தினுள் எதைப் பற்றி வேண்டுமானாலும் பேசலாமா?

சட்டகம்[2] பெ. (இலங்.) **சட்டம்;** frame.

சட்டசபை பெ. காண்க: **சட்டப்பேரவை.**

சட்டத்தரணி பெ. (இலங்.) (சட்டம்) **வழக்கறிஞர்;** lawyer; attorney at law.

சட்டதிட்டம் பெ. **சட்ட ஒழுங்கு நெறிமுறை;** rules and regulations. எங்களுடைய சட்டதிட்டங்களுக்கு உட்பட்டுதான் நீங்கள் இங்கே வேலை செய்ய வேண்டும்.

சட்டப்பேரவை பெ. **மாநிலத்துக்கான சட்டங்களை இயற்றும் (மக்களால் தேர்ந்தெடுக்கப்பட்ட) உறுப்பினர்களைக் கொண்ட அவை;** legislative assembly (of a state).

சட்டப்பேரவைத் தலைவர் பெ. **சட்டப் பேரவையின் நடவடிக்கைகளை நடத்தும் தலைமைப் பொறுப்புக்கு அவையின் உறுப்பினர்களால் தேர்ந்தெடுக்கப்படுபவர்; அவைத் தலைவர்;** speaker (of legislative assembly).

சட்டப் போராட்டம் பெ. **பொதுப் பிரச்சினைக்காக (பெரும்பாலும் அரசுக்கு எதிராக) நீதிமன்ற நடவடிக்கைகளை மேற்கொண்டு நடத்தும் போராட்டம்;** legal struggle (mostly against the government) for a public cause.

சட்டம்[1] பெ. (சட்டம்) **1: நாடாளுமன்றத்தாலோ சட்டமன்றத்தாலோ பொதுமக்கள் நலன் கருதி இயற்றப்படுவது;** act. **2: மக்களின் நலனுக்காக இறையாண்மை வகுக்கும் நெறிமுறை;** law. **3: (செயல்பாட்டை வரையறுக்கும்) விதி;** rule; சட்டப்படிதான் நடப்பேன்.

சட்டம்[2] பெ. **1: (கண்ணாடி, கதவு முதலியவை பொருந்துமாறு) கட்டைகளை இணைத்து அவற்றின் இடையே இடைவெளி விட்டுச் செய்யப்படும் சதுர அல்லது செவ்வக வடிவ அமைப்பு;** frame. இந்தப் படத்தைச் சட்டம் போட்டு வீட்டில் மாட்டிவைக்கலாம்./ ஜன்னலுக்கான சட்டம் மட்டுமே செய்திருக்கிறோம். இனிமேல்தான் கதவு செய்ய வேண்டும். **2: (நாற்காலி, மேசை, கதவு போன்ற மரச் சாமான்கள் செய்வதற்காக) அளவாக வெட்டப்பட்ட மரத் துண்டு;** piece of wood cut to size. இழைப்புளி வைத்து அந்தச் சட்டத்தை நன்றாக இழைத்துக் கொண்டு வா./ ஜன்னலுக்காகச் சட்டங்களை அறுத்துக்கொண்டிருந்தார்கள். **3:** (ஊரக வ.) **(கூரை, வண்டி முதலியவற்றில் இணைத்துப் பிடித்துக்கொள்ள அல்லது தாங்கிக் கொள்ள உதவும்) கனமான செவ்வக வடிவக் கட்டை;** rectangular piece of wood (used in making frames, etc.,). வண்டிச் சட்டத்தில் ஒன்று முறிந்திருக்கிறது.

சட்டம்பித்தனம் பெ. (இலங்.) **சட்டாம்பிள்ளைத்தனம்;** bullying behaviour.

சட்டம்பியார் பெ. (இலங்.) **(பள்ளி) ஆசிரியர்;** (school) teacher.

சட்டம் பேசு வி. (பேச, பேசி) (பே.வ.) **(பிறருடைய பேச்சைக் குறித்து எரிச்சலான தொனியில் கூறும்போது) எது முறையானது என்று கூறுதல்;** quote the rules (while expressing resentment at s.o.'s statement). என்னிடமே சட்டம் பேசுகிறாயா?/ உன்னிடம் சொல்லிவிட்டுதானே எல்லா ஏற்பாடுகளும் செய்தோம். இப்போது வந்து சட்டம் பேசுகிறாயா?

சட்டமன்ற உறுப்பினர் பெ. **தேர்தலில் ஒரு தொகுதியிலிருந்து மாநிலச் சட்டசபைக்குப் பொதுமக்களால் தேர்ந்தெடுக்கப்படும் உறுப்பினர்;** Member of the Legislative Assembly; (abbreviated to) M.L.A.

சட்டமன்றம் பெ. **மாநிலத்துக்கான சட்டங்களை இயற்றும் சட்டப்பேரவையையும் மேலவையையும் கொண்ட, அரசின் மூன்று அங்கங்களில் ஒன்று;** legislature. நீதிமன்றம், சட்டமன்றம், நிர்வாகம் ஆகிய மூன்றும் அரசின் அங்கங்களாகும்./ சட்டமன்றத்துக்கான தேர்தல் தேதி விரைவில் அறிவிக்கப்படும்./ சட்டமன்ற உறுப்பினர்.

சட்டமாக்கு வி. (-ஆக்க, -ஆக்கி) **(ஒரு தீர்மானத்தை எல்லோரும் பின்பற்ற வேண்டிய விதியாக) சட்டமன்றம் அல்லது நாடாளுமன்றம் அங்கீகாரம் அளித்தல்;** enact; legislate.

சட்டமாக வி.அ. (பே.வ.) **(உரிய) ஒழுங்கு முறையுடன்;** claiming (to do) as one's right. சட்டமாக உட்கார்ந்து மூன்று வேளையும் சாப்பிடுகிறாயே, வீட்டு வேலை கொஞ்சம் செய்யக் கூடாதா?/ சட்டமாகப் பேசத் தெரிகிறது. அது போல நடந்துகொள்ளவும் முயற்சிசெய்.

சட்ட மூலம் பெ. (இலங்.) (சட்டம்) **மசோதா;** bill (in a parliament). தேச வளமைச் சட்ட மூலத்தின்படி சொறியல் காணியை வெளியாருக்கு விற்க முடியாது.

சட்டயாப்பு பெ. (இலங்.) (சட்டம்) **அரசமைப்புச் சட்டம்;** constitution. அரசியல் சட்டயாப்புக்கு எதிராகச் செயல்பட்டதாகச் சிலரை ராணுவம் கைதுசெய்துள்ளது.

சட்டவாள் பெ. (இலங்.) **ரம்பம்;** saw.

சட்டவாளர் பெ. (இலங்.) **சட்ட வல்லுநர்; சட்ட நிபுணர்;** legal expert. இடைக்கால நிர்வாக சபை ஒன்றுக்கான முன்வரைவினைச் சட்டவாளர்கள் எழுதி முடித்தனர்./ சட்டவாளரின் ஆலோசனையுடன் அடுத்த கட்டப் பேச்சுவார்த்தைக்குக் குழு தயாராகியது.

சட்டவிரோதம் பெ. (-ஆக, -ஆன) (சட்டம்) **சட்டத்துக்குப் புறம்பானது அல்லது சட்டத்தை மீறியது;** violation of law; transgression. காட்டு மரங்களைச் சட்டவிரோதமாக வெட்டியதால் அவர்கள் தண்டிக்கப்பட்டனர்./ வீட்டுக்காரரின் அனுமதியின்றி வீட்டை உள்வாடகைக்கு விடுவது சட்டவிரோதமான செயல்.

சட்டாம்பிள்ளை பெ. (அ.வ.) **ஆசிரியர் இல்லாத நேரத்தில் வகுப்பு அறையில் மாணவர்கள் அமைதியாக இருக்குமாறு பார்த்துக்கொள்வதற்காக நியமிக்கப்பட்ட மாணவன்;** (in former times) pupil who monitors a class of students.

சட்டாம்பிள்ளைத்தனம் பெ. **பிறர்மீது அதிகாரம் செலுத்தும் போக்கு;** Big Brother attitude. வளர்ந்த நாடுகளின் சட்டாம்பிள்ளைத்தனத்துக்குக் கீழ்ப்படிய மறுக்கும் நாடுகள்மீது பொருளாதாரத் தடைகள் விதிப்பது எந்த வகையில் நியாயம்?

சட்டி பெ. **அகன்ற வாயை உடைய, உயரக் குறைவான (மண்) பாத்திரம்;** small pot; earthen pan.

சட்டிக் கருணை பெ. *(வ.வ.)* **(அரை வட்ட வடிவில் இருப்பதும் காறாத தன்மையுடையதுமான) கருணைக் கிழங்கு; காறாக்கருணை;** elephant yam.

சட்டி சுரண்டு வி. *(சுரண்ட, சுரண்டி) (பே.வ.)* **(ஒருவர்) சாப்பாட்டுக்கே கஷ்டப்படுதல்;** scrape the barrel. நீ கேட்கும்போதெல்லாம் உனக்குப் பணம் கொடுத்துக் கொண்டிருந்தால் நான் சட்டி சுரண்ட வேண்டியதுதான்./ கிராமத்தில் ஒழுங்காக விவசாயம் செய்வதை விட்டு விட்டு ஏன் இப்படி நகரத்திற்கு வந்து சட்டி சுரண்டிக் கொண்டிருக்கிறாய்?

சட்டுவம் பெ. *(வ.வ.)* **1: தோசைத்திருப்பி;** spatula. **2: கரண்டி;** ladle. **3: அன்னவெட்டி;** ladle used to serve cooked rice.

சட்டை பெ. **1: (பொதுவாக ஆண்கள் அணியும்) வெளிப் பக்கமாக மடியும் கழுத்துப் பட்டியும் முன்பக்கத்தில் பித்தான்களும் வைத்துத் தைக்கப்பட்ட, கைகளை நுழைத்துப் போட்டுக்கொள்ளும், இடுப்புக்குச் சற்றுக் கீழே நீளும் மேலுடை;** shirt. அரைக்கைச் சட்டை/ முழுக்கைச் சட்டை. **2: ரவிக்கை;** blouse. அம்மா சுமங்கலிகளுக்குச் சட்டைத் துணி வைத்துக்கொடுத்தார். **3: (பாம்பும் வேறு சில உயிரினங்களும்) உடலிலிருந்து உரித்து நீக்கும் மெல்லிய மேல்தோல்;** dead skin (sloughed off by creatures such as snake).

சட்டைக்காரன் பெ. *(அ.வ.)* **ஐரோப்பியருக்கும் இந்தியருக்கும் பிறந்து இந்தியாவில் வாழ்பவர்;** Anglo-Indian male.

சட்டைக்காரி பெ. *(அ.வ.)* **ஐரோப்பியருக்கும் இந்தியருக்கும் பிறந்து இந்தியாவில் வாழ்பவள்;** Anglo-Indian female.

சட்டைசெய் வி. *(-செய்ய, -செய்து) (பொதுவாக எதிர்மறையில் அல்லது எதிர்மறைத் தொனியில்)* **மதித்தல்; பொருட்படுத்துதல்;** mind; care. அவர் ஏதாவது சொல்லிக்கொண்டேயிருப்பார். நான் அதையெல்லாம் சட்டை செய்வதே இல்லை./ இடையில் வந்த வாகனங்களைச் சட்டைசெய்யாமல் சாலையைக் கடந்து ஓடினான்.

சட்னி பெ. **தேங்காய், தக்காளி, புதினா, கொத்தமல்லி அல்லது பொட்டுக்கடலையுடன் மிளகாய் சேர்த்து, நீர் ஊற்றி அரைத்துத் தாளித்துச் செய்யப்படும் (இட்லி, தோசை போன்ற சிற்றுண்டிக்கான) காரச் சுவையுடைய தொடுகறி;** side dish in liquid state seasoned with spices (for food items such as இட்லி). தேங்காய்ச் சட்னி/ தக்காளிச் சட்னி/ பொங்கலுக்குச் சாம்பாரும் சட்னியும் போடு.

சட்ஜம் பெ. *(இசை)* **ஏழு ஸ்வரங்களில் முதலாவது ஸ்வரமான 'ச' வைக் குறிப்பது;** the first of the seven notes.

சடக் நாத்தி பெ. *(திருநர் வ.)* **(தத்துத் தாயான) குருவின் எள்ளுப்பேத்தி;** daughter of the great granddaughter of a transgender mother.

சடங்காகு வி. *(-ஆக, -ஆகி) (ஊரக வ.)* **(பெண்) பருவம் எய்துதல்; வயதுக்கு வருதல்;** (of girls) come of age; attain puberty.

சடங்கு பெ. **1: சாஸ்திரம் விதிப்பதால் அல்லது வழக்கம் காரணமாக (பிறப்பு, இறப்பு, திருமணம் போன்ற முக்கிய நிகழ்ச்சிகளில்) பின்பற்றப்படும் மதம் சார்ந்த செயல்;** ritual (on occasions like birth, death, marriage, etc.,); rite. திருமணத்தின்போது அம்மி மிதித்து அருந்ததி பார்ப்பது ஒரு சடங்கு./ தாத்தா இறந்த அன்று போக முடியாததால் பதினாறாம் நாள் சடங்கில் மட்டும் கலந்துகொண்டான். **2: பெண் பருவம் அடைந்ததை முன்னிட்டு நடத்தப்படும் விழா;** rituals marking puberty. என் தங்கை பெண்ணுக்கு நாளை சடங்கு. **3: (மாறுதலே இல்லாமல், எதற்காகச் செய்கிறோம் என்னும் சிந்தனையே இல்லாமல் ஒருவர்) இயந்திர கதியில் செய்யும் செயல்;** (mere) ritual; stereotyped act; mechanical act. அலுவலகத்தில் நுழைந்ததும் மேஜையைத் துடைப்பது என்ற சடங்கை அவன் மறக்காமல் செய்வான். **4:** *(இலங்.)* **திருமணம்;** marriage. நாளை நண்பரின் மகளுக்குச் சடங்கு./ பையனின் சடங்குக்கு வாங்கிய கடனே இன்னும் கொடுத்து முடிக்கவில்லை. **5:** *(இலங்.)* **திருவிழா; உற்சவம்;** festival; celebration.

சடங்கு கழி வி. *(கழிக்க, கழித்து) (வ.வ.)* **பெண் பருவம் அடைந்ததை முன்னிட்டு நீராட்டிச் சடங்கு நடத்துதல்;** perform ceremony for a girl who has come of age.

சடம் பெ. காண்க: **ஜடம்.**

சடலம் பெ. **உயிரற்ற மனித உடல்; பிணம்;** corpse; dead body. விபத்தில் இறந்தவர்களின் சடலங்களை மீட்கும் பணி நடைபெறுகிறது./ வெள்ளத்தில் சடலங்கள் மிதந்துவந்தன.

சடவு[1] வி. *(சடைக்க, சடைத்து) (வ.வ.)* **அலட்சியத்துடன் கோபப்படுதல்;** be angry and in different. நான் அவனைக் கேள்வி கேட்டதும் சடைத்துக்கொண்டு முறைத்துப் பார்த்தான்.

சடவு[2] பெ. *(வ.வ.)* **1: (விரல்களை) நெட்டிமுறிக்கும் செயல்;** the act of making a sharp crackling sound (by pressing a finger). அவன் சட்டென்று எழுந்து சடவு முறித்துவிட்டு வயலை நோக்கி விரைந்தான். **2: வருத்தத்துடன் கூடிய கோபம்;** anger with a tint of sadness. அவனுக்கு என்ன சடவோ, இரண்டு நாட்களாக முகம்கொடுத்துப் பேசவில்லை.

சடவு[3] பெ. *(வ.வ.)* **தூக்கம் தெளியாத நிலை;** sleepiness.

சடார்-என்று வி.அ. **சட்டென்று;** swiftly; suddenly. தனக்குப் பின்னால் யாரோ வரும் சத்தம் கேட்டுச் சடாரென்று திரும்பிப் பார்த்தாள்.

சடாரி பெ. **(பெருமாள் கோயிலில்) ஆசி வழங்குவதற்காகப் பக்தர்களின் தலையில் வைத்து எடுக்கப்படும், வெள்ளி, தங்கம், தாமிரம் போன்ற உலோகங்களால் ஆன, திருமாலின் பாதம் பொறிக்கப்பட்ட சிறு கிரீடம்;**

small crown-like object on which Lord Vishnu's feet are engraved, which is placed over the head of a worshipper as a sign of blessing.

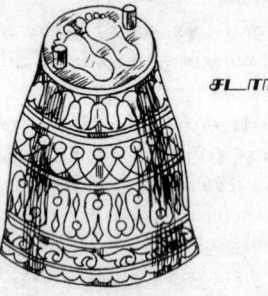
சடாரி

சடுகுடு பெ. (பே.வ.) கபடி; kabaddi.

சடுதியாக வி.அ. (பே.வ.) சீக்கிரமாக; விரைவில்; quickly; fast. ரயிலுக்கு நேரமாகிவிட்டது, அம்மாவைச் சடுதியாக வரச்சொல்./ வேலையைச் சடுதியாக முடித்துவிட்டால் நாம் வீட்டுக்குப் போகலாம்.

சடுதியில் வி.அ. (பே.வ.) காண்க: சடுதியாக.

சடை¹ வி. (சடைய, சடைந்து) (இலங்.) (பிரச்சினை, தகராறு போன்றவற்றை) தீர்த்துவிடுதல்; reconcile (a dispute, etc.). நண்பர்களுக்குள் ஏற்பட்ட பிரச்சினையை ஒரு மாதிரி சடைந்துவிட்டேன்./ நீதிமன்றத்துக்குப் போகாமல் பிரச்சினையைச் சடைந்துவிட்டோம்.

சடை² வி. (சடைக்க, சடைத்து) 1: தலைமுடி ஒன்றோடொன்று சேர்ந்து திரளுதல்; (of hair) get matted; form a lock. முடி சடைத்துக் கிடந்தது. 2: (இலங்.) (மரம்) கிளை விடுதல்; (of a tree) branch off. சடைத்து வளர்ந்திருந்த ஆலமரத்தின் அடியில் சிறுவர்கள் நின்றுகொண்டிருந்தனர்./ வேப்ப மரம் சடைத்து வளர்ந்திருப்பதால் வெக்கையில்லாமல் இருக்கிறது.

சடை³ பெ. (பெண்களின்) பின்னப்பட்ட தலைமுடி; plaited hair (of women); pigtail. இரட்டைச் சடை போட்ட பள்ளிச் சிறுமிகள்.

சடைசடையாக வி.அ. (மேலிருந்து கீழாக) பிரிகள் போல நீளம்நீளமாக; in thick strings. முருங்கைக்காய் சடைசடையாகக் காய்த்திருந்தது./ மரத்தில் புளியம்பழம் சடைசடையாகக் காய்த்துத் தொங்கியது./ குழந்தைக்கு முடி சடைசடையாக இருக்கிறது, மொட்டையடிக்க வேண்டும்.

சடைவிழு வி. (-விழ, -விழுந்து) (சீவிக்கொள்ளாததால் அல்லது குளிக்காததால்) தலைமுடி ஒன்றோடொன்று சேர்ந்து திரளுதல்; (of hair) get matted or knotted. சடை விழுந்த முடியோடு பலர் கோயிலுக்கு வந்து மொட்டை யடித்துக் கொண்டார்கள்.

சண்டமாருதம் பெ. (அ.வ.) பெரும் காற்று; சூறாவளி; whirlwind; hurricane. கோபம் கண்களில் மின்ன சண்ட மாருதம்போல் அவள் வந்தாள்.

சண்டாளன் பெ. (த.வ.) (பெரும்பாலும் வசைச் சொல் லாக) பெரும் பாதகம் செய்பவன்; சிறிதளவுகூட இரக்கம் இல்லாதவன்; (as a term of abuse) man who commits heinous crimes; cruel person. அந்தச் சண் டாளனை நம்பித்தான் நான் மோசம்போனேன்.

சண்டாளி பெ. (த.வ.) (பெரும்பாலும் வசைச் சொல் லாக) பெரும் பாதகம் செய்பவள்; சிறிதளவுகூட இரக்கம் இல்லாதவள்; (as a term of abuse) woman who commits heinous crimes; cruel woman.

சண்டி பெ. கட்டளைக்குக் கீழ்ப்படிய மறுக்கும் ஒருவர் அல்லது ஒன்று; obstinate person or animal. 'இந்தச் சண்டியை எப்படித்தான் சமாளிக்கப்போகிறேனோ' என்று அம்மா புலம்பினாள்.

சண்டிக்கட்டு பெ. (இலங்.) வேட்டி அல்லது கைலியை முழங்கால்வரை மடித்துக் கட்டும் கட்டு; folding up வேட்டி or கைலி up to one's knees. பெரியவர்களுக்கு முன் சண்டிக்கட்டு கட்டாதே, அவிழ்த்துவிடு./ இந்த ஊரில் தன்னைப் பார்த்தும் ஒருவன் சண்டிக்கட்டை அவிழ்த்து விடுவது அவனுக்குப் புதினமாக இருந்தது.

சண்டித்தனம் பெ. முரண்டுபிடிக்கும் செயல் அல்லது குணம்; mulish behaviour. மாடுகள் இரண்டும் சண்டித் தனம் பண்ணிக்கொண்டு நகர மறுத்தன./ பையன் படிப்பு விஷயத்தில் கெட்டிக்காரன்தான், என்ன, சண்டித்தனம் தான் கொஞ்சம் அதிகம்.

சண்டியர் பெ. (பே.வ.) சண்டை வளர்ப்பவன்; கலாட்டா செய்வதில் துணிந்து இறங்குபவன்; பெரும் முரடன்; rowdy; rogue. இந்தப் பேட்டைச் சண்டியரிடம் போய் வம்பு வளர்க்கிறாயே!/ பெரிய சண்டியரைப் போல நெஞ்சை நிமிர்த்திக்கொண்டு சண்டைக்கு வருகிறான்.

சண்டியிலை பெ. (இலங்.) (சுண்டவைத்துச் சாப்பிட் டால்) வாத நோய்க்கு மருந்தாகும் ஒரு வகை மரத்தின் இலை; medicinal leaf used for the treatment of rheumatism.

சண்டை பெ. 1: (கையாலோ கம்பாலோ ஆயுதத்தாலோ) தாக்கிக்கொள்ளுதல்; fight; attack. சிறுவர்கள் இருவரும் கட்டிப்பிடித்து உருண்டு சண்டைபோட்டனர்./ அங்கு நடந்த சண்டையில் ஒருவருக்கு மண்டை உடைந்துவிட் டது./ துப்பாக்கிச் சண்டையில் நான்கு பேர் பலி. [(தொ.சொ.) அடிதடி/ கைகலப்பு] 2: போர்; war. 1947இல் பாகிஸ்தானோடு நடந்த சண்டையில் அவன் அப்பா இறந்துபோனார். 3: ஒருவரையொருவர் திட்டிக் கொள்ளுதல் அல்லது காரசாரமாகப் பேசிக்கொள்ளு தல்; quarrel; altercation. அவள் புருஷனிடம் போட்ட சண்டையைக் கேட்டுப் பக்கத்து வீட்டில் இருந்தவர்கள் வந்துவிட்டார்கள்./ எடை குறைவாக இருக்கிறது என்று சொல்லிக் கடைக்காரனிடம் ஒரே சண்டை! [(தொ.சொ.) தகராறு/ பிரச்சினை/ மோதல்] 4: மனத்தாங்கல்; discord; disharmony. எனக்கும் அவனுக்கும் சண்டை. நாங்கள் பேசிக்கொள்வதில்லை. [(தொ.சொ.) ஊடல்/ தகராறு/ பிணக்கு/ பிரச்சினை / மனஸ்தாபம்]

சண்டைக்கு நில் வி. (நிற்க, நின்று) சண்டை போடுவதில் தீவிரம் காட்டுதல்; be ready to fight or confront. எதற்குக் காலை நேரத்தில் இரண்டு பேரும் சண்டைக்கு நிற்கிறீர்கள்.

சண்டைக்கோழி பெ. (போட்டியில்) சண்டையிடு வதற்காகவே வளர்க்கப்படும் சேவல்; cock bred for cockfight. ஏன் சண்டைக்கோழிபோல் இருவரும் முறைத் துக்கொண்டு நிற்கிறீர்கள்?/ உரு வ.) அந்தச் சண்டைக் கோழியிடம் வாய் கொடுத்து மாட்டிக்கொள்ளாதே.

சண்டை சச்சரவு பெ. **சண்டையும் தகராறும்;** disputes and altercations. இங்கு பல நூற்றாண்டுகளாக இரண்டு இனத்தவரும் சண்டை சச்சரவு இல்லாமல் ஒற்றுமையாக வாழ்ந்துவருகிறார்கள்./ குடும்பம் என்று இருந்தால் சண்டை சச்சரவு இருக்கத்தானே செய்யும்.

சண்டைபிடி வி. (-பிடிக்க, -பிடித்து) **ஒருவரிடம் சண்டைக்குப் போதல் அல்லது சண்டையிடுதல்;** pick up a quarrel with s.o. என் அம்மா பக்கத்து வீட்டுக்காரர்களிடம் அடிக்கடி சண்டைபிடிக்கிறாள்./ என் மனைவி என்னுடன் சண்டைபிடித்துக்கொண்டு அவளுடைய அம்மா வீட்டுக்குப் போய்விட்டாள்.

சண்டைபோடு வி. (-போட, -போட்டு) காண்க: **சண்டையிடு.**

சண்டையிடு வி. (-இட, -இட்டு) **போரிடுதல்;** fight (in a battle). அண்டை நாடுகளுடன் சண்டையிடும் சூழல் நமக்கு வர வேண்டாம்

சண்பகம் பெ. காண்க: **செண்பகம்[1].**

சணப்பை பெ. **சற்றுக் குட்டையாக வளரும் ஒரு வகைப் பசுந்தாள் உரப் பயிர்;** sun hemp.

சணல் பெ. **1: பழுப்பு நிற நாரினால் திரிக்கப்பட்ட கயிறு;** jute cord. **2: கயிறு, கோணி முதலியவை தயாரிக்கப் பயன்படுத்தும் நாருக்காக வளர்க்கும் செடி;** jute. இந்தியாவில் மேற்கு வங்காளத்தில் சணல் அதிகமாக விளைகிறது.

சத்குரு பெ. **உண்மையான ஞானத்தைக் கற்றுத்தரும் ஆசிரியர்;** spiritual preceptor. [*(தொ.சொ.)* **ஆசான்/ ஆசிரியர்/ குரு/ வாத்தியார்**]

சத்தகம் பெ. *(இலங்.)* **1: சிறிய கத்தி;** small knife. பாய் இழைக்கும்போது சத்தகம் கையை வெட்டிவிட்டது. **2: அலக்கின் நுனியில் பொருத்தப்பட்டிருக்கும் வளைந்த கத்தி போன்ற சாதனம்;** a small metal hook fastened to a long pole. கொக்கத்தடியின் சத்தகம் மொட்டையாகப் போய்விட்டது. **3: (கதிர் அறுக்கப் பயன்படும்) கருக்கரிவாள்;** sickle.

சத்தம்[1] பெ. **1: பொருள்கள், உயிரினங்கள் ஆகியவற்றின் அசைவாலோ மற்ற செயல்களாலோ எழும் ஒழுங்கற்ற ஒலி;** sound; noise. பக்கத்து அறையில் யாரோ அழும் சத்தம் கேட்கிறது!/ பேருந்து கிளம்பும் சத்தம் கேட்டது./ ஒலிபெருக்கியிலிருந்து வந்த பாட்டுச் சத்தம் காதைப் பிளந்தது./ அவருடைய குறட்டைச் சத்தத்தைத் தாங்க முடியவில்லை./ கூரையில் எலி ஓடும் சத்தம் கேட்டது./ குழந்தைகள் விளையாடும் சத்தத்தில் விழித்துக்கொண்டேன்./ பக்கத்து வீட்டில் பேச்சுச் சத்தம் கேட்டது. [*(தொ.சொ.)* **இரைச்சல்/ ஒலி/ ஓசை**] **2:** (-ஆக, -ஆன) (பொதுவாகப் பேச்சு, பாட்டு போன்றவற்றைக் குறித்து வரும்போது) **இயல்பான அல்லது சராசரியான அளவைவிட உரத்துக் கேட்கும் ஒலி;** loud. சத்தமாகப் பேசினால்தான் அவருக்குக் கேட்கும்./ அந்த வீட்டுக்குள் என்ன ஒரே சத்தமாக இருக்கிறது?/ பையன் சத்தமாகப் பாடம் படித்துக்கொண்டிருந்தான்./ கிழவியின் சத்தமான ஒப்பாரி நெஞ்சைப் பிசைந்தது./ வானொலியை இவ்வளவு சத்தமாகவா வைப்பது? [*(தொ.சொ.)* **ஆர்ப்பாட்டம்/ ஆரவாரம்/ கூச்சல்**]

சத்தம்[2] பெ. *(வ.வ.)* **(வண்டிக்குத் தரும்) வாடகை; கூலி;** fare (for hired vehicles, esp. cart). வண்டிச் சத்தத்தைக் கொடுத்து அனுப்பு!

சத்தம்காட்டாமல் வி.அ. *(பே.வ.)* **ஓசை எழுப்பாமல்;** without making noise. சத்தம்காட்டாமல் அறையை விட்டு வெளியே போனான்./ சத்தம் காட்டாமல் பெட்டியைத் திறந்தாள்.

சத்தம்போட்டு வி.அ. (பேசுதல், அழுதல் முதலியவற்றைக் குறித்து வரும்போது) **அதிக சத்தத்துடன்;** loudly. யார் அங்கே அப்படிச் சத்தம்போட்டுப் பேசுவது?

சத்தம்போடாமல் வி.அ. **வேறு ஒருவருக்கும் தெரியாமல்;** quietly. ஊர் முழுக்கக் கடன் வாங்கி விட்டு இப்படிச் சத்தம்போடாமல் வீட்டைக் காலிசெய்துவிட்டானே!

சத்தம்போடு வி. (-போட, -போட்டு) **1: பலமாகச் சத்தம் எழுப்புதல்;** make noise. இந்த வண்டி ஏன் இவ்வளவு சத்தம்போடுகிறது? **2: (செய்த தவறுக்காக ஒருவரை) திட்டுதல்;** scold; shout at (s.o. for a mistake committed). நேரம் கழித்து வீட்டுக்குப் போனால் அப்பா சத்தம்போடுவார்.

சத்தி[1] பெ. *(வ.வ.)* **தடவை;** times. எத்தனை சத்தி உன்னிடம் சொல்வது?

சத்தி[2] *(இலங்.)* **வாந்தி;** vomit. சாப்பிட்டதையெல்லாம் அப்படியே சத்தியெடுத்துவிட்டாள்.

சத்திக்குணம் பெ. *(இலங்.)* **வாந்தியெடுக்க வேண்டும் என்கிற உணர்வு;** vomiting sensation. அவனுக்கு ஒரு மாதமாக வயிற்றுக்குத்து, நாரிப் பிடிப்பு, சத்திக்குணம் என்று மாறிமாறி வந்தது.

சத்தியக்கடுதாசி பெ. *(இலங்.)* **பிரமாண வாக்குமூலம்;** affidavit. தன்னை நிரூபித்துக்கொள்ள சத்தியக்கடுதாசியை வங்கியில் கொடுத்தான்./ நீதிமன்றத்தில் வழக்குக்கான சத்தியக்கடுதாசியைச் சமர்ப்பித்தனர்./ சமாதான நீதவானின் முன் சத்தியக்கடுதாசியை முடித்தனர்.

சத்தியப்பிரமாணம் பெ. *(சட்டம்)* **1: (நீதிமன்றத்தில் விசாரணைக்கு முன்பு) உண்மையைப் பேசுவேன் என்று கடவுள் பேரிலோ மனசாட்சியின் பேரிலோ எடுத்துக்கொள்ளும் உறுதிமொழி;** oath. நீதிமன்றத்தில் சத்தியப்பிரமாணம் செய்துகொள்ள மறுப்பது குற்றமாகக் கருதப்படும். **2: அரசு தொடர்பான குறிப்பிட்ட சில பதவிகளை ஏற்கும்போது அல்லது சாரணர் இயக்கம் போன்றவற்றில் சேரும்போது எடுத்துக்கொள்ளும் உறுதிமொழி;** oath.

சத்தியம் பெ. **1:** (-ஆக, -ஆன) **பொய் இல்லாதது; உண்மை;** truth. நான் சொல்வதெல்லாம் சத்தியம், என்னை நம்புங்கள்!/ சத்தியமாகச் சொல்கிறேன், எனக்கு ஒன்றும் தெரியாது./ நீங்கள் சொல்வது சத்தியமான வார்த்தை. **2: (வாக்கில் நேர்மை, நடத்தையில் ஒழுக்கம் போன்ற) உயர்ந்த வாழ்க்கை நெறி;** virtuous life; being true to one's words. அவர் சத்தியம் தவறாதவர்./ சத்தியசீலர்/ சத்தியத்தையே கடைப்பிடி என்று எல்லோரும் சொல்கிறார்கள். **3: (தெய்வம், தாய் முதலியோர்மேல் செய்யும்) ஆணை;** swearing on god, parent, etc., நான் வணங்கும் தாய்மேல் சத்தியம். நான் இதைச் செய்யவில்லை.

சத்தியவந்தன் பெ. (அ.வ.) காண்க: **சத்தியவான்.**

சத்தியவான் பெ. (அ.வ.) **சொன்ன வாக்குத் தவறாமல் நடந்துகொள்பவன்; உண்மையே பேசுபவன்;** man of his word. பெரிய சத்தியவான்போலப் பேசிவிட்டு, வாங்கிய கடனை இன்னும் கொடுக்கவில்லை.

சத்தியா(க்)கிரகம் பெ. **(ஒத்துழையாமை, உண்ணாவிரதம் போன்ற) அறவழிகளில் எதிர்ப்பைத் தெரிவிக்கும் முறை;** protest in the name of truth (by resorting to non-cooperation, hunger-strike, etc.,). அந்தக் காலத்தில் காந்தியின் சத்தியாகிரகக் கொள்கையால் ஈர்க்கப்பட்டவர்கள் பலர்./ எங்கள் கோரிக்கைக்காக சத்தியாக்கிரகப் போராட்டம் செய்வோம்.

சத்தியெடு வி. (-எடுக்க, -எடுத்து) (இலங்.) **வாந்தியெடுத்தல்;** vomit; throw up. குடித்த பாலையெல்லாம் குழந்தை சத்தியெடுத்துவிட்டது./ தங்கச்சிக்கு இரவு முழுவதும் காய்ச்சல். இப்போது சாப்பிட்டதையும் சத்தியெடுத்துவிட்டாள்.

சத்திர சிகிச்சை பெ. (இலங்.) **அறுவைச் சிகிச்சை;** surgery. வயிற்றில் உள்ள கட்டியை எடுப்பதற்கு அவர் தீவிரச் சத்திர சிகிச்சைப் பிரிவில் அனுமதிக்கப்பட்டிருக்கிறார்.

சத்திரம்[1] பெ. (அ.வ.) **பிரயாணிகள் குறைந்த செலவில் தங்கியிருந்து உணவு உண்டு செல்வதற்கான விடுதி;** (in former times) traveller's inn; rest house (where cheap food and lodging are available). காசிக்குச் செல்பவர்கள் சத்திரங்களில் தங்குகிறார்கள்./ 'இதென்ன வீடா, சத்திரமா?' என்று அப்பா சத்தம்போட்டார்.

சத்திரம்[2] பெ. **கல்யாணத்திற்கான மண்டபம்;** hall for conducting a marriage ceremony.

சத்து பெ. 1: **(வளர்ச்சி, இயக்கம் ஆகியவற்றுக்குத் தேவையான மூலப்பொருள்களைக் கொண்ட) ஊட்டம் தரும் பொருள்;** essence; (basic) substance; nutrient; content. நீர்ச்சத்து மிகுந்த பழங்கள்./ சோற்றை வடிக்கும்போது அதன் சத்து முழுவதும் கஞ்சியில் போய்விடுகிறது./ வாழைத் தண்டில் நார்ச்சத்து அதிகம்./ மணிச்சத்து/ தழைச்சத்து/ கீரையில் இரும்புச்சத்து இருக்கிறது. 2: **(பேச்சு, எழுதப்பட்ட கதை போன்றவற்றில்) பொருள் செறிவு;** substance. அவருடைய வானொலிப் பேச்சில் சத்தே இல்லை. 3: **திடம்; வலிமை;** energy; strength. தாத்தாவின் உடலில் சத்தே இல்லை.

சத்துணவு பெ. **(உடலுக்கு வளர்ச்சியும் வலிமையும் அளிக்கக்கூடிய) சத்துகள் அதிகம் உடைய உணவு;** nutritious meal. பிறந்த குழந்தைகளுக்குச் சத்துணவு கொடுக்காவிட்டால் வளர்ச்சி தடைப்படும்./ அரசின் சத்துணவுத் திட்டம்.

சத்து மாவு பெ. 1: **புழுங்கலரிசியை வறுத்து, அரைத்துப் பெறும் மாவு/இந்த மாவுடன் வெல்லம் அல்லது சர்க்கரை சேர்த்துப் பிசைந்து சாப்பிடும் உணவுப் பண்டம்;** porridge-mix. 2: **(உடலுக்கு வளர்ச்சியும் வலிமையும் அளிக்கக்கூடிய) கம்பு, கேழ்வரகு, சோளம் போன்ற தானியங்களைக் கலந்து அரைத்துப் பெறும் மாவு;** nutritious cereal-mix.

சத்துரு பெ. (அ.வ.) **எதிரி; பகைவன்;** enemy; foe. (உரு வ.) ஆத்திரம் அறிவுக்குச் சத்துரு.

சத்ராதி பெ. (இலங்.) **எதிரி; பகைவன்;** enemy.

சதக்-என்று வி.அ. **(வெட்டுதல், குத்துதல், மிதித்தல் முதலிய செய்கைகளில்) வேகமாக உள்ளே போகும்படி;** (while referring to cutting, piercing, trampling) deep into something soft or squashy with force. கழுத்தில் சதக்கென்று ஒரு வெட்டு விழுந்தது./ சாணியைச் சதக்கென்று மிதித்துவிட்டேன்.

சதகம் பெ. **(கடவுளைத் தலைவனாகக் கொண்டு பாடும்) நூறு பாடல்களால் ஆன சிற்றிலக்கிய வகை;** a genre of literary work containing a hundred verses (having a deity as its protagonist).

சதகுப்பை பெ. **மிருதுவான இலைகளையும் வெளிர் மஞ்சள் நிற விதைகளையும் கொண்ட ஒரு வகை மூலிகைச் செடி;** (medicinal herb) dill.

சதங்கை பெ. காண்க: **சலங்கை.**

சதசத-என்று வி.அ. காண்க: **சொதசொத-என்று.**

சதசதப்பு பெ. **(மண், மணல் முதலியவை) நீர் பட்டுக் குழைவாக இருக்கும் நிலை;** wetness; sogginess. இந்தச் சதசதப்பில் எப்படி வெறும் காலோடு நடப்பது?/ சாணியின் சதசதப்பு அருவருப்புத் தந்தது.

சதம்[1] பெ. 1: **(கிரிக்கெட் விளையாட்டில்) நூறு (ஓட்டங்கள்);** (in cricket) hundred (runs); century. அதிரடியாக ஆடி டெண்டுல்கர் சதம் அடித்தார்./ (உரு வ.) திரையுலகில் சதமடித்த பெருமை பல நடிகர்களுக்கு உண்டு. 2: **சதவீதம்;** percent. இங்கிருந்து வெளியேறும் பொருளுக்குப் பத்துச் சத வரிவிதிப்பு உண்டு. 3: (இலங்.) **ஒரு ரூபாயின் நூறில் ஒரு பங்கு; காசு;** cent.

சதம்[2] பெ. (அ.வ.) **நிரந்தரமானது; உறுதியானது; நித்தியம்;** sth. permanent. வாழ்க்கையில் எதுவுமே சதம் இல்லை என்ற முடிவுக்கு வந்துவிடாதே!

சதமானம் பெ. (அ.வ.) **சதவீதம்;** percentage.

சதயம் பெ. (சோதி.) **இருபத்தேழு நட்சத்திரங்களில் இருபத்துநான்காவது;** the twenty-fourth of the twenty-seven divisions of the zodiac in Indian astrology, corresponding to an asterism, but smaller than a constellation.

சதவிகிதம் பெ. காண்க: **சதவீதம்.**

சதவீதம் பெ. **மொத்தத்தை நூறு என்று கொண்டு (எண்ணிக்கை, அளவு போன்றவற்றை) கணக்கிடும் முறை;** percentage. இருபதுக்குப் பத்து மதிப்பெண்கள் வாங்கினால், பெற்ற மதிப்பெண்ணின் சதவீதம் ஐம்பது./ சில பொருள்களின் விலை நூற்றுப்பத்து சதவீதம் உயர்ந்துள்ளது.

சதா[1] வி.அ. **விடாமல்; தொடர்ந்து;** continually; always. எல்லோரையும் நல்ல நிலையில் வைத்திருக்கும்படி கடவுளிடம் சதா வேண்டுகிறேன்.

சதா[2] பெ.அ. (பே.வ.) **எல்லா;** all. கல்யாணமாகிப் போன மகளைப் பற்றியே சதா பேச்சு./ சதா காலமும் வீட்டிலேயே கிடக்க முடியுமா?

சதாபிஷேகம் பெ. **(தம்பதிகளில்) கணவருக்கு எண்பது வயது முடிவடையும்போது நிகழ்த்தப்படும் சடங்கு;** a ritual performed for a married man when he turns eighty.

சதி[1] பெ. **(தீய செயல்களுக்கான) மறைமுகத் திட்டம்;** plot; conspiracy. பிரதமரைக் கொல்லச் சதி செய்ததாக இருவர் கைது./ விமான விபத்துக்குச் சதி வேலைதான் காரணம் என்று கூறப்படுகிறது. [(தொ.சொ.) சூது/ சூழ்ச்சி/ தந்திரம்]

சதி[2] பெ. 1: *(அ.வ.)* **(கற்பில் சிறந்த) மனைவி;** (virtuous) wife. சதி அனுசூயா. 2: **கணவனின் சிதையிலேயே மனைவியும் தன் உயிரைப் போக்கிக்கொள்ளும் பழங் கால வழக்கம்;** the immolation of a Hindu widow in former times on her husband's funeral pyre.

சதிர் பெ. **(முன்பு) கோயில் வழிபாட்டுடன் தொடர்பு கொண்டிருந்த, பண்டைய நாட்டியம்;** (in former times) the dance form associated with temple rituals.

சதிர்த்தேங்காய் பெ. **சிதறுதேங்காய்;** coconut hurled on the ground which shatters into pieces (as an offering to god).

சதுக்கம் பெ. 1: **(பெரும்பாலும் நான்கு) சாலைகள் கூடும் இடத்திலுள்ள சதுர வடிவ (திறந்த) வெளி;** (road) junction; crossroads; square. 2: **(பெரும்பாலும் மறைந்த தலைவரின் நினைவாக எழுப்பப்படும்) சதுர மேடையுடன் கூடிய நினைவுச் சின்னம்;** memorial built for famous persons. அண்ணா சதுக்கம்.

சதுப்புநிலக் காடு பெ. **அலையாத்திக் காடு;** mangrove forest. சிதம்பரத்துக்கு அருகில் உள்ள பிச்சாவரத்தில் சதுப்புநிலக் காடுகள் உள்ளன./ கடலரிப்பைத் தடுக்கும் இயற்கை அரணாகச் சதுப்புநிலக் காடுகள் செயல்படுகின்றன.

சதுப்புநிலம் பெ. **(எல்லாப் பருவங்களிலும்) ஈரமும் சேறுமாக இருக்கும் நிலப் பகுதி;** marsh. சணல் ஒரு சதுப்புநிலப் பயிர்.

சதுர்த்தி பெ. **பௌர்ணமியிலிருந்து அல்லது அமாவாசையிலிருந்து நான்காம் திதி;** the fourth திதி in a lunar fortnight.

சதுர பெ.அ. **'குறிப்பிடப்படும் அளவை நான்கு பக்கங்களிலும் சமமாகக் கொண்ட' என்ற பொருளில் பரப்பைக் குறிக்கும் அலகின் முன் இடப்படும் அடை;** square. அந்தக் கட்டடம் 40,000 சதுர அடியில் அமைந்திருக்கிறது./ அமேசான் மழைக்காடுகள் சுமார் நாற்பது லட்சம் சதுர கிலோ மீட்டருக்குப் பரவியிருக்கின்றன./ சதுர அங்குலம்/ சதுர செண்டிமீட்டர்/ சதுர கஜம்.

சதுரக்கள்ளி பெ. **வறண்ட பகுதிகளில் காணப்படும், மூன்று, நான்கு கோணங்களில் அமைந்திருக்கும் இலைகளை உடைய, முட்கள் கொண்ட தண்டிலிருந்து பால் வடியும், கள்ளி வகைத் தாவரம்;** triangular spurge. சதுரக் கள்ளி ஒரு தல விருட்சம்.

சதுரங்கம் பெ. **கறுப்பு வெள்ளைக் கட்டங்களில் குறிப்பிட்ட விதிமுறைகளின்படி (ராஜா, ராணி போன்ற) காய்களை நகர்த்தி இருவர் விளையாடும் விளையாட்டு;** chess. சதுரங்கத்திற்கான உலக விருதை விஸ்வநாதன் ஆனந்த் வென்றுள்ளார்./ (உரு வ.) அவர் அரசியல் சதுரங்கத்தில் திறமையாகக் காய்களை நகர்த்துகிறார்.

சதுரம்[1] பெ. (-ஆக, -ஆன) **ஒத்த அளவுடைய நான்கு பக்கங்களையும் கோணங்களையும் கொண்ட வடிவம்;** square. வயலில் பாத்திகள் சதுரம்சதுரமாக இருந்தன./ உருளைக்கிழங்கைச் சதுரமாக வெட்டிக்கொள்./ சதுரமான அறை.

சதுரம்[2] பெ. (இலங்.) **உடம்பு;** body. வேலை செய்து சதுர நோவு வந்துவிடும் போலிருக்கிறது./ இப்படிச் சதுரப் பாடு பட்டு உழைத்துத் தர எனக்கு யார் இருக்கிறார்கள்?/ அவளுக்குச் சதுரக் கேடாம்./ இதைப் பார்த்து அவனுடைய சதுரம் துடித்திருக்க வேண்டுமே?

சதை பெ. 1: **(உடலில்) தோலுக்குக் கீழ் எலும்பைச் சுற்றியுள்ள கொழுப்பு நிறைந்த மென்மையான பகுதி;** flesh; muscle. அடிபட்ட இடத்தில் சதை கன்றிப்போயிருந்தது. 2: **(பழம், தண்டு போன்றவற்றில்) தோலுக்குக் கீழ் அல்லது ஓட்டுக்கு உள்ளே அமைந்திருக்கும் திரட்சியான, மென்மையான பகுதி;** fleshy part (of fruit). மாம்பழத்தின் சதையைத் தின்றுவிட்டுக் கொட்டையைத் தூக்கி எறிந்தான்./ விளாம்பழத்தை உடைத்துச் சதையை எடுத்துத் தின்றாள்.

சதைப்பற்று பெ. **சதை நிறைந்துள்ள நிலை;** the state of being fleshy. முகத்தில் சதைப்பற்றே இல்லை./ இது நல்ல சதைப்பற்று உள்ள மாம்பழம்./ சோற்றுக்கற்றாழையின் மடல்கள் சதைப்பற்றானவை.

சதைப்பிடிப்பு பெ. காண்க: **சதைப்பற்று.**

சதைபோடு வி. (-போட, -போட்டு) **(உடம்பு) சற்றுப் பருத்தல் அல்லது குண்டாதல்;** become stout or plump; fatten up; gain weight. கல்யாணமான பிறகு அவனுக்குச் சதைபோட்டிருக்கிறது./ நன்றாகச் சாப்பிட்டால்தான் உடம்பு சதைபோடும்.

சதைவை வி. (-வைக்க, -வைத்து) காண்க: **சதைபோடு.**

சந்(த்)திசேலா பெ. (திருநர் வ.) **குருவின் கொள்ளுப் பேத்தி;** great granddaughter of a transwoman's குரு.

சந்தக் கவி பெ. 1: **நான்கு எழுத்துகள்முதல் இருபத்தாறு எழுத்துகள்வரை உள்ள அடிகள் நான்கைக் கொண்ட, ஓசை நயம் மிகுந்த ஒரு வகைச் செய்யுள்;** rhythmic stanza of four lines with four to twenty-six syllables in a line. 2: **சந்தப் பாட்டு இயற்றும் கவிஞர்;** composer of this form of verse.

சந்தடி பெ. (-ஆன) **(ஆட்களின் நடமாட்டம், வாகனங்களின் இயக்கம் போன்றவற்றால் எழும்) கலவையான சத்தம்;** various noises; bustle (of activities); din (of machines, vehicles, etc.,). இவ்வளவு சந்தடியிலும் உன்னால் எப்படி அமைதியாகத் தூங்க முடிகிறது?/ நகரச் சந்தடியிலிருந்து விலகி அமைதியாகக் கிராமத்தில் அவர் வாழ்கிறார்.

சந்தடிசாக்கில் வி.அ. **(ஒன்றைச் சொல்லும்போதோ செய்யும்போதோ) தனித்துத் தெரிய வேண்டாம் என்பதற்காகப் பிறவற்றுக்கு இடையில்;** making good the opportunity. மேலதிகாரியைச் சந்திக்கச் சென்றவன், சந்தடிசாக்கில் தன் பதவி உயர்வைப் பற்றி நினைவுபடுத்திவிட்டு வந்தான்./ சந்தடிசாக்கில் தன் மகனுக்கு ஒரு வேலை போட்டுத் தரவேண்டும் என்பதையும் அதிகாரியிடம் சொல்லிவைத்தார்.

சந்ததி பெ. 1: **வாரிசு; வழித்தோன்றல்;** descendant; heir. என் நற்பெயரை மட்டுமே என் சந்ததிகளுக்கு விட்டுச்செல்கிறேன்./ தன் சந்ததியினர் சொத்தை விற்க முடியாதபடி

சந்தம் 512

அவர் உயில் எழுதிவைத்திருக்கிறார். **2: (வரும்) தலைமுறை;** generation. சுற்றுச்சூழலின் தூய்மைக்கேடு வருங்காலச் சந்ததிக்கு நாம் இழைக்கும் துரோகம்.

சந்தம் பெ. **(செய்யுளில், பாட்டில்) தாள கதியைத் தோற்றுவிக்கும் ஓசை நயம்;** musical or rhythmic flow.

சந்தர்ப்பம் பெ. **1: (ஒன்று) நிகழ்ந்த அல்லது நிகழ்கிற தருணம்; நேரம்; சூழ்நிலை;** occasion. ஏதோ ஒரு சந்தர்ப்பத்தில் நான் சொன்னதை இன்னும் நினைவில் வைத்திருக்கிறாயா?/ சாப்பாட்டுக்குக் காசு இல்லாத சந்தர்ப்பத்தில் தண்ணீர் குடித்துப் பசியைப் போக்கியிருக்கிறேன். **2: வாய்ப்பு;** opportunity; chance. குறைகளை நீக்கக் கூடிய அரிய சந்தர்ப்பத்தை நழுவ விட்டுவிட்டாயே!/ அமெரிக்கா போகும் சந்தர்ப்பம் இன்னும் எனக்குக் கிடைக்கவில்லை./ சிறு முதலீட்டாளர்களுக்கு இது ஒரு அரிய சந்தர்ப்பம். [*(தொ.சொ.)* **சமயம்/ தருணம்/ நேரம்/ வாய்ப்பு**]

சந்தர்ப்பவசத்தால் வி.அ. **எதிர்பாராத விதத்தில்; சூழ்நிலை காரணமாக;** by force of circumstances. சந்தர்ப்பவசத்தால் அவன் குற்றவாளியாக நிற்கிறான்./ சந்தர்ப்பவசத்தால் அரசியலுக்கு வந்தவன் நான்.

சந்தர்ப்பவசமாக வி.அ. காண்க: **சந்தர்ப்பவசத்தால்.**

சந்தர்ப்பவாதம் பெ. **(அரசியல், கருத்தியல் போன்றவற்றில்) சுயலாபத்துக்காகச் சூழ்நிலைக்குத் தகுந்தாற்போல (ஏற்கனவே ஒருவர் கொண்டிருக்கும் கொள்கை, கருத்து போன்றவற்றுக்கு முரணாக) மாறும் போக்கு;** opportunism. போன தேர்தலில் எந்தக் கட்சியை எதிர்த்தார்களோ அதே கட்சியுடன் இப்போது கூட்டணி. சரியான சந்தர்ப்பவாத அரசியல்./ 'இது சந்தர்ப்பவாதக் கூட்டணி அல்ல, சகோதரர்களின் கூட்டணி' என்றார் அந்தத் தலைவர்.

சந்தர்ப்பவாதி பெ. **(அரசியல், கருத்தியல் போன்றவற்றில்) சுயலாபத்துக்காகச் சூழ்நிலைக்குத் தகுந்தாற்போல (ஏற்கனவே தான் கொண்டிருக்கும் கொள்கை, கருத்து போன்றவற்றிற்கு முரணாக) மாறிக்கொள்பவர்;** opportunist. உலகப்போர் நடந்த காலத்தில் தீவிரச் சிந்தனையாளர்கள்கூட சந்தர்ப்பவாதிகளாக மாறியிருக்கிறார்கள்.

சந்தனக்கல் பெ. **சந்தனக் கட்டையை இழைக்கப் பயன்படும் கல்;** stone for grinding sandalwood into paste.

சந்தனக் காப்பு பெ. **(கோயில்களில்) விசேஷ நாட்களில் மூல விக்கிரகத்தின் மேல் சந்தனத்தை அப்பிச் செய்யும் அலங்காரம்;** covering the idol with sandal paste on festivals as an adornment. கிருத்திகையை முன்னிட்டு முருகனுக்குச் சந்தனக் காப்பு.

சந்தனக்குச்சி பெ. *(இலங்.)* காண்க: **சந்தனத்திரி.**

சந்தனக்கூடு பெ. *(இஸ்.)* **முஸ்லிம் மகான்களுக்காக நடத்தப்படும் திருவிழாவில் சிறு தேரின் நடுவில் வைத்து எடுத்துச்செல்லும் சந்தனக் குடம்;** small pot filled with sandal paste kept in a chariot taken out in procession in honour of Muslim saints.

சந்தனத்திரி பெ. *(இலங்.)* **ஊதுவத்தி;** incense stick. மாலை நேரமானால் வீடுகளில் சந்தனத்திரி மணந்துகொண்டிருக்கும்.

சந்தனம் பெ. **1: மணம் மிகுந்த எண்ணெய் எடுக்கவும் வாசனைப் பொருள்கள் தயாரிக்கவும் பயன்படும் மரம்;** sandalwood (tree). சந்தனத் தைலம்/ சந்தனக் கட்டை/ சந்தனச் சிலை. **2: மேற்குறிப்பிட்ட மரத்தின் கட்டையைத் தேய்த்துப் பெறப்படும் (மங்கலப் பொருளாகக் கருதப்படும்) மஞ்சள் நிறச் சாந்து;** sandal paste. திருமணத்திற்கு வருபவர்களைக் குங்குமம், சந்தனம் கொடுத்து வரவேற்பது சம்பிரதாயம்./ சந்தனப் பொட்டு.

சந்தனாதித் தைலம் பெ. **சந்தனத்தை முக்கியப் பொருளாகக் கொண்ட மருத்துவத் தைலம்;** medicated oil having sandal as the main ingredient.

சந்தா பெ. **பத்திரிகை, சேவை முதலியவற்றை ஒரு குறிப்பிட்ட காலம்வரை பெறுவதற்கு அல்லது ஓர் அமைப்பில் குறிப்பிட்ட காலம்வரை உறுப்பினராக இருப்பதற்குச் செலுத்தப்படும் கட்டணம்;** subscription (to a journal, to a club, etc.,). எங்கள் சங்கத்தில் ஆண்டுச் சந்தா ரூபாய் நூறு, ஆயுள் சந்தா ரூபாய் ஆயிரம்/ உடனடியாகச் சந்தாவைச் செலுத்தும்படி கட்சி உறுப்பினர்களுக்குத் தெரிவிக்கப்பட்டது./ சந்தா வசூலிப்பதன்மூலம் நூலகங்களுக்குக் கொஞ்சம் நிதி கிடைக்கிறது./ ஆண்டுச் சந்தா கட்டி எங்கள் பத்திரிகையை இணையதளத்திலும் வாசிக்கலாம்.

சந்தாதாரர் பெ. **(பத்திரிகை, சேவை முதலியவற்றைப் பெறுவதற்கு) சந்தா செலுத்துபவர்;** subscriber (to a journal, etc.,). இது சந்தாதாரர் பிரதி, விற்பனைக்கு அல்ல./ தொலைபேசி சந்தாதாரர்களுக்குச் சிறப்புச் சலுகைகள் வழங்கப்படுகின்றன.

சந்தானபாக்கியம் பெ. *(அ.வ.)* **குழந்தையைப் பெற்றிருக்கும் நற்பேறு;** the state of being blessed with a child.

சந்தி[1] வி. *(சந்திக்க, சந்தித்து)* **1: (ஒருவரைக் குறிப்பிட்ட இடத்தில் திட்டமிட்டபடியோ தற்செயலாகவோ) பார்த்துப் பேசுதல்;** meet. அமைச்சரை வெளிநாட்டுத் தூதுவர் சந்தித்தபோது எடுத்த படம்./ குடிநீர்ப் பிரச்சினையைத் தீர்க்க இரு மாநில அமைச்சர்களும் இன்று சந்திக்கிறார்கள். **2: (ஒன்றை) நேருக்கு நேர் பார்த்தல்;** meet. ஆசிரியரின் கோபம் பொங்கும் கண்களைச் சந்திக்க அவனுக்குப் பயமாக இருந்தது. **3: எதிர்கொள்ளுதல்; எதிர்கொண்டு செயல்படுதல்;** face (an opponent, a situation, etc.,); encounter. தேர்தலைச் சந்திக்க எங்கள் கட்சி தயாராக உள்ளது./ கால் இறுதிப் போட்டியில் இந்தியா மேற்கிந்திய அணியைச் சந்திக்கும்./ இன்று மருத்துவத் துறை சந்திக்கும் சவால்கள் பல./ *(உரு வ.)* உண்மையைச் சந்திக்கப் பயமா? **4: (ஒரு குறிப்பிட்ட நிலை, பிரச்சினை அல்லது முக்கியமான நிகழ்வுகள், முக்கியத்துவம் வாய்ந்த மனிதர்கள் போன்றவற்றை) அனுபவிக்க, பெற, பார்க்க நேர்தல்; எதிர்கொள்ளுதல்;** meet; see. வளர்ந்துவரும் நாடுகள் இன்று சந்திக்கும் பிரச்சினைகள் ஏராளம்./ காந்தி, அம்பேத்கர் போன்றோர் கடந்த நூற்றாண்டில் இந்தியா சந்தித்த மாமனிதர்களாகும்./ உலகம் சந்தித்த மாபெரும் யுத்தங்கள்/ நான் சந்தித்த அவமானங்கள் கொஞ்சநஞ்சமல்ல./ பாலியல் கல்வியின் அவசியத்தைக் குறித்துப் பேசியதால் அவர் பலருடைய எதிர்ப்புகளையும் சந்தித்தார்./ கிரிக்கெட் விளையாட்டில் இந்தியா பல வெற்றிகளைச் சந்தித்திருக்கிறது. **5: (ஆறுகள், சாலைகள்) கூடுதல்; (இரண்டு கோடுகள் ஒரு புள்ளியில்) சேருதல்; ஒன்றுசேர்தல்;** (of rivers) flow

513 சந்துப்புள்ளி

together; (of roads) join. *கங்கையும் யமுனையும் சந்திக்கும் இடம் அலகாபாத் ஆகும்./ இரண்டு கோடுகளும் 75⁰ கோணத்தில் ஒன்றையொன்று சந்தித்துக்கொள்கின்றன.* **6:** *(இலங்.)* **(ஒன்று) கிடைத்தல்;** get. *ஏதாவது வேலை சந்தித்தால் துன்பம் தீரும்./ கடையில் சாமான் கட்டிக் கொடுக்கும் சஞ்சிகை சந்தித்தாலும் வாசிக்கும் பழக்கம் அவனுக்கு இருந்தது.*

சந்தி[2] பெ. **1: சாலைகள் கூடும் இடம்;** junction (of roads); crossroads. *சந்தியில் நின்றுகொண்டு என்ன பேச்சு?/ சந்திக்குச் சந்தி இருக்கும் பிள்ளையார் கோயில்கள்.* **2:** *(இலக்.)* **இரண்டு சொற்கள் அல்லது இடைச்சொற்கள் சேரும்போது அவற்றின் இறுதி எழுத்தும் அடுத்து வருவதன் முதல் எழுத்தும் இணையும்போது ஏற்படும் மாற்றம் முதலியவை;** sandhi.

சந்தி[3] பெ. **அந்தி மாலைப் பொழுது;** twilight; the time just after sunset; dusk. *சந்தியில் ஜபம்.*

சந்திக்கு இழு வி. *(இழுக்க, இழுத்து)* **(அவமானப்படுத்தும் நோக்கத்தோடு ஒருவரின்) குறைகளைப் பலரும் அறியச் செய்தல்;** expose (to public ridicule). *கடனைத் திருப்பித் தரவில்லை என்றால் சந்திக்கு இழுத்து மானத்தை வாங்கிவிடுவான்.*

சந்திக்கு வா வி. *(வர, வந்து)* **(ஒருவருடைய மரியாதை, கௌரவம் முதலியவை) பலருடைய ஏளனத்துக்கு உள்ளாகும்படி ஆதல்;** (of one's honour) be exposed to public ridicule. *உன்னுடைய மோசமான நடவடிக்கைகளால் குடும்பத்தின் பெயர் சந்திக்கு வந்துவிடும் போலிருக்கிறதே./ இவர் என்றைக்கு லஞ்சம் வாங்க ஆரம்பித்தாரோ, அன்றைக்கே அவருடைய மரியாதை சந்திக்கு வந்துவிட்டது./ நம் குடும்ப விஷயம் சந்திக்கு வர வேண்டுமா?*

சந்தி சிரி வி. *(சிரிக்க, சிரித்து)* **(பலருடைய) ஏளனத்திற்கு உள்ளாகுதல்;** become the object of public ridicule. *அவனிடம் மட்டும் பணம் கடன் வாங்கிவிடாதே. இரண்டு நாள் தாமதமானாலும் உன்னைச் சந்தி சிரிக்கவைத்துவிடுவான்./ அலுவலகப் பணத்தைக் கையாடியதால் அங்கு அவர் கௌரவம் சந்தி சிரித்துவிட்டது.*

சந்திப்பு பெ. **1: ஒருவர் மற்றொருவரைச் சந்திக்கும் செயல்;** meeting (with a person). *கடற்கரையில் காதலர்களின் சந்திப்பு/ இரு நாட்டுத் தலைவர்களிடையே சந்திப்பு மூன்று மணி நேரம் நடைபெற்றது.* **2: சாலைகள் சேரும் இடம்; (இரண்டுக்கு மேற்பட்ட திசைகளில் போகும் இருப்புப்பாதைகள் உள்ள இடத்தில் அமைந்திருக்கும்) ரயில் வண்டி நிலையம்;** meeting point (of roads); railway station (junction of two or more railway lines); (in India) junction. *மயிலாடுதுறை சந்திப்பில் ரயில் மாறி நாகப்பட்டினம் செல்ல வேண்டும்.*

சந்தியாகால பூஜை பெ. **கோயிலில் மாலை ஐந்து மணிக்கு மேல் ஏழு மணிக்குள் நைவேத்தியமும் தீபாராதனையும் காட்டிச் செய்யப்படும் பூஜை;** one of the obligatory பூஜை in a temple with நைவேத்தியம் and தீபாராதனை performed after 5 p.m. but not later than 7 p.m.

சந்தியாவந்தனம் பெ. *(ச.வ.)* **காலை, உச்சி, மாலை ஆகிய மூன்று வேளைகளிலும் காயத்திரி மந்திரம் சொல்லிச் செய்யும் வழிபாடு;** the chanting of Gayatri mantra in the morning, at noon and in the evening.

சந்தியில் (இழுத்து) விடு வி. *(விட, விட்டு)* **(ஒருவருடைய) மரியாதையைக் கெடுத்து ஏளனத்திற்கு உள்ளாகும்படி செய்தல்;** leave s.o. to face public ridicule; leave s.o. in the lurch. *உதவி செய்கிறேன் என்று அவர் சொன்னதை நம்பி இந்த வியாபாரத்தைத் தொடங்கினேன். என்னைச் சந்தியில் இழுத்துவிட்டுப் போய்விட்டார்./ என்னை நம்பு. உன்னைச் சந்தியில் விட்டுவிட மாட்டேன்.*

சந்தியில் நில் வி. *(நிற்க, நின்று)* **(அனைத்தையும் இழந்து) ஆதரவற்ற நிலைக்கு உள்ளாதல்;** be driven to helplessness. *அண்ணன் தம்பிகள் சேர்ந்து என் சொத்தை ஏமாற்றிப் பிடுங்கிக்கொண்டதால்தான் இன்று நான் சந்தியில் நிற்கிறேன்./ இந்த வேலையும் போய்விட்டால் பிறகு சந்தியில் நிற்க வேண்டியதுதான்.*

சந்திர கிரகணம் பெ. **பௌர்ணமியன்று சூரியனுக்கும் சந்திரனுக்கும் இடையே பூமி வரும்போது சந்திரனின் ஒளியை பூமி மறைப்பதால் ஏற்படும் கிரகணம்;** lunar eclipse. *நாளை ஏற்பட இருக்கும் சந்திர கிரகணத்தை இந்தியாவில் கிழக்கு மாநிலங்களில் முழுமையாகப் பார்க்க முடியும்.*

சந்திர மண்டலம் பெ. **சந்திரன் என்னும் துணைக் கோளும் அதைச் சுற்றியுள்ள வெளியும்;** moon and the space around it. *சந்திர மண்டலத்திற்கும்கூட மனிதன் போய் வந்துவிட்டான்.*

சந்திரன் பெ. **1: பூமியை இருபத்தெட்டு நாட்களுக்கு ஒரு முறை சுற்றி வருவதும் சூரிய ஒளியைப் பிரதிபலித்து இரவில் பிரகாசிப்பதுமான ஒரு துணைக்கோள்; நிலவு;** moon. **2: ஒரு கிரகத்தைச் சுற்றி வரும் துணைக் கோள்;** round object that moves around a planet; moon. *வியாழனுக்குப் பதினான்கு சந்திரன்கள் உண்டு./ யுரேனஸ் கிரகத்தை அதன் சந்திரன் கடந்து செல்லும்போது எடுக்கப்பட்ட புகைப்படம் பத்திரிகையில் வெளியாகியிருந்தது.* **3:** *(சோதி.)* **தாய், மனம், உணர்வுகள், நீர், வெண்மை நிறம், முத்து, வடமேற்குத் திசை முதலியவற்றைக் குறிக்கும் கிரகம்;** (in astrology) the planet Moon.

சந்திராஷ்டமம் பெ. *(சோதி.)* **(மன உளைச்சல், கோபம், எரிச்சல், சண்டை, பயணத்தில் இடையூறு போன்றவை நிகழ்வதற்கான சாத்தியங்கள் கூடுதலாக இருக்கும் என்று கணிக்கப்படும்) ஒருவர் பிறந்த ராசிக்கு எட்டாம் இடத்தில் சந்திரன் சஞ்சரிக்கும் இரண்டே கால் நாட்கள் காலப் பொழுது;** the two and quarter day period in which the planet moon travels in the eighth house from the birth sign (said to be causing mental agony, anger, irritation, unwanted quarrels, etc.,).

சந்து பெ. **1: அகலம் குறைவான தெரு அல்லது வழி;** narrow street; lane. *இந்தக் குறுகலான சந்தில் வண்டிகள் செல்ல முடியாது.* **2: குறுகிய இடைவெளி; இடுக்கு;** narrow gap; cleft; chink. *பல்லின் சந்தில் ஏதோ சிக்கிக்கொண்டுவிட்டது.* [*(தொ.சொ.)* இடுக்கு/ ஓட்டை/ துளை/ பொத்தல்/ பொந்து]

சந்துப்புள்ளி பெ. **(கோலம் போடும்போது) இரண்டு நேர்புள்ளிகளுக்கு நடுவில் கீழே அல்லது மேலே**

சந்துபொந்து 514

வைக்கப்படும் புள்ளி; dot placed either above or below in the middle of two dots.

சந்துபொந்து பெ. (பே.வ.) **ஒரே நேரத்தில் கடந்துபோக வேண்டியிருக்கும் மிகக் குறுகலான சந்துகள்;** lanes and alleys; by-lane. *சந்துபொந்துகளில் புகுந்துதான் அவர் வீட்டுக்குப் போக வேண்டும்./ குறுக்கு வழியில் போகலாம் என்று சொல்லிவிட்டு ஏதோ சந்துபொந்து வழியாக அழைத்துக்கொண்டு போகிறாயே?*

சந்துமுந்து பெ. (இலங்.) **சந்துபொந்து;** by-lane. *திருடனைக் கலைத்துக்கொண்டு போகும்போது அவன் சந்துமுந்துக்குள் ஓடித் தப்பிவிட்டான்./ இந்தச் சந்துமுந்துக்குள் போய் வீட்டைக் கட்டிவைத்திருக்கிறாயே?*

சந்தூக்கு பெ. (இஸ்.) **பிரேதப் பெட்டி;** coffin.

சந்தேகக் கண் பெ. **எதையும் நம்பாமல் சந்தேகத்துடன் பார்க்கும் மனோபாவம்;** suspecting attitude. *ஏன் எல்லாவற்றையும் சந்தேகக் கண்ணோடு பார்க்கிறாய்?/ அவர் எந்தத் தவறும் செய்யாதபோதும் காவல்துறை அவரைச் சந்தேகக் கண்ணுடன்தான் விசாரித்திருக்கிறது.*

சந்தேகப்படு வி. (-பட, -பட்டு) **1: (ஒருவரின் பேச்சு, செயல், நடத்தை அல்லது ஒரு நிகழ்வு போன்றவை பற்றி) சந்தேகித்தல்;** suspect. *பணத்தை வேலைக்காரிதான் திருடியிருப்பாள் என்று சந்தேகப்படுவது சரியல்ல./ நண்பன்மீது அனாவசியமாகச் சந்தேகப்பட்டுவிட்டேன்.* **2: (செய்த செயலைப் பற்றி அல்லது அறிந்த ஒன்றைப் பற்றி ஞாபகக் குறைவினால்) உறுதியாகக் கூற முடியாத நிலையில் இருத்தல்;** doubt. *பணத்தைப் பையில்தான் வைத்தேனா என்று சந்தேகப்பட்டுப் பையைத் திறந்து பார்த்தேன்./ எதிரில் வருபவர் எங்கள் ஊரைச் சேர்ந்தவரோ என்று சந்தேகப்பட்டு உற்றுப் பார்த்தேன்.*

சந்தேகப்பிராணி பெ. **எதையும் சந்தேகப்படும் இயல்பு கொண்ட நபர்;** person suspicious by nature.

சந்தேகம் பெ. (-ஆக, -ஆன) **1: (இதுதான், இவ்வளவுதான் என்று) துணிந்து கூற முடியாத நிலை; ஐயம்;** doubt. *அவன் முயற்சி வெற்றி பெறுமா என்பதில் என்னைப் போலவே உங்களுக்கும் சந்தேகமா?/ மரங்களை வெட்டினால் மழை குறைந்துவிடும், சந்தேகமே வேண்டாம்.* **2: (பாடம், சொல்லப்படும் செய்தி போன்றவற்றில்) தெளிவில்லாத நிலை;** doubt (in a particular subject). *இந்தப் பாடத்தில் யாருக்காவது சந்தேகம் இருக்கிறதா?/ அந்தப் பேச்சாளர் பேசி முடித்ததும் ஒருவர் எழுந்து 'ஐயா எனக்கு ஒரு சந்தேகம்' என்றார்.* **3: குற்றம் அல்லது தவறு நடந்திருக்கலாம் என்று நினைக்க வைக்கும் உணர்வு;** suspicion. *தினமும் நள்ளிரவில் வீட்டுக்கு வரும் மகன்மேல் சந்தேகம் ஏற்படுவது நியாயம்தான்./ சந்தேகத்தின் பேரில் அவர் கைதுசெய்யப்பட்டார்.*

சந்தேகி வி. (சந்தேகிக்க, சந்தேகித்து) **சந்தேகம் கொள்ளுதல்; சந்தேகப்படுதல்;** doubt; suspect. *சிலர் அவரைப் பைத்தியம் என்று சந்தேகித்து விலகிப்போயிருக்கிறார்கள்./ வீட்டில் திருட்டு என்றால் உடனே வேலைக்காரனைத்தான் சந்தேகிக்க வேண்டுமா?*

சந்தை பெ. **1: (பெரும்பாலும்) கிராமங்களிலிருந்து ஒரு பெரிய ஊரின் எல்லைப்புறத்திற்குக் கால்நடை, உணவுப் பொருள்கள் முதலியவற்றை வாரத்தின் குறிப்பிட்ட நாட்களில் கொண்டுவந்து நடத்தும் விற்பனை;** fair. *எங்கள் ஊரில் வெள்ளிக்கிழமைதோறும் சந்தை கூடும்./ மாட்டுச் சந்தை.* **2: மேற்குறித்த விற்பனை நடக்கும் இடம்;** market place. *இன்று சந்தையில் நல்ல கூட்டம்./ நாளை என்னுடன் சந்தைக்கு வருகிறாயா?* **3: உற்பத்தி செய்யப்பட்ட பொருளை வாங்கி விற்று வியாபாரம் நடத்தவோ ஒரு சேவையைத் தரவோ வாய்ப்புகள் மிகுந்த நிலைமை அல்லது சூழல்;** market. *மின்னணுப் பொருள்களுக்கு வெளிநாட்டுச் சந்தையில் நல்ல கிராக்கி இருக்கிறது./ சீனாவில் உற்பத்தியாகும் பொருள்களுக்கு அமெரிக்கா பெரிய சந்தையாக விளங்குகிறது./ கைத்தறித் துணிகளுக்கான சந்தையை மேலும் விரிவுபடுத்த வேண்டும்.*

சந்தை ஆய்வு பெ. **(ஒரு பொருளை விற்பனை செய்வது தொடர்பாக) நுகர்வோரின் தேவைகளையும் நாட்டங்களையும் குறித்த தகவல்களைச் சேகரிக்க நுகர்வோர் இடையே நடத்தப்படும் ஆராய்ச்சி;** market research.

சந்தைப்படுத்து வி. (-படுத்த, -படுத்தி) **(நுகர்வோரைச் சென்றடையும் வகையில்) தகுந்த ஏற்பாடுகளைச் செய்து பொருள்கள், சேவை போன்றவற்றை விற்பனைக்குக் கிடைக்கச் செய்தல்;** market (a product, service, etc.,). *மூலிகை மருந்துகளைச் சந்தைப்படுத்துவதில் வெளிநாட்டு நிறுவனங்கள் முனைந்துள்ளன./ புதிய காப்பீட்டுத் திட்டங்களைக் கிராமப்புறங்களில் சந்தைப்படுத்த முயற்சிகளை மேற்கொள்ள வேண்டும்.*

சந்தைப் பொருளாதாரம் பெ. **(அரசின் கட்டுப்பாடு இல்லாமல்) ஒரு பொருளுக்கான தேவை, அது கிடைக்கும் அளவு ஆகிய இரண்டும் விநியோகத்தையும் விலையையும் நிர்ணயிக்கும் பொருளாதார அமைப்பு;** market economy. *சந்தைப் பொருளாதாரத்தில் நிறுவனங்களுக்கு இடையே போட்டி அதிகமாக இருக்கும்.*

சந்தோஷப்படு வி. (-பட, -பட்டு) **மகிழ்ச்சி அடைதல்; மகிழ்தல்;** be happy; be elated. *எதிர்பார்த்தபடி வெளிநாட்டில் வேலை கிடைத்துவிட்டதால் அவன் மிகவும் சந்தோஷப்பட்டான்.*

சந்தோஷப்படுத்து வி. (-படுத்த, -படுத்தி) **மகிழ்ச்சியடையச் செய்தல்;** make s.o. happy. *கதை சொல்லிக் குழந்தைகளைச் சந்தோஷப்படுத்துவதில் மிகுந்த விருப்பம் கொண்டவர்.*

சந்தோஷம் பெ. (-ஆக, -ஆன) **மகிழ்ச்சி;** happiness. *இந்த வேலை கிடைத்ததில் உனக்கு சந்தோஷம்தானே?/ ஊருக்குப் போகலாம் என்றதும் என் மனைவி சந்தோஷமாகப் புறப்பட்டாள்./ எனக்கு ஒவ்வொரு நாளும் சந்தோஷமான நாள்தான்.*

சந்நிதானம் பெ. காண்க: **சன்னிதானம்.**

சந்நிதி பெ. காண்க: **சன்னிதி.**

சந்நியாசம் பெ. காண்க: **சன்னியாசம்.**

சந்நியாசி பெ. காண்க: **சன்னியாசி.**

சநாதனதர்மம் பெ. காண்க: **சனாதனம்.**

சநாதனம் பெ. காண்க: **சனாதனம்.**

சநாதனி பெ. காண்க: **சனாதனி.**

சப்-என்று வி.அ. **1:** *(உப்பு, உறைப்பு, புளிப்பு முதலிய)* **சுவை எதுவும் இல்லாமல்; ருசியற்று;** bland; insipid. *ரசம் என்றால் காரசாரமாக இருக்க வேண்டாமோ? இப்படியா சப்பென்று இருக்கும்?* **2:** *(கதை, திரைப்படம், ஒரு நிகழ்ச்சி, சொல்லப்படும் தகவல் முதலியவை)* **சுவாரசியம் இல்லாமல்; விறுவிறுப்பற்று; எதிர்பார்த்தபடி இல்லாமல்;** (of stories, films, etc.,) uninteresting; bland; dull. *கதையின் முடிவு தெரிந்துவிட்டதால் சப்பென்று போய்விட்டது./ எந்தப் பிரச்சினையும் இல்லாமல் தேர்தல் முடிந்ததால் பத்திரிகைகளுக்குச் சப்பென்று ஆகிவிட்டது.*

சப்டி பெ. *(திருநர் வ.)* **திருநங்கைகள் தங்கள் பிறப்புறுப்பைக் குறிக்கப் பயன்படுத்தும் சொல்;** word used by transwomen to refer to their genitals.

சப்தநாடியும் ஒடுங்கு வி. *(ஒடுங்க, ஒடுங்கி)* *(அதிர்ச்சி, பயம் முதலியவற்றால் ஒருவரின்)* **அனைத்துப் புலன்களும் செயலற்றுப்போதல்;** become (almost) paralysed (with fear, etc.,). *அம்மா போட்ட சத்தத்தில் அப்பாவின் சப்தநாடியும் ஒடுங்கிவிட்டது.*

சப்தம்[1] பெ. காண்க: **சத்தம்**[1].

சப்தம்[2] பெ. *(நாட்.)* **நாட்டிய நிகழ்ச்சியில், பெரும்பாலும் மூன்றாவதாக இடம்பெறும், குறிப்பிட்ட பாடலின் உணர்ச்சிகளை வெளிப்படுத்துவதை நோக்கமாகக் கொண்ட உருப்படி;** one of the six items in a dance recital with emphasis on depiction of the emotions expressed by the specified song.

சப்தம்[3] பெ. *(சில வடமொழிச் சொற்களுக்கு அடையாக வரும்போது)* **ஏழு;** (in certain phrases) seven. *சப்த ஸ்வரங்கள்/ சப்த ரிஷிகள்.*

சப்தரிஷி மண்டலம் பெ. **ஏழு நட்சத்திரங்கள் அடங்கிய ஒரு விண்மீன் கூட்டம்;** Ursa major or the Great Bear.

சப்பட்டை பெ. *(-ஆன)* *(பே.வ.)* **சப்பை;** flat.

சப்பணம் பெ. **இரண்டு பாதங்களும் எதிர்த் தொடைகளுக்குக் கீழ் இருக்கும்படி கால்களை மடித்து உட்காரும் நிலை;** a posture of sitting cross-legged with the feet tucked under the opposite thighs.

சப்பரம் பெ. *(ஊரக வ.)* **1: கோயிலில் அல்லது மாதா கோயிலில் விழாவின்போது விக்கிரகங்களை வைத்து இழுத்துச்செல்லப் பயன்படும் தேர்போல அலங்கரிக்கப்பட்ட சிறு வண்டி;** small wooden chariot (decorated like a *தேர்*) in which idols of deities are carried during festivals. *இந்தக் கோயிலுக்குத் தேர் இல்லை. சப்பரத்தில்தான் சாமி வரும்./ சப்பரத்தில் கன்னி மேரியின் சிலைக்குப் பின்னே சிறு பெண்கள் பாடிக்கொண்டு வந்தார்கள்.* **2:** *(குழந்தைகள் வைத்து விளையாடும்)* **சிறு தேர்;** toy chariot.

சப்பலடி பெ. *(இலங்.)* **பலத்த அடி;** beating. *கடையில் திருடும்போது மாட்டிக்கொண்ட கள்வனுக்குச் சப்பலடி விழுந்தது./ நீ என்னுடன் பிரச்சினைக்கு வந்தால் சப்பலடி கொடுத்து அனுப்புவேன் என்று அண்ணன் மிரட்டினான்.*

சப்பளாக்கட்டை பெ. காண்க: **சிப்ளாக்கட்டை.**

சப்பளி[1] வி. *(சப்பளிய, சப்பளிந்து)* *(ஊரக வ.)* **உருத்தெரியாமல் தட்டையாதல்;** be pressed out of form; be flattened. *வண்டியின் அடியில் சிக்கிய டப்பா சப்பளிந்துவிட்டது.*

சப்பளி[2] வி. *(சப்பளிக்க, சப்பளித்து)* *(ஊரக வ.)* **உருத்தெரியாமல் தட்டையாக்குதல்;** press (sth.) out of form; flatten. *குடத்தைக் கீழே போட்டுச் சப்பளித்துவிட்டாயே!*

சப்பாணி பெ. *(பே.வ.)* **நொண்டி;** cripple; lame person.

சப்பாணிகட்டு வி. *(-கட்ட, -கட்டி)* *(இலங்.)* *(ஒருவர்)* **சப்பணமிடுதல்;** sit cross-legged. *தம்பி விரதம்பிடிப்பதால் சப்பாணிகட்டி வாழையிலையில்தான் சாப்பிடுவான்.*

சப்பாத்தி பெ. **கோதுமை மாவை அல்லது மைதா மாவைப் பிசைந்து அப்பளம்போல இட்டுச் சுட்டுத் தயாரிக்கும் ஒரு வகை உணவுப் பண்டம்;** a small flat thin unleavened roasted bread.

சப்பாத்திக் கள்ளி பெ. **வெளிர் மஞ்சள் நிறப் பூக்களுடன் அகன்ற தண்டு முழுவதும் முட்கள் நிறைந்து புதராக வளரும் ஒரு வகைக் கள்ளி;** common prickly-pear.

சப்பாத்து பெ. *(இலங்.)* **பாதத்தை முழுமையாக மறைக்கும் காலணி;** shoe. *மழைக் காலத்தில் செருப்பைவிடச் சப்பாத்து அணிவது நல்லது.*

சப்பி பெ. *(இலங்.)* **பதர்;** chaff. *சங்கக் கடையில் தந்த நெல்லெல்லாம் ஒரே சப்பியாகக் கிடக்கிறது./ சப்பி நெல்லை வாங்கிக்கொண்டு வந்திருக்கிறாயே. இதை என்ன செய்வது?*

சப்பிப்போ வி. *(-போக, -போய்)* *(கன்னம், பழம் போன்றவற்றைக் குறிப்பிடும்போது)* **ஒட்டிப்போதல்; ஒடுங்கியிருத்தல்;** (of fruits, cheeks, etc.,) shrivel; shrink. *சப்பிப்போன கன்னம்/ சாற்றை எடுத்தபின் எலுமிச்சம் பழம் சப்பிப்போயிருந்தது.*

சப்பு வி. *(சப்ப, சப்பி)* **1:** *(கடிக்காமல்)* **வாய்க்குள் வைத்து அழுத்தி உறிஞ்சுதல்;** suck (finger, nipple, etc.,); chew (toffee, etc., without biting it). *பெரும்பாலான குழந்தைகள் கட்டை விரலைத்தான் சப்பும்./ இந்த மாத்திரையை விழுங்க வேண்டாம்; சப்பியே சாப்பிடலாம்.* [*(தொ.சொ.)* **அதக்கு/ அரை/ உறிஞ்சு/ கடி/ குதப்பு/ சவை/ சாப்பிடு/ தின்னு/ நக்கு/ மெல்**] **2:** *(வ.வ.)* *(வீக்கம்)* **வடிதல்; குறைந்து அமுங்குதல்;** (of boils) be reduced; become smaller. *(உரு வ.)* *நான் சொன்னதைக் கேட்டதும் அவன் முகம் சப்பிவிட்டது.* **3:** *(இலங்.)* **குதப்புதல்;** chew (steadily without swallowing). *பொக்கல் வாய்க்குள் எந்த நேரமும் வெற்றிலையைப் போட்டுச் சப்பிக்கொண்டிருக்கிறீர்கள்.*

சப்புக்கொட்டு வி. *(-கொட்ட, -கொட்டி)* **1:** *(தின்பண்டம் போன்றவற்றின் ஒரு சிறு துண்டைச் சுவைத்து அல்லது சுவைக்க விரும்பி)* **நாக்கினால் ஒலி எழுப்பி ருசியின் அருமையை வெளிப்படுத்துதல்;** smacking one's lips in relish. *சப்புக்கொட்டிச் சாப்பிடுகிற அளவுக்கு ஓட்டல் சாப்பாடு நன்றாக இருக்கிறதா?* **2:** *(கிடைக்காததை அல்லது தேவையில்லாததை எண்ணி)* **ஆசைப்படுதல்; ஏங்குதல்;** nurture an unbecoming desire. *இளமையில் உல்லாசமாக இருந்ததை எண்ணிச் சப்புக்கொட்டிக் கொண்டிருக்கிறாயா?*

சப்புச்சவறு பெ. *(வ.வ.)* *(உபயோகமற்றதாகக் கருதி)* **கழித்துக்கட்டப்பட்ட பொருள்;** junk; refuse; trash.

சப்பை 516

அறைக்குள் என்ன சப்புச்சவறெல்லாம் அடைத்துவைத்திருக்கிறாய்?

சப்பை பெ. 1: (-ஆன) **தட்டை;** flat. பையனுக்கு மூக்கு கொஞ்சம் சப்பை./ சப்பை மூஞ்சி. 2: (ஊரக வ.) **(விலங்கின்) தட்டையான தொடைப் பகுதி;** flank. மாட்டின் சப்பையில் தார்க் குச்சியால் குத்தினான்.

சப்பைக்கட்டு பெ. **நொண்டிச் சமாதானம்;** lame excuse. செய்வதையும் செய்துவிட்டுச் சப்பைக்கட்டு வேறா!/ செய்த தப்பைவிட அதற்குச் சப்பைக்கட்டுக் கட்டுவதுதான் எரிச்சலை ஏற்படுத்துகிறது.

சப்போட்டா பெ. **மண் நிறத்தில் தோலும் வெளிர் பழுப்பு நிறத்தில் சதைப் பகுதியும் பளபளப்பான கறுப்பு விதைகளும் உடைய பழம்;** sapota plum.

சபதம் பெ. **(ஒரு காரியத்தை எவ்வாறாவது செய்து முடிப்பது என்று) ஒருவர் மேற்கொள்ளும் தீர்மானமான முடிவு; சூளுரை;** solemn pledge; vow. 'பழிக்குப் பழி' என்று அவன் சபதம் செய்தான்./ வீர சபதம்.

சபலப்படு வி. (-பட, -பட்டு) **முறையற்ற வழியில் ஒன்றுக்கு ஆசைப்படுதல்;** get tempted. பணத்துக்காகச் சபலப்பட்டு அவர் பெயரைக் கெடுத்துக்கொண்டார்.

சபலம் பெ. 1: **ஒன்றை அடைய வேண்டும் அல்லது அனுபவிக்க வேண்டும் என்ற (தவறான அல்லது பொருந்தாத) ஆசை;** temptation. அந்தப் பெண்ணிடம் அவனுக்குச் சபலம் உண்டாயிற்று./ சீட்டு ஆட்டம் என்றால் அவனுக்குச் சபலம்./ இனிப்பு என்றால் தாத்தாவுக்குச் சபலம்தான். 2: **எதிர்பார்க்கக் காரணம் இல்லை என்றாலும் எதிர்பார்க்கும் மனநிலை;** secret hope; wishfulness. அந்த வேலை தனக்குக் கிடைக்கும் என்ற நம்பிக்கை இல்லை. இருந்தாலும் சபலம் அவனை விடவில்லை./ நண்பர்கள் கடைசி ரயிலிலாவது வந்துவிட மாட்டார்களா என்ற சபலத்துடன் காத்திருந்தான்.

சபா பெ. **கலைநிகழ்ச்சிகளை நடத்தும் குழுவினர்/ கலைநிகழ்ச்சிகளை உறுப்பினர்களுக்காக நடத்தும் அமைப்பு;** dramatic club/organization conducting cultural programmes. சுகுண விலாச சபா/ இவை வருடம் தவறாமல் கலைநிகழ்ச்சிகளை நடத்தும் சபாக்கள்./ நாரத கான சபா.

சபாநாயகர் பெ. **பேரவைத் தலைவர்;** speaker (of the legislature).

சபாஷ் இ.சொ. **ஒன்றை ஒருவர் கேட்கும்போது அல்லது பார்க்கும்போது தன் மகிழ்ச்சியையும் பாராட்டையும் தெரிவிக்கப் பயன்படுத்தும் இடைச்சொல்;** particle used to show appreciation; 'bravo'. சபாஷ், நல்ல பதில்!/ குழந்தைகளின் நடிப்பு அனைவரையும் சபாஷ் போட வைத்தது./ தொலைக்காட்சியில் கால்பந்தாட்டத்தைப் பார்த்துக்கொண்டிருந்தவர் ஒரு கட்டத்தில் 'சபாஷ்' என்று வாய்விட்டுக் கூறினார்.

சபி வி. (சபிக்க, சபித்து) **சாபமிடுதல்;** curse; utter a curse; abuse. தன்னுடைய தவத்தைக் கலைத்த அரக்கனை முனிவர் சபித்தார்./ 'கோயில் சொத்தைத் திருடிய நீ உருப்படாமல் போவாய்' என்று பெரியவர் சபித்தார்./ (உரு வ.) நேரத்திற்கு வராத ரயிலைச் சபித்தாள்.

சபிண்டீகரணம் பெ. (இலங்.) **உத்தரக்கிரியை;** final obsequies (on the sixteenth day).

சபை பெ. 1: **அவை**[1] **(என்பதன் எல்லாப் பொருளிலும்);** see அவை[1]. 2: **காண்க: சபா.** 3: (இலங்.) **வாரியம்;** board. மின்சாரச் சபை/ போக்குவரத்துச் சபை. 4: (கிறித்.) **கிறித்தவ மதத்தின் பிரிவுகளில் ஒன்று;** church; congregation. சபைக்குச் செய்ய வேண்டிய கடமைகளை ஒழுங்காகச் செய்!/ நீங்கள் எந்தச் சபை?/ தென் இந்தியத் திருச்சபை.

சபைக்கூச்சம் பெ. **(மேடையில் பேச அல்லது பாட வரும் ஒருவருக்கு) கூட்டத்தினரைக் கண்டு எழும் பயம் அல்லது கூச்சம்;** stage fright. சிறுவனுக்குக் கொஞ்சமும் சபைக்கூச்சம் இல்லை./ இவ்வளவு சபைக் கூச்சம் இருந்தால் நடிக்க முடியாது.

சபையிருத்து வி. (-இருத்த, -இருத்தி) (இலங்.) **(உணவு பரிமாற) வரிசையாகத் தரையில் அமரச்செய்தல்;** make people sit in a row on the floor to serve them food. கோயிலுக்கு வந்த அடியவர்கள் எல்லோரையும் சபையிருத்துங்கள். உணவு பரிமாற வேண்டும்./ முதலில் சிறுவர்களைச் சபையிருத்தி உணவு பரிமாறிவிட்டால், பிறகு பெரியவர்கள் சாப்பிடலாம்.

சம்சயம் பெ. (அ.வ.) **சந்தேகம்;** doubt.

சம்சாரம் பெ. 1: **குடும்பம்; குடும்பத்துடன் நடத்தும் வாழ்க்கை;** family; familial life. இருக்கிற விலைவாசியில் இத்தனை குழந்தைகளை வைத்துக்கொண்டு எப்படி சம்சாரம் நடத்துவது? 2: (பே.வ.) **மனைவி;** wife. என் அண்ணன், அவன் சம்சாரம், குழந்தைகள் எல்லோரும் வந்திருக்கிறார்கள்.

சம்சாரி[1] பெ. **(பெரிய) குடும்பத்தை உடையவர்; குடும்பஸ்தன்;** man with a large family. என் தாத்தாவுக்கு ஐந்து மகன்கள், மூன்று பெண்கள், பெரிய சம்சாரி.

சம்சாரி[2] பெ. (ஊரக வ.) **நிலத்தில் பயிரிடுபவர்; விவசாயி;** farmer; cultivator. மழையே இல்லையென்றால் சம்சாரி எப்படிப் பிழைப்பான்?

சம்பங்கி பெ. 1: **செண்பகம்;** (the flower) champak. 2: **மாலை கோப்பதற்குப் பயன்படும் வெள்ளை நிறப் பூ/அந்தப் பூவைத் தரும் செடி;** tuberose (the flower and the plant).

சம்பத்து பெ. (அ.வ.) **செல்வம்;** riches; wealth. எனக்கு இருக்கும் ஒரே சம்பத்து என் குழந்தைகள்தான்./ (உரு வ.) பாடகனுக்குக் குரல்தான் சம்பத்து.

சம்பந்தம் பெ. 1: **தொடர்பு;** relevance; connection. பேசுவதைக் கவனி; சம்பந்தம் இல்லாமல் ஏதாவது உளறாதே!/ புத்தகத்தின் தலைப்புக்கும் உள்ளே இருக்கும் விஷயத்திற்கும் சம்பந்தமே இல்லை./ அவனுக்கும் இந்த நிறுவனத்துக்கும் எந்தவிதச் சம்பந்தமும் கிடையாது./ திரைப்படம் சம்பந்தப்பட்ட துறைகள்/ கள்ளக்கடத்தலில் அந்த அதிகாரிக்குச் சம்பந்தம் இல்லை. 2: **திருமண உறவு;** alliance; relationship by marriage. உங்கள் குடும்பத்தோடு சம்பந்தம் வைத்துக்கொள்ள விரும்புகிறோம்.

சம்பந்தம் கல வி. (கலக்க, கலந்து) **(ஒருவர் மற்றொரு குடும்பத்தோடு) திருமண உறவை ஏற்படுத்திக் கொள்ளுதல்;** establish relationship through marriage.

சம்பந்தி பெ. **தன் மருமகளின் அல்லது மருமகனின் பெற்றோர்;** the parents of a daughter-in-law or son-in-law.

சம்பல் பெ. (இலங்.) **தேங்காய், மிளகாய், புளி முதலிய வற்றைச் சேர்த்து அரைத்த துவையல்;** a kind of துவையல். இடியாப்பத்திற்குச் சம்பல் நன்றாக இருக்கும்./ காலையில் சம்பலுடன் பாண் சாப்பிட்டேன்./ சம்பலும் சோறுமாகவே வாழ்க்கை போய்க்கொண்டிருக்கிறது.

சம்பவத்திரட்டுப் புத்தகம் பெ. (இலங்.) **ஒருவரின் நடத்தையைப் பற்றி மேலதிகாரி குறிப்பு எழுதும் நோட்டுப் புத்தகம்;** log book meant for writing personal remarks about an employee by a higher official. வட்டாரக் கல்வி அதிகாரி இவரின் சேவையைப் பாராட்டிச் சம்பவத் திரட்டுப் புத்தகத்தில் எழுதியிருக்கிறார்.

சம்பவம் பெ. 1: **குறிப்பிடத்தக்க அல்லது நினைவுகூரத் தக்க நிகழ்ச்சி; நிகழ்வு;** happening; event; occurrence. எனது திருமணத்தன்று நடந்த சம்பவம் நினைவுக்கு வருகிறது./ நேற்று கூட்டத்தில் நடந்த சம்பவத்தை அவர் விவரித்துக் கொண்டிருந்தார். [(தொ.சொ.) **நடப்பு/ நிகழ்ச்சி/ நிகழ்வு**] 2: **குற்றம், விபத்து போன்ற நிகழ்வு;** event such as offence, accident, etc., 'சம்பவம் நடந்த அன்று நீங்கள் எங்கே இருந்தீர்கள்?' என்று சாட்சியை வழக்கறிஞர் கேட்டார்./ தொடர்ந்து நடைபெறும் குண்டுவெடிப்புச் சம்பவங்கள் மக்கள் மனத்தில் பரபரப்பையும் பீதியையும் ஏற்படுத்தியுள்ளன.

சம்பவி வி. (சம்பவிக்க, சம்பவித்து) **(சாவு, விபத்து, துன்பம் முதலியவை) நேர்தல்; நிகழ்தல்; ஏற்படுதல்;** happen; occur; come. இப்படிக் கஷ்டத்திற்கு மேல் கஷ்டம் சம்பவிக்கும் என்று கனவில்கூட அவன் நினைக்கவில்லை./ அதிகாலை ஐந்து மணிக்கு அவருக்கு மரணம் சம்பவித்தது./ விபத்து எப்போது சம்பவித்தது?

சம்பளம் பெ. 1: **(மாத, வார அடிப்படையில்) உழைப்புக்குப் பெறும் தொகை; ஊதியம்;** salary; pay. நீ மாதம் எவ்வளவு சம்பளம் வாங்குகிறாய்? [(தொ.சொ.) **ஊதியம்/ கூலி/ மதிப்பூதியம்**] 2: **(திரைப்படம், நாடகம், இசைத்துறை போன்றவற்றில்) ஒருவர் தனது பங்களிப்புக்காக அல்லது உழைப்புக்காகப் பெறும் தொகை/ (விளையாட்டு வீரர்களுக்குத் தகுதி, அனுபவம் போன்றவற்றின் அடிப்படையில் தரப்படும்) ஊதியம்;** remuneration; fee. இந்த நடிகர் ஒரு படத்திற்கு மூன்று கோடி ரூபாய் சம்பளம் வாங்குகிறார்./ ஒவ்வொரு போட்டியிலும் இந்திய வீரர்களுக்குத் தரப்படும் சம்பளத்தில் பெரும் பகுதி விளம்பரதாரர்களிடமிருந்தே பெறப்படுகிறது./ இந்த இயக்குநர் தனது சம்பளத்தை இரண்டு கோடியிலிருந்து மூன்று கோடிக்கு உயர்த்திவிட்டார்./ இந்தக் கரகாட்டக்காரரின் ஒரு நாள் சம்பளம் 500 ரூபாய். 3: (அ.வ.) **(கல்வி நிறுவனங்களில்) படிப்பதற்குக் குறிப்பிட்ட காலத்திற்கு ஒரு முறை என்ற வகையில் கட்டும் கட்டணம்;** tuition fee (in educational institutions). கல்லூரிச் சம்பளம் கட்ட இன்று கடைசி நாள்.

சம்பா பெ. **(பொதுவாக, தை மாதம் அறுவடையாகும்) ஐந்து மாத கால நெற்பயிர்;** a five-month duration variety of paddy (harvested usually in தை).

சம்பாத்தியம் பெ. **(சம்பளம் முதலிய) வருமானம்;** income (such as salary); earnings. நிரந்தரமான சம்பாத்தியம் வரும்வரை திருமணம் செய்துகொள்வதில்லை என்று என் மகன் முடிவு செய்திருந்தான்./ இந்தச் சொத்தெல்லாம் என் சுய சம்பாத்தியம்.

சம்பாதி வி. (சம்பாதிக்க, சம்பாதித்து) 1: **(வருமானமாக) பணம் பெறுதல்; (லாபம்) ஈட்டுதல்; (செல்வம்) சேர்த்தல்;** earn. மாதம் முப்பதாயிரம் ரூபாய் சம்பாதிக்கிறேன், போதவில்லை./ பாட்டனார் சம்பாதித்த சொத்து/ இந்தத் தொழிலில் என் மாமனார் ஏகப்பட்ட லாபம் சம்பாதித்துவிட்டார். 2: **(ஒருவரின் பிரியம், நன்மதிப்பு முதலியவற்றை) தேடிப் பெறுதல்/(நல்ல பெயர் அல்லது கெட்ட பெயர்) பெறுதல்;** earn (affection, fame, reputation, etc.,). மேலதிகாரியின் நல்லெண்ணத்தைச் சம்பாதிப்பதில் அவன் குறியாக இருக்கிறான்./ அவரிடம் நல்ல பெயர் சம்பாதிப்பது கடினம்./ குடும்பத்தில் நடப்பதைச் சொல்லி என் தம்பி எல்லோருடைய கோபத்தையும் சம்பாதித்துக் கொண்டான்.

சம்பா மோசனம் பெ. (ஊரக வ.) **களிமண் நிலங்களுக்கு ஏற்ற, மோட்டா ரக அரிசியைத் தரும், பாரம்பரிய நெல் வகைகளில் ஒன்று;** a traditional variety of rice suitable for clay soil, yielding coarse rice grains. சம்பா மோசனம் அவல் செய்வதற்கு ஏற்ற ரகம்.

சம்பாஷணை பெ. (அ.வ.) **(இருவர் அல்லது அதற்கும் மேற்பட்டோருக்கு இடையேயான) பேச்சு; உரையாடல்;** conversation; dialogue. அவர்களது சம்பாஷணையில் என்னால் கலந்துகொள்ள முடியவில்லை./ அவருடைய கதைகளில் வரும் சம்பாஷணைகள் பெரும்பாலும் பேச்சுத் தமிழிலேயே இருக்கின்றன.

சம்பாஷி வி. (சம்பாஷிக்க, சம்பாஷித்து) (அ.வ.) **உரையாடுதல்; பேசுதல்;** converse; chat.

சம்பிரதாயம் பெ. (-ஆக, -ஆன) 1: **தொன்றுதொட்டுப் பின்பற்றப்படும் பழக்கம், மரபு அல்லது நடைமுறை;** time-honoured custom; established practice; convention. விருந்தினருக்குத் தாம்பூலம் கொடுப்பது ஒரு சம்பிரதாயம்./ மதச் சம்பிரதாயப்படி அவருடைய உடல் அடக்கம் செய்யப்பட்டது. [(தொ.சொ.) **நடைமுறை/ பாரம்பரியம்/ வழக்கம்/ வழிமுறை**] 2: **ஈடுபாடு இல்லாமல் சடங்கு போல் செய்யப்படுவது;** formality. கல்யாணத்துக்கு வந்துவிட்டுச் சாப்பிடாமல் போகக் கூடாது. சம்பிரதாயத்துக்குப் பாயசமாவது சாப்பிடுங்கள். 3: **(கலைகளில்) மற்றவற்றிலிருந்து தனித்துத் தெரியும் பாணி;** style. இந்த இளம் பாடகர் மதுரை சோமு சம்பிரதாயத்தைப் பின்பற்றிப் பாடுகிறார்.

சம்புடம் பெ. 1: **(விபூதி, சாம்பிராணி முதலியவற்றை வைத்துக்கொள்ளப் பயன்படும்) மூடி போட்ட சிறிய வட்ட வடிவப் பாத்திரம்;** small round metal case (to keep sacred ash, etc.,). சம்புடத்திலிருந்து விபூதியை எடுத்துப் பூசிக்கொண்டார். 2: **(உணவுப் பொருள்களை வைத்துக் கொள்ளப் பயன்படுத்தும்) (மூடி போட்ட) வட்ட வடிவப் பாத்திரம்;** round metal vessel with lid (to keep food items). சம்புடத்தில் இருந்த இட்லிகளை எடுத்துத் தட்டில் வைத்தார்.

சம்பூர்ணம் பெ. (அ.வ.) நிறைவு; முழுமை; completeness; fullness. ஏழு ஸ்வரங்களும் அமைந்தால்தான் ஒரு ராகம் சம்பூர்ணமாகும்.

சம்போகம் பெ. (அ.வ.) உடலுறவு; sexual intercourse.

சம்மட்டி பெ. (கல்லை உடைக்க அல்லது காய்ச்சிய இரும்பை அடித்து நீட்டப் பயன்படுத்தும்) கனமான இரும்புத் துண்டில் நீளமான மரக் கைப்பிடி செருகப் பட்ட பெரிய சுத்தியல்; (smith's) large hammer; sledge-hammer. அவள் சொன்ன வார்த்தை நெஞ்சில் சம்மட்டி கொண்டு அடித்ததுபோல் இருந்தது.

சம்மணம் பெ. காண்க: சப்பணம்.

சம்மதம் பெ. (ஒன்றைக் குறித்து ஒருவர் தெரிவிக்கும்) உடன்பாடு; இசைவு; consent; acceptance; approval. இந்தியாவில் இன்னும் பெற்றோரின் சம்மதத்தோடுதான் பெரும்பாலான திருமணங்கள் நடக்கின்றன./ அணு ஆயுதங்களைக் குறைத்துக்கொள்ள வல்லரசுகள் சம்மதம் தெரிவித்துள்ளன.

சம்மதி[1] வி. (சம்மதிக்க, சம்மதித்து) சம்மதம் தெரிவித்தல்; ஒப்புதல் அளித்தல்; consent; approve; agree. நிறுவனத்தை மூட நான் சம்மதிக்க மாட்டேன்./ அப்பா நம் திட்டத்துக்குச் சம்மதிக்காவிட்டால் என்ன செய்யலாம்?

சம்மதி[2] பெ. (பே.வ.) (பத்திரங்களில் இடம்பெறும் போது) சம்மதம்; உடன்பாடு; consent; approval. இருவர் சம்மதியில் எழுதிக் கொண்ட பத்திரம்.

சம்மன் பெ. (சட்டம்) வழக்கு விசாரணைக்கு எடுத்துக் கொள்ளப்படும்போது வாதிகளையும் பிரதிவாதிகளை யும் சாட்சிகளையும் குறிப்பிட்ட நாளில் வருமாறு நீதி மன்றம் பிறப்பிக்கும் உத்தரவு; summons (issued by a court of law).

சம்மாட்டியார் பெ. (இலங்.) மீன்பிடி படகுகளை வைத்திருக்கும் முதலாளி; owner (of fishing boats). மீன் பிடிக்கப் போன சம்மாட்டியாரின் வள்ளத்தைக் காண வில்லையாம்./ சம்மாட்டியார் இன்று எல்லோருக்கும் சம் பளம் கொடுத்தார்.

சம்மேளனம் பெ. 1: (ஒரு தொழிலின் முன்னேற்றத்திற் கான, ஒரு நிர்வாகத்தின் ஒழுங்கிற்கான) உறுப்பினர் களின் கூட்டமைப்பு; சங்கம்; federation; council. இந் தியத் திரைப்படத் தொழிலாளர் சம்மேளனம்/ பத்திரி கையாளர் சம்மேளனம். 2: (அ.வ.) (ஓர் அமைப்பு நடத் தும்) கூட்டம்; conference (organized by a council or body). கவி சம்மேளனம்.

சம்ரட்சணை பெ. (அ.வ.) பராமரிப்பு; maintenance. குடும் பத்தின் சம்ரட்சணைக்கே சம்பாத்தியம் போதவில்லை.

சம்ரட்சி வி. (சம்ரட்சிக்க, சம்ரட்சித்து) (அ.வ.) (ஒரு வரை, ஒரு குடும்பத்தை) பேணிப் பாதுகாத்தல்; காப் பாற்றுதல்; support (a person, a family); maintain. எட்டுப் பேர் கொண்ட குடும்பத்தைச் சம்ரட்சிப்பது சுலபமான காரியம் இல்லை./ எனக்கு இருக்கும் கஷ்டத்தில் உன்னை எத்தனை நாள் சம்ரட்சிக்க முடியும்?

சம்ஹாரம் பெ. (அ.வ.) வதம்; destruction; annihilation. சூரசம்ஹாரம்.

சமக்குறியீடு பெ. (கணி.) ஒன்று மற்றொன்றுக்குச் சம மானது என்பதைக் குறிக்கப் பயன்படுத்தும் = வடிவக் குறியீடு; equals sign (=). 5+6=11 என்பதில் = என்பது சமக் குறியீடு ஆகும்.

சமகாலம் பெ. ஒருவர் வாழ்ந்த அல்லது ஒன்று தோன் றிய அதே காலம்; contemporary period. நாங்கள் இரு வரும் சமகாலத்தில் இலக்கியத் துறையில் நுழைந்தவர்கள்./ பெரியார் சமகால அரசியல் போக்குகளை விமர்சித்து வந்தார்.

சமச்சீர் பெ. (-ஆக, -ஆன) ஏற்றத்தாழ்வுகள் அதிகம் இல் லாத நிலை; balance. சமச்சீர் கல்வி முறை/ இரண்டு நிறுவ னங்களுக்கும் சமச்சீரான அதிகாரம் அளிக்கப்பட்டுள்ளது.

சமணம் பெ. தீர்த்தங்கரர்களால் உபதேசிக்கப்பட்ட, அகிம்சையை வலியுறுத்தும் மதம்; Jainism.

சமத்காரம் பெ. (-ஆக, -ஆன) (பேச்சு, எழுத்து முதலிய வற்றைக் குறிக்கும்போது) சாமர்த்தியம்; சாதுரியம்; cleverness. 'உங்களிடம் தோற்பது எனக்குப் பெருமையே' என்று அவர் சமத்காரமாகப் பேசினார்.

சமத்து பெ. (பே.வ.) காண்க: சமர்த்து.

சமத்துவம் பெ. மக்கள் அனைவரும் சமம் என்றும், அனைத்து மக்களுக்கும் சமூக, பொருளாதார நிலை களில் சம வாய்ப்புகள் கிடைக்க வேண்டும் என்றும் கூறும் கொள்கை; equality; egalitarianism. சமத்துவம் பேசுவது சுலபம், கடைப்பிடிப்பது கடினம்.

சமதர்மம் பெ. அனைவருக்கும் ஒரே நியாயம், நீதி என் னும் செயல்பாட்டு முறை; equal justice. சமதர்மம் வழி யாகவே சமத்துவம் அடைய முடியும்.

சமதளம் பெ. மேடுபள்ளம் இல்லாமல் ஒரே சீராக இருக் கும் பரப்பு; level; evenness. நடைபாதை சமதளமாக இல்லை.

சமதை பெ. (-ஆக) (பே.வ.) ஒப்பு; சமம்; parity; on a par (with s.o. or sth.). தன் மகனுக்குச் சமதை யாரும் இல்லை என்று என் பேராசிரியர் பெருமைப்பட்டுக்கொண்டார்.

சமதோஷம் பெ. (சோதி.) (திருமணத்துக்கான பொருத் தம் பார்க்கும்போது) ஒரே விதமான தோஷம் பெண் ணின் ஜாதகத்திலும் பிள்ளையின் ஜாதகத்திலும் காணப்படுவதால் தோஷ நிவர்த்தி ஆகிவிடும் என்றும், திருமணம் நடத்தலாம் என்றும் சோதிட ரீதியில் கூறப் படும் கணிப்பு; an astrological calculation in which similar malignant influence is found in the horoscopes of the bride and bridegroom and therefore considered as a perfect match.

சமநிலை பெ. 1: ஏற்றத்தாழ்வு, வேறுபாடு ஆகியவை இல்லாத நிலை; equal footing; equality. வயதில் சிறிய வராக இருப்பவரையும் சமநிலையில் வைத்துதான் பேசு வார். 2: வெவ்வேறு தன்மைகள், போக்குகள் உள்ள ஒரு சூழ்நிலையில் எந்த ஒன்றும் மற்றவற்றைவிட அதிக ஆதிக்கம் செலுத்தாத, சீராக இருக்கும் நிலை; balance; equilibrium. நதிகளில் சேரும் ரசாயனக் கழிவுகளால் சுற்றுப் புறச்சூழலின் சமநிலை பாதிக்கப்படுகிறது./ இறக்குமதி அதிகமானால் நாட்டின் வர்த்தகச் சமநிலை சீர்குலையும். 3: (சில விளையாட்டுகளில்) வெற்றி தோல்வியை நிர்ண யிக்க முடியாத நிலை; இரண்டு வீரர்களோ அணிகளோ

சம அளவில் புள்ளிகளைப் பெற்று எத்தரப்புக்கும் வெற்றி தோல்வியின்றி ஆட்டம் முடியும் நிலை; draw; tie. பஞ்சாப் அணிக்கும் தமிழ்நாடு அணிக்கும் இடையே நடைபெற்ற கூடைப்பந்து ஆட்டம் சமநிலையில் முடிந்தது./ சமநிலையில் இருந்த அணிகளுக்கு இடையில் மீண்டும் போட்டி நடத்தப்பட்டது./ வெற்றி பெறுவதற்கு ஒரு ஓட்டம் எடுக்க வேண்டிய நிலையில் கடைசி வீரரும் ஆட்டம் இழந்ததால் இந்தியாவுக்கும் ஆஸ்திரேலியாவுக்கும் இடையிலான ஆட்டம் சமநிலையில் முடிந்தது.

சமநிலைப் பொறி பெ. *(ஊரக வ.)* **(ஆற்றின் அல்லது கால்வாயின் குறுக்கே கட்டப்பட்டிருக்கும்) பலகைகளைக் கொண்ட மதகு;** weir or regulator across a river or canal. சமநிலைப் பொறியின் பலகைகளைத் தூக்கியோ இறக்கியோ தண்ணீர் வெளியேறும் அளவைக் கூட்டலாம் அல்லது குறைக்கலாம்.

சமப்படுத்து வி. *(-படுத்த, -படுத்தி)* **(ஒரு பரப்பை) மேடு பள்ளங்கள் இல்லாத, சமமான தளமாக ஆக்குதல்;** level. கரடுமுரடாக உள்ள நிலத்தைச் சமப்படுத்தினால்தான் விவசாயம் செய்ய முடியும்./ திமிசுக்கட்டையைக் கொண்டு அவன் தரையைச் சமப்படுத்தினான்.

சமபந்தி பெ. **(சாதி வேறுபாடு, ஏழை, பணக்காரன் போன்ற ஏற்றத்தாழ்வு பார்க்காமல்) எல்லோரும் ஒன்றாக அமர்ந்து உணவு உண்ணும் பொது நிகழ்ச்சி;** sitting together to eat food (ignoring caste or status).

சமம்[1] பெ. *(-ஆக, -ஆன)* **1: (ஒப்பிடும்போது) ஒத்த தன்மை; இணை; நிகர்;** (when comparing) equal; match. தக்க சமயத்தில் உதவி செய்தீர்கள். நீங்கள் தெய்வத்திற்குச் சமம்./ இந்த ஓவியத்திற்குச் சமமான ஓவியத்தை நான் பார்த்ததில்லை./ சம வயது நண்பர்கள் யாரும் அவருக்கு இல்லை. **2: வேறுபாடற்ற தன்மை; ஏற்றத்தாழ்வு இல்லாத நிலை; சமதை;** equal (status). அவர் எல்லோருடனும் சமமாகப் பழகுவார்./ சட்டத்திற்கு முன் அனைவரும் சமம். **3: (வேறுபாடு அற்ற) ஒரே அளவு; சீராக இருக்கும் தன்மை;** equal quantity or share or size. இந்தப் பணத்தைச் சமமாகப் பிரித்து எடுத்துக்கொள்ளுங்கள்./ ஓர் உருண்டை பெரிதாகவும் மற்றொன்று சிறிதாகவும் இல்லாமல் சமமாக இருக்க வேண்டும்.

சமம்[2] பெ. *(இசை)* **(தாளம் போடும்போது) இசையின் தொடக்கமும் தாளத்தின் தொடக்கமும் ஒன்றாக இருப்பது;** the beginning of a song coinciding with the beginning of the time-measure.

சமயக்குரவர் பெ. *(உ.வ.)* **சமயத் தொண்டு ஆற்றும் பெரியோர்;** revered religious personages. பல சமயக்குரவர்களையும் ஞானிகளையும் பெற்றெடுத்த நாடு இது.

சமயசஞ்சீவி பெ. *(பெரும்பாலும் உவமையாகக் கூறும்போது)* **தக்க சமயத்தில் உயிர்காக்கும் மருந்து;** (often used metaphorically) life-saving drug. வேலைக்கு முன்பணம் கட்ட சமயசஞ்சீவிபோல நீங்கள் பணம் தந்து உதவினீர்கள்.

சமயத்தில் வி.அ. **1: எப்போதாவது ஒருமுறை; சில நேரம்;** at times. சமயத்தில் கோமாளிபோல நடந்துகொள்வான். **2: முக்கியமான தருணத்தில்;** at the crucial moment. நீங்கள் மட்டும் சமயத்தில் எனக்குப் பணம் கொடுத்து உதவாமல் இருந்திருந்தால் என் பெண்ணின் திருமணம் நின்றிருக்கும்.

சமயம்[1] பெ. **(குறிப்பிட்ட ஒன்றைச் செய்வதற்கான அல்லது செய்யும்) நேரம்;** time (marked for doing sth.). உன்னோடு பேசிக்கொண்டிருக்க இது சமயம் இல்லை./ சாப்பிடும் சமயத்தில் வந்திருக்கிறாய்./ ஒரே சமயத்தில் எத்தனை வேலைகளைச் செய்ய முடியும்? [*(தொ.சொ.)* **சந்தர்ப்பம்/ தருணம்/ நேரம்/ வாய்ப்பு**]

சமயம்[2] பெ. **1: மதம்;** religion. பௌத்த சமயம்/ சமயச் சடங்குகள். **2: (ஒரு மதத்தின்) உட்பிரிவு;** system; sect (of a religion). வைணவ சமயம்/ கத்தோலிக்க சமயம்.

சமயோசிதம் பெ. *(-ஆக, -ஆன)* **சூழலுக்குப் பொருத்தமாக அறிவைப் பயன்படுத்தும் தன்மை;** presence of mind; being appropriate to the situation. ஓட்டுநர் சமயோசிதமாகப் பேருந்தைத் திருப்பியதால் பெரும் விபத்து தவிர்க்கப்பட்டது./ சிறுமியின் சமயோசிதமான புத்தியை எண்ணி ஆசிரியர் வியந்தார்.

சமர் பெ. *(உ.வ.)* **போர்;** war.

சமர்த்தர் பெ. **திறமை அல்லது கெட்டிக்காரத்தனம் வாய்ந்தவர்; சாமர்த்தியசாலி;** skilful person; clever person. வேலையில் சமர்த்தர்./ கடன் கொடுத்தவர்களுக்குப் பதில் சொல்வதில் அவர் சமர்த்தர்.

சமர்த்து பெ. **1:** *(-ஆக, -ஆன)* **தொல்லை தராமல் நடந்துகொள்ளும் கெட்டிக்காரத்தனம்; (ஒருவரின்) சாமர்த்தியம்; திறமை;** smartness. என்னுடைய பெண் சமர்த்தாகச் சாப்பிட்டாள்./ சமர்த்தாக நடந்துகொண்டு நல்ல பெயர் வாங்கு. **2:** *(பெரும்பாலும் கேலியாக)* **மேற்குறிப்பிட்ட தன்மையை உடைய நபர்;** (often sarcastically) smart fellow. இந்தச் சமர்த்தையா கடைக்கு அனுப்பினாய்?

சமர்ப்பணம் பெ. **ஒன்றை அல்லது ஒருவரைக் கௌரவிக்கும் விதத்தில் தன்னுடைய படைப்பை அதற்கு அல்லது அவருக்குச் சமர்ப்பித்தல்; காணிக்கை;** (of a book, etc.,) dedication (to s.o. or sth.). புத்தகத்தின் முதல் பக்கத்தில் குருவுக்குச் சமர்ப்பணம் என்று எழுதியிருந்தது.

சமர்ப்பி வி. *(சமர்ப்பிக்க, சமர்ப்பித்து)* **1: (பரிசீலனை, ஒப்புதல் போன்றவற்றுக்காக அறிக்கை, விண்ணப்பம் முதலியவற்றை) விதிமுறைகளின்படி அதிகாரபூர்வமாக உரியவரிடம் அளித்தல்; முன்வைத்தல்;** submit (a petition, report, etc.,). தொழிற்சங்கத் தலைவர்கள் ஆளுநரிடம் கோரிக்கை அடங்கிய மனுவைச் சமர்ப்பித்தார்கள்./ நாடாளுமன்றத்தில் வரவுசெலவுத் திட்டம் சமர்ப்பிக்கப்பட்டது./ இந்த ஆண்டின் இறுதிக்குள் பல்கலைக்கழகத்தில் என்னுடைய ஆய்வேட்டைச் சமர்ப்பிக்க வேண்டும். **2: (ஒன்றை அல்லது ஒருவரைக் கௌரவிக்கும் விதத்தில் அதற்கு அல்லது அவருக்குத் தன்னுடைய) படைப்பை உரித்தாக்குதல்;** dedicate (one's work to s.o. or sth.). தன் புதிய நாட்டிய நாடகத்தைத் தன் தாய்க்குச் சமர்ப்பித்தார். **3:** *(உ.வ.)* **உரிய மரியாதையுடன் அளித்தல்; ஒப்படைத்தல்;** hand over. இந்தக் கடிதத்தை அவரிடம் சமர்ப்பித்துவிடு.

சமரச சன்மார்க்கம் பெ. **எல்லா உயிர்களிடத்தும் அன்பு செலுத்த வேண்டும், ஏற்றத்தாழ்வு இல்லாமல் அனைவரையும் சமமாகப் பாவித்துச் செயல்பட வேண்டும்**

சமரசம் 520

என்னும், வடலூர் இராமலிங்க அடிகளின் கோட்பாடு; religious doctrine advocating love of fellow beings and equality.

சமரசம் பெ. 1: (-ஆக) இணக்கமான முடிவு; இணக்கமான முடிவினால் ஏற்படும் அமைதி; சமாதானம்; accord; amicable rapport; peace. நிர்வாகத்தினருக்கும் தொழிலாளருக்கும் இடையே சமரசம் ஏற்பட்டுள்ளது./ சமரசப் பேச்சுவார்த்தை தோல்வி அடைந்தது. 2: தன் கொள்கையை விட்டுக்கொடுக்கும் நிலை; compromise. வாசகனின் தரத்தோடு இலக்கியப் படைப்பாளர் சமரசம் செய்துகொள்ள முடியுமா?

சமவாய்ப்பு எண் பெ. (பொறியியல், மருத்துவம் போன்ற படிப்புகளுக்காக நடத்தப்படும் கலந்தாய்வின்போது) இரண்டு அல்லது அதற்கு மேற்பட்ட மாணவர்கள் சமமான மதிபெண்கள் வைத்திருக்கும் போது முன்னுரிமை அளிக்கும் விதத்தில் ஒவ்வொரு விண்ணப்பதாரருக்கும் கணினி வழங்கும் வரிசை எண்; random number.

சமவெளி பெ. 1: மேடுபள்ளம் இல்லாத பரந்த நிலப் பகுதி; plain. பச்சைப்பசேலென்ற சமவெளி கண்ணுக்குத் தெரிந்தது. 2: பெரும் நதி பாயும் நிலப் பகுதி; valley. கங்கைச் சமவெளி.

சமறி பெ. (இலங்.) ஒரு ஊரில் குடும்பத்தோடு இல்லாமல் தனித்துப் பணிபுரியும் பலர் ஒன்றுசேர்ந்து ஒரு வீட்டை வாடகைக்கு அமர்த்திச் சமையல்காரரை நியமித்து வாழும் ஏற்பாடு; the arrangement of a group of people (away from their families) renting a house and appointing a cook. சில வேளைகளில் சமறி வாழ்க்கை அலுப்பாக இருக்கும்.

சமன் பெ. 1: சமநிலை; balance; equilibrium. அதிகமான ராணுவச் செலவுகளினால் நாட்டின் பொருளாதாரச் சமன் சீர்குலைய வாய்ப்பு உண்டு. 2: (இலங்.) காண்க: சமக்குறியீடு.

சமன் செய் வி. (செய்ய, செய்து) 1: (விளையாட்டுகளில்) ஒரு வீரரோ அணியோ தங்களை எதிர்த்து ஆடுபவர்கள் பெற்ற அதே அளவு புள்ளிகளைப் பெற்று ஆட்டத்தை வெற்றி தோல்வியின்றி முடித்தல்; (of sports) tie. ஜெர்மனி அணி எடுத்த புள்ளிகளை பிரேசில் அணியும் எடுத்து ஆட்டத்தைச் சமன் செய்தது. 2: ஒரு வீரர் அல்லது அணியினர் வேறொரு வீரர் அல்லது அணியினர் செய்த சாதனைக்குச் சமமான சாதனையைச் செய்தல்; (of sports) to be tied. டெஸ்ட் போட்டிகளில் 34ஆவது சதம் அடித்ததன்மூலம் கவாஸ்கரின் சாதனையை டெண்டுல்கர் சமன் செய்தார்.

சமன்பாடு பெ. 1: (ஒன்றுக்கொன்று) ஒத்த அளவில் இருக்கும் நிலை; balance. உடலில் அமிலத் தன்மை அதிகரிக்கும்போது உடலின் கார அமிலச் சமன்பாடு பாதிக்கப்படுகிறது. 2: (கணி.) (இயற்கணிதத்தில்) (குறியீடுகளைப் பயன்படுத்தி) இரண்டு அளவுகள் சமம் என்று குறிப்பிடும் கூற்று; equation. $x/y=7$ என்பது ஒரு சமன்பாடு.

சமனம் பெ. (அ.வ.) (உணர்ச்சிக் கொந்தளிப்பு) தணிந்த நிலை; state of calmness or equilibrium. அநீதியைக் கண்டதும் கொதிப்புற்ற மனம் எளிதில் சமனம் அடையவில்லை.

சமஷ்டி பெ. (அ.வ.) தனித்தனியாக இயங்குவதற்கான அதிகாரம் படைத்த அமைப்புகள் ஒன்றுகூடி அமைத்துக்கொள்ளும் உயர் கூட்டமைப்பு; federation. இந்திய அரசியல் அமைப்பு சமஷ்டி முறையில் அமைந்திருக்கிறது.

சமஸ்கிருதம் பெ. வேதங்கள் இயற்றப்பட்ட, பேச்சு வழக்கில் இல்லாத, (இந்தோ-ஐரோப்பிய மொழிக் குடும்பத்தைச் சேர்ந்த) பழமையான இந்திய மொழி; வடமொழி; Sanskrit.

சமஸ்தானம் பெ. 1: (இந்தியாவில் சுதந்திரத்திற்கு முன்) (குறுநில) மன்னர்களின் ஆட்சிக்கு உட்பட்டிருந்த நிலப் பகுதி; princely state (during colonial period in India). திருவிதாங்கூர் சமஸ்தானம். 2: (குறுநில) மன்னனின் அரசவை; court. பாரதி எட்டயபுர சமஸ்தானத்தின் கவிஞராக இருந்தார்./ சமஸ்தான வித்துவான்.

சமாச்சாரம் பெ. செய்தி; விஷயம்; சங்கதி; matter; affair; news. உன் முகத்தைப் பார்த்தால் ஏதோ நல்ல சமாச்சாரம் சொல்லப்போகிறாய் என்று நினைக்கிறேன்.

சமாதான நீதவான் பெ. (இலங்.) சில ஆவணங்களில் மக்கள் இடும் கையொப்பத்தை உறுதிப்படுத்துவதற்காக அரசினால் நியமிக்கப்படும் கௌரவ அதிகாரி; notary public. சமாதான நீதவான் கையொப்பமிட்டு உறுதிப்படுத்திய பின்னர் இந்த விண்ணப்பப் படிவத்தைத் திணைக்களத்துக்கு அனுப்பலாம்./ அவர் சமாதான நீதவானாக நேற்று நீதிமன்றத்தில் சத்தியப்பிரமாணம் செய்தாராம்.

சமாதானப்படு வி. (-பட, -பட்டு) (பதற்றம், கோபம் போன்ற உணர்ச்சிகளை அனுபவித்த பிறகு) அமைதி அடைதல்; be consoled; get reconciled. தன்மீது அவதூறு கூறி வந்த அநாமதேயக் கடிதத்தைப் படித்தபின் யார் தேற்றியும் அவர் சமாதானப்படவில்லை.

சமாதானப்படுத்து வி. (-படுத்த, -படுத்தி) 1: (ஏமாற்றம், வருத்தம், கோபம் போன்ற உணர்வுகளைப் போக்கி) ஆறுதல் ஏற்படுத்துதல்; console. கரடி பொம்மையை வாங்கிக் கொடுத்துதான் குழந்தையைச் சமாதானப்படுத்தினோம். 2: (சண்டை, வழக்கு ஆகியவற்றில் ஈடுபட்டுள்ள இரு தரப்பினரையும்) அமைதிப்படுத்துதல்; pacify. வெகுநேரம் பேசிய பிறகுதான் அண்ணனைச் சமாதானப்படுத்த முடிந்தது./ தீவிரவாதிகளைச் சமாதானப்படுத்தினால்தான் மக்கள் நிம்மதியாக வாழ முடியும்.

சமாதானம் பெ. 1: (போர், சண்டை, வழக்கு, பிரச்சினை முதலியவை தீர்க்கப்பட்டு ஏற்படும்) அமைதி; peace. உலகில் சமாதானம் நிலவ உலக நாடுகள் ஒத்துழைக்க வேண்டும்./ ஒருவருக்கொருவர் விட்டுக்கொடுக்காவிட்டால் சமாதானம் எப்படி ஏற்படும்? 2: (-ஆக) (கோபதாபம் நீங்கிய) இணக்கம்; conciliation. சண்டை வேண்டாம், சமாதானமாகப் போங்கள்./ சமாதானமாகப் பேசி அவரை அனுப்பிவைத்தேன். 3: (ஏமாற்றம், அதிருப்தி, வருத்தம் முதலியவை நீங்குவதால் ஏற்படும்) மன நிறைவு; ஆறுதல்; being reconciled; appeasement; consolation. பொம்மை வாங்கிக்கொடுத்த பின்னும் குழந்தை சமாதானம் அடையவில்லை./ நான் கொடுத்துவைத்தது அவ்வளவுதான் என்று அவர் சமாதானம் அடைந்தார். 4: நியாயப்படுத்தும் வகையில் தரப்படும் விளக்கம்; காரணம்; excuse; explanation. தாமதமாக அலுவலகத்திற்கு வந்துவிட்டு ஏதாவது சமாதானம் சொல்லாதீர்கள்!/

521 சமுதாயக் கல்வி

'இது உங்களுக்கு எதிராக எடுக்கப்பட்ட நடவடிக்கை அல்ல' என்று சமாதானம் கூறப்பட்டது.

சமாதி பெ. **1: இறந்தவரைப் புதைத்த இடத்தில் அல்லது எரித்துச் சாம்பல் வைக்கப்பட்ட இடத்தில் கட்டப்படும் மேடை வடிவிலான அமைப்பு;** tomb. திருவையாறில் தியாகராஜர் சமாதி/ காந்தி சமாதி. **2: (யோகத்தில் கூறப்படும்) தியானத்தின் பயனாக விளையும் இறுதி நிலை;** the final stage of meditation (in yoga); state of samadhi.

சமாதி கட்டு வி. *(கட்ட, கட்டி)* **1: (ஒருவரை) கொல்லுதல்;** murder (s.o.). 'நீ என் வழியில் அடிக்கடி குறுக்கிட்டால் உனக்குச் சமாதி கட்டிவிடுவேன்' என்று அவன் மிரட்டினான். **2: (ஒன்று மேலும் தொடராதபடி) முடிவுக்குக் கொண்டு வருதல்;** put an end to sth. உன்னுடைய குடிப்பழக்கத்திற்குச் சமாதி கட்டினால்தான் நீ உருப்பட முடியும்./ சாதிச் சண்டைக்குச் சமாதி கட்டினால்தான் மக்களிடையே ஒற்றுமையை ஏற்படுத்த முடியும்.

சமாதியடை வி. *(-அடைய, -அடைந்து) (உ.வ.)* **(ஞானிகள், மகான்கள் ஆகியோரின் மறைவை மங்கல வழக்காகக் கூறும்போது) இறத்தல்;** (of sages, etc., euphemistically) die; pass away.

சமாந்தரம் பெ. *(-ஆக, -ஆன) (இலங்.)* **ஒன்றுக்கு இணையாக இருக்கும் மற்றொன்று;** parallel. கணித ஆசிரியர் இரண்டு சமாந்தரமான நேர்கோடுகளை வரையச் சொன்னார்./ பெரிய தெருக்கள் இரண்டும் சமாந்தரமாக இருந்தன.

சமாளி வி. *(சமாளிக்க, சமாளித்து)* **1: (ஒன்றை அல்லது ஒரு முறையைக் கையாள்வதன் மூலம் ஒருவரையோ ஒரு பிரச்சினை, சவால் நிறைந்த சூழ்நிலை போன்றவற்றையோ) எதிர்கொள்ளுதல்;** cope with; manage; handle. போட்டியைச் சமாளிப்பதற்காகக் குளிர்பான நிறுவனங்கள் விளம்பரங்களுக்கு அதிகமாகச் செலவிடுகின்றன./ வறட்சியைச் சமாளிக்க நடவடிக்கை/ திடீரென்று விருந்தாளிகள் வந்துவிட, இருக்கிற பாலைக் கொண்டு காப்பி போட்டுக் கொடுத்துச் சமாளித்தேன்./ குறும்பு செய்யும் குழந்தையைச் சமாளிக்க முடியாமல் பாட்டி திணறுகிறாள்./ கேட்ட கேள்விக்கு ஒழுங்காகப் பதில் சொல்வதை விட்டுவிட்டுச் சமாளிக்கப் பார்க்காதே./ அந்தப் பெண் திடீரென்று ஆங்கிலத்தில் பேசியதும் நான் எனக்குத் தெரிந்த ஆங்கிலத்தில் திக்கித்திணறிப் பேசிச் சமாளித்தேன். **2: மோசமான நிலையை அடையாமல் அல்லது அடைந்து அதிலிருந்து மீளுதல்; சுதாரித்துக்கொள்ளுதல்; நிதானித்துக்கொள்ளுதல்;** manage to recover (from an inconvenient situation). எதிரே வந்த வாகனம் மோதியும் தடுமாறிக் கீழே விழாமல் சமாளித்துக்கொண்டார்./ நேற்று நடந்த ஆட்டத்தில் ஒரு கட்டத்தில் மிகவும் பின்தங்கியிருந்த இந்திய வீராங்கனை சமாளித்துக் கொண்டு போராடி வெற்றி பெற்றார்.

சமான பின்னம் பெ. *(கணி.)* **ஒரு பின்னத்துக்குச் சமமாக இருக்கும் இன்னொரு பின்னம்;** equivalent fraction. *1/2 என்பதும் 2/4 என்பதும் சமான பின்னங்கள் ஆகும்.*

சமானம் பெ. *(-ஆக, -ஆன)* **சமம்; ஒப்பு;** equal by comparison. குழந்தைக்குச் சமானமாக நீயும் பேசலாமா?/ இந்த ஊரைக் காசிக்குச் சமானமாகச் சொல்வார்கள்.

சமி வி. *(சமிக்க, சமித்து) (இலங்.)* காண்க: **செமி.**

சமிக்கை பெ. காண்க: **சமிக்ஞை.**

சமிக்ஞை பெ. **1: (செய்தியை உணர்த்தக் காட்டும்) சைகை;** gesture; signal. கண்ணால் சமிக்ஞை காட்டி அருகில் வரச்சொன்னார்./ என் பேச்சை முடித்துக்கொள்ளும்படி தலைவர் சமிக்ஞை செய்தார். **2: குறிப்பிட்ட ஒன்றை உணர்த்தக் காட்டப்படும் குறியீடு;** signal. சிவப்பு நிறம் அபாயத்தைத் தெரிவிப்பதற்காகக் காட்டப்படும் சமிக்ஞை ஆகும். **3: குறிப்பிட்ட கருவிகளின் மூலம் பெறப்படக் கூடிய, அலைவடிவில் அனுப்பப்படும் தகவல்கள்;** signal. செயற்கைக் கோள்கள் அனுப்பும் சமிக்ஞைகள் தரைக் கட்டுப்பாட்டு நிலையத்தால் பெறப்படுகின்றன.

சமிதி பெ. *(அ.வ.)* **சங்கம்;** association. வியாபாரிகள் சமிதி/ தொழிலாளர் சமிதி.

சமிபாடு பெ. *(இலங்.)* **ஜீரணம்;** digestion. உண்ட உணவு சமிபாடு அடையவில்லை.

சமியாக்குணம் பெ. *(இலங்.)* **அஜீரணம்;** indigestion. சமியாக்குணத்தினால் சத்தியெடுத்தான்.

சமீபத்திய பெ.அ. **அண்மைக் கால;** recent. சமீபத்திய அறிவியல் முன்னேற்றத்தில் கணிப்பொறி பெரும்பங்கு வகிக்கிறது./ சமீபத்திய இனக் கலவரங்களால் பாதிக்கப்பட்டோருக்கு அரசு உதவி அளித்தது.

சமீபம் பெ. **(காலத்திலும் இடத்திலும்) அண்மை; அருகாமை;** proximity (in time and place); recent; near. அவனுக்குச் சமீபத்தில்தான் திருமணம் நடந்தது./ சமீப காலம்வரை எனக்கு அவரைத் தெரியாது./ என் வீடு சமீபம்தான். நாம் நடந்தே போய்விடலாம்.

சமீபி வி. *(சமீபிக்க, சமீபித்து) (அ.வ.)* **நெருங்குதல்;** come close; go near. காரின் சத்தத்தைக் கொண்டே அது வீட்டைச் சமீபிக்கிறது என்று தெரிந்துகொண்டேன்.

சமுக்காளம் பெ. காண்க: **ஜமுக்காளம்.**

சமுகம் பெ. *(அ.வ.)* **(அரசர் போன்றவரின்) முன்னிலை;** presence (of a king, etc.,). அரசரின் சமுகத்தில் வந்து அவர் கைகட்டி நின்றார்.

சமுகமளி வி. *(-அளிக்க, -அளித்து) (இலங்.)* **வருகை தருதல்;** be present (in a meeting). கூட்டத்திற்குப் பலர் சமுகமளித்திருந்தனர்./ திருமணம் மதியம் நடப்பதால் நண்பர்கள் எல்லோரும் அத்தருணம் சமுகமளிக்கும்படி வேண்டுகிறேன்./ மாணவர்கள் பாடசாலைக்குச் சமுகமளிக்காமல் ஒரு நாள் அடையாளப் பகிஷ்கரிப்பு செய்தனர்.

சமுத்திரம் பெ. **கடல்;** sea; ocean. இந்துமகா சமுத்திரம்/ சமுத்திர ஸ்நானம்/ (உரு வ.) ஜன சமுத்திரம்.

சமுதாயக் கல்லூரி பெ. **அரசு நடத்தும் தொழிற் பயிற்சி நிறுவனம் போன்றதும், நலிந்த பிரிவினருக்கு வேலைவாய்ப்புக்கான தொழிற்பயிற்சி அளிப்பதுமான நிறுவனம்;** community college. தமிழ்நாட்டில் *116* சமுதாயக் கல்லூரிகள் உள்ளன.

சமுதாயக் கல்வி பெ. **வேலைவாய்ப்புக்கு ஏற்ற தொழிற் பயிற்சி அளிக்கும் மாற்றுமுறைக் கல்வி;** community education. மாணவர்கள் படிப்பை முடித்துவிட்டு நம்பிக்கையோடு பள்ளியை விட்டு வெளியே செல்ல வேண்டும் என்பதுதான் சமுதாயக் கல்வியின் நோக்கம் ஆகும்.

சமுதாயக் கூடம் பெ. **(ஓர் ஊரில் இனம், மதம், சாதி வேறுபாடு இல்லாமல்) திருமணம் போன்ற நிகழ்ச்சிகளை நடத்துவதற்கு உள்ளூர் நிர்வாகத்தால் கட்டப்பட்ட பெரிய கட்டடம்;** large complex with facilities for conducting marriages, etc., built by the municipal administration for use by all communities; (in India) community hall. வீட்டு விசேஷம் என்றால் சமுதாயக் கூடத்தில் ஆயிரம் ரூபாய் கட்டிவிட்டு அங்கேயே நடத்திக்கொள்கிறார்கள்.

சமுதாயம் பெ. **1: பொதுவான பண்புகளையும் நியதிகளையும் கொண்டு, குறிப்பிட்ட நிலப் பகுதியில் வாழும் மக்கள் தொகுதி;** society. தனக்கென வாழாது சமுதாயத்துக்காக வாழும் மனிதர் உயர்ந்தவராகக் கருதப்படுவார். **2: ஒரு குறிப்பிட்ட தொழில், துறை முதலியவற்றைச் சேர்ந்தவர்களின் தொகுதி; இனம்;** community; group; population (of a specific profession, branch, etc.,). மாணவச் சமுதாயம்/ மீனவர் சமுதாயம்.

சமுதாய வானொலி பெ. **விவசாயிகள், மீனவர்கள் போன்ற தொழில்சார்ந்த சமூகத்தினரின் அன்றாட வாழ்வில் பயன்தரும் விளைபொருட்கள், தட்பவெப்பநிலை முதலிய தகவல்களை வழங்கும் பிரத்தியேக வானொலி சேவை;** community radio.

சமூக அறக்கட்டளை பெ. **(பொது நலனுக்காக) தனிநபர்களோ நிறுவனங்களோ லாப நோக்கமின்றிச் செயல்பட உருவாக்கும் அமைப்பு;** public trust.

சமூக அறிவியல் பெ. **சமூகம் செயல்படும் முறையைப் புரிந்துகொள்ளப் பயன்படும் பொருளாதாரம், அரசியல், உளவியல், மானிடவியல் போன்ற துறைகளைக் குறிக்கும் பொதுச் சொல்;** social science.

சமூகக்காடு பெ. **ஊராரின் தேவைகளை நிறைவு செய்யவும், சுற்றுச்சூழல் சமநிலையைப் பாதுகாக்கவும் பொது நிலங்களில் வளர்க்கப்படும் காடு;** forests grown by local communities to meet the local fuel needs and help the environment; (in India) social forestry.

சமூகசேவகர் பெ. **ஏழைகளுக்கும் நலிந்தோருக்கும் உதவி செய்வதற்குப் பொதுச் சேவையில் ஈடுபட்டுள்ளவர்;** social worker.

சமூகசேவகி பெ. **ஏழைகளுக்கும் நலிந்தோருக்கும் உதவி செய்வதற்குப் பொதுச் சேவையில் ஈடுபட்டுள்ள பெண்;** woman social worker.

சமூகநலக் காடு பெ. காண்க: **சமூகக்காடு.**

சமூகநலத் துறை பெ. **பெண்கள், குழந்தைகள் போன்றவர்களின் நலனுக்காக ஏற்படுத்தப்பட்ட அரசுத் துறை;** social welfare department.

சமூக நீதி பெ. **சமூக ரீதியில் ஒடுக்கப்பட்டவர்களின் நலனைப் பாதுகாப்பதற்குத் தேவையான சமூகக் கண்ணோட்டம்;** social justice. மண்டல் கமிஷன் அறிக்கை பிற்படுத்தப்பட்ட மக்களுக்குச் சமூக நீதி கிடைக்க வழி செய்திருக்கிறது.

சமூகப் பணி பெ. **தனிநபர்களும் குழுக்களும் பிரச்சினைகளை எதிர்கொள்ளும்போது தங்களுக்குத் தாங்களே உதவிக்கொள்ள வழிகாட்டும் தொழில்முறை சார்ந்த பணி;** (the discipline of) social work. மருத்துவமனைகளிலும் தொழிற்சாலைகளிலும் சமூகப் பணியாளர்களைப் பணிக்கு அமர்த்துவது அவசியம்.

சமூகப் பாதுகாப்புத் திட்டம் பெ. **கருணை அடிப்படையிலான நியமனம், முதியோருக்கும் விதவைகளுக்கும் ஓய்வூதியம் வழங்குதல் போன்று சமூகத்தில் நலிந்த பிரிவினரின் நலன்களைப் பாதுகாக்க அரசு செயல்படுத்தும் திட்டங்கள்;** social security scheme. தனியார் வாகன ஓட்டுநர்கள், கட்டடத் தொழிலாளர்கள், விவசாயக் கூலிகள் போன்றோருக்குச் சமூகப் பாதுகாப்புத் திட்டத்தின் கீழ் உதவி அளிக்கப்படும்./ முதியோருக்குப் போதிய சமூகப் பாதுகாப்புத் திட்டங்கள் வகுக்கப்பட வேண்டும்.

சமூகம் பெ. **1: சமுதாயம்;** society. **2: ஜாதி;** caste. இந்தக் கிராமத்தில் பெரும்பாலானவர்கள் ஒரே சமூகத்தைச் சேர்ந்தவர்கள்.

சமூகமளி வி. (-அளிக்க, -அளித்து) (இலங்.) காண்க: **சமூகமளி.**

சமூக மொழியியல் பெ. (மொழி.) **ஒரு மொழியின் அல்லது பல மொழிகளின் சமூகப் பயன்பாட்டையும், அவற்றின் சமூகப் பயன்பாடு எப்படி இருக்க வேண்டும் என்று திட்டமிடுவதையும் ஆராயும் மொழியியலின் துணைத் துறை;** sociolinguistics. ஒரு நாட்டின் மொழிப் பிரச்சனைகளுக்குத் தீர்வு காண சமூக மொழியியல் அறிவு பெரிதும் உதவும்.

சமூக வலைதளம் பெ. (பு.வ.) **(முகநூல், சுட்டுரை போன்று) ஒருவர் தனக்குப் பிடித்த கருத்தை, தன்னைப் பாதித்த சமூகப் பிரச்சினையைப் பற்றி நண்பர்களுடன் பகிர்ந்துகொள்ளவும் அவர்கள் அனுப்புவதைப் பற்றிக் கருத்துத் தெரிவிக்கவும் உதவும் இணையவழி ஏற்பாடு;** social network; social media. இன்றையத் தலைமுறையினர் ஒரு நாளில் கணிசமான நேரத்தைச் சமூக வலைதளங்களில் செலவிடுவதாக ஆய்வுகள் தெரிவிக்கின்றன.

சமூகவியல் பெ. **சமூக அமைப்பைப் பற்றியும் சமூகம் இயங்கும் விதத்தைப் பற்றியும் மற்றொரு துறையின் சமூக அடிப்படை பற்றியும் ஆராயும் படிப்பு;** sociology. சமூகவியல் துறை/ சமூகவியல் பேராசிரியர்.

சமூகவிரோதி பெ. **சமூகத்துக்குக் கேடு விளைவிக்கும் செயல்களில் ஈடுபடுபவர்;** antisocial element.

சமேதராக வி.அ. (அ.வ.) **(தம்பதி) ஒன்றுகூடி; (கடவுள்கள்) இணைந்து; உடனிருக்க;** (of married people) together; (of gods) along with his or her consort. தாங்கள் தம்பதி சமேதராகத் திருமணத்திற்கு வந்து சிறப்பிக்குமாறு கேட்டுக்கொள்கிறேன்./ வள்ளி தெய்வானை சமேதராகக் காட்சியளிக்கும் முருகன் படம்.

சமை[1] வி. (சமைய, சமைந்து) (உ.வ.) **(ஒருவர் அதிர்ச்சி, ஆச்சரியம் முதலியவற்றால்) செயலற்ற நிலைக்கு உள்ளாதல்;** be dazed (when one is shocked or taken aback). பிரதமர் சுடப்பட்டார் என்பதைக் கேட்டதும் நான் கல்லாய்ச் சமைந்துபோனேன்.

சமை[2] வி. (சமைய, சமைந்து) (பே.வ.) **பூப்படைதல்; பருவமெய்துதல்;** (of a girl) attain puberty; come of age. என் பெண் சமைந்துவிட்டதால் அடுத்த வாரம் சடங்கு வைக்க வேண்டும்.

523 சர்வதேசத் தேதிக் கோடு

சமை³ வி. (சமைக்க, சமைத்து) **1: (உணவுப் பொருள்களை) உண்பதற்குத் தகுந்தபடியாகச் செய்தல்; (உணவு) ஆக்குதல் அல்லது தயாரித்தல்;** cook (food). இனிமேல் சமைக்க ஆரம்பித்து, எப்போது சாப்பிடுவது?/ உனக்குக் கரி அடுப்பில் சமைத்துப் பழக்கம் இல்லையா? **2:** (உ.வ.) **படைத்தல்; உருவாக்குதல்;** create; construct. புதிய உலகம் சமைப்போம்!

சமையல் பெ. **1: உணவு தயாரித்தல்;** cooking. உங்கள் வீட்டில் சமையலுக்கு ஆள் தேவையா?/ சமையல் பாத்திரம்/ சமையல் இன்னும் முடியவில்லை. **2: (சமைத்த) உணவு;** (cooked) food. அம்மாவின் சமையல் மிகவும் ருசியாக இருக்கும்.

சமையல் அறை பெ. **உணவு சமைப்பதற்கான அறை;** kitchen.

சமையல் உப்பு பெ. **சமையலுக்கு என்றே பிரத்தியேகமாகத் தயாரிக்கப்பட்ட தூள் உப்பு;** salt manufactured exclusively for cooking.

சமையல் கட்டு பெ. காண்க: **சமையல் அறை.**

சமையல் குறிப்பு பெ. **குறிப்பிட்ட உணவைத் தயாரிப்பதற்கு ஏற்ற செய்முறை விளக்கம்;** recipe; tips for cooking.

சமையல் சோடா பெ. **(சமையலில் பருப்பு முதலியவற்றை) வேக வைப்பதற்குப் பயன்படுத்தும் ஒரு வகை வேதி உப்பு; சோடா உப்பு;** baking soda; sodium bicarbonate.

சமையல் வாயு பெ. **சாதாரண அழுத்தத்தில் வாயுவாக மாறிவிடும் தன்மை கொண்ட திரவ நிலையில் உள்ள (சமையலுக்குப் பயன்படும்) எரிபொருள்;** cooking gas; liquefied petroleum gas.

சமையலர் பெ. (பு.வ.) **தொழில் முறையில் சமையல் செய்பவர்;** professional cook. அவருடைய பெரிய குடும்பத்துக்குச் சமையலர் தேவைப்பட்டது.

சமோசா பெ. **மைதா மாவினுள் காய்கறி அல்லது இறைச்சி, வெங்காயம் முதலியவை சேர்ந்த மசாலாவை வைத்து மடித்து எண்ணெயிலிட்டுப் பொரித்துச் செய்யப்படும் காரத் தின்பண்டம்;** deep-fried snack containing spiced vegetables or meat.

சய பெ. (இலங்.) **(கணிதத்தில்) கழித்தல் குறி;** (in arithmetic) minus sign. பத்து சய ஐந்து சமன் ஐந்து.

சயனம் பெ. (அ.வ.) **1: தூக்கம்;** sleep. **2: படுத்திருக்கும் நிலை;** the state of lying down.

சயனி வி. (சயனிக்க, சயனித்து) (அ.வ.) **1: தூங்குதல்;** sleep. **2: படுத்தல்;** lie down to sleep. பெரியவர் கண்களை மூடியவாறு மஞ்சத்தில் சயனித்திருந்தார்./ இந்தக் கோயிலில் ஆதிசேஷனின் மீது சயனித்திருக்கும் கோலத்தில் மகா விஷ்ணு காட்சியளிக்கிறார்.

சர்க்கரை பெ. **1: (தின்பண்டம், தேநீர் போன்றவற்றில் சேர்க்கும்) கரும்புச் சாற்றிலிருந்து தயாரிக்கப்படும், இனிப்புச் சுவையுடைய, தூள்தூளான வெண்ணிறப் படிகம்; சீனி;** sugar. காப்பிக்குச் சர்க்கரை போதுமா? **2:** (வட்டார வ.) **நாட்டுச்சர்க்கரை;** sugar obtained at a particular temperature while making jaggery. **3: இரத்தத்தில் உள்ள குளுக்கோஸ் என்னும் வேதிப்பொருள்;** glucose (in the blood). அவருக்கு இரத்தத்தில் சர்க்கரையின் அளவு மிகவும் அதிகமாக இருப்பது கண்டுபிடிக்கப்பட்டது. **4:** (இலங்.) **வெல்லம்;** jaggery. சீனி பற்றாக்குறையாக இருந்த காலத்தில் நாங்கள் சர்க்கரைதான் பாவித்தோம்.

சர்க்கரை நோய் பெ. **நீரிழிவு;** diabetes.

சர்க்கரைப் புக்கை பெ. (இலங்.) **சர்க்கரைப் பொங்கல்;** boiled rice mixed with jaggery and clarified butter. இன்று கோயிலில் சர்க்கரைப் புக்கை கொடுத்தார்கள்.

சர்க்கரைப் பொங்கல் பெ. **அரிசியையும் பாசிப்பருப்பையும் நன்றாக வேக வைத்து வெல்லத்தைப் பொடித்துப் போட்டு நெய் ஊற்றிச் செய்யும் இனிப்பு உணவு;** boiled rice mixed with jaggery and ghee.

சர்க்கரைவள்ளிக் கிழங்கு பெ. **வெளிர் சிவப்பு நிறத்தில் மெல்லிய தோலை உடையதும், இனிப்புச் சுவை உடையதுமான ஒரு வகைக் கிழங்கு;** sweet potato.

சர்க்கா பெ. (அ.வ.) **கைராட்டை;** hand operated device to spin yarn.

சர்க்கார் பெ. (அ.வ.) **அரசு; அரசாங்கம்;** government. படித்தவர்கள் எல்லோருமே சர்க்கார் வேலைக்குப் போக வேண்டும் என்றால் முடியுமா?

சர்ச்சை பெ. **1: வாக்குவாதம்;** discussion; argument; debate. சர்ச்சை சண்டையில் முடிந்து விடாதவரைக்கும் நல்லது./ மாணவர்களிடையே தேர்தலைப் பற்றி ஒரு காரசாரமான சர்ச்சை நடந்துகொண்டிருந்தது. [(தொ.சொ.) **குதர்க்கம்/ வாதம்/ விதண்டாவாதம்/ விவாதம்**] **2: ஒரு கருத்து, செயல்பாடு போன்றவற்றால் ஏற்படும் பிரச்சினை குறித்த விவாதம்;** controversy. பிரபல எழுத்தாளரின் சமீபத்திய நாவல் பெரிய சர்ச்சையைக் கிளப்பிவிட்டிருக்கிறது./ அந்தத் திரைப்படத்தின் சில காட்சிகள் சர்ச்சைக்கு உள்ளாயின.

சர்ப்பம் பெ. (அ.வ.) **பாம்பு;** snake; serpent.

சர்பத் பெ. **நன்னாரியும் சர்க்கரையும் கலந்து தயாரிக்கும் ஒரு வகைப் பானம்;** soft drink prepared by adding sugar, essence of sarsaparilla to water; (in India) sherbet.

சர்வ பெ.அ. **1: அனைத்து; எல்லா;** all. அசுத்தமே சர்வ வியாதிகளுக்கும் காரணம்./ சர்வ மதத்தினரும் கலந்துகொண்ட கூட்டம். **2: மிகுந்த; மிகவும்;** very. இந்தப் பகுதியில் பாம்புகள் அதிகம். இரவில் சர்வ ஜாக்கிரதையாக நடக்க வேண்டும்./ இந்தப் பேட்டையில் கலாட்டா நடப்பது சர்வ சாதாரணமான விஷயம்./ சர்வ வல்லமை படைத்த கடவுள். **3: முழுமையான;** total; utter. யானைகள் வயலில் இறங்கியதால் பயிர்கள் சர்வ நாசம் அடைந்தன./ சர்வ முட்டாள்.

சர்வகலாசாலை பெ. (அ.வ.) **பல்கலைக்கழகம்;** university.

சர்வதேச பெ.அ. **பல நாடுகளைச் சேர்ந்த அல்லது பல நாடுகள் தொடர்பான;** international. உலக வங்கி ஒரு சர்வதேச நிறுவனம்/ இந்தக் கருத்தரங்கில் சர்வதேச நிபுணர்கள் கலந்துகொள்வார்கள்.

சர்வதேசத் தேதிக் கோடு பெ. **உலகம் முழுவதற்கும் பொருந்தும்படி ஒரு நாளின் துவக்கத்தையும் முடிவையும் நிர்ணயிப்பதற்காக, பூமியின் வடதுருவத்தையும்**

சர்வம் 524 சரக்குப் பெட்டகம்

தென்துருவத்தையும் இணைக்கும் விதத்தில் பசிபிக் கடலின் வழியாகச் செல்வதாக அமைத்துக்கொண்ட கற்பனைக் கோடு; international date line.

சர்வம் பெ. எல்லாம்; everything; whole. பூகம்பத்தால் சர்வமும் நாசம்.

சர்வரோக நிவாரணி பெ. சகல நோய்களையும் குணப்படுத்த வல்லது; cure-all; panacea. இந்த மூலிகை ஒரு சர்வரோக நிவாரணி.

சர்வாங்கம் பெ. (அ.வ.) முழு உடல்; whole body. அவமானத்தால் சர்வாங்கமும் கூனிக்குறுகி நின்றார்./ ஒரு பொடியன் இப்படிப்பட்ட கேள்வியைக் கேட்டுவிட்டானே என்று நினைத்ததும் அவருக்குச் சர்வாங்கமும் துடித்தது.

சர்வாதிகாரம் பெ. தனிமனிதன் அல்லது ஓர் அமைப்பு எல்லா அதிகாரங்களையும் வைத்துக்கொண்டு அடக்கி ஆளும் முறை; dictatorship. பல நாடுகளில் சர்வாதிகார ஆட்சியை மக்கள் ஒழித்திருக்கிறார்கள்.

சர்வாதிகாரி பெ. 1: சர்வாதிகார ஆட்சி நடத்துபவர்; dictator. 2: (அ.வ.) சைவ மடங்களில் அன்றாட வேலைகளைக் கண்காணிக்கும் அதிகாரி; administrative head in a Saivaite mutt.

சர்வேசுவரன் பெ. எல்லாம் வல்ல இறைவன்; god, the omnipotent.

சரக்-என்று வி.அ. உரசும் சத்தத்தோடு வேகமாக; swiftly with a sound of friction. வாழைப்பழத் தோலில் கால் வைத்துச் சரக்கென்று வழுக்கி விழுந்தார்.

சரக்கு பெ. 1: வியாபாரப் பொருள்; merchandise; cargo. கடைக்குச் சரக்கு எடுக்கப் போயிருக்கிறார்./ சரக்குகளை ஏற்றிச்செல்ல ஒரு வண்டி பிடித்துவா! 2: (நாட்டு வைத்தியத்தில் பயன்படுத்தப்படும்) பொருள்; indigenous medicinal substance. கடுக்காய் ஒரு வைத்தியச் சரக்கு. 3: (பே.வ.) விஷய ஞானம்; திறமை; substance. பேசுவதைப் பார்த்தால் ஆள் சரக்கு உள்ளவர்போல் தெரிகிறது. 4: (பே.வ.) மது; liquor. கொஞ்சம் சரக்கு உள்ளே போனதும் தான் தெம்பு வந்தது. 5: (மண.) விற்பனைக்கு வரும்/ தரும் சுட்ட மண்பாண்டங்கள்; earthenware vessels for sale.

சரக்குத்தூள் பெ. (இலங்.) (உடல்நலக் குறைவு உள்ளவர்கள், குழந்தை பெற்றவர்கள் போன்றோருக்கு மருந்தாக அளிக்கும்) கொத்தமல்லி, சீரகம், மிளகு, மஞ்சள் முதலியவற்றைச் சேர்த்து அரைத்த தூள்; medicinal concoction that uses household food substances.

சரக்குந்து பெ. (பொருள்களை அதிக அளவில் ஏற்றிச் செல்லும்) கனரக வாகனம்; heavy vehicle such as lorry, truck, etc.,

சரக்குப்பிடி வி. (-பிடிக்க, -பிடித்து) (வியாபாரத்தில்) கொள்முதல்செய்தல்; procure goods wholesale (for trade).

சரக்குப் பெட்டகம் பெ. (கப்பல், ரயில் போன்றவற்றின் மூலம்) சரக்குகளை எளிதாக எடுத்துச் செல்ல வசதியாக வடிவமைக்கப்பட்ட மிகப் பெரிய செவ்வக வடிவப் பெட்டி; container.

சரக்கு மற்றும் சேவை வரி பெ. (பு.வ.) பொருள் அல்லது சேவை உற்பத்தி ஆவதிலிருந்து இறுதி நுகர்வுவரை விதிக்கப்படும் மதிப்புக் கூட்டுவரி; goods and services tax (abbreviated to GST).

சரக்கு ரயில் பெ. (பயணிகள் இல்லாமல்) வர்த்தகப் பொருள்களை மட்டும் ஏற்றிச் செல்லும் பெட்டிகளைக் கொண்ட ரயில்; goods train.

சரக்கொன்றை பெ. காண்க: கொன்றை.

சரகம் பெ. (ஒரு துறையில்) நிர்வாக வசதிகளுக்காகப் பிரிக்கப்பட்டிருக்கும் (ஊரின் சில பகுதிகளை உள்ளடக்கிய) உட்பிரிவு; administrative division (of a town or a city); circle. சென்னை நகரத் தெற்குச் சரகக் காவல் நிலையம்/ மதுரைச் சரக மருந்துப் பொருள்கள் ஆய்வாளர்/ இந்த ஊர் எங்கள் சரகத்திற்குள் வராது.

சரசம்[1] பெ. (-ஆக, -ஆன) (பேச்சு, செயல் போன்றவற்றைக் குறித்து வரும்போது) காமம் வெளிப்படும் தன்மையைக் கொண்டது; flirtation; flirting. அவள் அவனோடு சரசமாகப் பேசிச் சிரித்தாள்.

சரசம்[2] பெ. (-ஆக, -ஆன) (பே.வ.) (விலையைக் குறித்து வரும்போது) மலிவு; cheap (in price). இந்தச் சந்தையில் காய்கறிகள் சரசமான விலைக்குக் கிடைக்கும்.

சரசர வி. (சரசரக்க, சரசரத்து) உரசல் சப்தம் எழுதல்; rustle. மணப்பெண் பட்டுப் புடவை சரசரக்க நடந்து வந்தாள்./ சருகுகள் காற்றில் சரசரத்தன.

சரசர-என்று வி.அ. (இயக்கம், செயல்பாடு முதலியவை குறித்து வரும்போது) தடை எதுவும் இல்லாமல் வேகமாக; swiftly without any hindrance or hesitation. அணில் சரசரவென்று மரத்தில் ஏறிற்று./ அமைச்சரிடமிருந்து உத்தரவுகள் சரசரவென்று பறந்தன.

சரசுவதி பெ. காண்க: சரஸ்வதி.

சரடு பெ. 1: (நூல், சணல் முதலியவற்றால்) நெகிழ்வாக முறுக்கப்பட்ட சிறு கயிறு; thread; rope. ஒரு சரட்டைக் கொண்டுவந்து இந்தக் கோணிப் பையைக் கட்டு! 2: (பே.வ.) நூலால் திரித்து மஞ்சள் தடவிய அல்லது தங்கத்தால் ஆன தாலி கோக்கும் சிறிய கயிறு அல்லது சங்கிலி; small cord made by twisting cotton yarn and smeared with turmeric or gold chain for stringing *தாலி* to it. 3: மெல்லிய கம்பிகளை முறுக்கிச் செய்த தங்கக் கழுத்தணி வகை; plaited gold thread. அக்கா ஐந்து பவுனில் ஒரு சரடு போட்டிருந்தாள். 4: (கதை, விவாதம் முதலியவற்றில்) தொடர்பு; பிணைப்பு; (of a story, an argument) connecting thread. தொடர்கதை எழுதுபவர்கள் சரடு விட்டுப் போகாமல் பார்த்துக்கொள்ள வேண்டும்.

சரடுவிடு வி. (-விட, -விட்டு) (தொடர்ச்சியாக) பொய் சொல்லுதல்; கதைவிடுதல்; tell lies; tell tall tales. ஊருக்குப் போகாமலேயே போய்வந்ததாகச் சரடுவிடுகிறான்.

சரண் புகு வி. (புக, புகுந்து) (அ.வ.) அடைக்கலம் புகுதல்; தஞ்சம் அடைதல்; take refuge or shelter.

சரணடை வி. (-அடைய, -அடைந்து) 1: (சட்டம்) குற்றத்தில் சம்பந்தப்பட்டவர் என்று கருதப்படுபவர் கைதாவது நிச்சயம் என்று தெரிந்ததும் தானாகவே முன்வந்து நீதிமன்றத்தில் தன்னை ஒப்புவித்துக் கொள்ளுதல்; surrender. காவல்துறையினர் தன்னைக் கைதுசெய்யத் தேடிவருவதை அறிந்த தொழிலதிபர் நீதிமன்றத்தில் சரணடைந்தார். 2: எதிரி ராணுவத்திடம் எதிர்ப்புக் காட்டாமல் அடங்கிப்போதல்; surrender. கிழக்குப் பாகிஸ்தானின் படைத்தளபதி இந்தியப் படையினரிடம் சரணடைந்தார். 3: தஞ்சம் அடைதல்; சரண் புகுதல்; take refuge or shelter. 'இறைவனின் பாதத்தில் சரணடையுங்கள், எல்லாவற்றையும் அவன் பார்த்துக் கொள்வான்' என்றார் பாகவதர்./ ராமேஸ்வரம் அகதிகள் முகாமில் நேற்று 28 பேர் அகதிகளாகச் சரணடைந்திருக்கின்றனர்.

சரணம்[1] பெ. (இறைவனிடம் அல்லது ஞானியிடம்) அடைக்கலம்; தஞ்சம்; refuge; shelter. 'சுவாமியே சரணம் ஐயப்பா' என்று கூவியபடி பக்தர்கள் மலையேறினர்./ 'புத்தம் சரணம் கச்சாமி! தர்மம் சரணம் கச்சாமி!' என்ற சரண கோஷம் மடாலயம் முழுதும் எதிரொலித்தது.

சரணம்[2] பெ. (இசை) கீர்த்தனை, பாடல் ஆகியவற்றின் மூன்றாவது பகுதி; the third section in a composition.

சரணாகதி பெ. (தன்னைக் காப்பாற்றும் முழுப் பொறுப்பையும் ஒருவரிடம் அளித்து அல்லது தோல்வியை ஒப்புக்கொண்டு) அடிபணிதல்; seeking refuge. இனிமேல் எதிர்த்துநிற்க முடியாது என்பதைப் புரிந்துகொண்டு சரணாகதி அடைந்தான்.

சரணாலயம் பெ. (வேட்டையாடுதல் தடை செய்யப்பட்டு) பறவைகள், விலங்குகள் ஆகியன பாதுகாப்பாக வசிப்பதற்கான இடம்; sanctuary.

சரம் பெ. 1: (பூ, மணி முதலியவை) ஒன்றன் பின் ஒன்றாக அமைந்த வரிசை; (of flowers, pearls, etc.,) strung together; string. முத்துச் சரம்/ கொடி முழுவதும் சரம்சரமாகப் பூக்கள். 2: சரவெடி; serial fire crackers. யானை வெடியை அப்புறம் வெடிக்கலாம்; முதலில் சரத்தைக் கொளுத்திப்போடு. 3: பூக்களை இடைவெளி விட்டுத் தொடுத்த மாலை; garland of loosely strung flowers. சாமி படத்துக்குச் சரம் போட்டாயா?

சரமாரியாக வி.அ. ஒன்றை அடுத்து ஒன்று என்னும் முறையில் விரைவாக; in a volley. கொள்ளையர்கள் காவலரை நோக்கிச் சரமாரியாகச் சுடத் தொடங்கினார்கள்./ காரை நோக்கிச் சரமாரியாகக் கற்கள் வந்து விழுந்தன./ நிருபர்கள் அமைச்சரிடம் சரமாரியாகக் கேள்விகள் கேட்டனர்.

சரவிளக்கு பெ. 1: (கோயில்களில்) ஒன்றன் மேல் ஒன்றாக இணைத்துத் தொங்கவிடப்பட்டிருக்கும் விளக்குகளின் தொகுதி; string of metal lamps (hung in temples). (பார்க்க, படம்) 2: (அலங்காரத்துக்காகத் தொங்கவிடப்படும்) விதவிதமான கண்ணாடியால் செய்யப்பட்டுக் கொத்தாக இருக்கும் பெரிய விளக்கு; chandelier. ஆடம்பரமான சரவிளக்குகளோடு படாடோபமாகக் காட்சியளிக்கும் பங்களா.

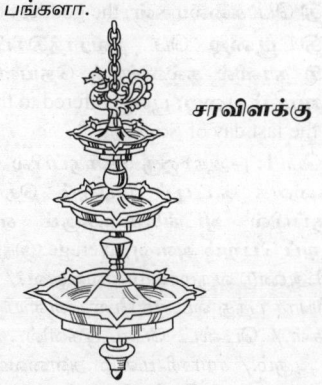

சரவிளக்கு

சரவெடி பெ. (பற்றவைத்தால் தொடர்ந்து சில நிமிடங்கள் வெடிக்கும் வகையில்) சரமாகக் கோக்கப்பட்ட ஒரு வகை வெடி; serial fire crackers.

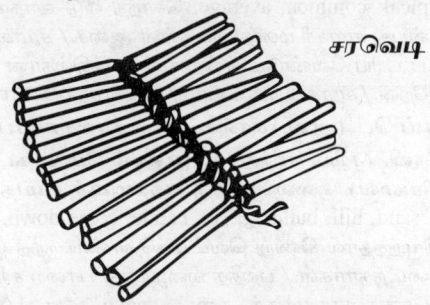

சரவெடி

சரளம் பெ. (-ஆக, -ஆன) 1: (ஒன்று) இயல்பாகவும் தடங்கல் இல்லாமலும் சீராகவும் அமையும் போக்கு; free; fluency. அவர் தமிழில் மட்டுமல்லாமல் ஆங்கிலத்திலும் சரளமாகப் பேசக்கூடியவர்./ அவருடைய நாவலில் காணப்படும் சரளமான நடை படிக்க சுவாரசியமாக இருக்கும்./ இந்தத் துறைமுகத்தில் கப்பல் போக்குவரத்து சரளமாக நடைபெறுகிறது./ அவன் சரளமாகப் பொய் சொல்வான்./ கம்பைச் சுழற்றும்போது மணிக்கட்டு சரளமாகச் சுழல வேண்டும். 2: (கொடுக்கல்வாங்கலில்) தட்டுப்பாடு இல்லாத நிலை; (of transaction) ease; facile. பொருளாதார விஷயங்களில் சரளமான நிலைமை இருக்கும் என்று இந்த வார ராசிபலனில் போட்டிருந்தது.

சரளி பெ. (இலங்.) சளி; phlegm; sputum. குழந்தைக்குச் சரளி இழுத்துக்கொண்டிருக்கிறது./ கண்ட இடத்திலும் சரளியைத் துப்பாதே.

சரளி வரிசை பெ. (இசை) இசை கற்பவர்களுக்காக ஆதி தாளத்தில் அமைந்த எளிமையான ஸ்வரத் தொடர்; music exercise(s) for beginners, in ஆதிதாளம் using all the seven notes of the scales.

சரளை பெ. (சாலை போடுதல், தளம் அமைத்தல் முதலியவற்றுக்குப் பயன்படுத்தும்) சற்றுப் பெரிய துண்டுகளாக உடைக்கப்பட்ட கருங்கல்; gravel; road-metal.

சரளைக் கல் 526

புதிய இருப்புப்பாதை போடுவதற்காகச் சரளைக் கல் கொட்டியிருந்தார்கள்.

சரளைக் கல் பெ. **கப்பி;** gravel; road-metal.

சரஸ்வதி பெ. **கலைமகள்;** the goddess of learning.

சரஸ்வதி பூஜை பெ. **நவராத்திரிப் பண்டிகையின் கடைசி நாளில் கல்விக்குத் தெய்வமான சரஸ்வதிக்குச் செய்யும் பூஜை;** பூஜை offered to the goddess of learning on the last day of நவராத்திரி.

சராசரி பெ. **1:** *(-ஆக)* **ஒரு தொகுப்பில் உள்ள வெவ்வேறு எண்களைக் கூட்டிப் பெறும் தொகையை அந்தத் தொகுப்பில் அடங்கியிருக்கும் எண்ணிக்கையால் வகுத்துப் பெறும் அளவு;** average. இந்தியாவில் ஒருவரின் சராசரி ஆண்டு வருமானம் எவ்வளவு?/ ஆண்டு ஒன்றுக்குச் சராசரியாக பத்து லட்சம் பேர் பள்ளியிறுதித் தேர்வு எழுதுகிறார்கள்./ டெஸ்ட் போட்டிகளில் அவருடைய சராசரி 58.28 ஆகும்./ சராசரி மழை அளவைக் காட்டிலும் இந்த வருடம் மழை அதிகம். **2:** *(-ஆன)* **(கூடுதல் அல்லது குறைவு என்றோ உயர்ந்தது அல்லது தாழ்ந்தது என்றோ கருதப்படாத) சாதாரண நிலை; நடுத்தரம்;** typical; common; average. சொந்த வீடு வாங்க வேண்டும் என்பது சராசரி மனிதனுக்குள்ள ஆசை./ சராசரி வாசகனுக்குப் புரிய வேண்டும் என்ற எண்ணத்தில்தான் கதை எழுதுகிறேன்./ சராசரியான உயரம்/ அவன் சராசரியான மாணவன்.

சராய் பெ. *(அ.வ.)* **கால்சட்டை; கால்சராய்;** trousers.

சரி[1] வி. *(சரிய, சரிந்து)* **1: (மணல் மேடு, கட்டடம் முதலியவை) குலைந்து ஒரு பக்கமாகச் சாய்தல்;** (of heap of sand, hill, building, etc.,) slide; come down. மண் சரிந்து விழுந்ததால் கிணறு வெட்டிக்கொண்டிருந்த இருவர் காயமடைந்தார்கள்./ பலத்த மழையால் பாறை சரிந்து விழுந்து போக்குவரத்துக்குத் தடை ஏற்பட்டது. [*(தொ.சொ.)* **உருள்/ சறுக்கு/ நழுவு/ புரள்/ வழுக்கு**] **2: நல்ல அல்லது உயர்ந்த நிலையிலிருந்து மோசமான அல்லது தாழ்ந்த நிலைக்கு இறங்குதல்;** fall; come down. மாநில அரசு கோதுமையை இறக்குமதி செய்யப்போகிறது என்ற செய்தி வந்ததும் அதன் விலை சரிந்தது./ அந்த நிகழ்ச்சிக்குப் பிறகு அவரது புகழ் சரியத் தொடங்கிவிட்டது. **3: (கிரிக்கெட்டில் விக்கெட்டுகள் தொடர்ந்து) விழுதல்;** (of wickets in cricket) fall (continually). அணியின் தலைவர் ஆட்டம் இழந்ததும் விக்கெட்டுகள் தொடர்ந்து சரிய ஆரம்பித்தன. **4: (வயிறு கிழிந்து குடல்) வெளிவருதல்;** (of one's intestine) come out. ஜல்லிக்கட்டுக் காளை குத்தியதில் இருவருக்குக் குடல் சரிந்தது.

சரி[2] வி. *(சரிக்க, சரித்து)* **1: (நிமிர்ந்த, செங்குத்தான நிலையிலிருந்து ஒரு பக்கமாக அல்லது ஒன்றின் மீதாக) சாய்த்தல்;** tilt (a bottle, vessel, etc.,). பாத்திரத்தைச் சரித்து நீரை ஊற்றினாள். **2: (மணல், கருங்கல் முதலியவற்றை மேலிருந்து கீழ்நோக்கி) தள்ளுதல்;** push or slide (sand, gravel, etc.,). மணலை லாரியிலிருந்து கீழே சரித்துவிட்டனர். **3: (கிரிக்கெட்டில் விக்கெட்டுகளைக் குறைந்த நேர இடைவெளியில்) வீழ்த்துதல்;** take (wickets continually). உணவு இடைவேளைக்கு முன்னரே இந்தியாவின் சுழற்பந்து வீச்சாளர்கள் தென்னாப்பிரிக்க விக்கெட்டுகளைச் சரித்துவிட்டனர்.

சரி[3] பெ. *(-ஆக, -ஆன)* **1: தகுதியானது; பொருத்தமானது;** correct; proper; not wrong. இந்தக் கேள்விக்கு நீங்கள் கூறியதுதான் சரியான பதில்./ நீ செய்தது சரியா? **2: நல்ல நிலை;** fit. எனக்கு உடம்பு சரியில்லை./ சில காலமாக அவருக்கு மனசு சரியில்லை./ அம்மாவுக்கு உடம்பு சரியாக இருக்கிறதா?/ கடிகாரம் சரியாக ஓடவில்லை. **3: சற்றுக் கூடுதல் அல்லது குறைவு என்று சொல்ல முடியாதபடி துல்லியமானது; (எந்த அளவுக்கு இருக்க வேண்டுமோ அந்த) உரிய அளவு;** exact; proper ratio; equal parts. மல்யுத்த வீரர்கள் எடையில் சரிசமம்/ சொத்தைச் சரிபாதியாகப் பிரிக்க வேண்டும்./ சரியான அளவு தண்ணீர் ஊற்றிச் சமைத்தால் சோற்றை வடிக்க வேண்டியதில்லை. **4: (ஒன்றுக்கொன்று) ஈடு;** (perfectly) appropriate. நீ அவனை அடித்ததற்கு அவன் உன்னைக் கிள்ளியது சரியாகப் போயிற்று.

சரி[4] இ.சொ. **1: (ஒன்றைச் செய்யுமாறு சொல்லும்போதோ ஒன்றைச் செய்வதற்கு அனுமதி கேட்கும்போதோ மற்றவர் தன்) இசைவைத் தெரிவித்து இரண்டு வாக்கியங்களைத் தொடர்புபடுத்தும் இடைச்சொல்;** particle conveying acceptance or agreement. 'நாளைக் காலை எட்டு மணிக்கு வா'. 'சரி, வருகிறேன்'./ 'உங்கள் பணத்தை அடுத்த வாரம் தரட்டுமா?' 'சரி, அப்படியே செய்யுங்கள்'. **2: ஒரு செயல், உரையாடல் போன்றவற்றை முடித்துக்கொள்ளும் நோக்கில் வாக்கியத்தின் முதலில் பயன்படுத்தும் சொல்;** particle used to end an action or a conversation. சரி, நான் புறப்படுகிறேன்./ சரி, பேச்சை நிறுத்திவிட்டு வேலையைப் பாருங்கள். **3: குறிப்பிடப்படும் ஒன்றை எல்லாச் சூழ்நிலைகளுக்கும் பொதுவானதாக ஆக்கிக் கூறும்போது பயன்படுத்தும் இடைச்சொல்;** particle used in the sense of 'whoever', 'whatever', 'wherever'. யார் வந்து கேட்டாலும் சரி, நான் அந்தப் புத்தகத்தைத் தர மாட்டேன்./ வீட்டிலும் சரி, வெளியிலும் சரி, அவர் அதிகம் பேச மாட்டார்./ முதலாளிகளும் சரி, தொழிலாளிகளும் சரி, விட்டுக்கொடுத்துப் போக வேண்டும். **4: 'குறிப்பிடப்படும் செயலோடு ஒன்று நின்றுவிடுகிறது அல்லது நின்றுவிட்டது' என்ற பொருளில் வாக்கியத்தின் இறுதியில் பயன்படுத்தும் இடைச்சொல்;** particle used in the sense of 'that is all', 'nothing more', etc., நாங்கள் இருவரும் காலையில் வணக்கம் கூறிக்கொள்வதோடு சரி./ கார்த்திகை மாதம் இரண்டு நாள் மழை பெய்ததோடு சரி. **5: பேசிக்கொண்டிருக்கும் பொருளைத் தொடராமல் மற்றொன்றைத் தொடங்குவதற்கு அறிகுறியாகப் பயன்படுத்தும் இடைச்சொல்;** (in conversation) particle introducing change of topic. அவர் போக்கு அப்படி! சரி, நாம் ஊருக்குப் போவதைப் பற்றிப் பேசுவோம்./ அலுவலக விவகாரங்களைப் பற்றிப் பேசிக்கொண்டிருந்தவர், 'அது சரி, உங்கள் குழந்தைக்கு உடம்பு சரியாகிவிட்டதா?' என்று கேட்டார். **6: ஒரு சாத்தியத்தைப் பற்றி யோசிக்கும்போது சற்று ஆறுதலான தொனியில் வாக்கியத்தின் முதலில் பயன்படுத்தும் இடைச்சொல்;** particle used as an expression of hope or relief at the beginning of a sentence. சரி, அப்பாதான் இருக்கிறாரே பணம் கேட்டுப் பார்ப்போம் என்று நினைத்தான்./ சரி, இன்னும் இரண்டு நாள் இருக்கிறதல்லவா, பார்த்துக்கொள்வோம். **7: குறிப்பிடும் செயல்**

எப்படியாவது நிறைவேறினால் போதும் என்ற உணர்வைத் தெரிவிக்கப் பயன்படுத்தும் இடைச்சொல்; particle expressing resignation to the given situation. புத்தகத்தை யாராவது படித்தால் சரி./ யார் மூலமாவது வேலை கிடைத்தால் சரி./ எப்படியோ கல்யாணம் நடந்தால் சரி என்று இருக்க முடியுமா?

சரிக்கட்டு வி. (-கட்ட, -கட்டி) 1: **(இழப்பு, நஷ்டம், பற்றாக்குறை முதலியவற்றை) ஈடு செய்தல்;** make good; adjust. விவசாயத்தில் ஓர் ஆண்டில் ஏற்பட்ட நஷ்டத்தை அடுத்த ஆண்டு கிடைக்கும் வருமானத்தில் சரிக்கட்ட முடியாது./ வரவுசெலவுத் திட்டத்தில் ஏற்படும் பற்றாக்குறையைச் சரிக்கட்ட அரசு புதிய வரிகளை விதிக்கிறது./ (உரு வ.) இழந்த செல்வாக்கைச் சரிக்கட்டப்பார்க்கிறார். 2: **(ஒருவரை) ஒப்புக்கொள்ள வைத்தல்; இணங்க வைத்தல்; (தவறான அல்லது கருத்து வேறுபாடு உள்ள காரியத்துக்கு) ஒத்துப்போகச் செய்தல்;** persuade; reconcile; fix up; get around s.o. பார்க்க வேண்டியவர்களைப் பார்த்து விஷயத்தைச் சரிக்கட்டிவிட்டார்./ வனக் காவலரைச் சரிக்கட்டிச் சந்தன மரத்தைக் கடத்த முயன்றவர் கைது செய்யப்பட்டார்.

சரிக்குச் சரி பெ. (-ஆக, -ஆன) **சமம்; சமானம்;** equal. அப்பாவோடு சரிக்குச் சரியாகப் பேச ஆரம்பித்துவிட்டாயா?/ நாயகன், நாயகி இருவருமே நடிப்பில் சரிக்குச் சரி.

சரிகை பெ. (நெசவு) காண்க: **ஜரிகை.**

சரிசெய் வி. (-செய்ய, -செய்து) 1: **(கலைந்திருக்கும் ஆடை, முடி முதலியவற்றை) ஒழுங்குபடுத்துதல்; திருத்துதல்;** arrange or smooth out (dishevelled hair, clothes, etc.,). கலைந்த தலைமுடியை அடிக்கடி கையால் சரிசெய்தபடி பேசிக்கொண்டிருந்தான்./ சட்டையைச் சரிசெய்துகொண்டு கதவைத் திறந்தான். 2: **(கோளாறு உள்ளதை) பழுதுபார்த்தல்; (குறைபாடு முதலியவற்றை) நிவர்த்தி செய்தல்; சீராக்குதல்;** repair (sth.); set right. இந்த மின்விசிறியைச் சரிசெய்து தர முடியுமா? 3: **பேசும்போது அல்லது பாடும்போது தொண்டையிலிருக்கும் எச்சில், சளி போன்றவற்றைக் கனைப்பதுமூலம் நீக்கிக் கொள்ளுதல்;** clear (one's throat). பாடகர் தொண்டையைச் சரிசெய்துகொண்டு பாடத் தொடங்கினார். 4: காண்க: **சரிக்கட்டு.**

சரித்திரம் பெ. **வரலாறு;** history. இந்தியச் சரித்திரம்/ சரித்திரப் புகழ்பெற்ற நகரம்.

சரிதம் பெ. (அ.வ.) **சரித்திரம்;** history.

சரிதை பெ. **(வாழ்க்கை) வரலாறு;** life-history; chronicle; biography. அவர் தன் வாழ்க்கையைப் பற்றி எழுதி 'என் சரிதை' என்று பெயரிட்டார்.

சரிநிகர் பெ. **(ஒப்புநோக்கும்போது) ஏற்றத்தாழ்வின்றி எல்லா விதத்திலும் சமம்;** equal. எல்லாத் துறைகளிலும் ஆண்களுக்குச் சரிநிகராகப் பெண்களுக்கும் வாய்ப்பளிக்க வேண்டும்./ நேற்று அரசியலுக்கு வந்தவன் எனக்குச் சரிநிகர் சமானமாகப் போட்டியிடப்போகிறானா?/ மத்திய அரசு எல்லா மாநிலங்களையும் சரிநிகர் சமானமாகப் பார்க்க வேண்டும்.

சரிப்படு வி. (-பட, -பட்டு) **ஏற்றதாக அமைதல்; ஒத்து வருதல்;** be agreeable or suitable. நகர வாழ்க்கை நமக்குச் சரிப்படாது என்று மீண்டும் கிராமத்திற்கே அவன் சென்றுவிட்டான்./ வீட்டு வேலைக்கு இந்தப் பையன் சரிப்பட்டு வர மாட்டான்./ உனக்கு இந்த இடம்தான் சரிப்படும் என்று நினைக்கிறேன்.

சரிப்படுத்து வி. (-படுத்த, -படுத்தி) 1: காண்க: **சரிக்கட்டு, 2.** 2: காண்க: **சரிசெய், 1, 3.**

சரிபார் வி. (-பார்க்க, -பார்த்து) 1: **(கணக்கு, கையெழுத்து முதலியவற்றை) முறையாக அல்லது சரியாக உள்ளதா என ஒப்பிடுதல்;** correct; check (an account, signature, etc.,); compare (with the original); verify. கையெழுத்தைச் சரிபார்த்துவிட்டுப் பணம் கொடு./அறிவிப்புப் பலகையில் இருந்த விவரங்களுடன் பயணச் சீட்டைச் சரிபார்த்தான். 2: **(இயந்திரம் முதலியவற்றைப் பயன்படும் நிலையில் உள்ளதா என) பரிசோதித்தல்;** test (a mechanism in order to know whether it can be used readily). 3: **பழுதுபார்த்தல்; சரிசெய்தல்;** repair. மாவு அரைக்கும் இயந்திரத்தைச் சரிபார்க்க வேண்டும்.

சரியாக வி.அ. 1: (பே.வ.) **(ஒன்றின் மிகுதியைக் குறிக்கும்போது) கடுமையாக; நன்றாக;** (when indicating the extremity of sth.) soundly; harshly. எனக்குக் கோபம் வந்து அவனைச் சரியாகத் திட்டிவிட்டேன். 2: **போதுமானதாக;** enough; sufficiently. ஞாயிற்றுக்கிழமை முழுவதும் வீட்டைச் சுத்தப்படுத்துவதற்கே சரியாக இருக்கும்./ வீடு எங்கள் இருவருக்கும் சரியாக இருந்தது. 3: **துல்லியமாக;** precisely; exactly. சரியாக எங்கே என்று சொல்லுங்கள்./ நீ சரியாக நடுவாயா?/ வீட்டை அடைந்தபோது சரியாக ஏழு மணி. 4: **இரு நிகழ்ச்சிகள் ஒரே நேரத்தில் நடப்பதைக் குறிக்கும் சொல்;** word expressing simultaneity (of two actions). நான் பேருந்து நிலையத்தை அடைவதற்கும் பேருந்து புறப்படுவதற்கும் சரியாக இருந்தது.

சரியாகப் போயிற்று வி.மு. **ஒரு நிலைமையைப் பற்றி ஒருவர் கொள்ளும் எரிச்சல், அவநம்பிக்கை போன்றவற்றை உணர்த்தும் வினைமுற்று;** a finite verb to convey one's misgivings, irritation, etc., in a situation. 'நீங்கள்தான் அவரிடம் சொல்லி என் மகனுக்கு வேலைவாங்கித் தர வேண்டும்.' என்று நான் சொன்னதற்கு அவர் 'சரியாகப் போயிற்று; அவருக்கு என்னை அவ்வளவாகப் பிடிக்காதே!' என்றார்.

சரியாகு வி. (-ஆக, -ஆகி) 1: **(நோய்) குணமாதல்;** (of disease) get cured. இப்போது அவனுக்கு உடம்பு சரியாகிவிட்டது./ ஒரு வாரம் மருந்து சாப்பிட்டால் போதும். குடல் புண் சரியாகிவிடும்./ வெறும் மருந்தினால் மனநோய் சரியாகாது./ உன் நோய் முற்றிலுமாகச் சரியாக நாளாகும். 2: **(மோசமான நிலைமை) சீராதல்; இயல்பான நிலைக்கு வருதல்;** (of bad or unwanted condition, state, etc.,) become all right or normal. கொஞ்சம் பொறுத்துக்கொள், எல்லாம் சரியாகிவிடும்./ ஒரு மாதத்தில் அலுவலக நிலைமை சரியாகிவிடாதா?/ மின் அழுத்தம் இரவு ஒரு மணிக்குச் சரியாகிவிட்டது./ புதுச் சூழல் பழகிவிட்டால் எல்லாம் சரியாகிவிடும்.

சரியான பெ.அ. (ஒருவரின் அல்லது ஒன்றின் இயல்பு மிகுதியைக் குறிப்பிடும்போது) **கடுமையான; அதிகமான;** extreme; severe. சரியான வெயில்/ அவருக்குச்

சரியில்லை 528

சரியான கோபம்/ அவன் ஒரு சரியான முட்டாள்./ சரியான முசுடு பிடித்த ஆசாமி அவன்.

சரியில்லை வி.மு. **(ஒன்று அல்லது ஒருவர்) இயல்பான நிலையில் இல்லாமல் இருத்தல்;** not feeling well. இரண்டு நாளாக எனக்கு உடம்பு சரியில்லை./ மனசு சரியில்லை. அதனால்தான் கடற்கரைக்கு வந்தேன்.

சரிவர வி.அ. **1: உரிய முறையில்; ஒழுங்காக;** in proper manner. வாகனம் ஓட்டுபவர்கள் போக்குவரத்து விதிகளைச் சரிவரக் கடைப்பிடிக்க வேண்டும்./ அந்த ஆசிரியர் பாடங்களைச் சரிவரச் சொல்லித்தருவதில்லை. **2: தட்டுப்பாடு இல்லாமல்;** without hindrance; freely. உணவுப் பண்டங்கள் சரிவரக் கிடைப்பதில்லை.

சரிவா வி. (-வர, -வந்து) **(ஒரு திட்டம், வழிமுறை, செயல்பாடு போன்றவை) ஏற்புடையதாக இருத்தல்;** (of a plan, method, action, etc.,) be workable; be suitable. நீ சொல்கிற திட்டமெல்லாம் சரிவரும் என்று எனக்குத் தோன்றவில்லை./ நமக்குச் சரிவந்தால் பார்க்கலாம். இல்லாவிட்டால் வேறு வரன் பார்ப்போம்.

சரிவிகித உணவு பெ. **எல்லாச் சத்துகளும் சரியான விகிதத்தில் கலந்திருக்கும் உணவு;** balanced food.

சரிவு பெ. **1: (மலை, சாலை முதலியவற்றில்) உயர்ந்திருக்கும் பகுதியையும் தாழ்வாக இருக்கும் பகுதியையும் இணைக்கும் சாய்வான பரப்பு;** (of a mountain, road, etc.,) slope. மலைச் சரிவில் தேயிலைத் தோட்டம்/ சாலையின் சரிவில் பேருந்து உருண்டு விழுந்து கிடந்தது. **2: (பனி, மண் போன்றவை மலையின் உயரமான பகுதியிலிருந்து) சரிந்து விழுதல்;** avalanche. பனிச்சரிவு காரணமாகப் பத்துப் பேர் பலி. **3: நல்ல அல்லது உயர்ந்த நிலையிலிருந்து மோசமான அல்லது தாழ்ந்த நிலைக்கு இறங்குதல்; வீழ்ச்சி;** fall; decline. எண்ணெய் வித்துகளின் விலையில் திடீர்ச் சரிவு ஏற்பட்டுள்ளது./ அவருடைய செல்வாக்கின் சரிவு தொடங்கிவிட்டது.

சரீரப் பிணை பெ. (இலங்.) **குற்றம் சுமத்தப்பட்டவருக்காகப் பொறுப்பேற்று ஒருவர் அளிக்கும் உத்தரவாதம்;** surety. நேற்றுக் கைதானவர் சரீரப் பிணையில் இப்போது வெளியே வந்திருக்கிறார்.

சரீரம் பெ. **(மனித) உடல்; உடம்பு;** (human) body. கனத்த சரீரம்.

சருக்கை பெ. (ஊரக வ.) **(ஆற்றங்கரையை நீரோட்டம் அரிக்காமல் இருக்க) செங்கல் அல்லது கான்கிரீட் கட்டாயங்களால் சரிவாகக் கட்டும் கரை;** retaining wall on the bank of a river built with brick or concrete blocks for preventing erosion. இந்தக் கரை அடிக்கடி உடைத்துக் கொள்வதால் சருக்கை கட்டிவிட்டார்கள்.

சருகு பெ. **1: காய்ந்து உலர்ந்த இலை;** dry leaf. சருகுகளைக் குவித்துத் தீ மூட்டிக் குளிர் காய்ந்தார்கள்./ சருகுகளின் மேல் கால் வைத்ததும் அவை நொறுங்கும் சத்தம் கேட்டது. **2:** (ஊரக வ.) **வாடிய வெற்றிலை;** wilted betel leaf which has lost its freshness. கிழவி சுருக்குப் பையிலிருந்து இரண்டு சருகை எடுத்து வாய்க்குள் திணித்துக்கொண்டாள்.

சருகு மான் பெ. **அடர் பழுப்பு நிற உடலில் வெள்ளை நிறத் திட்டுகளையும் கோடுகளையும் கொண்ட, மிகவும் சிறிய மான்;** Indian chevrotain; mouse deer.

சருமம் பெ. **தோல்;** skin. சரும நோய்/ வெற்றுக் கண்ணால் பார்க்க முடியாத எண்ணற்ற துளைகள் சருமத்தில் உள்ளன.

சருவக்குடம் பெ. (இலங்.) **தவலை;** pot made of metal with a wide mouth and a tapering bottom (to store or heat water).

சருவச்சட்டி பெ. (வ.வ.) **அரிசி, உளுந்து களையப் பயன்படுத்தப்படும், வாயகன்ற பாத்திரம்.** wide-mouthed vessel for sifting rice in water or for husking dunked blackgram

சருவப்பானை பெ. (வ.வ.) **(வெண்கலம், செம்பு, அலுமினியம் போன்றவற்றால் ஆன) குண்டான்;** vessel (made of bronze, copper, aluminium, etc.,) with a wide mouth and a tapering bottom.

சரேல்-என்று வி.அ. (அசைவை அல்லது இயக்கத்தைக் குறிக்கும்போது) **திடீரென்றும் வேகமாகவும்;** (of an action) abruptly; quickly and suddenly. பின்னால் யாரோ நடந்துவரும் சப்தம் கேட்டுச் சரேலென்று திரும்பினாள்./ ஓடிவரும் மாட்டைப் பார்த்ததும் சரேலென்று ஒதுங்கினேன்.

சரை பெ. (இலங்.) **காகிதம், வாழைச் சருகு போன்றவற்றால் கட்டித் தரும் சிறு சிப்பம்;** a small packet secured with paper, dried leaf, etc., பாட்டன் சரைக்குள் திருநீற்றை வைத்திருந்தார்./ சரைக்குள் இருந்த மருந்துகளை என்ன செய்தாய்?

சல்லடை பெ. **நெருக்கமான துளைகள் உடைய வலை பொருத்தப்பட்ட அல்லது சிறுசிறு ஓட்டைகள் போடப்பட்ட அடிப்பகுதியைக் கொண்ட (மாவு, தானியம் முதலியவை) சலிக்கும் சாதனம்;** fine sieve (to sift flour, grains, etc.,).

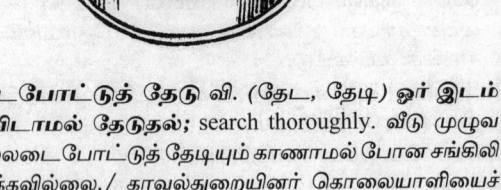

சல்லடை

சல்லடைபோட்டுத் தேடு வி. (தேட, தேடி) **ஓர் இடம் கூட விடாமல் தேடுதல்;** search thoroughly. வீடு முழுவதும் சல்லடைபோட்டுத் தேடியும் காணாமல் போன சங்கிலி கிடைக்கவில்லை./ காவல்துறையினர் கொலையாளியைச் சல்லடைபோட்டுத் தேடிக்கொண்டிருக்கிறார்கள்.

சல்லா பெ. **(உடல் தெரியக்கூடிய) மிக மெல்லிய துணி;** fine textured (transparent) cloth; muslin.

சல்லாபம் பெ. (அ.வ.) **(காமத்தைத் தூண்டக் கூடிய) பேச்சு அல்லது செய்கை;** talk or behaviour (suggestive of amorousness).

சல்லாபி வி. (சல்லாபிக்க, சல்லாபித்து) (அ.வ.) **(காமத்தைத் தூண்டும் முறையில்) பேசுதல் அல்லது செயல்படுதல்;** talk or behave (with erotic overtones).

சல்லி பெ. **1: (முற்காலத்தில் புழக்கத்தில் இருந்த) மிகக் குறைந்த மதிப்புடைய நாணயம்;** (in former times) coin of the lowest value. கையில் ஒரு சல்லி இல்லை, என்ன

529 சலனம்

செய்வது?/ (உரு வ.) சல்லி பெறாத விஷயத்துக்குச் சண்டையா?/ 2: **(ஒருவரின் நடத்தை, குணம், நடவடிக்கை போன்றவற்றைக் குறிப்பிடும்போது) மட்டம்; மோசம்;** mean. அந்தச் சல்லிப் பயல் தன் புத்தியைக் காட்டிவிட்டான். 3: **(பருமனாக இல்லாமல்) மிகவும் மெல்லியதாக இருப்பது; சிறியதாக இருப்பது;** very thin; small. பூவரசு மரத்தில் உள்ள சல்லிக் கிளைகளைக் கழித்துவிடு. 4: (இலங்.) (பெரும்பாலும் இஸ்லாமியர் வழக்கில்) **பணம்;** money. மாமி சேவல் வாங்கிக்கொண்டு சல்லி கொடுத்துவிட்டுப் போனார்கள். 5: (இலங்.) காண்க: **ஜல்லி.**

சல்லிக்காசு பெ. **மிகக் குறைந்த மதிப்புள்ள காசு;** a dime; a farthing. பையில் சல்லிக்காசு கிடையாது. நாம் எப்படிப் படத்துக்குப் போவது?/ சல்லிக்காசு பெறாதவன் என்னைக் கேள்வி கேட்பதா?

சல்லிசு பெ. (-ஆக, -ஆன) (பே.வ.) **மலிவு;** cheap. சல்லிசாகக் கிடைத்ததால் புளி நிறைய வாங்கிவிட்டேன்./ சல்லிசான விலையில் மிளகாய் கிடைத்தது.

சல்லிவேர் பெ. **ஆணிவேரிலிருந்தோ பக்க வேரிலிருந்தோ பிரிந்து செல்லும் சிறிய வேர்/(ஆணிவேர் இல்லாத தாவரத்தில்) மிகுதியான எண்ணிக்கையில் பக்கவாட்டில் பிரிந்து செல்லும் வேர்;** rootlets.

சல்வார் பெ. **இடுப்புக்குக் கீழே கணுக்கால்வரை பெண்கள் அணியும், இறுக்கமாக இல்லாமல் மடிப்புகள் கொண்டதாகத் தொளதொளவென்று இருக்கும், நீண்ட கால்சட்டையைப் போன்ற உடை;** loose trouser-like garment, worn mostly by women; (in India) salwar.

சலக்கடுப்பு பெ. (இலங்.) **நீர்க்கடுப்பு;** pain while passing urine.

சலங்கை பெ. **ஒலி எழுப்பக்கூடிய சிறுசிறு மணிகள் இணைக்கப்பட்ட பட்டை;** strip of small metal bells. கால் சலங்கை/ மாட்டுக்குக் கழுத்தில் சலங்கை கட்டினார்கள்.

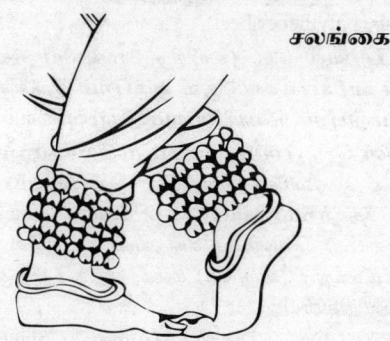

சலங்கை

சலங்கைப் பூஜை பெ. (நாட்.) **பரத நாட்டிய அரங்கேற்றத்துக்கு முன்பு சலங்கையை வைத்துக் கடவுளுக்குப் பூஜை செய்த பிறகு அதை அணியும் சடங்கு;** the ritual of placing the anklets before the god prior to the first performance of a dancer.

சலசல வி. (சலசலக்க, சலசலத்து) **பரபரப்பை ஏற்படுத்துதல்;** cause a stir. அவன் தைரியமாகத் திருடனைப் பிடித்த விவகாரம் ஊரையே சலசலக்க வைத்தது.

சலசலப்பு பெ. 1: **(விரும்பத்தகாத அல்லது ஏற்றதாக இல்லாத ஒன்று நிகழும்போது அதை எதிர்கொள்கிறவர்கள் இடையில் ஏற்படும்) குழப்பம் அல்லது எதிர்ப்பு;** ripple (of protest); murmur. வேட்பாளர் பட்டியலை அறிவித்ததும் தொண்டர்களிடையே சலசலப்பு ஏற்பட்டது./ புதிய சட்டம் சில மதத்தினரிடையே சலசலப்பை ஏற்படுத்தியது. 2: **அச்சுறுத்தும் பேச்சு;** (verbal) threat. இந்தச் சலசலப்புக்கெல்லாம் நான் பயப்பட மாட்டேன்.

சலப்பை பெ. (இலங்.) **சிறுநீர்ப்பை;** urinary bladder. பெரியவருக்குச் சலப்பையில் அடைப்பாம்./ அவருக்குச் சலப்பையில் கல் இருக்கிறது./ சலப்பைத் தொற்று.

சலம்[1] பெ. (ஊரக வ.) **சீழ்;** pus. புண்ணிலிருந்து சலம் வடிகிறது.

சலம்[2] பெ. (இலங்.) **சிறுநீர்;** urine.

சலரோகம் பெ. (இலங்.) **நீரிழிவு;** diabetes. அப்பாவுக்குச் சலரோகம் உள்ளதால் அவர் இனிப்புள்ள உணவுப் பொருட்களை அதிகம் சாப்பிட மாட்டார்.

சலவை பெ. 1: **(துணியை) வெளுத்தல்;** washing (of clothes). இந்தத் துணிகளைச் சலவைக்குப் போடு./ சலவை செய்த சட்டை/ சலவைத் தொழில் செய்பவர். 2: **வெளுத்து இஸ்திரி போட்ட துணி;** washed clothes; wash. ஒரு மாதம் ஆகியும் சலவை வரவில்லை./ சலவைக் கணக்கு எழுதிவைத்திருந்த நோட்டு எங்கே?

சலவை இயந்திரம் பெ. **துணிகளைத் துவைத்தும் உலர்த்தியும் தரும் மின் சாதனம்;** washing machine.

சலவைக் கல் பெ. **இயற்கையில் படிவமாகக் கிடைப்பதும், வெட்டியெடுத்து, பளபளப்பாக்கிக் கட்டடங்களில் பயன்படுத்தப்படுவதுமான ஒரு வகைச் சுண்ணாம்புக் கல்;** marble. தாஜ்மஹால் முழுக்கமுழுக்கச் சலவைக் கல்லால் கட்டப்பட்டது./ சலவைக் கல்லில் செதுக்கிய சிற்பம்.

சலவைசோடா பெ. காண்க: **எரிசோடா.**

சலவை சோப்பு பெ. **துணி வெளுக்க மட்டும் பயன்படுத்தும் சோப்பு;** washing soap.

சலவைத் தூள் பெ. **(துணிகளைத் துவைக்கப் பயன்படும்) நுரைக்கும் தன்மை உள்ள (தாவர எண்ணெயிலிருந்தோ செயற்கை ரசாயனப் பொருள்களிலிருந்தோ தயாரிக்கப்படும்) தூள்;** washing powder.

சலவை நோட்டு பெ. (பே.வ.) **பளபளப்பாகவும் மொடமொடப்பாகவும் இருக்கும் புத்தம் புது ரூபாய் நோட்டு;** mint-fresh currency note. வங்கிக்குப் போனால் சலவை நோட்டாக நூறு ரூபாய் கட்டு ஒன்று வாங்கி வா./ காசு எக்கச்சக்கமாக இருக்கிறது போலிருக்கிறதே, சலவை நோட்டாகத் தருகிறாய்.

சலவைப் பெட்டி பெ. காண்க: **இஸ்திரிப் பெட்டி.**

சலனப் படம் பெ. (அ.வ.) **(திரையில் பார்ப்பதற்காக) அசைவுகளைக் காட்டும் விதத்தில் எடுக்கப்பட்ட படம்;** motion picture.

சலனம் பெ. 1: **(ஒன்றின்) பாதிப்பால் உணர்வுகள் கிளறப்பட்ட நிலை;** arousal of emotion; flutter; agitation. இந்தக் கதை படிப்பவரின் மனத்தில் சலனத்தை ஏற்படுத்தும்./ அவர் சொன்னது துயரமான செய்திதான். இருந்தாலும் அவர் முகத்தில் சலனம் இல்லை./ அவளுடைய நெருக்கம் அவனைச் சலனம் அடையச் செய்தது. 2: **(வாழ்க்கையில்) பாதிப்பு;** sth. that affects (one's life). வாழ்க்கை

சலாகை[1] 530

சலனம் இல்லாமல் சென்றுகொண்டிருக்கிறது. 3: **அசைவு;** movement; motion. விளக்குச் சுடரின் சலனம்/ சலனம் இல்லாமல் கட்டைபோல் கிடந்தான்.

சலாகை[1] பெ. **உருளை வடிவில் நீண்டும் கனமாகவும் இருக்கும் இரும்புச் சாதனம்;** battering ram. பழங்காலத்தில் கோட்டைக் கதவுகளை உடைக்க வீரர்கள் சலாகைகளைப் பயன்படுத்தினர்./ சலாகையைச் சுழற்றிச் சண்டையிடும் அளவுக்கு பீமன் பலசாலி.

சலாகை[2] பெ. (இலங்.) **(ஓட்டுக் கூரை வேயப் பயன்படும்) பனை மரத்தை அறுத்துத் தயாரிக்கும் சட்டம்;** rectangular piece of wood (cut from palmyra tree).

சலாம் பெ. (இஸ்.) **(இஸ்லாமியர்) உள்ளங்கையை நெற்றிக்கு நேரே கொண்டுவந்து வணக்கம் தெரிவிக்கும் முறை; (காவல்காரர் முதலியோர்) விரித்த உள்ளங்கை வெளியே தெரியும்படி நெற்றியில் வைத்து வணக்கம் தெரிவிக்கும் முறை;** a form of salute. பணம் வாங்கிக் கொண்ட கூர்க்கா சலாம் வைத்தார்.

சலாம் போடு வி. (போட, போட்டு) (பே.வ.) **(சுயநலம் கருதி ஒருவரிடம்) மிகவும் பணிந்து நடத்தல்;** be subservient. யார் யாருக்கோ சலாம் போட்டுத்தான் என் மகனுக்கு இந்த வேலையை வாங்கினேன்.

சலி[1] வி. (சலிக்க, சலித்து) 1: **(ஒன்றையே திரும்பத்திரும்பச் செய்ய நேர்வதால் அல்லது ஒன்றின் மிகுதியால்) (மனம் அல்லது உடல்) களைத்தல்; அலுத்தல்; சளைத்தல்;** be fed up with; be tired of; be weary of. தினமும் இட்லி சாப்பிட்டுச் சலித்துவிட்டது./ பார்த்துப்பார்த்துச் சலித்துப் போன ஒரே பாணித் திரைப்படங்கள்./ எவ்வளவு வேலை கொடுத்தாலும் சலிக்காமல் செய்யக்கூடியவர்./ அவருடைய வெற்றிக்குக் காரணம் சலியாத உழைப்புதான். 2: **அங்கலாய்த்தல்; குறைபட்டுக்கொள்ளுதல்;** be disgusted with; lament over. இந்தச் சின்ன விஷயத்துக்கே சலித்துக்கொண்டால் எப்படி?/ நான் என்ன சொல்லிவிட்டேன் என்று இப்படிச் சலித்துக்கொள்கிறாய்?

சலி[2] வி. (சலிக்க, சலித்து) **(தானியம், மாவு முதலியவற்றைச் சல்லடையில் போட்டு) பக்கவாட்டில் ஆட்டி அல்லது கையால் அளைத்து வேண்டாதவற்றை நீக்குதல்;** sieve (flour, sand, etc.,). கோதுமை மாவைச் சலித்துக் கொண்டிருந்தாள்.

சலிப்பு பெ. (-ஆக, -ஆன) **(ஒன்றையே திரும்பத்திரும்பச் செய்வது, கேட்பது போன்றவற்றால் அல்லது துன்பம், கஷ்டம் போன்றவற்றின் மிகுதியால் மனத்தில் ஏற்படும்) சோர்வு; அலுப்பு;** weariness; dissatisfaction. அவளுடைய வழக்கமான பதிலால் சலிப்பு ஏற்பட்டது./ காத்திருந்து சலிப்படைந்துபோய் விரக்தியாகப் பேசினான். [(தொ.சொ.) **அலுப்பு/ எரிச்சல்/ விரக்தி/ வெறுப்பு/ வெறுமை**]

சலுகை பெ. 1: **விதிமுறைகளைத் தளர்த்தி வழங்கப்படும் விலக்கு;** concession; relief. சிறுதொழில் செய்ய முனைவோரை ஊக்குவிக்கும் பொருட்டு அரசு பல சலுகைகள் வழங்குகிறது./ இந்த ஆண்டு வரவுசெலவுத் திட்டத்தில் நடுத்தர வர்க்கத்தினருக்குப் பல வரிச் சலுகைகள் வழங்கப்பட்டிருக்கின்றன. 2: **(விதிமுறை தளர்த்தப்படாத நிலையில் ஒருவர் பெறும்) தனிப்பட்ட முறையிலான சுதந்திரம் அல்லது உரிமை;** personal favour; liberty; privilege. அவர் உனக்கு இவ்வளவு சலுகைகள் செய்கிறார் என்றால் அது உன்மேல் உள்ள அன்பினால்தான்./ மேலதிகாரி உனக்கு உறவினர் என்ற காரணத்தினாலேயே நீ இவ்வளவு சலுகைகள் எடுத்துக்கொள்ளக் கூடாது.

சலுகை அட்டை பெ. **(விலையில் அல்லது கட்டணத்தில் வழக்கமானதைவிடக் குறைவாகச் செலுத்த அனுமதிக்கும் சீட்டு;** concessionary coupon. பேருந்தில் பயணம் செய்யும் மாணவர்கள் சலுகை அட்டையைப் பெற்றுக்கொள்ளலாம்./ இந்தச் சலுகை அட்டையைப் பயன்படுத்தி சோப்பின் விலையில் 10% மிச்சப்படுத்துங்கள்.

சலுகை விலை பெ. குறிப்பிட்ட விலையில் தரப்படும் **தள்ளுபடி;** discount. தமிழ்ப் புத்தாண்டை ஒட்டிப் பல பொருள்கள் சலுகை விலையில் கிடைக்கின்றன.

சலூன் பெ. **முடிதிருத்தகம்;** (in India) hair dressing salon.

சவ்வரிசி பெ. காண்க: **ஜவ்வரிசி.**

சவ்வாது பெ. காண்க: **ஜவ்வாது.**

சவ்வு பெ. **ஒன்றைத் தன் வழியே ஊடுருவ விடும் தன்மையும் நெகிழக்கூடிய தன்மையும் கொண்ட (உடல் உறுப்புகளில் அல்லது தாவரங்களில் அமைந்திருக்கும்) மென்மையான தோல்;** membrane. காது சவ்வைத் துளைப்பதுபோல் குளிர் காற்று வீசியது./ வாத்தியங்கள் செய்ய விலங்குகளின் சவ்வு பயன்படுகிறது./ சவ்வு மாதிரிக் கதையை இழுத்துக்கொண்டே போகிறார்.

சவ்வுத்தாள் பெ. **(வேதிப்பொருள்களால் தயாரிக்கப்படும்) பைகள் செய்யவும் பொருள்களை வைத்துச் சுற்றிக் கட்டவும் பயன்படும் தாள் போன்ற மெல்லிய பொருள்;** polythene sheet.

சவ்வூடு பரவல் பெ. (உயிரி.) மெல்லிய திசு போன்ற வற்றின் வழியாக ஊடுருவி ஒருபுறம் இருக்கும் திரவம் கசிந்து மறுபுறம் வெளியேறும் **நிகழ்வு;** osmosis.

சவக்களை பெ. **(பயம், துக்கம் முதலியவற்றால் பாதிக்கப்பட்ட ஒருவரின் முகத்தில் தோன்றும்) பொலிவு இழந்த தோற்றம்;** pallor (as of death). மேலதிகாரியைச் சந்தித்துவிட்டு வெளியே வந்தவன் முகத்தில் சவக்களை காணப்பட்டது./ (உரு வ.) கலகத்திற்குப் பிறகு நகரத்தில் சவக்களை நிலவியது.

சவக்காலை பெ. (இலங்.) **மயானம்;** place of burial or cremation. இந்தச் சவக்காலையில்தான் நண்பனைப் புதைத்தோம்.

சவக்கிடங்கு பெ. **(மருத்துவமனைகளில்) பிணங்களை அழுகிவிடாமல் வைத்திருப்பதற்காகக் குளிர்சாதன வசதி செய்யப்பட்ட அறை;** mortuary.

சவக் குழி பெ. பிணத்தைப் புதைப்பதற்காகத் தோண்டப்படும் **குழி;** grave; pit dug to bury the dead.

சவடால் பெ. (-ஆக, -ஆன) (பே.வ.) **எதையும் தன்னால் சுலபமாகச் செய்துவிட முடியும் என்பது போன்ற அல்லது தனக்கு எதுவும் பெரிதல்ல என்பது போன்ற**

தோரணையை ஏற்படுத்தும் ஆரவாரப் பேச்சு; ostentatious empty talk; tall talk; humbug. 'பணத்தைப் பற்றிக் கவலை வேண்டாம்' என்று அவர் சொல்வதை நம்பாதே, எல்லாம் வெறும் சவடால்./ சவடால் பேர்வழி.

சவண்டி பெ. (ச.வ.) ஒருவர் இறந்தபின் அவருடைய மூதாதையர்களுடன் அவரைச் சேர்த்துவைப்பதற்காகப் பன்னிரண்டாம் நாள் செய்யப்படும் சடங்கு; one of the obsequies conducted on the 12th day after the death of a person.

சவப் பரிசோதனை பெ. காண்க: பிரேதப் பரிசோதனை.

சவப் பெட்டி பெ. பிணத்தை வைத்து மூடிப் புதைப்பதற்கான மரப் பெட்டி; coffin.

சவம் பெ. 1: பிரேதம்; பிணம்; corpse; dead body. சவ அடக்கம் நாளை மாலை நடைபெறும். 2: (ஊரக வ.) வெறுப்போடும் சலிப்போடும் ஒன்றைக் குறிப்பிடப் பயன்படுத்தும் சொல்; a term used in contempt and disgust. எப்போதும் அண்ணன் செய்ததையே பற்றி என்ன பேச்சு, சவத்தை விடு.

சவர்க்காரம் பெ. (இலங்.) சவுக்காரம்; soap.

சவர அலகு பெ. (இலங்.) (முகத்தை மழிப்பதற்குப் பயன்படும்) இரண்டு பக்கங்களிலும் கூரிய விளிம்புடைய இரும்பினால் ஆன மெல்லிய தகடு; razor blade.

சவரக்கத்தி பெ. மடக்கி உறைக்குள் வைத்துக்கொள்ளக்கூடிய, சவரம் செய்வதற்கான கத்தி; razor.

சவரப்பொறி பெ. (இலங்.) மின்சக்தியால் இயங்கும், சவரம் செய்யப் பயன்படும் சாதனம்; electric razor.

சவரம் பெ. (பெரும்பாலும் முகத்தில் உள்ள) முடியை அடியோடு மழித்தல்; removal of hair (from the face); shave. காலையில் சவரம் செய்துகொள்ளாமல் நான் வெளியே போவதில்லை./ முகச் சவரம்.

சவரன் பெ. (தங்கத்தை நிறுப்பதற்குப் பயன்படும்) எட்டு கிராம் கொண்ட ஓர் அளவு; பவுன்; a measure of gold equal to eight grams. அரை சவரனில் மோதிரம் செய்திருக்கிறேன்.

சவரி பெ. காண்க: சவுரி.

சவலை பெ. (அடுத்தடுத்துப் பிறந்துவிடுவதால் தாய்ப்பால் கிடைக்காத முந்தைய குழந்தையின் அல்லது கன்றின்) வளர்ச்சியும் ஆரோக்கியமும் இல்லாத மெலிந்த நிலை; thinness (of an infant deprived of mother's milk due to the birth of a newborn). சவலைக் குழந்தை/ சவலைக் கன்று./ (உரு வ.) சிறுபான்மையினருக்காக அரசு போடும் திட்டங்கள் அனைத்தும் சவலைக் குழந்தையாகவே இருக்கின்றன.

சவள்[1] வி. (சவள, சவண்டு) (இலங்.) வளைதல்; bend. நீட்டுத்தடி நன்றாகச் சவள்கிறது./ ஒரு நேரான கம்பை வைத்து மூலை வேலியைக் கட்டினால்தான் அது சவளாமல் இருக்கும்.

சவள்[2] பெ. (இலங்.) (படகின்) துடுப்பு; oar; paddle.

சவாரி பெ. 1: (குதிரை, யானை போன்ற விலங்குகளின் மீது அல்லது வாகனத்தில்) அமர்ந்து செல்லுதல்; ride (on a horse, elephant, etc., or in a vehicle); drive. ஊட்டியில் குதிரைச் சவாரி செய்தோம்./ முன்பெல்லாம் கிராமத்துக்குப் போக மாட்டு வண்டிச் சவாரிதான். 2: வாகனத்தை வாடகைக்கு அமர்த்தி மேற்கொள்ளும் பயணம்; travel in a hired vehicle. சவாரிக்கு வண்டி வருமா?/ சவாரி வண்டியா, சொந்த வண்டியா? 3: வாடகை வண்டியை அமர்த்திக்கொள்பவர்; passenger. எனக்கு இன்று காலையிலிருந்து இரண்டு சவாரிதான் கிடைத்தது./ சவாரிக்காகக் காத்திருக்கும் ஆட்டோ ரிக்ஷாக்காரர். 4: (இலங்.) மாடு அல்லது குதிரையால் இழுத்துச்செல்லப்படும் வண்டி, நிர்ணயிக்கப்பட்ட தூரத்தை முதலில் கடத்தல் என்ற முறையில் நடத்தப்படும் போட்டி; race. பொங்கலன்று மாட்டு வண்டிச் சவாரி நடக்கும்.

சவால் பெ. 1: கடினமான ஒன்றைச் செய்யுமாறு ஒருவருக்கு (அவரால் அதைச் செய்ய முடியாது என்ற தொனியில்) விடுக்கும் அழைப்பு; அறைகூவல்; challenge. நீ என் மேல் சொல்லும் குற்றச்சாட்டுகளை நிரூபிக்க முடியுமா என்று சவால் விட்டார். 2: ஒன்றைச் செய்ய வேண்டிய சூழ்நிலையில் ஒருவருடைய திறமையைச் சோதிக்கும் வகையில் இருப்பது; test or challenge (to one's skill). சவாலான பல வழக்குகளைச் சந்தித்திருப்பதாக அந்த மூத்த வழக்கறிஞர் கூறினார்./ வறுமையை ஒழிப்பது தான் இன்று நம்முன் இருக்கும் மிகப் பெரிய சவால்.

சவு வி. (சவுக்க, சவுத்து) (வ.வ.) நமுத்தல்; lose crispness.

சவுக்கடி பெ. கசையடி; whipping. திருடனுக்கு ஐம்பது சவுக்கடி கொடுக்குமாறு அரசர் ஆணையிட்டார்./ குற்றவாளிகளுக்குத் தண்டனையாகச் சவுக்கடி கொடுக்கும் வழக்கம் இப்போதும் சில நாடுகளில் உண்டு.

சவுக்கம் பெ. (இசை) (குறிப்பிட்ட தாளத்தில்) அட்சரத்தைக் காலத்தில் நீட்டி இசைக்கும் முறை; the rendering of a கிருதி in slow tempo. நான்கு களைச் சவுக்கத்தில் அவர் பாடினார்.

சவுக்கன் பெ. (திருநர் வ.) ஒரு மாவட்டத்துக்குத் தலைவியாக உள்ள இரண்டு நாயக்குகள் ஒருவரை ஒருவர் குறிப்பிடப் பயன்படுத்தும் சொல்; word used by a நாயக் to refer to another நாயக் of the same district.

சவுக்காரம் பெ. (பெரும்பாலும் துணி துவைப்பதற்கான) சோப்பு; soap (used for washing clothes). சவுக்காரம் போட்டால்தான் வெள்ளைச் சட்டை பளிச்சென்று இருக்கும்.

சவுக்கு[1] பெ. (ஊரக வ.) ஒருவரை அடிக்கத் தோலால் ஆன அல்லது முறுக்கிய கயிற்றால் ஆன, ஒரு முனை சற்றுப் பருத்தும் மறுமுனை சற்று மெல்லியதாகவும் இருக்கும் நீண்ட சாட்டை; whip; lash.

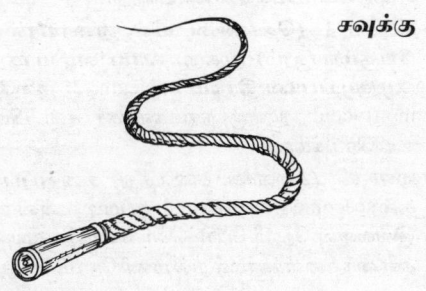

சவுக்கு

சவுக்கு[2] பெ. **(கூரை அமைக்கவும் விறகாகவும் பயன்படும்) ஊசி போன்ற இலைகளை உடைய, உயரமாக வளரும் மரம்;** casuarina. சவுக்குத் தோப்பு/ சவுக்குக் கட்டை.

சவுக்கை[1] பெ. காண்க: **சவுக்கு**[1].

சவுக்கை[2] பெ. *(ஊரக வ.)* **சதுரக் கொட்டகை போடப்பட்ட திண்ணை;** shed with a square roof (to relax and chat). சவுக்கையில் சீட்டு விளையாட்டு.

சவுடு பெ. *(மண்.)* **(செங்கல் செய்யப் பயன்படும்) வண்டல் மண்;** soil used for making bricks. குளத்தில் உள்ள சவுடு மண்ணை அள்ள அனுமதி வாங்க வேண்டும்.

சவுரி பெ. **1: (பெண்கள் தம்) தலைமுடியோடு இணைத்துப் பின்னிக்கொள்ளத் தயாரிக்கப்பட்ட முடிக்கற்றை;** hair extensions. **2:** *(ஊரக வ.)* **(தேங்காய்) மட்டை;** husk (of coconut).

சவை வி. *(சவைக்க, சவைத்து) (வ.வ.)* **மெல்லுதல்;** chew; munch. பல் இல்லாததால் சவைப்பது கஷ்டமாக இருக்கிறது./ வாயில் எதைப் போட்டுச் சவைக்கிறாய்? [*(தொ.சொ.)* **அதக்கு/ அரை/ உறிஞ்சு/ கடி/ குதப்பு/ சப்பு/ நக்கு/** மெல்]

சள்-என்று வி.அ. காண்க: **வள்-என்று.**

சள்ளை[1] பெ. *(ஊரக வ.)* **தொல்லை;** trouble. சள்ளை பிடித்த விவகாரத்தில் மாட்டிக்கொண்டு தவிக்கிறான்./ அரசாங்க வேலை என்றால் சள்ளை இல்லாத வேலை.

சள்ளை[2] பெ. *(இலங்.)* **இடுப்பைச் சுற்றியுள்ள சதைப் பகுதி;** hip. சள்ளையில் மரம் இடித்த நோவு இன்னும் விடுபடவில்லை./ ''வரவர உனக்குச் சள்ளை பெருத்துக்கொண்டு வருகிறது. தினமும் உடற்பயிற்சி செய்து குறைக்கப்பார்''.

சள்ளை வை வி. *(வைக்க, வைத்து) (இலங்.)* **இடுப்புச் சதை பருத்தல்;** develop bulging waistline. இந்த வயதிலேயே உனக்குச் சள்ளை வைத்துவிட்டதே!

சளசள வி. *(சளசளக்க, சளசளத்து)* **ஓயாமல் பேசுதல்;** chatter.

சளசள-என்று வி.அ. *(பேசுவதைக் குறிக்கும்போது)* **ஓயாத இரைச்சலோடு;** incessantly noisy. சளசளவென்று பேசாமல் கொஞ்ச நேரம் அமைதியாக இரு.

சளசளப்பு பெ. **ஓயாத பேச்சு;** chattering. என்ன காலையிலேயே சளசளப்பு?

சளாப்பு வி. *(சளாப்ப, சளாப்பி) (இலங்.)* **(ஒருவர்) அர்த்தமின்றிப் பேசுதல்; உளறுதல்;** blabber. கூட்டத்தில் சொற்பொழிவாளர் ஒரு மணித்தியாலம் ஏதேதோ சளாப்பினார்./ பத்திரிகையாளர்கள் கேட்ட கேள்விக்கு அமைச்சர் ஏதோ சளாப்பிக்கொண்டிருந்தார்.

சளி பெ. **1: (தொண்டையில், நுரையீரலில் உண்டாகிப் பெரும்பாலும்) மூக்கு, வாய் வழியாக வெளியேறும் குழகுழப்பான திரவம்;** phlegm. **2: ஜலதோஷம்;** (common) cold. நான்கு நாட்களாகச் சளி பிடித்துக்கொண்டு உயிரெடுக்கிறது.

சளை வி. *(சளைக்க, சளைத்து)* **களைப்படைதல்; சலித்தல்;** become weary or tired. எப்படி உன்னால் சளைக்காமல் இவ்வளவு நேரம் பேசிக்கொண்டிருக்க முடிகிறது?/ மீனவர்கள் கை சளைக்காமல் பல மணி நேரம் படகு ஓட்டுவார்கள்.

சளைத்த பெ.அ. *(எதிர்மறை வாக்கியங்களில்)* **(ஆர்வம், திறமை முதலியவற்றில் மற்றவர்களோடு அல்லது மற்றவற்றோடு ஒப்பிடும்போது) குறைந்த; இளைத்த;** (in negative sentences) lag behind. கஞ்சத்தனத்தில் அண்ணன் தம்பிகள் ஒருவருக்கு ஒருவர் சளைத்தவர்கள் இல்லை./ படிப்பில் நான் யாருக்கும் சளைத்தவள் இல்லை./ சுற்றுப்புறச் சீர்கேட்டைப் பொறுத்தவரை இந்த ஊர் எந்த ஊருக்கும் சளைத்தது இல்லை.

சற்குரு பெ. காண்க: **சத்குரு.**

சற்று[1] வி.அ. **1: கொஞ்சம்; சிறிது;** a little (of space or time); a bit. சற்றுத் தள்ளி நில்லுங்கள்! **2: தயவுசெய்து;** please. சற்றுப் பேசாமல் இருக்கிறீர்களா?/ சற்று இங்கே வாருங்கள்.

சற்று[2] பெ.அ. **சிறிது; கொஞ்சம்;** a little. சற்று நேரம் கழித்து வா!/ அவருக்கு என்மேல் சற்று வருத்தம்.

சற்று[3] இ.சொ. *(குறிப்பிடப்படும்)* **தன்மையை மிகுவிக்கவோ அல்லது குறைக்கவோ பயன்படுத்தப்படும் இடைச்சொல்;** particle used as an intensifier meaning 'a little'; slightly. என் மகளுக்கு காப்பி சற்றுக் கசப்பாகத்தான் இருக்க வேண்டும்./ சற்று வேகமாக நடக்கக் கூடாதா?

சற்றும் வி.அ. *(எதிர்மறை வினைகளோடு)* **கொஞ்சம் கூட; அறவே;** (in the negative) even a little. எனக்கு வெண்டைக்காய் சற்றும் பிடிக்காது.

சற்றைக்கு பெ.அ. **சிறிது நேரத்துக்கு;** just. சற்றைக்கு முன்புதான் செய்தித்தாளில் அந்தச் செய்தியைப் படித்தேன்./ சற்றைக்கு முன்பு கேட்ட அதே பாடலை மற்றொரு தொலைக்காட்சியும் ஒளிபரப்பியது./ எனக்கு முன்னால் உட்கார்ந்திருந்தவர் சற்றைக்கொரு முறை என்னைத் திரும்பிப் பார்த்தார்.

சற்றைக்கெல்லாம் வி.அ. **(ஒன்று முடிந்து) அடுத்ததாக; உடனடியாக;** immediately. வண்டி வந்து நிற்கும் ஓசை கேட்டது. சற்றைக்கெல்லாம் திமுதிமுவென்று ஆட்கள் வீட்டுக்குள் நுழைந்தனர்./ குழந்தை தூங்க ஆரம்பித்த சற்றைக்கெல்லாம் தொலைபேசி அடித்தது. / அப்பா வந்த சற்றைக்கெல்லாம் அம்மாவும் அண்ணனும் உள்ளே வந்தார்கள்.

சற்றொப்ப வி.அ. *(உ.வ.)* **ஏறக்குறைய;** approximately. சற்றொப்ப ஐந்து ஆண்டுகள் ஆய்வு செய்து சமர்ப்பிக்கப்பட்ட ஆய்வேடு.

சறணி பெ. *(இலங்.)* **கீல்;** hinge.

சறுக்கல் பெ. **(ஒருவருடைய) கவனக்குறைவினால் (அவருக்கு) ஏற்படும் பின்னடைவு;** a slip. இது அரசியல் வாழ்க்கையில் அவருக்கு ஏற்பட்ட மிகப் பெரிய சறுக்கல்.

சறுக்கு வி. *(சறுக்க, சறுக்கி)* **(இருக்கும் நிலையிலிருந்து) பிடிப்புத் தவறிச் சரிதல்;** slide; slip. பாறையில் ஏறும்போது கால் சறுக்கிக் கீழே விழுந்தான். [*(தொ.சொ.)* **உருள்/ சரி/ நழுவு/ புரள்/ வழுக்கு**]

சறுக்குக்கட்டை பெ. **ஓடும் தேரின் முன்சக்கரத்தின் கீழே வைத்து அதை நிறுத்துவதற்கு அல்லது அது செல்லும் திசையைத் திருப்புவதற்கு உதவும், சற்றுச் சரிவான அமைப்புடைய முட்டுக்கட்டை;** an inclined block of wood used before the front wheels of a *தேர்* to stop or turn its course.

சறுக்கு(மரம்) பெ. **(சிறுவர் ஏறி அமர்ந்து) சறுக்கி விளையாடுவதற்காக வடிவமைக்கப்பட்ட சாய்வான தளம்;** slide (in a playground).

சன்மார்க்கம் பெ. **(ஞானத்தைப் பெறுவதற்கான) நல்ல நெறி;** path of virtue (to attain spiritual knowledge).

சன்மானம் பெ. **(செயலுக்கோ படைப்புக்கோ சாத னைக்கோ) அன்பளிப்பாகத் தரப்படும் பணம் அல்லது பொருள்; வெகுமதி;** reward (for a deed); award (in cash or kind). காணாமல்போன குழந்தையைக் கண்டுபிடித்துத் தருபவர்களுக்குத் தக்க சன்மானம் அளிக்கப்படும்./ கலை ஞர்களுக்குச் சன்மானம் வழங்குவதை ஜமீன்தார் கௌரவ மாகக் கருதினார்./ நண்பர் எழுதிய கதைக்கு ஐநூறு ரூபாய் சன்மானம் கிடைத்தது.

சன்னதம் பெ. (அ.வ.) **(தெய்வத்தின் சக்தி ஒருவர்மேல் புகுவதால் ஏற்படுவதாக நம்பப்படும்) ஆவேசம்;** (religious) frenzy. பூசாரி சன்னதம் வந்து ஆடினார்.

சன்னதம்கொள் வி. (-கொள்ள, -கொண்டு) (இலங்.) **(ஒன்றைப் பற்றிப் பேசும்போது) ஆவேசப்படுதல்; கடும் கோபம் கொள்ளுதல்;** (while talking) become suddenly angry; be possessed by anger. அவன் உன்னை ஏசும்போது திருப்பி ஏசாமல் இருந்துவிட்டு, இப்போது வீட்டில் வந்து நான் கேட்டவுடன் சன்னதம்கொள்கிறாய்./ நடந்த பிரச்சினைபற்றி நான் அமைதியாகப் பேசிக்கொண் டிருக்கும்போது, நீ ஏன் சன்னதம்கொள்கிறாய்?

சன்னது பெ. (அ.வ.) **பட்டம்; சான்றிதழ்;** diploma; certificate.

சன்னம் பெ. (-ஆக, -ஆன) **1:** (பொருள்களின் பருமனைக் குறிக்கும்போது) **மெல்லியது;** (when referring to size) fine; thin. அரிசி வெண்மையாகவும் சன்னமாகவும் இருக்கி றது./ சன்னமான தகடு/ துணி இவ்வளவு சன்னமாக இருக்கி றதே! **2: (ஒளி, ஒலி முதலியவற்றைக் குறிக்கும்போது) மெல்லியது; மெதுவானது;** (when referring to light, sound, etc.,) feeble; faint. கண்ணாடி ஜன்னலின் வழியே உள்ளே வந்த சன்னமான ஒளி/ பாட்டுச் சத்தம் காதில் சன்ன மாக விழுந்தது. **3:** (இலங்.) **கையெறிகுண்டு அல்லது வெடிகுண்டு வெடிக்கும்போது உள்ளிருந்து சிதறும் உலோகத் தூள்;** shrapnel. துப்பாக்கிச் சன்னம் காலில் பட் டுக் காலை எடுக்க வேண்டியதாகிவிட்டது./ ராணுவக் குண்டு வீச்சில் சன்னங்கள் பட்டுப் பலர் ஆஸ்பத்திரியில் அனுமதிக்கப்பட்டுள்ளனர்.

சன்னல் பெ. காண்க: **ஜன்னல்.**

சன்னிதானம் பெ. **1: (இறைவன், மகான் போன்றோ ரின்) முன்னிலை;** presence. இறைவன் சன்னிதானத்தில் நல்ல பேச்சுப் பேசுங்கள். **2: மடாதிபதி போன்றோரை மரியாதையாக அழைக்கும் அல்லது குறிப்பிடும் சொல்;** a form of address for heads of religious mutts. சன்னிதானம் சொல்கிறபடி செய்கிறேன்.

சன்னிதி பெ. **(கோயிலில்) இறைவன் அல்லது இறைவி இருக்கும் இடம்;** (in a temple) the chamber where the deity is housed. சுவாமி சன்னிதி/ தாயார் சன்னிதி.

சன்னியாசம் பெ. **உலகப் பற்று, குடும்பப் பாசம் முதலிய வற்றை விடுத்த நிலை; துறவு;** life of renunciation; asceticism.

சன்னியாசி பெ. **துறவு பூண்டவர்; சாமியார்;** ascetic; (religious) mendicant.

சன்னியாசினி பெ. **பெண் துறவி;** female ascetic. சமண மதத்தில் சன்னியாசினிகள் உண்டு.

சனாதனம் பெ. **(இந்து மதத்தில்) சாதி அடிப்படையில் விதிக்கப்பட்ட தொன்மையான நடைமுறை ஒழுக்கம்;** orthodoxy. சனாதன தர்மம்/ சனாதனச் சடங்கு/ சனாதனக் கொள்கை/ சனாதன மனப்பான்மை.

சனாதனி பெ. **சனாதன முறைப்படி வாழ்பவர்;** orthodox person.

சனாதிபதி பெ. (இலங்.) காண்க: **ஜனாதிபதி.**

சனி பெ. **1: சூரியனிலிருந்து ஆறாவதாக உள்ள கிரகம்;** Saturn. சனிக் கோளில் உயிர் இருப்பதற்கான ஆதாரம் எதுவும் இல்லை./ சூரியனிலிருந்து 142.7 கோடி கிலோ மீட்டர் தூரத்தில் சனிக் கிரகம் இருக்கிறது. **2: (மேற்கூறிய கிரகத்தின் பெயர் கொண்ட) வாரத்தின் இறுதி நாள்;** Saturday. **3:** (சோதி.) **பணியாளர், கடமை உணர்வு, ஆயுள், இருள், கறுப்பு நிறம், நீலக் கல், மேற்குத் திசை முதலியவற்றைக் குறிக்கும் கிரகம்;** (in astrology) the planet Saturn.

சனிபிடி வி. (-பிடிக்க, -பிடித்து) (பே.வ.) காண்க: **சனியன் பிடி.**

சனிமூலை பெ. **வடகிழக்கு மூலை;** north-east quarter.

சனியன் பெ. **ஒன்றை அல்லது ஒருவரைத் தொல்லை யாகவும் வேண்டாததாகவும் கருதும்போது பயன் படுத்தும் வசைச் சொல்;** a term of abuse used when sth. or s.o. is considered troublesome or unwelcome; an expression conveying impatience. இருமல் சனியன் போய்த் தொலையாமல் உயிரை வாங்குகிறது./ என்னைச் சற்று நேரம் தூங்கவிடு, சனியனே!

சனியன் பிடி வி. (பிடிக்க, பிடித்து) **(தீமை ஏற்படும் சக்தியால்) பீடிக்கப்படுதல்;** be accursed; be blighted. புது வியாபாரத்தை என்றைக்கு ஆரம்பித்தேனோ அன்றைக்கே எனக்குச் சனியன் பிடித்துவிட்டது./ இந்த வீட்டுக்கு வந்த திலிருந்தே சனியன் பிடித்துவிட்டது என்று நினைக்கிறேன். எதைத் தொட்டாலும் நஷ்டமாகவே முடிகிறது.

சனீஸ்வரன் பெ. (சோதி.) **சனி கிரகத்தின் அதிபதி;** presiding deity of planet Saturn. சனீஸ்வரனுக்கு விளக்குப் போட்டால் உன் கஷ்டங்கள் தீரும்.

சஷ்டி பெ. **அமாவாசை அல்லது பௌர்ணமிக்குப் பிறகு வரும் ஆறாவது திதி;** sixth lunar day.

சஷ்டியப்தபூர்த்தி பெ. **அறுபதாம் கல்யாணம்;** ritual marriage of a married couple performed by the children on the husband completing sixty years. அப்பாவுடைய சஷ்டி யப்தபூர்த்தியைச் சிறப்பாகக் கொண்டாடினோம்.

சஹன் பெ. (இஸ்.) **(விருந்தில் இரண்டு அல்லது இரண் டுக்கு மேற்பட்டோர் உண்ணுவதற்கு ஏற்ற) மூலாம் பூசப்பட்டு, பூ வேலைகள் செய்யப்பட்ட பெரிய உலோகத் தட்டு;** decorated common plate at feasts to be shared by two or more persons. முன்பின் அறியாதவர்கள் கூட சஹனில் ஒன்றாகச் சாப்பிடும்போது அறிமுகமாகிக் கொள்வர்.

சா[1] வி. (சாக, செத்து) **1: உயிர் நீங்குதல்; மரணமடைதல்;** die; pass away. நீங்கள் செய்த உதவியை நான் சாகும் வரை மறக்க மாட்டேன்./ நாட்டுக்காகச் சாக நான் தயார்./

செத்த புலி. 2: **(தாவரங்கள்) பட்டுப்போதல்;** (of plants) die. தண்ணீர் ஊற்றாமல் செடி செத்துவிட்டது. 3: **(ஒன்றுக்காக) வருத்திக்கொள்ளுதல்; (ஒருவருக்காக) துன்பப்படுதல்;** torture oneself (for sth.); suffer (for sth.). 'பணம், பணம்' என்று ஏன் சாகிறாய்? 4: **(அதிகப்படியான உழைப்பு, அலைச்சல் முதலியவற்றால் உறுப்புகள்) ஓய்தல்; சோர்தல்;** (of limbs) become fatigued. நடந்துநடந்து என் கால்கள் செத்துவிட்டன. இனி ஓர் அடிகூட எடுத்து வைக்க முடியாது. 5: **(நாக்கு, முகம்) உணர்ச்சியை இழத்தல்;** (of tongue) die; (of face) fall. ஓட்டல் சாப்பாடு சாப்பிட்டு நாக்கு செத்துவிட்டது./ நான் சொன்னதைக் கேட்டதும் அவன் முகம் செத்துவிட்டது.

சா² து.வி. *(சாக, செத்து)* **முதன்மை வினையின் தன்மை மிகுதிப்படுவதை உணர்த்தும் துணை வினை;** auxiliary verb to indicate that the action of the main verb is greatly intensified. ஆசிரியர் திட்டுவாரோ என்று நினைத்துப் பயந்து சாகிறான்./ இனக்கலவரத்தின்போது எந்த நிமிடம் என்ன நடக்குமோ என்று நடுங்கிச் சாக வேண்டியிருக்கிறது.

சா³ பெ. *(இலங்.)* காண்க: **சாவு.**

சாக்கடை பெ. **கழிவுநீருக்கான கால்வாய் அல்லது குழாய்ப் பாதை;** open gutter; sewer.

சாக்கா வி. *(-காக்க, -காத்து) (இலங்.)* **(ஒருவர் இறந்த வீட்டில்) துக்கம் அனுஷ்டித்தல்;** keep vigil. சுற்றமெல்லாம் வந்து சாக்காத்தார்கள்./ சாக்காத்தவர்கள் கட்டாயம் அந்தியேட்டிக்குச் செல்ல வேண்டும்.

சாக்காட்டு வி. *(-காட்ட, -காட்டி) (இலங்.)* **(ஒருவருடைய) மரணத்துக்குக் காரணமாதல்;** cause s.o's death. பிறந்தவுடன் இவன்தான் தகப்பனைச் சாக்காட்டினான் என்று இன்னும் எத்தனை நாளுக்குத்தான் கதைத்துக்கொண்டிருப்பீர்கள்?/ எல்லோருமாகச் சேர்ந்து என் தம்பியைச் சாக்காட்டிவிட்டீர்கள்.

சாக்காடு பெ. *(உ.வ.)* **சாவு; இறப்பு;** death. பிணி, மூப்பு, சாக்காடு வராமல் தடுத்தவர்கள் யார்?

சாக்கிட்டு வி.அ. *(பே.வ.)* **(ஒன்றைச் செய்ய அல்லது செய்யாமலிருக்க மற்றொன்றை) காரணமாகக் காட்டி;** showing (sth.) as example or excuse; using (sth.) as pretext (for doing or not doing sth.). உனக்குப் பணம் கொடுத்தால் உன்னைச் சாக்கிட்டு எல்லோரும் பணம் கேட்பார்கள்./ மழையைச் சாக்கிட்டுப் பள்ளிக்கூடம் போகாமல் இருந்துவிட்டான்.

சாக்கு¹ பெ. **கோணி;** gunny bag; sack.

சாக்கு² பெ. **பொய்யான காரணம்;** excuse; pretext. எதையாவது சாக்கு சொல்லி நான் சொன்ன வேலையைத் தட்டிக்கழிக்காதே./ செருப்பைச் சரிசெய்யும் சாக்கில் கீழே கிடந்த ரூபாயை எடுத்துக்கொண்டாள்.

சாக்கு ஓட்டம் பெ. **கோணிப்பைக்குள் கால்களை நுழைத்துக்கொண்டு, பையை மார்புவரை தூக்கிப் பிடித்துக்கொண்டு ஓடும் விளையாட்டுப் போட்டி;** sack race.

சாக்குக்கட்டி பெ. **(கரும்பலகையில் எழுதப் பயன்படுத்தும்) நீள்உருண்டை வடிவச் சுண்ணாம்புத் துண்டு;** chalk piece (to write on blackboard).

சாக்குப்போக்கு பெ. **பொய்யான காரணம்; சாக்கு;** excuses; pretext. நேற்று வராததற்கு ஏதோ சாக்குப்போக்கு சொல்கிறான்.

சாக்கொல் வி. *(-கொல்ல, -கொன்று) (இலங்.)* **சாகடித்தல்; கொல்லுதல்;** kill. தன்னையும் சுட்டுச் சாக்கொல்லுமாறு கிழவி ராணுவத்திடம் வேண்டினாள்.

சாகக்கிட வி. *(-கிடக்க, -கிடந்து)* **(ஒருவர்) மரணமடையும் தறுவாயில் இருத்தல்; இறந்துபோகும் நிலையில் இருத்தல்;** be in deathbed. சாகக்கிடக்கும் மனிதரிடம் சொத்தைப் பிரித்துத் தரக் கேட்டுக்கொண்டிருக்கிறான்.

சாகசம் பெ. 1: **வீரதீரச் செயல்;** daring act. திரைப்படத்தில் கதாநாயகன் பத்துப் பேரை ஒரே சமயத்தில் அடித்து விரட்டும் சாகசம்/ விமானத்தைக் குட்டிக்கரணம் அடிக்கவைத்துப் பல சாகசங்கள் புரிந்தார். 2: **செய்வதற்கு அரிய செயல்; திறமையான செயல்;** impossible feat; extraordinary feat. கணிப்பொறிகொண்டு இன்று பல சாகசங்களை நிகழ்த்தலாம். 3: *(-ஆக, -ஆன)* **(தன் காரியத்தைச் சாதித்துக்கொள்வதற்கான) திறமையான நடிப்பு; துணிவான பாசாங்கு;** dissembling or feigning (to win over s.o.). பெண்களை ஏமாற்ற நினைக்கும் ஆண்களின் சாகசம்!/ சாகசக்காரி/ சாகசமான பேச்சு.

சாகடி வி. *(சாகடிக்க, சாகடித்து)* **கொல்லுதல்;** kill; render lifeless. மதம் என்கிற பேரில் எத்தனை பேரைச் சாகடிக்கிறார்கள்./ *(உரு வ.)* மொழிபெயர்க்கிறேன் என்று சொல்லி இந்தக் கவிதையைச் சாகடித்துவிட்டார்.

சாகபட்சிணி பெ. *(அ.வ.)* **தாவர உண்ணி;** herbivorous animal. ஆடு ஒரு சாகபட்சிணி, புலி மாமிசபட்சிணி.

சாகரம் பெ. *(அ.வ.) (பெரும்பாலும் உருவகமாக)* **கடல்;** (mostly metaphorically) sea; ocean. சம்சார சாகரம்/ ஆனந்த சாகரம்.

சாகாவரம் பெ. 1: **(புராணத்தில்) இறக்காமல் இருப்பதற்காகப் பெறும் வரம்;** (in puranas) boon of immortality. 2: **காலங்களைக் கடந்து நிற்கும் தன்மை; என்றும் நிலைத்திருப்பது;** everlasting; eternal; immortal. சாகா வரம் பெற்ற இலக்கியங்கள்.

சாகித்தியம் பெ. *(இசை)* 1: **(இசையில்) பாடம்;** the text of a composition. 2: **பாடலாகப் பாடப்படக்கூடிய, பொருள் நிறைந்த வரிகள்;** lyrics. 3: *(இலங்.)* **இலக்கியம்;** literature. சாகித்திய விழா இன்று நடக்க இருக்கிறது./ சாகித்தியப் பரிசு.

சாகுபடி பெ. **(நிலத்தில் நெல், கரும்பு, புகையிலை முதலியவற்றை) விளைவித்தல்; பயிரிடுதல்;** cultivation. கடும் வறட்சியால் நெல் சாகுபடி பாதிக்கப்பட்டுள்ளது./ கரும்புச் சாகுபடியாளர்கள் கூட்டுறவுச் சங்கம்/ இந்த மாநிலத்தில் மழைநீரை நம்பியே சாகுபடி மேற்கொள்ளப்படுகிறது./ பணப்பயிர்ச் சாகுபடி/ வெற்றிலைச் சாகுபடி/ பருத்திச் சாகுபடிக்குத் தொழுவுரம் இடுவது நல்லது./ சாகுபடிச் செலவு/ மேட்டூர் அணையில் நீர்

மட்டம் உயர்ந்து வருவதால் சம்பா சாகுபடிக்கான வாய்ப்பு பிரகாசமாக உள்ளது.

சாங்கியம்¹ பெ. (தத்.) ஜட உலகுக்கு மூல காரணமான அருவமான மூலப்பொருளையும் அறிவு உருவமான, எங்கும் நிறைந்த, என்றும் உள்ள மூலப்பொருளையும் அடிப்படை இருமையாகக் கொண்ட, கடவுளைப் பற்றிக் கூறாத, இந்தியத் தத்துவ மரபின் தரிசனங்களில் ஒன்று; sankhya school (of Indian philosophy).

சாங்கியம்² பெ. (பே.வ.) சடங்கு; ceremony; rite. சாங்கியம் எல்லாம் செய்த பிறகுதான் பிணத்தை எடுப்பார்கள்.

சாங்கோபாங்கமாக வி.அ. (அ.வ.) (நடந்ததை அல்லது செய்ததை) மிக விரிவாக; in great detail. தன் யுத்த கால அனுபவங்களை அவர் சாங்கோபாங்கமாகச் சொல்லி முடித்தார்.

சாசனம் பெ. 1: (உயில், கல்வெட்டு போன்ற) ஆவணம்; document (such as a will, inscription, etc.,). இந்த வீட்டை உனக்குச் சாசனம் செய்துகொடுக்க அப்பா ஒப்புக்கொண்டுவிட்டார்./ கோயிலின் உட்பிராகாரச் சுவரில் சோழர் காலச் சாசனம் ஒன்று உள்ளது. 2: (பெரும்பாலும் அரசர்கள் அல்லது அரசுகள் செய்துகொள்ளும்) எழுதப்பட்ட ஒப்பந்தம்; charter.

சாசுவதம் பெ. (-ஆன) நிலையானது; permanence; everlasting. 'இந்த வாழ்க்கையில் எது சாசுவதம்?' என்று அவர் விரக்தியோடு கேட்டார்.

சாட்சாத் பெ.அ. (அ.வ.) குறிப்பிடப்படும் நபரைத் தவிர வேறு யாரும் அல்ல என்பதைச் சுட்டிக்காட்டப் பயன்படுத்தப்படும் சொல்; identical or exactly the same (person). 'யார் வந்திருக்கிறது? ராமனா?' 'சாட்சாத் ராமனேதான்.'

சாட்சி பெ. 1: (சட்டம்) சம்பவம் நிகழ்ந்ததை நேரில் பார்த்தவர்; eye-witness. நடந்த கொலைக்கு இரு சிறுவர்கள்தான் சாட்சி./ நீ அவருக்குப் பணம் கொடுத்தாய் என்பதற்கு யார் சாட்சி? 2: (உயிலில், பத்திரத்தில் போடப்பட்டிருக்கும்) கையெழுத்து உண்மையானது என்று உறுதி தருபவர்; witness (to the execution of a document). கடன் பத்திரத்தில் யார் சாட்சிக் கையெழுத்துப் போட்டிருக்கிறார்கள்?

சாட்சிசொல் வி. (-சொல்ல, -சொல்லி) (சட்டம்) (நீதி மன்றத்தில் வழக்கைக் குறித்து) தான் அறிந்ததை நேரில் கூறுதல்; give testimony or evidence (in court). இந்தக் கொலையைப் பற்றி சாட்சிசொல்ல யாரும் முன் வரவில்லை.

சாட்சியம் பெ. (சட்டம்) (வழக்கைக் குறித்து) நேரில் பார்த்தவர் கூறும் கூற்று அல்லது ஆதாரமாக அளிக்கப் படும் சான்று; testimony; evidence. இந்த வழக்கில் அவர் கூறியிருக்கும் சாட்சியம் ஏற்றுக்கொள்ளத் தக்கது அல்ல./ கொலை நடந்த இடத்தில் கிடைத்த துப்பாக்கி, தோட்டா முதலியவை சாட்சியங்களாக நீதிமன்றத்தில் வைக்கப் பட்டிருந்தன./ விசாரணைக் குழு முன் சாட்சியம் அளிக்க அமைச்சர் மறுத்தார்.

சாட்சியொப்பனை பெ. (இலங்.) (நீதிமன்றத்தில்) சொல்லப்படும் சாட்சி; testimony. நீதிமன்றத்தில் இன்று

535

சாட்சியொப்பனை நடந்ததா?/ சாட்சியொப்பனையில் என்னைக் காட்டிக்கொடுத்துவிடாதே.

சாட்டு¹ வி. (சாட்ட, சாட்டி) (இலங்.) குற்றம் சாட்டுதல்; blame. கூட்டுசேர்ந்து களவெடுத்துவிட்டு ஆளையாள் சாட்டிக்கொள்கிறார்கள்.

சாட்டு² பெ. (இலங்.) சாக்குப்போக்கு; pretext. நீ ஏதாவது சாட்டுச் சொல்லி அவனை அனுப்பிவிடு!/ திருவிழாவைச் சாட்டாக வைத்துச் சேர்த்த பணத்தை அவர் தன் வீட்டுக்கே கொண்டுசென்றுவிட்டார்.

சாட்டுக்கு வி.அ. (இலங்.) (ஒரு வேலையைச் செய்யும்போது) முறையாக அல்லது முழுமனதோடு செய்யாமல்; உண்மையான அக்கறையின்றி; செய்ததாகத் தோற்றம் தரும் வகையில்; கடமைக்கு; (do sth.) for the sake of formality. அவர் இப்போதெல்லாம் சாட்டுக்குத் திணைக்களம் வந்துபோகிறார்./ சாட்டுக்குச் சத்தம் போட்டு வாசிக்காமல் கருத்தூன்றிப் படித்தால் மட்டுமே பரீட்சையில் நல்ல புள்ளிகள் எடுக்க முடியும்.

சாட்டை பெ. 1: (பெரும்பாலும் வண்டி இழுக்கும் விலங்குகளை அடிக்கப் பயன்படுத்தும்) பிரம்பின் நுனியில் சிறிய தோல்பட்டையும் முறுக்கப்பட்ட நீண்ட கயிறும் கொண்ட சாதனம்; whip (used mostly by cart-drivers). (பார்க்க, படம்) 2: சவுக்கு; (leather) whip. கையில் சாட்டையை வைத்துக்கொண்டு சத்தம் வரச் சுழற்றினான். 3: (பம்பரத்தைச் சுழலச் செய்வதற்கான) நீண்ட நூல் கயிறு; string (to spin a top). கீழே சுற்றிக் கொண்டிருந்த பம்பரத்தைச் சாட்டையால் எடுத்துத் தம்பியின் கையில் விட்டான்.

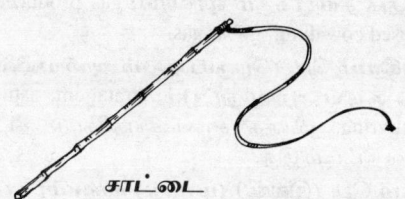

சாட்டை

சாட்டை அடி பெ. (ஒருவருடைய தவறைச் சுட்டிக் காட்டித் தெரிவிக்கும்) கடுமையான கண்டனம்; stinging attack. தவறான வழியில் பணம் சம்பாதிக்க நினைப்பவர்களுக்கு உங்கள் பேச்சு ஒரு சாட்டை அடியாகத்தான் இருந்திருக்கும்./ அவனுக்குச் சரியான சாட்டை அடி கொடுத்தீர்கள். இனிமேல் வாயே திறக்க மாட்டான்.

சாடி பெ. (இலங்.) காண்க: ஜாடி.

சாடு¹ வி. (சாட, சாடி) 1: (குற்றம் கூறி) கடுமையாக விமர்சித்தல் அல்லது தாக்குதல்; criticize vehemently; attack (verbally). குடும்பத்தின் மேல் அக்கறை இருந்தால் இப்படிக் குடிப்பீர்களா?' என்று மனைவி சாடினாள்./ நாடு சீரழிவதற்குக் காரணம் அரசியல்வாதிகள்தான் என்று அவர் சாடியதில் எனக்கு உடன்பாடு இல்லை. 2: (ஊரக வ.) தாவுதல்; தாண்டுதல்; எகிறுதல்; leap; jump over. திருடன்மேல் சாடி விழுந்தார்.

சாடு² வி. (சாட, சாடி) (வ.வ.) **(பீளை அதிக அளவில்) திரளுதல்;** (of dirt) collect (in the eyes). கண்வலியால் பீளை சாடிக் கண்ணைத் திறக்க முடியவில்லை.

சாடை பெ. காண்க: **ஜாடை.**

சாடைமாடையாக வி.அ. காண்க: **ஜாடைமாடையாக.**

சாடையாக வி.அ. (இலங்.) **கொஞ்சமாக;** a little. நேற்று காலை சாடையாக மழை பெய்தது./ இப்படிச் சாடையாக வெயில் எரித்தால் எப்படிப் பனாட்டு காயும்?

சாடையான பெ.அ. (இலங்.) **குறைவான;** slight; light. காலையிலிருந்து தம்பிக்குச் சாடையான காய்ச்சல்./ அந்தப் பாடத்தில் எனக்கும் சாடையான தெளிவுதான். ஆனால் தெரிந்ததை உனக்குச் சொல்லித்தருகிறேன்.

சாண் பெ. **விரல்களை அகல விரித்த நிலையில் சுண்டு விரல் நுனியிலிருந்து கட்டைவிரல் நுனிவரை உள்ள தூரம் அல்லது அளவு;** span (as a measure). ஆறு சாண் கயிறு இருந்தால் போதும்.

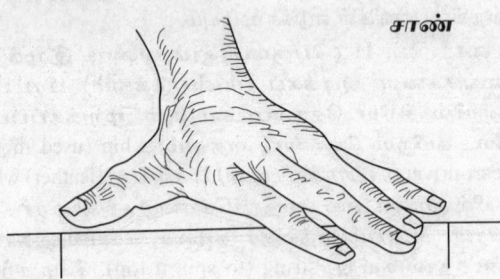

சாண்

சாண எரிவாயு பெ. **மாட்டுச் சாணத்தை நொதிக்க வைத்துத் தயாரிக்கும் எரிவாயு;** gas produced from decomposed cow dung; gobar gas.

சாணக்கியம் பெ. **(பெரும்பாலும் அரசியலில்) தந்திரத்தோடு கூடிய அறிவு நுட்பம்;** stratagem; astute political manoeuvring. மிகுந்த சாணக்கியத்தோடு தீட்டப்பட்ட தேர்தல் திட்டம் இது.

சாணகம் பெ. (இலங்.) **(மாட்டு) சாணம்; சாணி;** (cow) dung. சாணகத்தில் பிடித்த பிள்ளையாரை நிறைகுடத்துக்கு அருகில் வை./ சாணகத்தைக் கரைத்து மெழுகிய தரை.

சாணம் பெ. **(மாடு வெளியேற்றும்) கழிவு;** (cow) dung. மாட்டுச் சாணம் உரமாகப் பயன்படுகிறது./ வாசலில் சாணம் தெளித்துக் கோலமிட்டிருந்தார்கள்.

சாணி பெ. காண்க: **சாணம்.**

சாணிதட்டு வி. (-தட்ட, -தட்டி) **(வறட்டியாக்க) சாணத்தை வட்டமாகத் தட்டுதல்;** beat cow-dung into flat round cakes (to be used as fuel after being dried).

சாணிப்பால் பெ. (ஊரக வ.) **மாட்டின் சாணத்தை நீரில் கரைத்துப் பெறும் கரைசல்;** the solution of cow-dung mixed with water. நாட்டு மருந்து தயாரிக்கும்போது சில பொருட்களைச் சாணிப்பாலில் ஊறவைப்பார்கள்./ களத்தில் குவித்துவைத்திருக்கும் நெல் திருடுபோகாமல் இருக்கச் சாணிப்பாலால் குறி போடுவார்கள்.

சாணை பெ. காண்க: **சாணைக்கல்.**

சாணைக்கல் பெ. **(கத்தி, அரிவாள் போன்றவற்றைத் தீட்டுவதற்கான) சொரசொரப்பான பரப்பு உடைய கல்;** whetstone. சாணைக்கல் சுற்றும்பொழுது முழுவேகம் அடைந்த பின்பே சாணைபிடிக்க வேண்டும்.

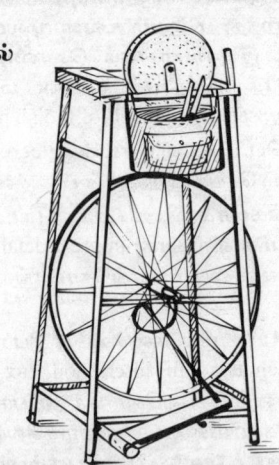

சாணைக்கல்

சாணைப்பிள்ளை பெ. (இலங்.) **கைக் குழந்தை;** infant in arms; nursling. சாணைப்பிள்ளைக்குக்கூட அவளால் பால் கொடுக்க முடியவில்லை./ சாணைப்பிள்ளையை விட்டு விட்டு அவள் இறந்துவிட்டாள்.

சாணைபிடி வி. (-பிடிக்க, -பிடித்து) **(கத்தி முதலிய கருவிகளை) சாணைக்கல்லில் தீட்டிக் கூர்மையாக்குதல்;** whet; sharpen (a knife, etc.,). அரிவாள்மணைக்குச் சாணைபிடிக்க வேண்டும்./ சாணைபிடிக்க சிமெண்டுத் தரையையும் மரப் பலகையையும்கூடப் பயன்படுத்துவது உண்டு.

சாத்தமுது பெ. (ச.வ.) **ரசம்;** a thin soupy dish eaten with cooked rice.

சாத்தான் பெ. (கிறித்.) **கடவுளின் எதிரியாகவும் தீய சக்தியாகவும் கருதப்படும் தீய ஆவி;** Satan.

சாத்தியக்கூறு பெ. **(ஒன்று நிகழ்வதற்கு அல்லது ஒன்றைச் செய்வதற்குக் காரண அடிப்படையிலான) வாய்ப்பு;** possibility. இந்தப் பகுதியில் நிலநடுக்கம் ஏற்படுவதற்கான சாத்தியக்கூறுகள் இருக்கின்றன.

சாத்தியப்பாடு பெ. காண்க: **சாத்தியக்கூறு.**

சாத்தியம் பெ. **(-ஆன) ஒன்று செய்யக்கூடியதாக அல்லது நிகழக்கூடியதாகக் காரண அடிப்படையுடன் அமைகிற நிலை; நிகழக்கூடியது அல்லது முடியக்கூடியது;** feasibility; possibility. நடைமுறையில் சாத்தியம் இல்லாத காரியத்தைப் பற்றிப் பேசிப் பயன் இல்லை./ இரு தரப்பினரையும் பேச்சுவார்த்தைக்கு உடன்பட வைப்பது சாத்தியம் இல்லை.

சாத்திரப்படிக்கு வி.அ. (இலங்.) **சம்பிரதாயப்படி;** following custom or convention. சாத்திரப்படிக்கு சூரியனை நமஸ்காரம் செய்துவிட்டு வாருங்கள் என்று குருக்கள் மணமக்களிடம் கூறினார்./ சாத்திரப்படிக்கு அமாவாசைக்குப் படைக்கக் கொஞ்சம் பழம் வாங்கிக்கொள்.

சாத்திரம் பெ. காண்க: **சாஸ்திரம்.**

537 சாதாரணம்

சாத்திரியார் பெ. (இலங்.) **சோதிடர்;** astrologer. *சாத்திரியாரிடம் பொருத்தம் பார்க்க ஓலையைக் கொண்டு சென்றோம்.*

சாத்து[1] வி. (சாத்த, சாத்தி) 1: **(கதவு, ஜன்னல் போன்றவற்றை) மூடுதல்;** shut (the door, window, etc.,); close. *வெளியே போகும்போது வாசல் கதவைச் சாத்திவிட்டுப் போ!/ சாரல் அடிக்கிறது, ஜன்னலைச் சாத்து.* [(தொ.சொ.) அடை/ பொத்து/ மூடு] 2: **(ஒன்றின் மேல்) சாய்ந்த நிலையில் இருக்கச் செய்தல்;** rest (sth. at a slant). *குடையை மூலையில் சாத்தி வை!* 3: **(தெய்வத்துக்கு மாலை முதலியவை) அணிவித்தல்;** decorate; bedeck with. *அனுமாருக்கு வடை மாலை சாத்துவது வழக்கம்.*

சாத்து[2] வி. (சாத்த, சாத்தி) (பே.வ.) **அடித்தல்;** thrash. *அவனைக் கழியால் சாத்த வேண்டும்போல் இருந்தது.*

சாத்து[3] பெ. (ஊரக வ.) **(கூரையில் ஓடு, கீற்று முதலியவற்றை) பொருத்திப் பிடிக்குமாறு போடப்படும் நீண்ட மூங்கில் மரம் அல்லது கழி;** rafters (for tiles, roof, etc.,).

சாத்துக்குடி பெ. **தடித்த பச்சை அல்லது மஞ்சள் நிறத் தோலினுள் சாறு நிரம்பிய சுளைகளைக் கொண்ட, புளிப்பும் இனிப்பும் கலந்த சுவையுடைய பழம்;** sweet lime; sweet lemon.

சாத்துப்படி பெ. (ச.வ.) **(கோயிலில் விக்கிரகங்களுக்கு மலர்கள், நகைகள் முதலியவற்றைக் கொண்டு செய்யும்) அலங்காரம்;** bedecking (of idols). *பெருமாளுக்குச் சாத்துப்படி செய்தது யார்? அழகாக இருக்கிறதே!*

சாத்துவாய் பெ. (இலங்.) **கோட்டுவாய்;** saliva trickling from one's mouth; dribble. *தூங்கி எழுந்து முகம்கூடக் கழுவாமல் சாத்துவாயுடன் எங்கே கிளம்பிவிட்டாய்?*

சாத்(து)வீகம் பெ. (-ஆக, -ஆன) 1: **அமைதி;** peacefulness. *ஆளுங்கட்சிக்கு எதிராக நாங்கள் சாத்வீகமான முறையிலேயே போராட விரும்புகிறோம்.* 2: **சாதுவான தன்மை;** calmness; composure. *அவருக்குக் கோபம் வந்து நான் பார்த்ததில்லை. அவ்வளவு சாத்வீகமானவர்.*

சாதகபாதகம் பெ. **(ஒரு செயலைச் செய்வதால் ஏற்படும்) நன்மையும் தீமையும்; அனுகூலங்களும் பாதிப்புகளும்;** pros and cons. *வெளிநாட்டில் வேலைக்குச் செல்வதில் உள்ள சாதகபாதகங்களைப் பற்றி யோசித்துவிட்டுப் பிறகு முடிவெடு./ தனியார்மயமாக்குவதின் சாதகபாதகங்களை எடுத்துரைக்கும் கருத்தரங்கு./ எந்தப் பிரச்சினையாக இருந்தாலும் சாதகபாதகங்களை எடைபோட்ட பிறகுதான் அவர் இறுதி முடிவு எடுப்பார்.*

சாதகம்[1] பெ. (-ஆக, -ஆன) **அனுகூலமாக இருப்பது; நன்மை தருவது;** favourableness. *உங்களிடமிருந்து நான் சாதகமான பதிலை எதிர்பார்க்கிறேன்./ நடுவரின் தவறான முடிவு எதிரணிக்குச் சாதகமாக அமைந்தது.*

சாதகம்[2] பெ. (இசை) **தொடர்ந்து மேற்கொள்ளும் பயிற்சி;** regular or constant practice (in music). *சில பேர் அதிகாலையில் கழுத்தளவு தண்ணீரில் நின்றுகொண்டு சாதகம் பண்ணுவார்கள்.*

சாதம் பெ. **சோறு;** cooked rice.

சாதனம் பெ. 1: **ஒரு வேலையைச் செய்வதற்கு உதவும் அமைப்பை உடையதும், மனிதனால் உருவாக்கப்பட்டதும், இடம் விட்டு இடம் எடுத்துச்செல்லக் கூடியதுமான கருவி;** instrument; equipment; device; aid. *சமையல் அறைச் சாதனங்கள்/ தகவல்தொடர்புச் சாதனங்கள்/ கருத்தடைச் சாதனம்.* [(தொ.சொ.) இயந்திரம்/ உபகரணம்/ கருவி] 2: **எண்ணம், கருத்து முதலியவற்றை வெளிப்படுத்தப் பயன்படுவது;** mode; means; medium. *கலை மனிதனின் வெளிப்பாட்டுச் சாதனம்./ திரைப்படம் என்ற சக்தி வாய்ந்த சாதனத்தைச் சிலர் தவறாகப் பயன்படுத்துகிறார்கள்.* 3: (இலங்.) **('இயற்கை' என்ற சொல்லோடு வரும்போது) பொருள்;** object. *நிலம் போன்ற இயற்கைச் சாதனங்கள்.*

சாதனை பெ. **(ஒரு துறையில்) இதுவரை செய்ய முடிந்ததற்கும் அல்லது அடைய முடிந்ததற்கும் மேலாகச் செய்து முடிப்பது;** record; achievement. *நூறு மீட்டர் தூரத்தை 9.58 வினாடிகளில் கடந்து புதிய சாதனை படைத்தார்./அவருடைய கலைத் துறைச் சாதனைகள்/ இந்தத் திரைப்படம் வசூலில் சாதனை புரிந்துள்ளது.*

சாதா பெ.அ. **தனித்துக் காட்டும் தன்மை எதுவும் இல்லாத; சாதாரணமான;** plain (contrasted with a special or superior variety of the same object). *மசால்தோசையா சாதா தோசையா?/ ஜரிகைக் கரை வேட்டி வேண்டாம், சாதா வேட்டி போதும்./ சாதா பீடா.*

சாதாரணம் பெ. (-ஆக, -ஆன) 1: **ஆடம்பரம் இல்லாத முறை; அலங்காரத் தன்மை இல்லாதது;** unassuming; simple; unostentatious. *அவர் பெரும் பணக்காரர், பெரிய பதவியிலும் இருக்கிறார். ஆனாலும் சாதாரணமாகவே இருந்தார்./ இது சொகுசு வசதிகள் இல்லாத சாதாரணப் பேருந்து.* 2: (பேருந்தைக் குறிக்கும்போது) **பல இடங்களில் நின்றுநின்று போவது;** ordinary. *இது சாதாரணப் பேருந்துதான்; விரைவுப் பேருந்து இல்லை.* 3: **(உடையில்) தொழிலுக்கோ சந்தர்ப்பத்திற்கோ உரியதல்லாதது;** informal; casual; mufti. *சாதாரண உடையில் இரு காவலர்கள் நின்றிருந்தனர்./ திருமணத்துக்குச் சாதாரணப் புடவையா கட்டுவார்கள்?* 4: **(பணம், பதவி முதலியவற்றில்) மேல்நிலை, முக்கியத்துவம், சிறப்பு போன்றவை இல்லாத நிலை;** ordinary (as opposed to extraordinary). *இன்று பெரிய தொழிலதிபராக இருப்பவர் ஒரு சாதாரணக் குடும்பத்தில் பிறந்தவர்தான்./ அவரைச் சாதாரணமாக நினைத்து விடாதே!* 5: **பதற்றமின்மை; அமைதி;** quiet; calm; unemotional. *அந்தப் பரபரப்பான சூழ்நிலையிலும் நான் சாதாரணமாகத்தான் பேசினேன்.* 6: **குறைந்தபட்சமாக இருக்க வேண்டியது;** basic. *சாதாரண மருத்துவ வசதிகள்கூட இல்லாத கிராமம்./ இந்தச் சாதாரண விஷயம்கூடவா உனக்குப் புரியவில்லை.* 7: **வழக்கமானது; இயல்பானது;** common. *கொலை, கொள்ளை எல்லாம் சாதாரண நிகழ்ச்சிகளாகிவிட்டன./ அப்பாவிடம் அடி வாங்குவது அவனுக்குச் சாதாரணம்./ 'மூச்சைச் சாதாரணமாக இழுத்துவிடுங்கள்' என்றார் மருத்துவர்./ அவனுடைய மார்பின் சுற்றளவு சாதாரண நிலையில் 80 செ.மீ., விரிந்த நிலையில் 85 செ.மீ.*

ஆகும். **8: எளிதானது;** easy. இந்த மூட்டையைத் தூக்குவ தெல்லாம் எனக்கு ரொம்பச் சாதாரணம்./ சாதாரணமான கணக்கு. அதைப் போடுவதற்கு உனக்கு இவ்வளவு நேரமா? **9: சராசரியானது;** common. நான் ஒரு சாதாரண இந்தி யக் குடிமகன்./ சாதாரண மக்களின் கஷ்டநஷ்டங்களை உணர்ந்த தலைவர்கள் மிகவும் குறைவு. **10:** *(பெரும்பாலும் பேசு, கேள் போன்ற சொற்களுடன் வரும்போது)* **குறிப்பிட்ட எந்த அர்த்தத்தையும் கொண்டிருக்காத தன்மை;** sth. casual. வேலை கிடைத்துவிட்டதா என்று சாதாரணமாகத்தான் கேட்டேன். அதைத் தவறாக எடுத்துக் கொண்டுவிட்டான்.

சாதி[1] வி. *(சாதிக்க, சாதித்து)* **1: சாதனை புரிதல்; (கடின மானவற்றை முயற்சியின் மூலம்) நிறைவேற்றுதல்;** achieve; accomplish. வாழ்க்கையில் பெரிதாக என்ன சாதித்துவிட்டோம்?/ பணம் சாதிக்காததைப் பாசம் சாதித்துவிட்டது! **2: தான் கூறியதையே பிடிவாதமாகத் திரும்பத்திரும்பக் கூறுதல்;** maintain stubbornly. கொலை யைப் பற்றித் தங்களுக்கு எதுவும் தெரியாது என்று பக்கத்து வீட்டுக்காரர்கள் சாதித்துவிட்டனர்./ மன்னிப்புக் கேட் காதது சரி என்று சாதிக்காதே!

சாதி[2] பெ. காண்க: *ஜாதி.*

சாதி இந்து பெ. **பிராமணர் அல்லாத இந்துக்களுள் தலித்துகளைவிட உயர்ந்தவர்களாகத் தங்களைக் கருதிக்கொள்ளும் சாதியினர்;** among Hindu castes other than the brahmins who consider themselves socially higher than the dalits; caste Hindu.

சாதிக்காய் பெ. **1: (மருந்தாகப் பயன்படுத்தும்) பழுப்பு நிறமும் மணமும் உடைய, உருண்டை வடிவத்தில் இருக்கும் ஒரு வகைக் கொட்டை/அந்தக் கொட்டை யைக் கொண்டிருக்கும் எலுமிச்சை நிறக் காய்;** nutmeg. **2: மேற்குறிப்பிட்ட காயைத் தரும் மரம்;** nutmeg tree. **3: பெட்டி செய்யப் பயன்படும் ஒரு வகை மரம்;** fir tree. சாதிக்காய்ப் பெட்டி.

சாதிசனம் பெ. *(பே.வ.)* **(ஒருவருடைய) உற்றாரும் உறவினரும்;** one's relatives and close associates. கல்யா ணத்திற்கு எங்கள் சாதிசனமே முந்நூறு பேருக்கு மேல் வருவார்கள் என்றார்./ இவ்வளவு பெரிய பணக்காரராக இருந்தும் அவர் தன்னுடைய சாதிசனத்துக்கு ஒன்றும் செய்ததில்லை.

சாதியம் பெ. **தான் சார்ந்த சாதியை உயர்ந்ததாகக் கருதும் போக்கு அல்லது நிலை;** (in India) the belief that the caste one belongs to is superior to others; casteism. சாதிய ஒடுக்கு முறையை எதிர்த்துப் பெரியார் போராடினார்./ சாதியத்தைத் தூக்கிப்பிடிப்பதற்காகவே இந்தப் படம் எடுக்கப்பட்டிருக்கிறதோ என்ற கேள்வி நமக்குள் எழுகிறது.

சாது பெ. **1:** *(-ஆன)* **அமைதியான இயல்பு உடையவர் அல்லது இயல்பு உடையது;** s.o. or sth. docile. அவரைப் போல ஒரு சாதுவான ஆளை நான் பார்த்ததே இல்லை./ மாடு மிகவும் சாது. யாரையும் முட்டாது. **2: துறவி;** ascetic; sadhu. ஜைன சாது/ முஸ்லிம் சாது.

சாதுரியம் பெ. *(-ஆக, -ஆன)* **அறிவைச் சாமர்த்திய மாகப் பயன்படுத்தும் திறமை அல்லது இயல்பு;** being skilful; shrewdness. அந்த நிருபரின் குறுக்குக் கேள்விக்கு அமைச்சரிடமிருந்து சாதுரியமான பதில் வந்தது./ சாதுரிய மாக நடந்துகொண்டால்தான் பிழைக்க முடியும் என்று அப்பா அறிவுரை கூறினார்.

சாந்தகப்பை பெ. *(இலங்.)* **கொத்துக்கரண்டி; கரணை;** mason's trowel.

சாந்தசொரூபி பெ. *(அ.வ.)* **அமைதியான தோற்றமும் குணமும் உடையவர்;** tranquil person.

சாந்தம் பெ. *(-ஆக, -ஆன)* **(ஒருவரது தோற்றம், பேச்சு, செயல் ஆகியவற்றில்) கோபமின்மை; அமைதி;** absence of anger; calmness; peacefulness. குழந்தையிடம் கோபப் படாமல் சாந்தமாகக் கேள்!/ சாந்தம் தவழும் முகம்.

சாந்தி பெ. **(மன) அமைதி;** peace (of mind). இந்த இயற் கைச் சூழல் அவனுக்கு சாந்தியை அளித்தது./ மன சாந்தி யைத் தேடி அலைந்தான்.

சாந்திசெய் வி. *(-செய்ய, -செய்து)* **தீய விளைவுகளைத் தவிர்ப்பதற்காகச் சடங்கு செய்தல்;** perform propitiatory rites (for averting evil influences); appease evil spirits by ceremonies.

சாந்திமுகூர்த்தம் பெ. **(திருமணம் நடந்தபின்) மணமக் கள் தாம்பத்திய உறவு கொள்வதற்குக் குறிக்கப்படும் மங்கல நேரம்;** auspicious time of consummation (after the wedding).

சாந்தியடை வி. *(-அடைய, -அடைந்து)* *(ஒருவர் இறந்து போனதற்காக வருத்தம் தெரிவிக்கும் முறையில் கூறும் போது)* **(ஆன்மா) அமைதியில் நிலைத்தல்;** (when referring to the departed) rest in peace. தலைவருடைய ஆன்மா சாந்தியடையப் பிரார்த்திக்கிறோம்.

சாந்து பெ. **1: சுண்ணாம்புடன் மணல் சேர்த்துத் தயாரிக் கப்படும் கலவை;** lime mortar (used instead of cement). **2: (உடலில் பூசிக்கொள்ளும் சந்தனம், மருதாணி முதலி யவற்றின்) அரைத்த கலவை;** paste (of sandal, etc., to be applied on the body). மருதாணிச் சாந்து காய்ந்து கட்டியாகி யிருந்தது. **3: (பெண்களும் குழந்தைகளும் வைத்துக் கொள்ளும்) மை;** colour pigment (used as a cosmetic).

சாந்துச்சட்டி பெ. *(ஊரக வ.)* **பாண்டு;** iron bowl (for carrying cement, mortar, etc.,).

சாப்பாட்டுக்காரன் பெ. *(இலங்.)* **(ஒருவருடைய) வீட்டிலிருந்து அலுவலகத்துக்கு உணவைப் பாத்திரங் களில் கொண்டுவந்து கொடுப்பதைத் தொழிலாகச் செய்பவர்;** person who brings lunch for working persons from their home.

சாப்பாட்டுராமன் பெ. *(கேலியாகக் குறிப்பிடும்போது)* **சாப்பாட்டில் மிகுந்த விருப்பம் உடையவனாகவும் அதிக அளவில் சாப்பிடுபவனுமாகவும் இருப்பவன்;** good eater; glutton.

சாப்பாடு பெ. **(பொதுவாக) (சமைக்கப்பட்ட) உணவு; (குறிப்பாக) சோறு, குழம்பு, ரசம், மோர் போன்றவை அடங்கிய உணவு;** (generally) food; (particularly) meal. சாப்பாட்டுக்கே எனக்கு மாதம் 4000 ரூபாய் ஆகிறது./ இது இட்லி அரிசியா, சாப்பாட்டு அரிசியா?/ இன்றைக்கு வடை, பாயசத்தோடு சாப்பாடு. [*(தொ.சொ.)* **ஆகாரம்/ இரை/ உணவு/ ஊண்/ சிற்றுண்டி/ தின்பண்டம்/ தீனி**]

539 சாம்பல் வாலாட்டி

சாப்பிடு வி. (சாப்பிட, சாப்பிட்டு) **1: (உணவை) உட்கொள்ளுதல்; உண்ணுதல்;** eat. இரவில் இரண்டு வாழைப்பழம் மட்டும் சாப்பிட்டுவிட்டுப் படுத்துவிட்டேன்./ 'நன்றாக வயிறு நிறையச் சாப்பிடுங்கள்' என்றார் அவர்./ (உரு வ.) இவனை இன்னும் வளரவிட்டால் நம்மையே சாப்பிட்டுவிடுவான்! [(தொ.சொ.) அருந்து/ இரையெடு/ உண்/ குடி/ தின்/ தீனி எடு] **2: (பானம்) குடித்தல்; (மாத்திரை) விழுங்குதல்;** drink (coffee, etc.,); swallow (tablets, etc.,). காப்பி சாப்பிடுங்கள்!/ மாத்திரை சாப்பிட மறக்காதே! **3: அபகரித்தல்;** swindle up. எத்தனை பேர் காசைச் சாப்பிட்டிருப்பான் அவன்?/ கட்சிப் பணத்தைச் சாப்பிட்டுவிட்டதாக அவர்மேல் குற்றச்சாட்டு எழுந்தது.

சாபக்கேடு பெ. **சபிக்கப்பட்ட நிலை; சீர்கெட்ட தன்மை;** cursed state; accursed thing. என்னுடைய சாபக்கேடு இப்படி அல்லல்பட வேண்டியிருக்கிறது./ அணு ஆயுதங்களின் கண்டுபிடிப்பு மனித குலத்தின் சாபக்கேடு.

சாபம் பெ. **ஒருவர்மீது கோபம் கொண்டு அவருக்குத் தீங்கு அல்லது அழிவு நேர வேண்டுமென்று கூறும் (பலிக்கும் என்று நம்பப்படும்) சொல்;** curse. கணவராகிய முனிவரின் சாபத்தால் கல்லான மனைவியின் கதை./ யாருடைய சாபமோ, நம் குடும்பம் இப்படிக் கஷ்டப்படுகிறது.

சாபம்கொடு வி.(-கொடுக்க, -கொடுத்து) **சபித்தல்;** curse.

சாபம்போடு வி. (-போட, -போட்டு) (இலங்.) **சபித்தல்;** curse. யாரோ ஒரு பெண் சாபம்போட்டதால் அவன் சொத்தையெல்லாம் இழந்துவிட்டான் என்று சொல்வது பைத்தியக்காரத்தனம்./ நான் சாபம்போட்டால் அது வீணாகாது என்று அப்பா கோபத்தில் கத்தினார்.

சாபமிடு வி.(-இட, -இட்டு) **சபித்தல்;** curse.

சாம்பல் பெ. **1: (மரம், கரி முதலியவை) எரிந்து கிடைக்கும் தூள்;** ashes. அடுப்புச் சாம்பலால் பாத்திரம் தேய்த்தாள்./ (உரு வ.) என்னை எதிர்த்தால் உன்னைச் சாம்பலாக்கிவிடுவேன் என்று என்னை அவர் மிரட்டினார். **2: இறந்தவரை எரித்த பின் கிடைக்கும் தூள்; அஸ்தி;** ashes. எங்கள் தாத்தாவின் சாம்பலைக் கன்னியாகுமரியில் கரைத்தார்கள். **3: மேற்குறிப்பிட்ட தூளுக்கு இருப்பதைப் போன்ற வெளிர் நிறம்;** grey. சாம்பலும் வெள்ளையும் கலந்த நிறத்தில் இருந்தது அந்தப் பறவை./ சாம்பல் நிறப் பூனை.

சாம்பல் இருவாச்சி பெ. **(அத்தி, ஆல் போன்றவற்றின் பழங்களை விரும்பி உண்ணும் இயல்புடைய) பட்டையான நீண்ட அலகுடனும் மிக நீளமான வாலுடனும் சாம்பல் வண்ணத்தில் இருக்கும் பறவை;** Indian grey hornbill.

சாம்பல் கதிர்க்குருவி பெ. **உடலின் மேற்பகுதி அடர்ந்த சாம்பல் நிறத்திலும், வயிற்றுப் பகுதி வெளிர் மஞ்சள் நிறத்திலும் இருக்கும், நீண்ட வாலுடைய சிறிய பறவை;** ashy prinia.

சாம்பல் கரிச்சான் பெ. **பிளவுபட்ட நீண்ட வாலுடனும், சிவப்புக் கண்களுடனும், அடர்ந்த கருஞ்சாம்பல் நிறத்திலும் இருக்கும், (இமயமலைப் பகுதிகளிலிருந்து) வலசை வரும் பறவை;** ashy drongo.

சாம்பல் கூழைக்கடா பெ. **சாம்பல் கலந்த வெள்ளை நிறத்தில் அகலமான நீண்ட அலகும், அதன் கீழே கரும் புள்ளிகளுடன் பை போன்ற உறுப்பும், குட்டையான கால்களும் கொண்ட நீர்ப் பறவை;** spott-billed pelican.

சாம்பல் சத்து பெ. **பயிர்த் திரட்சி, நோய் எதிர்ப்புத் தன்மை, நல்ல மகசூல் ஆகியவற்றைத் தரும், தாவரங்களுக்குத் தேவையான ஒரு சத்து;** potash (for plants).

சாம்பல் சிலம்பன் பெ. **கண்கள் மஞ்சள் நிறத்திலும், உடல் பகுதி சாம்பல் நிறத்திலும், பறக்கும்போது நீண்ட வாலின் வெளிப்புற இறகுகள் வெள்ளை நிறத்திலும் இருக்கும் பறவை;** large grey babbler. சாம்பல் சிலம்பன் பொதுவாகத் தோட்டம், புதர்க்காடு போன்ற இடங்களில் கூட்டமாகக் காணப்படும்.

சாம்பல் தலை வானம்பாடி பெ. **சிட்டுக்குருவி அளவில் இருக்கும், ஆண் பழுப்பும் கறுப்பும் கலந்த நிறத்திலும், பெண் வெளிர் பழுப்பு நிறத்திலும் இருக்கும், சமவெளிகளிலும் புல்வெளிகளிலும் காணப்படும் சிறிய பறவை;** ashy-crowned sparrow lark. சாம்பல் தலை வானம்பாடி பாடிக்கொண்டே வானத்தில் உயரமாகப் பறக்கும் இயல்புடையது.

சாம்பல் நாரை பெ. **நீண்ட கால்களையும், நீண்டிருக்கும் வெண்ணிறக் கழுத்தையும், சாம்பல் நிற உடலையும் கொண்ட நாரை;** grey heron.

சாம்பல் நீர் பெ. **(தீங்கு விளைவிக்கும் நச்சுப் பொருட்கள் நிறைந்த) தொழிற்சாலையில் உருவாகும் கழிவு நீர்;** toxic industrial effluent. தொழிற்புரட்சிக்கும் நகரமயமாக்கலுக்கும் பிறகு பேரளவில் பெருகத் தொடங்கிய சாம்பல் நீரானது நீர்நிலைகளோடு நிலத்தடி நீரையும் சேர்த்துப் பாழாக்கியது.

சாம்பல் பட்டாணிக்குருவி பெ. **(மார்பை இரண்டாகப் பிரிப்பதுபோல் ஒரு கறுப்புக் கோட்டுடன்) கண்ணுக்குக் கீழே வெள்ளைத் திட்டையும், தலையும் கழுத்தும் கறுப்பு நிறத்தையும், உடலின் மேற்பகுதியும் வாலின் மேற்பகுதியும் சாம்பல் வண்ணத்தையும், நெஞ்சுப் பகுதியும் வாலின் அடிப்பகுதியும் வெள்ளை நிறத்தையும் கொண்டிருக்கும் ஒரு சிறு பறவை;** cinereous tit.

சாம்பல் பூ வி. (பூக்க, பூத்து) **1: (கங்கின் வெப்பத் தன்மை குறைந்து அதன்மேல்) சாம்பல் படிதல்/(மரம், காய் முதலியவற்றில்) பூஞ்சாணம் படிதல்;** be covered with ashes or fungus. திரும்பி வந்து பார்த்தபோது அடுப்பு அணைந்து சாம்பல் பூத்திருந்தது./ கலங்கலான தண்ணீர் பட்டுப் புல் சாம்பல் பூத்திருந்தது. **2: (உடல் சாம்பல் போல்) வெளுத்தல்;** (of body) turn ashen. அவளுடைய உடல் மெலிந்து சாம்பல் பூத்திருந்தது./ உன் உதடு ஏன் சாம்பல் பூத்திருக்கிறது?

சாம்பல் மொந்தன் பெ. (இலங்.) **வெளிர் சாம்பல் நிறத் தோலை உடைய ஒரு வகை வாழைப்பழம்;** a variety of banana fruit with light grey-coloured skin.

சாம்பல் வாலாட்டி பெ. **(அளவில் சிட்டுக்குருவியை விடச் சற்றுப் பெரிதாக இருக்கும்) சாம்பல் நிற மேற்பகுதியும், மஞ்சள் நிற அடிப்பகுதியும், நீண்ட வாலும்**

உள்ள பறவை; grey wagtail. *சாம்பல் வாலாட்டி இமய மலைப் பகுதிகளிலிருந்து தெற்கே வலசை வருகிறது.*

சாம்பார் பெ. **வேகவைத்த துவரம்பருப்பைப் அள வான காரத்தோடு புளிக் குறைவாகச் சேர்த்துக் காய் கறிகளைப் போட்டுத் தயாரிக்கும் ஒரு வகைக் குழம்பு;** a highly seasoned soupy dish made of lentil and vegetables with very little tamarind. *'வெங்காய சாம்பாரா, முருங்கைக் காய் சாம்பாரா?' 'இல்லை, முள்ளங்கி சாம்பார்'.*

சாம்பார் பொடி பெ. **காய்ந்த மிளகாய், தனியா, கடலைப் பருப்பு முதலியவற்றைச் சேர்த்து அரைத்த (பெரும் பாலும் சாம்பார் தயாரிக்கப் பயன்படும்) பொடி;** powder made of red chilli, coriander seeds, etc., used to make *சாம்பார்.*

சாம்பார் வெங்காயம் பெ. காண்க: **சின்ன வெங்காயம்.**

சாம்பிராணி பெ. **1: நெருப்பில் இட்டால் நறுமணப் புகையை எழுப்பும், ஒரு வகைப் பிசினிலிருந்து தயாரிக் கப்படும் சிறுசிறு கட்டிகள்;** gum benzoin (burnt as incense). **2: மேற்குறிப்பிட்ட பொருளைத் தயாரிப்பதற்கு உதவும் பிசினைத் தரும் மரம்;** Indian frankincense.

சாம்பிராணி போடு வி. *(போட, போட்டு)* **தணல் நிறைந்த தூபக்காலில் சாம்பிராணித் தூளைப் போட்டு நறுமணப் புகை வருமாறு செய்தல்;** burn incense.

சாம்பு வி. *(சாம்ப, சாம்பி) (அ.வ.)* **வாடுதல்; வருந்துதல்;** lose lustre; languish. *அழுது சாம்பிய குழந்தையின் முகம்./ பிச்சை எடுத்துக்கொண்டிருந்த அந்தச் சிறுமியைப் பார்த்த தும் அவள் நெஞ்சம் சாம்பிப்போயிற்று.*

சாம்ராஜ்யம் பெ. **1: ஒருவர் ஆட்சி செலுத்தும் பரந்த நிலப் பரப்பு; பேரரசு;** empire. *சோழ சாம்ராஜ்யத்தின் இணையற்ற பேரரசனாக ராஜராஜ சோழன் விளங்கி னான்./ மொகலாய சாம்ராஜ்யம் தென்னிந்தியாவரையில் பரவியிருந்தது.* **2: ஒருவருடைய அல்லது ஒரு குழுவினு டைய சக்தி வாய்ந்த பரவலான ஆதிக்கம்;** powerful network (of a person or a group). *கடத்தல்காரர்களின் சாம்ராஜ்யம்.*

சாமக் கோடங்கி பெ. **கிராமங்களில் நள்ளிரவில் உடுக்கை அடித்தவாறு ஊரைச் சுற்றி வந்து, பின்னால் நடக்கப்போவதைப் பாட்டு மூலமாகச் சொல்பவர்;** a fortune-teller who makes rounds in the night sounding a hand-held drum.

சாமக்கோழி பெ. **நள்ளிரவு கடந்த பின் விடிவதற்குச் சில மணி நேரம் இருக்கும்போது கூவும் சேவல்;** cock crowing in the wee hours of morning.

சாமணம் பெ. **(பெரும்பாலும் பொற்கொல்லர் பயன் படுத்தும்) இடுக்கி போன்ற கருவி;** (usually goldsmith's) nippers.

சாமந்தி பெ. **மஞ்சள், வெள்ளை முதலிய நிறங்களில் உருண்டை வடிவத்தில் மலரும் பூ/ மேற்குறிப்பிட்ட பூப் பூக்கும் ஒரு குத்துச்செடி;** chrysanthemum (flower and the plant).

சாமம் பெ. **1: இரவு அல்லது நள்ளிரவு;** night or midnight. *சாமத்தில் எழுப்பிக் கேட்டாலும் அவர் உதவி செய்வார்./ இந்தச் சாமத்தில் வந்து கதவைத் தட்டுவது யார்?* **2:** *(கோயில்களில் இரவுப் பூஜையைக் குறித்து வரும்போது)* **மூன்று மணி நேரம் கொண்ட ஒரு கால அளவு;** (in temples when referring to பூஜை in the night) a three-hour unit of time. *கோயிலில் மூன்றாம் சாமப் பூஜை நடந்துகொண்டிருந்தது.* **3:** *(அ.வ.) (பொதுவாகக் காலத் தைக் குறிப்பிடும்போது)* **மூன்று மணி நேரம் கொண்ட கால அளவு;** (in general) a three-hour unit of measurement. *சம அளவு வெள்ளெருக்கம் பாலும் ஒரு ரூபாய் எடை கற் பூரமும் சேர்த்துக் கல்வத்தில் இட்டு ஒரு சாமம் வெய்யி லில் வைக்க வேண்டும்./ ஒருநாளில் பகலில் நான்கு சாமமும் இரவில் நான்கு சாமமும் அடங்கும்.*

சாமர்த்தியச் சடங்கு பெ. *(இலங்.)* **பூப்பு நீராட்டு விழா;** ceremony for the girl who has attained puberty.

சாமர்த்தியசாலி பெ. **எந்த ஒரு பிரச்சினையையும் அல் லது சூழலையும் எளிதாகச் சமாளித்துவிடும் திறமை வாய்ந்தவர்;** shrewd person; smart person. *அவர் சாமர்த் தியசாலி என்பதால்தான் இந்தப் பொறுப்பு அவரிடம் தரப் பட்டிருக்கிறது./ உன் மகள் சாமர்த்தியசாலி என்பதால் எப்படியும் பிழைத்துக்கொள்வாள்.*

சாமர்த்தியப்படு வி. *(-பட, -பட்டு) (இலங்.)* **வயதுக்கு வருதல்;** (of girls) come of age.

சாமர்த்தியம் பெ. *(-ஆக, -ஆன)* **திறமை; சாதுரியம்;** skill; ability; cleverness. *வியாபாரம் செய்வதற்குச் சாமர்த்தியம் தேவை./ சாமர்த்தியமாக என்னை ஏமாற்றிவிட்டதாக அவன் நினைத்துக்கொண்டிருக்கிறான்.*

சாமரம் பெ. **(பழங்காலத்தில் அரண்மனைகளில் பயன் படுத்தப்பட்டதும் தற்காலத்திலும் பூசையின் ஒரு பகுதியாகச் சிவன் கோயில்களில் பயன்படுத்தப்படு வதுமான) கவரிமானின் அடர்ந்த வெண்ணிற ரோமங் களை உடைய தலைப் பகுதியையும் வெள்ளிக் கைப் பிடியையும் கொண்ட ஒரு வகை விசிறி;** bushy hand-held fan (used for deities or kings).

சாமரம்

சாமரை பெ. காண்க: **சாமரம்.**

சாமான் பெ. **(இடம் விட்டு இடம் எடுத்துச் செல்லக் கூடிய) அன்றாடப் புழக்கத்துக்குத் தேவையான பொருள்; ஒரு செயலைச் செய்வதற்குப் பயன்படும் பொருள்; பண்டம்;** (manufactured) goods; articles; items. *மரச் சாமான்கள் விற்கும் கடை/ தேதி ஐந்தாகியும் இன் னும் மளிகைச் சாமான் வாங்கவில்லையா?/ வெள்ளை யடிப்பதற்குத் தேவையான சாமான்கள் வாங்கிவிட் டாயா?/ எல்லாச் சாமான்களையும் ஒழுங்காக அனுப்பி னாயா?*

சாமான் சக்கட்டு பெ. (இலங்.) (பெரும்பாலும்) **அன்றாடப் புழக்கத்துக்குப் பயன்படும் பொருட்களும் அது போன்ற பிறவும்;** articles of daily use. கலவரத்தின் காரணமாக இடம்பெயர்ந்தபோது சாமான் சக்கட்டு எல்லாம் தொலைந்துவிட்டன./ இவ்வளவு சாமான் சக்கட்டையும் நகருக்குக் கொண்டுசெல்ல வேண்டுமென்றால் பெரிய வாகனம் ஒன்று தேவை.

சாமானியம் பெ. (-ஆக, -ஆன) **1:** (தரம், தன்மை, நிலை முதலியவற்றைக் குறித்து வரும்போது) **சாதாரணம்;** ordinary. சாமானிய மக்களுக்கு நன்மை பயக்கும் திட்டம்./ அவனைச் சாமானியமாக நினைத்துவிடாதே. **2: எளிது; சுலபம்;** easy. வீட்டைக் கட்டி முடிப்பது சாமானியமான காரியமா?

சாமானியன் பெ. **அதிக வசதியோ அந்தஸ்தோ இல்லாத சாதாரண மனிதன்;** man of ordinary capacity; commoner. நான் சாமானியன்; என்னிடம் இவ்வளவு எதிர்பார்க்கிறீர்களே!/ இந்தப் பொருள்களைச் சாமானியர்கள் நினைத்துப்பார்க்கக்கூட முடியாது போலிருக்கிறது.

சாமி பெ. **1:** (பொதுவாகக் குறிப்பிடும்போது) **கடவுள்/** (குறிப்பிட்ட சில சூழல்களில் பயன்படுத்தும்போது) **சிவன்;** (in general) god; deity/(in some contexts) Siva. சாமி கும்பிட்டுவிட்டுப் புறப்பட்டான்./ அர்ச்சனை சாமிக்கா அம்பாளுக்கா? **2: ஒருவரை மரியாதையுடன் குறிப்பிடப் பயன்படுத்தும் சொல்;** respectful term of address for or reference to a man. பெரியவரைப் பார்த்துக் கும்பிட்டுவிட்டு 'ஒரு விஷயமாகச் சாமியைப் பார்த்துவிட்டுப் போகலாம் என்று வந்தேன்' என்றான்.

சாமி கொண்டாடி பெ. காண்க: **சாமியாடி.**

சாமிபூதம் பெ. (பே.வ.) (நம்பிக்கையில்லாத தொனியில்) **கடவுளும் பிற அமானுஷ்ய சக்திகளும்;** god and spirits. என் அப்பாவுக்குச் சாமிபூதத்தில் நம்பிக்கையில்லை./ சாமிபூதமென்று ஏன் இப்படிக் காசைக் கரியாக்குகிறீர்கள்?

சாமியறை பெ. **பூஜையறை;** prayer-room in the house. சாயந்திரம் ஆறு மணிக்குச் சாமியறையில் விளக்கேற்றி வைப்பது அம்மாவின் வழக்கம்.

சாமியாடி பெ. **தெய்வ அருளால் ஆவேசம் வந்து ஆடுபவர்;** person who dances and foretells when possessed by a spirit.

சாமியாடு வி. (-ஆட, -ஆடி) **தெய்வ அருளால் ஆவேசம் வந்து தன்னை மறந்து ஆடுதல்;** be possessed by a spirit. தீமிதிக்க வந்த பெண்களில் சிலர் சாமியாடினார்கள்.

சாமியார் பெ. **1: சன்னியாசி;** ascetic. ஊருக்குப் புதிதாக வந்திருக்கும் சாமியாரின் மகிமையைப் பற்றி எங்கும் பேச்சு./ ஏன் சாமியார்போல தாடி வளர்க்க ஆரம்பித்துவிட்டாய்? **2:** (கிறித்.) (பே.வ.) **பாதிரியார்;** clergyman; priest. பங்குச் சாமியார் நேற்று எங்கள் வீட்டுக்கு வந்தார்.

சாமிவா வி. (-வர, -வந்து) **தெய்வ அருளால் ஒருவருக்கு ஆவேச நிலை உண்டாதல்;** be possessed by a divine spirit. பூசாரிக்குச் சாமிவந்து ஆடினார்./ ஏன் இப்படிச் சாமி வந்ததுபோல் கத்திக்கொண்டிருக்கிறாய்?

சாமுத்திரிகா லட்சணம் பெ. (அ.வ.) **பெண்ணுக்கோ ஆணுக்கோ அங்க சாஸ்திரத்தின்படி இருக்க வேண்டிய அங்க அமைப்பு;** physical features of a woman or man; physiognomy.

சாமை பெ. **பழுப்பு நிற மணிகள் உள்ள ஒரு வகைச் சிறுதானியம்;** a kind of millet.

சாய்[1] வி. (சாய, சாய்ந்து) **1:** (ஒன்று) **நேர் நிலையிலிருந்து பக்கவாட்டில் தாழ்தல்; ஒன்றின் மேல் சரிவான நிலையில் அமைதல்;** lean (against, towards, over); be in an inclined position. அவள் சுவர் ஓரமாகச் சாய்ந்து உட்கார்ந்திருந்தாள்./ பைசா நகரின் சாய்ந்த கோபுரம்/ (உரு வ.) அவர் யார் பக்கமும் சாயாமல் நடுநிலை வகிக்கிறார். **2:** (மரம், கம்பம் போன்றவை) **விழுதல்;** (of tree, post, etc.,) fall. பலத்த காற்றால் பல தென்னை மரங்கள் சாய்ந்துவிட்டன./ ரயிலின் வேகத்தில் தூக்கத்தில் அருகில் இருந்தவர்மேல் சாய்ந்து விழுந்தான். **3:** (சூரியன் மறைந்து பொழுது) **கழிதல்;** (of dusk) approach. அந்தி சாயும் நேரம்/ பொழுது சாயும் முன்பே மாடுகள் வீடு வந்துசேர்ந்துவிட்டன. **4:** (பெரும்பாலும் எதிர்மறை வடிவங்களில் அல்லது எதிர்மறைத் தொனியில்) (ஜம்பம்) **பலித்தல்;** (in the negative) be effective. என்னிடம் உன் ஜம்பம் சாயாது. **5:** (கிரிக்கெட்டில் விக்கெட்) **விழுதல்;** (of wickets in cricket) fall. இருபது ஓட்டங்கள் எடுத்திருந்த நிலையில் இலங்கை அணியின் முதல் விக்கெட் சாய்ந்தது.

சாய்[2] வி. (சாய்க்க, சாய்த்து) **1: நிமிர்ந்த நிலையில் அல்லது செங்குத்தாக இருப்பதன் மேல்பகுதியைத் தாழ்த்துதல்;** tilt; cause to incline. அவள் தலையைச் சாய்த்து என்னைப் பார்த்தாள்./ பேனாவைச் சாய்த்துப் பிடித்து எழுதத் தொடங்கினார்./ செப்புத் தவலையைச் சாய்த்துப் பார்த்துவிட்டு 'தண்ணீர் இல்லை' என்றாள். **2:** (மரம் முதலியவற்றை) **விழச் செய்தல்; வீழ்த்துதல்;** cause to fall; fell. விஷமிகள் யாரோ மரங்களை வெட்டிச் சாய்த்துச் சாலையில் போட்டிருந்தார்கள்./ கலவரக்காரர்கள் கூட்டத்திற்குள் புகுந்து கண்ணில் தென்பட்ட ஆட்களையெல்லாம் வெட்டிச் சாய்த்தனர். **3:** (படுப்பதற்காக உடலை) **கிடத்துதல்;** recline (one's body, head so as to lie down). இப்போதுதான் தலையைச் சாய்த்தேன், அதற்குள் பால்காரர் வந்துவிட்டார். **4:** (கிரிக்கெட்டில் பந்துவீசி எதிரணி ஆட்டக்காரரை) **ஆட்டமிழக்கச் செய்தல்;** (in cricket) take (s.o.'s wicket). ஐந்து விக்கெட்டுகளைச் சாய்த்த இர்ஃபான் பதான் ஆட்ட நாயகன் விருதைத் தட்டிச்சென்றார்.

சாய்சதுரம் பெ. (கணி.) **ஒத்த அளவு கொண்ட பக்கங்களையும் வேறுபட்ட இரு கோணங்களையும் கொண்டு சாய்வாக அமைந்த சதுரம்;** rhombus.

சாய்மணக் கதிரை பெ. (இலங்.) **சாய்வு நாற்காலி;** easy chair.

சாய்மானம் பெ. **சாய்ந்துகொள்ளத் தேவையானது;** sth. for reclining or leaning. நாற்காலியில் சாய்மானம் உடைந்துவிட்டது./ சாய்மானத்துக்கு இந்தத் தலையணையை வைத்துக்கொள்!

சாய்வு பெ. **1:** (-ஆக, -ஆன) **சரிந்து இருக்கும் நிலை;** incline; slope. வீட்டுக் கூரை இவ்வளவு சாய்வாக இருக்க வேண்டுமா? **2: சார்பு;** leanings; inclination. அவருடைய எழுத்துகளில் மேலை நாட்டுத் தத்துவச் சாய்வு தெரிகிறது.

சாய்வு நாற்காலி பெ. **கெட்டியான துணியைத் தொட்டில்போல் தொங்கவிட்ட, சாய்ந்து கொள்வதற்கான நாற்காலி;** deck-chair; easy chair. தாத்தா வழக்கமாகச் சாய்வு நாற்காலியில்தான் அமர்ந்திருப்பார்.

சாய்வு மேஜை பெ. **(எழுதுவதற்கு வசதியாக) சற்றுக் கீழ்நோக்கிச் சாய்ந்த மேற்பரப்பை உடைய மேஜை;** desk with a sloping top.

சாய்வெழுத்து பெ. **(தனித்துத் தெரியும் வகையில்) லேசாக வலதுபுறம் சாய்ந்த வடிவத்தில் அச்சடிக்கப்படும் ரோமன் எழுத்து;** italics (in Roman characters). சாய்வெழுத்தில் அச்சிடப்பட்ட அடையாள அட்டை.

சாயங்காலம் பெ. **மாலை (நேரம்);** evening.

சாயந்திரம் பெ. *(பே.வ.)* **சாயங்காலம்;** evening.

சாயப் பட்டறை பெ. *(நெசவு)* **நெசவு நூலுக்கு வண்ணச் சாயம் ஏற்றும் பணி நடைபெறும் தொழிற்கூடம்;** dyeing factory.

சாயபு பெ. *(பே.வ.)* **இஸ்லாமிய மதத்தைச் சேர்ந்தவரைக் குறிப்பிடும் சொல்;** term used to refer to a follower of Islam.

சாயம் பெ. *(நெசவு)* **1: துணி, பாய் முதலியவற்றிற்கு நிறம் சேர்க்கப் பயன்படும் ரசாயனக் கலவை;** dye; colouring. கோரைப் பாய்க்குச் சாயம் போட வேண்டும்./ கறுப்புச் சாயம் ஏற்றிய முடி. **2: (ரசாயனக் கலவையில் நனைத்து எடுப்பதால் துணி முதலியவற்றில் ஏற்படும்) நிறம்;** colour (of the dye). புடவை வாங்கி ஒரு மாதம் கூட ஆகவில்லை. அதற்குள் சாயம் போகிறது./ திட்டுத் திட்டாகச் சாயம் போன சட்டை.

சாயம் களர் வி. *(களர, களர்ந்து) (இலங்.)* காண்க: **சாயம்வெளு.**

சாயம் பூசு வி. *(பூச, பூசி)* **(உண்மையான நோக்கத்தை மறைத்து) சுய ஆதாயத்திற்காகக் குறிப்பிட்ட காரணத்தை வலிந்து கற்பித்தல்;** (disapprovingly) whitewash; cover-up. ஊரில் நடந்த கொலைக்கு அரசியல் சாயம் பூச முயற்சி செய்கிறார்கள்.

சாயம்போடு வி. *(நெசவு)* **நெசவுக்கான கோரா நூலைச் சாயப் பொடி கலந்து கொதிக்கவைத்த நீரில் தோய்த்து எடுத்தல்;** dying of yarn (for weaving).

சாயம் வெளு வி. *(வெளுக்க, வெளுத்து)* **(உள்நோக்கம், கூறிய பொய், சுயரூபம் முதலியவை) அம்பலமாகி உண்மை வெளிப்படுதல்;** (of motive, lie, etc.,) get exposed. உன் சாயம் வெளுத்துவிட்டது. இனி நீ ஊரை ஏமாற்ற முடியாது.

சாயரட்சை பெ. *(அ.வ.)* **1: சாயங்காலம்;** evening. **2: (கோயிலில்) சாயங்காலம் நடக்கும் பூஜை;** term indicating the evening hour of worship at temples.

சாயல் பெ. **(தோற்றம், செயல், தன்மை முதலியவற்றில் மற்றொருவரை அல்லது மற்றொன்றை) நினைவுபடுத்தும் ஒத்த தன்மை;** trace; suggestion or reflection (of likeness). அப்பாவின் சாயலில் மகன்/ பிற எழுத்தாளர்களின் சாயல் தன் எழுத்தில் வந்துவிடக் கூடாது என்பதில் அவர் கவனமாக இருந்தார்./ அவருடைய பேச்சில் விரக்தியின் சாயல் தெரிந்தது.

சாய வேட்டி பெ. *(வ.வ.)* **கைலி; லுங்கி;** a kind of வேட்டி the two ends of which are sewn together.

சாயா பெ. *(பே.வ.)* **தேநீர்;** tea.

சாயை பெ. **1: மெல்லிய பிரதிபலிப்பு; சாயல்;** hint; trace. அவனுடைய முகத்தில் துயரச் சாயை படர்ந்திருந்தது. **2:** *(உ.வ.)* **நிழல்;** shadow. கோயிலின் உள்ளே இருட்டில் உருவங்கள் சாயைகள்போல் தெரிந்தன.

சார்[1] வி. *(சார, சார்ந்து)* **1: (மற்றொருவரை) ஆதரவாக நம்பியிருத்தல்;** depend (on s.o.); rest upon (sth.). மூன்றாம் உலக நாடுகள் தங்கள் தொழில் வளர்ச்சிக்கு வளர்ச்சியடைந்த நாடுகளையே சார்ந்துள்ளன./ யாரையும் சார்ந்து வாழ்வது எனக்குப் பிடிக்காது. **2: (ஒன்று மற்றொன்றை) பொறுத்து அமைதல்;** depend (on s.o.). கல்வியின் தரம் ஆசிரியர்களின் தரத்தைச் சார்ந்தே அமையும். **3: (ஒரு தன்மை, நிலை, பொறுப்பு முதலியவை ஒன்றுக்கு அல்லது ஒருவருக்கு) உரியதாக இருத்தல்; உரித்தாதல்;** belong to; be associated with. வருமான வரியை வசூலிக்கும் பொறுப்பு அரசையே சாரும்./ என்னைக் கவிஞனாக்கிய பெருமை என் நண்பனையே சாரும்./ நான் சார்ந்திருக்கும் கட்சியின் கொள்கைகளில் எனக்கு நம்பிக்கை உண்டு.

சார்[2] பெ. *(பே.வ.)* **1: உயர் பதவி வகிக்கும் அல்லது வயதில் மூத்தவராக இருக்கும் ஆண்களை மரியாதையுடன் அழைக்கப் பயன்படும் சொல்;** a term of respect for a man; sir. **2: (கல்வி நிறுவனத்தில்) ஆண் ஆசிரியர்;** male teacher. உனக்குக் கணக்குப் பாடம் நடத்துவது சாரா, டீச்சரா?

சார்[3] பெ. *(இலங்.)* **(வீட்டின் அமைப்பைக் குறிக்கும் போது) கட்டு;** bay. நாற்சார் வீடு/ எட்டு சார் வீடு/ உன்னுடைய பழைய வீடு எத்தனை சார் வீடு?

-சார்[4] பெ.அ. *(பெயர்ச்சொல்லோடு இணைந்து வரும் போது)* **சார்ந்த;** related. மரபணுசார் துறைகள்/ அறிவுசார் சொத்துரிமை/ தேசியக் கடல்சார் தினம்.

சார்[5] பெ. *(ஊரக வ.)* **(நீரோட்டத்தின் குறுக்கே வைக்கும்போது இடுக்கின் வழியாக மீன்கள் தப்பிப் போகாமல் நீர் மட்டும் போகும் வகையில்) ஈச்ச மட்டையின் சிம்புகளைக் கொண்டு நெருக்கமாகப் பின்னியிருக்கும் வேலி போன்ற அமைப்பு;** fence-like device woven with split ribs of date-plam fronds which allows water to pass through the gaps but not the fish in the water. வாய்க்காலின் குறுக்கே சாரைக் குத்திவைப்பார்கள்.

சார்த்து வி. *(சார்த்த, சார்த்தி)* காண்க: **சாத்து**[1]**.**

சார்ந்த பெ.அ. **(குறிப்பிட்ட ஒன்றுடன்) சம்பந்தப்பட்ட அல்லது தொடர்புடைய; சார்புடைய;** related to. மதம் சார்ந்த விஷயங்களில் எனக்கு அவ்வளவு ஈடுபாடு கிடையாது./ மயிலாடுதுறையைச் சார்ந்த தருமபுரம் மடம்.

சார்நிலை பெ. **அரசின் பல்வேறு துறைகளில் மாவட்ட அளவிலான அலுவலகத்துக்கு அல்லது மாவட்டத்துக்குப் பொறுப்பான உயர் அதிகாரிக்கு அடுத்த நிலை;** a subordinate to a district level officer or office, etc.,; (in India) sub (as in sub-treasury, etc.,).

543 சாராயம்

சார்ப்பு பெ. (ஊரக வ.) **(மேல்தளம், கூரை ஆகியவற்றின்) நீண்டு இறங்கிய கூரை;** sloping roof. *மழை நிற்கும் வரை அந்தக் கடையின் சார்ப்பில் ஒதுங்கியிருந்தான்.*

சார்பதிவாளர் பெ. **பதிவாளருக்கு அடுத்த நிலையில் இருக்கும் அரசு அதிகாரி;** sub-registrar. *சார்பதிவாளர் அலுவலகம்.*

சார்பாக வி.அ. 1: **(ஒருவரை அல்லது ஒன்றை) பிரதிநிதித்துவப்படுத்தும் வகையில்;** on behalf of; for (s.o.). *அமைச்சரின் சார்பாக அவரது செயலர் நிகழ்ச்சியில் கலந்து கொண்டார்./ நூலக ஊழியர் சார்பாக இந்த மாலையை அமைச்சருக்கு அணிவிக்கிறேன்./ குற்றவாளியின் சார்பாக வாதாட வழக்கறிஞர் எழுந்தார்.* 2: **(ஒருவரை) ஆதரித்து;** on behalf of; in one's favour. *நீ எப்போதும் உன் நண்பன் சார்பாகவே பேசுவாய்.*

சார்பியல் கோட்பாடு பெ. (இயற்.) **இயக்கத்திலிருக்கும் பொருளின் அளவு, நிறை, காலம் ஆகியவை வேகத்தைச் சார்ந்து மாறுபடும் என்பதை விளக்கும் (ஐன்ஸ்டீனின்) கோட்பாடு;** theory of relativity.

சார்பில் வி.அ. 1: காண்க: சார்பாக. 2: **நிர்வாகம், நிதி ஆகியவற்றை அளித்துச் செய்யும் உதவியின் மூலம்;** under the auspices of (an organization, etc.,); with the help of; under the sponsorship of. *பல்கலைக்கழகத்தின் சார்பில் நடைபெறும் சொற்பொழிவுத் தொடர் இது.*

சார்பு பெ. 1: **(ஒன்றை) சார்ந்திருக்கும் நிலை; ஆதரவு வேண்டியிருக்கும் நிலை;** dependence. *தொழில்நுட்பத்திற்கான வெளிநாட்டுச் சார்பைக் குறைக்க வேண்டும்.* 2: **(ஒன்றின் அல்லது ஒருவரின்) தரப்பு; பக்கம்;** (one's) side; pro. *அரசுச் சார்புள்ள செய்திகள் மட்டுமே இந்தப் பத்திரிகையில் வெளியிடப்படுகின்றன./ அரசுச் சார்பு மாணவர் சங்கம்.*

சார்பு நீதிபதி பெ. (சட்டம்) **உரிமையியல் நீதிமன்றத்திற்கு அடுத்ததாக மேல்நிலையிலுள்ள நீதிபதி;** sub-judge.

சார்பு நீதிமன்றம் பெ. (சட்டம்) **உரிமையியல் நீதிமன்றத்தைவிடக் கூடுதல் அதிகாரங்களைப் பெற்றிருக்கும், தனிநபர் சட்டம்குறித்த வழக்குகளை விசாரிக்கும் நீதிமன்றம்;** magistrate court.

சார்பு நூல் பெ. (இலக்.) **முதல் நூலிலிருந்தும் வழிநூலிலிருந்தும் பல அம்சங்களில் வேறுபட்டதாக இயற்றப்படும் நூல்;** treatise that differs in many respects from முதல் நூல் and வழிநூல்.

சார்வாகம் பெ. (தத்.) **மறுபிறப்பு, கர்மா போன்றவற்றை மறுத்த, வேதத்தை ஏற்றுக்கொள்ளாத, இந்தியத் தத்துவப் பிரிவுகளில் ஒன்று;** Sarvaka school (of Indian philosophy).

சாரட்டு வண்டி பெ. **(சிறப்பு நிகழ்ச்சிகளில் பயன்படுத்தும்) குதிரைகளால் இழுக்கப்படும் அலங்கார வண்டி;** chariot-like coach drawn by horses (used on ceremonial occasions).

சாரணர் பெ. **சாரணர் இயக்கச் சிறுவர்;** Boy Scout.

சாரணர் இயக்கம் பெ. **தங்களைத் தாங்களே காத்துக் கொள்ளுதல், பிறருக்கு உதவுதல் போன்ற பழக்கங்களையும் பண்புகளையும் பள்ளி மாணவர்களிடையே ஏற்படுத்தும் இயக்கம்;** the Scouts.

சாரணி பெ. **ஜல்லிக்கரண்டி;** perforated metal ladle (used for scooping fried items from boiling oil).

சாரணியர் பெ. **சாரணர் இயக்கச் சிறுமியர்;** the Guides.

சாரதி பெ. 1: **(அரசர் முதலியோர் பயணம் செய்யும்) தேரை ஓட்டுபவர்;** driver of (king's) chariot. 2: (இலங்.) **ஓட்டுநர்;** driver (of a bus, car, etc.,). *கார் சாரதி/ விபத்தை யொட்டிச் சாரதி கைதுசெய்யப்பட்டார்.*

சாரப்பருப்பு பெ. **(பெரும்பாலும் மலைப்பிரதேசங்களில் காய்க்கும்) பழுப்பு நிறத்தில் தட்டையாக இருக்கும், மா இனத்தைச் சேர்ந்த ஒரு வகைக் காயின் (வெள்ளரி விதை போன்ற) சிறிய பருப்பு;** cuddapah almond. *லேகியங்களிலும் சாரப்பருப்புப் பயன்படுத்தப்படுகிறது./ அல்வா, பாக்குத் தூள் போன்றவற்றில் சாரப்பருப்புச் சேர்க்கப்படுகிறது.*

சாரம்[1] பெ. 1: **(இலை, காய் அல்லது மூலிகை போன்றவற்றிலிருந்து எடுக்கப்படும்) சாறு;** essence. *மூலிகையிலிருந்து எடுக்கப்பட்ட சாரம்.* 2: **(ஒரு நூலின் அல்லது கதை, கட்டுரை போன்றவற்றின்) மையக் கருத்து;** quintessence; gist. *'ஆசையே எல்லாத் துன்பங்களுக்கும் காரணம்' என்பதே புத்த மதக் கொள்கையின் சாரம்./ அவருடைய பேச்சின் சாரம் இதுதான்.* 3: **(எழுத்தின் அல்லது பேச்சின்) சுவையூட்டும் தன்மை;** pep; forcefulness. *சாரம் இல்லாத பேச்சாக இருக்கிறதே!*

சாரம்[2] பெ. **(கட்டட வேலையில் உயரமான இடத்திலிருந்து வேலை செய்ய வசதியாகச் சுவரை ஒட்டி) கம்புகளை அல்லது இரும்புக் குழாய்களை ஊன்றி அவற்றின் மேல் பலகைகளைப் பரப்பி உருவாக்கப்பட்ட தள அமைப்பு;** scaffolding. *அறுபது அடி உயரத்தில் சாரம் அமைத்துத் தளம் போடும் வேலை நடக்கிறது./ சாரத்தில் நின்றுகொண்டு கட்டடத்திற்கு வண்ணம் பூசிக்கொண்டிருந்தார்கள்.*

சாரம்[3] பெ. (ஊரக வ.) **கைலி; லுங்கி;** a kind of வேட்டி the two ends of which are sewn together.

சாரல் பெ. 1: **பலமாக வீசும் காற்றால் சாய்வாக அடித்து வரப்படும் மழை;** light drizzle; driving rain. [(தொ.சொ.) **அடைமழை/ தூவானம்/ தூறல்/ மழை**] 2: **மலைச் சாரல்;** slope of a mountain. *சிலவகை மரங்கள் இமய மலைச் சாரலில்தான் அதிகமாக வளர்கின்றன.*

-சாரா பெ.அ. (பெயர்ச்சொல்லோடு இணைந்து வரும் போது) **(ஒன்றை) சார்ந்திருக்காத;** a suffix added to nouns to give the adjectival meaning 'non'-. *அமைப்புசாரா தொழிலாளர் நிறுவனம்/ மரபுசாரா எரிசக்தி/ தொழில்சாரா அமைப்புகள்/ முறைசாராக் கல்வி.*

சாராம்சம் பெ. **(எழுத்து, பேச்சு முதலியவற்றில்) விவரங்களின் சாரம்;** gist (of one's writing, speech, etc.,). *அந்தக் கட்டுரையின் சாராம்சம் இதுதானா?*

சாராயம் பெ. **ஆலையில் சர்க்கரை தயாரிக்கும்போது கழிவாகக் கிடைக்கும் பொருளையோ சில வகைக் கிழங்குகளையோ புளிக்க வைத்துக் காய்ச்சி வடித்தெடுக்கும், (தடைசெய்யப்பட்ட) போதையூட்டும் திரவம்;** local alcoholic brew; country liquor; arrack.

சாரார் பெ. **குழுவினர்; பிரிவினர்;** group or party (of people); section. ஒரு சாராரின் கடும் எதிர்ப்பைக் கட்சி சமாளிக்க வேண்டியிருந்தது./ நிலத் தகராறில் இரு சாரா ருமே ஒத்துப்போனால்தான் தீர்வு கிடைக்கும்.

சாரி[1] பெ. **(வீடு முதலியவை) அடுத்தடுத்து இருக்கும் ஒழுங்கு; வரிசை;** row; line. எதிர்ச் சாரியில் மூன்றாவது வீட்டில் ஓர் அலுவலகம் இருக்கிறது.

சாரி[2] பெ. (நாட்.) **மனிதரையோ விலங்குகளையோ போல நடந்துகாட்டும் முறை;** gait (imitating the human or non-human).

சாரிசாரியாக வி.அ. ('போ', 'செல்' போன்ற வினைச் சொற்களுக்கு முன் வரும்போது) **வரிசைவரிசையாக; திரள்திரளாக;** in rows; in line. எறும்புகள் சாரிசாரியாகப் போய்க்கொண்டிருந்தன./ திருவிழாவுக்கு மக்கள் சாரிசாரி யாகச் சென்றுகொண்டிருந்தார்கள்.

சாரியை பெ. (இலக்.) **விகுதி, வேற்றுமை உருபு முதலிய வற்றை ஏற்பதற்கு முன் புணர்ச்சி அடிப்படையில் அல்லது இனிமை கருதி ஒரு சொல்லின் நடுவே சேர்க் கப்படும் இடைச்சொல்;** an inflectional increment that appears in a word before admitting a suffix, case marker, etc.,; empty morph.

சாரீரம் பெ. **(பாடுவதற்கு ஏற்ற) குரல்;** voice (esp. that of a singer).

சாரை பெ. **மேல்பகுதி வெளிர் கறுப்பாகவும் அடிப் பகுதி மஞ்சளாகவும் இருக்கும், விஷமற்ற ஒரு வகைப் பாம்பு;** rat snake.

சாரைசாரையாக வி.அ. காண்க: **சாரிசாரியாக.**

சால்[1] பெ. (ஊரக வ.) **1: ஏற்றம், கமலை முதலியவற்றில் நீர் முகப்பதற்குப் பயன்படுத்தும் கலன்;** container used in ஏற்றம் and கமலை. (பார்க்க, படம்: **ஏற்றம்**[2]) **2: (கயிறு கட்டித் தண்ணீர் இறைக்கவும் தண்ணீர் வைத் துக்கொள்ளவும் பயன்படும்) வாய் அகலமான பெரிய மண் பானை;** large earthenware pot with a wide mouth for lifting water from the well and for storing water. **3: (சலவைத் தொழிலாளர் உவர்மண்ணில் துணியைத் தோய்த்து எடுக்கப் பயன்படும்) தொட்டிபோல ஆழ மாகவும் அகலமாகவும் இருக்கும் பெரிய மண் பாத் திரம்;** cauldron-like pot (used by washerfolk).

சால்[2] பெ. **1: உழும்போது நிலத்தில் கொழு ஏற்படுத் தும் நீள்வட்டமான பள்ளம்;** furrow. **2: (நிலத்தை ஒரு முறை கலப்பைகொண்டு செய்யும்) உழவு;** one round of ploughing. இன்னும் இரண்டு சால் ஓட்டினால் நிலம் விதைப்பதற்குத் தயாராகிவிடும்.

சால்பு பெ. (உ.வ.) **நிறைந்த பண்பு; மேன்மை;** excel- lence.

சால்வை பெ. **1: (தோளைச் சுற்றி அணிந்துகொள்ளும்) மென்மையாக நெய்யப்பட்ட அலங்காரத் துணி;** sha- wl. தலைவருக்கு மாலைகளும் சால்வைகளும் அணிவிக்கப் பட்டன./ காஷ்மீர் சால்வை. **2:** (இலங்.) **(தோளில் அங்க வஸ்திரமாகப் போட்டுக்கொள்ளும் அல்லது இடுப் பில் சுற்றிக்கொள்ளும்) மடிப்புகள் கொண்ட நீள மான துணி;** long, pleated piece of ornamental cloth (thrown over the shoulder or worn around the waist by men). பெரிய வர்களைக் கண்டால் தோளில் இருக்கும் சால்வையை எடுத்துவிடு./ கோயிலுக்குள் போகும்பொழுது சால்வையை இடுப்பில் கட்டிக்கொண்டு போ.

சால்ஜாப்பு பெ. (பே.வ.) **சாக்குப்போக்கு; பொருத்த மற்ற சமாதானம்;** lame excuse. உடம்பு சரியில்லை என்ற சால்ஜாப்பு.

சால வி.அ. (உ.வ.) (பாராட்டத் தக்கதற்கு அடையாக வரும்போது) **மிகவும்; மிக;** (attribute used in appreciation) very; much. பிரச்சினைகளைப் பேசித் தீர்த்துக்கொள்ளச் செய்த முடிவு சாலச் சிறந்தது./ காந்தியடிகளின் கருத்துகள் இக்காலத்திற்கும் சாலப் பொருந்தும்.

சாலக்கிராமம் பெ. காண்க: **சாளக்கிராமம்.**

சாலடி வி. (-அடிக்க, -அடித்து) (வ.வ.) **(நிலத்தில் விதை களை) வீசி விதைத்தல்;** broadcast (seeds). கூடையில் இருந்த சாமையை அள்ளிச் சாலடிக்கத் தொடங்கினாள்.

சாலம் பெ. (இலங்.) காண்க: **ஜாலம், 2.**

சாலம் பண்ணு வி. (பண்ண, பண்ணி) (இலங்.) **போலி யாக நடத்தல்; நடித்தல்;** pretend; act. சும்மா சாலம் பண்ணாமல் புத்தகத்தை எடுத்துப் படி./ உன் மகன் பாட சாலைக்குப் போக மனமில்லை என்று சொல்லாமல், காய்ச் சல் என்று சாலம் பண்ணிக்கொண்டிருக்கிறான்.

சாலவம் பெ. (ஊரக வ.) **(வீடுகளில்) கழிவுநீர் வெளி யேறுவதற்காகக் கட்டப்படும் வாய்க்கால் போன்ற சிறிய அமைப்பு;** drainage channel.

-சாலி இ.சொ. **'குறிப்பிடப்படும் தன்மையையோ நிலை யையோ உடையவர்'** என்ற பொருளில் ஒரு பெயர்ச் சொல்லோடு சேர்ந்து மற்றொரு பெயர்ச்சொல்லை **உருவாக்கும் இடைச்சொல்;** particle used in the sense of 'endowed with'. பலசாலி/ திறமைசாலி/ துரதிர்ஷ்டசாலி.

சாலுங்கரகம் பெ. (மண்.) **அரசாணிப்பானை;** a column of three painted earthenware pots kept at one end of the wed- ding stage as part of the ritual.

சாலை[1] பெ. **வாகனங்கள் செல்லவும் மக்கள் நடக்கவும் ஏற்றதாக அமைக்கப்படும் பாதை;** (public) road; (pav- ed) way.

-சாலை[2] இ.சொ. (அ.வ.) (பெரும்பாலும் கூட்டுச்சொற் களில்) **'(ஏதேனும் ஒன்றுக்காக ஏற்படுத்தப்பட்ட) கூடம்'** என்ற பொருள் தரும் **இடைச்சொல்;** particle occurring in compounds meaning 'a structure' (for a pur- pose). கல்விச்சாலை/ சோதனைச்சாலை/ வாசகசாலை.

சாலை வரி பெ. **வாகன உரிமையாளர்கள் சாலையைப் பயன்படுத்துவதற்காக அரசுக்குச் செலுத்தும் வரி;** road tax.

சாவகாசம் பெ. **1:** (-ஆக) **அவசரம் அல்லது பரபரப்பு காட்டாத தன்மை; சாவதானம்;** leisureliness; slow pace. கடற்கரையில் உட்கார்ந்து சாவகாசமாகப் பேசிக்கொண்டு இருக்கலாம். **2: (ஒன்றைச் செய்வதற்கு) போதுமான நேரம்;** time to spare. சாவகாசம் கிடைத்தால் காலையில் கொஞ்சம் நேரம் எழுதுவார்.

சாவடி பெ. **1:** (பெரும்பாலும் பிற சொற்களோடு இணைந்து) **(சுங்கம் வசூலித்தல், சோதனை போடுதல்**

முதலியவை நடைபெறுவதற்கு) தற்காலிகமாக ஏற்படுத்தப்பட்ட கொட்டகை அல்லது கட்டடம்; temporary shed or a building (used for collecting tax, etc.,). சுங்கச்சாவடி/ சோதனைச்சாவடி. **2: (ஓர் இடத்தைக் கண்காணிக்க அல்லது பாதுகாக்க அமைக்கப்பட்டிருக்கும்) சிறு கூண்டு போன்ற கட்டமைப்பு;** post. எல்லைச் சாவடிகளில் பணிபுரியும் வீரர்களுக்கு ஊக்கத் தொகை வழங்கப்படும். **3: வழிப்போக்கர்கள் தங்குவதற்கான இடம்;** rest house; (in India) choultry. என் வீடு என்ன சத்திரமா சாவடியா, உன் இஷ்டத்திற்கு வந்து போகிறாயே? **4:** *(ஊரக வ.)* **கிராமங்களுக்கு வரும் அரசு அதிகாரிகள் முகாம் இடுவதற்காக அமைக்கப்பட்டிருந்த கட்டடம்;** public building in a village used as camp office by officials on visit. சாவடியில் ஏதோ அறிவிப்பு ஒட்டியிருக்கிறார்களாம், போய்ப் பார்க்க வேண்டும்.

சாவடிக் கட்டடம் பெ. *(வ.வ.)* **திறந்தவெளியுடன் கூடிய தரைப்பகுதி அமைந்த வீட்டின் முன்புறம்;** front portion of the house with an open space.

சாவதானம் பெ. *(-ஆக, -ஆன)* **அவசரம் அல்லது பரபரப்பு காட்டாத தன்மை; சாவகாசம்;** leisureliness; slow pace. இவ்வளவு முக்கியமான செய்தியை இப்படிச் சாவதானமாக வந்து சொல்கிறான்!/ ஞாயிற்றுக்கிழமைக்கே உரிய சாவதானத்தோடு நாள் தொடங்கிற்று.

சாவல் பெ. *(இலங்.)* **சேவல்;** rooster; cock.

சாவறுதி பெ. *(இலங்.)* **(ஒருவர்) இறக்கும் தறுவாய்;** the moment of death. சாவறுதியிலாவது வளர்த்த பிள்ளைக்கு உன் காணியை எழுதிவைத்துவிடு./ சாவறுதியில் இருக்கும் போதாவது ஒரு நல்ல காரியத்தைச் செய்யக் கூடாதா?

சாவாளை பெ. **நீளமாகப் பட்டைபோல வெள்ளை நிறத்தில் இருக்கும் (உணவாகும்) ஒரு வகைக் கடல் மீன்;** a kind of ribbon-fish.

சாவி[1] பெ. **1: (பூட்டு போன்றவற்றை) திறக்கவும் பூட்டவும் அல்லது (வாகனம், கடிகாரம், பொம்மை போன்றவற்றை) இயங்கச் செய்யவும் பயன்படும், உட்செலுத்தித் திருகக்கூடிய உலோகத் துண்டு;** key. வீட்டுச் சாவி/ கடிகாரச் சாவி. **2: (முன்பு புழக்கத்தில் இருந்த தட்டச்சு இயந்திரத்தில்) தாளில் பதிப்பதற்கு உரிய எழுத்துகள் பொறித்த, அழுத்தினால் இயங்கும் கம்பி/ (கணிப்பொறியின் விசைப் பலகையில்) எழுத்துகள் பொறிக்கப்பட்டிருக்கும், அழுத்தினால் திரையில் எழுத்துகளைத் தெரியச் செய்யும் பொத்தான்களில் ஒன்று;** key (in a typewriter or computer). **3: (முன்பு) ரயில் போக்குவரத்தில் விபத்து நேராமலிருக்க, ரயில் ஓட்டுநரும் நிலையத்தாரும் பரிமாறிக்கொள்ளும், பிரம்பு வளையத்துடன் கூடிய தோல் பையில் வைக்கப்பட்டிருக்கும் பொறி;** key for the railway semaphore-signal system. **4:** *(ஊரக வ.)* **அச்சாணி;** axle pin (of a wheel).

சாவி[2] பெ. **(நெல் போன்ற பயிர்களில்) தானிய மணி உண்டாகாமல் போன கதிர்; பதர்;** blighted empty grain. வறட்சி நீடித்தால் பயிரெல்லாம் சாவியாகிவிடும்.

சாவிகொடு வி. *(-கொடுக்க, -கொடுத்து)* **(கடிகாரம், விளையாட்டுப் பொம்மை முதலியவற்றை இயங்கச் செய்வதற்காக அவற்றில் உள்ள சுருள்வில்லுக்கு) விசை ஏற்றுதல்;** wind (a clock, a toy, etc.,). கடிகாரத்திற்குச் சாவிகொடுத்துவிட்டாயா?/ சாவிகொடுத்தால் நடக்கும் பொம்மை.

சாவிளைச்சல் பெ. *(இலங்.)* **வேளாண்மை செய்பவருக்கு அல்லது அவருடைய உறவினருக்கு வரப்போகும் சாவின் அறிகுறி என்று நம்பப்படும், எதிர்பாராத வகையில் விளையும் பெருவிளைச்சல்;** unusually plentiful crop, believed to be an omen of death of the landowner or his near relative. சாவிளைச்சல் வந்த கையோடு என் மாமா இறந்துபோனார்.

சாவு பெ. **1: உயிர் இழப்பு; மரணம்; இறப்பு;** death; toll (in accident, etc.,). நிலநடுக்கத்தால் ஆயிரம் பேர் சாவு. **2: ஒரு குடும்பத்தில் நிகழும் மரணம்;** the event of death (in a family). அம்மாவும் அப்பாவும் ஒரு சாவுக்குப் போயிருக்கிறார்கள்.

சாவுக்குருவி பெ. *(பே.வ.)* **கூகை;** western barn owl.

சாவுமணி பெ. **1:** *(கிறித்.)* **ஒருவருடைய இறப்பை அறிவிக்கும் விதத்தில் தேவாலயத்தில் அடிக்கப்படும் மணி;** death knell (in a church). **2: (ஒன்றுக்கு மாறாக இருக்கும் போக்கை அல்லது சமூகத்திற்குத் தீங்கு விளை விப்பதாக ஒருவர் கருதும் போக்கை) முடிவுக்குக் கொண்டுவருதல்/முடிவுக்குக் கொண்டுவருவதற்கான முன்னறிவிப்பு;** death knell. அக்டோபர் புரட்சி ஜார் ஆட்சியின் கொடுங்கோன்மைக்குச் சாவுமணி அடித்தது./ அண்மையில் நடந்த மதக் கலவரங்கள் ஜனநாயகத்திற்கு அடிக்கப்பட்ட சாவுமணியாகும்.

சாவு மேளம் பெ. **சாவு வீட்டில் ஒலிக்கப்படும் மேளம்;** two-headed drum or one-headed drum played in the event of death in a house.

சாவு விழு வி. *(விழ, விழுந்து)* காண்க: **இழவு விழு.**

சாவு வீடு பெ. **மரணம் நிகழ்ந்த வீடு;** house where somebody has died. நான் சாவு வீட்டுக்குப் போய்விட்டு வருகிறேன்.

சாளக்கிராமம் பெ. **(இமயமலையில் உள்ள ஆற்றங் கரைகளில் காணப்படும்) பூஜைக்குரிய பொருளாகப் போற்றிப் பயன்படுத்தும் தொன்மையான கல்;** a fossil stone found in the Himalayan rivers and used for worship.

சாளரம் பெ. *(உ.வ.)* **பலகணி;** (latticed) window. சாளரத்தின் வழியாக உள்ளே வந்த சூரிய ஒளி.

சாளேசுரம் பெ. *(அ.வ.)* **வெள்ளெழுத்து;** long sightedness.

சாளை பெ. **சுமார் எட்டு அடி நீளம் இருக்கும், (உணவாகும்) வெளிர் நீல நிறக் கடல் மீன்;** sardine.

சாற்றமுது பெ. *(ச.வ.)* காண்க: **சாத்தமுது.**

சாறன் பெ. *(இலங்.)* **கைலி; சாரம்;** a kind of வேட்டி the two ends of which are sewn together.

சாறு[1] வி. *(சாற, சாறி)* *(இலங்.)* **நிலத்தை மேலாகக் கொத்துதல்;** turn over the top layer of the soil; dig. நாளைக்கு மிளகாய்க் கன்று வைப்பதற்காக நிலத்தை இன்று சாற வேண்டும்./ நிலத்தை நல்ல வடிவாகச் சாறிவிடு.

சாறு² பெ. 1: பழம், இலை, தண்டு போன்றவற்றைப் பிழிந்து எடுக்கும் திரவம்; juice; extract. காயத்தின் மேல் பச்சிலைச் சாற்றைப் பிழிந்து கட்டினான்./ இஞ்சிச் சாறு. 2: (வெற்றிலை, புகையிலை போன்றவற்றை மென்று) வாயில் அடக்கியிருக்கும் எச்சில்; accumulated saliva in the mouth (when one chews betel leaves, tobacco, etc.,). முதலில் வெற்றிலைச் சாற்றைத் துப்பிவிட்டுப் பிறகு பேசு.

சாறுண்ணி பெ. (உயிரி.) இறந்த விலங்கு, மக்கிய தாவரம் ஆகியவற்றில் வாழும், நொதிகளைச் சுரக்கும் ஒரு வகை பாக்டீரியா அல்லது பூஞ்சைக் காளான்; saprophyte.

சாறுமுட்டி பெ. (ஊரக வ.) கெண்டைக்குஞ்சு; young ones of flying barb.

சான்ற பெ.அ. (உ.வ.) (இயல்பு, பண்பு முதலியவற்றைக் குறிக்கும் பெயர்களோடு இணைக்கப்படும்போது) 'உள்ள', 'நிறைந்த' என்னும் பொருளில் பயன்படுத்தப்படுவது; a word used in the sense of 'having', being full of when added to nouns of quality, nature, etc., புகழ் சான்ற தலைவர்/ தகைமை சான்ற பெரியோர்.

சான்றளி வி. (-அளிக்க, -அளித்து) (சான்றிதழ், ஆவணம் முதலியவற்றின்) நகல் உண்மையானது என்று (உரிய அதிகாரி முதலியோர்) கையெழுத்தும் முத்திரையும் போட்டு உறுதியளித்தல்; attest (a copy of a document). விண்ணப்பத்துடன் சான்றளிக்கப்பட்ட மதிப்பெண் பட்டியலை இணைத்து அனுப்பவும்./ நீதிமன்ற உத்தரவின் சான்றளிக்கப்பட்ட நகல்.

சான்றாதாரம் பெ. (இலங்.) 1: துணைநூற்பட்டியல்; bibliography. கட்டுரையின் அடியில் சான்றாதார நூல்களின் பெயரைக் குறிப்பிட வேண்டும். 2: சான்று; evidence. இந்த வீடு உன்னுடையது என்பதற்கு என்ன சான்றாதாரம்?

சான்றிதழ் பெ. (ஒருவரின் பிறப்பு, இறப்பு, கல்வி, திருமணம் முதலியவை பற்றி) குறிப்பிட்ட விவரத்தைத் தந்து உரிய அதிகாரி அல்லது அமைப்பு அதிகாரபூர்வமாக வழங்கும் எழுத்து வடிவிலான சான்று; testimonial; certificate. மருத்துவச் சான்றிதழ்/ திருமணச் சான்றிதழ்/ பயிற்சிச் சான்றிதழ்.

சான்றிதழ்ப் படிப்பு பெ. (பட்டப் படிப்பு அல்லது பட்டயப் படிப்புபோல் அல்லாமல்) ஒரு குறிப்பிட்ட துறையின் அடிப்படைக் கல்வியை மட்டும் குறைந்த காலத்துக்குள் தரும் படிப்பு; short course in which the basics of a subject are taught; (in India) certificate course. கணிப்பொறிச் சான்றிதழ்ப் படிப்பு/ சுற்றுச்சூழல் சான்றிதழ்ப் படிப்பு/ சுவடியியல் சான்றிதழ்ப் படிப்பு.

சான்று பெ. (-ஆக) 1: (உண்மை என்று) நிறுவுவதற்கான ஆதாரம்; proof; evidence. சம்பவம் நடந்தபோது நீங்கள் ஊரில் இல்லை என்பதற்குச் சான்று காட்ட முடியுமா?/ முற்காலத்தில் இங்கு ஒரு குடியிருப்பு இருந்ததற்கான கல்வெட்டுச் சான்றுகள் கிடைத்துள்ளன. 2: சாட்சி; testimony. 'நான் கூறுவதெல்லாம் உண்மை' என்று உறுதியளித்துவிட்டுத்தான் நீதிமன்றத்தில் சான்று அளிக்க வேண்டும். 3: எடுத்துக்காட்டு; example. நிர்வாகத்தை எப்படிச் சிறப்பாக நடத்த முடியும் என்பதற்கு இந்தப் பள்ளியே சான்று.

சான்றொப்பம் பெ. (ஒரு ஆவணத்தின் நகலையும் அசலையும் ஒப்பிட்டுப் பார்த்து) நகல் உண்மையானது என்று சான்றளிக்க அரசு அங்கீகரித்துள்ள அதிகாரி இடும் கையெழுத்தும் முத்திரையும்; attestation (by an officer notified by the government). சான்றொப்பம் பெறப்பட்ட இரு புகைப்படங்களை இந்த மனுவில் ஒட்ட வேண்டும்./ நுழைவுத் தேர்வு விண்ணப்பத்துடன் சான்றொப்பம் அளிக்கப்பட்ட சான்றிதழின் நகல்களை அனுப்பினால் போதும்.

சான்றோர் பெ. (உ.வ.) அறிவு, பண்பு முதலியவற்றில் சிறந்தோர்; learned, noble people. சான்றோர் நிறைந்திருக்கும் அவை.

சாஷ்டாங்க நமஸ்காரம் பெ. இரண்டு கைகளும் இரண்டு முழங்கால்களும் இரண்டு தோள்களும் மார்பும் நெற்றியும் தரையில் பதியும்படியாக விழுந்து வணங்கும் வணக்கம்; prostration in which eight spots of the body touch the ground (a mode of paying respect).

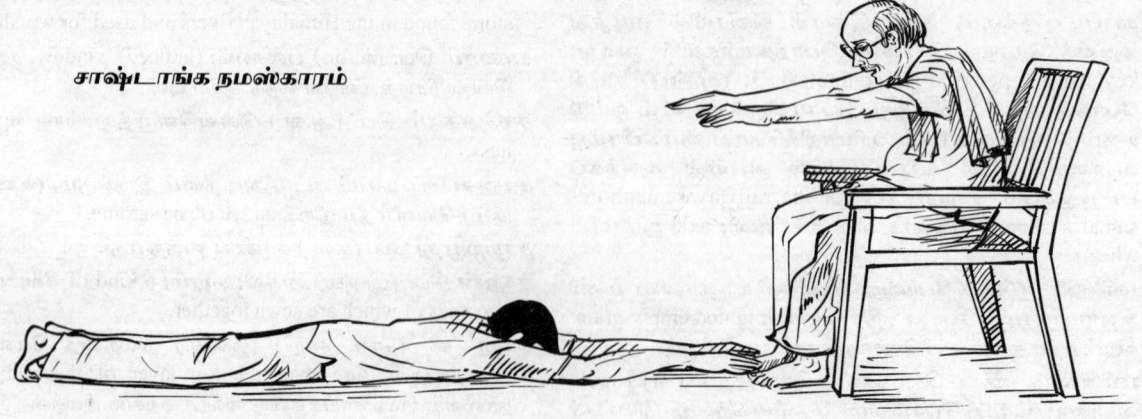

சாஷ்டாங்க நமஸ்காரம்

சாஷ்டாங்கமாக வி.அ. (கைகால்கள், தோள், மார்பு, நெற்றி ஆகியவை) தரையில் படும்படியாக; prostrating. பெரியவர்கள் முன் சாஷ்டாங்கமாக விழுந்து வணங்கினான்.

சாஸ்திரம் பெ. 1: மதங்கள், சம்பிரதாயங்கள், நீதிநெறி அல்லது பண்டைய கலை, அறிவியல் போன்றவற்றைக் குறித்த நூல்; treatise (of Hindu religion or on arts, science, etc.,). மனு சாஸ்திரம்/ நாட்டிய சாஸ்திரம்/ காம சாஸ்திரம். 2: (சாஸ்திரத்தில் கூறப்பட்டு) கடைப்பிடிக்கப்படுவது; சம்பிரதாயம்; prescriptions of religion or custom. காலையில் குளித்துவிட்டுத்தான் சாப்பிட வேண்டும் என்பது சாஸ்திரம். 3: (ஏதேனும் ஒரு அறிவியல்) துறை; இயல்; branch of knowledge. வான சாஸ்திரம்/ கணித சாஸ்திரம்/ பூகோள சாஸ்திரம். 4: (இலங்.) சோதிடம்; astrology.

சாஸ்திரிய பெ.அ. பழங்காலத்தில் தோற்றுவிக்கப்பட்ட அமைப்பு, தரம் முதலியவற்றை அடிப்படையாகக் கொண்ட; மரபான; classical; traditional. சாஸ்திரிய சங்கீதம்/ சாஸ்திரிய பாணி நாட்டியம்/ சாஸ்திரியக் கலைகள்.

சாஸ்வதம் பெ. காண்க: சாசுவதம்.

சிக்-என்று[1] வி.அ. (பே.வ.) (ஒன்றை மனத்தில் வாங்கிக்கொள்வதைக் குறித்து வரும்போது) உறுதியாக; இறுக்கமாக; tightly; firmly; in firm grip. கணக்கை எப்படிப் போட வேண்டும் என்று ஒரு முறை சொன்னதுமே, பையன் அதைச் சிக்கென்று பிடித்துக்கொண்டுவிட்டான்.

சிக்-என்று[2] வி.அ. (ஒருவரின் உடை அல்லது தோற்றம் குறித்து வரும்போது) கச்சிதமாக; எடுப்பாக; in a chic fashion; a smart outlook. இந்தச் சட்டை உனக்குச் சிக்கென்று பொருந்துகிறது.

சிக்கல் பெ. 1: (-ஆன) எளிமையாக அல்லது எளிதாக இல்லாதது; எளிதில் தொடர்புபடுத்த முடியாத பல கூறுகளைக் கொண்ட தன்மை; complexity; complication. சிக்கலாக அமைந்துள்ள எழுத்து வடிவங்களைக் கணிப்பொறிக்காக எளிமையாக்கியிருக்கிறார்கள்./ அவர் எழுதிய சில கவிதைகள் மிகவும் சிக்கலானவை./ மிகவும் சிக்கலான திட்டம். 2: தீர்வு காணப்பட வேண்டியதாக இருக்கும் நிலைமை; பிரச்சினை; problem; difficulty. அந்தத் திட்டத்தை நிறைவேற்றுவதில் ஏகப்பட்ட சிக்கல்கள்./ அசைவற்ற கேமராவை வைத்துப் பாய்கிற குதிரையைப் படம் எடுப்பது சிக்கலாக இருந்தது. 3: சிக்கு; intertwining (of thread, etc.,); tangle. நூலில் சிக்கல் விழுந்துவிட்டது.

சிக்கன அடுப்பு பெ. (இலங்.) கொடியடுப்பு; an oven with a connected smaller oven on its side. சிக்கன அடுப்பில் விரைவாக இரண்டு கறி சமைத்துவிடலாம்.

சிக்கனம் பெ. (-ஆக, -ஆன) 1: ஒன்றைத் தேவையான அளவு மட்டும் கவனமாகச் செலவு செய்யும் அல்லது பயன்படுத்தும் முறை; economy; thrift. எவ்வளவு சிக்கனமாக இருந்தாலும் மாதக் கடைசியில் பணத்திற்குத் திண்டாட வேண்டியிருக்கிறது./ தண்ணீரைச் சிக்கனமாகப் பயன்படுத்தக் கற்றுக்கொள்./ நாட்டின் பொருளாதாரத்தைச் சீர்படுத்த அரசு பல சிக்கன நடவடிக்கைகளை எடுத்துள்ளது./ சிக்கனமான முறையில் குடும்பம் நடத்தினால் சேமிக்க முடியும். 2: (கதை, கவிதை முதலியவற்றில் சொற்களை) கச்சிதமாகவும் அளவாகவும் பயன்படுத்தும் முறை; economy (of words); brevity. கவிதை எழுதும்போது முக்கியமாகக் கவனிக்க வேண்டியது சொல் சிக்கனம்.

சிக்கிமுக்கிக்கல் பெ. ஒன்றோடொன்றைத் தேய்த்தால் நெருப்பை உண்டாக்கும் வழவழப்பான ஒரு வகைக் கல்; flint stone (for making fire).

சிக்கு[1] வி. (சிக்க, சிக்கி) 1: (வெளியில் வர முடியாத அளவுக்கு அல்லது விடுபட முடியாத அளவுக்கு) மாட்டிக்கொள்ளுதல்; get stuck (in a manner difficult to extricate from). தொண்டையில் மீன் முள் சிக்கிக்கொண்டது./ சகதியில் வண்டிச் சக்கரம் சிக்கிக்கொண்டது. 2: (பிரச்சினை, விபத்து போன்றவற்றுக்கு) உள்ளாதல்; அகப்படுதல்; get involved (in an accident, problem, etc.,). அநாவசியமாக இந்தப் பிரச்சினையில் சிக்கிக்கொள்ள நான் தயாராக இல்லை./ வெள்ளத்தில் சிக்கிய நபர்களை மீட்பதற்கு மீட்புக் குழு விரைந்தது./ பிரபல தொழிலதிபர் கார் விபத்தில் சிக்கி உயிரிழந்தார். 3: (குற்றவாளி முதலியோர்) பிடிபடுதல்; get caught (by police, etc.,). கொள்ளையர்களில் ஒருவன் மட்டும் பொதுமக்களிடம் சிக்கினான்./ வெகு நாட்களாகக் காவலர்களிடம் சிக்காமல் தப்பிவந்த திருடன் பிடிபட்டான். 4: (மறைத்து வைக்கப்பட்டிருப்பதோ தேடப்படுவதோ) அகப்படுதல்; கிடைத்தல்; (of things hidden or being searched out) be found; be available. கடையைச் சோதனையிட்டதில் ஏராளமான ஆபாசப் புத்தகங்கள் சிக்கின./ கடன் கேட்கலாம் என்று பார்த்தால் நண்பர்கள் யாரும் சிக்கவில்லை.

சிக்கு[2] பெ. (முடி, நூல் முதலியவை) ஒன்றோடொன்று பின்னிப் பிணைந்து பிரிக்க முடியாதபடி ஆகும் நிலை; tangle. நூலில் சிக்கு விழுந்துவிட்டது./ சிக்கை எடுப்பதற்குப் பொறுமை இல்லையா?

சிக்கு[3] பெ. (ஊரக வ.) (தலையணை முதலியவற்றில்) எண்ணெய் படிவதால் சேரும் அழுக்கு; greasiness; grease. சிக்குப் பிடித்த தலையணை உறையை மாற்று.

சிக்குக் கோலம் பெ. புள்ளிகள் நடுவில் இருக்கும் வகையில் அவற்றைச் சுற்றிக் கோட்டை இழுத்துப் போடப்படும் கோலம்; கோலம் in which the designs are drawn around the dots. அம்மா சிக்குக் கோலத்தில் உள்ள கம்பிகளைப் புள்ளிகளுக்கு ஏற்றவாறு வளைத்துப் போட்டாள்.

சிக்குப் பலகை பெ. தடித்த புத்தகத்தை வைத்துப் படிக்க ஏதுவாக விரித்தும், தேவை இல்லாதபோது மடக்கியும் வைத்துக்கொள்ளக்கூடிய விதத்தில் அமைந்த மரச் சாதனம்; foldable wooden frame for holding (usually) a heavy book.

சிக்குப் பலகை

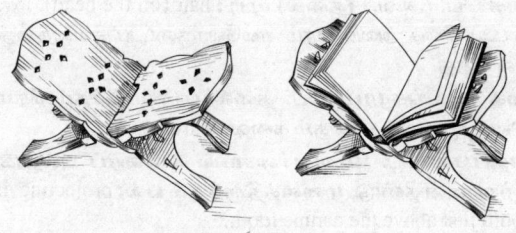

சிக்குவாங்கி பெ. (இலங்.) **ஈர்வலி;** long-toothed wooden or metal comb. அடர்த்தியாக வளர்ந்திருந்த சுருள்முடியைச் சிக்குவாங்கியால் இழுத்துப் பின்னலாக்கி முடிந்திருந்தாள்.

சிக்குவிழு வி. (விழ, விழுந்து) காண்க: **சடைவிழு.**

சிகப்பு பெ. காண்க: **சிவப்பு.**

சிகரங்கட்டு வி. (-கட்ட, -கட்டி) **(மீன்கொத்தி, பருந்து போன்ற பறவைகள் தங்கள் இரையைக் கொத்திக் கவ்வுவதற்கான சரியான தருணத்தை எதிர்பார்த்து) ஒரே இடத்தில் பறந்தபடி இருத்தல்;** hover. ஏரிக்கு மேலே சிகரங்கட்டிப் பறந்துகொண்டிருந்த கழுகு தண்ணீரில் பாய்ந்து மீனைக் கவ்வியது.

சிகரம் பெ. 1: **மலையின் பிற பகுதிகளைவிட உயரமாக இருக்கும் பகுதி; மலை உச்சி;** top of a mountain; peak; summit. 2: **(ஒரு நிகழ்ச்சியின்) சிறப்பான பகுதியாக அமைவது; (குறிப்பிட்ட துறையின் அல்லது குறிப்பிட்ட தன்மை, பண்பு முதலியவற்றின்) உயர்ந்த நிலை; உச்சம்;** crown; high point (of an event). புதுமைப்பித்தனின் 'செல்லம்மாள்' சிறுகதையை அவருடைய சாதனையின் சிகரமாகச் சில விமர்சகர்கள் குறிப்பிடுவார்கள்./ அவள் பொறுமையின் சிகரம்./ தன் முதல் படத்திலேயே புகழின் சிகரத்தை அடைந்த நடிகர் அவர். 3: **(கோயில்) கோபுரத்தின் உச்சிப் பகுதி;** highest point of a கோபுரம். இந்தக் கோயில் விமானத்தின் சிகரம் எண்பட்டை வடிவில் அமைக்கப்பட்டுள்ளது. 4: (இலங்.) **திருவிழாக் காலத்தில் கோயிலின் முன்பக்கத்தில் உயரமாகப் போடப்படும் பெரிய பந்தல்;** big thatched roof in front of a temple at the time of a temple festival. வெடி, ஒலிபெருக்கி, சிகரம், மேளம் என்று கோயில் திருவிழா சிறப்பாகவே நடத்தப்பட்டது.

சிகரம்வை வி. (-வைக்க, -வைத்து) **மற்ற எல்லாவற்றையும்விட (மிகச் சிறப்பாக இருப்பதாலோ மிக மோசமாக இருப்பதாலோ) தனித்துத் தெரிதல்;** above all. மரண தண்டனை குறித்த அவரது கட்டுரை இந்தத் தொகுப்புக்குச் சிகரம் வைக்கிறது./ தொடர் வெற்றிகளுக்குச் சிகரம் வைத்தாற்போல ஆஸ்திரேலிய அணி உலகக் கோப்பையையும் வென்றது./ எல்லாவற்றுக்கும் சிகரம் வைத்ததுபோல் காவல்துறை அதிகாரி ஒருவரே கொள்ளைச் சம்பவத்திற்கு உடந்தையாக இருந்தது தெரியவந்தது.

சிகிச்சை பெ. **நோயை அல்லது காயத்தைக் குணப்படுத்துவதற்கான செயல்முறை;** treatment; cure; therapy. விபத்தில் அடிபட்டவருக்கு உடனடியாகச் சிகிச்சை அளிக்கப்பட்டது./ உரிய சிகிச்சை எடுத்துக்கொண்டால் காச நோயை ஆரம்பக் கட்டத்திலேயே குணப்படுத்திவிடலாம்.

சிகை பெ. (அ.வ.) **(தலை) முடி;** hair (on the head). அவளுடைய சிகை அலங்காரம் எல்லோருடைய கவனத்தையும் கவர்ந்தது.

சிகை அலங்காரம் பெ. **தலைமுடியை விதம்விதமாக வெட்டி அலங்கரிக்கும் கலை;** hairdressing.

சிங்கப்பல் பெ. **மேல்வரிசையில் கோரைப் பல்லுக்குச் சற்று முன் நீண்டு முளைத்திருக்கும் பல்;** projecting extra tooth just above the canine tooth.

சிங்கம் பெ. **(காட்டில் வாழும் பிற விலங்குகளைவிட பலம் வாய்ந்ததாக நம்பப்படும்) செம்பழுப்பு நிற உடலையும் வால் நுனியில் குஞ்சம் போன்ற முடியையும் உடைய (பூனைக் குடும்பத்தைச் சேர்ந்த) காட்டு விலங்கு;** lion. ஆண் சிங்கத்திற்குப் பிடரியில் மயிர் உண்டு./ 'நான் இந்தக் காட்டுக்கே ராஜா. நீ என்னையே எதிர்க்கிறாயா?' என்று சினத்துடன் நரியைப் பார்த்துச் சிங்கம் கேட்டது.

சிங்கவால் குரங்கு பெ. **கருத்த உருண்டையான முகத்தையும் சிங்கத்துக்கு இருப்பதுபோல வால் நுனியில் குஞ்சத்தையும் உடைய ஒரு வகைக் குரங்கு;** lion-tailed macaque. உலகிலேயே மேற்குத் தொடர்ச்சி மலைகளில் மட்டும்தான் சிங்கவால் குரங்கு காணப்படுகிறது.

சிங்கன் பெ. **(நாட்டார் இலக்கியத்திலும் கலைகளிலும்) குறவர் இனத்தைச் சேர்ந்த ஆணைக் குறிப்பிடப் பயன்படும் சொல்;** a term used to refer to the male of the Kurava community (in folk songs).

சிங்காசனம் பெ. (அ.வ.) **சிம்மாசனம்;** throne.

சிங்காதனம் பெ. (அ.வ.) காண்க: **சிங்காசனம்.**

சிங்காரம் பெ. (பே.வ.) (பெரும்பாலும் கேலியாகக் கூறும்போது) **அலங்காரம்; ஒப்பனை;** (usually sarcastically) make-up. சிங்காரம் பண்ணிக்கொண்டு எங்கே கிளம்பிவிட்டாய்?

சிங்காரி[1] வி. (சிங்காரிக்க, சிங்காரித்து) **அலங்கரித்தல்; ஒப்பனைசெய்தல்;** beautify; put on make-up. குழந்தைக்குத் தலைசீவிப் பொட்டு வைத்துச் சிங்காரித்துவிட்டாள்./ எவ்வளவு நேரமாகச் சிங்காரித்துக்கொண்டிருக்கிறாய்?

சிங்காரி[2] பெ. 1: (பே.வ.) (பெரும்பாலும் கேலியாக) **கவர்ச்சியாக அலங்கரித்துக்கொள்ளும் பெண்;** dolled-up woman (used in an uncomplimentary way). 2: (இலங்.) **சாமர்த்தியமான பெண்;** an efficient woman.

சிங்கி பெ. **(நாட்டார் இலக்கியத்திலும் கலைகளிலும்) குறவர் இனத்தைச் சேர்ந்த பெண்ணைக் குறிப்பிடப் பயன்படும் சொல்;** a term used to refer to the female of the Kurava community (in folk songs).

சிங்கியடி வி. (-அடிக்க, -அடித்து) (பே.வ.) **(அடிப்படைத் தேவைகளுக்கே) சிரமப்படுதல்;** be in straits; be hard up. சாப்பாட்டுக்கே சிங்கியடித்துக்கொண்டிருக்கும் நிலை.

சிச்சிலுப்பை பெ. (வ.வ.) **சின்னம்மை;** chicken-pox.

சிசு பெ. **(வயிற்றில் வளரும் அல்லது பிறந்த) இளம் குழந்தை;** foetus; infant. சிசு ஆரோக்கியமாக இருக்கிறது.

சிசுக்கொலை பெ. **கருவில் இருப்பது பெண் குழந்தை என்பதை அறிந்து கருக்கலைப்புச் செய்யும் சட்டவிரோதச் செயல்/ பிறந்த குழந்தை பெண் என்பதால் கொலை செய்யும் சட்டவிரோதச் செயல்;** illegally aborting a female foetus/killing a just-born female baby.

சிசுருட்சை பெ. (அ.வ.) **(நோயாளி, முதியவர் முதலியோருக்குச் செய்யும்) பணிவிடை;** caring; nursing (esp. the sick and the old). நான் நோய்வாய்ப்பட்டிருந்தபோது என் மருமகள் செய்த சிசுருட்சையை மறக்க முடியாது.

சிட்சை[1] பெ. (அ.வ.) **தண்டனை;** punishment; sentence. தீவாந்தர சிட்சை.

549 சிணுங்கல்

சிட்சை[2] பெ. *(அ.வ.)* **(மரபு வழியான கல்வி, கலை ஆகிய வற்றில்) பயிற்சி;** training (in traditional arts). இப்போது நாட்டியம் ஆடிய பெண் என்னிடம் சிட்சை பெற்றவள்.

சிட்டம் பெ. (நெசவு) **1: எண்ணூற்று நாற்பது கஜ நீள நூலை ஒன்றரை கஜச் சுற்றளவில் சுற்றிய தொகுப்பு;** hank. **2: (நெசவுத் தொழிலில்) நூலைச் சுற்றிவைக்கப் பயன்படும் சாதனம்;** spindle.

சிட்டா பெ. *(பே.வ.)* **1: (பொதுவாகக் கடைகளில்) முறையாகக் கணக்கைப் பதிவுசெய்வதற்கு முன் எழுதிவைத்திருக்கும் குறிப்பேடு;** day book (of shop keepers for noting down entries before transferring them to an account book). **2: கிராமக் கணக்குகளில் குறிப்பிட்ட எண்ணுள்ள நிலத்துக்கு வரி செலுத்தும் உரிமை உடையவர் யார் என்பதையும் அதற்கு உரிய தீர்வை எவ்வளவு என்பதையும் தெரிவிக்கும் பதிவேடு;** village record containing details of land revenue.

சிட்டா நூல் பெ. (நெசவு) **சிட்டத்தில் சுற்றப்பட்ட நூல்;** yarn wound in a frame (used in weaving). சிட்டா நூலுக்கு விற்பனை வரி கிடையாது.

சிட்டாய்ப் பற வி. *(பறக்க, பறந்து)* **(ஒருவர் ஒரு இடத்தை விட்டு அகலுவதைக் குறிக்கும்போது) மிக விரைவாகச் செல்லுதல்; விரைந்து நீங்குதல்;** fly. பள்ளிக்கூட மணி அடித்ததும் சிறுவர்கள் வீட்டுக்குச் சிட்டாய்ப் பறந்தார்கள்./ கடிதத்தைக் கொடுத்த கணமே தபால்காரர் சைக்கிளில் ஏறிச் சிட்டாய்ப் பறந்துவிட்டார்.

சிட்டிக் கலயம் பெ. *(மண்.)* **(கருமாதி போன்ற சடங்கில் பயன்படுத்தப்படும்) கைக்குள் அடங்கும் அளவுக்கான சிறிய மண் கலயம்;** small earthenware vessel used during the tenth or sixteenth day rites for the dead.

சிட்டிகை பெ. **(மூக்குப்பொடி, தூள் போன்றவற்றில்) கட்டைவிரலுக்கும் சுட்டுவிரலுக்கும் இடையில் பிடித்து எடுக்கப்படும் அளவு;** pinch (of snuff, etc.,). பொடி ஒரு சிட்டிகை கொடுங்கள்./ பாலில் ஒரு சிட்டிகை குங்குமப் பூ போட்டுக் காய்ச்சு!

சிட்டு பெ. **1:** காண்க: சிட்டுக்குருவி. **2:** *(பெரும்பாலும் பன்மையில்)* **உல்லாசமாகத் திரியும் இளம் வயதினரைக் குறிப்பிடும் சொல்;** word used to indicate cheerful and care-free youngsters. பள்ளியிலிருந்து ஆனந்தமாக வீடு திரும்பும் சிட்டுகள்/ காதல் சிட்டுகள்.

சிட்டுக்குருவி பெ. **(தோட்டங்களிலும் வீட்டைச் சுற்றியும் காணப்படும்) கறுப்பு நிறத்தில் கூம்பு வடிவத் தடித்த அலகைக் கொண்ட சிறிய பறவை;** house sparrow. ஆண் சிட்டுக்குருவி அரக்கு நிறத்திலும் பெண் சிட்டுக்குருவி வெளிர்பழுப்பு நிறத்திலும் இருக்கும்.

சிட்டை பெ. *(வ.வ.)* காண்க: **சிட்டா.**

சிட்டை ஸ்வரம் பெ. (இசை) **(ஒரு உருப்படியைப் பாடும்போது) அமைக்கப்பட்டிருக்கும் ராகத்தின் நுணுக்கங்களைத் தெரியப்படுத்துவதற்காகவும் பாடலுக்கு மேலும் செறிவூட்டுவதற்காகவும் அமைக்கப்படும் ஸ்வர வரிசைகள்;** the notes set in a composition to show the nuances of the *ராகம்* or to add to the musical content of the composition.

சிடுக்கு பெ. **சிக்கு;** tangle; knot. மகளுக்குச் சிடுக்கெடுத்துத் தலைவாரிப் பின்னிவிட்டாள்./ *(உரு வ.)* கதை சிடுக்கு இல்லாமல் போகிறது.

சிடுசிடு வி. (சிடுசிடுக்க, சிடுசிடுத்து) **(பேச்சில்) கோபம், எரிச்சல் ஆகியவற்றை வெளிப்படுத்துதல்;** be irritable. அரைமணி நேரம் தாமதமாக வந்ததற்காகவா இப்படிச் சிடுசிடுக்கிறாய்?

சிடுசிடு-என்று வி.அ. **சிடுசிடுப்பாக;** with irritation. என்னிடம் மட்டும் ஏன் இப்படிச் சிடுசிடுவென்று எரிந்து விழுகிறாய்?/ அவர் முகம் சிடுசிடுவென்று இருந்தது.

சிடுசிடுப்பு பெ. (-ஆக) **(தோற்றம், பேச்சு, செயல் ஆகியவற்றில் வெளிப்படுத்தும்) எரிச்சல் கலந்த கோபம்;** being irate. குழந்தையிடம் சிடுசிடுப்பாகப் பேசாதே!/ முகத்தை ஏன் இப்படிச் சிடுசிடுப்பாக வைத்துக்கொள்கிறாய்?

சிடுமூஞ்சி பெ. **சாதாரண விஷயங்களுக்குக் கூட எரிச்சல் அடைபவர்; எப்போதும் சிடுசிடுப்பாக இருப்பவர்;** petulant person. உன் நண்பன் சரியான சிடுமூஞ்சி!

சிண் பெ. *(இலங்.)* **(துணையாகச் செயல்படும்) கூட்டாளி;** mate; partner. அவர் எங்கு சென்றாலும் அவருக்கு ஒரு சிண் வேண்டும்.

சிண்டு பெ. *(அ.வ.)* **சிறிய குடுமி அல்லது குடுமியில் பின்னப்பட்ட ஓரிரு முடி;** thin tuft or strand of plaited tuft.

சிண்டுமுடி வி. (-முடிய, -முடிந்து) **(ஒருவரைப் பற்றி மற்றொருவரிடம் குற்றம்குறை கூறி இருவருக்கும் இடையில்) சண்டை மூட்டுதல்;** set one against another. நடிகர்களுக்குள் சிண்டுமுடிந்துவிடுகிற வேலையைப் பத்திரிகையாளர்கள் செய்ய வேண்டாம்.

சிணி பெ. *(இலங்.)* **1: துர்நாற்றம்; கெட்ட நாற்றம்;** foul smell; offensive smell. எங்கேயோ நாய் செத்துக்கிடக்கிறது. ஒரே சிணி நாற்றம் வீசுகிறது. **2: (துர்நாற்றம் வீசும்) பாலியல் நோய்;** sexually transmitted disease.

சிணுக்கம்[1] பெ. காண்க: **சிணுங்கல், 2.**

சிணுக்கம்[2] பெ. *(இலங்.)* **(மழை) விட்டுவிட்டுப் போடும் தூறல்;** drizzle. சிணுக்கம் இருந்ததால் குடை எடுத்துக்கொண்டு கிளம்பினான்.

சிணுக்கு வி. (சிணுக்க, சிணுக்கி) *(பே.வ.)* **விருப்பமின்மை, மறுப்பு போன்றவற்றை வெளிப்படுத்தும் விதமாக (முகத்தை) சுழித்தல்;** to show facial expression of disapproval or protest. ஏன் மூஞ்சியைச் சிணுக்குகிறாய்?

சிணுக்கோலி பெ. *(வ.வ.)* **குளித்த பிறகு தலைமுடியில் சிக்கெடுப்பதற்குப் பெண்கள் பயன்படுத்தும் சிறிய கம்பி போன்ற சாதனம்;** iron pick used by women to disentangle and smooth hair after a bath.

சிணுங்கல் பெ. **1: மெல்லிய அழுகை;** weak cry; whining. குழந்தையின் சிணுங்கல் சத்தம் கேட்டது. **2: (பொய்க் கோபத்தால் அல்லது வெட்கத்தால்) மெலிதாக முகத்தைச் சுழிக்கும் அல்லது முனகும் செயல்;** whining with a twitch. உனக்கு இந்தப் புடவை நன்றாக இல்லை என்றதும் அவள் முகத்தில் ஒரு சிணுங்கல்.

சிணுங்கு வி. (சிணுங்க, சிணுங்கி) 1: **மெல்லிய குரலில் அழுதல்; முனகுதல்;** cry faintly; whine. மகன் தூக்கக் கலக்கத்தில் சிணுங்கிக்கொண்டே எழுந்தான்./ வழி முழுவதும் சிணுங்கியபடி வந்தது குழந்தை./ (உரு வ.) வெகுநேரமாகத் தொலைபேசி சிணுங்கிக்கொண்டிருந்தது. 2: **(முகத்தைச் சுளித்துப் பொய்க் கோபத்தில் அல்லது வெட்கத்தில்) செல்லமாக முனகுதல்;** screw up one's face in mock anger or coyness. பேட்டி தர வேண்டும் என்றதும் நடிகை சிணுங்கினாள். 3: **(ஊரக வ.) சுருங்குதல்;** coil; withdraw. தொட்டதும் செடி சிணுங்கிற்று. 4: **(மழை) மெலிதாக அல்லது விட்டுவிட்டுத் தூறுதல்;** drizzle lightly. இரவு முழுதும் மழை சிணுங்கிக்கொண்டே இருந்தது./ மழை இன்னும் விடாமல் சிணுங்கிக்கொண்டிருந்தது.

சித்தசுவாதீனம் பெ. (அ.வ.) **சிந்திக்கும் திறனை உடைய அல்லது சிந்தனையைத் தன் கட்டுப்பாட்டில் வைத்திருக்கும் நிலை;** control over one's mind and action; sanity. சித்தசுவாதீனம் உள்ளவன் பேசுகிற மாதிரியாகவா அவன் பேசுகிறான்!/ என் மகனுக்குச் சித்தசுவாதீனம் இல்லை. அதனால் அவன் எது செய்தாலும் கொஞ்சம் பொறுத்துக்கொள்ளுங்கள்.

சித்தப்பா பெ. **தந்தையின் தம்பி அல்லது சித்தியின் கணவர்;** father's younger brother or husband of mother's younger sister; uncle.

சித்தபிரமை பெ. (அ.வ.) **சிந்திக்கும் திறன் பாதிக்கப்பட்ட நிலை; புத்திபேதலிப்பு;** insanity; mental setback. குழந்தையை இழந்ததால் அவளுக்கு ஏற்பட்ட சித்தபிரமை இன்னும் நீங்கவில்லை.

சித்தம்[1] பெ. 1: **மனம்;** mind. அதிர்ச்சியில் அவனுக்குச் சித்தம் கலங்கிவிட்டது./ எதற்கும் சலனம் அடையாத சித்தம் படைத்தவர். 2: **மனத்தில் கொள்ளும் தீர்மானம்;** (of one's) will. 'எல்லாம் தங்கள் சித்தப்படியே நடக்கும், கவலைப்படாதீர்கள்' என்று அவர் ஆறுதல் கூறினார்./ கடவுள் சித்தம், என்ன வேண்டுமானாலும் நடக்கட்டும்.

சித்தம்[2] பெ. **தயார் (நிலை);** (state of) readiness. ஊருக்குப் புறப்படச் சித்தமாகிவிட்டாயா?/ நீங்கள் என்ன சொன்னாலும் அதை ஏற்றுச் செய்யச் சித்தமாக இருக்கிறேன்.

சித்தர் பெ. **தனிப்பட்ட சமயத்தையோ சமய நூலையோ சடங்குகளையோ சார்ந்திருக்காத, அரிய சக்திகள் கைவரப்பெற்ற யோகி;** yogi who does not subscribe to religious beliefs or rituals and who seeks to attain enlightenment through occult powers. சித்தர் பாடல்களை எளிதாகப் புரிந்துகொள்ள முடியாது./ சித்தர்களுக்கு ரசவாதம் தெரிந்திருந்ததாகச் சொல்கிறார்கள்.

சித்தரத்தை பெ. **(மருந்தாகப் பயன்படும்) செம்பழுப்பு நிறத்தில் இஞ்சிபோல இருக்கும் காய்ந்த வேர்/ அந்த வேரைக் கொண்டிருக்கும் செடி;** (lesser) galangal. சித்தரத்தைக் கஷாயம் சளியைக் குணப்படுத்தும்.

சித்தரி வி. (சித்தரிக்க, சித்தரித்து) **(ஒன்றின் வெவ்வேறு கூறுகளை அல்லது தன்மைகளை மனத்தில் பதியும்படி) வருணித்தல்; (ஒன்றை) விவரித்தல்;** describe vividly; portray (sth.). சுதந்திரப் போராட்டத்தைச் சித்தரிக்கும் வகையில் எடுத்த படம் இது./ உண்மையைக் கலையாகச் சித்தரிப்பதில்தான் இலக்கிய ஆசிரியரின் திறமை இருக்கிறது./ காம்போதி ராகத்தை விரிவாகவும் மூன்று ஸ்தாயிகளிலும் நல்ல கற்பனைத் திறனுடனும் அவர் அற்புதமாகச் சித்தரித்தார். [(தொ.சொ.) வருணி/ விவரி/ விளக்கு]

சித்தரிப்பு பெ. **(இலக்கியம், நாட்டியம், இசை, நாடகம் போன்றவற்றில் ஒரு நிகழ்ச்சி, உணர்ச்சி போன்றவற்றை) விவரிக்கும் முறை;** portrayal (in literature, dance, music, drama, etc.,). தி. ஜானகிராமனின் பாத்திரச் சித்தரிப்புகள் படிப்பவர்களின் மனத்தை நெகிழச் செய்பவை./ அந்த நடனக் கலைஞரின் நாட்டியத்தில் பதத்துக்குப் பதம் சித்தரிப்பு சிறப்பாக இருந்தது./ கல்யாணி ராகத்தின் விஸ்தாரமான சித்தரிப்பு.

சித்தவைத்தியம் பெ. **மூலிகைகளையும் உலோகங்களையும் தாதுப் பொருள்களையும் பயன்படுத்திச் சிகிச்சை தரும் (இந்திய) மருத்துவ முறை;** Siddha medicine (of Indian system) which uses metals and ores along with herbal medicine.

சித்தாந்தம் பெ. **சமூகம், பொருளாதாரம், அரசியல் போன்றவை குறித்த சிந்தனை அல்லது அணுகுமுறை; கருத்தியல்; தத்துவம்;** ideology; doctrine. பொது நன்மைக்காக எதையும் செய்யலாம் என்பது அவருடைய சித்தாந்தம்./ மார்க்சிய சித்தாந்தம். [(தொ.சொ.) கருத்தியல்/ கொள்கை/ கோட்பாடு/ தத்துவம்/ நெறிமுறை]

சித்தாந்தவாதி பெ. **யதார்த்தத்தை ஒதுக்கிவிட்டு, எல்லாம் தான் பின்பற்றும் சித்தாந்தத்தின்படியே இருக்க வேண்டும் என்று முரட்டுப் பிடிவாதம் பிடிப்பவர்;** dogmatist.

சித்தாந்தி பெ. 1: **குறிப்பிட்ட சித்தாந்தத்தைக் கடைப்பிடிப்பவர்;** follower of a particular doctrine or ideology. 2: **சைவ சித்தாந்தத்தைக் கடைப்பிடிப்பவர்;** follower of the Saiva siddhanta school. அவர் வேதாந்தி அல்ல, சித்தாந்தி.

சித்தாரி வி. (சித்தாரிக்க, சித்தாரித்து) (இலங்.) **ஜப்தி செய்தல்;** attach the property. வாங்கிய பணத்தைக் கட்டிவிடு; இல்லாவிட்டால் நீதிமன்றம் உன் நிலத்தைச் சித்தாரித்துவிடும்.

சித்தாள் பெ. **(கட்டடம் கட்டுதல், சாலை போடுதல் போன்ற வேலைகளில்) கல், கலவை முதலியவற்றை எடுத்துத் தரும் பணி செய்யும் நபர்;** unskilled labourer (assisting masons).

சித்தி[1] வி. (சித்திக்க, சித்தித்து) (அ.வ.) காண்க: சித்தியாகு.

சித்தி[2] பெ. 1: **தாயின் உடன்பிறந்த தங்கை அல்லது தாய்க்கு உறவுமுறையில் தங்கை/ சித்தப்பாவின் மனைவி;** mother's younger sister or wife of father's younger brother; aunt. 2: **தந்தையின் இளைய தாரம்;** father's second wife.

சித்தி[3] பெ. 1: **(சித்தர், முனிவர் போன்றோர் யோகத்தின் மூலம் அடைவதாகக் கருதப்படும்) இயற்கையைக் கடந்த சக்தி;** spiritual power. அஷ்டமா சித்தி. 2: (அ.வ.) **வெற்றி;** success; successful conclusion. நீ நினைக்கும் காரியம் சித்தி அடையும் என்றார் சோதிடர். 3: (இலங்.) **(தேர்வில்) தேர்ச்சி; வெற்றி;** pass (in an examination).

சித்தியடை[1] வி. (-அடைய, -அடைந்து) (சித்தர், மகான், மடாதிபதி போன்றோர் குறித்து வரும்போது) **இயற்கை யெய்துதல்; இறத்தல்;** (while when referring to yogis, saints, religious heads, etc.,) pass away; die.

சித்தியடை[2] வி. (-அடைய, -அடைந்து) (இலங்.) **(தேர்வில்) தேர்ச்சியடைதல்/(காரியம்) வெற்றி அடைதல்;** pass (in an examination)/succeed. அக்கா மகள் பாடசாலையில் படித்துச் சித்தியடைந்துவிட்டாள்.

சித்தியாகு வி. (-ஆக, -ஆகி) **1: (பயிற்சியால், பழக்கத்தால் ஒன்றில் திறமை) வாய்க்கப்பெறுதல்;** be attained (by practice, etc.,). யோக சாதனை எல்லோருக்கும் சித்தியாவதில்லை. **2: (காரியம் எதிர்பார்த்தபடி) வெற்றி அடைதல்;** bear fruit; succeed. போன காரியம் சித்தியாயிற்றா?

சித்திரக்கதை பெ. **படக்கதை;** pictorial story.

சித்திரக்குள்ளன் பெ. **(மந்திரதந்திரக் கதைகளில்) மந்திரச் செயல்கள் செய்வதாக நம்பப்படும் குள்ளன்;** dwarf (who works miracles).

சித்திரகவி பெ. **1: சித்திர வடிவத்தினுள் எழுதப்படும் செய்யுள்;** verse composition fitted into figures. (பார்க்க, படம்) **2: சித்திரகவி இயற்றுபவர்;** composer of சித்திரகவி.

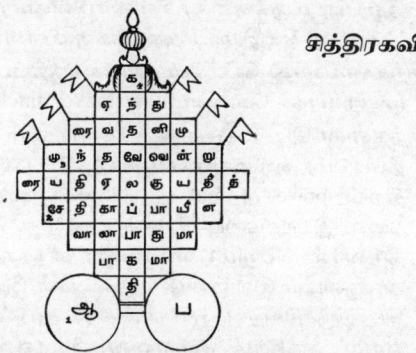

சித்திரகவி

"ஆதி பதிபாக மாமாது பாலாவா
சேதிகாப் பாயீனத் தியகுல – ஏதியரை
முந்தவே வென்று முனி தவரை ஏந்து
கந்தவே லப்பா கதி"

சித்திரகுப்தன் பெ. **(புராணங்களின்படி) மேலுலகத்தில் எமனுக்கு உதவியாளராக இருந்து மனிதனின் பாவ புண்ணியக் கணக்கைப் பதிவுசெய்பவர்;** (in Hindu mythology) an account-keeper of Yama, the god of death who records the good and evil deeds of men.

சித்திரம் பெ. **1: (தூரிகை முதலியவற்றால் வரையப்படும்) கலையழகு உள்ள படம்; ஓவியம்;** picture (of artistic value); painting. இயற்கை அழகை அவர் சித்திரமாக வரைந்துள்ளார்./ ராஜா ரவிவர்மாவின் சித்திரங்கள் புராணக் கதாபாத்திரங்களை அடிப்படையாகக் கொண்டவை./ கணிப்பொறியைக் கொண்டு சித்திரம் வரையலாம். **2: எழுத்தால், பேச்சால் தரப்படும் விவரணை;** portrait (of s.o.); portrayal; feature programme (on sth. or s.o.). இது தமிழ் அறிஞர் ஒருவரைப் பற்றிய சித்திரம்./ நாளைக் காலை தொழில் வளர்ச்சிபற்றிய சித்திரம் ஒலிபரப்பாகும்./ உரைநடைச் சித்திரம். **3: திரைப்படம்;** movie. புகழ்பெற்ற நடிகர்கள் நடித்த வண்ணச் சித்திரம்.

சித்திரவதை பெ. **கொடுமையாகத் துன்புறுத்தும் செயல்;** torture. எதிரியிடம் சிக்கிவிட்ட நம் வீரர்கள் சொல்ல முடியாத சித்திரவதைகளுக்கு ஆளானார்கள்./ என்னை வார்த்தையால் சித்திரவதை செய்யாதே!

சித்திரவதை முகாம் பெ. காண்க: **வதைமுகாம்.**

சித்திரவீணை பெ. **கோட்டுவாத்தியம்;** stringed musical instrument similar to வீணை.

சித்திரான்னம் பெ. **சர்க்கரைப் பொங்கல், புளியோதரை, தயிர் சாதம் முதலிய பல வகை சாதங்களைக் குறிக்கும் பொதுச்சொல்;** cooked rice dishes made with lime juice, tamarind mix, jaggery, etc.,

சித்திரி வி. (சித்திரிக்க, சித்திரித்து) காண்க: **சித்தரி.**

சித்திரை பெ. **1: முதலாவது தமிழ் மாதத்தின் பெயர்;** name of the first month in the Tamil calendar, i.e., mid-April to mid-May. **2:** (சோதி.) **இருபத்தேழு நட்சத்திரங்களில் பதினான்காவது;** the fourteenth of the twenty-seven divisions of the zodiac in Indian astrology, corresponding to an asterism, but smaller than a constellation.

சித்திரைக்கதை பெ. (இலங்.) **சித்திரை மாதப் பௌர்ணமியன்று கோயில்களில் படிக்கும் சித்திரபுத்திரனின் கதை;** ceremonial reading of the story of சித்திரபுத்திரன் at temples during the month of சித்திரை.

சித்து பெ. **(கடும் தவம் செய்து சித்தர்கள் பெறுவதாகக் கூறப்படும்) அற்புதச் சக்திகள்;** miraculous or supernatural powers.

சித்து விளையாட்டு பெ. **1: (சித்தர்கள், மகான்கள் போன்றோர்) சித்திகளைப் பயன்படுத்தி நிகழ்த்தும் அற்புதம்;** display of occult powers (by mystics, etc.,). **2:** காண்க: **சித்துவேலை.**

சித்துவேலை பெ. **மாய வித்தை; தந்திர வித்தை;** magic; sleight of hand. ஆளை மறைய வைக்கும் சித்துவேலை!/ (உரு வ.) புள்ளிவிவரங்களைக் காட்டி நடத்தும் சித்துவேலை இது.

சிதம்பரச் சக்கரம் பெ. (இலங்.) **எளிதில் விளங்கிக் கொள்ள முடியாதது; சிதம்பர ரகசியம்;** closely guarded secret or a secret which is no secret. கணிப்பொறி சம்பந்தப்பட்ட வார்த்தைகள் எல்லாம் எனக்குச் சிதம்பரச் சக்கரமாக இருக்கின்றன.

சிதம்பர ரகசியம் பெ. **(பாதுகாக்கப்பட வேண்டிய) ரகசியம் என்று நினைத்தாலும் அப்படியொன்றும் ரகசியம் இல்லை என்ற பொருளில் பயன்படுத்தப்படும் சொல்;** a secret which is no secret. இது என்ன சிதம்பர ரகசியமா? எல்லோருக்கும் தெரிய வேண்டியதுதானே.

சிதம்பு வி. (சிதம்ப, சிதம்பி) (இலங்.) **நசுங்கி நீர் கோத்ததுபோல் இருத்தல்;** become putrescent (due to contusion). கீழே விழுந்த மாங்காய்கள் சிதம்பின./ சிதம்பிய மாங்காயைப் பழுக்கவைத்தால் விரைவில் அழுகும்./ சிதம்பிய புண்ணை வைத்திருக்காமல் உடனே மருந்து போடும் அலுவலைப் பார்.

சிதல் பெ. (உ.வ.) **கறையான்;** white ant.

சிதள் பெ. (இலங்.) **சீழ்;** pus. எந்த நேரமும் காதில் உனக்குச் சிதள் வந்துகொண்டிருக்கிறது./ ஆர்ப்பு குத்தியதைக் கவனிக்காமல் விட்டதினால் சிதள் பிடித்துவிட்டது./ புண்ணைச் சிதள் பிடிக்காமல் பார்த்துக்கொள்.

சிதள்கூடு வி. (-கூட, -கூடி) (இலங்.) **சீழ் பிடித்தல்;** form pus. புண்ணில் சிதள்கூடாமல் பார்த்துக்கொள்ள வேண்டும் என்று மருத்துவர் கூறினார்.

சிதறல் பெ. **(ஒரு பொருள் வெடித்து அல்லது உடைந்து) சிதறிய துண்டுகள்;** splinters; smithereens. விபத்து நடந்த இடத்தில் கண்ணாடிச் சிதறல்கள் கிடந்தன./ (உரு வ.) எண்ணச் சிதறல்.

சிதறு வி. (சிதற, சிதறி) 1: **(ஒன்று உடைந்து, சிதைந்து) விசையுடன் அல்லது வேகத்துடன் துண்டுதுண்டாக ஆதல்; (திரவம் விசையுடன் கீழே சிந்தி) தெறித்தல்;** (of an object) break into pieces; scatter; disperse; be shattered. விமானம் நடுவானில் வெடித்துச் சிதறியது./ பாறைமீது விழும் அருவி நீர் நான்கு புறங்களிலும் சிதறியது./ இடைவிடாத தாக்குதலால் எதிரிகளின் படை சிதறி ஓடியது./ காவலர்கள் கண்ணீர்ப்புகை வீசியதும் கலவரக்காரர்கள் சிதறி ஓடினர். [(தொ.சொ.) **ஊற்று/ ஊறு/ ஒழுகு/ ஓடு/ கசி/ கொட்டு/ சிந்து/ சுர/ தெறி/ பரவு/ பீச்சு/ பீறிடு/ வழி**] 2: **ஒரு இடத்தில் சேர்ந்து இல்லாமல் தனித்தனியாக இருத்தல்;** be scattered. கீழே சிதறிக் கிடந்த துணிமணிகளை எடுத்து மடித்து வைத்தாள்./ வெவ்வேறு நாடுகளில் சிதறிக் கிடந்த யூதர்கள் ஒன்றுசேர்ந்து தங்களுக்கென்று ஒரு நாட்டை ஏற்படுத்திக்கொண்டனர். 3: **(குறிப்பிட்ட ஒன்றின் மீது கவனம் நிலைக்காமல்) கலைதல்;** (of concentration) be diverted. கவனம் சிதறாமல் படி! 4: **(ஒளி ஓர் ஊடகத்தின் வழியாகச் செல்லும்போது நிற மாலையாக) விரிதல்; பிரிதல்;** (of light) scatter; refract. சூரிய ஒளியை முப்பட்டைக் கண்ணாடி வழியாகச் செலுத்தி அதிலிருந்து சிதறும் ஏழு வண்ணங்களை விளக்கினார்.

சிதறுதேங்காய் பெ. **(வேண்டுதலை நிறைவேற்றும் வகையாகப் பிள்ளையார் கோயிலில்) சில்லாகச் சிதறுமாறு தரையில் வீசி உடைக்கும் தேங்காய்;** coconut hurled on the ground and smashed into pieces (when offering worship). சிதறுதேங்காயைப் பொறுக்கச் சிறுவர்கள் தயாராக இருந்தார்கள்.

சிதார் பெ. (இசை) **(இந்துஸ்தானி இசையில்) பெரும்பாலும் ஏழு தந்திகள் கொண்ட இசைக் கருவி;** guitar-like instrument usually with seven strings and frets; sitar.

சிதிலம் பெ. (-ஆக, -ஆன) **(கட்டடம் முதலியவற்றின்) இடிந்த நிலை; சிதைவு;** (of building) crumbling state; dilapidated condition. தாத்தா காலத்து வீடு சிதிலமடைந்த நிலையில் உள்ளது./ காலப்போக்கில் சிதிலமான பழம்பெரும் கோயில்.

சிதை[1] வி. (சிதைய, சிதைந்து) 1: **(ஒன்று தன் வடிவம், தன்மை, இயல்பு முதலியவற்றை இழந்து)** கெடுதல்; deteriorate; decay; be spoiled. விபத்தில் சிக்கியவர்களின் உடல் அடையாளம் தெரியாத அளவுக்குச் சிதைந்துபோயிருந்தது./ ஆங்கில மூலத்தின் தன்மை சிதையாமல் கவிதையைத் தமிழில் மொழிபெயர்த்திருக்கிறார். 2: **(சொல்) திரிந்து மாறுபடுதல்;** (of words) change form. 'பைம்பொழில்' என்பது 'பம்புளி' என்று சிதைந்து வழங்குகிறது. 3: **அழிதல்;** be ruined. நிதிப் பற்றாக்குறையால் நாட்டின் பொருளாதாரம் சிதைந்துவிடலாம்.

சிதை[2] வி. (சிதைக்க, சிதைத்து) 1: **(ஒன்றின் வடிவம், தன்மை, இயல்பு முதலியவற்றை) கெடுத்தல்; குலைத்தல்; அழித்தல்;** destroy; spoil. நீதிமன்றத்தில் சான்றாகக் கருதப்படும் ஆவணத்தைச் சிதைப்பது சட்டப்படி குற்றமாகும்./ மொழிபெயர்ப்பு என்ற பெயரில் மூலக் கதையைச் சிதைத்திருக்கிறார்கள். 2: **அழித்தல்; இல்லாதபடி ஆக்குதல்;** destroy; eradicate; ruin. பெரும் கடன் சுமை நாட்டின் பொருளாதாரத்தைச் சிதைக்கும்.

சிதை[3] பெ. **சடலத்தை எரிப்பதற்காக விறகு, வறட்டி முதலியவை அடுக்கப்பட்ட அமைப்பு;** (funeral) pyre.

சிதைவு பெ. 1: **சிதைந்த நிலை; கேடு;** state of decay or ruin; mangled out of shape. ஒரு காலத்தில் புகழ் பெற்றிருந்த கோயிலின் சிதைவுகள் இவை./ விபத்தில் சிக்கிய உடல் மிகவும் சிதைவுற்றிருந்தது. [(தொ.சொ.) **அழிவு/ இழப்பு/ உருக்குலை/ சின்னாபின்னம்/ சேதம்/ நாசம்/ பேரழிவு**] 2: **(இயற்.) அணுக்கரு பிளவு;** fission.

சிந்தனாவாதி பெ. **தீவிரமாகச் சிந்திப்பதை வாழ்க்கை முறையாகக் கொண்டவர்;** thinker; intellectual.

சிந்தனை பெ. 1: **(மனிதனுக்கு மட்டும் உரியதாகக் கருதப்படும்) அறிவைப் பயன்படுத்திப் பகுத்துப் பார்க்கும் திறன்;** power of thinking; ability to think. மனிதனின் சிந்தனை இயற்கையை வெல்ல உதவியது. 2: **(பகுத்தறியும் திறனால் பெறும்) எண்ணம்; கருத்து;** thought; idea. அவருடைய இலக்கணச் சிந்தனைகள் இந்த நூலில் இடம்பெற்றிருக்கின்றன. [(தொ.சொ.) **அபிப்பிராயம்/ எண்ணம்/ கருத்து/ யோசனை**] 3: **(ஒன்றைக் குறித்த) எண்ணம்; நினைவு;** awareness; thinking. அவர் படிக்க ஆரம்பித்துவிட்டால் உலகச் சிந்தனையே இருக்காது./ உனக்கு எப்போதுமே பணத்தைப் பற்றிய சிந்தனை தானா?/ என்ன, சிந்தனையில் ஆழ்ந்துவிட்டீர்கள்?

சிந்தி வி. (சிந்திக்க, சிந்தித்து) **அறிவால் பகுத்துக் காணுதல்; காரணகாரியங்களை எண்ணுதல்; யோசித்தல்;** think about. வியாபாரம் ஆரம்பிப்பதைப் பற்றி நன்றாகச் சிந்தித்துச் செயல்படு!/ எதிர்காலத்தைப் பற்றிச் சிந்திக்கவே பயமாக இருக்கிறது. [(தொ.சொ.) **எண்ணு/ கருது/ நம்பு/ நினை/ யோசி**]

சிந்து[1] வி. (சிந்த, சிந்தி) 1: **(தண்ணீர், தானியம் முதலியவை) பரவலாகக் கீழே விழுதல்/(தண்ணீர், தானியம் முதலியவற்றை) கொட்டுதல்;** (of water, grain, etc.,) spill/scatter (water, etc.,). தாளில் மை சிந்திவிட்டது./ வழியெல்லாம் நெல் சிந்திக் கிடக்கிறது./ பாலைச் சிந்தாமல் கொண்டுபோ!/ சோற்றைச் சிந்தாமல் சாப்பிடத் தெரியாதா?/ எங்கு பார்த்தாலும் குப்பை சிந்திக் கிடந்தது. [(தொ.சொ.) **ஊற்று/ ஊறு/ ஒழுகு/ ஓடு/ கசி/ கொட்டு/ சிதறு/ சுர/ சொட்டு/ தெறி/ பரவு/ பீச்சு/ பீறிடு/ வடி/ வழி**] 2: **(கண்ணீர், சளி முதலியவற்றை)**

வெளியேற்றுதல்; shed (blood, tears); blow (one's nose). துக்கம் தாளாமல் கண்ணீர் சிந்தினான்./ நமக்காக எல்லைப்புறங்களில் ராணுவத்தினர் இரத்தம் சிந்துகிறார்கள். 3: **(சிரிப்பு, அழகு முதலியவை) வெளிப்படுதல்;** (of smile, etc.,) play (on the face); beam (with a smile). வாசலில் புன்னகை சிந்தும் முகத்தோடு நின்றிருந்தாள்.

சிந்து[2] பெ. **ஏழுமுதல் ஒன்பது எழுத்துவரை வரும் வகையில் நான்கு சீர்களைக் கொண்ட அடிகளால் பாடப்படும் இசைப் பாடல் வகை;** a metre in the prosody of Tamil poetics. காவடிச் சிந்து/ கொலைச் சிந்து.

சிந்தூரம் பெ. காண்க: **செந்தூரம்**[1].

சிந்தை பெ. *(உ.வ.)* 1: **(குறிப்பிட்ட ஒரு தன்மையை அல்லது உணர்வைக் கொண்டிருக்கும்) மனப் பான்மை;** mindedness. இரக்கச் சிந்தை/ தயாளச் சிந்தை/ தியாகச் சிந்தை. 2: **அறிவு; சிந்தனை;** intellect. சிந்தனையாளர்களின் நூல்கள் சிந்தைக்கு விருந்தாக அமைகின்றன.

சிநேகபாவம் பெ. **நட்புணர்வு;** friendliness. அவர் எல்லோரிடமும் சிநேகபாவத்துடன் பழகுவார்.

சிநேகம் பெ. காண்க: **சிநேகிதம்.**

சிநேகிதம் பெ. **நட்பு;** friendship.

சிநேகிதன் பெ. **ஒருவர் நட்பு கொண்டிருக்கும் ஆண்; நண்பன்;** male friend.

சிநேகிதி பெ. **ஒருவர் நட்பு கொண்டிருக்கும் பெண்;** female friend.

சிப்பந்தி பெ. **(கடையில்) வேலையாள்/(அலுவலகத்தில்) பணியாளர்; ஊழியர்;** employee. கடைச் சிப்பந்தியைக் கூப்பிடு!/ மின் வாரியச் சிப்பந்திகள்.

சிப்பம் பெ. 1: **முடைந்த பனை ஓலையில் அல்லது சிறு கூடைகளில் பொருள்களை வைத்துக் கட்டும் சிறு மூட்டை;** small bundle of certain commodities wrapped up in a palm leaf or a small basket. கருப்பட்டிச் சிப்பம்/ புகையிலைச் சிப்பம். 2: *(பெ.வ.)* **விற்பனைக்கு உரிய பொருள் அடைக்கப்பட்ட பொட்டலம், பை அல்லது பெட்டி;** package (of things). [*(தொ.சொ.)* **முடிச்சு/ மூட்டை**]

சிப்பமிடு வி. *(-இட, -இட்டு)* *(பெ.வ.)* **(பொட்டலம், பை அல்லது பெட்டி போன்றவற்றில்) விற்பனைக்கு உரிய பொருளை நிரப்பி மூடுதல்; அடைத்துக் கட்டுதல்;** package (things for sale). சிப்பமிடும் தொழிலுக்கான நவீன இயந்திரங்கள் கண்காட்சியில் வைக்கப்பட்டுள்ளன./ பெரிய வணிக வளாகங்கள் பெருகி வருவதால் சிப்பமிடும் தொழிலும் வளர்ந்துவருகிறது.

சிப்பாய் பெ. 1: **ராணுவ வீரன்;** sepoy; soldier. அந்தக் காலத்தில் சிப்பாய் வேலைக்குப் போக எல்லோரும் பயப்பட்டார்கள். 2: **(சதுரங்க ஆட்டத்தில்) ஒரு கட்டம் மட்டுமே முன்னே நகரும் எட்டுக்காய்களுள் ஒன்று;** (in chess) pawn.

சிப்பாய்க் கலகம் பெ. **ஆங்கிலேய ஆட்சியை எதிர்த்து 1857இல் ஆக்ராவிலும் தொடர்ந்து பிற இடங்களிலும் நடந்த, இந்திய வரலாற்றில் மிகப் பெரும் மாற்றங்களுக்குக் காரணமாக இருந்த ராணுவக் கிளர்ச்சி;** the mutiny by the army in 1857 in Agra which proved to be a major turning point in Indian history.

சிப்பி பெ. 1: **ஒரு வகைக் கடல்வாழ் உயிரினத்தின் இரு பிரிவாகப் பிரியும் ஓடு/முத்து உள்ளடங்கியுள்ள ஓடு;** shell. கடற்கரையில் சிப்பி பொறுக்கலாம்./ முத்துச் சிப்பி. 2: **தன் உடலின் மேற்புறத்தில் ஓடு போன்ற கூட்டைப் பெற்றிருக்கும் ஒரு வகைக் கடல்வாழ் உயிரினம்;** shell-fish. சிப்பிகள் பொதுவாகக் கடலில் காணப்பட்டாலும், சில வகைச் சிப்பிகள் நன்னீரிலும் வளரும். 3: *(இலங்.)* **அரிசி மாவில் சர்க்கரை, தேங்காய்ப் பால் ஆகியவற்றைச் சேர்த்துப் பிசைந்து எண்ணெயில் சுட்டு எடுக்கும் சிப்பி வடிவ இனிப்புப் பண்டம்;** fried sweet made of rice flour, sugar and coconut juice.

சிப்பிக்காளான் பெ. **வெண்மை அல்லது வெளிர் பழுப்பு நிறத்தில் சிப்பி வடிவத்தில் இருக்கும் (உணவாகும்) ஒரு வகைக் காளான்;** oyster mushroom.

சிப்பிச் சுண்ணாம்பு பெ. **சிப்பியைச் சுட்டு நீற்றியெடுக்கும் சுண்ணாம்பு;** shell-lime.

சிப்பிப்பாறை பெ. **குழிந்த வயிற்றையும் நீண்ட கால்களையும் சற்று உயர்ந்த முகத்தையும் கொண்ட, மிக வேகமாக ஓடக்கூடிய, வேட்டைக்குப் பயன்படும் நாட்டு நாய்களுள் ஒன்று;** an indigeneous hunting dog, capable of great speed, with long legs and deep back.

சிப்பில்(தட்டு) பெ. *(வ.வ.)* **வடிதட்டு;** rice-strainer; colander.

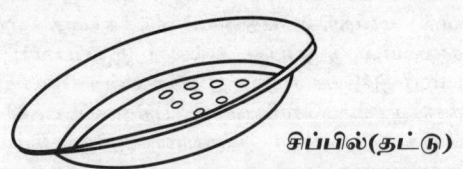

சிப்பில்(தட்டு)

சிப்பிலியாட்டம் பெ. *(இலங்.)* காண்க: **திப்பிலியாட்டம்.**

சிப்பிலியாட்டு வி. *(-ஆட்ட, -ஆட்டி)* *(இலங்.)* **(ஒருவரை) தொல்லைக்கு உள்ளாக்குதல்; தொந்தரவு செய்தல்;** harass (s.o.). திணைக்கள அதிகாரிக்கு எனது நியமனம் பிடிக்காததால், என்னைச் சிப்பிலியாட்டுகிறார்./ இப்போதுதானே வயலை விட்டு வந்தேன். உடனேயே 'சந்தைக்குப் போ, கடைக்குப் போ' என்று சிப்பிலியாட்டுகிறாயே?

சிப்ளாக்கட்டை பெ. **(கதாகாலட்சேபம் செய்வோர்) நான்கு விரல்களில் ஒன்றும் கட்டை விரலில் ஒன்றுமாகக் கோத்துக்கொள்ளும், சிறு மணிகள் இணைக்கப்பட்ட இரு கட்டைகள் கொண்ட தாளக் கருவி;** a castanets-like instrument for marking time (used by the singers of religious songs).

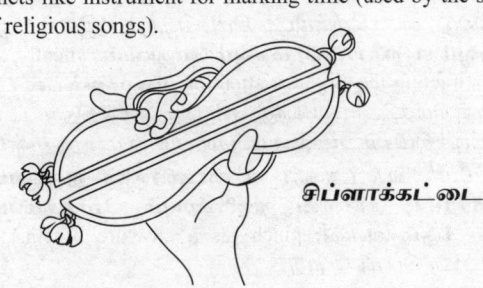

சிப்ளாக்கட்டை

சிபாரிசு பெ. **பரிந்துரை;** recommendation. பலத்த சிபாரி சின் பேரில் எனக்குக் கிடைத்த வேலை இது./ புதிதாக வந் துள்ள இருமல் மருந்தை எல்லா மருத்துவர்களும் சிபாரிசு செய்கிறார்கள்.

சிம்டா பெ. *(திருநர் வ.)* **முகத்தில் ஆங்காங்கே தனித் தனியாக வளரும் ரோமத்தை அகற்றப் பயன்படும், உலோகத்தால் ஆன சிறிய, முள் வாங்கி போன்ற சாத னம்;** forceps used for removing hair growing on one's face.

சிம்பு[1] வி. *(சிம்ப, சிம்பி) (வ.வ.)* **1: (சண்டை, தகராறு ஆகியவற்றின்போது) துள்ளுதல்; எகிறுதல்;** flex one's muscles (during a fight). என்ன ரொம்ப சிம்புகிறாய்? **2: உலுக்குதல்;** shake (a branch, etc.,). கிளையைப் பிடித்துச் சிம்பினான்.

சிம்பு[2] பெ. *(ஊரக வ.)* **1: (மூங்கில்) பிளாச்சு; (புளி, சவுக்கு முதலியவற்றின்) மிளாறு;** (bamboo) split; (flexible) twig. வைத்தியர் முறிந்த எலும்பைச் சேர்த்துச் சிம்பு வைத்துக் கட்டினார்./ சிம்புகொண்டு அடித்ததால் ஏற் பட்ட தழும்பு. **2: சிலாம்பு; சிராய்;** splinter; sliver. கையில் சிம்பு ஏறிவிட்டது.

சிம்பு[3] பெ. *(வ. வ.)* **முந்தானையின் முனை;** end. பையன் அம்மாவின் சிம்பைப் பிடித்துக்கொண்டே அலைகிறான்./ பாட்டி பணத்தைச் சிம்பில் முடிந்துகொண்டாள்.

சிம்மசொப்பனம் பெ. **பார்த்த அல்லது நினைத்த அள வில் மனத்தில் பீதியை, நடுக்கத்தை ஏற்படுத்தும் வகையில் இருப்பது அல்லது இருப்பவர்;** nightmare; terror. இந்தியச் சுழற்பந்து வீச்சு என்றாலே எதிரணி வீரர் களுக்கு சிம்மசொப்பனம்./ புதிதாகப் பதவி ஏற்றுள்ள மாநகர ஆணையர் குற்றவாளிகளுக்குச் சிம்மசொப்பன மாக விளங்குகிறார்.

சிம்மம் பெ. **1: (பொதுவாக) சிங்கம்; (குறிப்பாக) பெண் சிங்கம்;** lion; lioness. சிம்ம கர்ஜனை. **2:** *(சோதி.)* **சிங்கத் தைக் குறியீட்டு வடிவமாக உடைய ஐந்தாவது ராசி;** fifth constellation of the zodiac which has lion as its sign; Leo. *(பார்க்க, படம்: ராசி*[1]*)*

சிம்மாசனம் பெ. **(அரசவையில் அரசன் அல்லது அரசி அமரும்) அலங்காரமான ஆசனம்; அரசர் இருக்கை;** throne. *(உரு வ.)* திரைப்படத் துறையில் முப்பது ஆண்டுகள் சிம்மாசனத்தில் வீற்றிருந்தவர்.

சிம்மாளம் பெ. (பே.வ.) **(மிதமிஞ்சிய) மகிழ்ச்சி; சந்தோ ஷம்;** happiness; exhilaration. என் செல்லக்குட்டிக்கு இன்றைக்கு என்ன சிம்மாளம்?

சிம்னி பெ. காண்க: **சிமினி.**

சிமிக்கிடு வி. *(சிமிக்கிட, சிமிக்கிட்டு) (இலங்.)* **ஓசை எதுவும் எழுப்பாமல்; மிகவும் மெதுவாக;** silently, without attracting the slightest attention of s.o. நண்பன் பூனை போல் சிமிக்கிடாமல் வந்து என் தோளைத் தொட்டான்./ எப்படிச் சிமிக்கிடாமல் அவள் மாயமாய் மறைந்தாள்!

சிமிட்டா[1] பெ. *(அ.வ.)* **கட்டைவிரலின் நுனியையும் ஆள்காட்டி விரலின் நுனியையும் சேர்க்கும்போது கிடைக்கும் அளவு;** pinch (as a measure of sth.). ஒரு சிமிட்டா பொடி போடு!

சிமிட்டா[2] பெ. (பே.வ.) **கட்டைவிரலுக்கும் ஆள்காட்டி விரலுக்கும் இடையே மற்றவரின் தசையைப் பிடித்து விரல்களால் கிள்ளும் செயல்;** pinch. பையன் ரொம் பக் குறும்பு பண்ணினால், இரண்டு சிமிட்டா கொடு./ ஒழுங்காகப் பாடத்தைப் படிக்கிறாயா, இல்லை சிமிட்டா வேண்டுமா?

சிமிட்டா[3] பெ. **பொற்கொல்லர்கள் நகை செய்ய அல் லது பெண்கள் ஒப்பனையின்போது பயன்படுத்தும், சாமணம் போன்ற சிறு சாதனம்;** tweezers; pincers.

சிமிட்டி பெ. *(பே.வ.)* காண்க: **சிமெண்டு.**

சிமிட்டு வி. *(சிமிட்ட, சிமிட்டி)* **(கண்) இமைத்தல்;** wink. பேசும்போது அவருக்குக் கண் சிமிட்டிக்கொண்டே இருக்கும்./ கண் சிமிட்டும் நேரத்திற்குள் ஆள் மாயமாக மறைந்துவிட்டானே!

சிமிலி பெ. *(இலங்.)* காண்க: **சிமினி.**

சிமிழ் பெ. **(குங்குமம் போன்ற பொருள்களை வைப்ப தற்கு வெள்ளி, தந்தம் முதலியவற்றால் செய்யப்படும்) குழிவான அடிப்பாகத்தையும் மூடியையும் கொண்ட சிறிய செப்பு போன்ற கொள்கலம்;** small round box made of silver, ivory, etc., (for keeping குங்குமம், etc.,).

சிமினி பெ. **(காற்றினால் சுடர் அணையாமல் இருக்க) மண்ணெண்ணெய் விளக்கில் பொருத்தும் கண்ணா டிக் கூடு;** chimney (for kerosene lamps).

சிமினி விளக்கு பெ. **சிமினி பொருத்திய மண்ணெண் ணெய் விளக்கு;** kerosene lamp with a chimney.

சிமெண்டு பெ. **(கட்டடம் கட்டும்போது கற்களை ஒன்றுடன் ஒன்று பொருத்துவதற்கும் தரை, சுவர் ஆகியவற்றைச் சமதளமாகச் செய்வதற்கும் பயன் படுத்தும்) சுண்ணாம்பு, களிமண் முதலியவற்றைக் குறிப்பிட்ட அளவில் கலந்து தொழிற்சாலையில் தயாரிக்கும் கருஞ்சாம்பல் நிற மாவுப் பொருள்;** cement.

சிரக்கம்பம் செய் வி. *(செய்ய, செய்து) (அ.வ.)* **இசை, நாட்டியம் போன்றவற்றை ஆழ்ந்து ரசிக்கும் விதமாகத் தலையை அசைத்தல்;** shake one's head as a sign of appreciation of music, dance, etc., கச்சேரியின் முதல் வரிசை யில் அமர்ந்திருந்த பெரியவர் சிரக்கம்பம் செய்துகொண்டி ருந்தார்.

சிரங்கு பெ. **1: விரல் இடுக்குகளில் அரிப்பைத் தரும் வகையில் ஏற்படும் ஒட்டுவாரொட்டித் தோல்நோய்;** scabies. 'மண்ணில் விளையாடினால் சிரங்கு வரும்' என்று குழந்தையை அதட்டினான். **2:** காண்க: **சொறிசிரங்கு.**

சிரங்கை பெ. காண்க: **சிறங்கை.**

சிரச்சேதம் பெ. **(தண்டனையாக) தலையை வெட்டு தல்;** beheading; decapitation (as punishment). சில நாடு களில் கொடுமையான குற்றம் செய்தவர்களைச் சிரச்சேதம் செய்யும் வழக்கம் இன்னமும் இருக்கிறது.

சிரசு பெ. *(அ.வ.)* காண்க: **சிரம்.**

சிரஞ்சீவி பெ. **1: நீண்ட ஆயுள் உடையவர்;** one who has long life. 'சிரஞ்சீவியாக இருங்கள்' என்று பெரியவர் மண மக்களை வாழ்த்தினார். **2:** *(கலை, இலக்கியம் போன்ற வற்றைக் குறிக்கும்போது)* **அழியாதது; அழியாப் புகழை உடையது;** everlasting; eternal. சிரஞ்சீவித் தன்மை வாய்ந்த காவியம். **3: (கடிதம், திருமண அழைப்பிதழ்**

555 சிரிப்பு

முதலியவற்றில்) வயதில் இளைய ஆணின் பெயருக்கு முன் வாழ்த்தும் முறையில் இடப்படும் சொல்; a term of blessing added to the names of the bridegroom in invitations and letters. 'சிரஞ்சீவி பாலுவுக்கு' என்று அப்பாவின் கடிதம் ஆரம்பித்தது.

சிரட்டை பெ. (வ.வ.) **கொட்டாங்கச்சி;** coconut shell. சிரட்டையில் பால் ஊற்றிப் பூனைக்கு வை!/ சிரட்டையை உடைத்துப்போட்டு வெந்நீர் அடுப்பைப் பற்றவைத்தாள்.

சிரட்டை கையிலேந்து வி. (-ஏந்த, -ஏந்தி) (இலங்.) **பிச்சையெடுத்தல்;** beg for alms. படிக்காமல் விட்டால் சிரட்டை கையிலேந்த வேண்டிவரும் என்று நான் சிறு பிள்ளையாக இருந்தபோது அப்பா அடிக்கடி கூறியது நினைவில் உண்டு./ எப்படி இருந்தவர் இன்று சிரட்டை கையிலேந்தும் நிலைக்கு ஆளாகிவிட்டாரே!

சிரத்தை பெ. (-ஆக) **கவனத்துடன் கூடிய அக்கறை;** (due) care; attention. குழந்தையைச் சிரத்தையாகக் கவனித்துக் கொண்டாள்./ அடுத்த மாதம் பரீட்சை, சிரத்தையுடன் படி./ தெய்வ காரியம் என்றால் அப்பா பக்தி சிரத்தையோடு செய்வார். [(தொ.சொ.) **அக்கறை/ கவனம்/ பொறுப்பு**]

சிரம் பெ. (உ.வ.) **(மனிதர்களின்) தலை;** (human) head. சிரம் தாழ்த்தி வணங்கினார்.

சிரமசாத்தியம் பெ. (-ஆக, -ஆன) (அ.வ.) **மிகுந்த முயற்சியோடு அல்லது கஷ்டத்தோடு செய்ய வேண்டியது;** sth. that demands great effort. ஏதோ சிரமசாத்திய மான காரியத்தைச் செய்துவிட்டதுபோல அலட்டிக்கொள் கிறாயே!

சிரமதசை பெ. (அ.வ.) **(போதிய பண வசதி இல்லாமல்) கஷ்டப்படுகிற காலம் அல்லது நிலை;** period of bad luck or difficulty; straits. சோதிடர் ஜாதகத்தைப் பார்த்துவிட்டு இன்னும் இரண்டு மாதம் உங்களுக்குச் சிரமதசைதான் என்றார்./ நிதி உதவியை அரசு நிறுத்தி விட்டதால் இந்த விடுதி சிரமதசையில் இருக்கிறது.

சிரமபரிகாரம் பெ. (அ.வ.) **களைப்பைப் போக்கிக் கொள்வதற்கான ஓய்வு; இளைப்பாறுதல்;** rest; relaxation. அலுவலகத்திலிருந்து வந்ததும் சற்று நேரம் சிரமபரி காரம் செய்துவிட்டுத்தான் எந்த வேலையையும் தொடங் குவார்.

சிரமம் பெ. (-ஆக, -ஆன) **1: (தேவையானது இல்லாமல் அல்லது கிடைக்காமல் படும்) கஷ்டம்;** difficulty; botheration. இந்த நகரில் வாடகைக்கு வீடு கிடைப்பது சிரமம்./ வேலையில்லாமல் நான் அனுபவித்த சிரமங்கள் கொஞ்சநஞ்சமல்ல. **2: தொந்தரவு;** trouble. உங்களுக்குச் சிரமம் கொடுப்பதற்காக மன்னிக்க வேண்டும்./ எனக்கு ரொம்ப வயதாகிவிட்டது, என்னால் அடுத்தவர்களுக்குச் சிரமம்தான். **3: கஷ்டப்பட்டு மேற்கொள்கிற முயற்சி அல்லது வேலை;** exertion. மிகுந்த சிரமத்துடன்தான் இந்த இலக்கிய இதழை நடத்திவருகிறேன்./ அப்பா இறந்த பிறகு வீட்டைப் பார்த்துக்கொள்ளும் சிரமத்தைச் சொல்லி மாளாது./ எனக்கு வீடு பார்த்துத் தருவதற்கு அண்ணன் ரொம்ப சிரமம் எடுத்துக்கொண்டார்.

சிரமேற்கொண்டு வி.அ. (உ.வ.) **மிகுந்த மரியாதையுடன் ஏற்று;** with utmost respect. கட்சித் தலைவரின் கட்டளையைச் சிரமேற்கொண்டு நடக்கத் தொண்டர்கள் தயார்!

சிரா பெ. (ஊரக வ.) **விறகு, (மரம், கட்டை ஆகிய வற்றை உடைப்பதால் கிடைக்கும்) எரிபொருளாகும் சிறிய மரத் துண்டு;** sliver. கொஞ்சம் சிரா அள்ளிப் போட்டு வெந்நீர் அடுப்பைப் பற்றவை.

சிராத்தம் பெ. (ச.வ.) **திவசம்; திதி;** ritual offering to the dead on the occasion of the death anniversary.

சிராம்பு பெ. (இலங்.) **சிலாம்பு;** splinter (of firewood, etc.,). சிராம்பு குத்திக் கையில் சிதள் வைத்துவிட்டது.

சிராய்[1] வி. (சிராய்க்க, சிராய்த்து) **(பெரும்பாலும் தோலில் கரடுமுரடான பரப்பு அல்லது கூர்மையான முனை) உராய்ந்து அல்லது தேய்த்துக் கீறல் ஏற்படுதல் அல்லது ஏற்படுத்துதல்;** get scratched (on the skin); scratch. மரத்தில் ஏறும்போது முட்டி சிராய்த்துவிட்டது./ சைக்கிள் ஓட்டும்போது கீழே விழுந்ததில் கருங்கல் ஒன்று கையைச் சிராய்த்துவிட்டது.

சிராய்[2] பெ. (ஊரக வ.) **1: மரத் துண்டு, பலகை முதலிய வற்றை இழைக்கும்போது அல்லது செதுக்கும்போது கிடைக்கும் மெல்லிய துண்டு;** (wooden) chip; shavings. சிராயை அள்ளி அடுப்பில் போட்டாள். **2: சிலாம்பு;** splinter (of firewood, etc.,). காலில் சிராய் ஏறிவிட்டதா?

சிராய்ப்பு பெ. **(பெரும்பாலும் தோலில் கரடுமுரடான பரப்பு அல்லது கூர்மையான முனை) உராய்வதால் அல்லது தேய்ப்பதால் ஏற்படும் அழுத்தமான கீறல்;** scratch (on the skin); abrasion. கீழே விழுந்ததில் முழங்கை யிலும் முழங்காலிலும் அங்கங்கே சிராய்ப்புகள்./ நல்ல காலம், வெறும் சிராய்ப்புதான். பலமாக அடிபடவில்லை. [(தொ.சொ.) **காயம்/ புண்/ ரணம்**]

சிரி வி. (சிரிக்க, சிரித்து) **முகபாவத்தின் மூலமோ பல் தெரிய உதடுகளை விரிப்பதன் மூலமோ சில வகைக் குரலொலிகளை எழுப்புவதன் மூலமோ மகிழ்ச்சி, கேலி முதலியவற்றை வெளிப்படுத்துதல்;** laugh. நகைச்சுவைத் துணுக்கைப் படித்துவிட்டுக் குலுங்கக்குலுங்கச் சிரித்தார்./ அவருடைய தற்பெருமையைக் கேட்டு வாய்க்குள்ளாகவே சிரித்துக்கொண்டாள்.

சிரிக்கச்சிரிக்க வி.அ. **(ஒருவர் பேசும்போது) நகைச் சுவை ததும்பச் சுவாரசியமாகவும் கேட்பவர் ரசிக்கும் விதத்திலும்;** (of speaking) humorously and engagingly. அவன் உள்ளே நுழைந்துவிட்டால் போதும். மணிக் கணக் கில் சிரிக்கச்சிரிக்கப் பேசிக்கொண்டிருப்பான்./ நேரில் சிரிக்கச்சிரிக்கப் பேசுகிறீர்கள். பின்னால் போய் எங்களைப் பற்றி என்ன சொல்வீர்கள் என்று தெரியவில்லையே.

சிரித்த முகம் பெ. **மகிழ்ச்சியான முகத்தோற்றம்;** pleasant facial expression. அம்மா எப்போதும் சிரித்த முகத் தோடு இருப்பார்கள்./ சிரித்த முகமாக இருப்பாரே, அவர்தான் உன் அண்ணனா?

சிரிப்பாய்ச் சிரி வி. (சிரிக்க, சிரித்து) (பே.வ.) **(பிறருடைய) ஏளனத்திற்கும் கிண்டலுக்கும் ஆளாதல்;** be brought into public ridicule; be a laughing stock. உங்கள் வீட்டு விவகாரம்தான் இந்தத் தெரு முழுக்கச் சிரிப்பாய்ச் சிரிக்கிறதே.

சிரிப்பு பெ. **1: (மகிழ்ச்சி, கேலி முதலியவற்றை வெளிப் படுத்தும் விதத்தில்) சிரிக்கும் செயல்;** laugh; laughter.

சிரிப்புக்காட்டு 556

அந்த இளைஞனின் வித்தியாசமான ஆடையலங்காரத்தைப் பார்த்ததும் எனக்குச் சிரிப்பு வந்தது./ அவளுடைய கலகலவென்ற சிரிப்பைத் தவறாக எடுத்துக்கொள்ளாதே! **2: (பிறர்) ஏளனத்தையும் கிண்டலையும் வெளிப்படுத்துவது;** laughter. அவருடைய நடத்தை ஊராரின் சிரிப்புக்கு இடமானது./ பிறர் சிரிப்புக்கு ஆளாகிற மாதிரி நடந்துகொள்ளாதே. **3: (திரைப்படம், நாடகம், பத்திரிகைகள் முதலியவற்றில்) நகைச்சுவை;** comedy. அப்பாவி வேடங்களில் நடித்துச் சிரிக்க வைப்பதில் கைதேர்ந்த சிரிப்பு நடிகர்/ சிரிப்பு நடிகை/ சிரிப்புக் கதை.

சிரிப்புக்காட்டு வி. *(-காட்ட, -காட்டி)* **(வேடிக்கையான பேச்சு, செய்கை மூலம்) சிரிப்பை உண்டாக்குதல்; சிரிக்க வைத்தல்;** make (s.o.) laugh (by mimicry, etc.,). அழுதுகொண்டிருந்த பிள்ளைக்குச் சிரிப்புக்காட்டினான்.

சிருங்காரம் பெ. **(நடனம், ஓவியம் போன்றவற்றில்) காதல், காமம் ஆகியவற்றின் வெளிப்பாடாக அமையும் ரசம் அல்லது பாவம் ;** sentiment of love. அந்த நடனக் கலைஞர் சிருங்காரத்தை அற்புதமாக வெளிப்படுத்தி நாட்டியம் ஆடினார்.

சிருஷ்டி[1] வி. *(சிருஷ்டிக்க, சிருஷ்டித்து)* **1: படைத்தல்; உருவாக்குதல்;** create; make; produce. ஒரு கவிதையை சிருஷ்டிப்பதில் உள்ள ஆனந்தம்!/ கடவுள் தன் சாயலிலேயே மனிதனை சிருஷ்டித்தார் என்று பைபிளில் கூறப்படுகிறது. **2:** *(அ.வ.)* **(ஒருவர் ஒன்றை) கற்பனையாகப் புனைந்து கூறுதல்;** fabricate. உண்மையைச் சொல், நீயாக சிருஷ்டித்துச் சொல்லாதே!

சிருஷ்டி[2] பெ. **படைப்பு;** creation. இலக்கிய சிருஷ்டி/ சிருஷ்டி வெறியில் எழுதியவை.

சிரேஷ்ட பெ.அ. **1:** *(அ.வ.)* **(பெரும்பாலும் திருமண அழைப்பிதழ் முதலியவற்றில்) (குழந்தைகளுள்) மூத்த; முதல்;** (of children) eldest; first (used in wedding in-vitations). சிரேஷ்ட புத்திரன்/ சிரேஷ்ட புத்திரி. **2:** *(இலங்.)* **(பதவி, நிலை போன்றவற்றில்) மூத்த;** senior. கல்லூரியின் சிரேஷ்ட மாணவர்கள்.

சிரேஷ்டர் பெ. *(அ.வ.)* **தலைசிறந்த மனிதர்;** noble person. தவ சிரேஷ்டர்களும் மெய்ஞானிகளும் பிறந்த நாடு இந்தியா.

சிரை[1] வி. *(சிரைக்க, சிரைத்து) (பே.வ.)* **(முடியை) நீக்குதல்; மழித்தல்;** remove (hair); shave. ஏன் மீசையைச் சிரைத்துவிட்டாய்?

சிரை[2] வி. *(சிரைக்க, சிரைத்து) (இலங்.)* **(ஆடையை) திரைத்தல்;** roll up. வீதியில் வெள்ளம் ஓடுவதால் வேட்டியைச் சிரைத்துக்கொண்டுதான் நடக்க முடியும்./ சாரத்தைத் தொடைகளுக்கு மேலாகச் சிரைத்துக்கொண்டு நின்றிருந்தான்.

சிரை[3] பெ. **உடலின் பிற பாகங்களிலிருந்து இருதயத்திற்கு இரத்தம் செல்வதற்கான மெல்லிய குழாய்;** vein.

சில்-என்று/-என்ற வி.அ./பெ.அ. **குளிர்ச்சியாக/ குளிர்ச்சியான;** feeling (very) chilly/chill. கையை வைக்க முடியாத அளவுக்குத் தண்ணீர் சில்லென்று இருந்தது./ சில்லென்று வீசிய காற்றால் உடல் நடுங்கியது./ சில்லென்று இருந்த தரையில் படுத்துவிட்டேன்./ அவனது சில்லென்ற கை என்மீது பட்டது.

சில்மிஷம் பெ. *(அ.வ.)* **(மற்றவருக்கு எரிச்சலை அல்லது வருத்தத்தை விளைவிக்கும் அளவிலான) குறும்பு; விஷமம்;** petty mischief.

சில்லரை பெ. காண்க: **சில்லறை.**

சில்லறை பெ. **1: நாணயம்; காசு;** (of money) coin. சட்டைப் பையில் சில்லறை குலுங்கியது. **2: (அதிக மதிப்புடைய ரூபாய் நோட்டை அல்லது நாணயத்தை மாற்றினால் கிடைக்கும்) குறைந்த மதிப்புடைய ரூபாய் நோட்டுகள் அல்லது நாணயங்கள்;** notes and coins (of smaller denominations); change. நூறு ரூபாய்க்குப் பத்து ரூபாயாகச் சில்லறை தரட்டுமா?/ ஐம்பது ரூபாய்க்குச் சில்லறை மாற்றிக்கொண்டு வா./ ஐந்து ரூபாய்க்குச் சில்லறை கிடைக்குமா?/ கடைக்காரருக்கு ஐம்பது காசு சில்லறை தர வேண்டும். என்னிடம் இரண்டு ரூபாய் நாணயம்தான் இருந்தது. **3:** *(பெரும்பாலும் பெயரடையாக)* **கடைகளின் மூலம் பொருள்களை (சிறுசிறு அளவுகளில்) நுகர்வோரிடம் நேரடியாக விற்கும் முறை;** retail (as opposed to whole-sale). சில்லறை வியாபாரம்/ சில்லறை விற்பனை/ சில்லறை வியாபாரிகள் சங்கம். **4: அற்பம்; சாதாரணம்; முக்கியம் இல்லாதது; உதிரி;** insignificant; trifle; stray; sundry. சில்லறை விஷயத்துக்காக மனத்தைப் போட்டு அலட்டிக் கொள்வாள்./ சில்லறைப் பூசல்கள்/ சில்லறைச் செலவுகள்/ சில்லறைப் பயல். **5:** *(பே.வ.)* **(தோராயமாகச் சொல்லும் போது) குறிப்பிடப்படும் அளவுக்குச் சற்றுக் கூடுதலாக இருக்கும் எண்ணிக்கையை அல்லது தொகையைக் குறிக்கப் பயன்படுத்தும் சொல்; சொச்சம்;** odd. போன மாதம் என்னிடம் நீ வாங்கிய ஆயிரத்துச் சில்லறையைத் திருப்பிக்கொடுக்க மறக்காதே./ இந்த நாவலின் எழுநூற்றுச் சில்லறை பக்கங்களையும் படிப்பதற்கு நிறைய பொறுமை வேண்டும்.

சில்லறைத்தனம் பெ. *(-ஆக)* **தகுதிக்குச் சற்றும் பொருந்தாத கீழ்த்தரம்; அற்பத்தனம்;** meanness. இவ்வளவு பெரிய பணக்காரர், இப்படிச் சில்லறைத்தனமாக நடந்து கொள்வார் என்று நான் எதிர்பார்க்கவில்லை./ பதவிக்கேற்ற நடத்தை வேண்டாமா! என்ன சில்லறைத்தனம் இது?

சில்லிடு வி. *(சில்லிட, சில்லிட்டு)* **1: (உடல், தரை, சுவர் போன்றவை வெப்பம் இழந்து) குளிர்தல்;** become chill or cold. இறந்த குழந்தையின் உடல் சில்லிட்டிருந்தது./ குளிரில் தரையெல்லாம் சில்லிட்டுப்போயிருந்தது. **2: (அதிர்ச்சியால் அல்லது பயத்தால்) உறைந்துபோவதைப் போன்ற உணர்வு ஏற்படுதல்;** give s.o. the creeps. கதாநாயகி கொல்லப்படும் காட்சியில் எனக்கு முதுகுத் தண்டு சில்லிட்டுவிட்டது.

சில்லு[1] பெ. **1: (கண்ணாடி, பீங்கான் முதலியவற்றின்) உடைந்த துண்டு;** broken piece (of glass, etc.,). கண்ணாடிச் சில்லுகளைப் பொறுக்கும்போது கையில் குத்தி இரத்தம் வழிந்தது. **2: (கருப்பட்டி, தேங்காய் முதலியவற்றின்) சிறு துண்டு; கீற்று;** slice (of a coconut, etc.,). கருப்பட்டியில் ஒரு சில்லு கொடு!/ இரண்டு தேங்காய்ச் சில்லு வாங்கிவந்து சட்னி அரைத்தாள். [*(தொ.சொ.)* **ஓடு/ கீற்று/ துண்டு/ பத்தை**] **3: (முழங்கால் மூட்டின் உள்ளிருக்கும்) வட்ட வடிவமான எலும்பு;** knee-cap. **4: (கணிப்பொறி போன்றவற்றில் இடம்பெறும்) மிக நுண்ணிய மின் சுற்றுப் பாதையை உடைய சிறு மின்னணுப் பொறி;** (in electronics) chip.

557 சிலாக்கியம்

சில்லு² பெ. (இலங்.) **(வாகனம், இயந்திரம், சாதனம் போன்றவற்றின்) சக்கரம்;** wheel. கார்ச் சில்லில் காற்றுப் போய்விட்டது./ கோயில் தேர்ச் சில்லு திரும்புவதற்குச் சறுக்குக் கட்டை போட்டனர்.

சில்லுக் கருப்பட்டி பெ. (வ.வ.) **(சுக்கு, ஏலக்காய் போன்றவை கலந்து தயாரிக்கப்படும்) சிறு வில்லை அளவில் இருக்கும் ஒரு வகைக் கருப்பட்டி;** spiced jaggery tablets made from palmyra sap.

சில்லுண்டி பெ. (பே.வ.) **அற்பமாகக் கருதப்படுவது; சாதாரணமானது;** meanness. சில்லுண்டிப் பயல்/ இந்தச் சில்லுண்டிக் காரியங்களுக்கெல்லாம் என்னைக் கூப்பிடா தீர்கள்.

சில்லுமூக்கு உடை வி. (உடைய, உடைந்து) **(பெரும் பாலும் சிறுவர்களுக்கு) மூக்கினுள் இருக்கும் மெல் லிய இரத்தக் குழாய் அறுபடுதல்;** (of children) bleed through the nose (as a result of the bursting of blood vessel).

சில்லெடு வி. (-எடுக்க, -எடுத்து) (இலங்.) **மிகுந்த சிரமத் துக்கு உள்ளாதல்; மிகவும் கஷ்டப்படுதல்;** struggle. ஒவ்வொரு நாளும் வேலைத் தளத்தில் நான் சில்லெடுக்க வேண்டியுள்ளது.

சில்லெடுப்பு பெ. (இலங்.) **கஷ்டமான வேலை;** job that needs hard work to complete. கூரை ஒழுகுவதை எளிதாகச் சரிசெய்ய இயலாது. அது பெரிய சில்லெடுப்பு./ நீ சில்லெ டுப்பாக இருக்கும் என்று தெரிந்துதானே இந்தப் பெரிய பொறுப்பை ஏற்றுக்கொண்டாய். சீக்கிரம் செய்துமுடி.

சில்லை பெ. **தினைக்குருவி;** munia.

சில்வண்டு பெ. காண்க: **சிள்வண்டு.**

சில பெ. **அதிகமாக இல்லாமல் குறைந்த எண்ணிக்கை யில் உள்ளவற்றைக் குறிப்பிடப் பயன்படுத்தும் சொல்;** some; a few. அவருடைய கதைகளுள் சிலவற்றை நான் படித்திருக்கிறேன்./ சில மணி நேரம்/ சில நாடுகள்/ சில தவறுகள்.

சிலகாலம் வி.அ. **கொஞ்ச காலம்;** (for a) short period. அவர் சிலகாலம் எங்களோடு பணிபுரிந்திருக்கிறார்.

சிலசமயம் வி.அ. **எப்போதாவது; சில தடவை;** at times; rarely. சிலசமயம் இது போன்ற தவறுகள் நிகழ்வதுண்டு.

சிலந்தி¹ பெ. **தன் உடலில் சுரக்கும் ஒருவிதத் திரவத் தைக்கொண்டு வலை பின்னுவதும் எட்டுக் கால்களை உடையதுமான சிறு பூச்சி; எட்டுக்கால் பூச்சி;** spider.

சிலந்தி² பெ. **(பெரும்பாலும் கால், கை, முதுகுப் பகுதி களில்) மிகுந்த வலியுடன் தோன்றிப் பருத்து, உடைந்து சீழ் வடியும் கட்டி;** abscess.

சிலந்தி வலை பெ. **தன் உடலில் சுரக்கும் ஒரு வகைச் சுரப்பைக் கொண்டு பூச்சிகளைச் சிக்க வைக்கச் சிலந்தி பின்னும் வலை போன்ற அமைப்பு;** cobweb.

சிலந்தி வலை

சிலநேரம் வி.அ. **சிலசமயம்;** at times. சிலநேரம் அவர் பேசுவது எல்லாம் வேடிக்கையாக இருக்கும்./ சிலநேரம் வாழ்க்கையே வெறுத்துப்போய் விடும்போல் இருக்கிறது.

சிலபல பெ.அ. **(ஒன்றைத் தொகுத்துக் கூறும்போது) அதிகம் என்றோ குறைவு என்றோ கூற முடியாத அளவில் வேறுபட்ட அல்லது மாறுபட்ட கூறுகளைக் கொண்ட;** (while referring to sth. collectively) neither too few nor too many but an assortment. அவரால் எனக் குச் சிலபல நன்மைகள் ஏற்பட்டன என்பது உண்மை தான்./ சிலபல மாறுபாடுகளுக்குப் பிறகு கட்டடம் புதி தாகக் காட்சியளித்தது.

சிலம்பம் பெ. **கழியைக் கைகளால் பிடித்து முன்னும் பின்னும் பக்கவாட்டிலும் சுழற்றித் தாக்கவும் தாக்கு தலைத் தடுக்கவும் பயிலும் (தமிழ்நாட்டில் நெடுங் காலமாக இருக்கும்) கலை;** a kind of martial art where fencing is done with a staff. சிலம்பம் கற்ற ஒருவரால் பத்துப் பேரைக்கூட ஒரே சமயத்தில் சமாளிக்க முடியும்.

சிலம்பம்

சிலம்பமாடு வி. (-ஆட, -ஆடி) **(சண்டையில் அல்லது விளையாட்டுக்காக) சிலம்பக் கழியை முறைப்படி சுழற்றுதல்;** brandish a staff. கோயில் திருவிழாக்களில் துள்ளித்துள்ளிச் சிலம்பமாடுவார்கள்.

சிலம்பன் பெ. **தவிட்டுக்குருவி;** babbler.

சிலம்பாட்டம் பெ. காண்க: **சிலம்பம்.**

சிலம்பு பெ. **உள்ளீடற்ற வளையத்தினுள் கல் போன்ற வற்றால் ஒலி எழுப்பக்கூடியதாகச் செய்யப்பட்ட, தண்டை போன்ற (முற்காலத்தில் பெண்கள் காலில் அணிந்த) அணி;** tinkling anklets (worn by women in former times).

சிலமன் பெ. (இலங்.) **அறிகுறி;** indication. மழை வரும் சிலமனாக இருக்கிறது./ அவர் வெளிக்கிடுவதற்கான சில மனே காணவில்லை.

சிலர் பெ. **சில நபர்கள்; (ஒப்பிடும்போது) எண்ணிக்கை யில் குறைந்தவர்கள்;** a few persons; some. சிலர் எதிர்ப்ப தால் திட்டத்தையே விட்டுவிட முடியுமா?

சிலாக்கியம் பெ. (அ.வ.) **(ஒப்பிடும்போது அல்லது ஒரு சூழலில் ஒன்று) சிறந்தது; நல்லது;** sth. better. வெளியூர் வரனைவிட உள்ளூர் வரனே சிலாக்கியம்./ பேசினால் வம்பு. அதனால் பேசாமல் இருப்பது சிலாக்கியம்.

சிலாகி 558

சிலாகி வி. (சிலாகிக்க, சிலாகித்து) **(ஒன்றை அல்லது ஒருவரைப் பற்றி) பாராட்டியோ நெகிழ்ந்தோ சொல் லுதல் அல்லது நினைத்தல்;** praise. 'சின்னப் பையன், என்ன அழகாக வயலின் வாசிக்கிறான்!' என்று சிலாகித் தார்./ என்ன, உன் கவிதையை நீயே சிலாகித்துக்கொண்டி ருக்கிறாயா?

சிலாகிப்பு பெ. (அ.வ.) **புகழ்ச்சி;** praise; adulation.

சிலாகை பெ. (இலங்.) **(தென்னை, பனை, கமுகு போன்ற மரங்களிலிருந்து) கூரை வேய்வதற்காகச் சட்டமாக அறுத்த துண்டு;** rafter. சிலாகைகளை நெருக்க மாக அடித்து ஓடு போடு./ சிலாகை உக்கிப்போய்விட்டது. கூரைக்குப் புதுச் சிலாகை அடிக்க வேண்டும்.

சிலாசாசனம் பெ. (அ.வ.) **கல்வெட்டு;** (stone) inscription.

சிலாம்பு பெ. (ஊரக வ.) **(விறகில் அல்லது கட்டையில்) கூர்கூராக (கம்பிபோல்) நீட்டிக்கொண்டிருக்கும் துண்டு; சிராய்;** splinter (of firewood, etc.,). விறகைத் தூக்கும்போது கையில் சிலாம்பு ஏறிவிட்டது.

சிலாரூபம் பெ. காண்க: **சிலாவிக்கிரகம்.**

சிலால் பெ. (ஊரக வ.) **(மீனின் தலைப் பகுதியில்) இடதுபுறமும் வலதுபுறமும் சுவாசத்துக்காக இருக்கும் சிறிய திறப்பும் அதை மூடியிருக்கும் செதிள்களும்;** fish's gills and the case of scales covering them. சிலால் வழியே ஒரு கோரையை நுழைத்து அதை வாய் வழியாக இழுத்துத் தூண்டிலில் பிடிபட்ட மீன்களைக் கோத்து எடுத்துச்செல்லலாம்.

சிலாவிக்கிரகம் பெ. **(கோயிலில் இருக்கும்) கற்சிலை;** stone idol in a temple.

சிலிர் வி. (சிலிர்க்க, சிலிர்த்து) 1: **(குளிர், பயம் முதலிய வற்றால் மயிர்க்கால்கள் சிறிது புடைத்து) கை, கால் முடிகள் படிந்த நிலையிலிருந்து சற்று மேலே நீளு தல்/அப்படி நீளச் செய்தல்;** get the gooseflesh. குளிரால் உடலில் இருந்த ரோமங்கள் சிலிர்த்து நின்றன./ சிங்கம் எழுந்து நின்று பிடரியைச் சிலிர்த்துக்கொண்டது. 2: **(உடல் அல்லது உள்ளம்) கிளர்ச்சி அடைதல்;** be thrilled (by religious or aesthetic experience). அந்தத் தெய்வீக இசை யைக் கேட்டு உடம்பு சிலிர்த்தது./ (உரு வ.) உள்ளம் சிலிர்க்கச் செய்யும் அனுபவம்.

சிலிர்ப்பு பெ. 1: **(குளிர், பயம் முதலியவற்றால்) மயிர்க் கால்கள் சிறிது புடைத்து, கை, கால் முடிகள் படிந்த நிலையிலிருந்து சற்று மேலே எழும்பிய நிலை;** horripilation. கனவு கண்டு பயந்தவன் ஒருவிதச் சிலிர்ப்புடன் விழித்தெழுந்தான். 2: **(உடல் அல்லது உள்ளம் அடை யும்) கிளர்ச்சி உணர்வு;** excitement. தன் காதலியைப் பார்க்கப் போகிறோம் என்ற நினைவே அவனுடைய உள்ளத்தில் ஒரு சிலிர்ப்பை ஏற்படுத்தியது.

சிலுசிலு-என்று வி.அ. **(காற்று உடலுக்கு இதம் தரும் அளவுக்கு) குளிர்ச்சியாக;** (of breeze) with an enjoyable coolness. வேப்ப மர நிழலில் காற்று சிலுசிலுவென்று வீசு கிறது.

சிலுப்பா பெ. (இலங்.) **(ஆண்கள்) கழுத்து வரையிலும் வளர்த்திருக்கும் நீண்ட தலைமுடி;** (of man) hair up to one's shoulders. பாட்டுக்காரர்போல சிலுப்பா வைத்துக் கொண்டிருப்பானே, அவன்தான் உன் மகனா?

சிலுப்பு வி. (சிலுப்ப, சிலுப்பி) 1: **(முடி, இறகு முதலிய வற்றை) பக்கவாட்டில் வேகமாக அசைத்தல்; உதறு தல்;** shake vigorously (the hair, feathers, etc.,). அவன் ஈரத் தலையைச் சிலுப்பியதில் தண்ணீர்த் துளிகள் தெறித் தன./ தண்ணீரில் விழுந்த கோழி வெளியில் வந்து சிலுப்பிக்கொண்டது. 2: **(தயிர், மோர் முதலியவற்றை) மேலாகக் கடைதல்;** churn lightly (curd, buttermilk, etc.,). கெட்டித் தயிரைச் சிலுப்பி வேறு பாத்திரத்தில் ஊற்றி னாள்./ மோரைக் கொஞ்சம் சிலுப்பிக் கொண்டுவா. 3: (ஊரக வ.) **அலட்டுதல்;** show off. ரொம்பவும் சிலுப் பாதே!/ அவள் சிலுப்பிக்கொண்டு திரிகிறாள்.

சிலும்பி பெ. **கஞ்சாவை அடைத்துப் புகைப்பதற்குப் பயன்படுத்தும் சிறிய குழாய் போன்ற பொருள்;** pipe used to smoke cannabis.

சிலும்பு வி. (சிலும்ப, சிலும்பி) (ஊரக வ.) **(முடி) படியா மல் நீண்டு நிற்றல்;** (of hair on the head) be sticking out. அவன் முடி சிலும்பியிருந்தது.

சிலுவை பெ. (கிறித்.) **நீண்ட மரச் சட்டத்தின் மேற் பகுதிக்குச் சற்றுக் கீழே இரு பக்கமும் சம அளவுள்ள குறுக்குச் சட்டம் பொருத்தப்பட்ட, இயேசு கிறிஸ்து அறையப்பட்ட அமைப்பு;** the Holy Cross.

சிலுவைபோடு வி. (-போட, -போட்டு) (கிறித்.) காண்க: **சிலுவையிடு.**

சிலுவையிட்டுக்கொள் வி. (-கொள்ள, -கொண்டு) (கிறித்.) **சிலுவைக் குறியைத் தன் நெஞ்சில் இட்டுக் கொள்ளுதல்;** cross oneself.

சிலுவையிடு வி. (-இட, -இட்டு) (கிறித்.) 1: **நெற்றியில் தொடங்கி மார்புவரையிலும் பின்னர் இரண்டு தோள் பகுதியிலும் சிலுவையைக் குறிக்கும் வகையில் கையைக் கொண்டுசெல்வதன் மூலம் தந்தை, மகன், தூய ஆவியை நினைவுகூர்தல்;** make the sign of the cross; cross (oneself). குரு சிலுவையிட்டு வழிபாட்டை முடித் தார். 2: **ஒருவர் முகத்துக்கு முன் சிலுவைக் குறியை இடுதல்;** make the sign of cross. தன் மகளின் கண்ணீரைத் துடைத்துவிட்டு அவள் நெற்றியில் சிலுவையிட்டாள்.

சிலுவையில் அறை வி. (அறைய, அறைந்து) **(முற்காலத் தில் சில நாடுகளில் மரண தண்டனையாகக் குற்ற வாளியை) கைகளிலும் கால்களிலும் ஆணி அடித்துச் சிலுவையில் தொங்கவிடுதல்;** crucify.

சிலேட்டு பெ. **(சிறுவர் எழுதப் பயன்படுத்தும்) பெரும் பாலும் செவ்வக வடிவத்தில் சட்டம் பொருத்தப்பட்ட கருநிற மாக்கல் அல்லது தகரம்;** slate (for children to write on).

சிலேட்டுக் குச்சி பெ. **சிலேட்டில் எழுதப் பயன்படும் குச்சி வடிவக் கல்; பலப்பம்;** pencil-like stone to write with on a slate.

சிலேட்டு பென்சில் பெ. (இலங்.) **சிலேட்டுக் குச்சி;** pencil-like stone to write with on a slate.

சிலேட்டுமம் பெ. *(சித்த.)* **கபம்;** phlegm.

சிலேடை பெ. **1: சொல் அல்லது சொற்றொடர் பல பொருள் தருமாறு அமையும் வகையில் இயற்றும் செய்யுள்;** (in poetry) paronomasia. **2:** *(-ஆக)* **மேலோட்டமான பொருள் தவிர்த்து வேறு உட்பொருள் தொனிக்கும்படி அமைவது;** pun; innuendo. அவன் சிலேடையாகப் பேசுவதில் வல்லவன்.

சிலை பெ. **கல்லில் செதுக்கப்பட்ட அல்லது உலோகத்தை உருக்கி வார்த்த உருவம்;** statue; idol. காந்தி சிலை/ பஞ்சலோகத்தில் சுவாமி சிலை. [*(தொ.சொ.)* **உருவம்/ சிற்பம்/ சுரூபம்/ பதுமை/ பொம்மை**]

சிவ வி. *(சிவக்க, சிவந்து)* **1: சிவப்பு நிறம் அடைதல்;** become red; blush. கோபத்தில் முகம் சிவக்கப் பேசினார்./ அந்தி வெயிலால் வானம் சிவந்து காணப்பட்டது. **2: (எண்ணெயில் அப்பளம், வடை போன்றவை வெந்து) பொன்னிறம் அடைதல்;** (of things fried in oil) become brown. வடை சிவந்ததும் எடுத்துவிடு./ முறுக்கு இன்னும் கொஞ்சம் சிவக்கட்டும். **3:** *(ஊரக வ.)* **(நோயினால் பாதிக்கப்பட்ட பயிர்) திட்டுத்திட்டாகச் சிவப்பு நிறத்துடன் காணப்படுதல்;** (of crops) redden. பாதிப் பயிர் சிவந்து விட்டது. என்ன விளையப்போகிறது?

சிவகணம் பெ. **(புராணங்களில்) சிவபெருமானின் பரிவாரம்;** (in puranas) celestial guards of Siva.

சிவப்பணு பெ. **பிராணவாயுவை உடலின் பல பகுதிகளுக்கும் எடுத்துச்செல்ல இரத்தத்தில் உள்ள சிவப்பு நிறம் கொண்ட உயிரணு;** red blood cell; red corpuscle.

சிவப்பழம் பெ. **சிவபக்தியில் திளைத்து உடம்பெங்கும் விபூதிப் பட்டையோடு இருக்கும் தோற்றம்;** embodiment of total devotion to Lord Siva. சிவப்பழமாகக் காட்சியளிக்கும் இவர்தான் உன் தாத்தாவா?

சிவப்பி பெ. *(இலங்.)* **சிவப்பாக இருக்கும் பெண்;** woman of fair complexion. மாப்பிள்ளை சிவலையாக இருக்கின்றார். அதற்கேற்றாற்போல் பொம்பளையும் நல்ல சிவப்பி.

சிவப்பு பெ. **1: இரத்தம், குங்குமம் முதலியவற்றைப் போன்ற நிறம்;** red (colour). **2:** *(ஒருவருடைய நிறத்தைக் குறிப்பிடும்போது)* **(கறுப்பு என்பதன் எதிரிடையாக) வெளிர் நிறம்;** fair complexion. என் அம்மா நல்ல சிவப்பாக இருப்பாள்./ குழந்தை அம்மாவைப் போல் சிவப்பு./ மாப்பிள்ளை சிவப்பு என்று சொல்ல முடியாது, மாநிறம் தான்.

சிவப்பு அட்டை பெ. **(கால்பந்து, ஹாக்கி போன்ற விளையாட்டுகளில்) ஏற்கனவே எச்சரிக்கப்பட்ட ஆட்டக்காரரைக் களத்திலிருந்து வெளியேற்ற நடுவர் காட்டும் சிவப்பு நிற அட்டை;** (in football, hockey) red card.

சிவப்பு ஆடு பெ. *(வ.வ.)* **செம்மறியாடு;** sheep.

சிவப்புக் கப்பி பெ. **உடைத்துப் பரப்பிச் சாலை போடப் பயன்படுத்தும், சிவப்பும் மஞ்சளும் கலந்த நிறத்திலிருக்கும் இறுகிய மண்;** laterite (used for making road). தார்ச் சாலையிலிருந்து கிராமத்திற்குச் செல்ல ஒரு சிவப்புக் கப்பிச் சாலை உள்ளது./ மண் சாலையில் சிவப்புக் கப்பி போட்டிருக்கிறார்கள்.

சிவப்புக் கம்பளம் விரி வி. *(விரிக்க, விரித்து)* **(உற்சாகமாக வரவேற்று) வாய்ப்பளித்தல்;** provide readily an opportunity. அவனுடைய திறமையையும் அறிவையும் பார்த்துவிட்டுப் பன்னாட்டு நிறுவனங்கள் பல அவனுக்குச் சிவப்புக் கம்பளம் விரித்தன./ திரைப்படத் துறை அனைவருக்கும் சிவப்புக் கம்பளம் விரித்துவிடுவதில்லை.

சிவப்புக் கம்பள வரவேற்பு பெ. **(பிறநாட்டுத் தலைவர் போன்ற முக்கிய விருந்தினருக்கும் சாதனைகள் புரிந்த வீரர்களுக்கும் அளிக்கப்படும்) சகல மரியாதைகளோடு கூடிய உற்சாகமான வரவேற்பு;** red-carpet welcome; grand welcome. உலகக் கோப்பையை வென்று திரும்பிய இந்தியக் கபடி அணியினருக்குச் சிவப்புக் கம்பள வரவேற்பு அளிக்கப்பட்டது.

சிவப்புக்கல் பெ. **ரத்தினம்; கெம்பு;** ruby. சிவப்புக்கல் மூக்குத்தி.

சிவப்புக் காவி பெ. **சிமெண்டுடன் கலந்து தரைக்கு வண்ணம் கொடுக்கப் பயன்படும் பொடி;** red oxide. சிவப்புக் காவியில் தரைபோட்டால் எடுப்பாக இருக்கும்.

சிவப்புக் குருவிக்கார் பெ. *(ஊரக வ.)* **மணல் கலந்த களிமண் நிலங்களுக்கு ஏற்ற, மானாவாரியிலும் விளைச்சல் தரக்கூடிய, மற்ற ரகங்களைவிடக் கூடுதல் எடை உள்ள நெல் மணிகளைத் தரும், பாரம்பரிய நெல் வகைகளில் ஒன்று;** a traditional variety of rice suitable for sandy clay soil, also yielding well in rain-fed areas, and yielding grains heavier than those of other varieties.

சிவப்புச் செம்மண் பெ. **1:** *(மண்.)* **பச்சை மட்பாண்டங்களைச் சூளையில் இடுவதற்கு முன் தண்ணீரில் கரைத்து நிறத்துக்காகப் பூசும் அடர் சிவப்பு மண்;** dark red soil or slip made by mixing this soil with water for decorating mud vessels before they are stacked in potter's kiln for baking. **2: கோலம் போடுவதற்கும் கோயில் அல்லது வீட்டுச் சுவர்களில் பட்டையாகப் பூசுவதற்கும் பயன்படும் அடர் சிவப்பு மண்;** dark red soil used for drawing கோலம் and for applying on the walls of temples and houses.

சிவப்புநாடா பெ. **பணி, திட்டம், நிர்வாக முடிவுகள் போன்றவற்றைத் தாமதப்படுத்தும் அரசின் விதிமுறைகள்;** red tape. உயர் அதிகாரி உதவும் மனம் கொண்டவராக இருந்ததால், சிவப்புநாடாத் தொல்லை இல்லாமல் அப்பாவின் ஓய்வூதியத்தை எளிதாகப் பெற முடிந்தது.

சிவப்பு முள்ளங்கி பெ. **வெளிர் சிவப்பு நிறத்தில் இருக்கும் முள்ளங்கி வகை;** pink radish.

சிவப்பு வல்லூறு பெ. **கண்ணின் கீழே கறுப்பு வரியுடனும், செம்பழுப்பு நிற இறக்கைகளுடனும், வெளிர் பழுப்பு நிற மார்புப் பகுதியுடனும், கறுப்புப் புள்ளிகளுடனும் காணப்படும் இரைகொல்லிப் பறவை;** common kestrel. சிவப்பு வல்லூறில் ஆண் பறவையின் வால் சாம்பல் நிறத்தையும், பெண் பறவையின் வால் செம்பழுப்பு நிறத்தில் கறுப்புப் பட்டைகளையும் கொண்டிருக்கும்.

சிவப்பு விளக்கு பெ. **ஆபத்தை அறிவிக்கும் அல்லது (போக்குவரத்தில்) வாகனங்கள் நிற்க வேண்டும் அல்லது (சோதனைக்கூடம், அறுவைச் சிகிச்சை நடக்கும்**

சிவப்பு விளக்குப் பகுதி 560

இடம் ஆகியவற்றின்) உள்ளே வரக் கூடாது என்பதை அறிவிக்கும் சிவப்பு நிற விளக்கு; red light.

சிவப்பு விளக்குப் பகுதி பெ. பாலியல் தொழிலில் ஈடுபடும் பெண்கள் உள்ள பகுதி; red-light district.

சிவபதம் அடை வி. (அடைய, அடைந்து) (சைவர்களிடையே மங்கல வழக்காகக் கூறும்போது) இறத்தல்; சிவனடிசேர்தல்; (among Saivaites, euphemistically) die; pass away.

சிவபூதகண வாத்தியங்கள் பெ. (சிவன் கோயிலில் பூசையின்போது அல்லது உற்சவத்தின்போது வாசிக்கப்படும்) கொம்பு, எக்காளம், சங்கு, தாளம், தவண்டை, திருச்சின்னம் போன்ற இசைக்கருவிகள்; the musical instruments such as horn, cornet, conch, etc., (played during worship or procession in Siva temples).

சிவபெருமான் பெ. காண்க: சிவன்.

சிவம் பெ. 1: தூய அறிவுருவாக இருக்கும் இறைவன்; god as pristine knowledge. 2: கடவுள்; god. அன்பே சிவம்.

சிவராத்திரி பெ. 1: (மாசி மாதத்தில்) விரதமிருந்தும் விழித்திருந்தும் சிவனை வழிபடும் இரவு; keeping awake and spending the night offering prayers to Siva (in the month of மாசி). சிவராத்திரி என்பதால் இன்று இரவு முழுதும் கோயில் திறந்திருக்கும். 2: (சூழ்நிலையின் நிர்ப்பந்தம் காரணமாக) இரவில் விழித்திருக்க வேண்டிய நிலை; sleepless night. குழந்தை இரவு முழுவதும் அழுதுகொண்டே இருந்ததால் நேற்று எங்களுக்குச் சிவராத்திரிதான்.

சிவலிங்கம் பெ. (சைவர்கள்) சிவனின் உருவமாகக் கருதி வழிபடும் லிங்கம்; image symbolizing Siva.

சிவலை பெ. (இலங்.) (மனிதர்களின் நிறத்தைக் குறிக்கும்போது) சிவப்பு; (while referring to the complexion of human beings) fair complexion. மாப்பிள்ளை நல்ல சிவலையாக இருக்கிறார்.

சிவலை நிறம் பெ. (இலங்.) காண்க: சிவலை.

சிவலோகம் பெ. (புராணத்தில்) சிவனின் இருப்பிடமாகக் கூறப்படும் மேலுலகம்; (in puranas) abode of Siva.

சிவன் பெ. (இந்து மதத்தில்) அழித்தல் தொழிலுக்கு உரிய இறைவன்; Siva, the god responsible for the dissolution of the universe. சிவன் கோயிலுக்கு எதிரே ஒரு கல்யாண மண்டபம் உள்ளது./ சிவன் சன்னிதியில் நல்ல கூட்டம்.

சிவனடிசேர் வி. (-சேர, -சேர்ந்து) (சைவர்களிடையே மங்கல வழக்காக) இறத்தல்; (among Saivaites, euphemistically) die; pass away.

சிவனே-என்று வி.அ. (பே.வ.) 1: எதிலும் தலையிடாமல்; எதுவும் செய்யாமல்; without interfering. அங்கு என்ன நடந்தால் உனக்கு என்ன, சிவனேயென்று பார்த்துக்கொண்டிருக்க வேண்டியதுதானே./ வயதான காலத்தில் சிவனேயென்று வீட்டில் இருக்காமல் ஏன் இப்படி அலைகிறீர்கள்? 2: எதிர்க்காமல் மௌனமாக; அடங்கி; without reacting. அவர் திட்டியதையெல்லாம் சிவனேயென்று கேட்டுக்கொண்டிருந்தான்.

சிவாச்சாரியார் பெ. சைவ ஆகமங்களில் பயிற்சி பெற்று சிவன் கோயில்களில் பூஜை, கும்பாபிஷேகம் முதலியவற்றைச் செய்பவரின் பட்டப்பெயர்; an honorific title of one who is well versed in சைவ ஆகமங்கள் and one who performs பூஜை and கும்பாபிஷேகம் in siva temples.

சிவிகை பெ. (உ.வ.) பல்லக்கு; palanquin.

சிவிங்கிப்புலி பெ. சிறுத்தை; leopard.

சிவிங்கிப் பூனை பெ. சிறுத்தைப் பூனை; leopard cat.

சிள்வண்டு பெ. (மரப் பட்டைகளில் காணப்படும்) நீண்ட நேரம் விடாது சத்தம் எழுப்பும், சாம்பலும் பழுப்பும் கலந்த நிறத்தில் இருக்கும் ஒரு வகைப் பூச்சி; cicada.

சிற்சில பெ.அ. (உ.வ.) அளவில் குறைவான; slight or minor. சிற்சில மாற்றங்களுடன் உங்கள் கதை அடுத்த வாரம் வெளிவரும்.

சிற்சிலர் பெ. ஒருசிலர்; a few persons; some persons. சிற்சிலருக்கு மட்டும் வயதான காலத்தில் முகப்பரு வருகிறது.

சிற்பம் பெ. கல், மரம் ஆகியவற்றில் கலையுணர்வுடன் செதுக்கப்பட்ட உருவம்; சிலை; sculpture. மகாபலிபுரத்தில் உள்ள சிற்பங்கள் உலகப் புகழ்பெற்றவை./ அருவச் சிற்பங்கள். [(தொ.சொ.) உருவம்/ சிலை/ சுரூபம்/ பதுமை/ பொம்மை]

சிற்பி பெ. சிலை, சிற்பம் ஆகியவற்றை உருவாக்குபவர்; sculptor; stone carver. புகழ்பெற்ற சிற்பி உருவாக்கிய திருவள்ளுவர் சிலை கன்னியாகுமரியில் உள்ளது./ (உரு வ.) இளம் தலைமுறையினரே வருங்கால இந்தியாவின் சிற்பிகள்.

சிற்றப்பன் பெ. (அ.வ.) சித்தப்பா; father's younger brother.

சிற்றரசன் பெ. (முற்காலத்தில்) ஒரு பேரரசின் மேலாண்மைக்குக் கீழ்ப்பட்டுக் கப்பம் செலுத்தி ஒரு நிலப் பகுதியை ஆண்ட அரசன்; chieftain (who accepted the overlordship of a king in former times); feudatory.

சிற்றரசு பெ. ஒரு பேரரசின் மேலாண்மைக்குக் கீழ்ப்பட்டு ஆண்ட அரசனின் ஆளுகையில் இருந்த நிலப் பகுதி; feudatory.

சிற்றலை பெ. மூன்று மெகா ஹெர்ட்ஸைவிட அதிக அலைவரிசையைக் கொண்ட மின்காந்த அலை; short wave.

சிற்றறிவு பெ. (அடக்கத்துடன் அல்லது கேலியாகக் கூறும்போது) (ஒருவருக்கு இருக்கும்) குறைந்த அறிவு; (an expression of deference or sarcasm) limited knowledge. என்னுடைய சிற்றறிவுக்கு எட்டியவரையில் தாங்கள் சொல்லும் தலைப்பில் ஒரு நூல் தமிழில் இல்லை.

சிற்றன்னை பெ. (உ.வ.) சித்தி; father's second wife; stepmother.

சிற்றாடை பெ. (அ.வ.) (ஒரு சுற்று மட்டுமே வரும் வகையில்) இளம் பெண்கள் கட்டிக்கொள்ளும், அளவில் குறைந்த சேலை; தாவணி; small saree worn by girls; (in India) half-saree.

சிற்றாலயம் பெ. (கிறித்.) பள்ளிக்கூடம், பெரிய மருத்துவமனை, சிறைச்சாலை, கல்லறைத் தோட்டம் போன்றவற்றில் இருக்கும் சிறிய தேவாலயம்; chapel.

சிற்றாள் பெ. காண்க: சித்தாள்.

அ ஆ இ ஈ உ ஊ எ ஏ ஐ ஒ ஓ ஔ ஃ

சிற்றிதழ் பெ. **வணிக நோக்கம் இல்லாமல் புதிய கருத்துகள், போக்குகள், சோதனை முயற்சிகள் கொண்ட படைப்புகளுடன் நடத்தப்படும், குறைந்த எண்ணிக்கையிலான வாசகர்களைச் சென்றடையும் இதழ்; சிறு பத்திரிகை;** little magazine. சிற்றிதழ்களுக்கு எப்போதும் குறைந்த அளவு வாசகர்களே இருக்கின்றனர்./ இப்போதெல்லாம் சிற்றிதழ்களில் எழுதுபவர்களுக்கு வெகுஜனப் பத்திரிகைகளில் எழுதும் வாய்ப்புக் கிடைக்கிறது.

சிற்றிலக்கியம் பெ. **காவியங்கள் அளவுக்கு உள்ளடக்கம், விரிவு, இலக்கிய நயம் போன்றவை இல்லாத 96 வகையான சிறுசிறு (இடைக்கால) தமிழ் இலக்கிய வகைகளுள் ஒன்று; பிரபந்தம்;** minor literary genre in Tamil.

சிற்றிலை பெ. **கூட்டிலையின் பகுதியாக அமைந்திருக்கும் சிறிய இலை;** leaflet (of a compound leaf).

சிற்றின்பம் பெ. **1: (குறைத்துக் கூறும் வகையில்) உலக வாழ்வில் பெறும் இன்பம்;** earthly pleasures. சிற்றின்பத்தை விடுத்துப் பேரின்பத்தை நாட வேண்டும் என்று சமய நூல்கள் கூறும். **2: உடலுறவில் பெறும் இன்பம்;** sexual pleasure.

சிற்றினம் பெ. **தங்களுக்குள் இனப்பெருக்கம் செய்துகொள்ளக்கூடிய, அடையாளத்தை உணரக்கூடிய அளவுக்கு ஒத்த பண்புகளைக் கொண்ட உயிரினங்களை உள்ளடக்கிய, (உயிரின வகைப்பாட்டில்) சிறிய பிரிவு;** species.

சிற்றுண்டி பெ. **இட்லி, வடை போன்ற உணவு வகை; பலகாரம்;** tiffin; eatables such as இட்லி, வடை, etc.,; snack. ருசியான சிற்றுண்டிக்கு நாக்கு ஏங்கியது./ காலைச் சிற்றுண்டி. [*(தொ.சொ.)* **ஆகாரம்/ இரை/ உணவு/ ஊண்/ சாப்பாடு/ தின்பண்டம்/ தீனி**].

சிற்றுண்டிச்சாலை பெ. **சிற்றுண்டியும் காப்பி போன்ற பான வகைகளும் கிடைக்கும் இடம்;** snack bar; canteen.

சிற்றுந்து பெ. **வழக்கமான பொதுப் போக்குவரத்துப் பேருந்தைவிட அளவில் சிறியதாக, குறைவான இருக்கைகள் கொண்ட பேருந்து வகை;** mini-bus.

சிற்றூர் பெ. **சிறிய ஊர்; கிராமம்;** small town. இந்தச் சிற்றூரில் எந்த மருத்துவ வசதியும் கிடையாது./ நாடகங்களின் செல்வாக்கை இன்றும் சிற்றூர்களில் காணலாம்./ தமிழக அரசு பல சிற்றூர்களுக்கும் பேருந்து வசதியை ஏற்படுத்தித் தந்துள்ளது.

சிற்றூராட்சி பெ. **கிராமப் பஞ்சாயத்து;** village panchayat.

சிற்றூழியர் பெ. *(இலங்.)* **ஒரு அலுவலகத்தில் கூட்டுவது, துடைப்பது போன்ற வேலைகளைச் செய்ய நியமிக்கப்பட்டவர்;** member of office staff employed to do work such as sweeping, cleaning etc.,. சிற்றூழியர் வேலைநிறுத்தம் செய்ததால் மேசை துடைப்பதற்குக்கூட ஆள் கிடையாது. / புதிதாக வந்துள்ள திணைக்கள அதிகாரி சிற்றூழியர்களிடம் அன்பாகப் பழகுவார்.

சிற்றெறும்பு பெ. **(கடித்தால் வலி ஏற்படுத்தும் ஒரு வகை) சிறிய பழுப்பு நிற எறும்பு;** small red ant.

சிற வி. (சிறக்க, சிறந்து) **உயர்ந்த நிலையைப் பெறுதல்; சிறப்பாக அமைதல்;** be eminent; be illustrious; flourish. உன் வாழ்வு மேன்மேலும் சிறக்கட்டும் என்று வாழ்த்தினார்./ மேலான மொழி வெளிப்பாட்டினாலும் படைப்புத் திறனாலும்தான் ஒரு இலக்கிய வடிவம் சிறக்கிறது./ விழா சிறக்க வாழ்த்துகள்.

சிறகி பெ. **நீர்நிலைகளில் காணப்படுவதும் கூட்டமாகப் பறந்து செல்வதுமான வாத்து இனத்தைச் சேர்ந்த ஒரு வகைப் பறவை;** common teal.

சிறகு பெ. **1: இறக்கை;** (of birds) wing; plumage. சிறகு ஒடிந்த பறவைபோல/ *(உரு வ.)* கற்பனைச் சிறகு விரித்துப் பறந்தான். **2: (கட்டப்பட்ட ஒரு அமைப்பில்) இரு பிரிவாக இருப்பவற்றுள் ஒன்று;** one of a two-part structure. உங்கள் வீட்டுக் கதவு ஒற்றைச் சிறகா, இரட்டைச் சிறகா?/ வீட்டின் விசாலமான இரு சிறகுகளிலும் சிலம்பக் கூடம் அமைந்திருந்தது./ தெருவின் இரண்டு சிறகுகளிலும் ஒரே மாதிரியான வீடுகள். **3:** *(இலங்.)* **ஒரு பனை ஓலையில் பாதி;** half of the palmyra leaf split along the rib. சிறுவர்கள் பனை ஓலைச் சிறகு எடுத்துப் பாம்பு செய்து விளையாடிக்கொண்டிருந்தார்கள்./ தங்கை எல்லாப் பனை ஓலையையும் சிறகு ஆக்கிவிட்டாள்.

சிறகுப்பந்து பெ. காண்க: **இறகுப்பந்து.**

சிறங்கை பெ. **(அளவிட்டுக் கூறும்போது) குழிந்த ஒரு கையில் அள்ளும் அளவு; ஒரு கையளவு;** a handful. மாட்டுக்கு வைக்கும் கழுநீரில் ஒரு சிறங்கை உப்பு போடு./ ஒரு சிறங்கை தண்ணீர் அள்ளிக் குடித்தாள்.

சிறந்த பெ.அ. **(தரத்தில்) உயர்ந்த; (பலவற்றுள்) மேலான; சிறப்பான;** (in quality) best; (out of many) eminent. சிறந்த பத்துச் சிறுகதைகள்/ தவறுகளை மன்னித்து மறந்துவிடுவதுதான் இவருடைய சிறந்த குணம்.

சிறப்பாசிரியர் பெ. **1: பத்திரிகையின் குறிப்பிட்ட இதழை மட்டும் தொகுத்து வெளியிடும் பொறுப்பை ஏற்பவர்;** guest editor (of a journal). **2: அழைப்புக்கு இணங்கிப் பெருமைப்படுத்தும் விதத்தில் ஆசிரியராக இருப்பவர்; கௌரவ ஆசிரியர்;** honorary editor. **3: (பள்ளிகளில்) மொழி, கணக்கு, அறிவியல் போன்ற பொதுப் பாடங்களுக்கு அல்லாமல் இசை, நாட்டியம், தையல் முதலிய வகுப்புகளை நடத்துவதற்கான ஆசிரியர்;** teacher for subjects such as music, dance, sewing, etc., கணித ஆசிரியர் எப்படித் தையல் கற்றுத்தருவார்? அதற்குச் சிறப்பாசிரியர் வேண்டும்.

சிறப்பி வி. (சிறப்பிக்க, சிறப்பித்து) **1: (ஒருவரை) கௌரவப்படுத்துதல்; (ஒன்றை) சிறப்புடையதாக ஆக்குதல்;** honour (s.o. or an occasion by one's presence). சுதந்திரப் போராட்டத் தியாகிக்கு அரசு விருது வழங்கிச் சிறப்பித்தது./ பொதுமக்கள் அனைவரும் கலந்துகொண்டு விழாவைச் சிறப்பிக்குமாறு கேட்டுக்கொள்கிறோம். [*(தொ.சொ.)* **கௌரவி/ பாராட்டு/ புகழ்/ போற்று/ மெச்சு/ வாழ்த்து**] **2: (ஒன்றிற்கு) முக்கியத்துவம் தந்து மேன்மைப்படுத்துதல்;** celebrate; give prominence to. கவிஞர் இப்பாடலில் காதலைச் சிறப்பித்துப் பாடியுள்ளார்.

சிறப்பு பெ. **1:** *(-ஆக, -ஆன)* **சிறந்த முறையில் அமைந்திருப்பது;** sth. excellent. அவருடைய சிறப்பான நடிப்பு அனைவரையும் கவர்ந்தது./ தமிழக வீரர்கள் சிறப்பாக விளையாடி கபடிப் போட்டியின் இறுதிச்சுற்றில் நுழைந்தார்கள்./ மகளுடைய திருமணத்தை வெகு சிறப்பாக

நடத்தினார்./ சிறப்பான கச்சேரி. **2: தனித்தன்மை; தனித்துவம்; விசேஷத் தன்மை;** excellence; outstanding quality. பாடகரை அனுசரித்து மிருதங்கம் வாசிப்பது அவருடைய சிறப்பு./ நகைச்சுவையும் சோகமும் கலந்த நடிப்பு சார்லி சாப்ளினின் சிறப்பாகும். **3: பெருமை; புகழ்; மதிப்பு;** renown; esteem. ஒரு காலத்தில் துறைமுகத் தொழிலாளர்கள் மத்தியில் இவர் சிறப்புப் பெற்றிருந்தார்./ அதிகமான சதங்கள் அடித்தவர் என்கிற சிறப்பை டெண்டுல்கர் பெற்றார். **4: வழக்கமானதாக இல்லாமல் குறிப்பிட்ட நோக்கத்திற்காகச் செயல்படுத்தப்பட்டது அல்லது உருவாக்கப்பட்டது; விசேஷமானது;** special. திருவிழாவை முன்னிட்டுச் சிறப்புப் பேருந்துகள் விடப்பட்டுள்ளன./ இது பொது விதி அல்ல, சிறப்பு விதி./ அவருடைய சேவையைப் பாராட்டிச் சிறப்புத் தீர்மானம் நிறைவேற்றப்பட்டது./ இது இலக்கணத்திற்கான சிறப்பு அகராதி ஆகும்./ பிரதமரின் சிறப்புப் பேட்டி இன்று தொலைக்காட்சியில் ஒளிபரப்பப்படும்.

சிறப்பு அஞ்சல் உறை பெ. **தலைவர்கள், கலைஞர்கள், விஞ்ஞானிகள் போன்றோரைச் சிறப்பிக்கும் விதமாக அல்லது ஒரு முக்கியமான நாளைப் போற்றும் விதமாகக் குறிப்பிட்ட நாளில் அஞ்சல் துறை வெளியிடும் அஞ்சல் உறை;** first-day cover. கணித மேதை ராமானுஜத்தை நினைவுகூர்வதற்காக வெளியிடப்பட்ட சிறப்பு அஞ்சல் உறை./ 50ஆவது குடியரசு தினத்தைக் குறிக்கச் சிறப்பு அஞ்சல் உறை வெளியிடப்பட்டது./ அண்ணாமலையார் கோயில் கும்பாபிஷேகத்தை முன்னிட்டுச் சிறப்பு அஞ்சல் உறை வெளியிடப்பட்டது.

சிறப்பு அஞ்சல் தலை பெ. **முக்கியமானவர்களின் நினைவைப் போற்றும் வகையிலோ அல்லது முக்கியமான நாள் ஒன்றின் நினைவாகவோ அஞ்சல் துறை வெளியிடும் அஞ்சல் தலை;** commemorative stamp. சுபாஷ் சந்திரபோஸைப் போற்றும் விதமாக வெளியிடப்பட்ட சிறப்பு அஞ்சல் தலை./ கார்கில் போரில் உயிரிழந்த வீரர்களின் நினைவைப் போற்றும் வகையில் சிறப்பு அஞ்சல் தலை வெளியிடப்பட்டது.

சிறப்பு அழைப்பாளர் பெ. *(ஒரு நிகழ்ச்சி, விழா, கருத்தரங்கு போன்றவற்றுக்கு)* **மிகுந்த முக்கியத்துவம் அளித்து அழைக்கப்படும் பிரபலமான நபர்;** special invitee; special guest.

சிறப்பு அனுமதி மனு பெ. *(சட்டம்)* **உச்ச நீதிமன்றம் ஒரு வழக்கை ஏற்றுக்கொள்வதற்கு முன் வழக்கில் முக்கியமான சட்டப் பிரச்சினைகள் இருக்கின்றன என்று கூறிச் செய்யப்படும் மனு;** special leave petition.

சிறப்பு இல்லம் பெ. **தவறிழைத்ததாகக் கருதப்படும் சிறாரின் குற்றம் உறுதிசெய்யப்பட்ட பிறகு, மூன்று ஆண்டு காலத்துக்கு மிகாமல் தங்கிக் கல்வியும் தொழிற்பயிற்சியும் பெறுவதற்கும், மறுவாழ்வு பெறுவதற்கும் அரசு மேற்பார்வையில் உள்ள இடம்;** Special Home.

சிறப்புச் செய் வி. *(செய்ய, செய்து) (பு.வ.)* **ஒரு பொது நிகழ்ச்சியின் முக்கிய விருந்தினருக்கு விழா நடத்துபவர்கள் (மாலை அணிவித்தல், பொன்னாடை போர்த்துதல், நினைவுப் பரிசு வழங்குதல் போன்ற வகையில்) தங்கள் மரியாதையை வெளிப்படுத்துதல்;** appropriately honour the special invitees to a function. விழாவுக்கு வந்திருக்கும் ஆணையருக்கு இப்போது தலைவர் சிறப்புச் செய்வார் என்றார்கள்.

சிறப்புத் தமிழ் பெ. *(11, 12ஆம் வகுப்புகளில்)* **எல்லோருக்கும் பொதுவாக உள்ள தமிழ்ப் பாடம் அல்லாமல் மாணவர் விருப்பப்பட்டுத் தேர்ந்தெடுக்கும் மற்றொரு தமிழ்ப் பாடம்;** advanced Tamil, an optional subject for higher secondary students.

சிறப்பு தரிசனம் பெ. **கோயிலுக்கு வரும் முக்கியஸ்தர்கள் அல்லது தனியாகக் கட்டணம் செலுத்துபவர்கள் பொது வரிசையில் காத்திருக்காமல் தரிசனம் செய்யும் சிறப்பு ஏற்பாடு;** arrangement made in temples for devotees paying a fee or for important persons to worship without having to queue.

சிறப்புப் பெயர் பெ. **பண்பு, குணம், செயல் முதலிய சிறப்பால் பெறுகிற பெயர்;** appellation; descriptive name. அப்பர் தன் வாக்குவன்மையால் திருநாவுக்கரசர் என்னும் சிறப்புப் பெயர் பெற்றார்.

சிறப்புப் பேராசிரியர் பெ. **ஓய்வு பெற்ற பிறகும் உயர் தகுதி கருதிப் பல்கலைக்கழகத்தில் பணியாற்ற நியமிக்கப்படும் பேராசிரியர்;** emeritus professor.

சிறப்புப் பொருளாதார மண்டலம் பெ. *(வெளிநாட்டு நிறுவனங்கள் நேரடியாக அந்நியச் செலாவணியை முதலீடு செய்து ஊக்குவிக்கும் விதத்தில்)* **வரிச் சலுகைகள் அளித்து அனைத்து வசதிகளோடு பிரத்தியேகமாக உருவாக்கப்பட்ட பகுதி;** Special Economic Zone (abbreviated to SEZ).

சிறப்பு விருந்தினர் பெ. **ஒரு நிகழ்ச்சியைச் சிறப்பிப்பதற்காக அல்லது ஒரு நிகழ்ச்சியில் சிறப்புரை ஆற்றுவதற்காக அழைக்கப்படுபவர்;** guest of honour. கல்லூரி ஆண்டு விழாவில் காவல்துறை ஆணையர் சிறப்பு விருந்தினராகக் கலந்துகொள்வார்.

சிறப்பு ழகரம் பெ. **ல, ள என்னும் ஒலிகளிலிருந்து வேறுபடும் 'ழ' என்னும் ஒலி;** the sound *'ழ'* which is unique to the Tamil language.

சிறாப்பர் பெ. *(இலங்.)* **காசாளர்;** cashier. நான் சிறாப்பரிடம் இப்போதுதான் பணம் வாங்கி வந்தேன்.

சிறாய் பெ. *(ஊரக வ.)* காண்க: *சிராய்*[2].

சிறார் பெ. *(உ.வ.)* **சிறுவர்;** children. இளம் சிறார்களைப் பணிக்கு அனுப்பக் கூடாது; பள்ளிக்குத்தான் அனுப்ப வேண்டும். / பள்ளிச் சிறார்.

சிறார் தொழிலாளர் பெ. காண்க: *குழந்தைத் தொழிலாளர்.*

சிறார் நீதிமன்றம் பெ. **18 வயதுக்கு உட்பட்ட இளைஞர்கள் செய்த குற்றச் செயல்களை விசாரித்துத் தீர்ப்பு அளிக்கும் நீதிமன்றம்;** juvenile court.

சிறிது[1] பெ. **1:** *(உருவம், வடிவம் போன்றவற்றில்)* **குறைந்த அளவைக் கொண்டது; அதிகமாக அல்லது பெரியதாக இல்லாதது;** (of size, quantity) small. சிறிதும்

பெரிதுமாக ஏழெட்டு வீடுகள் அங்கு இருந்தன. 2: **கொஞ்சம்;** small quantity; a little. உன்னால் சிறிது நேரம்கூடப் பேசாமல் இருக்க முடியாதா?

சிறிது[2] வி.அ. **சிறிய அளவில்; கொஞ்சம்; சற்று;** somewhat; a little. நீ சொல்வது நான் நினைத்திருப்பதோடு சிறிது ஒத்துப்போகிறது./ உன் திருமணத்தைச் சிறிது தள்ளிப் போட்டால்தான் என்ன?/ முந்திரியைச் சிறிது வறுத்துக் கொள்ள வேண்டும்./ சிறிது யோசி, என்ன செய்வது என்று உனக்குப் புரியும்./ அவருடன் சிறிது பேசிப்பார்.

சிறிது[3] இ.சொ. **(குறிப்பிடப்படும்) தன்மையை மிகுவிக்கவோ அல்லது குறைக்கவோ பயன்படுத்தப்படும் இடைச்சொல்;** particle used as an intensifier meaning 'a little'. இன்னும் சிறிது வேகமாக ஓடினால்தான் பேருந்தைப் பிடிக்க முடியும்./ சிறிது சத்தமாகப் பேசினால்தான் தாத்தாவின் காதில் விழும்./ சிறிது அகலமாகச் சாலையைப் போட்டிருந்தால் வசதியாக இருக்கும்.

சிறிய பெ.அ. 1: **அளவில் குறைவாக உள்ள; பெரியது அல்லாத;** small. சிறிய வீடு/ சிறிய கிரகம்/ சிறிய தொகை/ ஏதோ என்னால் ஆன சிறிய உதவி. 2: **முக்கியமற்றது;** sth. not important. அவர் உனக்கு வணக்கம் சொல்லவில்லை என்ற சிறிய விஷயத்தைப் பெரிதாக்காதே./ இந்தச் சிறிய பிரச்சினையை நாமே தீர்த்துக்கொள்ளலாம், தலைவரிடம் சொல்ல வேண்டாம். 3: **(உறவு முறையில்) மூத்தவருக்கு அடுத்து வருகிற/ (உறவுப் பெயர் குறிப்பிடுபவரை விட) இளைய;** (in the order of relationship) younger. சிறிய மகள்/ சிறிய மகன்/ சிறிய அத்தை/ சிறிய மாமா/ சிறிய தாத்தா.

சிறிய அரிவாள்மூக்கன் பெ. **நீலம் கலந்த கறுப்பு நிற உடல் பகுதியும், செம்பழுப்பு நிறக் கழுத்துப் பகுதியும், நீண்டு வளைந்த அலகும் கொண்ட நீர்ப்பறவை;** glossy ibis.

சிறிய தகப்பனார் பெ. **சித்தப்பாவைக் குறிப்பதற்குப் பயன்படுத்தும் சொல்;** father's younger brother or husband of mother's younger sister; uncle.

சிறிய தந்தை பெ. **சித்தப்பாவைக் குறிப்பதற்குப் பயன்படுத்தும் சொல்;** father's younger brother or husband of mother's younger sister; uncle.

சிறிய தவிட்டுப்புறா பெ. **சிவப்பு நிறக் கழுத்தைச் சுற்றிக் கறுப்புப் புள்ளிகளுடன் இறக்கைகள் பழுப்பு நிறத்திலும், இறக்கையின் விளிம்புகள் நீலமும் சாம்பலும் கலந்த வண்ணத்திலும் இருக்கும் ஒரு வகைப் புறா;** laughing dove.

சிறிய தாயார் பெ. **சிற்றன்னை;** father's second wife; step-mother.

சிறிய நீர்க்காகம் பெ. **கறுப்பு நிறத்தில் சற்று நீண்ட கழுத்துடன் அளவில் அண்டங்காக்கையைவிடப் பெரிதாக இருக்கும் நீர்ப்பறவை;** little cormorant. சிறிய நீர்க்காகம் ஆறு, குளம், குட்டை போன்ற நீர்நிலைகளில் காணப்படும்.

சிறிய நீல மீன்கொத்தி பெ. **(சிட்டுக்குருவியைவிடச் சற்றுப் பெரிய அளவில்) நீல நிற முதுகும், செம்பழுப்பு நிற அடிப்பகுதியும், தடிமனான நீண்ட அலகும், குட்டையான வாலும் கொண்ட நீர்ப்பறவை;** common kingfisher.

சிறிய பஞ்சுருட்டான் பெ. **பச்சை நிறத்தில், மை இட்டது போன்ற கண்களுடனும், வாலின் நடுவில் உள்ள இறகு ஊசிபோல் நீண்டும் காணப்படும் சிறிய பறவை;** Green Bee-eater. சிறிய பஞ்சுருட்டான் பொதுவாகத் தட்டான், தேனீ போன்ற பூச்சிகளைப் பிடித்து உண்ணும்.

சிறிய பூநாரை பெ. **ரோஜா நிற உடலும், கருஞ்சிவப்பு நிற அலகும், நீண்ட கழுத்தும், மெல்லிய நீண்ட கால்களும் கொண்ட, ஒரு உயரமான பறவை;** lesser flamingo. சிறிய பூநாரை தென்னிந்தியாவுக்கு மேற்கிலிருந்து வலசை வருகிறது.

சிறியாநங்கை பெ. **(நாட்டு வைத்தியத்தில் பாம்புக் கடிக்கு மருந்தாகப் பயன்படுத்தும்) ஒரு வகைப் பூண்டு;** a plant of polygala species.

சிறு[1] வி. (சிறுக்க, சிறுத்து) 1: **(உடல்) சுருங்குதல்;** (of body) shrink. வயது, நோய் காரணமாக உடல் சிறுத்துக் கொண்டேவருகிறது. 2: **(அவமானம், அவமதிப்பு முதலியவற்றால் ஒருவரின் முகம், உடல்) குறுகுதல்;** (of face, body) become smaller (due to disgrace, humiliation, etc.,). அவன் செய்த தவறைச் சுட்டிக்காட்டியதும் அவன் முகம் சிறுத்தது./ மகனின் நடத்தையைப் பற்றிப் பலர் கேவலமாகக் கூறக் கேட்டு உடல் சிறுத்து நின்றாள். 3: **(உறுப்புகள், பாகங்கள் போன்றவை) சிறிய அளவில் அமைதல்;** be short. பிறவியிலேயே அவனுக்கு ஒரு கை சிறுத்திருந்தது./ பலாக் காய்கள் சிறுத்துக் காணப்படுகின்றன.

சிறு[2] பெ.அ. 1: **சிறிய;** small; little. சிறு குழந்தை/ சிறு ரகத் துப்பாக்கி/ சிறு உதவி/ சிறு வியாபாரிகள். 2: **இளம்;** young. நான் சிறு வயதில் விளையாடிய விளையாட்டுகள் அனைத்தும் இப்போது நினைவுக்கு வருகின்றன./ சிறு பெண்கள் விளையாட்டுத்தனமாய்ச் செய்யும் காரியங்கள் விமர்சனத்துக்கு உள்ளாகின்றன.

சிறுக்கி பெ. (த.வ.) **'நடத்தை கெட்டவள்' என்று ஒரு பெண்ணைத் திட்டப் பயன்படுத்தும் வசைச் சொல்;** abusive term referring to a woman of loose morals. அந்தச் சிறுக்கியோடு உனக்கு என்ன பேச்சு?

சிறுகச்சிறுக வி.அ. **கொஞ்சம்கொஞ்சமாக; சிறிதுசிறிதாக;** little by little. சிறுகச்சிறுகச் சேர்த்த பணம் திருடு போய்விட்டதே!

சிறுகதை பெ. **(பெரும்பாலும்) ஒரு மையக் கருவை அல்லது அனுபவத்தை (அதிக நீளம் இல்லாத) கதையாக உரைநடையில் எழுதும் ஓர் இலக்கிய வகை;** short story. சிறுகதைத் தொகுப்பு/ சிறுகதை ஆசிரியர்.

சிறுகிழங்கு பெ. **(உணவாகப் பயன்படும்) பழுப்பு நிறத்தில் உருண்டையாக இருக்கும் ஒரு வகைக் கிழங்கு;** a variety of yam.

சிறுகீரை பெ. **(சமையலில் பயன்படும்) குறைந்த நீளமுள்ள தண்டையும் சிறுசிறு இலைகளையும் கொண்ட ஒரு வகைக் கீரை;** a kind of greens.

சிறுகுடல் பெ. பல மடிப்புகளாகக் காணப்படுவதும் இரைப்பையிலிருந்து வரும் உணவுச் சத்தை உறிஞ்சி இரத்தத்தில் சேர்ப்பதுமாகிய குடலின் பகுதி; small intestine.

சிறுகுறிஞ்சான் பெ. (நாட்டு வைத்தியத்தில் சர்க்கரை நோய்க்கான மருத்துவத்தில் பயன்படுத்தும்) ஒரு வகை மூலிகை; periploca of the woods.

சிறுசு பெ. (பே.வ.) **1:** (-ஆக) சிறிது; small (in size). வீடு ரொம்பச் சிறுசு./ சட்டை சிறுசாகப் போய்விட்டது. **2:** சிறு குழந்தை; kid. இந்தச் சிறுசை எதற்கு வெயிலில் அழைத்து வந்திருக்கிறாய்? **3:** (பன்மை விகுதியுடன் வரும்போது) இளம் ஜோடி; (used in plural) young couple. சிறுசுகளைக் கொஞ்ச நாள் சந்தோஷமாக இருக்க விடு!

சிறுசேமிப்பு பெ. (வங்கியிலோ அஞ்சலகத்திலோ) தொகை குறைவாக இருந்தாலும் அவ்வப்போது செலுத்திச் சேமிக்கும் முறை; small savings (scheme offered by a bank or post office).

சிறுத்தை பெ. செம்பழுப்பு நிறத் தோலில் கரும்புள்ளி களை உடைய, வேகமாக ஓடக் கூடிய, புலியைவிடச் சிறியதாக இருக்கும் ஒரு காட்டு விலங்கு; leopard; panther.

சிறுத்தைப் பூனை பெ. வீட்டுப் பூனையைவிடச் சற்று நீண்ட கால்களை உடைய, சிறுத்தையைப் போன்ற நிறத்தையும் வட்டவடிவக் குறிகளையும் உடலில் கொண்ட, காட்டில் வசிக்கும் ஒரு வகைப் பூனை; leopard cat.

சிறுதானியம் பெ. சோளம், தினை, வரகு போன்ற புன்செய் நிலத் தானியங்களில் ஒன்று; millets.

சிறுதீனி பெ. நொறுக்குத் தீனி; snack.

சிறுதெய்வம் பெ. மக்கள் தம் குறை நீங்க வழிபடும் (பெரும்பாலும்) அந்தணர் அல்லாத பூசாரி பூஜை செய்யும் தெய்வம்; deity worshipped for alleviation and whose பூஜை is conducted by a non-brahmin priest.

சிறுதொழில் பெ. குறைந்த அளவில் மூலதனத்தையும் ஊழியர்களையும் கொண்டு நடத்தப்படும் தொழில்; small scale industry.

சிறுநீர் பெ. (மனிதனின் அல்லது விலங்கின்) இரத்தத் திலிருந்து சிறுநீரகங்களால் பிரித்தெடுக்கப்பட்டு உடலிலிருந்து பிறப்புறுப்பின் வழியாகக் கழிவாக வெளியேற்றப்படும் நீர்; மூத்திரம்; urine. சர்க்கரை வியா தியைக் கண்டறிவதற்கு முதலில் சிறுநீர்ப் பரிசோதனை தான் செய்வார்கள்.

சிறுநீர்த் தாரை பெ. (சிறுநீரகம், சிறுநீர்ப்பை, பிறப்பு றுப்பு ஆகியவற்றை இணைத்து) சிறுநீரைக் கடத்தும் குழாய்; urinary tract.

சிறுநீர்ப் பை பெ. சிறுநீரகங்களிலிருந்து அனுப்பப்படும் சிறுநீர் வந்து தங்கும் பகுதியாக உள்ள பை போன்ற உறுப்பு; urinary bladder.

சிறுநீரகக் கல் பெ. சிறுநீரகத்தில் சில தாதுப்பொருட்கள் ஒன்றுசேர்ந்து உருவாகும் கல் போன்ற திரட்சி; stone (in the kidneys); kidney stone. அறுவைச் சிகிச்சை இல்லாம லேயே சிறுநீரகக் கல்லை நீக்க நவீனச் சிகிச்சை முறைகள் வந்துள்ளன.

சிறுநீரகம் பெ. (உடலில்) இரத்தத்திலிருந்து கழிவுப் பொருளைப் பிரித்துச் சிறுநீராக வெளியேற்றும், அவரை விதை வடிவில் இரண்டாக அமைந்திருக்கும் உறுப்புகளில் ஒன்று; kidney.

சிறுநீரகவியல் பெ. சிறுநீரகம் தொடர்பான நோய் களைப் பற்றி ஆராயும் மருத்துவத் துறை; nephrology.

சிறுபத்திரிகை பெ. சிற்றிதழ்; journal with a limited circulation and run without profit motive; little magazine.

சிறுபயறு பெ. (வ.வ.) பாசிப்பயறு; greengram.

சிறுபருப்பு பெ. பாசிப்பருப்பு; greengram split in half.

சிறுபான்மை பெ. (மொத்த எண்ணிக்கையோடு ஒப் பிடும்போது) குறைவான அளவு; minority; not many. சிறுபான்மை மாணவர்களே புவியியலை விருப்பப் பாட மாக எடுத்துள்ளனர்./ சிறுபான்மை இனத்தவர்/ சிறு பான்மைச் சமுதாயம்/ சிறுபான்மை மக்கள்/ இலங்கை யில் இருக்கும் சிறுபான்மைத் தமிழர்கள்.

சிறுபான்மை அரசு பெ. (ஆட்சியைக் குறிக்கும்போது) தேர்தலில் ஒரு கட்சி பெரும்பான்மை பெறாத நிலை யில் பிற கட்சிகளின் ஆதரவோடு (ஆனால் அவை அமைச்சரவையில் இடம்பெறாமல்) அமைக்கும் ஆட்சி; minority government. சிறுபான்மை அரசுகள் மிக வும் குறைந்த காலத்திலேயே பதவி இழந்துவிடுகின்றன./ சிறுபான்மை அரசு என்பது பெரும்பாலும் ஒரு தற்காலிக ஏற்பாடாகவே இருக்கிறது.

சிறுபிராயம் பெ. (அ.வ.) காண்க: **சிறுவயது**.

சிறுபிள்ளை பெ. சிறுவன் அல்லது சிறுமி; boy or girl. ஊர்ப்புறங்களில் சிறுபிள்ளைகள் விளையாடும் பல விளை யாட்டுகளுள் கண்ணாமூச்சியும் ஒன்று./ அந்தச் சிறு பிள்ளையைத் தனியாகவா வீட்டில் விட்டுவிட்டு வந்தாய்?

சிறுபிள்ளைத்தனம் பெ. (-ஆக, -ஆன) குழந்தையைப் போல முதிர்ச்சி இல்லாமலும் பொறுப்பில்லாமலும் செயல்படும் தன்மை; childishness. கேட்டதற்கு ஒழுங்கா கப் பதில் சொல். சிறுபிள்ளைத்தனமான பதில் வேண்டாம்.

சிறுபீழைப்பூ பெ. கண்பூளைப் பூ; mountain knot grass.

சிறுபொழுது பெ. (சங்க இலக்கியத்தில்) ஒரு நாளை ஆறு பிரிவுகளாகப் பிரிக்கும் பாகுபாடு; division of day in classical Tamil literature.

சிறுபோகம் பெ. (இலங்.) குறுவைப் பயிர்; short term crop. மழை இல்லாததால் சிறுபோகமும் பொய்த்துவிட்டது.

சிறுமி பெ. பன்னிரண்டு வயதுக்குக் கீழ் உள்ள பெண்; girl (who has not attained puberty). பத்து வயதுச் சிறுமியைக் காணவில்லை.

சிறுமூளை பெ. (உடலில்) தசைகளின் செயல்பாடு களை முறைப்படுத்திக் கட்டுப்படுத்தும் (இரு பிரிவாக அமைந்த) மூளையின் ஒரு பகுதி; cerebellum.

சிறுமை பெ. மதிப்பிழந்து வெட்கப்பட வேண்டிய நிலை; கீழ்நிலை; meanness; degradation; smallness. நாட் டின் இன்றைய சிறுமைகளை எண்ணி அவர் வேதனைப் பட்டார்./ மனிதன் தன் சிறுமைகளை மறைக்கவே விரும்பு கிறான்.

சிறுவடலி பெ. (இலங்.) **மட்டை முளைக்கத் தொடங்கியிருக்கும் சிறிய பனங்கன்று;** tender palm shoot that has just sprouted fronds.

சிறுவயது பெ. 1: **இளவயது;** young age. இவ்வளவு சிறு வயதிலேயே அவன் இறந்து போவான் என்று யாரும் நினைக்கவில்லை. 2: **சிறுவனாக அல்லது சிறுமியாக இருந்த காலம்; பிள்ளைப் பருவம்;** childhood. அவரைச் சிறுவயதிலிருந்தே எனக்குத் தெரியும்.

சிறுவர் பெ. **சிறுவன், சிறுமி ஆகிய இருபாலினரையும் குறிக்கும் பொதுச்சொல்;** a term for 'children'. சிறுவர் பூங்கா/ சிறுவர் பள்ளி/ சிறுவர் விளையாட்டு/ சிறுவர்களுக்கான பத்திரிகை.

சிறுவர் சீர்திருத்தப்பள்ளி பெ. **பதினெட்டு வயதுக்கு உட்பட்ட சிறுவர்கள் குற்றம் புரிந்தால் அவர்களை நல்வழிப்படுத்த அரசு ஏற்படுத்தியிருக்கும் அமைப்பு;** reform school for juvenile offenders.

சிறுவன் பெ. **பன்னிரண்டு வயதுக்குக் கீழ் உள்ள பையன்;** boy (not yet an adult). உன் தம்பியோடு நிற்கும் சிறுவன் யார்?

சிறுவாடு பெ. (பே.வ.) **(வீட்டை நிர்வகிக்கும் பெண், தன் வீட்டுச் செலவுக்கான பணத்தில் மிச்சம்பிடித்தோ தேவைக்கு மிஞ்சிய பொருளை விற்றோ) சேமிக்கும் சிறு தொகை;** savings (by a woman from the sum allotted for household expenses or by selling what is disposable in the house).

சிறுவிடுப்பு பெ. **தற்செயல் விடுப்பு;** casual leave.

சிறுவியாபாரி பெ. **சிறு அளவில் பொருள்களை விற்பனை செய்பவர்;** small trader. பெரிய விற்பனையாளர்களின் வரவால் சிறுவியாபாரிகள் பாதிக்கப்பட்டுள்ளனர்.

சிறுவிரல் பெ. **சுண்டுவிரல்;** little finger.

சிறை பெ. (சட்டம்) **(தண்டனை பெற்ற குற்றவாளியை அல்லது குற்றம்சாட்டப்பட்டு விசாரணைக்குக் காத்திருப்பவரை) காவலில் அடைத்து வைக்க அரசால் அமைக்கப்பட்ட கட்டடம்; அந்தக் கட்டடத்தில் உள்ள அறை;** prison; jail or cell. அந்தச் சிறிய சிறைக்குள் நிறைய கைதிகள் அடைத்துவைக்கப்பட்டிருந்தனர்./ (உரு வ.) அவளுடைய அன்புச் சிறையிலிருந்து மீள முடியாமல் தவித்தான்.

சிறைச்சாலை பெ. (சட்டம்) **சிறை;** prison; jail. மத்தியச் சிறைச்சாலை.

சிறைத்தண்டனை பெ. (சட்டம்) **(குற்றங்களுக்கு நீதிமன்றம் வழங்கும்) சிறைச்சாலையில் அடைக்கும் தண்டனை;** imprisonment. கொலைக்கு உடந்தையாக இருந்தவருக்கு மூன்றாண்டு காலம் சிறைத்தண்டனை விதிக்கப்பட்டது.

சிறை நிரப்புப் போராட்டம் பெ. **அரசின் கொள்கைகளைக் கண்டிக்கும் வகையில் எதிர்க்கட்சியினரோ மக்களில் ஒரு பிரிவினரோ மறியல் போன்றவற்றில் ஈடுபட்டுப் பெருமளவில் கைதாகிச் சிறைக்குச் செல்லும் வகையில் நடத்தும் போராட்டம்;** a form of agitation in which those protesting against the policies of government court arrest en masse. அரசு எங்கள் கோரிக்கையை நிறைவேற்றாவிட்டால் அடுத்த வாரம் முதல் சிறை நிரப்புப் போராட்டம் நடத்துவோம் என்று போக்குவரத்துத் தொழிலாளர்கள் அறிவித்தனர்.

சிறைபிடி வி. (-பிடிக்க, -பிடித்து) 1: **கைதியாகப் பிடித்தல்;** arrest. 2: **(ஒரு குழுவினர் தங்கள் எதிர்ப்பைத் தெரிவிக்கும் விதத்தில் ஒருவரை அல்லது ஒன்றைத் தங்களுடைய) கட்டுப்பாட்டுக்குள் வைத்துக்கொள்ளுதல்;** capture (s.o. or sth.) and keep them in custody (to show protest). தமிழக மீனவர்களை நெல்லூர் அருகே ஆந்திர மீனவர்கள் சிறைபிடித்தனர்./ பேருந்துக் கட்டண உயர்வை எதிர்த்து ஆர்ப்பாட்டத்தில் ஈடுபட்டிருந்த கிராமத்தினர் ஊருக்குள் வந்த பேருந்தைச் சிறைபிடித்தனர்.

சிறைமீள்[1] வி. (-மீள, -மீண்டு) (உ.வ.) **சிறையிலிருந்து வெளிவருதல்;** be released from prison. அந்தத் தலைவர் சிறைமீண்ட பிறகு எழுதிய புத்தகம் இது.

சிறைமீள்[2] வி. (-மீட்க, -மீட்டு) (உ.வ.) **(ஒருவரை) சிறையிலிருந்து அல்லது சிறை பிடிக்கப்பட்ட நிலையிலிருந்து வெளியே கொண்டுவருதல்; மீட்டல்;** release s.o. from captivity. பெரும் படையுடன் வந்த இளவரசன் எதிரிகளிடமிருந்து தன் தந்தையைச் சிறைமீட்டான்./ அநியாயமாகக் கைதுசெய்யப்பட்ட எங்கள் தலைவரைச் சிறை மீட்பதற்காகத் தொடர்ந்து போராடுவோம்.

சிறையெடு வி. (-எடுக்க, -எடுத்து) (முற்காலத்தில்) **எதிரி நாட்டிலிருந்து பெண்களைச் சிறைப்பிடித்தல்;** take women captive (in former times during war).

சிறைவாசம் பெ. **(தண்டனையாக ஒருவர்) குறிப்பிட்ட காலம்வரை சிறையில் இருக்கும் நிலை;** imprisonment. சிறைவாசத்தின்போது வ.உ.சி. பல இன்னல்களுக்கு ஆளானார்./ ஏழாண்டு காலச் சிறைவாசத்துக்குப் பின் அவர் சென்ற வாரம் விடுதலையானார்.

சிறைவாசி பெ. **தண்டனை பெற்றுச் சிறையில் இருப்பவர்;** a prisoner.

சிறைவை வி. (-வைக்க, -வைத்து) 1: **(ஒருவரை) வெளியே செல்ல முடியாதபடி ஓர் இடத்தில் அடைத்தல்;** confine (s.o.) to a particular place. முன்னாள் சர்வாதிகாரி தனது வீட்டிலேயே சிறைவைக்கப்பட்டிருக்கிறார். 2: காண்க: **சிறைபிடி.**

சின்முத்திரை பெ. **(சைவ சித்தாந்தத்தில்) (உயிர்கள் இறைவனுடன் இணையும் நிலையைக் குறிக்கும் விதத்தில்) பெருவிரலையும் சுட்டுவிரலையும் சேர்த்து மற்ற மூன்று விரல்களையும் உயர்த்திப் பிரித்துக் காட்டும் ஒரு முத்திரை;** posture of the hand in which the tip of the index finger touches the thumb while the other three fingers are raised upwards and kept apart (to signify the union of soul with god).

சின்ன பெ.அ. 1: (அளவைக் குறித்து வரும்போது) **சிறிய;** (of size) small; little. சின்னப் பை/ சின்னக் குழந்தை/ சின்னத் தெரு. 2: (தன்மையைக் குறித்து வரும்போது) **சாதாரண; அற்ப;** (of nature) ordinary; insignificant. ஒரு சின்ன வேலையைச் செய்யக்கூட அலுத்துக்கொள்கிறாயே!/ தேவையே இல்லாமல் ஒரு சின்ன விஷயத்தில்

தலையிட்டு மாட்டிக்கொண்டான். **3: (வயதை அல்லது உறவு முறையைக் குறித்து வரும்போது) இளைய;** (of age or order) younger; second (to s.o.). இவன் என் சின்னத் தம்பி./ என் சின்னப் பையன் கல்லூரியில் படித்துக் கொண்டிருக்கிறான்./ சின்ன மாமனார்/ என் சின்ன சித்தப்பாதான் ஊரில் விவசாயத்தைக் கவனித்துக்கொள் கிறார். **4: (தலைமுறைதலைமுறையாக அதிகாரம் தொடரும்போது அதிகாரத்தைத் தொடர இருப்பவரின் பெயருக்கு முன்) இளைய;** junior. சின்னப் பண்ணை யார்/ சின்ன சாமியார்.

சின்ன உயிர் பெ. (பே.வ.) **(பிரசவ காலத்தில் தாயை யும் குழந்தையையும் குறிப்பிடும் சூழலில்) குழந்தை;** the just-born baby. சின்ன உயிரைக் காப்பாற்ற முடிய வில்லை என்று மகப்பேறு மருத்துவர் சொல்லிவிட்டார்.

சின்னக்கிளி பெ. **கழுத்துப் பகுதியில் நீல நிறத்தையும், முதுகில் சிவப்புத் திட்டையும் கொண்ட, சட்டென்று பறந்து செல்லும் இயல்புடைய, குட்டையான வாலு டன் காணப்படும் ஒரு வகைச் சிறிய கிளி;** vernal hanging parrot.

சின்னக் கீச்சான் பெ. **தலையின் மேற்பகுதியும் உடலின் அடிப்பகுதியும் வெள்ளையாகவும், இறக்கையின் பின் பகுதி, வாலின் மேல்பகுதி கரும்பழுப்பு நிறமாகவும், இறக்கையின் தொடக்கம் இளம் சிவப்பு நிறமாகவும், பறக்கும்போது இறக்கையில் உள்ள வெள்ளைத் திட்டு தெளிவாகத் தெரியும்படியும் இருக்கும் சிறிய பறவை;** bay-backed shrike.

சின்னக் கொக்கு பெ. **(கோழியின் அளவை ஒத்த) அல குும் கால்களும் கறுப்பு நிறத்திலும், விரல்கள் மஞ்சள் நிறத்திலும் அமைந்த, வெள்ளை நிற நீர்ப்பறவை;** little egret.

சின்னக் கொசு உள்ளான் பெ. **(நீர்நிலைகளின் கரை யோரத்தில் இரை தேடுவதும்) அலகும் கால்களும் சாம்பல் நிறத்திலும், உடலின் அடிப்பகுதி வெண்மை யாகவும், தலை, கழுத்து, இறக்கைகள் கறுப்புப் புள்ளி களுடன் அடர்பழுப்பு நிறத்திலும் இருக்கும் சிறிய நீர்ப்பறவை;** little stint.

சின்ன சீழ்க்கைச் சிறகி பெ. **அலகு, இறக்கைகள், கால் கள் ஆகியவை சாம்பல் நிறத்திலும் தலை, கழுத்து, உடல் பகுதி இளம்பழுப்பு நிறத்திலும் இருக்கும் ஒரு வகை வாத்து;** lesser whistling duck. சின்ன சீழ்க்கைச் சிறகி சீழ்க்கை ஒலிபோல குரல் எழுப்பி, இரவில் இரை தேடும்.

சின்னஞ்சிறிய பெ.அ. காண்க: **சின்னஞ்சிறு.**

சின்னஞ்சிறு பெ.அ. **மிகவும் சிறிய; மிகவும் இளைய;** very small; very young. அந்த எழுத்தாளர் சின்னஞ்சிறு விஷயத்தைக்கூட சுவாரசியமாக எழுதுவதில் வல்லவர்./ சின்னஞ்சிறு பையன்/ அவன் சின்னஞ்சிறு வயதிலேயே தாய் தந்தையரை இழந்தவன்.

சின்னட்டி பெ. (இலங்.) **(அளவில்) சிறியது;** small. வீடு சின்னட்டியாக இருக்கிறது./ சின்னட்டிக் கொட்டில்/ சின்னட்டி மாம்பழம்/ சின்னட்டி மீன்.

சின்னத்தனம் பெ. **சுயநலமும் குறுகிய மனப்பான்மை யும் கொண்ட போக்கு; அற்பத்தனம்;** meanness. கோள் சொல்வது சின்னத்தனம். அதை நான் செய்ய மாட்டேன்./ நான் அப்படிக் கோபப்பட்டது எவ்வளவு சின்னத்தனம்!

சின்னத்திரை பெ. **தொலைக்காட்சி/ தொலைக்காட்சி நிகழ்ச்சி;** television (programme or channel). சின்னத்திரை யின் மூலம் பிரபலமான நடிகர்./ சின்னத்திரையின் வர வால் திரைப்படத்திற்கான மவுசு குறைந்துவிட்டது./ சின்னத்திரையில் நடிக்க என்னைப் பலர் அழைக்கிறார்கள்.

சின்னப் பட்டம் பெ. **சைவ மடத்தின் அடுத்த மடாதி பதியாகத் தேர்ந்தெடுக்கப்பட்டவருக்கு வழங்கப் படும் பட்டம்;** title of the monk elected as successor in a Saivaite mutt.

சின்னப்படி பெ. **ஒரு லிட்டர் அளவு கொண்ட (முன்பு வழக்கில் இருந்த) முகத்தல் அளவை;** (formerly) a measure of approximately one litre.

சின்னப்புத்தி பெ. **குறுகிய மனப்பான்மை; சுயநலப் புத்தி;** petty-mindedness. வறட்சி நிவாரணத்திலும்கூடத் தனக்கு ஆதாயம் தேடும் சின்னப்புத்தி.

சின்னம் பெ. **1: (அரசு, அமைப்பு முதலியவற்றின் அல் லது ஒருவரின்) அடையாளமாக அமையும் குறியீடு;** sign; mark; token; symbol. சிலுவை கிறித்தவ மதத்தின் சின்னமாகத் திகழ்கிறது./ தேர்தலில் ஒவ்வொரு வேட்பாள ருக்கும் சின்னங்கள் வழங்கப்படுகின்றன./ அவர் நம்பிக்கை யின் சின்னமாகக் காட்சியளித்தார். [(தொ.சொ.) அடை யாளம்/ அறிகுறி/ குறி/ குறியீடு] **2: (நிகழ இருப்பதை முன்னரே தெரிவிக்கும்) அறிகுறி;** sign (of things to come). கடலில் புயல் சின்னம் தோன்றியுள்ளது./ வாயில் ஏற்படும் ஆறாத புண் புற்றுநோய்ச் சின்னமாக இருக்க லாம். **3: (ராணுவம், காவல்துறை முதலியவற்றில் ஒருவரின் பதவி, தகுதி முதலியவற்றை) அதிகார பூர்வமாகத் தெரிவிக்கும் பதக்கம், பட்டை முதலி யவை;** insignia; badge.

சின்னம்மா பெ. **1: சித்தி;** mother's younger sister; wife of father's younger brother; aunt. **2: (குடும்பத்தில் ஒன்றுக்கு மேற்பட்ட பெண்கள் இருக்கும்போது) வீட்டுத் தலைவி தவிர்த்த பிற பெண்களை மரியாதையாகப் பிறர் அழைக்கும் சொல்;** a term of respect used by outsiders for any woman other than the head of the house. வண்டிக்காரனைக் கூப்பிட்டு 'சின்னம்மாவையும் தம்பி யையும் கொண்டுபோய்ப் பத்திரமாக ரயிலேற்றிவிட்டு வா' என்றார் அப்பா.

சின்னம்மை பெ. **(ஒரு வகை வைரஸினால்) காய்ச்சலும் உடலில் சிறு கொப்புளங்களும் உண்டாகும் ஒரு நோய்;** chicken-pox.

சின்ன மின்சிட்டு பெ. **(மிகத் தெளிவாக வித்தியாசப் படுத்தக் கூடிய வகையில்) பெண் பறவைகளின் மார் பும் உடலின் அடிப்பகுதியும் மஞ்சள் நிறத்திலும், ஆண் பறவைகளின் மார்பும் உடலின் அடிப்பகுதியும் ஆரஞ்சு வண்ணத்திலும் இருக்கும், கூட்டமாகப் பறந்து திரியும் சிறிய பறவை;** small minivet.

சின்னமுத்து பெ. (இலங்.) **தட்டம்மை;** measles. அவர்கள் வீட்டில் எல்லோருக்கும் சின்னமுத்தாம்.

சின்ன முள் பெ. **(கடிகாரத்தில்) இரண்டு முட்களில் சிறியதாக இருப்பதும் மணியைக் காட்டுவதுமான முள்;** the hour hand (of a clock).

சின்னமேளம் பெ. *(இசை)* **1: சதிர் ஆட்டத்துக்கு வாசிக்கப்படும் தோல்கருவி;** percussion instrument accompanying சதிர். **2:** *(இலங்.)* **(திருவிழா போன்றவற்றில்) திரைப்படப் பாடலுக்கு ஆடும் நடனம்;** dance performed to the tunes of film songs (as part of temple festivals). இந்த முறை திருவிழாவுக்கு மூன்று சோடி சின்னமேளம் பிடித்துள்ளார்கள்./ பெரியமேளக் கச்சேரி முடிந்ததும் சின்னமேளக் கச்சேரி தொடங்கும்.

சின்ன வயசு பெ. காண்க: *சிறுவயது.*

சின்னவள் பெ. **1: சிறுமி;** (little) girl. நான் சின்னவளாக இருந்தபோது எடுத்த படம். **2: (மகள்களில்) இளையவள்;** (of daughters) younger one. சின்னவளுக்கும் மூத்தவளுக்கும் ஒரே நாளில் கல்யாணம்.

சின்னவன் பெ. **1: சிறுவன்;** (little) boy. நான் சின்னவனாக இருந்தபோது கோலி விளையாடியிருக்கிறேன். **2: (மகன்களில்) இளையவன்;** (of sons) younger one. மூத்தவனைவிடச் சின்னவனுக்கு மூன்று வயது குறைவு.

சின்னவாப்பா பெ. *(இஸ்.)* **சித்தப்பா;** father's younger brother or mother's younger sister's husband.

சின்னவீடு பெ. *(பே.வ.)* **(ஒருவர்) மனைவி இருக்கும்போதே சட்டத்திற்குப் புறம்பாக மற்றொரு பெண்ணை வைத்துத் தனியாக நடத்தும் குடும்பம்/ஆசைநாயகியாக வைத்திருக்கும் பெண்;** an establishment set up for a mistress/mistress. நீ இருக்கிற யோக்கியதைக்குச் சின்னவீடு ஒரு கேடா?/ அவள்தான் உன் நண்பரின் சின்னவீடா?

சின்ன வெங்காயம் பெ. **(பெரிய வெங்காயத்தைவிடச் சிறியதாக இருக்கும்) கொத்துக்கொத்தாகக் காய்க்கும் வெங்காய வகை;** cluster onion. சின்ன வெங்காயம் போட்டு சாம்பார் வைக்கலாம்.

சின்னன் பெ. *(இலங்.)* **1: (அளவில்) சிறியது;** small. என்ன இந்த ஆட்டுக்குட்டி ரொம்பச் சின்னனாக இருக்கின்றது! **2: வயதில் சிறியவன் அல்லது சிறியவள்;** young boy or girl. சின்னன்கள் எல்லாம் ஆட்டபட்டு, எங்களைப் பார்த்துக் கதைக்கத் தொடங்கிவிட்டார்கள். **3: சிறு வயது;** childhood. அவர் சின்னனில் அந்தக் கோயிலுக்குப் போயிருக்கிறார்.

சின்னன்பொன்னன் பெ. *(இலங்.)* **சிறியது;** anything rather small (in size). பறித்துவைத்திருக்கும் கத்தரிக்காயில் சின்னன்பொன்னன்களை மாத்திரம் பொறுக்கி எடு./ இந்தச் சின்னன்பொன்னனை விற்றுவிட்டுப் பெரிதாக ஒரு வாகனம் வாங்கக் கூடாதா?

சின்னாபின்னம் பெ. *(-ஆக)* **(தாக்குதலுக்கு உள்ளானதால் ஒன்று அடையும்) அடையாளம் தெரியாதபடியான சிதைவு; ஒன்று சிதைந்து பல கூறுகளாகக் கிடக்கும் நிலை;** shattered state. விபத்துக்குள்ளான விமானத்தில் பயணம் செய்தவர்களின் உடல்கள் சின்னாபின்னமாகக் கிடந்தன./ அம்மா இறந்த பிறகு குடும்பமே சின்னாபின்னமாகச் சிதறிவிட்டது./ (உரு வ.) அவளுடைய நம்பிக்கை சின்னாபின்னமாகப் போயிற்று. [(தொ.சொ.) **அழிவு/ இழப்பு/ உருக்குலை/ சிதைவு/ சேதம்/ நாசம்/ பேரழிவு**]

சின்னான் பெ. **கொண்டைபோலத் தூக்கிக்கொண்டிருக்கும் தலைப் பகுதியுடன், உடல் பழுப்பு நிறத்திலும், இறக்கையின் பின்பகுதியும் வாலும் அடர்ந்த பழுப்பு நிறத்திலும், தலை கறுப்பு நிறத்திலும், வால் தொடங்கும் இடம் சிவப்பாகவும் இருக்கும் பறவை;** red-vented bulbul.

சின்னிவிரல் பெ. *(இலங்.)* **சுண்டுவிரல்;** little finger.

சின வி. *(சினந்து) (உ.வ.)* **(இறந்தகால வடிவங்களில் மட்டும்) கோபித்தல்; கோபப்படுதல்;** become angry. 'சகுனியைச் சகாதேவன் அழிப்பான்' என்று பீமன் சினந்து கூறினான்.

சினப்பு பெ. *(வ.வ.)* **தோல்மீது சிவந்து காணப்படும் தடிப்பு;** rash.

சினம் பெ. *(உ.வ.)* **கோபம்;** anger. அவருக்கு ஏற்பட்ட சினமும் சீற்றமும் எனக்கு அச்சமூட்டின.

சினம்பிடி வி. *(-பிடிக்க, -பிடித்து) (இலங்.)* **(பொறுத்துக்கொள்ள முடியாத நிலையில்) கடும் கோபம் கொள்ளுதல்;** get angry. அரசியல்வாதிகள் சிலரின் பேச்சைக் கேட்டுக்கொண்டிருக்க எனக்குச் சினம்பிடிக்கும்./ முடிந்த விடயத்தைத் திரும்பத்திரும்பப் பேசாதே. எனக்குச் சினம் பிடிக்கிறது என்று அப்பா அண்ணனைப் பார்த்துக் கத்தினார்.

சினேகம் பெ. காண்க: *சிநேகிதம்.*

சினேகிதம் பெ. காண்க: *சிநேகிதம்.*

சினேகிதன் பெ. காண்க: *சிநேகிதன்.*

சினேகிதி பெ. காண்க: *சிநேகிதி.*

சினை பெ. **1: (விலங்கின்) கருத்தரித்த நிலை; சூல்;** pregnancy (in animals). சினை மாட்டை அடிக்காதே! **2: மீனின் வயிற்றுக்குள் திரளாக இருக்கும் சிறுசிறு முட்டைகள்;** spawn.

சினைக்குழாய் பெ. **(கருப்பையின் இருபுறமும் பக்கத்திற்கு ஒன்றாக அமைந்து) கருவணுவகத்தையும் கருப்பையையும் இணைக்கும் மெல்லிய குழாய்;** fallopian tube.

சினைப்படு வி. *(-பட, -பட்டு)* **(விலங்கு) கருத்தரித்தல்;** (of an animal) get pregnant. சந்தையிலிருந்து வாங்கிக் கொண்டுவந்த கிடாரி, இரண்டு வருடம் கழித்து இப்போது தான் சினைப்பட்டிருக்கிறது.

சினைப்பெயர் பெ. *(இலக்.)* **உடல் உறுப்பின் அல்லது தாவரத்தின் பாகங்களின் பெயர்;** names of the parts of the body or a plant. கண் என்பது சினைப்பெயர்/ கிளை என்பது ஒரு சினைப்பெயர்.

சினைப்பை பெ. **கருவணுவகம்;** ovary.

சினைபிடி வி. *(-பிடிக்க, -பிடித்து)* காண்க: *சினைப்படு.*

சினைமுட்டை பெ. **(சினைப்பையில் உருவாகும்) கருவணு; கருமுட்டை;** ovum.

சிஷ்யகோடி பெ. **(மரபுவழிக் கல்வியில் ஒருவரிடம்) மாணவராய் இருப்பவர்கள்; மாணவர் குழாம்;** group of disciples. பாகவதர் சிஷ்ய கோடிகள் புடைசூழ சபைக்கு வந்தார்.

சிஷ்யன் பெ. 1: **(கல்வி, இசை முதலியவற்றை ஒரு ஆசிரியரிடம்) கற்றுக்கொள்பவன்; மாணவன்;** disciple (of a master). இவர் மதுரை சோமுவின் சிஷ்யன். 2: **ஒருவரின் கொள்கை, பாணி முதலியவற்றால் கவரப்பட்டு அவருடைய வழியைப் பின்பற்றுபவன்;** male disciple. காந்தியின் சிஷ்யர்கள்/ சிறுகதையைப் பொறுத்த வரை இவரைப் புதுமைப்பித்தனின் சிஷ்யன் என்று சொல்லலாம்.

சிஷ்யை பெ. 1: **(கல்வி, இசை முதலியவற்றை ஒரு ஆசிரியரிடம்) கற்றுக்கொள்ளும் பெண்; மாணவி;** a female disciple (of a master). 2: **ஒருவரின் கொள்கை, பாணி முதலியவற்றால் கவரப்பட்டு அவருடைய வழியைப் பின்பற்றும் பெண்;** female disciple.

சீ இ.சொ. (பே.வ.) **வெறுப்பு, கோபம், அருவருப்பு முதலியவற்றை வெளிப்படுத்தப் பயன்படுத்தும் இடைச்சொல்;** particle used to express contempt, anger, resentment, etc., சீ! இப்படியும் ஒரு வாழ்க்கை வாழ வேண்டுமா?/ சீ! இனிமேல் என் முகத்தில் விழிக்காதே.

சீ-என்று போ வி. (போக, போய்) (பே.வ.) **(அளவுக்கு அதிகமாக) வெறுத்துப்போதல்;** cause a sickening feeling. சொந்தக்காரர்கள் என்றாலே சீயென்று போகும் அளவுக்கு மோசமாக நடந்துகொண்டார்கள்.

சீக்காய்[1] பெ. (இலங்.) **முற்றிய நுங்கு;** over ripened kernel of a palmyra fruit. கண்டபடி சீக்காயைத் தின்னாதே, வயிற்றுக்குத்து வரும்./ வெட்டிய நுங்குக் குலையெல்லாம் சீக்காயாகப் போய்விட்டது.

சீக்காய்[2] பெ. (இலங்.) **சீழ்க்கை; சீட்டி;** whistle. சினிமாக் கொட்டகையில் சீக்காய்ச் சத்தம் கேட்டது./ பெரியவர்கள் இருக்கும்போது சீக்காய் அடிக்கக் கூடாது./ காவாலிபோல் எந்த நேரமும் சீக்காய் அடித்துக்கொண்டு இருக்காதே.

சீக்காளி பெ. (பே.வ.) **நோயாளி;** sick person. சீக்காளி மாதிரி எப்போதும் படுத்தே கிடக்காதே.

சீக்கிரத்தில் வி.அ. காண்க: சீக்கிரம்/-ஆக.

சீக்கிரம்/-ஆக வி.அ. 1: **(ஒன்று நிகழ்வதைக் குறித்து வரும்போது) வேகமாக; விரைவாக; விரைவில்;** fast; quick. சீக்கிரமாகக் கடைக்குப் போய் ஒரு மெழுகுவர்த்தி வாங்கி வா!/ சீக்கிரம் உனக்குப் பதவி உயர்வு கிடைக்கும். 2: **குறிப்பிட்ட நேரத்துக்கு முன்னதாக;** earlier (than expected). இன்று அலுவலகத்துக்குச் சீக்கிரம் வந்துவிட்டீர்கள் போலிருக்கிறதே?

சீக்கு பெ. (பே.வ.) **நோய்;** disease; illness. உனக்கு என்ன சீக்கு?/ சீக்குக் கோழி.

சீகாரப் பூங்குருவி பெ. **அலகு, தலை, கழுத்து, மார்பு ஆகிய பகுதிகள் கறுப்பாகவும், இறக்கைகளும் வாலும் கருநீலமாகவும் இருக்கும், இனிமையான குரலைக் கொண்ட பறவை;** Malabar whistling thrush.

சீசா[1] பெ. (பே.வ.) **(கண்ணாடி) புட்டி;** bottle.

சீசா[2] பெ. (-ஆக, -ஆன) (திருநர் வ.) **அழகு, உண்மை, தெளிவு ஆகியவற்றைக் குறிப்பிடப் பயன்படும் பொதுச் சொல்;** general word used for referring to beauty, truth or clarity. அவள் நல்ல சீசா/ அவன் சொல்வது சீசா/ உன் பேச்சு சீசாவாக இல்லை.

சீட்டாட்டம் பெ. **எண்களும் படங்களும் அச்சிடப்பட்ட 52 சீட்டுகளைக் கொண்டு (பணம் வைத்தோ வைக்காமலோ) வெவ்வேறு முறைகளில் விளையாடும் விளையாட்டு; சீட்டு;** game of cards.

சீட்டாடு வி. (-ஆட, -ஆடி) **(பணம் வைத்தோ வைக்காமலோ) சீட்டு விளையாடுதல்;** play a game of cards. பொழுதுபோகவில்லை என்று அவர்கள் சீட்டாட உட்கார்ந்தார்கள்./ சீட்டாடியே பாதிச் சொத்தை அவன் அழித்துவிட்டான்.

சீட்டி[1] பெ. **(நாக்கை மடித்து உதடுகளைக் குவித்து) காற்றை வெளியேற்றுவதனால் உண்டாக்கும் ஒலி; சீழ்க்கை;** whistle (by mouth).

சீட்டி[2] பெ. **(திரைச்சீலை, உறை முதலியவை தைக்கப் பயன்படும்) வண்ணமும் வடிவமும் பதிக்கப்பட்ட, சற்றுக் கனமான, விலை குறைந்த பருத்தித் துணி;** cotton cloth printed using fast colours. பாவாடை தைக்கச் சீட்டித் துணி.

சீட்டியடி வி. (-அடிக்க, -அடித்து) 1: **(வாயால்) சீட்டி எழுப்புதல்;** whistle. சீட்டியடித்ததும் நாய் ஓடி வந்து காலடியில் நின்றது./ திரையரங்கில் மின்சாரம் போனதும் ரசிகர்கள் சீட்டியடித்துக் கலாட்டா செய்தார்கள். 2: **(பாட்டை) சீட்டியால் வாசித்தல்;** whistle (a song). ஒரு பாட்டைச் சீட்டியடித்துக்கொண்டே வீட்டுக்குள் நுழைந்தான்.

சீட்டிழுப்பு பெ. (இலங்.) **(பரிசு அளிக்கும் விதமாக) சீட்டுக் குலுக்கிப் போட்டு ஒருவரைத் தேர்ந்தெடுக்கும் முறை;** lottery. இன்றைய அதிர்ஷ்ட லாபச் சீட்டிழுப்பு இலக்கங்கள் நாளைய பத்திரிகையில் வெளியாகும்./ சீட்டிழுப்பினால் எனக்குக் கிடைத்த பணத்தில்தான் இந்த வீட்டைக் கட்டினேன்.

சீட்டு பெ. 1: **எண்களும் படங்களும் அச்சிடப்பட்ட, விளையாடப் பயன்படுத்தும் 52 அட்டைகள் அல்லது அட்டைகளுள் ஒன்று/ மேற்குறிப்பிட்ட அட்டைகளைக் கொண்டு விளையாடப்படும் விளையாட்டு;** a pack of playing cards or a single card/game played with cards. ஒரு சீட்டுக் கட்டு வாங்கி வா!/ உன் சீட்டை இறக்கு!/ சீட்டுக் கச்சேரி முடிய வெகு நேரமாயிற்று./ சீட்டு விளையாட்டில் சொத்துகளை இழந்து நடுத்தெருவுக்கு வந்தவர்கள் பலர். 2: **(உறுப்பினர்களை) குறிப்பிட்ட நாட்களுக்குக் குறிப்பிட்ட தொகை என்று கட்டச் செய்து குலுக்கலின் மூலம் அல்லது ஏலத்தின் மூலம் குறிப்பிட்ட தொகையையோ பொருளையோ தரும் முறை;** system in which money is paid in instalments and the accumulated amount or the article for which the money is paid is given to the subscribers either by draw or by auction; (in India) chit. நீயும் பாத்திரச் சீட்டில் சேருகிறாயா? 3: **(பணம் கட்டுதல், அடகு வைத்தல் முதலியவற்றுக்கான) ரசீது;** receipt (for money paid or articles left with a pawn broker). அடகுச் சீட்டு. 4: **(பேருந்து, ரயில் முதலியவற்றில்)**

பயணத்திற்குச் செலுத்திய கட்டணத்திற்கு அத்தாட்சியாகத் தரப்படும் அச்சடிக்கப்பட்ட சிறு அட்டை அல்லது தாள்; ticket (for a journey). 5: (குறிப்பு, முகவரி முதலியவை எழுதிய) துண்டுத் தாள்; note or slip (for writing one's request, address, prescription, etc.,). மேடையில் பேசிக்கொண்டிருந்த அமைச்சரிடம் அவருடைய உதவியாளர் ஒரு சீட்டைத் தந்தார். 6: காண்க: மருந்துச் சீட்டு.

சீட்டுக் கச்சேரி பெ. (ஒரு குழுவாகக் கூடியவர்கள்) பொழுதுபோக்காகச் சீட்டு விளையாடுவது; a team playing cards for amusement. என்ன! நீ சீட்டுக் கச்சேரியில் கலந்துகொள்ளவில்லையா?/ கல்யாண வீட்டில் ஒரு பக்கம் சீட்டுக் கச்சேரி நடந்துகொண்டிருந்தது. மறுபக்கம் பெண்கள் கூடி அரட்டையடித்துக்கொண்டிருந்தார்கள்.

சீட்டுக் கட்டு வி. (கட்ட, கட்டி) (பணம், பாத்திரம் முதலியவற்றுக்கான சீட்டில்) உறுப்பினராகச் சேர்ந்து குறிப்பிட்ட தொகையைச் செலுத்துதல்; pay subscription to a chit. பெண்ணின் கல்யாணத்திற்காக ஐந்து லட்ச ரூபாய் சீட்டுக் கட்டிவருகிறேன்.

சீட்டுக்கவி பெ. (முன்பு புலவர்கள் தம்மை ஆதரிக்க வேண்டி எழுதிய) செய்யுள் வடிவக் கடிதம்; (in former times) letter written in verse (by a poet to his patron).

சீட்டுக் கிழி[1] வி. (கிழிய, கிழிந்து) (பே.வ.) வேலை பறிபோதல்; get sacked; be terminated from service. வேலை நிறுத்தத்தில் ஈடுபட்ட இருபது பேருக்கும் சீட்டுக் கிழிந்துவிட்டது.

சீட்டுக் கிழி[2] வி. (கிழிக்க, கிழித்து) (பே.வ.) வேலையை விட்டு நீக்குதல்; sack (a person). அலுவலகப் பணத்தைக் கையாடல் செய்ததற்காக அவனைச் சீட்டுக் கிழித்து வீட்டுக்கு அனுப்பிவிட்டார்கள்.

சீட்டுக் குலுக்கு வி. (குலுக்க, குலுக்கி) (குறிப்பிட்ட பெயர்கள், மாற்று யோசனைகள் அல்லது எண்கள் எழுதப்பட்ட) காகிதச் சுருள்களைக் குலுக்கிப் போட்டு ஒன்றைத் தேர்ந்தெடுத்தல்; draw lots.

சீட்டுப் பிடி வி. (பிடிக்க, பிடித்து) (பணம், பாத்திரம், நகை முதலியவற்றைப் பெறும் வகையில்) உறுப்பினர்களைச் சேர்த்துச் சீட்டை நடத்துதல்; organize a chit.

சீட்டைக் கிழி வி. (கிழிக்க, கிழித்து) காண்க: சீட்டுக் கிழி[2].

சீடன் பெ. காண்க: சிஷ்யன்.

சீடை பெ. பச்சரிசி மாவுடன் தேங்காய், எள் முதலியவை சேர்த்துச் சிறுசிறு உருண்டைகளாக்கி, எண்ணெயில் பொரித்துச் செய்யப்படும் ஒரு வகைத் தின்பண்டம்; a snack, deep-fried tiny balls made with rice flour, coconut and sesame seeds.

சீண்டு வி. (சீண்ட, சீண்டி) (விளையாட்டாகவோ உள்நோக்கத்துடனோ ஒருவருக்கு) கோபம், எரிச்சல் ஆகியவை உண்டாகுமாறு சிறு தொல்லை தருதல்; தொல்லை தருவதன் மூலம் எதிர்த்துச் செயல்படத் தூண்டுதல்; tease (s.o.); provoke. என்னைச் சீண்டிவிட்டு வேடிக்கை பார்க்காதே!/ பூனையைச் சீண்டப்போய் அது என்னைப் பிறாண்டிவிட்டது./ மாப்பிள்ளைத் தோழன் மாப்பிள்ளையை அடிக்கடி சீண்டிக்கொண்டிருந்தான்.

சீத்தாப்பழம் பெ. சிறுசிறு புடைப்புகளைக் கொண்ட மேல்தோலையும் வெண்ணிற சதைக்குள் கறுப்பு நிற விதைகளையும் உடைய ஒரு வகைப் பழம்; custard apple.

சீத்துவம் பெ. (இலங்.) பலம்; தெம்பு; strength; energy. என்ன, உன் பிள்ளை சீத்துவம் கெட்ட பிள்ளையாக இருக்கிறதே!

சீத்தை பெ. (இலங்.) சீட்டி; printed cotton cloth.

சீதபேதி பெ. இரத்தமும் சளியும் கலந்து மலம் அடிக்கடி வெளியேறும் ஒரு நோய்; dysentery.

சீதம்[1] பெ. (அ.வ.) குளிர்ச்சி; குளிர்ந்த தன்மை; coldness; cooling effect. மோர் சீதம்தான்; கோடையில் நிறையக் குடிக்கலாம்.

சீதம்[2] பெ. (-ஆக) (பே.வ.) (மலத்தில்) இரத்தமும் சளியும்; (in faeces) mucus and blood. குழந்தைக்குக் காலையிலிருந்து சீதமாகப் போய்க்கொண்டிருக்கிறது.

சீதளம் பெ. 1: (அ.வ.) குளிர்ச்சி; cool. மொட்டை மாடியில் நிலவின் சீதள ஒளியை அனுபவித்தோம். 2: (அ.வ.) ஈரம்; ஈரப்பசை; moisture. பருத்தியிலிருந்து நூல் நூற்கச் சீதளம் மிகுந்த காற்று அவசியம். 3: (சித்த.) உடம்பில் மட்டுமன்றி, சளி, பசியின்மை போன்ற அறிகுறிகளாலும் உணரப்படும் (பசும்பால், எலுமிச்சைச் சாறு போன்ற) உணவுப் பொருள்களாலோ மருந்துகளாலோ ஏற்படும் வெப்பக்குறைவு அல்லது குளுமை; குளிர்ச்சி; (in Indian indigenous medicine) the condition of being cold. சீதளமான உடம்பு/ வெள்ளரிக்காய் சீதளம்.

சீதனம் பெ. மணமகள் தாய்வீட்டிலிருந்து தன் மண வாழ்க்கைக்காகக் கொண்டுவரும் பொருள்; things (normally in kind) brought by the bride as gifts from her parents.

சீதேவி பெ. அதிர்ஷ்டத்தை வழங்குவதாகக் கருதும் பெண் தெய்வம்; female deity who brings good luck.

சீதோஷ்ணம் பெ. தட்பவெப்பம்; climate. தேயிலையைப் பயிர்செய்வதற்கு மிதமான சீதோஷ்ண நிலை அவசியம்.

சீந்தில் பெ. (மூலிகையாகப் பயன்படும்) அடர் பச்சை நிற இலைகளையும் மஞ்சள் நிறப் பூக்களையும் கொண்ட ஒரு வகைக் கொடி; tinospara.

சீந்து வி. (சீந்த, சீந்தி) 1: (பெரும்பாலும் எதிர்மறையில் அல்லது எதிர்மறைத் தொனியில்) (ஒருவரை) பொருட்படுத்துதல்; மதித்தல்; (mostly in the negative) take notice of (s.o.). வசதியாக இருந்தபோது அவனைச் சுற்றி எப்போதும் ஒரு கூட்டம் இருக்கும். இப்போது அவனைச் சீந்தக்கூட ஆளில்லை. [(தொ.சொ.) கண்டுகொள்/ பொருட்படுத்து/ மதி] 2: (பெரும்பாலும் எதிர்மறையில்) (பொருள்களுக்கான கிராக்கி குறித்து வரும்போது) குறைந்தபட்ச ஆர்வம் காட்டுதல்; (in the negative) take the faintest interest. சந்தையில் தக்காளி வந்து குவிந்திருக்கிறது. சீந்தக்கூட யாரும் இல்லை./ புதுரக மோட்டார் சைக்கிள்கள் வந்த பிறகு, பழைய வண்டிகளை யாரும் சீந்துவதில்லை.

சீப்பு[1] பெ. (தலை வாருவதற்குப் பயன்படும்) நெருக்க மான, மெல்லிய, கூர்மையான பற்கள் கொண்ட பட்டையான சாதனம்; comb.

சீப்பு[2] பெ. வாழைக்குலையிலிருந்து பிரித்தெடுக்கும் வகையில் பழங்களை அடுத்தடுத்துக் கொண்டிருக்கும் ஓர் அடுக்கு அல்லது ஒரு தொகுதி; bunch of bananas. கடைக்குப் போனால் ஒரு சீப்பு மலைப்பழம் வாங்கிக் கொண்டுவா. [(தொ.சொ.) குலை/ கொத்து]

சீப்பு

சீம்பால் பெ. 1: (பசு, எருமை, ஆடு ஆகியவை கன்று ஈன்றவுடன் சுரக்கும்) வெளிர் மஞ்சள் நிறமான பால்; yellowish milk (from a cow, etc., soon after calving); beestings. சீம்பாலில் சீனி கலந்து கிளறிச் சாப்பிட்டால் அவ் வளவு சுவையாக இருக்கும்! 2: குழந்தை பிறந்த முதல் இரண்டு நாட்களுக்குத் தாயிடம் சுரக்கும் பால்; colostrum. தொற்றுகளிலிருந்து குழந்தையைப் பாதுகாக்கும் நோய் எதிர்ப்புப் பொருள்கள் சீம்பாலில் நிறைய உள்ளன.

சீமந்த பெ.அ. (ச.வ.) மூத்த; சிரேஷ்ட; first; eldest. சீமந்த புத்திரன்/ சீமந்த புத்திரி.

சீமந்தம் பெ. (ச.வ.) முதல் கர்ப்பத்தின்போது பெண் ணுக்கு ஏழாவது அல்லது ஒன்பதாவது மாதத்தில் கணவன் வீட்டில் செய்யப்படும் சடங்கு; ceremony in the seventh or ninth month of the first pregnancy of a woman conducted in the house of her husband.

சீமாட்டி பெ. (அ.வ.) 1: செல்வச் செழிப்பாகவும் பலரால் மதிக்கப்படும் நிலையிலும் இருக்கும் பெண்; lady of wealth and social status. செல்வச் சீமாட்டி/ ஜொலிக்கும் நகைகளும் விலையுயர்ந்த உடைகளும் அணிந்த சீமாட்டி கள். 2: (இங்கிலாந்தில்) உயர் வகுப்புப் பெண்; woman of noble class; lady. பிரபுவும் சீமாட்டியும் வருகை புரிந்திருந்தனர்.

சீமான் பெ. (பே.வ.) செல்வச் செழிப்பாகவும் பலரால் மதிக்கப்படும் நிலையிலும் இருக்கும் ஆண்; man of wealth and social status. உனக்கு என்ன, சீமான் வீட்டுப் பிள்ளை; வறுமை என்றால் என்ன என்றே தெரியாது.

சீமை பெ. 1: (பெரும்பாலும் அரசர் ஆண்ட) நிலப் பகுதி அல்லது வட்டாரம்; region (mostly ruled by a king or chieftain). காவிரி பாயும் தஞ்சைச் சீமையிலா இப்படி ஒரு வறட்சி? 2: மேலை நாடு; அயல் நாடு; western country; foreign country. அவருடைய நடத்தையைப் பார்த்தால் ஏதோ நேற்றுதான் சீமையிலிருந்து வந்த மாதிரி அல்லவா இருக்கிறது! 3: பாரம்பரியமாக உள்நாட்டிலேயே விளையாதது அல்லது தயாரிக்கப்படாதது அல்லது உள்நாட்டு இனத்தைச் சாராதது; sth. not indigenous. சீமைக் கத்திரிக்காய்/ சீமைக் கருவேல்/ சீமைப் பசு.

சீமை ஓடு பெ. கூரை அமைக்கப் பயன்படும் வெளிர் சிவப்பு நிறத்தில் உள்ள தட்டையான ஓடு; flat and red-coloured tile used for covering the roof; (in India) Mangalore tile.

சீமைக் கருவேலம் பெ. காண்க: கருவேல்.

சீமைக் கிளுவை பெ. (இலங்.) ஒரு வகைக் கிளுவை; a kind of balsam tree. சீமைக் கிளுவைத் தண்டில் பப்பாசிப் பறிதடி செய்தார்கள்./ ஆட்டுக்குச் சீமைக் கிளுவை இலை யைக் கொப்புடன் பறித்துப் போட்டான்.

சீமைச் சரக்கு பெ. (பே.வ.) (மது, துணி முதலியவற்றைக் குறிக்கும்போது) வெளிநாட்டுப் பொருள்; (of liquor, clothes, etc.,) foreign goods.

சீமையெண்ணெய் பெ. (பே.வ.) மண்ணெண்ணெய்; kerosene.

சீய் வி. (சீய்க்க, சீய்த்து) 1: (கோழி, காகம் போன்ற பறவை கள் அலகால்) கிளறுதல்; stir. கோழி குப்பையைச் சீய்த்துக்கொண்டிருந்தது. 2: (கத்தியைக் கூர்மையாகக் கல்லில்) உரசுதல்; sharpen (knife etc.,) 3: (காய் கறிகளை) மெல்லிய இழைகளாக நறுக்குதல்; சீவுதல்; shave. இந்த உருளைக் கிழங்கைச் சீய்த்துக்கொடு.

சீயக்காய் பெ. தலையில் உள்ள எண்ணெய்ப் பிசுக்கை அகற்ற அரைத்துப் பயன்படுத்தும் தட்டையான காய்/ அந்தக் காயை அரைத்துப் பெறும் தூள்; soap-nut/ soap-nut powder used to wash hair. சீயக்காயை அரைத்துக் கொண்டுவா./ சீயக்காய் தேய்த்துக் குளித்தால் தலையி லுள்ள அழுக்கு போய்விடும்.

சீர்[1] பெ. (-ஆக, -ஆன) 1: (பல்வேறு காலங்களில் அல் லது நிலைகளில் தொடரும்போது) வேறுபாடு இல்லா தது; (ஒரே) அளவாக இருப்பது; uniformity; consistency. நகர வளர்ச்சி சீரற்ற முறையில் போய்க்கொண்டிருக் கிறது./ எந்தச் சிக்கலும் இல்லாமல் வாழ்க்கை சீராக ஓடிக் கொண்டிருக்கிறது./ நாடு முழுவதும் சீரான கல்வித் திட்டம் வேண்டும். 2: இயல்பான தன்மை; ஒழுங்கு; regularity; orderliness. சீராகப் போய்க்கொண்டிருந்த பேருந்து மக்கர் செய்ய ஆரம்பித்தது./ மருத்துவப் பரிசோதனையில் அவன் இருதயம் சீராக இயங்கவில்லை என்று தெரியவந்தது. 3: (பங்கீடு, வருவாய் முதலியவற்றைக் குறிக்கும்போது) சமம்; equal (in division, distribution); evenness. இனிப்பு களைச் சீராகப் பங்கிட்டுக் கொடுத்தேன்./ உணவுப் பொருள்களின் சீரான விநியோகத்துக்கு அரசு உத்தர வாதம் அளிக்க வேண்டும். 4: (ஒன்றைச் செய்வதில் உள்ள) நேர்த்தி; அழகு; elegant manner. பொருள்களை அவன் எடுத்து வைத்த சீரைப் பார்த்ததும் வேலை பழகி யவன் என்பது தெரிந்துவிட்டது.

சீர்[2] பெ. திருமணத்தின்போது அல்லது விசேஷ நாட்க ளில் மகள், சகோதரி போன்றோருக்குக் கொடுக்கும் பொருள்; சீதனம்; gifts (made to daughters or sisters on the occassion of wedding or important festivals). அவர்களுக்கு ஒரே பெண் என்பதால் ஏகப்பட்ட சீர் செய்திருக்கிறார்கள்.

571 சீரழி[1]

சீர்[3] பெ. (இலக்.) **அசைகள் ஒன்றுசேர்ந்த செய்யுளின் உறுப்பு;** metrical foot. அறுசீர் விருத்தம்/ இந்த வெண்பா வைச் சீர் பிரித்து எழுதுக.

சீர்குலை[1] வி. (-குலைய, -குலைந்து) **(சகஜமான நிலை) மோசமாகப் பாதிக்கப்படுதல்; சீர்கெடுதல்;** be affected; be disrupted; be in disorder. அரசு ஊழியர்களின் வேலை நிறுத்தத்தால் அன்றாட வாழ்க்கை சீர்குலைந்தது./ வறட்சி யின் காரணமாகப் பொருளாதார வளர்ச்சி சீர்குலையலாம்.

சீர்குலை[2] வி. (-குலைக்க, -குலைத்து) **1: ஒன்றின் ஒழுங்கை அல்லது சீரான தன்மையைக் கெடுத்தல்; சீர்கெடுத்தல்;** disturb (peace); ruin. நாட்டின் அமைதியைச் சீர்குலைக்க மேற்கொள்ளப்படும் முயற்சிகள் முறியடிக்கப் படும்./ அண்டை நாடுகளுடனான நல்லுறவை யாரும் சீர்குலைத்துவிட முடியாது. **2: (வாழ்க்கையை) நாசம் செய்தல்; சீரழித்தல்;** ruin (life). என் மகளின் வாழ்க்கை யைச் சீர்குலைத்த அந்தப் பாவியை நான் சும்மா விடப் போவதில்லை.

சீர்கெடு வி. (-கெட, -கெட்டு) **மோசமான நிலையை அல்லது தன்மையை அடைதல்; பாதிக்கப்படுதல்;** deteriorate. நிலம் சீர்கெட்டுவிட்டதால் விளைச்சல் குறைந்து விட்டது./ அவருடைய உடல்நலம் நாளடைவில் சீர்கெட் டது./ அவனது வாழ்க்கை எந்தக் காரணத்தாலோ சீர்கெட் டுத் திசைமாறிவிட்டது.

சீர்கேடு பெ. (-ஆன) **ஒழுங்கு குலைந்த நிலைமை;** irregularity; disorder; ills. நிர்வாகச் சீர்கேடுகள்/ சமுதாயச் சீர்கேடுகள்.

சீர்செய் வி. (-செய்ய, -செய்து) **(ஒன்றை) குறை நீக்கி நல்ல நிலைக்குக் கொண்டுவருதல்; சரிசெய்தல்;** repair; put in order. சீர்செய்த பிறகு கடிகாரம் சரியாக ஓடுகிறது./ மழைக் காலத்திற்கு முன் ஏரிகளைச் சீர்செய்ய வேண்டும்.

சீர்திருத்தத் திருமணம் பெ. **(சுயமரியாதை காரண மாக) மரபான சடங்குகளை முற்றும் தவிர்த்துச் செய்து கொள்ளும் திருமணம்;** marriage conducted without traditional rituals.

சீர்திருத்தம் பெ. **(சட்டம், சமுதாயம் முதலியவற்றில்) நடைமுறையில் நிலவும் சீர்கேடுகளை அல்லது ஒழுங் கற்ற முறையை மாற்றுவதற்கான நடவடிக்கை;** reform. நிர்வாகச் சீர்திருத்தம்/ சமுதாயச் சீர்திருத்தம்/ தமிழ் எழுத் துச் சீர்திருத்தம்.

சீர்திருத்து வி. (-திருத்த, -திருத்தி) **(ஒன்றின் அல்லது ஒருவரின்) குறைகளை அல்லது பிரச்சினைகளை நீக்கிச் சரியான நிலையை அடையச் செய்தல்;** reform. ஒரு நிர்வாகத்தைச் சீர்திருத்த வேண்டுமென்றால் முதலில் அதிலுள்ள ஓட்டைகளைக் கண்டறிய வேண்டும்./ இலக்கி யத்தின் மூலம் சமுதாயத்தைச் சீர்திருத்திவிட முடியாது என்பது உன் கருத்தா?

சீர்திருந்து வி. (-திருந்த, -திருந்தி) **குறைகள் அல்லது பிரச்சினைகள் நீங்கி மாற்றம் ஏற்படுதல்;** be reformed. தவறு செய்தவர்கள் சீர்திருந்தவும் நாம் வாய்ப்பளிக்க வேண்டும்./ நிலைமை சீர்திருந்தும்வரை ஊரடங்கு உத் தரவு தளர்த்தப்பட மாட்டாது என்று காவல்துறை அதி காரி கூறினார்.

சீர்தூக்கு வி. (-தூக்க, -தூக்கி) (உ.வ.) **நன்மையையும் தீமையையும் அல்லது குறையையும் நிறையையும் ஆராய்தல்;** weigh (considering the good and the bad); evaluate. குண்டுவெடிப்புக்குப் பிறகு எழுந்துள்ள நிலைமை களைச் சீர்தூக்கிப் பார்த்தபின் தகுந்த நடவடிக்கைகள் மேற்கொள்ளப்படும் என்று பிரதமர் தெரிவித்துள்ளார்./ அவருடைய கருத்துகளையும் பிறருடைய கருத்துகளையும் சீர்தூக்கி இந்தக் கட்டுரையை எழுதியிருக்கிறேன்.

சீர் மரபினர் பெ. **(ஆங்கிலேயர்களால்) வகைப்படுத்தப் பட்ட ஒரு பட்டியலில் சேர்க்கப்பட்டிருந்து பின்னர் நீக்கப்பட்டு மிகவும் பின்தங்கிய இனமாக அறிவிக்கப் பட்ட இனத்தினர்;** communities once listed (by the British) and later transferred to the list of most backward communities; (in India) denotified tribes.

சீர்மிகு பெ.அ. (உ.வ.) **நேர்த்தியான;** impressive. தற்போது காவல்துறை சீர்மிகு ஏற்றத்தைப் பெற்றுள்ளது.

சீர்வரிசை பெ. காண்க: **சீர்**[2].

சீரகச் சம்பா பெ. (ஊரக வ.) **களிமண் பாங்கான நிலங் களுக்கு ஏற்ற, சீரகத்தை ஒத்த வடிவில் சன்னமாக இருக்கும், வாசனை உடைய அரிசியைத் தரும், பாரம் பரிய நெல் வகைகளில் ஒன்று;** a traditional variety of rice suitable for cultivation in clay soil and whose grain resembles cumin seed and is fragrant.

சீரகம் பெ. **(சமையலில் பயன்படுத்தும்) ஒரு வகைக் குத்துச்செடியின் பழுப்பு நிறச் சிறு விதை;** cumin.

சீரக மிட்டாய் பெ. காண்க: **அரிசி மிட்டாய்.**

சீரடை வி. (-அடைய, -அடைந்து) **(குறிப்பிட்ட நிலைமை, உடல் நலம் போன்றவை) சீரான நிலைக் குத் திரும்புதல்; சரியாதல்;** (of condition, function, etc.,) become all right or normal. சுனாமியால் பாதிக்கப்பட்ட கடற்கரைப் பகுதிகள் சீரடையப் பல வருடங்கள் ஆகும்./ விபத்துக்குப் பிறகு என்னுடைய உடல்நலம் சீரடையப் பல நாட்கள் ஆயிற்று.

சீரணம் பெ. காண்க: **ஜீரணம்.**

சீரணி வி. (சீரணிக்க, சீரணித்து) காண்க: **ஜீரணி.**

சீரமை வி. (-அமைக்க, -அமைத்து) **1: (கட்டடம், சாலை முதலியவற்றை) செப்பனிடுதல்; பழுதுபார்த்தல்;** repair; renovate. எங்கள் ஊர்க் கோயிலைச் சீரமைக்க அரசு உதவித்தொகை வழங்கியுள்ளது./ பிரதமர் வருகையை ஒட்டிச் சாலைகள் சீரமைக்கப்படுகின்றன. **2: (திட்டம், விதிமுறை முதலியவற்றை மாற்றியமைத்து) ஒழுங்கு படுத்துதல்; மேம்படுத்துதல்;** revise (a plan, etc.,); set right. பள்ளிப் பாடத்திட்டம் அவ்வப்போது சீரமைக்கப் பட வேண்டும்.

சீரமைப்பு பெ. **சீரமைக்கும் செயல்;** renovation. சென் னைக் கோட்டையில் உள்ள தேவாலயத்தில் சீரமைப்புப் பணி நடந்துகொண்டிருக்கிறது.

சீரழி[1] வி. (-அழிய, -அழிந்து) **1: (மதிப்பு, நிர்வாகம் முதலியவை) மோசமான போக்குகளால் கண்டனத் துக்கு உள்ளாகும் நிலையை அடைதல்; சீர்கெடுதல்;**

degenerate. தலைவர்களின் பதவி ஆசையால் கட்சி சீரழிந்துவிட்டது./ நல்ல குடும்பத்தில் பிறந்துவிட்டு இப்படியா சீரழிய வேண்டும்? **2: (தேவைக்கு அதிகமாகக் கிடைப்பதால்) கேட்பாரற்றுக் கிடத்தல்;** be available in such abundance as to be going begging. சந்தையில் கத்திரிக்காய் சீரழிகிறது.

சீரழி² வி. (-அழிக்க, -அழித்து) **மோசமான போக்குகளால் பாதிப்பு மிக்க நிலையை அடையச் செய்தல்; கெடுத்தல்; சீர்குலைத்தல்;** cause to degenerate; ruin. உள்நாட்டுக் கலவரம் நாட்டைச் சீரழித்துவிட்டது./ மதுபானங்கள் சாப்பிட்டு உடம்பைச் சீரழித்துக்கொள்ளாதே!

சீரழிவு பெ. **மோசமான நிலை; சீர்கெட்ட நிலை; கேடு;** degradation; degeneration. அவனால் உனக்கு இப்படியொரு சீரழிவு ஏற்படும் என்று நான் கனவிலும் நினைக்கவில்லை./ பெருகிவரும் தொழிற்சாலைகள் சுற்றுப்புறத்தின் சீரழிவுக்குக் காரணமாகின்றன.

சீராக்கு வி. (-ஆக்க, -ஆக்கி) **சீரற்ற நிலையில் இருப்பதைச் சரிசெய்தல்; சரிப்படுத்துதல்;** regulate; put (things) in order. அன்றாட வேலைகளைச் சீராக்கிக் கொள்ளாவிட்டால் செயல்படுவது சிரமமாயிருக்கும்./ பொருளாதாரத்தில் காணப்படும் சமனற்ற நிலை சீராக்கப்பட வேண்டும்./ சரிவிகித உணவு உடல்நலத்தைச் சீராக்கும்.

சீராகு வி. (-ஆக, -ஆகி) **ஒழுங்கு குலைந்த ஒன்று இயல்பான நிலைக்குத் திரும்புதல்; சரியாதல்; சீரடைதல்;** (of condition, function, etc.,) become all right or normal. கலவரத்தால் பாதித்த பகுதிகள் சீராக இன்னும் பல மாதங்களாகும்./ வேலைநிறுத்தம் முடிந்த பிறகும் போக்குவரத்து சீராகவில்லை.

சீராட்டு வி. (சீராட்ட, சீராட்டி) (பெரும்பாலும் பிள்ளைகளை வளர்ப்பது குறித்து வரும்போது) **(வேண்டியவை அனைத்தும் செய்து) அன்பு காட்டி வளர்த்தல்;** tend lovingly; be affectionate. தாய் குழந்தையை எப்படியெல்லாம் சீராட்டுகிறாள்!/ நான் தூக்கிச் சீராட்டிய பையன், இன்று என்னையே கேள்வி கேட்கிறான்.

சீராடு வி. (சீராட, சீராடி) **(பெண் தன் தாய் வீட்டில் வேண்டியவற்றை) அனுபவித்து மகிழ்தல்;** (of a woman) enjoy affection (in her parents' house). தாய்வீட்டுக்குப் பெண் சீராடத்தான் வருவாள்.

சீராய்வு பெ. (பு.வ.) **(ஒரு திட்டம், கொள்கை, சூழல் போன்றவற்றின் செயல்பாடு) திருப்திகரமாக அல்லது பொருத்தமாக இருக்கிறதா என்று ஒருவர் மேற்கொள்ளும் ஆய்வு;** review. கடந்த மாதம் சீராய்வுக்குச் சென்றபோது எனக்குள் இருந்த சந்தேகத்தை மேலதிகாரியிடம் மெள்ளக் கேட்டேன்.

சீராய்வு மனு பெ. (சட்டம்) **தீர்ப்பு அல்லது ஆணையை மீண்டும் ஆய்வு செய்யுமாறு அவற்றைப் பிறப்பித்த நீதிமன்றத்திலேயே செய்துகொள்ளும் மனு;** review petition.

சீரிய பெ.அ. (உ.வ.) **உயர்ந்த; சிறப்பான; தீவிரமான;** excellent. இந்த இயந்திரத்தின் எல்லாப் பாகங்களும் சீரிய தரப் பரிசோதனைக்கு உட்படுத்தப்பட்டவை./ உங்களுடைய பணி சீரிய முறையில் நடந்துவருகிறது அல்லவா?/ சீரிய சிந்தனை.

சீருடை பெ. **(பள்ளி மாணவர், ராணுவத்தினர் முதலியோர் அல்லது தொழிற்சாலை, ஆய்வுக்கூடம் முதலியவற்றில் பணி செய்வோர்) குறிப்பிட்ட நிறத்தில் குறிப்பிட்ட பாணியில் (ஒரே மாதிரியாக) அணியும் உடை;** uniform (dress). நாங்கள் படிக்கும்போதெல்லாம் பள்ளிகளில் சீருடை கிடையாது./ கடற்படையினரின் சீருடை வெள்ளை நிறத்தில் இருக்கும்.

சீருடைப் பணி பெ. **(பணிசெய்பவர்களை அடையாளம் காட்டும் விதமாகக் குறிப்பிட்ட பாணியில்) ஒரே மாதிரியாக உடை அணிய வேண்டியதாக இருக்கும் ராணுவம், காவல்துறை, அதிரடிப் படை போன்ற அரசுப் பணி;** uniformed service.

சீரும்சிறப்புமாக வி.அ. **செல்வச் செழிப்போடு உயர்ந்த நிலையில்;** prosperously. முன்பு சீரும்சிறப்புமாக வாழ்ந்த குடும்பம் இன்று இப்படிக் கஷ்டப்படுகிறது./ மகள் வெளிநாட்டில் சீரும் சிறப்புமாக இருக்கிறாள் என்பதை நினைக்கும்போது மனத்திற்குச் சந்தோஷமாக இருக்கிறது.

சீலம் பெ. (உ.வ.) **உயர்ந்த பண்பு;** exemplary or noble conduct. அவருடைய தியாகத்தையும் சீலத்தையும் பாராட்டாதவர்கள் இல்லை.

சீலம்பாய் பெ. (இலங்.) **கிழிந்த பாய்;** worn out mat. வீட்டில் ஒரு சீலம்பாய்க்குக்கூட வசதியில்லை.

சீலன் பெ. (உ.வ.) **(குணத்தைக் குறிப்பிட்டுக் கூறும் சொற்களுடன் இணைந்து வரும்போது முன் குறிப்பிட்ட குணத்தையும் தன்மையையும்) உடையவன் அல்லது நிறைந்தவன்; (தனித்து வரும்போது) உயர்ந்த குணமுடையவன்;** person of character (mentioned). ஒழுக்க சீலன்/ நாட்டுக்கு உழைத்த சீலர்கள்.

சீலா பெ. **சுமார் ஒன்றரை மீட்டர் நீளம்வரை வளரும், உடலில் கறுப்புக் கோடுகளைக் கொண்ட (உணவாகும்) ஒரு வகைக் கடல் மீன்;** barracuda.

சீலை பெ. (பே.வ.) **1: சேலை;** saree. **2:** (இலங்.) **துணி;** cloth.

சீலைப் புல் பெ. (ஊரக வ.) **வரப்பில் கொழுகொழுவென்று மண்டி வளரும் ஒரு வகைப் புல்;** a kind of lush grass growing on field bunds.

சீலைப்பேன் பெ. **(பல நாள் குளிக்காத நிலையில் உடலில் சேரும்) ஆடைகளில் முட்டைகளை இடும் ஒரு வகைப் பேன்;** body louse.

சீவல் பெ. **1: பாக்கிலிருந்து மெல்லியதாகச் சீவி எடுக்கப்பட்டு வெற்றிலையுடன் சேர்த்துப் பயன்படுத்துவது;** parings of areca nut (for chewing with betel leaves). **2: (மரத்தை இழைக்கும்போது விழும்) மெல்லிய சுருள்;** (wood) shavings. மரச் சீவல்கள் அடுப்பெரிக்க உதவும். **3:** (வ. வ.) **ரிப்பன் பகோடா;** snack made by squeezing a paste of bengal gram flour, rice flour, sesame, asafoetida, chilli powder and salt through a press to get long flat strips and frying them. **4:** (இலங்.) **பனையின் பாளையைச் சீவிக் கள் இறக்கும் தொழில்;** the profession of tapping toddy from palm tree. அவர் சீவல் செய்துதான் தன் குடும்பத்தையே காப்பாற்றினார்.

சீவன் பெ. காண்க: **ஜீவன்.**

சீவன்போ வி. (-போக, -போய்) (இலங்.) *இறத்தல்;* die. சீவன்போகும்போதுகூட அப்பா என்னைக் கவலையோடு பார்த்தது இன்னும் நினைவில் இருக்கிறது./ அந்த முதலாளி ஊரையே சுருட்டிச் சம்பாதித்தும் சீவன்போகும் போது எதைத்தான் கொண்டுபோனார்?

சீவனம் பெ. காண்க: *ஜீவனம்.*

சீவாளி பெ. *(நாகசுரம் போன்ற வாத்தியங்களில்) ஊதுவதற்குத் தேவையான இடைவெளி உடையதாகத் தக்கை, மட்டை முதலியவற்றால் செய்யப்பட்ட சிறு துண்டு;* reed (in certain windpipe instruments). நாகசுரத்திற்குப் பெரிய சீவாளி. (பார்க்க, படம்: *நாகசுரம்*)

சீவான்மா பெ. (தத்.) *ஜீவாத்துமா;* individual soul.

சீவி வி. (சீவிக்க, சீவித்து) காண்க: *ஜீவி*[1].

சீவிய உருத்து பெ. (இலங்.) *தான் உயிரோடு இருக்கும் வரை தன்னுடைய சொத்தில் தனக்கும் அதிகாரம் உண்டு என்கிற வகையில் ஒருவர் எழுதும் உயில்;* a will in which one states that he or she has authority over their property until they are alive.

சீவுளி பெ. (இலங்.) *(மரத்தைப் பலகையாகச் சீவியப் பின்) சமப்படுத்தப் பயன்படுத்தும் கருவி; இழைப்புளி;* block plane (of carpenter). பலகையைச் சீவுளியால் அழுத்தமாகச் சீவிச் சமப்படுத்தினார்./ சீவுளியால் மரத்தைச் சீவிய போது கரடுமுரடான பகுதிகளைச் சரிசெய்ய அதிக நேரம் பிடித்தது.

சீவுளிக்கூடு பெ. (இலங்.) *பென்சில் முனையைக் கூராக்கப் பயன்படும் சாதனம்;* sharpener (used to sharpen a pencil). எந்த நேரமும் பென்சிலைச் சீவுளிக்கூடால் சீவிக்கொண்டேயிருக்கிறான்.

சீவு[1] வி. (சீவ, சீவி) 1: *(கத்தி, அரிவாள் முதலியவற்றால்) மெல்லிய சுருளாக வெட்டி நீக்குதல்;* make sth. sharp or pointed; shave or pare off. கொஞ்சம் இந்த பென்சிலைச் சீவிக்கொடு!/ மாட்டுக் கொம்பைச் சீவி வர்ணம் பூசினான். 2: *(உருளைக்கிழங்கு, வாழைக்காய், பாக்கு போன்றவற்றை) தகடுபோல் மெல்லிய துண்டுகளாக வெட்டுதல் அல்லது நறுக்குதல்;* slice. பஜ்ஜி போடுவதற்கு வாழைக்காய் சீவிவிட்டாயா?/ உருளைக்கிழங்கை இன்னும் மெல்லியதாகச் சீவு! 3: *காய்கறிகள், பழங்கள் போன்றவற்றின் தோலைக் கத்தியைக் கொண்டு நீக்குதல்;* peel (skin of vegetables, fruits, etc.,). தாத்தா மாம்பழத்தின் தோலைச் சீவும் அழகே தனி./ தோலைச் சீவியபின் வாழைக்காயைத் துண்டுதுண்டாக நறுக்கி வைத்துக்கொள்ளவும். 4: *வெட்டுதல்;* chop off. எதிர்த்துப் பேசினால் கழுத்தையா சீவிவிடுவான்?

சீவு[2] வி. (சீவ, சீவி) *(முடியை) சீப்பினால் இழுத்து ஒழுங்குபடுத்துதல்; (தலை) வாருதல்;* comb (the hair). நேர்வகிடு எடுத்துச் சீவினால்தான் உனக்கு அழகாக இருக்கும்.

சீவு[3] பெ. (ஊரக வ.) *ஈர்க்குச்சி;* rib of palm leaf.

சீவுவிளக்குமாறு பெ. (பே.வ.) *பூந்துடைப்பம்;* broom made from thin stems of a variety of grass.

சீழ் பெ. *தொற்றுக்கு உள்ளான புண், கட்டி முதலியவற்றிலிருந்து வெளிவரும், துர்நாற்றமுடைய வெளிர் மஞ்சள் நிறத் திரவம்; சலம்;* pus. காலில் முள் குத்திய இடத்தில் சீழ் கோத்திருக்கிறது.

சீழ்க்கை பெ. *சீட்டி;* whistle.

சீழ்பிடி வி. (-பிடிக்க,-பிடித்து) காண்க: *சீழ்வை.*

சீழ்வை வி. (-வைக்க, -வைத்து) *புண், அடிபட்ட இடம் போன்றவற்றில் சீழ் உண்டாதல்;* form pus. காலில் ஆணி குத்திய இடத்தில் சீழ்வைத்துவிட்டது.

சீற்றம் பெ. 1: *(பாம்பு, காளை முதலியவற்றின்) உக்கிரமான மூச்சு ஒலி;* (of animals esp. snakes) show of anger with a hissing noise. ராஜ நாகத்தின் சீற்றம் ஆளை நடுங்க வைத்தது. 2: *(கடல், எரிமலை போன்றவற்றின்) கொந்தளிப்பு;* eruption (of sea, volcano, etc.,). கடல் சீற்றத்தால் பாதிக்கப்பட்டவர்களுக்கு இன்று நிவாரணம் வழங்கப்படும். 3: (உ.வ.) *மிகக் கடுமையான கோபம்;* fury. தான் செய்த சிறு தவறுக்கு அப்பா இப்படிச் சீற்றம் கொள்வார் என்று அவன் எதிர்பார்க்கவில்லை.

சீறு வி. (சீற, சீறி) 1: *(பாம்பு, காளை முதலியவை) உக்கிரமாகப் பாய்தல்;* leap or spring (ferociously). குடையைக் கண்டதும் மாடு சீறியது./ பதுங்கியிருந்த புலி மேய்ந்துகொண்டிருந்த மான்மீது சீறிப் பாய்ந்தது./ ஜல்லிக்கட்டில் சீறி வரும் காளைகள். 2: *மிகுந்த கோபத்துடன் பேசுதல்;* (of person) growl. 'குறுக்கே பேசாதே' என்று அப்பா சீறினார்.

சீனாக்கற்கண்டு பெ. *ஒரு வகை வெள்ளை நிறக் கற்கண்டு;* crystal sugar (with rough edges).

சீனி பெ. *வெண்ணிறச் சர்க்கரை;* (loose) sugar.

சீனிக்கதலி பெ. (இலங்.) *கர்ப்பூரவல்லி வாழைப்பழம்;* a variety of banana fruit with mild sweetness.

சீனிக்கிழங்கு பெ. *சர்க்கரைவள்ளிக் கிழங்கு;* sweet potato.

சீனிச்சம்பல் பெ. (இலங்.) *சிறிய துண்டுகளாக வெட்டப்பட்ட பெரிய வெங்காயத்தைச் சட்டியில் இட்டு, எண்ணெய் ஊற்றி வதக்கி, சிறிதளவு மிளகாய்த் தூள், சீனி முதலியவை சேர்த்துத் தயாரிக்கும் ஒரு வகைச் சம்பல்;* a kind of சம்பல் prepared by adding fried pieces of onion, chilli powder, sugar, etc., காலையில் பாணும் சீனிச்சம்பலும் உண்டேன்./ சீனிச்சம்பல் பணிஸ் வேண்டும் என்றான் தம்பி.

சீனிப் பாகு பெ. *(சிலவகை இனிப்புகளுக்காக) கொதிக்கும் நீரில் சர்க்கரையைக் கொட்டித் தயாரிக்கும் கரைசல்; ஜீரா;* syrup made by boiling sugar with water.

சீனிவெடி பெ. *சுண்டுவிரல் நீளத்தில் இருக்கும் சிறிய பட்டாசு வகை;* a kind of small fire cracker.

சுக்கல் பெ. (பெரும்பாலும் 'கிழி', 'உடை', 'சிதறு' போன்ற வினைகளுடன்) *சிறு துண்டு;* (broken) piece. தலைவலியால் மண்டை ஆயிரம் சுக்கல் ஆகிவிடும்போல் இருந்தது./ கடிதத்தைப் பிடுங்கி நூறு சுக்கல்களாகக் கிழித்துப் போட்டான்.

சுக்கா ரொட்டி பெ. (பே.வ.) *(எண்ணெய் தடவாமல்) தணலில் வாட்டி எடுக்கப்படும் சப்பாத்தி போன்ற ரொட்டி;* a kind of சப்பாத்தி roasted without using oil.

சுக்கா வறுவல் பெ. (பே.வ.) **(சற்று மொறுமொறு வென்று இருக்கும் வகையில்) மசாலா தடவி எண்ணெயில் வறுத்த இறைச்சித் துண்டு;** pieces of fried meat slightly spiced.

சுக்கான்[1] பெ. **தேவையான திசையில் திருப்புவதற்காக (படகு, கப்பல் போன்றவற்றில்) அமைந்திருக்கும் சாதனம் அல்லது அமைப்பு;** rudder.

சுக்கான்[2] பெ. (ஊரக வ.) **(பொதுவாகக் களிமண்ணில் காணப்படும்) நுணா மரத்தின் காய் அளவுக்கு இருக்கும் கல்;** irregular stone balls found in clay. சுக்கானாக இருக்கும் களிமண்ணை வெட்டினால் மண்வெட்டியின் வாய் வளைந்துவிடும்.

சுக்கான் கீரை பெ. **(மருத்துவக் குணம் நிறைந்த) சற்றுத் தடித்த, முக்கோண வடிவ இலைகளைக் கொண்ட ஒரு வகைக் கீரை;** a kind of country sorrel.

சுக்கான் பாறை பெ. **உறுதியற்ற, நொறுங்கும் தன்மையுள்ள சுண்ணாம்புக்கல்;** limestone.

சுக்கானி பெ. **(படகு, கப்பல் போன்றவற்றில்) சுக்கானை இயக்கும் தொழில்நுட்பப் பணியாளர்;** technician incharge of the rudder (in a boat, ship, etc.,). எந்தெந்த் கோணங்களில் கப்பலைச் செலுத்த வேண்டும் என்பது சுக்கானிக்குத் தெரியும்.

சுக்கிர தசை பெ. (சோதி.) **ஒருவருடைய ஜாதகத்தில் சுக்கிரன் ஆட்சிசெய்யும் இருபதாண்டு காலம்;** the twenty-year period of Venus ascendant. உனக்கு அடுத்த மாதத்திலிருந்து சுக்கிர தசை ஆரம்பிக்கிறது.

சுக்கிரன் பெ. 1: **சூரியனிலிருந்து இரண்டாவதாக அமைந்திருக்கும் கிரகம்; வெள்ளி;** Venus. 2: (சோதி.) **மனைவி, திருமணம், வாகனம், அழகியல் உணர்வு, நீர், வெண்மை நிறம், வைரக் கல், தென்கிழக்குத் திசை முதலியவற்றைக் குறிக்கும் கிரகம்;** (in astrology) the planet Venus.

சுக்கிலபட்சம் பெ. **வளர்பிறைக் காலம்;** waxing moon.

சுக்கிலம் பெ. (சித்த.) **விந்து;** sperm.

சுக்கு பெ. **(அறுவடை செய்தபின்) தோலை நீக்கி வெயிலில் நன்றாக உலரவைக்கப்பட்ட இஞ்சி;** dried ginger. சுக்குக் கஷாயம் அஜீரணத்திற்கு நல்லது.

சுக்குக்காப்பி பெ. **(பால், காப்பித்தூள் போன்றவை இல்லாமல்) சுக்கு, கருப்பட்டி போன்றவற்றைக் கொண்டு தயாரிக்கப்படும் சூடான பானம்;** hot drink prepared with dried ginger, palm jaggery, etc., (without using coffee powder or milk).

சுக்குசுக்காக வி.அ. காண்க: **சுக்குநூறாக.**

சுக்குநூறாக வி.அ. (பெரும்பாலும் 'கிழி', 'உடை', 'சிதறு' போன்ற வினைகளுடன்) **சிறுசிறு துண்டுகளாக;** in pieces. கடிதத்தை ஆத்திரத்தில் சுக்குநூறாகக் கிழித்தெறிந்தான்./ விமானம் நடுவானில் வெடித்துச் சுக்குநூறாகச் சிதறியது.

சுக்குநூறாகு வி. (-ஆக, -ஆகி) **சிறுசிறு துண்டுகளாதல்;** break or burst into pieces. கண்ணாடி கீழே விழுந்து சுக்குநூறாகியது./ (உரு வ.) தன்னுடைய காதல் கனவுகள் இப்படிச் சுக்குநூறாகிப்போகும் என்று அவன் எதிர்பார்க்கவே இல்லை.

சுக்குமத்தடி பெ. (ஊரக வ.) 1: **(ஐயனார் கோயில் வீரனின் இடது கையில்) ஆயுதமாக வைத்திருக்கும் தலைப்பகுதி பருத்த, கனமான தடி;** club in the left hand of the god வீரன் in ஐயனார் temples as his weapon. அந்தக் கோயிலில் வீரன் சிலை இல்லை என்பதால் அதற்குப் பதிலாக ஒரு அரிவாளையும் சுக்குமத்தடியையும் சாத்திக் கும்பிடுகிறார்கள். 2: **மேற்குறித்த வடிவில் செய்த மரத் தடி;** wooden club of this shape. இது சுக்குமத்தடியா, கதையா என்று தெரியாமல் ஏதோ ஒன்றை மரத்தில் கடைந்துவைத்திருக்கிறார்கள்!

சுகக்கேடு பெ. (அ.வ.) **உடல்நலக் குறைவு;** indisposition.

சுகதுக்கம் பெ. **இன்பதுன்பம்;** joy and sorrow; pleasure and pain.

சுகதேகி பெ. (இலங்.) **பூரண உடல்நலத்தோடு இருப்பவர்;** a person in good health. அப்பா இவ்வளவு வயதான போதும் சுகதேகியாக இருப்பது எங்களுக்கு மகிழ்ச்சி.

சுகந்தம் பெ. **இனிய மணம்; நறுமணம்;** fragrance. மல்லிகையின் சுகந்தம் காற்றில் மிதந்து வந்தது./ சுகந்த பத்தி. [(தொ.சொ.) **நறுமணம்/ நாற்றம்/ நெடி/ மணம்/ வாசனை/ வீச்சம்**]

சுகப்படு வி. (-பட, -பட்டு) (பெரும்பாலும் எதிர்மறை வினையோடு அல்லது எதிர்மறைத் தொனியில்) **பயனுடையதாக அமைதல்;** (in negative construction or in the negative) to no avail. இந்தத் தலைவலிக்கு எத்தனையோ வைத்தியம் செய்துகொண்டேன். ஒன்றும் சுகப்படவில்லை./ இந்த ஆராய்ச்சி நிறுவனத்தைச் சீர்செய்ய எவ்வளவோ முயன்றேன். ஒன்றும் சுகப்படவில்லை.

சுகப்பிரசவம் பெ. **சிக்கல் எதுவும் இல்லாமல் இயல்பாக நிகழும் பிரசவம்;** (of child birth) normal delivery.

சுகபோகம் பெ. **புலன் சார்ந்த இன்பங்களை அனுபவிக்கும் மகிழ்ச்சி;** enjoyment of worldly pleasures. பணம் இருந்தால் சகல சுகபோகங்களும் கிடைக்கும்./ சுகபோக வாழ்க்கை மட்டுமே மனிதனுக்குப் போதுமா?

சுகபோகி பெ. **எந்தக் கவலையும் இல்லாமல் சுகமாக வாழ்க்கை நடத்துபவர்;** one who leads a life of sensuousness without any worries.

சுகம் பெ. 1: **நோய் இல்லாமல் நன்றாக இருக்கும் உடல் நிலை; ஆரோக்கியம்;** good health. எனக்கு இரண்டு நாட்களாக உடம்புக்குச் சுகமில்லை./ 'நீங்கள் சுகமா?' 'சுகந்தான்.' 2: (-ஆக, -ஆன) **(ஒன்றினால் அல்லது ஒருவரால் ஏற்படும்) மகிழ்ச்சியான நிலை; சந்தோஷமான உணர்வு; இன்பம்;** pleasurable comfort (in life); happy feeling; happy state. எவ்வளவு சுகமான வாழ்க்கை!/ காற்று சுகமாக வீசிக்கொண்டிருந்தது./ பதவி சுகங்களுக்காக அவர் அரசியலில் ஈடுபடவில்லை./ அவள் நினைவே சுகமாக இருந்தது./ மரத்தடியில் அமர்ந்து நண்பர்களுடன் அரட்டை அடிக்கிற சுகமே தனி! 3: (எதிர்மறை வினையோடு மட்டும்) **பயன்; உருப்படி;** usefulness. எனக்கு நான்கு பிள்ளைகள்; ஒருவராலும் சுகமில்லை.

சுகவாசி பெ. காண்க: **சுகஜீவி.**

சுகவீனம் பெ. (-ஆக, -ஆன) (அ.வ.) **உடல் நலக் குறைவு; அசௌக்கியம்;** physical indisposition. குழந்தையின் சுகவீனம் கவலை அளித்தது.

சுகஜீவனம் பெ. (அ.வ.) **(தானே உழைத்துப் பொருள் சம்பாதிக்க வேண்டிய அவசியம் இல்லாமல் பரம்பரைச் சொத்தைக்கொண்டு நடத்தும்) வசதியான வாழ்க்கை;** happy and comfortable life (resulting from inherited property).

சுகஜீவி பெ. **சுகஜீவனம் நடத்துபவர்;** one who leads a life of ease and comfort.

சுகாதாரம் பெ. (-ஆன) **(சுத்தத்தைக் கடைப்பிடிப்பதன் மூலம் நோய் இல்லாமல் உடலை அல்லது சுற்றுப்புறத்தை) ஆரோக்கியமாக வைத்துக்கொள்வதற்கு ஏற்ற நிலை அல்லது வழிமுறை;** hygiene; health. எங்கள் உணவுப் பொருள்கள் சுகாதார முறைப்படி தயாரிக்கப்பட்டவை./ அடிப்படைச் சுகாதார வசதிகள்கூட இல்லாத கிராமம்/ சுகாதாரத் துறை.

சுகி வி. (சுகிக்க, சுகித்து) (அ.வ.) **(பெண்ணோடு) கூடி மகிழ்தல்;** have pleasure (with women). பெண்களோடு சுகித்திருப்பது மட்டும்தான் வாழ்க்கை என்று அவன் நினைக்கிறான்.

சுங்கச் சாவடி பெ. **சாலை, பாலம் போன்ற வசதிகளை வாகனங்கள் பயன்படுத்துவதற்கான கட்டணத்தை வசூலிக்கவும், அல்லது அவை ஏற்றிச் செல்லும் சரக்குகளுக்கு வரி செலுத்தப்பட்டுள்ளதைப் பரிசோதிக்கவும் அமைக்கப்பட்டிருக்கும் சாவடி;** tollgate (to collect fee from vehicles for the use of the road, bridge, etc., or to check whether tax has been paid on the goods transported).

சுங்கடி பெ. **(இடையிடையே முடிச்சுப் போட்டுச் சாயத்தில் நனைப்பதால்) பின்புல நிறத்திலிருந்து வேறுபட்டுத் திட்டுத்திட்டாகச் சாயம் தெரியுமாறு வடிவமைக்கப்பட்ட நூல் சேலை;** dyed saree with undyed spots as a design.

சுங்கம் பெ. 1: காண்க: சுங்க வரி. 2: **இறக்குமதி, ஏற்றுமதி செய்யப்படும் பொருள்கள்மீது செலுத்த வேண்டிய வரிகளை வசூலிக்கும் அரசுத் துறை;** customs department. கள்ளத் தோணியில் தங்கம் கடத்திவந்தவர்களைச் சுங்கத் துறையினர் கைதுசெய்தனர்./ சுங்க அதிகாரி/ சுங்கப் படகு.

சுங்க வரி பெ. 1: **பொருள்கள், சேவைகள் போன்றவை ஏற்றுமதி செய்யப்படும்போதோ அல்லது இறக்குமதி செய்யப்படும்போதோ மத்திய அரசு விதிக்கும் வரி;** customs duty. இந்த ஆண்டு மின்னணு உதிரிப் பாகங்கள் மீதான சுங்க வரி குறைக்கப்பட்டிருக்கிறது./ அரசின் வருவாயில் சுங்க வரி முக்கியப் பங்கு வகிக்கிறது. 2: **(சுங்கச் சாவடியில்) வாகனங்களுக்கு வசூலிக்கப்படும் வரி;** fee collected for vehicles (at a tollgate).

சுங்கான் பெ. **புகையிலையை அடைத்துவைப்பதற்கு ஒரு முனையில் சிறிய கிண்ணம் போன்ற குழிவைக் கொண்ட, புகைப்பதற்கான சிறு குழாய்;** tobacco-pipe.

சுங்கு பெ. **சேலையின் தலைப்பு நுனியில் இருக்கும் நூல் கற்றைகளில் போடப்படும் முடி;** knot tied in the strands of yarn at the free end of a saree.

சுசியம் பெ. (வ.வ.) **சுழியன்;** a kind of sweetmeat.

சுட்டி[1] பெ. 1: காண்க: **நெற்றிச் சுட்டி.** 2: **மாட்டின் நெற்றியில் அதன் உடலின் நிறத்திலிருந்து வேறுபட்டுப் பெரும்பாலும் வெள்ளை நிறத்தில் சிறு திட்டாகக் காணப்படும் நிறம்;** a patch in a different colour on the forehead of a cow, etc., எங்கள் வீட்டுச் செவலைக் காளையின் நெற்றியில் காப்பிப்பொடி நிறத்தில் ஒரு சுட்டி இருக்கிறது.

சுட்டி[2] பெ. 1: (சிறுவரைக் குறிக்கும்போது) **கெட்டிக்காரன் அல்லது கெட்டிக்காரி;** smart boy or girl. என் மகனைவிட மகள் படிப்பிலும் விளையாட்டிலும் சுட்டி. 2: (தன்மையைக் குறிக்கும்போது) **குறும்பு;** mischievous nature. இந்தச் சுட்டிப் பையனால் ஒரு நிமிஷம்கூடச் சும்மா இருக்க முடியாது./ சுட்டிப் பெண்.

சுட்டி[3] பெ. (பு.வ.) **(கணிப்பொறித் திரையில் விரும்பிய இடத்துக்கு உடன் மாற உதவும்) சொடுக்கி இயக்கும் கையடக்கமான சிறிய மின்னணுச் சாதனம்;** mouse.

சுட்டி[4] பெ. (இலங்.) **(கடவுளுக்கு விளக்கு ஏற்றப் பயன்படும்) மண்ணால் ஆன சிறிய சட்டி;** a small earthenware pan used as an oil-lamp. தினமும் கோயிலுக்குப் போய் ஒரு சுட்டியில் விளக்கு ஏற்றி வழிபட்டு வா.

சுட்டிக்காட்டு வி. (-காட்ட, -காட்டி) 1: **(ஒன்றை அல்லது ஒருவரை) தெளிவாகக் குறிப்பிட்டுக் காட்டுதல்; சுட்டுதல்;** point out. இரண்டாவது மாடியைச் சுட்டிக்காட்டி, 'அது தான் என் வீடு' என்று நண்பர் சொன்னார்./ 'அவர்தான் என் நண்பர்' என்று தூரத்தில் நின்றிருந்தவரைச் சுட்டிக்காட்டினான்./ என் தவறைச் சுட்டிக்காட்டினால் திருத்திக்கொள்கிறேன். 2: **(ஒரு கருத்தை) தெளிவாகக் குறிப்பிட்டுக் கூறுதல்; எடுத்துக்காட்டுதல்;** show (the salient points). இந்தத் திட்டத்தினால் சுற்றுப்புறச் சூழலுக்குப் பல கேடுகள் விளையும் என்பதை அறிக்கை சுட்டிக்காட்டியுள்ளது./ பெண்களுக்கு எதிரான பாலியல் கொடுமைகள் அதிகரித்து வருவதைச் சமீப காலத்தில் மேற்கொள்ளப்பட்ட ஆய்வுகள் நமக்குச் சுட்டிக்காட்டுகின்றன.

சுட்டிப்பாக வி.அ. (இலங்.) **நுட்பமாக; நுணுக்கமாக;** minutely; closely. எழுத்தாளர் சுட்டிப்பாக ஆராய்ந்து சில விடயங்களைத் தம் கட்டுரையில் சொல்லியிருக்கிறார்./ சுட்டிப்பாக நோக்கும்போது அதிகமான மாணவர்கள் காலையில் சாப்பிடாமல்தான் பாடசாலைக்கு வருகிறார்கள்.

சுட்டு வி. (சுட்ட, சுட்டி) 1: **குறிப்பிடுதல்; (குறிப்பிட்ட ஒன்றை) உணர்த்துதல்;** indicate; refer to. 'தனிமுடி' என்ற பழந்தமிழ்ச் சொல் 'ஏகாதிபத்தியம்' என்ற பொருளைச் சுட்டுகிறது. 2: (உ.வ.) **(ஒருவர் ஒன்றைப் பார்க்கச் செய்யும் விதமாக அதை நோக்கிக் கைவிரலை நீட்டியோ பிற விதத்திலோ) காட்டுதல் அல்லது குறிப்பிடுதல்;** point out; indicate. அவர் சுட்டிய இடத்தில் ஒரு புத்தகம் இருந்தது.

சுட்டுப்பெயர் பெ. (இலக்.) **(ஒன்றை அல்லது ஒருவரை) சுட்டிக்காட்டும் 'அவன்', 'அவள்' போன்ற பெயர்ச்சொல்;** demonstrative pronoun.

சுட்டுப் பொசுக்கு வி. (பொசுக்க, பொசுக்கி) **(மிகுந்த கோபத்தோடு கூறும்போது ஒருவரைச் சுட்டு)**

கொல்லுதல்; exterminate (said in seething anger). உழைக்காமல் பிறரை ஏமாற்றிப் பிழைப்பு நடத்துபவர்களைப் பார்த்தாலே சுட்டுப் பொசுக்க வேண்டும்போல இருக்கிறது./ ஏன் அவரை நினைத்து இப்படிப் பயப்படுகிறாய்? நீ நேரில் போனால் உன்னைச் சுட்டுப் பொசுக்கிவிடுவாரா என்ன?

சுட்டுப்போட்டாலும் வி.அ. (ஒரு காரியத்தைச் செய்யத் தேவையான திறமையைக் குறிக்கும்போது பெரும்பாலும் எதிர்மறையில்) **எவ்வளவு முயன்றாலும்; என்ன செய்தாலும்;** (of skills) utterly incapable of. அவனும் எவ்வளவோ முயற்சி செய்கிறான். ஆனால் அவனுக்குச் சுட்டுப்போட்டாலும் ஆங்கிலம் சரியாக வராது போல் இருக்கிறது./ எனக்குச் சுட்டுப்போட்டாலும் தைக்க வராது.

சுட்டுரை பெ. (பு.வ.) **உறுப்பினராக உள்ளவர்கள் தங்கள் கருத்தை 280 எழுத்துகளுக்கு மிகாமல் பகிர்ந்துகொள்ள உதவும் சமூக வலைத்தளம்;** twitter.

சுட்டுவிரல் பெ. **ஆள்காட்டி விரல்;** index finger.

சுட்டெரி வி. (-எரிக்க, -எரித்து) (வெயில், வெப்பம்) **கடுமையாகக் காய்தல்;** (of heat, fire) scorch. சுட்டெரிக்கும் வெயிலில் செருப்புகூடப் போடாமல் எங்கே கிளம்பிவிட்டாய்?/ (உரு வ.) அவருடைய கோபம் என்னைச் சுட்டெரித்தது.

சுட்டெழுத்து பெ. (இலக்.) **சுட்டிக்காட்டும் 'அ', 'இ' (மற்றும் இலங்கைத் தமிழில் 'உ') ஆகிய எழுத்துகள்;** the demonstratives அ, இ (and in Sri Lankan Tamil உ).

சுடச்சுட வி.அ. 1: (உணவுப் பொருள்களைக் குறிக்கும்போது) (அடுப்பிலிருந்து இறக்கப்பட்டு) **மிகுந்த சூட்டுடன்;** (of food) right from the oven; hot. தோசையைச் சுடச்சுடச் சாப்பிட்டால்தான் ருசியாக இருக்கும்./ சுடச்சுட ஒரு காப்பி கொண்டுவா! 2: **உடனடியாகவும் உறைக்கும் வகையிலும்;** promptly and pungently. சட்டசபையில் எதிர்க்கட்சியினர் கேட்ட கேள்விகளுக்கு அமைச்சர் சுடச்சுடப் பதில் அளித்தார். 3: **காலம் தாழ்த்தாமல் உடனடியாக;** without the least delay. செய்திகளைச் சுடச்சுடத் தரும் செய்தித்தாள்/ தேர்தல் முடிவுகள் சுடச்சுட இணையத்தில் வெளியாயின.

சுடர்[1] வி. (சுடர, சுடர்ந்து) (உ.வ.) **ஒளிவிடுதல்;** glow; emit bright flame. சுடரும் விளக்கு.

சுடர்[2] பெ. (எண்ணெய் விளக்கு, மெழுகுவர்த்தி போன்றவற்றின் திரியில் எரியும்) **தளிர் வடிவ நெருப்பு;** flame (of a lamp or candle). குத்துவிளக்கின் சுடர் காற்றில் படபடத்தது./ (உரு வ.) சிந்தனைச் சுடர். [(தொ.சொ.) கொழுந்து/ சுவாலை/ பொறி]

சுடர்விடு வி. (-விட, -விட்டு) (எண்ணெய் விளக்கு) **ஒளி விட்டு எரிதல்;** (flame of a wick lamp) burn brightly. எண்ணெய் ஊற்றியதும் விளக்கு நன்றாகச் சுடர்விட்டுப் பிரகாசித்தது./ (உரு வ.) வரலாற்றுத் துறையில் எங்கள் பேராசிரியர் சுடர்விட்டு ஒளிர்ந்தார்.

சுடலை[1] பெ. (அ.வ.) **சுடுகாடு;** cremation ground; crematorium.

சுடலை[2] பெ. (ஊரக வ.) (கார்த்திகைத் திருவிழாவில்) **சொக்கப்பனை எரிக்கும்போது வெந்து சாம்பலாகிக் காற்றில் பறக்கும் பனை ஓலையின் சாம்பல்;** ash of palmyra fronds borne by wind when சொக்கப்பனை is burnt in கார்த்திகை festival. சொக்கப்பனையின் சுடலையைக் குழந்தைகள் தாவிப் பிடித்து நெற்றியில் பூசிக்கொள்வார்கள்.

சுடலைக் குயில் பெ. **சற்று நீண்ட வாலுடன் கொண்டையும் இறக்கைகளும் கறுப்பாகவும், தொண்டையும், நெஞ்சுப்பகுதியும் வெள்ளை நிறத்திலும் இருக்கும், குயிலினத்தைச் சேர்ந்த பறவை;** jacobin (pied) cuckoo.

சுடலைஞானம் பெ. (இலங்.) **மயான வைராக்கியம்;** realization of the ephemerality of human life that does not last long. (replace)

சுடிதார் பெ. (பெண்கள்) **கமீஸுடன் அணியும் இடுப்புக்குக் கீழ் கால்களில் ஒட்டிப் பொருந்துமாறு அணியும் உடை;** tight fitting pant-like lower garment worn by women; (in India) chudidar. வட இந்தியாவில் ஆண்களும் சுடிதார் உடுத்துவார்கள் என்றாலும் தமிழ்நாட்டில் பெண்கள் மட்டும்தான் உடுத்துகிறார்கள்.

சுடு[1] வி. (சுட, சுட்டு) 1: (வெப்பம், வெயில் ஆகியவற்றால்) **உஷ்ணம் அடைதல்;** (காய்ச்சலால் உடல்) **அதிக வெப்பம் அடைதல்;** get hot; get heated; (of body) have a temperature. தண்ணீர் சுட்டதும் அடுப்பிலிருந்து இறக்கி வை!/ குழந்தையின் உடம்பு இப்படி நெருப்பாகச் சுடுகிறதே? [(தொ.சொ.) அனற்று/ கொதி/ வேகு] 2: (நெருப்பு, வெப்பம் ஆகியவற்றின் சூடு கையில் அல்லது உடலில் படுவதால்) **உறைத்தல்;** cause to feel the heat; burn; (of vessels) be hot. சிகரெட் கையைச் சுட்டுவிட்டது./ பாத்திரம் சுடும்; துணியால் பிடித்து இறக்கு!/ (உரு வ.) உண்மை சுடும்./ (உரு வ.) அவன் வார்த்தை என் நெஞ்சைச் சுட்டது. 3: **சூடான கல்லில் இட்டு அல்லது எண்ணெயில் பொரித்து அல்லது நேரடியாக நெருப்பில் காட்டி உண்பதற்கு ஏற்ற வகையில் தயாரித்தல்;** fry (on a hot iron plate or in hot oil); roast (over fire); bake (in dry heat). பக்கத்து வீட்டிலிருந்து வடை சுடும் வாசம் வந்தது./ சுட்ட அப்பளமா, பொரித்த அப்பளமா?/ ரொட்டி சுடுவதற்கு ஏற்ற அடுப்பு வேண்டும். [(தொ.சொ.) உருக்கு/ கருக்கு/ வாட்டு] 4: (செங்கல், சுண்ணாம்பு முதலியவற்றைச் சூளையில் இட்டு) **அதிக வெப்பத்தில் இறுகச் செய்தல்;** bake (bricks, etc.,). அறுத்த ஓடுகளைச் சுடுவதற்காகக் காளவாயில் அடுக்கினார்கள். 5: (பே.வ.) (ஒருவருக்கு நன்றாகப் பரிச்சயமானவர் தான் அடிக்கடி வந்துபோகும் இடத்தில்) **உரியவருக்குத் தெரியாமல் ஒரு பொருளை எடுத்துக்கொண்டு போதல்;** take away sth. from a place frequently visited without the knowledge of the owner. அவனிடம் கவனமாக இரு. எதையாவது சுட்டுக்கொண்டு போய்விடுவான்./ இது அண்ணனிடம் சுட்ட பேனா.

சுடு[2] வி. (சுட, சுட்டு) (துப்பாக்கி, பீரங்கி போன்றவற்றிலிருந்து) **குண்டுகளைச் செலுத்துதல்;** shoot (with a gun, etc.,). கூட்டத்தைக் கலைக்கக் காவலர்கள் சுட்டதில் நான்கு பேர் காயம் அடைந்தனர்./ தாழ்வாகப் பறந்து வந்த போர் விமானத்தைப் பீரங்கியால் சுட்டு வீழ்த்தினார்கள்.

சுடு[3] பெ.அ. சூடான; hot. சுடுதண்ணீர்/ சுடுமணல்/ சுடு சோறு.

சுடுகாடு பெ. **இறந்தவரின் உடலை எரிக்கும் இடம்; மயானம்;** cremation ground; crematorium. பூகம்பத்தால் ஊரே சுடுகாடாகிவிட்டது.

சுடுசொல் பெ. **(மனத்தைப் புண்படுத்தும்) கடுமையான வார்த்தை;** harsh word; pungent remark. 'பொறுப்பில்லாமல் ஊர் சுற்றிக்கொண்டிருக்கிறாயே' என்ற அப்பாவின் சுடுசொல் அவனை வருத்தியது./ மாப்பிள்ளையிடமிருந்து இப்படி ஒரு சுடுசொல்லை மாமனார் எதிர்பார்க்கவே இல்லை.

சுடுதண்ணீர் பெ. *(ஊரக வ.)* **வெந்நீர்;** hot water.

சுடுமண் சிற்பம் பெ. **மண்ணைக் குழைத்துச் செய்த உருவங்களை நெருப்பில் சுட்டு உருவாக்கும் (பெரும்பாலும் காவி நிறத்தில் இருக்கும்) சிற்ப வகை;** terracota.

சுண்டக்கஞ்சி பெ. *(பே.வ.)* **பழைய சோற்றை நொதிக்க வைத்துத் தயாரிக்கும், போதை தரும் கஞ்சி போன்ற பானம்;** a kind of rice-brew.

சுண்டக்கறி பெ. *(வ.வ.)* **சமைத்ததில் மிச்சமிருக்கும் பொரியல் முதலியவற்றைக் குழம்பில் இட்டுச் சூடுபடுத்திச் சுண்ட வைத்துத் தயாரிக்கும் கறி;** a dish prepared by heating up leftover vegetables with the sauce.

சுண்டங்காய் பெ. *(இலங்.)* காண்க: **சுண்டைக்காய்.**

சுண்டல் பெ. **1: பருப்பு அல்லது கடலை வகைகளை வேகவைத்துக் காரம் சேர்த்துத் தாளித்துத் தயாரிக்கப்படும் தின்பண்டம்;** boiled and spiced pulses served as snacks. பட்டாணிச் சுண்டல்/ கொண்டைக்கடலைச் சுண்டல். **2:** *(இலங்.)* **நீர்த்தன்மை உடைய கீரை, முட்டைக்கோஸ் போன்றவற்றை நறுக்கிப் போட்டுத் தாளித்து எடுக்கும் தொடுகறி;** fried and seasoned greens, cabbage, etc., served as a side dish. முருங்கை இலைச் சுண்டல்/ கீரைச் சுண்டல்.

சுண்டி இழு வி. *(இழுக்க, இழுத்து)* **ஆர்வத்தைத் தூண்டிக் கவனத்தை ஈர்த்தல்;** captivate; arouse curiosity or interest; tempt. இளைஞர்களையும் முதியவர்களையும் சுண்டி இழுக்கும் திரைப்படச் சுவரொட்டிகள்./ பார்ப்பவரைச் சுண்டி இழுக்கும் வகையில் தின்பண்டங்கள் அலங்காரமாக வைக்கப்பட்டிருந்தன.

சுண்டு[1] வி. *(சுண்ட, சுண்டி)* **1: (சூடுபடுத்தும்போது நீர் அல்லது பால், குழம்பு முதலியவற்றில் உள்ள நீர்) வற்றுதல்;** evaporate (by heating); dry up. பாலைச் சுண்டக் காய்ச்சிக் கொடு!/ குழம்பைச் சுண்ட விட்டுவிட்டாயே!/ *(உரு வ.)* பயத்தில் இரத்தம் சுண்டிப்போயிற்று. **2:** *(வ.வ.)* **(பயறு வகைகளை இருப்புச்சட்டியில்) வாட்டுதல்;** fry (certain kinds of pulses in a frying pan). மொச்சையைச் சுண்டித் தாளித்து வைத்திருந்தாள். **3: (சமையல் செய்யும்போது) (கீரை, முட்டைக்கோஸ் போன்றவற்றை) (நீர் லேசாக வற்றும்படி வதக்கி) வேகவைத்தல்;** boil; stew; simmer. முருங்கைக் கீரையைச் சுண்டி வைத்துவிடு.

சுண்டு[2] வி. *(சுண்ட, சுண்டி)* **1: (ஒரு பொருளின் மீது படும்படி அல்லது ஒரு பொருள் தெறித்து விழும்படி) ஒரு விரலைக் கட்டைவிரலுடன் சேர்த்துவைத்து விசையுடன் நகர்த்துதல்;** fling (small objects with one's fingers); flick. பேருந்து வருவதைப் பார்த்தவுடன் பீடியைச் சுண்டி எறிந்தான்./ நாணயத்தைச் சுண்டிப் போட்டு முதலில் யார் விளையாடுவது என்று தீர்மானித்தார்கள்./ சுண்டினால் இரத்தம் வந்து விடும்; குழந்தை அவ்வளவு சிவப்பு! **2: (கயிறு போன்றவற்றை) ஒரு கணம் தொய்வாக விட்டுப் பின்னர் விசையுடன் இழுத்தல்;** pull up (a rope, etc.,) with a jerk. லகானைச் சுண்டி இழுத்ததும் குதிரை நின்றது./ நரம்பைச் சுண்டும் வலி. **3:** *(இலங்.)* **கட்டைவிரலையும் நடுவிரலையும் சேர்த்துச் சொடுக்குவதன் மூலம் ஒலி எழுப்புதல்;** snap.

சுண்டு[3] பெ. *(இலங்.)* **ஒரு கொத்தில் கால் பங்கு;** a quarter of a கொத்து (i.e. a little over quarter of a kilo.).

சுண்டு[4] பெ. *(ஊரக வ.)* **(முன்பு வழக்கில் இருந்த முகத்தல் அளவையான) படியில் எட்டில் ஒரு பாகம்; ஆழாக்கு;** (in former times) one eighth of a measure (which is roughly quarter of a litre). இரண்டு சுண்டு அரிசி போட்டு நான்கு மடங்கு தண்ணீர் ஊற்றி உலை வை.

சுண்டுவிரல் பெ. **(கட்டைவிரலிலிருந்து கடைசியாக உள்ள) சிறுவிரல்;** little finger; small toe.

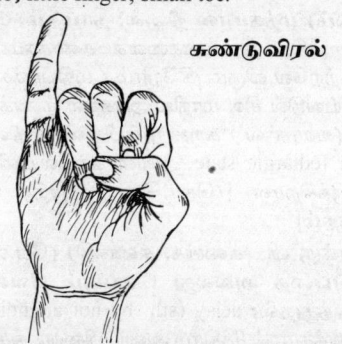

சுண்டுவிரல்

சுண்டெலி பெ. **(வீட்டு எலியைவிட அளவில்) சிறிய எலி;** mouse.

சுண்டை பெ. **(காய்கறியாகப் பயன்படும்) துவர்ப்புச் சுவையுடைய, உருண்டை வடிவக் காய்கள் காய்க்கும் குத்துச்செடிகளின் பொதுப்பெயர்;** prickly nightshade.

சுண்டைக்காய் பெ. **1: சுண்டைச் செடியில் கொத்துக் கொத்தாகக் காய்க்கும் சிறு உருண்டை வடிவக் காய்;** the fruit of prickly nightshade. சுண்டைக்காய் வற்றல். **2: அற்பம்;** insignificant; tiny. அந்தச் சுண்டைக்காய்ப் பயல் சொல்வதையெல்லாம் பெரிதாக எடுத்துக்கொள்ளலாமா?/ இந்தச் சுண்டைக்காய்ப் பணத்துக்கு எவன் வேலை செய்வான்?

சுண்ணம் பெ. *(உ.வ.)* காண்க: **சுண்ணாம்பு.**

சுண்ணாம்பு பெ. **1: காளவாயில் சுட்ட சுண்ணாம்புக் கல்;** lime (burnt in the kiln). வெள்ளை அடிக்கப் பத்து கிலோ சுண்ணாம்பு வாங்கி வா. **2: மேற்கூறிய பொருளை நீர் ஊற்றி நீற்றிப் பெறும் சாந்து;** slaked lime. வெற்றிலையில் சுண்ணாம்பைத் தடவியவாறு என்னிடம் பேசிக்கொண்டிருந்தான்./ பொங்கலுக்கு முன் வீட்டுக்குச் சுண்ணாம்பு அடிப்பார்கள்.

சுண்ணாம்புக்கல் பெ. **(இயற்கையில் பாறையாக அமைந்ததிலிருந்து வெட்டி எடுக்கப்படும்) வெள்ளை நிறக் கல்;** limestone.

சுண்ணாம்புக் காரை பெ. காண்க: **காரை**[1], **1.**

சுண்ணாம்புக் காளவாய் பெ. *(ஊரக வ.)* **(சுற்றிலும் சுவர் வைத்து, ஒரு பக்கம் மட்டும் தீ எரிப்பதற்கு ஜன்னல்போல் வழி வைத்துக் கட்டப்பட்ட) கட்டடங்களுக்கான சுண்ணாம்பைத் தயாரிப்பதற்கான அமைப்பு;** a circular structure with an opening at the base used for manufacturing limestone (used as mortar in buildings).

சுண்ணாம்புக் குட்டான் பெ. *(இலங்.)* **கள் கலயத்தின் உட்புறத்தில் பூசுவதற்கான சுண்ணாம்பை எடுத்துச் செல்லப் பயன்படும், பனை ஓலையால் செய்யப்பட்ட சிறிய பெட்டி;** small box-like palmyra leaf basket meant for slaked lime that is used for coating the inner side of the toddy pot.

சுண்ணாம்புச் சத்து பெ. **உடலின் எலும்பு வளர்ச்சிக்குத் தேவையான, பால், பாலாடைக் கட்டி முதலியவற்றில் இருக்கும் தாதுப் பொருள்;** calcium.

சுணக்கம் பெ. **1: (ஒரு வேலையைச் செய்வதில் காணப்படும்) மந்தமான நிலை; தாமதம்;** delay (in doing sth.). வளர்ச்சித் திட்டங்களைச் சுணக்கம் இல்லாமல் நிறைவேற்றவே விரும்புகிறோம்./ மதிப்புக்கூட்டு வரியை அமல் செய்வதில் சில மாநில அரசுகள் சுணக்கம் காட்டுகின்றன. **2:** *(ஊரக வ.)* **சுறுசுறுப்பில்லாத நிலை; சோர்வு;** tired and lethargic state. அவள் காலையிலிருந்தே சுணக்கமாக இருக்கிறாள். [*(தொ.சொ.)* **அசதி/ சோர்வு/ தளர்வு/ மந்தம்**]

சுணக்கு வி. *(சுணக்க, சுணக்கி)* *(பே.வ.)* **(வேலை ஆரம்பிப்பதை அல்லது செய்யும் வேலையை) தாமதப்படுத்துதல்;** delay (sth. by not attending to it). என்னைச் சுணக்காமல் சீக்கிரம் அனுப்பிவையுங்கள்.

சுணங்கு வி. *(சுணங்க, சுணங்கி)* **1: (வேலை ஆரம்பமாவதற்கு அல்லது நடக்கும் வேலை மேற்கொண்டு தொடர்வதற்கு) தாமதமாதல்;** (of work, action, etc.,) be delayed; suffer (because of inattention). அந்த வேலை பல காரணங்களால் ஆரம்பிக்கப்படாமல் சுணங்குகிறது. **2: தயக்கம் காட்டுதல்; சுணக்கம் காட்டுதல்;** show reluctance. *சுணங்காமல் வேலையைப் பார்!*

சுணை[1] வி. *(சுணைக்க, சுணைத்து)* *(இலங்.)* **காறுதல்;** taste acrid (in the throat). கருணைக் கிழங்கு சாப்பிட்டு நாக்கெல்லாம் சுணைக்கிறது.

சுணை[2] பெ. **1: (நெல், கரும்பு போன்ற பயிர்களின் மேல் காணப்படும்) வெண்மையான சிறு முள்;** sticky prickle (found in leaves, stalks, etc.,). வைக்கோலில் இருந்த சுணை உடம்பில் ஒட்டிக்கொண்டு அரிப்பை ஏற்படுத்தியது. **2: அரிப்பு; தினவு;** itching; smarting. உடம்பெல்லாம் சுணையெடுக்கிறது. குளிக்க வேண்டும். **3: (நாக்கு, தொண்டை ஆகியவற்றில் ஏற்படும்) அரிப்பு உணர்வு; காறல்;** irritation (caused in the throat by vegetables such as yam, etc.,). கருணைக்கிழங்கு சாப்பிட்டுத் தொண்டையெல்லாம் சுணையாகக் கிடக்கிறது. **4:** *(ஊரக வ.)* **சுரணை;** sensibility; sense of shame. *சுணைகெட்ட பயல்!*

சுத்த பெ.அ. **ஒன்றின் அல்லது ஒருவரின் இயல்பை அல்லது நிலையை அழுத்திக் கூறப் பயன்படுத்தும் பெயரடை;** adjective used as an emphatic qualifier, meaning 'complete', 'utter', (of good quality) 'pure'. அப்பா திட்டினார் என்பதற்காகச் சாப்பிடாமல் இருப்பது சுத்தப் பைத்தியக்காரத்தனம்./ நீ இன்னும் சுத்தக் கர்நாடகமாக இருக்கிறாயே!/ சுத்த வீரன்.

சுத்தப்படுத்து வி. *(-படுத்த, -படுத்தி)* **சுத்தம் செய்தல்;** clean. வாரம் ஒரு முறையாவது வீட்டைச் சுத்தப்படுத்தாவிட்டால் ஏகப்பட்ட தூசு சேர்ந்துவிடுகிறது./ கைகால்களைச் சுத்தப்படுத்திக்கொண்டு சாப்பிட உட்கார்ந்தான்.

சுத்தம் பெ. *(-ஆக, -ஆன)* **1: அழுக்கு இல்லாத அல்லது நீங்கிய நிலை; தூய்மை;** cleanliness; sth. hygienic. அவன் குளித்துவிட்டுச் சுத்தமான ஆடைகளை அணிந்துகொண்டான்./ சுத்தமான ஊற்றுத் தண்ணீர்/ வேலை செய்யும் இடத்தைச் சுத்தமாக வைத்துக்கொள்ள வேண்டும். **2:** *(மனம், எண்ணம், நடத்தை ஆகியவற்றைக் குறிக்கும்போது)* **கள்ளங்கபடம், தீய எண்ணங்கள் முதலியவை இல்லாத நிலை;** purity (of mind, thought); absence of blemish. மனம் சுத்தமாக இருந்தால் வாழ்க்கை சுகமாக அமையும்./ தியானம் மனத்தைச் சுத்தமாக வைத்துக்கொள்ள உதவும். **3:** *(ஆட்சி, நிர்வாகம் ஆகியவற்றைக் குறிக்கும்போது)* **முறைகேடற்ற நிலை; ஒழுக்கம்;** (of administration, government, etc.,) cleanness. பத்து ஆண்டுகளுக்கு முன்புவரை நிர்வாகம் சுத்தமாகத்தான் இருந்தது. **4:** *(வேலையைக் குறிப்பிடும்போது)* **குறையில்லாத நிலை; ஒழுங்கு; நேர்த்தி;** (of work) perfection; immaculateness. உனக்கு வேலையில் சுத்தம் போதாது./ செய்கிறதைச் சுத்தமாகச் செய்ய வேண்டாமா? **5: (செயலின் அடிப்படையான தன்மையை விட்டு) பிசகாத நிலை;** strict adherence (to sth.). இலக்கணச் சுத்தமான கட்டுரைதான். ஆனால் கருத்தாழம் இல்லை./ சுருதி சுத்தமான பாட்டு. **6:** *(உயர்ந்த தரத்தைக் குறிக்கும் போது)* **கலப்படமற்றது;** (of the quality of something) purity. சுத்தத் தங்கம்/ சுத்தமான நெய்யினால் செய்த பண்டங்கள்.

சுத்தமாக வி.அ. **1: அறவே; முற்றிலுமாக;** completely; utterly. கையில் சுத்தமாகப் பணம் இல்லை./ எனக்கு இந்தி சுத்தமாகத் தெரியாது./ இந்த வருடம் சுத்தமாக மழையே இல்லை. **2: மிகத் துல்லியமாக;** precisely. பைசா சுத்தமாகக் கணக்கைத் தீர்த்துவிட்டான்.

சுத்த விக்கிரயம் பெ. *(சட்டம்)* **ஒருவர் தனது சொத்தை மற்றொருவருக்கு ஒரு தொகையைப் பெற்றுக்கொண்டு விற்பனை செய்யப் பதிவாளர் முன்பு எழுதித் தரும் ஆவணம்;** sale deed.

சுத்தி[1] பெ. காண்க: **சுத்தியல்.**

சுத்தி[2] பெ. *(அ.வ.)* **(மன) சுத்தம்; தூய்மை;** purity. இதய சுத்தியோடு வேலைபார்க்கும் அவர்மீதா குற்றம் சுமத்தப்பட்டிருக்கிறது?/ ஆன்ம சுத்தியோடும் அந்தரங்க சுத்தியோடும் பணியில் ஈடுபட்டவர்.

சுத்திகரி வி. *(சுத்திகரிக்க, சுத்திகரித்து)* **(பெரும்பாலும் ஒரு திரவத்திலிருந்து தேவையில்லாத பொருள்களைக் குறிப்பிட்ட முறையில் நீக்கி) சுத்தம்செய்தல்; ஒரு வேதிப்பொருளிலிருந்து பிற வேதிப்பொருள்களைப் பிரித்தெடுத்து நீக்குவதன்மூலம் அதைக் கலப்பற்றதாக ஆக்குதல்;** purify (mostly liquids esp. oil); refine. இது இரு

முறை சுத்திகரிக்கப்பட்ட சமையல் எண்ணெய்./ தொழிற்சாலைக் கழிவுகளைச் சுத்திகரித்த பின்பே வெளியில் கொட்ட வேண்டும்./ சுத்திகரிக்கப்பட்ட இரத்தம் தமனி வழியாக உடலின் எல்லாப் பாகங்களுக்கும் சென்றடைகிறது./ (உரு வ.) 'இயேசு கிறிஸ்துவின் இரத்தம் சகல பாவங்களையும் நீக்கி நம்மைச் சுத்திகரிக்கும்' என்றார் பாதிரியார்.

சுத்திகரிப்பு பெ. **சுத்திகரிக்கும் செயல்முறை;** purifying process; refining. எண்ணெய்ச் சுத்திகரிப்பு ஆலை/ கழிவு நீர்ச் சுத்திகரிப்பு/ நீர்ச் சுத்திகரிப்பு இயந்திரம்.

சுத்தியல் பெ. **(ஆணி அடித்தல் முதலியவற்றுக்குப் பயன்படுத்தும்) கைப்பிடியின் முனையில் கனமான இரும்புத் துண்டு செருகப்பட்ட சாதனம்;** hammer.

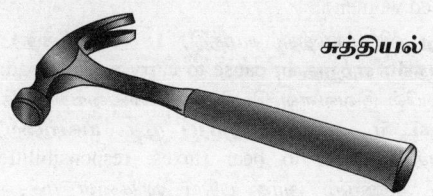

சுத்தியல்

சுத்துப்பட்டு பெ. (பே.வ.) **ஒரு ஊரைச் சுற்றி அமைந்திருக்கும் பிற ஊர்கள்;** surrounding villages or towns. சுத்துப்பட்டு ஊர்களிலிருந்து சொந்தபந்தங்கள் எல்லோரும் கல்யாணத்திற்கு வந்திருந்தார்கள்./ இந்தக் கொலையைப் பற்றி சுத்துப்பட்டில் என்ன பேசிக்கொள்கிறார்கள் என்று உனக்குத் தெரியுமா?

சுத்துமாத்து பெ. (இலங்.) 1: **ஏமாற்றுப் பேர்வழி;** a cheat. நகரத்தில் சுத்துமாத்துப் பேர்வழிகள் நிறைய இருக்கிறார்கள். கவனமாக இருந்துகொள் என்று மாமா எச்சரித்தார். 2: **ஏமாற்றும் செயல்;** fraud; cheat. சும்மா சுத்துமாத்துப் பண்ணாதே என்று அப்பா வண்டிக்காரனை ஏசினார்.

சுதந்திரப் போராட்டம் பெ. காண்க: **விடுதலைப் போராட்டம்.**

சுதந்திரம்[1] பெ. 1: (-ஆக, -ஆன) **பிறருடைய கட்டுப்பாடோ ஆதிக்கமோ இல்லாத நிலை;** freedom; free state. காட்டில் சுதந்திரமாகச் சுற்றித் திரிய வேண்டிய விலங்குகளைக் கூண்டில் பார்ப்பதற்குப் பரிதாபமாக இருந்தது./ அவர் சுதந்திரமான மனிதர். 2: **(அந்நிய நாட்டின் ஆட்சியிலிருந்து) விடுதலை;** independence (of a country). போராடிப் பெற்ற சுதந்திரம் இது./ சுதந்திர தினம். 3: **(ஒன்றைத் தடையில்லாமல் ஒருவர் செய்வதற்கான, நிகழ்த்துவதற்கான) உரிமை;** liberty; right. பேச்சுச் சுதந்திரம்/ எழுத்துச் சுதந்திரம்./ இந்தச் சின்ன முடிவை எடுக்கக்கூட வீட்டில் எனக்குச் சுதந்திரம் இல்லை.

சுதந்திரம்[2] பெ. (ஊரக வ.) **(குத்தகை, வாரம், ஏற்பாடு அல்லாமல்) பயிரை நட்டு அறுவடை செய்துகொள்ளும்படி பண்ணை ஆட்களிடம் விட்டுவைக்கும் பண்ணை நிலம்;** piece of land left to farm-hands by the landlord to be enjoyed by them without rent.

சுதன் பெ. (கிறித்.) **'மகன்' என்று குறிப்பிடப்படும் இயேசு கிறிஸ்து;** the Son (Jesus Christ).

சுதாகரி வி. (சுதாகரிக்க, சுதாகரித்து) (இலங்.) காண்க: **சுதாரி.**

சுதாரி வி. (சுதாரிக்க, சுதாரித்து) **(எதிர்பாராமல் ஒன்று நிகழும்போது அல்லது ஒன்று நிகழ்ந்தபின்) உணர்வு பெற்றுச் சமாளிக்கும் வகையில் நடந்துகொள்ளுதல்; (தடுமாற்றத்திற்குப் பின்) சாமர்த்தியமாகச் சமாளித்தல்;** recover (balance); get alerted; manage. இருட்டில் பள்ளத்தில் கால் வைத்துவிட்டேன்; எப்படியோ விழாமல் சுதாரித்துக்கொண்டேன்./ எதிர் அணியினர் ஒரு கோல் போட்ட பிறகுதான் பஞ்சாப் அணியினர் சுதாரித்து விளையாட ஆரம்பித்தனர்./ 'உன் அண்ணன்தான் சீரழிந்து போய்விட்டான். நீயாவது சுதாரித்துக்கொள்' என்று அப்பா எனக்கு அறிவுரை கூறினார்.

சுதாரிப்பு பெ. (-ஆக, -ஆன) **(தடுமாற்றத்தை அல்லது மோசமான நிலைமையை) சமாளிக்கும் திறமை; எச்சரிக்கையாக நடந்துகொள்ளும் பண்பு; சாமர்த்தியம்;** ability to manage an adverse situation. நான் சுதாரிப்பாக இருந்ததால்தான் குடும்பம் நல்ல நிலைக்கு வந்திருக்கிறது./ நல்ல சுதாரிப்பான பெண்./ இந்திய அணியினர் ஆரம்பத்தில் கொஞ்சம் தடுமாறினாலும் கடைசியில் சுதாரிப்பாக ஆடி வெற்றி பெற்றனர்.

சுதி பெ. காண்க: **சுருதி.**

சுதேசம் பெ. (பெரும்பாலும் பெயரடையாக) **(ஒருவருடைய) சொந்த நாடு;** (one's) own country; native land. சுதேச வணிகம் சீர்குலைய விடக் கூடாது.

சுதேசி பெ. 1: **உள்நாட்டில் தயாரிக்கப்படுவது;** products produced in one's country; indigenous. சுதேசிப் பொருள்களையே வாங்க வேண்டும் என்பது அவருடைய கொள்கை./ சுதேசி ஆடை. 2: **தனது தாய்நாட்டிலேயே பிறந்து வாழ்ந்துவருபவர்;** son of the soil; native. அந்நியர் ஆண்டபோது சுதேசிகளாகிய நமக்கு என்ன உரிமை இருந்தது?

சுதை பெ. **(சிலை, பொம்மை போன்றவை செய்யப் பயன்படும்) பொடி மணலும் சுண்ணாம்பும் கலந்த கலவை;** lime mortar mixed with fine sand (used for making figures on temple towers, etc.,). கோபுரத்தில் உள்ள சிலைகள் சுதையால் ஆனவை.

சுந்தரம் பெ. (-ஆன) (அ.வ.) **அழகு;** beauty. சுந்தரமான தோற்றம்.

சுந்தரன் பெ. (அ.வ.) **அழகான ஆண்;** handsome man.

சுந்தரி பெ. (அ.வ.) **அழகான பெண்;** beautiful woman.

சுபம் பெ. (-ஆக) **நன்மை விளைவிப்பது; மங்கலம்;** sth. auspicious. திருமணம் போன்ற சுப காரியங்களில் வெற்றிலை, பாக்கு கொடுப்பது வழக்கம்./ சுப வேளையில் தன் புதிய வீட்டில் குடிபுகுந்தார்./ ஒரு சுப தினத்தில் கோயில் கட்டுமானப் பணியைத் தொடங்கலாம்.

சுபஹு பெ. (இஸ்.) **காலை நேரத் தொழுகை;** morning prayer.

சுபாவம் பெ. 1: **(ஒருவருடைய அல்லது ஒன்றினுடைய) நடத்தையின் அல்லது பண்பின் பொதுவான இயல்பு;** (generally) personality traits; (when a particular trait is mentioned) nature. பெற்றோர்களின் சுபாவம் குழந்தைகளிடமும் இருப்பது இயற்கைதான்./ அவன் கூச்ச

சுபாவம் உடையவன்./ மான்கள் பயந்த சுபாவம் கொண்டவை. [(தொ.சொ.) இயல்பு/ குணம்/ தன்மை/ பண்பு] 2: (-ஆக, -ஆன) (அ.வ.) அமைதியான நடத்தை அல்லது குணம்; mild-mannered. அவர் சுபாவமான ஆள்/ அவன் சுபாவமாகப் பதில் சொன்னான்.

சுபிட்சம் பெ. (-ஆக, -ஆன) (மழையாலும் நல்ல விளைச்சலாலும் நாடு அடையும்) வளமான நிலை/ (பணம் முதலியவற்றால் ஒருவருக்குக் கிடைக்கும்) பெரும் நன்மை; (of a country) prosperous state (due to timely rain, good harvest, etc.,); prosperity (of a person). நாடு வறுமை நீங்கிச் சுபிட்சம் பெற வேண்டும்./ உனக்கு ஒரு சுபிட்சமான எதிர்காலம் இருக்கிறது.

சும்மா வி.அ. 1: நோக்கம், பிரதிபலன் இல்லாமல்; without any purpose or motive. சும்மா வந்தேன்./ தாத்தா சும்மா கதை சொல்ல மாட்டார்; காலைப் பிடித்துவிட வேண்டும்! 2: செய்வதற்கு எதுவும் இல்லாமல்; without having anything to do. இரண்டு வருஷமாக வீட்டில் சும்மாதான் இருக்கிறேன். 3: பயன் இல்லாமல்; without any use. தண்ணீர் சும்மா போய்க்கொண்டிருக்கிறது. 4: தயக்கம் இல்லாமல்; without hesitation. எனக்கு வந்த கடிதம்தான்; சும்மா படித்துப்பார்! 5: அதிகக் கவனம் இல்லாமல்; without much effort or care. பாடங்களைச் சும்மா ஒருமுறை பார்த்தால் போதும், பரீட்சை எழுதிவிடுவேன். 6: எதுவும் இல்லாமல்; without what is expected. குழந்தை இருக்கிற வீட்டுக்குச் சும்மா போக முடியுமா? 7: (தேவை இல்லாமல்) அடிக்கடி; often (without any need or necessity). சும்மா பணம் கேட்டுத் தொந்தரவு செய்யாதே!/ அவர் வீட்டுக்கு ஏன் சும்மா போகிறாய்? 8: (வினா இடைச் சொல்லோடு வரும்போது) எளிது; (in a rhetorical question) sth. easy. கதை எழுதுவதென்றால் சும்மாவா?/ இவ்வளவு பணம் சும்மாவா கிடைக்கும்?

சும்மாடு பெ. (சுமக்கும்போது பாரம் அழுத்தாமல் இருக்கத் தலையில்) வட்டமாகச் சுருட்டி வைத்துக் கொள்ளும் துணி; cloth-pad (used as a cushion while carrying load on the head).

சும வி. (சுமக்க, சுமந்து) 1: (கனமான பொருளைத் தலை, முதுகு போன்ற பகுதிகளில்) தாங்குதல்; carry (load, heavy objects). நெல் மூட்டையைத் தலையில் வைத்துத் தூக்கி வராமல் முதுகில் சுமந்து வந்தான்./ கழுதை பொதி சுமப்பதுபோல் ஏன் எல்லாவற்றையும் நீயே சுமந்து வருகிறாய்? 2: (தாய் கருத்தரித்து சிசுவை வயிற்றினுள்) தாங்கியிருத்தல்; (of pregnant woman) carry (the child in her womb). தாய் நம்மைப் பத்து மாதம் சுமக்கிறாள்./ பத்து மாதம் சுமந்து பெற்ற பிள்ளை. 3: (கடன், வேலை, பொறுப்பு, பழி முதலியவற்றை பாரம்போல்) ஏற்றுக்கொள்ளுதல்; bear (the burden of debts, work, responsibility, blame, etc.,). மூத்த மகன் குடும்பப் பொறுப்பைச் சுமக்க நேர்ந்தது./ எல்லா வேலைகளையும் நானே சுமக்க வேண்டியிருக்கிறது என்று அம்மா அலுத்துக்கொண்டாள்.

சுமங்கலி பெ. தன் கணவன் உயிரோடு இருப்பதால் மங்கல நிலை பெற்றிருப்பதாகக் கருதப்படும் பெண்; married woman (who is considered auspicious because her husband is alive). 'நீ பூவும் பொட்டுமாக நூறு வருஷம் சுமங்கலியாக இருக்க வேண்டும்' என்று பாட்டி தன் பேத்தியை வாழ்த்தினாள்./ கணவனை விட்டுப் பிரிந்து வாழ்ந்தாலும் சுமங்கலிதான்.

சுமங்கலிப் பிரார்த்தனை பெ. காண்க: சுமங்கலிப் பூஜை.

சுமங்கலிப் பூஜை பெ. (ச.வ.) (திருமணத்தை ஒட்டி அல்லது குடும்பத்தில் சுமங்கலியாக இறந்த பெண்ணை வழிபட்டு) சுமங்கலிகளை அழைத்துப் புடவை, ரவிக்கைத் துணி முதலியன கொடுத்துச் செய்யும் சடங்கு; ceremony in memory of a woman who died while her husband was alive (by distributing sarees, etc., to married women).

சுமத்து வி. (சுமத்த, சுமத்தி) 1: (பாரத்தை) சுமக்கச் செய்தல்; ஏற்றுதல்; cause to carry a load; load. சிறுவன் தலையில் இவ்வளவு பெரிய மூட்டையைச் சுமத்தலாமா? 2: (கடன், வரி, பொறுப்பு முதலியவற்றை) ஏற்கச் செய்தல்; cause to bear (taxes, responsibilities, etc.,). இந்த ஆண்டும் அரசு புதிய வரிகளை மக்களின் மீது சுமத்தியிருக்கிறது./ கல்யாணத்துக்கு வந்தவர்களை உபசரிக்கும் வேலையை என்மேல் சுமத்தி விட்டார்கள். 3: (குற்றம், பழி கூறுதல்/ (வழக்கு) தொடுத்தல்; charge (s.o. with sth.); put (the blame on)/file (a case against). என்மீது சுமத்தப்படும் குற்றச்சாட்டுகள் பொய்யானவை./ நீ தவறு செய்துவிட்டு என்மீது பழி சுமத்தப்பார்க்கிறாயே! தொழிலாளர்களின் மீது சுமத்தப்பட்ட வழக்குகளைத் திரும்பப் பெற நிர்வாகம் ஒப்புக்கொண்டது.

சுமார்[1] பெ. (-ஆக, -ஆன) (அதிகம் என்றோ குறைவு என்றோ, சிறப்பு என்றோ மோசம் என்றோ இல்லாமல்) நடுத்தரம்; moderate; average. சுமாரான வசதி படைத்த குடும்பம்/ படம் சுமாராக இருந்தது.

சுமார்[2] /-ஆக வி.அ. (நேரத்தில், எண்ணிக்கையில்) ஏறக்குறைய; (of time, amount) approximately. நீ வீட்டுக்கு வரும்போது சுமாராகப் பத்து மணி இருக்கும்./ சுமார் எட்டு மணிக்கு வீட்டுக்கு வா.

சுமாருக்கு இ.சொ. (காலத்தைக் குறிக்கும் சொற்களுக்குப் பின் வரும்போது) 'அளவில்' என்ற பொருளில் பயன்படுத்தப்படும் இடைச்சொல்; particle when added after the stated hour, used in the sense of 'around', 'about'. மாலை நான்கு மணி சுமாருக்கு வருவதாகச் சொன்னான்.

சுமுகம் பெ. (-ஆக, -ஆன) இணக்கம்; அமைதி; smooth; amicable. கணவன் மனைவிக்கு இடையே உறவு சுமுகமாக இருக்க வேண்டும்./ தொழிலாளர் பிரச்சினைக்கு ஒரு சுமுகமான தீர்வு ஏற்படும்.

சுமூகம் பெ. (-ஆக, -ஆன) காண்க: சுமுகம்.

சுமை பெ. 1: (அழுத்தும்) கனம்; பளு; பாரம்; load; weight; burden. இவ்வளவு சுமையைத் தலையில் தூக்கிக் கொண்டு நடக்கவே முடியாது./ சுமை தாங்காமல் வண்டி குடைசாய்ந்தது. [(தொ.சொ.) கனம்/ பளு/ பாரம்] 2: (கடன், வரி, வேலை முதலியவை) வருத்தும் விதத்தில் அதிகமாக இருக்கும் நிலை; burden. அவருக்குத் தாங்க முடியாத கடன் சுமை./ வேலைச் சுமையின் காரணமாக என்னுடைய நாவல் பாதியிலேயே நிற்கிறது. 3: (மண்

581 சுயபுராணம்

(மட்பாண்டங்களின்) குறிப்பிட்ட எண்ணிக்கை கொண்ட அளவு; a head load of earthenware vessels consisting of certain number of these items. ஒரு வண்டி மட்பாண்டம் என்பது பதினான்கு அல்லது பதினைந்து சுமை இருக்கும்./ விற்றதுபோக எஞ்சியது இரண்டு சுமை மட்டுமே.

சுமைகூலி பெ. (பெட்டி, மூட்டை போன்ற பொருள் களை) தூக்கி எடுத்துச்செல்வதற்கான கூலி; money paid (to a porter) for carrying luggage, etc., சுமைகூலி இருபது ரூபாய் கேட்கிறான்.

சுமைதட்டு பெ. (மண்.) மண்பாண்டங்களை அடுக்கி தலைச் சுமையாகக் கொண்டுசெல்ல உதவும் பரந்த, அகலமான மூங்கில் கூடை; a large, capacious basket made of bamboo for carrying earthenware vessels on one's head.

சுமைதாங்கி பெ. (கிராமப்புறச் சாலை ஓரத்தில் தலைச் சுமையை இறக்கி வைத்து இளைப்பாற அமைக்கப் பட்டிருக்கும்) ஆளுயரத்தில் இரண்டு கல் தூண்களின் மேல் மற்றொரு நீளமான கல் வைக்கப்பட்டுள்ள அமைப்பு; table-like structure supported on two vertical stones, used to rest the head-load (found along rural roads). (உரு வ.) எங்கள் மாமாதான் இந்தக் குடும்பத்தின் சுமை தாங்கி.

சுமைதாங்கி

சுய பெ.அ. 1: (ஒருவர்) தன்னைக் குறித்த; தன்மேல் கொண்டிருக்கும்; self-. கோபத்தில் சுயக் கட்டுப்பாட்டை இழந்து தாறுமாறாகப் பேசினான்./ சுய இரக்கம்/ இயலாமையினால் ஏற்பட்ட சுய வெறுப்பில் விரக்தியுடன் பேசினான். 2: தனக்குரிய; self-; one's own. சுய முகவரி யிட்ட உறை ஒன்றை விண்ணப்பத்துடன் இணைக்கவும்./ சுய லாபத்துக்காக அவன் எது வேண்டுமானாலும் செய் வான்./ சுய பலம்.

சுய இன்பம் பெ. (ஒருவர்) தன் பிறப்புறுப்பில் உணர்ச் சியைத் தூண்டிவிட்டுக்கொள்வதன் மூலம் பெறும் பாலியல் சுகம்; masturbation.

சுய உணர்வு பெ. (மூளை இயல்பாகச் செயல்படுவ தால்) தன்னுடைய நிலைமை, செயல், சூழல் முதலிய வற்றை அறிந்துகொள்ளும் உணர்வு; பிரக்ஞை; consciousness; self-awareness; self-control. குடித்துவிட்டுப் போதையில் சுய உணர்வு இழந்து தெருவில் கிடந்தான்./ எந்த வேலையையும் சுய உணர்வுடனும் ஈடுபாட்டுடனும் செய்!

சுய சம்பாத்தியம் பெ. பரம்பரை வழியாகப் பெறாமல் தானாக உழைத்துச் சேர்த்த பணம் அல்லது சொத்து; money or wealth earned (as opposed to inherited) by oneself; self-acquired property. 'இந்த வீடு பூர்வீகச் சொத்தா, சுய சம்பாத்தியமா?' என்று நண்பர் கேட்டார்.

சுயசரிதம் பெ. காண்க: சுயசரிதை.

சுயசரிதை பெ. தன் (வாழ்க்கை) வரலாறு; autobiography.

சுயசார்பு பெ. காண்க: தற்சார்பு.

சுய சான்றொப்பம் பெ. (பு.வ.) ஒருவர் தான் சமர்ப் பிக்கும் ஆவணத்தின் நகல் உண்மையானது என்று உறுதிகூறும் முறையில் ஆவணத்தில் தானே இடும் கையெழுத்து; self-attestation.

சுயசேவை பெ. (அங்காடி, உணவு விடுதி முதலிய வற்றில்) வாடிக்கையாளர்கள் தங்களுக்குத் தேவை யானவற்றைத் தாங்களே சென்று எடுத்துக்கொள்ளும் படியான விற்பனை முறை; (in shops, restaurants) self-service. விலை குறைவு என்பதால் அந்த ஓட்டலின் சுய சேவைப் பிரிவில் கூட்டம் அதிகமாக இருந்தது.

சுயதொழில் பெ. (ஒருவர்) சொந்தமாகச் செய்யும் தொழில்; self-employement. மாமா சுயதொழில் பார்த்துத் தன் பிள்ளைகளை உயர்த்திவிட்டார்./ மக்களிடம் சுய தொழில் முயற்சிகளை ஊக்குவிக்க அரசு புதிய கடன் திட்டத்தை அறிமுகப்படுத்தியுள்ளது.

சுயநலம் பெ. (பிறரைப் பற்றி, கொள்கையைப் பற்றி எண்ணிப்பார்க்காமல்) தனக்கு உண்டாகும் பயன், வசதி முதலியவற்றை மட்டும் கருதிச் செயல்படும் போக்கு; selfishness; selfish ends. கூட்டுக்குடும்பத்தில் பிறந்துவிட்டு நீ சுயநலமாக இருக்க முடியுமா?/ சுயநலம் காரணமாகத்தான் அவர் கட்சி மாறினார்.

சுயநலமி பெ. சுயநலத்தையே கருத்தில் கொண்டிருப்ப வர்; selfish person. சில சுயநலமிகளால்தான் இந்தத் திட்டம் நிறைவேறாமல் போய்விட்டது.

சுயநிதி பெ. (பெரும்பாலும் பெயரடையாக) (ஒரு கல்வி நிறுவனம்) அரசின் நிதி உதவி பெறாமல் தன் சொந்த நிதியைக் கொண்டு நிர்வாகத்தை நடத்தும் முறை; self-financing. ஐநூறுக்கும் மேற்பட்ட சுயநிதிப் பொறியியல் கல்லூரிகள் தமிழ்நாட்டில் உள்ளன./ இந்தியா வில் சுயநிதிக் கல்லூரிகள் புற்றீசல்போல் பெருகிவருகின் றன./ சுயநிதி மருத்துவக் கல்லூரி.

சுய நினைவு பெ. காண்க: சுய உணர்வு.

சுயபச்சாதாபம் பெ. தன்னுடைய சூழல் மற்றவர் களைவிட மோசமாக இருக்கிறது என்றும், எனவே மற்றவர்கள் தன்மேல் இரக்கம் கொள்ள வேண்டும் என்ற வகையில் ஒருவர் கொள்ளும் எதிர்பார்ப்பு உணர்வு; தன்னிரக்கம்; self-pity. சுயபச்சாதாபம் எதற்கும் உதவாது. உன்னைப் போன்ற இளைஞன் யாருடைய உதவியும் இல்லாமல் முன்னேற முயற்சி செய்ய வேண்டும்.

சுயபுராணம் பெ. (பிறருக்கு எரிச்சலை ஏற்படுத்தும் வகையில்) ஒருவர் தன்னைப் பற்றி உயர்வாகப் பேசும்

சுயம் | 582

அல்லது எழுதும் செயல்; glorifying oneself. உன் சுய புராணத்தை நிறுத்தப்போகிறாயா இல்லையா?/ புத்தகம் முழுக்க ஆசிரியரின் சுயபுராணம்தான்.

சுயம் பெ. 1: தனித்தன்மை; individuality; originality. அவர் பல சிறுகதைகள் எழுதியிருந்தாலும் அவருடைய சுயம் கவிதைகளில்தான் வெளிப்படுகிறது./ சுயத்தை முன்னிறுத்தும் பேச்சு. 2: தன்மானம்; self-respect; self dignity. சுயத்தை இழந்து அவர் காலில் விழுந்துகிடக்கிறான்.

சுயம்பு பெ. (அ.வ.) தானாகவே உண்டான ஒன்று அல்லது ஒருவர்; s.o. or sth. self-begotten. சுயம்பு லிங்கம்/ ஆலமரத்தின் அடியில் சுயம்புவாக விநாயகர் சிலை ஒன்று தோன்றியிருப்பதாக யாரோ புரளி கிளப்பிவிட்டார்கள்./ தான் ஒரு சுயம்பு என்று அந்த எழுத்தாளர் கூறிக்கொள்கிறார்.

சுயம்வரம் பெ. (பண்டைக் காலத்தில்) பல அரசர்களை வரவழைத்து அவர்களில் ஒருவரைத் தனக்குரிய கணவனாக ஒரு இளவரசி தேர்ந்தெடுக்கும் மணமுறை; (in former times) ceremony where a royal bride chooses a prince from a gathering of suitors.

சுயமரியாதை பெ. 1: தன்னுடைய கண்ணியத்தையும் பிறப்பில் உயர்வு தாழ்வு கற்பிக்காத சமத்துவத்தையும் அடிப்படையாகக் கொண்ட நிலைப்பாடு; self-respect; self-esteem. சுயமரியாதையை போதிக்கும் நான் பிறரை எப்படி என் காலில் விழ அனுமதிப்பேன்? 2: தன்மானம்; self-respect; self-dignity. சுயமரியாதை இல்லாமல் அவனிடம் வேலை செய்துகொண்டிருக்கிறாயே?

சுயமரியாதை இயக்கம் பெ. மனிதன் சுயமரியாதையுடனும் பகுத்தறிவுடனும் நடந்துகொள்ள வேண்டும் என்ற கொள்கை உடைய (தமிழ்நாட்டில் இயங்கும்) சமூக இயக்கம்; a social movement (in Tamil Nadu) based on one's dignity and reasoning power; self-respect movement.

சுயமரியாதைத் திருமணம் பெ. காண்க: சீர்திருத்தத் திருமணம்.

சுயமாக வி.அ. பிறர் உதவி இல்லாமல் தானாக; சொந்தமாக; independently; without help; by oneself. படிப்பை நிறுத்திவிட்டுச் சுயமாகத் தொழில் துவங்க விரும்பினான்./ இந்தப் புத்தகம் ஒரே மாதத்தில் ஆங்கிலத்தைச் சுயமாகக் கற்றுக்கொள்ள உதவும்./ சுயமாக யோசித்துப்பார், புரியும்!

சுயமைதுனம் பெ. சுய இன்பம்; masturbation.

சுயமோகம் பெ. ஒருவர் தன்னுடைய தோற்றத்தையும் திறமைகளையும் குறித்துக்கொண்டிருக்கும் அதீதப் பாராட்டு உணர்வு; narcissism. அவர் அகங்காரமும் சுய மோகமும் கலந்த கலவை ஆயிற்றே!

சுயமோகி பெ. தன்னுடைய தோற்றத்தையும் திறமைகளையும் குறித்து அதீதப் பாராட்டுணர்வைக் கொண்டிருப்பவர்; narcissist.

சுயரூபம் பெ. (பெரும்பாலும் எதிர்மறையான குணத்தைக் குறிக்கும்போது) உண்மையான இயல்பு அல்லது தன்மை; true colours. அவனை நல்லவன் என்று நினைத்துக் கொண்டிருக்கிறாய். அவனுடைய சுயரூபம் வெளிப்படும் போதுதான் உனக்கு உண்மை புரியும்.

சுயவொழுக்கம் பெ. (நேர்மை, நாணயம், நம்பிக்கை போன்ற நல்லொழுக்கங்களின் அடிப்படையில் வாழ்வதே சிறந்தது என்கிற முறையில்) ஒருவர் தன் நடத்தையைத் தன்னுடைய கட்டுப்பாட்டில் வைத்திருக்கும் பண்பு; self-discipline.

சுயாட்சி பெ. 1: (ஒரு நாடு) பிற நாட்டினுடைய ஆதிக்கம், கட்டுப்பாடு இல்லாமல் தன் நிர்வாகத்தைத் தானே கவனித்துக்கொள்ளும் ஆட்சி; சுதந்திரம்; self-rule; independence. பல சிறிய ஆப்பிரிக்க நாடுகள் சமீபத்தில்தான் சுயாட்சி பெற்றுள்ளன. 2: மாநிலங்கள் நிர்வாகத்தின் குறிப்பிட்ட அம்சங்களை மட்டும் மத்திய அரசின் வசம் விட்டுவிட்டுத் தங்களுடைய உள்நிர் வாகத்தைத் தாங்களே முழுமையாகக் கவனித்துக் கொள்ளும் நிர்வாக முறை; self-governing; autonomy of federating units. மாநில சுயாட்சி கேட்டு நடத்தப்பட்ட போராட்டம் கைவிடப்பட்டது.

சுயாதிகாரம் பெ. (அ.வ.) சுதந்திரமாகச் செயல்படுவதற்கு உரிய அதிகாரம்; தானே நிர்வகித்துக்கொள்ளும் உரிமை; autonomy. தொலைக்காட்சி நிலையங்களுக்குச் சுயாதிகாரம் வழங்குவதுபற்றி முடிவு செய்யப்படும்.

சுயாதீனம் பெ. காண்க: சுவாதீனம்.

சுயார்ஜிதம் பெ. (அ.வ.) சுய சம்பாத்தியம்; sth. self-earned. இது சுயார்ஜிதச் சொத்து; யாருக்கு வேண்டுமானாலும் கொடுக்க அவருக்கு உரிமை உண்டு.

சுயேச்சை பெ. 1: (-ஆக, -ஆன) பிறரால் கட்டுப்படுத்தப்படாமல் தன் செயல்பாட்டைத் தானே நிர்ணயித்துக் கொள்ளும் நிலை; சுதந்திரமாகச் செயல்படும் போக்கு; independence; independent (manner). குழந்தைகளிடம் சுயேச்சைத் தன்மை இருக்கிறது./ நகராட்சிகள் சுயேச்சையாக இயங்குகின்றன./ இந்தியத் திரைப்பட உலகில் திறமை வாய்ந்த இயக்குநர்கள்கூட சுயேச்சையாகச் செயல்படுவது கடினம். 2: (-ஆக) தேர்தலில் எந்தக் கட்சியையும் சாராமல் போட்டியிடும் நிலை; the state of not belonging to any party (in an election). சுயேச்சை வேட்பாளர்கள் தேர்தலில் வெற்றி பெறுவது அபூர்வமாகத் தான் நிகழ்கிறது./ தான் கேட்ட தொகுதியைக் கட்சி தர வில்லை என்பதற்காகச் சுயேச்சையாகப் போட்டியிட்டு அவர் வெற்றி பெற்றார். 3: (பெரும்பாலும் பன்மையில்) எந்தக் கட்சியையும் சார்ந்திராமல் தேர்தலில் போட்டி யிடுபவர்; (in elections) independent (candidate). வேட்பு மனுக்களைப் பரிசீலனை செய்த தேர்தல் அதிகாரி 26 சுயேச்சைகளின் மனுக்களை நிராகரித்தார். 4: சுயாட்சி; self-rule. நந்தர்கள் காலத்திற்குப் பின் கலிங்க நாடு சுயேச்சை அடைந்து தனி நாடானது.

சுயேட்சை பெ. காண்க: சுயேச்சை.

சுர வி. (சுரக்க, சுரந்து) (பால், நீர், எச்சில் முதலியவை) ஊறி வெளிவருதல்; (of milk, water, saliva) get collected (in the natural course); secrete. தேவையான அளவு பால் சுரக்காததால் குழந்தைக்கு இவள் புட்டிப்பால் கொடுக்கிறாள்./ சமையல் அறையிலிருந்து வந்த மணம் நாவில் எச்சில் சுரக்கச் செய்தது./ கணையம் இன்சுலின் என்ற திரவத்தைச் சுரக்கிறது./ (உரு வ.) அன்பும் கருணையும் சுரக்கும் நெஞ்சம். [(தொ.சொ.) ஊற்று/ ஊறு/ ஒழுகு/

583 சுருக்கம்[1]

ஓடு/ கசி/ கொட்டு/ சிதறு/ சிந்து/ தெறி/ பரவு/ பீச்சு/ பீறிடு/ வடி/ வழி].

சுரங்கப் பாதை பெ. **நிலத்துக்கு அடியில் அல்லது மலையைக் குடைந்து அமைக்கப்படும் பாதை;** subway; tunnel. கனமழையின் காரணமாகச் சுரங்கப் பாதைக்குள் வெள்ளம் புகும் அபாயம் உள்ளது./ சுரங்கப் பாதையின் வழியே செல்லும் இருப்புப்பாதை.

சுரங்கம் பெ. **(பூமியின் அடியில் இருக்கும் தங்கம், நிலக்கரி, தாது உப்புகள் போன்றவற்றை எடுப்பதற் காக) ஆழமாகத் தோண்டப்பட்ட இடம்;** mine (of gold, coal, etc.,). தங்கச் சுரங்கம்/ நிலக்கரிச் சுரங்கம்/ *(உரு வ.)* அறிவுச் சுரங்கம்/ தமிழில் கட்டுரை எழுதுபவர்களுக்கு இணையதளம் ஒரு சுரங்கம்.

சுரட்டு பெ. *(இலங்.)* **1: வம்பு;** issue leading to quarrel. அவன் சுரட்டு வேலை செய்வதில் கெட்டிக்காரன் என்பது எல்லோருக்கும் தெரிந்த விடயம்தானே. **2: வம்புக்கு இழுக்கும் நபர்;** quarrelsome person. அவன் ஒரு சுரட்டு என்று தெரிந்தும் அவனோடு ஏன் கூட்டு வைத்துக்கொள் கிறாய் என்று அண்ணன் திட்டினான்.

சுரண்டல் பெ. **(பிறருடைய செல்வம், உழைப்பு போன்ற வற்றை) சுயநலத்திற்காகப் பயன்படுத்திக்கொள்ளும் செயல்;** exploitation. பொருளாதாரச் சுரண்டல்.

சுரண்டு வி. *(சுரண்ட, சுரண்டி)* **1: (ஒரு பரப்பின் மீது ஒட்டியிருப்பதை அல்லது மேற்பரப்பை நீக்குவதற் காகக் கத்தி, கம்பி முதலியவற்றால்) அழுத்தித் தேய்த் தல்;** scour; scrape. ஜன்னலில் பழைய வர்ணத்தைச் சுரண்டி விட்டுப் புதிய வர்ணம் பூசியிருக்கிறான்./ சோறு வடித்த பாத்திரத்தை நன்றாகச் சுரண்டிக் கழுவு! [*(தொ.சொ.)* குடை/ கொத்து/ துளை/ நோண்டு] **2: (பிறருடைய செல்வம், உழைப்பு போன்றவற்றை) சுயநலத்திற் காகப் பயன்படுத்திக்கொள்ளுதல்;** exploit (sth. or s.o. for selfish ends). தொழிலாளர்கள் பலராலும் சுரண்டப் படுகின்றனர்./ மூன்றாம் உலக நாடுகளின் வளங்களை யெல்லாம் பணக்கார நாடுகள் சுரண்டிக்கொள்கின்றன. **3: தவறான வழியில் (பணம்) சேர்த்தல்; அபகரித்தல்;** misappropriate. அவர் எவ்வளவு பணம் சுரண்டினார் என் பது மக்களுக்குத் தெரியும்.

சுரணை பெ. **தனக்கோ தன்னைச் சுற்றியோ நடக்கும் செயலின் காரணமாக ஒருவரின் உடலில் அல்லது மனத்தில் எதிர்விளைவாக ஏற்படும் உணர்ச்சி;** sensitivity; sensitiveness. கையில் ஊசி குத்தி இரத்தம் வரும் சுரணைகூட இல்லாமல் ஏதோ சிந்தனையில் தைத்துக் கொண்டிருந்தான்./ அவர் உன்னை மோசமாகத் திட்டு வதையெல்லாம் கேட்டுக்கொண்டு சுரணை இல்லாமல் நிற்கிறாயே!

சுரணைகெடு வி. *(-கெட, -கெட்டு) (இலங்.)* **சுரணை யற்றுப்போதல்;** become insensitive. சரியாகப் படிக்க வில்லை என்று மகனை நீங்கள் ஒவ்வொரு நாளும் பேசிப் பேசியே அவனுக்குச் சுரணைகெட்டுவிட்டது.

சுரத்து பெ. *(-ஆக, -ஆன)* **(ஒன்றில் காட்ட வேண்டிய) ஈடுபாடு; ஆர்வம்;** enthusiasm; involvement (shown in sth.). ஊருக்குப் போகலாமா என்று கேட்கிறேன். நீ சுரத்தில்லா மல் பதில் சொல்கிறாயே!/ வேலையில் சுரத்து குன்றிவிட் டதா?/ வழக்கமான சுரத்து குறைந்து காணப்பட்டான்.

சுரப்பி பெ. **உடலிலிருந்து வெளியேறும் திரவங்களையும் இரத்தத்தில் கலக்கும் திரவங்களையும் சுரக்கும் உள்ளு றுப்பு; (தாவரங்களில்) குறிப்பிட்ட செயல்களுக்கான வேதிப்பொருள்களைச் சுரக்கும் பாகம்;** gland. நாள முள்ள சுரப்பிகள் என்றும் நாளமில்லாச் சுரப்பிகள் என்றும் சுரப்பிகள் இரு வகைப்படும்./ வாயில் உள்ள சுரப்பி களிலிருந்து உமிழ்நீர் வருகிறது./ வாசனைச் சுரப்பிகள்.

சுரப்பு பெ. **1: சுரப்பியிலிருந்து வெளிவரும் திரவம்;** secretion from glands. ஜீரண மண்டலத்தில் உற்பத்தியாகும் சுரப்புகள் உணவு ஜீரணமாவதற்கு உதவுகின்றன. **2: (கால் முதலியவற்றில் நீர் சுரப்பதால் ஏற்படும்) வீக்கம்;** swelling. வயதானவர்களுக்குக் கால்களில் சுரப்பு ஏற்படுவது இயல்பு. **3:** *(ஊரக வ.)* **(பசுவின் மடியில்) பால் சுரத்தல்/ (கிணற்றின் ஊற்றில்) நீர் சுரத்தல்;** (of a cow) secretion of milk/(of well) flow of water. இந்த மாட்டுக்குச் சுரப்பு நன்றாக இருக்கிறது./ எங்கள் வீட்டுக் கிணற்றில் சுரப்பு வற்றவே வற்றாது.

சுரபுன்னை பெ. **புள்ளிகளைக் கொண்ட அகலமான இலைகளையும் நீண்ட காய்களையும் முட்டுக்கொடுத் தது போன்று தாங்கிக்கொண்டிருக்கும் வேர்களையும் உடைய, அலையாத்திக் காடுகளில் காணப்படும் ஒரு வகை மரம்;** true mangrove.

சுரம்[1] பெ. காண்க: **ஜுரம்.**

சுரம்[2] பெ. காண்க: **ஸ்வரம்.**

சுரமானி பெ. *(பே.வ.)* **(காய்ச்சலை அளவிடும்) வெப்ப மானி;** clinical thermometer.

சுரி பெ. *(இலங்.)* **சேறு; சகதி;** mud. காலில் சுரி அப்பிற்று.

சுரிமணல் பெ. *(இலங்.)* **(இறுகும் தன்மை இல்லாத) பொடி மணல்;** fine sand. இந்தச் சுரிமணலில் கிணறு கிண்டுவது சரியான கஷ்டம்.

சுரீர்-என் வி. *(-என, -என்று)* **1: (எறும்பு, பூச்சி முதலி யன கடித்தவுடன் அல்லது ஊசி, முள் போன்றவை குத்தியவுடன்) குத்துவது போன்ற வலி உண்டாதல்;** cause a sharp pain. காலில் முள் குத்தியது, தேள் கடித்த தைப் போலச் சுரீரென்றது. **2: (கடுமையான சொல், செய்தி முதலியவை மனத்தில்) குத்துவது போன்ற பாதிப்பை ஏற்படுத்துதல்;** (of a harsh remark, etc.,) give s.o. a pang; feel touched to the quick. 'நீகூடத் தாத்தாவைக் கவனிப்பதில்லை' என்று அவர் சொன்னதும் அவளுக்குச் சுரீரென்றது.

சுரீர்சுரீர்-என்று வி.அ. *(வலிப்பதைக் குறித்து வரும் போது)* **பொறுத்துக்கொள்ள முடியாத அளவுக்கு விட்டுவிட்டு;** (of pain) sharply. நெஞ்சில் சுரீர்சுரீரென்று ஒரு வலி. மாரடைப்பாக இருக்குமோ!

சுருக்-என் வி. *(-என, -என்று)* காண்க: **சுரீர்-என்.**

சுருக்க வி.அ. *(ஊரக வ.)* **விரைவாக; சீக்கிரம்;** quickly; at once. நாம் சுருக்கக் கிளம்பவில்லை என்றால் ரயில் போய் விடும்.

சுருக்கம்[1] பெ. **1:** *(-ஆக, -ஆன)* **காலத்தில், இடத்தில் குறைந்த அளவைக் கொண்டிருப்பது;** (of speech and writing) brevity; conciseness/(of festival, meeting, etc.,)

சுருக்கம்[2] 584

being brief; not being elaborate. சொல்வதைச் சுருக்கமாகச் சொல்!/ சுதந்திரப் போராட்டத்தைப் பற்றி அவர் சுருக்க மாக எழுதியிருக்கிறார்./ திருமணச் சடங்குகள் சுருக்கமாக இருந்தன. **2:** **(கட்டுரை, கதை, பெயர் முதலியவற்றின்) சுருக்கப்பட்ட வடிவம்;** (of stories, essays, etc.,) abstract; summary; (of a name) abbreviation; acronym. புத்தகத்தின் பின்அட்டையில் கதைச் சுருக்கம் அச்சிடப்பட்டிருந்தது./ இது என் ஆராய்ச்சிக் கட்டுரையின் சுருக்கம்./ 'ஐ.நா.' என்பது 'ஐக்கிய நாடுகள்' என்பதன் சுருக்கம். **3:** *(வ.வ.)* **குறைவு;** not much. அவருக்குச் சொத்துகள் சுருக்கம்.

சுருக்கம்[2] பெ. **(தோல், துணி முதலியவை) சுருங்கி மடிப்புகளுடன் காணப்படும் நிலை;** crease (in clothes); wrinkle (on the skin). வேட்டியில் எப்படி இத்தனை சுருக்கங் கள்?/ அவர் எதையோ தீவிரமாக யோசிக்கிறார் என்பதை அவருடைய நெற்றிச் சுருக்கம் காட்டியது.

சுருக்காக வி.அ. *(ஊரக வ.)* **விரைவாக; சீக்கிரமாக;** quickly. சுருக்காகக் கிளம்பி வா; நான் காத்திருக்கிறேன்.

சுருக்கு[1] வி. (சுருக்க, சுருக்கி) **1:** **(பேச்சு, எழுத்து, வேலை, செலவு போன்றவற்றை) முன்பிருந்த அளவைவிடக் குறைத்தல்;** condense; reduce (the length of a writing, etc.,); cut down (one's speech, talk). கட்டுரையைச் சுருக்கிக் கொடுத்தால் பத்திரிகையில் பிரசுரிக்கிறோம்./ வேலை யைச் சுருக்கு./ வருமானம் குறைந்துவிட்டதால் செலவை யும் சுருக்க வேண்டியுள்ளது./ 'பேசுவதைச் சுருக்கிக் கொண்டுவிட்டேன். சாப்பாட்டையும் சுருக்க வேண்டும்' என்றார் முதியவர். **2:** **(கண், நெற்றி முதலியவற்றை) மடிப்புகள் தோன்றும் வகையில் குறுக்கிக்கொள்ளு தல்;** screw (one's eyes); knit (one's brows). கிழவர் கண் களைச் சுருக்கிக்கொண்டு கூர்ந்து பார்த்தார்./ கேள்வியைக் கேட்டவுடன் நெற்றியைச் சுருக்கிக்கொண்டு அவன் யோசனையில் ஆழ்ந்தான். **3:** **(விரித்த குடையை) மடக்கு தல்; (பையின் வாய்ப் பகுதி, வளையமாக முடிச்சிடப் பட்ட கயிறு முதலியவற்றை) சிறிதாகும்படி செய்தல்;** fold (an umbrella); close (the mouth of sth. by drawing the strings); tuck in. குடையைச் சுருக்கிக் கக்கத்தில் இடுக்கிக் கொண்டு நடந்தார்./ வெற்றிலைப் பையைச் சுருக்கி இடுப்பில் செருகிக்கொண்டாள்.

சுருக்கு[2] பெ. **1:** **(கயிற்றின் ஒரு முனையை மடக்கிக் கயிற்றிலேயே) நகரும் வகையில் போடும் முடிச்சு; (ஒன்றைப் பிணைப்பதற்காகக் கயிற்றில் போடப் படும்) முடிச்சு;** noose; knot. அவன் கழுத்தில் சுருக்குப் போட்டுக் கொன்றிருக்கிறார்கள்./ அந்த மாடு எப்படியோ சுருக்கை அவிழ்த்துக்கொண்டுவிட்டது. **2:** **(ஆடை முதலிய வற்றின்) மடிப்பு;** fold; pleat. சுருக்கு வைத்துத் தைத்த பாவாடை.

சுருக்கு[3] வி. (சுருக்க, சுருக்கி) *(இலங்.)* **(நாற்றத்தைத் தவிர்க்கும் முறையில்) (மூச்சை) அடக்கிக்கொள்ளுதல்;** hold one's breath (to avoid bad smell). ஒழுங்கையில் ஒரே மணமாகக் கிடந்ததால் மூக்கைச் சுருக்கிக்கொண்டு ஓடிவந்துவிட்டேன்.

சுருக்குப்பை பெ. **வாய்ப் பகுதியின் விளிம்பில் மடிப்பு களின் உள்ளே கயிறு வைத்துத் தைத்து, கயிற்றை இழுத்தால் சுருங்கி மூடிக்கொள்ளும் பை;** draw-string bag. பாட்டி சுருக்குப்பையிலிருந்து வெற்றிலையை எடுத்தாள்.

சுருக்குமடி வலை பெ. **(பெருமளவில் மீன்பிடிக்கப் பயன்படுத்தும்) கொஞ்சம்கொஞ்சமாக மடித்துச் சுருக்கிக்கொள்ளும் வகையில் அமைந்த, மிக நீளமான வலை;** a kind of fishing net. சில கடற்கரைப் பகுதிகளில் சுருக்குமடி வலைப் பயன்பாடு தடைசெய்யப்பட்டுள்ளது.

சுருக்கு வழி பெ. **1:** **(ஒரு கணக்கைச் செய்ய மேற்கொள் ளும்) வழக்கமான வழிமுறையைவிட விரைவாக முடிக்க உதவும் எளிய முறை;** simple or short method (in doing a sum). இந்தக் கணக்கைச் செய்யச் சுருக்கு வழி ஏதும் இல்லையா? **2:** *(பாதையைக் குறிக்கும்போது)* **குறுக்கு வழி;** short cut (to reach a place). இந்தச் சுருக்கு வழியில் போனால் அவரைப் பிடித்துவிடலாம்.

சுருக்கெழுத்தர் பெ. **(பேச்சை) சுருக்கெழுத்தில் குறித் துக்கொண்டு பின் முழுமையாகத் தட்டச்சுசெய்து தரும் பணியாளர்;** stenographer.

சுருக்கெழுத்து பெ. **குறியீடுகளைப் பயன்படுத்திப் பேச்சை வேகமாகப் பதிவுசெய்யும் முறை;** short-hand (writing). பத்திரிகை நிருபர்களுக்குச் சுருக்கெழுத்து தெரிந்திருப்பது அவசியம்.

சுருக்சுருக்-என்று வி.அ. *(வலிப்பதைக் குறித்து வரும் போது)* **குத்துவதுபோல்; விட்டுவிட்டு;** (of sharp pain) intermittently. காலையிலிருந்து தோள்பட்டையில் சுருக் சுருக்கென்று வலித்துக்கொண்டே இருக்கிறது.

சுருங்கச்சொன்னால் வி.அ. **ஒருசில சொற்களில் சொல் வதானால்;** in brief; in short. சுருங்கச்சொன்னால், இந்தத் திட்டத்தினால் ஏழை மக்களுக்கு எந்த நன்மையும் இல்லை.

சுருங்கு வி. (சுருங்க, சுருங்கி) **1:** **(அளவில்) சிறிதாதல்;** become smaller (in size); (of clothes, leather, etc.,) shrink. துவைத்த பிறகு போட முடியாதபடி புதுச் சட்டை சுருங்கி விட்டது./ பட்டினி கிடந்து சுருங்கிப்போன வயிறு./ அறையில் மேஜையைப் போட்டவுடன் இடம் சுருங்கி விட்டது. **2:** **(இலை, பூ போன்றவை) விரிந்த நிலையிலி ருந்து மூடிய நிலைக்கு வருதல்/ (நத்தை, ஆமை போன்றவை ஓட்டுக்குள்) சுருண்டுகொள்ளுதல்;** (of certain creatures and leaves of certain plants, etc.,) shrink; withdraw; coil. இந்தச் செடியின் இலைகளைத் தொட்டால் போதும், சுருங்கிவிடும்./ நத்தை தன் ஓட்டுக்குள் சுருங்கிக் கொண்டது. **3:** **(தோல்) சுருக்கம் அடைதல்; சுருக்கம் விழுதல்;** (of skin) wrinkle. நெற்றி சுருங்க யோசனையில் ஆழ்ந்திருந்தார்./ கைகால்களிலெல்லாம் தோல் சுருங்கி யிருந்தது./ *(உரு வ.)* நான் பணம் தரப்போவதில்லை என் பது தெரிந்ததும் அவன் முகம் சுருங்கிவிட்டது. **4:** **(இரத்த ஓட்டத்தின்போது இருதயம், தமனி போன்றவை) குறு குதல்;** contract. இருதயம் சுருங்கும்போது நாளங்களில் இரத்தம் பாய்ச்சப்படுகிறது./ இரத்த ஓட்டத்தின்போது தமனி சுருங்கி விரிவதால் நாடித்துடிப்பு உண்டாகிறது.

சுருட்டி பெ. **(அரசர்கள் அல்லது தெய்வங்கள் வரும் ஊர்வலத்தில் மரியாதையைத் தெரிவிக்கும் வகை யில் ஏந்திக் கொண்டுபோகும்) வண்ணத் துணியால் மூடப்பட்ட, இலை வடிவ உலோகத் தகடு பொருத்தப் பட்ட நீண்ட கழி;** a leaf-like metal covered with colourful cloth, mounted on a long pole, carried as an item of paraphernalia in temple or royal processions.

சுருட்டு[1] வி. (சுருட்ட, சுருட்டி) 1: **விரிந்து அல்லது நீட்டிக்கொண்டு இருப்பதை உட்புறம் மடங்குமாறு வளைத்தல் அல்லது சுற்றுதல்;** roll up; fold; curl. எழுந்ததும் முதல் வேலையாகப் பாயைச் சுருட்டி வை./ கைகழுவுவதற்கு முன் சட்டைக் கையைச் சுருட்டி விட்டுக்கொண்டார்./ நாய் வாலைச் சுருட்டிக்கொண்டு ஓடியது. [(தொ.சொ.) கசக்கு/ கிழி/ மடக்கு/ மடி/ வளை] 2: (உடம்பு, கை, கால் முதலியவற்றை) **ஒடுக்கிக்கொள்ளுதல்;** draw (hands, legs) close to the body (as when one feels cold); curl up. குளிருக்குக் கிழவி உடம்பைச் சுருட்டிக்கொண்டு படுத்திருந்தாள். 3: (பொருளை அல்லது பணத்தை) **திருடுதல்;** spirit away; make off with. திருடர்கள் வீட்டில் இருந்த பாத்திரம் பண்டம் அனைத்தையும் சுருட்டிக்கொண்டு போய்விட்டனர்./ வசூலான ஐயாயிரம் ரூபாயையும் அவர் சுருட்டிவிட்டதாகக் கேள்வி. 4: (கிரிக்கெட்டில் எதிர் அணியினரை) **குறைந்த ஓட்டங்களிலேயே ஆட்டமிழக்கச் செய்தல்;** (in cricket) skittle out (the opponents). இந்திய அணி எதிர் அணியை நூற்றுப்பத்து ஓட்டங்களுக்குச் சுருட்டிவிடும் என்று யாரும் எதிர்பார்க்கவேயில்லை.

சுருட்டு[2] பெ. 1: **காகிதத்தால் சுற்றப்படாமல் (புகைபிடிப்பதற்காக) குழல்போல் சுற்றுக் கனமாகச் சுருட்டப்பட்ட புகையிலை;** cheroot; cigar. 2: (ஊரக வ.) **சுருட்டி வைக்கப்பட்டிருப்பது;** roll (of mats, etc.,). பாய்ச் சுருட்டைப் பிரித்து ஒரு பாயை எடு!/ மண்டபத்தின் சமையலறையில் நிறைய வாழையிலைச் சுருட்டுகள் வைக்கப்பட்டிருந்தன.

சுருட்டை பெ. 1: (-ஆன) (தலைமுடியைக் குறிக்கும்போது) **பல நெளிவுகளைக் கொண்டிருப்பது;** (of hair) curls. அவனுக்கு முடி சுருட்டை./ குழந்தையின் சுருட்டை சுருட்டையான முடி பார்க்க அழகாக இருந்தது. 2: (நெற்பயிர், மிளகாய்ச் செடி முதலியவற்றின்) **இலையை (சுருண்டுவிடுமாறு) பாதிக்கும் ஒரு நோய்;** disease caused by leaf roller. சுருட்டை விழுந்தால் விளைச்சல் குறையும்.

சுருட்டை விரியன் பெ. **கொடிய விஷம் உடையதும் அளவில் சிறியதுமான விரியன் பாம்பு;** saw-scaled viper.

சுருணை பெ. (ஊரக வ.) **சுருட்டி வைக்கப்பட்டிருப்பது; சுருட்டு;** roll. கையில் சுருணையாக வைத்திருந்த காகிதத்தை மேஜைமேல் வைத்தான்./ வைக்கோல் சுருணையால் மாட்டைத் தேய்த்துக் குளிப்பாட்டினான்./ படுக்கைச் சுருணை. 2: (ஊரக வ.) **ஒரு கையளவுக்குப் பந்தாகச் சுருட்டிய வைக்கோல்;** a handful of paddy straw rolled into a ball. ஒரு சுருணையைப் பிடித்துக்கொண்டு வண்டி மாட்டுக்கு முதுகு தேய்த்தார்.

சுருதி பெ. (இசை) **பாடுபவரின் குரலுக்கு அல்லது இசைக் கருவியின் ஒலிக்கு ஆதாரமாக எழுப்பப்படும் ஒலி;** the basic note to which an instrument or the voice of the musician has to be aligned; drone.

சுருதி ஓசை பெ. (மொழி.) **ஒரு மொழியைப் பேசும்போது சொற்களில் தொடர்ந்து வரும் தனி ஒலிகளுக்கு மேலாக வாக்கிய அளவில் பொருள் வித்தியாசம் தரும் ஒலியின் ஏற்ற இறக்கம்;** intonation. அம்மாவின் பேச்சில் இருந்த சுருதி ஓசையை வைத்து அவர் நக்கலாகச் சொல்கிறார் என்று புரிந்துகொண்டேன்.

சுருதிகூட்டு வி. (-கூட்ட, -கூட்டி) (இசை) **(இசைக் கருவிகளில்) ஆதாரமான ஒலி எழுமாறு அமைத்தல்;** tune (musical instruments) to a tonic note.

சுருதிசேர் வி. (-சேர்க்க, -சேர்த்து) காண்க: சுருதிகூட்டு.

சுருதிப்பெட்டி பெ. (இசை) **பின்புறம் உள்ள மடிப்புடைய துருத்தியால் காற்றை உட்செலுத்திச் சீராக வெளிவிடுவதன்மூலம் சுருதியை உண்டாக்கும் பெட்டி;** musical instrument which provides the drone; drone.

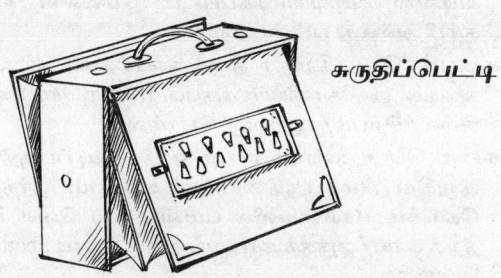

சுருதிப்பெட்டி

சுருதிபேதம் பெ. (இசை) **ஒரு ராகத்தை இசைக்கும்போது ஆதார சுருதியை அடுத்த ஸ்வரத்திற்கு மாற்றி இசைப்பது;** shifting the tonic note to the adjacent note while rendering a ராகம்.

சுரும்பு பெ. **சுமார் 30 செ.மீ. நீளம் இருக்கும், பளபளப்பான (உணவாகும்) சாம்பல் நிறக் கடல் மீன்;** false trevally.

சுருள்[1] வி. (சுருள, சுருண்டு) 1: (சுருட்டப்பட்டதுபோல்) **உள்நோக்கி வட்டமாக மடங்குதல்;** curl; roll; be coiled. பாதையின் ஓரத்தில் சுருண்டுகிடந்த பாம்பை அவன் கவனித்துவிட்டான்./ கிழவி கால்களை மடக்கிச் சுருண்டு படுத்திருந்தாள். [(தொ.சொ.) கோணு/ நெளி/ மடங்கு/ வளை] 2: **துவளுதல்;** become limp. வெயில் தாங்காமல் சுருண்டு விழுந்தார்./ பசி தாங்காமல் பிள்ளைகள் சுருண்டுவிட்டன. 3: (கிரிக்கெட் விளையாட்டில் ஓர் அணி மிகக் குறைந்த ஓட்டங்களில்) **ஆட்டத்தை விரைவாக இழத்தல்;** (in cricket) be skittled out. இந்திய அணி தொண்ணூறு ஓட்டங்களில் சுருண்டது.

சுருள்[2] பெ. 1: **சுருட்டை;** curls. சுருள்சுருளான முடி. 2: (காகிதம், புகைப்படத் தாள் முதலியவை) **சுருட்டப்பட்ட நிலை;** roll (of paper, map, film, etc.,). புகைப்படச் சுருள்/ வரைபடச் சுருளை விரித்துக் கரும்பலகையில் மாட்டினார்.

சுருள்[3] பெ. (ஊரக வ.) (திருமணத்தில் குறிப்பிட்ட சடங்கின்போது) **மணமகனுக்குப் பெண் வீட்டாரால் அல்லது மணமக்களுக்கு அவர்களை விருந்தினராக அழைக்கும் சுற்றத்தாரால் பணமாகத் தரப்படும் அன்பளிப்பு;** money gifted to the groom by the bridal party or to the newly married by the relatives who invite them home as guests.

சுருள்கத்தி பெ. *வீசும்போது கைப்பிடியிலிருந்து விரிந்தும் மற்ற நேரங்களில் சுருண்டும் இருக்கும், மெல்லிய இரும்புப் பட்டையால் ஆன ஆயுதம்;* a lethal knife the thin blade of which is wound into a spring. கையில் உருட்டுக் கட்டை, சுருள்கத்தி போன்றவை வைத்திருந்த கும்பல் அவனை ஆவேசமாகத் துரத்திக்கொண்டு வந்தது.

சுருள்பாக்கு பெ. *(ஊரக வ.) கொட்டைப்பாக்கிலிருந்து சுருள் வடிவத்தில் சீவப்பட்டது;* curled shavings of areca nut.

சுருள்வில் பெ. *(கடிகாரம், பொம்மை போன்றவை இயங்க) இயந்திர விசையைத் தருவதற்காகச் சுருள் வடிவில் வடிவமைக்கப்பட்ட மெல்லிய உலோகக் கம்பி அல்லது பட்டை;* spring.

சுரூபம் பெ. *(கிறித்.) திருஉருவச்சிலை;* statue. மாதா சுரூபம்/ அந்தோனியார் சுரூபம். [(தொ.சொ.) உருவம்/ சிலை/ சிற்பம்/ பதுமை/ பொம்மை]

சுரை[1] பெ. *உருண்டையான தடித்த அடிப்பகுதியையும் குறுகிய மேற்பகுதியையும் உடைய, நீர்த்தன்மை கொண்ட (சமையலில் பயன்படும்) வெளிர் பச்சை நிறக் காய்/ அந்தக் காயைத் தரும் கொடி;* bottle gourd/ the creeper.

சுரை[2] பெ. *(தோடு, மூக்குத்தி போன்றவற்றில்) திருகை நுழைப்பதற்காக அமைந்திருக்கும் சிறு குழல்;* (in an ear-stud, etc.,) female screw.

சுரை[3] பெ. *(ஊரக வ.) (பசு, ஆடு முதலியவற்றின்) மடிக் காம்பு;* (of a cow, goat, etc.,) nipple of the udder; teat.

சுரைக்காய் பெ. 1: காண்க: **சுரை**[1]. 2: *(இசை) (வீணையில்) குடத்துக்கு மறுபக்கத்தில் அதைவிடச் சற்றுச் சிறியதாக அமைந்திருக்கும், உருண்டையான உள்ளீடற்ற பகுதி;* gourd-like part in the string instrument, வீணை.

சுல்தான் பெ. *இஸ்லாமிய அரசர்களுக்கு வழங்கிய பட்டப்பெயர்;* muslim ruler; Sultan.

சுலபம் பெ. *(-ஆக, -ஆன) எளிது;* sth. that is not difficult (to do); easy. அவன் சுலபத்தில் பதில் சொல்ல மாட்டான்./ இந்தத் தேர்வில் சுலபமாக முதலிடம் பெற்றுவிட முடியாது./ வாக்குறுதி தருவது சுலபம். அதை நிறைவேற்றுவது தான் கடினம்.

சுலோகம் பெ. 1: *(வழிபாட்டில் கூறப்படும்) சமஸ்கிருத மந்திரம்;* verse in Sanskrit (recited during prayer). பல கோயில்களில் சுலோகங்களைச் சரியாக உச்சரிப்பதே இல்லை. 2: *(இலங்.) (ஒருவருக்குத் தொடர்ந்து கிடைக்கும்) திட்டு; வசை;* lengthy scolding; shower of abuse. நேற்று உனக்குக் கந்தோரில் நல்ல சுலோகம் கிடைத்ததா?/ உன்னிடம் சுலோகம் வாங்க வேண்டும் என்பது என் தலையெழுத்து.

சுவடி பெ. *(பழங்காலத்தில் எழுதிவைப்பதற்குப் பயன்படுத்தப்பட்ட) சற்று நீளமான, அகலக் குறைவான பனை ஓலை ஏடு/எழுதப்பட்ட ஓலைகளின் தொகுதி;* palm leaf used for writing/palm leaf manuscript.

சுவடி நூலகம் பெ. *ஏட்டுச் சுவடிகளைச் சேகரித்துப் பராமரிக்கும் நூலகம்;* palm leaf manuscript library.

சுவடியியல் பெ. *சுவடிகளைப் படித்தல், படியெடுத்தல், பாதுகாத்தல், பதிப்பித்தல் ஆகியவற்றைக் குறித்த துறை;* the discipline of studying and preserving palm leaf manuscripts; manuscriptology.

சுவடு பெ. 1: *(ஒரு பரப்பில் காலால் நடந்து சென்றதற்கான) பதிவு;* (foot) print; imprint. காட்டுப் பாதையில் புலியின் கால் சுவடுகள் தெளிவாகத் தெரிந்தன. [(தொ.சொ.) அடையாளம்/ அறிகுறி/ தடம்/ பதிவு] 2: *(ஒன்று நிகழ்ந்ததற்கான) அடையாளம்;* traces (of a thing or event). அவர் ஊருக்கு வந்து போனதற்கான சுவடுகளே இல்லை./ வந்த சுவடு தெரியாமல் கோபம் மறைந்துபோயிற்று.

சுவர்[1] வி. (வ.வ.) *(சுவர, சுவர்ந்து) சுவர், கூரை போன்ற பரப்பில் தண்ணீர் விழுந்து உள்ளே படர்தல்;* (of water) seep. ஓட்டுக் கூரையில் சுவர்ந்திருக்கும் மழைத் தண்ணீர் வெயில் வந்ததும் ஆவியாகிக் கூரை லேசாகி விடும்.

சுவர்[2] பெ. 1: *(கூரையைத் தாங்குவதற்காக அல்லது பாதுகாப்புக்காக வீடு, கட்டடம் போன்றவற்றைச் சுற்றி) செங்கல் முதலியவற்றால் எழுப்பப்படும் செங்குத்தான அமைப்பு;* wall. எங்கள் வீட்டுச் சுவரில் நிறைய புகைப்படங்கள் மாட்டப்பட்டிருக்கும்./ 'இங்கு விளம்பரம் செய்யாதீர்கள்' என்று சுவரில் எழுதப்பட்டிருந்தது. 2: *உடலில் அல்லது தாவர, விலங்கு செல்களில் ஒரு பகுதியை இன்னொரு பகுதியுடன் சேர்க்கும் அல்லது பிரிக்கும் விதத்தில் சுற்றி அமைந்திருப்பது;* wall (of an organ or cell); membrane. தமனிகளின் சுவர்கள் சுருங்கி விரியும் தன்மை கொண்டவை./ சல்லிவேர்களின் செல்சுவர் சவ்வுபோல் செயல்படுவதால் சவ்வூடு பரவல் நடைபெறுகிறது.

சுவர்க் கடிகாரம் பெ. *சுவரில் மாட்டக்கூடிய பெரிய கடிகாரம்;* wall clock.

சுவர்க்கம் பெ. காண்க: **சொர்க்கம்.**

சுவர்க்கோழி பெ. *(பெரும்பாலும் பார்வையில் படாமல் இருப்பதும்) சுவர் இடுக்கில் வாழ்வதும், நீண்ட நேரம் சத்தம் எழுப்பக்கூடியதுமான சிறிய பழுப்பு நிறப் பூச்சி;* cricket.

சுவர்ணம் பெ. (அ.வ.) காண்க: **சொர்ணம்.**

சுவர் மணிக்கூடு பெ. *(இலங்.) சுவர்க் கடிகாரம்;* wall clock.

சுவரொட்டி[1] பெ. 1: *(பலரும் பார்க்கக்கூடியதாகச் சுவர்களில் ஒட்டப்படும்) படம், விவரம் முதலியவை அச்சடிக்கப்பட்ட அல்லது எழுதப்பட்ட பெரிய அளவிலான தாள்;* wall-poster. திரைப்படச் சுவரொட்டிகள். 2: *(பு.வ.) கட்டடங்களின் உட்புறச் சுவர்களில் வர்ணம் அடிப்பதற்குப் பதிலாக ஒட்டப்படும் அலங்கார வடிவங்கள் கொண்ட தாள்;* wallpaper.

சுவரொட்டி[2] பெ. *(ஊரக வ.) சுவரில் மாட்டும் எண்ணெய் விளக்கு;* wall-lamp.

சுவரொட்டி[3] பெ. *(ஊரக வ.) ஆட்டின் மண்ணீரல்;* spleen of goat.

சுவரோவியம் பெ. *(பெரும்பாலும் கோயில், அரண்மனை போன்றவற்றின் சுவர்களில்) தாவரச் சாயங்களைப் பயன்படுத்தி வரையப்பட்ட ஓவியம்;* mural painting.

சுவறு வி. (சுவற, சுவறி) **(ஒரு திரவம் திடப்பொருளில்) ஊறிப் பரவுதல்;** seep through; permeate. விடாமல் பெய்த மழையினால் வீட்டுச் சுவர் சுவறிப்போயிருக்கிறது./ சீக்கிரம் தலையைத் துவட்டு; ஈரம் சுவறிப்போகும்./ (உரு வ.) இந்த எழுத்தாளரின் கதைகளில் சோகம் சுவறியிருப்பதைக் காணலாம்./ (உரு வ.) பெரியவரின் சொத்தெல்லாம் அவளுக்கே சுவறிவிட்டது.

சுவனம் பெ. (இஸ்.) **சொர்க்கம்;** heaven.

சுவாசக்குழல் பெ. **மூச்சுக்குழல்;** windpipe.

சுவாசக்குழாய் பெ. காண்க: **சுவாசக்குழல்.**

சுவாசப்பை பெ. (அ.வ.) **நுரையீரல்;** lung.

சுவாசம் பெ. **மூச்சு; சுவாசித்தல்;** breath. அவருக்கு நினைவு தப்பியிருந்தாலும் சுவாசம் மட்டும் சீராக இருந்தது./ தாவரங்களில் சுவாசம் நுண்ணிய துளைகள்மூலம் நிகழ்கிறது.

சுவாசி வி. (சுவாசிக்க, சுவாசித்து) **(விலங்கினங்கள் மூக்கு, வாய் போன்ற உறுப்புகள் வழியாகவும் தாவரங்கள் இலை, தண்டு முதலியவற்றில் உள்ள நுண்ணிய துளைகள் வழியாகவும் உயிர்வாழ்வதற்குத் தேவையான) பிராணவாயுவை உள்ளிழுத்து வெளிவிடுதல்; மூச்சுவிடுதல்;** breathe. கூட்டத்திற்குள் மாட்டிக்கொண்டு சரியாக சுவாசிக்க முடியாமல் திணறினான்./ மீன்கள் செவுள்களால் சுவாசிக்கின்றன.

சுவாத்தியம் பெ. (இலங்.) **வெப்பநிலை; சீதோஷ்ணம்;** climate. சென்னை சுவாத்தியம் எனக்கு ஒத்துக்கொள்ளவில்லை./ எப்படிச் சூடான சுவாத்தியம் என்றாலும் அவர் ஜன்னலைத் திறந்து வைக்க மாட்டார்.

சுவாதி பெ. (சோதி.) **இருபத்தேழு நட்சத்திரங்களில் பதினைந்தாவது;** the fifteenth of the twenty-seven divisions of the zodiac in Indian astrology, corresponding to an asterism, but smaller than a constellation.

சுவாதீனம் பெ. 1: **(ஒருவரின்) சுய உணர்வு; பிரக்ஞை;** consciousness; state of being conscious; conscious control of one's faculties. ஒருவர் சுவாதீனத்துடன் எழுதிக்கொடுத்த பத்திரமே செல்லும். 2: **(உடல் உறுப்புகள்) ஒழுங்காக இயங்கும் நிலை;** (of limbs) normal functioning. வலது காலும் இடது கையும் சுவாதீனம் இழந்து கஷ்டப்படுகிறார். 3: (சட்டம்) **ஒரு உடைமையை ஒருவர் பிறர் ஆட்சேபணையின்றித் தன்னுடைய அநுபோகத்தில் வைத்திருக்கும் நிலை;** possession. எனக்கு சுவாதீனமான நிலத்தில் அவன் எப்படிப் பயிரிட முடியும்? 4: (-ஆக) **(ஒருவருக்கே உரித்தான) சுதந்திரம்;** making oneself at home; being at ease. அவள் சுவாதீனமாக வந்து நாற்காலியில் உட்கார்ந்துகொண்டாள்.

சுவாதீனம் கொடு வி. (கொடுக்க, கொடுத்து)(சட்டம்) **ஒரு நபர் தனது சொத்தை மற்றொருவரிடம் சட்டப்படி ஒப்படைத்தல்;** give possession (of one's property).

சுவாமி பெ. 1: காண்க: **சாமி.** 2: **துறவறம் மேற்கொண்டவர்களைக் குறிப்பிடும் சொல்;** a form of address or title for ascetics, monks and holy men. சுவாமி விவேகானந்தர்.

சுவாரசியம் பெ. (-ஆக, -ஆன) 1: **ஆர்வத்தைத் தூண்டும் வகையில் அல்லது ஒன்றைச் செய்ய ஊக்குவிக்கும் வகையில் இருக்கும் தன்மை;** absorbing interest; fascination. அவர் பேச்சே ரொம்ப சுவாரசியமாக இருக்கும்./ கதையை சுவாரசியமாக நகர்த்துவது எப்படி என்று இயக்குநருக்குத் தெரியவில்லை./ பயணம் செய்வது என்பது ஒரு சுவாரசியமான அனுபவம். 2: **ஆர்வத்துடன் ஒன்றைச் செய்யும் தன்மை; ஈடுபாடு;** involvement. கதையை சுவாரசியத்துடன் படித்துக்கொண்டிருந்தார்./ பேச்சு சுவாரசியத்தில் நான் வந்ததைக்கூட அவர் கவனிக்கவில்லை.

சுவாரஸ்யம் பெ. (-ஆக, -ஆன) காண்க: **சுவாரசியம்.**

சுவாலை பெ. **தீயிலிருந்து எழும், நாக்கு வடிவிலான நீண்ட சுடர்;** (high) flame; tongues of fire. கட்டடத்தில் நெருப்பு சுவாலை விட்டு எரிந்தது. [(தொ.சொ.) **கொழுந்து/ சுடர்/ பொறி**]

சுவிகரி வி. (சுவிகரிக்க, சுவிகரித்து) காண்க: **சுவீகரி.**

சுவிகாரம் பெ. (சட்டம்) காண்க: **சுவீகாரம்.**

சுவிசேஷகர் பெ. (கிறித்.) **நற்செய்தியாளர்;** preacher of Gospel; evangelist.

சுவிசேஷம் பெ. (கிறித்.) **நற்செய்தி;** the Gospel.

சுவீகரி வி. (சுவீகரிக்க, சுவீகரித்து) 1: **சுவீகாரம் எடுத்துக்கொள்ளுதல்;** adopt (a child). அவளுக்குத் திருமணமாகிப் பல வருடங்கள் ஆகியும் குழந்தை இல்லாததால் தன் தங்கையின் குழந்தையைச் சுவீகரித்துக்கொண்டாள். 2: **(கிராமங்களை அல்லது விளையாட்டு வீரர்களை ஒருவரோ ஒரு அமைப்போ) தத்தெடுத்தல்;** sponsor; adopt. கால்பந்தாட்ட வீரர் ஒருவரைப் பிரபல வங்கி ஒன்று சுவீகரித்துக்கொண்டது./ சுனாமியால் பாதிக்கப்பட்ட சில கிராமங்களைச் சுவீகரித்துக்கொள்ள ஒரு நடிகர் முன்வந்திருக்கிறார். 3: **(வேறொரு தன்மை, நிலை, கருத்து முதலியவற்றை ஒருவர் அல்லது ஒன்று தன்னுடையதாக) ஏற்றல்; தனக்குரியதாக ஏற்றுச் செயல்படுதல்; தழுவிக்கொள்ளுதல்;** make one's own; adopt (an idea, scheme, etc.,). நம் நாடு அந்நியக் கல்வி முறையை அப்படியே சுவீகரித்திருக்கிறது.

சுவீகாரம் பெ. (சட்டம்) **ஒருவர் மற்றொருவருடைய குழந்தையைச் சட்டபூர்வமாகத் தன்னுடைய குழந்தையாக ஏற்றுக்கொள்ளுதல்;** adoption (of a child). குழந்தை இல்லாதவர்கள் ஆதரவற்ற குழந்தைகளை சுவீகாரம் எடுத்துக்கொள்ள முன்வர வேண்டும்./ இவன் என் சுவீகாரப் புத்திரன்.

சுவேதாம்பரர் பெ. **சமண சமயத்தின் இரு பிரிவுகளுள் வெண்ணிற ஆடை உடுத்திய துறவிகள் கொண்ட ஒரு பிரிவு/ இப்பிரிவைச் சேர்ந்த துறவி;** one of the two sects in Jainism whose ascetics wear pure white clothes/ Jaina ascetic of this sect.

சுவை[1] வி. (சுவைக்க, சுவைத்து) 1: **(உணவு, தின்பண்டம் போன்றவற்றை ருசித்து) உண்ணுதல்; ருசி அறிதல்;** enjoy (tasting); taste. மலைத்தேனைச் சுவைத்திருக்கிறாயா?/ வெகு நாட்கள் கழித்துக் கிடைத்த வீட்டுக் காப்பியைச் சுவைத்துக் குடித்தான். 2: **(இனிமையான அல்லது இன்பம் தரும் ஒன்றை) அனுபவித்தல்; ரசித்தல்;** enjoy (sth. that gives pleasure); appreciate. கவிதையைச் சுவைக்கச்சுவைக்கத்தான் அதன் பரிமாணங்கள் புலப்படும்.

சுவை² 588

3: (ஒன்று) விரும்பத்தக்கதாக இருத்தல்; relish. நான் ஆங்கிலத்தில் பேசியது அவருக்குச் சுவைக்கவில்லை என்றே கருதுகிறேன்.

சுவை² பெ. 1: உணவுப் பொருள்கள் முதலியன கொண்டிருப்பதும் நாவினால் உணரப்படுவதுமான தன்மை; (குறிப்பிட்ட) ருசி; taste; flavour. பாகற்காய் கசப்புச் சுவையுடையது./ காய்ச்சலால் நாக்கில் எந்தச் சுவையையும் உணர முடியவில்லை./ இந்தப் பானம் நான்கு சுவைகளில் கிடைக்கிறது./ நொறுக்குத்தீனிகளின் சுவைக்குக் குழந்தைகள் எளிதாக அடிமையாகிவிடுகிறார்கள். 2: (-ஆக, -ஆன) (நாவுக்கு) இனிமையான உணர்வை அளிப்பது; good taste. சாப்பாடு சுவையாக இருந்தது./ எங்கள் ஊர் ஆற்றுத் தண்ணீர் குடிப்பதற்கு மிகவும் சுவையாக இருக்கும். 3: (-ஆக, -ஆன) சுவாரஸ்யம்; (of ideas, expression, etc.,) fascination; absorbing interest. எதையும் சுவையாகச் சொல்லக்கூடியவள்./ சுவையான விவாதம். 4: நயம்; (artistic, literary) beauty; merit. கம்பராமாயணத்தில் காவியச் சுவை என்ற தலைப்பில் என்னைப் பேச அழைத்திருக்கிறார்கள்./ இலக்கியச் சுவை மிக்க கட்டுரை. 5: (இசை, கவிதை, நாட்டியம் போன்றவை வெளிப்படுத்தும்) உணர்ச்சி; ரசம்; sentiment. அவலச் சுவை நிரம்பிய நவீன நாடகம்./ பக்திச் சுவை மிக்க ஆண்டாளின் பாசுரங்கள்.

சுவை அரும்புகள் பெ. உணவின் சுவையை உணர்வதற்காக நாக்கின் மேற்பகுதியில் உள்ள அரும்பு போன்ற சிறுசிறு நீட்சிகள்; taste buds.

சுவைகூட்டி பெ. காண்க: சுவையூட்டி.

சுவை மொக்குகள் பெ. சுவை அரும்புகள்; taste buds.

சுவையூட்டி பெ. உணவில் ஒரு சுவையைச் செயற்கையாக அதிகரிக்கச் சேர்க்கப்படும் பொருள்; a substance used to enhance the taste of the food.

சுழல்¹ வி. (சுழல, சுழன்று) 1: (ஒரு பொருள் அதன் அச்சில்) வட்டமாகவும் தொடர்ச்சியாகவும் ஒரே திசையில் இயங்குதல்; சுற்றுதல்; turn on (an axis); whirl; rotate; revolve. தலைக்கு மேல் மின்விசிறி சுழன்றுகொண்டிருந்தது./ பம்பரம்போல் சுழன்று வேலை செய்தாள்./ சூரியனை மையமாகக் கொண்டு பூமி சுழன்றுகொண்டிருக்கிறது./ காற்று சுழன்றுசுழன்று அடித்தது./ சுழற்பந்து வீச்சின்போது பந்து சுழன்றுகொண்டே வந்து தரையில் பட்டதும் திசை மாறுகிறது. 2: (கண், பார்வை) நான்கு பக்கமும் அலைதல்; scan. அவனுடைய பார்வை எங்கும் நிலைக்காமல் சுழன்றுகொண்டிருந்தது. 3: (ஒருவருடைய மனத்தில் கேள்விகள், கவலைகள் முதலியவை) திரும்பத்திரும்ப வருதல்; (of questions, worries) keep coming. நின்றுபோன திருமணத்தைப் பற்றிய கேள்விகள் அவன் மனத்தில் சுழன்றுகொண்டிருந்தன.

சுழல்² பெ. நீரோட்டத்தில் அல்லது கடலில் குறிப்பிட்ட பகுதியில் நீர் சுற்றியுள்ள பொருள்களை உள்ளிழுத்துக் கொள்ளும் வகையில் விசையுடன் சுழலும் நிலை; whirlpool; vortex (in sea, rivers). சுழலில் சிக்கிப் படகு மூழ்கிவிட்டது.

சுழல்காற்று பெ. (பெரும்பாலும் நிலத்தில் அல்லது பாலைவனத்தில் உருவாகும்) புழுதி பறக்கச் சுழன்று சுழன்று வீசும் பலமான காற்று; whirlwind. சுழல்காற்று வீசுவதைப் பார்த்தால் மழை வரும்போல் இருக்கிறது.

சுழல் துப்பாக்கி பெ. (இலங்.) ஒரு கையில் வைத்துக் கொண்டு சுட ஏதுவாக உள்ளதும், ஒன்றுக்கு மேற்பட்ட குண்டுகளைப் போடக்கூடிய வசதி உள்ளதுமான ஒரு வகைத் துப்பாக்கி; revolver. அவர் சுழல் துப்பாக்கியால் சுடப்பட்டு இறந்தார்.

சுழல்நாற்காலி பெ. ஒரு அச்சில் நாலாபக்கங்களிலும் சுழலும் வசதி கொண்ட நாற்காலி; revolving chair.

சுழல் முறை பெ. காண்க: சுழற்சி முறை.

சுழல் விளக்கு பெ. ஆம்புலன்ஸ், தீயணைப்பு வாகனம் போன்ற அவசரகால ஊர்திகள் சாலையில் தடையின்றித் துரிதமாகச் செல்வதற்குத் தனி ஒலியுடன் வரும் அந்த வாகனங்களின் மேற்புறம் வைக்கப்பட்டுள்ள நீல நிறச் சுழலும் விளக்கு; revolving blue beacon light on vehicles for emergency services.

சுழலி பெ. மின்சக்தியை உற்பத்தி செய்யும் சக்கரத்தைச் சுழல வைப்பதற்கான இயந்திரம்; turbine. இயற்கை எரிவாயுவினால் இயங்கும் சுழலிகள் வெளிநாட்டிலிருந்து இறக்குமதி செய்யப்பட்டுள்ளன./ சுழலியில் கோளாறு ஏற்பட்டுள்ளதால் நெய்வேலி அனல் மின்நிலையத்தில் மின்உற்பத்தி பாதிக்கப்பட்டுள்ளது.

சுழற்கேடயம் பெ. (விளையாட்டுப் போட்டியில்) வெற்றி பெறும் வீரர் அல்லது அணி பரிசாகப் பெற்று அடுத்த போட்டிவரையில் வைத்திருக்கும் (அலங்கார வேலைப்பாடுகள் நிறைந்த) பரிசுக் கேடயம்; (in sports) shield; (in India) rolling shield.

சுழற்கோப்பை பெ. (விளையாட்டுப் போட்டியில்) வெற்றி பெறும் வீரர் அல்லது அணி பரிசாகப் பெற்று அடுத்த போட்டி நடைபெறும்வரையில் வைத்திருக்கும் (அலங்கார வேலைப்பாடுகள் நிறைந்த) பரிசுக் கோப்பை; (in sports) trophy; (in India) rolling trophy.

சுழற்சி பெ. 1: ஒன்றை அச்சாக அல்லது மையமாகக் கொண்டு சுழலும் நிலை; rotation. வேகமாகச் சுழல்வதால் மின்விசிறியின் சுழற்சி கண்ணுக்குத் தெரிவதில்லை./ பூமியின் சுழற்சி வேகம். 2: ஒரே வரிசையில் அல்லது குறிப்பிட்ட கால இடைவெளியில் திரும்பத்திரும்ப நிகழ்வது அல்லது செய்வது; cycle. மாதவிடாய்ச் சுழற்சி/ இது வண்ணத்துப்பூச்சியின் வாழ்க்கைச் சுழற்சியைப் பற்றிய ஆவணப் படம்.

சுழற்சி முறை பெ. (தலைமைப் பதவிக்கான நியமனங்களின்போது) குறிப்பிட்ட காலத்திற்கு ஒருவர், பிறகு மற்றொருவர் என்னும் அடிப்படை; (of appointments) rotation. பல பல்கலைக்கழகங்களில் துறைத் தலைவர் பதவிக்கு மூத்த பேராசிரியர்கள் சுழற்சி முறையில் நியமிக்கப்படுகிறார்கள்./ ஆய்வு மையத்தின் இயக்குநர் பதவிக்குச் சுழற்சி முறையைக் கடைப்பிடிக்க வேண்டும்.

சுழற்பந்து பெ. காண்க: சுழற்பந்து வீச்சு.

சுழற்பந்து வீச்சு பெ. (கிரிக்கெட்டில்) ஆடுகளத்தில் பட்டு எழும்போது (இடது பக்கமோ வலது பக்கமோ) சற்றுத் திசைமாறிச் செல்லும் விதத்தில் சுழலுமாறு பந்து வீசும் முறை; (in cricket) spin bowling. இந்தியாவில் பெரும்பாலும் சுழற்பந்து வீச்சுக்குச் சாதகமான ஆடுகளங்களே உருவாக்கப்படுகின்றன.

சுழற்று வி. (சுழற்ற, சுழற்றி) 1: **(ஒன்றை) சுழலச் செய்தல்; சுற்றுதல்;** swing around; swirl; (of telephone) dial (a number). சாவிக் கொத்தைச் சுழற்றிக்கொண்டு வந்தான்./ தூக்கம் கண்ணைச் சுழற்றுகிறது./ பந்தை விதவிதமாகச் சுழற்றுவதில் இலங்கை அணி வீரர் முத்தையா முரளிதரன் வல்லவர். 2: **(நாலாபக்கங்களிலும்) சுற்றி வீசுதல் அல்லது ஆட்டுதல்;** brandish (a knife, baton, etc.,); wag (the tail). கத்தியைச் சுழற்றியபடி கூட்டத்திற்குள் பாய்ந்தான்./ மாடு வாலைச் சுழற்றி முதுகின் மேல் இருந்த ஈக்களை விரட்டியது.

சுழி[1] வி. (சுழிக்க, சுழித்து) 1: **(குறிப்பிட்ட எழுத்துகளில்) வட்டமான குறி போடுதல்;** make a circle; form (sth.) into a circle. 'கி' என்பதைச் சுழித்தால் 'கீ' என்று ஆகும். 2: **(மாடு, நாய் போன்றவை வாலை) சுருட்டுதல்;** curl up. மாடு வாலைச் சுழித்துக்கொண்டு ஓடியது. 3: **(ஆசிரியர் ஒரு மாணவனது விடைத்தாளில் விடைகளுக்கு) பூஜ்யத்தை மதிப்பெண்ணாகத் தருதல்;** give a zero mark (to a student). இப்படித் தப்புதப்பாகப் பதில் எழுதினால் ஆசிரியர் சுழிக்காமல் என்ன செய்வார்? 4: **(ஒருவர் தனது அதிருப்தி, வெறுப்பு, முதலியவற்றை வெளிப்படுத்தும் வகையில் முகத்தை, உதட்டை) சுருக்குதல்; கோணலாக்குதல்;** screw up (one's face as a sign of dissatisfaction, disgust, etc.,). 'இது வேண்டாத செலவு' என்று முகத்தைச் சுழித்தான்./ நான் கொடுத்த கவிதையைப் படித்துவிட்டு நண்பர் உதட்டைச் சுழித்தார். 5: **(நீரின் ஓட்டத்தைக் குறிக்கும்போது) சிறுசிறு சுழல்களை ஏற்படுத்துதல்;** eddy. ஆறு நுங்கும்நுரையுமாகச் சுழித்துக்கொண்டு ஓடியது.

சுழி[2] பெ. 1: **(தமிழ் எழுத்துகளை வரிவடிவத்தில் எழுதும்போது) வட்ட வடிவில் காணப்படும் வளைவு;** curl; circlet (in the formation of letters). 'ன்' என்ற எழுத்தில் இரண்டு சுழிகள் உள்ளன./ 'ன்' என்னும் துணை எழுத்தை இரட்டைச் சுழிக் கொம்பு என்பார்கள். 2: **பூஜ்யம்;** zero. ஒன்று என்னும் எண்ணை எழுதிப் பக்கத்தில் ஒரு சுழி போட்டால் பத்து, இரண்டு சுழி போட்டால் நூறு. 3: **சுழல்;** whirlpool; vortex. நீந்தச் சென்ற சிறுவன் சுழிக்குள் அகப்பட்டுக்கொண்டான். 4: **(ஒருவரின் தலையில் அல்லது மாடு, குதிரை ஆகிய விலங்குகளின் உடலில்) நீர்ச்சுழல் போன்று மயிர் ஒதுங்கி இருத்தல்;** whirl-like formation of hair. அந்த மாட்டுக்குச் சுழி சரியில்லை. 5: (பே.வ.) **தலையெழுத்து; தலைவிதி;** fate. அவனுக்குச் சுழி எப்படி இருக்கிறதோ, யாருக்குத் தெரியும்?

சுழிப்பு பெ. 1: **(கடல், ஆறு முதலியவற்றில் ஏற்படும்) நீரின் சுழல்; சுழி;** whirlpool; eddy. ஆற்றில் அந்த இடத்தில் சுழிப்பு அதிகமாக இருக்கும். யாரும் இறங்கிவிடாதீர்கள்! 2: **(முகம், உதடு, நெற்றி முதலியவற்றை) சுழிக்கும் செயல்;** screwing up. நான் பேசியதை அவர் கவனிக்கவில்லை என்பதை அவருடைய நெற்றிச் சுழிப்பிலேயே தெரிந்துகொண்டேன்./ கேலியை வெளிப்படுத்தும் உதட்டுச் சுழிப்பு.

சுழியன்[1] பெ. **கடலைப் பருப்பு, தேங்காய், வெல்லம் ஆகியவற்றால் செய்த பூரணத்தைக் கரைத்த மைதா மாவில் தோய்த்து எண்ணெயில் பொரித்த இனிப்புப் பண்டம்; சுசியம்;** deep-fried round sweet with a filling of coconut and jaggery.

சுழியன்[2] பெ. (இலங்.) **ஏமாற்றுப் பேர்வழி;** deceiver. இவன் சரியான சுழியன்; இவனிடம் கவனமாகப் பழகு./ இந்தச் சுழியனை நம்பினால், ஏதாவது ஒன்றில் மாட்டிவிட்டுவிடுவான்.

சுழியோடு வி. (-ஓட, -ஓடி) (இலங்.) **(கடல், ஆறு போன்றவற்றில்) நீருக்கு அடியில் நீந்துதல்;** swim (under the water). கடலில் மூழ்கிய சிறுவனைச் சுழியோடி வெளியில் எடுத்தார்கள்./ அவன் நீண்ட நேரம் சுழியோடுவான்./ கடலில் சுழியோடித்தான் முத்துக்குளிப்பார்கள்.

சுள்-என்று வி.அ. **(உறைப்பு, வெயில், கோபம் முதலியவற்றின்) கடுமையை உணரும்படியாக;** a term denoting severity (of the hotness of sun, severity of anger, etc.,). பச்சை மிளகாய் நாக்கில் சுள்ளென்று உறைத்தது./ அவருக்குச் சுள்ளென்று கோபம் வரும்.

சுள்ளாப்பு பெ. (-ஆக, -ஆன) (ஊரக வ.) **(காளை மாடு களை அதட்டி விரட்டத் தேவையில்லாமல்) தாமாகவே சுறுசுறுப்பாக வேலை செய்யும் தன்மை;** (of bullocks) the trait of actively and energetically working on their own. இது சுள்ளாப்பான உம்பளச்சேரி மாடு./ புது மாட்டுக்குச் சுள்ளாப்புப் போதாது.

சுள்ளான் பெ. (வ.வ.) காண்க: **சுள்ளெறும்பு.**

சுள்ளி பெ. **உலர்ந்த சிறு குச்சி;** dry twig. சுள்ளிகளைப் பொறுக்கிவந்து அடுப்பு மூட்டினாள். [(தொ.சொ.) **கட்டை/ கழி/ குச்சி/ தடி**]

சுள்ளெறும்பு பெ. **சிவப்பு நிறத்தில் காணப்படும் (கடித்தால் சுள்ளென்று வலி ஏற்படுத்தக் கூடிய) சிறிய எறும்பு;** red ant.

சுளகு பெ. (வ.வ.) **வாய்ப் பகுதி குறுகலாகவும் கீழ்ப் பகுதி அகலமாகவும் இருக்கும்படி ஓலை முதலியவற்றால் பின்னப்பட்ட (தானியங்களைப் புடைப்பதற்குப் பயன்படும், முறத்தைவிடச் சற்று நீளமான) ஒரு சாதனம்;** a narrow-mouthed winnowing pan (longer than முறம்). அரிசியைப் புடைத்துவிட்டுச் சுளகைத் தா./ சுளகில் மோர்மிளகாயைக் காய வை.

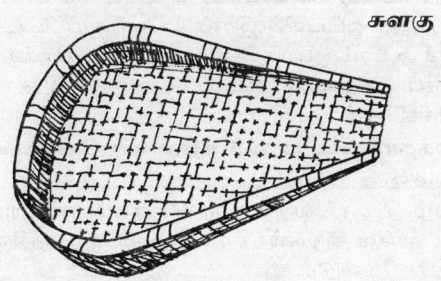

சுளகு

சுளி வி. (சுளிக்க, சுளித்து) **(முகத்தை, புருவத்தை) சுருக்குதல்; சுழித்தல்;** screw (one's face). படத்தில் வந்த ஆபாசக் காட்சி பார்வையாளர்களின் முகத்தைச் சுளிக்க வைத்தது./ திருப்பித் தர வேண்டிய பணத்தில் நூறு ரூபாய் குறைந்ததும் அவர் புருவத்தைச் சுளித்தார்.

சுளீர்-என்று வி.அ. **(வலி, வெயில் முதலியவை உடலைத் தாக்கும்போது) கடுமையாக; சுரீரென்று;** a term denoting the severity or sharpness (of pain, hot sun, etc.,).

அடம்பிடித்த குழந்தையின் முதுகில் சுளீரென்று ஒரு அறை விழுந்தது./ வெயில் சுளீரென்று முகத்தில் அடித்தது.

சுளுக்கி பெ. **(வேட்டையாடப் பயன்படும்) மரக் கழி யின் நுனியில் கூர்மையான இரும்பு முனை பொருத் தப்பட்ட ஆயுதம்;** long wooden stick with a pointed iron head (used in hunting). பாம்பைச் சுளுக்கியால் குத்திக் கொன்றான்.

சுளுக்கு[1] வி. (சுளுக்க, சுளுக்கி) **(வலியும் வீக்கமும் ஏற்படும்படி) தசைநார்கள் பிடித்துக்கொள்ளுதல்;** condition of being sprained. படியில் இறங்கும்போது கால் மடங்கிச் சுளுக்கிவிட்டது./ உயரமான தலையணையை வைத்துப் படுத்துக்கொண்டதால் கழுத்து சுளுக்கிக் கொண்டது.

சுளுக்கு[2] பெ. **சுளுக்கிக்கொள்ளும் நிலை;** sprain. சுளுக் குக்கும் தசைப்பிடிப்புக்கும் ஒரே மாதிரியான சிகிச்சை.

சுளுக்குப் பார் வி. (பார்க்க, பார்த்து) (இலங்.) **சுளுக்கு வழித்தல்;** remove the sprain. கிடங்குக்குள் விழுந்து கால் சுளுக்கிவிட்டது. கட்டாடியாரைக் கூப்பிட்டுச் சுளுக்குப் பார்த்தேன்.

சுளுக்கு வழி வி. (வழிக்க, வழித்து) **சுளுக்குப் பிடித்துக் கொண்ட பகுதியை நீவிவிடுவதன் மூலம் சுளுக்கை நீக்குதல்;** remove the sprain. காலில் விளக்கெண்ணெயைத் தடவி அம்மா சுளுக்கு வழித்தாள்.

சுளுவு பெ. (-ஆக, -ஆன) (பே.வ.) **சுலபம்; எளிது;** simple; easy. இந்த வேலை இவ்வளவு சுளுவாக முடியும் என்று எதிர்பார்க்கவில்லை./ வாய்ப்பாடு தெரிந்தால் இந்தக் கணக்கைச் சுளுவாகப் போட்டுவிடலாம்./ இது சுளுவான வேலை என்று நினைத்தாயா?

சுளை பெ. **(பலா, ஆரஞ்சு முதலிய பழங்களில்) கொட்டை உடையதும் தனித்தனியாகப் பிரிக்கக் கூடியதுமான சதைப் பகுதி;** pulp segment (in orange, jack fruit, etc.,).

சுளையாக வி.அ. **(கொடுக்கும் தொகை அதிகம் என்ற தொனியில்) கணிசமாக;** a good, round sum. இந்த நட்சத்திர ஓட்டலில் இரண்டு பேர் சாப்பிட்டால் சுளை யாக ஆயிரம் ரூபாய் கொடுக்க வேண்டியிருக்கும்./ சுளை யாகப் பத்தாயிரம் ரூபாய் கொடுத்து இந்த மாட்டை வாங்கினேன்.

சுற்றத்தார் பெ. (உ.வ.) **உறவினர்; சொந்தக்காரர்கள்;** relatives.

சுற்றம் பெ. (உ.வ.) **உறவு; சொந்தம்;** relation; kith and kin. எங்கள் திருமணத்திற்குச் சுற்றம் சூழ வந்திருந்து ஆசீர் வதிக்க வேண்டும்.

சுற்றவாளி பெ. (இலங்.) **குற்றமற்ற நபர்; நிரபராதி;** innocent. நீதிபதி அவனைப் பார்த்து 'நீ குற்றவாளியா, சுற்ற வாளியா?' என்று கேட்டார்.

சுற்றவும் வி.அ. (இலங்.) **1: ('பார்', 'நோக்கு', 'கவனி' ஆகிய வினைகளுடன்) சுற்றுமுற்றும்; நாலாபக்கமும்;** around. தன்னை யாரும் கவனிக்கிறார்களா என்று அவன் சுற்றவும் பார்த்தான். **2: எங்கு பார்த்தாலும்;** everywhere; all around. சுற்றவும் பச்சைப் பசும் வயல்கள்.

சுற்றளவு பெ. **1: வட்டம், கோளம் போன்ற ஏதேனும் ஒரு வடிவத்தின் வெளி விளிம்பின் மொத்த நீளம்;** circumference; perimeter. பூமியின் சுற்றளவு ஏறக்குறைய 25000 மைல்./ இடுப்புச் சுற்றளவு தெரியாமல் கால்சட்டை தைக்க முடியாது./ இந்தத் தோட்டத்தின் சுற்றளவு ஆயி ரம் அடி. **2: ஒரு இடத்தைச் சுற்றிச் சம தூரத்தில் உள்ள சுற்றுப்புறம்;** radius; surroundings. ஐந்து மைல் சுற்றளவுக்கு மருந்துக் கடைகளே இல்லை.

சுற்றறிக்கை பெ. **(ஓர் அலுவலகத்தில், அமைப்பில்) செய்திகளைச் சம்பந்தப்பட்ட அனைவருக்கும் தெரி விப்பதற்காக அனுப்பும் அறிக்கை;** circular (in an office, etc.,). மதியத்துக்கு மேல் பள்ளிக்கூடம் விடுமுறை என்று சுற்றறிக்கை வந்தது.

சுற்றாடல் பெ. (இலங்.) **சுற்றுப்புறம்;** vicinity. கலாசாலை யின் சுற்றாடலில் எந்தச் சாப்பாட்டுக் கடையும் இல்லை./ கோயில் சுற்றாடலில்தான் குளமும் இருக்கிறது.

சுற்றி இ.சொ. **'(ஒருவரை, ஒரு பொருளை மையமாகக் கொண்டு) எல்லாப் பக்கங்களிலும்' என்ற பொருளில் பயன்படுத்தப்படும் இடைச்சொல்;** particle used in the sense of 'around (a person, place or an object)'. அமைச்சரைச் சுற்றி மக்கள்/ கோயிலைச் சுற்றிக் கடைகள்/ வீட்டைச் சுற்றி முள்வேலி போட்டிருக்கிறோம்.

சுற்றிக்காட்டு வி. (-காட்ட, -காட்டி) **ஒருவர் ஒரு இடத் தின் எல்லாப் பகுதிகளையும் பார்ப்பதற்கு உதவுதல்;** take (s.o.) around. விருந்தாளிகளுக்கு முதலில் வீட்டைச் சுற்றிக் காட்டுங்கள்!/ நான் மும்பைக்குச் சென்றிருந்த போது அவர்தான் எனக்கு எல்லா இடங்களையும் சுற்றிக் காட்டினார்.

சுற்றிக்காண்பி வி. (-காண்பிக்க, -காண்பித்து) காண்க: **சுற்றிக்காட்டு.**

சுற்றிக்கொண்டிரு வி. (-இருக்க, இருந்து) **(கவர்ந்திழுக் கப்பட்டதால் அல்லது ஏதோ ஒரு காரியம் ஆக வேண் டும் என்பதால் ஒருவரை) விடாமலும் தொடர்ச்சி யாகவும் பின்தொடர்ந்து செல்லுதல்;** go after s.o. (either by being attracted or to seek a favour). ஏன் ஒரு வாரமாக அவளைச் சுற்றிக்கொண்டிருக்கிறாய்?/ உனக்கு என்ன வேண்டும்? எதற்காக என்னைச் சுற்றிக்கொண்டிருக்கிறாய்?

சுற்றிக்கொண்டு வா வி. (வர, வந்து) **(தூக்கம் மேலிடுவ தால் அல்லது களைப்பினால்) கண்ணின் இமைகள் தாமாக மூடிக்கொள்ளுதல்;** (of eyelids) become heavy with sleep. நள்ளிரவு என்பதால் தூக்கம் கண்ணைச் சுற்றிக் கொண்டு வந்தது./ வெயிலில் நடந்துவந்து ரயிலில் உட் கார்ந்ததும் கண்ணைச் சுற்றிக்கொண்டு வந்தது.

சுற்றித்திரி வி. (-திரிய, -திரிந்து) **(குறிப்பிட்ட நோக்கம் எதுவும் இல்லாமல்) அங்குமிங்கும் சென்றுவருதல்; அலைந்து திரிதல்;** roam; wander. நான் சிறுவயதில் சுற்றித் திரிந்த கிராமம் இது.

சுற்றிப்பார் வி. (-பார்க்க, -பார்த்து) **1: (அமைச்சர், அதிகாரி போன்றவர்கள் ஒரு இடத்துக்குச் சென்று) பார்வையிடுதல்;** inspect (a place). வறட்சியால் பாதிக் கப்பட்ட பகுதிகளை அமைச்சர் சுற்றிப்பார்த்தார். **2: (சுற்றுலா செல்லும்போது பல இடங்களை அல்லது ஒரு புதிய இடத்தின் எல்லாப் பகுதிகளையும்) சென்று**

591 சுற்று²

பார்த்தல்; visit (places of interest); go sightseeing. பல நாடுகளைச் சுற்றிப்பார்க்க வேண்டும் என்கிற ஆசை எனக்கு உண்டு./ இந்த அருங்காட்சியகத்தைச் சுற்றிப்பார்க்க ஒரு நாள் போதாது.

சுற்றிப்போடு வி. (-போட, -போட்டு) **(பிறர் பொறாமையுடன் பார்ப்பதால் ஏற்படும் என்று ஒருவர் நம்பும் தீய விளைவை நீக்குவதற்காக) மிளகாய், உப்பு போன்றவற்றை அல்லது தெரு மண்ணைக் கையில் எடுத்து ஒருவருடைய தலைக்கு மேல் மூன்று முறை சுற்றி நெருப்பில் போடுதல்;** ward off the effect of the evil eye (by waving chillies, salt, mud, etc., around the person's head thrice and casting them into the fire). குழந்தையின் மேல் யார் கண்ணாவது பட்டுவிடப்போகிறது; வீட்டுக்குப் போய்ச் சுற்றிப்போட வேண்டும்.

சுற்றிலும் இ.சொ. **'சுற்றுமுற்றும்' என்ற பொருளில் பயன்படுத்தப்படும் இடைச்சொல்;** particle used in the sense of 'on all sides'; 'around'. சுற்றிலும் யாரும் இல்லை./ வீட்டைச் சுற்றிலும் மரங்கள்.

சுற்றிவர இ.சொ. **'சுற்றிலும்' என்ற பொருளில் பயன்படுத்தப்படும் இடைச்சொல்;** particle used in the sense of 'around (a place)'. வீட்டைச் சுற்றிவர முள்வேலி அடித்திருந்தனர்./ முதல்வர் வீட்டைச் சுற்றிவரப் பலத்த காவல் போடப்பட்டிருந்தது.

சுற்றிவளை வி. (-வளைக்க, -வளைத்து) **1: (தேடப்படும் ஒரு நபரைக் காவல்துறையினர் அல்லது ராணுவம்) மடக்கிப் பிடித்தல்; (வீடு, நகரம் போன்றவற்றை) சுற்றி முற்றுகையிடுதல்;** besiege. சதாம் உசேனின் அரண்மனையை அமெரிக்க ராணுவம் சுற்றிவளைத்தது./ தீவிரவாதிகள் தங்கியிருந்த வீட்டைக் காவல்துறையினர் சுற்றிவளைத்தனர். **2: (ஒரு விஷயத்தை) நேரடியாகச் சொல்லாமல் தொடர்பில்லாத விஷயங்களையும் சேர்த்தல்;** beat about the bush. பணம் வேண்டும் என்று நேரடியாகக் கேட்காமல் சுற்றிவளைக்கிறான்./ சுற்றிவளைத்து ஏதேதோ சொல்கிறாரே தவிர, கேட்ட கேள்விக்கு முறையான பதிலைக் காணோம்.

சுற்றிவா¹ வி. (-வர, -வந்து) **(கோயில், பிராகாரம், தேர் போன்றவற்றை) வலம்வருதல்;** go round clockwise (a temple, chariot, etc.,). மூலஸ்தானத்தைச் சுற்றிவந்து கொடிமரத்துக்கு அருகில் நமஸ்கரித்தார்.

சுற்றிவா² வி. (-வர, வந்து) காண்க: **சுற்றிக்கொண்டிரு.**

சுற்று¹ வி. (சுற்ற, சுற்றி) **அ.** (சுழற்சி தொடர்பான வழக்கு) **1: (ஒரு பொருள் இருக்கும் இடத்தில் இருந்தவாறே) குறிப்பிட்ட திசையில் தொடர்ச்சியாகவும் வட்டமாகவும் இயங்குதல்; சுழலுதல்/ (ஒரு பொருளை) மேற்கண்ட விதத்தில் இயங்கச் செய்தல்; சுழற்றுதல்;** spin; revolve/rotate (sth.). பூமி தன்னைத் தானே ஒரு முறை சுற்றிக்கொள்வதற்கு ஒரு நாள் ஆகிறது./ பம்பரம் நன்றாகச் சுற்றுகிறது./ நீர் இறைக்கும் இயந்திரத்தின் சக்கரத்தை வேகமாகச் சுற்றி விட்டான். **2: (ஒன்றை மையமாகக் கொண்டு) வட்டப் பாதையில் செல்லுதல்; (ஒன்றை மையமாக வைத்து) வளைவாகச் செல்லுதல்;** go round; go circling. பூமி தன்னைத் தானே சுற்றிக்கொண்டு சூரியனையும் சுற்றுகிறது./ கோயில் பிராகாரத்தை மூன்று முறை சுற்று. **3: அலைந்து திரிதல்;** go over. அந்த வீட்டைக் கண்டுபிடிக்க நகர் முழுவதும் சுற்ற வேண்டியதாகிவிட்டது./ எங்கு சுற்றியும் அந்த மருந்து கிடைக்கவில்லை. [(தொ.சொ.) அலை/ உலவு/ உலாத்து/ உலாவு/ சஞ்சரி/ திரி/ நடமாடு/ பயணி] **4: (ஒருவருடன்) திரிதல்;** gallivant. அவனுடன் சேர்ந்துகொண்டு சுற்றாதே என்று உனக்கு எத்தனை தடவை சொல்லுவது?/ சென்னையில் நானும் அவரும் சுற்றாத இடமே கிடையாது. **5: ஒரு இடத்திற்கு நேரான பாதையில் செல்லாமல் சுற்றுப்பாதையின் வழியே செல்லுதல்;** take a roundabout route. வெள்ளத்தில் பாலம் இடிந்து விழுந்துவிட்டதால் ஊரைச் சுற்றிக்கொண்டுதான் போக வேண்டும். **ஆ.** (சுருளச் செய்தல் தொடர்பான வழக்கு) **6: (ஒரு பொருளை வேறொன்றில்) சுருட்டி வைத்தல்; சுருட்டி வைத்துக் கட்டுதல்;** wrap; roll up (keeping sth. inside). பூக்காரி மல்லிகையை இலையில் சுற்றித் தந்தாள்./ பணத்தை முந்தானையில் சுற்றிக்கொண்டு நடந்தாள். **7: (நூல், துணி போன்றவற்றை ஒன்றின் மேல் மீண்டும்மீண்டும்) படிந்திருக்கும்படி செய்தல்;** wind (a thread); wrap (cloth on the body). அந்தச் சின்ன நூல்கண்டைச் சுற்றி வைக்க இவ்வளவு நேரமா?/ புடவையை அவசரஅவசரமாகச் சுற்றிக்கொண்டு வந்து நின்றாள்./ குளிருக்காகக் கழுத்தில் துண்டைச் சுற்றியிருந்தார். **8: (பாய், மெத்தை முதலியவற்றை) சுருட்டுதல்;** roll (a mat, bed, etc.,). படுக்கையைச் சுற்றி வைத்தான். **9: (இலையைச் சுருட்டி பீடி அல்லது பிசைந்த மாவை நெளிவு வரும்படி முறுக்கி முறுக்கு போன்றவை) தயாரித்தல்;** make (beedi by rolling the leaf or முறுக்கு by twisting the dough by squeezing or circling). ஒரு நாளைக்கு எத்தனை பீடி சுற்றுகிறாய்?/ பாட்டி முறுக்கு சுற்றி விற்றுவந்தாள்.

சுற்று² பெ. **1: (ஓர் இடத்தை) சுற்றி வருவது/(ஒருவர்மேல் அல்லது ஒன்றின் மேல்) படிந்து வருவது;** (one) round/ (one) wind. இன்னும் எத்தனை சுற்று பாக்கியிருக்கிறது?/ கயிறு ஒரு சுற்றுக்குக்கூட வரவில்லை. **2: (பல கட்டங்களைக் கொண்ட பேச்சுவார்த்தை, விளையாட்டு போன்றவற்றில்) அடுத்தடுத்து நிகழ்வதில் ஒரு கட்டம்/ (உணவுப் பொருள் பங்கீட்டில் இருப்பவர்கள் அனைவருக்கும்) ஒரு முறை;** (of meetings, in sports) round/(of food items) (one) serving (for each person). எல்லைத் தகராறுபற்றிய முதல் சுற்றுப் பேச்சுவார்த்தை ஆரம்பமாகிவிட்டது./ ஹாக்கிப் போட்டியின் இறுதிச் சுற்றில் விளையாட இந்தியா தகுதி பெற்றுள்ளது./ எதிர்பாராமல் விருந்தினர் வந்துவிட்டதால் இருந்த சாம்பார் ஒரு சுற்றுக்குக்கூடப் போதவில்லை. **3:** (ஒருவரின் பருமனைக் குறிக்கும்போது) **('ஒரு' என்ற சொல்லுடன் சேர்ந்து) கொஞ்சம்;** (while referring to a person's weight) a little. கடைசியாக உன்னைப் பார்த்ததற்கு இப்போது ஒரு சுற்றுப் பருத்திருக்கிறாய்./ காய்ச்சலுக்குப் பிறகு ஒரு சுற்று இளைத்துப்போய்விட்டாய். **4: (வெவ்வேறு இடங்களின் வழியாகச் செல்வதால் குறிப்பிட்ட இடத்துக்குச் சென்றடைவதற்கான பாதை) நீண்ட தூரத்தைக் கொண்டிருப்பது;** (of a way to a place) roundabout; circuitous. நாம் இந்த வழியில் வந்திருக்க வேண்டாம். இது கொஞ்சம் சுற்று. **5: (இசை) பாட்டின் ஒரு வரியை**

அல்லது தாளத்தின் ஆவர்த்தனத்தை ஒரு முறை முழுவதுமாகப் பாடுவது அல்லது வாசிப்பது; time cycle. தாளத்தின் ஒரு முழுச் சுற்று.

சுற்றுக்கட்டு பெ. (ஊரக வ.) வீட்டின் உட்புறத்தில் முற்றத்தைச் சுற்றி அமைந்திருக்கும் தாழ்வாரப் பகுதி; enclosed verandah around the open space inside the house.

சுற்றுக்கட்டு வீடு பெ. (ஊரக வ.) நடுவில் முற்றம் வைத்துக் கட்டப்பட்ட வீடு; a house having central open yard.

சுற்றுச்சுவர் பெ. (கட்டடத்தின்) வெளி எல்லையாக எழுப்பப்படும் சுவர்; (in India) compound wall.

சுற்றுச்சூழல் பெ. உயிரினங்களும் அவை வாழும் பகுதியில் உள்ள காற்று, நீர் போன்றவையும் அடங்கிய இயற்கை அமைப்பு; environment. தொழிற்சாலைகள் திட்டமிடாமல் பெருகும்போது சுற்றுச்சூழல் பெரிதும் பாதிக்கப்படுகிறது.

சுற்றுநிருபம் பெ. (இலங்.) சுற்றறிக்கை; circular. எல்லாப் பாடசாலைகளையும் மூடும்படி கல்வித் திணைக்களம் சுற்றுநிருபம் அனுப்பியுள்ளது.

சுற்றுப்பயணம் பெ. (பணி காரணமாகவோ மகிழ்ச்சியாகப் பொழுதைப் போக்குவதற்காகவோ) பல இடங்களுக்குப் போய்வரும் பயணம்; tour (for either a purpose or sightseeing). தேர்தல் பிரச்சாரத்துக்காக ஒவ்வொரு மாவட்டத்திலும் அவர் சுற்றுப்பயணம் மேற்கொண்டார்./ உங்களுடைய அமெரிக்கச் சுற்றுப்பயணம் எப்படி இருந்தது?

சுற்றுப்பலி பெ. (இலங்.) (திருவிழாவின் பகுதியாக அமையும் சுவாமி ஊர்வலத்தில் வரும்) பரிவாரத் தெய்வம்; accompanying deities (preceding the main deity in temple festival).

சுற்றுப்பாதை பெ. 1: (விண்வெளியில்) ஒரு கோள் அல்லது செயற்கைக்கோள் சுற்றிவரும் நீள்வட்டப் பாதை; orbit. சனியின் சுற்றுப்பாதை பூமியின் சுற்றுப்பாதையை விட நீண்டது. 2: காண்க: சுற்றுவழி.

சுற்றுப்புள்ளி பெ. கோலம் போடத் தொடங்கும்போது அதன் வெளி எல்லையைக் கணிக்க வைக்கப்படும் புள்ளி; (in கோலம்) dots marking the outer limits. மயில் கோலம் போட எத்தனை சுற்றுப்புள்ளிகள் வைக்க வேண்டும்?/ தாமரைப் பூக் கோலத்தின் கம்பியை வளைத்துச் சுற்றுப் புள்ளியில் இணைத்தாள்.

சுற்றுப்புறம் பெ. (குறிப்பிட்ட இடத்தை) ஒட்டியுள்ள அல்லது சார்ந்த பகுதி; surroundings. சுற்றுப்புறத்தில் ஒரு கடைகூடக் கிடையாது./ சுற்றுப்புறக் கிராமங்களில் உள்ளவர்கள் பொருள்களை வாங்க இந்த நகரத்துக்குத்தான் வருவார்கள்./ நம்முடைய சுற்றுப்புறத்தை நாம் தான் தூய்மையாக வைத்துக்கொள்ள வேண்டும்.

சுற்றுமடல் பெ. (கிறித்.) காண்க: நிருபம்.

சுற்றுமுற்றும் வி.அ. நான்கு பக்கமும்; சுற்றிலும்; அக்கம்பக்கம்; on all sides; all around. சுற்றுமுற்றும் பார்த்துவிட்டுத் தெருவைக் கடந்தான்.

சுற்றுலா பெ. பொழுதுபோக்காக அல்லது ஓய்வுக்காக மேற்கொள்ளும் பயணம்; tour; excursion. சுற்றுலாப் பயணிகள்/ சுற்றுலாத் துறை.

சுற்றுலா மாளிகை பெ. (அரசு) விருந்தினர் விடுதி; (government) guesthouse.

சுற்றுவட்டப் பாதை பெ. காண்க: சுற்றுப்பாதை, 1.

சுற்றுவட்டாரம் பெ. (ஓர் இடத்தை, ஊரை) சுற்றியுள்ள பகுதி; vicinity; neighbourhood. சுற்றுவட்டாரத்தில் உள்ளவர்கள் சந்தைக்கு எங்கள் ஊருக்குத்தான் வருவார்கள்.

சுற்றுவழி பெ. (குறிப்பிட்ட இடத்தை அடைவதற்கு நேர் வழியாக இல்லாமல்) சுற்றிச்செல்லும் நீண்ட வழி; (of a way to a place) roundabout route; circuitous. அப்பா கண்ணில் பட்டுவிடக் கூடாது என்பதற்காகச் சுற்று வழியில் திரையரங்கத்திற்குப் போனேன்.

சுற்றுவாடை பெ. (வ.வ.) சுற்றுப்புறம்; nearby places. சுற்றுவாடை முழுவதும் வயல்கள்/ சுற்றுவாடையில் உள்ள கிராமங்கள்.

சுற்றுவேலை பெ. (பெரும்பாலும் வீட்டில்) முக்கிய வேலைகளோடு தொடர்புடைய சிறுசிறு வேலைகள்; odd jobs. இந்த வீட்டில் சுற்றுவேலை செய்யவே இரண்டு ஆட்கள் வேண்டும்போலிருக்கிறது./ சுற்றுவேலை செய்வதற்காகவே இந்தப் பெண்ணை வேலைக்கு வைத்திருக்கிறேன்.

சுறட்டன் பெ. (இலங்.) பிடிவாதக்காரன்; obstinate person. இந்தச் சுறட்டனிடம் பேசிக் காணியை வாங்கி முடித்தாற்போல்தான்!

சுறட்டுப்பிடி வி. (-பிடிக்க, -பிடித்து) (இலங்.) பிடிவாதம் பிடித்தல்; be obstinate; be stubborn. இப்படிச் சுறட்டுப் பிடித்தால் உனக்குப் பெண் பார்க்க என்னால் இயலாது.

சுறா பெ. பல வரிசை கூரிய பற்களைக் கொண்டதும், உருவத்தில் பெரியதும், வலிமை மிக்க வாலால் வேகமாக நீந்தக்கூடியதுமான சாம்பல் நிறக் கடல் மீன்; shark.

சுறாப்புட்டு பெ. சுறா மீனை வேக வைத்துத் தோல் நீக்கிய பின் மசாலா சேர்த்துத் தயாரிக்கும் ஒரு தொடு கறி; spicy side dish made from cooking shark with spices.

சுறுசுறு-என்று வி.அ. 1: (கோபம், அழுகை முதலியவை வருவதைக் குறிக்கும்போது) சட்டென்று; fly into (a rage). அவனைக் குறைசொன்னதும் அவனுக்குச் சுறுசுறு வென்று கோபம் வந்ததைப் பார்க்க வேண்டுமே!/ அப்பா திட்ட ஆரம்பிப்பதற்குள் தம்பிக்குச் சுறுசுறுவென்று அழுகை வந்துவிட்டது. 2: (வேலைகளைச் செய்வதில்) வேகமாக; சுறுசுறுப்பாக; briskly. சுறுசுறுவென்று அவள் வேலை செய்யும் சாமர்த்தியம்.

சுறுசுறுப்பு பெ. (-ஆக, -ஆன) 1: சோம்பல் இல்லாமல் ஊக்கத்துடன் ஒரு காரியத்தைச் செய்யும் தன்மை அல்லது பண்பு; being active; briskness. காப்பி பொது வாகச் சுறுசுறுப்பைத் தரும் பானம்./ சுறுசுறுப்பான பையன். 2: விரைந்து செயல்படும் முறை; quality of being active; lively. சுறுசுறுப்பாக வேலை செய்!/ அறுவடைக் காலங்களில் கிராமம் சுறுசுறுப்பு அடையும்.

சுன்னத்து பெ. *(இஸ்.)* **ஆண்குறியின் முன்தோல் அகற்றப் பட்ட நிலை;** circumcision.

சுன்னத்துக் கல்யாணம் பெ. *(இஸ்.)* **(இஸ்லாம் மதத்தில் சிறுவர்களுக்கு) ஆண்குறியின் முன்தோலை அகற்றும் சடங்கு;** (for boys in Islamic religion) circumcision and ceremony connected with it.

சுனை பெ. **(காடு, மலை முதலிய இடங்களில்) இயற்கையாக நீர் ஊறித் தேங்கும் சிறு குட்டை; நீர் ஊற்று;** mountain spring. மான்கள் சுனையில் நீர் குடித்துக்கொண்டிருந்தன.

சூக்காய் நண்டு பெ. *(இலங்.)* **கடற்கரை மணலில் காணப்படும் பொடி நண்டு;** tiny crab found on the beach.

சூக்குமம் பெ. காண்க: **சூட்சுமம், 3.**

சூசகம் பெ. 1: **(-ஆக, -ஆன) ஒன்றை (நேரடியாக அல்லாமல்) ஊகித்து அறியும் வகையில் வெளிப்படுத்தும் முறை;** suggestion; hint. அமைச்சரவையில் மாற்றம் ஏற்படலாம் என்பதை முதல்வர் சூசகமாகத் தெரிவித்தார். 2: **(ஒன்று இருப்பதன்) அறிகுறி;** sign; indication. மருத்துவர்கள் போராட்டத்தைக் கைவிட்டுவிடுவார்கள் என்பதற்கான சூசகங்கள் தென்பட்டன. 3: *(இலங்.)* **(வெளிப்படையாக அல்லது நேரடியாகக் கூறாமல்) குறிப்பால் உணர்த்தும் பொருள்;** hint. சமாதானப் பேச்சுவார்த்தை தமிழர் பிரச்சினைக்குத் தீர்வு காண்பதற்குப் பெரிதும் உதவும் என்றும் பரவலாகச் சூசகம் கூறப்பட்டது.

சூட்சமம் பெ. காண்க: **சூட்சுமம்.**

சூட்சுமம் பெ. 1: **மேலோட்டமாகத் தெரியாத நுணுக்கம்; நுட்பம்;** intricacy; subtlety. இந்த இயந்திரத்தின் சூட்சுமம் தெரிந்தால்தான் இதைப் பழுதுபார்க்க முடியும்./ சமைப்பதில் எவ்வளவோ சூட்சுமங்கள் இருக்கின்றன. 2: **(பேச்சு, செயல் ஆகியவற்றில்) மறைவான உள்நோக்கம்; தந்திரம்;** subtle device; scheme. தங்களைப் பிரிப்பதற்கான சூட்சுமம் இது என்று உணர்ந்துகொண்டாள். [*(தொ.சொ.)* **புதிர்/ பூடகம்/ மர்மம்**] 3: **(கண்ணுக்குப் புலப்படக்கூடியதாக இல்லாமல்) நுண்மையாக இருப்பது; பருப்பொருளின் நுண்ணிய வடிவம்;** subtle form (of a gross object). சூட்சும சரீரம்.

சூட்டடி பெ. 1: **(சூட்டில் இருக்கும் நெல் தாள்களில் உள்ள) நெல் மணிகளைப் பிரித்தெடுக்கும் பணி;** collecting grains from (paddy) sheaves kept in சூடு. களத்தில் சூட்டடி நடக்கிறது. 2: *(வ.வ.)* **சூட்டடியில் கிடைத்த நெல்;** grain obtained by treading. சூட்டடியைக் கூலியாகத் தருகிறீர்களே, இது நியாயமா?

சூட்டடுப்பு பெ. **சூட்டை எளிதில் விட்டுவிடாமல் தக்கவைத்துக்கொள்ளும் கரி அடுப்பு;** coke oven.

சூட்டிகை பெ. (-ஆக, -ஆன) **(பொதுவாக) அறிவுக் கூர்மை/(குறிப்பாக ஒரு துறையில்) திறமை; சாமர்த்தியம்;** (generally) brightness/(in a specific field) smartness; alertness. குழந்தை சூட்டிகையாகப் பேசுகிறாள்./ என் மருமகள் படு சூட்டிகையான பெண்./ அந்தப் பையன் படிப்பில் நல்ல சூட்டிகை.

சூட்டு வி. (சூட்ட, சூட்டி) 1: **(ஒரு பெயரை) இடுதல்; கொடுத்தல்;** give (name); confer; christen. அரசியல் மேடைகளில் குழந்தைகளுக்குப் பெயர் சூட்டுவது என்பது இப்போது அதிகரித்துள்ளது./ அந்தக் கட்டடத்திற்கு மறைந்த முதலமைச்சரின் பெயர் சூட்டப்பட்டது. 2: **(ஒருவரைச் சிறப்பிக்கும் வகையிலோ கேலி செய்யும் வகையிலோ ஒரு பட்டம் அல்லது பட்டப் பெயர்) அளித்தல்;** confer (a title). அந்த நடிகருக்கு 'திரை உலகத் திலகம்' என்ற பட்டம் சூட்டப்பட்டது./ நெடுநெடுவென்று உயரமாக இருப்பதால் அவனுக்கு 'கொக்கு' என்று பெயர் சூட்டியிருக்கிறோம். 3: **(மாலை, கிரீடம் முதலியவை) அணிவித்தல்;** put (sth.) on; garland; crown. குழந்தைக்குப் பூச் சூட்டி அழகுபார்த்தாள்./ *(உரு வ.)* இந்தக் கட்டுரை பாரதியாருக்குச் சூட்டப்பட்ட புகழாரம் ஆகும்.

சூட்டுக்கோல் பெ. 1: **(மாடு முதலியவற்றின் மேல் அடையாளம் இடுவதற்காகவோ நோய் நீக்கும் என்ற நம்பிக்கையிலோ பயன்படுத்தப்படும்) பழுக்கக் காய்ச்சிய இரும்புக் கம்பி;** branding iron; instrument for cauterizing. 2: **(ஈயமும் தகரமும் சேர்ந்த கலவையை உருக்கி உலோகத்தால் ஆன பகுதிகளை இணைக்கப் பயன்படுத்தும்) கூர்மையான தடித்த முனையைக் கொண்ட கம்பி போன்ற கருவி; பற்றுக்கோல்;** soldering iron.

சூட்டோடுசூடாக வி.அ. **முந்தைய செயலைச் செய்த வேகத்திலேயே அல்லது அது நடந்த வேகத்திலேயே; தொடர்ச்சியாக அல்லது உடனடியாக;** close on sth.; hot on sth.; on the heels of sth. ஏன் வீணாக அந்தக் காரியத்தைத் தள்ளிப்போடுகிறாய்? சூட்டோடுசூடாக இப்போதே முடித்துவிடு!/ மனை வாங்கியாயிற்று. சூட்டோடுசூடாக வீடு கட்ட ஆரம்பித்துவிடுவோம்.

சூடடி வி. (-அடிக்க, -அடித்து) *(வ.வ.)* **(மாடுகளைக் கொண்டு) போரடித்தல்;** thresh paddy by beating or walk-ing bullocks over the sheaves. சாயங்காலத்திற்குள் சூடடித்து முடித்துவிட வேண்டும்.

சூடம் பெ. **கற்பூரம்;** camphor. சூடம் கொளுத்தி சாமி கும்பிடு!

சூடன் பெ. *(அ.வ.)* காண்க: **சூடம்.**

சூடு¹ வி. (சூட, சூடி) *(உ.வ.)* **(தலையில் கிரீடம், மலர் போன்றவற்றை அல்லது கழுத்தில் மாலையை) அணிதல்;** put on (flowers, crown on the head, garland around the neck); wear. தலையில் சூடியிருந்த மல்லிகையின் மணம்/ மகளின் மாலை சூடிய மணக்கோலம்.

சூடு² பெ. (-ஆக, -ஆன) 1: **தொட்டு அல்லது உணர்ந்து அறியும் அளவில் இருக்கும் வெப்பம்;** warmth; heat. சூடான பால் தொண்டைக்கு இதமாக இருந்தது./ வெயிலில் மொட்டை மாடியின் தரை சூடு ஏறியிருந்தது. [*(தொ.சொ.)* **அனல்/ உஷ்ணம்/ கதகதப்பு/ தகிப்பு/ வெக்கை/ வெப்பம்/ வெம்மை**] 2: *(சித்த.)* **(உடம்பில்) வெப்பத்தை அதிகரிக்கச் செய்வது;** sth. that heats up (the system). பப்பாளி உடம்புக்குச் சூடு என்று சொல்வார்கள். 3: *(பேச்சைக் குறித்து வரும்போது)* **மனத்தில் தைக்கும்படியான தன்மை;** sharpness; pungency. நான் அவனைத் திட்டியதும் அவனும் பதிலுக்குச் சூடாக என்னைப் பற்றிப் பேச, பிரச்சினை பெரிதாகிவிட்டது./ அமைச்சரின் பேச்சுக்கு எதிர்க்கட்சித் தலைவர் சூடான பதில் கொடுத்தார். 4: **(விவாதம், பிரச்சினை போன்ற வற்றின்) தீவிரம்; காரசாரமான தன்மை;** heat. மத மாற்றத் தடை சட்டத்தைப் பற்றி சட்டசபையில் சூடான விவாதம் நடைபெற்றது./ தேர்தலைப் பற்றிச் சூடாக விவாதித்துக்கொண்டிருந்தனர்.

சூடு[3] பெ. *(வ.வ.)* **(களத்துமேட்டில் ஒரு முறை அடித்த பிறகு குவித்து வைக்கப்பட்டிருக்கும்) மணிகள் கொஞ்சமாக இருக்கும் நெல் தாள்;** sheaves of paddy (which have still a few grains to be threshed).

சூடு[4] பெ. *(இலங்.)* **துப்பாக்கியால் சுடப்படுதல்;** shooting. இரவு சாப்பிட்டுவிட்டுத் தலை வாசலில் கதைத்துக் கொண்டிருந்தபோது சூட்டில் இறந்தார்./ எந்த நேரமும் சூட்டுச் சத்தம் கேட்டுக்கொண்டேயிருக்கின்றது.

சூடுகளம் பெ. *(இலங்.)* **பிணையல் அடிப்பதற்கான நெற்களம்;** threshing floor. அப்பா சூடுகளத்தில் இருப்பார்.

சூடுகொட்டை பெ. *(பே.வ.)* **ஒரு பரப்பில் தேய்த்து விட்டு உடலின் மேல் வைத்துப் பார்த்தால் நன்றாகச் சுடும், கல்யாண முருங்கை மரத்தின் கொட்டை;** seed of the Indian coral tree.

சூடு கொடு வி. *(கொடுக்க, கொடுத்து)* **(ஒருவருக்குப் பதிலடி கொடுக்கும் விதத்தில்) காட்டமாகப் பேசுதல் அல்லது எழுதுதல்;** admonish severely; give s.o. a dressing down. அவன் அப்படிப் பேசியதற்கு அவனுக்குச் சரியான சூடு கொடுத்தீர்கள்./ தன்னுடைய விமர்சகர்களுக்கு இந்தப் பேட்டியின் மூலம் அவர் நன்றாகவே சூடு கொடுத்திருந்தார்.

சூடுசுரணை பெ. *(பெரும்பாலும் எதிர்மறைத் தொனியில்)* **எதிர்த்துச் செயல்பட வேண்டும் என்ற உந்துதல்;** (mostly in a negative tone) sense of shame; sensitivity. கல்யாணத்திற்கு அழைக்காமலேயே போய்ச் சாப்பிட்டு விட்டு வருகிறானே, இவனுக்கு ஏது சூடுசுரணை!

சூடுபடு வி. *(-பட, -பட்டு) (இலங்.)* **(ஒருவர்) சுடப்பட்டுக் குண்டுக் காயத்துக்கு உள்ளாதல்;** get shot. யுத்த காலத்தில் சூடுபட்டு இறந்த மக்களின் தொகை கணக்கில் அடங்காது.

சூடு பற வி. *(பறக்க, பறந்து)* காண்க: **அனல் பற.**

சூடுபிடி வி. *(-பிடிக்க, -பிடித்து)* **(வியாபாரம், விவாதம் முதலியவை) தீவிரம் அடைதல்;** (of business, discussion) warm up; pick up. பழ வியாபாரம் மதியத்துக்கு மேல்தான் சூடுபிடிக்கத் தொடங்கும்./ நண்பர் வந்த பிறகுதான் விவாதம் சூடுபிடித்தது.

சூடு போட்டுக்கொள் வி. *(-கொள்ள, -கொண்டு)* **(போதிய அறிவும் அனுபவமும் இல்லாததால் புதிய முயற்சியில்) பெரும் பண நஷ்டத்தை அல்லது தோல்வியைச் சந்தித்தல்;** suffer financial loss; get one's fingers burnt. ஒரு முறை சீட்டுப் பிடித்துச் சூடு போட்டுக் கொண்டது போதாதா?/ வியாபாரத்தில் சூடு போட்டுக் கொண்ட பிறகு அவன் வேலைக்குப் போக ஆரம்பித்து விட்டான்.

சூடு போடு வி. *(போட, போட்டு)* **பழுக்கக் காய்ச்சிய கம்பியை அல்லது எரியும் கட்டையை (தோல் வெந்து போகும்படி) உடம்பில் வைத்து எடுத்தல்;** brand; cauterize. பண்ணையார் வீட்டு மாட்டுக்கெல்லாம் 'X' வடிவத்தில் சூடு போட்டிருப்பார்கள்./ சொன்னதைக் கேட்க வில்லை என்றால் சூடு போட்டுவிடுவேன் என்று அம்மா மிரட்டினாள்.

சூடு மிதி வி. *(மிதிக்க, மிதித்து) (இலங்.)* காண்க: **சூடடி.**

சூடு வை வி. *(வைக்க, வைத்து) (பே.வ.)* 1: காண்க: **சூடு போடு.** 2: **(கட்டணம் செலுத்திப் பயன்படுத்தும் வாகனம், பொதுத் தொலைபேசி போன்றவற்றில்) வாடிக்கையாளர் தர வேண்டியதைவிடக் கூடுதல் கட்டணத்தைக் காட்டும் வகையில் கருவியைத் திருத்தியமைத்தல்;** rig the meter (in a cab, public telephone, etc.,).

சூடேற்று வி. *(-ஏற்ற, -ஏற்றி)* **(ஒருவரை) கோபமடையச் செய்தல்; ஆத்திரமூட்டுதல்;** provoke; incense. யாராவது சூடேற்றினால் போதும், அவன் இப்படித்தான் கத்திக் கொண்டிருப்பான்./ பக்கத்து வீட்டுக்காரர்கள் சிறுசிறு விஷயங்களுக்கெல்லாம் பிரச்சினை பண்ணி அப்பாவைச் சூடேற்றிக்கொண்டிருப்பார்கள்.

சூடேறு வி. *(-ஏற, -ஏறி)* **(ஒருவருக்கு) ஆத்திரம் உண்டாதல்;** get provoked; be incensed. அவனைப் பற்றிப் பேசினாலே ஏன் உனக்கு இப்படிச் சூடேறுகிறது?/ அவன் முதலாளியை எதிர்த்துப் பேசியதைக் கேட்கக்கேட்க அவருக்குச் சூடேறியது.

சூடை பெ. *(இலங்.)* **சுமார் பதினைந்து செ.மீ. நீளத்தில் உடல் பகுதியில் முட்களோடு தட்டையாக இருக்கும் (உணவாகும்) கரு நீல நிறக் கடல் மீன்;** flat, thorny, edible sea fish, dark blue in colour, fifteen cm long.

சூத்திரக் கயிறு பெ. 1: **(பொம்மலாட்டத்தில்) பொம்மைகளை இயக்க அவற்றுடன் இணைக்கப்பட்டிருக்கும் கயிறு;** the string attached to a puppet. 2: **(பட்டம் சீராகப் பறப்பதற்கு) சூத்திரம் கட்டப் பயன்படும் நூல்;** the string attached to a kite to keep it flying.

சூத்திரதாரன் பெ. காண்க: **சூத்திரதாரி.**

சூத்திரதாரி பெ. 1: **(கூத்தில்) கட்டியங்காரன்;** clown and announcer in கூத்து. 2: **மற்றவர்கள் அறியாத வகையில் பின்புலத்தில் இருந்துகொண்டு ஒருவரைச் செயல்பட வைப்பவர்;** one who manipulates (furtively); one who stage-manages. *அமைச்சரவைக் கவிழ்ப்பிற்குச் சூத்திரதாரி யார்?*

சூத்திரம்[1] பெ. 1: **நூற்பா;** terse stanzaic form (used in grammatical or philosophical treatise); sutra. 2: **வகுக்கப்பட்ட விதிகளின் சுருக்க வடிவம்; வாய்பாடு;** formula. சார்பியல் கோட்பாட்டுச் சூத்திரம்/ ஆட்டத்தில் வெற்றி அடைவதற்கு எவ்விதச் சூத்திரமும் இல்லை.

595 சூரியகாந்தி

சூத்திரம்[2] பெ. **(பட்டம் சீராகப் பறப்பதற்கு அதன் நடுவில்) தொய்வாக நூலால் கட்டப்பட்டிருக்கும் அமைப்பு;** string attached to the kite in a particular manner to keep it flying in balance. உனக்குச் சூத்திரம் கட்டத் தெரியவில்லை.

சூத்தை பெ. *(வ.வ.)* **கெட்டுப்போனது; சொத்தை;** (of fruits) rotten; (of tooth) decayed. புழு அரித்த சூத்தைக் கத்தரிக்காய்/ இனிப்பு சாப்பிட்டவுடன் வாயைக் கழுவு. இல்லையென்றால் பல் எல்லாம் சூத்தையாகிவிடும்.

சூதகப்பெருக்கு பெ. **இரத்தப் பெருக்கு அதிகமாக உள்ள மாதவிடாய்;** excessive menstrual bleeding.

சூதகம் பெ. *(சித்த.)* **மாதவிடாய்;** menses; menstrual flow.

சூதாட்டம் பெ. **1: (ஒருவர் தன்னுடைய திறமையின் அடிப்படையில் இல்லாமல் எதிர்கொள்ளும் வாய்ப்பைப் பொறுத்தே வெற்றி பெறக்கூடிய) காசு வைத்துப் பந்தயம் கட்டி ஆடும் (சீட்டாட்டம், குதிரைப் பந்தயம் போன்ற) ஆட்டம்;** gambling; gamble. பரம்பரைச் சொத்துகள் அனைத்தையும் சூதாட்டத்தில் கரைத்துவிட்டான்./ *(உரு வ.)* பருவ மழையைச் சார்ந்திருப்பதால் விவசாயமும் ஒரு சூதாட்டம்தான். **2: (விளையாட்டின் முடிவு, பங்குகளின் விலை போன்றவற்றைத் தீர்மானிப்பதில்) சட்ட விரோதமான அல்லது முறைகேடான வழியில் ஈடுபடும் செயல்;** fixing (the result of a game); rigging (the prices of shares, etc.,). கிரிக்கெட் சூதாட்டத்தில் தான் ஈடுபட்டது உண்மைதான் என்று தென்னாப்பிரிக்க அணியின் முன்னாள் அணித் தலைவர் ஒப்புக்கொண்டுள்ளார்./ கிரிக்கெட் சூதாட்டத்தின் பின்னணியில் பல பெருந்தலைகள் இருப்பதாக வதந்தி.

சூதாடி பெ. **சூதாட்டங்களில் ஈடுபடுபவர்;** gambler.

சூதாடு வி. *(-ஆட, -ஆடி)* **சூதாட்டத்தில் ஈடுபடுதல்;** gamble. வாங்கும் சம்பளத்தையெல்லாம் சூதாடியே கரைத்துவிடுகிறான்.

சூது பெ. **1: ஒருவரின் அல்லது ஒன்றின் நலனைக் கெடுக்கும் சூழ்ச்சி அல்லது தந்திரம்;** deceit; cunning. சூதே தெரியாத அப்பாவி மனிதர்!/ அவன் உடம்பெல்லாம் சூது! [*(தொ.சொ.)* **கபடம்/ கபடு/ சதி/ சூழ்ச்சி/ தந்திரம்/ வஞ்சகம்/ வஞ்சனை**] **2:** *(உ.வ.)* **சூதாட்டம்;** gambling. ஒரு காலத்தில் குடி, சூது என்று இருந்தவர் இப்போது பொறுப்பானவராக மாறிவிட்டார்.

சூதுவாது பெ. **கள்ளங்கபடம்;** guile; cunning. நேர்மையாகச் சிந்திக்க முடியாத அளவுக்கு மனத்தில் சூதுவாது குடிகொண்டிருக்கிறது.

சூப்பி பெ. *(இலங்.)* **குழந்தை அழாமல் இருக்க வாயில் வைக்கும், ரப்பரால் ஆன குமிழ் போன்ற சிறிய சாதனம்;** teat; nipple. குழந்தை படுக்கையில் படுத்திருக்கும்போது வாயிலிருக்கும் சூப்பியைப் பிடுங்கி எறிந்துவிடுவாள்.

சூப்பு வி. *(சூப்ப, சூப்பி)* **வாய்க்குள் வைத்து நாக்கால் அழுத்தி உறிஞ்சுதல்; சப்புதல்;** suck (finger, nipple, etc.,). குழந்தைகள் சூப்பும் ரப்பர்/ எலும்பைச் சூப்பிக் கீழே போட்டார்.

சூப்புத்தடி பெ. *(இலங்.)* **குச்சியில் செருகியிருக்கும் ஒரு வகை இனிப்புப் பண்டம்;** a variety of candy.

சூம்பு[1] வி. *(சூம்ப, சூம்பி)* **1: (கை, கால் முதலிய உறுப்புகள் நோய் காரணமாக) குச்சியாக மெலிதல்;** (of limbs) be or become thin. அவளது வலது கால் சூம்பியிருக்கிறது. **2:** *(முகத்தைக் குறிக்கும்போது)* **சிறுத்தல்;** (of face) be shrunk. தன் சொந்த வாழ்க்கையைப் பற்றிய பத்திரிகைச் செய்தியை வாசித்ததும் அவர் முகம் சூம்பிப்போய்விட்டது.

சூம்பு[2] வி. *(சூம்ப, சூம்பி)* **(விரல்) சூப்புதல்;** suck (the finger). குழந்தை அதிகம் கை சூம்புகிறது.

சூரணம் பெ. *(சித்த.)* **அரைத்தோ பொடித்தோ பெறப்படும் தூள் வடிவ மருந்து;** medicine obtained by grinding or powdering certain substances.

சூரத்தனம் பெ. *(-ஆக, -ஆன)* *(கேலியாகக் கூறும்போது)* **வீரம் அல்லது துணிச்சல்;** (sarcastically) daring; bravado. வெளியூரில் உங்கள் சூரத்தனத்தைக் காட்ட வேண்டாம்./ ஆரம்பத்தில் காட்டும் சூரத்தனத்துடன் நின்றுவிடாமல் இதே வேகத்துடன் செயல்பட வேண்டும்.

சூரப்புலி பெ. **1:** *(கேலியாகக் கூறும்போது)* **வீரம் அல்லது துணிச்சல் நிறைந்தவர்;** (sarcastically) daring one. இருட்டிவிட்டால் வீட்டை விட்டு இறங்காத சூரப்புலி நீ! **2: (பாராட்டும்போது) திறமை வாய்ந்தவர்;** (while appreciating) very smart; wizard. வியாபாரத்தில் சூரப்புலி/ கணக்கில் சூரப்புலி.

சூரன் பெ. **1: அநாயாசமான திறமை படைத்தவன்; சூரப்புலி;** extraordinarily smart person; expert. குறிபார்த்துச் சுடுவதில் அவன் சூரன்./ தங்கள் பொருள்கள்தான் உயர்ந்தது என்று சொல்லி அவற்றை விற்றுவிடுவதில் அவன் சூரன். **2:** *(ஊரக வ.)* **(கிராமங்களில்) ஐயனார் கோயிலில் கத்தி ஏந்தி மண்டியிட்ட அல்லது உட்கார்ந்த நிலையில் இருக்கும் ஒரு ஆண் தெய்வம்;** a male deity in Ayyanar temple, in the sitting or kneeling position, carrying a knife.

சூரி பெ. *(வ.வ.)* **திறமையானவர்; சாமர்த்தியசாலி;** efficient or clever person. அவர் அரசியலில் ஒரு சூரி./ வியாபாரம் செய்வதில் அவர் சரியான சூரி.

சூரிக்கத்தி பெ. **கூர்மையான முனையையும் இரு பக்கங்களிலும் வெட்டு விளிம்பையும் கொண்ட ஒரு வகைக் கத்தி;** sharp and pointed double-edged knife.

சூரிய அடுப்பு பெ. **சூரிய சக்தியைக் கொண்டு எரியும் விதத்தில் வடிவமைக்கப்பட்ட அடுப்பு;** solar stove.

சூரியக் குடும்பம் பெ. **(பொதுவாக) ஒரு நட்சத்திரமும் அதைச் சுற்றிவரும் கோள்களும் கொண்ட தொகுப்பு; (குறிப்பாக) சூரியனும் பூமி, சந்திரன், செவ்வாய் முதலிய கோள்களும் அடங்கிய தொகுப்பு;** solar system. பிரபஞ்சத்தில் பல்லாயிரம் கோடி சூரியக் குடும்பங்கள் உள்ளன.

சூரியகாந்தி பெ. **சூரியன் இருக்கும் திசையை நோக்கித் திரும்பக்கூடிய பெரிய மஞ்சள் நிறப் பூ/ அந்தப் பூவைத் தரும் செடி;** sunflower (flower and the plant).

சூரியகாந்திப் பூவிலிருந்து எண்ணெய் தயாரிக்கிறார்கள்./ இந்த வருடம் வயலில் சூரியகாந்தி போட்டிருக்கிறேன்.

சூரிய கிரகணம் பெ. **சூரியனுக்கும் பூமிக்கும் இடையே சந்திரன் வரும்போது சூரியனின் ஒளியைச் சந்திரன் மறைப்பதால் ஏற்படும் கிரகணம்;** solar eclipse.

சூரிய சக்தி பெ. **சூரிய வெப்பத்திலிருந்து பெறும் சக்தி;** solar energy.

சூரிய நமஸ்காரம் பெ. 1: **(இந்து மதத்தைச் சார்ந்தவர்கள்) காலையில் சூரியனை நோக்கிச் செய்யும் வழிபாடு;** worship of the sun in the morning. 2: **சூரியனை வழிபடும் விதமாகக் குறிப்பிட்ட முறையில் உடலையும் கைகால்களையும் அசைத்துச் செய்யும் ஆசனம்;** exercise in yoga saluting the sun.

சூரியப் பலகை பெ. **வாசல் நிலையின் மேல்பகுதியில் கஜலட்சுமி அல்லது பூர்ணகும்பம் போன்றவை செதுக்கியிருக்கும், வேலைப்பாடு கொண்ட மரப் பலகை;** an ornamental wooden plank mounted on the door-frame of the entrance to the house, carrying artistically carved divine figures or signs.

சூரியப் பிரபை பெ. **வண்டிச் சக்கரம்போல் ஆரங்கள் இல்லாமல் அமைந்த கோயில் உற்சவ வாகன வகை;** sun-shaped celestial vehicle for idol in temple festival. செவ்வாய்க்கிழமை இரவு சூரியப் பிரபையில் சுவாமி எழுந்தருளி உலாவரும் நிகழ்ச்சி நடக்கிறது.

சூரியப்புள்ளி பெ. *(பு.வ.)* **(சில சமயங்களில்) சூரியனின் மேற்பரப்பில் காணப்படும் கறுப்புப் பகுதி;** sun spot.

சூரிய மண்டலம் பெ. காண்க: *சூரியக் குடும்பம்.*

சூரிய மின்பலகை பெ. **(சூரியனின் கதிரொளி நேரடியாகப் படுவதுபோலக் கட்டடக் கூரையின் மேல் பகுதியில் பொருத்தப்பட்டு) சூரியச் சக்தியைக் கொண்டு மின்சக்தி தயாரிக்கப் பயன்படும் பளபளப்பான தகடு போன்ற சாதனம்;** solar panel.

சூரிய விளக்கு பெ. **சூரிய சக்தியைக் கொண்டு உருவாகும் மின்சக்தியில் எரியும் விளக்கு;** solar lamp.

சூரியன் பெ. 1: **பூமிக்கு இன்றியமையாத ஒளியையும் வெப்பத்தையும் தரும் நட்சத்திரம்;** the sun. 2: *(சோதி.)* **தந்தை, பணி, தைரியம், அரசு, நெருப்பு, செந்தூர நிறம், ரத்தினக் கல், கிழக்குத் திசை முதலியவற்றைக் குறிக்கும் கிரகம்;** (in astrology) the planet Sun.

சூரை பெ. **மஞ்சள் நிறத் துடுப்புகளைக் கொண்ட, கூட்டமாக வாழும் (சுமார் ஒன்றரை மீட்டர் நீளம் வரை வளரக்கூடிய) நீல நிறத்தில் இருக்கும் (உணவாகும்) ஒரு வகைக் கடல் மீன்;** tuna.

சூல் பெ. 1: *(உ.வ.)* **கரு;** embryo. 2: *(உயிரி.)* **(தாவரத்தில்) மகரந்தச் சேர்க்கைக்குப் பின் விதையாக மாறும், சூல்பையினுள் இருக்கும் பொருள்;** ovule. 3: **(மேகம்) மழை பெய்வதற்குத் தயாராகக் கறுத்திருக்கும் நிலை;** nimbus. சூல்கொண்ட மேகங்கள்.

சூல்கட்டு பெ. *(வேளாண்.)* **(முதிர்ந்த நெற்பயிரில்) கதிர் உருவாகும் நிலை;** phase in the growth of paddy in which panicle develops in the stem. பயிர் சூல்கட்டாக இருக்கிறது. இப்போது மழை பெய்தால் விரைவில் கதிர்வாங்கும்.

சூல்தண்டு பெ. *(உயிரி.)* **பூவின் நடுவில் சூல்முடியைத் தாங்கியிருக்கும், மெல்லிய நீண்ட பாகம்;** style.

சூல்பை பெ. காண்க: *சூலகம்.*

சூல்முடி பெ. *(உயிரி.)* **(பூவில்) மகரந்தத் தூள் ஒட்டிக்கொள்ளும் வகையில் பசைத் தன்மையுடன் இருக்கும் சூலகத்தின் மேல்பகுதி;** stigma.

சூலக்கல் பெ. **(பழங்காலத்தில்) சிவாலயங்களுக்கு விடப்பட்ட நிலங்களில் நடப்பட்ட சூலக்குறி பொறித்த கல்;** stone bearing a trident mark in the lands granted to Siva temples (in olden days).

சூலகம் பெ. *(உயிரி.)* **பூவின் மையப் பகுதியிலோ அடிப் பகுதியிலோ சற்றுப் பருத்துக் காணப்படும் பூவின் பெண்பால் இனப்பெருக்கப் பாகம்;** ovary.

சூலம்[1] பெ. **நீண்ட தண்டின் நுனியில் மூன்று கூரிய முனைகளை உடைய ஒரு வகை ஆயுதம்;** trident. கையில் சூலத்துடன் நிற்கும் காளியின் உருவம்.

சூலம்[2] பெ. *(சோதி.)* **குறிப்பிட்ட கிழமையில் குறிப்பிட்ட திசையில் பயணம் மேற்கொள்வதைத் தவிர்க்க வேண்டும் என்ற தடை;** traditional prohibition of journey in certain directions on certain days. புதன்கிழமை வடக்கே சூலம்.

சூலாயுதம் பெ. காண்க: *சூலம்*[1].

சூலுறு வி. (சூலுற, சூலுற்று) *(உ.வ.)* **கருத்தரித்தல்; கருவுறுதல்;** conceive.

சூலை பெ. காண்க: *சூலம்*[2].

சூவாரை பெ. *(இலங்.)* **சொரசொரப்பாகவும் செதிள்களோடு மெல்லியதாகவும், நீல நிறத்திலும் இருக்கும் (உணவாகும்) சிறிய கடல் மீன்;** thin, scaly, rough-skinned, small edible sea fish, blue in colour.

சூழ் வி. (சூழ, சூழ்ந்து) 1: **(ஒருவரை, ஒன்றை, ஓர் இடத்தை) சுற்றி அமைதல்;** surround (s.o. or sth. or a place). நிருபர்கள் அமைச்சரைச் சூழ்ந்துகொண்டு சரமாரியாகக் கேள்விகள் கேட்டனர்./ தீவிரவாதிகள் இருந்த வீட்டை ராணுவம் சூழ்ந்தது. 2: **(ஒரு இடத்தின் எல்லையாக ஒன்று) சுற்றிலும் அமைதல்/(பனி, மேகம் போன்றவை ஒரு இடத்தை) மூடுதல் அல்லது மூடியிருத்தல்;** cover; shroud. இந்தியா மூன்று பக்கங்களிலும் கடலால் சூழப்பட்டுள்ளது./ பசுமையான வயல்கள் சூழ்ந்த ஊர்/ பனி சூழ்ந்த மலைச் சிகரம்/ அறையில் இருள் சூழ்ந்தது./ *(உரு வ.)* மனத்தில் பயம் சூழ்ந்தது.

சூழ்ச்சி பெ. **தீங்கு செய்யும் நோக்கில் மேற்கொள்ளப்படும் தந்திரமான திட்டம்; சதி;** plot; scheme; intrigue. எங்கள் கூட்டணியைப் பிரிக்க எதிர்க்கட்சியினர் என்ன சூழ்ச்சி செய்தாலும் அது பலிக்காது./ ஒற்றுமையாக இருந்த மாடுகளைப் பிரிக்க நரி செய்த சூழ்ச்சி பலித்தது. [*(தொ.சொ.)* **கபடம்/ கபடு/ சதி/ சூது/ தந்திரம்/ வஞ்சகம்/ வஞ்சனை**]

சூழ்நிலை பெ. **1: (உணர்ச்சிகள், செயல்கள் ஆகியவற்றால் உருவாகும்) நிலைமை/ (ஒரு செயலின்) பின்னணி;** circumstances; situation. அரசியலைப் பொறுத்த வரை அவர் எந்தச் சூழ்நிலைக்கும் ஏற்றவாறு தன்னை மாற்றிக் கொள்ளக்கூடியவர்./ வீட்டில் ஓர் இறுக்கமான சூழ்நிலை நிலவுவதை அவன் உணர்ந்தான்./ பணத்தை உடனடியாகத் திருப்பித் தர முடியாத சூழ்நிலையை விளக்கி நான் எழுதியிருந்தேன்./ குடும்பச் சூழ்நிலை திருப்திகரமாக இல்லை./ தீபாவளிச் சமயம் பார்த்து அண்ணன் கடன் கேட்டு ஒரு இக்கட்டான சூழ்நிலையை உருவாக்கிவிட்டார். **2: ஒரு இடத்தைச் சுற்றி இயற்கையாக அமைந்திருக்கும் அமைப்பு/ சுற்றியிருக்கும் இயற்கைப் பொருள்களின் தொகுதி; சூழல்;** atmosphere; environment. அந்த ரம்மியமான சூழ்நிலை அவனுக்குப் பிடித்துப் போயிற்று./ நூலகம் என்றால் அமைதியும் வெளிச்சமும் நிறைந்த சூழ்நிலையில் இருக்க வேண்டும்./ ஒரே குப்பையும் கூளமுமாக வீட்டின் சூழ்நிலை இருக்கக் கூடாது.

சூழ வி.அ. (உ.வ.) **(கூட்டமாக) பின்தொடர; பின்தொடர்ந்து வர;** accompanied by (many or a group). கட்சித் தொண்டர்கள் சூழத் தலைவர் மேடைக்கு வந்தார்./ தாங்கள் சுற்றம் சூழ வந்திருந்து மணமக்களை வாழ்த்த வேண்டுகிறேன்.

சூழல் பெ. **1: (இயற்கையாக அமைந்த) சுற்றுச்சூழல்;** environment. அருவிகள், காடுகள் என்று இயற்கையான சூழலில் வளர்ந்தவன் நான்./ பருத்தி விளைவதற்கு ஈரப்பதமான சூழல் தேவை./ சூழலுக்குப் பாதிப்பு ஏற்படுத்தும் தொழிற்சாலைகளுக்கு அனுமதி கொடுக்கக் கூடாது. **2: ஒன்று அல்லது ஒருவர் அமையும் நிலைமை;** context; place; environment. ஒரு சொல் எந்தச் சூழலில் பயன்படுத்தப்படுகிறது என்பதைப் பொறுத்தே அதன் பொருள் அமையும்./ நான் எந்தச் சூழலில் இப்படியான முடிவை எடுத்தேன் என்பது உனக்குத் தெரியாது. **3: தனிமனிதர்களிடமும் குழுக்களிடமும் சில வகையான போக்குகள், பாதிப்புகள் உருவாவதற்குக் காரணமான அம்சங்கள் கொண்ட நிலைமை;** conditions. ஒருவர் தன் கருத்தைத் தைரியமாக வெளியிடுவதற்கான சூழல் இங்கு இல்லை./ அரசியல் சூழல்களினாலும் பங்குச் சந்தையில் ஏற்ற இறக்கங்கள் காணப்படலாம்./ குடும்பச் சூழல் சரியில்லாத காரணத்தால் நான் என் திருமணத்தைக் கொஞ்சம் தள்ளிவைத்திருக்கிறேன்./ கணிப்பொறித் துறையின் வளர்ச்சி காரணமாக ஏராளமானோருக்கு வேலை கிடைக்கக்கூடிய சூழல் உருவாகியுள்ளது.

சூழலியல் பெ. **மனிதர்கள், விலங்குகள், தாவரங்கள் ஆகியவை தங்களுக்குள்ளும் சுற்றுச்சூழலுடனும் கொண்டிருக்கும் தொடர்புகுறித்து அறிவியல் துறை;** ecology.

சூள் பெ. (இலங்.) **தென்னை அல்லது பனை ஓலைகளைக் கொண்டு செய்யும் தீப்பந்தம்;** torch made of coconut or palmyra leaves. வெளிச்சம் இல்லாததால் சூள் கொளுத்திக் கொண்டு சென்றோம்./ சூள் கொளுத்தி மீன் பிடித்தோம்./ தோப்புக்குப் போக ஒரு சூள் கட்டு.

சூள்கொட்டு வி. (-கொட்ட, -கொட்டி) **(இரக்கம், எரிச்சல், வருத்தம் போன்றவற்றைக் காட்டுவதற்காக) வாயைத் திறக்காமல் நாக்கால் மேலண்ணத்தில் சத்தம் எழுப்புதல்;** make a clucking noise. நாய்க்குட்டி ஒன்று சாலையில் அடிபட்டுக் கிடப்பதைப் பார்த்ததும் என் மகள் சூள்கொட்டினாள்.

சூளுரை[1] வி. (சூளுரைக்க, சூளுரைத்து) (உ.வ.) **சபதம் செய்தல்;** vow; take a vow. 'நாட்டை மீட்காமல் வீடு திரும்ப மாட்டேன்' என்று சூளுரைத்துவிட்டுப் புறப்பட்டான் இளவரசன்.

சூளுரை[2] பெ. (உ.வ.) **சபதம்;** vow. தன் சூளுரையை நிறைவேற்ற எத்தனை காலம் ஆகும் என்று அவனுக்கே தெரியாது.

சூளை பெ. (மண்.) **மட்பாண்டங்களைத் தீயில் வேக வைத்து எடுப்பதற்கு நீள்கோள வடிவில் மூன்று பக்கம் சுவர் வைத்து ஒரு பக்கம் திறப்புடன் கட்டப்பட்டிருக்கும் அமைப்பு;** a potter's kiln built in oval shape with one end open.

சூறாவளி[1] பெ. **தரையிலிருந்து மேலே கிளம்பி புனல் வடிவில் சுழன்று வீசும் புயல் காற்று;** whirlwind. நாளை இரவு 80 கி.மீ. வேகத்தில் சூறாவளி வீசக்கூடும் என்று வானிலை அறிக்கை தெரிவிக்கிறது./ (உரு வ.) பிரதம மந்திரியின் சூறாவளிச் சுற்றுப்பயணம்.

சூறாவளி[2] பெ. (ஊரக வ.) **(கேணி வெட்டும்போது சுற்றிச் செங்கல்லை அடுக்கப் பயன்படும்) வண்டிச் சக்கரம்போல் நெல்லி மரத்தில் செய்திருக்கும் அமைப்பு;** collar made of gooseberry wood on which the shaft of bricks rests to make a well for water. சூறாவளிமேல் கல்லை வட்டமாக அடுக்கி, அதற்குள் இருக்கும் மண்ணைத் தோண்டி அப்புறப்படுத்திக்கொண்டே கேணியை உருவாக்குவார்கள்.

சூறைக்காற்று பெ. **சூறாவளி;** whirlwind.

சூறைத்தேங்காய் பெ. (வ.வ.) காண்க: **சிதறுதேங்காய்.**

சூறையாடு வி. (சூறையாட, சூறையாடி) **1: (ஒரு கூட்டம்) வன்முறையைப் பயன்படுத்தி ஒரு இடத்திலிருக்கும் பொருள்களைக் கொள்ளையடித்தல்;** plunder; pillage. கொள்ளைக்காரக் கும்பல் நான்கு ஊர்களைச் சூறையாடியிருந்தது./ (உரு வ.) பெண்களின் கற்பைச் சூறையாட நினைக்கும் கயவர்கள். **2: கூட்டமாக வன்முறையில் ஈடுபட்டுப் பொருள்களை நாசமாக்குதல்;** go on the rampage. கலவரத்தின்போது கடைத்தெருவில் இருந்த கடைகளும் வாகனங்களும் சூறையாடப்பட்டன.

சூறைவிடு வி. (-விட, -விட்டு) (பே.வ.) **(வேண்டுதல், வழிபாடு முதலியவற்றுக்காக) தரையில் வீசிச் சில்லாகச் சிதறுமாறு தேங்காயை உடைத்தல்;** hurl a coconut on the ground in worship and break it into pieces. விநாயகர் சன்னிதியில் சிலர் தேங்காயைச் சூறைவிட்டார்கள்.

சூன்யம் பெ. **1:** காண்க: **சூனியம்**[1], **2:** காண்க: **சூனியம்**[2].

சூனாவயிறு பெ. (வ.வ.) (குழந்தைகளுக்கு ஈரல் நோயி னால்) **வீங்கிப் பெருத்துக் காணப்படும் வயிறு;** bloated abdomen (in children, due to enlarged liver).

சூனியக்காரி பெ. **தீமை விளைவிக்கக்கூடிய மாந் திரீகம் மற்றும் சூனிய வித்தைகளைச் செய்யும் பெண்;** witch; sorceress.

சூனியப் பிரதேசம் பெ. (இலங்.) (போர்ச் சூழலில்) **ராணுவம் நிலைகொண்டிருக்கும் இடத்துக்கும் இயக் கம் இருக்கும் இடத்துக்கும் இடைப்பட்டதாக அமைந் திருக்கும் மக்கள் பாதுகாப்புப் பகுதி;** no-war zone. சூனியப் பிரதேசத்துக்கு ஓடிவந்த மக்களைச் செஞ்சிலுவைச் சங்கத்தினர் பொறுப்பேற்றனர்.

சூனியம்[1] பெ. (-ஆன) **முற்றிலும் ஒன்றுமே இல்லாத நிலை; வெறுமை; வெற்றுவெளி;** nothingness; emptiness; void. சூனியத்திலிருந்து ஏதாவது தோன்ற முடியுமா?/ வாழ்க்கையே சூனியமாகிவிட்டதுபோல் உணர்ந்தாள்./ சூனியமான அவள் நெற்றியைப் பார்க்க மிகவும் கஷ்டமாக இருந்தது./ (உரு வ.) உன்னைப் போல் ஒரு அறிவு சூனி யத்தை நான் பார்த்ததேயில்லை.

சூனியம்[2] பெ. (ஒருவருடைய தலைமயிர், நகம், காலடி மண் ஆகியவற்றைக் கொண்டு) **மந்திரத்தின் மூலம் பேய், பிசாசை ஏவி அழிவு ஏற்படுத்துவதாக நம்பப் படும் செயல்; பில்லிசூனியம்;** black magic; witchcraft. யாரோ சூனியம் வைத்துவிட்டதால்தான் தனக்குத் தீராத வயிற்று வலி வந்திருக்கிறது என்று பாட்டி புலம்பினாள்.

செக்கச்சிவந்த பெ.அ. **மிகவும் சிவப்பான;** bright red. கிளி தன் செக்கச்சிவந்த மூக்கால் சிறகைக் கோதிக்கொண் டிருந்தது.

செக்கச்செவேல்-என்று/-என்ற வி.அ./பெ.அ. (உடல் நிறத்தைக் குறிக்கும்போது) **மிகவும் சிவப்பாக/ மிகவும் சிவப்பான;** ruddy/of a fair complexion. நறுக்கிய தர்ப் பூசணித் துண்டு செக்கச்செவேலென்று இருந்தது./ செக் கச்செவேலென்று ஒளிர்ந்த வானம்/ செக்கச்செவே லென்ற முகம்.

செக்கல் பெ. (இலங்.) (இருள் பரவும்) **அந்தி நேரம்;** dusk. அப்பா வீட்டுக்கு வரச் செக்கல் ஆகிவிடும்./ செக்கல் நேரத்தில் பெண் பிள்ளையை எப்படித் தனியே அனுப்புவது என்று பாட்டி கூறினார்.

செக்கிழு வி. (-இழுக்க, -இழுத்து) (முன்பு கைதிகளுக் கான கடும் தண்டனையாக) **செக்கை இழுக்க வைத் தல்;** draw the oil-press (as part of a prisoner's sentence in former times).

செக்கு பெ. **பெரிய உரல் போன்ற மர அமைப்பின் நடு வில் பொருத்தப்பட்டுள்ள உலக்கை போன்ற தடியை மாடுகளைக்கொண்டு வட்டமாகச் சுழலச் செய்வதன் மூலம் வித்துகளை அரைத்து எண்ணெய் எடுக்கப் பயன்படும் ஒரு வகைச் சாதனம்;** oil-press. (பார்க்க, படம்)

செக்கு மாடு பெ. **செக்கில் பூட்டப்பட்டதால் ஒரே தடத் தில் திரும்பத்திரும்பப் போகும் மாடு;** a bullock hitched to an oil-press doing rounds on the same track.

செக்குலக்கை
செக்கு

செக்குலக்கை பெ. **(செக்கில் பொருத்தப்பட்டிருக்கும்) உலக்கை போன்ற பெரிய மரத் தடி;** pestle of an oil-press. *(பார்க்க, படம்: செக்கு)*

செங்கண்மாரி பெ. *(இலங்.)* **மஞ்சள் காமாலை;** jaundice. செங்கண்மாரிக்குக் கட்டாயம் வைத்தியம் செய்ய வேண்டும்.

செங்கப்பி பெ. காண்க: **சிவப்புக் கப்பி.**

செங்கமாரி பெ. *(இலங்.)* காண்க: செங்கண்மாரி.

செங்கல் பெ. **(கட்டடம் கட்டப் பயன்படும்) சிவப்பு நிறத்தில் இருக்கும், கனச் செவ்வக வடிவம் கொண்ட, சுட்ட களிமண் கட்டி;** baked brick.

செங்கழுத்து நீலன் பெ. **(பறந்து செல்லும் பூச்சிகளைப் பிடித்து உண்ணும்) தலையின் மேற்பகுதி, முதுகு, இறக்கைகள் ஆகியவை அடர்ந்த நீலமாகவும், கழுத்தின் அடிப்பகுதியும் மார்பும் ஆரஞ்சு வண்ணத்திலும், உடலின் கீழ்ப்பகுதி வெள்ளையாகவும் இருக்கும் சிறிய பறவை;** Tickells' blue flycatcher.

செங்காமட்டி பெ. *(ஊரக வ.)* **செங்கல்லைப் பொடித்துப் பெறும் தூள்;** piece of brick pulverized. மாட்டுப் பொங்கலுக்குச் செங்காமட்டியால் தொழுவத்துக்குக் கோலம் போடுவார்கள்.

செங்காய் பெ. **பழுக்கும் நிலையிலுள்ள காய்;** fruit almost ripe. மாங்காய் செங்காயாக இருந்தால் குழம்புக்கு நன்றாக இருக்கும்.

செங்கால் நாரை பெ. **வெள்ளை நிற உடலும், கறுப்பும் வெள்ளையும் கலந்த சிறகுகளும், நீண்ட சிவப்பு நிறக் கால்களும் கொண்ட, வலசை வரும் நீர்ப்பறவை;** white stork. செங்கால் நாரை மத்திய ஐரோப்பிய நாடுகளிலிருந்து இந்தியாவுக்கு வலசை வருகிறது.

செங்காவி பெ. **(தரையில் கோலம் போட, நீரில் கரைத்துச் சுவர்களில் பட்டையாக வண்ணம் தீட்டப் பயன்படுத்தும்) கருஞ்சிவப்பு நிறத்தில் இருக்கும் சன்னமான மண்;** dark red, fine soil (used for drawing கோலம் on the ground or for painting stripes on walls after mixing with water). வீட்டு வாசலில் கோல மாவையும், செங்காவியையும் பயன்படுத்திக் கோலம் போட்டிருந்தார்கள்./ கோயில் மதிலுக்குச் செங்காவியும் சுண்ணாம்பும் மாறிமாறிப் பயன்படுத்தி மாணிக்கப் பட்டை தீட்டியிருந்தது.

செங்குத்து பெ. **1:** *(-ஆக, -ஆன)* **ஒன்று கீழ்ப்பரப்பிலிருந்து சாய்வு இல்லாமல் நேராக மேல்நோக்கியிருக்கும் நிலை; மேலிருந்து கீழாக அல்லது கீழிருந்து மேலாக நேர்கோட்டிலிருந்து அதிகம் விலகாத நிலை;** steepness. செங்குத்தான மலை/ கீழே விழுந்த புத்தகம் தரையில் செங்குத்தாக நின்றது./ செங்குத்தான பள்ளத்தாக்கு. **2:** *(கணி.)* **ஒரு கோடு அல்லது பரப்பு மற்றொரு கோட்டுடன் அல்லது பரப்புடன் 90^0 கோணத்தில் அமைந்திருக்கும் நிலை;** perpendicularity. கிடைமட்டக் கோட்டையும் செங்குத்துக் கோட்டையும் இணைக்கும் பக்கம் கர்ணம் ஆகும்.

செங்குருதிக்கலம் பெ. *(இலங்.)* **(இரத்தத்தில் உள்ள) சிவப்பணு;** red blood cell; red corpuscle.

செங்கோணம் பெ. *(கணி.)* **90^0 பாகைகொண்ட கோணம்;** right angle.

செங்கோல் பெ. **1: (அரசனின்) நீதி, நேர்மை தவறாத நல்லாட்சி;** just rule or administration (of a king). **2: (முற்காலத்தில் அரசரின் சின்னமாக விளங்கிய) அரச இலச்சினை பொறிக்கப்பட்ட, அதிகாரத்தைக் குறிக்கும் கோல்;** sceptre (symbol of royal power). **3: அதிகாரத்தின் சின்னமாக மேயருக்கு வழங்கப்படும், அலங்கரிக்கப் பட்ட கோல்;** mace.

செஞ்சந்தனம் பெ. காண்க: செம்மரம்.

செஞ்சிலுவைச் சங்கம் பெ. **போர், பஞ்சம், இயற்கைச் சீற்றம் போன்றவற்றால் பாதிப்படைந்த மக்களுக்கு மருத்துவச் சேவையும் நிவாரணமும் அளிக்கும் ஒரு சர்வதேசத் தொண்டு நிறுவனம்;** Red Cross Society.

செஞ்சோற்றுக்கடன் பெ. *(உ.வ.)* **(உணவு, உடை கொடுத்து ஆதரவு தந்த ஒருவருக்கு) நன்றி மறவாமல் உயிரைக் கொடுத்தாவது உதவி செய்ய வேண்டிய கடமை;** indebtedness (to a person). சொந்தப் பிள்ளையைப் போல் என்னை வளர்த்தவருக்குச் செஞ்சோற்றுக்கடன் தீர்க்கும் நிலையில் நான் இருக்கிறேன்.

செட்டு பெ. *(-ஆக, -ஆன)* *(பே.வ.)* **(எதையும்) அளவாகப் பயன்படுத்தும் முறை; சிக்கனம்;** frugality; brevity (in speech). வரவுக்குத் தகுந்தபடி செட்டாகக் குடும்பம் நடத்தத் தெரிந்தவர்./ செட்டான பேச்சு.

செட்டும்கட்டுமாக வி.அ. **மிகுந்த சிக்கனத்துடன்;** frugally. என் தாய் செட்டும்கட்டுமாகக் குடும்பத்தை நடத்தியதால்தான் எங்கள் எல்லோரையும் படிக்க வைக்க முடிந்தது./ இந்தக் காலத்தில் செட்டும்கட்டுமாக இருந்தால்தான் பிழைக்க முடியும்.

செட்டை பெ. *(இலங்.)* **1: (பறவையின்) சிறகு;** wing. கோழி செட்டை அடித்துப் பறந்தது. **2: (பாம்பின்) சட்டை;** dead skin sloughed off by the snake. சந்தேகமே இல்லாமல் அங்கே இருப்பது பாம்புச் செட்டைதான்./ செட்டையைக் கழற்றிவிட்டுப் பாம்பு போனதற்கான அடையாளம் உள்ளது. இரவில் கொஞ்சம் கவனமாக இரு.

செட்டைகட்டிப் பற வி. *(பறக்க, பறந்து)* *(இலங்.)* **(ஒருவர்) புகழோடும் பெருமையோடும் வாழ்தல்;** lead a life of fame. பரீட்சைப் பெறுபேற்றில் தேசிய மட்டத்தில் தம்பி முதலிடம் பெற்றதால், அவன் தொலைக்காட்சி, பத்திரிகை என்று செட்டைகட்டிப் பறக்கிறான்./ உங்கள் படிப்புத் திறமையால் நீங்கள் ஊருக்குள் செட்டை கட்டிப் பறக்கிறீர்கள்.

செட்டை முளை வி. *(முளைக்க, முளைத்து)* *(இலங்.)* **(ஒருவர் கர்வத்தால் தம்மைப் பற்றி) மிகவும் உயர்வாக நினைத்துக்கொள்ளுதல்;** become vain. கண்மண் தெரியாமல் பணம் குவிந்த பிறகு உன் தம்பிக்குச் செட்டை முளைத்துவிட்டது என்று அப்பா அம்மாவிடம் கூறினார்./ நீ பரீட்சைப் பெறுபேற்றில் முதல்நிலை பெற்றுவிட்டதால் உனக்குச் செட்டை முளைத்துவிட்டதாக நினைத்துக் கொள்ளாதே என்றார் வகுப்பு ஆசிரியர்.

செடல்

செடல் பெ. (கோயில் திருவிழாவில்) நடப்பட்ட கம்பத்தின் உச்சியில் சுழலும் கழியின் இருமுனைகளிலும் தொங்கும் இருக்கைகளில் குழந்தைகள் அமர்ந்து ராட்டினம்போல் சுற்றும், அல்லது நேர்த்திக் கடனுக்காக குழந்தைகளை அமர்த்தி மூன்று முறை சுற்றும் அமைப்பு; a post with a pivot on its top bearing revolving beam at both ends of which seats are suspended for children to ride as in a merry-go-round during temple festivals or to go three rounds to fulfil a vow made to the deity. (பார்க்க, படம்)

செடல் காவடி பெ. முதுகில் குத்திய தூண்டில் முட்களோடு இணைந்த கயிறுகளைக்கொண்டு நேர்த்திக் கடனாகக் கோயிலுக்கு இழுத்துச் செல்லும் சிறிய தேர்; small chariot which a devotee draws to a temple with the help of ropes having metal hooks at their ends driven into the skin of his back to fulfil a vow.

செடி¹ வி. (செடிக்க, செடித்து) (இலங்.) (தாவரம்) அடர்த்தியாக வளர்தல்; be close together; be thick. தூதுவளை நன்றாகச் செடித்து வளர்ந்துவிட்டது./ நட்டுவைத்து இவ்வளவு நாளாகியும் கருவேப்பிலைக் கன்று இன்னும் செடிக்கவில்லையே.

செடி² பெ. 1: (தரையில் நேராக வளரும்) மெல்லிய தண்டைக் கொண்ட சிறு தாவரம்; plant. பூச் செடிகள்/ கத்தரிச் செடி/ வெண்டைச் செடி. 2: (மரத்தின் வளர்ச்சியில்) மரமாவதற்கு முந்தைய நிலை; young plant; seedling. பத்து வருடங்களுக்கு முன்பு நான் வைத்த மாங்கன்று என் கண்ணெதிரே வளர்ந்து செடியாகி இப்போது மரமாக நிற்கிறது.

செடி முருங்கை பெ. (வழக்கமான முருங்கை மரம் போல வளராமல்) செடியாக வளர்ந்து விரைவில் காய்க்கும் முருங்கை வகை; a kind of drum-stick tree that yields in a short time but does not grow to be a tree.

செண்டாயுதம் பெ. (ஐயனார் கையில் ஆயுதமாக வைத்திருக்கும்) முனையில் மூன்று வளைவுகளைக் கொண்ட கழி; small stick with a curved tip carried by the deity ஐயனார்.

செண்டு பெ. அழகாகக் கட்டப்பட்ட (மலர்) கொத்து; bouquet (of flowers). மலர்ச் செண்டு.

செண்டை பெ. (கேரள மாநிலத்தில் அதிகமாகப் பயன்படுத்தப்படும்) இரு குச்சிகளால் ஒரே பக்கத்தில் அடித்து இசைக்கும் சற்று நீளமான பீப்பாய் போல இருக்கும் தாள வாத்தியம்; long drum, suspended from the shoulder, played with wooden sticks.

செண்டை

செண்பகம்¹ பெ. சாம்பல் நிறப் பட்டையை உடையதும், வாசனை மிகுந்த மஞ்சள் நிறப் பூப் பூப்பதுமான ஒரு வகை மரம்/அந்த மரத்தில் பூக்கும் பூ; champak, the tree and the flower.

செண்பகம்² பெ. செம்போத்து; greater coucal.

செத்தக் கெண்டை பெ. (ஆறு, முகத்துவாரம் போன்ற வற்றில் காணப்படும்) கரும் பச்சை நிறத்தில், உடலில் பட்டைகளைக் கொண்ட, முட்டை வடிவில் இருக்கும் (உணவாகும்) ஒரு வகை மீன்; pearl spot.

செடல்

601 செந்தூரம்[1]

செத்தல் மிளகாய் பெ. (இலங்.) **காய்ந்த மிளகாய்;** red chilli.

செத்தலன் பெ. (இலங்.) **எலும்பும்தோலுமாக இருக்கும் ஆண்;** skinny boy or man. இந்தச் செத்தலனுக்கு எவன் பெண் கொடுப்பான்?/ உன் மகன் செத்தலனாக இருக்கிறானே, வைத்தியரிடம் காட்டக்கூடாதா?

செத்தலி பெ. (இலங்.) **எலும்பும்தோலுமாக இருக்கும் பெண்;** skinny girl or woman. உன் மகள் ஏன் செத்தலியாக இருக்கிறாள்? சரியாகச் சாப்பிடுவதில்லையா?

செத்த வீடு பெ. (பே.வ.) **இறப்பு நிகழ்ந்த வீடு;** a house where someone has died. நான் செத்த வீட்டுக்குப் போய்விட்டு வருகிறேன்./ செத்த வீட்டில் ஊரே கூடி நின்றது.

செத்து வி. 1: (செத்த, செத்தி) (பே.வ.) **(தரையில் உள்ள) புல், பூண்டு போன்றவற்றைக் கொத்தி நீக்குதல்;** mow. கொல்லையில் புல் மண்டிக் கிடந்ததால் தாத்தா தரையைச் செத்திவிட்டுக் கொண்டிருந்தார். **2: (ஒரு மரத் துண்டு, பலகை போன்றவற்றைச் சமமாக்க) மேற்பரப்பைச் செதுக்குதல்;** chip away; chip out.

செத்துச் சுண்ணாம்பாகு வி. (-ஆக, -ஆகி) **1: (பெரும்பாலும் விருப்பமில்லாத ஒன்றைத் தொடர்ந்து செய்வதால்) கடுமையாகச் சோர்வடைதல்;** spend oneself. ஒரு மாதமாக உறவினர்களுக்குப் பணிவிடை செய்தே நான் செத்துச் சுண்ணாம்பாகிவிட்டேன். **2: (இருக்கும் இடம் தெரியாமல்) அழிந்துபோதல்;** (exaggeratedly) be reduced to a wreck. நீங்கள் மட்டும் அப்போது உதவவில்லை என்றால், இந்நேரம் நான் செத்துச் சுண்ணாம்பாகியிருப்பேன்.

செத்துப்பிழை வி. (-பிழைக்க, -பிழைத்து) **(மிகைப்படுத்திக் கூறும் முறையில்) நெருக்கடிக்கு உள்ளாகி மீளுதல்; (தினமும் அல்லது அடிக்கடி) மிகக் கடினமான நிலைமைகளைச் சந்தித்தல்;** have a narrow escape; survive a crisis. கடலுக்குச் செல்லும் மீனவர்கள் தினம் தினம் செத்துப்பிழைக்கிறார்கள்.

செத்தை பெ. **1: (செடிகொடிகளின்) காய்ந்த இலை, குச்சி போன்றவை;** dry leaves; discarded sheaves; vegetable waste. தோட்டத்தில் கிடக்கும் செத்தைகளை அள்ளிக் கொட்டு. **2:** (இலங்.) **தென்னை அல்லது பனை ஓலையால் அடைக்கப்பட்ட வேலி;** fence made of coconut or palmyra leaves. செத்தையால் பக்கத்து வீட்டுக்குள் எட்டிப்பார்த்தாள்.

செதில்[1] பெ. **1: (மீன், ஓணான் போன்றவற்றின்) உடல் மேல் செறிவாக மூடியிருக்கும் விறைப்பான தோல் அடுக்கு;** scale (of fish, garden lizard, etc.,). **2: மெல்லிய தகடு போன்ற துண்டு அல்லது கட்டி;** slice; piece. மாம்பழத்தைச் செதில்செதிலாகச் சீவினான்./ பிணவறையில் ஐஸ்கட்டிகள் செதில்செதிலாக வைக்கப்பட்டிருந்தன. **3:** (உயிரி.) **மொட்டில் புல்லிவட்டத்துக்குக் கீழேயும், புதிதாகத் தோன்றிய இலையில் காம்புக்குக் கீழேயும் (அவற்றைப் பாதுகாப்பதற்காக) இருக்கும் சிறு தளிர் போன்ற பாகம்;** bract; stipule. பூவடிச் செதில்/ இலையடிச் செதில்.

செதில்[2] பெ. (பே.வ.) **கறையான்;** termite. கரடி தன் நகங்களால் புற்றைக் குடைந்து, வெளியே வரும் செதில்களை நக்கித் தின்னும்.

செதிள் பெ. காண்க: **செதில்[1]**.

செதுக்கு வி. (செதுக்க, செதுக்கி) **1: (மரம், கல் முதலிய வற்றுக்குக் குறிப்பிட்ட வடிவம் கொடுக்க) உளி போன்ற சாதனங்கள்மூலம் கொஞ்சம்கொஞ்சமாக வெட்டி எடுத்தல்;** chip or shave off (wood, etc.,); chisel; carve (stone, etc.,). கட்டையைச் செதுக்கி மண்வெட்டிக்குப் பிடி செய்தான். **2: (சிற்ப சாஸ்திர முறைப்படி மரத்தில், கல்லில் குறிப்பிட்ட) உருவத்தை வடிவமைத்தல்; (சிலை) வடித்தல்;** sculpt. இந்த அற்புதமான சிலையைச் செதுக்கிய சிற்பி யார்?/ கதவில் மயில் உருவம் செதுக்க வேண்டும்./ செதுக்கிவைத்தது போன்ற மூக்கு/ (உரு வ.) இந்தத் திரைப்படத்தை நான் செதுக்கிச்செதுக்கி உருவாக்கியிருக்கிறேன். **3: (புல், பூண்டு முதலியவற்றை மண்வெட்டி போன்றவற்றால்) மண்ணின் மேற்பரப்போடு ஒட்டி வெட்டுதல்;** mow (grass with a scythe); trim. செதுக்கிய புல்லை மண் இல்லாமல் உதறி மாட்டுக்குப் போடு./ பூந்தோட்டத்தை அழகாகச் செதுக்கிவைத்திருந்தார்கள்.

செந்தட்டி பெ. (வ.வ.) **உடலின் மீது பட்டால் அரிப்பு ஏற்படுத்தக்கூடிய ஒரு வகைச் சிறு செடி;** stinging nettle.

செந்தமிழ் பெ. **செம்மைப் பண்பு உடைய உயர் வழக்குத் தமிழ்;** Tamil of high standard.

செந்தலைக் கிளி பெ. **உடலையும் கழுத்தையும் பிரிப்பது போன்று கறுப்பு நிற வளையத்துடன், ஆண் பறவையின் தலைப்பகுதி சிவப்பு நிறத்திலும், பெண் பறவையின் தலை வெளிர்சாம்பல் நிறத்திலும் இருக்கும் ஒரு வகைக் கிளி;** plum-headed parakeet.

செந்தலைப் பஞ்சுருட்டான் பெ. **(பொதுவாகத் தட்டான், தேனீ போன்ற பூச்சிகளைப் பிடித்து உண்பதும்) தலைப்பகுதி ஆரஞ்சு நிறத்திலும் உடலின் மேலே பச்சையாகவும், வயிறு மஞ்சளாகவும் இருக்கும் பறவை;** chestnut-headed bee-eater.

செந்தளி வி. (செந்தளிக்க, செந்தளித்து) (இலங்.) **(பொலிவோடு) செழித்துக் காணப்படுதல்; செழித்தல்;** flourish. சமீபத்தில் பெய்த மழைக்குப் பிறகு தோட்டம் செந்தளித்துக் காணப்படுகிறது./ செந்தளித்த முகம்.

செந்தளிப்பு பெ. (இலங்.) **செழிப்பு;** flourishing. மழை பெய்ததால் மரங்கள் எல்லாம் செந்தளிப்பாக இருக்கின்றன./ அவளுடைய முகத்தில் ஒரு செந்தளிப்புத் தெரிகிறது.

செந்தூக்காக வி.அ. (வ.வ.) ('தூக்குதல்' என்னும் வினையோடு) **செங்குத்தாக;** straight upward. பருந்து கோழிக்குஞ்சைச் செந்தூக்காகத் தூக்கிக்கொண்டு போய்விட்டது.

செந்தூரம்[1] பெ. **1: குங்குமத்தில் சேர்க்கும் ஒரு வகைச் சிவப்பு நிறப் பொடி;** a kind of red powder added to vermilion. **2:** (சித்த.) **புடம்போட்டு எடுக்கப்படும் செந்நிற மருந்து;** calcined powder red in colour used as a medicine.

செந்தூரம்² பெ. சிவப்பு நிற மலர்கள் பூக்கும் ஒரு வகை மரம்; red Indian oak tree.

செந்தூரான் பெ. சற்றுச் சிவந்து சிறியதாக இருக்கும் மாம்பழ வகை; a variety of mango fruit (red in colour).

செந்நாகம் பெ. சிவப்பு நிறத்தில் இருக்கும் ஒரு வகை நல்லபாம்பு; red cobra.

செந்நாய் பெ. செந்நிற உடலும் அடர்த்தியான வாலும் உடைய (கூட்டமாக வேட்டையாடும்) காட்டு நாய்; dhole.

செந்நீர் பெ. (உ.வ.) இரத்தம்; blood. செந்நீர் சிந்திய தியாகிகள்.

செந்நீல நாரை பெ. உடல் பகுதி சாம்பலும் செந்நீலமும் கலந்தது போன்ற நிறத்திலும், அலகு மஞ்சள் நிறத்திலும் இருக்கும் ஒரு நீர்ப்பறவை; purple heron.

செந்நெறி பெ. (உ.வ.) மரபு சார்ந்து ஒழுகும் தூய பண்பு; righteous path.

செப்பட்டை பெ. (இலங்.) காது; ear. தகப்பன் அடித்த அடியில் அவனுடைய செப்பட்டை வீங்கிவிட்டது.

செப்படிவித்தை பெ. பொருளைத் தோன்றச் செய்தல், மறையச் செய்தல் முதலியவற்றைச் செய்து காட்டும் தந்திர வித்தை; conjuring tricks. (உரு வ.) அரசியல் செப்படிவித்தைகள் தெரியாத அரசியல்வாதி இவர்!

செப்பம் பெ. (உ.வ.) ஒழுங்கு; செம்மை; perfection. ஆய்வுக் கட்டுரை செப்பமாக இல்லை.

செப்பம்செய் வி. (-செய்ய, -செய்து) (உ.வ.) (பழுது, குறைபாடு, பிழை முதலியவற்றை நீக்கி) சரிசெய்தல்; புதுப்பித்தல்; restore; renovate; set right. அஜந்தா ஓவியங்களைச் செப்பம்செய்ய அரசு நடவடிக்கை எடுத்துள்ளது.

செப்பனிடு வி. (செப்பனிட, செப்பனிட்டு) 1: சரிசெய்தல்; பழுதுபார்த்தல்; repair. சாலையையும் பாலத்தையும் விரைவில் செப்பனிடக் கோரியுள்ளோம்./ இந்த இயந்திரத்தைச் செப்பனிட நிறைய செலவாகும். 2: (நூலின் தரத்தை உயர்த்தும் வகையில்) திருத்துதல்; செப்பம்செய்தல்; edit (a manuscript, a text so as to improve its quality). இந்த நூலைச் செப்பனிட்டு உதவிய நண்பர்களுக்கு நன்றி.

செப்பிடுவித்தை பெ. காண்க: செப்படிவித்தை.

செப்பு¹ பெ. 1: (குங்குமம் முதலியவை போட்டு வைக்கப் பயன்படும் மரத்தால் அல்லது உலோகத்தால் ஆன) உள்ளங்கையில் அடங்கும் அளவுக்குச் சிறியதாக இருக்கும் கலன்; சிமிழ்; little box (of metal, wood, etc., to keep குங்குமம், etc.,). 2: மரத்தால் செய்து வண்ணம் பூசிய பாத்திரம் போன்ற விளையாட்டுச் சாதனம்; toy utensil (made of wood and painted with bright colours). பெண் குழந்தைகள் செப்பு வைத்து விளையாடுவார்கள்.

செப்பு² பெ. தாமிரம்; செம்பு; copper. தூத்துக்குடியில் செப்பு உருக்காலை ஒன்று உள்ளது./ செப்பால் ஆன திருமேனி/ அந்தக் காலத்தில் பித்தளை, செப்பு ஆகியவற்றில் நாணயங்களை அச்சிட்டனர்./ செப்புக் காசு/ செப்புத் தவலை/செப்புக் கம்பி.

செப்புத்தூக்கி பெ. (இஸ்.) இறந்தவர் உடலை அடக்கம் செய்ய இடுகாட்டுக்குத் தூக்கிச் செல்லும்போது, துணியால் மூடி முன்னால் கொண்டுசெல்வதும் இறுதிச் சடங்குக்குப் பின்னர் ஏழைகளுக்கு உணவு வழங்குவதற்கான பண்டங்கள் நிறைந்ததுமான, பெரிய வட்டத் தட்டு; a plate carried at the head of the funeral procession, containing food meant for distribution to the poor after the burial.

செப்பேடு பெ. (பழங்கால அரசர்களின் ஆணைகள், அவர்கள் வழங்கிய கொடை பற்றிய விவரங்கள் முதலியவை பொறிக்கப்பட்ட) செப்புத் தகடு; பட்டயம்; documents inscribed on copper-plates (by kings in former times). சோழர் காலச் செப்பேடுகள் அந்தக் கால நிர்வாக முறையை அறிய உதவுகின்றன.

செபம் பெ. காண்க: ஜெபம்.

செபி வி. (செபிக்க, செபித்து) காண்க: ஜெபி.

செம் பெ.அ. 'சிவப்பு' என்ற சொல்லின் பெயரடை வடிவம்; red (in colour). செம்பழுப்பு/ செந்நெல்/ செவ்விதழ்/ செஞ்சாந்து.

செம்பகம் பெ. காண்க: செம்போத்து.

செம்பட்டை பெ. (முடியின் நிறத்தைக் குறிக்கும்போது) வெளிர் சிவப்பு; பழுப்பு; brown colour (of hair).

செம்பதிப்பு பெ. ஒரு நூலுக்குக் கிடைக்கும் பதிப்புகளையும் ஏடுகளையும் ஒப்பிட்டு ஆராய்ந்து பதிக்கப்படும் தரமான பதிப்பு; critical edition.

செம்பருத்தி பெ. புதர்போல் அடர்ந்து வளர்வதும் (பெரும்பாலும்) சிவப்பு நிறப் பூப் பூப்பதுமான ஒரு வகைச் செடி; shoe flower.

செம்பருந்து பெ. கூர்மையான வளைந்த அலகுடன், வெள்ளை நிறத்தில் தலையும் மார்பும், செம்பழுப்பு நிறத்தில் முதுகும் சிறகும் இருக்கும் ஒரு வகைப் பறவை; கிருஷ்ணப் பருந்து; brahminy kite. செம்பருந்தை கருடன் எனவும் அழைப்பர்.

செம்பாட்டான் பெ. (இலங்.) மஞ்சள் நிறத்தில் சதைப் பற்றோடு உருண்டையாக இருக்கும் ஒரு வகை மாம்பழம்; a variety of yellow mango, round and fleshy.

செம்பாட்டு நிலம் பெ. (இலங்.) செம்மண் நிலம்; red earth.

செம்பாடு பெ. (இலங்.) செம்மண் பூமி; red soil. செம்பாட்டுத் தரையில் எல்லாப் பயிர்களும் நன்றாக விளையும்./ செம்பாட்டு மண்ணில் விளைந்த மரவள்ளிக் கிழங்கு நல்ல சுவை.

செம்பாதி பெ. (பே.வ.) சரிபாதி; exact half (of sth.). மார்கழி செம்பாதிக்கு மேல் கார்மேகங்களின் ஓட்டம் நின்றுவிடும்./ வீட்டில் பங்கு மட்டும் கேட்கவில்லை, அதில் செம்பாதி கேட்கிறார்.

செம்பிடரித் தகைவிலான் பெ. தலையின் பின்பக்கமும் பக்கப் பகுதிகளும் சிவப்பு நிறத்திலும், இறக்கைகளின் மேல்புறம் நீலம் கலந்த சாம்பல் நிறத்திலும், இறக்கைகளின் அடிப்பகுதி பழுப்பு நிறத்திலும்,

அ ஆ இ ஈ உ ஊ எ ஏ ஐ ஒ ஓ ஔ ஃ

603 செய்¹

உடலின் பெரும் பகுதி வெள்ளையாகவும், அவற்றில் மெல்லிய வரிகளும், ஊசி போன்ற நீண்ட பிளவுபட்ட வாலும் கொண்ட, பெரும்பாலும் வானத்தில் பறந்து திரியும் ஒரு சிறிய பறவை; red-rumped swallow.

செம்பு[1] பெ. **வெப்பம், மின்சாரம் ஆகியவற்றை எளிதில் கடத்தக்கூடியதும் கடினத் தன்மை குறைந்ததுமான வெளிர் சிவப்பு நிற உலோகம்; தாமிரம்;** copper.

செம்பு[2] பெ. **(நீர், பால் முதலியவற்றை எடுத்துச் செல்ல வசதியாக) குறுகிய கழுத்தும் உருண்டை வடிவக் கீழ்ப் பகுதியும் உடைய (பித்தளை, செம்பு போன்ற உலோகங்களால் ஆன) பாத்திரம்;** small vessel with a narrow neck (for carrying water, milk, etc.,).

செம்பூறு வி. (-ஊற, -ஊறி) (இலங்.) **செப்புப் பாத்திரத்தில் களிம்பு உருவாதல்;** form verdigris. செப்புக் குடத்தில் செம்பூறாமல் இருக்க ஈயம் பூசவும்.

செம்போத்து பெ. **(அண்டங்காக்கையின் அளவை ஒத்ததும்) கறுப்பு நிற உடலும், அரக்கு நிற இறக்கைகளும், சிவந்த கண்களும் உடைய, குயில் இனத்தைச் சேர்ந்த பறவை; செண்பகம்;** greater coucal; crow-pheasant. செம்போத்து குயிலினமாக இருந்தாலும் கூடு கட்டும் இயல்புடையது.

செம்மண் பெ. 1: **சாலை போடும்போது மணலுடன் கலந்து பிடிப்புக்காகப் பயன்படுத்தும் சிவப்பு நிற மண்;** red gravel used with sand as a binding material while laying road. சாலையில் கப்பி போட்டு அதன்மேல் செம்மண் பரப்பிவிட்டு, அதற்கு மேல் தார் கலந்த கப்பி பரப்புவார்கள். 2: காண்க: **சிவப்புச் செம்மண்.** 2: காண்க: **வெள்ளைச் செம்மண்.**

செம்மரம் பெ. **செம்பழுப்பு நிறத் தண்டினைக் கொண்டிருக்கும், வேங்கை இனத்தைச் சேர்ந்த மரம்;** red sanders. அருகிவரும் மர வகைகளில் செம்மரமும் ஒன்று./ செம்மரத்துக்கு அயல்நாடுகளில் அதிக கிராக்கி இருப்பதால் அதைக் கடத்தி எடுத்துக்கொண்டுபோகப் பலர் முயல்கிறார்கள்.

செம்மல் பெ. *(உ.வ.)* (பெரும்பாலும் தொடர்களில் வரும்போது) **சிறந்தவர்; உயர்ந்தவர்;** (mostly in phrases) person of excellence (in sth.). தியாகச் செம்மல்/ சீர்திருத்தச் செம்மல்.

செம்மறியாடு பெ. **(கம்பளிக்குத் தேவையான ரோமத்தைப் பெறுவதற்காகவும் இறைச்சிக்காகவும் வளர்க்கப்படும்) ஒரு வகைச் செம்பழுப்பு நிற ஆடு;** common brown sheep.

செம்மாந்து/செம்மாந்த வி.அ./பெ.அ. *(உ.வ.)* **பெருமிதம் கொண்டு/ பெருமிதம் கொண்ட;** in an exalted manner/exalted. வெற்றிக் களிப்பில் வீரர்கள் செம்மாந்து திரிந்தனர்./ அவருடைய செம்மாந்த பேச்சு.

செம்மார்புக் குக்குறுவான் பெ. **(கொல்லன் செப்புத் தகட்டை அடிப்பது போன்று ஒலி எழுப்பும்) தலையின் முன்பகுதி, கழுத்தின் கீழ்ப்பகுதி, கால்கள் ஆகியவை சிவப்பாகவும், உடலின் அடிப்பகுதி வெளிர் பச்சையாகவும், இறக்கைகள் கரும்பச்சையாகவும் இருக்கும், கண்களைச் சுற்றி இமைகள் போல மஞ்சள் நிறப் பிறைகளைக் கொண்டிருக்கும் சிறு பறவை;** coppersmith; barbet.

செம்மீசைச் சின்னான் பெ. **ஒற்றைக் கொம்பு போல் நீட்டிக்கொண்டிருக்கும் கொண்டையுடன், இறக்கைகள் பழுப்பு நிறத்திலும், உடலின் அடிப்பகுதி வெள்ளை நிறத்திலும், கண்களின் பக்கப்பகுதி மற்றும் வால் தொடங்கும் இடம் சிவப்பாகவும் இருக்கும் சிறிய பறவை;** red-whiskered bulbul.

செம்மூக்கு ஆள்காட்டி பெ. **கால்கள் மஞ்சள் வண்ணத்திலும், இறக்கைகள் பழுப்பு நிறத்திலும், கழுத்தும், மார்பும் கறுப்பு நிறத்திலும், வயிறு வெள்ளை நிறத்திலும் இருக்கும், அலகு ஆரம்பிக்கும் இடத்தில் சிவப்பு நிற, இறகுகள் இல்லாத தசைகளைக் கொண்டிருக்கும் ஒருவகை ஆள்காட்டிப் பறவை;** red-wattled lapwing.

செம்மை[1] பெ. *(உ.வ.)* **சிவப்பு;** redness. சூரியன் மறையும் நேரத்தில் வானம் செம்மை பூசியிருந்தது.

செம்மை[2] பெ. *(உ.வ.)* 1: (-ஆக, -ஆன) **பண்பட்ட நிலை; சிறப்பு; உயர்வு;** fineness; refinement; culture. மொழி செம்மை பெற இலக்கியங்கள் உதவுகின்றன./ நாட்டில் செம்மையான ஆட்சி நடத்த உதவுவோம். 2: **நேர்மை;** uprightness; rectitude. வறுமையிலும் செம்மை வேண்டும்.

செம்மைப்படுத்து வி. (-படுத்த, -படுத்தி) *(உ.வ.)* **மேம்படுத்துதல்; சீர்படுத்துதல்;** improve; reform. நிர்வாக அமைப்பைச் செம்மைப்படுத்தச் சில திட்டங்கள் மேற்கொள்ளப்படும்.

செம்மையாக வி.அ. *(பே.வ.)* (அடித்தல், திட்டுதல் போன்றவற்றைக் குறிக்கும்போது) **கடுமையாக;** (with reference to thrashing, abusing) severely. கோபத்தில் குழந்தையைச் செம்மையாக அடித்துவிட்டேன்./ அப்பாவிடம் செம்மையாக வாங்கிக்கட்டிக்கொண்டாள்.

செம்மொழி பெ. **மிகப் பழைய இலக்கிய, இலக்கண, சிந்தனை நூல்கள் கொண்டதும் இவற்றின் பிற்காலப் படைப்புகளுக்கு ஆதர்சமாக விளங்குவதுமான மொழி;** classical language. உலகின் சில செம்மொழிகளில் தமிழும் ஒன்று.

செமத்தியாக/செமத்தியான வி.அ./பெ.அ. *(பே.வ.)* **பலமாக/ பலமான;** severely/severe. செமத்தியாக உதை பட்டான்./ கீழே விழுந்து செமத்தியான அடி.

செமி வி. (செமிக்க, செமித்து) *(வ.வ.)* காண்க: **செரி.**

செய்[1] வி. (செய்ய, செய்து) 1: **(ஒரு செயலை) நிகழ்த்துதல் அல்லது மேற்கொள்ளுதல்; ஒரு செயலில் ஈடுபடுதல்;** do; perform. அறையில் தனியாக உட்கார்ந்துகொண்டு என்ன செய்கிறாய்?/ செய்வதைத் திருந்தச் செய்!/ வேலை செய்யாமல் இருந்தால் சாப்பாட்டுக்கு எங்கே போவது?/ வீண் கலாட்டா செய்யாதே!/ திருமணத்துக்கான ஏற்பாடுகள் செய்யப்பட்டுவிட்டன./ எனக்கு அவர் செய்த உதவிகள் ஏராளம்./ நேற்று நான் செய்த சமையல் எப்படி?/ ஒப்பனை செய்துகொள்ளுவதற்கு இவ்வளவு நேரமா?/ கொடுத்த வாக்கை நிறைவேற்றுவதாகச் சத்தியம் செய்தான்./ எனது கட்டுரையில் அவர் சில திருத்தங்கள் செய்தார்./ இங்கே நீங்கள் என்ன செய்துகொண்டிருக்கிறீர்கள்?/ என்ன வைத்தியம் செய்தும் நோய் தீரவில்லை./

இயற்பியலில் நியூட்டன் செய்த ஆய்வுகள் உலகையே மாற்றியமைத்திருக்கின்றன./ மூத்த பையன் வேலை இல்லாமல் இருக்கிறான். அவனுக்கு ஏதாவது செய்ய வேண்டும். **2:** *(கேள்வியாக வரும் வாக்கியத்தில் மட்டும்)* **தொழிலை மேற்கொள்ளுதல்;** be in a profession; do. *'நீங்கள் சென்னையில் என்ன செய்கிறீர்கள்?' 'நான் ஒரு பள்ளியில் ஆசிரியர்.'* **3: (ஒன்று அல்லது ஒருவர் குறிப்பிட்ட) விளைவை அல்லது பாதிப்பை ஏற்படுத்துதல்; பாதித்தல்;** (neuter forms only) affect (resulting from the working of sth.). *'இந்த மருந்து ஏதாவது செய்யுமா?' 'ஒன்றும் செய்யாது.'/ நாய் ஒன்றும் செய்யாது. பயப்படாமல் வா!/ 'மாமா உன்னை ஒன்றும் செய்ய மாட்டேன், என்னிடம் வா' என்று குழந்தையை அவர் கூப்பிட்டார்./ வயிற்றை என்னவோ செய்கிறது.* **4: தயாரித்தல்; உருவாக்குதல்;** make (sth.). *இந்தத் தொழிற்சாலையில் காகிதம் செய்கிறார்கள்./ மீதிப் பலகையை வைத்து ஒரு சின்னப் பெட்டி செய்துவிடு!*

செய்[2] து.வி. (செய்ய, செய்து) **1: ('செய' என்னும் வாய்பாட்டு வினையெச்சத்தின் பின் அல்லது எதிர்காலப் பெயரெச்சம் + ஆறு, படி என்ற அமைப்பைக் கொண்ட தொடரின் பின்) ஆக்கப் பொருளில் வரும் துணை வினை;** (after an infinitive of a verb or after future relative participle + the postposition *ஆறு* and *படி*) auxiliary verb used as a causativizer. *அவனை உடனே மதுரைக்குப் போகச் செய்தேன்./ என் நண்பர்தான் என்னை வீடு வாங்குமாறு செய்தார்./ அவன் இப்படிப் பேசியது என் மனத்தை வேதனையுறச் செய்தது./ சுள்ளென்று அடித்த வெயில் கண்களைக் கூசச் செய்தது.* **2: சில பெயர்ச்சொற்களோடு இணைக்கப்பட்டு அவற்றை வினைப்படுத்தும் வினை;** auxiliary verb used as a verbalizer. *கைதுசெய்/ அடக்கம் செய் / திறமைதான் வெற்றி தோல்வியை நிர்ணயம் செய்கிறது./ வேலைக்கு மனுசெய்திருக்கிறேன்.* **3: வாக்கியத்தின் நிறைவிற்காக மட்டும் முதன்மை வினையோடு இணைந்து வழங்கும் பொது அல்லது போலி வினை;** a helping or dummy verb that has no meaning or any aspect of its own but combines with the main verb to complete the sentence. *அப்பா திட்டவும் செய்தார் அடிக்கவும் செய்தார்./ நான் நல்ல சம்பளம் வாங்கத்தான் செய்கிறேன்.*

செய்காரியம் பெ. (இலங்.) **(ஒருவர்) செய்யும் செயல்;** sth. done (by s.o.). *அவனுடைய செய்காரியம் எல்லாமே எனக்கு எதிராக இருக்கின்றது./ எந்தச் செய்காரியம் செய்தாலும் அதை முழு ஈடுபாட்டோடு செய்.*

செய்குற்றம் பெ. (இலங்.) **பிழை; தப்பு;** fault. *என்னிடம் என்ன செய்குற்றம் கண்டு என்னை வேலையிலிருந்து நீக்கினீர்கள்?*

செய்கூலி பெ. **(பொற்கொல்லர், கொல்லர், தச்சர் முதலியோர் பொருளின் விலை அல்லாமல்) செய்த வேலைக்குப் பெறும் கூலி;** making charges. *எங்கள் கடையில் நகை வாங்குபவர்களுக்குச் செய்கூலி தள்ளுபடி செய்யப்படும்.*

செய்கை[1] பெ. **(குறிப்பிட்ட விதத்தில் அமையும் ஒருவரின்) செயல்;** (one's) action; deed; acts. *அவனுடைய செய்கை பலருக்கு ஆத்திரமூட்டியது./ அவனுடைய செய்கைக்கு நான் பொறுப்பு ஏற்க முடியாது./ அவருடைய செய்கைகளெல்லாம் பாராட்டும்படியாக இருக்கின்றன.*

செய்கை[2] பெ. (இலங்.) **வேளாண்மை;** agriculture. *இந்த முறை செய்கையில் நல்ல விளைச்சல் இல்லை./ இம்முறை செய்கைக் காணியைக் குத்தகைக்குக் கொடுக்கப் போகிறேன்.*

செய்தி பெ. **1: எழுத்து, பேச்சு போன்றவற்றின் மூலம் ஒன்றை அல்லது ஒருவரைப் பற்றித் தெரிவிக்கப்படுவது;** news (item); (piece of) news; message; information. *பத்திரிகையில் வரும் செய்திகளைப் பார்த்தால் சமயத்தில் சிரிப்பு வந்துவிடுகிறது./ செய்திகளை முந்தித் தரப் பத்திரிகைகளிடையே போட்டி./ அவனுக்கு வேலை கிடைத்த செய்தி எனக்குத் தெரியாது./ எல்லாக் காவல் நிலையங்களுக்கும் செய்தி அனுப்பப்பட்டுவிட்டது./ வேறு என்ன செய்தி?* **2: மின்காந்த அலைகள் போன்றவற்றைப் பயன்படுத்தி அனுப்பப்படுவது அல்லது கணிப்பொறி போன்றவற்றில் சேமிக்கப்படுவது;** message (sent using electro-magnetic waves or stored in computer). **3: புலன்களின் மூலமாக மூளைக்கு அனுப்பப்படுவது;** message (conveyed by senses to brain). *வாயில் உணவு சென்றவுடன் அங்கிருந்து மூளைக்குச் செய்தி எட்டி மூளை சுரப்பிகளை இயங்கச் செய்வதால் தான் உமிழ்நீர் சுரக்கிறது.* **4: கலைப் படைப்புகள் மூலம் தெரிவிக்கப்படும் கருத்து;** message (of work of art). *என்னுடைய எல்லாப் படங்களிலும் சமூகத்துக்கு என்று ஒரு செய்தி இருக்கும்./ 'எல்லோரிடமும் அன்பாக இருக்க வேண்டும்' என்பதுதான் இந்தக் கவிதையிலிருந்து கிடைக்கும் செய்தி.* **5:** *(கிறித்.)* **பிரசங்கம்;** sermon.

செய்தி அறிக்கை பெ. **(வானொலியில், தொலைக்காட்சியில்) (சிறப்பு நிகழ்ச்சிபற்றிய) செய்தித் தொகுப்பு;** news bulletin. *தேர்தல் பற்றிய செய்தி அறிக்கையைக் காலை 6.30 மணிக்குக் கேட்கலாம்.*

செய்திக்குறிப்பு பெ. **1: (ஓர் அமைப்பு தனது நடவடிக்கைகளைப் பொதுமக்களுக்கு அறிவிப்பதற்காகப் பத்திரிகை, தொலைக்காட்சி போன்ற ஊடகங்களுக்கு அனுப்பிவைக்கும்) எழுத்து வடிவச் செய்தி;** press release. *புத்தாண்டை முன்னிட்டு அதிகமாகப் பேருந்துகள் விடப்படும் என்று போக்குவரத்துக் கழகச் செய்திக்குறிப்பு தெரிவிக்கிறது.* **2: சிறு விவரத் தொகுப்பு;** note. *இதைக் கட்டுரை என்பதைவிடச் செய்திக்குறிப்பு என்று கூறலாம்.*

செய்திகள் பெ. **1: (வானொலி, தொலைக்காட்சி ஆகியவற்றில் படிக்கப்படும்) செய்தித் தொகுப்பு;** news (over the radio or on television). *வீட்டினுள் நுழையும்போது 'இத்துடன் செய்திகள் முடிவடைந்தன' என்று வானொலியில் கேட்டது.* **2:நாளேடுகளில் வெளியிடப்படும் செய்தித் தொகுப்பு;** news (published in news papers).

செய்தித்தாள் பெ. **1: பல இடங்களிலிருந்து செய்திகளைத் திரட்டி, ஒழுங்குபடுத்தி தினந்தோறும் வெளியிடும் பத்திரிகை; நாளிதழ்; தினசரி;** newspaper. **2: செய்தி இதழ்கள் மற்றும் வார, மாதப் பத்திரிகைகள் அச்சிடுவதற்கான மலிவான காகிதம்;** newsprint. *தமிழ்நாடு செய்தித்தாள் நிறுவனம்.*

செய்தித் துணுக்கு பெ. (கவனத்தை ஈர்க்கும் வகையில் பத்திரிகைகளில் வெளியாகும்) சுவையான சிறு தகவல் குறிப்பு; titbits (in periodicals). அந்தப் பத்திரிகையில் செய்திகளைவிடச் செய்தித் துணுக்குகள்தான் அதிகம்.

செய்தித் தொலைக்காட்சி பெ. (பு.வ.) செய்திகளை மட்டும் ஒளிபரப்பும் தொலைக்காட்சி அலைவரிசை: (of television) news channel.

செய்தி நிறுவனம் பெ. செய்திகளைப் பல இடங்களிலிருந்தும் சேகரித்து அவற்றை வர்த்தக ரீதியில் ஊடகங்களுக்குக் கொடுக்கும் நிறுவனம்; news agency. ஈராக் போரைப் பற்றிய இந்தப் படக்காட்சிகள் வெளிநாட்டு செய்தி நிறுவனம் ஒன்றிடமிருந்து பெறப்பட்டவை.

செய்திப்படம் பெ. (பொழுதுபோக்கு அம்சங்களைக் கொண்டிருக்காமல் ஒன்றைப் பற்றிய) தகவல்கள் தருவதை நோக்கமாகக்கொண்டு எடுக்கப்படும், குறைந்த நேரமே ஓடும் திரைப்படம்; ஆவணப் படம்; documentary (film).

செய்தி மடல் பெ. (ஒரு துறையில் ஈடுபட்டுள்ளவர்களுக்கு அல்லது தனிச்சுற்றுக்கு மட்டும் அனுப்பும்) ஒரு துறை சார்ந்த செய்திகள் அடங்கிய (சில பக்கங்களை மட்டுமே கொண்டிருக்கும்) இதழ்; newsletter (of a particular profession for private circulation or for subscribers only).

செய்தியாளர் பெ. (பத்திரிகை, வானொலி, தொலைக்காட்சி முதலியவற்றின்) நிருபர்; reporter; newsperson. என் நண்பர் பிரபல நாளிதழில் செய்தியாளராகப் பணியாற்றுகிறார்./ செய்தியாளர் கூட்டத்தில் பிரதமர் பேசினார்.

செய்நேர்த்தி பெ. 1: (செயலைச் செய்வதில்) ஒழுங்கு; நுணுக்கம்; perfection; neatness in the execution (of a job). அவர் பட்டுப் புடவை நெய்தால் அதில் செய்நேர்த்தி இருக்கும்./ நகை செய்திருக்கிறார்களே ஒழிய, அதில் செய்நேர்த்தி இல்லை. 2: (வ.வ.) (விவசாயத்திற்காக) நிலம் பண்படுத்தப்பட்ட நிலை; improvement (of farming land). செய்நேர்த்தியை எதிர்பார்த்து நிற்கும் நிலம்.

செய்முறை பெ. 1: காண்க: செய்முறைப் பயிற்சி, 2. 2: (வ.வ.) (இறந்தவருக்கு உறவினர்) சடங்காகச் செய்ய வேண்டிய கடமை; ritual obligations (observed by close relations on occasions such as funeral.). சம்பந்தி இறந்துவிட்டார், செய்முறை என்ன என்றுகூடவா உனக்குத் தெரியாது?

செய்முறைத் தேர்வு பெ. (அறிவியல் மற்றும் தொழில்நுட்பப் படிப்பில்) மாணவர்கள் சோதனைக்கூடத்தில் தகுந்த உபகரணங்கள் கொண்டு மேற்கொள்ளும் பரிசோதனைகளின் அடிப்படையில் நடத்தப்படும் தேர்வு; practical examination (in science and technical studies). எழுத்துத் தேர்வில் பெற்றதைவிடச் செய்முறைத் தேர்வில் அதிக மதிப்பெண்களைப் பெற்றான்./ செய்முறைத் தேர்வில் எளிதாக மதிப்பெண் வாங்கலாம்.

செய்முறைப் பயிற்சி பெ. 1: மாணவர்களைச் சோதிப்பதற்காகப் பாடத்தின் இறுதியில் கொடுக்கப்பட்டிருக்கும் வினாப் பட்டியல்; exercise (in a textbook). இந்தப் பாடத்தில் கொடுக்கப்பட்டுள்ள செய்முறைப் பயிற்சியைச் செய்து நாளைக்குக் கொண்டுவர வேண்டும். 2: (ஒரு செயல்பாட்டுக்குத் தேவையான) கருவிகள் கொண்டு நிகழ்த்திக் காட்டும் பயிற்சி; practical; experiments (in a school, etc., in disciplines such as science subjects); demonstration. இந்தப் பள்ளியில் செய்முறைப் பயிற்சி வகுப்பு நடத்துவதற்கான வசதிகள் போதுமானதாக இல்லை.

செய்யுள் பெ. யாப்பு விதிகளுக்கு உட்பட்டு (பெரும்பாலும்) அடி வரையறையுடன் எழுதப்படும் மரபுக் கவிதை; verse; poem following the rules of versification. இலக்கண விதியைக் காட்ட இயற்றப்பட்ட செய்யுள்./ இந்தச் செய்யுள் வெண்பாவில் எழுதப்பட்டுள்ளது.

செய்வினை[1] பெ. (ஒருவருக்கு) கெடுதல் உண்டாக்குவதற்காகத் தீய சக்திகளை ஏவி விடுவதாக நம்பப்படும் மந்திரங்களைப் பயன்படுத்தும் செயல்; சூனியம்; black magic. யார் வைத்த செய்வினையோ, இரண்டு மாதமாக வயிற்றுவலியால் துடிக்கிறான்.

செய்வினை[2] பெ. (இலக்.) கர்த்தா செய்யும் செயலை உணர்த்தும் வினைச்சொல்; verb in the active voice.

செய்வினைக் கோளாறு பெ. மந்திரத்தால் ஒருவருக்கு விளையும் என்று நம்பப்படும் கெடுதல்; suffering believed to be caused by black magic.

செயப்படுபொருள் பெ. (இலக்.) கர்த்தா செய்யும் செயலின் பயனை அடையும் ஒன்று; (direct) object (of a verb). 'நான் பெட்டியை நகர்த்தினேன்' என்ற வாக்கியத்தில் 'பெட்டி' செயப்படுபொருள்.

செயப்படுபொருள் குன்றாவினை பெ. (இலக்.) (வாக்கிய அடிப்படையில்) செயப்படுபொருளை ஏற்கும் வினைச்சொல்; transitive verb. 'அவன் மாட்டை விரட்டினான்' என்ற வாக்கியத்தில் 'விரட்டு' என்பது செயப்படுபொருள் குன்றாவினை.

செயப்படுபொருள் குன்றியவினை பெ. (இலக்.) செயப்படுபொருளை ஏற்காத வினைச்சொல்; intransitive verb. 'நான் வயலில் விழுந்தேன்' என்னும் வாக்கியத்தில் 'விழு' என்பது செயப்படுபொருள் குன்றியவினை.

செயப்பாட்டுவினை பெ. (இலக்.) ('படு' அல்லது 'பெறு' என்னும் துணைவினை சேர்ந்து) செயப்படு பொருளை எழுவாயாகக் கொள்ளும் நிலையில் உள்ள வினை; verb in the passive voice.

செயல் பெ. மூளை இயங்குவதன்மூலம் அல்லது உடல் உறுப்புகளை இயக்குவதன்மூலம் அல்லது சக்தி, திறமை போன்றவற்றைப் பயன்படுத்துவதன்மூலம் இயல்பாக ஒன்று நிகழ்வது அல்லது ஒன்றை நிகழச் செய்வது; action; act. சிந்தித்தல் என்பது மனிதனுக்கு மட்டுமே உரித்தான செயல்./ கள்ளக்கடத்தல் ஒரு சட்ட விரோதச் செயலாகும்.

செயல்திட்டம் பெ. குறிப்பிட்ட கால எல்லைக்குள் செய்து முடிக்க வேண்டிய திட்டத்தை நடைமுறைப்படுத்தும் செயல்பாடு; action programme. இந்த ஆண்டுக்கு உரிய செயல்திட்டம் இரண்டாயிரம் கிராமங்களுக்குக் குடிநீர் வசதி செய்துகொடுப்பதாகும்.

செயல்திறன் பெ. (மனிதர்கள் அல்லது இயந்திரங்கள்) சக்தியையோ திறமையையோ பயன்படுத்திச் செய்யும் வேலையின் திறன் அல்லது அளவு; efficiency.

செயல்படு 606

தொழிலாளர்களின் செயல்திறன் அதிகரித்தால்தான் நாட்டின் உற்பத்தி அதிகரிக்கும்./ சரியாகப் பராமரிக்காவிட்டால் இயந்திரங்களின் செயல்திறன் குறைந்துவிடும்./ வயதாகும்போது உடல் உறுப்புகளின் செயல்திறன் இயல்பாகக் குறைந்துவிடுகிறது.

செயல்படு வி. (-பட, -பட்டு) **(ஒருவர் அல்லது ஒன்று தனக்குரிய செயல்பாட்டின் மூலம்) இயங்குதல்;** function; operate; work. அலுவலகம் வழக்கம்போல் நாளை செயல்படும்./ சர்வாதிகார ஆட்சியில் பத்திரிகைகள் சுதந்திரமாகச் செயல்பட முடியாது./ அவர் நான்கு ஆண்டுகள் பத்திரிகையின் பொறுப்பாசிரியராகச் செயல்பட்டார்.

செயல்படுத்து வி. (-படுத்த, -படுத்தி) **(திட்டம், சட்டம் முதலியவற்றை) நடைமுறைப்படுத்துதல்;** enforce; implement. பள்ளி மாணவர்களுக்கு இலவசச் சீருடை வழங்கும் திட்டம் இந்த ஆண்டு முதல் செயல்படுத்தப்படும். [(தொ.சொ.) **கடைப்பிடி/ பின்பற்று/ மேற்கொள்**]

செயல்பாட்டாளர் பெ. (பு.வ.) **அரசியல் அல்லது சமூக மாற்றத்துக்காகச் செயல்படுபவர்;** activist. சுற்றுச்சூழல் செயல்பாட்டாளர்.

செயல்பாடு பெ. **செயல்படுகிற முறை;** style of functioning. நிர்வாகத்தின் எதேச்சாதிகாரச் செயல்பாட்டைக் கண்டித்து அவர் பேசினார்./ எங்கள் கட்சிச் செயல்பாட்டைக் குறித்து எங்களுக்குப் பூரண திருப்தி உண்டு.

செயல்முறை பெ. **(உடலுறுப்பு, இயந்திரம் முதலியவை அல்லது அலுவலகம், அமைப்பு முதலியவை) இயங்கும் அல்லது செயல்படும் முறை;** mode of functioning. தொழிற்சாலையின் உற்பத்தியைப் பெருக்குவதற்கான செயல்முறையைப் பற்றிக் கலந்தாலோசித்தார்கள். [(தொ.சொ.) **அணுகுமுறை/ கண்ணோட்டம்/ வழி/ வழிமுறை**]

செயல்முறை விளக்கம் பெ. **ஒன்றின் செயல்பாடு, இயக்கம் போன்றவற்றை விளக்கும் முறையில் நிகழ்த்திக்காட்டும் செயல்;** demonstration. தீ விபத்து நேர்ந்தால் என்ன செய்ய வேண்டும் என்பதைக் குறித்த செயல்முறை விளக்கம் நேற்று நடைபெற்றது./ கிராமங்களில் நெல் சாகுபடியை அதிகரிக்கச் செய்வதற்கான செயல்முறை விளக்க வகுப்புகள் இப்போது அடிக்கடி நடத்தப்படுகின்றன.

செயல்வடிவம் பெ. **(சிந்தனை, திட்டம் முதலியவற்றை) செயல்படுத்துவதற்கு உரிய வழிமுறை;** implementation. முதல்வரின் நூலக யோசனை உடனடியாகச் செயல் வடிவம் பெற்றது./ எல்லோருக்கும் கல்வி என்ற திட்டத்திற்குச் செயல்வடிவம் கொடுப்பது முக்கியம்.

செயல்விளக்கம் பெ. காண்க: **செயல்முறை விளக்கம்.**

செயல்வீரர் பெ. **(பொதுவாழ்க்கையில்) ஒரு திட்டத்தை அல்லது செயல்பாட்டைத் திறம்படச் செய்து முடிப்பவர்;** man of action. எங்கள் இயக்கத்தின் செயல் வீரர்களுக்குப் பாராட்டுக் கூட்டம் ஒன்றை ஏற்பாடு செய்திருக்கிறோம்.

செயலகம் பெ. **(ஓர் அமைப்பின்) உயர்மட்ட நிர்வாக அலுவல்கள் நடைபெறும் இடம்;** secretariat. கட்சிச் செயலகத்தில் ஆலோசனைக் கூட்டம் நடைபெறும்./ பிரதமரின் செயலகம்.

செயலமர்வு பெ. (இலங்.) **(நிறுவனத்தின் மூத்த அதிகாரிகளால்) ஒரு நிறுவனத்தில் பணிபுரிவோருக்கு நடத்தப்படும் அறிவுறுத்தல் மற்றும் பயிற்சி;** refresher course. புதிய பாடத்திட்டம் தொடர்பாக ஆசிரியர்களுக்கான செயலமர்வு நேற்று நடைபெற்றது./ பிரதேச செயலர்களுக்கான இரண்டு நாள் செயலமர்வு அரச அதிபர் செயலகத்தில் நடைபெற உள்ளது.

செயலர் பெ. 1: **(அரசில்) ஒரு துறையின் நிர்வாகப் பொறுப்புள்ள தலைமை அதிகாரி; நிர்வாக நடவடிக்கையில் உதவும் அதிகாரி;** secretary (to ministry). வெளியுறவுத் துறைச் செயலர். 2: **நிறுவனங்களில் நிர்வாகப் பொறுப்புள்ளவர்களுக்கு உதவும் அதிகாரி.** secretary (to executives in private establishments.)

செயலாளர் பெ. **(கட்சி, சங்கம் முதலியவற்றின்) கொள்கை, தீர்மானம், முடிவு முதலியவற்றைச் செயல்படுத்துவதற்காகத் தேர்ந்தெடுக்கப்பட்டவர்; செயலர்;** secretary (of a party, of a union or an organization). கட்சியின் கொள்கைபரப்புச் செயலாளர்/ மாணவர் பேரவைச் செயலாளர்.

செயலாற்று வி. (-ஆற்ற, -ஆற்றி) (உ.வ.) **செயல்படுதல்;** function; act; work. தனக்கென்று இல்லாமல் சமுதாயத்துக்கு என்று செயலாற்றவே அவளுக்கு விருப்பம்./ என்னைச் செயலாற்ற விடாமல் சுற்றிலும் பல கட்டுப்பாடுகள்.

செயலாற்றுக் கைப்படிவம் பெ. (இலங்.) 1: **(ஒரு நிறுவனத்தில் பணிபுரிபவர்) வரும் ஆண்டில் மேற்கொள்ளப்போகும் செயல் திட்டங்கள் குறித்து எழுதி நிரப்பும் படிவம்;** proposal. செயலாற்றுக் கைப்படிவம் கையளிக்காத ஆசிரியர்கள்மீது நடவடிக்கை எடுக்கப்படும் என்று அதிபர் கூறினார். 2: **(ஒரு நிறுவனத்தில் பணிபுரிபவர்) கடந்த ஆண்டில் தான் மேற்கொண்ட பணிகளைக் குறித்து அளிக்கும் அறிக்கை;** progress report.

செயலி பெ. (பு.வ.) **நுகர்வோர் பயன்படுத்தும் தகவல் சாதனங்களில் குறிப்பிட்ட செயலைச் செய்வதற்காக வடிவமைக்கப்பட்ட மென்பொருள்;** application software. க்ரியா அகராதியைக் கைபேசியில் பயன்படுத்தச் செயலி ஒன்று வடிவமைக்கப்பட்டுள்ளது.

செயலிழ வி. (-இழக்க, -இழந்து) **(ஒருவர் அல்லது ஒன்று) செயல்படும் திறனை இழத்தல்;** become impaired. பக்கவாதத்தால் அவருக்கு ஒரு கையும் காலும் செயலிழந்துவிட்டன.

செயலுறுத்துக் கட்டளை பெ. (சட்டம்) **ஒரு உரிமையியல் வழக்கில் வாதி கோரும் நிவாரணமாக ஒரு செயலைச் செய்யும்படி நீதிமன்றம் பிறப்பிக்கும் உறுத்துக் கட்டளை;** mandatory injunction.

செயற்குழு பெ. **(கட்சி, சங்கம் முதலிய அமைப்புகளின்) நிர்வாகத்திற்காகத் தேர்ந்தெடுக்கப்பட்ட குழு;** executive committee. பொதுக்குழுவில் நிறைவேற்றப்பட்ட தீர்மானங்களைச் செயற்குழு நடைமுறைப்படுத்தும்.

செயற்கை பெ. 1: **இயற்கையாகக் காணப்படும் அல்லது பெறப்படும் ஒன்றுக்கு மாற்றாக மனிதனால்**

உண்டாக்கப்படுவது; artificial (as opposed to or alternative to what is naturally available). செயற்கை மழை/ செயற்கை ரப்பர்/ செயற்கை இழைத் துணிகள். **2: (-ஆக, -ஆன) இயல்பாக இல்லாதது; வலிந்து செய்வது;** being artificial. அவள் செயற்கையாகச் சிரித்தாள்./ நாடகத்தில் அவருடைய செயற்கையான நடிப்பு எடுபடவில்லை.

செயற்கைக் கருத்தரிப்பு பெ. **1: (இயற்கையாகக் கருத்தரிக்க இயலாத சூழலில்) ஆணின் விந்தை எடுத்து ஒரு பெண்ணின் கருப்பையில் செலுத்திக் கருவுறச் செய்யும் முறை; மேற்குறிப்பிட்ட விதத்தில் விலங்குகளையும் கருத்தரிக்கச் செய்யும் முறை;** artificial insemination. செயற்கைக் கருத்தரிப்பு முறையில் குழந்தை பெற்றுக் கொள்ளப் பல தம்பதிகள் ஆர்வமாக உள்ளனர்./ செயற்கைக் கருத்தரிப்பு முறையில் தரமான கால்நடைகளை உருவாக்க முடியும். **2: சோதனைக்குழாய் முறையில் கருவுறச் செய்யும் மருத்துவத் தொழில்நுட்பம்;** in vitro fertilization.

செயற்கைக் களம் பெ. **(தடகளப் போட்டிகளுக்காக அல்லது ஹாக்கி, கூடைப்பந்து போன்ற விளையாட்டு களுக்காக) செயற்கை இழைகளைக் கொண்டு தயாரிக்கப்பட்ட விளையாட்டு மைதானப் பரப்பு;** artificial turf.

செயற்கைக்கோள் பெ. **(தகவல் சேகரிப்பு, தகவல் தொடர்பு முதலியவற்றுக்காக) பூமியை அல்லது ஒரு கிரகத்தைச் சுற்றிவரும்படி செலுத்தப்பட்ட சாதனம்;** satellite. செயற்கைக்கோள் உதவியினால் கிராமங்களிலும் கல்வி வசதி பரவலாகக் கிடைக்கும்./ கடலில் புயல் உருவாகியிருக்கும் இடத்தை இந்தச் செயற்கைக்கோள் புகைப்படம் தெளிவாகக் காட்டுகிறது.

செயற்கை சுவாசம் பெ. **மூச்சுத் தடைபட்டுத் திணறும் நிலையில் உள்ள ஒருவர் மீண்டும் சீரான முறையில் சுவாசிப்பதற்காகப் பிராணவாயுவைச் செலுத்தி அளிக்கும் சிகிச்சை;** artificial respiration.

செயற்கை நுண்ணறிவு பெ. **மனிதர்கள் சிந்தனை செய்வதைப் போலவே சிந்தித்து (கணினிகளையும் பல்வேறு மின்னணுச் சாதனங்களையும்) செயலாற்ற வைக்கும் கணிப்பொறித் தொழில்நுட்பத் திறன்;** artificial intelligence.

செயற்கைப் பசளை பெ. *(இலங்.)* **(வேதியியல் முறையில் தயாரிக்கப்படும்) செயற்கை உரம்;** chemical fertilizer. ஐயா இருந்தவரையில் காணிக்குச் செயற்கைப் பசளை பாவிக்க மாட்டோம் என்று பிடிவாதமாக இருந்தார்.

செயற்கை மணல் பெ. *(பு.வ.)* **கருங்கல் ஜல்லியை இயந்திரத்தால் தூளாக்கி, கட்டடப் பணிகளில் மணலுக்கு மாற்றாகப் பயன்படுத்தத் தயாரிக்கப்படும் கரும் சாம்பல் நிறத் தூள்;** manufactured sand; M.Sand.

செரி வி. (செரிக்க, செரித்து) **(உணவில் உள்ள சத்துகள் குடலினால் உறிஞ்சப்படுவதற்கு வசதியாக) வயிற்றுத் தசைகளாலும் நொதிகளாலும் அரைக்கப்பட்டு உணவு கூழாதல்; ஜீரணமாதல்;** get digested. உண்ட உணவு செரிப்பதற்கு மூன்று மணி நேரமாவது வேண்டும்./ *(உரு வ.)* வாங்கும் சம்பளம் செரிப்பதற்காவது வேலை செய்ய வேண்டாமா?

செரிமானம் பெ. **செரித்தல்;** digestion. நார்ச்சத்து உள்ள பொருள் செரிமானத்திற்குப் பெரிதும் உதவுகிறது.

செருக்கு[1] வி. (செருக்க, செருக்கி) *(இலங்.)* **(புல், பூண்டு, களை போன்றவற்றை) களைக்கொத்தியால் வெட்டி நீக்குதல்; செதுக்குதல்;** mow; trim; remove (as of weeds). அப்பா புல் செருக்கக் காணிக்குப் போய்விட்டார்.

செருக்கு[2] பெ. (-ஆக, -ஆன) **(மற்றவர்களைவிட உயர்ந்த நிலையில் இருக்கிறோம் என்ற நினைப்பில் ஒருவரிடம் காணப்படும்) பிறரை மதிக்காத போக்கு; கர்வம்; அகந்தை;** conceit; haughtiness; arrogance. தான் படித்தவன் என்ற செருக்கில் அவன் இப்படி நடந்துகொள்கிறான்./ பணச் செருக்கால் அவள் இப்படிப் பேசுகிறாள். [*(தொ.சொ.)* **அகங்காரம்/ அகந்தை/ அகம்பாவம்/ இறுமாப்பு/ கர்வம்/ கொழுப்பு/ திமிர்/ பெருமிதம்**]

செருகு வி. (செருக, செருகி) **1: ஒரு பிடிப்பில் நிற்கும்படி (ஒன்றை) நுழைத்தல் அல்லது திணித்தல்;** insert; tuck in. தபால்காரர் கடிதத்தைக் கதவில் செருகிவிட்டுப் போனார்./ கிழவி முந்தானையை இடுப்பில் செருகிக் கொண்டு கூடையைத் தூக்கினாள்./ பேனாவைப் பையில் செருகினான். [*(தொ.சொ.)* **திருகு/ நுழை**] **2: (கத்தி, ஈட்டி, முள் போன்றவை) குத்திய நிலையில் இருத்தல்;** get stuck. அவர் வீசிய கத்தி மரக் கட்டையில் போய்ச் செருகியது. **3: இடையில் நுழைத்தல்;** interpolate. கம்பராமாயணத்தில் பல பாடல்கள் இடையில் செருகப் பட்டவை என்று சிலர் கருதுகின்றனர். **4: (பசி, மயக்கம், வலி முதலியவற்றால்) (கண்) பாவை மேல்இமைக்குள் மறைதல்;** (of eyeballs) move up involuntarily (in fatigue, etc.,). மயக்க மருந்து அளிக்கப்பட்ட நோயாளிக்குக் கண்கள் செருக ஆரம்பித்தது./ பசியால் பிச்சைக்காரன் கண்கள் செருக விழுந்துகிடந்தான்.

செருந்தி பெ. **வறண்ட பகுதிகளில் வளரும், பளபளப்பான மஞ்சள் நிறப் பூக்கள் பூக்கும், கறுப்பு நிறப் பழங்களைத் தரும் மரம்;** bird's eye bush. செருந்தி ஒரு தல விருட்சம்.

செருப்பு பெ. **காலில் பொருந்தும்படி சிறு மேல்பட்டை வைத்துத் தைத்த, அடிப்பகுதியுடைய காலணி;** sandal.

செருப்புக் கிளாத்தி பெ. *(வ.வ.)* **சதுர வடிவில் பட்டையாக இருக்கும் ஒரு வகைக் கடல் மீன்;** trigger fish.

செருமு[1] வி. (செரும, செருமி) **1: (தொண்டையில் தங்கியிருக்கும் எச்சில், சளி போன்றவை நீங்குவதற்காக) லேசாகக் கனைத்தல்;** clear the throat (by coughing). அவர் லேசாகச் செருமிவிட்டுப் பேசத் தொடங்கினார்./ ஆடுகள் செருமிச்செருமி ஊளையை ஒழுகவிட்டுக்கொண்டிருந்தன. **2:** *(ஊரக வ.)* **தேம்புதல்;** sob. குழந்தை செருமிச்செருமி அழுதது. [*(தொ.சொ.)* **அழு/ கதறு/ கேவு/ தேம்பு/ விசி/ விசும்பு/ விம்மு**]

செருமு[2] வி. (செரும, செருமி) *(ஊரக வ.)* **(மீன் அல்லது செடி போன்றவை) அடர்ந்து பெருகுதல்;** become thick; dense; plentiful. குட்டையில் மீன் செருமிக்கிடக்கிறது.

செருவா உளி பெ. **மரச் சட்டத்தில் துளை அடிக்கப் பயன்படும் தடிப்பான, வாய் குறுகிய உளி;** narrow, thick chisel for making mortise in wooden planks. இரண்டு அங்குல உளியால் துளை அடிக்க முடியாது, செருவா உளி வேண்டும்.

செல்[1] வி. (செல்ல, சென்று) அ. (இடம்பெயர்தல் தொடர்பான வழக்கு) 1: **(நடத்தல், ஓடுதல், நகர்தல், பறத்தல், பரவுதல் முதலிய செயல்களின் மூலம்) ஓர் இடத்திலிருந்து மற்றோர் இடத்தை நோக்கி இடம் பெயர்தல்; போதல்;** go; move. ஒற்றையடிப் பாதை வழியாக மலை உச்சிக்குச் சென்றோம்./ மாடு இந்த வழியாகத்தான் சென்றிருக்க வேண்டும்./ இந்த விரைவுப் பேருந்து திருச்சிவரை செல்கிறது./ விமானம் மேலே செல்லச்செல்லக் காது அடைத்தது./ இருதயத்திலிருந்து புறப்படும் இரத்தம் தமனியிலிருந்து உடலின் பல பாகங்களுக்கும் செல்கிறது./ உடலின் பல பாகங்களிலிருந்தும் செய்திகள் நரம்புகளின் வழியாக மூளைக்குச் செல்கின்றன./ விண்கலம் சரியான பாதையில் செல்கிறதா என்பதைக் கண்காணிக்க அமைக்கப்பட்டிருக்கும் கட்டுப்பாட்டு அறை இது./ மீனவர்கள் யாரும் கடலுக்குள் செல்லக் கூடாது என்று அறிவிப்பு வந்தது./ காவலர்கள் ரோந்து சென்றனர்./ ஒலியைவிட ஒளி விரைந்து செல்கிறது./ (உரு வ.) எடுத்துக்கொண்ட பொருளுக்கு வெளியே செல்லாதது கட்டுரை ஆசிரியரின் சிறப்பு. 2: **(காலம்) கழிதல்;** (of time) pass. நேரம் செல்வதே தெரியாமல் பேசிக்கொண்டிருந்தோம்./ சில நாட்கள் சென்ற பிறகு மீண்டும் அவரைக் கடைத்தெருவில் சந்தித்தேன். 3: **(பணம், தகவல் போன்றவை ஒருவரை அல்லது ஒன்றை) சேர்தல்;** (of money) go; reach. பணம் அவனுக்குச் சென்றதா என்பது எனக்குத் தெரியாது./ நான் ஊருக்கு வந்திருக்கும் தகவல் அவருக்கு இந்நேரம் சென்றிருக்கும்./ தொழிற்சாலையின் வருமானத்தில் பெரும் பகுதி தொழிலாளர்களின் சம்பளத்திற்கே சென்றுவிடுகிறது. 4: **(பார்வை, கவனம், மனம் ஒன்றின் மேல்) நிலைகொள்ளுதல்; குவிதல்;** (of eyes, mind) turn. அந்த அழகிய சிலைமீது அவர் பார்வை சென்றது./ படிப்பில் கவனம் செல்லவில்லை. **ஆ.** (இயக்கம் இல்லாதவற்றை இயங்குவதுபோலக் கூறும் வழக்கு) 5: **(ஒரு இடத்துக்கும் இன்னொரு இடத்துக்கும் இடையே அல்லது ஒன்றின் வழியே கம்பி, சாலை, ஆறு போன்றவை) நீண்டு அமைதல்;** (of cables, lines, roads, rivers, tubes, etc.,) run. இந்தச் சாலை எங்கே செல்கிறது?/ எங்கள் வீட்டின் மேலாகத் தந்திக்கம்பி செல்கிறது./ நிலநடுக்கோடு பூமிக்குக் குறுக்காகச் செல்கிறது./ தண்டுவடத்திலிருந்து பிரிந்து உடலின் அனைத்து பாகங்களுக்கும் நரம்புகள் செல்கின்றன./ சீனப் பெருஞ்சுவர் சுமார் நாலாயிரம் மைல் தூரம் செல்கிறது./ உள்ளங்கையில் தனரேகை நேராக மேலே செல்ல வேண்டும். **இ.** (மரபு வழக்கு) 6: **(உணவை) சாப்பிட முடிதல்; (உணவு) இறங்குதல்;** (of food) go down. துக்கம் தொண்டையை அடைத்ததால் சாப்பாடு செல்லவில்லை./ உப்புக்கண்டம் இருந்தால்தான் எனக்குச் சாப்பாடு செல்லும். 7: **குறிப்பிட்ட ஒன்றுக்காக ஒருவரையோ அல்லது ஒரு இடத்தையோ நாடிப் போதல்;** go (for consultation, job, etc.,). நீ உடனே ஒரு மருத்துவரிடம் செல்வது நல்லது./ நான் ஒருத்தி வேலைக்குச் சென்றுதான் இந்தக் குடும்பத்தைக் காப்பாற்ற வேண்டும்./ சொத்துப் பங்கீட்டில் ஏற்பட்ட சிக்கல் காரணமாக ஒரு வழக்கறிஞரிடம் சென்றேன். 8: **ஒரு நிலையிலிருந்து மற்றொரு நிலையை அடைதல்;** reach (a point). இரைச்சல் படிப்படியாக உயர்ந்துகொண்டே சென்றது./ தாளம் கொஞ்சம்கொஞ்சமாக உச்சத்திற்குச் சென்றது. 9: **ஒரு இடத்தில் தோன்றி மற்றோர் இடத்தை அடைதல்;** go (from a place). பூஜ்யம் என்னும் எண் இந்தியாவிலிருந்து தான் சென்றது என்பார்கள்./ எங்கள் ஆலையில் உற்பத்தியாகும் பொருள்களில் பெரும் பகுதி மலேசியா, சிங்கப்பூர் போன்ற நாடுகளுக்குச் செல்கின்றன./ போதைப்பொருள்கள் இந்தியா வழியே பிற நாடுகளுக்குச் செல்வதாக வந்த தகவலை அடுத்துக் கண்காணிப்பு பலப்படுத்தப்பட்டது. 10: **ஒரு நிலையிலிருந்து நீங்கி வேறொரு நிலைக்குப் போதல்;** go (from one situation to another). விருப்ப ஓய்வுத்திட்டத்தில் செல்வதற்கு குறைந்தது 15 ஆண்டுகளாவது பணியில் இருந்திருக்க வேண்டும்./ எங்கள் மேலதிகாரி விடுப்பில் சென்றிருக்கிறார்./ மனுவை விசாரித்த நீதிபதி 'போலீஸ் காவலில் செல்ல உங்களுக்கு விருப்பமா?' என்று குற்றம்சாட்டப்பட்டவரிடம் கேட்டார்.

செல்[2] வி. (செல்ல, செல்லும், செல்லாது, செல்லாத, செல்லாமல் ஆகிய வடிவங்கள் மட்டும்) 1: **(பணம், நாணயம் போன்றவை) பரிமாற்றத்திற்கு உரியதாக அமைதல்;** be valid or current. இந்த ரூபாய் நோட்டு செல்லும். செல்லாது என்று யார் சொன்னார்கள்? 2: **(தேர்தல், தீர்ப்பு முதலியவை சட்ட விதிமுறைகளுக்கு உட்பட்டு) அதிகாரபூர்வ மதிப்பு உடையதாக அல்லது அதிகாரபூர்வமாகக் கணக்கில் எடுத்துக்கொள்ளக் கூடியதாக அமைதல்;** (of an election, order, etc.,) be valid. அந்த வேட்பாளர் தேர்ந்தெடுக்கப்பட்டது செல்லத்தக்கது தான் என்று உயர் நீதிமன்றம் அறிவித்தது./ மொத்த ஓட்டுகளில் ஆயிரம் ஓட்டுகள் செல்லாத ஓட்டுகள் ஆகும். 3: **(தந்திரம், சூழ்ச்சி, அதிகாரம் போன்றவை) எடுபடுதல்; பலித்தல்;** (of cunningness, power, etc.,) work. இந்த முறை உன் தந்திரம் இங்கே செல்லாது.

செல்[3] பெ. **கறையான்;** white ant. செல் அரித்த ஏடு.

செல்கதி பெ. *(உ.வ.)* **உய்வு;** salvation.

செல்பேசி பெ. காண்க: **கைபேசி.**

செல்லநரை பெ. (இலங்.) **இளநரை;** premature greying. உனக்கு செல்லநரையும் விழுந்துவிட்டது. இன்னும் கலியாணம் இல்லையா?

செல்லப் பிராணி பெ. **பிரியத்தோடு வீட்டில் வளர்க்கும் (நாய், பூனை போன்ற) விலங்கு;** pet animal.

செல்லப்பிள்ளை பெ. **செல்லம் கொடுத்து வளர்க்கப்படும் பிள்ளை;** pet child. கடைக்குட்டிதான் எனக்குச் செல்லப்பிள்ளை/ (உரு வ.) ஆளுங்கட்சியின் செல்லப் பிள்ளையான அந்தப் பிரபல நடிகர் தேர்தலில் நிற்கப் போகிறார்.

செல்லம்[1] பெ. 1: **(-ஆக) (குழந்தையிடம், தன்னைவிட வயது குறைந்தவரிடம், பிராணியிடம்) கொஞ்சும் விதத்தில் அன்பை மிகுதியாக வெளிப்படுத்தும் செயல்;** indulgence. 'உன் பெயர் என்ன, கண்ணா?' என்று கேட்டு விட்டுக் குழந்தையின் கன்னத்தில் செல்லமாகத் தட்டினார்./ 'ஒட்டகம்' என்பது நண்பர்கள் அவனுக்கு வைத்த செல்லப் பெயர்./ அப்பாவின் செல்லத்தில் நீ ஒழுங்காகப் படிப்பதுகூடக் கிடையாது./ செல்லக் கோபம். 2: **கொஞ்சல் நிறைந்த அன்புக்குப் பாத்திரமான நபர்; செல்லப்பிள்ளை;** pet (child); darling. என் செல்லத்துக்கு

என்ன வேண்டும்?/ தங்கை அப்பாவின் செல்லம். **3: கொஞ்சலாக ஒருவரை அழைக்கப் பயன்படுத்தும் சொல்;** dear. செல்லம், இங்கே வா. அப்பா என்ன வாங்கி வந்திருக்கிறேன் பார்!

செல்லம்² பெ. காண்க: **வெற்றிலைச்செல்லம்.**

செல்லம் கொஞ்சு வி. *(கொஞ்ச, கொஞ்சி) (பே.வ.)* **செல்லம் கொடுத்தல்;** pamper; indulge. ரொம்ப செல்லம் கொஞ்சிப் பையனைக் கெடுத்துவைத்திருக்கிறீர்கள்./ பிள்ளைகளிடம் செல்லம் கொஞ்சுவதில் தவறில்லை. ஆனால் அதே சமயம் கண்டிப்போடும் நடந்துகொள்ள வேண்டும்.

செல்லம்கொட்டு வி. *(-கொட்ட, -கொட்டி) (இலங்.)* **(குழந்தையிடம்) செல்லமாகப் பேசுதல்;** (of child) speak fondly. குழந்தை அப்பாவின் மடியிலிருந்து செல்லம் கொட்டி விளையாடுகிறது./ கல்லூரிக்குப் போகும் வயதில் உள்ள மகனுடன் நீ செல்லம்கொட்டி விளையாடுகிறாய் என்று அப்பா அம்மாவைப் பகடிபண்ணினார்.

செல்லம் கொடு வி. *(கொடுக்க, கொடுத்து)* **(அன்பு மிகுதியால்) அளவுக்கு மீறிச் சலுகை அளித்தல்;** coddle. 'உங்கள் மகளுக்குச் செல்லம் கொடுத்துக் கெடுக்கிறீர்கள்' என்று அம்மா சத்தம்போட்டாள்./ அளவுக்கு அதிகமாகச் செல்லம் கொடுப்பதுதான் தவறு.

செல்லம் பண்ணு வி. *(பண்ண, பண்ணி) (இலங்.)* காண்க: **செல்லம் கொஞ்சு.**

செல்லம்பிழி வி. *(-பிழிய, -பிழிந்து) (இலங்.)* காண்க: **செல்லம்கொட்டு.**

செல்லரித்துப்போன பெ.அ. **(காலப்போக்கில்) மதிப்பிழந்துவிட்ட அல்லது பயன் இல்லாமல் போன;** old and worn-out; moth-eaten. செல்லரித்துப்போன சம்பிரதாயங்களை இன்னும் சிலர் அப்படியே பின்பற்றிவருகின்றனர்.

செல்லாக் காசு¹ பெ. **(ஒன்று அல்லது ஒருவர்) செல்வாக்கும் மதிப்பும் இழந்த நிலை;** non-entity. அரசியலில் அவர் இனிமேல் செல்லாக் காசுதான்./ அவருடைய கோட்பாடுகள் செல்லாக் காசாகிப் பல காலம் ஆகிறது./ செல்லாக் காசுகளையெல்லாம் நம்பிக் கட்சி நடத்த முடியாது.

செல்லாக் காசு² பெ. **பசுமை நிறத்தில் தட்டையாக இருக்கும் (உணவாகும்) ஒரு வகைச் சிறிய நன்னீர் மீன்;** spotted etroplus.

செல்லிடப்பேசி பெ. காண்க: **கைபேசி.**

செல்லுபடியாகு வி. *(-ஆக, -ஆகி)* **உரிய மதிப்பையும் பயனையும் பெற்று நடைமுறையில் ஏற்கப்படுதல்;** be valid; be in force. இந்தக் கிழிந்த நோட்டு செல்லுபடியாகாது./ உன் அதிகாரம் இங்கே செல்லுபடியாகாது./ இந்தச் சட்டம் குறிப்பிட்ட சில மாநிலங்களில் மட்டும் செல்லுபடியாகும்.

செல்வந்த பெ.அ. **பொருளாதார வளம் மிகுந்த;** wealthy. செல்வந்தக் குடும்பத்தில் பிறந்தவர்./ ஏற்றுமதிக்குப் பல செல்வந்த நாடுகளை ஆசிய நாடுகள் நம்பியுள்ளன.

செல்வந்தன் பெ. **மிகுந்த செல்வம் உடையவன்; பணக்காரன்;** rich man.

செல்வநிலைச் சான்று பெ. **(வங்கிக் கணக்கில் உள்ள பணம், நிரந்தர வைப்புத்தொகை போன்றவற்றின் அடிப்படையில்) (ஒருவருடைய அல்லது ஒரு நிறுவனத்தின்) சொத்து மதிப்பு இவ்வளவு என்று ஒரு வங்கி வழங்கும் சான்றிதழ்;** solvency certificate. வெளிநாட்டில் படிக்க விண்ணப்பிக்கும்போது செல்வநிலைச் சான்றும் இணைக்க வேண்டும் என்று நண்பர் சொன்னார்./ ஏலம் கேட்பவர் செல்வநிலைச் சான்று அளிக்க வேண்டும் என்பது உனக்குத் தெரியாதா?

செல்வம் பெ. **1: (ஒருவருக்கு உரிய) மதிப்புள்ள உடைமைகளின் தொகுப்பு; சொத்து;** wealth; riches. அவரிடம் இவ்வளவு செல்வம் இருந்து என்ன பயன்? பண்பு இல்லையே!/ செல்வத்தின் செழிப்பு அவர் உடலில் தெரிகிறது./ *(உரு வ.)* கல்விச் செல்வம். **2: ஒரு நாட்டில் (இயற்கையாக) அமைந்துள்ள மூலவளம்;** (natural) resources. நாட்டின் செல்வங்களைப் பாதுகாப்பது மக்களின் கடமை. **3: குழந்தை;** child. உங்கள் செல்வங்களின் வளமான எதிர்காலத்துக்காகச் சேமியுங்கள்!

செல்வன் பெ. **1: திருமணமாகாத இளைஞனின் பெயருக்கு முன் திருமணத்தை ஒட்டிய நிகழ்ச்சிகளில் வழங்கும் சொல்;** a form of address for an unmarried young man (on ceremonial occasions). **2:** *(அ.வ.)* **மகன்;** son. சிவகாமி அம்மாளின் செல்வனாகிய காமராஜர்.

செல்வாக்கு பெ. **1: (பணம், அந்தஸ்து, பதவி முதலியவற்றை ஒருவர் பெற்றிருப்பதால்) பலரால் மதிக்கப்படுபவராகவும் பிறரைத் தன் விருப்பத்திற்கு ஏற்ப நடக்கச் செய்யும் சக்தி உடையவராகவும் இருக்கும் நிலை;** influence. தேர்தலில் அவர் தன் சொந்தச் செல்வாக்கிலேயே வெற்றி பெற்றுவிடுவார் என்று தோன்றுகிறது./ மாணவர்களிடம் தமிழ் ஆசிரியருக்கு மிகுந்த செல்வாக்கு உண்டு./ வளர்ந்த நாடுகள் தம் செல்வாக்கைப் பயன்படுத்திப் பிற நாடுகளின் உள்நாட்டு விவகாரங்களில் தலையிடுகின்றன. **2: தாக்கம்;** impact. தமிழ் மர்மக் கதைகளில் ஆங்கிலத் துப்பறியும் கதைகளின் செல்வாக்கைக் காண முடிகிறது.

செல்வி பெ. **1: திருமணமாகாத இளம் பெண்ணின் பெயருக்கு முன் திருமணத்தை ஒட்டிய நிகழ்ச்சிகளில் வழங்கும் சொல்;** a form of address for an unmarried young woman (on ceremonial occasions). **2:** *(அ.வ.)* **மகள்;** daughter.

செலவழி¹ வி. *(செலவழிய, செலவழிந்து)* **ஒரு காரியத்தைச் செய்ய அல்லது ஒரு பொருளை வாங்கப் பணம், நேரம், சக்தி போன்றவை பயன்படுத்தப்படுதல்;** be spent; be used up. ஊருக்குப் போய்வந்ததில் கையிலிருந்த பணம் முழுவதும் செலவழிந்துபோயிற்று./ ஞாயிற்றுக்கிழமையானால் வீட்டை ஒழுங்குபடுத்துவதிலேயே பாதி நேரம் செலவழிந்துவிடுகிறது.

செலவழி² வி. *(செலவழிக்க, செலவழித்து)* **ஒரு காரியத்தைச் செய்ய அல்லது ஒரு பொருளை வாங்கப் பணம், நேரம், சக்தி போன்றவற்றைப் பயன்படுத்துதல்;** spend. இவ்வளவு செலவழித்துப் படிக்கவைத்தும் மகனுக்கு வேலை கிடைக்கவில்லையே./ ஆறு கோடி ரூபாய் செலவழித்துக் கட்டிய பாலம்./ பல வீடுகளில் பிள்ளைகள்

தொலைக்காட்சி பார்ப்பதிலேயே நேரத்தைச் செலவழிக்கின்றனர்./ மின்சாரத்தைச் சிக்கனமாகச் செலவழிக்க வேண்டும்.

செலவாகு வி. *(செலவாக, செலவாகி)* செலவழிதல்; be spent. இந்த வீட்டைக் கட்ட எவ்வளவு செலவாயிற்று?

செலவாளி பெ. **பணத்தை மிச்சம் பிடிக்காமல் தாராள மாகச் செலவு செய்பவர்;** spendthrift.

செலவிடு வி. *(செலவிட, செலவிட்டு)* **செலவழித்தல்;** spend. ஒரு வாரம் செலவிட்டு இந்தக் கட்டுரையைச் சரி செய்தேன்.

செலவினம் பெ. *(பெரும்பாலும் பன்மையில்)* **வெவ்வேறு பணிகளுக்கான செலவு வகை;** items of expenditure. இந்த அறிக்கையில் மருத்துவச் செலவு உட்பட எல்லாச் செலவினங்களும் காட்டப்பட்டுள்ளன.

செலவு பெ. **(ஒன்றைப் பெற அல்லது செய்ய) பணம், நேரம், சக்தி போன்றவற்றைப் பயன்படுத்தும் அல்லது பயன்படுத்த வேண்டிய நிலை;** expense; expenditure. மாதம் பிறந்தால் நூறு செலவுகள் காத்திருக்கின்றன./ கல்யாணச் செலவுக்கு என்ன செய்யப்போகிறாய்?/ மாதக் கடைசியில் இப்படியொரு எதிர்பாராத செலவு/ குளிர் சாதனங்களால் நிறைய மின்சாரம் செலவாகிறது.

செலவு சித்தாயம் பெ. (இலங்.) **1: (ஒரு செயலைச் செய்வதற்கு ஆகும்) முழுச் செலவு;** expenses (in doing sth.). இந்த மாதம் முழுவதும் நிறைய கலியாணம். ஒரே செலவு சித்தாயம்தான்./ ஆச்சி தலயாத்திரை போகும் செலவு சித்தாயம் எல்லாம் என்னால் பார்க்க முடியாது. **2: (ஒருவரின்) தினசரி செலவுக்குத் தேவைப்படும் பணம்;** money required for one's daily expenses. என்னிடம் செலவு சித்தாயத்துக்குக்கூடக் காசு இல்லை./ சில மாதங்களாக எந்தத் தொழிலும் அற்று இருப்பதால் செலவு சித்தாயத் துக்குப் பெரும்பாடு என்று நண்பன் சொல்லிக்கொண்டிருந்தான்.

செலவுவை வி. *(-வைக்க, -வைத்து)* **செலவு செய்தே ஆக வேண்டிய கட்டாயத்துக்கு உள்ளாக்குதல்;** make (one) spend. மகளுடைய திருமணம் அவருக்கு நிறையச் செலவுவைத்து விட்டது./ அந்த மருத்துவர் இரத்தப் பரிசோதனை, மருந்து மாத்திரை என்று ஏகத்துக்குச் செலவு வைத்துவிட்டார்.

செலாவணி பெ. **1: புழக்கம்; வழக்கு;** currency; usage. பத்து பைசா நாணயம் இப்போது செலாவணியில் இல்லை./ சில பழந்தமிழ்ச் சொற்கள் இன்றும் செலாவணியில் உள்ளன. **2:** காண்க: **அந்நியச் செலாவணி.**

செலுத்து வி. *(செலுத்த, செலுத்தி)* **அ.** *(போக விடுதல் அல்லது போகச் செய்தல் தொடர்பான வழக்கு)* **1: (வண்டி முதலிய வாகனங்களை) ஓட்டுதல்;** drive (a vehicle). காரை வேகமாகச் செலுத்திக்கொண்டு போய்விட்டார்./ துடுப்பை வலித்துப் படகைச் செலுத்தினான். **2: (ஒன்று ஒரு இலக்கை நோக்கி) போகும்படி செய்தல்; அனுப்புதல்; ஏவுதல்;** launch (a rocket, etc.,); shoot. சமீபத்தில் இன்சாட் செயற்கைக்கோள் விண்ணில் செலுத்தப்பட்டது./ இலக்கின் மையத்தில் இருந்த சிவப்புப் புள்ளியை நோக்கி அம்பைச் செலுத்தினார். **3: (ஒரு திசையில் அல்லது ஒன்றை நோக்கி) போக விடுதல்;** direct (sth. or s.o.). கூட்டத்தில் தனக்குத் தெரிந்தவர்கள் யாராவது இருக்கிறார்களா என்று பார்வையைச் செலுத்தினார்./ என் மனத்தைத் தீவிரமாக இலக்கியத்தை நோக்கிச் செலுத்தினேன்./ ஆன்மீகத்தை நோக்கி என்னைச் செலுத்திய சக்தி எதுவென்று யோசித்துக்கொண்டிருக்கிறேன். **ஆ.** *(ஒன்றைக் கொடுத்தல் தொடர்பான வழக்கு)* **4: (கட்டணம், அபராதம், வரி, வட்டி போன்றவற்றை அல்லது வங்கியில் பணத்தை) கட்டுதல்;** pay (fees, etc.,); remit. பதினைந்தாம் தேதிக்குள் மின்கட்டணத்தைச் செலுத்திவிட வேண்டும்./ வருமான வரி செலுத்தாதவர்களின் மீது முறைப்படி நடவடிக்கை எடுக்கப்படும்./ வங்கியில் தனது கணக்கில் ஆயிரம் ரூபாய் பணம் செலுத்தினான். **5: (ஒருவருக்கு இரத்தம், பிராணவாயு முதலியவற்றை) ஏற்றுதல்; உட்செலுத்துதல்;** transfuse (blood); give (oxygen); inject (medicine). மயக்கமுற்று விழுந்தவருக்கு மருத்துவமனையில் பிராணவாயு செலுத்தப்பட்டது./ நோயாளிக்கு உடனடியாக இரத்தம் செலுத்த வேண்டும். **6: (ஒரு பரப்பினுள் ஒன்றை) உள் நுழையச் செய்தல்;** insert; drive. அவருடைய இரத்தக் குழாயில் நுண்ணிய குழல் ஒன்று செலுத்தப்பட்டது./ குழாய்க் கிணறு அமைக்க நிலத்தில் வட்டமாகத் தோண்டி அதற்குள் குழாயைச் செலுத்துவார்கள்./ அந்தப் பலகையில் நான்கு ஆணிகள் செலுத்தப்பட்டிருந்தன. **7: (அன்பு, நன்றி, மரியாதை, பக்தி போன்ற உணர்வுகளை) உரியதாக ஆக்குதல்;** show (love, affection, concern, etc.,); pay (attention to sth.). *அவர்மீது அன்பு* செலுத்த யாருமில்லை./ வீட்டு நினைவுகளால் பாடத்தில் கவனம் செலுத்த முடியவில்லை./ ஆலைத் தொழிலாளர் பிரச்சினையில் நிர்வாகம் போதிய அக்கறை செலுத்தவில்லை./ தக்க சமயத்தில் உதவிய தங்களுக்கு நன்றி செலுத்தக் கடமைப்பட்டுள்ளேன்./ தீ விபத்தில் இறந்துபோன குழந்தைகளுக்கு அஞ்சலி செலுத்தப்பட்டது. **8: (அதிகாரம், ஆட்சி, கட்டுப்பாடு முதலியவற்றை) மேற்கொள்ளுதல்;** exercise (authority, control over sth. or s.o.). மத்தியில் ஆட்சி செலுத்தும் கட்சி சில மாநிலங்களிலும் ஆட்சி செலுத்துகிறது. **9: (பெரும்பாலும் அறிவியல் சோதனைகளில் ஒரு கரைசலில் அல்லது ஊடகத்தில் மின்சாரம்) பரவுமாறு செய்தல்;** pass. கரைசலில் மின்சாரத்தைச் செலுத்திச் சோதனை செய்துபார்த்தார்.

செவ்வகம் பெ. **இணையான இரண்டு நீளப் பக்கங்களையும் அவற்றை இணைக்கும் சமமான அகலப் பக்கங்களையும் கொண்ட, நான்கு மூலைகளும் 90^{0} கோணத்தில் இருக்கும் வடிவம்;** rectangle.

செவ்வட்டை பெ. **உடலில் சிவப்புப் பட்டைகளையும் மிக அதிக எண்ணிக்கையில் சிறிய கால்களையும் கொண்ட ஒரு மரவட்டை;** millipede.

செவ்வட்டை நோய் பெ. **நெற்பயிரின் தோகையில் எள் வடிவத்தில் பழுப்பு நிறப் புள்ளிகளாகத் தோன்றிப் பச்சையத்தைச் சேதப்படுத்தும் பூஞ்சண நோய்;** fungus disease that affects the chlorophyl in the paddy crop.

செவ்வந்தி பெ. **சாமந்தி;** wild chamomile.

செவ்வரத்தை பெ. (இலங்.) காண்க: **செம்பருத்தி.**

செவ்வரளி பெ. **சிவப்பு நிற மலர்கள் பூக்கும் ஒரு வகை அரளிச் செடி/அந்தச் செடியில் பூக்கும் சிவப்பு நிற மலர்;** red oleander. சிவனுக்குச் செவ்வரளி மாலை சாத்தினால் விசேஷம் என்பார்கள்.

செவ்வலகுப் பூஞ்சிட்டு பெ. இளஞ்சிவப்பு நிற அலகுடன் வெளிர்பச்சை நிறத்தில் இருக்கும் பறவை; pale-billed flower pecker. செவ்வலகுப் பூஞ்சிட்டு இந்தியாவிலேயே மிகச் சிறிய பறவை ஆகும்.

செவ்வனே வி.அ. (உ.வ.) (ஒரு செயலை) சிறந்த முறையில்; செம்மையாக; சிறப்பாக; in an excellent manner. இந்த நூல் ஓவியத் துறை நுட்பங்களைச் செவ்வனே எடுத்துரைக்கிறது.

செவ்வாடு பெ. (வ.வ.) செம்மறியாடு; sheep.

செவ்வாய் பெ. 1: சூரியனிலிருந்து நாலாவதாகவும் பூமியை அடுத்தும் உள்ள கிரகம்; (planet) Mars. செவ்வாயில் உயிர்கள் இருப்பதற்கான அறிகுறிகள் இல்லை./ செவ்வாய் கிரகம் சூரியனிலிருந்து 22.79 கோடி கிலோ மீட்டர் தூரத்தில் இருக்கிறது. 2: மேற்கூறிய கிரகத்தின் பெயரால் குறிக்கப்படும், வாரத்தின் மூன்றாவது கிழமை; Tuesday. செவ்வாய்க்கிழமை பொதுவாக சலூன்களுக்கு விடுமுறை. 3: (சோதி.) உடன்பிறந்தோர், ஆக்ரோஷம், ராணுவம், தீ, சிவப்பு நிறம், பவளம், தெற்குத் திசை முதலியவற்றைக் குறிக்கும் கிரகம்; (in astrology) the planet Mars.

செவ்வாய் தோஷம் பெ. (சோதி.) லக்கினத்திலிருந்து ஏழு அல்லது எட்டாம் இடத்தில் செவ்வாய் இருப்பதால் ஜாதகருக்கு மண வாழ்க்கையில் ஏற்படும் குறை; the position of Mars in the seventh or eighth house in one's horoscope, considered inauspicious.

செவ்வாழை பெ. சிவப்பு நிறத் தோலுடன், பருமனாகவும் சற்று நீளமாகவும் இருக்கும் வாழைப்பழம்/அதனைத் தரும் மரம்; red banana (fruit and the tree).

செவ்வி பெ. (இலங்.) நேர்முகம்; பேட்டி; interview. யாழ்ப்பாணம் வந்திருந்த அந்த எழுத்தாளரை ஒரு பத்திரிகையாளர் செவ்வி கண்டார்.

செவ்விந்தியர் பெ. அமெரிக்கக் கண்டத்தில் வாழ்கிற பழங்குடியினர்; American Indians.

செவ்விய[1] பெ.அ. (உ.வ.) (வாழ்க்கை, வழிமுறைகள் முதலியவற்றைக் குறிக்கும்போது) சிறந்த; உன்னத; most proper; excellent; perfect. பொய் பேசி அறியாத செவ்விய வாழ்க்கை.

செவ்விய[2] பெ.அ. (உ.வ.) சிவந்த; red. அவளுடைய செவ்விய இதழ்களும் நீண்ட விரல்களும் கவர்ச்சியாக இருந்தன.

செவ்வியல் பெ. (பெரும்பாலும் பெயரடையாக வரும்போது) நீண்ட மரபும் கட்டுக்கோப்பும் விரிவான முறைமைகளும் கொண்ட தன்மை; classicalism. சிலப்பதிகாரம் ஒரு செவ்வியல் காப்பியம்./ பரதநாட்டியம், கதகளி போன்ற செவ்வியல் நாட்டியங்கள்/ தமிழ் ஒரு செவ்வியல் மொழி.

செவ்விலக்கியம் பெ. செவ்வியல் இலக்கியம்; classical literature. கம்பராமாயணம், சிலப்பதிகாரம் போன்ற செவ்விலக்கியங்களில் ஆழ்ந்த ஈடுபாடு கொண்டவர் அவர்./ 'செம்மீன்' நாவலை நவீன செவ்விலக்கியம் என்று சொல்லலாம்.

செவ்விளநீர் பெ. செந்நிற மட்டையோடு கூடிய இளநீர்; tender coconut of the red-coloured variety.

செவ்விளை மீன் பெ. (இலங்.) சுமார் முப்பது செ.மீ. நீளத்தில் செதிள்களோடு சதைப்பற்றாக இருக்கும், (உணவாகும்) சிவப்பு நிறக் கடல் மீன்; fleshy, edible sea fish red in colour, approximately thirty cm long and which has scales.

செவ்வை பெ. (-ஆக, -ஆன) (உ.வ.) (ஒரு செயலைக் குறிக்கும்போது) சீர்மை; சிறப்பு; proper manner or order. ஒவ்வொன்றையும் தனித்தனியாகச் செவ்வையாக விளக்கினார்./ அவருடைய செவ்வையான அணுகுமுறை அனைவரையும் கவர்ந்தது.

செவல்காடு பெ. (வ.வ.) செம்மண் பூமி; red soil. செவல்காட்டுப் பகுதிகளில் கடலை பயிரிடப்படுகிறது.

செவலை பெ. (பெரும்பாலும் மாடுகளைக் குறித்து வரும்போது) சிவந்த நிறமுடையது; (of bovine animals) red-coloured one. செவலைக் காளை/ செவலையை வண்டியில் பூட்டு.

செவி பெ. காது; ear. செவியைக் கிழிப்பதுபோல ஒரு சத்தம்/ யானைச் செவி.

செவிசாய் வி. (-சாய்க்க, -சாய்த்து) (ஒருவருடைய வேண்டுகோளுக்கு) இணங்குதல்; (ஒருவர் சொல்வதை) அங்கீகரிக்கும் வகையில் கேட்டல்; lend ears to; pay heed to. தொழிலாளர்களின் கோரிக்கைக்கு நிர்வாகம் செவிசாய்க்க மறுக்கிறது.

செவிட்டுப் பாம்பு பெ. கரும்பழுப்பு நிறத்தில் பார்ப்பதற்கு மண்புழுபோல இருக்கும், மிகச் சிறிய பாம்பு; blind snake.

செவிடன் பெ. (த.வ.) கேட்கும் திறன் இல்லாதவன்; காதுகேளாதவன்; deaf (man).

செவிடி பெ. (த.வ.) கேட்கும் திறன் இல்லாதவள்; deaf (woman or girl).

செவிடு[1] பெ. 1: கேட்கும் திறன் இல்லாமை; deafness. விபத்தில் அவருக்குக் காது செவிடாகிவிட்டது. 2: கேட்கும் திறன் இல்லாத நபர்; deaf person. சத்தமாகப் பேச வேண்டாம், நான் ஒன்றும் செவிடு இல்லை.

செவிடு[2] பெ. (பே.வ.) (காதுப் பக்கத்து) கன்னம்; part of the cheek (closer to ear). செவிட்டில் ஒரு அறை விழுந்தது.

செவிப்பறை பெ. காதின் உட்பகுதியில் ஒலியை உணர்வதற்காக இருக்கும், மெல்லிய தோலால் ஆன உறுப்பு; eardrum.

செவிமடு வி. (-மடுக்க, -மடுத்து) (உ.வ.) 1: கேட்டல்; hear; listen. அந்த இனிய பாடலைச் சிறிது நேரம் செவிமடுத்தேன். 2: காண்க: செவிசாய்.

செவிலி பெ. 1: நோயாளிகளைக் கவனித்துக்கொள்ளுதல், மருத்துவருக்கு உதவுதல் போன்ற பணிகளைச் செய்வதற்காகப் பயிற்சி பெற்ற பெண் பணியாளர்; (female) nurse. அறுவைச் சிகிச்சையின்போது மருத்துவர் அருகே செவிலியர் பலர் நின்றிருந்தனர். 2: காண்க: செவிலித்தாய்.

செவிலித்தாய் பெ. (பண்டைத் தமிழ் இலக்கியங்களில்) தலைவியின் வளர்ப்புத் தாய்; foster-mother of a heroine (in ancient Tamil literature).

செவிலியர் பெ. (பெரும்பாலும் பன்மையில் வருகையில்) மருத்துவர்களுக்கு உதவி செய்யப் பயிற்சி பெற்ற

செவிவழி 612

மருத்துவப் பணியாளர்கள்; (mostly in plural) nurse. என் தம்பி செவிலியர் படிப்பில் சேர ஆர்வமாக இருக்கிறான்.

செவிவழி பெ. (-ஆக) **(காலம்காலமாக) ஒருவர் கூற மற்றொருவர் கேட்டு இன்னொருவருக்குக் கூறுவது என்ற முறையில் வழங்கிவருவது;** sth. orally transmitted. என் தாத்தாவுக்கு ராமாயணம் செவிவழிப் பாடம்தான்./ இந்தச் செவிவழிக் கதை கோயிலில் உள்ள கல்வெட்டுகளில் குறிப்பிடப்படவில்லை./ இது செவிவழியாக வந்த கதை.

செவுக்கிளி பெ. (வ.வ.) **கரப்பான்பூச்சி;** cockroach.

செவுள் பெ. **மீனினுடைய தலையின் இரு புறத்திலும் இருக்கும் சுவாச உறுப்பு;** gills (of a fish).

செழி வி. (செழிக்க, செழித்து) **1: (செடி, கொடி, பயிர் முதலியன) நல்ல வளர்ச்சியுடன் அமைதல்; தழைத்தல்;** flourish; grow well. மழைக்குப் பிறகு நெற்பயிர் நன்றாகச் செழித்து வளர்ந்திருக்கிறது./ இந்த மண்ணில் வாழை செழிக்கும். **2: நல்ல நிலை அடைதல்; சிறப்பு எய்துதல்;** prosper. வலையில் மீன்கள் வந்து விழுந்தால் தான் மீனவர்கள் வாழ்வு செழிக்கும்./ தொழில் வளம் பெருகினால் நாடு செழிக்கும்.

செழித்த பெ.அ. **ஊட்டமான/அடர்ந்த;** chubby/thick. செழித்த கன்னம்/ செழித்த புருவம்.

செழிப்பு பெ. (-ஆக, -ஆன) **1: (பயிர் முதலியவை) வளத்துடன் காணப்படும் நிலை;** (of fields, crops) flourishing. பச்சைப்பசேலென்று இருந்த வயல்களின் செழிப்பு கண்ணுக்குக் குளிர்ச்சி தந்தது. **2: (பொதுவாக) வளத்துடனும் வளர்ச்சியுடனும் அமைந்த நிலை;** state of fertility; fertile condition. சகல விதங்களிலும் இது செழிப்பான ஊர். **3: தட்டுப்பாடு இல்லாத நிலை; மிகுதி;** abundance; plenty. இந்த மாவட்டம் ஒரு காலத்தில் நீர்ச் செழிப்புடன் இருந்தது./ மழை செழிப்பாகப் பெய்ய வேண்டும். **4: (உறுப்பின்) ஊட்டம்;** nourishment. மாடுகளின் உடல் செழிப்பு தீவனத்தைப் பொறுத்திருக்கிறது.

செழுமை பெ. 1: காண்க: **செழிப்பு.** 2: (-ஆன) **வளம்;** richness. செழுமையான அனுபவங்கள்.

செளிம்பு பெ. (இலங்.) **(செப்புப் பாத்திரத்தில் பிடிக்கும்) களிம்பு;** green rust on copper (vessels); verdigris. செளிம்பு பிடித்த செம்பை எடுத்து நன்றாக விளக்கு./ நிறைகுடக் குத்துவிளக்கில் செளிம்பு உள்ளது.

செறி வி. (செறிய, செறிந்து) (உ.வ.) **(குறிப்பிடப்படும் ஒன்று) நிறைந்திருத்தல்; அடர்த்தியாக அல்லது நெருக்கமாகக் காணப்படுதல்;** be full of; be filled with; be replete with. இருள் செறிந்திருக்கும் காடு/ மரம் செடி கொடிகள் செறிந்த மலையடிவாரம்/ (உரு வ.) வீரம் செறிந்த மனிதர்கள்.

செறிவு பெ. (-ஆன) **(ஒன்று) பரவலாகவும் அடர்த்தியாகவும் காணப்படும் நிலை;** thickness; denseness. குழந்தைகளுக்கு ஊட்டச் செறிவுள்ள உணவு அவசியம்./ கருத்துச் செறிவான கதை.

செறிவூட்டு வி. (-ஊட்ட, -ஊட்டி) **(ஒன்றின்) தரத்தை அல்லது தன்மையை மேம்படுத்துதல்;** enrich. உணவுப் பொருளில் புதிய மரபணுக்களைப் புகுத்திச் செறிவூட்ட விஞ்ஞானிகள் ஆராய்ந்துவருகிறார்கள்./ செறிவூட்டப்பட்ட யுரேனியமே அணுகுண்டு தயாரிக்கப் பயன்படுகிறது.

செறுமு வி. (செறும, செறுமி) காண்க: **செருமு**[1], **1.**

சென்ட் பெ. **(நிலத்தின் பரப்பளவைக் கணக்கிடப் பயன்படும்) 40.5 சதுர மீட்டர் அளவு கொண்ட ஓர் அலகு;** (of land measure) cent (measuring approx. 40.5 sq metres). நூறு சென்ட் ஒரு ஏக்கர்.

சென்ற பெ.அ. (காலத்தைக் குறிக்கும்போது) **கடந்த/ (புத்தகத்தின் அத்தியாயம், பக்கம் முதலியவற்றைக் குறிக்கும்போது) குறிப்பிடப்படுவதற்கு முன்னுள்ள; முந்தைய;** (of time) last/(of book) previous (page, para, etc.,). எனக்குத் திருமணம் சென்ற ஆண்டு நடந்தது./ சென்ற தேர்தலில் அவர் போட்டியிட்டார்./ இந்தத் தகவல் சென்ற அத்தியாயத்திலும் குறிப்பிடப்பட்டிருக்கிறது.

சென்று வா வி. (வர, வந்து) **(ஒருவர்) விடைபெறுதல்; (மற்றவர்) விடைதருதல்;** say goodbye. 'சென்று வாருங்கள். மீதம் உள்ளதை நாளைக்குப் பார்த்துக்கொள்ளலாம்' என்றார் அவர்.

சென்னல் பெ. **பனையேறிக் கெண்டை (மீன்);** climbing perch.

சே இ.சொ. **வெறுப்பு, எரிச்சல், மறதி போன்ற உணர்வுகளை வெளிப்படுத்த வாக்கியத்தின் தொடக்கத்தில் பயன்படுத்தும் இடைச்சொல்;** particle used to express one's dislike, dissatisfaction, irritation, surprise, etc., சே! என்ன வெயில் இது!/ சே! இப்படி ஒரு பிழைப்பு தேவையா?/ சே! என் முகத்தில் இனி விழிக்காதே.

சேகண்டி பெ. **அந்திமச் சடங்குகளின்போது சிறு குச்சியால் தட்டி ஒலியெழுப்பும், வெண்கலத்தால் ஆன, வட்ட வடிவத் தட்டு;** round-shaped metal plate that is sounded at funerals; a kind of gong.

சேகண்டி

சேகரம் பெ. (அ.வ.) **சேகரிப்பு அல்லது தொகுப்பு;** collection; accumulation; deposit. கல்யாணத்துக்குப் பணம் சேகரம்பண்ணி வைத்திருக்கிறாயா?/ தேனடையில் தேன் நிறைய சேகரமாகியிருக்கிறது.

சேகரி வி. (சேகரிக்க, சேகரித்து) **(பொருள், தகவல், ஆதரவு போன்றவற்றை ஒரு இடத்திலிருந்து அல்லது ஒருவரிடமிருந்து) பெறுதல் அல்லது பெற்று ஒன்று திரட்டுதல்; சேர்த்தல்;** collect (coins, etc.,); gather (information, etc.,). அவர் பழைய நாணயங்களைச் சேகரித்து வைத்திருக்கிறார்./ சுதந்திரப் போராட்டம் நடைபெற்ற

இடங்களிலிருந்து புனிதமண் சேகரிக்கப்பட்டது./ தகவல்களை நிறையச் சேகரித்துக்கொண்ட பிறகுதான் நாம் அவருடன் பேச வேண்டும்./ கட்சித் தலைவர் இன்றும் நாளையும் தொடர்ந்து மதுரையில் வாக்குச் சேகரிக்கிறார். [(தொ.சொ.) கூட்டு/ சேர்/ திரட்டு/ தொகு]

சேகரிப்பு பெ. **(குறிப்பிட்ட பொருளை) சேகரிக்கும் செயல்;** collection (of stamps, tales, etc.,). வேலை மாற்றம் காரணமாக நாட்டுப் பாடல் சேகரிப்பு தடைபட்டது./ தபால்தலை சேகரிப்பு.

சேங்கணை பெ. *(இலங்.)* **சோம்பேறி;** lazy fellow. எப்போதும் படுத்துக்கிடக்கும் இந்தச் சேங்கணையை வைத்துக்கொண்டு ஒரு காரியமும் செய்ய இயலாது.

சேச்சே இ.சொ. **மறுப்புத் தெரிவித்தல், சமாதானம் சொல்லுதல் போன்ற சூழல்களில் வாக்கியத்தின் தொடக்கத்தில் பயன்படுத்தப்படும் இடைச்சொல்;** particle used to express one's objection, appeasement, consolation, etc., சேச்சே! இதில் எனக்கு என்ன வருத்தம்./ சேச்சே, அம்மாவுக்கு ஒன்றும் ஆகியிருக்காது. நீ தைரியமாக இரு.

சேட்டு[1] பெ. *(பே.வ.)* **(தமிழ்நாட்டில்) வியாபாரத்தில் ஈடுபட்டிருக்கும் வட இந்தியர்; மார்வாடி;** person belonging to the mercantile community (from certain states of north India) doing business in Tamil Nadu.

சேட்டு[2] பெ. *(இலங்.)* **சட்டை;** shirt.

சேட்டை பெ. **1: (குழந்தையின்) குறும்பு;** (child's) prank. புத்தகம் படிப்பதில் விருப்பம் ஏற்பட்டுவிட்டால் குழந்தைகள் சேட்டைசெய்வது குறைந்துவிடும். **2: கோமாளித்தனமான முகபாவனைகள், அங்க அசைவுகள் போன்ற வேடிக்கைச் செயல்;** antics. கையை வைத்துக்கொண்டு சும்மா இருக்க முடியாதா? குரங்குபோல் சேட்டைபண்ணுகிறாயே. **3: விஷமத்தனமான செயல்;** rowdyism. இந்தப் பகுதியில் ரவுடிகளின் சேட்டை தாங்க முடியவில்லை./ பெண்களிடம் சேட்டை செய்த இளைஞனைக் காவல் துறையினர் கைதுசெய்தனர்.

சேட்டைவிடு வி. (-விட, -விட்டு) *(இலங்.)* **குறும்புத்தனமான அல்லது விஷமத்தனமான செயல்கள் செய்தல்;** behave mischievously; tease. சிலர் வீதியில் இளம் பெண்களுடன் சேட்டைவிடுகிறார்கள்./ 'அவர் தொடர்ச்சியாகச் சேட்டைவிடுகிறார். ஒரு நாளைக்கு அவரை அடித்துப்போடுவேன்' என்று அண்ணா கோபத்துடன் கூறினார்.

சேடமிழு வி. (-இழுக்க, -இழுத்து) *(இலங்.)* **(ஒருவருக்கு) உயிர் இழுத்துக்கொண்டிருத்தல்;** be on one's deathbed. பக்கத்து வீட்டுப் பாட்டிக்குச் சேடமிழுக்கத் தொடங்கிவிட்டது, சொந்தக்காரர்களுக்குச் சொல்லிவிட்டிருக்கிறார்கள்./ *(உரு வ.)* இந்த நிறுவனம் இன்றோ நாளையோ என்று சேடமிழுத்துக்கொண்டிருக்கிறது.

சேடி பெ. **(முற்காலத்தில்) (இளவரசியின்) பணிப்பெண்;** (in former times) maid (of a princess).

சேடை பெ. *(ஊரக வ.)* **நடவு நடுவதற்கு ஏற்ற நிலையில் சேறாகும்படி தண்ணீரைத் தேக்கிக் கட்டியுள்ள வயல்;** puddled field made ready for transplantation.

சேணம் பெ. **(குதிரை, ஒட்டகம் ஆகிய விலங்குகளின் முதுகில் உட்கார்ந்து) சவாரி செய்வதற்குப் போடப்படும், தோலினால் ஆன இருக்கை;** saddle.

சேணைப்பயிர் பெ. *(இலங்.)* **புன்செய்ப் பயிர்;** dry crop such as millet, maize, etc.,

சேதப்படு வி. (-பட, -பட்டு) **அழிதல்; நாசமாதல்;** be damaged; be destroyed. தீ மளமளவென்று பரவிவிட்டதால் வீட்டில் இருந்தவர்களையும் சில முக்கியமான பொருள்களையும் மட்டும்தான் சேதப்படாமல் காப்பாற்ற முடிந்தது./ புயலினால் சேதப்பட்ட குடிசைகள்.

சேதப்படுத்து வி. (-படுத்த, -படுத்தி) **நாசம் செய்தல்; அழித்தல்;** damage. பூகம்பம் லட்சக் கணக்கான வீடுகளைச் சேதப்படுத்திவிட்டது./ பொதுச் சொத்தைச் சேதப்படுத்துவது சட்டப்படி குற்றமாகும்.

சேதம் பெ. **1: (புயல், வெள்ளம் போன்ற இயற்கைச் சீற்றங்களால் ஏற்படும் உயிர், பொருள்) அழிவு;** loss (of life, property, etc., due to natural calamity). வெள்ளத்தால் குறுவைப் பயிர்கள் கடும் சேதம் அடைந்துள்ளன. [(தொ.சொ.) அழிவு/ இழப்பு/ சிதைவு/ சின்னாபின்னம்/ நாசம்/ பேரழிவு] **2: (உடைதல், நொறுங்குதல் போன்றவற்றால் பொருள்களுக்கு ஏற்படும்) கேடு;** (of things) damage; destruction. முத்துகளுக்குச் சேதம் ஏற்படாமல் மெருகு ஏற்றப்பட்டது. **3: (வன்முறைச் செயல்களினால் நிகழும்) பாதிப்பு;** damage (due to violence). நேற்று கலவரத்தில் ஈடுபட்டவர்களில் சிலர் பொதுச் சொத்துகளுக்குச் சேதம் விளைவித்திருக்கிறார்கள்

சேதாரம் பெ. **1: (பொருள்களுக்கு ஏற்படும்) நஷ்டம்; சேதம்;** (of crops, commodities) loss. நெற்பயிரில் சேதாரத்தைக் குறைக்கச் சில யோசனைகள். **2: ஆபரணங்கள் செய்யும்போது அறுப்பது, தேய்ப்பது போன்றவற்றால் தங்கம், வெள்ளி ஆகியவற்றில் ஏற்படும்) இழப்பு;** wastage (of gold or silver while making jewels).

சேதி பெ. *(பே.வ.)* காண்க: **செய்தி.**

சேந்து வி. (சேந்த, சேந்தி) *(வ.வ.)* **(நீர்) இறைத்தல்;** draw (water, esp. from a well).

சேப்பங்கிழங்கு பெ. **(உணவாகப் பயன்படும்) வேகவைத்து மேல்தோலை உரித்தால் வழுவழுப்புத் தன்மையோடு இருக்கும் சிறிய கிழங்கு;** Indian kales root; taro.

சேம்பு பெ. **நீர்ப்பாங்கான இடங்களில் வளரும், பெரிய இலைகளைக் கொண்டிருக்கும், சேப்பங்கிழங்கைத் தரும் செடி;** the plant Indian kales; taro.

சேம்பை(இலை) பெ. *(ஊரக வ.)* **(வாய்க்கால் ஓரத்தில் வளரும்) அகலமான இலைகளைக் கொண்ட ஒரு வகைத் தாவரம்;** rhizome with large ovate leaves found along the sides of channels. வயலில் வேலை செய்பவர்கள் சேம்பை இலையில் உணவு வைத்துச் சாப்பிடுவார்கள்.

சேமக்கலம்[1] பெ. **1: (வெப்பமானி போன்ற உபகரணங்களில்) பாதரசத்தைக் கொண்டுள்ள சிறிய சேமிப்புக் கலம்;** a structure at the bottom of a thermometer, barometer, etc., that holds mercury. **2: மின்கலம்;** battery.

சேமக்கலம்[2] பெ. **சேகண்டி;** a kind of gong.

சேமக்காலை பெ. *(இலங்.)* **கல்லறை;** cemetery.

சேமப்படை பெ. **ஆயுத (காவல்) படை.** Armed Reserve Police.

சேமி வி. (*சேமிக்க, சேமித்து*) 1: **(பணம், நகை போன்றவற்றை) எதிர்காலப் பயன்பாட்டுக்காகச் சேர்த்தல்;** save (money, water, etc.,). *உழைக்க முடிந்த காலத்தில் பணம் சேமித்ததால்தான் இப்போது, ஓய்வுபெற்ற காலத்தில் சுகமாக வாழ முடிகிறது./ பெண்ணின் திருமணத்திற்காகக் கொஞ்சம்கொஞ்சமாக நகைகளும் பாத்திரங்களும் சேமித்து வைத்திருக்கிறேன்.* 2: **(பொருள், ஆற்றல் முதலியவற்றை ஒரு இடத்தில்) சேகரித்து வைத்தல்;** store. *ஏரிகளை ஆழப்படுத்தினால் அதிகத் தண்ணீரைச் சேமித்து வைக்கலாம்./ அரசுக் களஞ்சியங்களில் தானியங்கள் சேமிக்கப்படுகின்றன./ சூரிய வெப்பத்திலிருந்து பெறப்படும் மின்சக்தியைச் சேமித்து வைக்கும் அமைப்பு இந்த மின்கலத்தில் உண்டு./ கொழுப்பு நம் தோலின் அடியில் சேமிக்கப்படுகிறது./ வறண்ட நிலத் தாவரங்களின் வேர்கள் நீரைச் சேமிக்கின்றன./ கோரையின் வேர்ப்பகுதியில் உள்ள கிழங்குகள் உணவைச் சேமித்துக்கொள்கின்றன./ காந்தியைப் பற்றி நிறைய தகவல்களை இணையதளங்களிலிருந்து எடுத்துக் கணிப்பொறியில் சேமித்து வைத்திருக்கிறேன்./ நீங்கள் கொடுக்கும் இரத்தம் பாதுகாப்பாகச் சேமித்து வைக்கப்படும்.* 3: **கணிப்பொறியில் உள்ளீடு செய்த தகவல்கள் அழிந்துவிடாமல் அதன் நினைவகத்தில் இருக்கச் செய்தல்;** (of computer) save. *எழுதிய வரையில் கதையைக் கணிப்பொறியில் சேமித்துவிட்டுப் படுக்கப் போனேன்.* 4: **(சக்தி, எரிபொருள் முதலானவற்றைக் குறைந்த அளவில் பயன்படுத்தி) சிக்கனப்படுத்துதல்; (ஒன்றைக் குறைந்த நேரத்தில் செய்வதன்மூலம் நேரத்தை) மிச்சப்படுத்துதல்;** conserve (energy, fuel, etc.,). *எரிபொருளைச் சேமிப்பதற்கான நுட்பங்களைத் தொழிற்சாலைகள் மேற்கொள்ள வேண்டும்./ கணிப்பொறி நம் வேலையைச் சுலபமாக்கி நேரத்தைச் சேமிக்க உதவுகிறது.*

சேமிப்பு பெ. **(எதிர்காலத் தேவை கருதி ஒன்றை) சேமிக்கும் செயல் அல்லது (ஒன்று) சேமித்து வைக்கப்பட்டிருக்கும் நிலை;** savings (in a bank, etc.,); store (of paddy, etc.,); stock. *சேமிப்பின் அவசியத்தை வலியுறுத்திப் பிரச்சாரம் செய்ய வேண்டும்./ அப்பாவின் சேமிப்பைக் கொண்டுதான் இந்தத் தொழிலை ஆரம்பித்திருக்கிறேன்./ திடீர் என்று ஏற்படும் செலவுகளுக்குச் சேமிப்புதான் கை கொடுக்கிறது./ நெல் சேமிப்புக் கிடங்கு/ குடிநீர் சேமிப்புக்கான வசதிகளைப் பெருக்க வேண்டும்./ இரத்தச் சேமிப்பு நிலையம்.*

சேமிப்புக் கணக்கு பெ. **(வங்கி, அஞ்சலகம் ஆகியவற்றில் எதிர்காலத் தேவை கருதி) சேமிப்புக்காக வாடிக்கையாளர் வைத்திருக்கும் கணக்கு;** savings bank account (in a bank, post office, etc.,).

சேமிப்புப் பத்திரம் பெ. **(அரசு நேரடியாகவோ அஞ்சலகம் முதலிய அமைப்புகள் வழியாகவோ) ஒருவர் சேமிப்பாகச் செலுத்திய தொகையைக் குறிப்பிட்ட கால முடிவில் வட்டியுடன் திருப்பித் தருவதாக எழுத்து மூலம் உறுதியளித்து வழங்கும் பத்திரம்;** savings certificate. *தேசியச் சேமிப்புப் பத்திரம்/ அஞ்சலகச் சேமிப்புப் பத்திரம்.*

சேமியா பெ. **(பாயசம், சிற்றுண்டி ஆகியவை செய்யப் பயன்படும்) கோதுமை, கிழங்கு முதலியவற்றின் மாவை மெல்லிய கம்பிபோல் பிழிந்து உலர்த்திய உணவுப் பொருள்;** vermicelli. *சேமியா உப்புமா/ சேமியா கேசரி/ சேமியா பாயசம்.*

சேய் பெ. (உ.வ.) **குழந்தை;** child; infant. *தாயும் சேயும் நலம்.*

சேய்மை பெ. (உ.வ.) **தூரம்; தொலைவு;** being at a distance.

சேர்[1] வி. (*சேர, சேர்ந்து*) *அ.* (*இணைதல் தொடர்பான வழக்கு*) 1: **கூட்டாக இணைதல்;** (of persons or things) come together; join; unite. *இந்த ஆங்கில நாவலை இரண்டு பேர் சேர்ந்து மொழிபெயர்த்திருக்கின்றனர்./ கொஞ்சம் பொறு, நாம் இருவரும் ஒன்றாகச் சேர்ந்து போவோம்./ நான்கும் இரண்டும் சேர்ந்தால் ஆறு.* 2: **(ஒன்றை அல்லது ஒருவரை மையமாகக் கொண்டு நபர்கள்) ஒன்றாதல்; ஒருங்கிணைதல்; திரளுதல்;** gather (around a person or a purpose). *அனைத்துத் தொழிற்சங்கங்களும் போராட்டத்தை முன்னிட்டு ஒன்றாகச் சேர்ந்தன./ அவர் போகும் இடங்களிலெல்லாம் நிறைய கூட்டம் சேர்கிறது.* 3: **ஒருவருடன் பழக்கம் ஏற்படுத்திக்கொள்ளுதல்; நட்புகொள்ளுதல்;** associate (with s.o.). *அவனோடு சேராதே. ரொம்ப மோசமானவன்./ உங்களுடன் சேர்ந்ததால்தான் நானும் நிறைய புத்தகங்களைப் படிக்க ஆரம்பித்தேன்.* 4: **(சாலை, ஆறு முதலியன) சந்தித்தல்; இணைதல்;** (of roads, rivers, etc.,) join; meet. *தெருவும் சந்தும் சேரும் இடத்தில் ஒரு பேருந்து நிறுத்தம் உள்ளது.* 5: **(உடைந்த எலும்பு) ஒட்டிப் பொருந்துதல்;** (of broken pieces) join. *முறிந்த கையெலும்பு சேர்வதற்கு நான்கு மாதங்கள் ஆகலாம்.* 6: **(ஒரு அமைப்பு, நிறுவனம், குழு முதலியவற்றில்) இடம்பெறுதல்; (வேலையில்) பொறுப்பேற்றுக்கொள்ளுதல்;** join (a society, organization); get admitted to. *பொறியியல் கல்லூரியில் சேர விரும்புகிறேன்./ அவர் மருத்துவமனையில் சேர்ந்து சிகிச்சை பெறுகிறார்./ அவர் வேலையில் சேர்ந்து கொஞ்ச நாளிலேயே பதவி உயர்வு பெற்றுவிட்டார்.* *ஆ.* (*அடைதல் தொடர்பான வழக்கு*) 7: **(பணம்) சேமிக்கப்படுதல்;** (of money) collect. *இன்னும் கொஞ்சம் பணம் சேர்ந்துவிட்டால் புது வீடு கட்ட ஆரம்பித்துவிடுவேன்.* 8: **(ஓர் இடத்தை) அடைதல்;** reach (a destination, place). *சீக்கிரம் புறப்பட்டால்தான் இருட்டுவதற்குள் வீடு போய்ச் சேர முடியும்./ நீ அனுப்பிய கடிதம் போய்ச் சேர்ந்ததா என்று தெரியவில்லை.* 9: **(ஒன்று ஒருவரிடம்) சென்றடைதல் அல்லது வந்தடைதல்;** reach. *நான் அனுப்பிய பணம் வந்துசேர்ந்த உடனேயே எனக்குத் தகவல் தெரிவிக்கவும்.* 10: **(சொத்து ஒருவருக்கு) உரிமையாதல்;** (of property) go (to a person). *உயிலின்படி அவருடைய சொத்துகள் அனைத்தும் இந்தப் பள்ளிக்குச் சேரும்.* *இ.* (*பொருந்துதல் தொடர்பான வழக்கு*) 11: **பொருத்தமாக அமைதல்;** fit. *இந்தச் சாவி எந்தப் பூட்டுக்குச் சேரும்?/ இந்தச் சட்டை யாருக்கும் சேராது போலிருக்கிறதே!* *ஈ.* (*ஓர் இடத்தில் திரண்டிருத்தல் தொடர்பான வழக்கு*) 12: **(செல்வம்) குவிதல்;** (of wealth) get accumulated. *அவனுக்குப் பல்வேறு வழிகளில் பணம் சேர்கிறது.* 13: **(அழுக்கு அல்லது துணி**

முதலியன) நிறைதல்; (of dirt, clothes, etc.,) collect. நக இடுக்கில் அழுக்குச் சேர்ந்திருக்கிறது./ துணி நிறையச் சேர்ந்துவிட்டது, துவைப்பதற்கு நேரம் இல்லை.

சேர்[2] வி. (சேர்க்க, சேர்த்து) **அ.** *(ஒன்று கூடுமாறு செய்தல் தொடர்பான வழக்கு)* **1: (நபர்களை) திரட்டுதல்; ஒருங்கிணைத்தல்;** assemble (people). திரைப்படத் தொழில்நுட்பக் கலைஞர்கள் அனைவரையும் சேர்த்து ஓர் அமைப்பு உருவாக்கப்படுகிறது./ என்னை அடிப்பதற்கு அவன் ஆள் சேர்க்கிறானாமே?/ மாநாட்டுக்கு நிறைய கூட்டம் சேர்க்க வேண்டும் என்று கட்சி மேலிடம் அவரை நெருக்கியது. [*(தொ.சொ.)* **கூட்டு/ சேகரி/ திரட்டு/ தொகு**] **2: (பொருள்களை) சேகரித்தல்;** collect (things). தபால் தலைகள் சேர்ப்பதில் எனக்கு ஆர்வம் அதிகம்./ இவை அவர் சேர்த்திருக்கும் பழைய நாணயங்கள். **3: (பணம்) சம்பாதித்தல்; ஈட்டுதல்;** earn (money). அவன் வெளிநாட்டுக்குப் போய்ச் சேர்த்த பணத்தையெல்லாம் வீடாக வாங்கிக் குவிக்கிறான்./ வீணாக ஊர்சுற்றுவதை விட்டுவிட்டு ஒரு வேலையில் சேர்ந்து நாலு காசு சேர்க்கிற வழியைப் பார். **4: (பணத்தை) சேமித்தல்;** save (money). சம்பாதித்த காசையெல்லாம் சேர்த்துவைக்காமல் செலவு செய்துவிட்டு இப்போது சோற்றுக்கே திண்டாடுகிறார்./ பெண்ணின் மேல் படிப்புக்காகப் பணம் சேர்த்துக்கொண்டிருக்கிறேன். **ஆ.** *(அடையச் செய்தல் அல்லது இடம்பெறச் செய்தல் தொடர்பான வழக்கு)* **5: (ஓர் இடத்தை) சேரச் செய்தல்;** cause (s.o.) to reach (a place). பாட்டியை எப்படித் தான் ஊர் கொண்டுபோய்ச் சேர்க்கப்போகிறேனோ!/ இந்தக் கடிதத்தை அவரிடம் சேர்த்து விடு./ புத்தகத்தை அவரிடம் நான் சேர்ப்பதற்குள் நான்கு முறை கேட்டு விட்டார். **6: (ஒன்றை ஒருவரிடம்) ஒப்படைத்தல்;** hand over (sth. to s.o.); post (a letter, etc.,). கடிதத்தைத் தபாலில் சேர்த்துவிட்டாயா?/ நீங்கள் கொடுத்த பணத்தைப் பத்திரமாக உங்கள் வீட்டில் சேர்த்துவிட்டேன். **7: (அமைப்பு, நிறுவனம், குழு முதலியவற்றில் ஒருவரை) இடம்பெறச் செய்தல்;** admit (s.o. to sth.); enrol; recruit. குழந்தைகளைப் பள்ளியில் சேர்க்க நன்கொடை தர வேண்டியிருக்கிறது./ நேற்றுதான் அவரை மருத்துவமனையில் சேர்த்தோம்./ அந்தப் பஞ்சாலையில் புதிதாக ஆட்களைச் சேர்க்கிறார்கள்./ தம்பியையும் விளையாட்டில் சேர்த்துக்கொள். **இ.** *(இணையச் செய்தல் தொடர்பான வழக்கு)* **8: (புத்தகம், விவரங்கள், வரிசை முதலியவற்றில் ஒன்றை) உள்ளடக்குதல்; இணைத்தல்;** include (sth.). இந்த அகராதியில் மூவாயிரத்துக்கும் மேற்பட்ட சொற்கள் புதிதாகச் சேர்க்கப்பட்டுள்ளன./ இரண்டாம் பதிப்பில் இந்தச் சிறுகதை சேர்த்துக்கொள்ளப்படவில்லை./ நான் சொன்ன கணக்கில் என் போக்குவரத்துச் செலவுகளைச் சேர்க்கவில்லை./ பெண்ணிய எழுத்தாளர்கள் வரிசையில் இவரையும் சேர்க்கலாம். **9: (ஒன்றை ஒன்றில்) கலத்தல்;** mix. காப்பியில் கொஞ்சம் பாலைச் சேர்க்கட்டுமா?/ பசைகட்டியாக இருக்கிறது. கொஞ்சம் தண்ணீர் சேர்த்துக்கொள்./ அவர் இந்தப் படத்தில் இந்தியப் பாரம்பரிய இசையுடன் மேற்கத்திய இசையையும் சேர்த்துப் புதுமையாக இசையமைத்திருந்தார். **10: (குறிப்பிட்ட ஒரு தன்மையை அல்லது நிலையை ஒருவருக்கு அல்லது ஒன்றுக்கு) அளித்தல்;** add (a quality to sth.). தொன்மக் குறியீடுகள் இந்தக் கவிதைக்குப் புதிய பரிமாணத்தைச் சேர்க்கின்றன./ இந்தப் புதிய பூங்கா சென்னை மாநகரத்திற்கு எழில் சேர்க்கிறது. **11: (ஒன்றுக்கொன்று) தொடர்பு கொள்ளும்படி ஒன்றாக்குதல்; இணைத்தல்;** join; link. கொடுத்திருக்கும் எண் வரிசையில் புள்ளிகளைச் சேர்த்தால் ஒரு விலங்கின் படம் கிடைக்கும்./ கையோடு கை சேர்த்துக் கொண்டு இருவரும் நடந்தார்கள்./ என்னை அவனுடன் சேர்த்துப் பேசாதீர்கள்./ இது இரண்டு ரகங்களைச் சேர்த்து உருவாக்கப்பட்ட வீரிய ரக நெல் ஆகும்./ குழந்தையை நெஞ்சோடு சேர்த்து அணைத்துக்கொண்டார். **12: (ஒரு எண்ணை மற்றொரு எண்ணுடன்) கூட்டுதல்;** add. நான்குடன் இரண்டைச் சேர்த்தால் ஆறு கிடைக்கும். **13: (கிரிக்கெட்டில் ஒரு வீரர் அல்லது அணி ஓட்டத்தை) பெறுதல்;** (in cricket) score (run). தொடக்க ஆட்டக் காரர்கள் மட்டுமே 175 ஓட்டங்கள் சேர்த்தனர். **14: (ஒரு இசைக் கருவியில்) ஆதார சுருதியைக் கொண்டுவருதல்; ஒலிகளை ஒத்து ஒலிக்கச்செய்தல்;** attune (musical instruments). தந்திகளை மீட்டி வீணையில் சுருதி சேர்க்க வேண்டும். **15: (ஒன்றை உணவின் பகுதியாக அல்லது ஒருவரை உறவின் தொடர்ச்சியாக) ஏற்றுக் கொள்ளுதல்;** accept; include. என் பாட்டி பூண்டைச் சேர்த்துக்கொள்வதில்லை./ பத்து வருடத்துக்கு முன்பு வடக்கே போய்விட்ட மாமா, தற்போது திரும்பிவந்த போது குடும்பத்தில் அவரை யாரும் சேர்த்துக்கொள்ள வில்லை.

சேர்[3] பெ. **(முன்பு வழக்கில் இருந்த) 320 கிராம் கொண்ட நிறுத்தலளவை);** (a former) measure of weight of roughly about 330 gms.

சேர்க்கை பெ. **1: ஒன்றோடொன்று சேர்ந்திருக்கும் நிலை; ஒன்றை ஒன்றுடன் சேர்க்கும் செயல்;** combination. கவிதை என்பது சொற்களின் சேர்க்கையால் மட்டும் உருவாவதில்லை./ வான்காவின் ஓவியத்தில் வண்ணங்களின் சேர்க்கை அற்புதமாக இருக்கும்./ ரசாயனச் சேர்க்கை/ *(உரு வ.)* காதல் என்பது இரு இதயங்களின் சேர்க்கை. **2: தொடர்பு; நட்பு;** association; company. நல்லவர்களின் சேர்க்கையை நாடு!/ கூடாதவர்களின் சேர்க்கையால்தான் அவன் இப்படிக் கெட்டுப்போய்விட்டான். **3: (உ.வ.) உடலுறவின் மூலம் இருவர் இணையும் செயல்;** copulation. ஆண், பெண் சேர்க்கையின் வெவ்வேறு நிலைகளைச் சித்தரிக்கும் சிற்பங்கள். **4: (ஏற்கனவே இருப்பதுடன்) கூடுதலாக இணைவது; சேர்வது;** addition; accretion. இந்தச் சடங்குகளெல்லாம் சமீப காலத்துச் சேர்க்கைகள்தான். **5: (பள்ளி, கல்லூரி முதலியவற்றில் மாணவர்களை) சேர்த்துக்கொள்ளுதல்;** admission (to a school, etc.,); enrolment. தொலைநிலைக் கல்வி மாணவர் சேர்க்கை அறிவிப்பு. **6:** *(சோதி.)* **ஒருவருடைய ஜாதகத்தில் கிரகங்கள் குறிப்பிட்ட வீடுகளில் அமைந்திருந்து வேறு வீடுகளின் மீது அதிகாரம் செலுத்தும் நிலை;** combination (of certain planets in one's horoscope). கிரகச் சேர்க்கைதான் அவனை ஆட்டிவைக்கிறது.

சேர்த்தி பெ. (பே.வ.) **(ஒன்றுடன்) இணைத்துப் பார்க்கக்கூடிய நிலையில் ஒன்று அல்லது ஒருவர் இருக்கும் நிலை;** that which can be identified with (something). இவன் மனித ஜாதியிலேயே சேர்த்தி இல்லை./ இது கவிதையிலேயே சேர்த்தி இல்லை.

சேர்த்து இ.சொ. **'(குறிப்பிடப்படுவதுடன்) கூட' என்ற பொருளில் பயன்படுத்தப்படும் இடைச்சொல்;** particle used in the sense of 'also', 'together with', 'in addition to'. சிறைக் காவலுடன் சேர்த்து அவனுக்கு அபராதமும் விதிக்கப்பட்டது./ காய்கறி வாங்கும்போது பழமும் சேர்த்து வாங்கு.

சேர்த்துக்கொள் வி. (-கொள்ள, -கொண்டு) (பே.வ.) **திருமணம் செய்துகொள்ளாமல் ஒருவரோடு இணைந்து வாழ்தல்;** cohabit. மனைவி இறந்த பிறகு பக்கத்துத் தெருப் பெண் ஒருத்தியைச் சேர்த்துக்கொண்டு குடும்பம் நடத்துகிறான்.

சேர்த்துவை வி. (-வைக்க, -வைத்து) **ஒத்துப்போகுமாறு செய்தல்;** reconcile; reunite. கணவனையும் மனைவியையும் சேர்த்துவைக்கும் முயற்சி.

சேர்ந்த பெ.அ. 1: **(குறிப்பிட்ட ஊர், நாடு முதலியவற்றை) பிறப்பிடமாகவோ வாழ்விடமாகவோ கொண்ட; (ஒன்றை) எல்லையாகக் கொண்டு அதற்கு உட்பட்ட;** belonging to (a country, nation, etc.,). இங்கிலாந்து நாட்டைச் சேர்ந்த விஞ்ஞானி/ மயிலாப்பூரைச் சேர்ந்த கந்தன் என்பவரை ஒரு வாரமாகக் காணவில்லை./ பெருங்குடி கிராமத்தைச் சேர்ந்த கந்தன் சாவடி. 2: **(ஒரு பிரிவு, அமைப்பு முதலியவற்றில்) அங்கமாக உள்ள;** belonging to; of. திமிங்கிலம் பாலூட்டி இனத்தைச் சேர்ந்த விலங்கு./ நீ எந்தப் பள்ளியைச் சேர்ந்த மாணவன்?

சேர்ந்தாற்போல் வி.அ. (பே.வ.) **தொடர்ச்சியாக;** continuously; at a stretch. சேர்ந்தாற்போல் அரை மணி நேரம் கூடத் தூங்கியிருக்க மாட்டேன்.

சேர்ப்பி வி. (சேர்ப்பிக்க, சேர்ப்பித்து) **(ஒன்றை ஒருவரிடத்தில்) ஒப்படைத்தல்; (கடிதம், மனு போன்றவற்றை உரிய இடத்தில்) சேர்த்தல்;** hand over. பணத்தை யாரிடம் சேர்ப்பித்தாய்?/ அப்பா கொடுத்த கடிதத்தை அஞ்சலில் சேர்ப்பித்துவிட்டு வீட்டுக்கு வந்தேன்.

சேர்ப்பு பெ. **(ஒருவரை ஒரு அமைப்பு அல்லது பட்டியலில் சேர்க்கும் விதமாக) பதிவுசெய்தல்;** enrolment. வாக்காளர் சேர்ப்புப் பணி.

சேர்மதி பெ. (இலங்.) **(ஒருவருக்கு மற்றொருவரிடமிருந்து) வர வேண்டிய தொகை; பாக்கி;** amount due (from s.o.). இந்த வருட நெல் விளைச்சலில் எனக்கு உரிய சேர்மதி இன்னும் வந்துசேரவில்லை./ அம்மா தனது காணியை விற்று ஐந்து பிள்ளைகளுக்கும் உரிய சேர்மதியைப் பிரித்துக் கொடுத்தார்.

சேர்மம் பெ. (வேதி.) **பொருள்களின் அல்லது திரவங்களின் கலப்பால் ஏற்படும் கூட்டுப் பொருள்;** (chemical) compound.

சேர்மானம் பெ. 1: **(ஒன்றை மற்றொன்றுடன் இணைக்கும்போது அல்லது கலக்கும்போது) சேர்க்கப்படும் நிலை அல்லது விகிதம்;** proportion. தாளச் சேர்மானம் சரியாக இருந்தது./ கலவைக்குத் தண்ணீர் சேர்மானம் போதாது. 2: (பே.வ.) **சேர்க்கை; சகவாசம்;** (undesirable) association. உங்கள் பையனின் சேர்மானம் சரியில்லை, கொஞ்சம் கண்டித்துவையுங்கள். 3: (பே.வ.) **திருமணம் செய்துகொள்ளாமல் ஒரு பெண்ணுடன் உறவு வைத்துக்கொள்ளுதல்;** keep (a woman). பக்கத்து ஊரில் இவனுக்கு ஒரு பெண்ணுடன் சேர்மானம் இருக்கிறது என்று சொல்கிறார்கள்.

சேர்வை[1] பெ. (இலங்.) **(புண்ணுக்குப் பூசும்) களிம்பு;** ointment.

சேர்வை[2] பெ. (இலங்.) **நுங்கு நீக்கிய பனங்காயைப் பொடியாகச் சீவிய துண்டுகள்;** small pieces cut from the tender palmyra fruit after removing the kernel. ஆட்டுக் கிடாவுக்குச் சேர்வை சீவி வை./ மாட்டுக்குச் சேர்வை வைத்தால் பால் நிறையக் கறக்கும்.

சேரன் பெ. **(கி.மு. 300ஆம் ஆண்டிலிருந்து கி.பி. 300 வரையில், வில்லையும் அம்பையும் அரசுச் சின்னமாகக் கொண்டு) தற்போதைய கேரளத்தையும் தமிழ் நாட்டின் சில பகுதிகளையும் ஆண்ட அரசப் பரம்பரையைச் சேர்ந்த தமிழ் மன்னன்;** any king of the Chera dynasty which ruled over modern Kerala and parts of Tamil Nadu from 300 B.C. to 300 A.D.

சேரி பெ. 1: **(கிராமங்களில்) தாழ்த்தப்பட்ட வகுப்பினராகக் கருதப்படும் மக்கள் வசிக்கும் பகுதி;** that part of the village where people of certain castes live. சேரிக்குப் பக்கத்திலிருக்கும் வயல். 2: **(நகர்ப்புறங்களில் ஏழை மக்கள் வசிக்கும்) நெருக்கமான குடிசைகளைக் கொண்ட, வசதிகள் குறைந்த பகுதி;** slum (in a city). சேரிகளில் வாழும் மக்களுக்குப் போதிய அடிப்படை வசதிகள் கிடைப்பதில்லை.

சேல்கெண்டை பெ. **வாயின் கீழ்ப்புறத்தில் இரண்டு மீசைகளைக் கொண்டிருக்கும், 60 செ.மீ.வரை வளரும், சாம்பலும் பச்சையும் கலந்த நிறத்தை உடைய, (உணவாகும்) ஒரு வகைக் கெண்டை;** carnatica carp.

சேலா பெ. (திருநர் வ.) **ஒரு திருநங்கைத் தாயால் மகளாகத் தத்தெடுக்கப்பட்ட மற்றொரு திருநங்கை;** a transgender daughter adopted by another transwoman.

சேலை பெ. **புடவை;** saree. நூல் சேலை/ பட்டுச் சேலை.

சேவகம் பெ. **(இறைவனுக்கு அல்லது உயர்நிலையில் உள்ளவர்களுக்குச் செய்யும்) தொண்டு; ஊழியம்;** working as a servant; service. அவன் யாருக்கும் கைகட்டிச் சேவகம் செய்தவன் இல்லை.

சேவகன் பெ. **(அரசனின் அல்லது செல்வந்தரின்) பணியாள்;** servant (of a king or a rich man).

சேவல் பெ. **(பொதுவாக) ஆண் பறவை; (குறிப்பாகக் கோழிகளில்) ஆண் இனம்;** (generally) male bird; (mostly) rooster; cock. மாடப்புறாக்களில் சேவலும் பேடையும் மாறி மாறி அடைகாக்கும்./ எங்கோ சேவல் கூவும் சத்தம் கேட்டதும் அவள் கண் விழித்துப் பார்த்தாள்.

சேவல்கட்டு பெ. **(பெரும்பாலும்) கிராமப்புறங்களில் சண்டையிடுவதற்கு என்றே பழக்கப்படுத்தப்பட்ட இரண்டு சேவல்களைச் சண்டையிட வைத்து நடத்தும் போட்டி;** cock-fight. சேவல்கட்டில் தோற்ற சேவலை ஜெயித்தவர் எடுத்துக்கொள்வார்.

சேவல் சண்டை பெ. காண்க: **சேவல்கட்டு.**

சேவார்த்தி பெ. (அ.வ.) **(கோயில்களில் இறைவனை) வழிபட வரும் பக்தர்;** devotee. அந்தக் கோயிலில் சேவார்த்திகள் தங்க வசதி உண்டு.

சேவி வி. (சேவிக்க, சேவித்து) **1: (இறைவனை) வழிபடுதல்; வணங்குதல்;** worship. தில்லை சென்று நடராஜரைச் சேவித்து வந்தார். **2: (மூத்தவர்களுக்கு, மதத் தலைவர்களுக்குத் தரையில் விழுந்து) வணக்கத்தைத் தெரிவித்தல்;** make obeisance (by prostrating oneself before elderly persons, religious leaders, etc.,). 'சுவாமி, சேவிக்கிறேன்' என்று கூறித் தரையில் விழுந்து வணங்கினார். **3: கோயில்களில் (திவ்யப் பிரபந்தம்) ஓதுதல்;** recite Divyaprabandam in temples. பிரபந்தம் சேவிக்கப்படும்போது இசைக் கருவிகளைப் பயன்படுத்துவதில்லை.

சேவு பெ. **கடலை மாவைப் பிசைந்து அச்சில் தேய்த்து இழைகளாகப் பிழிந்து எண்ணெயில் இட்டுச் செய்யப்படும் (கார அல்லது இனிப்புச் சுவையுடைய) தின்பண்டம்;** short stick-strip-like fried savoury or sweet made of chickpea paste. காரச் சேவு/ இனிப்புச் சேவு.

சேவை[1] பெ. **1: மக்களுக்குத் தேவையான வசதிகளை இலவசமாக அல்லது வணிக ரீதியில் ஏற்படுத்திக் கொடுக்கும் பணி;** service (offered either commercially or free). சமூக சேவை/ மருத்துவச் சேவை/ எங்கள் வங்கி புதிய சேவையை அறிமுகப்படுத்தியிருக்கிறது./ சுற்றுலாத் துறையின் வளர்ச்சி என்பது சேவையைப் பொறுத்தே அமையும். [(தொ.சொ.) **கைங்கர்யம்/ தர்மம்/ தொண்டு/ பணி**] **2: (பெற்றோர், குரு போன்றோருக்குச் செய்யும்) தொண்டு;** service (rendered to parents, teachers, etc.,). பெற்றோருக்குச் சேவை செய்வதைப் புண்ணியமாகக் கருதினார். **3: (ஒரு துறையில் அல்லது நிறுவனத்தில்) ஆற்றும் பணி;** service; employment. அவருடைய முப்பது ஆண்டு சேவையைப் பாராட்டி நிர்வாகம் அவருக்குப் பொன்னாடை போர்த்திக் கௌரவித்தது./ இவர் காவல் துறையில் சிறந்த சேவைக்கான குடியரசுத் தலைவர் பதக்கத்தைப் பெற்றவர். **4: (அரசர் போன்றோருக்கு) ஊழியம்; சேவகம்;** service (in royal court). திருவனந்தபுர சமஸ்தான சேவை. **5: (கடவுளை அல்லது கடவுளுக்கு உரியதை) தரிசனம் செய்தல்;** worship (of god or objects of god). கருட சேவை.

சேவை[2] பெ. **அரிசி மாவை நூல்போலப் பிழிந்து நீராவியில் வேகவைத்துச் செய்யப்படும் உணவு; இடியாப்பம்;** a noodle-like steamed rice preparation.

சேவைநாழி பெ. **சேவை தயாரிப்பதற்காக மாவைப் பிழியப் பயன்படும் சாதனம்;** the press used in the preparation of சேவை.

சேற்றுப்புண் பெ. **(நீரிலும் சேற்றிலும் தொடர்ந்து வேலை செய்பவர்களுக்கு) கால் விரல்களுக்கு இடையே ஏற்படும் புண்;** chilblain.

சேற்றுப் பூனைப்பருந்து பெ. **இறக்கைகளின் அடிப்புறம் பழுப்பில் தொடங்கி, இடையில் வெள்ளையாகவும் இறுதியில் கறுப்பாகவும் இருக்கும் ஒரு இரைகொல்லிப் பறவை;** Eurasian marsh harrier. சேற்றுப் பூனைப்பருந்தில் பெண் பறவைகள் பழுப்பு நிறத்திலும், உச்சந்தலை, கழுத்து, தோள்பட்டை ஆகியவை வெளிர் பழுப்பு நிறத்திலும் இருக்கும்.

சேற்றுவிதைப்பு பெ. **1: நாற்றங்காலைச் சேறாக்கி, ஊற வைத்த நெல் விதையைத் தெளித்து நாற்று விடும் முறை;** sowing seeds in a puddled seed-bed. **2:** (இலங்.) **வயலில் நீர் பாய்ச்சி உழுது பயிர் செய்யும் விவசாயம்;** wet farming.

சேற்றை வாரி இறை வி. (இறைக்க, இறைத்து) **(ஒருவர் மீது உள்ள கசப்புணர்வால் அவரைப் பற்றி) அவதூறு சொல்லுதல்;** slander. அவர் என்மீது வேண்டுமென்றே சேற்றை வாரி இறைக்கிறார். இதை யாரும் நம்பிவிடாதீர்கள்./ நண்பர்களுக்குள் ஏதோ தகராறு போலிருக்கிறது. அதனால்தான் மாறிமாறிச் சேற்றை வாரி இறைத்துக் கொண்டிருக்கிறார்கள்.

சேற்றை வாரிப் பூசிக்கொள் வி. (-கொள்ள, -கொண்டு) **(ஒருவர் தன்னுடைய தேவையற்ற செயல்களால்) அவமானத்தைத் தேடிக்கொள்ளுதல்;** disgrace oneself. யாரிடம் எப்படிப் பேச வேண்டும் என்று தெரியாதவனிடம் போய்ப் பேசி என்னைச் சேற்றை வாரிப் பூசிக்கொள்ளச் சொல்கிறாயா?

சேறு பெ. **நீரால் குழம்பிக் கொழகொழப்பாக இருக்கும் மண்; சகதி;** mud; slush.

சேறும்சகதியுமாக/சேறும்சகதியுமான வி.அ./பெ.அ. **(தரை, பாதை போன்றவை) சேறு நிறைந்து/ சேறு நிறைந்த;** in a condition of slush/slushy. மழை பெய்து பாதையெல்லாம் சேறும்சகதியுமாகக் காணப்பட்டது./ இந்தச் சேறும்சகதியுமான சாலையில் தினமும் போய் வருவது மிகவும் சிரமமாக இருக்கிறது.

சேறும்சுரியுமாக/சேறும்சுரியுமான வி.அ./பெ.அ. (இலங்.) **சேறும்சகதியுமாக/ சேறும்சகதியுமான;** in a condition of slush/slushy. மழை பெய்ததால் ஒழுங்கை சேறும்சுரியுமாக இருக்கின்றது./ இந்தச் சேறும்சுரியுமான வீதியில் வண்டி எப்படிப் போகும்?

சேனாதிபதி பெ. **(அரசர்கள் ஆண்ட போது) போர்ப் படைகளுக்குத் தலைமை தாங்கியவன்; தள பதி;** (in former times) general (of a king's army).

சேனை[1] பெ. **(அரசர்கள் ஆண்ட போது) படை;** (in former times) army (of a king).

சேனை[2] பெ. **(சமையலில் பயன்படும்) கறுப்பு நிறத் தோலும் வெளிர் சிவப்பு நிறச் சதைப் பகுதியும் கொண்ட, அரைக் கோள வடிவத்தில் இருக்கும் ஒரு வகைக் கிழங்கு;** a kind of yam.

சேனை[3] பெ. (இலங்.) **பயிர் செய்யும் நிலம்; வயல்;** (generally) field; paddy field.

சேனை வை வி. (வைக்க, வைத்து) (வ.வ.) **பிறந்த குழந்தைக்கு முதன்முதலாக இனிப்பு நீரை நாக்கில் தடவுதல்;** feed the newborn baby with sugared water.

சேஷ்டை பெ. காண்க: சேட்டை.

சைக்கிள் பெ. **மிதிவண்டி;** bicycle.

சைக்கிள் ரிக்ஷா பெ. **(முன்பு) பயணிகளை ஏற்றிச் செல்லப் பயன்பட்ட மூன்று சக்கர மிதிவண்டி;** three-wheeler (mostly pedalled), used as a passenger transport; (in India) cycle rickshaw.

சைகை பெ. **முகபாவனைகளின் மூலமாகவோ கைகளைக் குறிப்பிட்ட விதத்தில் அசைப்பதன் மூலமாகவோ ஒரு செய்தியைத் தெரிவிக்கும் முறை; ஜாடை;** gesture (of hand, eyes, etc., to signal sth.); signal. தன்னருகில் வரும்படி அவர் எனக்குச் சைகை காட்டினார்./ தொண்டையைத் தொட்டு, கையை ஆட்டித் தன்னால் பேச முடியாது என்று சைகைசெய்தார்.

சைத்தான் பெ. காண்க: சாத்தான்.

சைவக் குருக்கள் பெ. (இலங்.) **கோயில் பூசை, திருமணச் சடங்கு, மரணச் சடங்கு ஆகியவற்றைச் செய்யும் பிராமணர் அல்லாத குருக்கள்;** a non-Brahmin priest who performs பூஜை in temples, officiates at weddings and funeral rites; a non-Brahmin officiant. சைவக் குருக்கள் வந்ததும் பூசை தொடங்கும்./ இது சைவக் குருக்கள் உருவாக்கிய பாடசாலை.

சைவசித்தாந்தம் பெ. (தத்.) **இறைவன் (=பதி), ஆன்மா (=பசு), இறைவனை அடைய ஆன்மாவுக்குத் தடையாக இருப்பது (=பாசம்) ஆகிய மூன்று அடிப்படைகளில் அமைக்கப்பட்ட இந்து சமயத் தத்துவம்;** a philosophical system of Hinduism based on the three entities viz. god, soul and bond.

சைவம்[1] பெ. **சிவனை முழுமுதல் கடவுளாகக் கொண்ட இந்து மதப் பிரிவு;** a sect of Hindu religion which regards Siva as the Supreme god; Saivism.

சைவம்[2] பெ. **(இறைச்சி, மீன் முதலியவற்றைத் தவிர்த்து) காய்கறிகளை மட்டும் உணவாகக் கொள்ளும் முறை;** vegetarianism. சைவ உணவுச் சிற்றுண்டி/ நீ சைவமா அசைவமா?

சைவன்[1] பெ. **இந்துக்களின் சைவச் சமயப் பிரிவைச் சார்ந்தவர்;** one who follows Saivism; Saivaite.

சைவன்[2] பெ. **சைவ உணவு உண்பவர்;** vegetarian.

சைனியம் பெ. (அ.வ.) காண்க: சேனை[1].

சொக்கட்டான் பெ. (அ.வ.) **தாய விளையாட்டு;** game played according to the number obtained by throwing dice.

சொக்கத்தங்கம் பெ. **வேறு உலோகம் கலக்காத சுத்தமான தங்கம்;** pure gold. 'சொக்கத் தங்கமே' என்று குழந்தையைக் கொஞ்சினாள்.

சொக்கப்பனை பெ. **கார்த்திகைத் திருவிழாவில் கோயில் முன்பு வைத்து எரிப்பதற்காக அமைக்கப்பட்டிருக்கும் காய்ந்த பனை ஓலைகளைக் கொண்ட கூடு போன்ற அமைப்பு;** structure made of dry palm leaves which will subsequently be lit during கார்த்திகை festival.

சொக்கா பெ. (இலங்.) **(குழந்தைகள் மொழியில்) இனிப்புப் பொருளான சாக்லேட்;** (in child language) chocolate. உனக்குச் சொக்கா தருகிறேன். ஒரு பாட்டுப் பாடுகிறாயா?/ அவள் மாமாவைப் பார்த்ததும் சொக்கா வேண்டும் என்று அடம்பிடித்தாள்.

சொக்காய் பெ. (பே.வ.) **(குழந்தையின், ஆண்களின்) சட்டை;** shirt (for children and men). 'புதுச் சொக்காயா?' என்று குழந்தையிடம் கேட்டான்.

சொக்கு[1] வி. (சொக்க, சொக்கி) **1: (ஒருவருடைய அழகு, திறமை முதலியவற்றால்) தன் வசம் இழத்தல்; கிறங்குதல்; மயங்குதல்;** be bewitched (by the intelligence, beauty of s.o.). அவளுடைய அழகிலும் அலங்காரத்திலும் அவன் சொக்கிநின்றான்./ பாட்டும் பாவமும் சொக்க வைத்தன. **2: (தூக்கத்தால் கண்கள்) செருகுதல்;** (of eyes) be heavy with sleep. இரண்டு நாளாகத் தூங்கவில்லை. அதனால் கண் சொக்குகிறது./ எனக்குத் தூக்கம் சொக்குகிறது.

சொக்கு[2] பெ. (இலங்.) **கன்னக் கதுப்பு;** plumpness of the cheek. அவன் அவளது சொக்கில் கிள்ளினான்.

சொக்குப்பொடி பெ. **(ஒரு பெண் ஒரு ஆணைத் தன் வசத்திலேயே வைத்திருக்கப் பயன்படுத்துவதாக நம்பப்படும்) வசிய மருந்து;** magical substance (said to be used by women to enslave men). என்ன சொக்குப்பொடி போட்டாளோ, அவன் அவள் பின்னாலேயே சுற்றுகிறான்.

சொகுசு பெ. (-ஆக, -ஆன) **சகல ஆடம்பரமான வசதிகளும் நிறைந்தது;** luxury. அவன் சொகுசான வாழ்க்கைக்குப் பழகிப்போய்விட்டான்./ சொகுசுப் பேருந்தில் சங்க உறுப்பினர்கள் சுற்றுலா மேற்கொண்டனர்./ சொகுசு மெத்தை/ சொந்த வீட்டில் சொகுசாக வாழ்வதை விட்டுவிட்டு வாடகை வீட்டில் அவஸ்தைப்படுகிறார்.

சொச்சம் பெ. (பே.வ.) **1: குறிப்பிட்ட தொகைக்கும் சற்று அதிகமாக இருக்கிற தொகையைக் குறிப்பிடப் பயன்படுத்தும் சொல்;** a little more (than the specified sum); odd. கடைக்குப் போய்விட்டு வந்து என்னிடம் நூறு ரூபாய் சொச்சம் கொடுத்தான்./ கடன் பாக்கி ஆயிரத்துச் சொச்சம் இருக்கிறது. **2: மீதி; பாக்கி;** balance. சாமான் வாங்கியதற்குச் செலவழித்தது போகச் சொச்சம் எங்கே?

சொட்டச்சொட்ட வி.அ. **வழிந்தோடும் அளவுக்கு;** drenched; soaked. மழையில் சொட்டச்சொட்ட நனைந்துகொண்டே வந்தான்./ வாழை இலையில் நெய் சொட்டச் சொட்டப் பொங்கலைக் கொண்டுவந்து வைத்தாள்.

சொட்டு[1] வி. (சொட்ட, சொட்டி) **(திரவம்) சிறுசிறு துளிகளாக விழுதல்;** drip. சொட்டும் வியர்வையைத் துடைக்கவும் நேரம் இல்லை./ காயம்பட்ட இடத்தில் இரத்தம் சொட்டியது./ (உரு வ.) பக்தி ரசம் சொட்டும் பாசுரங்கள். [(தொ.சொ.) ஒழுகு/ கசி/ சிந்து/ தெறி/ வடி]

சொட்டு[2] பெ. **1: திரவம் மிக மெதுவாகக் கீழே விழும்போது பெறப்படும் மிகச் சிறிய அளவு; துளி;** drop. வண்டியிலிருந்து எண்ணெய் சொட்டுசொட்டாக ஒழுகியது. **2: மிகச் சிறிதளவு;** a drop. ஊரில் சொட்டு மழை இல்லாதபோது விவசாயம் எப்படிச் செய்வது?/ குடிக்க ஒரு சொட்டுத் தண்ணீர்கூட இல்லை.

619 சொத்துக் குவிப்பு

சொட்டு[3] பெ. (இலங்.) **(தேங்காய்) கீற்று;** (of coconut kernel) slice. தேங்காய்ச் சொட்டை அரைத்துப் பால் பிழிந்தாள்.

சொட்டுநீர்ப் பாசனம் பெ. **மிக மெல்லிய குழாய்களின் வழியாக நீரைச் செலுத்திச் சொட்டுசொட்டாக விழ வைத்து மரம், செடி, கொடிகளின் வேர்ப் பகுதியை நனையவைக்கும் பாசன வகை;** drip irrigation.

சொட்டுப்பால் பெ. (இலங்.) **தேங்காயிலிருந்து எடுக்கப் படும் கெட்டியான பால்;** thick juice extracted from coconut kernel.

சொட்டுமருந்து பெ. **(கண், காது, மூக்கு, வாய் ஆகிய வற்றில்) சொட்டுசொட்டாக விடப்படும் திரவ மருந்து;** (of medicines) drops.

சொட்டுமூத்திரம் பெ. (பே.வ.) **நீர்க்கடுப்பு;** irritation felt while passing urine.

சொட்டை[1] பெ. **1: (தலையில் ஒரு சிறு பகுதியில்) முடி உதிர்ந்து ஏற்படும் வெற்றிடம்; திட்டு போன்ற வழுக்கை;** bald patch. சொட்டை விழுந்த இடத்தை மறைத்துச் சீவியிருந்தான்./ தலையில் சொட்டை விழ ஆரம்பித்துவிட்டது. **2: உலோகப் பாத்திரங்களில் ஏற்படும் நெளிவு;** dent (in metal vessels). கிணற்றுச் சுவரில் மோதிக் குடம் சொட்டையாகிவிட்டது.

சொட்டை[2] பெ. **(அடுத்தவர் செயலில் காணும்) குற்றம் குறை;** petty mistakes (that one finds in others). எல்லாக் காரியத்துக்கும் சொட்டை சொல்லிக்கொண்டிருக்காதே./ நீ சொல்லிய சொட்டையால்தான் அவன் மனமுடைந்து வீட்டுக்கு வராமல் இருக்கிறான்.

சொட்டைசொள்ளை பெ. (பே.வ.) **(அடுத்தவர் செயலில் காணும்) குற்றம்குறை;** minor defects.

சொட்டைத் தீன் பெ. (இலங்.) **(வழக்கமாக உண்ணும் மூன்று வேளை உணவு தவிர்த்து இடையில் சாப்பிடும்) நொறுக்குத்தீனி;** snacks taken in between regular meals. சொட்டைத் தீன் உண்பதனால் எனக்குப் பசியெடுப்பதே இல்லை./ சாப்பாட்டு நேரத்தில் எதற்குச் சொட்டைத் தீன் சாப்பிடுகிறாய் என்று தாய் மகனைக் கோபித்தாள்.

சொட்டைநொட்டை பெ. (இலங்.) **(அடுத்தவர் செயலில் காணும்) குற்றம்குறை;** petty mistakes (that one finds in others). எல்லோரையும் சொட்டைநொட்டை சொல்வதிலேயே அவரின் காலம் போய்விட்டது./ ஊரவரின் சொட்டைநொட்டைக்குப் பயந்தே வாழ வேண்டியிருக்கிறது.

சொடக்குப் போடு வி. (போட, போட்டு) **கட்டை விரலையும் நடுவிரலையும் சேர்த்துச் சுண்டி ஒலி எழுப்புதல்;** snap (the fingers). அவன் சொடக்குப் போட்டவுடன் நாய் ஓடி வந்தது.

சொடக்கு முறி வி. (முறிக்க, முறித்து) **(கை, கால் முதலியவற்றை) நீட்டி உதறி அல்லது (விரல்களை) நெறித்துச் சடசட என்னும் ஒலி எழுப்புதல்;** crack (the fingers, knuckles). நெற்றிப்பொட்டில் கைகளை வைத்துக் குழந்தைக்குச் சொடக்கு முறித்துத் திருஷ்டி கழித்தாள்.

சொடுக்கு வி. (சொடுக்க, சொடுக்கி) **1: (சாட்டை முதலியவற்றை) வீசி இழுத்தல்; (முதலை, பாம்பு முதலியவை வாலை) ஒலி வரும்படி அடித்தல்;** snap. சாட்டையைச் சொடுக்கியதும் மாடு வேகமாக ஓடத் தொடங்கியது./ பாம்பு வாலைச் சொடுக்கியது. **2: சொடக்குப் போடுதல்;** snap (the fingers). கை சொடுக்கும் நேரத்தில் எல்லாம் முடிந்துவிட்டது. **3:** (பு.வ.) **(கணினியைப் பயன்படுத்தும்போது) சுட்டியை அழுத்துதல்;** click (on the mouse). சுட்டியை வலதுபுறம் சொடுக்கினால் நீங்கள் செய்வதற்கான செயல்களின் பட்டியல் திரையில் வரும்.

சொடுக்கு எடு வி. (எடுக்க, எடுத்து) (பே.வ.) **(சோர்வைப் போக்குவதற்காக) ஒலி உண்டாகுமாறு மூட்டுகளை நெறித்தல்;** crack the joints. நான் உனக்குச் சொடுக்கு எடுத்துவிடவா?/ சொடுக்கு எடுத்துவிடுகிறேன் என்று கழுத்தைச் சுளுக்கவைத்துவிட்டாயே.

சொடுகு பெ. (இலங்.) **பொடுகு;** dandruff. அரப்பும் தேசிக்காயும் வைத்து முழுகினால், தலையில் சொடுகு பிடிக்காது.

சொடுசொடு வி. (சொடுசொடுக்க, சொடுசொடுத்து) **(ஊரக வ.) பொடுபொடுவென்று மழை தூறிக்கொண்டிருத்தல்;** (of rain) fall in sparse drops; சொடுசொடுத்துக் கொண்டிருந்த மழை சற்று நேரத்தில் கனமாகப் பெய்யத் துவங்கியது./ காலையிலிருந்து அங்கொன்றும் இங்கொன்றுமாகச் சொடுசொடுக்கிறது.

சொண்டு பெ. (இலங்.) **1: (பறவையின்) அலகு;** beak (of a bird). **2: உதடு;** lip. சிவந்த சொண்டு.

சொண்டுநெழி வி. (-நெழிக்க, -நெழித்து) (இலங்.) **குறை சொல்லுதல்;** criticize; find fault with. திருமணத்துக்கு வந்த பெண்களில் சிலர், மணப்பெண்ணைப் பார்த்துவிட்டுத் தமக்குள் சொண்டுநெழித்தார்கள்./ உன்னை முதலில் திருத்திக்கொள். பின்னர் மற்றவர்களைப் பார்த்துச் சொண்டுநெழிக்கலாம் என்று அப்பா என்னைக் கண்டித்தார்.

சொண்டைப் பிசுக்கு வி. (பிசுக்க, பிசுக்கி) (இலங்.) **மறுத்தல்;** refuse. அவனிடம் உதவி கேட்டுப் போனேன். சொண்டைப் பிசுக்கிவிட்டான்.

சொத்-என்று வி.அ. (ஒரு பொருள் விழுவதைக் குறிக்கும் போது) **அதிக விசையும் சத்தமும் இல்லாமல்;** (fall) with a thud. அவன் முகத்தில் சொத்தென்று ஒரு தக்காளி வந்து விழுந்தது.

சொத்தி பெ. (இலங்.) **1: ஊனம்;** physical handicap; disability. அவருக்கு வலது கால் சொத்தி/ சொத்திக் காது. **2: (வடிவில்) ஒழுங்கற்றது;** uneven (shape). என்ன இப்படிச் சொத்தியாகக் கோடு போடுகிறாய்?/ இந்தப் பாதை ஒரே சொத்தியாக இருக்கும்.

சொத்து பெ. **(நிலம், வீடு, வாகனம் முதலிய) பணமதிப்புடைய உடைமை;** wealth; property. கடனை அடைப்பதற்காகச் சொத்தை விற்றார்./ (உரு வ.) கலைஞர்கள் நாட்டின் சொத்து.

சொத்துக் குவிப்பு பெ. **பொதுவாழ்வில் ஈடுபட்டுள்ளோர் அல்லது அரசுப்பணி வகிப்பவர், நேர்மையற்ற முறையிலும் சட்டவிரோதமாகவும், தன் வருமானத்துக்கு அதிகமாகச் சம்பாதிக்கும் சொத்து;** wealth illegally accumulated in dishonest ways (by those in public life or government service).

சொத்துசுகம் பெ. **சொத்தும் சொத்து தரும் வசதியும்;** wealth and comfort. அவருக்குச் சொத்துசுகம் எதுவும் கிடையாது./ சொத்துசுகம் நிறைய இருந்து என்ன பிரயோ ஜனம்? அவருக்கு நிம்மதி இல்லையே.

சொத்துபத்து பெ. (பே.வ.) **வீடு, நிலம் போன்ற சொத்து களும் அவை போன்ற மதிப்புடைய பிறவும்;** property or possessions. எனக்கு இருக்கும் சொத்துபத்தெல்லாம் இரண்டு ஏக்கர் நிலமும் இந்த வீடும்தான்./ கல்யாண வயதில் இரண்டு பெண்கள் இருக்கும்போது சொத்துபத்து வாங்க ஆசைப்பட முடியுமா?/ சொத்துபத்தையெல்லாம் குடித்தே அழித்தவர்கள் பலர்./ அவருடைய சொத்துபத்து ஒரு கோடிக்கு மேல் தேறும்.

சொத்து வரி பெ. **ஒருவருடைய சொத்தாகக் கருதப் படும் நிலம், வீடு, முதலீடு போன்ற அனைத்தையும் உள்ளடக்கியவற்றின் மீது விதிக்கப்படும் வரி;** wealth tax.

சொத்தை[1] பெ. **(பல் அல்லது காய்கறி, விதை போன் றவை) பூச்சியினால் பாதிக்கப்பட்ட நிலை;** sth. decayed (eaten by worms). சொத்தைப் பல்லால் வலி/ சொத்தைக் கத்தரிக்காய்.

சொத்தை[2] பெ. (இலங்.) **கன்னம்;** cheek. பல்லுக் கொதியி னால் சொத்தை வீங்கிக்கிடக்கிறது.

சொத்தைசொள்ளை பெ. காண்க: **சொட்டை சொள்ளை.**

சொதசொத-என்று வி.அ. **(மண் முதலியன) ஈரப்பதத்து டன்;** (of soil) wet and soft; slushy. சிறு மழைக்கே சாலை இப்படிச் சொதசொதவென்று ஆகிவிட்டதே.

சொதசொதப்பு பெ. **சொதசொதவென்று இருக்கும் நிலை;** slushiness. ஒருநாள் பெய்த மழைக்கே தரை சொத சொதப்பாகிவிட்டது.

சொதப்பல் பெ. (பே.வ.) **குழப்பமான முறையில் ஒரு காரியத்தைச் செய்தல்;** sth. that is mucked up. படம் ஒரே சொதப்பல் என்று விமர்சனம் எழுதப்பட்டிருந்தது.

சொதப்பு வி. (சொதப்ப, சொதப்பி) (பே.வ.) **(ஒரு காரி யத்தை) ஒழுங்காகச் செய்யாமல் குழப்புதல்;** muck up. விழா நடத்தும் பொறுப்பை உன்னிடம் ஒப்படைத்தால் இப்படிச் சொதப்பிவிட்டாயே./ அங்கு போய்க் காரி யத்தைச் சொதப்பாமல் முடித்துவிட்டு வா.

சொதி பெ. (வ.வ.) **தேங்காய்ப் பாலால் செய்யப்படும் ஒரு வகைக் குழம்பு;** a kind of sauce prepared from coconut extract.

சொதியாணம் பெ. (இலங்.) **பால்கறி;** a kind of dish prepared without adding red chilli.

சொந்த பெ.அ. 1: (இடத்தைக் குறிக்கும்போது) **தான் பிறந்ததால் அல்லது தன்னுடைய முன்னோர் பிறந்த தால் தன்னைச் சார்ந்தது என்று ஒருவர் கருதும்;** (of place) native. பணியிலிருந்து ஓய்வுபெற்றதும் தன் சொந்த ஊருக்குப் போய்விட்டார்./ என்ன இருந்தாலும் சொந்த ஊரில் இருப்பதுபோல் வருமா?/ சொந்த நாடு. 2: **தனக்கே உரித்தான;** own. சொந்த வீடு/ சொந்த கார். 3: (உறவைக் குறிக்கும்போது) **உடன்பிறந்த; தான் பெற்ற; தனக்கு நேர் உறவான;** direct blood relation. இவன் என் சொந்தத் தம்பி./ இவன் சொந்த மகன் இல்லை. என் அண்ணன் மகன்./ சொந்த அத்தையின் பெண்ணையே திருமணம் செய்துகொண்டார். 4: **தனக்கே உரிய; தனிப்பட்ட; சுய;** personal; private. அநாவசியமாக என் சொந்த விஷயத்தில் தலையிடாதே./ நடிகர் தன் சொந்தக் குரலில் பாடிய பாட்டு. 5: **தனிப்பட்ட முறையில் தானே முன்நின்று மேற்கொள்ளும்;** own. அவர் சொந்தத் தொழில் செய்கி றார்./ என் சொந்தப் பொறுப்பில் அவனை ஜாமீனில் எடுத்தேன்.

சொந்தக்காரர் பெ. 1: **(நிலம், வீடு, பொருள் முதலிய வற்றுக்கு) உரிமை உடையவர்; உரிமையாளர்;** owner (of a house, etc.,). இந்த அம்மாதான் நாங்கள் குடியிருக்கும் வீட்டுக்குச் சொந்தக்காரர். 2: **உறவினர்;** relative. சொந்தக் காரர்களை நம்பி அவர் மோசம்போய்விட்டார்.

சொந்தக்காரன் பெ. 1: **(நிலம், வீடு, பொருள் முதலிய வற்றுக்கு) உரிமை உடையவன்; உரிமையாளன்;** male owner (of a house, etc.,). இந்த வீட்டின் சொந்தக்காரர் சிங்கப்பூரில் இருக்கிறார். 2: **உறவினன்;** (male) relative. உன்னுடன் வேலைபார்க்கும் பையன் எனக்குச் சொந்தக் காரன்தான்.

சொந்தக்காரி பெ. 1: **(நிலம், வீடு, பொருள் முதலிய வற்றுக்கு) உரிமை உடையவள்;** female owner (of a house, etc.,). நாங்கள் குடியிருக்கும் வீட்டுக்கு என் அக்கா தான் சொந்தக்காரி. 2: **உறவுக்காரி;** female relative. 'உன் அம்மாகூட ஒருவகையில் எனக்குச் சொந்தக்காரி தான்' என்று பெரியவர் சொன்னார்.

சொந்தக் காலில் நில் வி. (நிற்க, நின்று) **(பிறருடைய ஆதரவில்லாமல்) சுய சம்பாத்தியத்தில் வாழ்க்கை நடத்துதல்;** stand on one's own two feet. முதலில் சொந்தக் காலில் நிற்க வேண்டும். பிறகுதான் திருமணம்.

சொந்தப் பெயர் பெ. **இயற்பெயர்;** real name (as distinguished from pen name, etc.,). அவருடைய புனைபெயர் நன்கு பிரபலமானதால் அவருடைய சொந்தப் பெயரே பலருக்குத் தெரியாமல் போய்விட்டது.

சொந்தபந்தம் பெ. **உறவு/ உறவினர்;** relationship/relatives. சொந்தபந்தம் என்று சொல்லிக்கொள்ள எனக்கு யாரும் இல்லை./ சொந்தபந்தங்கள் என்று அவருக்கு நிறைய பேர் இருக்கிறார்கள்.

சொந்தம் பெ. 1: **(-ஆக, -ஆன) (நிலம், பொருள் முதலிய வற்றின் மீது ஒருவருக்கு உள்ள) உரிமை;** ownership; the state of being owned by s.o.; the act of owning. இந்த வீடு யாருக்குச் சொந்தம் என்பதில் சகோதரர்களுக்குள் தகராறு/ அவர் சொந்தமாக ஒரு கார் வைத்திருக்கிறார். 2: **தான் பிறந்த குலத்தின் மூலமாக அல்லது தன் திரு மணத்தின் மூலமாக ஏற்படும் தொடர்பு; உறவு;** relationship; relation. என் பாட்டி வழியில் அவர் எனக்குத் தூரத் துச் சொந்தம்./ பணம் இருந்தால் எல்லோரும் சொந்தம் கொண்டாடுவார்கள்.

சொந்தமாக வி.அ. **தனிப்பட; தானே;** personally. திரு மண அழைப்பிதழோடு அவர் சொந்தமாக எழுதிய ஒரு கடிதமும் இணைக்கப்பட்டிருந்தது.

சொந்த மாமன் பெ. (இலங்.) **தாய்மாமன்;** maternal uncle. எனது பிள்ளைக்குச் சொந்த மாமன் இருந்தும்

பிள்ளையைத் தொட்டிலில் போட அவர் வராதது எனக்கு வருத்தமளிக்கிறது.

சொப்பனம் பெ. *(அ.வ.)* **கனவு;** dream. நடந்ததை எல்லாம் ஒரு சொப்பனமாக நினைத்து மறந்துவிடு.

சொப்பன ஸ்கலிதம் பெ. **தூக்கத்தில் விந்து வெளியேறுதல்;** ejaculation in sleep.

சொர்க்கபுரி பெ. **எல்லா இன்பங்களையும் தரும் இடம்;** El Dorado.

சொர்க்கபோகம் பெ. *(-ஆன)* **(சொர்க்கத்தில் கிடைப்பது போன்ற) வசதியும் சுகமும்;** life of luxury. அவருக்கு என்ன கவலை, சொர்க்கபோகமான வாழ்க்கை.

சொர்க்கம் பெ. **(புண்ணியம் செய்தவர்கள் இறந்த பின் அடைவதாக நம்பப்படும்) இன்பம் நிறைந்த மேலுலகம்;** heaven. *(உரு வ.)* கோவா சுற்றுலாப் பயணிகளின் சொர்க்கம் என்று கூறப்படுகிறது.

சொர்க்கவாசல் பெ. **வைணவக் கோயில்களில் மார்கழி மாதம் வைகுண்ட ஏகாதசியன்று மட்டும் திறக்கப்படும் (வைகுண்டம் செல்வதற்கான வழியாக நம்பப்படும்) வடக்குப் பக்கம் அமைந்திருக்கும் வாசல்;** the door on the northern side of Vishnu temples which is opened once a year in the Tamil month of *மார்கழி* on *வைகுண்ட ஏகாதசி* day (believed to be the gateway to the abode of Vishnu).

சொர்ணபுஷ்பம் பெ. *(அ.வ.)* **(பெரும்பாலும் வீட்டுச் சடங்குகளில்) பணம்; நாணயம்;** (mostly in household rites) money (esp. coin). 'தட்டில் சொர்ணபுஷ்பம் வையுங்கள்' என்றார் புரோகிதர்.

சொர்ணம் பெ. *(அ.வ.)* **தங்கம்;** gold. குழந்தை சொர்ண விக்கிரகம் மாதிரி இருக்கிறது.

சொர்ணவாரி பெ. **(ஆனிமுதல் புரட்டாசிவரை உள்ள மாதங்களில் பயிரிடப்படும்) குறுகிய கால நெற்பயிர்;** a short term paddy crop (cultivated between June and September).

சொரசொர-என்று வி.அ. **(வழுவழுப்பாக இல்லாமல்) உராய்வை ஏற்படுத்துவதாக; சொரசொரப்பாக;** (of a surface) rough. ஏன் தரை இப்படிச் சொரசொரவென்று இருக்கிறது?

சொரசொரப்பு பெ. *(-ஆன)* **(ஒன்றின் மேற்பரப்பு) வழுவழுப்பாக இல்லாத நிலை;** roughness (of a surface). சொரசொரப்பான உப்புத்தாள்/ இரண்டு நாள் சவரம் செய்யாத சொரசொரப்பான தாடை.

சொரணை பெ. காண்க: **சுரணை.**

சொரி வி. *(சொரிய, சொரிந்து)* **1: பெருமளவில் கீழ் நோக்கிச் செல்லுமாறு விடுதல் அல்லது பெருமளவில் கீழ்நோக்கி விழுதல்; பொழிதல்; கொட்டுதல்;** pour down; shed; shower. மேகங்கள் மழையைச் சொரிந்தன./ பூச்சொரிந்து வரவேற்றனர்./ *(உரு வ.)* பேச்சில் அன்பு சொரிகிறது. **2:** *(பெரும்பாலும் 'பூத்தல்', 'காய்த்தல்' ஆகிய வினைகளுடன்)* **நிறைந்திருத்தல்;** be in full bloom; be luxuriant. தோட்டத்தில் பூக்கள் பூத்துச் சொரிந்திருக்கின்றன.

சொரிமணல் பெ. *(வ.வ.)* **புதைமணல்;** quicksand.

சொரியல் பெ. *(இலங்.)* காண்க: **சொறியல் காணி.**

சொருகு வி. *(சொருக, சொருகி)* காண்க: **செருகு.**

சொரூபம் பெ. **1: உருவம்; வடிவம்;** form; image. உக்கிரத்தின் முழுச் சொரூபமாகக் காட்சியளித்தது காளி சிலை. **2:** *(கிறித்.)* காண்க: **சுரூபம்.**

சொரூபி பெ. **(குறிப்பிட்ட குணத்தின்) முழு வடிவம்;** one who is the embodiment of a quality. சாந்த சொரூபி.

சொல்[1] வி. *(சொல்ல, சொல்லி)* **1: (வார்த்தையை, தொடரை) பேச்சின் மூலம் வெளிப்படுத்துதல்; (ஒன்றை ஒருவர்) அறியச் செய்தல்;** utter (the actual words spoken); say; tell. 'நான் போய்த் தண்ணீர் கொண்டு வருகிறேன்' என்று சொன்னார்./ நான் கேட்டதற்கு இல்லை என்று சொல்லிவிட்டான்./ இரண்டு நாட்களாக என் மனத்தில் சொல்ல முடியாத ஒரு அவஸ்தை./ நீங்கள் சொன்ன முகவரியில் யாருமே இல்லை./ கதை சொல்லி முடிப்பதற்குள் குழந்தைகள் தூங்கிவிட்டன./ எனக்கு ஆறுதல் சொல்வதற்கு யாருமே இல்லை./ அவன் ஊருக்குப் போன செய்தியை என்னிடம் யாரும் சொல்லவில்லை. **2: (எண்ணம், கருத்து முதலியவற்றை எழுத்தின் மூலம் அல்லது படைப்புகளின் மூலம்) தெரிவித்தல்;** say. கதையில் எதையும் சொல்லலாம், ஆனால் எப்படிச் சொல்ல வேண்டும் என்பதுதான் முக்கியம்./ நடந்து முடிந்த தேர்தலைப் பற்றிப் பத்திரிகைகள் என்ன சொல்கின்றன?/ பல காட்சிகளில் இயக்குநர் என்ன சொல்லவருகிறார் என்றே புரியவில்லை./ சோழ மன்னர் கோயிலைக் கட்டுவித்துக் குடமுழுக்குச் செய்ததாகக் கல்வெட்டு சொல்கிறது. **3: (வார்த்தைகளால் ஒன்றை) விவரித்தல் அல்லது விளக்குதல்;** describe (sth. in words). அந்தக் கோயிலின் அழகை எப்படிச் சொல்வேன்!/ இதைச் சொல்லக் கம்பன் தான் வர வேண்டும்./ ராமாயணத்தைச் சில வரிகளிலும் சொல்ல முடியும்./ இந்து மதத்தின் தத்துவத்தைப் பற்றி அவர் மிக விரிவாகச் சொன்னார். **4: (ஒன்றைச் செய்யும்படி) கேட்டுக்கொள்ளுதல்; கட்டளையிடுதல்/ (ஒன்றுக்காக) பரிந்துரைசெய்தல்;** ask; order/speak for. உங்களை அப்பா உடனே வரச்சொன்னார்./ அப்பா சொன்னால்தான் செய்வான்./ அமைச்சர் சொன்னால்கூட அவர் உனக்கு வேலை தர மாட்டார்./ கூட்டத்திற்கு அவரைத் தலைமை தாங்கச் சொல்லலாம்./ *(உரு வ.)* என் மனசாட்சி சொல்கிறபடிதான் நான் நடப்பேன். **5:** *(அ.வ.)* **(பாடம்) கற்றுத்தருதல்;** teach (sth.). உனக்கு இலக்கணப் பாடம் சொன்னது யார்? **6: (ஒன்றுக்குக் காரணமான ஒருவரை அல்லது ஒன்றை) குறைகூறுதல்;** blame (s.o.). யாரைச் சொல்ல? என் தலைவிதியைத்தான் சொல்ல வேண்டும்./ உன்னை இப்படி வளர்த்த உன் பெற்றோரைச் சொல்ல வேண்டும். **7: குறிப்பிடுதல்; குறிப்பிட்டு வழங்குதல்;** call; refer; mean. இந்தியாவை பாரதம் என்றும் சொல்லுகிறோம்./ ஆங்கில மருத்துவம் என்று சொல்லப்படுகிற நவீன மருத்துவத்தின் வரலாறு/ நான் உன்னைச் சொல்லவில்லை, அவனைச் சொன்னேன்./ என் வாழ்க்கையில் திருப்புமுனை என்று சொல்லக் கூடிய நிகழ்ச்சி ஒன்று போன வருடம் நடந்தது./ உலக இலக்கியங்களுக்கு நிகராகச் சொல்லத் தக்க இலக்கியங்கள் தமிழில் இருக்கின்றன./ அவரைப் பற்றி நிறைய பேர் சொல்லக் கேட்டிருக்கிறேன். **8: உறவு கொண்டாடுதல்;** claim relationship. நாங்கள்

நகரத்தில் இருப்பதால் மாமன், மச்சான் என்று சொல்லிக் கொண்டு அடிக்கடி யாராவது வீட்டுக்கு வந்துவிடுவார்கள்./ சொந்தக்காரன் என்று சொல்லிக்கொள்ள இந்த ஊரில் யாரும் இல்லை.

சொல்[2] பெ. 1: குறிப்பிட்ட பொருளைக் கொண்டிருக்கும் ஒலி அல்லது ஒலிகளின் தொகுதி; குறிப்பிட்ட பொருளைக் கொண்டிருக்கும் எழுத்து அல்லது எழுத்துகளின் தொகுதி; வார்த்தை; word; term. இந்த உரைநடைப் பகுதியை ஐம்பது சொற்களில் சுருக்குக./ இந்தக் கவிதையின் ஒவ்வொரு சொல்லும் பொருள் பொதிந்தது./ அவர் ஒவ்வொரு சொல்லையும் அழுத்தி உச்சரித்தார்./ கடினமான சொல்லுக்கு அகராதியில் பொருள் தேடுகிறோம். 2: பேசுவது அல்லது பேசப்பட்டது; பேச்சு; utterance or remark. இளம் வயதில் அன்பான சொல்லுக்காக எவ்வளவு ஏங்கியிருக்கிறேன் தெரியுமா? 3: கட்டளை/அறிவுரை; command/advice. என் சொல்லைக்கூட மீறி நடக்க ஆரம்பித்துவிட்டான்./ பெரியவரின் சொல்லைக் கேட்டு நட. 4: வாக்கு; promise. தன் சொல்லைக் காப்பாற்ற வேண்டும் என்பதில் அவர் குறியாக இருந்தார். 5: (பே.வ.) கடுஞ்சொல்; harsh word. சொல் பொறுக்காமல் என்னிடம் வந்து அழுதாள்.

சொல்பேச்சு பெ. (பே.வ.) (ஒருவரை) நல்வழிப்படுத்தும் நோக்கில் அளிக்கப்படும் அறிவுரை அல்லது ஆலோசனை; advice or suggestion given to s.o.; counsel. பெற்றவர்கள் சொல்பேச்சு கேட்கிறவனாக இருந்திருந்தால், நீ உருப்பட்டிருப்பாயே என்று அம்மா திட்டினாள்./ யார் சொல்பேச்சாவது கேட்கிற குணம் உனக்கு உண்டா?

சொல்லடைவு பெ. ஒரு நூலில் இருக்கும் அனைத்துச் சொற்களையும் அகரவரிசையில் தொகுத்துத் தயாரிக்கும் பட்டியல்; word-index (for texts, esp. literary ones).

சொல்லப்போனால் இ.சொ. இருக்கும் நிலைமையை ஆராய்ந்துபார்க்கும்போது அதற்கு மாறான நிலைமைதான் உண்மையானது என்ற பொருள் தரும் விதத்தில் இரண்டு தொடர்களை இணைக்கும் இடைச்சொல்; 'பார்க்கப்போனால்'; particle used between two sentences or two continuous passages to give the meaning 'as a matter of fact'. சொல்லப்போனால் அவனுக்கு இந்த வேலை கிடைப்பதற்குக் காரணமே நான்தான்.

சொல்லாக்கம் பெ. (மொழி.) (புதிய கருத்துகளை உணர்த்த ஒரு மொழியில்) புதிய சொற்களை உருவாக்குதல்; coining new words or terms.

சொல்லாட்சி பெ. சொற்களைப் பயன்படுத்தும் திறமை; command over words; facility of expression; diction. பாரதியாரின் சொல்லாட்சி அலாதியானது.

சொல்லாடல் பெ. குறிப்பிட்ட பார்வையை வெளிப்படுத்தும் சிந்தனைக் களன்; discourse. தலித் இலக்கியம் குறித்த சொல்லாடல்கள் தமிழ்ச் சிற்றிதழ்களில் பெருமளவில் இடம்பெற்றுவருகின்றன.

சொல்லாமல் சொல் வி. (சொல்ல, சொல்லி) (ஒன்றை) நேரடியாகச் சொல்லாமல் குறிப்பால் உணர்த்துதல்; state (sth.) indirectly; imply. செய்த உதவியைச் சொல்லாமல் சொல்வதுபோல் இருந்தது அவருடைய பேச்சு./ மகன் செய்த தவறைச் சொல்லாமல் சொல்லித் திருத்தினார்.

சொல்லிக்காட்டு வி. (-காட்ட, -காட்டி) (ஒருவர் முன்பு செய்ததை நேரம் வரும்போது அவர் மனம் புண்படும்படி) மீண்டும் சுட்டிக்காட்டுதல்; குத்திக் காட்டுதல்; recall one's lapses in a rather graceless way. அவரிடம் ஏதாவது ஓர் உதவி கேட்டுப்போனால் அவர் அதைப் பின்னால் சொல்லிக்காட்டுவார்./ அவர் கேட்டபோது நான் பணம் தரவில்லை என்பதைச் சொல்லிக் காட்டினார்.

சொல்லிக்கொடு[1] வி. (-கொடுக்க, -கொடுத்து) 1: கற்பித்தல்; teach. அவனுக்கு சங்கீதம் சொல்லிக்கொடுக்கும் ஆசிரியர் வரவில்லை./ எல்லாப் பாடங்களையும் தமிழில்தான் சொல்லிக்கொடுக்கிறோம். 2: தூண்டிவிடுதல்; instigate. யாரோ சொல்லிக்கொடுத்துதான் இவன் இப்படிப் பேசுகிறான்.

சொல்லிக்கொடு[2] வி. (-கொடுக்க, -கொடுத்து) (பே.வ.) (வியாபாரத்தில் ஒரு பொருளுக்கு முதலில் சொன்ன விலையைவிட) குறைத்துக் கொடுத்தல்; reduce the price. இந்த வாளிக்கு இருபது ரூபாய் அதிகம், சொல்லிக் கொடு!/ சொல்லிக்கொடுப்பதாக இருந்தால் ஒரு டஜன் மாம்பழம் வாங்கிக்கொள்கிறேன்.

சொல்லிக்கொள் வி. (-கொள்ள, -கொண்டு) 1: (போய் வருவதாகச் சொல்லி) விடைபெறுதல்; take leave (of s.o. saying good-bye, etc.,). தாத்தாவிடம் சொல்லிக் கொண்டு புறப்படு. 2: (ஒன்றை வாய்மொழியாக) கற்றுக்கொள்ளுதல்; learn (sth. orally). நீங்கள் யாரிடம் வேதம் சொல்லிக்கொண்டீர்கள்?

சொல்லிக்கொள்வதுபோல வி.அ. (பெரும்பாலும் எதிர்மறையில்) சிறப்பாக; பெருமைப்படும்படியாக; (in the negative) worth mentioning. வாழ்க்கை ஒன்றும் சொல்லிக்கொள்வதுபோல இல்லை என்று கூறி நண்பர் வருத்தப்பட்டார்./ நம் வீட்டு நிலைமை சொல்லிக் கொள்வதுபோலவா இருக்கிறது?

சொல்லித்தா வி. (-தர, -தந்து) காண்க: சொல்லிக்கொடு[1].

சொல்லியனுப்பு வி. (-அனுப்ப, -அனுப்பி) (ஒருவரை வரவழைப்பதற்காக அல்லது ஒரு தகவலைத் தெரிவிப்பதற்காக) ஆள் அனுப்புதல்; ஆள்விடுதல்; send for (s.o.). வைத்தியருக்குச் சொல்லியனுப்பியிருக்கிறோம்./ வீட்டை விற்கிற எண்ணம் இருந்தால் நான் உங்களுக்குச் சொல்லியனுப்புகிறேன்.

சொல்லிவை வி. (-வைக்க, -வைத்து) 1: (எச்சரிக்கை, தேவை முதலியவற்றை) முன்னரே கூறுதல்; inform beforehand. அவனோடு பழகுவதில் கவனமாக இருக்க வேண்டும் என்று சொல்லிவைத்தும் ஏமாந்துபோய்விட்டாயே!/ நாளைக்குச் செலவுக்குப் பணம் வேண்டும் என்றால் இப்போதே அவரிடம் சொல்லிவைக்க வேண்டும். 2: எச்சரித்தல்; warn. 'அவனிடம் சொல்லிவை. நான் ரொம்ப மோசமான ஆள்' என்று மிரட்டினான்.

சொல்லிவைத்தாற்போல வி.அ. முன்கூட்டியே திட்டமிட்டது என்று தோன்றும்படி; as if agreed upon beforehand or preplanned. பரீட்சையில் இருவரும் சொல்லிவைத்தாற்போல ஒரே மதிப்பெண் வாங்கியிருக்கிறீர்களே!

சொல்லும்படியாக வி.அ. காண்க: சொல்லிக்கொள்வதுபோல.

623 சோட்டா குருபாய்

சொல்லுருபு பெ. *(இலக்.)* **சொல் வடிவில் உள்ள வேற்றுமை உருபு;** a (form of a) word functioning as a case marker. *'கத்திகொண்டு வெட்டினான்' என்பதில் 'கொண்டு' என்பது 'ஆல்' என்னும் வேற்றுமை உருபு போலச் செயல்படுவதால் அது ஒரு சொல்லுருபு ஆகும்.*

சொல்வழி கேள் வி. *(கேட்க, கேட்டு) (இலங்.)* **(பெரியவர்கள், மூத்தோர் போன்றோர் சொல்லும்) அறிவுரையைக் கேட்டு நடத்தல்;** follow the advice (of elders). *சொல்வழி கேட்டு வளர்ந்த உன் அண்ணன் பிள்ளைகள் இன்று வளமாக வாழ்கிறார்கள்./ சொல்வழி கேட்காத இந்த மாணவர்களுக்குப் பாடம் நடத்தி என்ன பயன் என்று ஆசிரியர் அலுத்துக்கொண்டார்.*

சொலவடை பெ. *(வ.வ.)* **பழமொழி;** proverb; adage.

சொற்கட்டு பெ. *(இசை)* **கால அளவைக் காட்டும் ஒலித் தொகுதி;** way of ordering and rendering the rhythmic groups; drum (and dance) syllables.

சொற்களஞ்சியம் பெ. **(ஒரு மொழியில் உள்ள அல்லது ஒருவர் அறிந்துவைத்துள்ள) சொற்களின் தொகுப்பு;** vocabulary; stock of words.

சொற்கோவை பெ. **சொற்களஞ்சியம்;** vocabulary; stock of words.

சொற்பம் பெ. *(-ஆக, -ஆன)* **(மிகவும்) குறைவு;** very little or short; far from enough. *கிழவர் தூங்கும் நேரம் மிகவும் சொற்பம்./ இருவரும் சண்டை போடாத நாட்கள் சொற்பம்./ இந்த வருடம் சொற்பமாகத்தான் மழை பெய்திருக்கிறது.*

சொற்பிறப்பியல் பெ. *(மொழி.)* **சொல்லின் தோற்றம், வளர்ச்சி, மாற்றம் முதலியவற்றை விளக்கும் மொழி யியல் பிரிவு;** etymology.

சொற்பொழிவு பெ. **(ஒரு பொருளைப் பற்றிய) மேடைப் பேச்சு;** speech; lecture. *சமயச் சொற்பொழிவு/ இலக்கியச் சொற்பொழிவு.* [*(தொ.சொ.)* **உபன்யாசம்/ உரை/ பிரசங்கம்/ பேச்சு**]

சொற்றொடர் பெ. **ஒரு வாக்கியத்தின் பகுதியாக அமைவதும் தன்னளவில் முழுமை அடையாததுமான சொல் தொகுதி;** phrase; clause.

சொறி[1] வி. *(சொறிய, சொறிந்து)* **(உடலில் ஏதேனும் ஓர் இடத்தில் நகத்தால் அல்லது ஏதேனும் ஒன்றால்) தேய்த்தல்;** scratch (with fingernails or with something else). *பேன் அரிப்புத் தாங்காமல் தலையைச் சொறிகிறான்./ தாடையைச் சொறிந்துகொண்டு அப்படி என்ன ஆழ்ந்த சிந்தனை?*

சொறி[2] பெ. **அரிப்புடன் கூடிய தோல் நோய்;** skin disease causing itching. *சொறி பிடித்த நாய்.*

சொறி[3] வி. *(சொறிய, சொறிந்து) (இலங்.)* **(ஒருவரை) தொந்தரவு செய்தல்; வம்புக்கு இழுத்தல்;** harass; provoke wantonly. *அவன் என்னுடன் சொறிந்தால் நான் அவனை அடிப்பேன்./ நண்பர்களைச் சொறிவதை விட்டு விட்டு உனது புத்தகங்களை எடுத்துப் படி என்று தந்தை மகனைக் கடிந்தார்.*

சொறிசிரங்கு பெ. **(பெரும்பாலும் குழந்தைகளிடம்) விரல் இடுக்குகளில் தோன்றும், பாக்டீரியாவினால் உண்டாகும் ஒட்டுவாரொட்டித் தோல்நோய்;** impetigo.

சொறியல் காணி பெ. *(இலங்.)* **பாகம் பிரிக்கப்படாத குடும்பச் சொத்தாக உள்ள நிலம்;** undivided landed property. *இலங்கைச் சட்ட மூலத்தின்படி சொறியல் காணியை வெளியாருக்கு விற்க முடியாது.*

சொன்னாற்போல இ.சொ. *(இலங்.)* **ஒரு விஷயத்தைக் கூறிவிட்டு இடையே வேறு ஒரு விஷயத்தைப் பற்றிக் கூற விரும்பும்போது பயன்படுத்தும் இடைச்சொல்;** by the way. *அடுத்த மாதம் சிங்கப்பூருக்குப் போக விரும்புகிறோம். சொன்னாற்போல, உங்கள் மகளுக்குக் கலியாணம் என்று கேள்விப்பட்டேனே?*

சொஸ்தமாக்கு வி. *(-ஆக்க, -ஆக்கி) (அ.வ.)* **குணமாக்கு தல்;** cure. *இயேசு பிணியாளர்களைச் சொஸ்தமாக்கிய நிகழ்ச்சி.*

சோ-என்று வி.அ. *(மழை)* **வேகமாக இரைச்சலுடன்;** (of rain) in a downpour. *மழை சோவென்று பெய்யத் தொடங்கியது.*

சோக்காய் இரு வி. *(இருக்க, இருந்து) (இலங்.)* **பாராட்டும் விதமாக இருத்தல்; சிறப்பாக இருத்தல்;** be grand; be very good. *நாடகம் சோக்காய் இருந்தது./ கல்யாண வீட்டுச் சாப்பாடு சோக்காய் இருந்தது.*

சோக்கான பெ.அ. *(இலங்.)* **நல்ல;** good; likeable. *சோக்கான பழம். / நீ சோக்கான சட்டை போட்டிருக் கிறாயே, எங்கே வாங்கினாய்?*

சோக்குக் காட்டு வி. *(காட்ட, காட்டி) (இலங்.)* **(ஒருவர்) ஆடம்பரமாக நடந்துகொள்ளுதல்; பகட்டு தல்;** show off. *படிக்கிற பிள்ளைகள் சோக்குக் காட்டாமல் எளிமையாக இருக்க வேண்டும் என்றார் ஆசிரியர்./ சொத்து இருந்தபோது நண்பர் சோக்குக் காட்டித் திரிந்தார். இப்போது சிரட்டை கையிலேந்தும் நிலைக்கு வந்து விட்டார்.*

சோக்குப்பண்ணு வி. *(-பண்ண, -பண்ணி) (இலங்.)* **(மற்றவர்கள் பெருமையாகப் பேச வேண்டும் என்ப தற்காக) ஆடம்பரமாக வாழ்தல்;** live lavishly (in order to impress others). *வெளிநாட்டிலிருந்து வருகிற பணத்தை எடுத்துப் பிள்ளைகள் சோக்குப்பண்ணித் திரிகிறார்கள்./ சோக்குப்பண்ணாமல் எளிமையாக வாழப் பழகு என்று அப்பா மகனுக்குக் கூறினார்.*

சோகம் பெ. *(-ஆக, -ஆன)* **(இழப்பு, தோல்வி முதலி யவை) மனத்தை வருத்தும் துக்க உணர்வு;** sorrow; grief. *நீங்கள் இப்போதுள்ள சோகமான நிலையில் வெளி யில் எங்கும் கிளம்ப வேண்டாம்./ என் சோகங்களை நான் யாருடனும் பகிர்ந்துகொள்வதில்லை./ முகத்தை ஏன் சோகமாக வைத்திருக்கிறாய்?*

சோகி பெ. *(இலங்.)* காண்க: **சோழி.**

சோகை பெ. காண்க: **இரத்த சோகை.**

சோகை பிடி வி. *(பிடிக்க, பிடித்து)* **(உடலில் இரத்தச் சிவப்பணுக்கள் இயல்பான அளவுக்கும் குறைவாக இருப்பதால்) தோல் வெளிறிக் கண், கன்னம் முதலி யவை ஊதியிருத்தல்;** become anaemic.

சோட்டா குருபாய் பெ. *(திருநர் வ.)* **திருநங்கையின் இளைய சகோதரி;** younger sister of a transwoman.

சோடனை பெ. காண்க: ஜோடனை.

சோடா பெ. 1: **நீருடன் கரியமிலவாயுவைக் கலந்து புட்டிகளில் அடைத்து விற்கும் பானம்;** soda (water). 2: (இலங்.) **குளிர்பானம்; மென்பானம்;** soft drink. வீட்டுக்கு வருபவர்களுக்குக் கொடுக்க சோடா வாங்கி வை.

சோடா உப்பு பெ. **சமையல் சோடா;** baking soda.

சோடி[1] வி. காண்க: **ஜோடி**[1].

சோடி[2] பெ. காண்க: **ஜோடி**[3].

சோடி பிரித்துச் சேர் வி. (சேர்க்க, சேர்த்து) (ஊரக வ.) **ஒரு ஜோடி வண்டி மாடுகளைப் பிரித்து ஒவ்வொன்றையும் வேறு ஒரு மாட்டோடு ஜோடி சேர்த்தல்;** (of bullocks harnessed to a cart) separate and join either member with a third and a fourth animal to form two new pairs. இந்த ஜோடியில் ஒன்று சண்டி மாடு, மற்றது சுள்ளாப்பு. இரண்டையும் சோடி பிரித்துச் சேர்க்க வேண்டும்.

சோடுபிடி வி. (-பிடிக்க, -பிடித்து) (ஊரக வ.) **வண்டியில் பூட்டி நடக்கும் மாடுகள் வண்டித் தடத்திலிருந்து விலகாமல் நடப்பது;** (of bullocks drawing a cart) keep to the rut on the cart-track. புது மாட்டைச் சோடுபிடித்து நடக்கப் பழக்க வேண்டும்.

சோடை[1] பெ. (பே.வ.) 1: (கடலை முதலியவற்றைக் குறித்து வரும்போது உள்ளே) **பருப்பு இல்லாத நிலை;** not having grain; barren. இந்தத் தடவை நீங்கள் கொடுத்த கடலையெல்லாம் ஒரே சோடை. 2: (**புத்திக்கூர்மை, சாமர்த்தியம் முதலிய) சிறந்த தன்மைகள் இல்லாத நிலை;** worthless; useless. 'என் பிள்ளைகளில் எவனும் சோடை இல்லை' என்று அவர் பெருமையடித்துக் கொண்டார்.

சோடை[2] பெ. (ஊரக வ.) காண்க: **வண்டிச்சோடு.**

சோடைபோ வி. (-போக, -போய்) **(பொதுவாக ஒப்பிட்டுப் பேசும்போது, எதிர்பார்க்கப்படும் தரம், தன்மை போன்றவை) குறைவாக இருத்தல்; மோசமாக இருத்தல்;** flop. சத்யஜித் ராயின் எந்தப் படமுமே சோடை போனதில்லை.

சோணை பெ. (வ.வ.) **காதின் கீழ்ப்பகுதி;** the lower part of the ear. தோடு குத்துவதற்கு ஏற்ற சோணை.

சோத்தி பெ. (இலங்.) **வைரம் பாயாத மரம்;** tree without a well-developed hardcore. சோத்திப் பனையை விட்டுவிட்டு வைரம் பாய்ந்த பனையைத் தறி.

சோதனாபூர்வம்-ஆக/-ஆன வி.அ./பெ.அ. காண்க: **சோதனைபூர்வம்-ஆக/-ஆன.**

சோதனை பெ. 1: **விஞ்ஞான ரீதியில் மேற்கொள்ளப்படும் பரிசோதனை;** experiment; test. விண்வெளி ஆராய்ச்சியில் நாங்கள் தொடர்ந்து பல புதிய சோதனைகளை மேற்கொள்ள இருக்கிறோம். [(தொ.சொ.) **ஆய்வு/ ஆராய்ச்சி/ பரிசோதனை**] 2: **சட்ட விரோதமான நடவடிக்கைகள், திருட்டு போன்றவற்றைக் கண்டுபிடிப்பதற்காக (ஒருவரிடம் அல்லது ஒருவருடைய வீடு, வாகனம் போன்றவற்றில் அவற்றுக்கான தடயங்களை) தேடும் செயல்;** search; frisk (as related to a person). அந்த வாகனத்தைக் காவலர் சோதனை செய்தபோது அதில் மறைத்துவைக்கப்பட்டிருந்த கடத்தல் பொருள்கள் சிக்கின./ சோதனைச் சாவடி/ அந்த நூலகத்தை விட்டு வெளியேறும் ஒவ்வொருவரையும் ஒரு ஆள் சோதனை செய்துகொண்டிருந்தார். 3: **ஒரு துறையில் புதிய உத்திகள், யோசனைகள் ஆகியவற்றைக் கொண்டு முதலில் செய்து பார்ப்பது;** experimentation; trial. இந்த நாவல் ஒரு சோதனை முயற்சி./ இந்த இளம் இயக்குநர் சோதனை ரீதியாகப் பல படங்கள் எடுத்திருக்கிறார். 4: **(வாழ்க்கையில் நேரும்) துன்பம், கஷ்டம், தடை முதலியவை;** (period of) trial. அந்தக் குடும்பத்திற்கு இது ஒரு சோதனைக் காலம் போலிருக்கிறது./ எத்தனையோ சோதனைகளைத் தாண்டி வந்து இன்று அவர் வெற்றிகரமான தொழிலதிபராக வளர்ந்திருக்கிறார். 5: **(தரம், விசுவாசம் முதலியவற்றை அறிவதற்காக ஒன்றை அல்லது ஒருவரை) சோதித்துப் பார்த்தல்; பரிசோதனை;** testing. அவனுடைய திறமையைச் சோதனை செய்து பார்க்க வேண்டும்./ கடவுள் ஏன் என்னை இப்படிச் சோதனை செய்கிறார்? 6: (இலங்.) **தேர்வு; பரீட்சை;** examination. சோதனைக்குப் படிக்க வேண்டும்.

சோதனை ஓட்டம் பெ. **(இயந்திரம், வாகனம் போன்றவை) சரியாக இயங்குகிறதா என்பதைப் பார்க்க முதன்முதலாக இயக்கிப்பார்த்தல்;** trial run (of machines, vehicles).

சோதனைக்காசு பெ. (இலங்.) **தேர்வுக் கட்டணம்;** examination fees. இன்று சோதனைக்காசு கட்டக் கடைசித் தேதி என்று தம்பி அப்பாவிடம் சொன்னான்.

சோதனைக்குழாய் பெ. **(சோதனைக்கூடத்தில் பயன்படுத்தும்) ஒருபுறம் அடைப்பு உடைய, குறைந்த சுற்றளவு கொண்ட கண்ணாடிக் குழாய்;** test-tube.

சோதனைக்குழாய்க் குழந்தை பெ. **சோதனைக் குழாய் முறையில் பிறந்த குழந்தை;** test-tube baby.

சோதனைக்குழாய் முறை பெ. **(கருத்தரிப்புக் குறைபாடு உடைய தம்பதியரில்) பெண்ணின் கருவணுவையும் ஆணின் விந்தையும் தனித்தனியே எடுத்து, சோதனைக்குழாயில் இட்டுக் கருவுறச் செய்து மீண்டும் பெண்ணின் கருப்பையில் செலுத்தும் மருத்துவ முறை;** in vitro fertilization.

சோதனைக்கூடம் பெ. **(மருத்துவமனை, தொழிற்சாலை, பள்ளிக்கூடம் முதலியவற்றில்) ஆராய்ச்சி, சோதனை முதலியவற்றை மேற்கொள்வதற்கான அறிவியல் கருவிகள் நிறைந்த இடம்; ஆய்வுக்கூடம்;** laboratory (in a hospital, factory, school, etc.,).

சோதனைச் சாவடி பெ. **மாநில எல்லைகளிலும், கடற்கரையோரங்களிலும், கடத்தலைத் தடுக்கவும் மற்றும் பாதுகாப்பு நடவடிக்கைகளுக்காகவும், காவல்துறை, கடற்படை ஆகியவை அமைக்கும் கண்காணிப்புத் தடுப்புகள் அல்லது கோபுரங்கள்;** check post.

சோதனைபூர்வம்-ஆக/-ஆன வி.அ./பெ.அ. 1: **(கலை, இலக்கியத்தில்) புதிய உத்திகளைப் பயன்படுத்தும் வகையில்/ புதிய முறையை ஏற்றுப் பயன்படுத்தும் வகையிலான;** (in arts, literature) experimentally/experimental. சோதனைபூர்வமாக நிறைய கவிதை எழுத

வேண்டும் என்ற ஆர்வம் அவருக்கு இருந்தது./ இந்த நாவல் தமிழில் முதன்முதலாக நனவோடை உத்தியைப் பயன்படுத்தி எழுதப்பட்ட சோதனைபூர்வமான முயற்சி. **2: (ஒரு புதிய கோட்பாடு, கருதுகோள், கண்டுபிடிப்பு முதலியவற்றை) சோதித்துப்பார்க்கும் வகையில்; பரீட்சார்த்தமாக/சோதித்துப்பார்க்கும் வகையிலான; பரீட்சார்த்தமான;** experimentally/experimental. அந்த மருந்து சோதனைபூர்வமாக விலங்குகளுக்குக் கொடுக்கப்பட்டபோது நல்ல பலன் இருந்தது./ இந்தப் புதிய ஏவுகணை ஒரு சோதனைபூர்வமான முயற்சிதான்.

சோதா பெ. *(பே.வ.)* **உடலில் வலுவில்லாதவன்;** weak person; weakling. ஒரு குத்து விட்டால் கீழே விழுந்துவிடுவான், வெறும் சோதா.

சோதி[1] வி. *(சோதிக்க, சோதித்து)* **1: (ஒருவரின் நோய் அல்லது ஒன்றின் குறைபாடுகளை) சோதனைமூலம் அறிதல்;** examine (in order to diagnose or to find out the defect in sth.). அவருடைய இரத்தத்தைச் சோதித்ததில் நீரிழிவு நோய் இருந்தது தெரியவந்தது./ இயந்திரத்தைச் சோதித்துப் பார்த்ததில் மின்இணைப்புகள் விட்டுப்போயிருந்ததைக் காண முடிந்தது. **2: (சந்தேகத்தின் பேரில்) துருவிப் பார்த்தல்; சோதனை மேற்கொள்ளுதல்;** search; frisk. அந்த விமானப் பயணியின் பெட்டியைச் சுங்க அதிகாரி மீண்டும்மீண்டும் சோதித்துப்பார்த்தார். **3: (ஒருவருடைய இயல்பு, திறமை, பயிற்சி, தகுதி முதலியவற்றை அல்லது ஒன்றின் உண்மைத் தன்மையை அறிவதற்காக) சோதனைசெய்தல்;** test (character, ability, etc.,). மாணவர்களுடைய திறமையைச் சோதித்துப்பார்ப்பதற்கு எழுத்துத் தேர்வைவிடச் செய்முறைத் தேர்வுதான் சிறந்தது./ கடவுளே! ஏன் எங்களை இப்படிச் சோதிக்கிறாய்?/ *(உரு வ.)* என் பொறுமையைச் சோதிக்காதே.

சோதி[2] பெ. காண்க: ஜோதி.

சோதிடம் பெ. **(கிரகங்கள், நட்சத்திரங்கள் ஆகியவற்றின் நிலைகளை வைத்து அல்லது கைரேகையிலிருந்து ஒருவரின்) கடந்தகாலத்தையும் எதிர்காலத்தையும் கணித்துக் கூறும் கலை;** astrology.

சோதிடர் பெ. **சோதிடக் கலை தெரிந்து பலன் கூறுபவர்;** astrologer.

சோப்(ப)ளாங்கி பெ. *(பே.வ.)* **திறமையும் உடலில் வலுவும் இல்லாதவன்; சோதா;** weakling; weak person. அவள் என்னை ஒரு சோப்பளாங்கி என்று நினைத்துவிட்டாள் போலிருக்கிறது.

சோப்புத்தூள் பெ. காண்க: சலவைத்தூள்.

சோபனம் பெ. *(அ.வ.)* **திருமணம் முடிந்து நடக்கும் முதலிரவு நிகழ்ச்சி;** consummation rites.

சோபி வி. *(சோபிக்க, சோபித்து)* **(ஒருவர் ஒரு துறையில் அல்லது செயலில்) சிறப்பாக விளங்குதல்/(ஒரு பொருள் அல்லது நிகழ்ச்சி) சிறப்பாக அமைதல்;** shine/be splendid. இன்றைய விளையாட்டில் இந்திய அணித் தலைவரின் ஆட்டம் சோபிக்கவே இல்லை./ குணச்சித்திரப் பாத்திரங்களிலும் தன்னால் சோபிக்க முடியும் என்று அந்த நடிகை நிரூபித்திருக்கிறார்./ எதிர்பார்த்த கூட்டம் வராததால் விழா சோபிக்காமல் போய்விட்டது.

சோபை பெ. *(-ஆன)* **(தோற்றத்தில் காணப்படும்) களை; பொலிவு;** grace; brightness. குழந்தைக்குப் பொட்டு தனிச் சோபையை அளித்தது./ அவள் முகம் சோபையுடன் விளங்கியது. [*(தொ.சொ.)* **களை/ பொலிவு/ மலர்ச்சி**]

சோம்பல் பெ. **1: உடலிலும் மனத்திலும் உணரும் ஊக்கமின்மை; சுறுசுறுப்பு இல்லாமல் இருக்கும் நிலை; மந்தம்;** laziness. ஐம்பதடி தள்ளி இருக்கும் கடைக்குப் போகக்கூடச் சோம்பலா?/ சாப்பிடுவதற்குக்கூடச் சோம்பல்படுகிற ஆசாமி அவன்./ 'நீங்கள் அதிகம் எழுதுவதில்லையே, என்ன காரணம்?' என்று கேட்டதற்கு 'சோம்பல்தான் காரணம்' என்று பதிலளித்தார். **2: நீண்ட நேரம் ஒரே நிலையில் உட்கார்ந்திருப்பதால் உடலில் தோன்றும் மந்த நிலை;** sluggishness.

சோம்பல் கதிரை பெ. *(இலங்.)* **சாய்வு நாற்காலி;** deck-chair; easy chair. சோம்பல் கதிரையில் இருந்தபடி அப்பா குரல் கொடுத்தார்.

சோம்பல்படு வி. *(-பட, -பட்டு)* **ஊக்கமின்றி இருத்தல்; அவசியமான நேரத்தில் சுறுசுறுப்பாகச் செயல்படாமல் இருத்தல்;** be lazy. நீ கொஞ்சம் சோம்பல் படாமல் கடைக்குப் போய் இதை வாங்கிகொண்டு வந்துவிடு./ அவன் சோம்பல்பட்டுதான் பல நல்ல வாய்ப்புகளை இழந்தான்.

சோம்பல் பார்க்காமல் வி.அ. *(பே.வ.)* **மந்தமாக இல்லாமல்; சுணங்காமல்;** without being lazy. நீ சோம்பல் பார்க்காமல் கடைக்குப் போய் வா./ கொஞ்சம் சோம்பல் பார்க்காமல் எனக்காக இதைச் செய்வாயா?

சோம்பல்முறி வி. *(-முறிக்க, -முறித்து)* **சோம்பலைப் போக்கிக்கொள்ளும் விதத்தில் கைகால்களைச் சற்று விறைப்பாக்கிப் பிறகு தளர்த்துதல்;** stretch. படுக்கையை விட்டு எழுந்து உட்கார்ந்து சோம்பல்முறித்தான்./ நீண்ட நேரமாக உட்கார்ந்து எழுதிக்கொண்டிருந்தவன் எழுந்து நின்று சோம்பல்முறித்தான்.

சோம்பு[1] வி. *(சோம்ப, சோம்பி)* **சோம்பல்படுதல்;** be idle; be lethargic. கடைக்காரன் சோம்பிக் கிடந்தால் வியாபாரம் நடக்குமா?

சோம்பு[2] பெ. **பெருஞ்சீரகம்;** aniseed.

சோம்பேறி பெ. **(இயல்பாகவே) சோம்பலுடன் இருக்கும் நபர்;** lazybones. சோம்பேறி! எழுந்துவந்து தண்ணீர் குடித்துவிட்டுப் போ.

சோம்பேறித்தனம் பெ. **சோம்பல்;** laziness. அவன் நல்ல திறமைசாலிதான். ஆனால் சோம்பேறித்தனம் அதிகம்.

சோமாஸ் பெ. **பிசைந்து தட்டிய மைதா மாவினுள் இனிப்புப் பூரணத்தை வைத்து மூடி எண்ணெயில் பொரித்துச் செய்யும் தின்பண்டம்;** a kind of puff with sweetened filling, fried in oil.

சோர் வி. *(சோர, சோர்ந்து)* **(உடல் அல்லது மனம்) மேற்கொண்டு செயல்படச் சக்தியற்றுத் தளர்தல்; களைப்படைதல்;** become fatigued; feel tired; be jaded. கொஞ்ச தூரம் நடப்பதற்குள் சோர்ந்துவிடுகிறாயே?/ குழந்தை ஏன் இப்படிச் சோர்ந்துசோர்ந்து படுத்துக்கொள்கிறது?/

வளரும் எழுத்தாளர்கள் தாங்கள் எழுதியது பிரசுரமாக வில்லை என்பதற்காகச் சோர்ந்துபோய்விடக் கூடாது.

சோர்வு பெ. (-ஆக, -ஆன) **(உடல் அல்லது மனம்) செயல்படச் சக்தியற்ற நிலை; அயர்ச்சி;** fatigue; weariness. தொடர்ந்து இரண்டு மணி நேரம் படித்தால் கண் சோர்வு அடைந்துவிடுகிறது./ தோல்வி மேல் தோல்வி ஏற்பட்டதால் சோர்வாகப் பேசினார்./ பாதி திறந்திருந்த சோர்வான கண்கள்/ சோர்வான நிலையில் எழுந்து நிற்கக் கூட அவரால் முடியவில்லை. [(தொ.சொ.) அசதி/ சுணக்கம்/ தளர்வு/ மந்தம்]

சோரநாயகன் பெ. (த.வ.) **மணமான பெண் முறையற்ற வழியில் தொடர்புவைத்திருக்கும் ஆண்;** illicit lover of a married woman.

சோரம் பெ. (அ.வ.) **திருமணம் ஆனவர்கள் பிறருடன் வைத்திருக்கும் உடலுறவு ரீதியான தொடர்பு;** adultery.

சோரம்போ வி. (-போக, -போய்) (த.வ.) **(திருமணமான பெண் பிறருடன்) உடலுறவு ரீதியான தொடர்பு வைத்திருத்தல்;** (of married woman) commit adultery.

சோலி[1] பெ. காண்க: ஜோலி.

சோலி[2] பெ. (இலங்.) **தொந்தரவு; தொல்லை;** nuisance; trouble. தினம்தினம் பக்கத்து வீட்டாரால் ஒரே சோலி./ அலுவலகத்தில் ஒரே சோலி. அதுதான் வரத் தாமதம்.

சோலிசுரட்டு பெ. (இலங்.) **வீண்வம்பு; வம்புதும்பு;** unnecessary interference. அவர் எந்தச் சோலிசுரட்டுக்கும் போக மாட்டார்.

சோலிப்படு வி. (-பட, -பட்டு) (இலங்.) **(ஒருவரோடு) பிரச்சினைக்கு உள்ளாதல்; தொந்தரவுக்கு உள்ளாதல்;** get into trouble with s.o. அவர் தந்த பணத்தைக் குறித்த தவணையில் திருப்பிக் கொடுக்காவிட்டால், அவருடன் சோலிப்பட வேண்டிவரும்./ யாருடனும் சோலிப்படாமல் வாழ்ந்துவிட்டுப் போய்விட வேண்டும் என்று ஆச்சி சொல்லிக்கொண்டிருந்தார்.

சோலை பெ. **மரங்களும் செடிகொடிகளும் நிறைந்த குளிர்ச்சியான இடம்;** grove; garden. பூஞ்சோலை/ மாஞ்சோலை/ சோலைக் குயில்.

சோலை இருவாச்சி பெ. **ஆண் வெளிர் சிவப்பு அலகுடனும், பெண் இள மஞ்சள் நிற அலகுடனும், சாம்பல் அல்லது வெளிர் கறுப்பு நிறத்தில் இருக்கும் உடலுடனும், இறக்கையுடனும், மேற்குத்தொடர்ச்சி மலைப் பகுதிகளில் மட்டும் தென்படும் ஒரு பெரிய பறவை;** Malabar grey hornbill.

சோலைக்காடு பெ. **(பொதுவாகத் தென்னிந்தியாவில் 1500 அடி உயரத்துக்கு மேல் மலை உச்சியிலும் பள்ளத்தாக்குகளிலும் திட்டுதிட்டாகக் காணப்படும்) மரங்களும் செடிகொடிகளும் அடர்ந்த பகுதி;** shola; shola-grassland; shola forest. மேற்குத்தொடர்ச்சி மலையிலுள்ள சோலைக்காடுகள் நதிகளின் தொட்டில் என்று அழைக்கப்படுகின்றன./ நீலகிரியில் உள்ள சோலைக்காடுகளில் சில அரிதான மரங்கள் காணப்படுகின்றன.

சோலைக்கிளி பெ. **முதுகும் கழுத்தும் சாம்பல் நிறத்திலும், இறக்கைகளும் வாலும் நீல வண்ணத்திலும் இருக்கும், கழுத்தைச் சுற்றிக் கறுப்பு வளையத்தைக் கொண்டிருக்கும், மேற்குத்தொடர்ச்சி மலைப்பகுதிகளிலும், கிழக்குத்தொடர்ச்சி மலைப்பகுதிகளில் சில இடங்களிலும் தென்படும் ஒருவகைக் கிளி;** Malabar parakeet.

சோலைமந்தி பெ. **சிங்கவால் குரங்கு;** lion-tailed macaque.

சோழன் பெ. **(கி.மு. மூன்றாம் நூற்றாண்டிலிருந்து கி.பி. மூன்றாம் நூற்றாண்டுவரையிலும், பிறகு கி.பி. 9ஆம் நூற்றாண்டிலிருந்து கி.பி. 13ஆம் நூற்றாண்டு வரையிலும் புலியை அரசுச் சின்னமாகக் கொண்டு) காவிரி நதி சார்ந்த பகுதிகளை ஆண்ட அரசப் பரம்பரையைச் சேர்ந்த மன்னன்;** any king of the Chola dynasty that ruled over the Cauvery delta from the 3rd century B.C. to the 3rd century A.D. and the 9th century A.D. to the 13th Century A.D.

சோழி பெ. **(மாலையாகக் கோக்கவும் பல்லாங்குழி போன்ற விளையாட்டுகளிலும் பயன்படும்) கடல் வாழ் சிறு உயிரினங்களின் வெள்ளை அல்லது பழுப்பு நிற ஓடு;** cowrie; (tropical) shell.

சோளக்கொல்லை பொம்மை பெ. **(கம்பு, சோளம் முதலியவை விளையும் நிலத்தில் பறவைகளை விரட்டுவதற்காக) உயரமான கழியில் நிறுத்திவைக்கப்பட்டிருக்கும் துணி அல்லது வைக்கோல் அடைத்த மனித உருவத்தை ஒத்த பொம்மை;** scarecrow.

சோளக்கொல்லை பொம்மை

சோளகம் பெ. (இலங்.) **சித்திரை, வைகாசி ஆகிய மாதங்களில் தெற்கிலிருந்து வேகமாக வீசும் பெருங் காற்று;** gusty wind from the southern direction which blows in the months of April-June. சோளகம் வீசத் தொடங்கிவிட்டது. இனி கடலில் விளை மீன்தான் கிடைக்கும்./ சோளகக் காற்றில் மரக்கொம்புகள் எல்லாம் முறிந்துவிட்டன.

சோளப் பொரி பெ. **உப்பும் மஞ்சள் பொடியும் தூவி வறுத்த சோளம்;** popcorn.

சோளம் பெ. **உருண்டையான தனித்தனி மணிகள் நிறைந்த கதிரை உடைய ஒரு தானியப் பயிர்/அந்தப் பயிரின் தானியம்;** sorghum; jowar.

சோளி பெ. **ரவிக்கை;** blouse.

சோற்றுக் கற்றாழை பெ. **குட்டையான அடித்தண்டையும் சதைப்பற்றான மடல்களைப் போன்ற இலைகளையும் கொண்ட ஒரு வகைக் கற்றாழை;** aloe.

சோற்றுப் பட்டாளம் பெ. (பே.வ.) **எந்த வேலையும் செய்யாமல் உணவுக்காக மட்டும் ஒருவரை அண்டி வாழும் கும்பல்;** freeloaders.

சோற்றுப் பெட்டி பெ. (இலங்.) **(பொதுவாக உணவு எடுத்துச் செல்லப் பயன்படுத்தும்) பனை ஓலையால் பின்னப்பட்ட சிறிய கூடை;** small basket woven from palm leaves to carry food. அவனுடைய தாய் சோற்றுப் பெட்டியுடன் வயலுக்கு வந்துவிட்டாள்./ சோற்றுப் பெட்டியை மர நிழலில் வைத்துவிட்டு உட்கார்ந்தான்.

சோறு[1] பெ. 1: **வேகவைக்கப்பட்ட அரிசி; சாதம்;** cooked rice. இரவுச் சாப்பாட்டுக்குச் சோறும் பொரியலும் போதும்./ ரசம் விட்டுச் சோற்றைக் குழைத்துச் சாப்பிட்டார். 2: **(பொதுவாக) உணவு;** (generally) food. ஒரு வேளைச் சோற்றுக்கே வழி இல்லாமல் திண்டாடுகிறான்.

சோறு[2] பெ. **பனைமரத்தின் தண்டு, கற்றாழை மடல் முதலியவற்றின் உள்ளே காணப்படும் சதைப்பற்றான வெண்ணிறப் பொருள்;** pith. கற்றாழையின் சோற்றை மருந்தாகப் பயன்படுத்துகிறார்கள்.

சோறு தீத்து வி. (தீத்த, தீத்தி) (இலங்.) **நல்ல நாளில் கோயிலில் வைத்துக் குழந்தைக்கு முதல்முதலாகச் சோறு ஊட்டுதல்;** ritual of feeding rice to a child for the first time. ஆறாவது மாதம் என் பேத்திக்குச் சோறு தீத்தினோம்./ பொதுவாகத் தைப் பூசத்தன்று குழந்தைக்குச் சோறு தீத்துவது வழக்கம்./ பிள்ளையார் கோயிலில்தான் என் மகனுக்குச் சோறு தீத்தினேன்.

சோறு போடு வி. (போட, போட்டு) (பே.வ.) **அன்றாட வாழ்க்கைக்குத் தேவையான உணவு, உடை, இருப்பிடம் போன்றவற்றைத் தருதல்;** provide a livelihood. வெறுமனே கனவு கண்டுகொண்டிருந்தால் ஒன்றும் நடக்காது; உழைப்புதான் சோறு போடும்./ நான் சிறு வயதில் கற்றுக்கொண்ட தொழில்தான் இப்போது எனக்குச் சோறு போடுகிறது.

சோன்பப்படி பெ. **பஞ்சுபோல திரிதிரியாக இருப்பதும் வாயில் போட்டால் உடனே கரைந்துவிடுவதுமான ஒரு இனிப்பு வகை;** a kind of cottony sweet preparation.

சோனகர் பெ. (இலங்.) **இஸ்லாமியர்;** Muslim.

சோனாவாரி பெ. (இலங்.) **தொடர்ந்து பெய்யும் கடும் மழை;** heavy and continuous rain. இந்தச் சோனாவாரியில் யார் கடைக்குப் போவது?

சோனி பெ. (பே.வ.) 1: **உடல் வலுவற்று மெலிந்து காணப்படும் நிலை;** puny; skinny. இந்தக் குழந்தை ஏன் இப்படிச் சோனியாக இருக்கிறது?/ சோனி மாடு. 2: **மெலிந்து வலுவற்றிருப்பவன்/-ள்;** puny person. இந்தச் சோனி இவ்வளவு பெரிய மூட்டையைத் தூக்குவானா?

சோனை பெ. (ஊரக வ.) **(தென்மேற்குப் பருவக் காற்றின்போது) உடல் நனையாத அளவுக்குச் சிறுசிறு துளியாகத் தூறும் மழை;** soft drizzle during south-west monsoon that does not wet a person. வைகாசி, ஆனி மாதங்களில் மாலை நேரத்தில் சோனை இருக்கும்./ இது மழை இல்லை, சோனை என்று தாத்தா சொல்லிக்கொண்டிருந்தார்.

சௌக்கியம் பெ. (-ஆக) 1: **(பெரும்பாலும் விசாரிக்கும்போது) ஆரோக்கியம்; நலம்;** state of being well. என்னம்மா! சௌக்கியமாக இருக்கிறீர்களா? 2: **சௌகரியம்; வசதி;** comfortable state. அவர் தன் மகனுடன் அமெரிக்காவில் சௌக்கியமாக வாழ்கிறார்.

சௌகரியப்படு வி. (-பட, -பட்டு) **(ஒன்று ஒருவருக்கு) வசதியாக அமைதல்; வசதிப்படுதல்;** be convenient. நாளை என் வீட்டுக்குச் சாப்பிட வர உங்களுக்கு சௌகரியப்படுமா?/ எனக்கு சௌகரியப்பட்டு வராததால் கடையை இன்னொருவரிடம் விட்டுவிட்டேன்.

சௌகரியம் பெ. (-ஆக, -ஆன) 1: **வசதி;** comfort; convenience. இந்த வீடு சௌகரியமாக இருக்கிறது./ மருத்துவர் அவர் சௌகரியம் போலத்தான் வருவார், போவார்./ நீ போகாதது அவனுக்கு சௌகரியமாகப் போய்விட்டது. 2: **நல்ல நிலை;** comfortable state. எங்கேயோ சௌகரியமாக வாழ்ந்தால் சரி. 3: காண்க: **சௌக்கியம், 1.**

சௌசௌ பெ. **(சமையலில் பயன்படுத்தும்) வெளிர் பச்சை நிறம் உடைய சொரசொரப்பான மேற்பகுதியையும், நீர்ச்சத்து மிகுந்த சதைப் பகுதியையும் கொண்ட (கொடியில் காய்க்கும்) பூசணிக் குடும்பத்தைச் சேர்ந்த ஒரு வகைக் காய்; பெங்களூர் கத்தரிக் காய்;**a variety of cucurbit with light green skin.

சௌந்தரியம் பெ. **அழகு; எழில்;** beauty; grace.

சௌபாக்கியம் பெ. (அ.வ.) **சகல சீரும் சிறப்பும் கொண்ட நிலை;** being in a state of health and prosperity. 'உனக்குச் சகல சௌபாக்கியங்களும் உண்டாகட்டும்' என்று வாழ்த்தினார்.

சௌபாக்கியவதி பெ. (அ.வ.) **இளம் பெண்கள், சுமங்கலிகள் ஆகியோரின் பெயருக்கு முன்னால் இடப்படும் மங்கலச் சொல்;** a form of address for a girl or a married woman.

சௌஜன்(னி)யம் பெ. (அ.வ.) 1: **(பழகுதல், பேசுதல் முதலியவற்றில் காட்டும்) சுமுகம்; இனிய குணம்;** kindly disposition; amiability. அவர் எல்லோரிடமும் சௌஜன்னியமாகப் பழகுவார். 2: **அன்னியோன்னியம்; நெருக்கம்;** intimacy. எதையாவது பேசி எங்கள் இருவருக்கிடையே உள்ள சௌஜன்னியத்தைக் கெடுத்து விடாதே.

ஞ

ஞாபகசக்தி பெ. **நினைவாற்றல்;** memory power.

ஞாபகப்படுத்து வி. (-படுத்த, -படுத்தி) **(ஒன்றை ஒருவருக்கு) நினைவுபடுத்துதல்;** remind (s.o. of sth.). இந்தச் சின்ன விஷயத்தைக்கூட நான் உனக்கு ஞாபகப்படுத்த வேண்டுமா?/ பல முறை ஞாபகப்படுத்திப்பார்த்தும் அவர் யார் என்று தெரியவில்லை.

ஞாபகம் பெ. **நினைவு (என்பதன் மூன்றாவது பொருள் தவிர்த்த எல்லாப் பொருளிலும்);** see நினைவு (except sense 3). 2: **(ஒருவரை அல்லது ஒன்றைக் குறித்த) எண்ணம்; நினைப்பு;** thought. குழந்தைக்கு அம்மா ஞாபகம் வந்துவிட்டது என்று நினைக்கிறேன். அதனால்தான் தொடர்ந்து அழுதுகொண்டிருக்கிறது./ ஊருக்குப் போனாலும் உன் ஞாபகமாகவே இருக்கும்.

ஞாபகமறதி பெ. (-ஆக) **நினைவில் வைத்துக்கொள்ள வேண்டியதை மறந்துவிடும் தன்மை;** forgetfulness; absentmindedness. உனக்கு என்ன அவ்வளவு ஞாபகமறதி? பேனா எடுக்காமல் பரீட்சை எழுத வந்துவிட்டாய்?/ சில விஞ்ஞானிகள் ஞாபகமறதிக்கு மிகவும் பிரசித்தி பெற்றவர்கள்./ பணத்தை எங்கேயோ ஞாபகமறதியாக வைத்து விட்டு இங்கே தேடினால் எப்படிக் கிடைக்கும்?

ஞாபகார்த்தம் பெ. (-ஆக) **(ஒருவரை அல்லது ஒன்றை) நினைவூட்டும் விதத்தில் இருப்பது;** sth. in memory of s.o.; keepsake. என்னுடைய ஞாபகார்த்தமாக இந்தப் புத்தகத்தை வைத்துக்கொள்./ என் தாத்தாவின் ஞாபகார்த்தமாக இருப்பது இந்த வீடு மட்டும்தான்.

ஞாயிறு பெ. **1:** (உ.வ.) **சூரியன்;** sun. **2: (மேற்குறிப்பிட்ட பெயரைக் கொண்ட) வாரத்தின் முதலாவது நாள்;** Sunday. எங்கள் அலுவலகத்துக்கு ஞாயிறு மட்டும்தான் விடுமுறை./ வரும் ஞாயிற்றுக்கிழமை நான் சினிமாவுக்குப் போகப்போகிறேன்.

ஞாலம் பெ. (உ.வ.) **பூமி;** earth.

ஞானக்கண் பெ. **(முகத்தில் இருக்கும் கண்ணுடன் ஒப்பிட்டுக் கூறும்போது) எதிர்காலத்தை அறியக்கூடிய ஆற்றல் உடையதாக நம்பப்படும் கண்;** vision; ability to see into the future. எனக்கு என்ன ஞானக்கண்ணா இருக்கிறது, நீ வருவதை முன்னரே அறிந்துகொள்ள?

ஞானக்குழந்தை பெ. (கிறித்.) **ஞானத்தாயும் ஞானத் தந்தையும் பொறுப்பேற்றுக்கொள்ளும் கிறித்தவக் குழந்தை;** godchild.

ஞானசூனியம் பெ. (எரிச்சலோடு கூறும்போது) **அறிவில்லாத ஆள்;** one who is totally ignorant. நீ இப்படி ஞானசூனியமாக இருக்கக் கூடாது.

ஞானத்தந்தை பெ. (கிறித்.) **திருமுழுக்கின்போது குறிப்பிட்ட குழந்தையைக் கிறித்தவ நெறியில் வளர்ப்பதாக வாக்களித்துப் பொறுப்பேற்கும் ஆண்;** godfather.

ஞானத்தாய் பெ. (கிறித்.) **திருமுழுக்கின்போது குறிப்பிட்ட குழந்தையைக் கிறித்தவ நெறியில் வளர்ப்பதாக வாக்களித்துப் பொறுப்பேற்கும் பெண்;** godmother.

ஞானதிருஷ்டி பெ. **(ஞானி, யோகி போன்றோருக்கு இருப்பதாக நம்பப்படும்) மூன்று கால நிகழ்ச்சிகளையும் அறியக்கூடிய ஆற்றல்;** ability (attributed to saints, sages) to know the past, the present and the future.

ஞானப்பல் பெ. **(ஒருவரின் பதின்பருவத்திற்குப் பிறகு) கடைசியாக முளைக்கும் கடைவாய்ப் பல்;** wisdom tooth.

ஞானப் பெற்றோர் பெ. (கிறித்.) **திருமுழுக்கின் போது குறிப்பிட்ட குழந்தையைக் கிறித்தவ நெறியில் வளர்ப்பதாக வாக்களித்துப் பொறுப்பேற்கும் கணவனும் மனைவியும்;** godparants.

ஞானம் பெ. **1: பிரபஞ்சத்துக்கும் மனிதனுக்கும் இடையே இருக்கும் உறவில் மனிதனுடைய வாழ்க்கை, நோக்கம் போன்றவற்றைக் குறித்து ஒருவர் பெறும் தெளிவு;** (spiritual) enlightenment. உண்மை ஞானம் என்பது என்ன?/ புத்தர் போதி மரத்தடியில் ஞானம் பெற்றார். **2: (ஒரு துறையில்) அறிவு; பயிற்சி;** knowledge (in a field). அவர் சட்ட ஞானம் உடையவர்./ அவன் சரித்திர ஞானம் இல்லாதவன்.

ஞான யோகம் பெ. **இறைவனை அடைவதற்கு ஒரு வழியாகக் கருதப்படும் தன்னை அறியும் ஆன்மீக முயற்சி** knowing one's self considered as a means of attaining god.

ஞானவான் பெ. (அ.வ.) **ஞானி;** man of wisdom.

ஞானஸ்நானம் பெ. (கிறித்.) **திருமுழுக்கு;** baptism.

ஞானி பெ. **1: ஆத்ம சிந்தனையில் நிறைந்த ஞானம் படைத்தவர்;** sage; saint. முற்றும் துறந்த ஞானி. **2: மிகுந்த அறிவுடையவர்;** wise man. கிரேக்க ஞானி சாக்ரடீஸ்.

ஞானோதயம் பெ. **ஞானம்;** (spiritual) enlightenment.

ட

டக்-என்று வி.அ. (பே.வ.) **(ஒரு செயலைச் செய்யும்போது) சிறிதும் தாமதமில்லாமல்; உடனடியாக; சட்டென்று;** without delay; forthwith; in no time; (come) pat. மயக்கத்தால் அந்தப் பெரியவர் கீழே விழுந்தபோது பக்கத்தில் இருந்தவர் டக்கென்று தாங்கிக்கொண்டார்./ கேள்வி கேட்டு முடிக்கும் முன்பே அந்தப் பையன் டக்கென்று பதில் சொல்லிவிட்டான்.

டப்பா பெ. **(மெல்லிய உலோகம், பிளாஸ்டிக் முதலியவற்றால் பலவித அளவுகளில் செய்யப்படும்) மூடி போட்ட கொள்கலம்;** container (made of tin, plastic, etc.,); tin (of various sizes). கடுகை டப்பாவில் போட்டு மூடு./ பவுடர் டப்பா.

டப்பா அடி வி. (அடிக்க, அடித்து) (பே.வ.) **(பாடத்தைப் புரிந்துகொண்டு படிக்காமல்) மனப்பாடம் செய்தல்; நெட்டுருப்பண்ணுதல்;** learn by rote. கணக்குப் பாடத்தைக்கூடவா டப்பா அடிக்கிறாய்?/ பொறியியல் பாடங்களை டப்பா அடித்துத் தேர்வு எழுத முடியாது.

டப்பாங்குத்து பெ. **தாளத்தின் கதிக்கு ஏற்ப வேகமாக ஆடும், முறைப்படுத்தப்படாத ஆட்டம்;** improvised, vigorous dance.

டப்பி பெ. **(கையடக்கமான) சிறிய டப்பா;** small tin box; case. பொடி டப்பி/ மை டப்பி/ சுண்ணாம்பு டப்பி.

டபரா பெ. **(காப்பி போன்ற சூடான பானங்களை ஆற்றிக் குடிக்கத் தம்ளரோடு பயன்படுத்தப்படும்) விளிம்புள்ள சிறிய வட்ட வடிவப் பாத்திரம்;** saucer-like vessel slightly deeper used along with a tumbler for serving hot drinks.

டபரா

டபாய் வி. (டபாய்க்க, டபாய்த்து) (பே.வ.) 1: ஏய்த்தல்; ஏமாற்றுதல்; cheat. வாங்கிய பணத்தைக் கொடுக்காமல் டபாய்த்துவிட்டான். 2: (உண்மை நிலையைச் சமாளிக்காமல்) நழுவுதல்; தப்பித்தல்; dodge (without facing the situation). அவன் ஏதோ தப்பு பண்ணியிருக்க வேண்டும். அதனால்தான் என்னைப் பார்க்காமல் டபாய்க்கிறான்.

டம்பம் பெ. (-ஆக, -ஆன) (பே.வ.) 1: வெளிப் பகட்டு; ஆடம்பரம்; being showy or vain. உன் டம்பத்தை என்னிடம் காட்டாதே! 2: சவடால்; vain or empty boast. என் நண்பர் டம்பமாகப் பேசுவார். காரியத்தில் ஒன்றும் கிடையாது.

டம்ளர் பெ. காண்க: தம்ளர்.

டமாரம் பெ. பலமாக அடித்து ஒலி எழுப்பும் பெரிய வட்ட வடிவ வாத்தியம்; a kind of kettledrum which produces loud noise.

டமாரம்

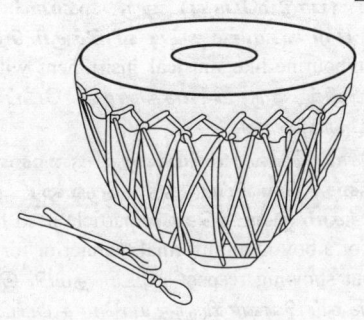

டமாரமடி வி. (-அடிக்க, -அடித்து) (ஒரு செய்தியைத் தேவை இல்லாமல்) எல்லோரிடமும் பகிரங்கமாகத் தெரிவித்தல் அல்லது பரப்புதல்; trumpet (sth. needlessly). எனக்கு வேலை கிடைத்த விஷயத்தை அதற்குள் நீ டமாரமடித்துவிட்டாயா?

டவாலி பெ. (சட்டம்) (மாவட்ட ஆட்சியர், நீதிபதி போன்றோரின் ஊழியர் தனது சீருடையின் மேல் தோள்பட்டையிலிருந்து குறுக்காக அணிந்திருக்கும் பித்தளை வில்லையை உடைய நீண்ட சிவப்புப் பட்டை/ மாவட்ட ஆட்சியர், நீதிபதி போன்றோரிடம் பணிபுரியும்) மேற்குறிப்பிட்ட பட்டையைக் கொண்ட சீருடையை அணிந்திருக்கும் ஊழியர்; red cloth band with a brass badge (passing over the shoulder and across the body worn by attendants to district collectors, judges, etc.,)/ attendant who wears such a badge.

டஜன் பெ. (ஒரு பொருளின் எண்ணிக்கையைக் குறிப் பிடும்போது) பன்னிரண்டாக இருக்கும் தொகுப்பு; dozen. ஒரு டஜன் வாழைப்பழம் வேண்டும். / பேனா என்று கேட்டால் அப்பா டஜன் கணக்கில் வாங்கிக் கொடுத்து விடுவார்.

டாக்டர் கை பெ. (திருநர் வ.) 1: (திருநங்கை ஒருவர்) ஆங்கில மருத்துவர் மூலம் செய்துகொள்ளும் பால் மாற்று அறுவைச் சிகிச்சை; surgery for gender reassignment done by a registered medical practitioner. 2: மேற்படி சிகிச்சை செய்துகொண்டவர்; person who has undergone gender reassignment surgery.

டாக்டர் நிர்வாணம் பெ. (திருநர் வ.) (ஒரு திருநங் கைக்கு) ஆங்கில மருத்துவர் செய்யும் பால்மாற்று அறுவைச் சிகிச்சை; gender reassignment surgery performed on a transwoman by a registered medical practitioner.

டாங்கி பெ. சக்கரங்களின் மேல் சுற்றி வரும் இரும்புப் பட்டை பொருத்தப்பட்டதும் நீண்ட பீரங்கியை உடையதுமான ராணுவ வாகனம்; tank (used in warfare).

டாண்-என்று வி.அ. (பே.வ.) (குறிப்பிட்ட காலத்தில்) சிறிதும் தவறாமல்; மிகச் சரியாக; on the dot. முதல் தேதி யன்று டாணென்று வாடகையைக் கொடுத்துவிடுவார்./ சொன்னபடி டாணென்று ஆறு மணிக்கு வந்துவிட்டாயே.

டாண்டாண்-என்று வி.அ. (பே.வ.) (கேள்விகளுக்குப் பதில் சொல்வதைக் குறித்து வரும்போது) (தயக்கமோ தடுமாற்றமோ இல்லாமல்) அடுத்தடுத்துத் தெளிவாக; உடனடியாக; instantly (without any hesitation); in no time. ஆசிரியர் கேட்ட கேள்விகளுக்கு அவள் டாண்டாண் என்று விடை கூறினாள்./ உன்னிடம் கேட்டால் டாண்டாண் என்று நீ பதில் சொல்ல வேண்டாமா?

டாபி பெ. (நெசவு) பன்னிரண்டு பாவு இழைகளுக்கு மேல் கொண்ட வடிவத்தை உருவாக்கப் பயன்படுத்தப் படும் சாதனம்; implement for making a warp of more than twelve threads.

டாம்பீகம் பெ. (-ஆக, -ஆன) (அ.வ.) (தகுதிக்கு மீறிய) ஆடம்பரம்; பகட்டு; ostentation. அவர் டாம்பீக வாழ்க் கைக்கு அடிமையாகிவிட்டார்./ டாம்பீகமாகச் செல வழிக்க நாமென்ன பணக்காரர்களா? [(தொ.சொ.) ஆடம் பரம்/ பகட்டு/ பந்தா]

டாலடி வி. (டாலடிக்க, டாலடித்து) (பே.வ.) (தங்கம், வைரம் முதலியன) கண்ணைப் பறிக்கும் விதத்தில் மின்னுதல்; பளபளத்தல்; (of gold, diamond, etc.,) glitter. வெயில் பட்டு வைர மூக்குத்தி டாலடித்தது.

டாலர்[1] பெ. (சங்கிலி, அட்டியல் முதலியவற்றில் கோக் கப்படும்) அச்சு பதிக்கப்பட்ட சிறு வில்லை; (coin-sized) pendant.

டாலர்[2] பெ. வெளிநாட்டு நாணயம்; (the currency) dollar.

டிக்காஷன் பெ. காப்பித்தூளில் கொதிக்கும் நீரை ஊற்றி வடிகட்டிப் பெறும் கரைசல்; brew obtained by adding hot water to coffee powder and filtering it; (in Tamil Nadu) decoction.

டிகிரி காப்பி பெ. (பே.வ.) நிறைய காப்பித்தூள் போட்டு வடிகட்டி, அதிகம் தண்ணீர் கலக்காத பாலைச் சேர்த் துத் தயாரிக்கும், மணம் மிகுந்த காப்பி; coffee drink made from a strong brew, mixed with milk.

டிசம்பர் பூ பெ. (தலையில் சூடிக்கொள்ளும்) வெள்ளை, நீலம், ஊதா போன்ற நிறங்களில் நீண்ட காம்போடு இருக்கும் மணம் இல்லாத ஒரு வகைப் பூ; violet crossandra.

டிபன் பெ. (பே.வ.) சிற்றுண்டி; பலகாரம்; நாஸ்தா; light meal other than rice; tiffin.

டிமிக்கி கொடு வி. (கொடுக்க, கொடுத்து) (பே.வ.) (ஒருவர் தன்னைக் கண்காணிப்பவரின் கண்ணில் படாமல் அல்லது தான் போக வேண்டிய இடத்திற்குப் போகாமல்) ஏமாற்றி நழுவிவிடுதல்; give the slip; play truant. பள்ளிக்கூடம் போகாமல் இன்றைக்கும் டிமிக்கி கொடுத்துவிட்டாயா?/ பல தடவை காவலருக்கு டிமிக்கி கொடுத்த கேடி கைதானான்./ வாடகையே கொடுக்காமல் டிமிக்கி கொடுத்துக்கொண்டு திரிகிறான்.

டிரங்குப் பெட்டி பெ. (துணிமணிகள், பொருட்கள் போன்றவை வைத்துக்கொள்ளப் பயன்படும்) தகரத்தால் ஆன செவ்வக வடிவப் பெட்டி; large case (for packing clothes, etc.,); trunk.

டிரம் பெ. பித்தளை, எவர்சில்வர் போன்றவற்றால் செய்யப்பட்ட, மூடி, குழாய் வைத்த சற்று உயரமான கொள்கலன்; a tall container made of bronze, stainless steel etc., with a lid, to store water, grains etc.,; தண்ணீரை டிரம்மில் பிடித்து வை./ டிரம்மில் இருந்த டீ இன்னமும் சூடாக இருக்கிறது

டிரம்

டிராயர் பெ. அரைக் கால்சட்டை; drawers. அந்தச் சிறுவன் பழுப்பு நிற டிராயரும் வெள்ளை நிறச் சட்டையும் அணிந்திருந்தான்./ டிராயரைக் கழற்றி எறிந்துவிட்டுக் குளத்தில் குதித்தான்.

டின் பெ. (எண்ணெய், அரிசி முதலியவை வைத்துக் கொள்ள உதவும்) தகரத்தால் ஆன பெரிய டப்பா; large container made of tin.

டீ அடி வி. (அடிக்க, அடித்து) (பே.வ.) (கடையில்) தேநீர் தயாரித்தல்; prepare tea (in a tea shop). 'ஊரில் டீ அடித்துக் கொண்டிருந்தவன் இப்போது சொந்தமாக ஒரு ஓட்டலே வைத்திருக்கிறான்' என்று அவர் குமைந்தார்.

டீக் கடை பெ. தேநீர், காபி, பால் போன்ற பானங்களும் சிறு தீனியும் ரொட்டியும் விற்கப்படும் சிறிய கடை; a small shop, where drinks such as tea, coffee, milk, etc., and biscuits are sold.

டீச்சர் பெ. (பே.வ.) ஆசிரியை; woman teacher.

டீத்தூள் பெ. (பே.வ.) தேயிலைத் தூள்; tea dust.

டூப் பெ. (பே.வ.) 1: (கேட்பவருக்கு) நம்ப முடியாதபடி இருக்கும் பேச்சு; பொய்; fib; yarn; lie. அவன் சொல்வது முக்கால்வாசி டூப்பாகத்தான் இருக்கும், நம்பாதே!/ ரொம்ப டூப் விடாதே! 2: (ஆபத்தான காட்சிகளில்) நிஜ நடிகருக்குப் பதில் நடிக்க வைக்கப்படும், அவரைப் போல் தோற்றமளிக்கும் நபர்; (in films) substitute actor made to look like the original player.

டூரிங் டாக்கீஸ் பெ. (முன்பு) சிறு கிராமங்களில் தற்காலிகமாகக் கூரை போட்டுத் திரைப்படம் காட்டப்படும் இடம்; (in the past) temporary structure in remote villages in which films are screened; (in India) touring talkies.

டூ விடு வி. (விட, விட்டு) (பே.வ.) சிறுவர்கள் சுட்டு விரலையும் நடுவிரலையும் சேர்த்துப் பிறகு பிரித்து விடுவதன்மூலம் ஒருவருக்கொருவர் இனிமேல் பேசிக் கொள்ளப்போவதில்லை என்று தெரிவித்துக்கொள்ளுதல்; (of children) indicate the breaking of friendship (by releasing the forefinger abruptly after holding it with the middle finger by the tip).

டேக்சா பெ. (பே.வ.) காண்க: தேக்சா.

டேப் பெ. (பாடும்போது) ஒரு கையால் பிடித்துக் கொண்டு மறு கையால் தட்டி வாசிக்கும் சிறிய தோல் கருவி; tambourine-like musical instrument without metal rings. ரயிலில் ஒரு பிச்சைக்காரன் டேப் அடித்துக் கொண்டே பாடினான்.

டேய் இ.சொ. (பே.வ.) மரியாதைக் குறைவை அல்லது நெருக்கத்தை வெளிப்படுத்தி ஒருவரை அழைக்கப் பயன்படுத்தும் இடைச்சொல்; particle used for addressing a man or a boy in an informal manner or for addressing him without showing respect. 'டேய், தம்பி, இங்கே வா!' என்று எனக்குப் பின்னாலிருந்து யாரோ கூப்பிட்டார்கள்.

டேரா அடி வி. (அடிக்க, அடித்து) (பே.வ.) 1: (சர்க்கஸ் நடத்துபவர்கள் ஓர் ஊரில்) கூடாரம் அமைத்தல்; put up a tent (by a circus party). 2: (வந்திருக்கும் விருந்தாளி வீட்டுக்காரர் வெறுத்துப்போகும் அளவுக்கு) பல நாள் தங்குதல்; overstay (in a house or a place to the extent of causing displeasure to the host). தூரத்து உறவு என்று சொல்லிக் கொண்டுவந்து அவர் ஒருவாரம் டேரா அடித்துவிட்டார்.

டேரா போடு வி. (போட, போட்டு) காண்க: டேரா அடி, 2.

டேவணி பெ. ஓர் ஒப்பந்த வேலைக்காக மனுக்கள் கோரப்படும்போது விண்ணப்பதாரர் தமது விண்ணப்பத்துடன் செலுத்த வேண்டிய பிணையத்தொகை; money to be paid along with the tender application. டேவணித் தொகை ஒப்பந்தப்புள்ளியுடன் இணைக்கப்பட்டிருக்க வேண்டும்.

டொலர் பெ. (இலங்.) 'டாலர்' என்று அழைக்கப்படும் வெளிநாட்டு நாணயம்; (the currency) dollar. அமெரிக்காவிலிருந்து மாமா நூறு டொலர் அனுப்பினார்./ டொலரின் பெறுமதி இன்று மிகவும் குறைவாக உள்ளது.

டோப்பா பெ. (பெரும்பாலும் திரைப்படம், நாடகம் போன்றவற்றில் நடிக்கும் ஆண்கள் தலையில் வைத்துக்கொள்ளும்) செயற்கை முடி; பொய் முடி; wig (for men).

டோலக் பெ. (இசை) (பெரும்பாலும் பஜனைகளில் வாசிக்கப்படும்) தாள ஒலி எழுப்புவதில் மிருதங்கத்தைவிடச் சத்தமாகவும், வடிவத்தில் அதை ஒத்தும்

இருக்கும் ஒரு தாள வாத்தியக் கருவி; percussion instrument similar to மிருதங்கம் which sounds a little louder than மிருதங்கம் and is played during பஜனை.

டோஸ் பெ. (பே.வ.) (தொடர்ச்சியாக விழும்) திட்டு; rebuke (one receives for his or her mistakes). நேரம் கழித்துச் சென்றால் அப்பாவிடம் டோஸ் வாங்க வேண்டும்./ அம்மா கொடுத்த டோஸுக்குப் பிறகுதான் அண்ணன் கொஞ்சம் அடங்கினான்.

த

தக்க பெ.அ. (உ.வ.) பார்க்க: தகு[1]; see தகு[1].

தக்கவை வி. (-வைக்க, -வைத்து) (ஏற்கனவே தன்வசம் இருக்கும் ஒன்றை) போட்டி போன்றவற்றில் இழக்காமல் தொடர்ந்து வைத்திருத்தல்; retain (seat, title, etc., in a contest, election, etc.,). ஆளும் கட்சி இடைத்தேர்தலில் தன் தொகுதியைத் தக்கவைத்துக்கொண்டுள்ளது./ கபடிப் போட்டியில் சிறந்த அணி என்ற பெயரைத் தமிழ்நாடு தக்கவைத்துக்கொள்ளுமா?/ பதவியைத் தக்கவைத்துக் கொள்ள அவர் கடுமையாக உழைக்க வேண்டும்.

தக்(க)ளி பெ. (நெசவு) (கையால் பஞ்சிலிருந்து நூல் நூற்கப் பயன்படும்) கம்பியின் மேல்பகுதி கொக்கி போலக் கூர்மையாக வளைக்கப்பட்டு, கீழ்ப்புறம் தட்டு போன்ற ஒரு சிறிய பகுதி இணைக்கப்பட்ட சிறு கருவி; a kind of spindle (for spinning); drop spindle.

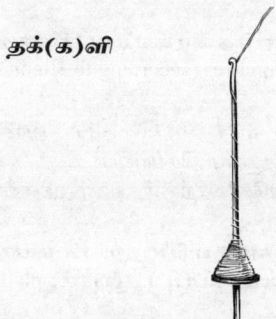

தக்(க)ளி

தக்கார் பெ. (பரம்பரை முறையிலோ அறங்காவலராலோ நிர்வகிக்கப்படாதபோது பெரிய கோயில்களின்) பூஜை, வருவாய், நகை முதலியவற்றைப் பொறுப்பாகக் கவனித்துக்கொள்ள அரசால் நியமிக்கப்படுபவர்; person nominated by the government in the absence of trustees for the management of temples.

தக்காளி பெ. (பெரும்பாலும்) உருண்டை வடிவத்தில் இருப்பதும் புளிப்பு, இனிப்பு கலந்த சுவை உடையதும் காய்கறியாகப் பயன்படுவதுமான ஒரு வகைச் சிவப்பு நிறப் பழம்/ மேற்குறிப்பிட்ட பழத்தைத் தரும் செடி; tomato (the fruit and the plant). கடைக்குப் போனால் தக்காளியும் வெங்காயமும் வாங்கி வா./ தக்காளிச் சட்னி/ தக்காளி ரசம்.

தக்கை பெ. 1: லேசான தண்டைக் கொண்ட, மஞ்சள் நிறப் பூக்கள் பூக்கும், நீர்நிலைகளில் வளரும் ஒரு

631 தகர்[1]

வகைத் தாவரம்; pith plant. 2: மேற்குறிப்பிட்ட செடியின் தண்டிலிருந்து செய்யப்படும் கனம் இல்லாத மிதக்கும் தன்மை உடைய பொருள்; நெட்டி; cork. தூண்டிலில் தக்கையை வைத்துக் கட்டினேன். 3: கனம் இல்லாத தன்மை; being light in weight. உன் மகனுக்கு மூன்று வயது ஆகிறது என்கிறாய். ஆனால் இப்படித் தக்கையாக இருக்கிறானே./ மட்டை தக்கையாக இருப்பதால் தூக்கி விளையாடுவது எளிதாக உள்ளது.

தக்கைப்பூண்டு பெ. குறைந்த அளவு ஈரத்திலும் விரைவாக வளரக்கூடிய, பசுந்தாள் உரமாகப் பயன்படும், மஞ்சள் நிறப் பூக்களைக் கொண்ட ஒரு வகைத் தாவரம்; daincha; prickly sesban.

தகடு பெ. 1: குறைந்த அளவு பருமனும் அதிகப் பரப்பும் கொண்ட உலோகத் துண்டு; metal plate; sheet of metal. தங்கத் தகடு வேய்ந்த கூரை/ பித்தளைத் தகட்டில் பெயர் பொறிக்கப்பட்டிருந்தது. 2: (உலோகம் அல்லாதைக் குறிப்பிடும்போது) மெல்லியதாகவும் பரப்புடையதாகவும் இருப்பது; (of non-metals) thin sheet. கண்ணாடித் தகடு/ கல்நார்த் தகடு போடப்பட்ட வீடுகள். 3: (ஒருவர் தனக்கு வேண்டாதவருக்குத் தீமை உண்டாக்கும் நோக்கத்தோடு வைக்கப்படுவதாக நம்பப்படும்) மந்திரங்கள் எழுதப்பட்ட செப்புத் தகடு; copper foil with evil incantations. வீட்டிற்குள் தகடு புதைக்கப்பட்டிருப்பதாகத் தாத்தா நம்பினார்.

தகதக வி. (தகதகக்க, தகதகத்து) (ஒரு பரப்பு கண்ணைக் கூசச் செய்யும் வகையில்) ஒளி விடுதல்; பளபளத்தல்; (of a surface) glitter. சூரிய ஒளி பட்டுக் குளத்து நீர் தகதகத்தது./ தகதகக்கும் தங்கக் கோபுரம்.

தகதக-என்று வி.அ. 1: (நெருப்பைக் குறிக்கும்போது) அதிகமாகக் கொழுந்துவிட்டு; (of fire) brightly; fiercely. அடுப்பில் தீ தகதகவென்று எரிந்துகொண்டிருந்தது. 2: (கண்ணைக் கூசச் செய்யும் வகையில்) ஜொலிப்புடன்; (of diamond, etc.,) glittering. வைரம் தகதகவென்று மின்னுகிறது.

தகப்பன் பெ. தந்தை; father.

தகமை பெ. (இலங்.) (ஒருவர் பெற்றிருக்கும் வேலை அனுபவம், கல்வி போன்ற) தகுதி; qualification. உங்கள் தகமைகளை ஆவணப்படுத்தி ஒரு கடிதம் தயார்செய்யுங்கள்.

தகமைத் தரவு பெ. (இலங்.) ஒருவருடைய கல்வித் தகுதி, தொழில் அனுபவம், முகவரி போன்ற விவரங்களின் தொகுப்பு; bio-data. தன்னுடைய தகமைத் தரவுகளை விண்ணப்பத்தில் குறித்துக் கொடுத்தான்.

தகர்[1] வி. (தகர, தகர்ந்து) (அழிந்துபோகும் வகையில் தாக்கப்பட்டு) சிதறுதல்; உடைதல்; உருக்குலைதல்; (of buildings) shatter (to pieces); crumble; collapse. வெடிகுண்டு வீச்சினால் வீடுகள் தகர்ந்தன./ (உரு வ.) காலம் மாறும்போது பல மதிப்பீடுகள் தகர்ந்துபோகின்றன./ (உரு வ.) என்னுடைய கொஞ்சநஞ்ச நம்பிக்கையும் பேச்சுவார்த்தைகளுக்குப் பிறகு தகர்ந்துவிட்டது. [(தொ.சொ.) உடை/ நொறுங்கு/ பிள]

தகர்[2] வி. (தகர்க்க, தகர்த்து) 1: **(அழிந்து போகும் அல்லது உருக்குலைந்து போகும் வகையில்) சிதறச் செய்தல்; நாசப்படுத்துதல்;** demolish; shatter. பாலத்தை வெடிகுண்டு வைத்துத் தகர்க்கச் சதி!/ கைவிலங்கைத் தகர்த்தெறிந்தான்./ (உரு வ.) என் மனக்கோட்டையைத் தகர்த்துவிட்டாயே!/ (உரு வ.) சார்பியல் கோட்பாடு சில இயற்பியல் அடிப்படைகளைத் தகர்ப்பதாக இருந்தது. [(தொ.சொ.) உடை/ நொறுக்கு/ பிடு/ பிளி] 2: **(விளையாட்டுப் போட்டிகளில் முந்தைய சாதனைகளை) முறியடித்தல்;** (of games) break (a record). அந்த வீரர் மிக வேகமாக ஓடி உலகச் சாதனையைத் தகர்த்தார்.

தகரம் பெ. **(பெட்டி, டப்பா போன்றவை செய்வதற்குப் பயன்படும்) எளிதாக வளையக் கூடியதும் தகடாக மாற்றத் தக்கதுமான வெள்ளை நிற உலோகம்; வெள்ளீயம்;** tin; white lead. தகரக் கூரை போட்ட வீடு.

தகராறு பெ. 1: **கருத்து வேறுபாடு முதலியவற்றால் உருவாகும் சண்டை; மோதல்;** dispute; wrangle. அந்த நிறுவனத்தினருக்கும் தொழிலாளர்களுக்கும் இடையே ஏற்பட்ட தகராறு தொழிற்சாலையை மூடும் நிலைமைக்குக் கொண்டுபோய்விட்டது./ எல்லைத் தகராறு/ வாடகைத் தகராறு. [(தொ.சொ.) உரசல்/ ஊடல்/ சச்சரவு/ சண்டை/ பிணக்கு/ பிரச்சினை/ மனத்தாங்கல்/ மனஸ்தாபம்/ மோதல்] 2: **முறைக்கு மாறான போக்கால் அல்லது ஒழுங்கு தவறுவதால் ஏற்படும் குழப்பம்; பிரச்சினை;** wrangle; quarrel. தம்பி குடித்துவிட்டு வந்து தகராறு செய்தான்./ மண்ணெண்ணெய் வாங்க எல்லோரும் வரிசையில் நிற்காவிட்டால் தகராறுதான் ஏற்படும். [(தொ.சொ.) கலாட்டா/ சச்சரவு/ பிரச்சினை/ பூசல்/ ரகளை] 3: **(இயந்திரங்களைக் குறிப்பிடும்போது) ஒழுங்காக இயங்காததால் ஏற்படும் பிரச்சினை; கோளாறு;** (when referring to machines) trouble. பேருந்து கிளம்பாமல் தகராறு செய்தது.

தகவமை வி. (தகவமைக்க, தகவமைத்து) (உயிரி.) **(ஒரு உயிரினம்) குறிப்பிட்ட சூழலுக்கு ஏற்ற வகையில் தன் தன்மையை மாற்றிக்கொள்ளுதல்;** (of living organisms) adapt. தகவமைத்துக்கொள்ளும் திறன் பெற்றிருக்கும் உயிரினங்கள்தான் பிழைக்கும்.

தகவல் பெ. 1: **(குறிப்பிட்ட ஒருவரை அல்லது ஒன்றைக் குறித்து) ஒருவரிடம் இருக்கும் செய்தி/பிறர் அறியும் வகையில் வெளிப்படுத்தப்படும் செய்தி;** information; message. உன்னிடம் அவர் ஏதாவது தகவல் சொல்லியனுப்பினாரா?/ குற்றவாளியைப் பற்றிய தகவல் தெரிவிப்போருக்கு உரிய சன்மானம் வழங்கப்படும்./ புயல் நள்ளிரவில் கரையைக் கடக்கும் என்பது செயற்கைக்கோள் மூலமாகக் கிடைத்த தகவல். 2: **மின்காந்த அலைகள் போன்றவற்றைப் பயன்படுத்தி அனுப்பப்படும் அல்லது கணிப்பொறி போன்ற சாதனங்களைப் பயன்படுத்திச் சேமித்துவைக்கப்படும் செய்தி;** information. தேர்வு முடிவுகள் குறித்த தகவல்களைப் பகுத்துப் பார்க்க ஒரு மென்பொருள் தயாரித்திருக்கிறேன். 3: **புலன்கள் மூலம் மூளை பெறும் செய்தி;** information (received by the brain). நரம்புகள் மூளைக்கு எடுத்துச் செல்லும் தகவல்களை மூளை இனம் பிரித்துப் பார்க்கிறது.

தகவல் திருட்டு பெ. (பு.வ.) **ஒரு கணிப்பொறியின் நினைவகத்தில் உள்ள தரவுகளை முறைகேடாகப் பிரதியெடுக்கும் செயல்;** data theft. தகவல் திருட்டைத் தடுக்க அரசு பல புதிய சட்டங்களை இயற்றியுள்ளது.

தகவல்தொடர்பு பெ. **தொலைவில் இருக்கும் ஒரு இடத்தில் உள்ளவர்களோடு தகவல்களைப் பரிமாறிக் கொள்ளப் பயன்படுத்தும் (தொலைபேசி, கம்பியில்லாத் தந்தி முதலிய) அமைப்பு;** telecommunication. செயற்கைக்கோளின் கண்டுபிடிப்பினால் உலகளாவிய தகவல்தொடர்பு எளிதாகிவிட்டது./ நவீனத் தகவல் தொடர்புச் சாதனங்கள் பொருத்தப்பட்ட கப்பல்.

தகவல் தொழில்நுட்பம் பெ. **கணிப்பொறியையும் மின்னணுக் கருவிகளையும் பயன்படுத்திப் பெரிய அளவில் (எண், சொல், ஒலி, படம் ஆகிய வடிவங்களில்) தகவல்களைச் சேமித்து வைக்கவும் பிறருக்கு விரைவாகக் கிடைக்கச் செய்யவும் உதவும் தொழில்நுட்பம்;** information technology.

தகவலாளி பெ. 1: **(தான் பேசும் மொழி, தன் சமூக வழக்குகள் முதலியவற்றைப் பற்றி) ஆராய்ச்சி செய்பவருக்கு வேண்டிய தகவல் தருபவர்;** informant. இது என் தகவலாளி சொன்ன கதைகளின் அடிப்படையில் எழுதப்பட்ட ஆராய்ச்சிக் கட்டுரை. 2: **(காவல்துறையினர், ராணுவத்தினர் முதலியோருக்கு) உளவு சொல்பவர்;** informer.

தகவு பெ. (உ.வ.) **தகைமை;** meritoriousness. தகவுசான்ற பெரியோர்களே!

தகனக் கிரியை பெ. **(இந்து மத வழக்கப்படி) பிணத்தை எரிக்கும் சடங்கு;** cremation rites (according to Hindu custom).

தகனம் பெ. **(பிணத்தை) எரித்தல்;** cremation. அரசியல் தலைவரின் உடல் நேற்று தகனம் செய்யப்பட்டது./ அவர் வெளிநாட்டிலிருந்து வந்துசேர்வதற்குள் அவர் தந்தையின் தகனம் முடிந்திருந்தது.

தகன மேடை பெ. **பிணத்தை எரிப்பதற்காக மயானத்தில் சற்று உயரமாக அமைக்கப்பட்ட இடம்;** platform for pyre. மின் தகன மேடை.

தகாத பெ.அ. பார்க்க தகு[1]; see தகு[1].

தகாபின்னம் பெ. (கணி.) **பகுதி சிறிய எண்ணாகவும் தொகுதி பெரிய எண்ணாகவும் உள்ள பின்னம்;** improper fraction. *3/2* என்ற தகாபின்னத்தைத் தசமப்புள்ளி முறையில் மாற்றி எழுதுக.

தகி வி. (தகிக்க, தகித்து) **(எரிப்பதுபோல) அதிக வெப்பம் உடையதாக இருத்தல்;** be or feel excessively hot. சூரியன் தகிக்கத் தொடங்கிவிட்டது./ (உரு வ.) குழந்தைத் தொழிலாளர்களின் நிலைமையை நேரே பார்த்ததும் அவனுக்கு உடம்பெல்லாம் தகித்தது. [(தொ.சொ.) கொதி/ கொளுத்து/ சுடு/ வேகு]

தகிடுதத்தம் பெ. (பே.வ.) **(ஒன்றை நிறைவேற்றிக் கொள்வதற்காக) தவறான வழிகளைப் பின்பற்றும் செயல்; முறையற்ற குறுக்கு வழி;** manipulation; underhand dealings. தகிடுதத்தம் பண்ணிப் பணம் சேர்த்து விட்டான்.

633 தகுதிநிலை

தகிப்பு பெ. **கடும் வெப்பம்;** excessive heat. சூரியனின் தகிப்பைத் தாங்க முடியாமல் செடி கொடிகள் வாடத் தொடங்கின./ ஆலையில் உலையின் தகிப்புக்கு ஈடு கொடுக்க வேண்டியிருக்கிறது./ (உரு வ.) அவருடைய பார்வையின் தகிப்பை என்னால் தாங்கிக்கொள்ள முடிய வில்லை. [(தொ.சொ.) **அனல்/ உஷ்ணம்/ கதகதப்பு/ சூடு/ வெக்கை/ வெப்பம்/ வெம்மை**]

தகு[1] வி. (தகும், தகுந்தது, தக்கது, தகுந்த, தக்க, தகாத போன்ற வடிவங்களில்) **பொருத்தமானதாக அல்லது ஏற்றதாக அல்லது உரியதாக இருத்தல்;** be appropriate; be suitable; be worthy of. அவரை ஒழுக்கசீலர் என்பது தகும்./ உங்களை எவ்வளவு பாராட்டினாலும் தகும்./ இந்தப் பரிசுக்கு அவள் தகுந்தவள்தான்./ காணாமல் போனவரைப் பற்றித் தகவல் தருவோருக்குத் தக்க சன்மானம் வழங்கப்படும்./ தக்க சமயத்தில் நண்பர் வந்து உதவினார்./ குற்றம் புரிந்தவர்களுக்குத் தகுந்த தண்டனை வழங்கப்படும்./ திருவிழாவை முன்னிட்டுப் பயணிகள் தங்குவதற்குத் தகுந்த வசதிகள் செய்யப்பட்டுள்ளன./ அவன் தகாத வார்த்தைகள் சொல்லித் திட்டினான்.

தகு[2] து.வி. (செய என்னும் வாய்பாட்டு வினையெச்சத்தின் பின்) **'உரியதாக இருத்தல்' என்னும் பொருளில் வரும் ஒரு துணை வினை;** auxiliary used to mean that the action of the main verb is appropriate. அவருடைய சாதனை பாராட்டத் தக்கது./ பாராட்டத் தகுந்த செயல்/ செய்யத் தகாத செயல்/ பின்பற்றத் தகாத முறைகளைப் பின்பற்றித்தான் தேர்தலில் வெற்றி பெற வேண்டுமா?/ அவையில் அவர் கூறிய கருத்துகள் குறிப்பிடத் தகுந்தவை என்று சொன்னால் அது மிகையல்ல.

-தகு[3] பெ.அ. (உ.வ.) (சில தொடர்களில் மட்டும்) **தகுந்த;** (in certain phrases only) worthy of. வியத்தகு நிகழ்ச்சிகள்/ போற்றத்தகு புலவர்.

தகு[4] பெ.அ. (மொழி.) **ஒரு மொழிச் சமூகத்தின் பல தரப்பினரும் தங்கள் அடையாளத்தைக் காட்டும் மொழி வடிவம் என்று கொள்ளும்;** standard (speech, language). பேச்சுத் தமிழில் தகுவழக்கு இல்லை என்று கூறுபவர்களும் உள்ளனர்./தகு தமிழ்.

தகுதி பெ. **1: (ஒரு பணிக்கு அல்லது செயலுக்கு) ஒருவர் பொருத்தமானவர் என்ற வகையில் அவர் கொண்டிருக்கும் கல்வி, அவருடைய வயது, முன்அனுபவம் அல்லது அறிவு போன்றவை;** qualification. மேற்பார்வையாளர் வேலையில் சேருவதற்கான அடிப்படைத் தகுதிகள் என்ன?/ என் கதையை விமர்சிக்க அவருக்கு எந்தத் தகுதியும் கிடையாது./ ஒரு எழுத்தாளர் ஆவதற்கான தகுதிகள் எவை?/ தேர்தலில் போட்டியிடும் வேட்பாளருக்கு என்று சில தகுதிகளைத் தேர்தல் ஆணையம் நிர்ணயித்துள்ளது./ பொறியியல் கல்லூரிகளில் தகுதி வாய்ந்த விரிவுரையாளர்களை நியமிக்க வேண்டும் என்று அண்ணா பல்கலைக்கழகம் அறிவுறுத்தியுள்ளது. **2: (ஓர் அமைப்பு அல்லது அதிகாரி ஒரு செயலைச் செய்ய) அதிகாரபூர்வமான முறையில் பெற்றிருக்கும் உரிமை;** competence; authority. தகுதி பெற்ற அலுவலர் கையெழுத்திட்டால் மட்டுமே இந்தச் சான்றிதழ் செல்லுபடியாகும்./ அரசின் ஆணைகளைக் கேள்விக்கு உட்படுத்தும் தகுதி நீதிமன்றத்துக்கு உண்டு./ தகுதி பெற்ற கட்டடக் கலைஞரிடம் சான்று பெற்ற பிறகே அடுக்குமாடிக் குடியிருப்பைக் கட்ட முடியும். **3: சமூகத்தில் ஒருவர் பெற்றிருக்கும் அந்தஸ்து/(தேர்ந்தெடுக்கவோ இடம்பெறவோ) தேவையான மதிப்பு;** status/ worth. தன்னுடைய தகுதிக்கு அந்த அறையில் தங்குவது கேவலம் என்று நினைத்தார்./ நீ காட்டும் அன்புக்கு நான் தகுதி உடையவனா? **4: (மதிப்பீடு, விமர்சனம், பரிசு போன்றவற்றுக்கு) ஏற்றதாக ஒன்று கொண்டிருக்கும் அடிப்படைக் கூறு அல்லது அம்சம்;** fitness. 'உலகத் திரைப்பட விழாவுக்கு அனுப்பும் அளவுக்குத் தமிழ்ப் படங்களுக்குத் தகுதி இருக்கிறதா?' என்று அவர் கேட்டார்./ பரிசைப் பெறும் தகுதி இந்த நூலுக்கு உண்டு./ ஒரு சர்வதேச சுற்றுலா மையமாக அமைய ராமேஸ்வரத்துக்கு எல்லாத் தகுதியும் இருக்கிறது. **5: பொருத்தம்;** suitability. மணமக்கள் தங்களுக்குத் தகுதியான துணையை விளம்பரங்கள்மூலம் தேர்ந்தெடுக்க முடிகிறது./ நகை செய்வதற்குத் தகுதியான வைரத்தைத் தேர்ந்தெடுக்கும் திறமை நகை செய்பவருக்கு இருக்க வேண்டும்./ இந்த வட்டாரத்தில் பயிரிடுவதற்குத் தகுதியான நிலங்கள் மிகவும் குறைவு./ எல்லாப் பொழுதுகளிலும் பாடத் தகுதியான ராகம் ஹரிகாம்போதி. **6: (ஒரு அலுவலகம், நிறுவனம் போன்றவற்றில் ஒருவர் வகிக்கும்) பதவி;** position. தகுதி வாரியாக அடிப்படைச் சம்பளமும் மாறுபடும். **7: திறன்; ஆற்றல்;** capacity. செப்புக் கம்பிகளுக்கு மின்சாரத்தைக் கடத்தும் தகுதி அதிகம் உண்டு./ இந்த அமிலத்துக்கு உலோகத்தைக் கரைக்கும் தகுதி இருக்கிறது. **8: சக்தி;** capacity. அளவுக்கு அதிகமாகச் சாப்பிடும்போது அதை ஜீரணிக்கும் தகுதி உடலுக்கு வேண்டும்./ உன் அளவுக்குச் செலவு செய்ய எனக்குத் தகுதி கிடையாது.

தகுதிகாண் பருவம் பெ. **ஒரு பணியில் புதிதாகச் சேர்ந்தவர், பணிக்கு ஏற்றவர்தானா என்று அறிந்துகொள்ள அவரைப் பணிசெய்ய அனுமதிக்கும் காலம்;** probation.

தகுதிச்சான்று பெ. (வாகனங்களைக் குறித்து வரும்போது) **பொதுமக்கள் பயன்பாட்டுக்கான வாகனங்கள் சாலையில் இயக்கத் தகுதியுள்ளவை என்று அரசின் மண்டலப் போக்குவரத்து அலுவலகத்தில் அளிக்கப்படும் சான்றிதழ்;** fitness certificate (issued by the government regional transport office for buses, taxis, autos, etc., used by the public).

தகுதிச் சுற்று பெ. **ஒரு போட்டியில் பங்கேற்பதற்கு அல்லது கடைசிச் சுற்றில் இடம்பெறுவதற்காக ஒரு அணி அல்லது வீரர் பங்கேற்கும் முதல் நிலைச் சுற்று;** qualifying round. உலகக் கோப்பைக்கான தகுதிச் சுற்றில் இந்திய ஹாக்கி அணி கலந்துகொள்ளும்./ 100 மீட்டர் ஓட்டத்துக்கான தகுதிச் சுற்றில் இந்திய வீராங்கனை முதலாவதாக வந்தார்.

தகுதிநிலை பெ. **(பெற்ற மதிப்பெண்கள், வெற்றிகள் போன்றவற்றின் அடிப்படையில்) தரப்படுத்தப்பட்ட வரிசை;** grade; rank; seed (in sports). பள்ளித் தேர்வுகளில் மதிப்பெண்களுடன் தகுதிநிலையும் கொடுக்கப்பட்டுள்ளது./ உலகத் தகுதிநிலைப் பட்டியலில் சானியா மிர்சா 34ஆவது இடத்தைக் கைப்பற்றியிருக்கிறார்.

தகுதிபெறு வி. *(-பெற, -பெற்று)* **(தேர்வு, விளையாட்டுப் போட்டி போன்றவற்றில் பங்குபெற ஒருவர் அல்லது ஒரு அணி) தேர்ச்சி பெறுதல்;** qualify. *முதன்மைத் தேர்வில் தகுதி பெற்றவர்களே அடுத்த கட்டத் தேர்வில் கலந்துகொள்ள முடியும்./ உலகக் கோப்பைப் போட்டியின் அரையிறுதிக்குத் தகுதிபெற இந்தியா அடுத்த போட்டியில் வென்றாக வேண்டும்.*

தகுபின்னம் பெ. *(கணி.)* **பகுதி பெரியதாகவும் தொகுதி சிறியதாகவும் உள்ள பின்னம்;** proper fraction. *1/3 என்ற தகுபின்னத்தை 5/4 என்ற தகாபின்னத்துடன் கூட்டினால் கிடைக்கும் விடை 19/12 ஆகும்.*

தகை வி. *(தகைய, தகைந்து)* **பொருத்தமாக அமைதல் அல்லது கிடைத்தல்; குதிர்தல்;** materialize in terms of one's expectations. *'என்ன, இன்னும் வீடு தகையவில்லையா?' என்று நண்பர் கேட்டார்./ நல்ல இடம் தகைந்தால் என் மகனுக்கு இந்த வருடம் திருமணம் செய்துவிடலாம் என்று பார்க்கிறேன்.*

தகைமை பெ. *(உ.வ.)* **தகுதி;** (of things) worth; (of persons) meritoriousness. *இலக்கியப் படைப்பின் தகைமை/ தகைமை சான்ற தலைவர்.*

தகைவிலான் பெ. காண்க: **தைலான்குருவி.**

தங்கக்கம்பி பெ. *(பே.வ.)* **மிகவும் நல்லவன்/-ள்; அருமையான குணத்தைக் கொண்டவன்/-ள்;** person of exemplary character. *நீங்கள் சொன்னபடி பையன் தங்கக் கம்பிதான்!/ என் பெண்கள் எல்லோரும் குணத்தில் தங்கக் கம்பிகள்.*

தங்கச் சம்பா பெ. *(ஊரக வ.)* **மணல் கலந்த களிமண் நிலங்களுக்கு ஏற்ற, சன்னமான அரிசியைத் தரும் பாரம்பரிய நெல் வகைகளில் ஒன்று;** a traditional variety of rice suitable for sandy clay soil, yielding thin grains. *தங்கச் சம்பாவின் நெல் மணிகள் தங்கத்தைப் போன்ற நிறத்தைக் கொண்டிருக்கும்.*

தங்கச்சி பெ. *(பே.வ.)* காண்க: **தங்கை.**

தங்கச் சுரங்கம் பெ. *(பெரும்பாலும் உவமையாக)* **பெருமளவு பணம் கிடைக்கும் வழியாக அமையும் ஒன்று அல்லது ஒருவர்;** gold-mine. *இந்தப் பகுதியில் கரும்புச் சாகுபடி விவசாயிகளுக்குத் தங்கச் சுரங்கமாக இருக்கிறது.*

தங்கப்பல் பெ. **தங்கப் பூச்சு கொண்ட செயற்கைப் பல்;** gold-plated denture.

தங்கபஸ்பம் பெ. **(சித்த மருத்துவத்தில்) இளமையைத் தரும் மருந்தாகக் கருதப்படும், தங்கத்தைப் புடம் போட்டுத் தயாரிக்கும் பொடி;** (in the Siddha system of medicine) calcined powder of gold. *அவர் தங்கபஸ்பம் சாப்பிடுகிறாரா என்ன, தேகத்தில் அப்படி ஒரு மினுமினுப்பு இருக்கிறதே!*

தங்கம் பெ. **1: (நகை முதலியவை செய்யப் பயன்படும்) இயற்கையாகக் கிடைக்கும் மதிப்புமிக்க வெளிர் மஞ்சள் நிற உலோகம்;** gold. *தங்கக் காசு/ தங்க வளையல்/ சிதம்பரம் நடராஜர் கோயில் கர்ப்பக் கிரகத்திற்குத் தங்க ஓடு வேய்ந்த கூரை.* **2: மிகவும் அன்பாக அல்லது செல்லமாக அழைக்கும்போது பயன்படுத்தப்படும் சொல்;** word of endearment; (as a form of address) darling. *குழந்தையை 'என் தங்கமே' என்று கொஞ்சினாள்.* **3:** *(ஒருவர் மனத்தைக் குறிக்கும்போது)* **உயர்ந்த பண்புகளை உடையது;** sterling (quality). *அம்மா மனசு தங்கம்.*

தங்கமான பெ.அ. **(ஒருவரைப் பாராட்டிச் சொல்லும் போது) எல்லாவித நல்ல குணங்களையும் உடைய;** having a heart of gold. *தங்கமான மனிதர்/ அம்மாவுக்குத் தங்கமான மனசு.*

தங்க மீன் பெ. **வெளிர் மஞ்சள் நிறத்தில் இருக்கும் ஒரு வகைச் சிறிய அலங்கார மீன்;** goldfish. *மீன் தொட்டியில் இரண்டு தங்க மீன்கள் நீந்திக்கொண்டிருந்தன.*

தங்கல் பெ. **(ஓர் இடத்தில்) தங்குதல்;** stay. *இரவு எங்கே தங்கல்?/ அடுத்து சேலத்தில் தங்கல்.*

தங்கள் பி.பெ. **'தாங்கள்' என்பது வேற்றுமை உருபு ஏற்கும்போது திரியும் வடிவம்;** the form of the second person and third person honorific pronoun *தாங்கள்* serving as a base for further declension. *தங்கள் மகனின் திருமணம் எப்போது?/ எங்கள் கல்லூரிக்குத் தங்களை வரவேற்பதில் பெருமகிழ்ச்சி அடைகிறோம்./ தங்களுடைய பெயரைத் தெரிந்துகொள்ளலாமா?*

தங்கு வி. *(தங்க, தங்கி)* **1: (குறிப்பிட்ட நோக்கத்துக்காக ஓர் இடத்தில்) குறிப்பிட்ட காலம்வரை இருத்தல்; வசித்தல்;** stay (at a place for a period of time). *இன்னும் எத்தனை நாள் இந்த ஊரில் தங்குவீர்கள்?/ விடுதியில் தங்கிப் படிக்கிறாயா?/ படிப்பிற்காக வெளிநாடு சென்றவர் அங்கேயே நிரந்தரமாகத் தங்கிவிட்டார்./ (உரு வ.) நீ சொன்ன விஷயம் என் நினைவில் தங்கவில்லை.* [*(தொ.சொ.)* **இரு/ உறை/ குடியிரு/ வசி/ வாழ்**] **2: (திரவங்களின் அடியில் ஒன்று) படிதல்;** (of dregs) settle (at the bottom of a vessel). *காப்பியை நன்றாகக் கலக்காததால் சர்க்கரை தம்ளரின் அடியில் தங்கியிருக்கிறது.* **3: எஞ்சுதல்;** remain. *எல்லாச் சாமான்களையும் விற்ற பிறகு இது மட்டும் தங்கிவிட்டது.* **4: தேங்குதல்;** stagnate; become stagnant; not progress. *கழுவிவிட்ட நீர் வாசலிலேயே தங்கிவிட்டது./ அவன் மட்டும் எட்டாம் வகுப்பில் இரண்டு வருடங்கள் தங்கிவிட்டான்.* **5: உடம்பில் ஏற்படும் வீக்கம் போன்றவை மறையாமல் நிலைத்தல்;** (of swelling in body) stay without subsiding; stay without disappearing. *கொசுக்கடியால் வரும் வீக்கம் சிகிச்சை செய்யாவிட்டால் அப்படியே தங்கிவிடும்.* **6:** *(பெரும்பாலும் எதிர்மறையில் அல்லது எதிர்மறைத் தொனியில்)* **(ஒருவர் ஒரு வேலையில் அல்லது ஒருவரிடம் பணம் முதலியன) நிலைத்தல்;** (mostly in the negative) remain (in a job); (of money) remain in hand. *எந்த வேலையிலும் தங்க மாட்டேன் என்கிறான்./ எவ்வளவு சம்பாதித்தாலும் பணம் கையில் தங்குவதே இல்லை.* **7:** *(பே.வ.)* **(ஒரு பெண் கருவுற்று சிசு) கருப்பையில் கர்ப்ப காலம் முழுவதும் இருத்தல்;** (of foetus) stay in the mother's womb for the full term. *இந்தத் தடவையும் அவளுக்குக் குழந்தை தங்கவில்லையா?*

தங்குகடல் பெ. *(இலங்.)* **கடலிலேயே ஓரிரு நாட்கள் தங்கியிருந்து மீன்பிடித்துக்கொண்டு வரும் முறை;** practice of staying one or two days at sea for fishing. *எதிர்பாராமல் புயல் அடித்ததால் தங்குகடலுக்குச் சென்றவர்களில் பலர் காணாமல் போய்விட்டார்கள்.*

635 தசைவிறைப்பு ஜன்னி

தங்குதடை பெ. (பெரும்பாலும் எதிர்மறைச் சொற்களான 'அற்ற', 'இல்லாத' முதலியவற்றுடன் இணைந்து) **தடுமாற்றம்; தட்டுத் தடங்கல்;** obstruction. பேச்சு தங்கு தடை இல்லாமல் வெளிப்பட்டது./ கதையின் தங்குதடையற்ற ஓட்டம்.

தங்குதுறை பெ. (இலங்.) **படகுகள் வந்து நிற்கும் சிறிய துறைமுகம்;** small port; jetty.

தங்குவலை பெ. (இலங்.) **(மீன் பிடிப்பதற்காக) கடலில் விரித்துவைத்திருக்கும் பெரிய வலை;** large fishing net kept spread on the sea.

தங்கூஸ் பெ. **1: தூண்டிலில் கட்டும் மெல்லிய இழை போன்ற கயிறு;** string tied to fishing tackle. **2: மணிகளைக் கோக்கும் மெல்லிய கம்பி போன்ற இழை;** a thin string to thread through beads.

தங்கை பெ. **உடன்பிறந்த பெண்களில் அல்லது உறவு முறையிலான சகோதரிகளில் தன்னைவிட இளையவள்; இளைய சகோதரி;** one's younger sister.

தச்சர் பெ. **கட்டடத்திற்கான மரவேலைகளையும் உபயோகத்திற்கான மரப் பொருள்களையும் செய்பவர்;** carpenter.

தச்சு பெ. **1: (கதவு, நிலை அல்லது நாற்காலி, மேசை, கட்டில் போன்ற) மரத்தால் ஆன பொருள்களைச் செய்யும் வேலை;** carpentry. தச்சு வேலை/ தச்சுப் பட்டறை. **2: ஒரு தச்சர் செய்யும் முழுநாள் வேலை;** a day's work of a carpenter. இந்த மரக்கட்டில் செய்ய நாலு தச்சு ஆகும்./ இது நூறு தச்சில் செய்த பழைய நிலை.

தசம் பெ. **1:** (பெரும்பாலும் கூட்டுச்சொற்களில்) **பத்து;** ten. தசாவதாரம். **2:** (இலங்.) (பின்ன எண்களைக் குறிப்பிடும்போது) **புள்ளி;** decimal point. ஆறு தசம் மூன்று.

தசம எண் பெ. (கணி.) **ஒன்றுக்குக் குறைவான மதிப்புடையதால் தசமப்புள்ளி இடப்பட்டிருக்கும் எண்;** number in decimal system. *0.1765* என்பது ஒரு தசம எண் ஆகும்.

தசமப்புள்ளி பெ. **முழு எண்ணை அடுத்து, மதிப்பில் ஒன்றைவிடக் குறைந்த எண்ணைத் தசமப் பகுதிகளாகப் பிரித்துக் காட்ட இடப்படும் புள்ளி;** decimal point. *2.496* என்ற எண்ணில் தசமப்புள்ளிக்குப் பிறகு மூன்று எண்கள் உள்ளன.

தசமம் பெ. **எண்களைப் பத்தின் மடங்குகளாகக் கணக்கிடும் முறை;** decimal system. தசம பின்னம்/ தசம முறை.

தசமி பெ. **அமாவாசை அல்லது பௌர்ணமி கழிந்து பத்து நாளில் வரும் திதி;** the tenth day after a full or a new moon.

தசமூலம் பெ. **(நாட்டு வைத்தியத்தில்) மருந்தாகப் பயன்படும் (வில்வம், நெருஞ்சி முதலிய பத்துச் செடிகளின்) வேர்கள்/அவற்றைக் கொண்டு தயாரிக்கப்படும் மருந்து;** (in ayurveda) medicinal roots (of ten specified plants)/medicine prepared from these ten specified roots.

தசாங்கம் பெ. **(பூஜையில் பயன்படுத்துவதற்காக) பத்து விதமான நறுமணப் பொருள்களைக் கலந்து தயாரிக்கும் ஒரு வகைப் பொடி;** fragrant powder (used in worship) made of ten ingredients. தசாங்கப் பொடி.

தசாப்தம் பெ. (இலங்.) **பத்து ஆண்டு காலம்;** decade. இரண்டு தசாப்தங்களில் பல அரசியல் மாற்றங்கள் ஏற்பட்டுவிட்டன.

தசாபலன் பெ. (சோதி.) **ஒருவருடைய ஜாதகத்தில் குறிப்பிட்ட ஒரு கிரகம் இருக்கும் நிலையால் ஏற்படும் பலன்;** influence of a planet on the fortunes of a person during its ascendancy.

தசாபுத்தி பெ. (சோதி.) **குறிப்பிட்ட கிரகம் ஆட்சி செய்யும் காலத்தின் உட்பிரிவு;** part of the reigning period of a planet. சுக்கிரதசையின் முதல் தசாபுத்தி சுக்கிரபுத்தி ஆகும்.

தசாம்சம் பெ. (அ.வ.) காண்க: **தசமம்.**

தசாவதாரம் பெ. **(புராணங்களில்) மீன், ஆமை, பன்றி, நரசிம்மம், வாமனன், பரசுராமன், இராமன், பலராமன், கிருஷ்ணன், கல்கி ஆகிய, திருமாலின் பத்து அவதாரங்கள்;** the ten incarnations of the god Vishnu.

தசாவதானம் பெ. **ஒரே நேரத்தில் நிகழும் (பத்து) செயல்களைக் கவனித்து நினைவில் இருத்தும் கலை;** the art of responding to ten tasks performed simultaneously.

தசாவதானி பெ. **தசாவதானம் செய்பவர்;** one who performs தசாவதானம்.

தசை[1] பெ. **உடல் உறுப்புகளின் அசைவுக்குத் தேவையாக இருக்கும், சுருங்கி விரியும் தன்மை கொண்ட திசுத் தொகுப்பு; சதை;** muscle. இருதயத் தசைகள் ஓய்வு இல்லாமல் இயங்கிக்கொண்டே இருக்கின்றன.

தசை[2] பெ. **1:** (சோதி.) **(ஒருவருடைய ஜாதகத்தில் குறிப்பிட்ட) கிரகம் ஆட்சிபுரியும் காலம்;** reigning period of a planet in one's horoscope. குரு தசையில் உனக்கு வேலை கிடைக்கும். **2:** (சில தொடர்களில் மட்டும்) **(வாழ்க்கையின்) நிலை அல்லது கட்டம்;** state; stage; period. சிரம தசை.

தசை இறுக்கம் பெ. காண்க: **தசைப் பிடிப்பு.**

தசைச்சிதைவு நோய் பெ. (பெ.வ.) **(உடலில் உள்ள) தசையால் ஆன உறுப்புகளைக் கொஞ்சம்கொஞ்சமாக வலுவிழக்கச்செய்து, அவற்றின் இயக்கத்தை முற்றிலுமாக முடக்கும் ஒரு கொடிய நோய்;** muscular dystrophy.

தசை நாண் பெ. **எலும்புகளையும் தசைகளையும் இணைத்திருக்கும் நாண் போன்ற திசுத் தொகுப்பு;** tendon.

தசை நார் பெ. **மூட்டுகளை ஒரு நிலையில் இருக்கும்படியாகப் பற்றிப் பிடித்திருக்கும் நார் போன்ற திசுத் தொகுப்பு;** ligament.

தசைப் பிடிப்பு பெ. **(கடுமையான உடலுழைப்பு அல்லது உடற்பயிற்சி போன்றவற்றால்) வலி உண்டாகும் வகையில் தசை இறுகும் நிலை; தசை இறுக்கம்;** (muscular) cramp.

தசைவிறைப்பு ஜன்னி பெ. **(உடலில் ஏற்படும்) காயத்தின் வழியாக ஒரு வகை பாக்டீரியாக்கள் நுழைவதால் தசைகள் பாதிக்கப்பட்டு உடல் விறைப்புத் தன்மையை அடையும்படியான, மிகவும் ஆபத்தான நோய்;** tetanus; lockjaw.

தஞ்சக்கேடு பெ. (இலங்.) **பலவீனம்; தளர்ச்சி;** debility; weakness. காலையிலிருந்து தோட்டத்தில் வேலை செய்த தால் ஒரே தஞ்சக்கேடாக இருக்கிறது./ வருத்தம் வந்ததி லிருந்து தஞ்சக்கேடாகவே இருக்கின்றது.

தஞ்சம் பெ. **அடைக்கலம்;** refuge. உள்நாட்டுக் கல வரத்தால் வெளிநாட்டுத் தூதரகத்தில் சிலர் தஞ்சம் புகுந் தனர். [(தொ.சொ.) **அடைக்கலம்/ ஆதரவு/ துணை**]

தஞ்சாவூர் ஓவியம் பெ. **பிரகாசமான வண்ணங்களை யும் தங்க ரேக்குகளையும் கற்களையும் பயன்படுத்தி மரம், கண்ணாடி போன்றவற்றின் மீது உருவாக்கப் படும், பதினாறாம் நூற்றாண்டில் தஞ்சாவூரில் தோன் றிய ஓவிய பாணி;** style of painting that emerged in the 16th century in Thanjavur, which uses bright colours, golden foil and precious stones on glass, wood, etc.,

தஞ்சாவூர்த் தட்டு பெ. **வட்ட வடிவத் தகட்டில் அழ கிய வேலைப்பாடுகள் செய்யப்பட்ட அலங்காரப் பொருள்;** ornamental circular metal plate embossed with designs.

தஞ்சாவூர் பொம்மை பெ. **தலையாட்டிப் பொம்மை;** doll which sways without even falling.

தட்சணமே வி.அ. (இலங்.) **உடனடியாக; உடனே;** immediately; at once. கார் மரத்தில் மோதிய தட்சணமே அவருடைய உயிர் பிரிந்துவிட்டது./ தட்சணமே பணத் தைக் கொடு என்றால், நான் என்ன செய்வது?

தட்சிணாயணம் பெ. **சூரியனைச் சுற்றிவரும்போது பூமியின் தென் பகுதி சூரியனை நெருங்கி வரும் ஆறு மாத காலம்;** the sun's movement south of the equator; this period.

தட்சிணை பெ. **(கோயிலில் குருக்களுக்கு அல்லது கல்வி கற்பித்த குரு முதலியோருக்கு) காணிக்கையாக அளிக் கும் பணம் அல்லது பொருள்;** offering made to a priest or to a teacher. குருக்கள் நீட்டிய அர்ச்சனைத் தட்டில் ஒரு ரூபாய் தட்சிணை வைத்தான்./ சிலம்பம் கற்றுத் தந்த ஆசானுக்குத் தட்சிணை அளித்து வணங்கினான்./ புது வீட் டுக்குக் கடைக்கால் பூஜை போட்ட கொத்தனாருக்கு அவர் தட்சிணை கொடுத்தார்.

தட்டகப்பை பெ. (இலங்.) **தோசைத்திருப்பி;** spatula.

தட்டச்சர் பெ. **(அலுவலகத்தில் ஆவணங்களை) தட் டச்சுசெய்யும் பணியாளர்;** typist. தட்டச்சர் பணிக்கான விண்ணப்பங்கள் வரவேற்கப்படுகின்றன.

தட்டச்சு பெ. **தட்டச்சுப்பொறி அல்லது தட்டச்சு செய்தல் தொடர்பானது;** typewriting. தட்டச்சுத் தேர்வு/ தட்டச்சுப் பயிலகம்.

தட்டச்சுசெய் வி. (-செய்ய, -செய்து) **(தட்டச்சுப்பொறி யில் உள்ள சாவிகளை விரல்களால் அழுத்துவதன் மூலம் தாளில்) எழுத்துகளைப் பதித்தல்;** type (on a typewriter). விண்ணப்பம் தமிழில் தட்டச்சு செய்யப்பட் டிருந்தது./ எங்கள் பத்திரிகைக்குப் படைப்புகளைத் தட் டச்சுசெய்து மட்டுமே அனுப்ப வேண்டும்.

தட்டச்சுப்பொறி பெ. **(எண்கள், எழுத்துகள், குறியீடு கள் ஆகியவைகொண்ட சாவிகளை விரல்களால் அழுத்த) மை தோய்ந்த நாடாவின் வழியாக மேலே செருகியிருக்கும் தாளில் எழுத்துகளைப் பதிக்கும் இயந்திரம்;** typewriter. தமிழ்த் தட்டச்சுப்பொறி.

தட்டணு பெ. **இரத்தத்தின் ஒரு பகுதியாக அமைந் திருப்பதும் இரத்தம் உறைய உதவுவதுமான ஒரு வகை உயிரணு;** platelet. சில வகைக் காய்ச்சலின்போது இரத் தத்தில் தட்டணுக்களின் எண்ணிக்கை வெகு வேகமாகக் குறையத் தொடங்கும்.

தட்டம் பெ. (வ.வ.) **அகன்ற தட்டு; தாம்பாளம்;** plate; salver. வெற்றிலைத் தட்டம்/ சாப்பிட்ட பின் தட்டத்தைக் கழுவி வை.

தட்டம்மை பெ. **உடல் முழுவதும் வேர்க்குரு போலச் சிவந்த சிறு புள்ளிகளும் காய்ச்சலும் ஏற்படும் ஒரு தொற்று நோய்; மணல்வாரி;** measles. குழந்தைகளையும் ஊட்டக்குறைவு உடையவர்களையும் தட்டம்மை அதிக மாகத் தாக்குகிறது.

தட்டழி வி. (தட்டழிய, தட்டழிந்து) (பே.வ.) **அல்லல் படுதல்; தடுமாறுதல்;** struggle. நான் சமையல் வேலையை முடிக்க முடியாமல் தட்டழிகிறேன்./ சிறுசிறு காரியங் களுக்கெல்லாம் தட்டழிய வேண்டியிருக்கிறது.

தட்டாங்கல் பெ. (வ.வ.) **கிராமங்களில் ஒரே மாதிரி ஏழு சிறு கூழாங்கற்களைக் கொண்டு இரண்டு சிறுமியர் உட்கார்ந்தபடியே அவற்றை மேலே போட்டுப் பிடித்து விளையாடும் விளையாட்டு;** game played with seven pebbles by two girls sitting on the floor.

தட்டாமல் வி.அ. (வ.வ.) **தட்டுப்பாடு ஏற்படாமல்;** not lacking. வீட்டில் பால், தயிர் தட்டாமல் அம்மா எப்போதும் பார்த்துக்கொள்வார்கள்.

தட்டாமாலை பெ. **இரண்டு சிறுமிகள் எதிர்எதிரே நின்றுகொண்டு, ஒருவர் கைகளை மற்றவர் நீட்டிச் சேர்த்துக் கெட்டியாகப் பிடித்துக்கொண்டு காலை மாற்றிமாற்றி வைத்து வேகமாகச் சுற்றிப் பிறகு தரை யில் ஒரே நேரத்தில் உட்காரும் விளையாட்டு;** game for girls in which two girls hold each other's hands, swirl fast and sit down at the same moment.

தட்டான்[1] பெ. **நகை செய்வதைத் தொழிலாகக் கொண் டவர்; பொற்கொல்லர்;** goldsmith.

தட்டான்[2] பெ. **பளபளப்பான கண்களும் உருண்டை யான தலையும் நான்கு இறக்கைகளும் சற்று நீண்ட வால் போன்ற உடலும் உடைய பூச்சி; தும்பி;** dragonfly. தட்டான் தாழ்வாகப் பறந்தால் மழை வரும் என்று சொல்வார்கள்.

தட்டி பெ. **1: ஓலை, பிளந்த மூங்கில் துண்டு, பிரம்பு போன்றவற்றால் பின்னப்பட்டு அல்லது ஒன்றாகக் கட்டப்பட்டுக் கதவாகவோ மறைப்பாகவோ பயன் படும் அமைப்பு;** framework of plaited palmyra leaves or closely joined bamboo splits used as a door, screen, etc., வேலித் தட்டியைத் தள்ளிக்கொண்டு அவன் உள்ளே வந்தான்./ நடுவில் தட்டிகள் வைத்து அறையைப் பிரித்திருந்தார்கள். **2: (வரவேற்பு வாசகம், விளம்பரம் முதலியவை எழுதிப் பொது இடங்களில் வைக்க அல்லது தூக்கிச்செல்லப் பயன்படும்) மூங்கில் போன்றவற்றால் செய்யப்படும், சதுர அல்லது செவ்வக வடிவத்தில் இருக்கும் தட்டை யான அமைப்பு;** arch-like, banner-like structure made of bamboos, etc., தலைவர் வருவதை ஒட்டிச் சாலை நெடுக வரவேற்புத் தட்டிகள் வைக்கப்பட்டிருந்தன./ கடையின் முன் விளம்பரத் தட்டி வைக்க அனுமதி கேட்டார்கள்.

தட்டி எழுப்பு வி. (எழுப்ப, எழுப்பி) **(பேச்சு, எழுத்து, செயல் மூலம் உணர்வு, சிந்தனை முதலியவற்றை) தூண்டி எழுச்சிபெறச் செய்தல்;** arouse; awaken; shake up. அவருடைய ஆவேசமான பேச்சு உணர்ச்சியைத் தட்டி எழுப்புவதாக இருந்தது./ பாரதியாரின் கவிதைகள் மக்களைத் தட்டி எழுப்பின./ ஆசிரியரின் அறிவுரை அவனுள் உறங்கிக்கிடந்த திறமைகளைத் தட்டி எழுப்பியது./ உள்ளத்தை ஊடுருவி உணர்ச்சியைத் தட்டி எழுப்பும் இசை.

தட்டிக்கழி வி. (-கழிக்க, -கழித்து) **(நேரடியாகச் சொல்லாமல்) ஏதோ காரணம் காட்டி ஒன்றைச் செய்யாமல் விடுதல்;** evade; dodge. நன்கொடை கேட்டால் 'ஒரு வாரம் கழித்து வாருங்கள், பார்க்கலாம்' என்று தட்டிக்கழித்துக் கொண்டே போகிறார்./ வருகிற நல்ல வரன்களையெல்லாம் தட்டிக்கழித்தால் எப்படிக் கல்யாணம் நடக்கும்?

தட்டிக்கேள் வி. (-கேட்க, -கேட்டு) **(வரன்முறையை அல்லது வரம்பை மீறிய செயல்பாடு, நடத்தை, போக்கு போன்றவற்றை) நியாயமற்றது எனச் சுட்டிக் காட்டுதல் அல்லது கண்டித்தல்;** call to account. தட்டிக் கேட்க ஆள் இல்லாததால் அவன் கெட்டு அலைகிறான்./ அரசின் தவறான போக்கைத் தட்டிக்கேட்கும் உரிமை மக்களுக்கு உண்டு./ இந்த அநியாயத்தைத் தட்டிக்கேட்க யாரும் இல்லையா?

தட்டிக்கொட்டி வி.அ. **(சிறு சில்லறையைக்கூட விடாமல்) இருக்கும் மொத்தப் பணத்தையும் ஒன்றுதிரட்டி;** scraping together. வீட்டில் இருக்கும் எல்லாப் பணத்தையும் தட்டிக்கொட்டிப் பார்த்தாலும், நீ கேட்கும் தொகை தேறாது போலிருக்கிறது./ பையில் உள்ள சில்லறையைத் தட்டிக்கொட்டிப் பார்த்ததில் மூன்று ரூபாய் ஐம்பது காசு தேறியது.

தட்டிக்கொடு வி. (-கொடுக்க, -கொடுத்து) **(பாராட்டி) உற்சாகப்படுத்துதல்; ஊக்கப்படுத்துதல்;** cheer (one) up; pat (s.o.) on the back. தொழிலாளர்களைத் தட்டிக் கொடுத்து வேலை வாங்கத் தெரிந்தவர்./ குழந்தைகளைக் குறைகூறிக்கொண்டே இருக்காதீர்கள்; அவ்வப்போது தட்டிக்கொடுங்கள்.

தட்டிக்கொள்ள வி.அ. **(ஒருவரை ஒரு துறையில்) மிஞ்சுவதற்கு;** excel (s.o. in a field). நடிப்பில் அவரைத் தட்டிக்கொள்ள ஆள் கிடையாது./ படிப்பில் என் மகனைத் தட்டிக்கொள்ள யாரும் கிடையாது.

தட்டிச்சுத்து வி. (-சுத்த, -சுத்தி) (இலங்.) காண்க: **தட்டிச் சுற்று.**

தட்டிச்சுற்று வி. (-சுற்ற, -சுற்றி) (இலங்.) **(ஒருவரிடமிருந்து) தந்திரமாகப் பொருளை அல்லது பணத்தைப் பெற்றுக்கொள்ளுதல்;** swindle cleverly. வீட்டில் இருந்த நல்ல பொருட்களை எல்லாம் மாமா தட்டிச்சுற்றிக் கொண்டு போய்விட்டார்.

தட்டிச்செல் வி. (-செல்ல, -சென்று) **(அபாரத் திறமையால் மிகவும் எளிதாக முடிந்துவிட்டது என்று தோன்றும்படி) வெல்லுதல்; (ஒன்றை) பெறுதல்;** (of competition) win (with ease); walk away with sth. கைப்பந்துப் போட்டியில் தமிழக அணி முதல் இடத்தைத் தட்டிச் சென்றது./ ஒலிம்பிக் போட்டிகளில் அமெரிக்கா, ஜப்பான் போன்ற சில நாடுகளே மிக அதிக அளவில் தங்கப் பதக்கங்களைத் தட்டிச்செல்கின்றன.

தட்டிச்சொல் வி. (-சொல்ல, -சொல்லி) **(ஒருவர் சொல்லுவதை) மறுத்துப்பேசுதல்;** turn down; refuse. அவர் சொன்னதைச் செய்ய எனக்கு மனம் வரவில்லை, தட்டிச் சொல்லவும் முடியவில்லை.

தட்டிப்பறி வி. (-பறிக்க, -பறித்து) **(உறுதியாகக் கிடைக்கும் அல்லது கிடைத்துவிட்டது என்று நம்பியிருந்ததை மற்றொருவர்) கவர்ந்து செல்லுதல்;** snatch away. எனக்கு வரவேண்டிய பதவி உயர்வை யாரும் தட்டிப்பறிக்க முடியாது.

தட்டிப்பார் வி. (-பார்க்க, -பார்த்து) (இலங்.) **(ஒன்றைப் பற்றி ஒருவரிடம்) கேட்டல்;** ask (about sth.); enquire; sound s.o. out about sth. அவன் கல்யாணத்துக்குச் சம்மதிக்கிறானா என்று தட்டிப்பார்./ ஆள் ஒத்துவருகிறானா என்று தட்டிப்பார்த்துவிட வேண்டும்.

தட்டிப்போ வி. (-போக, -போய்) **(ஒரு காரியம் முடிவடைந்துவிடும்போலத் தோன்றிக் கடைசி நேரத்தில்) நிறைவேறாமல் தள்ளிப் போதல்;** fall through; miscarry. வீடு கிடைக்கும் என்று நான் நம்பியிருந்தபோது, ஏதோ காரணத்தால் தட்டிப்போய்விட்டது./ ஒவ்வொரு முறையும் வேலை கிடைப்பதுபோல் இருந்து தட்டிப்போகிறது./ என் தங்கையின் கல்யாணம் தட்டிப்போய்க்கொண்டே இருக்கிறது.

தட்டிமுட்டி வி.அ. (பே.வ.) **மிகுந்த சிரமத்துக்குப் பிறகு; தட்டுத்தடுமாறி; கஷ்டப்பட்டு;** with great difficulty; with great effort. கீழே விழுந்து பலமான அடி. எப்படியோ தட்டிமுட்டி வீடு வந்துசேர்ந்தேன்.

தட்டிவிடு வி. (-விட, -விட்டு) (இலங்.) **கலகமூட்டுதல்;** incite (s.o. to do sth.). இவன் தட்டிவிட்டதால் இரண்டு குடும்பங்களுக்கும் இடையில் பிரச்சினை வந்துவிட்டது./ அந்தக் கல்யாணம் நடக்கவிடாமல் யாரோ தட்டிவிட்டார்கள்.

தட்டிவை வி. (-வைக்க, -வைத்து) **கண்டித்தோ மிரட்டியோ ஒருவரை அடக்கிவைத்தல்;** put s.o. in their place. ஊரில் ரொம்ப அக்கிரமம் பண்ணிக்கொண்டு திரிகிறான். யாராவது அவனைத் தட்டிவைத்தால் தேவலாம்./ அவ்வப் போது அவனைத் தட்டிவைக்க வேண்டும். இல்லாவிட்டால் அவனைக் கட்டுப்படுத்தவே முடியாது.

தட்டு[1] வி. (தட்ட, தட்டி) அ. (ஒன்றை மற்றொன்றின் மீது படச் செய்தல் தொடர்பான வழக்கு) **1: (பாராட்டுவது, உணர்வு பெறச் செய்வது, விரைவுபடுத்துவது முதலியவற்றுக்காகக் கையால்) மெதுவாக அடித்தல்;** pat. 'நன்றாக வரைந்திருக்கிறாய்' என்று கூறிப் பையனின் முதுகில் தட்டினார்./ புரையேறிவிட்டால் தலையில் தட்டுவார்கள்./ குதிரையைத் தட்டிவிட்டதும் அது வேகமாக ஓடத் தொடங்கியது. [(தொ.சொ.) **அழுத்து/ ஒற்று/ கிள்ளு/ குட்டு/ தடவு/ நீவு/ பிசை/ பிடி**] **2: (கை, கம்பு முதலியவற்றால்) சற்று விசையுடன் அடித்தல்;** strike lightly; tap; knock. கதவை இரு முறை தட்டிவிட்டு உள்ளே

நுழைந்தான்./ ஆசிரியர் மேஜையைத் தட்டியதும் வகுப்பில் அமைதி ஏற்பட்டது./ தேங்காயைத் தட்டிப் பார்த்து வாங்கு. **ஆ.** (அடித்தல் தொடர்பான வழக்கு) **3: (ஒன்றுக்குக் குறிப்பிட்ட வடிவம் கொடுப்பதற்காகக் கையாலோ கருவியாலோ அதை) அடித்தல்;** beat into shape. சாணி உருண்டையைக் கையால் தட்டிச் சுவரில் அறைந்தாள்./ ஆணியைத் தட்டி நேராக்கிக் கொடு. **இ.** (விழச்செய்தல் தொடர்பான வழக்கு) **4:** (வ.வ.) **(குப்பையை) கொட்டுதல்;** empty (rubbish). குப்பையைப் பக்கத்து வீட்டில் தட்டியதால் வந்தது தகராறு! **5: (தூசி போன்றவை கீழே விழும்படி) அடித்து நீக்குதல்;** knock (dust off). புத்தகங்களையெல்லாம் தூசி தட்டி ஒழுங்காக அடுக்கி வை. **6: (காலை) தடுத்துத் தடை ஏற்படுத்துதல்;** cause to stumble; trip up. காலைத் தட்டி விழச்செய்தான். **ஈ.** (மரபு வழக்கு) **7: (பெரும்பாலும் சமையலில் பயன்படுத்தும் பூண்டு, இஞ்சி போன்றவற்றை) நசுக்குதல்;** crush (ginger, garlic, etc.,). இஞ்சி தட்டிப்போட்டு டீ வைத்தால் நன்றாக இருக்கும்./ நாலு பூண்டைத் தட்டிப்போட்டு ரசம் வை. **8:** (பெரும்பாலும் எதிர்மறையில் அல்லது எதிர்மறைத் தொனியில்) **(பேச்சு, வேண்டுகோள் முதலியவற்றை) மறுத்தல்; புறக்கணித்தல்;** turn down; go against; refuse. நான் சொன்னால் தட்டாமல் செய்வார்./ அவர் சொன்னால் தட்ட முடியுமா? **9:** (மண்.) **கை கொள்ளும் அளவுள்ள கருங்கல் ஒன்றை மட்பாண்டத்தின் உள்புறமாகப் பிடித்துக்கொண்டு வெளிப்புறம் தட்டுப் பலகையால் அடித்து மட்பாண்டத்தை உருவாக்குதல்;** beat an unbaked mud vessel into shape with a potter's mallet while the vessel is at a certain stage of its hardness.

தட்டு² வி. (தட்ட, தட்டி) **(குறிப்பிட்ட உணர்வு, தன்மை அல்லது நிலை) ஏற்படுதல் அல்லது தோன்றுதல்;** happen; appear. ஒரே வேலையைத் திரும்பத்திரும்பச் செய்தால் சோர்வு தட்டாதா?/ அவனுடைய குரலில் பிசிர் தட்டியது./ அதற்குள் உனக்கு நரை தட்டிவிட்டதா?/ எனக்கு இன்று அதிகாலையிலேயே விழிப்புத் தட்டியது.

தட்டு³ வி. (தட்ட, தட்டி) (இலங்.) **(புத்தகம் போன்றவற்றின் பக்கத்தை) புரட்டுதல்;** turn (a page). புத்தகத்தைப் படிக்காமல் ஒற்றையைத் தட்டிக்கொண்டிருக்கிறாயா?

தட்டு⁴ வி. (தட்ட, தட்டி) (இலங்.) **(ஒருவருக்கு) பைத்தியம் பிடித்தல்;** become insane. இந்தப் பிரச்சினையை யோசித்துக்கொண்டிருந்தால் எனக்கு மூளை தட்டும் என்று அம்மா கூறினார்./ 'சொன்னதையே திருப்பித்திருப்பி எத்தனை தடவை சொல்லுவாய். உனக்குத் தட்டிவிட்டதா?' என்று அப்பா திட்டினார்.

தட்டு⁵ பெ. **அ.** (உலோகத்தால் செய்யப்பட்டது) **1: (உணவு உண்பது, பாத்திரங்களை மூடுவது, பூஜைப் பொருள்களை வைப்பது போன்றவற்றுக்குப் பயன்படும்) தட்டையான பரப்பும் சற்று உயர்ந்த விளிம்பும் கொண்ட வட்ட வடிவப் பாத்திரம்;** plate. **2: (தராசில் பொருளையும் எடைக்கல்லையும் வைக்கப் பயன்படும்) தட்டையான அல்லது சற்றுக் குழிந்த வட்ட வடிவக் கிண்ணம் போன்ற அமைப்பு;** pan (of a balance). **ஆ.** (பிரிக்கப்படுவது) **3: (வைப்பதற்கு அல்லது இருப்பதற்கு) பிரிக்கப்பட்டிருக்கும் அடுக்கு;** shelf; tier. ரயிலில் மேல்தட்டில் படுத்திருந்த பெரியவர் கீழே இறங்குவதற்குச் சிரமப்பட்டார்./ அலமாரியின் மேல்தட்டில் வை. **4: (சமுதாய) பிரிவு; நிலை;** social class; status. சமுதாயத்தின் எல்லாத் தட்டு மக்களிடமும் செல்வாக்கு உடையவர். **5: (சேலை, வேட்டி ஆகியவற்றின்) சுற்று;** roll. தட்டு வைத்துப் புடவை கட்டியிருந்தாள்./ தட்டு வேட்டி கட்டியிருந்த பையன். **6:** காண்க: **கண்டத்தட்டு.**

தட்டு⁶ பெ. (வ.வ.) **மாட்டின் வால் துவங்கும் பகுதிக்குச் சற்றுக் கீழே இரண்டு புறமும் உள்ள பகுதி;** flanks on either side of the beginning of the tail of a cow, buffallo etc.,

தட்டு⁷ பெ. (அ.வ.) காண்க: **தட்டுப்பாடு.**

தட்டு⁸ பெ. காண்க: **தட்டை².**

தட்டு எறிதல் பெ. (இலங்.) காண்க: **வட்டு எறிதல்**

தட்டுக்கெடு வி. (-கெட, -கெட்டு) (பே.வ.) **1: நிலை தடுமாறுதல்; நிலைகுலைதல்;** lose one's balance; lose one's bearings. உன் அண்ணனை இப்படித் திட்டுகிறாயே, புத்தி தட்டுக்கெட்டுவிட்டதா உனக்கு?/ சொன்னபடி கேட்காதவன் எப்படித் தட்டுக்கெட்டு அலைந்தால்தான் என்ன? **2: வீணாதல்; நஷ்டமடைதல்;** be lost. நீ இன்னும் ஒரு அரை மணி நேரம் கழித்துக் கிளம்புவதால் ஒன்றும் தட்டுக்கெட்டுப்போய்விடாது.

தட்டுண்டு போ வி. (போக, போய்) (இலங்.) **(ஒன்று இடறுவதால் அல்லது படுவதால்) ஒரு பொருள் கீழே விழுதல்;** get overturned; get upset. வீட்டில் நடக்கும் வழியில் சாமான்களை வைத்தால் தட்டுண்டு போகும்./ மேசையில் இருந்து புத்தகத்தை எடுக்கும்போது சிமிலி விளக்குத் தட்டுண்டு போய்க் கீழே விழுந்தது.

தட்டுத்தடங்கல் பெ. **(ஒன்றைச் செய்வதில் ஏற்படும்) தடை; குறுக்கீடு;** hindrance; impediment; hitch. கல்யாணம் தட்டுத்தடங்கல் இல்லாமல் நடக்க வேண்டுமே என்று கவலைப்படுகிறேன்./ வியாபாரம் என்றால் தட்டுத்தடங்கல் இருக்கத்தான் செய்யும்./ அவனால் ஆங்கிலத்தில் தட்டுத்தடங்கல் இல்லாமல் பேச முடியாது.

தட்டுத்தடுமாறு வி. (-தடுமாற, -தடுமாறி) **(ஒரு செயலை) இயல்பாகச் செய்ய முடியாமல் திணறுதல்;** struggle (to do sth.); fumble. இருட்டில் தட்டுத்தடுமாறிப் படியேறினாள்./ பதில் சொல்ல முடியாமல் தட்டுத் தடுமாறினான்./ எப்படியோ தட்டுத்தடுமாறி ஊர் போய்ச் சேர்ந்தோம்.

தட்டுப்படு வி. (-பட, -பட்டு) **1: (புலனில் அல்லது புலனுக்கு உணரக்கூடியதாக) தெரிதல்;** come to feel (the presence of sth. accidentally); (of ideas, etc.,) occur. பையைத் துழாவிக் கையில் தட்டுப்பட்ட சில்லறையை எடுத்தேன்./ இந்த விஷயம் எனக்குத் தட்டுப்படவே இல்லையே. **2:** (இலங்.) **(ஒன்று மற்றொன்றின் மேல்) படுதல்;** touch (a surface). கை தட்டுப்பட்டுப் போத்தல் கீழே விழுந்தது./ கால் தட்டுப்பட்டுக் கீழே விழுந்தான்./ தெரியாமல் உங்கள் மேல் என் கை தட்டுப்பட்டுவிட்டது.

தட்டுப்பந்தல் பெ. **தற்காலிகமாகப் போடப்படும் தட்டையான பந்தல்;** temporary shed with a flat roof made of plaited coconut leaves. கடைத்தெரு முழுவதும் கோடை வெயிலுக்காகத் தட்டுப்பந்தல் போட்டிருக்கிறார்கள்./ தட்டுப்பந்தல் போட்டிருக்கிறார்களே, அதுதான் அவர் வீடு.

639 தடம்

தட்டுப்பலகை பெ. (மண்.) **(குறிப்பிட்ட அளவு உலர்ந்த பச்சை மட்பாண்டத்தைத் தட்டிப் பெரிதாக்கப் பயன்படும்) கைப்பிடி வைத்த மரப் பலகை;** a potter's mallet for beating the mud vessel into its shape while still malleable.

தட்டுப்பாடு பெ. **(தேவைப்படும் ஒன்று) போதிய அளவில் கிடைக்காத நிலை; பற்றாக்குறை;** shortage; scarcity. தண்ணீர்த் தட்டுப்பாடு/ மின்சாரத் தட்டுப்பாடு/ தட்டுப்பாடு இல்லாமல் சர்க்கரை இப்போது கிடைக்கிறது. [(தொ.சொ.) **இல்லாமை/ கம்மி/ குறைபாடு/ குறைவு/ பஞ்சம்/ பற்றாக்குறை**]

தட்டுமறி வி. (-மறிக்க, -மறித்து) (இலங்.) **விவாதித்தல்;** argue. எல்லா விஷயத்திலும் தட்டுமறித்துக்கொண்டிருக்காதே.

தட்டு மாற்று வி. (மாற்ற, மாற்றி) **திருமணத்தை நிச்சயம் செய்ததற்கான அடையாளமாக இரு வீட்டார்களும் வெற்றிலை, பாக்கு, பழம், பூ போன்றவை அடங்கிய தட்டுகளை ஒருவருக்கொருவர் மாற்றிக்கொள்ளுதல்;** ritual exchange of plates (containing betel leaves, coconut, etc.,) confirming a betrothal. பெண்ணுக்கும் மாப்பிள்ளைக்கும் பிடித்துவிட்டால் உடனேயே நாம் தட்டு மாற்றிக்கொள்ளலாம்.

தட்டுமுட்டுச் சாமான் பெ. **1:** (பெரும்பாலும் பன்மையில்) **(வீட்டில்) அன்றாடப் புழக்கத்துக்குப் பயன்படும் பொருள்கள்;** household articles. வெள்ளம் வீட்டில் புகுந்து தட்டுமுட்டுச் சாமான்களை அடித்துச்சென்றுவிட்டது. **2: பயன்படுத்தப்படாத பொருள்கள்;** odds and ends. தட்டுமுட்டுச் சாமான்களைப் போட்டுவைக்க வீட்டில் இடம் இல்லை.

தட்டுவம் பெ. (இலங்.) **(சாப்பிடப் பயன்படுத்தும்) பனை ஓலையால் பின்னப்பட்ட, விளிம்புகொண்ட தட்டு;** plate made of palm leaves. தட்டுவத்தில் பிட்டை வைத்துச் சாப்பிடக் கொடுத்தாள்.

தட்டெழுத்தர் பெ. காண்க: **தட்டச்சர்.**

தட்டெழுத்து பெ. காண்க: **தட்டச்சு.**

தட்டெழுத்து இயந்திரம் பெ. காண்க: **தட்டச்சுப்பொறி.**

தட்டை[1] பெ. (-ஆன) **புடைப்பு இல்லாத மட்டப் பரப்பு;** flatness. பூமி தட்டை வடிவமானது என்ற கருத்து ஒரு காலத்தில் இருந்தது.

தட்டை[2] பெ. **(சோளம், கேழ்வரகு போன்றவற்றில் கதிரை அறுத்தபின் எஞ்சியிருக்கும்) காய்ந்த தண்டுப் பகுதி;** dried stalk (of millet, etc., after harvesting); stubble.

தட்டை[3] பெ. **அரிசி மாவில் தேங்காய்த் துண்டுகளும் கடலைப் பருப்பும் போட்டுத் தட்டையாகத் தட்டி எண்ணெயில் பொரித்துத் தயாரிக்கப்படும் ஒரு வகைத் தின்பண்டம்;** round, flat savoury made with rice-flour, coconut and pulses.

தட்டைப்பயறு பெ. (பே.வ.) **காராமணிப் பயறு;** cowpea. தட்டைப்பயறு போட்டுப் புளிக்குழம்பு வைத்திருக்கிறேன்./ தட்டைப்பயறு சுண்டல்.

தட்டைப்புழு பெ. **உண்ணும் இறைச்சிமூலம் மனித உடலினுள் சென்று வாழும் ஒரு வகைத் தட்டையான புழு;** tape worm. தட்டைப்புழு பல குடல் நோய்களை ஏற்படுத்துகிறது.

தட்டைவாயன் பெ. **உடலில் ஒரு பகுதி வெள்ளையாகவும், ஒரு பகுதி பழுப்பாகவும், பறக்கும் போது இடைப்பகுதி கரும் பச்சையாகவும் தோன்றும் வகையில் இறக்கைகளுடனும், அகன்றும் தட்டையாகவும் இருக்கும் அலகுடனும், கரும் பச்சை நிறப் பின்கழுத்துடனும், சிவப்பு நிறக் கால்களுடனும் இருக்கும் ஒரு நீர்ப்பறவை;** northern shoveler. தட்டைவாயனில் பெண் பறவைகளின் உடலும் இறக்கைகளும் முழுமையாகக் கரும்பழுப்பாக இருக்கும்.

தட்டோடு பெ. **மாடியின் மேற்பரப்பில் பதிக்க, தரை பாவப் பயன்படும் தட்டையான சதுர செங்கல்;** thin, flat and square brick used for weathering course or for paving the floor.

தட்பம் பெ. காண்க: **தட்பவெப்பம்.**

தட்பவெப்பம் பெ. **ஒரு பகுதியில் நிலவும் வெப்பம், காற்று, குளிர் போன்றவை சேர்ந்து உண்டாக்கும் நிலை; சீதோஷ்ணம்;** climate. உள்நாட்டுத் தட்பவெப்ப நிலைக்குப் பொருந்தாத முறையில் வீடுகள் கட்டப்படுகின்றன.

தடக்கு வி. (தடக்க, தடக்கி) (இலங்.) காண்க: **தடுக்கு**[1].

தடகளப் போட்டி பெ. **தடங்களில் ஓடும் ஓட்டப் பந்தயம், தடை ஓட்டம் போன்றவற்றையும் பளு தூக்குதல், குண்டு எறிதல் போன்றவற்றையும் குறிக்கும் பொதுப் பெயர்;** track and field events.

தடங்கல் பெ. **1: (செயல், பணி, இயக்கம் முதலியவற்றின்) ஒழுங்கான போக்கில் ஏற்படும் பாதிப்பு; தடை; இடையூறு;** interruption; break. ஒளிபரப்பில் ஏற்பட்ட தடங்கலுக்கு வருந்துகிறோம்./ ஊழியர்களின் வேலைநிறுத்தத்தினால் குடிநீர் விநியோகத்தில் தடங்கல் ஏற்பட்டுள்ளது./ மின்சாரத் தடங்கலினால் நிகழ்ச்சி ஆரம்பிப்பது தாமதமாயிற்று. **2:** (அ.வ.) **ஆட்சேபம்;** objection. நல்ல காரியத்துக்குத் தடங்கல் சொல்லாதே.

தடதட-என்று வி.அ. **(ஒரு செயலைச் செய்யும்போது) சத்தத்தோடும் முரட்டுத்தனமாகவும்;** in a noisy and rough manner. கதவைப் படாரென்று தள்ளித் தடதடவென்று உள்ளே நுழைந்தான்.

தடபுடல் பெ. (-ஆக, -ஆன) **மிகுந்த ஆடம்பரம்; அமர்க்களம்;** pomp and show. திருமணம் ஏக தடபுடலாக நடந்தேறியது./ அமைச்சருக்குத் தடபுடலான வரவேற்பு அளிக்கப்பட்டது.

தடம் பெ. **1: சுவடு;** footprint. கால் தடம். [(தொ.சொ.) **அடையாளம்/ அறிகுறி/ சுவடு/ பதிவு**] **2: (பாதை இல்லாத இடங்களில்) காலின் சுவடு பதிந்து ஏற்பட்ட சிறு பாதை;** pathway; track. இந்தத் தடத்திலேயே போனால் கிராமம் வந்துவிடும். **3: (குறிப்பிட்ட இரண்டு இடங்களுக்கு) இடையே (பேருந்து முதலியவை) செல்லும் வழி;** (of public transport) route. இந்தத் தடத்தில் விரைவுப் பேருந்துகள் அரைமணி நேரத்திற்கு ஒன்றாக விடப்படுகின்றன. **4: (தொலைத் தொடர்புத் தொழில்நுட்பத்தில்) குறிப்பிட்ட இடத்துக்குச் செல்லும் தொலைபேசி இணைப்புகளின் தொடர்;** (in telecommunication) route. இந்தத் தடத்தில் அனைத்து எண்களும்

தடம்புரள் 640

உபயோகத்தில் உள்ளன. 5: **(ஓட்டப் பந்தயம், தடை ஓட்டம் போன்ற விளையாட்டுப் போட்டிகள் நடைபெறும் விளையாட்டு மைதானத்தின்) வகுக்கப்பட்ட வளைய வடிவில் அமைந்த ஓட்டப் பாதை;** track (for athletics). *மூன்றாம் தடத்தில் ஓடிக்கொண்டிருப்பவர் முந்திக்கொண்டு வந்துவிடுவார் போலிருக்கிறதே!*

தடம்புரள் வி. (-புரள, -புரண்டு) 1: **(ரயில் வண்டி) இருப்புப்பாதையிலிருந்து விலகுதல்;** be derailed. 2: **(சிந்தனை, செயல், பேச்சு போன்றவை) உரிய போக்கிலிருந்து மாறுதல்;** (of thought, action) change suddenly; be derailed. *இவ்வளவு நேரம் ஒழுங்காகத்தானே பேசிக்கொண்டிருந்தாய்? திடீரென்று பேச்சு ஏன் தடம்புரள்கிறது?/ அவளைச் சந்தித்த பிறகு என் வாழ்க்கையே தடம் புரண்டுவிட்டது./ அரசின் நடவடிக்கைகளால் பொருளாதாரம் தடம்புரண்டுவிட்டதாக எதிர்க்கட்சித் தலைவர் குற்றம் சாட்டினார்.*

தடம்மாறு வி. (-மாற, -மாறி) காண்க: **தடம்புரள், 2.**

தடய அறிவியல் பெ. (சட்டம்) **ஒரு குற்றத்தில் சம்பந்தப்பட்ட தடயங்கள் அனைத்தையும் ஆராய்ந்து அந்தக் குற்றத்தைத் துப்புத்துலக்க உதவும் அறிவியல் துறை;** forensic science. *கொலை நடந்த இடத்திலிருந்து கண்டெடுக்கப்பட்ட தலைமுடி தடய அறிவியல் பரிசோதனைக்கு அனுப்பப்பட்டுள்ளது./ தடய அறிவியலில் மண்டை ஓடு எவ்வளவு முக்கியம் என்பதைப் பற்றி அவர் விரிவாகப் பேசினார்.*

தடயம் பெ. 1: **நடந்து முடிந்த நிகழ்வை அறிந்துகொள்ளும் வகையில் எஞ்சியிருப்பது அல்லது கிடைப்பது;** clue. *வேலி விழுந்திருப்பதும் பாத்திகள் அழிக்கப்பட்டிருப்பதும் யானை இங்கே வந்து போனதற்கான தடயங்கள்.* 2: (சட்டம்) **குற்றம் செய்தவரைக் கண்டுபிடிக்க உதவுகிற பொருள், தகவல் முதலிய ஆதாரம்;** evidence; clue. *அவருடைய குற்றத்தை நிரூபிக்கத் தக்க தடயங்கள் கிடைக்காததால் விசாரணை கைவிடப்பட்டது./ குற்றவாளி ஒரு தடயத்தையும் விட்டுச் செல்லவில்லை.*

தடயவியல் பெ. காண்க: **தடய அறிவியல்.**

தடல் பெ. (இலங்.) 1: **பலாப் பழத்திலிருந்து நீக்கிய சக்கை;** fibrous part of jackfruit. *பலாத் தடலைச் சின்னனாக வெட்டி ஆட்டுக்கு வை.* 2: **(வாழை) மட்டை;** bark (of the banana tree). *அன்னதானம் கொடுக்க வாழைத் தடல் வாங்கி வந்துவிட்டாயா?*

தடல்புடல் பெ. (இலங்.) காண்க: **தடபுடல்.**

தடவு வி. (தடவ, தடவி) 1: **(உடம்பின்) ஒரு பகுதியின் மீது கையை மென்மையாக நகர்த்துதல்;** stroke; caress. *மகளின் கன்னத்தைத் தடவி முத்தமிட்டாள்./ படுத்திருந்த அப்பாவின் அருகில் உட்கார்ந்து அவர் கையைத் தடவிக் கொடுத்தான்.* [(தொ.சொ.) **அழுத்து/ ஒற்று/ கிள்ளு/ குட்டு/ தட்டு/ நீவு/ பிசை/ பிடி**] 2: **(கை, கால் முதலியவற்றால்) தொட்டுப் பார்த்தல்;** sense (sth.) by touch; grope around. *இருளில் காலால் தடவிப்பார்த்து அடி எடுத்து வைத்தார்.* 3: **(ஒரு பரப்பில் எண்ணெய் முதலியவை) பூசுதல்; தேய்த்தல்;** apply (oil, etc.,); smear; rub. *காயம் பட்ட இடத்தில் களிம்பு தடவினான்./ பசை தடவிப் படத்தை ஒட்டினான்./ மஞ்சள் தடவிய கல்யாணப் பத்திரிகை.* [(தொ.சொ.) **அப்பு/ தேய்/ பூசு**]

தடவை பெ. 1: **நிகழ்ந்த அல்லது நிகழ்த்தப்படும் செயலைக் குறித்த எண்ணிக்கை; முறை;** time(s); occasion. *இந்த ஊருக்கு நான் பல தடவை வந்திருக்கிறேன்./ வெளியே வந்ததும் ஒரு தடவை சுற்றுமுற்றும் பார்த்துக் கொண்டான்.* 2: (இலங்.) **தவணை;** instalment. *வங்கி தரும் கடனை எத்தனை தடவையில் கட்டி முடிக்க வேண்டும்?/ இரண்டு தடவையில் உன் பணத்தைத் தந்துவிடுவேன்.*

தடாகம் பெ. (உ.வ.) **(பூக்கள் நிறைந்த) சிறிய நீர்நிலை;** pond (usually covered with flowers).

தடாலடி பெ. (-ஆக, -ஆன) **திட்டமோ முன்யோசனையோ இல்லாமல் செயல்படும் விதம்;** impulsiveness. *தடாலடிப் பேச்சு./ இப்படித் தடாலடியாக முடிவெடுத்து வீட்டை விற்க வேண்டும் என்கிறாயே?/ தடாலடியான ஆட்டம்.*

தடி[1] வி. (தடிக்க, தடித்து) 1: **(அடிபடுதல், பூச்சிக் கடி முதலியவற்றால் உடலின் மேல்பரப்பு) சிறிய அளவில் வீங்குதல்; புடைத்துக் காணப்படுதல்;** swell slightly; thicken. *குழந்தை கீழே விழுந்ததில் அடிபட்டு உதடு தடித்திருக்கிறது./ என்ன கடித்ததோ தெரியவில்லை; உடம்பு முழுவதும் திட்டுத்திட்டாகத் தடித்துவிட்டது.* [(தொ.சொ.) **உப்பு/ புடை/ பெரு/ வீங்கு**] 2: **(உடல்) சற்றுப் பெருத்தல்;** become slightly stout. *கல்யாணத்திற்குப் பிறகு உன் நண்பர் தடித்துவிட்டார்.* 3: **(பேச்சு) வரம்பு மீறுதல்;** (of verbal exchange) exceed the limits; become offensive. *சாதாரணமாக ஆரம்பித்த பேச்சு தடித்துச் சண்டையில் முடிந்தது.*

தடி[2] பெ. (-ஆன) (பே.வ.) **(ஒருவரின் உடல், ஒரு பொருள் முதலியவற்றின் அளவுகுறித்து வரும்போது) பருமன்;** (of a person) fat; (of things) thick; heavy. *ஆள் எப்படித் தடியாக இருக்கிறார் பார்!/ இவ்வளவு தடியான ஆணி தேவையில்லை./ தடிதடியான புத்தகங்களைச் சுமக்க முடியாமல் சுமந்துவந்துகொண்டிருந்தார்.*

தடி[3] பெ. 1: **(அடிக்கவோ தாக்கவோ பயன்படுத்தும்) உருண்டையாகவும் கனமாகவும் இருக்கும் கழி; (இரும்பு என்பதோடு இணைந்து) நீண்ட துண்டு;** round and thick staff; (policeman's) baton; (combining with இரும்பு) rod. *பாம்பை அடிக்கத் தடியை எடுத்துக் கொண்டு ஓடிவந்தான்./ கையில் கத்தி, இரும்புத் தடி முதலியவற்றுடன் வந்து தாக்கினார்கள்.* [(தொ.சொ.) **கட்டை/ கழி/ குச்சி/ சுள்ளி**] 2: (மண்.) **(மட்பாண்டம் செய்வோர் சக்கரத்தைச் சுழற்றப் பயன்படுத்தும்) சுமார் ஐந்து அடி நீளமுள்ள கழி; நீண்ட மரக் கோல்;** a long staff (approximately five feet in length) used to rotate the potter's wheel. 3: (இலங்.) **குச்சி;** twig. *கண்டபடி தடியெடுத்து விளையாடாதே, கண்ணில் குத்திவிடும்./ பிள்ளையைத் தடியால் அடிக்காதே.* 4: (இலங்.) **கழி; கொம்பு; கிளை;** branch (of a tree); stick. *தோட்டத்தில் நட்டுவைத்த பூவரசந்தடி முளைக்கத் தொடங்கியது.*

தடித்த பெ.அ. **சற்றுப் பருத்த; கனமான;** thick; heavy. *தடித்த அட்டை.*

தடித்த எழுத்து பெ. **(தனித்துத் தெரியும் வகையில்) பருமனாக அச்சிடப்படும் எழுத்து;** bold letter. கட்டுரையின் தலைப்பு தடித்த எழுத்துகளில் தரப்பட்டிருந்தது.

தடித்தனம் பெ. **செருக்கோடும் கர்வத்தோடும் நடந்துகொள்ளும் தன்மை;** arrogance. நீதிமன்றம் ஆணையிட்ட பிறகும் அந்தக் கல்லூரி உரிய நடவடிக்கை எடுக்காதது, அதன் தடித்தனத்தைக் காட்டுகிறது.

தடிப்பன் பெ. (-ஆக, -ஆன) (இலங்.) **பருமன்; தடிமன்;** bulkiness; stoutness. ஏன் ரொட்டியைத் தடிப்பனாகச் சுட்டுவைத்திருக்கிறாய்?/ அந்தத் தடிப்பனான புத்தகத்தை எடு./ அவன் உடம்பு தடிப்பனானது.

தடிப்பு[1] பெ. 1: **(பூச்சிக் கடி முதலியவற்றால் ஏற்படும்) திட்டுதிட்டான வீக்கம்;** slight swelling (due to insect bite, etc.,). 2: (-ஆக, -ஆன) (பே.வ.) **(ஒரு பொருள், வடிவம் ஆகியவற்றின்) பருமன்; கனம்;** thickness; heaviness. கோட்டைக் கொஞ்சம் தடிப்பாகப் போடு./ தடிப்பான துணியில் உறை தைத்தால் சீக்கிரம் கிழியாது. 3: (-ஆக, -ஆன) (இலங்.) (திரவத்தின் அடர்த்தியைக் குறிக்கும்போது) **குழகுழப்பான தன்மை;** (of liquid) thick. ஆட்டுப்பால் தடிப்பாக இருக்கும்./ தடிப்பான பாலைத்தான் நாங்கள் விரும்புகிறோம்.

தடிப்பு[2] பெ. (இலங்.) **திமிர்; அகங்காரம்;** haughtiness; insolence. அந்தத் தடிப்புப் பிடித்த குடும்பத்தில் நான் பெண்ணெடுக்கத் தயாராகயில்லை./ தடிப்புப் பிடித்த பயல்.

தடிமன்[1] பெ. (-ஆக, -ஆன) (பே.வ.) **தடித்தது; பருமன்;** bulk; stoutness. ஆள் தடிமனாகத் தனித்துத் தெரிவார்./ அலமாரியிலிருந்து தடிமனான ஒரு புத்தகத்தை எடுத்தான்.

தடிமன்[2] பெ. (இலங்.) **ஜலதோஷம்;** (common) cold. சுடச்சுட ஊதுமாக்கூழ் குடித்தால் தடிமன் பழுத்துவிடும்.

தடியடி பெ. **(வன்முறையில் ஈடுபடும் கும்பலைக் கலைக்கக் காவலர்கள்) தடியால் அடிப்பது;** baton charge; (in India) lathi charge. போராட்டத்தில் ஈடுபட்டிருந்த கூட்டத்தைக் கலைக்க போலீசார் தடியடி நடத்தினார்கள்./ தடியடியில் இருபதுக்கும் மேற்பட்டோர் காயமடைந்தனர்.

தடியன் பெ. (பே.வ.) 1: **(மரியாதை தராமல் கூறும்போது) பருத்து உடல் வலிமையோடு இருப்பவன்;** stocky man; muscleman. எனக்கு அந்தத் தடியனைப் பார்த்தாலே பயமாக இருக்கிறது. 2: **பயனற்றவன் என்ற குறிப்பில் பயன்படுத்தும் ஒரு சொல்;** term used impolitely in the sense of 'useless person'. இரு தடியன்களும் ஊர் சுற்றிவிட்டு இப்போதுதான் வீட்டுக்கு வருகிறார்கள்.

தடியன்காய் பெ. (வ.வ.) (வெளிர் பச்சை நிற) **பூசணிக்காய்;** squash gourd.

தடிவிளக்குமாறு பெ. (இலங்.) **(நின்றுகொண்டே கூட்ட வசதியான) நீண்ட கைப்பிடியையும் படல் போன்ற அடிப்பாகத்தையும் கொண்ட ஒரு சாதனம்;** broom. முற்றத்தில் விழுந்திருக்கும் இலை குழைகளைத் தடிவிளக்குமாறு எடுத்துக் கூட்டினான்.

தடு வி. (தடுக்க, தடுத்து) 1: **(ஒரு செயலை) நிகழாமல் இருக்கச் செய்தல்; (ஒன்றை) தொடர்ந்து மேற்கொள்ளாதவாறு செய்தல்;** prevent. சண்டைக்குக் கிளம்பியவனைத் தடுத்துச் சமாதானப்படுத்தினேன்./ கள்ளச் சாராயம் காய்ச்சுவதைச் சட்டத்தால் மட்டும் தடுத்துவிட முடியாது. 2: **(ஓடும் வாகனம், ஓடிவரும் ஆற்று நீர் முதலியவற்றை) மேற்செல்லாதபடி செய்தல்;** stop (a vehicle from moving); block (the course of a river, etc.,). சோதனை போடுவதற்காக லாரியைத் தடுத்து நிறுத்தினார்./ ஆற்று நீரைத் தடுத்து நீர்த்தேக்கம் உருவாக்கப்படுகிறது. 3: **(அடி விழாமல், ஆபத்து ஏற்படாமல்) காத்தல்;** ward off (blow, danger, etc.,). இரு கைகளையும் தலைமேல் வைத்துத் தன்மீது விழுந்த அடியைத் தடுத்துக்கொண்டான்./ அணு உலைகளால் ஏற்படும் ஆபத்தைத் தடுக்கப் போதிய முன்னெச்சரிக்கைகள் மேற்கொள்ளப்படுகின்றன. 4: **(அறையைச் சிறு பகுதிகளாக) பிரித்தல்;** partition. மாடி அறையை இரண்டாகத் தடுத்து வாடகைக்கு விடலாம்.

தடுக்கி விழுந்தால் வி.அ. **பார்க்கும் இடத்திலெல்லாம்; எங்கு பார்த்தாலும்;** everywhere; wherever one looks. இந்தத் தெருவில் தடுக்கி விழுந்தால் துணிக்கடைதான்./ சிவகாசியில் வேலை கிடைப்பது சுலபம்; அந்த ஊரில் தடுக்கி விழுந்தால் தொழிற்சாலைதான்.

தடுக்கு[1] வி. (தடுக்க, தடுக்கி) **(கால்) இடறுதல்; (ஏதேனும் ஒன்று காலை) இடறுதல்;** stumble. கால் தடுக்கிக் கீழே விழுந்தான்./ வேட்டி காலைத் தடுக்காமல் இருக்கச் சற்று உயர்த்திக் கட்டிக்கொண்டார்.

தடுக்கு[2] பெ. 1: **(கோரை, ஓலை முதலியவற்றால் பின்னப்பட்ட) சதுர அல்லது செவ்வக வடிவச் சிறிய பாய்;** small square or rectangular mat. தடுக்கை எடுத்துப் போட்டுச் சாப்பிட உட்கார்ந்தான். 2: (வட்டார வ.) **தட்டி;** framework of bamboo splits. அறையைத் தடுக்கு வைத்து இரண்டாகப் பிரித்திருக்கிறார்கள்.

தடுக்குப் பாய் பெ. (இலங்.) **பனை ஓலையால் பின்னப்பட்ட ஒரு வகைப் பாய்;** mat woven with palmyra leaf. எண்ணெய் பூசிக் குழந்தையைத் தடுக்குப் பாயில் கிடத்தியுள்ளனர்./ தடுக்குப் பாயில் இருந்து சாப்பிடுகின்றார்.

தடுக்குப் பிள்ளை பெ. (இலங்.) **(மூன்று அல்லது நான்கு மாதமே ஆன) கைக்குழந்தை;** babe in arms; nursling. தடுக்குப் பிள்ளையை வழுக்கிவிடாமல் கவனமாக வைத்துக்கொள்ளுமாறு அக்காவுக்குத் தாதி கூறினார்.

தடுத்தாட்கொள் வி. (-ஆட்கொள்ள, -ஆட்கொண்டு) (உ.வ.) **(இறைவனின் செயலாகக் கூறும்போது) (ஒருவர் தேர்ந்தெடுத்த நெறியை மாற்றி) அடியவராக ஏற்றுக்கொள்ளுதல்;** redeem. அருணகிரிநாதரை இறைவன் தடுத்தாட்கொண்டான் என்பது புராணம்.

தடுத்துவை வி. (-வைக்க, -வைத்து) (இலங்.) **(ஒருவரைப் போக விடாமல்) தடுத்து நிறுத்துதல்; நிறுத்தி வைத்தல்;** prevent s.o. from leaving. அவன் அவசரமாக எங்கேயோ கிளம்பிக்கொண்டிருக்கிறான்; அவனைத் தடுத்துவைக்காதே./ பாட்டி உன்னைத் தடுத்துவைக்கப் போகிறாள். சொல்லிவிட்டுச் சீக்கிரம் கிளம்பி வந்துவிடு./ ராணுவத்தினர் அவனைத் தடுத்துவைத்துள்ளனர்.

தடுப்பணை பெ. **ஆறு, கால்வாய்களில் செல்லும் நீரின் மட்டத்தை உயர்த்த அவற்றின் குறுக்கே உயரம் குறைவாகக் கட்டப்படும் அணை;** check dam.

தடுப்பாட்டம் பெ. 1: **(கால்பந்து போன்ற விளையாட்டில்) எதிரணியை முன்னேற விடாமல் ஆடும் ஆட்டம்;** defensive play (in games such as football, etc.,). 2: **(கிரிக்கெட் விளையாட்டில்) தோல்வியைத் தவிர்க்க வேண்டும் என்ற நோக்கில் ஆட்டம் இழக்காமல் இருப்பதில் மட்டும் கவனம் செலுத்தி நிதானமாக ஆடும் ஆட்டம்;** defensive play (in cricket). இக்கட்டான சூழலில் ராகுல் திராவிடின் தடுப்பாட்டம் இந்திய அணியைத் தோல்வியிலிருந்து மீட்டது.

தடுப்பு பெ. 1: **பாதுகாப்புக்காக ஓர் இடத்தைச் சுற்றிலும் அல்லது அந்த இடத்துக்கு முன்னால் அமைக்கப்படுவது;** structure to protect what is within; fence. வேலித் தடுப்புகளின் உள்ளே வீடு இருந்தது. 2: **(நோய் முதலியவற்றை) தடுக்கும் மருந்து அல்லது வழிமுறை;** preventive medicine or measure. வெள்ளத்தை முன்னிட்டு நோய்த் தடுப்பு ஏற்பாடுகளை அரசு செய்துள்ளது./ மாசுத் தடுப்பு நடவடிக்கைகளைத் தொழிற்சாலைகள் மேற்கொள்ள வேண்டும். 3: **சட்ட விரோதச் செயல்களை நடக்க விடாமல் (காவல்துறையினர்) மேற்கொள்ளும் நடவடிக்கை;** preventive action. கடத்தல் தடுப்புப் பிரிவு/ காவல்துறையினரின் தடுப்பு நடவடிக்கை கலவரத்தைக் கட்டுப்படுத்த உதவியது.

தடுப்பு ஊசி பெ. **(குறிப்பிட்ட) நோய் வராமல் தடுக்கும் பொருட்டு முன்னெச்சரிக்கையாகப் போடப்படும் ஊசி;** vaccination; inoculation. அம்மைத் தடுப்பு ஊசி/ காலராத் தடுப்பு ஊசி.

தடுப்புக் காவல் பெ. **நாட்டின் பாதுகாப்பு, பொது நன்மை போன்றவற்றைக் கருதி ஒருவரைக் குறிப்பிட்ட காலம்வரை வழக்கோ விசாரணையோ இல்லாமல் சிறையில் அடைத்து வைத்தல்;** detaining a person without trial as a preventive measure; preventive detention. நாட்டின் ஒற்றுமைக்கு எதிராகச் செயல்படுவார்கள் என்று சிலர் தடுப்புக் காவலில் வைக்கப்பட்டார்கள்.

தடுப்பு மருந்து பெ. **(ஒருவருக்கு) நோய் உண்டாகும் வாய்ப்பு அதிகமாக இருக்கும் போது, அதைத் தடுக்க உதவும் மருந்து;** pro- phylaxis; vaccine.

தடுப்பு வேலி பெ. *(பு.வ.)* **பாதுகாப்பு நோக்கில் தடுப்புகள் வைத்து அல்லது கழிகளைக் கட்டி உருவாக்கப்படும் நீளமான அரண்;** barricade. குடியரசு தினக் கொண்டாட்டத்துக்காகக் கடற்கரைச் சாலையின் இருமருங்கிலும் தடுப்பு வேலி அமைக்கப்பட்டுள்ளது.

தடுமன் பெ. *(வ.வ.)* **ஜலதோஷம்;** (common) cold.

தடுமாற்றம் பெ. 1: **(நடத்தல், நிற்றல் போன்ற செயல்களைச் செய்யும்போது) சீராக இல்லாமல் முன்னும் பின்னுமோ பக்கவாட்டிலோ சாய்தல்;** staggering. நடையில் இருக்கும் தடுமாற்றத்தைப் பார்த்தால் அவன் குடித்திருப்பான்போல் தெரிகிறது. 2: **(பேசும்போது) குளறுதல்; திணறல்;** (of speech) faltering. நாலடிச் செய்யுளை ஒப்பிப்பதில்கூடத் தடுமாற்றமா? 3: **(சிந்தனையில், போக்கில்) நிலையற்ற தன்மை; குழப்பம்;** confusion. என் மனத்தில் தடுமாற்றம் எதுவும் இல்லை, நான் தெளிவாகத்தான் இருக்கிறேன்.

தடுமாறு வி. *(தடுமாற, தடுமாறி)* 1: **(இயக்கத்தின் போது ஒழுங்காகச் செயல்பட முடியாமல்) முன்னும் பின்னுமோ பக்கவாட்டிலோ சாய்தல்;** be shaky; stagger. அதிகமாகக் குடித்துவிட்டுப் போதையில் தடுமாறினான்./ மேகக் கூட்டத்திற்குள் புகுந்த விமானம் தடுமாறியது./ *(உரு வ.)* போட்டியின் ஒரு கட்டத்தில் வரிசையாக முக்கிய ஆட்டக்காரர்களை இழந்து இந்திய அணி தடுமாறிக்கொண்டிருந்தது. 2: **(பேச்சு) சீரற்று வெளிப்படுதல்; (பேச முடியாமல்) குளறுதல்; திணறுதல்;** (of speech) come haltingly; falter; (of persons) stumble. ஜுரம் மிக அதிகமாகிவிட்டதால் வார்த்தைகள் தடுமாறின./ நடிகர் வசனம் பேச முடியாமல் தடுமாறினார். [*(தொ.சொ.)* **உளறு/ குழறு/ குளறு/ திக்கு/ திணறு/ பிதற்று/ புலம்பு**] 3: **(குறிப்பிட்ட நிலையில் முடிவெடுக்க அல்லது செயல்பட முடியாமல்) திணறுதல்;** be disconcerted. பணத்துக்கு என்ன செய்வது என்று தெரியாமல் தடுமாறினான்.

தடை பெ. 1: **தொடர்ந்து மேலே செல்ல முடியாதபடி ஏற்படும் இடையூறு;** obstruction; obstacle. விபத்தினால் வழக்கமான போக்குவரத்திற்குத் தடை ஏற்பட்டிருக்கிறது. 2: **ஒன்று தொடர்ந்து மேற்கொள்ளப்படாமல் அல்லது நிகழாமல் இருக்கச் செய்யும் செயல்; ஆட்சேபணை;** objection. நீ மேற்படிப்புப் படிப்பதைப் பற்றி எனக்குத் தடை எதுவும் இல்லை. 3: **சட்டபூர்வமாகத் தடுத்தல்;** ban. சில மருந்துகளின் விற்பனைமீது அரசு தடை விதிக்கலாமா என்று ஆலோசித்துவருகிறது./ காவல்துறையினர் விதித்த தடையை மீறிய கிளர்ச்சியாளர்கள் கைது.

தடை ஆணை பெ. *(சட்டம்)* 1: **மேல்முறையீடு குறித்து முடிவு செய்யும்வரை கீழ்நீதிமன்றத்தின் தீர்ப்பு அல்லது ஒரு அரசாணை செயல்படுத்தப்படக் கூடாது என்று உரிய நீதிமன்றம் தடை விதித்துப் பிறப்பிக்கும் ஆணை;** stay. 2: **ஒரு பகுதியில் அமைதி நிலவ வேண்டும் என்பதற்காக ஊர்வலம், கூட்டம் போன்றவற்றை நடத்தத் தடை விதித்து (உரிய அதிகாரிகளால்) பிறப்பிக்கப்படும் உத்தரவு;** prohibitory order.

தடை உத்தரவு பெ. *(சட்டம்)* காண்க: **தடை ஆணை.**

தடை ஓட்டம் பெ. **(விளையாட்டில்) இடுப்பளவு உயர மரச் சட்டங்களைத் தாண்டிக் குதித்து, வேகமாக ஓடி இலக்கை அடையும் விதத்தில் நடைபெறும் ஒரு தடகளப் போட்டி;** (in sports) hurdles.

தடைக்கல் பெ. **ஒரு செயலுக்குத் தடையாக அல்லது இடையூறாக அமைவது;** stumbling block. உன்னுடைய முன்னேற்றத்திற்கு நான் தடைக்கல்லாக இருக்க விரும்பவில்லை.

தடை தாண்டி ஓடல் பெ. *(இலங்.)* காண்க: **தடை ஓட்டம்.**

தடைபடு வி. *(-பட, -பட்டு)* 1: **(ஒரு செயல் நிகழாதவாறு) இடையூறு ஏற்படுதல்;** get obstructed. என் மகனின் திருமணம் ஒரு வருடமாகத் தடைபட்டுக்கொண்டே இருக்கிறது. 2: **(ஒன்றின் தொடர்ச்சியான இயக்கம்)**

643 தண்டனை

நின்றுபோதல்; be interrupted. இரத்த ஓட்டம் தடை படும் போது இருதயம் பாதிப்படைகிறது./ திடீரென்று மின்சாரம் தடைபட்டதால் வீடு இருளில் மூழ்கியது./ அணையிலிருந்து வரும் நீர்வரத்து தடைபட்டால் விவ சாயம் கடுமையாகப் பாதிக்கப்படும்.

தடையற்ற வர்த்தகப் பகுதி பெ. (சிறப்புப் பொருளா தார மண்டலத்தின் பகுதியாக அமைந்து) பொது வாகக் கலால் வரி விலக்குடன் அல்லது சில சலுகை களுடன் இறக்குமதி செய்ய, கிடங்கில் வைத்திருக்க, பொருட்களை உற்பத்தி செய்ய, ஏற்றுமதி செய்ய அனுமதிக்கப்பட்ட பகுதி; free-trade zone; (abbreviated to) FTZ.

தடையின்மைச் சான்றிதழ் பெ. 1: ஒரு தொழிலை அல்லது நடவடிக்கையை மேற்கொள்ள ஆட்சேபணை எதுவும் இல்லை என்று அந்தத் தொழிலுடன் தொடர் புடைய அதிகாரிகள் வழங்கும் சான்று; no objection certificate. வங்கியிலிருந்து வீட்டுக் கடன் பெற்றவர், அந்த வீட்டை விற்க, வங்கியிலிருந்து தடையின்மைச் சான்றிதழ் வாங்க வேண்டும். 2: (அரசுத் துறையில் பணிபுரியும்) ஊழியர்கள் சில காரியங்களில் ஈடுபட அனுமதி அளித்து, துறையின் மூத்த அதிகாரி தரும் சான்றிதழ்; no objection certificate (issued to government employees).

தண்டச்சோறு பெ. *(பே.வ.)* 1: (எந்த வருமானமும் இல்லாமல்) மற்றவருடைய தயவால் கிடைக்கும் சாப் பாடு; parasitic existence. இன்னும் எவ்வளவு நாள்தான் மற்றவர் வீட்டில் தண்டச்சோறு சாப்பிடுவாய்? உனக் கென்று ஒரு வேலை தேடிக்கொள்ள வேண்டாமா? 2: (உழைத்துச் சாப்பிடாமல்) மற்றவருடைய தயவில் வாழும் நபரைக் குறிப்பிடப் பயன்படுத்தும் சொல்; parasite. அந்தத் தண்டச்சோற்றைக் கடைக்கு அனுப்பிப் பழம் வாங்கி வரச்சொல்.

தண்டட்டி பெ. *(வ.வ.)* காதில் பெண்கள் அணியும் ஒரு வகை ஆபரணம்; a kind of ornament worn in the ear by women.

தண்டப் பணம் பெ. *(இலங்.)* அபராதத் தொகை; a fine; penalty. அவர் மது அருந்திவிட்டு கார் ஓட்டியமைக் காக ரூபா இருபதினாயிரம் தண்டப் பணமாக அறவிடப் பட்டது.

தண்டம்[1] பெ. எந்தவிதப் பயனும் இல்லாமல் போவது; வீண்; waste. இதை வாங்கியிருக்கவே வேண்டாம்; ஆயி ரம் ரூபாய் தண்டம்./ புகைபிடிப்பது தண்டச் செலவு என்று தெரிந்தாலும் விட முடியவில்லை./ கையில் காசு இல்லாத நேரத்தில் தண்டமாக நூறு ரூபாய் செலவு செய்ய வேண்டுமா?

தண்டம்[2] பெ. *(அ.வ.)* 1: தண்டனை; sentence. அரச தண்டத்திலிருந்து அவர் தப்பித்தார். 2: அபராதம்; (payment of) fine. ஊர்ப் பஞ்சாயத்தில் அவன் தண்டம் செலுத்த ஒப்புக்கொண்டான்.

தண்டம்[3] பெ. 1: (மடங்களின் தலைவர்கள் ஏந்தும்) நுனியில் கொடி முடிந்துள்ள நீண்ட கம்பு; staff with a piece of saffron cloth as flag (carried by heads of religious institutions). 2: (தவம் செய்யும்போது கையைத் தாங்க முனிவர் பயன்படுத்திய) கவை வடிவ மரக் கழி; Y shaped arm-rest (used by ascetics). *(பார்க்க, படம்: கமண்டலம்)*

தண்டம் அழு வி. (அழ, அழுது) (விருப்பம் இல்லா விட்டாலும் காரியம் நிறைவேற வேண்டும் என்பதற் காக ஒருவருக்கு) கட்டாயத்தின் பெயரில் பணம் தருதல்; be compelled to give money. ஆயிரம்ஆயிர மாகத் தண்டம் அழுதும் அவன் இன்னும் நம் வேலையை முடித்துத் தரவில்லை.

தண்டல்[1] பெ. 1: வரி, கட்டணம் ஆகியவற்றை வசூ லித்தல்; collection (of revenue). திருவிழாவுக்காக ஊரில் தண்டல் வசூலித்தார்கள். 2: *(வ.வ.)* (முதலிலேயே வட்டி யைப் பிடித்துக்கொண்டு தரும்) கடன்; loan (from which the interest is deducted in advance). தண்டலுக்குப் பணம் கொடுத்து வசூலிப்பதே அவருடைய முழுநேரத் தொழிலாகும்.

தண்டல்[2] பெ. *(இலங்.)* பிச்சை; sth. given as alms. தொழிலுக்குப் போகாவிட்டால் தண்டல் சோறுதான் சூப் பிட வேண்டும்./ நீ நன்றாகப் படித்து முன்னேறாவிட் டால் வாழ்க்கை முழுக்கத் தண்டல்தான்.

தண்டல்காரன்[1] பெ. 1: வரி, கட்டணம் ஆகியவற்றை வசூலிப்பவன்; (formerly) tax collector. 2: *(வ.வ.)* (முதலி லேயே வட்டியைப் பிடித்துக்கொண்டு) சிறிய தொகை களை வியாபாரிகள் போன்றவர்களுக்குக் கடனாகத் தந்துவிட்டுத் தினமும் வந்து பணத்தை வசூலிப்பவன்; moneylender who lends money to mostly traders at a high rate of interest for a short period to be repaid in daily instalments; usurer. கடைக்குத் தண்டல்காரன் வந்தால் பணம் கொடுத்துவிடு.

தண்டல்காரன்[2] பெ. *(இலங்.)* பிச்சையெடுப்பவன்; beggar. வாசலில் நிற்கும் தண்டல்காரனுக்கு ஏதாவது போட்டு அனுப்பு என்று அம்மம்மா கூறினார்.

தண்டவாளம் பெ. (ரயில் செல்வதற்கான பாதையாக) இணையாகச் செல்லும் நீண்ட இரு எஃகுத் துண்டு களையும் அவற்றுக்கு இடையே அவற்றை இணைக் கும் கனமான மரப் பலகைகள் அல்லது கான்கிரீட் துண்டுகளையும் கொண்ட அமைப்பு; rails.

தண்டனிடு வி. (தண்டனிட, தண்டனிட்டு) *(அ.வ.)* (வணங்குவதற்காக) நெடுஞ்சாண்கிடையாகக் காலில் விழுதல்; prostrate. அந்தத் தம்பதிகள் சுவாமியின் முன் தண்டனிட்டு வணங்கினர்.

தண்டனை பெ. 1: *(சட்டம்)* குற்றம்புரிந்தவர் அபரா தம் கட்டுதல், சிறைவாசம், மரணம் போன்றவற்றை அனுபவிக்க வேண்டியதாக நீதிமன்றம் விதிப்பது; sentence. இந்த வழக்கில் குற்றவாளி தண்டனை பெறுவது உறுதி./ அவர் தன் தண்டனைக் காலம் முழுவதையும் சென்னை மத்தியச் சிறையில் கழித்தார். 2: செய்த தவ றுக்கு ஒருவர் வருந்தும் முறையில் தரப்படுவது அல் லது செய்ய வைப்பது; punishment. என்னோடு பேசாமல் இருப்பதுதான் நீ எனக்குத் தரும் தண்டனையா?/ இளம் வயதில் ஒழுங்காகப் படிக்காததற்கான தண்டனையை இப் போது அனுபவிக்கிறேன்.

தண்டால் பெ. **(உடலை நீட்டிப் பாத நுனியும் உள்ளங் கைகளும் மட்டும் தரையில் படும்படி வைத்து) மார் பையும் தோள்களையும் உயர்த்தியும் தாழ்த்தியும் செய்யும் உடற்பயிற்சி;** press-up; push-up.

தண்டி வி. (தண்டிக்க, தண்டித்து) **(செய்த குற்றத்துக்காக அல்லது தவறுக்காக ஒருவருக்கு) தண்டனை தருதல்;** punish; impose a penalty; penalise. குற்றம்புரிந்தவர்கள் சட்டப்படி தண்டிக்கப்படுவார்கள்./ கணக்குப் போட வில்லை என்பதற்காக மாணவனை இப்படியா தண்டிக்க வேண்டும்?

தண்டிகை பெ. *(இலங்.)* **பல்லக்கு;** palanquin.

தண்டி யாத்திரை பெ. **உப்புக்கு ஆங்கிலேய அரசு விதித்த வரியை எதிர்த்து காந்தி தலைமையில் சபர் மதி ஆசிரமத்திலிருந்து குஜராத் கடற்கரையில் உள்ள தண்டி என்னும் இடத்தை நோக்கி மேற்கொண்ட யாத் திரை;** the march Gandhi undertook from Sabarmati to Dandi, a coastal village in Gujarat, to protest against the levy of tax by the British on salt.

தண்டு[1] பெ. **1: வேருக்கு மேலாக பூ, இலை, காய் ஆகியவற்றைத் தாங்கி அமைந்திருக்கும், தாவரத்தின் நீண்ட பாகம்;** stalk; stem. நீர்த் தாவரங்களில் தண்டு நீருக்கு உள்ளே இருக்கும். **2: (குத்துவிளக்கில் திரி இடும் மேல்பகுதிக்கும் தரையில் படும் அடிப்பகுதிக்கும் இடையில் இருக்கும்) குழல் போன்ற நீண்ட பகுதி;** rod-like central part of குத்துவிளக்கு; lamp stand. தண்டைப் பிடித்து விளக்கைத் தூக்கு.

தண்டு[2] பெ. காண்க: **தண்டம்[3]**.

தண்டு[3] (dh-) பெ. *(திருநர் வ.)* **தவறு செய்யும் திருநங்கை களுக்கு மூத்த திருநங்கைகள் விதிக்கும் அபராதம்;** penalty levied on delinquent transwomen by elder transwomen.

தண்டு[4] வி. (தண்ட, தண்டி) *(இலங்.)* **பிச்சையெடுத்தல்;** beg for alms. நல்ல உத்தியோகம் பார்த்தவர், இன்று வீடு வீடாகச் சென்று தண்டிக்கொண்டிருக்கிறார்.

தண்டுக்கீரை பெ. **சற்றுப் பெரிய இலைகளையும் பருத்த தண்டையும் உடைய, சற்று உயரமாக வளரும் ஒரு வகைக் கீரை;** common spinach.

தண்டுவடம் பெ. **மூளையையும் உடலின் எல்லாப் பாகங்களையும் முதுகெலும்பு வழியாக இணைக்கும் நரம்புத் தொகுப்பு;** spinal cord.

தண்டை பெ. **(குழந்தைகள், சிறு பெண்கள் ஆகியோர் காலில் அணியும்) ஒன்றுக்கொன்று தொட்டாற்போல் அமைந்திருக்கும் முனைகளைக் கொண்ட, உருட்டுக் கம்பி வடிவ அல்லது குழல் வடிவ வெள்ளி ஆபரணம்;** a kind of silver anklet (worn by children and girls).

தண்டையல் பெ. *(இலங்.)* **கப்பலை வழிநடத்திச் செல் லும் தலைமைப் பொறுப்பில் இருப்பவர்;** captain (of a ship).

தண்டோரா பெ. **தமுக்கு;** tom-tom. காவிரிக் கரையோரக் கிராமங்களில் தண்டோரா மூலம் வெள்ள அபாய எச்ச ரிக்கை விடப்பட்டுள்ளது.

தண்டோரா

தண்டோரா போடு வி. (போட, போட்டு) **1: தமுக் கடித்தல்;** notify the public by the beat of a tom-tom. ஐந்து வயதுக்கு உட்பட்ட குழந்தைகளுக்கு போலியோ சொட்டு மருந்து போடப்படும் என்று ஊரில் தண்டோரா போட்டு அறிவித்தார்கள். **2: (விரும்பத்தகாத வகையில் ஒரு செய்தியை) பரப்புதல்;** tom-tom (sth.); make (sth.) public. வேலை கிடைத்த விஷயத்தை அதற்குள் ஊர் முழுக்கத் தண்டோரா போட்டுவிட்டாயா?

தண்ணி பெ. *(இலங்.)* **1:** காண்க: **தண்ணீர். 2: மது வகை;** liquor.

தண்ணிச்சாமி பெ. *(இலங்.)* **அதிகம் மது அருந்துபவன்; குடிகாரன்;** alcoholic; drunkard. அந்தத் தண்ணிச்சாமி இரவு முழுக்கப் பாடி, என் தூக்கத்தைக் கெடுத்துவிட் டான்./ சாத்திரியார் தண்ணிச்சாமிதான், ஆனால் சரியாகப் பலன் சொல்லுவார்.

தண்ணியடி வி. (-அடிக்க, -அடித்து) *(இலங்.)* **மது அருந்துதல்;** drink liquor. அவன் தண்ணியடித்துவிட்டு நிற்க முடியாமல் தடுமாறிக்கொண்டிருந்தான்.

தண்ணீர் பெ. **மழையால் கிடைப்பதும் ஆறு முதலிய வற்றில் காணப்படுவதும் குடிப்பதற்குப் பயன்படுவது மான திரவம்; நீர்;** water.

தண்ணீர் ஓது வி. (ஓத, ஓதி) *(இலங்.)* **(தீமையை விரட் டும் என்ற நம்பிக்கையோடு வீடு போன்றவற்றில் தெளிக்க) நீரை மந்திரித்துத் தருதல்;** infuse water with magical powers. அவர் தம் வேலையுடன் மாட்டு வைத்தி யம், தண்ணீர் ஓதுதல், நூல் முடிதல் போன்ற பல்வேறு காரியங்களில் ஈடுபட்டுவந்தார்.

தண்ணீர்காட்டு வி. (-காட்ட, -காட்டி) *(பே.வ.)* **(ஆடு, மாடு, குதிரை போன்றவற்றை) தண்ணீர் குடிக்குமாறு செய்தல்;** water (an animal). பக்கத்திலிருந்த கால்வாய்க்கு யானையை அழைத்துச்சென்று பாகன் தண்ணீர்காட்டி னான்./ மாட்டுக்குத் தண்ணீர்காட்டி விட்டு வந்து படுத் தவன் அப்படியே தூங்கி விட்டான்.

தண்ணீர்ச் சாப்பாடு பெ. *(இலங்.)* **(கஞ்சி, பால் போன்ற) திரவ உணவு;** liquid diet. இரண்டு நாளைக்குத் தண்ணீர்ச் சாப்பாடுதான் என்று வைத்தியர் சொல்லிவிட் டார்./ கடுமையான வெயில் காலத்தில் தண்ணீர்ச் சாப் பாடுதான் உடம்புக்கு நல்லது.

தண்ணீர்த்தாங்கி பெ. *(இலங்.)* **(ஒரு கட்டடத்தின் மேற்பகுதியில் அல்லது தரைக்குக் கீழே) நீர் சேமித்து வைக்கப் பயன்படுத்தும் பெரிய தொட்டி;** water tank. தண்ணீர்த்தாங்கிமீது ஏறி நின்று என்ன பார்க்கிறாய்?/ தண்ணீர்த்தாங்கியில் உள்ள நீர் குடிப்பதற்கு மட்டுமே உபயோகிக்கப்படுகிறது.

தண்ணீர் தெளித்துவிடு வி. *(-விட, -விட்டு) (பே.வ.)* **(மூத்தவர் ஒருவர் இளைய வயதினரை ஒழுங்குக்குக் கொண்டுவர முடியாது என்று ஆன பிறகு அவருடைய) நடத்தை, காரியங்கள் போன்றவற்றில் தலையிடுவதில்லை என்று விட்டுவிடுதல்;** wash one's hands of. எவ்வளவு சொல்லியும் திருந்தாத மாணவர்களை ஆசிரியர் தண்ணீர் தெளித்துவிட்டுவிட்டார்./ அப்பா அண்ணனை என்றோ தண்ணீர் தெளித்துவிட்டுவிட்டார்.

தண்ணீர்ப்பந்தல் பெ. **(கோடைக் காலத்தில் வழிப்போக்கர் முதலியோருக்கு) இலவசமாகத் தண்ணீர் அல்லது மோர் தரும் இடம்;** place where drinking water, buttermilk, etc., are given free (to passers-by during summer). கோயில் திருவிழாவின் போது வருடாவருடம் நாங்கள் தண்ணீர்ப்பந்தல் போடுவோம்.

தண்ணீர்ப் பாடம் பெ. *(இலங்.)* **கரதலைப் பாடம்;** knowing (sth.) inside out. சிறுவனுக்குத் திருவாசகம் முழுவதும் தண்ணீர்ப் பாடம்./ நாளை வரும்போது பத்துக் குறளும் தண்ணீர்ப் பாடமாக இருக்க வேண்டும் என்று ஆசிரியர் மாணவர்களிடம் கூறினார்.

தண்ணீர்ப் பாம்பு பெ. **(பொதுவாக நீர்நிலைகளில் காணப்படும்) விஷமற்ற பழுப்பு நிறப் பாம்பு;** water snake.

தண்ணீர் பட்ட பாடு பெ. *(பே.வ.)* **(ஒருவர்) மிக நன்றாக அறிந்த அல்லது சுலபமாகச் செய்யக் கூடிய ஒன்று;** child's play. குணச்சித்திர வேடமெல்லாம் அந்த நடிகைக்குத் தண்ணீர் பட்ட பாடு./ காம்போதி ராகம் அவருக்குத் தண்ணீர் பட்ட பாடு./ வருமான வரிச் சட்டம் அவருக்குத் தண்ணீர் பட்ட பாடாக இருப்பதால் இந்த வழக்கை எளிதாக வென்றுவிடுவார்.

தண்ணீர் வார்ப்பு பெ. *(இலங்.)* **பூப்புநீராட்டு விழா; சாமர்த்தியச் சடங்கு;** ceremony for the girl who has attained puberty. எங்கள் மகளுக்கு நாளை தண்ணீர் வார்ப்பு வைத்துள்ளோம்./ நானும் அம்மாவும் மாமா வீட்டுக்குத் தண்ணீர் வார்ப்புக்குப் போகிறோம்.

தண்ணீர் வார்வை பெ. *(இலங்.)* காண்க: **தண்ணீர் வார்ப்பு.**

தண்ணீர் விடு வி. *(விட, விட்டு) (பே.வ.)* **(சமைத்து) வெகு நேரம் ஆகிவிட்டதால் சோறு பதம் கெட்டுப் போதல்;** become soggy. சாதம் தண்ணீர் விட்டுபோயிற்று.

தண்ணீராகச் செலவழி வி. *(செலவழிக்க, செலவழித்து)* **(பணத்தை) கணக்குப் பார்க்காமல் தாராளமாகச் செலவுசெய்தல்;** spend (money) lavishly or liberally; spend money like water. பையன் படிப்புக்காகப் பணத்தைத் தண்ணீராகச் செலவழித்தும் அவனுக்குப் படிப்பு வரவில்லை./ அவர் இந்த வழக்கிலிருந்து தப்பிப்பதற்காகப் பணத்தைத் தண்ணீராகச் செலவழிக்கவும் தயாராக இருக்கிறார்.

தண்ணீரில்லாக் காடு பெ. *(பே.வ.)* **நீர் முதலிய அடிப்படை வசதிகள்கூட இல்லாத ஊர்;** place without amenities. *பழிவாங்குவதற்காக உன்னைத் தண்ணீரில்லாக் காட்டுக்கு மாற்றிவிட்டார்கள் போலிருக்கிறது!*

தண்மை பெ. *(உ.வ.)* **இதமான குளிர்ச்சி;** coolness. அருவி நீர் தண்மையாக இருந்தது.

தணல் பெ. **கனன்றுகொண்டிருக்கும் கங்குகள்;** live coals; embers. சர்க்கரைவள்ளிக் கிழங்கைத் தணலில் வாட்டிச் சாப்பிட்டார்கள்./ சாம்பிராணி போடக் கொஞ்சம் தணல் கொண்டு வா.

தணி[1] வி. *(தணிய, தணிந்து)* **1: (வெப்பம், பசி, கோபம் முதலியவை) குறைதல்; தாழ்தல்;** (of heat, hunger, anger, etc.,) subside; decrease. வெயில் தணிந்த பிறகு போகலாம்./ மோர் குடித்தால் தாகம் தணியும்./ ஜுரம் இன்னும் தணியவில்லை. [*(தொ.சொ.)* **அமுங்கு/ இறங்கு/ குறை/ வடி**] **2: (குரல்) அமுங்குதல்; ஒடுங்குதல்;** (of voice) be lowered. நான் வருவதைப் பார்த்ததும் அவன் குரல் தணிந்தது./ அவர்கள் இருவரும் தணிந்த குரலில் ஏதோ பேசிக்கொண்டனர். **3: (எதிர்ப்புக் காட்டாமல்) பணிதல்;** submit to s.o.; be submissive. நான் குரலை உயர்த்தியதும் அவன் தணிந்துவிட்டான்./ அவர் தான் கோபமாகப் பேசுகிறார் என்றால், நீயாவது கொஞ்சம் தணிந்து போகக் கூடாதா?/ அவன் என் அண்ணன்தான்; அதற்காக நான் ஏன் தணிந்து போக வேண்டும்?

தணி[2] வி. *(தணிக்க, தணித்து)* **1: (வெப்பம், பசி, கோபம் முதலியவற்றை) குறைத்தல்;** cause to subside or decrease. தண்ணீரைக் குடித்துப் பசியைத் தணிக்க முடியுமா?/ நகரத்தில் நிலவும் பதற்றத்தைத் தணிக்க ஏதாவது செய்துதான் ஆக வேண்டும். **2: (குரலை) தாழ்த்துதல்;** lower (one's voice). அவர்கள் குரலைத் தணித்துக்கொண்டு ஏதோ ரகசியம் பேசினார்கள். **3: (விளக்கின் சுடரை) சிறிதாக்குதல்; குறைத்தல்;** lower (a flame). விளக்கைத் தணித்துவிட்டுப் படுத்தாள்.

தணிக்கை பெ. **1: (அரசாங்கம் ஒரு குழுவின் மூலமாகத் திரைப்படம், பத்திரிகை போன்றவற்றிலிருந்து) நாகரிகமற்றது அல்லது தேச நலன்களுக்கு எதிரானது என்று சட்டம் விதித்துள்ள வரம்புகளை மீறும் வகையில் உள்ள பகுதிகளை நீக்குதல்;** censorship. இந்தியாவில் நெருக்கடிநிலை அறிவிக்கப்பட்டதும் பத்திரிகைகள் தணிக்கைக்கு உள்ளாயின./ அரசியல் காரணங்களுக்காகத் தன் படத்திற்குத் தணிக்கைச் சான்றிதழ் இன்னும் வழங்கப்படவில்லை என்று இயக்குநர் குற்றம்சாட்டினார். **2: (ஒரு நிறுவனத்தின் அல்லது அமைப்பின்) வரவுசெலவுக் கணக்குகள் ஒழுங்காகப் பராமரிக்கப்படுகின்றனவா என்று அதிகாரபூர்வமாக ஆய்வுசெய்தல்;** audit. அந்த நிறுவனத்தில் நிறைய ஊழல்கள் நடைபெற்றிருப்பது தணிக்கையின்போது தெரியவந்தது. **3: (ஒரு துறையின் அன்றாடச் செயல்பாடுகளைச் சரிபார்ப்பதற்காகச் செய்யப்படும்) ஆய்வு;** inspection. வனத்துறை அதிகாரி தணிக்கைக்காக நாளை வருகிறார்.

தணிக்கையாளர் பெ. **(ஒரு நிறுவனத்தின் அல்லது அமைப்பின்) வரவுசெலவுக் கணக்குகளை அதிகாரபூர்வமாக ஆய்வு செய்பவர்;** auditor.

தணிவு பெ. (பே.வ.) **சராசரி உயரத்திற்கும் தாழ்வாக உள்ள பகுதி;** low (in height). வேலி தணிவாக உள்ள இடத்தில் தாண்டிச்சென்றார்.

தத்தக்கா புத்தக்கா-என்று வி.அ. (பே.வ.) **எந்தவித ஒழுங்கும் இல்லாமல்;** awkwardly; without any order or method. கேட்ட கேள்விக்குப் பதில் சொல்லாமல் ஏதோ தத்தக்கா புத்தக்கா என்று உளறுகிறான்./ டிஸ்கோ டான்ஸ் என்றால் தத்தக்கா புத்தக்கா என்று ஆடுவது என்று நினைத்துவிட்டீர்களா?

தத்தம்செய் வி. (-செய்ய, -செய்து) **தன் வசம் உள்ள வற்றின் உரிமையை வேறொருவருக்கு அளித்தல்;** renounce (in favour of s.o.); give up. எல்லாவற்றையும் தத்தம் செய்துவிட்டுத் துறவியாகிவிட்டார்./ (உரு வ.) வெற்றி வாய்ப்பு கணிசமாக இருக்கும் இந்தத் தொகுதியைக் கூட்டணிக் கட்சிக்குத் தத்தம்செய்யக் கூடாது என்று எங்கள் கட்சித் தொண்டர்கள் நினைக்கிறார்கள்.

தத்தளி வி. (தத்தளிக்க, தத்தளித்து) **(ஓர் ஆபத்தான அல்லது நெருக்கடியான சூழ்நிலையில் சிக்கி அல்லது நிலைகுலைந்து) திண்டாடுதல்; அலைக்கழிதல்; தவித்தல்;** be in distress; struggle (for life). நீரில் தத்தளித்து மூழ்க இருந்தவரை மீனவர்கள் காப்பாற்றினார்கள்./ புயலில் சிக்கிக் கப்பல் தத்தளித்தது./ பூகம்பத்தினால் ஆயிரக் கணக்கானோர் வீடு இழந்து தத்தளிக்கின்றனர்./ அவர் ஏகப்பட்ட கடன்களை வாங்கி மகளுக்குக் கல்யாணம் செய்துவிட்டு இப்போது தத்தளிக்கிறார்.

தத்தி மிதித்துப் பாய்தல் பெ. (இலங்.) **(தடகளப் போட்டிகளில் ஒன்றான) ஓடிவந்து, குதித்து, முடியும் வரை தூரத்தைத் தாண்டும் விளையாட்டு;** (the athletic event) triple jump.

தத்து[1] வி. (தத்த, தத்தி) **1: (பறவைகள், சிறு பிராணிகள்) கால்களை ஊன்றியவாறு தாவுதல்;** (of certain birds, animals) hop. தத்திச் செல்லும் தவளையை விழுங்கப் பாம்பு காத்திருந்தது. **2: (குழந்தை) தட்டுத்தடுமாறி அடி எடுத்து வைத்தல்;** (of child) toddle. குழந்தை இப்போதுதான் தத்தித்தத்தி நடக்கிறது. [(தொ.சொ.) குதி/ தாவு/ பாய்]

தத்து[2] பெ. **சுவீகாரம்;** adoption (of a child). தத்துப்பிள்ளை.

தத்து[3] பெ. **கண்டம்; ஆபத்து;** grave danger. பதினாறு வயதில் உன் மகனுக்கு ஒரு தத்து உள்ளது./ யார் செய்த புண்ணியமோ அவன் பெரிய தத்திலிருந்து தப்பிவிட்டான்.

தத்துக்கிளி பெ. காண்க: **வெட்டுக்கிளி.**

தத்துக்கொடு வி. (-கொடுக்க, -கொடுத்து) **ஒருவர் தன்னுடைய குழந்தையை மற்றொருவருக்குச் சட்டபூர்வமாக அவருடைய குழந்தையாக அளித்தல்;** give one's child in adoption. வசதியில்லாததால் நான்கு பிள்ளைகளில் ஒன்றைத் தத்துக்கொடுத்துவிட்டேன்.

தத்துப்பாச்சை பெ. **நீண்டு மடங்கிய பின்னங்கால்கள் கொண்ட, தத்திச் செல்லும் ஒரு வகைப் பழுப்பு நிறப் பூச்சி;** a kind of cricket, brown in colour.

தத்துப்பித்து-என்று வி.அ. (பே.வ.) **(பேசுவதைக் குறித்து வரும்போது) அர்த்தம் இல்லாமல்; உளறும் விதத்தில்;** babblingly. அவரிடம் போய்த் தத்துப்பித்தென்று பேசிக் காரியத்தைக் கெடுத்துவிட்டான்./ தத்துப்பித்தென்று பேசிக்கொண்டிருக்காமல் ஓரமாகப் போய் உட்கார்.

தத்துப்பிள்ளை பெ. **தத்தெடுக்கப்பட்டவர்;** adopted child. என் அம்மா என் தாத்தாவுக்குத் தத்துப்பிள்ளை.

தத்துவக் கடுதாசி பெ. (இலங்.) **ஒருவரின் சொத்தை விற்கவோ வாங்கவோ மற்றொருவருக்கு அதிகாரம் அளித்து எழுதித் தரும் பத்திரம்;** power of attorney. தனது சொத்துகளைப் பராமரிக்கும்படி வெளிநாட்டில் இருக்கும் தம்பி எனக்குத் தத்துவக் கடுதாசி அனுப்பியுள்ளான்.

தத்துவஞானி பெ. **தத்துவக் கோட்பாடுகளை உருவாக்குபவர்;** philosopher.

தத்துவட்டி பெ. (இலங்.) காண்க: **தத்துவெட்டி.**

தத்துவம்[1] பெ. **1: பிரபஞ்சத்திற்கும் மனிதருக்கும் உள்ள உறவு, மனித வாழ்வின் பொருள், குறிக்கோள் ஆகியவற்றைப் பற்றிச் சிந்தனை ரீதியாக ஆராயும் துறை;** philosophy. **2: கொள்கை;** philosophy; principle. உன் அரசியல் தத்துவம்தான் என்ன?/ மார்க்சிய தத்துவ ரீதியான எழுத்து. [(தொ.சொ.) கருத்தியல்/ கொள்கை/ கோட்பாடு/ சித்தாந்தம்/ நெறிமுறை] **3: (அறிவியல் ரீதியாக) ஒன்று எவ்வாறு நிகழ்கிறது அல்லது செயல்படுகிறது என்பதை விளக்கும் அடிப்படைக் கருத்து அல்லது விதி;** principle. நெம்புகோல் தத்துவத்தின் அடிப்படையில் இந்த இயந்திரம் இயங்குகிறது.

தத்துவம்[2] பெ. (இலங்.) **அதிகாரம்; உரிமை;** power; right. நீ என்னை வெளியில் போகச் சொல்ல முடியாது, என் தகப்பன் சொத்தில் எனக்கும் தத்துவம் உண்டு./ எனக்குத் தத்துவம் வைத்துப் பிள்ளைகளுக்குக் காணியை உறுதி முடித்துள்ளேன்.

தத்துவவாதி பெ. காண்க: **தத்துவ ஞானி.**

தத்துவார்த்தம் பெ. (-ஆக, -ஆன) **தத்துவ ரீதியான தன்மை;** philosophical nature. இந்த முதுபெரும் எழுத்தாளர் தத்துவார்த்தமாக நிறைய கட்டுரைகள் எழுதியுள்ளார்./ நீங்கள் கூறும் தத்துவார்த்தமான பொருளில் அவர் இந்தக் கவிதையை எழுதவில்லை.

தத்துவெட்டி பெ. (இலங்.) **பாச்சை;** house cricket.

தத்தெடு வி. (-எடுக்க, -எடுத்து) **1: ஒருவர் மற்றொருவருடைய குழந்தையைச் சட்டபூர்வமாகத் தன்னுடைய குழந்தையாக ஏற்றுக்கொள்ளுதல்;** adopt (a child). குழந்தைப்பேறு இல்லாதவர்கள் அநாதைக் குழந்தைகளைத் தத்தெடுத்து வளர்க்கிறார்கள்./ பூகம்பத்தில் பெற்றோரை இழந்த குழந்தைகளைத் தத்தெடுக்கப் பலர் முன்வந்துள்ளனர். **2: (பேணி முன்னேற்றும் நோக்கில் ஒன்றை அல்லது ஒருவரை) பொறுப்பில் எடுத்துக்கொள்ளுதல்;** accept responsibility for maintenance and support. இந்தச் சுற்றுவட்டாரத்தில் உள்ள கிராமங்களைப் பாரத ஸ்டேட் வங்கி தத்தெடுத்துக் கொண்டுள்ளது./ சிறந்த விளையாட்டு வீரர்களைப் பெரிய வர்த்தக நிறுவனங்கள் தத்தெடுத்துக்கொள்ள வேண்டும்.

தத்ரூபம் பெ. (-ஆக, -ஆன) **(கலைகளில், தொழில்நுட்பத்தில்) இருப்பதை இருக்கும் விதத்திலேயே வெளிப்படுத்தும் தன்மை;** exact resemblance; sth. life-like or realistic. கள்ள நோட்டு என்று கண்டுபிடிப்பது சிரமம், அவ்வளவு தத்ரூபம்!/ ஒரு தாயின் மனநிலையைக் கவிஞர் தத்ரூபமாகப் படம்பிடித்துக் காட்டுகிறார்.

ததிங்கிணத்தோம் போடு வி. *(போட, போட்டு) (பே.வ.)* **திண்டாடுதல்; தவித்தல்;** suffer greatly. முப்பது வருடமாக வியாபாரம் செய்யும் நாங்களே ததிங்கிணத் தோம் போட வேண்டியிருக்கிறது. நேற்று வந்த பயல் என்ன செய்கிறான் என்று பார்ப்போம்.

ததுக்குப் பிதுக்கு-என்று வி.அ. *(இலங்.) (நடை பயி லும் குழந்தையைக் குறித்து வரும்போது)* **(உறுதியாக நிற்க முடியாமல்) தட்டுத்தடுமாறி; தள்ளாடித்தள் ளாடி;** (of a child) with short unsteady steps; in a toddling way. குழந்தை ததுக்குப் பிதுக்கென்று நடக்கத் தொடங்கிவிட்டது.

ததும்பு வி. *(ததும்ப, ததும்பி)* **1: (பாத்திரத்தில் உள்ள திரவம் அல்லது கண்களில் கண்ணீர்) வழிந்துவிடும் நிலையில் இருத்தல்;** brim. தன் தந்தை பட்ட துன்பங் களைச் சொன்னபோது அவன் கண்ணில் நீர் ததும்பியது. [*(தொ.சொ.)* பொங்கு/ வடி/ வழி] **2: (ஒருவருடைய பேச்சு, பார்வை ஆகியவற்றில் குறிப்பிட்ட ஓர் உணர்ச்சி) மிகுந்து வெளிப்படுதல்;** be filled with; brim over with. அன்பு ததும்பும் பார்வை/ சோக ரசம் ததும்பும் பாடல்.

தந்தம் பெ. **(பெரும்பாலும் ஆண் யானையின் வாயின் இரு ஓரங்களிலிருந்து) வெண்மையும் வெளிர் மஞ் சளும் கலந்த நிறத்தில் கொம்பு போன்ற வடிவில் வெளியே நீண்டிருக்கும் பல்;** tusk; ivory. யானையின் ஒரு தந்தம் ஒடிந்திருந்தது./ தந்தச் சிலை. *(பார்க்க, படம்:* ***யானை****)*

தந்தம் வை வி. *(வைக்க, வைத்து) (இலங்.)* **(ஒருவரின் தாடையின் கீழ்) சதைப் பகுதி பெருத்தல்;** have a double chin. என்ன, அதற்குள் உனக்குத் தந்தம் வைத்துவிட்டது!

தந்தமிறங்கு வி. *(-இறங்க, -இறங்கி) (இலங்.)* **(ஒருவ ருடைய தாடையின் கீழ்ப்பகுதி) சதைப்பற்றோடு இருத்தல்;** have a double chin. என்ன, அதற்குள் உனக்குத் தந்தமிறங்கிவிட்டதே!

தந்தமை பெ.அ. **தந்தைவழிச் சமுதாய அமைப்பைச் சேர்ந்த;** patriarchal. நிலப்பிரபுத்துவ, ஆணாதிக்க, தந் தமைக் கண்ணோட்டத்தை எதிர்ப்பதாகச் சொல்லிக் கொண்டிருக்கும் சில அரசியல் கட்சிகள், அரசு கொண்டு வரும் மகளிர் மசோதாவை எதிர்க்கின்றன.

தந்தா (dh-) பெ. *(திருநர் வ.)* **பாலியல் உறவு;** sexual intercourse.

தந்தி[1] பெ. **(வீணை, வயலின் முதலிய இசைக் கருவி களில்) நாதத்தை எழுப்புவதற்காக நீளவாக்கில் கட் டப்பட்டிருக்கும் வலுவான மெல்லிய கம்பி;** string (of musical instruments). வீணையின் தந்தி அறுந்துவிட்டது./ தந்தி வாத்தியங்கள்.

தந்தி[2] பெ. **(அஞ்சல் அலுவலகத்தால் சேவையாக முன்பு வழங்கிய) ஒரு இடத்திலிருந்து மற்றொரு இடத்திற்கு மின் அலைகளாக மாற்றி மிக விரைவாக அனுப்பப் படும் செய்தி;** telegram. உடனே புறப்பட்டு வருமாறு ஊரிலிருந்து தந்தி வந்தது./ வாழ்த்துத் தந்தி கிடைத்தது.

647 தந்தைவழி

தந்திக்கம்பி பெ. **தந்திக்கான அல்லது தொலைபேசிக் கான மின் அலைகளைத் தாங்கிச் செல்லும் கம்பி;** overhead wires (for telecommunication).

தந்திகொடு வி. *(-கொடுக்க, -கொடுத்து)* காண்க: ***தந்தி யடி, 1, 2.***

தந்தியடி வி. *(-அடிக்க, -அடித்து)* **1: (முன்பு வழக்கில் இருந்த) செய்தி விரைவாகக் குறிப்பிட்ட முகவரிக்குப் போவதற்காக இயந்திரப் பொறியில் குறியீட்டு முறை யில் செய்தியை விரல்களால் கடகடவென்று தட்டி அனுப்புதல்;** telegraph. **2: (ஒரு இடத்திலிருந்து மற் றொரு இடத்திற்கு விரைவாக) தந்தி வழியாகச் செய்தி அனுப்புதல்;** send a telegram; wire. அப்பாவின் உடல்நிலை மோசமாகிவிட்டது என்று தம்பி தந்தியடித்திருக்கிறான். **3: (ஒருவரின் பற்கள், உதடுகள், கை, கால் ஆகியவை பயத்தால் அல்லது குளிரால்) கடகடவென்று ஆடுதல்; நடுங்குதல்;** (of lips, hands and legs) tremble (with fear); (of teeth) chatter. காவல் நிலையத்திற்கு வரச்சொன்னார்கள் என்று கேட்டதுமே அவனுக்குக் கைகால்கள் தந்தியடிக்க ஆரம்பித்துவிட்டன./ குளிரில் பற்கள் தந்தியடித்தன.

தந்திரம்[1] பெ. **1:** *(-ஆக, -ஆன)* **(ஒருவரை ஏமாற்ற அல் லது ஒரு காரியத்தைச் சாதிக்கக் கையாளும்) சாமர்த் தியமான வழிமுறை;** guile; cunning. வருமான வரி கட் டாமல் ஏய்ப்பதற்கு நஷ்டம் காட்டுவது ஒரு தந்திரம்./ ஒரு தந்திரம் பண்ணி அவனிடமிருந்து பணத்தைக் கறந்து விட்டேன்./ அவனுடைய தந்திரமான பேச்சில் மயங்கி விடாதே. [*(தொ.சொ.)* சதி/ சூது/ சூழ்ச்சி] **2: எதிரியை வெல்கிற வகையில் திட்டத்துடன் செயல்படும் முறை;** strategy. பதுங்கியிருந்து தாக்கிவிட்டு ஓடுவது கொரில்லாப் போர்த் தந்திரம். [*(தொ.சொ.)* ***உத்தி/ உபாயம்/ யுக்தி/ வழி***]

தந்திரம்[2] பெ. *(தத்.)* **மனிதனிடம் பொதிந்துள்ள சக்தி யைப் புறப்பொருள்களிலிருந்து விடுவித்து உள்முகப் படுத்துவது மூலம் தீவிரப்படுத்தும் முறை;** the tantra school (of Indian philosophy).

தந்திரோபாயம் பெ. *(இலங்.)* **(திட்டமிட்டு உருவாக் கும்) திறமையான வழிமுறை; உத்தி;** strategy. அரசியல் தந்திரோபாயங்களை நுட்பமாகச் செய்வதில் அவர் வல்ல வர்./ பொருள்களை விற்பதற்குத் திறமையான தந்தி ரோபாயங்கள் வேண்டும்.

தந்துகி பெ. **மிக நுண்ணிய இரத்தக் குழாய்;** capillary.

தந்தை பெ. **1:** *(உறவுமுறையைக் குறிக்கும்போது)* **அப்பா; தகப்பன்;** father. **2: ஒரு நாடு, கலை முதலி யவை தோன்றக் காரணகர்த்தாவாகக் கருதப்படும் ஒருவரைச் சிறப்பிக்கப் பயன்படும் சொல்;** a term of respect for the first leader of a nation or originator of a movement. இந்தியாவின் தேசத் தந்தை காந்தியடிகள்/ நவீனக் கவிதையின் தந்தை/ இந்திய சினிமாவின் தந்தை. **3:** *(கிறித்.)* **இறைவன்;** god.

தந்தைவழி பெ.அ. **(ஒருவருடைய) தந்தையின் உறவின ராக அமையும்;** patrilineal. தந்தைவழிப் பாட்டி/ தந்தை வழித் தாத்தா.

தந்தைவழிச் சமுதாயம் பெ. *குடும்பத் தலைமையும் சொத்துடைமையும் ஆண் வாரிசுகளின் வசம் இருக்கும் சமுதாய அமைப்பு;* patriarchal society.

தந்தைவழிச் சமூகம் பெ. காண்க: *தந்தைவழிச் சமுதாயம்.*

தப்பட்டை பெ. *தோளில் மாட்டிக்கொண்டு குச்சியால் அடித்து ஒலி எழுப்பும், வட்டமான ஒரு வகைத் தோல் கருவி;* small (one headed) drum hung from the shoulder and tapped with a pair of small sticks. சாவு நிகழ்ந்த வீட்டிலிருந்து தப்பட்டை அடிக்கும் சத்தம் கேட்டது./ தாரை, தப்பட்டை முழங்கியதும் தேர் நகரத் தொடங்கியது.

தப்படி பெ. (ஊரக வ.) *காலை அகட்டி எடுத்து வைக்கும் அடி;* distance between the two feet when stretched to full length from each other.

தப்பாட்டம் பெ. *தப்பட்டையை அடித்துக்கொண்டே அதன் தாளத்திற்கு ஏற்ப நடனம் ஆடும் ஒரு வகை நாட்டுப்புறக் கலை;* playing தப்பட்டை and dancing to its beat.

தப்பாமல் வி.அ. (பே.வ.) *தவறாமல்;* without fail. செய்த குற்றத்திற்குத் தப்பாமல் அவன் தண்டனை பெறுவான்.

தப்பி வி. (தப்பிக்க, தப்பித்து) காண்க: *தப்பு*[1], *1, 2.*

தப்பித்தவறி வி.அ. **1:** *கவனக்குறைவாக; மறந்துபோயும்;* by accident; by chance. அவள் தப்பித்தவறிக் கூடத் தன் கடந்தகாலத்தைப் பற்றிப் பேசுவதில்லை. **2:** *தற்செயலாக;* by chance. தப்பித்தவறி அவரை எங்காவது சந்தித்தால் என்ன பதில் சொல்வது?

தப்பிதம் பெ. (-ஆக, -ஆன) (பே.வ.) *தவறு; தப்பு; குற்றம்;* mistake. அவர் அப்படிச் சொன்னதில் என்ன தப்பிதம்?

தப்பிப்பிழை வி. (-பிழைக்க, -பிழைத்து) *(ஏற்கனவே மோசமாக இருக்கும் நிலைமை மேலும் மோசமாவதற்குள்) மீண்டுவிடுதல்; தப்பித்தல்;* survive (loss, destruction, etc.,); escape (sth.). கொள்ளையர்களிடமிருந்து தப்பிப் பிழைத்தது அவன் செய்த புண்ணியம்./ இந்த முறையாவது மழை பெய்தால்தான் விவசாயம் ஏதோ தப்பிப் பிழைக்க முடியும்./ விபத்தில் அவர் தப்பிப்பிழைத்தது பெரிய அதிசயம் என்றுதான் சொல்ல வேண்டும்.

தப்பிப் பிற வி. (பிறக்க, பிறந்து) *சூழ்நிலையின் இயல்பை மீறியவகையில் ஒருவர் அமைந்திருத்தல்;* be the odd man out. கல்வியறிவே இல்லாதிருந்த ஒரு சமூகத்தில் தப்பிப் பிறந்தவர் போல் இந்த விஞ்ஞானி பிறந்தார்.

தப்பு[1] வி. (தப்ப, தப்பி) **1:** *(அடைத்து வைக்கப்பட்ட நிலையிலிருந்து அல்லது பிடிபட்ட நிலையிலிருந்து) விடுபட்டு நீங்குதல் அல்லது வெளியேறுதல்;* escape. வங்கியைக் கொள்ளையடித்துவிட்டுத் தப்ப முயன்ற கொள்ளையரைப் பொதுமக்கள் பிடித்தனர்./ மிருகக் காட்சிசாலையிலிருந்து சிங்கம் தப்பிவிட்டது./ சிறையிலிருந்து தப்பிய கைதியைக் காவல்துறையினர் தேடி வருகின்றனர். **2:** *(தண்டனை அல்லது சட்டம் போன்றவற்றுக்கு) உட்படாத நிலையை அடைதல்;* escape. குற்றத்தை ஒப்புக்கொண்டால் கடும் தண்டனையிலிருந்து தப்ப வாய்ப்பிருக்கிறது./ சட்டத்திலிருந்து தப்பிக்க ஆயிரம் ஓட்டைகள் இருக்கிறது என்று பேசுவது சரியல்ல. **3:** *(தாக்குதல், விபத்து போன்றவற்றால்) பாதிப்பு அடையாமல் போதல்;* escape (from being hit). தலையைக் குனிந்து, பாய்ந்து வந்த குண்டிலிருந்து தப்பினார்கள்./ விபத்தில் காயம் அதிகம் இல்லாமல் தப்பினார். **4:** *(திசை, குறி முதலியன) மாறுதல்; விலகிப்போதல்;* lose (one's way, direction); miss a target. திசை தப்பி வந்துவிட்டோமோ என்ற சந்தேகம் அவனுக்கு எழுந்தது./ வைத்த குறி தப்பவில்லை. **5:** *(பார்வை, கவனம் முதலியவற்றில்) அகப்படாமல் போதல்;* escape attention. ஒரு சிறு தவறு கூட அவர் கண்ணிலிருந்து தப்பாது.

தப்பு[2] வி. (தப்ப, தப்பி) (பே.வ.) **1:** *(துணியைக் கல்லில்) அடித்தல்;* beat (a cloth on a slab of stone by way of washing). துணியை இன்னும் நன்றாகத் தப்பித் துவை. **2:** *(ஆளை) புடைத்தல்;* thrash (a person). திருடனைப் பிடித்துத் தப்பிவிட்டார்கள்.

தப்பு[3] பெ. (-ஆக, -ஆன) **1:** *முறையானது, சரியானது என்று பொதுவாக ஏற்றுக்கொள்ளப்பட்டதற்கு மாறான செயல்; தவறு;* wrongdoing; error; mistake. நீ தம்பியை அடித்தது தப்பு./ தொகையை எழுதாமல் ரசீதில் கையெழுத்து வாங்குவது தப்பான காரியம். [(தொ.சொ.) *குற்றம்/ குறை/ கோளாறு/ தவறு/ பிழை*] **2:** *சரியல்லாத முடிவு; தவறு;* wrong decision; error of judgement. தொலைக்காட்சிப் பெட்டி வாங்கியது தப்பாகப் போய்விட்டது. குழந்தைகள் படிப்பு கெடுகிறது./ குடை எடுக்காமல் வந்தது தப்பு. **3:** *(கணக்கில், எழுத்தில், அச்சில்) பிழை; தவறு;* error (in calculation, writing, printing); mistake. கணக்கைத் தப்பாகப் போட்டுவிட்டேன்./ யாரோ கற்றுக்குட்டி எழுதியதுபோல் கட்டுரையில் ஏகப்பட்ட தப்பு. **4:** *உண்மை நிலைக்கு மாறானது; தவறு;* wrong or mistaken (notion, opinion, etc.,). நான் சொன்னதைத் தப்பாக எடுத்துக்கொள்ளாதே!/ என்னைப் பற்றி நீ தப்பான அபிப்பிராயம் வைத்திருக்கிறாய்.

தப்பு[4] பெ. *தப்பட்டை;* small (one-headed) drum hung from the shoulder and tapped with a pair of small sticks.

தப்புக் கணக்கு பெ. *உண்மையான நிலைக்கு மாறாக மதிப்பிடுதல்;* miscalculation; wrong assessment. உங்கள் கட்சிக்கு அமோக வெற்றி கிடைக்கும் என்பது தப்புக் கணக்கு./ அவனைப் பற்றித் தப்புக் கணக்குப் போடுகிறாய்.

தப்புத்தண்டா பெ. (பே.வ.) *முறையற்ற காரியம்; வம்பு தும்பு;* wrong behaviour; wrongdoing. எந்த ஒரு தப்புத் தண்டாவுக்கும் போகாமல் அமைதியாக வாழ்ந்துகொண்டிருந்தார்.

தப்பும்தவறுமாக வி.அ. (பே.வ.) *அதிகத் தவறுகளுடன்;* in a faulty way. அவசரத்தில் எல்லாவற்றையுமே தப்பும்தவறுமாகச் செய்துவிட்டுப் போய்விட்டான்.

தப்பை பெ. (வ.வ.) *குறுக்காக வெட்டப்பட்ட மூங்கில் குச்சி; பிளாச்சு;* bamboo split.

தப்ரீத் பெ. (இஸ்.) *ரொட்டியுடன் ஆட்டு இறைச்சி கலந்து தயாரிக்கப்படும் உணவு வகை;* a kind of dish prepared by mixing mutton and unleavened bread.

தபசில் பெ. (சட்டம்) *ஒரு வழக்கிலோ கிரயப் பத்திரத்திலோ சேர்க்கப்பட்டிருக்கும் சொத்துகளின் அட்டவணை;* schedule (of property in a suit or sale deed).

தபசு பெ. (அ.வ.) *(கடவுளை நோக்கி) மனத்தை நிலைப்படுத்திச் செய்யும் தியானம்; தவம்;* (religious) austerities; penance.

தபஸ் பெ. காண்க: தபசு.

தபால் பெ. அஞ்சல்; post; mail. கடிதத்தைத் தபாலில் சேர்த்துவிடு./ ஊருக்குப் போனதும் மறக்காமல் தபால் போடு./ 'தபால் வந்துவிட்டதா?' என்று கேட்டார்.

தபால் அட்டை பெ. அஞ்சல் அட்டை; post card.

தபால்காரர் பெ. (கடிதம், பணவிடை முதலியவற்றை) முகவரியில் குறிப்பிட்டுள்ளவரிடம் சேர்ப்பிக்கும் பணியைச் செய்யும் அஞ்சல் நிலைய ஊழியர்; postman or postwoman. எங்கள் பகுதிக்குக் கடிதங்களைக் கொண்டு வரும் தபால்காரரின் பெயர் அஞ்சலை.

தபால் தலை பெ. அஞ்சல் தலை; (postage) stamp.

தபால் பெட்டி பெ. 1: (அஞ்சல் நிலையத்தாரால் பொது இடங்களில் வைக்கப்பட்டிருக்கும்) பொது மக்கள் கடிதத்தைப் போடுவதற்கு வசதியாக சிறு திறப்பை உடைய (பொதுவாகச் சிவப்பு வண்ணம் பூசப்பட்ட) பெட்டி; post box. 2: ஒருவருக்கு அல்லது ஒரு நிறுவனத்துக்கு வரும் கடிதங்களுக்கு என அஞ்ச லகத்தில் ஒதுக்கப்பட்டிருக்கும், எண்ணுடன் கூடிய சிறு பெட்டி; post office box (allotted to individuals or institutions in the post office).

தபாலதிபர் பெ. (இலங்.) அஞ்சல் நிலைய அதிகாரி; postmaster.

தபாற்கட்டளை பெ. (இலங்.) அஞ்சல் ஆணை; postal order.

தபேலா பெ. (இசை) (விரல்களாலும் உள்ளங்கை களாலும் தட்டி வாசிக்கப்படும்) அரைக் கோள வடிவத்தில் ஒன்று பெரியதாகவும் இன்னொன்று சற்று சிறியதாக வும் அமைந்த தாளக் கருவி; tabla.

தம்[1] பி.பெ. 'தாம்' என்பது வேற்றுமை உருபு ஏற் பதற்குத் திரியும் வடிவம்; the oblique form of the third person pronoun தாம்.

தம்[2] இ.சொ. (உ.வ.) சுட்டுப்பெயருடன் இணைந்து ஆறாம் வேற்றுமைப் பொருளில் வரும் இடைச்சொல்; particle expressing genitive when combining with pronouns. அவர்தம் பெருமை அளவிடற்கரியது.

தம்பட்டம் பெ. (கிராமப்புறங்களில் செய்தி அறிவிக் கும் பொருட்டு அடிக்கப்படும்) அகன்ற தட்டு வடிவத் தோல் கருவி; தப்பு; தப்பட்டை; large, round tom-tom.

தம்பட்டமடி வி. (-அடிக்க, -அடித்து) (ஒரு செய்தி யைப் பலர் அறியும்படி) பரப்புதல்/ (ஒன்றை) தற் பெருமையுடன் கூறுதல்; spread (the news) boastfully; announce publicly. நாம் வீடு வாங்கியிருக்கும் விஷயத்தை ஊர் முழுக்கத் தம்பட்டமடிக்காதே.

தம்பதி பெ. திருமணம் செய்துகொண்ட ஓர் ஆணும் பெண்ணும்; கணவனும் மனைவியும்; married couple. தாலி கட்டியதும் தம்பதியை ஊஞ்சலில் உட்கார வைத் தார்கள்./ அவருடைய பிறந்தநாளை முன்னிட்டு ஐம்பது தம்பதிகளுக்கு வேட்டி, சேலை கொடுக்கப்பட்டது.

தம்பலப்பூச்சி பெ. மிருதுவான மேற்பகுதியோடு சிவப்பு நிறத்தில் காணப்படும் ஒரு வகைச் சிறிய பூச்சி; cochineal insect. மழைக் காலமென்றால் தம்பலப்பூச்சிக ளெல்லாம் வந்துவிடும்.

தம்பி பெ. 1: உடன்பிறந்தவர்களில் அல்லது உறவு முறையிலான சகோதரர்களில் தனக்கு இளையவன்; இளைய சகோதரன்; younger brother. இவன் என் சொந் தத் தம்பி./ அவர் தன் ஒன்றுவிட்ட தம்பி மகளைத் தத் தெடுத்துக் கொண்டார். 2: தன்னைவிட வயதில் குறைந்த வனை அழைக்கும் சொல்; informal form of addressing a younger man. தம்பி! இந்த ஊரில் பள்ளிக்கூடம் எங்கு இருக்கிறது?/ இந்தத் தம்பிதான் என்னை உன் வீட்டுக்கு அழைத்து வந்தது.

தம்பிடி பெ. (தற்போது வழக்கில் இல்லாத) மிகக் குறைந்த மதிப்புடைய (ஒரு ரூபாயின் 192 பங்குகளில் ஒன்றான) நாணயம்; (formerly) a coin and monetary unit worth 1/192 of a rupee. என்னிடம் தம்பிடிகூடக் கிடையாது./ நூறு ரூபாய்க்கு ஒரு தம்பிடி குறைந்தாலும் நான் வாங்க மாட்டேன்.

தம்பிரான் பெ. 1: சைவ மத குரு ஒருவரால் ஏற்படுத் தப்பட்ட மடத்தில் இருந்து சமயப் பணியும் நிர்வாகப் பணியும் செய்யும் துறவி; Saivite monk in the institution founded by a guru, performing religious and administrative duties; head of a Saivaite mutt. 2: (சில தொடர்களில் மட்டும்) கடவுள்; (in certain combinations) god. அவன் உயிர் தப்பி வந்ததே தம்பிரான் புண்ணியம்.

தம்பூரா பெ. (இசை) (செங்குத்தாக நிறுத்தி விரல்களால் மீட்டிச் சுருதி சேர்ப்பதற்கான) குடம் போன்ற அடிப் பகுதியும் நீண்ட கழுத்தும் உடைய ஒரு வகைத் தந்தி வாத்தியம்; a four-stringed instrument for maintaining the basic note, held vertically while playing.

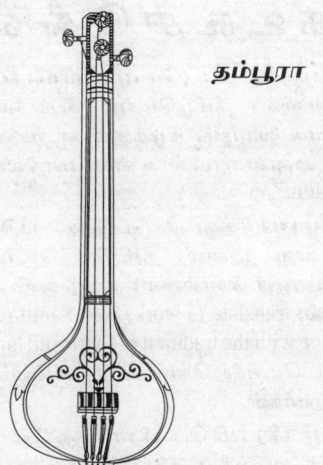

தம்பூரா

தம்ளர் பெ. (தண்ணீர் முதலியன குடிக்கப் பயன்படுத் தும்) விளிம்பு உள்ள சிறிய குவளை; drinking vessel; glass; tumbler.

தம்ளர்

தமக்கை பெ. *(உ.வ.)* அக்கா; elder sister.

தமத்திரித்துவம் பெ. *(கிறித்.)* காண்க: **திரித்துவம்.**

தமனி பெ. **இருதயத்திலிருந்து உடலின் பல பாகங்களுக்கும் இரத்தம் செல்வதற்கான குழாய்;** artery.

தமாஷ் பெ. **1:** *(-ஆக, -ஆன)* **சிரிப்பை வர வழைக்கும் செயல் அல்லது பேச்சு; நகைச்சுவை;** humour; joke. *அவன் எப்போதும் தமாஷாகப் பேசிக்கொண்டிருப்பான்./ அவர் தமாஷ் செய்கிறார், புரியவில்லையா?* **2: சிரிப்பூட்டக் கூடிய விதத்தில் சுவாரசியமாக நிகழ்வது; வேடிக்கை;** fun; amusement. *தமாஷ் பார்க்க வந்ததைப் போலக் கூட்டம் அவனைச் சுற்றி நின்றது.* **3:** *(-ஆன)* **விளையாட்டான போக்கு;** playfulness. *பழகுவதைப் பார்த்துத் தமாஷான ஆள் என்று நினைத்து ஏமாந்துவிடாதே.*

தமாஷா வரி பெ. *(அ.வ.)* **கேளிக்கை வரி;** entertainment tax.

தமிழ் பெ. **தமிழ்நாட்டில் பெரும்பான்மையினராலும் இலங்கை, மலேசியா, சிங்கப்பூர் முதலிய நாடுகளில் சிறுபான்மையினராலும் பேசப்படுகிற, திராவிட மொழிக் குடும்பத்தைச் சேர்ந்த தொன்மையான மொழி;** Tamil (language).

தமிழ் எண் பெ. **தமிழ் மொழியில் எண்களைக் குறிக்கும் 'க', 'கூ', 'ங' போன்ற குறியீடுகள்;** Tamil numeral. *தமிழ் எண் 'க' என்பது 1 என்ற அரபி எண்ணைக் குறிக்கும்.*

தமிழ் எண்

௧ ௨ ௩ ௪ ௫ ௬ ௭ ௮ ௯ ௰

தமிழ்நாடு பெ. **(மொழிவாரியாகப் பிரிக்கப்பட்ட இந்தியாவில்) தமிழ்மொழி பேசுவோர் பெரும்பான்மையாக வாழும், கிழக்குக் கடற்கரையை ஒட்டித் தென் முனைவரையில் உள்ள மாநிலம்;** the state of Tamil Nadu.

தமிழ்ப்படுத்து வி. *(-படுத்த, -படுத்தி)* **(பிற மொழியில் உள்ள நூலை) தமிழில் மொழி பெயர்த்தல்/(பிற மொழிச் சொல்லை) தமிழ் ஒலிப்பு முறையில் அமைத்தல்;** translate (a work) into Tamil/render a word in accordance with the tradition of the Tamil language. *'வாக்யம்' என்ற வடமொழிச் சொல்லை 'வாக்கியம்' என்று தமிழ்ப்படுத்துகிறார்கள்.*

தமிழ் பிராமி பெ. **பிராகிருத மொழிகளுக்கான மௌரியர் காலத்து பிராமி எழுத்துகளில் பல மாற்றங்களைத் தமிழ் மொழிக்கு ஏற்பச் செய்து உருவாக்கப்பட்ட (கி.மு. 3ஆம் நூற்றாண்டுவாக்கில் வழக்கில் இருந்த) தமிழ் எழுத்து முறை;** the Tamil script which was prevalent around the third century B.C.

தமிழ் பிராமி

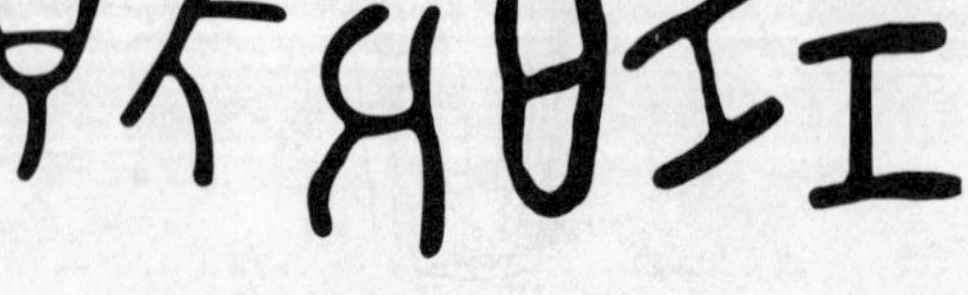

தமிழ் மாதம் பெ. **ஒரு தமிழ் வருடத்தில் சித்திரைமுதல் பங்குனிவரையிலான பன்னிரண்டு மாதங்களில் ஏதாவது ஒன்று;** any of the twelve months from சித்திரை to பங்குனி in a தமிழ் வருடம்.

தமிழ் வருடம் பெ. **1: அறுபது ஆண்டுகள் கொண்ட சுழற்சியில் ஏதாவது ஓர் ஆண்டு;** any year in the cycle of sixty years. *நடந்துகொண்டிருப்பது விகாரி ஆண்டு.* **2: தமிழ் மாதம் சித்திரைமுதல் பங்குனிவரையிலான பன்னிரண்டு மாதங்கள் கொண்ட கால அளவு;** twelve months from சித்திரை to பங்குனி. *தமிழ் வருடம் சித்திரை மாதம் முதல் நாளில் பிறக்கிறது.*

தமிழகம் பெ. **தமிழ்நாடு;** state of Tamil Nadu. *தகவல் தொழில்நுட்பத் துறையில் தமிழகம் வெகு வேகமாக முன்னேறிவருகிறது./ தென் தமிழகம்.*

தமிழன் பெ. **தமிழைத் தாய்மொழியாகவோ பண்பாட்டு-பயன்பாட்டு மொழியாகவோ கொண்டவர்; தமிழ் மூதாதையர் வழி வந்தவர்;** one whose mother tongue is Tamil or one who uses Tamil for socio-cultural activities; one whose forefathers were Tamils. *பிஜி தமிழர்கள்.*

தமிழாக்கம் பெ. **தமிழ் மொழிபெயர்ப்பு/(பிற மொழிச் சொல்லை) தமிழ் ஒலிப்படுத்திய முறை;** Tamil translation/rendering a word in accordance with the tradition of the Tamil language.

தமிழிசை பெ. *(இசை)* **தென்னிந்திய மரபில் கையாளப்படும் தமிழ்மொழிப் பாடல்களைக் கொண்ட இசை;** music in the south Indian tradition using compositions in Tamil.

தமிழியல் பெ. **தமிழ் மொழி, பண்பாடு, அறிவியல் துறைகள் முதலியன பற்றி மேற்கொள்ளப்படும் ஆய்வு;** study related to Tamil language, people and culture; Tamilology.

தமுக்கடி வி. *(-அடிக்க, -அடித்து)* **(ஒரு செய்தியை) பலர் அறிய அறிவித்தல்;** proclaim by beat of drum. *நாளை மாலை கோயில் மைதானத்தில் கிராமப் பஞ்சாயத்து நடக்கும் என்று தமுக்கடித்துவிட்டுப் போனார்கள்.*

தமுக்கு பெ. **(கிராமப்புறங்களில் மக்களுக்குச் செய்தியை அறிவிக்கப் பயன்படுத்தும்) மேல்புறத்தில் தோல் இழுத்துக் கட்டப்பட்ட, இடுப்பில் தொங்கவிட்டுக்கொண்டு சிறு கோலால் அடித்து ஒலி எழுப்பும் ஒரு வகைப் பறை;** small drum (as used by a public crier).

தமுக்குப்போடு வி. *(-போட, -போட்டு)* காண்க: **தமுக்கடி.**

தமையன் பெ. *(உ.வ.)* **அண்ணன்;** elder brother.

தயக்கம் பெ. **1: (ஒரு செயலை இயல்பாக அல்லது உடனடியாகச் செய்ய முடியாமல் ஏற்படும்) தடுமாற்றம்;** hesitation. *உண்மையை எப்படிச் சொல்வது என்ற தயக்கம் அவன் கண்களில் தெரிந்தது./ அவன் என்னிடம் தயக்கத்துடன்தான் பேசினான்./ இந்த விஷயத்தை அம்மாவிடம் சொல்ல எனக்குத் தயக்கமாக இருக்கிறது.* **2: தாமதம்;** delay. *பிரச்சினையைத் தீர்ப்பதில் நிர்வாகம் ஏன் தயக்கம் காட்டுகிறது என்று தெரியவில்லை.*

தயங்கு வி. *(தயங்க, தயங்கி)* **1: (செயல்பட அல்லது முடிவெடுக்க முடியாமல்) தடுமாறுதல்; குழம்புதல்;** hesitate.

651 தர்க்கம்செய்

விஷயத்தை மேலதிகாரியிடம் சொல்வதா வேண்டாமா என்று நீ தயங்குவது தெரிகிறது./ மிகவும் தயங்கிப் பணம் வேண்டும் என்று கேட்டார். **2: (குறிப்பிட்ட ஒரு செயலைச் செய்ய) தாமதித்தல்;** delay; procrastinate. தொழிலாளர்களுடன் பேச்சுவார்த்தை நடத்த நிர்வாகம் தயங்கக்கூடாது./ ஒரு முடிவெடுத்த பின் தயங்குவது என் பது அவரிடம் கிடையாது.

தயவாக வி.அ. **மிகவும் வேண்டி; மன்றாடி;** earnestly. எவ்வளவோ தயவாகக் கேட்டும் அவர் சரியான பதில் சொல்லவில்லை.

தயவு பெ. (-ஆக, -ஆன) **(பிறர்) தாராள மனப்பான்மை யோடு நடப்பதால் (தனக்கு) கிடைக்கும் ஆதரவு; (பிறர்) விரும்பிச் செய்யும் உதவி;** favour (that one wins or receives). உங்களுடைய தயவினால்தான் இன்று ஒரு நல்ல நிலையில் இருக்கிறேன்./ யாருடைய தயவும் இல்லாமல் என்னால் வாழ முடியும்.

தயவுசெய்து வி.அ. **(பேச்சில், எழுத்தில் ஒன்றைச் செய்யுமாறு வேண்டும்போது) பணிவையும் மரியா தையையும் வெளிப்படுத்தப் பயன்படுத்தும் சொல்;** please; kindly. தயவுசெய்து அமைதியாக இருங்கள்./ தயவு செய்து சந்தாத் தொகையை அனுப்பிவையுங்கள்.

தயவுதாட்சண்யம் பெ. (பெரும்பாலும் எதிர்மறை வினை வடிவங்களுடன் இணைந்து) **ஈவிரக்கம்;** pity or consideration. தயவுதாட்சண்யம் இல்லாமல் பேசிவிட் டார்./ தவறு செய்தவர்கள் யாராக இருந்தாலும் தயவு தாட்சண்யம் பார்க்காமல் நடவடிக்கை எடுக்கப்படும்.

தயார் பெ. (-ஆக, -ஆன) **(ஒருவர்) மன அளவில் அல் லது செயல் அளவில் உடனடியாக ஒன்றைச் செய்யத் தகுந்தவாறு இருக்கும் நிலை/(ஒன்று) உடனடியாகப் பயன்படுத்தக்கூடிய அளவில் இருக்கிற நிலை;** preparedness/readiness. சண்டையை மறந்து சமாதானமாகப் போக நான் தயார்./ வெளியே கிளம்பத் தயாராகிவிட் டான்./ மெழுகுவர்த்தியைத் தயாராக வை. எந்த நேரத் திலும் மின்சாரம் போய்விடலாம்./ எல்லைப் பிரச்சினை யைச் சமாளிக்க ராணுவம் தயாரான நிலையில் உள்ளது என்று பிரதமர் அறிவித்தார்.

தயாரி வி. (தயாரிக்க, தயாரித்து) **1: (பயன்படுத்துவதற்கு ஏற்ற வகையில்) உற்பத்தி செய்தல்; உருவாக்குதல்;** produce; manufacture (goods, articles). வாகனங்களுக்கான உதிரிப் பாகங்களைத் தயாரிக்கும் தொழிற்சாலை/ காற் றாலைகளைக்கொண்டு மின்சாரம் தயாரிக்கலாம்./ எங்கள் நிறுவனம் பல வகையான கைவினைப் பொருள்களைத் தயாரித்து ஏற்றுமதி செய்கிறது. **2: (உணவு) சமைத்தல்/ (காப்பி முதலியவை) போடுதல்;** cook (food)/make (coffee, etc.,). பல வித உணவுகள் நொடியில் தயாரிக்கப்பட்டு விட்டன./ காப்பி தயாரித்துவிட்டேன். **3: (கட்டுரை, திட்டம் போன்றவற்றை) எழுதி அல்லது வரைந்து உருவாக்குதல்;** write (a letter, etc.,); prepare (documents, etc.,); draw up (a plan, etc.,). ஒரு கட்டுரை தயாரித்துக் கொண்டிருக்கிறேன்./ தயாரிக்கப்பட்ட வரவுசெலவுத் திட் டம் நாளை நாடாளுமன்றத்தில் சமர்ப்பிக்கப்படும்./ புதிய கட்டடத்திற்கான வரைபடத்தை நீங்கள் தயாரித்துத் தர முடியுமா? **4: (திரைப்படம், நாடகம் போன்றவற்றை உருவாக்கும்) நிர்வாகப் பொறுப்பை அல்லது நிதிச் செலவை ஏற்றுக்கொள்ளுதல்;** produce (a film, play, etc.,). அவர் தயாரித்த திரைப்படங்களில் பெரும்பாலா னவை வெற்றி பெற்றன./ இந்த நாடகத்தைத் தொலைக் காட்சிக்காகத் தயாரிக்கத் திட்டம் இருக்கிறது.

தயாரிப்பாளர் பெ. **1: (பொருள்களை) தயாரிப்பவர்; உற்பத்திசெய்பவர்;** manufacturer; producer (of goods). உலகப் புகழ்பெற்ற கடிகாரத் தயாரிப்பாளர்/ ஏற்றுமதிப் பொருள் தயாரிப்பாளர்களுக்கு வழங்கப்பட்டு வந்த சலுகைகள் தொடரும் என்று மத்திய அரசு அறிவித்துள் ளது./ எண்ணெய் விலையை இரண்டு ரூபாய் குறைக்கத் தயாரிப்பாளர்கள் முன்வந்துள்ளனர். **2: (திரைப்படம், நாடகம் போன்றவற்றை உருவாக்குவதில்) நிர்வாகப் பொறுப்பையும் நிதிச் செலவையும் ஏற்பவர்;** producer (of a film or play). இந்தப் படத்தினால் தயாரிப்பாளருக்குப் பெரும் நஷ்டம்./ திரைப்படத் தயாரிப்பாளர்கள் சங்கம்.

தயாரிப்பு பெ. **1: (பொருளை) தயாரித்தல்;** the act of producing or manufacturing. அத்தியாவசிய மருந்துப் பொருள் களின் தயாரிப்புச் செலவு அதிகரித்துவிட்டது. **2: தயாரிக் கப்பட்ட பொருள்;** product. எங்கள் நிறுவனத்தின் தயாரிப் புகளை நீங்கள் நம்பி வாங்கலாம். **3: (திரைப்படம், நாட கம் போன்றவற்றை) உருவாக்கும் செயல்;** production (of a film, etc.,). இந்தத் திரைப்படத்தின் தயாரிப்பில் உதவிய அனைவருக்கும் நன்றி.

தயாளம் பெ. **பெருந்தன்மையான குணம்; பரந்த மனப்பான்மை;** generosity; large heartedness. அவ ருடைய தயாளத்தைப் பாராட்டாதவர்களே இல்லை./ தயாளச் சிந்தை படைத்தவர். [(தொ.சொ.) தாராளம்/ பெரும்போக்கு]

தயிர் பெ. **பாலில் உறை மோர் ஊற்றுவதால் புளிப்புத் தன்மை அடைந்து கிடைக்கும் சற்றுக் கெட்டியான உணவுப் பொருள்;** yoghurt; curd.

தயிர்ப் பச்சடி பெ. **சில வகைக் காய்கறிகளை நறுக்கி, தயிரில் கலந்து தாளித்துத் தயாரிக்கும் தொடுகறி;** side dish prepared by mixing curd with vegetables, raw and seasoned. விருந்தில் தயிர்ப் பச்சடி முதலில் பரிமாறுவார்கள்./ வெள்ளரிக்காய்த் தயிர்ப் பச்சடி/ வெங்காயத் தயிர்ப் பச்சடி.

தயிர்வடை பெ. **தாளித்த தயிரில் ஊறவைத்த மெது வடை;** savoury made of lentils and marinated in yoghurt.

தயை பெ. **கருணை;** compassion. தயையும் சத்தியமும் நிறைந்த பண்பாளர்.

தர்க்கம் பெ. **1: விவாதம்; வாக்குவாதம்;** discussion (in the nature of an argument); dispute. காலையில் மனைவி யோடு சின்ன தர்க்கம்/ புதிய நாடக உத்தியைப் பற்றி அவர்களுக்கு இடையே தர்க்கம் நடந்தது. **2: காரணகாரிய அடிப்படையில் படிப்படியாக விவாதங்கள் அமைத்து ஒரு கூற்றை நிறுவும் முறை;** logic.

தர்க்கம்செய் வி. (-செய்ய, -செய்து) **வாதாடுதல்; வாதி டுதல்;** argue. என்னிடம் தர்க்கம்செய்யாமல், நான் சொன்ன வேலையைச் செய்து முடித்துவிட்டு வா என்று அப்பா கட் டளையிட்டார்./ சின்ன விஷயத்துக்கெல்லாம் தர்க்கம் செய்துகொண்டிருக்கக் கூடாது.

தர்கா பெ. (இஸ்.) **முஸ்லிம் மகான்கள் அடக்கம் செய்யப்பட்ட இடம்;** place where a Muslim saint is buried. *தமிழ்நாட்டில் நாகூர் தர்கா மிகவும் பிரபலமானது.*

தர்ணா பெ. (**கோரிக்கைகளை வலியுறுத்தி அலுவலகத்தின் முன் அல்லது ஒரு பொது இடத்தில்) வழி மறித்துக் கோஷங்கள் எழுப்பி நடத்தும் போராட்டம்; மறியல்;** picketing. *தண்ணீர்ப் பிரச்சினையைத் தீர்க்கக் கோரிச் சாலையில் அமர்ந்து பெண்கள் தர்ணா நடத்தினார்கள்.*

தர்ப்பணம் பெ. **இறந்தவர்களுக்குக் குறிப்பிட்ட நாளில் (சாஸ்திரப்படி) நீர் வார்த்துச் செய்யும் சடங்கு;** Vedic ritual in which libations of water are offered to ancestors.

தர்ப்பூசணி பெ. **தோல் பச்சையாகவும் சதைப் பகுதி சிவப்பாகவும் இருக்கும், இனிப்புச் சுவை கொண்ட, நீர் நிறைந்த, பூசணி போன்ற பழம்;** watermelon.

தர்ப்பை பெ. **(இந்து மதச் சடங்குகளில் பயன்படுத்தும்) புல்;** khus grass (used in Hindu rituals).

தர்பார் பெ. **அரசர் அல்லது அரசரின் பிரதிநிதி ஆலோசகர்களுடன் அமர்ந்து நிர்வாகம் நடத்தும் சபை;** royal court; royal audience; durbar.

தர்ம பெ.அ. **(சேவை வழங்கும்போது) கட்டணம் எதுவும் வசூலிக்காத; இலவசமான;** free (of cost). *தர்ம ஆஸ்பத்திரி/ கோயிலில் தர்ம தரிசனம்/ தர்ம சத்திரம்.*

தர்ம அடி பெ. (பே.வ.) **(குற்றம் செய்து பிடிபட்டவருக்கு) பாதிக்கப்பட்டவரும் சம்பந்தப்படாத பிறரும் சேர்ந்து கொடுக்கும் அடி அல்லது உதை;** beating of a culprit by all those present on the spot. *பேருந்தில் பிடிபட்ட ஜேப்படித் திருடனுக்குத் தர்ம அடி விழுந்தது.*

தர்மகர்த்தா பெ. **(கோயில் அல்லது அறக்கொடையின்) அறங்காவலர்;** trustee (of a temple or trust).

தர்மசங்கடம் பெ. (-ஆன) **1: தன் முன் உள்ள வேறுபாடு இல்லாத இரு வழிகளில் அல்லது நபர்களில் எதை அல்லது யாரைத் தேர்ந்தெடுப்பது அல்லது ஆதரிப்பது என்ற குழப்பம்;** dilemma. *தேர்தலில் போட்டியிடும் இருவருமே என் நண்பர்களாதலால் யாருக்கு ஆதரவு தருவது? தர்மசங்கடத்தில் மாட்டிக்கொண்டேன்.* **2: உண்மையை ஒப்புக்கொள்வது, மறுப்பது, வெளிப்படுத்துவது முதலிய சந்தர்ப்பங்களில் ஏற்படும் கூச்ச உணர்வு; கூச்சம் கலந்த தயக்கம்;** embarrassment. *'ஒரு கதைக்கு நீங்கள் பத்தாயிரம் ரூபாய் கேட்கிறீர்களே?' என்ற கேள்வி எழுத்தாளரை மிகவும் தர்ம சங்கடத்துக்கு உள்ளாக்கியது.* **3: சாதகமான வாய்ப்பு அனைத்தும் இல்லாமல் போனதால் அவ்வளவு சிறப்பாக அமையாத மாற்று வழியை மேற்கொள்ள வேண்டிய இக்கட்டு;** awkwardness. *சிறந்த ஆட்டக்காரர்கள் போட்டியில் பங்கேற்க முடியாததைத் தெரிவித்துவிட்டதால் இளம் ஆட்டக்காரர்களை நம்பியிருக்க வேண்டிய தர்மசங்கடமான நிலை.*

தர்மத்துக்கு வி.அ. (பே.வ.) **1:** (வேலை முதலியவற்றைக் குறிக்கும்போது) **இலவசமாக; (இலவசமாகச் செய்வதைப் போல) எந்த விதக் கவனமும் இல்லாமல்;** done for free (implying carelessness). *தர்மத்துக்கு வேலை செய்வது போல் அல்லவா வேலை செய்கிறாய்!* **2:** (சம்பளம், கூலி முதலியவற்றைக் குறிக்கும்போது) **வேலைக்காக அல்லாமல் இனாமாக; சும்மா;** in return for nothing. *தர்மத்துக்கா கூலி தருகிறார்கள்; இன்னும் அதிகமாகக் கேட்க வேண்டியதுதானே?* **3:** (பயிர், வாகனம் முதலியவற்றைக் குறிக்கும்போது) **எந்த விதப் பராமரிப்பும் இல்லாமல்; இருக்கிற நிலையிலேயே;** by itself (when referring to a crop growing or machine working though untended). *எண்ணெய்கூடப் போடுவதில்லை, சைக்கிள் தர்மத்துக்கு ஓடிக்கொண்டிருக்கிறது.*

தர்மப் பிரபு பெ. (அ.வ.) **அதிக அளவில் தர்மம் செய்பவர்;** philanthropist. *எங்கள் ஊர்க் கோயில் சில தர்மப் பிரபுக்களால் புதுப்பிக்கப்பட்டது./ பெரிய தர்மப் பிரபு! அவன் கேட்டதும் நூறு ரூபாயைக் கொடுத்துவிட்டாயா?*

தர்மபத்தினி பெ. (உயர்வாக அல்லது நகைச்சுவையுடன் குறிப்பிடும்போது) **மனைவி;** (respectfully or humorously) better half; wife. *ரிஷியின் தர்மபத்தினி/ நீங்கள் சொன்னது என் தர்மபத்தினியின் காதில் விழாமல் இருக்க வேண்டும்.*

தர்மம் பெ. **1: (நீதி நூல்களின் அல்லது மரபுகளின் அடிப்படையில்) வாழ்க்கையில் ஒருவர் கடைப்பிடிக்க வேண்டியது; ஆசாரம்;** virtue (as specified in scripture or by convention); way of life; dharma. *மனித குலத்திற்கே உரிய தர்மம்.* **2: நீதிக்கு உட்பட்டது; நியாயம்;** justice. *உரிய கூலி கொடுக்காமல் வேலை செய்யச் சொல்வது தர்மமா?* **3: (தொழில் முதலியவற்றில்) பின்பற்ற வேண்டிய ஒழுங்குமுறை;** (professional) ethics. *பத்திரிகைகளுக்கு என்று ஒரு தர்மம் இருக்கிறது./ போரில் சரணடைந்துவிட்டவர்களைத் தக்க மரியாதையுடன் நடத்த வேண்டும் என்பது யுத்த தர்மம்.* **4: இரக்கம், கருணை ஆகியவற்றின் காரணமாகப் பிறருக்குச் செய்யும் உதவி;** charity. *தர்ம காரியத்திற்குச் சொத்தைச் செலவழித்தார்./ நான் உன்னிடம் தர்மம் கேட்கவில்லை. கொடுத்த பணத்திற்கு நல்ல பொருளாகக் கொடு என்கிறேன்./ நான் தர்மம் கேட்கிறமாதிரி பேசுகிறீர்களே. கடன்கொடுத்த பணத்தைத்தானே திருப்பிக்கேட்கிறேன்.* [(தொ.சொ.) **கைங்கர்யம்/ சேவை/ தொண்டு**]

தர்மவான் பெ. காண்க: **தர்மப் பிரபு.**

தர பெ. (இலங்.) (கணிதத்தில்) **பெருக்கல் குறி;** (in arithmetic) multiplication sign. *ஐந்து தர இரண்டு சமன் பத்து.*

தரக் கட்டுப்பாடு பெ. **உற்பத்தி செய்யப்படும் பொருளின் தரம் குறையாமல் இருக்க ஏற்படுத்தும் கண்காணிப்பு;** quality control. *எல்லாத் தொழிற்சாலைகளிலும் தரக் கட்டுப்பாட்டுத் துறை என்று ஒன்று உண்டு./ தரக் கட்டுப்பாட்டு அதிகாரி/ பொருள்களுக்குத் தரக் கட்டுப்பாடு சம்பந்தமாகச் சில விதிகள் வகுக்கப்பட்டுள்ளன.*

தரக்குறைவு பெ. (-ஆக, -ஆன) **1:** (பேச்சு, எழுத்து, நடத்தை முதலியவை குறித்து வரும்போது) **நாகரிகமற்ற தன்மை அல்லது ஆபாசம்;** indecency; obscenity; vulgarity. *முதலில் தரக்குறைவாகப் பேசுவதை நிறுத்து./ பெண்களை இழிவுபடுத்தும் தரக்குறைவான திரைப்படச் சுவரொட்டிகள்.* **2: கௌரவக் குறைவு;** beneath one's dignity. *என்னைத் தன் அண்ணன் என்று சொல்வதையே*

அவன் தரக்குறைவாக நினைக்கிறானோ?/ தாய்மொழியில் பேசுவதையே சிலர் தரக்குறைவாக நினைக்கிறார்கள்!

தரகர் பெ. **சம்பந்தப்பட்ட இரு தரப்பினருக்கு இடையே இணைப்பாக இருந்து ஒப்பந்தம், வியாபாரம் முதலியவற்றைச் சுமுகமாக முடித்துத் தரும் தொழிலைச் செய்பவர்;** middleman; broker; negotiator. வீட்டுத் தரகர்/ மாட்டுத் தரகர்/ கல்யாணத் தரகர்.

தரகு பெ. **1: இரு தரப்பினருக்கு இடையே இணைப்பாக இருந்து ஒன்றை முடித்துத் தரும் தொழில்;** brokering. அவர் வீட்டுத் தரகு செய்கிறார். **2: மேற்குறிப்பிட்ட தொழிலைச் செய்பவர் அதற்காகப் பெறும் பணம்;** brokerage. நிலத்தை விற்றுக்கொடுத்ததில் கிடைத்த தரகு இருபதாயிரம் ரூபாய்.

தரச்சான்று பெ. **ஒரு பொருளின் தரத்தை உறுதிசெய்து வழங்கப்படும் சான்றிதழ்; தர நிர்ணயச் சான்றிதழ்;** quality assurance certificate. கடைகளில் விற்கப்படும் நொறுக்குத்தீனிகளுக்குத் தரச்சான்று இருக்கிறதா எனக் கவனிக்க வேண்டும்./ வைர நகைகள் வாங்கும்போது கையோடு தரச்சான்றும் வழங்குகிறார்கள்.

தரணி பெ. (உ.வ.) **உலகம்;** world. தரணி எல்லாம் போற்றும் தலைவன்.

தரதர-என்று வி.அ. ('இழு' என்னும் வினையோடு வரும்போது) **ஒருவரை இயல்பாக நடக்கவிடாமல் பிடித்து வேகமாக/பொருள்கள் தரையில் உராய்ந்து கொண்டே வரும் வகையில்;** (drag) forcibly; (drag) roughly. பள்ளி செல்ல அடம்பிடித்த குழந்தையைத் தரதரவென்று இழுத்துக்கொண்டு சென்றாள்./ பெட்டியைத் தூக்குங்கள்; தரதரவென்று இழுக்காதீர்கள்.

தரநிர்ணயம் பெ. **உற்பத்தி செய்யப்படும் பொருளின் தரத்தை அல்லது ஒரு அலுவலகம், நிறுவனம் போன்றவற்றின் அடிப்படைச் செயல்பாடுகளுக்குரிய வசதியை நிர்ணயிக்கும் முறை;** standardization. இது தரநிர்ணயச் சான்றிதழ் பெற்ற மருத்துவமனை./ தரநிர்ணயத் துறை/ தரநிர்ணய அதிகாரி.

தரப்படுத்து வி. (-படுத்த, -படுத்தி) **(பலவித வடிவங்களில் அல்லது முறைகளில் வழங்கி வருபவற்றைப் பயன்பாட்டுக்கு ஏற்ற வகையில்) ஒரே சீராக அமைத்தல்;** standardize. அறிவியல் கலைச்சொற்களைத் தரப்படுத்தும் முயற்சி மேற்கொள்ளப்பட்டுள்ளது./ கணினியில் பயன்படுத்தும் தமிழ் எழுத்துருக்களைத் தரப்படுத்துவது தொடர்பான முடிவுகள் இந்த மாநாட்டில் எடுக்கப்படும்.

தரப்பு பெ. **1: (வழக்கு, போர், பேச்சுவார்த்தை முதலியவற்றில்) எடுத்த நிலையின் அடிப்படையில் மற்றவரிடமிருந்து அல்லது மற்றவற்றிடமிருந்து வேறுபட்டுத் தெரியும் பிரிவு;** side; party. இரு தரப்புப் பிரதிநிதிகளும் பிரச்சினைகளைப் பேசித் தீர்த்துக்கொள்வது நல்லது./ முத்தரப்பு மாநாடு/ அரசுத் தரப்பு வழக்கறிஞர்/ உங்கள் கட்சியின் தரப்பில் யாரைத் தேர்தலில் நிறுத்தப்போகிறீர்கள்?/ உன் தரப்பில் பேச யாரும் இல்லையா? **2: ஒன்றுக்கு மேற்பட்டவர் அடங்கிய பெரும் பிரிவு அல்லது உட்பிரிவு;** section (of the society). பல தரப்பு மக்களும் இந்த வருட வரவுசெலவுத் திட்டத்தை வரவேற்றிருக்கிறார்கள்.

தரம்[1] பெ. (-ஆக, -ஆன) **1: ஒன்று சிறப்பானது, நல்லது, அளவில் பெரியது அல்லது சிறியது போன்று நிர்ணயம் செய்வதற்கான அடிப்படை;** quality; standard. மாணவர்களின் கல்வித் தரம் உயர்ந்திருக்கிறதா?/ சில திரைப்படங்கள் இரண்டாம் தரமாகக்கூட இல்லை./ இந்தக் கடையில் கிடைக்கும் அரிசி உயர் தரமானதுதான்./ தேங்காய்களைப் பெரிது, சிறிது எனத் தரவாரியாகப் பிரித்து வைத்திருந்தார்./ பல தரங்களில் தேயிலைத் தூள் விற்பனைக்கு வருகிறது. **2: (தகுதியில்) உயர்வு; சிறப்பு;** high standard. அண்மையில் வெளிவந்த தரமான நாவல்களுள் இதுவும் ஒன்று./ எப்போதும்போல் இன்றும் உங்கள் பேச்சு தரமாக அமைந்திருந்தது.

தரம்[2] பெ. (பே.வ.) **தடவை;** time(s). இரண்டு மூன்று தரம் கூப்பிட்டும் அவர் வரவில்லை./ உங்களை முதல் தரம் நான் எங்கே பார்த்தேன் என்று நினைவிருக்கிறதா?

தரமுயர்த்து வி. (-உயர்த்த, -உயர்த்தி) (இலங்.) **(கல்வித் தகுதி, பதவி முதலியவற்றின் அடிப்படையில் ஒருவரை) மேல்நிலைக்கு உயர்த்துதல்;** promote (s.o.). நீண்ட காலமாகப் பணியிலிருக்கும் ஆசிரியர்களை அவர்களின் சாதனைக்கு ஏற்ப அரசு தரமுயர்த்தியது.

தரவரிசை பெ. **(டென்னிஸ் போன்ற விளையாட்டுகளில்) ஒரு வருடத்தில் நடந்த போட்டிகளை அடிப்படையாக வைத்து வீரர்களை அல்லது அணிகளைத் தகுதிப்படி வரிசைப்படுத்தும் முறை;** seed or rank (in tennis, etc.,). தரவரிசையில் முதலில் இருந்த ரோஜர் பெடரர் பதினேழாவதாக இருந்த அமெரிக்க வீரரிடம் தோல்வியுற்றார்.

தரவழி பெ. (இலங்.) **பிறர் ஏற்றுக்கொள்ள முடியாத வகையில் ஒருவர் நடந்துகொள்ளும் விதம்; அவ்வாறு நடந்துகொள்ளும் நபர்;** behaviour not acceptable to others; a person who behaves in this manner. அவர் தரவழியே நமக்கு வேண்டாம்./ அவர் ஒரு தரவழி. அவரோடு எங்களுக்குச் சரிவராது.

தரவு பெ. **(ஆய்விற்கு ஆதாரமாகத் திரட்டப்படும்) அடிப்படைத் தகவல்;** piece of information; data. இந்திய அளவில் தொகுக்கப்பட்ட தரவுகளின் அடிப்படையில் எழுதப்பட்ட கட்டுரை./ தரவு வங்கி.

தரவேற்றம். பெ. (பு.வ.) **கணினியில் தரவேற்றும் செயல்;** uploading.

தரவேற்று வி. (தரவேற்ற, தரவேற்றி) (பு.வ.) **ஒரு கணினியிலிருந்து மற்றொரு கணினிக்கு ஆவணங்கள், மென்பொருள், தரவு, கோப்புகள் போன்றவற்றை இணையம் வழி அனுப்புவதற்காக முதலில் அனுமதி பெற்ற பொதுக் கணினிக்கு அவற்றை அனுப்புதல்;** upload.

தரவை பெ. (இலங்.) **பயிர் செய்ய முடியாத உவர் நிலம்; தரிசு;** uncultivable saline soil. தரவைக்குக் கொண்டுபோய் மாடுகளை மேய விடு./ கன காலம் தரவையாகக் கிடந்த நிலம் இது./ மழையே இல்லாததால் வயல் தரவையாகப் போயிற்று.

தராசு பெ. **எடைக்கல்லை வைக்க ஒரு தட்டும் பொருளை வைக்க மற்றொரு தட்டும் இரண்டின் சம**

நிலையைக் காட்டக்கூடிய முள்ளும் உடைய, பொருளை நிறுக்கப் பயன்படும் சாதனம்; scales. மின்னணுத் தராசுகளில் ஒரு தட்டு மட்டுமே இருக்கும்.

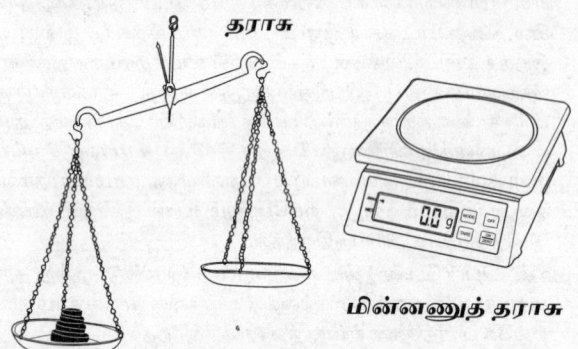

தராசு

மின்னணுத் தராசு

தராசுக்கல் பெ. (இலங்.) ***படிக்கல்;*** weight (for use in a balance).

தராதரம் பெ. 1: ***(அந்தஸ்து, வயது அடிப்படையில்) வகைப்படுத்தி நிர்ணயிக்கும் தகுதி;*** status; rank; worth. ஆளுடைய தராதரம் தெரியாமல் பேசிவிட்டான்./ ஏழை, பணக்காரன் என்ற தராதரமெல்லாம் சாவுக்கு ஏது? 2: ***குறைநிறைகளின் அடிப்படையிலான மதிப்பு;*** merits; worth. படைப்புகளின் தராதரத்தைப் பொறுத்தே இலக்கியப் பத்திரிகையின் தரம் அமைகிறது.

தரி[1] வி. (தரிக்க, தரித்து) 1: ***(உடை, மாலை முதலியன) அணிதல்/(திருநீறு, சந்தனம் முதலியவற்றை) பூசிக்கொள்ளுதல்;*** wear; put on (dress, garland, etc.,)/smear oneself (with sacred ash, sandal paste, etc.,). கதர் உடை தரித்த தியாகிகள்/ மேனி முழுதும் விபூதி தரித்துச் சிவப்பழமாகக் காணப்பட்டார். 2: ***(ஆயுதம்) ஏந்துதல்; தாங்குதல்;*** bear; carry (weapons). அந்த நாட்டின் இளைஞர்கள் துப்பாக்கி தரித்துப் போராடத் தயாராகிவிட்டார்கள். 3: ***(திரைப்படத்தில், நாடகத்தில் ஏதேனும் ஒரு பாத்திரத்தின் வேடம்) அணிந்து தோன்றுதல்;*** play (a role in a film, drama, etc.,). திரைப்படத்தில் பல்வேறு வேடங்கள் தரித்துப் புகழ்பெற்றவர். 4: ***இருத்தல்; உயிர்வாழ்தல்;*** survive. அவருக்கு நான்கு குழந்தைகள் பிறந்தன, மூன்றுதான் தரித்தன./ குழந்தை பெற்றார், ஆனால், ஒன்றும் தரிக்கவில்லை. 5: (இலங்.) ***நிற்றல்; பொறுத்தல்;*** wait (for a second); pause. ஒரு கணம் தரித்துப் பின் கதவைத் திறந்தான்.

தரி[2] வி. (தரிக்க, தரித்து) ***(ஓர் இடத்தில்) நிலைத்தல்; தங்குதல்;*** stay. அவன் ராசி அப்படி; ஓர் இடத்தில் தரிக்க மாட்டான்./ என் உடலில் உயிர் தரித்திருப்பது மகனுக்காக.

தரி[3] வி. (தரிக்க, தரித்து) (இலங்.) ***முடிவுக்கு வருதல்; முடிதல்;*** come to an end. வேலையில் தொடங்கிய பழக்கம் கலியாணத்தில் தரித்தது.

தரிசனம்[1] பெ. 1: ***(கோயிலில் உள்ள இறைவனை அல்லது ஒரு தலத்தில் இருக்கும் மகானை) சென்று கண்டு வழிபடுதல்;*** having sight (of a deity, saint). கோயிலில் சுவாமி தரிசனத்திற்காகக் கூட்டம்/ பல மணி நேரம் காத்திருந்தும் மகானின் தரிசனம் கிடைக்கவில்லை./ கிறிஸ்துமஸ் பண்டிகை அன்று போப்பாண்டவர் தரிசனம் தருவார். 2: ***(இது இத்தகையது என்று) அறிதல்;*** vision. அவரைக் கண்டு பேசியது சத்திய தரிசனம் செய்தது போல் இருந்தது./ ஆத்ம தரிசனம்/ இந்தியத் தத்துவ தரிசனங்கள்.

தரிசனம்[2] பெ. (திருநர் வ.) ***முடி;*** hair (in transgenders' lingo).

தரிசி வி. (தரிசிக்க, தரிசித்து) ***(கோயிலில் இறைவனை அல்லது ஒரு தலத்திற்குச் சென்று மகானை) தரிசனம் செய்தல்; வணங்குதல்;*** have a glimpse of (a deity, saint). முருகன் குடிகொண்டிருக்கும் புண்ணியத் தலங்களைத் தரிசித்து வந்தோம்./ சுவாமியைத் தரிசிக்க ஆயிரக்கணக்கானோர் வந்திருந்தனர்.

தரிசு பெ. ***பயிரிடப்படாமல் கிடக்கும் அல்லது பயிரிட முடியாத வெற்று நிலம்;*** fallow or uncultivable land.

தரிசுவெளி பெ. (ஊரக வ.) ***கோடையில் பொட்டலாகக் கிடக்கும் வயல்வெளி;*** land left fallow in summer. தரிசுவெளியில் ஒரு மாடு மேய்ந்தாலும் தூரத்திலிருந்து பார்த்தால் தெரியும்.

தரித்திரம் பெ. 1: ***(ஒருவரைப் பீடித்திருக்கும்) கொடிய வறுமை;*** abject poverty; destitution. நாட்டில் சுபிட்சம்; என் வீட்டில் தரித்திரம்./ எங்கு போனாலும் நமக்கு முன் நம் தரித்திரம் போய் நிற்கிறது! 2: ***ஒரு நபரை வெறுப்புடன் குறிப்பிடப் பயன்படுத்தும் சொல்;*** (as a term of contempt) wretch. ஏ! தரித்திரமே! இங்கே வா.

தரித்து நில் வி. (நிற்க, நின்று) (இலங்.) ***(ஓரிடத்தில்) சற்று நேரம் நிற்றல்;*** stop or wait for a while. கொழும்பு செல்லும் அனைத்து வாகனங்களும் முருகண்டி பிள்ளையார் கோயிலில் தரித்து நிற்கும்.

தரிப்பு பெ. (இலங்.) ***நிறுத்தம்;*** stop. பஸ் தரிப்பு.

தரிப்புக்குறி பெ. (இலங்.) ***நிறுத்தற்குறி;*** punctuation mark.

தருக்கம் பெ. காண்க: **தர்க்கம்.**

தருணம் பெ. 1: ***(ஒன்றைச் செய்வதற்கு உரிய அல்லது குறிப்பிட்ட நிலையில், தன்மையில் அமைந்த) நேரம்; சமயம்;*** (right) time; (opportune) moment; occasion. ஊதிய உயர்வுபற்றிய அரசு முடிவு தக்க தருணத்தில் அறிவிக்கப்படும்./ அந்தக் கொள்ளையர்களை வளைத்துப் பிடிக்க இதுதான் சரியான தருணம்./ மகிழ்ச்சியான தருணங்களில் அப்பாவிடம் எதை வேண்டுமானாலும் கேட்டு வாங்கலாம். 2: ***வாய்ப்பு;*** opportunity. விலை மலிவாகக் கிடைக்கிற இந்தத் தருணத்தை நழுவவிடாதீர்கள்./ அரிய தருணம். [(தொ.சொ.) ***சந்தர்ப்பம்/ சமயம்/ நேரம்/ வாய்ப்பு***]

தருமதி பெ. (இலங்.) ***நிலுவை; பாக்கி;*** balance; arrears. நான் உனக்கு எவ்வளவு தருமதி என்று சொல்லு.

தருமம் பெ. காண்க: **தர்மம்.**

தருவி வி. (தருவிக்க, தருவித்து) ***வரவழைத்தல்; வரச்செய்தல்;*** get. அரசு அயல்நாட்டிலிருந்து முப்பது கோடி ரூபாய்க்கு மருந்துகளைத் தருவித்திருக்கிறது./ அஞ்சல் மூலமாகவும் விண்ணப்பத்தைத் தருவித்துக்கொள்ளலாம்.

தரை பெ. 1: ***பூமியின் மேல்பரப்பான கடினப் பகுதி/ (கட்டடம் போன்றவற்றில்) கல், மண் முதலியவற்றால்***

கெட்டிப்படுத்தப்பட்ட கீழ்ப்பகுதி; தளம்; surface of the soil/ground. வீட்டின் எதிரே சிலர் நின்றிருந்தார்கள்; சிலர் தரையில் உட்கார்ந்திருந்தார்கள்./ குளியல் அறையில் தரை வழுக்குகிறது./ களிமண் தரை/ சிமெண்டுத் தரை/ வீட்டின் தரையில் ஏகப்பட்ட வெடிப்புகள். 2: (குளம், ஆறு, கடல் முதலியவற்றில்) நீரின் அடியில் இருக்கும் நிலப் பகுதி; bottom (of a pond, river, etc.,). கோடையில் கிணற்றில் நீர் வற்றித் தரை தெரிய ஆரம்பித்துவிடும்.

தரைக்காற்று பெ. (சுழன்று வீசாமல்) நிலப் பகுதியில் வேகமாக வீசும் காற்று; surface wind. கடலோரப் பகுதி களில் வடகிழக்கிலிருந்து தெற்கு நோக்கிப் பலத்த தரைக் காற்று வீசக் கூடும் என்று வானிலை ஆராய்ச்சி நிலையம் அறிவித்துள்ளது.

தரைச்சக்கரம் பெ. (வ.வ.) தரையில் சுழலக்கூடிய பட்டாசு; disc-shaped firework that spins on the ground.

தரைச் சூளை பெ. (மண்.) பச்சை மட்பாண்டங்களைச் சூளையில் அடுக்கிச் சுடுவதற்குப் பதிலாகத் தரையில் அடுக்கிச் சுடும் முறை; முடுகு; stacking earthenware vessels on the ground for open firing without the need of a kiln.

தரை டிக்கெட் பெ. (பே.வ.) (பெரும்பாலும் கிராமப் புறத் திரையரங்குகளில்) தரையில் உட்கார்ந்து படம் பார்க்க வசூலிக்கப்படும் குறைந்த கட்டணச் சீட்டு; the lowest priced ticket that entitles a person to watch a film, sitting on the floor (usually in rural movie theatres).

தரைத்தளம் பெ. (பல மாடிக் கட்டடத்தில்) பூமியின் மேல்பரப்பை ஒட்டித் தரைமட்டத்தில் அமையும் தளம்; ground floor (in a multi-storeyed building). நீங்கள் செல்ல வேண்டிய அலுவலகம், அந்தக் கட்டடத்தின் தரைத்தளத்தில் இருக்கிறது./ தரைத்தளம் கடைகளுக்கு என்று ஒதுக்கப்பட்டுள்ளது.

தரைதட்டு வி. (-தட்ட, -தட்டி) காண்க: கரைதட்டு.

தரைப்படை பெ. (தரையில் போரிடும்) ஆயுதம் ஏந் திய வீரர்கள், வாகனங்கள் முதலியவை அடங்கிய ராணுவப் பிரிவு; army. தரைப்படைக்கு ஆதரவாக மேலே விமானங்கள் பறந்து சென்றன.

தரைப்பாலம் பெ. (ஆற்றின் குறுக்கே தாழ்வான பகுதி யில்) தண்ணீர் போவதற்கு ஏதுவாகப் பெரிய குழாய் களைப் பதித்து, அவற்றின் மேல் தரை மட்டத்திலேயே அமைக்கப்படும் சாலை; causeway. வெள்ளம் பெருக் கெடுத்து ஓடுவதால் தரைப்பாலத்தில் வாகனங்கள் போக முடியவில்லை.

தரைப்பாலம்

தரைமட்டமாக்கு வி. (-ஆக்க, -ஆக்கி) (கட்டடம், பாலம் போன்றவற்றை) பயன்படுத்த முடியாத அளவுக்கு இடித்து உருக்குலைத்தல்; raze to the ground. நகரின் மையத்தில் இருந்த பல முக்கியமான கட்டடங்களை எதிரி நாட்டுப் போர் விமானங்கள் குண்டு வீசித் தரைமட்ட மாக்கின.

தரைமட்டமாகு வி. (-ஆக, -ஆகி) (கட்டடம், பாலம் போன்றவை) பயன்படுத்த முடியாத அளவுக்கு இடிந்து உருக்குலைதல்; be destroyed. குஜராத்தில் ஏற்பட்ட பூகம்பத்தில் ஆயிரக் கணக்கான வீடுகள் தரைமட்டமாயின./ விமான குண்டுவீச்சில் தரைமட்டமாகிய கட்டடங்கள்.

தரையிறக்கு வி. (-இறக்க, -இறக்கி) (வானிலைக் கோளாறு, இயந்திரக் கோளாறு போன்றவற்றின் கார ணமாக, பறந்துகொண்டிருக்கும் விமானத்தை) ஓடு தளத்தில் இறக்குதல்; force a plane to land. இயந்திரக் கோளாறு காரணமாக விமானம் அவசரமாகத் தரையிறக் கப்பட்டது./ அனுமதியில்லாமல் தங்கள் நாட்டு எல்லைக் குள் பறந்த விமானத்தைத் தரையிறக்குமாறு ராணுவத் தினர் கட்டளையிட்டனர்.

தரையிறங்கு வி. (-இறங்க, -இறங்கி) (பறந்து கொண் டிருக்கும் விமானம்) ஓடுதளத்தில் இறங்குதல்; (of aircrafts) land. விமானம் தரையிறங்க இன்னும் சில நிமிடங் களே உள்ளன./ பனி மூட்டத்தின் காரணமாக இன்று காலை விமானங்கள் தரையிறங்க முடியவில்லை.

தலபுராணம் பெ. (புராணத்தை அடிப்படையாகக் கொண்டு) ஓர் இடத்தில் அமைந்திருக்கும் கோயிலை அல்லது ஊரின் சிறப்பைக் கூறும் முறையில் எழுதப் பட்ட பழைய நூல் அல்லது சொல்லப்படும் செவிவழிக் கதை; legends associated with a temple or a sacred town.

தலம் பெ. 1: (ஒரு மதத்தினர் அல்லது மதப் பிரிவினர்) முக்கியத்துவம் வாய்ந்ததாகக் கருதும் ஊர்; place of spiritual significance; place of pilgrimage. சிவத் தலம்/ இஸ்லாமியரின் புனிதத் தலம் மெக்கா. 2: (குறிப்பிட்ட ஒரு செயல், தொழில் போன்றவை) நிகழும் இடம்; spot or place. விபத்து நடந்த தலத்திற்குக் காவல்துறையினர் விரைந்தனர்./ வணிகத் தலம்.

தல விருட்சம் பெ. குறிப்பிட்ட கோயிலுக்கெனச் சிறப் பாகக் கூறப்படும் மரம்; sacred tree associated with a temple. மதுரை மீனாட்சி கோயிலின் தல விருட்சம் கடம்பு.

தலா இ.சொ. 'ஒவ்வொருவரும் அல்லது ஒவ்வொன் றும்' என்ற பொருளில் பயன்படுத்தப்படும் இடைச் சொல்; 'ஒவ்வொருவருக்கும் அல்லது ஒவ்வொன்றுக் கும்'; 'தலைக்கு'; particle used in the sense of 'each', 'per'. அதிக மதிப்பெண் பெற்ற மாணவர்கள் அனைவருக்கும் தலா ஆயிரம் ரூபாய் அளிக்கப்பட்டது./ நாங்கள் தலா நூறு ரூபாய் கட்டிச் சங்கத்தில் உறுப்பினர்கள் ஆனோம்.

தலாக் பெ. (இஸ்.) விவாகரத்து; divorce.

தலித் பெ. சாதி அமைப்பில் ஒடுக்கப்பட்ட மக்களைக் குறிக்கும் சொல்; the section of society oppressed by the caste system. தலித் இனம்/ தலித் இலக்கியம்/ தலித் மக்க ளின் எழுச்சி.

தலை[1] பெ. **1: உடலின் மேல்பகுதியில் கண், வாய் முதலிய உறுப்புகள் உள்ள பகுதி;** head. *கீழே விழுந்ததில் தலையில் பலத்த அடி./ கசாப்புக் கடையில் விற்கும் ஆட்டுத் தலை.* **2: (தலையிலுள்ள) முடி;** hair (of the head). *அம்மாவிடம் தலை சீவிக்கொண்டாள்./ தலைக்கு எண்ணெய் தடவ மாட்டாயா?* **3: (சில பொருள்களில்) கூரிய முனைக்கு மறுமுனை;** head (of objects such as nail, pin, etc.,). *குண்டூசியின் தலை.* **4: (பிற சொற்களோடு இணைந்து வரும்போது) முதலாவது;** (when combining with other words) the first. *தலைப் பிள்ளை/ தலைப் பிரசவம்.*

தலை[2] பெ. **(இந்திய நாணயத்தில்) சிங்கத்தின் உருவம் பதிக்கப்பட்டிருக்கும் பக்கம்;** (of Indian coins) the side impressed with the image of a lion; head(s). *பூவா தலையா போட்டுப் பார்த்து முடிவு செய்வோம்.*

தலை உடை வி. *(உடைக்க, உடைத்து) (இலங்.)* **(ஒரு பிரச்சினைக்குத் தீர்வு காண முடியாமல்) கடும் குழப்பத்துக்கு உள்ளாதல்;** think hard to find an answer or solution; rack one's brains. *சின்னப் பையனுடைய குழப்படியை நினைத்து, நீ தலை உடைக்காதே./ சரி, நடந்தது நடந்து விட்டது. அதற்காகத் தலை உடைக்காமல் அடுத்த வேலையைக் கவனியுங்கள்.*

தலை உருள்[1] வி. *(உருள, உருண்டு)* **(ஒருவர் ஒரு பிரச்சினையில் தொடர்புபடுத்தப்பட்டு) குறைகூறப்படுதல்;** be criticized. *நீதான் அவனை வியாபாரம் செய்யச் சொன்னாயாம். இப்போது அதில் நஷ்டம் வந்துவிட்டது என்று உன் தலை உருண்டுகொண்டிருக்கிறது./ நான் என்ன செய்தேன் என்று இங்கே என் தலை உருள்கிறது?*

தலை உருள்[2] வி. *(உருள, உருண்டு)* **1: (ஒரு பிரச்சினையின் காரணமாக ஒருவர்) தண்டிக்கப்படுதல்;** be punished; be dismissed. *இந்த வழக்கில் தன் தலை உருளுமோ என்ற பயம் அவருக்கு வந்துவிட்டது.* **2: (பதவியிலிருந்து) நீக்கப்படுதல்;** be axed. *அடுத்து யார் தலை உருளுமோ என்று அமைச்சர்கள் கவலையுடன் இருக்கிறார்கள்.*

தலை உலாஞ்சு வி. *(உலாஞ்ச, உலாஞ்சி) (இலங்.)* **(ஒருவருக்கு) தலைச்சுற்றல் ஏற்படுதல்;** feel giddy. *காலையில் எழுந்ததிலிருந்தே தலை உலாஞ்சிக்கொண்டேயிருக்கிறது./ அம்மா தலை உலாஞ்சி வீதியில் விழுந்துவிட்டாள்.*

தலைக்கட்டு பெ. *(பே.வ.)* **(கிராமத்தில் ஏதேனும் ஒரு பொதுக் காரியத்திற்குப் பணம் வசூலிக்கும் சூழ்நிலையில்) பெற்றோரும் திருமணம் ஆகாத பிள்ளைகளும் கொண்ட குடும்பம்;** family as a unit. *தலைக்கட்டுக்கு நூறு ரூபாய் வீதம் திருவிழாவுக்குப் பணம் வசூலிப்பது என்று ஊர்ப் பஞ்சாயத்தில் முடிவெடுக்கப்பட்டது.*

தலைக்கயிறு பெ. *(ஊரக வ.)* **மாட்டின் கழுத்துக்கயிறு, மூக்கணாங்கயிறு ஆகியவற்றுடன் இணைக்கப்பட்ட கயிறு;** rope used for tethering cows, etc., to a post. *மாடு தலைக்கயிற்றை அறுத்துக்கொண்டு ஓடியது.*

தலைக்கவசம் பெ. **(தீயணைப்புப் படையினர், இரு சக்கர வாகன ஓட்டிகள் முதலியோர்) விபத்தின் போது அடிபட்டுவிடாமல் இருக்க, தலையில் அணிந்து கொள்ளும் எஃகு அல்லது கண்ணாடி இழையால் செய்யப்பட்ட ஒரு பாதுகாப்புச் சாதனம்;** helmet.

தலைக்கனம் பெ. **கர்வம்; திமிர்;** arrogance. *பணம் வந்ததும் அவனுக்குத் தலைக்கனம் கூடிவிட்டது./ ரொம்பத் தலைக்கனம் பிடித்துத் திரியாதே.*

தலைக்கு இ.சொ. **'(குறிப்பிடுகிற) ஒவ்வொருவரும் அல்லது ஒவ்வொருவருக்கும்' என்ற பொருளில் பயன்படுத்தப்படும் இடைச்சொல்; 'தலா';** particle used in the sense of 'per head'. *அலுவலகத்தில் பத்திரிகை வாங்கத் தலைக்குப் பத்து ரூபாய் தந்தோம்./ தலைக்குக் கூலி இவ்வளவு என்று முதலிலேயே பேசி முடிவுசெய்துகொள்.*

தலைக்கு ஆபத்து பெ. **(ஒருவருக்கு ஏற்படும்) மோசமான நிலை; பாதகம்;** danger (to one's life, position, etc.,); harm. *உறவினர்களுக்கு உதவப்போய்க் கடைசியில் என் தலைக்கு ஆபத்து வந்துவிட்டதே.*

தலைக்குக் குளி வி. *(குளிக்க, குளித்து) காண்க:* **தலைகுளி.**

தலைக்குத் தண்ணீர் வார் வி. *(வார்க்க, வார்த்து) (இலங்.)* **பெண் பருவமடைந்ததை ஒட்டித் தலையில் நீர் ஊற்றிச் சடங்கு செய்தல்;** ritually bathe the girl who attains puberty. *அடுத்த புதன்கிழமை மகளுக்குத் தலைக்குத் தண்ணீர் வார்க்கப்போகின்றோம், எல்லோரும் அவசியம் வாருங்கள்.*

தலைக்குத் தண்ணீர் விடு வி. *(விட, விட்டு)* **(அம்மை போன்ற நோய் நீங்கிய பிறகு அல்லது பிரசவத்திற்குப் பிறகு) தலையை நனைத்துக் குளித்தல் அல்லது குளிப்பாட்டுதல்;** wash the whole body.

தலைக்குத் தலை வி.அ. **(குடும்பம், அணி, கூட்டம் போன்றவற்றில்)** *(எதிர்மறைத் தொனியில்)* **ஒவ்வொருவரும்;** (of members of a group) each one. *மாமா வீட்டில் தலைக்குத் தலை அதிகாரம் செய்வதால் வீட்டு வேலைக்கு யாரும் வருவதில்லை./ தலைக்குத் தலை பேசிக் கொண்டிருந்தால் எப்படி முடிவு எடுப்பது?*

தலைக்குத்து பெ. *(வ.வ.) காண்க:* **தலைவலி, 1.**

தலைக்கு மேல் வி.அ. **மிக அதிக அளவில்; மிகுதியாக;** excessively. *வேலை தலைக்கு மேல் இருக்கும்போது நான் எப்படி உன்னுடன் சாவகாசமாகப் பேசிக்கொண்டிருக்க முடியும்?/ அவர் ஒழுங்காக வேலைக்குப் போகாததால் கடன் தலைக்கு மேல் போய்விட்டது.*

தலைக்கு மேல் வளர் வி. *(வளர, வளர்ந்து) (இலங்.) (பொதுவாக இளம் வயதினர் குறித்து வரும்போது)* **அறிவுரை கேட்டு நடக்கும் நிலையைக் கடத்தல்;** become a grown up one (to not depend on the guidance of one's elders). *மகள் தலைக்கு மேல் வளர்ந்துவிட்டாள். இனி, அவளுக்குப் புத்திமதி சொல்லிப் பயன் இல்லை./ தலைக்கு மேல் வளர்ந்துவிட்டான் என்று யோசிக்கிறேன். இல்லாவிட்டால் உன் மகனை அடித்துப்போடுவேன் என்று அப்பா அம்மாவிடம் கோபத்தோடு கூறினார்.*

தலைக்குனிவு பெ. **அவமானம்;** humiliation; loss of face. *கட்சித் தலைவர் சந்திக்க மறுத்தது தனக்குத் தலைக்குனிவாகப் போய்விட்டது என்று மாவட்டச் செயலாளர் குமுறுகிறார்.*

தலைக்கேறு வி. (-ஏற, -ஏறி) **(போதை, உணர்ச்சி, கர்வம் போன்றவை) விரைவில் அதிகமாதல்;** be possessed by; go to (s.o's) head. உனக்குக் கர்வம் தலைக்கேறி என்ன பேசுகிறோம் என்றே தெரியாமல் பேசுகிறாய்./ நான் சொன்னதைக் கேட்டதும் அவருக்குக் கோபம் தலைக்கேறியது./ அவனுக்கு போதை தலைக்கேறிவிட்டது. இனி மேல் அவனால் நடக்க முடியாது.

தலைக்கொழுப்பு பெ. (இலங்.) **தலைக்கனம்; கர்வம்; திமிர்;** arrogance. அவருக்குத் தலைக்கொழுப்பு அதிகம் என்று எல்லோரும் சொன்னாலும், ஆள் விஷயதாரி./ உன்னுடைய தலைக்கொழுப்புக்கு யார்தான் உன்னோடு உறவுவைத்துக்கொள்வார்கள்?

தலைகட்டு வி. (-கட்ட, -கட்டி) (ஊரக வ.) **1: மூங்கில் கூடையின் வாய்ப் பகுதி பிய்ந்துவிடாமல் இருக்க நான்கு அல்லது ஐந்து இடங்களில் பனை அகணியால் சிம்புகளைச் சேர்த்துக் கட்டுதல்;** secure the splints at the head of a bamboo basket at four or five places with palmyra அகணி so that the splints may not come off. தலைகட்டி முடித்ததும் கூடையை விற்பனைக்கு அனுப்பலாம். **2: (பின்னும் தென்னங்கீற்று பிரிந்துவிடாமல் இருக்க) முனை ஓலைகளைச் சேர்த்து முடிதல்;** tie up the edges of leaflets in a plaited coconut frond. தலைகட்டுவதுதான் கீற்றுமுடைவதில் கடைசி வேலை.

தலைகாட்டு வி. (-காட்ட, -காட்டி) **1: (பலரும் அறியும் படியாகவும் சிறிது நேரமே இருக்கும்படியாகவும்) ஒரு இடத்துக்குப் போதல்;** appear or show up (for a while); make a brief appearance; visit. அலுவலகம் போகும் வழியில் கல்யாண வீட்டில் தலைகாட்டிவிட்டுப் போய் விடுகிறேன். **2: (திரைப்படம், தொலைக்காட்சித் தொடர் போன்றவற்றில்) சிறிய பாத்திரத்தில் தோன்றுதல்;** show oneself briefly; play a minor role. இவர் ஒன்றிரண்டு படங்களில் தலைகாட்டியிருக்கிறார். **3: காணப்படத் தொடங்குதல்;** appear. நகரங்களில் மீண்டும் கண் நோய் தலைகாட்டியிருக்கிறது./ (உரு வ.) அவருடைய சிறுகதைகளில் விரக்தி தலைகாட்டாமல் இருப்பதில்லை. **4: (இருக்கும் இடத்தை விட்டு) வெளியில் வருதல்; கிளம்புதல்;** go outdoors; venture outdoors. கடன்காரனுக்கு பயந்து கொண்டு ஊரில் அவர் தலைகாட்டுவதே இல்லை./ நகரில் கலவரமாக இருப்பதால் எங்கும் தலைகாட்ட முடியவில்லை. **5: (ஊரில் பிறர் மதிக்கும்படி) போய்வருதல்;** venture out. உன் மகன் பண்ணிய காரியத்தால் ஊரில் தலைகாட்ட முடியவில்லை.

தலைகால் தெரி வி. (தெரிய, தெரிந்து) (பெரும்பாலும் எதிர்மறையில் அல்லது எதிர்மறைத் தொனியில்) **(ஒருவருக்கு மகிழ்ச்சி, பெருமிதம் அல்லது கர்வம் மிகுந்து விடும்போது) கட்டுப்பாடுடனும் நிதானத்துடனும் இருத்தல்;** (mostly in the negative) behave with restraint. கையில் நாலு காசு வந்துவிட்டால், இவனுக்கெல்லாம் தலைகால் தெரியுமா?/ தம்பி அமைச்சர் ஆனதிலிருந்தே, அவருக்குத் தலைகால் தெரியவில்லை.

தலைகால் புரி வி. (புரிய, புரிந்து) காண்க: **தலைகால் தெரி.**

தலைகீழ் பெ. (-ஆக, -ஆன) **1: (முன்பு இருந்தவற்றுக்கு அல்லது சொல்லப்பட்டதற்கு) முற்றிலும் மாறு; நேரெதிர்;** being just the contrary; being the reverse of (sth.). அலுவலகத்தில் இப்படி ஒரு தலைகீழ் மாற்றம் நிகழும் என்று நான் எதிர்பார்க்கவில்லை./ செய்யச் சொன்ன வேலையை இப்படித் தலைகீழாகச் செய்திருக்கிறாயே! **2: மேலே இருக்க வேண்டியது கீழேயும் கீழே இருக்க வேண்டியது மேலேயும் இருக்கும் நிலை;** upside down. என்ன! நீ சட்டையைத் தலைகீழாகப் போட்டிருக்கிறாய்? **3: ஒன்றையும் விட்டுவிடாத முறை;** thoroughly; upside down. வீட்டைத் தலைகீழாகப் புரட்டிவிட்டேன்; காணாமல் போன மோதிரம் கிடைக்கவில்லை. **4: எந்த வரிசையில் எப்படிக் கேட்டாலும் சொல்லக்கூடிய அளவுக்கு மனப்பாடமாகத் தெரிந்து வைத்திருக்கும் நிலை;** knowing (a subject) inside out. இந்த விதிமுறைகளெல்லாம் அவனுக்குத் தலைகீழாகத் தெரியும்.

தலைகீழாக நில் வி. (நிற்க, நின்று) **(ஒன்று செய்யப்பட வேண்டும் என்று) மிகுந்த பிடிவாதத்துடன் இருத்தல்; சகலவிதமான முயற்சிகளையும் செய்துபார்த்தல்;** be stubborn or dogged. ஊருக்குப் போக வேண்டும் என்று நீ தானே தலைகீழாக நின்றாய்?/ நீ தலைகீழாக நின்றாலும் அந்தக் கல்லூரியில் இடம் வாங்க முடியாது.

தலைகுப்புற வி.அ. **(விழும்போது) தலை அல்லது முன் பகுதி முதலில் கீழே மோதும் விதத்தில்;** (when falling) head first; headlong; (of vehicles) overturned. கால் தடுக்கித் தலைகுப்புறக் கிணற்றில் விழுந்தான்./ பேருந்து தலைகுப்புறப் பள்ளத்தாக்கில் விழுந்து உருண்டது.

தலைகுளி வி. (-குளிக்க, -குளித்து) **(ஒருவர் குளிக்கும் போது உடம்பை மட்டுமல்லாமல்) தலையையும் நனைத்துக் குளித்தல்;** wash the whole body. வெள்ளிக்கிழமை என்றால் தலைகுளிப்பது அம்மாவின் வழக்கம்./ சாவுக்குப் போய்வந்தால் தலைகுளிப்பார்கள்.

தலைகுனி வி. (-குனிய, -குனிந்து) **அவமானம் அடைதல்;** be humiliated or disgraced. உன்னால் ஊரார் முன்னிலையில் நான் தலைகுனிய வேண்டியதாகிவிட்டது.

தலைகூட்டு வி. (-கூட்ட, -கூட்டி) (ஊரக வ.) **(வைக்கோலைப் போராகப் போடும்போது மழைத் தண்ணீர் உள்ளே இறங்கிவிடாமல் பக்கப் பகுதிகளில் வழியுமாறு) கூரைபோல முதுகுப் பகுதியை அமைத்தல்;** ridge a haystack. தலைகூட்டவில்லை என்றால் மழைத் தண்ணீர் உள்ளே இறங்கி வைக்கோல் முழுவதும் அழுகிவிடும்.

தலை கெட்ட பெ.அ. (இலங்.) **(போதையைக் குறித்து வரும்போது) நிதானம் இழக்கும் அளவுக்கான; நிறைந்த (குடி போதை);** in a state of stupor. தலை கெட்ட வெறியில் குப்பைத் தொட்டி அருகே விழுந்துகிடந்தான்./ தினமும் தலை கெட்ட வெறியில்தான் வீட்டுக்கு வருவார்.

தலைகொடு வி. (-கொடுக்க, -கொடுத்து) **(ஒரு காரியத்துக்கு) பொறுப்பேற்றல்;** take the responsibility. அண்ணன் வெளிநாட்டில் இருப்பதால் குடும்பப் பிரச்சினைகள் எல்லாவற்றுக்கும் இவன் தலைகொடுக்க வேண்டியிருக்கிறது.

தலை கொழுத்து வி.அ. **திமிரோடு; கர்வத்துடன்;** with one's nose in the air. நாலு காசு சம்பாதிக்க ஆரம்பித்துவிட்டதால் இப்போது அவன் தலை கொழுத்து அலைகிறான்./ தலை கொழுத்துத் திரியும் அவனுக்கு யார் புத்தி சொல்வது?

தலைச்சன் பெ. (பே.வ.) **முதன்முதல் பிறந்தது;** first-born. தலைச்சன் பிள்ளை/ பெண்தான் உனக்குத் தலைச் சனா?/ தலைச்சன் கன்று.

தலைச்சாமான் பெ. (நாட்.) **பரத நாட்டியம் ஆடுபவர் களின் அலங்காரத்தின் பகுதியாக அமையும் நெற்றிச் சுட்டி, ஜடைபில்லை போன்ற அணிகலன்கள்;** small, circular ornaments set with gems used to adorn the forehead and the hair of a dancer.

தலைச்சுமை பெ. **(ஒருவர்) தலையில் சுமக்கக்கூடிய (கூடை, மூட்டை முதலிய) பாரம்;** load that can be carried on the head. தலைச்சுமை ஒன்றுக்கு ஐந்து ரூபாய் வீதம் கட்டணம் வசூலித்தார்.

தலைச்சுற்றல் பெ. **தலைசுற்றி மயக்கம் வரும் உணர்வு; கிறுகிறுப்பு;** giddiness; reeling of the head. மசக்கைக் காலத்தில் தலைச்சுற்றலும் வாந்தியும் இருப்பது சகஜம்தான்.

தலைச்சொல் பெ. **(அகராதி, சொற்களஞ்சியம் போன்ற வற்றில்) பொருள் அல்லது தகவல் தரப்பட்டிருக்கும் சொல்;** headword (in a reference book such as dictionary, glossary, encyclopedia, etc.,).

தலைசாய்[1] வி. (-சாய, -சாய்ந்து) **(மங்கல வழக்காகக் கூறும்போது) இறத்தல்;** die. பெரியவரின் தலைசாய்வதற் குள்ளேயே உறவினர்கள் சொத்துக்கு அடித்துக்கொள்ள ஆரம்பித்துவிட்டார்கள்.

தலைசாய்[2] வி. (-சாய்க்க, -சாய்த்து) (பே.வ.) **(ஓய் வெடுப்பதற்காக) படுத்தல்;** lie down (to take a rest). வேலையெல்லாம் முடித்து விட்டுத் தலைசாய்க்கலாம் என்று நினைத்தபோது அழைப்பு மணி அடிக்கும் சத்தம் கேட்டது./ இந்தக் குழந்தைகள் போடும் சத்தத்தில் எங்கே தலைசாய்க்க முடிகிறது?/ வெயில் அதிகமாக இருப்பதால் கொஞ்சம் தலைசாய்த்துவிட்டுப் போகலாம் என்று வீட் டுக்கு வந்தேன்.

தலைசிற வி. (தலைசிறந்து, தலைசிறந்த போன்ற வடி வங்கள் மட்டும்) **(சிறப்பு வாய்ந்த பலருள் அல்லது பலவற்றுள்) தனித்துத் தெரிகிற வகையில் விளங்குதல்;** be outstanding. தொழில் வளர்ச்சியில் தலைசிறந்து விளங் கும் நகரம் இது./ 'என் மாணவர்களில் தலைசிறந்தவன் இவன்' என்று அறிமுகப்படுத்தினார்.

தலை சீவு வி. (சீவ, சீவி) (இலங்.) காண்க: *சீவு*[2].

தலைசுற்று வி. (-சுற்ற, -சுற்றி) 1: **(சுய உணர்வை இழக் கச் செய்யும் வகையில்) சுற்றியுள்ள பொருள்கள் சுழல் வதைப் போன்ற மயக்க உணர்வு ஏற்படுதல்;** feel giddy; reel. முதல் முறையாகப் புகையிலை போட்டேன். தலைசுற்றிக் கீழே விழுந்துவிட்டேன். 2: **(ஒன்றும் புரி படாததால்) குழப்பம் உண்டாதல்;** feel utterly confused. நீ சொல்கிற கணக்கைக் கேட்டால் எனக்குத் தலை சுற்றுகிறது./ தலை சுற்றுகிற அளவுக்கு இந்த நூலில் புள்ளி விவரங்கள் தரப்பட்டுள்ளன.

தலைதட்டி வி.அ. **(தானியம், மாவு முதலியவற்றைப் படியால் அளக்கும்போது விளிம்பிற்கு மேல் குவிய லாக இருப்பதை) விளிம்பிற்குச் சமமாக வரும் வகை யில் தட்டி அகற்றி;** (while using a measure) levelling the top. இப்போதெல்லாம் நெல்லைத் தலைதட்டி அளக் கிறார்கள்./ இட்லிக்குத் தலைதட்டி ஒரு படி அரிசி ஊறவை./ சப்பாத்திக்குத் தலைதட்டி இரண்டு படி கோதுமை மாவு போட்டுக்கொள்ளவா?

தலைதப்பு வி. (-தப்ப, -தப்பி) **(ஆபத்தான நிலையி லிருந்து) உயிர்பிழைத்தல்;** scrape through danger. கல வரத்தின்போது தலைதப்பினால் போதும் என்று ஓடி ஒளிந்தான்.

தலைதீபாவளி பெ. **(திருமணம் செய்துகொண்ட பின் கொண்டாடும்) முதல் தீபாவளிப் பண்டிகை;** the first தீபாவளி festival (celebrated by the newly married). தலைதீபாவளி கொண்டாட மாமனார் வீட்டுக்கு வந்திருந்தான்.

தலைதூக்கு வி. (-தூக்க, -தூக்கி) 1: **(அடங்கியிருந்த உணர்வு, போக்கு) மீண்டும் வெளிப்படுதல்;** rear (one's) head; show up; crop up. சாதி உணர்வுகள் தலைதூக்க விடக் கூடாது./ கட்சிக்குள் எதிர்ப்பு உணர்வு தலைதூக்கி யிருக்கிறது. 2: **சற்று மேல்நிலைக்கு வருதல்;** lift (oneself) up. மூத்த பிள்ளை சம்பாதிக்கத் தொடங்கிய பிறகுதான் குடும்பம் தலைதூக்கியிருக்கிறது.

தலைதெறிக்க வி.அ. (ஓடுதல் தொடர்பான வினைக ளுடன்) **பரபரப்புடன் மிக வேகமாக;** post-haste. ஏன் இப்படித் தலைதெறிக்க ஓடி வருகிறாய்?

தலைநகர் பெ. காண்க: *தலைநகரம்*.

தலைநகரம் பெ. 1: **நாடு, மாநிலம் ஆகியவற்றில் அவற்றை நிர்வாகம் செய்யும் அரசு அமைந்துள்ள நக ரம்;** capital city; metropolis. 2: **(ஒரு தொழில், செயல்பாடு போன்றவை) பெருமளவில் நடைபெறும் இடம்;** capital. எஃகு தொழிலின் தலைநகரம் ஜாம்ஷெட்பூர்.

தலைநிமிர் வி. (-நிமிர, -நிமிர்ந்து) **(மதிப்புடைய நிலையை அடைந்து) பெருமைப்படுதல்; (பெருமைப் படத் தக்க அளவில்) மதிப்புடைய நிலைக்கு வருதல்;** feel proud; hold one's head high. உலக அரங்கில் தமிழர்கள் தலைநிமிர்ந்து நிற்க வேண்டும் என்பதே அவருடைய விருப்பம் ஆகும்./ நசிந்த நிலையிலிருந்த பல கிராமியக் கலைகள் இன்று தலைநிமிர்ந்து நிற்கின்றன.

தலைநிறைய பெ.அ. (இலங்.) **மிக அதிக அளவிலான;** excessive. மாமாவுக்குத் தலைநிறைய கடன்./ அப்பா வுக்குத் தலைநிறைய வேலை என்பதால் இந்த வார இறுதியும் வீட்டுக்கு வர மாட்டார்.

தலைப்படு வி. (தலைப்பட, தலைப்பட்டு) **(ஒன்றைச் செய்ய) முற்படுதல்; தொடங்குதல்;** begin (to do sth.); come forward. நேர்மையான அரசியல் தலைவர்களை மக் கள் ஆதரிக்கத் தலைப்பட்டால்தான் நேர்மையான ஆட்சி கிடைக்கும்./ நாய் துரத்தியதும் வேகமாக ஓடத் தலைப் பட்டான்.

தலைப்பாகை பெ. **(அலங்காரத்திற்காகவோ குல முறைப்படியோ) தலையில் குறிப்பிட்ட வடிவத்தில் சுற்றப்பட்டிருக்கும் துணிக்கட்டு;** turban; cloth headgear. பழைய காலத்தில் பள்ளி ஆசிரியர்கள் தலைப்பாகை அணிந்திருப்பார்கள்./ தங்கள் நாட்டில் வசிக்கும் சீக்கி யர்கள் தலைப்பாகை அணியச் சில நாடுகள் தடைவிதித் துள்ளன.

தலைப்பாகை

தலைப்பாரம் பெ. (இலங்.) **கர்வம்; செருக்கு;** arrogance; haughtiness. அவர் மற்றவர்களுடன் சாதாரணமாகப் பேசும்போதே அவரது தலைப்பாரம் தெரிகிறதல்லவா?/ தலைப்பாரம் பிடித்த மனிதர் என்பதால் அவர் யாரிடமும் சகஜமாகப் பழகுவதில்லை.

தலைப்பால் பெ. (இலங்.) **தேங்காய்த் துருவலைப் பிழிந்து முதலில் எடுக்கும் பால்;** milk obtained in the first round of squeezing coconut scrapings. தலைப்பாலைப் பிழிந்து குஞ்சட்டியில் வை.

தலைப்பிரட்டை பெ. **தலையிலிருந்து வால் போன்ற உடல் உடைய, தவளையின் அல்லது தேரையின் வளர்ச்சிப் பருவத்தில் ஆரம்ப நிலை;** tadpole. பத்தாவது வாரத்தில்தான் தலைப்பிரட்டையில் இரு முன்னங் கால்கள் தோன்றும்.

தலைப்பிள்ளை பெ. (இலங்.) **(குடும்பத்தில்) முதன் முதல் பிறந்த பிள்ளை; தலைச்சன்;** the first-born (child of the family). வீட்டில் நான்தான் தலைப்பிள்ளை./ அண்ணாதான் தலைப்பிள்ளை என்பதால் அம்மா அவருக்கு அதிகச் செல்லம் கொடுப்பார்.

தலைப்பு[1] பெ. 1: **(கதை, கட்டுரை, சொற்பொழிவு முதலியவற்றுக்கு அல்லது செய்தித்தாளில் செய்திகளுக்குத் தரப்பட்டிருக்கும்) பொருள் அடிப்படையிலான பெயர்;** title (of a story, essay, lecture, etc.,); heading. நீ எழுதிய கதைக்கு 'பாலம்' என்று தலைப்புத் தந்திருக்கலாம்./ 'சுதந்திரப் போராட்டத்தில் தமிழர்களின் பங்கு' என்ற தலைப்பில் ஒரு கட்டுரை எழுதவும். 2: **(ஓர் ஓவியத்தில் அல்லது புகைப்படத்தில்) குறிப்பான பொருள் தரும் சொல், தொடர் அல்லது குறியீடு;** caption (under a picture, photograph, etc.,). ஓவியர் தன் ஓவியத்தின் தலைப்பாக ஒரு கேள்விக்குறி இட்டிருந்தார்.

தலைப்பு[2] பெ. 1: **(தாள் முதலியவற்றில்) மேல்பகுதி/ (புடவையின்) முந்தானை; (வேட்டியில்) அகலப் பகுதியின் தொடக்கம்;** top (of a paper, etc.,)/front piece (of a saree); shorter side (of a வேட்டி). தாளின் தலைப்பில் ஏதோ எழுதியிருந்தது./ அவள் புடவைத் தலைப்பை இழுத்துத் தலையை மூடிக்கொண்டாள்./ வேட்டித் தலைப்பு கிழிந்துவிட்டது. 2: **(ஆறு, வாய்க்கால் முதலியவற்றில்) தொடக்கப் பகுதி;** starting point (of a river, canal, etc.,); head. வாய்க்கால் தலைப்பு மண் மூடிக் கிடக்கிறது.

தலைப்புச் செய்தி பெ. **(வானொலி, தொலைக்காட்சி ஆகியவற்றில்) முழுமையாகச் செய்திகளைக் கூறுவதற்கு முன்னால் தொடக்கத்திலும் செய்திகளின் முடிவிலும் அன்றைய முக்கியச் செய்திகளை ஓரிரு வரிகளில் தரும் சுருக்கம்;** headlines (of a news bulletin).

தலைப்பெழுத்து பெ. (பு.வ.) **(ஒருவருடைய) முழுப் பெயரில் முதல் பெயராக அமையும் (தந்தை அல்லது தாய் அல்லது சொந்த ஊரின்) சுருக்கம்;** initial letters. திருமணத்துக்குப் பிறகு கணவனின் பெயரைத் தலைப்பெழுத்தாகப் போடும் வழக்கம் குறைந்துவருகிறது.

தலைபோ வி. (-போக, -போய்) **(ஒருவருக்கு) பெரும் ஆபத்து ஏற்படுதல்;** (when used hyperbolically) lose one's life. எதற்கு இப்படி அவசரமாக வரச் சொன்னாய்? ஏதாவது தலைபோகிற விஷயமா?/ இன்று பணம் கட்டாவிட்டால் தலைபோய்விடாது. கவலைப்படாமல் இரு./ தலைபோனாலும் சரி, உன்னைக் காட்டிக் கொடுக்க மாட்டேன்.

தலைபோடு வி. (-போட, -போட்டு) (இலங்.) **(ஒன்றில்) தலையிடுதல்;** interfere; intervene. நீ இந்தக் காரியத்தில் தலைபோட்டாய் என்றால் காரியம் சுலபமாக நிறைவேறிவிடும்./ தேவையில்லாத விஷயங்களில் ஏன் தலைபோட்டு மாட்டிக்கொள்கிறாய்?

தலைமகள் பெ. (உ.வ.) **தலைவி;** heroine.

தலைமகன் பெ. (உ.வ.) **தலைவன்;** hero.

தலைமறைவாகு வி. (-ஆக, -ஆகி) **(காவல்துறையினரால் அல்லது எதிரிகளால் பிடிக்கப்பட்டுவிடும் சாத்தியம் இருக்கும்போது) கண்டுபிடிக்க முடியாதபடி ஒளிந்துகொள்ளுதல்;** go underground or into hiding; abscond. அலுவலகப் பணத்தைக் கையாடிவிட்டுத் தலைமறைவாகி விட்டார்./ கட்சி தடைசெய்யப்பட்டதை அறிந்த அதன் தலைவர்கள் தலைமறைவானார்கள்.

தலைமறைவு பெ. **(காவல்துறையினரால் அல்லது எதிரிகளால் தேடப்பட்டுவரும் ஒருவர் அல்லது அரசால் தடைசெய்யப்பட்ட இயக்கம்) ரகசியமாகச் செயல்படும் நிலை;** being secret; (of an organization) underground. அந்தக் கட்சி சட்டபூர்வமாகத் தடைசெய்யப் பட்டுவிட்டதால் தலைமறைவு இயக்கமாகச் செயல்படுகிறது.

தலைமாடு பெ. (பே.வ.) **(படுத்த நிலையில் இருக்கும் ஒருவரின்) தலை இருக்கும் பகுதி;** place near the head (of a person lying). தாத்தா எப்போதும் தலைமாட்டில்தான் கைத்தடியை வைத்திருப்பார்./ அவருடைய தலைமாட்டுக்கு மேல் ஒரு படம் தொங்கியது.

தலைமுழுகு வி. (-முழுக, -முழுகி) 1: **(ஒருவர் இறந்ததும் அவருடன் இருந்த உறவுகள் முடிவடைந்ததைக் குறிக்கும் வகையில்) தலைமேல் தண்ணீர் விட்டுக் குளிக்கும் சமயச் சடங்கை நிறைவேற்றுதல்;** have a ceremonial bath (to indicate the severing of one's connection with the dead). 2: **முற்றிலுமாகக் கைவிடுதல்;** give up. லாபகரமாக இல்லாத தொழிலைத் தலைமுழுகிவிட வேண்டியதுதானே. 3: **எண்ணெய் தேய்த்துக் குளித்தல்;** take a bath after applying oil all over the body. 4: **(ஒருவருடைய உறவை, தொடர்பை) முற்றிலுமாகத் துண்டித்துக்கொள்ளுதல்;** put an end to (sth.). இப்படி ஒரு காரியம் செய்தவனைத் தலைமுழுகாமல் என்ன செய்ய வேண்டும் என்கிறாய்?/ என் ஆயுளுக்கும் அவள் தொடர்பே வேண்டாம் என்று தலைமுழுகிவிட்டேன்.

தலைமுறை பெ. 1: **ஒருவர் பிறந்து வளர்ந்து மற்றுமொரு சந்ததியை உருவாக்கும்வரை உள்ள (இருபத்தைந்து அல்லது முப்பது ஆண்டு) காலப் பகுதி;** generation. மூன்று தலைமுறைகளுக்கு முன்பு அந்தக் குடும்பம் இந்தக் கிராமத்தில் குடியேறியது./ தலைமுறை தலைமுறையாகக் கொண்டாடிவரும் பண்டிகை இது. 2: **ஒரு குறிப்பிட்ட காலத்தைச் சேர்ந்தவர்கள்;** people belonging to the same generation. அந்தத் தியாகிகளின் லட்சியங்களுக்காகத் தொடர்ந்து பாடுபட வேண்டியது இன்றைய தலைமுறையின் கடமையாகும்./ எங்கள் தலைமுறையில் பல பழக்கவழக்கங்களைக் கைவிட்டுவிட்டோம்./ இளைய தலைமுறை துடிப்போடு இருக்கிறது. 3: **குறிப்பிட்ட சாதனத்தின் தயாரிப்பில் பழையதைவிடப் புதியது தொழில்நுட்ப ரீதியாகக் குறிப்பிடத்தக்க அளவில் மேம்பட்டுக் காணப்படும் நிலை;** generation. நான்காம் தலைமுறைச் செயற்கைக்கோள்/ மூன்றாம் தலைமுறைக் கணிப்பொறி.

தலைமுறை இடைவெளி பெ. **வேறுபட்ட சிந்தனைகளாலும் வாழ்க்கை முறைகளாலும் மூத்த தலைமுறைக்கும் இளைய தலைமுறைக்கும் இடையே ஒருவரையொருவர் புரிந்துகொள்ள முடியாதவாறு ஆகும் நிலை;** generation gap. கல்வியறிவு மிகுந்த சமூகங்களில் தலைமுறை இடைவெளி குறைவு./ வன்முறை, போதை மருந்துப் பழக்கம் போன்றவற்றுக்குத் தலைமுறை இடைவெளியும் ஒரு காரணமாக இருக்கலாம் என்று உளவியலாளர்கள் கருதுகின்றனர்.

தலைமேல் ஏறு வி. (ஏற, ஏறி) **(ஒருவர் தனக்கு இல்லாத) உரிமையை எடுத்துக்கொண்டு பிறர் மீது அதிகாரம் செலுத்துதல்; அளவுக்கு அதிகமாக உரிமை எடுத்துக்கொள்ளுதல்;** become impudent. பாவம் சின்னப் பையன் என்று பார்த்தால், போகப்போகத் தலைமேல் ஏறிவிடுவாய் போலிருக்கிறதே./ மேலதிகாரி அவனிடம் பரிவு காட்டியதைச் சாதகமாக எடுத்துக்கொண்டு அவர் தலைமேல் ஏறப்பார்க்கிறான்.

தலைமை[1] பெ. **(ஒன்றின் நடவடிக்கைகளை மேற்பார்வையிட்டு நிர்வகிக்கும் வகையில் அல்லது ஒன்றை முன்னின்று நடத்தும் வகையில்) அதிகாரங்கள் நிறைந்த நிலை;** leadership; high command. அவர் கட்சிக்குத் தலைமை ஏற்க மறுத்துவிட்டார்./ ராணுவத்தின் தலைமைப் பொறுப்பு குடியரசுத் தலைவரிடம் உள்ளது./ அரசு அளிக்க முன்வந்த சலுகைகளைத் தொழிற்சங்கத் தலைமை ஏற்கவில்லை.

தலைமை[2] பெ.அ. **பல பிரிவுகளில் பலவிதப் பொறுப்புடையவர்களை நிர்வகிக்கும் முதன்மைப் பொறுப்புடைய/பல கிளைகளைத் தன் நிர்வாகப் பொறுப்பின் கீழுடைய;** (of officials) chief/(of office) main; head. தலைமைத் தேர்தல் அதிகாரி/ தலைமை அஞ்சல் நிலையம்.

தலைமை ஆசிரியர் பெ. **ஒரு பள்ளியின் அன்றாட நிர்வாகத்துக்கும் பாடம் கற்பிக்கப்படும் பணிக்கும் பொறுப்பான முதன்மைப் பதவி வகிப்பவர்;** headmaster.

தலைமை உரை பெ. **(விழா, நிகழ்ச்சி, கூட்டம் முதலியவற்றிற்கு) தலைமை தாங்குபவர் நிகழ்த்தும் உரை;** presidential address (at a meeting).

தலைமைக் காவலர் பெ. **(காவல்துறையில்) காவலர் பதவிக்கு அடுத்த உயர்நிலையில் பணிபுரிபவர்;** head constable (in India).

தலைமைச் செயலகம் பெ. **ஓர் அரசு, நிறுவனம், கட்சி போன்றவற்றின் மொத்தமான செயல்பாடுகளையும் வெவ்வேறு துறைகளின் செயல்பாடுகளையும் ஒருங்கிணைத்து நிர்வகிக்கும் முதன்மை அலுவலகம்;** headquarters; secretariat. ஐக்கிய நாடுகள் சபையின் தலைமைச் செயலகம் நியூயார்க்கில் அமைந்துள்ளது./ தமிழ்நாடு அரசின் தலைமைச் செயலகம் புனித ஜார்ஜ் கோட்டையில் உள்ளது.

தலைமைதாங்கு வி. (-தாங்க, -தாங்கி) **(நிகழ்ச்சி, போராட்டம் போன்றவற்றை அல்லது ஓர் அமைப்பை) ஒருங்கிணைத்து வழிநடத்தும் பொறுப்பு ஏற்றல்;** head or lead (a demonstration, etc.,); preside over. அவர் இதுவரை இரண்டு முறை கட்சிக்குத் தலைமைதாங்கியிருக்கிறார்./ நடக்கப்போகும் திரைப்பட வெள்ளி விழாவுக்கு அமைச்சர் தலைமைதாங்குவார்.

தலைமையகம் பெ. **பல கிளைகளைக் கொண்டிருக்கும் ஒரு நிறுவனத்தின் அனைத்துச் செயல்பாடுகளையும் கட்டுப்படுத்தி இயக்கும் அதிகாரம் படைத்த மைய அலுவலகம்;** head office. கனரா வங்கியின் தலைமையகம் பெங்களூருவில் உள்ளது.

தலைமைவகி வி. (-வகிக்க, -வகித்து) காண்க: **தலைமைதாங்கு.**

தலையங்கம் பெ. **(ஒரு பத்திரிகை சார்பாக அதன் ஆசிரியர் அல்லது ஆசிரியர் குழு) நடப்புப் பிரச்சினை குறித்துக் கருத்தைத் தெரிவித்து எழுதும் கட்டுரை;** editorial.

தலையசை வி. (-அசைக்க, -அசைத்து) **(ஒருவர் தன்) சம்மதத்தைத் தெரிவித்தல்;** approve; acquiesce. நான் வியாபாரத்தில் இறங்குகிறேன் என்று ஒரு மாதமாகச் சொல்லிக்கொண்டிருக்கிறேன். இன்னும் என் அப்பா தலையசைக்க மாட்டேன் என்கிறார்./ சரியோ தவறோ, கட்சியின் மூத்த தலைவர்கள் எதைச் சொன்னாலும் தலையசைக்கத்தானே வேண்டியிருக்கிறது?

தலையணி பெ. **(பெண்கள்) தலையில் அணிந்துகொள்ளும் (நெற்றிச்சுட்டி போன்ற) நகை/(நாடக நடிகர்கள்) தலையில் வைத்துக்கொள்ளும் (கிரீடம் போன்ற) அலங்காரப் பொருள்;** jewel worn on the head by women/ headgear, (such as a crown), worn by actors.

தலையணை பெ. **(படுக்கும்போது தலையைச் சற்று உயரமாக வைத்துக்கொள்வதற்காக) பஞ்சு போன்ற மென்மையான பொருளோ காற்றோ அடைக்கப்பட்ட பை போன்ற சாதனம்;** pillow.

தலையணை மந்திரம் பெ. **(கணவன் தனியாக இருக்கும்போது மனைவி அவனுடைய குடும்பத்தினரைப் பற்றி) தவறான எண்ணத்தை ஏற்படுத்தும் வகையில் பேசும் பேச்சு;** wife's talk in private intended to prejudice her husband against other members of the family. மகன் தனிக்குடித்தனம் போக வேண்டும் என்கிறான். எல்லாம் தலையணை மந்திரம்தான்.

தலையாட்டிப் பொம்மை பெ. **1: எந்தத் திசையில் ஆட்டிவிட்டாலும் விழுந்துவிடாமல் பழைய நிலைக்கு வந்துவிடக்கூடிய உருண்டையான அடிப்பாகம் கொண்ட பொம்மை;** doll which sways without ever falling; doll that rolls and pops back up. *(பார்க்க, படம்)* **2: தானாகச் சிந்திக்காமல் பிறர் சொல்வதைக் கேட்டு நடக்கும் நபர்;** person who cannot think for oneself. நீ சொல்வதையெல்லாம் செய்வதற்கு நான் என்ன தலையாட்டிப் பொம்மையா?

தலையாட்டிப் பொம்மை

தலையாட்டு வி. *(-ஆட்ட, -ஆட்டி)* **(யோசனை செய்யாமல்) சம்மதத்தை அல்லது உடன்பாட்டை எளிதில் தெரிவித்தல்;** nod approval. நீ சொன்னாலும் தலையாட்டுவான், நான் சொன்னாலும் தலையாட்டுவான். அவனுக்கு சுயபுத்தி கிடையாது.

தலையாய பெ.அ. *(உ.வ.)* **முதன்மை வாய்ந்த; மிகவும் முக்கியமான;** foremost; principal. இவர் உலகின் தலையாய விஞ்ஞானிகளில் ஒருவர்/ ஊழல்களை அம்பலப்படுத்தியதில் இந்தப் பத்திரிகைக்குத் தலையாய பங்கு இருக்கிறது.

தலையாரி பெ. **(கிராமத்தில்) விளைந்த பயிர் திருட்டுப் போகாமலும் ஆடுமாடு மேயாமலும் காவல் காக்கும் பணியைச் செய்பவர்;** village functionary who guards crops against theft and stray animals.

தலையிடி பெ. *(பே.வ.)* காண்க: **தலைவலி**.

தலையிடு வி. *(-இட, -இட்டு)* **(ஒரு விஷயத்தில் தனக்குத் தொடர்பில்லை என்று) ஒதுங்கி இருக்காமல் இறங்கிச் செயல்படுதல்; குறுக்கிடுதல்;** interfere; meddle with (sth.); intervene. இது எங்கள் குடும்ப விவகாரம், நீங்கள் தலையிட வேண்டிய அவசியம் இல்லை./ இரு கோஷ்டிகளுக்கும் இடையில் காவல்துறையினர் தலையிட்டுப் பெரும் மோதலைத் தவிர்த்தனர்.

தலையில் அடித்துக்கொள் வி. *(-கொள்ள, -கொண்டு)* **(நெற்றியில் லேசாகக் கையால் அடித்துக்கொள்வதன் மூலம் ஒருவரின் செயலில் அல்லது போக்கில் தனக்குள்ள) அதிருப்தியை வெளிப்படுத்துதல்;** tap one's head (as a gesture of dissatisfaction or disapproval). வீடு இருக்கும் லட்சணத்தைப் பார்த்து விட்டு என் அம்மா தலையில் அடித்துக்கொண்டாள்./ அவன் எழுதியிருக்கும் ஆங்கிலத்தைப் படித்தால் எனக்குத் தலையில் அடித்துக் கொள்ள வேண்டும்போல் இருக்கிறது.

தலையில் இடி விழு வி. *(விழ, விழுந்து)* **கடும் அதிர்ச்சி அடையும் அளவுக்கு ஒருவருக்குத் தீங்கு நேர்தல்;** receive a rude shock. அவருடைய ஒரே மகனின் பிரிவால் அவர் மிகவும் நொந்து போயிருக்கிறார். இப்படித் தலையில் இடி விழும் என்று அவர் சிறிதும் நினைத்துப்பார்க்கவில்லை.

தலையில் எழுது வி. *(எழுத, எழுதி)* **(சலிப்போடு கூறும்போது) (வாழ்க்கை முறை) இப்படித்தான் என்று விதியால் தீர்மானிக்கப்படுதல்;** be decreed by fate (said in resignation). என் கடைசி மூச்சு இருக்கும்வரை இந்தக் குடும்பத்துக்காக உழைக்க வேண்டும் என்று என் தலையில் எழுதியிருக்கிறது./ இப்படிக் குடும்பத்தைப் பிரிந்து கஷ்டப்பட வேண்டும் என்று என் தலையில் எழுதிவைத்திருக்கும்போது நான் என்ன செய்ய முடியும்?

தலையில் கட்டு வி. *(கட்ட, கட்டி)* **(தனக்கு விருப்பம் இல்லாத வேலையை மற்றொருவர்) செய்யும்படியாக வைத்தல்; (தேவையற்ற பொறுப்பையோ குறைபாடு உடையதையோ) ஏற்கச் செய்தல்;** make an unwary or unwilling person accept a responsibility or proposal or liability, etc.,; palm off (a bad product). ரேஷன் கடைக்குப் போகும் வேலையை யார் தலையில் கட்டலாம் என்று யோசிக்கிறாயா?/ நீ சற்று அசந்தால் கடைக்காரன் அழுகல் தக்காளியை உன் தலையில் கட்டிவிடுவான்./ குழந்தைகளை என் தலையில் கட்டிவிட்டுக் கல்யாணத்துக்குப் புறப்பட்டுப் போய்விட்டாள்./ எல்லாச் செலவையும் என் தலையில் கட்டப்பார்க்கிறாயா?/ சொத்துக்கு ஆசைப்பட்டு இந்தக் கிழத்தை என் தலையில் கட்டிவிட்டார்கள்./ ஜாக்கிரதையாக இரு; அவர் மகளை உன் தலையில் கட்டிவிடப்போகிறார்.

தலையில் கை வை வி. *(வைக்க, வைத்து)* **(தனக்கு உதவி செய்தவருக்கே) இடையூறு அல்லது தீங்கு விளைவித்தல்; பாதிப்பு ஏற்படும்படி செய்தல்;** harm (one's benefactor). வியாபாரம் தொடங்கட்டும் என்று வங்கியில் கடன் வாங்கிக்கொடுத்தால் பணத்தைக் கட்டாமல் என் தலையில் கை வைத்துவிட்டான்./ உனக்கு வேலை வாங்கித் தந்தவன் தலையில் கை வைத்துவிடுவாய் போலிருக்கிறதே.

தலையில் தட்டிவை வி. *(-வைக்க, -வைத்து)* **(வரம்பு மீறி நடந்துகொள்பவரை) கண்டித்து அடக்கிவைத்தல்;** cut s.o. down to size. பெரியவர்கள் என்றுகூடப் பார்க்காமல் இப்படி எதிர்த்துப் பேசுகிறானே. அவனைத் தலையில் தட்டிவைப்பதுதான் நல்லது./ வேலையில் சேர்ந்து ஒரு மாதம் ஆவதற்குள் துள்ளுகிறான். இப்போதே தலையில் தட்டிவைக்க வேண்டும்.

தலையில் தூக்கிவைத்துக்கொள் வி. *(-கொள்ள, -கொண்டு)* **(தகுதிக்கும் அதிகமாக ஒருவருக்கு) மதிப்புத் தந்து கொண்டாடுதல்; இடம்கொடுத்தல்;** give importance to s.o. who, in the opinion of the speaker, does not deserve it; place s.o. on a pedestal. வேண்டியவர் என்றால் தலையில் தூக்கிவைத்துக்கொண்டு புகழ்வதும் வேண்டாதவர் என்றால் தூற்றுவதும் அவருக்குப் பழக்கம்./ அவரிடம் நிறைய பணம் இருக்கிறது என்பதற்காக அவரை நீங்கள் தலையில் தூக்கிவைத்துக்கொண்டு ஆடுகிறீர்களே!/ ஒரு காலத்தில் அவரைத் தலையில் தூக்கிவைத்துக்கொண்டு கொண்டாடியவர்களே இன்று அவரை மதிப்பதில்லை.

தலையில் போடு வி. (போட, போட்டு) **(ஒருவர் மீது குற்றம், பழி முதலியற்றை) சுமத்துதல்;** shift (blame, etc.,) onto s.o.'s shoulders. செய்யும் தவறையெல்லாம் நீ செய்து விட்டுப் பழியை என் தலையில் போடுவது நியாயமா?/ தன் மகனைக் காப்பாற்ற வேண்டும் என்பதற்காகத் திருட்டுப்பழியை அவர் தன் தலையில் போட்டுக்கொண்டார்.

தலையில் மிளகாய் அரை வி. (அரைக்க, அரைத்து) **(ஒருவரை) வாய்ப்பு கிடைக்கும்போது ஏமாற்றுதல்;** exploit unscrupulously. அவர் இனிமையாகப் பேசுகிறாரே என்று பார்க்காதே. கொஞ்சம் அசந்தால் தலையில் மிளகாய் அரைத்துவிடுவார்./ நான் ஏமாந்தவன் என்று நினைத்து என் தலையில் மிளகாய் அரைக்கப் பார்க்கிறாயா?

தலையில் விடி வி. (விடிய, விடிந்து) **(பிறர் செய்ய வேண்டியது) தன்னுடையதாக வந்துசேர்தல்;** (of work or responsibility) fall to one's lot; fall on (s.o.). திடீரென்று தந்தை இறந்ததால் குடும்பத்தை நிர்வகிக்கும் பொறுப்பு அவன் தலையில் விடிந்தது.

தலையில் விழு வி. (விழ, விழுந்து) காண்க: *தலையில் விடி.*

தலையிலை பெ. (இலங்.) **(வாழையிலையின்) நுனியிலைப் பகுதி;** piece of banana leaf with the tip. மாப்பிள்ளைக்குத் தலையிலை போடுங்கள்./ நிறைகுடம் தலையிலையில் வைக்கப்பட்டது.

தலையிறக்கம் பெ. (பே.வ.) **அவமானம்;** shame. 'மகனை வளர்ப்பதில் உங்களுக்குக் கவனம் இல்லையே!' என்று ஆசிரியர் சொன்னபோது எங்களுக்குத் தலையிறக்கமாக இருந்தது.

தலையீடு[1] பெ. **தலையிடும் செயல்;** interference; intervention. உங்கள் குடும்பப் பிரச்சினையில் அவரது தலையீடு தேவையற்றது./ தொழிலாளர்கள் தங்கள் சம்பளப் பிரச்சினையில் அரசின் தலையீட்டைக் கோரினர்.

தலையீடு[2] பெ. **கிணற்றில் சகடையைத் தொங்கவிடுவதற்கு ஏதுவாகக் குறுக்குவாக்கில் அமைக்கப்படும் கட்டை;** a crossbar to hold a pulley for drawing water from the well. கருங்கல் தலையீடு/ சிமெண்டுத் தலையீடு.

தலையெடு வி. (-எடுக்க, -எடுத்து) **1: (பயிர் போன்றவை) துளிர்த்தல்;** sprout. மழை பெய்ததும் காய்ந்து கிடந்த பயிர்கள் தலையெடுக்க ஆரம்பித்தன./ (உரு வ.) அண்மைக் காலத்தில் நாட்டில் வன்முறை தலையெடுக்க ஆரம்பித்துள்ளது. **2: (வாழ்க்கையில்) உயர்வான நிலைக்கு வருதல்;** come up (in the world). நீ தலையெடுத்துதான் நம் குடும்பம் மேலே வர வேண்டும்./ உன் அப்பா தலையெடுத்த பிறகுதான் ஊரில் நாலு பேர் நம்மை மதிக்கத் தொடங்கியிருக்கிறார்கள்.

தலையெழுத்து பெ. **(வாழ்க்கையை நிர்ணயிப்பதாகக் கருதப்படும்) விதி;** fate; destiny. இப்படி அலைய வேண்டும் என்று என் தலையெழுத்து இருந்தால் அதை யாரால் மாற்ற முடியும்?

தலையை உருட்டு வி. (உருட்ட, உருட்டி) **(சம்பந்தமில்லாத விஷயத்தில் அனாவசியமாக ஒருவரை) தொடர்புபடுத்திக் குறை சொல்லுதல்; குற்றம்சாட்டுதல்;** drag s.o. into sth. உங்கள் இருவருக்கு இடையில் பிரச்சினை என்றால் அதற்காக என் தலையை உருட்ட வேண்டுமா?/ நிதி நிர்வாகத்தில் சம்பந்தப்படாத ஆள் நான். எதற்காக என் தலையை உருட்டுகிறார்கள் என்று தெரியவில்லை.

தலையைக் கொடு வி. (கொடுக்க, கொடுத்து) **(தனக்குச் சம்பந்தமில்லாத பிரச்சினையில் தானாக வலியச் சென்று) தலையிடுதல்;** get involved. ஊரார் பிரச்சினையில் நீயாகத் தலையைக் கொடுத்துவிட்டு இப்போது அவஸ்தைப்படுகிறாய்./ உன்னிடம் யாரும் யோசனை கேட்காதபோது நீ எதற்காகத் தலையைக் கொடுக்கிறாய்?

தலையைத் தடவு வி. (தடவ, தடவி) **(சாமர்த்தியமாக மற்றொருவரைத் தனக்காக) செலவு செய்ய வைத்தல்;** trick another into meeting one's expenses. சினிமாவுக்குப் போக யார் தலையைத் தடவலாம் என்று யோசித்தான்.

தலையைப் பிய்த்துக்கொள் வி. (-கொள்ள, -கொண்டு) **1: (ஒரு பிரச்சினைக்குத் தீர்வு காண முடியாமல்) குழம்பிப்போதல்;** think hard to find an answer or solution; rack one's brains. இந்தச் சின்னக் கணக்கைப் போடவே இப்படித் தலையைப் பிய்த்துக்கொண்டால் மற்ற கணக்குகளை எப்படிப் போடுவாய்? **2: (தொடர்ந்து செய்யும் முயற்சிகள் தோல்வியடையும்போது) கடும் எரிச்சலுக்கு உள்ளாதல்;** be driven mad; tear one's hair out. இயந்திரத்தில் எங்கு கோளாறு என்று கண்டுபிடிக்க முடியவில்லை. தலையைப் பிய்த்துக்கொண்டிருக்கிறேன்.

தலையை (போட்டு) உடை வி. (உடைக்க, உடைத்து) (இலங்.) காண்க: *தலை உடை.*

தலையை வாங்கு வி. (வாங்க, வாங்கி) (பெரும்பாலும் எதிர்மறையில்) **(சாதாரணச் செயலுக்கு) மிகக் கடுமையான தண்டனை தருதல்;** (said defiantly in a context where the speaker is convinced that a severe punishment should not be given for a minor transgression) cut off one's head. நாம் இருவரும் சினிமாவுக்குப் போனால் உன் அப்பா தலையை வாங்கிவிடுவாரா?

தலைவணங்கு வி. (-வணங்க, -வணங்கி) **(முடிவு, தீர்ப்பு போன்றவற்றை) மதித்து ஏற்றுக்கொள்ளுதல்;** defer to; accept with good grace. தேர்தலில் மக்கள் வழங்கிய தீர்ப்புக்கு நாங்கள் தலைவணங்குகிறோம்.

தலைவர் பெ. **(அணி, கட்சி, அமைப்பு, கூட்டம், குடும்பம் போன்றவற்றின் செயல், போக்கு, நிர்வாகம் முதலியவற்றை) வழிநடத்திச் செல்பவர்; தலைமைப் பொறுப்பில் இருப்பவர்;** leader; head (of an organization, party, etc.,); president; chairperson. கட்சித் தலைவர்/ மதத் தலைவர்/ தொழிற்சங்கத் தலைவர்/ குடும்பத் தலைவர்/ இன்றைய கூட்டத்தின் தலைவர்.

தலைவலி பெ. **1: தலைப் பகுதியில் ஏற்படும் தொல்லை மிகுந்த வலி;** headache. **2: நீக்குவதற்கு வழி இல்லாத தொல்லை;** annoying problem; headache. அதிருப்தியாளர்களால் கட்சிக்குப் பெரிய தலைவலி.

தலைவன் பெ. **(பண்டைய இலக்கியங்களில்) முதன்மை ஆண் பாத்திரம்; காதலன்;** hero (in ancient literature); protagonist. தலைவனும் தலைவியும் சந்திக்கும் இடம்/ காவியத் தலைவன்.

தலைவாசல் பெ. **1: (வீட்டின் உள்ளே நுழையும்போது இருக்கும்) முன்வாசல்;** front entrance. வீட்டின் தலைவாசலில் தோரணம் கட்டியிருந்தது./ தலைவாசலுக்கு உயரம் போதாது. **2:** (இலங்.) **வீட்டின் முன்வாசலை ஒட்டி அமைந்திருக்கும் வராந்தா;** verandah in the front portion of the house. தலைவாசலில் யாரோ நிற்கிறார்கள்; யார் என்று பார்./ அவர்கள் தலைவாசலில் இருந்து கதைத்துக் கொண்டிருந்தார்கள்.

தலைவாழை இலை பெ. **(முழு வாழை இலையில்) நுனிப் பகுதி இருக்குமாறு நறுக்கிய இலைத்துண்டு;** piece of plantain leaf with the tip. மாப்பிள்ளைக்குத் தலைவாழை இலை போட்டுப் பரிமாறினார்கள்.

தலைவி பெ. **1: (பண்டைய இலக்கியங்களில்) முதன்மைப் பெண் பாத்திரம்; காதலி;** heroine (in ancient literature); protagonist. தலைவனும் தலைவியும் சந்திக்கும் இடம்/ காவியத் தலைவி. **2: (அணி, கட்சி, அமைப்பு, குடும்பம் முதலியவற்றின் செயல், போக்கு, நிர்வாகம் முதலியவற்றை) வழிநடத்திச் செல்லும் பெண்;** leader; head (of an organization, party, etc.,); president; chairperson. கட்சித் தலைவி/ சங்கத் தலைவி.

தலைவிதி பெ. காண்க: **தலையெழுத்து.**

தலைவிரி கோலம் பெ. (-ஆக) **(பயம், துக்கம் முதலியவற்றால் பாதிக்கப்பட்ட ஒரு பெண்ணின்) விரிந்து கிடக்கும் முடியுடன் கூடிய அலங்கோலமான தோற்றம்;** (of woman) distraught look with dishevelled hair. தலைவிரி கோலமாக ஓடிவந்து தன் கணவனின் உடல்மீது விழுந்து அழுதாள்.

தலைவிரித்தாடு வி. (-ஆட, -ஆடி) **(பஞ்சம், லஞ்சம், வன்முறை முதலியவை) கட்டுக்கடங்காமல் பரவிக் காணப்படுதல் அல்லது நிலவுதல்;** (of famine, corruption, violence, etc.,) be rampant. இரண்டு நாள் நடந்த இனக் கலவரத்தில் வன்முறை தலைவிரித்தாடியது./ மூன்று வருடமாக மழை இல்லாததால் நாட்டில் பஞ்சம் தலைவிரித்தாடுகிறது.

தலைவீக்கம் பெ. (இலங்.) **கர்வம்; திமிர்;** arrogance; haughtiness. காண்க: **தலைப்பாரம்.**

தலைவைத்துப் படு வி. (படுக்க, படுத்து) **1:** (பெரும்பாலும் எதிர்மறையில்) **(ஒருவருடன்) தொடர்ந்து தொடர்பு வைத்துக்கொள்ளுதல்;** go near; have business with. நான் சொந்த ஊர்ப் பக்கம் தலைவைத்துப் படுத்து இருபது ஆண்டுகளாகிவிட்டது. **2:** (பெரும்பாலும் எதிர்மறையில்) **(தொழில் முதலியவற்றை) மேற்கொள்ளுதல்;** have business with. பருத்தி வியாபாரத்தில் ஒரு முறை நஷ்டப்பட்டாகிவிட்டது. இனிமேல் அந்தப் பக்கம் தலைவைத்துப் படுக்க மாட்டேன்.

தவ்வல் பெ. (இலங்.) **சிறு குழந்தை; கைக்குழந்தை;** infant in arms; nursling. இந்தத் தவ்வலைத் தூக்கிக்கொண்டு ஏன் பனியில் வெளியே போகிறாய்?

தவக்கம் பெ. (ஊரக வ.) **தாமதம்;** delay; protraction. சிமெண்டு கிடைக்காததால் வேலையில் தவக்கம்.

தவக்காலம் பெ. (கிறித்.) **இயேசுவின் இறப்பையும் உயிர்ப்பையும் கொண்டாடும் திருவிழாவுக்கு முன்னதாக வருகிற, ஏறத்தாழ நாற்பது நாட்கள் கொண்ட காலம்;** Lent.

தவசி பெ. (அ.வ.) **முனிவர்;** ascetic.

தவசிப்பிள்ளை பெ. (ஊரக வ.) **(வீட்டில்) சைவச் சமையல் செய்யப் பணிக்கு அமர்த்தப்பட்ட ஆண்;** male cook engaged for preparing vegetarian food.

தவண்டை பெ. **(கோயிலில் வாசிக்கப்படும்) உடுக்கை போன்ற வடிவில் சற்றுப் பெரிதாக இருப்பதும், குச்சியால் அடித்து வாசிக்கப்படுவதுமான தாள வாத்தியக் கருவி;** a kind of small drum (played in temples).

தவண்டையடி வி. (-அடிக்க, -அடித்து) (இலங்.) **தவித்தல்;** be in distress. அவன் சாப்பாட்டுக்கே தவண்டையடித்துக்கொண்டிருக்கிறான்./ போர்க் காலத்தில் எரி பொருளுக்குத் தவண்டையடிக்க வேண்டியுள்ளது.

தவணை பெ. **1: செலுத்த வேண்டிய மொத்தத் தொகையை ஏதேனும் ஒரு விகிதப்படி பகுத்துக் கொண்டு குறிப்பிட்ட காலத்துக்கு இவ்வளவு என்று நிர்ணயிக்கப்பட்ட காலத்திற்குள் செலுத்தும் முறை;** instalment. நேற்றுதான் இந்த மின்விசிறியைத் தவணை முறையில் வாங்கினேன்./ வங்கியில் வாங்கிய கடனை முப்பத்தாறு தவணைகளில் செலுத்திவிட வேண்டும். **2: (மேற்குறிப்பிட்ட முறையில்) பகுத்துக்கொண்ட கால அளவில் ஒரு முறை;** instalment. மின்விசிறிக்கு இரண்டாவது தவணைப் பணம் கட்ட வேண்டும். **3: கால வரம்பு; கெடு;** time allowed or taken (for doing sth.). வீட்டைக் காலிசெய்வதற்கு ஆறு மாதம் தவணை கேட்டிருக்கிறார். **4:** (வ.வ.) **தடவை;** time(s). எத்தனை தவணைதான் இந்தப் படத்தைப் பார்ப்பது? **5:** (இலங்.) **அமர்வு;** session. நாடாளுமன்றத்தை இன்னொரு தவணைக்குத் தொடர்வதற்கான தீர்மானம். **6:** (இலங்.) **ஒத்திவைப்பு;** adjournment. நீதிமன்றத்தில் இந்த முறை சமுகமளிக்க முடியாதபடி இருந்ததால் தவணை கேட்கும்படி சட்டத்தரணியிடம் கூறினேன்.

தவத்திரு பெ. (பெரும்பாலும்) **சைவ மடங்களின் தலைவர் பெயருக்கு முன் இணைத்து வழங்கும் 'வணக்கத்திற்கு உரிய' என்னும் பொருள்படும் அடைமொழி;** title for the head of a Saivaite Mutt; His Holiness.

தவம் பெ. **(முனிவர் போன்றோர்) ஐம்புலன்களையும் அடக்கி, மனத்தை ஒருமுகப்படுத்திச் செய்யும் தியானம்;** (religious) austerities (to obtain sth. that is not normally obtainable). சாகாவரம் வேண்டித் தவம் இருந்தவர் கதை/ (உரு வ.) தவம் இருந்து பெற்ற பிள்ளை.

தவம்கிட வி. (-கிடக்க, -கிடந்து) **1: (ஓரிடத்தில் அல்லது ஒருவரிடம்) தன் காரியம் நிறைவேறுவதற்காகக் காத்துக்கிடத்தல்;** wait endlessly. ஒரு சான்றிதழ் வாங்க அரசு அலுவலகத்தில் தவம்கிடக்க வேண்டியிருந்தது./ நடிகரைப் பார்க்க ஒரு கூட்டம் தவம்கிடந்தது. **2: ஒன்றை அடைய மிகுந்த ஆர்வத்துடன் கடும் முயற்சி மேற்கொள்ளுதல்;** yearn for sth. சினிமாவில் நடிக்கத் தகுந்த வாய்ப்புக் கிடைக்காதா என்று தவம்கிடக்கிறான்.

தவமிரு வி. (-இருக்க, -இருந்து) காண்க: **தவம்கிட, 2.**

தவலை பெ. **(நீர் வைத்துக்கொள்ளப் பயன்படும்) அகன்ற வாயும் உருண்ட அடிப்பகுதியும் கொண்ட**

தவலைவடை 664

பெரிய உலோகப் பாத்திரம்; pot made of metal, with a wide mouth and a tapering bottom (to store water).

தவலை

தவலைவடை பெ. அரிசியுடன் சில பருப்புகளும், மிள காய் வற்றலும் சேர்த்து அரைத்து, எண்ணெயில் சுட்டு எடுக்கும் வடை; savoury made of lentils and rice.

தவழ் வி. (தவழ, தவழ்ந்து) 1: (குழந்தை நடப்பதற்குப் பழகும் முன்னர் தரையில்) கைகளை ஊன்றிக் கால் முட்டிகளைப் பயன்படுத்தி மெதுவாக நகர்தல்; (of children) crawl. குழந்தை மெல்லத் தவழ்ந்து வந்து அவ னுடைய கால்களைக் கட்டிக்கொண்டது. 2: (காற்று) மென்மையாக வீசுதல்; (of breeze) blow gently. தென்றல் தவழ்ந்து வரும் மாலை நேரம்./ ஜன்னல் வழியாக இதமான காற்று தவழ்ந்து வந்தது. 3: (முகத்தில் அல்லது உதட்டில் புன்னகை) தோன்றுதல்/ (ஓர் இடத்தில் அமைதி) நிலவுதல்; pervade. புன்னகை தவழும் முகம்/ அமைதி தவழ்கிற இடத்தில் ஆனந்தம் நிலவும்./ அவர் முகத்தில் அன்பு தவழ்கிறது./ நான் சொன்னதைக் கேட்டதும் அவர் முகத்தில் புன்னகை தவழ்ந்தது.

தவளை பெ. நீண்ட பின்னங்கால்களால் நிலத்தில் தாவியும் நீரில் நீந்தியும் செல்லும் சிறு பிராணி; frog.

தவளைச் சொறி பெ. (பெரும்பாலும் குழந்தைகளுக்கு வைட்டமின் A குறைவால்) முழங்கால், முழங்கை போன்ற பகுதிகளில் தோல் சொரசொரப்பாக, முள் போன்று ஆகிவிடும் ஒரு தோல் நோய்; toad's skin; phyronoderma.

தவறணை பெ. (இலங்.) மதுபானக் கடை; tavern; place where alcohol is sold or consumed. கள்ளுத் தவறணை/ சாராயத் தவறணை.

தவறவிடு வி. (-விட, -விட்டு) 1: (பேருந்து, ரயில் முத லியவற்றில் ஏறாமல் அல்லது வேண்டிய இடத்தில் இறங்காமல்) விடும்படி நேர்தல்; miss (a train, etc., or a place where one has to alight). இந்தப் பேருந்தைத் தவற விட்டால் அலுவலகத்திற்கு உரிய நேரத்தில் போக முடி யாது. 2: (ஒன்றை) தொலைத்தல்; lose (sth.). தங்க மோதி ரத்தைத் தவறவிட்டு வந்து நிற்கிறாயே! 3: (வாய்ப்பை) நழுவவிடுதல்; miss (an opportunity, etc.,). உனக்குக் கிடைத்த அரிய சந்தர்ப்பத்தைத் தவறவிட்டுவிட்டாயே.

தவறாது வி.அ. (உ.வ.) காண்க: தவறாமல்.

தவறாமல் வி.அ. 1: எந்தக் காரணத்தை முன்னிட்டும் தவிர்த்துவிடாமல்; without fail. திருமணத்தில் தாங்கள் தவறாமல் கலந்துகொள்ள வேண்டும் என்று நண்பர் கூறி னார்./ கட்சியின் உறுப்பினர்கள் அனைவரும் இக்கூட் டத்தில் தவறாமல் கலந்துகொள்ள வேண்டும். 2: (குறிப் பிடப்படும் கால வரம்பை) மீறாமல்; without fail. வரு டம் தவறாமல் நான் என் சொந்த ஊருக்குப் போவேன்./ மாதம் தவறாமல் ஒழுங்காகப் பணம் கட்டிவிடு.

தவறிப்போ வி. (-போக, -போய்) (பே.வ.) காணாமல் போதல்; be lost. பேனா வழியில் தவறிப்போய்விட்டது./ திருவிழாவில் குழந்தை தவறிப்போய்விட்டது.

தவறு[1] வி. (தவற, தவறி) அ. (செய்ய, நிகழ வேண்டி யதிலிருந்து விலகுதல் தொடர்பான வழக்கு) 1: முடி யாமல் போதல்; fail (to do). கிளம்பும் அவசரத்தில் மேலதிகாரி சொன்னதைக் கவனிக்கத் தவறிவிட்டேன்./ தேர்வுக் கட்டணத்தை உரிய தேதிக்குள் கட்டத் தவறினால் அபராதம் உண்டு./ தேர்வில் வெற்றி பெறத் தவறிவிட் டான். 2: (உரிய காலத்தைக் கடந்து) தாமதமாதல்; (of rain, etc.,) fail. பருவ மழை தவறியதால் கடும் வறட்சி நிலவுகிறது. 3: (உரிய போக்கிலிருந்து அல்லது குறித்த இலக்கிலிருந்து) விலகுதல்; மாறுதல்; fail (to keep one's word); lose (one's way); miss (one's target). பணம் தருவதாகச் சொல்லிவிட்டு வாக்குத் தவறலாமா?/ புதிய ஊரில் நண்பரைத் தேடிச் சென்று வழி தவறி எங்கெல் லாமோ அலைய நேர்ந்தது./ அவர் குறி தவறாமல் சுடுவ தில் வல்லவர். ஆ. (தன் நிலையிலிருந்து நீங்குதல் தொடர்பான வழக்கு) 4: (நிதானம், நினைவு) இழத்தல்; lose (one's balance, consciousness). அடிபட்டவுடன் சுய நினைவு தவறிக் கீழே விழுந்தார். 5: (கையிலிருந்து) நழுவுதல்; slip. கண்ணாடி தவறி விழுந்து உடைந்துவிட் டது. 6: (கால்) இடறுதல்; trip. பேருந்தில் ஏறப் போனவர் கால்தவறிக் கீழே விழுந்தார். 7: இறத்தல்; die. என் அம்மா தவறி ஒரு வருடம் ஆகிறது.

தவறு[2] பெ. (-ஆக, -ஆன) 1: தப்பு; mistake. தவறு செய்து விட்டதால் ஏற்பட்ட குற்ற உணர்வு/ குடை எடுக்காமல் வந்தது தவறுதான்./ இந்தப் புத்தகத்தைத் தவறாகக் கொண்டுவந்துவிட்டேன்./ தான் செய்த தவறுக்காக அவன் வருந்தினான். [(தொ.சொ.) குற்றம்/ குறை/ கோளாறு/ தப்பு/ பிழை] 2: சரியானதாகவோ ஏற்றதாகவோ முறையானதாகவோ இல்லாதது; பிழை; கோளாறு; error; fault. புத்தகத்தை அச்சிட்டதில் தவறுகள் ஏற்பட்டு விட்டன./ கடிதத்தில் தவறான முகவரியை எழுதிவிட் டாய்./ அவன் தவறான பாதையில் போய்க்கொண்டிருக் கிறான்./ கடிதத்தைத் தவறாக அவரிடம் கொடுத்துவிட் டேன்./ இந்தத் திட்டத்தில் தவறுகள் ஏற்பட வாய்ப்பில்லை.

தவறுதலாக வி.அ. (உரியவரிடம் அல்லது உரிய இடத் தில் இல்லாமல்) மற்றொருவரிடம் அல்லது மற்றொரு இடத்தில்; கவனப்பிசகாக; by mistake. உங்களிடம் தர வேண்டிய கடிதத்தைத் தவறுதலாக உங்கள் தம்பியிடம் கொடுத்துவிட்டேன்./ சாவியைத் தவறுதலாக எங்கோ வைத்துவிட்டு அரை மணி நேரமாகத் தேடிக்கொண்டிருக் கிறார்.

தவி வி. (தவிக்க, தவித்து) 1: (இல்லாமை, இயலாமை அல்லது இக்கட்டு முதலியவை ஏற்படுத்தும் சூழலில்) வருந்திக் கலங்குதல்; திணறுதல்; be in distress; be helpless. கைச் செலவுக்குக்கூடப் பணம் இல்லாமல் தவிக்க

வேண்டிய நிலை/ லட்சக் கணக்கான இளைஞர்கள் வேலை இல்லாமல் தவிக்கிறார்கள்./ வெள்ளத்தில் சிக்கித் தவிக்கும் கிராமங்கள்./ (உரு வ.) போட்டியின் ஆரம்பத்திலேயே முக்கிய விக்கெட்டுகளை இழந்து இந்திய அணி தவித்தது. [(தொ.சொ.) கலங்கு/ திண்டாடு/ திணறு/ வருந்து] **2:** (வ.வ.) **தாகத்தால் வருந்துதல்; தாகமெடுத்தல்;** suffer from thirst; be thirsty. தவிக்கிறது, தண்ணீர் கொடு.

தவிசாளர் பெ. (இலங்.) **தலைவர்;** chairperson. வட மாகாண சபைத் தவிசாளர் கூட்டத்துக்குத் தாமதமாகவே வந்தார்.

தவிசு பெ. (இலங்.) **(பல்கலைக்கழகங்களில்) (ஒரு துறையில் உயர்நிலை ஆய்வுக்கான) இருக்கை;** chair (in a university). யாழ்ப்பாணப் பல்கலைக்கழகத்தில் மொழியியலுக்கான தவிசு இருக்கிறது./ அவர் ஒரு தவிசுப் பேராசிரியர்.

தவிட்டுக்குருவி பெ. **(மைனாவின் அளவை ஒத்த) மணல் நிற அலகும், வெளிறிய தலைப் பகுதியும், தவிட்டு நிற உடலும் கொண்ட எப்போதும் சிறு கூட்டமாக இருக்கும் பறவை; கல்லுக்குருவி;** yellow billed babbler. தவிட்டுக்குருவி எப்போதும் ஒலி எழுப்பிக் கொண்டே இருக்கும்.

தவிட்டுக் கூண்டு பெ. (ஊரக வ.) **(மாட்டுக்காகத் தவிடு இருப்பு வைத்துக்கொள்ளப் பயன்படும்) சுமார் நான்கு அடி உயரம் உள்ள, மண்ணால் ஆன கொள் கலன்;** barrel-chested, large earthenware receptacle to store fine rice bran for cattle. தவிட்டுக் கூண்டில் இருக்கும் தவிடு மழைக் காலத்தில் நமுத்துப்போகாது./ தவிட்டுக் கூண்டின் அடியில்தான் கொஞ்சம் தவிடு கிடக்கிறது. கையை விட்டு அள்ள முடியாது.

தவிட்டுப்பாண் பெ. (இலங்.) **அரிசியின் தவிட்டில் தயாரிக்கப்படும் ரொட்டி;** bread made from rice bran.

தவிடு பெ. **(நெல், கோதுமை முதலிய தானியங்களை அரைத்து எடுக்கும்போது கிடைக்கும்) உமி அல்லாத கழிவுப் பொருள்;** bran.

தவிடுபொடியாக்கு வி. (-ஆக்க, -ஆக்கி) **(ஒன்றை) நொறுக்குதல்; தூள்தூளாக்குதல்;** crush; blow to pieces. நிலநடுக்கம் பிரமாண்டமான கட்டடங்களையும் தவிடு பொடியாக்கிவிட்டது./ (உரு வ.) என்னுடைய கனவு களைத் தவிடுபொடியாக்கிவிட்டாயே?

தவிடுபொடியாகு வி. (-ஆக, -ஆகி) **(ஒரு பொருள் உடைந்து அல்லது நொறுங்கி) சிறுசிறு துண்டுகளாதல்; தூள்தூளாதல்;** go to pieces; crumble. வேட்டு வைத்துத் தகர்த்ததில் பாறை தவிடுபொடியாயிற்று./ (உரு வ.) தொழில் தொடங்க வேண்டும் என்கிற என் கனவு தவிடு பொடியாகியது.

தவிப்பாறு வி. (தவிப்பாற, தவிப்பாறி) (ஊரக வ.) காண்க: **களைப்பாறு.**

தவிப்பு பெ. **(இல்லாமை, இயலாமை முதலியவற்றால்) வருந்திக் கலங்கும் நிலை;**state of distress and helplessness. குழந்தையை இழந்த தாயின் தவிப்பு.

தவிர் வி. (தவிர்க்க, தவிர்த்து) **1: (ஒன்று) நிகழாதவாறு பார்த்துக்கொள்ளுதல்;** avoid (sth. happening). இவ்வளவு தூரம் கருத்து வேறுபாடுகள் வளர்ந்த பிறகு கட்சி பிளவு படுவதைத் தவிர்க்க முடியாது./ இந்த விபத்தை ஓட்டுநரால் தவிர்த்திருக்க முடியும். **2: (பயன்படுத்தாமல் அல்லது சேர்த்துக்கொள்ளாமல்) விடுதல்;** skip; avoid. பழு தடைந்த சாலையைத் தவிர்த்து விட்டு மாற்றுப் பாதையில் சென்றேன்./ நீங்கள் உணவில் சர்க்கரையைத் தவிர்க்க வேண்டும். [(தொ.சொ.) ஒதுக்கு/ தள்ளு/ நிராகரி/ புறக்கணி/ மறு/ விலக்கு]

தவிர்த்து இ.சொ. **'தவிர' என்ற பொருளில் பயன் படுத்தப்படும் இடைச்சொல்; 'நீங்கலாக';** particle used in the sense of 'excluding', 'except'. என்னைத் தவிர்த்து அனைவரும் வெள்ளை நிறச் சட்டை அணிந்திருந்தனர்.

தவிர்ந்த இ.சொ. **'நீங்கலான' என்ற பொருளில் பயன் படுத்தப்படும் இடைச்சொல்;** particle used in the sense of 'except'. வீடு தவிர்ந்த ஏனைய சொத்துகள்.

தவிர இ.சொ. **1: '(குறிப்பிடப்படுவது அல்லது குறிப் பிடப்படுபவர்) நீங்கலாக' என்ற பொருளில் பயன் படுத்தப்படும் இடைச்சொல்;** particle used in the sense of 'except', 'apart from'. இந்த மின்விசிறியைத் தவிர வேறு எந்த மின்விசிறியையும் போட வேண்டாம்./ உன்னைத் தவிர எல்லோரும் வீட்டுக்குப் போய்விட்டார்கள்./ தூங் கும் நேரம் தவிர மற்ற நேரங்களில் படித்துக்கொண்டே இருப்பான். **2: ('ஏ' என்ற இடைச்சொல் சேர்ந்த சொல் லின் பின் வரும்போது) 'கூறப்படுவதிலிருந்து இயல் பான விளைவு இல்லாமல் மாறான நிலை ஏற்படுகி றது' என்ற பொருளில் இரண்டு தொடர்களை இணைக் கப் பயன்படும் இடைச்சொல்;** particle used in the sense of 'although', 'but (not)'. மழை பெய்ததே தவிர வெப்பம் குறையவில்லை./ நான் எழுத்தாளன்தானே தவிர சமூக சீர்திருத்தவாதி அல்ல.

தவிரவும் இ.சொ. **'(கூறப்பட்டது மட்டுமல்லாமல்) மேலும்' என்ற பொருளில் பயன்படுத்தப்படும் இடைச் சொல்;** particle used in the sense of 'further', 'moreover'. அந்த மருந்து நோயைக் குணப்படுத்தவில்லை. தவிரவும், பக்க விளைவுகளையும் ஏற்படுத்தியுள்ளது.

தவில் பெ. **ஒருபுறம் கையாலும் மறுபுறம் சிறு கோலா லும் அடித்து நாகசுரத்தோடு வாசிக்கப்படும், பெரிய உருளை வடிவத்தைக் கொண்டிருக்கும் தோல் வாத்தி யம்;** a kind of two-headed drum, played by tapping one side with the hand and the other with a short stick (as an accompaniment to நாகசுரம்).

தவில்

தழல் பெ. 1: *(பே.வ.)* **தணல்;** live coals. சாம்பிராணி போடக் கொஞ்சம் தழல் கொண்டு வா. 2: **தீக்கொழுந்து; சுவாலை;** flame. அடுப்பிலிருந்து வீசிய தழல் அவள் முகத்தை மேலும் சிவப்பாகக் காட்டியது.

தழுதழு வி. *(தழுதழுக்க, தழுதழுத்து)* **(துக்கம் முதலிய உணர்ச்சி மேலீட்டினால் குரல்) நெகிழ்தல்; (நாக்கு) குழறுதல்;** (of voice or tongue) falter (as when one is overwhelmed by emotion). தன் கணவன் இறந்ததைக் குறிப்பிட்டபோது அவளுக்குக் குரல் தழுதழுத்தது./ நீங்கள் செய்த உதவியால்தான் நான் இன்று நல்ல நிலையில் இருக்கிறேன் என்று அவர் நா தழுதழுக்கக் கூறினார்.

தழும்பு பெ. **காயம், கொப்பளம் போன்றவை ஆறிய பின் அல்லது அறுவைச் சிகிச்சைக்குப் பின் காணப்படும் அடையாளம்;** scar. முகத்தில் அம்மைத் தழும்புகள்/ அறுவைச் சிகிச்சையினால் கழுத்தில் தழும்பு./ *(உரு வ.)* அவள் சொற்கள் என் நெஞ்சில் உண்டாக்கிய தழும்புகள்.

தழுவல் பெ. 1: **(ஒருவரை) தழுவும் செயல்;** embrace. அவளுடைய தழுவலில் அவன் மெய் மறந்தான்./ தோழியின் தழுவலில் அன்பு வெளிப்பட்டது. 2: **(இலக்கியத்தைக் குறிக்கும்போது) தழுவி உருவாக்கப்படுவது;** (of a novel, play, etc.,) adaptation. இது ஒரு பிற மொழிப் படத்தின் தழுவல்/ தழுவல் நாடகம்.

தழுவிய பெ.அ. **(குறிப்பிடப்படும் பகுதி) முழுவதிலும்;** length and breadth of. நாடு தழுவிய போராட்டம் நடத்தப் போவதாக எதிர்க்கட்சிகள் அறிவித்தன.

தழுவு வி. *(தழுவ, தழுவி)* 1: **(அன்பை வெளிப்படுத்தும் வகையில் ஒருவரை) மார்போடு சேர்த்துக்கொள்ளுதல்;** embrace; hug. போட்டியில் பரிசு பெற்ற மகனைத் தாய் கட்டித் தழுவினாள்./ நீண்ட நாள் கழித்துச் சந்தித்த நண்பனைத் தழுவிக்கொண்டான்./ *(உரு வ.)* தென்றல் உடலைத் தழுவியது./ *(உரு வ.)* மேகம் மலையைத் தழுவிச் சென்றது. 2: **(பிற மதத்தை) ஏற்றுப் பின்பற்றுதல்;** embrace (a religion); adopt. கலிங்கப் போருக்குப் பின் அசோகர் புத்த மதத்தைத் தழுவினார். 3: *(உ.வ.)* **(தோல்வி, மரணம்) அடைதல்;** meet (defeat, death). நடந்து முடிந்த தேர்தலில் தோல்வியைத் தழுவிய கட்சி இது./ இம்முறை அவர் தோல்வியைத் தழுவுவது நிச்சயம்./நாட்டிற்காக மரணத்தைத் தழுவவும் நான் தயார். 4: **(ஒன்றை) சார்தல்;** depend (mutually). சமயமும் தமிழும் ஒன்றையொன்று தழுவியே வளர்ந்தவை. 5: **(கலைப் படைப்புகளை) ஒரு மொழியிலிருந்து மற்றொரு மொழிக்கு அல்லது ஒரு வடிவத்திலிருந்து மற்றொரு வடிவத்துக்குத் தகுந்த மாற்றங்களோடு அமைத்தல்;** adapt (story, etc., from another language or into another form). ஆங்கிலப் படத்தைத் தழுவி எடுக்கப்பட்ட தமிழ்ப் படம் வெற்றி பெறவில்லை.

தழை[1] வி. *(தழைக்க, தழைத்து)* 1: **(தளிர், இலை முதலியவை அதிக அளவில் வளர்ந்து) செழித்தல்;** (of plants) grow luxuriantly. இலையுதிர் காலத்துக்குப் பிறகு மரங்கள் தழைக்கத் தொடங்கியிருந்தன./ இவ்வளவு மழை பெய்யும் இந்த மரம் மட்டும் ஏன் தழைக்காமல் இருக்கிறது? 2: **(குடும்பம், அமைப்பு முதலியவை) சிறப்புடன் வளர்தல்;** (of family, etc.,) flourish. பிள்ளைகள் தலையெடுத்துதான் இந்தக் குடும்பம் தழைக்க வேண்டும்./ ஜனநாயகம் தழைக்க அனைவரும் பாடுபட வேண்டும்.

தழை[2] வி. *(தழைக்க, தழைத்து) (பே.வ.)* **(இருக்கும் நிலையிலிருந்து ஒன்றை) தாழ்த்துதல்; இறக்குதல்;** to let fall a piece of clothing that has been tucked in; (of a gun, etc.,) lower. ஆசிரியரைக் கண்டதும் வேட்டியைத் தழைத்து விட்டுக்கொண்டான்.

தழை[3] பெ. **(சிறு குச்சியோடு கூடிய) இலைக் கொத்து;** sprig. ஆட்டுக்குத் தழை ஒடித்துப் போட்டிருக்கிறேன்./ வேப்பந்தழையை அரைத்து மருந்தாகப் பயன்படுத்துகிறார்கள்./ கொத்தமல்லித் தழையைத் தூவிச் சாம்பார் சாதத்தை அலங்கரிக்கவும்.

தழைச்சத்து பெ. **பயிர் தழைத்து வளரத் தேவைப்படும் சத்து;** nitrogen (for plants).

தழைந்த பெ.அ. *(குரல் குறித்து வரும்போது)* **பணிவான; மெதுவான;** (of voice) politely; soft. 'ஒன்று கேட்கிறேன், கோபித்துக்கொள்ளாதீர்கள்' என்று தழைந்த குரலில் கேட்டாள்.

தழைந்துபோ வி. *(-போக, -போய்) (பே.வ.)* **(ஒருவருக்கு) பணிந்து நடத்தல்; அடங்கியிருத்தல்; தாழ்ந்து போதல்;** be submissive. உன் அண்ணனிடம் நீ தழைந்து போகக் கூடாதா?/ எனக்கு அதிகாரியாக இருந்தால் என்ன, எவ்வளவு தழைந்துபோவது?

தழைய வி.அ. 1: *(புடவை அல்லது வேட்டி கட்டியிருப்பதைக் குறிக்கும்போது)* **தரையைத் தொடும் அளவில்; தரையில் லேசாகப் புரளும் அளவுக்கு;** (when wearing a *சேலை* or *வேட்டி*) with the lower edge touching the ground. பட்டு வேட்டி தழையத்தழைய அவர் நடந்துவந்தார்./ தழையக் கட்டியிருந்த சேலையை இடுப்பில் தூக்கிச் செருகிக்கொண்டு வேலையைச் செய்யத் தொடங்கினாள். 2: *(கூந்தல் பின்னியிருப்பதைக் குறிக்கும்போது)* **இறுக்கமில்லாமல்; தொய்வாக;** (referring to women's long hair) loose. குளித்த பின் கூந்தலைத் தழையக் கட்டிக்கொண்டாள்.

தழையுரம் பெ. **அடியுரமாக இடப்படும் தழை;** green manure.

தள்ளம்பாறு வி. *(தள்ளம்பாற, தள்ளம்பாறி) (இலங்.)* **(ஒருவர்) தள்ளாடுதல்;** falter; be unsteady. உன் மகன் தண்ணியடித்துவிட்டுத் தள்ளம்பாறிக்கொண்டே வருகிறான்./ தள்ளம்பாறும் வயதில் ஏன் இப்படித் திரிகிறீர்கள்?

தள்ளாட்டம் பெ. **(நிலையாக நிற்கவோ நடக்கவோ முடியாதபடி) சுயக்கட்டுப்பாடு குலைந்த உடலின் அசைவு;** one's unsteady movement. அவருடைய தள்ளாட்டத்தைப் பார்த்தால் குடித்திருப்பார் என்று நினைக்கிறேன்./ வயதாகிவிட்டால் தள்ளாட்டமும் வந்துவிடுகிறது.

தள்ளாடு வி. *(தள்ளாட, தள்ளாடி)* **(நிற்கும்போது அல்லது நடக்கும்போது சுயக் கட்டுப்பாடு குலைந்து) அங்குமிங்கும் சாய்தல்;** falter; be unsteady. எவ்வளவு குடித்தாலும் அவர் தள்ளாடாமல் நடப்பார்./ கிழவர் தள்ளாடியபடியே மாடிப் படிகளில் ஏறினார்.

தள்ளாத காலம் பெ. காண்க: **தள்ளாத வயது.**

தள்ளாத வயது பெ. **(நடக்கக்கூடச் சிரமப்படும்) முதுமைக் காலம்;** old age; infirmity. தள்ளாத வயதிலும் அவர் உழைக்க வேண்டியிருந்தது.

தள்ளாமை பெ. செயல்பட முடியாத முதுமை; **தளர்ச்சி;** infirmity (due to old age). அவரது வயதையும் தள்ளாமையையும் கருதி அதிகம் வேலை கொடுக்காமல் இருந்தேன்.

தள்ளி வி.அ. **(ஒரு பக்கமாக) விலகி/(குறிப்பிடப்படும்) தூரத்தில்;** at a distance; from a distance. தெருவில் நடந்த சண்டையைத் தள்ளி நின்று கவனித்தான்./ கடை என் வீட்டிலிருந்து பத்து வீடு தள்ளி இருக்கிறது.

தள்ளிக்கொண்டு போ வி. (போக, போய்) (பே.வ.) **(ஒருவருக்குத் தெரியாமல் ஒன்றை) எடுத்துச்செல்லுதல்;** take away sth. without the owner's knowledge. என்னிடம் இருந்த இரண்டு நாவல்களையும் அவன் தள்ளிக்கொண்டு போய்விட்டான்./ கடிகாரத்தை இப்படிக் கவனக் குறைவாகப் போட்டுவைத்திருக்கிறாயே, யாராவது தள்ளிக்கொண்டு போய்விடப்போகிறார்கள்.

தள்ளிப்போ வி. (-போக, -போய்) **(குறிப்பிட்ட நேரத்தில் நடைபெற வேண்டிய நிகழ்ச்சி மற்றொரு சந்தர்ப்பத்தில் நடைபெறும் வகையில்) பிந்துதல்; தாமதமாதல்;** be put off or delayed. ஏனோ தெரியவில்லை; அவனது திருமணம் மேலும் தள்ளிப்போய்க்கொண்டிருக்கிறது./ பள்ளித் தேர்வுகள் இன்னும் ஒரு மாதம் தள்ளிப்போகலாம்.

தள்ளிப்போடு வி. (-போட, -போட்டு) **ஒத்திவைத்தல்; ஒத்திப்போடுதல்;** defer; postpone; procrastinate. வறட்சியின் காரணமாக நிலவரி வசூல் தள்ளிப்போடப்பட்டிருக்கிறது./ கல்யாணம் செய்துகொள்வதுபற்றிச் சீக்கிரம் ஒரு முடிவு எடு. இப்படித் தள்ளிப்போட்டுக் கொண்டே போகாதே!

தள்ளிவிடு வி. (-விட, -விட்டு) **(தான் விரும்பாததை அல்லது தனக்கு வேண்டாததை மற்றொருவரிடம்) சேரச்செய்தல்; சுமத்துதல்;** foist sth. on s.o. செல்லாக் காசை என்னிடம் தள்ளிவிட்டுவிட்டான்./ உன் பொறுப்புகளையெல்லாம் என்னிடம் தள்ளிவிடலாம் என்று நினைத்தாயா?

தள்ளிவை வி. (-வைக்க, -வைத்து) 1: **தள்ளிப்போடுதல்;** postpone; put off; adjourn. நீதிபதி இந்த வழக்குக்கான விசாரணையை அடுத்த மாதத்துக்குத் தள்ளிவைத்திருக்கிறார்./ பள்ளித் தேர்வுகளை இப்படித் தள்ளிவைத்துக் கொண்டே போவது சரி இல்லை. 2: **(எந்தவிதத் தொடர்பும் இல்லாத வகையில் ஒருவரை) விலக்கிவைத்தல்;** discard; make (s.o.) live apart; ostracize. அவன் மனைவியைத் தள்ளிவைத்துவிட்டு இரண்டாம் கல்யாணம் செய்துகொண்டானாமே!/ அந்தக் குடும்பத்தை ஊரை விட்டுத் தள்ளிவைத்திருக்கிறார்கள்.

தள்ளு[1] வி. (தள்ள, தள்ளி) 1: **(ஒருவரை அல்லது ஒன்றை) ஒரு திசையில் விசையுடன் முன்னோக்கிச் செல்லுமாறு செய்தல்/(கீழே) விழுமாறு செய்தல்;** push (s.o. or sth.)/push down. நாற்காலியைப் பின்னுக்குத் தள்ளிவிட்டு எழுந்து நின்றான்./ கோபத்தில் பையனை அறையில் தள்ளிக் கதவைச் சாத்தினார்./தன்மேல் சவாரி செய்தவனைக் குதிரை கீழே தள்ளிவிட்டது./ குளியலறையில் தேங்கிநின்ற தண்ணீரை விளக்குமாறால் தள்ளினான். [(தொ.சொ.) **அடி/ அமுக்கு/ அறை/ கிள்ளு/ குத்து/ நிமிண்டு/ மொத்து**] 2: **(உள்ளிருந்து) விசையுடன் வெளியேற்றப்படுதல்;** come out with force. குதிரையின் வாயில் நுரைதள்ளியது. 3: **(ஒரு நிர்ப்பந்தத்திற்கு) உள்ளாக்குதல்;** push (s.o.) into a difficult condition. கடன் வாங்க வேண்டிய நிலைக்குத் தள்ளப்பட்டுவிட்டார். 4: **(பயனற்றது என்று) ஒதுக்குதல்;** reject (sth. as useless); dismiss. வெளியிடத் தகுதியற்றது என்று இந்தக் கட்டுரையைத் தள்ளிவிட முடியாது./ இது நன்றாக இல்லை, அது நன்றாக இல்லை என்று தள்ளிக்கொண்டே போனால் ஒன்றையும் தேர்ந்தெடுக்க முடியாது. [(தொ.சொ.) **ஒதுக்கு/ தவிர்/ நிராகரி/ புறக்கணி/மறு/ விலக்கு**] 5: (பே.வ.) **(பணத்தை) லஞ்சமாகக் கொடுத்தல்;** pass (money as a kickback). இந்த அலுவலகத்தில் ஐம்பதோ நூறோ தள்ளினால்தான் காரியம் நடக்கும். 6: **(ஈடுபாடு இல்லாமல்) காலத்தைக் கழித்தல்;** pass the time. தனிமையில் நாட்களைத் தள்ளிவருகிறேன்./ இந்த ஊரில் இருப்பதே எனக்குப் பிடிக்கவில்லை, ஏதோ காலத்தைத் தள்ளிக்கொண்டிருக்கிறேன். 7: **(நூலின் பக்கங்களை) புரட்டுதல்;** leaf through (the pages of a book). புத்தகத்தின் பக்கங்களைத் தள்ளிக்கொண்டே போனான். 8: (பே.வ.) **(வேலை, பொறுப்பு முதலியவற்றிலிருந்து ஒருவரை) நீக்குதல்;** remove (s.o. from service, a responsibility, etc.,). தொடர்ந்து ஒரு வாரம் கடைக்குப் போகாததால் வேலையிலிருந்து தள்ளிவிட்டார். 9: **(குறிப்பிட்ட தொகையை) கழித்தல்;** reduce (an amount from tax, dues, etc.,). நீ மிகவும் வற்புறுத்திக் கேட்டுக்கொண்டால் ஒருவேளை அவர் ஆயிரம் ரூபாய் தள்ளிக்கொடுக்கலாம். 10: (ஏவல் வடிவங்களில் வரும்போது) **பொருட்படுத்தாமல் விடுதல்;** (in the imperative) let alone. செலவைத் தள்ளு; எவ்வளவு அலைச்சல்! 11: (இசை) **விடுதல்;** leave (a beat). இந்தப் பாட்டை கால் இடம் தள்ளி ஆரம்பித்தால் எடுப்பாக இருக்கும்.

தள்ளு[2] வி. (தள்ளாமல், தள்ளவில்லை, தள்ளாத போன்ற எதிர்மறை வடிவங்களில்) **(முதுமையின் காரணமாக) இயல்பாகச் செயல்படுவதற்கு ஏற்ற உடல் வலிமை பெற்றிருத்தல்;** (usually in the negative) be able. பெரியவர் பாவம் தள்ளாமல் கிடக்கிறார்./ இந்தத் தள்ளாத நிலையிலும் அவர் உழைத்துச் சாப்பிடுகிறார்.

தள்ளு[3] து.வி. (தள்ள, தள்ளி) 1: **முதன்மை வினை குறிப்பிடும் செயல் அளவுக்கு அதிகமாக நிகழ்வதைக் குறிக்கும் துணை வினை;** auxiliary verb to indicate that the action expressed in the main verb is in excess. தரத்தைப் பற்றிக் கவலைப்படாமல் நூற்றுக் கணக்கில் கதை எழுதித்தள்ளிவிட்டார்./ அவர் வீடாக வாங்கித்தள்ளுகிறார். 2: **எதையும் பொருட்படுத்தாமல், எந்த விதத் தயக்கமுமின்றி ஒன்றை இல்லாமல் ஆக்குவதைக் குறிப்பிடும் துணை வினை;** auxiliary verb to indicate that the act of getting rid of sth. is done without any consideration or hesitation. எதற்கும் பயனில்லாத அந்த முள் மரத்தை வெட்டித்தள்ளு./ இந்தத் துரோகியைச் சுட்டுத்தள்ளினால் என்ன?

தள்ளுபடி பெ. 1: (பொருள்களின் விற்பனை குறித்து வரும்போது) **(குறித்த விலையைவிடக் குறைத்து விற்பதன் மூலம் கிடைக்கும்) சலுகை;** discount; rebate. தள்ளுபடி பத்து சதவீதம் என்று அந்தப் புத்தகக் கடையின்

முன்அறிவிப்புச் செய்திருந்தார்கள். **2:** *(பே.வ.)* *('இல்லை' என்னும் சொல்லுடன் வரும்போது)* **ஒதுக்கப்படுவது; விலக்கு;** (sth. which is not) an exception. எந்த வகையான சாப்பாடும் அவருக்குத் தள்ளுபடி இல்லை.

தள்ளுபடிசெய் வி. *(-செய்ய, -செய்து)* *(சட்டம்)* **1: (வழக்கு, மனு, தீர்மானம் முதலியவற்றை ஏற்றுக் கொள்வதற்குத் தகுதி இல்லை என்று) நிராகரித்தல்;** reject (a petition); dismiss (a case, etc.,). தன்னைப் பதவி நீக்கம் செய்ததை ஆட்சேபித்து அந்த அதிகாரி தொடுத்த வழக்கு உயர் நீதிமன்றத்தில் தள்ளுபடிசெய்யப்பட்டது. **2: (கடன் முதலியவற்றைத் திருப்பி அளிக்க வேண்டாம் என்ற வகையில்) ரத்துசெய்தல்;** cancel (the loan, interest, etc.,); write-off. வறட்சி காரணமாக விவசாயிகளுக்கு வழங்கப்பட்ட கடனை அரசு தள்ளுபடிசெய்துவிட்டது.

தள்ளுமுள்ளு பெ. **(கூட்டத்தில் ஒருவரையொருவர்) நெருக்கித் தள்ளுவதால் ஏற்படும் குழப்பமும் சலசலப்பும்;** squeeze and crush. இரண்டு பிரிவினருக்கு இடையே பேச்சுத் தடித்து, தள்ளுமுள்ளு ஆகிவிட்டது./ கூட்டத்தில் தலைவரின் வருகைக்குப் பிறகு தள்ளுமுள்ளு ஏற்பட்டது.

தள்ளுவண்டி பெ. **1: (பொருள்களை வைத்து அல்லது ஒரு நபரை உட்காரவைத்து) கையினால் தள்ளிச் செல்லக்கூடிய வகையில் சக்கரங்களை உடைய வண்டி;** (generally any type of) push cart; (hence=) trolley, wheelbarrow, perambulator, etc., தள்ளுவண்டியில் காய்கறி விற்றுக்கொண்டு வந்தான்./ விமான நிலையத்தில் பெட்டிகளை எடுத்துச் செல்வதற்குத் தள்ளுவண்டி கிடைக்கும்./ நகரங்களில் குழந்தைகளுக்கான தள்ளுவண்டி வாங்கலாம். **2:** *(இலங்.)* **நடைவண்டி;** wooden frame with three small wheels (which a child pushes along to support itself while learning to walk).

தளகர்த்தர் பெ. *(அ.வ.)* **தளபதி;** general (of an army).

தளதள-என்று வி.அ. **1: செழிப்பாக;** well nourished. நாற்று தளதளவென்று இருந்தது./ தளதளவென்று வளர்ந்திருந்த பச்சைப்புல்/ ஓடை தளதளவென்று பசுமை போர்த்திக் கொண்டு மிளிர்ந்தது. **2: (நீர், பால் போன்றவற்றைச் சுட வைக்கும்போது) நுரைத்துக் குமிழிகள் தோன்றும் அளவுக்கு;** forming bubbles. நீர் தளதளவென்று கொதிக்க வேண்டும்.

தளப்பத்து பெ. *(இலங்.)* **ஓலைக் கூடை;** basket.

தளபதி பெ. **(நாட்டின்) படைகளுக்கு அல்லது படையின் ஒரு பிரிவுக்குத் தலைமைப் பொறுப்பு ஏற்றவர்;** general (of an army); head of the navy; head of the air force. தளபதியின் வீரத்தை மன்னர் மெச்சினார்./ முப்படைத் தளபதிகளுடன் பிரதமர் கலந்தாலோசித்தார்./ விமானப் படைத் தளபதி/ *(உரு வ.)* இளைஞர் படைத் தளபதி.

தளபாடம் பெ. *(இலங்.)* **மேஜை, நாற்காலி போன்றவற்றைக் குறிக்கும் பொதுப்பெயர்;** furniture.

தளம் பெ. **1: (கட்டடம் போன்றவற்றின்) தரை;** floor. பளிங்குக் கற்கள் பதிக்கப்பட்ட கீழ்த்தளம். **2: (கட்டடத்தில் அல்லது கப்பலில்) கீழிருந்து மேலாக ஒன்றின் மேல் ஒன்றாக அமைந்திருக்கும் பரப்புகளில் ஒன்று;** storey (in a building); tier; deck. எங்களுடைய அலுவலகம் மூன்றாவது தளத்தில் இருக்கிறது./ கப்பலின் மேல்தளத்தில் அவருக்கு அறை தரப்பட்டது./ *(உரு வ.)* வாசகன் இயங்கும் தளம் வேறு, கவிஞன் இயங்கும் தளம் வேறு. **3: விமானம், கப்பல் போன்றவை புறப்பட்டுச் செல்லவும் வந்து நிற்கவும் உரிய வசதிகளுடன் அமைந்திருக்கும் இடம்/ ஏவுகணை போன்றவற்றைச் செலுத்தத் தேவையான கட்டமைப்பைக் கொண்ட இடம்;** (military) base; (air) port; (helicopter) pad; (rocket) launching pad. ராணுவ தளம்/ கப்பல் தளம்/ விமான தளம்/ ஏவுகணை தளம். **4: குறிப்பிட்ட செயல்பாடு நடைபெறும் இடம்;** floor. படப்பிடிப்புத் தளம்/ வேலைத் தளம்.

தளம்பல் பெ. *(-ஆக,-ஆன)* *(இலங்.)* **தீர்மானமாக முடிவு எடுக்க முடியாமல் ஏற்படும் குழப்பம்;** state of being indecisive or uncertain. வீட்டில் எல்லாப் பிரச்சினைகளும் தளம்பலான நிலையிலேயே உள்ளன./ அவருடைய தளம்பலான நிலைப்பாடு எரிச்சலூட்டுகிறது./ ஊர் நிலைமை தளம்பலாக உள்ளது.

தளம்பு[1] வி. *(தளம்ப, தளம்பி)* *(இலங்.)* **ததும்புதல்;** brimover with sth. வாளித் தண்ணீர் தளம்புகிறது, கீழே சிந்தாமல் கவனமாகத் தூக்கு.

தளம்பு[2] வி. *(தளம்ப, தளம்பி)* *(இலங்.)* **(தீர்மானமான முடிவு எடுக்க முடியாமல்) குழம்புதல்;** be indecisive. எந்தப் பாடத்தைத் தேர்ந்தெடுப்பது என்று தளும்புகிறான்.

தளர் வி. *(தளர, தளர்ந்து)* **1: (பிடி, முடிச்சு முதலியவை) இறுக்கம் இழத்தல்; நெகிழ்தல்;** (of hold, grip) loosen; slacken. அவன் திமிறிப் பார்த்தான். ஆனால் அவருடைய பிடி தளரவில்லை./ *(உரு வ.)* அவருடைய நம்பிக்கை தளர்ந்தது. [*(தொ.சொ.)* **அவிழ்/ துவள்/ தொய்/ நெகிழ்**] **2: (உடல் கட்டு) குலைதல்/(நடை) வேகம் இழத்தல்; தொய்வடைதல்;** (of body) become flabby/ (of gait) become slow; become slack. இரண்டு மாதமாகப் படுத்தபடுக்கையாகக் கிடந்ததில் மிகவும் தளர்ந்துபோயிருந்தார்./ சரிவர உடற்பயிற்சி செய்யாததால் உடல் தளர்ந்துவிட்டது./ எழுபது வயதாகியும் அவரது நடை தளரவில்லை. **3: (துகள்கள் சேர்ந்து கட்டியாக உள்ள பனிக்கட்டியின்) இறுக்கம் குறைதல்;** (as of ice) melt. **4: மன உறுதி இழத்தல்; மனம் கலங்குதல்;** become disheartened; lose heart. இந்தத் தடவையும் பரீட்சையில் தேறவில்லை என்றதும் தளர்ந்துபோனான்./ தோல்வியைக் கண்டு தளர்ந்துவிடாதே!

தளர்ச்சி பெ. *(-ஆக,- -ஆன)* **1: சோர்வு; களைப்பு;** tiredness; weakness; exhaustion. காய்ச்சலுக்குப் பின் தளர்ச்சியாக இருக்கிறது./ முதுமைத் தளர்ச்சி காரணமாக அவர் பொறுப்பிலிருந்து விலகிக்கொண்டார்./ ஒரு நீண்ட பயணத்திற்குப் பின் அவர் தளர்ச்சியும் அலுப்புமாக வீடு திரும்பினார். **2: (நடை முதலியவற்றில் ஏற்படும்) தொய்வு;** slackness. நடையில் ஒரு தளர்ச்சி தெரிந்தது./ அவருடைய உடல் நாளுக்கு நாள் தளர்ச்சியடைந்துகொண்டே வந்தது. **3: (மன உறுதி) குலைவு;** depression (of spirits). பல முறை தோற்றும் தளர்ச்சி அடையாமல் மீண்டும் முயற்சி செய்தாள். **4:** *(உடையைக் குறித்து வரும்போது)* **இறுக்கமில்லாத நிலை;** loose. வயதானவர்களுக்குத் தைக்கும் உடைகள் தளர்ச்சியாக இருப்பது நல்லது./ வெயில் காலத்தில் தளர்ச்சியான உடைகள் அணிய வேண்டும்.

தளர்த்து வி. *(தளர்த்த, தளர்த்தி)* **1: (பிடி, முடிச்சு போன்றவற்றை) இறுக்கம் இழக்கச் செய்தல்; நெகிழச் செய்தல்;** loosen (one's grip, etc.,); ease. புழுக்கம் தாங்காமல் பித்தானை அவிழ்த்துச் சட்டையைத் தளர்த்திக் கொண்டார்./ *(உரு வ.)* தன் வேடிக்கையான பேச்சின் மூலம் சூழ்நிலையின் இறுக்கத்தைத் தளர்த்த முயன்றாள். **2: (சட்டம், விதிமுறை முதலியவற்றை அவற்றின்) கடுமையான நடைமுறையிலிருந்து விலக்குதல்; தீவிரத்தைக் குறைத்தல்;** relax (rules, conditions, etc.,); lift (a sanction); make sth. flexible. ஊரடங்கு உத்தரவு தளர்த்தப்பட்டது./ 'புதிய அரசு மதுவிலக்கைத் தளர்த்துமா?' என்று நிருபர் கேள்வி கேட்டார்.

தளர்ந்துகொடு வி. *(-கொடுக்க, -கொடுத்து) (இலங்.)* காண்க: ***தளர்ந்துபோ.***

தளர்ந்துபோ வி. *(-போக, -போய்) (இலங்.)* **(பிரச்சினை, தகராறு போன்றவற்றில்) விட்டுக்கொடுத்தல்;** give in; yield. சொந்தத்துக்குள் பிரச்சினை வந்துவிடக் கூடாது என்றுதான் தளர்ந்துபோனேன்./ நான் ஏன் அவர்களிடம் தளர்ந்துபோக வேண்டும்?

தளர்நார் பெ. *(இலங்.)* காண்க: ***தளைநார்.***

தளர்வு பெ. *(-ஆக, -ஆன)* காண்க: ***தளர்ச்சி.*** [*(தொ.சொ.)* அசதி/ சுணக்கம்/ சோர்வு/ மந்தம்]

தளவரிசை பெ. **(கட்டடத்தினுள்) தரைப் பகுதி;** flooring. தளவரிசை போட்டுவிட்டால் கிரகப்பிரவேசம் செய்துவிடலாம்./ மேற்கூரை சீரமைப்பு, தளவரிசை போடுதல் ஆகியவற்றுக்கான ஒப்பந்தப்புள்ளிகள் வரவேற்கப்படுகின்றன.

தளவாடம் பெ. **1: (போர் செய்யத் தேவையான) ஆயுதம் முதலிய சாதனம்;** munitions. போர்த் தளவாடத் தொழிற்சாலை/ வளர்ச்சியடைந்த நாடுகள் மூன்றாம் உலக நாடுகளுக்குப் பெருமளவில் யுத்தத் தளவாடங்களை ஏற்றுமதி செய்கின்றன. **2: (பொதுவாக) ஒரு தொழிலை அல்லது வேலையைச் செய்யத் தேவையான சாதனம் அல்லது கருவி;** materials; tools; instruments; materials. புதிய வரவுசெலவுத் திட்டத்தில் வீடுகட்டும் தளவாடங்களின் மீது வரி விதிக்கப்பட்டுள்ளது.

தளவாடி பெ. *(ஊரக வ.)* காண்க: ***தளைநார்.***

தளவாய் பெ. *(அ.வ.)* **(அரசனின்) படைத் தலைவன்;** (in former times) military commander serving a king.

தளிகை பெ. *(ச.வ.)* **1: சமையல்;** cooking. **2: நைவேத்தியத்திற்காகச் சமைக்கும் உணவு;** food cooked to be offered to deities.

தளிகை போடு வி. *(போட, போட்டு)* **(புரட்டாசி மாதச் சனிக்கிழமை ஒன்றில் பெருமாளை வழிபடும் விதமாக) சில வகைச் சாதங்களுடன் வடை தயாரித்துச் செய்யும் நைவேத்தியம்;** offering made to Vishnu on a Saturday of the Tamil month புரட்டாசி.

தளிசை பெ. *(இலங்.)* **(கோயிலில் நைவேத்தியமாகப் படைத்துப் பிறகு பக்தர்களுக்கு வழங்குவதற்காக) (ஒரு கிண்ணத்தில் போட்டு அடைத்து) கிண்ண வடிவிலேயே படைப்பதற்காக எடுத்து வைக்கப்படும் பொங்கல்;** (in temples) offering of cooked rice cast in cup to be distributed to devotees. ஐயர் வரிசையில் நின்ற எனக்கும் ஒரு தளிசை கொடுத்தார்./ தளிசைத் தட்டைக் கொண்டுவந்து கடவுள் முன் வைத்தார்.

தளிர்[1] வி. *(தளிர்க்க, தளிர்த்து) (உ.வ.)* **துளிர் விடுதல்;** sprout; shoot forth. பட்ட மரம் தளிர்க்குமா?/ *(உரு வ.)* மனத்தில் தளிர்க்கும் புதிய ஆசைகள்.

தளிர்[2] பெ. **(மரம், செடி, கொடி ஆகியவற்றில்) புதிதாகத் துளிர்த்திருக்கும் மென்மையான இளம் இலை;** tender shoot; sprout. மரத்தின் தளிர்கள் வசந்தத்தின் வருகையை அறிவித்தன./ குழந்தையின் தளிர் போன்ற விரல்.

தளிவடகம் பெ. **அரிசி மாவுக் கூழை அரச இலை அல்லது ஆல இலையில் ஊற்றி, நிழலில் காயவைத்து எடுக்கும் வடக வகை;**savoury of spiced rice paste.

தளுக்கு பெ. *(-ஆக, -ஆன)* **(பேச்சு, உடல் அசைவு முதலியவற்றில் வெளிப்படுத்தும்) மிகையான கவர்ச்சி;** showiness (in speech, body movements). அவளுடைய தளுக்குப் பேச்சும் குலுக்கு நடையும்.

தளுசை பெ. *(இலங்.)* காண்க: ***தளிசை.***

தளும்பு வி. *(தளும்ப, தளும்பி)* காண்க: ***ததும்பு, 1.***

தளை[1] பெ. **1: கட்டுப்படுத்தும் தடை; கட்டுப்பாடு;** bondage; fetters. மரபு, சம்பிரதாயம் போன்ற எந்தத் தளைகளுக்கும் அவர் தன்னை உட்படுத்திக்கொள்ளாதவர்./ அன்புத் தளை. **2: (உலக) பற்று; பிடிப்பு;** (worldly) ties. உலகத் தளைகளை விடுத்து அவர் துறவியானார்.

தளை[2] பெ. *(இலக்.)* **செய்யுளில் ஒரு சீரின் இறுதி அசைக்கும் அதை அடுத்து வரும் சீரின் முதல் அசைக்கும் உள்ள ஓசை அடிப்படையிலான தொடர்பு;** metrical rhythm between the last syllable of a foot and the first syllable of the succeeding one.

தளைநார் பெ. *(இலங்.)* **(பனை, தென்னை போன்ற) மரத்தில் ஏறுவதற்கு வசதியாகக் கால்களில் அணிந்துகொள்ளும் கயிற்று வளையம்;** band of rope used by climbers to climb palm trees.

தற்காத்துக்கொள் வி. *(-கொள்ள, -கொண்டு)* **(தாக்க வரும் ஒருவரிடமிருந்து அல்லது ஒன்றிடமிருந்து தன்னை) பாதுகாத்துக்கொள்ளுதல்;** protect (oneself); act in self-defence. தற்காத்துக்கொள்ள எதிரியைத் தாக்குவது சட்டத்தின்படி குற்றம் ஆகாது.

தற்காப்பு பெ. **1: (தாக்குதலிலிருந்து) பாதுகாத்துக் கொள்வதற்கு மேற்கொள்ளும் நடவடிக்கை;** self protection; self-defence. உரிய அனுமதி பெற்றுத் தற்காப்பிற்காகக் கைத்துப்பாக்கி வைத்திருந்தார்./ காவல்துறையினர் தற்காப்புக்காகச் சுட்டதில் இருவர் இறந்தனர்./ எல்லைப் பிரச்சினையால் நாட்டின் தற்காப்பு ஏற்பாடுகள் வலுப்படுத்தப்பட்டுள்ளன. **2: (விளையாட்டில்) எதிர் அணியின் தாக்குதலைத் தடுத்து ஆடும் முறை;** defensive (game). தமிழக அணி தற்காப்பு ஆட்டத்திலேயே கவனம் செலுத்தியதால் ஆட்டம் சுவாரஸ்யமாக இல்லை.

தற்காப்புக் கலை பெ. **தாக்க வரும் எதிரியிடமிருந்து தன்னைப் பாதுகாத்துக்கொள்ளவும் திருப்பித் தாக்கவும் தேவையான பயிற்சியை அளிக்கும் சிலம்பம், களரி போன்ற பாரம்பரியக் கலை;** martial art.

தற்காப்பு மண்டலம் பெ. (உடலில்) **தொற்று நோய், புற்றுநோய் போன்றவற்றை எதிர்க்கும் பணியைச் செய்யும் அமைப்பு;** immune system.

தற்காலம் பெ. **நிகழும் காலம்;** present time. தற்காலத் தமிழ்/ தற்கால இலக்கியங்கள்.

தற்காலிகம் பெ. (-ஆக, -ஆன) **நிரந்தரமாக இல்லாமல் குறைந்த கால வரையறைக்கு உட்பட்டது;** temporary. இந்த வேலை தற்காலிகமானதுதான்./ முறையற்ற நடத்தைக்காக அந்த அலுவலரைத் தற்காலிக பணி நீக்கம் செய்திருக்கிறார்கள்./ மழை பெய்வதால் தளம் போடும் வேலை தற்காலிகமாக நிறுத்திவைக்கப்பட்டது./ இது என்னுடைய தற்காலிகமான முகவரி/ தற்காலிகமான லாபங்களுக்கு ஆசைப்பட்டுச் சுயகௌரவத்தை இழந்துவிடாதே.

தற்குறி பெ. **1: எழுத, படிக்கத் தெரியாத நபர்;** illiterate person. **2:** (ஒரு துறையில்) **எதுவும் தெரியாதவர்;** ignorant person (in a subject). சங்கீதத்தில் நான் ஒரு தற்குறி./ நண்பர் விளக்கிச் சொன்ன பிறகுதான் சட்ட சம்பந்தமான விஷயங்களில் நான் தற்குறியாக இருப்பது புரிந்தது.

தற்கூற்று பெ. (உ.வ.) (கவிதை முதலியவற்றில்) **ஆசிரியர் கூற்றாகவோ பாத்திரத்தின் கூற்றாகவோ அமைவது;** (in a poem, etc.,) first person narrative either by the author or by a character.

தற்கொலை பெ. (ஒருவர்) **தன் உயிரைத் தானே போக்கிக்கொள்ளும் செயல்;** suicide. இது கொலையா தற்கொலையா என்று தெரியவில்லை./ மேலை நாடுகளை முன்மாதிரியாகக் கொண்டு எல்லா விஷயத்திலும் அவற்றைப் பின்பற்றுவது தற்கொலைக்குச் சமம்./ (உரு வ.) 'கூட்டணி வேண்டாம்' என்று நீங்கள் முடிவெடுத்தது அரசியல் தற்கொலை என்று பலர் கருதுகின்றனர்.

தற்கொலைப்படை பெ. **தாங்கள் சார்ந்துள்ள அமைப்பின் திட்டத்தை நிறைவேற்றுவதற்காகத் தங்கள் உயிரை மாய்த்துக்கொள்ளும் பயங்கரவாதக் குழுவைச் சேர்ந்த ஒரு பிரிவு;** suicide squad (of a terrorist organization). நாடாளுமன்றத்தைத் தகர்க்க முயன்ற தற்கொலைப் படையினர் சுட்டுக் கொல்லப்பட்டனர்./ தற்கொலைப் படையைச் சேர்ந்த சிலர் தலைநகருக்குள் ஊடுருவியிருப்பதாகச் செய்தி.

தற்சமயத்துக்கு வி.அ. **இந்த நேரத்திற்கு; தற்போதைக்கு;** for the time being. தற்சமயத்துக்கு இந்தப் பணத்தை வைத்துக்கொள். பாக்கியை நாளை தருகிறேன்.

தற்சமயம் வி.அ. **இப்போது;** at present; now. நான் தற்சமயம் வேலை இல்லாமல் இருக்கிறேன்.

தற்சாய்வு பெ. **தன்னுடைய மனநிலை, விருப்பு வெறுப்பு ஆகியவற்றை மட்டும் அடிப்படையாகக் கொண்ட பார்வை;**subjectivity.

தற்சார்பு பெ. (ஒரு நாடு) **தனக்குத் தேவையான பொருள்களைத் தானே உற்பத்தி செய்துகொண்டு தன் பலத்தில் நிற்கும் நிலை;** self-reliance.

தற்செயல் பெ. (-ஆக, -ஆன) **எதிர்பாராத வகையில் நிகழ்வது;** that which happens accidentally or by chance. நண்பரைத் தற்செயலாகக் கடைத்தெருவில் சந்தித்தேன்.

தற்செயல் விடுப்பு பெ. (அரசு, நிறுவனம் முதலியவற்றில் பணிபுரியும் பணியாளர்கள்) **எதிர்பாராத சூழ்நிலைகளின் காரணமாக எடுத்துக்கொள்ள அனுமதிக்கப்படும் விடுப்பு;** leave of absence taken in unforeseen circumstances; (in India) casual leave.

தற்புகழ்ச்சி பெ. (ஒருவர்) **தன்னைத்தானே புகழ்ந்து கொள்ளும் செயல்;** self-praise. அவருடைய புத்தகத்தின் முன்னுரையில் தற்புகழ்ச்சியைத்தான் காண முடிந்தது.

தற்பெருமை பெ. (ஒருவர்) **தன்னையும் தன்னைச் சார்ந்தவர்களையும் குறித்துப் பெருமைப்பட்டுக் கொள்வது;** boastfulness. எப்போதும் பிறந்த வீட்டைப் பற்றிய தற்பெருமைதானா?/ சிலருக்குத் தற்பெருமை அடித்துக்கொள்வதில் அலாதி இன்பம்.

தற்பொழுது வி.அ. காண்க: **தற்போது.**

தற்போது வி.அ. (நிகழ்காலத்தின்) **இந்தக் கட்டத்தில்;** (ஒன்றைச் சொல்கிற, செய்கிற) **இந்த நேரத்தில்; இப்போது;** at present; now. தற்போது என்னிடம் பணம் இல்லை./ தற்போது அவர் எங்கு வேலைபார்க்கிறார்?/ அந்தப் பிரச்சினையைத் தற்போது எழுப்பத் தேவை இல்லை.

தற்போதைக்கு வி.அ. (நிகழ்காலத்தில்) **இந்தச் சமயத்திற்கு; தற்காலிகமாக;** for the time being. தற்போதைக்கு இந்தப் பணம் போதும்./ தற்போதைக்கு ஒரு விடுதியில் தங்கிக்கொள்.

தற்போதைய பெ.அ. (நிகழ்காலத்தில்) **இந்தக் கால கட்டத்தினுடைய; இப்போதைய;** existing; present. இந்த நோயைத் தற்போதைய நவீனச் சிகிச்சைமூலம் எளிதில் குணப்படுத்திவிடலாம்./ பல்கலைக்கழகத்தின் தற்போதைய துணைவேந்தர் யார்?

தறப்பாள் பெ. (இலங்.) (மறைப்பாகவோ விரிப்பாகவோ பயன்படுத்தும்) **செயற்கை இழையால் சற்றுக் கனமாகத் தயாரிக்கப்பட்ட, நீளமும் அகலமும் கொண்ட தட்டையான பொருள்;** plastic sheet. வண்டியில் சாமான்களை ஏற்றி முடித்ததும் மேலே தறப்பாளைப் போட்டுக் கட்டினோம்./ பச்சை நிறத் தறப்பாளை மரத்தோடு உயர்த்திக் கட்டிவிட்டு அதற்குக் கீழே குடியிருந்தோம்.

தறி[1] வி. (தறிக்க, தறித்து) (ஊரக வ.) **வெட்டுதல்;** chop; cut. கட்டையைத் தறித்துப் போடு.

தறி[2] பெ. (நெசவு) **துணி நெய்வதற்கான சாதனம் அல்லது இயந்திரம்;** loom.

தறி

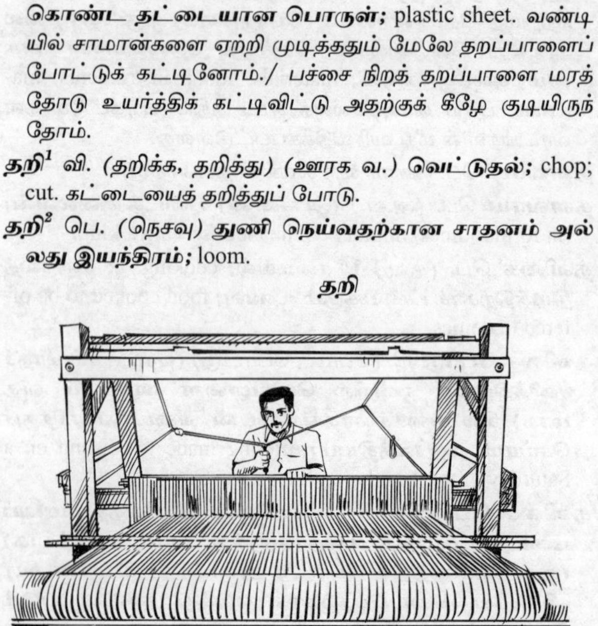

தறிகெட்டு/தறிகெட்ட வி.அ./பெ.அ. **கட்டுப்பாடும் ஒழுங்கும் இல்லாமல்/கட்டுப்பாடும் ஒழுங்கும் இல் லாத;** without restraint; uncontrollably/uncontrollable. கோயில் யானை வாகனங்களின் சத்தத்தால் மிரண்டு தறிகெட்டு ஓடியது./ காட்டாறுபோலத் தறிகெட்டுப் பாய்ந்தது எண்ணம்./ எருமையின் தறிகெட்ட பாய்ச்சல்/ சரக்கு ரயில் தறிகெட்டு ஓடியது.

தறி நாடா பெ. (நெசவு) **கைத்தறியில் பாவு இழை களுக்குக் குறுக்காக ஊடு இழைகளைச் செலுத்து வதற்கு ஒரு சாண் நீளத்தில் (இரண்டு முனைகளும் கூம்பாக) நூல்கண்டு வைக்க நடுவில் பள்ளத்தோடு கூட்டு மூங்கிலில் வழவழப்பாகச் செய்யப்பட்டுள்ள சாதனம்;** shuttle (used in hand-weaving). இடத்திலிருந்து வலப்பக்கம் பாவு இழைகளுக்கு ஊடாகத் தறி நாடாவைச் செலுத்தும்போது அதிலிருந்து நூல் பிரிந்து, நெய்யும் துணி யில் ஊடு இழையாகிறது.

தறிப் பண்ணை பெ. (நெசவு) **வேஷ்டி அல்லது புட வையின் அகலம் சீராக இருப்பதற்குப் பாவின் அக லத்தை நெய்யும்போது ஒழுங்குபடுத்தும் கோல்;** bar that helps keep the width of the dhothi or sari uniform while weaving.

தறியடி வி. (-அடிக்க, -அடித்து) (நெசவு) **கைத்தறியை இயக்கி (துணி) நெய்தல்;** weave on a handloom.

தறுதலை பெ. (பே.வ.) **பொறுப்போ கட்டுப்பாடோ இல்லாமல் ஊர்சுற்றித் திரிபவன்;** loafer; a good-for-nothing. தகப்பனின் கண்டிப்பு இல்லாததால் பையன் தறுதலையாகப் போய்விட்டான்.

தறுவாய் பெ. (பெரும்பாலும் பெயரெச்சத்தின் பின்) **(நிகழ்கிற) சமயம்; தருணம்;** occasion; juncture. கலை நிகழ்ச்சி முடியும் தறுவாய்தான்/ இருவழி ரயில் பாதை போடும் பணி முடிவடையும் தறுவாயில் உள்ளது.

தன்[1] பெ. **'தான்' என்பது வேற்றுமை உருபு ஏற்கும் போது திரியும் வடிவம்;** oblique form of the third person pronoun, தான். அவன் தன் நண்பனை மனைவிக்கு அறிமுகப்படுத்தினான்./ பணம் பத்திரமாக இருக்கிறதா என்று தன் பையைத் தொட்டுப்பார்த்துக்கொண்டான்./ தன்னால் எதுவும் செய்ய முடியும் என்ற நம்பிக்கை அவ ருக்கு உண்டு./ தனக்கு என்று ஒரு வீடு கட்டிக்கொள்ள ஆசைப்பட்டான்.

தன்[2] இ.சொ. (உ.வ.) **சுட்டுப்பெயருடன் இணைந்து ஆறாம் வேற்றுமைப் பொருளில் வரும் இடைச்சொல்;** particle forming genitive when combining with pronouns. உந்தன் மன உறுதி/ அவர்தன் பெருமை/ எந்தன் நெஞ்சம்.

தன்உருவப் படம் பெ. **ஒருவர் தானே தன்னை வரைந்துகொள்ளும் ஓவியம்;** sef-portrait.

தன்சுத்தம் பெ. **பொதுவாகப் பல் துலக்குதல், குளித்தல், துவைத்த தூய்மையான ஆடை அணிதல் போன்ற வகையிலும், குறிப்பாகப் பிறப்புறுப்புகளைத் தூய்மை யாக வைத்துக்கொள்ளுதல் என்ற முறையிலும் ஒரு வர் தனிப்பட்ட முறையில் மேற்கொள்ளும் தூய்மைச் செயல்பாடு;** personal hygiene.

தன்பாலின உறவாளர் பெ. (பு.வ.) **(எதிர்பாலினரிடத் தில் அல்லாமல்) தன்பாலினத்தவர்மேல் பாலியல் ஈர்ப்புக் கொண்டவர்;** homosexual; lesbian; gay.

தன்பாலின உறவு பெ. (பு.வ.) **(எதிர்பாலினரிடத்தில் அல்லாமல்) தன்பாலினத்தவருடன் கொள்ளும் உறவு;** homosexuality. தன்பாலின உறவுக்கு இதுவரை இருந்துவந்த எதிர்ப்பு இப்போது குறையத் தொடங்கியிருக்கிறது.

தன்பாலினத் திருமணம் பெ. (பு.வ.) **ஒரே பாலினர் தங்களுக்குள் செய்துகொள்ளும் திருமணம்;** gay marriage. சில நாடுகளில் தன்பாலினத் திருமணம் சட்டபூர்வமாக அங்கீகரிக்கப்பட்டிருக்கிறது.

தன்மதிப்பு பெ. **தனக்கு உரிய மதிப்பும் மரியாதையும் கௌரவமும் தரப்பட வேண்டும் என்கிற உணர்வு; சுயமரியாதை;** self-respect. யாரையும் சார்ந்து நிற்காமல் தன்மதிப்புடன் வாழ வேண்டும் என்று அவள் நினைப்பது தவறா?/ என்னுடைய தன்மதிப்புக்குப் பங்கம் வரக் கூடாது என்பதில் நான் கவனமாக இருக்கிறேன்.

தன்மானம் பெ. **தன்மீது கொண்டிருக்கும் மதிப்பு; சுய கௌரவம்;** self-respect; self-dignity. அவர் தரக்குறை வாகத் திட்டியது என் தன்மானத்தைப் பாதித்தது./ தன் மானத்தை இழந்து ஊழியம் பார்ப்பதா?

தன்முனைப்பு பெ. **ஒருவர் தன்னை மையப்படுத்திப் பிறவற்றைக் காணும் போக்கு;** ego.

தன்மை[1] பெ. **1: இப்படிப்பட்டது அல்லது இப்படிப்பட் டவர் என்பதை அறிவதற்கான அம்சம்;** (distinguishing) quality. இலக்கியத் தன்மை நிறைந்த நூல்/ மனிதத் தன்மையே இல்லாதவன். [(தொ.சொ.) **இயல்பு/ குணம்/ சுபாவம்/ பண்பு**] **2: (ஒன்று அல்லது ஒருவர்) குறிப் பிட்ட கூறுகளை இயற்கையாகக் கொண்டிருக்கும் நிலை;** nature (of sth.). மண்ணின் தன்மையைப் பொறுத்தே பயிர்கள் நன்றாக வளர்கின்றன./ நோயின் தன்மைக்கு ஏற்ப மருந்து சாப்பிட வேண்டும்./ அமிலத் தன்மை உடைய உணவுப் பொருள். **3:** (-ஆக, -ஆன) (பே.வ.) **(பேச்சு, பழக்கம், நடவடிக்கை போன்றவற்றில் ஒரு வர் கடைப்பிடிக்கும்) பொறுமையும் அமைதியும் கலந்த நிதானமான போக்கு;** even temperament. அவர் எல்லோரிடமும் தன்மையாகப் பழகுவார்./ ரொம்பத் தன்மையான மனிதர். [(தொ.சொ.) **அடக்கம்/ பணிவு/ பதவிசு**]

தன்மை[2] பெ. (இலக்.) **பேசுபவர், கேட்பவர், பேசப்படு பவர் ஆகிய மூன்று இடங்களுள் பேசுபவரைக் குறிப் பது;** first person.

தன்வயப்படுத்து வி. (-படுத்த, -படுத்தி) காண்க: **தன் வயமாக்கு.**

தன்வயமாக்கு வி. (-ஆக்க, -ஆக்கி) **(ஒருவர் ஒரு கருத்து, சிந்தனை, கொள்கை, செய்தி முதலியவற்றை) புரிந்துகொண்டு உள்வாங்கிக்கொள்வதன் மூலம் தன் இயல்பு, நடத்தை, குணம் போன்றவற்றின் ஒரு பகுதி யாக மாற்றிக்கொள்ளுதல்;** internalize. அவர் காந்தியின் கொள்கைகளைத் தன்வயமாக்கிக்கொண்டார்.

தன்வரலாறு பெ. **சுயசரிதை;** autobiography.

தன்விவரக் குறிப்பு பெ. **(ஒருவரின்) பெயர், பிறந்த தேதி, கல்வித் தகுதி முதலிய தகவல்களின் தொகுப்பு;** curriculum vitae; (in India) bio-data.

தன்வினை பெ. *(இலக்.)* **செயலின் பயனைக் கர்த்தா அடைவதைக் குறிக்கும் வினை;** verb denoting the (direct) action of the doer.

தன்னகத்தே வி.அ. **தன்னுள்ளே;** within (itself). கணிப்பொறியானது பல மின்னணு தொழில்நுட்பங்களைத் தன்னகத்தே கொண்டுள்ளது.

தன்னடக்கம் பெ. **தற்புகழ்ச்சி இல்லாமலும் தன்னை முன்னிலைப்படுத்திக் கொள்ளாமலும் இருக்கும் தன்மை;** humility; modesty. இவ்வளவு பெரிய பதவியிலிருந்தும் எவ்வளவு தன்னடக்கத்துடன் பேசுகிறார்!/ அவர் சாதனையாளராக இருக்கலாம். அதற்காகத் தன்னடக்கம் இல்லாமல் நடந்துகொள்ள வேண்டுமா?

தன்னந்தனியாக வி.அ. **(பிறருடைய துணையோ உதவியோ இல்லாமல்) முற்றிலும் தனியாக அல்லது தனித்து;** all alone; quite alone. இவ்வளவு பெரிய வீட்டில் எப்படித் தன்னந்தனியாக இருக்கிறீர்கள்?/ இரவு நேரத்தில் இந்தப் பாதையில் தன்னந்தனியாக வருவது ஆபத்தானது.

தன்னந்தனியே வி.அ. காண்க: **தன்னந்தனியாக.**

தன்னம்பிக்கை பெ. **தன்னால் ஒரு செயலைச் செய்ய முடியும் என்னும் மன உறுதி; தன் மீது உள்ள நம்பிக்கை;** confidence (in oneself); self-assurance. எங்கு சென்றாலும் பிழைத்துக்கொள்ள முடியும் என்ற தன்னம்பிக்கை அவனுக்கு உண்டு./ வெற்றி தன்னம்பிக்கை அளிக்கிறது.

தன்னலம் பெ. **சுயநலம்;** selfishness. தன்னலமற்ற சேவை மனப்பான்மை உடையவர்களே பொதுவாழ்வில் ஈடுபட வேண்டும்./ அவர் தன்னலம் கருதாது உழைத்தார்.

தன்னாட்சி பெ. **(ஓர் அமைப்பின்) நிர்வாகத்திற்கான சுதந்திரம்; சுயாட்சி;** autonomy; self-governance. தன்னாட்சிக் கல்லூரி/ தன்னாட்சி கோரும் மாநிலங்கள்.

தன்னார்வ பெ.அ. **தொண்டு செய்யத் தாமாக முன்வருகிற;** voluntary. தன்னார்வ அமைப்புகள்/ தன்னார்வக் குழுக்கள்/ பாதுகாப்பான இரத்தம் கிடைக்கத் தன்னார்வ இரத்தக் கொடையாளிகளின் எண்ணிக்கை பெருக வேண்டும்./ சுற்றுச்சூழல் குறித்த விழிப்புணர்வை ஏற்படுத்தத் தன்னார்வ நிறுவனங்கள் வீதி நாடகங்களை நடத்துகின்றன.

தன்னார்வலர் பெ. **தொண்டு செய்யத் தாமாக முன்வருகிறவர்;** volunteer.

தன்னிகரற்ற பெ.அ. **ஈடிணை இல்லாத; தனக்குச் சமமாக (யாரும், எதுவும்) இல்லாத;** matchless; peerless. தன்னிகரற்ற தலைவர்/ தன்னிகரற்ற இலக்கியப் படைப்பு.

தன்னிகரற்று வி.அ. **ஈடிணை இல்லாமல்;** be without an equal; have no equal. கால்பந்து ஆட்டத்தில் தன்னிகரற்று விளங்கிய வீரர்./ அவர் ஐம்பதாண்டு காலம் இந்திய அரசியலில் தன்னிகரற்று விளங்கினார்.

தன்னிகரில்லா(த) பெ.அ. காண்க: **தன்னிகரற்ற.**

தன்னிச்சை பெ. *(-ஆக, -ஆன)* **1: (அசைவு, இயக்கம் முதலியவை பிறவற்றின்) கட்டுப்பாடோ விருப்பமோ இன்றித் தானாக நிகழ்வது;** involuntary action. மூளை தன்னிச்சையாக இயங்குகிறது./ இருதயத்திலிருக்கும் தசைகள் தன்னிச்சையாக சுருங்கி விரிகின்றன. **2: ஒன்றுக்கு மேற்பட்ட நபர்கள் அல்லது தரப்புகள் சம்பந்தப்பட்டிருக்கும் ஒரு விஷயத்தில் மற்றவரின் ஒப்புதல் இல்லாமல் ஒருவர் தானே முடிவெடுக்கும் போக்கு;** unilateral (decision, action, etc.,). அதிகாரிகளைக் கலந்தாலோசிக்காமல் தன்னிச்சையாக அவர் எடுத்த முடிவு இது./ செயற்குழுவின் ஒப்புதல் இல்லாமல் நான் தன்னிச்சையாக எந்த முடிவும் எடுக்க முடியாது. **3: சுதந்திரமாகச் செயல்படும் தன்மை;** autonomy. நான் நினைத்த மாத்திரத்தில் தன்னிச்சையாக எங்கும் கிளம்பிவிட முடியாது./ தன்னிச்சையான அமைப்பு. **4: (ஒன்றை) எந்தக் கட்டாயமும் இன்றி முழு விருப்பத்தோடு செய்யும் தன்மை;** voluntary action. 20 ஆண்டுகள் அரசுப்பணி செய்தவர்கள் தன்னிச்சையாக ஓய்வு பெறலாம்./ நாங்கள் தன்னிச்சையாகப் போரை நிறுத்த முடியாது./ மருத்துவரின் ஆலோசனையின்றி தன்னிச்சையாக நீங்கள் எந்த மருந்தையும் உட்கொள்ளக் கூடாது.

தன்னிரக்கம் பெ. **தன்னுடைய நிலைமை மற்றவர்களைவிட மோசமாக இருக்கிறது என்றும், எனவே மற்றவர்கள் தன்மேல் இரக்கம் கொள்ள வேண்டும் என்ற வகையில் ஒருவர் கொள்ளும் எதிர்பார்ப்பு உணர்வு; சுயபச்சாதாபம்;** self-pity. உன்னைப் போன்ற இளைஞன் தன்னிரக்கம் கொள்வது உன் எதிர்காலத்துக்கு நல்லதல்ல.

தன்னிலை விளக்கம் பெ. **பிரச்சினை, சர்ச்சை காரணமாக, சம்பந்தப்பட்ட ஒருவர் தான் எடுத்த நிலை, செயல்பாடுகள் குறித்து விரிவாக அளிக்கும் விளக்கம்;** explanation. அலுவலக விதிகளுக்கு எதிராகச் செயல்பட்டதற்காக நிர்வாகம் அவரிடம் தன்னிலை விளக்கம் கேட்டது.

தன்னிறைவு பெ. **1: ஒரு நாட்டின் தேவைகள் அந்நாட்டின் பொருள் உற்பத்தியாலேயே நிறைவுபெறும் நிலை;** self-sufficiency. நம் நாடு விவசாயத் துறையில் தன்னிறைவு அடைந்துவிட்டது என்பது ஒரு சாதனைதான்./ எல்லாத் துறைகளிலும் நாட்டைத் தன்னிறைவு பெறச் செய்வதே அரசின் நோக்கம். **2: (ஒருவர் தன் ஆசை, தேவை முதலியவற்றில்) கிடைத்தது போதும் என்ற வகையில் அடையும் திருப்தி;** contentment. எவ்வளவு பணம் கிடைத்தாலும் அவர் தன்னிறைவு அடைவதே இல்லை.

தன்னின உண்ணி பெ. **தன் இனத்தைச் சேர்ந்தவற்றை உணவாகக் கொள்ளும் விலங்கு;** cannibal.

தன்னுணர்வு பெ. **சுயஉணர்வு; பிரக்ஞை;** consciousness. குடிபோதையில் அவர் தன்னுணர்வு இல்லாமல் பேசுவதையெல்லாம் பெரிதாக எடுத்துக்கொள்ளாதே.

தன்னெழுச்சி பெ. **யாருடைய தூண்டுதலும் இல்லாமல் சுயமாகச் சிந்தித்தும் முடிவெடுத்தும் பெறும் உணர்ச்சி கலந்த எழுச்சி அல்லது போராட்ட உணர்வு;** spontaneity. ஜல்லிக்கட்டுக்கான போராட்டம் தன்னெழுச்சியானது என்று சமூகவியலாளர்கள் கூறுகின்றனர்.

தன்னைக்கட்டு வி. *(-கட்ட, -கட்டி)* *(பே.வ.)* **1: (கையில்) இருப்பதை வைத்துக்கொண்டு சிக்கனமாகச் சமாளித்தல்;** make do with. வீட்டில் இருக்கிற நெல்லை வைத்துக்கொண்டு அறுவடைவரை தன்னைக்கட்ட வேண்டியதுதான். **2: (ஒருவரோடு) ஒத்து இணக்கமாக நடத்தல்;** get along with. எல்லோரையும் தன்னைக்கட்டிக் கொண்டு போகத் தெரிய வேண்டும்.

தனம்[1] (d-) பெ. (அ.வ.) செல்வம்; wealth. அவரிடம் தனம் இருக்கிறது. ஆனால் தானம் செய்ய மாட்டார்!

தனம்[2] பெ. (அ.வ.) (பெண்ணின்) மார்பு; முலை; (woman's) breast.

-தனம்[3] இ.சொ. தன்மையைக் குறிப்பதற்காகப் பெயருடனும் பெயரடையுடனும் இணைக்கப்பட்டு மற்றொரு சொல்லை உருவாக்கப் பயன்படும் இடைச்சொல்; particle used in forming abstract nouns (expressive of, or manifesting quality) from nouns and adjectives. கயமைத்தனம்/ குழந்தைத்தனம்/ பைத்தியக்காரத்தனம்/ நல்லதனம்.

தனயன் பெ. (உ.வ.) மகன்; son.

தனரேகை பெ. (கைரேகை சோதிடத்தில்) ஒருவரின் செல்வ நிலையைக் காட்டுவதாகக் கருதப்படும் ரேகை; (in palmistry) line supposedly showing one's prosperity.

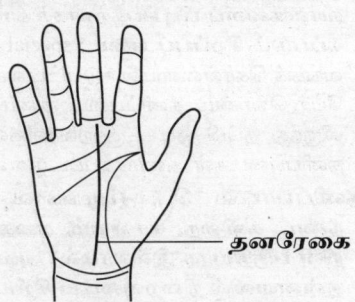

தனரேகை

தனவந்தன் பெ. (அ.வ.) பணக்காரன்; rich man.

தனவான் பெ. (அ.வ.) பணக்காரன்; rich man.

தனி[1] வி. (தனிக்க, தனித்து) (யாரோடும் அல்லது எதனோடும் சேராமல்) விலகுதல்; பிரிந்திருத்தல்; get separated; be left alone; stay back. கூட்டத்திலிருந்து தனித்துப் போய்விட்டான்./ நாட்டில் கல்வியறிவு வளரவில்லையென்றால் நாம் முன்னேற முடியாமல் தனித்துவிடுவோம்.

தனி[2] பெ. 1: பொதுவானதோ வழக்கமானதோ அல்லாதது; அலாதி; அசாதாரணம்; sth. special or extraordinary; unique. அம்மாவின் சமையலே தனி./ அருவியில் குளிப்பது தனி சுகம். 2: எல்லோருக்கும் கிடைக்காதது; பிரத்தியேகம்; sth. special. இவருக்கு மட்டும் என்ன தனிச் சலுகை? 3: (-ஆக, -ஆன) பிரிக்கப்பட்டு அமைவது; separate; independent; individual. என் மகனுக்குத் தனி அறை/ தனி மாநிலம் கேட்டுப் போராட்டம்/ தனியான வீடு. 4: (-ஆக, -ஆன) உடன் யாரும் இல்லாமல் இருப்பது; alone; solitary. அவர் தனியாக உட்கார்ந்து பத்திரிகை படித்துக்கொண்டிருந்தார்./ இந்த விளையாட்டைத் தனியாக ஆட முடியாது./ ஏன் தனியாக ஒதுங்கி நிற்கிறீர்கள்?/ நான் தனி ஆள்; நீங்கள் மூன்று பேர் என்னுடன் சண்டைக்கு வருகிறீர்களே!/ இந்த வயதிலும் பெரியவர் தனியாகப் பயணம் செய்கிறார்.

தனி[3] பெ. (இசை) காண்க: தனி ஆவர்த்தனம்.

தனி[4] பெ. தனித்தொகுதி என்பதன் சுருக்கப்பட்ட வடிவம்; the abbreviated form of 'reserved constituency'.

தனி அலுவலர் பெ. (வழக்கமான பணிக்காக அல்லாமல்) ஒரு குறிப்பிட்ட பணிக்கு என்று நியமிக்கப்படும் அரசு அதிகாரி; special officer (for a specified purpose).

தனி ஆவர்த்தனம் பெ. 1: (இசை) கச்சேரியில் பக்கவாத்தியம் வாசிப்பவர்கள் தங்கள் திறமையை வெளிப்படுத்தும் வகையில் தனித்து வாசிக்கும் கட்டம்; solo performance by accompanying artists during a music concert. 2: குழுவாக இயங்கும் சூழ்நிலையில் பிறருடன் சேராமல் தனித்துச் செயல்படுவது; solo performance. இந்தப் படத்தில் கதாநாயகனின் நடிப்பைத் தனி ஆவர்த்தனம் என்றுதான் சொல்ல வேண்டும்./ இந்தத் தேர்தலில் அவருடைய தனி ஆவர்த்தனம் எடுபடவில்லை.

தனி ஊசல் பெ. (இயற்.) காண்க: ஊசல்[1].

தனிக்கட்டை பெ. (பே.வ.) (பெற்றோருடன் வசிக்காமலும் திருமணம் செய்துகொள்ளாமலும்) தனியாக வாழ்பவர்; person who lives alone. நீ தனிக்கட்டை; உனக்கு என்ன கவலை இருக்கப்போகிறது?

தனிக்காட்டு ராஜா பெ. யாருடைய கட்டுப்பாட்டிலும் இல்லாமல் சுதந்திரமாக இருப்பவன்; one who lives independently; person who is not answerable to anyone. அவன் தனிக்காட்டு ராஜா; எங்கே வேண்டுமானாலும் எப்போது வேண்டுமானாலும் போவான்.

தனிக்குடித்தனம் பெ. திருமணத்திற்குப் பின் (பெற்றோருடன் வசிக்காமல்) தனி வீட்டில் நடத்தும் குடித்தனம்; (of a young couple) living apart (from the parents). மகனுக்குத் திருமணமானதும் தனிக்குடித்தனம் வைத்துவிட்டோம்./ என் பிள்ளைகள் இருவரும் தனிக்குடித்தனம் போய்விட்டார்கள்.

தனிச்சுற்றுக்கு வி.அ. (பத்திரிகைகளைக் குறிப்பிடும்போது) கடைகளில் விற்பனைக்கு வராமல் தனிநபர்களை நேரடியாகச் சென்றடையும் வகையில்; (of periodicals) for private circulation. சிறுபத்திரிகைகளில் பல தனிச்சுற்றுக்குத்தான் வெளியிடப்படுகின்றன.

தனித்தமிழ் பெ. பிற மொழிக் கலப்பில்லாத தமிழ்; the language of Tamil free of borrowings. அவர் எப்போதும் தனித்தமிழில்தான் பேசுவார்./ தனித்தமிழ் இயக்கம்.

தனித்தன்மை பெ. (மற்றவர்களிடம் அல்லது மற்றொன்றிடம் இல்லாத) சிறப்பான தன்மை; distinguishing quality/ feature. சரிசமமாகப் பழகுவதே அவருடைய தனித்தன்மை./ பிற நாட்டு ஆதிக்கத்தால் சில நாடுகள் தங்கள் பண்பாட்டுத் தனித்தன்மைகளை இழந்துவிடுகின்றன.

தனித்தனி பெ. உடன் அல்லது அருகில் வேறு யாரும் இல்லாமல்; இணைந்து ஒன்றாக என்று இல்லாமல்; separate; individual; independent. சுற்றுலா சென்ற அனைத்து மாணவர்களுக்கும் தனித்தனி அறை ஒதுக்கப்பட்டது./ நேர்முகத் தேர்வுக்கு வந்திருந்தவர்கள் தனித்தனி அறைகளில் அமரவைக்கப்பட்டனர்./ நானும் என் மனைவியும் தனித்தனி வங்கிக் கணக்கு வைத்திருக்கிறோம்.

தனித்தனியாக வி.அ. ஒவ்வொன்றாக அல்லது ஒவ்வொருவராக; part by part; one by one. கடிகாரத்தைப் பழுதுபார்க்கிறேன் என்று இப்படித் தனித்தனியாகக் கழற்றிப்போட்டுவிட்டாயே./ வெளிச்சத்தில் எல்லோரையும் தனித்தனியாகப் பார்க்க முடிந்தது.

தனித்து 674

தனித்து வி.அ. 1: **தனியாக;** (all) alone. வீட்டில் எப்படித் தனித்து இருக்கிறீர்கள்?/ இருவரும் பேசிக்கொள்வதற்காகத் தனித்து விடப்பட்டனர். 2: **வேறுபட்ட முறையில்;** in a conspicuous way; distinctly. அவருடைய வீடு மட்டும் தனித்துத் தெரிகிறது.

தனித்துவம் பெ. (-ஆன) **(பிறரிடமிருந்து அல்லது பிறவற்றிடமிருந்து) வேறுபடுத்திக் காட்டும் தன்மை; தனித்தன்மை;** individuality. சிக்கலான அறிவியல் கருத்தையும் தெளிவாகவும் எளிமையாகவும் விளக்குவது அவருடைய தனித்துவம்.

தனித்தேர்வர் பெ. 1: **(முழுநேரக் கல்வி நிறுவனங்களில் சேர்ந்து படிக்காமல்) தனிப்பட்ட முறையில் படித்துத் தேர்வு எழுதுபவர்;** private candidate. 2: **தேர்வில் தோல்வி அடைந்து மீண்டும் அத்தேர்வை எழுதுபவர்;** private candidate.

தனித்தொகுதி பெ. **தாழ்த்தப்பட்டவர்கள், பழங்குடியினர் ஆகியோர் மக்களவையில், சட்டமன்றத்தில் இடம்பெறுவதற்கு அவர்கள் மட்டும் போட்டியிட ஒதுக்கப்பட்ட தொகுதி;** constituency of the Lok Sabha or a legislative assembly reserved for Scheduled Castes and Scheduled Tribes; (in India) reserved constituency.

தனிநடிப்பு பெ. **ஒன்றுக்கு மேற்பட்ட வேடங்களை ஒருவரே ஏற்று, ஒரே நேரத்தில் நடித்துக் காட்டும் கலை;** mono acting. கல்லூரியில் படிக்கும்போது தனிநடிப்பில் பல பரிசுகள் வாங்கியிருக்கிறேன்.

தனிநபர் பெ. **மக்களில் ஒருவர்/தனிமனிதன்;** one among the people/individual. ஒரு தனிநபருக்காகச் சட்டத்தை மாற்றி எழுத முடியாது./ தனிநபர் சத்தியாக்கிரகம்.

தனிநபர் அறக்கட்டளை பெ. **குறிப்பிட்ட குழுவின் அல்லது பிரிவினரின் நலனை மேம்படுத்தும் நோக்கில் ஒருவர் ஏற்படுத்தும் அறக்கட்டளை;** (in India) private trust.

தனிநபர் சட்டம் பெ. (சட்டம்) **தனிநபர் வாழ்க்கையை முறைப்படுத்தும் விதமாக இயற்றப்படும் வாரிசுச் சட்டம், திருமணச் சட்டம், தத்தெடுப்புச் சட்டம் போன்ற சட்டங்கள்;** personal laws.

தனிநபர்வாதம் பெ. **(சமூகத்தின் அல்லது குழுவின் நலன்களைப் பொருட்படுத்தாமல்) தனிநபரின் உணர்வுகளுக்கும் நலன்களுக்கும் முன்னுரிமை தரும் போக்கு;** individualism. அவருடைய நாவல்கள் தனிநபர்வாதத்தைத் தூக்கிப்பிடிக்கின்றன./ 'தனிமனிதனுடைய சுதந்திரம் பாதுகாக்கப்பட வேண்டும்' என்று ஒருவர் சொன்னால் அதை எல்லோரும் தனிநபர்வாதம் என்கிறார்கள்.

தனிப்பட்ட பெ.அ. 1: **சொந்த;** personal. இது என் தனிப்பட்ட கருத்து/ ஆராய்ச்சி என்பது தனிப்பட்ட விருப்பு வெறுப்புகளுக்கு அப்பாற்பட்டது. 2: **(பலருடையது அல்லாமல்) தனித்துக் குறிப்பிடப்படுகிற;** individual. தனிப்பட்ட ஒருவரின் கருத்தைச் சமுதாயத்தின் கருத்தாகக் கொள்ள முடியாது.

தனிப்பட்ட அடையாளக் குறியீட்டு எண் பெ. (பு.வ.) **பற்று அட்டையை அல்லது கடன் அட்டையைப் பயன்படுத்தி வங்கியின் தானியங்கிப் பணம் வழங்கும் இயந்திரத்தின் மூலம் பணம் எடுக்கும்போது அல்லது நிறுவனங்களில் பொருள்களை வாங்கும்போது பயன்படுத்துவதற்காகவும், இணையவழி நிதிப் பரிமாற்றத்தின்போதும் வாடிக்கையாளர்கள் ரகசியமாக வைத்துப் பயன்படுத்த வேண்டிய எண்களைக் கொண்ட கடவுச்சொல்;** Personal Identification Number (abbreviated to PIN).

தனிப்பட்டவர் பெ. **(குழு அல்லது அரசாங்கம், அமைப்பு போன்றவற்றுக்கு எதிரிடையாகக் குறிப்பிடப்படும்) தனிநபர்;** individual; private. இது கட்சியின் கருத்து அல்ல, தனிப்பட்டவர்களின் கருத்து.

தனிப்பட வி.அ. **தானே; சொந்தமாக;** personally. அழைப்பிதழோடு தனிப்பட ஒரு கடிதமும் எழுதியிருந்தார்.

தனிப்படை பெ. **(எளிதில் துப்புக் காண முடியாத) கொலை, கொள்ளை போன்றவற்றில் ஈடுபட்ட குற்றவாளிகளைப் பிடிப்பதற்காகக் காவல்துறையில் அமைக்கப்படும் சிறப்புப் படை;** special team of police officers. வங்கிக் கொள்ளையில் ஈடுபட்டவர்களைப் பிடிக்கப் பத்து பேர் கொண்ட தனிப்படை அமைக்கப்பட்டது./ சிறையிலிருந்து தப்பி ஓடிய குற்றவாளிகளைப் பிடிக்க இரண்டு தனிப்படைகள் அமைக்கப்பட்டுள்ளன.

தனிப்பாடல் பெ. **(பழங்கால இலக்கியத்தில் ஒரு நீண்ட கவிதை, காவியம், கதைப்பாடல் முதலியவற்றின் பகுதியாக இல்லாமல்) அவ்வப்போது இயற்றிய, தன்னளவில் நிறைவுடைய சிறிய செய்யுள்;** occasional verse.

தனிப்பெரும்பான்மை பெ. **அறுதிப் பெரும்பான்மை;** absolute majority. வருகிற தேர்தலில் தனிப்பெரும்பான்மை பெற்று ஆட்சி அமைப்போம் என்று கட்சித் தலைவர் மேடையில் முழங்கினார்.

தனிமம் பெ. (வேதி.) **மேலும் எளிய பொருளாகப் பிரிக்க முடியாததும் ஒரே தன்மையைக் கொண்ட அணுக்களால் ஆனதுமான பொருள்;** element.

தனிமரம் பெ. **(உறவினர் யாருமின்றி) தனிமையில் வாழும் நபர்;** s.o. who lives alone. இந்தத் தள்ளாத வயதில் இப்படித் தனிமரமாக இருப்பது கொடுமைதான்.

தனிம வரிசை அட்டவணை பெ. (வேதி.) **அணு எண்ணை அடிப்படையாகக் கொண்டு அனைத்துத் தனிமங்களையும் வகைப்படுத்தி அமைக்கப்பட்டுள்ள அட்டவணை;** periodic table.

தனிமனிதன் பெ. **தனியாக இருக்கும் நபர்;** individual. தனிமனிதனாக இருந்துகொண்டு இவ்வளவு பெரிய திட்டத்தை மேற்கொள்ள முடியுமா?/ இவ்வளவு பெரிய குடும்பத்தில் தனிமனிதனாக அண்ணா எவ்வளவு கடனைத்தான் சுமப்பான்? எல்லோரும் சற்று உதவுங்களேன்.

தனிமை பெ. (-ஆக, -ஆன) **யாரும் உடன் இல்லாத நிலை;** seclusion; solitude. இயற்கையை ரசிக்க எனக்குத் தனிமை தேவை./ தனிமையான சூழ்நிலை.

தனிமைச் சிறை பெ. (சட்டம்) **(குற்றவாளியை) தனியாகச் சிறையில் அடைத்துவைக்கும் தண்டனை;** solitary confinement.

தனிமைப்படு வி. (-பட, -பட்டு) **யாருடைய ஆதரவும் அல்லது நட்பும் இல்லாதபடி ஒதுக்கப்படுதல்;** be isolated. வன்முறையை மேற்கொண்டதால் அந்த இயக்கம் மக்களிடமிருந்து தனிமைப்பட்டுவிட்டது.

தனிமைப்படுத்து வி. (-படுத்த, -படுத்தி) **(மக்களிடமிருந்து அல்லது குழுவிலிருந்து ஒருவரை) பிரித்து ஒதுக்குதல்;** isolate. பிரிவினைச் சக்திகளைத் தனிமைப்படுத்த அரசியல் நடவடிக்கையே சிறந்தது.

தனியன் பெ. 1: **(எவருடைய உறவும் இல்லாமல்) தனித்துவிடப்பட்டவர்;** desolate person. இந்தப் பரந்த உலகத்தில் யாரும் தனியன் இல்லை. 2: (இலங்.) **தனித்து வசிப்பவர்;** person who lives alone. தாயைத் தனியனாக விட்டுவிட்டு எல்லோரும் வெளிநாடு சென்றுவிட்டார்கள்./ அவர் ஊரில் தனியனாகத்தான் இருக்கின்றார்.

தனியா பெ. **கொத்தமல்லி (விதை);** coriander (seed).

தனியார் பெ. **(பொதுவாக அரசுக்குச் சொந்தமானதாக இல்லாமல்) தனிநபருக்கு அல்லது ஒரு குழுவுக்குச் சொந்தமானது;** sth. privately owned. *தனியார் கல்லூரி/ தனியார் நிறுவனம்/ தனியார் வங்கி/ தனியார் வாகனங்கள் மட்டும் உள்ளே அனுமதிக்கப்படும்./* சிகிச்சைக்காகத் தனியார் மருத்துவமனை ஒன்றில் அவர் சேர்ந்திருக்கிறார்.

தனியார் அஞ்சல் பெ. **(கடிதங்கள், ஆவணங்கள், பொட்டலம் போன்றவற்றை அனுப்பும் சேவையை வணிக ரீதியாகச் செய்யும்) தனிநபர் சேவை;** courier service.

தனியார் துறை பெ. **நாட்டின் பொருளாதாரத்தில் (அரசு உடைமைக்கு மாறாக) தனிநபர்களின் அல்லது தனிநபர் குழுக்களின் உடைமையாக இருக்கும் பிரிவு;** private sector. தனியார் துறையில் அந்நிய முதலீடு பெருகி வருகிறது.

தனியார்மயமாக்கு வி. (-ஆக்க, -ஆக்கி) **அரசின் பொறுப்பில் இருக்கும் நிறுவனங்களைத் தனியார் வசம் ஒப்படைத்தல்;** privatize. அரசுத் தொலைத்தொடர்பு நிறுவனங்கள் சில தனியார்மயமாக்கப்பட்டிருக்கின்றன./ தனியார்மயமாக்குவதை எதிர்த்துத் தொழிற்சங்கங்கள் போராட்டத்தில் ஈடுபடப்போவதாக அறிவித்துள்ளன.

தனியுடைமை பெ. **தனிநபர் சொத்து வைத்துக்கொள்ளும் உரிமை நிலவும் நிலை;** right to hold private property.

தனியே வி.அ. **யாரும் உடன் இல்லாத சூழலில்;** all alone. குழந்தையைத் தனியே விட்டுவிட்டு எங்கே போனாய்?/ அம்மாவும் அப்பாவும் ஊருக்குப் போயிருப்பதால் நான் தனியேதான் வீட்டில் இருக்கிறேன்./ எட்டு வயதுப் பையனைத் தனியே அனுப்புவதா என்று யோசிக்கிறேன்.

தனிவட்டி பெ. **(கூட்டுவட்டி முறையில் இல்லாமல்) கொடுத்த அல்லது வாங்கிய பணத்துக்கு மட்டும் கணக்கிடப்படும் வட்டி;** simple interest.

தனுசு பெ. 1: (அ.வ.) **வில்;** bow. சிவ தனுசு. 2: (சோதி.) **வில்லைக் குறியீட்டு வடிவமாக உடைய ஒன்பதாவது ராசி;** ninth constellation of the zodiac having bow as its sign; Sagittarius. *(பார்க்க, படம்: ராசி[1])*

தனுர்வாதம் பெ. (அ.வ.) **தசைவிறைப்பு ஜன்னி;** tetanus.

தஸ்தாவேஜு பெ. (சட்டம்) **ஆவணம்; பத்திரம்;** document. இவை வழக்குத் தொடர்பான தஸ்தாவேஜுகள்.

தா[1] வி. (தர, தந்து) **கொடு[1];** see **கொடு[1].**

தா[2] து.வி. (தர, தந்து) **கொடு[2];** see **கொடு[2].**

தாக்கம் பெ. 1: **(குறிப்பிட்ட விளைவை ஏற்படுத்தும் வகையிலான) பாதிப்பு;** impact; influence. உங்கள் கதைகள் வாசகனின் மனத்தில் எந்த விதமான தாக்கத்தை ஏற்படுத்தும் என்று நினைக்கிறீர்கள்?/ மேல்நாட்டுப் பண்பாட்டின் தாக்கத்தை அவருடைய பேச்சில் காண முடிகிறது. [(தொ.சொ.) **அழிவு/ கேடு/ பாதிப்பு/ விளைவு**] 2: (-ஆக, -ஆன) (இலங்.) **மனத்தைப் புண்படுத்தும் அல்லது வேதனைக்கு உள்ளாக்கும் தன்மை;** hurtful (speech, etc.,). உன் பேச்சு தாக்கமாக இருக்கிறது./ அவரிடம் கேட்ட தாக்கமான கேள்விகளால் தலைகுனிந்தார்.

தாக்கல்செய் வி. (-செய்ய, -செய்து) 1: (சட்டம்) **(நீதிமன்றம் முதலியவற்றில் வழக்கை) பதிவுசெய்தல்; அளித்தல்;** institute; file (a case, etc.,). உயர் நீதிமன்றத்தில் குறிப்பிட்ட வகை வழக்குகளை மட்டுமே தாக்கல் செய்ய முடியும். 2: (சட்டம்) **(சாட்சியம் முதலியவற்றை) ஒப்படைத்தல்;** produce (evidence, etc., in court). என் கட்சிக்காரர் சார்பில் புதிய சாட்சியங்களைத் தாக்கல் செய்ய அனுமதிக்க வேண்டும். 3: **(தேர்தலில் போட்டியிடுவதற்காக) விண்ணப்பத்தை முறையாகச் சமர்ப்பித்தல்;** file (nomination). கட்சித் தலைவர் நேற்று வேட்புமனு தாக்கல்செய்தார். 4: **(வரவுசெலவுத் திட்டம் முதலியவற்றை) சமர்ப்பித்தல்;** table; submit (budget, proposal, etc.,). வரவுசெலவுத் திட்டம் நாடாளுமன்றத்தில் இன்று தாக்கல்செய்யப்படும்./ புதிய மருத்துவப் பல்கலைக்கழகம் நிறுவுவதற்கான மசோதா சட்டசபையில் தாக்கல் செய்யப்பட்டது. 5: (அ.வ.) **(குறிப்பேட்டிலிருந்து பதிவேட்டில்) எடுத்தெழுதுதல்;** transfer (entries to ledger). நேற்றைய கணக்குகளைத் தாக்கல்செய்துவிட்டீர்களா?

தாக்காட்டு வி. (-காட்ட, -காட்டி) (இலங்.) 1. **(குழந்தைக்கு) வேடிக்கை காட்டுதல்;** keep a child amused. குழந்தையை அழாமல் தாக்காட்டிக்கொண்டிரு. நான் அதற்குள் பால் கரைத்துக் கொண்டுவருகிறேன்./ தினமும் வீட்டுக்கு வெளியில் நின்று தாக்காட்டினால்தான், ஏதாவது கொஞ்சம் சோறு குழந்தைக்கு ஊட்ட முடியும்.

தாக்கீது பெ. (அ.வ.) (சட்டம்) **(ஒரு செயல்பற்றி நீதிமன்றத்தின் அல்லது அரசின்) எழுத்துமூலமான உத்தரவு;** summons; order. நீதிமன்றத்தால் அனுப்பப்பட்ட தாக்கீதைப் பெற மறுப்பது குற்றமாகும்./ ஒப்பந்தப்புள்ளிகள்மூலம்தான் பாடப் புத்தகங்கள் அச்சடிக்க வேண்டுமென்று அரசு தாக்கீது பிறப்பித்துள்ளது.

தாக்கு[1] வி. (தாக்க, தாக்கி) 1: **(ஒருவரை) அடித்தல், வெட்டுதல் போன்றவற்றால் பாதிப்பு ஏற்படுத்துதல்;** assault; attack (with weapons). கத்தி, அரிவாளோடு வந்த கும்பல் அவரைச் சூழ்ந்துகொண்டு தாக்கியது. 2: **(விலங்கு, பூச்சி போன்றவை) உடலுக்கும் உயிருக்கும் பாதிப்பு விளைவித்தல்;** attack. காட்டுக்குள் தனியே சென்றவனைக் கரடி தாக்கியது./ கூட்டமாக வரும் யானைகள் யாரையும்

தாக்கு² 676

தாக்காது./ தேனடையில் கைவைத்தால் தேனீக்கள் கூட்டமாக வந்து தாக்கும். **3:** **(புயல், வெள்ளம், பூகம்பம் போன்ற இயற்கைச் சக்திகள்) நாசம் விளைவித்தல்;** (of natural disaster) strike. *சுனாமி தாக்கிய நாகைப் பகுதிகளில் ஆயிரத்துக்கும் மேற்பட்டோர் உயிரிழந்தனர்./ காஷ்மீரில் மீண்டும் பூகம்பம் தாக்கும் என்ற அச்சம் மக்களிடையே நிலவுகிறது./ வேகமாகத் தாக்கிய அலை படகைக் கவிழ்த்தது.* **4:** **(ஒருவரின் மேல் மின்சாரம்) பாய்தல்;** (of electricity) strike. *அறுந்து கிடந்த கம்பியின் மேல் கால் வைத்தவர் மின்சாரம் தாக்கி இறந்தார்.* **5:** **(ஒரு நாட்டின் ராணுவம் மற்றொரு நாட்டுக்கு) சேதம் விளைவிக்கும் நடவடிக்கையில் ஈடுபடுதல்;** (of an army) attack. *எதிரி விமானங்கள் குண்டு வீசி எல்லை ஓரப் பகுதியைத் தாக்கின.* **6:** **(பேச்சில் அல்லது எழுத்தில்) குற்றம் குறைகளைக் கூறிக் கடுமையாக விமர்சித்தல்;** criticize; attack. *தலைவரைத் தாக்கிப் பேசுமளவுக்குக் கட்சியில் அதிருப்தி நிலவுகிறது./ அந்தப் பத்திரிகை ஆளும் கட்சியைத் தொடர்ந்து தாக்கி எழுதிவருகிறது.* **7:** **(நோய், விஷ வாயு முதலியவை) பாதித்தல்;** (of disease, poison gas, etc.,) affect. *கிணற்றில் இறங்கியவர் விஷ வாயு தாக்கி மயக்கமுற்றார்./ நெற்பயிரைச் சுருட்டை நோய் தாக்கியுள்ளது./ இடி தாக்கிப் பத்து ஆடுகள் இறந்தன.*

தாக்கு² வி. (தாக்க, தாக்கி) *(இலங்.)* **புதைத்தல்;** bury. *குடிநிலத்துக்குள் செத்த மிருகங்களைத் தாக்கக் கூடாது.*

தாக்குதல் பெ. **1:** **(ஒன்றை அல்லது ஒருவரை ஆயுதங்கள் போன்றவற்றைக் கொண்டு) தாக்கும் செயல்;** attack; charge. *அமைச்சரைக் குறி வைத்து இந்தத் தாக்குதல் நடத்தப்பட்டதாகத் தெரிகிறது./ வான்வழித் தாக்குதல்.* **2:** **(கால்பந்து முதலிய விளையாட்டுகளில்) (எதிரணிப் பகுதியை நோக்கி முன்னேறி) நெருக்குதல் அளிக்கும் வகையில் விளையாடுதல்;** offensive play. *ஜெர்மன் அணியினரின் அலைஅலையான தாக்குதலை இத்தாலி அணியினர் நன்றாகச் சமாளித்தனர்.*

தாக்குப்பிடி வி. (-பிடிக்க, -பிடித்து) **1:** **(நிலைமைக்குத் தக்கவாறு செயல்பட்டு) ஈடுகொடுத்தல்; சமாளித்தல்;** withstand; brave. *பனிச்சரிவில் மாட்டிக்கொண்டவர்கள் கைவசம் உணவுப் பொருள் இருந்ததால் பத்து மணி நேரம் தாக்குப்பிடித்தனர்./ இன்றைய கைப்பந்து போட்டியில் எதிர் அணியினரின் மின்னல் வேகத் தாக்குதலை நம் அணியினர் தாக்குப்பிடித்து விளையாடினார்கள்.* **2:** **(தாக்குதல், நஷ்டம் போன்றவற்றால் பாதிப்பு அடையாமல்) தாங்கி நிலைத்தல்;** withstand; last. *போன மழைக்கு எப்படியோ இந்தக் கட்டடம் தாக்குப்பிடித்து விட்டது./ நோய் முற்றியிருக்கும் நிலையில் அப்பா அடுத்த மாதம்வரை தாக்குப்பிடிப்பாரா என்பது சந்தேகம்./ இவ்வளவு பெரிய நஷ்டத்தை நம் நிறுவனம் எப்படித் தாக்குப்பிடிக்கப்போகிறது?*

தாகசாந்தி பெ. *(அ.வ.)* **தாகத்தைத் தணித்தல்;** quenching thirst. *தாகசாந்திக்கு இளநீர் அல்லது மோர்.*

தாகம் பெ. **நீர் குடிக்க வேண்டும் என்று எழும் உணர்வு; நீர் வேட்கை;** thirst. *தாகத்தால் நாக்கு வறண்டுவிட்டது./ (உரு வ.) சுதந்திரத் தாகம்.*

தாங்கள் பி.பெ. **1:** **தனக்கு முன்னால் இருப்பவரை மரியாதையுடன் குறிக்கப் பயன்படும் சொல்;** (honorific) you. *தாங்கள் கேட்டுக்கொண்டபடி ஏற்பாடு செய்திருக்கிறோம்.* **2:** **படர்க்கைப் பன்மைப் பெயருக்கு மாற்றாக வரும் பெயர்;** third person plural reflexive pronoun. *உயர் அதிகாரிகள் தாங்கள் செய்யும் தவறுகளை நினைத்துப் பார்ப்பதில்லை.*

தாங்கி¹ பெ. **ஒன்றைத் தாங்கி நிற்பதற்காகப் பயன்படுத்தும் சாதனம்;** stand (to put things on); holder. *குடுவையைத் தாங்கியில் பொருத்தவும்.*

தாங்கி² வி.அ. *(பே.வ.)* *(ஒருவர் நடப்பதைக் குறிக்கும் போது)* **ஒரு பக்கமாகச் சாய்ந்து;** (while walking) leaning to one side; hobbling. *காலில் அடிபட்டிருந்ததால் தாங்கித்தாங்கி நடந்துவந்தான்.*

தாங்கு வி. (தாங்க, தாங்கி) **1:** **(உடலில் வலி, மனத்தில் துன்பம் முதலியவற்றை) பொறுத்தல்; (ஒரு நிகழ்ச்சி விளைவிக்கும் பாதிப்பை) ஏற்றல்;** bear; endure; tolerate; withstand. *தலைவலியையாவது தாங்கிக்கொள்ளலாம். வயிற்றுவலியைத் தாங்க முடியாது./ இந்தப் பகுதியில் கொசுக்களின் தொல்லை தாங்க முடியவில்லை.* **2:** *(பெரும்பாலும் எதிர்மறையில்)* **(அதிர்ச்சி தரும் அல்லது மிகுந்த மகிழ்ச்சியை அளிக்கும் செய்தியை) ஏற்றுக்கொள்ளும் மனப்பக்குவத்தை அல்லது மனஉறுதியைப் பெற்றிருத்தல்;** bear. *இந்த அதிர்ச்சியான செய்தியைத் திடீரென்று சொன்னால் அவன் தாங்க மாட்டான்./ இந்தச் சந்தோஷத்தை அவளால் தாங்க முடியுமா?* **3:** **(பாரம், கனம்) சுமக்க முடிதல்;** bear (weight, load, etc.,). *இந்த வண்டி அதிக பாரம் தாங்காது./ (உரு வ.) கணவனும் மனைவியும்தான் குடும்ப பாரத்தைத் தாங்க வேண்டும்.* **4:** **(விழ இருக்கும் நபரை) கைகளை விரித்துத் தடுத்து நிறுத்தல்/(கனமான பொருளை) கையில் ஏந்துதல்;** hold (s.o. to support them); rest (sth. in one's hand by catching it). *நான் பக்கத்தில் நின்றிருந்ததால் கீழே விழ இருந்தவரைத் தாங்கிக்கொள்ள முடிந்தது./ அவன் தூக்கிப் போட்ட புத்தகத்தைத் தாங்கிப் பிடித்தேன்.* **5:** *(வ.வ.)* **(கையை) ஊன்றுதல்;** rest (the hand on the floor). *கையைத் தாங்கித் தரையிலிருந்து எழுந்தான்.* **6:** *(தாங்கி, தாங்கிய ஆகிய இரு எச்ச வடிவங்கள் மட்டும்)* **(பத்திரிகை முதலியவை குறிப்பிட்ட செய்தி, படம் முதலியவற்றை) கொண்டிருத்தல்;** (of magazines, etc.,) carry; contain (a piece of news, picture, etc.,). *கொலை, கொள்ளைச் செய்திகளைத் தாங்கி வராத பத்திரிகைகளே இல்லை./ திரைப்பட நடிகையின் படத்தைத் தாங்கிய முகப்பு அட்டை* **7:** **(புறக்கணிக்கக் கூடிய நிலையிலும் பொறுத்துக்கொண்டு) நயமாக வேண்டுதல்; கெஞ்சுதல்;** entreat (a person). *அவன் கோபித்துக்கொண்டு சாப்பிடாமல் இருந்தால் இருக்கட்டும். நீ அவனைத் தாங்க வேண்டாம்.* **8:** *(தாங்கும், தாங்காது ஆகிய இருமுற்று வடிவங்கள் மட்டும்)* **(செலவு, நஷ்டம் முதலியவை ஒருவருக்கு) கட்டுப்படியாதல்;** afford (a loss, expenses, etc.,). *வியாபாரத்தில் லட்ச ரூபாய் நஷ்டம் வந்தாலும் அவருக்குத் தாங்கும்; நமக்குத் தாங்காது.* **9:** **பிழைத்திருத்தல்;** survive; last. *அடுத்த அமாவாசைவரை இவர் தாங்குவாரா?* **10:** *(எதிர்மறை வடிவங்கள் மட்டும்)*

677 தாண்டு

(சிரிப்பு, அழுகை முதலியவற்றை) அடக்க இயலுதல்; முடிதல்; control (laughter, grief, etc.,). *அவனுக்குச் சிரிப்புத் தாங்கவில்லை./ துக்கம் தாங்காமல் அழுதுவிட்டான்.*

தாங்குகட்டை பெ. **(காலை ஊன்றி நடக்க முடியாதவர்) தாங்கி நடக்கப் பயன்படுத்தும் கோல்; ஊன்றுகோல்;** crutch.

தாச்சி பெ. (இலங்.) **(சிறுமிகளின் விளையாட்டான) கிளித்தட்டு;** a game for girls in which they hop across cells drawn on the ground. *தாச்சி விளையாடலாம் வருகிறாயா என்று தோழியிடம் கேட்டாள்./ தாச்சி விளையாடப் போனவள் இன்னும் வீட்டுக்கு வரவில்லையே!*

தாசன் பெ. **1:** *(சில தொடர்களில் வரும்போது மட்டும்)* **ஒரு தெய்வத்தைத் தீவிரமாக வழிபடுபவன்;** fervent devotee (of a deity). *காளிதாசன்/ சக்திதாசன்.* **2: (தான் முன்மாதிரியாகக் கருதும் ஒருவரின்) வழிநடப்பவர்;** ardent follower or admirer. *நான் பாரதியின் தாசன்.*

தாசி பெ. **கணிகை;** courtesan.

தாசில்தார் பெ. **வட்டாட்சியர்;** revenue official in charge of a sub-division of a district; (in India) tahsildar.

தாட்சண்யம் பெ. **(மனிதாபிமானம் நிறைந்த) பரிவு;** consideration (for s.o. or sth.). *வயதானவர் என்பதற்காகக் கொஞ்சம் தாட்சண்யம் காட்டக் கூடாதா?*

தாட்டி பெ. *(-ஆன) (பே.வ.) (உடல் தோற்றத்தைக் குறிக்கும்போது)* **உயரத்துக்கேற்ற பருமன்;** (of persons) tall and stout. *என் பெரியப்பா ரொம்ப தாட்டி./ நேற்று கடைக்கு வந்த ஆள் தாட்டியாக இருந்தான்./ தாட்டியான சரீரம்.*

தாட்டுபூட்டு-என்று வி.அ. *(பே.வ.)* **1:** *(ஒருவருடைய பேச்சைக் குறித்து வரும்போது)* **(அதிகாரத்தைக் காட்டும் வகையில்) ஆர்ப்பாட்டமாக;** in a blustering manner. *தாட்டுபூட்டென்று ஆங்கிலத்தில் பேசினால் பயந்துவிடுவோம் என்று நினைத்துக்கொண்டிருக்கிறான்./ இதற்கெல்லாம் பணம் கேட்டால் அப்பா தாட்டுபூட்டென்று கத்துவார்.* **2:** *(செலவு குறித்து வரும்போது)* **அநாவசியமாக ஆடம்பரத்துடன்;** lavishly. *இப்படித் தாட்டுபூட்டென்று பணத்தை வாரி இறைத்தால் கடைசியில் ஓட்டாண்டியாக வேண்டியதுதான்.*

தாடி பெ. **1: (ஆண்களின்) முகவாயிலும் தாடையிலும் வளரும் முடி;** beard. **2: (ஆட்டுக் கிடாவின்) தாடையில் தொங்கும் முடி;** tuft of hair (on goat's chin).

தாடை பெ. **1: (முகத்தில்) பற்களைத் தாங்கியிருக்கும் எலும்புப் பகுதி;** jaw. **2:** *(வ.வ.)* **மாட்டின் முகவாயிலிருந்து தொண்டைப் பகுதிவரை துணிபோல் தொங்கும் சதை;** the loose flesh hanging from a bullock's jaw.

தாண்டவம் பெ. **(புராணங்களில்) (சிவன், காளி ஆகிய கடவுளர் ஆடியதாகக் கூறப்படும் ஆனந்தம், அழிவு போன்றவற்றை வெளிப்படுத்தும்) நடனம்;** (in puranas) dance (expressing bliss or destruction). *ஆனந்தத் தாண்டவம்.*

தாண்டவமாடு வி. *(-ஆட, -ஆடி)* **1: (வன்முறை, வறுமை போன்றவை) பெருமளவில் பரவியிருத்தல்; தலைவிரித்தாடுதல்;** be rampant; rage. *ஜாதிக் கலவரத்தால் ஊரில் வன்முறை தாண்டவமாடுகிறது./ நாட்டில் வறுமை தாண்டவமாடும்போது இப்படிப்பட்ட ஆடம்பர விழாக்கள் அவசியம்தானா?* **2: (முகத்தில் மகிழ்ச்சி, கோபம் முதலிய உணர்ச்சிகள்) பெருமளவில் வெளிப்படுதல்;** (of happiness, anger, etc.,) be intense. *செய்தியைக் கேட்டவுடன் அவன் முகத்தில் உற்சாகம் தாண்டவமாடியது.*

தாண்டி வி.அ. **(குறிப்பிட்ட இடத்திற்கு) அப்பால்; அடுத்து;** beyond; across. *சாலையைத் தாண்டிக் கண்ணுக்கு எட்டிய தூரம்வரை பச்சைப்பசேலென்ற வயல்கள்./ தோப்பைத் தாண்டி இருக்கும் நிலம் அனைத்தும் எங்களுக்குச் சொந்தம்./ இன்னும் தாண்டிப் போனால் குளம் வரும்.*

தாண்டிக் குதி வி. *(குதிக்க, குதித்து) (பே.வ.)* **கோபத்தோடு ஆர்ப்பாட்டம் செய்தல்;** become very angry; hit the roof. *அவர் சொன்ன நேரத்தில் சரியாகப் போய் அவர் முன் நிற்காவிட்டால் அவர் தாண்டிக் குதிக்க ஆரம்பித்துவிடுவார்./ குழந்தை தெரியாமல் பூந்தொட்டியை உடைத்து விட்டதற்கு ஏன் இப்படித் தாண்டிக் குதித்து அமர்க்களம் பண்ணுகிறாய்?*

தாண்டு வி. *(தாண்ட, தாண்டி)* **1: (ஒன்றை மிதிக்காமல் அல்லது ஒன்றின் மீது செல்லாமல்) தாவுதல்; (ஒன்றை) தாவிக் கடத்தல்;** leap across; jump over. *கோலத்தை மிதிக்காமல் தாண்டி வா!/ கட்டைச் சுவரை சர்வ சாதாரணமாகத் தாண்டினான்./ வேகமாக ஓடிவந்து வேலியைத் தாண்டிக் குதித்தான்.* **2: (ஒருவரை அல்லது ஒன்றை) பக்கவாட்டில் அல்லது குறுக்குவாக்கில் கடந்து போதல்;** go past (s.o. or sth.); cross. *அவர் மேடையிலிருந்து இறங்கி என்னைத் தாண்டிப் போகும்போது திரும்பிப் பார்த்தார்./ வண்டி சிதம்பரத்தைத் தாண்டியதும் என்னை எழுப்பு./ சட்டையின் கைப்பகுதி முழங்கையைத் தாண்டக் கூடாது./ இந்தியத் துணைக் கண்டத்தைத் தாண்டியும் பரதநாட்டியம் புகழ் பெற்றுள்ளது./ திருப்பம் தாண்டியவுடன் அவர் வீடுதான்.* **3: (வயது, காலம், எண்ணிக்கை முதலியவை குறிப்பிட்ட அளவுக்கு) மேற்படுதல்; மேல் செல்லுதல்;** (of age, time, etc.,) be past; cross (the limit). *இந்தியாவின் மக்கள்தொகை நூறு கோடியைத் தாண்டிவிட்டது./ அவன் வீட்டுக்கு வரும் போது மணி பத்தைத் தாண்டியிருந்தது./ நான் இந்தப் புத்தகத்தில் இன்னும் பத்துப் பக்கம்கூடத் தாண்டவில்லை.* **4: (தடையாக உள்ளதை) கடத்தல்;** get through; come through; pull through. *அவர் பல எதிர்ப்புகளைத் தாண்டி தான் புதிய கட்சியைத் தொடங்கினார்./ வாழ்க்கையில் பல போராட்டங்களைத் தாண்டி வந்துள்ளார்./ சிறைச்சாலையில் உள்ள காவல் தடைகளைத் தாண்டித் தப்பிப்பது கடினம்./ மருத்துவமனையிலிருக்கும் அம்மா ஆபத்தான கட்டத்தைத் தாண்டிவிட்டார்./ யோகத்தின் உச்ச நிலையை அடைய நீங்கள் பல கட்டங்களைத் தாண்ட வேண்டியிருக்கும்.* **5: (கட்டம், கோடு போன்றவற்றைக் கொண்டு ஆடும் ஆட்டங்களில் ஆடுபவர் அல்லது ஆட்டத்தில் பயன்படுத்தும் காய்) நகர்தல்;** move. *சதுரங்க ஆட்டத்தில் ராஜா ஒரு கட்டத்திற்கு மேல் தாண்ட முடியாது.* **6: (ஒலி, ஒளி முதலியவை ஒரு பரப்பைக்**

கடந்து) செல்லுதல்; go past. சூரிய ஒளிக்கதிர் காற்று மண்டலத்தைத் தாண்டிவந்து பூமியில் விழுகிறது./ அவள் பார்வை கூரையைத் தாண்டி எங்கோ சென்றது. 7: (மரபு, பழக்கம் போன்றவற்றை) மீறுதல்; outside tradition. கந்தர்வ மணம் மரபுகளைத் தாண்டியது./ நான் சொல்கிற விஷயம் அலுவலகத்தைத் தாண்டி வெளியே போகக் கூடாது. 8: (இலங்.) (ஒருவரை ஒன்றில்) மிஞ்சுதல்; excel. அவனை யாராலும் படிப்பில் தாண்ட முடியாது./ சம்பல் ஆக்குவதில் அம்மாவைத் தாண்ட முடியாது.

தாத்தா பெ. 1: **தாயின் அல்லது தந்தையின் தந்தை;** grandfather. 2: **வயதானவர்; கிழவர்;** old man; polite way of addressing, or referring to an aged person. பக்கத்து வீட்டுத் தாத்தா நிறைய கதைகள் சொல்வார். 3: (இஸ்.) **உடன்பிறந்த அக்கா அல்லது ஒன்றுவிட்ட அக்கா.**

தாத்பரியம் பெ. (அ.வ.) **(கருத்து, கோட்பாடு போன்ற வற்றில்) பொதிந்திருக்கும் பொருள்;** purport; meaning. திருமணச் சடங்கின் தாத்பரியத்தை நீங்கள் புரிந்து கொள்ளவில்லை.

தாத குரு (dh-) பெ. (திருநர் வ.) **குருவின் பாட்டி;** grandmother of a transwoman's குரு.

தாதா பெ. (பே.வ.) **அடியாட்களை வைத்துக்கொண்டு சட்டவிரோதச் செயல்களில் ஈடுபடும் நபர்;** lout; gangster. காவலிலிருந்து தப்பியோட முயன்ற தாதா சுட்டுக் கொல்லப்பட்டான்./ மும்பை தாதா சென்னை விமான நிலையத்தில் கைதுசெய்யப்பட்டான்.

தாதி[1] பெ. 1: **(மருத்துவமனையில் அனுமதிக்கப்பட்டுள்ளவரை, முதியோர் இல்லம் போன்றவற்றில் தங்கியிருப்பவரை அல்லது வீட்டில் குழந்தைகளை) கவனித்துக்கொள்ளும் பெண்; ஆயா;** woman employee to look after the aged or children; nurse. 2: **(பழங்காலத்தில்) அரண்மனைப் பணிப்பெண்;** (in former times) maidservant (in a palace).

தாதி[2] (dh-) பெ. (திருநர் வ.) **குருவின் பாட்டி;** grandmother of a transwoman's குரு.

தாது[1] பெ. 1: **உடலுக்கு மிகவும் தேவையான இரும்பு முதலிய உலோகச் சத்து;** mineral. தாதுப் பொருட்கள். 2: (வேதி.) **உலோகம் போன்றவற்றைக் கொண்டிருக்கும் மூலப்பொருள்;** ore.

தாது[2] பெ. (அ.வ.) 1: **(மலரின்) மகரந்தத் தூள்;** pollen. வண்டுகளின் கால்களில் தாது ஒட்டிக்கொள்ளும். 2: **விந்து;** semen. தாது விருத்திக்கு லேகியம்.

தாதுப் பொருள் பெ. (சித்த.) **மருந்தாகப் பயன்படுத்தும் படிகாரம், உப்பு போன்ற பொருள்கள்;** minerals.

தாந்திரிகம் பெ. **உருவ வழிபாடு, யந்திரம், மந்திரம், தியானம் ஆகியவற்றின் மூலம் இயற்கை கடந்த சக்திகளைப் பெற்று ஞானம் அடைவதற்கான வழிமுறை;** the worship of images and diagrams, repetition of mystic syllables and meditation for developing latent power in individuals, to lead to realization.

தாபம் பெ. **ஏக்கம்; வேட்கை;** longing; yearning. ஒரு வருடமாகக் குழந்தையைப் பார்க்காத தாபம் நெஞ்சில் குமைந்தது. [(தொ.சொ.) ஏக்கம்/ வெறி/ வேட்கை]

தாபனம் பெ. (இலங்.) **நிறுவனம்; அமைப்பு; ஸ்தாபனம்;** institution. அவர் ஒரு ஒலிபரப்புத் தாபனத்தின் நிர்வாகி./ காப்புறுதிக் கூட்டுத் தாபனம்.

தாம்[1] பி.பெ. **உயர்திணைப் படர்க்கை, அஃறிணைப் பன்மைப் பெயர்களுக்கு மாற்றாக வரும் பிரதிப்பெயர்;** third person reflexive pronoun. தாம் முன்பு ஏற்படுத்திய சாதனையையே அவர் முறியடித்தார்./ வளர்ச்சி அடைந்த நாடுகள் தாம் உற்பத்தி செய்யும் பொருள்களை உலகச் சந்தையில் விற்கின்றன.

தாம்[2] இ.சொ. **மரியாதைப் பன்மைப் பெயருடன் இணைக்கப்பட்டு அழுத்தம் தரப் பயன்படுத்தும் இடைச்சொல்; 'தான்';** emphatic particle. அமைச்சர்தாம் சொன்னார்./ அவர்கள்தாம் வந்தார்கள்.

தாம்தூம்-என்று வி.அ. (பே.வ.) 1: **(கோபத்தில்) கூச்சலிட்டு ஆர்ப்பாட்டத்தோடு;** with a great show of anger. வீட்டில் வைத்திருந்த பணத்தைக் காணவில்லை என்றதும் அப்பா தாம்தூமென்று குதித்தார். 2: **(செலவு செய்வதில்) (அளவுக்கு மீறி) எந்த ஒழுங்குமுறையும் இல்லாமல்; கன்னாபின்னாவென்று;** lavishly; recklessly. கையில் கொஞ்சம் காசு சேர்ந்ததும் தாம்தூமென்று செலவழிக்க ஆரம்பித்துவிட்டான்.

தாம்பத்தியம் பெ. 1: **(கணவன் மனைவியாக வாழும்) குடும்ப வாழ்க்கை;** married life; conjugal relationship. எங்களுடைய முப்பது ஆண்டு காலத் தாம்பத்தியத்தில் நாங்கள் சண்டை போட்டுக்கொண்டதே இல்லை. 2: **கணவன் மனைவிக்கு இடையிலான உடலுறவு;** conjugal. தாம்பத்திய உறவில் திருப்தி இல்லாததால் சிலர் விவாகரத்து கோருகின்றனர்./ தாம்பத்திய சுகம்.

தாம்பாளம் பெ. **சாய்வான விளிம்புப் பகுதியைக் கொண்ட பெரிய தட்டு;** salver with a raised rim. பித்தளைத் தாம்பாளம்/ தாம்பாளத்தில் வெற்றிலைபாக்கு அடுக்கப்பட்டிருந்தது./ சீர்வரிசைப் பொருள்கள் தாம்பாளத்தில் வைக்கப்பட்டு எடுத்துவரப்பட்டன.

தாம்புக்கயிறு பெ. **(பெரும்பாலும் கிணற்றிலிருந்து நீர் இறைக்கப் பயன்படும்) தென்னை நாரினால் முறுக்கப்பட்ட பருமனான கயிறு;** thick rope of coir for drawing water from a well.

தாம்பூலப் பை பெ. **திருமணத்திற்கு வந்த விருந்தினருக்கு அளிக்கப்படும் தேங்காய், வெற்றிலைபாக்கு போன்றவை உள்ள பை;** bag containing betel leaves, areca nuts, coconut, etc., offered to wedding guests when they leave the celebration. திருமணத்திற்கு வந்த அனைவருக்கும் தாம்பூலப் பையில் தேங்காய் போட்டுத் தந்தார்கள்.

தாம்பூலம் பெ. **வெற்றிலைபாக்கு;** betel leaves and areca nuts. தாம்பூலம் போட்டுச் சிவப்பேறிய உதடுகள்.

தாம்பூலம் கொடு வி. (கொடுக்க, கொடுத்து) **மங்கல நிகழ்ச்சிக்கு வந்தவர்களுக்கும் வீட்டுக்கு வந்த விருந்தினருக்கும் அவர்கள் விடைபெறும்போது வெற்றிலைபாக்கு வைத்துக் கொடுத்தல்;** offer betel leaves, areca nuts to guests. விருந்து முடிந்ததும் அனைவருக்கும் தாம்பூலம் கொடுத்தார்.

தாம்பூலம்தரி வி. (-தரிக்க, -தரித்து) (உ.வ.) **வெற்றிலைபாக்கு போடுதல்;** chew betel leaves. சாப்பாடு முடிந்ததும் தாம்பூலம்தரித்துக்கொண்டு பேசிக்கொண்டிருந்தார்கள்.

தாம்பூலம் போடு வி. (போட, போட்டு) **வெற்றிலை பாக்கு போடுதல்;** chew betel leaves.

தாம்பூலம் மாற்று வி. (மாற்ற, மாற்றி) **(பெண் வீட்டாரும் மாப்பிள்ளை வீட்டாரும் திருமணம் நிச்சயம் செய்துகொள்வதன் அடையாளமாக) வெற்றிலை பாக்கு மாற்றிக்கொள்ளுதல்;** (conclude a proposal of marriage by) exchanging betel leaves.

தாம்பூலம் வை வி. (வைக்க, வைத்து) **ஒருவரின் வீட்டுக்குச் சென்று வெற்றிலை, பாக்கு, பூ, பழம் போன்றவற்றைத் தந்து, தங்கள் குடும்பத்தில் நடக்கும் மங்கல நிகழ்ச்சியில் கலந்துகொள்ள வருமாறு அழைத்தல்;** formally invite s.o. to attend an auspicious function by giving betel leaves and areca nuts, etc., அவருடைய மகளின் திருமணத்திற்கு உங்களுக்குத் தாம்பூலம் வைத்தாரா?

தாம்பூலம் வைத்து அழை வி. (அழைக்க, அழைத்து) (கேலியாகக் குறிப்பிடும்போது) **(ஒருவருக்குச் சம்பிரதாயமான மரியாதையைக் கொடுத்து) அழைத்தல்;** (said in sarcasm) invite formally. கூப்பிட்டதும் சாப்பிட வர மாட்டாயா? நான் வந்து தாம்பூலம் வைத்து அழைக்க வேண்டுமா?/ சொந்த மாமாவின் வீட்டுக்குக்கூட தாம்பூலம் வைத்து அழைத்தால்தான் வருவாய் போலிருக்கிறதே./ தேடினால்தான் வேலை கிடைக்கும். யாரும் தாம்பூலம் வைத்து அழைத்து வேலை போட்டுத்தர மாட்டார்கள்.

தாமதப்படுத்து வி. (-படுத்த, -படுத்தி) **(ஒரு செயல்பாட்டுக்குத் தேவைப்படும்) இயல்பான கால அளவைவிட அதிக நேரம் எடுத்துக்கொள்ளுதல்;** delay. புத்தக வெளியீட்டை ஏன் இப்படித் தாமதப்படுத்துகிறீர்கள் என்று வாசகர்கள் கேட்டிருந்தனர்./ தாமதப்படுத்தாமல் சீக்கிரம் வீட்டு வேலையை முடித்துத் தர வேண்டும் என்று அப்பா கொத்தனாரிடம் கூறினார்.

தாமதம்[1] பெ. (-ஆக, -ஆன) **(ஒரு செயல் அல்லது நிகழ்வு நடப்பதற்கான) உரிய நேரம் கழிந்துவிட்ட நிலை;** delay; being late. வண்டி இரண்டு மணி நேரம் தாமதமா?/ தாமதமாக வந்த மாணவனை வகுப்பிற்குள் ஆசிரியர் அனுமதிக்கவில்லை./ இந்தக் கடிதத்தைத் தாமதம் செய்யாமல் அனுப்பிவிடுங்கள்./ அப்பா வீடு திரும்பத் தாமதமாகும்.

தாமதம்[2] இ.சொ. ('செய்தது' போன்ற தொழிற்பெயருடன் 'தான்' என்னும் சொல் இணைந்த தொடருக்குப் பின் வரும்போது) **'சொன்ன அல்லது நிகழ்ந்த அதே கணம்' என்ற பொருளில் பயன்படுத்தப்படும் இடைச்சொல்; 'உடனே';** particle used in the sense of 'as soon as'; 'the moment when'. என்னைப் பார்த்ததுதான் தாமதம், இருக்கையை விட்டே எழுந்துவிட்டான்./ நான் 'போ' என்று சொன்னதுதான் தாமதம், சிட்டாகப் பறந்துவிட்டான்.

தாமதி வி. (தாமதிக்க, தாமதித்து) (எதிர்மறைப் பெயரெச்ச, வினையெச்சங்களில் மட்டும் வரும் மாற்று வடிவங்கள்: தாமதியாத, தாமதியாமல்) **1: (குறித்த நேரத்தில் அல்லது உடனே ஒன்றைச் செய்யாமல்) நேரம் கடத்துதல்; கால நீட்டிப்புச் செய்தல்;** delay; tarry. காயம் அடைந்தவரைத் தாமதிக்காமல் மருத்துவமனையில் சேர்த்ததால் காப்பாற்ற முடிந்தது./ அவர் முதலில் போகட்டும். நீ கொஞ்சம் தாமதித்துப் போ./ பணத்தை உடனே கொடுக்காமல் சற்றுத் தாமதித்தார். **2:** (வ.வ.) **காத்திருத்தல்;** wait for. 'குலவை போடுங்கள்' என்று மூதாட்டி சொன்னதும் அதற்காகத் தாமதித்து நின்றவர்கள்போல் எல்லோரும் குலவை போட்டார்கள்.

தாமரை பெ. **ஏரி, குளம் போன்ற நீர்நிலைகளில் வளரும், மிதக்கக்கூடிய பெரிய வட்டமான இலைகளைக் கொண்ட ஒரு வகைக் கொடி/அதன் இளம் சிவப்பு அல்லது வெள்ளை நிற மலர்;** lotus (the plant and flower).

தாமரைக்கோழி பெ. **அகலமான கால் விரல்களுடன், அலகும் கால்களும் சாம்பல் நிறத்திலும், உடலின் மேற்புறம் கரும்பழுப்பு நிறத்திலும், தலை, கழுத்தின் முன்பகுதி, இறக்கையின் பெரும்பகுதி வெள்ளை நிறத்திலும், கழுத்துப் பகுதி இளம் மஞ்சள் நிறத்திலும் இருக்கும் ஒருவகை நீர்ப்பறவை;** pheasant-tailed jacana.

தாமன் (dh-) பெ. (திருநர் வ.) **(திருநங்கைகள்) மார்பகத்தைக் குறிக்கப் பயன்படுத்தும் சொல்;** word used by transwomen to refer to breasts.

தாமிரம் பெ. **செம்பு;** copper. தாமிரப் பட்டயம்.

தாய் பெ. **1: அம்மா; அன்னை/(விலங்கினத்தில்) குட்டி ஈன்றது அல்லது குஞ்சு பொரித்தது;** mother. குழந்தை தாயைக் காணாமல் அழுதுகொண்டிருந்தது./ தாய்ப் பசு/ தாய்ப் பறவை. **2:** (கட்சி, மொழி முதலியவற்றைக் குறிக்கும்போது) **பிற பிரிவுகள், கிளைகள் தோன்றுவதற்கு அடிப்படையாக இருப்பது;** parent organization; origin. இந்தக் கட்சிகளுக்குத் தாய்க் கழகம் எங்கள் கட்சிதான்.

தாய் அறை பெ. (இலங்.) **பூஜை செய்யவும் பத்திரம், நகை, பணம் போன்ற மதிப்பு மிகுந்த பொருள்களைப் பாதுகாப்பாக வைக்கவும் உள்ள தனியறை;** room exclusively used for worship and also to keep valuables such as documents, jewels, cash, etc.,

தாய்க்கலம் பெ. **விண்வெளி ஓடத்தின் முக்கியக் கருவிகள் நிறைந்திருப்பதும் பூமிக்குத் திரும்பிவருவதுமான முதன்மை வாகனம்;** mother ship. தாய்க்கலத்திலிருந்து பிரிந்து சென்ற கலம் சந்திரனில் இறங்கியது./ விண்வெளி ஆராய்ச்சிகளை முடித்துக்கொண்டு தாய்க்கலம் பூமிக்குத் திரும்பியது.

தாய்க்குலம் பெ. (உ.வ.) (உயர்வாகக் குறிப்பிடும்போது) **பெண் இனத்தவர்;** women (in general).

தாய்ச்சுவர் பெ. **இரண்டு வீடுகளுக்குப் பொதுவாக (வீட்டின் உள்ளே) நடுவில் இருக்கும் சுவர்;** wall common to two houses; parting-wall.

தாய்சேய் நல விடுதி பெ. **பிரசவத்துக்காக அரசு பிரத்தியேகமாக ஏற்படுத்திய மருத்துவமனை;** maternity and child care hospital.

தாய்நாடு பெ. **(தானோ தன் பெற்றோரோ) பிறந்த நாடு;** mother country; native land.

தாய்ப்பத்திரம் பெ. **நிலம், சொத்து, கட்டடம் முதலிய வற்றின் உரிமைகுறித்து முதன்முதலாக எழுதப்படும் பத்திரம்; மூலப்பத்திரம்;** title deed (as distinguished from sale deed, etc.,).

தாய்ப்பால் பெ. **தாயின் மார்பில் சுரக்கும் பால்;** mother's milk.

தாய்மண் பெ. *(உ.வ.)* **ஒருவர் அல்லது ஒருவரின் பெற் றோர் பிறந்த நாடு; தாய்நாடு;** one's motherland, soil considered as territory of one's native country.

தாய்மாமன் பெ. **தாயின் சகோதரர்;** maternal uncle.

தாய்மை பெ. **1: குழந்தை பெறும் நிலை; கர்ப்பம்;** condition of being pregnant; motherhood. தாய்மைப்பேறு அடைந்துவிட்டோம் என்ற மகிழ்ச்சி அவள் கண்களில் மின்னியது. **2: தாய்க்கு உரிய தன்மைகள், குணங்கள் முதலியவை;** motherliness; maternal instinct. குழந்தையை எப்படி இந்தப் பெண்ணால் காப்பாற்ற முடிந்தது? தாய்மை தந்த பலம் அது!/ ஆசிரியரிடம் தாய்மை அன்பை எதிர் பார்க்கிறோம்.

தாய்மொழி பெ. **(பெரும்பாலும் பிறந்ததிலிருந்து ஒரு வர் பேசிவரும்) தன்னை அடையாளப்படுத்திக்கொள் ளப் பயன்படுத்தும் மொழி;** mother tongue. அவர் தமிழ் நாட்டில் பிறந்தவர், தமிழ் படித்தவர்; ஆனால் தாய்மொழி தெலுங்கு.

தாய்வழி பெ.அ. **(ஒருவருடைய) தாயின் உறவினராக அமையும்;** matrilineal. தாய்வழிப் பாட்டி/ தாய்வழித் தாத்தா.

தாய்வழிச் சமுதாயம் பெ. **குடும்பத் தலைமையும் சொத்துடைமையும் பெண் வாரிசுகளின் வசம் இருக் கும் சமுதாய அமைப்பு;** matriarchal society. நாகரிகம் தோன்றிய காலத்தில் தாய்வழிச் சமுதாயமே நிலவியது.

தாய்வழிச் சமூகம் பெ. காண்க: **தாய்வழிச் சமுதாயம்.**

தாய்வீடு பெ. **(திருமணமான பெண்ணைக் குறித்து வரும்போது) பிறந்த வீடு;** with reference to a married woman, the home of her parents. தாய்வீட்டுச் சீதனம்.

தாயக்கட்டம் பெ. **தாயக்கட்டைகளை உருட்டிப் போட்டு, அவை காட்டும் எண்ணிக்கைக்கு ஏற்பக் காயை நகர்த்தி விளையாட உதவும் சதுர வடிவக் கட் டங்கள்;** squares for playing dice.

தாயக்கட்டை பெ. **(தாய விளையாட்டில் உருட்டும்) நான்கு பக்கத்திலும் வெவ்வேறு எண்ணிக்கையைக் காட்டும் புள்ளிகள் குறிக்கப்பட்ட கனச்சதுர அல்லது கனச்செவ்வகக் கட்டை;** dice. *(பார்க்க, படம்: தாயம்)*

தாயகம் பெ. *(உ.வ.)* **1: தாய்நாடு;** motherland; (one's) home country. வெளிநாட்டுப் பயணத்தை முடித்துக்கொண்டு பிரதமர் நாளை தாயகம் திரும்புகிறார்./ அகதிகளை அவர் களது தாயகத்துக்குத் திருப்பி அனுப்பும் முயற்சி மேற் கொள்ளப்படுகிறது. **2: (தற்போது பல நாடுகளிலும் காணப்படும் ஒன்று) முதலில் தோன்றிய இடம்;** place of origin; home. சதுரங்கத்தின் தாயகம் இந்தியா என்று கூறப்படுகிறது.

தாயத்து பெ. **(மந்திரவாதி, பூசாரி போன்றோர் தயாரித் துத் தரும்) மந்திரித்த பொருளைக் கொண்டிருக்கும் (கழுத்து, கை, இடுப்பு போன்ற இடங்களில் கயிற்றில் கோத்துக் கட்டிக்கொள்ளும்) நீள் உருண்டை வடிவ உலோகக் குப்பி;** (cylindrical) talisman. குழந்தைகளின் இடுப்பில் மந்திரித்த தாயத்தைக் கட்டிவிடுவார்கள்.

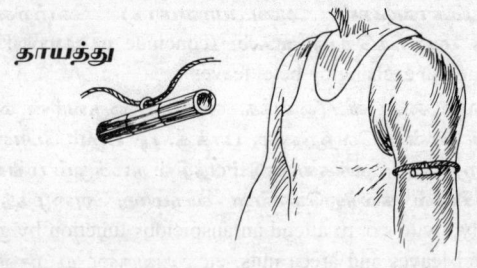

தாயத்து

தாயம் பெ. **1: தாயக்கட்டைகளை உருட்டி அல்லது சோழிகளைப் போட்டு அவை காட்டும் எண்களுக்கு ஏற்பக் கட்டங்களில் காயை நகர்த்தும் விளையாட்டு;** board game for two or more players, played by moving counters on a chequered board according to the numbers shown on dice. *(பார்க்க, படம்)* **2: (மேற்குறிப்பிட்ட விளை யாட்டில்) கட்டை அல்லது சோழி காட்டும் ஒன்று என் னும் எண்;** the number one as shown by a dice or cowries in the above game. தாயம் போட்டால் மற்றொரு முறையும் கட்டைகளை உருட்டலாம்.

தாயம்
தாயக்கட்டை

தாயம்மா (dh-) பெ. *(திருநர் வ.)* **பால்மாற்று அறுவைச் சிகிச்சையைச் செய்யும், முறையான மருத்துவப் பயிற்சி பெறாத திருநங்கை;** medically unqualified transwoman who performs gender reassignment surgery.

தாயம்மா கை (dh-) பெ. *(திருநர் வ.)* **முறையான மருத்துவப் படிப்பு இல்லாத, திருநங்கை ஒருவரால் செய்யப்படும் பால்மாற்று அறுவைச் சிகிச்சை;** gender reassignment surgery performed by தாயம்மா.

தாயாதி பெ. **தந்தையின் ஆண் மூதாதையர் வழியில் உறவினர்;** male descendants of the same ancestors; agnates.

தாயார் பெ. **1: தாய்;** mother. **2: (வைணவக் கோயிலில்) லட்சுமியைக் குறிக்கும் பொதுப்பெயர்;** a common term for லட்சுமி the consort of விஷ்ணு. பெருமாள் சன்னி தியிலிருந்து தாயார் சன்னிதிக்குப் போகும் வழி.

தாயுழவு பெ. *(இலங்.)* **(ஒரு பருவத்தில் பயிரிடுவதற் காக) நிலத்தை உழும் முதல் உழவு;** first ploughing of the land for a crop. நான் நேற்றுதான் தாயுழவு செய்தேன்./ தாயுழவுக்குப் பின்னர் காணியைப் பதப்படுத்த வேண்டும் என்று அப்பா சொல்லிக்கொண்டிருந்தார்.

தாயுறுதி பெ. *(இலங்.)* **(ஒரு நிலத்தின்) தாய்ப்பத்திரம்;** deed from which the vendor derives their title to the property.

தாயுறுதியின்படி கிணற்றுக்குப் போக இதுதான் பாதை./ காணியை மகளுக்கு எழுதும்போது தாயுறுதியின்படி எழுதியிருந்தால் இந்தச் சிக்கல் வந்திருக்காது.

தார்[1] பெ. **(வாழையின்) குலை;** bunch (of plantains). (*பார்க்க, படம்:* **வாழை**)

தார்[2] பெ. **(சாலை போடப் பயன்படுத்தும்) சூடுபடுத்தினால் இளகக்கூடிய தன்மை கொண்ட, நிலக்கரியிலிருந்து கிடைக்கும் பிசுபிசுப்பான கறுப்பு நிறப் பொருள்;** tar.

தார்[3] பெ. **(துணி, காகிதம் போன்ற பொருள் துண்டாகும் போது) அகலம் குறைந்த நீண்ட பட்டை;** strip. துணியை இரண்டு தாராகக் கிழித்துக் காயத்தில் கட்டுப்போட்டாள்./ புகையிலையைத் தார்தாராக நறுக்கித் தொங்கவிட்டிருந்தார்கள்.

தார்[4] பெ. காண்க: **தார்க்குச்சி, 1.**

தார்க்குச்சி பெ. **1: (மாட்டை ஓட்டுவதற்காக) கூர்மையான இரும்பு முனை கொண்ட சிறு கம்பு;** prod; goad. **2:** (நெசவு) **(தறியில்) நாடாவின் உள்ளே ஊடை இழையைச் சுற்றிவைப்பதற்கான குச்சி போன்ற பகுதி;** pirn (inside a shuttle).

தார்க்குச்சி போடு வி. (*போட, போட்டு*) **(ஒன்றைச் செய்யும்படி ஒருவரை) தொடர்ந்து வற்புறுத்திக் கொண்டே இருத்தல்; தூண்டுதல்;** prod; goad. 'படி படி' என்று தார்க்குச்சி போட்டுக்கொண்டே இருந்தால்தான் அவன் புத்தகத்தைத் தொடுவான்./ நான் தொடர்ந்து தார்க்குச்சி போட்டதால்தான் அவன் சிக்கிரமாக இந்த வேலையை முடித்தான்.

தார்தாராகக் கிழி வி.அ. (பே.வ.) *காண்க:* **நார்நாராகக் கிழி.**

தார்ப்பாய் பெ. **(பொருட்கள் நனைந்துவிடாமல் பாதுகாக்கப் பயன்படும்) தார் பூசப்பட்ட முரட்டுத் துணி;** tarpaulin.

தார்ப்பாய்ச்சு வி. (*-பாய்ச்ச, -பாய்ச்சி*) **வேட்டியின் முன்முனையைப் பட்டையாக மடித்துக் கால்களுக்கு இடையில் கொடுத்துப் பின்பக்கம் இழுத்துச் செருகுதல்;** wear a வேட்டி by tucking one end of it behind one's back. வேட்டியைத் தார்ப்பாய்ச்சிக்கொண்டு மண்வெட்டியினால் நிலத்தைக் கொத்த ஆரம்பித்தார்.

தார்மிக பெ.அ. காண்க: **தார்மீக.**

தார்மீக பெ.அ. **(சட்டப்படியோ நியதிப்படியோ பார்க்காமல்) எது உண்மையோ நியாயமோ தர்மமோ அதன் அடிப்படையிலான;** moral; righteous; just. சுற்றுச்சூழலைக் காக்க வேண்டி மேற்கொண்ட தார்மீகப் போராட்டம்/ ஓர் எழுத்தாளரின் தார்மீகக் கோபம்.

தாரகமந்திரம் பெ. **(ஒன்றை அடைவதற்கு) மிகமிக ஆதாரமானதாகவும் உள்ளத்தில் என்றும் நீங்காமல் நிற்கும்படியாகவும் ஏற்றுக்கொள்ளப்படுவது;** motto; watchword. 'நேர்மையான உழைப்பு' என்பதே அவருடைய தாரக மந்திரமாக இருந்தது.

தாரகை பெ. (உ.வ.) **நட்சத்திரம்;** star. விண்ணில் ஒளிரும் தாரகை.

தாரதம்மியம் பெ. (*அ.வ.*) **தராதரம்;** difference; disparity (in status). அவர் எல்லோரிடமும் தாரதம்மியம் பார்க்காமல் பழகுவார்./ ஒருவருடைய தாரதம்மியம் தெரியாமல் பேசாதே.

தாரம்[1] பெ. **மனைவி;** wife. அவருடைய மூத்த தாரத்துக்குக் குழந்தை இல்லை./ பலதார மணம்.

தாரம்[2] பெ. (இசை) **(தமிழிசையில்) ஏழு ஸ்வரங்களில் ஏழாவது ஸ்வரமான 'நி' யைக் குறிப்பது;** the seventh of the seven notes.

-தாரர் இ.சொ. **ஒன்றை உடையவர், வைத்திருப்பவர், செய்பவர் முதலிய பொருளைத் தருவதற்குப் பெயர்ச்சொற்களோடு இணைந்து மற்றொரு பெயர்ச்சொல்லை உருவாக்கப் பயன்படும் இடைச்சொல்;** particle added to nouns to indicate the possessor, doer, holder, etc., குத்தகைதாரர்/ குடும்ப அட்டைதாரர்/ விண்ணப்பதாரர்/ உபயதாரர்.

தாரா பெ. **மிகவும் குள்ளமாக இருக்கும் ஒரு வகை வாத்து;** cotton teal.

தாராளம் பெ. **1: (கொடுப்பதில்) சிக்கனமற்ற தன்மை;** lavishness. வீட்டில் சிக்கனம், வெளியில் தாராளமா? **2: தர்மம் செய்யும் விருப்பம்; தயாளம்;** generosity. அவருடைய தாராள குணத்தைப் பாராட்டாதவர்கள் இல்லை./ தாராள மனம் படைத்தவர். [(*தொ.சொ.*) **தயாளம்/ பெரும்போக்கு**]

தாராளமயமாக்கல் பெ. **(அரசின்) தாராளமயமாக்கும் நடவடிக்கை;** liberalization.

தாராளமயமாக்கு வி. (*-ஆக்க, -ஆக்கி*) **(ஒரு நாட்டில்) வெளிநாட்டினர் தொழில் துவங்குதல், முதலீடு செய்தல் போன்றவற்றுக்கு ஏதுவாக அரசு சட்டங்களை எளிமைப்படுத்திக் கட்டுப்பாடுகளைக் குறைத்துத் தடைகளற்ற வணிகத்திற்கு வழிவகுத்தல்;** liberalize (the economy). தாராளமயமாக்குவதன் மூலமாக உலகின் எல்லா நாடுகளும் எங்கு வேண்டுமானாலும் தொழில் தொடங்கலாம்.

தாராளமாக வி.அ. **1: தேவையை நிறைவேற்றுவதோடு மட்டும் அல்லாமல் அதற்கும் மேலாக;** more than adequately; liberally. இந்த வருமானம் நான்கு பேர் கொண்ட குடும்பத்துக்குத் தாராளமாகப் போதும்./ இப்போதுள்ள தட்டுப்பாடு நீங்கியதும் பால் தாராளமாகக் கிடைக்கும். **2: எந்த விதத் தயக்கமும் இல்லாமல்; விரும்பியபடியே;** without feeling constrained; by all means. 'இந்தப் புத்தகத்தை நான் பார்க்கலாமா?' 'ஓ, தாராளமாக!'/ வேலை செய்ய விருப்பம் இல்லை என்றால் நீ தாராளமாக விலகிக் கொள்ளலாம். **3: எந்த விதச் சிரமமும் இல்லாமல் வசதியாக;** comfortably. இந்த வீட்டில் தாராளமாக ஆறு பேர் இருக்கலாம்./ இந்தச் சாப்பாட்டைத் தாராளமாக நூறு பேர் சாப்பிடலாம். **4: கட்டுப்பாடோ தடையோ இல்லாமல்;** without any control or check; freely. தடைசெய்யப்பட்ட மருந்துகள் கடைகளில் தாராளமாக விற்கப்படுகின்றன.

தாராளமான பெ.அ. **ஒன்று தட்டுப்பாடு இன்றி இருக்கும் அல்லது கிடைக்கும்;** liberal. புதிய தொழில்கள் தொடங்க வேண்டுமானால் தாராளமான கடன் உதவி

கிடைப்பது அவசியம்./ தடை செய்யப்பட்ட மருந்துகள் தாராளமான புழக்கத்தில் இருக்கின்றன என்று அதிகாரிகள் கூறினர்./ பல பெரிய தொழிற்சாலைகளை நிறுவ அடிப் படைத் தேவைகளில் ஒன்று தாராளமான நீர்வரத்து.

தாராளர் பெ. (பு.வ.) **தனிநபர் சுதந்திரம், வணிக சுதந் திரத்தோடு மிதமான அரசியல், சமூக மாற்றத்தை ஆத ரிப்பவர்;** liberal (person).

தாரை[1] பெ. **ஊதக்கூடிய பகுதி குறுகியும், ஒலி வெளி வரும் பகுதி அகன்றும், இடைப்பகுதி மேல்நோக்கி நீண்டு வளைந்தும் காணப்படும் குழல் வடிவ உலோக வாத்தியக் கருவி;** long brass trumpet. *தாரை தப்பட்டையோடு ஊர்வலம் போய்க்கொண்டிருந்தது.*

தாரை[2] பெ. **(நீர், கண்ணீர், மழை முதலியவற்றின்) கம்பி போன்ற ஒழுக்கு;** (of water, tears, rain, etc.,) stream. *ஜன்னல் கண்ணாடியில் மழைநீர்த் தாரைகள் தெரிந்தன./ கண்ணீர் தாரைதாரையாகப் பெருக்கெடுத்து வழிந்தது.*

தாரைவார் வி. (-வார்க்க, -வார்த்து) **(திருமணத்தில் மகளை அல்லது ஒரு பொருளைத் தானம் செய்யும் போது) கைகளில் நீரை வார்த்து ஒப்படைத்தல்;** give away (s.o. or sth.) by ritually pouring water (into the hand of the recipient). *தான் செய்த புண்ணியம் அனைத்தையும் தாரைவார்த்துத் தந்தான் கர்ணன்./* (உரு வ.) *அவன் கேட் டான் என்று இருந்த பணத்தையெல்லாம் தாரைவார்த்து விட்டு வந்து நிற்கிறாயே.*

தாலாட்டு[1] வி. (தாலாட்ட, தாலாட்டி) **(குழந்தையைத் தூங்கவைப்பதற்காக) தாலாட்டுப் பாடுதல்;** sing a lullaby. *குழந்தையைத் தொட்டிலில் போட்டுத் தாலாட்டி னாள்./* (உரு வ.) *ரயிலின் சத்தமும் ஆட்டமும் அவனைத் தாலாட்டின.*

தாலாட்டு[2] பெ. **குழந்தையைத் தூங்கவைப்பதற்காக இனிய மெட்டுடன் பாடும் (மிக எளிமையான முறை யில் அமைந்திருக்கும்) பாடல்;** lullaby. *அவளுடைய தாலாட்டைக் கேட்டபடியே குழந்தை தூங்கிவிட்டது.*

தாலி[1] பெ. 1: **(திருமணத்தில்) மஞ்சள் தடவிய பாவு நூலில் கோத்து மணமகன் மணமகளின் கழுத்தில் கட்டும், மத அடையாளம் பொறித்துத் தங்கத்தால் ஆன சிறிய அணி;** small gold ornament with religious marks strung to turmeric smeared cotton yarn which the bridegroom ties round the bride's neck at marriage. 2: **தங் கத்தில் அல்லது மஞ்சள் நூலில் ஆன சரட்டில் மற்ற சிறிய அணிகளோடு கோத்துத் திருமணமான பெண்கள் கழுத்தில் அணியும் மேற்குறிப்பிட்ட அணி;** this gold ornament along with other small ornaments strung to a gold chain or turmeric smeared cord worn round their neck by married women.

தாலி

தாலி[2] பெ. (ஊரக வ.) **(மஞ்சள் செடியின் அடிப்பகுதி யில் காணப்படும்) கைவிரல்கள்போல விரிந்து படர்ந்த கிழங்கு;** palmate rhizome of turmeric plant. *நீ பொங்கல் பானைக்கு வாங்கிவந்த மஞ்சளில் தழைதான் அடர்த்தியாக இருக்கிறது, தாலி சிறியதாக இருக்கிறது.*

தாலி அறு வி. (அறுக்க, அறுத்து) (திருநர் வ.) **(ஒவ்வொரு ஆண்டும் கூவாகம் திருவிழாவில்) கூத்தாண்டவர் சன் னிதியில் திருநங்கைகள் அவருக்காக முதல் நாள் தாலி கட்டி, பூச்சூடி, மறுநாள் அந்தத் தாலியை அறுத்து அழுதகளத்தில் எறிதல்;** (in the annual festival at *கூவாகம்*) transwomen throwing away their *தாலி* which they had the previous day tied round their neck taking *கூத்தாண்டவர்* for their husband.

தாலிக்கொடி பெ. (இலங்.) **(ஒரு பெண் திருமணமான தன் அடையாளமாகக் கழுத்தில் அணிந்திருக்கும்) தாலி கோத்த தங்கச் சங்கிலி அல்லது மஞ்சள் கயிறு; தாலிச்சரடு;** gold chain or turmeric-smeared cord worn by a married woman. *மகளுக்கான தாலிக்கொடியை ஐந்து பவுனிலாவது போட வேண்டும் என்று அம்மா சொல்லிக் கொண்டிருந்தார்./ நகைக் கடைக்குப் போய்த் தாலிக் கொடியை மாற்றி வாங்க வேண்டும்.*

தாலிச்சரடு பெ. **தாலி கோப்பதற்கான மஞ்சள் தடவிய சரடு அல்லது தங்கச் சரடு;** gold chain or turmeric smeared cord for stringing *தாலி* to it. *தாலிச்சரடு ஏழு பவுனில் செய்தார்கள்./ புதிய தாலிச்சரடு செய்யப் பணம் கொடுத் திருக்கிறார்.*

தாலிப்பிச்சை பெ. **கணவனுடைய உயிருக்கு ஆபத்து வந்த நிலையில் மற்றவர் ஒரு பெண்ணின் சுமங்கலித் தன்மையை நிலைக்கச் செய்தல்;** wife's entreaty to spare or protect her husband's life. *'எனக்குத் தாலிப்பிச்சை கொடுங்கள்' என்று மருத்துவரிடம் அழுதாள்.*

தாலிப் பெருக்கு[1] வி. **திருமணத்தில் கட்டிய தாலியோடு வேறு சிறிய அணிகளையும் சேர்த்து தங்கச் சங்கிலி அல்லது மஞ்சள் சரட்டில் கோத்து மணப்பெண்ணுக் குப் பெண்கள் அணிவிப்பது;** act of women adding a few more small ornaments to the *தாலி* of a newly married woman and stringing them on a gold chain or turmeric smeared cord to adorn her. *திருமணமான மூன்றாவது மாதத்தில் தாலிப் பெருக்கினார்கள்./ எப்போது தாலிப் பெருக்கலாம்?*

தாலிப் பெருக்கு[2] பெ. **திருமணத்தில் கட்டிய தாலியோடு வேறு சிறிய அணிகளையும் சேர்த்து தங்கச் சங்கிலி அல்லது மஞ்சள் சரட்டில் கோத்து மணப்பெண்ணுக் குப் பெண்கள் அணிவிக்கும் செயலுக்கான சடங்கு;** the ritual in which the above act is performed. *அந்தப் பெண்ணுக்கு அவர் அம்மா வீட்டில் நாளை தாலிப் பெருக்கு.*

தாலிப்பொட்டு பெ. **தாலிச் சங்கிலியில் அல்லது மஞ் சள் கயிற்றில் கோக்கப்படும் மங்கல உருவம் பதிக்கப் பட்ட, தங்கத்தால் ஆன வட்டத் தகடு;** pendant hanging from a *தாலி.*

தாலியறு வி. (-அறுக்க, -அறுத்து) (த.வ.) **(கணவனின் மரணத்தால் தாலி நீக்கப்பட்டு) விதவை ஆதல்;** remove the *தாலி* following the husband's death.

தாலு(க்)கா பெ. **மாவட்டத்தின் உட்பிரிவு; வட்டம்;** subdivision of a district.

தாவங்கட்டை பெ. *(ஊரக வ.)* **முகவாய்;** chin.

தாவணி[1] பெ. **(இளம் பெண்கள் அணியும்) ஒரு சுற்றே வரக்கூடிய அளவுக்கு இருக்கும், சேலையின் பாதி நீளத்திற்கும் குறைவான ஆடை;** piece of cloth (worn by young girls) over the blouse and skirt, lengthwise; (in India) half-saree.

தாவணி

தாவணி[2] பெ. காண்க: **மாட்டுத்தாவணி.**

தாவத் (dh-) பெ. *(திருநர் வ.)* **விருந்து;** feast.

தாவர உண்ணி பெ. **தாவரங்களை உணவாக உண்ணும் உயிரினம்;** herbivore. *யானை ஒரு தாவர உண்ணி ஆகும்.*

தாவர உணவு பெ. **காய்கறி, கீரை போன்ற சைவ உணவு;** vegetarian food.

தாவர எண்ணெய் பெ. **தேங்காய், கடலை, எள் முதலியவற்றிலிருந்து எடுக்கப்படும் எண்ணெய்;** oil extracted from coconut, groundnut, etc.,; vegetable oil.

தாவரக் காரம் பெ. *(வேதி.)* **தாவரத்தை மூலப்பொருளாகக் கொண்டு தயாரிக்கப்படும் வேதிப்பொருளான காரம்;** alkali manufactured from vegetable base. *சமையலில் பயன்படும் காடி ஒரு தாவரக் காரம் ஆகும்.*

தாவரம் பெ. **நிலத்தில் வேர்விட்டு அல்லது நீரில் மிதந்து வளர்வதும் தண்டு, இலைகள் போன்றவற்றைக் கொண்டதுமான உயிரினம்;** plant. *இந்தக் கரம்பு நிலத்தில் எந்தத் தாவரமும் முளைக்காது./ இது மலைகளில் மட்டுமே வளரும் ஒரு தாவரம்./ ஆகாயத்தாமரை ஒரு நீர்த் தாவரம் ஆகும்.*

தாவரவியல் பெ. **தாவரங்களைப் பற்றி விவரிக்கும் அறிவியல் துறை;** botany.

தாவரவியல் பூங்கா பெ. **தாவரங்களைப் பற்றிய அறிவியல் ரீதியான தகவல்களைத் தரும் வகையில் வெவ்வேறு விதமான தாவரங்களைக் கொண்ட பூங்கா;** botanical garden.

தாவல் பெ. **தாவும் செயல்;** the act of jumping; jump; leap. *ஒரே தாவலில் குரங்கு மாடிச் சுவரைத் தாண்டியது./ தேளைக் கண்டவன் இரண்டே தாவலில் படியில் ஏறி நின்றான்.*

தாவா பெ. **1: (பெரும்பாலும் நாடுகள், மாநிலங்கள் இவற்றிற்கு இடையில்) தகராறு; பிரச்சினை; பிணக்கு;** dispute (between countries, states, etc.,). *நதிநீர்ப் பங்கீட்டுத் தாவாவைத் தீர்க்க நடுவர் மன்றம் அமைக்கப்பட்டது./ அண்டை நாட்டுடன் உள்ள எல்லைத் தாவாவைப் பேச்சு வார்த்தைமூலம் தீர்க்க முயற்சி.* **2: (தகராறு முதலியவை குறித்த) புகார்; முறையீடு;** complaint; petition (regarding a dispute). *இது ஒரு தீர்க்கப்படாத தாவா.*

தாவு[1] வி. *(தாவ, தாவி)* **1: (கீழிருந்து மேலாகவோ இருந்த இடத்திலிருந்து மற்றோர் இடத்துக்கோ) உந்திப் பாய்தல்;** leap; jump. *பந்தைத் தாவிப் பிடித்தார்./ புறப்பட்டுக்கொண்டிருந்த வண்டியில் தாவி ஏறினான்./ அணில் கிளைக்குக் கிளை மிக எளிதாகத் தாவிச் செல்லும்./ (உரு வ.) பேச்சு அரசியலிலிருந்து மொழிப் பிரச்சினைக்குத் தாவியது.* [*(தொ.சொ.)* **குதி/ தத்து/ பாய்**] **2: (தீ) பரவுதல்;** (of fire) leap; spread. *தீ மற்ற குடிசைகளுக்கும் மளமளவென்று தாவியது.*

தாவு[2] பெ. *(வ.வ.)* **தாவல்;** the act of jumping; jump. *ஒரே தாவில் எட்டி உத்தரத்தைத் தொட்டார்.*

தாவு[3] பெ. *(வ.வ.)* **(ஒருவருடைய) பலம்; சக்தி;** strength; energy. *வேலையை முடிப்பதற்குள் தாவு தீர்ந்துவிடும் போலிருக்கிறது.*

தாழ்[1] வி. *(தாழ, தாழ்ந்து)* **1: கீழ்நோக்கி வருதல்;** come down; fall (in height). *சிறுவர்கள் ஏறி நின்றதால் மரக் கிளை தாழ்ந்திருந்தது./ விமானம் தாழ்ந்து பறந்து குண்டு வீசியது./ அலைகள் உயர்ந்து தாழ்ந்தன.* **2: (குரலின் ஒலி) குறைதல்/(தரத்தில்) குறைதல்;** (of voice) lower; come down/(in status, standard) go down; be less; decline. *அவருடைய குரல் தாழ்ந்தது./ நீ அவருக்கு எந்த விதத்திலும் தாழ்ந்தவன் இல்லை.* **3: (மாலையின் அறிகுறியாக வெயில்) சாய்தல்;** (of sun) decline; go down (as an indication of the approach of evening). *வெயில் தாழ்ந்ததும் வெளியே போகலாம்.* **4:** *(இலங்.)* **மூழ்குதல்;** drown. *கிணற்றுக்குள் விழுந்த பொடியன் தாழ்ந்துவிட்டானாம்./ ஒல்லி கட்டி நீந்தப் பழகினால் தாழ மாட்டாய்.*

தாழ்[2] பெ. காண்க: **தாழ்ப்பாள்.**

தாழ்த்தப்பட்ட பெ.அ. **இந்திய அரசியல் சட்டத்தின் அட்டவணையில் கல்வி வாய்ப்புகளுக்கும் பொருளாதார முன்னேற்றத்துக்கும் விசேஷக் கவனம் தேவை என்று குறிப்பிடப்பட்டுள்ள, சாதி அமைப்பில் சமூக ரீதியாக ஒடுக்கப்பட்ட இனங்களைச் சேர்ந்த;** of the socially depressed castes mentioned in the Schedule to the Constitution of India identified as deserving special attention for assistance in education and economic development.

தாழ்த்து வி. *(தாழ்த்த, தாழ்த்தி)* **1: (ஒன்றை) இருந்த நிலையிலிருந்து இறக்குதல்; கீழ்நோக்கி இருக்கச் செய்தல்;** lower. *கையில் பிடித்திருந்த பத்திரிகையைச் சற்றுத் தாழ்த்தி என்னைப் பார்த்தார்./ ராணுவ வீரர்கள் துப்பாக்கியைத் தாழ்த்திப் பிடித்தவாறு ஓடிப் பயிற்சி செய்தனர்.* **2: (குரலின் ஒலியை) குறைத்தல்;** lower (one's voice).

தாழ்ந்த 684

அப்பா தூங்கிக்கொண்டிருந்ததால் நான் குரலைத் தாழ்த்திப் பேசினேன். 3: **(மதிப்பில்) குறையச்செய்தல்;** lower (one's value). நீ உன்னை இந்த நிலைக்குத் தாழ்த்திக்கொண்டிருக்க வேண்டாம்.

தாழ்ந்த பெ.அ. **மோசமான;** low. அவரைப் பற்றி உயர்ந்த அபிப்பிராயமோ தாழ்ந்த அபிப்பிராயமோ எனக்குக் கிடையாது.

தாழ்ந்துபோ வி. *(-போக, -போய்)* **(ஒருவரின் அதிகாரம், பேச்சு முதலியவற்றுக்கு) பணிந்து நடத்தல்;** yield; defer to (s.o.); submit (to s.o.). நீ அவருக்குத் தாழ்ந்து போவதால் உன் மதிப்பு ஒன்றும் குறைந்துவிடாது.

தாழ்ப்பம் பெ. *(இலங்.)* **(ஒன்றின்) ஆழம்;** depth. இந்தக் கிணறு சரியான தாழ்ப்பம்./ கடலின் தாழ்ப்பத்தில் போனால்தான் முத்து எடுக்க முடியும்.

தாழ்ப்பாள் பெ. **(மூடிய கதவு திறந்துகொள்ளாமல் இருக்கும் வகையில்) கதவின் நிலையில் உள்ள துளையினுள் அல்லது வளையத்தினுள் சென்று பொருந்தும் விதத்தில் கதவில் பொருத்தப்பட்டுள்ள உலோகத் தண்டு;** latch.

தாழ்மை பெ. *(-ஆக, -ஆன)* **(ஏதேனும் ஒன்றைத் தெரிவிக்கும்போது) பணிவு;** humility. பொறுமையாக இருக்கும்படி உங்களைத் தாழ்மையுடன் கேட்டுக்கொள்கிறேன்./ திரைப்படப் பாடல்களிலும் சில தரமானவை என்பது என்னுடைய தாழ்மையான அபிப்பிராயம்.

தாழ்வாரம் பெ. **(வீடு, கட்டடம் முதலியவற்றின் முன்புறத்தில்) சாய்வாக நீட்டிக்கப்பட்ட கூரையின் கீழ் உள்ள பகுதி;** verandah. மழை விடும்வரை அந்த வீட்டுத் தாழ்வாரத்தில் ஒதுங்கியிருக்கலாம்./ வந்தவர் தாழ்வாரத்துத் திண்ணையில் உட்கார்ந்திருக்கிறார்./ அலுவலகத்தின் தாழ்வாரத்தில் சிலர் காத்துக்கொண்டிருந்தனர்.

தாழ்வு பெ. 1: *(-ஆக, -ஆன)* **குறைந்த உயரம்;** (of height) low. விமானம் தாழ்வாகப் பறந்து உணவுப் பொட்டலங்களைப் போட்டது./ தாழ்வான கூரையில் இடித்துக்கொள்ளாமலிருக்கக் குனிந்து சென்றான். 2: *(-ஆன)* **(நிலத்தைக் குறிக்கும்போது) பிற பகுதிகளைவிட மட்டத்தில் குறைந்திருக்கும் தன்மை;** (of area) low-lying. தாழ்வான பகுதிகளில் நீர் தேங்கியிருந்தது./ நீர் அரித்துச்சென்றதால் அந்த இடம் தாழ்வாக இருந்தது. 3: **மதிப்புக் குறைவு;** (of deeds) demeaning. இதைச் செய்வதில் உனக்கு எந்த விதத் தாழ்வும் இல்லை. [*(தொ.சொ.)* **இழிவு/ கீழ்மை/ மோசம்**] 4: **(ஒருவருடைய வாழ்க்கையில் ஏற்படும்) சரிவு; வீழ்ச்சி;** (in life) fall. என் வாழ்விலும் தாழ்விலும் துணைநின்ற நண்பர்கள் சிலரே.

தாழ்வுணர்ச்சி பெ. காண்க: **தாழ்வு மனப்பான்மை.**

தாழ்வு மனப்பான்மை பெ. **மற்றவர்களைவிடத் தான் தாழ்ந்திருக்கிறோம் என்ற உணர்வு; ஒருவர் தன்னைப் பற்றிக் கொண்டிருக்கும் குறைந்த மதிப்பு;** inferiority complex. கூச்சமும் தாழ்வு மனப்பான்மையும் அவரை வதைத்தன.

தாழ வி.அ. **தாழ்வாக; கீழாக;** (of height) low. விமானம் தாழப் பறந்து வட்டமடித்தது.

தாழங்குடை பெ. **(கவிழ்ந்த தட்டுப்போன்ற அமைப்பில்) தாழை மடல்களை இணைத்துக் கைப்பிடி செருகிய, மடக்க முடியாத குடை;** umbrella made of screwpine leaves and which cannot be folded. சில கிராமங்களில் இன்னும் தாழங்குடைகளைப் பயன்படுத்துகிறார்கள்.

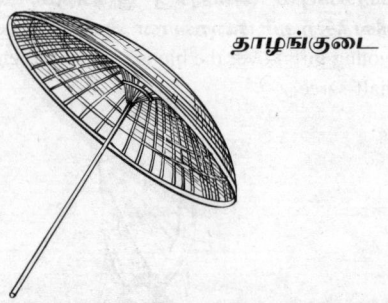

தாழங்குடை

தாழம்பூ பெ. **தாழையின் மணம் மிகுந்த வெளிர் மஞ்சள் நிற மடல்;** tender screwpine leaves. தாழம்பூ வாசனைக்குப் பாம்புகள் வருமாம்.

தாழமுக்கம் பெ. *(இலங்.)* **குறைந்த காற்றழுத்தம்;** depression.

தாழி பெ. 1: **பெரிய மண்பானை;** large pot with a wide mouth. சலவைத் தொழிலாளர் வெள்ளாவி வைக்கத் தாழிகளைப் பயன்படுத்துவது உண்டு. 2: காண்க: **முதுமக்கள் தாழி.**

தாழிடு வி. *(தாழிட, தாழிட்டு)* **(கதவை) தாழ்ப்பாள் மூலமாக அடைத்தல்;** latch (the door). வேகமாக அறைக்குள் போய்க் கதவைத் தாழிட்டுக்கொண்டான்.

தாழை பெ. 1: **(பெரும்பாலும் நீர்நிலைகளின் கரைகளிலும் மணற்பாங்கான இடங்களிலும்) புதர் போன்று வளரும் மணம் மிகுந்த நீண்ட மடல்கள் உள்ள ஒரு வகைத் தாவரம்;** fragrant screwpine. 2: *(இலங்.)* **கற்றாழை;** aloe. தாழை மடலை உடைத்துக் காய்ச்சி வலிக்கும் இடத்தில் வைத்துக் கட்ட வேண்டும்.

தாழைக்கோழி பெ. **பச்சை நிறக் கால்களும், மெல்லிய நீண்ட கால் விரல்களும், குட்டையான வாலும், பட்டையான சிவப்பு நெற்றியும் கொண்ட கருஞ்சாம்பல் நிற நீர்ப்பறவை;** Eurasian moorhen.

தாள்[1] பெ. 1: **மரக் கூழ், கரும்புச் சக்கை போன்ற வற்றிலிருந்து அல்லது செயற்கை வேதிப்பொருள்களிலிருந்து தயாரிக்கப்படும் (எழுதுதல், அச்சடித்தல் முதலியவற்றுக்கான) மெல்லிய பொருள்; காகிதம்;** paper. எத்தனை தாள் வேண்டும் என்று கடைக்காரர் கேட்டார்./ இந்த வெள்ளைத் தாளை நான்காகக் கத்தரித்துக் கொடு./ நூல் நல்ல தாளில் அச்சிடப்பட்டிருந்தது./ திருமணப் பத்திரிகையை பிளாஸ்டிக் தாளில் அச்சடித்திருந்தனர். 2: **(இரண்டு பிரிவுகளாகப் பிரிக்கப்பட்ட பாடத்தில்) ஒரு தேர்வுக்கு உரிய பாடம்;** (in an examination) set of questions to be answered in one sitting. தமிழ் முதல் தாளில் அவன் நிறைய மதிப்பெண்கள் பெற்றிருந்தான்.

தாள்[2] பெ. **(நெல், கம்பு முதலிய) பயிர்களின் கதிர் தவிர்ந்த பாகம்;** stubble. கதிர் அறுத்த பின் தாள்களின் தட்டைகளை நிலத்திலேயே அழுகச்செய்து உரமாகப் பயன்படுத்தலாம். [*(தொ.சொ.)* **இலை/ ஓலை/ தோகை**]

தாள்[3] பெ. (உ.வ.) **பாதம்;** feet. முருகனின் தாள் பணிந்தோம்.

தாள்[4] பெ. **தாழ்ப்பாள்;** latch; bolt.

தாள வி.அ. (‘முடி’ என்ற வினைக்கு முன்பு வரும்போது) **(வலி, துன்பம் முதலியவற்றை) தாங்க; பொறுக்க;** bear (the pain, suffering, etc.,). துக்கம் தாள முடியாமல் அழுதுவிட்டான்./ இந்த வலியை எப்படி உன்னால் தாள முடிந்தது?/ இந்தச் சித்திரவதையை இனியும் என்னால் தாள முடியாது.

தாளக்கட்டு பெ. (இசை) **தாளத்தோடு சேர்ந்து ஆட வேண்டிய முறை;** movement within the framework of a pattern or cycle of.

தாளகதி பெ. (இசை) **சீராக ஒலிக்கும் தாள லயம்;** the tempo of a rhythm.

தாளடி பெ. **குறுவைக்குப் பிறகு பயிரிடப்படும் இரண்டாவது நெல் சாகுபடி;** second crop of paddy. பருவ மழை தவறியதால் குறுவையிலும் தாளடியிலும் விளைச்சல் சரியில்லை./ இந்தப் புதிய ரக நெல் தாளடிக்கு ஏற்றது.

தாளம் பெ. 1: (இசை) **அட்சரக் காலங்களைக் குறிப்பிட்ட எண்ணிக்கையில் கொண்ட சேர்க்கை;** pattern in the keeping of time. 2: **(கவிதையில்) ஒத்திசைவினால் உண்டாகும் ஓசை நயம்;** (of a poem) beat. கவிதையின் பாவத்திலும் தாளத்திலும் கவனம் செலுத்தும் கவிஞர் இவர். 3: **இசையில் காலப் பிரமாணத்தைப் பேணுவதற்காகத் தொடர்ந்து கையினால் தட்டப்படும், இரண்டு சிறு வட்டுகளைக் கொண்ட தாளக் கருவி;** cymbals.

தாளம்போடு[1] வி. (-போட, -போட்டு) 1: **(பாடலுக்கு ஏற்ப) ஒரு பரப்பில் தட்டி ஓசை எழுப்புதல்;** keep time. பாகவதர் தாளம்போட்டுக்கொண்டே பாடினார்./ தாளம்போட வைக்கும் இனிமையான பாடல். 2: **(சுயமாகச் சிந்திக்காமல் மற்றவர் சொல்வதை) ஆமோதித்து நடத்தல்;** dance to somebody's tune. மனைவி சொல்வதற்கெல்லாம் அவன் தாளம்போடுவான்.

தாளம்போடு[2] வி. (-போட, -போட்டு) **(அடிப்படைத் தேவைக்கே) மிகவும் திண்டாடுதல்; சிரமப்படுதல்;** struggle hard. சோற்றுக்கே தாளம்போடுகிறவர்களிடம் சேமிப்பைப் பற்றி எப்படிப் பேசுவது?

தாளம்மை பெ. **பொன்னுக்குவீங்கி; அம்மைக்கட்டு;** mumps.

தாள வாத்தியம் பெ. (இசை) **தாளத்தை உருவாக்கப் பயன்படுத்தும் (தவில், மிருதங்கம், கஞ்சிரா அல்லது கடம் போன்ற) இசைக் கருவி;** percussion instrument.

தாளாமல்/தாளாத வி.அ./பெ.அ. **தாங்க முடியாமல்/ தாங்க முடியாத;** unable to bear/ unbear- able. துக்கம் தாளாமல் கதறிக்கதறி அழுதான்./ தாளாத துன்பம்.

தாளாளர் பெ. **(தனியார் கல்வி நிறுவனங்களில்) கல்வி சாராத பொறுப்புகள் அனைத்தையும் நிர்வகிப்பவர்;** head of non-academic, administrative work of private educational institutions; (in India) correspondent.

தாளி வி. (தாளிக்க, தாளித்து) 1: **(குழம்பு, சட்னி போன்றவற்றுக்கு) மணம் சேர்ப்பதற்காகக் கடுகு, உளுத்தம் பருப்பு போன்றவற்றை எண்ணெயில் பொரித்தல்;** season; flavour (food by adding fried popping mustard, etc.,). சோறு வடித்துவிட்டேன். குழம்பு மட்டும் தாளிக்க வேண்டும்./ தாளிக்கக் கறிவேப்பிலை இல்லை. [(தொ.சொ.) **துவட்டு/ புரட்டு/ பொரி/ வதக்கு/ வறு**] 2: (ஊரக வ.) **(தனக்குப் பெருமை தரக் கூடியவற்றை) வேகமாக அடுக்கிக் கூறி பெருமையடித்துக்கொள்ளுதல்;** brag (about). பிறந்த வீட்டுப் பெருமைகளை இங்கே தாளிக்காதே!/ மகனுக்கு மருத்துவக் கல்லூரியில் இடம் கிடைத்துவிட்டதால் ரொம்பத் தாளிக்கிறார். 3: **கடுமையாகத் திட்டுதல்;** take (s.o.) to task; severely reprimand. கூப்பிட்ட போதே தெரியும் அவர் என்னைத் தாளிக்கப்போகிறார் என்று!

தாளிசபத்திரி பெ. **(மருத்துவக் குணம் உடைய, சமையலில் வாசனைக்காகப் பயன்படுத்தப்படும் பட்டையைத் தரும்) நீள்வட்ட வடிவ இலைகளையும் வெளிர் மஞ்சள் நிறப் பூக்களையும் கொண்ட ஒரு வகை மரம்;** cinnamon tree.

தாளிசா பெ. (இஸ்.) **பிரியாணிக்குத் தொட்டுக்கொள்ளும் ஒரு வகைக் குழம்பு;** side dish (to go with பிரியாணி).

தாளிதம் பெ. (வ.வ.) **தாளித்தல்;** seasoning; flavouring.

தாளிப்பு பெ. **(குழம்பு, சட்னி போன்றவற்றுக்கு மணமும் சுவையும் கூட்ட) கடுகு, உளுத்தம்பருப்பு, வடகம் போன்றவற்றை எண்ணெயில் பொரிக்கும் செயல்;** the act of seasoning food items. கூடுமானவரையில் தாளிப்பு இல்லாமல் உணவு உண்பது நல்லது என்பது சிலர் கருத்து./ தாளிப்புக் கரண்டி / தாளிப்பு வடகம்.

தாற்காலிகம் பெ. காண்க: **தற்காலிகம்.**

தாற்பரியம் பெ. காண்க: **தாத்பரியம்.**

தாறுமாறாக/தாறுமாறான வி.அ./பெ.அ. 1: **முறையும் ஒழுங்கும் இல்லாமல்/முறையும் ஒழுங்கும் இல்லாத;** haphazardly/haphazard. மேஜையின் மேல் புத்தகங்கள் தாறுமாறாகக் கிடந்தன./ தாறுமாறான விலையேற்றம். 2: **தரக்குறைவாக/தரக்குறைவான;** improperly/improper. என் நண்பனைப் பற்றித் தாறுமாறாகப் பேசாதே!

தான்[1] பெ. **பிறரைக் கணக்கில் எடுத்துக்கொள்ளாமல் தன்னை மட்டுமே சார்ந்திருக்கும் உணர்வு நிலை;** the self; ‘I’. தான் என்னும் நினைப்பு.

தான்[2] பி.பெ. 1: **உயர்திணைப் படர்க்கை ஒருமைப் பெயருக்கு மாற்றாக வரும் பிரதிப்பெயர்;** third person singular reflexive pronoun. தான் மிகவும் நன்றாகப் பாடுவதாக அவள் நினைத்துக்கொண்டிருக்கிறாள். 2: **(பொதுவான கூற்றில்) ஒருவர்;** third person indefinite pronoun; one. தான் அவதிப்பட்டாலும் பிறருக்குத் தொல்லை கொடுக்க மாட்டார்.

-தான்[3] இ.சொ. **குறிப்பிட்டவரை அல்லது குறிப்பிட்டதைத் தவிர வேறு எவரும் அல்லது எதுவும் அல்ல என்பதை வலியுறுத்திச் சொல்லப் பயன்படுத்தும் இடைச்சொல்;** particle emphasizing one to the exclusion of others; ‘only’. அறையில் எத்தனையோ பேர் இருந்தார்கள். இவன்தான் திருடினான் என்று எப்படிச் சொல்கிறாய்?/ பரிசு கிடைத்தது என் தம்பிக்குத்தான், எனக்கல்ல./ இந்த

தான்தோன்றி 686

விஷயம் நேற்றுதான் எனக்குத் தெரியும்./ அடுத்த ஆண்டு தான் வீட்டை விற்கப்போகிறோம்./ அப்பா வந்த பிறகு தான் நீ போகலாம்./ விபத்தில் கால் போனால் போனது தான்./ 'நீங்கள்தானே வீட்டுக்காரர்?' 'ஆமாம், நானே தான்'./ இதைப் பேச எனக்கு உரிமை இல்லைதான்.

தான்தோன்றி பெ. **எந்தக் கட்டுப்பாடும் ஒழுங்கும் இல்லாமல் செயல்படும் தன்மை/இந்தத் தன்மையைக் கொண்ட நபர்;** waywardness/wayward person. ஒரு தான்தோன்றிப் பயலுக்கு என் பெண்ணைத் தர முடியாது என்று அப்பா சத்தம்போட்டார்./ இந்தத் தான்தோன்றியை நம்பி எந்த வேலையையும் ஒப்படைக்க முடியாது./ தான்தோன்றியாகத் திரியும் மகனை நம்பித் தொழிலை விரிவுபடுத்தத் தயக்கமாக இருக்கிறது.

தான்தோன்றித்தனம் பெ. (-ஆக, -ஆன) **எந்த ஒரு கட்டுப்பாடும் ஒழுங்கும் இல்லாமல் தன் இஷ்டப்படி செயல்படும் விதம்; தன்னிச்சை;** irresponsibility; waywardness. பொறுப்பாகப் பதில் சொல்ல வேண்டியவர் இப்படித் தான்தோன்றித்தனமாகப் பேசலாமா?/ தான்தோன்றித்தனமாகச் செலவு செய்தால் சாப்பாட்டுக்கே திண்டாட வேண்டியதுதான்!

தானம்[1] பெ. **1: (பிறருக்கு நன்மை செய்யும் நோக்கத்தில்) தன்னிடம் இருப்பதை அல்லது தன்னால் முடிந்ததை எந்த விதப் பயனையும் எதிர்பார்க்காமல் பிறருக்கு வழங்குதல்;** charity; donation. தனக்கு இருந்த சொத்தையெல்லாம் கோயிலுக்குத் தானமாகக் கொடுத்துவிட்டார்./ இரத்த தானம். **2:** காண்க: **கண் தானம்.**

தானம்[2] பெ. (இசை) **ராகத்தோடும் லயத்தோடும் இணைந்த, ஆனால் தாளத்தில் அமையாத சொற்களின் கூட்டு;** the exposition of a ராகம் without reference to தாளம் to bring out its full form.

தானம்[3] பெ. (இலங்.) **ஸ்தானம்; இலக்கம்;** digit. ஆறு தானக் கணக்கை இந்தச் சிறுபிள்ளைக்குக் கொடுக்கலாமா?/ அவர் எத்தனை தானத்தில் நன்கொடை தந்துள்ளார்?

தானாக வி.அ. **பிறரின் அல்லது பிறவற்றின் உதவி இல்லாமல்; வெளித் தூண்டுதல் இல்லாமல்;** of one's own accord; by oneself. மருந்து சாப்பிடாமல் நோய் எப்படித் தானாகக் குணமாகும்?/ பல மொழிகளைத் தானாகப் படித்துக் கற்றுக்கொண்டார்./ அந்தக் கதவு தானாகத் திறந்துகொண்டது./ குழந்தை தானாகப் பேசிச் சிரித்து விளையாடிக்கொண்டிருந்தது.

தானியங்கி பெ. (இயந்திரம், கருவி முதலியவற்றைக் குறித்து வரும்போது) **மனிதனால் தொடர்ந்து இயக்கப்படாமல் தானாக இயங்கக்கூடியது அல்லது குறிப்பிட்ட சில செயல்களை மட்டும் தானாகவே தொடர்ந்து நிகழ்த்தக்கூடியது;** automaton; automatic. தானியங்கிப் பால் நிலையம்/ தானியங்கித் துப்பாக்கி/ தானியங்கிக் கதவுகள்/ அவன் எந்த உணர்வுகளையும் காட்டாமல் ஒரு தானியங்கி இயந்திரம்போல் சாப்பிட்டுவிட்டுப் புறப்பட்டான்.

தானியம் பெ. **(உணவுப் பொருளாகப் பயன்படும்) நெல், கோதுமை, கம்பு முதலிய பயிர்கள்/மேற்குறித்த பயிர்களின் மணிகள்;** cereals/grain.

தானை பெ. (உ.வ.) **படை; சேனை;** army. தானைத் தலைவன்.

தாஜாபண்ணு வி. (-பண்ண, -பண்ணி) (பே.வ.) **(இனிமையாகப் பேசி அல்லது மகிழ்விக்கும்படியான காரியங்கள் செய்து ஒருவரை) தன் வழிக்கு ஒத்துவரச் செய்தல்;** coax. முரண்டுபிடித்த குழந்தையைத் தாஜா பண்ணிப் பள்ளிக்கு அனுப்பிவைத்தாள்./ கல்யாண வீட்டில் கோபித்துக்கொண்டு போன மாமாவைத் தாஜா பண்ணி அழைத்துவந்தான்.

திக்கற்ற பெ.அ. **பொருளாதார வசதியோ தன்னை ஆதரிப்பவரோ இல்லாத;** destitute. திக்கற்ற பெண்களுக்கான விடுதி./ திக்கற்றவர்களுக்குத் தெய்வம்தான் துணை என்பார்கள்.

திக்கற்று வி.அ. **பொருளாதார வசதியோ ஆதரவோ இல்லாத நிலையில்;** with no money, no food and nowhere to go. சுனாமியால் பாதிக்கப்பட்ட மக்கள் திக்கற்றுத் திண்டாடுகிறார்கள்./ திக்கற்றுத் திகைத்துநிற்கும் மக்களுக்கு அரசுதான் வழிகாட்ட வேண்டும்.

திக்கால் பெ. (இலங்.) **திசை;** direction; quarter. ஊரின் எந்தத் திக்காலில் நீங்கள் இருக்கின்றீர்கள்?/ இனப் பிரச்சினையில் குடும்பமே திக்காலுக்கு ஒன்றாகப் போய்விட்டது.

திக்கி வி. (திக்கிக்க, திக்கித்து) **(செய்தி தரும் அதிர்ச்சியால், அசாதாரண நிகழ்வால்) துணுக்குறுதல்; திகைத்தல்;** be taken aback. தன் மகனைப் பொறியியல் கல்லூரியில் சேர்க்க அவர் ஐந்து லட்சம் நன்கொடை தந்ததைக் கேட்டதும் நான் திக்கித்துப்போய்விட்டேன்./ 'மாடு கடித்து விட்டது' என்றதும் எல்லோரும் திக்கித்துப்போய் அவனைப் பார்த்தார்கள்.

திக்கித்திணறு வி. (-திணற, -திணறி) **1: (ஒன்றைச் செய்வதில் அல்லது ஏதோ ஒரு சிக்கலில் மாட்டிக்கொண்டு) அதிகச் சிரமப்படுதல்;** suffer greatly. கிழவர் மாடிப்படி ஏறுவதற்குள் திக்கித்திணறிப்போய்விட்டார்./ தேர்வைத் திக்கித்திணறி எழுதி முடித்தான்./ வாழ்வின் சோதனைகளில் திக்கித்திணறியபோது வழிகாட்டியவர். **2: (வார்த்தைகளை) சீராக வெளிப்படுத்த முடியாமல் தடுமாறுதல்;** stammer. திக்கித்திணறி ஏதோ சொன்னான்.

திக்கு[1] வி. (திக்க, திக்கி) **(பேச்சு உறுப்பின் குறைபாடு காரணமாக அல்லது துக்கம், அதிர்ச்சி முதலியவற்றின் காரணமாக) பேச்சுத் திணறுதல்;** stammer (habitually or due to shock, sorrow, etc.,). வாய் திக்குவதற்கு பயம் கூடக் காரணமாக இருக்கலாம்./ அழாமல், திக்காமல் விஷயத்தைச் சொல். [(தொ.சொ.) **உளறு/ குழறு/ குளறு/ தடுமாறு/ திணறு/ பிதற்று/ புலம்பு**]

திக்கு[2] பெ. **திசை;** (point of) direction. கூட்டம் நான்கு திக்கிலிருந்தும் வந்துகொண்டிருந்தது./ அஷ்டதிக்கு/ காட்டில் திக்குத் தெரியாமல் திரிந்தோம்.

திக்குத்திசை தெரியாமல் வி.அ. **(ஒரு பிரச்சினையைத் தீர்க்க) யோசனையோ வழியோ தெரியாமல்;** not knowing what to do; be (all) at sea. வீட்டைக் கட்ட ஆரம்பித்துவிட்டுத் திக்குத்திசை தெரியாமல் தவித்துக்கொண்டிருக்கிறான்./ அப்பா இறந்த பிறகு திக்குத்திசை தெரியாமல்தான் மாமாவிடம் உதவி கேட்டேன்.

திக்குமுக்காடு வி. (திக்குமுக்காட, திக்குமுக்காடி) **(ஒரு சூழலில் இயல்பாகச் செயல்பட முடியாமல்) மிகவும் திணறுதல்;** struggle; get suffocated or smothered. கூட்டத்தில் மூச்சு விட முடியாமல் திக்குமுக்காடிவிட்டான்./அவருடைய கேள்விகளால் நான் திக்குமுக்காடிப்போனேன்./ கால்பந்தாட்டத்தில் எதிர் அணியினர் நம் அணியினரைத் திக்குமுக்காடச் செய்துவிட்டனர்./ அவர்களது அன்பான உபசரிப்பில் திக்குமுக்காடிப்போனேன்.

திக்குமுக்குப்படு வி. (-பட, -பட்டு) (இலங்.) காண்க: திக்குமுக்காடு.

திக்குவாய் பெ. 1: **திக்கிப் பேசும் குறை;** stammering. திக்குவாயைத் திருத்திக்கொள்ளப் புது முறைகள் இருக்கின்றன. 2: (த.வ.) **திக்கிப் பேசும் நபர்;** stammerer.

திக்கென் வி. (திக்கென்று, திக்கென்றது என்னும் வடிவங்கள் மட்டும்) **(எதிர்பாராத செய்தி, நிகழ்ச்சி முதலியவற்றால் அல்லது நிகழ்ச்சியின் பாதிப்பால்) திடீரென்று பயம் தோன்றுதல்;** get a fright. தந்தி என்றதும் அவள் மனம் திக்கென்றது./ கடன்காரனைப் பார்த்ததும் மனம் திக்கென்று அடித்துக்கொண்டது.

திக்திக்-என்று வி.அ. **பதற்றத்தோடும் பீதியோடும்;** feeling tension and panic. பள்ளிக்குச் சென்ற மகள் மணி ஆறாகியும் வராததை நினைத்து மனம் திக்திக்கென்று அடித்துக்கொண்டது./ இரவு நேரத்தில் இவ்வளவு பணம் எடுத்துக்கொண்டு போகிறோமே என்பதை எண்ணி திக்திக்கென்று மனம் அடித்துக்கொண்டது.

திக்பிரமை பெ. **சுய உணர்வு முழுவதையும் இழந்துவிடும் வகையிலான நிலை;** shocked state; stupor. அந்தச் சம்பவம் நடந்ததிலிருந்தே இப்படித் திக்பிரமை பிடித்தது போல் திரிகிறான்.

திகட்டு வி. (திகட்ட, திகட்டி) **(இனிப்புப் பொருளைச் சாப்பிடும்போது) ஒரு அளவுக்கு மேல் சாப்பிட முடியாத நிலையை அடைதல்;** cloy. இரண்டாவது ஜிலேபி சாப்பிட்டவுடனேயே திகட்ட ஆரம்பித்துவிட்டது./ (உரு வ.) திகட்டும் அளவுக்குக் கதைகள் படித்துவிட்டேன்.

திகதி பெ. (இலங்.) **தேதி;** date. என்ன திகதியில் நீ பிறந்தாய்?/ எந்தத் திகதியில் பாடசாலை தொடங்கவுள்ளது?

திகம்பரம் பெ. **சமண சமயத்தின் இரு பிரிவுகளில் ஆடை எதுவும் உடுத்தாத துறவிகளைக் கொண்ட ஒரு பிரிவு;** one of the two sects of Jainism, whose ascetics go naked.

திகம்பரர் பெ. **சமண சமயத்தின் இரு பிரிவுகளில் ஆடை எதுவும் உடுத்தாத துறவிகளைக் கொண்ட ஒரு பிரிவு/ இப்பிரிவைச் சேர்ந்த துறவி;** one of the two sects of Jainism, whose ascetics practise nudity/Jaina ascetic of this sect.

திகழ் வி. (திகழ, திகழ்ந்து) (உ.வ.) 1: **(ஒன்று ஓர் இடத்தில்) பொலிவுடன் இருத்தல்; பிரகாசித்தல்;** glow with lustre. வானில் திகழும் நிலவு/ பரந்த நெற்றியில் சந்தனப் பொட்டு திகழ வந்தார். 2: **(குறிப்பிட்ட தன்மை உடையவராக அல்லது உடையதாக) சிறப்புடன் இருத்தல்; விளங்குதல்;** (of a person) be illustrious; (of things) be renowned (for sth.). அவர் தம் வாழ்நாள் முழுவதும் ஒரு தேசியவாதியாகத் திகழ்ந்தார்./ குடல்புண்ணுக்கு மணத்தக்காளி அருமருந்தாகத் திகழ்கிறது.

திகில் பெ. **(பார்ப்பவரின் மனத்தில் பயம் நிறைந்த காட்சி எழுப்பும்) கலக்க உணர்வு; பீதி;** fright; sth. sensational. அவன் கத்தியை உருவியதும் மனத்தில் திகில் பரவிற்று./ திகில் நிறைந்த கதை.

திகீர்-என் வி. (-என, -என்று) காண்க: **பகீர்-என்.**

திகுதிகு-என்று வி.அ. **(தீ) கடும் வெப்பத்துடன் வேகமாக/(புண், கட்டி போன்றவை) கடும் வலியுடன்;** intensely. அடுப்பில் நெருப்பு திகுதிகுவென்று எரிந்துகொண்டிருந்தது./ மருந்துபட்டவுடன் புண் திகுதிகுவென்று எரிந்தது.

திகை[1] வி. (திகைய, திகைந்து) (பே.வ.) காண்க: தகை.

திகை[2] வி. (திகைக்க, திகைத்து) **(எதிர்பாராமல் நிகழ்வதை அல்லது இயல்புக்கு மாறாக இருப்பதை) உடனடியாகப் புரிந்துகொண்டு செயல்பட முடியாத நிலைக்கு உள்ளாதல்;** be astonished; be taken aback. ஊருக்குப் போனவர் திடீரென்று திரும்பிவந்து நின்றதும் திகைத்தான்./ பூட்டியிருந்த வீடு திறந்து கிடப்பதைக் கண்டதும் திகைத்துப்போனான்./ வயலில் ஆடுமாடுகள் புகுந்து பண்ணியிருந்த சேதத்தைப் பார்த்து மாட்டுக்காரன் திகைத்து நின்றான்.

திகைப்பு பெ. (-ஆன) **எதிர்பாராத அல்லது அசாதாரண நிகழ்வினால் ஏற்படும் வியப்பும் அதிர்ச்சியும்;** disbelief; astonishment. வெளிநாட்டில் இருப்பதாக நினைத்துக்கொண்டிருந்த நண்பரைத் திடீரென்று சந்தித்ததும் ஏற்பட்ட திகைப்பிற்கு அளவேயில்லை./ இவ்வளவு வேலைகளையும் ஒரே நாளில் எப்படிச் செய்வது என்ற திகைப்பு ஏற்பட்டது.

திங்கள் பெ. 1: (உ.வ.) **சந்திரன்;** moon. 2: **(மேற்குறிப்பிட்ட துணைக்கோளின் பெயரைக் கொண்ட) வாரத்தின் இரண்டாவது நாள்;** Monday. 3: (உ.வ.) **மாதம்;** month. மார்கழித் திங்கள்.

திசு பெ. (உயிரி.) **குறிப்பிட்ட செயல்பாட்டை நிகழ்த்துவதற்கான ஒத்த வடிவ உயிரணுக்களின் தொகுப்பு;** tissue.

திசுவளர்ப்பு பெ. (உயிரி.) **தாவரங்களின் வளர்ச்சியைக் குறுகிய காலத்தில் விரைவுபடுத்தவும், அவற்றின் தன்மைகளைத் தேவைக்கு ஏற்றாற்போல் மாற்றி அமைக்கவும், செயற்கையான ஒரு ஊடகத்தில் உயிருள்ள திசுக்களை வளர்க்கும் தொழில்நுட்பம்;** tissue culture. திசுவளர்ப்பு முறையில் உருவாக்கப்பட்ட புது வகை வாழை.

திசை பெ. 1: **சூரியன் உதிப்பதையும் மறைவதையும் அடிப்படையாகக் கொண்டு கிழக்கு, மேற்கு, தெற்கு, வடக்கு என்று பிரிக்கப்படும் பக்கம்;** direction. 2: **வழி;**

போக்கு; way; direction. குறுகிய காலத்தில் தன் வாழ்வின் திசை மாறியதை எண்ணி வியந்தான்.

திசைகாட்டி பெ. காண்க: **திசைமானி.**

திசைச்சொல் பெ. **பண்டைத் தமிழகத்தை ஒட்டியிருந்த நிலப் பகுதிகளிலிருந்து வந்து வழங்கிய சொல்;** borrowings in ancient Tamil from neighbouring languages.

திசைதிருப்பு வி. *(-திருப்ப, -திருப்பி)* **(ஒருவருடைய பேச்சு, கவனம் முதலியவற்றை அவற்றின்) போக்கிலிருந்து மாற்றி வேறொன்றில் செலுத்துதல்;** divert (s.o.'s attention, etc.,). பொம்மை கேட்டு அடம்பிடித்த குழந்தையின் கவனத்தைத் திசைதிருப்ப முயன்றேன்./ கேட்ட கேள்விக்குப் பதில் சொல்லாமல் பேச்சைத் திசைதிருப்பப் பார்க்கிறாயா?

திசைதிரும்பு வி. *(-திரும்ப, -திரும்பி)* **(பிரச்சினை, கவனம் முதலியவற்றின்) போக்கு மாறி வேறொரு பக்கம் செல்லுதல்;** (issue, one's attention) be diverted. ஆசிரியர்களின் போராட்டத்தின் காரணமாக விலைவாசி உயர்வுப் பிரச்சினை திசைதிரும்பிவிட்டது.

திசைமானி பெ. **எப்போதும் வடக்குத் திசையையே காட்டும் முள்ளை உடைய (திசை அறிவதற்கான) கருவி;** compass. எல்லாக் கப்பல்களிலும் திசைமானி இருக்கும்.

திசைமுகப்படுத்து வி. *(-படுத்த, -படுத்தி)* *(இலங்.)* **(ஒரு இலக்கு நோக்கி ஒருவரை) வழிப்படுத்துதல்; நெறிப்படுத்துதல்;** give guidance; give a direction to one's attention or efforts. நான் பாடசாலையில் சேர்ந்தபோது என்னைத் திசைமுகப்படுத்திய ஆசிரியருக்கு நான் நன்றிக்கடன் பட்டுள்ளேன்.

திசையறிகருவி பெ. *(இலங்.)* **திசைமானி;** compass.

திசைவேகம் பெ. *(இயற்.)* **குறிப்பிட்ட திசையில் சென்றுகொண்டிருக்கும் ஒரு பொருளின் வேகம்;** velocity. புறவிசை ஒன்று தாக்கும்வரை ஒரு பொருள் தனது இயல்பான திசைவேகத்திலேயே சென்றுகொண்டிருக்கும்.

திட்டக்குழு பெ. **அரசு மேற்கொள்ள வேண்டிய சமூக, பொருளாதார வளர்ச்சித் திட்டங்களை வகுத்துக் கொடுக்கும் வல்லுநர்கள் அடங்கிய குழு;** body of experts to advise the government on developmental policies and schemes; planning commission.

திட்டம் பெ. **1: (தனிநபர்) ஒரு செயலை அல்லது (அரசு போன்றவை) சமூக, பொருளாதார வளர்ச்சிப் பணிகளைக் குறிப்பிட்ட காலத்தில் செய்து முடிப்பதற்கு உரிய வழி முறைகளை ஆலோசித்துத் தயாரிக்கும் செயல்முறை அல்லது ஏற்பாடு;** plan; scheme; project. வாழ்க்கையில் முன்னேறத் திட்டம்போட்டுச் செயல்படுகிறார்./ ஏற்றுமதி வளர்ச்சிக்கெனத் தொழில் துறை ஒரு புதிய திட்டத்தை வகுத்திருக்கிறது. [(தொ.சொ.) **அபிப்பிராயம்/ ஆலோசனை/ எண்ணம்/ கருத்து/ முடிவு/ யோசனை**] **2: செயல்முறை; ஏற்பாட்டின் முன்வரைவு;** proposal of a plan or project. புதிய குடியிருப்பு எப்படி உருவாக இருக்கிறது என்பதை இந்தத் திட்டத்தில் காணலாம். **3: (-ஆக) (ஒன்றை மற்றொன்றில் கலக்கும்போது) உரிய அளவு;** (right) amount; (correct) proportion. கலவைக்கு எவ்வளவு சிமெண்டு சேர்ப்பது என்ற திட்டம் உனக்குத் தெரியாதா?/ சாம்பாருக்குத் திட்டமாக உப்புப் போடு.

திட்டவட்டம்-ஆக/-ஆன வி.அ./பெ.அ. **உறுதியாக; தெளிவாக/உறுதியான; தெளிவான;** firmly; clearly/ firm; clear. பத்திரிகையில் வெளியான செய்தியை அதிகாரி திட்டவட்டமாக மறுத்தார்./ ஒரு திட்டவட்டமான முடிவுக்கு வர முடியாமல் சிரமப்படுகிறேன்.

திட்டிவாசல் பெ. **(கோயில், கோட்டை முதலியவை அடைத்திருக்கும்போது ஆட்கள் உள்ளே சென்று வருவதற்காக) பெரிய கதவில் ஏற்படுத்தப்பட்டிருக்கும் சிறிய திறப்பு அல்லது வாயில்;** wicket gate.

திட்டிவாசல்

திட்டு[1] வி. *(திட்ட, திட்டி)* **1: (கோபத்தில் ஒருவருடைய) மனத்தைப் புண்படுத்தும்படி பேசுதல்;** scold; abuse. 'அறிவு கெட்டவனே' என்று திட்டியதும் அவன் முகம் சுருங்கிவிட்டது./ தன்னை அடித்தவனைக் கெட்ட வார்த்தைகளால் திட்டினான். **2: (கோபமான வார்த்தைகளைப் பயன்படுத்தி) கண்டித்தல்; கடிந்துகொள்ளுதல்;** reprimand. நேரம் கழித்துப் போனால் அப்பா திட்டுவார் என்று பயந்தான். [(தொ.சொ.) **தூற்று/ நிந்தி/ பழி/ வை**]

திட்டு[2] பெ. **1: மனத்தைப் புண்படுத்தும் பேச்சு;** scolding; abuse. வயிற்றுப் பிழைப்புக்காகத் திட்டு எல்லாவற்றையும் பொறுத்துக்கொண்டு வேலை செய்யவேண்டியிருக்கிறது. **2: (கோபமான வார்த்தைகளைப் பயன்படுத்தி ஒருவரை) கண்டித்துப் பேசும் பேச்சு;** reprimand. இரவு பத்து மணிக்குப் போய்ச் சாப்பாடு கேட்டால் அம்மாவிடம் திட்டு வாங்க வேண்டியிருக்கும்.

திட்டு[3] பெ. **1: (சுற்றியுள்ள சமமான பரப்போடு ஒப்பிடும்போது) சற்று மேடாகத் தெரியும் சிறிய பரப்புடைய பகுதி;** raised patch of ground; (slight) elevation. ஆற்றில் நீர் குறைந்த பின் மணல் திட்டுகள் தெரிந்தன./ முன்பு இங்கு ஓர் ஆசிரமம் இருந்ததற்கு அடையாளம் இந்தச் சிறு திட்டுதான். **2: சுற்றியுள்ள பகுதியிலிருந்து நிறம் மாறியிருக்கும் பரப்பு/(உடலில்) சிறு தடிப்பு;** (of stain or swelling) patch. வேட்டியில் திட்டாகக் காப்பிக் கறை/ கொசுக் கடித்து முகம் திட்டுதிட்டாக வீங்கியிருந்தது.

திட்டுமுட்டு-ஆக/-ஆன வி.அ./பெ.அ. *(இலங்.)* **இடைஞ்சலாக/இடைஞ்சலான;** in a cramped manner/

689 திடுமலி

cramped. அறைக்குள் எல்லாச் சாமான்களையும் போட்டு ஒரே திட்டுமுட்டாக இருக்கிறது./ சடைத்து வளரும் மரத்தை ஏன் திட்டுமுட்டான இடத்தில் நடுகிறாய்?

திட்டை பெ. (வ.வ.) **சிறு மேடு; திட்டு;** raised patch of ground.

திட்பம் பெ. (உ.வ.) **வலிமை; உறுதி;** firmness. அவர் மனத் திட்பம் வாய்ந்தவர்./ அறிவின் திட்பம்.

திட உணவு பெ. **(திரவமாக இல்லாமல் மென்று சாப்பிடக்கூடியதாக இருக்கும்) இட்லி, சாதம் போன்ற உணவு;** solid food. மூன்று மாதம் ஆனவுடனேயே குழந்தைக்குத் திட உணவு தரலாம்.

திடக்கழிவு பெ. **வீடுகள், அலுவலகங்கள் போன்றவற்றிலிருந்து பயன்படாது, தேவைப்படாது என்று கழித்துக்கட்டிய சாமான்களும், தொழிற்சாலைகளின் உற்பத்தி முறைகளில் நீக்கப்பட்டு வெளியேறும் கழிவு நீர் அல்லாத பொருள்களும் அடங்கிய கழிவு;** solid waste. நகர்ப்புறங்களில் திடக்கழிவுகளை அப்புறப்படுத்துவது பெரும் பிரச்சினையாகிவிட்டிருக்கிறது.

திடகாத்திரம் பெ. (-ஆக, -ஆன) **ஆரோக்கியம் நிறைந்த உடல் அமைப்பு; கட்டுடல்;** (of health and body) robustness. எண்பது வயதிலும் திடகாத்திரத்தோடு இருக்கிறார்./ உடம்பைத் திடகாத்திரமாக வைத்துக்கொள்ள வேண்டும்./ திடகாத்திரமான உடம்பு.

திடப்படுத்து வி. (-படுத்த, -படுத்தி) **(மனத்தை) உறுதியான நிலையில் இருக்கச் செய்தல்;** brace (oneself); help (s.o.) take heart. மனத்தைத் திடப்படுத்திக்கொண்டு நான் சொல்வதைக் கேளுங்கள்.

திடப்பொருள் பெ. **கெட்டித் தன்மையையும் குறிப்பிட்ட ஒரு வடிவத்தையும் உடைய பொருள்;** solid. உலோகங்கள் எல்லாம் திடப்பொருள்களே/ தேங்காய் எண்ணெய் குளிர் காலத்தில் உறைந்து திடப்பொருளாக மாறுகிறது./ திடப்பொருளாக உள்ள இரும்பு உயர் வெப்ப நிலையில் உருகும் தன்மை உடையது.

திடம் பெ. **1: கெட்டியாகவும் நெகிழ்வுத் தன்மையற்றதாகவும் இருப்பது;** solidity. தண்ணீர் திட நிலையில் பனிக்கட்டியாக இருக்கிறது. **2:** (-ஆக, -ஆன) (நம்பிக்கை, கருத்து முதலியவற்றைக் குறிப்பிடும்போது) **எளிதில் தளராதது; உறுதி;** (of belief, opinion, etc.,) firmness. இந்தப் போட்டியில் வெற்றி பெற்றுவிடுவோம் என்ற திடமான நம்பிக்கையில் நாங்கள் இருக்கிறோம்./ அவர் தனக்கு உதவுவார் என்று திடமாக நம்பினான். **3: திடகாத்திரம்;** robustness. இந்த வயதிலும் அவர் எவ்வளவு திடமாக இருக்கிறார்! **4:** (காப்பி, தேநீர் போன்றவற்றைக் குறித்து வரும்போது) **சிறிய அளவுத் தூளிலேயே அடர்ந்த பானத்தைத் தரும் தன்மை;** (of coffee and tea) strength. இந்தக் காப்பித்தூளில் மணம் இருக்கிறது. ஆனால் திடம் இல்லை.

திடல் பெ. **(விளையாட்டு, பொருட்காட்சி முதலியவை நடக்கும்) பரந்த வெளி; மைதானம்;** open space; ground (for games, fair, etc.,). அந்த விளையாட்டுத் திடலில் சிறுவர்கள் ஓடிப்பிடித்து விளையாடிக்கொண்டிருந்தார்கள்./ இந்தத் திடலில்தான் வருடாவருடம் புத்தகக் கண்காட்சி நடக்கும்.

திடீர் பெ.அ. **1: (எந்தவித) அறிவிப்பும் (நிகழ்வதற்கான) அறிகுறியும் இல்லாத; சற்றும் எதிர்பாராத;** sudden; abrupt; unexpected. அவரிடம் எதனால் இப்படி ஒரு திடீர் மனமாற்றம் ஏற்பட்டது என்று தெரியவில்லை./ மருத்துவமனைகளில் அமைச்சர் திடீர் சோதனை நடத்தினார். **2:** (பே.வ.) **(உணவுப் பொருள்களைக் குறிக்கும்போது) மிகக் குறுகிய நேரத்தில் எளிய முறையில் தயாரிப்பதற்கு ஏற்ற வகையில் பக்குவப்படுத்தப்பட்ட;** (of food preparation) instant. திடீர் இட்லி/ திடீர் ரசம்.

திடீர்-என்று வி.அ. **(எந்த வித) முன்னறிவிப்பும் அல்லது அறிகுறியும் இல்லாமல்; சற்றும் எதிர்பாராத நேரத்தில்;** suddenly; all of a sudden; abruptly. தங்கத்தின் விலை திடீரென்று ஏறிவிட்டது./ திடீரென்று மழை பலமாகப் பெய்ய ஆரம்பித்தது./ ஒரு கடிதம்கூடப் போடாமல் இப்படித் திடீரென்று வந்திருக்கிறாயே!

திடுக்கிட்டு வி.அ. **அனிச்சையாகப் பயந்து உதறிக்கொண்டு;** with a start. அசந்து தூங்கிக்கொண்டிருந்தவன் திடுக்கிட்டுக் கண்விழித்தான்./ அவள் தனக்குப் பின்னால் ஏதோ நிழலாடுவதைக் கண்டதும் திடுக்கிட்டுத் திரும்பினாள்.

திடுக்கிடு வி. (திடுக்கிட, திடுக்கிட்டு) **(எதிர்பாராத செயலினால் அல்லது பயம் அளிக்கக்கூடிய ஒன்றினால்) திடீரென்று அதிர்ச்சியடைதல்;** be alarmed. பின்னாலிருந்து நாய் குரைத்ததும் திடுக்கிட்டுப்போனார்.

திடுக்கிடும் பெ.அ. **அதிர்ச்சி அடைய வைக்கும்;** shocking. தலைவர் இறந்துவிட்டார் என்ற திடுக்கிடும் செய்தி தொண்டர்களை நிலைகுலைய வைத்தது./ நடிகையின் கொலை குறித்துப் பல திடுக்கிடும் தகவல்கள் கிடைத்துள்ளன.

திடுகூறாக வி.அ. (இலங்.) **திடீரென்று;** all of a sudden. திடுகூறாக ஊருக்குப் போக வேண்டியதாகிவிட்டது./ திடுகூறாக மகளின் திருமணம் ஏற்பாடாகிவிட்டதால் எல்லோருக்கும் சொல்ல இயலாமல் போய்விட்டது.

திடுதிடு-என்று வி.அ. **1: சத்தத்துடன் வேகமாக;** hurriedly. மாடிப்படிகளில் திடுதிடுவென்று இறங்கி வந்தான். **2:** (இலங்.) **வேகமாக; மளமளவென்று;** swiftly. அதிகாரியின் கட்டளையை ஏற்றுத் திடுதிடுவென்று கருமத்தில் இறங்கினர்.

திடுதிப்-என்று வி.அ. (பே.வ.) **திடீரென்று; திடீர் முடிவுடன்;** suddenly; without notice; without time for pondering. ஒரு கடிதம்கூடப் போடாமல் திடுதிப்பென்று வந்து நிற்கிறான்./ 'திடுதிப்பென்று கல்யாணம் செய்துகொள் என்றால் எப்படி? யோசிக்க வேண்டாமா?'

திடும்-என்று வி.அ. (பே.வ.) **திடீரென்று;** all of a sudden. திடுமென்று ஊருக்குப் போகிறேன் என்கிறாயே, என்ன விஷயம்?

திடுமலி பெ. (இலங்.) **யாருக்கும் அடங்காத குணம் படைத்த பெண்;** girl or woman of disobedient nature. இப்படித் திடுமலியாக இருந்தால் எப்படி அயலுடன் ஒத்துப் போக முடியும்?

திடுமன் பெ. *(இலங்.)* **யாருக்கும் அடங்காத குணம் படைத்த ஆண்;** self-willed boy or man. இந்தத் திடுமனுடன் கதைப்பதில் எந்தப் பிரயோசனமும் இல்லை.

திண்டாட்டம் பெ. 1: **(தேவையானது கிடைக்காத) தவிப்பு;** straits. கடைசிக் காலத்தில் அவருக்குச் சாப்பாட்டுக்குக்கூடத் திண்டாட்டம் வந்துவிட்டது. 2: **(இக்கட்டான சூழ்நிலையில்) அல்லல்; அவதி;** trouble. நீ செய்த தவறு மேலதிகாரிக்குத் தெரிந்தால் உன் பாடு திண்டாட்டம்தான்.

திண்டாடு வி. *(திண்டாட, திண்டாடி)* 1: **(தேவையானது கிடைக்காததால்) தவித்தல்;** struggle. சாப்பாட்டுக்கே திண்டாடும் ஏழை மக்களுக்குச் சொந்த வீடு என்பது ஒரு கனவு. 2: **(இக்கட்டான சூழலில்) அல்லல்படுதல்;** suffer. இந்த வேலையில் மாட்டிக்கொண்டு திண்டாடுகிறேன். [*(தொ.சொ.)* **கலங்கு/ தவி/ திணறு/ வருந்து**]

திண்டு பெ. 1: **(சாய்ந்து உட்காருவதற்குப் பயன்படுத்தும்) நீள்உருண்டை வடிவத் தலையணை;** bolster. நான்கு பேர் உட்கார்ந்து பேச வசதியாகத் தரையில் மெத்தையும் திண்டுகளும் போடப்பட்டிருந்தன. 2: **(மேற்கூறிய வடிவத்தில்) திண்ணையில் கட்டப்பட்ட அமைப்பு;** bolster in concrete. திண்டில் தலை வைத்து அயர்ந்து தூங்கிக்கொண்டிருந்தான்.

திண்ணக்கம் பெ. *(வ.வ.)* **திமிர்;** haughtiness. போக வேண்டாம் என்று சொல்லியும் போய்விட்டானே. என்ன திண்ணக்கம் அவனுக்கு?

திண்ணம் பெ. *(-ஆக, -ஆன) (உ.வ.)* **(ஒன்றை வலியுறுத்திக் கூறும்போது) நிச்சயம்; உறுதி;** certainty (used in stating sth. emphatically). வீட்டு வரி உயர்வினால் நடுத்தர மக்கள் பாதிக்கப்படுவது திண்ணம்./ இந்தத் திட்டத்தினால் ஆசிரியர்கள் பயனடைவார்கள் என்று திண்ணமாகக் கூற முடியும்./ இதுதான் உங்களுடைய திண்ணமான முடிவா? [*(தொ.சொ.)* **உறுதி/ கட்டாயம்/ கண்டிப்பு/ நிச்சயம்**]

திண்ணிய பெ.அ. *(உ.வ.)* **வலிமை செறிந்த; உறுதியான;** strong; firm. திண்ணிய தோள்கள்/ திண்ணிய கருங்கல் சிலைகள்/ *(உரு வ.)* திண்ணிய அறிவு.

திண்ணை பெ. **(பழங்கால வீட்டு அமைப்பில்) நுழைவாயிலின் பக்கவாட்டில் இரு புறங்களிலும் உட்காருவதற்கும் படுப்பதற்கும் ஏற்ற வகையில் கட்டப்பட்டிருக்கும் சற்று உயரமான மேடை போன்ற அமைப்பு;** raised platform on which people sit, usually under the verandah or on either side of the door of the house; pyol.

திண்ணைக்குறடு பெ. **திண்ணையை ஒட்டி அமைந்துள்ள பகுதி;** landing adjacent to pyol.

திண்ணைப் பள்ளிக்கூடம் பெ. **(முன்பு ஆசிரியர் மாணவர்களை) வீட்டுத் திண்ணையில் அமர்த்திக் கல்வி கற்பித்த முறை;** (in former times) school conducted (by a teacher) on a pyol.

திண்ணைப் பிரச்சாரம் பெ. **கிராமங்களில் வீட்டுத் திண்ணைகளில் அமர்ந்து பொதுமக்களுடன் நேரடியாகக் கலந்துரையாடி ஆதரவு திரட்டக் கட்சித் தலைவர்கள் மேற்கொள்ளும் பரப்புரைச் செயல்பாடு;** verandah campaign.

திண்மம் பெ. *(பெரும்பாலும் கலைச்சொல்லாக)* **திடத்தன்மை; திட வடிவம்;** (as a technical term) solidity.

திண்மை பெ. *(உ.வ.)* 1: *(-ஆன)* **வலிமை; உறுதி;** hardness; firmness. திண்மை செறிந்த மரம்/ துணிச்சலும் திண்மையும் உள்ளவர்களே கடலுக்கு அடியில் சென்று முத்து எடுக்கிறார்கள்./ *(உரு வ.)* மனத் திண்மை. 2: காண்க: **திண்மம்.**

திணறல் பெ. **தடுமாற்றம்; குளறல்;** (of speech) faltering. எதற்கு இந்தத் திணறல்? என்னால் பணம் தர முடியாது என்று நேரடியாகச் சொல்லிவிட வேண்டியதுதானே.

திணறு வி. *(திணற, திணறி)* 1: **(ஒன்றைச் சொல்ல) தடுமாறுதல்;** struggle (to say sth.). நான் கேட்ட கேள்விக்குப் பதில் சொல்ல முடியாமல் திணறினான். 2: **தவித்தல்; திண்டாடுதல்;** suffer (being unable to cope with sth.); struggle with (sth.). கூட்ட நெரிசலைக் கட்டுப்படுத்த முடியாமல் காவலர்கள் திணறினர்./ வியாபாரிகள் வரி கட்ட முடியாமல் திணறுகின்றனர்./ கணக்கைப் போட முடியாமல் திணறுகிறான். [*(தொ.சொ.)* **கலங்கு/ தவி/ திண்டாடு/ வருந்து**] 3: **(மூச்சு) தடைபடுதல்/(மூச்சு தடைபடுவதால்) கஷ்டப்படுதல்;** suffocate/gasp for breath. தண்ணீரில் விழுந்தவன் நீச்சல் தெரியாததால் மூச்சுத் திணறிச் செத்தான்./ மூச்சிரைப்பால் திணறுகிறான். [*(தொ.சொ.)* **உளறு/ குழறு/ குளறு/ தடுமாறு/ திக்கு/ பிதற்று/ புலம்பு**]

திணி வி. *(திணிக்க, திணித்து)* 1: **(பெட்டி, பை முதலியவற்றின் கொள்ளளவுக்கு மேல் பொருளை) ஒழுங்கற்ற முறையில் நுழைத்து வைத்தல்; (பொருளை) சீரற்ற விதத்தில் அடைத்தல்;** stuff; cram. இந்தச் சின்னப் பெட்டிக்குள் இவ்வளவு துணியையும் திணிக்கப்போகிறாயா?/ குழந்தை லட்டை வாங்கி வாயில் திணித்துக்கொண்டது./ பணத்தை வாங்கிப் பையில் திணித்துக்கொண்டான். 2: **(ஒன்றை வைத்துக்கொள்ளுமாறு) வலிய அல்லது வலுக்கட்டாயமாகக் கொடுத்தல்;** thrust. 'செலவுக்கு வைத்துக்கொள்' என்று கூறி நூறு ரூபாயை என் கையில் திணித்தார்./ குழந்தையைத் தன் தங்கையின் கையில் திணித்துவிட்டு வேலைக்குச் சென்றாள். 3: **(விருப்பத்துக்கு மாறாக ஒருவர்மீது பொறுப்பு, கருத்து முதலியவற்றை) சுமத்துதல்; ஏற்கச் செய்தல்;** impose. குழந்தைகள்மீது நம் கருத்துகளைத் திணிக்கக் கூடாது./ முதலமைச்சர் பதவி அவர்மீது திணிக்கப்பட்டது./ ஒவ்வொரு வருடமும் பொதுமக்கள்மீது புதிய வரிகள் திணிக்கப்படுகின்றன./ மக்கள் நலனுக்கு எதிரான சட்டங்களை அரசு அவர்கள் மீது திணிக்கக் கூடாது.

திணிப்பு பெ. **விருப்பத்துக்கு மாறாகத் திட்டம், முடிவு போன்றவற்றை நடைமுறைக்குக் கொண்டுவரும் செயல்; (ஒன்றை) ஏற்கச் செய்யும் பலவந்தம்;** imposition. இந்தித் திணிப்புக்கு எதிர்ப்பு/ இந்தியச் சந்தையில் வெளிநாட்டுப் பொருள்களின் திணிப்பு அதிகமாகி வருகிறது.

திணை பெ. 1: *(இலக்.)* **மனிதர்களையும் விலங்குகளையும் பொருள்களையும் பிரிக்கும் பகுப்பு;** class (of nouns based on a human/non-human distinction). உயர்திணை/

அஃறிணை. **2: (சங்க இலக்கியத்தில் அகம், புறம் என்னும் பிரிவுகளுக்காகச் சொல்லப்பட்ட) ஒழுக்கம்;** conduct (in domestic or public context as found in literary conventions). அகத்திணை/ புறத்திணை. **3: (சங்க இலக்கியத்தில்) நிலங்களைக் குறிஞ்சி, முல்லை, மருதம், நெய்தல், பாலை என்று ஐந்து வகைகளாகப் பிரிக்கும் பாகுபாடு;** division (of land adopted in classical Tamil literature). குறிஞ்சித் திணையில் கபிலர் பாடிய பல பாடல்கள் அற்புதமானவை.

திணைக்களம் பெ. *(இலங்.)* **(அரசு) துறை;** (government) department. தபால் திணைக்களம்/ கல்வித் திணைக்களம்.

தித்தி வி. *(தித்திக்க, தித்தித்து)* **இனித்தல்;** taste sweet; be sweet. காப்பி அதிகமாகத் தித்திக்கிறதே!/ *(உரு வ.)* நீ இப்போது சொல்லிய செய்தி எனக்குத் தித்திக்கிறது.

தித்திப்பு பெ. *(-ஆக, -ஆன)* **இனிப்பு;** sweetness. கர்நாடக மாநிலச் சமையலில் ரசம்கூடத் தித்திப்பாகத்தான் இருக்கும்./ தித்திப்புப் பண்டங்கள்.

திதி பெ. **1: அமாவாசைக்கு அல்லது பௌர்ணமிக்குப் பின் வரும் காலத்தைப் பதினைந்தாகப் பிரித்த பிரிவுகளில் ஒன்று;** lunar day. பிரதமை திதி. **2: இறந்துபோன உறவினரின் நினைவாக ஆண்டுதோறும் அவர் இறந்த தினத்தன்று நடத்தப்படும் சடங்கு;** ceremony performed in memory of a deceased person on the anniversary of their death. பஞ்சாங்கத்தைக் கொண்டுவா. என்றைக்கு அம்மாவின் திதி வருகிறது என்று பார்க்கலாம்.

திப்பி பெ. *(ஊரக வ.)* **(மோரில்) கொழுப்புச் சத்தின் துணுக்கு; (பழம், காய் போன்றவற்றில்) சதைப் பகுதியின் மிகச் சிறிய துண்டு;** small pieces (floating in fruit juices, etc.,). மோரில் திப்பி மிதக்கிறது./ பழத்தைப் பிழிந்து திப்பியில்லாமல் வடிகட்டிக்கொள்./ மூலிகையை அரைத்துத் திப்பியோடு கொதிக்கவைக்க வேண்டும்.

திப்பிலி பெ. **(நாட்டு வைத்தியத்தில் பயன்படுத்தப்படும்) கறுப்பாகவும் சொரசொரப்பாகவும், காரச் சுவையோடும் இருக்கும், கொத்தாகக் காய்க்கும் (மிளகு வகையைச் சேர்ந்த) காய்/அந்தக் காய் காய்க்கும் ஒரு வகை நீண்ட கொடி;** long pepper/the plant yielding long pepper.

திப்பிலியாட்டம் பெ. *(இலங்.)* **தந்திரமும் சூழ்ச்சியும் செய்து ஏமாற்றும் குணம்;** deviousness. அந்தத் திப்பிலியாட்டக்காரனை நம்பிப் பணம் கொடுத்தாயே?

திபுதிபு-என்று வி.அ. காண்க: **திமுதிமு-என்று.**

திமிங்கிலம் பெ. **கடலில் வாழும், பாலூட்டி இனத்தைச் சேர்ந்த, மீனைப் போன்ற உருவம் உடைய மிகப் பெரிய விலங்கு;** whale. திமிங்கிலம் சுமார் எழுபது அடி நீளம் வளரும்./ பொதுவாகத் திமிங்கிலம் கரையோரம் வருவதில்லை.

திமிசு பெ. காண்க: **திமிசுக்கட்டை.**

திமிசுக்கட்டை பெ. **(தரையைச் சமப்படுத்திக் கெட்டியாக்க) நீண்ட கம்பின் அடிப்பகுதியில் கனமான கட்டையைப் பொருத்திச் செய்த சாதனம்;** heavy wooden block with a long handle used to flatten and compact the ground.

திமிசுக்கட்டை

திமிர் பெ. *(-ஆக, -ஆன)* **பிறரை மதிக்காத போக்கு; அகம்பாவம்;** haughtiness; brashness; insolence. பணக்காரன் என்கிற திமிரில் எல்லோரையும் எடுத்தெறிந்து பேசுகிறான்./ பதவித் திமிரில் நண்பர்களையும் மறந்துவிட்டான்./ சின்னப் பையன் என்ன திமிராகப் பதில் சொல்கிறான், பார். [*(தொ.சொ.)* **அகங்காரம்/ அகந்தை/ அகம்பாவம்/ அலட்சியம்/ இறுமாப்பு/ உதாசீனம்/ கர்வம்/ கொழுப்பு/ செருக்கு/ பெருமிதம்/ மமதை/ மிதப்பு**]

திமிரி நாகசுரம் பெ. *(இசை)* **(முற்காலத்தில் பயன்படுத்தப்பட்ட) குழலின் அளவு சற்று நீளம் குறைந்தும் (நான்கிலிருந்து ஐந்தரைக் கட்டை சுருதியில் வாசிக்கக் கூடிய அளவுக்கு) ஆதார சுருதி அதிகமாகவும் இருக்கும் ஒரு வகை நாகசுரம்;** wind instrument with a short pipe and tiny reed mouth-piece played on auspicious occasions (in former times).

திமிரி நாயனம் பெ. *(இசை)* காண்க: **திமிரி நாகசுரம்.**

திமில் பெ. **(காளையின் அல்லது ஒட்டகத்தின்) முதுகில் கழுத்தை அடுத்து உயர்ந்து காணப்படும் பகுதி;** hump.

திமில்

திமிலோகப்படு வி. *(-பட, -பட்டு)* **பெரும் பரபரப்பு அடைதல்; அல்லோலகல்லோலப்படுதல்;** be in commotion. மாப்பிள்ளையைக் காணோம் என்றதும் கல்யாண மண்டபமே திமிலோகப்பட்டது.

திமிறியடி வி. *(-அடிக்க, -அடித்து) (இலங்.)* **மூச்சுத் திணறும் சூழலில், ஓர் இடத்தில் இருக்க முடியாமல் விரைவாக வெளியேறுதல்;** rush out of a suffocating environment quickly. தீப்பிடித்த வீட்டிலிருந்து திமிறியடித்து வெளியே ஓடிவந்தான்./ *(உரு வ.)* அப்பாதானே பேசினார். அதற்கு ஏன் திமிறியடித்துக்கொண்டு வீட்டை விட்டுப் போகிறாய்?

திமிறு வி. (திமிற, திமிறி) **(பிறரின் பிடியிலிருந்து) உதறிக்கொண்டு விடுபட முயலுதல்;** struggle (to free oneself from s.o.'s grip). திமிற முடியாதபடி இரண்டு பேர் திருடனைப் பிடித்துக்கொண்டார்கள்./ குழந்தை திமிறிக்கொண்டு இடுப்பிலிருந்து கீழே இறங்க முயன்றது./ (உரு வ.) இளமை திமிறும் உடல்.

திமுதிமு-என்று வி.அ. (கூட்டமாகப் பலர் வருவதை அல்லது ஓடுவதைக் குறிக்கும்போது) **பலத்த காலடி ஓசையுடன்;** (of group of people) with heavy footsteps. வாகனத்திலிருந்து காவலர்கள் திமுதிமுவென்று இறங்கிக் கலவரம் நடக்கும் இடத்திற்கு ஓடினர்./ குழந்தைகள் எங்கே இப்படித் திமுதிமுவென்று ஓடுகிறார்கள்?

தியாகம் பெ. **பிறருடைய நலனுக்காகத் தன் சொந்த நலனை அல்லது தன்னை இழக்கத் துணிவது;** self-sacrifice. குடும்பத்திற்காக நீ செய்த தியாகங்களை நாங்கள் மறக்கவில்லை./ நாட்டைக் காப்பதற்காக உயிரையும் தியாகம் செய்யும் வீரர்கள்!

தியாகி பெ. **தியாகம் புரிந்தவர்;** one who gives up sth. for the good of others. சுதந்திரப் போராட்டத் தியாகி/ இந்த ஊருக்காக உழைத்த தியாகி.

தியானம் பெ. **மனத்தை அலைபாய விடாமல் ஒருமுகப் படுத்தும் செயல்;** meditation. சுவாமி தியானத்தில் இருக்கிறார்.

தியானி வி. (தியானிக்க, தியானித்து) **(கடவுளின் மீது அல்லது ஒன்றின் மீது) மனத்தை ஒருமுகப்படுத்துதல்;** meditate.

திரங்கு வி. (திரங்க, திரங்கி) (ஊரக வ.) **உரிய வளர்ச்சி யில்லாமல் இளம் வயதிலும் முதிர்ந்த தோற்றத்தில் இருத்தல்;** be stunted (in growth). அவன் இருபது வயது ஆணுக்கு உள்ள வளர்ச்சி இல்லாமல் திரங்கியிருக்கிறான்./ சாப்பாட்டில் குறையில்லை என்றாலும் ஆள் திரங்கியிருக்கிறார்.

திரட்சி பெ. (-ஆக, -ஆன) **உருண்டையாகவும் சதைப் பற்றோடும் இருப்பது; திரண்ட நிலை;** plumpness. மரத்தில் காய்கள் திரட்சியாகக் காய்த்திருந்தன./ திரட்சியான முத்து.

திரட்டு[1] வி. (திரட்ட, திரட்டி) 1: **(பணம், தகவல், குறிப்பிட்ட பொருள் முதலியவற்றை) பலரிடமிருந்து அல்லது பல இடங்களிலிருந்து பெற்று ஒரு இடத்தில் சேர்த்துவைத்தல்; சேகரித்தல்;** collect (money, information, etc.,); raise (funds). தன் பாட்டனாரின் வாழ்க்கை வரலாற்றை எழுதப் பல செய்திகளைத் திரட்டிவருகிறார்./ கட்சித் தொண்டர்கள் தேர்தலுக்கு நிதி திரட்டுகிறார்கள்./ ஆயிரம் ரூபாய்கூட உன்னால் திரட்ட முடியவில்லையா?/ (உரு வ.) தன் சக்தியையெல்லாம் திரட்டிக்கொண்டு எழுந்து நின்றான். [(தொ.சொ.) கூட்டு/ சேகரி/ சேர்/ தொகு] 2: **(ஒரு நோக்கத்திற்காக ஆட்களை) ஒன்று படச் செய்தல்; கூட்டுதல்; (ஆட்களின் ஆதரவை) பெறுதல்;** mobilize (people for a cause); muster. அநீதிகளை எதிர்த்துப் போராட மக்களைத் திரட்டுவோம்./ ஆட்களைத் திரட்டிக்கொண்டு அடிக்க வந்துவிட்டான்./ அணு ஆயுத ஒழிப்பிற்கு உலக மக்களிடையே ஆதரவு திரட்ட வேண்டும். 3: (பே.வ.) **(சாணம் முதலியவற்றை) சேர்த்து உருட்டுதல்;** gather (sth.) into; roll. சாணத்தைத் திரட்டிக் கூடையில் வைத்தாள்.

திரட்டு[2] பெ. **(பாடல், கட்டுரை முதலியவற்றின்) தொகுப்பு;** anthology; collection (of essays, etc.,). தனிப் பாடல் திரட்டு/ கட்டுரைத் திரட்டு.

திரட்டுப்பால் பெ. **பாலைச் சுண்டக் காய்ச்சிச் சர்க்கரை சேர்த்துத் தயாரிக்கப்படும் தின்பண்டம்;** sweet made of milk.

திரண்ட பெ.அ. 1: **மொத்த; அதிக அளவிலான;** vast. இந்தத் திரண்ட சொத்துக்கு அதிபதி இவர்தான். 2: **(எழுத்து, பேச்சு முதலியவற்றின்) சாரமான; திரட்டப் பட்ட;** essential. செய்யுளின் திரண்ட கருத்து.

திரணை பெ. (இலங்.) **(சோறு, கறி ஆகியவற்றைச் சேர்த்துப் பிசைந்த) உருண்டை;** a handful of food; morsel. ஒரு திரணைச் சோற்றையும் பனாட்டையும் உண்டுவிட்டு அப்பா தோட்டத்துக்குப் போனார்.

திரவ உணவு பெ. **(மென்று உண்ண வேண்டிய திடப் பொருளாக இல்லாமல் அப்படியே விழுங்கக்கூடிய) கஞ்சி, பழச்சாறு, பால் போன்ற உணவு;** food in the form of liquid. அறுவைச் சிகிச்சைக்குப் பிறகு இன்றுதான் திரவ உணவு தரலாம் என்று மருத்துவர் கூறியிருக்கிறார்.

திரவ எரிவாயு பெ. **திரவ நிலையில் இருந்தாலும் திரவமே எரிசக்தியாக மாறாமல் அதிலிருந்து வெளிப்படும் வாயுவே சக்தியாக மாற்றமடையும் எரிபொருள் வகை;** liquid fuel. இது திரவ எரிவாயுவில் இயங்கும் விண்கலம்.

திரவம் பெ. **வழிந்தோடுதல், வெப்பத்தால் ஆவியாதல் முதலிய தன்மைகளைக் கொண்ட, தனக்கு என்று நிலையான வடிவம் இல்லாத (தண்ணீர், அமிலம் போன்ற) பொருள்;** liquid. பாதரசம் திரவ வடிவில் உள்ள ஒரு உலோகம் ஆகும்.

திரவமானி பெ. (இயற்.) **திரவங்களின் அடர்த்தியை அளவிட உதவும் சாதனம்;** hydrometer.

திரவியம் பெ. (அ.வ.) **செல்வம்;** wealth. அந்தக் காலத்தில் சிலர் திரவியம் தேடி வெளிநாடுகளுக்குச் சென்றனர்./ (உரு வ.) 'என் திரவியமே! கண்ணுறங்கு' என்று குழந்தையைத் தாலாட்டினாள்.

திரள்[1] வி. (திரள, திரண்டு) 1: **(ஓர் இடத்தில் மக்கள்) பெருமளவில் கூடுதல்;** (of people) gather; come together; assemble. தேர் இழுக்க பக்தர்கள் திரண்டனர்./ அதிகாரியை வழி அனுப்பிவைக்க ஊரே திரண்டுவிட்டது. 2: **(கண்ணீர், வெண்ணெய் முதலியவை சிறுகச்சிறுகச் சேர்ந்து) ஒன்றாதல்;** be collected. கண்களில் கண்ணீர் திரண்டு நின்றிருந்தது./ கரும்புச் சாற்றைக் காய்ச்சும்போது விரைவில் வெல்லம் திரளாது./ வெண்ணெய் திரண்டு வரும்போது பானை உடைந்ததுபோல் அல்லவா ஆகிவிட்டது! 3: **(கடுமையான உடற்பயிற்சி செய்வதால் தசைகள்) புடைத்தும் இறுகியும் வலிமையோடும் காணப் படுதல்;** (of muscle) highly developed. மல்யுத்த வீரரின் புஜங்கள் திரண்டு பெருத்திருந்தன.

693 திரிசங்கு நிலை

திரள்[2] வி. (திரள, திரண்டு) (*ஊரக வ.*) **(பெண்) பருவ மடைதல்;** (of a girl) attain puberty. *உன் பெண் திரண்டு விட்டாளா?*

திரள்[3] பெ. **1:** (-ஆக, -ஆன) **(ஓர் இடத்தில் பலர்) ஒன்று கூடிய நிலை; கூட்டம்;** gathering. *கடற்கரையில் ஒரே ஜனத்திரள்/ பெரும் திரளான மாணவர்கள் பொருட் காட்சிக்கு வந்திருந்தனர்.* **2: (ஒரு பொருளின்) திரண்ட நிலை; (பலவற்றின்) நெருக்கமான தொகுதி;** accumulated state; mass; lump. *சதைத் திரள்/ வெண்ணெய்த் திரள்.*

திரளி பெ. (*இலங்.*) **செதிள்களோடு மெல்லியதாக இருக்கும் (உணவாகும்) சிறிய வெளிர் சிவப்பு நிறக் கடல் மீன்;** a kind of small, thin, light red, edible sea fish.

திராட்சை பெ. **1: புளிப்புக் கலந்த இனிப்புச் சுவையுடைய கறுப்பு அல்லது வெளிர் பச்சை நிறமுடைய உருண்டையான பழம்/மேற்கூறிய பழம் காய்க்கும் கொடி;** grape/grapevine. **2: (மேற்குறிப்பிட்ட இனத்தைச் சேர்ந்த) உலர வைக்கப்பட்ட சிறிய பழம்;** raisin. *பாயசத்தில் முந்திரியும் திராட்சையும் நிறையப் போட்டிருந்தார்கள்.*

திராட்டில் விடு வி. (விட, விட்டு) (*பே.வ.*) **(உதவி செய்வதாகச் சொல்லிவிட்டு அவ்வாறு செய்யாமல்) நடுவில் கைவிடுதல்; தவிக்க விடுதல்;** leave (s.o.) in the lurch; desert. *அவன் கடன் தருவான் என்று நம்பித்தான் காரியத்தில் இறங்கினேன். இப்படித் திராட்டில் விட்டுவிட்டானே!*

திராணி பெ. (*பே.வ.*) **(ஒன்றைச் செய்வதற்குத் தேவையான) சக்தி; வலிமை;** strength; energy. *நாய் குரைக்கக் கூடத் திராணியில்லாமல் படுத்துக்கிடந்தது./ உடம்பில் திராணி இருக்கும்போதே எல்லாவற்றையும் செய்துவிட வேண்டும்.*

திராபை பெ. (-ஆக, -ஆன) (*பே.வ.*) **(எந்த விதத்திலும்) மதிப்பற்றது; உபயோகமற்றது; கழிசடை;** worthless thing; third-rate stuff. *அது என்ன புத்தகமா? சரியான திராபை./ இப்படித் திராபையாக ஒரு கதை எழுத வேண்டுமா?/ திராபையான திரைப்படம்.*

திராவகம் பெ. (*பே.வ.*) **1: உடல் வெந்துபோகும் அளவுக்கு அல்லது உலோகத்தை அரிக்கும் அளவுக்கு வீரியமுள்ள அமிலம்;** concentrated acid. **2: (தங்கத்தைக் கரைப்பதற்காகத் தயாரிக்கப்படும்) இரு அடர் அமிலங்கள் சேர்ந்த கலவை;** aqua regia.

திராவிடம் பெ. **(தென்னிந்தியாவில்) தமிழ், தெலுங்கு, கன்னடம், மலையாளம் முதலிய மொழிகளைப் பேசும் மக்கள் வாழும் நிலப் பகுதி;** land where Tamil, Telugu, Kannada, Malayalam are spoken. *திராவிட மொழிகள்/ திராவிடக் கோயில் கலை.*

திரி[1] வி. (திரிய, திரிந்து) **(விலங்குகள்) இங்கும் அங்கும் போய்வருதல்/(மனிதர்கள்) (குறிப்பிட்ட நோக்கம் எதுவும் இல்லாமல்) பல இடங்களுக்குப் போய்வருதல்; அலைதல்;** roam/hang about; loiter. *உயிரியல் பூங்காவில் சிங்கங்களும் புலிகளும் சுதந்திரமாகத் திரியப் போதுமான இடம் விட்டுள்ளார்கள்./ நாய் அவன் கூடவே திரியும்./ மாலை நேரத்தில் கடைத்தெருவில் திரிந்துகொண்டிருப்பான்.* [(தொ.சொ.) **அலை/ உலவு/ உலாத்து/ உலாவு/ சஞ்சரி/ சுற்று/ நடமாடு/ பயணி**]

திரி[2] வி. (திரிய, திரிந்து) **1: (பால் போன்றவை) பதம் கெட்டுத் திப்பிதிப்பியாக மாறுதல்;** curdle. **2:** (*இலக்.*) **(ஒரு மெய்யெழுத்து மற்றொரு மெய்யாக) மாறுதல்;** change (of a consonant into another in sandhi). *'மரம்' என்ற சொல்லுடன் 'கள்' என்ற பன்மை விகுதியைச் சேர்க்கும்போது 'ம்' என்ற மெய்யெழுத்து 'ங்' என்று திரியும்.*

திரி[3] து.வி. (திரிய, திரிந்து) **'(விரும்பத் தகாத முறையில்) பலரிடமும் ஒன்றைச் சொல்லுதல்' என்ற பொருளில் பேசுவது தொடர்பான வினைச்சொற்களுடன் இணைக்கப்படும் துணை வினை;** auxiliary verb used in the sense of 'go about talking'. *அந்தக் கல்யாணமே தன்னால்தான் நடந்தது என்று ஊரெல்லாம் சொல்லித்திரிகிறான்./ என்னைப் பற்றி வீண் புரளி கிளப்பித்திரியாதே!*

திரி[4] வி. (திரிக்க, திரித்து) **1: (நார் முதலியவற்றைக் கயிறாக அல்லது துணி, பஞ்சு முதலியவற்றைத் திரியாக) முறுக்குதல்;** twist (fibre into a rope or cotton, etc., into a wick, etc.,). **2: (குறிப்பிட்ட கண்ணோட்டத்தை வெளிப்படுத்தும் விதமாக உண்மைத் தகவல்களை) மாற்றி வெளிப்படுத்துதல்;** distort. *வரலாற்றையே திரித்து எழுதுகிறார் அவர்./ 'நான் சொன்னதை நீங்கள் ஏன் திரித்துக் கூறுகிறீர்கள்?' என்று அவர் கோபமாகக் கேட்டார்.* **3:** (*ஊரக வ.*) **(நன்றாகக் காயவைத்த தானியம், மிளகாய் முதலியவற்றை) அரைத்தல்;** grind (grains, chillies, etc.,). *'உளுந்தைத் திரித்துக்கொண்டுவா' என்றான்./ மாவு திரிக்கும் எந்திரம்.*

திரி[5] பெ. **1: (குத்துவிளக்கு முதலியவற்றை ஏற்றிவைப்பதற்கான) பட்டையாகவோ குழல் வடிவிலோ திரிக்கப்பட்ட பஞ்சு அல்லது துணி;** wick. *விளக்கின் திரியைத் தூண்டிவிட்டாள்./ மாலை நேரப் பூஜைக்காக ஐந்து திரிகள் செய்துவைத்தேன்.* **2: (பட்டாசு, வெடிகுண்டு முதலியவற்றில் நெருப்புப் பற்றவைப்பதற்கான) ரசாயனப் பூச்சுடைய இழை;** fuse. *அந்தப் பட்டாசில் திரியே இல்லை.*

திரிகல் பெ. காண்க: **திரிகை.**

திரிகாலம் பெ. (*அ.வ.*) **(கடந்தகாலம், நிகழ்காலம், எதிர்காலம் ஆகிய) மூன்று காலம்;** past, present and future. *அவர் திரிகாலமும் உணர்ந்த ஞானி./ திரிகால உண்மை.*

திரிகை பெ. (*ஊரக வ.*) **எந்திரம்;** handmill (for grinding cereals).

திரிகோணமிதி பெ. (*கணி.*) **முக்கோணங்களின் பக்கங்களைப் பற்றியும் கோணங்களைப் பற்றியும் விவரிக்கும் பிரிவு;** trigonometry.

திரிசங்கு நிலை பெ. **இரு பக்க வாய்ப்பையும் இழந்து இடையில் மாட்டிக்கொண்ட நிலை; இரண்டுங்கெட்டான் நிலை;** the state of being left in the middle having lost both options; the situation of falling between two stools. *நாங்கள் சொந்த இடத்தையும் இழந்துவிட்டு, வந்த இடத்திலும் இருக்க முடியாமல் திரிசங்கு நிலையில் இருக்கிறோம்./ துறைமுக அதிகாரிகளின் அனுமதி கிடைக்காததால் சரக்குகளை ஏற்றவும் முடியாமல் இறக்கவும் முடியாமல் திரிசங்கு நிலையில் கப்பல் நின்றுகொண்டிருந்தது.*

திரிசமன் பெ. *(பே.வ.)* 1: **கையாடுதல், அபகரித்தல் போன்ற முறையற்ற செயல்;** misdeed (such as swindling). அலுவலகப் பணத்தைத் திரிசமன் செய்து மாட்டிக் கொண்டாயா? 2: **விஷமம்;** mischief. அவனிடம் ஜாக்கிரதையாகப் பழகு. ஏதாவது திரிசமன் செய்துவிடுவான்.

திரிசூலம் பெ. **மூன்று முனைகளை உடைய, உலோகத்தால் ஆன நீண்ட ஆயுதம்;** trident.

திரிசூலம்

திரித்துவம் பெ. *(கிறித்.)* **தந்தை, மகன், தூய ஆவி ஆகிய மூவரும் ஒருமித்த நிலை;** Trinity.

திரிதிரியாக வி.அ. **லேசாக முறுக்கப்பட்ட, துண்டு துண்டான இழைபோல்;** formation of thread-like lumps. பழைய பால்போல் இருக்கிறது. காய்ச்சியதும் திரிதிரியாக வந்துவிட்டது./ உடம்பு முழுதும் திரிதிரியாக அழுக்கு. குழந்தையை நன்றாகக் குளிப்பாட்டு.

திரிபு பெ. **(சொல், கதை, பாடல் முதலியவை அடையும்) வேற்று வடிவம் அல்லது மாற்று வடிவம்;** (of words) change of form; (of a story, etc.,) variation. *'மருதை'* என்பது *'மதுரை'* என்பதன் திரிபு./ இந்தக் கதைக்குப் பல திரிபு வடிவங்கள் கிடைத்துள்ளன.

திரு[1] பெ. *(உ.வ.)* 1: காண்க: *திருமகள்.* 2: **(பொருள், கல்வி முதலியவற்றில் பிற்கால) மேன்மைக்கான சிறப்பு அம்சம்;** talent. சிறந்த கவிஞர்களைக் கருவிலேயே திரு உடையவர்கள் என்று சொல்வது உண்டு.

திரு[2] பெ. 1: **இறைவனோடு தொடர்புடைய அல்லது மங்கலமான சொற்களுக்கு முன் இடப்படும் அடை;** prefix added to holy or auspicious objects, etc., திருக்கோயில்/ திருவடி/ திருமாங்கல்யம். 2: **மதிப்புத் தரும் முறையில் ஒரு ஆணின் பெயருக்கு முன்னால் இடப்படும் அடை;** title for a man; Mr.

திருக்கண்ணமுது பெ. *(ச.வ.)* **பாயசம்;** a kind of liquid pudding.

திருக்கல்யாணம் பெ. **(கோயில்களில் திருவிழாவின் ஒரு பகுதியாக) தெய்வங்களுக்கு நடத்திவைக்கப்படும் திருமண வைபவம்;** (in temples) wedding conducted for the deities (as part of a festival). மதுரை மீனாட்சி திருக்கல்யாணம்.

திருக்கல் வண்டி பெ. *(இலங்.)* **ஒற்றை மாடு பூட்டிய சிறிய வண்டி;** bullock cart drawn by a single bull. நான் சிறுவனாய் இருந்தபோது எனது தாத்தா தனது திருக்கல் வண்டியில் என்னை ஏற்றிக்கொண்டு கோயிலுக்குப் போவார்.

திருக்காப்பு பெ. **கோயில் கதவு;** door of a temple.

திருக்குட நீராட்டு விழா பெ. *(உ.வ.)* **குடமுழுக்கு;** ritual of consecration of a temple at the completion of its building or renovation.

திருக்குடும்பம் பெ. *(கிறித்.)* **இயேசுவையும் புனித மரியன்னையையும் புனித சூசையப்பரையும் உள்ளடக்கிய குடும்பம்;** Holy Family.

திருக்கை பெ. **நீண்ட கூரிய வாலையும் தட்டையான, அகலமான உடலையும் கொண்ட (உணவாகும்) கடல் மீன்;** sting ray.

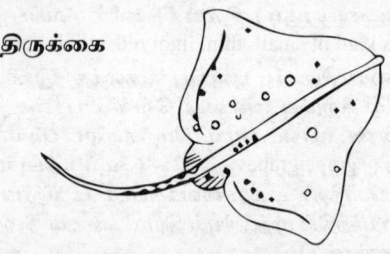

திருக்கை
திருக்கோயில் பெ. *(உ.வ.)* காண்க: **கோயில்.**

திருகணி பெ. *(இலங்.)* **பனை ஈர்க்கில் பின்னிய பிரிமணை;** ring shaped pot-rest made by knitting the rib of palm leaves. அடுப்பிலிருந்து சட்டியை இறக்கித் திருகணியில் வைத்தாள்./ கடைக்குப் போனால் இரண்டு சட்டியும் திருகணியும் வாங்கிவா.

திருகணை பெ. *(இலங்.)* **பனை ஈர்க்கில் பின்னிய பிரிமணை;** ring-shaped pad made of palmyra fibre, for resting a pot on the floor.

திருகாணி பெ. 1: **பிளவுபட்டதைப் போன்ற தலைப் பகுதியையும் மரையோடு கூடிய கீழ்ப்பகுதியையும் கொண்ட, திருகி உள்ளே செலுத்தக்கூடிய ஆணி;** screw. 2: **(தோடு, மூக்குத்தி போன்றவற்றில்) திருகி உட்செலுத்தும் சிறு கம்பி போன்ற ஆணி;** small screw (in an earring, etc.,).

திருகு[1] வி. (திருக, திருகி) 1: **(திருகாணி முதலியவற்றை) சுற்றி உட்செலுத்துதல்; (ஒன்றை இயக்குவதற்கான திருகு, விசை போன்றவற்றை) திருப்புதல்; முறுக்குதல்;** turn; screw. திருப்புளியை நேராக வைத்துக்கொண்டு ஆணியைத் திருகு./ விசையைத் திருகியதும் கதவு திறந்துகொண்டது./ பல சாவிகளைப் போட்டுத் திருகிப்பார்த்தும் பூட்டைத் திறக்க முடியவில்லை./ வீணையின் சுருதியைக் கூட்ட பிருடையைத் திருகினார். [(தொ.சொ.) செருகு/ திருப்பு/ நுழை/ முறுக்கு] 2: **(இரு விரல்களுக்கு இடையில் சதையைப் பிடித்து) முறுக்குதல்;** pinch. காதைத் திருகாதே.

திருகு[2] பெ. 1: **மரை;** thread (on a screw). 2: காண்க: *திருகாணி, 2.*

திருகு[3] பெ. **குமிழ்;** knob. மர வேலைப்பாடு செய்யப்பட்ட கதவில் தங்க முலாமிட்ட திருகு பொருத்தப்பட்டிருந்தது.

திருகுதாளம் பெ. *(பே.வ.)* **ஏமாற்றும் வகையிலான பேச்சு அல்லது செயல்; தில்லுமுல்லு;** trick; chicanery. வேலை ஒழுங்காக நடந்துகொண்டிருந்தது. இவன் ஏதோ திருகுதாளம் பண்ணிக் கெடுத்துவிட்டான்.

திருகுதாளி பெ. (இலங்.) தில்லுமுல்லு செய்பவர்; a cheat; trickster. அவன் பார்க்க நல்லவன்போல் இருந்தாலும், பொல்லாத திருகுதாளி./ அவர் உயர் தகுதிகள் எதுவும் இல்லாமல் பதவிக்கு வந்துவிட்டார், பெரிய திருகுதாளியாக இருப்பார் என்று நினைக்கிறேன்.

திருகுப்பூ பெ. அடுக்காக இதழ் விரிந்த தாமரையைப் போல் தங்கத்தில் கல் இழைத்த ஜடை ஆபரணம்; a gold ornament in the form of a blossomed lotus, studded with stone for the plait.

திருகு பல்பு பெ. திருகிப் பொருத்தும் குமிழ்போன்ற அமைப்புடன் கண்ணாடியால் ஆன மின்விளக்கு; (electric) bulb that can be screwed into a socket.

திருகுபலகை பெ. (இலங்.) தேங்காய்த்துருவி; coconut grater fixed to a wooden base.

திருச்சபை பெ. (கிறித்.) காண்க: சபை, 4.

திருச்சபைச் சட்டம் பெ. (கிறித்.) கத்தோலிக்கத் திருச்சபை விதித்துள்ள அதிகாரபூர்வமான சட்டதிட்டங்கள்; Canon law.

திருச்சின்னம் பெ. (தெய்வ விக்கிரகம் அல்லது அரசன், மடாதிபதி போன்றோரின் வருகையை அறிவிக்கும் முகமாக) இரண்டு தனித்தனிக் குழல்கள் இருந்தாலும் ஒன்றாகவே ஊதப்பட்டு ஒரே ஒலி எழுப்பும் ஒரு வகை ஊதுகுழல்; a pair of trumpets blown to raise a single note (announcing the arrival of a deity or a king, religious head, etc.,).

திருச்சின்னம்

திருச்சுற்று பெ. (கோயில்) பிராகாரம்; the paved way around the santum sanctorum. கும்பாபிஷேகத்தின் ஒரு பகுதியாகத் திருச்சுற்றுக்குத் தளமிடும் வேலையும் நடந்து வருகிறது.

திருச்சூரணம் பெ. (வைணவர்கள்) நெற்றியின் நடுவில் ஒற்றைக் கோடாக இட்டுக்கொள்ளப் பயன்படுத்தும், நீர் ஊற்றிக் குழைத்த குங்குமம் அல்லது மஞ்சள் தூள்; saffron or turmeric powder used by Vaishnavaites to put a mark on the forehead.

திருட்டு[1] பெ. 1: தனக்குச் சொந்தம் இல்லாத ஒன்றை உரியவரின் அனுமதி இல்லாமல் எடுத்துக்கொள்ளும் முறையற்ற செயல்; களவு; theft; robbery. அவர் வீட்டில் இல்லாதபோது இந்தத் திருட்டு நடந்திருக்கிறது./ வங்கியில் நடந்த திருட்டைக் கண்டுபிடிக்கத் தனிப்படை அமைக்கப்பட்டுள்ளது./ இலக்கியத் திருட்டு. 2: (பெரும்பாலும் பெயரடையாக) பிறருக்குத் தெரியாமல் அல்லது பிறர் கவனத்தை ஈர்க்காமல் செய்யப்படும் செயல்; stealth. சுவரேறிக் குதித்துத் திருட்டுத்தனமாக வீட்டுக்குள் நுழைந்தான்./ நிலத்துக்காரனுக்குத் தெரியாமல் கிணற்றில் திருட்டுக் குளியல் போட்டான். 3: (பெரும்பாலும் பெயரடையாக) தனக்குச் சொந்தம் அல்லாததும் பிறருடைய சொத்தாக அமைவதுமான படைப்பு, உழைப்பு போன்றவற்றைத் தனது சொத்துபோல் உரிமை கொண்டாடும்; pirated. திருட்டு ஒலிப்பேழை.

திருட்டு[2] பெ.அ. (முகபாவம், கண்கள் ஆகியவற்றைக் குறிக்கும்போது) திருடிவிட்டு அகப்பட்டுக்கொண்டவனுக்கு இருப்பதைப் போன்ற; (of one's look) that of a thief; furtive. திருட்டுக் களை/ திருட்டு முழி.

திருட்டுக்கொடு வி. (-கொடுக்க, -கொடுத்து) (கவனக்குறைவால்) பொருளைக் களவுபோக விடுதல்; be robbed (of sth. through negligence). பேருந்து நிலையத்தில் பெட்டியைத் திருட்டுக்கொடுத்துவிட்டுப் பரிதாபமாக நின்றான்./ மூன்று பவுன் செயினைத் திருவிழாவில் திருட்டுக்கொடுத்துவிட்டு வந்து நிற்கிறாயே!

திருட்டுத்தனம் பெ. 1: திருடும் இயல்பு அல்லது செயல்; propensity for thieving. பணத்தை அவன் கண்ணில் படுவதுபோல் எங்கும் வைத்துவிடாதே. அவனுக்குத் திருட்டுத்தனம் அதிகம். 2: (-ஆக, -ஆன) பிறருக்குத் தெரியாமல் ரகசியமாக செய்யும் (பிறர் ஏற்றுக்கொள்ளாத அல்லது அனுமதிக்காத) செயல் அல்லது தன்மை; furtiveness; furtive action. கூட்டத்தில் திருட்டுத்தனமாக அவளைப் பார்த்துச் சிரித்தான்./ உங்கள் திருட்டுத்தனங்கள் ஒரு நாள் வெளிச்சத்துக்கு வரும்.

திருட்டுப்புரட்டு பெ. திருடுதலும் அது போன்ற பிறமுறைகேடான வழிகளும்; dishonest ways. இப்படித் திருட்டுப்புரட்டு செய்து சம்பாதிப்பதை விட்டுவிட்டு உழைக்கிற வழியைப்பார்./ திருட்டுப்புரட்டு தெரியாத ஆள் அவன். அவனைப் போய்ச் சந்தேகப்படுகிறாயே?

திருட்டுப்போ வி. (-போக, -போய்) (பணம், பொருள் முதலியன) திருடப்படுதல்; be stolen. நகை திருட்டுப்போனதும் உடனே காவல் நிலையத்திற்குத் தகவல் தந்தேன்./ வீட்டுக்கு வெளியில் நிறுத்திவைத்திருந்த சைக்கிள் திருட்டுப்போயிருக்கிறது.

திருட்டு வேட்டை பெ. (விலங்குகள், பறவைகள் போன்றவற்றை) சட்டவிரோதமாகக் காட்டில் வேட்டையாடும் செயல்; poaching.

திருடன் பெ. 1: திருடுபவன்; திருடுவதைத் தொழிலாகச் செய்பவன்; thief. 2: (ஒருவர்) பிறருக்குத் தெரியாமல் மறைத்த செய்தி தெரிய வரும்போது அவரைக் கேலியாக அழைக்கும் அல்லது குறிப்பிடும் சொல்; (humorously) used to call or refer to a man whose secret has come out into the open. திருடன்! கல்யாணத்திற்குப் பெண் பார்த்திருக்கிறார்கள் என்ற செய்தியை என்னிடம் அவன் சொல்லவே இல்லை.

திருடி பெ. 1: திருடுபவள்; திருடுவதைத் தொழிலாகச் செய்பவள்; (female) thief. 2: பிறருக்குத் தெரியாமல் மறைத்த செய்தி தெரிய வரும்போது ஒரு பெண்ணைக் கேலியாக அழைக்கும் அல்லது குறிப்பிடும் சொல்;

(humorously) used to call or refer to a woman whose secret has come out into the open. திருடி! கல்யாணம் நிச்சயமாகியிருக்கிறது என்ற செய்தியை நம்மிடம் அவள் சொல்லவே இல்லை.

திருடு[1] வி. (திருட, திருடி) 1: **ஒன்றை உரியவரின் அனுமதி இல்லாமல் அல்லது யாருக்கும் தெரியாமல் எடுத்தல்;** steal; pilfer. பையிலிருந்து பணத்தைத் திருடும்போது கையும்களவுமாகப் பிடிபட்டான்./ கடைப் பையன் கடையிலிருந்து அரிசி திருடி விற்றிருக்கிறான் என்று தெரிய வந்தது. 2: **(ஒன்றை) யாருக்கும் தெரியாமல் பயன்படுத்துதல்;** lift. இந்தப் படத்தின் சில காட்சிகள் ஒரு பிரெஞ்சு படத்திலிருந்து திருடப்பட்டவை.

திருடு[2] பெ. **களவு;** theft. பக்கத்து வீட்டில் திருடு நடந்தது கூடத் தெரியாமல் தூங்கியிருக்கிறாய்./ அவனிடம் திருடு, பொய், சூதுவாது கிடையாது.

திருடுபோ வி. (-போக, -போய்) காண்க: **திருட்டுப்போ.**

திருத்தந்தை பெ. (கிறித்.) **ரோம் நகரின் ஆயராகவும், கத்தோலிக்கத் திருச்சபையின் தலைமை ஆயராகவும் இருப்பவர்; போப்பாண்டவர்;** the Pope.

திருத்தம்[1] பெ. 1: **(எழுதப்பட்டவற்றில் அல்லது அச்சிடப்பட்டவற்றில் உள்ள) பிழைகளை நீக்கி ஒழுங்குபடுத்தித் தரும் முறை;** correction (in a written or printed text). புத்தகத்தின் இறுதியில் பிழைகளும் பிழைகளுக்கான திருத்தங்களும் தரப்பட்டுள்ளன. 2: **(சட்டம், தீர்மானம் முதலியவற்றில் செய்யப்படும்) மாற்றம்;** amendment (to an act, resolution, bill, etc.,). வருமான வரிச் சட்டத்தில் சில திருத்தங்கள் செய்ய வேண்டும் என்று எதிர்க்கட்சியினர் கோரினர்.

திருத்தம்[2] பெ. (இலங்.) **(நோய் நீங்கிப் பெறும்) சுகம்; குணம்;** cure; healing. அறுவைச் சிகிச்சைக்குப் பின் கண் நல்ல திருத்தம்.

திருத்தமாக/திருத்தமான வி.அ./பெ.அ. **தவறு இல்லாமல்/தவறு இல்லாத; தெளிவாக/தெளிவான;** correctly/correct; thoroughly/thorough; clearly/clear. அவர் எந்தக் காரியத்தையும் திருத்தமாகச் செய்வார்./ திருத்தமான உச்சரிப்பு.

திருத்தல் பெ. (இலங்.) **சீரமைப்பு;** repair; renovation. தெருத் திருத்தல் வேலை நடைபெற்றுவருகிறது./ பள்ளிக்கூடத் திருத்தலுக்கான பணத்தைக் கல்வித் திணைக்களம் வழங்க வேண்டும்.

திருத்தலம் பெ. **(ஒரு மதத்தினர்) மிகவும் புனிதமாகக் கருதும் இடம் அல்லது ஊர்;** holy place. இந்தத் திருத்தலத்தின் மகிமையை அருணாசலப் புராணம் விளக்குகிறது./ இஸ்லாமியர்களின் திருத்தலமான மெக்கா.

திருத்தியமை வி. (-அமைக்க, -அமைத்து) **(ஏற்கனவே இயற்றப்பட்ட சட்டம், போடப்பட்ட திட்டம் முதலியவற்றில் உள்ள குறைபாடுகளை நீக்கி) ஒழுங்குபடுத்தி அமைத்தல்; மாற்றி அமைத்தல்;** amend; rectify; revise (a rule, etc.,); restructure. திருத்தியமைக்கப்பட்ட விற்பனை வரிச் சட்டம்.

திருத்து வி. (திருத்த, திருத்தி) 1: **(பேச்சு, எழுத்து ஆகியவற்றில் உள்ள) பிழைகளை நீக்கிச் சரிசெய்தல்;** correct (spelling mistakes, printing errors, etc.,). அவர் என் ஆங்கில உச்சரிப்பைத் திருத்தினார்./ கட்டுரையில் எழுத்துப் பிழைகளை மட்டும் திருத்தினால் போதாது. 2: **(தவறு செய்யும் அல்லது தவறான வழியில் செல்லும் ஒருவரை) நல்ல வழியில் நடக்கச் செய்தல்;** correct; reform (s.o.). 'உன்னைத் திருத்தவே முடியாது' என்று நண்பன் திட்டினான்./ குற்றவாளியைத் திருத்திவிடலாம் என்ற நம்பிக்கை எனக்கு உண்டு. 3: **(தேர்வுத் தாளை) சரிபார்த்து மதிப்பிடுதல்;** correct (answer sheets). விடைத்தாள்களை ஒரு வாரத்திற்குள் திருத்தி அனுப்ப வேண்டும். 4: **(சட்டம், தீர்மானம் முதலியவற்றை) திருத்தங்கள் செய்து மாற்றியமைத்தல்;** amend (a law, proposal, etc.,). விற்பனை வரிச் சட்டத்தைத் திருத்த ஒரு குழு அமைக்கப்பட்டது. 5: **(உடை, தலை முடி ஆகியவற்றை) சீர்படுத்துதல்; சிராக்குதல்;** make tidy (one's dress); trim (one's hair). முடிதிருத்தும் நிலையம். 6: **(நிலத்தை) பயிர் செய்வதற்கு ஏற்ற வகையில் வெட்டியும் கொத்தியும் சீர்படுத்துதல்;** reclaim. மனிதன் காட்டைத் திருத்தி நாடு நகரங்களை உருவாக்கினான்.

திருத்துழாய் பெ. (உ.வ.) **துளசி;** basil.

திருத்தூதர் பெ. (கிறித்.) **இயேசு கிறிஸ்துவின் கொள்கைகளைப் பரப்பவும், அவருடன் செயலாற்றவும் அவரால் தேர்ந்தெடுக்கப்பட்ட பன்னிரண்டு சீடர்களில் ஒவ்வொருவரையும் குறிப்பிடும் பெயர்;** apostle.

திருதம் பெ. (இசை) **(தாளம் போடும்போது) ஒரு முறை உள்ளங்கை பதியுமாறு தட்டி, மறுமுறை உள்ளங்கையைத் திருப்பிப் புறங்கை பதியுமாறு போடப்படும், தாளத்தின் ஒரு அங்கம்;** time measure marked by one beat with the palm facing down and the next beat with the palm facing up.

திருதிரு-என்று வி.அ. ('விழி', 'பார்' ஆகிய வினைகளோடு மட்டும்) **பயத்தையோ குழப்பத்தையோ தெளிவின்மையையோ வெளிப்படுத்தும் விதமாக;** in a manner expressing confusion, fright, etc., (as when caught red-handed). ஆசிரியர் கேட்ட கேள்விக்குப் பதில் தெரியாமல் திருதிருவென்று விழித்தான்.

திருந்த வி.அ. **திருத்தமாக;** correctly; neatly; clearly. 'செய்வதைத் திருந்தச் செய்' என்பது பழமொழி./ திருந்தப் பேச வேண்டும் என்ற எண்ணமே அவனிடம் கிடையாது.

திருந்து வி. (திருந்த, திருந்தி) 1: **தீய செயல்களிலிருந்தும் தவறான பழக்கவழக்கங்களிலிருந்தும் விலகுதல்;** be reformed. அவன் செய்யும் தவறுகளைப் பக்குவமாக எடுத்துச்சொன்னால் திருந்திவிடுவான்./ திருடனுக்கும் மனம் திருந்த வாய்ப்புத் தர வேண்டும். 2: **(முன்பு இருந்ததை விட) நன்றாக ஆகுதல்; சீரடைதல்;** be improved; be refined. எழுதிப் பழகிய பிறகு என்னுடைய கையெழுத்து திருந்தியிருக்கிறது.

திருநங்கை பெ. (திருநர் வ.) **பிறப்பில் ஆணாக அடையாளப்படுத்தப்பட்டுப் பின் பெண் என்ற சுயவுணர்வோடும், பெண் தோற்றத்தோடும் வாழ்பவர்;** transgender person who was born a male but has the feeling and appearnce of a female; transwoman.

திருநம்பி பெ. *(திருநர் வ.)* **பிறப்பில் பெண் என அடையாளப்படுத்தப்பட்டுப் பின் ஆண் என்ற சுய வுணர்வோடும், ஆண் தோற்றத்தோடும் வாழ்பவர்;** transgender person who was born a female but has the feeling and appearnce of a male.

திருநர் பெ. *(திருநர் வ.)* **திருநங்கை, திருநம்பி ஆகிய இருவரையும் குறிக்கும் பொதுச்சொல்;** transgender.

திருநாள் பெ. **1: பண்டிகை நாள்;** festival. பொங்கல் திருநாள். **2: பண்டிகை போன்ற சிறப்பான நாள்;** day of celebration. சுதந்திரத் திருநாள். **3:** *(கிறித்.)* **இயேசுவையும் மரியன்னையையும் இறைதூதர்களையும் நினைவு கூரும் வகையில் கொண்டாடும் நாள்;** feast.

திருநிலைப்படுத்து வி. *(-படுத்த, -படுத்தி) (கிறித்.)* **ஒரு ஆயரால் திருச்சபையின் குருவாக ஆக்கப்படுதல்;** ordain. அண்ணாவை அந்த ஆயர்தான் திருநிலைப்படுத்தினார்.

திருநீராட்டு பெ. *(கிறித்.)* காண்க: **ஞானஸ்நானம்.**

திருநீலகண்டன் பெ. *(இலங்.)* **சிவப்பும் நீலமும் கலந்த நிறத்தில் இருக்கும் ஒரு வகை நீளமான பூரான்;** a kind of centipede in bluish red colour. திருநீலகண்டன் கடித்த தால் அவன் உடம்பு முழுவதும் வீங்கிவிட்டது./ திருநீல கண்டன் கடித்த இடத்தில் அவர் சுண்ணாம்பு பூசியிருந்தார்.

திருநீற்றுப்பச்சை பெ. **மருந்துக்காகவும் வாசனைக் காகவும் பயன்படுத்தப்படும், துளசி இனத்தைச் சேர்ந்த ஒரு வகைச் செடி;** sweet basil.

திருநீற்று புதன் பெ. *(கிறித்)* காண்க: **விபூதி புதன்.**

திருநீறு பெ. **சைவர்கள் நெற்றியிலும் உடலிலும் பூசிக் கொள்வதற்காக விசேஷமாகத் தயாரிக்கப்பட்ட சாம் பல்; விபூதி;** sacred ash (of Saivaites).

திருப்தி பெ. *(-ஆக, -ஆன)* **நினைத்தது நிறைவேறிய தால் அல்லது தேவையானது கிடைத்ததால் அல்லது போதும் என்ற எண்ணத்தால் மனம் அடையும் நிறைவு உணர்ச்சி; மனநிறைவு;** satisfaction; contentment. அம்மாவின் திருப்திக்காகத் திருவண்ணாமலை போக வேண்டும்./ தன்னை எதிர்த்தவனைப் பழிவாங்கிவிட்ட திருப்தி அவளுக்கு/ கட்டுரையை எத்தனை முறை திரும்பத் திரும்ப எழுதினாலும் அவருக்குத் திருப்தி ஏற்படாது.

திருப்பண்டம் பெ. *(கிறித்.)* **இறந்த பிறகு புனிதமான தாகக் கருதிப் போற்றிப் பாதுகாக்கப்படும் புனிதரின் உடல் பகுதி அல்லது அவர் பயன்படுத்திய பொருள் அல்லது உடை;** (holy) relic. அந்தோணியாரின் திருப் பண்டம் சென்னையின் பல்வேறு பகுதிகளுக்கு எடுத்துச் செல்லப்படும் என்று மறைமாவட்ட ஆயர் அறிவித்தார்.

திருப்பணி பெ. **கோயில், கோபுரம் முதலியவை கட்டு தல், கோயிலைப் பழுதுபார்த்துப் புதுப்பித்தல் முதலிய வேலை;** work connected with the construction, renovation, etc., of a temple. கோயில் தெப்பக்குளத் திருப்பணியை அதி காரி பார்வையிட்டார்.

திருப்பம் பெ. **1:** *(பாதை, சாலை ஆகியவை)* **வளைந்து திரும்பும் இடம்; வளைவு;** turn; bend; corner. தெருத் திருப்பத்திலேயே வருவது நீதான் என்று கண்டுபிடித்துவிட் டேன்./ எதிரெதிராக வந்த வண்டிகள் திருப்பத்தில் மோதிக்கொண்டன. **2:** *(-ஆக)* **(இயல்பான போக்கு, வளர்ச்சி முதலியவற்றில் ஏற்படும் குறிப்பிடத் தகுந்த) மாற்றம்;** turning point; development. தொழிலாளர்களுட னான பேச்சுவார்த்தையில் திடீர்த் திருப்பம் ஏற்பட்டுள் ளது./ முப்பது வயதுக்குப் பின்தான் என் வாழ்க்கையில் ஒரு நல்ல திருப்பம் ஏற்பட்டது./ நாவலின் இந்த இடத்தில் யாரும் எதிர்பார்த்திராத திருப்பமாகக் கதாநாயகன்தான் குற்றவாளி என்பது தெரியவருகிறது.

திருப்பலி பெ. *(கிறித்.)* **இயேசுவின் இறப்பையும் உயிர்ப்பையும் நினைவுகூரும் நற்கருணை வழிபாடு;** eucharist; mass.

திருப்பள்ளியெழுச்சி பெ. **(கோயில்களில்) இறை வனைத் துயில் எழுப்பும் முறையில் பாடப்படும் பாடல்;** song for waking up the deity (in temples).

திருப்பி வி.அ. **1: முதலில் எங்கிருந்ததோ யாரிடமிருந் ததோ அங்கே அல்லது அவரிடமே சேருமாறு; திரும்ப;** back (to the place or person of origin). புத்தகத்தை எடுத்த இடத்தில் திருப்பி வைத்துவிடு./ வாங்கிய கடனைத் திருப் பிச் செலுத்த வேண்டும்./ அகதிகளைத் திருப்பி அனுப்ப ஏற்பாடு நடக்கிறது. **2: (ஒரு செயலுக்கு) பதிலாக அமையும்படி; எதிர்த்து;** in return; back (as a retort). குழந்தை நம்மை அடித்தால் நாம் அதைத் திருப்பி அடிப் பதா?/ அமைச்சரைச் சுட்டவன்மீது காவலர்கள் திருப்பிச் சுட்டனர். **3: மீண்டும்; திரும்ப;** again; repeatedly. நாம் கூறுவதை அப்படியே திருப்பிச் சொல்கிறது கிளி./ திருப்பித் திருப்பி அதையே சொல்லிக்கொண்டிருக்காதே.

திருப்பு வி. *(திருப்ப, திருப்பி)* **1: இருக்கும் நிலையி லிருந்து அல்லது செல்லும் திசையிலிருந்து மாற்றுதல்;** turn; divert. கழுத்து சுளுக்கிக்கொண்டதால் தலையைக் கொஞ்சம்கூடத் திருப்ப முடியவில்லை./ வண்டியை இடது பக்கம் திருப்பி நிறுத்தினார்./ வீணாகக் கடலில் கலக் கும் ஆற்று நீரைப் பாசனத்திற்குத் திருப்பத் திட்டம் தயா ராகிறது. **2: மறுபக்கம் முன்புறம் வருமாறு அல்லது கீழ்ப்பக்கம் மேலே வருமாறு செய்தல்;** reverse; turn over. கல்லில் கிடந்த தோசையைத் திருப்பிப் போட்டாள்./ அனுப்பியவரின் முகவரியைப் பார்க்கக் கடிதத்தைத் திருப் பினான். **3: (புத்தகம் போன்றவற்றின் பக்கத்தை) புரட்டுதல்;** turn (the pages of a book). வார இதழின் பக்கங்களை ஒவ்வொன்றாகத் திருப்பிப் பார்த்தேன். **4: (குமிழ், கைப்பிடி முதலியவற்றை) திருகுதல்;** rotate; turn. கம்பியை நுழைத்துத் திருப்பியவுடன் பூட்டு திறந்து கொண்டது!/ குமிழைத் திருப்பியவுடன் மின்விசிறி ஓட ஆரம்பித்தது. [(தொ.சொ.) திருகு/ முறுக்கு] **5: (அடகு வைத்திருந்ததை அல்லது கொடுத்த பொருளை) மீட் டல்;** redeem (sth. pledged). முதலையும் வட்டியையும் கொடுத்துவிட்டு இரு மோதிரங்களையும் திருப்பினான்.

திருப்புப்படி வி. *(-படிக்க, -படித்து) (இலங்.)* **சாகும் நிலையில் இருப்பவரின் அருகில் அமர்ந்து தேவாரம், திருவாசகம் ஆகியவற்றில் உள்ள பாடல்களைப் படித் தல்;** recite verses from தேவாரம் and திருவாசகம் at the bedside of a dying person. நேற்று பூராவும் திருப்புப் படித்து, இன்று காலையில்தான் பெரியவரின் உயிர் பிரிந்தது.

திருப்புமுனை பெ. **குறிப்பிடத் தகுந்த (சாதகமான) மாற்றத்தை ஏற்படுத்தும் வகையில் நிகழ்வது; திருப்பம்;** turning point. இந்தப் படம் திரைப்பட வரலாற்றில் ஒரு திருப்புமுனையாக அமையும் என்று எதிர்பார்க்கப்படுகிறது.

திருப்புளி பெ. **(திருகாணியின் தலைப் பகுதியில் பொருத்தித் திருக வசதி உடைய) சற்றுக் கூரான பட்டை முனையும் கைப்பிடியும் உடைய கருவி;** screwdriver.

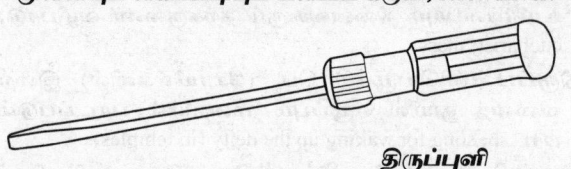

திருப்புளி

திரும்ப வி.அ. 1: **நிகழ்ந்ததே மீண்டும்; மறுபடி;** again. குழந்தைக்குத் திரும்பவும் காய்ச்சல் வரவில்லை./ ஒரே கனவு திரும்பத்திரும்ப வருகிறது. 2: **மீண்டும் ஒரு முறை;** once again. திரும்பச் சொல்கிறேன். நன்றாகக் கேள்./ செய்த தவறையே திரும்பவும் செய்கிறாய். 3: **திருப்பி;** back. பாத்திரத்தை எடுத்த இடத்தில் திரும்ப வைத்துவிடு.

திரும்பப் பெறு வி. (பெற, பெற்று) 1: **(சமர்ப்பித்த பொருள், விண்ணப்பம், தீர்மானம், வழக்கு அல்லது பிறப்பித்த சட்டம், உத்தரவு முதலியவற்றை) விலக்கிக் கொள்ளுதல்; வாபஸ்வாங்குதல்;** withdraw. காவல் நிலையத்தில் கொடுத்த புகாரைத் திரும்பப் பெற்றார்./ நாடாளுமன்றத்தில் சமர்ப்பித்த மசோதாவை அரசு திரும்பப் பெற்றது./ வேட்பு மனுவைத் திரும்பப் பெறுவதற்கு நாளைதான் கடைசி நாள். 2: **(ஒரு இடத்துக்கு அனுப்பிய ராணுவம், காவலர்கள், அதிகாரிகள் போன்றோரை) திரும்ப அழைத்துக்கொள்ளுதல்;** recall (army, police, officials, etc.,). இந்திய அரசு இலங்கையிலிருந்து ராணுவத்தைத் திரும்பப் பெற்றுக்கொண்டது./ போர் அபாயத்தைத் தொடர்ந்து இந்தியத் தூதரைப் பாகிஸ்தானிலிருந்து அரசு திரும்பப் பெற்றுக்கொண்டது. 3: **(விற்பனைக்கு வந்த பொருளைத் தரமின்மையின் காரணமாக ஒரு நிறுவனம் விற்காமல்) திரும்ப எடுத்துக்கொள்ளுதல்;** withdraw (sth. from sale). அனுமதிக்கப்பட்ட அளவைவிட அதிகமாக வேதிப்பொருள்கள் கலந்திருப்பது கண்டுபிடிக்கப்பட்டதை அடுத்து அந்த நிறுவனம் தங்கள் தயாரிப்புகளையெல்லாம் திரும்பப் பெற்றுக்கொண்டது. 4: **(ஒருவர் தான் கூறிய கருத்து) தவறு என்று ஒத்துக்கொள்ளுதல் அல்லது அதற்காக மன்னிப்புக் கேட்டுக்கொள்ளுதல்;** apologize. அணை கட்டுவது தொடர்பாக அந்த நடிகர் தெரிவித்த கருத்தைத் திரும்பப் பெற வேண்டும் என்று சில அமைப்புகள் போராட்டம் நடத்தின.

திரும்பி வி.அ. (வருதல், போதல் ஆகிய வினைகளுடன் வரும்போது) **ஒரு இடத்திலிருந்து முன்பு வந்த இடத்திற்கு அல்லது இருந்த இடத்திற்கு;** (go) back; (come) back. 'நீ எப்போது திரும்பி வருவாய்?' என்று கேட்டார்./ அவர் ஒரு வாரம் கழித்து ஊருக்குத் திரும்பிப் போனார்.

திரும்பிப் பார் வி. (பார்க்க, பார்த்து) (பெரும்பாலும் எதிர்மறையில்) **கண்டுகொள்ளுதல்;** (mostly in the negative) pay attention to; care about. உன் வேலை ஆக வேண்டும் என்றால் மட்டும் நூறு முறை என் வீட்டுக்கு வருகிறாய். இல்லாவிட்டால் திரும்பிப் பார்க்கக்கூட மாட்டாய்./ நான் கஷ்டப்பட்ட காலத்திலெல்லாம் என் அண்ணன் தம்பி யாரும் என்னைத் திரும்பிப் பார்த்தது கிடையாது./ நம்மிடம் காசு, பணம் இருந்தால்தான் நாலுபேர் நம்மைத் திரும்பிப் பார்ப்பார்கள்.

திரும்பிப் பார்ப்பதற்குள் வி.அ. **(நேரம் கழிந்து போனதே தெரியாத வகையில்) மிக விரைவாக;** (of the passage of time) very quickly; in a flash. இப்போதுதான் அவரிடம் பேச ஆரம்பித்தாற்போல் இருந்தது. திரும்பிப் பார்ப்பதற்குள் இரண்டு மணி நேரம் ஆகிவிட்டது.

திரும்பு வி. (திரும்ப, திரும்பி) 1: **புறப்பட்ட இடத்திற்கோ பழைய நிலைக்கோ வருதல் அல்லது செல்லுதல்;** return; go back. சாப்பாட்டைக் கொடுத்துவிட்டு வீடு திரும்பினாள்./ போராட்டத்தில் ஈடுபட்டவர்கள் வேலைக்குத் திரும்புகிறார்கள்./ அவர் அமெரிக்காவிலிருந்து நாளை திரும்புகிறார். 2: **இருக்கும் அல்லது செல்லும் திசையிலிருந்து மாறுபடுதல்;** turn (to one side); turn round. அவரோடு பேசிக்கொண்டு நின்றவன் திடீரென்று என் பக்கம் திரும்பினான்./ அவர்கள் இடப்புறம் உள்ள சந்தில் திரும்பி வீட்டிற்குச் சென்றனர்./ ரயில் வளைவில் திரும்பும்போது வேகம் குறைந்தது./ (உரு வ.) வழக்கு அவர் பக்கம் திரும்ப வாய்ப்பு உண்டு.

திருமகள் பெ. **செல்வத்திற்கான தெய்வம்; லட்சுமி;** goddess of wealth; Lakshmi.

திருமஞ்சனம் பெ. **கோயிலில் இறைவன் திருமேனிக்கு நியமிக்கப்பட்ட நீர்நிலையிலிருந்து நீர் எடுத்துவந்து அன்றாடம் காலையில் செய்யும் அபிஷேகம்;** the daily anointing of god with water brought from a designated water source.

திருமண் பெ. **(வைணவர்கள்) நாமம் இட்டுக்கொள்ளப் பயன்படுத்தும் வெள்ளை நிறக் கட்டி; நாமக் கட்டி;** chalk-like white earth used for drawing நாமம் (by Vaishnavaites).

திருமணம் பெ. 1: **(பெரும்பாலும்) ஆணும் பெண்ணும் கணவன் மனைவியாகும் நிகழ்ச்சி அல்லது சடங்கு; கல்யாணம்;** marriage; wedding. உன் மகளின் திருமணத்தை எங்கு வைத்திருக்கிறாய்?/ இன்றோடு எனக்குத் திருமணம் ஆகி இருபத்திமூன்று ஆண்டுகள் ஆகின்றன./ தன்பாலினத் திருமணம் சில நாடுகளில் சட்டபூர்வமாக்கப்பட்டிருக்கிறது. 2: **கணவன் மனைவியாக வாழும் சமூக ஏற்பாடு;** marriage (as an institution). திருமணங்களைப் பதிவு செய்ய வேண்டும் என்பது கட்டாயமாக்கப்பட்டிருக்கிறது./ திருமணம் இப்போது பல மாறுதல்களுக்கு உள்ளாகிவிட்டது.

திருமண வல்லுறவு பெ. (பு.வ.) **மனைவிக்கு விருப்பம் இல்லாத நிலையில் அல்லது மனைவி அனுமதிக்காத போது கணவன் வலிந்து மூர்க்கமாகக் கொள்ளும் உடலுறவு;** marital rape. திருமண வல்லுறவுக்கு எதிராகச் சட்டம் கொண்டுவர வேண்டும் என்பது காலத்தின் கட்டாயம்./ திருமண வல்லுறவு என்பதும் ஒரு குற்றமே.

699 திருவை

திருமதி பெ. **திருமணமான பெண்ணின் பெயருக்கு முன்னால் மதிப்புத் தரும் முறையில் இடப்படும் அடை;** title for a married woman; Mrs. இந்தக் கூட்டத்திற்குத் திருமதி இந்திரா அவர்கள் தலைமைதாங்குவார்கள்./ திருமதி நளினி பாலசுப்பிரமணியன்.

திருமால் பெ. **காத்தல் தொழிலுக்கு உரிய இறைவன்;** Vishnu, the deity who sustains the universe.

திருமுகம்[1] பெ. *(கிறித்.)* **புதிய ஏற்பாட்டில் கடித வடிவில் அமைந்த நூல்;** epistle. பவுலடியார் பிலிப்பியருக்கு எழுதிய திருமுகம்.

திருமுகம்[2] பெ. *(உ.வ.)* **(இறைவனின்) முகம்;** face (of god). அம்மனின் திருமுகம் ஜொலித்தது.

திருமுழுக்கு பெ. *(கிறித்.)* **(ஒருவரை) திருச்சபையின் அங்கத்தினராக ஏற்றுப் புனிதப்படுத்தும் சடங்கு;** baptism.

திருமுறை பெ. **நாயன்மார்களும் அடியார்களும் சிவன் மீது பாடிய பாடல்களைப் பன்னிரண்டு பிரிவுகளாகப் பிரித்துத் தொகுத்திருக்கும் தொகுப்பு;** Saiva literary texts, twelve in number.

திருமேனி பெ. **(கோயில்களில்) கடவுள் சிலை; விக்கிரகம்/(முனிவர் போன்றோரின்) உடல்; சரீரம்;** idol/(sacred) body (of saints, etc.,). செப்புத் திருமேனி.

திருவட்டம் பெ. *(நெசவு)* **கைத்தறி நெசவில் நூலைச் சுற்றிக்கொள்வதற்கு மூங்கில் சிம்புகளால் செய்யப்பட்டிருக்கும் சாதனம்;** cone-like implement made of bamboo splits which can be held in hand and rotated to wind yarn for hand-weaving. திருவட்டத்தில் நூலைச் சுற்றிக்கொண்டு பிறகு அதை ராட்டினத்தைக்கொண்டு தறி நாடாவுக்குள் வைக்கும் கண்டாகச் சுற்றிக்கொள்ளலாம்.

திருவலகு பெ. *(இலங்.)* **தேங்காய்த்துருவி;** coconut scraper.

திருவள்ளுவர் ஆண்டு பெ. **திருவள்ளுவர் கி.மு. 31ஆம் ஆண்டு பிறந்தார் என்ற கருத்தை அடிப்படையாகக் கொண்ட தமிழர் ஆண்டுக் கணக்கு;** the calender based on the calculation that Thiruvalluvar was born in 31 B.C. திருவள்ளுவர் ஆண்டு *1972*இல் நடைமுறைக்கு வந்தது.

திருவா(ச்)சி பெ. **கடவுள் விக்கிரகத்துக்குப் பின்னால் அரை வட்டமாக அமைந்திருக்கும் அலங்கார வளைவு;** an ornamental metal arch kept behind the idol as a relief.

திருவாசிகை பெ. *(உ.வ.)* காண்க: **திருவா(ச்)சி.**

திருவாதிரை பெ. *(சோதி.)* **இருபத்தேழு நட்சத்திரங்களில் ஆறாவது;** the sixth of the twenty-seven divisions of the zodiac in Indian astrology, corresponding to an asterism, but smaller than a constellation.

திருவாபரணம் பெ. **இறைவன் விக்கிரகத்துக்குச் சாத்தும் நகைகள்;** ornaments adorning an idol. கோயில் நிலவறையில் திருவாபரணம் பூட்டிவைக்கப்பட்டுள்ளது.

திருவாய்மலர் வி. *(-மலர, -மலர்ந்து)* *(உ.வ.)* **(ஞானி, முனிவர் போன்றோர்) தேவை ஏற்படும்போது மட்டும் (குறைவாக) பேசுதல்; உபதேசித்தல்;** (of saints, sages) utter; speak.

திருவாழத்தான் பெ. *(பே.வ.)* **எந்த ஒரு வேலையையும் முறைப்படி செய்யாமல் கெடுத்துவிடுபவன்;** bungler.

திருவாளர் பெ. **ஓர் ஆணின் பெயருக்கு முன்னால் மதிப்புத் தரும் முறையில் இடப்படும் அடை;** Mister; Mr.

திருவாளர்கள் பெ. **திருவாளர் என்பதன் பன்மை வடிவம்;** plural of Mister; Messrs. திருவாளர்கள் பொன்னுசாமி, ராமசாமி ஆகியோர் தாராளமாக நிதி உதவி செய்தனர்.

திருவிருந்து பெ. *(கிறித்.)* **இறுதி இரவு உணவைத் திருப்பலியில் நினைவுகூர்ந்து இயேசுவின் திருவுடலையும் இரத்தத்தையும் அடையாளப்படுத்தும் விதமாக நற்கருணை வழங்கும் சடங்கு;** communion.

திருவிழா பெ. **1: (கோயில்) உற்சவம்; பண்டிகை;** festival (in a temple). தேர்த் திருவிழா. [*(தொ.சொ.)* **உற்சவம்/ கொண்டாட்டம்/ பண்டிகை/ விழா**] **2: (ஒன்றைக் கொண்டாடும் விதத்தில் சிறப்பாக நடத்தப்படும் கண்காட்சி போன்ற) பொதுமக்கள் பெருமளவு கலந்துகொள்ளும் நிகழ்வு;** festival. புத்தகத் திருவிழா/ கலைத் திருவிழா.

திருவிளக்குப் பூஜை பெ. **கோயிலில் பெண்கள் குழுவாகக் குத்துவிளக்கு ஏற்றி நடத்தும் சிறப்பு வழிபாடு;** a special puja conducted in temple by a group of women by lighting pedestal oil lamps.

திருவிளையாடல் பெ. **1: (புராணங்களில்) அடியவர்களுக்கு அருள்புரிவதற்காகவும் தீயவர்களைத் திருத்துவதற்காகவும் உலகில் சிவன் நிகழ்த்தியதாகக் கூறப்படும் செயல்கள்/பக்தர்களின் நன்மைக்காகக் கடவுள் நிகழ்த்தும் அற்புதம்;** Siva's sportive acts to bless his devotees or to reform the wicked. கோபுரத்தின் மாடங்களில் இறைவனின் திருவிளையாடல் காட்சிகள் சிற்பங்களாக அழகுற அமைக்கப்பட்டிருந்தன./ இது அம்மனின் திருவிளையாடல் என்று பக்தர்கள் கூறினர்./ இது முருகனின் திருவிளையாடல் என்று அறிந்ததும் முனிவர் மகிழ்ச்சியுற்றார். **2: விஷமச் செயல்;** improper behaviour; unworthy deed. அவர் ஏதோ ஒரு திருவிளையாடல் புரிந்து என்னை இந்தக் குக்கிராமத்துக்கு மாற்றிவிட்டார்.

திருவுருவம் பெ. **(வழிபாட்டிற்கான) இறைவனின் உருவம்; விக்கிரகம்;** image of a god; idol.

திருவுளச்சீட்டு பெ. **(குறிப்பிட்ட முடிவை ஒருவர் எடுக்கத் தடுமாறும்போது) தெய்வம் என்ன சொல்கிறது என்று தெரிந்துகொள்ளத் தெய்வத்தின் முன்பாகக் குலுக்கிப் போட்டு எடுக்கும் சீட்டு;** lots drawn to obtain divine guidance before taking a decision. வியாபாரம் துவங்கலாமா என்று திருவுளச்சீட்டுப் போட்டுப் பார்த்தான்.

திருவெளிப்பாடு பெ. *(கிறித்.)* **1: விவிலியத்தில் வருகிற இறுதி நூல்;** The Book of Revelation. **2: இறைவன் தன்னையே மக்களுக்கு வெளிப்படுத்தும் நிகழ்வு;** divine revelation.

திருவை பெ. *(மண்.)* **மட்பாண்டங்கள் செய்வதற்கான சக்கரம்;** wheel for throwing mud vessels.

திருவோடு பெ. **(துறவி போன்றோர்) பிச்சைப் பாத்திர மாகப் பயன்படுத்தும் (ஒரு வகை) காயின் காய்ந்த ஓடு;** dried shell of a fruit used as a begging bowl.

திருவோணம் பெ. *(சோதி.)* **இருபத்தேழு நட்சத்திரங் களில் இருபத்திரண்டாவது;** the twenty-second of the twenty-seven divisions of the zodiac in Indian astrology, corresponding to an asterism, but smaller than a constellation.

திருஷ்டி பெ. **கெடுதல் ஏற்படுத்துவதாகக் கருதப்படும் பிறருடைய பார்வை; கண்ணூறு;** evil eye. குழந்தைக்குத் திருஷ்டி விழாமல் இருக்கக் கன்னத்தில் கறுப்புப் பொட்டு வைத்தாள்.

திருஷ்டி கழி[1] வி. *(கழிய, கழிந்து)* **(சடங்கு செய்வதால்) திருஷ்டி நீங்குதல்;** remove the effects of evil eye. உப்பு, மிளகாய் சுற்றிப் போட்டுவிட்டேன். குழந்தைக்குத் திருஷ்டி கழிந்திருக்கும்.

திருஷ்டி கழி[2] வி. *(கழிக்க, கழித்து)* **திருஷ்டியை நீக்கும் பொருட்டுச் சடங்கு செய்தல்;** dispel the effects of evil eye (by a ritual). வெள்ளி இரவு கடையைச் சாத்தியதும் பூசணிக்காய் உடைத்துத் திருஷ்டி கழிப்பது வழக்கம்./ உப்பு, மிளகாயைக் கையில் வைத்து மூன்று தரம் சுற்றிக் குழந்தைக்குத் திருஷ்டி கழித்தாள்.

திருஷ்டி சுற்று வி. *(சுற்ற, சுற்றி)* காண்க: **திருஷ்டி கழி**[2].

திருஷ்டிப் பரிகாரம் பெ. **1: திருஷ்டி படுவதால் உண்டாகும் தீங்கை நீக்குவதற்குச் செய்யும் மாற்று;** remedy for removing effects of the evil eye. குழந்தைக்குத் திருஷ்டிப் பரிகாரப் பொட்டு வைத்தாள்./ கடைக்குத் திருஷ்டிப் பரிகாரமாக யாளி முகம் வைக்கப்பட்டிருந்தது. **2: விதிவிலக்காக இருந்து (ஒருவரின் அல்லது ஒன்றின்) சிறப்புக்குக் குறை உண்டாக்குபவர் அல்லது உண்டாக்குவது;** sth. that mars what is otherwise perfect. எங்கள் குடும்பத்தில் எல்லோரும் படித்தவர்கள். திருஷ்டிப் பரிகாரமாக இருப்பது என் கடைசித் தம்பி மட்டும்தான்./ எங்கள் பள்ளிக்குத் திருஷ்டிப் பரிகாரமாகப் பக்கத்தில் ஒரு பாழடைந்த கட்டடம்.

திருஷ்டிப் பொட்டு பெ. **(குழந்தைக்கு) திருஷ்டிபடுவதால் உண்டாகும் தீங்கை நீக்கும் என்று நம்பிக் கன்னத்தில் வைக்கப்படும் கறுப்பு நிறச் சாந்துப் பொட்டு;** dot applied on the cheek of a child to ward off evil eye.

திருஷ்டிபடு வி. *(-பட, -பட்டு)* காண்க: **கண்படு.**

திரேதா யுகம் பெ. **(புராணங்களில்) நான்கு யுகங்களுள் இரண்டாவது யுகம்;** (in the puranas) the second of the four aeons.

திரை[1] வி. *(திரைய, திரைந்து) (ஊரக வ.)* **(பால்) திரிதல்;** (of milk) turn sour.

திரை[2] வி. *(திரைக்க, திரைத்து) (ஊரக வ.)* **(கட்டியிருக்கும் ஆடையைத் தேவையான அளவுக்கு மடிப்புமடிப்பாக) சுருக்கி உயர்த்துதல்;** roll up. வேட்டியைத் திரைத்துக்கொண்டு தரையில் உட்கார்ந்தான்.

திரை[3] பெ. **1: (ஜன்னல் முதலியவற்றில் மறைப்பாகவோ அறை, மேடை முதலியவற்றில் தடுப்பாகவோ மாட்டப்படும் அல்லது தொங்கவிடப்படும்) தைக்கப்பட்ட துணி;** curtain. கூடத்தைத் திரை போட்டுத் தடுத்து ஒரு பாதியைச் சாப்பாட்டு அறையாகப் பயன்படுத்துகிறோம்./ திரை விலகியதும் நாடகம் துவங்கியது. **2: (திரையரங்கம், தொலைக்காட்சிப் பெட்டி, கணிப்பொறி ஆகியவற்றில்) படமோ எழுத்தோ தெரியும் துணி, கண்ணாடி, பிளாஸ்டிக் போன்றவற்றால் ஆன பரப்பு;** screen (in a movie theatre, on a television set, etc.,). இந்தக் கணினியின் திரை பிரத்தியேகமாக வடிவமைக்கப்பட்டது./ *(உரு வ.)* அவள் நினைவு மனத்திரையில் தோன்றி மறைந்தது. **3:** *(பெரும்பாலும் பெயரடையாக)* **திரைப்படத் துறை;** cinema; cine-. திரையுலகில் எனக்கு நண்பர்கள் அதிகம்./ திரை நட்சத்திரங்கள்/ திரைச் செய்தி.

திரை[4] பெ. *(ஊரக வ.)* **(வழக்கமான வைக்கோல் கட்டைவிட) அளவில் பெரிதாக இருக்குமாறு சுருட்டிக் கட்டும் வைக்கோல் கட்டு;** a mass of paddy straw rolled into a bundle bigger than the normal one. ஒரு கட்டு வைக்கோல் போதும் என்றவர் ஒரு திரையையே தூக்கிக்கொண்டு போகிறார்./ வயலிலிருந்து வைக்கோல் திரைகளைப் போர் போடும் இடத்துக்குத் தூக்க வேண்டும்.

திரை[5] பெ. *(மண்.)* **(மட்பாண்டங்கள் செய்வதற்காகச் சக்கரத்தில் வைத்திருக்கும் பெரிய களிமண் உருண்டை;** a big ball of prepared clay placed on the potter's wheel for throwing vessels.

திரைக்கதை பெ. **திரைப்படம் அல்லது தொலைக் காட்சித் தொடர் போன்றவை தயாரிப்பதற்கு ஏற்ற முறையில் காட்சிகளாகப் பிரித்து எழுதப்பட்ட கதை;** screenplay; film script. கதை என்னுடையதாக இருந்தாலும் திரைக்கதையை இயக்குநர் எழுதியிருக்கிறார்.

திரைச்சீலை பெ. **1: (கதவு, ஜன்னல் முதலியவற்றில்) தொங்கும் திரை;** curtain (for doors, windows). திரைச் சீலையை இழுத்துவிடு; ஒரே வெளிச்சமாக இருக்கிறது. **2: ஓவியம் வரையப் பயன்படுத்தும் கனமான துணி;** (artist's) canvas. **3:** *(மண்.)* **(களிமண்ணைச் சக்கரத்தில் வைத்து மட்பாண்டம் செய்யும்போது அதன் தலைப் பகுதிக்கு இறுதி வடிவம் கொடுக்கக் களிமண் சேற்றில் நனைத்துப் பயன்படுத்தும்) முக்கால் அடி நீளம் கொண்ட மடித்த துணி;** a strip of cloth ¾ foot in length, folded and dipped water mixed with clay for shaping the head of mud vessels on potter's wheel while throwing.

திரைப்படம் பெ. **(கதையின் அடிப்படையில் அமைந்த காட்சிகளைக் கலையம்சத்தோடு) மின்னனு வடிவில் பதிவு செய்து திரையில் காட்டுவது;** film. உலகப் புகழ் பெற்ற திரைப்படம்/ ஆங்கிலத் திரைப்படம்.

திரைமறைவு பெ. *(-ஆக, -ஆன)* **(நேரடியாகத் தெரியாமல்) மறைமுகமாக அல்லது ரகசியமாக நடைபெறுவது;** behind the screen. கட்சித் தலைவரைத் தேர்ந்தெடுப்பதில் திரைமறைவில் என்ன நடந்தது என்று தெரியவில்லை./ இந்த நிறுவனத்தில் நடக்கும் திரைமறைவு வேலைகள் உனக்குத் தெரியாது.

திரையரங்கம் பெ. **திரைப்படம் காட்டப்படும் கட்டடம்;** cinema.

திரையரங்கு பெ. காண்க: **திரையரங்கம்.**

திரையிடு வி. *(-இட, -இட்டு)* **(பார்வையாளர்கள் பார்க்கும் வகையில் திரைப்படத்தை) திரையில் காட்டுதல்;**

screen (a film). அவர் தன்னுடைய புதிய படத்தை விநியோகஸ்தர்களுக்குத் திரையிட்டுக் காட்டினார்./ நாளை வெளிநாட்டுப் படம் ஒன்று திரையிடப்படும்.

தில்லானா பெ. (இசை) **சொற்கட்டுகள் மிகுந்த, நடனத்துக்கு உரிய இசைப்பாடல்;** musical composition with a profusion of rhythmic syllables, meant for dance.

தில்லுமுல்லு பெ. **ஒரு காரியத்தைச் செய்து முடிப்பதில் ஒருவர் மேற்கொள்ளும் முறையற்ற வழி; ஏமாற்று வேலை; புரட்டு;** dishonest practice. வியாபாரத்தில் தில்லுமுல்லு செய்யாமல் இருக்க முடியாதா?/ தேர்தலில் நடந்த தில்லுமுல்லுகளை விசாரிக்க வேண்டும் என்று எதிர்க்கட்சியினர் முறையிட்டனர்.

தில்லை பெ. **சாய்வான தண்டையும் நேரான கிளைகளையும் கொண்ட, அலையாத்திக் காட்டுப் பிரதேசத்தில் தண்ணீர்க் கரை ஓரத்தில் வளரும், விஷத் தன்மை கொண்ட பால் வடியும், ஒரு வகைக் கள்ளி;** blinding tree. தில்லை ஒரு தல விருட்சம்.

திலகம்[1] பெ. (உ.வ.) **(நெற்றியில் இட்டுக்கொள்ளும்) பொட்டு;** ornamental mark on the forehead (of women).

திலகம்[2] பெ. (உ.வ.) **தான் சார்ந்துள்ள துறையில் அல்லது தன் இனத்தில் திறமை வாய்ந்தவர், சிறந்தவர் என்பதைச் சிறப்பிக்கும் வகையில் சேர்க்கப்படும் பட்டம்;** (in compounds) the best among a category of people. வைத்தியத் திலகம்/ ஜோதிடத் திலகம்/ மங்கையர் திலகம்.

திவ்(வி)ய நற்கருணை பெ. (கிறித்.) காண்க: **நற்கருணை.**

திவ்(வி)யம் பெ. 1: (-ஆன) (உ.வ.) **தெய்வீகத் தன்மை;** divinity. பக்திப் பாடல்களைக் கேட்கும்போது ஒரு திவ்யமான உணர்ச்சி மனத்தில் ஏற்படுவதை அவரால் உணர முடிந்தது. 2: (-ஆக, -ஆன) (அ.வ.) **சிறப்பு; அருமை;** excellence. திவ்யமாகச் சமைத்திருந்தான்./ திவ்யமான இசைக் கச்சேரி.

திவசம் பெ. **திதி; சிராத்தம்;** ceremony in honour of a deceased parent or relative.

திவலை பெ. **(திரவத்தின்) துளி;** drop (of liquid). சூரிய ஒளியில் மின்னிய நீர்த் திவலை/ கடல் நீரில் எண்ணெய்த் திவலைகள் மிதந்துகொண்டிருந்தன./ அவருடைய கண்களில் நீர்த் திவலைகள்/ காற்றின் வேகம் கடல் நீரைத் திவலைகளாக வாரி அடித்தது./மழைத் திவலை.

திவால் பெ. **(ஒருவரோ ஒரு நிறுவனமோ) கடன்களைத் திருப்பிக் கொடுக்க இயலாத நிலையை அடைந்துவிட்டார்/விட்டது என்று அதிகாரபூர்வமாக அறிவிக்கப்படும் நிலைமை;** bankruptcy; insolvency. பங்குச் சந்தை சரிவடைந்தபோது பல பெரிய நிறுவனங்கள் திவாலாகின./ வங்கிகளில் வாங்கிய கடனைத் திருப்பிக் கொடுக்காமல் தாங்கள் திவாலாகிவிட்டதாக மனு கொடுப்பவர்களும் இருக்கிறார்கள்.

திவான் பெ. **(இந்தியா சுதந்திரம் அடைவதற்கு முன்பு) அரசரால் நியமிக்கப்பட்டு சமஸ்தானத்தின் நிதி நிர்வாகப் பொறுப்பை ஏற்றுச் செயல்பட்ட பிரதான மந்திரி;** officer of an Indian princely state (in nineteenth and early twentieth centuries) responsible for looking after its revenue administration.

திளை வி. (திளைக்க, திளைத்து) 1: **(ஒன்றில் மூழ்கி) சுகம் அனுபவித்தல்;** enjoy oneself immensely (immersed in joy). ஆற்று நீரில் மூழ்கித் திளைத்து மகிழ்ந்தோம்./ அவர்களது அன்பான உபசாரங்களில் திளைத்தேன்./ பழங்கால மரபில் ஊறித் திளைத்தவர்களுக்கு நவீனப் போக்குகள் திருப்தி அளிப்பதில்லை. 2: **(மோசமான சூழலில்) உழலுதல்;** wallow (in). அறியாமையிலும் சஞ்சலத்திலும் திளைப்பவர்கள்./ ஊழலில் ஊறித் திளைத்தவர்களுக்கு அதை விட்டு வெளியே வர மனமிருப்பதில்லை.

திற வி. (திறக்க, திறந்து) (எதிர்மறைப் பெயரெச்ச, வினையெச்சங்களில் மட்டும் வரும் மாற்று வடிவங்கள்: திறவாத, திறவாமல்) அ. (உள்ளிருப்பது வெளியே தெரியும்படியான நிலைக்கு வருதல் தொடர்பான வழக்கு) 1: **(கதவு போன்றவை) மூடியிருக்கும் நிலையிலிருந்து நுழைவதற்கு ஏற்ற நிலைக்கு நகர்தல்/(கதவு போன்றவற்றை) மூடியிருக்கும் நிலையிலிருந்து நுழைவதற்கு ஏற்ற நிலைக்கு நகர்த்துதல்;** (of doors, etc.,) open/open (a door, etc.,). கதவு ஏன் இப்படித் திறந்து கிடக்கிறது?/ ஜன்னலைத் திறக்க முடியவில்லை./ படலைத் திறந்துகொண்டு மாடு உள்ளே வந்துவிட்டது. 2: **(பூட்டு போன்றவை) பூட்டியிருக்கும் நிலையிலிருந்து விடுபடுதல்/(பூட்டு போன்றவற்றை) பூட்டியிருக்கும் நிலையிலிருந்து விடுபடச் செய்தல்;** unlock. எந்தச் சாவியைப் போட்டுப்பார்த்தும் பூட்டு திறக்கவில்லை./ பூட்டைத் திறக்கலாம் என்றால் சாவியைக் காணோம். 3: **உள்ளிருந்து ஒன்றை எடுப்பதற்கு வசதியான நிலைக்கு (பெட்டி, பை போன்றவை) வருதல்/உள்ளிருந்து ஒன்றை எடுப்பதற்கு வசதியான நிலைக்கு (பெட்டி, பை போன்றவற்றை) வரச் செய்தல்;** (of a case, box, etc.,) open/open (a case, box, etc.,). பெட்டி ஏன் இப்படித் திறந்து கிடக்கிறது?/ பையைத் திறந்து புத்தகத்தை வெளியே எடுத்தான். 4: **(மூடக்கூடிய அல்லது ஒன்றுசேரக்கூடிய கை போன்ற உறுப்புகளைக் குறித்து வரும்போது) விரிதல்/(கை முதலிய உறுப்புகளை) விரித்தல்;** (of those parts of the body that can be closed or brought together) open/unfold. தூங்கும் குழந்தையின் வாய் திறந்திருந்தது./ கையைத் திறந்து காட்டு!/ கண்களை நன்றாகத் திறந்து எதிரே என்ன இருக்கிறது என்று பார். 5: **(புத்தகம் போன்றவை பக்கம் தெரியும்படியாக) விரிதல்/(பக்கம் தெரியும்படியாக) விரித்தல்; பிரித்தல்;** (of a book, etc.,) be found open/open (a book, etc.,). பேரேடு திறந்திருக்கிறது, மூடி வை!/ புத்தகத்தைத் திறந்து வைத்துக்கொண்டு படிக்காமல் வேடிக்கை பார்க்கிறாயா? 6: **(அறுவைச் சிகிச்சை செய்வதற்காகக் குறிப்பிட்ட உறுப்பை மூடியுள்ள தோல், தசை போன்றவற்றை) நீக்கிப் பிரித்தல்;** open (as in surgery). மார்பைத் திறந்துதான் இருதய மாற்று அறுவைச் சிகிச்சை செய்ய முடியும்./ மருத்துவர் வயிற்றைத் திறந்துபார்க்க வேண்டும் என்று சொல்லிவிட்டார்./ இப்போதெல்லாம் மார்பைத் திறக்காமலேயே சில வகை அறுவைச் சிகிச்சைகளைச் செய்ய முடியும். 7: **(உள்ளிருப்பது வெளியே வரும் வகையில் குழாய் போன்றவற்றை) திருகுதல்;** open (a tap, etc.,). எங்கள் ஊரில் குழாயைத் திறந்தால் போதும், தண்ணீர் கொட்டும். 8: **(பாட, பேச அல்லது அழ முடியும் வகையில்) குரலை வெளிவரச் செய்தல்;** open (mouth).

திறந்த 702

தொண்டையைத் திறந்து பாடினால்தான் கேட்க நன்றாக இருக்கும்./ மனுஷன் வாயை திறந்தால் போதும்; பேசுவதை நிறுத்தவே மாட்டார்./ உன் மகன் தொண்டையைத் திறந்தால் போதும்; யாராலும் அவனை அடக்க முடியாது. **9: (உள்ளிருப்பதைப் பயன்படுத்தும் விதத்தில் மூடியிருக்கும் பாத்திரம், சீசா போன்றவற்றின் மூடியை) நீக்குதல்; அகற்றுதல்;** open (a jar, etc.,). தூக்கைத் திறந்து முறுக்கை எடுத்துச் சாப்பிடத் தொடங்கினார்./ திறக்க முடியாத அளவுக்கு ஜாடி இறுக்கமாக மூடியிருந்தது. **10: (அணை, ஏரி போன்றவற்றில் உள்ள நீரை மக்கள் பயன்படுத்தும் முறையில்) வெளியே விடுதல்;** release (water from a dam, etc.,). வழக்கமாக ஜூன் மாதம் மேட்டூர் அணையைப் பாசனத்திற்காகத் திறந்துவிடுவார்கள்./ ஏரியிலிருந்து தண்ணீர் திறந்துவிடுவது தாமதமடைந்ததால் குறுவைப் பயிர் கடுமையாகப் பாதிக்கப்பட்டிருக்கிறது. **11: (உறை போன்றவற்றை) பிரித்தல்/(ஒப்பந்தப்புள்ளி இருக்கும் உறையை மற்றவர்கள் முன்னிலையில்) பிரித்தல்;** open (an envelope, etc.,). அஞ்சல் உறையைத் திறந்து பார்./ அங்கீகாரம் பெற்ற பிரதிநிதிகள் முன்னிலையில் ஒப்பந்தப்புள்ளிகள் திறக்கப்படும். **12: (பயன்பாட்டுக்குத் தயாராக இருக்கும் சாலை, கட்டடம் போன்றவற்றைப் பொதுமக்கள்) பயன்படுத்த அனுமதித்தல்;** throw open (a facility, etc.,). சித்திரை மாதம் முதல் தேதியன்று பக்தர்களுக்காகச் சபரி மலையில் நடை திறக்கப்படும்./ புதிய பாலம் போக்குவரத்திற்காகத் திறந்துவிடப்பட்டது. **ஆ.** (செயல்படுதல் தொடர்பான வழக்கு) **13: (கல்விக்கூடம், கடை முதலியவை) செயல்படுதல் அல்லது (கடை முதலியவற்றை) செயல்படச் செய்தல்;** (of school, shop, etc.,) to open or start working again. கோடை விடுமுறைக்குப் பின் பள்ளி திறக்கும்./ உடம்பு சரியில்லாததால் நான்கு நாட்களாகக் கடையைத் திறக்கவில்லை./ தீபாவளி என்பதால் கடைகள் இரவு முழுவதும் திறந்திருந்தன. **14: (புதிதாக நிறுவனம், கடை முதலியவற்றை) துவக்குதல்; ஆரம்பித்தல்;** start; open (a shop, a business concern). ஓய்வு பெற்றபின் கடை ஒன்று திறக்கலாம் என்று முடிவு செய்தார்./ போன மாதம்தான் உடற்பயிற்சிக்கூடம் ஒன்று திறந்திருக்கிறேன்.

திறந்த பெ.அ. **1: மூடப்படாத;** open. திறந்த வடிகால்கள்/ திறந்த காரில் நின்றவாறே பிரதமர் மக்களை நோக்கிக் கை அசைத்தார். **2: யார் வேண்டுமானாலும் பார்வையிடும் அல்லது பங்கேற்கும் வகையில் அமைந்த;** open (to all for viewing or participation). திறந்த நீதிமன்றம்/ திறந்த போட்டியின் மூலம் ஆட்கள் தேர்ந்தெடுக்கப்பட இருக்கிறார்கள்.

திறந்த சந்தை பெ. **அரசின் கட்டுப்பாடு இல்லாமல் பொருள்களை, சேவைகளை விற்கவோ வாங்கவோ வசதியாக அமைந்த வணிகச் சூழல்;** open market. புதிய பொருளாதாரக் கொள்கையின் விளைவாக ஏற்பட்ட திறந்த சந்தையால் வெளிநாட்டினர் இந்தியாவில் முதலீடு செய்ய முன்வந்துள்ளனர்.

திறந்தநிலைப் பல்கலைக்கழகம் பெ. **முழுநேர உயர் கல்வி நிறுவனங்களில் சேர்ந்து படிக்கத் தேவையான வயது வரம்பு தளர்த்தப்பட்டு, உயர்கல்வி பெற வீட்டில் இருந்தவாறே படிக்க உதவும் கல்வி நிறுவனம்;** Open University.

திறந்த மடல் பெ. **(அதிகாரத்தின் உயர் மட்டத்தில் இருக்கும் ஒருவருக்கு ஒரு பிரச்சினையை முன்னிறுத்தி) நாளிதழ், பத்திரிகை போன்றவற்றில் எழுதும் கடிதம்;** open letter. அந்நிய முதலீடுகளைப் பற்றி பிரதமருக்கு அவர் எழுதிய திறந்த மடல் இன்றைய நாளிதழ்களில் பிரசுரமாகியிருந்தது.

திறந்த மனம் பெ. **விருப்புவெறுப்புகளின்படி நடக்காமல் எதையும் வரவேற்கிற பரந்த மனம்;** open mind.

திறந்தவெளி பெ. **வெட்டவெளி;** open space; plain ground without trees or buildings.

திறந்தவெளிச் சுரங்கம் பெ. **குடைந்து அமைக்கப்படாமல் திறந்தவெளியாக இருக்கும் சுரங்கம்;** open mine. நெய்வேலி திறந்தவெளிச் சுரங்கத்திலிருந்து பழுப்பு நிலக்கரி எடுக்கப்படுகிறது.

திறந்தவெளிப் பள்ளி பெ. (பு.வ.) **(ஒருவர்) வீட்டில் இருந்தபடியே பள்ளிக் கல்வியைக் கற்க வழிசெய்யும் கல்வி முறை;** open school.

திறந்தவெளிப் புகலிடம் பெ. (பு.வ.) **பாதுகாப்பும் பராமரிப்பும் தேவைப்படும் குழந்தைகள் (குறிப்பாக வீடற்ற, தெருவோர, வீட்டை விட்டு வெளியேறிய குழந்தைகள் மற்றும் ஏனைய பாதிப்புக்குள்ளான குழந்தைகள்) பெற்றோரிடம் ஒப்படைக்கப்படும்வரையிலோ அல்லது குழந்தைகள் இல்லங்களில் சேர்க்கப்படும்வரையிலோ தங்குவதற்காக அரசு மேற்பார்வையில் உள்ள இடம்;** Open Shelters

திறப்பு[1] பெ. **(கதவு, தடுப்பு போன்றவற்றில்) பார்க்கும்படியாகவும் ஒன்றை வாங்கும்படியாகவும் அமைந்திருக்கும் சிறு துளை அல்லது வழி;** small opening (in a door or at a counter). வந்திருப்பது யார் என்று கதவில் இருந்த திறப்பு வழியாகப் பார்த்தேன்./ பயணச்சீட்டு வாங்குவதற்குக் கண்ணாடித் தடுப்பில் ஒரு திறப்பு இருந்தது.

திறப்பு[2] பெ. (இலங்.) **சாவி;** key.

திறப்பு விழா பெ. **(கடை, சிலை போன்றவற்றை) திறந்துவைப்பதற்கான நிகழ்ச்சி;** inauguration; opening ceremony (for a shop, etc.,). புதிய அலுவலகக் கட்டடத்தின் திறப்பு விழா நாளை நடைபெறும்./ திருவள்ளுவர் சிலைத் திறப்பு விழாவில் அமைச்சர்கள் கலந்துகொள்வார்கள்.

திறபடு வி. (-பட, -பட்டு) (இலங்.) **திற;** open. திறப்பை உள்ளே விட்டதும் பூட்டு திறபடும்./ பூட்டு திறபடாமையால் அறைக் கதவை உடைத்துத் திறந்தார்கள்.

திறம்[1] பெ. (உ.வ.) காண்க: **திறன்.**

திறம்[2] பெ. (-ஆக, -ஆன) (இலங்.) **உயர்ந்த தரம்;** high quality. திறமாக வீட்டைக் கட்டியுள்ளார்./ அவர் திறமான பொருள்களைத்தான் வாங்குவார்./ திறமான பூட்டு/ திறமான வண்டி.

திறம்பட வி.அ. (உ.வ.) **(ஒருவர் ஒன்றில் தன்னுடைய) திறமை முழுவதும் வெளிப்படும் வகையில்; சிறப்பாக;** ably; skilfully. திட்டத்தைத் திறம்படச் செயல்படுத்த யோசனைகள்/ அவர் தன் படைப்புகளில் தனக்கென்று ஒரு பாணியைத் திறம்பட உருவாக்கிக்கொண்டுள்ளார்.

703 தினக்கூலி

திறமை பெ. (-ஆக, -ஆன) **ஒரு செயலைச் சிறப்பாகவும் எளிதாகவும் செய்து முடிக்கும் செயல்பாட்டுத் திறன்;** skill; ability; efficiency. உன் திறமையைச் செயலில் காட்டு./ பத்திரிகையாளர்கள் கேட்ட கேள்விகளை அமைச்சர் திறமையாகச் சமாளித்தார்./ அவர் தன்னுடைய திறமையான வாதத்தினால் வழக்கை வென்றார்.

திறவுகோல் பெ. (ஊரக வ.) **சாவி;** key.

திறன் பெ. **1: திறமை;** skill; ability; efficiency. சிறந்த நிர்வாகத் திறன் கொண்ட அதிகாரி./ என்னுடைய திறனை வெளிப்படுத்தக்கூடிய வாய்ப்பு/ மாணவர்களின் மொழித் திறனை வளர்க்கத் தகுந்த திட்டங்கள் தேவை. **2: ஆற்றல்; சக்தி;** capacity; power. கற்பனைத் திறன்/ மக்களின் வாங்கும் திறன் அதிகரித்துள்ளது. [(தொ.சொ.) **ஆற்றல்/ சக்தி/ பலம்/ வல்லமை/ வலிமை**] **3:** (இயற்.) **இயந்திரம், சாதனம் போன்றவற்றால் செய்யக்கூடியதாக இருக்கும் வேலையின் அல்லது இயக்கத்தின் வரையறுக்கப்பட்ட, அதிகபட்சமான அளவு; சக்தி;** capacity. இந்தப் பளுதூக்கியின் திறன் எவ்வளவு?

திறன் கடிகாரம் பெ. (பு.வ.) **(ஒருவரின்) கணினியாகச் செயல்படும் வகையில் அமைந்ததும், கைபேசியின் அனைத்து இயக்கங்களையும் மேற்கொள்ளும் திறன் உடையதும், தொடுதிரை வசதியுடன் அமைந்ததுமான நவீன மின்னணுக் கைக்கடிகாரம்;** smartwatch.

திறன்கைபேசி பெ. (பு.வ.) **தொடுவதாலேயே இயக்கக்கூடிய, சற்றுப் பெரிய திரையைக் கொண்ட கைபேசி;** smart phone.

திறன்மிகு நகரம் பெ. (பு.வ.) **(பொதுமக்களின் வாழ்க்கைத் தரத்தை மேம்படுத்தும் வளர்ச்சித் திட்ட நோக்கில்) பள்ளி, நூலகம், மருத்துவமனை, மின்வழங்கல், குடிநீர் வழங்கல், கழிவு மேலாண்மை, சமூக சேவை, போக்குவரத்து போன்ற அனைத்தும் தகவல்தொடர்பு தொழில்நுட்பத்தோடு இணைக்கப்பட்டு அனைத்துச் சேவைகளையும் மக்கள் எளிதாகப் பெறச்செய்யும் வகையில் நவீனக் கட்டமைப்புகளோடு அமையும் நகரம்;** smart city. இந்தியாவில் 20 நகரங்கள் திறன்மிகு நகரங்களாக மேம்படுத்தப்பட உள்ளன.

திறனளவு பெ. (ஒன்றின் திறன், ஆற்றல் ஆகியவற்றைக் குறிக்கும்போது) **இயலும் அதிகபட்ச அளவு;** capacity. ஐம்பதாயிரம் இணைப்புகள் கொடுக்கும் திறனளவு உள்ள தொலைபேசி இணைப்பகம்.

திறனறித் தேர்வு பெ. **(பணிக்குத் தேர்ந்தெடுக்கும்போது) கல்வித் தகுதியைத் தவிர்த்து ஒருவருக்கு வேலையில் இயல்பாக இருக்கும் நாட்டத்தைச் சோதிக்கும் முறையில் நடத்தப்படும் தேர்வு;** aptitude test. எழுத்துத் தேர்வு, திறனறித் தேர்வு ஆகியவற்றுக்குப் பிறகு நேர்முகத் தேர்வு இருக்கும்.

திறனாய்வாளர் பெ. **திறனாய்வு செய்பவர்;** (literary) critic.

திறனாய்வு பெ. **(புத்தகங்கள், கட்டுரை போன்றவற்றின்) குறைநிறைகளை ஆராய்ந்து செய்யும் மதிப்பீடு;** evaluation. இந்த எழுத்தாளரைப் பற்றிய சரியான திறனாய்வு இன்னும் வரவில்லை.

திறனேற்று வி. (-ஏற்ற, -ஏற்றி) (பு.வ.) **(மின்னணுச்சாதனம் அல்லது மின்கலம் போன்றவற்றில் சக்தி குறைந்துவிடும்போது) மின் இணைப்பின் வழியாக மீண்டும் சக்தியூட்டுதல்;** charge (an electronic equipment). இந்த மடிக்கணினிக்கு ஒரு முறை திறனேற்றிவிட்டால் 24 மணி நேரம் வரையில் செயல்படும்.

திறாங்கு பெ. (இலங்.) **தாழ்ப்பாள்;** latch; bolt.

திறை பெ. **(பழங்காலத்தில்) ஒரு பேரரசின் கட்டுப்பாட்டில் இருந்த சிற்றரசர்கள் பேரரசருக்குச் செலுத்திய வரி; கப்பம்;** tribute (paid by feudatories to the monarch).

திறைசேரி பெ. (இலங்.) **அரசுக் கருவூலம்;** (government) treasury.

தின்[1] வி. (தின்ன, தின்று) **1: (விலங்குகள் இரை) உட்கொள்ளுதல்/(மனிதர்களின் செயலாகக் குறிப்பிடும்போது) (பழம், முறுக்கு போன்ற உணவுப் பொருள்களைப் பல்லால் கடித்து) சாப்பிடுதல்;** (of animals) eat; munch; feed on; peck at/(of human beings) eat; bite (snacks, fruits, etc.,); chew on. மாடுகள் வைக்கோலைத் தின்றுகொண்டிருந்தன./ கழுகு கோழிக் குஞ்சைத் தூக்கிச் சென்று கொத்தித் தின்றது./ குழந்தை முறுக்குத் தின்கிறது./ ஆப்பிள் பழத்தை நறுக்காமலேயே கடித்துத் தின்றான். [(தொ.சொ.) **அருந்து/ இரையெடு/ உண்/ கடி/ குடி/ குதப்பு/ சப்பு/ சாப்பிடு/ தீனி எடு/ மெல்**] **2: (கறையான், அமிலம் முதலியவை ஒன்றை) அரித்தல்; இற்றுப்போகச் செய்தல்;** (of white ants, acid, etc.,) eat into. புதைந்து கிடந்த மரக் கட்டையை மண் தின்றுவிட்டது. **3: (பயம், கவலை முதலியவை) சிறுகச்சிறுக வருத்துதல்;** gnaw at. மேலதிகாரி என்ன சொல்வாரோ என்ற பயம் அவனைத் தின்றுகொண்டிருந்தது./ மகனை இழந்த கவலையே அவனைத் தின்றுவிடும் போலிருந்தது. **4:** (பே.வ.) **(ஒருவரிடம் அடி, உதை) வாங்குதல்;** receive (a beating, kick, etc.,). உன்னிடம் அடி, உதை தின்ன வேண்டுமென்று எனக்கென்ன தலையெழுத்து?

தின்[2] து.வி. (தின்ன, தின்று) **ஒரு செயல் மிக அதிக அளவில் பாதிப்பை ஏற்படுத்துகிறது என்பதைச் சுட்டிக்காட்டப் பயன்படும் துணை வினை;** auxiliary verb used to indicate that the action of the main verb is carried out with intensity. வெட்கம் அவளைப் பிடுங்கித்தின்றது./ கவலை அவனை அரித்துத்தின்றது.

தின்பண்டம் பெ. **(முக்கிய உணவாக இல்லாமல்) அவ்வப்போது உண்ணப்படும் முறுக்கு, (குழந்தைகளுக்கான) மிட்டாய் போன்ற உணவுப் பண்டம்;** snacks (such as savouries, sweets, etc.,). குழந்தைக்கு ஏதாவது தின்பண்டம் வாங்கிக்கொண்டு வாருங்கள். [(தொ.சொ.) **ஆகாரம்/ இரை/ உணவு/ ஊண்/ சாப்பாடு/ சிற்றுண்டி/ தீனி**]

தினக்கூலி பெ. **நிரந்தரப் பணியாளராக இல்லாமல் அன்றைய பணிக்கு அன்றே பெறும் சம்பளம்/மேற்குறித்த முறையில் பணி செய்பவர்;** daily wages (in an office, etc.,)/daily-wage worker. தினக்கூலிகளாக இருக்கும் ஊழியர்களைப் பணி நிரந்தரம் செய்ய வேண்டும் என்று

அஞ்சல்துறை ஊழியர்கள் கோரிவருகின்றனர்./ ஒரு தொழிலாளிக்கு அளிக்கப்படும் தினக்கூலி நூறு ரூபாய்./ வண்டி இழுப்பவர்கள், மூட்டை தூக்குவோர் போன்ற தினக்கூலிகளின் வாழ்க்கை போராட்டம் நிறைந்ததாகவே இருக்கிறது.

தினசரி[1] பெ. (அ.வ.) **நாளிதழ்; நாளேடு;** newspaper; daily.

தினசரி[2] வி.அ. **ஒவ்வொரு நாளும்; தினந்தோறும்;** daily; every day. ஏன் அலுவலகத்திற்குத் தினசரி தாமதமாக வருகிறாய்?/ தினசரி வீட்டுக்கு வருபவன் இன்று மட்டும் ஏன் வரவில்லை?

தினசரி[3] பெ.அ. **அன்றாட;** day-to-day. தினசரி வேலைகளைக் கவனிக்கவே எனக்கு நேரம் இல்லை.

தினப்படி[1] பெ. **அரசாங்க அல்லது நிறுவன ஊழியர்கள் அலுவலின் பொருட்டு வெளியிடங்களுக்குச் செல்லும்போது அந்நாளின் செலவுக்கென்று அனுமதிக்கப்படும் தொகை;** daily allowance.

தினப்படி[2] வி.அ. (அ.வ.) தினசரி; daily. காய்கறிக்காரன் தினப்படி இந்த வழியாகத்தான் வருவான்.

தினப்படி[3] பெ.அ. **அன்றாட;** day-to-day. தினப்படி சாப்பாட்டுக்கே கஷ்டம்.

தினம்[1] பெ. 1: **நாள்;** day. இரண்டு தினங்களாக எனக்கு உடம்பு சரியில்லை. 2: **திதி;** lunar day. 3: **(குறிப்பிட்ட நோக்கத்தை அல்லது அக்கறையைப் பரவலாகப் பொதுமக்கள் கவனத்திற்குக் கொண்டுவருவதற்காக அல்லது ஒன்றைக் கொண்டாடும் விதத்திலோ பெருமைப்படுத்தும் விதத்திலோ) ஆண்டுக்கு ஒரு முறை அனுசரிக்கப்படும் நாள்;** day (of celebration). காதலர் தினம்/ மகளிர் தினம்/ குழந்தைகள் தினம்/ ஆசிரியர் தினம்.

தினம்[2] வி.அ. **ஒவ்வொரு நாளும்;** daily; every day. அவன் படிப்பதற்காகத் தினம் என் வீட்டுக்கு வருவான்./ தினம் பணம் கொடு என்று கேட்டால் நான் என்ன செய்ய முடியும்?

தினமும் வி.அ. காண்க: தினம்[2].

தினவு பெ. 1: **(உடலில் ஏற்படும்) அரிப்பு; நமைச்சல்;** itch. வைக்கோலில் உட்கார்ந்ததால் உடம்பு முழுவதும் ஒரே தினவு./ எருமை தன் தினவைத் தீர்த்துக்கொள்வதற்காக மரத்தில் உடலைத் தேய்த்துக்கொண்டிருந்தது. [(தொ.சொ.) **அரிப்பு/ ஊரல்/ எரிச்சல்/ நமைச்சல்**] 2: **(ஒன்றை அடைய வேண்டும் அல்லது செய்ய வேண்டும் என்கிற) தீவிர உந்துதல்;** strong desire to do or have something. எழுத வேண்டும் என்பது ஒரு தினவுதான். 3: (வ.வ.) **திமிர்;** insolence. பணம் சேர்ந்துவிட்டதால் அவன் தினவெடுத்துத் திரிகிறான்.

தினுசு பெ. (-ஆக, -ஆன) (பே.வ.) **(ஒரே பிரிவைச் சேர்ந்தவற்றுள் குறிப்பிடப்படுவது) மற்றவற்றிலிருந்து வேறுபடுத்தி அறியக்கூடிய வகையில் அமைவது; விதம்; ரகம்;** kind; sort; (of behaviour) peculiar. புத்தகம் புதுத் தினுசாக இருக்கிறதே என்று கையில் எடுத்துப் பார்த்தார்./ அதே கதையை வேறு தினுசாக எழுதியிருக்கிறாய்./ இந்தக் கடையில் பல தினுசுகளில் சட்டைகள் உள்ளன./ தினுசு தினுசாக விளையாட்டுச் சாமான்கள் வந்துள்ளன./ என் பையனுக்குத் தினுசுதினுசாகச் சாப்பிட வேண்டும்.

தினை பெ. **மஞ்சள் கலந்த பழுப்பு நிறத்தில் இருக்கும் ஒரு வகைச் சிறுதானியம்;** Italian millet.

தினைக்குருவி பெ. **(சிட்டுக்குருவியைவிடச் சிறிதாக இருக்கும்) தடிமனான கூம்பு வடிவ அலகு கொண்ட பறவை; சில்லை;** munia. தினைக்குருவிகள் அடர்ந்த புதர்களிலும் முள் மரங்களின் உள்ளேயும் பந்து வடிவக் கூட்டைக் கட்டும்.

தீ[1] பெ. **எரிக்கக்கூடிய தன்மையுடையதும் வெப்பத்தையும் ஒளியையும் தருவதுமான ஓர் இயற்கைச் சக்தி; நெருப்பு;** fire. யாரோ விஷமிகள் குடிசைக்குத் தீ வைத்திருக்கிறார்கள்./ இயந்திரத்தில் ஏற்பட்ட கோளாறு காரணமாக விமானம் நடுவானில் தீப் பிடித்து எரிந்தது.

தீ[2] பெ.அ. (உ.வ.) **(பிற சொற்களோடு இணைந்து) தீய; கொடிய;** (in compounds) evil. தீச் செயல்/ தீக் கனா.

தீக்காயம் பெ. **நெருப்பு சுடுவதால் (உடலில்) உண்டாகும் காயம்;** burn.

தீக்குச்சி பெ. **(தீப்பெட்டியில் ரசாயனப் பூச்சு கொண்ட பரப்பில் தேய்த்தால்) தீப்பற்றிக் கொள்ளக்கூடிய தன்மை கொண்ட ரசாயனப் பொருள் ஒரு முனையில் பூசப்பட்ட சிறிய மெல்லிய குச்சி;** (safety) match; matchstick.

தீக்குழி பெ. **தீமிதிக்காக விறகுகளை எரித்துத் தணலாக இருக்கும்படி ஏற்படுத்தப்பட்ட நீள்சதுரப் பரப்பு;** pit of live coals.

தீக்குளி வி. (-குளிக்க, -குளித்து) **(தற்கொலை செய்துகொள்ளும் அல்லது எதிர்ப்பைத் தெரிவிக்கும் நோக்கத்தோடு தன்னை) எரித்துக்கொள்ளுதல்; உடலில் நெருப்பு வைத்துக்கொண்டு இறத்தல்;** set oneself on fire. தன்னுடைய கட்சித் தலைவர் இறந்த செய்தியைக் கேட்டுத் தீக்குளிக்க முயன்ற தொண்டர் கைதுசெய்யப்பட்டார்.

தீக்கோழி பெ. காண்க: நெருப்புக்கோழி.

தீங்கு பெ. **(ஒருவருக்கு அல்லது ஒன்றுக்கு) கெடுதல் விளைவிக்கக்கூடியது; தீமை; கேடு;** harm; injury. அவர் எறும்புக்குக்கூடத் தீங்கு செய்ய மாட்டார்./ தீங்கு விளைவிக்கக்கூடிய மருந்துகளை அரசு தடைசெய்ய வேண்டும்.

தீச்சட்டி பெ. 1: **(பெரும்பாலும்) அம்மன் கோயிலுக்குப் பிரார்த்தனையாகக் கையில் எடுத்துச்செல்லும், நெருப்புக் கங்குகள் உள்ள மண்சட்டி;** pot of burning coals. 2: (வ.வ.) **கொள்ளிச்சட்டி;** pot of burning coal (for lighting funeral pyre).

தீசல் பெ. (வ.வ.) 1: **(பாத்திரத்தின் அடிப்பகுதியில் உள்ள குழம்பு முதலியவற்றின்) மிகவும் தீய்ந்துபோன நிலை;** charred or excessively heated (food preparation). 2: **ஒல்லி;** leanness or thinness (of body). ஆள் தீசலாக இருக்கிறான்.

தீட்சண்யம் பெ. (-ஆக, -ஆன) **(புலன்களின் சக்தியிலும் அறிவிலும்) கூர்மை;** keenness (of observation, intellect, etc.,). பார்ப்பவரை ஊடுருவும் தீட்சண்யமான பார்வை/ அவருடைய பேச்சில் அறிவின் தீட்சண்யம் வெளிப்பட்டது./ தாத்தாவுக்குக் காது இன்னும் தீட்சண்யமாகக் கேட்கிறது.

தீட்சை பெ. 1: **தகுதியான ஆன்மீக குருவை அடைந்த ஒருவருக்கு குருவின் அருட்பார்வை, உபதேசம் முதலியவற்றால் தொடங்கிவைக்கப்படும் புதிய ஆன்மீக**

அ ஆ இ ஈ உ ஊ எ ஏ ஐ ஒ ஓ ஔ ஃ

வாழ்க்கை நெறி; initiation into spirituality. 2: கோயிலில் ஆகம விதிப்படி பூஜை செய்வதற்குப் பயிற்சி பெற்ற அர்ச்சகர் என்னும் அங்கீகாரம்; initiation (as a temple priest).

தீட்டு[1] வி. (தீட்ட, தீட்டி) அ. (கூர்மை, பொலிவு தருதல் தொடர்பான வழக்கு) 1: (கத்தி, கத்தரிக்கோல் போன்றவற்றைச் சாணைக்கல்லில்) கூராக்குவதற்காகத் தேய்த்தல்; sharpen; whet. அரிவாளை நன்றாகத் தீட்டிக் கொண்டுவா./ (உரு வ.) செவிகளைத் தீட்டிக் கொண்டு அவர்கள் பேசுவதைக் கேட்டான்./ (உரு வ.) புத்தியைத் தீட்டு. 2: (அரிசியை இயந்திரத்தில் இட்டு) சற்று வெண்மையாக்குதல்; polish (rice). தீட்டிய அரிசியில் சத்து குறையும். 3: (அழகுபடுத்தும் நோக்கத்தோடு மை, வண்ணம் போன்றவற்றை) பூசிக்கொள்ளுதல்; பூசுதல்; apply; smear. மை தீட்டிய கண்கள்/ காளை மாட்டின் கொம்புகளுக்கு வண்ணம் தீட்டினான். 4: (இலங்.) (பல்) துலக்குதல் அல்லது தேய்த்தல்; brush (teeth); clean. காலையில் எழுந்ததும் பல் தீட்டி, முகம் கழுவினான். ஆ. (நுணுக்கத்துடன் ஒன்றை உருவாக்குதல் தொடர்பான வழக்கு) 5: (தூரிகையினால் ஓவியம்) வரைதல்; paint (a picture). ஓவியர் இயற்கைக் காட்சி ஒன்றை அற்புதமாகத் தீட்டியிருந்தார்./ நவீன பாணியில் தீட்டப்பட்டிருந்தது ஓவியம். 6: (கட்டுரை, தலையங்கம் முதலியவற்றை) திறம்பட எழுதுதல்; write forcefully or effectively; depict. அரசின் போக்குக்குறித்து ஆசிரியர் நீளமான தலையங்கம் ஒன்றைத் தீட்டியிருந்தார். [(தொ.சொ.) எழுது/ கிறுக்கு/ வரை] 7: (திட்டம், அறிக்கை போன்றவற்றை) தயாரித்தல்; prepare (a plan, report, etc.,); chalk out. பொருளாதார நெருக்கடியைச் சமாளிக்க நிபுணர்கள் புதிய வழிமுறை ஒன்றைத் தீட்டியுள்ளனர்./ அவன் தீட்டியுள்ள சதித்திட்டம் இதுதான். இ. (மரபு வழக்கு) 8: (பே.வ.) (அதிகம் என்று தோன்றும்படியாக) தண்டனை விதித்தல்; pass a severe sentence. நீதிபதி குற்றவாளிக்குப் பத்து வருடம் தீட்டிவிட்டார். 9: (பே.வ.) (அதிகம் என்று தோன்றும்படியாக) கட்டணம் போன்றவற்றை வசூலித்தல்; fleece. அந்த ஓட்டலுக்குப் போகாதே, தீட்டிவிடுவார்கள்.

தீட்டு[2] பெ. 1: (பிரசவித்த அல்லது மாதவிலக்கில் உள்ள பெண்ணைத் தொடுவது அல்லது இறந்துபோன ஒருவரின் வீட்டுக்குச் சென்றுவிட்டு வருவது முதலியவற்றால் ஒருவருக்கு ஏற்படுவதாக நம்பப்படும்) தூய்மைக் குறைவு; ritual defilement. 2: மாதவிலக்கு; மாதவிடாய்; (menstrual) period.

தீட்டு தொடக்கு பெ. (பே.வ.) தீட்டும் அது போன்று தூய்மைக் குறைவாகக் கருதப்படும் பிறவும்; ritualistic defilement. 'இந்தக் காலத்தில் தீட்டு தொடக்கு என்று பார்ப்பதில் அர்த்தமில்லை' என்றாள் அக்கா.

தீண்டாமை பெ. 1: சாதி அமைப்பில் சில சாதியினர் தொட்டால் தீட்டு ஏற்பட்டுவிடும் என்னும் சமூக விரோதப் போக்கு; the anti-social custom of regarding some sections of the population as untouchables within the caste hierarchy. தீண்டாமை சட்டப்படி குற்றம். 2: எச்.ஐ.வி.யால் பாதிக்கப்பட்டவர்கள், தொழுநோயாளிகள் போன்றோரைக் குடும்பத்திலிருந்தோ பள்ளியிலிருந்தோ அலுவலகத்திலிருந்தோ தள்ளி வைத்தல், சிகிச்சை அளிக்க மறுத்தல் போன்ற செயல்பாடு; stigma.

தீண்டு வி. (தீண்ட, தீண்டி) 1: (பாம்பு, விஷப் பூச்சி போன்றவை) கடித்தல்; (of snakes, poisonous insects, etc.,) bite. கருநாகம் தீண்டி இறந்துபோனார்./ புதர்ப் பக்கம் போகாதே. ஏதாவது தீண்டிவிடப்போகிறது. [(தொ.சொ.) கடி/ கொட்டு/ கொத்து] 2: (பெரும்பாலும் எதிர்மறையில்) தொடுதல்; (in the negative) touch; associate (with s.o.). இந்தச் செடியை எந்த விலங்கும் தீண்டுவதில்லை./ தன் மனைவியைத் தவிர அவர் வேறு பெண்ணைத் தீண்டியதில்லை.

தீத்தாங்கல் பெ. (ஊரக வ.) மண் தரையை வழவழப்பாகத் தீற்றப் பயன்படுத்தும் கையளவு உள்ள கருங்கல்; small, hemispherical, polished granite stone used for smoothening the mud floor of the house. புதியதாகப் போட்ட மண் தரையைத் தீத்தாங்கல்லை வைத்துப் பெரியம்மா நாள் முழுதும் தீத்துவார்.

தீதாள் பெ. (இலங்.) அங்குஸ்தான்; thimble.

தீது பெ. (உ.வ.) தீமையானது; தீமை தருவது; that which is harmful; evil. நம் நடத்தைக்குத் தகுந்தபடிதான் நன்றும் தீதும் வரும்.

தீநாக்கு பெ. காண்க: கருநாக்கு.

தீப்பந்தம் பெ. காண்க: பந்தம்[1].

தீப்பள்ளயம் பெ. (இலங்.) தீமிதி விழா; fire-walking festival.

தீப்புண் பெ. காண்க: தீக்காயம்.

தீப்பெட்டி பெ. வெளியே இழுக்கக்கூடிய உள் அறையையும் வெளிப் பகுதியின் இரு பக்கங்களிலும் தீக்குச்சியை உரசுவதற்கான ரசாயனப் பரப்பையும் கொண்ட, தீக்குச்சிகள் வைக்கப்பட்டிருக்கும், கையடக்கமான பெட்டி; matchbox.

தீபகற்பம் பெ. மூன்று பக்கம் கடல் சூழ்ந்திருக்கும் நிலப் பகுதி; peninsula. இந்தியத் தீபகற்பம்/ யாழ்ப்பாணத் தீபகற்பம்.

தீபம் பெ. தாவர எண்ணெய், நெய் ஆகியவற்றை ஊற்றி எரிக்கும் விளக்கு; lamp (of vegetable oil, ghee). துளசி மாடத்தில் இந்த தீபத்தை வை./ சுவாமிக்கு தீபம் ஏற்றுகிறார்.

தீபஸ்தம்பம் பெ. அகன்ற வட்டமான அடிப்பாகமும் நீண்ட தண்டும் தண்டின் முனையில் ஐந்து தனித்தனித் திரிகளும் கொண்ட விளக்கு; circular oil lamp with five separate wicks held by a stem standing on a circular base.

தீபாராதனை பெ. பூஜையின் முடிவில் கடவுள் விக்கிரகத்தின் அல்லது படத்தின் முன்பு தீபத்தை இடமிருந்து வலமாக மூன்று முறை சுற்றும் செயல்; waving lighted lamps three times clockwise before an idol, at the end of worship. தீபாராதனை காட்டியதும்தான் பிரசாதம் தருவார்கள்.

தீபாவளி பெ. புராணத்தில் நரகாசுரன் என்ற அசுரனை விஷ்ணு வதம் செய்ததைக் கொண்டாடும் விதமாக அதிகாலையில் எண்ணெய் தேய்த்துக் குளித்துப்

புத்தாடை உடுத்தி, வெடி வெடித்து ஐப்பசி மாதம் கொண்டாடும் பண்டிகை; festival of lights; Deepavali.

தீபாவளி மருந்து பெ. (தீபாவளிப் பண்டிகையின் போது) சுக்கு, மிளகு முதலிய பொருள்களுடன் நெய் சேர்த்துத் தயாரிக்கப்படும், செரிமானத்திற்கு உதவும் லேகியம்; paste-like preparation with dried ginger, pepper, etc., to induce digestion, used at Deepavali festival.

தீம் பெ.அ. (உ.வ.) (பிற சொற்களோடு இணைந்து) இனிய; இனிமையான; sweet. *தீஞ்சுவை/ தீங்கனி.*

தீமிதி[1] வி. (-மிதிக்க, -மிதித்து) (அம்மன் கோயில் திரு விழாவில்) வேண்டுதலை நிறைவேற்றும் பொருட்டு விரதம் இருப்பவர்கள் தணல் நிரப்பிய குழியை வெறுங்காலால் கடத்தல்; walk (barefoot) on live coals (in a trench, in fulfilment of a vow). *மஞ்சள் புடவை அணிந்த பெண்கள் தீமிதிக்கத் திரண்டிருந்தனர்.*

தீமிதி[2] பெ. தீமிதிக்கும் சடங்கு; ritual walking across a pit filled with live coals (in fulfilment of a vow); fire-walking. *ஆடி மாதத்தில் எங்கள் ஊர் மாரியம்மன் கோயிலில் தீமிதி நடக்கும்.*

தீமூட்டு வி. (-மூட்ட, -மூட்டி) 1: (சிதைக்கு) தீ வைத்தல்; light funeral pyre. *தலைவரின் சிதைக்கு அவருடைய மூத்த மகன் தீமூட்டினார்.* 2: (அடுப்பை) பற்றவைத்தல்; light (stove). *மூன்று செங்கல்லை வைத்து, சுள்ளிகள் போட்டுத் தீமூட்டினார்.*

தீமை பெ. கேடு விளைவிப்பது; மோசமான விளைவை ஏற்படுத்துவது; தீங்கு; wrong (as opposed to right); harm; evil. *நன்மை எது, தீமை எது என்று அறியாத சிறு பிள்ளை./ வரதட்சணை வாங்குதல் போன்ற சமூகத் தீமைகளை எதிர்த்துப் போராட்டம் நடத்தினார்கள்./ வாழ்க்கையில் அவன் செய்த நன்மைகளைவிடத் தீமைகளே அதிகம்.*

தீய்[1] வி. (தீய, தீய்ந்து) 1: (தீயினால் அல்லது அதிகப் படியான சூட்டினால்) எரிந்துபோதல்; கருகுதல்; be burnt; be charred. *விபத்துக்குள்ளான விமானத்திலிருந்து தீய்ந்து, கருகிப்போன நிலையில் பல உடல்கள் மீட்கப்பட்டன./ கருவாடு தீய்ந்துபோய்விட்டது./ மோர்மிளகாயைத் தீய விடாதே.* [(தொ.சொ.) கருகு/ காந்து] 2: (அதிகச் சூட்டால் பாத்திரத்தின் அடிப்பகுதியில் இருப்பது) சுண்டி அல்லது கருகிப் படிதல்; (of contents of a vessel) become burnt out (due to excessive heating). *பால் தீய்ந்த வாடை அடிக்கிறதே!* 3: (பயிர்கள், தாவரங்கள் முதலியவை வறட்சியால், வெப்பத்தால்) வாடி வதங்குதல்; காய்தல்; (of crops, plants) be scorched (by the heat of the sun); dry up (in drought). *பயிர்கள் வறட்சியால் தீய்ந்துகிடந்தன.*

தீய்[2] வி. (தீய்க்க, தீய்த்து) (தீயில் அல்லது அதிகச் சூட்டில்) கருக்குதல்; get scorched by over-roasting. *கிழங்கை வாட்டிக் கொண்டுவா என்றால் தீய்த்துவிட்டாயே!/ மஞ்சளைத் தீய்த்துத் தேள் கொட்டிய இடத்தில் தேய்த்தாள்.* [(தொ.சொ.) எரி/ கருக்கு/ கொளுத்து/ பொசுக்கு]

தீய பெ.அ. ஊறு விளைவிக்கக்கூடிய; கெடுதல் தரும்; கெட்ட; injurious; harmful; bad. *இந்த மருந்தினால் ஏற்படும் நன்மையைக் காட்டிலும் தீய விளைவுகளே அதிகம்./ தீய நண்பர்கள்/ தீய எண்ணம்.*

தீய ஆவி பெ. (கிறித்.) மனிதரின் மனங்களை மாற்றக் கூடிய தீய சக்தியான சாத்தான்; the evil spirit; Satan.

தீயகறி பெ. (இலங்.) (காய்கறி, கீரை முதலியவை அடங்கிய) சைவ உணவு; மரக்கறி உணவு; vegetarian food. *அப்பா தீட்சை வாங்கிகொண்டதால் தீயகறி மட்டுமே சாப்பிடுவார்./ முருகன் கோயில் கொடியேறிவிட்டது, இனி திருவிழா முடியும்வரை வீட்டில் தீயகறிதான்.*

தீயசக்தி பெ. (பெரும்பாலும் பன்மையில்) (தன் நாட்டுக்கு எதிராக) கேடு விளைவிக்கும் நபர்; விஷமி; (often in the plural) evil force. *நாட்டைத் துண்டாட நினைக்கும் தீயசக்திகளைக் களையக் காவல்துறை செயலாற்றிவருகிறது.*

தீயசட்டி பெ. (இலங்.) சைவ உணவுகள் மட்டும் சமைக்கும் சட்டி; earthenware pan used exclusively for cooking vegetarian food. *தீயசட்டியில் மீன் கறியை வைக்காதே./ தீயசட்டியையும் மச்சச்சட்டியையும் தனித்தனியாக மேலே வை.*

தீயணைப்பான் பெ. தீயணைக்கப் பயன்படும், ரசாயனப் பொருள்கள் நிரப்பப்பட்ட சாதனம்; fire extinguisher. *எல்லாத் திரையரங்குகளிலும் தீயணைப்பானைக் கண்டிப்பாக வைக்க வேண்டும் என்பது சட்டம்.*

தீயணைப்பு பெ. தீ விபத்து ஏற்படும்போது தீயை அணைக்கும் செயல்/தீ அணைக்கும் பணி தொடர்பானது; firefighting. *தீயணைப்புப் படை/ தீயணைப்புத் துறை/ தீயணைப்பு வீரர்/ தீயணைப்பு வண்டி.*

தீயம் பெ. (இலங்.) காண்க: தீயகறி.

தீயாக வி.அ. (பு.வ.) (ஒரு செயலைச் செய்யும்போது) அதிவேகமாகவும் பரபரப்போடும்; மிகுந்த சுறுசுறுப்போடு; (do some work) fast and furiously. *தீயாக வேலை செய்தால்தான் நாம் மதியத்துக்குள் இதை முடிக்க முடியும்.*

தீயிடுக்கி பெ. (வ.வ.) விறகு அடுப்பில் எரியும்போது கங்குகளைப் பிடித்து எடுப்பதற்குப் பயன்படுத்தும் சமையலறைச் சாதனம்; tongs-like tool (for picking firebrands from oven).

தீர்[1] வி. (தீர, தீர்ந்து) 1: (ஒரு பொருளை உபயோகத்துக்கு எடுத்துக்கொண்டே இருப்பதால்) இல்லாமல் போதல்; be exhausted or be used up. *சர்க்கரை தீர்ந்துவிட்டது; வாங்க வேண்டும்./ கொண்டுவந்த பணமெல்லாம் தீர்ந்துவிட்டதா?* 2: (பிரச்சினை, சண்டை, வேலை முதலியவை) முடிவுக்கு வருதல்; முடிதல்; be over; come to an end; be finished. *பிரச்சினை தீர்ந்து சமரசமாகிவிட்டார்கள்./ வீட்டு வேலை தீராத வேலை./ கடல் நீர் இறைத்துத் தீருமா?* 3: (பசி, களைப்பு அல்லது ஏக்கம், கவலை, பயம் போன்ற உணர்வுகள்) நீங்குதல்; be free from; (of doubt) be cleared. *உன் சந்தேகம் தீர்ந்ததா?/ பசி தீரச் சாப்பிட்டுவிட்டுத் தூங்கினேன்.* 4: (நோய்) குணமாதல்; be cured. *எந்த மருந்து சாப்பிட்டாலும் இந்த மனநோய் தீராது./ மருத்துவர் தந்த மருந்தால் வயிற்று வலி முழுவதுமாகத் தீர்ந்துவிட்டது.* 5: (ஒருவரின் பொறுப்பு, கடமை போன்றவை) நிறைவடைதல்; discharge (one's duty). *உன்னைப் பத்திரமாக உன் பெற்றோரிடம் ஒப்படைத்துவிட்டேன். என் பொறுப்புத் தீர்ந்தது./ அவனுக்குத் திருமணம் செய்துவைத்துவிட்டால் என் கடமை தீர்ந்துவிடும்.* 6: (ஒன்றைப் பற்றிய குழப்பம், மர்மம் போன்றவை)

அ ஆ இ ஈ உ ஊ எ ஏ ஐ ஒ ஓ ஔ ஃ

தெளிவாதல்; (of confusion, mistery, etc.,) be cleared. இப்போதாவது உன் குழப்பம் தீர்ந்ததா?/ அவருடைய சாவு பற்றிய மர்மம் இன்னும் தீரவில்லை. **7: (கடன்) அடைபடுதல்;** (of debt, loan) be paid up; be cleared. இன்னும் ஐயாயிரம் ரூபாய் கட்டினால்தான் கடன் தீரும். **8:** *(இறந்த கால வடிவங்கள் மட்டும்)* **(மோசமான சூழ்நிலையை எதிர்கொள்ளும் ஒருவர்) கடுமையாகப் பாதிக்கப்படுதல்;** (in an unfavourable situation) be finished; be done for. இந்த விஷயம் மட்டும் மேலதிகாரிக்குத் தெரிந்தால், நாம் தீர்ந்தோம்./ இருப்பில் ஆயிரம் ரூபாய் குறைகிறதே; இன்று நான் தீர்ந்தேன்!/ இத்தோடு அவன் தீர்ந்தான்.

தீர்[2] து.வி. (தீர, தீர்ந்து) **1: முதன்மை வினை குறிப்பிடும் செயலை எப்படியும் செய்து முடிப்பது என்று உறுதியாக முடிவெடுப்பதைக் குறிப்பிடும் துணை வினை;** auxiliary verb used to indicate that the action of the main verb is to be completed without fail. வீடு வாங்கியே தீர்வது என்று தீர்மானித்துவிட்டேன்./ கடனை அடுத்த ஆண்டுக்குள் அடைத்தே தீர்வது என்று முடிவு செய்துகொண்டேன். **2: முதன்மை வினை குறிப்பிடும் செயலை நிர்ப்பந்தத்தின் பேரில் செய்ய வேண்டியதாக இருப்பதைக் குறிப்பிடப் பயன்படுத்தும் துணை வினை;** auxiliary verb indicating that the action of the main verb is carried out on compulsion. அவருடைய வற்புறுத்தலின் காரணமாகச் சாப்பிட்டுத்தீர வேண்டியிருந்தது.

தீர்[3] வி. (தீர்க்க, தீர்த்து) **1: (ஒரு பொருளை உபயோகத்திற்கு எடுத்துக்கொண்டே இருப்பதன்மூலம்) இல்லாமல் ஆக்குதல்;** exhaust; use up. குடித்தே பணத்தைத் தீர்த்துவிட்டான்./ வாங்கிய சம்பளத்தை ஒரே வாரத்தில் தீர்த்துவிட்டால் மீதி நாட்களை எப்படிச் சமாளிப்பது? **2: (பிரச்சினை, சண்டை முதலியவற்றை) முடிவுக்கு வரச் செய்தல்;** resolve (a problem); settle. எப்படிப்பட்ட பிரச்சினையாக இருந்தாலும் தலைவர் சுலபமாகத் தீர்த்துவிடுவார்./ இவர்கள் சண்டையைத் தீர்க்க வழி என்ன? **3: (பசி, வலி, கவலை, சந்தேகம் முதலியவற்றை) போக்குதல்;** relieve (pain, hunger, etc.,); clear; remove (doubt). வயிறார உண்டு பசியைத் தீர்த்துக்கொண்டான்./ மாணவர்களின் சந்தேகத்தைத் தீர்ப்பதற்குக்கூட நேரம் இல்லை./ உன் குழப்பத்தை நான் தீர்த்துவைக்கிறேன்./ தீர்க்க முடியாத புதிரா இது? **4: (நோயை) குணமாக்குதல்;** cure. 'இந்த மருந்து எந்தப் பிணியையும் தீர்க்க வல்லது' என்று அந்த விளம்பரத்தில் போட்டிருந்தது./ புற்றுநோயைத் தீர்க்கும் மருந்து இதுவரை கண்டுபிடிக்கப்படவில்லை. **5: (கடனை) அடைத்தல்;** pay off (loan). அவனிடம் பட்ட கடனைத் தீர்க்க வீட்டை விற்றுவிட்டார். **6:** *(பே.வ.)* **(பெரும்பாலும் தன் எதிரியை, வேண்டாதவரை) கொல்லுதல்;** do away with (an enemy). காட்டிக்கொடுத்தவனைத் தீர்த்துவிட்டார்கள். **7:** *(கணி.)* **கொடுக்கப்பட்ட சமன்பாட்டுக்குச் சரியான விடையைக் கண்டுபிடித்தல்;** solve (an equation). 3x+2y=13 என்ற சமன்பாட்டைத் தீர்க்கவும்.

தீர்[4] து.வி. (தீர்க்க, தீர்த்து) **முதன்மை வினை குறிப்பிடும் செயல் அதிக அளவில் நிகழ்த்தப்பட்டது என்பதைக் குறிப்பிடும் துணை வினை;** auxiliary verb used to indicate that the action of the main verb has been carried out either thoroughly or to one's heart's content. நாள் முழுவதும் தூங்கித்தீர்த்தான்./ அவன்மேல் எனக்குக் கடும் கோபம்; அவனைத் திட்டித் தீர்த்துவிட்டேன்.

தீர்க்கசுமங்கலி பெ. *(பெரும்பாலும் கணவனுடன் வாழும் பெண்ணை வாழ்த்தும்போது)* **நீண்ட காலம் சுமங்கலியாக வாழ்பவள்;** woman with a long married life (a word used while blessing).

தீர்க்கதரிசனம் பெ. **எதிர்காலத்தில் நடக்கப்போவதை முன்னரே உணர்ந்து சொல்லக்கூடிய அல்லது செயல்படக்கூடிய அறிவு;** farsightedness; foresight. இந்தச் சட்டம் மக்களிடையே பிளவை ஏற்படுத்தும் என்று அப்போதே அவர் தீர்க்கதரிசனத்துடன் சொன்னார்./இந்த ஒப்பந்தம் தீர்க்கதரிசனத்துடனும் ராஜதந்திரத்துடனும் செய்துகொள்ளப்பட்டிருக்கிறது./ இந்தியாவின் நலனைக் கணக்கில் கொண்டு தீர்க்கதரிசனத்தோடு செய்யப்பட்ட முடிவு.

தீர்க்கதரிசி பெ. **எதிர்காலத்தில் நடக்கப்போவதை முன்னரே உணர்ந்து சொல்லக்கூடிய அல்லது செயல்படக்கூடிய திறன் உடையவர்;** prophet; seer.

தீர்க்கம் பெ. (-ஆக, -ஆன) **1:** *(பேச்சு, கருத்து, முடிவு முதலியவை குறித்து வரும்போது)* **தெளிவு; உறுதி;** clarity; firmness; conviction. இது தீர்க்கமாக ஆலோசித்து எடுக்கப்பட்ட முடிவு./ அவருடைய தீர்க்கமான கருத்து/ தீர்க்கமான அறிவும் புத்திக் கூர்மையும் உடையவர்கள் தலைமைப் பொறுப்புக்கு வர வேண்டும்./ தீர்க்கமான சிந்தனையாளர். **2:** *(பார்வையைக் குறித்து வரும்போது)* **கூர்மை;** keenness (of perception). ஆகாயத்தைத் தீர்க்கமாகப் பார்த்துவிட்டு இன்று மழை வரும் என்றார்./ அவர் பார்வையில் இருந்த தீர்க்கம்.

தீர்க்கரேகை பெ. **பூமியில் ஒரு இடம் எங்கிருக்கிறது என்பதையும் நேரத்தையும் கணக்கிட உதவும், வட துருவத்திலிருந்து தென் துருவம்வரை செல்லும் கற்பனைக் கோடு;** longitude. *(பார்க்க, படம்:* **அட்சக் கோடு)**

தீர்க்காயுசு பெ. **நீண்ட ஆயுள்;** long life. 'தீர்க்காயுசுடன் இரு' என்று பெரியவர் வாழ்த்தினார்./ 'குழந்தைக்கு தீர்க்காயுசு, கவலைப்படாதே' என்றார்.

தீர்க்காயுள் பெ. காண்க: **தீர்க்காயுசு.**

தீர்த்தக்குளம் பெ. காண்க: **தீர்த்தம், 1.**

தீர்த்தங்கரர் பெ. **(சமணத்தில்) உலகப் பற்றுகளைக் கடந்துசெல்ல உதவும் பாதையை அமைத்துத் தருபவர்;** (in Jainism) Arhats (saints), twenty-four in number.

தீர்த்தத் தொட்டி பெ. **1: (கோயிலில்) அபிஷேக நீர் தேங்குவதற்கான தொட்டி;** tub-like construction in which the water used in bathing the idol (in temples) collects. **2:** *(கிறித்.)* **(தேவாலயங்களில்) புனிதப்படுத்தப்பட்ட நீர் வைக்கப்பட்டிருக்கும் தொட்டி;** font.

தீர்த்தம் பெ. **1: புனிதத் தலங்களிலுள்ள ஆறு, குளம் முதலிய நீர்நிலை அல்லது அவற்றின் நீர்;** water sources in sacred places or the water brought from a sacred place. காவிரித் தீர்த்தத்தில் குளித்துவிட்டுக் கோயிலுக்குப்

போனார்./ காசித் தீர்த்தத்தைப் பூஜை அறையில் வை. 2: **(கோயில்களில் வழங்கப்படும்) அபிஷேக நீர்;** water used in worshipping an idol (and later distributed to devotees). வலது கையைக் குழித்துத் தீர்த்தம் வாங்கித் தலையில் தெளித்துக்கொண்டார். 3: *(ச.வ.)* **தண்ணீர்;** water. குடிக்கக் கொஞ்சம் தீர்த்தம் கொடுங்கள்.

தீர்த்தமாடு வி. *(-ஆட, -ஆடி)* **(புனிதத்தலத்தில் உள்ள நீர்நிலையில்) நீராடுதல்;** take a ceremonial bath in holy tanks, rivers, etc., தீர்த்தமாடிய பின் கோயிலுக்குச் சென்று சிவனைத் தரிசிக்க வேண்டும் என்பது ராமேஸ்வரத்தில் ஐதிகம்./ பம்பை நதியில் தீர்த்தமாடிவிட்டுச் சபரிமலையில் ஏறத்தொடங்கினோம்.

தீர்த்தயாத்திரை பெ. **திருத்தலங்களில் அமைந்துள்ள நீர்நிலைகளில் நீராடுவதற்குப் பக்தர்கள் மேற்கொள்ளும் பயணம்;** pilgrimage to the water sources at sacred places or shrines.

தீர்த்தவாரி பெ. **திருவிழாவின் முடிவில் குளத்துக்கு அல்லது ஆற்றுக்கு உற்சவமூர்த்தியைக் கொண்டுசென்று அபிஷேகம் நடத்தும் நிகழ்ச்சி;** bathing of an idol in a tank or river at the close of a temple festival.

தீர்ப்பளி வி. *(-அளிக்க, -அளித்து) (சட்டம்)* **(இரு தரப்பு வாதங்களையும் கேட்டு விசாரித்து) சட்டபூர்வமாகத் தீர்ப்பு வழங்குதல்/நியாயம் கூறுதல்; முடிவு சொல்லுதல்;** (in a court of law) pronounce judgement/(at a village gathering) give a binding decision. குற்றவாளிக்கு ஏழு ஆண்டு காலம் கடுங்காவல் தண்டனை விதித்து நீதிபதி தீர்ப்பளித்தார்.

தீர்ப்பாணை பெ. *(சட்டம்)* **வழக்கில் பிறப்பிக்கப்படும் தீர்ப்புக்குப் பிறகு தீர்ப்பின் சாராம்சத்தையும் இரு தரப்பினருக்கும் உள்ள உரிமைகளையும் விளக்கும் உத்தரவு;** decree.

தீர்ப்பாயம் பெ. *(சட்டம்)* **குறிப்பிட்ட அரசுத் துறைகளுக்கும் பொதுமக்களுக்கும் எழும் பிரச்சினைகளை விசாரித்துத் தீர்ப்பு வழங்கும் அதிகாரம் படைத்த ஒருவர் அல்லது பலர் அடங்கிய நீதி நிர்வாக அமைப்பு;** tribunal. வருமான வரி மேல்முறையீட்டுத் தீர்ப்பாயம்/ நுகர்வோர் தீர்ப்பாயம்.

தீர்ப்பு பெ. 1: *(சட்டம்)* **நீதிமன்றத்தில் ஒரு வழக்கில் இருதரப்பு வாதங்கள், சாட்சியங்கள் போன்றவற்றை விசாரித்துச் சட்டப்படி நீதிபதி வழங்கும் முடிவு;** judgement. உயர் நீதிமன்றத்தில் அளித்த தீர்ப்பை எதிர்த்து உச்ச நீதிமன்றத்தில் மேல்முறையீடு செய்திருக்கிறார்./ *(உரு வ.)* தேர்தலில் மக்கள் அளித்த தீர்ப்பை மதிக்கிறோம். 2: **(பொதுவாக) ஒன்றை ஆராய்ந்து தெரிவிக்கும் முடிவு;** (in general) decision; verdict; (expert's) conclusion. இறக்குமதி செய்யப்பட்ட அந்த இயந்திரங்கள் பழுதானவை என்பதே நிபுணர்களின் தீர்ப்பு./ இந்தப் பிரச்சினையில் முதலமைச்சரின் தீர்ப்பு என்ன? [*(தொ.சொ.)* **தீர்வு/ நிவர்த்தி/ பரிகாரம்/ முடிவு/ வழி/ வழிமுறை/ விடை**]

தீர்ப்புத் தண்டனை பெ. *(சட்டம்)* **குற்றவாளி என்று தீர்ப்பு வழங்கப்பட்டபின் குற்றவாளிக்கு வழங்கும் தண்டனை;** sentence.

தீர்ப்புநாள் பெ. **(கிறித்துவ மதத்திலும் இஸ்லாத்திலும்) உலகத்தின் இறுதியில் ஒவ்வொருவருக்கும் அவரவருடைய நல்ல அல்லது தீய செயல்களுக்கு ஏற்ற சன்மானத்தை அல்லது தண்டனையை இறைவன் தருவார் என்று நம்பப்படும் நாள்;** Judgement Day.

தீர்ப்புரை பெ. *(சட்டம்)* **(ஒரு வழக்கின் தொடர்பாக) நீதிமன்றத்தில் நடந்த இருதரப்பு வாதம், சாட்சியங்கள் முதலியவற்றின் அடிப்படையில் வழங்கும் தீர்ப்புக்கான காரணங்கள், முடிவு ஆகியவற்றைக் கூறும் நீதிபதியின் உரை;** (text of the) judgement.

தீர்மானம்[1] பெ. 1: **(ஒன்றைக் குறித்து ஒருவர் கொள்ளும்) உறுதியான கருத்து அல்லது முடிவு;** conclusion; decision. உன்னுடன் சிறிது நேரமே பேசிக்கொண்டிருந்த ஒருவரைப் பற்றி எப்படி ஒரு தீர்மானத்திற்கு வந்தாய்? [*(தொ.சொ.)* **எண்ணம்/ நிலைப்பாடு/ முடிவு**] 2: **(ஓர் அமைப்பின் உறுப்பினர்களால் முன்வைக்கப்பட்டு வாக்கெடுப்பின் மூலம் ஏற்கப்படும் அல்லது நிராகரிக்கப்படும்) கருத்துகள் அல்லது முடிவுகள் அடங்கிய திட்டம்;** resolution. போராட்டம் நடத்துவது என்ற தீர்மானத்தைக் கட்சிச் செயற்குழு அங்கீகரித்தது./ ஊதிய உயர்வு கேட்பது என்ற தீர்மானம் தொழிற்சங்கத்தில் பெரும் வரவேற்பைப் பெற்றது. 3: *(-ஆக, -ஆன)* **ஒரு முடிவில் காணப்படும் உறுதித் தன்மை;** firm resolve; finality (of statements made); resoluteness. என்னால் இனிமேல் இங்கு வேலைபார்க்க முடியாது என்று தீர்மானமாகக் கூறினார்./ திருமணம் தற்போது வேண்டாம் என்று தீர்மானமாகச் சொல்லிவிட்டான்./ மேலே படிக்கப்போவதில்லை என்பதுதான் உன்னுடைய தீர்மானமான முடிவு என்றால் நான் ஒன்றும் சொல்வதற்கில்லை.

தீர்மானம்[2] பெ. *(இசை)* **கோர்வை;** phrase coming at the end of a sequence of ஸ்வரம் or சொற்கட்டு (with special reference to *தாளம்*).

தீர்மானி வி. *(தீர்மானிக்க, தீர்மானித்து)* 1: **(ஒன்றை) முடிவுசெய்தல்;** take a decision; decide; resolve. சாலையைக் கடக்கத் தீர்மானித்தவன் எதிரே பேருந்து வருவதைப் பார்த்ததும் நின்றான்./ உறுப்பினரைப் பதவியிலிருந்து நீக்குவது என்று வாக்கெடுப்பின் மூலம் தீர்மானிக்கப்பட்டது./ நியாயம் யார் பக்கம் இருக்கிறது என்று நீதிபதி அல்லவா தீர்மானிக்க வேண்டும்?/ *(உரு வ.)* இன்றைய ஆட்டத்தின் முடிவை வானிலைதான் தீர்மானிக்கும்போல் இருக்கிறது. 2: **(அளவு, தரம், தன்மை போன்றவற்றை) நிர்ணயித்தல்;** determine. ஒவ்வொரு மாநிலத்திற்கும் இவ்வளவு நிதி என்று மத்திய அரசு தீர்மானிக்கிறது./ மின்னணுப் பொருள்களின் மீதான விற்பனை வரியைத் தீர்மானிக்க நிபுணர் குழு கூடியது.

தீர்வு பெ. 1: **(ஒரு பிரச்சினை, சிக்கல் முதலியவற்றை) தீர்க்கும் வகையில் அல்லது அவற்றுக்கு முடிவு காணும் வகையில் அமையும் வழிமுறை; முடிவு;** solution (to a problem, etc.,). ஒரு அரசியல் பிரச்சினைக்கு அரசு ராணுவ நடவடிக்கைமூலம் தீர்வு காண முயல்வது தவறு என்று அவர் குறிப்பிட்டார்./ பண நெருக்கடிக்கு ஒரு தீர்வு காண வேண்டும். [*(தொ.சொ.)* **தீர்ப்பு/ நிவர்த்தி/ பரிகாரம்/ முடிவு/ வழி/ வழிமுறை/ விடை**] 2: *(கணி.)* **கொடுக்கப்படும் கணக்குக்கான விடை;** solution or answer to a sum. (x-1) (x-9) = 0 என்ற சமன்பாட்டுக்குத் தீர்வு காண்க.

தீர்வை பெ. **1: வரி;** duty; tax. புதிய வரவுசெலவுத் திட்டத்தில் நுகர்பொருள்களின் மீதான தீர்வை குறைக்கப்பட்டிருக்கிறது. **2:** *(இலங்.)* **சுங்கவரி;** customs duty.

தீர வி.அ. **ஒன்று விடாமல் எல்லாவற்றையும் கணக்கில் எடுத்துக்கொண்டு; முற்றிலும்;** thoroughly; covering all aspects. தீர விசாரிக்காமல் நான் அப்படிப் பேசியது தவறுதான்./ நடந்த சம்பவத்தைத் தீர ஆராய்வதற்காக அரசு விசாரணைக் குழு ஒன்றை நியமித்துள்ளது.

தீரம் பெ. **பயம் இல்லாமல் எதையும் செய்யும் துணிவு;** bravery; daring; courage. தீரம் மிகுந்த வீரர்கள்/ தீரச் செயல் புரிந்த சிறுவர்களுக்கு விருது.

தீரர் பெ. **பயப்படாமல் எதையும் துணிந்து செய்பவர்; மனவலிமை உடையவர்;** valiant person. ஆங்கிலேயரைத் தனி ஒருத்தியாக எதிர்த்த தீரர் ஜான்சி ராணி.

தீராந்தி பெ. *(இலங்.)* **உத்தரம்;** cross-beam. வீட்டுக்கான தீராந்தி எல்லாம் பனை மரத்தில் போட்டுள்ளோம்.

தீவட்டி பெ. **(வெளிச்சத்துக்காகப் பிடிக்கப்படும்) தீப்பந்தம்;** torch. தீவட்டி வெளிச்சத்தில் தெருக்கூத்து நடந்தது.

தீவட்டிக்கொள்ளை பெ. **1:** *(முற்காலத்தில்)* **இரவில் தீவட்டிகளோடு ஊரில் புகுந்து அடிக்கும் கொள்ளை;** dacoity at night by people carrying flaming torches. **2: பொறுக்க முடியாத அளவுக்கு அநியாயம்;** blatant swindle. மருத்துவக் கல்லூரியில் இடம் வாங்க ஒரு கோடியா? தீவட்டிக்கொள்ளையாகத் தெரியவில்லையா?/ ஒரு கிலோ அரிசி எழுபது ரூபாயா? தீவட்டிக்கொள்ளையாக இருக்கிறதே!

தீவட்டித்தடியன் பெ. *(பே.வ.)* **(உடல் பருத்த, ஆனால்) எதற்கும் உபயோகமில்லாத இளைஞனைத் திட்டுவதற்குப் பயன்படுத்தும் சொல்;** a hefty, but useless, young man.

தீவனம் பெ. **(வீட்டில் வளர்க்கப்படும் கால்நடை, பறவை ஆகியவற்றுக்கான) உணவு; தீனி;** feed (for domestic animals and poultry); fodder. நவீன முறையில் கால்நடைத் தீவனம் தயாரிக்கும் தொழிற்சாலை இந்த ஊரில் நிறுவப்படும்./ கோழித் தீவனம்.

தீவாந்தரம் பெ. *(அ.வ.)* **1: தொலைதூரத்தில் உள்ள தீவு;** remote or distant island. உன்னைக் கண்காணாத தீவாந்தரத்துக்கு அனுப்ப வேண்டும். **2: மக்கள் வசிக்கும் பகுதியிலிருந்து தள்ளி இருக்கும் இடம்; எளிதில் அடைய முடியாத இடம்;** place away from habitation; place not easily accessible. இந்தத் தீவாந்தரத்தில் பள்ளிக்கூடத்தைக் கட்டினால் மாணவர்கள் எப்படி வருவார்கள்?

தீவிரச் சிகிச்சைப் பிரிவு பெ. **ஆபத்தான நிலையில் உள்ள நோயாளிகளுக்கு இடைவிடாத கவனிப்பையும் சிகிச்சையையும் வழங்கும் மருத்துவமனைப் பிரிவு;** intensive care unit (in a hospital).

தீவிரம் பெ. **1:** *(-ஆக, -ஆன)* **(ஒரு செயலைச் செய்வதில்) வழக்கத்தைவிட அதிகமான கவனமும் கூடுதலான முனைப்பும்;** seriousness. பணப் பிரச்சினையை எப்படிச் சமாளிப்பது என்று அவர் தீவிரமாக யோசித்தார்./ வேலை தேடுவதில் தீவிரமாக இறங்கினான்./ தேர்வு நெருங்க நெருங்க அவன் தீவிரமாகப் படிக்கத் தொடங்கினான்./ அவரிடம் ஒரு தீவிர ஆன்மீகத் தேடல் இருந்தது. **2: (ஒரு நிலைமையின்) கடுமை; உக்கிரம்;** gravity; severity; aggravation. அவர் வழக்கின் தீவிரத்தைப் புரிந்துகொள்ளவே இல்லை./ புற்றுநோயை ஆரம்ப நிலையிலேயே கண்டுபிடித்தால் குணப்படுத்த முடியும். **3:** *(பெரும்பாலும் தீவிர, தீவிரமான என்ற வடிவங்களில்)* **(தீர்மானம், கொள்கை, கருத்து, மனநிலை, செயல்பாடுகளில்) மிகக் கடுமையான நிலை; மிதம் இல்லாத தன்மை;** extremeness (of one's decisions, opinions, attitude, behaviour); lack of moderation. அவர் வெறுப்பில் தீவிரம் தெரிந்தது./ செயலில் உறுதி இருக்கலாம், தீவிரம் விரும்பத்தக்கதல்ல.

தீவிரவாதம் பெ. **அரசியல், மதம், சமுதாயம் போன்றவை தொடர்பான பிரச்சினைகளில் வெறியோடு கூடிய ஆதரவு அல்லது எதிர்ப்பை வெளிப்படுத்தும் போக்கும், இவ்வகைப் பிரச்சினைகளுக்குத் தீர்வாக வன்முறையை மேற்கொள்ளும் போக்கும்;** extremism. மக்கள் எப்போதுமே அரசியலில் தீவிரவாதத்தை ஆதரிப்பதில்லை./ அந்த அரசியல் தலைவர் ஆரம்ப காலத் தீவிரவாதத்தை இப்போது குறைத்துக்கொண்டார்.

தீவிரவாதி பெ. **தீவிரவாதத்தைக் கடைப்பிடிப்பவர்;** extremist.

தீவினை பெ. *(உ.வ.)* **தீய செயலின் விளைவாகிய பாவம்;** sin. இறை வழிபாடு தீவினையை அகற்றும் என்னும் எண்ணம் உடையவர்.

தீவு பெ. **நான்கு பக்கமும் நீர் சூழ்ந்த நிலப் பகுதி;** island. கங்கை பாயும் சுந்தரவனப் பகுதியில் சிறுசிறு தீவுகளைப் பார்க்கலாம்.

தீற்று[1] வி. (தீற்ற, தீற்றி) **1:** *(உ.வ.)* **(மை, வர்ணம் போன்றவை) தீட்டுதல்;** apply; paint. கண்ணுக்கு மை தீற்றிக்கொண்டாள். **2:** *(இலங்.)* **(சிமெண்டு, சுண்ணாம்பு முதலியவை) பூசுதல்;** smear; plaster. வெள்ளைக் களிமண்ணால் தீற்றிய சுவர். **3:** *(ஊரக வ.)* **(வண்டல் மண், சாணம் ஆகியவை கலந்து) மெழுகிய வீட்டுத் தரையைத் தீத்தாங்கல்லைக் கொண்டு தேய்த்து வழவழப்பாக்குதல்;** smoothen the mud floor using தீத்தாங்கல். தீற்றிய தரையை இப்படிக் குழிகுழியாக ஆக்கிவிட்டாயே!

தீற்று[2] வி. (தீற்ற, தீற்றி) *(இலங்.)* **(பொதுவாகக் குழந்தைக்கு) (உணவு) ஊட்டுதல்;** feed (a child). மத்தியானம் குழந்தைக்குச் சோறு தீற்ற வேண்டும்./ நேற்று இரவும் சாப்பிடாததால் குழந்தைக்கு நிறையத் தீற்றிவிடு என்று பாட்டி மகளிடம் கூறினார்.

தீன் பெ. *(இலங்.)* **உணவு;** food. வீட்டுக்குள் போய் ஏதேனும் தீன் கிடந்தால் தின்றுவிட்டு, கடற்கரைப் பக்கமாகப் போய்ச் சுற்றித் திரிவான்.

தீனம் பெ. *(-ஆக, -ஆன)* *(நோயால், வலியால் வருந்துவோரின் குரலைக் குறிப்பிடும்போது)* **பலகீனம்;** (of the voice of the sick) faint; feeble. யாரோ தீனமாக அழுவது போன்ற சத்தம் கேட்டது./ நோயாளியின் தீனக் குரல்.

தீனி பெ. **(விலங்கு, கோழி முதலியவற்றுக்குப் போடும்) உணவு;** food for animals; fodder; (cattle, poultry) feed.

விலங்குகள் தீனியே காணாதது போல இளைத்துக் காணப் பட்டன./ மாட்டுக்குத் தீனி வைத்துவிட்டாயா? [(தொ.சொ.) **ஆகாரம்/ இரை/ உணவு/ ஊண்/ சாப் பாடு/ சிற்றுண்டி/ தின்பண்டம்**]

தீனி எடு வி. (எடுக்க, எடுத்து) **(விலங்கு, கோழி முதலி யவை) உணவு உண்ணுதல்;** feed. பசுமாடு இரண்டு நாளாகத் தீனி எடுக்கவில்லை. [(தொ.சொ.) **அருந்து/ இரையெடு/ உண்/ குடி/ சாப்பிடு/ தின்**]

தீனி போடு வி. (போட, போட்டு) **(விரும்பத் தகாத உணர்வு, நிலை போன்றவற்றுக்கு) ஊக்கமளித்தல்;** pander. ரசிகர்களின் மலிவான ரசனைக்குத் தீனி போடும் படங்களும் வரத்தான் செய்கின்றன./ சாதிப் பிரச்சினைக் குத் தீனி போட்டுச் சில கட்சிகள் ஆதாயம் தேடப்பார்க் கின்றன.

துக்கடா பெ. (பே.வ.) **1: (அளவில்) சிறியது; துணுக்கு;** small piece. இவ்வளவு சிறப்பான நிகழ்ச்சியைப் பற்றிக் கடைசிப் பக்கத்தில் துக்கடாவாகப் போட்டிருக்கிறார் களே!/ பத்திரிகையில் முதலில் முக்கியச் செய்திகளைப் படித்துவிட்டுக் கடைசியாகத் துக்கடாச் செய்திகளைப் படிக்க ஆரம்பித்தேன். **2: (மதிப்பில்) முக்கியமற்றது/ முக்கியமற்றவர்;** trifle. இந்தத் துக்கடா விஷயத்துக்கு மன சைப் போட்டு அலட்டிக்கொள்ளாதே./ துக்கடாப் பயல் களெல்லாம் இன்று நம்மை எதிர்த்துப் பேசுகிறார்கள். **3:** (இசை) **(கச்சேரிகளில் பெரும்பாலும் இறுதிப் பகுதி யில்) பாடப்படும் அல்லது வாசிக்கப்படும் சிறுசிறு உருப்படிகள்;** small compositions sung or played towards the end of a concert. நேற்றைய நிகழ்ச்சியில் பாடகர் வட நாட்டு சங்கீதத்தில் அமைந்த சில துக்கடாக்களையும் வழங் கினார்./ தமிழ்நாட்டில் நடக்கும் கச்சேரிகளில் தமிழ் மொழிப் பாடல்கள் துக்கடா என்ற வகையில் கச்சேரியின் இறுதியில் இடம்பெறும் நிலை மாறிக்கொண்டுவருகிறது.

துக்கப்படு வி. (-பட, -பட்டு) **(இழப்பு, பிரிவு, தோல்வி போன்றவற்றுக்காக) வருந்துதல்;** grieve. மகனை இழந்து துக்கப்படும் நண்பனிடம் ஆறுதலாகப் பேசிவிட்டு வந்தோம்.

துக்கம் பெ. (-ஆக, -ஆன) **1: துயர உணர்வு; துன்பம்;** sorrow; grief. துக்கம் தொண்டையை அடைக்கப் பேசி னான்./ சுகம், துக்கம் இரண்டையும் சமமாக ஏற்றுக்கொள். **2:** (பே.வ.) **மரணம் நிகழ்ந்த வீடு; துக்கம் அனுசரிக்கும் காலம்;** house where a death has taken place; mourning. அப்பா துக்கத்துக்குப் போயிருக்கிறார்; சாயந்திரம்தான் வரு வார்./ செத்துப்போனது பங்காளி என்பதால் எங்களுக்கு ஒரு வருடம் துக்கம் உண்டு.

துக்கம் கா வி. (காக்க, காத்து) **(சடங்கு ரீதியாக) துக்கம் அனுசரித்தல்;** observe mourning. சில சாதிகளில் பங்காளிகள் இறந்தால் எட்டு நாட்கள் துக்கம் காக்கிறார்கள்.

துக்கம் கேள் வி. (கேட்க, கேட்டு) காண்க: **துக்கம் விசாரி.**

துக்கம் கொண்டாடு வி. (கொண்டாட, கொண்டாடி) **(குடும்பத்தில் நெருக்கமான உறவினர் ஒருவர் இறந்த தால் பண்டிகை, விழா முதலியவை கொண்டாடாமல் இருந்து) துன்பத்தையும் துயரத்தையும் வெளிப்படுத் துதல்;** observe mourning.

துக்கம் விசாரி வி. (விசாரிக்க, விசாரித்து) **(இறந்துபோன ஒருவரின் வீட்டுக்குச் சென்று அவருடைய உறவினர் களுக்கு) அனுதாபத்தைத் தெரிவித்தல்;** condole (with the bereaved). இரு குடும்பங்களுக்குள் என்னதான் பகை யாக இருந்தாலும் துக்கம் விசாரிக்கக்கூடப் போகாமல் இருப்பார்களா?

துக்கிரி பெ. (ஊரக வ.) **1: (மனத் துயரம் விளைவிக்கும் வகையில்) கெடுதல் அல்லது விரும்பத் தகாதது நிகழ லாம் என்று உணர்த்தும் விதமான அமங்கலத் தன்மை;** inauspiciousness. 'திடீரென்று நான் இறந்துவிட்டால் என்ன செய்வாய்?' என்று கேட்டதற்கு 'எதற்கு இந்தத் துக்கிரிப் பேச்சு' என்று கடிந்துகொண்டாள். **2: கெடுதல், துரதிர்ஷ் டம் விளைவதற்குக் காரணமாகக் கருதப்படும் நபர்;** one who is thought to bring bad luck. இந்தத் துக்கிரி பிறந்த திலிருந்து வியாபாரத்தில் பயங்கர நஷ்டம்.

துகள் பெ. **1: ஒரு பொருளின் மிகமிகச் சிறிய பகுதி;** (minute) bit; piece; particle. நிலக்கரித் துகள்/ கண்ணாடித் துகள்/ பாறைத் துகள். **2:** (இயற்.) **அணுவின் உள்ளிருக்கும், கண்ணுக்குப் புலப்படாத மிக நுண்ணிய பொருள்;** atomic particle.

துகில் பெ. (உ.வ.) **(பொதுவாக) மெல்லிய ஆடை; (குறிப் பாக) புடவை;** (generally) fine cloth; (esp.) saree. சருகு போன்ற துகில்/ திரௌபதையின் துகிலைத் துச்சாதனன் உரியும் காட்சி.

துகையல் பெ. (பே.வ.) காண்க: **துவையல்.**

துச்சம் பெ. (-ஆக) **ஒரு பொருட்டாகக் கருதப்படாத, முக்கியத்துவமற்ற ஒன்று; அற்பம்;** anything regarded as trivial. அவர் தன் பதவியைத் துச்சமாக நினைத்து ராஜி னாமா செய்தார்./ படை வீரர்கள் தம் உயிரைத் துச்ச மாக மதித்துப் போரிட்டனர்./ இந்தப் பணம் அவனுக்குத் துச்சம்.

துஞ்சு வி. (துஞ்ச, துஞ்சி) (உ.வ.) காண்க: **கண்துஞ்சு.**

துட்டி பெ. (வ.வ.) **சாவு; இழவு;** death; mourning. பக்கத்து ஊரில் ஒரு துட்டி.

துட்டு பெ. (பே.வ.) **பணம்;** money. வியாபாரம் பண்ணி னால் நிறைய துட்டு கிடைக்கும்./ துட்டு இருக்கிறவனைத் தான் எல்லோரும் மதிக்கிறார்கள்.

துடக்கு பெ. (இலங்.) **தீட்டு;** period of defilement. துடக் குடன் கோயிலுக்குப் போகக் கூடாது.

துடக்குக் கழி வி. (கழிக்க, கழித்து) (இலங்.) **மரணம் அல்லது பிரசவத்தால் ஏற்படுவதாக நம்பப்படும் தூய் மைக் குறைவை முப்பத்தொன்றாம் நாள் (சைவக் குருக்கள் கொண்டு) சடங்கு செய்து போக்குதல்;** remove the defilement believed to be caused by death or child birth in a house by doing rituals on the 31st day. அக்காவுக்குக் குழந்தை பிறந்திருப்பதால், நாங்கள் துடக்குக் கழித்த பின்பு தான் கோயிலுக்குப் போகலாம்./ துடக்குக் கழித்தபின் ஒரு நல்ல நாள் பார்த்து உறவினர்களுக்குச் சாப்பாடு கொடுக்க வேண்டும்.

துடக்குக் கழிவு பெ. (இலங்.) **பிரசவம், இறப்பு ஆகிய இரண்டாலும் ஏற்படுவதாக நம்பப்படும் தூய்மைக் குறைவைப் போக்குவதற்காக முப்பத்தோராம் நாள் வீட்டுக்கு ஐயர் வந்து மந்திரங்கள் சொல்லிச் செய்யும் சடங்கு;** ceremony conducted by a priest in one's house on the 31st day following childbirth or death for removing the so-called ritualistic defilement. குழந்தை பிறந்த துடக்குக் கழிவுக்கு அம்மா போயிருக்கிறாள்./ முதலில் ஐயரைக் கூப்பிட்டு வீட்டில் துடக்குக் கழிவு செய்துவிட்டுப் பிறிதொரு நாள் மண்டபத்தில் எல்லோருக்கும் சாப்பாடு போடலாம்.

துடி வி. (துடிக்க, துடித்து) **அ.** *(வேகத்துடன் அசைதல் தொடர்பான வழக்கு)* **1: நடுக்கத்துடன் துள்ளி அசைதல்;** writhe. தூண்டிலிலிருந்து விடுபட்டுத் தரையில் விழுந்த மீன் துடித்தது./ அறுபட்ட பல்லியின் வால் கீழே விழுந்து துடித்துக்கொண்டிருந்தது. **2: (ஒருவரின் கண், உதடு போன்ற உறுப்பு) நடுங்குதல்; வேகமாக அசைதல்;** (of eyelids) flutter; (of lips, etc.,) quiver. கோபத்தில் கண்கள் சிவந்து உதடுகள் துடிக்க நின்றான்./ காலையிலிருந்தே வலது கண் துடித்துக்கொண்டிருக்கிறது. **3: (இருதயம், நாடி முதலியவை) இயங்குதல்;** (of heart, pulse, etc.,) beat. வெயில் தாங்காமல் கீழே விழுந்த முதியவரின் மார்பில் காதை வைத்து இருதயம் துடிக்கிறதா என்று அவன் பார்த்தான்./ நாடி வேகமாகத் துடிக்கிறது. **4: உடனடியாக ஒன்றைச் செய்ய வேண்டும் என்று ஒருவர் பரபரப்புடன் இருத்தல்;** be very anxious. இறக்கும் தருவாயில் இருக்கும் தாயை ஒரு முறை பார்த்துவிட வேண்டும் என்று துடித்தான்./ மந்திரி ஆவதற்குத் துடிக்கிறார். **ஆ.** *(வருந்துதல் தொடர்பான வழக்கு)* **5: (பசி, அதிர்ச்சி, அவமானம் முதலியவற்றால்) மிகவும் துன்புறுதல் அல்லது தவித்தல்;** writhe; tremble. வயிற்று வலியால் துடிக்கிறான்./ குழந்தை அடிபட்ட செய்தி கேட்டதும் துடித்துப்போனான்.

துடிதுடி வி. (துடிதுடிக்க, துடிதுடித்து) **(மிகுதியைக் காட்டி அழுத்தம் தருவதற்கு 'துள்ளு', 'தவி' போன்ற பொருளில் பயன்படுத்தப்படும்) 'துடி' என்னும் வினையின் இரட்டித்த வடிவம்;** reduplication of the verb துடி (to intensify its meaning 'writhe'). விபத்தில் அடிபட்டவர் துடிதுடித்து இறந்தார்./ ரவுடிகள் அவரைத் துடிதுடிக்க வெட்டிக் கொன்றார்கள்.

துடிதுடிப்பு பெ. (-ஆக, -ஆன) **சுறுசுறுப்பும் ஆர்வமும்;** enthusiasm. இந்தத் தொழிற்சாலையில் பெரும்பாலானவர்கள் இளைஞர்கள்; துடிதுடிப்பாகப் பணியாற்றுவார்கள்./ சின்னப் பையன் துடிதுடிப்பாக இருக்க வேண்டாமா?/ ஒரு இளைஞனுக்கு உரிய துடிதுடிப்பும் உற்சாகமும் அவனிடம் இல்லை./ நல்ல துடிதுடிப்பான பெண்.

துடிப்பு பெ. **1: உடனடியாக ஒன்றைச் செய்ய வேண்டும் என்ற பரபரப்பு/(அதிர்ச்சியால் ஏற்படும்) தவிப்பு;** anxiety; nervousness. அம்மாவை எப்படியும் பார்த்துவிட வேண்டும் என்ற அவளுடைய துடிப்பை என்னால் புரிந்துகொள்ள முடிந்தது./ செய்தியைக் கேட்டதும் அவனிடம் உண்டான துடிப்பும் பதற்றமும் பிறரைப் பயப்பட வைத்தன. **2:** (-ஆக, -ஆன) **ஆர்வத்தைக் காட்டி இயங்கும் சுறுசுறுப்பு;** being active; being full of life. எண்பது வயதிலும் எவ்வளவு துடிப்பாக இருக்கிறார்!/ துடிப்பான இளைஞன்/ இளமையின் துடிப்பு/ சாதனை புரிய வேண்டும் என்ற லட்சியத் துடிப்பு அவளிடம் காணப்பட்டது./ எல்லா ஆயுதங்களையும் கையாளும் துடிப்பு மிக்க வீரர்கள் அதிரடிப்படையில் உள்ளனர். **3: (ஒன்று சுருங்கி விரிவதால் அல்லது ஒன்றில் ஏற்படும் ஓட்டத்தினால்) விட்டுவிட்டு ஏற்படும் அசைவு;** pulse. ஒவ்வொரு முறை இருதயம் துடிக்கும்போதும் தமனிகளில் துடிப்புகளை உணரலாம்./ மருத்துவமனைக்குக் கொண்டுசெல்வதற்குள் அப்பாவின் இருதயத் துடிப்பு நின்றுவிட்டது.

துடியாக/துடியான வி.அ./பெ.அ. (பே.வ.) **சுறுசுறுப்பாக/சுறுசுறுப்பான; துடிப்பாக/துடிப்பான;** actively/active; spiritedly/spirited. துடியாக வேலை செய்வான். அதில் குறையே சொல்ல முடியாது./ துடியான பையன்.

துடியாட்டம் பெ. (இலங்.) **துடிப்பான செயல்பாடு;** sprightliness; liveliness. பிறந்து ஆறு மாதம்கூட ஆகவில்லை, பேத்தி சரியான துடியாட்டம்./ உன் நண்பரின் மகன் சரியான துடியாட்டம், எதிர்காலத்தில் நன்றாக வருவான்.

துடினம் பெ. (-ஆன) (இலங்.) **துடிப்பு;** being active. ஆள் கொஞ்சம் துடினம் கூடத்தான்./ குழந்தை பிறந்து ஆறு மாசம்தான் ஆகிறது, ஆனால் சரியான துடினம்./ துடினமான பெண்.

துடுக்கு பெ. (-ஆக, -ஆன) **அதிகப்பிரசங்கித்தனமாகவோ பிறரை மதிக்காமல் கேலியாகவோ பேசும் அல்லது செயல்படும் விதம்;** impudence; cheekiness. அவன் கொஞ்சம் துடுக்காகப் பேசுவானே தவிர மிகவும் நல்ல பையன்./ என்ன துடுக்கான பதில்!

துடுக்குத்தனம் பெ. (-ஆக, -ஆன) **துடுக்காக நடந்துகொள்ளும் விதம்;** impudence; cheek. சாவித்திரியின் துடுக்குத்தனமான நடிப்பு எல்லோரையும் கவரும் விதத்தில் இருந்தது./ உன் துடுக்குத்தனத்தையெல்லாம் குறைத்துக்கொள்.

துடுப்பாட்டம் பெ. (இலங்.) **கிரிக்கெட் விளையாட்டு;** (the sport) cricket.

துடுப்பு பெ. **1: (படகு ஓட்டப் பயன்படுத்தும்) அகன்ற பட்டையான முனையுடைய நீண்ட மரக் கோல்;** oar; paddle. **2: (மீன், கடல் ஆமை போன்றவற்றில்) நீந்துவதற்கும் அவை சம நிலையில் இருப்பதற்கும் பயன்படும், உடலிலிருந்து நீண்டிருக்கும் தட்டையான உறுப்பு;** fin or flipper. **3:** (வ.வ.) **(மாவைத் தள்ள அல்லது கிளறப் பயன்படும்) நீளமான கைப்பிடி கொண்ட பட்டையான, மரத்தால் ஆன சாதனம்;** wooden ladle. அந்தத் துடுப்பை எடுத்து அடுப்பில் கொதிக்கும் கூழை நன்றாகக் கிண்டிவிடு. **4:** (இலங்.) **(கிரிக்கெட்) மட்டை;** bat (in cricket).

துடுப்புப்போடு வி. (-போட, -போட்டு) **படகைச் செலுத்துவதற்காகத் துடுப்பை நீருக்குள் விட்டு இழுத்தல்;** row.

துடுப்புவால் கரிச்சான் பெ. **தலையின் முன்பகுதி கொண்டைபோன்ற அமைப்புடனும், வாலிலிருந்து துடுப்புபோல நீட்டிக்கொண்டிருக்கும் இரண்டு நீண்ட தோகையும், விதவிதமாகவும் மற்ற பறவைகளைப் போலவே குரலெழுப்பும் குணமும் கொண்ட, அடர்ந்த வனப்பகுதிகளில் தென்படும் ஒருவகைக் கருநீல நிறப் பறவை;** greater racket-tailed drongo.

துடுப்பெடுத்தாடு வி. (-ஆட, -ஆடி) (இலங்.) **(கிரிக்கெட் விளையாட்டில்) மட்டையால் அடித்து விளையாடுதல்;** bat (in cricket). மூன்றாவதாகக் களமிறங்கிய வீரர் துடுப்பெடுத்தாடி நிறைய ஓட்டங்களைக் குவித்தார்.

துடை[1] வி. (துடைக்க, துடைத்து) 1: **(ஈரம், அழுக்கு முதலியவற்றை) தேய்த்து நீக்குதல்;** wipe; clean by wiping. சட்டையில் விழுந்த எச்சத்தை அருவருப்போடு துண்டால் துடைத்துக்கொண்டார்./ வீட்டைத் தண்ணீரால் துடைத்துக்கொண்டிருந்தாள்./ சாப்பிட்டுவிட்டு வாயைத் துடைத்துக்கொண்டு வெளியே வந்தான். 2: **(கரும்பலகை, சிலேட்டு முதலியவற்றில் எழுதியிருப்பவற்றை) மறைந்து போகும்படி செய்தல்; அழித்தல்;** rub off (what is written on a blackboard, etc.,). ஆசிரியர் கரும்பலகையைத் துடைத்துவிட்டு அடுத்த படத்தைப் போட்டுக் காட்டினார். 3: **(கவலை, துன்பம் முதலியவற்றை) போக்குதல்;** wipe (sth.) away. ஏழைகளின் துயர் துடைக்க அரசு பல புதிய திட்டங்களைத் தீட்டியுள்ளது. 4: **(பணம், உணவு, பொருள் முதலியவற்றை) தீர்த்தல்; காலி செய்தல்;** wipe out (sth.). வங்கியிலிருந்த பணம் முழுவதையும் துடைத்து எடுத்துவிட்டான்.

துடை[2] பெ. காண்க: **தொடை**[1].

துடைப்பக்கட்டை பெ. 1: **துடைப்பம்;** broom. 2: **துடைப்பத்தைக் கையில் பிடிக்கும் பகுதி;** handle of a broom. வீட்டுக்குள் நுழைந்த தெரு நாய்க்குத் துடைப்பக் கட்டையால் அடி கிடைத்தது.

துடைப்பம் பெ. **(வீடு முதலியவற்றைக் கூட்டிச் சுத்தம் செய்வதற்கான) தென்னை ஓலையின் ஈர்க்குகளையோ கோரை முதலியவற்றையோ கட்டிய தொகுப்பு; விளக்குமாறு;** broom (made with the ribs of the palm leaves or bulrushes tied up into a small bundle at one end).

துண்டம் பெ. **(பழம், மாமிசம், காய் முதலியவற்றின் வெட்டப்பட்ட) துண்டு;** piece (of meat, vegetable, etc.,); slice (of fruit). குழம்பில் மீன் துண்டம் மிதந்தது./ குழந்தை ஒரு பழத் துண்டத்தை எடுத்து வாயில் போட்டுக்கொண்டது.

துண்டறிக்கை பெ. **(ஒன்றைக் குறித்த) தகவல், செய்தி போன்றவை அச்சடிக்கப்பட்ட துண்டுத் தாள்;** handbill.

துண்டாடு வி. (துண்டாட, துண்டாடி) **ஒரு நாடு, அமைப்பு போன்றவற்றின் ஒற்றுமை குலையும்படி சிறுசிறு பிரிவுகளாகப் பிரித்தல்; சிதறடித்தல்;** dismember; divide; fragment. தீய சக்திகள் நாட்டைத் துண்டாட அனுமதிக்க முடியாது.

துண்டாய் வி.அ. (இலங்.) **சிறிதளவும்; துளியும்;** slightest. அவள் செய்துவரும் காரியங்கள் எனக்குத் துண்டாய்ப் பிடிக்கவில்லை.

துண்டி வி. (துண்டிக்க, துண்டித்து) 1: **(ஒன்றாக இருப்பதை அல்லது ஒன்றோடு இணைந்திருப்பதை வெட்டியோ அறுத்தோ) தொடர்பற்றதாக ஆக்குதல்;** sever; snap; amputate. விபத்தில் பாதிக்கப்பட்ட கால்களைத் துண்டிக்க வேண்டும் என்று மருத்துவர் கூறிவிட்டார்./ கிளை முறிந்து விழுந்ததில் மின்கம்பி துண்டிக்கப்பட்டது./ வெள்ளத்தால் தண்டவாளங்கள் துண்டிக்கப்பட்டிருந்தன. [(தொ.சொ.) [(தொ.சொ.) **அரி/ அறு/ உடை/ ஒடி/ கிழி/ கீறு/ நறுக்கு/ பிடு/ பிள/ முறி/ வெட்டு**] 2: **(ஒன்றின் பகுதியாக இருப்பதை) தனித்தனிப் பகுதிகளாக ஆக்குதல்;** cut off. வெள்ளத்தால் நூற்றுக் கணக்கான கிராமங்கள் துண்டிக்கப்பட்டிருக்கின்றன. 3: **(அளிக்கப்பட்டுவரும் தொலைபேசி அல்லது மின்சாரம் போன்ற சேவை) நிறுத்தப்படுதல்;** disconnect (a service). கட்டணம் கட்டாததால் தொலைபேசி இணைப்பைத் துண்டித்துவிட்டார்கள்./ வீட்டுக்கான மின் இணைப்பு துண்டிக்கப்பட்டிருந்தது. 4: **(உறவு, தொடர்பு போன்றவற்றை) முறித்துக்கொள்ளுதல்;** break; sever (relationship, connection). சிறு பிரச்சினைக்காக அண்டை நாட்டுடன் உள்ள ராஜிய உறவைத் துண்டித்துக்கொள்வதா?

துண்டு[1] பெ. 1: (-ஆக, -ஆன) **முழுதாக இருக்கும் ஒன்றிலிருந்து நறுக்குதல், வெட்டுதல், அரிதல் போன்ற செயல்களின் மூலம் கிடைக்கும் சிறிய பகுதி;** piece; slice; chip; small block. அலமாரி ஆடாமல் இருக்கக் கீழே ஒரு மரத் துண்டை வைத்தான்./ இறைச்சியைத் துண்டு துண்டாக நறுக்கி வைத்தாள்./ மாம்பழத்தில் எனக்கும் ஒரு துண்டு கொடு. [(தொ.சொ.) **இணுக்கு/ ஓடு/ கீற்று/ சில்லு/ துளி/ பத்தை/ விள்ளல்**] 2: **(பீடி போன்றவற்றைக் குறிக்கும்போது) உபயோகப்படுத்தியது போக எஞ்சியிருக்கும் சிறு பகுதி;** butt (of a cigarette, etc.,). பெட்டிக்கடைக்கு முன் நிறைய சிகரெட் துண்டுகள் கிடந்தன. 3: **சிறிய அளவு;** piece (of land, etc.,). துண்டு நிலம்/ துண்டுக் காகிதம்/ துண்டுச் சீட்டு.

துண்டு[2] பெ. **(துடைக்க, துவட்டப் பயன்படும்) செவ்வக வடிவத் துணி;** towel. இடுப்பில் துண்டைக் கட்டிக்கொண்டு குளிக்கப் போனார்./ துண்டைத் தலைப்பாகையாகக் கட்டிக்கொண்டு தோட்ட வேலையில் இறங்கினார்.

துண்டுப் பத்திரம் பெ. (இலங்.) **துண்டுப் பிரசுரம்;** flyer. பையன்கள் ஒழுங்கை முழுதும் துண்டுப் பத்திரங்களை விநியோகித்தனர்.

துண்டுப் பிரசுரம் பெ. **அறிவிப்பு, விளம்பரம் முதலியவை அச்சடிக்கப்பட்ட, மிகச் சில பக்கங்களையே கொண்ட வெளியீடு;** handbill; pamphlet.

துண்டுபோடு வி. (-போட, -போட்டு) 1: **சிறுசிறு துண்டாக்குதல்;** cut into small pieces. கரும்பைத் துண்டுபோட அரிவாள் கொண்டுவா. 2: காண்க: **துண்டாடு**.

துண்டுவிழு வி. (-விழ, -விழுந்து) **(செலவு, திட்டம் போன்றவற்றுக்குத் தேவைப்படும் பணத்தில்) பற்றாக்குறை ஏற்படுதல்;** incur deficit. ஒவ்வொரு ஆண்டும் வரவு செலவுத் திட்டத்தில் கோடிக்கணக்கில் துண்டுவிழுகிறது.

துணி[1] வி. (துணிய, துணிந்து) **(பயமோ தயக்கமோ இல்லாமல் ஒன்றைச் செய்ய) தைரியம் கொள்ளுதல்/தைரியத்துடன் (ஒன்றை) எதிர்கொள்ள அல்லது செய்ய முன்வருதல்;** dare; venture/have the guts (to do). பயங்கரவாதிகளுக்கு எதிராகச் சாட்சி சொல்ல எவரும் துணியவில்லை./ வருவது வரட்டும் என்று துணிந்து சொந்தமாகத் தொழிலை ஆரம்பித்துவிட்டேன்./ காதல் கடிதம் எழுதித் துணிந்து பக்கத்து வீட்டுப் பெண்ணிடம் கொடுத்துவிட்டான்.

துணி[2] பெ. 1: **(உடை தைக்க அல்லது விரிப்பு, போர்வை போன்றவையாகப் பயன்படுத்த) பருத்தி, கம்பளி, பட்டு முதலியவற்றின் நூலால் அல்லது செயற்கை இழையால் நெய்யப்பட்ட பொருள்;** cloth; textile. மகளின் பிறந்த நாளுக்குப் புதுத் துணி எடுக்க வேண்டும்./

713 . துணை எழுத்து

மெத்தை விரிப்புத் தைக்கத் துணி வாங்கியிருக்கிறேன்./ துணிக்கடை. **2: (பெரும்பாலும் பன்மையில்) தைக்கப்பட்ட உடை, பயன்படுத்தும் விரிப்பு முதலியவை;** (mostly in plural) clothes; garments. சலவைக்குப் போட்ட துணிகளை வாங்கிவிட்டாயா?/ துவைத்த துணிகளைக் காயப்போடு.

துணிக்கடைப் பொம்மை பெ. **ஆடை விற்பனை செய்யும் கடைகளின் வாயிலில், விளம்பரத்துக்காக ஆடை அணிவித்துக் காட்சிக்கு வைக்கப்பட்டிருக்கும் (ஆண், பெண் அல்லது சிறுவர் போலவே தோற்றமளிக்கும்) ஆளுயரப் பொம்மை;** mannequin.

துணிக்கடைப் பொம்மை

துணிகரம் பெ. (-ஆக, -ஆன) **(அச்சம் தரும் செயலை அல்லது அரிய செயலைத் தயக்கமின்றிச் செய்யும்) துணிச்சல்;** daring (act). பட்டப்பகலில் வங்கியில் நடந்த துணிகரக் கொள்ளையைப் பற்றிப் பேசாதவர்களே இல்லை./ இப்படி ஒரு துணிகரமான பொய்யை அந்தப் பத்திரிகை எப்படிச் செய்தியாக வெளியிட்டது என்பது யாருக்கும் புரியவில்லை.

துணிச்சல் பெ. (-ஆக, -ஆன) **1: கடினமான அல்லது ஆபத்து நிறைந்த செயலைத் துணிந்து செய்யும் தன்மை; துணிவு;** boldness; guts. 'சண்டையை நிறுத்திச் சமாதானப் பேச்சுவார்த்தை தொடங்க வேண்டும்' என்று ராணுவத் தளபதி துணிச்சலாகக் கூறியுள்ளார்./ அவரை எதிர்க்க எனக்குத் துணிச்சல் இல்லை. **2: துணிகரம்;** daring. துணிச்சலான கொள்ளை.

துணிபு பெ. (உ.வ.) **அறுதியான முடிவு; உறுதியான கொள்கை;** considered opinion. தமிழே பயிற்றுமொழியாக இருக்க வேண்டும் என்பது அறிஞர் பலரின் துணிபு.

துணிமணி பெ. **உடை, ஆடை, பயன்படுத்தும் பிற துணிகள் முதலியவற்றைக் குறிப்பிடும் ஒரு பொதுச் சொல்;** a common term used to refer to clothes. ஊருக்குப் போவதற்குத் தேவையான துணிமணிகளை எடுத்து வை.

துணிவு பெ. (-ஆக, -ஆன) **கடினமான அல்லது ஆபத்து நிறைந்த செயலைத் துணிந்து செய்யும் மனத்திண்மை; துணிச்சல்; தைரியம்;** courage (to do sth.). உண்மையைச் சொல்வதற்கும் ஒரு துணிவு வேண்டும்./ தொழிலாளர்கள் நிர்வாகத்தைத் துணிவுடன் எதிர்த்துப் போராட்டம்.

துணுக்கு பெ. **1: (ஒன்றின்) சிறிய துண்டு;** small piece (of sth.); (tiny) bit. பற்களுக்கிடையே தங்கிவிடும் உணவுத் துணுக்குகள் வாய் துர்நாற்றத்துக்குக் காரணமாகின்றன./ புகையிலை இருந்தால் ஒரு துணுக்குக் கொடு. **2: (பத்திரிகைகளில் தகவலாகவோ நகைச்சுவையாகவோ தரப்படும்) ஓரிரு வரிகளில் சுவையாக எழுதப்படுவது;** titbit (in a newspaper, etc.,). சிரிப்புத் துணுக்கு/ நடிகைகளைப் பற்றிப் பத்திரிகையில் துணுக்குகள் நிறைய வெளியாகின்றன.

துணுக்குறு வி. (துணுக்குற, துணுக்குற்று) (உ.வ.) **(எதிர்பாராமல் ஒன்று நடந்துவிட்டதால்) திடுக்கிடுதல்;** be startled; be shocked. கழுத்தைத் தடவியபோது சங்கிலி இல்லாததை உணர்ந்து துணுக்குற்றாள்.

துணை[1] பெ. **1: (ஒரு செயலை நிறைவேற்றுவதற்கு) உதவி; ஆதரவு;** help; aid; act of abetting. கல்யாண வேலைகளைக் கவனிப்பதில் இவர் எனக்குத் துணையாக இருந்தார்./ குற்றம் செய்தவர்கள் தப்பி ஓடத் துணையாக இருப்பதும் குற்றமாகும்./ கிடைக்கும் சான்றுகளின் துணைகொண்டு இது உண்மை என நிறுவலாம். **2: (ஒருவருக்கு) ஆதரவாகவோ பாதுகாப்பாகவோ இருப்பவர்;** company; escort. பெண் துணை இல்லாமல் தனியாக வாழ முடியாதா?/ அப்பா ஊருக்குப் போயிருப்பதால் வீட்டில் பாட்டிக்குத் துணையாக மாமா இருக்கிறார். [(தொ.சொ.) **அடைக்கலம்/ ஆதரவு/ தஞ்சம்**] 3: காண்க: **வாழ்க்கைத் துணை. 4: கடவுளின் அருளை வேண்டிக் கடிதம், விளம்பரப் பலகை முதலியவற்றில் கடவுளின் பெயரோடு சேர்த்து எழுதப்படும் சொல்;** word used invoking god's grace (in a letter, billboard, etc.,) அப்பா 'முருகன் துணை' என்று முதலில் எழுதிவிட்டுத்தான் பிற செய்திகள் எழுதத் தொடங்குவார்.

துணை[2] பெ.அ. **1: (ஒரு பதவிக்கான பொறுப்பில்) முதல் நிலைக்கு அடுத்த அல்லது முதல் நிலைக்கு வரக்கூடிய; உதவி;** (in official hierarchy) deputy; assistant; vice. துணை இயக்குநர்/ துணைப் பேராசிரியர். **2: முதன்மையாக அமைவதன் வரம்புக்கு உட்பட்டுத் தனியாக இருக்கும்;** supplementary; sub-. சட்டசபையில் துணைக் கேள்விகளுக்கும் அமைச்சர் பதில் அளித்தார்./ வங்கிச் சட்டத்தில் சில துணை விதிகளைத் திருத்தம் செய்யத் தீர்மானம் கொண்டுவரப்பட்டது. **3: (திரைப்படத்தில், நாடகத்தில்) முக்கியப் பாத்திரம் அல்லாத;** (in films, plays, etc.,) supporting. துணை நடிகை/ துணைப் பாத்திரம். **4: (தொழிலைக் குறிக்கும்போது) மேல்வருமானத்துக்காகச் செய்யும்; உப;** (when referring to employment) additional; extra. கிராமங்களில் கோழி வளர்ப்பு துணைத் தொழிலாக இருக்கிறது.

துணை எழுத்து பெ. **(தமிழில்) உயிரெழுத்தான 'ஆ' மெய்யெழுத்தோடு சேரும்போது பிறக்கும் உயிர்மெய் எழுத்தைக் குறிப்பதற்கு மெய்யெழுத்தை ஒட்டி இடப்படும் 'ா' வடிவக் குறியீடு;** grapheme used to replace the vowel 'ஆ' in a consonant-vowel. 'ரா' என்பதில் 'ா' என்ற குறியீடு துணை எழுத்தாக அமைகிறது.

துணைக்கண்டம் பெ. (தனிக் கண்டமாகக் கருதப்படத் தகுந்த) ஒரு கண்டத்தின் பகுதியாக இருக்கும் பரந்த நிலப் பகுதி; subcontinent. இந்தியத் துணைக்கண்டம்.

துணைக்கு அழை வி. (அழைக்க, அழைத்து) (தனக்குச் சாதகமாக அல்லது தன்னுடைய கூற்றுக்கு ஆதரவாக) ஒன்றைச் சான்றாகக் காட்டித் தன் நிலையை நியாயப் படுத்துதல்; bring in (another) in support (of one's) contention. சில படைப்பாளிகள் தங்கள் படைப்புகளுக்கு மேற் கத்தியப் போக்குகளைத் துணைக்கு அழைத்துக்கொள்கி றார்கள்.

துணைக்கோள் பெ. கிரகத்தைச் சுற்றும் சிறிய கோள்; (natural) satellite. சந்திரன் பூமியின் துணைக்கோள்./ வியாழ னுக்குப் பதிநான்கு துணைக்கோள்கள் உண்டு.

துணைத் தேர்வு பெ. ஆண்டுக்கு ஒரு முறை நடத்தப் படும் பள்ளி இறுதித் தேர்வில் தேர்ச்சி பெறாதவர்கள் ஓரிரு மாதங்களில் மீண்டும் தேர்வு எழுத வாய்ப்பளிக் கும் வகையில் அரசு நடத்தும் தேர்வு; supplementary examination conducted by the Directorate of Government Examinations.

துணைநகரம் பெ. (வளர்ந்துவரும் மக்கள்தொகைப் பெருக்கத்தைச் சமாளிக்கும் நோக்கத்தோடு) ஒரு பெரிய நகரத்துக்கு அருகில் அமைக்கப்படும், அனைத்து வசதிகளும் நிறைந்த சிறிய நகரம்; satellite city.

துணைநில் வி. (-நிற்க, -நின்று) உதவியாகவும் ஆதரவாக வும் இருத்தல்; stand by; support. 'நாட்டின் ஒற்றுமைக்குத் துணைநிற்போம்' என்று உறுதி எடுத்துக்கொண்டனர்./ அவ ருக்கு வியாபாரத்தில் கடும் நஷ்டம் ஏற்பட்டபோது நண் பர்கள்தான் துணைநின்றனர்./ அரசின் இந்தப் புதிய முயற் சிக்கு நாம் துணைநிற்க வேண்டும்.

துணைநிலை ஆளுநர் பெ. (இந்தியாவில்) தனி மாநில மாக இல்லாமல் மத்திய அரசின் நேரடி நிர்வாகத்தில் உள்ள பகுதிகளுக்கு நியமிக்கப்படும் ஆளுநர்; Lieutenant Governor (of Union Territories in India). புதுச்சேரி துணைநிலை ஆளுநர் புதிய தொழிற்பேட்டையைத் துவங்கி வைத்தார்.

துணை (நிலை) ராணுவம் பெ. காண்க: **துணை ராணு வப் படை.**

துணைநூற்பட்டியல் பெ. (ஆய்வுக் கட்டுரை, புத்தகம் முதலியவை உருவாவதற்கு) உதவி புரிந்த நூல், கட் டுரை முதலியவற்றின் அகரவரிசைப்படுத்தப்பட்ட விவரத் தொகுப்பு; bibliography. நூலின் கடைசியில் துணைநூற்பட்டியல் தரப்பட்டிருந்தது.

துணைபோ வி. (-போக, -போய்) (நியாயமற்றதாகக் கருதப்படும் ஒன்றுக்கு) உதவ முற்படுதல்; உதவி செய் தல்; abet; collaborate. நயவஞ்சகர்களுக்குத் துணை போவதா?/ இந்த ஊழல் வெளியே தெரியாமல் இருக்க அதிகாரிகளும் ஓரளவு துணைபோயிருக்கிறார்கள்.

துணை மின்நிலையம் பெ. மின்நிலையத்திலிருந்து வரும் மின்சாரத்தைப் பெற்று விநியோகிக்கும் நிலை யம்; sub-station.

துணை ராணுவப் படை பெ. எல்லைகளைப் பாது காக்கவும் அமைதிகாக்கவும் மத்திய அரசின் அதிகாரத் திற்கு உட்பட்ட, (ஆயுதம் தாங்கிய) பல்வேறு படை கள்; (in India) paramilitary forces such as Border Security Force, the Central Reserve Police Force, etc., வரும் தேர்தலின்போது துணை ராணுவப் படையைப் பாது காப்புப் பணியில் ஈடுபடுத்த அரசு முடிவு செய்துள்ளது./ கலவரப் பகுதிகளில் துணை ராணுவப் படை தயார் நிலை யில் வைக்கப்பட்டுள்ளது.

துணைவன்[1] பெ. (உ.வ.) **1:** உதவியாகவும் ஆதரவாகவும் இருப்பவர்; companion. யாருமற்ற தனக்கு இறைவனே உற்ற துணைவன் என்று கூறினான். **2:** கணவன்; வாழ்க் கைத் துணைவன்; husband.

துணைவன்[2] பெ. (மாணவர்கள் தேர்வு எழுதுவதற்குப் பயன்படும் வகையில் பாடநூலுக்கு எழுதப்படும்) வினாவிடை நூல்; வழிகாட்டி நூல்; guide (for prescribed text, providing answers to likely questions). அறிவியல் பாடத் துணைவன்.

துணைவி பெ. (உ.வ.) மனைவி; வாழ்க்கைத் துணைவி; wife. துணைவியின் உடல்நலக் குறைவால் நேற்றைய கூட் டத்துக்கு என்னால் வர முடியவில்லை.

துணைவியார் பெ. மனைவியைக் குறிக்கும் மரியாதைச் சொல்; polite way of referring to one's wife. உங்கள் துணைவியார் வரவில்லையா?/ ஆளுநரின் துணைவியார்.

துணை வினை பெ. (இலக்.) **1:** முதன்மை வினையின் 'செய' அல்லது 'செய்து' என்னும் வடிவங்களை அடுத்து வந்து முதன்மை வினை குறிக்கும் செயலின் பொருளின் தன்மையையும் பொருளில் நிகழும் மாற்றங்களையும் வெளிப்படுத்தும் வினை; auxiliary verb. 'நான் கடிதம் எழுதிவிட்டேன்' என்பதில் 'விட்டேன்' என்பது துணை வினை. **2:** சில பெயர்ச்சொற்களோடு இணைந்து அவற்றை வினைச்சொல்லாக்கும் வினை; verbalizer. 'கோபப்படு' என்ற வினைச்சொல்லில் வரும் 'படு' ஒரு துணை வினை ஆகும்.

துணைவேந்தர் பெ. (பல்கலைக்கழகத்தின்) நிர்வாகப் பொறுப்பையும் கல்விப் பொறுப்பையும் ஏற்றுத் தலை வராகச் செயல்பட பொதுவாக ஆளுநரால் நியமிக்கப் படுபவர்; vice-chancellor (of a university).

துத்தநாகம் பெ. இரும்புக் குழாய், தகடு முதலியவை துருப்பிடிக்காமல் இருக்கப் பூசும் வெளிர் நீல நிற உலோகம்; zinc.

துத்தம்[1] பெ. காண்க: **துத்தநாகம்.**

துத்தம்[2] பெ. (இசை) (தமிழிசையில்) ஏழு ஸ்வரங்களில் இரண்டாவது ஸ்வரமான 'ரி'யைக் குறிப்பது; the second of the seven musical notes.

துத்தி பெ. காவி நிறத்தில் பூக்கள் பூக்கும் (மருத்துவக் குணம் கொண்ட) ஒரு வகைக் குத்துச்செடி; country mallow.

துதி[1] வி. (துதிக்க, துதித்து) (எதிர்மறைப் பெயரெச்ச, வினையெச்சங்களில் மட்டும் வரும் மாற்று வடிவங்கள்: துதியாத, துதியாமல்) ஒரு நிகழ்ச்சி, வழிபாடு, படைப்பு ஆகியவற்றின் தொடக்கத்தில் இறைவன் அருளை வேண்டிப் பாடுதல்; வழிபடுதல்; praise. அக்காலத்தில்

715 துப்புத்துலக்கு

புலவர்கள் கலைமகளைத் துதித்து ஒரு பாடல் இயற்றுவது வழக்கம்./ கர்த்தரின் மகிமையைத் துதித்து ஜெபம் செய்தார்.

துதி[2] பெ. **ஒரு நிகழ்ச்சி, வழிபாடு, படைப்பு ஆகிய வற்றின் தொடக்கத்தில் இறைவன் அருளை வேண்டிப் பாடும் பாடல்;** song of worship; prayer; invocation; song of praise; hymn. கலைமகளுக்கும் விநாயகருக்கும் முதலில் துதி சொல்வோம்.

துதிக்கை பெ. **(யானையினுடைய வாயின் மேற்புறத் தில் தொடங்கித் தரையைத் தொடும் அளவுக்கு நீண்டு, குழல்போல இருக்கும் தசையால் ஆன) மூக்குப் பகுதி; தும்பிக்கை;** (elephant's) trunk. *(பார்க்க, படம்: யானை)*

துதிகை குமாரத்தி பெ. *(அ.வ.) (பெரும்பாலும் திரு மண அழைப்பிதழில் குறிப்பிடும்போது)* **இரண்டாவது பெண்;** word used mostly in wedding invitations in the sense of 'second daughter'.

துதிபாடி பெ. **(ஒருவரை) துதிபாடுபவர்;** sycophant; flatterer. அதிகாரிகள் துதிபாடிகளுக்கு இடம்கொடுக்கக் கூடாது.

துதிபாடு வி. *(-பாட, -பாடி)* **(தான் பயன் அடை வதற்காகப் பதவியில் இருப்பவர்களை அல்லது வசதி படைத்தவர்களை) புகழ்ந்து பேசுதல்;** sing the praises of (s.o.); flatter (the rich and the powerful to gain advantage). தலைவர்களைத் துதிபாடவே தொண்டர்களுக்கு நேரம் இல்லை!/ தனிநபருக்குத் துதிபாடும் வழக்கம் ஒழிய வேண்டும்.

துப்பட்டா பெ. **1: தோளைச் சுற்றிப் போட்டுக்கொள் ளும் அகலமான துணி; சால்வை;** a kind of shawl. காதில் கடுக்கன், தோளில் துப்பட்டா. **2: (பெண்கள்) சுடி தாருக்கு மேல் தோளில் கிடக்குமாறு அணிந்துகொள் ளும் சற்று நீளமான துணி;** long cloth worn by women over chudidar.

துப்பட்டி பெ. **1:** *(பே.வ.)* **போர்வை;** sheet of cloth (used as a blanket). **2:** *(இஸ்.)* **(பெண்கள் தைக்காமல் அப்படியே உடுத்திக்கொள்ளும்) 12 முழம் அளவுள்ள வெள்ளை நிறப் பர்தா;** a long, white veil of 12 cubit measure without any stitches, worn by Muslim women.

துப்பறி வி. *(துப்பறிய, துப்பறிந்து)* **1: (கொலை, திருட்டு, மோசடி போன்ற குற்றங்களில்) தடயங்களைச் சேகரித் தல்/வழக்கு தொடர்பான தகவல்களைத் தேடிக் கண்ட றிதல்;** collect evidence; investigate (a crime). நகைத் திருட்டு வழக்கில் காவல்துறை துப்பறியத் தொடங்கியுள்ளது./ இந்தக் கொலை வழக்கை இவர்தான் துப்பறிந்துவருகிறார். **2: (பத்திரிகைக்காகப் பிரபலமானவரைப் பற்றி அல் லது பரபரப்பான நிகழ்வு தொடர்பான) தகவலைத் திரட்டுதல்;** collect details through investigation (for a feature in newspapers, etc.,).

துப்பறியும் பெ.அ. **1: குற்றவாளியைப் பிடிக்கும் நோக் கத்துடன் குற்றம் தொடர்பான தகவல்களைக் கண்டறி யும் பணியைச் செய்யும்;** detective. துப்பறியும் நிறுவனம்/ துப்பறியும் நிபுணர்/ துப்பறியும் துறை. **2: நிகழ்ந்த ஒரு குற்றத்தை யார் செய்தது என்று கண்டுபிடிப்பதைக் குறித்த;** detective (story, novel, etc.,). துப்பறியும் கதை/ துப்பறியும் நாவல்.

துப்பாக்கி பெ. **நீண்ட குழாய் வழியே பலத்த சத்தத் துடன் குண்டுகளை விசையுடன் செலுத்தும் ஆயுதம்;** gun; rifle.

துப்பாக்கிச் சூடு பெ. **(கலவரம், வன்முறை போன்றவை கட்டுக்கடங்காமல் போகும்போது நிலைமையைச் சமா ளிக்கக் காவல்துறையினர் மேற்கொள்ளும்) துப்பாக் கியால் சுடும் நடவடிக்கை;** firing (by police). இனக் கலவரத்தை ஒட்டி நடந்த துப்பாக்கிச் சூட்டில் இருவர் பலி./ மீனவர்கள் நடத்திய பேரணியின்போது நடந்த துப் பாக்கிச் சூட்டைத் தவிர்த்திருக்கலாம் என்பது சிலருடைய கருத்து.

துப்பாக்கி சுடும் போட்டி பெ. **(பல வகைத் துப்பாக்கி களைப் பயன்படுத்தி) குறி தவறாமல் சுடும் விளை யாட்டுப் போட்டி;** shooting competition.

துப்பாக்கி முனையில் வி.அ. **துப்பாக்கியைக் காட்டி மிரட்டி;** at gunpoint. துப்பாக்கி முனையில் தொழிலதிபர் கடத்தப்பட்டார்./ நகைக் கடையில் நுழைந்த கொள்ளை யர்கள் துப்பாக்கி முனையில் கொள்ளையடித்துச் சென் றனர்.

துப்பு[1] வி. *(துப்ப, துப்பி)* **(வாயிலுள்ள எச்சில், உணவு முதலியவற்றை) விசையுடன் வெளியே தள்ளுதல்;** spit. 'இங்கே எச்சில் துப்பக் கூடாது' என்று ஓர் அறிவிப்புப் பலகை தொங்கியது./ கரும்பைத் தின்று சக்கையை வழி யெல்லாம் துப்பிவைத்திருக்கிறார்களே!/ மருந்து கசப்பாக இருந்ததால் குழந்தை துப்பிவிட்டது.

துப்பு[2] பெ. *(பே.வ.) (எதிர்மறைச் சொற்களோடு அல்லது எதிர்மறைத் தொனியில்)* **(ஒன்றைச் செய்வதற்குத் தேவையான) சாமர்த்தியம்;** ability; resources; competence. இந்தச் சாதாரண வேலையைச் செய்யக்கூட உனக் குத் துப்பு இல்லை./ மனைவியை வைத்துக் காப்பாற்ற அவனுக்கு ஏது துப்பு?

துப்பு[3] பெ. *(சட்டம்)* **(குற்றவாளியைக் கண்டுபிடிப் பதற்கு உதவும்) தடயம் அல்லது தகவல்;** clue. கொலை யைப் பற்றித் துப்பு சொன்னவருக்குப் பரிசு கொடுக்கப்பட் டது./ அவருடைய வீட்டிலிருந்து கைப்பற்றப்பட்ட கடிதங் களில் ஏதாவது துப்பு கிடைக்குமா என்று ஆராய்ந்தார்.

துப்புக்கெட்டு/துப்புக்கெட்ட வி.அ./பெ.அ. *(பே.வ.)* **1: (ஒன்றைச் செய்து முடிக்கத் தேவையான) சாமர்த் தியம் இல்லாமல்/சாமர்த்தியம் இல்லாத;** incompetently/incompetent. துப்புக்கெட்டுப்போய்ப் பணத்தைத் தொலைத்துவிட்டு வந்து நிற்கிறாயே./ துப்புக்கெட்ட இவனை நம்பி எந்த வேலையையும் ஒப்படைக்க முடியாது. **2: மதிப்பு இழப்பதைப் பற்றிக் கவலைப்படாமல்/ மதிப்பு இழப்பதைப் பற்றிக் கவலைப்படாத;** without sense of dignity/shameless. எவ்வளவுதான் திட்டி அனுப்பி னாலும் துப்புக்கெட்டுத் திரும்பவும் பணம் கேட்டு நம்மிடமே வருவான்./ துப்புக்கெட்ட நீ திரும்பவும் என்னிடம்தான் உதவிக்கு வர வேண்டும்.

துப்புத்துலக்கு வி. *(-துலக்க, -துலக்கி)* **துப்பறிதல்;** gather information (to trace a criminal, to find a motive, etc.,). இந்த மர்மச் சாவைப் பற்றித் துப்புத்துலக்குவதில் காவல்

துப்புரவாக 716

துறையினர் தீவிரமாக ஈடுபட்டுள்ளனர்./ வங்கிக் கொள்ளையைத் துப்புத்துலக்க நிபுணர்கள் வரவழைக்கப்பட்டனர்.

துப்புரவாக வி.அ. (பே.வ.) **முழுமையாக; முழுதும்;** entirely; thoroughly. *சம்பந்தப்பட்டவர்களைத் துப்புரவாக விசாரித்து விட்டோம்./ நான் சென்றபோது அங்கே கூச்சல் துப்புரவாக அடங்கிப்போயிருந்தது.*

துப்புரவு பெ. 1: (-ஆக, -ஆன) **(இடம், பொருள் முதலியவற்றின்) சுத்தம்; தூய்மை;** cleanliness; neatness. *மண் குடிசையாக இருந்தாலும் துப்புரவாக இருந்தது./ அவர் வீட்டை எப்போதும் துப்புரவாக வைத்திருப்பார்.* 2: (பெரும்பாலும் பெயரடையாக) **பணியின் காரணமாகத் தெரு, அலுவலகம் போன்ற பொது இடங்களைச் சுத்தமாக வைத்திருத்தல்;** cleaning. *துப்புரவுப் பணி/துப்புரவுத் தொழிலாளர்.*

துபாஷி பெ. **காலனிய ஆட்சிக் காலத்தில் நிர்வாகத்துக்கு மொழிபெயர்ப்பாளர்களாக இந்தியர் வகித்த பதவி;** interpreter during the colonial days.

தும்பன் பெ. (இலங்.) **தீயவன்; கெட்டவன்;** not a good person. *அந்தத் தும்பனோடு கூட்டு வைக்க வேண்டாம் என்று அப்போதே சொன்னேன். நீதான் கேட்கவில்லை.*

தும்பி பெ. **தட்டான் பூச்சி;** dragonfly. *சிறுவர்கள் தும்பிகளைக் கையால் பிடித்து விளையாடினார்கள்.*

தும்பிக்கை பெ. காண்க: **துதிக்கை.**

தும்பு பெ. 1: **(மாட்டையோ கன்றையோ முளைக்குச்சியில் கட்டிப்போடுவதற்காக அதன் கழுத்தில் கட்டப்பட்டிருக்கும்) நீளம் அதிகம் இல்லாத கயிறு;** tether. *கன்றுக்குட்டி தும்பை அறுத்துக்கொண்டு ஓடிவிட்டது.* 2: (இலங்.) **தேங்காய் மட்டையிலிருந்து உரித்த நார்;** coconut fibre. *தென்னந்தும்பு.*

தும்புக்கட்டு பெ. (இலங்.) **தென்னம் மட்டையின் நாரினால் கட்டப்பட்ட துடைப்பம்; விளக்குமாறு;** broom made of coconut fibre.

தும்புக்கட்டு மீசை பெ. (இலங்.) **அடர்த்தியாகவும் நீளமாகவும் இருக்கும் பெரிய மீசை;** a big moustache which is bushy and long. *அந்தப் படத்தில் தும்புக்கட்டு மீசையோடு இருப்பது யார்?*

தும்புக்கட்டை பெ. (இலங்.) **நீண்ட கைப்பிடி வைத்த துடைப்பம்;** broom.

தும்புத்தடி பெ. (இலங்.) **வீடு கூட்டப் பயன்படும் ஒரு வகைத் துடைப்பம்;** broom. *சந்தைக்குப் போனால் நல்ல தும்புத்தடியாக ஒன்று வாங்கிவா./ தும்புத்தடியை உள் அறையில் வை.*

தும்பு தட்டு வி. (தட்ட, தட்டி) (இலங்.) **தேங்காய் மட்டையிலிருந்து நார் எடுத்தல்;** dehusk.

தும்புமுட்டாசி பெ. (இலங்.) **பஞ்சுபோல திரிதிரியாக இருப்பதும் வாயில் போட்டால் உடனே கரைந்துவிடுவதுமான ஒரு இனிப்பு வகை; சோன்பப்படி;** a soft, wiry sweet preparation.

தும்புமுட்டாசு பெ. (இலங்.) காண்க: **தும்புமுட்டாசி.**

தும்பை பெ. **(மருந்தாகும்) சிறிய வெள்ளை நிறப் பூவைத் தரும் (துளசி இனத்தைச் சேர்ந்த) ஒரு சிறு செடி;** leucas. *தும்பைப் பூ மாலையை சரஸ்வதி படத்திற்குப் போட்டார்./ இட்லி தும்பைப் பூ நிறத்தில் இருந்தது.*

தும்மட்டிக்காய் பெ. **வேலிகளில் படர்ந்து வளர்வதும் ஓரளவுக்குக் கசப்புச் சுவையுடனும் இருப்பதுமான ஒரு வகைச் சிறிய வெள்ளரிக்காய்;** a kind of country cucumber.

தும்மல் பெ. **(மூக்கினுள் ஏற்படும் அரிப்பால் அல்லது ஜலதோஷத்தால்) மூக்கிலிருந்து பலத்த சத்தத்தோடு வெளிப்படும் மூச்சுக் காற்று/மேற்படி காற்று வெளிப்படுதல்;** sneeze. *அவர் போட்ட தும்மலில் விழித்துக்கொண்டேன்./ உங்களுக்கு எத்தனை நாட்களாகத் தும்மல் இருக்கிறது?*

தும்மு வி. (தும்ம, தும்மி) **(மூக்கினுள் ஏற்படும் அரிப்பால் அல்லது ஜலதோஷத்தால்) மூச்சுக் காற்றை பலத்த சத்தத்தோடு வெளிப்படுத்துதல்;** sneeze. *'மிளகாய் வறுக்கிறார்களா?' என்று கேட்டுக்கொண்டே தும்மினார்.*

தூமி[1] வி. (துமிக்க, துமித்து) (இலங்.) **(மழை) தூறல்போடுதல்;** drizzle. *மழை துமிக்கிறது, குடை எடுத்துக்கொண்டு போ.*

துமி[2] பெ. (இலங்.) **தூறல்;** drizzle. *மழைத் துமிக்குள் போனால் தடிமன் வரும் என்று தாய் குழந்தைக்குக் கூறினாள்.*

துய் வி. (துய்க்க, துய்த்து) (உ.வ.) **(இன்பத்தை, பயனை) அனுபவித்தல்;** enjoy (pleasure); experience (the fruits of sth.). *சுகபோகம் துய்க்க விரும்புகிறோம்./ முன்னோர் செய்த நற்செயலின் பலனைத் துய்க்கிறாய்.*

துயர் பெ. (உ.வ.) காணக: **துயரம்.**

துயரப்படு வி. (-பட, -பட்டு) **(வறுமை, நோய் முதலியவற்றால்) வேதனை அனுபவித்தல்;** suffer. *கஞ்சிக்குக் கூட வழியில்லாமல் துயரப்படும் ஏழைகளுக்காக எங்கள் ஆட்சியில் அனைத்தும் செய்வோம்.*

துயரம் பெ. (-ஆன) **துன்ப உணர்வு அல்லது நிலை; சோகம்;** sorrow; grief; suffering. *பழைய நினைவுகளைக் கதையாகச் சொல்வதில் மிகுந்த துயரத்தை உணர்கிறேன்./ துயரக் கடலில் மூழ்கினாள்./ அவள் குரலில் துயரம் நிறைந்திருந்தது./ வெள்ளத்தினால் பாதிக்கப்பட்ட மக்களின் துயரம்/ பிறர் துயரத்தைப் போக்க வேண்டும் என்ற அக்கறை யாருக்கும் இல்லை.*

துயில்[1] வி. (துயில, துயின்று) (உ.வ.) **உறங்குதல்; தூங்குதல்;** sleep. *ஆல் இலைமேல் துயிலும் கண்ணன் படம் சுவரில் தொங்கியது.*

துயில்[2] பெ. (உ.வ.) **உறக்கம்; தூக்கம்;** sleep.

துயிலும் இல்லம் பெ. (இலங்.) **படைவீரர்கள் புதைக்கப்பட்டிருக்கும் இடம்;** cemetery of soldiers. *துயிலும் இல்லத்தில் உள்ள கல்லறைகளின் முன் விளக்குகளை ஏற்றினார்கள்.*

துயிலெழு வி. (-எழ, -எழுந்து) (உ.வ.) **தூக்கத்திலிருந்து விழித்தல்;** wake up. *மார்கழி மாதத்தில் அதிகாலையில் துயிலெழுந்து, நீராடி, கோயிலுக்குச் செல்வார்.*

துயிலெழுப்பு வி. (-எழுப்ப, -எழுப்பி) (உ.வ.) **தூக்கத்திலிருந்து விழிக்கச் செய்தல்;** wake (s.o.) up; awaken (s.o.). *கோயில்களில் இறைவனைத் துயிலெழுப்ப நாகசுரத்தில் பூபாள ராகம் வாசிக்கப்படுகிறது.*

717 துருதுரு-என்று

துர் பெ.அ. 'தீய', 'கெட்ட' போன்ற பொருளில் பெயர்ச் சொல்லின் முன் இடப்படும் சொல்; prefix used in the sense of 'harmful', 'bad', etc., துர்நடத்தை/ துர்க்குணம்.

துர்க்கை பெ. வெற்றி வேண்டி மக்கள் வழிபடும் தெய்வமாகிய காளி; Kali, goddess of victory.

துர்நாற்றம் பெ. பொறுத்துக்கொள்ள முடியாத நாற்றம்; வீச்சம்; foul smell; stench.

துர்பாக்கியம் பெ. துரதிர்ஷ்டம்; misfortune. சொத்துசுகம் இருந்தும் அனுபவிக்க முடியாத துர்பாக்கியம் அவருக்கு./ சிறு வயதிலேயே பார்வையை இழக்கும் துர்பாக்கியம் எனக்கு நேர்ந்துவிட்டது.

துர்மரணம் பெ. இயற்கையாக இல்லாமல் தற்கொலை, கொலை, விபத்து முதலியவை காரணமாக நேரும் மரணம்; violent, unnatural death (as by suicide, murder, drowning, etc.,).

துர்லபம் பெ. (அ.வ.) முடியாத ஒன்று; அரிது; கடினம்; sth. almost impossible; difficult. நோயாளி பிழைப்பது துர் லபம் என்று மருத்துவர் கூறிவிட்டார்./ இரண்டு நாட் களுக்குள் இவ்வளவு பெரிய தொகை கிடைப்பது துர்லபம் தான்.

துர்வாசர் பெ. (புராணங்களில்) மிகுந்த கோபம் கொண் டவராகச் சித்தரிக்கப்படும் ஒரு முனிவர்; (in mythology) a sage known for his bad temper.

துரட்டி பெ. காண்க: *துறட்டி*.

துரத்து வி. (துரத்த, துரத்தி) 1: (பிடிப்பதற்காக) ஓடிப் பின்தொடர்தல்; chase; pursue. திருடனை இரண்டு காவ லர்கள் துரத்தினார்கள்./ கோழியைத் துரத்திப் பிடிப்பது கஷ்டமான வேலையா?/ அணில்கள் ஒன்றையொன்று துரத்திக்கொண்டு ஓடின. 2: (ஓர் இடத்திலிருந்து) விரட்டு தல்; நீக்குதல்; drive off; drive (s.o. or sth.) out. பயிரை மேய்ந்துகொண்டிருந்த மாட்டை அடித்துத் துரத்தினார்./ வேலைக்காரனை வந்த இரண்டே மாதத்தில் துரத்திவிட் டார் முதலாளி.

துரதிர்ஷ்டம் பெ. ஏன் என்று விளக்க முடியாத வகை யில் நேரும் கெடுதல்; அதிர்ஷ்டக் குறைவு; bad luck; ill luck. அவருடைய துரதிர்ஷ்டம் இப்படிக் கஷ்டப்படு கிறார்./ என்னுடைய துரதிர்ஷ்டம், காய்ச்சல் வந்து தேர் வுக்கே போக முடியவில்லை.

துரதிர்ஷ்டவசம் பெ. (-ஆக, -ஆன) அதிர்ஷ்டக் குறை வின் விளைவாக ஏற்படுவது; misfortune. துரதிர்ஷ்ட வசமாகக் கையில் வைத்திருந்த கொஞ்சநஞ்சப் பணமும் திருட்டுப் போய்விட்டது./ ஒரே நேரத்தில் சகோதரர்கள் இருவருக்கும் வேலை போனது துரதிர்ஷ்டவசமானதுதான்.

துரப்பணக் கிணறு பெ. நிலத்தடியிலிருந்து நீர் எடுப் பதற்காகத் தோண்டப்படும் ஆழ்குழாய்க் கிணறு; ஆழ் துளைக் கிணறு; deep borewell. துரப்பணக் கிணறுகள் தோண்ட நிதி வழங்கப்படும்.

துரப்பணம் பெ. 1: (தச்சர் பயன்படுத்தும்) துளை போடு வதற்கான கருவி; (carpenter's) tool for boring holes; drill; auger. 2: (பூமியில்) ஆழ்துளையிடும் கருவி; drilling machine.

துரவு பெ. (இலங்.) கிணறு அமைப்பதற்காகத் தோண் டப்படும் பெரிய குழி; deep pit dug for a well.

துரித உணவகம் பெ. தயாரிக்க மிகக் குறைந்த நேரமே தேவைப்படும் உணவு வகைகளை வழங்கும் உண வகம்; fast food joint.

துரித உணவு பெ. தயாரிக்க மிகக் குறைந்த நேரமே தேவைப்படும் உணவு வகை; fast food.

துரித காலம் பெ. (இசை) மத்தியம காலத்தின் இரட் டிப்பு வேகம்; double the speed of மத்தியம காலம்.

துரிதப்படுத்து வி. (-படுத்த, -படுத்தி) (ஒரு செயல்பாடு, நிகழ்வு போன்றவற்றின்) வேகத்தை மேலும் கூட்டுதல்; அதிகரித்தல்; increase the pace (of sth.). பாலம் கட்டும் பணியைத் துரிதப்படுத்த வேண்டியது அவசியம்.

துரிதம் பெ. 1: (-ஆக, -ஆன) (செயல்பாடு, வளர்ச்சி முத லியவற்றைக் குறிக்கும்போது) வேகம்; விரைவு; (of action, development, etc.,) quickness; rapidity; speed. பாதாள ரயில் பாதை அமைக்கும் பணி துரிதமாக நடைபெற்று வருகிறது./ இந்தப் புதிய சலுகைகளினால் தொழில்துறை யில் துரிதமான வளர்ச்சி ஏற்படும் என்று நம்பப்படுகிறது./ ஒரு வாரத்தில் மணமகன் வெளிநாடு செல்வதால் திருமண வேலைகள் துரிதகதியில் நடந்தன. 2: (-ஆக) சீக்கிரம்; (of time) quick; fast. துரிதமாகப் பேசி முடி; ரயிலுக்கு நேரமாகிறது. 3: (இசையில்) லயத்தில் விரைவு; (in music) quick pace.

துரு பெ. சில உலோகங்களின் மீது (குறிப்பாக இரும்பின் மீது) காற்றும் தண்ணீரும் படும்போது அவற்றின் வெளிப்புறத்தில் ஏற்படுகிற (வேதியியல் மாற்றத்தின் விளைவாகத் தோன்றுகிற) செம்பழுப்பு நிறப் படிவு; rust. துருப்பிடித்த ஆணிகளைத் தூக்கியெறி./ (உரு வ.) துருப்பிடித்த சம்பிரதாயங்களால் என்ன பயன்?

துருத்தி பெ. (பட்டறையில் அல்லது தொழிற்சாலை யில் நெருப்பு எரிவதற்குக் காற்றை உட்செலுத்தப் பயன்படும்) சுருங்கி விரியக்கூடிய வகையில் தோல் அல்லது ரப்பரால் ஆன கருவி; bellows.

துருத்து வி. (துருத்த, துருத்தி) 1: (பை முதலியவற்றி லிருந்து அல்லது ஒரு பரப்பிலிருந்து ஒன்று) வெளியே நீட்டிக்கொண்டிருத்தல்; வெளித்தள்ளிக் காணப்படு தல்; stick out; protrude. பையில் முருங்கைக்காய் துருத்திக் கொண்டிருக்கிறது./ மணலுக்கு மேல் துருத்தியிருப்பது போல் பாறைகள் தெரிந்தன./ மெலிந்து காணப்பட்ட மாட்டின் விலா எலும்புகள் துருத்திக்கொண்டு இருந்தன./ (உரு வ.) அவருக்குக் கோபம் துருத்திக்கொண்டு வருகிறது. 2: (நாக்கை) நீட்டுதல்; stick out (one's tongue). தெருக்கூத் தில் துரியோதனனாக வேடம் போட்டவர் நாக்கைத் துருத் திக்கொண்டு கண்களை அகலவிரித்து நன்றாக ஆடினார்.

துருதுரு வி. (துருதுருக்க, துருதுருத்து) (ஒன்றைச் செய்ய வேண்டும் என்று) வேகம் கொள்ளுதல்; துடித்தல்; be itching (to do sth.). அவரைப் பார்த்ததும் கடுமையாக இரண்டு கேள்வி கேட்க வேண்டும் என்று நாக்கு துருதுருத் தது./ அந்த அழகான குழந்தையைத் தூக்கிக் கொஞ்ச வேண் டும் என்று கைகள் துருதுருத்தன.

துருதுரு-என்று வி.அ. ஒரு நிலையில் இல்லாமல் சுற்றித் திரிந்து; சுறுசுறுப்பைக் காட்டும் வேகத்தில்; briskly.

துருதுருப்பு 718

அவரால் ஒரு நிமிடம் சும்மா இருக்க முடியாது. துருதுரு வென்று ஏதாவது செய்துகொண்டே இருப்பார்./ குழந்தை துருதுருவென்று இங்குமங்கும் ஓடிக்கொண்டிருந்தது.

துருதுருப்பு பெ. 1: **சுறுசுறுப்பு;** briskness. சிறுவயதில் அவளிடமிருந்த துருதுருப்பு ஐம்பது வயதிலும் அப்படியே இருக்கிறதே! 2: **ஒன்றைச் செய்ய வேண்டும் என்கிற நிலைகொள்ளாத துடிப்பு;** restlessness; impatience. அவ ளிடம் பேசிவிட வேண்டும் என்று மனத்திற்குள் ஒரு துரு துருப்பு.

துருப்பிடி வி. (-பிடிக்க, -பிடித்து) **இரும்புப் பொருளில் துரு ஏற்படுதல்;** rust. ஜன்னல் கம்பியெல்லாம் துருப் பிடித்து உடைந்து விழும் நிலையில் இருக்கின்றன./ இது எஃகுக் கம்பி, துருப்பிடிக்காது.

துருப்பு[1] பெ. (பெரும்பாலும் பன்மையில்) **ராணுவம்; படை;** army; troops. எல்லைப் பகுதியில் அந்நியத் துருப்பு களின் நடமாட்டம் அதிகரித்துள்ளது./ நீண்ட நேர சண் டைக்குப் பிறகு துருப்புகள் பின்வாங்கின.

துருப்பு[2] பெ. காண்க: **துருப்புச்சீட்டு.**

துருப்புச்சீட்டு பெ. **(சீட்டாட்டத்தில்) மதிப்பில் உயர்ந் ததாக இருந்து வெற்றி வாய்ப்பை அளிக்கும் முக்கிய மான சீட்டு;** trump card. (உரு வ.) அவனைப் பணிய வைக்கும் துருப்புச்சீட்டு என்னிடம் உள்ளது./ (உரு வ.) அந்தப் பிரபல நடிகர் திரைப்படம்மூலம் கிடைத்த புகழைத் துருப்புச்சீட்டாக வைத்துத் தேர்தலில் நிற்கிறார்.

துரும்பு பெ. 1: **(மரம், செடி, கொடி முதலியவற்றின்) மெல்லிய சிறு குச்சி;** thin piece (of straw, chaff, etc.,); twig. வீட்டில் ஒரு துரும்பைக்கூட எடுத்துப் போடாதவன் இங்கு இவ்வளவு வேலை செய்கிறானா!/ நோயில் விழுந்தவர் இப்படித் துரும்பாக இளைத்துப்போய்விட்டாரே? 2: **தூசு;** dust. தண்ணீரில் எவ்வளவு துரும்பு கிடக்கிறது பார்./ கண்ணில் ஏதோ துரும்பு விழுந்துவிட்டது; உறுத்திக் கொண்டே இருக்கிறது. 3: **மதிப்பு இல்லாத ஒன்று;** sth. of no value. அவனுக்கு உறவினர்கள் அனைவரும் துரும்பு தான்./ பணத் திமிரால் எல்லோரையும் துரும்பாக மதிக் கிறான்.

துருவக்கரடி பெ. **பனிக்கரடி;** polar bear.

துருவ நட்சத்திரம் பெ. **வானத்தில் வட துருவத்துக்கு மேற்குத் திசையில் தெரியும் ஒரு பிரகாசமான நட்சத் திரம்;** pole star. பழங்காலத்தில் மாலுமிகள் துருவ நட்சத் திரத்தைப் பார்த்துதான் திசையைத் தெரிந்துகொண்டார்கள்.

துருவம் பெ. 1: **பூமியினுடைய அச்சின் வடக்கு அல்லது தெற்கு முனை;** (north or south) pole. துருவங்களில் உள்ள பனிமலைகள் வழக்கத்தைவிட அதிகமாக உருகுவதால் பூமியின் வெப்பம் அதிகமாகும் என்று அறிவியலாளர்கள் கூறுகின்றனர். 2: **(காந்தத்தில்) ஈர்ப்பு விசை அதிகமாக உள்ள இரு முனைகளில் ஒன்று;** magnetic pole. 3: **தன்மை, நிலை, குணம் முதலியவற்றில் எதிரெதிர் நிலை;** opposite(s). வீட்டில் அப்பாவும் அண்ணனும் எப் போதும் எதிரெதிர் துருவங்கள்தான்.

துருவல் பெ. **(தேங்காய், கேரட் முதலியவற்றிலிருந்து) துருவி எடுக்கப்பட்ட மெல்லிய துகள்கள்;** fine scrap-ings (of coconut, carrot, etc., obtained by grating).

துருவி பெ. **தேங்காய், கேரட் முதலியவற்றைத் துருவு வதற்குப் பயன்படுத்தும் சாதனம்;** grater.

துருவு வி. (துருவ, துருவி) 1: **(தேங்காய்ப் பருப்பு, கேரட் முதலியவற்றை) தேய்த்து மெல்லிய துகள்களாக விழச் செய்தல்;** grate (coconut, carrot, etc.,). குழம்புக்குப் போடத் தேங்காயைத் துருவு./ கேரட்டைத் துருவி அல்வா செய்ய லாம். 2: **(ஒன்றைத் தேடுவது, ஆராய்வது, விசாரிப்பது முதலியவற்றின்போது தேவைப்படுவதை) தீவிரத்துட னும் நுணுக்கத்துடனும் கண்டுபிடிக்க அல்லது அறிய முற்படுதல்; குடைதல்;** search thoroughly; probe. நேரம் கழித்து வீட்டுக்கு வந்தவனைக் கேள்வி கேட்டுத் துருவி னார்./ மேஜைக்குள் எதைத் துருவித்துருவித் தேடிக்கொண் டிருக்கிறாய்?

துரை பெ. 1: **இந்தியாவில் வசித்த ஐரோப்பியர்களில் ஆண்களைக் குறிப்பிட, அவர்களிடம் வேலைசெய்த வர்கள் பயன்படுத்திய சொல்;** (formerly) word used to refer to a European employer. இவர் பல துரைகளிடம் சமை யல்காரராக வேலைசெய்தவர். 2: **(கேலியாக) அதிகாரத் தோரணை மிகுந்த நடத்தையை உடையவர்;** one who behaves in a lordly way. அவனுக்குத் தான் பெரிய துரை என்ற நினைப்பு!

துரைசாணி பெ. **இந்தியாவில் வசித்த ஐரோப்பியர் களில் பெண்களைக் குறிப்பிட, அவர்களிடம் வேலை செய்தவர்கள் பயன்படுத்திய சொல்;** (formerly) word used to refer to a European lady.

துரைத்தனம் பெ. 1: (அ.வ.) **ஆங்கிலேயர் நடத்திய ஆட்சி;** (formerly) the British government in India. துரைத் தனம் சமஸ்தானத்தின் சேவையைப் பாராட்டியது. 2: (பே.வ.) **அதிகாரம்;** rule. துப்பாக்கியை மட்டும் நம்பித் துரைத்தனம் நடத்த முடியுமா?

துரோகம் பெ. 1: **(தன்மீது நம்பிக்கை கொண்டிருக்கும் ஒருவரின்) நம்பிக்கைக்கும் நலனுக்கும் மாறாக அல்லது எதிராகச் செய்யும் செயல்;** betrayal; treachery. மக்கள் உங்கள்மேல் வைத்திருக்கும் நம்பிக்கைக்குத் துரோகம் செய்துவிடாதீர்கள்!/ நண்பன் துரோகம் செய்வான் என்று அவன் நினைக்கவே இல்லை. 2: **(திருமண உறவுக்கு வெளியே கணவனோ மனைவியோ) நம்பிக்கைக்கு மாறாக நடந்துகொள்வது;** infidelity. கணவனின் துரோகம் அவளைக் கொதிக்க வைத்தது.

துரோகி பெ. **(தன்மீது நம்பிக்கை கொண்டிருக்கும் ஒரு வரின்) நம்பிக்கைக்கும் நலனுக்கும் மாறாகச் செயல் படுபவர்;** betrayer; traitor. உயிருக்கு உயிராகப் பழகிய நண்பனையே ஏமாற்றிய துரோகி அவன்.

துல்லியம் பெ. (-ஆக, -ஆன) 1: **(நேரம், அளவு முதலிய வற்றில்) கூடுதல் அல்லது குறைவு என்று இல்லாமல் மிகச் சரியாக இருக்கும் தன்மை;** accuracy; exactness. உன்னுடைய பிறந்த நேரம் துல்லியமாகத் தெரிந்தால்தான் சரியாக ஜாதகம் கணிக்க முடியும்./ எப்போதோ நடந்த சம்பவத்தைப் பற்றி இப்போது எப்படித் துல்லியமாகக் கூற முடியும்?/ மின்னணுத் தராசுகள் மிகத் துல்லியமாக அளக் கும். 2: **மறைக்கப்படுவதோ தடுக்கப்படுவதோ சிறிதும் இல்லாத நிலை; தெளிவு;** clarity. சூரிய ஒளியில் அவள் முகம் துல்லியமாகத் தெரிந்தது./ அவ்வளவு தூரத்தில் பேசு வது எவ்வளவு துல்லியமாகக் காதில் விழுகிறது!/ அவன்

719 துவட்டு[2]

நமக்கு உதவி செய்ய மாட்டான் என்பதைத் துல்லியமாகப் புரிந்துகொண்டேன்.

துலக்கம் பெ. (-ஆக, -ஆன) (உ.வ.) **(ஒன்றை மற்றவற்றிலிருந்து) தெளிவாக வேறுபடுத்தும் தன்மை;** distinctiveness; prominence. முக்கியத்துவம் கருதித் துலக்கமாகக் கட்டமிட்டுச் செய்தி வெளியிடப்பட்டிருந்தது./ இந்த எழுத்தாளரிடம் நாம் துலக்கமாகக் காணும் பண்பு எது?

துலக்கு வி. (துலக்க, துலக்கி) 1: **(பற்களை) சுத்தம்செய்தல்; (பாத்திரத்தை) (அழுக்கு நீக்கி) பளிச்சிடச் செய்தல்;** brush (teeth); clean (vessels); make bright. பற்களை நல்ல தரமான பற்பசைகொண்டு துலக்க வேண்டும்./ ஒரு காலத்தில் பல் துலக்கவும் பாத்திரம் துலக்கவும் சாம்பல்தான் உபயோகித்தார்கள்./ வெள்ளிக்கிழமை என்றால் பூஜைப் பாத்திரங்களைத் துலக்கி வைப்பார். 2: **தெளிவாகப் புலப்படச் செய்தல்;** show clearly; clarify. பேச்சுக்கும் எழுத்துக்கும் உள்ள வேறுபாட்டை இந்தக் கட்டுரை துலக்குகிறது./ காட்டினுள் தீப்பந்த வெளிச்சம் வழி துலக்கிச் சென்றது.

துலங்கு வி. (துலங்க, துலங்கி) 1: **(ஒன்று) தெரியவருதல்; வெளிப்படுதல்;** become evident. எல்லோரும் என்மேல் சந்தேகப்படுகிறார்கள். இருந்தாலும் உண்மை ஒருநாள் தானாகத் துலங்கும்./ அவர் எதற்காக இப்படி ஒரு வீட்டைத் தேர்ந்தெடுத்தார் என்ற மர்மம் எனக்குத் துலங்கவில்லை./ அவரிடம் நிதானமும் நாணயமும் துலங்கக் காண்கிறோம்./ தொழிலதிபர் கொலை வழக்கில் இன்னும் துப்புத் துலங்கவில்லை. 2: **பிறர் உணரும் வகையில் எடுப்பாகவும் தெளிவாகவும் அமைதல்;** shine. நெற்றியில் திருநீறு துலங்கப் பூஜை அறையிலிருந்து அவர் வெளியே வந்தார்./ கற்பனை துலங்க அவர் அளித்த தோடி ராகம் சபையினரை மெய்மறக்கச் செய்தது. 3: **நல்ல நிலையை அடைதல்; உருப்படுதல்;** prosper. இப்படித் தறுதலையாகச் சுற்றுபவன் எங்கே துலங்கப்போகிறான்?/ 'சாயங்காலத்தில் படுத்துத் தூங்கினால் வீடு துலங்குமா?' என்று அம்மா திட்டினாள்./ மருமகள் வந்த பிறகுதான் அவர் வீடு துலங்கிற்று.

துலவாக்குழி பெ. (ஊரக வ.) **(கோடையில் ஏற்றம் மூலம் கத்தரி, மிளகாய்த் தோட்டத்துக்கு நீர் பாய்ச்சும்போது இறைக்கும் அளவுக்குத் தண்ணீர் ஊற) ஆற்றுக்குள் படுகை ஓரத்தில் வெட்டும் செவ்வக வடிவக் குழி;** rectangular pit excavated on the sand bed of river close to its bank during summer for lifting the seeping water to irrigate small patches of land. இந்தத் துலவாக்குழியில் தண்ணீர் ஊறவில்லை. இடம் மாற்றி வேறு ஒன்று புதிதாக வெட்ட வேண்டும்.

துலா பெ. 1: **(பெரிய) தராசு;** (large) balance. 2: (வ.வ.) **ஏற்றம்;** well sweep. இந்த முறை தண்ணீர் இறைக்க யார் துலா மிதிக்கப்போகிறீர்கள்?

துலாக்கொடி பெ. (இலங்.) **ஏற்றத்தில் அல்லது கமலையில் உச்சியையும் சாலையும் இணைத்திருக்கும் தடித்த கயிறு;** a long and thick rope used in ஏற்றம் or கமலை connecting the top end and the water-fetching container. துலாக்கொடி பழுதாகப் போய்விட்டது. புதுக் கயிறு போட வேண்டும்.

துலாபாரம் பெ. **ஒருவரைத் தராசின் ஒரு தட்டில் அமரச்செய்து மறு தட்டில் மதிப்புடைய பொருள்களை அவருடைய எடைக்குச் சமமாக வைத்துக் காணிக்கையாகச் செலுத்துதல்;** offering of grain, gold, etc., equal to one's weight made to god. அம்மாவுக்கு குருவாயூரில் துலாபாரம் செலுத்துவதாக வேண்டிக்கொண்டிருக்கிறேன்.

துலாம் பெ. (சோதி.) **தராசைக் குறியீட்டு வடிவமாக உடைய ஏழாவது ராசி;** seventh constellation of the zodiac having the balance as its sign; Libra. (பார்க்க, படம்: ராசி[1])

துலாம்பரம் பெ. (-ஆக) (அ.வ.) **வெளிப்படை; துலக்கம்;** clearness; obviousness. பூஜை அறையிலிருந்து வெளியே வந்தவரின் நெற்றியில் விபூதிப் பட்டை துலாம்பரமாகத் துலங்கியது./ அவர் பணத்தைப் பற்றித்தான் கவலைப்படுகிறார் என்பது துலாம்பரமாகத் தெரிந்தது.

துலுக்கசாமந்தி பெ. **அடுக்கடுக்கான இதழ்களைக் கொண்ட மஞ்சள் நிறச் சாமந்திப் பூ;** wild chamomile.

துவக்க ஆட்டக்காரர் பெ. **(கிரிக்கெட் விளையாட்டில்) பந்துவீச்சை எதிர்கொள்ளும் அணியின் சார்பில் களத்தில் இறங்கும் முதல் இரண்டு ஆட்டக்காரர்களில் ஒருவர்;** opening batsman (in cricket). டெண்டுல்கர் துவக்க ஆட்டக்காரராகக் களமிறங்கிக் கடைசிவரை ஆட்டமிழக்காமல் இருந்தார்./ துவக்க ஆட்டக்காரராக அனுபவமில்லாத ஒரு வீரரை இறக்கியிருக்கிறார்கள்.

துவக்கப் பள்ளி பெ. **ஆரம்பப் பள்ளி;** primary school.

துவக்கம் பெ. **தொடக்கம்; ஆரம்பம்;** beginning; start (of sth.). துவக்கத்தில் இந்த வேலை சிரமமாக இருந்தாலும் போகப்போகப் பழகிவிடும்./ இந்த நாடகத்தின் துவக்கமே நன்றாக அமைந்துவிட்டது.

துவக்கிவை வி. (-வைக்க, -வைத்து) காண்க: **தொடங்கிவை.**

துவக்கு[1] வி. (துவக்க, துவக்கி) **தொடங்குதல்; ஆரம்பித்தல்;** begin; start. காலையிலேயே விற்பனையைத் துவக்கிவிட்டேன்./ சாப்பிட்டு முடித்ததும் சரியாக இரண்டு மணிக்கு வேலையை மறுபடியும் துவக்கினோம்./ அவர் புதிதாக ஒரு பத்திரிகை துவக்கினார்./ பாடகர் சரியாக ஆறு மணிக்குக் கச்சேரியைத் துவக்கினார்.

துவக்கு[2] பெ. (இலங்.) **துப்பாக்கி;** gun; rifle.

துவங்கு வி. (துவங்க, துவங்கி) **தொடங்குதல்; ஆரம்பித்தல்;** commence; begin; start. கூட்டம் எப்போது துவங்கும்?/ வண்டி நகரத் துவங்கியது./ இந்த நிறுவனம் கடந்த ஆண்டு செயல்படத் துவங்கிற்று.

துவட்டு[1] வி. (துவட்ட, துவட்டி) **(உடலில் உள்ள ஈரத்தைத் துணியால்) அழுத்தித் துடைத்தல்;** towel. மழையில் நன்றாக நனைந்துவிட்டாய். முதலில் தலையைத் துவட்டிக்கொள்.

துவட்டு[2] வி. (துவட்ட, துவட்டி) **(காய்கறி, கீரை போன்றவற்றை) வதக்குதல்;** fry; braise (vegetables). அரைக்கீரையை நன்றாகத் துவட்டிய பிறகு வாணலியை மூடி வைக்க வேண்டும்./ (உரு வ.) ரவுடிகள் அவனைத் துவட்டிவிட்டார்கள். [(தொ.சொ.) **தாளி/ புரட்டு/ பொரி/ வதக்கு/ வறு**]

துவந்த யுத்தம் பெ. *(அ.வ.)* **இரண்டு நபர்கள் மட்டும் செய்துகொள்ளும் யுத்தம்;** single combat. போர்க்களத்தில் வீரர்கள் ஒருவரோடு ஒருவர் துவந்த யுத்தம் செய்துகொண்டனர்.

துவம்சம் பெ. *(அ.வ.)* **அழிவு; நாசம்;** (total) destruction; (utter) ruin. மாடு வயலில் புகுந்து பயிர்களை துவம்சம் செய்தது./ விமானங்கள் குண்டு வீசி நகரம் இருந்ததே தெரியாதபடி துவம்சம் செய்துவிட்டன.

துவர்[1] வி. *(துவர்க்க, துவர்த்து)* **துவர்ப்புச் சுவை கொண்டிருத்தல்;** have an astringent taste; be astringent. பாக்கு துவர்க்கும்.

துவர்[2] பெ. **துவர்ப்பு;** astringent taste. வாழைப்பூவில் துவர் கொஞ்சம் இருக்கும்./ துவர்ப் பாக்கு.

துவர்ப்பு பெ. *(-ஆன)* **பாக்கு, வாழைப்பூ போன்றவற்றை உண்ணும்போது உணரப்படும் சுவை;** astringent taste; astringency.

துவரம்பருப்பு பெ. **(சாம்பார் தயாரிக்கப் பயன்படுத்தும்) உடைத்துத் தோல் நீக்கிய மஞ்சள் நிறப் பருப்பு;** red gram; broken pigeon pea.

துவரம்பொட்டு பெ. **(மாட்டுக்கு உணவாகப் பயன்படும்) துவரையின் புறத்தோல்;** the skin of red gram (used as cattle feed).

துவரை பெ. **மெல்லிய சிவப்பு நிறத் தோல் மூடிய, சற்றே உருண்டையான தானியம்/ இந்தத் தானியம் காய்க்கும் செடி;** pigeon pea; red gram.

துவள் வி. *(துவள, துவண்டு)* **1: (செடி, கொடி முதலியவை) விறைப்பு இழந்து வளைதல்; தளர்தல்;** (of plants) lose firmness; become limp; wilt. மழை பெய்யாததால் செடி கொடிகள் துவண்டு கிடந்தன. [*(தொ.சொ.)* அவிழ்/ தளர்/ தொய்/ நெகிழ்] **2: (உடல் உறுப்புகள்) பலம் இழந்து சோர்தல்;** (of limbs) become limp. நான்கு நாள் காய்ச்சலில் கைகால்கள் துவண்டுவிட்டன. **3: (தோல்வி, அவமானம் போன்றவற்றால்) உள்ளம் வருந்துதல்; செயலற்றுவிடுதல்;** become disheartened; become depressed; (of one's spirits) flag; sag. அவர் தாங்க முடியாத துயரத்தில் துவண்டுபோனார்./ அவர் தோல்வியைக் கண்டு துவளாதவர்.

துவஜஸ்தம்பம் பெ. *(அ.வ.)* **(கோயிலில்) கொடிமரம்;** flagstaff (in a temple).

துவா பெ. *(இஸ்.)* **(இறைவனிடம் செய்துகொள்ளும்) பிரார்த்தனை;** prayer.

துவாதசி பெ. **(ஏகாதசிக்கு அடுத்த நாள் வரும்) பன்னிரண்டாவது திதி;** twelfth day of the lunar fortnight. ஏகாதசி அன்று உபவாசமிருந்து துவாதசி அன்று சாப்பிடுவார்கள்.

துவாபர யுகம் பெ. **(புராணத்தில்) நான்கு யுகங்களுள் மூன்றாவது யுகம்;** (in the puranas) the third of the four ages of the world.

துவாய் பெ. *(இலங்.)* **(துடைக்கும்) துண்டு; துவாலை;** towel. துவாயால் முகத்தைத் துடைத்துக்கொண்டான்.

துவாரபாலகர் பெ. **கோயில்களில் கருவறையில் நுழைவதற்கு முன் உள்ள வாயிலின் இரு புறங்களிலும் அமைக்கப்பட்டிருக்கும் காவல் தெய்வம்;** images of a male guard on either side of the entrance to the sanctum sanctorum of a temple. *(பார்க்க, படம்: கோயில்)*

துவாரபாலகி பெ. **கோயில்களில் கருவறையில் நுழைவதற்கு முன் உள்ள வாயிலின் இரு புறங்களிலும் அமைக்கப்பட்டிருக்கும் பெண் காவல் தெய்வம்;** images of a female guard on either side of the entrance to the sanctum sanctorum of a temple.

துவாரம் பெ. **1: (பெரும்பாலும் தரை, சுவர் போன்ற இடங்களில் அல்லது உடலின் உறுப்புகளில் அமைந்திருக்கும்) துளை;** hole; (of skin, etc.,) pore; (of ear) cavity; (of nostril) opening. சுவரில் இருந்த துவாரத்தைச் சுண்ணாம்பு வைத்து அடைத்தான்./ சருமத் துவாரம்/ நாசித் துவாரம். **2: (சில சாதனங்களில் பயன்பாட்டுக்கு உதவும் வகையில் அமைக்கப்பட்டிருக்கும்) ஓட்டை;** hole. சாவித் துவாரம்/ இடியாப்ப அச்சில் உள்ள தகட்டில் துவாரங்கள் பெரிதாக இருக்கக் கூடாது.

துவாலை பெ. *(அ.வ.)* **இழைகள் மேலெழுந்திருக்கும், நெருக்கமாக நெய்யப்பட்ட துண்டு;** fluffy towel; Turkish towel.

துவி(ச்)சக்கர வண்டி பெ. *(இலங்.)* **மிதிவண்டி;** bicycle; cycle.

துவேஷம் பெ. *(அ.வ.)* **1: பகைமை;** enmity. எப்போதோ அவன் செய்த காரியத்திற்காக இன்னும் துவேஷம் பாராட்டாதே. **2: (ஆழ்ந்த) வெறுப்பு;** (strong) dislike; aversion. மொழி துவேஷம்.

துவேஷி பெ. *(அ.வ.)* **(ஒருவரை அல்லது ஒன்றை) வெறுக்கும் நபர்;** person who hates (s.o. or sth.).

துவை[1] வி. *(துவைய, துவைந்து) (அ.வ.)* **(நெற்பயிரின் தாள் மிதிக்கப்பட்டு) துவளுதல்/(மாவு முதலியவை) குழைதல்;** (of sheaves of paddy) become soft (when trodden)/(of soaked rice, etc.,) be ground to the suitable consistency. சூட்டடிப்பில் தாள் துவைந்ததும் எடுத்து உதறிப் போடுவார்கள்./ மாவு இன்னும் துவையட்டும்.

துவை[2] வி. *(துவைக்க, துவைத்து)* **1: (துணிகளைத் தண்ணீரில் நனைத்து அல்லது கசக்கி) அழுக்கு நீக்குதல்;** wash (clothes). துணி துவைக்கும் கல்/ பட்டுச் சேலையை அடித்துத் துவைக்காமல் அலசி எடுக்க வேண்டும்./ துணி துவைக்கும் இயந்திரம் கெட்டுப்போய்விட்டது. **2:** *(ஊரக வ.)* **(உடம்பு துவள) அடித்தல்; உதைத்தல்;** beat up. அவனைக் கூட்டிக்கொண்டுபோய்த் துவைத்து அனுப்பிவிட்டார்கள். **3:** *(ஊரக வ.)* **(மண்வெட்டியின் வாய்ப் பகுதியைக் கூர்மை ஆக்குவதற்காக) உலையில் காய்ச்சி அடித்து மெலிதாக்குதல்;** sharpen the edge of spade's blade by heating it in fire hammering in the smithy. மண்வெட்டியின் வாய் சுருண்டிருப்பதால் பட்டறைக்குக் கொண்டுபோய்த் துவைக்க வேண்டும்.

துவைதம் பெ. *(தத்.)* **ஆன்மாவும் இறைவனும் இரண்டு என்னும் நிலை நீங்கி ஒன்று என்னும் நிலையை அடைவதில்லை என்றும், இரண்டும் இரண்டாகவே தனித்தே இருக்கும் என்றும் கூறும் தத்துவக் கொள்கை;** the doctrine of duality.

துவைதி பெ. *(தத்.)* **துவைதத் தத்துவத்தைக் கடைப்பிடிப்பவர்;** follower of the doctrine துவைதம்.

துவையல் பெ. **தேங்காய், இஞ்சி, கறிவேப்பிலை முதலியவற்றில் ஏதோவொன்றுடன் மிளகாய், உப்பு முதலியவை கலந்து அரைத்து (பெரும்பாலும் தாளிக்காமல்) செய்யப்படும் ஒரு வகைத் தொடுகறி;** strong relish prepared by grinding chilli with coconut, ginger, curry leaves, etc., தேங்காய்த் துவையல்/ புதினாத் துவையல்/ இஞ்சித் துவையல்.

துழாவாரம் பெ. (இலங்.) **கதை;** tale. ஊர்த் துழாவாரம் எல்லாம் இங்கு வந்து ஏன் சொல்கிறாய்?/ உன்னுடைய துழாவாரம் எல்லாம் எனக்குத் தெரியும்; நீ வெளியே போ.

துழாவு வி. (துழாவ, துழாவி) **1: (கண்ணுக்கு எளிதில் புலப்படாத இடத்தில் அல்லது இருட்டில் உள்ள பொருளைக் கையால் அல்லது காலால்) தடவி அறிதல்;** grope; feel (with one's fingers, hand, etc.,). இருட்டில் கையால் துழாவி மின்விளக்கைப் போட்டான்./ பைக்குள் கை விட்டுத் துழாவிப் பாக்கை எடுத்து வாயில் போட்டுக்கொண்டான்./ மேஜையின் அடியில் பேனா விழுந்திருக்கிறதா என்று காலால் துழாவிப் பார்த்தான். **2: (ஒன்றை அல்லது ஒருவரைக் கண்டுபிடிப்பதற்காகக் கண்கள்) தேடுதல்;** search; scan. கூட்டத்தில் அவள் எங்கு நிற்கிறாள் என்று அவனுடைய கண்கள் துழாவின.

துள்ளல் பெ. **1: சற்று விரைவாக மேலெழும்பிக் கீழே வரும் செயல்;** spring. நண்பனைக் கண்டதும் படுக்கையிலிருந்து துள்ளலுடன் எழுந்தான்./ மானின் துள்ளல்/ மேலதிகாரியைக் கண்டதும் ஒரே துள்ளலில் நாற்காலியிலிருந்து எழுந்து நின்றார். **2: துடிப்பு;** liveliness. அவனிடம் இருந்த இளமைத் துள்ளல் எல்லாம் காணாமல் போய்விட்டது. **3:** (பே.வ.) **(திமிர் கொண்டு) ஆர்ப்பாட்டமாக நடந்துகொள்ளும் போக்கு;** cheekiness. அவரிடமிருந்த அந்தத் துள்ளல், திமிர், அகங்காரம் எல்லாம் எங்கே போயிற்று?

துள்ளு வி. (துள்ள, துள்ளி) **1: சற்று விரைவாக மேலெழும்பிக் கீழே வருதல்;** gambol; bounce. கன்றுக்குட்டி துள்ளும் அழகே அழகு/ தொட்டியிலிருந்த மீன் துள்ளி வெளியே விழுந்தது./ 'குழந்தை துள்ளும்; நன்றாகப் பிடித்துக்கொள்'. [(தொ.சொ.) **எகிறு/ குதி**] **2:** (பே.வ.) **(திமிர் கொண்டு) அடக்கம் இல்லாமல் நடந்துகொள்ளுதல்;** be cheeky or audacious. 'சும்மா துள்ளாதே. அடங்கிப்போய்விடுவது தான் உனக்கு நல்லது' என்றார். **3:** (பே.வ.) **(ஒருவரிடம் பணம்) அதிகமாகப் புழங்குதல்;** (of money) be available in plenty. கையில் காசு துள்ளுகிறது போலிருக்கிறதே!

துள்ளு மண்டை பெ. (இலங்.) **சுமார் ஆறு அங்குல நீளத்தில் செதிள்களோடு இருக்கும் (உணவாகும்) வெளிர் சிவப்பு நிறச் சிறிய கடல் மீன்;** edible, red-scaled sea fish, approximately fifteen cm long.

துளசி பெ. **காரச் சுவையும் மணமும் மருத்துவக் குணமும் கொண்ட சிறு இலை; மேற்குறிப்பிட்ட இலைகளையும் கரு நீல நிறத் தண்டுகளையும் கொண்ட ஒரு வகைச் சிறு செடி;** sacred basil leaf and the plant. வைணவக் கோயில்களில் துளசி இலைகளைப் பிரசாதமாகத் தருவார்கள்./ துளசியைக் கிள்ளி வாயில் போட்டுக் கொண்டார்.

துளசி மாடம் பெ. **(வீட்டில் வழிபாட்டுக்காக) துளசிச் செடி வளர்க்க, கனமாகக் கட்டப்பட்டிருக்கும் சதுர வடிவிலான தொட்டி;** raised platform with a basil plant (for worship).

துளசி மாலை பெ. **துளசிச் செடியின் (காய்ந்த தண்டை) மணிகளாகச் செதுக்கிக் கோத்த மாலை;** rosary made of basil stem.

துளி பெ. **1: முத்து போன்று திரண்டு நிற்கும் திரவம்; சொட்டு;** (of liquids) drop; (of sweat) bead. தாமரை இலையின் மேல் பனித் துளிகள்/ கண்ணீர் துளிகளாக உருண்டோடியது./ நெற்றியிலிருந்த வியர்வைத் துளிகளைக் கைக்குட்டையால் துடைத்தான். **2: மிகச் சிறிய அளவு;** tiny quantity; the least; slightest. துளியானாலும் விஷம், விஷம் தானே./ பணத்தின் மீது எனக்குத் துளி ஆசைகூடக் கிடையாது./ அவர்மீது எனக்குத் துளியும் சந்தேகம் கிடையாது. [(தொ.சொ.) **இணுக்கு/ துண்டு/ விள்ளல்**]

துளியூண்டு¹ வி.அ. (பே.வ.) **மிகக் குறைந்த அளவில்;** in a small amount. குழம்புக்கு உப்பு துளியூண்டு போடு./ இரக்கம் துளியூண்டு காட்டக் கூடாதா?

துளியூண்டு² பெ.அ. (பே.வ.) **மிகக் குறைந்த அளவிலான;** a small amount. துளியூண்டு மிட்டாய்கூட எனக்குக் கொடுக்க மாட்டாயா?

துளிர்¹ வி. (துளிர்க்க, துளிர்த்து) **1: (மரம், செடி முதலியவற்றில்) இலை தோன்றுதல்; தளிர்த்தல்/(மண்ணிலிருந்து) முளை தோன்றுதல்; முளைத்தல்;** put forth tender leaves, shoots, etc.,; sprout. ரோஜாச் செடி துளிர்க்க ஆரம்பித்துவிட்டது./ பட்டுப்போன கிளை துளிர்க்க நாளாகலாம்./ சில வகை மரங்கள் வெட்ட வெட்டத் துளிர்த்துக் கொண்டேயிருக்கும்./ (உரு வ.) மனத்தில் நம்பிக்கை துளிர்த்தது. **2: (ஓரிடத்தில் நீர் முதலியவை) குறைந்த அளவில் திரளுதல்;** (of tears, dew, etc.,) collect. கண்களில் நீர் துளிர்க்க எனக்கு விடைகொடுத்தாள்./ புல் நுனியில் துளிர்த்திருந்த பனித் துளி. **3:** (பே.வ.) **(மரியாதை, பணிவு இல்லாமல் நடக்கும் அளவுக்கு) துணிவு ஏற்படுதல்;** grow cheeky; be impudent. அப்பாவை எதிர்த்துப் பேசும் அளவுக்கு உனக்குத் துளிர்த்துவிட்டதா?

துளிர்² பெ. **முளைக்கும் இலை; தளிர்;** new tender leaf; sprout. துளிர் வெற்றிலை.

துளும்பு வி. (துளும்ப, துளும்பி) (வ.வ.) காண்க: **தளும்பு.**

துளை¹ வி. (துளைக்க, துளைத்து) **1: (ஒன்று) சிறு வழி உண்டாக்கி உள்ளே செல்லுதல்; துவாரம் உண்டாக்குதல்;** bore; eat into. வண்டு மாம்பழத்தைத் துளைத்திருக்கிறது./ குண்டு மார்பைத் துளைத்துக்கொண்டு சென்றிருந்தது. [(தொ.சொ.) **குடை/ கொத்து/ சுரண்டு/ நோண்டு**] **2: (ஒன்றைக் கேட்டு) மிகவும் தொந்தரவு செய்தல்;** pester. அடிக்கடி பணம் கேட்டுத் துளைக்காதே!/ குழந்தை இரண்டு நாட்களாகப் பொம்மை கேட்டுத் துளைத்துக் கொண்டிருக்கிறது.

துளை² பெ. **1: (பெரும்பாலும் வட்ட வடிவில் ஏற்படுத்தப்படும்) சிறிய இடைவெளி அல்லது திறப்பு;** hole; bore; cavity. இந்தக் கட்டையில் நான்கு துளைகள் போடு./ குழாய் இறக்குவதற்குப் பெரிய துளை போட வேண்டும். **2: ஓட்டை;** hole; perforation. கடிதங்களைத் துளை போட்டு ஒரு கம்பியில் மாட்டி வை. [(தொ.சொ.) **இடுக்கு/ சந்து/ பொத்தல்/ பொந்து**]

துளை அடி வி. *(அடிக்க, அடித்து)* **மரச் சட்டத்தில் இன்னொரு மரச் சட்டத்தைக் கோக்க உளியைக் கொண்டு துளை உண்டாக்குதல்;** make a mortise for tenon. சட்டங்களை இழைத்துப் பிறகு துளை அடிக்க வேண்டும்.

துளைத்துத்துளைத்துக் கேள் வி *(கேட்க, கேட்டு)* *(இலங்.)* **(ஒருவரிடம்) துருவித்துருவிக் கேட்டல்;** probe (s.o.). திருமணம் பேசியபோது மாப்பிள்ளையின் குணத்தைப் பற்றித் துளைத்துத்துளைத்துக் கேட்டார்கள்./ நீ எத்தனை தரம் துளைத்துத்துளைத்துக் கேட்டாலும் உண்மை இதுதான்.

துற வி. *(துறக்க, துறந்து)* **(பதவி, பாசம் முதலியவற்றை) வேண்டாம் என்று விட்டுவிடுதல்; கைவிடுதல்;** renounce (worldly possessions, attachments); give up. சுதந்திரப் போராட்டத்தில் கலந்துகொள்வதற்காக அவர் வழக்கறிஞர் தொழிலைத் துறந்தார்./ குடிப்பழக்கத்தைத் துறக்கச் சிலரால்தான் முடியும்.

துறட்டி பெ. **மேல்முனையில் கொக்கி போன்ற சாதனம் பொருத்தப்பட்ட நீண்ட கம்பு;** pole fixed with a hook or hook-like picker (to pluck fruit, etc.,); crook. முருங்கைக் காய்களைத் துறட்டிகொண்டு பறித்துக்கொண்டிருந்தாள்.

துறட்டு பெ. *(வ.வ.)* **1: வம்பு;** unnecessary trouble. துறட்டுப் பிடித்தவன். **2: தொந்தரவு;** trouble. அவனுடன் ஒரே துறட்டு.

துறவறச் சபை பெ. *(கிறித்.)* **கத்தோலிக்கத் திருச்சபையில் குறிப்பிட்ட சில பணிகளுக்காக ஒருவர் அல்லது சிலர் காலத்தின் தேவைக்கு ஏற்ற பணிகளை மேற்கொள்ள ஆரம்பிக்கப்படும் சபை;** religious order; religious congregation.

துறவறம் பெ. **உலகப் பற்றைத் துறந்து மேற்கொள்ளும் தவ வாழ்வு; சன்னியாசம்;** ascetic life; asceticism. சுவாமிகள் தன் பதினாறாவது வயதில் துறவறம் மேற்கொண்டார்./ துறவறம் பூண்டவர்கள் தம் உறவினர்களோடு எந்தத் தொடர்பும் வைத்துக்கொள்வதில்லை.

துறவி பெ. **பற்று, பாசம் முதலியவற்றைத் துறந்து ஆன்மீகத்தில் ஈடுபட்டவர்;** ascetic; renunciant.

துறவு பெ. *(உ.வ.)* **உலகியல் வாழ்வில் உள்ள பிணைப்புகளைத் துறக்கும் செயல்;** renunciation. *(உரு வ.)* அவருடைய அரசியல் துறவு பலருக்கும் வியப்பு அளித்தது.

துறுதுறு வி. *(துறுதுறுக்க, துறுதுறுத்து)* காண்க: **துருதுரு.**

துறுதுறு-என்று வி.அ. காண்க: **துருதுரு-என்று.**

துறுதுறுப்பு பெ. காண்க: **துருதுருப்பு.**

துறை[1] பெ. **1: ஒரு நாட்டின் செயல்பாடுகளில் ஒரு பிரிவு;** branch; field; sector. நாட்டில் தொழில் துறை வளர்ச்சி அடைய வேண்டும்./ பொருளாதாரத் துறையில் ஏற்பட்ட மாற்றங்கள் வியக்கத் தக்கவை./ பாதுகாப்புத் துறை அமைச்சர் நாளை சென்னை வருகிறார்./ தனியார் துறை. **2: அறிவியலில் ஒரு பிரிவு;** branch of knowledge. மொழியியல் துறை. **3: (அரசு, கல்லூரி முதலியவற்றில்) குறிப்பிட்ட ஒரு பிரிவு;** (in an organization) department. சேதம் அடைந்த பாலத்தைப் பொறியியல் துறை வல்லுநர்கள் பார்வையிட்டனர்./ பல்கலைக்கழகத்தில் விலங்கியல் துறைத் தலைவர்.

துறை[2] பெ. **1: ஆறு, குளம் போன்றவற்றில் உள்ளே இறங்குவதற்கு ஏற்ற வகையில் படிகளுடன் அமைந்திருக்கும் இடம்;** flight of steps (leading to water from the bank of a river, pond, etc.,). வண்ணான் துறை. **2: (ஆற்றில் படகுகளும், துறைமுகத்தில் கப்பல்களும்) பயணிகளையும் சரக்குகளையும் ஏற்றிச்செல்வதற்காகக் கரையோரம் வந்து நிற்கும் இடம்;** wharf; jetty. படகுத் துறை/ மீன்பிடித் துறை.

துறைமுகம் பெ. **கப்பல்கள் கரையோரத்தில் வந்து நிற்பதற்கு ஏற்படுத்தப்பட்ட அமைப்பு;** harbour; port. தூத்துக்குடி துறைமுகம்/ நாகப்பட்டினம் ஒரு காலத்தில் துறைமுகமாக விளங்கியது.

துறைவழக்கு பெ. *(மொழி.)* *(பெரும்பாலும் கலைச்சொல்லாக)* **ஒரு குறிப்பிட்ட துறையில் பயன்படுத்தும் (பொது மொழியிலிருந்து வேறுபாடுடைய) மொழி;** register.

துன்பப்படு வி. *(-பட, -பட்டு)* **துன்பத்துக்கு உள்ளாதல்; துன்பப்படுதல்;** suffer (pain, misery, etc.,). வயிற்று வலியால் துன்பப்படுகிறவர்களுக்கு இந்த மாத்திரை உடனடி நிவாரணம் தரும்.

துன்பம் பெ. **1: இழப்பு, நோய், மோசமான நிகழ்வுகள் போன்றவற்றால் ஒருவருக்கு ஏற்படும், மனத்தை வருந்தச் செய்யும் உணர்வு; மனத்துக்கு மகிழ்வு தராத உணர்வு;** misery; suffering; pain. இன்பதுன்பங்களைக் கடந்தவர் யார்? **2: கெடுதல்; தீங்கு;** harm. என்னால் யாருக்கும் எந்தத் துன்பமும் இருக்கக் கூடாது.

துன்பியல் பெ. **(நாடகம், புதினம் முதலியவற்றில்) துன்ப முடிவைக் கொண்டது;** (of literature) tragedy.

துன்புறு வி. *(துன்புற, துன்புற்று)* *(உ.வ.)* காண்க: **துன்பப்படு.**

துன்புறுத்து வி. *(துன்புறுத்த, துன்புறுத்தி)* **துன்பத்துக்கு உள்ளாக்குதல்; வருத்துதல்;** cause suffering; harm. வாயில்லா ஜீவனை ஏன் அடித்துத் துன்புறுத்துகிறாய்?/ பிறரைத் துன்புறுத்துவதில் என்ன மகிழ்ச்சியோ?

துன்மார்க்கம் பெ. *(அ.வ.)* **முறை தவறிய நெறி; தீய நெறி;** evil ways. துன்மார்க்கத்தை விடுத்து சன்மார்க்கம் மேற்கொண்டார்.

துஷ்ட பெ.அ. *(அ.வ.)* **தீமை விளைவிக்கும்;** dangerous. வீட்டுப் பிராணிகள் துஷ்ட மிருகங்கள் அல்ல./ துஷ்டப் பயல்/ துஷ்ட தேவதை.

துஷ்டன் பெ. *(அ.வ.)* **தீய செயல் செய்பவன்; பிறருக்குக் கெடுதல் செய்பவன்;** evil doer; wicked person. அந்த துஷ்டனோடு ஏன் பேசுகிறாய்?

துஷ்பிரச்சாரம் பெ. *(அ.வ.)* **தவறான அபிப்பிராயம் ஏற்படுத்துவதற்காகப் பொய்யான தகவல்களைப் பரப்பிச் செய்யப்படும் பிரச்சாரம்;** false propaganda; disinformation. தன்னைப் பற்றி நடந்துவரும் துஷ்பிரச்சாரத்தைப் பற்றிக் கவலைப்படவில்லை என்றார் கல்லூரி முதல்வர்./ முறையாகத் தேர்தலில் வெற்றி பெற்றவரைப் பற்றித் துஷ்பிரச்சாரம் செய்கிறார்களே?

துஷ்பிரயோகம் பெ. **(பதவி, அதிகாரம் முதலியவற்றை) தெரிந்தே முறையற்ற காரியங்களுக்காகப் பயன்படுத்தும் செயல்;** misuse (of one's position, power, etc.,). அரசு அதிகாரியின் இச்செயல் அதிகார துஷ்பிர யோகம் ஆகும்./ 'அரசியல் காரணங்களுக்காகப் பேச் சுரிமை துஷ்பிரயோகம் செய்யப்படுகிறது' என்று அவர் குற்றம்சாட்டினார்.

தூ இ.சொ. (பே.வ.) **இழிவையும் அருவருப்பையும் வெளிப்படுத்தப் பயன்படுத்தும் இடைச்சொல்; 'சீ';** particle of exclamation expressing disapproval and disgust. தூ! நீயும் ஒரு மனுஷனா?/ தூ! இப்படி ஒரு பிழைப்புப் பிழைத்துக் காசு சம்பாதிக்க வேண்டுமா?

தூக்கக் கண் பெ. (பே.வ.) **தூக்கம் சொக்குவதால் இடுங்கிச் செருகுவதுபோல் காணப்படும் கண்விழிகள்;** sleepy eyes.

தூக்கக் கலக்கம் பெ. **தூக்கத்திலிருந்து விடுபடாத அல்லது தூக்கத்தைக் கட்டுப்படுத்த முடியாத நிலை;** state of being not fully awake; half-asleep. தூக்கக் கலக்கத்தோடு வந்து கதவைத் திறந்தான்./ அவள் சொன்னது எதுவும் தூக்கக் கலக்கத்தில் என் மூளையில் பதியவில்லை.

தூக்கச்சுவடு பெ. (வ.வ.) காண்க: **தூக்கக் கண்.**

தூக்கணம் பெ. (இலங்.) **தொங்கட்டான்;** ornament hanging from an ear-stud.

தூக்கணாங்குருவி பெ. **(கிளைகளிலிருந்து தொங்கும் நுட்பமான நீண்ட கூடுகளை நாரினால் கட்டும்) தடித்த கூம்பு போன்ற அலகும், பழுப்பு நிற உடலில் அடர் பழுப்பு நிறப் பட்டைகளும் கொண்ட, சிட்டுக் குருவியின் அளவை ஒத்ததாக இருக்கும் சிறு பறவை;** baya weaver. இனப்பெருக்கக் காலத்தில் ஆண் பறவைகளின் உச்சந் தலையும் மார்புப் பகுதியும் மஞ்சள் நிறமாக இருக்கும்.

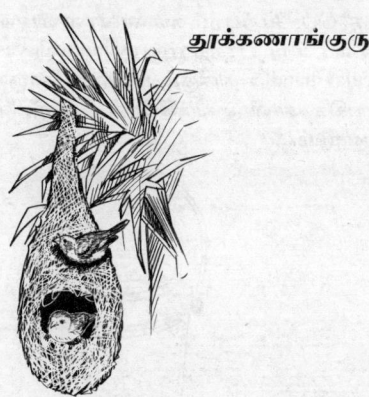

தூக்கணாங்குருவி

தூக்கம் பெ. **(பெரும்பாலும் இரவில்) கண்களை மூடி இயற்கையாகப் புலன்களுக்கு ஓய்வு கொடுக்கும் நிலை; உறக்கம்;** sleep. உனக்குத் தூக்கம் வந்தால் நீ போய்ப் படு./ வயதாகிவிட்டதால் இரவில் தூக்கம் வருவதில்லை./ பொழுது விடிந்து இவ்வளவு நேரமாகியும் இன்னும் என்ன தூக்கம்?/ இப்போதெல்லாம் இரவில் வேலை பகலில் தூக்கம் என்பது சாதாரணமாகிவிட்டது.

தூக்கல் பெ. **(ஒன்றில் குறிப்பிட்ட தன்மை, அம்சம்) உணரத்தக்க வகையில் கூடுதலாக இருக்கும் நிலை;** (an) excess (of sth.). சாம்பாரில் உப்பு கொஞ்சம் தூக்கல்தான்./ அவரது கதைகளில் நகைச்சுவை சற்றுத் தூக்கலாக இருக்கும்.

தூக்கி வி.அ. **உயரத்தில் செல்லுமாறு; சற்று உயர்த்தி;** towards a higher position; up. வலையில் படாமலிருக்கப் பந்தைச் சற்று மேலே தூக்கிப் போடு./ விளக்கைச் சற்றுத் தூக்கிப் பிடி./ வேகமாக வந்த பந்தைத் தூக்கி அடித்ததும் அது எல்லைக்கோட்டைத் தாண்டி விழுந்தது.

தூக்கிக் கொடு வி. (கொடுக்க, கொடுத்து) **(கேள்வி கேட்காமல், தயக்கம் இல்லாமல் கேட்டதை) உடனடியாகத் தருதல்;** give without hesitation. நன்கொடை கேட்டவுடன் ஆயிரம் ரூபாயைத் தூக்கிக் கொடுத்துவிட்டார் யாக்கும்./ உங்கள் தம்பி கேட்டார் என்பதற்காகப் புதுச் சட்டையைத் தூக்கிக்கொடுத்துவிட்டீர்களா?

தூக்கிச்சாப்பிடு வி. (-சாப்பிட, -சாப்பிட்டு) (பே.வ.) **(சிறப்பில், முக்கியத்துவத்தில் மற்றவர் அல்லது மற்றது) ஒன்றும் இல்லை என்னும்படி மிஞ்சுதல்; விஞ்சுதல்;** put sth. in the shade. அவருடைய சிறந்த நடிப்பு மற்றவர்களின் நடிப்பையெல்லாம் தூக்கிச்சாப்பிட்டுவிட்டது./ இன்றைக்கு நான் கேட்ட செய்திகளில் நீ சொன்னதுதான் எல்லாவற்றையும் தூக்கிச்சாப்பிட்டுவிட்டது.

தூக்கித்தூக்கிப்போடு வி. (-போட, -போட்டு) (பே.வ.) **1: (வண்டி மேடுபள்ளத்தில் ஏறி இறங்குவதால் பயணம் செய்பவரின்) உடல் அதிரும்படி செய்தல்; அசைவுகளால் உடலைத் தொடர்ந்து அதிர்வுக்கு உள்ளாக்குதல்;** subject s.o. to jolts. பேருந்தின் கடைசி இருக்கையில் உட்கார்ந்தால் தூக்கித்தூக்கிப்போடும். **2: (குளிர் காய்ச்சலால் உடம்பு) அதிகமாக நடுங்குதல்;** shiver severely (due to fever). ஜுரம் அதிகமாகிக் குழந்தைக்குத் தூக்கித் தூக்கிப்போட ஆரம்பித்துவிட்டது.

தூக்கி நிறுத்து வி. (நிறுத்த, நிறுத்தி) **சரிவு நிலையைத் தடுத்து ஒரு மேன்மையான நிலைக்குக் கொண்டுவருதல்;** shore (sth.) up. கடனில் மூழ்கியிருக்கும் நிறுவனத்தைத் தூக்கி நிறுத்துவதற்கான கடைசி முயற்சிதான் இது./ திரைக்கதையில் தொய்வு இருந்தாலும் பாடல்கள் படத்தைத் தூக்கி நிறுத்துகின்றன./ சமீபத்திய இடைத்தேர்தல் வெற்றி இந்தக் கட்சியைத் தூக்கி நிறுத்தியிருக்கிறது.

தூக்கிப் பிடி வி. (பிடிக்க, பிடித்து) காண்க: **உயர்த்திப் பிடி.**

தூக்கியடி[1] வி. (-அடிக்க, -அடித்து) காண்க: **தூக்கிச்சாப்பிடு.**

தூக்கியடி[2] வி. (-அடிக்க, -அடித்து) (பே.வ.) **(நியாயமற்ற முறையில் அல்லது பழிவாங்கும் வகையில் ஒருவரை வேறொரு பணியிடத்துக்கு) மாற்றுதல்;** shunt (s.o.) off (to some place); transfer (s.o.). புதிய அரசு பதவியேற்றதும் பல உயர் அதிகாரிகளைத் தூக்கியடித்துவிட்டார்கள் என்று அவர் சொல்வது நியாயமல்ல./ நேர்மையான காவல்துறை அதிகாரியைத் தூக்கியடித்ததிலிருந்து விசாரணை நேர்மையாக நடக்குமா என்ற சந்தேகம் எழுந்துள்ளது.

தூக்கியெறி வி. (-எறிய, -எறிந்து) **(எந்த வித முக்கியத்துவமோ மதிப்போ அளிக்காமல்) உடனடியாக நீக்குதல் அல்லது அகற்றிவிடுதல்;** overthrow; throw overboard. மக்கள் புரட்சி செய்து ராணுவ ஆட்சியைத் தூக்கி யெறிந்தனர்./ ஜனநாயக முறைப்படி தேர்ந்தெடுக்கப்பட்ட மாநில அரசை மத்திய அரசு தூக்கியெறிய முனைவது நியாயமல்ல.

தூக்கியெறிந்து பேசு வி. (பேச, பேசி) **எடுத்தெறிந்து பேசுதல்;** speak insolently; talk back. வயதானவர் என்று கூடப் பார்க்காமல் தூக்கியெறிந்து பேசலாமா?

தூக்கில் போடு வி. (போட, போட்டு) (சட்டம்) **(மரண தண்டனை பெற்றவரை) சுருக்குக் கயிற்றைக் கழுத்தில் இறுக்கி மரணம் அடையச் செய்தல்;** hang. 'குற்றவாளியின் உயிர் பிரியும்வரை தூக்கில் போட வேண்டும்' என்று நீதிபதி தீர்ப்பளித்தார்.

தூக்கிலிடு வி. (-இட, -இட்டு) (சட்டம்) காண்க: **தூக்கில் போடு.**

தூக்கிவாரிப்போடு வி. (-போட, -போட்டு) **(பெரும்பாலும் இறந்தகால வடிவங்களில்) (ஒரு நிகழ்ச்சியின் அல்லது செய்தியின்) எதிர்பாராத கடுமையான தன்மையால் அதிர்ச்சி அடைதல்;** be startled. நண்பர் போன ரயில் விபத்துக்குள்ளாகிவிட்டது என்ற செய்தியைக் கேட்டதும் எனக்குத் தூக்கிவாரிப்போட்டது.

தூக்கு[1] வி. (தூக்க, தூக்கி) **அ.** (மேலே கொண்டுவருதல் தொடர்பான வழக்கு) **1: (ஒன்றை அல்லது ஒருவரை ஒரு பரப்பிலிருந்து) மேலே உயர்த்துதல்;** lift; raise. மேஜையை இழுக்காமல் தூக்கி நகர்த்தினோம்./ விபத்தில் உயிருக்குப் போராடிக்கொண்டிருந்த முதியவரைத் தூக்கி காரில் போட்டுக்கொண்டு மருத்துவமனைக்குக் கொண்டு சென்றார்./ யானை எவ்வளவு பெரிய மரக் கட்டையைத் தூக்குகிறது, பார்! **2: (தலை, கை முதலியவற்றை) மேல் நோக்கிய நிலைக்குக் கொண்டுவருதல்; உயர்த்துதல்;** raise (one's head, hand, etc.,). வந்திருப்பது யார் என்று தலையைத் தூக்கிப் பார்./ வகுப்பில் விடை தெரிந்தவர்கள் கையைத் தூக்கினார்கள். **3: (மடித்தோ சுருட்டியோ நீட்டியோ) மேலே ஏற்றுதல்;** lift (வேட்டி, etc.,) up. வேட்டியைத் தூக்கிக் கட்டிக்கொண்டு அவன் நடந்துவந்தான்./ அவள் எப்போதும் புடவையைக் கணுக்காலுக்குக் கொஞ்சம் மேலே தூக்கிக் கட்டியிருப்பாள். **4: (விலங்கு, பறவை போன்றவை இரையை) கவ்வி அல்லது கொத்தி எடுத்தல்;** (of animals, birds) catch in mouth or beak. நாய் எலும்புத் துண்டைத் தூக்கிக்கொண்டு ஓடியது./ பருந்து கோழிக் குஞ்சைத் தூக்கிக்கொண்டு போய்விட்டது. **5: (பளு தூக்கும் போட்டியில்) கனமான இரும்புத் தட்டுகள் மாட்டப்பட்ட இரும்புக்கழியைக் குறிப்பிட்ட உயரத்திற்கு உயர்த்திக் கீழே இறக்கிவைத்தல்;** lift (weight). பளுதூக்கும் வீரர் முதல் சுற்றிலேயே 275 கிலோ எடையைத் தூக்கினார். **6: (சிறு குழந்தையைக் கையில்) எடுத்து வைத்துக்கொள்ளுதல்;** take (a baby) in one's arms. வீட்டுக்குள் நுழைந்ததும் குழந்தை தூக்கிக்கொள்ளச் சொன்னது./ அழுதுகொண்டிருக்கும் பிள்ளையைத் தூக்காமல் அப்படி என்ன வேலை? **7: (விக்கிரகம், பல்லக்கு போன்றவற்றை ஊர்வலமாகக் கொண்டுவருவதற்காகத் தோளில்) சுமத்தல்;** carry. சாமி தூக்குவதற்கு இன்னும் ஆட்கள் வரவில்லை./ நான்கு பேர் மட்டும் இந்தப் பல்லக்கைத் தூக்க முடியாது. **8: (ஆயுதம்) ஏந்துதல்;** get hold of. ஒன்றுமில்லாத விஷயத்திற்கெல்லாம் அரிவாளைத் தூக்கிக்கொண்டு வந்துவிடுவான்./ கோபம் வந்தால் போதும். துப்பாக்கியைத் தூக்கிக்கொண்டு சுட்டுவிடுவேன் என்று மிரட்டுவார். **9: எடுத்தல்; அப்புறப்படுத்துதல்;** remove; take away. மகன்கள் எல்லோரும் வந்த பிறகுதான் பிணத்தைத் தூக்குவார்கள் போலிருக்கிறது./ சாலை ஓரங்களில் அனுமதி இல்லாமல் வைத்திருக்கும் பெட்டிக்கடைகளை உடனடியாகத் தூக்கும்படி ஆணையர் உத்தரவு. **10: (ஒருவரை வேலையிலிருந்து) நீக்குதல்;** remove; take away. மேலாளரிடம் தகராறு செய்ததற்காக அவனை வேலையிலிருந்து தூக்கிவிட்டார்களாம். **ஆ.** (மரபு வழக்கு) **11:** (பே.வ.) **(ஒரு வேலையைச் செய்யத் துவங்கும் விதமாக ஒன்றை) எடுத்தல்;** start working with. காலையில் மண்வெட்டியைத் தூக்கினால் வேலை முடிந்த பிறகுதான் அவர் வீட்டுக்கு வருவார். **12: (திரையரங்கில் ஓடிக்கொண்டிருக்கும் படத்தை) மாற்றுதல்;** change. புதுப் படத்தை ஒரே வாரத்தில் தூக்கிவிட்டார்கள்./ அநேகமாக நாளை இந்தப் படத்தைத் தூக்கிவிடுவார்கள் என்று நினைக்கிறேன். **13:** (பே.வ.) **திருடுதல்;** steal. காரில் வைத்திருந்த பையை யாரோ தூக்கிக்கொண்டு போய்விட்டார்கள்./ யாருக்கும் தெரியாமல் கிடையிலிருந்து ஒரு ஆட்டைத் தூக்கிக்கொண்டு வந்துவிட்டான். **14: ஒருவரைப் பாராட்டுவதன்மூலம் உயர்த்துதல்; பெருமைப்படுத்துதல்;** speak highly (of s.o.). அவர் தன் மாணவர்களை எப்போதும் தூக்கியேதான் பேசுவார்./ வேண்டியவர்களாக இருந்தால் வானளாவத் தூக்குவார். பிடிக்கவில்லையென்றால் மட்டம் தட்டுவார். **15: (மணம்) அதிக அளவில் கவருதல்;** (of smell) be very pleasing. என் நண்பர் ஆளைத் தூக்கும் நறுமணத் தைலம் பூசிக்கொண்டு வந்திருந்தார்./ அம்மா ரசம் தாளிக்கும் மணம் வீட்டையே தூக்குகிறது.

தூக்கு[2] பெ. காண்க: **தூக்குக்கயிறு.**

தூக்கு[3] பெ. **மேற்புறம் வளைவான பிடி உள்ள உருண்டை வடிவச் சிறு பாத்திரம்;** cylindrical vessel with a semicircular handle. தூக்கும் பணமும் தாருங்கள், எண்ணெய் வாங்கிக்கொண்டு வருகிறேன்./ பந்தியில் பரிமாறத் தூக்கு வேண்டும்.

தூக்கு

தூக்குக்கயிறு பெ. **(கழுத்தை இறுக்கிக் கொல்லும்) ஒரு முனை உறுதியான பகுதியில் கட்டப்பட்டு மறுமுனை சுருக்கு போடப்பட்ட கயிறு;** hangman's noose. அவரது உயிரற்ற உடல் தூக்குக்கயிற்றில் தொங்கிக்கொண்டிருந்தது.

தூக்குக்குண்டு பெ. (இலங்.) **நூல்குண்டு;** plumb line.

தூக்குச்சட்டி பெ. காண்க: **தூக்கு**[3].

தூக்குத் தண்டனை பெ. (சட்டம்) **(மரண தண்டனை விதிக்கப்பட்டவரை) தூக்கிலிட்டு உயிரைப் போக்குமாறு (நீதிமன்றம்) வழங்கும் தண்டனை;** sentence of death by hanging. தூக்குத் தண்டனைக் கைதி/ தனக்கு

வழங்கப்பட்ட தூக்குத் தண்டனையை ஆயுள் தண்டனை யாகக் குறைக்க வேண்டுமாறு குடியரசுத் தலைவருக்கு அவர் கருணை மனு அனுப்பியுள்ளார்.

தூக்குத்தீர்த்தவன் பெ. *(இலங்.)* **தூக்குத் தண்டனை விதிக்கப்பட்ட நபர்;** person sentenced to death. அவன் தூக்குத்தீர்த்தவன்போல கடிகார முள்ளைக் கவனித்தபடி இருந்தான்.

தூக்குதானி பெ. *(திருநர் வ.)* **திருநங்கைகள் பயன்படுத் தும் எச்சில் படிக்கம்;** spittoon used by transwomen.

தூக்குப் பாலம் பெ. **இழுவைப் பாலம்;** drawbridge.

தூக்குப்போட்டுக்கொள் வி. *(-கொள்ள, -கொண்டு)* **(உயிர்விட) தூக்குக் கயிற்றில் தொங்குதல்;** hang (oneself). அவமானம் தாங்காமல் தூக்குப்போட்டுக்கொண்டு தற்கொலை செய்துகொண்டார்.

தூக்குமரம் பெ. **(தூக்குத் தண்டனையை நிறைவேற்றும் இடத்தில் அமைக்கப்பட்டுள்ள) தூக்குக் கயிறு கட்டப் பட்டுள்ள மரச் சட்டம்;** gallows.

தூக்குமாட்டிக்கொள் வி. *(-கொள், -கொள்ள) (வ.வ.)* காண்க: **தூக்குப்போட்டுக்கொள்.**

தூக்குமேடை பெ. **தூக்குத் தண்டனை நிறைவேற்றும் இடம்;** gallows. நாட்டு விடுதலைக்காகத் தூக்குமேடை ஏற வும் துணிந்த வீரர்கள்.

தூக்குவாளி பெ. **(பந்தியில் சாம்பார், ரசம் முதலியவற் றைப் பரிமாறுவதற்குப் பயன்படுகிற) வாளி போன்ற அமைப்புடைய சிறிய பாத்திரம்;** small bucket (for serving sauce, etc., from, at feasts, etc.,).

தூங்கல்கோழி பெ. *(இலங்.)* **எந்நேரமும் சோம்பேறித் தனமாக இருப்பவர்;** person who is indolent or slothful. 'தூங்கல்கோழி மாதிரி இருக்காமல் எங்காவது வேலைக்குப் போ' என்று அப்பா மகனைத் திட்டினார்./ இந்தத் தூங்கல் கோழியால் நமக்கு எந்தப் பிரயோசனமும் கிடையாது என்று அண்ணா அம்மாவிடம் சொல்லிக்கொண்டிருந்தார்.

தூங்கலன் பெ. *(இலங்.)* **சோம்பேறி;** lazy person.

தூங்காவிளக்கு பெ. **(கோயிலில்) மூலவர் சன்னிதியில் தொடர்ந்து எரிந்துகொண்டிருக்கும் விளக்கு;** perpetual lamp that is burning in the sanctum.

தூங்கிவழி வி. *(-வழிய, -வழிந்து)* **1: தூக்கக் கலக்கத் துடன் காணப்படுதல்; தூக்கத்தைக் கட்டுப்படுத்த முடி யாமல் இருத்தல்;** be sleepy; be overwhelmed (by sleep). பையன் ஏழு மணிக்கே தூங்கிவழிய ஆரம்பித்துவிட் டானே!/ நாற்காலியில் தூங்கிவழியாமல் உள்ளே போய்ப் படுங்கள். **2: (ஒருவர்) சுறுசுறுப்புக் காட்டாமல் இருத்தல்; (ஓர் இடம்) அதிக வேலைகள் இல்லாமல் மந்தமாகக் காணப்படுதல்;** be dull or lethargic. தூங்கிவழியாமல் கல் யாண வேலைகளைக் கவனி./ அலுவலகம் தூங்கிவழிகிறது.

தூங்கிவிழு வி. *(-விழ, -விழுந்து)* காண்க: **தூங்கிவழி, 1.**

தூங்கு வி. *(தூங்க, தூங்கி)* **(பெரும்பாலும் இரவில்) படுத்த நிலையில் கண்களை மூடி இயற்கையாகப் புலன்களுக்கு ஓய்வு கொடுத்தல்; உறங்குதல்;** sleep. குழந்தை தூங்கிவிட்டதா?/ *(உரு வ.)* தொழிலாளர்களின் அடிப்படைத் தேவைகளைக்கூடக் கவனிக்காமல் நிர்வாகம் தூங்குகிறதா?/ *(உரு வ.)* வங்கியில் அவன் பெயரில் பத்து லட்சம் ரூபாய் தூங்கிக்கொண்டிருக்கிறது.

தூங்குமூஞ்சி பெ. *(பே.வ.)* **(செயலில்) சுறுசுறுப்புக் காட்டாமல் அசிரத்தையாக இருக்கும் நபர்;** lazy person. இந்தத் தூங்குமூஞ்சியை நம்பி எந்த ஒரு வேலையையும் ஒப்படைக்க முடியாது.

தூங்குமூஞ்சி மரம் பெ. **இளஞ்சிவப்பு நிற மலர்களை யும் சூரிய ஒளி குறையும்போது கீழ்நோக்கி மடியும் இலைகளையும் கொண்ட, வாகை இனத்தைச் சேர்ந்த, பெரியதாக வளரும் மரம்;** rain tree. சாலையின் இருமருங் கிலும் வரிசையாகத் தூங்குமூஞ்சி மரங்கள் நின்றிருந்தன.

தூசணம் பெ. *(இலங்.)* **கெட்ட வார்த்தை;** abuse. தூசணம் பேசியதால் அவனை அடித்தேன்./ நீ தூசணம் பேசினால் உன்னை அவன் மதிக்க மாட்டான்.

தூசணை பெ. *(இலங்.)* காண்க: **தூஷணம்.**

தூசி பெ. **(காற்றில் பறந்து வரும்) சிறு துகள்; (மண்) புழுதி;** dust. குடிக்கும் தண்ணீரில் ஏதோ தூசி மிதக்கிறது./ கண்ணில் தூசி விழுந்துவிட்டதா? [*(தொ.சொ.)* **அழுக்கு/ கசடு/ கழிவு/ குப்பை/ மாசு**]

தூசி தட்டியெடு வி. *(-எடுக்க, -எடுத்து)* **(நீண்ட நாட்க ளாகக் கவனிக்கப்படாமல் இருந்ததை) செயல்படுத்த முனைதல்;** revive (a plan, etc.,) after a long period of neglect. முந்தைய ஆட்சியினர் கைவிட்ட திட்டங்கள் சிலவற்றை இந்த அரசு தூசு தட்டியெடுக்கும் போலத் தெரிகிறது./ பத்து ஆண்டுகளுக்கு முன் நடந்து முடிந்த வழக்கை இப்போது எதற்குத் தூசி தட்டியெடுக்க வேண்டும்?

தூசிதும்பு பெ. **தூசியும் தூசி போன்ற பிறவும்;** dust and the like. தண்ணீர்த் தவலையை மூடி வை! ஏதாவது தூசி தும்பு விழப்போகிறது.

தூசு பெ. **1:** காண்க: **தூசி. 2: மிக அற்பமானது;** sth. insignificant; trifle. அவர் ஞானி; உலகத்தையே தூசாக மதிக் கிறவர்.

தூண் பெ. **(கட்டடம், பாலம் முதலியவற்றில் குறிப்பிட்ட இடைவெளி விட்டு) மேல்பகுதியைத் தாங்கி நிற்கும் செங்குத்தான அமைப்பு;** pillar; column. தற்காலக் கட்ட டங்களில் தூண் வைத்துக் கட்டுவது குறைந்துவிட்டது./ அவர் தூணில் சாய்ந்து உட்கார்ந்திருந்தார்./ இரண்டு பேர் சேர்ந்தாலும் கட்டிப்பிடிக்க முடியாத அளவுக்குப் பெரிய தூண் இது./ *(உரு வ.)* இவர் அந்தக் கட்சியின் முக்கியத் தூண்களில் ஒருவர்.

தூண்டித்துருவு வி. *(-துருவ, -துருவி)* **விவரங்களை நுணுக்கமாக விசாரித்து அறிய முற்படுதல்;** inquire (searchingly); (question) closely. அந்தப் பண விஷயத்தை அப்படியே விட்டுவிடு. ரொம்பத் தூண்டித்துருவாதே./ புதி தாக வந்துள்ள அதிகாரி எல்லாவற்றையும் தூண்டித்துருவிப் பார்க்கிறார்./ நானும் அவனைத் தூண்டித்துருவிக் கேட்டுப் பார்த்துவிட்டேன். அவன் எதையுமே சொல்ல மாட்டேன் என்கிறான்.

தூண்டில் பெ. **(மீன் பிடிக்கப் பயன்படும்) உறுதி யான இழையின் நுனியில் கொக்கிபோன்ற இரும்பு முள்ளையும் அதில் இணைக்கப்பட்ட தக்கையையும் கொண்ட, மெல்லிய நீண்ட கோல்;** fishing rod.

தூண்டில் போடு வி. *(போட, போட்டு)* **(தன்னுடைய நோக்கம், திட்டம் போன்றவற்றுக்கு மற்றவரை இணங்க**

வைக்கும் நோக்கத்தோடு ஒருவருக்கு ஆசைகாட்டி) சிக்க வைக்க முயலுதல்; lure. மக்களுக்குத் தூண்டில் போட்டுச் சீட்டில் சேர்த்த நிறுவனங்களில் பல பணத்தைச் சுருட்டிக்கொண்டு ஓடிவிட்டன./ பணக்காரப் பெண்ணுக் குத் தூண்டில் போட்டுக்கொண்டிருக்கிறாய் போலிருக் கிறது?

தூண்டில் முள் பெ. தூண்டில் இழையின் முனையில் இணைக்கப்பட்டுள்ள (மண்புழு, உணவுத் துண்டு போன்றவற்றைச் செருகுவதற்கு ஏற்ற) சிறு இரும்புக் கொக்கி; fish hook.

தூண்டிவிடு வி. (-விட, -விட்டு) எதிராகச் செயல்படும் படி செய்தல்; ஒரு செயலைச் செய்யும்படி (ஒருவரை) இயக்குதல்; உசுப்புதல்; instigate (s.o. to do sth.); induce (s.o.). போராட்டம் நடத்துமாறு தொழிலாளர்களைத் தூண்டிவிடுவது யார் என்று அரசுக்குத் தெரியும்./ 'படம் பார்க்க அப்பாவிடம் காசு கேள்' என்று தம்பியைத் தூண்டி விட்டான்.

தூண்டு வி. (தூண்ட, தூண்டி) 1: (சுடர்விட்டு நன்றாக எரிவதற்காக விளக்கின் திரியை) முன்னால் தள்ளு தல்; raise (a wick so that it can burn brightly). திரியைச் சற் றுத் தூண்டி எண்ணெய் ஊற்றியதும் விளக்கு பிரகாசமாக எரிந்தது. 2: (ஒரு செயலைச் செய்வதற்குத் தேவையான) உள்ளுணர்வை ஏற்படுத்துதல்; urge (one to do sth.); motivate. என்னைச் சுற்றி நிகழும் அன்றாட நிகழ்ச்சிகளே என்னை எழுதத் தூண்டின./ சம்பளப் பற்றாக்குறை தொழி லாளர்களைப் போராடத் தூண்டியுள்ளது./ இயல்பாக என் னுள் இருக்கும் இரக்கம் என்னைச் சமூக சேவை செய்யத் தூண்டியது./ பழிவாங்கும் எண்ணமே அவனைக் கொலை செய்யத் தூண்டியது. [(தொ.சொ.) உசுப்பு/ உசுப்பேற்று/ ஏவு/ கிளப்பு] 3: (நரம்புகளை) கிளர்ச்சியுறச் செய்தல்; stimulate; excite (the nerves). போதைப்பொருள்கள் நரம்பு களைத் தூண்டி உடல்நலத்தைக் கெடுக்கின்றன.

தூண்டுகோல் பெ. (ஒன்று நிகழ்வதற்கு அல்லது ஒன் றைச் செய்வதற்கு) எழுச்சி தருவது; உந்துதல்; motivating force; driving power; impetus. என் தந்தைதான் நான் இசை கற்கத் தூண்டுகோலாக இருந்தார்.

தூண்டுதல் பெ. உந்துதல்; inspiration. நான் சிற்பக் கலை யைக் கற்க என் அண்ணன் தூண்டுதலாக இருந்தார்./ தான் இந்தக் கதையை எழுதத் தூண்டுதலாக இருந்த சம்பவத் தைப் பற்றி நண்பர் கூறத் தொடங்கினார்./ மேலிடத்தின் தூண்டுதலின் பேரிலேயே தாம் இதைச் செய்ததாக அவர் ஒப்புக்கொண்டார்.

தூதஞ்சல் பெ. (பு.வ.) (அஞ்சல்துறை அல்லாமல்) தனி யார் நிறுவனம் மூலம் அனுப்பும் அஞ்சல்; (post sent through) private courier service.

தூதர் பெ. 1: ஒரு நாட்டின் பிரதிநிதியாக மற்றொரு நாட்டுக்கு அனுப்பப்பட்டு, தூதரகத்தின் தலைமைப் பொறுப்பை வகிக்கும் அரசு உயர் அதிகாரி; ambassador. 2: குறிப்பிட்ட பணிக்காக ஒரு நாட்டின் பிரதிநிதியாக மற்றொரு நாட்டுக்குக் அனுப்பப்படும் நபர்; emissary.

தூதரகம் பெ. (மற்றொரு நாட்டின் தலைநகரத்தில்) தூதுவரின் தலைமையில் இயங்கும் அலுவலகம்/ மற்றொரு நாட்டின் முக்கிய நகரங்களில் பண்பாடு, பொருளாதார நடவடிக்கைகளைக் கவனிக்கும் கிளை அலுவலகம்; embassy/consulate. ஜெர்மன் தூதரகம்/ சென்னையில் உள்ள அமெரிக்கத் தூதரகத்தில் நூலகம் உள்ளது.

தூதன் பெ. (முற்காலத்தில்) மற்றொரு நாட்டின் அரச ருக்குச் செய்தியைக் கொண்டுசெல்பவன்; (formerly) messenger (of a king); emissary.

தூது பெ. 1: (ஒருவரிடமிருந்து மற்றொருவருக்கு) செய்தி தெரிவிக்கும் பணி; message (through a messenger); mediation. தாக்குப்பிடிக்க முடியாமல் எதிரிப் படையினர் சமா தானத் தூது அனுப்பினார்கள்./ சொத்தைப் பிரித்துத் தர வேண்டும் என்று என் மகன் உங்களைத் தூது அனுப்பி யிருக்கிறானா?/ கவிஞர் இந்தக் கவிதையில் காற்றைத் தன் காதலிக்குத் தூதாக அனுப்புகிறார். 2: ஒரு பெண் தன் காதலனுக்குத் தூது அனுப்பும் முறையில் இயற் றப்பட்ட ஒரு சிற்றிலக்கிய வகை; a literary genre in which a woman in love sends a message to her lover.

தூதுக்குழு பெ. (அரசியல், பொருளாதாரம், பண்பாடு ஆகியவற்றின் அடிப்படையில்) அரசின் சார்பில் மற் றொரு நாட்டுக்குச் செல்லும் குழு; official delegation (of politicians, economists, artistes, etc.,) visiting other countries.

தூதுவர் பெ. காண்க: தூதர்.

தூதுவளை பெ. முள் உள்ள இலைகளையும் நீல நிறப் பூக்களையும் உடைய ஒரு வகைக் கொடி; climbing brinjal. இருமலுக்குத் தூதுவளைக் கஷாயம் குடிக்கலாம்./ தூதுவளையின் பழம் கசக்கும்.

தூதுவன் பெ. காண்க: தூதன்.

தூபக்கால் பெ. (சாம்பிராணி போடுவதற்கான) தணல் வைப்பதற்கு மேல்பகுதியில் கிண்ணம் போன்ற அமைப்பும் பிடித்துத் தூக்க வசதியாகக் கைப்பிடியும் கொண்ட கரண்டி போன்ற சாதனம்; bowl with a handle, for burning incense.

தூபக்கால்

தூபக்கிண்ணி பெ. காண்க: தூபக்கால்.

தூபம் பெ. (வழிபாட்டின்போது) சாம்பிராணி, அகில் முதலிய நறுமணப் பொருள்களைத் தணலில் போட்டு உண்டாக்கும் புகை; smoke of incense (offered during worship).

தூபம்போடு வி. (-போட, -போட்டு) (தீய விளைவுக் குக் காரணமாகும் வகையில் ஒரு உணர்வை) தூண்டி விடுதல்; incite (s.o. to sth.). சொத்தைப் பிரிக்கச் சொல்லி உன் கணவன் தூபம்போடுகிறானா?/ இனப் பிரிவினைக் குத் தூபம்போடுவது நாட்டைப் பிளவுபடுத்தும்./ இந்தத்

727 தூரநோக்குக் கருவி

திரைப்படம் வன்முறைக்குத் தூபம்போடுவதாக இருக்கிறது.

தூபமிடு வி. (-இட, -இட்டு) (உ.வ.) காண்க: **தூபம்போடு.**

தூமகேது பெ. ***(தீயது நடக்கப்போவதை அறிவிப்பதாக நம்பப்படும்) வால்நட்சத்திரம்;*** comet (believed to be a bad omen).

தூய்மை பெ. **1:** (-ஆக, -ஆன) ***அழுக்கு நீங்கிய அல்லது இல்லாத நிலை; சுத்தம்;*** cleanliness. அவர் எப்போதும் தூய்மையான கதர் ஆடையையே அணிவார்./ வீட்டைத் தூய்மையாக வைத்துக்கொள்ளக் கற்றுக்கொள்./ நகரங்களில் தூய்மையான காற்றுக்கு எங்கே போவது?/ (உரு வ.) மனத் தூய்மை. **2:** (-ஆன) ***முறைகேடற்ற நிலை; நேர்மை;*** (of administration, governance) clean. தூய்மையான ஆட்சி அமைப்போம் என்று தேர்தல் பிரச்சாரத்தில் கூறினார்கள்./ நீதித் துறையின் தூய்மையைப் பேணிப் பாதுகாக்க வேண்டும். **3:** (-ஆன) ***கலப்பற்றது;*** (of the quality of sth.) purity; condition of being unadulterated. தூய்மையான தங்கம்.

தூய்மைக்கேடு பெ. ***(கழிவு, அசுத்தம் போன்றவை காற்று, நீர் முதலியவற்றுடன் சேர்வதால்) சுவாசிப்பதற்கோ பயன்படுத்துவதற்கோ ஏற்றதாக இல்லாமல் போகும் நிலை;*** pollution. தொழிற்சாலைக் கழிவுகளால் நதிகள் தூய்மைக்கேடு அடைகின்றன.

தூய்மைப் பகுதி பெ. ***குப்பையைப் போட்டு அசுத்தப்படுத்தக் கூடாது என்று வரையறுக்கப்பட்டுள்ள பொது இடம்;*** litter-free zone. மெரினா கடற்கரை தூய்மைப் பகுதியாக அறிவிக்கப்பட்டுள்ளது.

தூய்மைப்படுத்து வி. (-படுத்த, -படுத்தி) ***சுத்தம் செய்தல்;*** clean; remove impurities. தேசிய மாணவர் படையினர் தங்கள் சேவையின் ஒரு பகுதியாகத் தெருக்களைத் தூய்மைப்படுத்துவதில் ஈடுபட்டனர்./ சிவன் கோயிலைத் தூய்மைப்படுத்த பக்தர்கள் முன்வந்துள்ளனர்./ வில்வ இலை இரத்தத்தைத் தூய்மைப்படுத்தும் என்று சித்த மருத்துவம் கூறுகிறது.

தூய்மைவாதம் பெ. ***மதம் அல்லது நடத்தை சார்ந்த விஷயங்களில் அதீதக் கட்டுப்பாட்டோடு இருக்க வேண்டும் அல்லது பெருமைக்கு அவ்வாறு செய்ய வேண்டும் என்னும் சிந்தனை;*** puritanism. கைம்பெண் மறுமணம் மதத்துக்கு எதிரானது என்று ஒருகாலத்தில் பேசியதும் தூய்மைவாதம்தான்./ காதலை ஒழுக்கக்கேடாகப் பார்ப்பதும் தூய்மைவாதம்தான்.

தூய பெ.அ. **1:** (உணர்வு, சிந்தனை போன்றவற்றைக் குறிக்கும்போது) ***சற்றும் மாசுபடாத; களங்கமற்ற;*** (of abstract concepts) pure; sincere; honest. தூய அன்பு/ தூய எண்ணம். **2:** (மொழியைக் குறிக்கும்போது) ***பிறமொழிச் சொற்களின் கலப்பற்ற;*** (with reference to language) pure; chaste. தூய தமிழ். **3:** (கிறித்.) ***புனிதத் தன்மை கொண்ட; புனித;*** Saint (St.). தூய அந்தோணியார்.

தூய ஆவி பெ. (கிறித்.) ***திரித்துவம் என்னும் தெய்வ நிலை மூன்றனுள் மூன்றாவதாகச் சொல்லப்படும், ஆவி நிலையில் இருக்கும் கடவுள்;*** Holy Spirit.

தூயமல்லி பெ. (வட்டார வ.) ***மணல் கலந்த களிமண் நிலங்களுக்கு ஏற்ற, பூச்சிகளை எதிர்க்கும் ஆற்றல் கொண்ட, சன்னமான அரிசியைத் தரும், பாரம்பரிய நெல் வகைகளில் ஒன்று;*** a traditional variety of rice suitable for sandy clay soil, pest-resistant and yielding thin grains. தூயமல்லிக்குச் சந்தையில் நல்ல விலை கிடைக்கிறது.

தூர்[1] வி. (தூர்ந்து) (இறந்தகால வடிவங்கள் மட்டும்) **1:** ***(கிணறு, குளம் போன்றவற்றின் ஊற்றுக்கண்ணில் அல்லது ஆறு முதலியவற்றில் நீர் செல்லும் வழியில் மண் போன்றவை சேர்வதால்) அடைபடுதல்;*** (of springs in a well, waterways, etc.) be silted up. தூர்ந்து கிடக்கும் குளம்/ தூர்ந்த கிணறு. **2:** (பே.வ.) ***(ஆபரணம் அணிந்துகொள்வதற்காகக் காதில் அல்லது மூக்கில் போடப்பட்ட துளை) அடைபடுதல்; மூடிக்கொள்ளுதல்;*** (of a hole pierced in the ear or nose for an ornament) be closed up. எனக்குக் காது தூர்ந்துபோய் இரண்டு வருடம் ஆகிறது.

தூர்[2] வி. (தூர்க்க, தூர்த்து) ***(கிணறு, ஆறு முதலியவற்றை அல்லது வயல் போன்றவற்றை) மண், கல் போன்றவை கொட்டி மூடுதல்;*** fill up (a well, a pit, etc.,); level up. யாருக்கும் பயன்படாமல் இருக்கும் கிணற்றைத் தூர்த்துவிடலாம்./ புறநகர்ப் பகுதிகளில் வயல்களைத் தூர்த்துப் புதிய கட்டடங்கள் எழுப்பப்படுகின்றன.

தூர்[3] பெ. ***(கிணறு, ஏரி, வாய்க்கால் முதலியவற்றின்) அடியில் சேர்ந்திருக்கும் மண், சகதி முதலியவை;*** silt (at the bottom of water sources and waterways). கிணற்றில் தூர் எடுத்துப் பல வருடங்கள் ஆகிவிட்டன./ குளம் தூர் வாராமல் கிடக்கிறது.

தூர்[4] பெ. ***(செடிகளின்) கிளைத்த வேர்த் தொகுதி;*** roots. நோய் தாக்கப்பட்ட பயிர்களைத் தூரோடு பிடுங்கி எறிந்துவிட வேண்டும்./ நீர் விடும்போது தூரைச் சுற்றிக் கிளறிவிட வேண்டும்.

தூர்[5] பெ. **2:** (மண்.) ***(ஒரு பானையைக் கீழே வைக்கும்போது) தரையைத் தொடும் பகுதி;*** bottom of a vessel.

தூர்கட்டு வி. (-கட்ட, -கட்டி) ***(நட்ட நெற்பயிர்) கிளைத்து வருதல்;*** ratoon. பயிர் புத்துயிர் பெற்றதுபோல் தூர்கட்ட ஆரம்பித்தது./ வளமான வண்டல் மண்ணில் பயிர்கள் நன்றாகத் தூர்கட்டுகின்றன.

தூர வி.அ. ***தள்ளி; தொலைவில்;*** away (from). பட்டாசில் தீ வைத்துவிட்டுத் தூர நின்றுகொண்டான்./ 'சீ! தூரப் போ' என்று நாயை விரட்டினார்.

தூரத்து உறவு பெ. காண்க: **தூரத்துச் சொந்தம்.**

தூரத்துச் சொந்தம் பெ. ***பங்காளிகளாகவோ, உறமுறையாகவோ இல்லாத உறவு;*** distant relative. அவர் எனக்கு தூரத்துச் சொந்தம்.

தூரத்துப் பச்சை பெ. காண்க: **அக்கரைப் பச்சை.**

தூரதிருஷ்டி பெ. (அ.வ.) ***எதிர்காலத்தில் நடக்கப்போவதை முன்னரே அறியும் திறமை; தொலைநோக்கு;*** foresight.

தூரநோக்கு பெ. (இலங்.) ***தொலைநோக்கு;*** farsightedness. அதிபரின் தூரநோக்கினால் இடைநிலைப் பாடசாலை உயர்நிலைப் பாடசாலையாக மாறியது./ எமது தலைவர் எப்போதுமே தூரநோக்கு இல்லாதவர். தனது சுயநலனுக்காகத் துறையையே பாழாக்கிவிட்டார்.

தூரநோக்குக் கருவி பெ. (இலங்.) ***தொலைநோக்கி;*** binoculars; telescope. தூரநோக்குக் கருவியால் பார்த்தபோது

கோபுரத்தின் உச்சியில் அமர்ந்திருந்த புறாக்கள் தெளிவாகத் தெரிந்தன.

தூரப்பார்வை பெ. **அருகிலிருப்பது கண்ணுக்குத் தெளிவாகத் தெரியாத பார்வைக் குறை; சற்றுத் தொலைவில் இருப்பது மட்டுமே தெரியும் நிலை;** long sight; hypermetropia.

தூரம் பெ. **1: தொலைவு;** distance. *நீ போக வேண்டிய இடம் இங்கிருந்து எவ்வளவு தூரம்?/ கண்ணுக்கு எட்டிய தூரம்வரை வயல்வெளி./ எவ்வளவு தூரத்தில் உங்கள் வீடு உள்ளது?* **2: (***பெரும்பாலும் அவ்வளவு, இவ்வளவு, எவ்வளவு என்ற சொற்களின் பின் வரும்போது***) அளவு;** (to this, that, what) extent; (how) far. *நீங்கள் இப்படிச் சொல்வது எவ்வளவு தூரம் சரி என்று யோசிக்க வேண்டும்.* **3: (***'தூரத்து' என்ற வடிவம் மட்டும்***) (உறவில்) நெருக்கமானதாக, நெருங்கியதாக அமையாதது;** distant (relative). *அவர் எனக்குத் தூரத்துச் சொந்தம்.* **4: 'மாதவிடாய்' என்பதை மறைமுகமாகக் குறிப்பிடும் சொல்;** (euphemism for) menstruation.

தூரம் தாண்டுதல் பெ. காண்க: *நீளம் தாண்டுதல்.*

தூரிகை பெ. **(பெரும்பாலும் ஓவியம் தீட்ட, பெயர்ப் பலகை முதலியவை எழுதப் பயன்படும்) ஒரு முனையில் விலங்கின் ரோமக் கற்றை செருகப்பட்ட நீண்ட குச்சி;** artist's brush.

தூரிவலை பெ. *(வ.வ.)* **ஏரிக்குள் வாருகால் விழும் இடத்தில் துள்ளி விழும் மீனைப் பிடிப்பதற்குக் குச்சியில் கட்டியிருக்கும் வலை;** net tied to poles at the mouth of inlet channels to catch fish jumping from the lake, tank, etc.,

தூலம் பெ. காண்க: *ஸ்தூலம்.*

தூவாளி பெ. *(ஊரக வ.)* **(ஆற்றங்கரையில் தவிடு போல மிருதுவாகப் படிந்திருக்கும்) சன்னமான ஆற்று மணல்;** soft, fine river sand deposited by the flow of water. *தூவாளி மணல் கட்டட வேலைக்குப் பயன்படாது./ மட்பாண்டங்கள் செய்ய களிமண்ணோடு தூவாளி மணலைச் சேர்த்துப் பிசைந்துகொள்வார்கள்.*

தூவானம் பெ. **(காற்று அடித்துக்கொண்டு வரும்) மழைத் துளிகளின் சிதறல்;** spray of raindrops. *வெளியே தூவானமாக இருக்கிறது.* [(தொ.சொ.) **அடைமழை/ சாரல்/ தூறல்/ மழை**]

தூவி பெ. **(தட்டானின் வயிற்றின் அடிப்பகுதியில் அமைந்திருக்கும்) நீளம் குறைந்த மென்மையான முடி;** pubescence (of a dragonfly).

தூவு வி. (தூவ, தூவி) **(பூ, விதை போன்றவற்றை அல்லது உரம், பூச்சிமருந்து முதலியவற்றை) பரவலாக விழச் செய்தல்;** sprinkle; strew. *சிவனுக்கு மலர் தூவி வழிபட்டார்./ நிலத்தைப் பண்படுத்திய பிறகே விதை தூவ வேண்டும்./ மேகத்தின் மீது விமானம்மூலம் ஒரு வகை வேதிப்பொருளைத் தூவிச் செயற்கை மழை உண்டாக்கும் முயற்சி மேற்கொள்ளப்பட்டது.*

தூள் பெ. **1: (ஒரு பொருள்) மாவாக அல்லது சிறு துகள்களாக இருக்கும் நிலை;** powder or fine particles (of sth.). *காப்பித்தூள்/ மிளகாய்த் தூள்/ கண்ணாடித் தூளைக் கூட்டி இடத்தைச் சுத்தம்செய்.* [(தொ.சொ.) **பொடி/ மாவு**] **2:** *(இலங்.)* **மிகச் சிறிதாக அல்லது பொடியாக இருப்பது;** very small piece. *தூள் மீன்/ தூள் விறகு.* **3:** *(இலங்.)* **(கஞ்சா போன்ற) போதைப்பொருள்;** narcotic substance; grass. *சிறைக்குள் கைதிகள் தூள் பாவிக்கிறார்கள் என்ற செய்தி கிடைத்ததை அடுத்துச் சோதனை மேற்கொள்ளப்பட்டது.*

தூள்கல் பெ. *(இலங்.)* **மிகச் சிறிய கல்; பொடியாக இருக்கும் கல்;** very small stone. *முற்றம் பூராவும் தூள் கல்லாக இருக்கிறது; கொஞ்சம் பெருக்கு.*

தூள்கிளப்பு வி. (-கிளப்ப, -கிளப்பி) *(பே.வ.)* **(பாராட்டாகக் கூறும்போது) திறமை சிறப்பாக வெளிப்படுகிற வகையில் ஒன்றைச் செய்தல் அல்லது நிகழ்த்துதல்;** perform extremely well. *கதாநாயகனாக நடித்தவர் தூள் கிளப்பியிருக்கிறார்./ இன்றைய ஆட்டத்தில் தமிழக வீரர் தூள்கிளப்பிவிட்டார்.*

தூள் குடி வி. (குடிக்க, குடித்து) *(இலங்.)* **போதைப் பொருளைப் பயன்படுத்துதல்;** smoke grass. *அந்த மனுஷன் தூள் குடித்துதான் இப்படிச் சீரழிந்துபோனான்.*

தூள்படு வி. (-பட, -பட்டு) **(காரியங்கள்) அமளியுடன் நிகழ்தல்; அல்லோலகல்லோலப்படுதல்;** be in a frenzy. *குழந்தையைக் காணவில்லை என்றதும் வீடு தூள்பட்டது.*

தூள்பரத்து வி. (-பரத்த, -பரத்தி) *(பே.வ.)* காண்க: **தூள் கிளப்பு.**

தூள்பற வி. (-பறக்க, -பறந்து) *(பே.வ.)* **பலரும் அறியும்படி (அதிகாரம்) வெளிப்படுதல் அல்லது (பணம்) செலவழிதல்;** (of power or authority) be displayed loudly. *வீட்டில் மூத்த மருமகளின் அதிகாரம்தான் தூள்பறக்கிறது!*

தூளாக்கு வி. (-ஆக்க, -ஆக்கி) **(ஒன்றை) பொடியாக்குதல்; பொடித்தல்;** powder. *இந்த வெல்லத்தைத் தூளாக்கிக் கொடு என்று அம்மா கேட்டாள்.*

தூளாகு வி. (-ஆக, -ஆகி) **பொடியாதல்;** be pulverized. *மிளகு இன்னும் நன்றாகத் தூளாக வேண்டும்.*

தூளி பெ. **(குழந்தையைத் தூங்க வைக்க) நீண்ட துணியின் இரு முனைகளையும் கட்டி ஒன்றில் தொங்கவிட்டிருக்கும் அமைப்பு; ஏணை;** child's makeshift cradle made with a long piece of cloth.

தூளி

தூற்று[1] வி. (தூற்ற, தூற்றி) **1: (நெல், பருப்பு போன்ற தானியங்களில் உள்ள பதர் முதலியவற்றைப் போக்குவதற்காக) முறத்தில் வைத்து ஆட்டிப் பதரையும் தானியத்தையும் பிரிந்து விழச் செய்தல்;** separate chaff (from grain); winnow. *நெல்லைத் தூற்றி அளந்து மூட்டையாகக் கட்டிவைத்தான்.* **2: (மண், புழுதி ஆகியவற்றைக் காற்றில்) அள்ளி வீசுதல்;** throw (dust, etc., in the air); scatter. *சிறுவர்கள் மண்ணைத் தூற்றி விளையாடினார்கள்.*

729 தெப்பம்

தூற்று[2] வி. (தூற்ற, தூற்றி) **(ஒருவரைப் பற்றி) அவ தூறாகப் பேசுதல் அல்லது எழுதுதல்; பழித்தல்;** slander; vilify; decry. தூற்றுவோர் தூற்றட்டும். நீ உன் நேர் வழியில் தொடர்ந்து செல்./ சிலர் பொறாமையால் என்னைத் தூற் றித் திரிகின்றனர். [(தொ.சொ.) திட்டு/ நிந்தி/ பழி/ வை]

தூறல் பெ. **வேகமாகவோ பலமாகவோ இல்லாமல் தொடர்ச்சியாகச் சிறுசிறு துளிகளாக விழுகிற மழை;** drizzle. இந்தத் தூறலுக்கே பயந்தால் எப்படி? [(தொ.சொ.) அடைமழை/ சாரல்/ தூவானம்/ மழை]

தூறல்போடு வி. (-போட, -போட்டு) **தூறல் விழுதல்;** drizzle. தூறல்தான் போடுகிறது; குடை வேண்டாம். [(தொ.சொ.) அடி/ ஊற்று/ கொட்டு/ தூறு/ பிய்த்து வாங்கு/ பெய்/ பொழி/ வெளுத்துக்கட்டு]

தூறு வி. (தூற, தூறி) **சிறுசிறு துளிகளாக மழை பெய்தல்;** drizzle. காலையிலிருந்தே மழை தூறிக்கொண்டிருக்கிறது. [(தொ.சொ.) அடி/ ஊற்று/ கொட்டு/ தூறல்போடு/ பிய்த்துவாங்கு/ பெய்/ பொழி/ விழு/ வெளுத்துக் கட்டு]

தூஷணத்தால் பேசு வி. (பேச, பேசி) (இலங்.) **(ஒரு வரை) ஆபாசமாகத் திட்டுதல்;** abuse indecently. அவர் என்னைத் தூஷணத்தால் பேசியதற்காகவே அவரை நான் அடித்தேன்./ பெரிய மனிதர்போல் தெரிகிறது, ஆனால் இப் படித் தூஷணத்தால் பேசுகிறாரே.

தூஷணம் பெ. (அ.வ.) **அவமதிப்பு; பழிப்பு;** abuse; blasphemy. கோயிலை அசுத்தப்படுத்துவது தெய்வ தூஷணம் ஆகும்.

தூஷி வி. (தூஷிக்க, தூஷித்து) (அ.வ.) **தூற்றுதல்; பழித்தல்;** abuse; revile. பெரியவர்களையும் தெய்வத்தையும் தூஷிப் பதா?/ அவர் இப்படிப் பேசிவந்ததால் அவருடைய சமூகத் தினரே அவரைத் தூஷித்தனர்.

தெண்டனிடு வி. (தெண்டனிட, தெண்டனிட்டு) (பே.வ.) காண்க: **தண்டனிடு.**

தெப்பம்

தெண்டி வி. (தெண்டிக்க, தெண்டித்து) (இலங்.) **முயலு தல்; முயற்சிசெய்தல்;** try; attempt. என்னால் முடிந்த அளவுக்குத் தெண்டித்துப்பார்க்கிறேன்./ எவ்வளவோ தெண்டித்தும் அந்தக் காரியம் நிறைவேறவில்லை./ அவ ளிடம் தெண்டித்துப்பார்த்துவிட்டேன். அவள் கடைசி வரை சம்மதிக்கவேயில்லை./ அவர் தெண்டித்ததால்தான் திருவிழா நன்றாக நடந்தது.

தெத்துப்பல் பெ. காண்க: **தெற்றுப்பல்.**

தெந்தட்டு[1] பெ. (-ஆக) (இலங்.) **எதிலும் பட்டுக்கொள் ளாத போக்கு;** remaining aloof. எல்லாக் காரியத்திலும் அவள் தெந்தட்டாய் இருந்துகொள்வாள்./ தெந்தட்டாக நடந்துகொண்டால்தான் இந்தக் காலத்தில் வாழ முடியும்.

தெந்தட்டு[2] பெ. (இலங்.) **குருட்டு வாய்ப்பு;** blind chance. நண்பனுக்கு அந்தப் பதவி தெந்தட்டில்தான் கிடைத்தது.

தெப்பக்குளம் பெ. **நடுவில் சிறு மண்டபமும் கரையைச் சுற்றிப் படிக்கட்டுகளும் அமைக்கப்பட்ட, கோயிலில் தெப்பத் திருவிழாவிற்கான குளம்;** temple tank. *(பார்க்க, படம்: கோயில்)*

தெப்பம் பெ. **1: (ஆறு, ஏரி முதலியவற்றில் போக்குவரத் திற்குப் பயன்படுத்தும்) பெரிய கூடை போன்ற தோணி;** float (used for transport). **2: (கோயில் உற்சவத் தில்) விக்கிரகத்தை வைத்துத் தெப்பக்குளத்தில் நான்கு பக்கமும் சுற்றிவருவதற்காக அமைக்கப்பட்ட அலங் கார மிதவை;** decorated float which carries the deity and is floated in the temple tank during temple festival. தெப்பம் பார்க்க ஊரே திரண்டிருந்தது. *(பார்க்க, படம்.)* **3: தெப்போற்சவம்;** the temple festival in which the idol is placed on a float and taken to the *மண்டபம்* in the middle of the tank. **4: குளம்;** tank. தெப்பத்தில் குளிக்கப் போனான்.

தெப்போற்சவம் பெ. **விக்கிரகத்தை நீராழி மண்டபத்துக்குத் தெப்பத்தில் எடுத்துச்சென்று பூஜை செய்யும் விழா;** the temple festival in which the idol is placed on a float and taken to the *மண்டபம்* in the middle of the tank.

தெம்பு பெ. *(பே.வ.)* **1: (ஒருவர் செயல்படுவதற்குத் தேவையான) உடல் பலம்; சக்தி;** (physical) strength; energy. *காய்ச்சல் அதிகமாகி நடக்கக்கூடத் தெம்பில்லாமல் முடங்கிக்கிடந்தான்./ காப்பி குடித்த பிறகு சற்றுத் தெம்பாக இருந்தது.* **2:** *(-ஆக, -ஆன)* **(மன) வலிமை; திடம்;** courage; strength; assurance. *அவர்களுக்கு அநியாயத்தைத் தட்டிக்கேட்கத் தெம்பு இல்லை./ உங்கள் பேச்சு மனத்திற்குத் தெம்பைத் தருகிறது./ அவனிடமிருந்து தெம்பான குரலில் பதில் வந்தது.*

தெம்மாங்கு பெ. **(பெரும்பாலும் ஆண் ஒரு பெண்ணை நோக்கிப் பாடுவது போன்ற) நாட்டார் இசைப் பாடல்;** a type of folk song set to a simple tune (sung in the mode of a lover addressing his beloved).

தெய்வக்குற்றம் பெ. **(உரிய பூஜை முதலியவை செய்யாததால் அல்லது சமய விதிகளின்படி நடந்துகொள்ளத் தவறுவதால் ஒருவர்) தெய்வத்திற்கு இழைப்பதாகக் கருதும் தவறு;** an offence against god or an act of violation of religious rites; sacrilege. *'ஏதோ தெய்வக்குற்றம் ஆகிவிட்டது. அதனால்தான் ஊரே இப்படி வறண்டுகிடக்கிறது' என்றார் அவர்.*

தெய்வச்செயல் பெ. **(மனித முயற்சியால் இல்லாமல்) தெய்வத்தின் அருளால் நடைபெறுவதாக நம்பும் செயல்;** providence. *அந்த விபத்திலிருந்து நான் உயிர் தப்பியது தெய்வச்செயல்தான்.*

தெய்வத்திரு பெ.அ. *(பு.வ.)* **இறந்தவர்களை மரியாதையுடன் குறிக்க, அவர்களின் பெயர்களுக்கு முன் இடப்படும் சொல்;** a term of respect for the deceased prefixed to their names when referring to them.

தெய்வம் பெ. **கடவுள்; இறைவன்;** god; deity. *அவனுக்கு தெய்வ பக்தி அதிகம்./ நான் கும்பிடும் தெய்வம் என்னைக் கைவிடாது.*

தெய்வமாடு வி. *(-ஆட, -ஆடி)* *(இலங்.)* **சாமியாடுதல்;** give oracular responses while possessed by a spirit. *அம்மன் சன்னிதியில் திடீரென்று ஒரு பெண் தெய்வமாடத் தொடங்கினாள்.*

தெய்வாதீனம் பெ. காண்க: *தெய்வச்செயல்.*

தெய்வீகம் பெ. **கடவுள் அம்சம்; புனிதத் தன்மை; கடவுளின் தன்மையை ஒத்தது;** divinity. *அந்த மகானிடத்தில் ஒரு தெய்வீகத்தை அவனால் உணர முடிந்தது./ அழகியலும் தெய்வீகமும் கலந்த இசை நிகழ்ச்சி./ தெய்வீகப் பாடல்கள்/ தெய்வீக அழகு.*

தெரி[1] வி. (தெரிய, தெரிந்து) **அ.** *(கண் புலனுக்கு உரிய செயல்களாகக் கூறப்படும் வழக்கு)* **1: (கண்ணுக்கு) புலனாதல்; புலப்படுதல்;** be visible; be seen. *இங்கிருந்து பார்த்தாலே கோயிலின் கோபுரம் தெரியும்./ ஜன்னல் வழியாகத் தெரிந்த இயற்கைக் காட்சிகள் மனத்திற்கு இன்பம் தந்தன.* **2: (கண் புலன்) தொழிற்படுதல்; செயல்படுதல்;** (of eyes) see. *எண்பது வயதிலும் அவருக்கு நன்றாகக் கண் தெரிகிறது./ கிழவிக்குக் காதும் கேட்காது, கண்ணும் தெரியாது.* **ஆ.** *(அறிவு பெறுதல் தொடர்பான வழக்கு)* **3: (ஒருவரையோ ஒன்றையோ குறித்த விவரங்களை அல்லது ஒரு செயலை எப்படிச் செய்வது என்ற) அறிவைத் தன்னிடத்தில் பெற்றிருத்தல்;** know. *அவரைப் பற்றி எனக்கு நன்றாகத் தெரியும்./ அவருக்குப் பல மொழிகள் தெரியும்./ உனக்கு யாரிடம் எப்படிப் பேசுவது என்றே தெரியவில்லை.* **4: (நிலைமையை) அறிய வருதல்; புரிதல்;** be seen (from reports, etc.,); be known. *படைகள் பின்வாங்கியிருப்பதாகப் பத்திரிகைச் செய்திகளிலிருந்து தெரிகிறது.* **5: (ஒருவருக்கு ஒன்று) தோன்றுதல்; மனத்தில் படுதல்;** appear. *உனக்குத் தவறாகத் தெரிவது மற்றவர்களுக்குச் சரியாகத் தெரியலாம்./ மழை வரும்போல் தெரிகிறது.*

தெரி[2] து.வி. *(இறந்தகால முற்று வடிவங்கள் மட்டும்)* **('செய' என்னும் வாய்பாட்டு வினையெச்சத்தின் பின் வரும்போது) ஒன்று நடப்பதற்குச் சாத்தியம் இருத்தல் என்பதைக் குறிப்பிடும் ஒரு துணை வினை;** (after an infinitive) a defective auxiliary verb used to indicate 'be about to'. *அவன் கீழே விழத்தெரிந்தான். நான் பிடித்துக் கொண்டேன்./ ரயிலில் அடிபட்டுச் சாகத்தெரிந்தான்.*

தெரிந்துகொள் வி. *(-கொள்ள, -கொண்டு)* **1: (ஒருவரையோ ஒன்றையோ குறித்த விவரங்களை) அறிதல்; அறியவருதல்;** know; come to know. *அவன் எப்படிப்பட்டவன் என்பதைப் பற்றி நீ தெரிந்துகொள்ள வேண்டும்.* **2:** *(இலங்.)* **தேர்ந்தெடுத்தல்;** select; choose. *இந்தக் கூட்டத்திற்கு அவரைத் தலைவராகத் தெரிந்துகொண்டோம்.*

தெரிந்தெடு வி. *(-எடுக்க, -எடுத்து)* *(உ.வ.)* காண்க: *தேர்ந்தெடு.*

தெரிந்தே வி.அ. **வேண்டுமென்றே;** deliberately; purposely. *தெரிந்தே நம்மை அவமானப்படுத்தியிருக்கிறான். இவனை மன்னிக்கக் கூடாது.*

தெரியப்படு வி. *(-பட, -பட்டு)* *(இலங்.)* **தேர்ந்தெடுக்கப்படுதல்;** be elected. *பெற்றோர் ஆசிரியர் கழகத்தின் தலைவராக அவர் தெரியப்பட்டார்.*

தெரியப்படுத்து வி. *(-படுத்த, -படுத்தி)* **(செய்தி, தகவல் முதலியவற்றை எழுத்து அல்லது பேச்சு மூலமாக) தெரிவித்தல்;** inform; announce; notify. *நீங்கள் விபத்துக்குள்ளாகி மருத்துவமனையில் இருப்பதை உங்கள் அலுவலகத்திற்குத் தெரியப்படுத்தினீர்களா?*

தெரியவா வி. *(-வர, -வந்து)* **(ஒரு விஷயம், செய்தி, தகவல் போன்றவை ஒருவரின்) கவனத்துக்கு வருதல்; (ஒருவர்) அறியவருதல்;** (of sth.) come to be known; be known (to s.o.). *உன் அண்ணன் மகளுக்குக் கல்யாணம் என்பதே எனக்கு நேற்றுதான் தெரியவந்தது./ எனக்கு இந்த விஷயம் தெரியவந்திருந்தால் உடனே உன் வீட்டுக்கு வந்திருக்க மாட்டேனா?*

தெரியாத்தனமாக வி.அ. **ஒரு செயலின் தன்மை பற்றியோ அதன் பின்விளைவுகளைப் பற்றியோ ஒன்றும் அறியாமல்;** inadvertently; unwittingly. *அவன் ஏதோ தெரியாத்தனமாகச் செய்ததற்கு இப்படிப் போட்டு அடிக்கிறாயே?/ தெரியாத்தனமாகப் பேசிவிட்டேன், மன்னித்துக் கொள்ளுங்கள்.*

தெரியாமல் வி.அ. காண்க: *தெரியாத்தனமாக.*

தெரிவத்தாட்சி பெ. (இலங்.) **தேர்தல் வாக்களிப்பு நிலையத்தில் வாக்களிப்பினை அத்தாட்சிப்படுத்துபவர்;** an official in the polling booth who records the voting. அங்கு தெரிவத்தாட்சியாக அமர்ந்திருப்பவர் என் நண்பர்தான்.

தெரிவி வி. (தெரிவிக்க, தெரிவித்து) (எதிர்மறைப் பெயரெச்ச, வினையெச்சங்களில் மட்டும் வரும் மாற்று வடிவங்கள்: தெரிவியாத, தெரிவியாமல்) **1: (ஒரு செய்தியைப் பேச்சால், எழுத்தால் ஒருவருக்கு) அறிவித்தல்; (ஒன்றை) வெளிப்படுத்துதல்;** express; inform; make known. எந்தக் கருத்தையும் தெரிவிக்க நமக்கு உரிமை உண்டு./ நாளை விடுமுறை என்பதை ஒருவரும் தெரிவிக்கவில்லை./ அம்மா இறந்த செய்தியை உறவினருக்கெல்லாம் ஆட்களை அனுப்பித் தெரிவித்தோம். **2: (மகிழ்ச்சி, துக்கம், வருத்தம், அதிருப்தி முதலியவற்றை) வெளிப்படுத்துதல்;** express (one's protest, happiness, etc.,). நான் தேர்வில் வெற்றி பெற்றதற்காக ஆசிரியர் மகிழ்ச்சி தெரிவித்தார்./ அவர் தன் மகனின் நடத்தைக்காக என்னிடம் வருத்தம் தெரிவித்தார்.

தெரிவுசெய் வி. (-செய்ய, -செய்து) (உ.வ.) **தேர்ந்தெடுத்தல்;** select; choose. இந்த ஆண்டின் சிறந்த படமாக இதைத் தெரிவுசெய்திருக்கிறார்கள்./ தெரிவுசெய்யப்பட்ட விற்பனை மையங்களில் மட்டும் இந்தப் புத்தகம் விற்கப்படும்.

தெரு பெ. **(வீடுகளையோ கடைகளையோ ஒரு புறத்திலாவது கொண்டிருக்கும்) ஊரின் பொது வழி;** street. அடுத்த தெருவில்தான் நீங்கள் கூறும் கல்யாண மண்டபம் இருக்கிறது./ தெருவை அடைத்தாற்போல் பந்தல் போட்டிருந்தார்கள்./ வடக்குத் தெரு.

தெருக்குத்து பெ. (பே.வ.) **சாலையின் முடிவில் அல்லது வளைவில் அமைந்திருக்கும் இடம்;** house situated at a T-junction. வாஸ்து சாஸ்திரப்படி தெருக்குத்தில் வீடு இருப்பது நல்லது இல்லை என்கிறார்களே?/ தெருக்குத்தில் ஒரு பிள்ளையார் கோயில் இருக்கிறது.

தெருக்கூத்து பெ. (பெரும்பாலும்) **அம்மன் கோயில் திருவிழாவின்போது மேடை எதுவும் போடாமல் இதிகாசக் கதைகளைப் பாட்டு, வசனம் போன்றவற்றுடன் நடித்துக் காட்டும் (பெரும்பாலும் ஆண்கள் மட்டும் பங்கேற்கும்) நாட்டார் கலை;** folk performing art which combines dialogue, song and dance, generally treating episodes from the puranas and enacted (mostly by men) at Sakti temples.

தெருநாய் பெ. **(யாரும் பொறுப்பெடுத்துக்கொள்ளாமலும் யாருக்கும் உரிமை இல்லாமலும்) தெருவில் வசித்துவரும் நாய்;** stray dog. வரவரத் தெருநாய்களின் தொல்லை தாங்க முடியவில்லை என்று அப்பா அலுத்துக் கொண்டார்.

தெருவிளக்கு பெ. **(தெருக்களில்) உயரமான கம்பத்தில் பொருத்தப்பட்டிருக்கும் மின்விளக்கு;** street light; street lamp. கிராமங்களின் அடிப்படைத் தேவைகளான குடிநீர், தெருவிளக்கு ஆகியவற்றுக்கு அரசு முன்னுரிமை தந்துவருகிறது.

தெலுங்கர் பெ. **தெலுங்கு மொழியைத் தாய்மொழியாகக் கொண்டவர்;** person whose mother tongue is Telugu.

தெலுங்கு பெ. **தெலங்கானா, ஆந்திர மாநிலங்களில் பெரும்பான்மையினரால் பேசப்படும், திராவிட மொழிக் குடும்பத்தைச் சேர்ந்த மொழி;** Telugu (language).

தெவிட்டு வி. (தெவிட்ட, தெவிட்டி) **திகட்டுதல்;** cloy. தின்னத்தின்னத் தெவிட்டாத பண்டம்.

தெள் பெ. (இலங்.) **(விலங்குகளின் உடலில் காணப்படும்) பேனை ஒத்த அளவில் பழுப்பு நிறத்தில் இருக்கும் ஒரு வகைச் சிறிய பூச்சி;** flea; louse.

தெள்ளத் தெரி வி. (தெரிய, தெரிந்து) காண்க: **தெள்ளத் தெளி.**

தெள்ளத் தெளி வி. (தெளிய, தெளிந்து) **(சந்தேகமோ குழப்பமோ இல்லாமல்) தெளிவாக அறிதல்;** understand clearly. சங்கப் பாடல்களிலிருந்து இயற்கைக்கும் மனிதனுக்கும் இடையேயான உறவைத் தெள்ளத் தெளிய அறியலாம்.

தெள்ளத் தெளிவு பெ. (-ஆக, -ஆன) **சந்தேகமோ குழப்பமோ இல்லாத தன்மை;** sth. that is very clear. எங்கள் கட்சியின் குறிக்கோள் இதுதான் என்று தெள்ளத் தெளிவாக விளக்கியிருக்கிறோம்./ இந்த ஆட்டத்தின் மூலம் எதிரணிக்கு வெற்றிவாய்ப்பு இல்லை என்பது தெள்ளத் தெளிவாக விளங்கிவிட்டது./ தெள்ளத் தெளிவான பதில்.

தெள்ளிய பெ.அ. (உ.வ.) **தெளிந்த;** clear; limpid. தெள்ளிய ஓடை நீர்.

தெள்ளுப்பூச்சி பெ. **நான்கு கால்களில் பின்னங்கால்கள் இரண்டும் சற்று நீளமாக இருக்கும், பிற உயிரிகளின் இரத்தத்தை உண்டு வாழும் ஒரு வகை ஒட்டுண்ணி;** flea.

தெள்ளென வி.அ. (உ.வ.) **தெளிவாக;** clearly; distinctly. இவருடைய எழுத்து இவரை மற்ற ஆசிரியர்களிடமிருந்து தெள்ளெனப் பிரித்துக் காட்டும்./ நோக்கத்தைத் தெள்ளென எடுத்துக்காட்டத் தவறிவிட்டார்.

தெளி[1] வி. (தெளிய, தெளிந்து) **1: (திரவத்தில் கலந்துள்ள அழுக்கு, கசடு முதலியவை அடியில் தங்கிவிடுவதால் திரவம்) கலங்கிய நிலையிலிருந்து மாறுதல்;** (of liquids) become clear (by allowing the sediment to settle). கலங்கிய நீரை முதலில் தெளியவை./ தெளிந்த ரசமாகக் கொஞ்சம் ஊற்று. **2: (தூக்கம், போதை முதலியவை) நீங்குதல்; முழுதாகச் சுயஉணர்வை அடைதல்;** become sober (from a state of drunkenness, etc.,); come out (of sleep); regain consciousness. படுக்கையிலிருந்து எழுந்தவன் தூக்கக் கலக்கம் தெளியாமல் திருதிருவென்று விழித்தான்./ சாலையில் விழுந்து கிடந்தவனின் மயக்கம் தெளிவதற்காக முகத்தில் தண்ணீரைத் தெளித்தார்கள். **3:** (பே.வ.) **(மனநிலை பிறழ்ந்தவர்) குணமடைதல்;** be cured (of mental illness). அவருக்குப் பைத்தியம் தெளிந்துவிட்டதா?/ (உரு வ.) அவனுடைய காதல் பைத்தியம் சீக்கிரம் தெளிந்துவிடும். **4:** (உ.வ.) **(சந்தேகம், குழப்பம் முதலியவை நீங்கி ஒன்றை) நன்றாக அறிதல்;** (of doubt, confusion) be cleared; be certain. சான்றுகளைக் கொண்டு எடுத்த முடிவு சரி என்று தெளியலாம்.

தெளி² வி. (தெளிக்க, தெளித்து) 1: **(திரவங்களை அல்லது பொடியாக உள்ள உரம் போன்றவற்றைக் கையால் அல்லது ஒரு சாதனத்தால்) பரவலாக விழச் செய்தல்;** sprinkle; spray. திருமணத்துக்கு வருபவர்களைப் பன்னீர் தெளித்து வரவேற்பார்கள்./ வாசலுக்கு நீர் தெளித்துக் கோலம் போடு./ வயலுக்குப் பூச்சிமருந்து தெளிக்க வேண்டும். 2: **(வயலில் விதை) விதைத்தல்;** sow (seeds). வயலில் உளுந்து தெளிக்க வேண்டும்.

தெளிப்பான் பெ. **(பூச்சிமருந்தை அல்லது வர்ணத்தை) தெளிக்க உதவும் மின்சாதனம்;** sprayer (for insecticide, paint, etc.,). மருந்து அடிக்கத் தெளிப்பான்கள் வாடகைக் குக் கிடைக்கின்றன.

தெளிப்பு நீர்ப்பாசனம் பெ. **குழாய்மூலம் வரும் நீரைப் பீய்ச்சி அடிக்கும் சாதனத்தின் மூலம் சிதறச் செய்து பயிரின் அடிப்பகுதி நனையும்படி செய்யும் பாசன முறை;** sprinkler irrigation.

தெளிவாகு வி. (-ஆக, -ஆகி) **பிடிபடுதல்; விளங்குதல்;** become clear. இவ்வளவு விளக்கிச் சொன்ன பிறகும் உனக்குச் செய்யுளின் பொருள் தெளிவாகவில்லையா?

தெளிவீனம் பெ. (-ஆக, -ஆன) (இலங்.) **தெளிவற்றது; தெளிவற்ற நிலை;** lack of clarity. அவருடைய கருத்து தெளிவீனமாக இருக்கிறது./ தெளிவீனமான எழுத்து/ உன்னுடைய மறுமொழி தெளிவீனமாக அல்லவா இருக்கிறது.

தெளிவு பெ. (-ஆக, -ஆன) 1: **மறைவு எதுவும் இல்லாமல் பார்க்கக்கூடிய அல்லது தடை எதுவும் இல்லாமல் கேட்கக்கூடிய நிலை;** clear (to the sight, hearing). வானம் தெளிவாக இருக்கிறது./ அடுத்த அறையில் அவர் இருந்தாலும் அவர் பேசியது எனக்குத் தெளிவாகக் கேட்டது./ தெளிவான குரல். 2: **குழப்பம், சந்தேகம் முதலியவை இல்லாத அல்லது நீங்கிய நிலை;** state of being clear; being evident or obvious. இன்றைய இளைஞர்கள் தங்கள் எதிர்காலத்தைப் பற்றித் தெளிவாக இருக்கிறார்கள்./ நீங்கள் சொல்வது எனக்கு விளங்கவில்லை. இன்னும் சற்றுத் தெளிவாக விளக்க முடியுமா?/ காடுகள் அதிக அளவில் அழிக்கப்படுகின்றன என்பது தெளிவு. [(தொ.சொ.) **கண்கூடு/ நிதர்சனம்/ வெளிப்படை**] 3: **(களைப்பு, பயம், நோய் முதலியவற்றின் அறிகுறிகள் நீங்கிவிட்ட பின் முகத்தில் தெரியும்) பொலிவு;** (of face) brightness (after signs of worry, fear, etc., are cleared). நோயின் ஆபத்தான கட்டம் தாண்டிவிட்டது என்று மருத்துவர் கூறிய பிறகுதான் அவர் முகத்தில் சற்றுத் தெளிவு பிறந்தது. 4: **(ஒன்றுக்கே உரிய) ஒழுங்குமுறை;** proper method. அவன் எந்த வேலையையும் தெளிவாகச் செய்வான்./ செய்யும் வேலையில் ஒரு தெளிவு வேண்டும் என்று அப்பா கூறினார். 5: (இலங்.) **(சோறு வெந்த பிறகு வடித்தெடுத்த) கஞ்சி;** sticky, starchy water drained from cooked rice which is used as a light diet. காலையிலிருந்து ஒரே வாந்தி என்பதால் தெளிவுதான் சாப்பாடு./ சமைத்து முடிக்க இன்னும் நேரம் ஆகும் என்றால் எனக்குக் கொஞ்சம் தெளிவு தாருங்கள்.

தெளிவுபடுத்து வி. (-படுத்த, -படுத்தி) **(சந்தேகம், குழப்பம் ஆகியவை நீங்குமாறு) தெளிவாக விளக்குதல்;** clarify; make clear. புதிதாகக் கொண்டுவரப்படும் சட்டத்தில் உள்ள குழப்பத்தைத் தெளிவுபடுத்துமாறு எதிர்க் கட்சியினர் வேண்டினர்./ இந்தத் திட்டத்தினால் மத்திய தர மக்கள் பாதிக்கப்பட மாட்டார்கள் என்பதை உயர் அதிகாரி தெளிவுபடுத்தினார்.

தெற்கத்திப் புதர்பாடி பெ. **உடலின் அடிப்பகுதி முழுதும் வெளிர்பழுப்பு நிறத்திலும், சிறகுப் பகுதி சற்று அடர்ந்த பழுப்பு நிறத்திலும், மார்பில் ஈட்டிமுனை போன்ற கறுப்புப் பட்டைகளுடனும் இருக்கும் ஒரு சிறிய பறவை;** Jerdon's bushlark.

தெற்கத்தி மின்சிட்டு பெ. **சாம்பல் நிறமும் கருநீலமும் கலந்த நிறத்தில் தலையின் மேற்பகுதியும் இறக்கைகளும், சற்று நீண்ட கறுப்பு நிற வாலும் உடைய, வனப் பகுதிகளில் தென்படும் ஒரு சிறிய பறவை;** orange minivet. தெற்கத்தி மின்சிட்டில் ஆண் பறவையின் உடல் பகுதி முழுவதும் சிவப்பாக இருக்கும், பெண் பறவையின் உடல் மஞ்சளாக இருக்கும்.

தெற்கத்தி(ய) பெ.அ. (பே.வ.) **தெற்கிலுள்ள; தெற்குப் பகுதியைச் சேர்ந்த; தென்பக்கத்து;** southern; of a southern region. இந்த மாதிரி வேட்டி கட்டுவது தெற்கத்தியப் பழக்கம்./ தெற்கத்தியப் பழக்கவழக்கங்கள்/ தெற்கத்தி மாநிலங்கள்.

தெற்கு பெ. **ஒருவர் சூரியன் உதிக்கும் திசையைப் பார்த்து நிற்கும்போது அவருக்கு வலப் பக்கம் உள்ள திசை;** south. கோயிலுக்குத் தெற்கே பள்ளிக்கூடம் உள்ளது.

தெற்கே வி.அ. **தெற்குப் பக்கத்தில்;** in the southerly direction. தெற்கே போ.

தெற்று¹ வி. (தெற்ற, தெற்றி) **(பேசும்போது) சொற்கள் தொடர்ச்சியாக இல்லாமல் தடைபட்டும் முழு ஒலிப்புப் பெறாமலும் வெளிவருதல்; திக்குதல்;** stutter; stammer.

தெற்று² வி. (தெற்ற, தெற்றி) (ஊரக வ.) **(கீற்று முடைவதில் முதல் கட்டமாக) ஒரு ஓலையை மடக்கி, அதன் மீது இரண்டு ஓலைகளை வைத்துப் பின்னுதல்;** plait a coconut frond folding just two leaflets as the first stage in the work. அவர் தென்னை மட்டைகளைத் தெற்றிப் போடப் போட நான் மடித்துக் கீற்றைத் தலைகட்டினேன்.

தெற்றுப்பல் பெ. 1: **ஒரு பல்லின் ஈற்றின் மேல் முளைத்திருக்கும் மற்றொரு பல்;** snaggled-tooth. 2: **முன்பக்கமாக நீட்டிக்கொண்டிருக்கும் பல்;** projecting tooth.

தெற்றுவாய் பெ. (வ.வ.) **திக்குவாய்;** stuttering.

தெற்றென வி.அ. (உ.வ.) **தெளிவாக; தெள்ளென;** clearly; distinctly. அவர் கூறியிருக்கும் முறையில் கருத்து தெற்றெனப் புலப்படுகிறது.

தெறி¹ வி. (தெறிக்க, தெறித்து) 1: **(நீர்த்துளி, தீப்பொறி முதலியவை) சிதறி விசையுடன் விழுதல்;** (of water drops) spray; splash; (of sparks) fly off. அருவி நீர் பாறைமேல் விழுந்து தெறித்தது./ சாணைக்கல்லில் கத்தியைத் தீட்டும் போது பொறி தெறித்தது./ (உரு வ.) ஆணவம் தெறிக்கும் பேச்சு/ கனல் தெறிக்கும் வசனம். [(தொ.சொ.) **ஊற்று/ ஊறு/ ஒழுகு/ ஓடு/ கசி/ கொட்டு/ சிதறு/ சிந்து/ சுர/ சொட்டு/ பரவு/ பீச்சு/ பீறிடு/ வடி/ வழி**] 2: **சுண்டி**

733 தேங்காய்

இழுப்பது போன்ற உணர்வு ஏற்படுதல்; throb (with pain). வெயிலின் கொடுமையால் நெற்றிப்பொட்டுத் தெறித்தது./ சீழ் கோத்திருப்பதால் கால் விரல் விண்விண் ணென்று தெறிக்கிறது.

தெறி[2] வி. (தெறிக்க, தெறித்து) 1: **(பொதுவாக உலோகப் பாத்திரம், மட்பாண்டம் அல்லது சுவர், கூரை போன்றவற்றின் பரப்பில்) கோடு போட்டது போன்ற மெல்லிய வெடிப்பு ஏற்படுதல்; கீறல் விழுந்ததுபோல் மெல்லிய பிளவு தோன்றுதல்;** crack. பித்தளை அண்டா அடியில் தெறித்துவிட்டது. 2: (இலங்.) **(இருவருக்கு இடையில்) சண்டை ஏற்பட்டு உறவு முறிதல்;** (of persons, groups) fall out. கோயில் பிரச்சினையால் இரண்டு குடும்பங்களுக்கும் தெறித்துவிட்டதாம்.

தெறிப்பு பெ. **கோடுபோல் லேசாக வெடித்திருக்கும் நிலை; வெடிப்பு;** crack; split. சுவரில் இவ்வளவு நீளத் தெறிப்பு இருக்கிறதே./ கைப்பிடி தெறிப்பு விட்டிருக்கிறது. [(தொ.சொ.) இடைவெளி/ பிளவு/ விரிசல்/ வெடிப்பு]

தென் பெ.அ. **தெற்கு என்பதன் பெயரடை;** southern. தென் திசை/ தென் புறம்/ தென் தமிழகம்.

தென்கலை பெ. **வைணவர்களின் இரண்டு பிரிவுகளில் ஒன்று;** one of the two Vaishnavaite sects.

தென்கிழக்கு பெ. **தெற்குத் திசைக்கும் கிழக்குத் திசைக் கும் இடைப்பட்ட திசை;** southeast. தென்கிழக்கு ஆசிய நாடுகள்/ வங்கக் கடலின் தென்கிழக்கில் காற்றழுத்தத் தாழ்வு மண்டலம் உருவாகியிருக்கிறது.

தென்படு வி. (-பட, -பட்டு) 1: **(கண்ணுக்கு) புலப்படுதல்; பார்வையில் படுதல்;** come into view; be seen. வீட்டி லிருந்து வெளியே வந்ததுமே நண்பன் ஒருவன் தென் பட்டான்./ அந்தச் சாலையில் தென்பட்டவையெல்லாம் வாகனங்கள்தான். 2: **(ஒரு நிலை, உணர்ச்சி போன்றவை உணரக்கூடிய அல்லது அறியக்கூடிய வகையில்) தோன்றுதல்; தெரிதல்;** be seen; be found; be evident. ஊருக்குப் போய்வந்ததால் அவன் முகத்தில் உற்சாகம் தென்பட்டது./ பிரச்சினை சுமுகமாக முடிவதற்கான சாத் தியங்கள் தென்படவில்லை.

தென்மேற்கு பெ. **தெற்குத் திசைக்கும் மேற்குத் திசைக் கும் இடைப்பட்ட திசை;** southwest. தென்மேற்கு நாடு கள்/ இந்தியாவின் தென்மேற்கில் லட்சத்தீவுகள் அமைந் துள்ளன.

தென்மேற்குப் பருவக்காற்று பெ. **(இந்தியாவில்) வைகாசியிலிருந்து ஆடி மாதம்வரையிலான காலத் தில் இந்து மாக்கடலிலிருந்து மழை மேகங்களைக் கொண்டுவரும் காற்று;** (in India) the monsoon season during the period from June to August; southwest monsoon.

தென்மேற்குப் பருவ மழை பெ. **(இந்தியாவில்) தென் மேற்குப் பருவக்காற்று வீசும் காலத்தில் பெய்யும் மழை;** rain during the southwest monsoon in India.

தென்றல் பெ. **(தெற்கிலிருந்து) மென்மையாக வீசும் காற்று;** gentle breeze.

தென்னங்கொட்டு பெ. (இலங்.) **தென்னை மரத்தின் நுனிப் பகுதி;** the top portion of a coconut tree.

தென்னங்கோம்பை பெ. (இலங்.) **இளநீர் எடுக்கப் பட்ட தேங்காய்;** tender coconut after removing its milk.

தென்னம்பிள்ளை பெ. **தென்னை மரக் கன்று;** coconut sapling.

தென்னு வி. (தென்ன, தென்னி) (வ.வ.) **நெம்புதல்;** lift with a lever. கம்பியை வைத்துத் தென்னிக் கல்லைப் பெயர்த்தான்.

தென்னை பெ. **(நீர்வசதி உள்ள பகுதிகளில் காணப் படும்) ஓலைகளோடு கூடிய மட்டைகளைக் கொண்ட, நீண்ட தண்டை உடைய, தேங்காய் காய்க்கும் மரம்;** coconut tree.

தெனாவட்டு பெ. (-ஆக, -ஆன) (பே.வ.) **திமிர்;** arrogance. அவன் எப்போதுமே தெனாவட்டாகப் பேசுவான்./ அவனுக்குத் தெனாவட்டு அதிகம்./ இந்தத் தெனாவட் டான பேச்செல்லாம் என்னிடம் வேண்டாம்.

தேக்கம் பெ. 1: **நீர் ஓடாமல் தடைபட்டிருக்கும் நிலை;** obstruction to the flow of water. கழிவுகளைக் கொட்டு வதால் வடிகாலில் தேக்கம் ஏற்படுகிறது. 2: **(ஒரு வேலை) மேற்கொண்டு முன்னேற்றமடையாமல் அல்லது (ஒரு பொருள்) விற்பனையாகாமல் இருக்கும் நிலை; முடக் கம்;** standstill; stagnation. அரசியல் சூழ்நிலைகளால் தொழில் வளர்ச்சியில் தேக்கம் ஏற்படுவதைத் தவிர்க்க வேண்டும்./ கைத்தறித் துணி விற்பனையில் தேக்கம் ஏற் பட்டுள்ளது.

தேக்கரண்டி பெ. **(சற்றுக் குழிந்த முன்பகுதி கொண் டதும் மருந்து போன்றவற்றை அளந்து ஊற்று வதற்குப் பயன்படுத்துவதுமான) ஐந்து மில்லி லிட்டர் கொள்ளும் அளவுடைய சிறு கரண்டி;** teaspoon. இந்த மருந்தை வேளைக்கு இரண்டு தேக்கரண்டி வீதம் மூன்று நாளைக்குச் சாப்பிடவும்./ ஒரு தேக்கரண்டி தேங்காய் எண்ணெய் ஊற்றவும்.

தேக்கு[1] வி. (தேக்க, தேக்கி) **ஓடும் அல்லது வழியும் திர வத்தைத் தடுத்து (ஓரிடத்தில்) தங்கச் செய்தல்;** stop (so as) to form a pool; dam up; store up. மழைநீரை நீர்த் தேக்கங்களில் தேக்கி வைத்துக் குடிநீராகப் பயன்படுத்து கிறோம்./ பிழியப்பட்ட கரும்புச் சாறு தொட்டிகளில் தேக்கப்படுகிறது./ (உரு வ.) உணர்ச்சிகளைப் பார்வையில் தேக்கியிருந்தான்.

தேக்கு[2] பெ. **அகலமான இலைகளை உடைய, (மரச் சாமான்கள் செய்வதற்கு மிகவும் சிறந்ததாகக் கருதப் படும்) உறுதியான, உயரமாக வளரும் மரம்;** teak (wood). கோயிலில் தேக்கு இலையில் பொங்கல் வைத்து எல்லோருக்கும் தந்தார்கள்.

தேக்சா பெ. **குண்டானைப் போன்ற, ஆனால் அதை விடப் பெரிய பாத்திரம்;** vessel similar to, but larger than, குண்டான்.

தேகப்பயிற்சி பெ. (அ.வ.) காண்க: **உடற்பயிற்சி.**

தேகம் பெ. **(மனித) உடல்; உடம்பு;** (human) body. மெலிந்த தேகம்.

தேங்காய் பெ. 1: **(வெள்ளைப் பருப்பும் லேசான இனிப் புச் சுவையை உடைய நீரும் கொண்ட) தென்னை மரத்தின் காய்;** coconut. ஒரு தேங்காய் பறித்துப் போடு./ தேங்காய் மண்டி. 2: **(மேற்கூறிய காயின் வெள்ளை நிற)**

பருப்பு; the white kernel (of coconut). அம்மா சட்னிக்காகத் தேங்காய் அரைக்கிறாள்.

தேங்காய் எண்ணெய் பெ. கொப்பரைத் தேங்காயைச் செக்கிலிட்டு ஆட்டி எடுக்கப்படும் எண்ணெய்; coconut oil.

தேங்காய்த் தண்ணீர் பெ. (பே.வ.) முற்றிய தேங்காய்க் குள் இருக்கும் தண்ணீர்; water inside a ripe coconut.

தேங்காய்த் தும்பு பெ. (இலங்.) தேங்காய் நார்; coconut fibre.

தேங்காய்த்துருவி பெ. தேங்காய்ப் பருப்பைத் துருவப் பயன்படும் சிறுசிறு பற்களை உடைய, இரும்பால் ஆன சாதனம்; coconut scraper.

தேங்காய்ப்பாரை[1] பெ. (எளிதாகத் தேங்காய் உரிக்கப் பயன்படுத்தும்) சிறிய மேடையில் அல்லது கனமான மரக் கட்டையில் செங்குத்தாகப் பொருத்தப்பட்டிருக் கும் கடப்பாரை; crowbar fixed to the ground or to a block of wood, for separating fibre from a coconut shell.

தேங்காய்ப்பாரை[2] பெ. சீனிப்பாகில் தேங்காய்த் துரு வலும் ரவையும் கலந்து, கெட்டியாகச் செய்யும் தின் பண்டம்; a sweet dish made of coconut gratings and semolina solidified with syrup; coconut cake.

தேங்காய்ப்பூ பெ. 1: துருவி எடுக்கப்பட்ட தேங்காய்ப் பருப்பு; தேங்காய்த் துருவல்; coconut scrapings; grated coconut. சுண்டலில் தேங்காய்ப்பூ போட்டிருந்தார்கள். 2: தேங்காயின் உள்ளே குமிழ்போல முளைத்திருக்கும் வெண்ணிறப் பொருள்; white growth inside a coconut.

தேங்காய்ப்பொச்சு பெ. (இலங்.) தேங்காய் நார்; coconut fibre.

தேங்காய்ப் பொடி பெ. (சாதத்தில் கலந்து சாப்பிட) வறுத்த தேங்காய்ப்பூ, மிளகாய் முதலியவற்றை இடித் துத் தயாரிக்கும் பொடி; powdered coconut gratings mixed with red chilli (added to cooked rice to give a mild flavour).

தேங்காய் பன் பெ. (வ.வ.) சர்க்கரை கலந்த தேங்காய்த் துருவலை உள்ளே வைத்துத் தயாரிக்கப்படும் முக் கோண வடிவ ரொட்டி; sandwich of two slices of bun and a filling of coconut gratings and sugar.

தேங்காய் மூடி பெ. உடைத்த தேங்காயின் ஒரு பாதி; one half of a split coconut.

தேங்காய் மூடிக் கச்சேரி பெ. (பெரும்பாலும் கேலித் தொனியில் வரும்போது) போதிய வருமானம் இல்லாத போதும் ஒருவர் தொடர்ந்து செய்துவரும் தொழில்; (mockingly) a work, which a professional continues to do though it fetches next to no income. என் அண்ணனுக்கு வழக்கறிஞர் என்று பெயர். ஆனால் நடப்பது என்னவோ தேங்காய் மூடிக் கச்சேரிதான்.

தேங்கு வி. (தேங்க, தேங்கி) 1: (தண்ணீர் போன்றவை ஓடாமல்) தங்குதல்; stagnate. பாதையில் மழைநீர் தேங்கி யிருந்தது. 2: (பொருள்கள் விற்பனையாகாமல், கோப்பு முதலியவை பார்க்கப்படாமல்) சேர்ந்துபோதல்; (of goods) stagnate; (of files, papers) pile up (when not attended to). விலையேற்றத்தால் துணிகள் விற்கப்படாமல் தேங்கி

விட்டன./அமைச்சரின் உடல்நலக் குறைவால் கோப்புகள் தேங்கிவிட்டன.

தேங்குழல் பெ. (வ.வ.) அரிசி மாவும் பாசிப்பயற்று மாவும் கலந்து பிசைந்து அச்சில் பிழிந்து தயாரிக்கும் முறுக்கு போன்ற தின்பண்டம்; savoury made of rice and greengram fried in oil.

தேசத் துரோகம் பெ. (ஒருவர்) தன் நாட்டின் நலனுக்கு எதிராக அல்லது எதிரி நாட்டுக்கு உதவும் வகையில் செயல்படுவது; treason.

தேசத் துரோகி பெ. தன் நாட்டின் நலனுக்கு எதிராக அல்லது எதிரி நாட்டுக்கு உதவும் வகையில் செயல் படுபவர்; traitor.

தேசப்படம் பெ. ஒரு நாட்டின் அரசியல், நிர்வாக ரீதி யான பிரிவுகளையும் நில அமைப்பையும் காட்டும் படம்; map of a country.

தேசப்பற்று பெ. காண்க: நாட்டுப்பற்று.

தேசபக்தர் பெ. நாட்டின் மீது பற்றுடையவர்; patriot. விடுதலைப் போராட்டக் காலத்தில் தேசபக்தர்கள் பலர் நாடுகடத்தப்பட்டார்கள்.

தேசபக்தி பெ. நாட்டுப்பற்று; patriotism; love for one's country.

தேசபக்தை பெ. நாட்டின் மீது பற்றுடைய பெண்; (woman) patriot.

தேசம் பெ. 1: நாடு; country. அவர் வாழ்நாள் முழுவதும் தேசத்திற்குத் தொண்டு செய்தார். / அவர் தேசம் போற்றும் கவிஞர் / தேசத் தலைவர் / அந்நிய தேசம். 2: (நாட்டின்) பகுதி; பிரிவு; principality; land; region. எங்களுக்கு வட தேசம் / தெலுங்கு தேசம்.

தேசாந்திரம் பெ. (அ.வ.) நோக்கம் எதுவுமின்றி நாட் டின் பல இடங்களுக்கும் தன் விருப்பப்படி செல்லும் பயணம்; travel aimlessly around the country. தேசாந்திரம் போகிறேன் என்று கிழவர் கிளம்பிவிட்டார்.

தேசாந்திரி பெ. (அ.வ.) பல இடங்களுக்கும் தன் விருப் பப்படி பயணம் செய்பவர்; a wanderer. அந்தக் காலத் தில் தேசாந்திரிகளுக்கும் பரதேசிகளுக்கும் அன்னமிடுவதை விருந்தோம்பலின் ஒரு பண்பாகக் கருதினார்கள்.

தேசாபிமானம் பெ. (அ.வ.) நாட்டின் மீது அன்பு; நாட்டுப்பற்று; love for one's country; patriotism.

தேசிக்காய் பெ. (இலங்.) எலுமிச்சை; lime; lemon.

தேசிய பெ.அ. (பெயரடையாக வரும்போது) ஒரு நாட்டை அடையாளப்படுத்தும் விதமாகவோ பிரதி நிதித்துவப்படுத்தும் விதமாகவோ அமைந்த; national. தேசியப் பறவை / தேசிய விலங்கு / தேசியக் கொடி / தேசிய விளையாட்டு / தேசிய மொழிகள்.

தேசிய அடையாள அட்டை பெ. (இலங்.) இலங்கை யில் குடியுரிமை பெற்ற 16 வயதுக்கு மேற்பட்ட அனைவருக்கும் வழங்கப்படும் அடையாள ஆவணம் (சுருக்கமாக தே.அ.அ.); National Identity Card (issued by the government of Sri Lanka to those above the age of 16) (abbreviated to N.I.C.).

தேசியகீதம் பெ. நாட்டுப்பற்றின் அடையாளமாகவும், தேசியச் சின்னமாகவும் விளங்கும் பாடல்; நாட்டுப் பண்; national anthem.

தேசிய நெடுஞ்சாலை பெ. **மாநிலங்களுக்கு இடையே அமைக்கப்பட்டு மத்திய அரசால் பராமரிக்கப்படும் நெடுஞ்சாலை;** (in India) national highway. கொல்கத்தா -சென்னை தேசிய நெடுஞ்சாலை/ தேசிய நெடுஞ்சாலை எண் 45.

தேசியப் பங்குச் சந்தை பெ. **(இந்தியா முழுவதும் நடக்கும் பங்குப் பரிமாற்ற வர்த்தகத்தை நவீன மின்னணுத் திரையில் உடனுக்குடன் பார்க்கக்கூடிய வகையில்) மும்பையிலிருந்து இயங்கும் பங்குச்சந்தை நிர்வாக அமைப்பு;** National Stock Exchange of India Limited (abbreviated to NSE).

தேசியம் பெ. **1: நாட்டின் முழுமையையும் ஒற்றுமையையும் நோக்கமாக உடைய போக்கு;** nationalism. பல நாடுகளில் தேசியம் இன்று ஒரு பிரச்சினையாக உருவெடுத்திருக்கிறது. **2: (ஓர் இன மக்கள்) தங்கள் தனித்துவத்தை வலியுறுத்தி அரசியல் ரீதியாகத் தனியுரிமை கோரும் போக்கு;** nationalism (advocated by ethnic groups). இலங்கைத் தமிழர் தேசியம்/ ஒவ்வொரு நாட்டிலும் தேசிய இனப் பிரச்சினை.

தேசியமயமாக்கு வி. (-ஆக்க, -ஆக்கி) **அரசுடமையாக்குதல்; நாட்டுடமையாக்குதல்;** nationalize. அரசு பல தனியார் வங்கிகளைத் தேசியமயமாக்கியபோது பலத்த எதிர்ப்பு எழுந்தது.

தேசிய மாணவர் படை பெ. **(தரைப்படை, கப்பல் படை, விமானப்படை ஆகியவற்றில் உள்ள) ராணுவ வீரர்களுக்கு அளிக்கப்படுவது போன்ற பயிற்சியை மேற்கொள்ளும் (பள்ளி அல்லது கல்லூரி) மாணவர் பிரிவு;** (in India) National Cadet Corps (abbreviated as NCC).

தேட்டம்[1] பெ. (உ.வ.) **1: தேடல்;** pursuit. வாழ்க்கையின் அர்த்தத்தை அறிவதே அவரின் தேட்டமாக இருந்தது. **2: விருப்பம்; விழைவு;** desire; aspiration. சமதர்மச் சமுதாயத்தை உருவாக்க நினைத்த அவரின் தேட்டம் நிறைவேறவில்லை.

தேட்டம்[2] பெ. (இலங்.) **சொத்து;** property. உன்னுடைய தேட்டம் எவ்வளவு பெறும்?/ இவை அனைத்துமே நான் தேடிய தேட்டமேயன்றிப் பரம்பரைத் தேட்டம் அல்ல./ என்னுடைய தேட்டத்தை நான் விரும்பியவருக்குத்தான் கொடுப்பேன்.

தேட்டை பெ. (-ஆன) **தெளிவு;** discernment. சங்கீதத்தில் நல்ல தேட்டையான ஞானம் உள்ளவர்.

தேடல் பெ. **(ஒன்றை) கண்டறிவதற்காக ஆத்மார்த்தமாகத் தொடர்ந்து மேற்கொள்ளும் தீவிர முயற்சி;** pursuit; striving. வாழ்க்கையின் அடிப்படை உண்மைகளைக் காணுவதற்கான தேடல் அவருடைய கதைகளில் வெளிப்படுகிறது.

தேடாவளையம் பெ. (இலங்.) **மிகவும் தடித்த கயிற்றுச் சுருள்;** very thick roll of rope. தேடாவளையத்தை மரத்தின் உயரத்தில் கட்டிவிட்டுப் பின்னர் மரத்தைத் தறியுங்கள். நாங்கள் இழுத்து விழுத்துகிறோம்./ தேடாவளையத்தைக் கழுத்தில் போட்டு விளையாடாதே!

தேடித்தா வி. (-தர, -தந்து) **(புகழ், வெற்றி முதலியவற்றை) கிடைக்கச் செய்தல்;** earn (fame, victory, etc.,). ஆசிய விளையாட்டுப் போட்டியில் இந்தியாவிற்கு வெற்றி தேடித்தந்த வீரர்கள்./ நம் குடும்பத்துக்குக் கெட்ட பெயர் தேடித்தந்துவிடாதே.

தேடிப்பிடி வி. (-பிடிக்க, -பிடித்து) **(ஒன்றை அல்லது ஒருவரை) கடும் முயற்சி செய்து கண்டுபிடித்தல்;** find (sth. or s.o.) after a long search or effort. உன் மகனுக்குத் தேடிப்பிடித்து ஒரு வரன் கொண்டுவந்திருக்கிறேன்./ நான் கஷ்டப்பட்டுத் தேடிப்பிடித்த வீட்டை வேண்டாம் என்கிறாயே.

தேடிய தேட்டம் பெ. (இலங்.) **(ஒருவர்தானாக) உழைத்துச் சம்பாதித்த சொத்து;** self-acquired property. அப்பா தேடிய தேட்டம்தான் எங்களை வாழ வைக்கிறது./ தேடிய தேட்டம் முழுவதையும் அழித்துவிட்டால், கடைசிக் காலத்தில் என்ன செய்வது?

தேடு வி. (தேட, தேடி) **1: (தனக்கு முன்னே இல்லாத ஒருவரை அல்லது தேவைப்படுகிற ஒன்றை முயற்சி செய்து) கண்டறிவதற்கான நடவடிக்கைகளை மேற்கொள்ளுதல்;** search; look for. குழந்தை அம்மாவைத் தேடி அழுதது./ குற்றவாளியைக் காவல்துறையினர் தீவிரமாகத் தேடிவருகிறார்கள்./ பல நாட்களாகத் தேடியும் வீடு ஒன்றும் வசதியாக அமையவில்லை./ நான் நீண்ட நாட்களாகத் தேடிக்கொண்டிருந்த கட்டுரை இந்தப் புத்தகத்தில் இருக்கிறது./ (உரு வ.) தன் கேள்விக்கான பதிலை அவர் முகத்தில் தேடினாள். **2: (தேவைப்படுகிற அல்லது நாடுகிற ஒன்றை) பெற முயலுதல்;** seek (support, consolation, etc.,). தங்கள் இயக்கத்திற்குப் பொதுமக்களிடம் அவர்கள் ஆதரவு தேடினர்./ ஆதாயம் தேடாமல் அவன் எந்தக் காரியத்தையும் செய்ய மாட்டான்./ வரும் தேர்தலைக் குறிவைத்துத் தனக்குச் செல்வாக்குத் தேடும் முயற்சியில் அவர் இறங்கினார். **3: (காண, அடைய) விரும்புதல்; நாடுதல்;** seek. அன்றாட வாழ்க்கையில் அலுப்பு ஏற்படும்போது சுற்றுலா, விளையாட்டு, கேளிக்கை என்று மாற்றம் தேடுகிறோம்./ உழைத்து முன்னேற விரும்பாமல் குறுக்கு வழியைத் தேடாதே./ தன்னை வழிநடத்தவல்ல குருவைத் தேடி அலைந்தார். **4: (தனக்கு இழுக்கு, களங்கம்) வந்து சேருமாறு செய்தல்;** bring upon oneself. நன்றாகப் படித்திருந்தும் இப்படி ஒரு கெட்ட பெயரைத் தேடிக்கொண்டாயே. **5: ஏற்படுத்துதல்;** bring. தமிழ் வளர்ச்சிக்கு ஆக்கம் தேடும் பணியில் அவர் ஈடுபட்டுள்ளார். **6: (பணம்) சம்பாதித்தல்; ஈட்டுதல்;** earn (money). பொருள் தேடுவதற்காக வெளிநாடுகளுக்குச் செல்லும் இளைஞர்களின் எண்ணிக்கை அதிகமாகியிருக்கிறது./ தேடிய சொத்தையெல்லாம் யாருக்கோ எழுதிவைத்துவிட்டு அவர் இறந்துபோனார்./ செல்வம் தேடுவது தவறு என்கிறீர்களா? **7: (புண்ணியம், பாவம் போன்றவற்றை) சேர்த்தல்/ (செய்த பாவம் போன்றவற்றை) ஈடுகட்டும் விதமாக ஒரு நற்செயலைச் செய்தல்;** seek to acquire; look for. போகிற வழிக்குப் புண்ணியம் தேடுகிறாயா?/ செய்த கொடுமைக்கு எப்படிக் கழுவாய் தேடுவது?/ நான் அந்தக் குடும்பத்திற்குச் செய்த பாவத்துக்குப் பிராயச்சித்தம் தேடப் பார்க்கிறேன்.

தேடுதல் வேட்டை பெ. **(குற்றவாளிகளை) தீவிரமாகத் தேடிப் பிடிக்கும் செயல்;** intensive search (for a criminal). கொலையாளிகளைக் கண்டுபிடிக்கக் காவல்துறையினர்

தீவிரத் தேடுதல் வேட்டையில் ஈடுபட்டுள்ளனர்./ காட்டில் நடந்த தேடுதல் வேட்டையில் சந்தன மரத்தைக் கடத்த முயன்ற இருவர் பிடிபட்டனர்.

தேடுபொறி பெ. *(பு.வ.)* **(ஒருவர்) உள்ளிடும் சொல் அல்லது தலைப்பின் அடிப்படையில் தேவையான தகவலை இணையத்திலிருந்து தேடித் தரும் மென்பொருள்;** search engine.

தேடொளி விளக்கு பெ. **(பொதுவாகத் தேடுதல் பணியில் அல்லது ஓர் இடத்தைக் காவல் செய்யும் நோக்கில் பயன்படுத்தப்படும்) வெகு தூரத்துக்குப் பளிச்சென்று ஒளிபாய்ச்சும் சக்திவாய்ந்த பெரிய விளக்கு;** searchlight. தேடொளி விளக்கினைப் பாய்ச்சும்போது எதிரில் நிற்பவர்களுக்குக் கண் கூசும்.

தேத்தண்ணி பெ. *(இலங்.)* **(பால் சேர்க்காமல் தயாரிக்கும்) தேநீர்;** black tea.

தேத்தாங்கொட்டை பெ. *(ஊரக வ.)* **(தண்ணீரில் உள்ள வண்டல் கீழே இறங்குவதற்காகக் குடத்து நீரில் இழைத்துவிடும்) தேத்தா மரத்தின் அரைநெல்லி அளவு உள்ள கொட்டை;** seed of தேத்தா tree which when rubbed and mixed with river freshes in pots makes sediments settle; clearing-nut used for clearing turbid water.

தேதி பெ. **(மாதத்தில்) குறிப்பிட்ட எண்ணுடைய நாள்;** date (of a month). அவர் 12ஆம் தேதி வெளிநாட்டுக்குக் கிளம்புகிறார்./ எந்தத் தேதியில் திருமணத்தை வைத்துக் கொள்ளலாம்?/ காசோலையில் தேதியை எழுத மறந்துவிட்டார்.

தேநீர் பெ. **தேயிலைத் தூளைக் கொதிக்கும் நீரில் போட்டு வடிகட்டி (பாலும் சர்க்கரையும் கலந்து) தயாரிக்கும் பானம்;** tea.

தேநீர் விருந்து பெ. **இனிப்பு, காரம் ஆகியவற்றுடன் தேநீர் அல்லது காப்பி தந்து உபசரிக்கும் சிறு விருந்து;** tea party.

தேம்பு வி. (தேம்ப, தேம்பி) **(அழும்போது) மூச்சுத் தடைபட்டு ஒலியுடன் வெளிப்படுதல்;** sob. மகளின் மறைவைத் தாங்க முடியாத பெரியவர் சிறு குழந்தையைப் போலத் தேம்பினார்./ பொம்மை தொலைந்துபோனதற்காகவா உன் மகள் இப்படித் தேம்பித்தேம்பி அழுகிறாள்? [*(தொ.சொ.)* **அழு/ கதறு/ கேவு/ செருமு/ விசி/ விசும்பு/ விம்மு**]

தேமல் பெ. **(உடலில் பெரும்பாலும் கழுத்து, மார்பு, முதுகு முதலிய பகுதிகளில் ஏற்படும்) இயல்பான தோலின் நிறத்திலிருந்து வேறுபட்டுச் சிறிது வெள்ளையாகக் காணப்படும் திட்டு;** pale white patch on the skin.

தேமே-என்று வி.அ. *(பே.வ.)* **(எதையுமே செய்யும்) ஆர்வமோ ஈடுபாடோ இல்லாமல்;** passively. அவன் பாட்டுக்குத் தேமேயென்று உட்கார்ந்திருக்கிறான். அவனிடம் ஏன் வம்புக்குப் போகிறாய்?

தேய்[1] வி. (தேய, தேய்ந்து) **1: (ஒரு பொருள் மற்றொன்றின் மீது) உரசுதல்; உராய்தல்;** rub (against sth. creating friction). இயந்திரத்தின் பட்டை எங்கோ தேய்வதால்தான் இந்தச் சத்தம் வருகிறது. **2: (ஒரு பொருள் மற்றொரு பொருளோடு) உராய்வதால் வடிவம், பருமன் முதலியவை குறைதல்;** wear out. செருப்புத் தேய்ந்துவிட்டது./ இயந்திரத்தில் தேய்ந்துபோன பல் சக்கரங்கள். **3: (உடல்) மெலிதல்;** become thin; be worn out. ஏன் இப்படி நாளுக்கு நாள் தேய்ந்துகொண்டேபோகிறாய்? **4: (ஒலி) அளவில் குறைதல்;** (of sound) become less or faint; fade. ரயிலின் சத்தம் தேய்ந்து மறையும்வரை நின்றிருந்தான்.

தேய்[2] வி. (தேய்க்க, தேய்த்து) **1: (ஒன்றை மற்றொன்றின் மீது) அழுத்தி முன்னும் பின்னுமாக இழுத்தல்; உரசுதல்;** rub (sth. against sth.). உப்புத்தாளைத் தேய்த்து வர்ணத்தை நீக்கினான்./ ஏன் செருப்பைத் தேய்த்துத்தேய்த்து நடக்கிறாய்? [*(தொ.சொ.)* **இடறு/ உதை/ எற்று/ நசுக்கு/ மிதி**] **2: (தலையில், உடலில் எண்ணெய் முதலியவற்றை வைத்து) அழுத்திப் பூசுதல்;** rub (oil, ointment, etc., on the body); apply. தலைக்கு எண்ணெய் தேய்த்துக் குளிக்கவில்லையா?/ தலை வலிக்கிறது என்று நெற்றியில் தைலத்தைத் தேய்த்துக்கொண்டார். [*(தொ.சொ.)* **அப்பு/ தடவு/ பூசி**] **3:** *(பே.வ.)* **(பல்) துலக்குதல்;** brush (teeth); clean. பல் தேய்த்துவிட்டுக் காப்பி குடி. **4: (பாத்திரங்களை) சுத்தப்படுத்துதல்; விளக்குதல்;** scrub (vessels). சமையல் பாத்திரங்களைத் தேய்த்துவிட்டு வேலைக்காரி போய்விட்டாள். **5: இஸ்திரிப் பெட்டியைத் துணியின் மேலே வைத்து (துணியில் உள்ள சுருக்கங்கள் நீங்குகிற வகையில்) அழுத்தி இழுத்தல்;** press (clothes); iron. சட்டையைத் தேய்க்கக் கொடு!/ புடவையை நான் தேய்த்துத் தருகிறேன். **6: சற்றுக் கெட்டியாகக் கரைத்த கடலை மாவைச் சாரணியில் வைத்து அழுத்தி இழைகளாகப் பிழிதல்;** pass batter through a perforated ladle. காராபூந்தி தேய்க்க ஆள் வரச் சொல்லியிருக்கிறேன். **7: கடையில் ஒரு பொருளை வாங்கிக்கொண்டு பணம் செலுத்தும் முறையாகக் கடன் அட்டையை அல்லது பற்று அட்டையை அதற்குரிய மின்னணுச் சாதனத்தில் வைத்து மேலிருந்து கீழாக இழுத்தல்;** swipe (a credit card or a debit card). கடைகளில் கடன் அட்டையை அதற்கு உரியவரின் முன்புதான் தேய்க்க வேண்டும்.

தேய்பிறை பெ. **(பௌர்ணமிக்கு மறுநாளிலிருந்து அமாவாசைக்கு முன்தினம்வரை) நிலவு படிப்படியாகத் தன்னுடைய உருவத்தில் குறைவதாகத் தோற்றம் தரும் நாட்கள்;** waning moon.

தேய்மானம் பெ. **1: ஒரு பொருள் மற்றொரு பொருளில் உராய்வதால் அல்லது தேய்க்கப்படுவதால் பொருளுக்கு ஏற்படும் பருமன் குறைந்த நிலை;** loss (of weight); wear and tear. எண்ணெய் போட்டால் சக்கரத்தின் தேய்மானம் குறையும்./ இந்தப் புதிய நாணயம் தேய்மானம் எதுவுமின்றி 3.5 கிராம் இருக்கும்./ நகை செய்யும் போது தேய்மானத்தை ஆசாரி கூறிவிடுவார். **2: (நிறுவனங்களின் கணக்கில்) அசையும் சொத்தாகக் கருதப்படும் பொருள்களின் மதிப்பு ஒவ்வொரு ஆண்டும் குறையும் போக்கு;** depreciation. லாபத்திலிருந்து தேய்மானத்திற்கு உரிய தொகையைக் கழித்துவிட வேண்டும்./ கணிப்பொறிகளுக்கு அதிகத் தேய்மானம் உண்டு.

தேய்வு பெ. **1:** காண்க: தேய்மானம், *1.* **2:** *(கலை முதலியவற்றைக் குறித்து வருகையில்)* **(காலப்போக்கில் ஏற்படும்) சீர்குலைவு; வீழ்ச்சி;** decay; decline (of art forms). மேற்கத்திய மோகம் பல நாட்டுப்புறக் கலைகளின் தேய்விற்குக் காரணமாக இருந்தது.

தேயிலை பெ. தேநீர் தயாரிக்கப் பயன்படும் இலை/ இந்த இலையைத் தரும் குத்துச்செடி; tea-leaf/tea plant. தேயிலைத் தொழிற்சாலை/ தேயிலை ஏற்றுமதியின் மூலம் நிறைய அந்நியச் செலாவணி கிடைக்கிறது./ தேயிலைத் தோட்டம்/ தேயிலைப் பயிர்.

தேர்¹ வி. (தேர்ந்து) (இறந்தகால வடிவங்கள் மட்டும்) 1: (ஒரு துறையில்) நுணுக்கமான அறிவும் திறமையும் பெற்றிருத்தல்; be proficient; be well versed; be accomplished (in sth.). அவர் சிற்பக் கலையில் தேர்ந்தவர். 2: (உ.வ.) தேர்ந்தெடுத்தல்; select. முதலில் கல்லூரி அமைப் பதற்கான இடத்தைத் தேர்ந்துவிடுவது நல்லது.

தேர்² பெ. 1: உற்சவமூர்த்தியை வைத்து நீண்ட வடக் கயிறுகளைக் கொண்டு இழுத்துச் செல்லப்படும், கோபுரம் போன்ற அமைப்பையும் மிகப் பெரிய சக்க ரங்களையும் கொண்ட கோயில் வாகனம்; temple car. தேர்த் திருவிழாவை முன்னிட்டு கோயிலைச் சுற்றிக் கடைகள் போடப்பட்டிருந்தன./ தேர் நிலைக்கு வந்து சேர மதியம் ஆகிவிடும். (பார்க்க, படம்) 2: (அரசர் முதலியோர் பயணம் செய்வதற்கும் போருக்கும் பயன் படுத்திய) குதிரைகளால் இழுக்கப்படும் வாகனம்; ரதம்; chariot (of a king). தேரின் உச்சியில் சோழர்களின் புலிக் கொடி பறந்தது.

737 தேர்தல்

தேர்ச்சி பெ. 1: (-ஆன) (ஒரு துறையில்) பயிற்சிமூலம் பெறும் நுணுக்கமான அறிவு அல்லது திறமை; proficiency; accomplishment. அவர் பல மொழிகளில் தேர்ச்சி பெற்றவர்./ தேர்ச்சியான நடிப்பு. 2: (தேர்வில் தேவையான மதிப்பெண்கள் பெற்று அடையும்) வெற்றி; success (in an examination); pass. பள்ளி இறுதித் தேர்வில் தேர்ச்சி பெற்று விட்டாள்./ பல்கலைக்கழகம் நடத்திய தேர்வில் மாண வர்களைவிட மாணவிகளின் தேர்ச்சி விகிதமே அதிகம்.

தேர்ச்சீலை பெ. தேரின் பீடத்திற்கு மேல் உள்ள கோபு ரம் போன்ற பகுதியில் போர்த்தும் பல வண்ணங்களில் சித்திரங்களைக் கொண்ட துணி; பன்னாங்கு; decorative cloth in many colours covering the part of the temple car above the base.

தேர்தல் பெ. (ஓர் அரசை அல்லது அமைப்பை நடத்து வதற்காக) பிரதிநிதிகளை அல்லது பதவிக்கு உரிய வரை வாக்களித்துத் தேர்ந்தெடுக்கும் நிகழ்ச்சி; election (of representatives to form a government, etc.,). இந்திய நாடாளுமன்றத் தேர்தல்/ சட்டமன்றத் தேர்தல்/ மாணவர் பேரவைத் தேர்தல்.

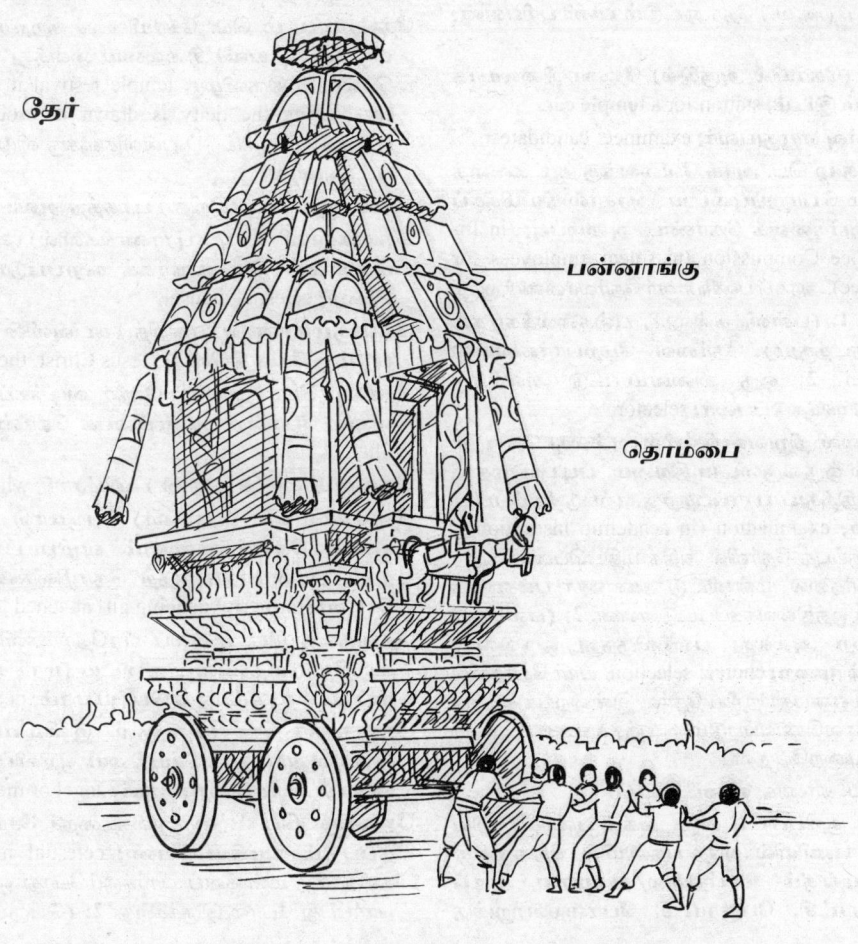

தேர் — பன்னாங்கு, தொம்பை

தேர்தல் பத்திரம் பெ. (பெ.வ.) **அரசியல் கட்சிகளுக்குத் தரும் தேர்தல் நன்கொடையை நிதிப் பத்திரங்களாகத் தர உதவும், அரசு வெளியிடும் பத்திரம்;** election bond (issued by government).

தேர்ந்த பெ.அ. **(கலை, தொழில் முதலியவற்றில்) திறமை வாய்ந்த;** (in arts and crafts) highly skilled; refined. தேர்ந்த இசைக் கலைஞனாக உருவாகக் கடும் பயிற்சி தேவை./ தேர்ந்த தொழிலாளி, மணி ஒன்றுக்கு இருநூறு பீடிகள் சுற்றுவார்./ தேர்ந்த கபடி வீரர்.

தேர்ந்தெடு வி. (-எடுக்க, -எடுத்து) 1: **(ஒரு பயன் அல்லது தகுதி அடிப்படையில்) தரம் பிரித்து எடுத்துக் கொள்ளுதல்; (பலவற்றுள் ஒன்றை) வேண்டியது எனத் தீர்மானித்தல்;** choose; select. இன்று இந்த ஊரில் ராணுவத்துக்கு ஆட்களைத் தேர்ந்தெடுக்கிறார்கள்./ இவர் சங்கப் பாடல்கள் சிலவற்றைத் தேர்ந்தெடுத்து ஆங்கிலத்தில் மொழிபெயர்த்துள்ளார்./ நான் இளங்கலையில் இலக்கியத்தைத் தேர்ந்தெடுத்துப் படித்தேன். 2: **(ஓர் அரசுக்கு அல்லது அமைப்புக்குப் பிரதிநிதிகளை அல்லது பதவிக்கு உரியவரை) வாக்களித்துத் தகுதி அடையச் செய்தல்;** elect (a candidate by ballot). குடியரசில் மக்கள் தங்கள் பிரதிநிதிகளைத் தேர்ந்தெடுக்கிறார்கள்.

தேர்ப்பாகன் பெ. (அ.வ.) **தேர் ஓட்டும் பணி புரிபவன்;** charioteer.

தேர்முட்டி பெ. **(கோயில் அருகில்) தேரை நிலையாக நிறுத்திவைக்கும் இடம்;** station for a temple car.

தேர்வர் பெ. **தேர்வு எழுதுபவர்;** examinee; candidate.

தேர்வாணைக் குழு பெ. **அரசு வேலைக்கு ஆட்களைத் தேர்ந்தெடுக்கும் பொறுப்புடைய, அரசால் நியமிக்கப்பட்ட உறுப்பினர்களைக் கொண்ட அமைப்பு;** (in India) Public Service Commission (to select employees for government service). அரசுப் பணியாளர் தேர்வாணைக் குழு.

தேர்வாளர் பெ. 1: **(பள்ளி, கல்லூரி, பல்கலைக்கழகம் போன்றவை நடத்தும்) தேர்வை மேற்பார்வையிடுபவர்;** examiner. 2: **ஒரு விளையாட்டு அணிக்கு வீரர்களைத் தேர்ந்தெடுப்பவர்;** selector.

தேர்வு பெ. 1: **கல்வி நிறுவனங்களில் அல்லது தொழில் நிறுவனங்களில் ஒருவருடைய திறமை, படிப்பு முதலியவற்றைச் சோதித்துப் பார்ப்பதற்கு ஏற்படுத்தப்பட்ட முறை; பரீட்சை;** examination (in academic institutions); test. பத்தாம் வகுப்புத் தேர்வில் அதிக மதிப்பெண் பெற்ற மாணவன்./ தேர்தலை முன்னிட்டு அண்ணா பல்கலைக்கழகத் தேர்வுகள் ஒத்திவைக்கப்பட்டுள்ளன. 2: **(பலவற்றிலிருந்து ஒன்றை அல்லது பலரிலிருந்து ஒருவரை) தேர்ந்தெடுக்கும் முறை;** choice; selection. யார் தேர்தலில் போட்டியிடுவது என்பதுபற்றிய தேர்வு இன்றையக் கட்சிக் கூட்டத்தில் முடிவுசெய்யப்படும்./ புத்தகங்களை அவர் தேர்வுசெய்யும் முறையே தனி!

தேர்வுத்தாள் பெ. காண்க: **விடைத்தாள்.**

தேர்வுநிலை பெ. **குறிப்பிட்ட வருடங்கள் பணியாற்றியவருக்கு அரசுப் பணியில் அதே பதவியில் அதிக ஊதியம் தந்து வழங்கும் உயர்நிலை/வருமான அடிப்படையில் நகராட்சி, பேரூராட்சி போன்றவற்றுக்கு வழங்கும் உயர்நிலை;** (in India) selection grade (as related to a post, entitling the holder to a higher salary, or to municipalities, etc., on the basis of the higher revenue raised). தேர்வுநிலை விரிவுரையாளர்/ தேர்வுநிலைக் காவலர்/ தேர்வுநிலை ஊராட்சி.

தேரடி பெ. காண்க: **தேர்முட்டி.**

தேரர் பெ. (இலங்.) **பௌத்த துறவி;** (Buddhist) monk.

தேரி பெ. **கடல்நீரின் வேகம், சுழற்சி, நீர் மட்டத்தின் ஏற்றம் அல்லது இறக்கம் ஆகியவற்றின் காரணமாகக் கடற்கரையில் உருவாகும் (கடலோரப் பகுதிகளில் இயற்கை அரணாக அமையும்) மணல் மேடு;** coastal sand dunes. சூறாவளி, சுனாமி போன்ற பேரிடர்களின் போது தேரிகள் கடலோரப் பகுதிகளில் இருக்கும் குடியிருப்புகளைக் காக்கின்றன./ கன்னியாகுமரி மாவட்டத்தில் நிறைய தேரிகள் காணப்படுகின்றன.

தேரிணி பெ. (இலங்.) **பௌத்த பெண் துறவி;** female Buddhist monk.

தேரை[1] பெ. **(பெரும்பாலும் கல் இடுக்குகளில் காணப்படும்) சிறுசிறு புடைப்புகள் கொண்ட தோலை உடைய, தவளை இனத்தைச் சேர்ந்த உயிரினம்;** tree frog.

தேரை[2] பெ. 1: (வ.வ.) **தேங்காயில் ஏற்படும் ஒரு வகை நோய்;** a blight that affects coconut. 2: (இலங்.) **ஒரு வகைத் தோல் நோய்;** a kind of skin disease.

தேரோட்டம் பெ. **கோயிலைச் சுற்றியுள்ள வீதிகளின் வழியே தெய்வச் சிலையை வைத்து தேரை இழுத்துச் செல்லும் திருவிழா;** temple festival in which the temple car bearing the deity is drawn in procession. தேரோட்டத்தை முன்னிட்டுப் பள்ளிகளுக்கு விடுமுறை அறிவிக்கப்பட்டுள்ளது.

தேவ ஆவி பெ. (கிறித்.) **பரிசுத்த ஆவி;** Holy Spirit.

தேவகன்னி பெ. **(புராணங்களில்) என்றும் இளமை மாறாமல் இருப்பதாகக் கூறப்படும் தேவலோகப் பெண்;** celestial damsel.

தேவகுமாரன் பெ. (கிறித்.) **கடவுளின் மகனாகக் கூறப்படும் இயேசு கிறிஸ்து;** Jesus Christ, the Son of god.

தேவடி பெ. (இலங்.) **தேநீர் வடிக்கப் பயன்படுத்தும் வலை போன்ற அமைப்பைக் கொண்ட சாதனம்;** tea filter.

தேவடியாள் பெ. (த.வ.) **விபச்சாரி;** whore; prostitute.

தேவதாசி பெ. **(முன்னர்) பெருமாள் கோயில்களிலும் சிவன் கோயில்களிலும் வழிபாட்டில் இறைவன் முன் நடனமாடுவதைத் தொழிலாகக் கொண்டிருந்த பெண்;** (formerly) dancing girl attached to a temple.

தேவதாரு பெ. **மலைப் பிரதேசங்களில் காணப்படும், உறுதியான தண்டை உடைய (மரச் சாமான்கள் செய்யப் பயன்படும்) ஒரு பெரிய மரம்;** deodar.

தேவதூதர் பெ. **(கிறித்தவ, இஸ்லாமிய மதங்களில்) இறைவனால் ஒரு செய்தியை அறிவிப்பதற்காக அனுப்பப்படுபவர்; இறைத்தூதர்;** angel or messenger of god.

தேவதை பெ. 1: **வானுலகத்தைச் சேர்ந்தவளாகக் கருதப்படும் அழகிய பெண்;** celestial maiden. தேவதைக் கதைகள்/ உன்னைப் பார்க்கும்போது ஒரு தேவதையைப் பார்ப்பது போல இருக்கிறது. 2: **(பெரும்பாலும் கிராமக்**

கோயில்களில் உள்ள) பெண் தெய்வம்; female deity in village temples.

தேவர் பெ. (புராணங்களில்) சொர்க்கலோகத்தில் வாழும், இறவாத்தன்மை பெற்றவர்கள்; (in puranas) heavenly immortals; the devas.

தேவராட்டம் பெ. தமிழ்நாட்டின் தென் மாவட்டங்களில் குறிப்பிட்ட சில சமூகப் பிரிவு மக்களிடையே, பிறப்பிலிருந்து இறப்புவரையிலான பல்வேறு நிகழ்வுகளின்போது அந்தச் சமூகத்தைச் சேர்ந்த ஆண்கள் குழுவாக ஆடும் ஆட்டம்; folk dance by men of a particular community in the southern districts of Tamil Nadu, marking life cycle events.

தேவரீர் பெ. (அ.வ.) முனிவர் போன்ற உயர்ந்த நிலையில் இருப்பவரை மரியாதையுடன் அழைக்கும் விளிச்சொல்; a vocative of respect for addressing persons of saintly qualities. 'தேவரீர் உணவு அருந்த வாருங்கள்'.

தேவலாம் வி.மு. (பே.வ.) காண்க: தேவலை.

தேவலை வி.மு. (பே.வ.) 1: ஒருவர் அல்லது ஒன்றின் அளவுக்கு மற்றவர் அல்லது மற்றது மோசம் இல்லை என்ற பொருளில் பயன்படுத்தப்படும் சொல்; more acceptable; better. பட்டினிக்குப் பழைய சோறு தேவலை./ விடாமல் நச்சரிக்கும் உன்னைவிட அவன் எவ்வளவோ தேவலை. 2: (கஷ்டமானது அல்லது மோசமானது என்ற நிலையில்) ஒன்று நிகழ்ந்தால் அல்லது இருந்தால் நன்றாக இருக்கும் என்ற பொருளில் பயன்படுத்தப்படும் சொல்; better. சுட்டெரிக்கும் வெயிலுக்குக் கொஞ்சம் மழை பெய்தால் தேவலை./ தலைவலிக்குச் சூடாகக் காப்பி குடித்தால் தேவலை./ இருந்த களைப்புக்குக் கொஞ்சம் படுத்தால் தேவலை போல் இருந்தது./ ரொம்ப அவசரம், கொஞ்சம் பணம் கொடுத்தால் தேவலை. 3: (மோசமான நிலையிலிருந்து சற்று) சீர் அடைந்த நிலை; (of a state or condition) better. நேற்றைவிட இன்று உடம்பு தேவலை./ குடும்ப நிலைமை இப்போது எவ்வளவோ தேவலை.

தேவலோகம் பெ. (புராணங்களில்) இந்திரனைத் தலைவனாகக் கொண்ட தேவர்கள் வசிக்கும் மேல் உலகம்; the world of the devas. அந்தத் திருமண மண்டபம் தேவலோகம் போல் காட்சியளித்தது.

தேவன் பெ. (உ.வ.) கடவுள்; god. 'நம் தேவனாகிய இயேசு கிறிஸ்து நம்மை ரட்சிப்பார்' என்றார் பங்குத் தந்தை.

தேவஸ்தானம் பெ. (பெரிய) கோயிலின் நிர்வாக அமைப்பு; கோயில் அறநிலையக் குழு; governing body of a (big) temple. திருமலை திருப்பதி தேவஸ்தானம் பக்தர்கள் தங்குவதற்குக் கட்டடம் கட்டியுள்ளது./ இந்த நிலம் தேவஸ்தானத்தைச் சேர்ந்தது.

தேவாங்கு பெ. தட்டையான முகத்தில் பெரிய கண்களை உடைய, வால் இல்லாத, (குரங்கு இனத்தைச் சேர்ந்த) சிறிய விலங்கு; slender loris.

தேவாமிர்தம் பெ. (தேவர்களுடைய உணவாகிய) கிடைப்பதற்கு அரிய அமிர்தம்; nectar of the gods; ambrosia. இரண்டு நாட்கள் பட்டினிக்குப் பிறகு கிடைத்த பழைய சோறு அவனுக்கு தேவாமிர்தமாக இருந்தது.

தேவாலயம் பெ. (கிறித்.) கிறித்தவர்களின் வழிபாட்டுத் தலம்; church.

தேவி பெ. 1: பெண் தெய்வம்; goddess. தேவி வழிபாடு. 2: பெண் தெய்வப் பெயரின் முன்னோ பின்னோ இடப்படும் அடைமொழி; a word used either before or after the name of a goddess. தேவி ஜக்கம்மா/ காளி தேவி. 3: (உ.வ.) (அரசரின்) மனைவி; wife (of a king). அரசரும் தேவியும் கொலுமண்டபத்தில் வீற்றிருந்தனர்.

தேவை பெ. 1: இல்லாததை அல்லது குறைவாக இருப்பதை நிரப்ப வேண்டிய நிலை; need; want. வீட்டு வேலைக்கு ஒரு ஆள் தேவை/ அவனுக்குப் பணம் தேவை என்பது எனக்குத் தெரியும். 2: கட்டாயம் வேண்டியது; தவிர்க்க இயலாமல் வேண்டியிருப்பது; (absolutely) necessary; need. இவ்வளவு பெரிய செலவு தேவைதானா என்று யோசித்துப்பார்./ மக்களின் அடிப்படைத் தேவைகளை நிறைவேற்றுவது அரசின் கடமை. 3: பொருளை அல்லது சேவையை மக்கள் வாங்க அல்லது பயன்படுத்த விரும்பும் நிலை; demand. விளம்பரங்கள்மூலம் தங்கள் பொருளுக்கான தேவையை உருவாக்க உற்பத்தியாளர்கள் முயல்கின்றனர்.

தேவையான பெ.அ. போதுமான; போதிய; adequate; sufficient. இரண்டு நாட்களுக்குத் தேவையான துணிகளைப் பெட்டியில் எடுத்து வைத்துக்கொள்./ வாணலியில் காய்கறிகளைப் போட்டுத் தேவையான தண்ணீரை ஊற்றிக்கொள்ளவும்.

தேள் பெ. இடுக்கிபோலப் பிளவுள்ள முன்பகுதியையும் வால் பகுதியில் விஷக் கொடுக்கையும் கொண்ட, கறுப்பு அல்லது கரும் சிவப்பு நிறத்தில் இருக்கும், பூச்சி இனத்தைச் சேர்ந்த உயிரினம்; scorpion.

தேளாய்க் கொட்டு வி. (கொட்ட, கொட்டி) (ஒருவரின்) மனத்தைப் புண்படுத்தும் விதத்தில் தொடர்ந்து பேசுதல்; to hurt s.o. by words. சொன்ன தேதியில் பணத்தைக் கொடுக்காவிட்டால் அவன் தேளாய்க் கொட்டுவான்.

தேளி பெ. முதுகில் கூர்மையான கத்தி போன்ற துடுப்பையும், மார்புப் பகுதியில் விஷத் தன்மையுடைய முள்ளையும் கொண்ட (குளம், குட்டை போன்றவற்றில் காணப்படும்) கெளுத்தி இனத்தைச் சேர்ந்த (உணவாகும்) கரும்பழுப்பு நிற மீன்; stinging catfish.

தேற்றம் பெ. 1: (உ.வ.) உறுதி; நிச்சயம்; certainty. அவர் இப்படிக் கூறியிருக்க மாட்டார் என்பது தேற்றம்./ 'நீயே செய்தாய்' என்பதில் உள்ள ஏகாரம் தேற்றத்தைக் காட்டும் ஏகாரமாகும். 2: (கணி.) காரணத் தொடர்பின் அடிப்படையில் நிரூபிக்கப்படும் கூற்று; theorem. பித்தகோரஸ் தேற்றம்.

தேற்ற மரம் பெ. வறண்ட பகுதிகளில் காணப்படும், சிறிய, உருண்டை வடிவக் காய்களையும் தட்டையான விதைகளையும் தரும் மரம்; clearing nut. தேற்ற மரத்தின் விதைகள் நீரில் இருக்கும் அழுக்குகளை நீக்கும் தன்மை கொண்டவை.

தேற்று வி. (தேற்ற, தேற்றி) 1: (வருந்துபவரை) அமைதியடையச் செய்தல்; சமாதானப்படுத்துதல்; ஆற்றுதல்; console; comfort. இளம் வயதில் மனைவியை இழந்தவரை எப்படித் தேற்றுவது?/ தோல்விதான் வெற்றியின் முதல் படி என்று கூறித் தேர்வில் தோல்வியடைந்த நண்பனைத்

தேற்றினோம். 2: (பே.வ.) **(உடலை) பேணுதல்; (உணவு தந்து) கவனித்தல்;** take good care of (s.o.). ஊரிலிருந்து வந்த மகனுக்கு ருசியாகச் சமைத்துப்போட்டுத் தேற்றி அனுப்பினாள். 3: **நல்ல நிலைக்குக் கொண்டுவருதல்;** make (s.o.) to come up. பெற்றோர் இல்லாத பிள்ளையை நீங்கள்தான் தேற்றிவிட வேண்டும்.

தேறு வி. (தேற, தேறி) 1: **(தேர்வு, பரிசீலனை ஆகியவற்றில்) தகுதி உடையவராக அல்லது தகுதி உடையதாகத் தேர்ந்தெடுக்கப்படுதல்; தேர்ச்சி பெறுதல்;** pass (an examination); get through a test. இந்த நேர்முகத் தேர்வில் ஒரு சிலரே தேறியுள்ளார்கள்./ நீங்கள் எதிர்பார்க்கும் தரத்தில் இதில் ஒன்றுகூடத் தேறாது. 2: **(உடல்) நலம் பெறுதல்/(நிலையில்) முன்னேற்றம் அடைதல்; சீரடைதல்;** get better/improve. அவனுக்கு உடம்பு தேறி எடை கூடியிருந்தது./ ஒடிந்த கை தேற மூன்று மாதமாகிவிட்டது./ சென்னைக்கு வந்தபின் உன் மகன் ரொம்பத் தேறிவிட்டான். 3: **தோராயமான மதிப்பை, அளவைக் கொண்டிருத்தல்;** (of value, money, quantity, etc.,) be close to. நகைகள் பத்துப் பவுன் தேறும்./ உன்னிடம் நூறு ரூபாயாவது தேறுமா?/ இந்த வீடு எவ்வளவு தேறும்?/ நம் தோட்டத்தில் எவ்வளவு மாம்பழம் தேறும்?/ பையிலிருந்த சில்லரையை எண்ணிப் பார்த்ததில் ஐம்பது ரூபாய்கூடத் தேறவில்லை.

தேறுதல் பெ. **(வருத்தத்திலிருந்து, துக்கத்திலிருந்து மீளும் வகையில் பிறர் சொல்லும்) ஆறுதல்;** consolation. குழந்தையைப் பறிகொடுத்த தாய்க்கு யார் எப்படித் தேறுதல் சொல்ல முடியும்?/ தேர்வில் தோல்வியடைந்த தம்பிக்கு எவ்வளவோ தேறுதல் சொல்லியும் அவன் அழுகை அடங்கவில்லை.

தேன் பெ. 1: **பூக்களில் சுரக்கும், (வண்ணத்துப்பூச்சி, தேனீ போன்றவற்றுக்கு உணவாகும்) இனிப்புச் சுவையுடைய திரவம்;** nectar. பூக்களிலிருந்து வண்ணத்துப்பூச்சி தேன் குடித்தது. 2: **மேற்குறிப்பிட்ட திரவத்தைத் தேனீக்கள் உண்டு வெளிவரச் செய்வதன் மூலம் தயாரிக்கும் குழகுழப்புத் தன்மையும் இனிப்புச் சுவையும் மருத்துவக் குணமும் கொண்ட திரவம்;** honey. பாலில் தேன் கலந்து நான் சாப்பிட்டேன்.

தேன் ஒழுகு வி. (ஒழுக, ஒழுகி) **(ஒருவருடைய பேச்சில்) போலியான இனிமை வெளிப்படுதல்;** (of speech) be too nice. இப்படித் தேன் ஒழுகப் பேசுவதில் அவரைவிடக் கெட்டிக்காரர் யாரும் இருக்க முடியாது./ உறவினர்கள் தேன் ஒழுகப் பேசுவார்கள். ஆனால் உதவி செய்ய மாட்டார்கள் என்று சலித்துக்கொண்டார்.

தேன்குழல் பெ. 1: காண்க: தேங்குழல். 2: (இலங்.) **ஜிலேபி;** sweetmeat made with maize flour, fried and soaked in sugar syrup.

தேன்கூடு பெ. **தேனைச் சேமித்து வைப்பதற்காகத் தேனீக்கள் தங்கள் உடலில் உள்ள மெழுகினால் பல அறைகள் கொண்டதாக அமைக்கும் கூடு;** honeycomb.

தேன்சிட்டு பெ. **பூக்களிலிருந்து தேனைக் குடிப்பதற்கு ஏற்ற, நீண்டு வளைந்த மெல்லிய அலகும், குழாய் போன்ற நீண்ட நாக்கும் கொண்ட, சிட்டுக்குருவியை விடச் சிறிய பறவை;** sunbird. ஆண் பறவைகள் கரும் ஊதா, பச்சை, கருஞ்சிவப்பு ஆகிய நிறங்களிலும் பெண் பறவைகள் வெளிர்பழுப்பு, மஞ்சள் ஆகிய நிறங்களிலும் இருக்கும்.

தேன்நிலவு பெ. காண்க: தேனிலவு.

தேன் பருந்து பெ. **புறாபோலக் கழுத்தையும், பழுப்பு நிறத்தையும் கொண்ட ஒருவகைப் பருந்து;** oriental honey buzzard. தேன் பருந்து தேனீக்கள், தேன், தேனடை ஆகியவற்றை விரும்பி உண்ணும்.

தேன் பூச்சி பெ. (இலங்.) **தேனீ;** honeybee.

தேன்மிட்டாய் பெ. (வ.வ.) **சிவப்பு நிறத்தில் சர்க்கரைப் பாகு நிறைந்து உருண்டை வடிவில் இருக்கும் ஒரு வகை மிட்டாய்;** candy with sugar syrup as filling.

தேன் மெழுகு பெ. **மரச் சாமான்களுக்கு மெருகேற்றப் பயன்படும், தேனடையிலிருந்து எடுக்கும் மஞ்சள் நிற மெழுகு;** beeswax.

தேன்வதை பெ. (இலங்.) **தேனடையில் ஒரு அடுக்கு;** layer in a honeycomb.

தேனடை பெ. **(தேன்கூட்டின் மெழுகினால் ஆன அறைகளைக்கொண்ட அமைப்பு;** layer (in a honeycomb).

தேனிரும்பு பெ. **பிற தனிமங்களின் கலப்பில்லாத மிக உறுதியான இரும்பு;** wrought iron.

தேனிலவு பெ. **(திருமணத்தை ஒட்டி) புதுமணத் தம்பதியினர் மகிழ்ச்சியுடன் கழிப்பதற்காகச் செல்லும் சுற்றுலா;** honeymoon.

தேனீ பெ. **தேனைச் சேகரிப்பதும் கூட்டமாக வாழ்வதும் கொட்டக்கூடியதுமான ஒரு வகைப் பூச்சி;** honeybee. தேனீபோல் சுறுசுறுப்பாக இருக்க வேண்டும் என்பார்கள்.

தேஜஸ் பெ. **(முகத்தில் தோன்றும்) பிரகாசம்; ஒளி;** (of one's face, body) lustre; radiance. அவரைப் பார்த்ததும் காலில் விழுந்து வணங்கத் தோன்றும் தேஜஸ்.

தை[1] வி. (தைக்க, தைத்து) 1: **(துணி, தோல் போன்றவற்றில்) ஊசியை இரு புறமும் மாறிமாறிச் செலுத்தி நூலை இழுத்து, இரண்டு ஓரங்களை அல்லது பகுதிகளை இணைத்தல்/துணியில் பித்தான், ஊக்கு போன்றவற்றைப் பொருத்துதல்;** stitch; sew. புதிதாக இரண்டு சட்டை தைக்க வேண்டும்./ இந்தச் செருப்பைத் தைக்க எவ்வளவு கூலி கேட்கிறாய்? 2: **(இடைவெளி இல்லாமல் நெருக்கமாகவும் சமமாகவும்) பொருத்துதல்;** join. ஓட்டுக்குக் கீழே ஓடு முழுவதையும் மறைப்பதுபோல் தேக்குப் பலகையால் தைத்திருந்தது. 3: **(தைப்பதன்மூலம் உடை, மெத்தை, தலையணை போன்ற ஒன்றை) தயாரித்தல்; உண்டாக்குதல்;** make (sth. by stitching). தலையணை உறை தைக்கத் துணி வாங்க வேண்டும். 4: **(அம்பு, முள் போன்ற கூரிய நுனியை உடைய பொருள்கள்) ஒரு பரப்பில் குத்தி இறங்குதல்;** (of pointed object) prick; pierce. அம்பு தைத்த இடத்தில் மருந்து போட்டுக் கட்டினாள்./ காலில் முள் தைத்துவிட்டது./ (உரு வ.) 'நீ படித்தவன் தானா?' என்று அவர் கேட்ட கேள்வி நெஞ்சில் சுருக்கென்று தைத்தது. 5: **இலைகளை ஒன்றோடு ஒன்று ஒட்டி வைத்து மெல்லிய ஈர்க்கு போன்றவற்றால் இணைத்து தையல் இலை தயாரித்தல்;** stitch leaves to make plate for food. அவர் தேக்கு இலைகளைத் தைத்து அதில் சாப்பாடு போட்டார். 6: **(பை, மூட்டை போன்றவற்றின் வாய்ப்பகுதியைச் சணல், நூல் ஆகியவற்றால்)**

சேர்த்துப் பிணைத்தல்; stitch up. 7: (அறுவைச் சிகிச்சையின்போது நரம்பு போன்றவற்றால்) இரண்டு பகுதிகளை இணைத்தல்; தையல் போடுதல்; stitch up. தோள்பட்டையில் வெட்டுப்பட்ட பகுதியை மருத்துவர் தைத்துக் கட்டுப்போட்டார்.

தை[2] பெ. **பத்தாவது தமிழ் மாதத்தின் பெயர்;** the name of the tenth Tamil month, from mid-January to mid-February. தை மாதத்தின் முதல் நாள் பொங்கல் பண்டிகை கொண்டாடப்படுகிறது.

தைப்பூசம் பெ. **தை மாதம் பூச நட்சத்திர நாளன்று முருகனை வணங்கிக் கொண்டாடும் பண்டிகை;** the festival of worshipping the god Murugan in the Tamil month of தை on the day of பூச நட்சத்திரம். தைப்பூசத்தை முன்னிட்டுப் பழனி முருகன் கோயிலில் லட்சக் கணக்கான பக்தர்கள் வழிபட்டனர்.

தையல்[1] பெ. 1: **(துணி, தோல் போன்றவற்றில் இரு துண்டுகளை அல்லது கிழிசலை) இணைத்திருக்கும் நூல் இணைப்பு;** stitching. சட்டைத் தையல் பிரிந்திருக்கிறது./ பையில் தையல் சரியாக இல்லை. 2: **துணியை ஆடையாகத் தைக்கும் தொழில்;** tailoring; sewing. இப்போது தையல் படித்துக்கொண்டிருக்கிறேன். 3: **(அறுவைச் சிகிச்சையின் போது நரம்பு போன்றவற்றால்) இரண்டு பகுதிகளை சேர்த்துத் தைத்தல்;** suture. காயம் ஏற்பட்ட இடத்தில் பத்துத் தையல்கள் போட்டார்கள்./ என் நெற்றியில் போட்ட தையலை நாளை பிரிக்கிறார்கள்.

தையல்[2] பெ. *(உ.வ.)* **பெண்;** woman.

தையல் இயந்திரம் பெ. **துணி, தோல் முதலியவற்றைத் தைப்பதற்கான இயந்திரம்;** sewing machine.

தையல் இலை பெ. **(பெரும்பாலும்) மந்தாரை இலைகளை ஈர்க்குச்சிகள் கொண்டு இணைத்து (உணவுப் பொருள்களை வைத்துச் சாப்பிடுவதற்கு ஏற்ற வகையில்) தட்டு போன்று செய்யப்படுவது;** dry broad leaves of the plant climbing mountain ebony joined together by thin ribs of palm to make a plate for food.

தையல்காரர் பெ. **ஆடை தைக்கும் தொழில் செய்பவர்;** tailor.

தையல்சிட்டு பெ. **மஞ்சளும் பச்சையும் கலந்த நிறத்தில் முதுகுப் பகுதியைக்கொண்ட, மேல்நோக்கி உயர்ந்திருக்கும் வாலை உடைய, இலைகளைத் தைத்துக் கூடு கட்டிக்கொள்ளும் ஒரு சிறிய பறவை;** tailor bird.

தையல்பிரி வி. *(-பிரிக்க, -பிரித்து)* **(அறுவைச் சிகிச்சையின் போது இரண்டு பகுதிகளைச் சேர்த்துத் தைத்த நரம்புகளில்) குணமாகிக் காயம் ஆறியபின் எஞ்சியிருப்பவற்றை நறுக்கி நீக்குதல்;** remove the suture.

தைரியசாலி பெ. **துணிச்சல் நிறைந்த நபர்;** courageous person.

தைரியம் பெ. *(-ஆக, -ஆன)* **பயம் இல்லாத தன்மை; (மனத்தில்) துணிவு;** courage; boldness. அதிகாரத்தை எதிர்க்கத் தைரியம் வேண்டும்./ தைரியமாக வாழக் கற்றுக்கொள்.

தைலக்காப்பு பெ. **(இறைவன் கல் விக்கிரகமாக இல்லாத கோயில்களில்) மணம் மிகுந்த எண்ணெயைத் தடவிச் செய்யும் பூஜை;** anointing (an idol) with fragrant oil. இங்கு ரங்கநாதர் சுதை வடிவில் இருப்பதால் அவருக்குத் தைலக்காப்பு மட்டுமே சாத்தப்படுகிறது.

தைலம் பெ. **(மேலே பூசிக்கொள்ளும் மருந்தாக அல்லது வாசனைப் பொருளாகப் பயன்படுத்த) சில தாவரங்களிலிருந்தோ சில விலங்குகளிலிருந்தோ எடுத்துப் பக்குவப்படுத்தித் தயாரிக்கப்படும் எண்ணெய்;** medicinal or aromatic oil (extracted from certain flora and fauna); medicinal oil. வாசனைத் தைலங்கள்/ சந்தனத் தைலம்/ உடும்புத் தைலம்/ தலைவலித் தைலம்.

தைலமரம் பெ. **மருந்தாகும் வாசனை மிகுந்த தைலத்தை எடுக்கப் பயன்படும், பருத்த கிளைகள் இல்லாமல் உயரமாக வளரும் ஒரு வகை மரம்;** eucalyptus tree.

தைலவண்ண ஓவியம் பெ. **எண்ணெய் கலந்த வண்ணங்களைப் பயன்படுத்தித் திரைச்சீலையில் வரையும் ஓவியம்;** oil painting.

தைலாப்பெட்டி பெ. *(இலங்.)* **முக்கிய ஆவணங்கள், நகை, பணம் போன்றவற்றை வைத்துக்கொள்ளப் பயன்படுத்தும் சிறிய மரப் பெட்டி;** wooden box used to keep important documents, jewels, cash, etc., தைலாப்பெட்டிக்குள் நான் வைத்த காசை எடுத்தாயா?/ தைலாப்பெட்டிக்குள் நான் முக்கியமான கடிதங்களை வைத்துள்ளேன்.

தைலான்குருவி பெ. **(சிட்டுக்குருவியின் அளவை ஒத்ததாக) நீண்டு பிளந்த வாலும், கருநீல நிற மேற்புறமும், வெள்ளை நிற அடிப்பகுதியும், அரக்கு நிற முகமும், தொண்டையும் கொண்ட (பெரும்பாலும் தரைக்கு வராமல் பறந்துகொண்டே இருக்கும்) வலசை வரும் பறவை; தகைவிலான்;** barn swallow.

தைவதம் பெ. *(இசை)* **ஏழு ஸ்வரங்களில் ஆறாவது ஸ்வரமான 'த' வைக் குறிப்பது;** the sixth of the seven notes.

தொக்கி நில் வி. *(-நிற்க, -நின்று) (உ.வ.)* **(பேச்சில், எழுத்தில் அல்லது முகபாவனையில் கேள்வி, பொருள், உணர்வு போன்றவை) வெளிப்படையாகத் தெரியாமல் உணரக் கூடியதாக இருத்தல்;** be implicit. *'யார் நீ?'* என்ற கேள்வி கதவைத் திறந்தவரின் முகத்தில் தொக்கி நின்றது./ *'எங்கு போயிருந்தாய்?'* என்ற அவருடைய கேள்வியில் சந்தேகம் தொக்கி நின்றது.

தொக்கு[1] பெ. **(உணவோடு சேர்த்து உண்ணப் பயன்படும்) மாங்காய், தக்காளி போன்றவற்றை எண்ணெயில் வதக்கிக் காரம் சேர்த்துத் தயாரிக்கப்படும் தொடுகறி;** strong relish made from vegetables and spices. மாங்காய்த் தொக்கு/ தக்காளித் தொக்கு.

தொக்கு[2] பெ. *(பே.வ.)* **இளப்பம்;** object of disdain. என் நண்பன் என்றால் உனக்குத் தொக்கா?

தொக்கு நில் வி. *(நிற்க, நின்று) (இலங்.)* காண்க: **தொக்கி நில்.**

தொக்கை பெ. *(இலங்.)* **தடிமன்; பருமன்;** fat. ஆள் ரொம்பத் தொக்கையாக இருப்பார்.

தொகு வி. *(தொகுக்க, தொகுத்து)* 1: **பொதுவான அம்சத்தை அடிப்படையாகக் கொண்டிருக்கும் பலவற்றை ஒன்றுசேர்த்தல்;** collect; compile. தஞ்சை மாவட்ட நாட்டுப்பாடல்களைத் தொகுத்து ஒரு தனிப்

புத்தகமாக வெளியிட்டார். [(தொ.சொ.) கூட்டு/ சேகரி/ சேர்/ திரட்டு] 2: **(நிகழ்ச்சி, செய்தி, வரலாறு போன்றவற்றை) முறைப்படி ஒன்றன்பின் ஒன்று வருமாறு அமைத்தல்; நிரல் படுத்துதல்;** compile; compere. அவரது வாழ்க்கை வரலாற்றை மிகவும் சிரமப்பட்டுத் தொகுத்திருக்கிறார்./ நம் கல்லூரி ஆண்டுவிழா நிகழ்ச்சிகளைத் தொகுத்து வழங்க என்னைத் தேர்ந்தெடுத்திருக்கிறார்கள்./ பிரச்சினைகளைத் தொகுத்துப் பார்த்தால் தீர்வுக்கான வழி கிடைக்கலாம். 3: **(அகராதி, சொல்லடைவு முதலியவை தயாரிப்பதற்காக) உள்ளடக்கம் எழுதி முறைப்படுத்துதல்;** compile.

தொகுதி பெ. 1: **குறிப்பிட்ட அடிப்படையில் ஒன்றாகத் தொகுத்து உருவாக்கப்பட்டது;** collection (of essays, stories, etc.,); anthology; volume; part. கலைக்களஞ்சியம் முதல் தொகுதி. 2: **(கதை, கவிதை, கட்டுரை போன்றவற்றில் பலவற்றை) தொகுத்து வெளியிடப்படும் நூல்; தொகுப்பு;** collection. என்னுடைய சிறுகதைத் தொகுதி ஒன்று விரைவில் வெளிவரவிருக்கிறது. 3: **சட்டமன்ற உறுப்பினர், நாடாளுமன்ற உறுப்பினர் முதலியோரைத் தேர்ந்தெடுக்கும் குறிப்பிட்ட எண்ணிக்கை உள்ள மக்கள் வாழும் பகுதி;** an electoral division of voters; constituency. வரும் சட்டமன்றத் தேர்தலில் அனைத்துத் தொகுதிகளிலும் எங்கள் கட்சி போட்டியிடும். 4: *(கணி.)* **பின்னத்தில் கோட்டுக்கு மேல் உள்ள எண்;** numerator. *3/2* என்பதில் *3* என்பது தொகுதி. 5: *(உயிரி.)* **(உயிரின வகைப்பாட்டில்) ஒத்த வகுப்புகளை உள்ளடக்கிய, பிரிவுகளைவிடச் சிறிய பிரிவு;** phylum.

தொகுப்பு பெ. 1: **ஒன்றாகத் தொகுக்கப்பட்டு ஓரிடத்தில் வைக்கப்பட்டிருப்பவை;** collection. அவருடைய தொகுப்பில் பல அரிய புத்தகங்கள் உள்ளன./ அஞ்சல்தலைத் தொகுப்பு. [(தொ.சொ.) கட்டு/ கற்றை/ குவியல்] 2: **மொத்தமாகச் சேர்க்கப்பட்டு ஒன்றாக அமைந்த நூல்;** compilation. சிறுகதைத் தொகுப்பு/ கவிதைத் தொகுப்பு. 3: **குறிப்பிட்ட பொருள்களைத் திரட்டி வைத்திருப்பது;** pool (of commodities). மாநிலங்கள் தங்களுக்குத் தேவையான அரிசியை மத்தியத் தொகுப்பிலிருந்து பெறுகின்றன.

தொகுப்பு நிதி பெ. **உலக அளவில் அவ்வப்போது நிகழும் எதிர்பாராத நடப்புகளால் நாட்டின் குறிப்பிட்ட பொருளாதார நடவடிக்கை பாதிக்கப்படாமல் இருப்பதற்காக மத்திய அரசால் ஒதுக்கிவைக்கப்படும் நிதி;** pool fund. பன்னாட்டுச் சந்தையில் பெட்ரோல் விலை உயர்ந்தபோது எழுந்த நிதிப் பற்றாக்குறையைச் சமாளிக்க எண்ணெய்த் தொகுப்பு நிதி உதவியது.

தொகுப்பு வீடு பெ. **(ஒரே வளாகத்தினுள்) தனித்தனியாக இருக்கும் ஒத்த வடிவ வீடுகளின் வரிசை;** (residential) quarters. காவல்துறையினருக்குப் புதிய தொகுப்பு வீடுகள் கட்டித் தரப்படும் என்று அரசு அறிவித்துள்ளது./ குடிசைப் பகுதியில் இருந்தவர்களுக்குத் தொகுப்பு வீடுகளில் இடம் ஒதுக்கப்பட்டுள்ளது.

தொகுப்பூதியம் பெ. **சில வகைப் பணியாளருக்கு அடிப்படைச் சம்பளம், அகவிலைப்படி என்று தனித்தனியாக இல்லாமல் மொத்தமாக அளிக்கப்படும் (மாத) ஊதியம்;** consolidated pay (without the distinction of basic pay, allowances, etc.,). தொகுப்பூதியம் பெறும் ஊழியர்களுக்கும் கருணைத்தொகை வழங்கப்படும் என்று அரசு அறிவித்தது.

தொகை[1] பெ. 1: **குறிப்பிட்ட அளவில் இருக்கும் பணம்;** amount; sum. இவ்வளவு பெரிய தொகையைக் கடனாகக் கேட்டால் நான் எப்படித் தர முடியும்?/ லாபத் தொகை. 2: **மொத்த எண்ணிக்கை அல்லது அளவு;** total number. நமது கட்சியில் சேர்வோரின் தொகை நாளுக்கு நாள் வளர்ந்துவருவது கண்டு மகிழ்ச்சியடைகிறேன்./ சுனாமியால் பாதிக்கப்பட்ட கால்நடைகளின் தொகை ஆயிரத்திற்கும் அதிகம்./ இலக்கியக் கூட்டத்தில் சிறு தொகையினரே கலந்துகொண்டனர். 3: *(உ.வ.)* **தொகுக்கப்பட்டது;** something compiled. சங்க நூல்கள் பெரும்பாலும் தொகை நூல்களே. 4: *(இலங்.)* **கணிசமான அளவு;** substantial amount. சந்தைக்குப் போனால் தொகையாக வெற்றிலை வாங்கிக்கொண்டு வா./ காணி பூராவும் குப்பை தொகையாகக் கிடக்கிறது.

தொகை[2] பெ. *(இலக்.)* **சொல்லின் நேர் பொருளே அல்லாமல் அதனோடு தொடர்புடைய ஒரு 'அம்சத்தினால் மற்றொரு பொருளும் தொக்கி நிற்பது;** ellipsis (of meaning); semantic transference.

தொகைச்சொல் பெ. *(இலக்.)* **இரண்டு சொற்கள் முழுமையாகவோ ஒரு சொல் பகுதியாகவோ ஒன்றுசேர்ந்து, ஒரு சொல்லைப் போல உச்சரிக்கப்பட்டு, விரித்துப் பொருள் பார்க்க வேண்டியதாகஅமையும் சொல்;** an eliptical compound. பழச்சாறு, செங்கொடி, வளர்பிறை முதலியவை தொகைச்சொற்கள்.

தொகையரா பெ. காண்க: **தொகையறா.**

தொகையறா பெ. **(பழங்காலத் திரையிசைப் பாடல்களில்) பின்னால் தொடரும் பல்லவியின் சாரத்தைத் தொகுத்ததுபோல் முதலில் பாடப்படும் வரிகளின் தொகுப்பு;** (in old film songs) opening lines composed as a synopsis of the rest of the song; epitome.

தொங்கட்டம் பெ. *(வ.வ.)* காண்க: **தொங்கட்டான்.**

தொங்கட்டான் பெ. **தோட்டோடு சேர்த்துத் தொங்கவிடும் காதணி;** ornament attached to and suspended from an ear stud.

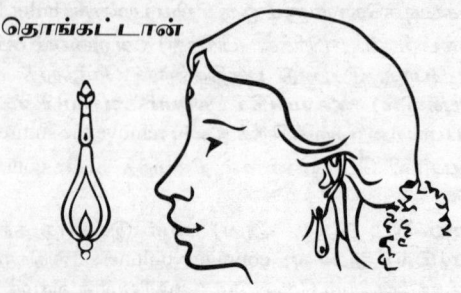

தொங்கட்டான்

தொங்கல்[1] பெ. **தொங்கட்டான்;** ornament suspended from an ear stud.

தொங்கல்[2] பெ. *(இலங்.)* **(நூல் முதலியவற்றின்) முனை; (வரிசையில்) கடைசி;** (of thread, etc.,) end; (of a row) end. நூலின் ஒரு தொங்கலைப் பட்டத்தில் கட்டிவிட்டு மறு தொங்கலைக் கையில் பிடித்துக்கொண்டான்./ வரிசையின் தொங்கலில் நின்றுகொண்டிருந்தான்.

தொங்கலில் விடு வி. (விட, விட்டு) *(பே.வ.)* **(ஒருவரை) சிக்கலில் மாட்டிவிடுதல்; தவிக்கவிடுதல்;** leave one in a state of distress. உன்னை நம்பித்தானே நான் இந்த வேலையில் இறங்கினேன். நீ என்னை இப்படித் தொங்கலில் விட்டால் என்ன அர்த்தம்?/ அவனிடம் ஜாக்கிரதையாக இரு. உன்னைத் தொங்கலில் விட்டுவிடுவான்.

தொங்கு[1] வி. (தொங்க, தொங்கி) **1: மேல் முனையில் மட்டும் பிடிப்புடன் இருந்து அல்லது ஒன்றில் மாட்டப்பட்டுக் கீழ்நோக்கியவாறு இருத்தல்;** hang; be suspended. கிளையைப் பிடித்துக்கொண்டு தொங்கினான்./ புளியங்காய்கள் கொத்துக்கொத்தாகக் காய்த்துத் தொங்கின./ தோளில் பை தொங்க நடந்து வந்தான். **2:** *(பே.வ.)* **(உதவி கேட்டுத் தொடர்ந்து) கெஞ்சுதல்;** entreat incessantly. பத்து ரூபாய்ப் பணத்துக்காக உன்னிடம் தொங்க வேண்டியிருக்கிறது./ உனக்காக நான் யாரிடமும் போய்த் தொங்க முடியாது.

தொங்கு[2] பெ.அ. *(சட்டசபை அல்லது மக்களவை குறித்து வரும்போது)* **தேர்தலில் எந்தக் கட்சிக்கும் அறுதிப் பெரும்பான்மை கிடைக்காததால் எந்தக் கட்சியும் பதவி ஏற்க முடியாத நிலையில் உள்ள;** hung (legislature or parliament). தொங்கு நாடாளுமன்றம்/ தொங்கு சட்டசபை.

தொங்குதசை பெ. *(இலங்.)* **உடலில் அளவுக்கு அதிகமாகக் காணப்படும் சதை; ஊளைச் சதை;** flab.

தொங்குபாலம் பெ. **(இடையில் தூண்கள் இல்லாமல் ஆற்றின் குறுக்கே கட்டப்படும்) இரு நீண்ட கம்பிகளுக்கு இடையே தொங்கிக்கொண்டிருக்கும் பாலம்;** suspension bridge.

தொங்குபொறி பெ. *(இலங்.)* **நிச்சயமற்ற தன்மை;** state of uncertainty. என்னுடைய பயணம் தொங்குபொறியில்தான் இருக்கிறது. இன்னும் சரியாகத் தீர்மானமாகவில்லை./ இவன் செய்யும் காரியமெல்லாம் தொங்குபொறியில்தான் இருக்கும்.

தொங்கு பொறிவு பெ. *(இலங்.)* **(ஒன்றின்) விழக்கூடிய நிலை;** a state in which sth. is about to fall. வீட்டுச் சுவர் தொங்கு பொறிவில் இருக்கிறது. அந்தப் பக்கம் போனால் கவனமாக இரு./ பேருந்தில் தொங்கு பொறிவில் நின்று போக வேண்டாம் என்று அப்பா கூறினார்.

தொங்குமான் பெ. **குரங்கு;** monkey. வரவர ஊரில் தொங்குமான்களின் அட்டகாசம் தாங்க முடியவில்லை./ தொங்குமான்கள் வெடிச் சத்தத்துக்குப் பயந்து சிதறி ஓடின.

தொங்கு ரயில் பெ. **வரிசையாக நிற்கும் ஒற்றைத் தூண்களின் கீழ்ப்பக்கம் அமைந்திருக்கும் ஒற்றைத் தண்டவாளத்தில் தொங்கியபடி விரைந்து செல்லும் ரயில்;** monorail.

தொட்ட இடமெல்லாம் வி.அ. **(ஒன்றின்) எல்லாப் பகுதிகளிலும்;** everywhere; all over. வீட்டில் தொட்ட இடமெல்லாம் கறையானாக இருக்கிறதே!/ புத்தகத்தில் தொட்ட இடமெல்லாம் ஒரே அச்சுப் பிழை.

தொட்டதந்தை பெ. *(இலங்.)* **ஞானத்தந்தை;** godfather.

தொட்டதற்கெல்லாம் வி.அ. **சாதாரணமான அல்லது மிகச் சிறிய விஷயத்திற்குக்கூட; எடுத்ததற்கெல்லாம்;** for each and every thing; for no valid reason. தொட்டதற்கெல்லாம் சிடுசிடுத்தால் என்ன செய்ய?/ நீ இப்படித் தொட்டதற்கெல்லாம் கோபப்பட்டால் நான் என்ன செய்வது?/ தொட்டதற்கெல்லாம் குறை கூறிக்கொண்டேயிருந்தார்.

தொட்டதாய் பெ. *(இலங்.)* **ஞானத்தாய்;** godmother.

தொட்டப்பா பெ. *(இலங்.)* **ஞானத்தந்தை;** godfather.

தொட்டம்மா பெ. *(இலங்.)* **ஞானத்தாய்;** godmother.

தொட்டாட்டு வேலை பெ. *(இலங்.)* **எடுபிடி வேலை;** odd job. வீட்டில் தொட்டாட்டு வேலை செய்வதற்கு ஒருவரைப் பிடிக்க வேண்டியுள்ளது.

தொட்டால்சிணுங்கி பெ. *(பே.வ.)* **1:** காண்க: **தொட்டால்சுருங்கி, 1. 2: எடுத்ததற்கெல்லாம் அழும் குழந்தை;** child that whimpers at the slightest provocation.

தொட்டால்சுருங்கி பெ. **1: ஏதாவது ஒன்று தன்மீது படும்போது மடங்கிக் குவிந்துகொள்ளும் இலைகளை உடைய செடி;** (the plant) touch-me-not. **2: (அதிகம் பொருட்படுத்தத் தேவையில்லாத)** சாதாரண **விஷயத்தைப் பற்றிக் குறைகூறினால்கூடத் தாங்கிக்கொள்ள முடியாத நபர்;** sensitive or touchy person. அவர் ஒரு தொட்டால்சுருங்கி; அவரிடம் ஜாக்கிரதையாகப் பேச வேண்டும்.

தொட்டி பெ. **1: (நீர், எண்ணெய் போன்றவற்றைப் பெரும் அளவில் சேமித்து வைத்துக்கொள்ள உதவும்) மரம், சிமெண்டு போன்றவற்றால் சதுரம், செவ்வகம் போன்ற வடிவில் செய்யப்பட்ட அமைப்பு;** (water) trough; tub; cistern. தொட்டியில் கழுநீர் ஊற்றி மாட்டுக்கு வை./ குடிநீர்த் தொட்டி/ மீன் தொட்டி. **2: (மரம், விறகு ஆகியவை) சேமித்து வைத்து விற்கப்படும் இடம்;** place or yard (where timber and firewood are sold). விறகுத் தொட்டி. **3:** காண்க: **பூந்தொட்டி.**

தொட்டில் பெ. **1: தாங்கியிருக்கும் இரண்டு கட்டைகளுக்கு இடையில் பக்கவாட்டில் ஆடும், குழந்தையைப் படுக்கவைக்க உதவும் அமைப்பு;** cradle. *(பார்க்க, படம்)* **2:** *(வ.வ.)* **தூளி; ஏணை;** cradle formed with a cloth. **3: உடைந்த முன்னங்கையைத் தொங்கவிடாமல் இருப்பதற்காகத் தோளிலிருந்து கையைச் சேர்த்துப் போடும் கட்டு;** sling.

தொட்டில்

தொட்டில் குழந்தை பெ. (பு.வ.) **குறிப்பிட்ட அரசு மருத்துவமனைகளில் உள்ள வரவேற்பு மையங்களில் வைக்கப்பட்டுள்ள தொட்டில்களில் விடப்படும், பெற்றோர்களால் கைவிடப்பட்ட நிராதரவான (பெரும் பாலும் பெண்) கைக்குழந்தைகள்;** abandoned new born child (mostly girl child) received by reception centers at selected government hospitals under Cradle Baby scheme. நாட்டிலேயே முதன்முறையாக *1992*இல் சேலத்தில் தொட்டில் குழந்தைத் திட்டம் தொடங்கப்பட்டது.

தொட்டு இ.சொ. **1: '(குறிப்பிடப்படும் காலம்) தொடங்கி' என்ற பொருளில் பயன்படுத்தப்படும் இடைச்சொல்; 'முதல்';** particle used in the sense of 'beginning from', 'since (a point of time in the past)'. நீ வந்த நாள்தொட்டு மழை பெய்துகொண்டிருக்கிறது./ இவை பண்டுதொட்டு நிலவிவரும் பழக்கவழக்கங்கள். **2:** (வ.வ.) **'(ஒருவரை அல்லது ஒன்றை) முன்னிட்டு' என்ற பொருளில் பயன் படுத்தப்படும் இடைச்சொல்; 'காரணமாக';** a word expressing instrumentality, meaning 'because of (s.o. or sth.)'. உன்னைத்தொட்டு அவனை அடிக்காமல் விடுகிறேன்./ நீ பணம் கேட்டதுதொட்டு அவனும் பணம் கேட்கிறான்.

தொட்டுக்கொள் வி. (-கொள்ள, -கொண்டு) **(சுவைக் காக உணவோடு ஊறுகாய், சட்னி போன்றவற்றை) சேர்த்து உண்ணுதல்;** have (sth.) for a relish. மிளகாய்ப் பொடியைத் தொட்டுக்கொண்டு இட்லி சாப்பிட்டேன்./ தொட்டுக்கொள்ள ஊறுகாய் இருக்கிறதா?

தொட்டுத்தொட்டு வி.அ. **(செலவுகள்) ஒன்றன் பின் ஒன்றாக;** (of expenditure) for item after item. பட்டுப் புடவை, சங்கிலி, மோதிரம் என்று தொட்டுத்தொட்டு நிச் சயதார்த்தத்திற்கே லட்சம் ரூபாய் செலவழிந்துவிட்டது./ ஏதோ ஒரு துணிச்சலில் வீடு கட்ட ஆரம்பித்தேன். தொட் டுத்தொட்டு செலவு ஆறு லட்சத்தைத் தாண்டிவிட்டது.

தொட்டெழுதும் பேனா பெ. (இலங்.) **கூட்டில் உள்ள மையைத் தொட்டு எழுதும் விதத்தில் முள் மட்டும் பொருத்தப்பட்ட பேனா;** pen without a tank for holding ink. அந்தக் காலத்தில் தொட்டெழுதும் பேனாவினால் பாடுபட்டு எழுதிவைத்த கணக்குப் பேரேடுகள்.

தொடக்க ஆட்டக்காரர் பெ. காண்க: **துவக்க ஆட்டக் காரர்.**

தொடக்கக் கல்வி பெ. **ஆரம்பக் கல்வி;** primary education.

தொடக்கப் பள்ளி பெ. **ஒன்று முதல் ஐந்து வகுப்பு வரை உள்ள பள்ளிக்கூடம்; ஆரம்பப் பள்ளி;** primary school.

தொடக்கம் பெ. **1: (காலத்தில்) தொடங்கிய முதல் நிலை; ஆரம்பம்;** beginning. தொடக்கத்திலிருந்தே நான் அவனைக் கவனித்துவருகிறேன்./ தொடக்கத்தில் வேலை சற்றுச் சிரமமாகத்தான் தோன்றும்./ கதையின் தொடக்கத் தில் உள்ள விறுவிறுப்பு கடைசிவரை இல்லை./ திரைப் படத்தின் தொடக்கமே சோகமாக இருந்தது. **2: ஒரு வேலையின் அடிப்படை நிலை; முதல் கட்டம்;** preliminary. தேர்தலை விரைவில் நடத்துவதற்கான தொடக்க நடவடிக்கைகள் எடுக்கப்பட்டுள்ளன.

தொடக்கு வி. (தொடக்க, தொடக்கி) (அ.வ.) **ஆரம்பித் தல்;** start. புதிய நிறுவனத்தை அடுத்த ஆண்டு தொடக்க எண்ணியிருக்கிறோம்.

தொடக்குக்காரன் பெ. (இலங்.) **(பிரசவம் அல்லது மர ணத்தால் தீட்டுக்கு உட்பட்டவராகக் கருதப்படும்) ஆண் வழி இரத்த உறவினர்;** a blood relation of the male line of the household which is said to be subject to defilement due to death or child birth occurred). அக்காவுக்குக் குழந்தை பிறந்ததைத் தொடக்குக்காரர் அனைவருக்கும் அறிவிக்க வேண்டும்./ சித்தப்பா தொடக்குக்காரர் என்பதால் அவர் கோயிலுக்கு உள்ளே வர மாட்டார்.

தொடங்கிவை வி. (-வைக்க, -வைத்து) **(சிறப்பு நிகழ்ச்சி மூலம் மாநாடு, விற்பனை முதலியவற்றை) ஆரம்பித்து வைத்தல்;** inaugurate. மாநாட்டு நிகழ்ச்சிகளைப் பிரத மர் தொடங்கிவைத்தார்./ திட்டப் பணிகளை முதல்வர் தொடங்கிவைப்பதாக இருந்தது.

தொடங்கு வி. (தொடங்க, தொடங்கி) **1: (குறிப்பிட்ட ஒன்றைச் செய்ய அல்லது நிகழ்த்த) செயல்பாட்டில் இறங்குதல்/(ஒரு நிலை) மாற ஆரம்பித்தல்;** begin. அவன் தன் சோகக் கதையைச் சொல்லத் தொடங்கினான்./ வெள்ளம் குறையத் தொடங்கிவிட்டது./ கூட்டம் மெல் லக் கலையத் தொடங்கியது. **2: (அலுவலகம், பள்ளி முத லியன) (குறிப்பிட்ட நேரத்தில்) செயல்படுதல்/ (அவற்றை) செயல்படச் செய்தல்;** (of office, school, etc.,) start working/open. உங்கள் அலுவலகம் எத்தனை மணிக்குத் தொடங்குகிறது?/ பள்ளிக்கூடத்தை ஏழு மணிக்கே தொடங்க வேண்டுமா? **3: (விழா முதலியவற்றின்) முதல் கட்டம் நடைபெறுதல்/முதல் கட்டத்தை நடைபெறச் செய்தல்;** (of a function, etc.,) begin/begin (a function, etc.,). இறை வணக்கத்துடன் விழா தொடங்கியது./ கூட்டத்தைத் தொடங்கும்போது மணி பத்து. **4: (நிறுவனம், பத்திரிகை முதலியவற்றைப் புதிதாக) தோற்றுவித்தல்/(அவை) செயல்பட ஆரம்பித்தல்;** form; establish; found (a party, etc.,). பிரிந்துபோகிற ஒவ்வொருவரும் ஒரு புதிய கட்சி யைத் தொடங்கிவிடுவார்கள் போலிருக்கிறதே!/ 'எழுத்து' பத்திரிகை *1959*ஆம் ஆண்டு வெளிவரத் தொடங்கியது. [(தொ.சொ.) **அமை/ உண்டாக்கு/ உருவாக்கு/ எழுப்பு/ நிறுவு**]

தொடர்[1] வி. (தொடர, தொடர்ந்து) **1: (ஒரு செயல், நிலை முதலியவை முடிவு அடையாமல்) நீளுதல்; நீடித்தல்;** continue. ஒப்பந்தம் ஏற்பட்ட பின்னரும் சண்டை தொடர் வது வருந்தத்தக்கது./ தொடர்ந்து பெய்த மழையால் போக்குவரத்து பாதிக்கப்பட்டது. **2: (இடையில் நின்றிருந் தது) மறுபடியும் தொடங்கி மேற்செல்லுதல்/(இடை யில் நின்றிருந்ததை) தொடங்கி நீடிக்கச் செய்தல்;** resume. சாப்பாட்டுக்குப் பிறகும் விவாதம் தொடர்ந்தது./ ஓராண்டு இடைவெளிக்குப் பிறகு படிப்பைத் தொடர்ந் தான். **3: (ஒருவரை) விட்டுவிடாமல் பின்செல்லுதல்;** follow. யாரோ தன்னைத் தொடர்வது போல உணர்ந் தான்./ நாய் நிழல்போல் அவனைத் தொடர்ந்தது.

தொடர்[2] வி. (தொடர, தொடர்ந்து) **(வழக்கு) தொடுத் தல்;** file (suit). பத்திரிகைமீது அவர் மானநஷ்ட வழக்குத் தொடர்ந்தார்.

தொடர்[3] பெ. 1: **ஒன்றை அடுத்து ஒன்றாக அமையும் வரிசை;** row; series; convoy (of vehicles). ராணுவ வாகனத் தொடர் கண்ணி வெடியில் சிக்கியது. 2: **(வானொலி, தொலைக்காட்சி, பத்திரிகை முதலியவற்றில்) குறிப்பிட்ட கால இடைவெளியில் ஒரு முறை என்று தொடர்ந்து வரும் நிகழ்ச்சி;** serial (in a radio, television broadcast or in a magazine). பத்திரிகையில் வந்த கட்டுரைத் தொடர் முடிந்துவிட்டது. 3: **(விளையாட்டுகளில்) இரு அணிகளுக்கு இடையே ஓர் ஆட்டத்தைத் தொடர்ந்து மற்றோர் ஆட்டம் என்ற முறையில் நடைபெறும் போட்டி வரிசை;** (of sports) series (of matches). மூன்று போட்டிகள் கொண்ட தொடரை இரண்டுக்கு ஒன்று என்ற கணக்கில் இந்திய அணி கைப்பற்றியது./ மூட்டு வலி காரணமாக இந்தக் கால்பந்துத் தொடரில் ரொனால்டோ பங்கேற்க முடியாது எனத் தெரிகிறது. 4: **குறிப்பிட்ட ஒழுங்கில் அமைந்து பொருள் தரும் சொற்களின் வரிசை;** string of words; phrase. தம் கட்டுரையில் பல சங்க இலக்கியத் தொடர்களை ஆசிரியர் எடுத்தாண்டிருக்கிறார்.

தொடர் உண்ணாவிரதம் பெ. **குறிப்பிட்ட காலத்துக்கு ஒருவர் அல்லது ஒரு குழு என்ற முறையில் தொடர்ந்து நடத்தும் உண்ணாவிரதம்;** fasting in relays.

தொடர் ஓட்டம் பெ. 1: **ஓட வேண்டிய தூரத்தின் நான்கில் ஒரு பகுதியை ஒருவர் கடந்த பிறகு தன் கையில் உள்ள கட்டையை இன்னொருவரிடம் தந்து, அவர் அந்த இடத்திலிருந்து தொடர்ந்து ஓடும் ஓட்டப் பந்தயம்;** relay race. பெண்களுக்கான *4 x 400* மீட்டர் தொடர் ஓட்டம். 2: **(விளையாட்டுப் போட்டி, விழா முதலியவை தொடங்கும் இடத்துக்கு) ஒருவரைத் தொடர்ந்து மற்றவர் ஓடி ஜோதியைக் கொண்டுவருதல்;** running in relays (as in bringing the Olympic torch). ஒலிம்பிக் போட்டிக்கான ஜோதி ஒரு நாட்டிலிருந்து மற்றொரு நாட்டுக்குத் தொடர் ஓட்டமாக எடுத்துச் செல்லப்படுகிறது.

தொடர்கதை பெ. **(வாரப் பத்திரிகைகளில்) பகுதிபகுதியாகத் தொடர்ந்து வெளியிடப்படும் நீண்ட கதை;** serial (in a periodical). நான் எழுதிவந்த தொடர்கதை இந்த வாரத்தோடு முடிவடைகிறது./ (உரு வ.) காவிரி நீர்ப் பிரச்சினை தொடர்கதையாகப் போய்க்கொண்டிருக்கிறதே?

தொடர்கதையாகு வி. (-ஆக, -ஆகி) **(விரும்பத் தகாத ஒரு நிகழ்வு, செயல்பாடு போன்றவை) (இனித் தொடராது என்று நினைத்திருக்கும் நேரத்தில்) மீண்டும் நிகழ்தல்;** (of something unpleasant) recur. குடும்பம் நடத்துவது ரொம்பச் சிரமமாக இருக்கிறது என்று சொன்னார் என்பதற்காக ஒரு மாதம் உதவி செய்தேன். இது தொடர்கதையாகிவிடும் போலிருக்கிறதே.

தொடர்ச்சி பெ. (-ஆக, -ஆன) 1: **இருக்க வேண்டிய வரிசையில் அல்லது முறையில் தொடர்ந்து இருப்பது;** continuity. இந்த நூலில் பக்கங்கள் தொடர்ச்சியாக இல்லை./ கதைத் தொடர்ச்சி சரியாக அமையவில்லை./ மூன்று நாட்கள் தொடர்ச்சியாக மழை பெய்தது. 2: **ஒன்று முடியும் இடத்திலேயே மற்றொன்று துவங்கி அமைந்திருப்பது; ஒன்றைத் தொடர்ந்து ஒன்றாக இருப்பது;** range (of mountains); row (of houses, etc.,). மேற்குத் தொடர்ச்சி மலை/ தொடர்ச்சியான போராட்டங்கள் காரணமாக ஊழியர்களின் கோரிக்கைகள் ஏற்கப்பட்டன./ தொடர்ச்சியான தேடல்தான் என் எழுத்தின் குறிக்கோள். 3: **(நடந்து முடிந்த ஒன்றின்) விளைவாக நிகழ்வது;** sequel. தேர்தலின் தொடர்ச்சிதான் போன வாரம் நடந்த கலவரங்கள்./ மாநாட்டின் தொடர்ச்சியாக ஒரு பேரணி நடந்தது.

தொடர்ந்தாற்போல் வி.அ. (பே.வ.) காண்க: **தொடர்ந்து.**

தொடர்ந்து வி.அ. 1: **(ஒன்றை) அடுத்து; உடனே;** following immediately after. விழாவைத் தொடர்ந்து இன்னிசைக் கச்சேரி நடைபெற்றது./ இடிமின்னலைத் தொடர்ந்து பெய்த மழையில் நான்கு வீடுகள் சரிந்தன./ கூட்டத்தைத் தொடர்ந்து நடந்த விருந்தில் நான் கலந்து கொள்ளவில்லை. 2: **தொடர்ச்சியாகவும் மீண்டும்மீண்டும்;** all along. இதையே கேரளா தொடர்ந்து கூறிவருகிறது./ நீ எந்த முயற்சியும் செய்யாமல், என்னால் முடியாது என்று தொடர்ந்து சொல்லிக்கொண்டிருந்தால் என்ன செய்வது?

தொடர்நாயகன் பெ. **(பல போட்டிகள் கொண்ட விளையாட்டுகளில்) ஒரு தொடர் முழுதும் சிறப்பாக விளையாடிய வீரருக்கு வழங்கப்படும் விருது;** man-of-the-series (Award). டெண்டுல்கர் தொடர்நாயகன் விருதைப் பல முறை பெற்றுள்ளார்./ ஹாக்கிப் போட்டியின் தொடர் நாயகன் விருது தன்ராஜ் பிள்ளைக்குக் கிடைத்தது.

தொடர்பாக/தொடர்பான வி.அ./பெ.அ. **சம்பந்தமாக; காரணமாக/சம்பந்தமான; காரணமான;** in connection with/relating to. ஆயுதங்கள் வாங்குவது தொடர்பாக ஒரு குழு அமெரிக்காவுக்குப் போயிருக்கிறது./ வங்கிக் கொள்ளை தொடர்பாக மூன்று பேர் கைதுசெய்யப்பட்டுள்ளனர்./ காவிரி நீர்ப் பங்கீடு தொடர்பான கூட்டங்கள்.

தொடர்பாடல் பெ. (இலங்.) **ஒருவருடன் தொடர்பை மேற்கொள்ளும் செயல்பாடு;** the act of establishing communication with others. அவன் தொடர்பாடல் மூலம் பல நண்பர்களைச் சம்பாதித்தான்./ அவருடன் தொடர்பாடல் செய்யும்போது கவனமாக இரு./ தொடர்பாடல் செய்வதற்காகப் பயன்படுத்தப்பட்ட கருவிகள் ராணுவத்தால் கைப்பற்றப்பட்டன.

தொடர்பு பெ. 1: **(பிறப்பு, நட்பு, தொழில் முதலியவற்றால் ஏற்படும்) உறவு;** contact; relation. சொத்துத் தகராறினால் அவர்களுக்கிடையே எந்த விதத் தொடர்பும் இல்லாமல் போயிற்று./ நம் நாடு பல நாடுகளுடன் வாணிபத் தொடர்பு கொண்டுள்ளது. [(தொ.சொ.) **அறிமுகம்/ உறவு/ நெருக்கம்/ பந்தம்/ பரிச்சயம்/ பழக்கம்/ பிணைப்பு**] 2: **பாலுணர்வு அடிப்படையிலான உறவு;** affair. தன் கணவன் வேறொரு பெண்ணோடு தொடர்பு வைத்திருக்கிறான் என்பதை அவள் அறிந்துகொண்டாள். 3: **காரண அடிப்படை உடைய சம்பந்தம்;** link; connection. உன் எண்ணத்திற்கும் செயலுக்கும் தொடர்பு இல்லாதது போலிருக்கிறதே! 4: **(தொலைபேசி, மின்சாரம் முதலியவற்றைப் பயன்படுத்தும் வகையில்) இரு இடங்களை இணைப்பது; இணைப்பு;** connection (of electricity, telephone, etc.,); line. புயலால் மின் தொடர்பு அறுந்துபோயிருந்தது./ தொலைபேசித் தொடர்பு கிடைக்க நேரமாயிற்று.

தொடர்புகொள் வி. (-கொள்ள, -கொண்டு) **தகவல் தருவதற்கான அல்லது பெறுவதற்கான முறையை மேற்கொள்ளுதல்;** contact (through phone, letter, etc.,); get in touch

தொடர்புபடுத்து 746

with. மருத்துவரைத் தொலைபேசியில் தொடர்புகொண்டு நிலைமையை விளக்கினேன்./ பேராசிரியரோடு கடிதம் மூலம் தொடர்புகொள்ள முயன்றேன்./ இந்த வேலையில் சேர விரும்புபவர்கள் நேரடியாகத் தொடர்புகொள்ளவும்.

தொடர்புபடுத்து வி. (-படுத்த, -படுத்தி) **ஏதேனும் ஒரு காரண அடிப்படையில் இரண்டு அல்லது இரண்டுக்கு மேற்பட்டவற்றை இணைத்துப்பார்த்தல்;** relate. அவர்களுக்குள் இருந்த முன்விரோதத்தையும் இந்தக் கொலையையும் காவல்துறை தொடர்புபடுத்திப் பார்க்கிறது.

தொடர்பை எடு வி. (எடுக்க, எடுத்து) (இலங்.) **(தகவல் அளிக்கவும் பெறவும் பயன்படுவதும் குறிப்பிட்ட அலைவரிசையில் மட்டும் இயங்குவதுமான) தொலைத்தொடர்பு சாதனத்தின் மூலம் தொடர்புகொண்டு பேசுதல்;** connect and speak through walkie-talkie. காவல்துறை அதிகாரி தொடர்பை எடுத்துத் தகவல்களை அனுப்பிக்கொண்டிருந்தார்.

தொடர்மாடி பெ. (இலங்.) **அடுக்குமாடிக் கட்டடம்;** multi-storeyed building. எமது அலுவலகம் அந்தத் தொடர்மாடியின் மூன்றாவது தளத்தில் அமைந்துள்ளது./ வீதி முழுதும் தொடர்மாடிகள்!

தொடர்வட்டி பெ. (அ.வ.) **கூட்டுவட்டி; வட்டிக்கு வட்டி;** compound interest.

தொடர்வைப்புக் கணக்கு பெ. **(வங்கி, அஞ்சல்நிலையம் முதலியவற்றில்) குறிப்பிட்ட காலம்வரை மாதாமாதம் ஒரு தொகையைச் செலுத்திச் சேமித்து வட்டியோடு திரும்பப் பெறும் முறை;** recurring deposit (in a bank, post office, etc.,).

தொடரியல் பெ. (மொழி.) **வாக்கிய அமைப்பின் விதிமுறைகளையும் வாக்கியங்களுக்கு இடையிலான உறவையும் விளக்கும் மொழியியல் பிரிவு;** syntax.

தொடி பெ. **(பெண்கள்) தோளை அடுத்த கைப் பகுதியில் அணிந்துகொள்ளும், பிடித்தாற்போல் இருக்கும் அணி வகை;** a tight-fitting ornament for the upper arm. அம்மன் சிலையின் கையில் தொடி.

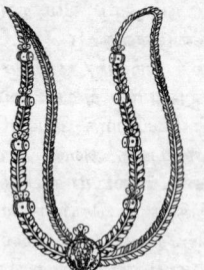

தொடி

தொடு[1] வி. (தொட, தொட்டு) **அ.** (ஒன்றின் மேல் ஒன்றைப் படச் செய்தல் தொடர்பான வழக்கு) **1: (கையை) படச் செய்தல்; படச் செய்வதன் மூலம் உணர்தல்;** touch; feel by touch. பெற்றோரின் பாதங்களைத் தொட்டு வணங்கினான்./ நெற்றியைத் தொட்டுப் பார்த்துவிட்டு 'குழந்தைக்குக் காய்ச்சல் அடிக்கிறது' என்றாள்./ வர்ணம் இன்னும் காயவில்லை, கதவைத் தொடாதே!/ (உரு வ.) அந்தக் காட்சி மனத்தைத் தொட்டது. **2: ஒன்று மற்றொன்றின் மீது படுதல்; ஒன்றை ஒட்டி மற்றொன்று இருத்தல்;** touch; come in contact with; be adjacent to. மின்சாரக் கம்பியை மரக்கிளை தொடுவதால் மின்தடை ஏற்படலாம்./ இரண்டு மேஜைகளையும் தொட்டாற்போல் போடு! **ஆ.** (தொடுதலை உள்ளடக்கிய பிற செயல்களைக் குறிக்கும் வழக்கு) **3: (பெரும்பாலும் எச்ச வடிவங்களில் வரும்போது) அடித்தல்;** assault. நான் இருக்கும்போது யார் உன்னைத் தொட முடியும்?/ அவனைத் தொட்டால் கையை முறித்துவிடுவேன். **4: (பெரும்பாலும் எச்ச வடிவங்களிலும் எதிர்மறையிலும் வரும்போது) உண்ணுதல்;** taste (food); have a bite (to eat); (of animals) eat. சாப்பாட்டைத் தொட்டு இரண்டு நாளாகிறது./ மாடு இரண்டு நாட்களாக வைக்கோலைக்கூடத் தொடவில்லை. **5: (பெரும்பாலும் எச்ச வடிவங்களிலும் எதிர்மறையிலும்) பயன்படுத்துதல்;** touch; use. உன் சைக்கிளை நான் தொடுவதே இல்லை./ 'தூரிகையைத் தொட்டு வெகு நாட்கள் ஆகிவிட்டன' என்றார் ஓவியர்./ (உரு வ.) உங்கள் கதையில் நீங்கள் சமூகப் பிரச்சினைகளைத் தொடுவதே இல்லை! **6: (செயலை) மேற்கொள்ளுதல்;** undertake. அவன் தொட்டதெல்லாம் துலங்கும்./ நீ தொட்ட காரியம் ஏதாவது உருப்பட்டிருக்கிறதா? **இ.** (ஒன்றை அடைதல் தொடர்பான வழக்கு) **7: எட்டுதல்;** reach. இந்தியாவின் மக்கள்தொகை மிகக் குறைந்த காலத்திலேயே நூறு கோடியைத் தொட்டுவிட்டது./ நாம் தொட முடியாத உயரத்துக்கு அவன் போய்விட்டான்./ விண்ணைத் தொடும் கட்டடங்கள்.

தொடு[2] வி. (தொடுக்க, தொடுத்து) **1: (சரம் அல்லது மாலை ஆக்குவதற்காகப் பூக்களை) தொடர்ந்து ஒன்றன் பின் ஒன்றாக வரும் வகையில் நாரில் அல்லது நூலில் முடிச்சிட்டு இணைத்தல்;** string (loose flowers). 'பூத் தொடுத்துத் தருகிறாயா?' என்று அக்கா கேட்டாள். **2:** (உ.வ.) **(அம்பு) எய்தல்;** shoot (an arrow). **3: (தாக்குதல்) நடத்துதல்;** mount or launch (an attack). பயணிகள் கப்பல்மீது தீவிரவாதிகள் தொடுத்த தாக்குதல் கண்டிக்கத் தக்கது./ எழுத்துச் சுதந்திரத்தை அரசு பறிப்பதாகப் பத்திரிகைகள் தாக்குதல் தொடுத்தன. **4: (வழக்கு) தாக்கல் செய்தல்;** file (a case). பத்திரிகைமீது அவர் வழக்குத் தொடுத்துள்ளார். **5: (தொடர்ந்து கேள்விகளை) கேட்டல்;** shoot (questions). அமைச்சரை நிருபர்கள் சூழ்ந்துகொண்டு கேள்விகளைத் தொடுத்தனர்./ நேர்முகத்தில் சரமாரியாகத் தொடுக்கப்பட்ட வினாக்களுக்கு விடைகொடுக்க முடியாமல் தடுமாறினார்.

தொடுக்குக் கம்பு பெ. (வ.வ) **வைக்கோலைக் காயவைத்துத் திரட்டுவதற்கும் வைக்கோலைப் போர் போடவும் பயன்படும், வளைவுக் கம்பியுடன் கூடிய மூங்கில் கழி;** bamboo staff with a hook at one end to toss paddy straw for drying and for gathering straw into a haystack .

தொடுகறி பெ. **முக்கிய உணவுடன் சேர்த்துச் சாப்பிடுவதற்காகத் தயாரிக்கப்படும் உணவுப் பொருள்; வெஞ்சனம்;** side-dish. இரண்டு வகைத் தொடுகறி செய்திருக்கிறேன்.

தொடுகிலும் வி.அ. (இலங்.) **எந்தக் காரணத்தை முன்னிட்டும்;** for whatever reason. தொடுகிலும் அவன் வீட்டுக்கு

747 தொண்டை

நான் போக மாட்டேன்./ தொடுகிலும் நான் மதுபானம் பாவிக்க மாட்டேன்.

தொடுகை பெ. (பெ.வ.) **தொடும் செயல்; ஸ்பரிசம்;** touch. எது நல்ல தொடுகை, எது கெட்ட தொடுகை என்பதைக் குழந்தைகளுக்குக் கற்றுத்தர வேண்டும்.

தொடுசல் பெ. (இலங்.) **தொடர்பு; தொடுப்பு;** affair. அவளுடன் அவனுக்குத் தொடுசலாம்.

தொடுதிரை பெ. (பு.வ.) **(ரயில் நிலையம், வங்கி போன்றவற்றில் வைக்கப்பட்டிருக்கும்) திரையில் உள்ள குறியீடுகளைக் கையால் தொடுவதன் மூலம் தேவைப்படும் தகவல்களைப் பெறும் விதத்தில் வடிவமைக்கப்பட்ட கணிப்பொறியின் திரை;** touch screen.

தொடுப்பு பெ. (ஊரக வ.) காண்க: தொடர்பு, 2.

தொடுவானம் பெ. **அடிவானம்;** horizon.

தொடுவுணர்வு பெ. **ஒன்றைத் தொடுவதால் பெறும் உணர்வு;** the sense of touch. அமிலம் பட்டுபட்டு விரல் நுனிகள் தொடுவுணர்வை இழந்துவிட்டன.

தொடை[1] பெ. **(மனிதரில்) இடுப்புக்கும் முழங்காலுக்கும் இடையே உள்ள, (விலங்குகளில்) பின்னங்கால்களின் மேல் உள்ள சதைப்பற்று மிகுந்த பகுதி;** (of human beings) thigh; (of animals) upper part of the hind leg. விபத்தில் அவருக்குத் தொடை எலும்பு முறிந்துவிட்டது. *(பார்க்க, படம்: உடல்)*

தொடை[2] பெ. (இலக்.) **(பழந்தமிழ் இலக்கியத்தில் ஐந்து வகையாக அமைந்த) செய்யுள் உத்தி;** poetic device in ancient Tamil literature. எதுகைத் தொடை/ மோனைத் தொடை/ இயைபுத் தொடை/ முரண் தொடை/ அளபெடைத் தொடை.

தொடைதட்டு வி. (-தட்ட, -தட்டி) **(ஒருவர் சண்டை, தகராறு முதலியவற்றுக்கு) பரபரப்புடன் தயாராதல்;** get ready for a fight with gusto.

தொடைநடுங்கி பெ. **இயல்பாகவே பயந்த சுபாவம் உள்ள நபர்;** timid person.

தொடைநடுங்கு வி. (-நடுங்க, -நடுங்கி) **இயல்பாகவே மிகவும் பயப்படுதல்;** feel overly timid. மேலதிகாரியிடம் பேசுவதற்கு இப்படித் தொடைநடுங்குகிறாயே?

தொண்டர் பெ. **ஒரு கட்சியிலோ பொதுநல அமைப்பிலோ ஊதியம் இல்லாமல் பணி செய்பவர்;** worker (in a party); volunteer (in a service organization). கட்சித் தொண்டர்கள் தீவிரமாகத் தேர்தல் பணியில் இறங்கிவிட்டார்கள்./ செஞ்சிலுவைச் சங்கத் தொண்டர்கள்/ தமிழ்த் தொண்டர்கள்.

தொண்டர் ஆசிரியர் பெ. (இலங்.) **(அரசு உதவியின்றி) பாடசாலைக்குக் கிடைக்கும் வருமானத்தில் பாடசாலை அதிபரே நியமித்துக்கொள்ளும் ஆசிரியர்;** teacher appointed by the school principal (whose salary is not paid by government). தொண்டர் ஆசிரியர் என்பதால் பள்ளியில் இருந்த மாணவர்களின் எண்ணிக்கைக்கு ஏற்ப அவருக்குச் சம்பளம் கிடைத்தது.

தொண்டர்படை பெ. (இலங்.) **தொண்டு செய்வதற்காக ஒன்றுசேர்ந்த அணி; தொண்டர் கூட்டம்; தொண்டர் குழாம்;** squad of volunteers or workers; volunteer corps. கோயிலில் மட்டும் தொண்டர் படை இல்லாவிட்டால், சன நெரிசலில் பலர் செத்துப்போயிருப்பார்கள்./ சாலையில் செல்லும் வாகனங்களை ஒழுங்குசெய்யத் தொண்டர் படை உதவியது.

தொண்டான் பெ. (வ.வ.) **சால்;** a long bag made of leather or canvas used in water lift.

தொண்டிக் கட்டை பெ. **ஓடிவிடாமல் தடுப்பதற்காக, ஓடினால் காலில் இடிக்கும் வகையில் எருமையின் கழுத்தில் கட்டப்படும் கட்டை;** a piece of wood hung from the neck of a female buffalo to prevent it from running away.

தொண்டு பெ. **1: தன்னலம் கருதாமல், எந்தவித ஆதாயத்தையும் எதிர்பார்க்காமல் ஒன்றின் நன்மைக்காக அல்லது வளர்ச்சி போன்றவற்றுக்காகச் செய்யும் பணி; சேவை;** service. கிராம மக்களுக்குத் தொண்டு செய்ய மருத்துவர்கள் தயாராக இருக்க வேண்டும்./ இந்த நூல் அவர் தமிழ் மொழிக்குச் செய்த பெரும் தொண்டு ஆகும். [*(தொ.சொ.)* **கைங்கர்யம்/ சேவை/ தர்மம்**] **2: கடவுளுக்குச் செய்யும் சேவை;** service (to god). நாயன்மார்கள் சிவனுக்குத் தொண்டு செய்வதையே தம் வாழ்க்கையின் குறிக்கோளாகக் கொண்டிருந்தார்கள். [*(தொ.சொ.)* **கைங்கர்யம்/ சேவை/ பணி**]

தொண்டு கிழம் பெ. **மிகவும் வயதான ஆண் அல்லது பெண்;** very old person. ஒரு தொண்டு கிழத்தை இழுத்துக்கொண்டு இவள் ஏன் கோயில்கோயிலாகத் திரிகிறாள் என்று பாட்டி அம்மாவைத் திட்டினாள்.

தொண்டுதுரவு பெ. (இலங்.) **எடுபிடி வேலை;** odd jobs. அவருடைய பதவிக் காலத்தில் தொண்டுதுரவு செய்யவே நான்கைந்து ஆட்கள் வீட்டில் இருந்தனர்./ எங்களுக்கு ஒரு காலத்தில் தொண்டுதுரவு செய்துகொண்டிருந்த குடும்பங்கள் இன்று நல்ல நிலைமைக்கு வந்துவிட்டதில் சந்தோஷம்தான்.

தொண்டு நிறுவனம் பெ. **(லாப நோக்கில் இல்லாமல்) பொதுத் தொண்டு செய்வதற்கென்றே ஏற்படுத்தப்பட்ட அரசுசாரா அமைப்பு;** not-for-profit organization; voluntary agency. நாற்பது தொண்டு நிறுவனங்கள் இணைந்து இந்தக் கண்காட்சியை ஏற்பாடுசெய்துள்ளன./ சுற்றுச்சூழல் விழிப்புணர்வை உருவாக்க இந்தத் தொண்டு நிறுவனம் பாடுபட்டு வருகிறது.

தொண்டூழியம் பெ. **1:** (அ.வ.) **(கிராமத்தில்) ஜமீன்தார், பண்ணையார் போன்றோரிடம் தலைமுறைதலைமுறையாகச் செய்யும் அடிமை வேலை;** serfdom. **2: (எரிச்சலூட்டும்) சிறுசிறு வேலைகள்;** (irritating) petty jobs. உனக்குத் தொண்டூழியம் செய்வதே என் வேலையாகப் போய்விட்டது என்று அம்மா புலம்பினாள்.

தொண்டை பெ. **1: உணவும் காற்றும் தனித்தனியாக உட்செல்ல இரு திறப்புகளை உடையதும் குரலை வெளிப்படுத்துவதுமான, கழுத்தின் உள்பகுதி;** throat. தொண்டைப் புண்ணுக்குப் பாலில் மஞ்சள்தூள் போட்டுக் குடிக்கலாம்./ குழந்தையின் தொண்டையில் காசு மாட்டிக்கொண்டது./ காது, மூக்கு, தொண்டை மருத்துவர். **2: கழுத்தின் முன்பகுதி;** the front part of the neck; throat. தொண்டையைப் பிடித்து நெரிக்காதே. **3: (ஒருவரின்)**

தொண்டை அடைப்பான் 748

குரல்; voice. அவருக்கு நல்ல வளமான தொண்டை./ தொண்டை கரகரப்பாக இருந்ததால் அவரால் பாட முடியவில்லை./ தொண்டையைப் பழக்கினால்தான் நல்ல இசையை வெளிப்படுத்த முடியும்.

தொண்டை அடைப்பான் பெ. **பெரும்பாலும் குழந்தைகளுக்குக் காய்ச்சல், தொண்டைப் புண் முதலிய அறிகுறிகளுடன் தோன்றி மூக்கினுள்ளும் உதடுகளின் மீதும் மஞ்சளான சாம்பல் நிறப் படலத்தை உண்டாக்கும் தொற்றுநோய்;** diphtheria.

தொண்டைக்கட்டு பெ. **இயல்பாக பேச முடியாமல் குரல் கம்மியிருக்கும் நிலை;** sore throat. அவருக்குத் தொண்டைக்கட்டு, சரியாகப் பேச முடியவில்லை.

தொண்டைக்குழி பெ. **கழுத்தின் முன்பகுதியும் மார்பும் இணையும் இடத்தில் அமைந்திருக்கும் குழிவான பகுதி;** the hollow just below the Adam's apple.

தொண்டைகட்டு வி. (-கட்ட, -கட்டி) **(ஜலதோஷம், தொடர்ச்சியான பேச்சு முதலியவை காரணமாக) சரியாகப் பேச முடியாதபடி குரல் கம்முதல்;** (of throat) become sore. அழுதழுது தொண்டைகட்டிக்கொண்டது./ தொண்டைகட்டியிருந்ததால் கூட்டத்தில் அவர் பேசவில்லை.

தொண்டைகிழிய வி.அ. **உரத்த குரலில்;** at the top of one's voice. ஏன் இப்படித் தொண்டைகிழியக் கத்துகிறாய்?

தொண்டைத் தண்ணீர் பெ. *(பே.வ.)* **பேசும் சக்தி;** the energy to speak. சீக்கிரம் வீட்டுக்கு வந்துவிடு என்று தினமும் சொல்லித்தான் அனுப்புகிறேன். என் தொண்டைத் தண்ணீர் வீணாகிறதே ஒழிய, அவன் நினைத்ததைத்தான் செய்கிறான்./ நீ எதற்கு இப்போது தொண்டைத் தண்ணீர் வற்றக் கத்திக்கொண்டிருக்கிறாய்?

தொண்டையில் பிடி வி. (பிடிக்க, பிடித்து) *(இலங்.)* **(ஒருவரை) நெருக்கடிக்கு உட்படுத்துதல்;** force s.o.; pressurise s.o. கடன் கொடுத்தவர் காசை உடனே திருப்பித் தர வேண்டும் என்று தொண்டையில் பிடிக்கிறார்.

தொண்டையை நனை வி. (நனைக்க, நனைத்து) **(மிகக் குறைந்த அளவிலாவது நீர், பானம் போன்றவற்றை) குடித்தல்;** take a small quantity of food or water. வெயிலில் அலைந்துவிட்டு வந்தது களைப்பாக இருக்கிறது. கொஞ்சம் இரு, தொண்டையை நனைத்துவிட்டு வருகிறேன்./ காலையிலிருந்து தொண்டையை நனைக்காமல்கூட அப்படி என்ன வேலை?

தொண்ணூறு பெ. **பத்தின் ஒன்பது மடங்கைக் குறிக்கும் எண்;** (the number) ninety.

தொணதொண வி. (தொணதொணக்க, தொணதொணத்து) *(பே.வ.)* **எரிச்சலையும் வெறுப்பையும் உண்டாக்குகிற வகையில் ஒன்றையே திரும்பத்திரும்பப் பேசுதல்;** pester; vex (by harping on sth.). தொணதொணக்காமல் கொஞ்ச நேரம் சும்மா இரு.

தொணதொணப்பு பெ. *(பே.வ.)* **எரிச்சலை ஏற்படுத்தும் தொடர்ந்த பேச்சு;** nagging. அம்மாவின் தொணதொணப்பு தாங்காமல் வேறு வீடு மாற்றிவிட்டோம்.

தொத்தல் பெ. *(பே.வ.)* **சதைப்பிடிப்பு இல்லாமல் மிகவும் ஒல்லியாக இருப்பது;** condition of being skinny. தொத்தல் மாடு.

தொத்து பெ. *(இலங்.)* **முட்டு;** prop; block. வளை முறியப் பார்க்கிறது. ஒரு தொத்து கொடுத்தால்தான் தாங்கும்.

தொதல் பெ. *(இலங்.)* **அரிசி மாவோடு தேங்காய்ப்பால், சர்க்கரை, ஏலக்காய், முந்திரிப் பருப்பு ஆகியவற்றைக் கலந்து கிண்டித் தயாரிக்கும் இனிப்புப் பண்டம்;** sweet snack made from rice flour, coconut, sugar, cardamoms, cashew nuts, etc., வருடப் பிறப்புக்கு நாங்கள் தொதல் கிண்டினோம்./ என் பிறந்த நாளுக்கு அம்மா தொதல் கிண்டித் தந்தாள்.

தொந்தம் பெ. *(பே.வ.)* **சம்பந்தம்; தொடர்பு;** connection; relationship. உனக்கும் எனக்கும் விட முடியாத ஒரு தொந்தம்.

தொந்தரவு பெ. **தொல்லை; உபத்திரவம்;** trouble; inconvenience. இந்த இரவு நேரத்தில் தொந்தரவு கொடுப்பதற்கு மன்னிக்கவும்./ பொதுமக்களுக்கு எந்தத் தொந்தரவும் இல்லாமல் ஊர்வலம் நடத்த ஏற்பாடு செய்யப்பட்டது.

தொந்தி பெ. **பருத்து முன்தள்ளிக் காணப்படும் வயிறு; தொப்பை;** paunch.

தொப்-என்று வி.அ. *(ஒரு பொருள் விழுவதைக் குறிக்கும்போது)* **அதிக விசையும் சத்தமும் இல்லாமல்; சொத்தென்று;** with a thud. மரத்திலிருந்து தேங்காய் ஒன்று தொப்பென்று கிணற்றுள் விழுந்தது.

தொப்பல் பெ. (-ஆக) **உடல் முழுவதும் நீர் சொட்ட ஈரத்துடன் இருக்கும் நிலை;** (soaking) wet. திடீரென்று பெய்யத் தொடங்கிய மழையில் தொப்பலாக நனைந்துவிட்டாள்.

தொப்பி[1] பெ. **தலையின் மேற்பகுதியை மூடி அணிந்துகொள்ளும், பல வடிவங்களில் இருக்கும் தலை உறை;** hat (of various shapes and sizes); cap. குழந்தைக்கு ஓலைத் தொப்பி மிகவும் அழகாக இருந்தது./ இரும்புத் தொப்பி அணிந்த காவலர்கள்.

தொப்பி[2] பெ. *(இசை)* **(மிருதங்கம், டோலக் போன்ற தாளவாத்தியக் கருவிகளில்) வலது பக்கத்தைவிட அளவில் பெரியதாகவும் குறைவாக ஒலியை வெளிப்படுத்தக்கூடியதுமான இடது பக்கம்;** the left face of percussion instruments like mridangam and dholak larger in circumference than the right one but producing a less shrill sound.

தொப்புள் பெ. **(தொப்புள்கொடியைத் துண்டித்த பின்) வயிற்றின் நடுவில் சுழி போலக் காணப்படும் குழிவு;** navel. *(பார்க்க, படம்: உடல்)*

தொப்புள்கொடி பெ. **தாயின் கருப்பைக்குள் சிசுவை அதன் தொப்புள் வழியாக நஞ்சுக் கொடியுடன் இணைக்கும் குழாய்;** umbilical cord.

தொப்பூழ் பெ. காண்க: **தொப்புள்.**

தொப்பை பெ. *(பே.வ.)* **தொந்தி;** paunch. நாற்பது வயதில் இப்படி ஒரு தொப்பையா!

தொப்பைதள்ளு வி. (-தள்ள, -தள்ளி) *(பே.வ.)* **வயிறு பெருத்து முன்பக்கம் சரிதல்;** develop a paunch. இந்த இளம் வயதிலேயே உனக்குத் தொப்பைதள்ளிவிட்டதே!

தொம்பக்கூத்தாடி பெ. **கழைக்கூத்தாடி;** street acrobat.

தொம்பை[1] பெ. *(ஊரக வ.)* **(நெல் முதலிய தானியத்தைச் சேமித்து வைப்பதற்குப் பயன்படும்) மூங்கிலால் செய்யப்பட்ட குதிர் போன்ற கூடை;** large bamboo basket (to store grain). *தொம்பையைச் சாணி போட்டு மெழுகி வைப்பார்கள்.*

தொம்பை[2] பெ. **(தேரில் தொங்கவிடப்படும்) வண்ணத் துணிகளால் தைக்கப்பட்ட நீண்ட கூடு போன்ற அலங்காரப் பொருள்;** column-like decorative piece made of cloth hung from a temple car. *(பார்க்க, படம்: தேர்*[2]*)*

தொய் வி. *(தொய்ய, தொய்ந்து)* **1: இறுக்கம் அல்லது விறைப்பு இழந்துவிடுதல்; துவளுதல்; தளர்தல்;** become slack; lose tautness; sag. *நிறைய துணிகள் தொங்குவதால் கொடி தொய்ய ஆரம்பித்துவிட்டது./ விபத்தில் சிக்கிய வரை வெளியே எடுத்ததும் அவர் தலை தொய்ந்தது./ (உரு வ.) இடைவேளைக்குப் பிறகு படம் தொய்ந்துவிட்டது.* [*(தொ.சொ.)* ***அவிழ்/ தளர்/ துவள்/ நெகிழ்***] **2: (மனம்) சோர்தல்;** get disheartened; (of spirits, morale, etc.,) sag. *இத்தனை பேருக்கிடையில் நமக்கு எங்கே வேலை கிடைக்கப்போகிறது என்ற நினைப்பால் அவள் மனம் தொய்ந்தாள்.*

தொய்வு[1] பெ. **1:** *(-ஆக, -ஆன)* **(இறுக்கம் அல்லது விறைப்பு இழப்பதால் ஏற்படும்) தளர்வு;** slack; looseness. *கயிற்றைச் சற்றுத் தொய்வாகக் கட்டு.* **2: சுறுசுறுப்பும் வேகமும் இல்லாத நிலை;** slackening. *தொய்வு இல்லாத விறுவிறுப்பான படம்/ தொழில்துறை வளர்ச்சியில் ஒரு தொய்வு.* **3: (மனத்திற்கு ஏற்படும்) சோர்வு;** despondency. *சில நேரங்களில் மனத்தில் ஒரு தொய்வு வந்துவிடுகிறது.*

தொய்வு[2] பெ. *(இலங்.)* **ஆஸ்துமா;** bronchial asthma. *சிறு வயதிலேயே அவனுக்குத் தொய்வு வந்துவிட்டது./ தொய்வு இருக்கும்போது அவள் படும் வேதனையைப் பார்க்கச் சகிக்காது./ தொய்வுக்காரர்களுக்குப் புழுதி கூடாதாம்.*

தொல் பெ.அ. *(உ.வ.)* **தொன்மையான; பண்டைய;** ancient; old. *தொல் மரபு/ தொல் கதை.*

தொல்பொருள் பெ. **முற்காலத்தில் வாழ்ந்த மக்களின் பண்பாட்டை வெளிப்படுத்தும் வகையில் கிடைக்கும் கட்டடப் பகுதிகள், பாண்டம், கருவி முதலியவை அல்லது அவற்றின் சிதைவுகள்;** artefact of archaeological value. *தொல்பொருள் ஆய்வுத் துறை.*

தொல்பொருளியல் பெ. காண்க: **தொல்லியல்.**

தொல்லியல் பெ. **தொல்பொருள்களைக் கண்டறிந்து வெளிப்படுத்தும் ஆய்வு;** archaeology.

தொல்லுயிர் எச்சம் பெ. **பல்லாயிரக் கணக்கான ஆண்டுகளுக்கு முன் வாழ்ந்த உயிரினங்கள் அல்லது தாவரங்கள் புதைந்து இறுகிப் பாறையாவதால் ஏற்படும் படிவு;** fossil.

தொல்லுயிரியல் பெ. **தொல்லுயிர் எச்சங்கள் பற்றிய அறிவியல் துறை;** palaeontology.

தொல்லெழுத்தியல் பெ. **தொன்மையான எழுத்துகளைப் பற்றிய அறிவியல் துறை;** palaeography.

தொல்லெழுத்து பெ. **(கல்வெட்டு, நாணயம், மண்பாண்டம் போன்றவற்றில் காணப்படும்) மிகத் தொன்மையான எழுத்து;** palaeograph.

தொல்லை பெ. **1: தொந்தரவு; உபத்திரவம்;** annoyance; vexation. *வீட்டில் கொசுத் தொல்லை தாங்க முடியவில்லை./ வீட்டுக்காரரின் தொல்லையைப் பொறுக்க முடியாமல் வீட்டை மாற்றி விட்டேன்.* [*(தொ.சொ.)* ***அசௌகரியம்/ இடைஞ்சல்/ இடையூறு/ உபத்திரவம்/ உபாதை***] **2: பிறருக்கு எரிச்சலை அல்லது அசௌகரியத்தை ஏற்படுத்தும் வகையில் அமையும் செயல்;** nuisance; inconvenience. *பொது இடத்தில் அநாகரிகமாக நடந்துகொண்டு தொல்லை விளைவித்த வாலிபர் கைது.* **3: துன்பம்;** problem; difficulty. *பணத் தொல்லைகள் தீருமா?*

தொல்லைப்படுத்து வி. *(-படுத்த, -படுத்தி)* **(ஒருவருக்கு) எரிச்சலை அல்லது அசௌகரியத்தை ஏற்படுத்தும் விதத்தில் செயல்படுதல்; தொந்தரவு தருதல்;** harass. *வீட்டுக்காரர் ரொம்பத் தொல்லைப்படுத்தியதால் வீட்டைக் காலிசெய்துவிட்டேன்./ இரவில் நிம்மதியாகத் தூங்க முடியாதவாறு கொசுக்கள் தொல்லைப்படுத்துகின்றன./ ஊருக்குப் போய்வருவதற்குள் கார் தொல்லைப்படுத்திவிட்டது.*

தொலை[1] வி. *(தொலைய, தொலைந்து)* **1: (எளிதில் கண்டுபிடிக்க முடியாதபடி அல்லது மீண்டும் கிடைக்காதபடி) காணாமல் போதல்;** lose; (of a person) disappear. *மோதிரம் எப்படித் தொலைந்தது?/ இவ்வளவு நேரம் இங்கு நின்றிருந்தான். இப்போது எங்கே தொலைந்தான்?* **2: (தொல்லை அல்லது தீங்கு தருவதாகக் கருதப்படுவது) இல்லாமல் போதல்; ஒழிதல்;** be eradicated. *நாட்டில் லஞ்சம் தொலைய வேண்டும்.* **3:** *(இறந்தகால வடிவங்களில் மட்டும்)* **கடுமையாகப் பாதிக்கப்படுதல்; கடுமையான விளைவுக்கு உள்ளாதல்; தீர்தல்;** face serious repercussions. *பணம் கையாடியது மேலதிகாரிக்குத் தெரிந்தால் அவன் தொலைந்தான்./ அப்பாவுக்கு உண்மை தெரிந்தால் தொலைந்தது.* **4: பொருட்படுத்த வேண்டாம் என்னும் முறையில் பயன்படுத்தப்படுவது;** let go; consider no further. *மரியாதை தெரியாமல் பேசிவிட்டான்; தொலைகிறான் விடு./ அவன் எப்படி வேண்டுமானாலும் தொலையட்டும், நமக்கென்ன?*

தொலை[2] து.வி. *(தொலைய, தொலைந்து)* **(பிடிக்காத செயல் நிகழும்போது பேசுபவரின் நோக்கில்) எரிச்சலையும் வெறுப்பையும் வெளிப்படுத்த உதவும் ஒரு துணை வினை;** auxiliary verb expressing irritation, vexation, etc., *நான் புறப்படும் நேரத்தில் வந்து தொலைந்தான்./ அவன் ஊருக்குப் போய்த் தொலைந்தால் போதும்.*

தொலை[3] வி. *(தொலைக்க, தொலைத்து)* **1: (வைத்திருந்த ஒன்றை) இழந்துவிடுதல்; தவறவிடுதல்;** lose. *சாவியை எங்கோ தொலைத்து விட்டு இங்கு வந்து தேடுகிறாயா?/ பணத்தைத் தொலைக்காமல் பத்திரமாக எடுத்துச்செல்.* **2: (சொத்தை) இழத்தல்;** waste (money, etc.,); squander. *பரம்பரைச் சொத்தையெல்லாம் சூதாட்டத்தில் தொலைத்து விட்டான்.* **3:** *(பெரும்பாலும் 'விடு' என்னும் துணை வினையுடன்)* **கடுமையான விளைவுக்கு உள்ளாக்குதல்;** severely punish. *பரீட்சையில் தேர்வு பெறாத விஷயம் அப்பாவுக்குத் தெரிந்தால் தொலைத்துவிடுவார்./ நீ ஒழுங்காக இல்லாவிட்டால் தொலைத்துவிடுவேன்.*

தொலை[4] து.வி. *(தொலைக்க, தொலைத்து)* **(கட்டாயத்தினால் ஒரு செயலைச் செய்ய நேரும்போது) வெறுப்பையும் எரிச்சலையும் வெளிப்படுத்தப் பயன்படும்**

ஒரு துணை வினை; auxiliary verb expressing impatience, irritation, etc., (when forced or compelled to do sth.). பணம் வாங்காமல் போக மாட்டான் என்று பத்து ரூபாய் கொடுத்துத்தொலைத்தேன்./ இந்தச் சண்டையை விட்டுத்தொலை./ ஊருக்குப் போக வேண்டுமா? போய்த்தொலை.

தொலை[5] பெ. (வ.வ.) **தொலைவு;** distance. தோட்டம் எவ்வளவு தொலை? நடக்க முடியுமா?

தொலை இயக்கி பெ. (இலங்.) **தூரத்தில் இருந்தபடியே மின்னணுச் சாதனங்களை இயக்கும் திறன் பெற்ற சிறிய மின்னணுக் கருவி;** remote control.

தொலைக்காட்சி பெ. **ஒரு நிகழ்ச்சியையோ காட்சியையோ ஒளிப்பதிவு செய்து மின்காந்த அலைகளாக மாற்றி ஒளிபரப்பி அதைப் படமாகக் காணும் முறை;** television. தொலைக்காட்சி நிறுவனம்/ தொலைக்காட்சித் தொடர்.

தொலைக்காட்சிப் பெட்டி பெ. **தொலைக்காட்சி நிலையத்திலிருந்து ஒளிபரப்பப்படும் மின்காந்த அலைகளை உருவங்களாக மாற்றிக் காட்டும் (திரை முதலியவை உள்ள) கருவி;** television set.

தொலைத்துத் தலைமுழுகு வி. (-முழுக, -முழுகி) **மிகுந்த தொல்லை தருவதால் இனி வைத்திருக்கத் தேவையில்லை என்று தூக்கியெறிதல்;** get rid of (sth.). இந்த ஓட்டை வண்டியைத் தொலைத்துத் தலைமுழுகக் கூடாதா?/ இந்தக் கடிகாரத்தைத் தொலைத்துத் தலைமுழுகிவிட்டு வேறு புதிதாக வாங்கக் கூடாதா?

தொலைத்துவிடு வி. (-விட, -விட்டு) (தொலைத்துவிடுவார், தொலைத்துவிடுவான், தொலைத்துவிடுவாள் போன்ற வினைமுற்று வடிவங்களில் வரும்போது மட்டும்) **(ஒருவரை) கடுமையான விளைவுகளுக்கு உள்ளாக்குதல்;** severely punish. நான் அங்கு வைத்திருப்பதை நீ எடுத்தால், உன்னைத் தொலைத்துவிடுவேன் என்று அம்மா மிரட்டினாள்./ இந்த விஷயம் மட்டும் அண்ணனுக்குத் தெரிந்தால் நம்மைத் தொலைத்துவிடுவார்.

தொலைத்தொடர்பு பெ. **தொலைபேசி, இணையம் முதலிய நவீன வசதிகள் மூலம் ஓர் இடத்திலிருந்து செய்திகளை அனுப்புதலும் பெறுதலுமான செயல்பாடு;** tele-communication. தொலைத்தொடர்புச் சாதனங்கள்/ தொலைத்தொடர்புத் துறை.

தொலைதூர ஓட்டம் பெ. **42.2 கிலோமீட்டர் தூரத்தை ஓடிக் கடக்கும் தடகளப் போட்டி;** marathon.

தொலைதூரக் கல்வி பெ. காண்க: **தொலைநிலைக் கல்வி**

தொலைதூரம் பெ. **வெகு தூரம்;** long distance; remote place. கட்சி மாநாட்டுக்காகத் தொலைதூரத்திலிருந்து பலர் வந்திருக்கிறார்கள்.

தொலைநகல் பெ. **தொலைத்தொடர்பு தொழில்நுட்பத்தைப் பயன்படுத்தி ஒரு இடத்திலிருந்து மற்றொரு இடத்திற்கு ஒரு ஆவணத்தின் நகலை அனுப்பும் முறை;** fax.

தொலைநிலைக் கல்வி பெ. **மாணவர்கள் தங்கள் வீட்டிலிருந்தபடியே கல்வி கற்பதற்கு ஏற்ற விதத்தில் ஒரு பல்கலைக்கழகம் வழங்கும் படிப்பு;** (in India) distance education.

தொலைநோக்கி பெ. **தொலைவில் உள்ள பொருள்களைத் தெளிவாகப் பார்ப்பதற்கு ஏற்ற வகையில் ஆடிகள் பொருத்திய குழல் வடிவக் கருவி;** binoculars; telescope.

தொலைநோக்கு பெ. **எதிர்காலத்தில் ஏற்பட வேண்டிய நலனை உணரக்கூடிய திறன்; முன்யோசனை நிறைந்த பார்வை;** farsightedness. பொருளாதாரத் திட்டங்கள் தொலைநோக்குடன் தீட்டப்பட வேண்டும்.

தொலைபேசி பெ. **தொலைவில் உள்ளவர்களுடன் தொடர்புகொண்டு பேசுவதற்கு உதவும் மின்னணுச் சாதனம்;** telephone.

தொலைபேசி இணைப்பகம் பெ. **தொலைபேசிகளுக்கு இடையே இணைப்பை ஏற்படுத்தித் தருகிற நிலையம்;** telephone exchange.

தொலைபேசித் தொடர்பகம் பெ. காண்க: **தொலைபேசி இணைப்பகம்.**

தொலைமருத்துவம் பெ. (பு.வ.) **ஒரு ஊரில் உள்ள நோயாளி அல்லது அவருடைய மருத்துவர் வேறு ஒரு ஊரில் இருக்கும் மருத்துவருடன் தகவல் தொழில்நுட்ப உதவியால் தொடர்புகொண்டு நோயை மதிப்பிடவும் சிகிச்சை பெறவும் உதவும் நவீன மருத்துவ முறை;** telemedicine.

தொலையுணர்வு பெ. **செயற்கைக்கோளைப் பயன்படுத்தி பூமியைப் பற்றிய தகவல்களைச் சேகரிக்கும் தொழில்நுட்பம்;** remote sensing (technology). தொலையுணர்வு மூலம் நிலத்தடி நீரைக் கண்டறியும் ஆய்வை அண்ணா பல்கலைக்கழகம் மேற்கொண்டுள்ளது./ செயற்கைக்கோளில் வைத்து அனுப்பப்பட்டுள்ள தொலையுணர்வுச் சாதனங்கள் வியாழன் கிரகத்தின் வாயு மண்டலத்தை ஆராயும்.

தொலைவு பெ. **1: இரு இடங்களுக்கு அல்லது பொருள்களுக்கு இடையில் உள்ள அளவு; (குறிப்பிடப்படும் ஒருவரிடமிருந்து அல்லது ஒன்றிலிருந்து) விலகியிருக்கும் அளவு; தூரம்;** distance. அந்த ஊர் இங்கிருந்து எவ்வளவு தொலைவில் உள்ளது?/ இருபத்தைந்து கிலோ மீட்டர் தொலைவுவரை இந்த வானொலி நிலையத்தின் ஒலிபரப்பைக் கேட்கலாம். **2: தூரத்தில் உள்ள இடம்;** remote or distant place. நீங்கள் தொலைவிலிருந்து வருகிறீர்கள் போலிருக்கிறது.

தொழில் பெ. **1: பணம் சம்பாதிப்பதற்காகச் செய்யும் வேலை;** profession; occupation. உன் தந்தை என்ன தொழில் செய்கிறார்?/ மருத்துவத் தொழில்/ செய்யும் தொழிலைக் குறித்து மரியாதை வேண்டும். [(தொ.சொ.) பணி/ வேலை] **2: மனித உழைப்பையும் இயந்திரங்களையும் பயன்படுத்தி வர்த்தக ரீதியில் ஒரு பொருளை உற்பத்தி செய்யும் செயல் அல்லது ஒரு குறிப்பிட்ட சேவையை வழங்கும் செயல்;** industry. மின்னணுத் தொழில்களுக்கு அரசு பல புதிய வரிச் சலுகைகளை அளித்துள்ளது./ தொலைக்காட்சியின் வருகையினால் திரைப்படத் தொழில் பாதிக்கப்பட்டுள்ளதா? **3: குறிப்பிட்ட வேலையைச் செய்யும் திறமை அல்லது குறிப்பிட்ட வேலையிலுள்ள நுணுக்கம்;** workmanship; technical knowledge. தொழில் தெரிந்தவர் என்பது அவர் செய்திருக்கும் பெட்டியைப்

பார்த்தாலே தெரிகிறது. 4: (உ.வ.) **(நிகழ்த்தும்) செயல்;** function. படைத்தல், காத்தல், அழித்தல் என்னும் முத்தொழில் இறைவனுக்கு உரியதாகக் கூறப்படும்.

தொழில் காய்ச்சல் பெ. **ஒருவரின் வளர்ச்சியைக் கண்டு அதே தொழில் செய்யும் மற்றொருவருக்கு ஏற்படும் பொறாமை;** professional jealousy.

தொழில்நுட்பம் பெ. **உற்பத்தியில் நேரடியாகப் பயன்படுத்தும் தொழில்பற்றிய அறிவும் வழிமுறைகளும்;** technology. மூலவளங்கள் இருந்தும் சில நாடுகள் தொழில்நுட்பத்தை அயல் நாடுகளிலிருந்து பெற வேண்டிய நிலையில் உள்ளன./ திரைப்படத் தொழில்நுட்பம்.

தொழில் பழகுநர் பெ. **(பொதுவாகத் தொழிற்படிப்புகளை) படித்துவிட்டுப் படிப்புக்கு ஏற்பத் தொழில் நிறுவனங்களில் நேரடிப் பயிற்சிப் பெறுபவர்;** apprentice. தொழில் பழகுநர் பயிற்சி வாரியம்./ அரசுத் தோட்டக் கலைப் பண்ணைகளில் தொழில் பழகுநர் திட்டம்./ தமிழ்நாடு மின்வாரியத்தில் தொழில் பழகுநர் பயிற்சிக்கான நேர்காணல் நடைபெற்றது.

தொழில்மயமாக்கு வி. (-ஆக்க, -ஆக்கி) **(ஒரு நாட்டின் அல்லது அதன் ஒரு பகுதியின் பொருளாதார முன்னேற்றம் கருதித் தொழிற்சாலைகளைப் பெருக்குவதன் மூலம்) தொழில் வளர்ச்சி பெறச்செய்தல்;** industrialize.

தொழில்முறை பெ. 1: **ஒரு தொழிலில் ஈடுபடுவதற்கு அல்லது ஒரு தொழிலை வளர்ப்பதற்குத் தேவையானது;** vocational; professional. தொழில்முறைக் கல்வி. 2: **(பொழுதுபோக்காகச் செய்யாமல் பணம் சம்பாதிக்கும்) தொழிலாகக் கொண்ட நிலை;** (of sports) professional. தொழில்முறைக் கால்பந்தாட்டக்காரர்கள் சங்கம்.

தொழில் முனைவோர் பெ. **மூலதனம் போட்டு ஒரு தொழிலைத் துவக்கி நடத்துபவர்;** entrepreneur.

தொழில்வரி பெ. **மாநகராட்சி, நகராட்சி போன்ற உள்ளாட்சி அமைப்புகள் தங்கள் எல்லைக்குள் மேற்கொள்ளப்படும் பல்வேறு தொழில்களில் ஈடுபட்டுள்ளவர்கள் மீது விதிக்கும் வரி;** profession tax.

தொழிலகப் பாதுகாப்புப் படை பெ. **மத்திய அரசின் உள்துறைக்குக் கீழ் இயங்குவதும் அரசின் நேரடிக் கட்டுப்பாட்டின் கீழ் உள்ள நிறுவனங்களுக்கும் பொதுத்துறை நிறுவனங்களுக்கும் பாதுகாப்பு அளிக்கவும் (கூடுதலாகப் பேரிடர் மேலாண்மை, தீயணைப்பு, கடல்வழிப் பாதுகாப்பு, வான்வழிப் பாதுகாப்பு போன்ற பணிகளில்) ஈடுபடுத்தப்படுவதுமான படைப்பிரிவு;** Central Industrial Security Force (abbreviated to C.I.S.F.). இந்திய அணுமின் நிலையங்களைத் தொழிலகப் பாதுகாப்புப் படையே காத்துவருகிறது.

தொழிலாளர் பெ. **உடல் உழைப்பைத் தந்து சம்பளம் பெற்று ஒரு தொழிலைச் செய்பவர் அல்லது தொழிற்சாலையில் இயந்திரங்களை இயக்கிப் பொருள் உற்பத்தியில் நேரடியாக ஈடுபடுபவர்;** (manual or industrial) worker. நூல் பற்றாக்குறையினால் நெசவுத் தொழிலாளர்கள் வேலையின்றித் தவிக்கிறார்கள்./ தொழிலாளர் சங்கம். [(தொ.சொ.) *அலுவலர்/ ஊழியர்/ தொழிலாளி/ பணியாள்/ பணியாளர்/ வேலையாள்*]

தொழிலாளி பெ. **உடல் உழைப்பு தேவைப்படும் தொழிலைச் செய்பவர்;** labourer; (manual) worker. கட்டடத் தொழிலாளி/ செருப்புத் தைக்கும் தொழிலாளி/ விவசாயத் தொழிலாளி. [(தொ.சொ.) *அலுவலர்/ ஊழியர்/ தொழிலாளர்/ பணியாள்/ பணியாளர்/ வேலையாள்*]

தொழிற்கல்வி பெ. **தொழில்முறைக்குத் தேவையான அடிப்படை அறிவையும் பயிற்சியையும் அளிக்கும் கல்வி;** technical education. தொழிற்கல்வி படித்தவர்களுக்கு எளிதில் வேலை கிடைத்துவிடுகிறது.

தொழிற்கூடம் பெ. **தொழிற்சாலை;** industrial plant or unit; factory. தொழிற்கூடங்கள் கட்டுவதற்காக அரசு தனி இடம் ஒதுக்கியுள்ளது.

தொழிற்சங்கம் பெ. **தொழிலாளர்கள் தங்கள் நலனைப் பாதுகாத்துக்கொள்வதற்காக ஏற்படுத்திக்கொள்ளும் அமைப்பு;** trade union.

தொழிற்சாலை பெ. **இயந்திரங்களைக் கொண்டு பொருள்களை (பெருமளவில்) உற்பத்திசெய்யும் இடம்;** factory.

தொழிற்படு வி. (-பட, -பட்டு) (உ.வ.) **இயங்குதல்;** function. மாற்றுச் சிறுநீரகத்தை உடல் ஏற்றுக்கொண்டு சீராகத் தொழிற்படுகிறது.

தொழிற்பாடு பெ. (உ.வ.) **செயல்பாடு;** function; performance.

தொழிற்புரட்சி பெ. **(ஐரோப்பாவில் குறிப்பாக இங்கிலாந்தில்) புதிய இயந்திரங்களின் கண்டுபிடிப்பால் தொழில்துறையில் (18, 19ஆம் நூற்றாண்டுகளில்) ஏற்பட்ட பெரும் மாற்றம்;** the industrial revolution.

தொழிற்பெயர் பெ. (இலக்.) **வினையடியையும் -தல், -அல் போன்ற விகுதிகளையும் உடைய பெயர்ச்சொல்;** verbal noun. 'ஆடல்', 'பாடல்', 'கற்றல்', 'சாப்பிடுதல்', 'ஓடுதல்' போன்றவை தொழிற்பெயர்களாகும்.

தொழிற்பேட்டை பெ. **குடியிருப்புப் பகுதிகளிலிருந்து விலகி, பெருமளவில் தொழிற்சாலைகள் அமைப்பதற்காக அரசு ஏற்படுத்தித் தந்திருக்கும் இடம்;** cluster of industries in a place set apart by the government; (in India) an industrial estate. கிண்டி தொழிற்பேட்டை/ அம்பத்தூர் தொழிற்பேட்டை.

தொழு[1] வி. (தொழ, தொழுது) 1: **(கடவுளை) வழிபடுதல்; வணங்குதல்;** worship; pray. காலையில் எழுந்ததும் கடவுளைத் தொழாமல் அவர் எந்தக் காரியத்தையும் தொடங்குவதில்லை./ நண்பர் பள்ளிவாசலுக்குத் தொழுவதற்குப் போயிருக்கிறார். 2: (உ.வ.) **(கைகூப்பி) கெஞ்சுதல்;** beg (with folded hands). என்னை விட்டுவிடுங்கள் என்று அவன் கைகூப்பித் தொழுதான்.

தொழு[2] பெ. காண்க: **தொழுவம்.**

தொழுகை பெ. (இஸ்.) **(இஸ்லாமியர்கள்) மனத்தில் இறைவனை நினைத்து மெக்கா இருக்கும் திசையை நோக்கிச் செய்யும் வழிபாடு;** (of Muslims) prayer. பெருநாளை முன்னிட்டுப் பள்ளிவாசலில் சிறப்புத் தொழுகை.

தொழுநோய் பெ. **தோல் தடித்தல், தொடுவுணர்வு இல்லாமல் போதல் முதலிய அறிகுறிகளுடன் தோன்றி நாளடைவில் உறுப்புச் சிதைவை ஏற்படுத்தும் நோய்;** leprosy.

தொழுநோயாளி பெ. *தொழுநோயால் பாதிக்கப்பட்டவர்;* leper.

தொழுவம் பெ. *(பெரும்பாலும்) மாடுகளைக் கட்டி வைக்கும் (கூரை போடப்பட்ட) இடம்;* cattle shed.

தொழுவுரம் பெ. *கால்நடைகளின் கழிவைச் சேமித்து, மக்கவைத்து நிலத்தில் இடும் உரம்;* farmyard manure.

தொள்ளாயிரம் பெ. *நூறின் ஒன்பது மடங்கைக் குறிக்கும் எண்;* (the number) nine hundred.

தொளதொள பெ.அ. (பே.வ.) *(தைக்கப்பட்ட ஆடைகளைக் குறித்து வரும்போது) உடலில் கச்சிதமாகப் பொருந்தாமல் பெரிதாக உள்ள;* (of garments) loose; baggy. கல்யாணத்துக்குப் போட்டுக்கொண்டு வர இந்தத் தொளதொள சட்டைதானா கிடைத்தது?

தொளதொள-என்று/-என்ற வி.அ./பெ.அ. (பே.வ.) 1: *(தைக்கப்பட்ட ஆடையைக் குறிக்கும்போது) உடல் அளவைவிடச் சற்றுப் பெரிதாக/உடல் அளவைவிடச் சற்றுப் பெரிதான;* (hanging) loosely/loose. தொளதொளவென்ற சட்டை. 2: *(முடிச்சு முதலியவற்றைக் குறிக்கும்போது) இறுக்கமாக இல்லாமல்; தளர்வாக/தளர்வான;* (sth. tied) loosely/loose. சுள்ளிகளை இப்படித் தொளதொளவென்று கட்டிவைத்தால் எப்படித் தூக்கித் தலையில் வைக்க முடியும்?

தொற்றா நோய் பெ. (பு.வ.) *ஒருவரிடமிருந்து மற்றவருக்குப் பரவாத நீரிழிவு, மாரடைப்பு, புற்றுநோய் போன்ற நோய்கள்;* non-communicable disease. இன்றைய வாழ்க்கை முறை மிகவும் மாறிவிட்டதால் தொற்றா நோய்கள் பெருகிவிட்டன.

தொற்று[1] வி. (தொற்ற, தொற்றி) 1: *பாய்ந்து பிடித்தல்;* catch hold of; cling to. குரங்கு கிளையில் தொற்றிக்கொண்டு ஊஞ்சலாடியது./ எதையோ கண்டு பயந்த குழந்தை அவசரமாக அம்மாவைத் தொற்றிக்கொண்டது. 2: *(பெரும்பாலும் போதல், வருதல், செல்லுதல் போன்றவற்றைக் குறிக்கும் வினைகளுடன் வரும்போது) (ஒரு வாகனத்தில்) வசதியான நிலையில் இல்லாமல் ஒட்டிக்கொள்வதைப் போல ஏறுதல் அல்லது அமர்தல்;* hold precariously onto (sth.). நண்பனின் சைக்கிளில் தொற்றிக்கொண்டு வந்துவிட்டேன்./ பேருந்தில் தொற்றிக்கொண்டு பயணம் செய்வதை மாணவர்கள் சாகசமாகக் கருதுகிறார்கள். 3: *(பயம், கலவர உணர்வு முதலியவை) பற்றுதல்; கவ்வுதல்;* (of fear, anxiety, etc.,) seize. பயம் அவனைத் தொற்ற, ஓடத் தொடங்கினான்./ திருமணம் நல்லபடியாக நடக்க வேண்டுமே என்ற கவலை அவரைத் தொற்றிக்கொண்டது. 4: *(நோய் அல்லது பழக்கம் முதலியவை) ஒருவரிடமிருந்து மற்றொருவருக்குப் பரவுதல்; பீடித்தல்;* (of disease, habit) infect; catch. கண் நோய் உனக்குத் தொற்றிக்கொண்டதா?/ புகைபிடிக்கும் பழக்கம் உனக்கு யாரிடமிருந்து தொற்றியது?

தொற்று[2] பெ. (பெரும்பாலும் கலைச்சொல்லாக) *(வைரஸ் போன்ற) நுண்கிருமிகளால் உடல்நலத்திற்கு ஏற்படும் பாதிப்பு;* infection. திறந்த புண்களில் கிருமித் தொற்று ஏற்படலாம்.

தொற்றுநோய் பெ. *நீர், காற்று, ஈ முதலியவற்றின் மூலம் அல்லது ஒருவரைத் தொடுவதன் மூலம் பரவும் நோய்;* infectious disease; contagious disease. வெள்ளத்தினால் பாதிக்கப்பட்ட மக்களிடையே தொற்றுநோய் பரவாமல் இருக்க அரசு உரிய நடவடிக்கைகளை மேற்கொண்டுள்ளது.

தொன் பெ. (இலங்.) *ஆயிரம் கிலோ எடை கொண்ட ஒரு நிறுத்தலளவை;* ton (a unit of weight). வாகனத்தில் ஏற்றியுள்ள நெல் இரண்டு தொன் இருக்கும்.

தொன்மம் பெ. *நெடுங்காலமாக மக்கள் மனத்தில் நிலவி வரும் நிகழ்வுகளும் அவற்றைக் குறித்த நம்பிக்கைகளும்;* myth. கடல்கோள் என்பது எல்லாச் சமூகங்களிலும் காணப்படும் தொன்மம் ஆகும்.

தொன்மை பெ. (-ஆன) *காலத்தால் மிகவும் முற்பட்டது; பழமை;* antiquity; remote past. தொன்மையான மொழி/ தொன்மைச் சிறப்பு வாய்ந்த கோட்டை.

தொன்றுதொட்டு வி.அ. *மிக நீண்ட காலமாக; பழங்காலத்திலிருந்தே;* from time immemorial. தொன்றுதொட்டு இப்பகுதியில் நெல் மட்டுமே சாகுபடி செய்யப்படுகிறது.

தொன்னை பெ. *காய்ந்த வாழை இலையையோ வேறு இலைகளையோ மடித்துத் தைத்துச் செய்யப்பட்ட சிறு கிண்ணம் போன்ற சாதனம்;* leaf-cup (usually made of dried banana leaf). தொன்னையில் பாயசம் ஊற்றித் தந்தார்.

தொனி[1] வி. (தொனிக்க, தொனித்து) 1: *(குறிப்பிட்ட உணர்ச்சி, பொருள் போன்றவை) நேரடியாக வெளிப்படுத்தப்படாமல் குறிப்புப் பொருளாக வெளிப்படுதல்;* imply; suggest. தவறான அர்த்தம் தொனிக்கும்படியாகப் பேசினான்./ அவருடைய பாடலில் தொனிக்கும் ஏக்கம் மனத்தை நெகிழ வைத்தது. 2: *(குரலில் அன்பு) வெளிப்படுதல்;* (of voice) be expressive of. நீண்ட நாள் கழித்துச் சந்தித்த பேரனிடம் பாட்டி அன்பு தொனிக்கப் பேசினாள்.

தொனி[2] பெ. 1: *நேரடியாக இல்லாத குறிப்புப் பொருள் தரும் வெளிப்பாடு;* implication; suggestion. அப்பாவின் குரலில் இருந்த மிரட்டல் தொனி அவனைப் பயமுறுத்தியது. 2: *(ஒன்றை உணர்த்தும் விதமான) ஒலிப்பு வகை;* tone. கவிதையின் தொனியும் அதன் பொருளை நிர்ணயிக்கிறது.

தொனிப்பொருள் பெ. (இலங்.) *(ஒரு மாநாடு, விழா போன்றவற்றின்) கருப்பொருள்;* theme. இந்தக் கண்காட்சியின் தொனிப்பொருள் 'சூழல் பாதுகாப்பு' ஆகும்.

தோகை பெ. 1: *சில பறவைகளின் வால் பகுதியில் உள்ள நீண்ட இறகுகளின் தொகுதி;* tail feathers (of a peacock, etc.,). தோகை விரித்தாடும் மயில்/ நீர்க் காக்கையின் தோகை சற்று நீண்டு கூர்மையாக இருக்கும். 2: *(கரும்பு, வாழை, நெல் ஆகியவற்றின்) நீண்ட இலை அல்லது தாள்களின் தொகுப்பு;* sheath (of sugarcane, plantain and paddy crop). கரும்பு வெட்டிய பின் தோகையை நிலத்திலேயே எரித்துவிடுவார்கள்./ நெற்பயிரின் பசும் தோகை காற்றில் மெல்ல அசைந்தாடியது. [(தொ.சொ.) இலை/ ஓலை/ தாள்]

தோசை பெ. ஊறவைத்த புழுங்கலரிசியையும் உளுந் தையும் அரைத்துக் கிடைக்கும் மாவைக் குறிப்பிட்ட விகிதத்தில் கலந்து புளிக்கவைத்துத் தோசைக் கல்லில் வட்டமாக ஊற்றிச் சுட்டு எடுக்கும் உணவுப் பண்டம்; crepe (made of rice and blackgram). தோசைக்குத் தொட்டுக் கொள்ள சாம்பாரும் ஊற்றினார்கள்.

தோசை அகப்பை பெ. (இலங்.) தோசைத்திருப்பி; spatula.

தோசைக்கரண்டி பெ. காண்க: தோசைத்திருப்பி.

தோசைக்கல் பெ. (தோசை, அடை, சப்பாத்தி போன்ற வற்றைச் சுடுவதற்கான) வட்ட வடிவில் சற்றுத் தடித்து இருக்கும் இரும்பால் ஆன ஒரு சமையலறைச் சாதனம்; griddle for making தோசை.

தோசைக்கல்

தோசைத்தட்டு பெ. (இலங்.) தோசைக்கல்; griddle for making தோசை.

தோசைத்திருப்பி பெ. தோசைக்கல்லில் உள்ள தோசை யைப் புரட்டிப் போடவும் எடுக்கவும் பயன்படும் பட்டையான முன்புறமும் கைப்பிடியும் உடைய ஒரு வகைக் கரண்டி; ladle-like utensil for turning griddle cakes; spatula.

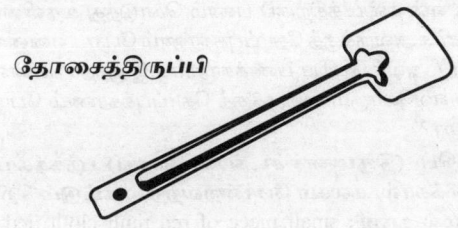

தோசைத்திருப்பி

தோட்டக்கலை பெ. 1: பூ, காய், பழம் ஆகியவற்றைத் தரும் செடிகளையும் மரங்களையும் வளர்த்துப் பரா மரிக்கும் முறை; gardening. 2: மேற்கூறிய முறை பற்றிய படிப்பு; horticulture. தோட்டக்கலையில் பட்டம் பெற்றவர்.

தோட்டக்கால் பெ. புன்செய்ப் பகுதியில் கிணற்றுப் பாசனம்மூலம் சாகுபடிசெய்யப்படும் நிலம்; garden land.

தோட்டந்துரவு பெ. தோட்டமும் அதுபோன்ற பிறவும்; நிலபுலன்; landed property. அவருக்குத் தோட்டந்துர வெல்லாம் இருந்தது.

தோட்டம் பெ. 1: மலர்ச் செடிகள் வளர்க்கப்படும் அல் லது (சிறிய அளவில்) காய்கறிச் செடிகள் பயிரிடப் படும் இடம்; garden (adjacent to a house). தோட்டத்தோடு கூடிய வீடு ஒன்று விலைக்கு வருகிறது./ எங்கள் வீட்டுக்குப் பின்னால் ஒரு பெரிய தோட்டம் உள்ளது. 2: (காய்கறிச் செடிகள், கரும்பு, வாழை முதலியவை) பெருமளவில் பயிரிடப்படும் இடம்; plantation; estate. காப்பித் தோட் டம்/ தேயிலைத் தோட்டம்/ வாழைத் தோட்டம். 3: (வ.வ.) வயல்; field. காலையில் எழுந்து தோட்டத்துக் குப் போய்விட்டு வந்த பிறகுதான் அப்பா குளிப்பார். [(தொ.சொ.) கழனி/ கொல்லை/ தோப்பு/ நிலம்/ வயல்]

தோட்டா பெ. 1: துப்பாக்கிக் குண்டு; cartridge; bullet. கைதுசெய்யப்பட்டவரிடமிருந்து துப்பாக்கியும் தோட்டாக் களும் பறிமுதல்செய்யப்பட்டன./ இறந்தவரின் கழுத்தில் தோட்டா பாய்ந்திருந்தது. 2: (வ.வ.) பாறையைப் பிளப் பதற்காகத் துளையில் வைத்து வெடிக்கப்படும் வெடி மருந்துக் குச்சி; dynamite.

தோடம்பழம் பெ. (இலங்.) சாத்துக்குடி; sweet lime; sweet lemon. தோடம்பழம் வாங்கிக்கொண்டு ஆஸ்பத்திரி யில் இருக்கும் நண்பரைப் பார்க்கப் போனோம்.

தோடர் பெ. மேய்ச்சல் தொழிலை வாழ்க்கை முறை யாக மேற்கொண்டிருக்கும், மேற்குத் தொடர்ச்சி மலை யின் நீலகிரி மலைப் பகுதியில் வாழும் பழங்குடி யினர்; the Todas, a pastoral community living in the Nilgiris region of the Western Ghats.

தோடா பெ. 1: அந்தஸ்தைக் காட்டும் வகையில் ஆண் கள் கையின் மணிக்கட்டுப் பகுதியில் அணிந்துகொள் ளும் வளையல் போன்ற உலோக வளையம்; large bracelet (worn around the wrist by men as a mark of status). 2: (பெண்கள் முழங்கையின் மேற்பகுதியில் அணிந்து கொள்ளும்) உள்ளீடு உள்ள ஒரு வகை அணிகலன்; an ornament worn by women around the upper arm.

தோடு¹ பெ. (பெண்கள் அணியும், வைரம் முதலிய கல் பதிக்கப்பட்ட) வட்ட வடிவத் தங்கக் காதணி; ear stud (normally studded with precious stones, such as diamonds and worn by women).

தோடு² பெ. (வ.வ.) (புளியம்பழம் போன்றவற்றின்) மேல்புற ஓடு; shell (of certain fruits, esp. tamarind).

தோடை பெ. (இலங்.) சாத்துக்குடி மரம்; sweet lime tree. வளவில் வைத்த தோடை காய்க்கத் தொடங்கிவிட்டதா?

தோண்டி பெ. (ஊரக வ.) (தண்ணீர் எடுப்பதற்கான) குடத்தைவிடச் சிறிய, மண் அல்லது உலோகத்தால் ஆன கலம்; (earthen or metal) pot (for drawing and carrying water). செப்புத் தோண்டியில் குடிதண்ணீர்/ தோண்டி கிணற்றுக்குள் விழுந்துவிட்டது.

தோண்டிக்கால் பெ. (ஊரக வ.) (தண்ணீர் வடிவதற் காக) (ஒரு கருங்கல்லைக் கயிற்றில் கட்டி நாற்றங் காலின் நான்கு ஓரங்களிலும் சேற்றில் அழுந்த இழுக் கும்போது) கல் அழுந்தி உருவாகும் வாய்க்கால்; improvised drain on the sides of paddy seed-bed made by drawing a stone on the puddled bed.

தோண்டித் துருவு வி. (துருவ, துருவி) (பே.வ.) (ஒன் றைப் பற்றி) மேலும்மேலும் நுணுக்கமான தகவல் களை அறிய முயற்சி செய்தல்; pester (s.o.); probe. படத் துக்குத்தான் போனேன் என்கிறான். அவனை எதற்குத்

தோண்டித் துருவுகிறாய்?/ தோண்டித் துருவி அவனிட மிருந்து உண்மையை வரவழைத்துவிட்டேன்.

தோண்டு வி. (தோண்ட, தோண்டி) 1: **(கையால் அல்லது கருவியால்) மண்ணை (பள்ளம் ஏற்படும்படி) அகற்றுதல்;** dig (the earth so as to make a hole or pit). இந்த இடத்தில் பத்தடி தோண்டினால் போதும், தண்ணீர் கிடைத்துவிடும்./ தென்னங்கன்றுகளை நடுவதற்காகக் குழிகள் தோண்டியிருந்தார்கள்./ பெருச்சாளி எப்படி மண்ணைத் தோண்டிப் போட்டிருக்கிறது பார்! [(தொ.சொ.) அகழ்/ பறி/ வெட்டு] 2: **(கிணறு, குளம் முதலியவற்றை) வெட்டி உண்டாக்குதல்;** dig (a well, pond, etc.,). அண்மையில் சில இடங்களில் எண்ணெய்க் கிணறுகள் தோண்டப்பட்டுள்ளன. 3: **(பழத்தில் கொட்டைபோல் புதைந்திருப்பதை) நெம்புதல்;** scoop out. பனங்காயிலிருந்து நுங்கை விரலால் தோண்டி எடுத்தான்.

தோணி பெ. **துடுப்பால் தள்ளி செலுத்தப்படும் ஒரு வகைப் படகு;** rowing boat. தோணியிலும் இலங்கைக்குப் பயணம்செய்வார்கள்.

தோத்திரம் பெ. 1: **(இறைவனை) புகழ்ந்துரைப்பது; புகழ்ந்து கூறும் பாடல்;** praise (of god); song in praise (of god). அவர் தோத்திரப் பாடல்களைத் தொகுத்து நூலாக வெளியிட்டார்./ விநாயகர் தோத்திரம். 2: (கிறித்.) **(பெரியவர்களுக்குக் கூறும்) வணக்கம்;** greeting made to an elder. 'ஐயா, தோத்திரம்' என்று கூறிக்கொண்டே உள்ளே வந்தார்.

தோத்திரி வி. (தோத்திரிக்க, தோத்திரித்து) (கிறித்.) **(இறைவனை) புகழ்தல்;** pray. ஆண்டவரே, உம்மை நாங்கள் தோத்திரிக்கிறோம்.

தோது பெ. (-ஆக, -ஆன) (பே.வ.) 1: **(ஒன்றைச் செய்வதற்கு ஏற்ற) வசதி; சௌகரியம்;** convenience. மாம்பழம் நறுக்குவதற்குத் தோதாக ஒரு கத்தி வாங்கு./ அளப்பதற்குத் தோதாக நெல்லைக் குவித்துக்கொண்டிருந்தான்./ தனிமையில் பேசுவதற்குத் தோதான இடம். 2: **(ஒன்றுக்கொன்று) பொருத்தம்; இசைவு;** match. எல்லா விஷயங்களிலும் அவன் இவனுக்குத் தோது./ புடவையில் உள்ள சிறுசிறு சிவப்புப் பூக்களுக்குத் தோதாக ரவிக்கை அணிந்திருந்தாள்.

தோதுப்படு வி. (-பட, -பட்டு) (பே.வ.) **சௌகரியப்படுதல்; ஏற்ற வகையில் வசதியாக அமைதல்;** be convenient. தோதுப்பட்டால் அலுவலகத்திலிருந்து வரும்போது வீட்டுச் சாமான்கள் வாங்கிவந்துவிடுங்கள்./ பலசரக்குக் கடை வேலை அவனுக்குத் தோதுப்பட்டுவரவில்லை./ கல்யாணத்திற்கு வர எனக்குத் தோதுப்படாது. நீ மட்டும் போய் வந்துவிடு.

தோப்பிளாசு பெ. (இலங்.) (கால்சட்டை, சட்டை ஆகியவற்றைக் குறிக்கும்போது) **அளவில் மிகவும் பெரியது;** (of trousers, shirts, etc.,) being oversized. வகுப்பில் புதிதாகச் சேர்ந்த மாணவன் தோப்பிளாசுக் கால்சட்டை போட்டுக்கொண்டு வந்ததால், மாணவர்கள் அனைவரும் அவனை வினோதமாகப் பார்த்தார்கள்./ கோமாளி தோப்பிளாசுக் காற்சட்டை போட்டுக்கொண்டு, இடுப்புப்பட்டியும் கட்டாமல் மேடையில் தோன்றியதும் அரங்கம் முழுதும் ஒரே சிரிப்பு.

தோப்பு பெ. **(ஒரு பெரிய பரப்பளவில்) ஒரே வகையைச் சேர்ந்த மரங்கள் வளர்க்கப்பட்டுள்ள இடம்;** grove. மாந்தோப்பு/ தென்னந்தோப்பு/ எங்களுக்குப் பத்து ஏக்கரில் ஒரு பாக்குத் தோப்பு உள்ளது. [(தொ.சொ.) கழனி/ கொல்லை/ தோட்டம்/ நிலம்/ வயல்]

தோப்புக்கரணம் பெ. **இடது கைவிரலால் வலது காதையும் வலது கைவிரலால் இடது காதையும் பிடித்துக்கொண்டு முழங்கால் மடங்குமாறு உட்கார்ந்து எழுந்திருத்தல்;** the act of squatting and standing alternately, holding the ears with hands crossed (as a mode of worship or punishment). பிள்ளையார் முன் தோப்புக்கரணம் போட்டு வணங்குவார்கள்./ நேரம் கழித்துப் பள்ளிக்கூடம் சென்றால் ஆசிரியர் பத்துத் தோப்புக்கரணம் போடச் சொல்வார்.

தோப்புக்கரணம்

தோப்புக்கரணம் போடு வி. (போட, போட்டு) **(ஒருவருக்கு அளவுக்கதிகமாக) பணிந்துபோதல்;** obey unquestioningly. என் கஷ்டத்திற்குப் பணம் கொடுத்து உதவினார் என்பதற்காக அவருக்குத் தோப்புக்கரணம் போட என்னால் முடியாது./ அவர் பெரிய பணக்காரராக இருந்தாலென்ன? அதனால் எல்லோரும் அவருக்குத் தோப்புக்கரணம் போட வேண்டுமா?

தோம்பு[1] பெ. **(திருமணச் சடங்கின்போது) பந்தக்கால், அரசாணிக்கால், கலசம் போன்றவற்றில் கட்டும் சிறிய சிவப்பு மல் துணி;** small piece of red mull cloth tied to பந்தக்கால், அரசாணிக்கால், கலசம் during rituals.

தோம்பு[2] பெ. (இலங்.) **(ஒருவருடைய) தலைமுறையின் அல்லது (வீடு, நிலம் போன்ற சொத்தைக் குறித்து வரும்போது) உரிமையாளரின் வரலாறு;** history of (one's) ancestors or ownership (of a property). உன்னுடைய தோம்பு பற்றி எல்லோருக்கும் தெரியும். ரொம்ப கதைக்காதே./ காணி வாங்குவதற்கு முன் தோம்பை வடிவாகப் பார்த்துவிடு.

தோய்[1] வி. (தோய, தோய்ந்து) 1: **(துணி, ஆயுதம் முதலியவற்றில் நீர், இரத்தம் முதலியவை) படிதல்; நனைதல்;** be soaked. வேடன் நஞ்சு தோய்ந்த அம்பை மானை நோக்கிச் செலுத்தினான்./ (உரு வ.) இசையின் இனிமையில் அவருடைய மனம் தோய்ந்திருந்தது. 2: **(கவலை, சோகம் முதலியவை) படர்தல்;** be pervaded by. மருத்துவமனையில் மக்கள் கவலை தோய்ந்த முகத்துடன் காத்திருந்தனர்./ தன் மனைவியின் முகத்தில் தோய்ந்திருந்த வருத்தத்தை அவன் கவனித்துவிட்டான். 3: (ஊரக வ.) **(பால் தயிராக) உறைதல்;** (of milk) curdle. தயிர் சரியாகத் தோயவில்லை.

அ ஆ இ ஈ உ ஊ எ ஏ ஐ ஒ ஓ ஔ ஃ

தோய்[2] வி. (தோய, தோய்ந்து) (இலங்.) **தலையை நனைத்துக் குளித்தல்;** take a bath, pouring water on the head. கண்ணுருட்டு மாறிய பின், தோய்ந்துவிட்டு அம்மன் கோயிலுக்குப் போக வேண்டும்.

தோய்[3] வி. (தோய்க்க, தோய்த்து) 1: **(நீர், பால் முதலிய திரவங்களில் ஒரு திடப்பொருளை) முக்கி நனைத்தல்;** dip; soak (in a liquid). அந்தப் புடவையை நீரில் தோய்த்ததும் சாயம் போய்விட்டது./ மருந்தில் பஞ்சைத் தோய்த்து எடுத்தார்./ ரொட்டித் துண்டைப் பாலில் தோய்த்துச் சாப்பிடு./ (உரு வ.) கசப்பான உண்மைகளையும் நகைச்சுவையில் தோய்த்துத் தருகிறீர்கள். 2: **(கடப்பாரை, கத்தி போன்றவற்றை) பழுக்கக் காய்ச்சி அடித்தல்;** forge. இந்த இரும்பைத் தோய்த்துக் கடப்பாரை செய்துகொடு.

தோய்வி வி. (தோய்விக்க, தோய்வித்து) **(கடப்பாரை, கத்தி போன்றவற்றின் முனை கூராக இருக்க) பழுக்கக் காய்ச்சி அடித்தல்;** forge. கத்தியைத் தோய்வித்துக் கொண்டுவா.

தோயல் பெ. (இலங்.) **துணி துவைத்தல்; துவைக்கும் வேலை;** washing clothes. இன்று பூராவும் ஒரே தோயல் வேலைதான்./ எந்த நேரமும் சமையல், தோயல், துப்புரவு செய்தல் என்று பொழுது ஓடிவிடுகிறது.

தோயவார்ப்பு பெ. (இலங்.) **திருமண நாளன்று மணமகளுக்கும் மணமகனுக்கும் அவரவர் வீட்டில் சுப நேரத்தில் தலையில் நீர் ஊற்றிச் செய்யும் சடங்கு;** ritual of pouring water on the heads of the bride and bridegroom in their respective houses on the day of wedding. காலை நான்கு மணிக்கு மாப்பிள்ளை வீட்டில் நடக்கும் தோயவார்ப்புக்குப் போக வேண்டும்./ தோயவார்ப்பில் தாய் மாமன்தானே தேங்காய் உடைக்க வேண்டும்?

தோயாமலிரு வி. (-இருக்க, -இருந்து) (இலங்.) (பெண்ணைக் குறித்து வரும்போது) **கர்ப்பம் தரித்திருத்தல்;** (of a woman) conceive a child. அக்கா தோயாமல் இருக்கிறார் என்பது மகிழ்ச்சியான செய்திதானே.

தோரணம் பெ. **(விழா அல்லது பண்டிகைக் காலத்தில்) மாவிலை, தென்னங்குருத்து முதலியவற்றை வரிசையாகக் கயிற்றில் இணைத்து அலங்காரமாகத் தொங்கவிடப்படுவது;** festoon of mango leaves, palm leaves, etc., கல்யாணப் பந்தல் தோரணங்களால் அலங்கரிக்கப்பட்டிருந்தது./ விநாயகர் சதுர்த்திக்காக வீட்டு நிலையில் மாவிலைத் தோரணம் கட்டப்பட்டிருந்தது.

தோரணை பெ. 1: (-ஆக, -ஆன) **(ஒருவர் வகிக்கும் பதவி, மனத்தில் உள்ள எண்ணம் முதலியவற்றை வெளிப்படுத்தும்) பாவனை; மிடுக்கு;** posture; bearing. உன் அதிகாரத் தோரணையை என்னிடமா காட்டுகிறாய்?/ தன் பதவிக்கு ஏற்றாற்போல் அவர் கம்பீரமான தோரணையில் இருந்தார். [(தொ.சொ.) **கம்பீரம்/ பந்தா/ மிடுக்கு**] 2: **(ஒருவர் ஒரு செயலைச் செய்யும்) விதம்;** bearing; stance. அவர் உட்கார்ந்திருக்கும் தோரணையே அவரிடம் ஒரு மரியாதையை ஏற்படுத்தியது./ நீ பேசும் தோரணை சரி இல்லை./ ஆளும் கட்சிதான் வெற்றி பெறும் என்ற தோரணையில் தலையங்கம் எழுதப்பட்டிருந்தது.

தோராயம் பெ. (-ஆக, -ஆன) **(எண்ணிக்கையை அல்லது அளவைக் குறிக்கும்போது) துல்லியமான கணக்கீட்டிற்குச் சற்றுக் கூடவோ குறையவோ இருப்பது; உத்தேசம்;** approximation. மாநாட்டுக்குத் தோராயமாகப் பத்தாயிரம் பேரை எதிர்பார்க்கிறோம்./ தோராயமான விலை.

தோல்[1] வி. (தோற்க, தோற்று) 1: **(சண்டை, பந்தயம் முதலியவற்றின் முடிவில்) வெற்றி வாய்ப்பை இழத்தல்;** be defeated; lose. இந்தச் சிறு படையிடமா நம் படை தோற்றது?/ கால்பந்தாட்டத்தில் தமிழ்நாடு கேரளத்திடம் தோற்றது./ எந்தக் கட்சியுடன் கூட்டணி வைத்துக்கொண்டாலும் அவர் கட்சி தோற்றுப்போய்விடுகிறது./ அவர் தன் தொகுதியில் ஒரு முறைகூடத் தோற்றது கிடையாது. 2: **முயற்சி செய்ததில் வெற்றி இல்லாமல் போதல்;** fail. தேர்வில் தோற்றதற்காக அவனைக் கோபிக்காதே./ எந்த வியாபாரத்தைத் தொடங்கியும் அவர் தோற்றதில்லை.

தோல்[2] பெ. 1: **(மனிதன், விலங்கு முதலியவற்றின்) தசையின் மேல் உறைபோல் மூடியிருப்பது;** skin. நெருப்புப் பட்ட இடத்தில் தோல் கருகிவிட்டது./ தோல் நோய் மருத்துவர். 2: **(விலங்கு, பாம்பு போன்றவற்றிலிருந்து உரித்து எடுக்கப்பட்டு) பதப்படுத்தப்பட்ட (மேற்கூறிய) பொருள்;** skin; hide; leather. வெளிநாட்டுக்குக் கடத்தப்படவிருந்த பாம்புத் தோல்கள் விமான நிலையத்தில் கைப்பற்றப்பட்டன./ தோல் பை/ தோல் செருப்பு. 3: **(பழம், காய் ஆகியவற்றை மூடியுள்ள) உரித்தால் தனித்து வரும் புறப் பகுதி;** skin (of fruits); peel. வாழைப்பழத் தோல்/ தோல் சீவிய உருளைக் கிழங்கு/ தோலை நீக்கிவிட்டுத்தான் இஞ்சியைப் பயன்படுத்த வேண்டும்.

தோல்வி பெ. 1: **(சண்டை, பந்தயம் முதலியவற்றின் முடிவில்) வெற்றி வாய்ப்பை இழந்து விட்ட நிலை;** defeat. படைத்தளபதி தோல்வியை ஒப்புக்கொண்டு எதிரியிடம் சரணடைந்தார்./ அரையிறுதிப் போட்டியில் நம் அணி தோல்வியைத் தழுவியது ஏன்?/ இதை ஒரு தோல்வியாக எடுத்துக்கொள்ளாதீர்கள். 2: **(மேற்கொள்ளும் முயற்சி) பலிக்காத நிலை; நிறைவேறாத நிலை;** failure. காதலில் தோல்வி/ தோல்வியைக் கண்டு துவண்டுவிடாமல் தீவிரமாக முயற்சிசெய்./ நன்றாகத் தேர்வு எழுதியிருக்கும்போது நீ ஏன் தோல்வியைப் பற்றி நினைக்க வேண்டும்?

தோலா பெ. **(முன்பு வழக்கில் இருந்த) 180 கிராம் கொண்ட நிறுத்தலளவை;** (a former) weighing measure of 180 gms.

தோலான்துருத்தி பெ. (பே.வ.) **(மிகவும் அலட்சியப்படுத்திக் கூறும்போது) எந்த விதத் தகுதியும் இல்லாத ஆட்கள்;** all and sundry. தோலான்துருத்தியெல்லாம் எனக்கு யோசனை சொல்ல வந்துவிட்டார்கள்.

தோலுண்ணி பெ. (இலங்.) **பிடிவாதம் பிடிக்கும் நபர்;** obstinate person. இவன் சரியான தோலுண்ணி./ ஏன் இப்படித் தோலுண்ணித்தனமாக இருக்கிறாய்?

தோலுரித்துக் காட்டு வி. (காட்ட, காட்டி) **உண்மையான இயல்பை வெளிப்படுத்துதல்;** unmask. அரசியல்வாதிகளைத் தோலுரித்துக் காட்டும் திரைப்படம் இது.

தோழமை பெ. (உ.வ.) 1: **நட்பு;** friendship; friendliness. சாகும்வரை அவர்கள் இருவரும் தோழமை பூண்டிருந்தனர்./ அவர் எல்லோரிடமும் தோழமை உணர்வோடு பழகுவார். 2: **உறவு ஏற்படுத்திக்கொண்டு தரும் ஆதரவு;**

தோழர் 756

alliance. இவ்வளவு காலம் தோழமைக் கட்சிகளாக இருந்தவை இன்று எதிர் அணிகளாகப் பிரிந்து நிற்கின்றன.

தோழர் பெ. **(சில அரசியல் இயக்கங்களில்) ஓர் உறுப்பினர் மற்றோர் உறுப்பினரை அல்லது ஆதரவாளரைக் குறிப்பிடவோ அழைக்கவோ பயன்படுத்தும் சொல்;** (in certain political movements) comrade. நம் தோழர்கள் விடுதலைசெய்யப்பட்டார்கள்./ தோழர் லீலாவதியின் சேவை பாராட்டத் தக்கதாகும்.

தோழன் பெ. (உ.வ.) **நண்பன்;** friend; companion.

தோழி பெ. 1: **நட்பால் நெருக்கமானவள்;** female friend. 2: **(பண்டைய இலக்கியங்களில்) தலைவியின் நெருங்கிய பணிப்பெண்;** (in literature) lady's maid.

தோள் பெ. **(மனித உடலில்) கழுத்தின் இரு பக்கங்களிலும் நீண்டு அமைந்து கைகள் துவங்கும் பகுதி;** shoulder. மூட்டையைத் தூக்கித் தோளில் வைத்துக்கொண்டார். *(பார்க்க, படம்: உடல்)*

தோள்கொடு வி. (-கொடுக்க, -கொடுத்து) **(ஒரு செயலில் ஈடுபட்டிருப்பவருக்கு) உதவிசெய்தல்; துணையாக இருத்தல்;** extend support. சர்வாதிகார அரசை வீழ்த்தும் பணிக்குத் தோள்கொடுங்கள்./ இந்த அகராதி முழுமைபெறத் தோள்கொடுத்த அனைவருக்கும் நன்றி.

தோள்பட்டை பெ. **முதுகின் மேற்புறம் தோளை ஒட்டி இரண்டு பக்கமும் இணைந்த தட்டையான பகுதி;** shoulder blade. தோள்பட்டை எலும்புகள் தெரியும் அளவுக்கு மெலிந்த தேகம்.

தோள்பை பெ. **தோளில் தொங்கவிடும்படி பட்டை வைத்துத் தைத்த பை;** shoulder bag.

தோளுக்கு மேல் வளர்ந்த பெ.அ. **(பெரும்பாலும் ஆணைக் குறித்து வரும்போது) வாலிப வயதை அடைந்த;** grown into an adult. தோளுக்கு மேல் வளர்ந்துவிட்ட மகனை எப்படிக் கண்டிப்பது?

தோளோடு தோள் நில் வி. (நிற்க, நின்று) **(ஒருவருக்கொருவர்) பக்கபலமாக நிற்றல்; உறுதுணையாக இருத்தல்;** support each other. அண்ணனும் தம்பியும் தோளோடு தோள் நிற்க வேண்டிய நேரத்தில் இப்படிச் சண்டை போட்டுக்கொண்டால் எப்படி?/ பொதுப் பிரச்சினை என்று வந்துவிட்டால் இந்த ஊரில் உள்ள அனைவரும் தோளோடு தோள் நின்று செயல்படுவார்கள்./ பங்காளிச் சண்டையை மறந்துவிட்டுத் தோளோடு தோள் நின்று உறவினர் வீட்டுத் திருமணத்தை நடத்திவைத்தார்கள்.

தோற்கடி வி. (-அடிக்க, -அடித்து) **(போட்டியில்) தோல்வி அடையச் செய்தல்;** (in sports, competition, etc.,) defeat. நம் அணி நன்றாக விளையாடியும் தோற்கடிக்கப்பட்டது./ அவர் தன்னோடு போட்டியிட்டவர்களை ஏராளமான வாக்கு வித்தியாசத்தில் தோற்கடித்து வெற்றி பெற்றார்./ இன்னும் சில ஆண்டுகளுக்கு ஒட்டப் பந்தயத்தில் இவரைத் தோற்கடிக்க யாரும் இல்லை.

தோற்கருவி பெ. (இசை) **(தப்பட்டை, டமாரம்போல்) தட்டி ஒலியெழுப்பவோ, (மிருதங்கம், தபேலாபோல்) இசைக்குத் தாளமாக ஒலிக்கவோ பயன்படுத்தும், மேற்புறம் அல்லது பக்கங்களில் தோலை இழுத்துக் கட்டியிருக்கும் பரப்பைக் கொண்ட கருவி;** percussion instrument which has hide drawn either on the top or on the sides.

தோற்பாவை பெ. **தோலால் செய்யப்பட்டு குச்சி, கயிறு போன்றவற்றால் ஆட்டப்படும் (கதைப்பாத்திர) பொம்மை;** leather puppet.

தோற்பாவைக் கூத்து பெ. **தோலில் வெட்டிய உருவங்களின் மீது ஒளி பாய்ச்சி அவற்றின் நிழல்களின் அசைவுகளைத் திரையில் காட்டும் பாரம்பரிய நிகழ்கலை;** shadow puppet show.

தோற்பாவை நிழற்கூத்து பெ. காண்க: **தோற்பாவைக் கூத்து.**

தோற்றப்பாடு பெ. (இலங்.) **அறிகுறி;** indication; symptom. இனப் பிரச்சினை தீர்ந்துவிடும் என்ற தோற்றப்பாடு தெரிகின்றது./ நோய் முற்றுவதற்கான தோற்றப்பாடு அதிகமாக இருக்கிறது.

தோற்றம் பெ. 1: **பார்வைக்குத் தெரியும் புற வடிவம்; உருவம்;** figure; appearance. அவருடைய நெடிய தோற்றம் எல்லோருடைய கவனத்தையும் கவர்ந்தது./ அவள் தோற்றத்தில் மயங்கி அவளைக் கல்யாணம் செய்துகொண்டார். 2: **(மனத்தில் எழும்) காட்சி;** (mental) picture; appearance. அந்த அநாதைச் சிறுவனைக் கண்டதும் என் சிறு வயதுத் தோற்றம் கண் முன் தெரிந்தது./ ஊரே உறங்குவது போன்ற தோற்றம். 3: **(ஒருவர்) பிறந்த நாள், மாதம், வருடம் ஆகியவற்றின் குறிப்பு;** birth (of s.o.). மாலை போட்டிருந்த படத்தில் இறந்தவரின் தோற்றமும் மறைவும் குறிக்கப்பட்டிருந்தன./ இறந்துபோன தொழிலதிபரின் படமும் அதற்குக் கீழ் *'தோற்றம்: 17.08.1952, மறைவு: 03.12.2005'* என்றும் பத்திரிகையில் அச்சிடப்பட்டிருந்தது. [(தொ.சொ.) **உதயம்/ பிறப்பு**] 4: **ஒன்று உருவாகும் ஆரம்ப நிலை;** genesis (of sth.). மனிதன் நெருப்பின் பயனைக் கண்டறிந்ததை அறிவியலின் தோற்றமாகக் கூறலாம்./ நாகரிகத்தின் தோற்றம் என்பது வேளாண்மையை அடிப்படையாகக் கொண்டது. 5: (இலங்.) **(ஒருவர் அல்லது ஒன்று) பார்வைக்குத் தெரியும் தன்மை;** physical appearance (of s.o. or sth.). அவள் நல்ல தோற்றமானவள்./ அவனுடைய தோற்றத்துக்கு என்ன குறை?

தோற்றுவாய் பெ. (உ.வ.) 1: **(ஒன்றின்) ஆரம்பம்; துவக்கம்;** beginning; origin. இந்த நீண்ட போராட்டத்தின் தோற்றுவாயைத் தெரிந்துகொள்ள நாம் இருநூறு ஆண்டுகளுக்கு முன் செல்ல வேண்டும். 2: **(நூலின்) நுழைவாயிலாக இருக்கும் முன்பகுதி;** introductory part (of a book).

தோற்றுவி வி. (தோற்றுவிக்க, தோற்றுவித்து) (உ.வ.) **(ஒன்றை) உருவாக்குதல்; உண்டாக்குதல்; ஏற்படுத்துதல்;** cause (sth.); create. நோய்களைத் தோற்றுவிக்கக் கூடிய நுண்ணுயிரிகள் பல./ விவேகானந்தரின் அறிவுரை இளைஞர்கள் இடையே புதிய சிந்தனையைத் தோற்றுவித்தது./ புதிய யுகத்தைத் தோற்றுவிப்போம்.

-தோறும் இ.சொ. (பெயர்ச்சொல்லின் பின்) **'குறிப்பிட்ட காலத்தில் அல்லது இடத்தில் ஒன்று காணப்படுகிறது அல்லது தவறாமல் நடக்கிறது' என்பதைக் காட்டுவதற்குப் பயன்படும் இடைச்சொல்;** (after a noun) particle used in the sense of 'every'. வாரந்தோறும் அம்மாவைப் பார்க்க ஊருக்குச் சென்றுவிடுவான்./ வியாழன்தோறும் இங்கு விசேஷ பூஜை நடத்தப்படும்./ இது பொதுவாக வீடுதோறும் இருக்கக் கூடிய பிரச்சினைதான்.

757 நகர்[1]

தோன்றல் பெ. **1:** *(உ.வ.)* **வம்சம் நிலைக்கப் பிறந்தவன்;** male descendent; son. குலத் தோன்றல். **2:** *(இலக்.)* **(சந்தியில்) புதிதாக ஒரு எழுத்து தோன்றுதல்;** appearance of a new consonant in sandhi.

தோன்றாத் தரப்பு பெ. *(சட்டம்)* **ஒரு வழக்கில் அழைப்பாணை பெற்ற பிறகு நீதிமன்றத்தில் ஆஜராகாதவர் என்று நீதிமன்றத்தால் அறிவிக்கப்பட்ட தரப்பு;** ex parte.

தோன்று வி. *(தோன்ற, தோன்றி)* **1: (பார்வைக்கு) தெரிதல்; காணப்படுதல்; காட்சிதருதல்;** appear. கள்ள நோட்டும் நல்ல நோட்டுப் போலத்தான் தோன்றும்./ வானில் நிலவும் நட்சத்திரங்களும் தோன்றின. **2: (மனத்தில் எண்ணம், சிந்தனை போன்றவை) ஏற்படுதல்;** occur (in mind); come to be thought of (as); appear. பிரச்சினையைத் தீர்க்காமல் தள்ளிப்போட்டது தவறு என்று தோன்றுகிறது./ மனத்தில் தோன்றியதைச் சட்டெனக் கூறிவிட்டேன்./ இவ்வாறு செய்தால் சரியாக இருக்கும் என்று தோன்றுகிறது./ இப்படி ஒரு எண்ணம் உனக்கு ஏன் தோன்றியது? **3:** *(உ.வ.)* **பிறத்தல்; அவதரித்தல்/(நதி) உற்பத்தியாதல்;** be born/(of a river) have (its) origin. அரச குலத்தில் தோன்றிய ஞானிகள்/ கோமுகி என்னும் இடத்தில் கங்கை நதி தோன்றுகிறது. **4: வெளிப்படுதல்; தெரியவருதல்;** rise; appear; become manifest. சூரியன் தோன்றுவதும் மறைவதும் அன்றாட நிகழ்ச்சிதானே./ அவன் முகத்தில் தோன்றி மறைந்த வியப்பை நான் கவனிக்கத் தவறவில்லை.

தோஷம் பெ. **1: (கிரக நிலை, தீய செயல் போன்றவற்றின்) தீங்கு விளைவிக்கக்கூடிய அம்சம்;** malignant influence (of a planet, etc.,). பெண்ணுக்குச் செவ்வாய் தோஷம் இருக்கிறது./ நாக தோஷம். **2: தவிர்க்க முடியாத குறை;** unavoidable consequence. கூடப் பிறந்த தோஷம், இவனை வைத்துக் காப்பாற்ற வேண்டியிருக்கிறது./ பழகிய தோஷத்திற்காக உன்னை மன்னித்துவிடுகிறேன். **3: (ஒன்றில் அல்லது ஒருவரிடம் உள்ள) குறை;** fault; blemish. இந்த வைரத்தில் தோஷம் இருக்கிறது./ இந்த வீட்டில் என்ன தோஷத்தைக் கண்டாய்?

ந

நக்கல் பெ. *(-ஆக, -ஆன)* *(பே.வ.)* **குத்தல்; கிண்டல்; கேலி;** (remark with) sarcasm. 'குறைகளைச் சொன்னால் அவற்றைத் தீர்த்துவிடவாபோகிறீர்கள்' என்று நக்கலாகக் கேட்டார்./ நக்கலான சிரிப்பு/ ஏன் சும்மா அவனையே எல்லோரும் நக்கல்செய்கிறீர்கள்? [*(தொ.சொ.)* **இகழ்ச்சி/ இளக்காரம்/ இளப்பம்/ எள்ளல்/ ஏளனம்/ கிண்டல்/ குத்தல்/ கேலி/ நையாண்டி**]

நக்கலும் நையாண்டியுமாக வி.அ. **மிகுந்த குத்தலும் கிண்டலும் நிறைந்ததாக;** mockingly; derisively. அந்த அரசியல் தலைவர் எப்போதும் நக்கலும் நையாண்டியுமாகத்தான் பேட்டி அளிப்பார்.

நக்கு வி. *(நக்க, நக்கி)* **நாக்கினால் தடவுதல்;** lick; lap. பாசத்தோடு பசு தன் கன்றை நக்கியது./ 'சாப்பிட்டுவிட்டுக் கையை நக்காதே' என்று அம்மா திட்டினாள்./ நாய் நீரை நக்கிக் குடிக்கும். [*(தொ.சொ.)* அதக்கு/ அரை/ உறிஞ்சு/ கடி/ குதப்பு/ சப்பு/ சவை/ மெல்]

நக்சலைட் பெ. **பொருளாதார ஏற்றத்தாழ்வைச் சீர் திருத்த ஜனநாயக அமைப்பை நிராகரித்து ஆயுதம் மூலம் பொதுவுடைமைக் கொள்கையை நிறைவேற்ற முயலும் தீவிரவாதப் போக்கை மேற்கொண்டவர்;** Marxist given to armed struggle to eradicate inequalities; (in India) Naxalite.

நகக்கண் பெ. **விரல் நுனிக்கும் நகத்துக்கும் இடைப்பட்ட பகுதி;** the part between the tip of the finger and the nail. நகக்கண்ணில் அழுக்கு சேர விடக் கூடாது.

நகச்சுற்று பெ. **தொற்றின் காரணமாகக் கைவிரல் நகத்தின் ஓரத்தில் உள்ள சதைப் பகுதியில் ஏற்படும், வலியுடன் கூடிய வீக்கம்;** whitlow.

நகச்சூடு பெ. *(வ.வ.)* **கை பொறுக்கக்கூடிய சூடு; மிதமான சூடு;** heat that the finger nail can stand. குளிப்பதற்குத் தண்ணீர் நகச்சூட்டில் இருந்தால் போதும்.

நகப்பூச்சு பெ. **(பெரும்பாலும் பெண்கள் அலங்காரத்துக்காக) விரல் நகங்களுக்கு நிறம் தருவதற்குப் பயன்படுத்தும் வண்ணச் சாயம்;** nail polish.

நகம் பெ. **(கை அல்லது கால்) விரல் நுனியின் மேல்புறத்தில் வழுவழுப்பாகவும் வளரக்கூடியதாகவும் இருக்கும் கடினமான பகுதி;** (finger or toe) nail. புலி நகம்போல் நகத்தை நீளமாக வளர்த்திருக்கிறாயே!

நகமும் சதையும்போல் வி.அ. **(உறவில் அல்லது நட்பில்) மிக நெருக்கமாக; மிகவும் அன்னியோன்னியமாக;** like inseparables; inseparably. இரண்டு குடும்பங்களுமே இருபது வருடங்களுக்கும் மேலாக நகமும் சதையும்போல் பழகிவருகிறோம்./ நேற்றுவரை நகமும் சதையும்போல் பழகிவிட்டு இன்றைக்கு எதற்காக இப்படி ஒருவரை ஒருவர் அடித்துக்கொள்கிறீர்கள்?

நகர்[1] வி. *(நகர, நகர்ந்து)* **1: மெதுவாக இடம் விட்டு இடம்பெயர்தல்; மெள்ளப் போதல்;** move slowly. இருநூறு பேர் இழுத்தும் தேர் நகரவில்லை./ பேருந்து நகரத் தொடங்கியதும் தாவி ஏறிக்கொண்டான்./ காற்றழுத்தத் தாழ்வு மண்டலம் தென்மேற்குத் திசையை நோக்கி நகரக் கூடும்./ படகு மெதுவாக நகர ஆரம்பித்தது. **2: (இருக்கும் இடத்திலிருந்து) சற்று விலகுதல்; அகலுதல்; ஒதுங்குதல்;** step aside; move over. கொஞ்சம் நகர்ந்து நில்./ முதியவர் வருவதைக் கண்டதும் அவள் நகர்ந்து வழி விட்டாள்./ சற்று நகர்ந்து உட்கார்./ மேஜையை விட்டு நகர்ந்து ஜன்னலின் அருகே போனான். **3: (காலத்தைக் குறித்து வரும்போது) மெதுவாகக் கழிதல்;** (of time) move slowly. எந்தவித மாற்றமும் இன்றி ஆண்டுகள் நகர்ந்தன./ நேரம் ஏன் இப்படி ஆமைபோல் நகர்கிறது என்று அவன் சலித்துக்கொண்டான்./ இந்தக் கிராமத்தில் வாழ்க்கை எளிமையாக நகர்ந்துகொண்டிருக்கிறது. **4: (கதை, நாவல், திரைப்படம் போன்றவை) ஒரு கட்டத்திலிருந்து அடுத்த கட்டத்திற்குச் செல்லுதல்;** (of short story, novel, movie, etc.,) progress. இந்த நாவலின் இரண்டாவது பகுதி நகர மாட்டேன் என்கிறது./ இந்தத் திரைப்படத்தின் கதை சுவாரஸ்யமாக நகர்கிறது.

நகர்² பெ. 1: **நகரம்;** city; town. நகரின் சில பகுதிகளில் கடுமையான தண்ணீர்த் தட்டுப்பாடு நிலவுகிறது./ நடிகர் காலமான செய்தி நகர் முழுதும் விரைவாகப் பரவியது./ நெய்வேலி நகர் திட்டமிட்டு வடிவமைக்கப்பட்டது ஆகும். 2: **(ஒரு பெயருடன் இணைக்கப்படும்போது) குடியிருப்புப் பகுதி;** (when added to a name) residential area. காந்தி நகர்/ திருவள்ளுவர் நகர்/ பாரதி நகர்.

நகர்த்து வி. (நகர்த்த, நகர்த்தி) 1: **(தள்ளுவதன்மூலம் ஒன்றை) இடம்பெயரச் செய்தல்;** move (an object by pushing). மேஜையைக் கொஞ்சம் நகர்த்திப் போட்டுக் கொள்./ நகர்த்தக்கூட முடியாத அளவுக்குக் கனமான கட்டில். [(தொ.சொ.) ஒதுக்கு/ தள்ளு] 2: **(உடல் உறுப்புகளை, இயந்திரம் போன்றவற்றின் பாகங்களை) ஒரு நிலையிலிருந்து இன்னொரு நிலைக்குக் கொண்டு செல்லுதல்;** move (a limb or a part of machinery, etc.,). இந்த உடற்பயிற்சியில் ஒரு காலை மட்டும் முன்பக்கம் நகர்த்தி, பின்பு குனிய வேண்டும். 3: **(கதை, நாவல், திரைப்படம் போன்றவற்றில்) கதையை, கருத்தை முன்னே எடுத்துச்செல்லுதல்;** (of short story, novel, movie, etc.,) move. ஒரு எழுத்தாளருக்குக் கதையை எப்படி நகர்த்த வேண்டும் என்பது தெரிந்திருக்க வேண்டும்./ இந்தத் திரைப்படத்தில் கதையை நகர்த்த இயக்குநர் மிகவும் சிரமப்பட்டிருக்கிறார். 4: **(சதுரங்கம் போன்ற விளையாட்டுகளில்) (காயை) இடம் மாற்றுதல்;** (in chess-like games) move (a piece). நீ குதிரையை நகர்த்தினால் அவன் உன் ராணியை வெட்டிவிடுவான்.

நகர்ப்புறம் பெ. **நகரமும் நகரத்தைச் சார்ந்த பகுதியும்;** city and its suburbs; urban area. நகர்ப்புறத்திலேயே வளர்ந்த பையன்/ நகர்ப்புறத்தின் வளர்ச்சி அதைச் சுற்றியுள்ள கிராமங்களையும் பாதிக்கிறது./ மேலைநாட்டு நாகரிகம் நகர்ப்புறங்களில்தான் முதலில் பரவுகிறது.

நகர்வு பெ. **(ஓர் இடத்திலிருந்து மற்றோர் இடத்துக்கு) நகரும் செயல்; பெயர்ச்சி;** movement; displacement. கண்டத்தட்டுகளின் நகர்வே நிலநடுக்கம் உருவாவதற்குக் காரணமாகிறது.

நகரசபை பெ. **நகராட்சிக்குத் தேர்ந்தெடுக்கப்பட்ட உறுப்பினர்களைக் கொண்ட அமைப்பு;** municipal council. நகரசபை உறுப்பினர்/ நகரசபைத் தலைவர்/ நகரசபைத் தேர்தல்.

நகரம் பெ. **பெரும் எண்ணிக்கையில் மக்கள்தொகை உள்ள, வசதிகள் மிகுந்த பெரிய ஊர்;** city; town. துணி எடுக்க வேண்டும் என்றால் நகரத்துக்குத்தான் போக வேண்டும்./ கல்லூரிகள் பெரும்பாலும் நகரங்களில்தான் இருக்கின்றன.

நகரா பெ. **(முற்காலத்தில் போர்க்களத்திலும் அரச ஊர்வலத்திலும் பயன்படுத்தப்பட்ட) பெரிய அரைக்கோள வடிவத் தோல் கருவி;** big hemispherical drum (used in former times as battle drum and played in royal processions).

நகராட்சி பெ. **நகர நிர்வாகத்துக்குப் பொறுப்பான உள்ளாட்சி அமைப்பு;** municipality. நகராட்சித் தேர்தல்/ நகராட்சித் தலைவர்.

நகரியம் பெ. **பெரும் நகரத்தை ஒட்டியும் தொழிற்பேட்டைகளை ஒட்டியும் உருவாகும் புதிய புறநகர்ப் பகுதிகளுக்கான உள்ளாட்சி அமைப்பு;** local administration for township. சாலையோர ஆக்கிரமிப்புகளை அகற்றும் பணியில் நகரிய அதிகாரிகளும் காவல்துறையினரும் ஈடுபட்டனர்.

நகரும் படிக்கட்டு பெ. **இயந்திர விசையால் இயங்கும் படிகளின் தொடர் அமைப்பு;** escalator.

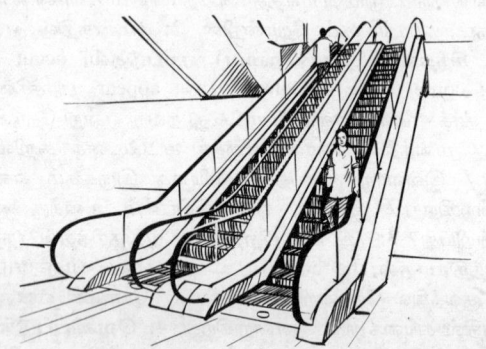

நகரும் படிக்கட்டு

நகரை பெ. (இலங்.) **வெண்மையும் வெளிர் சிவப்பும் கலந்த நிறத்தில் இருக்கும் (உணவாகும்) ஒரு வகைச் சிறிய கடல் மீன்;** an edible sea fish with a mixed colour of white and pale red.

நகல் பெ. (ஓவியம், புகைப்படம், கடிதம் போன்ற ஆவணங்களைக் குறித்து வரும்போது) **மூலத்திலிருந்து அதைப் போலவே உருவாக்கப்படுவது; பிரதி;** duplicate; copy; photocopy. காட்சிக்கு வைக்கப்பட்டிருப்பது பிரபல ஓவியத்தின் நகல்தான்./ நன்னடத்தைச் சான்றிதழின் நகலை இந்த விண்ணப்பத்துடன் இணைத்து அனுப்ப வேண்டும்./ தொலைந்துபோன கடிதத்தின் நகல் அலுவலகத்தில் உள்ளது. [(தொ.சொ.) பிரதி/ போலி]

நகலெடு வி. (-எடுக்க, -எடுத்து) **(எழுதப்பட்டதை, அச்சிடப்பட்டதை) பிரதி எடுத்தல்;** make a copy (of a book, document, etc.,); photocopy. பள்ளிச் சான்றிதழ்களை நகலெடுக்க வேண்டும்./ இந்தக் கட்டுரையை நகலெடுத்துக் கொடு.

நகாசு வேலை பெ. **(நகை, புதிய கட்டடம் முதலியவற்றுக்கு) மெருகேற்றுதல், வர்ணமடித்தல் போன்ற, நுட்பமாகச் செய்யும் அலங்கார வேலை;** work of embellishment. சங்கிலி செய்தாகிவிட்டது. நகாசு வேலைதான் பாக்கி./ (உரு வ.) நகாசு வேலை இல்லாத நேரடியான நடையில் எழுதப்பட்ட நூல்.

நகை¹ வி. (நகைக்க, நகைத்து) (உ.வ.) **சிரித்தல்;** laugh. அவன் சொன்னதைக் கேட்டு அருகிலிருந்த பயணிகள் கொல்லென்று நகைத்தனர்./ உலகம் நம்மைப் பார்த்து நகைக்கக் கூடாது./ மன்னனைப் பார்த்துப் பதுமை நகைத்தது.

நகை² பெ. (உ.வ.) **சிரிப்பு;** laughter.

நகை³ பெ. **தங்கம், வெள்ளி முதலியவற்றால் வேலைப்பாடுகளுடன் செய்யப்பட்டு அழகுக்காக அணிந்து கொள்ளும் சங்கிலி, வளையல் போன்ற அணிகலன்;** jewels; ornament. அம்மாவின் நகையை அடகு வைத்து

தான் பரீட்சைக்குப் பணம் கட்டினேன்./ நடுத்தர வர்க்க ஆண்களும் இப்போது நகைகள் அணியத் தொடங்கிவிட்டார்கள்./ நகைக் கடை.

நகைச்சுவை பெ. 1: *(-ஆக, -ஆன)* **சிரித்து மகிழச் செய்யும் தன்மை;** humour; comic. அவருடைய பேச்சிலும் எழுத்திலும் நகைச்சுவை மிளிரும்./ நகைச்சுவைத் துணுக்கு/ நகைச்சுவை நாடகம்/ தன் நகைச்சுவை நடிப்பால் உலக அளவில் புகழ்பெற்ற நடிகர். 2: **சிரிப்பு ஏற்படுத்தும் முறையில் சொல்லப்படுவது;** joke. தன் நகைச்சுவையைத் தானே அனுபவிப்பதுபோல் பெரிதாகச் சிரித்தார்./ அவருடைய நகைச்சுவை ரசிக்கக்கூடியதாக இருந்தது.

நகைநட்டு பெ. *(பே.வ.)* **நகையும் நகை போன்ற பிறவும்;** jewels and other valuables. நகைநட்டையெல்லாம் விற்றுவிட்டாள்.

நகைப்பு பெ. *(உ.வ.)* 1: **சிரிப்பு;** laughter. கூட்டத்தில் நகைப்பொலி அடங்கச் சிறிது நேரமாயிற்று. 2: **ஏளனம்;** derision. நகைப்பிற்கு இடமான செய்கை.

நகைமுரண் பெ. *(உ.வ.)* காண்க: **முரண்நகை.**

நங்கிணம் பெ. *(இலங்.)* **மைனா;** mynah.

நங்கூரம் பெ. **(கப்பல் நகராமல் ஒரே இடத்தில் நிலையாக நிற்கும் பொருட்டு நீருக்குள் இறக்கப்படும்) நீளமான சங்கிலியுடன் இணைக்கப்பட்ட, கூர்மையான இரு முனைகளை உடைய, மிகக் கனமான இரும்புச் சாதனம்;** anchor.

நங்கூரம் பாய்ச்சு வி. *(பாய்ச்ச, பாய்ச்சி)* **(கப்பல் நகராமல் ஒரே இடத்தில் நிலையாக நிற்பதற்காக நீருக்குள்) நங்கூரத்தை இறக்குதல்;** cast anchor.

நங்கை பெ. *(உ.வ.)* **(இளம்) பெண்;** young girl; (young) lady. அழகு நிலையங்களுக்குச் செல்லும் நங்கையர்.

நங்கையார் பெ. *(வ.வ.)* **அண்ணி;** elder brother's wife.

நச்-என்று வி.அ. *(பே.வ.)* *(பெரும்பாலும் பேசுதல், எழுதுதல் குறித்து வரும்போது)* **(மனத்தில் உறைப்பது போல்) சுருக்கமாகவும் கச்சிதமாகவும்;** sharply; pointedly. அவன் நாலு வார்த்தை பேசினாலும் நச்சென்றுதான் பேசுவான்./ நூலின் ஆசிரியர் வளவளவென்று எழுதாமல் நச்சென்று விஷயத்தைச் சொல்லியிருக்கிறார்.

நச்சரி வி. *(நச்சரிக்க, நச்சரித்து)* **எரிச்சலைத் தரும் விதத்தில் தொடர்ந்து ஒருவரிடம் ஒன்றைக் கேட்டல் அல்லது வற்புறுத்துதல்;** pester. வீட்டைவிட்டுக் கிளம்பியதிலிருந்து குழந்தை பொம்மை கேட்டு நச்சரித்தது./ மாதக் கடைசியில் பணம் கேட்டு நச்சரித்தால் யாருக்குதான் கோபம் வராது?

நச்சரிப்பு பெ. **நச்சரிக்கும் செயல்;** the act of pestering. குழந்தைகளின் நச்சரிப்புத் தாங்காமல் கடற்கரைக்குக் கிளம்பினோம்.

நச்சு[1] பெ. *(பெரும்பாலும் பெயர்ச்சொற்களுடன் இணைந்து)* 1: **நஞ்சு; விஷம்;** (combining with other words) poison. நச்சுக் கிருமிகள்/ நச்சுப் பாம்பு/ நச்சு வாயு. 2: **உடல்நலத்திற்குக் கேடு விளைவிக்கும் வேதிப் பொருள்;** toxin. அரிப்பை ஏற்படுத்தக்கூடிய நச்சுத் தாவரம்/ நச்சுத் தன்மை வாய்ந்த கழிவுநீர்/ தொழிற்சாலைகளிலிருந்து வெளியேறும் நச்சுப் புகை காற்றுமண்டலத்தை மாசுபடுத்துகிறது./ பூச்சிக்கொல்லி மருந்துகளின் நச்சுத் தன்மை உணவுப் பொருள்களில் கலப்பதால் நாம் பல நோய்களுக்கு ஆளாக நேரிடுகிறது./ பிளாஸ்டிக் கழிவுகளை எரிப்பதால் டையாக்சின் என்ற நச்சுப் பொருள் காற்றுடன் கலக்கிறது.

நச்சு[2] பெ. *(பே.வ.)* **ஒவ்வொரு சிறு விஷயத்திலும் எரிச்சல் ஏற்படுத்தும் வகையில் இருப்பவர் அல்லது இருப்பது;** s.o. or sth. vexing. இந்த மாதிரியான கடிகாரத்தைப் பழுதுபார்ப்பது நச்சுப்பிடித்த வேலை./ அவரிடம் வேலை செய்ய முடியாது; அவர் சரியான நச்சு.

நச்சுநச்சு-என்று வி.அ. *(பே.வ.)* *(பொதுவாகக் கூறும் போது)* **(எரிச்சலையும் அசௌகரியத்தையும் தரும்படியாக) விட்டுவிட்டு;** exasperatingly; in a manner causing annoyance. குழந்தை இரவு முழுவதும் நச்சுநச்சென்று அழுதுகொண்டிருந்தது./ காலையிலிருந்து மழை நச்சுநச்சென்று பெய்துகொண்டிருக்கிறது.

நச்சுமுறி பெ. **விஷமுறி;** antitoxin. இந்த மூலிகை நச்சுமுறியாகவும் பயன்படுத்தப்படுகிறது.

நசநச-என்று வி.அ. 1: **ஈரத்தின் காரணமாகத் தரை (நடப்பதற்கு) அசௌகரியமாக;** (of floor) with dampness. மழை பெய்து தரை நசநசவென்று இருக்கிறது./ கொத்தனார் வேலை முடிகிறவரை வீடு நசநசவென்றுதான் இருக்கும். 2: **(வியர்வையின் காரணமாக உடல்) ஈர உணர்வுடன் அசௌகரியமாக;** sweaty; இறுக்கமான சட்டை போட்டிருப்பதால் உடம்பு வேர்த்து நசநசவென்று ஆகிவிட்டது.

நசி[1] வி. *(நசிய, நசிந்து)* 1: **(ஓர் இனம்) எண்ணிக்கையில் குறைந்து அழியும் நிலைக்கு வருதல்/(குடும்பம், கலை முதலியவை) செல்வாக்கையும் மதிப்பையும் இழந்து நலிவடைதல்;** become extinct; decline. எண்ணெய்க்காகப் பெருமளவில் கொல்லப்படுவதால் சில திமிங்கில இனங்கள் நசிந்துவருகின்றன./ கண்ணெதிரில் நண்பரின் குடும்பம் நசிந்துகொண்டிருப்பதைப் பார்க்க மிகவும் கஷ்டமாக இருக்கிறது./ நசிந்துவரும் கலைகளுக்கு மக்கள் ஆதரவளிக்க வேண்டும். 2: *(இலங்.)* **நசுங்குதல்;** get crushed. சுவர் இடிந்து விழுந்ததில் நசிந்து இறந்துவிட்டார்./ சுவரில் மோதி காரின் முன்பக்கம் நசிந்துவிட்டது./ நெரிசலில் பையில் இருந்த வாழைப்பழம் நசிந்துவிட்டது.

நசி[2] வி. *(நசிக்க, நசித்து)* 1: **குறைதல்; நசிதல்;** become extinct; be on the decline. இருவாட்சிப் பறவையினம் நசித்து வருகிறது./ இந்தக் கலைஞர்கள் இல்லாவிட்டால் இந்தக் கலை என்றோ நசித்திருக்கும். 2: *(இலங்.)* **நசுக்குதல்;** crush. தேசிக்காயை வண்டிச் சக்கரத்தின் கீழ் வைத்து நசித்துவிடு./ சின்னப் பிள்ளையின் கையை நசித்துவிடாதே.

நசிந்துகொடு வி. *(-கொடுக்க, -கொடுத்து)* *(இலங்.)* **(எல்லாவற்றுக்கும்) இணங்குதல்; ஒத்துப்போதல்;** be yielding. அம்மாவுக்காக மாமா எல்லா விஷயங்களிலும்

நசிந்துகொடுப்பார்./ இந்தக் காலத்தில் கொஞ்சம் நசிந்து கொடுத்துப் போனால்தான் காலம்தள்ள முடியும் என்று நண்பன் சொல்லிக்கொண்டிருந்தான்.

நசிவு பெ. **நலிவு;** decadence; decline. **நம்முடைய தார் மீக மதிப்பீடுகளின் நசிவு வருந்தத் தக்கது.**

நசுக்கு வி. (நசுக்க, நசுக்கி) 1: **(ஒன்றை ஒரு பரப்பில்) அழுத்தி அதன் உருவம் சிதையும் வகையில் தேய்த்தல்;** crush. பீடித் துண்டைக் கீழே போட்டுக் காலால் நசுக்கி னான்./ மூட்டைப்பூச்சியை நசுக்காதே, சுவர் கரையாகி விடும் என்று அம்மா சத்தம்போட்டாள்./ பழத்தை நசுக்கி விடாதே. [(தொ.சொ.) இடறு/ உதை/ எற்று/ தேய்/ மிதி] 2: **(ஒன்றை) இரு பக்கங்களிலிருந்தும் விசையுடன் அழுத்துதல் அல்லது நெருக்குதல்;** crush. கதவைச் சாத்தும்போது என் விரலை நசுக்கிவிட்டான்./ ஏன் இப்படி என்னை நசுக்குகிறீர்கள்? கொஞ்சம் தள்ளி நிற்கக் கூடாதா? 3: **(போராட்டம், உரிமை முதலிய வற்றை) ஒடுக்குதல்;** crush (a revolt, strike, etc.,). தொழி லாளர்களின் வேலைநிறுத்தத்தை நசுக்க நிர்வாகம் வன் முறையைக் கையாண்டது./ சர்வாதிகார அரசுகள் மக்களின் சுதந்திரத்தை நசுக்கும்./ பேச்சுரிமையை நசுக்கும் போக்கு கவலை அளிக்கிறது.

நசுக்குடாமல் வி.அ. (இலங்.) **பிறர் அறியாதபடி;** without the knowledge of others. நசுக்குடாமல் இந்தியாவுக்குப் போய்விட்டு வந்துவிட்டார்./ நசுக்குடாமல் மகனின் கலி யாணத்தைப் பண்ணிவிட்டார்.

நசுக்குணி பெ. (இலங்.) **தொந்தரவு செய்பவர்; தொல்லை ஏற்படுத்தும் நபர்;** troublesome person. அந்த நசுக்குணி யைக் கூட்டு சேர்த்ததால்தான் வியாபாரம் கெட்டுவிட்டது.

நசுங்கு வி. (நசுங்க, நசுங்கி) **(ஒன்று அல்லது ஒருவர் விழுவதால், அழுத்தப்படுவதால்) உருக்குலைதல்; சிதைதல்;** get crushed. ஓடும் பேருந்திலிருந்து விழுந்தவர் சக்கரத்தில் சிக்கி நசுங்கிச் செத்தார்./ கீழே விழுந்து ஆப் பிள் ஒரு பக்கத்தில் நசுங்கிவிட்டது./ விரல் நசுங்கிவிடப் போகிறது. கதவைப் பார்த்துச் சாத்து.

நசுறாணி பெ. (இலங்.) 1: **கஞ்சன்; உலோபி;** miser. அந்த நசுறாணியிடம் போய்ப் பண உதவி கேட்டாயே? 2: **தொந்தரவு செய்பவர்;** troublesome person. இந்த நசுறா ணியையும் ஒரு காரியம் செய்வதற்குக் கூட்டு சேர்த்திருக் கிறீர்களே. அந்தக் காரியம் உருப்பட்டாற்போல்தான்.

நஞ்சு பெ. **விஷம்;** poison. பாம்பின் நஞ்சு மருந்தாகவும் பயன்படுகிறது./ நஞ்சு தோய்த்த அம்பு/ வனவிலங்கு களைச் சுடுவதும், நஞ்சு வைத்துக் கொல்வதும் சட்டப்படி குற்றமாகும்.

நஞ்சுக்கொடி பெ. **(மனிதரில்) குழந்தை பிறந்ததை அல்லது (விலங்குகளில்) குட்டி ஈன்றதைத் தொடர்ந்து கருப்பையிலிருந்து வெளியாவதும் கடல் பஞ்சு போன் றதுமான சவ்வுப் படலம்;** placenta.

நஞ்சை பெ. காண்க: **நன்செய்.**

நட்சத்திர ஆமை பெ. **இலையுதிர்க் காடுகளிலும் புதர்கள் நிறைந்த காட்டுப் பகுதிகளிலும் வாழ்வதும், நட்சத்திர வடிவக் குறிகளைத் தன் ஓட்டின் மேல் கொண்டிருப்பதுமான ஆமை வகை;** Indian star tortoise. அரிய வகை நட்சத்திர ஆமைகள் அழிந்துவரும் நிலையில் உள்ளன./ நட்சத்திர ஆமைகளைக் கடத்த முயன்ற விமானப் பயணி கைதுசெய்யப்பட்டார்.

நட்சத்திர ஆமை

நட்சத்திர இரவு பெ. **(பொதுக் காரியத்திற்கு நிதி திரட்டு வதற்காக) பிரபல திரைப்பட நடிகர்கள் கூடி இரவில் நடத்தும் கலைநிகழ்ச்சி;** star night (to raise funds for a charitable purpose).

நட்சத்திர ஓட்டல் பெ. **வசதிகளின் அடிப்படையில் தரத்தைக் காட்டும் வகையில் (பெரும்பாலும் மூன்று அல்லது ஐந்து) நட்சத்திரங்களைக் குறியீடாகப் பெற்ற உணவு விடுதி;** star hotel. ஐந்து நட்சத்திர ஓட்டல்/ பிரபல நட்சத்திர ஓட்டலில் நண்பனின் திருமண வரவேற்பு நிகழ்ச்சி நடந்தது./ ஏழு நட்சத்திர ஓட்டல்கள் சில இந்தி யாவில் ஆரம்பிக்கப்பட்டுள்ளன.

நட்சத்திரக்குறி பெ. **உடுக்குறி;** asterisk. வாக்கியத்தில் நட்சத்திரக்குறி இடப்பட்டிருக்கும் சொற்களுக்கு அடிக் குறிப்பில் விளக்கம் தரப்பட்டுள்ளது.

நட்சத்திரம் பெ. 1: **ஒளியையும் வெப்பத்தையும் தன் னிடத்திலேயே கொண்ட, கிரகங்களைவிடப் பல மடங்கு பெரியதாகவும் பூமியிலிருந்து வெகு தொலை விலும் இருக்கும், (இரவில் மின்னும்) விண்வெளிப் பொருள்;** star. சூரியனும் ஒரு நட்சத்திரம்தான். 2: **ஐந்து முனைகளைக் கொண்ட வடிவம்;** star (shape). அந்தக் குளத்தை நட்சத்திர வடிவத்தில் அமைத்திருந்தார்கள். 3: **(சில துறைகளில்) பலரும் தெரிந்திருக்கிற வகையில் புகழ் பெற்றுத் திகழ்கிற நபர்;** famous performer (in films, sports, etc.,); star. விழாவில் பல திரைப்பட நட்சத் திரங்கள் கலந்துகொண்டனர்./ இந்தப் போட்டியில் நட் சத்திர ஆட்டக்காரர்கள் பங்குபெறுவார்கள். 4: (சோதி.) **(ஒருவரின் ஜாதகத்தைக் கணிக்க அடிப்படையாகக் கொள்ளும்) பூமியைச் சந்திரன் ஒரு முறை சுற்றிவர எடுத்துக்கொள்ளும் காலத்தின் இருபத்தேழு பிரிவு களில் ஒன்று;** asterism. குழந்தை திருவோண நட்சத் திரத்தில் பிறந்திருக்கிறது./ உன் நட்சத்திரம் என்ன? 5: (சோதி.) **விண்வெளி மண்டலத்தில் உள்ள குறிப் பிட்ட நட்சத்திரங்களின் தொகுப்பு;** a group of stars in the space. அஸ்வினி என்ற நட்சத்திரம் குதிரை வடிவம் போல் தோற்றமளிக்கும் பல நட்சத்திரங்களைக் கொண்டது.

நட்சத்திர மண்டலம் பெ. **நட்சத்திரங்களையும் கிரகங் களையும் கொண்ட தொகுதி;** galaxy. பால்வீதி என்னும் நட்சத்திர மண்டலத்தில் சூரியக் குடும்பமும் அடங்கும்.

நட்சத்திர மீன் பெ. *நட்சத்திர வடிவில் தட்டையாக இருக்கும் ஒரு வகைக் கடல்வாழ் உயிரினம்;* starfish.

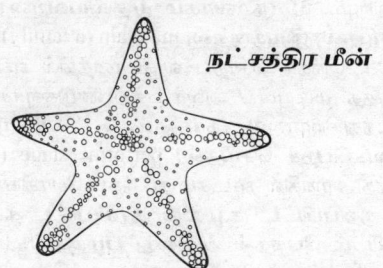

நட்சத்திர மீன்

நட்சத்திர விடுதி பெ. (இலங்.) காண்க: *நட்சத்திர ஓட்டல்.*

நட்ட நடு பெ. (பே.வ.) *(காலத்திலும் இடத்திலும்) மைய மான பகுதி;* the very middle (of time or space). *நட்ட நடு ராத்திரியில் யார் நம் வீட்டுக் கதவைத் தட்டுவது?/ அறையின் நட்டநடுவில் நின்றிருந்தான்.*

நட்டம் பெ. (பே.வ.) காண்க: *நஷ்டம்.*

நட்டாற்றில் விடு வி. (விட, விட்டு) *(தன்னை நம்பி யிருப்பவரை) இக்கட்டான நிலையில் கைவிடுதல்;* leave (s.o.) in the lurch; let (s.o.) down. *உன்னை நம்பிய வனை நட்டாற்றில் விடலாமா?*

நட்டுவக்காலி பெ. (இலங்.) காண்க: *நட்டுவாக்காலி.*

நட்டுவத்தாளம் பெ. (நாட்.) *பரத நாட்டியத்தில் நட்டு வாங்கம் செய்பவர் பயன்படுத்தும் உலோகத்தால் ஆன தாளக் கருவி;* small cymbals used by நட்டுவனார் to make rhythmic beats for the guidance of the dancer.

நட்டுவம் பெ. (நாட்.) காண்க: *நட்டுவாங்கம்.*

நட்டுவனார் பெ. (நாட்.) *(செவ்வியல் நடன வகை யான பரதநாட்டியம் போன்றவற்றை) மரபு முறையில் கற்றுத்தருபவர்; (நாட்டிய) குரு;* dance master who teaches south Indian classical dance.

நட்டுவாக்காலி பெ. *அளவில் பெரிதாகவும் நிறத்தில் கறுப்பாகவும் இருக்கும், தேள் இனத்தைச் சேர்ந்த உயி ரினம்;* larger black scorpion.

நட்டுவாங்கம் பெ. (நாட்.) *ஒருவர் நாட்டியம் ஆடும் போது தாளம் தட்டியும், சொற்கட்டுகளைச் சொல்லி யும் அவரது நாட்டியத்தை இயக்கும் முறை;* the technique of directing the dancer by delineating with the help of cymbals and rhythmic syllables. *உங்கள் பெண்ணின் நாட்டிய அரங்கேற்றத்தில் நட்டுவாங்கம் பிரமாதம்.*

நட்பு பெ. 1: *அன்பு, ஒத்த கருத்து, நலன், அக்கறை முதலியவற்றின் அடிப்படையில் (பொதுவாக) உறவி னர் அல்லாதவருடன் கொள்ளும் உறவு;* friendship. *பள்ளிக்கூட நாட்களிலிருந்தே எங்களுக்குள் நெருங்கிய நட்பு உண்டு./ எங்களுக்கு இடையே உள்ள நட்பைச் சிலர் காதல் என்று தவறாகப் புரிந்துகொள்கிறார்கள்.* 2: *(ஒரு நாடு மற்றொரு நாட்டுடன் கொண்டிருக்கும்) சுமுக மான தொடர்பு;* amity or friendship (between countries). *நட்பு நாடுகள்/ இரு நாடுகளுக்கு இடையே உள்ள நட்பு.*

நட்புறவு பெ. *(நபர்கள் அல்லது நாடுகளுக்கு இடையி லான) நேச உறவு;* amity or friendship (between persons or countries). *பல வருட நட்புறவில் அவ்வாறு அவர் கோபத் துடன் பேசியது அதுவே முதல் முறை ஆகும்./ எங்கள் இரு வருக்கும் இடையில் கொள்கை அளவில் வேறுபாடுகள் இருந்தாலும், மரியாதை கலந்த நட்புறவு உண்டு./ ஆசி யாவில் அமைதி நிலவ வேண்டுமானால் அண்டை நாடு களுடனான நட்புறவு வலுவடைய வேண்டும்.*

நட வி. (நடக்க, நடந்து) (எதிர்மறைப் பெயரெச்ச, வினையெச்சங்களில் மட்டும் வரும் மாற்று வடிவங்கள்: நடவாத, நடவாமல்) **அ.** (இடம்பெயர்தல் தொடர் பான வழக்கு) 1: *இயல்பான வேகத்தில் கால்களை மாற்றிமாற்றி முன்வைத்து இடம்பெயர்தல்;* walk. *தவழ்ந்துகொண்டிருந்த குழந்தை இப்போதுதான் நடக்கத் தொடங்கியிருக்கிறது./ கையில் காசு இல்லாததால் அலு வலகத்திலிருந்து வீட்டுக்கு நடந்தே போனான்./ 'கூனாதே, நிமிர்ந்து நட' என்று அப்பா கூறினார்./ காலில் விஷக்கடி பட்டவர் நடக்கக் கூடாது./ (உரு வ.) எப்போதும் உன் குறிக்கோளை நோக்கியே நட.* 2: *(விண்வெளி வீரர் விண்கலத்துக்கு வெளியில் வந்து) மிதந்தபடி நகர்தல்;* walk (in space). *விண்வெளியில் அதிக நேரம் நடந்த பெண் என்ற சாதனையை இந்திய வம்சாவளியைச் சேர்ந்த சுனிதா வில்லியம்ஸ் நிகழ்த்தினார்.* **ஆ.** (நிகழ்தல் தொடர் பான வழக்கு) 3: *(ஒரு சம்பவம், காரியம், நன்மை, தீமை போன்றவை) நிகழ்தல்; ஏற்படுதல்;* take place; happen. *இப்படி ஒரு விபத்து நடக்கும் என்று யாரும் எதிர்பார்க்க வில்லை./ நடந்தது நடந்துவிட்டது; இனிமேல் வருந்திப் பயன் இல்லை./ ஆட்டத்தின் கடைசிப் பந்தில்தான் அந்த அற்புதம் நடந்தது./ அலுவலகத்தில் உண்மையில் என்ன நடந்தது என்பதை நான் சொன்னால் மேலதிகாரி நம்பு வாரா என்ற சந்தேகம் எனக்கு ஏற்பட்டது./ யாராவது ஒரு வருக்கு நல்லது நடந்தால் சரிதான்./ உலகில் வேறு எங்கும் இப்படிப்பட்ட கொடுமைகள் நடப்பதில்லை./ சின்னச் சின்ன சண்டைகள் எல்லோருடைய வீட்டிலும் நடப்பது தானே?/ சற்று நேரத்தில் பெரிய கலவரமே நடந்து முடிந்து விட்டது./ அங்கு நடந்த அடிதடியில் இரண்டு குழுவின ருக்குமே நல்ல காயம்./ இந்தப் பகுதியில் திருட்டுகள் அடிக்கடி நடக்கின்றன./ என் பையன்கள் இல்லாமல் எதுவும் நடக்காது.* 4: *(ஒன்றுக்கு அல்லது ஒருவருக்கு ஒன்று) நேர்தல்;* happen. *இரண்டு பேரும் பேசிக்கொள் வதில்லையே. உங்களுக்கிடையே என்ன நடந்தது?/ என் குடும்பத்துக்கு மட்டும் ஏன் இப்படியெல்லாம் நடக்க வேண்டும்?/ கண் விழித்துப் பார்த்த பெரியவர் 'எனக்கு என்ன நடந்தது?' என்று சுற்றி நின்றிருந்தவர்களைப் பார்த் துக் கேட்டார்./ 'ஆண்டவா! யாருக்கும் தீங்கு நடக்காமல் நீதான் பார்த்துக்கொள்ள வேண்டும்' என்று அவர் வேண் டிக்கொண்டார்.* 5: *(குடும்பம், ஆட்சி, அலுவலகம் முத லியவை) இயங்குதல்; செயல்படுதல்;* (of family, institution, etc.,) function; run; go on. *மூத்த மகனின் சம்பளத் தில்தான் குடும்பம் நடக்கிறது./ மியான்மரில் வெகு கால மாக ராணுவ ஆட்சிதான் நடக்கிறது./ முதலாளி இருக்கும் வரை அலுவலகம் ஒழுங்காக நடக்கும்./ வகுப்பு நடந்து கொண்டிருக்கும்போது தயவுசெய்து யாரும் உள்ளே வரா தீர்கள்./ இந்தச் சிறிய வீட்டில்தான் எங்கள் குடித்தனம்*

நடக்கிறது. **6: (நாடகம் முதலியவை) நிகழ்த்தப்படுதல்/ (திரைப்படம்) காட்டப்படுதல்;** (of film, etc.,) run. எங்கள் ஊரில் சர்க்கஸ் நடக்கிறது./ இந்தத் திரையரங்கில் என்ன படம் நடக்கிறது? **7: (ஒரு நிகழ்ச்சி அல்லது வழக்கு, ஆராய்ச்சி, பேச்சுவார்த்தை முதலியவை) நடத்தப்படுதல்; நடைபெறுதல்;** be held; be performed; be done. மகனின் கல்யாண வேலைகள் நல்லபடியாக நடக்க வேண்டும்./ இரு நாடுகளுக்கு இடையே சமாதானப் பேச்சுவார்த்தைகள் நடந்துவருகின்றன./ நந்தம்பாக்கத்தில் அச்சுக் கலைக் கண்காட்சி நடக்கிறது./ அப்பாவின் தகனம் நடந்து முடிந்த பிறகுதான் அண்ணன் வந்துசேர்ந்தான்./ எங்கள் நிர்வாகத்தில் நடந்த முறைகேடுகள் அம்பலமாயின./ மருத்துவத் துறையில் நிறைய ஆராய்ச்சிகள் நடந்துவருகின்றன./ இந்தத் திரைப்படத்தைப் போன்ற கலை முயற்சிகள் பரவலாக நடக்க வேண்டும்./ சிறுவர்களுக்கான நீச்சல் போட்டி நடக்கிறது./ சட்டசபைத் தேர்தல் இந்த வருட இறுதியில் நடக்கும் என்று தேர்தல் ஆணையம் தெரிவித்துள்ளது./ எங்கள் பள்ளியில் மாதாந்திரத் தேர்வு நடந்துகொண்டிருக்கிறது. **இ.** (நெறிமுறைகளின்படி செல்லுதல் தொடர்பான வழக்கு) **8: (குறிப்பிட்ட பண்பு, தன்மை போன்றவை வெளிப்படும் முறையில் அல்லது பண்பு, தன்மை போன்றவற்றை வெளிப்படுத்தும் முறையில் ஒருவர்) செயல்படுதல்;** behave; conduct (oneself). நான் சொல்வதைக் கேட்டு நடப்பதாக இருந்தால் இங்கு இரு./ அவன் இப்படி முரட்டுத்தனமாக நடந்துகொள்வான் என்று நான் நினைக்கவே இல்லை./ தனக்கு எல்லோரும் பணிந்து நடக்க வேண்டும் என்று அவர் நினைக்கிறார்./ அவர் என்னிடம் மிகுந்த மரியாதையுடன் நடந்துகொண்டார்./ என் முதலாளி என்னிடம் கனிவாக நடந்துகொள்கிறார். **ஈ.** (மரபு வழக்கு) **9: (குறிப்பிட்ட வயது) உடையதாக இருத்தல்;** (of age) run. என் மகளுக்கு எட்டு முடிந்து ஒன்பது நடக்கிறது./ எனக்கு மூன்று வயது நடக்கும்போது கீழே விழுந்து அடிபட்டதால் ஏற்பட்ட தழும்பு. **10: எடுபடுதல்; பலித்தல்;** succeed. உன்னுடைய வேலையெல்லாம் என்னிடம் நடக்காது!/ நானும் அவனை மாற்றுவதற்கு எவ்வளவோ முயற்சி செய்துபார்த்துவிட்டேன். ஆனால் அது நடக்கவில்லை.

நடத்து வி. (நடத்த, நடத்தி) **அ.** (நடைபெறச் செய்தல் தொடர்பான வழக்கு) **1: (ஒன்றைக் குறிப்பிட்ட முறைப்படி) நிகழ்த்துதல்;** conduct; hold. நிர்வாகத்தை எதிர்த்துத் தொழிலாளர்கள் போராட்டம் நடத்தினார்கள்./ அரிசித் தட்டுப்பாடுகுறித்து அமைச்சர் அதிகாரிகளுடன் ஆலோசனை நடத்தினார்./ வருகிற மே மாதம் தமிழகத்திலும் ஆந்திர மாநிலத்திலும் சட்டசபைத் தேர்தல்களை நடத்தத் தேர்தல் ஆணையம் முடிவு செய்துள்ளது./ தேசியத் தடகளப் போட்டிகளைத் தமிழகம் வெற்றிகரமாக நடத்தி முடித்துள்ளது./ கோழி வளர்ப்புப்பற்றிக் கருத்தரங்கம் நடத்தப்பட்டது./ எங்கள் கணித ஆசிரியரைப் போல் பாடம் நடத்த யாராலும் முடியாது. **2: (வாழ்க்கையை) கொண்டுசெல்லுதல்; (குடும்பத்தை) பராமரித்தல்;** lead one's life; make one's living; maintain a family. இந்த வருமானத்தில் நான் எப்படிக் குடும்பம் நடத்த முடியும்?/ முப்பது ஆண்டுக் காலம் அவரோடு வாழ்க்கை நடத்தியிருக்கிறேன், அவருக்கு என்ன வேண்டும் என்பது எனக்குத் தெரியும். **3: (நிர்வாகம் முதலியவற்றை) செயல்படச் செய்தல்; இயக்குதல்;** maintain (a family); run (a business, etc.,). இந்தச் சொற்ப வருமானத்தில் எப்படிக் குடும்பம் நடத்த முடியும்?/ அவர் பத்தாண்டுகளாக ஒரு பத்திரிகை நடத்துகிறார். **4: (நாடகம், கூட்டம் முதலியவற்றை) நடைபெறச் செய்தல்;** perform; stage (a drama, etc.,). இந்த அரங்கில் நாடகம் நடத்தப் போதிய இடம் இல்லை. **5: குறிப்பிட்ட சூழலில் குறிப்பிட்ட தன்மையில் ஒருவரிடம் பேசுதல் அல்லது பழகுதல்;** treat (s.o. in the specified manner). நீ அவரை நடத்திய விதம் சரி இல்லை. **6: (தாக்குதல்) செலுத்துதல்; தொடுத்தல்;** make (a baton charge); carry out (bombing). தடியடி நடத்திக் கூட்டத்தைக் கலைத்தனர்./ போர் விமானங்கள் நடத்திய குண்டு வீச்சால் நகரமே அழிந்துவிட்டது. **ஆ.** (இடம்பெயரச் செய்தல் தொடர்பான வழக்கு) **7:** (பெரும்பாலும் எச்ச வடிவங்களில் வரும்போது) **(ஒருவரை) நடக்கச் செய்தல்;** make (one) walk. தாத்தாவை நடத்தியா கூட்டி வந்தாய்?/ (உரு வ.) கர்த்தர் உங்களை மகிழ்ச்சியான பாதையில் நடத்துவார்.

நடத்துநர் பெ. **பேருந்தில் பயணச்சீட்டுக் கொடுப்பது, பயணிகள் ஏறவும் இறங்கவும் வண்டியை நிறுத்தச் செய்வது முதலிய பணிகளைச் செய்யும் ஊழியர்;** bus conductor.

நடத்தை பெ. **(சமூகத்தில்) நடந்துகொள்ளும் விதம்; பழகும் முறை;** behaviour; conduct; character. என் மகனின் நடத்தையைப் பற்றி எனக்குத் தெரியும்./ பையனின் நடத்தையில் ஒரு குறையும் சொல்ல முடியாது./ மனைவியின் நடத்தையையே சந்தேகிக்கிறவன் அவன்!

நடந்தேறு வி. (-ஏற, -ஏறி) (உ.வ.) **(நிகழ்ச்சி) நடந்து முடிதல்; நிறைவேறுதல்;** come to conclusion. நூற்றாண்டு விழா இனிதே நடந்தேறியது./ தங்கள் மகனின் திருமணம் சிறப்பாக நடந்தேறியது அறிந்து மகிழ்ச்சி./ திருவான்மியூர் மருந்தீஸ்வரர் கோயில் கும்பாபிஷேகம் மிகச் சிறப்பாகவும் விமரிசையாகவும் நடந்தேறியது.

நடப்பாண்டு பெ. **நிகழ்ந்துகொண்டிருக்கிற ஆண்டு; தற்போதைய ஆண்டு;** current year. இது நடப்பாண்டுக் கணக்கில் வரவுவைக்க வேண்டிய தொகை./ நடப்பாண்டில் லாபம் மிகவும் குறைவு.

நடப்பியல் பெ. **(கலை, இலக்கியம் போன்றவற்றில்) வாழ்வை, இயற்கையில் உள்ளவற்றை அவை இருப்பது போலவே விவரிக்கும் போக்கு;** realism. இந்த எழுத்தாளர் சமுதாயத்தின் நிலையை நடப்பியல் முறையில் தான் காண்கிறார்.

நடப்பு[1] பெ. **1: (குறிப்பிட்ட சூழ்நிலையில்) நிகழ்வது;** state of affairs. குடும்ப நடப்பு தெரியாமல் பேசாதே./ கட்சி நடப்பு சரியாக இல்லை./ உலக நடப்புகளைத் தெரிந்துகொள்ளப் பத்திரிகை படி./ நாட்டு நடப்பைப் பற்றிய அக்கறை இல்லாமல் இருக்கிறாயே!/ சமீப காலமாக இலக்கிய இதழ்கள் நாட்டு நடப்புகளில் கவனம் செலுத்துகின்றன. [(தொ.சொ.) **சம்பவம்/ நிகழ்ச்சி/ நிகழ்வு**] **2: (எண்ணத்தின்) செயல் வடிவம்; செயல்;** action. நினைப்பிற்கும் நடப்பிற்கும் தொடர்பே இல்லை.

763 நடனம்

நடப்பு[2] பெ. (ஊரக வ.) **கருமாதிக்கு முந்தைய நாள் இரவில் நடக்கும் சடங்கு;** ceremony conducted on the eve of the final obsequies.

நடப்பு[3] பெ. (இலங்.) 1: **(திடீர் வசதியினால் ஏற்படும்) கர்வம்;** haughtiness (due to unexpected wealth). காசு கையில் ஏறிவிட்டதால் அவன் எல்லோரிடமும் நடப்புக் காட்டிக்கொண்டிருக்கிறான். 2: **(ஒருவருக்கு உள்ள) செல்வாக்கு;** influence. அவருக்கு ஊருக்குள்ளே நல்ல நடப்பு என்று கேள்விப்பட்டேன்./ தலைவரின் நடப்பு எல்லாம் இப்போது சரிந்துவிட்டது.

நடப்பு[4] பெ.அ. **நிகழ்ந்துகொண்டிருக்கிற; தற்போதைய;** current (year, season, etc.,). நடப்பு ஆண்டுக்கான வரவு செலவுத் திட்டம்./ நடப்புப் பருவத்தில் சாகுபடி செய்யப்பட்ட புது வகை நெல் அமோக விளைச்சலைத் தந்துள்ளது.

நடப்புக் கணக்கு பெ. **பணம் செலுத்துதல் அல்லது எடுத்தல் போன்ற செயல்பாட்டில் சில சிறப்புச் சலுகைகள் கொண்டதும், ஒரு நிறுவனத்தின் பெயரில் மட்டுமே தொடங்கக்கூடியதுமான, வட்டி கொடுக்கப்படாத வங்கிக் கணக்கு;** current account (in a bank).

நடப்புக் காட்டு வி. (காட்ட, காட்டி) (இலங்.) **(ஒருவர்) தோரணையோடு மிடுக்காக நடந்துகொள்ளுதல்;** behave self-importantly. முன்பு எல்லா உதவிகளையும் கேட்காமலேயே செய்துவந்த மணியத்தார், இப்பொழுது பதவி உயர்வு வந்ததும் நம்மிடமே நடப்புக் காட்டுகிறார்./ வெளிநாட்டுப் பணம் வந்தவுடன் மாமா நடப்புக் காட்டுகிறார்.

நடப்புவிடு வி. (-விட, -விட்டு) (இலங்.) **அலட்டலோடு அலுத்துக்கொள்ளுதல்;** make a lot of fuss. 'என்னம்மா, நீங்கள் சும்மா தொல்லை கொடுக்கிறீர்கள்?' என்று நடப்பு விட்டுக்கொண்டே போய்த் தகராறைச் சரிசெய்துவிட்டு வருவான்.

நடம் பெ. (உ.வ.) **நடனம்;** dance. தில்லையில் நடம்புரியும் நடராஜர்.

நடமாட்டம் பெ. 1: (மக்கள், விலங்கு, வாகனம் முதலியவற்றைக் குறித்து வரும்போது) **(ஓர் இடத்தில்) செல்லுதல், வருதல் போன்ற செயல்பாடு அல்லது இயக்கம்;** movement (of people, animals, etc.,). ஜன நடமாட்டம் அதிகம் இல்லாத பகுதியில் வீடு கட்டியிருக்கிறாய்./ மலையடிவாரத்தில் யானைகளின் நடமாட்டம் அதிகரித்துள்ளது. 2: **(எழுந்து) நடக்க இயலும் நிலை;** ability to move around. அவருக்குக் கண் மங்கி நடமாட்டம் குறைந்துவிட்டது.

நடமாடு வி. (நடமாட, நடமாடி) **(மனிதர் தொடர்பாகக் கூறும்போது) நடக்க இயலுதல்/(விலங்கு தொடர்பாகக் கூறும்போது) உலவுதல்;** (of persons) walk; move about; (of animals) roam. அவரால் நடமாடக் கூட முடியவில்லை./ யானைகள் நடமாடும் மலைப் பாதை. [(தொ.சொ.) **உலவு/ உலாத்து/ உலாவு/ சஞ்சரி/ சுற்று/ திரி**]

நடமாடும் பெ.அ. **(வசதிகளை மக்களுக்கு எளிதாக அளிக்க) பல இடங்களுக்கும் செல்லக்கூடிய வகையில் வாகனத்தில் அமைந்த;** mobile. நடமாடும் உணவகம்/ நடமாடும் நூல் நிலையம்/ நடமாடும் மருத்துவமனை.

நடராஜர் பெ. **நடனமாடும் தோற்றத்தில் இருக்கும் சிவன் வடிவம்;** Siva in a dancing pose.

நடவடிக்கை பெ. 1: **(ஒருவர்) நடந்துகொள்ளும் முறை; (ஒருவரின்) செயல்பாடு;** behaviour. சில நாட்களாகவே அவனுடைய நடவடிக்கைகளைக் கவனித்துவருகிறேன்./ கொலை, கொள்ளை போன்ற பல குற்ற நடவடிக்கைகளுக்குக் குடிப்பழக்கம் ஒரு முக்கியக் காரணமாக உள்ளது./ அவனுடைய பேச்சு, தோரணை, நடவடிக்கை எல்லாவற்றின் மீதும் எனக்கு வெறுப்பு ஏற்படுகிறது. 2: **குறிப்பிட்ட ஒரு செயல்பாடு அல்லது விளைவு நிகழுமாறோ நிகழாதவாறோ தனிநபர், அரசு, நிறுவனம் மேற்கொள்ளும் ஏற்பாடு;** preventive or corrective measures. வறட்சி நிவாரண நடவடிக்கைகள்/ இந்த மருந்தை உபயோகிக்கும்போது உரிய முன்னெச்சரிக்கை நடவடிக்கைகளை மேற்கொள்ள வேண்டும்./ மாடுகளுக்குத் தடுப்பூசிபோட நடவடிக்கை எடுக்கப்பட்டுள்ளது./ இந்தப் பாலத்தைச் செப்பனிட அதிகாரிகள் நடவடிக்கை எடுப்பார்களா?/ செயலிழந்த தொலைபேசிகள் குறித்துப் புகார் செய்தால் நடவடிக்கை எடுப்பார்கள்./ கொள்ளையர்களைப் பிடிப்பதற்கு நடவடிக்கைகள் எடுக்கப்பட்டுள்ளன./ கல்லூரி விதிமுறைகளை மீறியதற்காகச் சில மாணவர்களின் மீது நடவடிக்கை எடுக்கப்பட்டது. 3: **(அலுவலகம், வியாபாரம் முதலியவற்றில்) பணி; அலுவல்;** work; activities. கலவரத்தின் காரணமாகப் பல தொழிற்சாலைகளின் அன்றாட நடவடிக்கைகள் ஸ்தம்பித்துவிட்டன. 4: **குறிப்பிட்ட துறையில் மேற்கொள்ளப்படும் செயல்பாடு;** activities (in a particular field). வெளிநாட்டில் வாழ்ந்துவரும் நாங்கள் தமிழக அரசியல் நடவடிக்கைகளைக் கூர்ந்து கவனித்துவருகிறோம்./ கிறித்தவ மதத்தைப் பரப்ப இந்தியாவுக்கு வந்த பாதிரிமார்களின் நடவடிக்கைகளால் கல்வியும் சமுதாயமும் வளர்ச்சியுற்றன.

நடவாள் பெ. (ஊரக வ.) **(வயலில் நடவு, களையெடுப்பு, அறுவடை போன்ற வேலைகளைச் செய்யும்) பெண் விவசாயத் தொழிலாளர்;** female farm-hand doing transplanting, weeding, reaping in paddy fields. ஒரு ஏக்கர் நடுவதற்கு எத்தனை நடவாள் வேண்டும்?

நடவு பெ. 1: **நாற்றை அல்லது இளங்கன்றைப் பறித்துப் பண்படுத்தப்பட்ட நிலத்தில் நடுவது;** (in agriculture) transplantation. உங்கள் வயலில் என்றைக்கு நடவு? 2: **நடப்பட்ட பயிர்;** transplanted crop. வயலில் புகுந்த வெள்ளத்தில் நடவு முழுவதும் மூழ்கிவிட்டது.

நடனம் பெ. 1: **இசைக்கு ஏற்றவாறு உடலையும் உறுப்புகளையும் அசைத்து, முகத்தில் தகுந்த பாவங்களை வெளிப்படுத்தி நிகழ்த்தும் கலை;** dance. குழு நடனம்/ பாரம்பரிய நடனம்/ நடன இயக்குநர்/ கரகாட்டம் ஏனைய கிராமிய நடனங்களிலிருந்து வேறுபடுகிறது./ படப்பிடிப்புக்கு முதல் நாள் நடன ஒத்திகை நடைபெற்றது. 2: **(பூச்சி, பறவை, விலங்கு போன்றவை) ஏதேனும் ஒரு செய்தியைத் தன் இனத்தைச் சேர்ந்த பிறவற்றுக்குத் தெரிவிப்பதற்காக ஆடுவது போன்ற அசைவுகளை மேற்கொள்ளும் செயல்;** dance (of birds, insects, etc.,). ஒரு தேனீ ஆடும் நடனத்திலிருந்து மலர்கள்

உள்ள இடத்தை மற்ற தேனீக்கள் அறிந்துகொள்கின்றன./ மயில் தோகை விரித்து ஆடிய நடனம் பார்க்கக் கண் கொள்ளாக் காட்சியாக இருந்தது.

நடாத்து வி. (நடாத்த, நடாத்தி) (உ.வ.) **மேற்கொள்ளு தல்; நடத்துதல்;** conduct; undertake. பேராசிரியராகப் பணிபுரிந்து பல ஆய்வுகளை நடாத்தியவர் இவர்.

நடி வி. (நடிக்க, நடித்து) 1: **(திரைப்படம், நாடகம், தொலைக்காட்சி, தெருக்கூத்து போன்றவற்றில்) ஒரு பாத்திரமாக வேடம் ஏற்று அந்தப் பாத்திரத்தின் குண இயல்புகளை, உணர்வுகளை வெளிப்படுத்துதல்;** act (in a film, drama, etc.,). பள்ளி ஆண்டுவிழா நாடகத்தில் என் தம்பி பாரதியாராக நடித்தான்./ பிரபல நடிகர் இரட்டை வேடத்தில் நடித்த படம். 2: **(வேண்டுமென்றே) குறிப்பிட்ட விதத்தில் பாவனைசெய்தல் அல்லது பிறரை ஏமாற்ற மற்றொருவரைப் போல நடந்துகொள்ளுதல்;** pretend; impersonate. தகராறு நடந்த இடத்தில் நீ இருந் தாய். ஆனால் உனக்கு ஒன்றுமே தெரியாதது போல நடிக் கிறாயே!/ வருமான வரி அதிகாரி போல நடித்துப் பணம் வசூலித்த நபர் கைது.

நடிகன் பெ. **திரைப்படம், நாடகம் முதலியவற்றில் பாத் திரம் ஏற்று நடிக்கும் ஆண்;** (of film, theatre) actor.

நடிகை பெ. **திரைப்படம், நாடகம் முதலியவற்றில் பாத் திரம் ஏற்று நடிக்கும் பெண்;** (of film, theatre) (female) actor; actress.

நடிப்பு பெ. 1: **திரைப்படம், நாடகம் முதலியவற்றில் பாத்திரம் ஏற்று நடிக்கும் செயல்;** acting. அந்த நகைச்சுவை நடிகரின் நடிப்பு தரக் குறைவாக இருந்தது./ கதாநாயகனின் குணச்சித்திர நடிப்புதான் இந்தப் படத்தின் வெற்றிக்குக் காரணம். 2: **(உண்மை என்று நம்பும்படி யான) பொய்ச் செயல்; பாவனை;** pretence; feigning. அவனுடைய நடிப்பில் மயங்கிவிடாதே./ எல்லா விஷயங் களையும் தெரிந்துகொண்டு ஒன்றும் தெரியாததைப் போன்ற நடிப்பு! [(தொ.சொ.) **பசப்பு/ பாசாங்கு/ வேஷம்**]

நடு[1] வி. (நட, நட்டு) 1: **(நாற்று, கன்று, செடி போன்ற வற்றை நிலத்தில்) ஊன்றுதல்;** plant (a seedling). தோட் டத்தில் புதிதாக ஒரு வாழைக் கன்று நட்டிருக்கிறான். 2: **(தூண், கம்பம், கழி போன்றவற்றின் ஒரு முனையைக் குழியில்) பதித்து நிற்கச் செய்தல்;** drive (a pole, post, etc.,). தந்திக் கம்பங்களை நடுவதற்காகக் குழி தோண்டிப் போட்டிருக்கிறார்கள்./ பள்ளி மைதானத்தின் ஒரு ஓரத்தில் உயரமான கொடிக் கம்பம் நட்டிருந்தார்கள்.

நடு[2] பெ. 1: **இடத்தில் அல்லது காலத்தில் இடைப்பட்ட பகுதி அல்லது நிலை;** middle. அலமாரியின் நடுத் தட்டில் இந்தச் சாவியை வை./ புத்தக வரிசையின் நடுவிலிருந்து ஒரு புத்தகத்தை எடுத்தார்./ நடுக் கூடத்தில் ஜமுக்காளம் விரிக்கப்பட்டிருந்தது./ நடு வயது/ நடு இரவில் கதவைத் தட்டுவது யார்?/ நடுப்பகல் வெயில் மண்டையைப் பிளக்கிறது. 2: **(ஒரு பரப்பின்) எந்த எல்லைக்கும் அருகில் இல்லாத நிலை/எல்லைகளிலிருந்து சமதூரத்தில் இருக்கும் நிலை;** middle; centre. புயலில் சிக்கிய கப்பல் நடுக் கடலில் தத்தளித்தது./ நடு வானில் விமானம் வெடித் துச் சிதறியது./ தேர் நடு வீதியில் நின்றுகொண்டிருந்தது./ அவன் நடுக் காட்டில் மாட்டிக்கொண்டு தவித்தான். 3: **(உறவுப் பெயரால் குறிக்கப்படுபவர்கள்) மூன்று பேராக இருக்கும்போது இரண்டாவதாக இருப்பவர்;** word referring to the middle one when siblings are three in number. நடு அண்ணன்/ நடு சித்தப்பா/ நடு மாமா.

நடுஉச்சி பெ. (இலங்.) **தலையின் உச்சிப் பகுதியில் உள்ள முடியை இரண்டாகப் பிரித்து நடுவில் எடுக்கும் வகிடு; நேர்வகிடு;** parting (in the middle of the hair). பெண்கள் அதிகமாக நடுஉச்சிதான் பிரிப்பார்கள்./ நடு உச்சி பிரித்துச் சீவினால் உனக்கு வடிவாக இருக்கும்.

நடுக்கம் பெ. 1: **(உடலில் அல்லது உடலின் ஒரு பகுதியில் ஏற்படும்) கட்டுப்பாடற்ற அசைவு;** trembling; shivering. குளிர் ஊசியாகக் குத்துகிறது; கைகால்களில் நடுக்கம்./ வயதாகிவிட்டதால் கையில் நடுக்கம்; கையெழுத்துக் கூடப் போட முடியவில்லை. [(தொ.சொ.) **அசைவு/ அதிர்வு/ ஆட்டம்/ இயக்கம்/ உதறல்/ குலுக்கல்**] 2: **(குரலின்) இயல்பைக் கெடுக்கும் அதிர்வு;** (of voice) tremble. அவன் குரலில் நடுக்கம் இருந்தது./ பயமும் நடுக் கமும் கலந்த குரலில் அவள் பேசினாள். 3: **(ஒன்றால் அல்லது ஒருவரால் ஏற்படும்) பயம்;** fear. விபத்துக்குப் பிறகு அவருக்குப் பேருந்தைக் கண்டாலே ஒரு நடுக்கம் ஏற்படும்./ மேடையில் ஏறிப் பேசுவது என்றால் எனக்கு நடுக்கம். [(தொ.சொ.) **அச்சம்/ உதறல்/ உதைப்பு/ கலக் கம்/ கிலி/ பயம்/ பீதி**]

நடுக்கு வி. (நடுக்க, நடுக்கி) **(குளிர், பயம் போன்றவை உடலை) நடுங்கச் செய்தல்;** make one tremble; cause to shiver. கடும் குளிர்காற்று என் உடலை நடுக்கிறது.

நடுக்குடி பெ. (இலங்.) **ஒண்டுக்குடித்தனம்;** living in a tenement house. நடுக்குடியில் இருந்துகொண்டு தினமும் இரவில் சத்தம்போட்டுக் கரைச்சல் தருகிறார்./ நான்கு பிள்ளைகளை வைத்துக்கொண்டு அவள் நடுக்குடியில் இருக்கிறாள்.

நடுகல் பெ. **(பழங்காலத்தில்) இறந்த வீரனின் நினை வாக (பெரும்பாலும்) அவனுடைய பெருமையை எழுத்துகளில் செதுக்கி நடும் கல்;** stone in memory of a dead hero usually with a citation; (in India) hero stone.

நடுகை பெ. (உ.வ.) **நடவு;** transplantation of seedlings. ஒரே நாளில் நடுகை முடிந்துவிட்டது.

நடுங்கு வி. (நடுங்க, நடுங்கி) 1: **(உடல் அல்லது உட லின் பகுதி) கட்டுப்பாடு இல்லாமல் அசைதல்;** tremble; shiver. குளிர் தாங்காமல் நடுங்கினான்./ அப்பா அடிப் பாரோ என்ற பயத்தில் அவனுக்குக் கைகால்கள் நடுங்கின./ ஒரு கையெழுத்துப் போடுவதற்குள் ஏன் இப்படி உன் கை நடுங்குகிறது? 2: **(ஒன்றிடம் அல்லது ஒருவரிடம்) பயம் கொள்ளுதல்;** tremble (with fear); shake. உன் அண்ணனைப் பார்த்து ஏன் இப்படி நடுங்குகிறாய்?/ பாம்பு என்றாலே அவன் நடுங்குவான். 3: **(பூமி) கண் ணுக்குத் தெரியாத வகையில் ஆனால் உணரக் கூடிய விதத்தில் குலுங்குதல்; அதிர்தல்;** shake; vibrate. நில நடுக்கத்தின்போது நிலம் பலமாக நடுங்கியதை உணர முடிந்தது. 4: **(பயம், மனக்கலக்கம் முதலியவற்றால்**

765 நடுவாந்தரக் கொக்கு

குரல்) இயல்பாக இல்லாமல் ஒருவிதமான அதிர்வுடன் வெளிப்படுதல்; (of voice) quiver; tremble. விபத்தைப் பற்றிச் சொல்லும்போதே அவன் குரல் நடுங்கியது.

நடுத்தரம் பெ. (-ஆன) (தரம், தன்மை, அளவு முதலியவை குறித்து வரும்போது) **அதிகம் என்றோ குறைவு என்றோ அல்லது நல்லது என்றோ மோசம் என்றோ அல்லது சிறியது என்றோ பெரியது என்றோ கருதப்படும் எதிர் நிலைகளுக்கு இடைப்பட்டதாக அமைவது;** (of quality, size, nature, etc.,) medium; neither too high nor too low; average. நடுத்தரமான அரிசிக்கே இந்த விலையா?/ பழம் நடுத்தரமாக இருந்தால் போதும்./ பெண் நடுத்தர உயரம்தான்./ நடுத்தர வகுப்பு/ சமையல் வாயுவின் விலை உயர்வு நடுத்தர மக்களைப் பாதிக்கும்./ நடுத்தர ரக ஏவுகணைகளை இந்தியா சோதனை செய்தது.

நடுத்தெருவில் நில் வி. (நிற்க, நின்று) **ஆதரவற்ற நிலைக்கு உள்ளாதல்;** be left in the lurch. நீங்கள் இப்படிக் குடித்துக்கொண்டிருந்தால் நானும் என் பிள்ளைகளும் நடுத்தெருவில் நிற்க வேண்டிவரும்./ தொழிற்சாலையை மூடிவிட்டால் தொழிலாளர்கள் நடுத்தெருவில் நிற்க வேண்டியதுதான்./ என் கணவருக்கு வேலை போய் நாங்கள் நடுத்தெருவில் நின்றபோது நீங்கள் உதவியதை நான் மறக்கவில்லை.

நடுத்தெருவில் நிறுத்து வி. (நிறுத்த, நிறுத்தி) **ஆதரவற்ற நிலைக்கு உள்ளாக்குதல்;** leave s.o. in the lurch. கடன் தொல்லை தாங்காமல் குடும்பத்தை நடுத்தெருவில் நிறுத்திவிட்டு அவன் எங்கோ ஓடிவிட்டான்.

நடுத்தெருவில் விடு வி. (விட, விட்டு) காண்க: **நடுத்தெருவில் நிறுத்து.**

நடுநடுங்கு வி. (நடுநடுங்க, நடுநடுங்கி) **மிகவும் அதிகமாகப் பயப்படுதல்;** tremble greatly. காவலர் போட்ட அதட்டலிலேயே திருடன் நடுநடுங்க ஆரம்பித்துவிட்டான்./ அடுத்தடுத்து நடந்த வன்முறைச் சம்பவங்கள் அந்த ஊரையே நடுநடுங்கவைத்தன./ அணுகுண்டை அமெரிக்கா முதன்முதலில் பயன்படுத்தியபோது உலகமே நடுநடுங்கியது.

நடுநாயகமாக வி.அ. **அனைவரின் கவனத்தையும் ஈர்க்கும் வகையில் (தன்னுடைய சிறப்பு விளங்க) ஒரு இடத்தின் நடுவில்;** prominently. 'மேடையில் நடுநாயகமாக வீற்றிருக்கும் தலைவர் அவர்களே!' என்று பேச்சைத் துவங்கினார்./ எங்கள் ஊரின் நடுநாயகமாக மாரியம்மன் கோயில் இருக்கிறது.

நடுநிசி பெ. **நள்ளிரவு;** midnight.

நடுநிலை பெ. **எந்தத் தரப்புக்கும் சார்பாக இல்லாத நிலை;** impartiality; neutrality. உண்மையான திறனாய்வு என்பது நடுநிலை தவறாது மதிப்பீடு செய்வதாகும்./ நடுநிலையில் நின்று இந்த வழக்கை ஆராயும்போது புதிய உண்மைகள் புலப்படும்./ இது ஒரு நடுநிலை நாளேடு.

நடுநிலைக் கல்வி பெ. **எட்டாம் வகுப்புவரை உள்ள பள்ளிக் கல்வி முறை;** school education up to VIII standard.

நடுநிலைப் பள்ளி பெ. **எட்டாம் வகுப்புவரை உள்ள பள்ளி;** school where classes up to VIII standard are conducted; middle school.

நடுநிலைமை பெ. காண்க: **நடுநிலை.**

நடுப்பகல் பெ. **உச்சிப்பொழுது;** high noon.

நடுவ பெ.அ. (இலங்.) **(அலுவலக அமைப்பில்) மத்திய;** central. நடுவப் பணியகத்தில் அரசியல் துறைப் பொறுப்பாளர்களுக்கான கூட்டம் நடைபெற்றது./நடுவப் பணியகத்தின் முடிவுக்கு அமைவாகவே அனைத்து முன்னெடுப்புகளும் நடைபெற்றன.

நடுவண் பெ.அ. (அரசு நிர்வாகத்தைக் குறிக்கும்போது) **மத்திய;** central. விபத்து நடந்த இடத்தை நடுவண் அமைச்சர் பார்வையிட்டார்./ நடுவண் அரசு ஊழியர்களுக்கு இணையான சம்பளம் வழங்கும்படி மாநில அரசு ஊழியர்கள் கோரினர்.

நடுவண் அரசு பெ. காண்க: **மத்திய அரசு.**

நடுவர் பெ. **1:** (சட்டம்) **நீதிபதி;** judge; magistrate. இப்போது உயர்நீதிமன்றங்களைத் தவிர்த்த நீதிமன்றங்களில் நடுவர்கள் தமிழிலேயே தம் தீர்ப்பை அளிக்கலாம்./ ஒருவரைக் கைதுசெய்தவுடன் 24 மணி நேரத்திற்குள் அவரை அருகே உள்ள குற்றவியல் நடுவர் முன் ஆஜர்படுத்த வேண்டும். **2:** (சட்டம்) **ஒரு ஒப்பந்தத்தைச் செய்துகொண்டவர்களுக்கு இடையே எழும் பிரச்சினைகளுக்குத் தீர்வு காண, அவர்கள் ஏற்றுக்கொண்ட வகையில் நியமிக்கப்படும் நபர்;** arbitrator. பிரச்சினையை நடுவர் மூலமாகத் தீர்த்துக்கொள்ள இரு தரப்பினரும் ஒப்புக்கொண்டனர். **3:** (பேச்சுப் போட்டி, பட்டிமன்றம் போன்றவற்றில் குறிப்பிட்ட தர அடிப்படையின் கீழ்) **வெற்றி பெற்றவராக ஒருவரை அல்லது வெற்றி பெற்றதாக ஒன்றைத் தேர்ந்தெடுப்பவர்;** judge; jury (in a competition). சிறுகதைப் போட்டிக்கு நடுவராகப் பிரபல எழுத்தாளர் நியமிக்கப்பட்டுள்ளார்./ போட்டிக்கு வரும் விண்ணப்பங்கள் நடுவரால் பரிசீலிக்கப்படும். **4:** (விளையாட்டுப் போட்டிகளில்) **இரு தரப்புக்கும் பொதுவாக இருந்து முடிவுகளை அறிவித்தல், விதிமுறைகள் கடைப்பிடிக்கப்படுகின்றனவா என்பதைக் கண்காணித்தல் போன்ற பொறுப்புகளை ஏற்றிருப்பவர்;** umpire; referee. உலகக் கோப்பைப் போட்டிக்கு இந்தியர் ஒருவர் நடுவராக நியமிக்கப்பட்டிருக்கிறார்./ விளையாட்டைத் தொடர்ந்து நடத்த மைதானம் ஏற்றதாக இருக்கிறதா என்பதைத் தீர்மானிப்பவர் நடுவர்தான்.

நடுவர் மன்றம் பெ. (சட்டம்) **குறிப்பிட்ட சில பிரச்சினைகளை விசாரித்துத் தீர்ப்பு வழங்கும் அதிகாரத்தைப் பெற்றிருக்கும் குழு;** tribunal. காவிரி நீர்ப் பங்கீடு குறித்து நடுவர் மன்றம் தீர்ப்புக் கூறும்./ நடுவர் மன்றத்தின் இடைக்காலத் தீர்ப்பை ஏற்றுக் கர்நாடகம் தமிழகத்திற்கு 205 டி.எம்.சி. நீர் வழங்கியது.

நடுவாந்தரக் கொக்கு பெ. **சின்னக் கொக்கைக் காட்டிலும் உருவில் பெரியதாகவும், நெடலைக் கொக்கைவிட உருவில் சிறியதாகவும், மஞ்சள் நிற அலகுடனும் கறுப்பு நிறக் கால்களுடனும், முழுதும் வெள்ளை நிறத்தில் உடலுடனும் இருக்கும் ஒருவகைக் கொக்கு;** intermediate egret.

நடுவிரல் 766

நடுவிரல் பெ. **(கையில் அல்லது காலில்) மூன்றாவதாக உள்ள விரல்;** middle finger or toe.

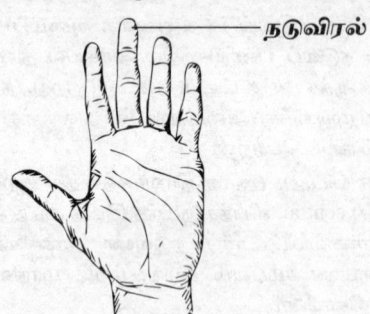

நடுவிரல்

நடுவில் இ.சொ. 1: **'(நடந்துகொண்டிருக்கும் செயலின்) இடையில்' என்ற பொருளில் பயன்படுத்தப்படும் இடைச்சொல்;** particle used in the sense of 'in the middle', 'in between'. பேச்சின் நடுவில் கையிலிருந்த குறிப்பைப் பார்த்துக்கொண்டார்./ பெரியவர்கள் பேசிக்கொண்டிருக்கும்போது நடுவில் பேசாதே./ எதிரணி வீரருக்குக் காயம்பட்டதால் ஆட்டத்தை நடுவில் நிறுத்த வேண்டியதாகிவிட்டது./ பயணத்தின் நடுவில் பல்வேறு சோதனைகள். 2: **(காலத்தைக் குறித்து வரும்போது) 'இடையில்' என்ற பொருளில் பயன்படுத்தப்படும் இடைச்சொல்;** particle used in the sense of 'between'. அவன் ஐந்து வருடம் இங்குதான் இருந்தான்; நடுவில் ஆறு மாதம் மட்டும் வெளியூர் சென்றிருந்தான். 3: **'(ஒரு பரப்பின் அல்லது ஒரு பொருளின்) மத்தியில்' என்ற பொருளில் பயன்படுத்தப்படும் இடைச்சொல்;** particle used in the sense of 'in the middle'. கடலின் நடுவில் கப்பல்கள் நிற்பது தெரிந்தது./ மைதானத்தின் நடுவில் கொடிக் கம்பம் நடப்பட்டிருந்தது./ கூடத்தின் நடுவில் விளக்கு ஒன்று வைக்கப்பட்டிருந்தது./ குளத்தின் நடுவில் ஒரு நீராழி மண்டபம்./ கோட்டையின் நடுவில் ஒரு கோயில் இருந்தது./ வட்டத்தின் நடுவில் ஒரு புள்ளி வை./ கயிற்றின் நடுவில் நின்றுகொண்டு சாகசம் செய்தான்./ பாலத்தின் நடுவில் விரிசல்/ குழாயின் நடுவில் ஒரு கோடு போடு. 4: **'(ஒன்றின்) உள்ளே' என்ற பொருளில் பயன்படுத்தப்படும் இடைச்சொல்; 'மையத்தில்';** particle used in the sense of 'inside'. முட்டையின் நடுவில் மஞ்சள் கரு./ கொழுக்கட்டையின் நடுவில் பூரணம் வைக்கப்பட்டிருந்தது./ தீவிபத்தில் நெருப்பின் நடுவில் குழந்தைகள் மாட்டிக்கொண்டன./ புகைக்கு நடுவில் மூச்சுவிட முடியாமல் திணறிக்கொண்டிருந்தான். 5: **'(குறிப்பிட்ட நிலைமைக்கு) இடையில்' என்ற பொருளில் பயன்படுத்தப்படும் இடைச்சொல்;** particle used in the sense of 'amidst'. இவ்வளவு பிரச்சினைகளுக்கு நடுவில் அவரால் எப்படி நிம்மதியாக இருக்க முடியும்?/ இருக்கிற குழப்பங்களுக்கு நடுவில் இவன் தொல்லை வேறு!/ அத்தனை பிடுங்கல்களுக்கு நடுவிலும் அவரால் எப்படிச் சிரிக்க முடிகிறது?

நடுவெயில் பெ. (இலங்.) **நண்பகல் வெயில்;** hot sun (at high noon).

நடுவே இ.சொ. காண்க: நடுவில்.

நடை[1] பெ. 1: **நடந்து செல்லும் செயல்;** walk; gait. அவனது நடையில் வேகம் இல்லை./ குழந்தைகளுக்கு நடை பழக்குவதற்கு நடைவண்டியைப் பயன்படுத்துகிறார்கள். 2: **(ஓர் இடத்திற்குச் செல்வதைக் குறிக்கும்போது) ஒரு முறை; தடவை;** trip. கடைக்கு ஒரு நடை போய் வந்து விடு./ மூன்றே நடையில் கதிர்க் கட்டுகள் எல்லாம் வீட்டுக்கு வந்துவிட்டன. 3: **(எழுத்தில், பேச்சில்) பிறவற்றிலிருந்து அல்லது பிறரிடமிருந்து வேறுபடுத்திக் காணக்கூடிய, குறிப்பிட்ட தன்மைகளைக் கொண்ட முறை; பாணி;** style (in speech, writing, etc.,) கண்ணதாசன் எளிய நடையில் பாடல்கள் எழுதிப் புகழ்பெற்றவர்./ அறிவியல் கட்டுரைக்கு என்றே அமைந்த நடை. 4: **(இசை) தாளத்தில் ஒவ்வொரு அட்சரத்திலும் இடம்பெற வேண்டிய அட்சரப் புள்ளிகளின் எண்ணிக்கையை நிர்ணயிக்கக்கூடிய அமைப்பு/சங்கதியைப் போல், தாளத்தில் சொற்கட்டுகளைப் பல விதமாக வாசித்தல்;** playing சொற்கட்டு in different ways on a percussion instrument.

நடை[2] பெ. 1: **வீட்டின் வெளிவாசலிலிருந்து வீட்டின் மற்ற பகுதிகளுக்குச் செல்வதற்கு உரிய பாதை;** the passage (of an old type house) leading to the central hall; vestibule. அவளுக்குப் பதில் எதுவும் சொல்லாமல் அறையை விட்டு நடைக்கு வந்தேன்./ நடையில் கிடந்த ஆங்கில தினசரியை எடுத்துக்கொண்டு உள்ளே போனான். 2: **(கோயிலின்) முன்கதவு;** portals or entrance (of a temple). இரவு எட்டு மணிக்குக் கோயிலில் நடையைச் சாத்தி விடுவார்கள்.

நடைப்பயணம் பெ. **கால்நடையாகவே செல்லும் பயணம்;** travel on foot. நடைப்பயணம் மேற்கொண்டு அனைத்துக் கோயில்களையும் தரிசிக்கப்போகிறோம்.

நடைப்பயிற்சி பெ. **(உடல் ஆரோக்கியத்திற்காக) சற்று வேகமாகவும் சீராகவும் குறிப்பிட்ட தூரம் நடந்து செல்லும் பயிற்சி;** walking (as an exercise). நடைப்பயிற்சி உடல் எடையைக் குறைக்க உதவும்./ கடற்கரையில் அதிகாலையில் நிறைய பேர் நடைப்பயிற்சியில் ஈடுபட்டிருந்தனர்.

நடைப்பிணம் பெ. **இழப்பு, சோகம் போன்றவற்றால் இயல்பான துடிப்பை இழந்தவர்;** person weary of life. மனைவி இறந்தபின் அவர் நடைப்பிணமாகிவிட்டார்.

நடைப்போட்டி பெ. **ஒரு குறிப்பிட்ட தூரத்தை மிக வேகமாக நடந்து கடக்கும் வகையில் நடத்தப்படும் தடகளப் போட்டி;** athletic event of race walking. ஒலிம்பிக் விளையாட்டுகளில் ஆண்களுக்கான நடைப்போட்டியின் தூரம் 20 கி.மீ., 50 கி.மீ. என்று நிர்ணயிக்கப்பட்டிருக்கிறது.

நடைபாதை பெ. **(தெருவின் இரு ஓரங்களிலும் பாதசாரிகள்) நடந்து செல்வதற்கான (சற்று உயரமாக இருக்கும்) பாதை;** pavement. நடைபாதையில் இருக்கும் கடைகளை அகற்றச் சொன்னார்கள்.

நடைபாலம் பெ. **(சாலை, இருப்புப்பாதை, வாய்க்கால், ஆறு போன்றவற்றை) பாதசாரிகள் கடந்து செல்வதற்குப் போடப்பட்டிருக்கும் குறுகலான பாலம்;** footbridge.

நடைபாவாடை பெ. **(சில சடங்குகளில்) நடந்துசெல்வதற்காகப் பாதையில் விரிக்கும் துணி;** cloth spread on the path (for s.o. to walk on in ceremonies). தாத்தாவின்

சவ ஊர்வலத்துக்குப் பூப்பல்லக்கும் நடைபாவாடையும் ஏற்பாடு செய்யப்பட்டன.

நடைபெறு வி. (நடைபெற, நடைபெற்று) **நட என்னும் வினையின் 5, 6, 7, 9 ஆகிய பொருள்களில்;** see நட in the senses of 5, 6, 7 and 9.

நடைபோடு வி. (-போட, -போட்டு) **பெருமிதத்துடன் முன்னேறுதல்; சிறப்பாகச் செல்லுதல்;** take good strides; progress (triumphantly). நாடு முன்னேற்றப் பாதையில் நடைபோடுகிறது./ இந்தப் படம் நூறாவது நாளை நோக்கி வெற்றிகரமாக நடைபோட்டுக்கொண்டிருக்கிறது.

நடைமுறை பெ. **1: அன்றாட வாழ்க்கை நிலைமைகளைச் சார்ந்திருப்பது;** practice. அறிவுரை கூறுவது எளிது. அதை நடைமுறையில் கடைப்பிடிக்க முடியுமா என்பது சந்தேகமே./ நடைமுறைச் சாத்தியமான திட்டங்கள் வகுக்கப்பட வேண்டும்./ நடைமுறை வாழ்க்கை/ நடைமுறைப் பிரச்சினைகள்/ இந்தத் திட்டத்தை நிறைவேற்றுவதில் பல நடைமுறைச் சிக்கல்கள் உள்ளன. **2: (பாரம்பரியம், வழக்கம், பழக்கம் போன்றவற்றின் காரணமாக) ஒன்றை இப்படி அல்லது இன்ன முறையில் செய்வது என்ற வகையில் கடைப்பிடிக்கப்படுவது;** practice. விமானப் பயணிகளின் பாதுகாப்பிற்காகப் பல ஏற்பாடுகள் நடைமுறையில் உள்ளன./ கடன் நிவாரணம் ஏற்கனவே நடைமுறையில் இருந்துவருவதுதான்./ காலையில் நீராகாரம் சாப்பிடுவது என்பது இன்றைக்கும் கிராமங்களில் உள்ள நடைமுறை. [(தொ.சொ.) **சம்பிரதாயம்/ பாரம்பரியம்/ வழக்கம்/ வழிமுறை**] **3: (ஒரு செயலைச் செய்யும்போது பின்பற்றும்) வழிமுறை;** method; practice. நாடக நடிகர்களுக்கு மேடை நடைமுறைபற்றிய பயிற்சி தரப்படுகிறது./ இவை நுழைவுத் தேர்வுக்கு விண்ணப்பிக்கும் மாணவர்கள் பின்பற்ற வேண்டிய நடைமுறைகள்./ கல்வி கற்பிப்பதில் புதிய நடைமுறைகள் தேவைப்படுகின்றன./ சர்வதேச நடைமுறைகளை எல்லா நாடுகளும் பின்பற்ற வேண்டும் என்று ஐ.நா. சபை அறிவுறுத்தியது.

நடைமுறைக் கணக்கு பெ. (இலங்.) காண்க: **நடப்புக் கணக்கு.**

நடைமுறைப்படுத்து வி. (-படுத்த, -படுத்தி) **(ஆட்சி, திட்டம், சட்டம் போன்றவற்றை) நடைமுறைக்குக் கொண்டுவருதல்; அமல்படுத்துதல்; செயல்படுத்துதல்;** bring into force; put into practice; implement. பல வளர்ச்சித் திட்டங்கள் நடைமுறைப்படுத்தப்படாமல் இருக்கின்றன./ சுற்றுச்சூழல் சட்டங்களை நடைமுறைப்படுத்துவதில் அரசு மெத்தனமாக இருக்கக் கூடாது.

நடைமேடை பெ. **(ரயில் நிலையத்தில்) பயணிகள் ரயிலில் ஏறுவதற்கும் இறங்குவதற்கும் வசதியாக இருப்புப்பாதையை ஒட்டி அல்லது பேருந்து நிலையத்தில் பயணிகள் காத்திருப்பதற்கு வசதியாகப் பேருந்துகள் நிற்கும் இடத்துக்குப் பக்கத்தில் கட்டப்பட்டிருக்கும் சற்று உயரமான மேடை;** platform (in railway station, bus stand).

நடையன் பெ. (இலங்.) **ஊர்சுற்றித் திரியும் நாய் அல்லது கால்நடை;** stray dog or cattle.

நடையியல் பெ. (மொழி.) **(பேச்சு மொழி, எழுத்து மொழி ஆகியவற்றின்) நடையைப் பற்றி ஆராயும் ஒரு மொழியியல் பிரிவு;** stylistics.

நடையைக்கட்டு வி. (-கட்ட, -கட்டி) (பே.வ.) **ஒரு இடத்தை விட்டு நீங்குதல் அல்லது புறப்படுதல்;** buzz off; clear off. வந்த வேலை முடிந்துவிட்டதல்லவா, நீ நடையைக்கட்டு./ முதல் பந்தியில் சாப்பிட்டுவிட்டு நடையைக்கட்ட வேண்டியதுதான்.

நடைவண்டி பெ. **(குழந்தை நடை பழகுவதற்காக) நின்று பிடிப்பதற்கு ஏதுவாக மரச் சட்டத்தை உடைய, மூன்று சிறிய சக்கரங்களைக் கொண்ட (விளையாட்டு) சாதனம்;** wooden frame with three wheels (which a child pushes along to support itself while learning to walk); walker.

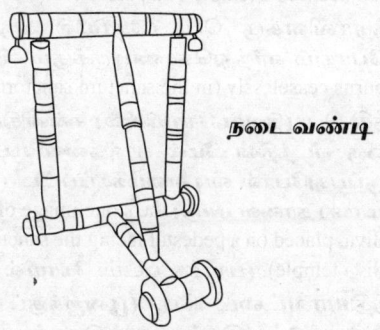

நடைவண்டி

நடைவிரிப்பு பெ. காண்க: **நடைபாவாடை.**

நண்டு பெ. **இடுக்கியின் முன்பகுதி போன்ற இரண்டு முன்னங்கால்களையும், ஓடு மூடிய உடலையும் கொண்ட (நீர்நிலைகள், வயல்கள் ஆகியவற்றைச் சுற்றி வாழும்) ஒரு உயிரினம்;** crab. நண்டு வறுவல் சுவையாக இருக்கும்.

நண்டுசிண்டுகள் பெ. (பே.வ.) **வெவ்வேறு வயதில் உள்ள சிறு குழந்தைகள்;** kids. வீட்டுக்கு வெளியே நண்டுசிண்டுகள் ஓடிப்பிடித்து விளையாடிக்கொண்டிருந்தன./ இந்த நண்டுசிண்டுகள் போடும் கூச்சல் தாங்க முடியவில்லை.

நண்பகல் பெ. (உ.வ.) **மதியம்;** noon; midday. நண்பகல் உணவுக்காக வீட்டுக்குச் சென்றிருக்கிறார்.

நண்பர் பெ. **நட்பால் நெருங்கியவர்; நட்பு கொண்டிருப்பவர்;** friend. நண்பர் வட்டம்/ குமரனின் நீண்ட நாள் நண்பர் சரோஜா.

நண்பன் பெ. **நட்பால் நெருங்கியவன்; நட்புகொண்டிருப்பவன்;** friend; companion.

நண்பி பெ. (இலங்.) **பெண் நண்பர்;** female friend. அவனுக்குக் கல்லூரியில் நிறைய நண்பிகள் உள்ளார்கள்./ அவள் தனது நண்பியுடன் கனநேரமாகக் கதைத்துக் கொண்டிருந்தாள்.

நத்தம் புறம்போக்கு பெ. (ஊரக வ.) **(கிராமத்தில்) குடியிருப்பு இடமாக அரசால் வகைப்படுத்தப்பட்ட புறம்போக்கு நிலம்;** land that belongs to the government, classified as house site.

நத்தார் பெ. *(இலங்.)* **இயேசு பிறந்த நாளைக் கொண்டாடும் பண்டிகை;** Christmas.

நத்தை பெ. **தன் உடல்மேல் இருக்கும் சுருள் வடிவ ஓட்டினுள் மிருதுவான உடலை நுழைத்துக்கொள்ளக் கூடியதும் மிகவும் மெதுவாக ஊர்ந்து செல்லக் கூடியதுமான ஒரு வகை உயிரினம்;** snail.

நத்தைக்குத்தி நாரை பெ. **சாம்பல் கலந்த வெள்ளை நிற உடலும், கறுப்பும் வெள்ளையும் கலந்த நிறத்தில் இறக்கைகளும், நீண்டு தடித்த அலகின் நடுவே இடைவெளியும் கொண்ட நீர்ப்பறவை;** Asian openbill.

நதி பெ. **ஆறு;** river. கங்கை நதி.

நந்தவனம் பெ. **(பெரும்பாலும் கோயிலை அல்லது அரண்மனையைச் சார்ந்த) பூந்தோட்டம்;** flower garden (adjacent to a temple or a palace).

நந்தாவிளக்கு பெ. **(கோயில் கருவறையில்) எப்போதும் எரிந்துகொண்டிருக்கும் விளக்கு;** lamp that burns ceaselessly (in the sanctum sanctorum of temples).

நந்தி பெ. **(சிவன் கோயிலில்) சன்னிதியின் நேரெதிராக ஒரு பீடத்தின் மேல் கால்களை மடக்கி உட்கார்ந்திருப்பதுபோல் வடிவமைக்கப்பட்ட (சிவனின் வாகனமான) காளை மாடு;** the stone image of bull, the mount of Siva, placed on a pedestal facing the sanctum sanctorum (in a Siva temple). *(பார்க்க, படம்: கோயில்)*

நந்தியாவட்டை பெ. **(பூஜைக்குப் பயன்படுத்தும்) ஒரே அடுக்கு இதழ்களைக் கொண்ட, மணம் இல்லாத வெள்ளை நிறப் பூ/மேற்குறிப்பிட்ட பூவைத் தரும் (மருத்துவக் குணம் கொண்ட) ஒரு வகைக் குத்துச் செடி;** East Indian rosebay (the flower and the plant).

நப்பாசை பெ. **(நிறைவேறாது அல்லது நிறைவேறுவது கடினம் என்று தெரிந்தும்) ஒன்று எப்படியாவது நிகமாதா என்ற எதிர்பார்ப்பு;** fond hope. இந்த வேலையாவது எனக்குக் கிடைக்காதா என்கிற நப்பாசை./ ஊரை விட்டுப் போகும் முன் கடைசியாக அவளை ஒருமுறை பார்க்க முடியாதா என்ற நப்பாசை என் மனத்தில் எழுந்தது./ கோடீஸ்வரன் ஆக வேண்டும் என்ற நப்பாசையில் தான் எல்லோரும் லாட்டரிச் சீட்டு வாங்குகிறார்கள்./ எப்படியாவது வெளிநாடு போய்விட வேண்டும் என்ற நப்பாசையில் ஒருவரிடம் இரண்டு லட்சம் ரூபாய் கொடுத்து அவன் ஏமாந்தான். [*(தொ.சொ.)* **அவா/ ஆசை/ ஆவல்/ இச்சை/ எதிர்பார்ப்பு/ நாட்டம்/ நினைப்பு/ விருப்பம்/ விழைவு/ வெறி/ வேட்கை**]

நப்பி பெ. *(வ.வ.)* **கஞ்சன்;** miser. அவன் ஒரு ரூபாய்கூடச் செலவு செய்யாத நப்பி./ இவ்வளவு செல்வம் இருந்தும் என்ன பயன், அவர் நப்பியாகத்தானே இருக்கிறார்?

நபர் பெ. **(ஆண் பெண், பெரியவர் சிறியவர் போன்ற பாகுபாடு இல்லாமல் பொதுவாகக் குறிக்கும்போது) மனிதன்; ஆள்;** person. குற்றம்சாட்டப்பட்ட நபரைக் காவல்துறையினர் தேடிவருகிறார்கள்./ இந்தக் கடிதத்தைக் கொண்டுவரும் நபரிடம் பணத்தைக் கொடுக்கவும்.

நபி பெ. *(இஸ்.)* **1: தீர்க்கதரிசி; இறைத்தூதர்;** The Prophet. **2: காண்க: நபிகள் நாயகம்.**

நபிகள் நாயகம் பெ. *(இஸ்.)* **இறைவனால் இறுதியாக அனுப்பப்பட்ட இறைத்தூதராகிய முகமது நபி;** Muhammad, the last prophet sent by god.

நபும்சகன் பெ. *(அ.வ.)* **மலடன்;** man who is impotent.

நம் பி.பெ. **'நாம்' என்பது வேற்றுமை ஏற்கும்போது திரியும் வடிவம்;** the form of the first person plural நாம் serving as base for further declensions. நாளை நம் வீட்டுக்கு யார் வருகிறார்கள் என்று உனக்குத் தெரியுமா?/ இவர் நம்முடைய நண்பர்./ இந்த ஊரில் நம்மை யாருக்காவது தெரியுமா?/ நம்மால் அவனுக்கு என்ன பயன் என்று நினைத்துவிட்டான்.

நம்பகம் பெ. **(-ஆக, -ஆன) நம்பத் தகுந்தது; நம்பிக்கைக்கு உரியது;** trustworthiness. அவர் ஒரு நம்பகமான ஆள்./ அவருக்குப் புதிய பதவி தரப்படலாம் என்று நம்பகமாகத் தெரியவருகிறது./ பதவி ஏற்றதும் அமைச்சர் தனக்கு உதவியாக நம்பகமான சிலரைப் பக்கத்தில் வைத்துக் கொண்டார்./ திட்டத்தின் நம்பகத் தன்மை குறித்து ஒரு சிறு ஐயம் நிலவுகிறது.

நம்பிக்கை பெ. **1: தனக்கும் மற்றவர்களுக்கும் நன்மை தரும் என்பதால் குறிப்பிட்ட சிந்தனை, கருத்து, நோக்கம் போன்றவற்றில் ஒருவர் கொண்டிருக்கும் பிடிப்பு;** faith; belief. மதத்தில் அவருக்கு நம்பிக்கை இல்லை./ அவர் மார்க்சியத்தில் ஆழ்ந்த நம்பிக்கை கொண்டிருந்தார். **2: தனக்கு உகந்த முறையிலோ நன்மை தரும் வகையிலோ ஒருவர் நடந்துகொள்வார் அல்லது ஒன்று நிகழும் என்ற உறுதியான எண்ணம்;** hope; trust. தங்களுக்கு வெற்றி நிச்சயம் என்ற நம்பிக்கையுடன் இந்திய அணியினர் விளையாடினார்கள்./ தமிழக அணி வென்றுவிடும் என்ற நம்பிக்கை எனக்கு இருந்தது./ அவன்மேல் நம்பிக்கை இல்லை என்றால் பணத்தைக் கொடுக்காதே./ அவள் என் நம்பிக்கையை வீணாக்க மாட்டாள் என்று நினைக்கிறேன். **3: தானோ மற்றவரோ இருக்கும் அல்லது செயல்படும் விதம் சரியானது என்ற மன உறுதி;** confidence. நான் எடுத்த முடிவு சரியானதுதான் என்ற நம்பிக்கை எனக்கு இருக்கிறது./ எந்த வேலையையும் நம்பிக்கையுடன் செய்./ அவன் பொறுப்புடன் நடந்துகொள்வான் என்ற நம்பிக்கை எனக்கு உண்டு./ அரசின் மீது மக்களுக்கு நம்பிக்கை குறைந்துவருகிறது.

நம்பிக்கை ஓட்டு பெ. **காண்க: நம்பிக்கை வாக்கு.**

நம்பிக்கைத் துரோகம் பெ. **ஒருவர் கொண்டுள்ள நம்பிக்கை பொய்யாகும் விதத்தில் அமையும் மற்றவரின் நடவடிக்கை;** betrayal. என்னோடு இவ்வளவு நெருக்கமாகப் பழகிவிட்டு இப்படி நம்பிக்கைத் துரோகம் செய்வார் என்று நான் கனவிலும் நினைத்துப் பார்க்கவில்லை.

நம்பிக்கைத் துரோகி பெ. **தன்னை நம்பும் ஒருவரின் நம்பிக்கைக்கும் நலனுக்கும் மாறாக அல்லது எதிராக நடந்துகொள்பவர்;** traitor.

நம்பிக்கை மோசடி பெ. **(பண விஷயங்களில்) ஒருவரைத் தன்மீது நம்பிக்கை கொள்ளவைத்து ஏமாற்றும் செயல்;** cheating; fraud. அவரிடம் ஒரு பெரிய தொகையைக் கொடுத்து வைத்திருந்தேன். கடைசியில் இப்படி நம்பிக்கை மோசடி செய்வார் என்று நான் எதிர்பார்க்கவே இல்லை.

நம்பிக்கையில்லாத் தீர்மானம் பெ. **அமைச்சரவையின் மேல் நம்பிக்கை இல்லை என்று கூறி அவையில்**

எதிர்க்கட்சியினர் கொண்டுவரும் தீர்மானம்; motion of no-confidence against the government (moved by the opposition).

நம்பிக்கை வாக்கு பெ. அமைச்சரவையின் மேல் நம்பிக்கை இருக்கிறது என்பதை உறுதி செய்யப் பிரதமர் அல்லது முதலமைச்சர் கொண்டுவரும் தீர்மானத்தின் மீது அவை உறுப்பினர்கள் அளிக்கும் வாக்கு; vote of confidence. சட்டப்பேரவையில் பத்து நாட்களுக்குள் நம்பிக்கை வாக்குக் கோர வேண்டும் என்று ஆளுநர் பணித்தார்.

நம்பு வி. (நம்ப, நம்பி) 1: தான் விரும்புவதுபோல் ஒன்று நடக்கும் அல்லது ஒருவர் செயல்படுவார் என்று உறுதியான எண்ணம் கொள்ளுதல்; believe; trust; rely on. அவரை நம்பி எவ்வளவு வேண்டுமானாலும் பணம் கொடுக்கலாம்./ எங்கள் காதலை அப்பா ஏற்றுக்கொள்வார் என்று நம்புகிறேன்./ நாளைக்கு நிச்சயம் பணம் கிடைத்துவிடும் என்று நம்புகிறேன்./ நல்லதே நடக்கும் என்று நம்புவோம். [(தொ.சொ.) எண்ணு/ கருது/ சிந்தி/ நினை/ யோசி] 2: (ஒரு கருத்து, நிகழ்வு முதலியவை) உண்மை என்று உறுதியாக நினைத்தல்; believe. பூமி தட்டையானது என்று ஒரு காலத்தில் மக்கள் நம்பினார்கள்./ பத்திரிகையில் அவரைப் பற்றி வந்துள்ள செய்திகளை நான் நம்பத் தயாராக இல்லை./ நான் அமெரிக்கா போயிருக்கிறேன் என்று சொன்ன பொய்யை அவள் நம்பிவிட்டாள். 3: (ஒருவரையோ ஒன்றையோ) சார்ந்திருத்தல்; depend on (s.o. or sth.). என் மகளை நம்பித்தான் எங்கள் குடும்பமே இருக்கிறது./ உன்னையே நம்பியிருக்கும் குடும்பத்தை இப்படித் தவிக்கவிடலாமா?/ விவசாயத்திற்கு மழையையே நம்பியிருக்கும் நிலை. 4: (பெரும்பாலும் செயப்பாட்டுவினையாக வரும்போது) ஒன்று இப்படி நடக்கும் அல்லது நடந்திருக்கும் என்று கருதுதல்; (often passive) believe (i.e. it is believed...). விபத்தில் நூற்றுக்கு மேற்பட்டவர்கள் இறந்திருப்பார்கள் என்று நம்பப்படுகிறது./ விரைவில் இந்தியப் பொருளாதாரம் உலகப் பொருளாதாரத்தில் நான்காவது இடத்தைப் பிடிக்கும் என்று நம்பப்படுகிறது.

நம்மவர் பெ. உறவு, நட்பு, இனம், நாடு முதலியவற்றில் ஒருவரைச் சேர்ந்தவர்; our (man, people, etc.,). அவர் நம்மவர் என்று தெரிந்துமா அவரிடம் தகராறு செய்தாய்?

நமட்டுச்சிரிப்பு பெ. காண்க: நமுட்டுச்சிரிப்பு.

நமநம-என்று வி.அ. (நமைச்சலைக் குறிக்கும்போது) விடாமல் தொடர்ந்து; (of itching) continually. ஏதோ பூச்சி கடித்திருக்கும் என்று நினைக்கிறேன் உடம்பெல்லாம் நமநமவென்று அரிக்கிறது./ கை நமநமவென்று அரிக்கிறது.

நமர் வி. (நமர்க்க, நமர்த்து) காண்க: நமு.

நமஸ்கரி வி. (நமஸ்கரிக்க, நமஸ்கரித்து) (அ.வ.) (கைகூப்பி அல்லது காலில் விழுந்து) வணங்குதல்; pay (one's) respects (with folded hands or by prostrating). தம்பதிகளைப் பார்த்து 'தாத்தாவை நமஸ்கரியுங்கள்' என்று அவர் கூறினார்.

நமஸ்காரம் பெ. 1: (கைகூப்பி அல்லது காலில் விழுந்து தெரிவிக்கும்) வணக்கம்; mode of showing respect (with folded hands or by prostrating). அப்பா படத்தின் முன் நமஸ்காரம் செய்தான். 2: ஒருவரை வரவேற்கும்போது அல்லது ஒருவரிடமிருந்து விடைபெறும்போது மரியாதையைத் தெரிவிக்கப் பயன்படுத்தும் சொல்; a way of greeting or conveying one's respect. 'நமஸ்காரம், உள்ளே வாருங்கள்' என்று அவர் வரவேற்றார். 3: மூத்தவர்களுக்குக் கடிதம் எழுதும்போது கடிதத்தின் துவக்கத்திலும் முடிவிலும் மரியாதையைத் தெரிவிக்கும் முறையில் பயன்படுத்தும் சொல்; a respectful form of address or subscription in a letter to elders. 'அம்மாவுக்கு என் நமஸ்காரம்' என்பதுடன் கடிதம் முடிந்தது./ 'அப்பாவுக்கு என் நமஸ்காரங்களைத் தெரிவிக்கவும்' என்று தம்பி கடிதத்தில் எழுதியிருந்தான்.

நமாஸ் பெ. (இஸ்.) தொழுகை; prayer. வாப்பா ஐந்து வேளையும் தவறாமல் நமாஸ் செய்வார்.

நமு வி. (நமுக்க, நமுத்து) (அப்பளம், வடாம் முதலிய உணவுப் பொருள்கள் அல்லது பட்டாசு முதலியவை) ஈரம் படிந்து மொரமொரப்புத் தன்மையை அல்லது தீப்பற்றும் தன்மையை இழத்தல்; lose crispness; become damp. உருளைக்கிழங்கு வறுவலைப் பாத்திரத்தில் போட்டு மூடிவைத்திருந்ததால் நமுத்துப்போகவில்லை./ மழைக் காலத்தில் பட்டாசு நமுக்காமல் இருக்குமா?/ (உரு வ.) நமுத்துப்போன கதைகளையே திரைப்படங்களாக எடுக்கிறார்கள்.

நமுட்டுச்சிரிப்பு பெ. (தனக்கும் தெரியும் என்பது எதிராளிக்குத் தெரியாது என்ற முறையில் அல்லது கேலியை வெளிப்படுத்தும்) அமர்த்தலான சிரிப்பு; sly smile (generally accompanying teasing). 'நேற்று இரவு பலமான விருந்தா?' என்று நமுட்டுச்சிரிப்புடன் நண்பனிடம் கேட்டான்./ 'உங்கள் பாட்டு பிரமாதம்' என்று நமுட்டுச்சிரிப்புடன் அவர் கூறினார்.

நமூனா பெ. (விவரங்கள் குறிப்பிடப்பட்ட வரிசையில் தரப்பட வேண்டும் என்று காட்டும் வகையில் அமைக்கப்படும்) விண்ணப்பப் படிவம்; form of application. ஒப்பந்தப்புள்ளி நமூனாவை ரூபாய் பத்து செலுத்திப் பெற்றுக்கொள்ளலாம்.

நமை வி. (நமைக்க, நமைத்து) நமைச்சல் ஏற்படுதல்; itch. கம்பளிப்பூச்சி மேலே பட்டதால் உடம்பு நமைக்கிறது.

நமைச்சல் பெ. உடலில் ஏற்படும், சொறியத் தூண்டும் உணர்வு; அரிப்பு; itch. வேர்க்குரு வந்த இடங்களில் சந்தனம் தடவினால் நமைச்சல் இருக்காது./ ஆசனவாயில் நமைச்சல், இரத்தக் கசிவு முதலியன மூல நோயின் அறிகுறிகள். [(தொ.சொ.) அரிப்பு/ ஊரல்/ எரிச்சல்/ தினவு]

நய வி. (நயந்த, நயந்து போன்ற வடிவங்கள் மட்டும்) (குறிப்பிட்ட காரணத்திற்காக ஒருவரிடம் பேசுதல், பழகுதல் போன்றவற்றில்) பக்குவமாகவும் கனிவோடும் நடந்துகொள்ளுதல்; cajole; plead. அவன் நயந்து கேட்கும்போது நீயும் பணிவாகப் பதில் சொல்./ அவர் நயந்து பேசி நிறைய பணம் தருவதாகச் சொன்ன பிறகும் கடையை விற்பதற்கு அவன் ஒப்புக்கொள்ளவில்லை./ உண்மையை நயந்த முறையில் மேலதிகாரியிடம் எடுத்துச் சொன்னான்.

நயநட்டம் பெ. (இலங்.) இன்பதுன்பம்; சுகதுக்கம்; pleasure and pain; joy and sorrow. சொந்தக்காரருடன் நயநட்டம்பற்றிப் பேசுவதில் என்ன தவறு?

நயம்[1] பெ. (-ஆக, -ஆன) 1: **(இலக்கியம், இசை போன்ற கலைகளில் அல்லது குறிப்பிட்ட படைப்பில் காணப்படும்) நுண்மையான கூறுகளும் அவற்றின் பண்பட்ட வெளிப்பாடுகளும்;** nuance; subtlety. அவர் பயன்படுத்தியிருக்கும் சொற்றொடர்கள் அவருடைய கவிதைக்குக் கூடுதலான நயத்தை அளிக்கின்றன./ அவர் நயம் மிக்க ஆழ்வார் பாசுரங்களை இனிமையாகப் பாடினார்./ கலை நயம் வாய்ந்த சிற்பங்கள்/ கவிதையில் சொல் நயம் மட்டும் இருந்தால் போதுமா? 2: **(ஒரு செயலைச் செய்வதில் அல்லது பேச்சில் வெளிப்படும்) பக்குவம்;** sophistication. விருந்தோம்பலை எப்படி நயமாகச் செய்வது என்று தெரிந்துகொள்ளாமல் இருக்கிறான்./ கோலத்தை அவள் போட்ட நயம் அருமை./ நம்முடைய குறைகளை நயமாகவும் உறுதியாகவும் மேலதிகாரிகளிடம் எடுத்துக் கூற முடியும்./ நயமாகப் பொருள் சொல்வதில் எங்கள் ஆசிரியர் திறமை வாய்ந்தவர்./ அவருடைய நயமான பேச்சிலேயே எங்களையெல்லாம் மயக்கிவிட்டார்!

நயம்[2] பெ. (-ஆக, -ஆன) (வ.வ.) **(பொருளின்) விலைக் குறைவு; மலிவு;** (of price of commodities) being affordable. கத்தரிக்காய்தான் நயமாகக் கிடைக்கிறது./ கடைத் தெருவுக்குச் சென்றால்தான் எதையும் நயமாக வாங்க முடியும்./ எங்கள் கடையில் நயமான விலையில் எல்லாப் பொருள்களும் கிடைக்கும்.

நயம்பட வி.அ. (உ.வ.) (பேசுவதைக் குறித்து வரும்போது ஒன்றின்) **நுணுக்கங்கள் வெளிப்படும்படியும் நேர்த்தியாகவும்;** exploring the nuances. நயம்படவும் சுவைபடவும் அவர் செய்யுளின் பொருளை விளக்கினார்.

நயவஞ்சகம் பெ. (-ஆக, -ஆன) **இனிமையாகப் பழகித் தீங்கு விளைவிக்கும் குணம்; பழகிக் கெடுக்கும் குணம்;** duplicity. சொந்தச் சகோதரனே நயவஞ்சகமாக நடந்து நிலத்தைப் பறித்துக்கொண்டான்./ சிங்கத்தைக் கொல்ல நரி நயவஞ்சகமாகத் திட்டமிட்டது./ நயவஞ்சகமான போக்கு.

நயவஞ்சகன் பெ. **இனிமையாகப் பழகித் தீங்கு விளைவிப்பவன்;** dishonest man; dissembler. அந்த நயவஞ்சகனை நம்பியா வியாபாரத்தில் இறங்குகிறாய்?

நயவஞ்சகி பெ. **இனிமையாகப் பழகித் தீங்கு விளைவிப்பவள்;** dishonest woman; dissembler. அந்த நயவஞ்சகி என் தம்பியின் சொத்தை அபகரித்துக்கொண்டாள்.

நயனம் பெ. (உ.வ.) **கண்;** eye.

நர்த்தகி பெ. (அ.வ.) **நாட்டியத்தைத் தொழிலாகக் கொண்ட பெண்;** (professional) dancer. அரசவையில் நர்த்தகியின் ஆட்டம்/ அரசு நர்த்தகி.

நர்த்தனம் பெ. (உ.வ.) **நடனம்;** dance. (உரு வ.) இயற்கை எழிலின் நர்த்தனம்!

நரகம் பெ. 1: **(பாவம் செய்தவர்கள் இறந்த பிறகு சென்று சேர்வதாக நம்பப்படும்) கொடுமையும் துன்பங்களும் நிறைந்த உலகம்;** hell. 2: **துன்பமயமானது;** unbearable misery; hell. அடிப்படைத் தேவைக்கும் அவஸ்தைப்படுகிற நரக வாழ்க்கை./ 'குழந்தை இல்லாத வீடு நரகம்' என்று அம்மா வருத்தத்தோடு கூறினாள்.

நரகல் பெ. (பே.வ.) **மலம்;** excrement; ordure.

நரக வேதனை பெ. **(சமாளிக்க முடியாத அளவுக்கான) பெருந்துன்பம்;** terrible suffering; hell. அவள் தன் கணவனுக்கும் மகனுக்கும் இடையில் நடக்கும் பிரச்சினையில் சிக்கிக்கொண்டு நரக வேதனை அனுபவிக்கிறாள்./ 'படிப்பில் கொஞ்சமும் ஆர்வமில்லாத மாணவர்களுக்குப் பாடம் நடத்துவதென்பது நரக வேதனைதான்' என்றார் அவர்./ மனம் ஒட்டாத வேலையைச் செய்வது நரக வேதனையாக இருக்கிறது.

நரங்கு வி. (நரங்க, நரங்கி) (ஊரக வ.) **மிகவும் இளைத்தும் கறுத்தும் காணப்படுதல்;** (of children) to grow lean and become dark. பத்து வயசுப் பையன் மாதிரி இல்லையே. ஏன் இப்படி நரங்கியிருக்கிறான்?/ நல்ல சாப்பாடு போடுவதில்லையா? குழந்தை நரங்கிப்போயிருக்கிறதே? [(தொ.சொ.) இளை/ ஒடுங்கு/ மெலி/ வற்று]

நரசிம்ம அவதாரமெடு வி. (-எடுக்க, -எடுத்து) **(ஒருவர்) கடும் கோபம் கொள்ளுதல்;** fly into a rage. நான் காலை எட்டு மணிக்குக் கடையைத் திறக்காவிட்டால் என் முதலாளி நரசிம்ம அவதாரமெடுத்துவிடுவார்.

நரபலி பெ. **தெய்வத்துக்குக் காணிக்கையாக மனித உயிரை பலி தரும் சடங்கு;** human sacrifice. பழங்காலத்தில் நரபலி கொடுக்கும் வழக்கம் இருந்தது.

நரம்பன் பெ. **மிகவும் ஒல்லியாக இருக்கும் ஆண்;** a thin male. இவன் பிறந்ததிலிருந்தே நரம்பனாகவே இருக்கிறான்./ நரம்பனாக இருந்தவன், கல்யாணம் செய்ததும் இப்படிப் பெருத்துவிட்டான்.

நரம்பிசைக்கருவி பெ. (இசை) **தந்தியை மீட்டி இசைக்கும் (வயலின், வீணை போன்ற) இசைக் கருவிகளின் பொதுப்பெயர்;** stringed instruments.

நரம்பியல் பெ. **நரம்பு மண்டலத்தின் அமைப்பையும் செயல்பாடுகளையும் நோய்களையும் பற்றிய மருத்துவத் துறை;** neurology.

நரம்பு[1] பெ. 1: **மூளையிலிருந்து உடலின் பல பாகங்களுக்கும் உணர்ச்சிகளைக் கொண்டுசெல்லும் மெல்லிய இழை;** nerve. மனித மூளை என்பது லட்சக் கணக்கான நரம்பு இணைப்புகளால் ஆனது. 2: (பே.வ.) **இரத்தத்தை இருதயத்துக்கு எடுத்துச் செல்லும், தசையால் ஆன மெல்லிய குழாய்;** vein. கையை இறுக்கிப் பிடித்தும் ஊசி போடுவதற்கு ஒரு நரம்பும் கிடைக்கவில்லை. 3: **(வீணை போன்ற இசைக் கருவிகளில் முன்பு பயன்படுத்திய) விலங்கின் உடலிலிருந்து எடுக்கப்பட்ட நாண்;** catgut. 4: **இலையின் அடிப்பரப்பில் காணப்படும், நீரைக் கொண்டுசெல்லும் மெல்லிய கம்பி போன்ற பகுதி;** vein (of leaves). வெற்றிலையின் நரம்பைக் கிள்ளி எறிந்தார்.

நரம்பு[2] பெ. 1: **(சில இலைகளில் அல்லது வாழைப்பூ போன்றவற்றின் உள்ளே) கம்பிபோல இருக்கும் பகுதி;** style. 2: **தூண்டிலில் கட்டும் செயற்கை இழையால் ஆன நூல்; தங்கூசு;** twine used for fishing line.

நரம்புச்சிலந்தி பெ. **(கணுக்கால், கெண்டைக்கால் போன்ற பகுதிகளில்) மிக நீளமான மெல்லிய வெள்ளை நிறப் புழு தோலுக்குள் போய், தங்கிப் புண்ணை ஏற்படுத்தும் நோய்;** guinea-worm.

நரம்புத் தளர்ச்சி பெ. **(உடலில் பொதுவாக உணரப்படும்) பலகீனம்;** nervous debility.

771 நல்ல தட்டு

நரம்பு மண்டலம் பெ. **(சிந்தித்தல், உணர்ச்சிகளைப் புரிந்துகொள்ளுதல், உறுப்புகளை அசைத்தல் போன்ற செயல்களைச் செய்யும்) மூளை, தண்டுவடம், நரம்புகள் ஆகியவற்றை உள்ளடக்கிய அமைப்பு;** nervous system. *நல்ல பாம்பின் விஷம் நேரடியாக நரம்பு மண்டலத்தைப் பாதிக்கிறது.*

நரம்பூசி பெ. **(நோய்த் தடுப்பு, ஊட்டச்சத்து போன்றவற்றுக்கான) திரவ மருந்தைச் சிரை வழியாகச் செலுத்தும் ஊசி;** intravenous injection.

நரமாமிசம் பெ. **(மனிதன்) இறைச்சியாக உண்ணும் மனித உடல்;** human flesh as meat (consumed by human beings).

நரன் பெ. (அ.வ.) **(தேவர்களுக்கு எதிரிடையாகக் கூறும்போது) மனிதன்;** (as opposed to gods) man; human being.

நராங்கு வி. (நராங்க, நராங்கி) (இலங்.) **1: (பயிர்) வாடுதல்;** (of crop) wither; wilt. *மழை இல்லாததால் இம்முறை பயிரெல்லாம் நராங்கிப்போய்விட்டது.* **2: (ஒருவர்) மெலிதல்; இளைத்தல்;** lose weight; thin down. *இவள் வரவர நராங்கிக்கொண்டேவருகிறாள்.*

நரி பெ. **1: நீண்ட நேரம் ஊளையிடுவதும் ஓநாயை விடச் சிறியதுமான (நாய்க் குடும்பத்தைச் சேர்ந்த) விலங்கு;** jackal. **2:** காண்க: **குள்ளநரி.**

நரிக்கள்ளன் பெ. (இலங்.) **தந்திரம் மிக்கவன்; தந்திரமானவன்; சூழ்ச்சிக்காரன்;** cunning person. *அந்த நரிக்கள்ளன் தலைவரின் பின்னாலே எதற்காகத் திரிகிறான்?/ இந்த நரிக்கள்ளனை நம்பினால், உன்னைக் கவிழ்த்துவிடுவான் என்று அப்போதே சொன்னேன்.*

நரிக்குறத்தி பெ. **குறவர் இனத்தைச் சேர்ந்த பெண்;** woman of the nomadic tribe which hunts foxes and certain birds and makes a living by selling them; gypsy woman.

நரிக்குறவன் பெ. **குறவர் இனத்தைச் சேர்ந்த ஆண்;** man of the nomadic tribe which hunts foxes and certain birds and makes a living by selling them; (male) gypsy.

நரிப்பயிறு பெ. **வெளிர் பழுப்பு நிற மெல்லிய தோலை உடைய ஒரு வகைச் சிறிய பயறு;** field-gram.

நரிமிரட்டல் பெ. (பே.வ.) **அசந்து தூங்கும் குழந்தையின் சிரிப்பு அல்லது அழுகை;** the smile or cry of a baby in sleep.

நரிவிளாஞ்சி பெ. **ஒரு வகை விளாம்பழம்;** a kind of woodapple.

நரை[1] வி. (நரைக்க, நரைத்து) **(பெரும்பாலும் முதுமையின் அறிகுறியாக) முடி வெள்ளை நிறமாக மாறுதல்; வெளுத்தல்;** (of hair) grow grey; become grey haired. *என்ன! இந்த இளம் வயதிலேயே உனக்கு நரைக்க ஆரம்பித்துவிட்டது!*

நரை[2] பெ. **வெள்ளை நிறமாக மாறிய முடி;** grey hair. *மீசையில் நரை தோன்ற ஆரம்பித்துவிட்டது.*

நரைதிரை பெ. (உ.வ.) **(முதுமையின் அறிகுறியான) நரை முடியும் தோல் சுருக்கமும்;** grey hair and wrinkles (as signs of old age).

நல் பெ.அ. (உ.வ.) **நல்ல என்ற சொல்லின் முதல் மூன்று பொருளிலும்;** in the first three senses of நல்ல. *நல்லுறவு/ நல்லுலகம்/ நற்செய்தி/ நன்னடத்தை.*

நல்கு வி. (நல்க, நல்கி) (உ.வ.) **(பெரும்பாலும் பொருள் அல்லாத பிறவற்றை) அளித்தல்; வழங்குதல்; தருதல்;** bestow; give. *இந்தப் புதிய திட்டம் மக்களுக்குப் பெரும் பயனை நல்கும்./ புத்தகம் வெளிவரப் பல வகையிலும் ஒத்துழைப்பு நல்கிய நண்பர்களுக்கு நன்றி.*

நல்கை பெ. **(குறிப்பிட்ட செயல்பாடுகளுக்காக ஒரு அமைப்புக்கு அல்லது தனிமனிதருக்குத் தரப்படும்) நிதி உதவி; மானியம்;** grant; endowment to institutions; sponsorship. *பல்கலைக்கழக மானியக் குழுவின் நல்கையுடன் கருத்தரங்கு நடத்தப்படும்./ எங்கள் ஊரின் வரலாற்றை எழுத, கலைகளுக்கான இந்திய அறக்கட்டளை எனக்கு ஒரு நல்கை வழங்கியிருக்கிறது.*

நல்ல பெ.அ. **1: (மனிதர்களிடம்) எதிர்பார்க்கப்படும் ஒழுங்கு, முறை முதலியவை கொண்டு அமைந்த/ மகிழ்ச்சியையும் மன நிறைவையும் தரக்கூடிய தன்மை கொண்ட;** good. *நல்ல பையன்/ நல்ல பெண்/ நல்ல அதிகாரி/ நல்ல இசை/ நல்ல சாப்பாடு/ நல்ல வீடு.* **2: நன்மை விளைவிக்கும்;** beneficial; auspicious; good. *நல்ல சகுனம்/ நல்ல எண்ணம்/ நல்ல செய்தி/ நல்ல நேரம் காலை ஒன்பது மணிக்கு மேல்தான் வருகிறது./ நாளைக்கு நல்ல நாள், நீ வியாபாரத்தைத் தொடங்கலாம்./ தானியத்தைச் சந்தையில் விற்றால் நல்ல விலை கிடைக்கும்./ இந்த மாதத்தில் 10, 19, 28 ஆகியவை நல்ல தேதிகளாகும்./ துணிச்சலும் போராடும் குணமும் உள்ள இளைஞர்களுக்கு நல்ல எதிர்காலம் காத்திருக்கிறது.* **3: (நடத்தை, செயல்பாடு முதலியவற்றைக் குறித்து வரும்போது) தீயதாக இல்லாத; பாராட்டத் தகுந்த;** (of character, conduct, etc.,) good. *நல்ல குணம்/ நல்ல பழக்கம்/ நல்ல பெயர்.* **4: குறைகள் இல்லாத; பயன்பாட்டுக்கு ஏற்ற தன்மை கொண்ட;** free from defects; useful. *நல்ல காற்று/ நல்ல காய்கறி/ நல்ல பேனா.* **5: சரியான; பொருத்தமான;** suitable; appropriate. *நல்ல சமயத்தில் வந்து சேர்ந்தாய்./ நீ சொன்னது நல்ல யோசனை.* **6: இயல்பான அளவுக்கும் அதிகமான;** rather. *நல்ல பசி/ நல்ல மழை/ ஆள் நல்ல உயரம்.* **7: (கலை, இலக்கியம் முதலியவற்றைக் குறிப்பிடும் போது) சிறந்த;** (of arts, literature, etc.,) good. *புதுமைப்பித்தன் ஒரு நல்ல எழுத்தாளர்./ நல்ல திரைப்படங்கள் தமிழில் எப்போதாவதுதான் வருகின்றன./ பிரமாதம் என்று சொல்ல முடியாவிட்டாலும் மொத்தத்தில் நல்ல கச்சேரிதான்.* **8: குறிப்பிடத்தக்க வகையிலான;** excellent. *பதினாறாம் நூற்றாண்டிலேயே இந்த இசைக்கு நல்ல மதிப்பு ஏற்பட்டுவிட்டது./ இந்தப் பூங்காக்கள் குழந்தைகளுக்கு நல்ல பொழுதுபோக்காக விளங்குகின்றன.*

நல்ல காலம் பெ. (-ஆக) காண்க: **நல்ல வேளை.**

நல்லடக்கம் பெ. (மரியாதையுடன் குறிப்பிடும்போது) **(இறந்தவரை) புதைத்தல்;** a formal expression meaning 'burial'. *அமைச்சரின் உடல் இன்று நல்லடக்கம் செய்யப்படும்./ மூன்று மணிக்கு இறுதிச்சடங்கும் ஐந்து மணி அளவில் நல்லடக்கமும் நடைபெறும்.*

நல்ல தட்டு பெ. (பே.வ.) **(அசைவம் சாப்பிடுபவர்கள் வீடுகளில்) சைவ சாப்பாடு சாப்பிட மட்டுமே பயன்படுத்தும் தட்டு;** (in the households taking non-vegetarian

நல்ல தண்ணீர் 772

food) plate used exclusively for eating vegetarian food. விரத நாட்களில் நல்ல தட்டில்தான் சாப்பிடுவார்கள்.

நல்ல தண்ணீர் பெ. (பே.வ.) ***(உப்புத் தன்மை இல்லாததும், குடிதண்ணீராகப் பயன்படுவதுமான) நன்னீர்;*** fresh water. நல்ல தண்ணீர் பானையில் உள்ளது./ இது நல்ல தண்ணீரில் வளரும் மீன்./ கிராமத்தில் உள்ள நல்ல தண்ணீர்க் குளத்தில் யாரும் குளிக்க மாட்டார்கள்.

நல்லதனமாக வி.அ. ***நியாயமான முறையில்; நல்லபடியாக;*** in reasonable manner. எவ்வளவோ நல்லதனமாகச் சொல்லியும் அவன் கேட்கவில்லை./ கடனை நல்லதனமாகக் கேட்டுப்பார். பணம் தரவில்லை என்றால் என்ன செய்வது என்று யோசிப்போம்.

நல்லது[1] பெ. **1:** ***நன்மை;*** being beneficial (to s.o. or sth.); good. ஊருக்கு நல்லது செய்ய ஆள் இல்லை என்று பெரியவர் புலம்பிக்கொண்டிருந்தார்./ ஊர்பேர் தெரியாதவர் உனக்கு ஒரு நல்லது செய்துவிட்டுப் போயிருக்கிறார்./ எல்லாப் பொதுக் காரியத்திலும் நாலு நல்லது இருந்தால், இரண்டு கெட்டதும் இருக்கும். **2:** ***நன்மை தரும் நிகழ்ச்சி;*** beneficial event. இந்த வீட்டுக்கு வந்த பிறகு எல்லாம் நல்லதாகவே நடக்கிறது. **3:** ***நன்மை விளைவிப்பது;*** sth. that does good. நான் சொல்கிறபடி நடப்பதுதான் உனக்கு நல்லது./ நீ ஊருக்கு இப்போதே புறப்படுவதுதான் நல்லது./ நீ இன்னும் இரண்டு நாள் மருந்து சாப்பிடுவது நல்லது.

நல்லது[2] இ.சொ. ***(உரையாடலில்) இசைவைத் தெரிவிப்பதற்கு இரண்டு வாக்கியங்களைத் தொடர்புபடுத்தப் பயன்படுத்தப்படும் இடைச்சொல்;*** particle in conversation marking acknowledgement; 'good'. 'நான் போய் வரட்டுமா?' 'நல்லது, போய் வாருங்கள்'./ 'உங்கள் பெண்ணுக்குத் திருமணம் என்று கேள்விப்பட்டேன். நல்லது! அப்புறம் வேறு என்ன செய்தி?'

நல்லதுகெட்டது பெ. (பே.வ.) ***மங்கல, அமங்கல நிகழ்ச்சிகளைக் குறிக்கும் பொதுச்சொல்;*** common term to refer to auspicious and inauspicious occasions. ஊரில் நல்லதுகெட்டது என்றால் வேற்றுமையை மறந்து எல்லோரும் கலந்துகொள்வார்கள்./ எந்த நல்லதுகெட்டதுக்கும் போகவில்லை என்றால் பிறகு உன்னை யார் மதிப்பார்கள்?

நல்ல நாளிலேயே வி.அ. (பே.வ.) ***(சிறப்பாகச் சொல்லத் தேவையில்லாத) சாதாரண நாளிலேயே;*** expression meaning 'even under normal circumstances'. நல்ல நாளிலேயே தண்ணீர் ஒழுங்காக வராது. இன்று என்னவென்றால் பராமரிப்பு வேலைக்காகக் குழாயை மூடிவிட்டார்கள்./ நல்ல நாளிலேயே குளிக்கச் சோம்பல்படுவார். இன்று உடம்பு வேறு சரியில்லையாம்.

நல்ல நேரம் பெ. ***பொதுவாகச் சோதிடக் கணிப்பின்படி ஒரு காரியத்தைத் தொடங்க உகந்ததாகக் கருதப்படும் (ஒரு நாளில் ராகுகாலம், எமகண்டம், குளிகை தவிர்ந்த) பொழுது;*** auspicious time (in a day).

நல்லபடி/-ஆக வி.அ. ***பிரச்சினைகள், குறைகள் எதுவும் இல்லாமல்;*** in a good manner; properly. நீ நல்லபடி நடந்துகொண்டால் வேலை நிரந்தரம் ஆகும்./ ஊருக்கு நல்லபடியாகப் போய்ச் சேர்ந்தோம்./ இப்போது அந்தக் குடும்பம் நல்லபடியாக இருக்கிறது./ இனிமேல் நடப்பது நல்லபடியாக நடக்கட்டும் என்று பிரார்த்தனை செய்தோம்.

நல்லபாம்பு பெ. ***தலையை உயர்த்திப் படம் எடுத்துச் சீறும் விஷப் பாம்பு;*** cobra.

நல்லமாதிரி பெ. (பே.வ.) ***நல்ல குணம் உடையவர்;*** good mannered person. அவன் வேலைபார்க்கும் கடை முதலாளி ரொம்ப நல்லமாதிரி.

நல்ல வார்த்தை பெ. ***அறிவுரை; புத்திமதி;*** words of advice. உன் நண்பன் இவ்வளவு அநியாயமாக நடந்துகொள்கிறானே, நீயாவது அவனுக்கு நல்ல வார்த்தை சொல்லக்கூடாதா?/ நாலு நல்ல வார்த்தை சொல்லி அவனைத் திருத்தப்பார்.

நல்லவிளக்கு பெ. (ஊரக வ.) ***(மங்கலத்தின் அடையாளமாக) நல்லெண்ணெய் ஊற்றி, திரி போட்டுச் சாமிக்கு முன் ஏற்றிவைக்கும் விளக்கு;*** lamp with a wick burnt with certain kinds of oil, placed in front of a deity (at home). மார்கழி மாதத்தில் விடியற்காலையில் நல்ல விளக்கை ஏற்றிவைப்பார்கள்./ திருமணமாகி முதன்முதலில் கணவன் வீட்டுக்கு வந்த மணப்பெண் சாமியறையில் நல்லவிளக்கை ஏற்றினாள்.

நல்ல வேளை பெ. (-ஆக) ***தீங்கு நடக்காமல் ஒருவரைத் தப்பிக்கவைத்த அதிர்ஷ்டம்; நல்ல காலம்;*** luckily; by chance. நல்ல வேளையாக அவர் வந்தபோது நீ இங்கு இல்லை, இருந்திருந்தால் வசமாக மாட்டிக்கொண்டிருப்பாய்./ நல்ல வேளை, விபத்திலிருந்து எப்படியோ தப்பித்துவிட்டீர்கள்./ ரயிலில் என் பெட்டி திருடுபோய்விட்டது. நல்ல வேளை, பையில் கொஞ்சம் பணம் வைத்திருந்தேன்.

நல்லிணக்கம் பெ. ***(ஒரு நாட்டில், சமூகத்தில்) பல்வேறு பிரிவினருக்கு இடையே நிலவும், வேறுபாடுகளைக் கடந்து கடைப்பிடிக்க வேண்டிய ஒற்றுமை;*** (social) harmony. மத நல்லிணக்கத்தை வலியுறுத்தி ஊர்மக்கள் பேரணி நடத்தினர்./ 'சாதி, மத, மொழிப் பாகுபாடு இல்லாமல் நல்லிணக்கத்திற்குப் பாடுபடுவோம்' என்று மாணவர்கள் உறுதிமொழி எடுத்துக்கொண்டனர்.

நல்லுறவு பெ. ***(நாடுகளுக்கு இடையே அல்லது அமைப்புகளுக்கு இடையே) இணக்கமான தொடர்பு;*** friendly and happy relations (between countries, etc.,). பிரதமரின் பயணம் இருநாடுகளுக்கு இடையே நல்லுறவை வளர்க்க உதவும்.

நல்லெண்ணப் பயணம் பெ. ***ஒரு நாட்டின் பிரதமர், குடியரசுத் தலைவர் போன்றோர் உறவுகளை மேம்படுத்தப் பிற நாடுகளுக்கு மேற்கொள்ளும் பயணம்;*** goodwill visit to a foreign country by a Prime Minister, President, etc., இந்த மாத இறுதியில் நம் பிரதமர் நல்லெண்ணப் பயணமாகப் பாகிஸ்தான் செல்லவிருக்கிறார்./ வெளியுறவுத் துறை அமைச்சரின் நல்லெண்ணப் பயணம்.

நல்லெண்ணம் பெ. ***அக்கறையும் கரிசனமும் கலந்த உணர்வு;*** goodwill. உனக்குக் கூடுதல் வருமானம் கிடைக்கும் என்ற நல்லெண்ணத்தில்தான் இதைச் சொன்னேன்.

நல்லெண்ணெய் பெ. ***எள்ளிலிருந்து எடுக்கப்படும் எண்ணெய்;*** sesame oil. இட்லிக்குத் தொட்டுக்கொள்ள மிளகாய்ப்பொடி போட்டு நல்லெண்ணெய் ஊற்று./ எண்ணெய் தேய்த்துக் குளிக்கப் பெரும்பாலும் நல்லெண்ணெய்தான் பயன்படுத்துவார்கள்.

நல்வரவு பெ. **ஒருவரை வரவேற்கும்போது அவருடைய வருகை நன்மையையும் மகிழ்ச்சியையும் தருவதாக அமையட்டும் என்ற பொருளில் பயன்படுத்தப்படும் சொல்;** welcome. *'தங்கள் வரவு நல்வரவு ஆகுக' என்று அழைப்பிதழில் அச்சிட்டிருந்தார்கள்.*

நல்வழிப்படுத்து வி. (-படுத்த, -படுத்தி) **(தவறான வழியில் செல்லும் ஒருவருக்கு) ஒழுக்கம், பண்பு, நேர்மை ஆகியவற்றைப் போதித்து நல்ல முறையில் நடக்கச் செய்தல்;** counsel. *மாணவர்களை நல்வழிப்படுத்துவது ஆசிரியரின் கடமை அல்லவா?/ செய்த தவறை எண்ணி வருந்துபவனை மன்னித்து நல்வழிப்படுத்துவது சிறந்த செயலாகும்./ மக்களை நல்வழிப்படுத்துவதற்காகவே நீதிக் கதைகள் உருவாயின./ தீய வழியில் செல்லும் கணவனை நல்வழிப்படுத்தும் பெண்ணின் கதை.*

நல்வினை பெ. **(இந்து மதத்தில்) (ஒருவருக்கு) நல்ல பலன்களை ஏற்படுத்தும் வகையிலான, முற்பிறவியில் செய்த செயல்; புண்ணியம்;** righteous deeds. *நான் இப்போது நல்ல நிலையில் இருப்பதற்குக் காரணமே போன ஜென்மத்தில் செய்த நல்வினையின் பயன்தான்./ என் நல்வினை, நீங்கள் சரியான சமயத்திற்கு வந்தீர்கள்.*

நலங்கு பெ. 1: **திருமணத்தில் மணமக்களை அமரச் செய்து சந்தனம் முதலியவை பூசி, குடத்தில் இட்ட மோதிரத்தை எடுத்தல், தேங்காயை உருட்டுதல் போன்ற (மகிழ்ச்சி தரும்) சில விளையாட்டுகளை விளையாடச் செய்யும் சடங்கு;** ritual game at the time of wedding, played by the bride and the groom. 2: **நிச்சயதார்த்தம், திருமணம், வளைகாப்பு போன்ற மங்கல நிகழ்ச்சிகளின் போது மணப்பெண் அல்லது கருவுற்ற பெண்ணுக்குச் சந்தனம் போன்றவற்றைத் தடவிப் பெரியவர்கள் ஆசீர்வதிக்கும் சடங்கு;** a ritual of blessing at the time of wedding or during pregnancy, of applying sandalwood paste,.

நலநிதி பெ.அ. **(ஒரு பொது நோக்கத்துக்காக) நிதி திரட்ட நடத்தப்படும்;** benefit (performance). *நலிந்த கலைஞர்களுக்காக நடத்தப்பட்ட நலநிதிக் கச்சேரியில் பிரபலமான பாடகர்கள் அனைவரும் கலந்துகொண்டனர்./ குஜராத் பூகம்பத்தில் பாதிக்கப்பட்டவர்களுக்கான நலநிதிப் போட்டியில் முன்னணி கிரிக்கெட் வீரர்கள் அனைவரும் கலந்துகொண்டனர்.*

நலம் பெ. 1: (-ஆக) **(ஒருவருடைய ஆரோக்கியத்தில்) நல்ல நிலை; சுகம்;** state of good health. *'நான் நலம், தங்கள் நலம் அறிய ஆவல்' என்று கடிதம் தொடங்கியது./ ஆண்டவன் கிருபையால் என் பிள்ளைகள் அனைவரும் நலமாக இருக்கின்றனர்./ நாங்கள் நலமாக ஊர் போய்ச் சேர்ந்தோம்.* 2: **நன்மை; நல்லது;** betterment; well-being; welfare. *அவர் நாட்டு மக்களின் நலத்துக்காகப் பாடுபட்டவர்./ சமூகத்தின் நலம் கருதியே அரசு இந்த முடிவை மேற்கொண்டது./ சுதந்திர தினத்தன்று பல்வேறு நலத் திட்டங்கள் அறிவிக்கப்பட்டன.* 3: (உ.வ.) **நல்லது;** sth. desirable or beneficial. *நீங்கள் உடனே சென்று அவரைப் பார்ப்பது நலம்./ வீட்டின் வாசல் தெற்கு நோக்கி அமைந்திருப்பது நலம்.*

நலமடி வி. (நலமடிக்க, நலமடித்து) (இலங்.) **காயடித்தல்;** castrate (bull). *மாட்டுக்கு நலமடிக்க வேண்டும்.*

நலவியல் பெ. (இலங்.) **சுகாதாரம்;** health.

நலவிரும்பி பெ. **(ஒருவரின்) நலனில் ஆத்மார்த்தமான அக்கறை கொண்டவர்;** well-wisher.

நலன் பெ. காண்க: **நலம், 2.**

நலன்புரி முகாம் பெ. (இலங்.) **(பொதுவாகப் போர், இயற்கைப் பேரழிவு போன்றவற்றால்) பாதிக்கப்பட்டவர்களுக்குப் பொருட்கள் வழங்கவும் பிற வகையான உதவிகள் செய்யவும் ஏற்படுத்தப்பட்ட முகாம்;** relief camp. *போரினால் பாதிக்கப்பட்ட மக்களுக்கான நிவாரணப் பொருட்கள் நலன்புரி முகாமில் வைத்து வழங்கப்பட்டன./ இவை நலன்புரி முகாமில் வைத்து வழங்கப்பட்ட உலர் உணவுப் பொதிகள்.*

நலி வி. (நலிய, நலிந்து) 1: **மோசமான நிலைக்குத் தாழ்தல்; வீழ்ச்சியடைதல்;** decline (in progress, prosperity, etc.,). *தந்தை இறந்த பிறகு நலிந்துபோன அந்தக் குடும்பம் இப்போதுதான் தலையெடுத்திருக்கிறது./ நலிந்த நிலையில் இருக்கும் தொழிற்சாலைகளை மீண்டும் துவக்க அரசு உதவிபுரிய வேண்டும்./ (உரு வ.) நலிந்துபோன மதிப்பீடுகள்.* 2: **(நோய் போன்றவற்றால்) உடல்கட்டு குலைதல்; மெலிதல்;** become emaciated. *தொடர்ந்து நோயால் பீடிக்கப்பட்டதால் உடம்பு நலியத் தொடங்கிவிட்டது.*

நலிவு பெ. (உ.வ.) 1: **நல்ல நிலையிலிருந்து மோசமான நிலையை அடையும் போக்கு; சரிவு; வீழ்ச்சி;** decline. *சில தொழிற்சாலைகள் நலிவு அடைந்த நிலையில் உள்ளன.* 2: **(நோய் போன்றவற்றால் உடலில் ஏற்படும்) மெலிவு; நலக்குறைவு;** (of body) debility. *நீங்கள் உடல் நலிவுற்ற நேரத்தில் அதிகம் பேச வேண்டாம்.*

நலுங்கு[1] வி. (நலுங்க, நலுங்கி) (அ.வ.) (பெரும்பாலும் எதிர்மறை வடிவங்களில்) **(உடல் ரீதியாக) மிகக் குறைந்த அளவு சிரமப்படுதல்;** (in negative constructions) strain oneself in the least. *உடல் நலுங்காமல் வேலை செய்ய முடியுமா?*

நலுங்கு[2] பெ. காண்க: **நலங்கு.**

நவ[1] பெ.அ. **ஒன்பது என்பதைச் சுட்டப் பயன்படுத்தப்படும் பெயரடை வடிவம்;** the adjectival form of nine.

நவ[2] பெ.அ. **பழமையிலிருந்து விடுபட்டுப் புதுமையை நோக்கிய; புதிய; புதுமையான;** modern. *நவ பாரதம்/ நவ நாகரிகம்.*

நவக்கிரகம் பெ. 1: (சோதி.) **(சோதிடத்தில்) சூரியன், சந்திரன், செவ்வாய், புதன், குரு, சுக்கிரன், சனி, ராகு, கேது ஆகிய ஒன்பது கிரகங்கள்;** (in astrology) nine planets. 2: **(சிவன் கோயில்களில் ஒரே பீடத்தில் ஒன்றை ஒன்று பார்க்காமல் நிற்கும்) மேற்குறிப்பிட்ட ஒன்பது கிரகங்களின் சிலைகள்;** nine deities presiding over the nine planets (placed facing different directions on a base in Siva temples). *சில பழங்காலச் சிவன் கோயில்களில் நவக்கிரகச் சன்னிதி கிடையாது./ நவக்கிரகங்களுக்கு அபிஷேகம் நடந்துகொண்டிருந்தது./ (உரு வ.) இந்த வீட்டில் அப்பா, பிள்ளைகள் எல்லோரும் நவக்கிரகங்கள்தான்.*

நவகாலனியம் பெ. (பு.வ.) **(உலகில் காலனி ஆட்சி மறைந்துவிட்ட தற்காலத்தில்) பொருளாதாரச் சக்தி மிகுந்த நாடுகள் வளர்ச்சியடையாத நாடுகளின்**

நவச்சாரம் 774

பொருளாதாரம், அரசியல், பண்பாடு போன்றவற்றின் மீது ஆதிக்கம் செலுத்தும் போக்கு; neocolonialism.

நவச்சாரம் பெ. **(ஈயம் பூசப் பயன்படுத்தும்) பளபளப்பான வெள்ளை நிறமும் காரத் தன்மையும் உடைய வேதி உப்பு;** (solid) ammonium chloride.

நவதானியம் பெ. **(திருமணம், இறப்பு தொடர்பான சடங்குகளிலும் கோயில் சடங்குகளிலும் பயன்படுத்தும்) அவரை, உளுந்து, எள், கடலை, கொள்ளு, கோதுமை, துவரை, நெல், பாசிப்பயறு ஆகிய ஒன்பது தானியங்கள்;** the nine kinds of grains, viz. beans, blackgram, sesame, bengalgram, horse gram, wheat, red-gram, paddy, greengram used during the rituals at weddings, funeral rites, etc., and at temple festivals.

நவநாகரிகம் பெ. **நாகரிகத்தின் உச்சம் என்னும் அளவுக்கான நவீனத் தன்மை;** ultra-modern. நவநாகரிக இளைஞர்கள்/ நவநாகரிக இல்லங்கள்/ நவநாகரிக யுவதிகள்.

நவபாஷாணம் பெ. *(சித்த.)* **நச்சுத் தன்மை நிறைந்த ஒன்பது வகைக் கற்களை அரிய மூலிகைகளின் உதவியால் உருக்கித் தயாரிக்கும் கலவை;** mixture prepared by melting nine kinds of poisonous stones using rare herbs (followed in Siddha medicine). பழனியில் உள்ள முருகன் சிலை நவபாஷாணத்தில் செய்யப்பட்டது என்று கூறப்படுகிறது./ நவபாஷாண லிங்கம்.

நவமணி பெ. *(அ.வ.)* காண்க: **நவரத்தினம்.**

நவமி பெ. **அமாவாசை அல்லது பௌர்ணமி கழிந்த ஒன்பதாவது நாள்;** the ninth lunar day after the new moon and after the full moon.

நவரசம் பெ. **(கலையில்) காதல், அழுகை, வியப்பு, கோபம், சிரிப்பு, கருணை, வீரம், பயம், சாந்தம் ஆகிய ஒன்பது வகையான உணர்ச்சிகள்;** the nine types of aesthetic emotions. நாட்டியமாடிய சிறுமி நவரசங்களையும் அற்புதமாக வெளிப்படுத்தினாள்.

நவரத்தினம் பெ. **கோமேதகம், நீலம், பவளம், மரகதம், மாணிக்கம், முத்து, புஷ்ப ராகம், வைடூரியம், வைரம் ஆகிய ஒன்பது வகை ரத்தினங்கள்;** the nine kinds of gems. அம்மன் சிலைக்கு நவரத்தின மாலை அணிவிக்கப்பட்டிருந்தது.

நவராத்திரி பெ. **(துர்க்கை, லட்சுமி, சரஸ்வதி ஆகிய பெண் தெய்வங்களுக்கு) புரட்டாசி மாதம் வளர்பிறையின் முதல் நாளிலிருந்து ஒன்பது இரவுகள் கொண்டாடப்படும் பண்டிகை;** a festival for the goddesses Durga, Lakshmi, Saraswati celebrated for nine days. நவராத்திரிக்குக் கொலுவைக்கப்போகிறீர்களா?/ நவராத்திரி கொலுவுக்கு வருகிறவர்களுக்குக் கொடுப்பதற்காக ஒவ்வொரு நாளும் ஒவ்வொரு வகைச் சுண்டல் செய்வார்கள்.

நவரை பெ. *(வ.வ.)* **தாளடிக்குப் பிறகு பயிரிடப்படும் நெல் சாகுபடி;** the third crop of paddy in a year cultivated after தாளடி.

நவாம்சம் பெ. *(சோதி.)* **ஒரு நட்சத்திரத்தின் நான்கில் ஒரு பகுதி;** one fourth of an asterism.

நவீனத்துவம் பெ. **(மேலைநாடுகளில்) முந்தைய மரபுகளை முற்றிலும் விடுத்துப் புதிய வடிவங்களையும் உத்திகளையும் கையாண்ட, இருபதாம் நூற்றாண்டின் முற்பகுதியைச் சார்ந்த கலை, இலக்கிய முயற்சிகளில் காணப்பட்ட போக்கு;** modernism (in the arts). தமிழ் இலக்கியத்தில் நவீனத்துவம் பாரதியிலிருந்து துவங்குகிறது எனலாம்.

நவீனப்படுத்து வி. *(-படுத்த, -படுத்தி)* **நவீனமயமாக்குதல்;** modernize. உலகமயமாக்கலின் விளைவாகப் பெரும்பாலான நிர்வாக அமைப்புகள் நவீனப்படுத்தப்படுகின்றன.

நவீனம்[1] பெ. *(-ஆக, -ஆன)* **(பழமையிலிருந்து மாறுபட்டு) புதிய மாற்றங்களுக்கும் தேவைகளுக்கும் ஏற்ற முறைகளையும் தன்மையையும் கொண்டு அமைவது;** modernity; sophistication. நவீன மருத்துவத்தால் குணப்படுத்த முடியாத நோய்களும் உண்டு./ கொள்ளையடித்தவர்கள் நவீனமான ஆயுதங்களைப் பயன்படுத்தியதாகத் தெரிகிறது./ நவீனத் தொழில்நுட்பம்/ நவீனத் தகவல் தொடர்பு வசதிகள்/ நவீனமாக நெய்யப்பட்ட புடவை/ மற்றவர்களைவிட அவள் கோலத்தை நவீனமாக அமைத்திருந்தாள்.

நவீனம்[2] பெ. *(அ.வ.)* **புதினம்;** novel; fiction.

நவீனமயமாக்கு வி. *(-ஆக்க, -ஆக்கி)* **(தொழில், கல்வி முறை போன்றவற்றை) புதிய சாதனங்கள், அணுகுமுறை ஆகியவற்றின் உதவிகொண்டு தற்காலத் தேவைகளுக்கு ஏற்ப பலனை அதிகப்படுத்தும் நோக்கில் மாற்றி அமைத்தல்;** modernize. இந்தியாவில் உருக்காலைகளை நவீனமயமாக்கினால்தான் உருக்கின் தரம் கூடும்./ நம் கல்விமுறையை நவீனமயமாக்குவதில் பல சிக்கல்கள் உள்ளன.

நவீனமயமாகு வி. *(-ஆக, -ஆகி)* **(இன்றைய தேவைகளுக்கு அல்லது இன்றைய கருத்துகளுக்கு ஏற்ப) மாற்றி அமைத்துக்கொள்ளுதல் அல்லது மாறிக்கொள்ளுதல்;** become modern. வரவேற்பறையும் குளியலறையும் கட்டியதால் பழைய வீடு நவீனமயமாகியது.

நழுவல் பெ. **(பேச்சில் அல்லது நடத்தையில்) எதிலும் மாட்டிக்கொள்ளாமல் தப்பித்துக்கொள்கிற தன்மை;** evasion; evasiveness. ஏன் தவறு நடந்தது என்று அவரிடம் கேட்டுப் பயன் இல்லை; அவர் ஒரு நழுவல் பேர்வழி./ பதில் சொல்வதில் மூடிமறைப்பதோ நழுவலோ அவரிடம் கிடையாது.

நழுவு வி. *(நழுவ, நழுவி)* **1: தடுப்போ பிடிப்போ இல்லாததால், இருக்கும் நிலையிலிருந்து மெல்ல விலகுதல் அல்லது சரிதல்;** slide; slip; glide. தோளில் இருந்த துண்டு நழுவித் தரையில் விழுந்தது./ இடுப்பிலிருந்த குடம் நழுவிக் கீழே விழுந்தது./ *(உரு வ.)* நிமிடங்கள் நழுவின. [(தொ.சொ.) உருள்/ சரி/ சறுக்கு/ புரள்/ வழுக்கு] **2: மாட்டிக்கொள்ளாமல் தப்பித்தல்;** give (s.o.) the slip; go away silently. ஆசிரியரின் கண்ணில் படாமல் நழுவினான்./ *(உரு வ.)* நீ பிரச்சினையிலிருந்து நழுவப் பார்க்கிறாய். **3: (வாய்ப்பு, வெற்றி முதலியவை) கிடைப்பதுபோல் இருந்து கிடைக்காமல் போதல்; தவறுதல்;** lose; let go (opportunity, chance, etc.,); slip. மலிவு விலையில் துணி கிடைக்கும் இந்த வாய்ப்பை நழுவ விடாதீர்கள்!/ கிடைக்க இருந்த நல்ல வேலை என்னுடைய கவனக் குறைவால் நழுவிப்போய்விட்டது./ கடுமையாகப்

775 நறுவிசு

போராடிய இந்திய வீரர் சானியா மிர்சா போட்டியின் கடைசி நேரத்தில் வெற்றி வாய்ப்பை நழுவவிட்டார். **4: இருக்கும் இடத்தை விட்டு எலும்பு மூட்டு சற்று விலகுதல்; பிசகுதல்;** get dislocated; slip. கீழே விழுந்ததில் கால் மூட்டு நழுவிவிட்டது. [(தொ.சொ.) **பிசகு/ பிறழ்/ விலகு**]

நள்ளிரவு பெ. **இரவு பன்னிரண்டு மணி அல்லது அதை ஒட்டிய நேரம்;** midnight. நம் நாட்டிற்குச் சுதந்திரம் நள்ளிரவில்தான் கிடைத்தது./ நள்ளிரவில் வந்து கதவைத் தட்டுவது யார்?

நளபாகம் பெ. (அ.வ.) **சமையல் கலை;** the art of cooking. கல்லூரியில் தாங்கள் கற்றுக்கொண்ட நளபாகத்தை மாண வர்கள் மற்றவர்களுக்கும் செய்துகாட்ட விரும்பினார்கள்.

நளினம் பெ. (-ஆக, -ஆன) **1: (பெண்ணின் அசைவு களில் அல்லது தோற்றத்தில் உள்ள) மனத்தைக் கவரும் மென்மை;** (of women's appearance, action) elegance; poise; grace. அவள் ஆடை அணிவதில் ஒரு நளினம் இருந்தது./ அவளுடைய நளினமான பேச்சு. **2: (வேலை யைச் செய்வதில்) நேர்த்தி; லாவகம்;** graceful movement; refinement (in doing things); delicacy. அவர் வெற்றிலைக் காம்பைக் கிள்ளுவதில்கூட ஒரு நளினம் இருக்கும்./ நளினமாகச் செய்ய வேண்டிய காரியத்தை இப்படியா முரட்டுத்தனமாகச் செய்வது?

நற்கருணை பெ. (கிறித்.) **இயேசுவின் உடலையும் இரத்தத்தையும் குறிக்கும், திருப்பலியில் அர்ச்சிக்கப் பட்ட அப்பமும் திராட்சை ரசமும்;** Holy Communion.

நற்சான்றிதழ் பெ. **ஒருவருடைய செயல்பாடு, பங்க ளிப்பு போன்றவற்றைப் பாராட்டி அரசு, நிறுவனம் போன்றவை அளிக்கும் பாராட்டுப் பத்திரம்;** certificate of appreciation. இரத்த தான முகாமில் பங்கேற்றவர்களுக்கு நற்சான்றிதழ் அளிக்கப்பட்டது./ நல்லாசிரியர் விருது பெற்றவர்களுக்கு நற்சான்றிதழும் ரொக்கப் பணமும் தரப் பட்டன.

நற்செய்தி பெ. (கிறித்.) **இயேசுவின் வாழ்வு, போதனை, இறப்பு, உயிர்ப்பு ஆகியவற்றைக் குறித்துப் புதிய ஏற் பாட்டில் நால்வர் எழுதிய வாசகங்கள்;** Gospel.

நற்செய்தியாளர் பெ. (கிறித்.) **1: புதிய ஏற்பாட்டில் நற் செய்தியை எழுதியவர்கள்;** evangelist. **2: நற்செய்தி யைப் பரப்புபவர்கள்;** evangelist.

நற்பெயர் பெ. **(சமூகத்தில், பணியிடத்தில், உறவினர் களிடம்) நம்பிக்கை, நாணயம், நேர்மை, ஒழுக்கம் முத லியவற்றின் அடிப்படையில் ஒருவர் பெறும் மதிப்பு;** one's respectability. என்னுடைய நற்பெயருக்குக் களங்கம் விளைவிப்பதுபோல் ஒரு காரியம் செய்துவிட்டாயே!/ இந்த ஊரில் அவருக்கு ஒரு நற்பெயர் இருக்கிறது.

நறணை பெ. (இலங்.) **அரணை;** skink.

நறநற-என்று[1] வி.அ. (பற்கள் ஒன்றுடன் ஒன்று உராய் வதைக் குறிக்கும்போது) **சத்தம் வரும்படியாக;** (of teeth) producing a grinding noise. கோபத்தில் நறநறவென்று பல்லைக் கடித்தான்./ தூக்கத்தில் குழந்தை நறநறவென்று பல்லைக் கடித்தது.

நறநற-என்று[2] வி.அ. **(தரையின் மேற்பரப்பில் மண் போன்றவை பரவி இருப்பதால்)** சொரசொரப்பாக; grittily. அறையைச் சரியாகப் பெருக்காததால் தரை நறநற வென்று இருக்கிறது.

நறுக்-என்று வி.அ. **1:** (குட்டுதல், கிள்ளுதல் குறித்து வரும்போது) **சுள்ளென்று வலிக்கும்படியாக;** (of knuckle, pinch) sharply. அம்மாவை எதிர்த்துப் பேசிய தம்பி யின் தலையில் அக்கா நறுக்கென்று குட்டினாள். **2:** (பேச் சைக் குறித்து வரும்போது) **சுருக்கென்று படும்படி யாக; மனத்தில் பதியும்படியாக;** in a sharp and stinging way. அவர் பேசியதைக் கேட்டதும் நறுக்கென்று நாலு வார்த்தை சொல்ல வேண்டும் போல் இருந்தது.

நறுக்கு[1] வி. (நறுக்க, நறுக்கி) **(காய்கறி, பழம் முதலிய வற்றைக் கத்தி போன்றவற்றால் சிறுசிறு துண்டுக ளாக) வெட்டுதல்; அரிதல்; துண்டுபோடுதல்;** cut (vegetables, fruits, etc., into small pieces). சமைப்பதற்கு முன் இஞ்சி, பச்சைமிளகாய் ஆகியவற்றைப் பொடிப் பொடியாக நறுக்கிக்கொண்டாள்./ குழந்தைகளுக்கு மாம் பழம் நறுக்கிக் கொடு. [(தொ.சொ.) **அரி/ அறு/ உடை/ ஓடி/ கிழி/ துண்டி/ பிடு/ பிள/ முறி/ வெட்டு**]

நறுக்கு[2] பெ. **1: (ஓலை, புகையிலை போன்றவற்றின் நறுக்கப்பட்ட) துண்டு;** piece (of tobacco, palm leaf, etc.,). இலை நறுக்கு. **2:** (இலங்.) **(தாள் முதலியவற்றின்) சிறு துண்டு;** piece (of paper, etc.,). அடையாளமாகப் புத்த கத்தில் ஒரு நறுக்கு வைத்துவிடு.

நறுக்குத்தெறித்தாற்போல் வி.அ. **(ஒரு விஷயம் சொல் லப்படும் விதத்தில்) தெளிவாகவும் சுருக்கமாகவும்;** succinctly; pointedly; without leaving any loose ends. வாச கர்களின் கடிதங்கள் நறுக்குத்தெறித்தாற்போல் இருந்தன./ எந்த விஷயத்தையும் அவர் நறுக்குத்தெறித்தாற் போல் பேசிவிடுவார்.

நறுக்கு மீசை பெ. **அளவாகவும் சீராகவும் வெட்டப் பட்ட மெல்லிய மீசை;** thin moustache.

நறுமணப்பொருள் பெ. (பெரும்பாலும் பன்மையில் வரும்போது) **(உணவுப் பண்டங்களில் சேர்க்கும்) கிராம்பு, ஏலக்காய், போன்ற வாசனை மிகுந்த பொருட் களைக் குறிக்கும் பொதுப்பெயர்;** spices such as clove, cardamom, etc., நறுமணப்பொருட்கள் வாரியம்./ சில நாடு களுக்கு நறுமணப்பொருட்களை எடுத்துச்செல்ல முடியாது.

நறுமணம் பெ. **இனிய மணம்;** fragrance; pleasant smell. பக்கத்து வீட்டிலிருந்து சாம்பிராணியின் நறுமணம் காற் றில் மிதந்து வந்தது./ நறுமணம் மிக்க மலர்கள்/ நறுமணத் தைலம். [(தொ.சொ.) **சுகந்தம்/ நாற்றம்/ நெடி/ மணம்/ வாசனை/ வீச்சம்**]

நறுமு வி. (நறும, நறுமி) (இலங்.) **(ஒருவரை) பய முறுத்தும் விதத்தில் உற்று நோக்குதல்;** stare s.o. in a scaring way. எந்த நேரமும் முதலாளி என்னைப் பார்த்து நறுமிக்கொண்டேயிருப்பார்./ நீ ஏன் பிள்ளைகளை நறுமிக்கொண்டிருக்கிறாய்?

நறுவிசு பெ. (-ஆக, -ஆன) (ஊரக வ.) **அழகோடு அமை யும் வேலையின் நேர்த்தி;** charming perfection of one's work. எங்கள் ஊர் ஆசாரியின் நறுவிசு வேறு யாருக்கும்

வராது./ புதிதாக வேலையில் சேர்ந்தவர் சுறுசுறுப்பாக இருக்கிறார். ஆனால் வேலையில் நறுவிசு இல்லை./ அவர் கொல்லையை நறுவிசாகப் பெருக்கினார்./ நறுவிசான வேலை.

நன்கு வி.அ. (உ.வ.) காண்க: **நன்றாக.**

நன்கொடை பெ. **(பொதுக் காரியங்களுக்காக அல்லது கோயில், கல்வி நிறுவனம் போன்றவற்றுக்கு) மனம் உவந்து வழங்கும் தொகை அல்லது பொருள்;** donation (of a large sum); present (in cash or kind); gift. சில பள்ளிகளில் மாணவர்களைச் சேர்ப்பதற்கு நன்கொடை வசூலிக்கிறார்கள்./ தான் சேர்த்த புத்தகங்களையெல்லாம் பொது நூலகத்திற்கு நன்கொடையாகக் கொடுத்துவிட்டார்./ (உரு வ.) பூஜ்யம் என்பது கணிதத்திற்கு இந்தியா வழங்கிய நன்கொடை.

நன்செய் பெ. **(ஆறு, ஏரி முதலியவற்றின் மூலம்) பாசன வசதி பெற்று (பெரும்பாலும்) நெல் பயிரிடப்படும் நிலம்;** lands irrigated by river, lake, etc.,

நன்மை பெ. **1:** *(-ஆக, -ஆன)* **சாதகமாக இருக்கும் விளைவு; பயன்;** benefit; good. இந்தத் திட்டத்தால் விளையும் நன்மைகளை மக்களிடம் விளக்கிக் கூறப்போகிறோம்./ சில மருந்துகளினால் உடலுக்கு ஏற்படும் நன்மையைக் காட்டிலும் தீமையே அதிகம்./ தற்செயலாக உன்னைப் பார்த்தது நன்மையாக முடிந்தது. **2: பயன் விளைவிக்கும் நல்ல செயல்;** good deed. பிறருக்கு நன்மையே செய்தவர். **3: (ஒருவருடைய) நலன்;** (one's) good; well-being; welfare. உங்கள் நன்மைக்காகத்தான் இதைச் சொல்கிறேன்./ பொதுமக்களின் நன்மைக்கு உகந்ததைத்தான் நாங்கள் செய்கிறோம்./ நாட்டின் நன்மையைக் கவனத்தில் கொண்டு எடுக்கப்பட்ட முடிவு இது.

நன்றாக வி.அ. **1: முழுமையாக;** satisfactorily. கதவை நன்றாகத் திறந்து வை./ கம்பியை நன்றாக உயர்த்திப் பிடி./ மூலிகைகளை நிழலில் நன்றாகக் காயவைக்க வேண்டும்./ நான் சொன்னதை நன்றாக யோசித்துப்பார்./ கணக்கை நன்றாகச் சரிபார்த்துக்கொள். **2: சிறப்பாக;** in an appreciable way. திருமணம் நன்றாக நடந்தது./ நன்றாகப் படி. **3: மகிழ்ச்சி தரத் தக்கதாக;** pleasant. அப்பா மட்டும் இப்போது நம்மோடு இருந்தால் எவ்வளவு நன்றாக இருக்கும்?/ காஷ்மீர் பயணம் நன்றாக இருந்தது. **4: பெரும்பாலும் ஆதங்கம், வெறுப்பு, சலிப்பு போன்ற உணர்வுகளைத் தெரிவிக்கப் பயன்படுத்தும் வினையடை;** adverb used to express emotions such as anxiety, dissatisfaction, frustration, etc., உனக்கு உதவி செய்ய நினைத்தேன் பார்; எனக்கு நன்றாக வேண்டும். **5: ஏற்றுக்கொள்ளத் தக்கதாக;** proper; acceptable. பெரியவரை இங்கே வரச் சொல்வது அவ்வளவு நன்றாக இல்லை./ நீ அவனிடம் அப்படிப் பேசியது நன்றாக இல்லை.

நன்றி பெ. **1: ஒருவர் செய்த நன்மைக்காக, உதவிக்காக அல்லது செலுத்திய அன்பு போன்றவற்றுக்காக அவரிடம் காட்டும் உணர்வு; விசுவாசம்;** gratitude. உனக்கு எவ்வளவு செய்திருக்கிறேன்; நன்றி இல்லாமல் இப்படிப் பேசுகிறாயே? **2: மேற்குறிப்பிட்ட மரியாதை உணர்வையும் விசுவாசத்தையும் வெளிப்படுத்துவதற்கான சொல்;** word used for expressing one's gratitude; thanks. 'தக்க சமயத்தில் பணம் தந்து உதவினீர்கள், நன்றி' என்றார்./ கூட்டத்தின் முடிவில் செயலாளர் வந்திருந்த அனைவருக்கும் நன்றி கூறினார்.

நன்றிக்கடன் பெ. **ஒருவர் செய்த உதவியை முன்னிட்டு அவரிடம் கொள்ளும் கடமை உணர்வு;** debt of gratitude. என் நன்றிக்கடனை எப்படித் தீர்ப்பேன்!/ நான் உங்களுக்கு நன்றிக்கடன்பட்டிருக்கிறேன். நீங்கள் எது சொன்னாலும் செய்யத் தயாராக இருக்கிறேன்.

நன்றிகெட்ட பெ.அ. **(ஒருவர்) செய்த உதவியை மறந்து போன; பெற்ற உதவிக்கு விசுவாசமாக இருக்காத;** ungrateful. இந்த நன்றிகெட்ட பயலுக்கு நீங்கள் ஏன் வக்காலத்து வாங்குகிறீர்கள்?/ என்ன நடந்தது என்று தெரியாமல் அவளை நன்றிகெட்டவள் என்று திட்டாதே.

நன்று[1] பெ. (உ.வ.) **நல்லது;** good. அதிகாலையில் நடைப்பயிற்சி செய்வது நன்று./ இளம் எழுத்தாளர்களை ஊக்குவிப்பது நன்று./ நோயின் தன்மை, அது எப்படி உடலைத் தாக்குகிறது என்பதை அறிந்துகொள்வது நன்று./ இந்த விஷயத்தில் பொதுமக்களின் கருத்தைக் கேட்பது நன்று./ துணைநூற்பட்டியலை முழுமையாகத் தருவது நன்று.

நன்று[2] இ.சொ. **பாராட்டைத் தெரிவிக்கும் வகையில் பயன்படுத்தப்படும் இடைச்சொல்;** particle used to express appreciation; 'fine'. கவியரங்கத்தில் 'நன்று, நன்று' எனப் பலர் கூறுவது கேட்டது.

நன்னடத்தை அலுவலர் பெ. (பு.வ.) **சட்டத்துக்கு முரணான வகையில் செயல்படும் சிறார்கள் மீதான வழக்குகளில் சமூக விசாரணை அறிக்கையைத் தயாரிப்பதுடன், அவர்களைத் தொடர்ந்து கண்காணிக்கவும் மாவட்ட அளவில் அரசு நியமிக்கும் அலுவலர்;** Probation Officer.

நன்னடத்தைச் சான்றிதழ் பெ. **(பள்ளி, கல்லூரி போன்றவற்றில் படித்தவரின் அல்லது ஒரு நிறுவனத்தில் பணிபுரிந்தவரின்) நடத்தையைக் குறித்து வழங்கும் சான்றிதழ்;** conduct certificate.

நன்னாரி பெ. **சர்பத் தயாரிப்பதில் பயன்படுத்தும் ஒரு வகைக் கொடியின் மணம் நிறைந்த வேர்;** Indian sarsaparilla (added in sherbet).

நன்னிப் பயறு பெ. (வ.வ.) **(நிலக்கடலை, துவரை, உளுந்து போன்றவற்றின்) முழு வளர்ச்சியடையாமல் சிறிதாக இருக்கும் பருப்பு;** undeveloped pulse seeds. ஒரு மரக்கால் விதையும் நன்னிப் பயறாகவே இருந்தால் எப்படி விதைப்பது?

நன்னீர் பெ. **உப்புத் தன்மை இல்லாத நீர்;** fresh water. அயிரை, கெளுத்தி போன்ற மீன்கள் நன்னீரில் மட்டுமே வளருபவை ஆகும்./ காய்ச்சி வடித்தல் மூலம் உப்பு நீரிலிருந்து நன்னீரைப் பெறலாம்./ ஆறு, குளம், ஏரி போன்றவை இயற்கையாகவே நன்னீர் ஆதாரங்களாக விளங்குகின்றன.

நன்னீர் மீன் பெ. **ஆறு, ஏரி போன்ற உப்புத் தன்மை இல்லாத நீர்நிலைகளில் வாழும் மீன்வகை;** fresh- water fish.

நன்னு வி. (நன்ன, நன்னி) (இலங்.) **(உணவை) கொறித்தல்;** eat little by little. கடகடவென்று சாப்பிடாமல் ஏன் நன்னிக்கொண்டிருக்கிறாய்?/ நன்னிநன்னிச் சாப்பிட்டால் எப்படி உடம்பு வைக்கும்?

777 நாக்குநீளம்

நனவிலி மனம் பெ. *(உள.)* **நடைமுறைப் பிரக்ஞைக்கு வராத எண்ணங்களையும் உணர்வுகளையும் அடியோட்டமாகக் கொண்டிருக்கும் மனத்தின் ஒரு பகுதி;** the subconscious mind.

நனவு பெ. *(கனவு என்பதற்கு எதிரிடையாகக் கூறும் போது)* **நிஜ வாழ்வில் நடக்கக்கூடியதாக இருப்பது;** reality (as opposed to dream). *'உங்கள் கனவுகள் நனவாக வாழ்த்துகிறேன்'.*

நனவோடை பெ. **(சிறுகதை, நாவல் போன்றவற்றில்) குறிப்பிட்ட நேரத்தில் மனத்தில் எழும் எண்ணங்களையும் உணர்வுகளையும் அவை தோன்றும் விதத்திலேயே எழுதும் உத்தி;** stream of consciousness (as a presentation technique in prose writing). *தமிழில் நகுலன், லா. ச. ராமாமிருதம் போன்றவர்கள் நனவோடை உத்தியில் எழுதியிருக்கிறார்கள்./ நனவோடை நாவல்.*

நனை[1] வி. *(நனைய, நனைந்து)* **1: (தண்ணீர், எண்ணெய் முதலிய திரவப் பொருள்களால் ஒன்று) ஈரமாதல்; (மேற்சொன்னவற்றில் ஒன்று) தோய்தல்;** get or become wet; be drenched. *வீட்டுக்கு வரும்போது மழையில் நனைந்துவிட்டேன்./ துணி இரத்தத்தில் நனைந்துவிட்டது.* **2:** *(அ.வ.)* **ஊறுதல்;** soak. *துணி சற்று நேரம் நனையட்டும்.*

நனை[2] வி. *(நனைக்க, நனைத்து)* **முழுமையாக ஈரமாக்குதல்; (நீரில்) தோய்த்தல்;** drench; soak; wet. *துணிகளைச் சாயத்தில் நனைத்துக் காயவைத்தார்கள்./ தலையை நனைக்காமல் குளித்துவிட்டு வா./ பட்டுப்புடவையை அடிக்கடி நனைப்பதில்லை.*

நஷ்டஈடு பெ. **(இழப்பை, சிரமத்தை) ஈடு கட்டுவதற்காகப் பாதிக்கப்பட்டவர்களுக்கு வழங்கப்படும் பணம்;** compensation; damages. *ரயில் விபத்தில் இறந்தவர்களின் குடும்பத்துக்கு நஷ்டஈடு வழங்கப்படும்./ தன் கௌரவத்தைப் பாதிக்கும்படி அந்தப் பத்திரிகையில் செய்தி வெளியாகியிருப்பதாகக் கூறி நஷ்டஈடு கேட்டு அமைச்சர் வழக்குத் தொடுத்தார்./ கையகப்படுத்தப்பட்ட நிலத்தின் உரிமையாளருக்குக் கூடுதல் நஷ்டஈடு வழங்குமாறு நீதிமன்றம் ஆணையிட்டது.*

நஷ்டப்படு வி. *(-பட, -பட்டு)* **நஷ்டம் அடைதல்;** incur loss. *திரைப்படம் எடுத்து நஷ்டப்பட்ட தயாரிப்பாளர் ஒருவர் இப்போது பழக்கடை வைத்திருக்கிறார்./ஆடம்பரமாகத் திருமணம் செய்வதால் நஷ்டப்படுபவர்கள் பெண் வீட்டுக்காரர்கள்தான்./ நீ கேட்கும் விலைக்கு வீட்டை விற்றுவிட்டு நான் நஷ்டப்பட முடியாது.*

நஷ்டம் பெ. **1: (தொழிலில் வரவைவிடச் செலவு அதிகமாவதாலோ வர வேண்டிய தொகை வராததாலோ உண்டாகும்) இழப்பு; பொருள் இழப்பு;** loss. *எதிர்பார்த்தபடி விளைச்சல் இல்லாததால் விவசாயிகளுக்கு நஷ்டம் ஏற்பட்டுள்ளது./ பங்குகளின் விலையில் ஏற்பட்ட சரிவால் அவருக்குப் பெருத்த நஷ்டம்.* **2: (பணம், நேரம், உழைப்பு முதலியவை) வீணாகும் நிலை; விரயம்;** waste; loss. *அவனுக்கு வேலை தேடி அலைந்ததில் எனக்குத்தான் பணமும் நேரமும் நஷ்டம்./ என்னோடு பேசுவதில் உனக்கென்ன நஷ்டம்?/ அண்டை நாடு இந்த உடன்பாட்டை ஏற்றுக்கொள்ளாவிட்டால் இந்தியாவுக்கு ஒன்றும் நஷ்டம் இல்லை./ நீ கோபித்துக்கொண்டு போவதால் யாருக்கு நஷ்டம்?*

நா பெ. *(உ.வ.)* **நாக்கு;** tongue. *அந்தச் செய்தியைக் கேட்டதும் எனக்குப் பேச நா எழவில்லை.*

நாக்கில் சனி பெ. **சொன்ன மாத்திரத்திலேயே தீங்கு விளைவிக்கும் தன்மை உடையதாகக் கருதப்படும் பேச்சு;** a person's utterances believed to cause evil. *அவளுக்கு நாக்கில் சனி; எதற்கெடுத்தாலும் அபசகுனமாகத்தான் பேசுவாள்./ எனக்கு நாக்கில் சனி என்று நினைக்கிறேன். இல்லாவிட்டால் நானாகப் போய் வாயைக் கொடுத்து அவரிடம் வாங்கிக் கட்டிக்கொள்வேனா?*

நாக்கில் நரம்பில்லாமல் வி.அ. **சொல்லக் கூடாத கடுமையான வார்த்தைகளைச் சற்றும் தயக்கமில்லாமல்;** intemperately; unabashedly. *சின்னப் பையன், ஏதோ தெரியாமல் தவறு செய்துவிட்டான். அதற்காக இப்படி நாக்கில் நரம்பில்லாமல் நீ பேசலாமா?/ தன்னிடம் வேலை செய்பவர்கள் சிறு தவறு செய்தால்கூட நாக்கில் நரம்பில்லாமல் திட்டுவான்.*

நாக்கிளிப்புழு பெ. *(இலங்.)* **மண்புழு;** earthworm. *தூண்டிலில் கொழுவுவதற்கு நாக்கிளிப்புழுவை எடுத்துவைத்திருக்கிறேன்.*

நாக்கு பெ. **1: (பேசுவதற்கும் உணவைச் சுவைப்பதற்கும் பயன்படும்) வாயின் நடுவில் அமைந்திருக்கும், அசையக்கூடிய, எலும்பில்லாத உறுப்பு;** tongue. *நாக்கைத் தொங்கப் போட்டவாறு உட்கார்ந்திருந்தது அந்த நாய்./ 'ள' என்ற எழுத்தை உச்சரிக்கும்போது நாக்கின் நுனி மேல்அண்ணத்தில் படுகிறது.* **2: (ஆட்டுவதன்மூலம் அடித்து ஒலியெழுப்புவதற்காக மணியினுள்) தொங்கவிட்டிருக்கும், அசையக் கூடிய உலோகத் துண்டு;** tongue or clapper (of a bell). **3: மை ஊற்றி எழுதும் பேனாவில் முள்ளைத் தாங்கியிருக்கும் பகுதி;** stub-like part that supports the nib and regulates the flow of ink in a fountain pen.

நாக்கு செத்துப்போ வி. *(-போக, -போய்) (சில வினைமுற்று வடிவங்களில் மட்டும்)* **நாக்கு உணவின் சுவை அறியும் தன்மையை இழந்ததுபோல் உணர்தல்;** (of tongue) lose sensation; get fed up (with eating the same thing). *ரொட்டியை மட்டுமே தின்றுதின்று நாக்கு செத்துப்போய்விட்டது./ பத்து நாள் ஜுரத்தில் நாக்கு செத்துப்போய்விட்டது.*

நாக்குத் தள்ளு வி. *(தள்ள, தள்ளி) (ஊரக வ.)* **(ஒன்றைச் செய்து முடிக்கத் தேவையான முயற்சியின் கடுமையால்) திணறுதல்;** get exhausted. *மலை ஏறிக் கோயிலை அடைவதற்குள் நாக்குத் தள்ளிவிட்டது./ வீட்டைக் கட்டி முடிப்பதற்குள் நாக்குத் தள்ளிவிடும் போலிருக்கிறது.*

நாக்குநீள் வி. *(-நீள, -நீண்டு)* **(பேச்சில்) வரம்பு மீறுதல்;** speak in an impertinent or disrespectful way.

நாக்குநீளம் பெ. **1: சுவையான உணவை உண்பதில் அதிக நாட்டம்;** fastidiousness about food. *தினமும் இரண்டு கறி இல்லாமல் என் பையன் சாப்பிட மாட்டான். அவனுக்கு நாக்குநீளம்.* **2: வரம்பு மீறிய பேச்சு;** insolence. *உனக்கு நாக்குநீளம். இல்லாவிட்டால் பெரியவர்களை*

இப்படி எடுத்தெறிந்து பேசுவாயா?/ மாமாவுக்குக் கொஞ்சம் நாக்குநீளம்; பொறுத்துக்கொள்.

நாக்குப்பூச்சி பெ. **1: மனிதர்களின் குடலில் இருந்துகொண்டு நோயை ஏற்படுத்தும் மெல்லிய புழு;** threadworm. *வயிற்றில் நாக்குப்பூச்சி அதிகம் உள்ள குழந்தைகளுக்குப் பெரும்பாலும் வயிறு பெருத்தும் வீங்கியும் இருக்கும்.* **2:** (ஊரக வ.) **மண்புழு;** earthworm.

நாக்கு மூக்குத் தள்ளு வி. (தள்ள, தள்ளி) (இலங்.) **(கோயிலுக்கு எடுத்துச்செல்லும் பழங்களின்) அடியையும் நுனியையும் சிறிது வெட்டுதல்; இரண்டு பக்கத்து நுனியையும் நறுக்குதல்;** trim off both ends of a fruit offering. *கோயிலுக்கு எடுத்துச்செல்ல வேண்டிய பழங்களை நாக்கு மூக்குத் தள்ள வேண்டும் என்று அம்மா சொன்னாள்.*

நாக்கு வழி[1] வி. (வழிக்க, வழித்து) (பே.வ.) **'இருக்கிற அல்லது கிடைக்கிற ஒன்றை வைத்துக்கொண்டு எதுவும் செய்ய முடியாது' என்ற பொருளில் எரிச்சல் தொனியில் பயன்படுத்தப்படும் சொல்;** expression used to remark with irritation that one cannot do much with what one gets or is available. *பணம் இல்லாமல் வெறும் புகழை மட்டும் வைத்துக்கொண்டு நாக்கு வழிக்கவா முடியும்?/ நீ தரும் இரண்டாயிரத்தை வைத்துக்கொண்டு நாக்கு வழிக்கவா முடியும்?*

நாக்கு வழி[2] வி. (வழிக்க, வழித்து) (இலங்.) **(ஒருவரை) இழிவாக விமர்சித்தல்;** degrade (s.o.). *மற்றவர்களை நாக்கு வழிப்பதே அவருக்கு வழமையாகிவிட்டது.*

நாக்கு வளை வி. (வளைக்க, வளைத்து) (இலங்.) காண்க: **நாக்கு வழி[2]**.

நாக்கைக் கட்டு வி. (கட்ட, கட்டி) **(உண்ணும் உணவு வகைகளிலும் அளவிலும்) கட்டுப்பாட்டுடன் இருத்தல்;** exercise control over food; be sparing in food. *சர்க்கரை நோய் இருக்கிறது என்று தெரிந்தும் இப்படி இனிப்பைச் சாப்பிடலாமா? நாக்கைக் கட்டப் பழகிக்கொள்./ இந்த வயதிலும் நான் திடகாத்திரமாகத்தான் இருக்கிறேன். நான் எதற்காக நாக்கைக் கட்ட வேண்டும்?*

நாக்கைப் பிடுங்கிக்கொள் வி. (-கொள்ள, -கொண்டு) **(அவமானம் தாங்காமல்) உயிரை விடுதல்;** had better die (uttered when one is faced with humiliation). *உன் மகனைப் பற்றி இப்படியெல்லாம் கேள்விப்படுவதைவிட நாக்கைப் பிடுங்கிக்கொள்ளலாம்./ நீ இப்படி ஒரு கேவலமான பிழைப்பு பிழைப்பதைப் பார்க்கும்போது எனக்கு நாக்கைப் பிடுங்கிக்கொள்ள வேண்டும்போல் இருக்கிறது.*

நாக்கையிழு வி. (-இழுக்க, -இழுத்து) (இலங்.) **(பணம் குறித்து வரும்போது) செலவு செய்யத் தயங்குதல்;** be unwilling to incur an expenditure. *எனது படிப்பிற்கு இரண்டு லட்சம் ரூபாய் தேவைப்படும் என்று சொன்னால் அப்பா நிச்சயம் நாக்கையிழுப்பார்.*

நாக்கை வளர் வி. (வளர்க்க, வளர்த்து) **வகைவகையான உணவுகளைச் சாப்பிடுவதிலும் உணவில் சுவை சற்றும் குறையக் கூடாது என்பதிலும் குறியாக இருத்தல்;** indulge one's palate. *குழம்பில் சிறிது காரம் குறைவு என்பதற்காகச் சாப்பிட மாட்டாயா? நன்றாக நாக்கை வளர்த்துவைத்திருக்கிறாய்!*

நாகசுரம் பெ. (இசை) **நீண்ட குழல் வடிவில் மரத்தால் செய்து, சீவாளி பொருத்தி, மங்கல நிகழ்ச்சிகளில் வாசிக்கப்படும் இசைக் கருவி;** wind instrument with a long pipe with a tiny mouth piece (made from reed) played on auspicious occasions.

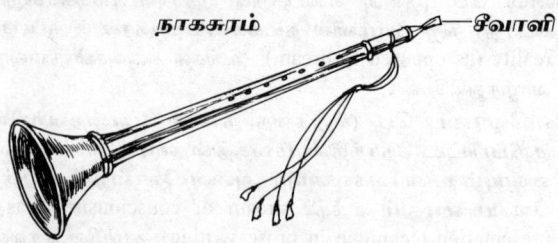

நாகசுரம்
சீவாளி

நாகணவாய் பெ. (வ.வ.) **மைனா;** myna.

நாகதம்பிரான் பெ. (இலங்.) **கடவுளாகக் கருதி வணங்கும் நாகம்;** cobra which is considered and prayed as a deity. *நாகதம்பிரான் கோயிலில் இன்று பொங்கலிட்டார்கள்./ கோயிலுக்கு வெள்ளி நாகதம்பிரான் வாங்கிக் கொடுக்க வேண்டும்.*

நாகதாளி பெ. (இலங்.) **சப்பாத்திக் கள்ளி;** kind of spurge; common prickly-pear. *ஜனப் புழக்கம் இல்லாததால் பாதை நடுவே நாகதாளி முளைத்துக்கிடந்தது.*

நாகப்பாம்பு பெ. **நல்லபாம்பு;** cobra.

நாகம் பெ. **நல்லபாம்பு;** cobra.

நாகரிகம் பெ. **1: குறிப்பிட்ட இடத்தில் குறிப்பிட்ட காலத்தில் வாழும் மக்களின் சமூக வாழ்க்கை முறை; பண்பாடு;** civilization; culture. *சிந்து சமவெளி நாகரிகம்/ ஐரோப்பிய நாகரிகம்/ இந்திய நாகரிகம்/ நகர்ப்புற நாகரிகத்தின் வளர்ச்சி.* **2:** (-ஆக, -ஆன) **பண்பாகப் பேசுதல் அல்லது நடந்துகொள்ளுதல் குறித்து ஏற்பட்டிருக்கும் நியதி;** civilized or cultured behaviour. *கதவைத் தட்டிவிட்டுத்தான் உள்ளே வர வேண்டும் என்ற நாகரிகம்கூட இவனுக்குத் தெரியாதா?* **3:** (-ஆக, -ஆன) **(நடை, உடை, பாவனை, உணவு போன்றவற்றில்) நவீன காலத்துப் பழக்கவழக்கங்களுக்குப் பொருந்தி வரும் தன்மை;** (of manners, dress, etc.,) fashion. *நாகரிகமான உடைகள்/ கல்யாணங்களில்கூட மேசைகளில் உணவு பரிமாறப்படுவது தான் இன்றைய நாகரிகம்./ பீட்சா நாகரிகம் வந்த பிறகு எல்லோருக்கும் சீடையும் முறுக்கும் மறந்துபோய்விட்டதா?*

நாகலிங்கம் பெ. **நாகத்தின் விரிந்த படம் போன்ற இதழையும் லிங்க வடிவத்திலான மகரந்தப் பகுதியையும் கொண்ட பூ/மேற்குறிப்பிட்ட பூவைத் தரும் உயரமான மரம்;** cannonball tree and its flower.

நாகஸ்வரம் பெ. (இசை) காண்க: **நாகசுரம்.**

நாகு பெ. (இலங்.) **இளம் பசு; கிடாரி;** young cow; female calf of the cow.

நாங்கள் பி.பெ. **1: பேசுபவர் முன்னிருப்பவரை உட்படுத்தாத தன்மைப் பன்மைப் பிரதிப்பெயர்;** first person plural that does not include the hearer or addressee. *நாங்கள் ஊருக்குப் போவதாக இருக்கிறோம். நீங்களும் வருகிறீர்களா?/ நாங்களும் வீட்டுக்குக் கிளம்ப வேண்டியது தான்./ நாங்கள் ஒன்றும் பணக்காரர்கள் இல்லை.* **2:** (இலங்.) **(யாழ்ப்பாணத்தில்) முன்னிருப்பவரையும்**

உள்ளடக்கிய தன்மைப் பன்மைப் பிரதிப்பெயர்; நாம்; we (inclusive plural). நாங்கள் நாளைக்கு இந்த வேலையைச் செய்வோம், சரியா?

நாசகார பெ.அ. **பெரும் அழிவை ஏற்படுத்தக் கூடிய;** capable of causing great destruction. அணுகுண்டு போன்ற நாசகார ஆயுதங்கள் உலகை அச்சுறுத்திக்கொண்டிருக்கின்றன.

நாசகாரிக் கப்பல் பெ. **போர்க் கப்பலுக்குப் பாதுகாப்பாகச் செல்லும் சிறிய கப்பல்;** destroyer. அமெரிக்க விமானம்தாங்கிக் கப்பலுக்குப் பாதுகாப்பாக ஜப்பான் நாசகாரிக் கப்பல்கள் சென்றன.

நாசப்படுத்து வி. (-படுத்த, -படுத்தி) **பேரழிவுக்கு அல்லது சேதத்துக்கு உள்ளாக்குதல்;** destroy. வயலில் புகுந்த யானை பயிர்களை நாசப்படுத்தியது./ சுனாமி பல கடலோரக் கிராமங்களை நாசப்படுத்திவிட்டது.

நாசம் பெ. **1: (இயற்கைச் சக்திகளால் அல்லது ஆயுதங்களால் ஏற்படும்) பேரழிவு; (பெருத்த) சேதம்;** destruction; (heavy) loss or damage. தொடர்ந்து பெய்த அடைமழையால் அறுவடைக்குத் தயாராக இருந்த பயிர்கள் நாசம்./ கலகக்காரர்கள் கடைகளையெல்லாம் அடித்து நொறுக்கி நாசம்செய்தனர். [(தொ.சொ.) **அழிவு/ இழப்பு/ உருக்குலை/ சிதைவு/ சின்னாபின்னம்/ சேதம்/ பேரழிவு**] **2: சீரழிவு;** ruin; wreck. இந்தக் குடும்பம் நாசமானதற்கு அவருடைய குடிப்பழக்கம்தான் காரணம்.

நாசமாய்ப்போ வி. (-போக, -போய்) **(வாழ்க்கையில்) உருப்படாமல் போதல்;** go to rack and ruin. குடித்துக் குடித்து நாசமாய்ப்போய்விட்டான்./ நீ நாசமாய்ப்போ!

நாசவேலை பெ. **ரகசியமாகச் செய்யும் தீய நோக்கமுடைய செயல்;** sabotage. ரயில் விபத்துக்கு நாசவேலைதான் காரணம் என்று கூறப்படுகிறது./ சமாதான ஒப்பந்தத்தைக் கெடுப்பதற்கென்றே இந்த நாசவேலைகள் நடைபெற்றுள்ளன.

நாசி பெ. **மூக்கு;** nose. விரிந்த நாசித் துவாரம்.

நாசுக்கு பெ. (-ஆக, -ஆன) காண்க: **நாசூக்கு.**

நாசூக்கு பெ. (-ஆக, -ஆன) **(ஒருவரின் பழக்கவழக்கத்தைக் குறிக்கும்போது) மென்மை; பிறர் மனத்தைப் புண்படுத்தாத தன்மை; நயம்;** polished or refined or polite way. நண்பன் செய்ய முன்வந்த பண உதவியை நாசூக்காக மறுத்துவிட்டேன்./ குடும்பக் கட்டுப்பாட்டைப் பிரபலப்படுத்த அரசு நாசூக்கான வழிகளைக் கையாள்கிறது./ அவர் சாப்பிட்டுவிட்டு நாசூக்காகக் கைக்குட்டையால் வாயைத் துடைத்துக்கொண்டார்./ அவரிடம் வாங்கிய பணத்தைத் திருப்பித் தரவில்லை என்பதைக் கடிதத்தில் மிக நாசூக்கான முறையில் குறிப்பிட்டிருந்தார்.

நாட்காட்டி பெ. காண்க: **நாள்காட்டி.**

நாட்குறிப்பு பெ. **(ஒருவர் தன்னுடைய) அன்றாட நிகழ்ச்சிகளைக் குறித்துவைத்துக்கொள்ள மாதம், தேதி, கிழமை முதலியவை குறிக்கப்பட்ட பக்கங்களை உடைய நோட்டு;** diary.

நாட்டம் பெ. **(ஒருவர் மேல் அல்லது ஒன்றின் மேல்) விருப்பம்;** keen desire; inclination. அவனுக்கு அவள் மேல் நாட்டம் இருந்தது./ குழந்தைக்குப் படம் வரைவதில் அதிக நாட்டம் இருக்கிறது. [(தொ.சொ.) **அவா/ ஆசை/ ஆர்வம்/ ஆவல்/ இச்சை/ ஈடுபாடு/ எதிர்பார்ப்பு/ நப்பாசை/ நினைவு/ பற்று/ பிடிப்பு/ பிணைப்பு/ பித்து/ பைத்தியம்/ விருப்பம்/ விழைவு**]

நாட்டாண்மை பெ. **1:** (பே.வ.) காண்க: **நாட்டாண்மைக்காரர். 2: (ஒருவர் செலுத்தும்) அதிகாரம்;** exercise of power. இந்த வீட்டில் யார் நாட்டாண்மை செய்வது என்ற முறையே இல்லாமல் போய்விட்டது./ உன்னுடைய நாட்டாண்மை இந்த வீட்டில் செல்லுபடியாகாது./ இந்த அலுவலகத்தில் தலைக்குத் தலை நாட்டாண்மை செய்கிறார்கள்.

நாட்டாண்மைக்காரர் பெ. (பே.வ.) **(கிராமங்களில் முன்பு) பொதுக் காரியங்களை முன்னின்று நடத்துவதற்கு ஆட்களைத் திரட்டுதல், சில பொதுப் பணிகளை மேற்கொள்ளுதல் முதலிய பொறுப்புகளைக் மேற்கொண்டிருந்த ஊர்ப் பெரியவர்;** leader of a village community (a system of the past).

நாட்டாமை பெ. (இலங்.) **மூட்டை சுமக்கும் தொழிலைச் செய்பவர்;** coolie; porter. நாட்டாமையைக் கூப்பிட்டு வண்டியிலிருந்து சாமானை இறக்கு!

நாட்டார் பெ. **குறிப்பிட்ட பிரதேசத்தில் வாழும் மக்கள்;** folk. நாட்டார் கலைகளைப் பற்றிய ஆராய்ச்சியில் ஈடுபட்டுள்ளேன்.

நாட்டார் வழக்காற்றியல் பெ. **நாட்டார் வழக்காறுகளை ஆராயும் துறை;** study of folklore; folkloristics.

நாட்டார் வழக்காறு பெ. **குறிப்பிட்ட நிலப் பகுதியில் வாழும் மக்களின் பண்பாட்டைப் பிரதிபலிக்கும் வகையில் காலம்காலமாகத் தொடர்ந்து வரும் கதைகள், பாடல்கள், கலைகள் போன்றவை;** folklore.

நாட்டிய நாடகம் பெ. **நாட்டிய வடிவில் நிகழ்த்தப்படும் நாடகம்;** dance drama; ballad.

நாட்டியம் பெ. **சொற்கட்டுகளும் அபிநயமும் சேர்ந்த நடனம்;** dance that combines அபிநயம் and rhythmic syllables.

நாட்டு[1] வி. (நாட்ட, நாட்டி) **நடுதல்;** plant; fix. இமயமலைச் சிகரத்தில் இந்தியக் கொடியை நாட்டிய முதல் வீரர் டென்சிங் ஆவார்./ (உரு வ.) திரைப்பட உலகில் வெற்றிக் கொடியை நாட்டியவர்.

நாட்டு[2] பெ.அ. **1: (தாவரம், விலங்கு குறித்து வரும்போது) கலப்பு இனமாகவோ உயர் விளைச்சல் ரகமாகவோ இல்லாத;** indigenous. நாட்டுப் பசு/ நாட்டு நாய்/ நாட்டுப் பழம். **2: நவீனத் தொழில்நுட்பத்தின் மூலமாக இல்லாமல் உள்ளூரிலேயே கிடைக்கும் கைத்தொழில் மூலம் தயாரிக்கப்பட்ட;** country. நாட்டு வெடிகுண்டு/ நாட்டுத் துப்பாக்கி/ நாட்டுச் சாராயம்.

நாட்டு உழவாரன் பெ. **(பறந்த நிலையிலேயே பூச்சிகளைப் பிடித்து உண்ணும், நீர் அருந்தும்) குட்டையான வாலும் கால்களும் கொண்டிருக்கும், உடலின் பின்பகுதியையும் இறக்கையையும் பிரிப்பதுபோல் வெள்ளைப் பட்டையுடன் பழுப்பு நிறத்தில் இருக்கும் சிறிய பறவை;** little swift.

நாட்டு ஓடு பெ. **1: சிறியதாகவும் பிளக்கப்பட்ட மூங்கில் துண்டு போலவும் இருக்கும் வளைவான ஓடு;** country tile. நாட்டு ஓடு போட்ட வீடு. **2:** *(வ.வ.)* **நாழி ஓடு;** country tile.

நாட்டுச்சர்க்கரை பெ. **வெல்லம் தயாரிக்கும் முறையில் சில மாற்றங்கள் செய்து தூளாகப் பெறும் பழுப்பு நிற இனிப்புப் பொருள்;** sweet powder obtained in the process of making jaggery.

நாட்டுடமையாக்கு வி. *(-ஆக்க, -ஆக்கி)* **1: அரசுடமையாக்குதல்;** nationalize. பல்வேறு தொழில்களை நாட்டுடமையாக்கும் திட்டம் அரசின் பரிசீலனையில் இருக்கிறது. **2: (பெரும்பாலும் இலக்கியப் படைப்புகளின் காப்புரிமையை) அரசு வாங்கிப் பொதுமக்கள் பயன்படுத்தும் வகையில் கிடைக்கச் செய்தல்;** government making a copyright material available in the public domain. புதுமைப்பித்தன் படைப்புகள் நாட்டுடமையாக்கப்பட்டுள்ளன.

நாட்டுப்பண் பெ. **தேசியகீதம்;** national anthem. விழா நாட்டுப்பண்ணுடன் இனிதே நிறைவடைந்தது.

நாட்டுப்பற்று பெ. **ஒருவர் தன் நாட்டு நலனிலும் வளர்ச்சியிலும் கடமை உணர்வோடு இருக்கும் ஈடுபாடு;** patriotism; love for one's country.

நாட்டுப்பாடல் பெ. **நாட்டுப்புறப் பாடல்;** folk song.

நாட்டுப்புறப் பாடல் பெ. **குறிப்பிட்ட நிலப் பகுதியில் வாழும் மக்களின் பண்பாட்டைப் பிரதிபலிக்கும் பாடல்;** folk song.

நாட்டுப்புறம் பெ. **1: கிராமமும் அதை ஒட்டியுள்ள பகுதிகளும்; கிராமப்புறம்;** countryside; rural area. நாட்டுப்புறத்தில் வாழ்வோர் பெரும்பாலும் விவசாயத்தையே நம்பியிருக்கின்றனர். **2: (பெரும்பாலும் மதிப்புத் தராத முறையில்) நகர வாழ்க்கையையும் நவீனப் போக்குகளையும் அறியாத வெகுளித்தனமான கிராமவாசி;** rustic.

நாட்டுப்புறவியல் பெ. **நாட்டார் வழக்காற்றியல்;** study of folklore; folkloristics.

நாட்டுப்பெண் பெ. *(ச.வ.)* **மருமகள்;** daughter-in-law.

நாட்டு மருந்து பெ. **நாட்டு வைத்தியத்தின் அடிப்படையில் தரப்படும் மருந்து;** local medicine. மஞ்சள் காமாலைக்கு நாட்டு மருந்தையும் பயன்படுத்துகிறார்கள்.

நாட்டு வைத்தியம் பெ. **உள்நாட்டிலேயே கிடைக்கும் மூலிகை, வேர் போன்றவற்றைப் பயன்படுத்திச் செய்யப்படும் மருத்துவம்; உள்நாட்டிலேயே கடைப்பிடிக்கப்படும் மருத்துவ முறை;** indigenous system of medicine.

நாட்டு வைத்தியர் பெ. **நாட்டு வைத்தியம் செய்பவர்;** person who gives treatment based on indigenous system of medicine. கிராமப்புறங்களில் இன்னும் மக்கள் பெருமளவில் நாட்டு வைத்தியரைத்தான் நாடிச்செல்கின்றனர்.

நாட்பட்ட பெ.அ. காண்க: **நாள்பட்ட.**

நாட்பட வி.அ. காண்க: **நாள்பட.**

நாடக செட்டு பெ. *(பே.வ.)* **(கிராமப்புறங்களில் திருவிழாக்களின்போது) புராணக் கதைகளை நாடகமாக நிகழ்த்தப் பயிற்சி பெற்றவர்களைக் கொண்ட குழு;** drama troupe.

நாடகத்தனம் பெ. *(-ஆக, -ஆன)* **(கதை, திரைப்படம், பேச்சு போன்றவை) யதார்த்தமாக இல்லாமல் நாடகத் தன்மையுடன் இருக்கும் நிலை;** sth. dramatic. படத்தில் காட்சிகள் நாடகத்தனமாக இருப்பதால் சலிப்பூட்டுகின்றன./ மேடையில் நாடகத்தனமாகப் பேசினால்தான் மக்களிடம் எடுபடும்.

நாடகம் பெ. **1: பார்வையாளர்களின் முன்னால் உடல் அசைவு, வசனம், ஒப்பனை போன்றவற்றின் மூலமாகவும் வானொலியில் குரல் மூலமாகவும் ஒரு கதையை, ஒரு நிகழ்ச்சியை நடிப்பின் மூலம் காட்டும் கலை வடிவம்;** play; drama. அந்தக் காலத்தில் குரல் வளம் உடையவர்களே நாடக நடிகராக முடிந்தது./ பாதல் சர்க்காரின் நாடகங்கள் வீதியில் நிகழ்த்தப்பட்டன./ வானொலி நாடகத்தில் பங்குபெறக் குரல்வளம் மிக்க நடிகர்கள் தேவை. **2: மேற்குறிப்பிட்ட வகையில் நிகழ்த்துவதற்கு ஏற்றதாகப் படைக்கப்படும் இலக்கிய வடிவம்;** (script of a) play. முதல் தற்காலத் தமிழ் நாடகம் 1960களின் இறுதியில்தான் எழுதப்பட்டது./ நாடக இலக்கியம்/ இதிகாச நாடகம்/ துன்பியல் நாடகம்/ இன்பியல் நாடகம். **3: உண்மையாக இல்லாமல் போலியாக நிகழ்த்தப்படுவது; பாவனை; நடிப்பு;** play-acting; prank. 'அவன் மன்னிப்புக் கேட்பதெல்லாம் வெறும் நாடகம், நம்பாதே' என்று எச்சரித்தார்./ அமைச்சரின் ராஜினாமா நாடகம் நேற்று மாலை முடிவுக்கு வந்தது.

நாடகமாடு வி. *(-ஆட, -ஆடி)* **(பிறரை நம்பச் செய்யும் பொருட்டு) நடித்தல்;** feign innocence; play the innocent. செய்வதையும் செய்துவிட்டு ஒன்றும் தெரியாது என்று நாடகமாடுகிறான்./ தொழிற்சாலைக்கு இடம் வாங்கித் தருவதாக நாடகமாடி அவர் சுமார் முப்பது லட்ச ரூபாய் கொள்ளையடித்திருக்கிறார்./ அவன் செய்தது முற்றிலும் தவறு என்பதைப் புரியவைக்க அவனது பெற்றோர் நாடகமாடி அவனைத் திருத்துவதே கதை.

நாடகியம் பெ. *(பு.வ.)* **ஒரு நாடகத்துக்கு உரிய அமைப்பு, உத்தி, உணர்ச்சி வெளிப்பாடு போன்றவை அமைந்த தன்மை;** the qualities of a drama. இது நாடகியத் திருப்பங்கள் கொண்ட வழக்கமான தொலைக்காட்சித் தொடர் அல்ல.

நாடகீயம் பெ. காண்க: **நாடகியம்.**

நாடா பெ. **1: (உடம்பில் கட்டிக்கொள்ள உடையோடு இணைக்கப்பட்டிருக்கும் அல்லது ஒரு பொருளைத் தொங்கவிட இணைக்கப்பட்டிருக்கும்) துணிப் பட்டை;** ribbon; (cloth) tape. நாடா வைத்துத் தைத்த பைஜாமா/ வண்ண நாடாவில் தங்கப் பதக்கம் கோக்கப்பட்டிருந்தது./ பாவாடைக்கு நாடா கோத்துத் தருகிறாயா என்று அக்கா என்னிடம் கேட்டாள். **2: நவீனத் தொழில்நுட்பத்தில் ஒலி, ஒளி அல்லது தகவலைச் சேமித்து வைக்கப் பயன்படும் பட்டையான மிக மெல்லிய பிளாஸ்டிக் இழை;** tape. ஒலிநாடாவிலும் ஒளிநாடாவிலும் உள்ள நாடாக்களில் காந்தப் பூச்சு பூசப்பட்டிருக்கும்./ மின்காந்த நாடா. **3: தட்டச்சுப்பொறியில் பயன்படுத்தப்படும் மை பூசப்பட்ட மெல்லிய துணிப் பட்டை;** ribbon (in a typewriter). **4:** *(ஊரக வ.)* **(அரிக்கன் விளக்கின்) பட்டையான திரி;** (tape-like) wick (of a lamp). வெளிச்சம் போதவில்லை, நாடாவைக் கொஞ்சம் உயர்த்தி

781 நாடோடி

விடு. 5: (அளவெடுப்பதற்காகப் பயன்படுத்தும்) அளவு குறிக்கப்பட்ட, சுருட்டிவைக்கக்கூடிய சாதனம்; (inch) tape; measuring tape. 6: (நெசவு) தறியின் ஒரு பக்கத்திலிருந்து மறு பக்கத்துக்குப் பாவின் ஊடே இழையைக் கொண்டுசெல்லச் செலுத்தப்படும் ஓடம் போன்ற சிறு சாதனம்; (fly) shuttle (in a loom).

நாடாப்புழு பெ. மனிதர்களுடைய குடலில் ஒட்டிக்கொண்டு (தனக்குத் தேவையான உணவை) உறிஞ்சி உயிர் வாழும் தட்டையான புழு; tapeworm.

நாடாளுமன்ற உறுப்பினர் பெ. (இந்தியாவில்) மாநிலங்களவை அல்லது மக்களவை உறுப்பினர்; (in India) member of either Lok Sabha or Rajya Sabha; Member of Parliament (abbreviated to M.P.).

நாடாளுமன்றம் பெ. (இந்தியாவில்) மக்களவையையும் மாநிலங்களவையையும் குறிக்கும் பொதுப் பெயர்; (in India) parliament. நாடாளுமன்றத்தின் இரு அவைகளிலும் இன்று அமளி நிலவியது.

நாடாளுமன்றவாதி பெ. நாடாளுமன்ற நடைமுறைகளை நன்கு அறிந்து பாராட்டப்படும் அளவுக்குச் செயல்படும் அதன் உறுப்பினர்; parliamentarian. நாடாளுமன்ற உறுப்பினர்களில் சிலரே நல்ல நாடாளுமன்றவாதிகளாக இருக்கிறார்கள்.

நாடி[1] பெ. 1: (சித்த.) வாத, பித்த, சிலேட்டுமங்களை அறிய உதவும், மணிக்கட்டில் உள்ள நரம்பு; pulse (which helps find out வாதம், பித்தம், சிலேட்டுமம்). 2: காண்க: நாடித் துடிப்பு. 3: (பே.வ.) (வயோதிகத்துக்கு எதிரிடையாகக் குறிப்பிடும்போது) (உடல்) முறுக்கு; vitality. நாடி தளர்ந்த பிறகுதான் சிலருக்குத் தாம் செய்த தவறுகள் நினைவுக்கு வருகின்றன.

நாடி[2] பெ. (வ.வ.) முகவாய்; chin. பாட்டி நாடியைப் பிடித்துக் கொஞ்சினாள்.

நாடி[3] பெ. (நாடி ஜோதிடத்தில் பயன்படும்) ஓலைச் சுவடி; palm-leaf manuscript (used in நாடி ஜோதிடம்). எனக்கான நாடி அவரிடம் இல்லை என்று நாடி ஜோதிடர் சொல்லிவிட்டார்.

நாடி சோதிடம் பெ. காண்க: நாடி ஜோதிடம்.

நாடித் துடிப்பு பெ. இரத்த ஓட்டத்தினால் தமனி விரிந்து சுருங்கும்போது ஏற்படும், உடலில் சில இடங்களில் உணரப்படும் துடிப்பு; pulse. மணிக்கட்டு, நெற்றிப் பொட்டு ஆகிய இடங்களை அழுத்தித் தொட்டுப் பார்த்தால் நாடித் துடிப்பை உணரலாம்.

நாடி நரம்பு பெ. (பே.வ.) (ஒருவருடைய உணர்ச்சி மேலிடும்போது) உடல் முழுவதும்; one's entire being. அந்தச் சிறுவனின் வாசிப்பைக் கேட்டு என் நாடி நரம்பெல்லாம் சிலிர்த்துவிட்டது./ அவன் உங்களைப் பற்றித் தவறாகப் பேசினான் என்று தெரிந்ததுமே எனக்கு நாடி நரம்பெல்லாம் சூடேறிவிட்டது.

நாடி பார் வி. (பார்க்க, பார்த்து) (மணிக்கட்டில் விரலால் அழுத்தி) நாடியை உணர்தல்; feel the pulse.

நாடி பிடித்துப்பார் வி. (-பார்க்க, -பார்த்து) (ஒரு சூழ்நிலையின் தன்மையை) அறிந்துகொள்ள முற்படுதல்; gauge or assess (s.o.'s mood, etc.,). புதிய வியாபாரம் தொடங்குவதற்கு முன்பே சந்தை நிலவரத்தை நாடி பிடித்துப்பார்க்க வேண்டாமா?/ விரைவில் நாடாளுமன்றத் தேர்தல் நடைபெறப்போவதால் மக்களின் கருத்து என்னவென்று நாடி பிடித்துப்பார்ப்பதில் எல்லா அரசியல் கட்சிகளும் ஆர்வம் காட்டுகின்றன.

நாடி விழு வி. (விழ, விழுந்து) (பே.வ.) (எதிர்பாராத ஒரு செயலின் அல்லது செய்தியின் கடுமையால் அதிர்ந்து) செயலற்ற நிலைக்கு உள்ளாதல்; மனமுடைந்து போதல்; get disheartened.. நம்பிக்கையோடு இருந்தவனுக்கு வேலை கிடைக்கவில்லை என்று தெரிந்ததும் நாடி விழுந்துவிட்டது./ மகன் தனிக்குடித்தனம் போகப்போகிறான் என்று கேட்டதும் அவருக்கு நாடி விழுந்துவிட்டது./ தன் கட்சி ஆட்சிக்கு வந்தால் அமைச்சர் பதவி கிடைக்கும் என்று கனவு கண்டுகொண்டிருந்தவருக்குத் தேர்தல் முடிவுகளைக் கேட்டதும் நாடி விழுந்துவிட்டது.

நாடி ஜோதிடம் பெ. (சோதி.) ஒவ்வொருவருடைய வாழ்க்கையிலும் நிகழும் நன்மை தீமைகளை (பழங்காலத்தில் ரிஷிகள் பாடல் வடிவில் எழுதிவைத்திருப்பதாக நம்பப்படும்) ஓலைச் சுவடியை வைத்துச் சொல்லும் ஜோதிடம்; system of divination which uses palm leaf manuscripts (said to have been written by ancient sages for every person) containing prediction about one's life.

நாடு[1] வி. (நாட, நாடி) 1: (ஒருவரை அல்லது ஒன்றை) தேவையை நிறைவேற்றிக்கொள்ள அணுகுதல்; விரும்பித் தேடுதல்; seek. அரசியல்வாதிகள் தேர்தல் நேரத்தில் மட்டும் மக்களை நாடுகின்றனர்./ விலங்குகள் நீர் குடிக்க ஆற்றை நாடின./ புற்றுநோய் முற்றியபின் மருத்துவரை நாடுவதில் பயனில்லை. 2: விரும்புதல்; desire. பணத்தை நாடாதவர்கள் யார்?/ பெரியவர் அமைதியை நாடி ஊர் ஊராகத் திரிந்தார். 3: (உதவி, தீர்வு போன்றவற்றை எதிர்பார்த்து ஒருவரிடம்) செல்லுதல்; approach; seek. தகராறைத் தீர்க்க நீதிமன்றங்களை நாடுவதால் பணச் செலவுதான் ஏற்படும்./ தங்களை நாடி வந்த புலவர்களுக்கு மன்னர்கள் பொன்னும் பொருளும் அளித்துக் கௌரவித்தனர்./ உங்களிடம் ஒரு உதவி நாடி வந்திருக்கிறேன்.

நாடு[2] பெ. குறிப்பிட்ட அரசின் ஆட்சிக்கு உட்பட்டு அமைந்திருக்கும், வரையறுக்கப்பட்ட எல்லைகளை உடைய நிலப் பகுதி; country; nation. நாட்டைத் துண்டாட விடமாட்டோம்./ ஒரு காலத்தில் இந்தியா சிறுசிறு நாடுகளாக இருந்தது.

நாடுகடத்து வி. (-கடத்த, -கடத்தி) 1: (முற்காலத்தில்) தேசத்துரோகம் போன்ற சட்ட விரோதமான செயல்களுக்காக ஒருவரை நாட்டை விட்டு வெளியேற்றுதல்; exile; banish. 2: குற்றம்சாட்டப்பட்டவரை அல்லது குற்றவாளியைக் கைதுசெய்து குற்றம் நடந்தும், அந்தக் குற்ற வழக்கு நடப்பதுமான நாட்டிடம் ஒப்படைத்தல்; extradite. வெடிகுண்டு வழக்கில் தேடப்பட்டுவந்த தீவிரவாதி லண்டனில் கைதுசெய்யப்பட்டு இந்தியாவுக்கு நாடுகடத்தப்பட்டார்.

நாடோடி பெ. ஒரு இடத்திலும் நிரந்தரமாகத் தங்கி வாழாமல் பல்வேறு இடங்களுக்குச் சென்று பிழைப்பு நடத்தி வாழ்பவர்; nomad; wanderer; vagabond. மக்கள் தொகைக் கணக்கெடுப்பில் நாடோடிகளைச் சேர்த்துக் கொள்வதில்லை./ நாடோடி இனம்.

நாண் பெ. 1: **வில்லை வளைத்துக் கட்டியிருக்கும் கயிறு அல்லது கயிறு போன்ற பொருள்;** (bow) string. *வில்லின் நாணிலிருந்து புறப்பட்ட அம்புபோல விரைந்தான்.* 2: **(தாலி கோத்த) சரடு;** thread or chain (for the marriage pendant). *மங்கல நாண்.* 3: **(நரம்பிசைக் கருவிகளின்) கம்பி;** string (of a *வீணை*). 4: *(கணி.)* **(ஒரு வட்ட) வில்லின் இரு முனைகளையும் இணைக்கும் நேர்கோடு;** chord (of an arc).

நாணம் பெ. **(ஒருவரை அல்லது ஒரு நிலைமையை) எதிர்கொள்ள முடியாமல் பின்வாங்க வைக்கும் கூச்ச உணர்வு; வெட்கம்;** shyness; bashfulness. [*(தொ.சொ.)* **கூச்சம்/ வெட்கம்**]

நாணயக் கயிறு பெ. *(இலங்.)* **மூக்கணாங்கயிறு;** rope or string drawn through the nose of a bullock (as a bridle). *மாடு நாணயக் கயிற்றை அறுத்துக்கொண்டு ஓடிவிட்டது.*

நாணயச்சாலை பெ. **அரசுக்கான நாணயங்களை வார்க்கும் தொழிற்சாலை;** mint.

நாணயம்[1] பெ. 1: **செலாவணிக்கு உரிய மதிப்புடன் அரசினால் வெளியிடப்படும், முத்திரை கொண்ட உலோக வில்லை; காசு;** coin (used as money). *ஐந்து ரூபாய் நாணயம்/ சோழர் கால நாணயங்கள்.* 2: **(ஒரு நாட்டில்) செலாவணிக்காக அமலில் இருக்கும், அரசினால் அதிகார பூர்வமாக வெளியிடப்படும் பணம்;** currency. *இந்திய நாணயத்தின் பெயர் ரூபாய் ஆகும்./ இலங்கை நாணயத்தின் பெயரும் ரூபாய்தான்.*

நாணயம்[2] பெ. *(-ஆக, -ஆன)* **கொடுத்த வாக்கைக் காப்பாற்றுதல், பிறரை ஏமாற்றாமல் இருத்தல் முதலான நேர்மை;** honesty; trustworthiness; credit. *நாணயமான முறையில் வாழ்க்கை நடத்துவதில் பெருமிதம் உண்டு./ அவருடைய நாணயத்தில் எனக்கு முழு நம்பிக்கை உண்டு.*

நாணயமாற்று விகிதம் பெ. **ஒரு நாட்டின் நாணயத்துக்கும் மற்றொரு நாட்டின் நாணயத்துக்கும் இடையில் உள்ள மதிப்பு விகிதம்;** exchange rate.

நாணயவியல் பெ. **நாணயங்களையும் நாணயங்களாகப் பயன்பட்ட பொருள்களையும் அவற்றின் வரலாற்றையும் விவரிக்கும் துறை;** numismatics.

நாணயஸ்தன் பெ. **நாணயம் உடையவன்; நேர்மையானவன்;** honest man.

நாணல் பெ. **(பெரும்பாலும் ஆற்றோரங்களில்) வெளிர் பச்சை நிறத்தில் சற்று உயரமாகவும் நீண்டும் வளரும், வளையும் தன்மை உடைய ஒரு வகைப் புல்;** reed.

நாணிக்கோணு வி. *(-கோண, -கோணி) (பே.வ.)* **வெட்கத்தால் உடலை வளைத்தல்;** feel shy.

நாணு வி. *(நாண, நாணி) (உ.வ.)* **நாணம் அடைதல்;** feel bashful. *உன் அப்பாவையே சந்தேகித்ததற்காக நீ நாணித் தலைகுனிய வேண்டும்.*

நாணேற்று வி. *(-ஏற்ற, -ஏற்றி)* **வில்லை வளைத்து நாண் மாட்டுதல்;** fasten the string (onto a bow by bending it).

நாத்தல் பெ. *(இலங்.)* 1: **நாற்றம்;** foul smell. *இந்த வீதியால் போக முடியாமல் நாத்தல் மணமாக இருக்கிறது.* 2: **கேவலமான;** bad; shameful. *இந்த நாத்தல் வேலைக்கு யார் போவார்கள்?*

நாத்தனார் பெ. **கணவனின் சகோதரி;** one's husband's sister.

நாத்திகம் பெ. **கடவுள் இல்லை என்ற கொள்கை;** atheism.

நாத்திகன் பெ. **கடவுள் இல்லை என்ற கொள்கை உடையவன்;** atheist.

நாத்தி சேலா பெ. *(திருநர் வ.)* **(ஒரு திருநங்கைத் தாயால் மகளாக) தத்தெடுக்கப்பட்ட திருநங்கை தன்னுடைய மகளாகத் தத்தெடுக்கும் மற்றொரு திருநங்கை; சேலாவின் சேலா;** a transgender daughter adopted by another adopted transwoman.

நாதசுரம் பெ. *(இசை.)* காண்க: **நாகசுரம்.**

நாதம் பெ. **(இசைக் கருவி, கோயில் மணி முதலியவற்றின்) (இனிய) ஓசை;** (musical) sound (of instruments, temple bells, etc.,). *வீணையின் நாதம்/ (உரு வ.) இதய நாதம்.*

நாதன் பெ. *(அ.வ.)* **கணவன்;** husband. *அந்தக் கால நாடகங்களில் மனைவி கணவனை 'நாதா' என்று அழைப்பாள்.*

நாதஸ்வரம் பெ. *(இசை.)* காண்க: **நாகசுரம்.**

நாதாங்கி பெ. *(ஊரக வ.)* **நிலைச் சட்டத்தில் உள்ள கொக்கியில் பிணைப்பதற்காகக் கதவில் பொருத்தப்பட்டுள்ள வளையம்;** latch in the form of a chain (attached to a door to fasten).

நாதி பெ. *(பெரும்பாலும் எதிர்மறைச் சொற்களோடு)* **(ஒருவர்மீது அக்கறை செலுத்திப் பாதுகாக்கவும் கவனிக்கவும் கூடிய) நபர்; ஆள்;** (person acting as a) support; stay. *உன்னை அடித்துப் போட்டால்கூடக் கேட்க நாதி இல்லை./ உனக்கும் அவரை விட்டால் வேறு நாதி இல்லை./ எப்படி வாழ்ந்தவர்! இன்று நாதியற்றுக் கிடக்கிறார்.*

நாபி பெ. *(அ.வ.)* **தொப்புள்;** navel.

நாம் பி.பெ. **பேசுபவரையும் கேட்பவரையும் சேர்த்துக் குறிப்பிடும், தன்மைப் பன்மைப் பிரதிப்பெயர்;** first person plural inclusive of the addressee; we; our. *நாம் என்ன சொன்னாலும் அவன் கேட்க மாட்டான்.*

நாம்பன் பெ. *(இலங்.)* **இளம் காளை மாடு;** young bull.

நாமக்கட்டி பெ. **நாமம் போட்டுக்கொள்ளப் பயன்படுத்தும் வெள்ளைக் களிமண் கட்டி;** pipe clay (used by the Vaishnavaites to paint a religious mark on the forehead).

நாமக்கோழி பெ. **தலையின் முன்பகுதியில் வெள்ளை நிறத்தில் நாமம் தீட்டியது போன்று இருக்கும் நீர்க்கோழி வகை;** Eurasian coot.

நாமகரணம் பெ. *(அ.வ.)* **பெயர் சூட்டல்;** christening. *இரட்டைக் குழந்தைக்கு இராமன், இலட்சுமணன் என்று நாமகரணம் செய்தார்கள்.*

நாமம்[1] பெ. **(வைணவர்கள் நெற்றியில் இட்டுக்கொள்ளும்) செங்குத்தான மெல்லிய கோடு அல்லது பட்டைகள்;** the religious mark on the forehead of the Vaishnavites.

நாமம்[2] பெ. *(உ.வ.)* **பெயர்;** name; appellation. *சுவாமிகளின் பூர்வாசிரம நாமம் வேறு.*

783 நார்

நாமம்சாத்து வி. (-சாத்த, -சாத்தி) (பே.வ.) காண்க: நாமம்போடு.

நாமம்போடு வி. (-போட, -போட்டு) (பே.வ.) (பெரும்பாலும் கேலியாக) (ஒருவரை) சாமர்த்தியமாக ஏமாற்றுதல்; beguile; trick. வேலை வாங்கித் தருவதாகச் சொல்லிப் பணம் பெற்றுக்கொண்டு எல்லோருக்கும் நாமம் போட்டுவிட்டான்./ பெரிய தொகையாகக் கடன் கொடுத்திருக்கிறாய், ஜாக்கிரதை! உனக்கு நாமம்போட்டு விடப்போகிறான்.

நாமாவளி பெ. (அர்ச்சனை செய்யும்போது தெய்வத்தைப் போற்றுவதற்குச் சொல்லப்படும்) பெயர்களின் வரிசை; string of names (of a deity for chanting). ராம நாமாவளி.

நாய் பெ. 1: காவலுக்காகவோ செல்லப் பிராணியாகவோ வளர்க்கப்படும் வீட்டு விலங்கு; dog. என் அண்ணன் நான்கு நாய்கள் வளர்க்கிறான். 2: இழிவானவன் என்ற பொருளில் பயன்படுத்தப்படும் ஒரு வசைச்சொல்; a term of abuse. 'சீ, நாயே, வெளியே போடா' என்று கோபத்தில் கத்தினார்.

நாய்க்காசு பெ. அரைஞாண் கயிற்றில் கோத்துக் குழந்தைகளின் இடுப்பில் காப்பாகக் கட்டும் நாய் உருவம் பொறித்த (தங்கம், வெள்ளி, செம்பு போன்றவற்றால் ஆன) நாணய வடிவத் தகடு; amulet (made of gold, silver, copper, etc.,) in the form of a coin bearing the figure of a dog, worn by children on the waist. (பார்க்க, படம்: அரைஞாண்)

நாய்க்குடை பெ. மழை பெய்ததும் மிக விரைவாக பூமியில் முளைக்கும், குடை போன்று கவிந்த மேல்புறத்தை உடைய சிறு காளான்; a kind of mushroom that looks like an umbrella.

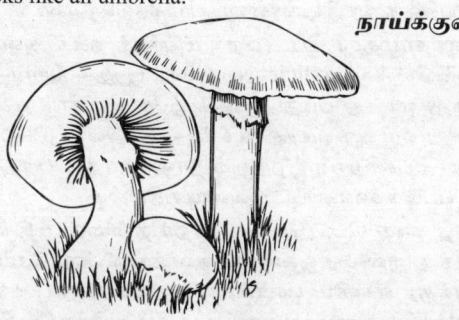

நாய்க்குடை

நாய்ப் பிழைப்பு பெ. வருந்தி நொந்துகொள்ளக்கூடிய அளவுக்கு அமைந்திருக்கும் வாழ்க்கை நிலை; wretched life; a dog's life. என் பிழைப்பே நாய்ப் பிழைப்பாக இருக்கும்போது தம்பிக்கு நான் எப்படி உதவி செய்ய முடியும்?/ சரியாகப் படிக்காததால்தான் இந்த எடுபிடி வேலைக்கு நான் வந்தேன். என்ன ஒரு நாய்ப் பிழைப்பு!

நாய்மீன் பெ. (இலங்.) சுமார் ஒன்றரை அடி நீளத்தில் உருண்டையாகப் பழுப்பு நிறத்தில் இருக்கும் (உணவாகும்) கடல் மீன்; edible sea fish brown in colour, approximately a little more than a meter in length and cylindrical in shape.

நாய்வண்டி பெ. தெரு நாய்களைப் பிடித்து ஏற்றிச் செல்லும் வாகனம்; van for transporting stray dogs caught in the street.

நாயக் பெ. (திருநர் வ.) ஒரு மாவட்டத்துக்கு இரண்டு தலைவிகள் என்ற வகையில் திருநங்கைகள் தேர்ந்தெடுக்கும் திருநங்கையரில் ஒருவர்; either of the two leaders elected by transgenders for a revenue district.

நாயகம் பெ. (இஸ்.) இறைவனால் அனுப்பப்பட்ட தூதர்; messenger of Allah.

நாயகன் பெ. 1: (கதை, காவியம் போன்றவற்றில்) முக்கிய ஆண் பாத்திரம்; கதாநாயகன்; hero (of an epic, story, etc.,). காவிய நாயகன்/ இந்தத் திரைப்படத்தில் நாயகன் ஒரு சமூகச் சீர்திருத்தவாதியாக வருகிறான்./ காந்தி வரலாற்று நாயகனாக விளங்குகிறார். 2: (உ.வ.) தலைவன்; lord. நாயகன் நாயகியைப் பார்த்துப் பாடும் பாட்டு./ நாயகி தன் தோழியை நாயகனிடம் தூது அனுப்பும் பாவனையில் இப்பாடல் அமைந்துள்ளது. 3: (ஒரு நிகழ்ச்சி, விழா போன்றவற்றின்) மையமாகக் கருதப்படுபவர்; hero (of an event). இந்த விழாவின் நாயகன் இவர்தான்.

நாயகி பெ. 1: (கதை, காவியம் போன்றவற்றில்) முக்கியப் பெண் பாத்திரம்; கதாநாயகி; heroine (of an epic, story, etc.,). காவிய நாயகி/ இந்தப் படத்தின் நாயகியாக ஒரு புதுமுகம் அறிமுகமாகிறார். 2: (உ.வ.) (இலக்கியத்தில்) தலைவி; leading woman character in literature. நாயகன் நாயகியைப் பிரிந்து போருக்குச் செல்லும் காட்சி.

நாயன்மார் பெ. சிவனுக்குத் தொண்டு செய்வதையே தன் வாழ்க்கையின் குறிக்கோளாகக் கொண்டு வாழ்ந்த (அறுபத்து மூன்று) சைவ அடியார்களைக் குறிப்பிடும் பொதுப்பெயர்; a collective noun referring to the 63 Saiva saints.

நாயனம் பெ. (பே.வ.) (இசை.) நாகசுரம்; wind instrument known as நாகசுரம்.

நாயாய் அலை வி. (அலைய, அலைந்து) (ஒரு வேலையை முன்னிட்டுப் பல இடங்களுக்கும்) ஓய்வில்லாமலும் தொடர்ந்தும் பலமுறை சென்று வருதல்; go after (s.o. or sth. tiring oneself out in the process). இந்தச் சான்றிதழில் ஒரு கையெழுத்துப் போடுவதற்குள் அவர் என்னை நாயாய் அலைய வைத்துவிட்டார்./ கல்யாணத்திற்குத் தேதி குறித்தாகிவிட்டது. இப்போது பணத்துக்கு நாயாய் அலைந்துகொண்டிருக்கிறேன்.

நாயுண்ணி பெ. (இலங்.) நாயின் உடலில் காணப்படும் ஒரு வகை உண்ணி; tick.

நாயுருவி பெ. தன்மீது உரசிச் செல்பவர்கள் மீதும் பிராணிகளின் மீதும் ஒட்டிக்கொள்ளும் சிறு விதைகள் நிறைந்த குத்துச்செடி; Indian burr; dog prick.

நார் பெ. 1: தாவரங்களுக்குத் திடத் தன்மையைத் தரும் திசு/திசுக்களின் தொகுப்பாக அமைந்த இழை; fibre. மாம்பழம் ஒரே நாராக இருக்கிறது. 2: (பனை, தென்னை, வாழை முதலியவற்றின்) மட்டையிலிருந்து அல்லது (கற்றாழை முதலியவற்றின்) மடலிலிருந்து பிரித்தெடுக்கப்படும் இழை; fibre (from the stalk of palmyra, coconut, etc., or from the bark of certain plants). வாழை நாரில் பூத் தொடுப்பார்கள்./ இது தென்னை நாரால் பின்னப்பட்ட கயிறு.

நார்க்கட்டில் பெ. (வ.வ.) **(பனை) அகணியால் பின்னிய மரக் கட்டில்;** cot made with அகணி.

நார்ச் சத்து பெ. **(நாம் உண்ணும் உணவில் இருக்கும்) செரிக்கப்பட முடியாததும், மலத்தை எளிதில் வெளியேற்ற உதவுவதுமான பொருள்;** fibrous matter (found in certain plants). கீரை, வாழைத்தண்டு போன்றவற்றில் நார்ச் சத்து அதிகம்./ மலச்சிக்கல் பிரச்சினை உள்ளவர்கள் நார்ச் சத்து அதிகம் உள்ள உணவுகளை உட்கொள்வது நல்லது.

நார்த்திசுக்கட்டி பெ. (பு.வ.) **பெண்களின் கருப்பையின் சுவரில் கட்டிபோல் வளரும் திசுக்களின் தொகுப்பு;** fibroid.

நார்நாராகக் கிழி வி. (கிழிக்க, கிழித்து) **(ஒருவரை அல்லது ஒன்றை) மிகக் கடுமையாக விமர்சித்தல்; திட்டுதல்;** criticize harshly; tear to shreds. நகையை அடகு வைத்தது மட்டும் அம்மாவுக்குத் தெரிந்தால் என்னை நார் நாராகக் கிழித்துவிடுவாள்./ அந்த நடிகரின் புதிய படத்தைப் பத்திரிகைகள் நார்நாராகக் கிழித்துவிட்டன.

நார்ப்பட்டு பெ. **சில வகைத் தாவரங்களின் நாரிலிருந்து தயாரிக்கப்படும் பட்டு போன்ற ஒரு வகைத் துணி;** silk-like cloth woven of fibres of certain plants.

நார்ப்பெட்டி பெ. **பிரம்பு, நொச்சி போன்ற தாவரங்களிலிருந்து எடுக்கப்படும் நாரால் பின்னித் தயாரிக்கப்படும் பெட்டி;** basket made of reed. கெண்டை மீன்களைப் பிடித்து நார்ப்பெட்டிக்குள் போட்டுக்கொண்டான்.

நாரத்தை பெ. **கரும் பச்சை நிறத்தில் தடிமனான தோலையும் புளிப்புச் சுவையுடைய சுளைகளையும் கொண்ட, எலுமிச்சம் பழத்தைவிடச் சற்றுப் பெரிதாக இருக்கும் காய்/மேற்குறிப்பிட்ட காயைத் தரும் முள் உள்ள சிறு மரம்;** a kind of citrus (the fruit and the tree). நாரத்தை எலுமிச்சைக் குடும்பத்தைச் சேர்ந்தது.

நாரதர் பெ. **(புராணத்தில் கடவுளர்களுக்கு இடையில் கலகத்தை ஏற்படுத்துபவராகச் சித்தரிக்கப்படும்) பிரம்மாவின் மகன்;** (in mythology) son of Brahma known for creating ill will among gods.

நாரதர் வேலை பெ. **நபர்களிடையே கலகமூட்டும் செயல்;** act that causes discord. என் சம்பந்தி பண்ணிய நாரதர் வேலையால் ஒற்றுமையாக இருந்த குடும்பம் பிரிந்துவிட்டது./ இவர் நாரதர் வேலை செய்பவர் என்பது இந்த அலுவலகத்துக்கே தெரியும்.

நாரன் பெ. (திருநர் வ.) **ஒரு பெண்ணைக் குறிப்பிடப் பயன்படுத்தும் சொல்;** word used by transwomen to refer to a woman.

நாராசம் பெ. (-ஆக, -ஆன) (பேச்சு, ஒலி ஆகியவற்றைக் குறிக்கும்போது) **காதைத் துளைக்கும் கடுமை;** grating (sound). மட்டரகமான சினிமாப் பாட்டு நாராசமாகக் காதில் பாய்ந்தது.

நாரி பெ. (இலங்.) **இடுப்பு;** hip; waist. அவருக்கு நாரிப் பிடிப்பு/ அவன் நாரி முறிய வேலை செய்தான்./ பிரயாணம் செய்ததிலிருந்தே ஒரே நாரிக் குத்தாக இருக்கிறது.

நாரிப்பிடிப்பு பெ. (இலங்.) **இடுப்புப் பிடிப்பு;** spasm in the hip. நீ பாரமான கல்லைத் தூக்கியதால்தான் நாரிப்பிடிப்பு வந்தது./ குனிந்து நிமிர்ந்து வேலை செய்ய முடியாத அளவிற்கு நாரிப்பிடிப்பு என்று அம்மம்மா புலம்பிக்கொண்டிருந்தாள்.

நாரை பெ. **(சதுப்புநிலங்களிலும் நீர்நிலைகளிலும் காணப்படும்) தடித்த, நீண்ட அலகும் நீளமான கால்களும் கொண்ட, நீர்ப்பறவைகளின் பொதுப்பெயர்;** stork, heron.

நால் பெ.அ. (உ.வ.) **'நான்கு' என்னும் எண்ணின் பெயரடை வடிவம்;** adjectival form of நான்கு. நால் வகை.

நாலாபக்கம் பெ. **(குறிப்பிடப்படும் இடத்தைச் சுற்றியுள்ள) எல்லாத் திசைகளும்;** all directions. காணாமல் போன சிறுவனைத் தேடி நாலாபக்கமும் ஆட்கள் சென்றிருக்கிறார்கள்./ தீ நாலாபக்கமும் பரவ ஆரம்பித்தது./ அவனுக்கு நாலாபக்கத்திலும் கடன்.

நாலாபுறம் பெ. காண்க: **நாலாபக்கம்.**

நாலாவித பெ.அ. (அ.வ.) **(குறிப்பிட்ட வகையில் அடங்கும்) பலவிதமான;** of all kinds or sorts. நாலாவிதச் செலவுகள்/ இந்தத் துறைமுகத்திலிருந்து நாலாவிதப் பொருட்களும் ஏற்றுமதி செய்யப்படுகின்றன./ நாலாவித மலர்களையும் கொண்டு தொடுத்த மாலை.

நாலு பெ. (பே.வ.) **(எண்) நான்கு;** the number four. குழந்தைக்கு நாலு வயசுதான் ஆகிறது./ இங்கிருந்து நாலு மைல் தூரத்தில் ரயில் நிலையம் உள்ளது./ நாலு தேங்காய்தான் பாக்கி இருக்கிறது./ சுவாமி ஊர்வலம் நாலு வீதியும் சுற்றிவர இரவு இரண்டு மணியாகிவிடும்.

நாலு இடம் பெ. **(பழக்கமான இடங்கள், உள்ளூர் போன்றவை தவிர்த்த) வெளி இடங்கள்;** places away from home. நாலு இடம் போய் வந்தால்தான் நீ உலகத்தைப் பற்றித் தெரிந்துகொள்ள முடியும்./ நானும் சின்ன வயதில் நாலு இடங்களைப் பார்த்தவன்தான்.

நாலு எழுத்து பெ. **(பிறர் மதிக்கத் தக்க அளவிலான) கல்வியறிவு;** a little education. இந்தக் கிராமத்திலேயே நாலு எழுத்து படித்திருக்கும் ஒரே ஆள் என் மகன்தான்./ நாலு எழுத்து படித்த திமிரில்தான் அவன் இப்படி எதிர்த்துப் பேசுகிறான்./ நானும் நாலு எழுத்து படித்திருந்தால் இப்படிக் கஷ்டப்பட வேண்டியதில்லை.

நாலு காசு பெ. (பே.வ.) **(பிறர் தன்னை மதிக்கிற அளவுக்கு அல்லது ஒன்றைத் தனித்து நின்று செய்கிற அளவுக்கு) போதிய பணம்;** money necessary (for a comfortable life). உழைத்து நாலு காசு சம்பாதிக்க வேண்டும் என்கிற ஆசை உனக்கு இல்லையா?/ கையில் நாலு காசு சேர்ந்துவிட்டது என்ற திமிர்./ நாலு காசு கிடைக்கும் என்பதால்தானே இவ்வளவு தூரம் சந்தைக்குத் தூக்கிக்கொண்டு வருகிறோம்./ நாலு காசு சேர்த்துவைத்திருந்தால் இப்போது அவசரத்துக்கு உதவும் இல்லையா?

நாலுகால் பாய்ச்சல் பெ. (ஓடுவதைக் குறிக்கும்போது) **அதிவிரைவு;** gallop. வெடிச் சத்தம் கேட்டதும் நாய் நாலுகால் பாய்ச்சலில் தலைதெறிக்க ஓடியது./ காளை மாடு வீதியில் நாலுகால் பாய்ச்சலில் ஓடிவருவதைக் கண்டதும் பொதுமக்கள் பயந்து ஒதுங்கிக்கொண்டார்கள்./மருத்துவர் உடனடியாக அந்த மருந்து வேண்டும் என்று சொன்னதும் நாலுகால் பாய்ச்சலில் ஓடினான்./எங்கே உன் பெண் இப்படி நாலுகால் பாய்ச்சலில் ஓடிக்கொண்டிருக்கிறாள்?

நாலு பேர் பெ. *(பே.வ.)* **பிறர்; மற்றவர்கள்;** other persons. இருந்தால் நாலு காசு இருக்க வேண்டும். இல்லாவிட்டால் நாலு பேராவது இருக்க வேண்டும்./ இப்படி நடந்து கொண்டால் நாலு பேர் உன்னைப் பற்றி என்ன சொல் வார்கள்?

நாலும் தெரிந்தவர் பெ. **உலக நடப்பை நன்கு அறிந்தவர்;** person of worldly knowledge; worldly-wise person. இந்த ஊரில் நாலும் தெரிந்தவர் அவர்தான். அவரிடம் யோசனை கேட்டுப்பாரேன்.

நாலு வார்த்தை பெ. *(பேச்சு அல்லது எழுத்தைக் குறித்து வரும்போது)* **குறைந்த அளவு;** a few sentences. அவருக்குத் தமிழில் நாலு வார்த்தை உருப்படியாகப் பேசத் தெரியாது./ நாலு வார்த்தை ஆங்கிலத்தில் எழுதத் தெரிந்தால் போதுமா?

நாவசை வி. *(-அசைக்க, -அசைத்து) (உ.வ.)* **(மிக எளிதாக ஒன்றைச் செய்து முடிக்கும் அளவுக்கு அதிகாரமும் செல்வாக்கும் உள்ளவர்) குறிப்புக் காட்டுதல்;** say the word; give so much as a hint. என் மாமா நாவசைத்தால் போதும், இந்த நிறுவனத்தில் உனக்கு வேலை கொடுத்து விடுவார்கள்.

நாவல்[1] பெ. **துவர்ப்புக் கலந்த இனிப்புச் சுவை கொண்ட, கருநீல நிறத்தில் இருக்கும் சிறிய பழம்/ மேற்குறிப்பிட்ட பழத்தைத் தரும் உயரமான மரம்;** jamun; black plum.

நாவல்[2] பெ. **ஒரு கதையை உரைநடையில் விரிவாகக் கூறும் ஓர் இலக்கிய வடிவம்; நவீனம்;** novel.

நாவன்மை பெ. *(உ.வ.)* **பேச்சாற்றல்;** power of speech; eloquence. தங்களது நாவன்மையினால் மக்களைக் கவர்ந்தவர்கள் பலர்.

நாவிதர் பெ. **முடிதிருத்தும் தொழில் செய்பவர்;** barber; hairdresser. செவ்வாய்க்கிழமை விடுமுறை என்று நாவிதர் சங்கம் அறிவித்துள்ளது./ திருப்பதி ஏழுமலையான் கோயிலில் 100 பெண் நாவிதர்கள் நியமிக்கப்பட்டுள்ளனர்.

நாவூறு பெ. *(இலங்.)* **திருஷ்டி;** evil eye.

நாவூறு பார் வி. *(பார்க்க, பார்த்து) (இலங்.)* **திருஷ்டி கழித்தல்;** dispel the effects of evil eye (by a ceremony). குழந்தை ஏன் இப்படி விடாமல் அழுதுகொண்டிருக்கிறது என்று தெரியவில்லை; நாவூறு பார்க்க வேண்டும்.

நாழி[1] பெ. **1:** காண்க: **நாழிகை. 2:** *(பே.வ.)* **நேரம்;** time. உனக்காக நான் எவ்வளவு நாழி காத்திருக்க முடியும்? **3:** *(ச.வ.)* **('ஒரு' என்பதோடு இணைந்து) வினாடி;** (even) one second. ஒரு நாழிகூட உன்னால் சும்மா இருக்க முடியாதா?

நாழி[2] பெ. *(ஊரக வ.)* **உழக்கு;** container used to measure approximately 200 gms.

நாழிகை பெ. **(பெரும்பாலும் சோதிடம், பஞ்சாங்கம் முதலியவற்றில் அடிப்படையாகக் கொள்ளப்படும்) 24 நிமிடம் கொண்ட ஒரு கால அளவு;** (mostly in astrology) a period of 24 minutes.

நாள் பெ. **1: இருபத்து நான்கு மணி நேரம் கொண்ட கால அளவு;** day (of 24 hours). குழந்தை பிறந்து இரண்டு நாள்தான் ஆகிறது./ இரண்டொரு நாளில் அவர் ஊருக்குத் திரும்பிவிடுவார்./ ஒவ்வொரு நாளும் இதே பிரச்சினை என்றால் என்ன செய்வது?/ இரண்டு நாள் பொறுத்துக் கொள். உனக்குப் பணம் தந்துவிடுகிறேன்./ திருமணத் திற்கு இன்னும் ஐந்து நாள்தான் இருக்கிறது. **2: சூரிய உதயத்திலிருந்து அடுத்த சூரிய உதயம்வரையிலான இருபத்து நான்கு மணி நேரம் கொண்ட கால அளவு;** 24 hours from sunrise to the next sunrise. **3: காலம்;** times; (long) time. அந்த நாட்களில் பெற்றோரிடம் எதிர்த்துப் பேச முடியாது./ எவ்வளவு நாள் நான் உனக்காகக் காத்திருப்பது?/ நான் வறுமையில் வாடிய நாட்களும் உண்டு./ நான் அவரைச் சந்தித்து நீண்ட நாட்கள் ஆகிறது./ அவரை நீண்ட நாட்களாக நான் அறிவேன். **4: (தொழிற்சாலை, அலுவலகம் முதலியவற்றில்) குறிப்பிட்ட கால அளவு உள்ள பணி நேரம்;** day (in terms of working hours or for doing sth.). இந்த வேலையை முடிக்க ஒரு நாள் ஆகிவிட்டது./ இன்று சனிக்கிழமை; பள்ளிக்கூடம் அரை நாள் மட்டுமே உண்டு.

நாள்காட்டி பெ. **குறிப்பிடும் ஆண்டுக்கு உரிய மாதம், தேதி, கிழமை முதலியவற்றைக் காட்டும் அச்சடிக்கப்பட்ட தாள் அல்லது பிற வகைச் சாதனம்;** calendar.

நாள்காரியம் பெ. *(இலங்.)* **(திருமணம், வீடு குடி புகுதல், பெயர்சூட்டுதல் போன்ற) சுபவேளையில் செய்யும் செயல்;** things to be done at an auspicious time (such as marriage, house warming ceremony, naming ceremony, etc.,). எங்களுக்கு நாள்காரியத்துக்குச் சொன்னால், வெறுங்கையுடன் எப்படிப் போவது?/ மறக்காமல் நாளை எங்கள் வீட்டுக்கு வந்துவிடுங்கள். நீங்கள் இல்லாமல் நாள்காரியம் நடப்பது முறையா?

நாள் குறி வி. *(குறிக்க, குறித்து)* **1: (மங்கல நிகழ்ச்சிகள் நடைபெறுவதற்கு) பொருத்தமான நேரத்தைத் தேர்ந்தெடுத்தல்;** fix (date for functions, marriage, etc.,). என் திருமணத்திற்கு நாள் குறித்தாகிவிட்டது./ கடைக்கால் போடுவதற்கு நாள் குறித்துவிட்டாயா? **2: (ஒருவரைக் கொலை செய்ய அல்லது வேலையை விட்டு நீக்க) நாளை முடிவு செய்தல்;** decide to kill (s.o.) or dismiss (s.o. from a job or position). அவனுடைய எதிரிகள் அவனுக்கு நாள் குறித்துவிட்டார்கள். கொஞ்ச காலம் அவன் கண்காணாமல் எங்காவது சென்றுவிடுவது நல்லது./ அந்த ஆளுக்கு நாள் குறித்துவிட்டது நிர்வாகம். அவனுடைய ஆட்டமெல்லாம் இன்னும் கொஞ்ச நாள்தான்.

நாள்சரக்கு பெ. *(இலங்.)* **(பிரசவத்துக்கான முன்னேற்பாடாக) கருவுற்றிருக்கும் பெண்ணுக்காக எட்டாம் மாதத்தில் நல்ல நாள் பார்த்து நாட்டு மருந்துக் கடையிலிருந்து வாங்கி வைக்கும் மல்லி, பெருஞ்சீரகம், சீரகம், சுக்கு போன்ற மருந்துப் பொருள்கள்;** medicinal herbs and spices bought for a pregnant woman on an auspicious day in the eighth month of pregnancy.

நாள்நட்சத்திரம் பெ. **(மங்கல நிகழ்ச்சிகளைத் தடையில்லாமல் செய்யத் தகுந்ததாகக் கருதப்படும்) நல்ல நேரம்;** auspicious time (chosen for good results). நாள் நட்சத்திரம் எல்லாம் பார்த்துதான் புது வீட்டுக்குக் குடி போக வேண்டும்./ எனக்கு நாள்நட்சத்திரத்தில் நம்பிக்கை இல்லை.

நாள்பட்ட பெ.அ. **பல நாட்களாக இருந்து வரும்; பல நாட்கள் ஆகிவிட்ட;** of a pretty long time; chronic; old. நாள்பட்ட இருமல் காச நோயின் அறிகுறியாக இருக்க லாம்./ நாள்பட்ட கள் என்பதால்தான் இப்படிப் புளிக் கிறது.

நாள்பட[1] வி.அ. **காலப்போக்கில்;** in the course of time. எனது சந்தேகம் நாள்பட உறுதியாயிற்று./ அவன் நடத் தையில் நாள்படநாள்பட மாறுதல் தெரிந்தது.

நாள்பட[2] வி.அ. **நீண்ட காலத்துக்கு; வெகு நாட்க ளுக்கு;** for a long time. சாதாரண மரத்தில் செய்தால் இந்தக் கருவிகள் நாள்பட உழைக்காது.

நாள்பார் வி. (-பார்க்க, -பார்த்து) **(ஒரு நிகழ்வை நடத்த) பஞ்சாங்கத்தில் நல்ல நாள்பார்த்தல்;** select an auspicious day for a function (by consulting the almanac). தங்கை யின் குழந்தையைத் தொட்டிலில் போடுவதற்கு அம்மா நாள்பார்த்தாள்./ பொதுவாக நாள்பார்த்துதான் வயலில் விதைப்பார்கள்.

நாள் வியாபாரம் பெ. (இலங்.) **நல்ல நாள்பார்த்துத் தொடங்கும் வியாபாரம்;** business started on an auspicious day. நாள் வியாபாரம் எப்போது தொடங்கப் போகிறீர்கள்?

நாளடைவில் வி.அ. **காலப்போக்கில்; காலம் செல்லச் செல்ல;** in the course of time. புதிய இடமும் புதிய உண வும் முதலில் சிரமமாகத் தோன்றினாலும் நாளடைவில் பழக்கமாகிவிடும்./ நாளடைவில் அந்தச் சண்டையை அவர் மறந்துவிட்டார்.

நாளது(தேதி)வரை வி.அ. **இன்றுவரை;** to date. இந்தப் பழங்குடியினர் நாளதுவரை நீலகிரியைச் சுற்றியுள்ள மலைப் பகுதியிலேயே வாழ்ந்துவருகின்றனர்./ நடந்த முறைகேட்டைப் பற்றி நாளதுதேதிவரை எந்த விசார ணையும் நடக்கவில்லை.

நாளம் பெ. **இரத்தம், நிணநீர் முதலியவற்றை உட லின் பல பாகங்களுக்கும் எடுத்துச்செல்லும் குழாய்;** vessel. இரத்த நாளம்/ நிணநீர் நாளம்.

நாளமில்லாச் சுரப்பி பெ. **நாளங்கள்மூலம் அல்லா மல் நேரடியாகத் திரவங்களை இரத்தத்தில் சேர்க்கும் வகையில் செயல்படும் சுரப்பி;** ductless gland.

நாளன்றைக்கு வி.அ. **நாளைய மறுநாள்;** the day after tomorrow. நாளன்றைக்கு இரவு நாம் சென்னைக்குப் புறப் பட வேண்டும்./ நாளன்றைக்குத்தான் வாக்கு எண்ணு கிறார்கள்./ நாளன்றைக்கும் வங்கி விடுமுறையா?

நாளாகநாளாக வி.அ. **நாட்கள் செல்லச்செல்ல;** as days go by; day by day. ஆரம்பத்தில் சிரமமாக இருந் தாலும் நாளாகநாளாகப் புதிய வேலை பழகிவிடும்./ நாளாகநாளாக அவர் திரும்பி வருவார் என்ற நம்பிக்கை குறைந்துவருகிறது.

நாளாந்த பெ.அ. (இலங்.) **அன்றாட;** daily. நாளாந்த வாழ்வு பிடிப்பற்றதாகப் போய்க்கொண்டிருக்கிறது./ நாளாந்த வேலை.

நாளாந்தம் வி.அ. (இலங்.) **தினமும்;** everyday; daily. நாளாந்தம் வாழ்க்கைச் செலவு அதிகரித்துக்கொண்டே போகிறது./ நாம் நாளாந்தம் உபயோகிக்கும் கருத்துச் செறிவுடைய சொற்றொடர்கள் பல.

நாளாவட்டத்தில் வி.அ. **நாளடைவில்;** in the course of time; with the passage of time. தொடர்ந்து உடற்பயிற்சி செய்தால் நாளாவட்டத்தில் எடை குறையும்./ ஒரே பயி ரைத் தொடர்ந்து பயிரிட்டால் நாளாவட்டத்தில் நிலம் தன் ஊட்டச்சத்தை இழந்துவிடும்.

நாளிதழ் பெ. **செய்தித்தாள்; தினசரி;** newspaper. ஆங்கில நாளிதழ்களிலும் இந்தச் செய்தி வந்துள்ளது./ கட்சி நாளிதழ்கள்.

நாளும்கிழமையுமாக வி.அ. **1: ஒவ்வொரு நாளும்;** day by day. அடுத்த குடியரசுத் தலைவர் யார் என்கிற எதிர்பார்ப்பு நாளும்கிழமையுமாக அதிகரித்துவருகிறது. **2: (வீட்டில் மங்கல நிகழ்ச்சி நடக்கும்போது) மகிழ்ச்சி யாக இருக்க வேண்டிய விசேஷமான சூழலில்;** days of celebration. நாளும்கிழமையுமாக ஏன் அடித்துக் கொள்கிறீர்கள்?/ நாளும்கிழமையுமாக ஏன் இப்படி ஒரு பெண்ணை அழவைக்கிறீர்கள்?

நாளேடு பெ. **நாளிதழ்;** newspaper. தமிழ் மொழி குறித்த செய்திகளுக்கு ஆங்கில நாளேடுகள் முக்கியத்துவம் தந்து வெளியிடுவதில்லை./ இது பிரபல ஆங்கில நாளேட்டில் வந்துள்ள செய்தி.

நாளை[1] பெ. **1: 'இன்று' என்று குறிப்பிடப்படும் நாளுக்கு அடுத்த நாள்;** tomorrow. இன்றும் நாளையும் பள்ளி விடுமுறை./ நாளையிலிருந்து கல்லூரிக்குச் செல் வேன்./ நாளையோடு என் பணி முடிந்துவிடும். **2: எதிர் காலம்;** future. நாளை என்பது நம் குழந்தைகள் கையில்.

நாளை[2] வி.அ. **1: 'இன்று' என்று குறிப்பிடப்படும் நாளுக்கு அடுத்த நாளில்;** the day after; tomorrow. இன்று பணம் இல்லை; நாளை வா. **2: எதிர்காலத்தில்;** in the future. நாளை என்ன நடக்கும் என்று யாருக்குத் தெரியும்?/ இன்று நீ செய்யும் தவறுக்கு நாளை பதில் சொல்ல வேண்டியிருக்கும்.

நாளை எண்ணிக்கொண்டிரு வி. (-இருக்க, -இருந்து) **(ஒரு நிகழ்வு நடக்கப்போகும்) நாளை எதிர்பார்த்துக் கொண்டிருத்தல்;** count the days. ஓய்வுபெற ஆறு மாதங் கள்தான் இருக்கிறது. நாளை எண்ணிக்கொண்டிருக்கிறேன்.

நாளைக்கு வி.அ. காண்க: **நாளை**[2].

நாளை மறுநாள்[1] பெ. **'நாளை' என்று குறிப்பிடப்படும் நாளுக்கு அடுத்த நாள்;** the day after tomorrow. நாளை மறுநாள் என்ன தேதி?

நாளை மறுநாள்[2] வி.அ. **'நாளை' என்று குறிப்பிடப் படும் நாளுக்கு அடுத்த நாளில்;** the day after tomorrow. திருவிழா நாளை மறுநாள் தொடங்குகிறது.

நாளைய பெ.அ. **எதிர்காலத்தில் வரவிருக்கும்;** of tomorrow; future. இன்றைய மாணவர்களே நாளைய ஆட்சி யாளர்கள்./ நாளைய தேவைகளைக் கணக்கில் கொண்டு அரசு தீட்டிய திட்டங்கள் இவை.

நாளையின்றைக்கு வி.அ. (இலங்.) **நாளைய மறுநாள்;** the day after tomorrow. அப்பா நாளையின்றைக்கு இலண் டனுக்குப் போகிறார்.

நாளுக்கு வி.அ. (இலங்.) **நல்ல நாளில்;** on an auspicious day. இன்று நாளுக்கு வியாபாரம் செய்யத் தொடங்கலாம்./

787 நாஸ்திகன்

'இன்றைக்குப் புது வருடப்பிறப்பு. நாளுக்குக் கொஞ்சம் நேரமாவது படி' என்று அக்கா தம்பியிடம் கூறினாள்.

நாளும் வி.அ. **ஒவ்வொரு நாளும்;** every day.

நாளேர் பெ. (வ.வ.) **சித்திரைத் திருநாள் அன்று பூட்டி உழும்முதல் ஏர்;** ceremonial first ploughing done on the first day of சித்திரை.

நாற்கரம் பெ. (கணி.) **அளவில் வேறுபடும் நான்கு பக்கங்களைக் கொண்ட வடிவம்;** trapezoid.

நாற்காலி பெ. **ஒருவர் மட்டும் உட்காரக்கூடிய வகையில் அடிப்பகுதியையும் சாய்ந்துகொள்வதற்கு ஏற்ற பின்பகுதியையும் தரையில் நிற்பதற்கு உரிய அமைப்பையும் உடைய இருக்கை;** chair. இந்தத் திருமண மண்டபத்தில் இருநூறு நாற்காலிகள்தான் போட முடியும்./ நாற்காலியின் கால் உடைந்துவிட்டது./ கை வைத்த நாற்காலி இரண்டு வாங்க வேண்டும்.

நாற்சந்தி பெ. **நான்கு தெருக்கள் சந்திக்கும் இடம்;** junction of four streets.

நாற்சார் வீடு பெ. (இலங்.) **வீட்டின் நடுப்பகுதியில் முற்றமும் சுற்றி நான்கு வராந்தாக்களும் உள்ள வீடு;** a house with an open courtyard with verandahs running on all four sides. என் அப்பப்பா காலத்தில் அதிகமாக இருந்த நாற்சார் வீடுகள் இன்று இடிக்கப்பட்டுவிட்டன./ நாற்சார் வீடு கட்டிக் கூட்டுக்குடும்பமாக இருந்த காலம் போய்விட்டது என்று அப்பா வருத்தத்தோடு கூறிக்கொண்டிருந்தார்.

நாற்பத்திரண்டு பெ. **நாற்பத்தொன்றுக்கு அடுத்த எண்;** the numeral fortytwo.

நாற்பத்துநான்கு பெ. **நாற்பத்துமூன்றுக்கு அடுத்த எண்;** the numeral fortyfour.

நாற்பத்துமூன்று பெ. **நாற்பத்திரண்டுக்கு அடுத்த எண்;** the numeral fortythree.

நாற்பத்தொன்று பெ. **நாற்பதுக்கு அடுத்த எண்;** the numeral fortyone.

நாற்பது பெ. **பத்தின் நான்கு மடங்கைக் குறிக்கும் எண்;** forty.

நாற்றங்கால் பெ. (ஊரக வ.) **நாற்று பறிக்காமல் இருக்கும் வயல் அல்லது வழக்கமாக நாற்று விடும் வயல்;** field with paddy seedlings or one used to raise seedlings. நாற்றங்காலுக்குக் கூடுதலாக எரு அடிக்க வேண்டும்./ நாற்றங்காலில் தண்ணீர் இருந்தால்தான் நாற்றுப் பறிக்கலாம்.

நாற்றம் பெ. **அருவருப்பான வாசனை; துர்நாற்றம்;** offensive smell; stink. சாக்கடை நாற்றம் குடலைப் புரட்டுகிறது./ வியர்வை நாற்றம். [(தொ.சொ.) **சுகந்தம்/ நறுமணம்/ நெடி/ மணம்/ வாசனை/ வீச்சம்**]

நாற்று பெ. **பிடுங்கி வேறு இடத்தில் நடுவதற்கான இளம் பயிர்;** seedling. வயலில் நாற்று நெருக்கமாக நடப்பட்டிருந்தது./ கத்திரி நாற்றுகளை முழுமையாக மறைக்கும் அளவுக்குக் களை வளர்ந்திருந்தது.

நாற்றுப்பறி பெ. (ஊரக வ.) **(நடவுக்காக) நாற்றங்காலில் வளர்ந்திருக்கும் நாற்றைப் பறிக்கும் வேலை;** the work of plucking and bundling paddy seedlings for transplanting. இன்றோடு நாற்றுப்பறி முடிந்துவிடும்./ எனக்கு நாற்றுப் பறி ஒரு நாள் வேலைதான்.

நாற்றுப்பாக்கு பெ. (இலங்.) **கன்றை முளைக்கவைப்பதற்காகப் பாத்தியில் நடும் முற்றிய பாக்கு;** seed areca nut.

நாற்று முடி பெ. (ஊரக வ.) **கை கொள்ளும் அளவுக்கு இரண்டு கைகளிலும் பறித்த நாற்றை ஒன்றுசேர்த்துக் கட்டிய தொகுப்பு; முடிச்சு;** two handfuls of plucked paddy seedlings made into one bunch.

நாற்றுவிடு வி. (-விட, -விட்டு) **நாற்று வளர்க்க நாற்றங்காலில் நெல் விதை தெளிப்பது;** sowing of paddy seeds in the seed-bad.

நாறல் பாக்கு பெ. (இலங்.) **நீரில் ஊற வைத்த வாசனை மிகுந்த பாக்கு;** a kind of areca nut boiled, dried and coloured. நாறல் பாக்கை எடுத்துச் சீவி வாயில் போட்டுக் கொண்டார்.

நாறு வி. (நாற, நாறி) **நாற்றம் வீசுதல்;** stink; let out foul smell. அழுகிய முட்டை நாறும்./ (உரு வ.) நம் குடும்ப விவகாரம் ஊரில் நாற வேண்டுமா?/ (உரு வ.) அதிகாரிகளின் சண்டைகளால் அலுவலகமே நாறுகிறது.

நான் பி.பெ. **தன்மையில் ஒருவரைச் சுட்டும் பிரதிப் பெயர்;** first person singular; I. நான் உனக்கு எவ்வளவு பணம் தர வேண்டும்?/ நானும் நாளை படத்துக்கு வருகிறேன்./ நானா உனக்குத் தீங்கு செய்வேன்?

நான்கு பெ. **மூன்று என்ற எண்ணுக்கு அடுத்த எண்;** (the number) four. அம்மன் நான்கு வீதிகளையும் சுற்றி வருவதற்குள் இரவு ஒரு மணி ஆகிவிடும்./ என் பெண் நான்காம் வகுப்பு படிக்கிறாள்.

நான்கு சுவர்களுக்குள் வி.அ. **('வெளி உலகம்' என்பதிலிருந்து வேறுபடுத்திக் காட்ட வேண்டிய சூழ்நிலையில்) குறிப்பிட்ட இடத்திற்குள்;** within the narrow confine. நான்கு சுவர்களுக்குள் நடந்த இந்த விஷயம் வெளியே எப்படித் தெரிந்தது?/ இன்னும் எத்தனை நாட்களுக்குத்தான் இப்படி நான்கு சுவர்களுக்குள்ளேயே அடைந்துகிடக்கப்போகிறாய்?

நான் நீ என்று வி.அ. **(வாய்ப்பை நழுவவிட்டுவிடக் கூடாது என்ற நோக்கத்தோடு) ஒருவரையொருவர் முந்திக்கொண்டு;** vying with each other. துணிக்கடைகள் பல சலுகைகளையும் பரிசுகளையும் அறிவித்தவுடன் எல்லோரும் நான் நீ என்று போட்டி போட்டுக்கொண்டு போகிறார்கள்./ என் மகளைப் பெண் கேட்டு நான் நீ என்று போட்டி போட்டுக்கொண்டு மாப்பிள்ளைகள் வந்தார்கள்.

நானகுரு பெ. (திருநர் வ.) **தன்னை மகளாகத் தத்தெடுத்த திருநங்கைத் தாயின் அம்மா;** mother of one's adopted transgender mother.

நானா பெ. (இஸ்.) **1: (தாய்வழியில்) தாத்தா;** (maternal) grandfather. **2: அண்ணன்;** elder brother.

நானாவித பெ.அ. (அ.வ.) காண்க: நாலாவித.

நானி பெ. (திருநர் வ.) காண்க: நானகுரு.

நாஸ்தா பெ. (வ.வ.) **காலைச் சிற்றுண்டி;** breakfast, esp. இட்லி, தோசை, etc.,

நாஸ்திகம் பெ. காண்க: நாத்திகம்.

நாஸ்திகன் பெ. காண்க: நாத்திகன்.

நிக்காஹ் பெ. *(இஸ்.)* **திருமணம்;** wedding.

நிகண்டு பெ. **(முற்காலத்தில்) ஒரு பொருளுக்கு உரிய பல சொற்களையும் ஒரு சொல்லுக்கு உரிய பல பொருளையும் பல்வேறு தலைப்புகளில் செய்யுள் வடிவில் அல்லது அகராதி வடிவில் தரும் நூல்;** (in former times) thesaurus in verse.

நிகர்[1] வி. *(நிகர்க்க, நிகர்த்து) (உ.வ.)* **ஒத்திருத்தல்;** resemble; be similar to (sth.); be like (sth.). *மானை நிகர்த்த விழி.*

நிகர்[2] பெ. *(-ஆக, -ஆன)* **இணை; சமம்;** equal (in sth.); parity. *நகைச்சுவை நடிப்பில் அவருக்கு நிகர் அவரே./ இரு நாடுகளும் நிகரான வலிமை படைத்தவை./ இந்த ஊரில் அவருக்கு நிகராகச் செல்வாக்குப் படைத்தவர்கள் யாரும் இல்லை./ தமிழில் நிகரற்ற புலமை வாய்ந்தவர்./ அமெரிக்க டாலருக்கு நிகரான இந்திய ரூபாயின் மதிப்பு என்ன?*

நிகர்நிலைப் பல்கலைக்கழகம் பெ. **பல்கலைக்கழக மானியக் குழுச் சட்டத்தின் அடிப்படையில் உருவாக்கப்பட்டு, ஒரே நிர்வாகத்தின் கீழ், பல புலங்களைக் கொண்டு செயல்படும் பல்கலைக்கழகம்;** an institution constituted under the University Grants Commission Act as a university; (in India) deemed university.

நிகர பெ.அ. *(லாபம், வருமானம் போன்றவற்றைக் குறித்து வரும்போது)* **கழிக்க வேண்டியது, கொடுக்க வேண்டியது போக;** net (profit, income, etc.,). *இந்த வங்கியின் நிகர லாபம் இருநூறு கோடி ரூபாய்.*

நிகழ் வி. *(நிகழ, நிகழ்ந்து)* **1: (முன்னரே திட்டமிடப்படாமல் ஒன்று) நடத்தல்; ஏற்படுதல்; சம்பவித்தல்;** happen; occur. *அந்த விபத்து எப்படி நிகழ்ந்தது?/ உன் திருமணம் எந்த ஆண்டு நிகழ்ந்தது என்று ஞாபகம் இருக்கிறதா?/ இடைக்காலத்தில் நிகழ்ந்த சில மாற்றங்கள்/ என் இளமைக் காலத்தில் நிகழ்ந்த சம்பவம் ஒன்று நினைவுக்கு வருகிறது.* **2:** *(காலத்தைக் குறிக்கும்போது)* **நடத்தல்;** (of time) flow; pass. *நிகழும் பார்த்திப ஆண்டு சித்திரைத் திங்கள் 3ஆம் தேதி திருவிழா தொடங்கும்.*

நிகழ்கலை பெ. **பார்வையாளர்களின் முன் மேடையில் நிகழ்த்தும் நாடகம், நடனம் போன்ற கலைகள்;** performing arts.

நிகழ்களன் பெ. **(கதை, நாடகம் முதலியவை) நிகழ்வதாகக் காட்டப்படும் இடம்;** scene; setting (for a play, etc.,). *போர்க்களத்தை நிகழ்களனாகக் கொண்ட நாடகம்.*

நிகழ்காலம் பெ. **1: ஒரு நிகழ்ச்சி அல்லது செயல் நடந்துகொண்டிருக்கும் நேரம்;** present time. **2:** *(இலக்.)* **செயல் நிகழ்ந்துகொண்டிருக்கும் காலத்தைக் குறிப்பது;** present tense. *'வருகிறான்' என்ற வினைமுற்றில் 'கிறு' என்பது நிகழ்கால இடைநிலை.*

நிகழ்ச்சி பெ. **1: (திட்டமிடாமல்) நடைபெறும் சம்பவம்;** incident; event. *நேற்று நடந்த நிகழ்ச்சியை எண்ணிப் பார்த்தேன்./ உண்மை நிகழ்ச்சியை அடிப்படையாகக் கொண்டு தயாரிக்கப்பட்ட திரைப்படம்.* [*(தொ.சொ.)* **சம்பவம்/ நடப்பு/ நிகழ்வு**] **2: திட்டமிட்டு நடத்தப்படும் கூட்டம், மேடை நிகழ்வுகள் போன்றவற்றைக் குறிப்பது;** programme. *நான் இன்னும் பல நிகழ்ச்சிகளில் கலந்துகொள்ள இருப்பதால் எனது உரையை இத்துடன் முடித்துக்கொள்கிறேன்./ கல்லூரிக் கலைநிகழ்ச்சிகளில் பங்குபெற விரும்பும் மாணவ, மாணவியர் தங்கள் பெயரைப் பதிவுசெய்துகொள்வது அவசியம்./ அரசியல் சம்பந்தப்பட்ட நிகழ்ச்சிகள் எதிலும் நான் கலந்துகொள்வதில்லை./ இந்த நிகழ்ச்சியின்போது அந்த நிறுவனம் தனது புதிய வாகனத்தை அறிமுகம் செய்தது.* **3: தொலைக்காட்சி, வானொலி போன்றவற்றில் ஒளிபரப்பப்படுவது அல்லது ஒலிபரப்பப்படுவது;** programme; broadcast. *தொலைக்காட்சி நிகழ்ச்சிகள் பலவற்றைத் தயாரித்தவர் இவர்./ உங்கள் வானொலியில் ஒலிபரப்பப்படும் நிகழ்ச்சிகளை நான் தொடர்ந்து கேட்டுவருகிறேன்.*

நிகழ்ச்சி நிரல் பெ. **(விழாவில் அல்லது தலைவர்களின் சுற்றுப்பயணத்தில்) நடைபெறப்போகும் நிகழ்ச்சிகளின் வரிசைப்படுத்தப்பட்ட தொகுப்பு;** agenda; list of programmes.

நிகழ்த்து வி. *(நிகழ்த்த, நிகழ்த்தி)* **1: (அற்புதம், சாதனை முதலியவை) உண்டாகுமாறு செய்தல்;** work (a miracle); create (a record). *கால்பந்தாட்டத்தில் பீலே நிகழ்த்திய சாதனைகள் ஏராளம்./ இறைவன் நிகழ்த்திய அற்புதங்கள்.* **2: (உரை, சொற்பொழிவு ஆகியவற்றை) வழங்குதல்; (விவாதம்) நடத்துதல்;** deliver (a speech, etc.,); conduct (a discussion). *குடியரசுத் தலைவர் நாடாளுமன்றத்தில் உரை நிகழ்த்துவார்./ எழுத்துச் சீர்திருத்தம்பற்றிய விவாதங்கள் இப்போது அதிக அளவில் நிகழ்த்தப்படுகின்றன.*

நிகழ்த்துக்கலை பெ. **பலர் முன்னிலையில் நிகழ்த்தப்படும் இசை, நாடகம், நாட்டியம் முதலிய கலைகளைக் குறிக்கும் பொதுப்பெயர்;** general term for performing arts.

நிகழ்தகவு பெ. *(கணி.)* **எந்த விகிதத்தில் ஒன்று நிகழும் என்பதற்கான வாய்ப்பு;** probability.

நிகழ்வு பெ. **1: (வாழ்க்கையில் இயற்கையாக) நிகழ்வது; நடைபெறுவது;** happening; occurrence. *பிறப்பு, இறப்பு என்ற இரு நிகழ்வுகளுக்கு இடையே நடைபெறுவதுதான் வாழ்க்கை.* **2: நிகழ்ச்சி; சம்பவம்;** incident; event. *உண்மையான நிகழ்வு/ சுவர் முழுக்கக் காமராஜரின் வாழ்க்கையில் நடந்த நிகழ்வுகளை விளக்கும் புகைப்படங்கள் காணப்பட்டன./ இந்த நாவலில் பல விதமான நிகழ்வுகளை ஆசிரியர் நுணுக்கமாக விவரித்துள்ளார்./ தகவல் தொழில்நுட்பத் துறையின் நிகழ்வுகளை நான் உன்னிப்பாக கவனித்துவருகிறேன்./எப்போதோ நடந்து முடிந்த நிகழ்வுகளையெல்லாம் மறக்காமல் நினைவில் வைத்திருக்கிறாள்.* [*(தொ.சொ.)* **சம்பவம்/ நடப்பு/ நிகழ்ச்சி**] **3: (விழா, கூட்டம், நாடகம் போன்றவை ஏற்பாடு செய்யப்பட்டு) நடத்தப்படுவது;** programme. *இந்த நிகழ்வில் கல்லூரி மாணவர்களும் பங்கேற்கின்றனர்./ சர்வதேச நிகழ்வுகள்/ பிரபல பரதக் கலைஞர்கள் நடனம் ஆடும் நிகழ்வு.* **4: வழக்கமானதாக இல்லாமல் புதுமையானதாகவோ விசித்திரமானதாகவோ ஏற்படுவது;** phenomenon. *பிரபஞ்சம் என்பதே ஒரு பெரும் வெடிப்புக்குப் பிறகு உருவான ஒரு நிகழ்வு என்பதை இப்போது விஞ்ஞானிகள் மறுஆய்வு செய்கின்றனர்./ அறிவியலால் ஏற்றுக்கொள்ளப்படாத நிகழ்வுகள் ஏராளம்./ அதீதமான நிகழ்வுகளை இயற்கையின் விந்தை என்று கூற முடியுமா?* **5: (இயற்பியல், வேதியியல், உயிரியல்**

789 நிதர்சனம்

அடிப்படையில்) நிகழ்வது; phenomenon. முப்பட்டகத்தின் வழியாக ஒளிக்கதிர் செல்லும்போது அது ஏழு வண்ணங்களாகப் பிரியும் நிகழ்வு 'நிறப்பிரிகை' எனப்படும்./ வளர்சிதை மாற்றம் என்பது உடலில் நிகழும் வேதியியல் நிகழ்வுகளைக் குறிக்கிறது.

நிகழ்வெண் பெ. **(புள்ளியியலில்) குறிப்பிட்ட காலத்தில் ஒரு நிகழ்வு எத்தனை முறை நிகழ்கிறது என்ற எண்ணிக்கை;** frequency (in statistics).

நிகழும் பெ.அ. **(பெரும்பாலும் மங்கலக் காரியங்களுக்கான அழைப்பிதழ்களில்) (ஆண்டைக் குறிக்கும் சொல்லுக்கு முன் வரும்போது) நடைபெற்றுக்கொண்டிருக்கிற;** current; in force. நிகழும் தாரண ஆண்டு புரட்டாசி மாதம் பத்தாம் தேதி.

நிகுநிகு-என்று/-என்ற வி.அ./பெ.அ. (பே.வ.) *(சருமத்தைக் குறித்து வரும்போது)* **(ஆரோக்கியத்தை வெளிப்படுத்தும் விதமாக) சுருக்கமின்றி மினுமினுப்போடு/ சுருக்கமின்றி மினுமினுப்பான;** (of skin) shiningly/ shining.

நிச்சயதாம்பூலம் பெ. **மணமக்களின் பெற்றோர்கள் திருமணத்தை உறுதிசெய்கிற வகையில் தாம்பூலம் மாற்றிக்கொள்ளும் சடங்கு;** a custom in which parents exchange betel leaves, etc., confirming an engagement; betrothal.

நிச்சயதார்த்தம் பெ. காண்க: **நிச்சயதாம்பூலம்.**

நிச்சயம்[1] பெ. (-ஆக, -ஆன) **திடம்; உறுதி;** firmness; certainty. அவன்தான் திருடினான் என்பது என்ன நிச்சயம்?/ வேலை கிடைக்கும் என்ற நிச்சயத்தில் கடன் வாங்கிவிட்டான்./ அவர் வீட்டில் இருப்பார் என்று நிச்சயமாகக் கூற முடியாது./ லெமூரியா கண்டம் இருந்ததற்கான நிச்சயமான ஆதாரங்கள் உண்டா?/ இப்படித் தெளிவான நோக்கங்களோ நிச்சயமான திட்டங்களோ இல்லாத மனிதனை நான் இதுவரை கண்டதே இல்லை. [(தொ.சொ.) **உறுதி/ கட்டாயம்/ கண்டிப்பு/ திண்ணம்**]

நிச்சயம்[2] வி.அ. **மாற்றத்துக்கு அல்லது சந்தேகத்துக்கு இடம் இல்லாத வகையில்; கட்டாயம்;** certainly. நேரங்கழித்து வீட்டுக்குச் சென்றால் அம்மா நிச்சயம் திட்டுவாள்./ உனது கோரிக்கையை நிச்சயம் நிறைவேற்றுவேன்.

நிச்சயம்[3] பெ. (பே.வ.) காண்க: **நிச்சயதாம்பூலம்.**

நிச்சயம்பண்ணு வி. (-பண்ண, -பண்ணி) காண்க: **நிச்சயி.**

நிச்சயி வி. (நிச்சயிக்க, நிச்சயித்து) **1: (ஒரு திருமணம் நடப்பதை) முடிவுசெய்தல்; (மணமகளை, மணமகனை) தேர்ந்தெடுத்து முடிவு செய்தல்;** confirm (a marriage alliance); decide upon (a bride or groom). நாளைக்கு என் பெண்ணுக்குத் திருமணம் நிச்சயிக்கிறோம்./ அவனுக்கு அடுத்த ஊரில் ஒரு பெண்ணை நிச்சயித்திருக்கிறார்கள். **2: (ஒன்றைச் செய்யலாம் அல்லது செய்யக் கூடாது என்று) தீர்மானித்தல்; உறுதிகொள்ளுதல்;** decide firmly; resolve. இனிமேல் யாருக்கும் கடன் கொடுப்பதில்லை என்று நிச்சயித்துக்கொண்டார்./ நாள் தவறாமல் நூலகத்திற்குச் செல்ல வேண்டும் என்று கல்லூரியில் சேர்ந்த அன்றே நிச்சயித்துவிட்டான்.

நிசப்தம் பெ. (-ஆன) **எந்த விதச் சத்தமும் இல்லாத நிலை; அமைதி;** silence; stillness. நிசப்தமான இரவு/ கூட்டத்தினர் இடையே சலசலப்பு ஓய்ந்து நிசப்தம் நிலவியது.

நிசி பெ. *(இலங்.)* காண்க: **நடுநிசி.**

நிணநீர் பெ. **உடலில் இரத்தம்போலவே ஓடிக்கொண்டிருக்கும் (தீமை விளைவிக்கும் கிருமிகளை அழிக்க உதவும்) வெள்ளையணுக்களைக் கொண்ட திரவம்;** lymph. நிணநீர்க் குழாய்/ நிணநீர் நாளம்/ உடலில் தொற்று ஏற்படும்போது நிணநீர்ச் சுரப்பிகளில் வீக்கமோ கட்டியோ தோன்றலாம்.

நிணநீர் முடிச்சு பெ. **(உடலில்) நிணநீரைச் சுரக்கும் நுண்ணிய சுரப்பி;** lymph node; lymph gland.

நித்தம் வி.அ. (உ.வ.) **தினமும்; நிதம்;** daily; every day. இது இங்கே நித்தம் நடக்கும் கலாட்டாதான்.

நித்திய பெ.அ. **அன்றாட;** daily. நித்தியக் கடமைகள்.

நித்திய கண்டம் பெ. **அன்றாடம் தொடரும் நிச்சயமற்ற நிலை;** constantly subject to insecurity or threat (but nevertheless surviving). நித்திய கண்டம் என்ற அளவில்தான் கூட்டணி ஆட்சி நடந்துகொண்டிருக்கிறது.

நித்தியகல்யாணி பெ. **வெளிர் ரோஜா நிறத்தில் ஒரே அடுக்கு இதழ்களைக் கொண்ட பூ;** Madagascar periwinkle; vinca rosa; rose periwinkle.

நித்தியப்படி வி.அ. (பே.வ.) **தினமும்;** daily. பூஜை நித்தியப்படி நடந்துவருகிறது.

நித்தியப்படிக்கு வி.அ. (பே.வ.) **(வாழ்க்கை நடத்துவதற்கான) அன்றாடத் தேவைகளுக்கு;** daily needs. தூங்கி எழுந்தால் நித்தியப்படிக்கே அல்லல்பட வேண்டியிருக்கிறது./ இருக்கிற சாமான்கள் நித்தியப்படிக்குப் போதும். விருந்தினர்கள் வருவதாக இருந்தால் மட்டும் கொஞ்சம் மளிகை வாங்க வேண்டும்.

நித்தியம் பெ. (உ.வ.) **நிலையானது; நிரந்தரம்;** perpetuity; eternity. பதவி, பணம் எதுவும் நித்தியம் இல்லை./ 'உலகில் எதுவுமே நித்தியம் இல்லை' என்பதே பட்டினத்தார் வாக்கு.

நித்தியமல்லி பெ. **நீளமான காம்பும் மெல்லிய இதழ்களும் கொண்ட, மணம் மிகுந்த ஒரு வகை மல்லிகை;** a kind of jasmine with long stalk. நித்தியமல்லி ஆண்டு முழுதும் பூக்கும்.

நித்திரை பெ. (உ.வ.) **தூக்கம்; உறக்கம்;** sleep. பெரியவர் ஆழ்ந்த நித்திரையில் இருந்தார்.

நித்திரைகொள் வி. (-கொள்ள, -கொண்டு) *(இலங்.)* **தூங்குதல்;** sleep. அவர் ஒன்பது மணிக்கே நித்திரைகொள்ளப் போய்விட்டார்.

நித்திரைச்சாமி பெ. *(இலங்.)* **எப்போதும் தூங்கிக்கொண்டிருப்பவர்; தூங்குமூஞ்சி;** dull, sleepy fellow. இந்த நித்திரைச்சாமி காலையில் எழுந்து எப்படிப் படிக்கப் போகிறான்?/ அலுவலகத் தலைவரே நித்திரைச்சாமி என்றால் அலுவலகம் எப்படி முன்னேறும்?

நித்திரைசெய் வி. (-செய்ய, -செய்து) *(இலங்.)* காண்க: **நித்திரைகொள்**

நிதம் வி.அ. (அ.வ.) காண்க: **நித்தம்.**

நிதர்சனம் பெ. (-ஆக, -ஆன) **(எந்த வகையிலும் மறைக்க முடியாத வகையில்) வெளிப்படையானது; தெளிவானது; கண்கூடு;** obvious; evident. இந்த நிதர்சனமான உண்மையை உன்னால் ஏன் ஏற்க முடியவில்லை?/ உன்

நிதானம் 790

வாதம் பொய் என்பது இப்போது நிதர்சனம் ஆகிவிட்டது. [(தொ.சொ.) கண்கூடு/ தெளிவு/ வெளிப்படை]

நிதானம் பெ. (-ஆக, -ஆன) 1: **(செயல்படுவதில்) பரபரப்போ அவசரமோ இல்லாத நிலை;** composure; calmness; slowness. பணத்தைக் காணவில்லையா? நிதானமாகத் தேடிப்பார்./ குடும்பப் பிரச்சினையைப் பற்றி நிதானமாக யோசி./ வீட்டின் உள்ளே வந்து நிதானமாகக் கதவைச் சாத்தினார்./ இவ்வளவு வேகமாகச் சொன்னால் என்னால் எழுத முடியாது. நிதானமாகச் சொல். 2: **(ஒருவர்) கட்டுப்பாட்டோடு செயல்படும் இயல்பு; சுய உணர்வோடு செயல்படும் விதம்;** self-possession; balance. சைக்கிளில் வந்தவர் மாடு ஓடிவந்ததைக் கண்டதும் நிதானம் இழந்து கீழே விழுந்தார்./ அப்பா கோபத்தில் நிதானம் இழந்து பேசிவிட்டார். 3: **கூடுதலாகவோ குறைவாகவோ இல்லாத நிலை;** neither too much nor too little; in a measured way. அடுப்பு நிதானமாக எரிகிறது./ குழம்புக்கு உப்பு நிதானமாகப் போடு./ நிதானமான தீயில் உப்புமா அடிபிடிக்காமல் கிளற வேண்டும்.

நிதானி வி. (நிதானிக்க, நிதானித்து) 1: **(செயல்படும் முன்) வேண்டிய கவனம் மேற்கொள்ளுதல்;** pause; exercise caution; pay due attention. அமைச்சர் உடனடியாகப் பதில் சொல்லாமல் சற்று நிதானித்தார்./ நம் அணியினர் நிதானித்து விளையாடியிருந்தால் ஜெயித்திருக்கலாம். 2: **உறுதிப்படுத்திக்கொள்ளுதல்;** make sure; determine. குரல் எந்தத் திசையிலிருந்து வருகிறது என்பதை அவரால் நிதானிக்க முடியவில்லை.

நிதி பெ. (உ.வ.) 1: **(குடும்பம், நிறுவனம், நாடு போன்ற அமைப்புகளின்) செலவுகளுக்குத் தேவையான பணம்;** finances. குடும்பத்தின் நிதி நிலைமை மோசமாக இருந்ததால் என்னால் மேற்கொண்டு படிக்க முடியவில்லை./ இந்தத் திட்டத்திற்குக் கூடுதல் நிதி தேவைப்படும்./ புதிய வரிகள் நாட்டின் நிதி வசதிகளைப் பெருக்கும்./ நிதி நெருக்கடியைச் சமாளிக்க அரசு பல புதிய திட்டங்களை வகுத்துள்ளது. 2: **மேற்குறித்த பணத்தை நிர்வகிக்கும் அணுகுமுறை அல்லது பொறுப்பு;** finance. நிதி அமைச்சர்/ நிதித் துறை/ நிதிக் கொள்கை/ நிதிக் குழு. 3: **(குறிப்பிட்ட நோக்கத்திற்காக) திரட்டப்படும் பணம்;** fund. வெள்ள நிவாரண நிதி/ தேர்தல் நிதி.

நிதி அறிக்கை பெ. காண்க: **நிதிநிலை அறிக்கை.**

நிதி ஆண்டு பெ. **ஒரு நாடு தன் வரவுசெலவுத் திட்டத்தை அமல்படுத்தும் (இந்தியாவில் ஏப்ரல் 1ஆம் தேதியிலிருந்து அடுத்த ஆண்டு மார்ச் 31வரையிலான) பன்னிரண்டு மாத காலம்/ஒரு வர்த்தக நிறுவனம் தன் வரவு, செலவு, லாபம் ஆகியவற்றைக் கணக்கிடுவதற்கான (இந்தியாவில் ஏப்ரல் 1ஆம் தேதியிலிருந்து அடுத்த ஆண்டு மார்ச் 31வரையிலான) பன்னிரண்டு மாத காலம்;** financial year (in India from April 1st to March 31st of the following year). 2005-2006க்கான நிதி ஆண்டில் ஊரக வளர்ச்சிக்கு அரசு அதிக நிதி ஒதுக்கியுள்ளது./ வரும் நிதி ஆண்டில் எங்கள் நிறுவனத்தின் விற்பனை 20 சதவீதம் அதிகரிக்கும் என்று மதிப்பிடப்பட்டிருக்கிறது.

நிதிநிலை அறிக்கை பெ. **(ஓர் அரசு அல்லது நிறுவனம் தயாரிக்கும்) வரவுசெலவுத் திட்டம்;** budget. மக்களவையில் நிதிநிலை அறிக்கை தாக்கல் செய்யப்பட்டது./ நிதிநிலை அறிக்கையில் இடம்பெறாத திட்டச் செலவுகளுக்கு நிதித்துறையிடம் ஒப்புதல் பெற வேண்டும்./ நிதிநிலை அறிக்கை மீதான விவாதம் நாளையும் தொடரும்./ ஒவ்வொரு ஆண்டும் வங்கிகள் தங்களின் நிதிநிலை அறிக்கையை ரிசர்வ் வங்கிக்கு அனுப்ப வேண்டும்.

நிதிப் பற்றாக்குறை பெ. **மத்திய அரசின் வரவுசெலவுத் திட்டத்தில் வரிகள், கட்டணங்கள் போன்றவற்றின் மூலம் கிடைக்கும் வருவாயும் மூலதனத்தைக் குறித்த வரவுசெலவுகள் இணைந்த வருவாயும் குறிப்பிட்ட ஆண்டில் மொத்தச் செலவினங்களையும்விடக் குறைவாக இருக்கும் நிலை;** fiscal deficit. நிதிப் பற்றாக்குறையைச் சமாளிக்க மத்திய அரசு பல புதிய வரிகளை விதித்துள்ளது.

நிதியம் பெ. **(குறிப்பிட்ட நோக்கத்திற்காக) உள்நாட்டிலோ உலக அளவிலோ உருவாக்கப்பட்டுச் செயல்படும் நிதி அமைப்பு;** Fund. உலக வங்கி என்பது நாடுகளின் பொருளாதார வளர்ச்சிக்காக ஏற்படுத்தப்பட்ட ஒரு நிதியம்./ பதிப்புத் துறை வளர்ச்சிக்காக ஒரு நிதியத்தை உருவாக்க வேண்டும் என்று கூட்டத்தில் ஒரு கருத்து முன்வைக்கப்பட்டது./ உலக வங்கி, பன்னாட்டு நிதியம், உலக வர்த்தக அமைப்பு ஆகியவை உலகப் பொருளாதாரத்தைக் கட்டுப்படுத்தும் மூன்று நிறுவனங்கள் ஆகும்.

நிந்தக்காணி பெ. (இலங்.) **பரம்பரைச் சொத்து;** hereditary property.

நிந்தனை[1] பெ. (உ.வ.) **நிந்திப்பது; பழிப்பு;** vilification; disrespect. 'தெய்வ நிந்தனை உன்னைச் சும்மா விடாது' என்றார்./ புதிதாகத் தொடங்கப்பட்ட இயக்கம் அவதூறு, நிந்தனை, அடக்கு முறை போன்றவற்றுக்கு ஆளாக வேண்டியிருந்தது./ அரசியலில் தனிநபர் நிந்தனை செய்வது தவறு.

நிந்தனை[2] பெ. (இலங்.) **பச்சை நிறத்தில் சதைப்பற்றோடு இருக்கும் சாறு நிறைந்த ஒரு வகை மாம்பழம்;** a kind of fleshy, juicy and green-coloured mango.

நிந்தி வி. (நிந்திக்க, நிந்தித்து) (உ.வ.) **அவமானப்படுத்துகிற வகையில் பேசுதல்; தூற்றுதல்; பழித்தல்;** vilify; slander. இந்தப் பாதையை நீ மறித்துக் கட்டினால் ஊரே உன்னை நிந்திக்கும்./ குருவை நிந்திப்பது தவறு./ இந்த ராகத்தில் அமைந்துள்ளவை அனைத்தும் நாயகனை நாயகி நிந்திக்கும் பாடல்களாகவே உள்ளன./ எந்த மதமாக இருந்தாலும் அதை நிந்திப்பது தவறு என்று சட்டம் கூறுகிறது. [(தொ.சொ.) திட்டு/ தூற்று/ பழி/ வை]

நிபந்தனை பெ. **ஒன்றைச் செய்வதற்கு அல்லது செய்யாமலிருப்பதற்கு முன்வைக்கும் அல்லது விதிக்கும் வரையறை;** condition (for sth.). பணம் தருகிறேன். ஆனால் ஒரு நிபந்தனை./ சில நிபந்தனைகளின் பேரில் அவர்கள் விடுதலை செய்யப்பட்டனர்./ எங்கள் கோரிக்கைகளை எந்த நிபந்தனையும் இல்லாமல் நிர்வாகம் ஏற்க வேண்டும்.

நிபுணத்துவம் பெ. (அ.வ.) **(ஒரு துறையில்) தேர்ச்சி;** expertise; professionalism.

நிபுணர் பெ. **(குறிப்பிட்ட துறையில்) தேர்ச்சியும் திறமையும் பெற்றவர்;** expert; specialist. மருத்துவ நிபுணர்/ ஜோதிட நிபுணர்/ வேறு எதில் அவர் நிபுணர் என்று எனக்குத் தெரியாது. ஆனால் பொய் சொல்வதில் நிபுணர்!

நிம்மதி பெ. (-ஆக, -ஆன) **1: கவலை இல்லாத நிலை; மன அமைதி; ஆசுவாசம்;** state of relief; feeling at ease. கல்லூரியில் இடம் கிடைத்தால்தான் நிம்மதி/ நிம்மதியைத் தேடி எங்கும் போக வேண்டாம்./ நிம்மதியான வாழ்க்கை. **2: இடையூறு இல்லாமை;** rest; peace. நிம்மதியான பயணம்/ நேற்று இரவுதான் நிம்மதியாகத் தூங்கினேன்.

நிமிடம் பெ. **அறுபது வினாடிகள் கொண்டதும், ஒரு மணியின் அறுபது பகுதிகளில் ஒரு பகுதியாக இருப்பதுமான கால அளவு;** minute (of time).

நிமிண்டு[1] வி. (நிமிண்ட, நிமிண்டி) **கட்டைவிரலுக்கும் சுட்டுவிரலுக்கும் இடையே ஒன்றைப் பிடித்து அழுத்தி முன்பின் அசைத்தல்;** pinch; trim (a wick, etc.,). குழந்தையின் கன்னத்தை நிமிண்டக் கை குறுகுறுத்தது./ விளக்குத் திரியை நிமிண்டினாள். [(தொ.சொ.) **அடி/ அமுக்கு/ அறை/ கிள்ளு/ குத்து/ தள்ளு/ மொத்து**]

நிமிண்டு[2] வி. (நிமிண்ட, நிமிண்டி) (இலங்.) **பிறர் அறியாமல் சாமர்த்தியமாக எடுத்துக்கொண்டு செல்லுதல்;** take sth. away without the knowledge of others. இவன் மீது ஒரு கண் வைத்திரு. புத்தகங்களை நிமிண்டிக்கொண்டு போய்விடுவான்.

நிமித்தம்[1] பெ. **நிகழப்போவதை உணர்த்துவதாகக் கருதப்படும் சம்பவம், சமயம் போன்ற குறிப்பு;** a happening taken as a sign of things to come. அவர் நம் வீட்டுக்கு வந்ததை ஒரு நல்ல நிமித்தமாகவே கருதலாம்.

நிமித்தம்[2] வி.அ. **பொருட்டு; காரணமாக; முன்னிட்டு;** on account of; in connection with; for the sake of. அலுவல் நிமித்தம் நான் வெளியூர் செல்கிறேன்./ அவர் முதல்வரைச் சந்தித்தது வெறும் மரியாதை நிமித்தம் என்று கூற முடியாது.

நிமித்தமாக வி.அ. காண்க: **நிமித்தம்**[2].

நிமிர் வி. (நிமிர, நிமிர்ந்து) **(தலை, உடல் ஆகியவை குனிந்த நிலையிலிருந்து) உயர்தல்;** (of head, limbs, etc.,) raise; be raised; lift up; come up. சாப்பிடுவதை நிறுத்திவிட்டு என்னை நிமிர்ந்து பார்த்தார்./ நிமிர்ந்த நடை/ தலை நிமிராமல் உட்கார்ந்திருந்தான்./ நாற்காலியில் நன்றாக நிமிர்ந்து உட்கார்./ செய்தியைக் கேட்டதும் அவள் திடுக்கிட்டு நிமிர்ந்தாள்./ சட்டென்று குனிந்து நிமிர்ந்ததில் இடுப்புப் பிடித்துக்கொண்டது./ (உரு வ.) என்னுடைய பெண் வேலைக்குப் போக ஆரம்பித்த பிறகுதான் குடும்பம் நிமிர்ந்திருக்கிறது.

நிமிர்த்து வி. (நிமிர்த்த, நிமிர்த்தி) **1: (தலையை, நெஞ்சை) இருக்கும் நிலையிலிருந்து உயர்த்துதல்;** raise. குனிந்து எழுதிக்கொண்டிருந்தவன் தலையை நிமிர்த்தி என்னைப் பார்த்தான்./ கூனிக்குறுகாமல் நெஞ்சை நிமிர்த்தி நில். **2: (வளைந்திருக்கும் அல்லது மடங்கியிருக்கும் ஒன்றை) நேராக்குதல்;** straighten. கம்பியை நிமிர்த்தப்போய்க் கையைக் கிழித்துக்கொண்டாயா? **3: (சாய்ந்த அல்லது கவிழ்ந்த நிலையில் இருக்கும் ஒன்றை) நேரான நிலைக்குக் கொண்டுவருதல்;** put in an upright position. கவிழ்ந்து கிடந்த வண்டியைக் கிராமத்து மக்கள் நிமிர்த்தினார்கள்./ தவலையை நிமிர்த்தி வைக்கக் கூடாதா? **4:** (பே.வ.) **(ஒருவரைச் செம்மையாக) அடித்தல்;** beat severely. திருவிழாக் கூட்டத்தில் வசமாகச் சிக்கிக்கொண்ட திருடனைப் பொதுமக்கள் நிமிர்த்தெடுத்துவிட்டார்கள்./ இந்த விஷயம் மட்டும் அப்பாவுக்குத் தெரிந்தால் போதும் உன்னை நிமிர்த்திவிடுவார், ஜாக்கிரதை.

நிமிஷம் பெ. காண்க: **நிமிடம்.**

நியதி பெ. **(இயற்கையாக அமைந்த அல்லது உருவாக்கிய) முறையான செயல்பாடு; ஒழுங்குமுறை;** law (of nature); (established) rule or custom; regulation. பிறப்பு, இறப்பு என்பவை இயற்கையின் நியதிகள்./ காலத்துக்கு ஏற்ப நியதிகளும் மாறுகின்றன./ உறுப்பினர் ஆகிவிட்டால் கட்சி நியதிகளுக்கு உட்பட்டுத்தான் நடக்க வேண்டும்./ ரிசர்வ் வங்கியின் நியதிப்படி வெளிநாட்டுக்குக் குறிப்பிட்ட அளவுக்கு மேல் பணம் எடுத்துக்கொண்டு போக முடியாது.

நியமம் பெ. **1: நியதி;** law; rule. மனிதன் இயற்கை நியமங்களுக்குக் கட்டுப்பட்டு நடக்க வேண்டியவனாக இருக்கிறான். **2: (பூஜை முதலியவற்றில் வழிவழியாக) கடைப்பிடிக்கப்படும் முறை;** (of religious rites) observance; obligation. பூஜை நியமங்கள்.

நியமன உறுப்பினர் பெ. **குடியரசுத் தலைவர் மாநிலங்களவைக்கு அல்லது ஆளுநர் ஒரு மாநிலத்தின் மேலவை அல்லது சட்டப்பேரவைக்கு நியமிக்கும் உறுப்பினர்;** member, nominated by the President of India to the Rajya Sabha or by the governor of a state to its Legislative Council or Assembly.

நியமனம் பெ. **1: அதிகாரபூர்வமாகப் பணியில் அமர்த்தும் அல்லது ஈடுபடுத்தும் செயல்;** appointment (of s.o. for some job). சத்துணவுத் திட்ட அமைப்பாளர்களாக இருநூறு பேர் நியமனம்செய்யப்பட்டுள்ளனர்./மின் வாரியத் தலைவர் நியமனத்தைப் பற்றி இன்னும் முடிவு எடுக்கப்படவில்லை./ வேலைக்கான நியமனக் கடிதம் வந்துள்ளது. **2: ஒரு பொறுப்புக்கு நேரடியாக ஒருவரை அமர்த்தும் முறை;** nomination. நியமன உறுப்பினர்/ மேலவை உறுப்பினர் நியமனம். **3: (ஒருவர் தனக்குப் பதிலாகச் செயல்பட மற்றொருவரை) அமர்த்தும் முறை;** nomination. வருடாந்திரக் கூட்டத்தில் உங்களுக்கு பதில் மற்றொருவரை நியமனம்செய்யலாம்.

நியமி வி. (நியமிக்க, நியமித்து) **1: அதிகாரபூர்வமாகப் பணியில் அமர்த்துதல் அல்லது ஈடுபடுத்துதல்;** appoint; institute (a commission, etc.,); set up. அரசு புதிதாகச் சில வாரியத் தலைவர்களை நியமித்துள்ளது./ தண்ணீர்ப் பிரச்சினையைத் தீர்க்க அரசு ஓர் ஆலோசனைக் குழுவை நியமிக்கும்./ சுற்றுச்சூழலை மாசுபடுத்தும் தொழிற்சாலைகளைக் கண்காணிக்க அரசு அதிகாரிகளை நியமித்துள்ளது. **2: (உறுப்பினரை நேரடியாக) நியமனம்செய்தல்;** nominate.மேலவைக்கு உறுப்பினர்களை நியமிப்பதில் பிரதமர் எதிர்க் கட்சித் தலைவரைக் கலந்தாலோசிக்க வேண்டும். **3: (தன் சார்பாக ஒருவரை) நியமனம்செய்தல்;** nominate. பங்குதாரர் கூட்டத்தில் கலந்துகொள்ளத் தன் நண்பர் ஒருவரை நியமித்தார்.

நியாயப்படுத்து வி. (-படுத்த, -படுத்தி) **(பிறர் ஏற்றுக்கொள்ளாத தன்னுடைய செயல், நடத்தை) நியாயமானதுதான் என்று பிடிவாதத்துடன் கூறுதல்;** justify (one's action, plan, etc.,). அவர் தான் எடுத்த முடிவுகளை நியாயப்படுத்த முயற்சிக்கிறார்./ பயங்கரவாதத்தை நியாயப்படுத்துவதாக அண்டை நாட்டு அதிபரைப் பத்திரிகைகள் கண்டித்தன.

நியாயம்[1] பெ. (-ஆக, -ஆன) 1: **(சமூக, தார்மீக அல்லது காரணகாரியத் தொடர்பின் அடிப்படையில்) ஒத்துக்கொள்ளும்படியானது; சரியானது; முறையானது;** fairness; justification; standards. இந்தச் சின்ன வேலைக்கு இவ்வளவு கூலி கேட்பது நியாயமா?/ இங்கே பெரியவர்களுக்கு ஒரு நியாயம், சிறியவர்களுக்கு ஒரு நியாயம் என்று கிடையாது./ பிரச்சினை தீர்ந்த பிறகும் போராட்டத்தைத் தொடர்வதில் எந்த வித நியாயமும் இல்லை. 2: **(குறிப்பிட்ட சூழலில் ஒன்று) இயல்பானது;** natural; just. என் குழந்தையின் நியாயமான ஆசைகளுக்கு நான் தடைபோட மாட்டேன்./ அரசின் நிதிநிலைமை மோசமாக இருக்கும் சூழலில் இந்தப் புதிய திட்டம் எப்படிச் சாத்தியமாகும் என்ற கேள்வி பிறப்பது நியாயமே. 3: **நீதி;** justice. காவல் நிலையத்தில் எழுத்துமூலம் புகார் தந்து நியாயம் கோரினேன். 4: **தரத்துக்கோ வசதிக்கோ ஏற்றதாக இருப்பது;** (of price, rent, etc.,) fair. எங்களிடம் பட்டுச் சேலைகள் நியாயமான விலையில் கிடைக்கும்./ இந்தக் காலத்திலும் நியாயமான வாடகை வாங்கும் வீட்டுக்காரர்களும் இருக்கிறார்கள்.

நியாயம்[2] பெ. (தத்.) **பொருள்களின் தன்மையை உணர்வதற்குக் கண்களால் உணர்தல், அனுமானம், முன்னோர் சொன்ன உரை, ஒப்புமை ஆகிய நான்கு வழிமுறைகளை ஏற்றுக்கொண்ட, தர்க்க சாஸ்திரத்தை அடிப்படையாகக் கொண்ட இந்தியத் தத்துவ மரபின் தரிசனங்களில் ஒன்று;** nyaya school (of Indian philosophy).

நியாயம் செய் வி. (செய்ய, செய்து) (பு.வ.) **(அடிப்படைகளிலிருந்து மாறாமல்) (ஒன்றை) சிறந்த முறையில் எவ்வாறு செய்ய வேண்டுமோ அவ்வாறு முயன்று செய்தல்;** do justice to sth. அவர் ஒரு முக்கியமான பொருள்பற்றிப் பேசினார். ஆனால் அதற்கு நியாயம் செய்யவில்லை./ பாடகர் கச்சேரியில் ராகம், தாளம், பல்லவிக்கு உரிய நியாயம் செய்யவில்லை.

நியாயமாய் வி.அ. (இலங்.) **அதிகமாக;** abundantly; plentifully. வெளிநாடு சென்று வந்ததால்தான் மாமாவிடம் நியாயமாய்ப் பணம் இருக்கிறது./ அப்பா சந்தையில் நியாயமாய் மரக்கறிகள் வாங்கிவந்தார்.

நியாயவான் பெ. (அ.வ.) **நீதி தவறாதவர்;** just man. அவர் நியாயவான், சொன்னால் சொன்னபடி செய்வார்.

நியாயவியல் பெ. (சட்டம்) **சட்டத்தைக் குறித்த துறை;** jurisprudence.

நியாய விலைக் கடை பெ. **(அரசினால் நடத்தப்பட்டு) நிர்ணயிக்கப்பட்ட விலையில் அத்தியாவசியப் பொருள்களை விற்பனை செய்யும் கடை;** fair price shop (run by the government); (in India) ration shop.

நிர்க்கதி பெ. (அ.வ.) **ஆதரவற்ற நிலை;** helplessness. 'என்னை நிர்க்கதியாய் விட்டுவிட்டு, நீ மட்டும் போய்விடலாம் என்று பார்க்கிறாயா' என்று மனைவியைப் பார்த்துக் கண்கலங்கினார்./ வெள்ளத்தால் பாதிக்கப்பட்டவர்கள் 'எங்களை அரசும் கவனிக்கவில்லை, நாங்கள் நிர்க்கதியாக நிற்கிறோம்' என்றனர்.

நிர்ச்சலனம் பெ. (அ.வ.) **சலனமற்ற தன்மை;** unwavering nature.

நிர்ணயம் பெ. (விலை, தரம் போன்றவற்றைக் குறிக்கும் போது) **வரையறை செய்யும் செயல்;** (of price, quality, wages, etc.,) the act of determining. நெல்லின் கொள்முதல் விலையை அரசு நிர்ணயம் செய்துள்ளது./ வரி நிர்ணயத்துக்குச் சரியான அளவுகோல் பின்பற்றப்பட வேண்டும் என்று எதிர்க்கட்சிகள் வலியுறுத்தின./ விவசாயத் தொழிலாளர்களுக்குக் கூலி நிர்ணயம்/ தமிழ்நாட்டில் பொது நூலகங்களுக்காக வாங்கும் புத்தகங்களுக்கு அரசு விலை நிர்ணயம் செய்கிறது.

நிர்ணயி வி. (நிர்ணயிக்க, நிர்ணயித்து) 1: **(அளவு, எல்லை, தன்மை முதலியவற்றை) வரையறை செய்தல்;** fix (price, salary, etc.,); determine. மத்திய அரசு ஊழியர்களுக்குச் சமமாக மாநில அரசு ஊழியர்களுக்கும் ஊதியம் நிர்ணயிக்கப்பட வேண்டும் என்று தொழிற்சங்கங்கள் கோரியுள்ளன./ அரசு நிர்ணயித்துள்ள கால உச்சவரம்புக்குள் பழுதுபார்க்கும் பணி மேற்கொள்ளப்பட வேண்டும்./ இந்தியாவுக்கும் சீனாவுக்கும் இடையே உள்ள எல்லைக்கோட்டை நிர்ணயிக்கப் பேச்சுவார்த்தைகள் நடக்கின்றன. 2: **தீர்மானித்தல்;** determine. ஒரு புத்தகத்தின் விலையை நிர்ணயிக்கும்போது தாள், அச்சுக் கூலி போன்றவற்றை மட்டும் கணக்கில் எடுத்துக்கொண்டால் போதாது./ உறுதியான சாட்சிகள் இல்லாமல் குற்றத்தை நிர்ணயிக்க முடியாது./ ஒரு அணி எடுத்த புள்ளிகளின் அடிப்படையில் வெற்றி தோல்வி நிர்ணயிக்கப்படுகிறது.

நிர்த்தாட்சண்யம் பெ. (-ஆக, -ஆன) (அ.வ.) **பரிவோ இரக்கமோ அற்ற தன்மை;** heartlessness; being inconsiderate. எனக்கு உதவிசெய்ய முடியாது என்று அவர் நிர்த்தாட்சண்யமாக மறுத்துவிட்டார்./ அவருடைய நிர்த்தாட்சண்யமான போக்கு/ அவர் குரலில் நிர்த்தாட்சண்யம் வெளிப்பட்டது.

நிர்த்தூளி பெ. (அ.வ.) **(சண்டை, கலாட்டா போன்றவற்றால்) ஒரு இடத்தில் காணப்படும் இரைச்சலும் குழப்பமும் கூடிய நிலைமை;** clamour; commotion. சொத்தில் தன் பங்கைக் கேட்டுத் தம்பி வீட்டில் நிர்த்தூளி செய்கிறான்.

நிர்ப்பந்தம் பெ. (-ஆன) 1: **ஒன்றைச் செய்தே ஆக வேண்டிய நிலை; கட்டாயம்;** compulsion. படிப்பை நிறுத்திவிட்டு வேலைக்குப் போக வேண்டிய நிர்ப்பந்தம் ஏற்பட்டது./ அப்பாவின் நிர்ப்பந்தத்தால் இந்த வேலையில் சேர்ந்தேன்./ தொழிலாளர்களின் கோரிக்கைக்கு நிர்வாகம் இணங்கியே ஆக வேண்டும் என்ற நிர்ப்பந்தம் ஏற்பட்டது./ நிர்ப்பந்தமான சூழலில் வேலை செய்வது மிகவும் கடினம். [(தொ.சொ.) **கட்டாயம்/ பலவந்தம்/ வலுக்கட்டாயம்**] 2: **விடுபட முடியாத சிரமங்களும் துன்பங்களும் நிறைந்த நிலை;** compulsion; pressure. வாழ்க்கையின் நிர்ப்பந்தங்களில் சிக்கித் தவிக்கிறேன்.

நிர்ப்பந்தி வி. (நிர்ப்பந்திக்க, நிர்ப்பந்தித்து) **ஒன்றைச் செய்தே தீர வேண்டும் என்று ஒருவரை நெருக்குதல்; கட்டாயப்படுத்துதல்;** force (one to do sth.); compel. எனக்குப் பிடிக்காத வேலையில் சேர என்னை ஏன் நிர்ப்பந்திக்கிறீர்கள்?/ இந்த வாக்குமூலத்தைக் கொடுக்கும்படி நீங்கள் நிர்ப்பந்திக்கப்பட்டீர்களா என்று நீதிபதி கேட்டார்.

நிர்மலம் பெ. (-ஆக, -ஆன) (அ.வ.) **தெளிவு;** spotlessness. மழை பெய்து ஓய்ந்த பின் வானம் நிர்மலமாகக் காட்சியளித்தது./ தாத்தாவின் முகம் நிர்மலமாக இருந்தது./ நிர்மலமான வானவெளியில் மேகங்கள் சூழத்தொடங்கின.

நிர்மாணம் பெ. 1: **கட்டி உருவாக்கும் செயல்; கட்டுமானம்;** construction (of building). அனல் மின்நிலைய நிர்மாணப் பணிகள்/ கனரகத் தொழிற்சாலைகள் நிர்மாணத்தில் அதிக முதலீடு செய்வதன்மூலம் நாட்டின் பொருளாதாரத்தை மேம்படுத்த முடியும் என்று பிரதமர் நேரு கருதினார்./ கோயில் நிர்மாண வேலை துரிதமாக நடந்துவருகிறது./ நாடக அரங்க நிர்மாணம். 2: (பு.வ.) **வெவ்வேறு பொருள்கள், வண்ணங்கள், ஒலி, ஒளி போன்றவற்றைக் கொண்டு உருவாக்கப்படும், சற்றுப் பெரிய நவீனச் சிற்பம்;** (of art) installation. வைக்கோலையும் மூங்கில்களையும் கொண்டு உருவாக்கப்பட்ட நிர்மாணம்.

நிர்மாணி வி. (நிர்மாணிக்க, நிர்மாணித்து) **கட்டுவதன் மூலம் உருவாக்குதல்; அமைத்தல்;** construct; set up; install. அரசர்கள் புதிய தலைநகரங்களையும் தலைநகரங்களில் கோயில்களையும் நிர்மாணித்தார்கள்.

நிர்மூடன் பெ. (அ.வ.) **சிறிதளவுகூடப் புத்திசாலித்தனம் இல்லாதவன்; முழு முட்டாள்;** blockhead.

நிர்மூலம் பெ. **எதுவும் எஞ்சாத அழிவு;** utter destruction. இரண்டாம் உலகப் போரில் நேச நாடுகளின் ராணுவம் நிகழ்த்திய தொடர் தாக்குதலால் ஜெர்மன் நகரங்கள் நிர்மூலம் ஆயின./ சூதாட்டத்தால் அவன் வாழ்க்கையே நிர்மூலம் ஆகிவிட்டது.

நிர்வகி வி. (நிர்வகிக்க, நிர்வகித்து) **பொறுப்பேற்றுக் கவனித்துக்கொள்ளுதல்;** manage; maintain; administer. இந்த அமைச்சர் ஒன்றுக்கு மேற்பட்ட துறைகளை நிர்வகித்துவருகிறார்./ அப்பா இறந்த பிறகு குடும்பத்தை அண்ணன்தான் நிர்வகிக்கிறான்./ தொழிற்சாலையை மகனே நிர்வகிக்கட்டும் என்று விட்டதால் ஏற்பட்ட குழப்பம் இது.

நிர்வாகம் பெ. 1: (அரசாங்கம், அமைப்பு போன்றவற்றைக் குறித்து வரும்போது) **முறைப்படுத்தி மேற்பார்வையிடும் செயல்பாடு; ஆட்சிப் பொறுப்பு;** administration. நாட்டு நிர்வாகம்/ நிர்வாக அதிகாரி/ நிர்வாக மேதை. 2: **(நிறுவனம், தொழிற்சாலை போன்ற அமைப்புகளில்) அதிகாரம் செலுத்தும் அல்லது கட்டுப்படுத்தும் பொறுப்புடைய குழு;** administration; management. தொழிற்சாலை நிர்வாகம் ஊதிய உயர்வு அளிக்கத் தீர்மானித்தது.

நிர்வாக வரம்பு பெ. **சட்ட எல்லைக்கு அல்லது நிர்வாகக் கட்டுப்பாட்டுக்கு உட்பட்ட நாட்டின் ஒரு பகுதி;** jurisdiction. இது எங்கள் நிர்வாக வரம்புக்குள் வராது என்று கூறி இரண்டு காவல்நிலையங்களும் அவனுடைய புகாரைப் பதிவுசெய்ய மறுத்துவிட்டன.

நிர்வாகி பெ. **(தொழிற்சாலை, நிறுவனம் போன்ற ஒரு அமைப்பை) நிர்வாகம் செய்பவர்;** administrator; office bearer. ஒரு நல்ல நிர்வாகிக்கு வேண்டிய திறமைகள் உன்னிடம் இருக்கின்றன./ கூட்டுறவுச் சங்கத்தின் நிர்வாகிகள் தேர்தல் நேற்று நடந்தது.

நிர்வாணம்[1] பெ. (-ஆக, -ஆன) **(உடலில்) ஆடை எதுவும் இல்லாத நிலை;** nakedness; nudity. சின்னப் பையன் நிர்வாணமாக ஓடிவந்தான்./ கடற்கரையில் நிர்வாணமான உடல் ஒன்று ஒதுங்கியிருந்தது.

நிர்வாணம்[2] பெ. **(பௌத்தத்திலும் சமணத்திலும்) உலகப் பற்றுகளிலிருந்து முற்றிலும் விடுதலை அடைந்த நிலை;** state of liberation.

நிர்வாணம்[3] பெ. (திருநர் வ.) **(திருநங்கைகள் செய்துகொள்ளும்) பால்மாற்று அறுவைச் சிகிச்சை;** surgery which the transwomen undergo for gender reassignment.

நிர வி. (நிரக்க, நிரந்து) (வ.வ.) 1: (எச்ச வடிவங்களில் வரும்போது) **(பாத்திரம் போன்றவை) நிறைதல்;** be full. பாலைப் படி நிரக்க அளந்து ஊற்றினாள். 2: **பங்கிடுதல்;** share. இருப்பதை எல்லோருக்கும் நிரந்து கொடு.

நிரடு வி. (நிரட, நிரடி) காண்க: நெருடு.

நிரந்தரக் கணக்கு எண் பெ. **(வருமான வரித் துறையால்) வருமான வரி செலுத்துபவர் ஒவ்வொருவருக்கும் ஒதுக்கப்படும் எண்;** an identifying number allotted to every income tax assessee; (in India) permanent account number (abbreviated to PAN).

நிரந்தரக் கழிவு பெ. **(வருமான வரியைக் கணக்கிடும்போது) மொத்த வருமானத்தில் எல்லோருக்கும் பொதுவாக விலக்கு அளிக்கப்படும் தொகை;** the amount that is deducted from the gross income while computing tax on income; (in India) standard deduction.

நிரந்தரம் பெ. (-ஆக, -ஆன) **நிலைத்து அல்லது நீடித்து இருக்கும் தன்மை; தொடர்ந்து இருப்பது;** permanence; constancy. நிரந்தர வருமானம்/ குடிநீர்ப் பிரச்சினைக்கு ஒரு நிரந்தரத் தீர்வு காண வேண்டும்./ இந்த வேலை நிரந்தரம் அல்ல./ நான் நிரந்தரமாக இந்த ஊரில் தங்குவது என்று முடிவெடுத்திருக்கிறேன்./ ஒரு சின்னச் சண்டை நிரந்தரமான பிரிவுக்குக் காரணமாக அமைந்துவிட்டது.

நிரந்தர வைப்புத்தொகை பெ. காண்க: வைப்புத் தொகை.

நிரப்பு வி. (நிரப்ப, நிரப்பி) 1: **(திணித்தல், அடைத்தல், உட்செலுத்துதல், வைத்தல் போன்ற முறைகளில் ஒரு பரப்பை அல்லது ஒன்றின் உள்பகுதியைத் திட, திரவ, வாயுப் பொருள்களால்) நிறைத்தல்;** fill (a container, an area with sth. such as solid, liquid or gas). தண்ணீர் வந்தால் தொட்டியை நிரப்பிவை!/ மண்ணைப் போட்டு இந்தப் பள்ளத்தை நிரப்பு./ பேனாவில் மையை நிரப்பு./ ஓவியங்களாக வாங்கி வீட்டை நிரப்பி இருக்கிறான்./ சமையல் எரிவாயு நிரப்பும் ஆலை ஏப்ரல் மாதம் திறக்கப்பட இருக்கிறது./ (உரு வ.) மறைந்த தலைவரின் இடத்தை யாராலும் நிரப்ப முடியாது. 2: **(துப்பாக்கியில் உரிய துளைகளில் தோட்டாக்களை) போடுதல்;** load (a gun). துப்பாக்கியில் தோட்டாக்களை நிரப்பும் வேலையை ஜாக்கிரதையாகச் செய்ய வேண்டும். 3: **(விண்ணப்பம், கேள்வித்தாள் முதலியவற்றை) தேவையான தகவல் தந்து முழுமையாக்குதல்; பூர்த்திசெய்தல்;** fill in (a form, etc.,). இந்த விண்ணப்பத்தை நிரப்பிக் கொடுங்கள்./ கேள்வித்தாளில் கோடிட்ட இடங்களை நிரப்புக. 4: **(ஒரு அலுவலகத்தில் காலியாக உள்ள பணியிடத்திற்குப்**

பணியாளர்களை) அமர்த்துதல் / (ஒரு கல்வி நிறுவனத்தில் காலியாக உள்ள இடங்களுக்கு மாணவர்களை) சேர்த்தல்; fill (a vacancy, post). *சுகாதாரத் துணை ஆய்வாளர் பணி இடங்கள் நிரப்பப்படாமலேயே உள்ளன./ இந்த ஆண்டு தனியார் பொறியியல் கல்லூரிகளில் கணிசமான இடங்கள் நிரப்பப்படாமல் இருக்கின்றன.* **5: (புத்தகம், பத்திரிகை முதலியவற்றில்) குறிப்பிட்டுச் சொல்லும்படியாக இல்லாதவற்றைக் கொண்டு நிறைத்தல்;** fill (pages of a magazine, etc.,). *பக்கங்களை நிரப்பிவைத்திருக்கிறாரே தவிர இவருடைய கதையில் எந்த சுவாரசியமும் இல்லை./ பத்திரிகைகளில் பக்கத்தை நிரப்புவதற்காகத் துணுக்குகளை வெளியிடுகிறார்கள்.*

நிரபராதி பெ. *(சட்டம்)* **குற்றத்துக்குப் பொறுப்பாகாதவர்; குற்றமற்றவர்;** innocent; person not guilty. *ஒரு நிரபராதி தண்டிக்கப்பட்டுவிடக் கூடாது என்பதே சட்டத்தின் நோக்கம் ஆகும்.*

நிரம்ப வி.அ. **அதிக அளவில்; நிறைய;** great; abundant; a lot. *இந்த இரண்டு கதைகளுக்கும் இடையில் வேறுபாடு நிரம்ப உள்ளது./ பை நிரம்பக் காய்கறிகள் வாங்கிவந்தார்.*

நிரம்பி வழி வி. *(வழிய, வழிந்து)* **(ஓர் இடத்தில் கூட்டம் அல்லது பை போன்றவற்றில் பொருள்கள்) அளவுக்கதிகமாக நிறைந்து காணப்படுதல்;** (of people, things, etc.,) overflow; spill over. *கல்யாண மண்டபத்தில் உட்கார இடம் இல்லாமல் கூட்டம் நிரம்பி வழிந்தது./ பெட்டி ஏற்கனவே நிரம்பி வழிகிறது. இதில் புத்தகத்தை எப்படித் திணிப்பது?*

நிரம்பு வி. *(நிரம்ப, நிரம்பி)* **1: (ஒன்று) கொள்ளும் அளவுக்கு நிறைதல்;** be filled with; become full. *குளத்தில் தண்ணீர் நிரம்பியிருக்கிறது.* **2:** *(பே.வ.)* **(வயது) நிறைதல்; பூர்த்தியாதல்; முழுமையடைதல்;** finish or complete (certain years of age). *இன்றோடு குழந்தைக்கு மூன்று வயது நிரம்புகிறது./ அவளுக்கு இன்னும் பதினைந்து வயது நிரம்பவில்லை.* **3: அதிக அளவில் இடம்பெறுதல்;** be full (of). *ஆங்கிலச் சொற்கள் நிரம்பியிருக்கும் கதை.*

நிரல் பெ. **1:** *(உ.வ.)* **வரிசை;** row; order. **2:** *(கணி.)* **(அணியில்) ஒன்றின் கீழ் ஒன்றாக அமைந்துள்ள எண்களின் வரிசை;** column. **3: கணிப்பொறியை இயக்குவதற்கான அடிப்படைக் கட்டளைகள் நிறைந்த தொகுப்பு;** (computer) program.

நிரல்பட வி.அ. *(உ.வ.)* **வரிசைப்படி;** in proper order. *நடந்த நிகழ்ச்சிகள் நிரல்படத் தரப்பட்டுள்ளன.*

நிரல்நிறை பெ. *(பெ.வ.)* **கணிப்பொறிக்கான ஒரு நிரல் எழுதும்போது பின்பற்றவேண்டியதாக அமையும் வரிசைப்படுத்தப்பட்ட விதிகள்;** algorithm.

நிரவல் பெ. *(இசை)* **(பொதுவாகக் கிருதியின் சரணத்திலிருந்து ஒரு வரியை மட்டும் எடுத்துக்கொண்டு) மனோதர்மத்துடன் தாளத்தை மீறாமல் கற்பனை வளம் கலந்து ராகபாவத்தை வெளிப்படுத்தும் முறை;** the extempore construction, elaboration and improvisation of melody for a particular line in the *சரணம்* part of *கிருதி*, within the framework of a *தாளம்* which brings out the *ராகபாவம்* effectively and highlights every rasa and bhava singularly (in Carnatic music).

நிரவு வி. *(நிரவ, நிரவி)* **(மேடுபள்ளமாக உள்ள இடத்தைச் சமதளமாக்குதல்; சமப்படுத்துதல்;** level; fill up. *பள்ளங்களில் மண்ணைக் கொட்டி நிரவிவிட்டார்.*

நிராகரி வி. *(நிராகரிக்க, நிராகரித்து)* **ஏற்க மறுத்தல்; அங்கீகரிக்காமல் விலக்குதல்;** reject. *உறுப்பினர்களின் கோரிக்கைகளைத் தலைவர் நிராகரித்துவிட்டார்./ கடைசித் தேதிக்குப் பிறகு வரும் விண்ணப்பங்கள் நிராகரிக்கப்படும்.* [*(தொ.சொ.)* **ஒதுக்கு/ தவிர்/ தள்ளு/ புறக்கணி/ மறு/ விலக்கு**]

நிராசை பெ. *(-ஆக)* **நிறைவேறாத ஆசை;** unfulfilled desire. *காசிக்குப் போக வேண்டும் என்ற ஆசை நிராசையாகப் போய்விட்டது என்று அம்மா புலம்பினாள்./ நெஞ்சில் ஏமாற்றமும் நிராசையும் நிரம்பியிருந்தன.*

நிராதரவு பெ. *(-ஆக, -ஆன)* **ஆதரவு இல்லாத நிலை;** helplessness. *சுனாமியால் பாதிக்கப்பட்ட பல குடும்பங்கள் நிராதரவாக நிற்கின்றன./ மூதாட்டியின் நிராதரவான நிலை மனத்தை வருத்துகிறது.*

நிராயுதபாணி பெ. **(தற்காத்துக்கொள்ள) ஆயுதம் வைத்திருக்காதவர்;** unarmed person. *போர்க்களத்தில் நிராயுதபாணியாக நிற்பவரைக் கொல்வது போர்முறைக்கு எதிரானது.*

நிருத்தம் பெ. *(நாட்.)* **சொற்கட்டுகள் மட்டும் அமையப் பெற்ற நடனம்;** dance based on rhythmic syllables.

நிருத்தியம் பெ. *(நாட்.)* **பாவங்களை அங்க அசைவில் வெளிப்படுத்தும் ஆடல் முறை;** gestures and movement of limbs to express emotions, ideas, etc.,; expressive dance movement.

நிருபணம் பெ. காண்க: **நிரூபணம்.**

நிருபம் பெ. **1:** *(அ.வ.)* **கடிதம்;** letter. **2:** *(கிறித்.)* **திருமுகம்;** epistles (in the Bible).

நிருபர் பெ. **(பத்திரிகை, வானொலி, தொலைக்காட்சி போன்றவற்றின் சார்பாக) பல இடங்களுக்குச் சென்று நேரடியாகச் செய்திகள் சேகரிக்கும் பணியைச் செய்பவர்;** reporter (of a newspaper, radio, television network etc.,). *தொலைக்காட்சி நிருபர்/ ஆங்கில நாளேட்டின் நிருபர்.*

நிரூபணம் பெ. **(நடந்த நிகழ்ச்சியை அல்லது ஒரு கூற்றை) உறுதியாக நிறுவும் ஒன்று; மெய்ப்பிக்கும் சான்று;** proof. *இடைத்தேர்தல் முடிவுகள் எதிர்க்கட்சியின் பலத்தை நிரூபணம் செய்கின்றன./ இவரும் திருட்டுக்கு உடந்தையாக இருந்தார் என்பது நிரூபணமாகவில்லை.*

நிரூபி வி. *(நிரூபிக்க, நிரூபித்து)* **(சான்று, பரிசோதனை, செயல்பாடு முதலியவை மூலமாக) உண்மையை மெய்ப்பித்தல்; நிறுவுதல்;** prove; demonstrate (that sth. is true). *அவன் குற்றவாளி என்பதை உன்னால் நிரூபிக்க முடியுமா?/ புதிதாகக் கண்டுபிடிக்கப்பட்ட மருந்து நீரிழிவு நோயைக் கட்டுப்படுத்தும் என்பது பரிசோதனையின் மூலம் நிரூபிக்கப்பட்டுள்ளது./ சமன்பாட்டில் x = 3 என்பதை நிரூபி.*

நிரை[1] பெ. **1:** *(கணி.)* **(அணியில்) அடுத்தடுத்துக் கிடைமட்டமாக அமையும் எண்களின் வரிசை;** row. **2:** *(-ஆக)* *(இலங்.)* **வரிசை;** row; line. *மாணவர்கள் எல்லோரையும்*

நிரையாக வரும்படி ஆசிரியர் கூறினார்./ புத்தக நிரை குழம் பிப்போயிருக்கிறது./ மைதானத்தைச் சுற்றி ராணுவம் நிரை கட்டி நின்றது./ அதிபரை வரவேற்க வழியெல்லாம் மக்கள் நிரையாக நின்றனர்.

நிரை² பெ. (மண்.) ஒன்றன்மேல் ஒன்றாக அடுக்கப் பட்டிருக்கும் மண்பாண்டங்களின் பல அடுக்குகள் கொண்ட ஒரு பத்தி; a row consisting of several columns of pots.

நிரை³ பெ. (இலக்.) காண்க: நிரையசை.

நிரையசை பெ. (இலக்.) (யாப்பில்) இரு குறில் சேர்ந்தோ குறிலும் நெடிலும் இணைந்தோ இவ்விரண்டும் ஒற்றுடன் கூடியோ வரும் அசை; metrical syllable consisting of a combination of two short or a short and a long vowel or both occurring with ஒற்று. 'அகர' என்ற சொல்லில் 'அக' என்னும் அசை இரு குறில் இணைந்து வந்துள்ளதால், அது நிரையசையாகும்.

நில்¹ வி. (நிற்க, நின்று) அ. (இடம்பெயராமல் அல்லது மேற்கொண்டு தொடராமல் இருத்தல் குறித்த வழக்கு) **1:** (மனிதன் அல்லது விலங்கு கால்களை ஊன்றித் தரையில்) உடம்பை நிமிர்ந்த நிலையில் வைத்திருத் தல்; stand. எழுந்து நில்! எனக்குக் கால் வலிக்கிறது, நிற்க முடியவில்லை./ யானை நின்றுகொண்டே தூங்கும். **2:** (நிகழ்வது, இயங்குவது, செயல்படுவது போன்றவை) மேற்கொண்டு தொடராத நிலையை அடைதல்; stop; cease. வாசலில் மாட்டு வண்டி வந்து நின்றது./ பேருந்து நிற் காமல் போய்விட்டது./ என்னைக் கண்டதும் நின்றான்./ மழை இன்னும் நிற்கவில்லை./ பத்திரிகை வெளிவருவது நின்றுவிடக்கூடும்./ அவர் வேலையிலிருந்து நின்றுவிட் டார். ஆ. (நிலையாக இருத்தல் தொடர்பான வழக்கு) **3:** (மரம், வீடு முதலியவை ஓர் இடத்தில்) அமைந்தி ருத்தல்; (of tree, house, etc.,) be (there). வீட்டின் முன் ஒரு மாமரம் நிற்கிறது./ இந்தத் தெருவிலேயே தனித்து நிற்கும் வீடு உங்களுடையதுதான். **4:** (பே.வ.) (நீங்கா மல்) நிலைத்தல்; stick; remain. துணியில் சாயம் நிற்க வில்லை./ அவன் வேலைக்குப் போக ஆரம்பித்த பின்தான் கையில் காசு நிற்கிறது. **5:** (கண்ணில், மனத்தில்) தங்கு தல்; stay on. குழந்தை போன பிறகும் அதன் அழகிய உரு வம் கண்ணில் நிற்கிறது./ மனத்தில் நிற்காத பேச்சு. **6:** (கடன், பாக்கி) தரப்படாமல் இருத்தல்; (of loan, etc.,) remain (unpaid). வாங்கிய கடனில் இரண்டாயிரம் ரூபாய் பாக்கி நிற்கிறது. **7:** (செய்த ஏற்பாட்டின்படி திரு மணம், திருவிழா போன்றவை நடக்காமல்) இடை யில் நிறுத்தப்படுதல்; abort; terminate. உள்ளூர்ப் பிரச் சினையால் தேர்த் திருவிழா நின்றுபோனது./ வரதட் சணை பிரச்சினையால் திருமணம் நின்றுவிடுமோ என்று பயமாக இருக்கிறது. இ. (ஒரு நிலையில் அமைதல் தொடர்பான வழக்கு) **8:** (குறிப்பிடப்படும் நிலையில்) இருத்தல்; be (in the stated condition); remain (a hindrance, etc.,). தலைமுடி தூக்கிக்கொண்டு நிற்கிறது./ இரண்டு போட்டிகளிலும் வென்று இந்திய அணி முன்னணியில் நிற்கிறது./ அம்மாவின் பிடிவாதம்தான் கல்யாணத்திற்குத் தடையாக நிற்கிறது. **9:** (பே.வ.) (பெரும்பாலும் ஏவல் வடிவத்தில்) காத்திருத்தல்; (mostly in imperative) wait. 'நில், நானும் வருகிறேன்.' **10:** (ஓர் இடத்தில் நீர் போன்றவை) தேங்குதல்; stagnate. ஒரு நாள் பெய்த மழைக்கே தெருவில் தண்ணீர் நிற்கிறது. **11:** (தேர்தலில்) போட்டியிடுதல்; contest (in an election); stand. உங்கள் கட்சி வேட்பாளராக நிற்பவர் யார்?/ நீங்கள் தேர்தலில் நிற்கப்போகிறீர்களா? **12:** (இலங்.) தங்குதல்; stay. நான் சென்னையில் மேலும் ஒரு நாள் நிற்பேன்./ மாமா வீட்டில் ஒரு நாள் நின்றுவிட்டுப் புறப்படலாம்.

நில்² து.வி. (நிற்க, நின்று) முதன்மை வினை குறிக்கும் செயலின் அல்லது நிலையின் தீவிரத் தன்மையைக் குறிக்கப் பயன்படும் துணைவினை; auxiliary which shows that the action expressed in the main verb is intense. செய்தியைக் கேட்டு மலைத்துநின்றாள்./ அவர் மக்களின் ஆதரவை இழந்துநிற்கிறார்.

நில அதிர்வு பெ. பூமியின் மேல்பரப்பில் ஏற்படும் லேசான அதிர்வு; tremor.

நில அளவர் பெ. நிலங்களின் பரப்பையும் அளவுகளை யும் அளக்கும் அலுவலர்; surveyor (of land).

நில உடைமை பெ. தனிப்பட்ட முறையில் நிலம் சொத் தாக இருப்பது; landed property. நில உடைமைச் சமுதாயம்.

நிலக்கடலை பெ. (எண்ணெய் எடுக்கவும் உணவுப் பொருளாகவும் பயன்படும்) இரு பகுதிகளாக உடை யும், சிறு நீள் உருண்டை வடிவ ஓட்டுக்குள் இருக்கும் பருப்பு/அந்தப் பருப்பு வேரில் காய்க்கும் சிறு செடி; வேர்க்கடலை; peanut (the nut and the crop); groundnut. சந்தையில் நிலக்கடலையின் விலை உயர்ந்திருக்கிறது./ இரண்டு ஏக்கரில் நிலக்கடலை போட்டிருக்கிறேன்.

நிலக்கரி பெ. நிலத்தடியில் படிவுகளாக இருக்கும், வெட்டியெடுத்து எரிபொருளாகப் பயன்படுத்தப்படும் கறுப்பு நிறக் கனிமம்; coal. நிலக்கரிச் சுரங்கம்.

நிலக்கிழார் பெ. (உ.வ.) கணிசமான விளைநிலத்தைச் சொத்தாக வைத்திருப்பவர்; பெரும் நில உடைமை யாளர்; landowner.

நிலச்சரிவு பெ. (நிலநடுக்கம், மழை போன்றவற்றின் காரணமாக மேடான இடத்திலிருந்து) மண், (மலையி லிருந்து) பாறை, கல் முதலியவை திடீரென்று பெயர்ந்து விழுதல்; landslide. கனமழை காரணமாக நீலகிரி செல்லும் வழியில் நிலச்சரிவு ஏற்பட்டுள்ளது.

நிலச்சீர்திருத்தம் பெ. (இந்தியாவில்) நில உடைமை யில் காணப்படும் ஏற்றத்தாழ்வுகளைச் சரிசெய்வதற் காக மேற்கொள்ளப்படும் நடவடிக்கை; land reforms.

நிலச்சுவான்தார் பெ. (அ.வ.) நிலக்கிழார்; landowner.

நிலச்சொத்து பெ. ஒருவர் உடைமையாக உள்ள நிலம்; one's landed property. அவருக்கு நிலச்சொத்து ஏராளம் என் றாலும் ரொக்கச் செலவுக்கு அவ்வப்போது திண்டாடுவார்.

நிலத்தடி நீர் பெ. பூமியின் அடியில் இருக்கும் நீர்; ground water. ஆழ்துளைக் கிணற்றின் மூலம் நிலத்தடி நீரை எடுத்து விவசாயத்திற்குப் பயன்படுத்துகிறார்கள்.

நிலத்தில் கால்வை வி. (-வைக்க, -வைத்து) (இலங்.) (எதிர்மறையில் வரும்போது மட்டும்) தற்பெருமை யைப் புலப்படுத்துதல்; (in negative) become conceited; become too proud. அவருக்குப் பதவி உயர்வு மட்டும் கிடைத்துவிட்டால், பிறகு நிலத்தில் கால்வைக்க மாட்டார்.

நிலநடுக்கம் பெ. **(கண்டத்தட்டுகள் மோதிக்கொள்வ தால்) பூமியின் மேற்பரப்பு அடையும் அதிர்வு;** earthquake. பத்து வினாடி நீடித்த நிலநடுக்கத்தால் பொருட் சேதம் எதுவும் இல்லை.

நிலநடுக்க மையம் பெ. **பூமியினுள் தொடங்கிய அதிர் வுக்கு நேராக மேலே பூமியின் மேற்பரப்பில் அதிக பட்ச விசையுடன் உணரப்படும் இடம்;** epicentre.

நிலநடுக்கோடு பெ. **இரு துருவங்களிலிருந்தும் பூமி யைச் சம அளவில் பிரிக்கக் குறுக்கு வாட்டில் இருப் பதாகக் கொள்ளும் கற்பனைக் கோடு;** equator. *(பார்க்க, படம்: மகரரேகை)*

நிலப்பாவாடை பெ. *(இலங்.)* **திருமண ஊர்வலம் அல்லது சவ ஊர்வலத்தில் வெள்ளைச் சேலையையோ வேட்டியையோ நீளமாக விரித்து, அதன்மேல் நடந்து செல்லும் முறை;** ritual of walking on a white saree or dhoti during a wedding or funeral. நிலப்பாவாடை விரித்து அவர்களை வீட்டுக்கு அழைத்துச் சென்றார்.

நிலப்பிரபுத்துவம் பெ. **சமமற்ற நில உடைமைப் பின் னணியில் படிநிலையாக்கப்பட்ட சமூகத்தில் நிலவிய பெரும் நில உடைமையாளர்களின் ஆதிக்கம்;** feudalism. நிலப்பிரபுத்துவச் சமுதாயத்தில் கொத்தடிமை முறை யும் இருந்தது.

நிலபுலன் பெ. **(ஒருவருக்குச் சொந்தமான) நிலமும் அது போன்ற பிற சொத்துகளும்;** (property in) dry and wet lands. அவருக்கு ஏராளமான நிலபுலன்கள் இருக்கின்றன.

நிலம் பெ. **1: பயிர்செய்யும் இடம்;** land; field. இவை நம் நிலத்தில் விளைந்தவை./ வறட்சியின் காரணமாக நிலம் வெடித்துக்கிடந்தது. [*(தொ.சொ.)* **கழனி/ கொல்லை/ தோட்டம்/ தோப்பு/ வயல்**] **2: பூமியின் மேல்பரப்பு; தரை;** ground. நீரிலிருந்து மீனை எடுத்து நிலத்தில் போட் டான்./ நிலத்தைத் தோண்டியபோது புதையல் கிடைத்தது. **3: (பழந்தமிழ் இலக்கியத்தில்) (மலை, கடல், காடு போன்ற) இயற்கைச் சூழலைக் கொண்டு பிரிக்கப்பட்ட நிலப் பரப்பு;** division of land (according to the natural features such as mountain, forest, river, etc.,). குறிஞ்சி, முல்லை, மருதம், நெய்தல், பாலை என்ற ஐந்து வகை நிலங் களில் வாழ்ந்தவர்களின் தொழில்கள் வேறுவேறானவை. **4:** *(இலங்.)* **(கட்டடம் போன்றவற்றின்) தரை;** floor. எங்கள் வீட்டில் கதிரை இல்லை; நிலத்தில்தான் இருக்க வேண்டும்./ எனக்கு நிலத்திலிருந்து சாப்பிட்டுத்தான் பழக் கம்./ நிலத்தில் படுக்காதே.

நிலம்நீச்சு பெ. காண்க: **நிலபுலன்.**

நிலவரம் பெ. **1: (நாடு, வீடு முதலியவற்றின்) நடப்பு நிலை; சூழ்நிலை;** condition (of the country, home, etc.,); state. நாட்டு நிலவரம் தெரியாத கிணற்றுத்தவளையாக இருக்கிறாயே./ வீட்டு நிலவரம் நன்றாக இருந்திருந்தால் மகனை மேல்படிப்புக்கு அனுப்பியிருப்பேன்./ தேர்தல் நில வரத்தை அறிந்துகொள்ள மத்திய அமைச்சர் வந்திருந்தார். **2: (விற்பனை, அளவு முதலியவற்றின்) போக்கு அல் லது நிலைமை;** trend. நேற்றைய நிலவரப்படி அணையில் நீர்மட்டம் 18.2 அடியாக இருந்தது./ போன மாத நில வரப்படி வெங்காயத்தின் விலை குறைந்தது.

நிலவரி பெ. **விளைச்சல், பாசன வசதி அடிப்படையில் விளைநிலத்தின் மீது அரசு விதிக்கும் ஆண்டு வரி; கிஸ்தி;** land revenue; (in India) kist.

நிலவறை பெ. **பூமிக்கு அடியில் அமைக்கப்பட்ட அறை;** cellar; bunker.

நிலவாயு பெ. **எரிவாயு;** natural gas.

நிலவியல் பெ. **பூமியின் மேற்பரப்பாக அமைந்திருக் கும் மண், பாறை போன்றவற்றை விவரிக்கும் அறிவி யல் துறை; மண்ணியல்;** geology; soil science. ஆசியா வின் வரலாற்றை அறிந்துகொள்வதற்கு முன்பாக அதன் நில வியலை அறிந்துகொள்வது அவசியம்.

நிலவு[1] வி. (நிலவ, நிலவி) **1: (குறிப்பிட்ட காலத்தில் அல்லது சூழலில் அல்லது இடத்தில்) ஒன்று அறியக் கூடிய வகையில் காணப்படுதல்;** be (in existence); prevail. பருவ மழை பெய்யாமல் நாட்டில் வறட்சி நிலவு கிறது./ சுமார் முப்பது நிமிடங்களுக்கு அவையில் குழப் பம் நிலவியது./ இயற்கை வழிபாடு புராதன காலத்திலி ருந்து தமிழ்நாட்டில் நிலவிவருகிறது./ சிறிது நேரம் இருவ ரிடையே மௌனம் நிலவியது./ மக்களிடம் நிலவும் பல் வேறு நம்பிக்கைகளைப் பற்றி நான் ஆய்வு செய்துவருகி றேன்./ மனிதர்களின் அகத்திலும் புறத்திலும் அமைதி நிலவ வேண்டும்./ சலனமற்ற அந்த முகத்தில் சாந்தம் நிலவியது./ தமிழ்நாட்டில் நிலவிய மொழி, கலை, பண்பாடு, அரசியல், பொருளாதாரம் முதலியவற்றைப் பற்றிய செய்திகளைத் திருக்கோயில் கல்வெட்டுகளின் மூலம் அறிய முடிகிறது./ குண்டு வெடித்த பகுதியில் பதற்றம் நிலவியது. **2: அமை தல்; ஏற்படுதல்;** be established or formed. எல்லா நாடு களிலும் மக்களாட்சி நிலவ வேண்டும்.

நிலவு[2] பெ. **சந்திரன்;** moon. நிலவில் மனிதன் காலடி எடுத்து வைத்த நாள் வரலாற்றில் முக்கியமானது ஆகும்.

நிலவேம்பு பெ. **சிறியாநங்கை;** kind of polygala species.

நிலவேம்புக் கஷாயம் பெ. **மூலிகையான நிலவேம்பு டன் வெட்டிவேர், விலாமிச்சைவேர், கோரைக்கிழங்கு, ஆடாதொடை போன்றவை போட்டுத் தயாரிக்கும் ஒரு வகைக் கஷாயம்;** a herbal decoction used as a prophylactic for dengue, etc.,

நிலா பெ. **சந்திரன்;** moon. நிலா வெளிச்சத்தில் குழந்தைகள் விளையாடிக்கொண்டிருந்தார்கள்.

நிலாச்சோறு பெ. **(பெரும்பாலும் கோடைக் காலத்தில்) முழுநிலவின் ஒளியில் வீட்டின் மொட்டை மாடியில் அல்லது திறந்தவெளியில் குடும்பத்தினரும் நண்பர் களும் சேர்ந்து உண்ணும் உணவு;** meal shared (mostly during summer nights) by the family members with friends in an open space in the light of full moon.

நிலுவை பெ. **1: (வர வேண்டிய தொகையில், கடனில்) பாக்கி;** balance; arrears. நிலுவை இல்லாமல் வரி செலுத் தியவர்களுக்கு வங்கிக் கடன் கிடைக்கும். / வசூலாகாமல் நிலுவையாக இருக்கும் வரித் தொகை பல கோடிகள் ஆகும்./ நிவாரணத் தொகையின் மீதியை அரசு நிலுவை யில் வைத்திருக்கிறது./ நடுவர் மன்றத்தின் இடைக்கால உத் தரவின்படி தமிழகத்திற்கு வழங்கப்பட வேண்டிய நீரில் கொஞ்சம் நிலுவை உள்ளது. **2: (திட்டம், வழக்கு போன்ற வற்றில்) உரிய நடவடிக்கை எடுக்கப்படாத நிலை;**

(sth.) pending. நிலுவையில் உள்ள வழக்குகளை உடனடியாகத் தீர்க்குமாறு உயர் நீதிமன்றம் உத்தரவிட்டது./ நிலுவையில் உள்ள மனுக்கள் மீது விரைந்து நடவடிக்கை எடுக்கப்படும் என்று மாவட்ட ஆட்சியர் அறிவித்தார்.

நிலை[1] வி. (நிலைக்க, நிலைத்து) 1: **(குறிப்பிட்ட ஒன்று மாறாமல் அல்லது நீங்காமல்) நீண்ட காலத்திற்கு நீடித்து இருத்தல்; (அமைதி, புகழ் முதலியவை) நிலை பெறுதல்;** stay for long; last. இந்த ஆட்சி நிலைக்கும் என்பதில் ஐயம் இல்லை./ அநியாயமாகச் சேர்த்த பணம் நிலைக்காது./ ஒரு வேலையிலும் அவன் நிலைக்க மாட்டான்./ அவனுடைய இயற்பெயர் மறைந்து, நண்பர்கள் வைத்த பட்டப் பெயரே நிலைத்துவிட்டது./ அவர்களுடைய திருமண உறவு ஓராண்டுதான் நிலைத்தது./ அந்த வீட்டில் எப்போதும் அமைதி நிலைத்திருந்தது./ ஆதிமனிதன் ஓரிடத்தில் நிலைத்து வாழவில்லை. 2: **(பார்வை) ஓர் இடத்தில் பதிதல்;** (of eyes) get fixed (on sth. or s.o.). பாதி திறந்திருந்த கண்கள் அருகில் நின்ற மகனின் மேல் நிலைத்தன. 3: **(பெற்றோருக்குக் குழந்தைகள் ஒன்றன் பின் ஒன்றாகச் சிறு வயதிலேயே இறந்துவிடும் சூழ் நிலையில் குறிப்பிடப்படும் குழந்தை) உயிரோடிருத்தல்; தங்குதல்;** (of one's children) be alive. ஐந்து குழந்தைகளில் ஒன்றும் நிலைக்கவில்லை./ இந்தக் குழந்தையாவது நிலைத்ததே என்று சந்தோஷப்படு.

நிலை[2] பெ. 1: **(இடம், தன்மை, உணர்வு ஆகியவற்றில் ஒன்றின் அல்லது ஒருவரின்) இருப்பு;** state; condition; position. தாத்தா வீடு இப்போது என்ன நிலையில் இருக்கிறது!/ உட்கார்ந்த நிலையிலேயே பதில் சொன்னான்./ உற்பத்தியில் ஒரு தேக்க நிலை காணப்படுகிறது./ குடும்பத்தின் செல்வ நிலை மேலும்மேலும் உயர்ந்தது./ மார்பு விரிந்த நிலையில் 80 சென்டிமீட்டரும் சுருங்கிய நிலையில் 75 சென்டிமீட்டரும் இருந்தது./ தலை வெட்டப்பட்ட நிலையில் ஒரு பிணம்./ இந்த இயந்திரத்தை ஒரு நிமிடத்திற்குள் தயார் நிலைக்குக் கொண்டுவந்துவிடலாம்./ துணை ராணுவம் தயார் நிலையில் வைக்கப்பட்டுள்ளது./ அவர் மிகவும் உணர்ச்சிவசப்பட்ட நிலையில் இருந்தார். 2: **சூழ்நிலை; நிலைமை;** situation; environment. கலகம் ஏற்பட்டபோது வீட்டைவிட்டு வெளியே செல்ல முடியாத நிலை./என் நிலையில் நீங்கள் இருந்தால் என்ன செய்வீர்கள்?/ குடும்பத்தைக் காப்பாற்ற வேண்டும் என்ற நிலையில் நான் இருக்கிறேன்./ அந்தக் கட்சிக்குத் தர்மசங்கடமான நிலைதான்./ அக்கால நெசவாளர்களின் நிலையைச் சரித்திரபூர்வமாக விவரித்தேன். 3: **(பல பிரிவுகளாக உள்ளவற்றுள் ஒரு) கட்டம்; பிரிவு;** stage. அதிகாரியின் வேலைநீக்கம் முதல் நிலை நடவடிக்கைதான்./ செல் பிரிதல் இரு நிலைகளில் நடைபெறும்./ இது இந்தப் பயிற்சியின் மூன்றாம் நிலையாகும்./ பொம்மலாட்டத்தைப் பற்றிய புத்தகம் எந்த நிலையில் இருக்கிறது? 4: **சமநிலை;** equilibrium; balance. அவன் ஒரு நிலையில் இல்லை./ நிலை தடுமாறிக் கீழே விழுந்தான். 5: **(-ஆக, -ஆன) (ஒன்று) மாறாமல் அல்லது மாற்றத்திற்கு உட்படாமல் என்றும் இருப்பது; நிரந்தரம்;** permanence; stability. கல்வி நிலையான செல்வம்தான்./ இவர் ஒரு இடத்திலும் நிலையாகத் தங்குவதில்லை./ தேர்தலுக்குப் பின் ஒரு நிலையான ஆட்சி ஏற்பட்டுவிட்டது./ கடந்த ஒரு மாத காலமாக அமெரிக்க டாலருக்கு நிகரான இந்திய ரூபாயின் மதிப்பு நிலையாக உள்ளது./ எனக்கென்று நிலையான வேலை ஒன்றும் கிடையாது./ இவ்வுலகில் நிலையாக இருக்கக்கூடியது எதுவுமில்லை. 6: **(தேர்) நிறுத்தப்பட்டிருக்கும் இடம்;** place where தேர் stationed permanently. தேர் நிலைக்கு வந்துவிட்டது. 7: **படைகள் தாக்குதலுக்குத் தயாராக இருக்கும் இடம்;** (of army) place of deployment. எல்லைப் பகுதியில் சில முக்கிய நிலைகளைக் கைப்பற்ற அண்டை நாடு மேற்கொண்ட முயற்சி முறியடிக்கப்பட்டது./ முன் அனுமதி இல்லாமல் ராணுவ நிலைகளைப் படம் பிடிக்க முடியாது. 8: (இயற்.) **(குறிப்பிட்ட விளைவு, விசை, ஆற்றல் போன்றவற்றுக்கு உட்படாததால்) இயக்கம் அல்லது மாறுதல் ஏற்படாத தன்மை;** constant. ஒரு பொருளின் மீது சமமாக இரண்டு விசைகளும் எதிரெதிராகச் செயல்பட்டால் அப்பொருள் நிலையாக இருக்கும்./ கார்பன் சுழற்சியின் மூலம் இயற்கையில் கார்பனின் அளவு நிலையாக உள்ளது. 9: **(உடற்பயிற்சி, நடனம் போன்றவற்றில்) கைகால்களை அல்லது உடலை ஒரு குறிப்பிட்ட முறையில் வைத்திருப்பது;** posture. இந்த உடற்பயிற்சியின்போது இரண்டு கைகளையும் உயரே தூக்கிய நிலையில் வைத்திருக்க வேண்டும்./ இந்தக் காட்சியில் ஒற்றைக் காலைத் தூக்கிய நிலையில் நிற்க வேண்டும்./ காலசைவும் கையசைவும் கலந்த நிலைதான் கரணம். 10: **(விளையாட்டுகளில்) தரப்பட்டியலில் ஒருவரின் இடம்;** (of sports) rank. மூன்றாம் நிலை வீரர் காயம் காரணமாகப் போட்டியிலிருந்து விலகினார்./ சதுரங்கத்தில் காஸ்பரோவ் உலகின் முதல் நிலை வீரராகப் பல ஆண்டுகள் இருந்தார். 11: **கதவு பொருந்தி அடைத்துக்கொள்வதற்காகக் கட்டடங்களில் செங்குத்தாகத் தரையில் வைக்கப்படும் செவ்வக வடிவ மரச் சட்டம்;** door-frame. நிலையில் மாவிலைக் கொத்தைச் செருகு.

நிலைக்கண்ணாடி பெ. **(சுவர், அலமாரி முதலியவற்றில்) முழு உருவத்தையும் பார்க்கக்கூடிய வகையில் பொருத்தப்படும் பெரிய கண்ணாடி;** large mirror (on a wall, almirah, etc.,).

நிலைக்களன் பெ. **கதை, நாவல், நாடகம் போன்ற ஒரு இலக்கியப் படைப்பில் பாத்திரங்கள் செயல்படும் தளம்; கதை நிகழும் பின்னணி;** background (of a story). ஒரு கடற்கரையோரக் கிராமத்தில் பிறந்த அவர், தான் எழுதிய சிறுகதைகள் அனைத்திலும் அப்பிராந்தியத்தையே நிலைக்களனாக அமைத்திருந்தார்.

நிலைக்குழு பெ. **அவசியம் கருதி அவ்வப்போது அமைக்கப்படாமல், சில வகைப் பிரச்சினைகள் எப்போது எழுந்தாலும் அவற்றைக் கவனிக்க மத்திய அரசால் நாடாளுமன்றத்தில் அல்லது மாநில அரசால் சட்டமன்றத்தில் அமைக்கப்படும் குழு;** (any) standing committee; permanent committee (meeting regularly).

நிலைகுத்து[1] வி. (-குத்த, -குத்தி) **(உயிர் பிரியும் நேரத்தில் விழி) அசையாது நிலைத்தல்;** (of eyes) be fixed (at the time of death). விபத்தில் அடிபட்டு உயிரிழந்தவனின் விழிகள் நிலைகுத்தியிருந்தன.

நிலைகுத்து² பெ. (-ஆக, -ஆன) **செங்குத்து;** steepness; perpendicularity. உறைகள் இறக்க வேண்டிய கிணற்றில் அதன் பக்கங்கள் நிலைகுத்தாக இருக்க வேண்டியது அவசியம்./ மூங்கில் கழியை நிலைகுத்தாகப் பள்ளத்தில் நிறுத்து.

நிலைகுலை வி. (-குலைய, -குலைந்து) **கட்டுப்பாட்டுடன் இருக்கும் சமநிலையை இழத்தல்; சீர்கெடுதல்; சீர்குலைதல்;** lose balance; be upset; get disrupted. சாலையின் குறுக்கே குழந்தை ஓடி வந்ததும், சைக்கிளைத் திடீரென்று நிறுத்தியதில் நிலைகுலைந்து விழுந்தான்./ துக்கச் செய்தியைக் கேட்டதும் நிலைகுலைந்துபோனாள்./ அளவுக்கு அதிகமாக இறக்குமதி செய்வதால் உள்நாட்டுப் பொருளாதாரம் பெரிதும் நிலைகுலைகிறது.

நிலைகொள் வி. (-கொள்ள, -கொண்டு) 1: **(ஓர் இடத்தில்) நிலையாக இருத்தல்;** come to stay; settle down. செயற்கைக்கோள் இன்னும் ஒரு வாரத்தில் தனக்கு உரிய சுற்றுப்பாதையில் நிலைகொள்ளும்./ சென்னைக்கு 250 கி.மீ. தூரத்தில் காற்றழுத்தத் தாழ்வு மண்டலம் ஒன்று நிலைகொண்டுள்ளது./ கொட்டிலில் பசு நிலைகொள்ளாமல் தவித்துக்கொண்டிருந்தது. 2: (பெரும்பாலும் எதிர்மறையில் அல்லது எதிர்மறைத் தொனியில்) **இயல்பாகவும் கட்டுப்பாட்டை இழக்காமலும் இருத்தல்;** be peaceful or undisturbed. இரவு மணி ஒன்றாகியும் கணவன் வராததால் அவள் நிலைகொள்ளாமல் தவித்தாள்./ தான் ஏமாற்றப்பட்டுவிட்டதை அறிந்த பின்னர் அவனுக்கு நிலைகொள்ளவில்லை./ தேர்வில் வெற்றி கிடைத்ததும் அவன் நிலைகொள்ளாத சந்தோஷத்தில் திளைத்தான்.

நிலைத் தகவல் பெ. (பு.வ.) **முகநூலில் ஒருவர் இடும் சிறிய குறிப்பு;** status update. உங்கள் கருத்துடன் எனக்கு உடன்பாடில்லை என்று நண்பர் நிலைத் தகவல் போட்டிருந்தார்.

நிலைதடுமாறு வி. (-தடுமாற, -தடுமாறி) காண்க: **நிலைகுலை.**

நிலைநாட்டு வி. (-நாட்ட, -நாட்டி) **(ஒரு நிலைமை, தன்மை போன்றவை ஒன்றில்) நிலைத்து இருக்கும்படியோ வலுவடையும்படியோ செய்தல்; நிலைநிறுத்துதல்;** enforce (peace, law and order); establish (rights, facts, etc.,). கலவரம் நடக்கும் பகுதியில் அமைதியை நிலைநாட்ட ராணுவம் அனுப்பப்பட்டுள்ளது./ இது மனித உரிமைகளை நிலைநாட்ட நடக்கும் போராட்டம்./ அவர் இந்தக் கட்டுரையில் பாரதிதாசனைப் பற்றிய தன் கருத்துகளைத் திறம்பட நிலைநாட்டுகிறார்.

நிலைநிறுத்து வி. (-நிறுத்த, -நிறுத்தி) 1: **(ஓர் இடத்தில் ஒன்றை) நிலையாக இருக்கச்செய்தல்;** station. செயற்கைக்கோளை விண்ணில் நிலைநிறுத்த ஏவுகலம் உதவுகிறது./ விண்ணில் செலுத்தப்பட்ட செயற்கைக்கோள் திங்கட்கிழமை புவியின் சுற்றுவட்டப் பாதையில் நிலைநிறுத்தப்பட்டது. 2: **(குடும்பம், நிறுவனம் போன்றவற்றை) நல்ல நிலைக்குக் கொண்டுவந்து நிலைத்து இருக்கும்படி செய்தல்;** establish. நான் வேலைக்குப் போய்த்தான் இந்தக் குடும்பத்தை நிலைநிறுத்த வேண்டும்./ சிறப்பான நிர்வாகம்தான் அந்தப் பத்திரிகையை இன்றுவரை ஒரு நிறுவனமாக நிலைநிறுத்தியுள்ளது. 3: **(ஒரு நிலைமை, தன்மை போன்றவை ஒன்றில்) நிலைத்து இருக்கும்படியோ வலுவடையும்படியோ செய்தல்;** stabilize (a condition, quality, etc.,). கலவரத்தால் பாதிக்கப்பட்ட பகுதிகளில் வன்முறையைக் குறைத்துக் கட்டுப்பாட்டை நிலைநிறுத்தக் காவல்துறை முயன்றுவருகிறது./ ஆங்கிலேயரின் அதிகாரத்தை நிலைநிறுத்துவதே அந்தப் படையெடுப்பின் நோக்கமாக இருந்தது./ சில பயிர்களில் தழைச்சத்தை நிலைநிறுத்துவதற்கு வேர்முடிச்சுகளில் உள்ள பாக்டீரியாக்கள் உதவுகின்றன./ வண்டல் மண் நிலத்தில் செழிப்பை நிலைநிறுத்துகிறது.

நிலைப்படி பெ. (ஊரக வ.) **(வாசல் நிலையின் நான்கு சட்டங்களில்) தரையில் பதிந்து இருக்கும் அடிப்பகுதி;** the base of a door-frame. நிலை கோக்கும்போது நிலைப்படி வேப்பமரமாக இருக்கக் கூடாது./நிலைப்படியைக் கழுவி அதில் கோலம் போடு.

நிலைப்படுத்தப்பட்ட பால் பெ. **குறிப்பிட்ட அளவுக்குக் கொழுப்புச்சத்து இருக்குமாறு தரப்படுத்தப்பட்ட பால்;** standardised milk.

நிலைப்படுத்து வி. (-படுத்த, -படுத்தி) 1: **ஒன்றில் ஏதேனும் ஒரு சத்துப் பொருள் குறிப்பிட்ட அளவு இருக்குமாறு செய்தல்;** standardize (nutrient in milk, crop, etc.,). நிலைப்படுத்தப்பட்ட பால்/ பயிர்களில் நைட்ரஜனை நிலைப்படுத்தும் ஆற்றல் கருநீலக் கடற்பாசிக்கு உண்டு. 2: **(விலை) ஒரே சீராக இருக்குமாறு செய்தல்;** stabilize. அறுவடை காலங்களில் நெல்லின் விலையை நிலைப்படுத்தும் முயற்சியை அரசு மேற்கொள்ள வேண்டும். 3: **நிலைநாட்டுதல்; நிலைநிறுத்துதல்;** establish. இந்த அங்கீகாரம் பாலசரஸ்வதியின் சொந்தப் பண்பாட்டுச் சூழலில் அவருக்கான இடத்தை நிலைப்படுத்தியது.

நிலைப்பாடு பெ. **(ஒன்றைக் குறித்த) கருத்து அல்லது கொள்கை ரீதியிலான முடிவு;** stand. தொழிற்சங்கங்கள் எடுத்துள்ள நிலைப்பாடு நடைமுறைக்கு ஏற்றது அல்ல என்றார்./ சட்டையை மாற்றுவதுபோல் நிலைப்பாடுகளை மாற்றிக்கொள்ள முடியுமா? [(தொ.சொ.) **எண்ணம்/ தீர்மானம்/ முடிவு**]

நிலைபெறு வி. (-பெற, -பெற்று) **உறுதி பெற்று அமைதல்; நிலைத்தல்;** be established; be ingrained. காப்பி குடிக்கும் பழக்கம் 20ஆம் நூற்றாண்டின் தொடக்கத்திலேயே இந்தியாவில் நிலைபெற்றுவிட்டது./ உங்கள் வாழ்வில் அமைதி நிலைபெறட்டும்.

நிலைபேறு பெ. (உ.வ.) 1: **நிலைக்கும் தன்மை; சாசுவதம்;** everlasting. செல்வம் நிலைபேறுடையது அல்ல என்றனர் ஞானிகள். 2: (மொழியைக் குறித்து வரும்போது) **தொடர்ந்து பயன்படுத்தப்படுவதால் நிலையாக ஏற்றுக்கொள்ளப்படும் தன்மை;** (of language) stability. கிளைமொழியில் ஏதேனும் ஒன்று நிலைபேறு அடையும் வாய்ப்பு உண்டு./ நிலைபேறு பெற்ற உயர் வழக்கு எழுத்திலும், பேச்சுவழக்கு இயல்பான சூழல்களிலும் பயன்படுத்தப்படுகிறது./ ஒரு மொழியில் விதிக்குப் புறம்பாக உள்ள சில கூறுகள் காலப்போக்கில் நிலைபேறு அடையக்கூடும்.

நிலைமம் பெ. (இயற்.) **(வேறொரு விசை செயல்பட்டு மாற்றம் ஏற்படுத்தும்வரை) ஒரு பொருளை அதன்**

இயக்க நிலையிலோ அல்லது ஓய்வு நிலையிலோ தொடர்ந்து நீடிக்கச் செய்யும் விசை; inertia. பேருந்து சட்டென்று கிளம்பும்போது அதனுள் நாம் பின்னோக்கித் தள்ளப்படுவதற்குக் காரணம் நிலைமம்தான்.

நிலைமாற்றம் பெ. (இயற்.) **திட, திரவ, வாயுப் பொருள்கள் வெப்பத்தினால் ஒரு நிலையிலிருந்து மற்றொரு நிலைக்கு மாற்றம் அடையும் நிகழ்வு;** change of state.

நிலைமை பெ. **(ஓர் இடம் அல்லது ஒருவர் இருக்கும்) சூழ்நிலை;** situation; environment. கலவரத்தால் வெளியே செல்ல முடியாத நிலைமை./ என் நிலைமையில் நீங்கள் இருந்தால்தான் பிரச்சினை உங்களுக்குப் புரியும்./ நாட்டின் நிலைமை தெரியாமல் பேசாதே!/ இப்போது வீட்டு நிலைமை சரியில்லை.

நிலைமொழி பெ. (இலக்.) **(ஒரு சொல் மற்றொரு சொல்லோடு சேரும்போது) முதலில் உள்ள சொல்;** antecedent word; first word (in a sandhi involved combination). 'பணப்பை' என்ற சொல்லில் 'பணம்' என்பது நிலைமொழி; 'பை' என்பது வருமொழி.

நிலையம் பெ. (பெரும்பாலும் பிற சொற்களோடு இணைந்து) **1: மக்களுக்குக் குறிப்பிட்ட சேவையை அளிக்க அமைந்திருக்கும் இடம்;** place (for any public service). தொலைக்காட்சி நிலையம்/ வானொலி நிலையம். **2:** (போக்குவரத்து வாகனங்களைக் குறித்து வரும்போது) **பயணிகளை அல்லது சரக்குகளை ஏற்றிச் செல்வதற்கு ஏற்ற முறையில் அமைக்கப்பட்டிருக்கும் இடம்;** (in combination) (bus) stand; (railway) station; (air) port. பேருந்து நிலையம்/ ரயில் நிலையம். **3: மக்களுக்குத் தேவையான பணிகளைத் தொழில்முறையில் மேற்கொள்ளும் இடம்;** place where one can hire sth. or get some service. முடிதிருத்தும் நிலையம்/ உலர் சலவை நிலையம்.

நிலையாமை பெ. (உ.வ.) **நிலைத்து நிற்காத தன்மை;** transitoriness; impermanence. வாழ்வின் நிலையாமையை உணர்ந்தவர்.

நிலையான வைப்பு பெ. (இலங்.) **(வங்கி போன்ற ஒரு நிதி நிறுவனத்தில்) நீண்ட கால அளவில் செலுத்தியிருக்கும் வைப்புத்தொகை;** term deposit (in a bank, post office, etc.,); (in India) fixed deposit. நீ கொஞ்சம் பணத்தை நிலையான வைப்பில் வைத்திருப்பது எதிர்காலத்தில் நன்மை தரும்./ வங்கியில் இட்ட நிலையான வைப்பிலிருந்து வட்டியைப் பெறுகிறேன்.

நிலையியல் பெ. (இயற்.) **ஒரு பொருளின் மீது எதிரெதிர் விசைகள் செயல்பட்டு அதைத் தொடர்ந்து சம நிலையிலோ அல்லது ஓய்வு நிலையிலோ வைத்திருப்பதைப் பற்றி விவரிக்கும் துறை;** statics.

நிலையெடு வி. (-எடுக்க, -எடுத்து) (இலங்.) **(போரில் திட்டமிட்டபடி) குறிப்பிட்ட இடத்தைத் தாக்கத் தயாராதல்;** prepare for an assault; (of an army battalion) take position. பெரும் தாக்குதல் ஒன்றுக்காக வீரர்கள் நிலையெடுத்திருப்பதாகச் செய்திகள் வந்துள்ளன.

நிலை வை வி. (வைக்க, வைத்து) **புதிதாகக் கட்டடம் கட்டும்போது வாசலுக்காக விடப்பட்ட இடைவெளியில் மரத்தால் ஆன சட்டத்தைப் பொருத்துதல்;** install the door frame at the entrance during construction of a building. நாளை காலை நிலை வைக்கப்போகிறோம்.

நிவர்த்தி பெ. **(குறை, பாவம் போன்றவை) நீங்குவதற்காக மேற்கொள்ளும் ஏற்பாடு; பரிகாரம்;** relief; atonement. நோய் நிவர்த்தி/ பாவ நிவர்த்திக்காக நிறைய தர்மம் செய்தார். [(தொ.சொ.) **தீர்ப்பு/ தீர்வு/ பரிகாரம்/ முடிவு/ வழி/ வழிமுறை/ விடை**]

நிவாரணம் பெ. **1: (புயல், வெள்ளம், வறட்சி, கடன் சுமை அல்லது போர் போன்றவற்றால் பாதிக்கப்பட்டவர்களின்) துயரத்தைக் குறைக்கும் வகையில் வழங்கும் (பணம், பொருள் ரீதியான) உதவி;** relief (measures, supplies, etc.,). தீ விபத்தில் குடிசைகளை இழந்தோருக்கு நிவாரணத் தொகை அளிக்கப்படும்./ வெள்ளப் பகுதியில் மாட்டிக்கொண்டவர்களுக்கு நிவாரணப் பொருள்கள் விமானத்திலிருந்து வீசப்பட்டன./ வறட்சி நிவாரணப் பணிக்கென அரசு நூறு கோடி ரூபாய் ஒதுக்கியுள்ளது. **2: (நலிவடைந்தவர்களுக்கு அளிக்கப்படும்) உதவித் தொகை;** relief. வேலை கிடைக்காமல் இருக்கும் பட்டதாரி இளைஞர்களுக்கு அரசு நிவாரணம் அளிக்கிறது./ சிறு தொழில் தொடங்குவோருக்கு அரசு நிவாரணம் அளிக்க முன்வர வேண்டும். **3: (நோய் அல்லது வலி) நீக்கம்; குணம்;** relief; cure. இது தலைவலிக்கு உடனடியாக நிவாரணம் அளிக்கும் மருந்து./ புற்றுநோய்க்கு நிரந்தர நிவாரணம் அளிக்கும் மருந்து இன்னும் கண்டுபிடிக்கப்படவில்லை. **4: (பிரச்சினைக்கு) தீர்வு;** solution (to a problem). குடித்தனக்காரரும் வீட்டுக்காரரும் ஒத்துப்போக முடியாத சூழ்நிலைகளில் சட்டத்தின் மூலம் நீதிமன்றத்தில்தான் நிவாரணம் பெற முடியும்.

நிவாரணி பெ. **வலியிலிருந்து அல்லது நோயிலிருந்து விடுவிப்பது; நிவாரணம் தரும் மருந்து;** (pain) reliever. தலைவலி நிவாரணி/ நோய் நிவாரணி.

நிவேதனம் பெ. **(கடவுளுக்குச் செய்யப்படும்) உணவுப் படையல்; நைவேத்தியம்;** offering of food (to a deity). பிள்ளையார் சதுர்த்தி அன்று விநாயகருக்கு மோதகம் நிவேதனம் செய்கிறோம்.

நிழல் பெ. **1: ஒளியை ஒரு பொருள் தடுப்பதால் அதன் மறுபுறம் தோன்றும் இருண்ட பகுதி;** shadow. மெழுகுவர்த்தியின் ஒளியில் என் நிழல் பூதாகரமாகத் தெரிந்தது./ மரத்தின் நிழல் சாலையில் நீண்டு படர்ந்து கிடந்தது./அரசமர நிழலில் சிறுவர்கள் விளையாடிக்கொண்டிருந்தனர்./ (உரு வ.) அவள் கண்ணில் கவலையின் நிழல் தெரிந்தது./ (உரு வ.) அவர் மனத்தில் சந்தேகத்தின் நிழல் படர்ந்திருந்தது./ (உரு வ.) அவருடைய நிழலில் வளர்ந்தவன் நான்./ (உரு வ.) அவனுடைய நிழல்கூட இந்த அலுவலகத்தில் படக் கூடாது. **2: ஒரு இடத்துக்கும் ஒளிக்கும் இடையில் இருப்பதால் கருமை நிறப் பிம்பமாகத் தோன்றும் உருவம் அல்லது வடிவம்;** dark shape; shadow. வாசல் பக்கத்தில் ஏதோ நிழல் தெரிந்ததும் நிமிர்ந்து பார்த்தான். **3: சூரிய ஒளி நேரடியாகப் படாத அல்லது புகாத இடம்;** (cool) shady place; shade. நிழலில் உட்கார்ந்து வேலைசெய்கிற உனக்கே இவ்வளவு சிரமமாக இருந்தால் நாள் முழுதும் வெயிலில் அலைகிற எங்களுக்கு எப்படி இருக்கும்?/ மூலிகைகளை நிழலில் காய வைக்க வேண்டும்.

நிழல் உலகம் பெ. **சட்டவிரோதமான செயல்களில் ஈடுபட்டுவருவதும், ஒரு பெருநகரில் மறைவாக இயங்கிவருவதுமான குழு;** underworld.

நிழல் நிதிநிலை அறிக்கை பெ. **அரசின் நிதிநிலை அறிக்கைக்கு இணையாக எதிர்க்கட்சி தயாரிக்கும் நிதி நிலை அறிக்கை;** budget prepared by shadow cabinet.

நிழல் பொருளாதாரம் பெ. (பு.வ.) **வரிகளை ஏய்க்கும் வர்த்தக நடவடிக்கைகளால் உருவாகும் பணம் புழங்கும் அமைப்பு ;** black economy; parallel economy; shadow economy; underground economy.

நிழல் யுத்தம் பெ. **மறைமுகமாக ஒருவர்மீது தொடுக்கும் தாக்குதல்/முகத்துக்கு நேராக இல்லாமல் மறைமுகமாகப் போடும் சண்டை;** attacking s.o. with veiled references; shadow boxing. *நிறுவனப் பங்குதாரர்களுக்கு இடையில் நடக்கும் நிழல் யுத்தத்தில் மாட்டிக்கொண்டு விழிப்பவர்கள் ஊழியர்கள்தான்.*

நிழலாடு வி. (-ஆட, -ஆடி) **(சந்தேகம், பயம் போன்ற உணர்வுகள்) மனத்தில் மெலிதாகத் தோன்றுதல்/ (சோகம், துன்பம் போன்றவை) லேசாகப் புலப்படுதல்;** (of emotions) appear indistinctly; loom. *அவர்களிடையே நிழலாடிய சந்தேகம் இன்று இருவரையும் நிரந்தரமாகப் பிரித்துவிட்டது./ வறட்சியால் மக்கள் படப்போகும் கஷ்டங்கள் என் கண்முன் நிழலாடின./ சோகம் நிழலாடும் முகம்.*

நிழற்குடை பெ. **(போக்குவரத்தை ஒழுங்குபடுத்தும் காவலருக்கு அல்லது பேருந்து நிறுத்தத்தில் காத்திருக்கும் பயணிகளுக்கு) நிழல் தருவதற்காக வட்டமான அல்லது நீள் செவ்வகக் கூரையை உடைய அமைப்பு;** shelter (for the traffic police or for the passengers at a bus stop).

நிழற்கூத்து பெ. **பாவையின் நிழலைத் திரையில் விழச் செய்து நிகழ்த்தும் ஆட்ட வகை;** shadow puppet play.

நிழற்சாலை பெ. **இருபுறமும் உயரமான மரங்கள் நிறைந்திருப்பதால் எப்போதும் நிழல் தந்துகொண்டிருக்கும் அகலமான சாலை;** avenue. *எங்கள் அலுவலகம் தெற்கு நிழற்சாலையில் உள்ளது.*

நிழற்படம் பெ. காண்க: **புகைப்படம்.**

நிற்க இ.சொ. **(கடிதத்தில்) ஒரு செய்தி முடிந்து அடுத்து வேறொரு செய்தி ஆரம்பிக்கிறது என்பதைத் தெரிவிக்கப் பயன்படுத்தும் இடைச்சொல்;** particle used as a connective mostly in letters to introduce change of topic. *நீ சென்னை சென்று வேலையில் சேர்ந்திருப்பாய். நிற்க, இங்கு நேற்று அடித்த காற்றில் நம் வீட்டுக் கூரை சரிந்துவிட்டது.*

நிறக்குருடு பெ. **ஒரு நிறத்துக்கும் மற்றொரு நிறத்துக்கும் இடையே உள்ள வேறுபாட்டை இனம்காண முடியாத பார்வைக் குறைபாடு;** colour-blindness.

நிறப்பிரிகை பெ. (இயற்.) **ஒளிக்கதிர் முப்பட்டகத்தின் வழியாகச் செல்லும்போது அல்லது திரவம் போன்றவற்றில் பிரதிபலிக்கும்போது பல்வேறு வண்ணங்களாகப் பிரியும் நிகழ்வு;** dispersion (of light). *நிறப்பிரிகையின் போது கிடைக்கும் வண்ணங்களின் தொகுப்பு நிறமாலை ஆகும்.*

நிறம் பெ. **1: இயற்கையாக அமைந்து அல்லது செயற்கையாக உருவாக்கப்பட்டு ஒளியின் மூலம் கண்ணுக்குத் தெரியும் கறுப்பு, மஞ்சள், சிவப்பு போன்றவற்றின் பொதுப்பெயர்; வண்ணம்;** colour. *பிராணிகளால் மனிதர்களைப் போல் நிற வேறுபாடுகளை அறிய முடியுமா என்பதைக் குறித்து ஆய்வு நடந்துவருகிறது.* **2:** (பே.வ.) **(சருமம்) கறுப்பாக அல்லது சிவப்பாகக் காணப்படும் நிலை;** complexion. *மாப்பிள்ளை என்ன நிறம்?*

நிறமாக வி.அ. **(ஒருவரின் உடல் நிறத்தைக் குறித்து வரும்போது) சிவப்பு அல்லது வெளிர் நிறம்;** of fair complexion. *பெண் நிறமாக இருக்கிறாள்.*

நிறமாலை பெ. (இயற்.) **ஒளி முப்பட்டகக் கண்ணாடியை ஊடுருவிச் செல்லும்போது ஏற்படும் (ஊதாவிலிருந்து சிவப்புவரை உள்ள) நிறத் தொகுப்பு;** spectrum.

நிறமி பெ. **(தோல், முடி, இலை முதலியவற்றுக்கு) நிறம் தரும் இயற்கையான நுண்பொருள் அல்லது (பொருளுக்கு) நிறம் கொடுக்கும் நுண்ணிய வேதிப்பொருள்;** pigment (which gives sth. a particular colour).

நிறமூட்டி பெ. **ஒரு பொருளுக்குச் செயற்கையாக வண்ணம் அளிக்கச் சேர்க்கப்படும் பொருள்;** colouring agent.

நிறவெறி பெ. **மனிதர்களில் சில இனத்தினர் உடலின் நிற அடிப்படையில் தங்களை உயர்வானவர்களாகக் கருதிப் பிற நிறத்தவரைத் தாழ்வாக நடத்தும் போக்கு;** racism. *தென்னாப்பிரிக்காவில் நிறவெறியை எதிர்த்து நெல்சன் மண்டேலா போராடினார்.*

நிறவேற்றுமை பெ. **மனிதர்களின் உடல் நிறத்தைக் கொண்டு உயர்வு தாழ்வு என்று வேற்றுமை கற்பிக்கும் போக்கு;** discrimination on the grounds of colour (of skin). *'இந்தியாவில் நிறவேற்றுமை கிடையாதா?' என்று என் வெளிநாட்டு நண்பர் கேட்டார்.*

நிறு வி. (நிறுக்க, நிறுத்து) **(பொருளை எடை பார்க்கும் இயந்திரத்தில் வைத்து) எடையைக் கணக்கிடுதல்; எடை போடுதல்;** weigh. *வைரத்தை நிறுக்க 'காரட்' என்ற அளவைப் பயன்படுத்துகிறார்கள்./ 'கழஞ்சு' என்பது பழங்காலத்தில் பொன் நிறுக்கப் பயன்படுத்தப்பட்ட அளவைகளில் ஒன்று./ நகரங்களில் மாம்பழங்களை நிறுத்துத்தான் விற்கிறார்கள்.*

நிறுத்தம் பெ. **(பேருந்து) பயணிகளை ஏற்றிக்கொள்ளவும் இறக்கிவிடவும் ஏற்படுத்தப்பட்ட இடம்;** (bus) stop. *அடுத்த நிறுத்தத்தில் இறங்கிக்கொள்கிறேன்.*

நிறுத்தலளவை பெ. **பொருள்களின் எடையைக் கணக்கிடுவதற்கான முறை;** measure of weight.

நிறுத்தற்குறி பெ. **(எழுத்தில்) ஒரு தொடர், வாக்கியம் போன்றவற்றைப் பிரித்துப் புரிந்துகொள்ளப் பயன்படுத்தும் (.), (,) போன்ற குறியீடு;** punctuation mark.

நிறுத்தி வி.அ. **தகுந்த இடைவெளி விட்டு; மெதுவாக;** giving pause; slowly. *பாடத்தைச் சற்று நிறுத்திப் படி./ நெல்லை நிறுத்தி அளந்து போடு.*

நிறுத்து வி. (நிறுத்த, நிறுத்தி) அ. **(இயக்கத்திலிருப்பதை இயங்காமல் அல்லது நிகழ்ந்துவருவதை மேலும் தொடராமல் இருக்கச் செய்தல் குறித்த வழக்கு) 1: (செயலை) மேற்கொண்டு நிகழாதபடி செய்தல்;** stop (an activity). *பேச்சை நிறுத்து./ குழந்தை அழுவதை நிறுத்திவிட்டுச் சிரிக்கத் தொடங்கியது./ பணம் இல்லாததால் சிகிச்சையை*

801 நிறைகுடம்[2]

நிறுத்திவிட்டான்./ படிப்பைப் பாதியில் நிறுத்த வேண்டிய தாயிற்று. **2: (ஏதேனும் ஒரு காரணத்திற்காக வாகனத்தை) நிற்கச் செய்தல்;** stop (a vehicle, etc.,). போக்குவரத்துக் காவலர் கையைக் காட்டிப் பேருந்தை நிறுத்தினார். **3: (மின்விசிறி, விளக்கு போன்றவற்றின்) இயக்கத்தை (தற்காலிகமாக) நிற்கச் செய்தல்;** switch off. மின்விசிறியையும் விளக்கையும் நிறுத்திவிட்டு வெளியே கிளம்பினான்./ தையல் இயந்திரத்தை நிறுத்திவிட்டு எழுந்தார். **ஆ.** *(இயக்கமற்ற நிலையில் இருக்க விடுதல் தொடர்பான வழக்கு)* **4: (வாகனத்தை ஓர் இடத்தில்) இருக்க விடுதல்;** park (a vehicle). கொட்டகையில் பத்து சைக்கிள்களை நிறுத்தலாம். **5: (ராணுவத்தின் அல்லது காவல்துறையின் வீரர்களைக் குறிப்பிட்ட இடத்தில்) இருக்குமாறு நடவடிக்கை மேற்கொள்ளுதல்;** station (an army, sentry); keep. எல்லைப் பகுதியில் ராணுவம் தயார் நிலையில் நிறுத்தப்பட்டுள்ளது./ தேர்தலின்போது எல்லா வாக்குச்சாவடிகளிலும் காவலர்கள் நிறுத்தப்படுவார்கள். **6: (ஒருவரை ஒரு இடத்தில்) நிற்கச் செய்தல்;** make (s.o.) wait (so as to join him or her later). அம்மாவைக் கடை முன்னால் நிறுத்திவிட்டு உள்ளே சென்றேன்./ தன்னோடு வந்தவர்களை வெளியே நிறுத்திவிட்டுப் பெரியவர் மட்டும் அதிகாரியைப் பார்க்க உள்ளே சென்றார். **7: (மற்றொருவர் முன் ஒருவரை) காணும்படி வைத்தல்;** produce (s.o. before s.o.). கொலையாளியைக் கண்டுபிடித்து என் முன் கொண்டுவந்து நிறுத்த வேண்டும் என்று அதிகாரி கட்டளை பிறப்பித்தார்./ *(உரு வ.)* அவருடைய கவிதை இயற்கை அழகை நம் கண்முன் நிறுத்துகிறது. **8: (மனத்தை ஒன்றில்) நிலைக்கச் செய்தல்; குவித்தல்;** focus (one's mind on sth.). கடந்தகாலத்தைச் சுற்றியே வட்டமிடும் மனத்தை நிகழ்காலத்தில் நிறுத்த வேண்டியிருக்கிறது./ அவருடைய கூற்றை மனத்தில் நிறுத்திப் பார்க்கும்போது நமக்குச் சில உண்மைகள் புரியும்./ ஒரு வழியில் மனத்தைப் பிடித்து இழுத்து நிறுத்த முயற்சிசெய்தால் அது வேறு பக்கம் தறிகெட்டு ஓடுகிறது. **9: (தேர்தலில்) போட்டியிட வைத்தல்;** put up (a candidate in an election); field. எங்கள் கட்சி எல்லாத் தொகுதிகளிலும் வேட்பாளரை நிறுத்தும். **10: (படுக்கை நிலையில் இருப்பதை அல்லது சாய்வாக இருப்பதை) செங்குத்தான நிலைக்குக் கொண்டு வருதல்;** stand sth. கீழே விழுந்து கிடந்த கம்பத்தைக் குழியில் நிறுத்தினார்கள்./ வேரோடு சாய்ந்து கிடந்த ஆல மரத்தை இயந்திரங்களின் உதவியோடு தூக்கி நிறுத்த முயன்றனர்.

நிறுவகம் பெ. *(இலங்.)* **நிறுவனம்;** institute. நாட்டின் கல்விச் செயற்பாடுகளை முன்னெடுப்பதில் தேசியக் கல்வி நிறுவகத்துக்கும் பங்கு உண்டு.

நிறுவனம் பெ. **ஊழியர், தொழிலாளர் முதலியோரைக் கொண்டு வியாபாரம், சேவை முதலியவற்றை மேற்கொள்வதற்காக ஏற்படுத்தப்பட்ட அமைப்பு;** firm; concern; institution; establishment. ஆடை ஏற்றுமதி நிறுவனம் ஒன்றில் அவர் வேலை செய்கிறார்./ எங்கள் நிறுவனம் தொழிலாளர்களுக்கு அதிக ஊக்கத் தொகை அளிக்க முன்வந்துள்ளது./ தனியார் கல்வி நிறுவனங்கள்.

நிறுவனர் பெ. **ஒரு அமைப்பைத் தொடங்கியவர்;** founder. தேர்தலில் தான் போட்டியிடப்போவதில்லை என்று கட்சியின் நிறுவனர் அறிவித்தார்./ தனியார் நிகர்நிலைப் பல்கலைக்கழகத்தின் நிறுவனரே அதன் வேந்தராகவும் இருப்பார்.

நிறுவு வி. *(நிறுவ, நிறுவி)* **1: (பத்திரிகை, கட்சி, அமைப்பு முதலியவற்றை) தொடங்குதல்;** found; start; constitute. இந்தப் பத்திரிகையை நிறுவியவர் எங்கள் தந்தை./ தன் தந்தையின் நினைவாக அறக்கட்டளை ஒன்றை அவர் நிறுவியுள்ளார்./ இந்த விசாரணைக் குழு எதற்காக நிறுவப்பட்டது என்று நினைவிருக்கிறதா? [*(தொ.சொ.)* **அமை/ உண்டாக்கு/ உருவாக்கு/ எழுப்பு/ தொடங்கு**] **2: (கட்டடம், அலங்கார வளைவு முதலியவற்றை ஓர் இடத்தில்) உருவாக்குதல்; எழுப்புதல்;** erect; set up. இங்கே நிறுவப்படப் போகிற பல்கலைக்கழகக் கட்டடத்தின் மாதிரித் தோற்றம் இதுதான்./ தலைவரின் வருகையை ஒட்டிச் சாலையெங்கும் அலங்கார வளைவுகள் நிறுவப்பட்டுள்ளன./ அவருடைய ஆட்சிக் காலத்தில் பல கல்லூரிகள் நிறுவப்பட்டன. **3: (இயந்திரம், சிலை முதலியவற்றைக் கொண்டுவந்து ஓர் இடத்தில்) பொருத்துதல்; அமைத்தல்;** install (a statue, machinery, etc.,). விடுதலைப் போராட்ட வீரர் நினைவாக அவருடைய சிலை நிறுவப்படும்./ தொழிற்சாலை நிர்வாகம் கழிவு நீரைச் சுத்திகரிக்கும் சாதனத்தை நிறுவ ஒப்புக்கொண்டுள்ளது. **4: (ஒரு கருத்தைத் தக்க ஆதாரங்களுடன்) நிலைநாட்டுதல்; வலியுறுத்துதல்;** establish (a fact, one's argument, etc.,). 'பல்லவர் காலத்தில் தமிழகத்தில் கலைகள் சிறந்திருந்தன' என்பதை நிறுவுக./ அவர் தன் கருத்தைப் பிறர் மறுக்க முடியாதபடி நிறுவுவதில் வல்லவர்.

நிறுவுனர் பெ. *(இலங்.)* காண்க: **நிறுவனர்.**

நிறை[1] வி. *(நிறைய, நிறைந்து)* **1: நிரம்புதல்;** be or become full. மழை பெய்தால் அல்லவா குளம் நிறையும்?/ வயிறு நிறைந்துவிட்டது; இனிமேல் எதுவும் சாப்பிட முடியாது. **2: (குறிப்பிட்ட வயது) முடிதல்;** complete (years of age). இந்த வருடம் அவனுக்கு எட்டு வயது நிறைகிறது.

நிறை[2] வி. *(நிறைக்க, நிறைத்து)* **நிரப்புதல்;** fill. பாத்திரங்களில் நீரை நிறைத்து வைத்தாள்./ *(உரு வ.)* இனிய நினைவுகள் நெஞ்சை நிறைத்தன.

நிறை[3] பெ. **எடை;** weight. தன்னுடைய நிறையைவிட இரண்டு பங்கு அதிகம் இருக்கும் பளுவை எளிதாகத் தூக்கினார்./ அணுவின் நிறை.

நிறை[4] பெ. *(உ.வ.)* **(ஒருவரிடம் அல்லது ஒன்றில் காணப்படும்) சிறப்புத் தன்மை;** merit; virtue. வேட்பாளரின் குறைகளையும் நிறைகளையும் வாக்காளர்கள் அறிந்து வாக்களிக்க வேண்டும்./ உனக்கு வேண்டியவர் என்பதால் அவருடைய நிறைகளைப் பற்றியே பேசிக்கொண்டிருக்கிறாய்.

நிறை எண் பெ. *(வேதி.)* **அணுவின் உட்கருவில் உள்ள புரோட்டான் மற்றும் நியூட்ரான்களின் மொத்த எண்ணிக்கை;** atomic number.

நிறைகுடம்[1] பெ. **நிறைய விஷயங்கள் தெரிந்திருந்தும் அடக்கமாக இருப்பவர்;** learned person with humility. பொறுமையாக எல்லாக் கேள்விகளுக்கும் பதில் அளிக்கும் அவர் ஒரு நிறைகுடம்.

நிறைகுடம்[2] பெ. *(இலங்.)* **பூரணகும்பம்;** a pot filled with water and with mango leaves and a coconut over its mouth (for use on auspicious occasions). மணமக்களை நிறைகுடம் வைத்து வரவேற்றார்கள்./ நிறைகுடம் வைப்பதற்கான அடுக்குகளை அப்பா செய்துகொண்டிருந்தார்.

நிறைகுறை பெ. **ஒருவரின் அல்லது ஒன்றின் சாதகமான மற்றும் பாதகமான அம்சம்;** plus and minus points of s.o. or sth. இந்தத் திட்டத்தின் நிறைகுறைகளைப் பற்றிக் கலந்தாலோசிக்க வேண்டும்./ அவரே போய்ச்சேர்ந்து விட்ட பிறகு அவரின் நிறைகுறையைப் பற்றிப் பேசி என்ன பயன்?

நிறைந்த பெ.அ. (பே.வ.) **பூரணமான;** complete. நாளைக்கு நிறைந்த அமாவாசை; வியாபாரம் தொடங்க அருமையான நாள்./ இன்று நிறைந்த நாள், தாராளமாகத் தட்டு மாற்றிக்கொள்ளலாம்.

நிறைநாழி பெ. (ஊரக வ.) **நெல்லால் நிறைத்து, அதன் மேல் கைவிளக்கு ஒன்றை ஏற்றிவைத்திருக்கும் படி;** (the of measure) படி having paddy to the brim with a lit oil lamp on top. மணப்பெண் வீட்டுக்குள் வரும்போது நிறைநாழியைக் கையில் கொடுத்து, ஆரத்தி எடுத்து உள்ளே அழைத்துவந்தார்கள்.

நிறைபாரம் பெ. (-ஆக) (ஊரக வ.) **(ஒன்றை) வண்டி கொள்ளும் அளவுக்கு ஏற்றியதால் பாரம் நிறைந்திருக்கும் நிலை;** the condition of having load that fills the cart to its capacity. நிறைபாரமாக இருக்கும் வண்டி எப்படி வேகமாக ஓடும்?/ நிறைபாரமாகப் போன வண்டி ஆச்சலில் விழுந்ததால் குடைசாய்ந்தது.

நிறைமதியம் பெ. (இலங்.) **நடுப்பகல்; உச்சிப்பொழுது;** noon.

நிறை மரக்கால் பெ. (ஊரக வ.) **வாய்ப்பகுதிவரை நெல்லைப் பரப்பி, அதன்மேல் வெற்றிலைபாக்கு வைத்திருக்கும் மரக்கால்;** (the measure) மரக்கால் having paddy to the brim with betel leaves and arecanut on top.

நிறைமாதம் பெ. (பே.வ.) **முழு வளர்ச்சி அடைந்த குழந்தையைப் பெற்றெடுக்கும் பத்தாவது மாதம்; பிரசவ மாதம்;** the last month of pregnancy. அவளுக்கு நிறைமாதம்./ நிறைமாதக் கர்ப்பிணியை வெயிலில் அலையவிடாதே.

நிறைய[1] வி.அ. 1: **(எண்ணிக்கையில் அல்லது அளவில்) அதிகமாக;** lot. கதிர்வீச்சால் ஏற்படும் பாதிப்புகள்பற்றி அவர் நிறையப் பேசினார்./ மேலைநாட்டுத் தத்துவங்களை எல்லாம் நான் நிறையப் படித்திருக்கிறேன். 2: **(குறிப்பிடப்படும் ஒன்றில்) முழுவதும்;** full. தொட்டி நிறையத் தண்ணீர்/ அவள் கழுத்து நிறைய நகை போட்டிருந்தாள்./ திரையரங்கம் நிறையக் கூட்டம் நிரம்பி வழிந்தது.

நிறைய[2] பெ.அ. **அதிகமான; பல;** large numbers; a lot. என் சந்தேகத்தை நிறைய பேரிடம் கேட்டுவிட்டேன்./ இந்தியாவில் நிறைய நகரங்களில் நிலத்தடி நீர் அபாயகரமான அளவில் மாசடைந்துள்ளது.

நிறைவடை வி. (-அடைய, -அடைந்து) **முடிவடைதல்;** come to an end. விழா இத்துடன் நிறைவடைகிறது.

நிறைவு பெ. 1: **(ஒரு செயல், நிகழ்வு போன்றவை) முடிவடையும் நிலை;** completion. சென்னையில் ஒரு வார காலமாக நடைபெற்று வந்த திரைப்பட விழாவின் நிறைவில் ஒரு வங்காள மொழிப் படம் திரையிடப்பட்டது./ புத்தகக் கண்காட்சியின் நிறைவு நாள். 2: (-ஆக, -ஆன) **திருப்தி; மனநிறைவு;** satisfaction; contentment. பாடுபட்டதற்கான பலன் கிடைத்துவிட்ட நிறைவு அவர் முகத்தில் தெரிந்தது./ வாரத்தில் ஒரு நாளாவது கோயிலுக்குச் சென்று வருவது மனத்திற்கு நிறைவான உணர்வைத் தருகிறது./ திருமண ஏற்பாடுகள் நிறைவாக அமைந்திருந்தன./ வாழ்க்கையை முழுமையாக அனுபவித்த நிறைவு/ ஏதோ நல்லது செய்திருக்கிறோம் என்று நீங்கள் நினைத்தால் உங்கள் மனத்தில் ஒரு நிறைவு ஏற்படுகிறது.

நிறைவுசெய் வி. (-செய்ய, -செய்து) 1: **(தேவை, நோக்கம் போன்றவற்றை) பூர்த்திசெய்தல்; நிறைவேற்றுதல்;** fulfil. தேவைகளை நிறைவுசெய்துகொள்ளவே மனிதன் புதிதுபுதிதாக இயந்திரங்களையும் தொழில்நுட்பங்களையும் கண்டுபிடித்தான்./ கிராமங்கள் தங்கள் அனைத்துத் தேவைகளையும் தாங்களே நிறைவுசெய்துகொள்ள வழிவகுக்க வேண்டும்./ மக்களின் அடிப்படைத் தேவைகள் நிறைவுசெய்யப்படாமல் இருக்கின்றன./ மக்களின் புரதத் தேவையை நிறைவுசெய்யும் பாரம்பரிய உணவாக மீன் இருந்துவருகிறது. 2: **முடிவடைய அல்லது முழுமை அடையச் செய்தல்;** complete. யுவராஜ் சிங் தனது ஏழாவது சதத்தை நிறைவுசெய்தார்./ தலைவர் தனது சுற்றுப்பயணத்தை நாளை நிறைவுசெய்கிறார்.

நிறைவுபெறு வி. (-பெற, -பெற்று) 1: **முடிவடைதல்;** come to an end. மாநாடு இன்றுடன் நிறைவுபெறுகிறது./ மத்யமாவதி ராகத்தில் அமைந்த பாடலுடன் கச்சேரி நிறைவுபெற்றது. 2: **(தேவை, நோக்கம் போன்றவை) நிறைவேறுதல்;** get fulfilled. நமது தேவைகள் நிறைவுபெறுவதற்காக நாம் போராட வேண்டும்.

நிறைவுரை பெ. **கூட்டம், விழா போன்றவற்றின் இறுதியாக அமையும் உரை;** valedictory speech. இந்தியப் பிரதமரின் நிறைவுரையோடு மாநாடு முடிவடைந்தது.

நிறைவுவிழா பெ. **(பல நாட்களாக அல்லது பல பிரிவுகளாக நடந்துவந்த நிகழ்ச்சி) முடிவுபெறும் நாளில் நிகழ்த்தப்படும் விழா;** concluding function (of a series). ஒரு மாதமாக நடைபெற்றுவரும் கலைநிகழ்ச்சிகளின் நிறைவு விழா இன்று நடக்கும்.

நிறைவுறாக் கொழுப்பு பெ. **உடலால் எளிதாகச் ஜீரணம் செய்யக்கூடியதும், பெரும்பாலும் தாவரங்களிலிருந்து பெறப்படுவதும், உடலுக்குத் தீங்கு விளைவிக்காததுமான கொழுப்பு;** unsaturated fat.

நிறைவுறு வி. (நிறைவுற, நிறைவுற்று) காண்க: **நிறைவடை.**

நிறைவேற்று வி. (நிறைவேற்ற, நிறைவேற்றி) 1: **(திட்டம், பணி போன்றவற்றால்) பயன் கிடைக்கும்படி நடவடிக்கை மேற்கொள்ளுதல்;** carry out; fulfil. இந்தத் திட்டத்தை நிறைவேற்ற ஏராளமாகச் செலவாகும்./ சாலை அமைக்கும் பணி நிறைவேற்றப்பட்டது. 2: **(கோரிக்கை, வாக்குறுதி போன்றவற்றை) செயல்படுத்துதல்;** implement. கொடுத்த வாக்குறுதிகளை நிறைவேற்ற வேண்டும் என்ற அக்கறை யாருக்கு இருக்கிறது?/ எங்கள் கோரிக்கைகளை நிர்வாகம் நிறைவேற்றும்வரை போராடுவோம். 3: **(கடமையை, வேலையை) செய்தல்; நிகழ்த்துதல்;** perform (one's duty). அரசு அலுவலர் ஒருவர் தன் கடமையை நிறைவேற்றவிடாமல் தடுப்பது குற்றம் ஆகும்.

நிறைவேறு வி. (நிறைவேற, நிறைவேறி) 1: **(மேற்கொண்ட நடவடிக்கையால் ஒன்று) முழுமை அடைதல்;** be

803 நினைவுச் சின்னம்

completed; be fulfilled. இந்தத் திட்டங்கள் நிறைவேற மூன்றாண்டு காலம் ஆகும். **2: (இலட்சியம், கோரிக்கை போன்றவை) கைகூடுதல்;** get fulfilled. எனது இலட்சியம் நிறைவேறும்வரை போராடுவேன்./ உன்னுடைய ஆசைகள் நிறைவேறும் காலம் வந்துவிட்டது. **3: (கடமை) செய்யப்பட்டு முடிதல்;** (of duty) be done. என் கடமை நிறைவேறியது. இனி என் பொறுப்பும் விட்டது. **4: (ஒரு அவையில் தீர்மானம், மசோதா முதலியவை பெரும்பான்மை உறுப்பினர்களின்) அங்கீகாரம் பெறுதல்;** (of a bill, amendment, etc.,) be passed. பொறியியல் கல்லூரிச் சேர்க்கைக்கான நுழைவுத் தேர்வை ரத்து செய்யும் மசோதா சட்டமன்றத்தில் நிறைவேறியது.

நின் பி.பெ. (உ.வ.) **'நீ' என்னும் முன்னிலை இடப்பெயர் வேற்றுமை உருபு ஏற்கும்போது திரியும் வடிவம்;** form of the second person 'நீ' serving as base for further declension. இறைவா! நின்னைச் சரணடைந்த பின்னும் எனக்குச் சோதனையா?

நின்ற நிலையில் வி.அ. (பே.வ.) **(எதிர்பாராத நேரத்தில்) திடீரென்று; இந்தக் கணமே;** that very instant; instantly. இப்படி நின்ற நிலையில் என்னை ஊருக்குத் திரும்பிப் போகச் சொன்னால் நான் எப்படிப் போவேன்?/ ஆயிரம் ரூபாய் வேண்டும் என்று நின்ற நிலையில் அடம்பிடித்தால் நான் என்ன செய்வேன்?

நின்று வி.அ. **நிலையாகவும் தொடர்ந்தும்;** steadily. விளக்கு நின்று எரிகிறது./ முதலில் ஆடியவர்கள் சற்று நின்று விளையாடியிருந்தால் நாம் தோற்றிருக்க மாட்டோம்./ மழை நின்று பெய்தது.

நின்றுபிடி வி. (-பிடிக்க, -பிடித்து) (இலங்.) **தாக்குப்பிடித்தல்;** withstand. இந்தக் கட்டடம் எந்தப் புயலுக்கும் நின்று பிடிக்கும்./ இந்தத் துணி இரண்டு வெள்ளைக்கு நின்று பிடிக்காது; சாயம் போய்விடும்.

நினல்பாடு பெ. (இலங்.) **நிழல் விழும் இடம்;** shady place. நினல்பாட்டுக்குள் பூங்கன்றுகளை வைத்திருக்கிறாயே, எப்படி நன்றாக வரும்?

நினை வி. (நினைக்க, நினைத்து) (எதிர்மறைப் பெயரெச்ச, வினையெச்சங்களில் மட்டும் வரும் மாற்று வடிவங்கள்: நினையாத, நினையாமல்) **1: (மறந்ததை) ஞாபகத்துக்குக் கொண்டுவருதல்;** think about. என்னைப் பற்றி எப்போதாவது நினைப்பது உண்டா? [(தொ.சொ.) எண்ணு/ கருது/ சிந்தி/ நம்பு/ யோசி] **2: (நடந்ததை) எண்ணுதல்;** remember; think; recollect. என்னைப் படிக்கவைப்பதற்காக என் தாய் பட்ட கஷ்டங்களை நினைத்துப் பார்த்தால் மனம் நெகிழ்கிறது. **3: ஒன்று நடக்க வேண்டும் என்று விரும்புதல் அல்லது ஒன்று எதிர்பார்த்தபடி நடக்கும் என்று நம்புதல்;** expect; hope. உன்னை நிறையப் படிக்கவைக்க வேண்டும் என்று நினைத்தோம்./ பிள்ளையாருக்குப் பூஜை செய்தால் மழை வரும் என்று நினைக்கிறார்கள். **4: மனத்தில் அனுமானித்தல்;** expect; think. உனக்கு இந்த வேலை கிடைக்கும் என்று நினைத்தேன்; அது போலவே கிடைத்துவிட்டது. **5: (ஒன்றைச் செய்து முடிக்கவோ ஒன்று நிறைவேறவோ) அக்கறை அல்லது ஈடுபாடு காட்டுதல்; மனம்வைத்தல்;** will (sth. to happen). நீங்கள் நினைத்தால் இந்த வேலையை எனக்கு வாங்கித் தர முடியும்./ நான் நினைத்தால் எது வேண்டுமானாலும் செய்வேன்.

நினைப்பு பெ. **1: (ஒருவரை அல்லது ஒன்றைக் குறித்த) எண்ணம்; கருத்து;** thought; idea. பெரிய மேதாவி என்கிற நினைப்பா உனக்கு?/ அவர் ஆட்சேபிக்க மாட்டார் என்ற நினைப்பில் அதைச் சொன்னேன்./ எந்த நினைப்பில் நான் பணம் தருவேன் என்று சொன்னாய்? [(தொ.சொ.) அவா/ ஆசை/ ஆவல்/ இச்சை/ எதிர்பார்ப்பு/ நப்பாசை/ நாட்டம்/ விருப்பம்/ விழைவு] **2:** (பே.வ.) காண்க: **நினைவு, 3.**

நினையாப்பிரகாரம் பெ. (-ஆக) (இலங்.) **எதிர்பார்ப்புக்கு நேர்மாறானது;** against one's expectations. எல்லாம் நினையாப்பிரகாரமாக நடந்துவிட்டது./ ஒரு நாள் நினையாப்பிரகாரம் அவளைப் புகையிரத நிலையத்தில் சந்தித்தேன்.

நினைவகம் பெ. **(கணிப்பொறியில்) உள்ளிடும் தகவல்களைச் சேமித்துவைக்கப் பயன்படும் மின்னணுப் பகுதி;** memory unit (of a computer). மின் இணைப்பில் ஏற்பட்ட கோளாறு காரணமாகக் கணிப்பொறியின் நினைவகம் செயலிழந்துவிட்டது.

நினைவாலயம் பெ. காண்க: **நினைவு மண்டபம்.**

நினைவாற்றல் பெ. **(மனப் பதிவுகளை) நீண்ட காலத்துக்கு நினைவில்கொள்ளும் திறன்;** memory power. எண்பது வயதிலும் தாத்தாவுக்கு என்ன அபாரமான நினைவாற்றல்!

நினைவிடம் பெ. காண்க: **நினைவு மண்டபம்.**

நினைவு பெ. **1: (ஒன்றை அல்லது ஒருவரைப் பற்றி) மனத்தில் தங்கியிருக்கும் பதிவுகள்; ஞாபகம்;** recollection; awareness; remembrance. உங்களை எங்கோ பார்த்ததாக நினைவு./ என்னிடம் பணம் வாங்கியது உனக்கு நினைவு இல்லையா? / உனக்கு எப்போதும் பிறந்த வீட்டு நினைவுதானா?/ அவளுடைய அழகிய முகம் நினைவிற்கு வந்தது./ தேசியத் தலைவரின் நினைவாக அஞ்சல் தலை வெளியிடப்படும். **2: மனத்தில் ஒன்றைப் பதிவாக இருத்திக்கொள்ளும் இடம்;** mind as the seat of memory; memory. நான் சொல்வதை நன்றாக நினைவில் வைத்துக் கொள்./ அவர் சொன்னது எதுவும் இப்போது என் நினைவில் இல்லை. **3: சுய உணர்வு; பிரக்ஞை;** consciousness. பெரியவர் நினைவு இல்லாமல் கிடக்கிறார்.

நினைவு அஞ்சலி பெ. **ஒருவர் இறந்த நாளில் அவரை நினைத்துச் செலுத்தும் மரியாதை;** homage (done on someone's death anniversary).

நினைவுக் குறிப்புகள் பெ. **ஒருவர் தனது சொந்த வாழ்வில் நிகழ்ந்த முக்கிய சம்பவங்களையும் தொடர்பு கொண்ட முக்கிய மனிதர்களையும் நினைவுகூர்ந்து எழுதிய செய்திகளின் தொகுப்பு;** memoirs.

நினைவுகூர் வி. (-கூர, -கூர்ந்து) (உ.வ.) **(பழைய நிகழ்ச்சியை) நினைவுக்குக் கொண்டுவருதல்; ஞாபகப்படுத்திக்கொள்ளுதல்;** remember; recollect; bring to one's mind. தலைவர் தன் இளமைக் காலத்தை நினைவுகூர்ந்தார்./ காந்திஜியைச் சந்தித்தது என் வாழ்க்கையில் என்றும் நினைவுகூரத் தக்க அனுபவம்.

நினைவுச் சின்னம் பெ. **(ஒன்றை அல்லது ஒருவரை) நினைவில் நிறுத்துவதற்காகவும் நன்றியைத் தெரிவிப்பதற்காகவும் அடையாளமாக நிறுவப்படும் கட்டடம்,**

அமைப்பு போன்றவை; memorial; monument. பெரும் புலவர்களுக்கு நினைவுச் சின்னம் அமைத்துள்ளோம்./ சுதந்திரப் போராட்ட நினைவுச் சின்னம்.

நினைவுத் தூண் பெ. **(புகழ்பெற்ற ஒரு வரலாற்று நிகழ்வை) நினைவுகூரும் விதத்தில் எழுப்பப்படும் உயரமான அலங்காரத் தூண்;** memorial pillar. இந்தியக் குடியரசின் பொன் விழா நினைவுத் தூண்.

நினைவு தப்பு வி. (தப்ப, தப்பி) (பே.வ.) காண்க: **நினைவு தவறு.**

நினைவு தவறு வி. (தவற, தவறி) **(ஒருவர்) சுய உணர்வை இழத்தல்;** lose one' s consciousness. அவருக்கு நினைவு தவறிவிட்டது. மகனைக்கூட அடையாளம் தெரியவில்லை.

நினைவு திரும்பு வி. (திரும்ப, திரும்பி) **(ஒருவர் இழந்த) சுய உணர்வு (அவருக்கு) மீண்டும் வருதல்;** regain consciousness. ஆபத்தான நிலையில் மருத்துவமனையில் சேர்க்கப்பட்டிருக்கும் நண்பருக்கு இன்னும் நினைவு திரும்பவில்லை.

நினைவு தெரிந்த பெ.அ. **குழந்தைப் பருவத்தில் ஒன்றை நினைவில் வைத்துக்கொள்ளும் ஆற்றல் வந்த;** known to the farthest memory. எனக்கு நினைவு தெரிந்த நாள்முதல் என் மாமா வீட்டில்தான் வளர்ந்தேன்.

நினைவு தெரிந்து வி.அ. **குழந்தைப் பருவத்தில் ஒன்றை நினைவில் வைத்துக்கொள்ளும் ஆற்றல் வந்ததிலிருந்து;** as far as one could remember. எனக்கு நினைவு தெரிந்து இப்படி ஒரு மழை சென்னையில் பெய்ததில்லை.

நினைவு நாள் பெ. **ஒருவரின் மறைவுக்குப் பிறர் ஆண்டுதோறும் அஞ்சலி செலுத்தும் அவருடைய இறந்த நாள்;** death anniversary. ஜனவரி *30*ஆம் தேதி காந்தியின் நினைவு நாள்.

நினைவுபடுத்து வி. (-படுத்த, -படுத்தி) **1: ஒருவருடைய நினைவுக்கு ஒன்றை மற்றவர் கொண்டுவருதல்;** recollect. சண்டை நடந்தபோது என்ன நிகழ்ந்தது என்பதை உங்களால் நினைவுபடுத்திச் சொல்ல முடியுமா? **2: (ஒன்றை மறந்துவிடாமல் ஒருவருக்கு) ஞாபகப்படுத்துதல்;** remind (s.o. of sth.). ஒரு முக்கியமான கடிதம் எழுத வேண்டும். நாளைக்கு நினைவுபடுத்துகிறாயா?

நினைவு மண்டபம் பெ. **தலைவர்கள், அறிஞர்கள் போன்றவர்களின் நினைவைப் போற்றும் விதத்தில் எழுப்பப்படும் மண்டபம்;** memorial. அம்பேத்கருக்கு நினைவு மண்டபம் எழுப்பப்பட்டுள்ளது.

நினைவூட்டு வி. (நினைவூட்ட, நினைவூட்டி) (உ.வ.) காண்க: **நினைவுபடுத்து.**

நினைவேந்தல் பெ. (பு.வ.) **அண்மையில் இறந்துபோன ஒருவரின் சாதனைகளையும் பெருமைகளையும் அவருக்கு நெருக்கமானவர்கள் நினைவுகூர்ந்து அஞ்சலி செலுத்தும் முறையில் நடத்தப்படும் நினைவுக் கூட்டம்;** memorial meeting. மறைந்த கவிஞரின் நினைவேந்தல் வருகிற *10*ஆம் தேதி பல்கலைக்கழக நூலகத்தில் நடைபெறும் என்பதைத் தெரிவித்துக்கொள்கிறோம்.

நிஜம் பெ. **1: (-ஆக, -ஆன) போலியோ நடிப்போ கற்பனையோ அல்லாதது; உண்மை;** genuine; real; true; actual. அவன் விளையாட்டாக அழுததைக் குழந்தை நிஜம் என்று நம்பிவிட்டது./ சமீபத்தில் வெளிவந்த படத்தில் புரட்சிகரமான பெண்ணாக நடித்திருந்தீர்கள். நீங்கள் நிஜ வாழ்க்கையில் எப்படி?/ நிஜமாகச் சொல்கிறேன், என்னிடம் இருப்பது ஐந்து ரூபாய்தான்./ அங்கே நடப்பதெல்லாம் நிஜமா அல்லது கனவா என்று தெரியாமல் திகைத்தான்./ இந்தப் போருக்கு நிஜமான காரணமே வேறு. **2: உண்மை;** fact. நிஜத்தை நிரூபிக்க முடியாமல் தோற்றுவிட்டான்./ அவன் சொல்வது நிஜம்தான்./ நிஜத்தைச் சொன்னால் உன்னை விட்டுவிடுவேன்.

நிஜார் பெ. (அ.வ.) **கால்சட்டை;** shorts.

நிஷ்களங்கம் பெ. (-ஆன) (அ.வ.) **களங்கம் இல்லாமை;** flawlessness; being clear. நிஷ்களங்கமான முகம்.

நிஷ்டூரம் பெ. (-ஆக, -ஆன) (அ.வ.) **காரணமோ நியாயமோ இல்லாமல் கடுமையாகப் பேசுவது;** harshness; severity; inconsiderateness.

நிஷ்டை பெ. (அ.வ.) **தியானம்; மனம் ஒருமுகப்பட்ட நிலை;** meditation. முனிவரின் நிஷ்டையைக் கலைக்க அரசன் அஞ்சினான்./ நிஷ்டையில் இருப்பதுபோல் அல்லவா அமர்ந்திருக்கிறீர்கள்!

நிஷாதம் பெ. (இசை) **ஏழு ஸ்வரங்களில் ஏழாவது ஸ்வரமான 'நி' யைக் குறிப்பது;** the seventh of the seven notes.

நீ[1] வி. (நீக்க, நீத்து) (உ.வ.) **துறத்தல்; விடுத்தல்;** give up; renounce. இல்லற வாழ்வை நீத்துத் துறவறம் பூண்டார்./ விடுதலைப் போராட்டத்தில் உயிர் நீக்கவும் பலர் துணிந்தனர்.

நீ[2] பி.பெ. **முன்னிலை ஒருமைப் பிரதிப்பெயர்;** pronoun of second person singular; you. நீ எங்கே கிளம்பிவிட்டாய்?/ நீயும் நானும் ஒன்றாகக் கடற்கரைக்குப் போனதே இல்லை./ நீ நன்றாகப் பாடுகிறாய்.

நீக்கம் பெ. **1: குறிப்பிட்ட நிலையிலிருந்து ஒருவரை அகற்றுதல்;** the act of removing s.o. from a specific position; suspension; removal; dismissal. பணத்தைக் கையாடியதால் காசாளர் பணியிடை நீக்கம் செய்யப்பட்டார்./ செயலரின் பதவிநீக்கம் செல்லாது என்று நீதிமன்றம் தீர்ப்பளித்திருக்கிறது./ வேலை நீக்கம் செய்யப்பட்ட ஊழியர்கள் உண்ணாவிரதம் மேற்கொண்டுள்ளனர். **2: (குறிப்பிட்ட பட்டியல், பாடத்திட்டம் போன்றவற்றிலிருந்து ஒன்றை) அகற்றும் செயல்;** the act of removing sth. from a list, syllabus etc.,; removal; deletion. வாக்காளர் பட்டியலிலிருந்து பெயர் நீக்கம் செய்யப்பட்டவர்கள் முறையீட்டு மனுக்களை அனுப்பலாம்./ பல்கலைக்கழகம் நீக்கம் செய்திருக்கும் கதை இப்போது எழுதப்பட்டதல்ல.

நீக்கமற வி.அ. (உ.வ.) **ஓர் இடம்கூட விடாமல்; எங்கும்;** everywhere; omnipresent. பூமி முழுதும் நீக்கமற நிறைந்துள்ளது காற்றுதான்!

நீக்கல் பெ. (இலங்.) **இடைவெளி;** gap. உன்னுடைய பற்களெல்லாம் ஏன் இவ்வளவு நீக்கலாக இருக்கிறது?/ ஜன்னல் நீக்கலுக்குள்ளாகக் காற்று வந்தது./ வேலி நீக்கலுக்குள்ளால் கோழி வந்துவிட்டது.

நீக்கு வி. (நீக்க, நீக்கி) **1: (வேண்டாததை) இல்லாதபடி ஆக்குதல்; அகற்றுதல்;** remove. பூசணிக்காயின் தோலைச் சீவியபின் விதைப் பகுதியை நீக்கிவிட்டுத் துருவவும்./ இந்தச் சலவைத்தூள் எந்தவித அழுக்கையும் நீக்கிவிடும்./

நோய் நீக்க மருந்து தேவை./ துன்பம் நீக்கும் மருந்து இசை தான்./ இறக்குமதி வரியை நீக்கினால் பத்திரிகைக் காகி தத்தின் விலை குறையும்./ பிரயோகிக்கக் கூடாத வார்த் தைகளைப் பயன்படுத்தினால் மட்டுமே அவைக்குறிப்பிலி ருந்து அவற்றை நீக்க வேண்டும். **2: (ஒருவரைப் பதவியி லிருந்து) அகற்றுதல்/ (குறிப்பிட்ட பட்டியல், பாடத் திட்டம் போன்றவற்றிலிருந்து ஒன்றை) அகற்றுதல்; எடுத்தல்;** dismiss (a person from his post); strike off (one's name from a list); remove or delete sth. from syllabus etc.,. அவரைப் பதவியிலிருந்து நீக்க உத்தரவு வந்திருக்கிறது./ வாக்காளர் பட்டியலிலிருந்து சில பெயர் களை நீக்கியிருப்பதாகப் புகார் எழுந்திருக்கிறது./ அவர் கதையைப் பாடத்திட்டத்திலிருந்து நீக்கிவிட்டார்கள். **3: (பக்கவாட்டில்) தள்ளுதல்; (ஒருபுறமாக) விலக்குதல்;** draw to a side. ஜன்னல் திரையை நீக்கியதும் குளிர்ந்த காற்று உள்ளே வந்தது./ மணலை நீக்கியதும் புதையுண்டு கிடந்த பெட்டி தெரிந்தது. **4: (விதித்திருக்கும் தடையை) முடிவுக்குக் கொண்டுவருதல்; விலக்குதல்;** lift (sanctions, prohibitions, etc.,). இந்தியாமீது விதிக்கப்பட்டிருந்த பொரு ளாதாரத் தடைகளை நீக்குவதற்கு அமெரிக்கா ஒப்புக் கொண்டுள்ளது.

நீக்குப்போக்கு பெ. (-ஆக, -ஆன) (பே.வ.) **(சூழலுக்கு) தகுந்தாற்போல் ஒத்துப்போகிற தன்மை;** adaptability; flexibility. நீக்குப்போக்குத் தெரியாதவனிடம் அதிகாரத் தைக் கொடுப்பதால் பயனிருக்காது./ வியாபாரத்தில் நீக் குப்போக்காக நடந்துகொள்ள வேண்டும்./ பூர்வீகச் சொத் தைப் பிரிக்கும் விஷயத்தில் சகோதரர்கள் நீக்குப்போக் கோடு நடந்துகொண்டார்கள்./ நீக்குப்போக்கான அணுகு முறைதான் இப்போது முக்கியம்.

நீங்கலாக இ.சொ. **'(மற்றவற்றோடு குறிப்பிடப்படு வது) தவிர்த்து' என்ற பொருளில் பயன்படுத்தப்படும் இடைச்சொல்; 'தவிர';** particle used in the sense of 'except', 'other than'. பிடிபட்டவர்களில் ஒருவர் நீங்கலாக மற்றவர்களைக் காவலர் உடனே விடுவித்துவிட்டனர்./ ஆளும் கட்சி நீங்கலாக மற்ற கட்சிகள் அனைத்தும் போராட் டத்தில் கலந்துகொள்கின்றன./ காஷ்மீர் நீங்கலாக இந்தியா முழுமைக்கும் இந்தச் சட்டம் பொருந்தும்.

நீங்கள் பி.பெ. **முன்னிலைப் பன்மையாகவும் மரியா தைப் பன்மையாகவும் பயன்படும் பிரதிப்பெயர்;** second person plural and honorific singular pronoun; you. நீங்கள் எல்லோரும் எங்கே கிளம்பிவிட்டீர்கள்?/ நீங்கள் செய்த உதவியை நான் மறக்க முடியாது.

நீங்கு வி. (நீங்க, நீங்கி) (உ.வ.) **1: (பசி, நோய், அழுக்கு, நாற்றம், விஷம் முதலியவை ஒன்றிலிருந்து அல்லது ஒருவரிடமிருந்து) இல்லாமல் போதல்; தீர்தல்;** (of hunger, illness, etc.,) cease; end. வயிறு நிறைய தண்ணீர் குடித்த பிறகு பசி நீங்கியது போலிருந்தது./ பலரும் தைரியம் கூறிய பிறகுதான் அவருக்கு பயம் நீங்கியது./ எண்ணெய்ப் பசை நீங்கச் சீயக்காய்த் தூள் தேய்த்துக் குளிக்கலாம்./ பாம்பு கடித்த விஷம் நீங்குவதற்குச் சிறியாநங்கையைப் பயன் படுத்தலாம் என்று சொல்வார்கள். **2: (ஒருவரை விட்டு) அக லுதல்; (ஒன்றிலிருந்து) விலகுதல்;** leave; depart (from). மக்கள் வேலை தேடிச் சொந்த ஊரிலிருந்து நீங்கி நகரம் வந்து குவிகின்றனர்./ மனத்தை விட்டு நீங்காத நினைவுகள்.

நீச்ச தண்ணீர் பெ. (வ.வ.) **பழைய சோற்றிலிருந்து வடி கட்டிய தண்ணீர்; நீராகாரம்;** water in which cooked rice is kept overnight and taken as drink with salt added.

நீச்சம் பெ. (சோதி.) **(ஒருவரின் ஜாதகத்தில்) ஒரு கிரகம் பன்னிரண்டு ராசிகளில் ஒன்றில் வலுவிழந்து காணப் படும் நிலை;** debilitation (of a planet). இவருடைய ஜாத கத்தில் செவ்வாய் நீச்சம் அடைந்திருக்கிறார்./ கிரகத்தின் உச்ச ராசிக்கு ஏழாம் ராசி நீச்ச ராசி/ குரு மகரத்தில் நீச்சம் கடகத்தில் உச்சம்.

நீச்சல் பெ. **நீந்துதல்;** swimming. எனக்கு நீச்சல் தெரியாது.

நீச்சல் உடை பெ. **(பொதுவாக) நீந்துவதற்கு வசதியாக உடலோடு ஒட்டியதுபோல் வடிவமைக்கப்பட்ட உடை; (குறிப்பாக) பெண்கள் நீந்தும்போது அணியும் உடை;** swimwear; swimsuit; swimming trunks. போட்டி யில் கலந்துகொள்பவர்களுக்கு என்றே பிரத்தியேகமாகத் தயாரிக்கப்பட்ட நீச்சல் உடை/ நீச்சல் உடைக் காட்சிகள் இருந்தால் படம் நன்றாக ஓடும் என்று தயாரிப்பாளர்கள் தவறாகக் கணக்கிடுகின்றனர்.

நீச்சல் குளம் பெ. **(பொழுதுபோக்கு, பயிற்சி ஆகியவற் றுக்காக) நீந்துவதற்காகச் செயற்கையாக அமைக்கப் பட்ட குளம்;** swimming pool. நவீனக் குடியிருப்புகள் நீச்சல் குளத்தோடு கட்டப்படுகின்றன.

நீச்சல் போட்டி பெ. **(செயற்கையாகக் கட்டப்பட்ட குளத்தில்) நீந்திப் பங்கேற்கும் விளையாட்டுப் போட்டி;** swimming (as a sport).

நீச்சு[1] பெ. (பே.வ.) **நீச்சல்;** swimming. நீச்சுத் தெரியாதவன் குளத்தில் இறங்கலாமா?

நீச்சு[2] பெ. **மீனிலிருந்து வீசும் மணம்;** smell of fish. மீன் கழுவிவிட்டிருக்கிறார்கள் போலிருக்கிறது, நீச்சு அடிக்கிறது.

நீசம் பெ. **1:** (அ.வ.) (பெரும்பாலும் பெயரடையாக) (பண்பைக் குறிக்கும்போது) **இழிவானது;** meanness. நம்பவைத்து ஏமாற்றும் அவருடைய நீசக் குணத்தைத் தெரிந்துகொண்டேன். **2:** (சோதி.) காண்க: **நீச்சம்.**

நீட்சி பெ. **1:** (உ.வ.) **நீளம்;** length. அவள் விரல்களின் நீட்சி! **2:** (உயிரி.) **தாவரங்களின் பாகங்களிலும் விலங் குகளின் உறுப்புகளிலும் அமைந்திருக்கும் மிகச் சிறிய விரல் வடிவ உறுப்பு;** projection (in the parts of plants and animals). சிறுகுடலின் உட்பகுதியில் அமைந்திருக்கும் எண்ணற்ற நீட்சிகளுக்கு 'குடல் உறிஞ்சிகள்' என்று பெயர். **3: ஒன்றின் விரிவு;** extension. சங்க காலக் கவிதையின் கருப்பொருள்தான் என் கவிதையில் நீட்சி பெற்றிருக்கிறது.

நீட்டம் பெ. (-ஆன) (வ.வ.) **நீளம்;** length. நீட்டமான கயிற்றை இடுப்பில் கட்டிக்கொண்டு கிணற்றில் இறங்கி னான்./ கட்டிலை நீட்டவாக்கில் திருப்பிப்போடு.

நீட்டலளவை பெ. **இரண்டு புள்ளிகளுக்கு இடையே உள்ள தூரத்தைக் கணக்கிடும் அளவியல் முறை;** linear measurement.

நீட்டி வி. (நீட்டிக்க, நீட்டித்து) **(நிர்ணயிக்கப்பட்ட கால வரம்பை) மேலும் அதிகரித்தல்/(கால வரம்பிற்குள் முடிய வேண்டியதை) முடிக்காமல் வளர்த்தல்;** extend;

நீட்டிப்பு 806

prolong (one's talk, etc.,). விண்ணப்பத்தை அனுப்புவதற்கான தேதி இந்த மாதக் கடைசிவரை நீட்டிக்கப்பட்டுள்ளது./ பேச்சை நீட்டித்துக்கொண்டே போகிறார்.

நீட்டிப்பு பெ. **(பதவி, பணி முதலியவை) வரையறுக்கப்பட்ட காலம் முடிந்த பிறகும் தொடரும் கால அதிகரிப்பு; நீடிப்பு;** extension. இயக்குநருக்குப் பதவி நீட்டிப்பு அளிக்கப்படலாம் என்று தெரிகிறது./ போர்நிறுத்த நீட்டிப்புக் குறித்துப் பேச்சுவார்த்தைகள் நடந்துவருகின்றன.

நீட்டிமுழக்கு வி. (-முழக்க, -முழக்கி) **(சுருக்கமாகக் கூறாமல் கேட்பவருக்கு எரிச்சல் தரும் விதத்தில்) தேவையில்லாமல் விரித்துக் கூறுதல்; வளர்த்தல்;** dwell upon; speak at great length (on sth.); hold forth. 'நீட்டிமுழக்காமல் விஷயத்துக்கு வா' என்று அப்பா அதட்டினார்./ மேடையில் ஒருவர் மாணவர்களின் கடமைகளைப் பற்றி நீட்டி முழக்கிக்கொண்டிருந்தார்.

நீட்டு வி. (நீட்ட, நீட்டி) 1: **(கைகால் முதலியவற்றை) இருக்கும் நிலையிலிருந்து நீளச் செய்தல்;** stretch (one's arms, legs, etc.,); extend (one's hand to s.o.); lengthen (by beating). கால்களை நீட்டிப் படுக்கக்கூட இந்த அறையில் இடம் இல்லை./ கைகுலுக்குவதற்காகக் கையை நீட்டினார்./ விரிப்பின் மீது அமர்ந்து கால்களை நேராக நீட்ட வேண்டும்./ மருத்துவர் நாக்கை நீட்டச் சொல்லிச் சோதித்தார்./ யானை துதிக்கையை நீட்டி ஓலையைப் பிடித்து இழுக்க முயன்றது./ பழுக்கக் காய்ச்சிய கம்பியை அடித்து நீட்டினார்கள்./ நாற்காலியின் சட்டத்தை நீட்டித் தாத்தா அதில் காலை வைத்துக்கொண்டார். 2: **முன்நோக்கிக் காட்டுதல்;** brandish; draw (sth.); put forth. கத்தியை நீட்டிப் பயமுறுத்தினான்./ நீ கேட்டதும் பணத்தை எடுத்து நீட்ட வேண்டுமா?/ தபால்காரர் கடிதத்தை நீட்டினார். 3: **(ஒன்று பரப்பளவிலிருந்து) வெளித்தள்ளிக் காணப்படுதல்;** protrude. அவருக்கு முன்பற்கள் மட்டும் சிறிது வெளியே நீட்டிக்கொண்டிருக்கும்./ நாற்காலியில் லேசாக நீட்டிக்கொண்டிருந்த ஆணி புடவையைக் கிழித்துவிட்டது. 4: **(கால அளவை) தொடரச் செய்தல்; (எண்ணிக்கையை அளவில்) அதிகரித்தல்;** prolong; extend. விவாதத்தை நீட்டிக்கொண்டே போகாதீர்கள்./ பெயர்ப் பட்டியலை இதற்கு மேல் நீட்ட வேண்டாம். 5: **(பேச்சில், பாட்டில்) வார்த்தைகளை இழுத்து உச்சரித்தல்;** drawl out. அந்த ஊர்க்காரர்கள் எப்போதும் நீட்டிநீட்டித்தான் பேசுவார்கள்./ நாடகத்தின் இந்தக் கட்டத்தில் வசனத்தை நீட்டிப் பேசக் கூடாது./ புதிதாகக் கற்றுக்கொண்ட ராகத்தை நீட்டிப் பாடிக்கொண்டிருந்தார். 6: **சுருக்கமாக இல்லாமல் விளக்கமாக அல்லது தேவைக்கும் அதிகமாக விவரித்தல்;** drag; lengthen. கதையை நீட்டாமல் சீக்கிரம் சொல்./ சொல்லவந்ததை நீட்டி எழுதாமல் கச்சிதமாக எழுதுவதே சிறப்பு.

நீட்டுக்கு வி.அ. (இலங்.) **தொடர்ந்து;** continuously. நீட்டுக்கு அழுதுகொண்டிருந்தால் உடம்புக்கு ஆகாது./ ஒன்றையே நீட்டுக்குச் சொல்லிக்கொண்டிராமல் வேறு ஏதாவது சொல்.

நீடி வி. (நீடிக்க, நீடித்து) **(கால அளவில்) தொடர்தல்;** (of time) last; extend. பேச்சு மேலும் அரைமணி நேரம் நீடித்தது./ இரு நாடுகளின் நீடித்த நட்பின் அடையாளம் இந்த ஒப்பந்தம்./இது நீடித்து உழைக்கக்கூடிய மரம்./ அவருடைய சந்தோஷம் சில நொடிகளே நீடித்தது./ அபராதம் கட்டும்வரையில் சிறைத் தண்டனை நீடிக்க வேண்டும் என்று நீதிபதி தீர்ப்பளித்தார்./ மாணவர்களின் போராட்டம் எவ்வளவு காலம் நீடிக்கும் என்று தெரியவில்லை./ இதே நிலை நீடித்தால் வெகு விரைவில் காடுகள் அழிந்து இந்தப் பகுதி பாலைவனம் ஆகிவிடும் வாய்ப்பு உள்ளது./ நிலநடுக்கத்தைத் தொடர்ந்து பின்னதிர்வுகள் பல மாத காலம்வரை நீடிக்கலாம் என்று புவியியல் வல்லுநர்கள் கூறுகின்றனர்.

நீடிப்பு பெ. **பதவி, வேலை போன்றவற்றில் ஒருவர் உரிய காலம் முடிந்த பின்பு தொடர்ந்து இருப்பதற்கு ஏற்ற வகையில் அளிக்கப்படும் கால அதிகரிப்பு;** extension (of service, etc.,). பதவி நீடிப்பு வேண்டி மேலிடத்திற்கு விண்ணப்பித்துள்ளேன்./ பொதுவாகப் பல்கலைக்கழக ஆசிரியர்களுக்குப் பதவி நீடிப்பு வழங்கப்படுவதில்லை.

நீடு வி.அ. (உ.வ.) **நீடூழி;** long time. நீங்கள் நீடு வாழ வாழ்த்துகிறேன்!

நீடூழி வி.அ. **(ஒருவரை வாழ்த்தும்போது) பல்லாண்டு;** (live) long. நீங்கள் இருவரும் நலன்கள் பல பெற்று நீடூழி வாழுங்கள்./ மணமக்கள் நீடூழி வாழ வாழ்த்துகிறேன்.

நீண்ட பெ.அ. **(நீளத்தில் அல்லது காலத்தில்) சராசரி அளவைவிட அதிகமான அல்லது பெரிய;** (in length and time) long. நீண்ட கடிதம்/ நீண்ட கூந்தல்/ நீண்ட காலக் கடன் திட்டங்கள்/ நீண்ட நேரம் பேசிக்கொண்டிருந்தோம்./ நண்பரைச் சந்தித்து நீண்ட நாட்கள் ஆகின்றன.

நீண்டநாள் பெ.அ. காண்க: **நெடுநாளைய.**

நீத்தார் பெ. (உ.வ.) **இறந்தவர்; மறைந்தவர்;** the dead. நீத்தார்க்கு ஆற்ற வேண்டிய கடன்.

நீத்தார் கடன் பெ. (உ.வ.) **(இறந்தவருக்குச் செய்ய வேண்டிய) ஈமச் சடங்கு;** funeral rites.

நீத்துக்காய் பெ. (இலங்.) **பூசணிக்காய்;** squash gourd. நீத்துக்காயை வெட்டிக் கழிப்புக் கழித்துள்ளார்கள்./ நீத்துக்காய் சாப்பிட்டால் தொற்று நோய் வராதாம்.

நீத்துப்பெட்டி பெ. (வ.வ.) **(மாவு, பிட்டு போன்றவற்றை அவிக்கப் பயன்படும்) பனை ஓலையால் ஆன கூம்பு வடிவச் சாதனம்;** conical device made of palmyra leaves to steam food.

நீதவான் பெ. (இலங்.) **நீதிபதி;** judge.

நீதி பெ. 1: (சட்டம்) **(சட்டம், சமூக நெறி ஆகியவற்றின் அடிப்படையில் வழக்கு, பிரச்சினை போன்றவற்றில்) காரணங்களைக் கூறி நடுநிலைமையோடு வழங்கும் முடிவு;** justice. 'எனக்கு நீதி வழங்க வேண்டும் மன்னா!' என்றார் புலவர். 2: **எது சரி, எது தவறு என்ற ஒழுங்கு;** (what is) just; (what is) fair. பெரியவர் நீதி, நியாயம் தெரிந்தவர். 3: **(சம்பவம், கதை போன்றவற்றின் மூலம் கிடைக்கும்) நெறிப்படுத்தும் கருத்து;** moral. தீமை செய்தவனுக்குத் தீமையே விளையும் என்பதே இந்தக் கதையின் நீதி.

நீதித்துறை பெ. (சட்டம்) **அரசியல் அமைப்புச் சட்டத்தால் இயற்றப்பட்ட சட்டங்களை மற்றும் குடிமக்களின் உரிமைகளைக் காக்க நீதிமன்றங்கள் அமைக்கப்பட்டு அதன்மூலம் நீதி வழங்கும் பொறுப்பைக் கொண்ட, சுதந்திரமாக இயங்கும் துறை;** the judiciary.

நீதிபதி பெ. **1:** *(சட்டம்)* **(நீதிமன்றத்தில் வழக்கின்) இரு தரப்பு வாதங்களையும் கேட்டறிந்து தீர்ப்பு வழங்குபவர்; நீதிமன்ற நடுவர்;** judge. **2: உச்ச நீதிமன்ற, உயர் நீதிமன்ற நடுவர்களின் பெயருக்கு முன் இடப்படும் பட்டம்;** Justice. நீதிபதி இஸ்மாயில் தலைமையில் விசாரணைக் குழு அமைக்கப்பட்டுள்ளது.

நீதிபோதனை பெ. *(அ.வ.)* **ஒருவருடைய நடத்தையை நெறிப்படுத்தும் விதத்திலும் எது சரி அல்லது தவறு என்று ஒழுங்குபடுத்தும் விதத்திலும் அளிக்கும் அறிவுரை;** moral lesson; moral. நாங்கள் பள்ளியில் படிக்கும் காலத்தில் வாரத்தில் ஒரு நாள் நீதிபோதனை வகுப்பு இருக்கும்./ இந்தக் கதையிலிருந்து நீங்கள் அறிந்துகொள்ளும் நீதிபோதனை என்ன என்று மாணவர்களிடம் கேட்டாள்.

நீதிமன்ற ஆணையர் பெ. *(சட்டம்)* **உரிமையியல் வழக்கில் தொடர்புடைய இடத்துக்குச் சென்று அந்த இடத்தைப் பற்றிய விவரங்களை அறிந்து தெரிவிக்கும்படி நீதிமன்றம் நியமிக்கும் வழக்கறிஞர்;** advocate commissioner.

நீதிமன்றக் காவல் பெ. *(சட்டம்)* **(காவல்துறையினரின் வசத்தில் இல்லாமல்) நீதிமன்றத்தின் நேரடிக் கண்காணிப்பில் விசாரணைக் கைதி சிறைக் காவலில் வைக்கப்படுதல்;** judicial custody. குற்றவாளியைப் பதினைந்துநாட்கள் நீதிமன்றக் காவலில் வைக்க நீதிபதி உத்தரவிட்டார்.

நீதிமன்றம் பெ. *(சட்டம்)* **வழக்குகளைச் சட்ட அடிப்படையில் விசாரித்துத் தீர்ப்பு வழங்குவதற்காக அரசால் ஏற்படுத்தப்பட்டிருக்கும் அமைப்பு/இந்த அமைப்புச் செயல்படுகிற கட்டடம்;** court of law/court (building).

நீதிமான் பெ. **நீதியும் நேர்மையும் உடையவர்;** upright and honest man.

நீதியரசர் பெ. **1:** *(பெ.வ.)* **உயர் நீதிமன்ற நீதிபதி;** Justice. **2:** *(சட்டம்) (இலங்.)* **உச்ச நீதிமன்றத்தின் தலைமை நீதிபதி;** Chief Justice of the Supreme Court (in Sri Lanka).

நீதிவான் பெ. *(இலங்.)* **நீதிபதி;** judge. நீதிவான் வந்ததும் எல்லோரும் எழுந்து நின்றனர்.

நீந்து வி. *(நீந்த, நீந்தி)* **(குளம், ஏரி, ஆறு, கடல் போன்றவற்றில்) கை, கால்களைக் குறிப்பிட்ட விதத்தில் அசைத்து நீரைத் தள்ளி முன்னே செல்லுதல்/(மீன், ஆமை முதலியவை) குறிப்பிட்ட விதத்தில் துடுப்பு, வால் முதலியவற்றை அசைப்பதன்மூலம் நீரில் நகர்தல்;** swim. ஆற்றின் நீரோட்டத்தை எதிர்த்து நீந்துவது கடினம்./ மீன் நீந்துவதற்கு அதன் துடுப்புகள் உதவுகின்றன.

நீர்[1] வி. *(நீர்க்க, நீர்த்து)* **1: (திரவத்தின்) அடர்த்தியைக் குறைத்தல்; (மோர் போன்றவற்றில்) நீர் கலந்து நீர்த் தன்மையை அதிகமாக்குதல்;** dilute (a liquid); make thin (by adding water). நீர்த்த மோராக இருந்தாலும் குடிப்பதற்கு நன்றாகத்தான் இருக்கிறது./ *(உரு வ.)* மேலும்மேலும் தகவல்களைச் சேர்த்ததால் கருத்து நீர்த்துப்போய்விட்டது. **2: (சுண்ணாம்பில்) நீர் சேர்த்துக் குழைத்தல்;** slake (lime).

நீர்[2] பெ. **1: தண்ணீர்;** water. ஆற்று நீர்ப் பாசனம்/ பூமியின் மேற்பரப்பு சுமார் 75 சதவீதம் நீரால் சூழப்பட்டுள்ளது./ கடல் நீரிலிருந்து உப்பு எடுக்கிறோம்./ தொட முடியாத அளவுக்கு நீர் சில்லென்று இருந்தது./ நீரை உறைய வைத்து ஐஸ் தயாரிக்கப்படுகிறது./ பூசணிக்காய் நன்றாக வெந்ததும் நீரை வடித்துவிடவும்./ சென்னையின் கடலோரப் பகுதிகளில் நிலத்தடி நீரின் உப்புத் தன்மை அதிகரித்துவருகிறது. **2: ('கண்' என்பதோடு இணைந்து) கண்ணீர்;** (when suffixed to the word கண்) tears. அவள் கண்ணில் நீர் ததும்ப நின்றாள்./ அவன் தங்கை கண்களில் நீர் தளும்ப விடை கொடுத்தாள்./ அவர் கண்களில் நீர் துளிர்த்தது. **3: (கொப்புளம் போன்றவற்றிலிருந்து வெளிப்படும் அல்லது உடலின் குறிப்பிட்ட பகுதியில் சேரும்) கிருமிகள் நிறைந்த நிறமற்ற திரவம்;** pus. புண்ணில் நீர் கோத்திருக்கிறது./ எனக்கு ஜலதோஷத்தின் காரணமாக மூக்கில் நீர் ஒழுக்கு இருந்தது. **4: சிறுநீர்;** urine. உடலில் சுண்ணாம்புச் சத்து அதிகமாக இருந்தால் நீர் அதிகமாகப் பிரியலாம்.

நீர்[3] பி.பெ. *(வ.வ.)* **(ஆண்களைக் குறித்து வரும்போது) 'நீ' என்ற முன்னிலை ஒருமைச் சொல்லைவிட மரியாதை கூடியதாகவும் 'நீங்கள்' என்ற முன்னிலை மரியாதைச் சொல்லைவிட மரியாதையில் குறைந்ததாகவும் உள்ள முன்னிலைப் பிரதிப்பெயர்;** second person pronoun more polite than நீ but less polite than நீங்கள். எங்கள் குடும்ப விஷயத்தில் நீர் தலையிட வேண்டியதில்லை./ நீராவது தலையிட்டு இந்தப் பிரச்சினைக்கு ஒரு தீர்வு காணக் கூடாதா?/ நீரும் உம் பையனும்!

நீர் ஓது வி. *(ஓத, ஓதி) (இலங்.)* **(தீமையை விரட்டும் என்று நம்பி வீடு போன்றவற்றில் தெளிக்க) நீரை மந்திரித்துத் தருதல்;** consecrated water (for sprinkling on objects to drive away evil spirits).

நீர்க்கட்டி பெ. **தோலின் அடியில் அல்லது உடலின் உள்ளே தோன்றும் நீர் நிறைந்த கட்டி;** cyst.

நீர்க்கடுப்பு பெ. **(இயல்பான முறையில் சீராக இல்லாமல்) எரிச்சலுடனும் வலியோடும் சொட்டுச்சொட்டாகச் சிறுநீர் வெளியேறும் நிலைமை;** feeling irritation while passing urine.

நீர்க்காகம் பெ. **அடர் கறுப்பு நிற உடலும், மெல்லிய கழுத்தும், கூரிய அலகும், வாத்து போலவே கால்களில் சவ்வும் கொண்ட நீர்ப்பறவை;** cormorant.

நீர்க்காவி பெ. **சோப்பு போடாமல் தொடர்ந்து நீரில் துவைப்பதால் வெள்ளைத் துணிகளில் தோன்றும் லேசான பழுப்பு நிறம்;** dull white.

நீர்க்குதிரை பெ. காண்க: **கடல்குதிரை.**

நீர்க்கோடு பெ. **நீரோட்டம்;** watermark.

நீர்க்கோள் பெ. *(பு.வ.)* **நீர்ப்பிடிப்புப் பகுதி;** catchment area. ஆற்றின் நீர்க்கோள் பகுதி அண்டை இருப்பதால் நீர் அந்த மாநிலத்துக்கு மட்டுமே சொந்தமாகிவிடாது./ காவிரி நீர்க்கோள் பகுதியில் இந்த ஆண்டு நல்ல மழை.

நீர்ச்சத்து பெ. **சுரைக்காய், பூசணிக்காய் போன்ற காய்கறிகளிலும், தர்ப்பூசணி போன்ற பழங்களிலும் மிகுந்து காணப்படும் சத்து மிகுந்த நீர்த் தன்மை;** (of vegetables, fruits, etc.,) the quality of being succulent. சௌசௌவில் நீர்ச்சத்து அதிகம் உள்ளது./ கோடைக் காலங்களில் நீர்ச்சத்து உள்ள பழங்களைச் சாப்பிடுவது நல்லது.

நீர்ச்சறுக்கு விளையாட்டு பெ. காண்க: **அலைச்சறுக்கு விளையாட்டு.**

நீர்ச்சிரங்கு பெ. *(இலங்.)* சேற்றுப்புண்; athlete's foot. ஏன் உன் காலெல்லாம் நீர்ச்சிரங்காக இருக்கிறது?/ மழைத் தண்ணீரில் நிற்காதே. நீர்ச்சிரங்கு வைத்துவிடும்.

நீர்ச்சோறு பெ.*(ஊரக வ.)* **(இரவு சாப்பிடுவதற்காக) காலை அல்லது மதியம் வடித்து, நீர் விட்டு வைத்திருக்கும் சாதம்;** rice cooked in the morning or noon and kept in water for nightmeal. மதியச் சாப்பாட்டுக்கும் நீர்ச்சோறுக் குமாகச் சேர்த்துச் சோறு வடித்துக்கொண்டால் இரண்டு வேளை உலை வைக்கவேண்டிய வேலை இருக்காது.

நீர்த்த பெ.அ. *(வேதி.)* *(அமிலத்தைக் குறிக்கும்போது)* **அதிக அளவில் நீர்த்தன்மை கொண்ட; வீரியம் குறைந்த;** (of acids) diluted. நீர்த்த கந்தக அமிலம்.

நீர்த்தாங்கி பெ. *(இலங்.)* **உயரத்தில் அமைந்திருக்கும் நீர்த்தொட்டி;** overhead water tank. நீர்த்தாங்கி நிரம்பி வழிந்தது.

நீர்த்தேக்கம் பெ. **ஆற்றின் குறுக்கே அணை கட்டி நீரைத் தேக்கிவைத்திருக்கும் இடம்/ஆற்று நீர் அல்லது மழைநீர் தேக்கிவைக்கப்பட்டிருக்கும் ஏரி, குளம் முதலியவை;** dam; reservoir; tank. சென்னை நகருக்குக் குடிநீர் புழலேரி, பூண்டி முதலிய நீர்த்தேக்கங்களிலிருந்து கொண்டுவரப்படுகிறது.

நீர்நாய் பெ. **(ஏரி, ஆறு போன்ற நீர்நிலைகளில் காணப்படும்) நாயைப் போன்ற முக அமைப்பையும், முதுகுப் பகுதியில் கரும்பழுப்பு நிற ரோமத்தையும் (நீந்துவதற்கு ஏற்ற விதத்தில்) சவ்வினால் இணைக்கப்பட்ட கால் விரல்களையும் கொண்ட ஒரு விலங்கு;** otter. பழனி மலைப் பகுதிகளில் நீர்நாய்கள் காணப்படுகின்றன என்று விலங்கியல் பேராசிரியர்கள் கூறுகின்றனர்./ கூச்ச சுபாவம் நிறைந்த நீர்நாய், மனிதர்களைக் கண்டால் ஓடி ஒளிந்துகொள்ளும்.

நீர்நில வாழ்வி பெ. **நீரிலும் நிலத்திலும் வாழ்வதற்கு ஏற்ற உடல் அமைப்பைப் பெற்றுள்ள (தவளை, தேரை போன்ற) முதுகெலும்புள்ள குளிர் இரத்தப் பிராணிகளைக் குறிக்கும் பொதுப்பெயர்;** amphibians.

நீர்நிலை பெ. **ஆறு, ஏரி, குளம் முதலியவற்றைக் குறிக்கும் பொதுப்பெயர்;** common name for water sources.

நீர்ப்பறவை பெ. **நீர்நிலைகளைச் சார்ந்து வாழும் பறவைகளைக் குறிப்பிடப் பயன்படுத்தும் பொதுப் பெயர்;** water bird. கூழைக் கடா, மடையான் ஆகிய நீர்ப் பறவைகளின் வாழ்க்கை முறையைப் பற்றி நான் ஆய்வு செய்துவருகிறேன்.

நீர்ப்பாசனம் பெ. காண்க: **பாசனம்.**

நீர்ப்பாசி பெ. **நீரில் படர்ந்து வளரும் பாசி வகை;** algae; moss weed.

நீர்ப்பிடிப்புப் பகுதி பெ. **(ஆற்றில்) நீர் வந்துசேருவதற்கு ஆதாரமான பகுதியாக அமையும் மழை பெய்யும் பரப்பு;** catchment area. காவிரி ஆற்றின் நீர்ப்பிடிப்புப் பகுதிகளான மேற்குத் தொடர்ச்சி மலையில் கன மழை பெய்துவருகிறது./ நீர்ப்பிடிப்புப் பகுதிகளில் உரிய நடவடிக்கைகள் எடுப்பதன்மூலம் நிலத்தடி நீரைப் பெருக்கக் கூடிய சாத்தியக்கூறு அதிகமாகிறது./ நீர்ப்பிடிப்புப் பகுதிகளில் மழை பெய்யாததுதான் குடிநீர்த் தட்டுப்பாட்டுக்கு முக்கியக் காரணமாகக் கூறப்படுகிறது.

நீர் பிரி வி. *(பிரிய, பிரிந்து)* **சிறுநீர் வெளியேறுதல்;** urinate. காலையிலிருந்து குழந்தைக்கு நீர் பிரியவில்லை.

நீர்மட்டம்[1] பெ. **(அணை, ஏரி முதலியவற்றில் தேக்கப்பட்டிருக்கும்) தரையிலிருந்து நீர் இருக்கும் உயரம்;** level of water (in a reservoir, lake, etc.,). மேட்டூர் அணையின் நீர்மட்டம் 60 அடியாகக் குறைந்துவிட்டது.

நீர்மட்டம்[2] பெ. *(வ.வ.)* காண்க: **ரசமட்டம்.**

நீர்மம் பெ. **திரவ நிலை;** liquid state.

நீர்மாலை பெ. *(வ.வ.)* **(இறந்தவருக்குச் செய்யும் இறுதிச் சடங்கின் முதல் பகுதியாக) உடலை நீராட்டுவதற்கு மகன், மகள் உள்ளிட்ட நெருங்கிய உறவினர்கள் கொண்டுவரும் நீர்;** water brought by close relatives to bathe the corpse (signalling the commencement of the funeral rites).

நீர்மூழ்கி பெ. காண்க: **நீர்மூழ்கிக்கப்பல்.**

நீர்மூழ்கிக்கப்பல் பெ. **நீரினுள் அமிழ்ந்து செல்லக் கூடிய அமைப்பைக் கொண்ட, கடற்படையில் பயன்படுத்தும் கப்பல்;** submarine.

நீர்மோர் பெ. **மோரில் நிறைய நீரைக் கலந்து கறிவேப்பிலை இட்டுத் தாளிக்கப்பட்ட (பெரும்பாலும் கோடைக் காலத்தில் அருந்தும்) பானம்;** weak buttermilk flavoured with curry leaves (taken as a drink in summer). எங்கள் தெருவில் திருவிழாவுக்காக நீர்மோர்ப் பந்தல் அமைத்திருந்தார்கள்./ கோடைக் காலத்தில் நீர்மோர்ப் பந்தல் வைத்தால் புண்ணியம் என்பது மக்களின் நம்பிக்கை.

நீர்யானை பெ. **(பார்ப்பதற்கு காண்டாமிருகத்தைப் போன்று இருக்கும்) பருத்த உடலையும் பெரிய தலையையும் வழவழப்பான தடித்த தோலையும் உடைய (ஆப்பிரிக்காவில் காணப்படும்) நீர்வாழ் விலங்கு;** hippopotamus.

நீர்வண்ண ஓவியம் பெ. **நீரில் வண்ணங்களைக் குழைத்து (காகிதத்தில்) வரையும் ஓவியம்;** watercolour painting.

நீர்வண்ணம் பெ. **(ஓவியம் வரையப் பயன்படும்) நீரில் கரையும் தன்மை கொண்ட வண்ணம்;** watercolour.

நீர்வழி பெ. **கப்பல், படகு போன்றவை செல்ல ஆதாரமாக அமையும் கடல், ஆறு போன்ற நீர்ப்பரப்பு;** waterway. பண்டைக் காலத்தில் நிலத்தின் வழியாகவும் நீர்வழியாகவும் அராபியர்கள் தமிழகத்தோடு வாணிபம் நடத்தினர்./ நதிகளை இணைப்பதன்மூலம் நீர்வழிப் போக்குவரத்து அதிகரிக்கும்./ சென்னையில் உள்ள அடையாறு, கூவம் ஆகிய நீர்வழிகளைச் சீர்படுத்த அரசு நிதி ஒதுக்கியுள்ளது./ நீர்வழிகளில் கழிவுநீர் கலப்பதைத் தடுக்க அரசு உரிய நடவடிக்கைகள் எடுத்துவருகிறது.

நீர்வள ஆதாரத் துறை பெ. **அரசின் பொதுப்பணித் துறையில் நீர்வள ஆதாரத்திற்குப் பொறுப்பு வகிக்கும் பிரிவு;** water resources department.

நீர்வள ஆதாரம் பெ. **ஆறு, ஏரி, குளம், நிலத்தடி நீர் போன்ற, ஒரு நிலப்பகுதியின் நீருக்கான மூலம்;** water resources.

நீர்வீழ்ச்சி பெ. **அருவி;** waterfall.

நீரகம் பெ. **நீரைத் தக்கவைத்துக்கொள்ளும் அல்லது நீர் கடந்து செல்ல அனுமதிக்கும் பாறை அமைப்பு;** aquifer.

நீராகாரம் பெ. **1: (கஞ்சி, பால் போன்ற) திரவ உணவு;** liquid food. இரண்டு நாளைக்கு நீராகாரம்தான் சாப்பிட வேண்டும் என்று வைத்தியர் சொன்னது உனக்கு நினைவில் இருக்கிறதா? **2: முதல் நாள் இரவு வடித்த சோற்றில் ஊற்றிவைக்கப்பட்டதால் சற்றே புளித்த நீர்;** water in which cooked rice is kept overnight (to be taken as a drink). வெறும் வயிற்றில் நீராகாரம் குடிப்பது உடலுக்குக் குளிர்ச்சியைத் தரும்.

நீராட்டு வி. (நீராட்ட, நீராட்டி) (உ.வ.) **குளிப்பாட்டுதல்;** bath (s.o.). குழந்தைகளை நீராட்டி ஆடை அணிவித்தாள்.

நீராடு வி. (நீராட, நீராடி) (உ.வ.) **குளித்தல்;** bathe (in a river, sea, etc.,); have a bath. கோடை விடுமுறையில் கடலில் நீராடி மகிழ்ந்தோம்./ தாத்தா காலையில் எழுந்து நீராடிவிட்டுப் பூஜைக்கு மலர் பறித்து வருவார்.

நீராணிக்கம் பெ. (ஊரக வ.) **(கிராமத்து வயல்களுக்கு நீர் வரும் வாய்க்கால், கூடுதல் நீர் வெளியேறும் வாய்க்கால் போன்றவற்றைத் திறந்தும் அடைத்தும்) ஆண்டுக்கு ஆண்டு கிராமத்துக்கு நீர்ப்பாசன வேலை செய்வதற்காகக் கிராமத்தாரால் ஒருவரிடம் தரப்படும் பொறுப்பு;** the work of irrigation and drainage annually entrusted to one by the village. இந்த ஆண்டு நீராணிக்கத்துக்கு இரண்டு நபர்களை நியமித்திருக்கிறார்கள்./ சென்ற ஆண்டு என் மாமா நீராணிக்கம் பார்த்தார்.

நீராதாரம் பெ. **குடிநீர், பாசனம் போன்றவற்றுக்கான ஆதாரமாக விளங்கும் ஆறு, ஏரி, கேணி முதலியவை;** water resource.

நீராவி[1] பெ. **1: கொதித்த நீரின் வாயு நிலை;** steam. **2: இயந்திரங்களை இயக்கக்கூடிய முறையில் மேற்குறிப்பிட்ட வாயுவால் கிடைக்கும் ஆற்றல்;** steam (power). நீராவிப் படகு/ நீராவி இயந்திரம்.

நீராவி[2] பெ. (வ.வ.) **கிராமத்துக்கு உள்ளேயே பெரிய அளவிலான, ஆனால் தெப்பக்குளத்தைவிடச் சிறிய, அதிக ஆழமான, மழைநீர் சேகரிப்புத் தொட்டி;** a small tank of considerable depth, situated within the village to collect rain water.

நீராவிக் குளியல் பெ. (பு.வ.) **உடலைத் தூய்மைப்படுத்திக்கொள்ளவும் சோர்வு நீங்கிப் புத்துணர்ச்சி பெறவும் உதவும் வகையில் தண்ணீரில் அல்லாமல் நீராவி நிறைந்த அறையில் குளிக்கும் முறை;** steam bath.

நீராழி மண்டபம் பெ. **கோயிலைச் சேர்ந்த குளத்தின் நடுவிலோ ஆற்றின் நடுவிலோ திருவிழாவின்போது உற்சவமூர்த்தியை வைத்து வழிபடும் சிறிய மண்டபம்;** small tower-like structure in the middle of a river or tank. *(பார்க்க, படம்: கோயில்)*

நீராளம் பெ. (இலங்.) **(குழம்பு, மோர் போன்றவற்றைக் குறிக்கும்போது) மிகுந்த நீர்த்தன்மையோடு இருப்பது;** (of sauce, butter, milk, etc.,) watery. ஆட்கள் கூடியதால் நீராளமாகக் கறியைச் காய்ச்சிவிட்டாயா?/ அவளிடம் தயிர் வாங்கினால் நீராளமாகத்தான் இருக்கும்.

நீரிடி பெ. (ஊரக வ.) **(புயலின் போது) குறுகிய நேரத்தில் ஒரு சிறிய பரப்பில் மிக அதிகமாகவும் தொடர்ந்தும் கொட்டும் மழை;** very heavy rain in a short duration concentrated in one place; cloudburst. புயலின் போது திருச்சிக்கு மேற்கே நீரிடி விழுந்து வெள்ளம் வந்ததாகப் பேசிக்கொண்டார்கள்.

நீரிணை பெ. **ஜலசந்தி;** strait. பாக் நீரிணை.

நீரிணைப்பு பெ. (உ.வ.) **ஜலசந்தி;** strait.

நீரியல் பெ. **நிலத்தின் அடியிலும் மேற்பரப்பிலும் இருக்கும் நீரைப் பற்றியும் அந்த நீர் உள்ள இடத்தின் அமைப்பைப் பற்றியும் விவரிக்கும் அறிவியல் பிரிவு;** hydrology.

நீரிழப்பு பெ. **(ஒருவருக்கு ஏற்படும்) கடுமையான வயிற்றுப்போக்கினாலோ வாந்தியாலோ உடலில் இயல்பாக உள்ள நீர்ச்சத்து அளவுக்கு அதிகமாக வெளியாகும் நிலை;** dehydration.

நீரிழிவு பெ. **இயல்பாக இருக்க வேண்டிய அளவைவிட அதிகமாகச் சர்க்கரை இரத்தத்தில் சேர்வதால் ஏற்படும் உடல்நலக் குறை;** diabetes.

நீருட்ட பானம் பெ. **(உடலிலிருந்து) நீரிழப்பினால் வெளியேறும் நீர்ச்சத்தை ஈடுகட்ட உட்கொள்ளப்படும் பானம்;** rehydration drink.

நீருற்று பெ. காண்க: *ஊற்று*[2].

நீரேரி பெ. (இலங்.) **(கடல் நீர்) ஒடுங்கிய பரப்பின் வழியாக நிலப் பகுதிக்குள் ஊடறுத்துச் சென்று பரந்து காணப்படும் நீர்ப்பகுதி;** lagoon.

நீரேற்று நிலையம் பெ. **குழாய் வழியாக நீர் எல்லா இடங்களுக்கும் சீராகச் செல்வதற்கான அழுத்தத்தைத் தரும் இயந்திரம் உள்ள நிலையம்;** water pumping station.

நீரோட்டம் பெ. **1: (கடல், ஆறு போன்றவற்றில்) விசையோடு செல்லும் நீரின் இயக்கம்;** current (in a river or sea). ஆற்றின் நடுவே நீரோட்டம் அதிகமாக இருக்கும், ஜாக்கிரதையாக நீந்து. **2: குறிப்பிட்ட சமூகத்தில், நாட்டில் பெரும்பான்மையானவர்கள் பொதுவில் ஏற்றுக்கொண்டிருக்கும் மதிப்பீடுகள், கருத்துகள், சிந்தனைப் போக்கு போன்றவற்றின் இயக்கம்;** main stream. தேசிய நீரோட்டத்தில் இளைஞர்கள் பங்குபெற வேண்டும். **3: (வைரம் போன்றவற்றில்) ஓடும் நீர் போலத் தோற்றமளிக்கும் ஒளி;** lustre of a gem (esp. diamond). **4: (ரூபாய் நோட்டு, தாள் முதலியவற்றில்) வெளிச்சத்திற்கு எதிராக வைத்துப் பார்த்தால் மட்டுமே புலப்படக்கூடிய வகையில் பதிக்கப்பட்டிருக்கும் உருவம் அல்லது எழுத்து;** watermark (in a currency note, paper, etc.,).

நீரோடை பெ. காண்க: *ஓடை*[1].

நீலக்கல் பெ. **(ஆபரணங்களில் பதிக்கப்படும், நவமணிகளுள் ஒன்றான) நீல நிறமுடைய விலை உயர்ந்த கல்;** sapphire.

நீலஞ்சம்பா பெ. (ஊரக வ.) **நீர் அதிகம் தேங்கக்கூடிய நிலங்களுக்கு ஏற்ற, பூச்சிகளை எதிர்க்கும் திறன் கொண்ட, பாரம்பரிய நெல் வகைகளில் ஒன்று;** a traditional variety of rice which is pest-resistant and is suitable for areas prone to water logging. நீலம் சம்பா அரிசி பாலூட்டும் தாய்மார்களுக்கு ஏற்றது.

நீலத் தாழைக்கோழி பெ. **உடல் பகுதி கருநீல நிறத்திலும், அலகும் கால்களும் சிவப்பு நிறத்திலும் இருக்கும், அளவில் கோழியைவிடப் பெரிய நீர்ப்பறவை;** grey headed swamp hen.

நீலநாக்கு நோய் பெ. **ஆடுகளின் வாயில் புண்ணை ஏற்படுத்தி இறுதியில் மரணத்தை விளைவிக்கும் வைரஸ் நோய்;** blue tongue disease.

நீலப்படம் பெ. **பாலுணர்வைத் தூண்டும் ஆபாசக் காட்சிகள், உடலுறவுக் காட்சிகள் ஆகியவை நிறைந்த திரைப்படம்;** blue movie; blue film.

நீலம்[1] பெ. 1: **வானம், கடல் முதலியவற்றில் உள்ளது போன்ற நிறம்;** blue (colour). 2: **(வெள்ளைத் துணிகளைப் பளிச்சிடச் செய்வதற்காக நீரில் கரைத்துப் பயன்படுத்தும்) நீல நிறப் பொடி அல்லது திரவம்;** laundering blue. 3: காண்க: **நீலக்கல்.**

நீலம்[2] பெ. **தடித்த, சற்றுக் கசப்புத் தன்மை கொண்ட தோலை உடைய ஒரு வகை மாம்பழம்;** a kind of mango.

நீலம்பாரி வி. *(-பாரிக்க, -பாரித்து)* **(பொதுவாக) நீல நிறம் பரவுதல்; (குறிப்பாக) (இரத்தத்தில் விஷம் கலப்பதால் உடல்) நீல நிறமாக மாறுதல்;** (generally) become blue; (especially) be livid (from the blood getting poisoned). நல்லபாம்பு கடித்தால் கண்கள் செருகும், உடம்பு நீலம் பாரிக்கும்; வாயில் நுரைதள்ளும்.

நீலவால் பஞ்சுருட்டான் பெ. **கண்கள் மையிட்டது போன்ற நீட்சியுடன் கருஞ்சிவப்பு நிறத்திலும், இறக்கைகளும் தோகையும் இளம்பச்சை நிறத்திலும், அதைத் தொடர்ந்து இருக்கும் வால் நீல நிறத்திலும், அலகு கறுப்பாகவும், கழுத்து மஞ்சளும் சிவப்பும் கலந்த வண்ணத்திலும் இருக்கும், வலசை வரும் பறவை;** blue-tailed bee-eater.

நீலாம்பல் பெ. **நீல நிற அல்லி; கருங்குவளை;** blue nelumbo.

நீலி பெ. *(த.வ.)* **(பெரும்பாலும் வசைச்சொல்லாக) (ஒரு வருக்கு) தீங்கு செய்யும் உள்நோக்கத்தோடு நாடகமாடும் பெண்;** a woman who is a dissembler. அந்த நீலி சொல்வதைக் கேட்டுக்கொண்டு என்னைத் திட்டுகிறாயா?

நீலிக்கண்ணீர் பெ. **உண்மையான துக்கமோ சோகமோ இல்லாமல் பொய்யாக வெளிப்படுத்தும் அனுதாபம்; போலி வருத்தம்;** insincere tears; crocodile tears. 'முதலாளிகளின் நீலிக்கண்ணீரைக் கண்டு நாம் ஏமாந்துவிடக் கூடாது' என்று தொழிற்சங்கத் தலைவர் காரசாரமாகப் பேசினார்./ 'சிறுபான்மையினரின் ஆதரவைப் பெறுவதற்காக எல்லாக் கட்சிகளுமே நீலிக்கண்ணீர் வடிக்கின்றன' என்றார் அந்த அரசியல் விமர்சகர்.

நீவு வி. *(நீவ, நீவி)* 1: **(உடலின் பகுதியை விரலால்) சற்று அழுத்தித் தடவுதல்;** stroke (gently). தண்ணீரைக் குடிக்கும்போது புரையேறியதும் முதுகில் தட்டி நெஞ்சை நீவிவிட்டாள். [*(தொ.சொ.)* அழுத்து/ ஒற்று/ கிள்ளு/ குட்டு/ தட்டு/ தடவு/ பிசை/ பிடி] 2: **(தாள், துணி போன்றவற்றைச் சுருக்கம் போகும்படி விரலால்) அழுத்தி இழுத்தல்;** smooth out (the surface of a page); press (the pleats of a saree). புத்தகத்தின் பக்கத்தை நீவிவிட்டுக்கொண்டே படிப்பது சிலரின் பழக்கம்./ சேலையில் கொசுவ மடிப்பைப் பலமுறை நீவிவிட்டுக்கொண்டாள்.

நீள்[1] வி. *(நீள, நீண்டு)* 1: **(ஒரு பொருள்) இருக்கும் அளவிலிருந்து நீளமாக ஆதல்;** increase in length; lengthen. முதலில் தோன்றும் வேர் நீண்டு ஆழமாகச் செல்வதால் தாவரம் உறுதியாக ஊன்றி நிற்க முடிகிறது./ தண்டுப்பகுதி குறுகி நீண்டு வளரும்./ பழுக்கக் காய்ச்சி அடித்தால்தான் கம்பி நீளும்./ இழுத்தால் நீளுவது ரப்பரின் இயல்பு. 2: **(தலை, கை, கால் போன்ற உடல் உறுப்பு) இருக்கும் நிலையிலிருந்து முன்னோக்கி எழுதல் அல்லது மேலெழுதல்;** be stretched; raise; put out. பையிலிருந்து காசை எடுப்பதற்குள் பல பிச்சைக்காரர்களின் கரங்கள் நீண்டன./ புற்றிலிருந்து பாம்பின் தலை மெதுவாக நீண்டது. 3: **(கால அளவில் ஒரு செயல் அல்லது நிகழ்வு) அதிகரித்தல்; தொடர்தல்;** (of speech, etc.,) get prolonged. நன்றியுரை நீண்டுகொண்டே போனதில் கூட்டம் முடிய நேரமாகிவிட்டது./ நான் எதிர்பார்த்ததைவிடக் கட்டுரை அதிகமாக நீண்டுவிட்டது./ குளிர் காலத்தில் பகல் குறைந்தும் இரவு நீண்டும் இருக்கும்.

நீள்[2] பெ.அ. *(பெரும்பாலும் வடிவங்களைக் குறிக்கும் சொற்களுக்கு அடையாக வரும்போது)* **பக்கவாட்டில் நீண்டு செல்கிற;** (with reference to shapes) long; (with reference to orbit) elliptical.

நீள்உருண்டை பெ. *(-ஆன)* **முழுமையான உருண்டையாக இல்லாமல் பக்கவாட்டில் சற்று நீண்டு காணப்படும் வடிவம்;** cylinder. அவளுக்கு நீள்உருண்டையான முகம்.

நீள்வட்டம் பெ. **சீரான வட்டமாக இல்லாமல் பக்கவாட்டில் சற்று நீண்டு காணப்படும் வடிவம்;** ellipse. பூமி தன்னைத் தானே சுற்றிக்கொண்டு சூரியனை நீள்வட்டப் பாதையில் சுற்றிவருகிறது.

நீள்வெட்டுத் தோற்றம் பெ. **ஒரு பொருளின் உட்பகுதியைக் காட்ட அதை நீளவாக்கில் வெட்டியது போல் காட்டப்படுவது;** longitudinal section.

நீளக்காற்சட்டை பெ. *(இலங்.)* **ஆண்கள் இடுப்பிலிருந்து கணுக்கால்வரை அணியும் கால்சட்டை;** trousers. உயர் வகுப்பில் படிக்கும் அண்ணாக்கள் பல்வேறு நிற நீளக்காற்சட்டையுடன் சென்றார்கள்.

நீளம் பெ. 1: **இரண்டு பரிமாணங்களைக் கொண்டிருக்கும் ஒரு வடிவத்தில் ஒரு அளவைவிட அதிகமாக இருக்கும் மற்றொரு அளவு/(கம்பி, நூல் போன்றவற்றில்) இரு முனைகளுக்கு இடையே உள்ள அளவு;** length. அறையின் நீளம் பன்னிரண்டு அடி, அகலம் பத்து அடி./ பெட்டியைக் கட்டுவதற்கு இந்தக் கயிற்றின் நீளம் போதாது./ இந்தச் சண்டைக் காட்சி படத்தில் நூறு அடி நீளம் வருகிறது./ கங்கையின் மொத்த நீளம் 2,525 கி.மீ. ஆகும். 2: *(-ஆக, -ஆன)* **சராசரி நீளத்தைவிட அதிகம்;** long. நீளமாகத் திரிக்கப்பட்ட கயிறு/ சட்டையின் கையை நீளமாகத் தைத்துவிட்டாயே?/ நீளமான சாலை/ நீளமான கதை/ அவளுக்கு நீளமான கூந்தல். 3: காண்க: **கைநீளம்.** 4: காண்க: **நாக்குநீளம்.** 5: காண்க: **வாய்நீளம்.**

நீளம் தாண்டுதல் பெ. **(தடகளப் போட்டிகளில்) வேகமாக ஓடிவந்து குறிப்பிட்ட இடத்தில் காலை ஊன்றி எழும்பி, முடிந்த அளவுக்குத் தூரத்தைத் தாண்டுதல்;** long jump.

நீளம் பாய்தல் பெ. (இலங்.) காண்க: **நீளம் தாண்டுதல்.**

நீளவால் கீச்சான் பெ. **நீளமான கறுப்பு வாலுடன், கண்ணைச் சுற்றிக் கறுப்புப் பட்டையுடனும், இறக்கைகளின் விளிம்பு கறுப்பாகவும், வாலின் மேற்புறம் மற்றும் உடலின் பக்கவாட்டுப் பகுதி ஆரஞ்சு நிறத்திலும், உடல் முழுவதும் வெளிர்சாம்பல் நிறத்திலும் இருக்கும் சிறிய பறவை;** long-tailed shrike.

நீற்று வி. (நீற்ற, நீற்றி) **(வெள்ளையடிப்பதற்கு ஏற்ற வகையில் சுண்ணாம்புக் கட்டிகளை நீரில் போட்டு) குழையச் செய்தல்;** slake (lime).

நீறு பெ. காண்க: **திருநீறு.**

நீறுபூத்த நெருப்பாக வி.அ. (உ.வ.) **(ஒருவருடைய உணர்ச்சிகள்) உள்ளுக்குள்ளாக; வெளிப்படையாகத் தெரியாத முறையில்;** (of emotions) not outwardly visible. அண்ணன் தம்பிகளுக்குள் ஏற்பட்ட சொத்துத் தகராறு இன்றும் நீறுபூத்த நெருப்பாகத் தொடர்ந்துகொண்டுதான் இருக்கிறது./ அவன்மேல் அவள் கொண்ட காதல் நீறுபூத்த நெருப்பாக இருந்துவந்தது என்பது உண்மைதான்.

நுகத்தடி பெ. (ஊரக வ.) **உழுவதற்கு நிற்கும் இரண்டு மாடுகளின் கழுத்திலும் பிணைக்கப்படும் எடை குறைவான, வழுவழுப்பான மஞ்சணத்தி மரத்தில் செய்யப்படும், உருண்ட மரத்தடி;** yoke made with the wood of மஞ்சணத்தி. நுகத்தடி அழுத்திஅழுத்தி எருதுகளின் கழுத்து காய்ப்பேறியிருந்தது./ (உரு வ.) மரபின் நுகத்தடியை உதறியெறிவது அவ்வளவு சுலபம் இல்லை. (பார்க்க, படம்: **கட்டைவண்டி)**

நுகம் பெ. காண்க: **நுகத்தடி.**

நுகர் வி. (நுகர, நுகர்ந்து) (உ.வ.) **(புலன்களால்) உணர்ந்து அனுபவித்தல்;** experience; enjoy (through senses). ஐம்புலன்களால் நுகரும் இன்பம்.

நுகர்ச்சி பெ. காண்க: **நுகர்வு, 1.**

நுகர்பொருள் பெ. **மக்கள் அன்றாடத் தேவைகளுக்காக வாங்கிப் பயன்படுத்தும் பொருள்;** consumer goods. தமிழ்நாடு நுகர்பொருள் வாணிபக் கழகத்திடம் தேவையான அளவுக்கு அரிசி கையிருப்பில் உள்ளது./ நுகர்பொருள் விற்பனையில் போதிய அனுபவம் உள்ளவர்கள் இந்தப் பதவிக்கு விண்ணப்பிக்கலாம்./ நுகர்பொருளுக்கான சந்தை வளர்ந்துகொண்டேயிருக்கிறது.

நுகர்வியம் பெ. **(தேவை இருந்தாலும் இல்லாவிட்டாலும்) பொருள்களை வாங்கிக்கொண்டே இருக்க வேண்டும் என்கிற உந்துதல்;** consumerism. உலக மயமாக்கலுக்குப் பிறகு மக்களிடையே நுகர்வியப் போக்கு அதிகரித்துள்ளது./ நுகர்வியக் கலாச்சாரம்.

நுகர்வு பெ. (உ.வ.) **1: அனுபவித்தல்;** experience. புலன் வழி இன்ப நுகர்வு. **2: (பொருளையோ சேவையையோ) பயன்படுத்தும் நிலை;** consumption. தொழிற்சாலைகளில் மின்சக்தி நுகர்வைக் குறைக்க நடவடிக்கை.

நுகர்வோர் பெ. **தன் சொந்தப் பயன்பாட்டுக்காகப் பொருள் வாங்குபவர் அல்லது சேவையைப் பெறுபவர்;** consumer. லாப நோக்கை மட்டும் கருதாமல் நுகர்வோரின் நலனையும் கருத்தில் கொள்ள வேண்டும்.

நுகர்வோர் நீதிமன்றம் பெ. (சட்டம்) **நுகர்வோரின் உரிமைகள் தொடர்பான வழக்குகளை விசாரிக்கும் நீதிமன்றம்;** consumer court. கடையில் வாங்கிய பொருள் தரக் குறைவானதாக இருந்தால், நீங்கள் நுகர்வோர் நீதிமன்றத்தில் வழக்குப் பதிவுசெய்யலாம்.

நுகர்வோர் பொருள் பெ. (பு.வ.) **(பிற பொருட்களை உற்பத்தி செய்யப் பயன்படுத்தப்படும் இயந்திரங்கள் போன்றவற்றுக்கு எதிராகக் கூறும்போது) நுகர்ந்து தீர்ந்துபோகும் உணவு, உடை போன்ற பொருள்;** consumer goods. நுகர்வோர் பொருள்களுக்கு அரசு சிறப்பு வரிச் சலுகை அளித்துள்ளது.

நுங்கு பெ. **1: இளம் பனங்காயின் உள்ளே வழவழப்பான சதைக்கு நடுவே லேசான இனிப்புச் சுவையோடு இருக்கும் நீரைக் கொண்ட பகுதி;** kernel of a tender palmyra fruit. **2: இளம் பனங்காய்;** tender palmyra fruit. பனை மரத்தில் ஏறி நுங்கு வெட்டிப் போட்டான்.

நுங்கும்நுரையுமாக வி.அ. **(நீர், பால் முதலியவற்றைக் குறிப்பிடும்போது) பொங்கும் நுரையுடன்;** with foam; foamy. நுங்கும்நுரையுமாகக் கரை புரண்டு ஓடியது வெள்ளம்./ கறந்து கொண்டுவந்த பால் நுங்கும்நுரையுமாக இருந்தது.

நுட்பம் பெ. (-ஆக, -ஆன) **1: பல அம்சங்கள் கொண்ட சிக்கலான ஒன்றில் மேலோட்டமாகத் தெரியாத உள்ளடங்கிய அம்சம்; நுணுக்கம்;** minuteness; subtlety. விமானத்தில் ஏற்பட்டிருந்த நுட்பமான கோளாறு கடைசி நேரத்தில் கண்டுபிடிக்கப்பட்டது./ கலை நுட்பம் வாய்ந்த சிற்பங்கள்/ கட்டடக் கலையின் நுட்பங்களுக்குச் சான்றாக விளங்கும் தஞ்சை பெரிய கோயில்/ நாட்டியக் கலையின் நுட்பங்கள் அறிந்த நர்த்தகி இவர்./ சிக்கலான அறுவைச் சிகிச்சையை எளிதாக்கும் விதத்தில் நுட்பமான நவீனக் கருவிகள் கண்டுபிடிக்கப்பட்டுள்ளன./ விஞ்ஞான நுட்பங்களை விளக்குவது சுலபமல்ல. **2: மிகச் சிறிய அம்சத்தையும் கவனிக்கும் தன்மை; கூர்மை;** sharpness. நுட்பமான ஆராய்ச்சி/ கூட்டுக்குடும்பத்தில் எழும் பிரச்சினைகளை நுட்பமாகச் சித்தரிப்பதில் ஆசிரியர் வெற்றிகண்டிருக்கிறார்./ நுட்பம் மிகுந்த அறிவு/ நீதிபதி இரு தரப்பு வாதங்களையும் நுட்பமாக ஆராய்ந்து தீர்ப்பு வழங்கினார். [(தொ.சொ.) **கூர்மை/ நுண்மை/ நுணுக்கம்**] **3: (அளவில்) நுண்மை;** being microscopic. நுட்பமான உயிர்கள்/ நுட்பமான அணுக்கள்/ நுரையீரலில் மிக நுட்பமான சிற்றறைகள் உள்ளன.

நுண் பெ.அ. காண்க: **நுண்ணிய.**

நுண் அதிர்வுகள் பெ. (பு.வ.) **கடலுக்கு அடியில் ஏற்படும் நிலநடுக்கம் அல்லது கடலில் உருவாகும் புயலின் காரணமாக மிகக் குறைந்த அளவில் நிலப் பகுதியில் உணரப்படுவதும், பெருமளவு அழிவை அல்லது ஆபத்தை விளைவிக்காததுமான நிலநடுக்கம்;** microseisms.

நுண்கணிதம் பெ. **காலத்தையும் இடத்தையும் பொறுத்து மாறுபடும் அளவுகளைக் கணக்கிடுவதற்கான ஒரு கணிதப் பிரிவு;** calculus.

நுண்கதிர்வீச்சுப் படம் பெ. (பு.வ.) **நோயறியும் மருத்துவப் பரிசோதனை முறையாக (கண்ணால் நேரடியாகப் பார்க்க முடியாத) உடலின் உட்புறத்தில் அமைந்திருக்கும் எலும்புகள் அல்லது உறுப்புகளின் வழியே**

நுண்கலை 812

கதிர்வீச்சைச் செலுத்தி எடுக்கும் கறுப்புவெள்ளைப் படம்; X-ray.

நுண்கலை பெ. அழகியலை அடிப்படையாகக் கொண்ட (ஓவியம், இசை போன்ற) கலை; fine arts (such as pain-ing, music, etc.,).

நுண்கிருமி பெ. மனிதனுக்கு நோயையும் பொருள்களில் ரசாயன மாற்றத்தையும் ஏற்படுத்தும் நுண்ணுயிர்; virus; bacteria; germ. *காற்றில் அளவிட முடியாத நுண்கிருமிகள் உள்ளன.*

நுண்ணரசியல் பெ. (பு.வ.) ஒரு நிகழ்வு, செயல் முதலியவற்றில் (வெளிப்படையாக அல்லது மேலோட்டமாகத் தெரியாத ஆனால் பின்னணியில்) உட்பொதிந்து இருக்கும் பொருள் அல்லது நோக்கம்; நுணுக்கமான உள்நோக்கம்; subtle politics. *இவருடைய கவிதைகளில் ஒரு நுண் அரசியல் இழையோடுவதை நாம் காணலாம்./ அரசு கொண்டுவரும் இந்தத் திட்டத்தில் நுண் அரசியல் இருக்கிறது என்று எதிர்க்கட்சியினர் கூறினர்.*

நுண்ணலை பெ. மின்னணுச் சாதனங்களிலிருந்து வெளிப்படும் வானொலி அலையைவிடக் குறுகியதாகவும் ஒளி அலையைவிட நீளமாகவும் இருக்கும் நுண்ணிய மின்காந்த அலை; microwave.

நுண்ணலை அடுப்பு பெ. (பு.வ.) நுண்ணிய மின்காந்த அலைகளைப் பயன்படுத்தி வெப்பத்தைத் தரும் அடுப்பு; microwave oven.

நுண்ணறிவு பெ. (மனிதனிடம் மட்டும் உள்ள திறன்களான) சிந்தித்தல், பகுத்தறிதல், புரிந்துகொள்ளுதல் ஆகியவற்றுக்கு உதவும் புலன்; intelligence.

நுண்ணிய பெ.அ. (பருப்பொருளில்) மிகச் சிறிய; (கருத்துத் தொடர்பானவற்றில்) நுட்பமான; நுணுக்கமான; (of concrete objects) small; tiny; (of abstract nouns) fine; minute; subtle. *நுண்ணிய படிகங்கள்/ பொருளின் நுண்ணிய வேறுபாடுகள்/ நுண்ணிய அறிவு.*

நுண்ணுணர்வு பெ. கலை, இலக்கியம் ஆகிய துறைகளில் மிக நுண்ணியக் கூறுகளை அனுபவிக்கும், புரிந்துகொள்ளும் திறன்; sensibility. *சிலப்பதிகாரம்பற்றி மிகுந்த நுண்ணுணர்வுடன் எழுதப்பட்ட கட்டுரை.*

நுண்ணுயிர் பெ. காண்க: நுண்ணுயிரி.

நுண்ணுயிர்க்கொல்லி பெ. (இலங்.) (நோயை உருவாக்கும்) தொற்றுநோய்க் கிருமிகளைக் கொல்லும் சக்தி படைத்த மருந்து; antibiotic.

நுண்ணுயிரி பெ. நுண்ணோக்கியினால் மட்டுமே பார்க்கக்கூடிய (பாக்டீரியா, வைரஸ் போன்ற) மிகச் சிறிய உயிரினம்; microorganism.

நுண்ணுயிரியல் பெ. நுண்ணுயிரிகளைப் பற்றி ஆராயும் அறிவியல் துறை; microbiology.

நுண்ணூட்டச் சத்து பெ. (மனிதன் அல்லது விலங்கு, தாவரம் ஆகியவற்றுக்கு) மிகக் குறைந்த அளவில் தேவைப்படும் தாதுச்சத்து; micronutrients.

நுண்ணோக்கி பெ. சாதாரணமாகக் கண்ணுக்குப் புலப்படாத மிகச் சிறிய பொருள்களையும் நுண்கிருமிகளையும் பார்ப்பதற்கு ஏற்ற வகையில் அவற்றின் உருவத்தைப் பல மடங்கு பெரிதாக்கிக் காட்டக்கூடிய ஆடிகளைக் கொண்ட ஓர் அறிவியல் சாதனம்; microscope.

நுண்படம் பெ. பிரத்தியேகமான புகைப்படக் கருவியால் எடுக்கப்படும், ஆவணங்களின் நுண்ணிய வடிவம்; microfilm. *உ.வே.சா. வெளியிட்ட சிலப்பதிகாரப் பதிப்பின் நுண்படப் பிரதி எங்கள் நூலகத்தில் கிடைக்கும்./ பல அரிய ஆவணங்கள் நுண்படச் சுருளில் பாதுகாக்கப்படுகின்றன.*

நுண்பார்வையாளர் பெ. (பு.வ.) (பதற்றமான வாக்குச் சாவடிகளில்) வாக்குப்பதிவைக் கண்காணிக்கத் தேர்தல் ஆணையம் நியமிக்கும் பார்வையாளர்; micro observer (appointed by the Election Commission of India in sensitive booths to monitor the polling).

நுண்மை பெ. (-ஆக, -ஆன) **1:** கண்ணுக்குப் புலப்படாத வகையில் மிகச் சிறியதாக இருப்பது; being microscopic. *நுண்மையான உயிர்கள்.* **2:** நுணுக்கம்; நுட்பம்; fineness; minuteness. *தந்தை வேடம் ஏற்று நடித்தவர் தன்னுடைய உணர்வுகளை நுண்மையாக வெளிப்படுத்தினார்./ நுண்மையான அமைப்பைக் கொண்ட கணிப்பொறி.* [(தொ.சொ.) கூர்மை/ நுட்பம்/ நுணுக்கம்]

நுணா பெ. முறுக்கிக்கொண்டதுபோல் உறுதியாக அமைந்த கிளைகளையும் மணமுள்ள வெள்ளை நிறப் பூக்களையும் கொண்ட மரம்; dyeing mulberry. *நுணா மரம் நுகத்தடி செய்யப் பயன்படுகிறது.*

நுணுக்கம் பெ. (-ஆக, -ஆன) நுட்பம்; minuteness; sharpness; fineness. *அவர் தன்னுடைய ஆராய்ச்சிக் கட்டுரையில் சிற்பக் கலையைப் பற்றி நுணுக்கமாக ஆராய்ந்திருக்கிறார்./ நுணுக்கமான அறிவு படைத்தவர்./ கலை நுணுக்கம் நிறைந்த சிற்பங்கள்.* [(தொ.சொ.) கூர்மை/ நுட்பம்/ நுண்மை]

நுணுக்கு வி. (நுணுக்க, நுணுக்கி) **1:** (கல் முதலியவற்றால் தட்டி அல்லது அம்மியில் வைத்து) பொடியாக்குதல்; தூளாக்குதல்; powder (sth. with a stone or on a slab of stone). *பெருங்காயத்தை அம்மியில் வைத்து நுணுக்கிக் கொடு./ மாத்திரையை நுணுக்கித் தேனில் கலந்து குழந்தைக்குக் கொடுத்தாள்.* **2:** (எழுதும்போது எழுத்தை) மிகச் சிறியதாக்குதல்; (while writing) make (letters) very minute. *இப்படி நுணுக்கி எழுதினால் எப்படிப் படிக்க முடியும்?*

நுணுக்குக்காட்டி பெ. (இலங்.) நுண்ணோக்கி; microscope.

நுணுகி வி.அ. (உ.வ.) ('காண்', 'பார்', 'நோக்கு', 'ஆராய்' போன்ற வினைகளுடன் வரும்போது) கூர்ந்து; with a sharp focus; closely. *இந்தியத் தத்துவத்தை நுணுகிப் பார்த்திருக்கிறார் என்பது அவரது பேச்சிலிருந்து தெரிகிறது./ சமூகத்தில் தொலைக்காட்சியின் தாக்கம்பற்றிச் சில சமூகவியலாளர்கள் நுணுகி ஆராய்ந்துள்ளனர்.*

நுதம்பல் பெ. (-ஆக, -ஆன) (இலங்.) (ஓர் இடம்) சொதசொதவென்று இருக்கும் நிலை; the state of being slushy. *கிணற்றுப் பக்கமெல்லாம் ஒரே நுதம்பலாகக் கிடக்கிறது.*

நுதம்பு வி. (நுதம்ப, நுதம்பி) *(இலங்.)* **(ஓர் இடம்) சொத சொதவென்று இருத்தல்;** (of place) slushy. கிணற்றி லிருந்து இறைக்கும் நீரை ஒழுங்கைக்குள் விட்டால் ஒழுங்கை நுதம்பிவிடும்.

நுதல் பெ. *(உ.வ.)* **நெற்றி;** forehead. நுதலில் திலகம் துலங்கியது.

நுரை[1] வி. (நுரைக்க, நுரைத்து) **நுரை உருவாதல்/நுரையை உருவாக்குதல்;** foam; froth; lather. குதிரையின் வாயில் நுரைத்திருந்தது./ வெண்ணெய் நுரைத்து அடங்கியதும் இறக்கிவிடு./ இந்தக் கிணற்று நீரில் சோப்பு நுரைக்காது.

நுரை[2] பெ. **(திரவங்களில்) அடர்த்தியான சிறுசிறு வெள்ளை நிறக் குமிழிகளின் தொகுப்பு;** foam; froth; (soap) suds. நுரை ததும்பச் சூடான காப்பியைக் கொண்டு வந்து வைத்தான்./ பாம்பு கடித்து இறந்திருந்த மனிதனின் வாயில் நுரை வழிந்திருந்தது./ உப்புநீரில் சோப்புப் போட்டால் அதிகமாக நுரை வராது.

நுரைதள்ளு வி. (-தள்ள, -தள்ளி) **1: (விபத்து, நோய் போன்றவற்றால் பாதிக்கப்படும்போது அல்லது விலங்குகள் கடுமையான உழைப்பினால் அவதிப்படும்போது வாயில்) நுரை வெளிப்படுதல்;** foam (at the mouth). விஷப் பாம்பு கடித்தால் வாயில் நுரைதள்ளும்./ வேகமாக ஓடிவந்த குதிரைக்கு வாயில் நுரைதள்ளியிருந்தது. **2: (ஒன்றைச் செய்து முடிக்க) பெரும் பாடுபடுதல்/ (ஒன்றைச் செய்து முடிப்பதற்குள்) திணறிப்போதல்;** be exhausted. வீட்டைக் கட்டி முடிப்பதற்குள் நுரைதள்ளி விட்டது./ மகன் படிப்புக்காக வாங்கிய கடனை அடைப்பதற்குள் நுரைதள்ளிவிடும் போலிருக்கிறது./ இந்த ஆண்டுக்கான கணக்குகளைப் பார்த்து முடிப்பதற்குள் நுரை தள்ளிவிட்டது.

நுரைமெத்தை பெ. **சிறுசிறு காற்றுக் குமிழிகள் உள்ளே இருக்கும் வகையில் தயாரிக்கப்பட்ட ரப்பரால் ஆன மெத்தை;** foam mattress.

நுரையீரல் பெ. **மார்புக்கூட்டினுள் இரு பிரிவாக அமைந்துள்ள, சுருங்கி விரியக்கூடிய பை போன்ற சுவாச உறுப்பு;** lung.

நுழுந்து வி. (நுழுந்த, நுழுந்தி) *(இலங்.)* **பதுங்கியபடி மறைவாக ஊர்ந்து செல்லுதல்;** sneak. கள்ளர் நுழுந்தி நுழுந்திக் காணிக்குள் புகுந்துவிட்டார்கள்./ எப்படியோ நுழுந்தி ராணுவ முகாமுக்குள் புகுந்துவிட்டான்.

நுழை[1] வி. (நுழைய, நுழைந்து) **1: (குறுகிய இடைவெளி கொண்ட ஒன்றின் வழியாக) செல்லுதல்; புகுதல்;** go into (a narrow passage); enter. பூனையைக் கண்டதும் எலி வளையில் நுழைந்துகொண்டது./ கூட்டத்தில் நுழைந்து போனான். **2: (ஊரினுள், கட்டடத்திற்குள்) வருதல்; (ஓர் இடத்தில்) பிரவேசித்தல்;** enter (a town, house, etc.,). பத்து ஆண்டுகளுக்குப் பிறகு இப்போதுதான் கிராமத்தில் நுழைகிறேன்./ தோட்டத்திற்குள் நுழைந்த மாடுகள் எல்லாவற்றையும் மேய்ந்துவிட்டன./ அலுவலகத்திற்குள் நுழைந்தபோது மின்சாரம் தடைபட்டிருந்தது. **3: (ஒரு துறையில், போட்டியின் ஒரு கட்டத்தில்) இடம்பெறுதல்;** enter (a field, a department); qualify (for a round in competitive sports). இந்தக் காலத்தில் பெண்கள் நுழையாத துறையே இல்லை./ தேர்வில் வெற்றி பெற்றுக் காவல்துறையில் நுழைந்துவிட்டார்./ அவர் மிக இளம் வயதிலேயே திரைப் படத் துறையில் நுழைந்தார்./ இந்திய அணி இரண்டாவது சுற்றில் நுழைந்துள்ளது. **4: ('வாய்' என்பதோடு இணைந்து வரும்போது) உச்சரிக்கும்படியாக இருத்தல்;** be pronounceable. அந்த அமெரிக்கரின் பெயர் வாயில் நுழையவில்லை./ வாயில் நுழையாத ஒரு பெயரை உன் மகனுக்கு வைத்திருக்கிறாயே?

நுழை[2] வி. (நுழைக்க, நுழைத்து) **1: (குறுகிய இடைவெளி வழியே ஒன்றை) போகச் செய்தல்; விடுதல்;** insert. குளிர் அதிகமாக இருந்ததால் கால்சட்டைப் பைக்குள் கைகள் இரண்டையும் நுழைத்துக்கொண்டான்./ பூட்டில் சாவியை நுழைக்க முடியவில்லை. [(தொ.சொ.) செருகு/ திருகு] **2: (சிரமத்துடன் ஒரு வேலையில்) சேர்த்தல்/ (பட்டியலில்) இடம்பெறச் செய்தல்;** find (a job for s.o. with difficulty)/get (s.o.) included (in a list, etc.,). என் பையனை ஒரு வேலையில் நுழைத்துவிட வேண்டும்./ வேட்பாளர்கள் பட்டியலில் தனக்கு வேண்டியவர்களின் பெயர்களை நுழைத்துவிட்டதாக அவர்மேல் ஒரு குற்றச்சாட்டு எழுந்தது.

நுழைவாயில் பெ. **(கட்டடம், மைதானம் முதலியவற்றினுள் செல்வதற்கு) வெளி எல்லையில் உள்ள திறப்பு;** entrance. திருமண மண்டபத்தின் நுழைவாயிலில் வாழை மரங்கள் கட்டப்பட்டிருந்தன./ நீதிமன்றத்தின் நுழைவாயிலில் பாதுகாப்புச் சோதனைக்கான ஏற்பாடுகள் செய்யப்பட்டிருந்தன./ *(உரு வ.)* இந்தப் பகுதிதான் நூலின் நுழைவாயில்.

நுழைவு பெ. (பெரும்பாலும் தொடர்களில்) **(ஒன்றில்) இடம்பெறுவதற்கு உரியது அல்லது அனுமதிக்கப்படுவதற்கு உரியது;** (often in combination) entrance. நுழைவுக் கட்டணம்.

நுழைவுச் சீட்டு பெ. **1: (கட்டுப்பாடுகள் இருக்கும்) ஓர் இடத்தின் உள்ளே செல்வதற்கு அனுமதி அளித்து அதிகாரபூர்வமாக வழங்கப்படும் சீட்டு;** entry pass. நுழைவுச் சீட்டு உள்ளவர்கள் மட்டுமே அணுமின் நிலையத்தினுள் அனுமதிக்கப்படுவார்கள்./ நுழைவுச் சீட்டு வைத்திருப்பவர்கள் சட்டசபைக்குள் பார்வையாளர்களாக அனுமதிக்கப்படுவார்கள். **2: பொருட்காட்சி, திரையரங்கு போன்றவற்றின் உள்ளே செல்லக் கட்டணம் செலுத்திப் பெறும் அனுமதிச் சீட்டு;** ticket. புத்தகக் கண்காட்சிக்கான நுழைவுச் சீட்டு ஐந்து ரூபாய்.

நுழைவுத் தேர்வு பெ. **ஒரு கல்வி நிறுவனத்தில் சேர விரும்புகிறவர்களைத் தரவரிசைப்படுத்த நடத்தப்படும் தேர்வு;** entrance examination. தொழில்நுட்பக் கல்லூரிகளில் சேருவதற்காக நடத்தப்பட்ட நுழைவுத் தேர்வு முடிவுகள் அறிவிக்கப்பட்டுள்ளன./ நுழைவுத் தேர்வில் நல்ல மதிப்பெண்கள் பெற்றால் மட்டுமே விரும்புகிற பாடப் பிரிவு கிடைக்கும்.

நுழைவு வரி பெ. **ஒரு மாநிலத்திலிருந்து மற்றொரு மாநிலத்திற்குள் நுழையும் (வணிக நோக்கில் இயக்கப்படும்) வாகனங்கள் செலுத்த வேண்டிய வரி;** entry tax (for commercial vehicles). பேருந்துக்கான நுழைவு வரி நான்கு மடங்கு உயர்த்தப்பட்டுள்ளது.

நுள்ளான் பெ. (இலங்.) **(கடித்தால் வலி ஏற்படுத்தும்) பழுப்பு நிறச் சிற்றெறும்பு;** small biting ant red in colour. இந்த இடத்தில் எப்படி இவ்வளவு நுள்ளான் வந்தது?

நுள்ளு வி. (நுள்ள, நுள்ளி) (இலங்.) **(ஒருவரை) கிள்ளுதல்;** pinch. என் வகுப்புத் தோழன் பின்னால் வந்து என்னை நுள்ளிவிட்டு ஓடினான்./ தூங்கிக்கிடந்த பிள்ளையைத் தம்பிதான் நுள்ளி எழுப்பினான்.

நுளம்பு பெ. (இலங்.) **கொசு;** mosquito. நுளம்பு வலை.

நுளம்புத்திரி பெ. (இலங்.) **கொசுவத்தி;** mosquito coil. நுளம்புத்திரி கொளுத்தி வைக்காவிட்டால் இரவில் நித்திரைகொள்ள முடியாது./ மழைக்காலத்தில் நுளம்புகள் அதிகம் என்பதால் கடைகளில் நுளம்புத்திரி விற்பனை அமோகமாக நடக்கிறது.

நுளவன் பெ. (இலங்.) **சுமார் முப்பது செ.மீ. நீளத்தில் செதிள்களோடு சதைப்பிடிப்பாக இருக்கும் (உணவாகும்) ஒரு வகைக் கடல் மீன்;** an edible, fleshy, scaly sea fish approximately thirty cm long.

நுனி பெ. 1: **(மரம், செடி போன்றவற்றின்) மேல்பக்க முனை/(நூல் போன்றவற்றின்) ஒரு முனை;** (of a branch of a tree, etc.,) topmost/(of a string) end. நெற்பயிரின் நுனி கருகிச் சுருண்டிருந்தது./ குரங்கு மரத்தின் நுனிக் கிளையைப் பற்றி ஆடியது./ நூலின் நீளம் என்பது ஒரு நுனியிலிருந்து மறு நுனிவரை உள்ள தூரம்./ கழியின் நுனியைச் சீவினார்./ விளக்கில் எண்ணெய் தீர்ந்துபோனதால் திரியின் நுனி கருக ஆரம்பித்தது./ கரும்பின் நுனியில் உள்ள தோகையை வெட்டி எறிந்தார்./ நுனியை உடைத்துப் பார்த்து வெண்டைக்காய் வாங்கினார். 2: **(குறுகி அல்லது நீண்டு காணப்படும் ஒன்றின்) முன்பகுதி; (மேஜை, துணி முதலியவற்றின்) இரு பக்கங்களும் இணையும் இடம்; முனை;** point; tip (of one's tongue, a knife, etc.,); edge; corner (of a table, cloth, etc.,). அரிவாளின் நுனி மழுங்கியிருந்தது./ பென்சிலின் நுனி கூராக இருந்தது./ கலப்பையின் நுனி காலில் இடித்துப் புண்ணாகிவிட்டது./ அவசரப்பட்டுப் பேசிவிட்டோமோ என்று நாக்கு நுனியைக் கடித்துக்கொண்டார்./ வேட்டி நுனியைச் சுருட்டிக் காதில் விட்டுக் குடைந்தார்./ வேகமாக வந்ததால் மேஜை நுனியில் இடித்துக்கொண்டுவிட்டேன்.

நுனிப்புல் மேய் வி. (மேய, மேய்ந்து) (கற்றல், ஆராய்தல் போன்றவற்றைக் குறித்து வரும்போது) **(ஆழ்ந்த, முழுமையான ஈடுபாடு இல்லாமல்) மேலோட்டமாகச் செய்தல்;** do (sth.) superficially. ஆராய்ச்சி என்ற பெயரில் நுனிப்புல் மேய்வது அவருக்குப் பிடிக்காது.

நுனியிலை பெ. **உணவு வைத்துச் சாப்பிடப் பயன்படுத்தும் வாழை இலையின் முன்பகுதி;** the front part of a banana leaf with the tip. சாமிக்குப் படைக்க நுனியிலையில்தான் பரிமாற வேண்டும்./ கடைக்குப் போய்ப் பத்து நுனி இலையும் முப்பது ஏடும் வாங்கிவா.

நூக்க மரம் பெ. **உயரமாக வளரக்கூடியதும் மரச்சாமான்கள் செய்யப் பயன்படுவதுமான ஒரு வகை மரம்;** kind of rosewood; sissoo.

நூதனசாலை பெ. (இலங்.) **அருங்காட்சியகம்;** museum.

நூதனம் பெ. (-ஆக, -ஆன) **வழக்கமானவற்றிலிருந்து மாறுபட்டது; பழைய, அறியப்பட்ட முறையிலிருந்து வேறுபட்டது; புதுமை;** novelty; newness; strangeness. இந்த நூதன காரில் இல்லாத வசதிகளே கிடையாது./ தங்கம் கடத்துபவர்கள் பல நூதன முறைகளைக் கையாளுகிறார்கள்./ எங்கள் சங்கத்தினர் நிதி திரட்ட நூதனமான முறையைக் கையாண்டனர்./ நூதனத் திருட்டு.

நூதனம் பார் வி. (பார்க்க, பார்த்து) (இலங்.) **வேடிக்கை பார்த்தல்;** enjoy the scenes; witness passively. வாசலில் நின்று நூதனம் பார்த்துக்கொண்டிருக்காமல் உள்ளே போ.

நூர்[1] வி. (நூர, நூர்ந்து) (இலங்.) **(எரிந்துகொண்டிருக்கும் விளக்கு போன்றவை) அணைதல்;** (of light, etc.,) go out. சாமி விளக்கு நூர்ந்துபோவதற்குள் கொஞ்சம் எண்ணெய் விடு.

நூர்[2] வி. (நூர்க்க, நூர்த்து) (இலங்.) **(எரிந்துகொண்டிருக்கும் விளக்கு போன்றவற்றை) அணைத்தல்;** (of light) put out; நாங்கள் வீட்டு விளக்குகளை இரவு பத்து மணிக்கு நூர்த்துவிடுவோம்.

நூல்[1] வி. (நூற்க, நூற்று) (நெசவு) **(கையால் அல்லது இயந்திரத்தின் உதவியால்) பஞ்சு, கம்பளி போன்றவற்றிலிருந்து இழைகளாக இழுத்துச் சேர்த்து நீளமான மெல்லிய தொடராக இருக்கும்படி முறுக்குதல்;** spin. காந்தியடிகள் கைராட்டையில் நூல் நூற்றார்.

நூல்[2] பெ. 1: (நெசவு) **பஞ்சு, கம்பளி முதலியவற்றின் இழைகளைத் திரித்துத் தயாரிக்கப்படுவது;** yarn; thread; string. நூல் விலை ஏறிவிட்டதால் நெசவாளர்கள் அவதிப்படுகின்றனர்./ வீட்டில் ஊசி, நூல் இல்லையா?/ பொட்டலம் கட்ட நூல் இல்லை./ இரண்டு கண்டு நூல் இருந்தால் பை பின்னலாம். [(தொ.சொ.) **இழை/ கயிறு/ வடம்**] 2: (நெசவு) **பருத்தி இழை;** cotton (yarn). நூல் புடவை. 3: **(சிற்ப வேலை, தச்சு வேலை போன்றவற்றில்) மிக நுண்ணிய அளவு;** a tiny measure (used in sculpture, carpentry, etc.,).

நூல்[3] பெ. **புத்தகம்;** book. இந்த நூலகத்தில் பல அரிய நூல்கள் உள்ளன./ ஆங்கில நூல்.

நூல் அஞ்சல் பெ. **அச்சடிக்கப்பட்ட புத்தகம், பத்திரிகை போன்றவற்றைச் சலுகைக் கட்டணம் செலுத்தி அஞ்சலில் அனுப்பும் முறை;** the system of sending printed books, newspapers, etc., by post at concessional rates; (in India) book-post. திருமணப் பத்திரிகையை நூல் அஞ்சலில் அனுப்பு.

நூல் இழை வி. (இழைக்க, இழைத்து) (நெசவு) **கைத்தறியில் ஊடு இழையைத் திருவட்டத்தில் சுற்றிக் கொள்வது;** winding the yarn on திருவட்டம் from the skein. அவர் காலையில் எதுவும் சாப்பிடாமல் நூல் இழைக்க உட்கார்ந்துவிட்டார்./ நெசவாளர் குடும்பங்களில் பெரும்பாலும் பெண்கள்தான் நூல் இழைக்கிறார்கள்.

நூல்கட்டை பெ. (இலங்.) **நூல்கண்டு;** ball of thread.

நூல்கண்டு பெ. (நெசவு) **சிறு உருளையில் அல்லது அட்டையில் சுற்றப்பட்ட நூல்;** ball of thread.

நூல்கோல் பெ. **அடிப்பகுதி தவிர்த்து மேல்பகுதி முழுவதிலும் நீண்ட காம்புடைய இலைகள் கொண்ட வெளிர் பச்சை நிறக் கிழங்கு;** kohlrabi; knol khol.

நூல்நிலையம் பெ. காண்க: **நூலகம்.**

நூல் பிடித்தாற்போல் வி.அ. (வரிசையில், ஒழுங்கில்) **மிக நேர்த்தியாக;** in a perfectly straight row or line. குடியரசு தின விழா அணிவகுப்பில் ராணுவ வீரர்கள் நூல் பிடித்தாற்போல் நடந்து சென்றனர்./ அவர் அறையில் ஆயிரக் கணக்கான புத்தகங்கள் இருந்தாலும் அனைத்தையும் நூல் பிடித்தாற்போல் அடுக்கிவைத்திருப்பார்.

நூல் போடு வி. (போட, போட்டு) (இலங்.) காண்க: **நூல் முடி.**

நூல் முடி வி. (முடிய, முடிந்து) (இலங்.) **(தீமையைப் போக்கும் நம்பிக்கையோடு) மந்திரித்துத் தரும் கயிற்றைக் கையில் கட்டிக்கொள்ளுதல்;** wear amulet.

நூலகம் பெ. **துறைவாரியாகப் பிரிக்கப்பட்டு, எண்ணிடப்பட்டு, அடுக்கப்பட்டுள்ள (பெரும்பாலும் வாங்கிப் படித்துவிட்டுத் திருப்பித் தரும்) புத்தகங்கள் உள்ள இடம்;** library. சரஸ்வதி மகால் நூலகத்தில் ஆயிரக் கணக்கான அரிய சுவடிகள் உள்ளன./ நடமாடும் நூலகம்/ இப்போது நூலகங்களில் புகைப்படங்களும் தொகுக்கப்படுகின்றன.

நூலகர் பெ. **நூலகத்தை நிர்வகிக்கும் பொறுப்பாளர்;** librarian.

நூலகவியல் பெ. **நூலகம் அமைத்தல், நிர்வகித்தல், நூல்களை வகைப்படுத்துதல் முதலியவற்றை விளக்கும் துறை;** library science.

நூலாம்படை பெ. (பே.வ.) **ஒட்டடை;** dusty cobweb.

நூலிழையில் வி.அ. **மயிரிழையில்;** by a hair's breadth; narrowly. விபத்திலிருந்து நூலிழையில் உயிர் தப்பினார்./ பரபரப்பான ஆட்டத்தில் நூலிழையில் இந்தியாவை மேற்கிந்திய அணி வென்றது.

நூலேணி பெ. **இரு நீண்ட கயிறுகளுக்கு இடையே மரத் துண்டோ முறுக்குக் கயிறோ படிகளாக அமைக்கப்பட்ட ஏணி;** rope-ladder.

நூற்குண்டு பெ. **(கட்டட வேலையில் சுவர் செங்குத்தாக இருக்கிறதா என்பதைச் சரிபார்க்கப் பயன்படுத்தும்) நீண்ட உறுதியான நூலின் ஒரு நுனியில் சிறு மரக் கட்டையையும் மற்றொரு நுனியில் உலோகக் குண்டையும் உடைய சாதனம்;** plumb-line.

நூற்பா பெ. **(பெரும்பாலும் இலக்கண, தத்துவ நூல்களில் விதிகள் ஆக்குவதற்குப் பயன்படுத்தும் பாடல் வடிவில் ஆன) சூத்திரம்;** metre, terse in form (mostly employed in grammatical or philosophical treatises to formulate rules or concepts).

நூற்பாலை பெ. (நெசவு) **நூல் நூற்கும் தொழிற்சாலை;** spinning mill. நூற்பாலைகள் தங்கள் நூற்கும் திறனை அதிகரிக்கவும் தரத்தை உயர்த்தவும் நவீனத் தொழில்நுட்பத்தைப் பயன்படுத்தத் தொடங்கியுள்ளன.

நூற்றாண்டு பெ. **நூறு ஆண்டுகள் கொண்ட காலம்;** century. போன நூற்றாண்டில் மனிதன் சந்திரனில் கால் வைத்தான்.

நூற்றுக்கு நூறு[1] பெ. (நெசவு) **நல்ல முறுக்கோடு மிகவும் சன்னமாக இருக்கும் நூல் அல்லது அந்த நூலால் ஆன துணி;** fine and well twisted yarn of 100 counts or the cloth made of such yarn நூல் புடவைகள் நூற்றுக்கு நூறிலும் இருக்கும் அல்லது எண்பதுக்கு எண்பதிலும் இருக்கும்.

நூற்றுக்கு நூறு[2] பெ.அ. **முழுவதும்; முற்றிலும்;** entirely; one hundred per cent. அவன் உன்னிடம் குழைவதெல்லாம் நூற்றுக்கு நூறு நடிப்பு. அவனை நம்பிவிடாதே./ நான் சொல்வது நூற்றுக்கு நூறு உண்மை.

நூறு பெ. **பத்தின் பத்து மடங்கைக் குறிக்கும் எண்;** (the number) hundred.

நெக்குருகு வி. (நெக்குருக, நெக்குருகி) (உ.வ.) **மனம் நெகிழ்தல்; உருகுதல்;** be moved. பக்திப் பாடல்களை நெக்குருகப் பாடினார்.

நெக்கு வாங்கு வி. (வாங்க, வாங்கி) (வ.வ.) **(வேலை) கடும் உழைப்பை வேண்டுவதாக இருத்தல்; அளவுக்கு மீறி வருத்துதல்;** (of work) be exhausting. அறுவடைக் காலம் என்றால் வேலை நெக்கு வாங்கிவிடும்./ திருமணத்திற்கு இரண்டு நாட்கள்தான் இருக்கின்றன. வேலை நெக்கு வாங்குகிறது.

நெகிழ் வி. (நெகிழ, நெகிழ்ந்து) **1: (உடுத்தியிருக்கும் வேட்டி, சேலை முதலியவற்றின் கட்டு அல்லது கயிற்று முடிச்சு போன்றவை) இறுக்கம் தளர்தல்;** (of saree, வேட்டி, knot, etc.,) become loose. இடுப்பு வேட்டி நெகிழ்ந்து அவிழ்ந்துவிடாமலிருக்க வார்ப்பட்டையைக் கட்டிக்கொள்வார்./ கட்டு நெகிழ்ந்திருந்ததால் மாடு ஓடிவிட்டது. [(தொ.சொ.) **அவிழ்/ தளர்/ துவள்/ தொய்**] **2: (அன்பு, பரிவு, இரக்கம் முதலியவற்றால் மனம்) இளகுதல்; (குரல்) தழுதழுத்தல்;** be moved; (of voice) grow tender. பூகம்பத்தால் பாதிக்கப்பட்ட பகுதியில் இரவுபகலாக மருத்துவர்கள் காயம்பட்டவர்களுக்குச் சிகிச்சை அளித்த காட்சி நெஞ்சை நெகிழவைத்தது./ எந்த விதத்திலும் என்னோடு சம்பந்தப்படாத நிலையில் அவர் என்மேல் வைத்திருந்த நம்பிக்கையை அறிந்து மனம் நெகிழ்ந்துபோனேன்./ இறைவன் சன்னதியில் அவர் உள்ளம் நெகிழ்ந்து பாடிக்கொண்டிருந்தார்./ 'நீங்கள் உதவியிருக்காவிட்டால் என் மகன் பிழைத்திருக்க மாட்டான்' என்று சொல்லும்போதே அவர் குரல் நெகிழ்ந்துவிட்டது. **3: (இறுகி அல்லது கெட்டியாகக் காணப்படுவது) தளர்தல்;** loosen; soften. நிலத்தைத் தோண்டும்போது மண்ணை நெகிழச் செய்யக் கடப்பாரை பயன்படுகிறது./ வறண்டுகிடந்த பூமி எளிதில் நெகிழ்ந்துகொடுக்கவில்லை.

நெகிழ்ச்சி பெ. (-ஆக, -ஆன) **(அன்பு, பரிவு, பாசம் போன்றவற்றால் மனத்தில் கனிவு; (குரலில்) குழைவு;** (of attitudes, feelings, etc.,) moving; (of voice) tenderness. கணவனின் அன்பான பதிலால் அவள் நெகிழ்ச்சி அடைந்தாள்./ அவனுடைய குரலில் இருந்த நெகிழ்ச்சி மனத்தை ஏதோ செய்தது.

நெகிழ்த்து வி. (நெகிழ்த்த, நெகிழ்த்தி) **(அணிந்திருக்கும் ஆடையை அல்லது பிடிப்பில் உள்ள இறுக்கத்தை) தளர்த்துதல்;** loosen (a knot, etc.,). கழுத்துப்பட்டியை நெகிழ்த்திவிட்டுக்கொண்டு பேச ஆரம்பித்தார்./ இறுக்கமாக இருந்ததால் வேட்டியை நெகிழ்த்திவிட்டுக்கொண்டார்.

நெகிழ்வு பெ. **1:** காண்க: **நெகிழ்ச்சி. 2: (உடையின்) தளர்ச்சி;** (of garment) being loose.

நெகிழி பெ. *(பு.வ.)* **(மெல்லிதாகவும் கனமற்றதாகவும் இருக்கும் பை, உறை முதலியவை தயாரிக்கப் பயன் படும்) மக்காத, ஒரு வகைச் செயற்கை வேதிப் பொருள்;** plastic. நெகிழிப் பை/ சில வகை நெகிழிகளை மறுசுழற்சி செய்யலாம்./ நெகிழிக் கழிவுகள்.

நெசவாலை பெ. *(நெசவு)* **துணி நெய்யும் தொழிற் சாலை;** weaving mill or factory.

நெசவாளர் பெ. *(நெசவு)* **(தறியில்) துணி நெய்பவர்;** weaver.

நெசவாளி பெ. *(நெசவு)* காண்க: **நெசவாளர்.**

நெசவு பெ. *(நெசவு)* **1: (தறியில் நீளவாக்கிலும் குறுக்காக வும் நூல், சணல், கோரை போன்றவற்றைச் செலுத்தி) துணி, பாய் முதலியவை தயாரிக்கும் முறை;** weaving. உழவும் நெசவும் இந்தியாவில் பாரம்பரியத் தொழில்கள்./ இந்த ஊரில் பாய் நெசவு செய்து பிழைக்கும் குடும்பங்கள் அதிகம். **2: (துணி) நெய்யப்பட்ட விதம்;** texture; weave. புடவையின் நிறமும் நெசவும் நன்றாக இருக்கின்றன.

நெஞ்சம் பெ. **(உணர்வுகளின் இருப்பிடமாகக் கருதப் படும்) மனம்; உள்ளம்;** heart (considered to be the seat of memory, feeling, etc.,). எத்தனை காலமானாலும் நெஞ்சம் இந்த நிகழ்ச்சியை மறக்காது./ வேலை கிடைத்த செய்தியைக் கேட்டதும் நெஞ்சம் மகிழ்ச்சியில் துள்ளியது.

நெஞ்சழுத்தம் பெ. **(பிறரைப் பற்றியோ விளைவைப் பற்றியோ அக்கறை காட்டாத) பிடிவாத குணம்;** stubbornness and unconcern. எவ்வளவு நெஞ்சழுத்தம் இருந் தால் பணம் தொலைந்த விஷயத்தை என்னிடம் சொல்லா மல் மறைத்திருப்பாய்?

நெஞ்சு பெ. **1: கழுத்துக்குக் கீழும் வயிற்றுக்கு மேலும் உள்ள பகுதி; மார்புப் பகுதி;** chest. குழந்தையைத் தூக்கி நெஞ்சோடு அணைத்துக்கொண்டாள்./ நெஞ்சு வலிக்கிறது என்று படுத்தவர் எழுந்திருக்கவே இல்லை. **2:** காண்க: **நெஞ்சம்.**

நெஞ்சுக்குழி பெ. *(பே.வ.)* **குவடு;** depression (seen in the middle of the chest).

நெஞ்சுக்கூடு பெ. *(பே.வ.)* **மார்புக்கூடு;** rib-cage. பீடி குடித்துக்குடித்து நெஞ்சுக்கூடு ஒட்டிக்கிடந்தது.

நெஞ்சுரம் பெ. **எதையும் எதிர்கொள்ளத் தயங்காத, எதற்கும் கலங்காத மன வலிமை;** strong will. எவ்வளவு துன்பம் வந்தபோதும் தன் லட்சியத்தை விட்டுக்கொடுக் காத நெஞ்சுரம் வாய்ந்தவர்.

நெஞ்செரிச்சல் பெ. **(அஜீரணம் போன்றவற்றால்) மார் புப் பகுதியில் ஏற்படும் எரிச்சல்;** heartburn; discomfort in the chest.

நெஞ்சை நிமிர்த்திக்கொண்டு வி.அ. **கர்வம் கலந்த பெருமிதத்துடன்;** proudly. இந்த ஊரிலேயே பட்டப் படிப்புப் படித்த ஒரே ஆள் என் மகன்தான் என்று நெஞ்சை நிமிர்த்திக்கொண்டு சொன்னார்./ நான் ஒரு ஆளாக அந்த வேலையைச் செய்துவிடுவேன் என்று நெஞ்சை நிமிர்த்திக் கொண்டு போனாயே என்ன ஆயிற்று?

நெஞ்சைப் பிசை வி. *(பிசைய, பிசைந்து)* **(துயரம், துக் கம் போன்ற உணர்வுகள் ஒருவருடைய) உள்ளத்தை உருக்குதல்; மனத்தை வருத்துதல்;** overwhelm (with sorrow); wring one' s heart. விபத்தில் தன் இரண்டு கால்களை யும் இழந்த அந்தச் சிறுவனின் துயரக் கதை நெஞ்சைப் பிசைந்தது./ சுனாமியால் பெற்றோரை இழந்துநிற்கும் குழந் தைகளின் வாடியமுகம் என் நெஞ்சைப் பிசைகிறது.

நெஞ்சையள்ளு வி. *(-அள்ள, -அள்ளி)* **மனத்தைக் கொள்ளைகொள்ளுதல்;** captivate the heart. நெஞ்சையள் ளும் இயற்கைக் காட்சி/ சிந்து பைரவி ராகத்தில் அமைந்த பாடல் நெஞ்சையள்ளியது.

நெட்டி பெ. **1: தக்கை;** pith plant. **2: (அலங்காரப் பொருள் கள் செய்யப் பயன்படும்) மேற்குறிப்பிட்ட தாவரத் தின் கனமற்ற தண்டுப் பகுதி;** cork-like stalk of the pith. மாட்டுக்குப் போடுவதற்காக நான் நெட்டிமாலை வாங்கி வந்தேன்./ தேருக்கு நெட்டி அலங்காரம் செய்திருந்தார்கள் **3: (இலங்.) புகையிலையின் நரம்பு;** vein (of tobacco leaf).

நெட்டிமாலை பெ. *(ஊரக வ.)* **(பொங்கலின்போது மாட்டுக்கு அலங்காரமாக அணிவிக்க) வெட்டிக் காய வைத்த நெட்டியைச் சாயமேற்றிச் செய்யும் மாலை;** garland for cattle made with coloured slices of pith plant in Pongal.

நெட்டிமுறி[1] வி. *(-முறிக்க, -முறித்து)* **1: சோம்பல் முறித் தல்;** relax (one's muscles by stretching). படுக்கையிலிருந்து நெட்டிமுறித்தவாறு எழுந்து நின்றான். **2: மடக்கிய அல்லது நீட்டிய விரல்களை அழுத்தி ஒலி உண்டாகு மாறு செய்தல்;** make a sharp crackling sound (by pressing a finger). 'விளக்கு வைக்கும் நேரத்தில் நெட்டிமுறிக்காதே' என்று பாட்டி திட்டினாள்./ பள்ளிக்கூடம் விட்டு வந்ததும் பையை வீட்டுக்குள் வீசி எறிந்துவிட்டுக் கைகளை ஒரு முறை நெட்டிமுறித்துக்கொண்டான். **3: (தலை அல்லது கன்னத்தை வருடும் பாவனை செய்து) திருஷ்டி கழித் தல்;** stroke one's face in a particular manner to ward off evil. தன் மகளின் முகத்தை வழித்து நெட்டிமுறித்தாள்.

நெட்டிமுறி[2] வி. *(-முறிக்க, -முறித்து)* **(செய்யும் வேலை ஒருவரின்) சக்தியை உறிஞ்சுதல்;** (of work) exhaust (a person). பெண்ணின் கல்யாண வேலை நெட்டிமுறித்துவிட் டது./ அம்மாவுக்குக் கடிதம் போடக்கூட நேரமில்லாமல் உனக்கு அப்படியென்ன நெட்டிமுறிக்கிற வேலை?

நெட்டிலிங்க மரம் பெ. **ஈட்டி போன்ற இலைகளை உடைய (கூம்பு வடிவத்தில் தோற்றமளிக்கும்) மிக உயரமாக வளரும் ஒரு வகை மரம்;** Indian mast tree.

நெட்டு[1] வி. *(நெட்ட, நெட்டி)* **(விசையோடு) தள்ளுதல்;** push; shove. வீட்டுக்குள் போக முயன்றவனைக் காவலாளி வெளியே நெட்டிவிட்டான்./ குழந்தைகள் ஒருவரை யொருவர் நெட்டி விளையாடிக்கொண்டிருந்தனர்./ கத வைப் பூட்டிவிட்டு நெட்டிப்பார்த்தான்./ வண்டிக்குள் ஏற முயன்றவனை மேலேயிருந்தவன் நெட்டித் தள்ளினான்.

நெட்டு[2] பெ. *(இலங்.)* **(பூ, இலை போன்றவற்றின்) காம்பு;** stalk (of a flower, leaf, etc.,). பூவை ஏன் நெட்டோடு பறிக்கிறாய்? பூ பழுதாகிவிடும்./ நெட்டைக் கிள்ளி எறிந்து விட்டு வெற்றிலை போடத் தொடங்கினார்.

நெட்டுக்குத்தலாக வி.அ. காண்க: **நெட்டுக்குத்தாக.**

நெட்டுக்குத்தாக வி.அ. **செங்குத்தாக; நேராக;** in a vertical position; vertically. வீசிய ஈட்டி நெட்டுக்குத்தாகத் தரையில் பாய்ந்திருந்தது./ சேற்றில் கம்பு நெட்டுக்குத்தாக நின்றது.

நெட்டுயிர் வி. (நெட்டுயிர்க்க, நெட்டுயிர்த்து) (உ.வ.) **பெருமூச்சு விடுதல்;** sigh deeply. அவர் களைப்புடன் நெட்டுயிர்த்தவாறு முகத்தைத் துண்டால் துடைத்துக்கொண்டார்.

நெட்டுயிர்ப்பு பெ. (உ.வ.) **பெருமூச்சு;** deep sigh; heaving a sigh. நீண்ட நேர அமைதிக்குப் பின்னர் அவரிடமிருந்து ஒரு நெட்டுயிர்ப்பு மட்டுமே பதிலாக வெளிவந்தது.

நெட்டுருப்பண்ணு வி. (-பண்ண, -பண்ணி) (பே.வ.) **மனப்பாடம்செய்தல்;** learn by rote. பெருக்கல் வாய்ப்பாட்டை நெட்டுருப்பண்ணிக்கொண்டிருந்தான்./ ஆரம்பத்தில் மந்திரங்களை நெட்டுருப்பண்ணித்தான் கற்றுக்கொள்ள வேண்டியிருந்தது.

நெட்டுவாக்காக வி.அ. (பே.வ.) காண்க: **நெட்டுக்குத்தாக.**

நெட்டுவாக்கில் வி.அ. (பே.வ.) காண்க: **நெட்டுக்குத்தாக.**

நெட்டை பெ. (-ஆக, -ஆன) (பே.வ.) **குறிப்பிட்டுச் சொல்லும் அளவுக்கு உயரம்; அதிக உயரம்;** tallness. என் தம்பி என்னைவிட நெட்டையாக வளர்ந்திருக்கிறான்./ நெட்டைப் பனைமரம்.

நெடலைக் கொக்கு பெ. **மஞ்சள் நிற அலகும், கரும் சாம்பல் வண்ணக் கால்களும், நீளமான கழுத்தும் கொண்டிருக்கும் (பறக்கும்போது தன் நீண்ட கழுத்தைச் சுருக்கிக்கொள்ளும்) ஒருவகைப் பெரிய நீர்ப் பறவை;** great egret.

நெடி பெ. **முகர்வதற்கு ஏற்றதாக இல்லாமல் மூக்கில் எரிச்சலை ஏற்படுத்தும் வாசனை;** pungent odour; stink; stench. ஆஸ்பத்திரியில் மருந்து நெடி/ அவர் வாயிலிருந்து சாராய நெடி/ மிளகாய் நெடி தும்மல் போட வைத்தது./ அமில நெடி. [(தொ.சொ.) **சுகந்தம்/ நறுமணம்/ நாற்றம்/ மணம்/ வாசனை/ வீச்சம்**]

நெடிய பெ.அ. (உ.வ.) **1: நீளமான;** long. நெடிய சாலை/ நெடிய கைகள். **2: உயரமான;** tall; high. நெடிய தேக்கு மரம். **3: (காலத்தில்) நீண்ட;** long (in time). நெடிய துயில்.

நெடில் பெ. (இலக்.) **(குறிலைவிட ஒரு மாத்திரை அளவு) நீண்டு ஒலிக்கும் உயிரெழுத்து;** long vowel.

நெடு[1] வி. (நெடுக்க, நெடுத்து) (இலங்.) **உயரமாக வளர்தல்;** grow tall. முருக்கம் மரம் நெடுத்ததினால் காய் பிடுங்கக் கஷ்டமாக இருக்கிறது.

நெடு[2] பெ.அ. (காலம் குறித்த சொற்களுடன் வரும்போது) **நீண்ட;** long. அவர் எனது நெடுநாளைய நண்பர்./ நெடுநேரமாகக் காத்திருக்கிறேன். அவர் வருவதுபோல் தெரியவில்லை.

நெடுக்க வி.அ. (பே.வ.) காண்க: **நெடுக, 1.**

நெடுக்கு பெ. (-ஆக) **நீளவாக்கில் குறிக்கும் இரண்டு புள்ளிகளுக்கு இடையே உள்ள (குறைந்த) தூரம் அல்லது இடைவெளி;** lengthwise. நெடுக்குக் கட்டை/ மரத்தை நெடுக்கு வாட்டில் அறுத்துக்கொண்டிருந்தார்கள்.

நெடுக வி.அ. **1: (பாதை, வழி, எல்லை முதலியவற்றின்) முழு நீளத்திலும்;** all along (a road, etc.,). தேர் செல்லும் பாதை நெடுக மக்கள் நின்றிருந்தனர்./ தொலைத்த பணத்தை வழி நெடுகத் தேடிக்கொண்டே வந்தான்./ எல்லை நெடுக ராணுவம் குவிக்கப்பட்டுள்ளது. **2: (ஊரக வ.) தொடர்ந்து;** continuously. அவர் நெடுக நடந்துகொண்டிருந்தார்.

நெடுகலும் வி.அ. (இலங்.) **எல்லா நேரத்திலும்;** always. அப்பா காசு நெடுகலும் தர மாட்டார்./ மனுஷன் நெடுகலும் சண்டை போட்டுக்கொண்டிருந்தால், என்ன வாழ்க்கை இது என்ற சலிப்பு மனைவிக்கு வந்துவிடாதா?

நெடுகவும் வி.அ. (இலங்.) **எப்பொழுதும்;** always; all along. அவர் நெடுகவும் மற்றவர் பணத்தில் வாழ்ந்தே பழகிவிட்டார்./ நீ நெடுகவும் குழப்படி செய்துகொண்டிருந்தால் அடித்துப்போடுவேன் என்று அண்ணா தம்பியை மிரட்டினான்.

நெடுகிலும் வி.அ. காண்க: **நெடுக.**

நெடுங்கணக்கு பெ. (இலக்.) **ஒரு மொழியில் உள்ள எழுத்துகள் அமைந்திருக்கும் வரிசை;** the order of the alphabet in a language. தமிழ் நெடுங்கணக்கில் கிரந்த எழுத்துகளைச் சிலர் சேர்ப்பதில்லை.

நெடுங்கதை பெ. **(சிறுகதையாகவோ நாவலாகவோ இல்லாத) நீண்ட கதை; குறுநாவல்;** long story or short novel.

நெடுஞ்சாண்கிடையாக வி.அ. (வணங்கும்போது) **உடம்பு முழுவதும் தரையில் படும்படியாக; சாஷ்டாங்கமாக;** prostrating at full length. இறைவன் சன்னிதியில் நெடுஞ்சாண்கிடையாக விழுந்து வணங்கினார்.

நெடுஞ்சாலை பெ. **அரசுத் துறையின் நேரடிப் பராமரிப்பில் இருக்கும் முக்கியமான அகலமான சாலை;** highway. சென்னையிலிருந்து பல ஊர்களுக்கு நெடுஞ்சாலைகள் உள்ளன.

நெடுந்தாரை பெ. **கோயில்களில் இசைக்கப்படும், திருச்சின்னத்தைவிடப் பெரிய காற்றுக் கருவி;** a temple musical instrument similar to, but larger than திருச்சின்னம்.

நெடுநாளைய பெ.அ. **(காலத்தின் நீட்சியைக் குறித்து வந்து) வெகு நாட்களுக்கு முன்பிருந்து தொடரும்; வெகு காலமாகத் தொடரும்;** long time. அவர் என் நெடுநாளைய நண்பர்./ இது நெடுநாளைய பழக்கம்.

நெடுநெடு-என்று வி.அ. **குறிப்பிடத்தக்க அளவுக்கு உயரமாக;** very tall. இரண்டு வருடத்திற்குள் உன் பையன் நெடுநெடுவென்று வளர்ந்துவிட்டானே!

நெடுநோக்கு பெ. (உ.வ.) காண்க: **தொலைநோக்கு.**

நெடும் பெ.அ. (காலம், நீளம் குறித்து வரும்போது) **நீண்ட;** long (in time and length). நெடுங்காலம் காத்திருந்தும் பயன் இல்லை./ அவர் நெடுந்தொலைவிலிருந்து வருகிறார்./ ஊர் எல்லையைத் தாண்டி நெடுந்தூரம் வந்த பிறகு வண்டி நின்றுவிட்டது.

நெடுவல் பெ. (இலங்.) **உயரமாக இருப்பவர்; உயரமான நபர்;** tall person. அங்கு நிற்கும் அந்த நெடுவல் உன் நண்பரோ?/ பையன் நல்ல நெடுவல் என்று தாத்தா பெருமையாகச் சொல்லிக்கொண்டார்.

நெடுவாடை பெ. (ஊரக வ.) **வடக்கிலிருந்து நேராக வீசும் குளிர் காலக் காற்று;** the due north wind in the cold season.

நெத்தியடி பெ. (-ஆக, -ஆன) (பே.வ.) **செயலிழக்கச் செய்யும் தாக்குதல்;** crushing blow. தேர்தலில் ஆளும் கட்சிக்கு நெத்தியடி./ அவர் கேட்ட கேள்விக்கு நீங்கள் நெத்தியடியாகப் பதில் சொன்னீர்கள்.

நெத்திலி பெ. **கூட்டமாக வாழும், வெள்ளை நிறத்தில் இருக்கும் (உணவாகும்) ஒரு வகைச் சிறிய கடல் மீன்;** anchovy. நெத்திலிக் கருவாடு.

நெத்து பெ. *(பே.வ.)* காண்க: **நெற்று.**

நெம்பு வி. *(நெம்ப, நெம்பி)* **(கனமான பொருள் அசையும் விதத்தில் அதன் அடியில் கடப்பாரை, நீளமான கழி போன்றவற்றைக் கொடுத்து) விசையுடன் அழுத்துதல்/(கம்பி போன்றவற்றைத் துளையின் அல்லது ஒரு பொருளின் அடியில் கொடுத்து) உரிய நிலைக்கு வருமாறு அழுத்துதல்;** lever. பாறையைக் கடப்பாரையால் நெம்பித் தள்ளினார்கள்./ முரட்டுத்தனமாக ஆணியை நெம்பிக் கையைக் காயப்படுத்திக்கொள்ளாதே./ சாவியைத் தொலைத்துவிட்டதால் பூட்டுக்குள் கம்பியை விட்டு நெம்பித் திறக்க முயன்றான்.

நெம்புகோல் பெ. *(இயற்.)* **(ஒரு பொருளை நகர்த்தவோ உயர்த்தவோ பயன்படும்) ஒரு புள்ளியை ஆதாரமாகக் கொண்டு இயக்கப்படும் கம்பி அல்லது கோல்;** lever.

நெய்[1] வி. *(நெய்ய, நெய்து) (நெசவு)* **(துணி, பாய் முதலியவற்றை உருவாக்குவதற்காகத் தறியில்) நீளவாட்டில் நூலை அல்லது கோரையை வைத்துக் குறுக்குவாட்டில் கோத்துப் பின்னுதல்;** weave (cloth, mat, etc.,).

நெய்[2] பெ. **(சமையலில் பயன்படுத்துவதற்காக) உருக்கப்பட்ட வெண்ணெய்;** melted butter; ghee.

நெய்தல் பெ. **(பழந்தமிழ் இலக்கியங்களில் குறிப்பிடப்படும் ஐந்து வகைத் திணைகளில்) கடலும் கடல் சார்ந்த இடமும்;** (one of the five-fold divisions of land in classical Tamil literature) the sea and the region close to it.

நெய்ப்பந்தம் பெ. **(தாத்தாவின் அல்லது பாட்டியின் சடலத்தை மயானத்துக்கு எடுத்துச்செல்லும்போது சடலத்துக்கு முன்னால் பேரன் பிடிக்கும்) நெய்யில் நனைத்த சிறு தீப்பந்தம்;** torch fed with ghee (used by the grandchildren of the deceased for lighting funeral pyre).

நெய்விளக்கு பெ. **(கோயில்களில்) நெய் ஊற்றி ஏற்றும் விளக்கு;** (in temples) a lamp fed with ghee. துர்க்கைக்கு ஐந்து வாரம் நெய்விளக்குப் போடுவதாக வேண்டிக்கொண்டார்.

நெரடு வி. *(நெரட, நெரடி)* காண்க: **நெருடு.**

நெரி[1] வி. *(நெரிய, நெரிந்து)* 1: **(குச்சி போன்று இருக்கும் ஒரு பொருள்) நசுங்குதல் அல்லது முறிதல்;** get snapped. பீடி நெரிந்துபோயிருந்தது. 2: **(புருவம்) சுருங்குதல்;** knit one's brow. கோபத்தில் அவனது நெற்றி நரம்புகள் புடைத்து புருவங்கள் நெரிந்தன. 3: **(கூட்டத்தில்) அதிக நெரிசல் ஏற்படுதல்;** jostle. கோயில் உள்ளே போக முடியாதபடி கூட்டம் நெரிந்தது.

நெரி[2] வி. *(நெரிக்க, நெரித்து)* 1: **இறுக்கி அழுத்துதல்;** strangle; throttle. 'நான்தான் அவர் கழுத்தை நெரித்துக் கொலைசெய்தேன்' என்று கைதி ஒப்புதல் வாக்குமூலம் கொடுத்தான். 2: **(கூட்டத்தில் அல்லது நெரிசலில்) ஒருவரை ஒருவர் முட்டிக்கொண்டும் தள்ளிக்கொண்டும் இருத்தல்;** jostle. பேருந்தில் ஒரே கூட்டம்; நெரித்துத் தள்ளிவிட்டார்கள். 3: *(வ.வ.)* **(உளுந்து, துவரை போன்றவற்றின் பயறு வெளியே வருவதற்காக நெற்றைக் கையால்) அழுத்தி உடைத்தல்;** break or crush (the pods of dried pulses with one's hand). உளுந்து நன்றாகக் காய்ந்த பிறகுதான் நெரிக்க முடியும்.

நெரிகட்டு வி. *(-கட்ட, -கட்டி)* **(புண் முதலியவற்றில் உள்ள தொற்றுக் கிருமிகள் உடலில் பரவாமல் தடுப்பதற்கு அதன் அருகில் உள்ள நிணநீர் முடிச்சுகளில்) வீக்கம் ஏற்படுதல்;** develop a swelling (of lymph glands or nodes). காலில் புண் வந்தாலோ காயம்பட்டாலோ கவடுகளில் நெரிகட்டும்.

நெரிசல் பெ. *(-ஆக, -ஆன)* **(ஓர் இடத்தில் அளவுக்கு அதிகமாக மக்கள் அல்லது வாகனங்கள் குவிவதால் ஏற்படும்) நெருக்கித் தள்ளும் கூட்டம் அல்லது ஒழுங்கற்ற நிலை;** jam; rush. தலைவரின் இறுதி ஊர்வலத்தின்போது பலர் நெரிசலில் சிக்கிக் காயமடைந்தனர். / முக்கியச் சாலைகளில் போக்குவரத்து நெரிசலைத் தவிர்க்கத் தகுந்த ஏற்பாடுகள் செய்யப்படும்./ இந்த நெரிசலான வீதியில் எப்படி நடப்பது?

நெரியேறு வி. *(-ஏற, -ஏறி)* 1: **நெரிகட்டுதல்;** develop a swelling (of lymph glands or nodes). காலில் அடிபட்டதால் நெரியேறியிருக்கிறது. 2: **(ஒருவரைப் பாம்பு, தேள் போன்றவை கடித்ததால்) உடலில் விஷம் விரைவாகப் பரவுதல்;** spread fast (as of poison from a snake bite, etc.,). நெரியேறுவதற்குள் குழந்தையை மருத்துவமனைக்குத் தூக்கிச் செல்ல வேண்டும்.

நெருக்கடி பெ. *(-ஆன)* 1: **பிரச்சினைகளும் சிரமங்களும் மிகுந்த நிலை; இக்கட்டு;** crisis. எப்படிப்பட்ட நெருக்கடியான நிலையிலும் அவர் யாரிடமும் உதவி கேட்டதில்லை./ பிரதமரின் திடீர் மரணம் நாட்டில் பெரிய நெருக்கடியை உண்டாக்கியிருக்கிறது. 2: **(தேவையான, அத்தியாவசியமான பொருள்கள் அல்லது இடம் போன்றவை) போதாத நிலை; கிடைக்காத நிலை; பற்றாக்குறை;** (financial) squeeze or straits. பண நெருக்கடி/ திருமணத்திற்கு எதிர்பார்த்ததைவிட அதிகக் கூட்டம் வந்ததால் இட நெருக்கடி ஏற்பட்டது. 3: **(ஏதேனும் ஒரு பிரச்சினையால்) சிரமத்துக்கு உள்ளாகும் நிலை;** pressure (of family, debts, etc.,). கடன் நெருக்கடி/ வேலை நெருக்கடி.

நெருக்கடிநிலை பெ. **போர், உள்நாட்டுக் கலகம் போன்றவை ஏற்படும் சமயத்தில் அரசு கூடுதல் அதிகாரங்களை மேற்கொண்டு செயல்பட வேண்டிய நிலை;** state of emergency (in a country).

நெருக்கம் பெ. *(-ஆக, -ஆன)* 1: **(இடைவெளி அதிகம் இல்லாமல்) அருகருகே இருப்பது;** being close (to one another); proximity. அவனுக்குப் பக்கத்தில் நெருக்கமாக உட்கார்ந்துகொண்டாள்./ இழைகள் நெருக்கமாகப் பின்னப்பட்ட ஆடை/ நெருக்கமாக அமைந்த வீடுகள்/ நாற்றுகளை மிகவும் நெருக்கமாக நடக் கூடாது. 2: **நீண்ட காலமாகக் கொண்டிருக்கும் தொடர்பின் காரணமாகவும் நம்பிக்கையின் அடிப்படையிலும் உருவாகும் உறவு அல்லது நட்பு;** closeness; intimacy. எங்கள் நெருக்கம் பலருக்கு எரிச்சலைத் தந்தது./ நெருக்கமான சில நண்பர்களை மட்டுமே விருந்துக்கு அழைத்திருந்தார்./ சில அரசியல்வாதிகளுடன் அவருக்கு நெருக்கமான தொடர்பு உண்டு. [*(தொ.சொ.)* **உறவு/ தொடர்பு/ பந்தம்/ பிணைப்பு**] 3: **மிகுந்த ஒற்றுமை;** affinity; closeness. நெருக்கமான தொடர்புடைய

மொழிகள்/ நடனத்திற்கும் இசைக்கும் நெருக்கமான உறவு உண்டு.

நெருக்கிடு வி. (நெருக்கிட, நெருக்கிட்டு) *(இலங்.)* **சுளுக்கிக்கொள்ளுதல்;** sprain. தண்ணீர்க் குடத்தைத் தூக்கும் போது நாரிக்குள் நெருக்கிட்டது.

நெருக்கு வி. (நெருக்க, நெருக்கி) **1: (இட நெருக்கடியால் அல்லது கூட்டம் மிகுதியாக இருப்பதால் ஒருவரை ஒருவர்) இடித்துத் தள்ளுதல்;** squeeze; press. கூட்டமே இல்லை, இருந்தும் ஏன் இப்படி நெருக்குகிறீர்கள்? **2: இடைவெளி அதிகம் இல்லாமல் ஒன்றுக்கொன்று நெருங்கி அமையுமாறு செய்தல்;** bring closer (to one another). பூக்களை நெருக்கிக் கட்டு./ நாற்றுகளை நெருக்கி நட்டிருக்கிறார்கள்./ அழுத்தம் காரணமாகக் காற்றிலுள்ள மூலக்கூறுகள் நெருக்கப்படுகின்றன./ தாய் தன் குழந்தையை நெஞ்சுடன் நெருக்கி அணைத்துக்கொண்டாள். **3: (குறிப்பிட்ட ஒரு செயலைச் செய்யும்படியோ செய்யக் கூடாது என்றோ) நெருக்கடியை ஏற்படுத்துதல்; வலியுறுத்துதல்; வற்புறுத்துதல்;** pressurize. அடுத்த வாரத்துக்குள் வாங்கிய கடனைத் திருப்பித்தர வேண்டும் என்று நெருக்கினார்./ இறக்குமதியை அதிகரிக்க வேண்டும் என்று வளரும் நாடுகளை வளர்ந்த நாடுகள் நெருக்குகின்றன. **4: நெரித்தல்;** strangle. வீட்டில் தனியாக இருந்த வயதான பெண்மணியின் கழுத்தைத் துணியால் நெருக்கிக் கொலை செய்திருக்கிறான்./ கழுத்துப்பட்டி கழுத்தை நெருக்குகிறது.

நெருக்குவாரம் பெ. *(இலங்.)* **நெருக்கடி;** crisis. கடன் கொடுத்தவர்களின் நெருக்குவாரத்தாலேயே அவன் ஊரை விட்டு ஓடிவிட்டான்./ எல்லாப் பக்கத்தாலும் நெருக்குவாரம் என்றால் எப்படித்தான் வாழ்வது?

நெருங்கிய பெ.அ. **(உறவு, நட்பு, தொடர்பு முதலியவற்றில்) நெருக்கமான;** (of relationship, friendship, etc.,) close; intimate. நெருங்கிய சொந்தம்/ நெருங்கிய நண்பர்/ நெருங்கிய தொடர்புடைய மொழிகள்.

நெருங்கு வி. (நெருங்க, நெருங்கி) **1: (ஓர் இடத்தை, ஒன்றை, ஒருவரை) அணுகுதல்;** near; approach; come close to. ஊர்வலம் கடற்கரையை நெருங்கியது./ நான் கோயிலை நெருங்கும்போது நண்பர் எதிரே வருவதைப் பார்த்தேன்./ அவர் கோபமாக இருப்பதால் எல்லோரும் அவரை நெருங்கப் பயப்படுகிறார்கள். **2: (ஒரு நிகழ்ச்சி நடக்கவிருக்கும் அல்லது ஒன்றைச் செய்ய வேண்டிய நேரம்) அருகில் வருதல்; (அடைய வேண்டிய இடம்) அருகில் வருதல்;** (of an event or time to do sth.) approach; get close to. தீபாவளி நெருங்கிவிட்டது./ சாப்பிடும் நேரம் நெருங்கியதும் வேலையும் துரிதமாக நடைபெற்றது./ மதுரை நெருங்கிவிட்டது. **3: (உறவில், கொள்கையில் வேற்றுமை குறைந்து) நெருக்கமாக ஆதல்;** come closer (in understanding, etc.,). எதிரும்புதிருமாக இருந்த கட்சிகள் இப்போது நெருங்கிவருகின்றன.

நெருஞ்சி பெ. **முட்கள் நிறைந்த காயையும் மஞ்சள் நிறப் பூக்களையும் சிறுசிறு இலைகளையும் உடைய, கொத்தாகத் தரையில் படர்ந்து வளரும் ஒரு வகைச் சிறிய செடி;** cow's thorn. வரப்பில் நடந்து வந்தேன். காலில் நெருஞ்சி முள் குத்திவிட்டது.

நெருடல் பெ. (-ஆன) **1: (தன்னுடைய தவறான செயலால் அல்லது காரணம் புரியாத பிறருடைய செயலால் மனத்தில் ஏற்படும்) உறுத்தல்; பாதிப்பு;** troubled feeling (resulting from one's guilty conscience or one's inability to figure out sth.). தனக்கு உதவிசெய்த நண்பனுக்கு இப்போது உதவ முடியவில்லையே என்ற நெருடல்./ அவன் ஏன் அப்படிச் செய்தான் என்ற நெருடல் என் மனத்தில் இருந்து கொண்டே இருந்தது. **2: ஒன்றோடு ஒன்று பொருந்தாமல் உறுத்தும் நிலை;** discord. கட்டுரையில் ஒரே ஒரு வாக்கியத்தில்தான் நெருடல்./ எங்கள் கட்சிக்கும் கூட்டணியில் உள்ள மற்ற கட்சிகளுக்கும் உள்ள உறவில் எவ்வித நெருடலும் இல்லை.

நெருடு வி. (நெருட, நெருடி) **1: ஒரு பரப்பில் பட்டு இயல்புக்கு மாறான உணர்வை ஏற்படுத்துதல்; உறுத்துதல்;** feel gritty. காலில் ஏதோ நெருடியவுடன் சட்டென்று கீழே பார்த்தான்./ முதுகில் ஏதோ நெருடுவது போன்ற உணர்வு. **2: (ஒன்று ஒரு சூழ்நிலையில் இயல்பாக இல்லாமல்) மனத்தை உறுத்துதல்;** trouble (the mind). கடிதத்தின் வாசகங்கள் மனத்தை நெருடின./ அவளைத் தனியாகச் சென்னைக்கு அனுப்பிவைத்தது என் மனத்தை நெருடிக் கொண்டிருந்தது./ பாட்டின் மூன்றாவது வரிதான் கொஞ்சம் நெருடுகிறது.

நெருப்பன் பெ. *(இலங்.)* **கடுமையாகக் கோபம் கொள்ளும் ஆண்;** short-tempered man. அந்த நெருப்பனிடம் போய் யாராவது வாயைக் கொடுப்பார்களா?

நெருப்பி பெ. *(இலங்.)* **கடுமையாகக் கோபம் கொள்ளும் பெண்;** short-tempered woman.

நெருப்பு பெ. **தீ;** fire. வைக்கோல் போருக்கு யாரோ நெருப்பு வைத்துவிட்டார்கள்./ உச்சி வெயில் நெருப்பாகச் சுடுகிறது.

நெருப்புக் காய்ச்சல் பெ. *(இலங்.)* **(உணவு அல்லது நீரின் மூலம் பரவும்) ஒரு வகைத் தொற்றுக் கிருமியால் ஏற்படும் கடும் காய்ச்சல்;** typhoid.

நெருப்புக்குச்சி பெ. காண்க: **தீக்குச்சி.**

நெருப்புக் கொன்றை பெ. **மயிற்கொன்றை;** gulmohar.

நெருப்புக்கோழி பெ. **நீண்ட காலும் கழுத்தும் சிறிய தலையும் பெரிய சிறகுகளும் கொண்ட (வேகமாக ஓடக்கூடிய, ஆனால் பறக்க இயலாத) பெரிய பறவை;** ostrich. உலகில் சில பகுதிகளில் மட்டுமே நெருப்புக்கோழி காணப்படுகிறது.

நெருப்புக்கோழி

நெருப்புப் பெட்டி பெ. காண்க: *தீப்பெட்டி.*

நெருப்பு விலை பெ. *(இலங்.)* **(ஒரு பொருளின்) மிக அதிகமான விலை;** prohibitive price; high price. *எல்லாமே நெருப்பு விலையாக இருந்தால் எப்படிக் குடும்பத்தை ஓட்டுவது?/ பொருளாதாரத் தடை என்பதால் நெருப்பு விலையில் பொருட்களை விற்கிறார்கள்.*

நெருப்பெடு வி. *(-எடுக்க, -எடுத்து) (இலங்.)* **(ஒருவர்) கடும் கோபம் கொள்ளுதல்; கடுமையாகக் கோபப்படுதல்;** get wild with anger. *தங்கை யாரையோ காதலிப்பதாக அப்பா அறிந்தால் நிச்சயம் நெருப்பெடுப்பார்./ எல்லாவற்றுக்கும் நெருப்பெடுக்காமல் கொஞ்சம் பொறுமையாக இருக்கப் பழகிக்கொள்.*

நெருப்பெறும்பு பெ. **கடித்தால் அதிக வலி ஏற்படுத்தக் கூடிய ஒரு வகைச் சிவப்பு நிற எறும்பு;** kind of red ant (whose sting is painful).

நெருப்போடு விளையாடு வி. *(விளையாட, விளையாடி)* **(ஒருவரை எச்சரிக்கும் விதத்தில் சொல்லும்போது) (ஒன்றைச் செய்வதால்) ஆபத்து நேரக்கூடும் என்று அறிந்தே ஈடுபடுதல்;** take dangerous risks (said as a caution to s.o.); play with fire. *அவன் ஊரிலேயே பெரிய ரவுடி. நெருப்போடு விளையாடாதே!*

நெருமு வி. *(நெரும, நெருமி) (இலங்.)* **(ஒருவர்) நறநற வென்று பல்லைக் கடித்தல்;** grind one's teeth; gnash. *அலுவலகத்தில் அவருக்குக் கோபம் வந்தால் வேறு ஒன்றும் செய்ய முடியாமல் நெருமுவார்./ அவர் நெருமிக்கொண்டு ஆங்கிலம் பேசுவதற்கு நாங்களா கிடைத்தோம் என்று அலுவலர்கள் தமக்குள் பேசிக்கொண்டனர்.*

நெல் பெ. **உமி மூடியிருக்கும் அரிசி மணியைக் கொண்ட தானியம்/அந்தத் தானியத்தைத் தரும் பயிர்;** paddy (the grain and the crop). *நெல் விலை கூடுகிறது./ நெற்பயிர்.*

நெல்லி பெ. **நெல்லிக்காய் காய்க்கும் மரம்;** gooseberry tree. *நெல்லித் தோப்பு.*

நெல்லிக்காய் பெ. **அடர்த்தியான சதைப் பகுதியையும் கடினமான விதையையும் புளிப்புச் சுவையையும் கொண்ட சிறிய உருண்டை வடிவக் காய்;** gooseberry. *நெல்லிக்காய் ஊறுகாய்/ நெல்லிக்காய் தின்றுவிட்டுத் தண்ணீர் குடித்தால் இனிக்கும்.*

நெல்லிமுள்ளி பெ. **நறுக்கிக் காயவைக்கப்பட்ட நெல்லிக்காய்த் துண்டுகள்;** dried flesh of gooseberry.

நெலுப்பு வி. *(வ.வ.) (நெலுப்ப, நெலுப்பி)* **வேலையிலிருந்து தப்பித்துக்கொள்ள போக்குக் காட்டுதல்;** dodge one's work.

நெளி[1] வி. *(நெளிய, நெளிந்து)* **1: (புழு, பாம்பு முதலியவை) மடங்கியோ வளைந்தோ அசைதல்;** (of snake) slither; (of worm) wriggle. *நறுக்கிய கத்திரிக்காயில் புழு நெளிந்தது./ இருட்டில் காற்றில் ஆடிய கயிறு பாம்பு நெளிவது போலிருந்தது./ (உரு வ.) உதட்டில் சிரிப்பை நெளிய விட்டான்.* [(தொ.சொ.) கோணு/ சுருள்/ மடங்கு/ வளை] **2: (வெட்கம் முதலியவற்றால் ஒருவரின் உடல்) நேராக நிற்காமல் வளைதல்;** squirm; wriggle. *அவன் பொறுமை இழந்து நெளிந்துகொண்டிருந்தான்./ என்ன பதில் சொல்வது என்று தெரியாமல் வெட்கத்தில் நெளிந்தார்.* **3: (பாத்திரம் போன்றவை அடிபட்டு) நசுங்குதல்;** (of vessels) get dented; buckle. *குடம் கல்லில் இடிபட்டு நெளிந்துவிட்டது.*

நெளி[2] வி. *(நெளிக்க, நெளித்து)* **1: (உடம்பு, கை, கால் ஆகியவற்றை) வளைத்தல்; கோணலாக்குதல்;** twist (one's body, etc.,). *உடம்பை நெளித்துநெளித்து ஆடிய பாம்பு நடனம் நன்றாக இருந்தது./ உடலை நெளித்துச் சோம்பல் முறித்தபடி எழுந்தான்.* **2: (பாத்திரம் போன்றவற்றைக் கீழே போட்டுவிடுவதாலோ அல்லது ஏதோ ஒன்றின் மீது இடித்துவிடுவதாலோ) நசுங்கிப்போகச் செய்தல்;** cause a dent. *குடத்தைக் கீழே போட்டு நெளித்துவிட்டாயா?*

நெளி[3] பெ. *(-ஆக, -ஆன)* **1: (தலைமுடியில் ஏற்படும்) வளைவு; சுருள்;** curls. *நெளிநெளியாகச் சுருண்டிருக்கும் முடி குழந்தைக்கு மேலும் அழகூட்டியது./ அவருக்கு நெளி நெளியான முடி.* **2: நேர்கோட்டில் அமையாமல் சற்று வளைந்திருக்கும் நிலை;** bend; curl. *நெளி வளையல்/ நெளி மோதிரம்.*

நெளிவு பெ. **1:** *(பாதை, தெரு போன்றவற்றைக் குறித்து வரும்போது)* **வளைவு;** bend; curve. *ரயில் பாதை வளைவோ நெளிவோ இல்லாமல் நேராக இருந்தது.* **2:** *(கூந்தலைக் குறித்து வரும்போது)* **(தலைமுடி) சுருள் சுருளாக அமைந்திருக்கும் நிலை;** curl. *கூந்தல் கருகரு வென்று நெளிவே இல்லாமல் இருந்தது.* **3: (பாத்திரம் போன்றவை அடிபடுவதால்) லேசாக நசுங்கிக் காணப்படும் நிலை; ஒடுக்கு;** dent (in a vessel). *பாத்திரத்தின் வாயிலுள்ள நெளிவைப் பாத்திரக்காரனிடம் கொடுத்துதான் சரிசெய்ய வேண்டும்.*

நெளிவுசுளிவு பெ. **(ஒன்றைச் செய்வதில் ஒருவர் அறிந்துகொள்ள வேண்டிய) நுணுக்கங்கள்;** intricacies. *இரண்டே வருடத்தில் வியாபார நெளிவுசுளிவுகளை அவர் தெரிந்துகொண்டுவிட்டார்./ யாரைப் பார்த்தால் காரியம் முடியும் என்ற நெளிவுசுளிவுகள் எனக்குத் தெரியும்.*

நெற்களஞ்சியம் பெ. **(பழங்காலத்தில்) பெருமளவில் நெல் சேமித்து வைக்கக் கட்டப்பட்ட பெரிய அறை அல்லது கட்டடம்;** granary. *இந்த நெற்களஞ்சியத்தின் கொள்ளளவு எவ்வளவு?/ தஞ்சாவூர்ப் பகுதி தமிழகத்தின் நெற்களஞ்சியம் என்று அழைக்கப்படுகிறது.*

நெற்றி பெ. **(மனிதரில்) தலை முடிக்குக் கீழும் புருவத்துக்கு மேலும் உள்ள பகுதி; (விலங்குகளில்) கண்களுக்கு மேலே உள்ள பகுதி;** forehead. *நெற்றியில் அகலமான குங்குமப் பொட்டு/ நெற்றி நிறைய திருநீறு பூசியிருந்தார்./ குழந்தைக்கு ஜுரம் அடிக்கிறதா என்று நெற்றியைத் தொட்டுப்பார்த்தாள்./ மாட்டின் நெற்றியில் ஒரு சுழி இருந்தது. (பார்க்க, படம்: உடல்)*

நெற்றிக்கண் பெ. **சிவபெருமானின் நெற்றியில் இருப்பதாகக் கருதப்படும் மூன்றாவது கண்;** third eye (of Lord Siva). *சிவபெருமான் கோபமடையும்போது நெற்றிக்கண்ணைத் திறப்பதாகப் புராணங்கள் சொல்கின்றன.*

நெற்றிச்சுட்டி பெ. **(பெண்கள் தலையில் அணிந்து) வகிடு வழியாக நெற்றியில் தொங்கவிட்டுக்கொள்ளும்,**

சங்கிலியோடு இணைந்த வில்லை போன்ற நகை; an ornament with a chain and pendant (worn by women) along the parting of the hair and over the forehead.

நெற்றிச்சுட்டி

நெற்றிப்பொட்டு[1] பெ. **நெற்றி ஓரத்திற்கும் காதுக்கும் இடையில் உள்ள பகுதி;** temple (of the forehead). நெற்றிப் பொட்டு விண்விண்ணென்று தெறித்தது. *(பார்க்க, படம்: உடல்)*

நெற்றிப் பொட்டு[2] பெ. *(வட்டார வ.)* **(மாட்டின் நெற்றி யில்) கை அகலத்துக்கு வெள்ளையாகப் பொட்டுப் போல இருக்கும் பரப்பு;** white patch of the extent of one's palm on the forehead of cattle. நெற்றிப் பொட்டு காளைக்கு ஒரு அழகு.

நெற்று பெ. **(தேங்காய், பயறு முதலியவற்றின்) நன்கு முதிர்ந்த காய்;** ripe seed or nut (fit for raising seedlings). தேங்காய் நெற்று/ உளுத்தம் நெற்று/ பயத்தம் நெற்று.

நெறி[1] வி. *(நெறிக்க, நெறித்து)* **1: (கோபம் முதலியவற் றால்) நெற்றியையும் புருவங்களையும் நெருக்குதல்;** knit (one's brows). புருவத்தை நெறித்து என்னைப் பார்த் தார். **2: (சாபமிடும்போது இரண்டு கை விரல்களையும் கோத்து) சொடக்குச் சத்தம் கேட்கும்படி வளைத்தல்;** crack (the fingers). 'நீ நாசமாய்ப் போ' என்று கைகளை நெறித்துச் சாபமிட்டாள். **3: காண்க: நெரி**[2]**, 1.**

நெறி[2] பெ. *(உ.வ.)* **சமயக் கொள்கையாகவோ தனி மனித ஒழுக்கத்துக்காகவோ ஏற்படுத்தப்பட்ட விதி அல்லது முறை;** principle; doctrine; the code (of conduct). அடிப்படை ஜனநாயக நெறிக்கு மாறுபடாத ஆட்சி/ குறள் நெறிப்படி வாழ்ந்தவர் அவர்./ பக்தி நெறி/ சைவ நெறி/ அருள் நெறி.

நெறிப்படுத்து வி. *(-படுத்த, -படுத்தி)* **(ஒன்றின் செயல் பாட்டை) நெறிமுறைக்கு உட்படுத்துதல்;** regulate. அரசு நிர்வாகத்தை நெறிப்படுத்த இந்த வழிமுறைகள் உதவும்./ உயர்கல்வியை நெறிப்படுத்துவதற்கான பரிந்துரை அரசுக்கு அனுப்பப்பட்டுள்ளது./ சமுதாய நலனுக்குத் தீங்கு விளை விக்காத வகையில் தனிமனிதனின் உரிமைகளைச் சட்டம் நெறிப்படுத்த வேண்டும்.

நெறிமுறை பெ. **பின்பற்றுவதற்கு வகுக்கப்பட்ட வழி முறை;** proper method or way. சட்டம் விதித்துள்ள நெறி முறையை மீறுவது குற்றமாகும்./ ஆராய்ச்சி நெறிமுறைகள். [(தொ.சொ.) **கருத்தியல்/ கொள்கை/ கோட்பாடு/ சித்தாந்தம்/ தத்துவம்**]

நெறியாள்கை பெ. *(இலங்.)* **(நாடகம், திரைப்படம் போன்றவற்றின்) இயக்கம்;** direction (of a film, drama, etc.,).

நெறியாளர் பெ. **1: ஆராய்ச்சி செய்பவருக்கு வழிகாட்டு பவர்;** guide (for one's research projects). **2:** *(இலங்.)* **(திரைப்பட) இயக்குநர்;** (film) director. இந்தத் திரைப் படத்தின் தயாரிப்பாளரும் நெறியாளரும் ஒருவரே.

நெறியாளுகை பெ. *(பு.வ.)* **நாடகத்தை அமைத்து இயக் கும் செயல்பாடு;** (stage) direction.

நேச நாடுகள் பெ. **இரண்டாம் உலகப் போரில் கூட் டாக இயங்கிய இங்கிலாந்து, அமெரிக்கா, ரஷ்யா முதலிய நாடுகள்;** Allied nations (as opposed to Axis countries during the World War II).

நேசம் பெ. *(-ஆக, -ஆன)* **பற்றும் பிரியமும்; அன்பு;** affection; friendship. மலைவாழ் மக்கள் காடுகள்மீது கொண் டுள்ள நேசம் அலாதியானது./ அந்த ஆசிரியர் எல்லா மாண வர்களோடும் நேசமாகப் பழகுவார்./ அண்டை நாடு களுடன் நேச உறவு.

நேசி வி. *(நேசிக்க, நேசித்து)* **1: அன்பு செலுத்துதல்; விரும்புதல்;** show kindness and affection; love. சகல ஜீவ ராசிகளையும் நேசிக்கக் கற்றுக்கொள். **2: காதலித்தல்;** love (s.o. of the opposite sex). அவளை நான் உயிருக்குயிராக நேசிக்கிறேன்.

நேந்திரங்காய் பெ. **(பெரும்பாலும் வறுவல் செய்யப் பயன்படும்) நீளமாக இருக்கும் ஒரு வகை வாழைக் காய்;** a variety of banana (used mainly for making crisps).

நேந்திரம்பழம் பெ. **மஞ்சள் நிறத்தில் தடித்தும் பெரி தாகவும் இருக்கும் நீளமான வாழைப்பழம்;** a kind of banana.

நேயம் பெ. **(ஒன்றிடம் அல்லது ஒருவரிடம் காட்டும்) ஈடுபாடும் அக்கறையும்;** compassion. அன்னை தெரசா ஏழைகளிடம் காட்டிய நேயம்/ சக மனிதர்களிடம் அவர் காட்டும் நேயம் வியக்கத்தக்கது.

நேயர் பெ. **(வானொலி, தொலைக்காட்சி நிகழ்ச்சிகளை) விரும்பித் தொடர்ந்து கேட்பவர் அல்லது பார்த்து ரசிப் பவர்; (பத்திரிகையை) விரும்பித் தொடர்ந்து படிப் பவர்;** (radio) listener; (television) viewer; reader (of a magazine). 'வணக்கம் நேயர்களே' என்று கூறிவிட்டு நிகழ்ச் சியை ஆரம்பித்தார்./ நேயர்களின் வேண்டுகோளை ஏற்றுக் கல்கியின் 'சிவகாமியின் சபதம்' மீண்டும் தொடர்கதை யாக வெளிவருகிறது.

நேர்[1] வி. *(நேர, நேர்ந்து)* **1: (ஒரு செயல், நிகழ்வு, விளைவு போன்றவை தற்செயலாக அல்லது சூழ்நிலையின் கார ணமாக) நிகழ்தல்; ஏற்படுதல்;** happen; occur. அச்சிடுவ தில் ஒரு சிறிய தவறு நேர்ந்துவிட்டது./ அன்று நேர்ந்த விபத் தில் நூற்றுக்கு மேலானவர்கள் உயிர் இழந்தனர்./ விழாவில் கலவரம் நேர்ந்துவிடாமலிருக்கப் பலத்த பாதுகாப்பு போடப் பட்டுள்ளது./ தன் உயிருக்கு ஆபத்து நேரக்கூடும் என்ற அச்சம் அவனுக்கு இருந்தது./ கடைசியில் நம் சந்திப்பு இப் படியா நேர வேண்டும்? **2: பாதிப்பு ஏற்படுதல்;** happen. பேருந்து மட்டும் சிறிது சேதமடைந்துள்ளது. பயணிகளுக்கு

நேர்² 822

ஒன்றும் நேரவில்லை./ அவருக்கு என்ன நேர்ந்தது? ஏன் இப்படி நடந்துகொள்கிறார்?

நேர்² து.வி. *(நேர, நேர்ந்து)* **(ஒரு வினையின் 'செய்ய', 'செய்யும்படி', 'செய்யுமாறு' ஆகிய வடிவங்களின் பின் வரும்போது) ஒரு செயல் நிகழ்ந்தது தற்செயலாக அல்லது சூழ்நிலையின் காரணமாக என்பதை உணர்த்தும் துணை வினை;** (after the infinitive or future relative participle + *படி*) used to express the sense of 'happen to', 'be forced to'. *மின்னஞ்சல் வந்ததால் அவசரமாகப் புறப்பட்டு வர நேர்ந்தது./ கடை வீதியில் அவரைப் பார்க்கும்படி நேர்ந்தால் எப்படிப் பேசாமல் போவது?*

நேர்³ வி. *(நேர, நேர்ந்து)* **(தெய்வத்துக்கு) வேண்டிக் கொள்ளுதல்;** make a vow to a deity. *கல்யாணம் நல்லபடியாக நடக்க வேண்டும் என்று அம்மா குலதெய்வத்துக்கு நேர்ந்தாள்./ வெளிநாடு செல்ல இருப்பதால் நண்பர் கோயிலுக்குச் சென்று நேர்ந்து வந்தார்.*

நேர்⁴ பெ. **1:** *(-ஆக, -ஆன)* **வளைவு இல்லாத நிலை;** (of a line, path, etc.,) straight. *நேர் வகிடு/ 'நேராக நில்' என்றார் உடற்பயிற்சி ஆசிரியர்./ திருப்பங்களே இல்லாத நேரான சாலை.* **2: சரியாக நேர்கோட்டில் இருக்கும் நிலை;** right (behind, across, opposite, etc.,). *கோயிலின் நேர் பின்புறம் அவர் வீடு இருக்கிறது.* **3:** *(உ.வ.)* **நிகர்;** equal. *மொழியை உயிருக்கு நேர் என்று கூறினார் கவிஞர்.* **4: நேரடி;** direct. *இது என் நேர் அனுபவம்.* **5: (உடன்பிறந்த சகோதரர்களில் அல்லது சகோதரிகளில் இருவரோ இரண்டுக்கு மேற்பட்டோரோ இருக்கும்போது) பேசுபவருக்கு முன் அல்லது பின் பிறந்தவரைக் குறிக்கப் பயன்படுத்தும் சொல்;** (of more than two brothers, sisters) one born immediately before or after the speaker. *எனக்கு நேர் மூத்த அண்ணன் ஆசிரியராக இருக்கிறார்./ என் நேர் இளைய தங்கைக்கு இப்போது மாப்பிள்ளை பார்த்திருக்கிறோம்.* **6:** *(பெயரடையாக) (மின்சாரத்தைக் குறித்து வரும்போது)* **புரோட்டான்களைக் கொண்டிருக்கும்;** positive. *நேர் மின்னூட்டம்/ நேர் மின்னணு.*

நேர்⁵ பெ. *(இலக்.)* காண்க: **நேரசை.**

நேர்⁶ வி.அ. **முற்றிலும்;** completely. *நேர் எதிரான கருத்து/ நேர் விரோதமான போக்கு.*

நேர் உச்சி பெ. *(இலங்.)* காண்க: **நேர் வகிடு.**

நேர்காண் வி. *(-காண, -கண்டு)* **(பிரபலமான ஒருவரை) நேர்காணல் செய்தல்;** interview.

நேர்காணல் பெ. **1: நேர்முகத் தேர்வு;** interview (for job, education). *பணிக்கான நேர்காணலின்போது மதிப்பெண் சான்றிதழ், நன்னடத்தைச் சான்றிதழ் போன்றவற்றைச் சமர்ப்பிக்க வேண்டும்./ கட்சியின் சார்பாகத் தேர்தலில் போட்டியிட மனு அளித்தவர்களுக்கு நேர்காணல் நடத்தப்பட்டது./ மாற்றல் கேட்டு விண்ணப்பித்தவர்களுக்குச் சென்னையில் நேர்காணல் நடைபெறும்.* **2: பேட்டி;** interview (on TV, radio, etc.,). *முதலமைச்சரின் நேர்காணல் ஒரு ஆங்கிலத் தொலைக்காட்சியில் ஒளிபரப்பப்பட்டது./ அந்தச் சிறுபத்திரிகையில் வந்த நேர்காணல்களைத் தொகுத்து ஒரு புத்தகமாக வெளியிட்டிருக்கிறார்கள்.*

நேர்கோடு பெ. **வளைவு இல்லாத கோடு;** straight line.

நேர்கோணம் பெ. *(கணி.)* **அ என்ற புள்ளியை மையமாகவும் ஆ, இ என்ற புள்ளிகளை முனைகளாகவும் கொண்டு 180° பாகையில் அமைந்த நேர்கோடு;** straight angle.

நேர்ச்சை பெ. *(பே.வ.)* **நேர்த்திக்கடன்;** religious vow. *அக்பர் அடுத்த ஆண்டு கண்டிப்பாக ஹஜ்ஜுக்குப் போக நேர்ச்சை செய்திருக்கிறான்.*

நேர்சீர் பெ. *(-ஆக) (இலங்.)* **ஒழுங்கு;** orderliness. *நேர் சீராகப் பிள்ளையை வளர்த்திருந்தால் உனக்கு ஏன் இந்தக் கஷ்டம்?/ நேர்சீராக நடந்திருந்தால் ஊருக்குள் நல்ல பெயர் எடுத்திருப்பாயே?*

நேர்செய் வி. *(-செய்ய, -செய்து)* **(வரவுசெலவுக் கணக்கு, கொடுக்கல்வாங்கல் போன்றவற்றில்) வாங்கியவர் தர வேண்டிய தொகையைக் கொடுத்துவிட்டுக் கணக்கை முடித்தல்;** reconcile (an account); settle accounts. *நீங்கள் கடைக்குத் தர வேண்டிய இரண்டாயிரம் ரூபாயைக் கொடுத்துக் கணக்கை நேர்செய்துவிட்டுப் புதிதாக வாங்கிக் கொள்ளுங்கள்./ பழைய நிலக் குத்தகைப் பாக்கியை நேர் செய்த பிறகு புதிய குத்தகைபற்றிப் பேசலாம்./ இதுவரை எவ்வளவு பணம் வாங்கியிருக்கிறாய்? உன் கணக்கை நேர் செய்யாமல் எப்படிச் சம்பளம் கொடுக்க முடியும்?*

நேர்த்தி பெ. *(-ஆக, -ஆன)* **(தோற்றத்தில், அமைப்பில், செயலில் வெளிப்படும்) சீர், ஒழுங்கு, அழகு முதலியவை அடங்கிய தன்மை;** skill and elegance. *அவர் கதை சொல்லும் நேர்த்தியே தனி/ கூடை நேர்த்தியாகப் பின்னப்பட்டிருந்தது.*

நேர்த்திக்கடன் பெ. **(தெய்வத்துக்கு நேர்ந்துகொண்டதால்) நிறைவேற்ற வேண்டிய கடமை;** vow made to a deity. *நேர்த்திக்கடனை நிறைவேற்றும் வகையில் தீச்சட்டி எடுத்தார்.*

நேர்ந்துகொள் வி. *(-கொள்ள, -கொண்டு)* **(விரும்புகிற காரியம் நடந்தால்) கடவுளுக்குக் காணிக்கையாக இன்னதைச் செய்வேன் என்று கூறி வேண்டிக்கொள்ளுதல்;** take a vow (to a deity to do sth., if things happen as desired). *வயிற்று வலி குணமானால் காவடி எடுப்பதாக நேர்ந்து கொண்டான்.*

நேர்படுத்து வி. *(-படுத்த, -படுத்தி)* **சரிசெய்தல்; ஒழுங்குபடுத்துதல்;** set right; put in order. *ஊர் திரும்பியவுடன் குடும்பத்தினர் செய்துவைத்திருந்த குழப்பங்களை நேர் படுத்தவே நேரம் சரியாக இருந்தது.*

நேர்பண்ணு வி. *(-பண்ண, -பண்ணி) (பே.வ.)* காண்க: **நேர்செய்.**

நேர்புள்ளி பெ. **கோலம் போடுவதற்காக இடைவெளி விட்டு நேர்கோடாக வைக்கும் புள்ளி;** dots on an imaginary straight line to help draw a floral design.

நேர்மறை பெ. *(-ஆக, -ஆன)* **அனைத்தும் நன்மையாகவே நடக்கும் என்கிற மனப்பான்மை;** optimism; positive. *இந்திய அணி உலகக் கோப்பையை வெல்ல வேண்டுமானால் நேர்மறைச் சிந்தனையுடன் விளையாட வேண்டும்./ எப்போதும் நேர்மறையான அணுகுமுறையைக் கடைப்பிடிப்பது நல்லது.*

நேர்மாறு பெ. *(-ஆக, -ஆன)* **(குறிப்பிடப்படும் சூழலில் ஒப்பிடுவதற்கு) முற்றிலும் எதிரான தன்மை;** (just the)

823 நேரடித் தொலைபேசி

opposite; contrary. குணத்தில் என் தம்பி எனக்கு நேர்மாறு./ நான் சொல்வதற்கு நேர்மாறாக அவன் எதையாவது கூறிக் கொண்டிருப்பாள்./ எதிர்பார்த்ததற்கு நேர்மாறான விளைவு ஏற்பட்டிருக்கிறது.

நேர் மின்சுமை பெ. *(இயற்.)* **புரோட்டான்களால் கடத்தப்படும் மின்னோட்டம்;** positive charge. மின் இணைப்பைக் காட்டும் வரைபடத்தில் நேர் மின்சுமை என்பது + என்ற குறியீட்டால் குறிக்கப்படுகிறது.

நேர் மின்தன்மை பெ. *(இயற்.)* காண்க: **நேர் மின்சுமை.**

நேர்முக உதவியாளர் பெ. **(உயர் பதவியில் இருப்பவர்களுக்கு) நிகழ்ச்சிகளை நிரல்படுத்துதல், பார்வையாளர் சந்திப்புகளை முறைப்படுத்துதல், முக்கியமான விஷயங்களை நினைவுபடுத்துதல் போன்ற வேலைகளைச் செய்யும் உதவியாளர்;** personal assistant (to an official, etc.,).

நேர்முகத் தேர்வு பெ. **(விண்ணப்பம் செய்தவரின் தகுதியை) வாய்மொழியாகக் கேள்விகள் கேட்டு அறியும் தேர்வு;** interview. எழுத்துத் தேர்வில் வெற்றி பெற்றவர்களுக்கு அடுத்த வாரம் நேர்முகத் தேர்வு நடைபெறும்.

நேர்முகம் பெ. **1: (ஒருவரை) நேரடியாகச் சந்தித்து நிகழ்த்தும் உரையாடல்; பேட்டி; நேர்காணல்;** interview. பிரபல எழுத்தாளருடன் இன்று தொலைக்காட்சியில் நேர்முகம். **2: நேருக்கு நேர் நிகழ்த்தப்படுவது; நேரடிக் கட்டுப்பாட்டில் இயங்குவது;** direct; face to face. கொரில்லாப் போர்முறை நேர்முகப் போர் முறையிலிருந்து முற்றிலும் மாறுபட்டது./ சண்டையிடும் நாடுகள் சண்டையை நிறுத்திவிட்டு நேர்முகப் பேச்சைத் துவக்க வேண்டும்.

நேர்முக வர்ணனை பெ. **(விளையாட்டு, விழா போன்றவற்றை) நிகழும்போதே வானொலியில் அல்லது தொலைக்காட்சியில் விவரித்தல்;** running commentary.

நேர்முக வரி பெ. **(வருமான வரி, சொத்து வரி போன்று) தனிநபர் அல்லது ஒரு அமைப்பு நேரடியாகச் செலுத்த வேண்டியதாக இருக்கும் வரி;** direct tax.

நேர்மை பெ. *(-ஆக, -ஆன)* **(ஆதாயத்துக்காக) பொய் சொல்லுதல், ஏமாற்றுதல் போன்ற முறைகளைக் கையாளாமல் நியாயமாக நடந்துகொள்ளும் தன்மை; உண்மையைச் சொல்லி வெளிப்படையாக நடந்துகொள்ளும் தன்மை;** honesty; straightforwardness. என் தந்தை நேர்மையாக வாழ்ந்தார்./ இப்படி அநியாயத்தை நியாயமாகத் திரித்து எழுத என் நேர்மை இடம்கொடுக்காது./ லஞ்சம் வாங்குகிற சில அதிகாரிகளால் பல நேர்மையான அதிகாரிகள்கூட அவமானப்பட நேர்கிறது.

நேர் வகிடு பெ. **தலைப் பகுதியின் உச்சியில் சரியாக நடுவில் பிரித்து எடுக்கும் வகிடு;** straight parting of one's hair. உனக்கு நேர் வகிடு எடுத்துச் சீவினால்தான் அழகாக இருக்கிறது./ பொதுவாக ஆண்கள் நேர் வகிடு எடுப்பதில்லை.

நேர்வழி பெ. **1: (ஒரு இடத்திலிருந்து இன்னொரு இடத்தை அடைவதற்கு) சுற்றிக்கொண்டு அல்லது குறுக்குவழியில் செல்லாமல் நேராகச் சென்றடையும் வழி;** direct route. **2: நேர்மையான வழி;** just and straightforward way; fair means. நேர்வழியில் சம்பாதித்த சொத்து.

நேர்வாக்கில் வி.அ. *(பே.வ.)* **1: நேராக;** straight. நேர்வாக்கில் சென்றால் அந்தக் கோயில் வரும். **2: நேராகப் பார்த்த படி;** from a frontal view. நேர்வாக்கில் எடுத்த படம்.

நேரக்காப்பாளர் பெ. **(பேருந்து நிலையம், ரயில் நிலையம் போன்ற இடங்களில்) நேரப்படி வாகனங்கள் புறப்படுவதையும் வந்துசேர்வதையும் கண்காணித்து நெறிப்படுத்தும் பணியைச் செய்பவர்;** time-keeper (in a bus station, etc.,). ஆவடி செல்லும் பேருந்து எத்தனை மணிக்குப் புறப்படும் என்று நேரக்காப்பாளரிடம் அவர் கேட்டார்.

நேரங்காலம் பெ. *(பே.வ.)* **1:** *(பெரும்பாலும் எரிச்சலான தொனியில்)* **(ஒன்றைச் செய்வதற்கு) உரிய நேரம்; சரியான காலம்;** (in a tone of irritation) suitable time. நேரங்காலம் தெரியாமல் வந்து என் கழுத்தை அறுக்காதே!/ விற்பனைப் பிரதிநிதிகளுக்கு நேரங்காலமே கிடையாது என்று அவர் புலம்பினார். **2: (விதி செயல்படுகிறது என்ற நம்பிக்கையின் அடிப்படையில்) ஒருவரின் நேரம்;** time (according to one's fate). என் நேரங்காலம் நன்றாக இருந்தால் நான் ஏன் உன்னிடம் வந்து கெஞ்ச வேண்டும்?/ நேரங்காலம் சரியாக இருந்தது என்றால் எல்லாம் நல்லபடியாக முடியும்.

நேரசூசி(கை) பெ. *(இலங்.)* **(பள்ளிக்கூடம் முதலியவற்றில்) கால அட்டவணை;** time table (in a school, etc.,).

நேரசை பெ. *(இலக்.)* **(யாப்பில்) குறிலும் நெடிலும் தனித்தோ ஒற்றுடன் இணைந்தோ வரும் அசை;** metrical syllable consisting of a short or long vowel, alone or followed by a consonant.

நேரடி பெ. *(-ஆக, -ஆன)* **1: மற்றொன்றின் அல்லது மற்றொருவரின் இடையீடு இல்லாத நிலை;** direct (i.e. without any intervention of or mediation of s.o. or sth.). நேரடி அனுபவத்தின் பாதிப்பில் எழுதப்பட்ட கதை/ மத்திய அரசின் நேரடிக் கண்காணிப்பில் இந்த நிறுவனம் இயங்குகிறது./ குற்றத்தில் நேரடியாகவோ மறைமுகமாகவோ சம்பந்தப்பட்டவருக்குத் தண்டனை உண்டு. **2: நேருக்கு நேர் சந்தித்து அல்லது முகத்துக்கு எதிரே நிகழ்த்தப்படுவது;** face to face. நேரடியாகப் பதில் சொல்லாமல் ஏன் மழுப்புகிறாய்?/ இரு நாட்டுப் படைகளும் இன்னும் நேரடித் தாக்குதலில் ஈடுபடவில்லை./ இந்தத் தொகுதியில் நேரடிப் போட்டி. **3: (விளையாட்டு, விழா முதலியவை நடந்துகொண்டிருக்கும்போதே அப்படியே) நடைபெறும் இடத்திலிருந்து உடனடியாக ஒலிபரப்பப்படுவது அல்லது ஒளிபரப்பப்படுவது; நேரலை;** live (broadcasting, telecast, etc.,). மின்சாரத் தடையினால் நேரடி ஒலிபரப்பில் தடங்கல் ஏற்பட்டதற்காக வருந்துகிறோம்./ இந்த மாநாட்டை உள்ளூர்த் தொலைக்காட்சி ஒன்று நேரடியாக ஒளிபரப்புகிறது. **4:** *(போக்குவரத்துக்குறித்து வரும்போது)* **மாறிமாறிப் போகாமல் ஒரே வாகனத்தில் செல்லும் வகையில் அமைவது;** (with reference to public transport) through; direct (between two points). விழாவுக்குச் செல்ல நேரடிப் போக்குவரத்து வசதிகள் செய்யப்பட்டுள்ளன.

நேரடித் தொலைபேசி பெ. **நினைத்த மாத்திரத்தில் எவ்விதத் தாமதமும் இன்றிப் பேசிக்கொள்வதற்காக ஏற்படுத்தப்பட்டிருக்கும் தொலைபேசி இணைப்பு;** dedicated hotline. இந்தியா பாகிஸ்தான் நாடுகளின் வெளியுறவுச் செயலர்கள் பேசிக்கொள்ள நேரடித் தொலைபேசி

வசதி செய்யப்பட்டுள்ளது./ புது டெல்லிக்கும் வெள்ளை மாளிகைக்கும் இடையில் நேரடித் தொலைபேசி இணைப் புத் தரப்பட்டுள்ளது.

நேரடி விதைப்பு பெ. காண்க: விதைப்பு, **2.**

நேரம் பெ. **1: (நொடி, நிமிடம், மணி அல்லது காலை, மதியம், மாலை முதலியவற்றை வைத்துக் குறிப்பிடும்) கால அளவு;** (when mentioned in terms of hours) length of time. நான் இங்கு வந்து இரண்டு மணி நேரம் ஆயிற்று./ ஒருவர் குறைந்தது ஆறு மணி நேரமாவது தூங்க வேண்டும்./ காலை நேரக் காற்று/ மாலை நேரத்தில் நான் எப்போதும் கடற்கரைக்குப் போய்க் காலாற நடந்துவிட்டு வருவேன்./ சிறிது நேரம் கழித்து வந்தால் அப்பாவைப் பார்க்கலாம். **2: சமயம்;** time. எதிர்பாராத நேரத்தில் திடு மென்று வந்து நிற்கிறாயே./ நான் வீட்டுக்கு வந்த நேரத்தில் நீ எங்கே போயிருந்தாய்?/ எனக்குச் செய்தித்தாள் படிக்க நேரமே கிடைக்கவில்லை./ குறித்த நேரத்தில் கூட்டம் நடைபெற்றது./ நெருக்கடியான நேரத்திலும் ஓட்டங் களைக் குவிக்கக்கூடிய இந்திய வீரர். **3: குறிப்பிட்ட வேலைக்கு அல்லது செயல்பாட்டிற்காக ஒதுக்கப் பட்ட காலம்;** time marked for specific activity. வேலை நேரத்தில் என்ன பேச்சு?/ ஆட்ட நேர முடிவில் இந்தியா 245 ஓட்டங்கள் எடுத்திருந்தது./ ஓய்வு நேரத்தில் வீட்டி லிருந்தபடியே சம்பாதிக்கலாம்./ உணவு செல்லும் நேரம் தவிர மற்ற நேரங்களில் எல்லாம் குரல்வளை திறந்தே இருக்கும்./ கூட்டம் குறித்த நேரத்தில் நடைபெற்றது./ கடை சாத்தும் நேரம் ஆகிவிட்டது. **4: ஒருவருக்கு நன்மை யாகவோ தீமையாகவோ அமைவதாகக் கருதப்படும் காலம்;** time considered auspicious or inauspicious. என் நேரம் இப்படிக் குடும்பத்தை ஆட்டிப்படைக்கிறது. **5: (ஒன்றைச் செய்வதற்கு) உரிய அல்லது பொருத்தமான காலம்;** (right or proper) time; (in, on) time. நேரத்தோடு படுத்து நேரத்தோடு எழுந்திருப்பது உடல் ஆரோக்கியத் திற்கு நல்லது./ நீங்கள் நேரத்தோடு வந்திருந்தால் அவரைப் பார்த்திருக்கலாம்./ நேரத்தில் வீட்டுக்குப் போக வேண்டும் என்று உனக்குத் தோன்றவில்லையா?/ நேரத்துக்குச் சாப் பிடாவிட்டால் குடல்புண் வரும். [(தொ.சொ.) **சந்தர்ப் பம்/ சமயம்/ தருணம்/ வாய்ப்பு**]

நேரம்கெட்ட நேரத்தில் வி.அ. *(பே.வ.)* **(ஒன்றைச் செய்ய பொருத்தமற்ற சமயத்தில்; அகாலத்தில்;** at an ungodly hour. நேரம்கெட்ட நேரத்தில் வந்து சாப்பிட்டால் உடம்பு கெட்டுவிடும்./ நேரம்கெட்ட நேரத்தில் என்ன தூக்கம்?

நேரலை பெ. **நேரடியாக ஒலிபரப்பப்படும் அல்லது ஒளிபரப்பப்படும் (வானொலி, தொலைக்காட்சி போன்ற) நிகழ்ச்சி;** live (radio, TV programme).

நேராக வி.அ. **1: (புறப்பட்ட இடத்திலிருந்து) வேறு எங் கும் செல்லாமல் (சேர வேண்டிய இடத்தை நோக்கி);** straight (from). வீட்டிலிருந்து கிளம்பி நேராக உன் வீட்டுக் குத்தான் வருகிறேன்./ பள்ளிக்கூடம் விட்டதும் நேராக வீட்டுக்கு வந்துவிடு./ நீ நேராகக் கல்யாண மண்டபத்துக்குச் சென்றுவிடு. **2: (வளையாமல், திரும்பாமல்) காட்டிய வழியிலேயே;** straight (ahead). நேராகப் போனால் கோயில் வரும்.

நேரிடு வி. (நேரிட, நேரிட்டு) காண்க: **நேர்[1].**

நேரிடை பெ. *(உ.வ.)* காண்க: **நேரடி, 1.**

நேரிய பெ.அ. *(உ.வ.)* ***சீரிய; சிறந்த;*** excellent; of high order or quality. நேரிய இலக்கியப் படைப்புகள்.

நேரியல் பெ. *(வ.வ.)* **(ஆண்கள்) தோளில் இடும் துணி; அங்கவஸ்திரம்;** cloth worn over the shoulders.

நேரில் வி.அ. **1: (மற்றொருவரின் மூலமாகவோ கடிதத் தின் மூலமாகவோ இல்லாமல்) குறிப்பிட்டவரிடம் அல் லது குறிப்பிட்ட இடத்தில் தானே;** in person. அதிகா ரியை நேரில் சந்தித்துத் தன் குறைகளைக் கூறினான்./ இந்த வேலையில் சேர விருப்பமுள்ளவர்கள் அலுவலகத்திற்கு நேரில் வரவும். **2: ('பார்த்தல்', 'கேட்டல்' குறித்து வரும் போது) நேருக்கு நேராக;** with one's own eyes or ears; personally. அந்தக் கொடூரமான விபத்தை நான் நேரில் பார்த்தேன்./ காந்தியை நேரில் பார்த்ததாக என் தாத்தா சொல்லுவார்./ டி. கே. பட்டம்மாள் பாடி நீ நேரில் கேட் டிருக்கிறாயா?

நேருக்கு நேர் வி.அ. **நேராகச் சந்தித்து; நேரில் போய்ப் பார்த்து;** personally; face to face. இந்தக் கேள்வியை அவன் என்னிடம் நேருக்கு நேர் கேட்டிருக்கலாமே./ பல கட்சித் தலைவர்களுடனும் நேருக்கு நேர் ஆலோசனை செய்த பிறகுதான் இந்த முடிவு எடுக்கப்பட்டது.

நேருக்கு நேராக வி.அ. காண்க: **நேருக்கு நேர்.**

நேரே வி.அ. **1:** காண்க: **நேராக. 2:** காண்க: **நேரில்.**

நேற்று[1] பெ. **'இன்று' என்று குறிக்கப்படும் நாளுக்கு முந் திய நாள்;** yesterday. நேற்று உங்கள் பிறந்தநாள் என்பதால் கோயிலுக்குப் போனீர்களா?/ நேற்றோடு எனக்கு அறுபது வயது நிறைவடைந்தது./ நேற்றிலிருந்து எனக்கு ஒரு வாரம் விடுமுறை./ நேற்று வெள்ளிக்கிழமை.

நேற்று[2] வி.அ. **'இன்று' என்று குறிப்பிடப்படும் நாளுக்கு முந்திய நாளில்;** the day before; yesterday. அவர் ஊரி லிருந்து நேற்று வந்தார்./ இதை நீ நேற்றே சொல்லியிருக் கலாமே?

நேற்றுப் பிறந்த பெ.அ. *(பே.வ.)* *(பெரும்பாலும் எரிச்ச லோடு கூறும்போது)* **வயதிலும் அனுபவத்திலும் மிகக் குறைந்த;** young and inexperienced. நேற்றுப் பிறந்த பயல், எனக்குப் புத்தி சொல்கிறாயா?/ இருபது வருடமாக இந்த அலுவலகத்தில் வேலைபார்க்கிறேன். நேற்றுப் பிறந்தவ னெல்லாம் எனக்கு வேலை கற்றுத்தருகிறான்!

நேற்றைய பெ.அ. **1: நேற்று நடந்த;** yesterday's (event, etc.,). நேற்றைய சம்பவம் என் கண்ணைத் திறந்துவிட்டது./ நேற்றைய கச்சேரியைச் சிறப்பித்து எல்லாப் பத்திரிகை களும் எழுதியிருந்தன. **2: கடந்தகாலத்தில் இருந்த;** of the past. நேற்றைய மனிதர்களைப் போல் நாமும் இருக்க வேண்டும் என்ற அவசியம் இல்லை.

நை[1] வி. (நைய, நைந்து) **(துணி) இற்றுப்போதல்; நூல் நூலாகப் பிரிதல்;** be frayed; become threadbare. கால் சட்டை நைந்திருக்கிறது./ காய்ச்சலுக்குப் பிறகு நைந்து போன பழந்துணி போல் கிடக்கிறார்./ *(உரு வ.)* நைந்த உள்ளம்.

நை[2] வி. (நைக்க, நைத்து) **1: (துணியை) நையச் செய்தல்;** cause to get threadbare. கல்லில் அடித்துத் துணியை நைத்துக்

கொண்டுவந்திருக்கிறாயே. **2: நசுக்குதல்;** crush. இயந்திரம் விரலை நைத்துவிட்டது.

நைக்காட்டு வி. (-காட்ட, -காட்டி) (இலங்.) **பழித்துக் காட்டுதல்;** make faces at s.o. எதற்காக எல்லோரையும் நைக்காட்டிக்கொண்டிருக்கிறாய்?/ எங்களுக்குப் பின்னால் நின்று நைக்காட்டிக்கொண்டிருக்கிறாயா?

நைச்சியம் பெ. (-ஆக, -ஆன) (பே.வ.) **(பேச்சில், நடந்துகொள்வதில்) காரியம் சாதிப்பதற்கான பக்குவம்;** suavity. தந்தையிடம் நைச்சியமாகப் பேசிப் பணம் வாங்கிக்கொண்டு வந்துவிட்டான்./ அவனுடைய நைச்சியமான பேச்சில் மயங்கிவிடாதே!

நைசாக வி.அ. (பே.வ.) **1: (ஒருவரிடம் தனக்குத் தேவையானதை அவருக்கு) உறுத்தாத வகையில்; திறமையாக;** with tact. அவரிடம் நைசாகப் பேசிக் காரியத்தைச் சாதித்துக்கொண்டாள். **2: (பிறர் அறியாதவண்ணம்) சாமர்த்தியமாக;** quietly (without anyone knowing); sneakily. எங்கே நைசாக நழுவப் பார்க்கிறாய்?/ என் பையிலிருந்து நைசாகப் பணத்தை எடுத்திருக்கிறான். **3: (மாவு போன்றவற்றைக் குறிப்பிடும்போது) மிகவும் குழைவாக;** fine (powder, etc.,). இஞ்சித் துவையலை மிகவும் நைசாக அரைத்துக்கொள்ளவும்.

நைநை-என்று வி.அ. **1: (குழந்தை அழுவதைக் குறித்து வரும்போது) (இன்ன காரணம் என்று புரிந்துகொள்ள முடியாமல்) இடைவிடாமல்; தொடர்ந்து;** (when referring to a child) crying naggingly. குழந்தை ஏன் காலையிலிருந்தே நைநையென்று அழுதுகொண்டிருக்கிறது? **2: (பொதுவாகக் கூறும்போது) (எரிச்சல் ஏற்படுத்தும் அளவுக்கு) தொடர்ந்து; விடாமல்;** in a pestering manner. அவன் என்னிடம் பணம் கேட்டு நைநையென்று அரித்துக்கொண்டிருக்கிறான்.

நைப்பாசை பெ. காண்க: **நப்பாசை.**

நைப்பு பெ. **ஈரப்பசை;** moisture. தோலின் நைப்பு வறண்டு தோல் சொரசொரப்பாக இருக்கிறது.

நையப்புடை வி. (-புடைக்க, -புடைத்து) **(ஒருவரை) கடுமையாக அடித்தல்;** give a good thrashing; beat up. பிடிபட்ட திருடனை ஊர் மக்கள் நையப்புடைத்துக் காவலரிடம் ஒப்படைத்தார்கள்.

நையாண்டி பெ. **1: (ஒருவருடைய குறையை அல்லது தவறை) கேலி செய்யும் வகையில் அமையும் பேச்சு அல்லது செயல்; கேலி; கிண்டல்;** joke; (in a lighter vein or bad taste) ridicule. ஏதோ ஒரு வார்த்தை தவறாகச் சொல்லிவிட்டேன். அதைச் சாக்காக வைத்துக்கொண்டு நையாண்டி செய்கிறீர்கள். [(தொ.சொ.) இகழ்ச்சி/ இளக்காரம்/ இளப்பம்/ எள்ளல்/ கிண்டல்/ கேலி/ நக்கல்] **2:** காண்க: **நையாண்டிமேளம்.**

நையாண்டிமேளம் பெ. **(நாட்டார் கலைகளான கரகம், காவடி முதலியவற்றுக்கு வாசிக்கப்படும்) ஒரு வகை மேளம்;** drum (accompanying கரகம், காவடி, etc.,).

நைவேத்தியம் பெ. **கோயிலில் அல்லது வீட்டில் இறைவனுக்குப் படைக்கும் உணவு வகைகள், பழம் முதலியன;** the ritualistic offering of cooked food, fruits, etc., to a deity. இன்று நைவேத்தியத்திற்குச் சர்க்கரைப் பொங்கல் செய்திருக்கிறேன்./ நைவேத்தியம் இன்னும் தயாராகவில்லை./ சுவாமி நைவேத்தியத்தை எடுத்துக்கொள்.

நைஸ்பண்ணு வி. (-பண்ண, -பண்ணி) (பே.வ.) **தாஜா பண்ணுதல்;** cajole. நீ என்னதான் நைஸ்பண்ணினாலும் நான் உனக்குப் பணம் தரப்போவதில்லை.

நொச்சி பெ. **ஐந்து பிரிவுகளாகப் பிரிந்த இலையையும் கரும் சிவப்பு நிறத் தண்டையும் நீல நிறப் பூவையும் கொண்ட (மருத்துவக் குணம் நிறைந்த) சிறு மரம்;** five-leaved chaste tree. கால் வீக்கத்துக்கு நொச்சி இலை வைத்துக் கட்டலாம்.

நொட்டு நொறுக்கு பெ. (இலங்.) **நொறுக்குத் தீனி;** small eats. கண்டபடி நொட்டு நொறுக்குகளைச் சாப்பிட்டால் உடம்பு பெருத்துப்போகும்./ எந்த நேரம் பார்த்தாலும் நொட்டு நொறுக்குகளைத் தின்றுகொண்டேயிருக்கிறான்.

நொட்டை விடு வி. (விட, விட்டு) (வ.வ.) **சாப்பிட்டு முடித்த பின் திருப்தியைக் காட்டும் முறையாக நாக்கால் சத்தமாக ஒலி எழுப்புதல்;** utter a sound expressive of relish after a good meal; smack one's lips. அம்மா சமையல் என்றால் நொட்டை விட்டுக்கொண்டு சாப்பிடுவான்.

நொடி[1] வி. (நொடிய, நொடிந்து) (பே.வ.) **1: ஒடிதல்;** collapse; crash; snap. பந்தல்கால் நொடிந்து கீழே விழுந்துவிட்டது. **2: மனம் தளர்தல்; ஒடிதல்;** be broken. மகன் வேலையில் சேர்ந்த பிறகுதான் நொடிந்துபோயிருந்த அந்தக் குடும்பம் தலையெடுக்க ஆரம்பித்தது./ மனைவி இறந்த பிறகு கிழவர் மிகவும் நொடிந்துவிட்டார்./ மாமாவுக்கு வியாபாரத்தில் பெருத்த நஷ்டம் ஏற்பட்டதால், அவர் குடும்பமே நொடிந்துபோயிருந்தது.

நொடி[2] வி. (நொடிக்க, நொடித்து) (பே.வ.) **1: ஒடித்தல்;** break. சுள்ளியை நொடிக்கிற மாதிரி கையை நொடித்துப் போடுவேன். **2: சாய்த்தல்;** tilt (to a side). மூட்டையை வலது கைப்பக்கம் கொஞ்சம் நொடி. **3: (பொதுவாகப் பெண்கள்) (சம்மதம் இல்லை அல்லது பிடிக்கவில்லை என்பதைத் தெரிவிப்பதற்குத் தலையை) ஒரு பக்கமாகப் பட்டென்று திருப்பித் தோள்பட்டையில் இடித்தல்;** turn (one's head) and hit the chin on the shoulder (as a gesture of disapproval). கேள்விக்குப் பதில் சொல்லாமல் கழுத்தை நொடித்துவிட்டுப் போய்விட்டாள்.

நொடி[3] பெ. **1: வினாடி;** second. இப்போது நேரம் எட்டு மணி முப்பது நிமிடம் நாற்பது நொடி. **2: (கண்ணை இமைப்பதற்கு அல்லது விரலைச் சொடுக்குவதற்கு ஆகும் நேரம் போன்ற) மிகக் குறைவான நேரம்;** moment (time taken for batting the eye or for snapping the finger). ஒரு நொடியில் வந்துவிடுகிறேன்.

நொடி[4] பெ. (இலங்.) **புதிர்; விடுகதை;** riddle.

நொடி[5] பெ. (ஊரக வ.) **(சாலையில் காணப்படும்) பள்ளம்;** pit; potholes. பார்த்து வண்டியை ஓட்டு, ஏதாவது நொடி இருக்கப்போகிறது.

நொடிக்கு நூறு தரம் வி.அ. **(மிகக் குறைவான நேரத்தில்) பலமுறை; அடிக்கடி;** far too frequently. நொடிக்கு நூறு தரம் 'அம்மா, அம்மா' என்று கூப்பிட்டு ஏன் என்னைத்

தொல்லைப்படுத்துகிறாய்?/ நீ ஊரிலிருந்து வந்துவிட்டால் போதும், உன் நண்பன் நொடிக்கு நூறு தரம் நம் வீட்டுக்கு வருகிறான். இல்லாவிட்டால் இந்தப் பக்கம் வருவதே யில்லை.

நொடித்துப்போ வி. (-போக, -போய்) (**வருமானம் அல்லது பொருளாதார வசதி இல்லாமல் ஒருவருடைய குடும்பம், வாழ்க்கை, தொழில்) சீர்குலைதல்;** decline; fall on evil times. நொடித்துப்போயிருக்கும் குடும்பங்கள் இந்தத் திட்டத்தினால் புத்துயிர் பெறும்./ கடை நொடித்துப் போனதற்கு அவர்தான் காரணம்/ நல்ல குடும்பத்தில் பிறந்து நல்ல முறையில் வாழ்ந்து இப்போது நொடித்துப் போய்விட்டார்.

நொண்டி பெ. (த.வ.) 1: **(கால் அல்லது கை) செயல்பட இயலாத குறை; ஊனம்; முடம்;** crippled condition. அவருக்கு ஒரு கை நொண்டி. 2: **உறுப்புக்குறை உள்ளவர் அல்லது உள்ளது;** cripple; lame (person or animal). இந்த நொண்டிக் கழுதையை வைத்துக்கொண்டு எப்படிக் காலம் தள்ளுவது?

நொண்டிச் சமாதானம் பெ. **(ஒன்றைச் செய்யாததற்கு அல்லது செய்த தவறுக்குக் கூறப்படும்) எளிதாக நம்ப முடியாத, வலுவற்ற காரணம்;** lame excuse. புறப்படுகிற நேரத்தில் யாரோ வந்துவிட்டதால் கல்யாணத்திற்கு வர முடியவில்லை என்று நொண்டிச் சமாதானம் சொன்னார்.

நொண்டிச்சாக்கு பெ. **பொருத்தமில்லாத பொய்யான காரணம்;** lame excuse. வீட்டுப்பாடம் ஏன் எழுதவில்லை என்றால் பென்சில் இல்லை என்று நொண்டிச்சாக்கு சொல்கிறான்.

நொண்டிச்சாட்டு பெ. (இலங்.) காண்க: **நொண்டிச் சாக்கு.**

நொண்டியடி வி. (-அடிக்க, -அடித்து) **(விளையாட்டில்) ஒரு காலை மடித்துக்கொண்டு மற்றொரு காலால் மட்டுமே குதித்துக்குதித்துச் செல்லுதல்;** hop (as in the game of chase). சிறுவர்கள் மைதானத்தில் கோடு கிழித்து நொண்டியடித்து விளையாடினார்கள்.

நொண்டு வி. (நொண்ட, நொண்டி) **(உடல் குறையால் அல்லது காலில் அடிபட்டிருப்பதால்) பாதத்தை முழுமையாகத் தரையில் பதிக்க முடியாமல் ஒரு பகுதியை மட்டும் ஊன்றி நடத்தல்;** limp. நேற்று கீழே விழுந்ததிலிருந்து குழந்தை லேசாக நொண்டுகிறது./ மாடு ஏன் இரண்டு நாளாக நொண்டுகிறது?

நொத்தாரிசு பெ. (இலங்.) **(அரசால் அங்கீகரிக்கப்பட்ட) பத்திரம் எழுதும் பணி செய்பவர்;** (government authorized) deed writer. நாளை நொத்தாரிசு வீட்டுக்குப் போய்க் காணி எழுத வேண்டும்.

நொதி[1] வி. (நொதிக்க, நொதித்து) **(காடி முதலியவை) புளித்தல்;** ferment. சில பழச்சாறுகளை நொதிக்கவைப் பதன் மூலம் மதுபானம் தயாரிக்கப்படுகிறது.

நொதி[2] பெ. (வேதி.) **உயிரினங்களின் உடலினுள் வேதியியல் மாற்றங்களை ஏற்படுத்தும், கிரியா ஊக்கியாகச் செயல்படும் சுரப்பு;** enzyme.

நொய் பெ. **(கோதுமை, அரிசி ஆகியவற்றின்) மாவாக இல்லாமல் நுண்ணியதாக உடைந்த தானியம்;** (of rice, wheat) broken grain. அரிசி நொய்க் கஞ்சி.

நொறுக்கித்தள்ளு வி. (-தள்ள, -தள்ளி) (பே.வ.) **(கடினமான காரியம் என்று கருதப்படுவதை) மிக எளிதாகச் செய்தல்;** do well (with apparent ease); smash. துவக்க ஆட்டக்காரர் பந்துகளை அடித்து நொறுக்கித்தள்ளி சதம் எடுத்துவிட்டார்./ இன்று பேச்சுப் போட்டியில் நொறுக்கித் தள்ளிவிட்டாய்.

நொறுக்கு வி. (நொறுக்க, நொறுக்கி) 1: **(ஒன்றை) துண்டு துண்டாக உடைத்தல்; சிதைந்துபோகும்படி செய்தல்;** smash (sth.) to pieces; crush. குழந்தை அப்பளத்தை நொறுக்கியது./ சம்மட்டியால் பழைய கார் அடித்து நொறுக்கப் பட்டது./ நான்கு குண்டர்கள் வந்து கடையை அடித்து நொறுக்கிவிட்டார்கள். [(தொ.சொ.) **உடை/ தகர்/ பிடு/ பிள**] 2: **(ஒருவரை) நையப்புடைத்தல்;** give s.o. a sound thrashing. கட்டிய சீட்டுப் பணத்தைச் சுருட்டிக்கொண்டு தப்பியோட முயன்ற கடைக்காரரைப் பொதுமக்கள் நொறுக்கியெடுத்துவிட்டார்கள்.

நொறுக்குத் தீனி பெ. **(உணவாக அல்லாமல் அவ்வப் போது தின்னும் முறுக்கு, கடலை போன்ற) தின்பண்டம்;** eats; snack.

நொறுங்கு வி. (நொறுங்க, நொறுங்கி) **உடைந்து சிறு சிறு துண்டுகள் ஆதல்; (நசுங்கி) உருக்குலைதல்;** be smashed to pieces; crumble; be crushed. கல்வீச்சில் கடையின் கண்ணாடிக் கதவுகள் நொறுங்கின./ கையில் எடுக்கும் போதே அப்பளம் நொறுங்குகிறது./ (உரு வ.) அவள் வைத்திருந்த நம்பிக்கைகளும் கனவுகளும் நொறுங்கின. [(தொ.சொ.) **உடை/ தகர்/ பிள**]

நோ[1] வி. (நோக, நொந்து) 1: **(உடலின் உறுப்புகள்) வலித்தல்;** feel pain; ache. நடந்துநடந்து கால் நோகிறது./ தலை நோகிறது என்று அம்மா படுத்துவிட்டாள்./ அவர் சொன்ன கதையைக் கேட்டு விலா நோகச் சிரித்தோம். 2: (பெரும்பாலும் இறந்தகால வடிவங்கள் மட்டும்) **(ஒருவரை அல்லது ஒன்றை) குறைகூறுதல்;** blame (s.o. for one's misery). இப்படியெல்லாம் சீரழிய வேண்டியிருக்கிறதே என்று விதியை நொந்தான்./ யாரை நொந்துகொண்டு என்ன பயன்? என் தலையெழுத்து, இப்படிக் கஷ்டப்படு கிறேன். 3: **(மனம்) புண்படுதல்; வருந்துதல்;** (of feelings) get hurt. அவர் மனம் நோகும்படி நடந்துகொள்ளாதே!/ உனது பண்பற்ற பேச்சு அவளை நோகச் செய்துவிட்டது./ அபாண்டமான குற்றச்சாட்டுகளால் மனம் நொந்து பேசினார். 4: **(ஒரு செயலுக்காக) வருத்தப்படுதல்; குறைபட்டுக்கொள்ளுதல்;** regret; curse (oneself). 'உன்னை நம்பிக் காரியத்தில் இறங்கினேன் பார்' என்று தன்னையே நொந்துகொண்டார்./ 'படித்து என்ன பயன்? வேலை கிடைக்கவில்லையே' என்று நொந்துகொண்டான்.

நோ[2] பெ. (இலங்.) **(உடம்பு) வலி;** (body) pain. முன்பு இருந்த கைகால் நோ இப்பொழுது இல்லை என்று அம்மம்மா சொல்லிக்கொண்டிருந்தார்./ தோட்டத்துக்குத் தண்ணீர் இறைத்து உடம்பு முழுக்க நோ.

நோக்கம் பெ. **(செயலின் அல்லது செயல்பாட்டின்) இலக்கு; (சிந்தனையின்) குறிக்கோள்;** objective (of one's action); aim (of one's intention); goal. அநாதைக் குழந்தைகளுக்கு உதவுவதே எங்கள் நோக்கம்/ உற்பத்திப் பெருக்கத்தை நோக்கமாகக் கொண்ட பொருளாதாரத் திட்டங்கள்./ உன்னை மிரட்டிப் பணம் பறிக்க வேண்டும் என்ற நோக்கம் எனக்கு இல்லை. [(தொ.சொ.) **இலக்கு/ இலட்சியம்/ எண்ணம்/ குறி/ குறிக்கோள்**]

நோக்கர்கள் பெ. ***எதிர்காலத்தில் நடக்கப்போவதை முன்னரே கூறக்கூடிய அளவுக்கு ஒரு துறையில் நிகழ்வதை ஆழ்ந்து கவனிப்பவர்கள்;*** observers. வரும் பொதுத் தேர்தல் இந்திய அரசியலில் ஒரு பெரும் திருப்புமுனையாக அமையலாம் என்று அரசியல் நோக்கர்கள் கருதுகிறார்கள்./ உலகக்கோப்பை கால்பந்தாட்டப் போட்டிகளில் ஆசிய நாடுகளுக்கு வெற்றி வாய்ப்புக் குறைவாகத்தான் இருக்கும் என்று விளையாட்டு நோக்கர்கள் கூறினர்.

நோக்கி இ.சொ. ***'(குறிப்பிட்ட ஒன்றை அல்லது ஒரு வரை) பார்த்த நிலையில்' என்ற பொருள் தரும் இடைச்சொல்; 'இலக்காகக் கொண்டு';*** particle used in the sense of 'towards'; 'in the direction of'. விளக்கின் முகத்தைக் கிழக்கு நோக்கி வை./ ஏவுகணை விண்ணை நோக்கிப் பாய்ந்தது./ அவன் திரும்பி வீட்டை நோக்கி நடந்தான்./ சத்தம் வந்த திசையை நோக்கித் திரும்பினான்.

நோக்கிய பெ.அ. ***குறிப்பிட்ட திசையைப் பார்த்தவாறு அமைந்திருக்கும்;*** facing (a particular direction). தெற்கு நோக்கிய வீடு/ இந்தக் கோயிலில் கிழக்கு நோக்கிய நிலையில் அம்மன் சன்னதி அமைந்துள்ளது./ கீழ்நோக்கிய பார்வை.

நோக்கு¹ வி. (நோக்க, நோக்கி) (உ.வ.) **1: *பார்த்தல்;*** see; look at. எந்தத் திசையில் நோக்கினாலும் பச்சைப்பசேலென்ற நெல் வயல்கள்/ அவன் தலை நிமிர்ந்து என்னை நோக்கினான்./ அவனைப் பொசுக்கிவிடுவது போல் நோக்கினாள். **2: *கவனித்தல்;*** pay attention to; have a close look at. ஆசிய நாடுகளுடன் இந்தியா கொண்டுள்ள உறவை நோக்கும்போது சில அம்சங்கள் தெளிவாகின்றன./ உலக வரலாற்றை நோக்கினால் எந்தச் சர்வாதிகார அரசும் நிலைத்ததில்லை என்பது நமக்குப் புலப்படும். **3: *அணுகுதல்;*** approach. எந்த ஒரு பிரச்சினையையும் நிதானத்துடன் நோக்கக் கற்றுக்கொள்ள வேண்டும்./ அமைப்பியல் அடிப்படையில் இந்தப் பாடலை நோக்குவோம்.

நோக்கு² பெ. **1: *கண்ணோட்டம்;*** point of view; perspective. உன்னுடைய நோக்கில் நீ செய்ததெல்லாம் உனக்குச் சரியாகத்தான் தெரியும்./ உலக நோக்கு என்பது அவர் கவிதைகளில் அறவே இல்லை./ திரைப்படங்களைப் பற்றி நீ கொண்டிருக்கும் குறுகிய நோக்கை மாற்றிக்கொள். **2:** (உ.வ.) ***நோக்கம்;*** objective; goal. ஒரு ஆராய்ச்சியின் நோக்கைப் பொறுத்துத்தான் அதன் போக்கும் அமையும்.

நோகாமல் நொடியாமல் வி.அ. (இலங்.) ***எந்த முயற்சியும் செய்யாமல்; உழைக்காமல்; பாடுபடாமல்;*** without any effort. நோகாமல் நொடியாமல் வாழ்க்கையில் முன்னேற முடியுமா?/ பிள்ளையை இப்படியே நோகாமல் நொடியாமல் இருக்கவிடாதே. அவன் உருப்பட வேண்டுமென்றால் ஏதாவது ஒரு வேலைக்கு அனுப்பு.

நோஞ்சல் பெ. (இலங்.) ***உடல் மெலிவு; உடல் நலிந்த நபர்;*** being emaciated; being thin and weak; a thin and weak person. ஆள் ஒரு நோஞ்சல்தான், ஆனால் புத்திசாலி என்று நண்பனைப் புகழ்ந்து கூறினார்./ இந்த நோஞ்சலை வைத்துக் கொண்டு எப்படி அத்தனை மூட்டைகளையும் தூக்கி அடுக்குவது?

நோஞ்சான் பெ. ***உடல் வலிமையற்று மெலிந்து காணப்படும் நபர் அல்லது விலங்கு;*** lean and weak person or animal. ஊட்டச்சத்து இல்லாத நோஞ்சான் குழந்தைகள்/ இந்த நோஞ்சானை நம் அணியில் சேர்த்துக்கொள்ள வேண்டுமா?/ இந்த நோஞ்சான் மாட்டை வைத்துக்கொண்டு உழ முடியாது.

நோட்டம் பார் வி. (பார்க்க, பார்த்து). காண்க: **நோட்டம் விடு.**

நோட்டம் விடு வி. (விட, விட்டு) ***(ஒரு இடத்தை மதிப்பிட அல்லது அங்கு இருப்பவர்களைப் பற்றித் தெரிந்துகொள்ள, பிறருடைய கவனத்தை ஈர்க்காமல்) கவனமாகப் பார்த்தல்;*** survey sth. அறையில் நுழைந்ததும் அங்கு இருந்தவர்களை நோட்டம் விட்டான்./ திருடர்கள் பகலில் பாத்திரம் விற்பதுபோல் வீடுகளை நோட்டம் விடுவார்கள்.

நோட்டு பெ. **1: *(எழுதுவதற்கான) குறிப்பேடு;*** notebook. கணக்கு நோட்டு/ நோட்டில் தனக்குத் தெரிந்த கோலங்களை வரைந்துவைத்திருந்தாள். **2: *குறிப்பிட்ட நாணய மதிப்பு உடைய தாள்;*** (currency) note. ஐநூறு ரூபாய் நோட்டு இரண்டு கொடுங்கள்./ பத்து ரூபாய் நோட்டுக் கட்டு.

நோண்டு¹ வி. (நோண்ட, நோண்டி) (பே.வ.) **1: *(விரல், குச்சி போன்றவற்றால்) குத்தி அல்லது நெம்பி வெளித்தள்ளுதல்;*** gouge out; pick (the nose, teeth, etc.,). செத்த மாட்டின் கண்களைக் காகம் நோண்டிக்கொண்டிருந்தது./ 'மூக்கை நோண்டாதே' என்று அம்மா திட்டினாள். [(தொ.சொ.) **கிண்டு/ கிளறு/ குடை/ கொத்து/ சுரண்டு/ துளை**] **2: *(அலமாரி, பெட்டி போன்றவற்றில்) ஏதோ ஒன்றைத் தேடும் முறையில் குடைந்து பார்த்தல்;*** rummage. என் பெட்டியை எதற்காக நோண்டிக்கொண்டிருக்கிறாய்? **3: *(கைபேசியில்) தொடர்ந்து தகவல் அனுப்புதல், தகவலைப் பார்த்தல் போன்றவற்றைச் செய்தல்;*** (on a cellphone) be busy doing sth. நான் சொல்வதைக்கூடக் கவனிக்காமல் கைபேசியை நோண்டிக்கொண்டிருந்தான்./ எப்போது பார்த்தாலும் கைபேசியை நோண்டிக்கொண்டிருக்கிறாள் என்று அம்மா அலுத்துக்கொண்டாள்.

நோண்டு² வி. (நோண்ட, நோண்டி) (இலங்.) **1: *(நகத்தால் கிள்ளி) துண்டாக்குதல் அல்லது நீக்குதல்;*** nip. வெங்காயம் நோண்டிக் கொடு./ புகையிலையை நோண்டி வாய்க்குள் போட்டுக்கொண்டான்./ மீன் செதிளை நோண்டி விட்டு நன்றாகக் கழுவு./ புண்ணை நோண்டாதே. **2: *(ஒரு செடி, பயிர் போன்றவற்றிலிருந்து) (கதிர், பூ, இலை முதலியவற்றை) பறித்தல்;*** pluck (from a plant ears of grain, flower, leaves, etc). இப்போதுதான் கீரை வளர்கிறது. அதை ஏன் நோண்டுகிறாய்?/ தோட்டத்துக்குப் போய் நான்கு மிளகாய் நோண்டிக்கொண்டு வா.

நோப்புக்குழி பெ. *(மண்.)* ***(மட்பாண்டச் சூளையில் முன்பகுதியாக அமைந்த) நெருப்பு எரிக்கும் இடம்;*** the firing pit at the front of the potter's kiln.

நோய் பெ. ***பாக்டீரியா, வைரஸ் போன்றவற்றாலோ உடலின் இயக்கத்துக்குக் காரணமானவை சீராக இயங்காததாலோ ஏற்படும் நலக்குறை/(தாவரங்களில்) பாகங்களை அல்லது வளர்ச்சியைப் பாதிப்பது;*** (of men, animals) disease; illness/(of plants) blight; disease. *உடம்பில் நோய் எதிர்ப்புச் சக்தி குறைவாக இருந்தால் நோய்கள் எளிதாக வரும்./ மலச்சிக்கல்தான் மூல நோய்க்கு முக்கியக் காரணமாக அமைகிறது./ கோமாரி நோய் விலங்குகளைத் தாக்கும்./ இது தென்னை மரங்களை மட்டும் தாக்கும் நோய் ஆகும்./ சில வைரஸ்களால் கண் நோய்கள் ஏற்படுகின்றன./ இருதய நோய்.*

நோய்நொடி பெ. ***நோயும் நோயைப் போன்ற பிற பாதிப்புகளும்;*** illness and (its) effect. *நோய்நொடி என்று அப்பா படுத்ததேயில்லை./ நீ நோய்நொடி இன்றி நூறாண்டு வாழ வேண்டும்.*

நோய்வாய்ப்படு வி. *(-பட, -பட்டு)* ***நோய்க்குள்ளாதல்; நோயினால் பாதிக்கப்படுதல்;*** fall ill; be laid up. *நோய்வாய்ப்பட்டுப் படுத்தபடுக்கையாக இருந்தார்./ அவர் நோய்வாய்ப்பட்டிருந்தபோது நான் மருத்துவமனைக்குச் சென்றுபார்த்தேன்.*

நோயாளர் பெ. *(இலங்.)* ***நோயாளி;*** patient. *பிரயாணத்தில் நோயாளர்களுக்கு முன்னுரிமை கொடுக்கப்படுகின்றது.*

நோயாளி பெ. ***நோய் உடைய அல்லது நோய்வாய்ப்பட்ட நபர்;*** sick person; patient. *அவர் எப்போதும் நோயாளிதான்/ மருத்துவர் நோயாளியிடம் கனிவாகப் பேசினார்.*

நோயில் பூசுதல் பெ. *(கிறித்.)* ***மரணப் படுக்கையில் இருக்கும் நோயாளி அமைதியான மரணத்தை அடைய வேண்டும் என்று குருவானவர் எண்ணெய் பூசி நிறைவேற்றும் சடங்கு;*** extreme unction.

நோயுயிர்முறி பெ. ***பாக்டீரியாவால் உண்டாகும் தொற்றுகளை எதிர்த்துச் செயல்படும் மருந்து;*** antibiotic.

நோல் வி. *(நோற்க, நோற்று)* ***(நோன்பை) மேற்கொள்ளுதல்;*** observe (a religious fast). *அம்மா மார்கழி நோன்பு நோற்றாள்./ முஸ்லிம்கள் ரம்ஜான் நோன்பு நோற்பார்கள்.*

நோவு பெ. *(பே.வ.)* **1:** ***வலி;*** ache; pain. *உடல் நோவு தீர வெந்நீரில் குளி.* **2:** ***பிரசவ வலி;*** labour pains. *நோவு ஏற்பட்டு வெகு நேரமாகியும் குழந்தை பிறக்கவில்லை.* **3:** ***நோய்;*** illness; ailment. *உடம்புக்கு ஏதாவது நோவா?*

நோன்பாளி பெ. *(இஸ்.)* ***சம்பிரதாயப்படி (ஒரு மாத காலம்) பகல் முழுவதும் உண்ணாமல் இருந்து ரம்ஜான் நோன்பைக் கடைப்பிடிப்பவர்;*** person who fasts during the month of Ramzan.

நோன்பு பெ. ***சாப்பிடும் உணவு வேளைகளைக் குறைத்தோ சில எளிய உணவுகளை மட்டும் உண்டோ இறைவனை நினைத்துச் செய்யும் பிரார்த்தனை; விரதம்;*** ritualistic observance of fasting. *மார்கழி நோன்பு/ வரலட்சுமி நோன்பு/ ரம்ஜான் நோன்பு.*

நோன்புக் கஞ்சி பெ. *(இஸ்.)* ***ரம்ஜான் மாதத்தில் இஸ்லாமியர்கள் உண்ணாநோன்பை முடிக்கும் விதமாகத் தினமும் மாலையில் குடிக்கும் (அரிசி, கோதுமை முதலியவை போட்டுக் காய்ச்சிய) கஞ்சி;*** porridge made of cereals, taken by fasting Muslims in the evening during the holy month of Ramadan to mark the conclusion of the day's fasting.

நோன்புதிற வி. *(-திறக்க, -திறந்து) (இஸ்.)* ***ரம்ஜான் மாதத்தில் தினமும் இஸ்லாமியர்கள் பகல் முழுதும் மேற்கொள்ளும் உண்ணாநோன்பை மாலையில் நோன்புக் கஞ்சி குடித்து முடித்தல்;*** breaking the fast in the evening during the holy month of Ramadan. *மாலையில் தொழுகை முடித்த பின்னர் நோன்புதிறக்கிறார்கள்.*

நோன்புபிடி வி. *(-பிடிக்க, -பிடித்து)* ***நோன்பு அனுசரித்தல்;*** observe fast. *நோன்புபிடிப்பதில் அவர் மிகுந்த தீவிரம் காட்டுவார்.*

நோன்புவை வி. *(-வைக்க, -வைத்து) (இஸ்.)* ***ரம்ஜான் மாதத்தில் நோன்பைக் கடைப்பிடித்தல்;*** observe the ritual fasting during the holy month of Ramadan.

ப

பக்கக் கோடு பெ. ***(கால்பந்தாட்டம், ஹாக்கி போன்ற விளையாட்டுகளில்) ஆடுகளத்தின் இரு பக்கங்களையும் வரையறுக்கும் கோடு;*** sidelines.

பக்கச் சூட்டாதரவு பெ. *(இலங்.)* ***தாக்குவதற்காகச் செல்லும் படை தடையின்றிப் பாதுகாப்பாக முன்னேற உதவும் விதத்தில் எதிரி நிலைகளின் மீது நடத்தப்படும் குண்டுவீச்சு;*** shelling by cover. *எதிரியின் நிரந்தர நிலைகளின் மீது நடத்தப்பட்ட பக்கச் சூட்டாதரவுடன் ராணுவ வீரர்கள் முன்னேறினர்.*

பக்கச் சூட்டாதரவு

பக்கபலம் பெ. *(-ஆக)* ***(ஒருவருக்கு அல்லது ஒரு அமைப்புக்கு) துணையாக இருந்து ஊக்குவிக்கும் வகையில் அல்லது சிறப்பாகச் செயல்படும் வகையில் அமையும் ஆதரவு;*** support; strength; mainstay (of sth.). *கட்சியை நடத்துவதில் இளைஞர்கள் எனக்குப் பெரிய பக்கபலம்./ அப்பா இறந்த பிறகு குடும்பத்திற்கு உன் மாமாதான் பக்கபலமாக இருந்தார்./ டெண்டுல்கருக்குப் பக்கபலமாக அடுத்து வந்த வீரர்கள் விளையாடியதால்*

இந்திய அணி வெற்றி பெற்றது./ கச்சேரியில் வயலினும் மிருதங்கமும் பாட்டுக்குப் பக்கபலமாக அமைந்தன.

பக்கம் பெ. **1: ஒரு பொருளுக்குப் பரிமாணத்தைத் தரு கிற தட்டையான பகுதி அல்லது பரப்பு;** a side (that gives dimension to a physical object). சதுரத்துக்கு நான்கு பக்கங்களும் சமம்./ வீட்டின் வெளிப்பக்கத்திற்குச் சுண்ணாம்பு அடிக்க வேண்டும். **2: (-ஆக) சுட்டப்படும் திசையில் அமைந்திருக்கும் பகுதி; புறம்;** (with reference to the middle) side. வீட்டின் பின்பக்கம் மழையில் இடிந்து விட்டது./ வாகனங்கள் சாலையில் இடது பக்கமாகச் செல்ல வேண்டும்./ ஊரின் கிழக்குப் பக்கத்தில் ஆறு ஓடுகிறது./ சுவரின் மேல்பக்கத்தில் விரிசல் ஏற்பட்டிருக்கிறது./ அலமாரியின் கீழ்ப்பக்கத்தில் புத்தகங்களை வை. **3: குறிப்பிட்ட இடத்தை ஒட்டி அமைந்திருக்கும் பகுதி;** the area by the side of sth. மலைப் பக்கம் அமைந்திருக்கும் வீடு/ ஆற்றுப் பக்கம் காலாற நடந்துவிட்டு வருவோமா? **4: அருகாமை; அண்மை;** nearness. அம்மாவின் பக்கத்தில் வந்து உட்கார்ந்துகொண்டான்./ உன் அலுவலகம் இங்கிருந்து பக்கமா, தூரமா?/ பக்கத்தில்தான் கடை இருக்கிறது, போய் விட்டு வருகிறேன்./ பேருந்து நிலையத்திற்குப் பக்கமாக ஏதாவது வீடு வாடகைக்கு இருந்தால் சொல். **5: தரப்பு; சார்பு;** a party (to a quarrel, dispute, etc.,). நான் யார் பக்கமும் பேசத் தயாராக இல்லை./ வல்லரசு நாடுகள் மற்ற நாடுகளைத் தம் பக்கம் இழுக்க முயல்கின்றன. **6: இரு மாறுபட்ட நிலைகளுள் ஒரு நிலை;** any of the two opposing aspects of a situation. பையனுக்கு வெளிநாட்டில் வேலை கிடைத்ததில் ஒரு பக்கம் மகிழ்ச்சி என்றாலும் மறுபக்கம் அவனைப் பிரிந்து இருக்க வேண்டுமே என்ற எண்ணமும் ஏற்படுகிறது. **7: புத்தகம், செய்தித்தாள் போன்றவற்றில் ஒரு தாளின் ஒரு புறம்;** any of the (numbered) pages of a book, etc.,; any of the two sides of a sheet. செய்தித்தாளில் இரண்டு பக்கங்களை மட்டும் காணவில்லையே./ அந்தக் கவிதை முப்பதாவது பக்கத்தில் உள்ளது./ கடைக்குப் போனால் எண்பது பக்க நோட்டு ஒன்று வாங்கிக்கொண்டு வா. **8: (குறிப்பிட்ட மொழி, இனம், சாதி சார்ந்த மக்களைக் கொண்ட) பிரதேசம்;** region (having a specific culture, language, etc.,). ஆடி மாத வெள்ளியன்று அம்மனுக்குக் கூழ் காய்ச்சுவது எங்கள் பக்கத்துப் பழக்கம்.

பக்கமேளம் வாசி வி. (வாசிக்க, வாசித்து) **(ஆதாயம் கருதி ஒருவருக்கு) ஆதரவு தருதல்; ஜால்ராப் போடுதல்;** support s.o. (because it suits one's personal interests); toady. எல்லா விஷயத்திலும் இரண்டு பேரும் கூட்டு. அதனால்தான் இவன் அவனுக்குப் பக்கமேளம் வாசித்துக் கொண்டிருக்கிறான்./ கட்சித் தலைவர் எதைச் சொன்னாலும் பக்கமேளம் வாசிக்க நாலு பேர் இருப்பார்கள்./ ஊரில் வசதி படைத்தவர் என்பதற்காக அவர் சொல்வதற்கெல்லாம் பக்கமேளம் வாசிப்பது நன்றாக இல்லை.

பக்கவாட்டில் வி.அ. **(ஒன்றின் அல்லது ஒருவரின்) இடது அல்லது வலது பக்கத்தில்; பக்கப் பகுதியில்;** left or right side (of s.o. or sth.). பக்கவாட்டில் திரும்பிப் படுத்தால் வலி குறைவதுபோல் இருக்கிறது.

பக்கவாட்டு பெ. **(ஒன்றின் அல்லது ஒருவரின்) இடது அல்லது வலது பக்கம்;** left or right side of s.o. or sth. வண்டி தடம் புரண்டு பக்கவாட்டில் சரிந்து விழுந்திருந்தது./ பக்கவாட்டில் திரும்பிப் படுத்துக்கொள்.

பக்கவாட்டுத் தோற்றம் பெ. **(ஒன்றின் அல்லது ஒருவரின்) இடது அல்லது வலது பக்கத் தோற்றம்;** profile. பக்கவாட்டுத் தோற்றத்தில் பார்த்தால் நீ என் தம்பியைப் போல இருக்கிறாய்.

பக்கவாத்தியம் பெ. **(கச்சேரியில் முக்கிய இசைக் கலைஞருக்கு) துணையாக வாசிக்கப்படும் கருவி;** accompaniment (in a concert). பாடகருக்கு இன்று சரியான பக்கவாத்தியம் அமையவில்லை./ வீணைக் கச்சேரிக்குப் பக்கவாத்தியமாக மிருதங்கம் மட்டும் போதுமா அல்லது கடமும் வேண்டுமா?/ (உரு வ.) எப்போதும் அவனுக்காகப் பரிந்து பேசுகிறாயே, நீ என்ன அவனுக்குப் பக்கவாத்தியமா?

பக்கவாதம் பெ. **(விபத்து அல்லது நோயின் காரணமாக மூளையும் நரம்பு மண்டலமும் பாதிக்கப்பட்டு) உடலின் ஒரு பகுதி அசைக்க முடியாதபடி செயலிழந்து விடும் நிலை;** paralysis.

பக்கவிளைவு பெ. **நோயைக் குணப்படுத்தும்போது சிகிச்சையும் மருந்தும் ஏற்படுத்தும் பாதகமான விளைவு;** side effect (of a treatment, medicine). மஞ்சள் காமாலைக்குக் கீழாநெல்லியைச் சாப்பிடுவதால் எந்தப் பக்கவிளைவும் ஏற்படாது./ சில ஆங்கில மருந்துகளை அளவுக்கு அதிகமாகச் சாப்பிட்டால் பக்கவிளைவுகள் நிச்சயம் ஏற்படும்.

பக்கவெட்டுத் தோற்றம் பெ. **ஒரு பொருளின் உட்பகுதியைக் காட்டக்கூடிய (பக்கவாட்டில் வெட்டியது போன்ற) காட்சி;** lateral view. இருதயத்தின் பக்கவெட்டுத் தோற்றத்தை வரைக.

பக்கவேர் பெ. **ஆணிவேரிலிருந்து கிளைத்துச் செல்லும், சல்லிவேரைவிடப் பெரிய வேர்;** secondary root.

பக்கா பெ.அ. (பே.வ.) **தொடர்ந்து வரும் பெயர்ச்சொல் குறிக்கும் தன்மையை முழுமையாகப் பெற்றிருப்பதைக் காட்டும் அடை; சரியான; சுத்த;** having the quality proper to sth. mentioned; genuine; absolute; seasoned; consummate. பக்கா தமிழர்போல் தமிழ் பேசும் மராட்டியர்/ பக்கா ரவுடி/ பக்கா திருடன்/ இந்த ஊருக்குப் பக்கா ரோடு போட இன்னும் ஒரு வருடம் ஆகும்.

பக்காப் படி பெ. (வ.வ.) **சுமார் இரண்டு லிட்டர் கொண்ட அளவு;** measure of roughly two litres.

பக்காவாக/பக்காவான வி.அ./பெ.அ. (பே.வ.) **சிறப்பாக/ சிறப்பான; நன்றாக/ நல்ல;** perfectly/ perfect; solidly/ solid. வேலையைப் பக்காவாகச் செய்து முடிக்க வேண்டும்./ சாலை பக்காவாகப் போட்டிருக்கிறார்கள்./ இது பக்காவான மருந்து. ஒரு முறை சாப்பிட்டுப்பார்.

பக்கிரி பெ. (இஸ்.) **(பெரும்பாலும் இஸ்லாமிய மதத்தைச் சேர்ந்த) பரதேசி;** a Muslim mendicant; fakir. பக்கிரி போட்டிருப்பது போன்ற நீண்ட அங்கி.

பக்கிள் பெ. (இலங்.) **கோட்டான்;** rock-horned owl. நள்ளிரவில் பக்கிள் கத்தும் சத்தம் மட்டும் கேட்டது.

பக்குவப்படு வி. (-பட, -பட்டு) **(அனுபவத்தால்) முதிர்ச்சி அடைதல்;** mature. இன்னும் நாம் மக்களாட்சிக்குப் பக்குவப்படாத நிலையில் இருக்கிறோம்./ ஆன்மீகத்தில் முழுமையாக ஈடுபடும் அளவுக்கு என் மனம் இன்னும் பக்குவப்படவில்லை./ மேடையில் பேசிப்பேசிப் பட்டி மன்றங்களில் வாதாடும் அளவுக்குப் பக்குவப்பட்டிருக்கிறார்.

பக்குவப்படுத்து வி. (-படுத்த, -படுத்தி) **பதப்படுத்துதல்;** preserve; cure; season. அரிய மூலிகைகளைப் பக்குவப் படுத்தித் தயாரிக்கப்பட்ட மருந்து./ இந்த நிறுவனத்தில் மீனைப் பக்குவப்படுத்தி வெளிநாடுகளுக்கு ஏற்றுமதி செய் கிறார்கள்.

பக்குவம் பெ. 1: (-ஆக, -ஆன) **(குறிப்பிட்ட உணவுக்கோ உணவுப் பொருளுக்கோ உரிய) திட அல்லது திரவ நிலையோ சுவையோ அளவாக இருக்க வேண்டிய தன்மை;** (the right) proportion; consistency. சரியான பக்குவத்தில் இறக்காவிட்டால் பாகு இறுகிவிடும்./ அல் வாவில் எல்லாம் பக்குவமாக இருக்கிறது./ 2: **(தாவரங் களில் காய்த்தல், பூத்தல் முதலியவற்றுக்கான) பருவம்;** stage or season. மாமரம் காய்க்கும் பக்குவத்தில் இருக் கிறது./ பயிர் பூக்கும் பக்குவத்துக்கு வந்துவிட்டது. 3: (-ஆக, -ஆன) **(ஒருவரின்) நிலை அறிந்து செயல்படும் தன்மை; (பிரச்சினை முதலியவற்றை) சமாளிக்கத் தேவையான முதிர்ச்சி; பாங்கு; (ஒன்றைச் செய்வ தில்) நயம்;** maturity; discreetness; being seasoned. அவர் கோபக்காரர்தான், இருந்தாலும் பக்குவமாக எடுத்துச் சொன்னால் புரிந்துகொள்வார்./ பக்குவமான வாசகர்கள் ஒரு நல்ல எழுத்தாளரிடம் மேலும்மேலும் அதிகமாக எதிர் பார்க்கிறார்கள்.

பக்கென் வி. (பக்கென்று, பக்கென்றது என்னும் வடிவங் கள் மட்டும்) **(எதிர்பாராத செய்தி, நிகழ்ச்சி முதலிய வற்றால் அல்லது நிகழ்ச்சியின் பாதிப்பால்) திடீ ரென்று பயம் தோன்றுதல்;** be startled.

பக்கோடா பெ. **நீர் ஊற்றிப் பிசைந்த கடலை மாவில் வெங்காயம், பச்சைமிளகாய் முதலியவற்றைச் சேர்த் துச் சிறுசிறு துண்டுகளாக எண்ணெயில் போட்டுப் பொரித்து எடுக்கும் ஒரு தின்பண்டம்;** a spicy savoury prepared with chickpea paste fried in oil.

பக்தகோடி பெ. **ஒரு தெய்வத்தை அல்லது மகானை வழிபடுபவர்களின் கூட்டம்;** the multitude of devotees. கோயில் திருவிழாவுக்குப் பக்தகோடிகள் பெருந்திரளாக வந்திருந்தனர்./ ரமண ஜெயந்தியை முன்னிட்டு ரமணரின் பக்தகோடிகள் திருவண்ணாமலையில் திரண்டனர்.

பக்தன் பெ. 1: **குறிப்பிட்ட தெய்வத்திடம் பக்தி கொண் டவன்;** devotee (of a particular god or goddess). காளி பக்தன்/ சிவ பக்தன்/ ராம பக்தன். 2: **ஒருவரை உயர்வாக மதித்துப் போற்றுபவன்;** man who reveres s.o. or sth. காந்தி பக்தன்.

பக்தி பெ. 1: **(கடவுள்மேல் கொண்ட) தீவிர நம்பிக் கையும் பற்றும்;** devotion (to god). 'என்னுடைய சிவ பக்தி தான் என்னை எப்போதும் காப்பாற்றுகிறது' என்றார் நண்பர். 2: **(ஒருவர்மேல், தன் நாட்டின் மேல் கொண் டிருக்கும்) பற்று;** veneration; love (for one's country, etc.,). அவருக்கு நாட்டின் மேல் என்ன பக்தி! [(தொ.சொ.) அன்பு/ காதல்/ பற்று/ பாசம்]

பக்திமான் பெ. (அ.வ.) **(தெய்வ) பக்தி நிறைந்தவர்;** devotee.

பக்தியோகம் பெ. **பக்தியின் மூலம் பரம்பொருளுடன் ஐக்கியமாகும் வழியாகக் கருதப்படும் ஆன்மீக முயற்சி;** spiritual effort of devotion considered as a means of attaining god.

பக்தை பெ. (அ.வ.) 1: **குறிப்பிட்ட தெய்வத்திடம் பக்தி கொண்ட பெண்;** pious woman; devotee. கிருஷ்ண பக்தை/ முருக பக்தை. 2: **(ஒருவரை) உயர்வாக மதிக்கும் பெண்;** woman who has great regard (for s.o.). காந்தி பக்தை.

பக்ரீத் பெ. (இஸ்.) **இஸ்லாமியர்களின் கடமைகளில் ஒன்றான ஹஜ் யாத்திரையின் ஒரு பகுதியாக பலி தரும் அதே நாளில் உலகின் மற்ற பகுதிகளில் உள்ள இஸ்லாமியர்கள் பலி தந்து அனுசரிக்கும் பண்டிகை;** Bakrid.

பகட்டு[1] வி. (பகட்ட, பகட்டி) **(பிறர் கவனத்தை ஈர்க்க) ஆடம்பரமாக நடந்துகொள்ளுதல்;** be showy. பணம் வந்துவிட்டால் சிலர் பகட்ட ஆரம்பித்துவிடுகிறார்கள்./ அமெரிக்காவுக்குப் போய்விட்டு வந்த பிறகு அவர் மிகவும் பகட்டிக்கொண்டிருக்கிறார்.

பகட்டு[2] பெ. (-ஆக, -ஆன) **கவர்ச்சித் தன்மை மிகுந்த ஆடம்பரம்;** show; glamour. அவள் பகட்டாக வேளைக் கொரு சேலை உடுத்துவாள்./ சாதாரணப் பொருட்களுக் குக்கூடப் பகட்டான விளம்பரங்கள்/ பகட்டு இல்லாத எளிய வாழ்க்கை. [(தொ.சொ.) ஆடம்பரம்/ டாம்பீகம்]

பகடி[1] பெ. **(கடையை) வாடகைக்கு எடுத்தவரை வெளி யேற்ற அவருக்குத் தரப்படும் கணிசமான தொகை;** key money. ஐந்து லட்சம் ரூபாய் பகடி கொடுத்து இந்தக் கடையை எடுத்திருக்கிறேன்.

பகடி[2] பெ. (இலங்.) **கேலி;** the act of mocking; mockery. அவளைப் பகடிசெய்து ஒரு பாட்டுப் பாடினான்.

பகடிவதை பெ. (இலங்.) காண்க: **கேலிவதை.**

பகடிவிடு வி. (-விட, -விட்டு) (இலங்.) **நகைச்சுவை யாகப் பேசுதல்;** speak jokingly. அவர் சொற்பொழி வாற்றும்போது இடையிடையே கதைசொல்லிப் பகடிவிடு வார்./ நான் எனது சோகக் கதையைச் சொல்லிக்கொண் டிருக்கும்போது நீ பகடிவிடுவது நியாயமா?

பகடைக்காய் பெ. **(காய்களைப் பயன்படுத்தி விளை யாடும் விளையாட்டுகளில்) விளையாடுபவர்கள் இரு வரும் ஒருவர் மாற்றி ஒருவராக உருட்டும், புள்ளிகள் குறிக்கப்பட்ட ஆறு பக்கங்கள் உடைய, உலோகத்தால் அல்லது மரத்தால் ஆன சிறு துண்டு; தாயக் கட்டை;** dice. (உரு வ.) உங்களுடைய சண்டையில் என்னைப் பகடைக்காய் ஆக்காதீர்கள்.

பகபக-என்று வி.அ. காண்க: **கபகப-என்று, 1.**

பகர் வி. (பகர, பகர்ந்து) (உ.வ.) **சொல்லுதல்; கூறுதல்;** tell. 'எல்லாச் சொல்லும் பொருள் குறித்தனவே' என்று தொல்காப்பியம் பகர்கிறது./ 14ஆம் நூற்றாண்டில் பாண் டியர்கள் தஞ்சையை ஆண்டனர் என்பதற்குத் தாராசுரம் கோயிலில் உள்ள கல்வெட்டு சான்று பகர்கின்றது./ இந்தச் சிற்பங்கள் தமிழ்நாட்டின் அரிய கல்வேலைப்பாட்டுக்குச் சான்று பகர்கின்றன.

பகரம் பெ. **1:** *(வ.வ.)* **பதில்; மாற்று;** sth. taken or given instead of another; substitute. வீட்டுக்குப் பகரம் நிலம் கிடைத்தது. **2:** *(இஸ்.)* **(தரப்படும் ஒன்றுக்கு) பதிலீடு; பிரதி; நிகர்;** instead; in the place of sth. இறைவன் இஸ்மாயிலுக்குப் பகரமாக ஆட்டைத்தான் குர்பானியாகக் கொடுக்கச் சொன்னார்.

பகர வளைவு பெ. **'ப' என்னும் எழுத்தைத் திருப்பியது போல் இருக்கும் அடைப்புக்குறி;** square bracket [ ].

பகல் பெ. **சூரியன் உதித்ததிலிருந்து மறைகிறவரை உள்ள நேரம்;** day time. கோடைக் காலங்களில் பகல் பொழுது அதிகமாகவும் இரவுப் பொழுது குறைவாகவும் இருக்கும்./ நட்சத்திரங்கள் பகலில் கண்ணுக்குத் தெரிவதில்லை./ ஆந்தை பகலில் வெளியே வராது.

பகல் கனவு பெ. **நிறைவேறும் வாய்ப்பு சிறிதும் இல்லாத கற்பனை;** fantasy; daydream. என்னை வழிக்குக் கொண்டுவந்துவிடலாம் என்று அவர் நினைத்தால் அது பகல் கனவுதான்./ அரசியல் பிரச்சினைகளுக்கு ராணுவத்தின் மூலம் தீர்வு என்பதெல்லாம் வெறும் பகல் கனவு.

பகல் கொள்ளை பெ. **(ஒன்றுக்காகக் கொடுக்கும் பணம்) அநியாயம் என்று கூறும் அளவுக்கு அதிகமாக இருக்கும் நிலை;** daylight robbery. இந்தச் சாதாரணச் சட்டையின் விலை ஐநூறு ரூபாய் என்றால், இது நிச்சயம் பகல் கொள்ளைதான்./ இரண்டு கிலோமீட்டர் தூரம் போவதற்கு நாற்பது ரூபாய் என்பது நிச்சயம் பகல் கொள்ளைதானே!

பகல் வாழ்வி பெ. *(உயிரி.)* **இரவு நேரத்தில் உறங்கி, பகல் நேரத்தில் மட்டும் இரை தேடுதல் முதலிய பிற செயல்களைச் செய்யும் உயிரினம்;** diurnal creature.

பகல் வேஷம் பெ. **நல்லவர் போன்ற நடிப்பு; வெளி வேஷம்;** one's mask of innocence; dissemblance. உன் பகல் வேஷத்தை நம்பி ஏமாறுவதற்கு நான் ஒன்றும் முட்டாள் இல்லை.

பகலவன் பெ. *(உ.வ.)* **சூரியன்;** sun.

பகலாடி பெ. **பகல் வாழ்வி;** diurnal creature.

பகலிரவு ஆட்டம் பெ. **(கிரிக்கெட் விளையாட்டில்) பிற்பகல் தொடங்கி முன்னிரவுவரை நடக்கும் போட்டி;** (in cricket) day and night match. மூன்றாவது ஒருநாள் போட்டி பகலிரவு ஆட்டமாக நடைபெறும்.

பகவத் கீதை பெ. **(மகாபாரதத்தில்) போர்க்களத்தில் அர்ச்சுனனுக்குக் கண்ணன் செய்த உபதேசங்களின் தொகுப்பு;** the book of Bhagavad Gita, forming part of the epic Mahabharata. பகவத் கீதை இந்துக்களின் புனித நூலாகக் கருதப்படுகிறது.

பகவான் பெ. **1: கடவுள்; தெய்வம்;** god. பகவானே நினைத்தாலும் உன்னைத் திருத்த முடியாது./ கிருஷ்ண பகவான்/ சனி பகவான். **2: (சமய, ஆன்மீக இயக்கத்தைத் தோற்றுவித்த) ஞானிகளின் பெயருக்கு முன் அல்லது பின் வழங்கப்படும் அடைமொழி;** term of respect added before or after the name of holy men (who have originated spiritual or religious movements). பகவான் ரமணர்/ புத்த பகவான்/ பகவான் மகாவீரர்.

பகளி பெ. *(இலங்.)* **ஐம்பது வெற்றிலை கொண்ட ஒரு கட்டு;** bunch of fifty betel leaves.

பகா எண் பெ. *(கணி.)* **தன்னாலும் ஒன்று என்ற எண்ணாலும் மட்டுமே வகுபடக்கூடிய எண்;** prime number. *3, 5, 17, 29* போன்ற எண்கள் பகா எண்கள் ஆகும்./ *1* என்ற எண்ணாலும் *37* என்ற எண்ணாலும் மட்டுமே வகுக்கப்படக் கூடியதால் 37 என்பது ஒரு பகா எண் ஆகும்.

பகாசுர பெ.அ. (பொதுவாக நிறுவனங்களைக் குறித்து வரும்போது) **போட்டியிடும் சிறிய நிறுவனங்களை இல்லாமல் ஆக்கிவிடக்கூடிய அளவுக்குச் சக்தி வாய்ந்த;** giant. பகாசுர நிறுவனங்களோடு சிறுதொழில் செய்பவர்கள் போட்டியிட முடியுமா?/ பன்னாட்டுப் பகாசுர நிறுவனங்கள் பத்திரிகைத் துறையில் நுழைய முயன்றுவருகின்றன./ தொழிலாளர்கள் பன்னாட்டுப் பகாசுர நிறுவனங்களுக்கு எதிராகப் போராட்டம் நடத்தினார்கள்.

பகாப்பதம் பெ. *(இலக்.)* **பகுதி, விகுதி என்று கூறுகளாகப் பிரிக்க முடியாத சொல்;** word that cannot be analysed into stem, suffix, etc., *'நீர்', 'போல்'* போன்றவை பகாப்பதங்கள்.

பகாவெண் பெ. *(கணி.)* காண்க: **பகா எண்.**

பகாளாபாத் பெ. **சேமியாவை வேகவைத்துத் தயிரில் கலந்து செய்யப்படும் சிற்றுண்டி வகை;** dish of vermicelli cooked and mixed with curd.

பகிடி பெ. *(இலங்.)* காண்க: **பகடி**^{2}.

பகிர் வி. (பகிர, பகிர்ந்து) **(இருப்பதைத் தேவையின் அடிப்படையில்) பிரித்தல்; பங்கிடுதல்;** share; divide and distribute. இந்த வேலையை நாம் மூவரும் பகிர்ந்து கொண்டால் சீக்கிரம் முடித்துவிடலாம்./ இருப்பது ஒரு ஏக்கர். அதை எத்தனை பேருக்குப் பகிர்வது?/ நிலம் இல்லாதவர்களுக்கு அரசாங்கம் சரியான முறையில் நிலத்தைப் பகிர்ந்தளிக்க வேண்டும்./ இருக்கும் இனிப்புகளை எல்லாக் குழந்தைகளுக்கும் பகிர்ந்துகொடு.

பகிர்ந்துகொள் வி. (-கொள்ள, -கொண்டு) **(அனுபவம், மகிழ்ச்சி, துக்கம் முதலியவற்றைப் பிறருடன்) பரிமாறிக்கொள்ளுதல்;** share (one's experience, happiness, sorrow, etc., with another). எழுத்தாளன் தன் அனுபவத்தைப் பிறருடன் பகிர்ந்துகொள்ள எழுதுகிறான்./ உறுப்பினர்களின் வருத்தத்தைத் தானும் பகிர்ந்துகொள்வதாக அமைச்சர் கூறினார்.

பகிர்மானம் பெ. **(ஒன்றை) பகிர்ந்துகொள்ளும் முறை; பங்கீடு;** distribution. மின் பகிர்மானத்தைச் சீரமைக்க வேண்டியது அவசியம்.

பகிர்வு பெ. **பங்கீடு;** sharing; distribution (of powers, etc.,). அதிகாரப் பகிர்வு/ வருவாய் சீரற்ற முறையில் பகிர்வு செய்யப்படுகிறது./ கூட்டணிக் கட்சிகள் அதிகாரப் பகிர்வுக்கு ஒப்புக்கொள்ளவில்லை.

பகிரங்கப்படுத்து வி. (-படுத்த, -படுத்தி) **(பெரும்பாலும் ரகசியமாக இருப்பதை) எல்லோரும் அறியும் விதத்தில் வெளிப்படுத்துதல்;** make sth. public. ஆளும் கட்சியின் ஊழல்களை விரைவில் பகிரங்கப்படுத்தப்போவதாக எதிர்க் கட்சித் தலைவர் தெரிவித்தார்.

பகிரங்கப் போட்டி பெ. காண்க: **பொதுப் போட்டி.**

பகிரங்கம் பெ. *(-ஆக, -ஆன)* **எல்லோருக்கும் தெரியும் படி நிகழும் அல்லது இருக்கும் நிலை; வெளிப்படை;** public; open. இந்த விசாரணை பகிரங்கமாக நடைபெறும் என்று காவல்துறை ஆணையர் அறிவித்தார்./ பட்டப்பகலில் பகிரங்கக் கொள்ளை/ பகிரங்க ஏலம்.

பகிரல் பெ. *(பு.வ.)* **(ஒருவர் முகநூல், சுட்டுரை போன்ற வற்றின் வழியாக) தகவலைப் பகிர்ந்துகொள்ளும் செயல்பாடு;** sharing (of information through facebook, twitter, etc.).

பகிஷ்கரி வி. *(பகிஷ்கரிக்க, பகிஷ்கரித்து)* **(எதிர்ப்பைத் தெரிவிக்கும் முறையில்) புறக்கணித்தல்; ஒதுக்குதல்;** boycott. சுதந்திரப் போராட்டத்தில் இந்திய மக்கள் அந் நியப் பொருள்களைப் பகிஷ்கரித்தனர்./ 'அமைச்சர் மன்னிப்பு கேட்காவிட்டால் அவர் கலந்துகொள்ளும் நிகழ்ச்சிகளைப் பகிஷ்கரிப்போம்' என்று பத்திரிகை யாளர்கள் கூறினார்கள்.

பகிஷ்காரம் பெ. *(அ.வ.)* **(எதிர்ப்பு நடவடிக்கையான) புறக்கணிப்பு;** boycott. சுதந்திரப் போராட்டக் காலத்தில் அந்நியத் துணிகளைப் பகிஷ்காரம் செய்யுமாறு மக்களைத் தலைவர்கள் கேட்டுக்கொண்டனர்.

பகீர்-என் வி. *(-என, -என்று)* **(பயம், ஆபத்து முதலிய வற்றால்) மனத்தில் திடீரென்று பீதி ஏற்படுதல்;** take fright. பூட்டியிருந்த பீரோ திறந்துகிடப்பதைப் பார்த்ததும் பகீரென்றது.

பகீரதப் பிரயத்தனம் பெ. **(ஒன்றை நிறைவேற்ற அல்லது ஒன்றைச் செய்து முடிக்க) தன்னாலான அனைத்தையும் செய்யும், சகல வழிமுறைகளையும் கையாளும் பெருமுயற்சி; கடும் முயற்சி;** Herculean effort. பகீரதப் பிரயத்தனத்திற்குப் பிறகுதான் வேலை கிடைத்தது.

பகு வி. *(பகுக்க, பகுத்து)* **1:** *(உ.வ.)* **பங்கிடுதல்; பகிர்தல்;** share; apportion. கிடைத்ததைப் பகுத்து உண்டு வாழ்வோம். **2: வகைப்படுத்துதல்; பிரித்தல்;** classify. திரட்டிய செய்தி களைச் சில தலைப்புகளின் கீழ் பகுத்துக்கொண்டான். **3: (ஒன்றைச் சில பகுதிகளாக) வெட்டுதல்; பிளந்து பிரித் தல்;** divide (sth. by cutting). மரச் சட்டத்தை முதலில் இரண்டாகப் பகுத்துக்கொள்ள வேண்டும். **4: (ஒரு எண்ணை) வகுத்தல்;** divide. இந்த எண்ணை மேலும் பகுக்க முடியாது. **5:** *(இலக்.)* **(ஒரு சொல்லை) பிரித்தல்;** analyse a word into its root, suffix, etc., பகுக்க முடியாத சொல் 'பகாப்பதம்' எனப்படும்.

பகு எண் பெ. *(கணி.)* **இரண்டுக்கு மேற்பட்ட எண் களால் வகுபடும் எண்;** composite number. 8 என்ற எண் 8, 4, 2, 1 ஆகிய எண்களால் வகுபடுவதால் அது ஒரு பகு எண் ஆகும்.

பகுத்தறி வி. *(-அறிய, -அறிந்து)* **காரணம், விளைவு ஆகியவற்றின் அடிப்படையில் விஷயங்களைத் தொடர்புபடுத்திப் பொருள் கொள்ளுதல்;** reason; analyse; discriminate. உயிரினங்களில் மனிதனுக்கு மட்டுமே பகுத்தறியும் ஆற்றல் உண்டு.

பகுத்தறிவு பெ. **1: பகுத்தறியும் திறன்;** reasoning; power of discrimination. மனிதனின் பகுத்தறிவு இயற்கையை அவன் வெற்றிகொள்ள உதவியது. **2: நம்பிக்கையை அடிப் படையாகக் கொள்ளாமல் அறிவை அடிப்படையாகக் கொண்ட சிந்தனை முறை;** rationality. பகுத்தறிவு இயக்கம்.

பகுதி பெ. **1: (ஒரு முழுமை, பரப்பு, தொகுப்பு முதலிய வற்றில் காலம், இடம் ஆகியவற்றின் அடிப்படை யில்) பிரிக்கப்பட்டிருப்பது; பிரிவு;** part; portion. தமிழ் நாட்டின் பல பகுதிகளில் நேற்று நல்ல மழை பெய்தது./ கட்டுரையின் முதல் பகுதியை எழுதி முடித்துவிட்டேன்./ வீட்டின் ஒரு பகுதி இடிந்து விழுந்துவிட்டது./ இருபதாம் நூற்றாண்டின் முன்பகுதியில் பல நாடுகளில் சுதந்திரப் போராட்டங்கள் உருவாயின. **2: (ஒன்றை ஒட்டிய) பக் கம்; இடம்;** (adjacent) area. வீட்டின் பின்பகுதியில் தோட் டம்/ இந்த ஊரைச் சுற்றியுள்ள பகுதிகளில் பழுப்பு நிலக் கரி பெருமளவில் இருப்பது கண்டுபிடிக்கப்பட்டுள்ளது. **3:** *(இலக்.)* **மேலும் பகுக்க முடியாத சொல்;** the base of a word. 'படித்தான்' என்பதில் 'படி' என்பது பகுதி. **4:** *(கணி.)* **(பின்னத்தில்) கோட்டுக்குக் கீழ் உள்ள எண்;** denominator. 2/3 என்பதில் 3 என்பது பகுதி, 2 என்பது தொகுதி.

பகுதி நேர பெ.அ. *(வேலை, படிப்பு முதலியவற்றைக் குறித்து வரும்போது)* **நிர்ணயிக்கப்பட்ட முழு நேரத் திற்கு அல்லாமல் குறிப்பிட்ட நேரத்திற்கு மட்டும் செய் யும் அல்லது படிக்கும்;** part-time. படிப்புச் செலவுக்காகப் பகுதி நேர வேலை செய்துவருகிறேன்./ கல்லூரியில் பகுதி நேர வகுப்பில் சேர்ந்து படித்தார்.

பகுதிப் பொருட்கள் பெ. *(இலங்.)* **உதிரி பாகங்கள்;** spare parts. இறக்குமதி செய்யப்பட்ட இயந்திரங்களின் பகுதிப் பொருட்களைக் கொள்வனவுச் செய்ய விலைக் கோரல் கோரப்படுகிறது.

பகுப்பாய்வு பெ. **ஒன்றை நுணுக்கமாகப் புரிந்து கொள்ளவோ விளக்கவோ அல்லது ஒன்றில் என் னென்ன அடங்கியுள்ளது என்பதைத் துல்லியமாகக் கண்டுபிடிக்கவோ மேற்கொள்ளப்படும் ஆய்வு;** analysis. நோயாளியின் இரத்தத்தைப் பகுப்பாய்வுக்கு அனுப்பி யிருக்கிறார்கள்./ குளத்து நீரைப் பகுப்பாய்வு செய்தால் தான் அது குடிக்க ஏற்றதா என்று சொல்ல முடியும்.

பகுப்பு பெ. **பகுத்துப் பிரிக்கப்பட்டது; வகைப்பாடு;** division; class; classification. சங்க இலக்கியத்தில் அகத் திணை ஐந்து பகுப்புகளை உடையது./ வினைச்சொற் களின் பகுப்பு முறை.

பகுபதம் பெ. *(இலக்.)* **பகுதி, விகுதி எனக் கூறுகளாகப் பிரிக்கப்படக்கூடிய சொல்;** word that can be analysed into stem, suffix, etc., 'பேசுகிறான்' *(பேசு+கிறு+ஆன்)* என்பது ஒரு பகுபதம்.

பகை[1] வி. *(பகைக்க, பகைத்து)* காண்க: **பகைத்துக்கொள்.**

பகை[2] பெ. **1: தனக்கு எதிராக அல்லது கேடு விளை விக்கும் விதத்தில் ஒருவர் செயல்படும்போது அவர் மீது ஏற்படும் வெறுப்புணர்வு அல்லது அவருக்கு எதிரான செயல்களில் ஈடுபடும் நிலை; விரோதம்;** enmity; hostility. அவன்மேல் உனக்கு ஏன் இவ்வளவு பகையுணர்வு?/ இரு நாடுகளுக்கு இடையே நெடுநாளாகப் பகை. [*(தொ.சொ.)* **காழ்ப்பு/ குரோதம்/ பகைமை/ வெறுப்பு**] **2: (ஒருவருக்கு அல்லது ஒன்றுக்கு) தீங்கு விளைவிக்கும் ஒன்று;** one's undoing. புகைப் பழக்கம்

833 பங்கு

உடல்நலத்துக்குப் பகை./ ஓய்வில்லாமல் உழைப்பது நமக்குப் பகையாக முடியும்.

பகைத்துக்கொள் வி. (-கொள்ள, -கொண்டு) **விரோதித்தல்;** antagonize. 'அவனைப் பகைத்துக் கொள்ளாதே. மேலிடத்தில் அவனுக்குச் செல்வாக்கு உண்டு' என்று நண்பர் எச்சரித்தார்./ மேலதிகாரியைப் பகைத்துக் கொண்டதால் கிடைத்த பதவி மாற்றம் இது.

பகைமை பெ. (உ.வ.) **பகை உணர்வு; ஒருவரைப் பகைத்துக்கொள்ளும் நிலை;** enmity; antagonism. கருத்து வேறுபாடு ஏன் பகைமையை உண்டாக்க வேண்டும்? [(தொ.சொ.) *காழ்ப்பு/ குரோதம்/ பகை/ வெறுப்பு*]

பகைமை பாராட்டு வி. (பாராட்ட, பாராட்டி) **(ஒருவரிடம்) பகை உணர்வோடு நடந்துகொள்ளுதல்;** bear enmity. சொந்த சகோதரனிடமே பகைமை பாராட்டுவது நன்றாகவா இருக்கிறது?

பகைவன் பெ. **எதிரி; விரோதி;** foe; enemy. அவர் நாவலை விமர்சித்து எழுதியதிலிருந்து நான் அவருக்குப் பகைவன் ஆகிவிட்டேன்./ பகைவர் நாட்டு ஒற்றன்.

பங்கம் பெ. 1: **கேடு; தீங்கு; குந்தகம்;** harm; detriment. நாட்டின் ஒற்றுமைக்குப் பங்கம் ஏற்படுத்தும் வகையில் செயல்படும் தீய சக்திகள்/ வேலைக்குப் பங்கம் வராத வரையில் நல்லது./ அமைதிக்குப் பங்கம் விளைவித்ததாகக் குற்றம்சாட்டிக் கைதுசெய்யப்பட்டார். 2: **களங்கம்;** blemish. என்னுடைய புகழுக்குப் பங்கம் விளைவிக்கும் நோக்கில் அவதூறுகள் பரப்பப்படுகின்றன.

பங்களா பெ. **(பெரும்பாலும்) விசாலமான அறைகள் கொண்ட பெரிய வீடு;** large house. நீச்சல் குளத்தோடு கட்டப்பட்ட பங்களா. [(தொ.சொ.) *அரண்மனை/ குடிசை/ மாளிகை/ வீடு*]

பங்களி வி. (-அளிக்க, -அளித்து) **பங்களிப்புச் செய்தல்;** contribute. சுதந்திரப் போராட்டத்தின்போது நாடகம், பத்திரிகைகள் போன்றவை முக்கியப் பங்களித்துள்ளன./ சமூக வளர்ச்சியில் தகவல்தொடர்பு சாதனங்கள் பெருமளவில் பங்களிக்கின்றன./ மாநிலங்கள் அனைத்தும் வளம் பெற இந்த நதி நீர் இணைப்புத் திட்டம் பங்களிக்கும்.

பங்களிப்பு பெ. **ஒரு துறைக்கு அல்லது செயல்பாட்டுக்குத் தன் பங்காக உழைப்பு, சிந்தனை, பணம் முதலியவற்றை அளிக்கும் செயல்;** contribution. நவீன இந்தியாவின் வளர்ச்சியில் நேருவின் பங்களிப்பு குறிப்பிடத்தக்கதாகும்./ நம் இலக்கிய வரலாற்றில் நாட்டுப்புற இலக்கியத்தின் பங்களிப்பு தொடர்ந்து புறக்கணிக்கப்பட்டு வந்திருக்கிறது./ சிற்பக் கலைக்கு இந்தியாவின் பங்களிப்பாகத் தஞ்சாவூர் பெரிய கோயிலைக் கூறலாம்./ எய்ட்ஸ் பற்றிய விழிப்புணர்வை ஏற்படுத்துவதில் ஊடகங்களின் பங்களிப்பு முக்கியத்துவம் பெறுகிறது.

பங்கனபள்ளி பெ. **வெளிர் பச்சை கலந்த மஞ்சள் நிறமும் சற்றுத் தடித்த தோலும் நார் அதிகம் இல்லாத சதைப்பற்றும் உடைய ஒரு வகை மாம்பழம்;** a fleshy variety of mango, pale greenish-yellow in colour with thick skin and little fibre. இந்த ஆண்டு பங்கனபள்ளி வரத்து குறைந்துவிட்டது./ பங்கனபள்ளி கோடைக் காலத்தில் அதிகமாகக் கிடைக்கும்.

பங்கா பெ. **(முன்பு) அறையின் உச்சியில் கட்டப்பட்டு, கயிற்றால் அசைத்தால் காற்று வரும் வகையில் இருக்கும் விசிறி போன்ற அமைப்பு;** (in former times) a cloth fastened to a light frame and suspended from the ceiling which can be pulled by a rope and made to work like a fan; punkha.

பங்காதாயம் பெ. **கூட்டு வியாபாரத்தில் ஒருவர் செய்துள்ள முதலீட்டுக்கு உரிய லாபத்தின் பங்கு;** one's share of profit in a partnership business.

பங்காளி பெ. 1: **தந்தையின் சகோதரன் வழியில் உறவினர்;** agnate. சொத்தைப் பிரித்துக் கொள்வதில் பங்காளிகளிடையே சண்டை./ பங்காளிகள் வீட்டில் சாவு என்றால் நாங்கள் ஒரு வருடம்வரை துக்கம் கடைப்பிடிப்போம். 2: **சொத்தில் உரிமை அல்லது பங்கு உடையவர்;** any of the inheritors or successors. 3: **நிறுவனம் முதலியவற்றில் உரிமை அல்லது பங்கு உடையவர்;** partner in a firm. கடையின் பங்காளிகளுக்குள் பிரச்சினை ஏற்பட்டதால் கடையை மூடிவிட்டார்கள்./ நிறுவனத்தின் தொழிலாளர்களையும் பங்காளிகளாகக் கருத வேண்டும் என்ற கோரிக்கை முன்வைக்கப்பட்டது.

பங்காளிக் காய்ச்சல் பெ. **பங்காளிகளுக்கு இடையே ஏற்படும் போட்டியும் பொறாமையும்;** the jealousy and rivalry among agnates.

பங்காற்று வி. (பங்காற்ற, பங்காற்றி) **பங்களிப்புச் செய்தல்;** contribute. தமிழுக்குப் பேராசிரியர் வையாபுரிப் பிள்ளை முக்கியப் பங்காற்றியிருக்கிறார்.

பங்கிடு வி. (பங்கிட, பங்கிட்டு) **பங்குபோடுதல்; பகிர்தல்;** divide; share. வாங்கி வந்த பட்டாசுகளைப் பிள்ளைகளுக்குப் பங்கிட்டுக் கொடுத்தார்./ அப்பா காலமான பிறகு சகோதரர்கள் சொத்தைச் சமமாகப் பங்கிட்டுக் கொண்டார்கள்.

பங்கீடு பெ. 1: **(ஒவ்வொருவருக்கும் அல்லது ஒவ்வொன்றுக்கும்) இவ்வளவு எனப் பிரிக்கும் முறை; பகிர்வு;** sharing; distribution; ration. நதி நீர்ப் பங்கீடு பற்றிய பேச்சுவார்த்தை/ தொகுதிப் பங்கீட்டைப் பற்றி இரு கட்சிகளும் கூடிப் பேசி முடிவெடுக்கும். 2: **(இசை) (கச்சேரியில்) பாடப்படும் உருப்படிகளின் இசைச் செறிவு, பொருட்செறிவு ஆகியவற்றைக் கணக்கில் கொண்டு அதற்கேற்றாற்போல் கச்சேரியின் முழு நேரத்தையும் பகிர்ந்துகொண்டு பாடும் முறை;** the process of distributing the duration of a concert for the pieces based on their content and time taken for their rendering. பாடகரின் ராகப் பங்கீடும் கற்பனை வளமும் அற்புதம்./ கச்சேரியில் கீர்த்தனை நல்ல பங்கீடுகளுடன் அமைந்திருந்தது.

பங்கு பெ. 1: **(முழுமையில்) குறிப்பிட்ட அளவுள்ள பகுதி;** share; portion; part. இந்த லாபத்தில் ஐந்து பேருக்கும் பங்கு உண்டு./ பூமி மூன்றில் இரண்டு பங்கு நீராலும் ஒரு பங்கு நிலத்தாலும் ஆனது. 2: **(ஒரு அமைப்பு, செயல் ஆகியவற்றில்) ஒருவருக்கு இருக்கும் பொறுப்பு;** part; role. இன்றைய சமுதாயத்தில் எழுத்தாளனுக்கு இருக்கும் பங்கு மகத்தானது./ என்னுடைய வெற்றியில் அவனுக்குக்

குறிப்பிடத்தக்க பங்கு உண்டு./ உன் பங்குக்கு எதையோ சொன்னோம் என்று இல்லாமல் உருப்படியாக யோசனை சொல்./ அந்த நிறுவனத்தில் நடந்த ஊழலில் அதன் மேலாளருக்கு முக்கியப் பங்கு இருப்பதாகத் தெரியவந்துள்ளது. 3: (ஒரு நிறுவனத்தில் பொதுமக்களிடையே விற்கப்படும் அல்லது குறிப்பிட்ட சிலரிடையே பகிர்ந்து கொள்ளப்படும்) சம மதிப்புடையதாகப் பிரிக்கப்பட்ட மூலதனம்; share (of a company). 4: (கிறித்.) பங்குத் தந்தையின் நேரடி நிர்வாகத்துக்கு உட்பட்ட மக்கள் வாழும் பகுதி; parish.

பங்கு இறைச்சி பெ. (இலங்.) (சிலர் சேர்ந்து) ஒரு ஆட்டை அல்லது மாட்டை விலைக்கு வாங்கி, வெட்டிச் சம அளவில் பிரித்துக்கொள்ளும் பங்கு; share of meat one gets after buying it in bulk or buying an animal. வாராவாரம் அவர்கள் ஐவரும் பங்கு இறைச்சி வாங்குவார்கள்./ கடையில் வாங்கும் இறைச்சியைவிடவும் பங்கு இறைச்சி லாபமானது.

பங்குக் குரு பெ. (கிறித்.) பங்குத் தந்தை; parish priest.

பங்கு காட்டு வி. (காட்ட, காட்டி) (இலங்.) (சொத்தில்) பங்கு தருதல்; (of a testator) give s.o. a share (in one's property). மரணசாசனத்தில் தன் வளர்ப்புப் பிள்ளைக்கும் பங்கு காட்டி அவர் எழுதியிருக்கிறார்.

பங்குகொள் வி. (-கொள்ள, -கொண்டு) 1: (பணி, போராட்டம், நிகழ்ச்சி போன்றவற்றில்) கலந்துகொள்ளுதல்; கலந்துகொண்டு செயல்படுதல்; take part (in sth.); participate. விடுதலைப் போராட்டத்தில் பங்கு கொண்டவர்./ விழாவில் அனைவரும் பங்குகொண்டு சிறப்பிக்க வேண்டும்./ இந்தப் போட்டியில் மொத்தம் ஏழு அணிகள் பங்குகொள்கின்றன. 2: (ஒன்று அல்லது ஒருவர் ஒரு செயலில்) ஈடுபடுதல்; get engaged. 'சிரித்தல்' என்ற செயலில் முகத்தின் அனைத்துத் தசைகளும் பங்கு கொள்கின்றன. 3: (மற்றொருவருடைய சுகதுக்கங்களை) பகிர்ந்துகொள்ளுதல்; share (s.o.'s joy, sorrow, etc.). பிறருடைய இன்பதுன்பங்களில் பங்குகொள்ளாமல் இருப்பது என்னால் முடியாத செயல்.

பங்குச் சந்தை பெ. பொதுமக்களிடமிருந்து திரட்டப்பட்ட மூலதனத்தைக்கொண்டு நடத்தப்படும் நிறுவனங்களின் பங்குகளை வாங்கவும் விற்கவும் ஏற்பாடுகளை உடைய அமைப்பு; stock market; stock exchange.

பங்குத் தந்தை பெ. (கிறித்.) ஒரு பகுதியில் வாழும் கத்தோலிக்கக் கிறித்தவ மக்களை வழிநடத்த ஆயரால் நியமிக்கப்பட்ட குரு; parish priest.

பங்குத் தரகர் பெ. ஒரு நிறுவனம் வெளியிடும் பங்குகளை வாங்கவும் விற்கவும் தொழில் ரீதியில் உதவுபவர்; share broker.

பங்குதாரர் பெ. (நிறுவனம், வியாபாரம் போன்றவற்றுக்கான) மூலதனத்தில் குறிப்பிட்ட ஒரு தொகையைத் தன் பங்காகச் செலுத்தியிருப்பவர்; partner; shareholder. புதிதாகத் தொடங்கப்பட்ட தொழிற்சாலையில் என் நண்பரும் ஒரு பங்குதாரர்.

பங்குபற்று வி. (-பற்ற, -பற்றி) (இலங்.) காண்க: பங்குகொள்.

பங்குபெறு வி. (-பெற, -பெற்று) காண்க: பங்குகொள்.

பங்குபோடு வி. (-போட, -போட்டு) (குறிப்பிட்ட ஒன்றை ஒவ்வொருவருக்கும்) குறிப்பிட்ட அளவு என்று பிரித்தல்; பங்கிடுதல்; divide; apportion. சகோதரர்கள் இருவரும் சொத்தைச் சமமாகப் பங்குபோட்டுக் கொண்டனர்./ திருடிய பணத்தைப் பங்குபோடுவதில் ஏற்பட்ட தகராறு கொலையில் முடிந்தது.

பங்கு மூலதனம் பெ. (ஒரு நிறுவனம்) தான் வெளியிட்ட பங்குகளிலிருந்து பெறும் மூலதனம்; share capital. தொழிற்சாலை விரிவாக்கப் பணிகளுக்காக மூன்று கோடி ரூபாய் பங்கு மூலதனமாகத் திரட்டப்பட்டது.

பங்குவகி வி. (-வகிக்க, -வகித்து) (உ.வ.) (ஒரு நிகழ்ச்சி, பணி போன்ற செயல்பாட்டில்) கலந்துகொள்ளுதல்; பங்குகொள்ளுதல்; participate. சுதந்திரப் போராட்டத்தில் பங்குவகித்த பல அரசியல் தலைவர்களை நினைவுகூரும் நாளாக விழா அமைந்தது./ போராட்டத்தில் பங்குவகித்தவர்களை மட்டுமே கைதுசெய்தார்கள்.

பங்கு விசாரணை பெ. (கிறித்.) தனது மறை மாவட்டத்தில் உள்ள பங்குகளில் வாழும் கிறித்தவர்களைச் சந்தித்து அவர்களுடைய பிரச்சினைகளை அறிந்து கொள்வதற்காக ஆயர் மேற்கொள்ளும் பயணம்; pastoral visit.

பங்கு வீடு பெ. (கிறித்.) பங்குத் தந்தை தங்குவதற்காக ஆயரால் வழங்கப்பட்ட இல்லம்; parish house; presbytery.

பங்குனி பெ. தமிழ் மாதங்களில் பன்னிரண்டாவது மாதத்தின் பெயர்; the name of the last month in the Tamil calendar (mid-March to mid-April).

பங்குனி உத்தரம் பெ. (ஊரக வ.) 1: பங்குனி மாதத்தில் வரும் உத்தர நட்சத்திரம்; the twelfth of the Indian astrological zodiac occurring in the Tamil month of பங்குனி. 2: பங்குனி உத்தரத்தன்று கோயிலில், குறிப்பாக முருகன் கோயில்களில், நடக்கும் விழா; temple festival, esp. the ones in temples of the deity முருகன், conducted at பங்குனி உத்தரம்.

பங்கெடு வி. (-எடுக்க, -எடுத்து) காண்க: பங்குகொள்.

பங்கேல் வி. (-ஏற்க, -ஏற்று) காண்க: பங்குகொள்.

பங்கேற்பாளர் பெ. (கூட்டம், விழா, நிகழ்ச்சி முதலியவற்றில்) பங்குகொள்பவர்; கலந்துகொள்கிறவர்; participant. 1976ஆம் ஆண்டில் இருபது பங்கேற்பாளர்களுடன் தொடங்கப்பட்ட சென்னை புத்தகக் கண்காட்சி தற்போது 700க்கும் மேற்பட்ட பங்கேற்பாளர்கள் கலந்து கொள்ளும் அளவுக்கு வளர்ச்சியடைந்துள்ளது./ மாநாட்டில் சுற்றுச்சூழல் சார்ந்த பிரச்சினைகளாகப் பங்கேற்பாளர்கள் சுட்டிக்காட்டிய விஷயங்கள் விவாதத்துக்கு எடுத்துக்கொள்ளப்பட்டன.

பங்கேற்பு பெ. (நிகழ்ச்சி, திட்டம் போன்றவற்றில்) பங்கு கொள்ளும் செயல்; பங்கேற்கும் செயல்பாடு; participation. சுற்றுச்சூழல் மாநாட்டில் பன்னாட்டுத் தலைவர்களின் பங்கேற்பு இன்றைய சூழலில் மிகுந்த முக்கியத்துவம் பெறுகிறது.

பச்சடி பெ. 1: வெங்காயம், வெள்ளரிக்காய் போன்றவற்றைத் துண்டுகளாக நறுக்கித் தயிர் சேர்த்து, வேக

வைக்காமல் பரிமாறப்படும் தொடுகறி; relish made of pieces of cucumber or onion mixed with curds, seasoned and served raw. **2: மாங்காய், தக்காளி போன்றவற்றைத் துண்டுகளாக்கி இனிப்புச் சேர்த்துத் தாளித்து விருந்தில் பரிமாறப்படும் தொடுகறி;** relish made of pieces of mango or potato cooked and sweetened. **3:** *(இலங்.)* **துவையல்;** kind of strong relish prepared by adding paste of chilli to coconut or ginger or curry leaf, etc., மாங்காய்ப் பச்சடி/ இஞ்சிப் பச்சடி/ புதினாப் பச்சடி.

பச்சரிசி பெ. **காயவைத்த நெல்லை (அவிக்காமல்) அரைத்துப் பெறும் அரிசி;** rice hulled without steaming. பச்சரிசிச் சாதம்/ பச்சரிசி மாவு.

பச்சாதாபப்படு வி. (-பட, -பட்டு) **இரக்கத்தின் காரணமாகப் பரிவு காட்டுதல்;** pity. என்மேல் பச்சாதாபப்பட்டு இரண்டு வேட்டியும் சட்டையும் வாங்கித் தந்தார்.

பச்சாதாபம் பெ. **மனத்தை நெகிழவைக்கும் இரக்கம் அல்லது பரிவு;** pity; the condition of being touched. மகன்மீது கோபப்பட்ட அடுத்த கணமே அவன்மேல் பச்சாதாபம் எழுந்தது.

பச்சிலை பெ. **மூலிகையாகப் பயன்படும் இலை;** medicinal herb(s). பச்சிலை மருந்து/ பச்சிலையைப் பறித்துக் கசக்கிக் காயத்தின் மேல் பிழிந்தான்.

பச்சிளம் குழந்தை பெ. **பிறந்து சில நாட்களே ஆன குழந்தை;** newborn baby; neonate.

பச்சை[1] பெ. **இலை, புல் போன்றவற்றில் உள்ளது போன்ற நிறம்;** green (colour).

பச்சை[2] பெ. **1:** (உணவாகும் பொருள்களைக் குறித்து வரும்போது) **வேகவைத்தல், சுடவைத்தல் போன்ற எந்த விதத் தயாரிப்புக்கும் உள்ளாகாத நிலை;** state of being uncooked; state of being raw. பாகற்காயை அவர் பச்சையாகவே சாப்பிடுவார்./ பச்சை மீனைச் சாப்பிட முடியாது./ பச்சை வேர்க்கடலை. **2: காய்ந்து போகாமல் ஈரப்பதத்துடன் அல்லது பசுமை மாறாமல் இருக்கிற நிலை;** (of clay) the state of being wet; the state of not having dried yet. பச்சைக் களிமண்ணில்தான் பொம்மை செய்ய முடியும்./ பச்சை மூங்கில். **3:** *(மண்.)* **சுடாத மண் பாண்டம்;** a mud vessel yet to be baked. மழை பெய்து கொண்டே இருப்பதால் பச்சையைச் சூளையில் வைத்துச் சுட முடியவில்லை.

பச்சை[3] பெ. (-ஆக, -ஆன) **1: (ஒளிவுமறைவோ நயமோ இல்லாத) வெளிப்படை;** bluntness. ஏன் இப்படி முட்டாள்தனமாக நடந்துகொள்கிறீர்கள் என்று அவரிடம் பச்சையாகக் கேட்டுவிடப்போகிறேன்./ பச்சையாகச் சொல்வதென்றால் அவர் ஒரு சந்தர்ப்பவாதி./ 'நீ ஒரு அயோக்கியன்' என்று பச்சையாகவே சொல்லிவிடப் போகிறேன். **2:** (பெயரடையாக வரும்போது) **'பின்னால் குறிப்பிடப்படும் தன்மையை அல்லது நிலையை முற்றிலுமாகக் கொண்ட' என்னும் பொருளில் பயன்படுத்தும் சொல்; சுத்தம்;** out and out. பச்சைப் பொய்/ பச்சைத் தமிழர்/ பச்சைப் புளுகு. **3:** (பேச்சு, எழுத்து குறித்து வரும்போது) **ஆபாசம்;** vulgarity; obscenity. சில சந்தர்ப்பங்களில் அவன் பச்சையாகப் பேசுவான், சகிக்க முடியாது./ இளைஞர்களைக் கெடுக்கிறோம் என்ற உணர்வே இல்லாமல் பச்சையாக எழுதுகிறார்கள். **4:** *(இலங்.)* **மோசமான;** being the worst of the kind mentioned. பச்சைக் கள்ளன்/ பச்சைக் கள்ளி. **5:** *(இலங்.)* **கடுமையான தன்மை;** pungency. பச்சைப் புளிப்பு/ பச்சை உறைப்பு.

பச்சை உடம்பு பெ. (பே.வ.) **(பிரசவத்திற்குப் பின்) தளர்ச்சி அடைந்திருக்கும் உடல்;** flaccidity of one's body (due to childbirth). பச்சை உடம்புக்காரி இந்த வேலையெல்லாம் செய்யக் கூடாது.

பச்சைக் கதிர்க்குருவி பெ. **இலைகளின் இடையே உள்ள பூச்சிகளைத் தின்று வாழ்வதும் பச்சை நிறத்தில் இருப்பதும் வலசை வருவதுமான ஒரு சிறிய பறவை;** greenish warbler.

பச்சைக்கல்[1] பெ. **மரகதம்;** emerald. பச்சைக்கல் மோதிரம்.

பச்சைக்கல்[2] பெ. *(ஊரக வ.)* **(இன்னும் சூளையில் வைத்து) சுடப்படாத செங்கல்;** unbaked brick made of clay; adobe. யாகசாலையில் ஓமகுண்டங்களைப் பச்சைக் கல்லால் கட்டுவார்கள்./ சிலர் பச்சைக்கல்லால் வீடு கட்டியிருக்கிறார்கள்.

பச்சைக் கற்பூரம் பெ. **(சமையலில் வாசனைக்காகச் சேர்க்கப்படும்) கற்பூர வாசனை உடைய வெண்ணிறப் பொருள்;** medicated camphor.

பச்சைக்கிளி பெ. **காண்க: கிளி.**

பச்சைக்குதிரை பெ. **ஒருவரைக் குனிய வைத்து அவர் முதுகில் கை ஊன்றித் தாண்டும் ஒரு வகைச் சிறுவர் விளையாட்டு;** (the game of) leap-frog.

பச்சைக்குதிரை

பச்சைக் குழந்தை பெ. **விவரம் தெரியாத சின்னக் குழந்தை;** new born baby; child. அந்தப் பச்சைக் குழந்தையைப் போட்டு ஏன் இப்படி அடிக்கிறாய்?/ ஒரு பச்சைக் குழந்தைக்குச் சொல்வதுபோல் அவ்வளவு பொறுமையாகச் சொல்லியும் அவனுக்குப் புரியவில்லை என்றால் என்ன செய்வது?/ (உரு வ.) என் கணவர் ஒரு பச்சைக் குழந்தை.

பச்சைக்கொடி காட்டு வி. (காட்ட, காட்டி) **(ஒன்றைச் செய்வதற்கு) அனுமதி அளித்தல்; ஒப்புதல் அளித்தல்;** give (s.o. or sth.) the green light. மாநில அரசின் குடிநீர்த் திட்டத்துக்கு மத்திய அரசு பச்சைக்கொடி காட்டிவிட்டது.

பச்சைகட்டு வி. (-கட்ட, -கட்டி) **(நடப்பட்ட நாற்று) புது வேர் விட்டு, தழைத்துப் பச்சையாக மாறுதல்;** (of transplanted rice) turn green (as by taking root). மேலுரம் போட்டதும் பயிர் பச்சைகட்டத் தொடங்கிவிட்டது.

பச்சைகுத்து வி. (-குத்த, -குத்தி) **கரும்பச்சை நிற மையில் ஊசியைத் தொட்டுப் படம், பெயர் முதலியவற்றை உடலில் அழியாமல் இருக்கும்படி குத்திப் பதிய வைத்தல்;** tattoo. முருகனின் வேல் அவனுடைய நெஞ்சில் பச்சை குத்தப்பட்டிருந்தது./ அவன் தன் கட்சிச் சின்னத்தைக் கையில் பச்சைகுத்தியிருந்தான்.

பச்சைச்சிட்டு பெ. **உடல் முழுவதும் இளம் பச்சை நிறத்திலும், கண்களும் கழுத்தும் கறுப்பாகவும், நெற்றிப் பகுதி மஞ்சள் விளிம்புடன் கூடிய ஆரஞ்சு வண்ணத்திலும் இருக்கும் சிறிய பறவை;** golden-fronted leafbird.

பச்சைத் தண்ணிக்காய் பெ. (இலங்.) (பொதுவாக மாங்காய், நெல்லிக்காய் போன்றவற்றைக் குறித்து வரும்போது) **புளிப்போ இனிப்போ இல்லாத காய்;** a fruit which is neither sour nor sweet. இது வெறும் பச்சைத் தண்ணிக்காய்! ஏன் இந்த மாங்காயை வாங்கிவந்தாய் என்று அம்மா ஏசினாள்./ நல்ல காய் என்று சொல்லிப் பச்சைத் தண்ணிக்காயைத் தந்து கடைக்காரன் என்னை ஏமாற்றிவிட்டான்.

பச்சைத்தண்ணீர் பெ. **சூடுபடுத்தப்படாத தண்ணீர்;** cold water. பச்சைத்தண்ணீரில் குளிக்காதே என்று உனக்கு எத்தனை தடவை சொல்வது?

பச்சைதின்னி பெ. (இலங்.) **பச்சை நிறத்தில் சதைப் பற்றோடு உருண்டையாக இருக்கும் ஒரு வகை மாம் பழம்;** a variety of round and fleshy mango with green skin.

பச்சைநாடன் பெ. **தடித்த, பச்சை நிறத் தோலை உடைய, உருண்டையாக இல்லாமல் பட்டையான பக்கங்களைக்கொண்ட, ஒரு வகை வாழைப்பழம்;** a variety of banana with green skin.

பச்சை நோட்டு பெ. (அ.வ.) **நூறு ரூபாய்த் தாள்;** hundred-rupee note regarded as a lavish sum. உன் அப்பா கோடீஸ்வரர்; நீ பச்சை நோட்டாகச் செலவழிக்கலாம். நாங்கள் என்ன செய்வது?/ பச்சை நோட்டை விட்டெறிந்து காரியம் சாதிக்கலாம் என்று நினைத்துக்கொண்டிருக்கிறான்.

பச்சைப்பசேல்-என்று/-என்ற வி.அ./பெ.அ. (தாவரங்கள் செழிப்பாக இருப்பதைக் குறிக்கும்போது) **மிகவும் பசுமையாக/மிகவும் பசுமையான;** (of plants) luxuriantly/luxuriant. கண்ணுக்கு எட்டியவரையில் வயல்கள் பச்சைப்பசேலென்று இருந்தன./ பச்சைப்பசேலென்ற காடுகள் அழிக்கப்பட்டு நகரங்கள் உருவாகிவிட்டன.

பச்சைப்பட்டாணி பெ. (காய்கறியாகப் பயன்படும்) **உலராமல் பசுமையாக இருக்கும் பட்டாணி;** green pea.

பச்சைப்பயறு பெ. காண்க: **பாசிப்பயறு.**

பச்சைப்பருப்பு பெ. **பாசிப்பயறு;** greengram.

பச்சைப்பழம் பெ. **பச்சை நிறத் தோலுடன் சற்று நீளமாகவும் லேசாக வளைந்தும் இருக்கும் ஒரு வகை வாழைப்பழம்;** a variety of banana, long and with green skin. பச்சைப்பழம் ஆண்டு முழுவதும் எல்லா இடங்களிலும் கிடைக்கும்.

பச்சைப்பாம்பு பெ. **நீண்ட, மெல்லிய உடலையும் கூரிய வாய்ப் பகுதியையும்கொண்ட, சற்றுக் குறைந்த அளவு விஷத் தன்மை உடைய (செடிகொடிகளில் காணப்படும்) பச்சை நிறப் பாம்பு;** common green whip-snake.

பச்சைப்பிள்ளை பெ. (பே.வ.) **பச்சைக் குழந்தை;** new-born baby.

பச்சைப்புண் பெ. **ஆறாத புண் அல்லது காயம்;** raw wound. புண் ஆறாமல் பச்சைப்புண்ணாகவே இருக்கிறது./ அவன் எனக்குச் செய்த துரோகம் பச்சைப்புண்ணாய் நெஞ்சில் வலிக்கிறது.

பச்சைபிடி வி. (-பிடிக்க, -பிடித்து) (ஊட்டமாக வளர்வதற்கு அறிகுறியாக) **நடப்பட்ட பயிரில் பச்சை நிறம் தோன்றுதல்;** (of crops) turn rich green. தழைச்சத்துப் போட்ட பிறகு நெற்பயிர் பச்சைபிடித்து வளர்கிறது.

பச்சை மண் பெ. (பே.வ.) **பச்சைக் குழந்தை;** (when used pityingly) new born baby. இப்படிப் பச்சை மண்ணைத் தவிக்கவிட்டுவிட்டு அவள் போய்விட்டாளே என்று அம்மா கதறினாள்.

பச்சைமிளகாய் பெ. **மிளகாய்ச் செடியில் காய்க்கும் (காரம் மிகுந்த) காய்;** green chilli.

பச்சையம் பெ. (உயிரி.) **இலைகளுக்குப் பச்சை நிறம் தருவதும் சூரிய ஒளியை ஈர்த்து ஒளிச்சேர்க்கைக்கு உதவுவதுமான இயற்கைப் பொருள்;** chlorophyll.

பச்சையரிசி பெ. (இலங்.) காண்க: **பச்சரிசி.**

பச்சையும் பாளையுமாக வி.அ. (ஊரக வ.) (நெற் கதிர்கள்) **முழுமையாக முற்றாமல் இருக்கும் நிலையில்;** when the paddy is still unripe. பக்கத்து வயல்காரருக்கு என்ன அவசரம் என்று தெரியவில்லை. பச்சையும் பாளையுமாக இருக்கும் நெல்லை அறுவடை செய்துவிட்டார்.

பச்சைவிளக்கு பெ. (போக்குவரத்தில்) **வாகனம் செல்லலாம் என்பதைப் பச்சை நிற ஒளி மூலம் அறிவிக்கும் விளக்கு;** the signal of green light.

பச்சைவெட்டுக் கல் பெ. (ஊரக வ.) காண்க: **பச்சைக் கல்**[2].

பச்சோந்தி பெ. **1:** **தான் இருக்கும் இடத்தின் சூழலுக்கு ஏற்பத் தன் தோலின் நிறத்தை மாற்றிக்கொள்ளும் தன்மையைக் கொண்ட ஒரு வகை ஓணான்;** chameleon. **2:** **சந்தர்ப்பத்திற்குத் தகுந்தபடி மாறும் நபர்;** chameleon; opportunist. நம் கட்சியில் பச்சோந்திகளுக்கு இடம் தரக் கூடாது.

பசப்பு[1] வி. (பசப்ப, பசப்பி) (தன் செயலை நிறைவேற்றிக்கொள்ள) **ஒருவரின் அனுதாபத்தைப் பெறும் வகையில் பேசுதல் அல்லது நடந்துகொள்ளுதல்; பாசாங்குசெய்தல்;** ingratiate with s.o.; sham; feign. பசப்பியே தன் காரியத்தைச் சாதித்துக்கொள்ளும் சாமர்த்தியசாலி.

பசப்பு[2] பெ. **பிறரின் அனுதாபத்தைப் பெறும் வகையிலான பேச்சு அல்லது நடவடிக்கை; பாசாங்கு;** ingratiating act; pretence. அவனுடைய பசப்பு வார்த்தைகளை நம்பி ஏமாந்துவிடாதே! [(தொ.சொ.) நடிப்பு/ பாசாங்கு/ வேஷம்]

பசலி பெ. **கிராமத்தில் நிலவரி பற்றிய கணக்குகளுக்கான (ஜூலைமுதல் அடுத்த ஆண்டின் ஜூன்வரை கணக்கிடும்) ஓர் ஆண்டு;** accounting year for land revenue; fazli.

837 பசுமைப் பட்டாசு

பசலை பெ. (பெரும்பாலும் தமிழ் அகப்பொருள் இலக்கியத்தில்) (தலைவன் பிரிவால்) **தலைவியின் உடலில் தோன்றுவதாகக் கூறப்படும் பொன் நிறத் தேமல்;** formal signs of lovesickness assumed appearing as pale-yellow spots in the person of a languishing woman (mentioned in Tamil poetics).

பசலைக்கீரை பெ. **1: கரும் பச்சை நிறத்தில் பெரிய இலைகளைக்கொண்ட ஒரு வகைக் கொடி;** spinach creeper. **2:** (சமையலில் பயன்படும்) **வெளிர் பச்சை நிறத்தில் வழுவழுப்பான இலைகளைக் கொண்ட செடி;** purslane or Malabar nightshade whose leaves are cooked for food.

பசளை[1] பெ. காண்க: **பசலைக்கீரை.**

பசளை[2] பெ. (இலங்.) **உரம்;** manure; fertilizer.

பசனை மருந்து பெ. (இலங்.) **பூச்சிக்கொல்லி; பூச்சி மருந்து;** pesticide. செயற்கைப் பசனை மருந்து பாவிக்க மாட்டோம் என்று பிடிவாதமாக இருந்தவர்கள் இப்போது அதைத்தான் விரும்பி வாங்குகிறார்கள்.

பசாடை பெ. (இலங்.) (பார்வையை மறைக்கும் அளவுக்கு) **மெல்லிய ஏடுபோல் கண்ணில் வளரும் படலம்;** film (in the eye that affects eyesight). கண்ணெல்லாம் பசாடையாக இருக்கிறது.

பசி[1] வி. (பசிக்க, பசித்து) (ஒருவருக்கு) **உணவு உண்ண வேண்டும் என்ற உணர்வு ஏற்படுதல்;** be hungry. குழந்தைக்குப் பசிக்க ஆரம்பித்து விட்டது. அதனால்தான் அழுகிறது.

பசி[2] பெ. **1: உணவு உண்ண வேண்டும் என்கிற உணர்வு;** hunger. பசி தாங்காமல் குழந்தை அழுதது. **2: அதிக நாட்டம்; மிகுந்த விருப்பம்;** hunger for sth.; strong desire. அறிவுப் பசி/ காமப் பசி.

பசிய பெ.அ. (உ.வ.) **பசுமையான;** verdant. தென்னையின் பசிய ஓலைகள் ஜன்னல் வழியாகத் தெரிந்தன.

பசியாறு வி. (-ஆற, -ஆறி) (இலங்.) (பசி) **தணிதல்;** (of hunger) subside. நீங்கள் கொடுத்த சாப்பாட்டில் பசியாறி விட்டது.

பசியிரு வி. (-இருக்க, -இருந்து) (இலங்.) (ஒருவர்) **பட்டினியாக இருத்தல்;** starve oneself. மருத்துவப் பரிசோதனைக்காக அவர் காலையிலிருந்து பசியிருந்தார்./ உணவு எதுவும் கிடைக்காமையால் பசியிருக்க வேண்டிய நிலை வந்துவிட்டது.

பசு[1] பெ. **பாலுக்காக வீட்டில் வளர்க்கப்படும் (எருமை அல்லாத) மாட்டினம்;** cow. பசு கறவையை நிறுத்தி வெகு நாள் ஆகிறது./ உங்கள் வீட்டுப் பசு மாடு கன்று போட்டு விட்டதா?

பசு[2] பெ. (தத்.) (சைவ சித்தாந்தத்தில்) **ஆன்மா;** (in Saiva Siddhanta) soul.

பசுங்கணிகம் பெ. (தாவரவியல்) **பசுமைத் தாவரங்களில் இருக்கும் செல் உறுப்பு;** chloroplast.

பசுங்காய் பெ. (வட்டார வ.) **முற்றாமல் பச்சையாகவே இருக்கும் நெற்கதிர்;** ear of paddy yet to ripe. எனக்குப் பணமுடைதான் என்றாலும் அதற்காகப் பசுங்காயாக இருக்கும் நெல்லை அறுவடை செய்ய முடியுமா?/ நெல் பசுங்காயாக இருக்கிறது. அறுவடைக்கு இன்னும் பத்து நாட்கள் ஆகும்.

பசுஞ்சாணம் பெ. **பசு மாட்டின் சாணம்;** cow's dung. இன்றும் கிராமங்களில் வாசலுக்குப் பசுஞ்சாணத்தைக் கரைத்துத் தெளித்துக் கோலமிடுகிறார்கள்./ பசுஞ்சாணக் கரைசல் வயலில் பூச்சிக்கொல்லியாகவும் பயன்படுத்தப் படுகிறது.

பசுந்தாள் உரம் பெ. **வயலில் பயிர்செய்து, அப்படியே நிலத்தில் மடக்கி உழுவதன் மூலம் உரமாகப் பயன்படும் தாவரம்;** green manure.

பசுந்தீவனம் பெ. (கால்நடைகளுக்குத் தீனியாக அமையும்) **புல், அகத்திக்கீரை போன்ற பசுமையான தீவன வகை;** greenfeed (for domestic animals). பசுந்தீவனம் கிடைக்காத காலங்களில் கால்நடைகளுக்கு வழங்க உலர் தீவனக் கிடங்குகளை அமைக்க அரசு முடிவுசெய்துள்ளது.

பசுந்தேயிலை பெ. **செடியிலிருந்து பறிக்கப்பட்ட, பதனிடப்படாத தேயிலை;** unprocessed tea leaves. இந்த ஆண்டு பசுந்தேயிலையின் விலை கடுமையாக வீழ்ச்சியடைந்துள்ளது.

பசும் பெ.அ. (தாவரங்களைக் குறிக்கும்போது) **பச்சை நிறம் உடைய; பசுமையான;** (of plants) green; fresh. பசுஞ்செடிகள்/ பசுந்தழை/ பசும்புல்.

பசும்பால் பெ. **பசு மாட்டின் பால்;** cow's milk.

பசுமரத்தாணிபோல் வி.அ. (ஒருவரின் நினைவில்) **அழுத்தமாக; எக்காலத்திலும் அழியாதபடி;** indelibly. எங்கள் ஆசிரியர்கள் கற்றுக்கொடுத்ததெல்லாம் அப்படியே பசுமரத்தாணிபோல் மனத்தில் பதிந்திருக்கிறது.

பசுமை பெ. (-ஆக, -ஆன) **1:** (தாவரங்களைக் குறிக்கும்போது) **இயல்பான பச்சை நிறம், நீர்த்தன்மை, செழிப்பு ஆகியவற்றைக் கொண்டிருக்கும் தன்மை;** (of plants) greenness; freshness. பசுமையான மேய்ச்சல் நிலங்கள். **2:** (ஒரு இடத்தில்) **மரம், செடிகொடிகள் நிறைந்திருக்கும் நிலை;** being verdurous. நீலகிரியில் எங்கு பார்த்தாலும் பசுமை/ பசுமையான ஊர். **3:** (நினைவைக் குறிக்கும்போது) **(மனத்தில்) ஆழமாகவும் நீங்காமலும் நிறைந்திருக்கும் நிலை;** (of one's memories) green. என் இளமைக் கால நினைவுகள் இன்றும் பசுமையாக உள்ளன./ பசுமை நிறைந்த நினைவுகள்.

பசுமைஇல்ல வாயு (பு.வ.) காண்க: **பசுமைக்குடில் வாயு**

பசுமைக்குடில் வாயு (பு.வ.) **சூரியனிலிருந்து பூமிக்கு வரும் சூரிய ஒளியைத் தடைசெய்யும் விதத்தில் பூமியின் வெப்பநிலையைப் படிப்படியாக அதிகரிக்கச் செய்யும் கரியமில வாயு போன்ற ஒரு வாயு;** green house gas.

பசுமைத் தொழில்நுட்பம் பெ. (பு.வ.) **மறுசுழற்சி, மின் உற்பத்திக்குக் காற்று, சூரியச் சக்தி போன்ற இயற்கைச் சக்திகளைப் பயன்படுத்துதல், பொருட்களைத் தயாரிப்பதில் வேதிப்பொருட்களைத் தவிர்த்துச் சுற்றுச் சூழலுக்கு உகந்த பொருட்களைப் பயன்படுத்துதல் போன்றவற்றை உள்ளடக்கிய இயற்கை சார்ந்த தொழில்நுட்பம்;** green technology.

பசுமைப் பட்டாசு பெ. (பு.வ.) **காற்றில் தூய்மைக் கேட்டைக் குறைக்கும் வகையில் பட்டாசுகளில் முன்பு**

பயன்படுத்திவந்த அலுமினியம், பேரியம், பொட்டா சியம் ஆகிய வேதிப்பொருள்களின் அளவு குறைக்கப் பட்டுத் தயாரிக்கப்படும் பட்டாசு; green crackers. பசுமைப் பட்டாசுகளால் 15லிருந்து 30 சதவீதம்வரை பட் டாசு வெடிக்கப்படும்போது வெளியேறும் புகை குறையும் என்று கணிக்கப்பட்டுள்ளது.

பசுமைப் புரட்சி பெ. **நவீன முறைகளால் குறுகிய காலத்தில் அதிக விளைச்சல் ஏற்படும் வகையில் 1960களில் இந்திய விவசாயத்தில் நடந்த பெரும் மாற்றம்;** great change that took place in the 1960's in agriculture in India resulting in large yields; green revolution.

பசுமைப் போர்வை பெ. **(சாகுபடி செய்யப்படும் நிலத்தின் அடி மண்ணில் ஈரப்பதம் இருக்கும் பட்சத் தில் மண் அனைத்துச் சத்துகளுடன் உயிர்ப்புடன் இருக்கும் என்ற நோக்கில்) நிலத்தில் வெயில் படாத வண்ணம் முதலில் பிரதான பயிரையும் அடுத்து ஊடு பயிராகக் கொள்ளு, தட்டை, நரிப்பயிறு போன்ற பயிர்களையும் நெருக்கமாகச் சாகுபடி செய்யும் வேளாண் செயல்முறை;** a method of intercropping with pulses grown between rows of main crop.

பசுமைமாறாக் காடு பெ. **எந்தப் பருவத்திலும் பசுமை யாக இருக்கும் மரங்களைக்கொண்ட வெப்பமண்டலக் காடு;** evergreen forest.

பசை[1] பெ. 1: **ஒட்டும் தன்மை கொண்ட வழுவழுப்பான பொருள்;** semi-solid adhesive material; paste; gel. இது கிழங்கு மாவைக் கொதிக்கும் நீரில் கொட்டித் தயாரித்த பசை./ தபால் தலையின் பின்புறம் பசை தடவப்பட் டிருக்கும். 2: **(நீரின்) ஈரத் தன்மை/(எண்ணெயின்) வழுவழுப்புத் தன்மை;** moistness; the gloss due to moistness. நாக்கு ஈரப் பசை இல்லாமல் உலர்ந்திருந்தது./ முடியில் எண்ணெய்ப் பசையே இல்லை./ தோலில் எண்ணெய்ப் பசை இருப்பதற்கு வியர்வை உதவுகிறது.

பசை[2] பெ. (பே.வ.) **பண வசதி;** affluence. கையில் கொஞ் சம் பசை இருந்தால் தொழிலாவது ஆரம்பிக்கலாம்./ பசை உள்ள ஆசாமி.

பஞ்சகச்சம் பெ. **வேட்டியை மூன்று முனைகளாக ஆக்கி இரு முனைகளை இடுப்பின் முன்புறத்தில் செருகி மற்றொரு முனையைக் கால்கள் இடையே கொடுத்து இடுப்பின் பின்புறத்தில் செருகிக் கட்டும் முறை;** a mode of wearing வேட்டி running one end of it through the crotch and tucking it up at the back.

பஞ்சகவ்வியம் பெ. **(இயற்கைப் பூச்சிக்கொல்லி யாகப் பயன்படும்) பசு மாட்டிலிருந்து கிடைக்கும் பால், தயிர், நெய், கோமியம், சாணம் ஆகிய ஐந்தையும் கலந்து தயாரிக்கும் கரைசல்;** the five products of cow viz., milk, curd, ghee, urine and dung mixed together and used as an organic insecticide.

பஞ்சடை வி. (பஞ்சடைய, பஞ்சடைந்து) **(பசி, மயக்கம் போன்றவற்றால்) கண் பார்வை திடீரென்று மங்குதல் அல்லது காது அடைத்தல்;** (of vision) become faint. பசியில் கண்கள் பஞ்சடைந்து இருண்டுவிட்டன.

பஞ்சணை பெ. (உ.வ.) **பஞ்சு மெத்தை;** mattress stuffed with cotton.

பஞ்சப் படி பெ. (அ.வ.) **அகவிலைப் படி;** dearness allowance.

பஞ்சப்பாட்டு பெ. **வசதிக் குறைவைப் பற்றிய (ஒருவ ரின்) புலம்பல்;** one's wearisome lamenting of his or her wants. கடன் கேட்டால் எல்லோரும் பஞ்சப்பாட்டுப் பாடுகிறார்கள்./ அவன் பஞ்சப்பாட்டைக் கேட்டு அலுத்து விட்டது./ 'அது இல்லை', 'இது இல்லை' என்று தினமும் பஞ்சப்பாட்டுதானா?

பஞ்சபட்சி சாஸ்திரம் பெ. **வல்லூறு, ஆந்தை, காகம், கோழி, மயில் ஆகிய பறவைகள் எழுப்பும் ஒலிகளை வைத்துப் பலன் சொல்லும் சோதிட முறை;** divining with the calls of certain birds.

பஞ்சபூதம் பெ. **நிலம், நீர், தீ, காற்று, வானம் ஆகிய ஐந்து இயற்கைச் சக்திகள்;** the five elements, viz. earth, water, fire, air and space.

பஞ்சம் பெ. 1: **உணவு கிடைக்காத நிலை;** famine. [(தொ.சொ.) **தட்டுப்பாடு/ பற்றாக்குறை**] 2: **தேவை யான அளவு ஒன்று கிடைக்காத நிலை; பற்றாக்குறை; தட்டுப்பாடு;** scarcity; dearth. தண்ணீர்ப் பஞ்சம்/ சில்லறைப் பஞ்சம்/ கூலியாட்களுக்குக் கிராமத்தில் பஞ்சம் வந்துவிட் டது./ (உரு வ.) என்ன மனிதர்கள்! கனிவான வார்த்தை களுக்குக்கூடவா பஞ்சம் வந்துவிட்டது? [(தொ.சொ.) **இல்லாமை/ கம்மி/ குறைபாடு/ குறைவு/ தட்டுப் பாடு/ பற்றாக்குறை**]

பஞ்சம்கொட்டு வி. (-கொட்ட, -கொட்டி) (இலங்.) **(பணம், பொருள் போன்றவை) பற்றாக்குறையாக இருப்பதைக் கூறிப் புலம்புதல்; பஞ்சப்பாட்டுப் பாடு தல்;** lament over one's wants wearisomely. எல்லோரும் பஞ்சம் கொட்டினால், நான் யாரிடம் காசு கேட்பது?

பஞ்சம் பிழை வி. (பிழைக்க, பிழைத்து) **(ஏழைகள்) சொந்த ஊரை விட்டு வேறு இடத்திற்குப் போய்ப் பிழைப்புத் தேடுதல்;** migrate seeking livelihood. இந்தக் கிராமத்தில் இருந்தவர்களில் பலர் பஞ்சம் பிழைக்க நக ரங்களுக்குப் போய்விட்டார்கள்./ எங்களுக்கு இந்த ஊர் இல்லை. என் பாட்டனார் பஞ்சம் பிழைக்க இந்த ஊருக்கு வந்தார்.

பஞ்சமம் பெ. (இசை) **ஏழு ஸ்வரங்களில் ஐந்தாவது ஸ்வரமான 'ப';** the fifth of the seven notes.

பஞ்சமர் பெ. (அ.வ.) **(இந்துக்களில்) நான்கு வகையா கப் பிரிக்கப்பட்ட பிராமணர், சத்திரியர், வைசியர், சூத்திரர் ஆகியோர் அல்லாத ஐந்தாவது வர்ணத்தினர்;** the Hindus outside the four-fold caste system.

பஞ்சமாபாதகம் பெ. **கடும் குற்றம்;** heinous crime. கலப் புத் திருமணம் என்பது அக்காலத்தில் பஞ்சமாபாதகமாகக் கருதப்பட்டது./ எதற்கு இப்படித் திட்டுகிறாய்? நான் என்ன, பஞ்சமாபாதகம் செய்துவிட்டேனா?

பஞ்சமாபாதகன் பெ. **கடும் குற்றம் செய்தவன்;** one who has committed a heinous crime.

பஞ்சமி நிலம் பெ. **(நிலமற்ற பஞ்சமர்களுக்கு) ஆங்கி லேய அரசு வழங்கிய நிலம்;** land assigned to பஞ்சமர் by the Government during the British rule.

839 பஞ்சு மிட்டாய்

பஞ்சமுக வாத்தியம் பெ. (இசை) கோயில்களில் பூஜை யின்போது வாசிக்கப்படுவதும் ஐந்து தட்டும் பரப்பு களைத் தனித்தனியாகக் கொண்டிருப்பதுமான, பெரிய குடம் போன்ற ஒரு தாள வாத்தியக் கருவி; a large pot-like percussion instrument having five mouths covered with skin and played during worship in temples.

பஞ்சமுக வாத்தியம்

பஞ்சலோகம் பெ. ஐம்பொன்; alloy of five metals, viz. gold, iron, copper, lead and silver. பஞ்சலோக விக்கிரகம்.

பஞ்சவர்ணக்கிளி பெ. உருவத்தில் சற்றுப் பெரியதாக வும் பல வண்ணங்களைக் கொண்டதாகவும் உள்ள கிளி; macaw. பஞ்சவர்ணக்கிளி தென்அமெரிக்கக் கண்டத் தில் மட்டுமே காணப்படுகிறது.

பஞ்சவர்ணப் புறா பெ. அலகும் கால்களும் சிவப்பு நிறத்திலும், இறக்கை பளபளப்பான பச்சை நிறத்தி லும், பறக்கும்போது முதுகில் கறுப்பும் வெள்ளையும் கலந்த பட்டையுடனும் இருக்கும் ஒரு வகைப் புறா; common emerald dove.

பஞ்சாங்கம் பெ. வானியல் அடிப்படையில் கிரகங் களின் நிலைக்கு ஏற்ப வாரம், நட்சத்திரம், திதி, யோகம், கரணம் ஆகிய ஐந்து அம்சங்களைக் குறித்த தகவல்களைக் கொண்டிருக்கும், ஒவ்வொரு ஆண்டும் வெளியிடப்படும் நூல்; almanac (containing astrological and some astronomical information).

பஞ்சாட்சரம் பெ. (சிவ வழிபாட்டில்) 'நம சிவாய' என்ற ஐந்தெழுத்து மந்திரம்; the five-lettered mantra நமசிவாய (used for the worship of Siva).

பஞ்சாமிர்தம் பெ. (இறைவனுக்கு அபிஷேகம் செய்து பக்தர்களுக்குப் பிரசாதமாக வழங்கப்படும்) வாழைப் பழம், தேன், பேரீச்சம்பழம், வெல்லம், திராட்சை முதலியவற்றைச் சேர்த்துச் செய்த இனிப்புச் சுவை மிகுந்த கலவை; a mixture, usually, of banana, honey, jaggery and raisin used for anointing idols in temples which is then distributed among devotees.

பஞ்சாய்ப் பற வி. (பறக்க, பறந்து) (பெரும்பாலும் கவலை, கோபம் போன்ற உணர்வுகள் அல்லது வலி முதலியன) இருந்த இடம் தெரியாமல் போதல்; disappear in no time. குழந்தையின் சிரிப்பைப் பார்த்ததுமே கோபமெல்லாம் பஞ்சாய்ப் பறந்துவிடும்./ இந்த மாத் திரையைச் சாப்பிடு, தலைவலி பஞ்சாய்ப் பறந்துவிடும்.

பஞ்சாயத்தார் பெ. குழுக்கள், தனி நபர்கள் இடையே எழும் பிரச்சினைகளை மரபின் பேரிலும் மனசாட்சி யின் பேரிலும் தீர்த்துவைக்கும் ஊர்ப் பெரியவர்கள் அல்லது அந்தந்தச் சாதிகளைச் சேர்ந்த பெரியவர்கள் அடங்கிய குழு; body of the elders of a village or of a caste, which arbitrates disputes according to custom and good conscience. பஞ்சாயத்தாரின் சொல்லுக்குக் கட்டுப்பட்டுத் தானே ஆக வேண்டும்?/ பஞ்சாயத்தார் என்ன சொல்கிறார் களோ, அதற்குக் கட்டுப்பட நான் தயாராக இருக்கிறேன்.

பஞ்சாயத்து பெ. 1: (முன்பு) கிராமங்களில் உருவாகும் பிரச்சினைகளைத் தீர்த்துவைக்கும் பொறுப்பை ஏற் றுக்கொண்ட ஊர்ப் பெரியவர்களின் குழு/அந்தக் குழு மேற்கொள்ளும் செயல்; body of villagers which settles disputes according to custom and good conscience. பஞ்சாயத்து விதித்த அபராதப் பணத்தைக் கட்ட நான் ஒப்புக்கொண்டேன்./ அப்பா ஊருக்கெல்லாம் பஞ்சாயத்து பண்ணிக்கொண்டிருப்பார், ஆனால் வீட்டில் என்ன நடக் கிறதென்று பார்க்க மாட்டார். 2: ஐநூறு பேர் கொண்ட, விவசாயத்தைச் சார்ந்திருக்கும் கிராமத்துக்கான உள் ளூர் ஆட்சி அமைப்பு; local self-government for village with a population of five hundred; panchayat.

பஞ்சாயத்து யூனியன் பெ. பல பஞ்சாயத்துக்களை உள்ளடக்கிய, அவற்றுக்கு அடுத்த மேல்நிலையில் உள்ள உள்ளாட்சி அமைப்பு; ஊராட்சி ஒன்றியம்; local administrative unit comprising several village panchayats.

பஞ்சாயுதம் பெ. (இலங்.) காண்க: அரசிலைப் பஞ்சா யுதம்.

பஞ்சாரம் பெ. (ஊரக வ.) கோழிகளை அடைத்துவைக் கும் (மூங்கில், பிரம்பு போன்றவற்றால் ஆன) பெரிய கூடை போன்ற கூண்டு; open-meshed hood made with bamboo splints for keeping chickens.

பஞ்சாலை பெ. (நெசவு) 1: பஞ்சில் உள்ள தூசு, கொட்டை போன்றவற்றை நீக்கிச் சுத்தப்படுத்துவதற் கான தொழிற்சாலை; ginning factory. 2: (பொதுவாக) நூற்பாலை; (generally) spinning mill. பஞ்சாலைத் தொழி லாளர்கள்/ பஞ்சாலையில் சங்கு ஊதும் சத்தம் கேட்டது.

பஞ்சி பெ. (இலங்.) சோம்பல்; laziness. வேலை செய்வ தென்றால் அவனுக்கு எப்போதும் பஞ்சிதான்./ இன்று பூராவும் ஒரே பஞ்சியாக இருக்கிறது./ சுடு தண்ணீரில் குளித்தால் பஞ்சி போய்விடும்./ இப்போது படிப்பதற்குப் பஞ்சிப்பட்டால் பிற்காலத்தில் கஷ்டப்படுவாய்.

பஞ்சு பெ. 1: (பருத்திச் செடியிலிருந்து கிடைக்கும்) திர வத்தை உறிஞ்சக்கூடிய, நுண்ணிய இழைகளாலான (பொதுவாக நூல் நூற்கப் பயன்படும்) கனமற்ற வெண்ணிறப் பொருள்; cotton; cotton wool. பஞ்சிலிருந்து துணி நெய்யும் நூல் தயாரிக்கப்படுகிறது./ மருத்துவமனை களில் கிருமிநீக்கப்பட்ட பஞ்சைப் பயன்படுத்துகிறார் கள்./ பஞ்சை எடுத்துப் புண்ணைச் சுத்தம் செய்துகொண் டான். 2: இலவம் பஞ்சு; silk cotton.

பஞ்சு மிட்டாய் பெ. குச்சியில் பந்து போல் சுற்றி யிருக்கும், பெரும்பாலும் ரோஜா நிறத்தில் இருக்கும்

பஞ்சுருட்டான் 840

பஞ்சு போன்ற, சீனிப்பாகில் தயாரிக்கப்பட்ட (சிறுவர் களுக்கான) தின்பண்டம்; candyfloss; cotton candy.

பஞ்சுருட்டான் பெ. (பெரும்பாலும் பச்சை நிறத்தில் சிட்டுக்குருவியைவிடச் சற்றுப் பெரிதாக இருக்கும்) செம்பழுப்பு நிறத் தலையும், மார்புக்கு மேலே கழுத் தில் கறுப்பு நிறக் கோடும், நீண்ட வாலும் கொண்ட பறவை; green bee-eater.

பஞ்சை பெ. 1: உடல் வலுவின்மை; state of being emaciated. பஞ்சை உடம்பு. 2: நோஞ்சான்; an emaciated person. ஆள் பஞ்சையாக இருக்கிறான். 3: (ஊரக வ.) ஏழ்மை, வறுமை, வளமின்மை போன்றவற்றைக் குறிப்பிடும் பொதுச்சொல்; person or thing poverty-stricken, weak, feeble, inconsequential. என்னைப் போன்ற பஞ்சையெல்லாம் ஊர்க்கூட்டத்தில் அதிர்ந்து பேச முடியுமா?/ இந்த ஐந்து வயல்களில் நடுவில் இருப்பதுதான் பஞ்சை, மற்றவை பரவாயில்லை.

பஞ்சைப் பராரி பெ. (அ.வ.) பரம ஏழை; a very poor person; one in destitution. இவ்வளவு வசதியிருந்தும் ஏன் இப்படிப் பஞ்சைப் பராரி போல் நடந்துகொள்கிறாய்?

பட்-என்று வி.அ. 1: எதிர்பார்க்காத முறையில் அல்லது வேகத்தில்; in an unexpected manner or with unexpected quickness. அவர் கேட்ட கேள்விக்குப் பட்டென்று அவள் பதில் அளித்தாள். 2: (இலங்.) சட்டென்று; all of a sudden. எது சொன்னாலும் உனக்கு ஏன் பட்டென்று கோபம் வருகிறது? 3: விரைவாக; quickly. அதிகாரிகள் அவரிடம் கொடுக்கும் வேலையைப் பட்டென்று செய்துமுடிப்பது அவரது பழக்கம்.

பட்சணம் பெ. (சில நாட்கள் வைத்துக்கொள்ளக் கூடிய) தின்பண்டம்; பலகாரம்; sweets and other refreshments (that would keep for a few days). பட்சணக் கடை/ தீபாவளிப் பட்சணங்கள்.

பட்சத்தில் இ.சொ. (எதிர்கால அல்லது நிகழ்காலப் பெய ரெச்சத்தின் பின்) '(முன் குறிப்பிடப்படும் விதத்தில் ஒன்று நடக்கும் அல்லது இருக்கும்) சூழ்நிலையில்' என்ற நிபந்தனைப் பொருளில் பயன்படுத்தும் இடைச் சொல்; particle used in the sense of 'in the event of', 'in case'. உங்களுக்குப் பணம் தேவைப்படும் பட்சத்தில் நான் தருகிறேன்./ தேர்தல் சுமுகமாக நடக்கும் பட்சத்தில் எங்க ளுக்கு வெற்றி வாய்ப்பு அதிகம்./ திருமணம் வேண்டாம் என்று நீ மறுக்கிற பட்சத்தில் நாங்கள் என்ன செய்ய முடியும்?

பட்சபாதம் பெ. (அ.வ.) பாரபட்சம்; partiality. அவர் பட்சபாதம் இல்லாதவர்.

பட்சம் பெ. (இலங்.) அன்பு; பாசம்; affection; fondness. அவருக்குப் பேரப்பிள்ளைகளிடம் நல்ல பட்சம் உண்டு.

பட்சி பெ. (அ.வ.) பறவை; bird.

பட்சி சாஸ்திரம் பெ. காண்க: பஞ்சபட்சி சாஸ்திரம்.

பட்டக்கால் பெ. (ஊரக வ.) (அறுவடை முடிந்து அடுத்த சாகுபடிவரை) பயிர் எதுவும் இல்லாமல் தரி சாகக் கிடக்கும் வயல்; land after harvest lying fallow till the next crop.

பட்டகம் பெ. (இயற்.) தன் ஊடாகச் செல்லும் ஒளி யைப் பல வண்ணங்களில் பிரித்துக் காட்டக்கூடிய (பெரும்பாலும்) கண்ணாடியால் ஆன பொருள்; prism.

பட்டணப் பிரவேசம் பெ. (அ.வ.) (மதத் தலைவர், மணமகன் போன்றோரை வரவேற்று) நகர வீதியில் ஊர்வலமாக அழைத்து வரும் சடங்கு; the custom of welcoming religious heads, bridegroom, etc., and taking them in a procession through the streets of the town.

பட்டணம் பெ. (பொதுவாக) நகரம்; (குறிப்பாக) சென்னை நகரம்; (generally) city; town; (especially) the city of Chennai, formerly known as Madras. பட்டணத்து நாகரிகம்/ என் பையன் பட்டணத்தில் படிக்கிறான்./ அந்தக் காலத்திலேயே பட்டணத்துக்குப் போய் மாநிலக் கல்லூரியில் படித்தவர் அவர்.

பட்டணம் படி பெ. (முன்பு வழக்கில் இருந்த) இரண்டு லிட்டர் அளவு/மேற்குறித்த அளவை அளக்கும் கலன்; (formerly) a measure of approximately two litres/a measure of this capacity.

பட்டத்தரசி பெ. அரசனின் மனைவி; பட்டத்து ராணி; wife of a king; queen.

பட்டத்து இளவரசன் பெ. அரசனுக்குப் பிறகு முடி சூட்டிக்கொள்ளும் உரிமை படைத்த இளவரசன்; Crown prince.

பட்டத்து யானை பெ. (முன்பு) அரசச் சின்னங்களைத் தாங்கியதும் அரசர் பவனி வருவதற்கு உரியதுமான யானை; the elephant which bears the royal insignia and carries the sovereign on its back on state occasions; royal elephant.

பட்டத்து ராணி பெ. பட்டத்தரசி; wife of a king; queen.

பட்டதாரி பெ. (பல்கலைக்கழகத்தில் படித்து) பட்டம் பெற்றவர்; graduate; degree holder. எங்கள் ஊரில் முதல் பட்டதாரி இவர்தான்./ வேலையில்லாப் பட்டதாரிகள்.

பட்டப்பகல் பெ. நல்ல வெளிச்சம் இருக்கிற பகல் நேரம்; broad daylight. பட்டப்பகலில் துணிகரக் கொள்ளை/ நிலா வெளிச்சம் பட்டப்பகல்போல் இருந்தது.

பட்டப் பெயர் பெ. 1: (காரண அடிப்படையில் அரசர் முதலியோருக்கு) வழங்கப்படும் பெயர்; title; honorific. 'கடாரம்கொண்டான்' என்பது ராஜேந்திர சோழனின் பட்டப் பெயர். 2: ஒருவரின் உடலமைப்பு, நடவடிக்கை, குணம் போன்றவற்றைக் காரணமாக வைத்துக் கேலி யாகச் சூட்டப்படும் பெயர்; nickname. என் நண்பனை 'மொட்டை' என்னும் பட்டப் பெயரால்தான் அழைப் போம்.

பட்டம்[1] பெ. 1: பல்கலைக்கழகத்தில் படித்து அல்லது ஆராய்ச்சி செய்து உயர்நிலைக் கல்வித் தகுதி பெற் றதை உறுதிசெய்யும் வகையில் ஒருவருக்கு வழங்கப் படும் சான்றிதழ்; degree. முனைவர் பட்டம் பெற்ற பேராசிரியர்/ முதுகலைப் பட்டம் பெற்றவர். 2: (விளை யாட்டுப் போட்டியில்) வென்று முதன்மை நிலையை அடைந்தவருக்கு வழங்கப்படுவது; title (won in sports). ஒரே ஆண்டில் ஐந்து பட்டங்களை வென்ற டென்னிஸ் வீரர். 3: (திருமணத்தில்) தாய்மாமன், நாத்தனார் முறை யில் உள்ளவர்கள் மணமகளுக்கு அல்லது மண மகனுக்கு நெற்றியில் கட்டும் பொன் தகடு அல்லது

காசு; a piece of gold foil or coin strung to a thread, tied round the head of a bride or bridegroom to hang on the forehead, by one's maternal uncle and the sisters of the bridegroom as part of wedding rituals. மணமகளுக்கு முதலில் தாய்மாமன் பட்டம் கட்டினார். **4: (அரசர் வகிக்கும்) ஆட்சிப் பொறுப்பு; (மடாதிபதி வகிக்கும்) அதிகாரப் பொறுப்பு;** the office of the king or of the head of a mutt. பட்டத்திற்கு வந்த சில நாட்களிலேயே அரசர் இறந்துவிட்டார்.

பட்டம்[2] பெ. **(காற்றில் பறக்கவிட்டு விளையாடும்) காற்றாடி;** kite. மைதானத்தில் சிறுவர்கள் பட்டம் விட்டுக் கொண்டிருந்தனர்.

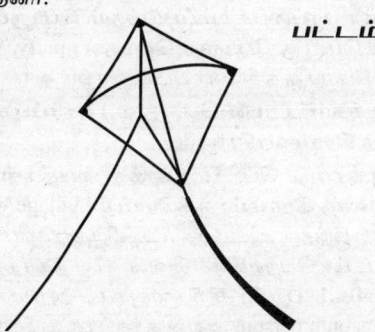

பட்டம்

பட்டம்[3] பெ. **பயிரிடுவதற்கான பருவம்; சாகுபடி;** planting season. நவரைப் பட்டம்.

பட்டம் கட்டு[1] வி. (கட்ட, கட்டி) **(ஒருவரின் மதிப்பைக் குறைக்கும் விதத்தில்) அவப்பெயர் உண்டாக்குதல்;** dub (s.o. sth.); brand. நீ இப்படியே காசை வாரி இறைத்துக்கொண்டிருந்தால் உனக்குப் பைத்தியக்காரன் பட்டம் கட்டி விடுவார்கள்./ எனக்கும் இந்தத் திருட்டுக்கும் சம்பந்தமே இல்லை. எனக்குத் திருட்டுப் பட்டம் கட்டாதீர்கள் என்று அழுதான்.

பட்டம் கட்டு[2] வி. (கட்ட, கட்டி) (இலங்.) **(தோடு, மோதிரம் போன்ற நகைகளில்) கல் வைத்துப் பதித்தல்;** set ear stud, ring, etc., with stones. மோதிரத்துக்கு வடிவாக நவரத்தினங்களால் பட்டம் கட்டித்தா.

பட்டமளிப்பு விழா பெ. **(பல்கலைக்கழகத்தில்) படித்துத் தேர்ச்சி பெற்றவர்களுக்கு உரிய பட்டத்தை அதிகாரபூர்வமாக அனுமதித்து அதற்கான சான்றிதழை வழங்கும் நிகழ்ச்சி;** an academic ceremony for admitting qualified students to their degrees; convocation.

பட்டயம்[1] பெ. 1: **(முற்காலத்தில்) அரசனால் வழங்கப்பட்ட நிலம்குறித்த அதிகாரபூர்வமான தகவல் அல்லது அரசனுடைய வெற்றி போன்ற வரலாற்று முக்கியத்துவம் வாய்ந்த செய்தி பொறிக்கப்பட்ட செப்புத்தகடு;** copper plate bearing inscription on the grants, conquests, etc., made by kings. **2: ஒருவருடைய சேவையைப் பாராட்டி உரிய விவரங்கள் பொறித்து வழங்கப்படும் உலோகத்தால் ஆன தகடு;**embellished metal plate with inscription awarded to a person in appreciation of his or her services. விழாவில் அமைச்சர் சிற்பிகளுக்குத் தாமிரப் பட்டயம் வழங்கிப் பொன்னாடை போர்த்திக் கௌரவித்தார்.

பட்டயம்[2] பெ. **(ஒரு துறையில்) பட்டப் படிப்பை விடக் குறைந்ததாகவும் சான்றிதழ்ப் படிப்பைவிட உயர்ந்ததாகவும் இருக்கும் படிப்பு;** diploma (which is higher than a certificate and lower than a degree). கணினியியலில் பட்டயச் சான்றிதழ்.

பட்டர் பெ. **திருமாலுக்கு வைணவ ஆகமப்படி பூஜை செய்யும் தகுதி உடையவர்;** person entitled to perform பூஜை in temples dedicated to Vishnu.

பட்டவர்த்தனமாக/பட்டவர்த்தனமான வி.அ./ பெ.அ. (அ.வ.) **(எந்த வித ஒளிவுமறைவுமின்றி) தெளிவாக/தெளிவான; வெளிப்படையாக/வெளிப்படையான;** candidly/candid; plainly/plain. இது மோசடி என்று பட்டவர்த்தனமாகத் தெரிந்தும் ஏமாறலாமா?/ எனக்கு வேலை கிடைக்குமா என்று கேட்டதற்கு 'கிடைக்காது' என்ற பட்டவர்த்தனமான பதில் கிடைத்தது.

பட்டறிவு பெ. (உ.வ.) **அனுபவத்தின் மூலம் பெறும் அறிவு;** knowledge gained through experience.

பட்டறை[1] பெ. **1: தச்சு வேலை போன்றவை நடைபெறும் இடம்;** carpentry or smithy. தச்சுப் பட்டறை/ கொல்லன் பட்டறை. **2: இயந்திரங்களையும் கருவிகளையும் பழுதுபார்க்கும் இடம்;** workshop. **3: கலந்துரையாடல்மூலமும் செய்முறைப் பயிற்சிமூலமும் குறிப்பிட்ட துறையில் பயிற்சி தருவதற்காக நடத்தப்படும் குறுகிய காலப் பயிற்சி;** workshop (on a particular subject). அகராதியியல் பட்டறை/ நாடகக் கலைப் பட்டறை.

பட்டறை[2] பெ. (இலங்.) **(நெல்லைச் சேமித்து வைப்பதற்கான) சாக்கு அல்லது வைக்கோலால் ஆன அமைப்பு;** structure made of gunny bags or hay for storing grains.

பட்டறைக் குடம் பெ. (மண்.) **(உமிப் பரப்பில் கரித் துண்டுகளில் நெருப்பு மூட்டி நகை செய்யப் பொற்கொல்லர் பயன்படுத்தும்) குடத்தை வெட்டித் தலைகீழாகக் கவிழ்த்தது போன்ற வடிவில் இருக்கும் மட்பாண்டம்;** earthenware pot without the bottom, kept upturned and filled with paddy husk over which charcoal is lit for use as forge in goldsmithy.

பட்டன் காளான் பெ. **பொத்தான் போன்று தட்டையாகவும் வட்டமாகவும் இருக்கும், குறுகிய காம்புப் பகுதியைக் கொண்ட (உணவாகும்) ஒரு வகைக் காளான்;** button mushroom.

பட்டா[1] பெ. **குறிப்பிட்ட எண்ணுள்ள நிலம், வீட்டு மனை முதலியவற்றுக்கு வரி செலுத்த வேண்டிய உடைமையாளர் யார் என்பதைக் காட்டும் ஆவணம்;** settlement record which shows who, as the owner of a specified land, is obliged to pay the tax.

பட்டா[2] பெ. **இரவு ரோந்துப் பணியில் இருக்கும் காவலர்கள் குறிப்பிட்ட இடத்திற்கு வந்தனர் என்பதைக் கையெழுத்திட்டுப் பதிவுசெய்ய, அந்தந்த இடங்களில் வைக்கப்பட்டிருக்கும் நோட்டுப் புத்தகம்;** a note book kept at different points in a police beat to record that the policemen visited the points.

பட்டாக்கத்தி பெ. **பட்டையான பரப்பைக்கொண்ட வாள்;** sword with broad blade.

பட்டாசு பெ. **நெருப்பு வைத்ததும் பூப்பூவாகத் தெறிக்கும் அல்லது சத்தத்துடன் வெடிக்கும் வகையில் கந்தகத் தூள் அடைக்கப்பட்டுத் தயாரிக்கப்படும் பொருள்;** sparklers and crackers.

பட்டாணி பெ. 1: **(காய்கறியாகப் பயன்படும்) சற்றுப் பெரிய பச்சை நிறப் பயறு வகை/மேற்குறிப்பிட்ட பயறு காய்க்கும் கொடி;** pea (the plant and the seed). பட்டாணிக் குருமா/ பட்டாணிக் கொடி இன்னும் காய்க்க ஆரம்பிக்கவில்லை. 2: **காயவைத்து உப்பும் மஞ்சள் பொடியும் தூவி வறுக்கப்பட்ட முன் குறிப்பிடப்பட்ட பயறு;** fried peas (prepared as a snack). ஒரு ரூபாய்க்குப் பட்டாணி வாங்கிக் கொறித்துக்கொண்டே நடந்தான்.

பட்டாணி உப்புகொத்தி பெ. **வளையம்போல் கழுத்தைச் சுற்றிக் கறுப்பு நிறப் பட்டையுடன் அடர்ந்த பழுப்பு நிறத்தில் மார்பும், வெள்ளை நிறத்தில் உடலின் அடிப்பகுதியும் இருக்கும், அளவில் சிறிய நீர்ப் பறவை;** little ringed plover. பட்டாணி உப்புகொத்திக்குச் சவ்வினால் இணைந்த கால் விரல்கள் இருக்கும்.

பட்டாதாரர் பெ. **(நிலம், மனை முதலியவற்றுக்கு அளிக்கப்பட்ட) பட்டாவின் உரிமையாளர்;** holder of பட்டா.

பட்டாபட்டித் துணி பெ. *(பே.வ.)* **(ஆண்களின் உள்ளாடை தைக்கப் பயன்படும்) நெட்டுவாக்கில் அருகருகே சிறியதும் பெரியதுமான இரண்டு வண்ணப் பட்டைகள் கொண்ட துணி;** cloth with coloured, parallel vertical strips (for making underwear for men).

பட்டாபிஷேகம் பெ. *(அ.வ.)* **ஒரு நாட்டின் அரசராக அல்லது அரசியாக முடிசூடும் சடங்கு; முடிசூட்டு விழா;** coronation.

பட்டாம்பூச்சி பெ. **அழகான, பலவித வண்ணங்களில் இறக்கைகளை உடைய ஒரு வகைப் பூச்சி; வண்ணத்துப்பூச்சி;** butterfly.

பட்டாமணியம் பெ. *(அ.வ.)* **வருவாய்த் துறை அதிகாரிகளால் முன்பு நில வரியை வசூலிக்க நியமிக்கப்பட்டிருந்த கிராம அதிகாரி;** village officer (formerly appointed in each village by the district revenue establishment for collecting land revenue).

பட்டாளம் பெ. 1: *(பே.வ.)* **ராணுவம்;** army. என் தம்பி அப்பாவிடம் கோபித்துக்கொண்டு பட்டாளத்தில் சேர்ந்துவிட்டான். 2: *(பெரும்பாலும் பிற பெயர்ச்சொற்களோடு இணைந்து)* **கூட்டம்;** large gang (of persons mentioned). மாணவர் பட்டாளம்/ சிறுவர் பட்டாளம்.

பட்டி[1] பெ. *(அ.வ.)* **சிற்றூர்; கிராமம்;** hamlet; village. ஒவ்வொரு பட்டியாகப் போய்ச் செய்தியைச் சொல்லி வந்தான்.

பட்டி[2] பெ. 1: **பிறர் நிலத்தில் பயிர்களை மேயும் ஆடு, மாடு ஆகியவற்றை (உரிமையாளர் வந்து மீட்டுச் செல்லும்வரை) அடைத்து வைக்கும் இடம்;** (cattle) pound. பணம் கட்டிவிட்டு மாட்டைப் பட்டியிலிருந்து ஓட்டிக்கொண்டு வருகிறேன். 2: *(இலங்.)* **(வயல்களில் போடப்படும்) கிடை;** herd of cattle (esp. one penned in the fallow for manuring).

பட்டி[3] பெ. **(சட்டை, பாவாடை முதலிய உடைகளில்) விளிம்பை மடித்துத் தைக்கும் பகுதி; மடிப்புத் தையல்;** hemming.

பட்டி[4] பெ. **மாத்திரைகளை அல்லது குழாய் மாத்திரைகளைப் பாதுகாப்பாக வைத்து மூடப் பயன்படுத்தும் பிளாஸ்டிக், கண்ணாடித் தாள் போன்றவற்றைக் கொண்ட அட்டை;** strip (which holds capsules or tablets). பறவைக் காய்ச்சலுக்கு எடுத்துக்கொள்ளக் கூடிய மாத்திரைகள் பத்து அடங்கிய பட்டிகளில் கிடைக்கின்றன.

பட்டி[5] பெ. **(சுவர், மரச் சாமான்கள் போன்றவற்றில் வர்ணம் பூசும் வேலையைத் துவக்குவதற்கு முன்) அதன் பரப்பைச் சமப்படுத்தும் பொருட்டு பயன்படுத்தும் மெழுகு போன்ற பொருள்;** putty. இரும்புக்கடைக்குப் போய் ஒரு கிலோ பட்டி வாங்கி வா.

பட்டிக்காட்டான் பெ. *(த.வ.)* **நகர்ப்புற நாகரிகம் அறியாத கிராமவாசி;** rustic.

பட்டிக்காடு பெ. 1: **நகரத்து வசதிகள் சிறிதளவுகூட இல்லாத கிராமம்; குக்கிராமம்;** village wanting in amenities. இந்தப் பட்டிக்காட்டிலிருந்துகொண்டே படித்துப் பட்டம் பெற்றவள் இவள். 2: **நகரத்து வாழ்க்கை, நாகரிகம் பற்றிச் சிறிதளவுகூட அறியாத நபர்;** rustic; an uncouth person. அவன் சுத்தப் பட்டிக்காடு, கால்சட்டை போட மாட்டானாம்.

பட்டிதொட்டி பெ. **கிராமமும் குக்கிராமமும் உள்ளிட்ட சிறுசிறு ஊர்கள்;** village and hamlet. அந்த நடிகரின் புகழ் பட்டிதொட்டியெங்கும் பரவியிருக்கிறது./ இன்று தொலைக்காட்சிப் பெட்டி இல்லாத பட்டிதொட்டிகளே இல்லை என்று கூறலாம்.

பட்டி பார் வி. *(பார்க்க, பார்த்து)* **(சுவரில் வர்ணம் பூசும் வேலையைத் தொடங்குவதற்கு முன்) ஒரு பரப்பைச் சமப்படுத்தும் பொருட்டு மெழுகு போன்ற பொருளைப் பூசுதல்;** fill the holes, crevices in a surface with putty before painting, etc.,

பட்டிமன்றம் பெ. **வெவ்வேறு அணிகளாகப் பிரிந்து, கொடுக்கப்பட்ட தலைப்புப் பொருளை ஆதரித்தும் எதிர்த்தும் பேசும் மேடை விவாத நிகழ்ச்சி;** debating forum.

பட்டியல் பெ. **விவரங்களை ஏதேனும் ஓர் அடிப்படையில் ஒன்றன் கீழ் ஒன்றாக அல்லது ஒன்றை அடுத்து ஒன்றாகத் தரும் வரிசை முறை;** list; inventory. வாக்காளர் பட்டியல்/ விலைப் பட்டியல்/ மதிப்பெண் பட்டியல்.

பட்டியல் சாதி பெ. **அட்டவணை இனம்;** any of the castes listed in the constitutional order for each state (in India) for their educational and economic upliftment; Scheduled Caste.

பட்டியல் போடு வி. *(போட, போட்டு)* **பட்டியல் தயாரித்தல்;** make a list. பயணத்திற்காக என்னவெல்லாம் எடுத்துக்கொண்டு போக வேண்டும் என்று ஒரு பட்டியல் போட்டான்.

பட்டியல் வகுப்பினர் பெ. காண்க: **அட்டவணை இனம்.**

பட்டியலிடு வி. *(-இட, -இட்டு)* 1: காண்க: **பட்டியல் போடு.** 2: *(பு.வ.)* **(ஒரு பொது நிறுவனம் அல்லது**

அரசு சார்ந்த நிறுவனம்) பங்குகளை வெளியிடுவதற்காகச் சில விதிகளுக்கு உட்பட்டுத் தன் நிறுவனத்தைப் பங்குச்சந்தையில் பதிவுசெய்தல்; list one's company on the stock exchange.

பட்டினி பெ. (உணவு இல்லாமல் அல்லது உணவு உண்ணாமல்) பசியோடு இருக்கும் நிலை; starvation; going without food. வேலை இல்லாமல் பல நாள் பட்டினி கிடந்தது உண்டு./ வேலை அதிகம் இருந்ததால் காலையில் பட்டினி.

பட்டினிச்சாவு பெ. உணவு கிடைக்காததால் ஏற்படும் மரணம்; death caused by starvation. பஞ்சத்தின் காரணமாகப் பட்டினிச்சாவுகள் அதிகரித்தன.

பட்டினிபோடு வி. (-போட, -போட்டு) (உண்ணாமல், உணவு கொடுக்காமல்) பசியோடு இருக்கச் செய்தல்; starve. இன்று பட்டினிபோடு. நாளை வயிறு சரியாகிவிடும்.

பட்டு பெ. (நெசவு) 1: புழுவாக இருக்கும் பருவத்தில் உள்ள ஒரு வகைப் பூச்சியிலிருந்து சுரக்கும் திரவத்தால் உருவாகும் கூட்டிலிருந்து எடுக்கப்படுவதும் நூலாக ஆக்கி ஆடைகள் நெய்யப் பயன்படுவதுமான மெல்லிய இழை; yarn of silk. பட்டு நூல்/ பட்டு வேட்டி/ பட்டுப் புடவை. 2: பட்டு நூலால் நெய்யப்பட்ட புடவை; silk saree. அரக்கு நிறப் பட்டு உனக்கு எடுப்பாக இருக்கிறது./ தீபாவளிக்குக் காஞ்சிபுரம் பட்டு எடுக்கலாம்.

பட்டுக் கத்தரித்தாற் போல் வி.அ. (ஒரு வார்த்தை கூடக் கூடுதலாகவோ குறைவாகவோ இல்லாமல்) சொல்வதைத் தெளிவாகவும் கச்சிதமாகவும்; (of expressions) aptly and precisely. கேட்ட கேள்விக்கெல்லாம் பட்டுக் கத்தரித்தாற் போல் பதில் சொன்னான்./ தனக்குச் சம்பந்தமில்லாத விஷயத்தில் தலையிட முடியாது என்று பட்டுக் கத்தரித்தாற் போல் சொல்லிவிட்டார்.

பட்டுக்கொள் வி. (-கொள்ள, -கொண்டு) (பெரும்பாலும் எதிர்மறைத் தொடர்களில்) (குறிப்பிட்ட விஷயங்களில்) சம்பந்தப்படுதல் அல்லது ஈடுபடுத்திக்கொள்ளுதல்; (குறிப்பிட்ட விஷயங்களை) கண்டுகொள்ளுதல்; (always in the negative) get involved in sth. எதிலும் பட்டுக்கொள்ளாமல் பேசாதே./ அலுவலக விஷயங்கள் எதிலும் நான் பட்டுக்கொள்வதே இல்லை.

பட்டுப்புழு பெ. பட்டு இழையைத் தரும், வளர்ச்சிக் கட்டத்தில் உள்ள பட்டுப்பூச்சியின் புழு; pupa of silkworm.

பட்டுப்பூச்சி பெ. பட்டு இழையைத் தரும் பூச்சி; silkworm.

பட்டும்படாமலும் வி.அ. (பேசுதல், நடந்து கொள்ளுதல் குறித்து வரும்போது) (எந்த ஒரு விஷயத்திலும்) முழுமையாக ஈடுபடாமலும் விலகிவிடாமலும்; in a non-committal way. சிபாரிசு செய்கிறேன் என்றும் சொல்லவில்லை, செய்ய மாட்டேன் என்றும் சொல்லவில்லை; பட்டும்படாமலும் பேசுகிறார்./ தம்பியின் திருமணத்திற்கு வந்தவர் பட்டும்படாமலும் இருந்துவிட்டுக் கிளம்பிவிட்டார்.

பட்டுரோஜா பெ. சற்றுத் தடித்த சிறிய இலைகளையும் மென்மையான தண்டையும்கொண்ட, ரோஜாப் பூப் போன்ற சிறிய பூக்கள் பூக்கும், தரையில் படரும் செடி/அந்தச் செடியில் பூக்கும் பூ; table rose (the plant and the flower); daily rose.

பட்டுவாடா பெ. 1: (சம்பளம், கடிதம், பொருள் போன்றவற்றை) உரியவர்களுக்கு வழங்குதல்; உரியவர்களிடம் கொண்டுசேர்த்தல்; disbursement (of salary); delivery (of letters, etc.,). நாளை சம்பளப் பட்டுவாடா/ தபால்காரர் கடிதங்களைப் பட்டுவாடா செய்யக் கிளம்பிவிட்டார். 2: (அனைவருக்கும் கிடைக்கும் வகையில் பணம், பொருள், உணவு போன்றவற்றை) வழங்கும் செயல்; விநியோகம்; distribution. இடைத்தேர்தல் நடக்கும் தொகுதியில் பணப் பட்டுவாடா செய்யப்படுவதாகப் பத்திரிகையில் செய்திகள் வந்துள்ளன.

பட்டை[1] பெ. 1: (-ஆக, -ஆன) சற்று அகலமான கோடு அல்லது அதுபோன்று பூசப்பட்டது அல்லது வரையப்பட்டது; (கம்பி அல்லது கம்பி போன்றவற்றைக் குறிக்கும்போது) சற்றுத் தட்டையானது; strip (of metal or cloth); bar; band; stripe. பறவையின் இறக்கையில் ஒரு கறுப்புப் பட்டை இருந்தது./ நெற்றியில் பட்டையாக விபூதி பூசியிருந்தார்./ பட்டையான வளையல். [(தொ.சொ.) கோடு/ வரி] 2: (தோல், துணி, உலோகம் போன்றவற்றில்) அகலமாகவோ நீளமாகவோ இருக்கும் துண்டு; strip (of leather, cloth, metal, etc.,). நிர்வாகத்தின் கொள்கைகளுக்கு எதிர்ப்புத் தெரிவிக்கும் வகையில் வங்கி ஊழியர்கள் சட்டையில் கறுப்புப் பட்டை குத்தியிருந்தார்கள்./ கதவின் உடைந்த பகுதியில் இரும்புப் பட்டை அடித்திருந்தார்கள். 3: (உரித்தெடுக்கக்கூடிய) மரத் தோல்; bark (of a tree). மரங்கள் பட்டை உரிக்கப் பட்டுக் காணப்பட்டன./ வாழைப் பட்டையைக் காய வைத்துப் பொடிமட்டை தயாரிப்பார்கள். 4: (இலங்.) பனை ஓலையால் நெருக்கமாகப் பின்னித் தயாரிக்கப் பட்ட கூடை; basket closely woven with palmyra leaves.

பட்டை[2] பெ. (பே.வ.) காண்க: பட்டைச்சாராயம்.

பட்டைக்கிடங்கு பெ. (இலங்.) கிணற்றின் தரைப் பகுதியில் சுமார் இரண்டு அடி விட்டத்தில் தோண்டப்படும் சிறிய குழி; small pit dug at the bottom of the well. மழை இல்லாததனால் பட்டைக்கிடங்குக்குள்தான் தண்ணீர் நிற்கிறது.

பட்டைக் குறியீடு பெ. (பு.வ.) (ஒரு கணிப்பொறி வழியாகப் படித்துப் பார்க்கும்போது) ஒரு பொருளின் விலை, உற்பத்தி செய்யப்பட்ட நாள், இடம் முதலிய தகவல்களை அறியக்கூடியதாக (ஒரு பொருளில் அல்லது பொருள் இருக்கும் உறையில் அச்சடிக்கப் பட்டிருக்கும்) வரிவரியாகவும் பட்டையாகவும் இருக்கும் கோடுகளின் தொகுப்பு; barcode.

9 789382 394358

பட்டைக் குறியீடு

பட்டைச்சாராயம் பெ. **வேலம்பட்டை, சர்க்கரை, படிகாரம் முதலியவற்றைப் போட்டு (கள்ளத்தனமாக) தயாரிக்கும் நாட்டுச் சாராயம்;** arrack clandestinely distilled from the bark of babul tree, jaggery and certain other substances.

பட்டைசாதம் பெ. 1: **(கோயிலில் நைவேத்தியமாகப் படைக்கப்பட்டுப் பிறகு வழங்குவதற்காக) ஒரு கிண்ணத்தில் போட்டுக் கட்டிபோல ஆக்கப்பட்டிருக்கும் சோறு;** (in temples) cooked rice offered to a deity and later measured with a cup and distributed. 2: *(அ.வ.)* **பயணத்திற்காகப் பெரும்பாலும் வாழை இலையில் கட்டி எடுத்துச்செல்லப்படும் சாதம்;** food packed in plantain leaf which travellers take with them.

பட்டைசீலை பெ. **உப்புத்தாள்;** sand paper; emery paper.

பட்டைதீட்டு வி. (-தீட்ட, -தீட்டி) **(ஒளிரச் செய்யும் வகையில் வைரத்தின்) பக்கங்களை நுண்மையாக வெட்டுதல்;** cut facets (on a diamond). *பட்டைதீட்டிய வைரம்.*

பட்டை மிளகாய் பெ. *(ஊரக வ.)* **காய்ந்த மிளகாய்; மிளகாய் வற்றல்;** chilli.

பட்டையைக் கிளப்பு வி. (கிளப்ப, கிளப்பி) (பே.வ.) **(ஒன்றை) மிகச் சிறப்பாகச் செய்தல், கொண்டாடுதல்;** do or celebrate something in a grand manner. *திருவிழாவுக்கு எல்லோரும் ஊருக்கு வந்துவிடுங்கள். பட்டையைக் கிளப்பிவிடுவோம்.*

பட்டொளி பெ. **பட்டில் இருப்பது போன்ற மினுமினுப்பு;** sheen of silk or of similar material. *தேசியக் கொடி பட்டொளி வீசிப் பறந்தது.*

பட்ரை பெ. *(வ.வ.)* **எண்ணெய்க் கலன்கள் வைக்கப் பயன்படும், நான்கு புறமும் பத்து சென்டிமீட்டர் அளவுக்கு மடக்கிவிடப்பட்டிருக்கும், செவ்வகமான ஈய அல்லது அலுமினியத் தகடு;** a rectangular plate made of aluminium or lead, with raised rim for keeping oil containers.

பட இ.சொ. **ஒரு பெயர்ச்சொல்லுடன் இணைந்து அதை வினையடை ஆக்கும் இடைச்சொல்;** particle combining with a noun to make it an adverb. *பாடலைச் சுவைபட விளக்கினார்./ அரசு தெளிவுபடக் கூறிவிட்டது.*

படகு பெ. **துடுப்பால் அல்லது இயந்திர விசையால் இயக்கப்பட்டு நீரில் செல்லும் போக்குவரத்துச் சாதனம்;** boat. *மீன்பிடிப் படகு.*

படகுக் குழாம் பெ. **(ஆற்றோரத்தில் அல்லது ஏரிக்கரையில்) சுற்றுலாப் படகுகள் வந்து நிற்க ஏற்படுத்தப்பட்ட தளம் போன்ற அமைப்பு; படகுத் துறை;** jetty. *பொங்கலை முன்னிட்டு முட்டுக்காடு படகுக் குழாம் சுற்றுலாப் பயணிகளால் நிரம்பிவழிந்தது.*

படகு வீடு பெ. **(ஏரி போன்ற நீர்நிலைகளில்) சுற்றுலாப் பயணிகள் தங்குவதற்குத் தேவையான அனைத்து வசதிகளும் நிறைந்த பெரிய படகு;** a well furnished big boat (usually floating in a lake, backwater, etc.,) with all facilities for tourists; (in India) boat house. *கேரளாவில் உள்ள ஆலப்புழைக்கு வரும் வெளிநாட்டினர் அங்குள்ள படகு வீடுகளில் தங்குவதைப் பெரிதும் விரும்புகின்றனர்./ காஷ்மீர் ஏரியில் சுற்றுலாப் பயணிகளைக் கவரும் வகையில் நிறைய படகு வீடுகள் உள்ளன.*

படகு வீடு

படங்கு பெ. (இலங்.) **தார்ப்பாய்;** tarpaulin.

படச்சுருள் பெ. **புகைப்படத்தையோ திரைப்படத்தையோ பதிவுசெய்வதற்கான ரசாயனப் பூச்சைக் கொண்ட பட்டை வடிவச் சுருள்;** roll of film; reel of film.

படத்திறப்பு பெ. **பொதுவாழ்வில் பிரபலமான ஒருவர் மறைந்த பிறகு அவருடைய படத்தைத் திறந்துவைத்து மரியாதை செலுத்தும் நிகழ்ச்சி;** the ceremonial unveiling of the portrait of a departed public figure, as a way of paying homage to him or her. *அம்பேத்கரின் படத்திறப்பு விழா நாடாளுமன்றத்தில் நடைபெற்றது.*

படத்தொகுப்பாளர் பெ. **(திரைப்படம், தொலைக்காட்சி போன்றவற்றில்) தனித்தனியாக ஒளிப்பதிவு செய்த காட்சிகளைக் குறிப்பிட்ட ஒழுங்கு முறையில் தொகுக்கும் தொழில்நுட்பக் கலைஞர்;** editor (of film, television programme, etc.,).

படத்தொகுப்பு பெ. **(திரைப்படம், தொலைக்காட்சி போன்றவற்றில்) எடுக்கப்பட்ட காட்சிகளைக் குறிப்பிட்ட ஒழுங்கு முறையில் தொகுக்கும் கலை;** film editing.

படப்பிடிப்பு பெ. **திரைப்படத்துக்காகக் காட்சிகளை அல்லது தொலைக்காட்சிக்காக நிகழ்ச்சிகளை ஒளிப்பதிவு செய்தல்;** shooting of a film. *அந்த வீட்டில் தொலைக்காட்சித் தொடருக்கான படப்பிடிப்பு நடைபெற்றுக்கொண்டிருந்தது./ படப்பிடிப்பு முடிவடைந்துவிட்டதால் தீபாவளியன்று படம் வெளியாகும் என்று எதிர்பார்க்கப்படுகிறது.*

படப்பு பெ. **(வைக்கோல்) போர்;** haystack. *படப்பில் யாரோ தீ வைத்துவிட்டார்கள்.*

படபட வி. (படபடக்க, படபடத்து) 1: **(இமைகள், சிறகுகள் முதலியவை) வேகமாக அடித்துக்கொள்ளுதல்/(இருதயம்) வேகமாகத் துடித்தல்;** (of bird's wings, a person's eyelids) flutter; (of heart) throb; tremble. *இறக்கைகள் படபடக்க ஒரு புறா கிளையில் வந்து அமர்ந்தது./ பயத்தில் சிறுமியின் இமைகள் படபடத்தன./ பணத்தைக் காணோம் என்றதும் நெஞ்சம் படபடக்க வீடு முழுவதும் தேடினான்.* 2: (பேச்சு, நடந்துகொள்ளும் விதம் குறித்து வரும்போது) **அவசரப்படுதல்; விரைதல்;** be nervous; be excited. *ஏன் இப்படிப் படபடக்கிறாய்? நிதானமாக விஷயத்தைச் சொல்.*

படபடப்பு பெ. (-ஆக, -ஆன) 1: **பழக்கம் இல்லாத சூழல், கோபம், கவலை போன்றவற்றால் (இருதயத்திலும் கைகால்களிலும்) இயல்பான நிலையில் இருக்க முடியாத அளவுக்கு ஏற்படும் துடிப்பு;** palpitation; trembling (of limbs). *தந்தியில் இருப்பது நல்ல செய்திதான் என்று அறிந்ததும் படபடப்பு அடங்கிற்று./ நேர்முகத்*

845 படவா

தேர்வு நடக்கும் அறைக்குள் நுழையும் முன் படபடப்பைக் குறைத்துக்கொண்டு இயல்பாக இருக்க முயற்சித்தான். **2: (பேச்சு, நடந்துகொள்ளும் விதம் ஆகியவற்றில்) அவசரம்; விரைவு;** excitement. படபடப்பாகப் பேசாமல், அமைதியாகச் செய்தியைச் சொல்.

படம்[1] பெ. **1: வரைதல், புகைப்படமெடுத்தல் முதலிய முறைகளில் உருவாக்கப்படும் உருவம்;** picture; painting; photograph. இது யார் வரைந்த படம்?/ பூஜையறையில் நிறைய சாமி படங்கள் தொங்கவிடப்பட்டிருந்தன./ நீ எடுத்த படம் நன்றாக இருக்கிறது. **2:** காண்க: **திரைப்படம். 3: ஓர் இடத்தின் எல்லை, அமைப்பு முதலியவற்றைக் குறித்துக் காட்டுகிற வகையில் வரையப்பட்டது; வரைபடம்;** map. படத்தில் இந்தியாவின் தலைநகரைக் குறி.

படம்[2] பெ. **(நல்லபாம்பு சீறும்போது) விரிந்திருக்கும் கழுத்துப் பகுதி;** (cobra's) hood.

படம் எடு[1] வி. (எடுக்க, எடுத்து) **1: புகைப்படம், திரைப்படம் அல்லது தொலைக்காட்சி போன்றவற்றுக்காகக் காட்சிகளை, நிகழ்ச்சிகளைப் பதிவுசெய்தல்;** take a picture; shoot a film. அற்புதமான காட்சி! கேமரா இருந்திருந்தால் படம் எடுத்திருப்பேன்./ அந்த நிகழ்ச்சி தொலைக்காட்சிக்காகப் படம் எடுக்கப்பட்டது. **2: திரைப்படம் தயாரித்தல்;** make a film. அவர் தனியாகப் படம் எடுக்கத் திட்டமிட்டுள்ளார்.

படம் எடு[2] வி. (எடுக்க, எடுத்து) **(நல்லபாம்பு சீறும்போது) தலையை உயர்த்தி கழுத்தை அகலமாக விரித்தல்;** (of cobra) spread the neck into a hood. நல்லபாம்பு படம் எடுத்ததைப் பார்த்ததும் பயந்து ஓடினான்.

படம்காட்டு வி. (-காட்ட, -காட்டி) (பே.வ.) **பயமுறுத்தும் அல்லது அசர வைக்கும் நோக்கத்தில் ஒன்றைப் பெரிதுபடுத்துதல் அல்லது பெரிதுபடுத்தும் வகையில் நடந்துகொள்ளுதல்;** try, in an unpleasant way, to be imposing; show sth. off. எனக்கு அவரைத் தெரியும், இவரைத் தெரியும் என்று சும்மா படம்காட்டுவான், பயந்துவிடாதே.

படம் பிடி வி. (பிடிக்க, பிடித்து) காண்க: **படம் எடு**[1].

படம்பிடித்துக் காட்டு வி. (காட்ட, காட்டி) **உண்மையில் உள்ளபடி காட்டுதல்; தத்ரூபமாகச் சித்தரித்தல்;** give a true picture of sth.; portray. கட்டுரையாளர் அகதிகளின் அவல நிலையைப் படம்பிடித்துக் காட்டியுள்ளார்.

படமரம் பெ. (நெசவு) **(தறியில்) நெய்த துணி சுற்றப்படும் உருளை;** cloth roller (in a loom).

படமாக்கு வி. (-ஆக்க, -ஆக்கி) **திரைப்படமாகப் பதிவுசெய்தல்/(நாவல், நாடகம் முதலியவற்றை) திரைப்படமாகத் தயாரித்தல்;** shoot (a film); make a film. பாடலுக்காகச் சில காட்சிகளை நீலகிரியில் படமாக்குகிறார்கள்./ ஒரு நாவலும் அதைப் படமாக்கிய முறையும் ஒத்துப்போக வேண்டுமா?

படர் வி. (படர, படர்ந்து) **1: (செடி, கொடி முதலியவை ஒரு பரப்பில்) கிளைத்துப் பரவுதல் அல்லது விரிதல்;** (of creepers) climb; (of trees) spread. சுரைக் கொடி கூரை முழுவதும் படர்ந்திருந்தது./ ஆலமரக் கிளைகள் படர்ந்து விழுதுகள் தொங்கிக்கொண்டிருந்தன. **2: (ஒளி, நிழல் போன்றவை ஒரு பரப்பில்) பட்டுப் பரவுதல்;** (of light, shadow or emotion) spread. சூரிய ஒளி அறைக்குள் படர ஆரம்பித்தது./ சாலையில் மர நிழல் படர்ந்திருந்தது./ (உரு வ.) அவள் முகத்தில் சோகம் படர்ந்திருந்தது. **3: (தோலில் தேமல்) பரவுதல்;** appear in patches. முகமெல்லாம் அவனுக்குத் தேமல் படர்ந்திருந்தது.

படர்க்கை பெ. (இலக்.) **பேசுபவர், கேட்பவர், பேசப்படுபவர் ஆகிய மூன்று இடங்களுள் பேசப்படுபவரைக் குறிப்பது;** (in grammar) the third person.

படர்தாமரை பெ. **(கடும் அரிப்பை ஏற்படுத்தும் அளவுக்கு) காளான்களால் சருமத்தில் ஏற்படும் தொற்று;** ringworm.

படல் பெ. **1: மூங்கில் முள்ளைக் குத்துவாக்கில் நெருக்கமாகப் பரப்பிக் கட்டி வேலியாகப் பயன்படுத்தும் தடுப்பு;** a stretch of portable barrier made of thorny branches of bamboo and used for making fences. திண்ணையைப் படல் வைத்து அடைத்திருந்தார்./ மூங்கில் படலின் மீது ஈர வேட்டியைக் காயப்போட்டார்./ படலுக்கு வெளியிலிருந்து யாரோ கூப்பிடும் சத்தம் கேட்டது./ வேலி போட எத்தனை படல் வேண்டும்? **2: (வேலியின்) திறப்பைத் திறந்து மூட உதவும் தட்டி; தட்டிக் கதவு;** a gate made of such fencing. படலைத் தள்ளித் திறந்துகொண்டு உள்ளே நுழைந்தான்.

படலம்[1] பெ. **1: (புகை, புழுதி முதலியவை பொருள்களை மறைக்கும் அளவுக்கு) பரந்து அல்லது அடர்ந்து காணப்படும் நிலை;** cloud (of dust, smoke, etc.,); cover. குதிரைகள் ஓடியதால் புழுதிப் படலம் எழுந்தது./ மலைச் சிகரத்தைப் பனிப் படலம் மூடியிருக்கிறது. **2: காற்று மண்டலத்தில் அடுக்குபோல் படர்ந்திருப்பது;** -sphere. அயனிப் படலம்/ ஓசோன் படலம் பூமிக்குப் பாதுகாப்பு அளிக்கிறது. **3: சவ்வு போன்ற மெல்லிய சதை;** membrane; film. விழி வெண்படலம்/ கண்ணில் வளர்ந்திருந்த சதைப் படலம் அறுவைச் சிகிச்சைமூலம் அகற்றப்பட்டது./ இருதய உறையின் சுவர் இரண்டு லேசான படலங்களால் ஆனது.

படலம்[2] பெ. **1: (காவியம், இதிகாசம் போன்றவற்றின்) உட்பிரிவு;** an episode usually in an epic. ராமாயணத்தில் இராமன் நகர் நீங்கும் படலம். **2: (குறிப்பிட்ட நோக்கத்தை) நிறைவேற்றுவதற்கான முயற்சி தொடரும் காலமும் அதற்காக மேற்கொள்ளப்படும் செயல்பாடுகளும்;** stretch of activities perceived as an episode. வேலையில் சேர்ந்தவுடன் பையனுக்குப் பெண் பார்க்கும் படலம் ஆரம்பமாகிவிடும்./ வீடு தேடும் படலம் இன்னும் முடியவில்லையா?

படலம்[3] பெ. (இலங்.) **(பட்டத்தின் வடிவத்தைக் குறிக்கும்போது) சதுரம்;** (of the shape of a kite) square. மற்ற கொடிகளைவிடப் படலக் கொடி கட்டுவது சுலபம்.

படலை பெ. (இலங்.) **(வேலியில் அமைக்கப்படும்) தட்டிக் கதவு; படல்;** gate made of thorny bamboo branches. படலை திறந்து கிடந்ததால் ஆடுகள் வளவுக்குள் வந்தன.

படவா பெ. (பே.வ.) **ஒருவரைத் திட்டவும், பிரியத்துடன் அழைக்கவும் பயன்படுத்தும் சொல்; பயல்;** term of abuse as well as of endearment; rascal. திருட்டுப் படவாக்கள்/ படவா! நீதான் என் பேனாவை எடுத்து ஒளித்து வைத்தாயா?

படா-குருபாய் (bh-) பெ. *(திருநர் வ.)* **பெரிய சகோதரி;** one's elder sister.

படாடோபம் பெ. (-ஆக, -ஆன) (அ.வ.) **ஆடம்பரமும் பகட்டும் மிகுந்த தன்மை; பகட்டான தோரணை;** ostentation. *அவர் எளிமையான மனிதர். எந்த விதப் படாடோபமும் அவரிடம் கிடையாது./ பதவி வந்துவிட்டால் படாடோபமான செலவுகள்தான்!*

படாத பாடு படு வி. *(பட, பட்டு)* **பெரும் முயற்சி செய்தல்; பெரும் கஷ்டத்துக்கு உள்ளாதல்;** take painful effort; agonize. *நான் பிள்ளைகளை வளர்ப்பதற்குப் படாத பாடு பட்டேன்./ அவர் படாத பாடு பட்டுதான் இந்த நிலையை அடைய முடிந்தது.*

படான் பெ. *(இலங்.)* **மிகவும் பழுதடைந்த (ஒரு) பொருள்;** a thing or article not in good repair. *இந்தப் படானுக்கு இவ்வளவு விலை சொல்கிறாயே என்று அப்பா கடைக்காரனிடம் கேட்டார்./ அந்தப் படான் சைக்கிளை வாங்க வேண்டாம் என்று நண்பன் தடுத்தான்.*

படி[1] வி. *(படிய, படிந்து)* **1: (பனி, ஈரம் அல்லது தூசு போன்றவை ஒரு பரப்பின் மீது) மூடியோ பரவியோ காணப்படுதல்;** (of snow, moisture) be covered with; (of dust, etc.,) settle; form; gather. *பனி படிந்த மலைத்தொடர்கள்/ இரத்தக் கறை படிந்த வேட்டி கைப்பற்றப்பட்டது./ ஆடை படிந்திருக்கும் பால் எனக்கு வேண்டாம்.* **2: (ஒன்றின் மீது) அழுந்தி அமைதல்;** be straightened; be firmly pressed. *எண்ணெய் தடவித் தலையைப் படிய வாரியிருந்தான்./ கனமான புத்தகங்களை வைத்தால் தாள் படிந்துவிடும்.* **3: (குறிப்பிட்ட தன்மை ஒருவரிடம் அல்லது ஒன்றிடம்) இயல்பாகவே அமைந்துவிடுதல்;** be ingrained. *தந்தையின் குணம் அவனிடம் அப்படியே படிந்திருந்தது./ கதை உத்திகள் அவரிடம் படிந்துபோன விஷயம்.* **4: பணிதல்; கட்டுப்படுதல்;** be submissive. *இவன் படிந்து வேலை செய்வான் என்ற நம்பிக்கை எனக்கு இல்லை.* **5: (விலை) ஒத்துவருதல்;** (of price, bargain) be settled. *விலை படிந்தால்தான் வாங்குவேன்./ பேரம் படியவில்லை.*

படி[2] வி. *(படிக்க, படித்து)* **1: எழுதப்பட்டிருப்பதை உச்சரித்தல்; வார்த்தைகளாக்கிப் பொருளை உணர்தல்; வாசித்தல்;** read (a letter, lesson, etc.,). *பத்திரிகையின் பெயரை உரக்கப் படித்துவிட்டு, 'கசடதபற என்று ஒரு பெயரா?' என்று முகம் சுளித்தார்./ கடிதத்தைப் பிரித்து உரக்கப் படித்தார்./ நூலகத்தில் அமைதியாகப் படிக்க வேண்டும்./ இந்தப் புத்தகத்தைப் படித்து முடிக்கவில்லை.* **2: (பள்ளி முதலியவற்றில்) கல்வி கற்றல்;** study (in a school, etc.,). *என் பையன் பள்ளிக்கூடத்தில் ஆறாவது படிக்கிறான்./ இது நான் படித்த கல்லூரி.* **3:** *(பே.வ.)* **(ஒன்றில்) தேர்ச்சி பெறுகிற அளவு பயிலுதல்; பழகுதல்;** learn (a trade); learn (how to do sth.). *என் மகள் ஒரு மாதமாகத் தையல் படிக்கிறாள்./ சின்ன வயதிலேயே சைக்கிள் படிக்காவிட்டால் பிறகு கற்றுக்கொள்வது சிரமம்.* **4:** *(இலங்.)* **(அனுபவத்திலிருந்து) கற்றுக்கொள்ளுதல்; படிப்பினையைப் பெறுதல்;** learn (from one' s experience). *நான் உங்களுடன் வேலை செய்வதிலிருந்து பலவற்றைப் படித்துக் கொண்டேன்./ வியாபாரம் செய்த காலத்தில் நான் படித்ததுதான் இன்று சமூகத்தில் வாழ உதவுகிறது.*

படி[3] பெ. **1: (கீழிருந்து மேலே செல்வதற்காக) சம உயரத்துடனும் நீள அகலங்களுடனும் ஏறுவரிசையில் சாய்வான கோணத்தில் (ஒன்றின் மேல் ஒன்றாகச் செவ்வக வடிவில் கட்டைகள் போன்று) கட்டப்படும் அமைப்பு/(அந்த அமைப்பில் அல்லது ஏணியில்) கால் வைப்பதற்கு உரிய கட்டை;** step; staircase/rung (in a ladder). *மாலை நேரமானால் படியில் உட்கார்ந்து பேசிக்கொண்டிருப்பாள்./ மாடிப் படியில் ஓடி விளையாடாதே./ ஏணிப் படிகள் உடைந்திருக்கின்றன.* **2: (வாழ்க்கை அல்லது வளர்ச்சி, திட்டம் போன்று தொடர்ந்து நிகழ்பவற்றில்) ஒரு நிலை; கட்டம்;** stage. *வாழ்க்கையின் ஒவ்வொரு படியிலும் கஷ்டப்பட்டு முன்னேறியவன்./ இந்தத் திட்டத்தின் முதல் படி, அனைத்துக் கிராமங்களுக்கும் மின்சாரம் வழங்குவது.* **3: ('ஒரு' என்பதோடு இணைந்து) (தகுதி, தரம் ஆகியவற்றில்) நிலை;** (combining with 'ஒரு') a certain degree. *படிப்பிலும் அறிவிலும் உன்னைவிட அவர் ஒரு படி மேல்தான்.* **4: ('ஒரு' என்ற சொல்லோடு சேர்ந்து) (பல கட்டங்களைக் கொண்ட ஒரு செயல்பாட்டில்) அடுத்து வரும் கட்டம்;** a step (in a series). *தவறு செய்த அலுவலருக்கு 'அபராதம் விதிக்கலாம்' என்று விசாரணைக் குழு உறுப்பினர் சொன்னபோது, இன்னொருவர் ஒரு படி மேலே போய் 'இடைநீக்கம் செய்ய வேண்டும்' என்றார்.*

படி[4] பெ. **1: (முன்பு வழக்கில் இருந்த) (முகத்தலளவையில்) எட்டு ஆழாக்கு (1.6 கிலோ) கொண்ட ஓர் அளவு/மேற்குறிப்பிட்ட அளவு குறிக்கப்பட்ட கொள்கலன்;** a measure of 8 ஆழாக்கு (1.6 kg)./a measure (of the above capacity). *அரிசியை அளக்க வேண்டும்; படியைக் கொண்டுவா.* **2:** *(கணி.)* **அடுக்கு;** (to the) power (of). *$5^2 + 4^3 = 89$ என்ற கணக்கில் 5இன் படி 2 ஆகும்.*

படி[5] பெ. **பணியாளர்களுக்குப் பயணச் செலவு, வீட்டு வாடகை, விலைவாசி உயர்வு முதலிய செலவுகளை ஈடுகட்டும் நோக்கில் அடிப்படைச் சம்பளத்தோடு குறிப்பிட்ட விகிதத்தில் வழங்கப்படும் தொகை;** allowance paid to an employee in addition to the basic pay. *தினப் படி/ அகவிலைப் படி/ பயணப் படி.*

-படி[6] இ.சொ. **1: ஒரு பெயர்ச்சொல்லுடன் இணைந்து 'கூறப்படும் ஒன்றின் அடிப்படையில் அல்லது ஒன்றை அடிப்படையாகக் கொண்டு' என்ற பொருளில் வினையடை ஆக்கும் இடைச்சொல்;** particle used after a noun or pronoun, in the sense of 'as per', 'according to'. *அவர்மீது சட்டப்படி நடவடிக்கை எடுக்கப்படும்./ இன்றைய நிலவரப்படி தங்கம் விலை கூடியிருக்கிறது./ அறிவுரை கூறுவது எளிது. அதன்படி நடப்பதுதான் சிரமம்.* **2: '(முன் குறிப்பிட்ட) வகையில்' என்ற பொருளில் பெயரெச்சத்துடன் இணைந்து வினையடை ஆக்கும் இடைச்சொல்; 'வண்ணம்'; '-ஆறு';** particle used (after relative participle) in the sense of 'as', 'in the manner of'. *நான் சொன்னபடி செய்./ நடக்கிறபடி நடக்கட்டும்./ அவர் பேச்சு அனைவரையும் கவரும்படி இருந்தது.*

படி[7] பெ. *(நெசவு)* **ஒரு குறிப்பிட்ட அளவு நூலைச் சுற்றி வைத்துக்கொள்ள உதவும் தகரம் அல்லது இரும்பால் ஆன உருளை.** spindle made of tin or iron.

படி[8] பெ. **(புத்தகத்தின்) அச்சடிக்கப்பட்ட பிரதி; (தட்டச்சு முதலியன செய்வதில்) நகல்;** copy (of a book, document, etc.,). இந்தப் புத்தகத்தின் ஐநூறு படிகளும் விற்று விட்டன./ இதை நான்கு படிகளாகத் தட்டச்சு செய்து கொடுங்கள்./ கல்வெட்டுகளைப் படி எடுப்பது சற்றுச் சிரமமான வேலைதான்.

படி ஏறு வி. (ஏற, ஏறி) (பெரும்பாலும் எதிர்மறையில்) **ஒருவருடைய வீட்டுக்குப் போதல் அல்லது வருதல்;** set foot in s.o.'s home. 'நீ இவ்வளவு பேசியதற்குப் பிறகு இனிமேல் என் வீட்டுப் படி ஏறாதே' என்று அவனிடம் முகத்தில் அடித்தாற்போல அவர் சொல்லிவிட்டார்.

படிக்கட்டு பெ. **(ஓர் இடத்தில் அல்லது வாகனத்தில்) ஒரு படி அல்லது படிகளின் வரிசை;** steps; a flight of steps. விளக்கு வைக்கும் நேரத்தில் வாசல் படிக்கட்டில் ஏன் உட்கார்ந்திருக்கிறாய்?/ படிக்கட்டில் நின்றுகொண்டு பயணம் செய்யாதீர்கள்./ குளத்தின் படிக்கட்டில் பார்த்து இறங்கு, வழுக்கும்.

படிக்கல் பெ. எடைக்கல்; weight (used in weighing).

படிக்க வை வி. (வைக்க, வைத்து) **(தேவையான உதவிகள் செய்து, வசதிகள் ஏற்படுத்தி ஒருவரை) கல்வி கற்கச் செய்தல்;** provide for s.o.'s education. வசதி இல்லாத குடும்பத்தில் பிறந்த என்னை இந்தப் பெரியவர்தான் படிக்க வைத்தார்./ பிள்ளைகளைப் படிக்க வைக்க எவ்வளவு சிரமப்பட வேண்டியிருக்கிறது.

-படிக்கு இ.சொ. (அ.வ.) காண்க: -படி[6], 2.

படி கட்டு வி. (கட்ட, கட்டி) (வ.வ.) **தனக்குத் தீங்கு செய்தவருக்குத் தீங்கு நேர ரகசியமாக துஷ்ட தேவதைகளிடம் வேண்டிக்கொண்டு செய்யும் சடங்கு;** the ritual of invoking deity's punishment forsomeone who has done a harm.

படிகம் பெ. (இயற்.) 1: **பனிக்கட்டி போன்று நிறமற்றதும் ஒளி ஊடுருவும் தன்மை கொண்டதும் இயற்கையிலேயே கிடைக்கக் கூடியதுமான திடப் பொருள்;** crystal. 2: **சீரான பட்டை வடிவப் பக்கங்களைக் கொண்டது;** anything crystalline.

படிகவியல் பெ. (இயற்.) **படிகங்களின் உருவாக்கத்தைப் பற்றியும் அவற்றின் உள்ளமைப்பைப் பற்றியும் விவரிக்கும் அறிவியல் துறை;** crystallography.

படிகாரம் பெ. (வேதி.) **(தண்ணீரைத் தெளிய வைத்தல் போன்றவற்றுக்குப் பயன்படும்) காரத் தன்மை கொண்ட ஒரு வேதிப்பொருள்;** alum.

படிச்சட்டம் பெ. (ஊரக வ.) **(கோயிலில் சாமி புறப்பாட்டின்போது விக்கிரகத்தை வைத்துத் தோளில் தூக்கிச் செல்லுவதற்காக) கனமான பலகை, மரச்சட்டம் ஆகியவற்றால் ஆன சதுரமான தளம்;** square, wooden table to bear the processional deity on shoulders during temple festivals. இன்றைக்குப் படிச்சட்டத்திலும் நாளைக்கு அன்ன வாகனத்திலும் சாமி புறப்பாடு நடக்கும்.

படித்தவள் பெ. **(முறையாக) கல்வி கற்றவள்;** (formally) educated woman (regarded as intelligent and aware). நீ படித்தவள், சுயமாகச் சிந்தித்துப் பார்.

படித்தவன் பெ. **(முறையாக) கல்வி கற்றவன்;** (formally) educated man (regarded as intelligent and aware). இவ்வளவு படித்தவன் இப்படித் தரக்குறைவாகப் பேசலாமா?/ ஆளைப் பார்த்தால் படித்தவன்போலத் தெரிகிறான்.

படித்துப்படித்து வி.அ. ('சொல்', 'கூறு' போன்ற வினைகளோடு மட்டும்) **(சொல்லுகிற ஒன்று ஒருவர் மனத்தில் பதியும் அளவுக்கு வலியுறுத்தி) திரும்பத்திரும்ப;** (say sth.) over and over again; repeatedly (in order to register in one's mind). இவ்வளவு விலை கொடுத்து வீடு வாங்காதீர்கள் என்று படித்துப்படித்துச் சொல்லியும் என் கணவர் கேட்கவில்லை.

படித்துறை பெ. **(ஆறு, குளம் போன்றவற்றில்) இறங்குவதற்கான படிக்கட்டு;** flight of steps (leading to the water in a river, pond, etc.,); bathing ghat. இது பெண்கள் குளிக்கும் படித்துறை. *(பார்க்க, படம்: கோயில்)*

படிநிலை பெ. **குறிப்பிட்ட அடிப்படையில் நிர்ணயிக்கப்பட்டு மேலும் கீழுமாக அமைந்துள்ள வரிசைகளை அல்லது நிலைகளைக்கொண்ட அமைப்பு;** hierarchy. சமூகப் படிநிலையின் வெவ்வேறு மட்டத்தில் உள்ளவர்களும் கல்வி கற்பதற்கான வாய்ப்பை அரசு உருவாக்கியுள்ளது./ சாதிப் படிநிலை காரணமாக எழும் ஏற்றத்தாழ்வுகள் மக்களைப் பொருளாதார ரீதியாகவும் பாதிக்கின்றன.

படிப்பகம் பெ. **பத்திரிகைகள் படிப்பதற்கு அமைக்கப்பட்டிருக்கும் பொது இடம்; வாசக சாலை;** place where people can read newspapers, magazines, etc.,

படிப்படியாக/படிப்படியான வி.அ./பெ.அ. **(மாற்றம், வளர்ச்சி போன்றவை திடீரென்று இல்லாமல்) கொஞ்சம்கொஞ்சமாகவும் சீராகவும்/கொஞ்சம் கொஞ்சமாகவும் சீராகவும் ஏற்படுகிற;** step by step; gradually/gradual. சமுதாயத்தில் மாற்றங்கள் படிப்படியாகத்தான் நிகழும்./ படிப்படியான முன்னேற்றம்.

படிப்பறிவு பெ. **கல்வியின் மூலம் ஒருவர் பெறும் அறிவு;** knowledge gained through formal education. எங்கள் தாத்தாவுக்குப் படிப்பறிவு இல்லை என்றாலும் கேள்வி ஞானம் அதிகம்.

படிப்பனவு பெ. (இலங்.) காண்க: **படிப்பினவு.**

படிப்பனை பெ. (இலங்.) காண்க: **படிப்பினை.**

படிப்பாளி பெ. (பே.வ.) **ஒரு துறையில் நிறையப் படித்துத் தேர்ச்சி பெற்றவர்;** well-read person; scholar.

படிப்பி வி. (படிப்பிக்க, படிப்பித்து) (இலங்.) **(வகுப்பில்) பாடம் எடுத்தல்; கற்றுக்கொடுத்தல்;** teach. பள்ளிக்குப் புதிதாக வந்துள்ள ஆசிரியர் நன்றாகப் படிப்பிக்கிறார்./ அவர் எப்போதும் குறிப்புகளை வைத்துக்கொண்டுதான் படிப்பிப்பார்.

படிப்பினவு பெ. (இலங்.) **(அனுபவத்தின் மூலம்) கற்கும் பாடம்; படிப்பினை;** learning by experience. வீடு கட்டத் தொடங்கியபின் நல்ல படிப்பினவு பெற்றுக் கொண்டேன்./ நண்பர்களிடமிருந்து எனக்கு நல்ல படிப்பினவுகள் கிடைத்தன.

படிப்பினை பெ. **(வரலாறு, நிகழ்ச்சி, அனுபவம் போன்றவற்றிலிருந்து ஒருவர்) எதைச் செய்ய வேண்டும்**

அல்லது எதைச் செய்யக் கூடாது என்று கற்றுக் **கொள்வது; பாடம்;** lesson (that one learns); truth. தேர் தல் தோல்வி நம் கட்சிக்கு ஒரு நல்ல படிப்பினையைத் தந்திருக்கும்./ சர்வாதிகாரம் நிலைத்ததே இல்லை என்பது வரலாறு காட்டும் படிப்பினை.

படிப்பு பெ. 1: **(கல்வி நிறுவனத்தில் சேர்ந்து பெறும்) கல்வி;** one's studies; formal education. இளம் வயதில் படிப் பில் கவனம் செல்லவில்லை என்றால் என்ன செய்வது?/ படிப்பிலும் சரி விளையாட்டிலும் சரி என் மகள் எப் போதும் முதலாவதாகத்தான் வருவாள். 2: **குறிப்பிட்ட ஒரு பாடத்தைப் பயிற்றுவிக்கும் துறை;** a branch or subject of study; discipline. விலங்குகளைப் பற்றிய படிப்பு விலங்கியல் ஆகும்./ பொறியியல் படிப்பு.

படிமம் பெ. 1: **விக்கிரகம்;** idol or image (of a god). கோயிலின் இந்தச் செப்புப் படிமம் மிகப் பழமையானது. 2: **(கவிதை, கதை அல்லது திரைப்படம் முதலியவற் றில்) குறிப்பிட்ட உணர்வு, காட்சி, நிலை போன்ற வற்றை மனத்தில் எழுப்பக்கூடிய விதத்தில் சொல், தொடர் அல்லது காட்சிகளைப் பயன்படுத்தும் முறை/ மேற்குறிப்பிட்ட விதத்தில் பயன்படுத்தப்படும் சொல், தொடர், காட்சி போன்றவை;** image (in poem, story, etc.,). 'வெந்து தணிந்தது காடு' என்ற படிமத்தின் மூலம் ஒரு பெரிய அக எழுச்சியை நம்மில் ஏற்படுத்திவிடுகிறார் பாரதியார்./ 'காற்றின் தீராத பக்கங்களில்' என்ற படிமத் தில் வாழ்வின் விரிவை எவ்வளவு அழகாகக் கவிஞர் பிர மிள் சொல்லிவிடுகிறார் பாருங்கள்! 3: **ஒருவரைப் பற்றிப் பிறர் கொள்ளும் அல்லது ஒருவர் தன்னைப் பற்றிப் பிறரிடம் ஏற்படுத்தும் எண்ணம் அல்லது தோரணை;** image. தான் ஒரு பெரிய சிந்தனைவாதி என்ற படிமத்தை இந்த நூலின் மூலம் உருவாக்க அவர் மிகவும் சிரமப் பட்டிருக்கிறார்./ அவருடைய சமீபத்திய செயல்பாடுகள் அவர் ஒரு மோசமான அரசியல்வாதி என்ற படிமத்தை மக்களிடையே ஏற்படுத்தியிருக்கிறது.

படிமானம் பெ. 1: **ஒரு பரப்பில் படிந்திருப்பது;** sth. that forms a layer on a surface; deposit. ஆற்றின் முகத்துவாரத் தில் வண்டல் மண்ணின் படிமானம் மிகுதியாக உள்ளது. 2: *(பே.வ.)* **ஒரு பரப்பில் சமமாகப் படிந்திருக்கும் நிலை;** being on a level with a surface. புத்தகத்தைப் படிமானமாக வை./ தரையில் படிமானமாக வைக்காவிட்டால் பீரோ சாய்ந்துவிடும்./ சுருக்கமோ மடிப்போ இல்லாமல் மேசை யின் மேல் விரிப்பைப் படிமானமாக விரிக்க வேண்டும்.

படிமுறை பெ. *(இலங்.)* **(வளர்ச்சி, கல்வி, திட்டம் போன்றவற்றில்) படிப்படியான நிலை; அடுத்தடுத்த கட்டம்; படிநிலை;** successive stages; gradual order. ஆய்வாளர்கள் மொழியின் வளர்ச்சியின் படிமுறையை ஆராய்தல் நன்று./ நான் கணக்கை ஒழுங்காக விளங்கப் படுத்தியுள்ளேன். நீ அந்தப் படிமுறையின்படி இப்பயிற் சிப் புத்தகத்தில் உள்ள கணக்குகளைச் செய்துகொண்டு வா.

படிமூலம் பெ. *(கணி.)* **ஒன்றுக்கு மேற்பட்ட தடவை கள் தன்னாலேயே பெருக்கப்பட்டுக் குறிப்பிட்ட பெருக்கல் பலனைத் தரும் எண்;** root (of a number). *32இன் ஐந்தாம் படிமூலம் 2 ஆகும் ($2^5=32$).*

படியள வி. *(-அளக்க, -அளந்து) (பே.வ.)* **பிழைப்புக்கு அல்லது ஒன்றைச் செய்வதற்குத் தேவையானவற்றை அளித்தல்;** provide for one's subsistence. இந்தத் துண்டு நிலம்தான் எனக்குப் படியளக்கிறது./ நீ எனக்குப் படி யளப்பதைப் போல் அல்லவா பேசுகிறாய்?/ உன் படிப் புக்குப் படியளப்பதே நான்தான் என்பது உன் நினைவில் இருக்கட்டும்.

படியாக்கம் பெ. *(உயிரி.)* **ஒரு விலங்கின் அல்லது தாவ ரத்தின் உயிரணுவை எடுத்து அந்த விலங்கு அல்லது தாவரத்தைப் போலவே அச்சாக உருவாக்கும் உயிரி தொழில்நுட்பம்;** cloning. படியாக்க முறையில் டாலி என்ற ஆட்டுக்குட்டியை விஞ்ஞானிகள் உருவாக்கினர்.

படியெடு வி. (-எடுக்க, -எடுத்து) 1: **(கல்வெட்டு போன்ற வற்றின்) வெட்டப்பட்ட எழுத்துகளில் காகிதத்தைப் பதித்துப் பிரதி உருவாக்குதல்;** trace (an inscription, etc.,); copy. அரிய கல்வெட்டுகளைப் படியெடுப்பதற்காக அரசு 25 லட்சம் ரூபாய் நிதி ஒதுக்கியுள்ளது. 2: **(எழுதப்பட் டதை, அச்சிடப்பட்டதை) பிரதி எடுத்தல்;** make a copy (of a book, etc.,). என் கட்டுரைகளைப் படியெடுத்துக் கொடுத்த என் மனைவிக்கு நன்றி.

படிவம்[1] பெ. **(தகவல்களை வகைப்படுத்திப் பெறுவதற் காக) கேள்விகள் அல்லது வாசகங்கள் அடங்கியதும் அவற்றை நிரப்புவதற்கான இடங்களும் உள்ள தாள்;** (printed) form. இந்த வேலைக்கான விண்ணப்பப் படி வத்தை நூறு ரூபாய் செலுத்திப் பெற்றுக்கொள்ளலாம்./ பூர்த்தி செய்யப்பட்ட உறுப்பினர் படிவங்களை இந்த மாத இறுதிக்குள் அனுப்பிவிட வேண்டும்.

படிவம்[2] பெ. **நிலத்தடியிலோ பாறைகளிலோ படிந்து காணப்படும் உலோகங்களின் அல்லது தாதுக்களின் அடுக்கு;** formation (of metals, minerals); deposit. இந்தியா வில் ஒருசில இடங்களிலேயே செப்புப் படிவங்கள் இருக் கின்றன.

படிவு பெ. காண்க: **படிவம்**[2].

படு[1] வி. (பட, பட்டு) **அ.** *(ஒன்றையொன்று தொட்டுக் கொண்டிருக்கும் விதத்தில் இருத்தல் தொடர்பான வழக்கு)* 1: **ஒரு பரப்பின் மீது வந்து அமைதல் அல்லது விழுதல்;** fall (on a surface); touch. சூரிய வெளிச்சம் அவர் முகத்தில் பட்டது./ கொதிக்கும் எண்ணெய் பட்ட இடம் கொப்பளித்துவிட்டது./ தெரியாமல் கை பட்டதற்கு ஏன் கோபித்துக்கொள்கிறாய்?/ (உரு வ.) அவளுடைய பார்வை தன்மேல் பட்டதை உணர்ந்தான். 2: **(ஒன்றின் மீது) விசையுடன் விழுதல் அல்லது பதிதல்;** be struck by sth. கல் பட்டுக் கண்ணாடி தூள்தூளாக நொறுங்கியது./ பல் பட்ட இடத்தில் இரத்தம் வந்தது./ ஜாக்கிரதை! கத்தி பட்டுவிடப்போகிறது. 3: **(ஒன்றில்) சிக்குதல்;** get caught. வேட்டி முள்ளில் பட்டுக் கிழிந்துவிட்டது. **ஆ.** *(உண் டாதல் தொடர்பான வழக்கு)* 4: **(குறிப்பிட்ட எண் ணம்) உண்டாதல் அல்லது (மனத்தில்) தோன்றுதல்;** (of thoughts) occur. உனக்கு எது முக்கியம் என்று படு கிறதோ அதைச் செய்./ என் மனத்தில் பட்டதைச் சொன் னேன்./ ஊரிலிருந்து எப்படியும் இன்று அப்பா வந்து விடுவார் என்று எனக்குப் படுகிறது./ நீ சொல்வது சரி என்று எனக்குப் படவில்லை. 5: **தெரியவருதல்;** come across. என் கண்ணில் யாரும் படவில்லை./ நான் கூட்டத்துக்குப் போனபோது அவர் என் கண்ணில் பட்டார்./ என் காதில் பட்டதை உன்னிடம் சொல்லிவிட்டேன். 6: **(துன்பம், சிரமம் போன்றவற்றுக்கு) உள்ளாதல்; அனுபவித்தல்;** experience. என் மகனைப் படிக்க வைக்க நான் பட்ட கஷ்டங்கள் கொஞ்சநஞ்சமல்ல./ படாத பாடுபட்டு, நான் சேர்த்த பணம் இது.

படு[2] து.வி. (பட, பட்டு) 1: **பெயர்ச்சொற்களோடும் வினையடிகளோடும் வினையெச்சங்களோடும் இணைந்து 'கொள்ளுதல்', 'அனுபவித்தல்' போன்ற பொருளில் அல்லது குறிப்பிட்ட செயல் முழுமை பெற்றிருப்பதைக் காட்டும் பொருளில் அவற்றை வினைப்படுத்தும் வினை;** auxiliary verb which functions as a verbalizer when added to certain nouns, verb bases, participles, in the sense of 'experience', 'subject to', etc., துன்பப்படு/ பெருமைப்படு/ கர்வப்படு/ கோபப்படு/ பொறாமைப்படு/ உடைபடு/ வகுபடு/ மிதிபடு/ புரிபடு. 2: **'செய' என்னும் வாய்பாட்டு வினையெச்சத்தின் பின் செயப்பாட்டு வினையின் தன்மையை உணர்த்தும் துணை வினை;** auxiliary verb which when added to an infinitive of a verb, functions as a passivizer. விஷச் செடிகள் அழிக்கப்பட வேண்டும்./ கடைசி நாள் நடந்த போரில் துரியோதனன் கொல்லப்பட்டான். 3: *(உ.வ.)* **பெரும்பாலும் 'அழிதல்' என்னும் பொருளைக் குறிக்கும் செயப்படுபொருள் குன்றிய வினைகளுடன் இணைந்து குறிப்பிட்ட செயல் முழுமை பெற்றிருப்பதைக் காட்டும் ஒரு துணை வினை;** auxiliary verb which when added to certain intransitive verbs, having the sense of " destroy', indicating completion of an action. அழிந்துபட்ட நாகரிகத்தின் எஞ்சிய சின்னங்கள்/ போரில் இறந்துபட்டவர்களுக்காகக் கட்டிய ஸ்தூபி. 4: *(வ.வ.)* **(எதிர்மறை வடிவத்தில்) 'கூடாது' என்னும் பொருளில் பயன்படுத்தும் துணை வினை;** when used in the negative படு functions as an auxiliary making a negative imperative. யாரும் அவனைப் பற்றித் தப்பாகப் பேசப்படாது.

படு[3] வி. (பட, பட்டு) **(தாவரங்கள்) வளர்ச்சி நிலை குறைந்து காய்ந்துபோதல்; வறண்டு உலர்ந்துபோதல்;** (of plants) become dry; wither. செடி பட்டுப்போயிற்று.

படு[4] வி. (படுக்க, படுத்து) 1: **தூங்குவதற்காக அல்லது ஓய்வுக்காக உடலை ஒரு பரப்பின் மீது கிடத்துதல்;** lie down; go to bed. ஏன் தரையில் படுத்திருக்கிறாய்?/ தெருவில் எருமை மாடுகள் படுத்துக்கிடந்தன./ யானை படுத்து நான் பார்த்ததில்லை./ அப்பா மதிய வேளையில் சிறிது நேரம் படுத்து ஓய்வெடுப்பது வழக்கம்./ அவள் விளக்கை அணைத்துவிட்டுப் படுக்கச் சென்றாள்./ வழக்கமாக எப்போது நீ படுப்பாய்? 2: **(ஒரு பொருளை) கிடைமட்டத்தில் வைத்தல்;** put sth. in a horizontal position; lay flat. பலகையைத் தரையில் படுக்கப்போடு./ ஏணியை சுவர் ஓரமாகப் படுக்கவை. 3: *(பே.வ.)* **(ஒரு தொழில், திரைப்படம் முதலியவை) லாபகரமாக நடைபெற முடியாமல் போதல்;** (of a business, etc.,) become a failure; fall flat. வெளியாகிய முதல் வாரத்திலேயே திரைப்படம் படுத்துவிட்டது./ பறவைக் காய்ச்சல் பயம் காரணமாகக் கோழி வியாபாரம் படுத்துவிட்டது.

படு[5] பெ.அ. 1: **(குறிப்பிடப்படும்) தன்மையின் மிகுதியைக் காட்ட அல்லது தன்மையை வலியுறுத்திக் கூறப்**

பயன்படும் பெயரடை; adjective used in the sense of 'extreme of sth.', '(hence) complete', 'utter', 'absolute', etc., அவன் படுகில்லாடி/ அவர் படுகோழை. 2: **(கொலை, காயம் அல்லது தோல்வி முதலியவற்றைக் குறிக்கும் போது) மிக மோசமான;** word used as an intensifying adjective. பட்டப்பகலில் படுகொலை/ விபத்தில் படுகாயம்/ முதல் சுற்றிலேயே படுதோல்வி.

படு[6] இ.சொ. **'மிகவும்' என்ற பொருளில் பயன்படுத்தப்படும் இடைச்சொல்;** particle used an intensifier in the sense of 'extreme of sth.'. அவன் படுவேகமாக ஓடிவந்தான்./ படு மோசமான திரைப்படம்.

படுக்கை பெ. 1: **படுத்துக்கொள்ளப் பயன்படுத்தும் பாய், மெத்தை போன்ற விரிப்பு/ (மருத்துவமனையில்) கட்டில்;** bed. எழுந்ததும் படுக்கையைச் சுருட்டி வை./ நூறு படுக்கைகள்கொண்ட மருத்துவமனை. 2: **தூங்குவதற்காகப் படுத்தல்;** sleeping. தாத்தாவுக்குப் படுக்கையெல்லாம் திண்ணையில்தான்./ இன்று இரவு மாமா வீட்டில்தான் எனக்குப் படுக்கை. 3: **நடமாட முடியாத படுத்த நிலை;** being bedridden; being confined to bed. செய்யாத வைத்தியம் இல்லை, இரண்டு மாதமாகப் படுக்கைதான். 4: **(பெரும்பாலும் ஒரு பொருள் இருக்கும் நிலையைக் குறிக்கும் சொற்களோடு இணைந்து) கிடைமட்டம்;** horizontal (position). பாறையில் படுக்கை நிலையில் ஒரு வேல் பொறிக்கப்பட்டிருந்தது.

படுக்கைப் புண் பெ. **நோயாளி நீண்ட நாட்களாக ஒரே நிலையில் படுத்திருப்பதால் உடலில் ஏற்படும் புண்;** bedsore.

படுக்கையறை பெ. **(வீட்டில்) படுத்து உறங்குவதற்கான தனி அறை;** bedroom. இரண்டு படுக்கையறைகள் கொண்ட மாடி வீடு.

படுக்கையில் தள்ளிவிடு வி. (-விட, -விட்டு) **(நோய், முதுமை அல்லது தொடர்ந்து வருத்தும் கவலை ஒருவரை) எழுந்து நடமாட முடியாத நிலைக்கு உள்ளாக்குதல்;** (of illness or old age) confine (one) to bed/make (one) bedridden. சாதாரண வயிற்றுவலி என்று அலட்சியமாக இருந்துவிட்டார். இப்போது அதுவே அவரைப் படுக்கையில் தள்ளிவிட்டது./ மகள் இறந்த துக்கமே அவரைப் படுக்கையில் தள்ளிவிட்டது.

படுக்கையில் விழு வி. (விழ, விழுந்து) 1: **(மிதமிஞ்சிய களைப்பால்) தூங்கச் செல்லுதல்;** go to sleep; hit the sack. இரண்டு நாளாகச் சரியான தூக்கம் இல்லை. இப்பொழுது படுக்கையில் விழுந்தால் காலை பத்து மணிக்குத்தான் எழுந்திருப்பேன் என்று நினைக்கிறேன். 2: **(நோய், முதுமை முதலியவற்றால்) நடமாட முடியாத நிலைக்கு ஆளாகுதல்;** fall ill; take to one's bed. தன் மனைவி பிரிந்த கவலையிலேயே அவர் படுக்கையில் விழுந்துவிட்டார்./ விபத்தினால் படுக்கையில் விழுந்தவர், அதிலிருந்து மீளவே இல்லை.

படுகளம் பெ. 1: **(தெருக்கூத்தில் துரியோதனன்) போர்க்களத்தில் கொல்லப்படும் நிகழ்ச்சி;** (the episode of) the death of துரியோதனன் in தெருக்கூத்து. 2: *(அ.வ.)* **போர் நடக்கும் இடம்;** battlefield.

படுகிடைக் கோடு பெ. *(கணி.)* **வரைபடத்தில் கிடைமட்டமாக வரையப்படும் கோடு;** horizontal line (as in a graph).

படுகுழியில் தள்ளு வி. *(தள்ள, தள்ளி)* **(ஒருவரை) மிக மோசமான நிலைக்கு உள்ளாக்குதல்;** bring to ruin. கூட்டாக வியாபாரம் செய்யலாம் என்று சொல்லி இப்போது என்னைப் படுகுழியில் தள்ளிவிட்டாயே?/ நல்ல இடம் என்று எண்ணிப் பெண்ணைக் கொடுத்தேன். இப்படி அவளைப் படுகுழியில் தள்ளிவிடுவேன் என்று நினைக்கவில்லை.

படுகுழியில் விழு வி. *(விழ, விழுந்து)* **(ஒருவர்) மிக மோசமான நிலைக்கு உள்ளாதல்;** ruin oneself. இவ்வளவு நஷ்டப்பட்ட பிறகும், இவனை நம்பி என்னைப் படுகுழியில் விழச் சொல்கிறாயா?

படுகை பெ. **(ஆறு அடித்துக்கொண்டு வரும்) வண்டல் மண் படியும் பகுதியும் அதை ஒட்டியுள்ள இடமும்;** (river) basin. காவிரிப் படுகையில் எண்ணெய் கிடைக்கிறது./ நீர்வள ஆதாரத்தின் அடிப்படையில் தமிழ்நாடு பல நதிப் படுகைகளாகப் பிரிக்கப்பட்டுள்ளது.

படுகொலை பெ. **கண்டந்துண்டமாக வெட்டப்பட்டு அல்லது குரூரமாகக் குத்தப்பட்டு அல்லது உறுப்புகள் சிதைக்கப்பட்டுச் செய்யப்படும் கொலை;** gruesome murder; butchery.

படுத்தபடுக்கையாக வி.அ. **நோய் முதலியவற்றால் அதிகமாகப் பாதிக்கப்பட்டுப் படுக்கையை விட்டு எழுந்திருக்க முடியாத நிலையில்;** bedridden. பக்கவாதத்தால் படுத்தபடுக்கையாகக் கிடக்கிறார்.

படுத்து[1] வி. *(படுத்த, படுத்தி) (பே.வ.)* **ஒருவரைத் துன்பம், தொல்லை, தொந்தரவு முதலியவற்றுக்கு உள்ளாக்குதல்;** cause trouble to s.o.; subject (s.o.) to suffering, misery, etc., ரயிலில் குழந்தை ரொம்பப் படுத்திவிட்டது./ அவர் எங்களைப் படுத்தின பாடு சொல்லி முடியாது.

படுத்து[2] து.வி. *(படுத்த, படுத்தி)* **குறிப்பிட்ட ஒன்றை உண்டாக்குதல் அல்லது ஒரு அனுபவம், நிலை, உணர்வு, தன்மை போன்றவற்றுக்கு ஒருவரையோ ஒன்றையோ உள்ளாக்குதல் முதலிய பொருளில் பெயர்ச்சொல்லோடு சேர்த்து பயன்படுத்தும் வினையாக்கும் வினை;** auxiliary verb meaning subject s.o. to the stated condition. காயப்படுத்து/ ஆச்சரியப்படுத்து/ துரிதப்படுத்து/ துன்பப்படுத்து.

படுதா பெ. **1: சாக்கு, கித்தான் முதலியவற்றால் செய்யப்பட்டுக் கதவு, ஜன்னல் போன்றவற்றில் மறைப்புக்காக மாட்டப்படும் தடிமனான துணி;** curtain, cover, etc., made of coarse material. ஓவியத்தை மூடியிருந்த படுதாவை நீக்கினான்./ வாசலில் சாக்குப் படுதா தொங்கியது. **2: (ஓவியம் வரைவதற்கான) திரைச்சிலை;** canvas (for painting).

படுதாதி பெ. *(திருநர் வ.)* **(ஒரு மூத்த திருநங்கை மற்றொரு இளம் திருநங்கையை மகளாகத் தத்தெடுப்பதன் மூலம் உருவாகும் உறவுத்தொடரில்) ஒரு திருநங்கைக்குப் பாட்டி முறையாகும் தத்துத் தாயின் அம்மா;** grandmother of a transgender daughter.

படுமுடிச்சு பெ. *(இலங்.)* **(கயிற்றில்) எளிதில் அவிழ்க்க முடியாதபடி இறுக்கமாகப் போடப்படும் முடிச்சு;** knot that cannot be easily untied. படலையைப் படுமுடிச்சுப் போட்டுக் கட்டினால், அவசரத்துக்கு எப்படித் திறப்பது?/ படுமுடிச்சுப் போட்டுக் கயிற்றைக் கட்டாதே.

படுவான்கரை பெ. *(இலங்.)* **மேற்கு;** the west of a place. எங்கள் வயல் படுவான்கரை பக்கத்தில் இருக்கிறது./ படுவான்கரை பக்கமே ஆற்றுநீர் ஓடிக்கொண்டிருக்கிறது.

படை[1] வி. *(படைக்க, படைத்து)* **1: (புதிதாக அல்லது புதிய முறையில் ஒன்றை) உருவாக்குதல்; உண்டாக்குதல்;** create; produce. புதிய சமுதாயத்தைப் படைக்க இளைஞர்கள் முன்வர வேண்டும். **2: (கலைப் படைப்பு, கதைப் பாத்திரம் முதலியவற்றை) உருவாக்குதல்; உண்டாக்குதல்;** create; produce; make. தி. ஜானகிராமன் படைத்த கதைப்பாத்திரங்கள் தஞ்சாவூர் கலாச்சாரத்தை வெகு சிறப்பாகப் பிரதிபலிக்கின்றன. **3: (புதிய சாதனை அல்லது வரலாறு) ஏற்படுத்துதல்;** set (a new record); create; make. நூறு மீட்டர் தூரத்தைப் பத்து வினாடிக்குள் கடந்து சாதனை படைத்தார்./ தமிழ்த் திரைப்பட உலகில் வரலாறு படைத்த நடிகர் என்.எஸ். கிருஷ்ணன்.

படை[2] வி. *(படைக்க, படைத்து)* **1: (கடவுளுக்கு உணவு முதலியவை) நிவேதனமாக அளித்தல்;** make an offering of food, etc., சாமிக்குப் படைத்த பிறகுதான் நாம் சாப்பிட வேண்டும். **2: (விருந்து) தருதல்;** give (feast). அவர் ஆயிரம் பேருக்கு விருந்து படைத்தார்.

படை[3] பெ. **1: (நாட்டைக் காக்க ஆயுதங்களின் உதவியால்) போரிடுவதற்குப் பயிற்சி பெற்ற வீரர்களின் தொகுதி;** army; armed forces. போர் விமானங்களின் உதவியுடன் இந்தியப் படை வேகமாக முன்னேறியது./ 'அமெரிக்கா தன் படை வலிமையை உலகுக்குக் காட்ட நடத்திய போர்தான் இது' என்றார் அவர்./ ராஜேந்திர சோழன் தன் படை பலத்தால் பல நாடுகளை வென்றான். **2: (குறிப்பிட்ட நோக்கத்திற்காக ஏற்படுத்தப்பட்ட) பயிற்சி பெற்ற வீரர்களின் அல்லது நபர்களின் தொகுதி;** (a police or military or volunteer) force. போலீஸ் படை/ தொண்டர் படை.

படை[4] பெ. **ஒரு வகைப் பூஞ்சையினால் ஏற்படும், அரிப்பையும் சொரசொரப்பான புண்ணையும் உண்டாக்கக் கூடிய தோல் நோய்;** fungus.

படைக்கலம் பெ. *(உ.வ.)* **போர்க் கருவி; ஆயுதம்;** weapons; armaments. படைக்கலப் பயிற்சி.

படைக்கலன் பெ. *(உ.வ.)* **காண்க: படைக்கலம்.**

படைத்த பெ.அ. **(குறிப்பிட்ட ஒன்றை) கொண்ட அல்லது உடைய;** having; possessing. எல்லா வசதிகளும் படைத்த வீடு/ செல்வமும் அதிகாரமும் படைத்தவர் இவர்./ நல்ல மனம் படைத்த பெண்/ அசுரத்தனமான வலிமை படைத்தவர்.

படைப்பாளர் பெ. **காண்க: படைப்பாளி.**

படைப்பாளி பெ. **(இலக்கியம், ஓவியம், திரைப்படம் போன்றவற்றை) படைப்பவர்;** (creative) writer; painter; film maker. அவர் திறனாய்வாளர் மட்டும் அல்ல, சிறந்த படைப்பாளியும்கூட./ சிறுகதைப் படைப்பாளிகள்.

படைப்பாற்றல் பெ. **கலை, இலக்கியம் போன்றவற்றைப் படைக்கக்கூடிய திறன்;** creativity. *கம்பனின் படைப்பாற்றல் வியக்கத் தகுந்தது.*

படைப்பிலக்கியம் பெ. **(மொழிபெயர்ப்பு அல்லாத) புதிதாகப் படைக்கப்படும் இலக்கியம்;** creative literature. *புதுமைப்பித்தன் சிறந்த படைப்பிலக்கியவாதி மட்டுமல்ல, சிறந்த மொழிபெயர்ப்பாளருங்கூட.*

படைப்பு[1] பெ. **1: கலை உணர்வுடன் புதிதாக உருவாக்கப்படும் கலை, இலக்கிய வடிவங்களில் ஒன்று;** (literary, artistic) creation; work of art. *இந்த நாட்டிய நாடகம்தான் எங்களுடைய புதிய படைப்பு/ இவருடைய படைப்புகள் பல மொழிகளில் மொழிபெயர்க்கப்பட்டுள்ளன./ (உரு வ.) இயற்கையின் படைப்புகளில் உயர்ந்தது தாழ்ந்தது என்று பிரிக்க முடியுமா?* **2: (கதைப் பாத்திர) உருவாக்கம்;** characterization. *இவருடைய நாவலில் பாத்திரப் படைப்பு சிறப்பாக உள்ளது.* **3: (தொழிற்சாலை போன்றவற்றில்) தயாரிக்கப்பட்டது;** creation; product. *எங்கள் நிறுவனத்தின் உன்னதப் படைப்பே இந்தத் தொலைக்காட்சிப் பெட்டி.* **4: சிருஷ்டி;** creation. *இறைவனின் படைப்பில் எத்தனை விந்தைகள்!*

படைப்பு[2] பெ. காண்க: **படையல்.**

படைப்புழு பெ. **கூட்டம்கூட்டமாகச் சென்று இலைகளுக்கும் காய்களுக்கும் சேதம் விளைவிக்கும் ஒரு வகைப் புழு;** army worm.

படையணி பெ. (இலங்.) **(பொதுவாக) பெரும் எண்ணிக்கையில் வீரர்கள் நிறைந்த ராணுவப் படைப் பிரிவு;** regiment (of an army). *அந்தப் பெரிய வெளியில் மூன்று படையணிகள் நிறுத்திவைக்கப்பட்டுள்ளன.*

படையல் பெ. **1: தெய்வத்திற்கு அல்லது இறந்துபோன முன்னோருக்குச் சடங்கு ரீதியாக அளிக்கும் உணவு;** ritual-offering of food to a deity or to one's ancestors. *வெள்ளிக்கிழமை குலதெய்வத்துக்குப் படையல் போடப் போகிறோம்.* **2:** *(உ.வ.)* **ஒருவர் நினைவாகத் தன் நூல் முதலியவற்றை அளித்தல்; சமர்ப்பணம்;** dedication (of a work). *இந்த நூல் என் ஆசிரியருக்குப் படையல்.*

படையெடு வி. *(-எடுக்க, -எடுத்து)* **1: (நாட்டை, நகரத்தை) கைப்பற்றப் படையுடன் நுழைதல்;** invade (a country). *அலெக்சாண்டர் இந்தியாமீது படையெடுத்தார்.* **2: (ஓர் இடத்திற்கு) பெரும் கூட்டமாகச் செல்லுதல்;** enter in large numbers; swarm; flock to (sth.); invade. *அட்சய திருதியையை முன்னிட்டு மக்கள் நகைக் கடைகளுக்குப் படையெடுத்தனர்./ புதிதாகத் திறந்திருக்கும் ஜவுளிக் கடைக்கு மக்கள் படையெடுத்துக்கொண்டிருக்கிறார்கள்./ விளைந்திருக்கும் பயிர்களின் மீது வெட்டுக்கிளிகள் படையெடுக்கத் தொடங்கிவிட்டன.* **3: (குறிப்பிட்ட நோக்கத்திற்காக) ஒரு இடத்திற்குப் பல முறை சென்று வருதல்;** make repeated attempts to get sth. done. *வங்கிக்குப் படையெடுத்து என்ன பிரயோஜனம்? இன்னும் கேட்ட கடன் கிடைக்கவில்லையே!*

படைவீரன் பெ. **போர்வீரன்;** soldier.

பண் பெ. **1:** *(உ.வ.)* **(இசை) (பொதுவாக) பாடல்;** song. **2: ராகம்;** melody.

பண்டகசாலை பெ. *(அ.வ.)* **1: பொருள்கள் பாதுகாப்பாகச் சேமித்துவைக்கப்பட்டிருக்கும் இடம்; கிடங்கு;** storehouse; godown. **2: (கூட்டுறவு என்னும் சொல்லோடு இணைந்து) மளிகைப் பொருள்களும் பிறவும் விற்கப்படும் இடம்;** provision store (run on a cooperative basis for workers in a company, etc.,). *போக்குவரத்துக் கழகத்தின் கூட்டுறவுப் பண்டகசாலை.*

பண்டபாத்திரம் பெ. **(வீட்டில் புழங்கும்) பல வகையான பாத்திரங்களும் பிற சாமான்களும்;** household articles. *திடீரென்று வீட்டைக் காலிசெய் என்றால் பண்டபாத்திரங்களைத் தூக்கிக்கொண்டு எங்கே போவது?/ வீட்டிலுள்ள பண்டபாத்திரங்களை விற்றுத் தந்தைக்குச் சிகிச்சை அளித்தார்.*

பண்டம் பெ. **(பொதுவாக) பொருள்/(குறிப்பாக) உணவுப் பொருள்;** (generally) material things; (esp.) food items; provisions. *அத்தியாவசியப் பண்டங்களின் விலைகள் ஏகமாக உயர்ந்துவிட்டன./ குழந்தைகள் சாப்பிடும் பண்டங்களிலும் கலப்படமா?*

பண்டம்பாடி பெ. *(பே.வ.)* **ஒரு இடத்திலிருந்து மற்றொரு இடத்துக்கு எடுத்துக்கொண்டு செல்லக்கூடிய (வண்டி, கால்நடை போன்ற) சொத்து;** movable property. *அவனிடம் பண்டம்பாடி என்று அதிகமாக ஒன்றும் கிடையாது.*

பண்டமாற்று பெ. **ஒரு பொருளைக் கொடுத்து அதற்கு ஈடான மற்றொரு பொருளைப் பெறும் முறை;** barter. *பண்டைக் காலத்தில் தமிழர்கள் பண்டமாற்று முறையில் வியாபாரம் செய்துவந்தார்கள்./ சில கிராமங்களிலும் மலைவாழ் மக்களிடமும் பண்டமாற்று முறை இன்னும் வழக்கில் இருக்கிறது.*

பண்டல் பெ. *(நெசவு)* **பல சிட்டங்களை அல்லது முடிச்சுகளை அழுத்திக் கெட்டியாகச் சிறு பெட்டிபோல் கட்டிய அமைப்பு;** yarn of several hanks pressed into a neat bundle.

பண்டார சன்னிதி பெ. **ஒரு சைவ மடத்தைச் சேர்ந்த சன்னியாசிகளுக்கு குருவாகவும் பிறருக்குச் சன்னியாசம் அளிக்கும் தகுதி பெற்றவராகவும் இருந்து மடத்தின் தலைமைப் பொறுப்பு வகிப்பவர்;** the ascetic head of a Saivaite mutt who can admit others to the ascetic order.

பண்டாரம்[1] பெ. **1: ஆண்டி;** mendicant. *குளத்தை ஒட்டிய மண்டபத்தில் பண்டாரங்கள் படுத்திருந்தனர்.* **2: வீடுகளில் சடங்குகளைச் செய்விக்கும், சில கோயில்களில் பூஜை பொறுப்பை மேற்கொண்டிருக்கும் ஒரு சமூகத்தைச் சேர்ந்த நபர்;** people of a caste officiating at rituals and also working as temple priests. *இந்தப் பிள்ளையார் கோயிலில் பண்டாரம்தான் பூஜைசெய்வார்.* **3: (மடத்தைச் சேர்ந்த) சைவத் துறவி;** a Saivaite monk (of a mutt).

பண்டாரம்[2] பெ. **(பழம்பெரும் கோயில், மடம் போன்றவற்றில்) புழக்கத்துக்குத் தேவையான பொருள்களை வாங்கி வைக்கும் அறை;** store-house (in a temple, mutt, etc.,). *தினந்தோறும் இரவு பூஜை முடிந்ததும் பண்டாரத்தைப் பூட்டிச் சாவியைச் சுவாமி சன்னிதியில் வைத்துவிடுவார்கள்.*

பண்டாரி பெ. (மடங்கள் போன்றவற்றின்) கருவூலப் பொறுப்பாளர்; treasurer.

பண்டி பெ. *(மண்.)* பானையில் நெஞ்சுப்பகுதிக்குக் கீழுள்ள அடிப்பகுதி; the part below the chest of an earthenware pot.

பண்டிகை பெ. (ஒருவர் சார்ந்துள்ள மதத்தில் முக்கிய மானதாகக் கருதப்படும்) (விருந்துடன்) சிறப்பாகக் கொண்டாடப்படும் நாள்; (religious) festival. *தீபாவளி, பொங்கல் போன்ற பண்டிகைகளுக்கு விடுமுறை உண்டு./ ரம்ஜான் பண்டிகைக்குப் புதுத் துணி எடுக்க வேண்டும்.* [*(தொ.சொ.)* உற்சவம்/ கொண்டாட்டம்/ திருவிழா/ விழா]

பண்டித பெ.அ. மொழியில் புலமையுடைய அல்லது வலிந்து புலமையை வெளிப்படுத்துகிற முறையில் உள்ள; scholarly; pedantic. *பண்டித நடை/ பண்டிதத் தமிழ்.*

பண்டிதர் பெ. *(அ.வ.)* (மொழி கற்பிக்கும்) ஆசிரியர்; teacher (esp. of language). *இவர் எங்கள் பள்ளியின் தமிழ்ப் பண்டிதர்.*

பண்டிதன் பெ. *(அ.வ.)* (மொழியில் அல்லது ஒரு குறிப் பிட்ட துறையில்) புலமை வாய்ந்தவன்; கற்றுத் தேர்ந் தவன்; erudite person; learned person; expert. *நீ பெரும் பண்டிதனாக ஆக ஆசீர்வதிக்கிறேன்./ வைத்திய சாஸ்திரத் தில் பண்டிதன்.*

பண்டிவாழை பெ. *(இலங்.)* பச்சை நிறத்தில் இருக்கும் ஒரு வகை வாழைப்பழம்; a variety of plantain fruit with a green skin.

பண்டு பெ. *(அ.வ.)* பழங்காலம்; முன்பு; ancient times; days of yore. *இது பண்டுதொட்டு இருந்து வரும் பழக்கம்?*

பண்டுவம் பெ. *(வ.வ.)* 1: பணிவிடை; being in attendance (on the aged, sick, etc.,). *'மாமியாருக்குப் பண்டுவம் பார்ப்பதிலேயே பாதிப் பொழுது போய்விடுகிறது' என்று அவள் அலுத்துக்கொண்டாள்.* 2: வைத்தியம்; treatment. *மருத்துவச்சி வந்து பண்டுவம் பார்த்த பிறகுதான் அக்கா வுக்குக் குழந்தை பிறந்தது.*

பண்டை பெ. *(உ.வ.)* பழங்காலம்; (of times) ancient. *பண்டைத் தமிழகத்தில் கடல் வாணிபம் செழித்திருந்தது./ பண்டைத் தமிழர் கடல் கடந்து சென்று வாணிபம் செய்தனர்./ இது பண்டைக் காலத்திலிருந்து நிலவிவரும் பழக்கம்.*

பண்டைய பெ.அ. *(உ.வ.)* பழங்காலத்து; முற்காலத்து; பழைய; ancient; olden or former (times). *பண்டைய இலக் கியங்கள்.*

பண்ணரிவாள் பெ. *(வ.வ.)* கதிர் அறுக்கும் அரிவாள்; sickle used for harvesting.

பண்ணு[1] வி. (பண்ண, பண்ணி) செய்[1]; see செய்[1].

பண்ணு[2] து.வி. (பண்ண, பண்ணி) செய்[2]; see செய்[2].

பண்ணை பெ. 1: (கிராமத்தில்) பெருமளவில் விவ சாயம் செய்வதற்குத் தேவையான வயலையும் தோட் டத்தையும் கால்நடைகளையும்கொண்ட தனியார் சொத்து; privately owned farm. 2: (வணிக ரீதியில் பயிர் கள், செடிகள் போன்றவை) பெருமளவில் வளர்க்கப் படும் இடம் அல்லது அப்படி வளர்க்கப்படுபவையோ அவற்றின் பொருள்களோ விற்கப்படும் இடம்; farm (as a commercial establishment). *நாற்றுப் பண்ணை/ பால் பண்ணை.* 3: சில உயிரினங்களைப் பெருமளவில் வளர்க்கும் இடம்; sanctuary or farm (for certain animals); reserve. *முதலைப் பண்ணை/ பாம்புப் பண்ணை/ கோழிப் பண்ணை.*

பண்ணைக் குட்டை பெ. மீன், இறால் போன்றவை வளர்ப்பதற்காக நீர் தேக்கி வைக்கப்படும் சிறு குட்டை; farm pond.

பண்ணையடிமை பெ. (பண்ணையாரிடம்) வாங்கிய கடனைத் திருப்பிச் செலுத்த முடியாததால் பண் ணையில் கொத்தடிமையாகக் குடும்பத்துடன் வேலை செய்பவர்; one who has bound himself and his family for a generation as farmhands to his creditor-farmer.

பண்ணையம் பெ. *(பே.வ.)* விவசாயம்; agriculture; farming. *பண்ணையம் பார்த்து என்ன லாபத்தைப் பார்க்க முடியும்?/ பண்ணைய வேலை.*

பண்ணையார் பெ. (கிராமத்தில்) பெருமளவில் நிலம், தோப்பு முதலியவற்றைச் சொந்தமாகக் கொண்டவர்; பெரும் மிராசுதார்; farmer owning, usually, a large farm.

பண்ணையாள் பெ. (கிராமத்தில் முன்பு) ஒரே விவ சாயப் பண்ணையில் வேலைபார்க்க அமர்த்தப்பட் டவர்; (formerly) farm labourer under a contract to a particular farm.

பண்ணை வீடு பெ. (பெரும்பாலும் நகரத்துக்கு வெளியே) வயல்வெளியில் அல்லது தோட்டத்தில் ஓய்வுக்காகவும் தனிமைக்காகவும் சகல வசதிகளுடன் கட்டப்பட்ட வீடு; large house with modern facilities in the countryside owned by a townsman.

பண்பட்ட பெ.அ. 1: பண்பாடு நிறைந்த; cultured; cultivated. *இவரைப் போல் ஒரு பண்பட்ட மனிதரைக் காண் பது அரிது./ பண்பட்ட பேச்சு.* 2: நிறைந்த அனுபவம், பயிற்சி ஆகியவற்றை வெளிப்படுத்துகிற; தேர்ந்த; seasoned; sophisticated. *அவருடைய பண்பட்ட நடிப்பே இந்தத் திரைப்படத்தின் வெற்றிக்குக் காரணமாகும்./ பண் பட்ட கலைஞன்.*

பண்படு வி. *(-பட, -பட்டு)* 1: (நிலம்) உழுது பயிரிடு வதற்கு ஏற்றவாறு சீரடைதல்; (of land) become cultivable or arable. *காடாகக் கிடக்கும் நிலம் பண்பட நாளா கும்./ பண்படாத நிலத்தை வைத்துக்கொண்டு எதையும் விதைக்க முடியாது.* 2: (மனம், நடந்துகொள்ளும் விதம் போன்றவை) பண்பட்ட நிலையை அடைதல்; get refined; be ennobled. *இசையால் மனம் பண்படும்.*

பண்படுத்து வி. *(-படுத்த, -படுத்தி)* 1: (நிலத்தை) உழுது பயிரிடுவதற்கு ஏற்ற முறையில் சீராக்குதல் அல்லது சரிசெய்தல்; prepare (lands) for cultivation. *பொட்டல் காட்டை வாங்கிப் பண்படுத்தி விவசாயம் செய்துவருகி றார்.* 2: பண்பட்ட நிலையை அடையச் செய்தல்; refine; ennoble. *இலக்கியம் மனிதனைப் பண்படுத்தும்.*

853 பணமுடிப்பு

பண்பலை பெ. **(வானொலியில்) ஒலி அலைகளைத் துல்லியமாக ஒலிபரப்பும் தொழில்நுட்பம்;** frequency modulation. *சென்னையில் நடைபெறும் ஹாக்கிப் போட்டியின் நேர்முக வர்ணனையைப் பண்பலை 2இல் கேட்கலாம்.*

பண்பாடு பெ. 1: **குறிப்பிட்ட நாடு, இடம் போன்றவற்றைச் சேர்ந்த மக்களின் பழக்கவழக்கங்கள், நம்பிக்கைகள், மதம், மொழி, கலைகள், சிந்தனை வெளிப்பாடு, வாழ்க்கையுடன் தொடர்புகொண்டிருக்கும் பொருள்கள் போன்றவற்றின் மொத்தம்; கலாச்சாரம்;** culture. *தமிழர் பண்பாட்டைப் பறைசாற்றும் கோயில்கள்/ பாறை ஓவியங்களின் மூலம் கற்கால மனிதர்களின் பண்பாட்டை அறிய முடிகிறது./ பண்டைத் தமிழகத்தின் அரசியல், சமூக, பண்பாட்டு நிலையினைப் பெரும்பாலும் இலக்கியச் சான்றுகளிலிருந்தே அறிகிறோம்.* 2: **பிறரிடத்தில் அல்லது பலர் முன்னிலையில் ஒருவர் நடந்துகொள்ள வேண்டிய முறை;** manners; moral conduct. *பெரியவர்களுக்கு வணக்கம் செலுத்த வேண்டும் என்கிற பண்பாடு கூட உனக்குத் தெரியாதா?/ பொதுவாக நாட்டில் தார்மீகப் பண்பாடுகள் குறைந்துவருவது வருந்தத்தக்க விஷயமாகும்./ சகோதர மனப்பான்மையுடன் சமூகத்தை அணுகுவதற்கான நல்ல பண்பாட்டைச் சாரணர் இயக்கம் மாணவர்களுக்குக் கற்றுத்தருகிறது.*

பண்பாளர் பெ. **சிறந்த குணநலன்களைப் பெற்றிருப்பவர்;** cultured person. *அவர் ஒரு அறிஞர் மட்டுமல்ல, சிறந்த பண்பாளருங்கூட.*

பண்பி பெ. (இலக்.) **குறிப்பிட்ட பண்பைக் கொண்டிருப்பவர் அல்லது கொண்டிருப்பது;** person or thing possessing a specified quality or character.

பண்பு பெ. 1: **ஒன்றுக்கு இயல்பாக அல்லது அதற்கே உரித்தானதாக இருக்கும் தன்மை; இயல்பு;** intrinsic quality or property. *மென்மை என்பது பூவிதழின் பண்பு/ கவிதைப் பண்பு/ எல்லோரும் ஜனநாயகப் பண்புகளை மதித்து நடந்துகொள்ள வேண்டும்./ எளிதில் தீப்பற்றிக் கொள்வது பாஸ்பரஸின் பண்பாகும்.* [(தொ.சொ.) இயல்பு/ குணம்/ சுபாவம்/ தன்மை] 2: (-ஆன) **(மனிதனுடைய செயல், நடத்தை முதலியவற்றுக்கு) கண்ணியம் தரும் நல்ல இயல்பு; நற்குணம்;** decency; propriety; culture. *நீயா இப்படிப் பண்பு இல்லாமல் பேசுகிறாய்?/ பண்பான பெண் அவள்.*

பண்புநலன் பெ. **பண்பு;** characteristic. *கதை மாந்தரின் பண்புநலன்களை முதலில் விளக்கிவிட்டுப் பிறகு நாவலின் வடிவத்தைப் பற்றி விளக்கியிருக்கிறார்./ இந்தக் கல்வெட்டுகளின் மூலம் சோழ அரசர்களின் பண்புநலன்களை அறிய முடிகிறது.*

பண அஞ்சல் பெ. காண்க: **பணவிடை.**

பணக்காரன் பெ. **அதிக அளவில் சொத்து வைத்திருப்பவன்; செல்வந்தன்;** rich man.

பணக்காரி பெ. **அதிக அளவில் சொத்து வைத்திருப்பவள்;** rich woman.

பணச்சடங்கு பெ. (இலங்.) **(திருமணம், வீடு குடிபுகுதல் போன்ற சுப நிகழ்ச்சிகளில்) மொய்யெழுதும் நிகழ்வு;** giving, esp.money, as one's present at a celebration. *கலியாணப் பணச்சடங்குக்கு எவ்வளவு கொடுத்தாய்?*

பணச்சந்தை பெ. **நாட்டில் செயல்படும் வங்கிகள், நிதி நிறுவனங்கள் போன்ற அமைப்புகளையும் அவற்றின் செயல்பாட்டையும் குறுகியக் காலக் கடன், மூலதனம், அந்நியச் செலாவணி போன்ற வசதிகளையும் உள்ளடக்கிய ஏற்பாடு;** money market. *தேர்தல் வருமா என்ற பிரச்சினையால் பணச்சந்தையில் நிச்சயமற்ற நிலை காணப்படுகிறது.*

பணத்தாள் பெ. **தாளில் அச்சிடப்பட்டிருக்கும் பணம்; நோட்டு;** paper money.

பணதி பெ. (மண்.) **இன்னார் செய்தது/இந்த ஊரில் செய்தது/அழகானது? என்று மண்பாண்டங்களை அடையாளம் காட்டும் அந்தந்தக் குயவர்களுக்குக் கைவந்த பாணி;** the workmanship or making seen in earthenware vessels.

பணப்பயிர் பெ. **அதிக வருமானத்தைத் தரக் கூடிய கரும்பு, பருத்தி, உளுந்து போன்ற பயிர்கள்;** commercial crop; cash crop.

பணப் பரிவர்த்தனை பெ. (பு.வ.) காண்க: **ரொக்கப் பரிவர்த்தனை.**

பணப்பேய் பெ. **பணம் சேர்ப்பதில் (வெறியோடு) குறியாக இருக்கும் நபர்;** money-grubber. *தன் உடன்பிறந்தவர்களுக்கே எதுவும் செய்யாத பணப்பேய் அவன்./ அந்தப் பணப்பேயிடமா கடன் கேட்கிறாய், கிடைத்த மாதிரிதான்!*

பணம் பெ. 1: **அரசினால் வெவ்வேறு மதிப்புக் கொண்டதாக அச்சிடப்பட்டு வெளியிடப்படுவதும் பொருள்களையும் சேவைகளையும் வாங்குதல், விற்றல் அல்லது அளித்தல் போன்ற செயல்பாடுகளுக்குப் பயன்படுவதுமான தாள், நாணயம் ஆகியவை;** money. 2: **(ஒருவரிடம்) அதிகப் பண இருப்பு;** possession of money and wealth; being moneyed. *பணத் திமிரில் என்ன வேண்டுமானாலும் பேசலாம் என்று நினைத்துக்கொண்டிருக்கிறாயா?/ அவனிடம் பணம் இருக்கிறது என்பதால் கண்டபடி செலவு செய்கிறான்.*

பணம்பண்ணு வி. (-பண்ண, -பண்ணி) (பே.வ.) **பணம் சம்பாதித்தல்;** make or earn money. *நேர்மையான வழியில் பணம்பண்ணப் பார்.*

பணம்பார் வி. (-பார்க்க, -பார்த்து) (பே.வ.) (பெரும்பாலும் எரிச்சலான தொனியில் கூறும்போது) **(ஒருவர் குறுகிய காலத்தில் ஒரு தொழிலில் நிறைய) பணம் சம்பாதித்தல்;** make a mint in sth. *வட்டிக்கு விட்டே நிறைய பணம்பார்த்துவிட்டான்.*

பணமதிப்பு நீக்கம் பெ. (பெ.வ.) **ஏற்கனவே அரசு வெளியிட்டுப் புழக்கத்தில் உள்ள குறிப்பிட்ட மதிப்பிலான ரூபாய் நோட்டு (வரையறுக்கப்பட்ட காலத்துக்குப் பின்) சட்ட ரீதியாகச் செல்லாது என்று அரசு அறிவித்து மேற்கொள்ளும் நடவடிக்கை;** demonetization.

பணமுடிப்பு பெ. **(ஒருவரைப் பாராட்டிக் கௌரவிக்கும் முறையில் அல்லது நிதி சேர்க்கும் முறையாக) திரட்டி வழங்கப்படும் பெரும் தொகை;** a sum of money

பணயக்கைதி 854

collected and given as a gift; purse. சுதந்திரப் போராட்டத் தியாகிக்கு விழாவில் பணமுடிப்பு வழங்கினார்கள்./ கட்சித் தலைவரிடம் தேர்தலுக்காகத் தொண்டர்கள் பணமுடிப்பு தந்தனர்.

பணயக்கைதி பெ. **(தங்கள் கோரிக்கைகளுக்கு இணங்கும்படி கடத்தல்காரர்கள், தீவிரவாதிகள் போன்றோர்) எதிர்த்தரப்பினரை மிரட்டிப் பணிய வைக்கும் நோக்கத்துடன் பிடித்துவைத்திருக்கும் நபர்;** hostage; person held for ransom. *பணயக்கைதிகளை விடுவிப்பதற்குப் பிணைத்தொகையாகத் தீவிரவாதிகள் இரண்டு கோடி ரூபாய் கேட்டுள்ளனர்.*

பணயம் பெ. **1: (ஒருவர் தோற்றுவிட்டால் வெற்றி பெறுபவர் எடுத்துக்கொள்ளும் வகையில் அல்லது சொந்தமாக்கிக்கொள்ளும் வகையில்) பந்தயத்தில் ஈடுபடுத்தும் பணம், உடைமை போன்றவை;** bet; stake; wager. *குதிரைப் பந்தயத்திற்காகச் சொத்து முழுவதையும் பணயமாக வைக்கக்கூடியவர் அவர்./ எல்லாவற்றையும் சகுனியிடத்தில் சூதாடித் தோற்ற தருமன் கடைசியில் பாஞ்சாலியையே பணயமாக வைத்து ஆடினான்.* **2: கடினமான செயலைச் செய்வதால் இழப்பதற்கு அல்லது பாதிப்புக்கு உள்ளாவதற்கு வாய்ப்பு இருக்கிறது என்று தெரிந்தும் மேற்கொள்ளும் முயற்சி;** sth. risked. *தீக்குள் அகப்பட்டுக்கொண்டவர்களை உயிரைப் பணயம்வைத்துத் தீயணைப்புப் படையினர் காப்பாற்றினர்.*

பணவிடை பெ. **(ஒருவர் மற்றொருவருக்கு) பணத்தை அஞ்சல் அலுவலகத்தின் மூலமாகக் கட்டணம் செலுத்தி அனுப்பும் முறை;** arrangement for sending money to s.o. by paying the sum at a post office; (in India) money order. *விண்ணப்பக் கட்டணத்தைப் பணவிடைமூலம் செலுத்தலாம் என்று குறிப்பிடப்பட்டிருந்தது.*

பணவீக்கம் பெ. **ஒரு நாட்டில் பணப் புழக்கம் அதிகமாவதால் பணத்தின் மதிப்பு குறைந்து விலைவாசி அதிகமாகும் நிலை;** inflation.

பணி[1] வி. (பணிய, பணிந்து) **1: (மரியாதை, அதிகாரம், கட்டளை போன்றவற்றுக்கு) கட்டுப்படுதல்; அடங்கிக் கீழ்ப்படிதல்;** submit (oneself to authority, order, etc.,). *அப்பா கோபமாகப் பேசினால் நீ பணிந்துபோகக் கூடாதா?/ உன் மிரட்டலுக்கு நான் பணிய மாட்டேன்.* **2:** (உ.வ.) **(பாதம் நோக்கி) குனிந்து வணங்குதல்;** make a humble bow; pay obeisance. *தாயின் பாதம் பணிந்து ஆசி பெற்றோம்.*

பணி[2] வி. (பணிக்க, பணித்து) (உ.வ.) **(ஒரு செயலை நிறைவேற்றும்படி அல்லது இன்ன முறையில் செய்யுமாறு) உத்தரவிடுதல்; கட்டளையிடுதல்; அறிவுறுத்துதல்;** order; direct s.o. to do sth.; instruct. *விமான நிலையத்தில் விருந்தினரை விட்டுவிட்டு வருமாறு வேலையாளைப் பணித்தார்./ வெள்ளத்தில் பாதிக்கப்பட்டவர்களுக்கு உதவித்தொகையை உடனடியாக வழங்குமாறு அதிகாரிகளை அமைச்சர் பணித்தார்./ இதுபற்றிய தகவலை விரைவில் அனுப்பிவைக்குமாறு நீங்கள் பணிக்கப்படுகிறீர்கள்./ தங்களுக்கு இந்த விஷயத்தை நினைவூட்டுமாறு நான் பணிக்கப்பட்டுள்ளேன்.*

பணி[3] பெ. **1: (அலுவலகம், தொழிற்சாலை முதலியவற்றில்) ஊதியம் பெற்றுக்கொண்டு குறிப்பிட்ட வேலையைச் செய்ய வேண்டிய பொறுப்பு; அந்தப் பொறுப்பில் இருந்து செய்யும் வேலை;** work; service; duty; function. *அவர் அரசுப் பணியில் உள்ளார்./ பணி நேரம் மாற்றி அமைக்கப்பட்டுள்ளது./ துப்புரவுப் பணி.* [(தொ.சொ.) **அலுவல்/ உத்தியோகம்/ தொழில்/ பதவி/ பிழைப்பு/ வேலை**] **2: (கலைத் துறைக்கு அல்லது சமூகத்திற்கு ஒருவருடைய) பங்களிப்பு; சேவை;** work; service. *அவர் செய்த கலைப் பணிகள் ஏராளம்./ ஓய்வுபெற்ற பிறகு தன்னை முழுமையாகச் சமூகப் பணிகளில் ஈடுபடுத்திக்கொண்டார்.* [(தொ.சொ.) **சேவை/ தொண்டு**] **3: (ஒரு செயல்பாடு, நிகழ்ச்சி போன்றவற்றை ஒட்டிய அல்லது அவற்றோடு தொடர்புடைய) வேலை;** work (related to sth.). *சாலை சீரமைப்புப் பணி நடைபெறுகிறது./ தேர்தல் பணிக்காக ஒவ்வொரு வேட்பாளரும் பல லட்சம் ரூபாய்கள் செலவிடுகின்றனர்./ மழையின் காரணமாகக் கட்டுமானப் பணிகள் பாதியிலேயே நிற்கின்றன.*

பணிக்கொடை பெ. (பெரும்பாலும் அலுவலக வழக்கில்) **குறிப்பிட்ட ஆண்டுகளுக்குக் குறையாமல் பணிபுரிந்த ஊழியர் பணியிலிருந்து விலகும்போது, ஓய்வுபெறும்போது அல்லது பணியில் இருக்கும் காலத்தில் இறக்க நேரிடும்போது நிர்ணயிக்கப்பட்ட விகிதத்தில் வழங்கப்படும் தொகை;** gratuity.

பணிநீக்கம் பெ. **(அலுவலகம், நிறுவனம் போன்றவற்றில் ஊழியரை) பணியிலிருந்து அகற்றும் நடவடிக்கை;** dismissal (from service). *ஊழல் குற்றச்சாட்டின் அடிப்படையில் அவர் பணிநீக்கம் செய்யப்பட்டார்./ தற்காலிகப் பணிநீக்கம்.*

பணிப்பாளர் பெ. (இலங்.) **(ஒரு துறையின்) இயக்குநர்;** director (of a department, etc.,). *கல்விப் பணிப்பாளர்.*

பணிப்பெண் பெ. **1: (மருத்துவமனை, தொழிற்சாலை போன்றவற்றில்) சிறுசிறு வேலைகளைக் கவனிக்கும் பெண் ஊழியர்;** female attendant (in hospitals, factories, etc.,). *முதியவர் பணிப்பெண்ணின் உதவியுடன் கட்டிலிலிருந்து கீழே இறங்கினார்.* **2:** (உ.வ.) **(பெரும்பாலும் அரண்மனையில்) ஊழியம் செய்யும் பெண்;** attendant (to a queen, etc.,). *பணிப்பெண்கள் புடைசூழ இளவரசி நந்தவனத்துக்குச் சென்றாள்.*

பணிபுரி வி. (-புரிய, -புரிந்து) காண்க: **பணியாற்று.**

பணிமனை பெ. **பேருந்துகளைப் பழுதுபார்க்கவும் நிறுத்திவைக்கவும் பயன்படுத்தப்படும் இடம்;** shed (for keeping or repairing buses); workshop; depot. *பயணிகள் எல்லோரும் இறங்கிய பின் பேருந்து பணிமனைக்குச் சென்றது./ இந்தப் பணிமனையில் குறைந்தது ஐம்பது பேருந்துகளையாவது நிறுத்தலாம்.*

பணிமூப்பு பெ. (பெரும்பாலும் அலுவலக வழக்கில்) **ஒரே பதவியை வகிக்கும் பலருள் ஒருவர் மற்றவரைவிட எவ்வளவு காலம் அதிகமாகப் பணியாற்றியிருக்கிறார் என்பதன் அடிப்படையில் அவர் இருக்கும் நிலை;** seniority (of an employee in the service). *பணிமூப்பிற்குத் தகுந்தாற்போல ஊதிய விகிதம் இருக்கும்.*

பணிய வி.அ. *(இலங்.)* ***கீழே;*** down. அதை இன்னும் கொஞ்சம் பணியப் போடு என்று ஆசிரியர் கூறினார்./ தூக்கக் கலக்கத்தில் தம்பி கதிரையிலிருந்து பணிய விழுந்து விட்டான்.

பணியாரம் பெ. **1: (பெரும்பாலும்) வெல்லம் கலந்த அரிசி மாவைக் குழிகள் உள்ள தட்டிலோ இருப்புச் சட்டியிலோ ஊற்றித் தயாரிக்கப்படும் உருண்டையான தின்பண்டம்;** ball-shaped snack made of sweetened rice flour. **2:** *(இலங்.)* **வடை, முறுக்கு போன்ற பலகாரம்;** snacks. கலியாண வீட்டுக்குப் பணியாரம் சுட எல்லோரும் போய்விட்டார்கள்./ பக்கத்து வீட்டில் தந்த பணியாரம் சுவையாக இருந்தது.

பணியாள் பெ. **1: (தனியாரிடம்) ஊழியம் செய்பவர்;** servant. அவர் பங்களாவில் எத்தனை பணியாட்கள்! [*(தொ.சொ.)* **அலுவலர்/ ஊழியர்/ தொழிலாளர்/ தொழிலாளி/ பணியாளர்/ வேலையாள்**] **2: (அலுவலகத்தில்) கடைநிலை ஊழியர்;** last grade employee (in an office); office assistant. மணி அடித்துப் பணியாளை வரச் செய்தார்.

பணியாளர் பெ. **(அலுவலகத்தில்) பணிபுரிபவர்; பணிக்கு அமர்த்தப்பட்டவர்;** employee. அரசுப் பணியாளர்/ வங்கிப் பணியாளர் சங்கம். [*(தொ.சொ.)* **அலுவலர்/ ஊழியர்/ தொழிலாளர்/ தொழிலாளி/ பணியாள்/ வேலையாள்**]

பணியாற்று வி. *(-ஆற்ற, -ஆற்றி)* *(உ.வ.)* **1: வேலை பார்த்தல்;** work (in an office). என் தங்கை வங்கியில் பணியாற்றுகிறாள். **2: சேவை செய்தல்; (பொதுநலனுக்காக) பாடுபடுதல்;** serve. நான் தேர்தலில் தோல்வி அடைந்தாலும் மக்களுக்குப் பணியாற்றுவேன்.

பணியிடம் பெ. *(உ.வ.)* **(அலுவலகத்தில்) பதவிக்கான இடம்;** post. காலியாக இருக்கும் பணியிடங்களை நிரப்பினால் நிர்வாகம் செம்மையாக நடைபெறும்.

பணியிறக்கம் பெ. காண்க: **பதவி இறக்கம்.**

பணி வரன்முறை பெ. காண்க: **வரன்முறை, 2.**

பணிவிடை பெ. **(பெரியவர்கள், நோயாளிகள் முதலியோருக்கு) தேவையானவற்றைத் தந்து பொறுப்புடன் கவனித்துச் செய்யும் உதவி;** attending to the needs of esp. the sick and the aged. படுத்தபடுக்கையாகக் கிடக்கும் அப்பாவுக்குப் பணிவிடைகளைச் செய்துவிட்டு அலுவலகத்துக்குப் புறப்பட்டான்.

பணிவு[1] பெ. *(-ஆக, -ஆன)* **பிறரிடம் (குறிப்பாகத் தன்னைவிட வயது, படிநிலை, படிப்பு போன்றவற்றில் உயர்ந்த நிலையில் இருப்பவர்களிடம்) மரியாதையை வெளிப்படுத்தும் முறையில் அல்லது மற்றவர்களைவிடத் தன்னை உயர்வாகக் காட்டிக்கொள்ளாத முறையில் நடந்துகொள்ளும் தன்மை; அடக்கம்;** humility; modesty. பணிவாகப் பேசினாலும் அவர் தன் கொள்கையை விட்டுக்கொடுக்கவில்லை./ பணிவான பையன்/ அவர் திறமைசாலி என்றாலும் கொஞ்சம்கூடப் பணிவு கிடையாது. [*(தொ.சொ.)* **அடக்கம்/ தன்மை/ பதவிசு**]

பணிவு[2] பெ. *(-ஆக, -ஆன)* *(இலங்.)* **1: (ஓர் இடத்தில்) தாழ்வான பகுதி; தாழ்வாக அமைந்திருப்பது;** low lying area. காணி சரியான பணிவாக இருக்கிறது. மழைக் காலத்தில் வெள்ளம் நிற்கும்./ பணிவான இடத்தில் ஏன் வீட்டைக் கட்டினாய்? **2: உயரக் குறைவு;** being low. வீட்டுக் கூரையை இவ்வளவு பணிவாக ஏன் போட்டுள்ளாய்?

பணிஸ் பெ. *(இலங்.)* **வட்ட வடிவச் சிறிய ரொட்டி;** bun.

பத்தர் பெ. (பே.வ.) **பொற்கொல்லர்;** goldsmith.

பத்தாம்பசலி பெ. **1: (காலத்துக்கு ஏற்ற புதுமைகளையோ புதிய வழிமுறைகளையோ ஏற்றுக்கொள்ளாத) பழைய போக்கு; கர்நாடகம்;** tendency to cling to old ways or methods. 'பெண் பிள்ளைகள் படிக்கக் கூடாது' என்று இன்னமும் அவர் பத்தாம்பசலித்தனமாகப் பேசிக்கொண்டிருக்கிறார். **2: பழமைவாதி; பழைய முறையை மாற்றாதவர்;** old-fashioned person. இந்தப் பத்தாம்பசலியிடம்போய்க் கலப்புத் திருமணத்தைப் பற்றிப் பேசுகிறாயே!

பத்தாயம் பெ. **1:** *(ஊரக வ.)* **(நெல் முதலிய தானியங்களைச் சேமித்துவைக்க உதவும்) கீழ்ப்புறம் திறப்புள்ள, செவ்வக வடிவில் மரத்தால் செய்யப்பட்ட பீப்பாய் அல்லது பெட்டி போன்ற அமைப்பு; குதிர்;** (barrel or box-shaped) large wooden receptacle (for storing grains, esp. paddy). **2:** *(வ.வ.)* **பறவைகள், விலங்குகள் வைப்பதற்காக, மூங்கிலால் செய்யப்பட்ட சிறிய பெட்டி;** small boxes made of bamboo for catching birds, small animals. **3:** *(வ.வ.)* **எலிப்பொறி;** mousetrap.

பத்தாறு பெ. **(ஆண்கள் தார்ப்பாய்ச்சிக் கட்டிக்கொள்வதற்கான) பத்து முழ வேஷ்டியும் ஆறு முழத் துண்டும் சேர்த்து நெய்யப்பட்ட துணி;** ten cubits of வேஷ்டி for men to wear with one end drawn between the legs and tucked behind and a towel of six cubits woven together as a single piece. சிவனுக்கு வஸ்திரம் சாத்த ஒரு பத்தாறு வேஷ்டி வாங்கிக்கொள்.

பத்தி[1] பெ. **1: (உரைநடையில்) பல வரிகளை உள்ளடக்கிய பிரிவு;** paragraph. **2: (பத்திரிகையில்) பக்கத்தை நீளவாக்கில் பிரிக்கும் பிரிவுகளில் ஒன்று;** column. பக்கத்தின் எட்டுப் பத்திகளிலும் தேர்தல்பற்றிய செய்திகளே இருந்தன. **3: பத்திரிகையில் தொடர்ந்து எழுதும் கட்டுரை;** column written.

பத்தி[2] பெ. *(ஊரக வ.)* **நூல் பிடித்து ஒழுங்குபடுத்தியதுபோல் அமைந்திருக்கும் வரிசை;** regular row as formed on a line. பருத்தி விதைகளைப் பத்திபத்தியாக நட வேண்டும்./ நெல் சாகுபடியில் பத்தி நடவு அறுபது களில்தான் வந்தது.

பத்திப்பதறு வி. *(-பதற, -பதறி)* *(இலங்.)* **பதற்றமும் பரபரப்பும் அடைதல்;** get perturbed and anxious. அவர் இப்படிப் பத்திப்பதறி எங்கே ஓடுகிறார்?

பத்தியம் பெ. **(ஆயுர்வேத, சித்த மருத்துவ முறைகளில்) (மருந்துக்காகவோ உடல்நிலையைப் பொறுத்தோ எதை விலக்க வேண்டும், எதைச் சேர்த்துக்கொள்ள**

பத்திரகாளி 856

வேண்டும் என்ற) உணவுக் கட்டுப்பாடு; (in ayurveda and siddha medical systems) diet. *இந்த நோய்க்குப் பத்தியமெல்லாம் கிடையாது. நீங்கள் விரும்பியதைச் சாப்பிடலாம்./ அப்பாவுக்கு மட்டும் உப்பு இல்லாத பத்திய உணவு.*

பத்திரகாளி பெ. **உக்கிரமான தோற்றத்தை உடைய *காளி* தெய்வம்;** the goddess *காளி* in her awesome aspect.

பத்திரப்படுத்து வி. *(-படுத்த, -படுத்தி)* **(பொருளை) பாதுகாப்பாக வைத்தல்;** keep (sth.) safe. *பணத்தைப் பத்திரப்படுத்த வீட்டில் சரியான பெட்டி இல்லை.*

பத்திரம்[1] பெ. 1: **முத்திரைத்தாளில் கிரயம், ஒப்பந்தம், பாகப்பிரிவினை, உயில் போன்றவை பதிவுசெய்யப்பட்ட ஆவணம்;** registered deed (of transfer of property, etc.,). *நிலத்தின் பரப்பைப் பத்திரத்தில் பார்த்துத் தெரிந்துகொண்டேன்./ வீட்டுப் பத்திரத்தை எங்கே வைத்திருக்கிறாய்?* 2: **முத்திரைத்தாள்;** stamp paper (for writing legal documents). *ஆயிரம் ரூபாய்ப் பத்திரம் இரண்டு கொடுங்கள்.* 3: **(முதலீடாக, சேமிப்பாக அல்லது கடனாகக் கொடுத்த) பணத்துக்கு அரசு தரும் அச்சடிக்கப்பட்ட சான்று;** bond. *ஐந்தாண்டு காலச் சிறுசேமிப்புப் பத்திரங்கள்/ கடன் பத்திரங்களின் மூலம் நிதி திரட்ட அரசு முடிவுசெய்துள்ளது.* 4: *(அ.வ.)* **(ஒரு விழாவில் ஒருவரைக் கௌரவிக்கும் வகையில் அளிக்கப்படும்) பாராட்டு வாசகங்கள் அடங்கிய தாள்;** citation (read in honour of s.o. at a formal occasion). *விழாவில் கவிஞருக்குப் பாராட்டுப் பத்திரம் வாசித்து அளிக்கப்பட்டது.*

பத்திரம்[2] பெ. 1: *(-ஆக, -ஆன)* **இழப்பு, சேதம் அல்லது ஆபத்து ஏற்படாத வகையிலான பாதுகாப்பு;** safety; security. *அப்பா தந்த பணத்தைப் பத்திரமாகப் பெட்டியில் வைத்துப் பூட்டினாள்./ என் கவலையெல்லாம் நீ பத்திரமாக ஊர் போய்ச் சேர வேண்டும் என்பதே./ பத்திரமான இடத்தில்தான் நகைகளை வைத்திருக்கிறேன்.* 2: *(-ஆக)* **(இழப்பு, சேதம் அல்லது ஆபத்தைத் தடுக்கும் வகையிலான) கவனம்; ஜாக்கிரதை;** carefulness. *வேலையிலிருந்து திரும்பும்வரை குழந்தையைப் பாட்டி பத்திரமாகப் பார்த்துக்கொள்வாள்./ கத்தி கூராக இருக்கிறது, கை பத்திரம்.*

பத்திராதிபர் பெ. *(இலங்.)* **பத்திரிகை ஆசிரியர்;** editor of a newspaper or a magazine. *தவறான செய்திகள் பிரசுரித்ததாகப் பத்திராதிபர்மேல் வழக்குத் தொடுக்கப்பட்டுள்ளது.*

பத்திரிகை பெ. 1: **செய்திகள், கதைகள், கட்டுரைகள் போன்றவற்றைத் தொகுத்து அச்சிட்டுத் தினந்தோறும் அல்லது ஒரு குறிப்பிட்ட கால இடைவெளியில் வெளியிடப்படுவது; செய்தித்தாள்/இதழ்;** newspaper/magazine. *காலையில் எழுந்ததும் முதல் வேலை பத்திரிகை படிப்பதுதான்./ வீட்டில் வாரப் பத்திரிகையும் மாதப் பத்திரிகையும் வாங்குகிறோம்.* 2: **(விழா அல்லது திருமணம் போன்ற சடங்குக்கான) அழைப்பிதழ்;** (printed) invitation (to a festival, wedding, etc.,). *உற்சவப் பத்திரிகை/ நிச்சயதார்த்தப் பத்திரிகை உங்களுக்கு வந்ததா?/ அவனுக்குக் கல்யாணமாம், பத்திரிகை கொண்டு வந்திருக்கிறான்.*

பத்திரிகையாளர் பெ. **பத்திரிகை, தொலைக்காட்சி போன்றவற்றுக்குச் செய்தி சேகரிப்பவர் அல்லது ஒழுங்குபடுத்தும் பணியில் இருப்பவர்; இதழாளர்;** journalist.

பத்திரிகை வை வி. *(வைக்க, வைத்து) (பே.வ.)* **(குடும்பச் சடங்குகளுக்கான) அழைப்பிதழை நேரில் கொடுத்து நிகழ்ச்சிக்கு வருமாறு ஒருவரை அழைத்தல்;** invite formally in person. *எனக்கு அவன் பத்திரிகை வைக்கவில்லை. நான் ஏன் அவன் கல்யாணத்துக்கு வர வேண்டும்?*

பத்தினி பெ. *(அ.வ.)* 1: **(கற்பொழுக்கத்தில் சிறந்த) பெண்;** woman of exemplary faithfulness. *பத்தினித் தெய்வம் கண்ணகியின் கோயில்.* 2: *(உ.வ.)* **மனைவி;** wife. *ரிஷி பத்தினி/ குரு பத்தினி.*

பத்து[1] வி. *(பத்த, பத்தும், பத்தாது, பத்தாமல், பத்தாத ஆகிய வடிவங்கள் மட்டும்) (பே.வ.)* **போதுமானதாக இருத்தல்;** be sufficient; be enough. *நீ கொடுத்த பணம் பத்தாமல் நான் கையிலிருந்து செலவழிக்க வேண்டிய தயிற்று./ பணம் பத்தவில்லை என்றால் என்ன செய்வாய்?/ உனக்குச் சுறுசுறுப்புப் பத்தாது.*

பத்து[2] வி. *(பத்த, பத்தி) (ஊரக வ.)* 1: **(ஆடு, மாடு முதலியவற்றை ஓர் இடத்திலிருந்து போகும்படி) விரட்டுதல்;** chase away (stray cattle). *பயிரை மேய்ந்த மாட்டைப் பத்தினான்.* 2: *(போ, வா என்னும் வினையோடு வரும்போது)* **(கால்நடைகளை) கூட்டிப்போதல்; கூட்டி வருதல்;** take or lead (the cattle to some place). *மாட்டைச் சந்தைக்குப் பத்திக்கொண்டுபோக வேண்டும்.*

பத்து[3] பெ. 1: **ஒன்பது என்ற எண்ணுக்கு அடுத்த எண்;** (the number) ten. 2: *(ச.வ.)* **(ஒருவர் இறந்தபின்) பத்தாவது நாள் செய்யும் ஈமச் சடங்கு;** obsequies performed on the tenth day of a person's death. *தாத்தாவுக்கு நாளை பத்து.*

பத்து[4] பெ. *(பே.வ.)* 1: **மூலிகையை அரைத்து அல்லது மண் போன்றவற்றைக் குழைத்து (வலியைப் போக்க அல்லது வீக்கத்தைத் தணிக்க உடலில்) பூசுதல்;** herbal or mud plaster applied on the affected part of the body to relieve pain or inflammation. *தலைவலி தாங்க முடியாததால் சுக்குப் பத்து போட்டுக்கொண்டாள்./ மஞ்சள் பத்து வீக்கத்தை வடிக்கும்.* 2: **(சமையல் பாத்திரங்களில்) ஒட்டிக்கொண்டிருக்கும் உணவுப் பொருக்கு;** dry bits of food sticking to the cooking vessels. *கழுவியும் சட்டியில் பத்து போகவில்லை.*

பத்து[5] பெ. *(இலங்.)* **கட்டு;** bandage. *ஒரு முறை பத்துக் கட்டியவுடன் கை நோவு எடுபட்டு விட்டது.*

பத்துப் பாத்திரம் பெ. **சமையலுக்கும் உணவு வைப்பதற்கும் பயன்படுத்திய, சுத்தப்படுத்தப்பட வேண்டிய பாத்திரங்கள்;** cooking vessels after use which need cleaning.

பத்தை பெ. *(ஊரக வ.)* 1: **(காய்கறி, பழம் ஆகியவற்றின்) கீற்று;** slice (of vegetables, fruits). *பூசணிப் பத்தை/ மாங்காய்ப் பத்தை/ தேங்காய்ப் பத்தை.* [*(தொ.சொ.)*

ஓடு/ கீற்று/ சில்லு/ துண்டு] **2: (மூங்கில் போன்ற வற்றை) நீளவாக்கில் பிளந்த துண்டு; பிளாச்சு;** split; strip; splint. மூங்கில் பத்தைகளைக்கொண்டு செய்யப் பட்ட தட்டி.

பத்ம விருது பெ. **கலை, இலக்கியம், அறிவியல், பொதுச் சேவை, மருத்துவம், விளையாட்டு போன்ற துறைகளில் அரிய சாதனை புரிந்தவர்களுக்கு மத்திய அரசு வழங்கும் உயரிய கௌரவ விருது;** Padma award (highest civilian award conferred by the Central Government on eminent persons for contribution to arts, science, social work, medicine, sports, etc.).

பதக்கம் பெ. **1: (வெற்றி, சாதனை, ஒரு நிகழ்ச்சி போன்ற வற்றின் நினைவாக அளிக்கப்படும்) உருவம், எழுத்து பொறிக்கப்பட்ட தங்கம், வெள்ளி போன்றவற்றால் ஆன வில்லை;** medal (given for one's bravery, achievement, event, etc., as a souvenir). ஆசிய விளையாட்டுப் போட்டி யில் நான்கு தங்கப் பதக்கம் பெற்றவருக்குப் பாராட்டு./ இது எங்கள் பள்ளியின் வெள்ளி விழாக் கொண்டாட்டத் தின் போது வழங்கப்பட்ட பதக்கம். *(பார்க்க, படம்)* **2: (சங்கிலி முதலியவற்றில் கோக்கப்படும்) ஏதேனும் ஒரு வடிவத்தில் செய்யப்பட்ட அல்லது கற்கள் பதிக்கப் பட்ட சிறு தங்க வில்லை;** pendant attached to a chain worn round the neck. மயில் பதக்கம் வைத்த சங்கிலி/ வைரக்கல் பதக்கம்.

பதக்கம்

பதகளி வி. (பதகளிக்க, பதகளித்து) (இலங்.) **பதறிப் போதல்;** get agitated; get perturbed. மகன் கீழே விழுந்து விட்டான் என்ற செய்தியைக் கேட்டதும் பதகளித்துப் போய் ஓடிவந்தான்.

பதங்கமாதல் பெ. *(வேதி.)* **சூடுபடுத்தப்படும் திடப் பொருள் திரவமாக மாறாமல் நேரடியாக வாயு நிலைக்கு மாறும் நிகழ்வு;** sublimation.

பதட்டம் பெ. *(பே.வ.)* காண்க: **பதற்றம்.**

பதத்துப்போ வி. (-போக, -போய்) *(ஊரக வ.)* **(ஒன்று) நமுத்துப்போதல்;** lose crispness. தவிட்டைத் தரையில் கொட்டிவைத்தால் பதத்துப்போய்விடும்.

பதநீர் பெ. **(புளித்துப்போகாமல் இருப்பதற்காக உட் புறம் சுண்ணாம்பு தடவப்பட்ட கலயத்தில் சேகரிக் கப் படும்) பனைமரப் பாளையின் இனிப்பான சாறு;** sap of palmyra (collected in a pot coated with slaked lime to prevent fermentation); non-alcoholic sweet toddy. பத நீரைக் காய்ச்சிக் கருப்பட்டி செய்யலாம்.

பதப்படுத்து வி. (-படுத்த, -படுத்தி) **1: (புகையிலை, பால், தானியம் போன்ற பொருள்களை) கெட்டுப் போகாமல் இருக்கும்படி செய்தல்;** (of milk) pasteurize; (of leather, etc.,) tan; preserve (from spoiling). பதப்படுத் திய பால்/ அவர் இயற்கை வழியில் உணவு தானியங் களைப் பதப்படுத்தும் பக்குவத்தைக் கற்றறிந்தார். **2:** காண்க: **பதனிடு.**

பதம்[1] பெ. **1: ஒன்றைச் செய்வதற்கு அல்லது பயன்படுத் துவதற்கு ஏற்ற வகையில் இருக்கும் ஒன்றின் குறிப் பிட்ட தன்மை அல்லது நிலை; பக்குவம்;** proper consistency. சோற்றைப் பதம் பார்த்து வடிக்காவிட்டால் குழைந்து விடும்./ மாவு கையில் ஒட்டாத பதத்திற்கு வந்ததும் சிறு சிறு உருண்டைகளாகப் பிடித்துக்கொள்ள வேண்டும்./ நாற்று நடும் பதத்தில் வயலில் சேறு இருக்கிறது. **2: (கத்தி, அரிவாள்மணை முதலியவற்றில்) வெட்டுவதற்கு ஏற்ற கூர்மை;** sharpness. கத்தி பதமாக இல்லை. **3:** *(-ஆக, -ஆன)* **செயல், பேச்சு போன்றவற்றின் கடுமையில்லாத மிதமான தன்மை; பக்குவம்;** tact; suaveness; smoothness. பதமாகப் பேசித்தான் காரியத்தைச் சாதித்துக்கொள்ள வேண்டும். **4:** *(மண.)* **மெழுகுப் பதத்துக்குக் காய்ந் துள்ள பச்சை மட்பாண்டம்;** the malleable stage which unbaked mud vessel reaches while drying and hardening. பதம் அதிகமாகக் காய்ந்துவிட்டது. இனிமேல் அதைத் தட்டி வழவழப்பாக்க முடியாது.

பதம்[2] பெ. *(அ.வ.)* **சொல்;** word; term. செய்யுள் அடியைப் பதம்பதமாகப் பிரித்து அவர் பொருள் சொன்னார்./ பதப் பிரயோகம்.

பதம்[3] பெ. *(இசை)* **தான் விரும்பித் தொழும் கடவுளைக் காதலனாகவும், தன்னைக் காதலியாகவும், தான் கட வுளை அடைவதற்கு உதவும் ஆசிரியரைத் தோழியாக வும் உருவகப்படுத்தி (பெரும்பாலும் தமிழில் அல்லது தெலுங்கில்) அகப்பொருளில் எழுதப்பட்டு, விளம்ப காலத்தில் பாடப்படும் ஒரு இசை வடிவம்;** musical form on the theme of love sung in slow tempo.

பதம்செய் வி. (-செய்ய, -செய்து) காண்க: **பதப்படுத்து.**

பதம்பார் வி. (-பார்க்க, -பார்த்து) **(எதிர்பாராத வித மாக) காயப்படுத்துதல்; தீங்கு விளைவித்தல்;** hurt (in an unguarded moment). கொஞ்சம் கவனக்குறைவாக இருந்ததில் கத்தி கையைப் பதம்பார்த்துவிட்டது./ குழம்பு சரியான உறைப்பு; நாக்கைப் பதம்பார்த்துவிட்டது.

பதம்பிடி வி. (-பிடிக்க, -பிடித்து) *(வ.வ.)* **(கடப்பாரை, மண்வெட்டி முதலியவற்றின் மழுங்கிய முனைப் பகுதியை) பழுக்கவைத்துத் தட்டி, வெட்டும் பதத் துக்குக் கொண்டுவருதல்;** bevel or reduce to sharpness the edge of spade (without making it pointed), crowbar, etc., at white heat using sledge-hammer. முதலில் இந்த மழுங்கிய கடப்பாரையைப் பதம்பிடிக்கிற வழியைப் பார்.

பதர் பெ. **உள்ளீடற்ற நெல்;** empty ears of grain; chaff. மழையினால் பாதிக்கப்பட்ட நெற் பயிரில் பாதிக்கு மேல் பதராகப் போய்விட்டது./ *(உரு வ.)* 'அற்பப் பதரே! நீ கல்லாகக் கடவாய்' என்று முனிவர் சபித்தார்.

பதவி பெ. 1: ***(நிர்வாகத்தில்) அதிகாரமுள்ள பொறுப்பு/ (தொழிற்சாலை, அலுவலகம் முதலியவற்றில்) மேற் பார்வையிடும் பொறுப்பைக் கொண்ட பணியிடம்;*** office; official position/(in an organization, etc.,) post. தமி ழகத்தைச் சேர்ந்த ஆறு பேருக்கு மத்திய அமைச்சரவையில் பதவி தரப்பட்டிருக்கிறது./ கட்சித் தலைவர் பதவிக்குக் கடும் போட்டி நிலவுகிறது./ மொழியியல் துறைப் பேரா சிரியர் பதவிக்கான விண்ணப்பங்கள் வரவேற்கப்படு கின்றன./ அவருடைய பதவிக் காலம் முடிவடைந்ததும் அவர் சொந்த ஊருக்குப் போய்விட்டார். [(தொ.சொ.) ***அலுவல்/ உத்தியோகம்/ பணி/ பிழைப்பு/ வேலை***] **2:** (ஒருவர் இறந்ததை மரியாதையுடன் குறிப்பிடும் போது) ***பூமியைவிட உயர்ந்த நிலை;*** (when referring to s.o's death in respectful manner) higher place than the earth. சிவலோக பதவி/ வைகுண்ட பதவி.

பதவி இறக்கம் பெ. (தண்டனையாக) ***ஒருவர் இருக் கும் பதவியில் தற்போது இருக்கும் நிலையைவிடக் கீழ் நிலைக்கு அவரை நியமிக்கும் நடவடிக்கை;*** demotion. காவல்துறை அதிகாரி மீதான குற்றச்சாட்டு நிரூபண மாகியதால் அவர் பதவி இறக்கம் செய்யப்பட்டார்.

பதவி உயர்வு பெ. ***ஒருவர் தன் பதவியில் மேல்நிலைக்கு அல்லது உயர்பதவிக்கு நியமிக்கப்படும் நிர்வாக ஏற் பாடு;*** promotion. தனியார் நிறுவனங்களில் திறமையின் அடிப்படையில் பதவி உயர்வு தரப்படுகிறது.

பதவிசு பெ. (-ஆக, -ஆன) (பே.வ.) ***அடக்கம் அல்லது நளினம் நிறைந்த தன்மை;*** modesty; meekness. என்ன, பையன் இவ்வளவு பதவிசாக உட்கார்ந்திருக்கிறான் என்று பார்க்கிறீர்களா? குறும்பு பண்ண ஆரம்பித்தால் கட்டுப் படுத்த முடியாது./ என் பெண் பதவிசாக எல்லா வேலை யும் பார்ப்பாள். [(தொ.சொ.) ***அடக்கம்/ தன்மை/ பணிவு***]

பதவிநீக்கம் பெ. 1: ***பணிநீக்கம்;*** dismissal. அலுவலகப் பணத்தைக் கையாடல் செய்ததற்காக அவர் பதவிநீக்கம் செய்யப்பட்டார்./ பதவிநீக்கம் செய்யப்பட்ட அதிகாரிகள் நீதிமன்றத்தில் வழக்குத் தொடுத்துள்ளனர். **2:** (சட்டம்) ***(ஜனநாயக முறையில்) தேர்ந்தெடுக்கப்பட்ட அரசை அதிகாரம் இழக்கச் செய்யும் நடவடிக்கை;*** dismissal (of an elected government). அந்த மாநிலத்தில் சிறுபான்மை அரசு பதவிநீக்கம் செய்யப்பட்டுக் குடியரசுத் தலைவர் ஆட்சி பிரகடனம் செய்யப்பட்டுள்ளது.

பதவிப் பிரமாணம் பெ. (சட்டம்) ***(அமைச்சர், சட்ட மன்ற உறுப்பினர், உயர் நீதிமன்ற, உச்ச நீதிமன்ற நீதிபதி முதலியோர்) பதவி ஏற்கும்போது அதிகார பூர்வமாக எடுத்துக்கொள்ளும் உறுதிமொழி;*** oath of office. குடியரசுத் தலைவர் இன்று காலை பத்து மணிக்குத் தலைமை நீதிபதிக்குப் பதவிப் பிரமாணம் செய்துவைப் பார்.

பதவியேல் வி. (-ஏற்க, -ஏற்று) (சட்டம்) ***(அமைச்சர், நீதிபதி போன்றோர் பதவிப் பிரமாணம் எடுத்துக் கொண்டு) பதவியை ஒப்புக்கொள்ளுதல்;*** be sworn in; take office. முதலமைச்சருடன் பத்து புதிய அமைச்சர்கள் பதவியேற்றனர்.

பதவியேற்பு பெ. (சட்டம்) ***(அமைச்சர், சட்டமன்ற உறுப்பினர், நீதிபதி முதலியோர்) அதிகாரபூர்வமாகப் பதவியேற்கும் செயல்;*** the act of being sworn in; swearing-in ceremony. அமைச்சர்களின் பதவியேற்பு நிகழ்ச்சி நாளை ஆளுநர் மாளிகையில் நடைபெறும்.

பதவுரை பெ. ***(செய்யுளின்) ஒவ்வொரு சொல்லுக்கும் பொருள் கூறி விளக்கும் உரை;*** interpretation of a verse that gives the meaning of each of its words. இந்தப் பதிப்பில் பதவுரையும் பொழிப்புரையும் தந்திருக்கிறார்கள்.

பதற்றப்படு வி. (-பட, -பட்டு) ***பதற்றம் அடைதல்; பதறு தல்;*** get flustered. இந்தச் சின்ன விஷயத்துக்கு எதற்காகப் பதற்றப்படுகிறீர்கள்?/ பதற்றப்படாமல் பொறுமையாகக் கிளம்பு. ஊரில் ஒன்றும் ஆகியிருக்காது.

பதற்றம் பெ. (-ஆக, -ஆன) **1:** ***கவலை, பயம், தயக்கம், நிச்சயமின்மை போன்றவற்றால் செயல்படுவதில் நிதா னம் இழந்த நிலை;*** anxiety; nervousness. மருத்துவ அறிக் கையைக் கையில் வாங்கிப் பதற்றத்துடன் பிரித்தான்./ என்ன நடந்தது என்று பதற்றப்படாமல் சொல்லுங்கள். **2:** ***(கலவரம், போர், இயற்கைச் சீற்றம் முதலியவற்றால் ஒரு இடத்தில்) அடுத்து என்ன நடக்கும் என்று தெரி யாத அளவுக்கு அச்சம் நிலவும் சூழல்;*** tension. பதற்றம் நிலவும் பகுதியில் ராணுவம் நிறுத்தப்பட்டுள்ளது./ அதிர் சுடப்பட்ட செய்தி நாடு முழுவதும் பதற்ற நிலையை ஏற்படுத்தியிருந்தது.

பதறியடித்துக்கொண்டு வி.அ. ***கலக்கத்தின் காரண மாக அவசரத்துடன்;*** in disorderly haste (due to panic); in a perturbed state. மகள் கிணற்றில் விழுந்துவிட்டாள் என்றதும் பதறியடித்துக்கொண்டு ஓடினாள்./ 'ஐயோ' என்ற சத்தத்தைக் கேட்டுப் பதறியடித்துக்கொண்டு படுக் கையிலிருந்து எழுந்தான்.

பதறு வி. (பதற, பதறி) ***பதற்றமும் கலக்கமும் அடைதல்/ (பயம், ஆபத்து போன்றவற்றால்) (கை, கால்) நடுங்கு தல்;*** panic; be anxious; get agitated/(of limbs) tremble; shiver; fluster. செல்லமாக வளர்த்த பெண் என்பதால் சிறு காயத்துக்குக்கூடப் பதறிக்கொண்டு வைத்தியம் செய் வார்./ வீடு தீப்பற்றி எரிவதைப் பார்த்துக் கை, கால் பதற நின்றான்./ பதறாமல் தேடு, நீதான் மறந்துபோய் வளை யலை எங்காவது வைத்திருப்பாய்./ தன் மகள் இப்படிக் கஷ்டப்படுவதைப் பார்த்தால் பெற்றவளுக்கு மனம் பதறாதா?

பதனப்படுத்து வி. (-படுத்த, -படுத்த) காண்க: ***பதனிடு.***

பதனம் பெ. (-ஆக) (வ.வ.) ***கவனம்; ஜாக்கிரதை; பத்தி ரம்;*** care; attention. குழந்தையைப் பதனமாகப் பார்த்துக் கொள்.

பதனிடு வி. (பதனிட, பதனிட்டு) ***(விலங்கின் தோலை ரசாயனப் பொருள்களின் மூலம் பொருள்கள் செய் வதற்கான) பக்குவத்துக்கு வரும்படி செய்தல்;*** tan. தோல் பதனிடும் தொழிற்சாலை.

பதனீர் பெ. காண்க: ***பதநீர்.***

பதாகை பெ. *(உ.வ.)* **1: தூக்கிச் செல்வதற்கு வசதியாகக் கம்புகளில் கட்டப்பட்ட, வாசகங்கள் தாங்கிய செவ்வக வடிவத் துணி;** banner. ஊர்வலத்தில் கட்சிக் கொடியையும் கோரிக்கைகள் எழுதிய பதாகைகளையும் ஏந்திச் சென்றனர். **2:** *(உ.வ.)* **(துணியால் ஆன) கொடி;** flag. செம்பதாகையை உயர்த்திப் பிடித்திருந்தான்.

பதார்த்தம் பெ. **(சாப்பாட்டில்) உப உணவு; தின்பண்டம்;** eatables such as savouries, sweet dishes, etc., or dishes served in a meal. எண்ணெயில் பொரித்த பதார்த்தங்கள் தட்டுகளில் வைக்கப்பட்டிருந்தன.

பதி[1] வி. *(பதிய, பதிந்து)* **1: (ஒன்று ஒரு பரப்பில்) உட்செல்லுதல்; அழுந்துதல்;** impress; sink in; get stuck. பாதம் பதியும் அளவுக்கு நிலத்தில் ஈரம் இருந்தது./ மணலில் சக்கரம் பதிந்துகொண்டதால் மாடுகள் வண்டியை இழுக்கச் சிரமப்பட்டன. **2: (அச்சு, முத்திரை முதலியவை ஒன்றில்) அழுந்துதல்; படிதல்;** be imprinted or impressed. இந்தப் பக்கத்தில் மட்டும் அச்சு நன்றாகப் பதியவில்லை./ உதடுகள் நெற்றியில் பதிய முத்தமிட்டான். **3: (காட்சி, செய்தி முதலியவை மனத்தில்) நிலைத்தல்;** register (in one's mind); make an impression. எங்கள் ஆசிரியர் மனத்தில் பதியும்படி விளக்கமாகப் பாடம் நடத்துவார்./ படத்தில் அந்தக் காட்சி ஒரு நிமிட நேரம் மட்டுமே வந்தது என்றாலும் மனத்தில் பதிந்துவிட்டது. **4: (பார்வை ஒன்றில்) நிலையாகப் படிதல்; நிலைத்தல்;** (of glance, look) get fixed (on sth. or s.o.). அவன் பார்வை அவள் கழுத்துச் சங்கிலியில் பதிந்தது. **5: (பெயர் அல்லது பத்திரம்) பதிவுசெய்தல்;** register (one's name or a document). வேலைவாய்ப்பு அலுவலகத்தில் பெயரைப் பதிந்துவிட்டு வந்திருக்கிறேன்./ பத்திரம் பதிய உன் உதவி தேவை. **6: (சமூக வலைத்தளத்தில்) ஒரு கருத்தையோ, தகவலையோ பதிவுசெய்தல்;** post a comment or information on social media. உங்கள் நாவலைப் பற்றிய குறிப்பை இன்று காலை என் முகநூலில் பதிந்திருக்கிறேன்./ ஜல்லிக்கட்டுக்கு ஆதரவாக ஆயிரக் கணக்கானவர்கள் சுட்டுரையில் பதிந்த கருத்துகள் சுவாரஸ்யமானவை.

பதி[2] வி. *(பதிக்க, பதித்து)* **1: (ஒன்று ஒரு பரப்பில்) உட்செல்லும்படி செய்தல்; பதிந்திருக்குமாறு செய்தல்;** fix (with sth.); inlay; set. சலவைக் கல் பதித்த சுவர்/ கல் பதித்த தோடு. **2: (அச்சு, முத்திரை முதலியவற்றை) பதியும்படி அழுத்துதல்;** stamp (sth. on sth.). தகட்டில் உலோக அச்சைக்கொண்டு முத்திரை பதித்தார்கள். **3: (பார்வையை ஒன்றில்) நிலையாகப் படியச் செய்தல்; நிலைக்கச் செய்தல்;** fix (one's glance on sth. or s.o.). அவள் அந்தப் படத்தில் பதித்த பார்வையை வெகு நேரம்வரை விலக்கவே இல்லை.

பதி[3] பெ. *(உ.வ.)* **1: கணவன்;** husband. **2:** *(தத்.)* **(சைவ சித்தாந்தத்தில்) இறைவன்;** (in Saiva Siddhanta) god.

பதி[4] பெ. *(உ.வ.)* **(புராதனமான கோயில்களைக் கொண்டுள்ள) ஊர்;** place (made venerable by the presence of an ancient temple). பழம் பதிகளுள் ஒன்று மதுரை./ ஞானசம்பந்தர் திருநீற்றுப் பதிகம் பாடிய பதி இதுதான்.

பதிகம் பெ. **(பக்தி இலக்கியத்தில்) (குறிப்பிட்ட இடத்தில் எழுந்தருளியுள்ள) தெய்வத்தின் மேல் பத்துப்பத்தாகப் பாடப்படும் பாடல்கள்;** poem of ten verses on the deity (of a specified place). தேவாரப் பதிகங்கள்.

பதிநான்கு பெ. காண்க: பதினான்கு.

பதிப்பகம் பெ. **புத்தகங்கள் வெளியிடும் நிறுவனம்;** publishing house.

பதிப்பாசிரியர் பெ. **(பிறருடைய கட்டுரைகளையோ நூலையோ வெளியிடுவதற்காக) தொகுக்கும் அல்லது முறைப்படுத்தித் தரும் பொறுப்பை ஏற்றவர்;** editor (of a work).

பதிப்பாளர் பெ. **(புத்தகம், பத்திரிகை போன்றவற்றை) வெளியிடும் பொறுப்பை ஏற்றவர்;** publisher.

பதிப்பி வி. *(பதிப்பிக்க, பதிப்பித்து)* **(புத்தகம், பத்திரிகை முதலியவற்றை) ஒழுங்குபடுத்தி வெளியிடுதல்/(புத்தகம், பத்திரிகை முதலியவற்றை) வெளியிடுதல்;** edit (a book, etc.,) / publish. இந்த நூலை முதலில் பதிப்பித்தவர் பெயர் இந்தப் பதிப்பில் விடுபட்டிருக்கிறது./ நூற்றுக்கும் மேற்பட்ட நூல்களைப் பதிப்பித்த நிறுவனம் இது.

பதிப்பு பெ. **1: (புத்தகம் முதலியவற்றின் பிரதிகள்) விற்பனைக்காக ஒரு முறை குறிப்பிட்ட எண்ணிக்கையில் வெளியிடப்படுவது;** edition (of a book). புத்தகத்தின் முதல் பதிப்பில் இருந்த பல தவறுகள் இரண்டாம் பதிப்பில் நீக்கப்பட்டு விட்டன./ பல பதிப்புகள் வெளியான சிறந்த நாவல் இது. **2: (ஒரே செய்தித்தாள் பல இடங்களிலிருந்து அச்சிட்டு வெளியிடப்படும்போது) ஓர் இடத்திலிருந்து வெளிவரும் வெளியீடு;** (of a newspaper, etc., when published from different places) edition (of a specified place). அந்தப் பத்திரிகையின் கோவைப் பதிப்பு மீண்டும் வெளிவரத் துவங்கியது./ மதுரைப் பதிப்பு **3:** *(பெரும்பாலும் பன்மையில்)* **(குறிப்பிட்ட பதிப்பாளர்களின்) வெளியீடு;** publication(s). அனைத்து வெளியீட்டாளர்களின் பதிப்புகளும் எங்களிடம் கிடைக்கும். **4: (புத்தகம்) குறிப்பிட்ட வடிவத்தில் அல்லது குறிப்பிட்ட நோக்கத்துக்காக வெளியிடப்படுவது;** edition. கெட்டி அட்டைப் பதிப்பு/ 'ஒரு புளியமரத்தின் கதை' என்ற நாவல் மாணவர் பதிப்பாக வெளிவந்திருக்கிறது. **5: (குறிப்பிட்டவரால்) பதிப்பிக்கப்பட்டது;** edition. மர்ரே ராஜம் பதிப்பில் பாடம் சந்தி பிரிக்கப்பட்டிருக்கும்./ சாமிநாதையரின் 'குறுந்தொகை' பதிப்பு உங்களிடம் இருக்கிறதா? **6:** *(மென்பொருளைக் குறிப்பிடும்போது)* **முன்பு வெளியிடப்பட்டதிலிருந்து மாறுபட்டது;** version. ஆபீஸ் 2000 பதிப்பில் பல மாற்றங்கள் செய்யப்பட்டுள்ளன./ பேஜ் மேக்கரின் பழைய பதிப்புதான் என்னிடம் உள்ளது.

பதிப்புரிமை பெ. **(குறிப்பிட்ட புத்தகம், இசை, திரைப்படம் போன்றவற்றை) தன்னுடைய அனுமதியில்லாமல் பிறர் பயன்படுத்த முடியாத வகையில் உருவாக்கியவர் கொண்டிருக்கும் உரிமை; காப்புரிமை;** copyright.

பதிமூன்று பெ. காண்க: **பதின்மூன்று.**

பதியம்போடு வி. (-போட, -போட்டு) **(மல்லிகை, ரோஜா முதலிய) செடியின் கிளையை வளைத்து மண்ணில் புதைத்து, அது வேர் விட்ட பின் செடியிலிருந்து வெட்டி விடுதல்;** layer (a plant's shoot for propagation).

பதியமிடு வி. (-இட, -இட்டு) காண்க: **பதியம்போடு.**

பதியன் பெ. **பதியம்போடுவதால் தனியாக முளைத்து வரும் செடி;** graft. ரோஜாப் பதியன்.

பதில்[1] பெ. **1: கேள்வி, வேண்டுகோள் முதலியவற்றுக்கு விவரம், விளக்கம், ஒப்புதல் என்ற வகையில் எழுத்து மூலமாகவோ பேச்சுமூலமாகவோ தரப்படுவது; விடை;** answer; reply; response. ஏன் அப்படிச் செய்தாய் என்று கேட்டதற்கு அவன் பதிலே சொல்லவில்லை./ தேர்வில் பதில் தெரியாமல் பல கேள்விகளை விட்டுவிட்டான்./ கடன் கேட்டு வங்கிக்கு விண்ணப்பித்திருக்கிறேன். இன்று வரை பதில் இல்லை./ இந்த ஆண்டாவது எங்கள் கிராமத்துக்குச் சாலை போடப்படுமா என்ற கேள்விக்கு மாவட்ட ஆட்சியர்தான் பதில் சொல்ல வேண்டும்./ நான் எழுதிய கட்டுரை சார்ந்த எந்தக் கேள்விக்கும் பதில் தர நான் தயார்./ ஆன்மீகம் பற்றிய உன் கேள்விகளுக்கு நீ தான் பதில் காண வேண்டும். **2: ஒருவர் எழுதிய கடிதம் குறித்து மற்றொருவர் அனுப்பும் மறுமொழி;** reply. நான் போட்ட கடிதத்துக்கு நீ ஏன் பதில் போடவில்லை?/ உனது பதில் கிடைக்கப்பெற்றேன். மற்றவை நேரில். **3: (ஒரு செயலுக்கு அல்லது பேச்சுக்கு எதிர் விளைவாக) திரும்பச் செய்யப்படுவது;** (sth. done in) return or (as) counter. இதற்கு பதில் நடவடிக்கை எடுக்காமல் விடப் போவதில்லை./ அவர் அளித்த விருந்துக்கு பதில் விருந்து இவர் வீட்டில் நடந்தது./ பதிலுக்குத் திட்டாமல் இருந்து விட்டேன்.

பதில்[2] பெ. (-ஆக) **1: (ஒன்றின் இடத்தில் மற்றொன்று அல்லது ஒருவர் இடத்தில் மற்றொருவர் என்பதைக் குறித்து வரும்போது) மாறாக அல்லது பிரதியாக இருப்பது;** sth. in place of something else; sth. instead of sth. else. லாபம் வருவதற்குப் பதில் நஷ்டம்தான் வருகிறது./ தோசைக்குப் பதில் இட்லி. **2: (இலங்.) (ஒரு பதவியில் அல்லது பணியில்) முதல்நிலை அலுவலருக்கு அடுத்த நிலையில் இருப்பவர்; பிரதி;** deputy.

பதில் சொல் வி. (சொல்ல, சொல்லி) **(ஒருவர் தன் செயலுக்கு) பொறுப்பேற்று விளக்கமளித்தல்;** explain (one's conduct); answer for sth. நீ செய்த காரியத்துக்கு நான் எப்படிப் பதில் சொல்ல முடியும்?/ என்னை நம்பி உன்னை விட்டிருக்கிறார்கள். நீ இப்படிச் செய்தால், உன் அப்பாவுக்கு யார் பதில் சொல்வது?

பதிலடி பெ. **தாக்குதல், விமர்சனம் போன்றவற்றுக்கு ஈடுகொடுக்கும் வகையிலான எதிர் நடவடிக்கை;** retaliation; reprisal. அப்பாவி மக்கள்மீது தாக்குதல் தொடுத்த பயங்கரவாதிகளுக்கு ராணுவம் பதிலடி கொடுத்தது./ தேர்தலில் ஆளுங்கட்சிக்கு நாங்கள் சரியான பதிலடியைக் கொடுப்போம்./ நம் நாட்டின் ஒருமைப்பாட்டை யாராவது சீர்குலைக்க நினைத்தால் அவர்களுக்குச் சரியான பதிலடி கொடுப்போம்.

பதிலி பெ. **மாற்று;** alternative; substitute. முன் களத்தில் ஆடிய வீரருக்குக் காயம் ஏற்பட்டதால் பதிலி ஆட்டக்காரர் களம் இறங்கினார்.

பதிலி வாக்குமுறை பெ. (பு.வ.) **தன் சார்பில் வேறு ஒருவர் தேர்தலில் வாக்களிப்பதற்கு அதிகாரம் அளிக்கும் முறை;** proxy voting. பதிலி வாக்குமுறையை நடைமுறைப்படுத்த மத்திய அமைச்சரவை ஒப்புதல் அளித்துள்ளது.

பதிலீடு பெ. **(ஒரு செயலுக்கு அல்லது பொருளுக்கு) இணையான மற்றொன்று; ஈடு;** sth. done or given in return for sth.; equivalent; match. அவன் செய்த உதவிக்கெல்லாம் என்னால் எதுவும் பதிலீடாகச் செய்ய முடியாது./ பிறமொழிச் சொற்களுக்குச் சிலர் தமிழ் மொழிச் சொற்களைப் பதிலீடு செய்கின்றனர்./ மீத்தேனில் உள்ள நான்கு ஹைட்ரஜன்களையும் குளோரின் பதிலீடு செய்கிறது.

பதிவர் பெ. **சமூக வலைத்தளங்களில் தகவல்கள், கருத்துகள் போன்றவற்றை பதிவுசெய்பவர்;** one who posts a comment, information etc., on social media.

பதிவாளர் பெ. **1: (நிலம், வீடு போன்றவற்றை விற்பது, ஒத்திக்கு விடுவது போன்ற) குறிப்பிட்ட விவரங்களை அதிகாரபூர்வமான முறையில் பதிவு செய்வது போன்ற பொறுப்புகளை ஏற்றிருக்கும் அரசு அதிகாரி;** government official having authority to register transfer of property; Registrar. பிறப்பு இறப்புப் பதிவாளர் அலுவலகம். **2: (உயர்கல்வி நிறுவனங்களில்) கல்விப் பணி அல்லாத நிர்வாகப் பொறுப்புகளுக்கு உரிய உயர் அதிகாரி;** Registrar (of a university, etc.,). பல்கலைக்கழகப் பதிவாளர்.

பதிவிரதை பெ. (அ.வ.) **பத்தினி;** wife of exemplary faithfulness.

பதிவிறக்கம் பெ. (பு.வ.) **இணையதளத்திலிருந்து கணிப்பொறிக்குத் தகவல்களை வந்துசேரச் செய்யும் செயல்பாடு;** downloading.

பதிவிறக்கு வி. (-இறக்க, -இறக்கி) (பு.வ.) **இணையதளத்திலிருந்து கணிப்பொறிக்குத் தகவல்களை வந்துசேரச் செய்தல்;** download (from computer).

பதிவு பெ. **1: ஒரு பரப்பில் ஒன்று பதிந்ததன் அடையாளம்; தடயம்;** impression (left on a surface). உடம்பில் பல் பதிவுகள் இருந்தது பிரேதப் பரிசோதனையில் தெரிய வந்தது./ குற்றவாளிகளின் கைரேகைப் பதிவுகள்/ (உரு வ.) மனப் பதிவுகள் கவிதை ஆகின்றன. [(தொ.சொ.) **அடையாளம்/ அறிகுறி/ சுவடு/ தடம்**] **2: (சட்டப்படி) ஆவணத்தில் எழுதிவைக்கும் குறிப்பு;** recording or registering (sth. in an office); booking. திருமணப் பதிவு அலுவலகம்/ வேகக் கட்டுப்பாட்டை மீறி வாகனம் ஓட்டியதாகப் பதிவாகியிருக்கும் வழக்குகள் பல. **3: (அகராதி தொடர்பாக வரும்போது) பொருள் காணப்பட வேண்டிய சொல், அதற்கான இலக்கணக் குறிப்பு, பொருள், எடுத்துக்காட்டு வாக்கியம் போன்ற தகவல்களின்**

861 பதுமை

தொகுப்பு; entry (in a dictionary, thesaurus, etc.,). *இந்த அகராதியின் முதல் பதிப்பில் 15,875 பதிவுகள் தரப் பட்டுள்ளன.* **4: (ஆவணம், கட்டுரை போன்றவற்றில் ஒன்று) குறிக்கப்பட்டுள்ள நிலை;** mention; reference; entry. *தென்னிந்தியாவில் 1890களில் நடந்த கலகங்களைப் பற்றிய பதிவுகளைத் தேடிக்கொண்டிருக்கிறேன்.* **5: அளவு களைக் கருவிகள் கொண்டு கணக்கிடும் செயல்;** recording (of quantity); reading. *நேற்று நெல்லையில் பத்து செ.மீ. மழை பதிவாகியுள்ளது.* **6: (பாடல், காட்சி முதலியவற்றை) கேட்கும்படியாகவோ பார்க்கும்படி யாகவோ கருவிகள் துணையால் அமைக்கும் செயல்;** recording (a song, etc.,). *பாடல் பதிவுடன் இன்று படப் பிடிப்பு இனிதே துவங்குகிறது.* **7: (ஒருவரால்) முக நூலில் இடப்பட்ட தகவல், குறிப்பு போன்றவை;** (post on Facebook).

பதிவு அஞ்சல் பெ. **குறிப்பிட்ட முகவரியில் உள்ள வருக்குச் சேர்ப்பிக்கப்பட்டது என்ற சான்றைப் பெறு வதற்குக் கூடுதல் கட்டணம் செலுத்தி அனுப்பப்படும் கடிதம் முதலிய அஞ்சல்;** registered post.

பதிவுக் கட்டணம் பெ. **நிலம், மனை, வீடு போன்ற வற்றை விற்கவோ வாங்கவோ அல்லது ஒப்பந்தம், அடமானம் வைத்தல் தொடர்பான பத்திரங்களைப் பதிவு செய்ய, அவற்றின் மதிப்பில் குறிப்பிட்ட சதவீதம் மாநில அரசுக்குச் செலுத்தும் வரி;** registration fee paid to the State government on property transactions such assale, mortgage, agreement to sell,etc.

பதிவுசெய் வி. *(-செய்ய, -செய்து)* **1: (ஒன்றைப் பெறு வதற்கான விவரங்களை விண்ணப்பத்தில்) குறித்துத் தருதல்;** register. *வேலைவாய்ப்பு அலுவலகத்தில் பெய ரைப் பதிவுசெய்துவிட்டு வருகிறேன்./ வாக்காளர் அட் டைக்குப் பதிவு செய்துவிட்டாயா?* **2: (வழக்குகள், விவ ரங்கள் போன்றவற்றை) முறைப்படி குறித்தல்;** register (a case, marriage, etc.,); take a reading. *கொலை தொடர்பாக அவன்மீது வழக்கு பதிவுசெய்யப்பட்டது./ உன் திரு மணத்தை முறைப்படி பதிவுசெய்துவிட்டாயா?*

பதிவுத் திருமணம் பெ. **(தங்கள் மதம் சார்ந்த சடங்கு, சம்பிரதாயம் போன்றவை இல்லாமல்) திருமணச் சட் டத்தின் கீழ் பதிவாளர் முன்பு மணமக்கள் கையொப்ப மிடுவதன் மூலம் நடைபெறும் திருமணம்;** marriage that takes place through registration under the Special Marriages Act; a civil marriage.

பதிவுநாடா பெ. **(முன்பு) ஒலிப்பதிவு செய்வதற்கும் ஒளிப்பதிவு செய்வதற்கும் பயன்படுத்தும் ரசாயனப் பொருள் பூசப்பட்ட மெல்லிய நாடா;** (in the past) magnetic tape for audio and video recording.

பதிவு மூப்பு பெ. **ஒருவர் வேலைவாய்ப்பு அலுவலகத் தில் பதிவு செய்திருக்கும் கல்வித் தகுதிகளின் கால அடிப்படையில் பெறும் முன்னுரிமை;** seniority based on the registration of educational qualifications in the employment exchange of the government. *பதிவு மூப்பின் அடிப்படையில் நேர்காணலுக்கான அழைப்பு அனுப்பப் படும் என்று அதிகாரி தெரிவித்தார்.*

பதிவேடு பெ. **(அலுவலகம், நிறுவனம் முதலியவற்றில்) தகவலை அதிகாரபூர்வமாகக் குறிக்கப் பயன்படும் ஏடு;** any of the registers maintained by an office. *வருகைப் பதிவேட்டைக் காணவில்லை./ பிறப்பு இறப்புப் பதிவேடு.*

பதின்பருவம் பெ. **பதின்மூன்று வயதிலிருந்து பத் தொன்பது வயதுவரை உள்ள இளமைப் பருவம்;** one's teens; teenage.

பதின்மூன்று பெ. **பன்னிரண்டுக்கு அடுத்த எண்;** (the number) thirteen.

பதின்வயதினர் பெ. **பதின்மூன்று வயதிலிருந்து பத் தொன்பது வயதுவரை இருப்பவர்கள்;** teenagers.

பதின்வயது பெ. **ஒருவர் வளரும் பருவத்தில் பதின் மூன்றிலிருந்து பத்தொன்பது வயதுக்கு இடையி லுள்ள வயது;** teens.

பதினான்கு பெ. **பதின்மூன்றுக்கு அடுத்த எண்;** (the number) fourteen.

பதினெட்டாம்பெருக்கு பெ. காண்க: **ஆடிப்பெருக்கு.**

பதினொன்று பெ. **பத்துக்கு அடுத்த எண்;** (the number) elevan.

பதுக்கல் பெ. **(வெளிச்சந்தையில் எளிதில் கிடைக்காத பொருளை அல்லது நியாய விலைக்கு விற்க வேண்டிய பொருளை விற்காமல்) சட்டவிரோதமாக மறைத்து வைக்கும் செயல்; பதுக்கும் செயல்;** hoarding (of commodities). *பதுக்கலைத் தடுப்பதற்கு அவசரச் சட்டம் கொண்டுவரப்பட்டுள்ளது./ இரண்டாம் உலகப்போர் சமயத்தில் உணவுப் பொருள்களின் பதுக்கல் காரணமாகக் கடுமையான தட்டுப்பாடு நிலவியது.*

பதுக்கு வி. *(பதுக்க, பதுக்கி)* **1: (பொருள், பணம் முதலிய வற்றை) சட்டவிரோதமாக மறைத்துவைத்தல்;** hoard. *கிடங்கில் பதுக்கி வைத்திருந்த நூறு மூட்டை நெல்லைக் காவல்துறையினர் கைப்பற்றினர்./ சிலர் வெளிநாட்டு வங்கிகளில் பணத்தைப் பதுக்கியுள்ளது தெரிய வந்தது.* **2: (ஒன்றைப் பிறர் கண்டுபிடிக்க முடியாதவாறு) மறைத்துவைத்தல்; ஒளித்துவைத்தல்;** hide; stash away. *பாக்கி பட்டாசை எங்கே பதுக்கிவைத்திருக்கிறாய் என்று சொல்.*

பதுங்கல் பெ. *(-ஆன, -ஆக)* **(பாத்திரங்களில்) அகல மாகவும் உயரம் இல்லாததுமான ஒன்று;** wide-mouthed but short.

பதுங்கு வி. *(பதுங்க, பதுங்கி)* **(பிறர் கண்டுபிடிக்க முடி யாதவாறு) மறைந்திருத்தல்; ஒளிந்துகொள்ளுதல்;** hide. *தீவிரவாதிகள் காட்டுக்குள் பதுங்கியிருப்பதாகச் செய்தி வந்துள்ளது./ மான் கூட்டத்தைப் பார்த்ததும் புலி பதுங்கிப் பதுங்கிச் சென்றது.* [(தொ.சொ.) **ஒளி/ பம்மு/ மறை**]

பதுங்கு குழி பெ. **(போரின்போது எதிரியின் குண்டு வீச்சு, துப்பாக்கிச்சூடு போன்றவற்றிலிருந்து) பாதுகாத் துக்கொள்ளும் விதத்தில் மறைந்துகொள்வதற்காக நீளமாக வெட்டப்படும் ஆழமான குழி;** trench; bunker.

பதுமை பெ. **(மனித அல்லது தெய்வ உருவ) பொம்மை;** doll; figurine. *உனக்குப் பார்த்திருக்கும் பெண் தங்கப் பதுமை*

போல இருக்கிறாள்./ கோயில் பதுமை. [(தொ.சொ.) உரு வம்/ சிலை/ சிற்பம்/ சுரூபம்/ பொம்மை]

பதை வி. (பதைக்க, பதைத்து) **(துன்பம் தாங்க முடியாமல் அல்லது எதிர்பாராத பாதிப்பால்) பொறுக்க முடியாமல் தவித்தல்; துடித்தல்; பதறுதல்; நடுங்குதல்;** be agonized; be extremely agitated. கணவன் விபத்தில் இறந்த செய்தி கேட்டதும் பதைத்துப்போனாள்./ கண் முன்னே நடந்த விபத்தை நினைத்தாலே மனம் பதைக்கிறது.

பதைபதை வி. (பதைபதைக்க, பதைபதைத்து) **(மிகுதியைக் காட்டுவதற்குப் பயன்படுத்தும்) 'பதை' என்னும் வினையின் இரட்டித்த வடிவம்; துடிதுடித்தல்;** reduplication of the verb பதை (to intensify the meaning). இரத்தம் வழிய நின்றிருந்த குழந்தையைக் கண்டு பதை பதைத்தாள்.

பதைபதைப்பு பெ. **மோசமான ஒரு நிகழ்வால் ஒருவருக்கு ஏற்படும் பயமும் கலக்கமும் நடுக்கமும் கூடிய உணர்வு; பதற்றம்;** anxiety; mental agitation. குண்டு வெடிப்பினால் ஏற்பட்ட பதைபதைப்பு மக்களிடம் இன்னும் அடங்கவில்லை.

பந்த் (b-) பெ. **(கட்சி, சங்கம் போன்ற அமைப்பு ஒரு கோரிக்கைக்காக அல்லது ஒன்றுக்கு ஆதரவை அல்லது எதிர்ப்பைத் தெரிவிக்கும் விதத்தில்) போக்குவரத்து, வியாபாரம் போன்றவற்றை நடைபெறவிடாமல் தடுத்தல்; முழு அடைப்பு;** total stoppage of business activities in a town, etc., as a protest; (in India) bandh. விற்பனை வரி உயர்வை எதிர்த்து வணிகர் சங்கம் பந்த் நடத்த முடிவு செய்தது.

பந்(த்)தி (bh-) பெ. (திருநர் வ.) 1: **ஆண்;** male. 2: **(தன்னுடைய அல்லது தனக்குச் சொந்தமான என்ற பொருளில் ஒரு திருநங்கை குறிப்பிடும் போது மட்டும்) காதலன்; கணவன்;** one's lover; one's husband.

பந்தக்கால் பெ. காண்க: **முகூர்த்தக்கால்.**

பந்தக்கால் நடு வி. (நட, நட்டு) **திருமணம், திருவிழா போன்ற நிகழ்ச்சிகளுக்கு மூன்று அல்லது ஐந்து அல்லது ஏழு நாட்களுக்கு முன் ஒரு நல்ல நாளில் வீட்டு வாசலில் அல்லது கோயிலில் பந்தலுக்காக மாவிலை கட்டிய ஒரு மூங்கில் கழியை நட்டுப் பூஜை செய்தல்;** the ritual of planting a post for a பந்தல் on an auspicious day ahead of celebrations like weddig, temple festival etc.,

பந்தம்[1] பெ. 1: **நுனியில் துணி சுற்றப்பட்டு எண்ணெயில் முக்கியெடுத்த, எரிப்பதற்கு வசதியான கம்பு; தீப்பந்தம்; தீவட்டி;** torch fed with oil. சுவாமி ஊர்வலத்தில் பலர் பந்தம் பிடித்து வந்தார்கள்./ இந்த இரவு நேரத்தில் பந்தத்தை வைத்துக்கொண்டு ஆற்றங்கரையில் என்ன தேடுகிறார்கள்? 2: (இலங்.) **(இறந்தவரின் சிதைக்குக் கொள்ளிவைப்பதற்கான) நெய்ப் பந்தம்;** torch fed with ghee (used for lighting the funeral pyre). குமருப்பிள்ளைகள் எல்லாம் அப்பப்பாவுக்குப் பந்தம் பிடிக்க வாருங்கள்.

பந்தம்[2] (b-) பெ. **உறவு;** relation. அம்மா இறந்த பிறகு தாய் வழி பந்தம் அறுந்துவிட்டது./ பந்த பாசம் எதுவும் இல்லை./ திருமண பந்தம். [(தொ.சொ.) உறவு/ தொடர்பு/ நெருக்கம்/ பிணைப்பு]

பந்தம் காவு வி. (காவ, காவி) (இலங்.) காண்க: **பந்தம் பிடி.**

பந்தம் பிடி வி. (பிடிக்க, பிடித்து) (இலங்.) **(சுய ஆதாயத்துக்காக ஒருவருக்கு) தேவையானதைச் செய்து மகிழ்வித்தல்; வால்பிடித்தல்;** suck up to s.o. அமைச்சருக்குப் பந்தம் பிடித்தால் ஏதாவது உயர் பதவி கிடைக்கும் என்று சிலர் எண்ணுகிறார்கள்./ மேலதிகாரிக்குப் பந்தம் பிடித்துப் பதவிக்கு வந்தவர்கள் எப்படி ஒழுங்காக வேலை செய்வார்கள்?

பந்தயம் பெ. 1: **(விளையாட்டு போன்றவற்றில்) பலர் கலந்துகொள்வதாகவும் ஒருவர் வெற்றி பெறுவதாகவும் அமையும் நிகழ்ச்சி; போட்டி;** contest; competition. ஒலிம்பிக் பந்தயம்/ யார் அதிகமாக இட்லி சாப்பிடுகிறார்கள் என்று ஒரு பந்தயம் நடத்தினார்கள். 2: **ஒன்றைக் குறித்த முடிவு இவ்வாறுதான் இருக்கும் என்று வெவ்வேறு கருத்துக் கூறுவோர் இடையே பணம் கட்டியோ பொருள்களை ஈடாக வைத்தோ நடக்கும் போட்டி;** bet. இந்த வேலை உனக்குக் கிடைக்காது, என்ன பந்தயம்?

பந்தயம் கட்டு வி. (கட்ட, கட்டி) **(பணம் கட்டி அல்லது ஒரு பொருளை ஈடாக வைத்து) பந்தயத்தில் ஈடுபடுதல்;** make a bet; bet. இந்தத் தேர்தலில் எந்தக் கட்சிக்கும் பெரும்பான்மை கிடைக்காது என்று கூறி நூறு ரூபாய் பந்தயம் கட்டியிருக்கிறார்.

பந்தயம் போடு வி. (போட, போட்டு) (ஊரக வ.) காண்க: **பந்தயம் கட்டு.**

பந்தயம் வை வி. (வைக்க, வைத்து) காண்க: **பந்தயம் கட்டு.**

பந்தல் பெ. 1: **(திருமணம், இறப்பு போன்ற சடங்குகள், பொது நிகழ்ச்சிகள் போன்றவற்றுக்காக அல்லது நிழலுக்காக) கழிகளை நட்டுத் தென்னங்கீற்றுகளைப் போட்டு உருவாக்கும் அமைப்பு;** temporary shed with a flat roof made of plaited coconut leaves (to mark a function or for shelter). தன் பெண்ணின் திருமணத்திற்காக ஆயிரம் பேர் உட்காரக்கூடிய பந்தல் போட்டிருக்கிறார்./ கட்சி மாநாட்டுக்காகத் திருச்சியில் பிரமாண்டமான பந்தல் போடப்பட்டுவருகிறது./ கோடைக் காலத்தில் அவர் வீட்டு வாசலின் முன்பு பெரிய பந்தல் போடப்பட்டிருக்கும். *(பார்க்க, படம்: பக். 863)* 2: **(கொடி படருவதற்கு ஏற்ற வகையில்) கால்களை நட்டு அதன் மேல் குறுக்கும் நெடுக்குமாகக் கழிகளைக் கட்டிய அமைப்பு;** simple structure framed with poles for supporting creepers. மல்லிகைப் பந்தல்/ அவரைப் பந்தல்.

பந்தல்கால் நடு வி. (நட, நட்டு) காண்க: **பந்தக்கால் நடு.**

பந்தா பெ. (-ஆக, -ஆன) (பே.வ.) **(தன் பதவி, அந்தஸ்து முதலியவற்றை வெளிப்படுத்தக்கூடிய) மிடுக்கான தோரணை;** overbearing attitude; showing off. தான் ஒரு பெரிய நடிகர் என்ற பந்தாவே இல்லாமல் எல்லோரிடமும் சகஜமாகப் பழகுவார்./ அமைச்சர் எப்போதும் பந்தாவுடன் தான் வருவார்./ திருமண மண்டபத்தில் கட்சித் தலைவர் பந்தாவாக அமர்ந்திருந்தார். [(தொ.சொ.) தோரணை/ பாவனை/ மிடுக்கு]

பந்தல்

பந்தாடு வி. (-ஆட, -ஆடி) **1: (ஒருவரை) ஒன்றிலும் நிலைக்க விடாமல் அலைக்கழித்தல்;** kick s.o. around; shunt. மூன்று வருடங்களில் நான்கு இடமாற்றங்கள் என்று இந்த அதிகாரியைப் பந்தாடுகிறார்கள்./ நான்கு மகன்களில் ஒருவர்கூடப் பெற்றோரை வைத்துக்கொள்ளாமல் இப் படிப் பந்தாடுகிறார்களே! **2: (ஒருவரை) செம்மையாக அடித்து உதைத்தல்;** give a good hiding; bash s.o. up. தனியே நின்றிருந்த பெண்ணிடம் குறும்பு செய்த ரவுடி களைக் கல்லூரி மாணவர்கள் பந்தாடிவிட்டனர்.

பந்தி[1] பெ. **(திருமணம் போன்ற விழாவில்) வரிசையாக இலைகள் போடப்பட்டு விருந்து பரிமாறும் முறை/ மேற்குறிப்பிட்ட முறையில் பரிமாறுவதில் ஒரு தடவை;** arrangement during feasts in which the guests are seated in rows for service/a set of such rows. பந்தி போட்டாகி விட்டதா?/ நான் முதல் பந்தியில் சாப்பிட்டுவிட்டு உட னடியாகக் கிளம்பிவிடுவேன்./ அடுத்த பந்திக்கு இலை போட்டுக்கொண்டிருக்கிறார்கள்.

பந்தி

பந்தி[2] பெ. (இலங்.) **பத்தி;** paragraph.

பந்திப் பாய் பெ. **பந்தியில் விருந்தினர் உட்காரப் பயன் படுத்தும் அகலம் குறைந்த நீளமான பாய்;** specially made mat used for seating guests at feasts.

பந்தி விசாரி வி. (விசாரிக்க, விசாரித்து) **விருந்தினர் ஒவ் வொருவருக்கும் திருமண விருந்து பந்தியில் நன்றாகப் பரிமாறப்படுகிறதா என்று திருமண வீட்டார் உணவுக் கூடத்தில் நின்று நேரடியாகக் கவனித்துக்கொள்ளுதல்;** perform the custom/work of supervising service in a wedding feast. திருமணத்தில் மாமாதான் இரண்டு நாளும் பந்தி விசாரித்தார்.

பந்தி விசாரிப்பு பெ. **விருந்தினர் ஒவ்வொருவருக்கும் திருமண விருந்து பந்தியில் நன்றாகப் பரிமாறப்படு கிறதா என்று திருமண வீட்டார் உணவுக்கூடத்தில் நின்று நேரடியாகக் கவனித்துக்கொள்ளும் வழக்கம் அல்லது செயல்;** the custom of hosts personally supervising the service in a wedding feast. தம்பி திருமணத்தில் பந்தி விசாரிப்புக்குப் பெரியம்மாவும் பெரியப்பாவும் பொருத்த மானவர்கள்./ சாப்பாடு நன்றாக இருந்தது; ஆனால் பந்தி விசாரிப்புக்கு யாரும் வரவில்லை./ விருந்தில் பந்தி விசா ரிப்பு அருமையாக நடந்தது.

பந்து[1] பெ. **1: (பெரும்பாலும்) ரப்பரால் ஆன (கீழே போட்டால் எழும்பக்கூடிய) உருண்டை வடிவ விளை யாட்டுச் சாதனம்;** ball. **2: (பூ, நூல் போன்றவற்றைக் குறிக்கும்போது) உருண்டை வடிவில் சுற்றிவைக்கப்**

பந்து² 864

பட்டது; roll. மேடையை அலங்கரிக்க மூன்று பந்து பூ வேண்டும். 3: (கிரிக்கெட்டில்) பந்துவீச்சில் ஒரு முறை வீசப்படும் பந்து; (in cricket) ball. தனக்கு வீசப்பட்ட பந்துகளை அவர் மைதானத்தின் நான்கு திசைகளிலும் விரட்டினார்./ சோயப் அக்தரின் பந்தை அடித்து விளை யாட நிறைய திறமை வேண்டும்.

பந்து² (b-) பெ. (அ.வ.) (பெரும்பாலும் பன்மையில்) **உற வினர்;** (often in plural) one's relative. அவனுக்குப் பெற் றோரோ நெருங்கிய பந்துக்களோ இல்லை.

பந்துமுனைப் பேனா பெ. (பு.வ.) **எழுதும்போது தாளில் உருண்டு மையை வெளிவிடும் முறையில் நுனிப் பகுதியில் மிகச் சிறிய உலோகப் பந்தைக் கொண்ட பேனா வகை;** ballpoint pen. கட்டைப்பேனாக்களும் மைக் கூடுகளும் மறைந்த பிறகு மை ஊற்றும் பேனாக்களும் பந்து முனைப் பேனாக்களும் சந்தைக்கு வந்தன.

பந்துவீச்சாளர் பெ. (கிரிக்கெட்டில்) **மட்டையுடன் விளையாடத் தயாராக இருப்பவரின் எதிர் அணியில் உள்ள பந்து வீசுபவர்;** bowler. இந்தப் போட்டியில் மூன்று பந்துவீச்சாளர்களுடன் இந்தியா களமிறங்கியுள்ளது.

பந்துவீச்சு பெ. (கிரிக்கெட்டில்) **மட்டையுடன் விளை யாடத் தயாராக இருப்பவரை நோக்கிப் பந்தை வீசும் முறை அல்லது செயல்;** bowling (in cricket). அனில் கும்ப்ளே தன்னுடைய அபாரமான பந்துவீச்சால் அணிக்கு வெற்றியைத் தேடித்தந்தார்.

பந்துவீசு வி. (-வீச, -வீசி) (கிரிக்கெட்டில்) (மட்டையுடன் விளையாடத் தயாராக இருப்பவரை நோக்கி) **ஓடி வந்து பந்தை எறிதல்;** bowl (in cricket). பூவாதலையாவில் வென்ற இந்திய அணி பந்துவீசத் தொடங்கியது.

பந்தோபஸ்து பெ. **பாதுகாப்பு;** security. பிரதமரின் சுற்றுப் பயணத்தை முன்னிட்டுப் பலத்த பந்தோபஸ்து ஏற்பாடுகள் செய்யப்பட்டுள்ளன.

பப்படம் பெ. (உப்பக்கூடிய) **நீள்வட்டமாகவும் சிறிய தாகவும் இருக்கும் ஒரு வகை அப்பளம்;** small அப்பளம் that puffs up when fried; Indian crisp made of gram flour.

பப்பாசி பெ. (இலங்.) **பப்பாளி;** papaya.

பப்பாளி பெ. **மஞ்சளும் பச்சையும் கலந்த நிறத்தில் தோலும், சிவந்த மஞ்சள் நிறத்தில் சதைப் பகுதியும் கொண்ட ஒரு வகைப் பெரிய பழம்/மேற்குறிப்பிட்ட பழம் தரும் மரம்;** papaya (the fruit and the tree).

பம்பரம் பெ. **கூம்பு வடிவக் கீழ்ப்பகுதியின் நுனியில் ஆணியைக் கொண்டிருப்பதும் கயிற்றால் சுற்றிக் கீழே எறிந்தால் சுற்றுவதுமான விளையாட்டுப் பொருள்;** top.

பம்பரமாக ஆட்டிவை வி. (-வைக்க, -வைத்து) (தன் அதிகாரத்தைப் பயன்படுத்தி ஒருவரை) **தான் சொல் வதையெல்லாம் செய்ய வைத்தல்;** make (s.o.) act according to (one's) wishes or whims; twist s.o. round one's little finger. புதிதாக வந்துள்ள அதிகாரி அலுவலகத்தில் எல்லோரையும் பம்பரமாக ஆட்டிவைக்கிறார்.

பம்பரமாகச் சுழல் வி. (சுழல, சுழன்று) (வேலைகளை) **வேகமாகவும் மிகுந்த சுறுசுறுப்புடனும் செய்தல்;** be extremely busy attending to one's works; buzz about. காலை முதல் இரவுவரை பம்பரமாகச் சுழன்றாலும் வேலைகள் முடிந்தபாடில்லை./ பெண்ணின் மூன்று அண்ணன்களும் கல்யாண வேலைகளைப் பம்பரமாகச் சுழன்று செய்தனர்.

பம்பளிமாஸ் பெ. **தடித்த தோலும் புளிப்புச் சுவையும் உடைய, இளம் சிவப்பு நிறச் சுளைகளைக் கொண்ட, ஆரஞ்சு குடும்பத்தைச் சேர்ந்த (அளவில் பெரியதாக இருக்கும்) பழம்;** pomelo.

பம்பாய் வெங்காயம் பெ. (இலங்.) **பெரிய வெங் காயம்;** onion of big size.

பம்பை பெ. **மெல்லிய தோலால் இழுத்துக் கட்டப்பட்ட வட்ட வடிவப் பக்கங்களும், சற்று ஒடுங்கி நீண்ட நடுப்பகுதியும், ஒன்று போலவே அமைந்த இரு கருவி கள் இணைக்கப்பட்டதுமான ஒரு தாள வாத்தியம்;** a pair of elongated two-headed drums.

பம்மாத்து பெ. (பே.வ.) **போலித் தன்மையும் பாசாங் கும் நிறைந்த ஏமாற்று வேலை; வெறும் நடிப்பு;** bluff; sham. ஒரு நூலைப் படிக்காமலேயே விமர்சனம் செய்வதும் ஒரு வகைப் பம்மாத்துதான்./ ஆளைக் கண்டதும் குழை கிற பம்மாத்து வேலையெல்லாம் என்னிடம் செல்லுபடி யாகாது.

பம்மு வி. (பம்ம, பம்மி) (பே.வ.) (ஒருவரைக் கண்டு வெளிவர பயந்து) **ஒளிதல்; பதுங்குதல்;** hide (so as not to be seen); (of animals) cringe; cower. அவன் ஏன் என் னைக் கண்டதும் பம்முகிறான்?/ வெடிச் சத்தத்தைக் கேட்டு நாய் நாற்காலிக்கு அடியில் பம்மிற்று. [(தொ.சொ.) ஒளி/ பதுங்கு/ மறை]

பய¹ (b-) வி. (பயந்து) (இறந்தகால வடிவங்கள் மட்டும்) **பயம்கொள்ளுதல்; பயப்படுதல்;** be scared; be afraid; be anxious. பாத்திரம் விழுந்த சத்தத்தில் குழந்தை பயந்து விட்டது./ தண்ணீரில் இறங்க பயந்தால் எப்படி நீச்சல் கற்றுக்கொள்வது?

பய² வி. (பயக்க, பயந்து) (உ.வ.) (நன்மை, தீமை முதலிய வற்றை) **உண்டாக்குதல்; தருதல்; விளைவித்தல்;** give (benefit); cause (harm, etc.,); bring; result in. சமுதாயத்திற்கு நலம் பயக்கும் திட்டங்கள்/ ஓரளவுக்கு மேல் பணவீக்க மானது உற்பத்தியாளர்களுக்கும் தீமை பயக்கிறது.

பயங்கரம் பெ. (-ஆக, -ஆன) 1: **அழிவு, ஆபத்து, மிகுந்த பயம் போன்றவற்றை ஏற்படுத்தும் தன்மையை உடை யது;** sth. frightful. பயங்கரக் காட்சிகள் நிறைந்த படம்./ இரு கோஷ்டியினரும் ஒருவரை ஒருவர் பயங்கரமாகத் தாக்கிக்கொண்டார்கள்./ ஈட்டி, வீச்சரிவாள் போன்ற பயங் கரமான ஆயுதங்கள் வைத்திருப்பது தடைசெய்யப்பட்டுள் ளது. 2: (பாதிப்பு ஏற்படுத்தக்கூடிய) **ஒன்றின் அளவு மிகுதியை உணர்த்தும் சொல்;** sth. terrible in nature; sth. intense. நகரில் விஷ ஜுரம் பயங்கரமாகப் பரவி வருகிறது./ பயங்கர வேகத்தில் செல்வதே பல விபத்துகளுக்குக் காரண மாகும்./ பயங்கரமான காற்று/ இன்று வெயில் பயங்கரம்.

பயங்கரவாதம் பெ. **அரசியல் நோக்கத்திற்காக மக்கள் இடையே பீதியைக் கிளப்பும் வகையில் வன்முறையை மேற்கொள்ளும் போக்கு; தீவிரவாதம்;** terrorism. உல கின் எந்த மூலையில் பயங்கரவாதம் தலைதூக்கினாலும் அது ஒடுக்கப்பட வேண்டும்./ பயங்கரவாதம் முற்றிலுமாக

ஒழிக்கப்பட வேண்டும் என்று சுதந்திர தின விழா உரையில் பிரதமர் கூறினார்.

பயங்கரவாதி பெ. **பயங்கரவாத முறைகளை மேற்கொள்பவர்; தீவிரவாதி;** terrorist. பயங்கரவாதிகள் ரயில் தண்டவாளங்களையும் பாலங்களையும் தகர்க்கத் திட்டமிட்டிருப்பதை உளவுப் பிரிவினர் கண்டுபிடித்துள்ளனர்./ எல்லைக்கோட்டைக் கடந்து ஊடுருவ முயன்ற பயங்கரவாதிகள் சுட்டுக்கொல்லப்பட்டனர்.

பயணச்சீட்டு பெ. **(பேருந்து, ரயில், விமானம் போன்றவற்றில்) பயணம் செய்வதற்கு உரிய கட்டணத்தைச் செலுத்திப் பெறும் சீட்டு;** ticket.

பயணச் சோறு பெ. *(இலங்.)* **பயணம் செய்யும்போது வழியில் உண்பதற்காக எடுத்துச்செல்லும் உணவு;** food packed (for a journey). நீண்ட தூரப் பிரயாணம் என்பதால் அப்பா பயணச் சோறு எடுத்துச்சென்றார்./ கல்விச் சுற்றுலாச் சென்ற மாணவர்கள் தமது பயணச் சோற்றினை உண்டபின் சிறிது நேரம் ஓய்வெடுத்தனர்.

பயண நூல் பெ. **ஒருவர் தான் சென்று வந்த இடங்களைப் பற்றியும் சந்தித்த மக்களைப் பற்றியும் எழுதும் நூல்;** work describing the author's travels.

பயணப் படி பெ. **அலுவலக வேலையின் பொருட்டு வெளியூர்களுக்குச் செல்லும் பணியாளரின் பயணச் செலவை ஈடுகட்டக் குறிப்பிட்ட விகிதத்தில் வழங்கப்படும் தொகை;** an allowance given to employees to reimburse the travelling expenses at specified rates; (in India) travelling allowance.

பயணப்படு வி. *(-பட, -பட்டு) (அ.வ.)* **பயணத்திற்குப் புறப்படுதல்;** start one's journey. நீங்கள் இவ்வளவு அவசரமாகப் பயணப்பட வேண்டிய அவசியம் என்ன?

பயணம் பெ. **இருக்கும் ஊர், நகரம் முதலியவற்றிலிருந்து மற்றொன்றுக்குச் செல்லுதல்;** travel; journey. கணவனின் பயணத்துக்கு வேண்டிய ஏற்பாடுகளைச் செய்துகொண்டிருந்தாள்./ ஆற்றைக் கடக்கப் படகில் பயணம் செய்தோம்./ பேருந்தின் பயண நேரம் குறைக்கப்பட்டுள்ளது.

பயணமாகு வி. *(-ஆக, -ஆகி)* **பயணம் மேற்கொள்ளுதல்; பயணப்படுதல்;** go on a journey. அப்பாவும் அம்மாவும் நாளை பெங்களூருக்குப் பயணமாகிறார்கள்./ அண்ணன் வெளிநாட்டுக்குப் பயணமாகி மூன்று நாட்களாகிறது.

பயணி[1] வி. *(பயணிக்க, பயணித்து)* **(பெரும்பாலும் வாகனத்தில்) பயணம் செய்தல்;** travel (esp. by a vehicle). பேருந்தில் பயணித்தோம். [*(தொ.சொ.)* **அலை/ சுற்று/ திரி**]

பயணி[2] பெ. **பயணம் மேற்கொள்பவர்; பயணம் செய்பவர்;** traveller; passenger. பயணியர் விடுதி/ வெளிநாட்டுப் பயணிகள்/ விமானப் பயணிகள்.

பயத்தம்பருப்பு பெ. **பாசிப்பருப்பு;** green gram.

பயத்தம்விளை மீன் பெ. *(இலங்.)* **சுமார் பதினைந்து செ.மீ. நீளத்தில் செதிள்களோடு வெளிர் மஞ்சளும் வெண்மையும் கலந்த நிறத்தில் இருக்கும் (உணவாகும்) கடல் மீன்;** edible sea fish with a mixed colour of light yellow and white with scales and growing to a length of fifteen cm.

பயந்தாங்கொள்ளி பெ. *(பே.வ.)* **சற்றும் தைரியம் இல்லாத நபர்;** chicken-hearted person.

பயப்படு வி. *(-பட, -பட்டு)* **1: கடுமையான விளைவுகளைச் சந்திக்க நேரிடும் அல்லது தண்டனை கிடைக்கும் என்ற உணர்வு கொள்ளுதல்; அச்சப்படுதல்;** be afraid. பயப்படாதீர்கள், உங்கள் மனைவி குணமாகி விடுவாள். [*(தொ.சொ.)* **மருள்/ மிரள்**] **2: ஒருவரிடம் பயம்கொள்ளுதல்;** be afraid of s.o. என் தம்பி அப்பாவுக்கு மட்டும்தான் பயப்படுவான்.

பயபக்தி பெ. **பயத்தோடுகூடிய பணிவு அல்லது மரியாதை;** reverential attitude. கோயிலுக்குப் போய் பயபக்தியுடன் சாமி கும்பிட்டார்./ புத்தகத்தை பயபக்தியுடன் அவர் கையில் கொடுத்தான்.

பயம் பெ. **கடுமையான விளைவுகளைச் சந்திக்க நேரிடும் அல்லது தண்டனை கிடைக்கும் என்பதால் ஏற்படும் உணர்வு; அச்சம்;** fear; fright; apprehension. தனது திருட்டு வெளிப்பட்டுவிடுமோ என்ற பயத்தால் அவனுக்கு வியர்த்துக் கொட்டியது./ குழந்தைக்குக் கரப்பான்பூச்சியைக் கண்டால் பயம்./ அவளுக்கு என்னிடம் பேசவே பயம்./ பயமே இல்லாமல் லஞ்சம் வாங்குகிறார்களே!/ தலைமை ஆசிரியரிடம்தான் மாணவர்களுக்குப் பயம் இருக்கிறது. [*(தொ.சொ.)* **அச்சம்/ உதறல்/ உதைப்பு/ கலக்கம்/ கிலி/ நடுக்கம்/ பீதி**]

பயம்காட்டு வி. *(-காட்ட, -காட்டி)* காண்க: **பயமுறுத்து.**

பயமுறுத்து வி. *(பயமுறுத்த, பயமுறுத்தி)* **பயம்கொள்ளச் செய்தல்;** frighten; threaten. பூதம், பேய் என்று சொல்லிக் குழந்தையை பயமுறுத்தாதே./ திருடர்களை பயமுறுத்திக் காவல்துறையினர் உண்மையை வரவழைக்க முயன்றனர். [*(தொ.சொ.)* **அச்சுறுத்து/ எச்சரி/ மிரட்டு**]

பயல் பெ. *(பே.வ.)* **1: சிறுவனைக் குறிப்பிடப் பயன்படுத்தும் சொல்;** a term used for referring to a boy. அந்தக் குட்டிப் பயலை எங்கே காணோம்?/ இந்தப் பயல் இன்னும் பள்ளிக்கூடம் போகவில்லையா?/ அந்தப் பயலைக் கடைக்கு அனுப்பினேன், இன்னும் வரவில்லை. **2: மரியாதையற்ற விதத்தில் ஓர் ஆணைக் குறிப்பிடப் பயன்படுத்தப்படும் சொல்;** contemptuous term for a man; fellow. அயோக்கியப் பயல்/ திருட்டுப் பயல்/ எந்தப் பயலுக்கு என்னை எதிர்க்கும் துணிவு இருக்கிறது?

பயறு பெ. **1: (மொச்சை, உளுந்து, துவரை போன்றவற்றின்) முழுப் பருப்பு;** pulses of various kinds. பயறு மண்டி. **2:** காண்க: **பாசிப்பயறு.**

பயன் பெ. *(-ஆக)* **(ஒருவரால் அல்லது ஒருவர் ஒரு செயலைச் செய்வதால் விளையும் அல்லது ஒன்றினால் ஏற்படும்) சாதகமான விளைவு; நன்மை; பலன்;** benefit; use. இந்தப் புதிய திட்டத்தின் பயனாக ஏழைகளுக்கு இலவசமாக வீடு கிடைத்தது./ அவருடைய முயற்சியின் பயனாக ஊருக்குப் பள்ளிக்கூடம் வந்தது./ நான் அவனுடன் பேசுவதால் ஏதேனும் பயன் உண்டா?/ காய்கறிகளை நிறையச் சாப்பிடுவதால் பல பயன்கள் உள்ளன.

பயன்படு வி. *(-பட, -பட்டு)* **நன்மை விளைவிப்பதாக அல்லது உதவியாக இருத்தல்;** be useful; be of help; be

பயன்படுத்து

beneficial. மின்சாரம் எத்தனையோ வகையில் நமக்குப் பயன்படுகிறது./ நீ கொடுத்த பணம் உரிய நேரத்தில் பயன்பட்டது./ சமூகத்துக்குப் பயன்படும் விதத்தில் இந்த அமைப்பு இயங்கும்.

பயன்படுத்து வி. (-படுத்த, -படுத்தி) (தேவையை நிறைவேற்றும் பொருட்டு அல்லது நன்மை, வசதி போன்றவற்றைப் பெறும் பொருட்டு ஒன்றை) கையாளுதல்; பயன்படச் செய்தல்; உபயோகித்தல்; use; utilize; make use of. இருக்கும் மூல வளங்களை முறையாகப் பயன்படுத்திப் பல தொழிற்சாலைகளை நிறுவலாம்./ தன் தந்தைக்கு இருக்கும் செல்வாக்கைப் பயன்படுத்தி அவன் பல காரியங்களைச் சாதித்துக்கொள்கிறான்./ அடுத்தவர் என்ன சொல்கிறாரோ அதையே பிடித்துக்கொள்கிறார்களே தவிர யாரும் தமது மூளையைப் பயன்படுத்துவதில்லை.

பயன்பாடு பெ. பயன்தரும் அல்லது பயன்படக்கூடிய தன்மை; உபயோகம்; use; utility. இயற்கை உரங்களின் பயன்பாட்டை விவசாயிகள் உணர்ந்திருக்கிறார்கள்./ பயன்பாட்டைப் பொறுத்து மொழியானது மாற்றம் அடைகிறது.

பயனர் பெ. (பு.வ.) (ஒரு சேவை, திட்டம் போன்றவற்றை) பயன்படுத்துபவர்; user. கைபேசி நிறுவனங்கள் பயனர்களைக் கவர்வதற்காகப் பல புதிய திட்டங்களை அவ்வப்போது அறிமுகப்படுத்துகின்றன.

பயனாளி பெ. (குறிப்பிட்ட திட்டம், சட்டம் முதலிய வற்றிலிருந்து) பயன்பெறுபவர்; beneficiary. இந்தக் கிராம வளர்ச்சித் திட்டத்தின் பயனாளிகள் ஏழை மக்கள் தான்.

பயனிலை பெ. (இலக்.) ஒரு வாக்கியத்தில் எழுவாயின் செயலையும் எழுவாய் பற்றிய விவரங்களையும் தெரிவிக்கும் சொல்; predicate.

பயனீட்டாளர் பெ. (ஒரு பொருள் அல்லது சேவையை) நுகர்வோர்; consumer. மின் பயனீட்டாளர்/ சமையல் எரிவாயு பயனீட்டாளர்.

பயான் பெ. (இஸ்.) (மார்க்கக் கருத்துகள் பற்றிய) உரை; (religious) preaching. பெண்களுக்கு மார்க்க அறிஞர் ஹதீது பற்றி பயான் செய்துகொண்டிருக்கிறார்.

பயிர் பெ. (நன்செய் அல்லது புன்செய் நிலத்தில் விளைவிக்கப்படும்) நெல், பருத்தி, கரும்பு, சோளம் போன்ற தாவரம்; crop.

பயிர் ஊக்கி பெ. பயிரின் சீரான வளர்ச்சிக்கு ஊக்கம் தரக்கூடிய இயற்கைப் பொருள் அல்லது ரசாயனப் பொருள்; plant growth promoter.

பயிர்க்குழி பெ. கிராமங்களில் ஆடி மாதத்தில் அவரை, சுரை, பீர்க்கன், புடல் போன்ற படர்கொடிகளை வளர்க்க விதைகளை நடுவதற்காக அமைக்கப்படும் குழி; pit for planting seeds of gourds. பயிர்க்குழியில் வளர்ந்த புடலைக்கொடி பந்தலில் படர்ந்தது./ பயிர்க்குழி போடுவதில் அம்மாவுக்கு அலாதி ஆர்வம்.

பயிர்ச் சுழற்சி பெ. நிலத்தில் மண் வளத்தைத் தக்க வைப்பதற்காகத் தொடர்ந்து ஒரே பயிரைப் பயிரிடாமல் வெவ்வேறு பயிர்களைப் பயிரிடும் முறை; crop rotation. நெல்லும் கரும்பும் சில இடங்களில் பயிர்ச் சுழற்சி முறையில் சாகுபடி செய்யப்படுகின்றன.

866

பயிர்செய் வி. (-செய்ய, -செய்து) காண்க: பயிரிடு.

பயிர்த்தொழில் பெ. விவசாயம்; agriculture. பயிர்த் தொழிலில் மழையைப் பெரிதும் நம்பியிருக்க வேண்டியுள்ளது./ பயிர்த்தொழிலை முறையாகச் செய்தால் நல்ல லாபம் கிடைக்கும்.

பயிர்ப்பச்சை பெ. (பொதுவாக) பசுமையான தாவரங்கள்/(குறிப்பாக) பயிர்கள்; in general) vegetation/ (specifically) crops. கிராமத்திற்குப் போனால் கண்ணுக்குக் குளுமையாகப் பயிர்ப்பச்சைகளைப் பார்க்கலாம்./ அந்தப் பொட்டல் காட்டில் பயிர்ப்பச்சை ஒன்றும் கிடையாது./ அணையிலிருந்து தண்ணீர் திறந்துவிடத் தாமதமானதால் பயிர்ப்பச்சையெல்லாம் காய்ந்துவிட்டது.

பயிராக்கு^{1} வி. (-ஆக்க, -ஆக்கி) பயிரிடுதல்; grow (a crop). இந்த மண்ணில் சோளத்தைப் பயிராக்குவது சிரமமான காரியம்.

பயிராக்கு^{2} வி. (-ஆக்க, -ஆக்கி) (ஊரக வ.) (விலங்கை) கருத்தரிக்கச் செய்தல்; mate (an animal with another). இன்னும் ஒரு வருடம் போனால் இந்தப் பசுவைப் பயிராக்கிவிடலாம்.

பயிராகு வி. (-ஆக, -ஆகி) பயிர் விளைதல்; be cultivated. இந்த வருடம் மழை இல்லாமல் நிலத்தில் ஒன்றும் பயிராகவில்லை.

பயிரிடு வி. (-இட, -இட்டு) (நிலத்தில்) பயிர் விளைவித்தல்; grow crops; cultivate. இந்த நிலத்தில் என்ன பயிரிடலாம்?/ இந்த வருடம் கரும்பு பயிரிடலாம் என்றிருக்கிறேன்.

பயில் வி. (பயில, பயின்று) (உ.வ.) (கல்வி, கலை முதலியவை) கற்றல்; (பள்ளியில்) படித்தல்; learn (a subject, an art, etc.,); study (in a school, etc.,). இவர் என்னிடம் இசை பயின்றவர்./ தட்டச்சுப் பயின்றுவருகிறேன்./ நான் இந்தப் பள்ளியில் பயின்றவன்.

பயில்வான் பெ. (அ.வ.) மல்யுத்தம் புரிபவன்; wrestler. பயில்வான்கள் இருவரும் மேடைக்கு வந்தார்கள்.

பயிலகம் பெ. (தட்டச்சு, சுருக்கெழுத்து போன்றவற்றில்) பயிற்சியளிக்கும் நிறுவனம்; institute offering training (in typing, shorthand, etc.,). தட்டச்சுப் பயிலகம்/ வணிகவியல் பயிலகம்.

பயிலரங்கம் பெ. பட்டறை; workshop (conducted on a particular subject). நாட்டுப்புறவியல் பயிலரங்கம்/ அகராதியியல் பயிலரங்கம்.

பயிலரங்கு பெ. காண்க: பயிலரங்கம்.

பயிற்சி பெ. (வேலை, விளையாட்டு முதலியவற்றில்) திறமையாகச் செயல்படுவதற்குத் தேவையான செய்முறைகளை அடிக்கடி செய்து பழகப்படுத்திக்கொள்ளும் முறை; training; practice. போதுமான பயிற்சி இல்லாததால்தான் நம் வீரர்கள் போட்டியில் தோற்றார்கள்./ இந்த ராகத்தைப் பாட நல்ல பயிற்சி தேவை.

பயிற்சி ஆட்டம் பெ. (கிரிக்கெட், ஹாக்கி போன்ற விளையாட்டுகளில்) போட்டித் தொடர் துவங்குவதற்கு முன்பு பயிற்சி எடுத்துக்கொள்ளும் விதத்தில் ஒரு நாட்டின் இரண்டாம் நிலை அணிகளுடன் ஆடும் ஆட்டம்; practice match.

அ ஆ இ ஈ உ ஊ எ ஏ ஐ ஒ ஓ ஔ ஃ

பயிற்சிக் கல்லூரி பெ. **(குறிப்பிட்ட தொழில், வேலை முதலியவற்றுக்கான) பயிற்சி அளிக்கும் உயர்கல்வி நிறுவனம்;** training college. ஆசிரியர் பயிற்சிக் கல்லூரி/ காவலர் பயிற்சிக் கல்லூரி.

பயிற்சியாளர் பெ. 1: **(குறிப்பிட்ட பணி, விளையாட்டு, கலை போன்றவற்றுக்குத் தேவையான) பயிற்சியை அளிப்பவர்;** trainer; coach. ஓட்டப் பந்தய வீராங்கனை தனக்கென ஒரு பயிற்சியாளரை நியமித்துக்கொண்டுள்ளார்./ கொலை நடந்த இடத்துக்கு மோப்ப நாயுடன் அதன் பயிற்சியாளரும் வந்திருந்தார். 2: **பயிற்சி பெறுபவர்;** trainee. நாடகப் பட்டறையில் கலந்துகொண்ட பயிற்சியாளர்களுக்குச் சான்றிதழ் வழங்கப்பட்டது.

பயிற்றுநர் பெ. **(ஒரு துறையில்) பயிற்சி அளிப்பவர்;** trainer. இந்திய ஹாக்கி சம்மேளனத்துக்குத் திறமையான பயிற்றுநர்கள் தேவை.

பயிற்று மொழி பெ. **(கல்வி நிறுவனங்களில் பாடங்கள்) கற்பிக்கப் பயன்படுத்தும் மொழி;** medium of instruction. முன்பு கல்லூரிகளில் ஆங்கிலம் மட்டுமே பயிற்று மொழியாக இருந்தது./ ஆரம்பக் கல்வியிலிருந்து உயர் கல்விவரை பயிற்று மொழி தமிழாக இருக்க வேண்டும்.

பயிற்றுவி வி. (பயிற்றுவிக்க, பயிற்றுவித்து) (உ.வ.) **(ஒரு வருக்கு ஒன்றை) கற்றுக்கொடுத்தல்; பயிற்சி அளித்தல்;** teach; train. கல்வி பயிற்றுவிக்கும் ஆசிரியர்களுக்கு உயர் ஊதியம் தரப்பட வேண்டும்./ இங்கு பெண்களுக்குத் தையல் பயிற்றுவிக்கப்படும்./ எங்களுடைய தொழிற்சாலைக்கு ஏற்ற விதத்தில் தொழிலாளர்களைப் பயிற்றுவிக்கிறோம்.

பயிற்றுனர் பெ. (இலங்.) காண்க: **பயிற்றுநர்.**

பயிறு பெ. காண்க: **பயறு.**

பர்ணசாலை பெ. (அ.வ.) **(இலையால் வேயப்பட்ட) குடில்;** hermitage. பர்ணசாலையின் உள்ளே மான் தோலின் மேல் முனிவர் அமர்ந்திருந்தார்.

பர்தா பெ. (இஸ்.) **(அந்நிய ஆடவர்கள் பார்க்காத வகையில் இஸ்லாமியப் பெண்கள் தங்கள்) உடலையும் முகத்தையும் மறைத்துக்கொள்ள அணியும் மேல்அங்கி;** long veil hanging down to the feet worn by Muslim women.

பர்பி பெ. **சர்க்கரைப் பாகில் தேங்காய்த் துருவலையும் வறுத்த ரவையையும் முந்திரிப் பருப்பையும் போட்டுக் கிளறித் தயாரிக்கும் ஓர் இனிப்புப் பண்டம்;** sweetmeat prepared by mixing coconut scrapings, broken cashew and fried wheat flour with sugar treacle.

பர்வதம் பெ. (அ.வ.) **மலை;** hill; mountain.

பர வி. (பெரும்பாலும் எச்ச வடிவத்தில்) **பெரும் பரப்பளவைக் கொண்டிருத்தல்;** be spread (out). இமயம்முதல் குமரிவரை பரந்திருக்கும் இந்தியா.

பரக்க வி.அ. 1: (உ.வ.) **ஓர் இடத்தில் மட்டும் அல்லாமல் பல இடங்களில்; பெருமளவில்; பரவலாக;** extensively. பெண்ணுரிமைக் கருத்துகளை இவருடைய கவிதைகள் முழுதும் பரக்கக் காணலாம். 2: (ஊரக வ.) **இடத்தை நிரப்பி இருக்கும்படி; பரப்பி;** spreading (occupying a large space). ஏன் கூடத்தில் சாமான்களைப் பரக்க வைத்திருக்கிறாய்?/ காலைப் பரக்க விரித்துப் படுத்திருந்தான்.

பரக்கப்பரக்க வி.அ. (பார்த்தல், விழித்தல் ஆகிய வினைகளோடு) **(முன்னால் இருப்பது, நிகழ்வது) ஒன்றும் புரியாமல்; குழப்பத்தோடு;** confusedly. பேருந்து திடீரென்று நின்றதும் கண்விழித்தவன் சுற்றும்முற்றும் பரக்கப் பரக்கப் பார்த்தான்./ ஏன் இப்படிப் பரக்கப்பரக்க விழிக்கிறாய்? போய் வேலையைக் கவனி.

பரகசியப்படுத்து வி. (-படுத்த,-படுத்தி) (இலங்.) 1: **(ரகசியமாக வைக்கப்பட்டிருப்பதை) பகிரங்கப்படுத்துதல்; வெளிப்படையாக அறிவித்தல்;** expose. இந்தக் கதையைப் பரகசியப்படுத்தினால் எனக்கு மிகுந்த ஆபத்து ஏற்படும் என்று நண்பன் என்னிடம் கூறினான். 2: **(ரகசியமாக வைத்திருக்க வேண்டியதை) பிறர் அறியச் செய்தல்;** disclose. சில விசயங்களை ரகசியமாக வைத்திருக்காமல் பரகசியப்படுத்தினால்தான் இந்த அரசியல்வாதிகள் திருந்துவார்கள்.

பரகத் பெ. (இஸ்.) **(இறைவன் வழங்கும்) நன்மைகள்;** the good fortune that god grants. அல்லா உங்களுக்கு எல்லா பரகத்தையும் வழங்கட்டும்.

பரட்டை பெ. **(தலைமுடி எண்ணெய்ப் பசை இல்லாமல்) தாறுமாறாகப் பரந்து கிடக்கும் நிலை;** unkempt appearance. தலை சீவிக்கொண்டு வரக் கூடாதா? இப்படிப் பரட்டையாக வந்து நிற்கிறாயே./ பரட்டை முடி.

பரண் பெ. 1: **(பொருள்களைப் போட்டு வைப்பதற்காக) வீட்டின் மேற்கூரையிலிருந்து கட்டித் தொங்கவிடப்பட்டிருக்கும் மரச் சட்டம் அல்லது அது போன்று கட்டப்பட்ட சிமெண்டுத் தளம்;** loft of wooden planks or cement slabs. 2: **(காவல் காப்பதற்காக) கம்புகளைக்கொண்டு அமைக்கப்படும் உயரமான மேடை;** watch-tower (made of bamboo). பரண்மீது ஏறி நின்று பார்த்தால் வெகு தூரத்திலிருந்து வரும் ஆளையும் பார்த்துவிடலாம்./ வேடர்கள் மரங்களின் மீதே பரண் அமைத்துக்கொள்வார்கள்.

பரணி[1] பெ. **போரில் பெரும் வெற்றி பெற்ற அரசனை அல்லது வீரனைத் தலைவனாகக்கொண்டு பாடப்படும் ஒரு சிற்றிலக்கிய வகை;** literary form celebrating the victory of a king or hero in a great battle. செயங்கொண்டார் பரணி பாடுவதில் வல்லவர்.

பரணி[2] பெ. (சோதி.) **இருபத்தேழு நட்சத்திரங்களில் இரண்டாவது;** the second of the twenty-seven divisions of the zodiac in Indian astrology, corresponding to an asterism, but smaller than a constellation.

பரணி[3] பெ. (ஊரக வ.) **ஜாடி;** a kind of jar. ஊறுகாய்ப் பரணி.

பரணி[4] பெ. காண்க: **பெரணி.**

பரணை பெ. (பே.வ.) காண்க: **பரண், 1.**

பரத்து வி. (பரத்த, பரத்தி) (பே.வ.) **(ஒரு இடத்தை நிறைத்தல், மூடுதல், அடைத்தல் போன்ற முறையில் ஒன்றை) பரப்புதல்;** spread (sth. over a place). ஈரமாக இருக்கும் வைக்கோலை உதறிப் பரத்திக் காயப்போடு./ காலை நன்றாகப் பரத்திக்கொண்டு படுத்திருந்தான்./ தார் பரத்திய சாலை.

பரத்தை பெ. (சங்க இலக்கியத்தில்) **விலைமகள்;** (in classical Tamil poetics) courtesan.

பரதநாட்டியம் பெ. (நாட்.) **பரதர் என்பவர் முறைப் படுத்திய மரபுகளைக்கொண்ட நாட்டியம்;** a classical form of dance as codified by Bharata.

பரதம் பெ. (நாட்.) காண்க: **பரதநாட்டியம்.**

பரதவர் பெ. **மீனவர்;** fisher folk.

பரதேசம் பெ. (அ.வ.) **வெகு தூரத்திலிருக்கும் ஊர்; அயல்நாடு;** foreign country. பல வருடங்களுக்கு முன் பரதேசம் போயிருந்த எதிர் வீட்டுப் பெரியவர் நேற்று தான் வீடு திரும்பியிருக்கிறார்./ பரதேச வாசம்.

பரதேசி பெ. 1: (ஊர்ஊராகச் சுற்றித் திரியும்) **பிச்சைக் காரன்;** (a wandering) beggar; mendicant. பரதேசிக்கு ஏது ஊர்?/ பரதேசிக் கூட்டம். 2: (அ.வ.) **துறவி;** ascetic. ஏழு பிள்ளைகளை விட்டுவிட்டுப் பரதேசியாகப் போய்விட்டார்.

பரதேவதை பெ. (அ.வ.) **பெரும் பெண் தெய்வம்;** supreme female deity.

பரந்த பெ.அ. 1: **பெரும் பரப்புடைய; விசாலமான;** vast; wide; broad. பரந்த பாலைவனம்/ அவனுடைய பரந்த மார்பில் குழந்தை படுத்துக் கிடந்தது. 2: (பார்வை, அறிவு போன்றவற்றைக் குறிக்கும்போது) **குறுகிய எல்லைக் குள் அடங்கிவிடாமல் விரிவாகவும் பலவற்றைக் கணக் கில் எடுத்துக்கொள்வதாகவும் உள்ள; விரிவான;** generous (nature); broad (outlook). பள்ளிக்கூடத்திற்காகத் தன் நிலம் முழுவதையும் எழுதி வைத்த அவருடைய பரந்த நோக்கத்தைப் பாராட்ட வேண்டும்./ எல்லோருக்கும் உதவிசெய்யும் பரந்த மனம் படைத்தவர்./ பரந்த அறிவு/ பரந்த கண்ணோட்டம்/ பரந்த மனப்பான்மை.

பரந்துபட்ட பெ.அ. (உ.வ.) **பெரும் பரப்பளவு கொண்ட/விரிந்த நிலப் பரப்புடைய;** vast; wide. இந்தியா ஒரு பரந்துபட்ட நாடு/ பரந்துபட்ட காட்டுப் பகுதிக்கு நடுவில் ஒரு அழகிய சிவன் கோயில்.

பரப்பளவு பெ. (பொதுவாக) **ஒரு இடம் எவ்வளவு பெரியது என்பதைக் குறிப்பிட நீளத்தையும் அகலத் தையும் பெருக்கினால் கிடைக்கும் அளவு/(கோளம், உருளை போன்றவற்றின்) மேல்பரப்பின் அளவு;** area/ surface area. வீட்டு மனையின் பரப்பளவு ஆயிரம் சதுர அடி./ வட்டத்தின் பரப்பளவைக் கணக்கிட ஒரு சூத்திரம் உண்டு.

பரப்பிரம்மம் பெ. (அ.வ.) 1: **எங்கும் நிறைந்திருக்கும் சர்வ வல்லமை படைத்த இறைவன்;** god as Supreme Being. 2: **உலகியல் வாழ்க்கையைச் சிறிதும் பொருட் படுத்தாத நபர்;** s.o. indifferent to worldly things.

பரப்பு[1] வி. (பரப்ப, பரப்பி) **அ.** (பல இடங்களுக்கும் போகச் செய்தல் அல்லது பலரையும் அடையச் செய் தல் தொடர்பான வழக்கு) 1: (ஒரு செய்தி, கொள்கை, சிந்தனை போன்றவற்றை) **பலரும் அறிந்துகொள்ளும் வகையிலோ ஏற்றுக்கொள்ளும் வகையிலோ பரவச் செய்தல்;** spread (news, rumour, etc.,); disseminate. இப்படியொரு விஷமத்தனமான செய்தியைப் பரப்பிய வர் யார்?/ வீணாக வதந்திகளைப் பரப்பிக்கொண்டிருக் காதீர்கள்./ தலைவரின் புகழைப் பரப்புவதையே தொண் டர்கள் சேவையாகக் கருதுகிறார்கள்./ இயேசுவின் சீடர் கள் உலகம் முழுதும் கிறித்தவ மதத்தைப் பரப்பினார்கள். 2: (நோயைப் பலருக்கும்) **தொற்றச் செய்தல்;** spread (disease). கண்ட இடத்தில் எச்சிலைத் துப்புவது நோயைப் பரப்பும்./ பறவைக் காய்ச்சலைப் பரப்புவதில் வலசை வரும் பறவைகள் முக்கியப் பங்கு வகிக்கின்றன. 3: (மணம், ஒளி முதலியவற்றை ஒரு இடத்தில்) **பரவச் செய்தல்;** spread (fragrance); diffuse (light). மணம் பரப்பும் மலர்த் தோட்டம்/ கடலில் நிலவு தன் வெண்ணிறக் கதிர்களைப் பரப்பியிருந்தது. **ஆ.** (ஓர் இடத்தில் பரவி நிறையச் செய்தல் தொடர்பான வழக்கு) 4: **ஒரு இடத் தின் மேல் பொருள்களைக் குவியலாக வைக்காமல் அந்த இடம் முழுவதும் விரவி இருக்குமாறு வைத்தல்;** spread out (sth. so as to fill a space); lay out. வைக்கோலைப் பரப்பிவைத்தால்தான் சீக்கிரம் காயும்./ புத்தகங்களை மேஜையில் பரப்பியிருந்தான். 5: (கை, கால் அல்லது சிறகை) **விரித்தல்; பரத்துதல்;** spread; (of limbs) sprawl; (of birds) spread (the wings). காலைப் பரப்பிக்கொண்டு உட்கார்ந்திருந்தான்./ சிறகைப் பரப்பிச் செத்துக்கிடந்தது பறவை.

பரப்பு[2] பெ. 1: (முப்பரிமாணம்கொண்ட பொருளின்) **வெளிப்பகுதி;** (திரவம்) **பரவியிருக்கும் நிலையின் மேல்பகுதி;** surface; expanse. மேஜையின் மேல்பரப்பு/ நீர்ப் பரப்பு/ இந்தக் கண்ணாடி குவிந்த பரப்பை உடை யது. 2: **பரப்பளவு;** area; breadth. சகாராப் பாலைவனத் தின் பரப்பு தார் பாலைவனத்தின் பரப்பை விட பல மடங்கு அதிகம்./ (உரு வ.) தமிழ் இலக்கியத்தின் பரப்பை நன்கு அறிந்தவர். 3: (இலங்.) **நிலத்தைக் கணக்கிடுவதற்கான ஓர் அளவு;** a unit of land. உனக்கு எத்தனை பரப்புக் காணி சீதனமாகத் தந்தார்கள்?/ வீட்டுக் காணியில் 18 பரப்பு என் பது ஒரு ஏக்கர்./ வயல் காணியில் 24 பரப்பு என்பது ஒரு ஏக்கர்./ எத்தனை பரப்புக் காணியில் உன் வீடு உள்ளது?

பரப்பு இழுவிசை பெ. (இயற்.) **திரவத்திற்கு என்று இயல்பாக இருக்கும் பரப்பைச் சுருக்கும் விசை;** surface tension.

பரப்புரை பெ. (பு.வ.) (ஒரு அரசு, அரசியல் கட்சி போன்றவை) **மக்களின் கவனத்தை ஈர்த்து ஆதரவு பெற மேற்கொள்ளும் செயல்பாடு; பிரச்சாரம்;** propaganda.

பரபர வி. (பரபரக்க, பரபரத்து) 1: (செயல்படுவதில்) **நிதானம் இழந்து அவசரப்படுதல்;** be in a hurry. 'ரயில் கிளம்புவதற்கு இன்னும் நேரம் இருக்கிறது. அதற்குள் ஏன் பரபரக்கிறாய்?' 2: (மனம் அல்லது கை, கால்) **துரு துருத்தல்; துடித்தல்;** (of mind) feel an urge (to do sth.); be impatient to do sth.; be itching to do sth. பிறந்த குழந்தையைப் பார்க்க வேண்டும் என்று மனம் பரபரத் தது./ அங்கிருந்து ஓடிப்போய்விட வேண்டுமென்று கால் கள் பரபரத்தன.

பரபர-என்று வி.அ. **வெகு வேகமாக; சுறுசுறுப்பாக;** hurriedly; in a brisk manner. சாமான்களைப் பரபரவென்று

வண்டியில் ஏற்றிக்கொண்டிருந்தார்கள்./ இரண்டு கைகளையும் பரபரவென்று தேய்த்துவிட்டுக் குளிருக்கு இதமாகக் கன்னத்தில் வைத்துக்கொண்டான்.

பரபரக்க வி.அ. **பரபரவென்று; வேகமாக; அவசரத்துடன்;** hurriedly; briskly. காரியங்களைப் பரபரக்க முடித்துவிட்டுக் கிளம்பினேன்.

பரபரப்பு பெ. (-ஆக, -ஆன) 1: **(எதிர்பார்ப்பு, மகிழ்ச்சி போன்றவற்றால் மனத்தில் அல்லது செயலில் தோன்றும்) நிதானம் இழந்த நிலை;** state of excitement; restless eagerness. அவன் ஊருக்குச் செல்லும் மகிழ்ச்சியில் ஒரே பரபரப்பாக இருந்தான்./ கடிதத்தைப் பிரித்துப் பரபரப்புடன் படித்தாள்./ துப்பறியும் கதை படிக்கும்போது உள்ளத்தில் கட்டுக்கடங்காத பரபரப்பு ஏற்படுகிறது. 2: **(பலரின்) கவனத்தை ஈர்த்து ஆர்வத்தைத் தூண்டும் நிலை;** sth. sensational. இந்த ஊழல் புகார்கள் பெரும் பரபரப்பை உண்டாக்கின./ பரபரப்பான செய்திகளை வெளியிடும் ஒரே பத்திரிகை இதுதான்.

பரம் பெ. (அ.வ.) **மேலுலகம்;** heaven. ஆன்மீக நெறி இகத்துக்கும் பரத்துக்கும் நன்மை தரும் என்பது சமயப் பெரியோரின் நம்பிக்கை.

பரம்படி வி. (-அடிக்க, -அடித்து) **நன்றாக உழுது சேறாக்கிய வயலைப் பரம்புப் பலகையைக் கொண்டு நாற்று நடுவதற்கு ஏற்ற வகையில் சமப்படுத்துதல்;** smooth the puddled field by drawing a wooden board over it to prepare for transplantation.

பரம்பரை பெ. (-ஆக, -ஆன) 1: **(காலம்காலமாக) தொடர்ந்து வரும் சந்ததி; தலைமுறை; வம்சம்;** lineage; descent; dynasty; descendants; a line of descent. இவர் இந்தக் கோயிலின் பரம்பரை அர்ச்சகர்/ சில பழக்கங்கள் பரம்பரையாக வருபவை. 2: (பெயரடையாக வரும்போது) **தலைமுறைதலைமுறையாகத் தொடர்ந்து வருவது;** sth. hereditary. தொழுநோய் பரம்பரை வியாதி அல்ல./ இருவருமே பரம்பரை எதிரிகள்./ விவசாயம்தான் எங்கள் பரம்பரைத் தொழில். 3: **ஒரு குருவை அல்லது ஒரு துறையின் முன்னோடியைப் பின்பற்றுபவர்களின் வரிசை;** a line of persons of particular descent. இவர் பாரதிதாசன் பரம்பரையைச் சேர்ந்த கவிஞர்.

பரம்பு பெ. **நன்றாக உழுத வயலை நாற்று நடுவதற்கு ஏற்ற முறையில் சமப்படுத்த உதவும் நீண்ட பலகை;** a heavy wooden board used for smoothing the puddled field.

பரம்பொருள் பெ. **இறைவன்; கடவுள்;** god, the Absolute.

பரம பெ.அ. **தொடர்ந்து வரும் பெயர்ச்சொல் குறிக்கும் தன்மையை மிகுவிக்கும் முறையில் பயன்படுத்தும் அடை;** adjective used in the sense of 'the utmost of sth. specified'; 'unqualified', 'total', 'absolute', 'perfect'. இந்த விஷயம் பரம ரகசியமாக வைக்கப்பட்டிருந்தது./ ஏற்பாடு பரம திருப்தியாக இருந்தது./ உங்களது பரம ரசிகர்/ அவர் பரம ஏழை/ அவன் என்னுடைய பரம எதிரி.

பரமண்டலம் பெ. (கிறித்.) காண்க: **பரலோகம், 2.**

பரமபதசோபான படம் பெ. **பரமபதம் விளையாடுவதற்கான அட்டை;** board for the game of snakes and ladders in which the topmost square represents 'heaven'.

பரமபதம் பெ. 1: **(வைணவ வழக்கில்) மோட்சம்; சொர்க்கம்;** salvation. அவர் பரமபதம் சேர்ந்தார். 2: **கட்டங்கள் அச்சிடப்பட்ட அட்டையில் தாயக் கட்டையின் எண்ணிக்கைக்குத் தகுந்தபடி காயை நகர்த்திக் கட்டத்தில் காட்டப்பட்டுள்ள ஏணி வழியாக மேல்வரிசைக்குச் செல்வது அல்லது பாம்பு வழியாகக் கீழ்வரிசைக்கு இறங்குவது என்ற முறையில் விளையாடி இறுதியில் சொர்க்கப் பதவி என்னும் கட்டத்தை அடையும் விளையாட்டு;** a board game of snakes and ladders in which the topmost square represents heaven. (பார்க்க, படம்)

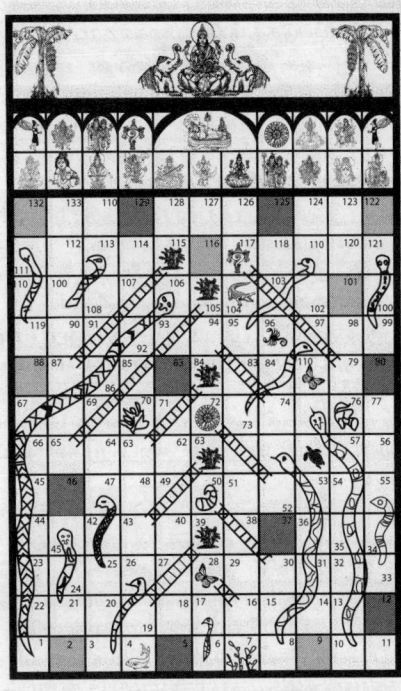

பரமபதம்

பரமபிதா பெ. (கிறித்.) **கடவுள்;** god, the father. பரமண்டலத்திலிருக்கும் எங்கள் பரமபிதாவே! எங்களைக் காத்தருளும்!

பரமன் பெ. **இறைவன்;** god, the Supreme Being. பரமன் அடி போற்றுவோம்./ பிரமனாகிய பரமன்.

பரமாச்சாரியார் பெ. **ஆன்மீக குருவை அழைக்கும் மரியாதைச் சொல்;** a term of respect for a Hindu spiritual preceptor.

பரமாத்(து)மா பெ. (தத்.) **மேலான ஆன்மா; கடவுள்;** god, the Supreme Soul.

பரமானந்தம் பெ. **(ஆன்மீகத்தில்) மிக உயர்ந்த இன்பம்;** supreme bliss.

பரல்¹ பெ. (உ.வ.) **(சிறு மணியைப் போன்ற) கல்;** (grain-like) stone. பற்கள் முத்துப் பரல்கள் போல் இருந்தன.

பரல்² பெ. (இலங்.) **பீப்பாய்;** barrel. ராணுவத்தினர் வெடிகுண்டுகள் நிரப்பப்பட்டிருந்த எரிபொருள் பரலைக் கவனமாக வாகனத்தில் ஏற்றினர்.

பரலோகம் பெ. 1: **(இறந்தபின் சென்று சேர்வதாகக் கருதப்படும்) மேலுலகம்; மோட்சம்;** heavenly abode (said to be the destination of the souls of the dead). செத்துப் பரலோகம் போனவனைச் சாட்சிக்கு அழைக்க முடியுமா? **2:** *(கிறித்.)* **இறைவனின் உறைவிடம்;** heaven.

பரவசப்படு வி. (-பட, -பட்டு) **மிகுந்த மகிழ்ச்சி அடைதல்;** be enthralled. பார்வை இழந்தோர் நடத்திய இசை நிகழ்ச்சி விழாவுக்கு வந்திருந்த அனைவரையும் பரவசப் படவைத்தது.

பரவசப்படுத்து வி. (-படுத்த, -படுத்தி) **(ஒருவரை) பெரும் மகிழ்ச்சிக்கு உள்ளாக்குதல்;** enthral; enrapture. பாடகரின் அற்புதமான இசை ரசிகர்களைப் பரவசப்படுத்தியது./ காண்போரைப் பரவசப்படுத்தும் இயற்கைக் காட்சிகள்.

பரவசம் பெ. (-ஆக, -ஆன) **தன்னை மறந்த இன்ப நிலை; பெரும் மகிழ்ச்சி;** overwhelming joy; rapture. அவர் பொழிந்த இசை மழையில் எல்லோரும் பரவசம் அடைந்தனர்./ அவன் அப்போது இருந்த பரவசத்தில் அவள் எது சொன்னாலும் செய்திருப்பான்.

பரவணி பெ. (இலங்.) **பரம்பரை; சந்ததி;** heredity. நல்ல பரவணியில்தான் பெண் எடுத்துள்ளாய்./ உன்னுடைய பரவணியைப் பற்றி எனக்குத் தெரியாதா?/ பரவணிபரவணியாக இவர் வைத்தியம் செய்துவருகிறார்.

பரவணிக் குணம் பெ. (இலங்.) **(ஒருவரைப் பழிக்கும் விதமாகக் கூறும்போது) பரம்பரையாக வரும் குணம்;** hereditary characteristics. களவெடுப்பது அவரது பரவணிக் குணம் என்று உனக்குத் தெரியாதா?/ எந்த நேரமும் மற்றவரைப் பற்றிப் பகடி பேசுவது கடை முதலாளியின் பரவணிக் குணம்.

பரவல்[1] பெ. (-ஆக, -ஆன) **(ஒன்று பல இடங்களில் அல்லது பலரிடையே) பரவிக் காணப்படும் நிலை;** widespread. இந்தியாவில் மக்கள்தொகைப் பரவல் சீராக இல்லை./ அணு ஆயுதப் பரவல் தடை ஒப்பந்தம்/ தொலைபேசி போன்ற தகவல்தொடர்பு சாதனங்களின் கண்டுபிடிப்புக்குப் பிறகு செய்திப் பரவல் வெகு வேகமாக நடைபெற்றுவருகிறது./ தலித் மக்களின் எழுச்சிக்கு அம்பேத்கரின் சிந்தனைப் பரவலை முக்கியக் காரணமாகக் கூறலாம்./ இந்தப் பறவை மேற்குத் தொடர்ச்சி மலைப் பகுதிகளில் பரவலாகக் காணப்படுகிறது./ அவருக்குத் தொண்டர்களிடையே பரவலான செல்வாக்கு இருப்பதாகப் பேசிக் கொள்கிறார்கள்.

பரவல்[2] பெ. (வ.வ.) **(நீர்நிலையின்) கரையோரப் பகுதி;** the edge of a water source. நீரின் ஓட்டத்தில் இல்லாமல் பரவலில்தான் இறால் முட்டையிடும்.

பரவலாக்கு வி. (-ஆக்க, -ஆக்கி) **(அதிகாரம், குறிப்பிட்ட செயல்பாடுகள், திட்டங்கள் போன்றவை ஓர் இடத்தில் அல்லது ஒருவரிடத்தில் மட்டும் குவிந்திருக்காமல்) அனைத்து இடங்களிலும் அல்லது அனைவரிடமும் பரவி இருக்குமாறு செய்தல்;** decentralize; devolve. மத்திய அரசின் அதிகாரங்களை மாநிலங்களுக்கும் பரவலாக்குவது குறித்து அவர் கருத்துத் தெரிவித்தார்./ பொருளாதார வளர்ச்சியின் பயன்கள் ஒரு இடத்தில் மட்டும் குவிந்துவிடாமல் பரவலாக்க வேண்டும்.

பரவலாகு வி. (-ஆக, -ஆகி) **(ஒன்று பல இடங்களுக்கு அல்லது பல நபர்களிடம்) பரவலாகப் போய்ச்சேருதல் அல்லது அமைதல்;** spread. பால்வினை நோய்களைப் பற்றிய விழிப்புணர்வு மக்களிடையே இப்போது பரவலாகிக்கொண்டுவருகிறது.

பரவாயில்லை வி.மு. 1: **'ஒன்று தவறாகவோ ஒருவர் எதிர்பாராத வகையிலோ இருந்தாலும் அதைப் பொருட்படுத்தத் தேவையில்லை' என்ற பொருளில் பயன்படுத்தும் சொல்;** never mind; does not matter. காப்பி கீழே சிந்திவிட்டதே! பரவாயில்லை, துடைத்துவிடலாம். **2: மோசமில்லை; தேவலை;** not too bad; so-so. படிப்பில் அண்ணனைவிடத் தம்பி பரவாயில்லை./ சிகிச்சைக்குப் பிறகு உடம்பு கொஞ்சம் பரவாயில்லை. **3: குறைவாக மதிப்பிடப்பட்டவரின் செயல் எதிர்பார்த்த அளவுக்கு மோசமாக இல்லாதபோது பாராட்டும் வகையில் பயன்படுத்தும் சொல்;** word used condescendingly when s.o. fares better than expected. நீகூட வீடு வாங்கிவிட்டாயா, பரவாயில்லையே!/ பரவாயில்லை, நீ பிழைத்துக்கொள்வாய்.

பரவு வி. (பரவ, பரவி) 1: **(திரவம், வாயு முதலியவை) ஒரு இடத்திலிருந்து சுற்றியிருக்கும் பகுதிக்குப் படர்தல்;** (of liquid, gas, etc.,) spread. சட்டையில் பட்ட மை பரவிப் பெரிய கறையாகிவிட்டது./ ஒரு குடிசையில் பற்றிய தீ மற்ற குடிசைகளுக்கும் பரவியது./ அம்மை உடம்பு முழுவதும் பரவிவிட்டது. [(தொ.சொ.) **ஊற்று/ ஊறு/ ஒழுகு/ ஓடு/ கசி/ கொட்டு/ சிதறு/ சிந்து/ சுர/ தெறி/ பீச்சு/ பீறிடு/ வழி**] **2: (தகவல், புகழ் போன்றவை பலரை) பரவலாகச் சென்றடைதல்;** spread. இனக் கலவரத்தின்போது வதந்திகளைப் பரவவிடாமல் தடுக்க வேண்டியது நம் கடமை./ இரண்டாவது நாவலுக்குப் பிறகுதான் அவரது புகழ் மெல்லமெல்லப் பரவ ஆரம்பித்தது. **3: (வெளிச்சம், இருள் ஆகியவை) சிறிது சிறிதாக அதிகமாகிப் படர்தல்;** (of darkness) spread. சூரியன் மறையத் தொடங்கியதும் காட்டில் இருள் பரவத் தொடங்கியது. **4: (நோய்) ஒருவரிடமிருந்து மற்றவர்களுக்குத் தொற்றுதல்; பாதித்தல்;** (of disease) spread. காலரா எளிதில் பரவக்கூடிய தொற்றுநோய். **5: (பல இடங்களில்) பரந்திருத்தல்;** extend; reach. முகலாயரின் ஆட்சி தென் இந்தியாவரை பரவியிருந்தது.

பரஸ்பர நிதி பெ. **முதலீட்டாளரிடமிருந்து திரட்டிய நிதியைப் பல்வேறு நிறுவனங்களின் பங்குகளில் முதலீடு செய்து, அதன்மூலம் கிடைக்கும் லாபத்தைப் பகிர்ந்து அளிக்கும் நிதி ஏற்பாடு;** mutual fund.

பரஸ்பரம்[1] பெ. (பெரும்பாலும் பெயரடையாக) **ஓர் உணர்வு, நடவடிக்கை, விளைவு போன்றவை சம்பந்தப்பட்ட இருவருக்கு அல்லது இரண்டுக்குப் பொதுவானதாக அமைவது;** mutuality; reciprocity. பரஸ்பர அன்பினால் மட்டுமே உறவுகள் வளரும்./ பங்குதாரர்களிடையே பரஸ்பர திருப்தி இருந்தால்தான் தொடர்ந்து வியாபாரம் செய்ய முடியும்./ பரஸ்பர சந்திப்பின்போது இரு நாட்டுப் பிரச்சினைகளையும் பற்றித் தலைவர்கள் விவாதித்தனர்.

பரஸ்பரம்[2] வி.அ. **ஒன்றின் விளைவு, சம்பந்தப்பட்ட இருவரிடமும் அல்லது அனைவரிடமும் சேரும்படி;**

(நாடு, நிறுவனம் முதலியவை) தங்களுக்குள்ளாக; mutually. கட்சியின் இரு பிரிவியினரும் பரஸ்பரம் தாக்கிக்கொண்டனர்./ கணவன் மனைவி பரஸ்பரம் விட்டுக் கொடுத்தல் அவசியம்./ எங்காவது வழியில் சந்திக்கும்போது பரஸ்பரம் விசாரித்துக்கொள்வதோடு சரி./ உலகின் எந்தக் கோடியில் வசித்தாலும் பரஸ்பரம் தொடர்புகொள்ள நவீனத் தகவல்தொடர்புச் சாதனங்கள் உதவுகின்றன.

பராக் இ.சொ. *(அ.வ.)* **அரசர் போன்றோர் வருவதை அறிவிப்பதற்கு வாக்கியத்தின் இறுதியில் பல முறை பயன்படுத்தும் இடைச்சொல்;** particle used in the sense of 'attention' when proclaiming the approach of a king, etc., ராஜாதி ராஜ வீரமார்த்தாண்டர் வருகிறார், பராக், பராக்.

பராக்கிரமம் பெ. **உடல் வலிமையும் வீரமும்;** prowess and strength. பராக்கிரமச் செயல்கள்.

பராக்குப் பார் வி. *(பார்க்க, பார்த்து)* **வேடிக்கை பார்த்தல்;** be diverted by anything that amuses; be given to distractions. கடைக்குப் போய் வேகமாகச் சாமான் வாங்கிக்கொண்டு வா, பராக்குப் பார்த்துகொண்டு நின்று விடாதே!/ பராக்குப் பார்த்தபடியே நடந்து வந்துகொண்டிருந்தார்.

பராத்து பெ. *(வ.வ.)* **மிகப் பெரிதாக இருக்கும் ஒரு வகைத் தட்டு;** a kind of big plate.

பராபரியாக வி.அ. *(அ.வ.)* **பிறர் சொல்லக் கேட்டதன் மூலமாக;** by hearsay. அவர் காசியில் இருப்பதாகப் பராபரியாகச் செய்திகள் வந்தன./ ஏற்கனவே பராபரியாகக் கேள்விப்பட்டிருந்ததெல்லாம் உண்மையோ என்ற சந்தேகம் அவனுக்குத் தோன்றியது.

பராமரி வி. *(பராமரிக்க, பராமரித்து)* **1: (ஒன்று அல்லது ஒருவர் நல்ல நிலையில் இருக்கத் தேவையானவற்றைச் செய்து) கவனித்துக்கொள்ளுதல்; ஆதரித்தல்;** look after; take care of s.o.; maintain. வயதான தந்தையை வீட்டில் வைத்துப் பராமரிக்க வேண்டிய பொறுப்பு அவனுக்கு இருந்தது./ கால்நடைகளைப் பராமரிக்கத் தெரியாததால் பெரும் நஷ்டத்துக்கு உள்ளானார்./ பெரிய வீட்டைச் சரிவரப் பராமரிக்காமல் விட்டதால் பழுதாகி விட்டது. **2: முறையாகவும் சீராகவும் இருக்கும் விதத்தில் ஒன்றைப் பார்த்துக்கொள்ளுதல்; பேணுதல்;** maintain; keep (sth. in good condition). கடைக் கணக்குகளைப் பராமரிக்க ஆள் வேண்டும்./ சட்டம், ஒழுங்கைப் பராமரிப்பது அரசின் முதல் கடமை.

பராமரிப்பு பெ. **கவனிப்பு; பேணுதல்;** care; maintenance. இவன் என் பராமரிப்பில் வளர்ந்தவன்./ சாலைகள் பராமரிப்பு இல்லாமல் பழுதடைந்து இருக்கின்றன.

பராய் பெ. **சிறிய, முரட்டு இலைகளைக் கொண்ட, கிளைகளிலிருந்து பால் வடியும், நடுத்தர உயரம் வளரும் மரம்.** Siamese rough bush; toothbrush tree. பராய் ஒரு தல விருட்சம்.

பரிகசி வி. *(பரிகசிக்க, பரிகசித்து)* **பரிகாசம் செய்தல்; கேலிசெய்தல்;** ridicule; make fun of. வெற்றி வாய்ப்பைக் கோட்டை விட்ட நம்மை அவர்கள் பரிகசிக்கிறார்கள்.

பரிகாசம் பெ. *(-ஆக, -ஆன)* **கேலி;** making fun of (s.o. or sth.); being jocular. அவளை நீங்கள் ரொம்பப் பரிகாசம் செய்கிறீர்கள்./ அவர் எப்போதும் நண்பர்களிடம் பரிகாசமாகப் பேசுவார்.

பரிகாரம் பெ. **1: தீர்வு;** solution (to a problem, etc.,). தொழிலாளர் பிரச்சினைக்கு ஒரே பரிகாரம் தொழிற்சங்கமும் நிர்வாகமும் கூடிப் பேசுவதுதான்./ இந்த ஒப்பந்தம் எல்லைப் பிரச்சினைக்கு ஒரு நிரந்தரப் பரிகாரமாக அமையும். [*(தொ.சொ.)* **தீர்ப்பு/ தீர்வு/ நிவர்த்தி/ முடிவு/ வழி/ வழிமுறை/ விடை**] **2: (பாவம், தோஷம் போன்றவை) நீங்குவதற்காக மேற்கொள்ளும் வழிமுறை; நிவர்த்தி;** remedy. உன் ஜாதகத்தில் இருக்கும் செவ்வாய் தோஷம் நீங்கப் பரிகாரம் செய்ய வேண்டும். **3:** *(அ.வ.)* **(நோயைத் தீர்ப்பதற்கான) வழிமுறை;** cure. 'தீராத வயிற்றுவலிக்குப் பரிகாரம் உண்டா' என்று அவர் கேட்டார். **4:** *(சட்டம்)* **உரிமையியல் வழக்கில் வாதி தன் உரிமையின் அடிப்படையில் கோரும் நிவாரணம்;** relief prayed for by the plaintiff in a civil suit.

பரிச்சயம் பெ. *(-ஆன)* **(ஒருவரைத் தெரிந்து வைத்திருப்பதன்மூலம் அல்லது ஒன்றை அறிந்துவைத்திருப்பதன்மூலம் உண்டாகும்) பழக்கம்; அறிமுகம்;** acquaintance; s.o. or sth. known or familiar. என் அப்பாவின் நண்பர்கள் சிலருடன் எனக்குப் பரிச்சயம் உண்டு./ நம் அனைவருக்கும் பரிச்சயமான எழுத்தாளர்/ நல்ல இலக்கியப் பரிச்சயம் உள்ளவர். [*(தொ.சொ.)* **அறிமுகம்/ தொடர்பு/ பழக்கம்**]

பரிசம் பெ. *(ஊரக வ.)* **மணமகனின் பெற்றோர் மணமகளுக்கு அளிக்கும் நகை, பணம் முதலியவை;** gift of cash, jewels, etc., given to the bride by the groom's parents.

பரிசம்போடு வி. *(-போட, -போட்டு)* *(ஊரக வ.)* **மணமகன் வீட்டார் மணமகளுக்கு நகை, பணம் முதலியவற்றைத் தந்து திருமணம் நிச்சயம்செய்தல்;** (of groom's parents) make a gift of cash, jewellery, etc., to the bride and perform the ceremony of betrothal.

பரிசளிப்பு பெ. **ஒரு போட்டி, பந்தயம் போன்றவற்றில் வெற்றி பெற்றவர்களுக்கு அல்லது விருது பெறுபவர்களுக்குப் பரிசு வழங்கும் செயல்பாடு;** the event of giving away awards or prizes. பரிசளிப்பு விழா/ பரிசளிப்பு நிகழ்ச்சி.

பரிசல் பெ. **மூங்கில், பிரம்பு போன்றவற்றால் பெரிதாகக் கூடைபோலப் பின்னப்பட்டு, துடுப்பை அல்லது நீளமான கழியைக்கொண்டு செலுத்தி ஆற்றைக் கடப்பதற்குப் பயன்படும் சாதனம்;** boat in the shape of a large basket propelled using long poles and used for crossing rivers; coracle.

பரிசல்

பரிசாரகன் பெ. *(அ.வ.)* **(திருமண வீட்டில், கோயிலில்) சமையல்காரன்;** cook (hired for an occasion or employed in a temple). வரிசையாகப் போட்டிருந்த இலைகளில் பரிசாரகர் பரிமாறத் தொடங்கினார்./ மடப்பள்ளிப் பரி சாரகன்.

பரிசில் பெ. (உ.வ.) **(முற்காலத்தில் புலவர், கலைஞர் போன்றோருக்கு அரசர் வழங்கும்) பரிசு;** gift (by a king to a poet, artiste).

பரிசீலனை பெ. **(திட்டம் போன்றவற்றைச் செயல் படுத்துவதற்காக அல்லது கோரிக்கை, விண்ணப்பம் முதலியவற்றை ஏற்றுக்கொள்வதற்காக அவற்றின் அம் சங்களை, கூறுகளைக் கணக்கில் எடுத்துக்கொண்டு) முடிவெடுப்பதற்காகச் செய்யும் ஆய்வு;** consideration; study; examination; scrutiny. பாலம் கட்டும் திட்டம் பரி சீலனையில்தான் உள்ளது./ தங்களுடைய வேலைக்கான விண்ணப்பம் தேர்வுக் குழுவின் பரிசீலனைக்கு வைக்கப் பட்டுள்ளது.

பரிசீலி வி. (பரிசீலிக்க, பரிசீலித்து) **(திட்டம், கோரிக்கை முதலியவற்றை) பரிசீலனை செய்தல்;** examine; give a careful consideration; scrutinize. தொழிலாளர்களின் கோரிக்கையை அரசு பரிசீலிக்கும்./ போட்டிக்கு வந்த கதைகளைப் பரிசீலிக்கத் தனிக் குழு அமைக்கப்பட்டுள்ளது.

பரிசு பெ. **1: வெற்றி பெற்றதற்காக அல்லது ஒரு துறை யில் சிறப்பாகச் செயல்பட்டதற்காகச் சிறப்பிக்கும் முறையில் பணமாகவோ பொருளாகவோ வழங்கப் படுவது;** prize; award. ஓட்டப் பந்தயத்தில் வெற்றி பெற்றவருக்கு ஆயிரம் ரூபாய் பரிசு வழங்கப்பட்டது./ நோபல் பரிசு பெற்ற இந்தியர்/ 12ஆம் வகுப்பில் மாநிலத்திலேயே முதலாவதாக வந்த மாணவன் முத லமைச்சரிடம் பரிசு பெற்றான்./ உலகக் கோப்பைக் கால் பந்து போட்டித் தொடரில் மிகச் சிறப்பாக விளை யாடிய வீரருக்குத் தங்கப் பந்து பரிசாக வழங்கப்பட் டது. **2: (குலுக்கல் முறையின் மூலம் தேர்ந்தெடுக்கப் படுபவருக்குக் கொடுக்கப்படும்) பணம்;** (of lottery) prize money. பரிசுச்சீட்டை வாங்கி வைத்துக்கொண்டு பரிசு விழாதா என்று ஏங்கிக்கொண்டிருக்கிறான். **3: அன்பளிப்பு;** gift. மணமேடையில் திருமணப் பரிசுகள் வந்து குவிந்தன./ பரிசுப் பொருள் விற்பனைக்கு என்றே தனிக் கடைகள் இருக்கின்றன.

பரிசுகெடு வி. (கெடுக்க, கெடுத்து) (இலங்.) **அவமானப் படுத்துதல்; அவமதித்தல்;** treat s.o. with disrespect; slight; insult. என்னதான் பிரச்சினை என்றாலும், அதற்காகத் தம யனை இப்படிப் பரிசுகெடுத்திருக்க வேண்டாம்.

பரிசுகேடு பெ. (இலங்.) **அவமானம்;** insult; shame. எனக்கு இந்தப் பரிசுகேடு தேவைதான்./ அந்தப் பரிசுகேட்டை ஏன் கேட்கிறாய்?

பரிசுச்சீட்டு பெ. **குலுக்கல் முறையில் தேர்ந்தெடுக்கப் படுபவர்கள் குறிப்பிட்ட அளவு பணத்தைப் பரிசாகப் பெறும் வகையில் வரிசையாக எண்கள் அச்சிடப் பட்டு விற்கப்படும் சீட்டு;** lottery ticket.

பரிசுத்த ஆவி பெ. (கிறித்.) காண்க: **தூய ஆவி.**

பரிசுத்தம் பெ. (-ஆக, -ஆன) **(களங்கம் எதுவும் இல் லாத) தூய்மை;** pristine purity. அந்தக் குழந்தையின் பரி சுத்தமான அன்பு என்னை நெகிழச் செய்தது.

பரிசோதனை பெ. **1: (தக்க சாதனங்களை, வழிமுறை களைக்கொண்டு) ஒன்றின் தன்மை, செயல்பாடு போன்றவற்றை ஆராய்ந்து அறியும் முறை; சோதனை;** examination; test; check-up. இரத்தப் பரிசோதனை நிலை யம்/ இந்த மருத்துவமனையில் முழு உடல் பரிசோதனைக்கு ஆயிரம் ரூபாய் கட்டணம் வாங்குகிறார்கள்./ மண் பரி சோதனையில் சில கனிமங்கள் இருப்பது தெரியவந்துள் ளது. [(தொ.சொ.) **ஆய்வு/ ஆராய்ச்சி/ சோதனை**] **2: (பெரும்பாலும் கலை, இலக்கியங்களில்) புதியதாக ஒன்றைச் செய்து பார்க்கும் முறை;** experiment (in art, literature, etc.,). ஓவியர் ஆதிமூலம் வெறும் கோடுகளை வைத்தே பல பரிசோதனைகளைச் செய்திருக்கிறார்./ நன வோடை உத்தியில் சில பரிசோதனை முயற்சிகளைத் தமிழில் நகுலன் செய்திருக்கிறார்./ 20ஆம் நூற்றாண்டின் துவக்கத்தில் நவீன ஓவியத்தில் பல பரிசோதனைகள் செய் யப்பட்டன.

பரிசோதனைச்சாலை பெ. (அ.வ.) **சோதனைக்கூடம்;** laboratory. மண்ணின் தரத்தை நிர்ணயிக்கும் பரிசோதனைச் சாலை.

பரிசோதி வி. (பரிசோதிக்க, பரிசோதித்து) **(ஒன்றின் தன்மை, செயல்பாடு போன்றவற்றைக் கண்டறிவதற் காகத் தகுந்த கருவிகளை, வழிமுறைகளைக் கொண்டு) ஆய்வு செய்தல்; ஆராய்ந்து பார்த்தல்; சோதனை செய் தல்;** examine; experiment; test; search. என்னைப் பரிசோதித்த மருத்துவர் 'பயப்படும்படியா ஒன்றுமில்லை' என்று கூறிவிட்டார்./ இரத்தத்தைப் பரிசோதித்துப் பார்த் ததில் சர்க்கரை நோய் இருப்பது தெரியவந்தது./ புதிய மருந்துகளைக் கண்டுபிடித்தால் முதலில் விலங்குகளுக்குக் கொடுத்துப் பரிசோதிப்பார்கள்./ போலீஸ்காரர் ஒவ்வொரு பெட்டியாகப் பரிசோதித்துக்கொண்டு வந்தார்.

பரிட்சி வி. (பரிட்சிக்க, பரிட்சித்து) (அ.வ.) காண்க: **பரீட்சி.**

பரிட்சை பெ. காண்க: **பரீட்சை.**

பரிணமி வி. (பரிணமிக்க, பரிணமித்து) **1: (ஒன்று மற் றொன்றாக) படிப்படியாக வளர்ச்சி அடைதல்; படிப் படியான மாற்றத்தின் மூலம் ஒரு நிலையிலிருந்து வேறொரு நிலையை அடைதல்;** undergo transformation; evolve. நாடகக் கலைஞராக வாழ்க்கையைத் தொடங்கித் திரைப்பட நடிகராகப் பரிணமித்தவர் இவர்./ நாட்டுப்புறக் கலையிலிருந்து பரிணமித்த ஆட்டம் இது. **2:** (அ.வ.) **சிறப்பாக விளங்குதல்;** prosper; thrive. நாட்டியக் கலை பரிணமிக்க மக்கள் ஆதரவு தேவை.

பரிணாமக் கோட்பாடு பெ. **உயிர்களின் பரிணாமத் தைக் குறித்து டார்வின் உருவாக்கிய கோட்பாடு;** the theory of evolution. டார்வினின் பரிணாமக் கோட்பாட் டுக்கு இன்றும் சிலர் எதிர்ப்புத் தெரிவிக்கின்றனர்.

பரிணாமம் பெ. **1: (உயிரினங்கள்) மாறும் சூழ்நிலைக் குத் தக்கவாறு எளிய அடிப்படையான வடிவங்களி லிருந்து புதிய அமைப்பும் இயக்கமும்கொண்ட புதிய உயிரினங்களாகப் படிப்படியாக (வெகு நீண்ட காலத் தில்) மாற்றம் அடைதல்;** evolution. பரிணாமத்தைப் பொறுத்தவரை தகுதி வாய்ந்த உயிரினங்களே தப்பிப் பிழைக்கும்./ பரிணாம வளர்ச்சியில் ஒரு சிறு மாற்றம் ஏற்படுவதற்குப் பல லட்சம் ஆண்டுகள் ஆகலாம். **2: (ஒரு**

நிலையிலிருந்து வேறொரு நிலைக்கு) படிப்படியான மாற்றம் அல்லது வளர்ச்சி; evolution; gradual development. சுந்தர ராமசாமி சிறுகதைகளின் முழுத் தொகுப்பில் அவருடைய பரிணாம வளர்ச்சியை அறிந்துகொள்ள முடிகிறது./ கல்லிலும் ஓலைகளிலும் எழுத்துகளைப் பதிவு செய்யும் முறை தொடங்கி இன்று அச்சுக்கலைவரை எழுத்து பரிணாம வளர்ச்சியடைந்துள்ளது.

பரிதவி வி. *(பரிதவிக்க, பரிதவித்து)* **(பரிதாபமான நிலையில்) கவலையுடன் தவித்தல்;** suffer; be distressed. கணவனை இழந்து பரிதவிக்கும் இளம் பெண்!/ தண்ணீர்த் தட்டுப்பாட்டால் மக்கள் பரிதவிக்கிறார்கள்.

பரிதவிப்பு பெ. **கவலையுடன் கூடிய தவிப்பு;** quiver of desperateness. நீதிபதி கருணை காட்ட மாட்டாரா என்ற பரிதவிப்போடு அவன் நின்றிருந்தான்.

பரிதாபம் பெ. *(-ஆக, -ஆன)* **1: (ஒன்றின் அல்லது ஒருவரின் நிலையைக் கண்டு மனத்தில் எழும்) இரக்கம், அனுதாபம், வருத்தம் ஆகியவை கலந்த உணர்வு;** pity. வண்டியில் அடிபட்டு நொண்டிய நாயைப் பார்க்கவே பரிதாபமாக இருந்தது./ யாருடைய பரிதாபமும் எனக்குத் தேவையில்லை./ அந்த ஏழைக் குடும்பத்தின் மேல் பரிதாபம் கொண்டு அவர்களுக்குத் தேவையான உதவியைத் தான் செய்வதாக உறுதியளித்தார். [(தொ.சொ.) **அனுதாபம்/ இரக்கம்/ கருணை/ பரிவு**] **2: மேற்குறிப்பிட்ட உணர்வைத் தூண்டும் நிலை;** piteousness. பேருந்தில் பணத்தைப் பறி கொடுத்தவர் பரிதாபமாக என்னைப் பார்த்தார்./ ஓடும் ரயிலில் பரிதாபமான முறையில் கொலை செய்யப்பட்ட பெண்ணின் புகைப்படம் அன்றைய நாளிதழில் வெளியாகியிருந்தது.

பரிதி[1] பெ. *(உ.வ.)* **சூரியன்;** sun. இலைகளின் வழியாக ஊடுருவிற்று பரிதியின் ஒளி.

பரிதி[2] பெ. *(கணி.)* **வட்டத்தின் வெளிப் பரப்பாக அமையும் கோடு; வட்டத்தின் சுற்றளவு;** circumference. வட்டத்தின் மையத்திலிருந்து பரிதிக்குக் கோடு வரைந்தால் அது ஆரம் ஆகும்.

பரிந்துகொண்டு வி.அ. **(ஒருவருக்கு) சார்பாக அல்லது ஆதரவாக;** defending; supporting. அவன் செய்த தவறு என்னவென்று தெரியாமல், அவனுக்குப் பரிந்துகொண்டு வருகிறாயா?/ அந்த எழுத்தாளருக்காகப் பரிந்துகொண்டு ஒரு விமர்சகர் இந்த இதழில் எழுதியிருக்கிறார்./ எனக்காகப் பரிந்துகொண்டு அவனிடம் சண்டை போடாதே.

பரிந்து பேசு வி. *(பேச, பேசி)* **(பிரச்சினை, தகராறு முதலியவற்றில் ஒருவருக்கு) சார்பாக அல்லது ஆதரவாகப் பேசுதல்; ஆதரவு தருதல்;** speak in favour of s.o.; hold a brief for s.o. உன் நண்பன் என்பதற்காகப் பரிந்து பேசுகிறாயா?/ உங்கள் சண்டையில் நான் யாருக்கும் பரிந்து பேச மாட்டேன்./ தொழிலாளர்களுக்காக நிர்வாகத்திடம் பரிந்து பேசினார்.

பரிந்துரை[1] வி. *(பரிந்துரைக்க, பரிந்துரைத்து)* **ஒன்றைச் செய்யலாம், செயல்படுத்தலாம், ஏற்றுக்கொள்ளலாம் என்று ஒருவர் தனது கருத்தையோ ஆலோசனையையோ முன் வைத்தல்; சிபாரிசு செய்தல்;** recommend. பல்கலைக்கழக மானியக் குழு பரிந்துரைத்த சம்பள விகிதங்களைப் பல்கலைக்கழகங்கள் ஏற்றன./ மாணவர்கள் படிக்க வேண்டிய நல்ல புத்தகங்களை ஆசிரியர்கள் பரிந்துரைக்க வேண்டும்.

பரிந்துரை[2] பெ. **ஒன்றைச் செய்யலாம், செயல்படுத்தலாம், ஏற்றுக்கொள்ளலாம் என்று ஒருவர் முன்வைக்கும் கருத்து அல்லது ஆலோசனை; சிபாரிசு;** recommendation. புதிய கல்லூரிக்கு அங்கீகாரம் வழங்கலாம் என நிபுணர் குழு பரிந்துரை செய்தது./ அமைச்சரிடமிருந்து பரிந்துரைக் கடிதம் பெற முயன்றான்./ எழுத்தாளர் சுஜாதாவின் பரிந்துரையின் பேரில் புதுமைப்பித்தன் கதைகளைப் படித்தேன்.

பரிபாலனம் பெ. *(அ.வ.)* **நிர்வாகம்; ஆட்சி;** rule; governance. ராஜ்யத்தை நீதி தவறாமல் பரிபாலனம் செய்தார்.

பரிபாலி வி. *(பரிபாலிக்க, பரிபாலித்து) (அ.வ.)* **(நாட்டை) நிர்வகித்தல்; ஆட்சிசெய்தல்; பரிபாலனம் செய்தல்;** rule; govern. நாட்டைப் பரிபாலிக்க மறந்த அரசர்!

பரிபாஷை பெ. **குறிப்பிட்ட குழுவினர் மட்டுமே புரிந்துகொண்டு பயன்படுத்தும் மொழி;** lingo; jargon; cant. தத்துவப் பரிபாஷை/தரகர்கள் இருவரும் வியாபாரப் பரிபாஷையில் பேசிக்கொண்டிருந்தார்கள்.

பரிபூரணம் பெ. *(-ஆக, -ஆன)* **குறைவு எதுவும் இல்லாத முழுமை;** completeness. நான் சொன்னதை நீ மறக்காமல் செய்ததில் எனக்குப் பரிபூரணத் திருப்தி./ அவர் நோய் நீங்கிப் பரிபூரணமாகக் குணமடைந்தார்.

பரிமளம் பெ. *(அ.வ.)* **நறுமணம்;** fragrance. பரிமளப் பொருள்கள்/ பரிமளத் தைலம்.

பரிமளி வி. *(பரிமளிக்க, பரிமளித்து) (அ.வ.)* **1: சிறந்து விளங்குதல்; சோபித்தல்;** be glorious; be splendid; shine. ஒருவருக்கொருவர் விட்டுக்கொடுத்தால்தான் வாழ்க்கை பரிமளிக்கும்./ திறமையைப் பரிமளிக்கச்செய்யத் தெரியவில்லை. **2: அதிகமாக மணத்தல்; மணம் வீசுதல்;** be extremely fragrant. பரிமளிக்கும் தைலம்.

பரிமாணம் பெ. **1: *(உயிரி.)* ஒரு இடத்தின் அல்லது பொருளின் நீளம், அகலம், உயரம் ஆகிய அளவுகளுள் ஒன்று;** any of the three dimensions of sth. கோட்டிற்கு ஒரு பரிமாணம் மட்டுமே உண்டு./ செவ்வகத்துக்கு இரண்டு பரிமாணம்/ கனச் செவ்வகம் மூன்று பரிமாணங்களைக் கொண்டது. **2: ஒன்றில் அமைந்துள்ள கூறுகள், தன்மைகள் அனைத்தும் ஒன்றுடன் ஒன்று கொண்டிருக்கும் உறவு/ மேற்குறிப்பிட்டவற்றின் விரிவும் ஆழமும்;** dimensions; aspects. அவர்கள் பிரச்சினையின் பரிமாணத்தைப் புரிந்துகொள்ளவே இல்லை./ வாழ்க்கையின் முழுப் பரிமாணத்தை அறிவதற்குப் பல காலம் ஆகும்./ இந்த ஓவியங்களை நாம் புதிய பரிமாணத்தில் பார்க்க முயல வேண்டும்.

பரிமாற்றம் பெ. **ஒருவர் தன்னிடம் உள்ளவற்றை அல்லது தன் கருத்து, உணர்வு முதலியவற்றை மற்றவர்களுக்குக் கிடைக்கச் செய்து அதேபோல் அவர்களிடமிருந்தும் பெற்றுக்கொள்ளும் முறை; இருவரோ பலரோ தங்களிடையே கொடுத்துப் பெறும் முறை;** exchange; interchange. இரு நாடுகளும் போர்க் கைதிகளைப் பரிமாற்றம் செய்துகொள்ள ஒப்புக்கொண்டன./ இந்தியாவும் பாகிஸ்தானும் தீவிரவாதிகள் குறித்துத் தகவல் பரிமாற்றம் செய்துகொள்ளத் திட்டம் வகுக்க வேண்டும்./ கருத்துப் பரிமாற்றம்.

பரிமாறு வி. (பரிமாற, பரிமாறி) 1: **(உணவு சாப்பிடும் போது ஒருவர் மற்றவருக்கு இலையில், தட்டில்) உணவையும் தொடுகறிகளையும் உரிய முறையில் வைத்தல்;** serve (food). *அவள் கணவனுக்கும் குழந்தைகளுக்கும் பரிமாறிவிட்டுத் தானும் உட்கார்ந்து சாப்பிட ஆரம்பித்தாள்./ பெண் வீட்டுக்காரர்கள் பம்பரம்போல் சுழன்று பந்தியில் எல்லோருக்கும் பரிமாறிக்கொண்டிருந்தார்கள்.* 2: **கொடுத்துப் பெறுதல்; பரிமாற்றம் செய்துகொள்ளுதல்;** exchange. *ஆசியான் நாட்டுத் தலைவர்கள் முக்கியமான பொருளாதாரப் பிரச்சினைகள் குறித்துக் கருத்துகளைப் பரிமாறிக்கொண்டனர்.*

பரியந்தம் பெ. (அ.வ.) **(குறிப்பிடப்படும்) ஒன்றின் முடிவுவரையிலான காலம்;** (end) limit; the entire time till the close of sth. specified. *ஆயுள் பரியந்தம் இந்தக் கஷ்டம் தீராதோ!*

பரியாரி(யார்) பெ. (இலங்.) **நாட்டு வைத்தியர்;** practitioner of indigenous medicine. *பாம்புக்கடிக்கு இந்தப் பரியாரியார் நல்ல மருந்து கொடுப்பாராம்./ தொடக்கத்தில் பரியாரியிடம்தான் காட்டினேன். நோய் குணமாகவில்லை.*

பரிவட்டம் பெ. **(கோயிலில்) மரியாதைக்கு உரியவர்களைக் கௌரவிக்கும் பொருட்டு அவர்கள் தலையில் அணிவிக்கும், கடவுளுக்குச் சாத்திய பட்டுத் துணி;** a piece of silk cloth worn by the idol which the priest ties round the head of a worshipper as god's blessing in temples. *தீபாராதனை முடிந்து அமைச்சருடன் வந்த அனைவருக்கும் மாலை அணிவித்துப் பரிவட்டம் கட்டி அனுப்புவதற்கு அரை மணி நேரம் ஆயிற்று.*

பரிவர்த்தனை பெ. 1: **பரிமாற்றம்;** exchange; transaction. *நவீன மின்னணுச் சாதனங்களால் தகவல் பரிவர்த்தனை துரிதமடைந்திருக்கிறது./ இருவருக்குள்ளும் வெகு நாட்களாகக் கடிதப் பரிவர்த்தனை கிடையாது./ கலாச்சாரப் பரிவர்த்தனை./ ஒருவர் ஒரே பரிவர்த்தனையில் வழங்கிய பல காசோலைகள் அனைத்தும் திரும்பி இருந்தாலும் அதற்காக வெவ்வேறு இடங்களில் வழக்குப் பதிவு செய்ய இயலாது.* 2: (வ. வ.) **நிலம், வீடு போன்ற ஒரு சொத்தினைக் கொடுத்து அதன் பெறுமானத்திற்கு வாங்குபவரிடமிருந்து ஒரு சொத்தினைப் பெற்றுக்கொள்ளும் முறை;** exchange of property.

பரிவார் பெ. (திருநர் வ.) **திருநங்கைகளின் பரம்பரை அல்லது குழு;** transwomen's lineage or their group.

பரிவாரத் தெய்வம் பெ. **கோயில் பிராகாரத்தில் பிரதான தெய்வத்தைச் சுற்றி அமைந்திருக்கும் கோயில்களின் தெய்வங்களுள் ஒன்று;** one of the deities in shrines situated around the main shrine in a temple. *சுவாமி ஊர்வலத்தில் முன்னால் பரிவாரத் தெய்வங்கள் சென்றுகொண்டிருந்தன.*

பரிவாரம் பெ. **(அரசர் போன்றோர் போகும் இடங்களுக்கெல்லாம்) உடன் செல்லுவோர்;** retinue (of a king, etc.,). *தொண்டர்கள் பரிவாரம் புடைசூழக் கட்சித் தலைவர்கள் வேட்புமனு தாக்கல்செய்ய வந்தனர்.*

பரிவு பெ. (-ஆக, -ஆன) **அக்கறை, அனுதாபம், கனிவு ஆகியவை கலந்த உணர்வு;** sympathy and consideration. *மனநோயாளியான மனைவியிடம் அவன் காட்டிய பரிவு வீண்போகவில்லை./ நான் சொன்ன புகார்களை அதிகாரி பரிவுடன் கேட்டுக்கொண்டார்./ 'பரீட்சை எப்படி எழுதினாய்?' என்று பரிவாகக் கேட்டார்.* [(தொ.சொ.) **அக்கறை/ அனுதாபம்/ இரக்கம்/ ஈடுபாடு/ ஈவிரக்கம்/ கரிசனம்/ கருணை/ பரிதாபம்/ வருத்தம்.**]

பரிவேட்டை பெ. **உற்சவத்தின் ஒரு பகுதியாகக் குதிரை வாகனத்தில் ஊர்வலமாக வரும் இறைவன் அம்பு எய்து அரக்கனை (அதாவது தீமையை) அழிக்கும் பாவனையாக நடத்தப்படும் விழா;** part of a temple festival in which the deity on a horse shoots arrows to kill the demon (signifying the destruction of evil). *மாலை 5 மணிக்கு ஆறுமுக சுவாமி கோயிலில் பரிவேட்டை நடைபெறுகிறது.*

பரிவேடம் பெ. **சந்திரனை அல்லது சூரியனைச் சுற்றிக் காணப்படும் வட்டம்;** halo (around the moon); corona.

பரீட்சகர் பெ. (இலங்.) **வினாத்தாள் தயாரிப்பவர் அல்லது விடைத்தாள்களைத் திருத்துபவர்;** examiner (who sets the question paper or who values the answer scripts).

பரீட்சார்த்தம் பெ. (அ.வ.) 1: **(பெருமளவில் மேற்கொள்ளவிருக்கும் திட்டத்தின் குறை நிறைகளை அறிந்துகொள்வதற்காக முதலில்) சிறிய அளவில் செயல்படுத்திப் பார்க்கும் சோதனை முயற்சி;** experiment; trial. *இந்த மாதக் கடைசியில் சர்க்கரை ஆலையில் பரீட்சார்த்த உற்பத்தி தொடங்கிவிடும்./ கூட்டுறவு அங்காடி வீட்டுக்கு வீடு பொருள்களை விநியோகம் செய்யும் முறையைப் பரீட்சார்த்தமாக மேற்கொண்டுள்ளது.* 2: **(கலைப் படைப்பில் மேற்கொள்ளும்) சோதனை முயற்சி;** sth. experimental (in novels, plays, etc.,). *பரீட்சார்த்தத் திரைப்படங்கள் சில சமயங்களில்தான் வெற்றி பெறுகின்றன.*

பரீட்சார்த்தி பெ. (இலங்.) **தேர்வு எழுதுபவர்;** candidate for an examination. *இந்தப் பாடசாலையில் ஆயிரம் பரீட்சார்த்திகள் பரீட்சை எழுதினார்கள்.*

பரீட்சி வி. (பரீட்சிக்க, பரீட்சித்து) (அ.வ.) **சோதித்தல்; பரிசோதனை செய்தல்;** examine; test. *மருத்துவர் நோயாளியின் நாடியைப் பரீட்சித்துப்பார்த்தார்./ என் திறமை மீது சந்தேகம் இருந்தால் பரீட்சித்துப்பாருங்கள்.*

பரீட்சை பெ. 1: **தேர்வு;** test; examination (in academic institutions). *பரீட்சைக் கட்டணம்/ காலாண்டுப் பரீட்சை/ பரீட்சைக்குப் படிக்காமல் இங்கு என்ன செய்கிறாய்?* 2: **(ஒருவரின் திறமை, நேர்மை முதலியவற்றை) கண்டறியும் விதத்திலான செயல்; சோதனை;** test (for a specified talent of a person). *இந்த வார்த்தைப் புதிர் உங்கள் கற்பனைத் திறனுக்கு ஒரு பரீட்சையாகும்.*

பரு[1] வி. (பருக்க, பருத்து) 1: **(உடல் உறுப்புகளில்) சதைப்பற்று மிகுதல்; பெருத்தல்;** become plump. *முன்பு பார்த்ததைவிட இப்போது பருத்திருந்தார்./ 'இப்படிப் பருத்துவிட்டாயே' என்று அவர் ஆச்சரியப்பட்டார்.* 2: **(உடம்பிலுள்ள கட்டி, பரு) பெரியதாக ஆதல்;** bulge; swell. *கட்டி பருத்து உடையப்போகிறது.* 3: **(தடி முதலியவை) சுற்றளவில் பெரிதாக இருத்தல்;** be thick and round. *கைத்தடி மேல்பகுதி பருத்தும் கீழ்ப்பகுதி சிறுத்தும் இருந்தது.*

875 பருவம்

பரு[2] பெ. **பெரும்பாலும் முகத்தில் எண்ணெய்ச் சுரப்பி கள் அடைபடுவதால் ஏற்படும் சிறு கட்டி;** pimple. *பரு வைக் கிள்ளாதே!*

பருக்கு வி. *(பருக்க, பருக்கி)* *(இலங்.)* **(ஒன்றை) பருகச் செய்தல்;** make s.o. drink sth. *நோயாளிக்கு மருந்தைப் பருக்கினாள்./ குழந்தைக்கு நெஞ்சில் சளியாக இருக்கிறது; கல்லக் காரம் காய்ச்சிப் பருக்கு./ அவனைக் கூட்டிச் சென்று சாராயத்தைப் பருக்கிவிட்டார்கள்.*

பருக்கை பெ. **சாதத்தை உதிர்த்தால் உதிரியாக இருப்ப தில் ஒன்று;** a grain of cooked rice. *சாப்பிட்ட இடத்தில் பருக்கைகள் சிதறிக்கிடந்தன./ ஒரு பருக்கைகூட மிச்சம் வைக்காமல் சாப்பிடு.*

பருகு வி. *(பருக, பருகி)* *(உ.வ.)* **குடித்தல்; அருந்துதல்;** drink. *வெயிலுக்கு இளநீர் பருகுவது நன்று./* *(உரு வ.)* *இயற்கையின் அழகைப் பருகிக்கொண்டிருந்தார்.*

பருத்தி பெ. **1: பஞ்சு/பஞ்சைத் தரும் செடி;** cotton/cotton plant. *பருத்தி ஒரு பணப்பயிர்.* **2:** *(நெசவு)* *(பெரும்பாலும் பெயரடையாக)* **பருத்தி நூலால் நெய்யப்பட்டது;** (of textiles) cotton. *கோடைக் காலத்திற்கு ஏற்ற பருத்தி ஆடை.*

பருத்திக்கொட்டை பெ. **(மாடுகளுக்குத் தீவனமாகப் பயன்படும்) பருத்திச் செடியின் விதை;** cotton seed (used as food for cattle).

பருந்து பெ. **(கழுகு இனத்தைச் சேர்ந்த) வளைந்த கூர்மையான அலகும், கூர்மையான விரல் நகங்களும் கொண்ட இரைக்கொல்லிப் பறவை;** kite.

பருப்பு பெ. **1: (உடைத்துக் காயவைத்து) சமையலுக் குப் பயன்படுத்தும் துவரை, உளுந்து போன்றவற்றின் விதை;** lentil; (in India) dhal. *அரிசி விலை, பருப்பு விலை எல்லாம் ஏறிவிட்டது.* **2: வேக வைக்கப்பட்ட துவரம் பருப்பு;** cooked dhal. *தட்டில் சோறு வைத்துப் பருப்புப் போட்டு நெய் ஊற்றினாள்./ பருப்பு சாதம்.* **3: சில வகைத் தாவரங்களில் ஓட்டுக்குள் இருக்கும் அல்லது தோல் மூடி வெளியில் தெரியும்படியாக இருக்கும், உண்ணக் கூடிய விதை;** nut (of some plants); kernel. *வேர்க் கடலைப் பருப்பு/ முந்திரிப் பருப்பு.* **4: தேங்காயின் வெண்ணிறச் சதைப் பகுதி;** the white fleshy part of coconut.

பருப்புத் தேங்காய் பெ. *(ச.வ.)* **தேங்காய்த் துருவ லையும் கடலைப் பருப்பையும் வறுத்து வெல்லப் பாகில் போட்டுக் கிளறிக் கூம்பு வடிவத்தில் செய்து சில சடங்குகளில் பயன்படுத்தும் ஓர் இனிப்புப் பண் டம்;** cone-shaped confection of fried coconut gratings and bengal gram mixed with jaggery which is displayed on certain occasions such as wedding.

பருப்புப்பொடி பெ. **(சாதத்தில் கலந்து சாப்பிட) வறுத்த துவரம் பருப்பு, மிளகு முதலியவற்றை இடித் துத் தயாரிக்கும் பொடி;** fried lentil and pepper mixed and powdered for adding to cooked rice to make a course in a meal.

பருப்புவேகு வி. *(-வேக, -வெந்து)* *(பே.வ.)* *(எதிர்மறை வடிவத்தில் அல்லது எதிர்மறைத் தொனியில் மட்டும்)* **(ஒருவருடைய) தந்திரம், உத்தி, மறைமுக முயற்சி போன்றவை பலித்தல்;** (in the negative) (of one's tricks) work; sell. *இந்த ஊரில் உன் பருப்புவேகாது.*

பருப்பொருள் பெ. **கண்ணால் காணக் கூடியதும் தொட்டு உணரக்கூடியதுமான பொருள்;** object that can be seen or felt; concrete object. *ஒரு பொருளில் அடங்கி யிருக்கும் மொத்த பருப்பொருளின் அளவு அதன் நிறை ஆகும்.*

பருமன் பெ. **1:** *(-ஆன)* **ஒரு பொருளுக்கான எடை யைத் தரும் பரிமாணம்; கனம்;** thickness. *அந்தப் பரும னான கைத்தடியை எடு.* **2:** *(ஒருவரின் உடலைக் குறிக் கும்போது)* **சராசரியைவிடச் சதைப்பற்று மிகுந்த நிலை; குண்டு;** (of one's body) bulkiness; plumpness. *அவர் ஆறடி உயரம், உயரத்துக்கு ஏற்ற பருமன்.*

பருமூழ் பெ. *(இலங்.)* **(பனை, தென்னை போன்ற வற்றில்) காயின் மேற்புறம் ஓடுபோல் பற்றியிருக்கும் பட்டையான பகுதி;** integument. *ஒடியல் கூழைப் பரு மூழால் அள்ளிக் குடிக்கும்போது ஏற்படும் ருசியே தனிதான்.*

பருவக்காற்று பெ. **(பெரும்பாலும் தெற்கு ஆசியப் பகுதி களில்) குறிப்பிட்ட காலத்தில் மட்டும் கடலிலிருந்து நிலப் பகுதிக்குள் தென்மேற்கு அல்லது வடகிழக்குத் திசையிலிருந்து வீசி மழை பெய்யச் செய்யும் காற்று;** either of the two, South-West or North-East monsoons; the monsoon. *இப்போதெல்லாம் பருவக் காற்று காலம் தவறியே வீசுகிறது.*

பருவக் கோளாறு பெ. **பதின்பருவத்தில் பாலுணர்வு காரணமாக நடத்தையில் காணப்படும் மாறுதல்கள்;** activities typical of an adolescent. *பருவக் கோளாறுதான் அவனைப் படிப்பில் கவனம் செலுத்தவிடாமல் செய்கிறது.*

பருவதம் பெ. காண்க: **பர்வதம்.**

பருவநிலை பெ. **குறிப்பிட்ட பிரதேசத்தில் ஆண்டு முழுவதும் வெப்பம், குளிர், மழை போன்றவற்றால் அந்தப் பிரதேசத்தில் பொதுவாகக் காணப்படும் நிலை;** climate.

பருவநிலை மாற்றம் பெ. *(பு.வ.)* **காற்று மண்டலத்தில் கரியமில வாயுவின் அளவு அதிகரிப்பதால் பூமியின் சராசரி வெப்பம் கூடுவது, கடல்நீர் வெப்பமாவது, துருவப் பிரதேசங்களில் பனிக்கட்டி உருகுவது, கடல் மட்டம் உயர்வது, பருவக்கால மழை தவறுவது, பருவ மழை காலம் தாழ்ந்து பெருமழை பெய்வது போன்றவற்றை உள்ளடக்கிய மாற்றம்;** climate change.

பருவம் பெ. **1: (ஒருவர் அல்லது ஒன்று) தோன்றியதி லிருந்து ஒவ்வொரு காலகட்டத்திற்குமான வளர்ச்சி நிலை;** stage (in the development of s.o. or sth.); season. *குழந்தைப் பருவத்திலிருந்தே அவன் என்னுடைய நண்பன்./ கொசுக்களை அவற்றின் முட்டைப் பருவத்திலேயே ஒழிக்க வேண்டும்./ பருத்தி வெடிக்கும் பருவம்/ குழந்தைப் பரு வம்/ விடலைப் பருவம்.* **2: (பெண்) கருத்தரிப்பதற்கு ஏற்ற உடல் வளர்ச்சியை அடையும் கட்டம்;** (of women) puberty; coming of age. *பருவத்துக்கு வந்த பெண்/ பருவப் பெண்கள்.* **3: (விவசாயம் செய்வதற்கு) உரிய காலம்;** (of agriculture) suitable season. *பருவத்தில் விதைத்தால் நல்ல விளைச்சலைப் பார்க்கலாம்./ ஆற்றில் பருவம் தவறித் தண்ணீர் திறக்கிறார்கள்./ இப்படிப் பருவம் தவறி மழை பெய்தால் எப்படி விவசாயம் செய்வது?* **4: (புராணம்,**

இதிகாசம் போன்றவற்றில்) காண்டம் போன்ற பெரும் பகுதி; canto. மகாபாரதத்தில் ஆதிபருவம் முதலாவதாக அமைந்துள்ளது./ விராட பருவம்.

பருவம் காண் வி. (காண, கண்டு) (ஊரக வ.) (ஊற வைத்த நெல் விதை முளைக்கும்போது) வெள்ளையாக முளை வெளியே வருதல்; (of soaked paddy seeds) germinate. நூற்றுக்குப் பத்து விதை பருவம் காணாமல் இருந்ததை விதைக்கும்போதுதான் பார்த்தோம்.

பருவமடை வி. (-அடைய, -அடைந்து) இனப்பெருக்கத்துக்கு உரிய உடல் வளர்ச்சியை அடைதல்; (குறிப்பாகப் பெண்) பூப்படைதல்; (of girls) attain puberty.

பருவமழை பெ. பருவக்காற்றினால் பெய்யும் மழை; the monsoon rain. தமிழ்நாட்டில் பருவமழை தொடங்கிவிட்டது./ ஒவ்வொரு பருவமழையின்போதும் வெள்ள அபாயம் ஏற்படுகிறது.

பருவமுறை பெ. (உயர்கல்வி நிறுவனங்களில்) ஆறு மாதத்துக்கு ஒரு பாடத்திட்டமும் தேர்வும் கொண்ட கல்வி முறை; (of higher educational institutions) semester (system). எங்கள் கல்லூரியில் பருவமுறை நடைமுறைக்கு வந்துள்ளது.

பருவமெய்து வி. (-எய்த, -எய்தி) பூப்படைதல்; come of age; (of girls) attain puberty.

பருவுடல் பெ. (உ.வ.) காண்க: பூதவுடல்.

பரோட்டா பெ. மைதா மாவைப் பிசைந்து மெல்லியதாக இழுத்துப் பின் சுருட்டித் தட்டித் தோசைக்கல்லில் சுட்டுத் தயாரிக்கப்படும் ஒரு வகை ரொட்டி; unleavened bread of maida flour, thick and round in shape.

பரோபகாரம் பெ. (அ.வ.) பிறருக்குத் தாராளமாகச் செய்யும் உதவி; generous disposition; helpful tendency. அவருடைய பரோபகாரத்தைப் பாராட்டாதவர்கள் இல்லை.

பரோபகாரி பெ. (அ.வ.) தயங்காமல் தாராளமாக உதவி செய்பவர்; generous and helpful person.

பரோல் விடுப்பு பெ. தண்டனைக் காலத்தில் நன்னடத்தை நிபந்தனையின் பேரில் கைதி குறிப்பிட்ட காலத்துக்குச் சிறைக்கு வெளியில் இருக்க வழங்கப்படும் அனுமதி; parole.

பல்[1] பெ. 1: (வாயில் உணவைக் கடித்து மெல்லுவதற்கு ஏற்ற வகையில் இரு தாடைகளிலும் வரிசையாக அமைந்திருக்கும்) தட்டையான அல்லது கூரிய முனை கொண்ட உறுதியான வெண்ணிற உறுப்பு; tooth. கீழே விழுந்ததில் இரண்டு முன்பற்கள் உடைந்துவிட்டன./ குழந்தைக்கு இப்போதுதான் பல் முளைக்க ஆரம்பித்திருக்கிறது. 2: (சீப்பு, இயந்திரச் சக்கரம் அல்லது ரம்பம் போன்றவற்றில் இடைவெளியுடன் அமைந்திருக்கும்) கூரிய முனைகொண்ட சிறு பகுதி; tooth (of a comb, gear, cog, etc.,). பல் தேய்ந்துபோன இந்த ரம்பத்தை வைத்துக்கொண்டு எதையும் அறுக்க முடியாது./ சீப்பின் பற்கள் உடைந்துவிட்டன. 3: (வெள்ளைப்பூண்டின்) தனித் தனியான (பல் போன்ற) பகுதி; a clove (of garlic). குழம்புக்குப் பூண்டு இரண்டு பல் தட்டிப்போடு. 4: தேங்காய்க் கீற்றை நறுக்குவதால் கிடைக்கும் சிறு துண்டு; small pieces of coconut kernel. தேங்காய்ப் பல் நறுக்கிப் போட்டுக் கார்த்திகைப் பொரி கிளறுவார்கள்.

பல்[2] பெ.அ. (உ.வ.) பல; many. பல்லாண்டு/ பல்வகை மொழிகள்.

பல்கலை பெ. பல்கலைக்கழகம் என்பதைச் சுருக்கமாகக் குறிப்பிடும் சொல்; short form for பல்கலைக்கழகம். சென்னைப் பல்கலையில் பல புதிய பாடங்கள் துவங்கப்பட்டுள்ளன./ புதுவைப் பல்கலையின் புதிய துணைவேந்தர்.

பல்கலைக்கழகம் பெ. (நாடாளுமன்றம் அல்லது சட்டப்பேரவை இயற்றிய சட்டத்தின் அடிப்படையில் உருவாக்கப்பட்டு) தேர்வுகள் நடத்துதல், பட்டப் படிப்பு வகுப்புகள் நடத்துதல் போன்ற பணிகளைச் செய்வதும் ஆராய்ச்சி மையமாக விளங்குவதுமான உயர்கல்வி நிறுவனம்; university. [(தொ.சொ.) கல்லூரி/ பள்ளிக்கூடம்]

பல்கு வி. (பல்க, பல்கி) (உ.வ.) மிகுதல்; அதிகமாதல்; increase; multiply. சமீப காலத்தில் தொழிற்பயிற்சிக் கல்லூரிகள் பல்கிவிட்டன./ பாம்புகள் கொல்லப்படுவதால் வயலில் எலிகள் பல்கும்./ கழிவுநீர் தேங்கும் இடங்களில் கொசுக்கள் பல்கிப் பெருகுகின்றன.

பல்குச்சி பெ. 1: (பெரும்பாலும் ஆலம் விழுதிலிருந்தும் வேப்பமரத்திலிருந்தும் ஒடித்த) பல் தேய்ப்பதற்குப் பயன்படுத்தும் சிறு குச்சி; twig (mostly of banyan or neem tree) used as a toothbrush. 2: பல்லிடுக்கில் சிக்கியிருக்கும் உணவுத் துகள்களைக் குத்தி எடுப்பதற்குப் பயன்படுத்தும் மெல்லிய சிறு குச்சி; toothpick.

பல் சக்கரம் பெ. (இயந்திரங்களில் ஒன்று மற்றொன்றோடு பொருந்திச் சுழல்வதற்கு ஏற்ற வகையில்) பற்கள் போன்ற முனைகள் கொண்ட சக்கரம்; cog-wheel.

பல்செட் பெ. (பல் இல்லாதவருக்கு அல்லது பல்லை இழந்தவருக்குப் பொருத்தப்படும்) உண்மையான பல்லைப் போன்று வரிசையாகப் பற்கள் பதித்துச் செயற்கையாகத் தயாரிக்கப்படும் அரைவட்ட வடிவ அமைப்பு; dentures. பெரியவர் தூங்கும்போது பல்செட்டைக் கழற்றி வைத்துவிடுவார்.

பல்டி அடி வி. (அடிக்க, அடித்து) (பே.வ.) 1: நின்ற நிலையிலிருந்து துள்ளிக் கைகளைத் தரையில் ஊன்றி, உடலைத் தலைக்கு மேலாகத் தூக்கிப்போட்டு விழுதல்; somersault. 2: முதலில் ஒப்புக்கொண்டதைச் செய்யாமல் பின்வாங்குதல்; முதலில் சொன்னதற்கு மாறான ஒன்றைச் சொல்லுதல்; make a retreat; go back on one's word. எங்களுடன் ஊருக்கு வருவதாகச் சொல்லிவிட்டுக் கடைசி நேரத்தில் பல்டி அடிக்கிறாயே?/ இப்படி ஒரு திட்டத்தை நாங்கள் சொல்லவே இல்லை என்று ஆளும் கட்சி பல்டி அடித்தது. 3: (தேர்வில்) தோல்வியடைதல்; fail (in an examination). இந்தத் தடவையும் பரீட்சையில் பல்டி அடித்துவிட்டாயா?

பல்டி சாட்சி பெ. (சட்டம்) பிறழ் சாட்சி; hostile witness in a criminal case.

பல் தீட்டு வி. (தீட்ட, தீட்டி) (இலங்.) பல் விளக்குதல்; brush one's teeth.

பல்படியாக்கல் பெ. (வேதி.) ஒரே சேர்மத்தின் அல்லது வெவ்வேறு சேர்மங்களின் எளிய மூலக்கூறுகள், அதே

விகித வாய்பாட்டுடன் சிக்கலான மூலக்கூறுகளை உருவாக்கும் வேதியியல் முறை; polymerisation. பாலித்தீன் பல்படியாக்க முறையில் உருவாகிறது.

பல் பொடி பெ. காண்க: பற்பொடி.

பல்பொருள் அங்காடி பெ. அன்றாட வீட்டுத் தேவைகளுக்கான அனைத்துப் பொருள்களும் ஒரே கட்டடத்தில் விற்பனைசெய்யப்படும் இடம்; supermarket; departmental store.

பல்லக்கு பெ. **1:** தூக்கிச்செல்வதற்கு ஏற்ற வகையில் நீண்ட கழி இணைக்கப்பட்ட, பக்கவாட்டிலிருந்து ஏறுவதற்கான திறப்பை உடைய, (முன்பு அரச குடும்பத்தினர் போன்றோர்) பயணம் செய்வதற்கு உரிய சாதனம்; palanquin. பல்லக்குகள் இப்போது பெரும்பாலும் சுவாமி ஊர்வலத்துக்குத்தான் பயன்படுத்தப்படுகின்றன. *(பார்க்க, படம்)* **2:** (வ.வ.) (மேற்குறிப்பிட்டதைப் போன்று அலங்கரிக்கப்பட்ட) பாடை; a structure (decorated as a palanquin) for carrying the corpse in a funeral.

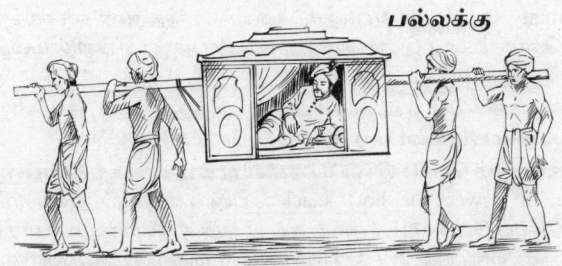

பல்லக்கு

பல்லக்குத் தூக்கு வி. (தூக்க, தூக்கி) சுயலாபத்துக்காக அடிமைபோல் பணிகளைச் செய்து (மேல்நிலையில் இருக்கும் ஒருவரை) மகிழ்வித்தல்; toady to s.o. இப்படிக் காலம் முழுவதும் உன் முதலாளிக்குப் பல்லக்குத் தூக்கியே பிழைப்பது என்று முடிவுசெய்துவிட்டாயா?/ ஒரு காலத்தில் அவருக்குப் பல்லக்குத் தூக்கியவர்களே இன்று அவரை எதிர்க்க ஆரம்பித்துவிட்டார்கள்.

பல்லவன் பெ. (கி.பி. 6ஆம் நூற்றாண்டிலிருந்து 9ஆம் நூற்றாண்டுவரை காளையைச் சின்னமாகக் கொண்டு) தமிழகத்தின் வடபகுதியை ஆண்ட பரம்பரையைச் சேர்ந்த மன்னன்; any of the kings of the Pallava dynasty that ruled over the northern part of Tamilnadu from 6th Century A.D. to 9th Century A.D. with bull as its emblem.

பல்லவி பெ. **1:** (இசை) பாடல் அல்லது கீர்த்தனையின் (திரும்பத்திரும்பப் பாடப்படும்) முதல் பகுதி; the opening or the first section of a composition. **2:** (இசை) ஒரு இசைக் கலைஞரின் ராக, தாளத் திறமையைச் சொற்களைக் கொண்டு விரிவுபடுத்துவதற்கு உரிய இசை வடிவம்; any group of words which could be repeated (with variation in tempo) so as to bring out the mastery of the artist over *தாளம்* and *ராகம்*. **3:** (ஒருவர்) திரும்பத் திரும்பச் சொல்வதால் கேட்பவருக்குச் சலிப்புத் தரும் ஒன்று; constant refrain that is vexing and wearisome. வீட்டில் எப்போதும் அது இல்லை, இது இல்லை என்கிற பல்லவிதானா?

பல்லாங்குழி பெ. ஐந்து சோழிகள் அல்லது புளியங் கொட்டைகளைப் போட்டு விளையாட வசதியான குழிகளை வரிசைக்கு ஏழு என்ற கணக்கில் இரண்டு வரிசைகள் கொண்ட சாதனம்/அந்தச் சாதனத்தை வைத்து இருவர் விளையாடும் விளையாட்டு; board with two rows of seven hollows each filled with five counters/the game played by two using this board.

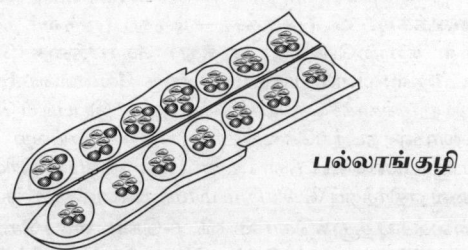

பல்லாங்குழி

பல்லி பெ. செங்குத்தான பரப்பில் கீழே விழாமல் ஊர்ந்து செல்லக்கூடியதும் பூச்சிகளைத் தின்பதும் பழுப்பு, சாம்பல் போன்ற நிறங்களில் இருப்பதுமான, (வீடுகளில் காணப்படும்) சிறு பிராணி; house lizard.

பல்லி மிட்டாய் பெ. காண்க: அரிசி மிட்டாய்.

பல்லிளி[1] வி. (-இளிக்க, -இளித்து) (பிறருடைய தயவை வேண்டும்போது) தன் மதிப்பு இழந்து தாழ்ந்து நடந்து கொள்ளுதல்/(மற்றவர் நோக்கில்) அசட்டுத்தனம் வெளிப்படச் சிரித்தல்; grin ingratiatingly. உனக்காக நான் யாரிடமும் போய்ப் பல்லிளித்துக்கொண்டு நிற்க மாட்டேன்./ கடன் வாங்க வேண்டும் என்றால் மட்டும் பல்லிளித்துக்கொண்டு வந்துவிடுவாயே?

பல்லிளி[2] வி. (-இளிக்க, -இளித்து) (வெளிப் பூச்சால் மறைக்கப்பட்டிருந்த நகை, பாத்திரம் முதலியவற்றின் பூச்சு நீங்கி அவற்றின்) மோசமான தன்மை அல்லது தரம் தெரியவருதல்; (of inferior quality) show through. வெள்ளி முலாம் பூசப்பட்ட கொலுசு பல்லிளித்துவிட்டது./ (உரு வ.) நதிநீர்ப் பிரச்சினை என்று வரும்போது நமது தேசிய ஒருமைப்பாடு பல்லிளித்துவிடுகிறது என்று அவர் குற்றம் சாடினார்.

பல்லுக் காட்டு வி. (காட்ட, காட்டி) (இலங்.) காண்க: பல்லைக் காட்டு.

பல்லுக் கொழுக்கட்டை பெ. (இலங்.) குழந்தைக்குப் பல் முளைத்ததை முன்னிட்டுச் செய்யும் சடங்கில் இடம்பெறும் கொழுக்கட்டை; a dumpling-like rice flour preparation made for celebrating the surfacing of baby tooth. பல்லுக் கொழுக்கட்டை கொட்டுவதற்காகத் தாய்மாமனுக்குச் சொல்லி அனுப்பினார்கள்./ பல்லுக் கொழுக்கட்டை கொட்டியபோது குழந்தை தவழ்ந்துபோய் ஒன்றை எடுத்தது.

பல்லுடைபடு வி. (-பட, -பட்டு) (இலங்.) (ஒருவர்) அவமானப்படுதல்; get insulted; be disgraced. கட்சித் தலைவர் தேர்தலில் தோற்றுப்போய்ப் பல்லுடைபட்டு இருக்கிறார்./ இந்தப் பிரச்சினையில் போய்ப் பல்லுடைபட வேண்டும் என்பது எனக்குத் தலையெழுத்தா என்று அப்பா புலம்பினார்.

பல்லுத்தீட்டு வி. (-தீட்ட, -தீட்டி) (இலங்.) பற்களைத் துலக்குதல்; brush one's teeth.

பல்லைக்கடி[1] வி. (-கடிக்க, -கடித்து) **(தூங்கும் போது ஒலியெழுப்பும் விதத்தில்) ஒன்றின் மீது ஒன்று படும் படி பற்களை அழுத்தமாக அசைத்தல்;** grind one's teeth. குழந்தை தூக்கத்தில் அடிக்கடி நறநறவென்று பல்லைக் கடிக்கிறது.

பல்லைக்கடி[2] வி. (-கடிக்க, -கடித்து) **(ஒருவர் தன் பற்களை நறநறவென்று கடித்து) கோபத்தை வெளிக் காட்டுதல்;** clench one's teeth. 'ஒரு வேலையைச் சொன்னால் ஒழுங்காகச் செய்ய வேண்டாமா? இப்படிப் பொறுப்பில்லாமல் நடந்துகொண்டால் என்ன செய்வது' என்று அப்பா பல்லைக்கடித்தார்./ எல்லோருக்கும் எதிரில் தாத்தாவை எதிர்த்துப் பேசியதும் மாமா பல்லைக்கடித்தார்.

பல்லைக்கடித்துக்கொள் வி. (-கொள்ள, -கொண்டு) **(உணர்ச்சியோ தான் செய்வதோ தன்னை மீறிச் சென்று விடாமல்) கட்டுப்படுத்திக்கொள்ளுதல்; பொறுத்துக் கொள்ளுதல்;** bite one's lip; restrain oneself; control. கோபத்தில் எதிர்த்துப் பேசிவிடாமல் இருக்க வேண்டுமே என்று பல்லைக்கடித்துக்கொண்டான்./ இந்த வேலையில் இன்னும் இரண்டு மாதம் பல்லைக்கடித்துக்கொண்டு இரு. பிறகு வேறு வேலைக்கு முயற்சிசெய்யலாம்.

பல்லைக் காட்டு வி. (காட்ட, காட்டி) 1: **அர்த்தமற்ற அசட்டுச் சிரிப்புச் சிரித்தல்;** simper; grin. ஏன் இப்படிச் செய்தாய் என்று காரணம் சொல். சும்மா பல்லைக் காட்டாதே. 2: **(மற்றவர் ஆசைகாட்டுவதால்) அதற்கு இணங்கித் தன் மதிப்பு குறையும் விதத்தில் நடந்து கொள்ளுதல்;** give in readily (when tempted). பணத்தைக் காட்டினால் பல்லைக் காட்டுகிற ஆசாமி அவன்./ அவன் கூப்பிட்டான் என்றதும் பல்லைக் காட்டிக்கொண்டு பின்னால் போய்விட்டாயா?

பல்லைப் பிடித்துப்பார் வி. (-பார்க்க, -பார்த்து) **(ஒருவர் எப்படிப்பட்டவர் என்பதை அறிந்துகொள்வதற்காக) சோதித்து மதிப்பிடுதல்;** assess s.o.'s real worth; subject s.o. to an appraisal.

பல்லைப் பிடுங்கு வி. (பிடுங்க, பிடுங்கி) **ஒருவருடைய செல்வாக்கு அல்லது அதிகாரத்தை இழக்கச் செய்வதன் மூலம் அவரை) வலிமையற்றவராக ஆக்குதல்;** render one powerless; draw s.o.'s teeth. கட்சி மேலிடம் அவர் பல்லைப் பிடுங்கிய பிறகுதான் சற்று அடங்கி நடக்கிறார்.

பல்வகைமை பெ. **குறிப்பிட்ட இடத்தில் பல் வேறு உயிரினங்கள், மொழிகள், பண்பாடு போன்றவை தங்கள் தனித் தன்மையை வெளிப்படுத்திய வாறு அமைந்திருக்கும் தன்மை;** diversity; variety. மேற்கு மலைத்தொடரில் உயிரினப் பல்வகைமையைப் பாதுகாப்பதற்குத் தேவையான நடவடிக்கைகள் எடுக்கப்படுமா?/ இந்திய நாட்டின் மொழிப் பல்வகைமை வியக்கத் தக்கது.

பல்வழக்கியம் பெ. (மொழி.) **பேசுபவர் வசிக்கும் இடம், சார்ந்த சமூகப் பிரிவு, பேசும் பொருள், தனிநபரின் மொழிப் பயன்பாட்டுத் திறன் ஆகியவற்றை முன்னிட்டு ஒரு மொழிக்குள் ஒன்றுக்கு மேற்பட்ட வழக்குகள் அடங்கியிருக்கும் மொழி வழக்கு நிலை;** variation in the choice of language form based on specific uses. தமிழின் பல்வழக்கியத்தில் தனித் தமிழுக்கும் இடம் உண்டு.

பல்வேறு பெ.அ. **பல விதமான; வெவ்வேறு;** (many) different; various. அந்த நிறுவனம் பல்வேறு பண்டங்களை உற்பத்தி செய்கிறது./ ஒருவர் பல்வேறு போட்டிகளில் கலந்துகொள்ளலாம்./ இந்தியாவின் பல்வேறு இடங்களிலிருந்து மாநாட்டுக்குப் பிரதிநிதிகள் வந்துள்ளனர்./ இந்தப் புத்தகக் கடையில் பல்வேறு தலைப்புகளில் நூல்கள் உள்ளன.

பல[1] (b-) வி. (பலக்க, பலத்து) 1: **(மழை, காற்று போன்றவை) வலுத்தல்; அதிகமாதல்;** (of rain, wind) become heavy. மழை பலத்துப் பெய்யத் தொடங்கியது./ காற்று பலக்க வீசியது. 2: **(சத்தம்) அதிகமாதல்/(பேச்சு) தீவிரம் அடைதல்;** increase (in volume)/grow severe (in intensity). குழந்தையின் அழுகை பலத்தது./ வாக்குவாதம் பலத்துச் சண்டையில் முடிந்தது./ எல்லோரும் பலக்கக் கைதட்டினார்கள்./ பலக்கச் சிரித்தான்.

பல[2] பெ. 1: **எண்ணிக்கையில் அதிகம்;** many. அவருடைய கதைகளில் பலவற்றை நான் படித்திருக்கிறேன். 2: (பெயரடையாக வரும்போது) **எண்ணிக்கையில் அதிகமான;** many. போட்டியில் பல நாடுகளைச் சேர்ந்த அணிகள் கலந்துகொண்டன./ இன்று தமிழ்நாட்டின் பல இடங்களில் மழை பெய்துள்ளது.

பலகணி பெ. (உ.வ.) **(பார்ப்பதற்குக் கண் போன்ற துளைகள் உடைய) ஜன்னல்;** (latticed) window.

பலகாரம் பெ. 1: **இனிப்பு அல்லது கார வகைத் தின்பண்டம்;** (sweet or hot) snacks. பண்டிகைக்குப் பலகாரம் செய்ய வேண்டும்./ அவருடைய நாக்கு ருசியான பலகாரத்துக்கு ஏங்கியது. 2: **(சோற்றைத் தவிர்த்து) இட்லி, தோசை போன்ற உணவு வகைகள்;** dishes such as இட்லி, தோசை, etc., (but not a meal of rice). உங்கள் வீட்டில் காலையில் எப்போதும் பலகாரம்தானா?/ இரவு என்ன சாப்பிடுவீர்கள்? பலகாரமா சாப்பாடா?

பலகாலம் பெ. (-ஆக) **நீண்ட காலம்;** long time. நாங்கள் இருவரும் பலகாலமாக நண்பர்கள்./ நான் அவரிடம் பல காலமாகச் சொல்லிப் பார்த்துவிட்டேன்./ அவரைச் சந்தித்துப் பலகாலம் ஆகிவிட்டது.

பலகீனம் பெ. காண்க: **பலவீனம்.**

பலகை பெ. 1: **(பெரும்பாலும்) (மேசை, கதவு போன்ற மரச் சாமான்கள் செய்வதற்குப் பயன்படுத்தும்) குறைந்த பருமனில் நீளத்தில் அதிகமாகவும் அகலத்தில் குறைவாகவும் அறுக்கப்பட்ட மரத் துண்டு;** plank; board. தேக்குப் பலகையில் செய்த அலமாரி/ அவருடைய கடைக்குக் கதவு என்பது பல பலகைகளின் வரிசைதான். 2: (வ.வ.) **சிலேட்டு;** slate (to write on). 3: (இலங்.) **மணை;** a wooden plank used as a seat. குசினிக்குள் நுழைந்த அம்மா பலகையில் இருந்தாள்.

பலசரக்கு பெ. **உணவு தயாரிப்பதற்குத் தேவைப்படும் உப்பு, புளி, மிளகாய், எண்ணெய் போன்ற மளிகைச் சாமான்களும் அன்றாட வீட்டு உபயோகத்திற்கான பிற பொருள்களும்;** grocery. பலசரக்குக் கடை/ பலசரக்கு வணிகம்/ பலசரக்கு வியாபாரி.

பலத்த பெ.அ. 1: **(அளவில்) அதிகமான;** (in quantity) heavy; strong. பிரதமரின் வருகையை ஒட்டி பலத்த பாதுகாப்பு ஏற்பாடுகள் செய்யப்பட்டுள்ளன./ அவர் பேசி முடித்ததும் அவையில் பலத்த கைதட்டல் எழுந்தது./

அடுத்த இருபத்து நான்கு மணி நேரத்தில் இடியுடன் கூடிய பலத்த மழை பெய்யக்கூடும். **2: (தன்மையில்) கடுமையான;** severe; intense. போலீசார் சுட்டதில் இரு வருக்கு பலத்த காயம்/ சட்டத்திருத்தம் குறித்து உறுப்பி னர்களுக்கு இடையே பலத்த சர்ச்சை நடந்தது.

பலதரப்பட்ட பெ.அ. **பல வகையான; பல வித;** of all sorts; different kinds of. பலதரப்பட்ட மனிதர்களும் இந்த வங்கியில் கணக்கு வைத்திருக்கிறார்கள்./ ஒரு நல்ல நிர் வாகிக்குப் பலதரப்பட்ட பிரச்சினைகளையும் சமாளிக்கும் திறமை வேண்டும்.

பலதார மணம் பெ. **ஒருவர் ஒன்றுக்கு மேற்பட்ட பெண்களை மணந்து வாழும் முறை;** polygamy.

பலதிறப்பட்ட பெ.அ. (உ.வ.) காண்க: **பலதரப்பட்ட.**

பலது பெ. (பே.வ.) **(குறிப்பாக இன்னது என்று இல்லா மல்) பலவற்றையும் உள்ளடக்கியது;** all and sundry. அவர் செய்ததில் பலது எங்களுக்குப் பிடிக்கவில்லை./ பலதையும் படித்து மூளையைக் குழப்பிக்கொள்ளாதே.

பலதும் பத்தும் பெ. (இலங்.) **பல விஷயங்கள்;** various matters (without any coherence). நண்பரும் நானும் இரண்டு மணித்தியாலமாகப் பலதும் பத்தும் பேசிக்கொண் டிருந்தோம்./ அவர்கள் இருவருக்குள்ளும் பலதும் பத்தும் இருக்கும், நமக்கு அது தேவையில்லை.

பலப்படுத்து வி. (-படுத்த, -படுத்தி) **வலுப்படுத்துதல்; உறுதியடையச் செய்தல்;** strengthen; reinforce. மணல் மூட்டைகளை அடுக்கி ஏரிக் கரையைப் பலப்படுத்தி னார்கள்./ அமைச்சரின் வீட்டில் பாதுகாப்பு பலப்படுத்தப் பட்டுள்ளது.

பலப்பம் பெ. (பே.வ.) **சிலேட்டுக் குச்சி;** slate-pencil.

பலப்பரீட்சை பெ. **யாருக்கு அதிக ஆதரவு என்பதைத் தீர்மானிக்கும் போட்டி;** test or trial of strength. அடுத்த தேர்தலில் இந்த இரு கட்சிகளுக்கு இடையேதான் பலப் பரீட்சை இருக்கும்./ சட்டப்பேரவையில் ஆளும் கட்சி பலப்பரீட்சையை எதிர்நோக்கியிருக்கிறது.

பலப்பு பெ. (-ஆக, -ஆன) (இலங்.) **உறுதி; வலிமை;** strong. மேசை நல்ல பலப்பாக இருக்கிறது./ வேலியைப் பலப்பாகக் கட்டு./ கதியால்களை நெருக்கமாகப் போட் டால்தான் வேலி பலப்பாக இருக்கும்./ பலப்பான மரத் தில்தான் கூரை போட வேண்டும்./ நல்ல பலப்பான பலகையில் செய்த வாங்கு.

பலபட வி.அ. (அ.வ.) **(பேசுதல், எழுதுதல் தொடர் பான வினைகளோடு மட்டும்) பல்வேறு விஷயங்கள் குறித்துப் பலவாறு;** copiously. கவிதை, நாடகம் என்று பலபடப் பேசினார்.

பலம்[1] (b-) பெ. **1:** (-ஆக, -ஆன) **(செயல் செய்வதற்கான, இயக்கத்திற்கான உடலின்) ஆற்றல்; சக்தி; (மன) வலிமை;** strength. எழுந்திருக்கக்கூட பலம் இல்லாமல் படுக்கையில் கிடந்தான்./ 'உடல் பலத்திற்கு உடற்பயிற்சி இருப்பது போலத்தான் மன பலத்திற்கு தியானமும்' என் றார். [(தொ.சொ.) **ஆற்றல்/ சக்தி/ திறன்/ வல்லமை/ வலிமை**] **2: ஒருவரின் திறமை, செயல்பாடு போன்ற வற்றுக்குச் சக்தி தருவதாக இருக்கும் ஒருவர் அல்லது ஒன்று;** strength. பணம் தந்த பலம்தான் அவரை இப்படி எடுத்தெறிந்து பேச வைக்கிறது./ என் மனைவிதான் எனக்கு பலம். **3:** (-ஆக, -ஆன) **(அமைப்பில், தன்மையில்) உறுதி; திடம்;** firmness; strength. ஐந்து மாடி கட்டுவதற்கு பலமான அஸ்திவாரம் வேண்டும்./ இதைவிட பலமான கயிறு இல்லையா?/ பாதுகாப்பு பலமாக இருக்கிறது./ (உரு வ.) எங்கள் நட்பின் பலம் பலருக்குத் தெரியாது. **4:** (-ஆக, -ஆன) (பே.வ.) **(அளவில், கடுமையில்) அதிகம் அல்லது மிகுதி;** (of quantity) large; (of intensity) great. அலங்காரம் பலமாக இருக்கிறதே, எங்காவது வெளியே கிளம்புகிறாயா?/ என்ன, சாப்பாடு பலமா?/ நெற்றியில் பலமான காயம்/ பலமான யோசனை/ காற்று பலமாக வீசியது./ கல்யாணத்தில் கவனிப்பு பலமாக இருக்கிறது. **5: (பணம், அதிகாரம் முதலியவை) மிகுதியாக உள்ள நிலை; செல்வாக்கு;** power. அவருக்கு ஆள் பலம் அதிகம்./ அரசியல் பலத்தினால் எதையும் செய்துவிடலாம் என்று நினைக்கிறாரா?/ பண பலத்தினால் வந்த திமிர்.

பலம்[2] பெ. **(தற்போது வழக்கில் இல்லாத) நாற்பது கிராம் கொண்ட நிறுத்தலளவை;** (formerly) measure of weight, roughly equal to 40 gms.

பலர் பெ. **பல நபர்கள்; நிறைய ஆட்கள்;** many (people). பலர் கூடியிருக்கும் இடத்தில் அப்படி நடந்துகொள்ள லாமா?/ அவர் வீடு வாங்குவது பற்றிப் பலரிடமும் ஆலோ சனை கேட்டார்.

பலர்பால் பெ. (இலக்.) **உயர்திணையில் பலரைக் குறிப் பிடும் சொல்;** the term for human plural.

பலவந்தப்படுத்து வி. (-படுத்த, -படுத்தி) **(ஒரு பெண்ணை) வற்புறுத்தி உடலுறவுகொள்ளுதல்;** rape பெண்ணை பலவந்தப்படுத்த முயன்றவர் கைதுசெய்யப் பட்டார்.

பலவந்தம் பெ. (-ஆக, -ஆன) **1: வன்முறையைப் பயன் படுத்திச் செய்யும் முரட்டுத்தனமான நடவடிக்கை;** force against one's will. கையிலிருந்த பணத்தை பலவந்த மாகப் பிடுங்க முயன்றான்./ காவல்துறையினர் பலவந்த மாகத் தன்னை இழுத்துச் சென்றதாக எதிர்க்கட்சித் தலை வர் புகார் கூறினார். **2: ஒன்றுக்கு இணங்கவைக்கும் படியான வற்புறுத்தல்; வலுக்கட்டாயம்; நிர்ப்பந்தம்;** compulsion; pressure. நண்பர் என்னை பலவந்தமாகச் சாப்பிட வைத்துவிட்டார்./ வேண்டாம் என்று சொல்லி யும் அப்பா பலவந்தமாகக் கையில் நூறு ரூபாயைத் திணித் தார். [(தொ.சொ.) **கட்டாயம்/ நிர்ப்பந்தம்/ வலுக்கட் டாயம்**]

பலவாறு/-ஆக வி.அ. **(விரும்பத் தகாத வகையில்) பல விதமாக;** (disapproving) not altogether appreciatively. அவரைப் பற்றிப் பலவாறு பேசிக்கொள்கிறார்கள்.

பலவான் பெ. (அ.வ.) **பலமுடையவன்;** man of strength. புத்திமான் பலவான்.

பலவின்பால் பெ. (இலக்.) **அஃறிணையில் பலவற்றைக் குறிப்பிடும் சொல்;** term denoting neuter plural.

பலவீனம் பெ. **1:** (-ஆக, -ஆன) (உடல், அமைப்பு போன்றவை குறித்து வரும்போது) **உறுதி, வலு, சக்தி போன்றவை இல்லாத அல்லது குறைந்த நிலை; தளர்ச்சி;** debility; weakness. காய்ச்சலுக்குப் பின் சற்று பலவீனமாகத்தான் இருக்கும்./ இருதயம் பலவீனமாக

இருக்கும் இந்தச் சமயத்தில் அறுவைச் சிகிச்சை செய்து கொள்வது ஆபத்து./ அடிக்கடி தோண்டினால் கட்டடத்தின் அஸ்திவாரம் பலவீனம் அடையும்./ உள்நாட்டுப் போர்களினால் அந்த நாட்டின் பொருளாதாரமும் கட்டமைப்பும் மிகவும் பலவீனப்பட்டுப்போயிருக்கின்றன. **2: (ஒருவருடைய குணத்திலோ செயல்பாட்டிலோ காணப்படும்) குறை; குறைபாடு;** weakness; flaw. உட்கட்சிப் பூசல்கள்தான் அக்கட்சியின் பெரும் பலவீனம்./ நல்ல மனிதர்தான் என்றாலும் அவருக்கும் சில பலவீனங்கள் உண்டு./ ஆசிரியருடைய நடைதான் நாவலின் பலவீனம்.

பலன் பெ. **1: (பொதுவாக) செய்த செயலுக்கு ஏற்ற விளைவு; (குறிப்பாக) நன்மையான விளைவு; பயன்;** (generally) result (of an action); the fruits of sth.; (especially) good result. இவ்வளவு நாள் உழைத்ததற்குப் பலன் இல்லாமல் போகாது./ 'எல்லாம் என் பூர்வ ஜென்ம பலன்' என்று அலுத்துக்கொண்டார்./ சிகிச்சை பலன் அளித்தது./ இந்த உரத்தால் நிலத்திற்கு நல்ல பலன் கிடைத்திருக்கிறது. **2:** *(வ.வ.)* **(ஒருவரின் பெயரில் உள்ள) சொத்து;** property. கைப்பற்றிலுள்ள பலன்கள் வாரிசாகிய மகனையே சேரும் என்று உயிலில் உள்ளது. **3:** *(கணி.)* **கூட்டல், கழித்தல், வகுத்தல், பெருக்கல் போன்றவற்றின் விடையாக அமைவது;** result. *9 x 6இன் பெருக்கல் பலன் 54./ 39 ÷ 13இன் வகுத்தல் பலன் என்ன?* **4:** *(சோதி.)* **(கிரகப் பெயர்ச்சி, ஜாதக அமைப்பு போன்றவற்றால் ஒருவருக்கு ஏற்படும்) நன்மை அல்லது தீமை;** consequences of sth. specified; sth. that is portended. சனிப் பெயர்ச்சிப் பலன்களைப் பற்றி எல்லாப் பத்திரிகைகளும் எழுதியிருக்கின்றன.

பலா பெ. **முட்கள் போன்ற சொரசொரப்பான, பச்சை நிறத் தடித்த மேல்தோலையும் வெளிர் மஞ்சள் நிறத்தில் சுளைசுளைகளாக அமைந்த சதைப் பகுதியையும் கொண்ட பெரிய பழம்/ மேற்குறிப்பிட்ட பழம் காய்க்கும் மரம்;** jackfruit/jackfruit tree. மா, பலா, வாழை ஆகியவை முக்கனிகளாகக் கூறப்படுகின்றன./ பலாத் தோப்பு.

பலாத்காரம் பெ. **1: பலவந்தம்;** force. அநீதியை எதிர்த்துக் குரலெழுப்பும் மக்களின் வாயை பலாத்காரத்தால் மூடிவிட முடியுமா?/ பலாத்காரத்தால் எந்த ஒரு பிரச்சினையையும் தீர்க்க முடியாது./ குடிசைவாழ் மக்களை பலாத்காரமாக வெளியேற்றும் நடவடிக்கைக்கு எதிர்க்கட்சிகள் எதிர்ப்புத் தெரிவித்தன. **2: பாலியல் வன்புணர்வு;** rape. அவன் பலாத்காரம் செய்ய முயன்ற குற்றத்துக்காகக் கைதுசெய்யப்பட்டான்.

பலாபலன் பெ. **நன்மையான அல்லது தீமையான விளைவு;** the good and bad effects of sth; the pros and cons. யோசிக்காமல் காரியத்தில் ஈடுபட்டால் அதற்கு உரிய பலாபலனை அனுபவிக்க வேண்டியதுதான்.

பலான பெ.அ. *(பே.வ.)* **1. இன்னார், இன்ன இடம், இன்ன வேலை போன்று குறிப்பிட்டுச் சொல்ல விரும்பாத;** a person, place, etc., that one does not want to identify specifically. பலான மந்திரி சம்பந்தப்பட்ட விஷயம் என்று தெரிந்த பிறகுதான் அதிகாரிகள் ஒதுங்கிக்கொண்டார்களாம். **2. மரியாதைக்கு உரியதாக இல்லாமல் இருக்கும் நபர்கள், இடங்கள், காரியங்கள் போன்றவற்றைக் குறிக்கும் சொல்;** a term for referring to places, persons and activities that are not respectable. அந்த ஹோட்டலில் பலான காரியங்கள் நடப்பது எல்லோருக்கும் தெரியுமே!

பலி[1] வி. *(பலிக்க, பலித்து)* **1: (இவ்வாறு நடக்கும் என்று சொல்வது அல்லது இவ்வாறு நடக்க வேண்டும் என்று விரும்புவது அல்லது ஒருவர் காணும் கனவு) உண்மையாகவே நடத்தல் அல்லது நிகழ்தல்;** (of hopes, prediction, etc.,) be realized; come true. ஒரு மாதத்திற்குள் வேலை கிடைக்கும் என்று ஜோதிடர் சொன்னது பலித்துவிட்டதே!/ உங்கள் ஆசீர்வாதம் நிச்சயம் பலிக்கும் என்ற நம்பிக்கை எனக்கு இருக்கிறது./ தாஜ்மகாலைப் பார்க்க வேண்டும் என்ற என் நீண்ட நாள் கனவு பலித்தது. **2: (நிறைவேற்ற நினைப்பது) வெற்றி பெறுதல்;** come to fruition; be successful. போன காரியம் பலித்ததா?/ உன் தந்திரமெல்லாம் அவனிடம் பலிக்காது.

பலி[2] (b-) பெ. **1: (வேண்டுதலுக்காகத் தெய்வத்திற்கு ஆடு, கோழி போன்றவற்றை) காவு கொடுத்தல்;** (animal) sacrifice. ஆட்டை பலியிட்டுப் பூஜையை முடித்தனர்./ திருவிழா ஆரம்பிப்பதற்கு முன் சாமிக்குக் கோழி ஒன்றை பலிதந்தனர்./ *(உரு வ.)* பணத்துக்காக அவர் லட்சியத்தை பலி கொடுத்துவிட்டார். **2: (விபத்து, கலவரம் முதலியவற்றால்) உயிர் இழப்பு;** casualty. தீ விபத்தில் நால்வர் பலி/ போன வருடம் பாகிஸ்தானில் ஏற்பட்ட நிலநடுக்கம் லட்சக் கணக்கில் உயிர்களை பலி வாங்கியது./ அவருடைய மகன் போன வருடம் ஒரு சாலை விபத்தில் பலியானான்./ இரண்டு உலகப் போர்களும் பலி கொண்ட உயிர்களின் எண்ணிக்கை கணக்கில் அடங்காது. **3: (யாகம் முதலியவற்றில் முன்னோருக்கு இடும்) உணவுப் பொருள்;** offering (made to the manes, etc.,).

பலிகடா பெ. **பழி, தண்டனை போன்றவற்றிலிருந்து ஒருவர் தப்பித்துக்கொள்வதற்காக அநியாயமான முறையில் தண்டிக்கப்படும் மற்றொரு நபர்;** scapegoat. மேலதிகாரிகள் செய்த மோசடிக்கு இவனை பலிகடா ஆக்கிவிட்டார்கள்./ உங்கள் இருவருக்கிடையில் இருக்கும் பிரச்சினையில் என்னை பலிகடா ஆக்கப் பார்க்காதீர்கள்.

பலிகொடு வி.*(-கொடுக்க, -கொடுத்து)* **காவுகொடு;** offer propitiatory sacrifice.

பலிசோறு பெ. **(காளி போன்ற தெய்வங்களுக்கு) காவு கொடுத்த விலங்கின் இறைச்சியைச் சமைத்துக் கலந்து படைக்கும் சோறு;** rice offering (usually to deities like *காளி*) cooked with the meat of a sacrificed animal.

பலிதம் பெ. *(அ.வ.)* **(எண்ணம், ஆசை போன்றவை) பலிக்கும் அல்லது நிறைவேறும் நிலை;** fulfilment. வீடு கட்ட வேண்டும் என்ற எண்ணம் பலிதமானால் நான் அதிர்ஷ்டசாலிதான்.

பலிபீடம் பெ. **கோயிலுக்குள் சன்னிதிக்கு எதிரில் அமைக்கப்பட்டிருக்கும் வட்ட வடிவ மேற்பகுதியைக் கொண்ட மேடை;** platform with a small circular top standing in front of the sanctuary inside the temple.

பலியாடு பெ. காண்க: **பலிகடா.**

பலிவாங்கு வி. *(-வாங்க, -வாங்கி)* **காவுகொள்;** accept or take (animal or human) sacrifice.

881 பழக்கப்படு

பலே[1] பெ.அ. *(கேலியாகப் பாராட்டும்போது)* **சாமர்த்தியமான;** clever. பலே திருடன்/ அவன் பலே ஆள்! தனக்கு வேண்டியதை முடித்துக் கொண்டான்.

பலே[2] இ.சொ. **ஒருவரின் திறமையைப் பாராட்டுவதற்குப் பயன்படுத்தும் இடைச்சொல்;** particle used for appreciating the skill of s.o. பலே! பலே! நன்றாகப் பாடுகிறாய்./ இந்தப் படத்தில் அவருடைய நடிப்பு பலே!

பலோத்காரம் பெ. *(இலங்.)* **பலவந்தம்;** force; compulsion. ராணுவம் அவளைப் பலோத்காரமாக முகாமுக்கு இழுத்துச் சென்றது./ நீ ஏன் அவனைக் கோயிலுக்கு வரச் சொல்லி பலோத்காரம் செய்கிறாய். அவனுக்கு விருப்பம் இல்லாவிட்டால் விட்டுவிடு.

பவ்(வி)யம் பெ. *(-ஆக, -ஆன)* **(பேச்சில், செயலில் வெளிப்படுத்தும்) மரியாதை கலந்த பணிவு;** politeness. கேட்ட கேள்விகளுக்கெல்லாம் அந்தப் பெண் மிகவும் பவ்வியமாகப் பதில் சொல்கிறாள்./ கொடுத்த பணத்தைப் பவ்யத்துடன் வாங்கிக்கொண்டான்./ கையைக் கட்டிக் கொண்டு குருவின் முன்பு பவ்யமாக நின்றான்.

பவழத்திட்டு பெ. **பவளப்பாறை;** coral reef.

பவழம் பெ. காண்க: **பவளம்.**

பவள உயிரி பெ. *(உயிரி.)* **கடலில் உள்ள பவளப் பாறைகளுக்குக் கடினத்தன்மையைத் தருவதும் சுண்ணாம்புக் கற்களால் ஆனதும் நுண்ணுயிரிகளை உணவாகக் கொண்டு கூட்டமாக உயிர் வாழ்வதுமான கடல்வாழ் நுண்ணுயிரி;** coral reef.

பவளப்பாறை பெ. **கடல் ஓரத்தில் வெதுவெதுப்பான நீரில் (இறந்துபோன சில வகை கடல்வாழ் உயிரினங்களின் எலும்புகளால்) உருவாகும் வெளிர் சிவப்பு நிறப் பாறை போன்ற படிவம்;** coral reef. பவளப்பாறைகள் நிறைந்த தீவு/ பூமியின் ஒட்டுமொத்த வெப்பநிலை உயர்வதால் பவளப்பாறைகள் அழியக் கூடிய ஆபத்து உள்ளது.

பவளம் பெ. **(நகை செய்வதற்குப் பயன்படுத்தும்) இளஞ்சிவப்பு நிறத்தில் கிடைக்கும் (சிலவகை கடல் வாழ் உயிரினங்களின் எலும்பிலிருந்து பெறும்) விலை மதிப்புடைய பொருள்;** (pink or red) coral. பவள மாலை/ பவளம் பதித்த மோதிரம்.

பவளமல்லி பெ. **வெண்ணிற இதழ்களையும் சிவப்பு நிறக் காம்பையும்கொண்ட, இரவில் பூக்கும் மணம் மிகுந்த சிறிய பூ/அந்தப் பூவைத் தரும் செடி;** coral jasmine; Indian mourner. பவளமல்லியின் பூக்கள் எல்லாம் காலையில் உதிர்ந்துவிடும்.

பவளவிழா பெ. **எழுபத்தைந்தாம் ஆண்டின் நிறைவை ஒட்டிக் கொண்டாடப்படும் விழா;** celebration marking the completion of the 75th year; (in India) Platinum Jubilee.

பவனி பெ. **(அரசர் முதலியோர்) ஓர் இடத்தில் ஊர்வலமாக வருதல்; உலா;** ceremonial procession. காலை *8.00* மணி அளவில் திருத்தேர் பவனி தொடங்கும்./ குழந்தை இயேசுவின் தேர்ப் பவனி கண்கொள்ளாக் காட்சியாக இருந்தது.

பவனிகாட்டு வி. *(-காட்ட, -காட்டி) (இலங்.)* **பிறர் அறியும்படி காட்டிக்கொள்ளுதல்;** (of a women) immodestly draw public attention to oneself; show off. எல்லோரும் பார்க்கிற மாதிரி பவனிகாட்டிக்கொண்டிருக்காமல் உள்ளே வா./ உன் அசிங்கத்தையெல்லாம் பவனி காட்டிக்கொண்டிருக்கிறாயா?

பவனிபார் வி. *(-பார்க்க, -பார்த்து) (இலங்.)* **வேடிக்கை பார்த்தல்;** amuse oneself in a silly way. அவன் கடைவீதியில் நின்றுகொண்டு பவனிபார்த்துக்கொண்டிருந்தான்./ பவனிபார்க்காமல் நேராகக் கோயிலுக்குப் போக வேண்டும், புரிந்ததா?

பவனி வா வி. *(வர, வந்து)* **உலா வருதல்;** to go in a ceremonial procession. இரவு எட்டு மணிக்குக் கோயிலைச் சுற்றி மேரி அன்னையின் சப்பரம் பவனி வரும்.

பவிசு பெ. *(பே.வ.)* **(திடீரென்று வரும்) மேல்நிலை; அந்தஸ்து;** an upstart's status. அவனுக்குப் பவிசு வந்துவிட்டது. அதனால்தான் இப்படியெல்லாம் ஆடுகிறான்.

பவித்திரம் பெ. *(-ஆன) (அ.வ.)* **புனிதம்; பரிசுத்தம்;** sacredness; sanctity; being unsullied. பவித்திரமான அன்பு.

பவுண்டு பெ. *(அ.வ.)* **(பயிர்களை மேய்ந்த ஆடு, மாடுகளைப் பிடித்து அடைத்துவைக்க உள்ளாட்சி அமைப்பால் நிர்வகிக்கப்படும்) பட்டி;** (cattle) pound.

பவுத்திரம் பெ. *(-ஆக) (இலங்.)* **கவனம்;** care. இந்த முட்டைகளைப் பவுத்திரமாகக் கொண்டுபோ என்று தம்பியிடம் கூறினான்./ எந்தக் காரியத்தையும் பவுத்திரமாகச் செய்யக் கற்றுக்கொள்ள வேண்டும் என்று ஆசிரியர் மாணவர்களிடம் கூறினார்.

பவுந்திரம் பெ. *(பே.வ.)* **மூல நோய்;** piles.

பவுன் பெ. **1: நகை செய்வதற்கான தங்கம்;** gold used for making ornaments. **2: தங்கத்தை மதிப்பிடுவதற்கான எட்டு கிராம்கொண்ட அளவு;** a unit of weight for gold equivalent to eight grams. அரைப் பவுனில் மோதிரம்/ எத்தனை பவுன் தங்கம் திருட்டுப்போயிருக்கிறது?

பழக்கதோஷம் பெ. **வழக்கமாக ஒன்றைச் செய்து பழக்கமாகிவிட்டது என்ற காரணத்தால் தேவையில்லாத அல்லது பொருத்தமில்லாத சூழலிலும் அதைச் செய்துவிடுகிற நிலை;** force of habit. இன்று ஞாயிறு என்பதை மறந்து பழக்கதோஷத்தில் அலுவலகத்துக்குக் கிளம்பிவிட்டேன்./ குளிர் காலத்திலும் அலுவலகத்திற்குள் நுழைந்ததும் மின்விசிறியைப் போடுவது பழக்கதோஷம் தான்.

பழக்கப்படு வி. *(-பட, -பட்டு)* **1: (மீண்டும்மீண்டும் ஒன்றைச் செய்வதாலோ ஒருவருடன் அல்லது ஒன்றுடன் உறவு ஏற்படுவதாலோ) குணம், செயல், நடத்தை போன்றவை இயல்பானவைபோல் படிந்துவிடுதல்;** get used to. அடிக்கடி பயணம் செய்து பழக்கப்பட்டவர்களை ஒரே இடத்தில் கட்டிப்போட முடியாது./ தலையணை இல்லாமல் தூங்குவது எனக்குப் பழக்கப்பட்டுவிட்டது./ மின்விசிறிக்குப் பழக்கப்பட்டுவிட்டால் அது இல்லாமல் ஒரு நாள்கூட இருக்க முடியாது. **2: அனுபவத்தால் தெரிந்திருத்தல்;** get accustomed; get habituated to sth. இது எல்லோருக்கும் பழக்கப்பட்ட வழி./ பழக்கப்படாத இடத்தில் இரவில் தூங்க முடிவதில்லை./ பழக்கப்பட்ட மனிதர்களை விட்டுச் செல்ல எனக்கு மனம் வரவில்லை.

பழக்கப்படுத்து வி. (-படுத்த, -படுத்தி) **பயிற்றுவித்தல்; பழக்குதல்;** train s.o. or an animal for a task. அலுவலகக் கணக்குகளைப் பார்க்க யாராவது ஒருவரைப் பழக்கப் படுத்த வேண்டும்./ வாசலிலிருந்து செய்தித்தாளைக் கொண்டுவர நாயைப் பழக்கப்படுத்தியிருந்தேன்.

பழக்கம் பெ. (-ஆன) **1: பல முறை செய்திருப்பதால் அல்லது பழகியிருப்பதால் ஒருவருடைய இயல்பில் படிந்துவிடுகிற தன்மை;** habit; practice. வெற்றிலை போடும் பழக்கம்/ எதற்கெடுத்தாலும் சாக்குப்போக்குச் சொல்லும் பழக்கம்/ காலையில் சீக்கிரம் எழுந்திருப்பது எனக்குப் பழக்கமாகப் போய்விட்டது. **2: (ஒருவர்) முன்னரே அறிந்துவைத்திருக்கும் நிலை; பரிச்சயம்; தொடர்பு;** acquaintance; familiarity. பழக்கம் இல்லாத பாதை/ பழக்கமான முகம்/ எனக்கு அவரோடு அவ்வளவு பழக்கம் இல்லை./ பேச்சுப் பழக்கத்தினால் வளர்ந்த நட்பு. [(தொ.சொ.) **அறிமுகம்/ தொடர்பு/ பரிச்சயம்**] **3: வழக்கம்;** custom. திருமணத்துக்கு முன் நலங்கு வைப்பது எங்கள் பக்கத்துப் பழக்கம்.

பழக்கவழக்கம் பெ. **ஒரு பிரதேசம், மொழி, இனம் போன்றவற்றைச் சார்ந்தவர்களிடையே காணப்படும் பொதுவான இயல்புகள், நடைமுறைகள், பழக்கங்கள் போன்றவை;** customs and habits. ஒவ்வொரு நாட்டுக் கும் தனித்தனியான பழக்கவழக்கங்கள் உள்ளன./ அவர் இந்தியாவுக்கு வந்த பிறகும் தன் பழக்கவழக்கங்களை மாற்றிக் கொள்ளவில்லை./ இந்த நூலில் மலைவாழ் மக்களின் உணவு, பழக்கவழக்கம், வழிபாட்டுமுறை போன்றவற்றைப் பற்றி ஆசிரியர் விளக்குகிறார்.

பழக்கு வி. (பழக்க, பழக்கி) **1: (ஒரு செயலைச் செய்ய) பயிற்சி அளித்தல்; பயிற்றுவித்தல்;** train (s.o. or sth.). காய்கறி வாங்கப் பையனை நன்றாகப் பழக்கியிருக்கி றாய்./ மரங்களைத் தூக்க யானையைப் பழக்கியிருக்கிறார் கள்./ பந்தை எடுத்து வரும்படி நாயைப் பழக்கியிருக்கிறார். **2: (ஒருவருக்கு அல்லது ஒன்றுக்குக் குறிப்பிட்ட ஒரு) பழக்கம் ஏற்படும்படி செய்தல்;** habituate (oneself to sth.) get s.o. used to sth. குழந்தையை எப்போதும் தூக்கிக் கொண்டுபோய்ப் பழக்கிவிட்டு, இப்போது நடக்கச் சொன்னால் அழுகிறான்./ குழந்தைக்கு காப்பி கொடுத்துப் பழக்காதே!

பழகு வி. (பழக, பழகி) **1: நட்புகொள்ளுதல்; உறவு கொள்ளுதல்;** know s.o.; get acquainted with (s.o.); mix with (people). மறைந்த கவிஞரோடு நான் நெருங்கிப் பழகியிருக்கிறேன்./ அவர் இயல்பாகவே எல்லோருடனும் கலகலப்பாகப் பழகுவார்./ அவனுடன் நன்றாகப் பழகிய பின்னரே அவனது உண்மையான குணம் எனக்குத் தெரிந் தது. **2: (ஒரு இடம், செயல் போன்றவற்றுக்கு) பழக் கப்படுதல்; பலமுறை அனுபவப்பட்டு அறிதல்;** be used to; be familiar with. பழகிய இடம் என்பதால் சகஜமாக உள்ளே சென்றான்./ பழகப்பழக எல்லாமே அலுத்துப் போய்விடுகிறது. **3: பயிலுதல்;** get trained. வீட்டிலேயே தையல் பழகிவருகிறேன்.

பழகுதமிழ் பெ. (இலங்.) **எல்லோருக்கும் பழக்கப்பட்ட தமிழ்மொழி வகை;** variety of Tamil that is commonly used by native speakers. அவர் வெளிநாட்டவர் என்றாலும் பழகுதமிழில் பேசுகிறார்./ நாம் மாணவர்களுடன் பழகு தமிழில் பேச வேண்டும். நம் புலமையை அவர்களிடம் காட்டக் கூடாது என்று பண்டிதர் அறிவுறுத்தினார்.

பழங்கணக்குத் தீர் வி. (தீர்க்க, தீர்த்து) **(பழைய பகையை மனத்தில் வைத்துக்கொண்டு அதற்கு) பழி வாங்குதல்;** take revenge on s.o.; settle the score. அவரிடம் வம்பு வைத்துக்கொள்ளாதே. எவ்வளவு வருடமானாலும் பழங்கணக்குத் தீர்க்காமல் விடமாட்டார்./ இந்த வருடத் திருவிழாவில் தகராறு பண்ணிப் பழங்கணக்குத் தீர்த்துக் கொள்ளலாம் என்று நினைக்கிறாயா?

பழங்கணக்குப் பார் வி. (பார்க்க, பார்த்து) **(மேற் கொண்டு நடக்க வேண்டியதைப் பற்றி யோசிக்காமல்) கடந்தகாலத்தில் பிறருக்குச் செய்ததைப் பற்றியே பேசிக்கொண்டிருத்தல்;** harp on the past. உழைத்தால் தான் முன்னேற முடியும். அதை விட்டுவிட்டு அண்ணனும் தம்பியும் பழங்கணக்குப் பார்த்துக்கொண்டிருக்கிறீர்களே?/ பழங்கணக்குப் பார்த்துக்கொண்டிருக்காமல் இனி மேல் என்ன செய்யலாம் என்று யோசியுங்கள்.

பழங்கதை பெ. **(ஒருவர் பெருமையாகப் பேசும் வகை யிலும் ஆசுவாசப்படுத்திக்கொள்ளும் வகையிலும் அமைந்த) பழைய நிகழ்ச்சிகள், சம்பவங்கள்;** comforting accounts of past happenings. என் மாமியாரும் பக்கத்து வீட்டுக் கிழவியும் திண்ணையில் உட்கார்ந்து பழங்கதை பேசிக்கொண்டிருந்தார்கள்.

பழங்கலம் பெ. (மண்.) **மண்பாண்டச் சூளையில் பாண்டங்களைச் சுடும்போது விரிந்த, உருக்குவிழுந்த, அதிகம் பொதரிய, பயன்படாத பாண்டங்கள்;** earthenware vessels that have cracked or warped due to overfiring in kiln and kept aside as unusable.

பழங்கிடையான் பெ. (இலங்.) **(பயன்பாட்டில் இல் லாத) பழைய பொருள்கள்;** old goods no longer in use. இந்தப் பழங்கிடையான்களைத் தூக்கி வெளியில் போடு./ அந்தக் கடையில் பழங்கிடையான்களை விற்பதற்கு வைத் திருக்கிறார்கள்.

பழங்குடி பெ. **ஒரே விதமான வாழ்க்கை முறையைப் பின்பற்றி ஓர் இடத்தில் காலம்காலமாக வாழும் பூர்வ சமூகம்; ஆதிவாசி;** tribe; tribal people.

பழசு பெ. (பே.வ.) **வெகு நாட்களாக அல்லது மீண் டும்மீண்டும் பயன்படுத்தியதால் பழையதாக ஆகிப் போனது/ஏற்கனவே அறிந்திருப்பதால் புதுமையாக இல்லாத ஒன்று;** sth. old; sth. that is not new. இந்தச் சட்டை பழசா?/ சைக்கிள் ரொம்பப் பழசாகிவிட்டது./ இந்தப் புத்தகம் ரொம்பப் பழசு./ திரைப்படம் புதிது என்றாலும் அதன் கதை மிகவும் பழசு.

பழஞ்சோற்றுத் தண்ணீர் பெ. (இலங்.) **நீராகாரம்;** drink of the water in which cooked rice has been soaking overnight. காலையில் பழஞ்சோற்றுத் தண்ணீர் குடித்தால் உடல் குளுமையாக இருக்கும்.

பழஞ்சோறு பெ. **பழையது;** cooked rice kept soaking overnight in water.

பழம்[1] பெ. **1: காய் பழுத்து (மனிதர்களாலும் விலங்கு களாலும் பெரும்பாலும்) உண்ணக் கூடியதாக இருக் கும் நிலை;** (sweet) fruit/ripened fruit. ஊருக்குப் போய்

விட்டு வரும்போது பழங்கள் வாங்கிக்கொண்டு வருவார்./ தக்காளிப் பழம். **2: வாழைப்பழம்;** banana. வெற்றிலையும் பழமும் வைத்துத் தட்சிணை கொடுத்தார்./ அர்ச்சனைத் தட்டில் பழத்தை வை. **3: காரியம் பலித்தது என்பதைக் குறிக்கும் சொல்;** an expression indicating the fructification of sth. 'போன காரியம் காயா, பழமா?' 'பழம்தான்'. **4: (சிறுவர் சண்டைக்குப் பின்) நட்பு நிலையைக் குறிப்பிடும் சொல்;** (among children) an expression indicating the state of friendliness. என்னோடு காயா பழமா? **5: (தாயம் போன்ற விளையாட்டில்) வெற்றி நிலை அடைந்ததைக் குறிக்கும் சொல்;** (in certain games) an expression indicating the final winning position. ஒரு தாயமும் ஒரு ஆறும் விழுந்தால் நான் பழம்.

பழம்[2] பெ.அ. **(காலத்தால்) முந்திய; கடந்தகால; பழைய;** ancient; old. சோழர் காலத்துப் பழங்காசுகள் கிடைத்தன./ பழங்காலத்துக் கதைகள்.

பழம் பெருச்சாளி பெ. (பெரும்பாலும் மதிப்புத் தராத முறையில் குறிப்பிடும்போது) **ஒரு பதவியில் பல காலமாக இருந்துவருவதால் ஆதாயங்கள் அனைத்தையும் அடைய வழி தெரிந்துவைத்திருப்பவர்;** person entrenched in office and corrupt. அரசியலில் பழம் பெருச்சாளிகள் மலிந்திருக்கின்றனர்.

பழம்பெரும் பெ.அ. **வயது நிறைந்து அனுபவம் மிகுந்த;** having the status of a veteran; having the status of a seasoned person. பழம்பெரும் அரசியல்வாதி/ பழம்பெரும் நடிகர்.

பழம்பெருமை பெ. **(மதிப்புத் தரும் விதமாக ஒருவர் குறிப்பிடும், தன் குடும்பத்தில் அல்லது நாட்டில்) முற்காலத்தில் நிலவிய மேன்மை;** one's glorious past. பழம் பெருமை பேசியே காலத்தைத் தள்ளிவிட்டார்.

பழம்விடு வி. (-விட, -விட்டு) (பே.வ.) **(சிறுவர்கள் சண்டைக்குப் பின்) மீண்டும் நட்புக்கொள்ளுதல்;** (of children) restore friendship. பக்கத்து வீட்டுச் சிறுவனுடன் ஒரு மாதமாகப் பேசாமல் இருந்துவிட்டு இன்றுதான் அவனுடன் பழம்விட்டான்.

பழமை பெ. **1: (-ஆன) (காலத்தால்) முந்திய நிலை; பண்டைய காலத்தைச் சார்ந்தது; தொன்மை;** antiquity. பழமையான சிற்பங்கள். **2: சிந்தனை, வாழ்க்கைமுறை போன்றவற்றில் ஏற்கனவே பின்பற்றப்படுவதையே பின்பற்றும் நிலை;** traditional ways; conservatism. அவர் எதிலும் பழமையை விரும்பும் மனப்போக்கு உடையவர்.

பழமைவாதி பெ. **காலத்திற்கேற்ற மாற்றங்களை விரும்பாத, பழமையை விரும்பும் மனப்பான்மை உடையவர்;** conservative.

பழமொழி பெ. **அனுபவ ரீதியாகக் கற்றதையும் மக்களின் இயல்புகள் என்று அறிந்தவற்றையும் மனத்தில் பதியும்படி சுருக்கமாக எடுத்துச்சொல்லும், பல தலைமுறைகளாக வழங்கப்படும் தொடர்;** proverb; saying. 'ஆலும் வேலும் பல்லுக்குறுதி' என்பது ஒரு பழமொழி.

பழரசம் பெ. **பழத்தைப் பிழிந்து தயாரிக்கும் பானம்; பழச் சாறு;** fruit juice.

பழி[1] வி. (பழிக்க, பழித்து) **ஒருவரை அல்லது ஒரு செயலைத் தாழ்த்தியும் இழிவுபடுத்தியும் கேலியாகவும் பேசுதல்; தூற்றுதல்; நிந்தித்தல்;** disparage; deprecate. அந்த மகானைப் பழித்துப் பேச உனக்கு எப்படி நா வந்தது?/ தன்மீது ஊழல் குற்றம்சாட்டப்பட்டது வெளியே தெரிந்தால் ஊரார் தன்னைப் பழிப்பார்கள் என்ற அச்சம் அவருக்கு இருந்தது. [(தொ.சொ.) **திட்டு/ தூற்று/ நிந்தி/ வை**]

பழி[2] பெ. **தகாத அல்லது முறையற்ற செயலைச் செய்தார் என்று மற்றவர் கேவலமாக நினைக்கும் வகையில் ஒருவர்மீது கூறப்படுவது/அப்படிக் கூறப்படும் நிலை;** disrepute; discredit; blame; guilt. உன்னைப் பட்டினி போட்டேன் என்ற பழி எனக்கு வேண்டாம்./ கொலைப் பழி/ திருட்டுப் பழி. [(தொ.சொ.) **அகௌரவம்/ அவமதிப்பு/ அவமரியாதை/ அவமானம்/ இழிவு/ இழுக்கு/ களங்கம்**]

பழிக்குப்பழி பெ. **பழிவாங்கும் செயல்;** an eye for an eye; retaliation. அவர் எப்போதோ செய்த தவறுக்காக இப்போது பழிக்குப்பழி தீர்க்க நினைப்பது மடத்தனம்./ எல்லோரும் பழிக்குப்பழி, இரத்தத்துக்கு இரத்தம் என்று ஆரம்பித்தால் நாடே சுடுகாடாக ஆகிவிடும்.

பழிகிட வி. (-கிடக்க, -கிடந்து) **காரியம் நிறைவேறுவதையே கருத்தாகக் கொண்டு (ஓர் இடத்தில் ஒரு வருக்காக நீண்ட நேரம்) காத்திருத்தல்;** hang on persistently to achieve an end. கல்லூரியில் இடம் கிடைக்கும் என்று நினைத்து முதல்வர் அறையின் முன் பழிகிடக்கிறார்கள்./ நடிகர்களைப் பார்ப்பதற்காக அவர்கள் வீட்டு வாசலில் ரசிகர்கள் பழிகிடக்கிறார்கள்.

பழித்துக்காட்டு வி. (-காட்ட, -காட்டி) **1: (ஒருவரின் பேச்சு, நடை போன்றவற்றை) தரக்குறைவாகவும் கேலியாகவும் நடித்துக் காட்டுதல்;** mimic (s.o.) in a slightly offensive manner. தன் மாமியார் எப்படிப் பேசுவார் என்று மருமகள் பழித்துக்காட்டினாள். **2: (ஒருவரை மதிக்காத விதத்தில் அல்லது தன் கோபத்தை வெளிப்படுத்தும் விதத்தில்) முகத்தைக் கோணுதல்; வலித்துக் காட்டுதல்;** pull a face. அவன் அதட்டியவுடன் குழந்தை பழித்துக்காட்டிவிட்டு உள்ளே ஓடிவிட்டது.

பழிதீர் வி. (-தீர்க்க, -தீர்த்து) காண்க: **பழிவாங்கு.**

பழிப்பு பெ. **(பிறரால்) பழிக்கப்பட்ட நிலை; நிந்தனை;** obloquy; disgrace; ignominy. 'ஊர் மக்களின் பழிப்புக்கு ஆளாகும்படி நேர்ந்து விட்டதே' என்று வருந்தினார்.

பழிப்புக்காட்டு வி. (-காட்ட, -காட்டி) (பே.வ.) காண்க: **பழித்துக்காட்டு, 2.**

பழிபாவம் பெ. **குற்றம் செய்வதனால் ஏற்படும் பழியும் தீய செயல்களின் விளைவும்;** the moral consequences of one's vicious deeds; sin. அந்தப் படுபாவி எந்தப் பழிபாவத்துக்கும் அஞ்ச மாட்டானே!/ இந்தக் காலத்தில் பழிபாவத்துக்குப் பயந்து யார் நடக்கிறார்கள்?

பழியாய்க் கிட வி. (கிடக்க, கிடந்து) காண்க: **பழிகிட.**

பழிவாங்கு வி. (-வாங்க, -வாங்கி) **தனக்குத் தீமை செய்தவருக்குத் திருப்பித் தீமை செய்தல்;** wreak vengeance on; take revenge. வேலைநிறுத்தம் செய்த தொழிலாளர்களைப் பழிவாங்கும் விதத்தில் உள்ளது நிர்வாகத்தின் நடவடிக்கை./ தந்தையின் சாவிற்குக் காரணமாக இருந்தவர்களைப் பழிவாங்கினான்.

பழு வி. (பழுக்க, பழுத்து) அ. (தாவரங்களில்) 1: **காயானது முற்றிய, கனிவான நிலையை அடைதல்;** (of fruits) become ripe; ripen. வாழைப்பழங்களைப் புகைபோட்டுப் பழுக்க வைப்பது உண்டு./ மாம்பழம் நன்றாகப் பழுத்துவிட்டது. 2: **(இலை) உதிர்வதற்கு முன்பு நிறம் மாறுதல்;** (of leaves) senesce. ஆலமரத்தின் அடியில் பழுத்த இலைகள் உதிர்ந்து கிடந்தன. ஆ. (பிறவற்றில்) 3: **(பரு, கட்டி போன்றவை) நன்கு பருத்து உடையும் நிலைக்கு வருதல்;** (of boil, etc.,) inflame. கட்டி பழுத்து விண் விண்ணென்று வலிக்கிறது. 4: **(அடித்தல், கிள்ளுதல் முதலியவற்றால் உடலில் குறிப்பிட்ட பகுதி) சிவந்து வீங்குதல்;** be bruised (as a result of being beaten); be contused. ஒரு அறை விட்டால் கன்னம் பழுத்துவிடும்./ இப்படிப் பழுக்கும் அளவுக்கா குழந்தையின் கையைக் கிள்ளுவது? இ. (மரபு வழக்கு) 5: **(சலிப்பு அடைந்து கூறும் முறையில்) செலவழிதல்;** be obliged to spend. தீபாவளிக்குத் துணி எடுத்ததில் ஆயிரம் ரூபாய் பழுத்துவிட்டது. 6: (இலங்.) **குணமாதல்;** get cured. ஊதுமாக்கூழ் குடித்தால் தடிமன் பழுத்துவிடும்.

பழுக்க வி.அ. (காய்ச்சு, காய் என்னும் வினைகளுக்கு முன் வரும்போது) **மிகவும் சிவந்து வரும்படி;** in a red-hot manner. பழுக்கக் காய்ச்சிய இரும்பு./ கம்பி பழுக்கக் காய்ந்ததும் அதைச் சுத்தியலால் அடிப்பார்கள்.

பழுத்த பெ.அ. **சிறந்த தேர்ச்சி நிறைந்த; முதிர்ந்த;** (of one's experience in a particular field) rich. நாடகத் துறையில் பழுத்த அனுபவம் பெற்றவர் இவர்./ பழுத்த காந்தியவாதி.

பழுத்த சுமங்கலி பெ. **கணவனோடு நீண்ட காலம் வாழ்ந்து வருவதால் மங்கல நிலை உடைய பெண் மணி;** a woman having the blessing of a long married life.

பழுத்தபழம் பெ. (இலங்.) **கைதேர்ந்த நபர்;** expert; seasoned person. இவர் வியாபாரத்தில் நல்ல பழுத்தபழம்./ இவன் களவெடுப்பதில் பழுத்தபழம்.

பழுதடை வி. (-அடைய, -அடைந்து) **சீர்கெடுதல்; கோளாறு அடைதல்; பழுதாதல்;** (of machines) break down; (of buildings, etc.,) fall into disrepair. இயந்திரங்களைப் பழுதடையவிடாமல் தக்க முறையில் பராமரிக்க வேண்டும்./ பல வருடங்களாக மூடியே கிடந்ததால் வீடு பழுதடைந்துவிட்டது./ அவருடைய இரண்டு சிறுநீரகங்களும் பழுதடைந்துவிட்டன.

பழுதாகப் போ வி. (போக, போய்) (இலங்.) **(பழம், உணவுப் பொருள் போன்றவை) கெட்டுப்போதல்;** (of food, fruits, etc.,) get spoilt. பழுதாகப் போன சாப்பாட்டைச் சாப்பிடாதே. நோய் வந்துவிடும்.

பழுதாகு வி. (-ஆக, -ஆகி) காண்க: **பழுதடை.**

பழுது பெ. 1: **ஒன்று சீர்கெட்ட அல்லது இயங்காத நிலை; கோளாறு;** damaged state; defect. பழுதான சாலைகளைச் சரிசெய்யும் பணி விரைவில் தொடங்கும்./ இயந்திரத்தில் பழுது எங்கிருக்கிறது என்று தெரிந்தால் அல்லவா செப்பனிட முடியும்? 2: **குற்றம்குறை;** flaw; fault. செய்யும் முறை எப்படியிருந்தாலும் அவரது நோக்கத்தில் யாரும் பழுது சொல்ல முடியாது.

பழுதுபடு வி. (-பட, -பட்டு) காண்க: **பழுதடை.**

பழுதுபார் வி. (-பார்க்க, -பார்த்து) **சீர்செய்தல்; சரிசெய்தல்; செப்பனிடுதல்;** repair; set right. மாவு அரைக்கும் இயந்திரத்தைப் பழுதுபார்க்க வேண்டும்./ கட்டடத்தைப் பழுதுபார்க்கும் வேலை நடைபெறுவதால் நூலகம் மூடியிருக்கிறது.

பழுதை பெ. (அ.வ.) **கயிறாகப் பயன்படுத்தும் வைக்கோல் பிரி அல்லது வாழைச் சருகு;** rope made by twisting together hay or dried banana barks. பழுதையைக்கொண்டு வாழை இலைகளைக் கட்டிவைத்திருக்கிறார்கள்./ நெல் தாளைப் பழுதையால் கட்டிக் கதிரடிப்பார்கள்.

பழுப்பு பெ. **செம்மண்ணின் அல்லது வறுத்த காப்பிக் கொட்டையின் நிறம்; மக்கிப்போன பொருளில் உள்ளது போன்ற நிறம்;** brown (of various shades); tan; tawny. பழுப்பு நிறக் கரடி/ பழுப்புக் காகிதம்/ வெயிலால் பழுப்பேறிய முகம்/ புழுதி படிந்து முடி பழுப்பாக இருந்தது.

பழுப்புக் கீச்சான் பெ. **(சற்று நீண்ட வாலுடன்) உடலின் மேற்பகுதியும் இறக்கைகளும் கரும்பழுப்பாகவும், அடிப்பகுதி வெளிர் பழுப்பாகவும் இருக்கும், வலசை வரும் ஒரு சிறிய பறவை;** brown shrike.

பழுப்புச் சர்க்கரை பெ. காண்க: **நாட்டுச் சர்க்கரை.**

பழுப்புத்தலைக் கடல்காகம் பெ. **அலகும் கால்களும் கருஞ்சிவப்பு நிறத்திலும், இனப்பெருக்கக் காலங்களில் தலைப்பகுதி கரும்பழுப்பு நிறத்திலும், ஏனைய காலங்களில் வெள்ளையாகவும் இருக்கும், காக்கை இனம் சாராத வெண்ணிறப் பறவை;** brown-headed gull.

பழுப்பு நிலக்கரி பெ. **கரும்பழுப்பு நிறத்திலிருக்கும், அதிக எரிசக்தி இல்லாத நிலக்கரி;** lignite.

பழைமை பெ. காண்க: **பழமை.**

பழைய பெ.அ. **(பயன்பாடு, செயல்பாடு, பழக்கம் போன்றவற்றில்) வெகு நாட்களாக இருந்துவரும்; தொடர்ந்து பயன்படுத்தப்பட்டதால் புதியதாக இல்லாத;** old; former. நாங்கள் இருப்பது ரொம்பப் பழைய வீடு./ பழைய துணி/ பழைய கட்டடத்தை இடித்துக் கொண்டிருந்தார்கள்./ எங்கள் பழைய வீடு கிராமத்தில் இருக்கிறது./ அவர் எனது பழைய நண்பர்./ எனது பழைய முகவரிக்கு இப்போதும் கடிதங்கள் சென்றுகொண்டிருக்கின்றன./ பழைய திரைப்படப் பாடல்களுக்குப் புது மவுசு வந்திருக்கிறது./ பழைய வேலைக்காரியையே மீண்டும் வேலைக்கு வரச் சொல்லலாம்.

பழைய ஆகமம் பெ. (கிறித்.) காண்க: **பழைய ஏற்பாடு.**

பழைய ஏற்பாடு பெ. (கிறித்.) **கிறிஸ்து பிறப்பதற்கு முந்தைய இஸ்ரவேலரின் வரலாற்றையும் கிறிஸ்துவின் வருகையை அறிவிக்கும் வாசகங்களையும் கொண்ட (விவிலியத்தின் முதல் பிரிவாக அமைந்த) நூல்;** Old Testament.

பழைய சோறு பெ. காண்க: **பழையது.**

பழையது பெ. **(முதல் நாளே வடித்து) நீர் ஊற்றி வைக்கப்பட்ட சோறு;** cooked rice kept soaking overnight in water. காலையில் பழையது சாப்பிட்டால் சீக்கிரம் பசிக்காது./ மோர்மிளகாய் தொட்டுக்கொண்டு பழையது சாப்பிட்டால் நன்றாக இருக்கும்.

பழைய பஞ்சாங்கம் படி வி. (படிக்க, படித்து) **காலத்துக்கு ஒத்துவராத பழைய கருத்துகளைக் கூறுதல்;** air outmoded views. என் பாட்டிக்குத் தொண்ணூறு வயது. ஏதாவது பேசினால் போதும், உடனே பழைய பஞ்சாங்கம் படிக்க ஆரம்பித்துவிடுவார்.

பழைய பல்லவி பெ. **அலுப்பூட்டும் விதத்தில் திரும்பத்திரும்ப கூறப்படும், ஏற்கனவே தெரிந்த விஷயம்;** sth. repeated wearisomely. வீட்டை விற்றது தவறு என்ற பழைய பல்லவியையே பாடிக்கொண்டிருந்தார்.

பள்ளத்தாக்கு பெ. **மலைகளுக்கு இடையே அமைந்த (பெரும்பாலும் நதிகள் ஓடும்) பகுதி;** valley.

பள்ளம் பெ. **அருகிலிருக்கும் பிற பகுதிகளைவிடத் தாழ்ந்த பகுதி; நிலத்தில் இருக்கும் அல்லது உண்டாகும் பெரிய குழி;** hollow in the ground; pit; low-lying area. பள்ளத்தில் வீடு இருப்பதால் மழை பெய்தவுடன் நீர் தேங்கிவிடுகிறது./ எரிகல் விழுந்து ஏற்பட்ட பெரும் பள்ளம் இதுதான்./ சாலை மேடும்பள்ளமுமாக இருந்தது./ தென்னை மரம் வைப்பதற்காகப் பள்ளம் தோண்டிக்கொண்டிருக்கிறார். [(தொ.சொ.) ஒட்டை/ குழி/ குழிவு/ பொந்து/ வளை]

பள்ளி பெ. 1: (உ.வ.) **(சமண, பௌத்த) கோயில்;** temple (esp. of Jains or Buddhists). சமணப் பள்ளி. 2: **பள்ளிக்கூடம்;** school. எங்கள் பள்ளிக்கு இன்று விடுமுறை./ உங்கள் பள்ளியில் எத்தனை மாணவர்கள் படிக்கிறார்கள்? 3: **பயிலகம்;** (training) institute. தையல் பள்ளி.

பள்ளிக்கூடம் பெ. **(கல்லூரிப் படிப்புப் போன்ற மேற்படிப்புக்கு அடிப்படையாக அமையும்) முதல் வகுப்பிலிருந்து பன்னிரண்டாம் வகுப்புவரை உள்ள கல்வி கற்பிக்கும் இடம்;** school. [(தொ.சொ.) கல்லூரி/ பல்கலைக்கழகம்]

பள்ளிகொள் வி. (-கொள்ள, -கொண்டு) (உ.வ.) (பெரும்பாலும் விஷ்ணுவைக் குறித்து வரும்போது) **படுத்துத் துயில் கொள்ளுதல்;** (mostly of Vishnu) have the specified place as one's bed of repose. திருவரங்கத்தில் பள்ளிகொண்டிருக்கும் பெருமாள்.

பள்ளியறை பெ. (உ.வ.) 1: **(புதிதாக மணமான தம்பதியருக்கான) படுக்கை அறை;** bedroom (for the newly wed); bedchamber. 2: **கோயில்களில் இறைவன் இறைவியைச் சேர்த்து வைப்பதற்கான தனி அறை;** separate room in temples where god and his consort are kept together during the night.

பள்ளியெழுச்சி பெ. காண்க: **திருப்பள்ளியெழுச்சி.**

பள்ளிவாசல் பெ. (இஸ்.) **இஸ்லாமியர் இறைவனை வழிபடுகிற இடம்; மசூதி;** mosque.

பள்ளு பெ. **நிலத்தில் உழுது பயிர்செய்பவர்களைப் பாத்திரங்களாகக் கொண்ட சிற்றிலக்கிய வகை;** minor literary form having peasants as characters.

பளபள வி. (பளபளக்க, பளபளத்து) **(ஒளியால் ஒன்றின் பரப்பு) ஒளிர்தல்; பிரகாசித்தல்;** glitter; shine. பளபளக்கும் பீங்கான் பாத்திரங்களில் உணவு வந்தது./ எண்ணெய் தடவியிருந்த முடி சூரிய ஒளியில் பளபளத்தது.

பளபளப்பு பெ. (-ஆக, -ஆன) **(ஒளியால் ஒரு பரப்பில் தெரியும்) மினுமினுப்பு; பிரகாசம்;** glitter; sheen. வாள் கூர்மையாகவும் பளபளப்பாகவும் இருந்தது./ பல முறை துவைத்துவிட்ட பிறகும் துணியின் பளபளப்பு குறையவில்லை.

பளார்-என்று வி.அ. **(அடி, அறை போன்றவை) சுரீரென்று வலிக்கும்படி சத்தத்தோடு;** (of a slap, etc.,) with a sharp sound. பதில் சொல்வதற்குள் பளாரென்று கன்னத்தில் ஓர் அறை விழுந்தது./ பளாரென்று அடித்துவிட்டார்.

பளிங்கு பெ. **(பொதுவாக வெண்மை நிறத்தில் இருக்கும்) பளபளப்பான சலவைக் கல்;** (highly polished) marble; crystal quartz. பளிங்குத் தரை/ பளிங்குச் சிலை/ பளிங்கு போன்ற மனம்.

பளிங்குக் கல் பெ. காண்க: **பளிங்கு.**

பளிச்-என்ற பெ.அ. **பளிச்சென்று அமைந்த;** bright. சுவர்களின் பளிச்சென்ற வெண்மை கண்களைக் கவர்ந்தது.

பளிச்-என்று வி.அ. 1: **கண்ணைப் பறிக்கிற வகையில் ஒளிர்ந்து;** brightly. மின்சாரம் வந்ததும் அனைத்து விளக்குகளும் பளிச்சென்று எரிந்தன. 2: (தோற்றத்தைக் குறிக்கும்போது) **கண்ணைக் கவரும் வகையில் பொலிவுடன்;** brightly; in a lively way. பச்சைப் புடவையில் அவள் பளிச்சென்று இருந்தாள்./ சுண்ணாம்பு அடித்த பின்தான் வீடு பார்ப்பதற்குப் பளிச்சென்று இருக்கிறது. 3: **தெளிவாகவும் சட்டென்றும்; உடனடியாக;** in a flash. பிரச்சினையைத் தீர்க்க வழி தெரியாமல் குழம்பியவருக்குப் பளிச்சென்று ஒரு யோசனை தோன்றியது./ கேட்ட கேள்விகளுக்குச் சிறுவன் பளிச்சென்று பதில் சொன்னான்.

பளிச்சிடு வி. (பளிச்சிட, பளிச்சிட்டு) **(கண்ணைப் பறிக்கும் வகையில்) மின்னுதல்; ஒளி வீசுதல்;** flash; shine brightly. மின்னல் பளிச்சிட்டு மறைந்தது./ இருட்டில் பளிச்சிட்ட வாகன விளக்குகளால் கண்கள் கூசின./ (உரு வ.) அவர் பேச்சிலேயே அவரது ஆழ்ந்த ஞானம் பளிச்சிட்டது.

பளிச்பளிச்-என்று வி.அ. **(மின்னல், விளக்கின் ஒளி) கண்ணைக் கூசவைக்கும் அளவுக்குப் பிரகாசமாகவும் விட்டுவிட்டும்;** in bright flashes. பளிச்பளிச்சென்று மின்னுவதைப் பார்த்தால் மழை வரும் என்று நினைக்கிறேன்./ விளக்கு பளிச்பளிச்சென்று எரிந்துவிட்டு அணைந்து போயிற்று.

பளீர்-என்று/-என்ற வி.அ./பெ.அ. 1: **(கண்ணைக் கவரும் அல்லது கூசவைக்கும் வகையில்) பிரகாசமாக/பிரகாசமான;** brightly; with a flash/blindingly (bright). மாலை வெயில் முகத்தில் பளீரென்று அடித்தது./ முகத்தில் அடித்த பளீரென்ற ஒளி ஒரு நிமிடம் அவனை அசைவற்று நிற்கச் செய்தது. 2: (அடிப்பதைக் குறித்து வரும்போது) **(வலிக்கும் வகையில்) பலமாக/பலமான; வேகமாக/வேகமான;** (of a slap, etc.,) with a sharp sound/sudden and severe. கோபத்தில் பளீரென்று அறைந்துவிட்டான்./ பளீரென்ற அடியில் பொறி கலங்கியது.

பளீரிடு வி. (பளீரிட, பளீரிட்டு) காண்க: **பளிச்சிடு.**

பளு பெ. 1: (-ஆன) **(பொருளின்) கனம்;** heaviness. இவ்வளவு பளுவாக இருக்கும் கல்லை இந்த வண்டியில் ஏற்ற முடியாது./ தலையில் சுமக்க முடியாத அளவிற்கு மூட்டை

பளுவாக இருக்கிறது. [*(தொ.சொ.)* **கனம்/ சுமை/ பாரம்**] **2: (வேலை, வரி முதலியவற்றின்) சுமை;** burden (of work, taxes, etc.,). அலுவலகத்தில் வேலைப் பளு அதிகம்/ வரிப் பளுவைக் குறைக்க வேண்டும். **3:** *(-ஆன) (வேதி.) (தனிமங்களைக் குறித்து வரும்போது)* **அதிகமான அணு எண் கொண்டது;** heavy (atoms of high atomic number). பளுவான தனிமத்தின் அணுக்கருவைப் பிளக்கும் நிகழ்வுக்கு அணுக்கரு பிளவு என்று பெயர்.

பளுதூக்கி பெ. **தடித்த, முறுக்கிய கம்பிகளைப் பயன்படுத்திக் கனமான பொருள்களைத் தூக்கும் ஒரு வகை இயந்திரம்;** crane.

பளுதூக்கும் போட்டி பெ. **வட்ட வடிவ இரும்பு எடைகள் இரு முனைகளில் இணைக்கப்பட்ட இரும்புக் கம்பியைக் குறிப்பிட்ட முறையில் தலைக்கு மேல் தூக்கிப் பிடிப்பது மூலம் அதிக எடையைத் தூக்குபவர் வெல்லும் வகையில் நடத்தப்படும் ஒரு விளையாட்டுப் போட்டி;** weightlifting.

பற்கூச்சம் பெ. **(மிகுந்த அசௌகரியத்தை உண்டாக்கும் விதத்தில்) உணவு அல்லது வேறு பொருள் பல்லில் படும்போது ஏற்படும் கூச்ச உணர்வு;** tooth sensitivity. இப்போது பற்கூச்சத்தைப் போக்கப் புதிய பற்பசை வந்துள்ளது.

பற்பசை பெ. **பல் துலக்குவதற்குப் பயன்படுத்தும், (வேதிப்பொருள்களால் அல்லது இயற்கைத் தாவரங்களான வேம்பு, ஆல் போன்றவற்றின் கூழால் தயாரிக்கப்பட்ட), குழகுழப்பான தன்மை உடைய பொருள்;** toothpaste.

பற்பல பெ.அ. **வெவ்வேறு; பல வகையான;** different; various. பற்பல மொழிகளைப் பேசுபவர்கள் நிறைந்த நாடு நம் நாடு./ அரசு ஊழியர்களுக்குப் பற்பல சலுகைகள் அறிவிக்கப்பட்டுள்ளன.

பற்பலர் பெ. *(உ.வ.)* **பலர்;** many (people).

பற்பேத்தை பெ. *(இலங்.)* **பல் ஈறில் உண்டாக்கும் வீக்கம்;** swelling in the gum. பற்பேத்தையினால் இரண்டு நாளாகச் சரியாகச் சாப்பிடவில்லை.

பற்பொடி பெ. **பல் துலக்குவதற்குப் பயன்படுத்தும் ரசாயன அல்லது மூலிகைப் பொடி;** tooth-powder.

பற்றவை வி. *(-வைக்க, -வைத்து)* **1: ஒன்றில் நெருப்புப் பற்றும்படியாகச் செய்தல்;** light (a stove, candle, etc.,). அடுப்பைப் பற்றவை./ பீடி பற்றவைத்தான். **2: உலோகங்களின் முனையையோ விளிம்பையோ குறிப்பிட்ட முறையில் அதிக வெப்பத்திற்கு உள்ளாக்கி இளகச் செய்து சூட்டுக்கோலைக் கொண்டு ஒன்றோடு ஒன்று இணைத்தல்;** weld; solder. **3:** *(பே.வ.)* **(இருவருக்கு இடையில் மன வேறுபாடு உண்டாகும்படியாக) கோள் மூட்டுதல்; வத்திவைத்தல்;** sow discord; tell tales. என்னைப் பற்றி மேலதிகாரியிடம் யாரோ பற்றவைத்திருக்க வேண்டும் என்று நினைக்கிறேன்.

பற்றாக்குறை பெ. **1: தேவைக்கும் குறைவாக இருக்கும் அல்லது கிடைக்கும் நிலை; தட்டுப்பாடு;** scarcity; shortage. வறட்சியினால் தண்ணீர்ப் பற்றாக்குறை ஏற்பட்டுள்ளது./ மின்சாரப் பற்றாக்குறை/ ஆட்கள் பற்றாக்குறையினால் பாலம் கட்டும் வேலை பாதியிலேயே நிற்கிறது. [*(தொ.சொ.)* **இல்லாமை/ கம்மி/ குறைபாடு/ குறைவு/ தட்டுப்பாடு/ பஞ்சம்**] **2: வரவை விட அல்லது கையிருப்பை விடச் செலவு அதிகமாக இருப்பதால் ஏற்படும் பணக்குறைவு;** deficit. இந்த ஆண்டின் வரவு செலவுத் திட்டத்தில் ஏற்படும் பற்றாக்குறையைச் சரிக்கட்டப் புதிய வரிகள் போடப்படலாம்./ அந்நியச் செலாவணிப் பற்றாக்குறை.

பற்றாசு பெ. **சூட்டுக்கோலைக் கொண்டு உலோகத்தால் ஆன பகுதிகளை இணைக்கப் பயன்படுத்தும், ஈயமும் தகரமும் சேர்ந்த கலவை;** solder.

பற்றாசுக்கோல் பெ. **சூட்டுக்கோல்;** soldering iron.

பற்றி இ.சொ. **'(குறிப்பிடப்படும் ஒருவரின் அல்லது ஒன்றின்) தொடர்பாக' என்ற பொருளில் ஒரு வாக்கியத்தில் பயன்படுத்தப்படும் இடைச்சொல்; 'சம்பந்தமாக'; 'குறித்து';** concerning; regarding; about; of. மொழிப் பிரச்சினைபற்றி நீங்கள் என்ன நினைக்கிறீர்கள்?/ சுற்றுப்புறச் சூழல் தூய்மைக்கேடுபற்றி ஆய்வு மேற்கொள்ளப்படும்./ எதைப் பற்றிப் பேசுகிறார்கள் என்றே புரியவில்லை.

பற்றிக்கொண்டுவா வி. *(-வர, -வந்து) (பே.வ.)* **(ஒருவருக்கு) மிக அதிக அளவில் கோபம், எரிச்சல் போன்றவை உண்டாதல்;** get enraged; get inflamed. பெரிய யோக்கியன் மாதிரி நீ பேசுவதைக் கேட்டால் யாருக்குத் தான் பற்றிக்கொண்டுவராது?

பற்றிய இ.சொ. **'(குறிப்பிடப்படும் ஒன்றின் அல்லது ஒருவரின்) தொடர்பான' என்ற பொருளில் ஒரு வாக்கியத்தில் பயன்படுத்தப்படும் இடைச்சொல்; 'சம்பந்தமான'; 'குறித்த';** concerning; regarding. இது எதைப் பற்றிய பேச்சு என்றே புரியவில்லை./ யாரைப் பற்றிய கட்டுரை இது?/ வரலாறுபற்றிய ஆராய்ச்சி.

பற்று[1] வி. *(பற்ற, பற்றி)* **1: (கையினால் ஒன்றை) பிடித்தல்;** hold; catch. பயத்தில் குழந்தை அம்மாவின் கையைக் கெட்டியாகப் பற்றிக்கொண்டது./ வெற்றி பெற்றவரின் கையைப் பற்றிக் குலுக்கினான்./ கிணற்றில் தவறி விழுந்தவன் பற்றிக்கொள்ள ஏதாவது கிடைக்காதா என்று துழாவினான். **2: (தீ) மூளுதல்; பிடித்தல்;** (of fire) catch. ஒரு குடிசையில் பற்றிய தீ காற்றினால் அருகிலிருந்த குடிசைகளுக்கும் பரவ ஆரம்பித்தது./ காடு பற்றி எரிந்தது. **3: (நோய், பழக்கம் முதலியவை ஒருவரை) தொற்றுதல்;** (of disease, etc.,) infect. ஒருவரைப் பற்றியிருக்கிற கண் நோய் பிறருக்கும் பற்றக்கூடிய வாய்ப்பு இருக்கிறது./ நல்ல பழக்கங்களைவிடக் கெட்ட பழக்கங்கள் நம்மை உடனே பற்றிக்கொள்வது ஏன்? **4: (பாத்திரம் முதலியவற்றில் உணவுப் பொருள்) படிதல்; ஒட்டுதல்;** stick (to the bottom of a vessel). பாத்திரத்தில் பற்றியிருந்த சோற்றுப் பருக்கைகளைச் சுரண்டிக் கழுவினாள்.

பற்று[2] பெ. **1: (உலக வாழ்க்கைமீது ஒருவர் கொண்டிருக்கும்) பிடிப்பு; விருப்பு;** (worldly) attachment; bondage. வாழ்க்கையில் பற்றுள்ளவர்களுக்குத்தான் முன்னேற வேண்டும் என்ற துடிப்பு இருக்கும்./ நான் என்ன பற்றற்ற துறவியா, எந்த ஆசையும் இல்லாமல் இருப்பதற்கு? [*(தொ.சொ.)* **ஈடுபாடு/ நாட்டம்/ பிடிப்பு/ பிணைப்பு**]

887 பறதி

2: (ஒருவர் ஒன்றின் மேல் கொண்டிருக்கும்) தீவிர ஈடு பாடு; love (for sth.); fervour. கட்சிப் பற்று வெறியாக மாறி விடக் கூடாது./ தேசப் பற்று/ மொழிப் பற்று. [(தொ.சொ.) அன்பு/ காதல்/ பக்தி/ பாசம்]

பற்று[3] பெ. (வியாபாரத்தில்) ஒருவர் திருப்பித் தர வேண்டிய பணத்தைப் பற்றிய விவரக் குறிப்பு; debit; money owed by s.o. ஆயிரம் ரூபாய் கொடுத்துவிட்டு என் பற்றில் எழுதிக்கொள்./ அவருடைய பற்றில் வர வேண்டிய பணம் பாக்கி ஏதாவது இருக்கிறதா?

பற்று அட்டை பெ. (பு.வ.) தன் கணக்கில் உள்ள பணத்துக்குப் பொருட்கள் வாங்கவும் பணம் வழங்கும் இயந்திரம்மூலம் பணம் பெறவும் வங்கி வழங்கும் மின்னணு அட்டை; debit card.

பற்றுக்கம்பி பெ. (உயிரி.) (கொடி படரும் போது தான் சார்ந்திருக்கும் பரப்பை உறுதியாகப் பிடித்துக் கொள்ள ஏதுவாக) மிகுதியான தொடு உணர்ச்சி உடையதாக, வளைந்த மெல்லிய கம்பிச்சுருள்போல இருக்கும், தாவரத்தின் பாகம்; tendril.

பற்றுக்கோடு பெ. ஒன்று அல்லது ஒருவருக்கு ஆதர வாகவும் சார்பாகவும் இருப்பது அல்லது இருப்பவர்; support; anything which is supportive. வயதான காலத் தில்தான் மனைவி எவ்வளவு பெரிய பற்றுக்கோடு என்பது தெரியவரும்./ வாழ்க்கையில் பற்றுக்கோடாக இருந்த ஒரே ஜீவன்!

பற்றுக்கோல் பெ. 1: ஈயம் பற்றவைக்கும் கருவி; சூட் டுக்கோல்; soldering iron. 2: (பொருளைப் பிடித்து எடுப் பதற்கான) இடுக்கி அல்லது இடுக்கி போன்ற கருவி; an instrument similar to a pair of tongs. 3: (வ.வ.) (ஏற்றம் இறைப்பவர் கையால் பிடிக்கும்) சால் பொருத்தப்பட் டுத் தொங்கும் நீண்ட கழி; the long pole in ஏற்றம் at one end of which a bucket, etc., is tied. பற்றுக்கோல் முறிந்து விட்டது.

பற்றுதல் பெ. பிடிப்பு; பற்று; attachment; bond. அவருக் குக் குடும்பத்தின் மீது ஒருசிறிதும் பற்றுதல் கிடையாது.

பற்றுவரவு பெ. (கடை முதலியவற்றில் கணக்கு எழுதும் போது) செலவும் வருமானமும்; (in bookkeeping) expenditure and income.

பற்றை பெ. (இலங்.) புதர்; bush; scrub. முயல் பற்றைக்குள் ஒளிந்துகொண்டது./ பற்றைக் காடு.

பற வி. (பறக்க, பறந்து) 1: வானவெளியில் செல்லுதல்; fly. ஒலியின் வேகத்தில் பறக்கும் விமானங்களும் உண்டு./ அடிபட்ட பறவை பறக்க முடியாமல் கீழே விழுந்தது./ வால் சரியாக இல்லாததால் பட்டம் பறக்கவில்லை./ கழுகு நிதானமாகப் பறந்துகொண்டிருந்தது. 2: விமானத்தில் பய ணம் செய்தல்; fly; travel (by aeroplane). வியாபார விஷய மாக அவர் அமெரிக்காவுக்கும் ஜெர்மனிக்குமாகப் பறந்து கொண்டிருக்கிறார். 3: (கொடி, துணி, முடி போன்றவை காற்றில்) இங்குமங்குமாக அலைதல்; wave; sway. வண்டியில் வேகமாகப் போய்க் கொண்டிருந்ததால் அவ ளது கூந்தல் அவிழ்ந்து காற்றில் பறந்தது./ தேசியக் கொடி படபடத்துப் பறந்துகொண்டிருந்தது./ காற்றில் துப்பட்டா பறக்க ஒரு பெண் வண்டி ஓட்டிக்கொண்டு சென்றாள். 4: (வாகனம் அல்லது வாகனத்தில்) வேகமாகச் செல்லு தல்; speed. இரு திசைகளிலும் வாகனங்கள் பறந்துகொண் டிருந்ததால் சாலையைக் கடக்க வெகு நேரமாயிற்று./ செய்தியைச் சொல்லிவிட்டு வண்டியில் பறந்துவிட்டான். 5: (தூசு, ஆவி போன்றவை) மேலே கிளம்பிக் காற்றில் அலைதல்; (of dust, etc.,) fly; be sent up in a cloud; (of steam, etc.,) be sent up in wreaths; fly about. புழுதி பறக்க வந்து நின்றது ஒரு வாகனம்./ சாணை பிடிக்கும்போது அரிவாளிலிருந்து பொறி பறந்தது./ ஆவி பறக்கும் காப்பி. 6: (பொருள்கள்) வீசப்படுதல்; எறியப்படுதல்; be flung. கூட்டத்தில் கலாட்டா ஏற்பட்டதும் நாற்காலிகளும் செருப்புகளும் பறந்தன. 7: (பே.வ.) (ஒன்றைச் செய்ய வேண்டும் என்றோ தனக்கு ஒன்று வேண்டும் என்றோ) மிகவும் அவசரப்படுதல் அல்லது துடித்தல்; show undue haste; hurry. ரயில் வருவதற்கு ஒரு மணி நேரம் இருக்கும்போதே அவர் பறக்க ஆரம்பித்துவிட்டார்./ சாப் பாடு என்றால் பறக்கிறான். 8: (கவலை, வலி, நோய் போன்றவை) விரைந்து நீங்குதல்; (of worries, pain, etc.,) disappear swiftly. காப்பி சாப்பிட்டதுமே தலைவலி பறந்து விட்டது./ கொஞ்சம் நேரம் தியானம் செய், கவலை பறந்து விடும்.

பறக்கப்பறக்க வி.அ. மிகுந்த அவசரத்துடன்; பதற்றத் தோடு பரபரப்பாக; in a flurry. காலையில் எல்லா வேலை களையும் முடித்துவிட்டுப் பறக்கப்பறக்க அலுவலகம் ஓட வேண்டியிருக்கிறது./ அவர் ஆறு மணிக்குக் கிளம்பிவிடு வேன் என்று சொன்னதால்தான் அத்தனை வேலைகளையும் விட்டுவிட்டுப் பறக்கப்பறக்க ஓடிவந்தேன்./ ஏன் இப்படிப் பறக்கப்பறக்கச் சாப்பிடுகிறாய்?

பறக்கும் தட்டு பெ. வேறு கிரகத்தைச் சார்ந்ததாகவும் வானில் சஞ்சரிப்பதாகவும் நம்பப்படும், தட்டு வடிவில் உள்ள பறக்கும் பொருள்; flying-saucer; unidentified flying object (UFO).

பறக்கும் படை பெ. உடனடியாக விரைந்து சென்று நடவடிக்கை எடுப்பதற்காகவோ முன்னறிவிப்பு இல் லாமல் சோதனை செய்வதற்காகவோ எப்போதும் தயார் நிலையில் இருக்கும் அலுவலர்களின் குழு; flying squad. பயணச் சீட்டு இல்லாமல் பயணம்செய்தவர்களைப் பறக்கும் படை மடக்கிப் பிடித்தது./ பொதுத்தேர்வு எழு தும் மாணவர்கள் முறைகேடுகளில் ஈடுபடாமல் தடுக்கப் பறக்கும் படைகள் அமைக்கப்பட்டுள்ளன.

பறங்கி[1] பெ. 1: (காய்கறியாகப் பயன்படும்) பக்கவாட் டில் புடைத்து உருண்டையாக உள்ள வெளிர் சிவப்பு நிறக் காய்/இந்தக் காயைத் தரும் கொடி; pumpkin (the fruit and the plant). 2: (வ.வ.) பூசணி; squash gourd (the fruit and the plant).

பறங்கி[2] பெ. (த.வ.) (பெரும்பாலும் மதிப்புக் குறைவான முறையில் கூறும்போது) வெள்ளைக்காரன்; (when used derogatorily) White person; European.

பறங்கிப்புண் பெ. (அ.வ.) கிரந்தி; syphilis.

பறங்கியர் பெ. (த.வ.) (ஆங்கிலேயர் ஆட்சிக் காலத்தில்) (பொதுவாக) ஐரோப்பியர்/(குறிப்பாக) ஆங்கிலேயர்; (when used derogatorily) White people; (esp) English men.

பறதி பெ. (இலங்.) பதற்றம்; tension. ஊர் முழுதும் ஒரே பறதியாக இருக்கிறது. எங்கும் வெளியில் போகாதே./ பறதியில் மக்கள் அங்குமிங்கும் ஓடித் திரிந்தனர்./ இவன் ஏன் இப்படிப் பறதியாக ஓடிவருகிறான்?

பறந்தடி வி. (-அடிக்க, -அடித்து) **(ஒருவர் கவலை மிகுதியால்) துரிதமாகச் செயல்படுதல்;** hurry up sth. அம்மாவுக்குக் கடும் காய்ச்சல் என்றதும் தம்பி பறந்தடித்து வந்தார்.

பறந்துபறந்து வி.அ. **(குறைந்த நேரத்தில் ஒன்றைச் செய்து முடிக்க வேண்டிய கட்டாயத்தால்) பரபரப்பாகவும் விரைவாகவும்;** hurriedly (for want of time). பெண்ணும் மாப்பிள்ளையும் வந்துவிடுவார்கள் என்பதால் அம்மா பறந்துபறந்து சமைத்துக்கொண்டிருந்தாள்.

பறந்தோடு வி. (-ஓட, -ஓடி) **(கவலை, வலி போன்றவை) விரைந்து நீங்குதல்;** vanish; disappear swiftly. மாத்திரை சாப்பிட்டதும் தலைவலி பறந்தோடியது./ அம்மாவிடம் பேசியதும் கவலை பறந்தோடியது.

பறப்பு பெ. (இலங்.) **அவசரம்; பரபரப்பு;** haste; hurry. ஏன் இந்தப் பறப்பு? கொஞ்சம் அமைதியாக இருங்கள்./ நேரத்தில் பாடசாலைக்குப் போக வேண்டும் என்ற பறப்பு மாணவர்களுக்கு இருக்காதா?

பறவை பெ. **பறப்பதற்கு உதவும் சிறகுகளை உடலின் இரு பக்கங்களில்கொண்ட, இரு கால்களும் அலகும் உடைய, முட்டையிட்டுக் குஞ்சு பொரிக்கும் உயிரினம்;** bird.

பறவைக் காய்ச்சல் பெ. **ஒரு வகை வைரஸ் கிருமிகளின் மூலம் பரவி பறவைகளையும் கோழிகளையும் பாதிக்கும் தொற்று நோய்;** avian influenza; (popularly known as) bird flu. பறவைக் காய்ச்சல் மனிதர்களுக்கும் தொற்றும் வாய்ப்பு உண்டு.

பறவை பார்த்தல் பெ. **(பொழுதுபோக்காகவும் அறிவியல் நோக்கிலும்) இயற்கைச் சூழலில் பறவைகளைக் கூர்ந்து கவனித்தல், அவற்றின் உடல் அமைப்பு, பறக்கும் விதம், வாழிடம், உண்ணும் உணவு போன்றவற்றைக் கவனித்துக் குறிப்பெடுத்தல் ஆகியவற்றை உள்ளடக்கிய செயல்பாடு;** bird watching.

பறி[1] வி. (பறிக்க, பறித்து) 1: **(பூ, காய் போன்றவற்றைச் செடி, கொடி போன்றவற்றிலிருந்து) தனியாகப் பிரித்து எடுத்தல்;** pick; pluck. பூப் பறிப்பதற்காகத் தோட்டத்துக்குப் போனாள்./ இரண்டு தேங்காய் பறித்துப் போடு!/ திருட்டுத்தனமாக மாங்காய் பறித்துத் தின்றார்கள். 2: **(ஒருவரிடம் இருப்பதை) வலுக்கட்டாயமாகப் பெற்றுக்கொள்ளுதல்; பிடுங்குதல்;** snatch away. கத்தியைக் காட்டி நகைகளையெல்லாம் பறித்துக்கொண்டு ஓடிவிட்டான்./ வெளிநாட்டில் வேலை வாங்கித் தருவதாகக் கூறிப் பணம் பறிக்கும் கும்பல் பிடிபட்டது./ (உரு வ.) குழந்தைகளின் உயிரைப் பறிக்கும் கொடிய நோய். 3: **அதிகாரத்தைப் பயன்படுத்திப் பதவி, உரிமை போன்றவற்றை ஒருவரிடமிருந்து எடுத்துக்கொள்ளுதல்;** deprive (s.o. of sth.); take away (by one's authority); divest. மூத்த அமைச்சரிடமிருந்து ஒரு இலாகா பறிக்கப்பட்டது./ 'இந்தச் சட்டம் மக்களின் அடிப்படை உரிமையைப் பறிக்கக்கூடியது' என்று அவர் குற்றம் சாட்டினார். 4: (பே.வ.) **தோண்டுதல்;** dig. இந்த இடத்தில் ஒரு குழி பறிக்கலாம்./ தட்டில் சுடச்சுடப் போட்ட சோளக்களியில் குழி பறித்து, குழம்பை ஊற்றிக்கொண்டு தொட்டுத் தின்பான். [(தொ.சொ.) **அகழ்/ தோண்டு/ வெட்டு**]

பறி[2] வி. (பறிக்க, பறித்து) (இலங்.) **(வாகனத்திலிருந்து பொருள்களை) இறக்குதல்;** unload. வண்டிக்காரன் விறகை வீதியில் பறித்துவிட்டுப் போய்விட்டான்.

பறி[3] பெ. (இலங்.) **பனை ஓலையால் பின்னப்பட்ட கூடை;** basket made of strips of palmyra leaves. கடலில் மீன் பிடிப்பவர்கள் மீனைப் போட்டுக்கொண்டுவரப் பறியைப் பயன்படுத்துவார்கள்./ அம்மா பறிக்குள் இருக்கும் மீனை மேடையில் கொட்டினாள்.

பறி[4] பெ. (வ.வ.) **மேலிருந்து விழும் நீரோட்டத்தில் வரும் மீன்கள் விழுந்து வெளியேற முடியாதபடி செய்யும், மூங்கில் சிம்புகளால் கூடை போன்று பின்னப்பட்ட, மீன்பிடிக்கும் சாதனம்;** basket-like device made of bamboo splints for trapping fish in a cascading stream. மீன்பிடிக்கச் சென்றவன் பறி நிறைய மீன்களுடன் வீட்டுக்கு வந்தான்.

பறிகொடு வி. (-கொடுக்க, -கொடுத்து) 1: **(இரங்கத்தகுந்த விதத்தில் ஒன்றை அல்லது ஒருவரை) இழத்தல்; தொலைத்தல்;** be deprived of sth. valuable. கூட்டத்தில் பணத்தைப் பறிகொடுத்துவிட்டு அலறினான்./ இளம் வயதிலேயே கணவனைப் பறிகொடுத்தவள்./ எதையோ பறிகொடுத்தவன்போலச் சோகமாக உட்கார்ந்திருந்தான்./ ஆட்டத்தின் ஒரு கட்டத்தில் இந்திய அணி ஐந்து விக்கெட்டுகளைப் பறிகொடுத்து எழுபது ஓட்டங்களை எடுத்திருந்தது. 2: **(மனம் ஒருவரிடம் அல்லது ஒன்றிடம்) வசமிழத்தல்;** be captivated. அவள் அழகில் மனத்தைப் பறிகொடுத்துவிட்டான்./ கண்ணதாசனின் பாடல்களில் என் மனத்தைப் பறிகொடுத்துவிட்டேன்.

பறிதடி பெ. (இலங்.) **நீளமான சீமைக்கிளுவை கிளையை வெட்டி, அதன் ஒரு முனையை மூன்றாகப் பிளந்து, துணியைச் சுற்றிக் கட்டிப் பப்பாளிப் பழம் பறிக்கப் பயன்படுத்தும் அலக்கு போன்ற சாதனம்;** a crook-like device made of சீமைக்கிளுவை branch to pluck papaya fruits. சீமைக்கிளுவைத் தண்டில் பப்பாசிப் பறிதடி செய்தார்கள்.

பறிபோ வி. (-போக, -போய்) **(ஒன்று ஒருவரிடமிருந்து) பறிக்கப்படுதல்; அபகரிக்கப்படுதல்;** be robbed; be relieved of sth. (lawfully); be stripped of. ஊழல் குற்றம் நிரூபிக்கப்பட்டதால் அவருடைய பதவி பறிபோயிற்று./ ரயில் நிலையத்தில் என் பெட்டி பறிபோய்விட்டது.

பறிமுதல் பெ. **(சட்டவிரோதமாக வைத்திருப்பதை அல்லது சட்டபூர்வமான நடவடிக்கையாக ஒன்றை) கைப்பற்றும் செயல்;** confiscation. எங்களிடம் ஆயுதமே இல்லாதபோது ஆயுதப் பறிமுதல் என்ற பேச்சுக்கே இடம் இல்லை./ ஆபாசப் புத்தகங்களைப் பறிமுதல் செய்யக் காவல்துறையினருக்கு உரிமை உண்டு./ விதிகளை மீறியதற்காக அந்தத் தொழிற்சாலையின் உரிமம் பறிமுதல் செய்யப்பட்டது./ சொத்துப் பறிமுதல்.

பறியங்கால் பெ. (ஊரக வ.) **நாற்றுப் பறித்து முடித்த நாற்றங்கால்;** the empty field after the paddy seedlings have been plucked.

பறை[1] பெ. 1: **முரசு போன்ற தோல் கருவி;** kettle drum. போர்ப் பறை. 2: **தம்பட்டம் போன்று சற்றுப் பெரிதாக இருக்கும் ஒரு வகைத் தோல் கருவி;** a large, round tom-tom.

889 பன்னாடை

பறை[2] வி. (பறைய, பறைந்து) (இலங்.) **பேசுதல்; சொல்லுதல்;** speak; say. நான் பறைந்தது உனக்குப் புரிகிறதா?/ நீ இப்போது அவனிடம் ஒன்றும் பறைய வேண்டாம். சந்தர்ப்பம் வரும்போது நானே அவனைக் கேட்கிறேன்.

பறை[3] பெ. (இலங்.) **1: ஒரு முகத்தலளவை;** a unit for measuring grains. வீட்டுக்கு இரண்டு பறை நெல் வாங்க வேண்டும்./ ஒரு பறை நெல்கூடக் கடனாகப் பெற முடியவில்லை என்று மாமா ஆதங்கப்பட்டார். **2: தானியங்களை அளப்பதற்கான ஒரு கொள்கலன்;** a vessel for measuring grains.

பறைச்சல் பெ. (இலங்.) **(ஒருவருக்கொருவர் பேசிக்கொள்ளும்) பேச்சு;** conversation; talk. பக்கத்து வீட்டுக்காரருடன் எங்களுக்கு எந்தப் பறைச்சலும் இல்லை./ தேவையில்லாமல் பறைச்சல் வைத்தால் நம் நிம்மதிதான் கெட்டுப்போகும்.

பறைசாற்று வி. (-சாற்ற, -சாற்றி) **(ஒன்று அல்லது ஒருவர்) ஒரு தன்மையை, நிலையைப் பிறர் அறியும்படி வெளிப்படுத்துதல்;** proclaim. உன் திறமையை நீயே பறைசாற்றிக்கொள்வதா?/ குடியரசு தின அணிவகுப்பு நாட்டின் ராணுவ பலத்தைப் பறைசாற்றுவதாக இருந்தது./ அவருடைய துடிப்பான ஆட்டமே அவருக்குத்தான் வெற்றி என்பதைப் பறைசாற்றியது.

பறைதட்டு வி. (-தட்ட, -தட்டி) (இலங்.) காண்க: **பறைசாற்று.**

பறைநாகம் பெ. (இலங்.) **(பறப்பதாக நம்பப்படும்) கருநாகம்;** black cobra (supposed to fly). அந்தக் காட்டுக்குள் பறைநாகம் இருக்கிறது என்று அவள் தங்கையை அச்சுறுத்தினாள்.

பன் பெ. (இலங்.) **பாய் பின்னப் பயன்படும் ஒரு வகை நாணல்;** kind of reed used to weave mat. கலியாண வீட்டுக்கு விரிப்பதற்குப் பன் பாயை வாங்கிக்கொண்டு வா.

பன்மம் பெ. **மொழி, உயிரி, இனம் போன்றவை பல வகைகளாக ஒரே நேரத்தில் இருக்கும் நிலை;** diversity. மொழி, இனம், மதப் பன்மைத்துவம் நமது நாட்டில் பாதுகாக்கப்பட வேண்டும்.

பன்முகம் பெ. **பல வகையான செயல்பாடுகள், தன்மைகள், பரிமாணங்கள் போன்றவற்றைக் கொண்டது;** being multifarious; being multifaceted. அவருடைய பன்முகச் சாதனைகளைப் பாராட்டி அவருக்கு விருது அளிக்கப்பட்டது./ பன்முகத் தன்மைகொண்ட நாவல்.

பன்மை பெ. (இலக்.) **எண்ணிக்கையில் ஒன்றுக்கு மேற்பட்டதைக் குறிக்கும் சொல்;** the word for the plural number.

பன்மைச் சமூகம் பெ. **பல இன மக்களும் பல மதத்தைச் சார்ந்தவர்களும் பல மொழி பேசுபவர்களும் ஒன்றாக வாழும் சமுதாயம்;** pluralistic society.

பன்மைத்துவம் பெ. காண்க: **பன்மம்.**

பன்மொழியம் பெ. (மொழி.) **ஒருவரோ ஒரு சமூகமோ ஒரு நாடோ இரண்டுக்கும் மேற்பட்ட மொழிகளை வழக்கில் கொண்டிருக்கும் மொழி நிலை;** multilingualism. இந்தியாவின் பன்மொழியத்தைப் பாதுகாக்க இந்திய அரசியல் சாசனம் உறுதியளிக்கிறது.

பன்றி பெ. **கொழுத்த உடலையும் குட்டையான கால்களையும் சற்று நீண்டு குவிந்த வாயையும் உடைய, கறுப்பு அல்லது வெள்ளை நிறத்தில் காணப்படும் விலங்கு;** pig.

பன்றிக் காய்ச்சல் பெ. (பு.வ.) **பொதுவாகக் குளிர் காலத்தில் பன்றியிடமிருந்து மனிதர்களுக்கு வைரஸ் கிருமி மூலம் பரவிக் காய்ச்சலுடன் சோர்வு, தலைவலி, சளி, தொண்டை வலி, உடம்பு வலி, குமட்டல், வாந்தி, வயிற்றுப்போக்கு போன்ற பாதிப்பை ஏற்படுத்தும் ஒரு வகைத் தொற்றுநோய்;** swine flu; H1N1.

பன்னல் பெ. (மண்.) **சுடுவதற்குச் சூளையில் அடுக்கிய மண் பாண்டங்களை மூடுவதற்குச் சீராகச் சேர்த்து அடுக்கி, படல்போல் செய்துகொண்ட வைக்கோல்;** paddy straw so collected as to form a thick sheet for covering mud vessels stacked in potter's kiln.

பன்னவேலை பெ. (இலங்.) **பனை ஓலை முடையும் கைத்தொழில்;** the handicraft of weaving mat with palmyra leaves. முன்பு எங்களுக்குப் பாடசாலையில் பன்னவேலை ஒரு பாடமாக இருந்தது.

பன்னா பெ. **பச்சை அல்லது சாம்பல் நிறத்தில் இருப்பதும் மீசையைக் கொண்டதும் ஒரு மீட்டர் நீளம்வரை வளர்வதுமான (உணவாகும்) ஒரு வகைக் கடல் மீன்;** cod. பன்னா மீனின் ஈரலிலிருந்து மீன் எண்ணெய் தயாரிக்கிறார்கள்.

பன்னாங்கு[1] பெ. **தேரின் மேற்பகுதியில் கட்டப்படும் துணி;** cloth covering the roof of a temple car. (பார்க்க, படம்: தேர்)

பன்னாங்கு[2] பெ. (இலங்.) **(இறந்தவரைத் தூக்கிச் செல்லும்) பாடையின் பகுதியாக அமையும் பின்னிய தென்னை ஓலை;** plaited coconut leaves on which the corpse is placed in a bier.

பன்னாட்டு பெ.அ. **சர்வதேச;** multinational; international. மருந்து தயாரிப்பது சில பன்னாட்டு நிறுவனங்களின் ஏகபோக உரிமையாக உள்ளது./ பன்னாட்டு விமான நிலையம்.

பன்னாட்டு நிதியம் பெ. **பல நாடுகளுக்கு இடையே புழங்கும் பணப் பரிமாற்ற விதிதங்களை முறைப்படுத்துதல், அந்நியச் செலாவணிக்கு ஏற்படும் தடைகளை நீக்குதல் முதலிய நோக்கங்களுக்காக ஏற்படுத்தப்பட்ட ஒரு நிதி நிறுவனம்;** International Monetary Fund.

பன்னாட்டு நிறுவனம் பெ. **பல்வேறு நாடுகளில் (அலுவலக அல்லது தொழிற்சாலைக் கிளைகளைக் கொண்டு) செயல்படும் பெரு வணிக நிறுவனம்;** multinational company (abbreviated to M.N.C.).

பன்னாட்டு விமான நிலையம் பெ. **அயல்நாடுகளுக்குச் செல்லும் பல விமானங்கள் வந்துபோகும் வசதியைக் கொண்ட, பெரிய விமான நிலையம்;** international airport.

பன்னாடை பெ. **1: (தென்னை, பனை முதலிய மரங்களில்) மட்டைகளை மரத்தோடு பிணைக்கும் வலை போன்ற பகுதி;** a net-like leaf sheath at the base of the fronds of the palm trees. **2:** (த.வ.) **முட்டாள்தனமாகவோ**

மோசமாகவோ நடந்துகொள்ளும் நபரைத் திட்டு வதற்குப் பயன்படுத்தும் சொல்; fool.

பன்னிப்பன்னி வி.அ. (பே.வ.) *(பெரும்பாலும் சொல், பேசு போன்ற வினைகளுடன் வரும்போது)* **ஒன்றையே திரும்பத்திரும்ப;** repeatedly; over and over again. *கல்யாண விஷயத்தையே பன்னிப்பன்னிப் பேசிக்கொண்டிருக்காதே!*

பன்னிரண்டு பெ. **பதினொன்றுக்கு அடுத்த எண்;** the numeral twelve.

பன்னீர்[1] பெ. **ரோஜா போன்ற பூவின் இதழ்களிலிருந்து தயாரிக்கப்படும் வாசனை நீர்;** rose water; fragrant extract (from rose petals). *திருமணத்துக்கு வருபவர்களைப் பன்னீர் தெளித்து வரவேற்பது வழக்கம்.*

பன்னீர்[2] பெ. **பாலில் எலுமிச்சம்பழச் சாற்றை விட்டு, திரியச் செய்து, வடிகட்டி, கெட்டிப்படுத்தப்பட்ட, உணவுத் தயாரிப்பில் பயன்படும் பண்டம்;** cottage cheese. *பன்னீர் வெப்பத்தில் உருகாது; பாலாடைக் கட்டி உருகும்.*

பன்னீர்ச்செம்பு பெ. *(திருமணம் போன்ற நிகழ்ச்சிக்கு வருபவர்கள்மீது பன்னீர் தெளிக்கப் பயன்படுத்தும்)* **குழல் போன்ற கழுத்துப் பகுதியும் கிண்ணம் போன்ற அடிப்பாகமும் உடைய உலோகப் பாத்திரம்;** sprinkler with a long slender neck for sprinkling rose water.

பன்னீர்ச்செம்பு

பன்னீர் சோடா பெ. (பே.வ.) **இனிப்புச் சுவை உடைய சோடா போன்ற பானம்;** sweet soda water.

பன்னீர்ப் புகையிலை பெ. **வாசனைப் பொருள்கள் கலந்த தூள் புகையிலை;** scented chewing tobacco.

பன்னீர்ப் பூ பெ. **பனிக்காலத்தில் பூக்கும், நல்ல மணமுள்ள, வெண்மையாக இருக்கும் ஒரு வகைப் பூ;** flower of tree jasmine.

பன்னீர் மரம் பெ. **பன்னீர்ப் பூக்களைத் தரும் மரம்;** tree jasmine; Indian zebra wood.

பன்னெடுங்காலமாக வி.அ. (உ.வ.) **மிகப் பழங்காலம் தொட்டு;** from a very early time. *பனை பன்னெடுங்காலமாகத் தமிழகத்தில் வளர்க்கப்படும் மரம்.*

பனங்கட்டி பெ. (இலங்.) **பனைவெல்லம்;** jaggery prepared with palmyra sap. *பனங்கட்டியுடன் புழுக்கொடியல் சாப்பிட நன்றாக இருக்கும்./ நாங்கள் ஒவ்வொரு வருடமும் பனங்கட்டி காய்ச்சுவோம்./ கருப்பனியிலிருந்து பனங்கட்டி காய்ச்சுவார்கள்.*

பனங்களி பெ. (இலங்.) **பனம்பழத்தைப் பிழிந்து எடுக்கும் சாறு;** the juice extracted from ripe palmyra fruit. *பனங்களியில் பணியாரம் செய்யலாம்.*

பனங்கற்கண்டு பெ. **பதநீரைக் காய்ச்சித் தயாரிக்கப்படும், படிக வடிவில் இருக்கும் பழுப்பு நிறக் கற்கண்டு;** sugar crystals, brown in colour, made from palmyra sap.

பனங்கற்றாழை பெ. (இலங்.) *(பனை மரத்தில் மட்டுமே வளரும்)* **ஒரு வகைத் தாவர ஒட்டுண்ணி;** kind of parasite weed (found in palmyra tree). *மரத்தில் ஏற முடியாமல் பனையைச் சுற்றி ஒரே பனங்கற்றாழையாக இருக்கிறது.*

பனங்காடை பெ. *(மாடப்புறா அளவில் இருப்பதும்)* **பறக்கும்போது நீல நிற இறக்கைகள் பட்டைபட்டையாகக் காட்சியளிப்பதும், கரகரவென்ற குரலால் உரத்த சத்தம் எழுப்புவதுமான பறவை;** Indian roller.

பனங்காய் பெ. **உள்ளே மூன்று நுங்குகள் உள்ள, பனை மரத்தின் காய்;** palmyra fruit.

பனங்காய்ப் பணியாரம் பெ. (இலங்.) **பனம்பழத்தைப் பிழிந்து எடுக்கும் சாற்றுடன் மாவும் வெல்லமும் இட்டுப் பிசைந்து செய்யப்படும் பணியாரம்;** sweet dish prepared by adding rice flour and jaggery to the juice of palmyra fruit. *அம்மா பனங்காய்ப் பணியாரம் செய்து தாருங்கள்./ உனக்குப் பனங்காய்ப் பணியாரம் சுடத் தெரியுமா என்று அக்காவிடம் கேட்டான்.*

பனங்கிழங்கு பெ. **பூமியில் புதைத்த பனங்கொட்டையிலிருந்து முளைக்கும், நீளமான கூம்பு வடிவக் கிழங்கு;** the edible shoot growing from palmyra seed.

பனங்குந்து பெ. (இலங்.) **பனம்பழத்திலிருக்கும் நார்;** the fibre of palmyra fruit. *பனம்பழத்தைச் சூப்பினேன். பல்லுக்குள் பனங்குந்து புகுந்துவிட்டது.*

பனங்கூடல் பெ. (இலங்.) **பனங்காடு; பனந்தோப்பு;** palmyra grove. *பனங்கூடல் ஊடாகச் செல்லும் ஒற்றையடிப் பாதையில் நடந்தோம்./ பனங்கூடலில் பனங்காய் பொறுக்கும்போது கவனமாக இரு.*

பனங்கொட்டு பெ. (இலங்.) **பனை மரத்தின் நுனிப் பகுதி;** the top portion of a palmyra tree.

பனஞ்சாறு பெ. **பதநீர்;** palmyra sap.

பனம்பழம் பெ. **இனிப்பும் கசப்பும் கலந்த சுவையோடு நல்ல மணத்துடன் உள்ளே மஞ்சள் நிறத்தில் சாறு நிரம்பிய சதையையும் நாரையும் கொண்டிருக்கும், பனைமரத்தின் பழம்;** palmyra fruit.

பனம்பாணி பெ. (இலங்.) **பதநீரைக் காய்ச்சும்போது பெறப்படும் தெளிந்த கரைசல்;** extract obtained while boiling the sap of palmyra. *பனம்பாணியுடன் வெள்ளரிப் பழம் சாப்பிட்டோம்./ நல்ல பனம்பாணி வாங்கிவைக்க வேண்டும்.*

பனம்பாத்தி பெ. (இலங்.) காண்க: **பாத்தி, 3.**

பனம்பிடுக்கு பெ. **ஆண் பனையின் பூ;** flower of male palmyra.

பனாட்டு பெ. (இலங்.) **பனம்பழத்தின் சாற்றைப் பிழிந்து உலரவைத்துத் தகடு போல் தட்டையாகச் செய்யப்படும் ஒரு வகை உணவுப் பண்டம்;** an eatable made of the juice of palmyra fruit, dried and made flat.

பனி[1] வி. (பனிக்க, பனித்து) **(புற்கள், இலைகள் போன்ற வற்றில் பனி அல்லது கண்களில் கண்ணீர்) துளிர்த்தல்;** (of dew) form pearl-like drops; (of eyes) become moist with tears. இலைகளில் முத்துப்போல் பனித்திருந்த பனித் துளிகள்/ அவள் கண்கள் பனிக்கக் கிளம்பினாள்.

பனி[2] பெ. **1: (குளிர் காலத்தில்) காற்றில் உணர்கிற குளிர்ச்சி அல்லது காற்றில் இறங்குகிற ஈரம்;** chillness; mist; thin fog. இந்தப் பனி பெய்யும் இரவில் ஏன் வெளியே போகிறாய்? **2: நீராவி குளிர்ந்து ஏற்படும் துளி;** dew. இலைகளின் மேல் முத்துமுத்தாகப் பனி காணப்பட்டது. **3: (குளிர் பிரதேசங்களில்) வெண்ணிறத் துகள்களாக மழைபோல் பொழியும் அல்லது வெண்ணிறக் கட்டி யாகப் படிந்திருக்கும் உறைந்த நீர்;** snow; frozen ice. பனி மூடிய மலைச் சிகரங்கள்.

பனி உறைசு மண்டலம் பெ. (பு.வ.) **சூரியனிலிருந்து மிகக் குறைந்த ஒளியைப் பெறும், (அண்டார்ட்டி காவின் தெற்கிலும் ஆர்ட்டிக்கின் வடக்கிலும் சூழ்ந் திருக்கும்) கடும் பனி நிறைந்த பகுதி;** frigid zone.

பனிக்கட்டி பெ. **நீர் உறைந்து கட்டியாகக் காணப்படும் நிலை;** hailstone; ice. பனிக்கட்டி மழை/ பனிக்கட்டியைச் சாக்கில் கட்டிக்கொண்டு வந்தான்.

பனிக்கரடி பெ. **வடதுருவத்துக்கு அருகில் உள்ள பகுதி களில் வாழும், அடர்ந்த வெண்ணிற முடி உடைய ஒரு வகைக் கரடி;** polar bear.

பனிக்காலம் பெ. **மார்கழி முதல் மாசி மாதம் முடிய, இரவில் பனி பெய்யும் காலம்;** the cold season, mid-December to mid-March, in which nights are wet with dew.

பனிக்குடம் பெ. **வயிற்றினுள் கருவையும் கரு மிதக்கும் திரவத்தையும் தாங்கியுள்ள மெல்லிய பை போன்ற பகுதி;** the bag of water (in the womb); amnion.

பனிச்சரிவு பெ. **பனி மூடிய மலையிலிருந்து பாறை யாகப் பெயர்ந்து வரும் பனி;** avalanche. பனிச்சரிவின் காரணமாக இமயமலைச் சாலைகளில் போக்குவரத்துத் தடைப்படுகிறது.

பனிச்சறுக்கு விளையாட்டு பெ. **பிரத்தியேகமான சாத னங்களைக் காலில் அணிந்து, பனிப் பரப்பில் வேக மாகச் சறுக்கிச் சென்று விளையாடும் விளையாட்டு;** skiing. ஐரோப்பிய நாடுகளில் பனிச்சறுக்கு விளையாட்டு மிகவும் பிரபலம்.

பனிச் சிறுத்தை பெ. **இமயமலையில் வாழும் ஒரு வகைச் சிறுத்தை;** snow leopard. அழிந்து வரும் விலங் கினங்களுள் பனிச் சிறுத்தையும் ஒன்று.

பனிநீர் பெ. **(கருவுற்றிருக்கும் பெண்ணின் கருப்பை யில்) கரு அல்லது சிசு மிதந்துகொண்டிருக்கும் பனிக் குடத்தில் நிறைந்திருக்கும் திரவம்;** amniotic fluid.

பனிப்பாறை பெ. **பாறையாக இறுகியிருக்கும் பனிக் கட்டி;** iceberg. துருவப் பகுதிகளில் பல பெரிய பனிப் பாறைகள் மிதந்தவண்ணம் உள்ளன./ பனிப்பாறையில் மோதி மூழ்கிய கப்பல்கள் பல.

பனிப்புகார் பெ. (இலங்.) **பனிக்காலத்தில் காலை நேரத்தில் வெண்ணிறப் புகைபோலக் காணப்படும் நிலை;** mist; fog. இந்தப் பனிப்புகாரில் காரை அவதான மாக ஓட்டு./ பனிப்புகாரில் எதிரில் என்ன வருகிறது என்பதுகூடத் தெரியவில்லை.

பனிப்புயல் பெ. **பனிப்பொழிவுடன் கூடிய புயல்;** snowstorm.

பனிப்பொழிவு பெ. **மிகவும் குளிர்ந்த தட்பவெட்பம் நிலவும் பிரதேசங்களில் மழையைப் போன்று பனிக் கட்டிகள் பொழிதல்;** snowfall.

பனிப்போர் பெ. **நேரடியான மோதலாக வெளிப்படாத உட்பகை;** cold war. விளையாட்டு அமைச்சகத்துக்கும் விளையாட்டு வீரர்களுக்கும் இடையே பனிப்போர் துவங்கியிருக்கிறது.

பனிமனிதன் பெ. **(இமயமலைத் தொடரில் இருப்ப தாக நம்பப்படும்) அடர்ந்த ரோமங்கள் உடைய, மனி தனைவிடப் பெரிய உருவத்தைக் கொண்ட உயிரினம்;** yeti. பனிமனிதனின் காலடிச் சுவடுகளைக் கண்டதாகப் பலர் கூறுகிறார்கள்.

பனிமூட்டம் பெ. **மூடுபனி;** fog; mist. பனிமூட்டம் காரண மாகப் புதுதில்லியில் போக்குவரத்து பெரிதும் பாதிக்கப் பட்டுள்ளது.

பனியன் பெ. **(ஆண்கள்) உடலின் மேல்பகுதியை மறைக்கும் வகையில் தலை வழியாக அணிந்துகொள் ளும், கழுத்துப் பட்டியோ பித்தானோ இல்லாத உள் ளாடை;** vest; undershirt; (in India) banian. உங்களுக்கு வேண்டியது கை வைத்த பனியனா, கை இல்லாத பனியனா?

பனியாறு பெ. **நீர் முழுதும் உறைந்துபோய், மிகமிக மெதுவாக நகரும் ஆறு;** glacier. பல லட்சம் ஆண்டு களுக்கு முன் உலகம் முழுதும் பனியாறுகள் காணப்பட்டன.

பனியுகம் பெ. **(பல்லாயிரக் கணக்கான ஆண்டுகளுக்கு முன்பு) உறைந்த பனிப் பரப்புகள் துருவங்களிலிருந்து நிலநடுக்கோடுவரை பரவியிருந்த நீண்ட காலகட்டங் களுள் ஒன்று;** ice age. பூமியின் வாயு மண்டலத்தில் கரிய மிலவாயு குறைந்தபோது பூமி தன் வெப்பத்தை வெகுவாக இழந்து பனியுகம் தோன்றியிருக்கலாம் என்பது ஒருசிலரின் வாதம்./ பூமி இப்போது மற்றொரு பனியுகம் நோக்கிச் சென்றுகொண்டிருக்கிறது என்று சிலர் கருதுகின்றனர்.

பனிரெண்டு பெ. **காண்க: பன்னிரண்டு.**

பனிவரகு பெ. **வரகு;** common millet.

பனிஸ் பெ. (இலங்.) **பருமனாகவும் மென்மையாகவும் இருக்கும் ஒரு வகை ரொட்டி;** bun.

பனீர் பெ. **காண்க: பன்னீர்[2].**

பனுவல் பெ. (உ.வ.) **நூல்; பிரதி;** book; text.

பனை பெ. **கூரான முனைகளை உடைய ஓலைகளை யும் செதில்செதிலான கறுத்த தண்டுப் பகுதியையும் உடைய ஓர் உயரமான மரம்;** palmyra.

பனை உழவாரன் பெ. **பறக்கும்போது வில்லைப் போன்ற தோற்றம் அளிக்கும் இறக்கைகளையும், கருஞ் சாம்பல் நிறத்தில் பிளவுபட்ட வாலையும் கொண்ட பறவை;** Asian palm swift.

பனை நார் பெ. (ஊரக வ.) **(பனை மட்டையின் மேற் பகுதியில் நாரைக் கிழித்த பிறகு) அடியிலிருந்து கிழிக் கும் மெல்லிய நார்;** strips peeled off from under அகணி in palmyra fronds. கொட்டகை கட்டும்போது மூங்கில் கழிகளைக் கட்டப் பனை நார் உதவும்.

பனையடைப்பு பெ. *(இலங்.)* **பனை மரங்கள் நிறைந்த தோப்பு; பனங்கூடல்;** palm grove. *பனையடைப்புக்குள் முயலும் உடும்புமாக இருக்கின்றன.*

பனையேறிக் கெண்டை பெ. *(மரங்களில் ஏறுதல், காற்றை நேரடியாக சுவாசித்தல் போன்ற தன்மைகளைப் பெற்றிருக்கும்)* **சொரசொரப்பான செதில்களும் கூர்மையான முட்களும் உடைய, முப்பது செ.மீ. நீளம்வரை வளரக்கூடிய (உணவாகும்) ஒரு வகை நன்னீர் மீன்; சென்னல்;** climbing perch. *பனையேறிக் கெண்டை கோடைக் காலத்தில் நீரைத் தேடி தரையில் ஊர்ந்து செல்லும்.*

பனை வாரை பெ. *(ஊரக வ.)* **பனை மரத்தை நீள வாக்கில் அறுத்துச் செத்தித் தயாரிக்கும் பட்டையான சட்டம்;** planks obtained by splitting palmyra trunk lengthwise and dressing. *வீட்டுக் கூரைக்குப் பனை வாரையைப் பயன்படுத்துவார்கள்./ பனை வாரை மூங்கில்போல் கொட்டகைக் காலாகவும் பயன்படும்.*

பனைவெல்லம் பெ. **பனஞ்சாற்றைக் காய்ச்சித் தயாரிக்கும் வெல்லம்; கருப்பட்டி;** jaggery made from palmyra sap.

பஜ்ஜி பெ. **வாழைக்காய், உருளைக்கிழங்கு முதலியவற்றை மெல்லியதாகச் சீவி மிளகாய்த் தூளுடன் கலந்த கடலை மாவில் முக்கி எடுத்து எண்ணெயில் பொரித்துத் தயாரிக்கப்படும் ஒரு தின்பண்டம்;** snack prepared by dipping thin slices of plantain, potato, etc., in flour-paste and then cooking them in oil.

பஜனை பெ. *(பலர் ஒன்றாகச் சேர்ந்து)* **பக்திப் பாடல்களைப் பாடும் ஒரு வழிபாட்டு முறை;** choral rendering of devotional songs. *முன்பெல்லாம் மார்கழி மாதத்தில் அதிகாலையில் வீதிகளில் பஜனை செய்தபடி பக்தர்கள் கூட்டமாக வருவதைக் காணலாம்./ பஜனை கோஷ்டி.*

பஜார் பெ. *(அ.வ.)* **கடைத்தெரு;** bazaar; market place.

பஜாரி பெ. *(த.வ.)* **அற்பமான விஷயத்துக்கும் அடாவடியாகச் சண்டைபோடும் பெண்;** a cantankerous woman. *அந்த பஜாரியிடம் போய் வாயைக் கொடுத்து மாட்டிக் கொண்டாயே!*

பஸ்கானா பெ. *(கோயிலில் சுவாமி சிலைகளுக்கு அணிவிக்கும்)* **சிவப்பு நிறத்தில் அரக்குக் கோடுகளைக் கரையாகக் கொண்ட சிறிய துண்டு அல்லது வேஷ்டி;** small towel&like clothe or வேஷ்டி with parallel red and dark red lines as border used for idols in temples.

பஸ்கி பெ. **முழங்கால் நன்றாக மடங்கும் வகையில் உட்கார்ந்து எழுந்து, தொடர்ந்து பலமுறை செய்யும் உடற்பயிற்சி;** the physical exercise of squatting and standing alternately.

பஸ்பம் பெ. **1:** *(சித்த.)* **புடம்போடுவதன்மூலம் பெறப்படும் வெள்ளை நிற மருந்து;** (in the Siddha system of medicine) calcined powder. *தங்க பஸ்பம்.* **2:** *(அ.வ.)* **சாம்பல்;** ash. *வீடு, சாமான் எல்லாம் எரிந்து பஸ்பம் ஆகி விட்டது.*

பா பெ. *(உ.வ.)* **(யாப்பிலக்கணப்படி எழுதப்பட்ட) பாட்டு; செய்யுள்;** poem; verse (composed following rules of prosody). *வெண்பா, ஆசிரியப்பா, கலிப்பா, வஞ்சிப்பா என்னும் நால் வகைப் பாக்கள்.*

பாக்கி பெ. **1:** *(பணம் குறித்து வரும்போது)* **செலவழிந்தது போக மிச்சமாக இருப்பது; மீதி;** balance. *'கொடுத்த பத்து ரூபாயில் பாக்கி எங்கே?' என்று கேட்டார்.* **2:** *(இருக்க வேண்டிய அல்லது வர வேண்டிய ஆட்களை, பொருள்களைக் குறித்து வரும்போது)* **மீதி;** the rest. *பாக்கி ஆட்கள் எல்லாம் நாளைதான் வருவார்கள்./ பாக்கி சாமான்கள் எங்கே?* **3: மேலும் செலுத்தப்பட வேண்டியிருப்பது;** (of accounts) balance; dues; arrears. *அவனிடம் பணம் பாக்கி நிற்கிறது, வாங்கி வா./ மின் கட்டணப் பாக்கிக்காக மின் இணைப்பைத் துண்டித்துவிட்டார்கள்.* **4:** *(ஒரு செயலில் செய்ததுபோக)* **எஞ்சியிருப்பது; மீதி; மிச்சம்;** the rest; remainder. *பாக்கிக் கதையை நாளை சொல்லு!/ வாழ்க்கையில் அனுபவிக்க வேண்டியவை எவ்வளவோ பாக்கி இருக்கின்றன./ எல்லா வேலையும் முடிந்தது; நீங்கள் வந்து கடையைத் திறந்து வைக்க வேண்டியதுதான் பாக்கி.* **5: ஒருவரோ ஒன்றோ விடுபட்டுவிடாமல் இருக்கும் நிலை;** (usually in the negative) omission. *ஒருவர் பாக்கி விடாமல் எல்லோரிடமும் விஷயத்தைச் சொல்லிவிட்டான்./ ஒரு இடம் பாக்கியில்லாமல் எங்கும் தேடிவிட்டேன்; சாவி கிடைக்கவில்லை.*

பாக்கியம் பெ. **பேறு; புண்ணியம்;** one's good fortune. *இந்த மகானைச் சந்தித்ததைப் பெரும் பாக்கியமாகக் கருதுகிறேன்.*

பாக்கியவதி பெ. **பாக்கியம் பெற்றவள்;** blessed woman.

பாக்கியவான் பெ. **பாக்கியம் பெற்றவர்;** blessed man; fortunate man.

பாக்கு பெ. *(வெற்றிலையுடன் சேர்த்து மெல்லும்)* **துவர்ப்புச் சுவையுடைய உருண்டையான ஒரு வகைக் கொட்டை/மேற்குறிப்பிட்ட கொட்டை காய்க்கும் மரம்;** areca nut/areca palm.

பாக்கு வெட்டி பெ. *(பாக்கு வெட்டுவதற்குப் பயன்படும்)* **சற்றுத் தட்டையான அடிப்பகுதியையும் வெட்டுவதற்கு ஏற்ற கூர்மை உடைய மேற்பகுதியையும் கொண்ட சாதனம்;** an instrument for slicing areca nut; nutcracker.

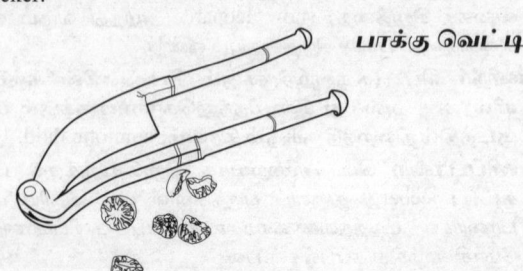

பாக்கு வெட்டி

பாகப்பிரிவினை பெ. **உரிமையாளர்கள் தங்கள் பொதுவான சொத்தைப் பிரித்துக்கொள்ளும் முறை;** partition (of jointly owned property). *பாகப்பிரிவினையில் எனக்கு இந்த வீடு கிடைத்தது./ இன்னும் பாகப்பிரிவினை நடக்*

காத கூட்டுக்குடும்பம் இது./ இப்போது பாகப்பிரிவினை செய்வதில் அப்பாவுக்கு விருப்பம் இல்லை./ அந்த நிறுவனத்தின் வெளிநாட்டு மற்றும் இந்திய உரிமையாளர்கள் தங்களுக்குள் பாகப்பிரிவினை செய்துகொண்டதாக ஒரு பேச்சு அடிபடுகிறது.

பாகம்[1] பெ. 1: **(இயந்திரம், உடல் முதலியவற்றில்) குறிப்பிட்ட செயலைச் செய்யும் பகுதி; உறுப்பு;** part (of a machine, etc.,). வெடித்துச் சிதறிய விமானத்தின் பாகங்களைத் தேடும் பணி நடைபெறுகிறது./ இயந்திரத்தின் ஒரு பாகம் பழுதாகியிருக்கிறது./ மனித உடலில் சில பாகங்கள் பழுதானால் அதை மாற்றும் அளவுக்கு மருத்துவம் முன்னேறியிருக்கிறது./ கரப்பான்பூச்சியின் படம் வரைந்து பாகங்களைக் குறிக்க வேண்டும்./ பூ என்பது தாவரத்தில் இனப்பெருக்கத்துக்கான பாகம் ஆகும். 2: **ஒன்றைக் குறிப்பிட்ட விகிதத்தில் பிரிப்பதால் கிடைக்கும் அளவு; பங்கு;** part; piece. பூமியின் மேற்பரப்பில் நான்கில் மூன்று பாகம் நீரால் சூழப்பட்டிருக்கிறது./ மரச்சட்டத்தை மூன்று பாகமாக அறுத்தார்கள்./ இந்த வீட்டில் எனக்கும் ஒரு பாகம் உள்ளது. 3: **(நாடு, உலகம் போன்றவற்றைக் குறித்து வரும்போது) பகுதி; பிரதேசம்;** region; place. பூமியின் சுழற்சியால் உலகின் பல பாகங்களிலும் மாற்றங்கள் ஏற்படுகின்றன./ தகவல் தொழில்நுட்பத்தில் ஏற்பட்டுள்ள புரட்சியால் நாட்டின் பல பாகங்களுக்கும் செய்திகள் அனுப்புவது எளிதாகியுள்ளது. 4: **(வெவ்வேறு சமயத்தில் தொடர்ச்சியாக வெளியிடப்படும் ஒரு திரைப்படத்தின் அல்லது நாடகத்தின்) வெவ்வேறு பகுதிகளுள் ஒன்று; (நூலின்) உட்பிரிவாக அமையும் ஒரு பகுதி;** part (of a film or drama); any of several volumes of a book. இந்த நாவல் மூன்று பாகங்களாக வெளிவந்துள்ளது./ டால்ஸ்டாயின் 'போரும் அமைதியும்' என்ற நாவல் இரண்டு பாகங்களாகத் திரைப்படமாக்கப்பட்டிருக்கிறது. 5: (அ.வ.) **(நாடகம், கூத்து போன்றவற்றில்) பாத்திரம்; வேடம்;** role; part (in a drama, etc.,). நாடகத்தில் கிருஷ்ணன் பாகத்தை ஏற்று நடித்துப் புகழ்பெற்றவர்.

பாகம்[2] பெ. (வ.வ.) **நான்கு முழ அளவு;** (roughly) four cubits.

பாகல் பெ. **சிறுசிறு புடைப்புகளைக்கொண்ட, மிகுந்த கசப்புச் சுவை உடைய (சமையலுக்குப் பயன்படும்) ஒரு காய்/இந்தக் காயைத் தரும் ஒரு வகைக் கொடி;** bitter-gourd (the fruit and the plant). பாகல் கொடியை இழுத்துக் கட்டு./ தோட்டத்தில் பாகலும் பூசணியும் போட்டிருக்கிறேன்.

பாகவத மேளா பெ. **(தஞ்சாவூர்ப் பகுதியில் சில கிராமங்களில்) ஆண்டுக்கு ஒரு முறை (பெரும்பாலும்) தெலுங்கில் எழுதப்பட்ட புராண நாடகங்களை இறைவனுக்கு அர்ப்பணமாக நடித்துக்காட்டும் திருவிழா;** an annual festival of drama, celebrated as a dedication, using mostly Telugu plays on mythical subjects in certain villages around Thanjavur. மெலட்டூர் பாகவத மேளாவில் பக்த பிரகலாதா நாடகம் வெகு அற்புதம்./ இன்று பாகவத மேளாவில் வள்ளி திருமண நாடகம் நடைபெறும் என்று அறிவிக்கப்பட்டிருந்தது.

பாகவதர் பெ. 1: (அ.வ.) **(இசை) தொழில்முறைக் கர்நாடக இசைப் பாடகர்;** professional vocalist of Carnatic music. 2: **சமயச் சார்பான கதைகளை வசனத்திலும் இசையிலும் எடுத்துக் கூறுபவர்; கதாகாலட்சேபம் செய்பவர்;** one who gives religious discourses interspersed with songs.

பாகற்காய் பெ. **பாகல் கொடியில் காய்க்கும் காய்;** bitter-gourd.

பாகன் பெ. 1: **யானையைத் தன் கட்டளைப்படி செயல்பட பழக்கிவைத்திருப்பவர்;** mahout. 2: **(முற்காலத்தில்) தேர் ஓட்டுபவன்; சாரதி;** (in former times) charioteer.

பாகஸ்தன் பெ. **(சொத்தில் அல்லது நிறுவனம் போன்றவற்றில்) பங்கு உடையவன்;** one who has a share (in a property); partner (in a business venture). என் தம்பி இந்தத் தோட்டத்தின் இன்னொரு பாகஸ்தன்./ தொழிற்சாலையின் பாகஸ்தர்களில் இவரும் ஒருவர்.

பாகு பெ. **காய்ச்சிய கரும்புச் சாறு, பதநீர், சர்க்கரை அல்லது வெல்லக் கரைசல்;** treacle; molasses; sugar syrup. சீனிப் பாகில் தோய்த்துச் செய்த பண்டம்.

பாகுநிலை பெ. (இயற்.) **ஒரு திரவத்தின் பாகு போன்ற தன்மையின் அடர்த்தி;** viscosity.

பாகுபடுத்து வி. (-படுத்த, -படுத்தி) **வேறுபடுத்துதல்; வேறுபடுத்திப் பிரித்தல்;** classify; sort out; differentiate. எதற்காக ஏழை பணக்காரன் என்று பாகுபடுத்திப் பேசுகிறாய்?/ மூளை செய்திகளைப் பாகுபடுத்தி நம்மை உணரச் செய்கிறது.

பாகுபாடு பெ. **வேறுபாடு தெரியும் வகையில் பிரிக்கும் பிரிவு; வேற்றுமை;** difference; classification; distinction. ஆண், பெண் என்ற பாகுபாடு இல்லாமல் எல்லோரிடமும் சகஜமாகப் பழகுவார்./ அதிகாரி, தொழிலாளி என்ற பாகுபாடெல்லாம் இந்தத் தொழிற்சாலையில் கிடையாது.

பாகை பெ. **கோணத்தை அளக்கப் பயன்படும் அலகு; வட்டத்தின் 360 சமபாகங்களில் ஒரு பாகம்;** degree (a unit for measuring angles).

பாகைமானி பெ. **(கோணத்தை வரையவும் அளக்கவும் பயன்படும்) பாகைகள் குறிக்கப்பட்டு அரைவட்ட வடிவில் இருக்கும் கருவி;** protractor.

பாங்கு[1] பெ. (-ஆக, -ஆன) 1: **(செயலைச் செய்யும்) முறை; விதம்;** way; manner (of doing sth.). அவர் விருந்தினர்களை உபசரிக்கும் பாங்கே தனி./ சங்ககாலப் பாடல்களில் இயற்கைக் காட்சிகளைச் சித்தரிக்கும் பாங்கு சிறப்பானது. 2: **பக்குவம்; நயம்;** grace; tact. பாங்காகப் பேசிக் காரியத்தை முடித்துவிடு./ ராக ஆலாபனை பாங்காக இருந்தது. 3: **(முன்வரும் பெயர்ச்சொல் குறிப்பிடப்படும்) தன்மை நிறைந்தது;** being of the nature specified. மணல் பாங்கான பூமி/ குடும்பப் பாங்கான கதை/ கட்டுரை இன்னும் கொஞ்சம் விமர்சனப் பாங்குடன் இருந்திருக்கலாம்.

பாங்கு[2] பெ. (இஸ்.) காண்க: **வாங்கு**[3].

பாச்சா[1] பெ. *(பே.வ.)* **(எதிராளியை நிலைகுலையச் செய்யும் வகையில்) வலிமை, திறமை இருப்பது போன்ற பாவனை; சாமர்த்தியமான செயல்பாடு;** bluff; dodge. *சும்மா பாச்சா காட்டுகிறான் பயந்துவிடாதே!/ அவனிடம் உன் பாச்சா பலிக்காது.*

பாச்சா[2] பெ. காண்க: **பாச்சை.**

பாச்சா உருண்டை பெ. காண்க: **பாச்சை உருண்டை.**

பாச்சை பெ. 1: **(பெரும்பாலும் வீடுகளில் காணப்படும்) தத்திச் செல்லும் ஒரு வகைப் பழுப்பு நிறப் பூச்சி;** house cricket. 2: *(வ.வ.)* **கரப்பான்பூச்சி;** cockroach.

பாச்சை உருண்டை பெ. **(துணி, காகிதம் முதலிய வற்றைப் பாச்சை போன்ற பூச்சிகள் அரித்துவிடாமல் தடுக்கப் பயன்படும்) வெள்ளை நிறத்தில் ஒருவித நெடி உடையதாக இருக்கும் ரசாயனப் பொருளால் ஆன சிறிய உருண்டை;** naphthalene ball; mothball.

பாசக்கயிறு பெ. **(புராணத்தில்) மனிதரின் உயிரைப் பறிக்க எமன் பயன்படுத்தும் சுருக்குக் கயிறு;** rope with a noose said to be in the hands of Yama, the god of death.

பாசந்தி பெ. **சுண்டக் காய்ச்சிய பாலில் படியும் பாலாடையுடன் சீனி சேர்த்து (குளிரவைத்து) உண்ணும் இனிப்பு வகை;** thick cream of milk with sugar (served cold); (in India) basundi.

பாசம் பெ. *(-ஆக, -ஆன)* 1: **இரத்த சம்பந்தமுடைய உறவினருக்கிடையே ஏற்படும் இயற்கையான பிணைப்பு; அன்பு;** affection; attachment. *தங்கையை மிகுந்த பாசத்தோடு வளர்த்தான்./ தாய்ப் பாசம் அவளை அவ்வாறு பேச வைத்தது./ என்னுடன் அவன் பாசமாகப் பழகினான்./ ஒரு பாசமான வார்த்தையை அவனிடமிருந்து நான் கேட்டதில்லை.* [*(தொ.சொ.)* **அன்பு/ காதல்/ பக்தி/ பற்று**] 2: **(உலக) பற்று;** (worldly) attachment. 3: **(சைவ சித்தாந்தத்தில்) ஆன்மா இறைவனுடன் கலப்பதற்குத் தடையாக இருந்து அதைக் கட்டுப்படுத்துவது;** (in Saiva Siddhanta) that which binds and hinders the soul from finding release in union with god.

பாசறை பெ. 1: **(முற்காலத்தில்) போரிடச் செல்லும் அரசர் அல்லது தளபதி தங்கள் படைகளின் நடுவே தங்கியிருக்க அமைத்துக்கொண்ட அமைப்பு;** encampment. 2: **ராணுவ வீரர்கள் தங்கியிருக்கும் இடம்;** barracks. *ராணுவம் பாசறைக்குத் திரும்பினால்தான் சகஜ வாழ்க்கைக்கு வழி ஏற்படும்./ (உரு வ.) பகுத்தறிவுப் பாசறையிலிருந்து வந்தவர்.*

பாசனம் பெ. **(பாய்ச்சுதல், இறைத்தல், தெளித்தல் முதலிய முறைகளில்) பயிர்களுக்கு நீர் தரும் முறை;** irrigation. *எங்கள் ஊரில் கிணற்றுப் பாசனம்/ பாசன வசதி இல்லாத நிலங்கள் மழையை நம்பியிருக்கின்றன./ பாசன ஏரி.*

பாசாங்கு பெ. 1: **ஒரு செயலைச் செய்வதாகத் தோற்றம் தரும் நடிப்பு;** pretence; dissimulation. *ஆள் வரும் சத்தம் கேட்டதும் தூங்குவது போல் பாசாங்கு பண்ணினான்./ படிப்பதுபோல் பாசாங்கா செய்கிறாய்?* [*(தொ.சொ.)* **நடிப்பு/ பசப்பு/ வேஷம்**] 2: **மனத்தில் ஒன்றை நினைத்துக்கொண்டு வெளியே வேறொன்று பேசும் விதம்;** hypocrisy. *உதவிசெய்வதுபோல் பேசுவார். ஆனால் எல்லாம் பாசாங்கு.*

பாசி[1] பெ. **(நீரில் அல்லது தொடர்ந்து நீர் படும் இடங்களில்) கரும் பச்சை நிறத்தில் படர்ந்து வளரும் ஒரு வகைத் தாவரம்;** moss. *படிக்கட்டில் ஜாக்கிரதையாகக் கால் வை. பாசி வழுக்கும்.*

பாசி[2] பெ. காண்க: **பாசிமணி.**

பாசிசம் பெ. **அனைத்து முக்கியத் தொழில்களையும் தன் முழுமையான கட்டுப்பாட்டில் வைத்துக்கொண்டும், எந்த வகையிலும் எதிர்ப்பே எழாத வகையில் அடக்குமுறையைப் பிரயோகித்தும் நடத்தும் ஆட்சி முறை;** Fascism.

பாசிப்பயறு பெ. **பச்சை நிற மேல்தோலை உடைய உருண்டையான சிறிய பயறு;** greengram.

பாசிப்பருப்பு பெ. **உடைத்த பாசிப்பயறு;** greengram split in half.

பாசிமணி பெ. **ஒரு வகை மண்ணால் செய்யப்பட்ட, பீங்கான் போன்ற பளபளப்பான தன்மை உடைய மணி;** beads made of a kind of clay (used for making necklace). *அவள் கழுத்தில் பாசிமணி மாலை.*

பாசுமதி பெ. **சமைத்தால் மணம் வீசும், புலவு போன்றவற்றைச் செய்வதற்கு உகந்த, (வடமாநிலங்களில் விளையும்) விலை உயர்ந்த, சன்னமான அரிசி;** a variety of rice, thin, fragrant, expensive and suitable for making *புலவு;* (in India) basmati rice.

பாசுரம் பெ. **(திருமாலின் மேல் ஆழ்வார்கள் பாடிய) பக்திப் பாடல்;** hymn (on Vishnu composed by the Alwars). *ஆண்டாள் பாசுரம்.*

பாட்டடியாக வி.அ. *(இலங்.)* **தரையில் கிடையாக;** (lie, lay or fall) flat. *தம்பி பாட்டடியாக விழுந்தான்./ மூட்டையைத் தலையில் வைத்துக்கொண்டிருக்காமல் பாட்டடியாகப் போடு.*

பாட்டம்[1] பெ. 1: *(பே.வ.)* **(மழையைக் குறித்து வரும் போது) (தொடர்ந்து, விடாமல்) (ஒரு) முறை;** a fall of rain. *மழை ஒரு பாட்டம் பெய்து ஓய்ந்தது./ (உரு வ.) நீண்ட நாள் கழித்து வீட்டுக்கு வந்த நண்பன் தன் கஷ்டங்களைப் பாட்டம்பாட்டமாகப் புலம்பித் தீர்த்தான்.* 2: *(இலங்.)* **(பறவைகளின்) கூட்டம்; தொகுதி;** throng. *குருவிகள் பாட்டம்பாட்டமாக வந்தன.*

பாட்டம்[2] பெ. *(வ.வ.)* **(நில) குத்தகை/குத்தகைப்படி தர வேண்டிய நெல்;** lease of land/the rent paid by the tenant as a certain quantity of grain. *வறட்சி காரணமாக விவசாயிகள் பாட்டம் அளக்கவில்லை.*

பாட்டன் பெ. **பெற்றோரின் தந்தை; தாத்தா;** grandfather. *பாட்டன் வீடு.*

பாட்டாளி பெ. **உடல் உழைப்பை நம்பி வாழ்க்கை நடத்துபவர்; உழைப்பாளி;** worker; labourer. *பாட்டாளி மக்கள்/ பாட்டாளி வர்க்கம்.*

பாட்டி பெ. 1: **பெற்றோரின் தாய்;** grandmother. *இந்த வீடு என் பாட்டி வழிச் சொத்து.* 2: **வயது முதிர்ந்த பெண்**

மணியை அழைக்கப் பயன்படுத்தும் சொல்; a term of address for an old woman. பாட்டி! என்னை நினைவிருக்கிறதா?/ பக்கத்து வீட்டுப் பாட்டியைக் கூப்பிடு.

பாட்டிமை பெ. **பிரதமை;** first day after newmoon and also after full moon.

பாட்டில் வி.அ. காண்க: **பாட்டுக்கு.**

பாட்டி வைத்தியம் பெ. **(நோய்களுக்கு) அனுபவத்தின் வாயிலாகத் தெரிந்து கைப்பக்குவமாகச் செய்யும் வைத்தியம்; கைவைத்தியம்;** household remedy.

பாட்டு பெ. 1: **வாய்ப்பாட்டு;** vocal music. என் மகள் ஐந்து வயதிலிருந்தே பாட்டுக் கற்றுக்கொள்கிறாள். 2: **(இசை) ராகத்தில் அல்லது மெட்டில் அமைந்திருப்பது;** music. எனக்குப் பாட்டு வராது./ அவள் வானொலியில் பாட்டு கேட்டுக் கொண்டிருந்தாள். 3: **பாடல்;** song. எந்த இடத்துக்குப் போனாலும் சினிமாப் பாட்டுதான் கேட்கிறது./ இன்னொரு முறை அந்தப் பாட்டைப் போடு. 4: **(படிப்பதற்காக எழுதப்பட்ட) கவிதை; செய்யுள்;** text of a song; poem. தத்துவக் கருத்துகள் நிறைந்த பட்டினத்தார் பாட்டு. 5: (பே.வ.) **(தொடர்ந்து வரும்) வசை; திட்டு;** shower of abuse; lengthy scolding. நேரம் கழித்துச் சென்றால் மனைவியிடம் பாட்டு வாங்க வேண்டியிருக்கும்.

பாட்டுக்கு இ.சொ. (பே.வ.) **'பிறரால் அல்லது பிறவற்றால் பாதிக்கப்படாமல் தன் போக்கில்' என்ற பொருளில் பயன்படுத்தப்படும் இடைச்சொல்;** particle used in the sense of 'unmindful (of external circumstances, etc.,)'. யார் பேசுவதையும் கவனிக்காமல் அவன் பாட்டுக்குப் போய்விட்டான்./ பேச வேண்டாம் என்று சொல்லியும் நீ பாட்டுக்குப் பேசிக்கொண்டே போகிறாயே!/ யார் வந்தால் என்ன, வராவிட்டால் என்ன? வேலை பாட்டுக்கு நடக்கும்.

பாட்டை பெ. (பே.வ.) **பாதை; வழி;** way; path. ராஜ பாட்டை இருக்கும்போது குறுக்கு வழி எதற்கு?

பாடகன் பெ. **பாடுவதைத் தொழிலாகக் கொண்டவன்;** male singer.

பாடகி பெ. **பாடுவதைத் தொழிலாகக் கொண்டவள்;** female singer.

பாடசாலை பெ. **பள்ளிக்கூடம்;** school.

பாடத்திட்டம் பெ. **கல்வி நிறுவனங்களில் வகுப்புவாரியாகக் கற்பிக்கப்பட வேண்டிய பாடங்கள், அவற்றைக் கற்பிக்கும் முறை, கால அளவு போன்றவை வகுக்கப்பட்ட திட்டம்;** syllabus (for a course of study).

பாடநூல் பெ. **மாணவர்களுக்கு ஒரு குறிப்பிட்ட பாடத்தைக் கற்றுக்கொடுப்பதற்காக உருவாக்கப்பட்ட புத்தகம்;** textbook.

பாடப் புத்தகம் பெ. **பாடநூல்;** textbook.

பாடபேதம் பெ. **ஒரு நூலின் எழுத்து, சொல், தொடர் முதலியவை பல பதிப்புகளில் வெவ்வேறாகக் காணப்படும் நிலை;** variant reading of a text; textual variation.

பாடம்¹ பெ. 1: **மாணவர்களுக்குக் கற்பிக்கப்படும் பல துறைகளில் ஒன்று;** subject. கணிதம், இயற்பியல், வேதியியல் ஆகிய மூன்று பாடங்களிலும் இருநூறுக்கு இருநூறு எடுத்த மாணவர் இவர்தான்./ சமஸ்கிருதத்தைச் சிறப்புப் பாடமாக எடுத்திருக்கிறேன். 2: **பாடநூலின் உட்பிரிவு;** lesson. இந்தப் பாடநூலில் மொத்தம் இருபது பாடங்கள் உள்ளன. 3: **(காவியம், நாடகம், செய்யுள் போன்றவற்றின்) எழுத்துப் பிரதி;** text (of a literary composition). நாட்டுப்புறக் கலைகளுக்கு மரபு ரீதியான பாடம் என்பது கிடையாது./ நான் கற்றுக்கொண்ட பாடத்தில் நீங்கள் சொல்லும் தகவல் இல்லை. 4: **(வரலாறு, நிகழ்ச்சி, அனுபவம் போன்றவற்றிலிருந்து ஒருவர்) எதைச் செய்ய வேண்டும் அல்லது எதைச் செய்யக் கூடாது என்று கற்றுக்கொள்வது; படிப்பினை;** lesson (that one learns by experience or by observation). அவருடைய தியாக வாழ்க்கை நமக்கெல்லாம் ஒரு பாடம். 5: **மனப்பாடம்;** text committed to one's memory. குறள் முழுவதும் அவருக்குப் பாடம்.

பாடம்² பெ. **(மனித உடல், விலங்கின் தோல், புகையிலை முதலியவை) கெட்டுப்போகாமல் நீண்ட நாள் இருக்க வேதிப்பொருள்களைப் பயன்படுத்திப் பாதுகாக்கும் முறை;** embalming of corpse; (of hide) tanning, curing, etc.,; stuff the skin of dead animals. பல வகை விலங்குகள் பாடம் செய்யப்பட்டு அருங்காட்சியகத்தில் வைக்கப்பட்டிருக்கின்றன.

பாடம் எடு வி. (எடுக்க, எடுத்து) **(கல்விக்கூடத்தில்) பாடத்தை விளக்கிச் சொல்வதன் மூலம் கற்பித்தல்; பாடம் நடத்துதல்;** take a class (in an educational institution). மணி அடித்ததுகூடத் தெரியாமல் கணக்கு ஆசிரியர் உற்சாகமாகப் பாடம் எடுத்துக்கொண்டிருந்தார்.

பாடம் கற்பி வி. (கற்பிக்க, கற்பித்து) **(தவறாகவோ முறையற்ற விதத்திலோ நடந்து கொள்பவருக்கு ஒன்று அல்லது ஒருவர்) படிப்பினையைத் தருதல்;** to teach s.o. a lesson. அலட்சியமாகத் தேர்வு எழுதியவனுக்கு அதன் முடிவு நல்ல பாடம் கற்பித்தது./ வரும் தேர்தலில் மக்கள் பிற்போக்குச் சக்திகளுக்குப் பாடம் கற்பிப்பார்கள்.

பாடம் கற்றுக்கொள் வி. (-கொள்ள, -கொண்டு) **(ஒரு நிகழ்விலிருந்தோ செயலிலிருந்தோ ஒரு) படிப்பினையைப் பெறுதல்;** learn one's lesson.

பாடம்கேள் வி. (-கேட்க, -கேட்டு) **(முன்னாளில்) ஒரு ஆசிரியரிடம் குறிப்பிட்ட நூலை அல்லது நூலின் பகுதியைக் கற்றுக்கொள்ளுதல்;** (in olden days) learn a text or a part of a text from a teacher. கம்பராமாயணத்தில் சில காண்டங்களை என் பெரியப்பாவிடம் பாடம் கேட்டேன்.

பாடம்செய்¹ வி. (-செய்ய, -செய்து) **(மனத்தில் பதியும் வரை) ஒரு பாடலை அதற்கு உரிய ராகத்தோடும் தாளத்தோடும் மனப்பாடம் செய்தல்;** to learn by rote (a music composition). குரு அன்று கற்றுத் தந்த கீர்த்தனையைப் பாடம்செய்தால் ஒழிய அவளுக்கு உறக்கம் வராது.

பாடம்செய்² வி. (-செய்ய, -செய்து) **(மனித உடல், விலங்கின் தோல், புகையிலை முதலியவை) கெட்டுப்போகாமல் நீண்ட நாட்கள் இருக்கும் வகையில்**

வேதிப்பொருள்களைக் கொண்டு பாதுகாத்தல்; embalm; tan; cure.

பாடம்சொல் வி. (-சொல்ல, -சொல்லி) (அ.வ.) **(முறையான பள்ளிகளோ ஆசிரியரோ இல்லாத காலத்தில்) ஒருவருக்குத் தமிழறிஞர் நேரடியாகப் பாடம் கற்பித்தல்;** (in former days) (of a traditional scholar) teach a student on a one-to-one basis. உ.வே. சாமிநாதையருக்குப் பாடம் சொல்லித்தந்தவர் மீனாட்சி சுந்தரம் பிள்ளை அவர்கள்.

பாடம் புகட்டு வி. (புகட்ட, புகட்டி) காண்க: **பாடம் கற்பி.**

பாடமாக்கு வி. (-ஆக்க, -ஆக்கி) (இலங்.) **மனப்பாடம் செய்தல்; மனனம் செய்தல்;** memorise. இந்தச் செய்யுளை எல்லோரும் நாளை பாடமாக்கிக்கொண்டு வர வேண்டும் என்று ஆசிரியர் மாணவர்களிடம் சொன்னார்.

பாடல் பெ. பாட்டு **(என்பதன் முதல் இரு பொருள்களிலும்);** (in the first two senses of) பாட்டு.

பாடல் பெற்ற பெ.அ. (சைவ, வைணவத் தலங்களைக் குறிப்பிடும்போது) **நாயன்மார்கள் அல்லது ஆழ்வார்களால் பாடல் இயற்றப்பட்ட பெருமை உடைய;** (of Saivaite or Vaishnavaite places of worship) having the distinction of being hymned by saint-poets, etc., நாயன்மார்களின் பாடல் பெற்ற தலங்களில் இதுவும் ஒன்று.

பாடவிதானம் பெ. (இலங்.) **பாடத்திட்டம்;** curriculum.

பாடவேளை பெ. **(கல்வி நிறுவனங்களில்) ஒரு பாடத்தைக் கற்றுத் தர அட்டவணைப்படி பிரிக்கப்பட்ட கால அளவு;** period of instruction (in an educational institution). எங்களுக்குத் தினமும் முதல் பாடவேளை தமிழ் ஆகும்.

பாடாந்தரம் பெ. (இசை) **(இசையை) ஒரு குறிப்பிட்ட கலைஞரிடமோ அவர் வழியில் அல்லது பரம்பரையில் வந்த ஒருவரிடமோ கற்றுக்கொண்ட பாட அமைப்பு முறை;** characteristic of a particular school of music, dance, etc.,

பாடாய்க் கிட வி. (கிடக்க, கிடந்து) (இலங்.) **(ஒருவர் நோயால்) கடுமையாகப் பாதிக்கப்பட்டு இருத்தல்;** be severely ill. தாத்தா ஒரு மாதமாகப் பாடாய்க் கிடக்கிறார்./ பாடாய்க் கிடப்பவருக்கு நாம்தானே பக்கத் துணையாய் இருக்க வேண்டும்.

பாடாய்ப் படுத்து வி. (படுத்த, படுத்தி) (பே.வ.) (பொதுவாகக் குழந்தைகள், சிறுவர்கள் ஆகியோரைக் குறித்து வரும்போது) **(ஒருவருக்கு) கடும் எரிச்சல் அல்லது கோபம் ஏற்படும் அளவுக்குத் தொந்தரவு தருதல்; (ஒருவரின்) பொறுமை எல்லை மீறும் அளவுக்குத் தொல்லை அளித்தல்;** harass; annoy; vex. என்னைப் பாடாய்ப் படுத்தாமல் கொஞ்சம் நேரம் சும்மாயிரு./ பள்ளிக்கூடம் மட்டும் இல்லையென்றால் இந்தச் சிறுசுகள் நம்மைப் பாடாய்ப் படுத்திவிடுகிறார்கள்.

பாடாவதி பெ. (-ஆக, -ஆன) (பே.வ.) **தரக்குறைவானது; மட்ட ரகமானது;** being useless; being lousy. இந்தப் பாடாவதிப் படத்திற்கு வந்திருக்கவே வேண்டாம்./ பாடாவதியான வீடு.

பாடாவறுதி பெ. (இலங்.) **1: பெரும் துன்பம்; கடுமையான கஷ்டம்;** acute suffering. அவன் மரத்திலிருந்து கீழே விழுந்து பாடாவறுதியாகப் படுக்கையில் கிடக்கிறான். **2: கடும் நஷ்டம்;** heavy loss. இந்த வருடம் தொழில் பாடாவறுதியாகப் போய்விட்டது.

பாடி (b-) பெ. (பே.வ.) **(பெண்கள்) மார்புப் பகுதியில் அணியும் உள்ளாடை;** brassiere; bra.

பாடு[1] வி. (பாட, பாடி) **1: (பாடலை) இசையோடு குரல்மூலம் வெளிப்படுத்துதல்;** sing. அந்தப் பாட்டை இன்னொரு முறை பாடு./ குழந்தையைத் தாலாட்டுப் பாடித் தூங்கவைத்தாள்./ (உரு. வ.) தலைவரின் புகழ் பாடும் தொண்டர்கள். **2: (கவிதை, செய்யுள் போன்றவை) படைத்தல்; எழுதுதல்;** compose a poem or verse. மன்னனின் வெற்றியைப் பாடிய புலவர்கள் பலர்./ கவி பாடும் திறமை அனைவருக்கும் கிட்டுவதில்லை.

பாடு[2] பெ. **1: (குறிப்பிட்ட காரியத்திற்காக ஒருவர் மேற்கொள்ள வேண்டிய) பொறுப்பு;** (one's) responsibility; business. உனக்கு ஒரு கடையை வைத்துக்கொடுத்துவிட்டேன். ஒழுங்காக நடத்துவது உன் பாடு./ பிரச்சினையைப் பேசித் தீர்த்துக்கொள்வது அவர்கள் பாடு. **2: (குறிப்பிட்ட சூழலில் ஒருவரின்) நிலைமை;** (one's) lot; condition. கணவன் மனைவி சண்டையைத் தீர்க்கப்போய் என் பாடு திண்டாட்டமாகிவிட்டது./ வேலை கிடைத்துவிட்டதா? உன் பாடு கொண்டாட்டம்தான்./ மழை வந்துவிட்டால் நடைபாதையில் வசிப்போர் பாடு கஷ்டம்! **3: (அனுபவிக்கும்) சிரமம்; கஷ்டம்;** struggle. தண்ணீர் பிடிப்பதற்குள் நாங்கள் படும் பாடு! **4: வாழ்க்கை; இருக்கும் நிலைமை;** one's lot in life. எனக்கு யாரும் உதவ வேண்டாம். என் பாட்டை நான் பார்த்துக்கொள்கிறேன்./ என் பாட்டை நான் யாரிடம் போய்ச் சொல்ல முடியும்?/ என்னோடு ஒப்பிட்டால் உன் பாடு எவ்வளவோ தேவலை. **5:** (பெயரெச்சத்தின் பின் எதிர்மறைச் சொல்லோடு வரும்போது) **எதிர்பார்த்த ஒன்று நிகழாததையோ விரும்பத் தகாத நிலை தொடர்ந்து நீடிப்பதையோ தெரிவிக்கப் பயன்படுத்தும் சொல்;** (always in the negative) used for expressing the continuance of an undesirable state. மழை விட்ட பாடில்லை./ இவ்வளவு நேரமாகியும் வேலை ஆரம்பித்த பாட்டைக் காணோம்/ என் கஷ்டம் தீர்கிற பாடாக இல்லை.

பாடு கிட வி. (கிடக்க, கிடந்து) (வ.வ.) **(ஒரு இடத்தில் இருந்தபடியே) கடுமையாகப் பாடுபடுதல்;** work hard. இந்த நாலு மூட்டை நெல்லை வீட்டுக்குக் கொண்டுவரப் பாடு கிடக்க வேண்டியிருக்கிறது./ கடையிலேயே பாடு கிடந்தால்தான் நாலு காசு சேர்க்கலாம்.

பாடுபட்ட சுரூபம் பெ. (கிறித்.) **சிலுவையில் அறைந்த நிலையில் உள்ள இயேசுவின் உருவம்;** Jesus on the Crucifix. பாடுபட்ட சுரூபத்தின் முன் ஜெபித்தான்.

பாடுபடு வி. (பாடுபட, பாடுபட்டு) **1: (உடலை வருத்தி) உழைத்தல்; (ஒன்றுக்காக) கஷ்டப்படுதல்;** toil; work hard; take pains. நாட்டின் விடுதலைக்காகப் பாடுபட்ட தலைவர்கள்./ பாடுபட்டுப் படித்தும் தேர்வில் வெற்றி பெறவில்லை./ பாடுபட்டுத் தேடிய பணத்தை நீங்கள் இவ்வாறு வீணாக்கலாமா? **2: (மனம்) துன்பமடைதல்; துடித்தல்;** be pained. வீட்டுக்கு வர மாட்டேன் என்று நீ சொன்னதும் என் மனம் என்ன பாடுபட்டது தெரியுமா?

பாடுபொருள் பெ. (கவிதையின்) கருவாக அமையும் பொருள்; subject matter (of a poem, etc.,). சமுதாய அவலங்களே இவர் கவிதையின் பாடுபொருள்.

பாடை பெ. (பிணத்தைச் சுடுகாட்டுக்குச் சுமந்து செல்வதற்காக) இரு நீண்ட மூங்கில் கழிகளின் இடையே சிறு கம்புகள் வைத்துக் கட்டி, அவற்றின் மீது பின்னிய பச்சைத் தென்னை ஓலையை விரித்த அமைப்பு; (funeral) bier. (பார்க்க, படம்)

பாடை கட்டு வி. (கட்ட, கட்டி) பாடை அமைத்தல்; make the funeral bier. இழவு வீட்டுக்கு முன்னால் இரண்டு பேர் பாடை கட்டிக்கொண்டிருந்தனர்.

பாண் பெ. (இலங்.) ரொட்டி; bread.

பாண்டம் பெ. (அ.வ.) (பெரும்பாலும் மண்ணால் செய்த) பாத்திரம்; (mostly earthen) pot. புளி வைத்திருக்கும் பாண்டம்.

பாண்டி[1] பெ. தரையில் கட்டம் போட்டுக் கல் எறிந்து காலால் எற்றி விளையாடும் (சிறுமியர்) விளையாட்டு; hopscotch game (played mostly by girls). (பார்க்க, படம்: பக். 898)

பாண்டி[2] பெ. (இலங்.) லேசான புளிப்புச் சுவையோடும் நார்த் தன்மையோடும் இருக்கும் ஒரு வகை மஞ்சள் நிற மாம்பழம்; a variety of mango with yellow skin and a lot of fibre and tasting slightly sour.

பாண்டிக்குண்டு பெ. (இலங்.) பல்லாங்குழி; a game played using two rows of hollows in a board.

பாண்டித்தியம் பெ. (அ.வ.) புலமை; தேர்ச்சி; scholarship; mastery. அவர் வடமொழியில் பாண்டித்தியம் பெற்றிருந்தார்.

பாண்டியன் பெ. (கி.மு. 3ஆவது நூற்றாண்டிலிருந்து கி.பி. 3ஆவது நூற்றாண்டுவரையிலும், 6ஆவது நூற்றாண்டிலிருந்து 9 ஆவது நூற்றாண்டு வரையிலும் பின்னர் 13ஆவது நூற்றாண்டிலிருந்து 17ஆவது நூற்றாண்டுவரையிலும் மீன் சின்னத்தைக் கொண்டு) தமிழ் நாட்டின் தென்பகுதிகளை ஆண்ட பரம்பரையைச் சேர்ந்த மன்னன்; any of the kings of Pandya dynasty which ruled the southern regions of Tamil Nadu from 300 B.C. to 300 A.D., from 6th to 9th century A.D and from 13th to 17th century A.D.

பாண்டு பெ. (ஊரக வ.) (சிமெண்டுக் கலவை, ஜல்லி முதலியவற்றை எடுக்கப் பயன்படும்) அரை வட்ட வடிவ இரும்பு அல்லது பிளாஸ்டிக் சட்டி; iron or plastic bowl (for carrying cement, mortar, etc.,).

பாணம் பெ. (அ.வ.) அம்பு; arrow. (உரு வ.) அவர் என் மேல் தன் கடைசி பாணத்தைத் தொடுத்தார்.

பாணன் பெ. (உ.வ.) (முற்காலத்தில்) யாழ் முதலிய இசைக் கருவிகளை இசைத்துப் பாடும் கலைஞன்; minstrel of ancient times using stringed instruments.

பாணாக் காற்றாடி பெ. (வ.வ.) வால் இல்லாத பெரிய பட்டம்; big kite without a tail.

பாணி[1] பெ. (ஒன்று தலைமுறைதலைமுறையாகக் கடைப்பிடிக்கப்பட்ட முறையின் காரணத்தாலோ அல்லது மற்றவற்றிலிருந்து குறிப்பிட்ட விதத்தில் அடையாளம் காணக் கூடியதாக இருக்கும் காரணத்தாலோ உணரப்படும்) தனித்தன்மை; style; mode; fashion. மேற்கத்திய பாணியில் உடை அணிந்திருந்தாள். / கேரள பாணியில் கட்டப்பட்ட வீடு. / சிறுகதை இலக்கியத்தில் ஒரு புதிய பாணியை வகுத்துக் கொண்டவர். / அவன் சிரிக்கும் பாணியே தனி.

பாடை

பாண்டி

பாணி[2] பெ. *(இலங்.)* **1: காய்ச்சிய பதநீர்;** boiled sweet toddy. பனம் பாணி. **2: பாகு;** treacle; molasses. சீனிப் பாணி.

பாணிப் பனாட்டு பெ. *(இலங்.)* **கொத்தமல்லி, சீரகம், மிளகு, மஞ்சள் முதலியவற்றை அரைத்துப் பெறும் கலவையில் பனாட்டைச் சில மாத காலம் ஊற வைத்துத் தயாரிக்கும் உணவு வகை;** a kind of dish prepared by soaking palmyra fruit&jelly in a mixture of ground coriander seed, cumin, black pepper, turmeric, etc. *பழஞ் சோற்றுடன் சேர்த்துச் சாப்பிடப் பாணிப் பனாட்டு நன்றாக இருக்கும்./ ஏன் பாணிப் பனாட்டு ரொம்ப உறைப்பாக உள்ளது?*

பாணிப் பினாட்டு பெ. *(இலங்.)* காண்க: **பாணிப் பனாட்டு.**

பாத்தி பெ. **1: பாய்ச்சும் நீர் தேங்கியிருப்பதற்காகச் சிறு வரப்புகளால் பிரித்த அமைப்பு;** garden plot; bed; (salt) pan. கீரைப் பாத்தி/ உப்புப் பாத்தி. **2:** *(இலங்.)* **தோப்பு;** grove. வாழைப் பாத்தி/ தென்னம் பாத்தி/ பனம் பாத்தி. **3:** *(இலங்.)* **கிழங்கு முளைப்பதற்காகப் பனங்கொட்டைகள் பரப்பிவைக்கப்பட்டிருக்கும் இடம்;** garden bed where palmyra seeds are planted for sprouting.

பாத்தியதை பெ. **உரிமை;** claim on a property, etc., *கணவன் இறந்துவிட்டால் அவனுக்குரிய குடும்பச் சொத்துகளில் மனைவிக்குப் பாத்தியதை உண்டு.*

பாத்தியம் பெ. காண்க: **பாத்தியதை.**

பாத்தியா பெ. *(இஸ்.)* **இஸ்லாமியர் திருமணத்தில் அல்லது இறப்புச் சடங்கில் புனிதக் குரானின் முதல் அத்தியாயத்திலிருந்து சில பகுதிகளை ஓதுதல்;** the rite of reading the first chapter of the Quran, at a wedding or funeral function.

பாத்திரம்[1] பெ. **1: (பொருள்களை வைத்தல், நீர் பிடித்து வைத்தல் போன்ற வீட்டு வேலைகளுக்குப் பயன்படும்) உலோகம், பீங்கான் முதலியவற்றால் ஆன கொள்கலன்;** vessel; utensil. *வீட்டில் இருக்கும் பாத்திரத்தி லெல்லாம் தண்ணீர் பிடித்து வைத்தான்./ காப்பி போடுவதற்காகப் பாத்திரத்தை எடுத்து அடுப்பில் வைத்தாள்./ கண்ணாடிப் பாத்திரம்.* **2: (அன்பு, நம்பிக்கை முதலியவற்றிற்கு) உரியவர்;** being worthy of one's love, trust, etc., *நாளடைவில் அவன் என் அன்புக்குப் பாத்திரம் ஆனான்./ நம்பிக்கைக்குப் பாத்திரமாக இருந்த நண்பர்களிடம் தன் யோசனையைப் பற்றிக் கலந்து பேசினார்.*

பாத்திரம்[2] பெ. **(கதை, நாடகம் போன்றவற்றில் படைப்பாளியால்) குறிப்பிட்ட தன்மை, செயல்பாடு போன்றவற்றைக்கொண்டு உருவாக்கப்படுபவர் அல்லது உருவாக்கப்படுவது; கதாபாத்திரம்;** character (in a story, etc.,). *இந்த நாவலின் மையப் பாத்திரம் ஒரு ஆசிரியர்/ கதாநாயகி பாத்திரம் கொடுத்தால் மட்டுமே நடிப்பேன் என்று அந்த நடிகை கூறிவிட்டார்./ அசோகமித்திரன் 'தண்ணீர்' என்ற நாவலில் தண்ணீரையும் ஒரு பாத்திரமாகப் படைத்திருக்கிறார்.*

பாத்திரை பெ. *(மண்.)* **உணவு வைத்து உண்பதற்கு உதடு இல்லாமல், தூரின் மையம் சற்று உட்குழிந்த வாறு இருக்கும் மண்ணாலான, கட்ரா போன்ற பாத்திரம்;** deep earthenware receptacle without moulded rim and the centre of its bottom slightly tucked in to keep food when eating.

பாத்திஹா பெ. *(இஸ்.)* காண்க: **பாத்தியா**

பாதக்குறடு பெ. **(சன்னியாசி போன்றோர் அணியும்) முதல் இரு கால்விரல்களின் இடைவெளியில் பொருந்துமாறு கட்டையால் செய்த குமிழை உடைய காலணி;** wooden sandal with toe-grip instead of strap.

பாதகத்தி பெ. **'கொடும் செயல்களைச் செய்தவள்' என்ற பொருளில் பயன்படுத்தப்படும் ஒரு வசைச் சொல்;** a term of abuse used in the sense of 'a woman guilty of heinous crimes'. *என் குடும்பத்தை அழித்த அந்தப் பாதகத்தியை நான் சும்மா விட மாட்டேன்.*

அ ஆ இ ஈ உ ஊ எ ஏ ஐ ஒ ஓ ஔ ஃ

பாதகம் பெ. கெடுதல்; சாதகமாக இல்லாதது; பாதிப்பு; adverse effect; harm. பங்குச் சந்தைக் குறியீட்டு எண்ணின் திடீர் ஏற்றம் சில சமயம் பாதகமான விளைவுகளை ஏற்படுத்துகிறது./ சுற்றுச்சூழலுக்குப் பாதகம் ஏற்படுத்தாத வகையில் தொழிற்சாலைகள் சில நடவடிக்கைகளை மேற்கொள்ள வேண்டும்./ உனக்கு நான் என்ன பாதகம் செய்தேன்?

பாதகன் பெ. (உ.வ.) 'கொடும் செயல்களைச் செய்தவன்' என்ற பொருளில் பயன்படுத்தப்படும் ஒரு வசைச் சொல்; a term of abuse used in the sense of 'a man guilty of heinous crimes'. 'அட, பாதகா! அந்தக் கொலையை நீயா செய்தாய்?'

பாதகாணிக்கை பெ. ஆசிரியர், மடாதிபதி போன்றோரைப் பார்க்கச் செல்பவர்கள் மரியாதைக்காக அளிக்கும் காணிக்கை; offering made to a teacher or head of a Math by a visitor by way of respect.

பாதகி பெ. காண்க: பாதகத்தி.

பாதசரம் பெ. (இலங்.) கொலுசு; an anklet with tiny bells. வெள்ளிப் பாதசரம்.

பாதசாரி பெ. (சாலையில்) நடந்து செல்பவர்; pedestrian.

பாதபூஜை பெ. (பெரியோர், பெற்றோர் முதலியோரின்) பாதங்களைக் கழுவி மலர் வைத்து வணங்கும் சடங்கு; the ritual of washing the feet (of the teacher, saint or of one's parents by way of respect).

பாதம்[1] பெ. 1: (கணுக்காலுக்குக் கீழ் உள்ள) காலின் கீழ்ப்பகுதி; foot. பாதத்தில் சலங்கை கட்டியிருந்தாள். (பார்க்க, படம்: உடல்) 2: (மணை போன்ற சாதனங்களை நிறுத்திவைக்கப் பயன்படும்) கால் போன்ற பகுதி; a rest fastened to certain household vessels, implements, etc., வெண்கலக் கும்பாவின் பாதம் உடைந்துவிட்டது. 3: (ச.வ.) தென் கலை வைணவர்கள் அணியும் நாமத்தின் கீழ்ப்பகுதியில் இருக்கும் கோடு; the rest-like extension at the bottom of the நாமம் worn by the Southern sect of Vaishnavaites.

பாதம்[2] பெ. (சோதி.) குறிப்பிட்ட நட்சத்திரத்தின் காலத்தில் நான்கில் ஒரு பகுதி; one fourth of the duration of the influence of a star. மூலம் கடைசிப் பாதம் என்றால் அவ்வளவு தீய பலன்கள் இருக்காது.

பாதயாத்திரை பெ. (வேண்டுதலை முன்னிட்டுக் கோயில்களுக்கு அல்லது ஒரு குறிப்பிட்ட நோக்கத்துடன் ஓர் இடத்திற்கு) நடந்தே செல்லும் பயணம்; pilgrimage on foot (undertaken in fulfilment of a vow); march. பழனிக்குப் பாதயாத்திரை புறப்பட்டனர்./ உப்புச் சத்தியாகிரகத்திற்காகத் தண்டி நோக்கி மேற்கொண்ட காந்தியின் பாதயாத்திரை.

பாதரசம் பெ. வெள்ளி நிறத்தில் பளபளப்புடன் திரவ நிலையில் இருக்கும் உலோகம்; mercury.

பாதரட்சை பெ. (அ.வ.) காலணி; slippers; sandals.

பாதாம் அல்வா பெ. வெந்நீரில் ஊற வைத்து, அரைத்தெடுத்த பாதாம் பருப்பின் விழுதைச் சர்க்கரைப் பாகில் கொட்டிக் கிளறி நெய், குங்குமப்பூ, முந்திரிப் பருப்பு, பச்சைக் கற்பூரம், ஏலக்காய்த் தூள், கேசரிப் பவுடர் ஆகியவை சேர்த்துத் தயாரிக்கும் ஒரு வகை அல்வா; அல்வா prepared with almonds.

பாதாம்கீர் பெ. காய்ச்சிய பாலில் பாதாம் பருப்பு, சர்க்கரை, குங்குமப்பூ முதலியவற்றைப் போட்டுக் குளிர வைத்த பானம்; almond milkshake.

பாதாம் பருப்பு பெ. வாதுமை மரத்தின் கொட்டையை உடைத்து எடுக்கப்படும் பருப்பு; almond. பாதாம் பருப்பு விலை அதிகம்./ முந்திரிப் பருப்பும் பாதாம் பருப்பும் சம அளவு சேர்த்தும் அல்வா செய்வது உண்டு.

பாதாளக்கரண்டி பெ. (கிணற்றில் விழுந்துவிட்ட வாளி போன்ற பொருள்களை மேலிருந்தபடியே எடுக்கப் பயன்படுத்தும்) கொக்கிகள் வைத்த சாதனம்; a grappling iron or hook used for retrieving objects that have fallen into a well; grapnel

பாதாளக்கரண்டி

பாதாளச் சாக்கடை பெ. நிலத்தின் அடியில் அமைக்கப்படும் சாக்கடை; underground drainage. நகரம் முழுதும் பாதாளச் சாக்கடை போடும் வேலை நடந்துவருகிறது./ தமிழ்நாட்டின் பல நகரங்களில் பாதாளச் சாக்கடை அமைப்புக் கிடையாது.

பாதாளம் பெ. 1: (புராணத்தில்) பூமிக்கு அடியில் இருக்கும் உலகம்; (in the puranas) an imaginary world under the earth; netherworld. 2: ஆழமான பள்ளம்; pit of great depth. அந்தப் பாதாளத்தில் விழுந்தால் எலும்புகூடக் கிடைக்காது. 3: (அ.வ.) நரகம்; hell. உன்னைப் பாதாளத்துக்குத்தான் அனுப்ப வேண்டும்.

பாதாள ரயில் பெ. பூமியைக் குடைந்து அமைக்கப்பட்ட சுரங்கப் பாதையில் இயக்கப்படும் ரயில்; train running on the underground railway.

பாதி[1] வி. (பாதிக்க, பாதித்து) 1: இயல்பான தன்மைக்கு அல்லது நிலைக்குக் கேடு அல்லது தடை விளைவித்தல்; affect badly; cause damage. அதிக அளவில் இடப்படும் ரசாயன உரம் மண் வளத்தைப் பாதிக்கும்./ தொற்று நோயால் பாதிக்கப்பட்ட சிறுவர்கள்/ ஊர்வலத்தினால் போக்குவரத்துப் பாதிக்கப்படவில்லை. 2: (ஒருவருடைய மனத்தில் அல்லது இயல்பில்) மாற்றம், தாக்கம், பாதிப்பு போன்றவற்றை ஏற்படுத்துதல்; affect; move (one's heart). மனைவியின் பிரிவு அவரை மிகவும் பாதித்தது./ மனத்தைப் பாதிக்கும் பிரச்சினைகள்/ வறுமையைப் பற்றி அவர் எழுதியிருந்தது என்னை மிகவும் பாதித்துவிட்டது./ சத்யஜித் ராய்தான் என்னை மிகவும் பாதித்த இந்திய இயக்குநர்.

பாதி² பெ. 1: **ஒரு பொருளின் அளவை அல்லது ஒரு எண்ணிக்கையைச் சரிசமமாய்ப் பிரிக்கும்போது கிடைக்கும் ஒரு பகுதி;** one half of sth. பழத்தில் பாதி கொடு./ பாத்திரத்தில் பாதி அளவு தண்ணீர் இருந்தது./ பெரியவரிடம் பேசிக்கொண்டிருந்ததில் மனப்பாரம் பாதி குறைந்ததுபோல் இருந்தது./ மகன் வேலைக்குப் போக ஆரம்பித்த பிறகு பாதிக் குடும்பக் கஷ்டம் தீர்ந்தது. 2: **(நிகழ்ந்துகொண்டிருக்கும் செயல்) முற்றுப்பெறாத நிலை;** being halfway. மழையின் காரணமாக ஆட்டம் பாதியில் நிறுத்தப்பட்டது./ படிப்பைப் பாதியில் நிறுத்தாதே.

பாதிப்பு பெ. 1: **இயல்பான தன்மைக்கு ஏற்படும் கேடு அல்லது சேதம்;** damage; suffering. வெள்ளத்தால் பாதிப்பு. [(தொ.சொ.) அழிவு/ கேடு/ தாக்கம்/ விளைவு] 2: **(மனத்தில், பழக்கவழக்கங்களில், கலை, இலக்கியங்களில் ஒன்று பிறவற்றின் மேல் அல்லது பிறரின் மேல் ஏற்படுத்தும்) தாக்கம்;** impact; influence. மேலைநாட்டு நாகரிகத்தின் பாதிப்பை நகரங்களில் நன்றாகக் காண முடிகிறது./ சங்க இலக்கியத்தின் பாதிப்பைக் கவிஞர் சி. மணியிடம் காண்கிறோம்./ கண்ணெதிரில் நடந்த கொடூர விபத்து ஏற்படுத்திய பாதிப்பிலிருந்து விடுபட வெகு நேரம் ஆயிற்று.

பாதியாகு வி. (-ஆக, -ஆகி) **(நோயால்) உடம்பு இளைத்து மிகவும் மெலிதல்;** (of a person) be much reduced. நான்கு நாள் காய்ச்சலில் அவர் உடம்பு பாதியாகிவிட்டது./ உனக்கு என்ன ஆயிற்று? ஒரே மாதத்தில் ஆள் இப்படிப் பாதியாகிவிட்டாயே!

பாதிரி¹ பெ. **மணம் மிக்க பெரிய மஞ்சள் நிறப் பூக்கள் பூப்பதும் உயரமாக வளரக் கூடியதுமான பெரிய மரம்;** trumpet-flower tree.

பாதிரி² பெ. (கிறித்.) காண்க: **பாதிரியார்.**

பாதிரியார் பெ. (கிறித்.) **அபிஷேகம் செய்யப்பட்டு, தேவாலயங்களில் வழிபாடு நடத்த அனுமதிக்கப்பட்டவர்;** clergyman; priest; pastor.

பாதுகா வி. (பாதுகாக்க, பாதுகாத்து) 1: **(தீங்கு, அழிவு, சேதம் முதலியவை நேராமல்) காப்பாற்றுதல்; காத்தல்;** protect; preserve. எந்தச் சூழ்நிலையிலும் நாட்டைப் பாதுகாக்க ராணுவம் தயார் நிலையில் இருக்க வேண்டும்./ பிரதமரைப் பாதுகாக்க ஒரு தனிப் படையே உள்ளது./ இவை தாத்தா பாதுகாத்த பொருள்கள். 2: **(குடும்பம் முதலியவற்றை அல்லது கலைகளை) பேணுதல்; பராமரித்தல்;** provide for (a family); support and maintain; preserve (the arts). அப்பாவுக்குப் பிறகு மாமாதான் எங்கள் குடும்பத்தைப் பாதுகாத்துவருகிறார்./ நாட்டுப்புறக் கலைகள் தலைமுறைதலைமுறையாகப் பாதுகாக்கப்பட்டுவருகின்றன.

பாதுகாக்கப்பட்ட பெ.அ. (தொலைபேசி இணைப்பகம், ராணுவக் கேந்திரம், சரணாலயம் முதலிய இடங்களைக் குறித்து வரும்போது) **முறையான அனுமதி பெற்று மட்டுமே நுழையக்கூடிய;** prohibited (area).

பாதுகாக்கப்பட்ட குடிநீர் பெ. **(அரசு வழங்கும்) தூய்மையாக்கப்பட்ட குடிநீர்; சுத்திகரிக்கப்பட்ட நீர்;** protected and treated water. பாதுகாக்கப்பட்ட குடிநீர் எல்லாக் கிராமங்களிலும் கிடைக்க அரசு நடவடிக்கை எடுக்கும்./ பெரும்பாலான மக்களுக்குப் பாதுகாக்கப்பட்ட குடிநீர் கிடைப்பதில்லை.

பாதுகாப்பாளர் பெ. காண்க: **பாதுகாவலர்.**

பாதுகாப்பு பெ. (-ஆக, -ஆன) 1: **தீங்கு, அழிவு, சேதம் போன்றவை நேராமல் தடுக்கும் காவல் அல்லது கண்காணிப்பு;** protection; defence; security. தொடர்ந்து திருட்டுகள் நடந்துவரும் குடியிருப்புப் பகுதிகளில் இப்போது பலத்த பாதுகாப்புப் போடப்பட்டுள்ளது./ நாட்டின் பாதுகாப்புக்காகத் தங்கள் உயிரைத் தியாகம் செய்யத் தயாராக இருக்கும் ராணுவத்தினர்./ அழிந்துவரும் நிலையிலுள்ள வன விலங்குகளைப் பாதுகாக்க அரசு நடவடிக்கை எடுத்துவருகிறது./ நுகர்வோர் நலப் பாதுகாப்புச் சங்கம்/ பெரியவரைப் பாதுகாப்பாக அழைத்துக்கொண்டு போ./ பணத்தைப் பாதுகாப்பான இடத்தில் வை. 2: **(ஒருவர் உணரும்) பத்திரமான நிலை;** security; safety. பெற்றோருடன் இருந்தபோது உணர்ந்த பாதுகாப்பு இப்போது இல்லை./ நண்பர்கள் நிறைந்த சூழல் பாதுகாப்பாக இருந்தது. 3: **பொறுப்போடு மேற்கொள்ளப்படும் கவனிப்பு;** custody (of s.o.). குழந்தையை ஆயாவின் பாதுகாப்பில் விட்டுவிட்டு வேலைக்குப் போகிறோம்.

பாதுகாப்பு இடம் பெ. (பு.வ.) **18 வயதிற்குள் சட்டத்திற்கு முரணாகச் செயல்பட்ட ஒருவர் 18 வயதை அடையும்வரை அல்லது 16 வயதிலிருந்து 18 வயதிற்கு இடைப்பட்டவர் ஒரு கொடிய குற்றத்தைச் செய்ததாகக் கருதப்படுபவராகவோ அல்லது தண்டிக்கப்பட்ட குற்றவாளியாகவோ இருக்கும்போது அவர் குறிப்பிட்ட காலத்துக்குத் தங்கவைக்கப்படும் இடம்;** place of safety.

பாதுகாப்புப் பெட்டகம் பெ. **(வங்கி போன்றவற்றில்) நகைகள், ஆவணங்கள் போன்றவற்றை வைத்துக்கொள்ள ஏற்படுத்தப்பட்டிருக்கும், பாதுகாப்பான முறையில் உள்ள பெட்டி போன்ற அமைப்பு;** safety locker (in a bank, etc.,). இந்த வங்கியில் பாதுகாப்புப் பெட்டக வசதி உண்டு.

பாதுகாவல் பெ. காண்க: **பாதுகாப்பு, 1.**

பாதுகாவலர் பெ. 1: **பதினெட்டு வயது நிரம்பாத ஒருவரின் உரிமைகளை அவர் சார்பாகக் கவனித்துக்கொள்ளும் பொறுப்புக்கு நியமிக்கப்பட்டவர்/பெற்றோருக்குப் பதிலாக மாணவர் போன்றோரைக் கவனித்துக்கொள்ளும் பொறுப்பு ஏற்பவர்;** (legal) guardian; guardian (for a student). 2: **(ஒன்றை அல்லது ஒருவரை) பாதுகாக்கும் பணி செய்பவர்;** guard (employed on security work). தாக்குதல் நடத்தியவர்களின் மீது அமைச்சரின் பாதுகாவலர் திருப்பிச் சுட்டார்./ (உரு வ.) சமூகநீதியின் பாதுகாவலர். 3: (கிறித்.) **குறிப்பிட்ட செயல்பாட்டுக்குப் பொறுப்பாகத் திருச்சபையால் அறிவிக்கப்பட்ட புனிதர்;** Patron Saint. புனித செசிலி அம்மாள் இசையின் பாதுகாவலராக இருக்கிறார்./ புனித தோமையார் இந்திய நாட்டின் பாதுகாவலர்.

பாதுகை பெ. (உ.வ.) **பாதக்குறடு;** pair of wooden sandals. சங்கரரின் பாதுகைகளை வைத்து இன்றும் பூஜிக்கின்றனர்./ ராமரின் பாதுகைகளை அரியணையில் வைத்து பரதன் ஆட்சி புரிந்தான்.

பாதுஷா[1] பெ. (அ.வ.) **முகலாய அரசர்;** title for a Mogul king.

பாதுஷா[2] பெ. **பால் ஊற்றிப் பிசைந்த மைதா மாவு உருண்டையை எண்ணெய்யில் பொரித்துச் சர்க்கரைப் பாகில் முக்கி எடுத்துத் தயாரிக்கும் ஓர் இனிப்புப் பண்டம்;** sweet prepared by soaking fried flour balls in syrup.

பாதை பெ. 1: **(ஓர் இடத்துக்கு) செல்வதற்கு உரிய வழி;** way; path. வளைந்துவளைந்து செல்லும் மலைப் பாதை/ மழை பெய்தால் இந்தப் பாதையில் நடக்க முடியாது./ சுரங்கத்திற்குச் செல்லும் ரகசியப் பாதை/ (உரு வ.) 'நீ போகும் பாதை சரியில்லை' என்று அவர் எச்சரித்தார்./ (உரு வ.) நாடு முன்னேற்றப் பாதையில் செல்கிறது. 2: **உடலுக்குள் இரத்தம், சுவாசம், உணவு போன்றவை செல்லும் குழல்களில் அல்லது ஒரு குழாய் போன்ற வற்றில் திரவங்கள், வாயு ஆகியவை செல்லும் வழி;** passage. இரத்தம் செல்லும் பாதையில் அடைப்பு/ சுவாசப் பாதையில் கோளாறு/ எண்ணெய் செல்லும் இந்தக் குழாயின் பாதையில் அடைப்பு ஏற்பட்டிருக்கிறது.

பாதைகாட்டி பெ. (இலங்.) **ஒரு இடத்தை அடைய வழி காட்டி உதவுபவர்; வழிகாட்டி;** guide. காட்டின் வழியாக வந்தபோது பாதைகாட்டியின் உதவியுடன்தான் வந்தோம்.

பாந்தம் பெ. (-ஆக, -ஆன) (பே.வ.) **பொருத்தம்; இணக்கம்;** sth. seemly or proper. உன் வயதுக்கு இப்படிப் பிடிவாதமாக இருப்பது எனக்குப் பாந்தமாகப் படவில்லை./ இந்த உடை உனக்குப் பாந்தமாக இருக்கிறது.

பாப்பா பெ. 1: **சிறு குழந்தை;** baby. ஒன்றும் தெரியாத பாப்பா மாதிரி நீ நடிக்காதே. 2: **சிறு பெண் குழந்தையை அழைக்கப் பயன்படும் சொல்;** a term of endearment for a girl. பாப்பா, இங்கே வா.

பாப்பிள்ளை பெ. (இலங்.) காண்க: **பாவைப்பிள்ளை.**

பாபாசூட் பெ. (பே.வ.) **(சிறு குழந்தைகளுக்கு அணிவிக்கப்படும்) சட்டையும் அரைக் கால்சட்டையும் இணைந்த தொகுப்பு உடை;** a babywear with a shirt and half-rousers as a style unit.

பாம்படத்தி பெ. (திருநர் வ.) **திருநங்கைகள் மூத்த திருநங்கைகளுக்கு வணக்கம் கூறும் விதமாகப் பயன்படுத்தும் சொல்; வணக்கம்;** word used by transwomen to respectfully greet their elders.

பாம்படம் பெ. **கிராமங்களில் வயதான பெண்கள் காதுகளில் அணியும், காது மடலில் உள்ள துளையைப் பெரிதாக்கி மடலைக் கீழ்நோக்கி நீண்டு விடச் செய்யும் கனமான காதணி;** a heavy ornament for the ears (worn by rural women). கிராமங்களில்கூடப் பாம்படம் அணிவது தற்போது குறைந்துவருகிறது.

பாம்பாட்டி பெ. **பாம்பைப் பிடித்துப் பழக்கி மகுடி ஊதி ஆட வைப்பவர்;** snake-charmer.

பாம்பு பெ. **(விஷம் உடையது, விஷம் இல்லாதது என இரு வகைகளிலும் காணப்படும்) குழாய் போன்று நீண்ட உடலையும் வழவழப்பான தோலையும் உடைய, ஊர்வன இனத்தைச் சேர்ந்த, கால் இல்லாத உயிரினம்;** snake.

பாம்புக் காது பெ. **மிகக் கூர்மையான கேட்கும் திறன்;** keen sense of hearing; sharp ears. மெதுவாகப் பேசு, அப்பாவுக்குப் பாம்புக் காது. நாம் பேசுவது கேட்டுவிடப் போகிறது.

பாம்புச் செவி பெ. காண்க: **பாம்புக் காது.**

பாம்புத்தாரா பெ. **பாம்பைப் போன்று தோற்றமளிக்கும் நீளமான கழுத்தும், ஈட்டியைப் போல நீண்ட அலகும் கொண்ட கறுப்பு நிறப் பறவை;** Oriental darter.

பாம்புப் பிடாரன் பெ. காண்க: **பிடாரன்.**

பாம்பு விரல் பெ. **(கையில்) நடுவிரல்;** middle finger. பாம்பு விரலிலும் மோதிர விரலிலும் சூகல் வைத்த மோதிரங்களை அணிந்திருந்தார்.

பாமரத்தனம் பெ. (-ஆக, -ஆன) **(சிந்தனை, பழக்க வழக்கங்கள், ரசனை முதலியவற்றைக் குறித்து வரும் போது) தெளிந்த அறிவை கொண்டிருக்காத சாதாரணமான தன்மை;** lack of sophistication; gullibility. படித்தவர்களும் பாமரத்தனமான சிந்தனைக்கு விதிவிலக்கல்ல!

பாமர மக்கள் பெ. **ஒன்றைப் பற்றி விளக்கமாக அறிந்து கொள்ளும் அளவுக்குப் போதிய கல்வியோ பயிற்சியோ இல்லாத மக்கள்;** lay people; common folk.

பாமரன் பெ. **ஒன்றைக் குறித்துப் போதிய கல்வி அல்லது பயிற்சி இல்லாதவன்;** layman. அவருக்குப் படித்தவனும் பாமரனும் ஒன்றுதான்./ 'கணிப்பொறியைப் பொறுத்தவரையில் நான் பாமரன்தான்' என்றார்.

பாய்[1] வி. (பாய, பாய்ந்து) 1: **(தரையிலிருந்து எழும்பிக் குறிப்பிட்ட திசையில்) வேகத்துடன் செல்லுதல்; தரையிலிருந்து கிளம்பி ஓர் இலக்கு நோக்கி விரைந்து விழுதல்;** spring; leap (towards s.o. or sth.); pounce (at sth.). புலி பதுங்கிப் பாய்ந்தது./ கண்டம் விட்டுக் கண்டம் பாய்ந்து செல்லக்கூடிய ஏவுகணை. [(தொ.சொ.) **குதி/ தத்து/ தாவு**] 2: **(நீர் போன்ற திரவம் அல்லது மின்சாரம், ஒளி போன்றவை) ஒன்றின் ஊடாக வேகத்துடன் செல்லுதல்;** (of water, electricity, light, etc.,) flow; rush. ஆற்றில் நீர் சலசலத்துப் பாய்ந்தது./ அணையில் வினாடிக்கு ஆயிரம் கன அடி தண்ணீர் பாய்கிறது./ ஜன்னலைத் திறந்தவுடன் அறையினுள் சூரிய ஒளி பாய்ந்தது./ சில வினாடிகள் தலைகீழாக நின்றால் தலைப் பகுதிக்கு இரத்தம் குப்பென்று பாய்வதை நீங்கள் உணர்ந்திருக்கலாம். 3: **(கத்தி, ஈட்டி போன்றவை அல்லது துப்பாக்கிக் குண்டு போன்றவை) வேகத்துடன் சென்று ஒரு பரப்பில் படுதல் அல்லது பட்டு உட்செல்லுதல்;** (of knife, etc.,) pierce; (of bullet, etc.,) hit. கூட்டத்தைக் கலைக்கக் காவலர் சுட்டதில் குண்டு பாய்ந்து இருவர் இறந்தனர். 4: **ஊடுருவுதல்;** seep into; percolate; go in. ஈரம் பாயாத களிமண். 5: **(பிரச்சினைக்குக் காரணமாக இருப்பவர் மீது) ஆக்ரோஷமாகக் கோபத்தை வெளிப்படுத்துதல்;** pounce on (s.o.); go for. பொறுமை இழந்த பயணிகள் பேருந்து நடத்துநர்மீது பாய்ந்தனர்.

பாய்[2] பெ. 1: **(படுப்பதற்கும் உட்காருவதற்கும் அல்லது பொருள்களைக் கட்டுவதற்கும் பயன்படும்) கோரை,**

ஓலை முதலியவற்றால் பின்னப்பட்ட பொருள்; mat. பாயைச் சுருட்டி வை./ கருப்பட்டிச் சிப்பம் கட்ட ஓலைப் பாய் வேண்டும். 2: காற்றின் விசையால் செலுத்தப் படும் கப்பல்களில் அல்லது படகுகளில் கட்டப்பட் டிருக்கும் உறுதியான துணி; sail.

பாய்[3] (b-) பெ. (பே.வ.) (பெரும்பாலும்) வயதில் மூத்த, இஸ்லாமிய மதத்தைச் சேர்ந்த ஆண்களைக் குறிக்க அல்லது அழைக்கப் பயன்படுத்தும் சொல்; word used for addressing or referring to an elderly Muslim man; bhai.

பாய்ச்சல் பெ. (தரையிலிருந்து எழும்பிக் குறிப்பிட்ட திசையில்) வேகத்துடன் செல்லும் செயல்; leap; gallop; bound. மாடு ஒரே பாய்ச்சலில் வேலியைத் தாண்டியது./ புலி நான்கு கால் பாய்ச்சலில் மானை விரட்டிச் சென்றது./ காவல்காரர் ஒரே பாய்ச்சலில் திருடன்மேல் விழுந்து பிடித் தார்.

பாய்ச்சு வி. (பாய்ச்ச, பாய்ச்சி) 1: (பயிர், செடி போன்ற வற்றிற்கு) நீர் செல்லும்படி செய்தல்; இறைத்தல்; (of water) cause to be supplied (to the fields); irrigate. கிணற்றில் தண்ணீர் குறைந்துவிட்டதால் வயலுக்குத் தண்ணீர் பாய்ச்ச முடியவில்லை. 2: (நாளங்களின் வழியே இரத்தத்தை இருதயம்) செலுத்துதல்; pump; force blood to go through vessels. இருதயம் சுருங்கும்போது இரத்தம் பாய்ச்சப்படு கிறது. 3: (மின்சாரத்தை) செலுத்துதல்; (ஒளியை) வீசுதல்; pass (electric current) through (sth.); flood (with light). பாதுகாப்புக்காகத் தோட்ட வேலிகளில் மின்சாரம் பாய்ச்சுவது சட்டப்படி குற்றம்./ மைதானத்தில் கண்களைக் கூசச் செய்யும் வகையில் மின்விளக்குகள் ஒளியைப் பாய்ச் சின. 4: (உ.வ.) (ஈட்டி, கத்தி போன்றவற்றை) குத்தி உள் இறக்குதல்; cause sth. to enter; thrust. 5: (நங் கூரத்தை) இறக்குதல்; போடுதல்; drop or cast (anchor).

பாய்மடை பெ. (ஊரக வ.) (வயல் அல்லது குளம், குட்டைகளுக்கு) ஆற்றிலிருந்து நீர் வருவதற்கான வாய்க்கால்; channel for inflow of water to a tank, pond or field from the river.

பாய்மரக் கப்பல் பெ. காற்றின் விசையால் செல்வதற்கு ஏற்ற வகையில் பாய்கள் கட்டப்பட்ட (பழங்கால) கப்பல்; sailing ship.

பாய்மரப் படகு பெ. காற்றின் விசையால் செல்வதற்கு ஏற்ற வகையில் பாய்கள் கட்டப்பட்ட படகு; sailing boat.

பாய்மரம் பெ. (காற்றின் விசையால் செலுத்தப்படும் கப்பலில் அல்லது படகில்) விரிக்கவும் சுருட்டி இறக் கவும் கூடிய வகையில் பாய் கட்டப்பட்டிருக்கும், இரும்பால் அல்லது மரத்தால் ஆன கம்பம்; mast.

பாயசம் பெ. அரிசி, பாசிப்பருப்பு, சேமியா போன்ற வற்றில் ஒன்றைப் பாலில் போட்டு வெல்லம் அல்லது சர்க்கரை, முந்திரிப் பருப்பு முதலியவை கலந்து வேக வைத்துத் தயாரிக்கப்படும், திரவ வடிவ இனிப்பு உணவு; liquid pudding prepared by boiling rice, greengram or vermicelli, etc., in milk and adding jaggery or sugar, cashew nut, etc.,

பாயா பெ. முடி நீக்கிச் சுத்தம்செய்து, துண்டுகளாக வெட்டப்பட்ட ஆட்டுக் காலை நன்றாக வேக வைத்து, மசாலா சேர்த்துத் தயாரிக்கும் ஒரு வகைக் குழம்பு; sauce made of stock with goat's leg. ஓட்டலுக்குச் சென்று இடியாப்பமும் பாயாவும் வாங்கிவந்தான்.

பாயாசம் பெ. (வ.வ.) காண்க: பாயசம்.

பாயிரம் பெ. (பழைய நூலில் நூலாசிரியரின் பெயர், நூலின் பெயர், சிறப்பு போன்றவற்றைக் கூறும்) செய் யுள் வடிவ முன்னுரை; preface in verse (in ancient texts).

பாயும் படுக்கையுமாக வி.அ. படுக்கையை விட்டு எழுந்திருக்கக்கூட முடியாத அளவுக்கு நோய்வாய்ப் பட்டு; படுத்தபடுக்கையாக; bedridden. இரண்டு மாதங்க ளுக்கு முன்பு ஏற்பட்ட விபத்தினால் அவர் பாயும் படுக்கை யுமாகக் கிடக்கிறார்./ பாட்டி ஆறு மாதமாகப் பாயும் படுக்கையுமாகக் கஷ்டப்பட்டுக்கொண்டிருக்கிறாள்.

பார்[1] வி. (பார்க்க, பார்த்து) (எதிர்மறைப் பெயரெச்ச, வினையெச்சங்களில் மட்டும் வரும் மாற்று வடிவங்கள்: பாராத, பாராமல்) அ. (கண்களால் அறிதல் தொடர் பான வழக்கு) 1: (உருவம் உடையவற்றை) கண்கள் மூலம் அறிதல் அல்லது உணர்தல்; காணுதல்; see; look at. போதிய வெளிச்சம் இருந்தால்தான் எதையும் பார்க்க முடியும்./ வானத்தைப் பார், மேகம் பஞ்சுப் பொதிபோல் தெரிகிறது./ அவரை நான் ஏறிட்டுக்கூடப் பார்க்கவில்லை./ நேற்று அவரைக் கடைத்தெருவில் பார்த்தேனே./ கொலையை நேரடியாகப் பார்த்ததற்குச் சாட்சி இல்லை./ இவளைப் போன்ற அழகியை நீ எங்காவது பார்த்திருக் கிறாயா?/ தோட்டத்தில் பூக்கள் கொத்துக்கொத்தாகப் பூத் திருப்பதைப் பார்த்துக்கொண்டிருந்தேன்./ எழுதியதை அச்சு வடிவில் பார்ப்பதற்கு ஆவல்கொண்டு ஒரு பதிப் பகத்தை நாடினார்./ இந்தக் குழாயில் ஒரு சொட்டுத் தண்ணீர்கூடக் கசிந்து நான் பார்த்ததில்லை./ முது மலைக்குப் போனால் காட்டெருமைகளைப் பார்க்கலாம்./ ஆந்தை இரவில் பார்க்கும் தன்மை கொண்டது. [(தொ.சொ.) காண்/ முறை/ விழி/ வெறி] 2: (திரைப் படம், திருவிழா போன்றவை நடக்கும் இடத்துக்குச் சென்று) காணுதல்; watch; see. திரையரங்கம் வீட்டுக்குப் பக்கத்தில் இருப்பதால் அடிக்கடி படம் பார்க்க முடிகிறது./ அவர் குடும்பத்தோடு பொருட்காட்சி பார்க்கப் போயிருக் கிறார்./ பெற்றோர்கள் குழந்தையை அழைத்துக்கொண்டு திருவிழா பார்க்கப் போயிருக்கிறார்கள்./ கதகளியைப் பார்க்க வேண்டுமென்றால் கேரளாவுக்குத்தான் போக வேண்டும். 3: (சுற்றுலா செல்வதன் மூலம் ஓர் இடத்தை) சுற்றிப்பார்த்தல்; சுற்றிப்பார்க்கச் செல்லுதல்; visit. இருவருமாக அஜந்தா, எல்லோரா முதலிய இடங் களைப் பார்க்கச் சென்றனர்./ இதோ இருக்கும் மகாபலி புரத்தைப் பார்க்காமல் இருக்கிறோமே என்ற எண்ணம் பல ஆண்டுகளாக என்னை உறுத்திக்கொண்டிருந்தது. 4: (ஓர் இடத்தை) பார்வையிடுதல்; inspect. பாதிப்புக் குள்ளான பகுதிகளை மாவட்ட ஆட்சியர் நேரில் வந்து பார்த்தார்./ கொலை நடந்த இடத்தைக் காவல்துறையினர் வந்து பார்த்தார்கள்./ பூகம்பத்தால் பாதிக்கப்பட்ட பகுதி களை நாளை பிரதமர் பார்க்கச் செல்லுகிறார். 5: (படிப்பது, கேட்பது, சிந்திப்பது மூலம் ஒன்றை) உணர்தல் அல்லது

அறிந்துகொள்ளுதல்; observe; see. இவரது வண்ண ஓவியங்களில் வங்காள ஓவியப் பாணியின் பாதிப்பு இருப்பதைப் பார்க்க முடிகிறது./ இந்தப் பாடலின் இசையமைப்பு திடீரென்று மாறுவதைப் பார்க்கலாம்./ வேலையில் அவனது கவனமின்மையைப் பார்த்தவுடன் அவனுக்கு ஏதோ பிரச்சினை என்பதை மேலதிகாரி புரிந்துகொண்டார். **6: (ஒன்று அல்லது ஒருவர் குறிப்பிட்ட விதத்தில் இருப்பதை) கவனித்தல்;** notice. காவலர் இல்லையென்றால் பலர் சட்டத்தை மீறுவதைப் பார்க்கிறோம்./ யாரோ பாடுவது போல் இருக்கிறது என்று பார்த்தால் அது என் மனைவி தான்./ நானும் வெகு நேரமாகப் பார்த்துக்கொண்டிருக்கிறேன். பக்கத்து வீட்டில் சத்தம் ஓயவே இல்லை. **ஆ.** *(பார்ப்பதுமூலம் ஒரு செயலைச் செய்தல் தொடர்பான வழக்கு)* **7: (ஆலோசனை, கருத்து போன்றவற்றைக் கேட்கும் நோக்கத்தோடு ஒருவரை) சந்தித்தல்;** meet; consult. என் ஆசிரியரைப் பார்த்து பாடத்தில் எனக்கு இருந்த சந்தேகங்களைப் பற்றிக் கேட்டேன்./ அவரை ஏன் நான் போய்ப் பார்க்க வேண்டும்./ நேற்று யாரோ ஒருவர் தன் வேலை விஷயமாக அப்பாவைப் பார்க்க வந்திருந்தார்./ அமைச்சரைப் பார்ப்பதற்காக நிருபர்கள் காத்திருந்தார்கள்./ இந்தப் பிரச்சினையை அப்படியே விட்டுவிடக் கூடாது. முதலில் நல்ல வழக்கறிஞரைப் பார்./ சாதாரண இருமல் என்று விட்டுவிடாமல் போய் மருத்துவரைப் பார்த்து விட்டு வா. **8: சோதித்து அறிதல்;** examine; find out. இந்தக் குழந்தை ஏன் இப்படி நோஞ்சானாக இருக்கிறது என்று பார்த்துச் சொல்லுங்கள்./ இந்தக் கைக்கடிகாரம் ஏன் ஓடவில்லை என்று பார்./ மூக்கில் கை வைத்துப் பார்த்தேன். நல்லவேளை உயிர் இருந்தது./ தம்பி! இந்தக் கணக்கு சரியாக இருக்கிறதா என்று பார்./ ரசத்துக்கு உப்பு போதுமா என்று பார்த்துச் சொல்!/ காய்ச்சல் இருக்கிறதா என்று குழந்தையைத் தொட்டுப் பார்./ இரத்தத்தைப் பரிசோதனை செய்து பார்த்ததில் சர்க்கரை இருப்பது தெரியவந்தது./ என் மகனுடைய ஜாதகத்தைப் பார்த்த போது அவனுக்குச் செவ்வாய்தோஷம் இருப்பது தெரிய வந்தது./ ஜோசியரே, கையைப் பார்த்து எனக்குக் கல்யாணம் எப்போது என்று சொல்லுங்கள்./ ஒரு ஆளைப் பார்த்து அவர் எப்படிப்பட்டவர் என்று சொல்லிவிடுவார். **9: (வீடு, வேலை போன்றவற்றை) தேடுதல்/ (திருமணத்துக்காக மாப்பிள்ளை அல்லது பெண்ணை) தேர்ந்தெடுத்தல்;** arrange; fix; look for. நீங்கள் பார்த்திருக்கும் வீடு எந்தத் தெருவில் இருக்கிறது?/ என் தம்பிக்கு ஒரு நல்ல வேலைபார்த்துக்கொடு./ என் பெண்ணுக்கு மாப்பிள்ளை பார்த்துக்கொண்டிருக்கிறோம். **10: (சரியான நேரம், பொருத்தம் முதலியவற்றை) அறிதல்;** (examine in order to) choose or ascertain. ஒரு நல்ல நாள் பார்த்துப் பையனைப் பள்ளிக்கூடத்தில் சேர்த்துவிடு./ இரண்டு பேருடைய ஜாதகத்தையும் வைத்துப் பொருத்தம் பார்க்க வேண்டும்./ வீட்டுக்குக் குடிபோக நல்ல நாள் பார்க்கச் சொல். **இ.** *(ஒரு செயலை மேற்கொள்ளுதல் தொடர்பான வழக்கு)* **11: (ஒரு செயல், தொழில் முதலியவற்றை) மேற்கொள்ளுதல்;** do; attend to; take care of; look for. பத்து ஆண்டுகளாகப் பார்த்துவந்த வேலையைச் சட்டென்று விட்டுவிட முடியுமா? நான் பார்க்காத வேலையில்லை./ என் தம்பி தச்சு வேலைபார்க்கிறான்./ ஊருக்குப் போய்வந்ததும் இந்த விஷயத்தைப் பார்த்துக்கொள்ளலாம்./ விருந்தை அப்புறம் பார்த்துக்கொள்ளலாம். முதலில் ஊரைச் சுற்றிப் பார்த்துவிட்டு வருகிறோம்./ சாப்பாட்டை வழியில் பார்த்துக்கொள்ளலாம்./ தம்பிதான் வீட்டு நிர்வாகத்தைப் பார்த்துக்கொள்கிறான்./ தொண்டையை நனைக்க ஏதாவது கிடைக்குமா என்று பார்க்கிறேன். **12: (ஒன்றை முடிவுக்குக் கொண்டுவரும் வகையில்) முயற்சித்தல்;** try. போர் என்று தொடங்கிவிட்ட பிறகு, இறுதிவரை பார்த்து விட வேண்டியதுதானே?/ என்னால் முடிந்தவரையில் பார்க்கிறேன்./ இரண்டில் ஒன்று பார்க்காமல் விட மாட்டேன். **ஈ.** *(உணர்ச்சியை வெளிப்படுத்துதல் தொடர்பான வழக்கு)* **13: சவால் விடும் வகையில் அல்லது ஊக்குவிக்கும் வகையில் பயன்படுத்தும் சொல்;** a word said as a challenge to s.o. (sometimes sportingly) to prove, solve or do sth. specified. இதை யார் செய்யப் போகிறார்கள் என்று பார்க்கலாம்./ இந்த விடுகதைக்கு விடையைச் சொல் பார்ப்போம்!/ நீயா நானா என்று பார்ப்போம்./ நம்மிருவரில் யார் சொன்னது நடக்கப்போகிறது என்று பார்ப்போமா? **14:** *(பே.வ.)* **பேசுபவர் தான் அடைந்த வியப்பை மற்றவரிடம் புலப்படுத்திக்கொள்ளப் பயன்படுத்தும் சொல்;** (only in certain forms) a word used to express one's surprise or pity. 'பதில் சொன்னான் பார், நான் அப்படியே அசந்துவிட்டேன்' என்றார்./ நேற்று இரவு மழை பெய்ததே பார்க்கலாம், அப்படியொரு மழை!/ என்னிடம் இதை மறைத்ததற்குத் தண்டனையைப் பார்த்தீர்களா?/ நாலு வருடங்களை எப்படி வீணாக்கிவிட்டோம் பார்!/ அதைச் சொல்ல மறந்துவிட்டேன் பார்த்தாயா! **15:** *(ஏவல் வடிவத்தில் மட்டும்)* **ஒரு செயலின் மோசமான விளைவுக்காகத் தன்னையோ பிறரையோ குறைகூறுவது போன்ற பாவனையில் பயன்படுத்தப்படும் சொல்;** a word said ironically at one's or s.o's absurdity. உதவிக்கு உன்னிடம் வந்தேன் பார், என் புத்தியைச் செருப்பால் அடிக்க வேண்டும்./ இதை உன்னிடம் சொன்னேன் பார், எனக்கு நன்றாக வேண்டும்./ இவ்வளவு பெரிய பொறுப்பை அவனிடம் போய்க் கொடுத்திருக்கிறார் பார், அவரைச் சொல்ல வேண்டும். **16:** *('பார்த்தாலும்' என்ற வடிவத்தில் வரும் போது)* **விடுபாடே இல்லை என்பதை உணர்த்தப் பயன்படும் சொல்;** (when occuring after 'whichever', 'whatever', etc.,) a word used in the sense of 'not excepting any'. எப்போது பார்த்தாலும் இந்தக் கடைக்காரர் சில்லறை தருவது கிடையாது./ எங்கே பார்த்தாலும் சினிமா பேச்சு தானா?/ யாரைப் பார்த்தாலும் நவநாகரிக உடைகள்தான். **உ.** *(பிற வழக்கு)* **17: (புத்தகம், குறிப்பேடு முதலியவற்றிலிருந்து) தகவல் அறிதல்;** look up (sth. in order to get information); refer to (sth.). சொல்லுக்குப் பொருள் தெரியவில்லை என்றால் அகராதியைப் பார்க்கிறோம்./ இதுவரை நான் வாங்கிய கடன் எவ்வளவு என்று குறிப்பேட்டைப் பார்த்துச் சொல்./ இந்தப் பட்டியலைப் பார்க்கும்போது நமக்கு ஓர் உண்மை எளிதில் புலனாகும். **18: (ஒன்றை அல்லது ஒருவரை ஒரு இடத்தில்) தேடுதல்;** search for; look for. பணம் இருக்கிறதா என்று சட்டைப் பையில் பார்த்தார்./ தென்னந் தோப்பு, ஆற்றங்

கரை என்று எல்லா இடத்திலும் பார்த்தாயிற்று; சித்தப் பாவைக் காணோம்./ பாட்டி பெட்டியைத் திறந்து பார்த் தாள். **19: (ஒன்றைச் செய்ய அல்லது ஒரு முடிவெடுக்க) யோசித்தல்;** consider; wonder. இந்தச் சிறுவனிடம் எப்படி இவ்வளவு பணத்தைக் கொடுத்து அனுப்புவது என்று பார்க் கிறேன்./ உன் தம்பியாயிற்றே என்று பார்க்கிறேன். இல்லையென்றால் அடி விழும்./ படத்துக்குப் போகலாம். ஆனால் மணியாயிற்றே என்று பார்க்கிறேன்./ கட்சியின் நடவடிக்கைகள் எதுவும் அவருக்குப் பிடிக்கவில்லை. பார்த்துக்கொண்டே இருந்தார். திடீரென்று ஒருநாள் தான் கட்சியிலிருந்து விலகுவதாக அறிவித்தார். **20: (ஒன்று இவ் வாறு நடந்தது என்றோ அல்லது நடக்க வேண்டும் என்றோ) நினைத்தல்; எதிர்பார்த்தல்;** want; wish. இந்த நேரத்தில் அவன் வர வேண்டுமென்று பார்க்கிறாயா?/ எல்லாத் தயாரிப்பாளர்களும் தங்கள் பணப்பெட்டி நிறை கிறதா என்றுதான் பார்க்கிறார்கள். **21: பொருட்படுத்துதல்; முக்கியத்துவம் அளித்தல்;** consider; mind. கண் விழிப்பது கஷ்டம் என்று பார்த்தால் தேர்வுக்கு எப்படிப் படிப்பது?/ இரவுபகல் என்று பார்க்காமல் உழைத்ததால்தான் என்னால் முன்னேற முடிந்தது./ இந்தப் பிரச்சினையில் கௌரவம் பார்க்காமல் விட்டுக்கொடுத்துப் போக வேண்டும்./ காதல் எந்த பேதத்தையும் பார்ப்பதில்லை என்ற செய்தியோடு படம் முடிகிறது./ கூலியில் ஆண், பெண் பேதம் பார்ப்பது இப்போதும் தொடர்கிறது./ இலக்கணம் பார்த்தால் சினி மாப் பாடல்கள் இல்லை./ எதைச் செய்தாலும் குற்றம் பார்ப்பவர்கள் இருந்தால் எப்படி? **22: (ஒன்றை அல்லது ஒருவரைப் பற்றி) குறிப்பிட்ட விதத்திலான கண்ணோட் டத்தைக் கொள்ளுதல்; கருதுதல்;** consider; regard. இந்தப் பிரச்சினையை மனோதத்துவ ரீதியாகப் பார்த்தால் சுலபமாகப் புரியும்./ சினிமாவை ஒரு கலையாக, வாழ்க் கையின் தேடலாக நான் பார்க்கிறேன்./ அறிவியலின் வளர்ச்சியை அவர் வரலாற்றுப் பின்னணியில் வைத்துப் பார்க்கிறார்./ நீ சொல்வதைப் பார்த்தால் அங்கு நடந்தவை யெல்லாம் சதி என்றே எனக்குத் தோன்றுகிறது./ அவரு டைய சிறுகதைகளின் தொடர்ச்சியாகவே நாவல்களையும் பார்க்க வேண்டும்./ மேலெழுந்தவாரியாகப் பார்க்கும் போது அவன் சொல்வது சரிதான்./ நியாயப்படி பார்த்தால் என்னைத்தான் கட்சியினர் முதல்வராக ஆக்கியிருக்க வேண்டும்./ இறுதிவரை அந்தப் பெண் என்னை ஒரு இடையூறாகத்தான் பார்த்தாள். **23: (கற்றல், கற்பித்தல், விவாதம் முதலியவற்றுக்காக ஒரு தகவல், கருத்து, செய்தி போன்றவற்றை) எடுத்துக்கொள்ளுதல்;** see; consider. இதைப் பற்றி பாரதியார் கூறுவதைப் பார்க்க லாம்./ அந்தத் தலைவனின் புரட்சி வரலாற்றை இனி பார்ப் போம்./ இந்தத் தாவரங்களைப் பற்றிய தகவல்களைத் தனித்தனியாகப் பார்ப்போம். **24: (குறிப்பிட்ட நிலை மையை, சூழலை) சந்தித்தல்; எதிர்கொள்ளுதல்;** face; have the specified experience. உலகம் இதுவரை இரண்டு உலகப் போர்களைப் பார்த்திருக்கிறது./ தமிழ்க் கவிதை கடந்த இரண்டாயிரம் ஆண்டுகளில் பல்வேறு வடிவங் களையும் பார்த்துவிட்டது. **25: (பலனை) எதிர்பார்த்தல் அல்லது பெறுதல்;** regard; be mindful of. பிரதிபலன் பார்க்காத மனிதாபிமானப் பணி./ தன்னலம் பார்க்காமல் உழைத்தவர் அவர்./ பாடுபடுவதற்கு ஏற்ற பலனைப் பார்க்க வேண்டும்./ எந்தத் தொழிலில் இறங்கினாலும் லாபம் பார்க்கக்கூடியவர் அவர்./ அரிசி வியாபாரத்தில் நிறைய வருமானத்தைப் பார்த்தவர் அவர்./ பருவத்தில் விதைத்தால் நல்ல விளைச்சலைப் பார்க்கலாம். **26:** *(சோதி.)* **(ஒருவரின் ஜாதகத்தில் கிரகங்கள் குறிப்பிட்ட விதத்தில்) அமைந் திருத்தல்;** aspect. சனி மூன்றாம் இடத்தில் உச்சம்பெற்று குருவினால் பார்க்கப்பெற்றாலே ராஜயோகம் ஏற்படும்.

பார்[2] து.வி. (பார்க்க, பார்த்து) *(எதிர்மறைப் பெயரெச்ச, வினையெச்சங்களில் மட்டும் வரும் மாற்று வடிவங்கள்: பாராத, பாராமல்)* **1: (தான் ஒரு தொழிலை) மேற் கொள்ளுதல், கவனித்தல் முதலிய பொருளில் வழங் கும் வினையாக்கும் வினை;** verbalizer used in the sense of 'do', 'undertake', 'perform', etc., கிராமத்தில் என் தந்தை விவசாயம் பார்க்கிறார்./ பெண்ணுக்குப் பிரசவம் பார்க்கப் பாட்டி வந்திருக்கிறாள். **2:** *(செய என்னும் வாய்பாட்டு வினையெச்சத்தின் பின்)* **முயற்சித்தல்/(அஃறிணை எழு வாயில்) (குறிப்பிட்டது நடக்க) சாத்தியமிருத்தல்;** try (to do sth.)/seem likely to happen. இந்த மாடு வீட்டுக்குள் வரப்பார்த்தது./ வண்டியில் அடிபட்டுச் சாகப்பார்த்தது அந்த நாய்./ அரிய வாய்ப்பு நழுவப்பார்த்தது. **3: முதன்மை வினை குறிப்பிடும் செயலை மேற்கொள்வதன் மூலம் அதன் விளைவை அறிவது, அதன் தன்மையைச் சோதித்து அறிய முயல்வது, அதன் செயலில் ஈடு படுத்திக்கொள்வது முதலியவற்றைக் குறிப்பிடப் பயன் படுத்தும் துணை வினை;** auxiliary used to indicate that the action of the main verb is an attempt or trial. மாமாவிடம் கடன் கேட்டுப்பார்க்கலாம்./ நான் இந்த வண்டியை ஓட்டிப்பார்க்கட்டுமா?/ இந்த விஷயத்தை நீங்களே நன்றாக யோசித்துப் பாருங்கள். **4: முதன்மை வினை குறிப் பிடும் செயலைச் செய்வதால் ஏற்படும் விளைவு மிக மோசமாக இருக்கும் என்பதை உணர்த்தப் பயன்படுத் தப்படும் துணை வினை;** auxiliary used for challenging s.o. to do what is specified by the main verb. உன்னால் முடிந்தால் அவன்மேல் கைவைத்துப்பார்./ உனக்கு தைரி யம் இருந்தால் அதைத் தொட்டுப்பார்.

பார்[3] பெ. (உ.வ.) **உலகம்;** world. பார் போற்றும் கவிஞர்.

பார்[4] பெ. *(ஊரக வ.)* **(மாட்டு வண்டி, குதிரை வண்டி போன்றவற்றில்) பாரம் ஏற்றும் பகுதியின் சட்டத்தில் இரு புறத்திலும் உள்ள தட்டையான கனத்த மரத் துண்டு;** planks on either side, forming the frame for the floor of a cart. *(பார்க்க, படம்: கட்டைவண்டி)*

பார்[5] பெ. **ஆறு, கிணறு போன்றவற்றின் பக்கங்களாக இருக்கும் செங்குத்தான நிலப் பகுதி;** bank. பார் இடிந்து கிணறு தூர்ந்துவிட்டது./ வலதுபுற பார் இடிந்து ஆறு அகலமாகிவிட்டது.

பார்க்க[1] வி.அ. *(பே.வ.)* **பார்த்து;** in the direction specified. அவர் கோபித்துக்கொண்டு வடக்கு பார்க்கப் போய் விட்டாராம்!

பார்க்க[2] இ.சொ. காண்க: **பார்க்கிலும்.**

பார்க்கப்போனால் இ.சொ. **'உண்மையில்', 'சொல்லப் போனால்' என்ற பொருளில் பயன்படுத்தப்படும் இடைச்சொல்;** particle used in the sense of 'in fact'. பார்க்கப்போனால் எல்லாக் கடல்களும் ஒருவகையில்

இணைந்தே அமைந்துள்ளன./ பார்க்கப்போனால் என்னை விட அவர்தான் மிகுந்த சிரமத்துக்கு ஆளானார்.

பார்க்கிலும் இ.சொ. **'காட்டிலும்' என்ற பொருளில் ஒன்றை அல்லது ஒருவரை ஒன்றுடன் அல்லது ஒருவருடன் ஒப்பிடும்போது பயன்படுத்தும் இடைச்சொல்; 'விட';** particle used in the sense of 'than' (in comparisons). முன்னைப் பார்க்கிலும் அவள் இப்போது அழகாக இருக்கிறாள்./ பாடத்தை மனப்பாடம் செய்வதைப் பார்க்கிலும் புரிந்து படிப்பதே நல்லது.

பார்சல் பெ. **உணவகத்தில் வாங்கிய உணவுப் பண்டத்தை வெளியே எடுத்துச்சென்று சாப்பிட ஏதுவாகக் கட்டித் தரும் ஏற்பாடு;** takeaway. 'நான்கு இட்லி, இரண்டு வடை' என்று சொல்லிப் பணத்தை நீட்டியதும், பணம் வாங்குபவர், 'சாப்பிடவா, பார்சலா?' என்று கேட்டார்.

பார்த்த பெ.அ. **(ஒரு திசையை) நோக்கிய;** facing (the direction specified). கிழக்குப் பார்த்த வீடு.

பார்த்து[1] வி.அ. **கவனமாக; கருத்தில்கொண்டு;** carefully; taking into consideration. பாதை கரடுமுரடாக இருக்கும், பார்த்துப் போ./ நமக்கு வேண்டியவர், பார்த்து விலை சொல்லுங்கள்./ பரீட்சை வருகிறது, பார்த்துப் படி./ இந்த இடத்தில் ரவுடிகள் தொல்லை அதிகம், பார்த்து இருந்து கொள்.

பார்த்து[2] இ.சொ. 1: **'வேண்டுமென்றே செய்ததுபோல்' என்ற பொருளில் பயன்படுத்தப்படும் இடைச்சொல்;** particle used in the sense of 'as if on purpose'. நாம் வெளியே புறப்படுகிற நேரம் பார்த்துத்தானா அவர் வர வேண்டும்?/ வேறு புத்தகம் கிடைக்கவில்லையா? இதைப் பார்த்து வாங்கி வந்திருக்கிறாயே! 2: **'நோக்கி' என்ற பொருளில் பயன்படுத்தப்படும் இடைச்சொல்;** particle used in the sense of 'facing'. கிழக்குப் பார்த்து உட்கார்ந்திருந்தாள். 3: **'(ஒன்றை அல்லது ஒருவரை) நேருக்கு நேராக' என்ற பொருளில் பயன்படுத்தப்படும் இடைச்சொல்;** particle used in the sense of 'directly'. 'அவை நடவடிக்கைகளுக்குக் குந்தகம் விளைவித்தால் கடும் நடவடிக்கை எடுக்க நேரிடும்' என்று கூச்சலிட்ட உறுப்பினர்களைப் பார்த்து அவைத் தலைவர் எச்சரித்தார்.

பார்த்துக்கொள் வி. (-கொள்ள, -கொண்டு) 1: **பொறுப்போடு கவனித்துக்கொள்ளுதல்;** look after (s.o. or sth.); take care of. நீ வீட்டில் இல்லாதபோது குழந்தையை யார் பார்த்துக்கொள்கிறார்கள்?/ வீட்டைப் பார்த்துக்கொள்ளும்படி கூறிவிட்டு ஊருக்குப் போய்விட்டார். 2: **ஒன்று நிறைவேறுவதற்கான பொறுப்பை ஏற்றுக்கொள்ளுதல்; பிரச்சினை ஏற்படுத்தும் ஒன்றை அல்லது ஒருவரைச் சமாளித்தல்;** see to it that sth. (does or does not happen, etc.,). விஷயத்தை அவரிடம் சொன்னால் போதும், மீதியை அவர் பார்த்துக்கொள்வார்./ நீ கவலைப்படாதே, அவனை நான் பார்த்துக்கொள்கிறேன்./ விண்கலம் மக்கள் வசிக்கும் பகுதிகளில் விழாதவாறு பார்த்துக்கொள்ள அமெரிக்க விஞ்ஞானிகள் நடவடிக்கைகள் எடுத்திருக்கிறார்கள்.

பார்த்துப் பார்க்காமல் வி.அ. (இலங்.) **பாரபட்சம் இல்லாமல்; வேறுபாடின்றி;** without any discrimination. அவர் ஏழை மக்களுக்குப் பார்த்துப் பார்க்காமல் உதவி செய்வார்./ அனைத்து மாணவர்களிடமும் பார்த்துப் பார்க்காமல் பழகுவது எங்கள் ஆசிரியரின் சிறப்புக் குணம்.

பார்த்துப்பார்த்து வி.அ. **(ஒரு செயலைச் செய்வதில்) மிகுந்த கவனத்தோடு; அதிக அக்கறை எடுத்துக் கொண்டு;** with meticulous attention; with the utmost care. எவ்வளவுதான் பார்த்துப்பார்த்துத் துணி வாங்கினாலும் என் மகன் ஏதாவது குறைசொல்லாமல் இருக்க மாட்டான்./ பெரியவர் இந்த வீட்டைப் பார்த்துப்பார்த்துக் கட்டினார். இருந்தும் சில குறைகள் இருக்கின்றன.

பார்த்துவிடு வி. (-விட, -விட்டு) **(தனக்கு விடப்பட்ட சவாலாக நினைத்து) (குறிப்பிட்ட) நிலையை மாற்ற உறுதி மேற்கொள்ளுதல்;** word used by a person to challenge s.o. to do sth. specified. என் தயவு இல்லாமல் உனக்கு வேலை கிடைத்துவிடுமா என்று பார்த்துவிடுகிறேன்./ உனக்கு வசதி செய்துகொடுக்காமல் இருந்துவிடுவாரா? அதையும் பார்த்துவிடுவோம்.

பார்வதி பெ. **சிவபெருமானின் துணைவி;** wife of Lord Siva.

பார்வை பெ. 1: **பார்க்கும் செயல்; பார்த்தல்;** glance; view; look. அவளுடைய பார்வை தன்மீது பட்டதை உணர்ந்தான்./ சிறுவனின் சோகம் கலந்த பார்வை மனத்தைத் துன்புறுத்தியது. 2: **பார்க்கும் திறன்;** (eye) sight; vision. வயதானால் பார்வை குறைந்துவிடுகிறது./ ஒரு விபத்தினால் அவரது பார்வை பறிபோயிற்று. 3: **(தலைவர்கள், நடிகர்கள், மதத் தலைவர்கள் போன்றோர் இறந்தால் அவர்கள் உடலுக்கு) பொது இடத்தில் மக்கள் வந்து அஞ்சலி செலுத்துதல்;** public viewing (for paying homage to important people on their death). தலைவரின் பூதவுடல் பொதுமக்களின் பார்வைக்காக மண்டபத்தின் நடுவில் வைக்கப்பட்டிருந்தது. 4: **(விற்பனைக்காக அல்லாமல்) காட்சிக்காக மட்டும் என்ற ஏற்பாடு;** display. ரவிவர்மா வரைந்த படங்கள் பொதுமக்களின் பார்வைக்காக நான்கு நாட்கள் வைக்கப்படும். 5: **(-ஆக, -ஆன) தோற்றம்/ எடுப்பான தோற்றம்;** appearance/good looks; attractive appearance. வெற்றிலைக் கொடியும் மிளகுக் கொடியும் பார்வைக்கு ஒன்று போலவே இருக்கும்./ வீடு பார்வையாக இருக்கிறது. 6: **மேற்பார்வை; கவனம்;** supervision; perusal. பிரதமருக்கான மதிய உணவு எனது நேரடிப் பார்வையில் தயாரிக்கப்பட்டது./ மேலதிகாரியின் பார்வைக்குக் கோப்பு அனுப்பப்பட்டிருக்கிறது. 7: **(ஒரு விஷயத்தை) அணுகும் முறை; கண்ணோட்டம்;** approach; point of view; view. இந்தப் பிரச்சினையில் உனது பார்வை சரி இல்லை./ இந்த நூலைப் பொறுத்தவரை உங்கள் பார்வை வித்தியாசமாகத்தான் இருக்கிறது.

பார்வை நேரம் பெ. **ஒரு அலுவலகத்தில் பொதுமக்கள் அதிகாரிகளைப் பார்க்க அல்லது உறவினர்களோ நண்பர்களோ நோயாளியை மருத்துவமனையில் சந்திக்க அல்லது மருத்துவர்கள் நோயாளிகளைப் பார்க்க ஒதுக்கப்படும் நேரம்;** visiting hours; consulting hours. பொது மருத்துவமனையில் பார்வை நேரம் மாலை 4.00 – 7.00 ஆகும்.

பார்வை பார் வி. (பார்க்க, பார்த்து) (இலங்.) **குறி சொல்லுதல்;** predict (the future); do fortune-telling. கன காலமாக நோய் மாறவில்லை, பார்வை பார்க்கக் கட்டாடியைக் கூட்டிக்கொண்டு வா.

பார்வையற்ற பெ.அ. **பார்க்கும் திறன் இல்லாத;** visually challenged. பார்வையற்றவர்களுக்கான பள்ளி.

பார்வையாளர் பெ. **(விளையாட்டுப் போட்டி, இன்னிசை நிகழ்ச்சி, நாட்டியம், நாடகம் போன்ற) ஒரு பொது நிகழ்ச்சியைக் கண்டுகளிக்க வருபவர்;** spectator; visitor. கால்பந்துப் போட்டிக்கு ஆயிரக் கணக்கில் பார்வையாளர்கள் குழுமியிருந்தனர்.

பார்வையிடு வி. (-இட, -இட்டு) 1: **(அணி வகுப்பு, ஊர்வலம் போன்ற நிகழ்ச்சிகளுக்காக அழைக்கப்பட்டிருக்கும் சிறப்பு விருந்தினர் அவற்றை ஓர் இடத்தில் இருந்துகொண்டு) காணுதல்;** inspect; watch (a parade, pageantry, etc.,). ராணுவ அணிவகுப்பைக் குடியரசுத் தலைவர் பார்வையிட்டார். 2: **மேற்பார்வையிடுதல்;** supervise; visit (for checking). அமைச்சர் திடீரென மருத்துவமனையைப் பார்வையிடச் சென்றார்.

பார்வை விழு வி. (விழ, விழுந்து) **ஒருவரின் கவனம் ஒன்றின் மேல் அல்லது ஒருவரின் மேல் பதிதல்;** (of attention) fall on s.o. or sth; have eyes for sth.; be attracted by. கடையில் தொங்கவிடப்பட்டிருந்த அழகான புடவைமீது தெருவில் சென்ற எல்லாப் பெண்களின் பார்வையும் விழுந்தது./ உன் நிலத்தின் மேல் பண்ணையாரின் பார்வை விழுந்திருக்கிறது. விலைக்குக் கேட்பார், ஜாக்கிரதையாக இரு.

பாரத்தைப் போடு வி. (போட, போட்டு) **(தன்னால் செய்யக்கூடியது ஒன்றுமில்லை என்ற நிலையில் நடப்பது நடக்கட்டும் என்று) (இறைவனிடம்) பொறுப்பை விட்டுவிடுதல்;** commit oneself to god's grace. எதிர்பார்த்த இடத்திலிருந்து பணம் கிடைக்காவிட்டாலும் கடவுள்மீது பாரத்தைப் போட்டுவிட்டு வீட்டைக் கட்டத் தொடங்கினார்.

பாரதம் பெ. **இந்திய நாட்டுக்கு வழங்கும் மற்றொரு பெயர்;** the other name for India; Bharat.

பாரதூரம் பெ. (-ஆக, -ஆன) **தீவிரம்; அதிகம்;** being far-reaching. சகல இயக்கங்களிலும் காந்தியத்தின் செல்வாக்கு பாரதூரமாகப் படர்ந்து பரவியிருந்தது./ 'அரசியல் சட்டத் திருத்தத்தைப் பற்றிய உச்ச நீதிமன்றத்தின் இந்தத் தீர்ப்பு பாரதூரமான விளைவுகளை ஏற்படுத்தக்கூடியது' என்று அவர் கூறினார்.

பாரப்படுத்து வி. (-படுத்த, -படுத்தி) (இலங்.) **(பொறுப்பை) ஒப்படைத்தல்;** entrust. அவர் தன் மகனிடம் வியாபாரத்தைப் பாரப்படுத்திவிட்டுக் கோயில் குளம் என்று போகத் தொடங்கிவிட்டார்./ நீதவான் வழக்கை உயர் நீதிமன்றத்திற்குப் பாரப்படுத்திவிட்டார்.

பாரபட்சம் பெ. (-ஆக, -ஆன) **நடுநிலையில் இல்லாமல் (ஒருவரின் அல்லது ஓர் அமைப்பின் பக்கம்) சார்ந்து செயல்படும் நிலை; ஒரு பக்கச் சாய்வு;** partiality; bias. பெற்ற பிள்ளைகளிடத்திலுமா இந்தப் பாரபட்சம்?/ நடைபெற்ற கலவரத்தைப் பற்றிப் பாரபட்சமற்ற விசாரணை நடத்துமாறு அரசுக்கு அவர் கோரிக்கை விடுத்தார்.

பாரம் பெ. 1: **கனம்;** weight; load. இவ்வளவு பாரத்தை இந்த வண்டி தாங்காது. [(தொ.சொ.) *கனம்/ சுமை/ பளு*] 2: (தலையில் சுமக்கும், வண்டியில் ஏற்றும் பொருள்களைக் குறிக்கும்போது) **சுமை;** load. பாரம் தூக்கும் தொழிலாளர்கள்/ (உரு வ.) குடும்ப பாரத்தை நான் ஒருவனே சுமக்க வேண்டியுள்ளது.

பாரம் கொடு வி. (கொடுக்க, கொடுத்து) (இலங்.) **(பொறுப்பை) ஒப்படைத்தல்;** handover (the responsibility). கந்தோரில் என்னுடைய பொறுப்பின் கீழ் இருந்த வற்றையெல்லாம் எனக்குப் பதிலாக வந்தவரிடம் பாரம் கொடுத்துவிட்டேன்.

பாரம்தூக்கி பெ. காண்க: **பளுதூக்கி.**

பாரம்பரியம் பெ. 1: **(பண்பாடு, கலை, இலக்கியம் முதலியவற்றில்) தொன்மையான, நீண்ட மரபு;** tradition. தெருக்கூத்து ஒரு பாரம்பரியம் மிக்க கலை./ பாரம்பரியப் பெருமைகள் பேசுவதில் பயன் இல்லை./ நவீன ஓவியத்துக்குச் செறிவான பாரம்பரியம் உண்டு./ இந்தக் கல்லூரிக்கு என்று ஒரு பாரம்பரியம் இருக்கிறது. [(தொ.சொ.) **சம்பிரதாயம்/ நடைமுறை/ வழக்கம்/ வழிமுறை**] 2: **வம்சம்; பரம்பரை;** lineage. எங்களுடைய பாரம்பரியம் சரபோஜி மன்னருடைய காலத்துக்கு முற்பட்டது. 3: **தலைமுறை தலைமுறையாக வந்த சிறப்பு;** ancestral fame; great lineage; legacy. பாரம்பரியம் மிக்க குடும்பத்தில் பிறந்தவர். 4: **ஒரு குருவை அல்லது ஒரு துறையின் முன்னோடியைப் பின்பற்றுபவர்களின் தொடர்ச்சியான வரிசை; பரம்பரை;** tradition; school. பாரதிதாசன் பாரம்பரியத்தைச் சேர்ந்த கவிஞர் இவர்./ வீணை தனம்மாளின் பாரம்பரியத்தில் வந்தவர்களில் முக்கியமானவர் சாவித்திரி ராஜன். 5: (உயிரி.) **உயிரினங்களின் மரபணுக்களில் படிந்து வழிவழியாகச் சந்ததிகளிடம் தொடரும் உருவம், குணம், தன்மை போன்றவை;** heredity.

பாரமெடு வி. (-எடுக்க, -எடுத்து) (இலங்.) **பொறுப்பேற்றல்;** take the responsibility (of doing sth.). பதவியைப் பாரமெடுத்து இரண்டு கிழமைதான் ஆகிறது.

பாரவண்டி பெ. **சுமை ஏற்றிச் செல்லும் மாட்டு வண்டி;** (bullock) cart for carrying goods.

பாரா பெ. (அ.வ.) **(ஓர் இடத்தை) சுற்றிவந்து செய்யும் காவல்;** patrol; guard. அரண்மனையைச் சுற்றிப் பாரா பலப்படுத்தப்பட்டது.

பாராட்டு[1] வி. (பாராட்ட, பாராட்டி) 1: **உயர்வாகக் கூறுதல்; புகழ்தல்;** praise; applaud; commend. அவருடைய மருத்துவச் சேவையைப் பாராட்டி விழா எடுப்பது என்று முடிவுசெய்தார்கள்./ துப்பாக்கி சுடும் போட்டியில் வெள்ளிப் பதக்கம் வென்ற இந்திய வீரரை எல்லாப் பத்திரிகைகளும் பாராட்டின./ அனைவராலும் பாராட்டப்படும் ஓவியம். [(தொ.சொ.) **கௌரவி/ சிறப்பி/ புகழ்/ போற்று/ மெச்சு/ வாழ்த்து**] 2: **(கௌரவம், ஏற்றத்தாழ்வு போன்றவற்றுக்கு முக்கியத்துவம் தந்து) பொருட்படுத்துதல்;** view sth. in terms of status, prestige, etc., அவர் எல்லோரிடமும் எந்த வித வித்தியாசமும் பாராட்டாமல் பழகுவார்./ இருவருமே கௌரவம் பாராட்டிக்கொண்டிருந்தால் பிரச்சினை முடியப்போவதில்லை. 3: **(சொந்தம், உரிமை) கொண்டாடுதல்;** claim (relationship, etc.,). கையில் பணம் இருந்தால் ஆயிரம் பேர் சொந்தம் பாராட்டுவார்கள். 4: **(அன்பு, நட்பு, வன்மம் போன்ற உணர்ச்சிகளை) தெரியப்படுத்துதல்;** express feelings of affection, love, friendship etc., நட்புப் பாராட்டத் தெரிந்தவர்; உன் தம்பிதானே, வன்மம் பாராட்டாதே.

பாராட்டு[2] பெ. 1: **(பேச்சில் அல்லது எழுத்தில் ஒரு வரை) பாராட்டும் செயல்; புகழ்ச்சி;** praise; commendation; appreciation. தேசிய விருது பெற்ற தலைமை ஆசிரியருக்குப் பாராட்டுக் கூட்டம் நடைபெற்றது./ சர்வ தேசத் திரைப்பட விழாவில் பலருடைய பாராட்டையும் பெற்ற இந்தியத் திரைப்படம் இது. 2: (பெரும்பாலும் பன்மையில்) **வாழ்த்து;** (always in the plural) congratulations. உங்களுக்கு என் மனமார்ந்த பாராட்டுகள்!

பாராமுகம் பெ. (-ஆக, -ஆன) 1: **(ஒருவரை) பார்த்தும் பார்த்ததாகக் காட்டிக்கொள்ளாமல் இருப்பது;** deliberate inattention; ignoring. உதவி கேட்டுவிடுவானோ என்று நினைத்துப் பாராமுகமாக உட்கார்ந்திருந்தார். 2: **வேண்டு மென்றே புறக்கணிக்கும் போக்கு; கண்டுகொள்ளாத நிலை; அலட்சியம்;** indifference; neglect. தொழிலாளர் பிரச்சினையில் அரசு பாராமுகமாக இருக்கவில்லை./ இந்தப் பிரச்சினையில் நீங்களும் ஏன் பாராமுகமாக இருக்கிறீர்கள்?

பாராயணம் பெ. **(வேதம் முதலிய சமய நூல்களை) முறைப்படி ஓதுதல் அல்லது படித்தல்;** ceremonial recitation or reading (of the sacred texts such as the Vedas). கோயிலில் வேத பாராயணம் நடந்துகொண்டிருந்தது.

பாராளுமன்றம் பெ. காண்க: **நாடாளுமன்றம்.**

பாரி[1] வி. (பாரிக்க, பாரித்து) (வ.வ.) **(உடம்பு) பருத்தல்;** (of person) be bulky. அவளுக்கு வயது நாற்பது; உடம்பு சற்றுப் பாரித்திருந்தது.

பாரி[2] பெ. (அ.வ.) (பத்திரங்களில் குறிப்பிடும்போது) **(குறிப்பிடப்பட்டவரின்) மனைவி;** (in legal documents) wife (of s.o. mentioned).

பாரிசவாதம் பெ. (இலங்.) **பக்கவாதம்;** paralysis.

பாரிசவாயு பெ. (அ.வ.) **பக்கவாதம்;** paralysis.

பாரி நாகசுரம் பெ. (இசை) **(தற்காலத்தில் கலைஞர்கள் பயன்படுத்தும்) குழலின் அளவு சற்று நீளமாகவும் (2 கட்டையிலிருந்து 3.5 கட்டை வரையுள்ள சுருதியில் வாசிக்கக்கூடிய அளவுக்கு) ஆதார சுருதி குறைவாகவும் இருக்கும் ஒரு வகை நாகசுரம்;** a நாகசுரம் with a longer pipe and lower pitch than those of திமிரி நாகசுரம்.

பாரி நாயனம் பெ. (இசை) காண்க: **பாரி நாகசுரம்.**

பாரிய பெ.அ. (இலங்.) 1: **பெரும்; மிகுந்த;** great. பாரிய முயற்சி/ பாரிய சாதனை. 2: **அரிய; அருமையான;** rare. பாரிய கண்டுபிடிப்பு/ பாரிய கலைஞர்.

பாரிஜாதம் பெ. 1: **தேவலோகத்தில் இருப்பதாகவும் விரும்பியதையெல்லாம் தரக் கூடியதாகவும் கூறப்படும் பூ/அந்த பூவைத் தரும் மரம்;** celestial tree with flowers which fulfils all that one wishes. 2: **பவளமல்லி;** coral jasmine; Indian mourner.

பாரீஸ் சாந்து பெ. **(வார்ப்புகளில்) உருவ மாதிரிகள் செய்யப் பயன்படும் வெள்ளை நிறமுடைய பொடி;** plaster of Paris. பாரீஸ் சாந்தினால் செய்யப்பட்ட இருதயத்தின் அமைப்பை ஆசிரியர் மாணவர்களுக்குக் காட்டினார்./ வார்ப்புகள் செய்வதற்குச் சிற்பிகள் பாரீஸ் சாந்தைப் பயன்படுத்துகிறார்கள்.

பாரை பெ. **கவை போன்று நன்கு பிளவுபட்ட வாலையும் அகலமான உடலையும் கொண்ட (உணவாகும்) சில வகைக் கடல் மீன்களைக் குறிக்கும் பொதுப் பெயர்;** common term for horse mackerel.

பால்[1] பெ. 1: **(பெண்ணின் மார்பிலிருந்து குழந்தைக்காக அல்லது பெண் விலங்கின் மடியிலிருந்து குட்டிக்காகச் சுரக்கும்) உணவுப் பொருளாகும் வெள்ளை நிறத் திரவம்;** milk. தாய்ப் பால்/ பசும் பால்/ ஆட்டுப் பால்/ பால் இல்லாத காப்பி. 2: **(கள்ளி, ரப்பர் முதலியவற்றினுள் உள்ள) பிசுபிசுப்பான வெள்ளை நிறத் திரவம்;** milky juice (of certain plants, such as rubber tree). ரப்பர் மரத்தை அடியில் சிறிது வெட்டிவிட்டு அதிலிருந்து வடியும் பாலைச் சேகரிப்பார்கள்./ கள்ளியின் தண்டை முள்ளால் குத்தியதும் பால் வடிந்தது. 3: **(தேங்காய்த் துருவல் போன்றவற்றை) பிழிந்தெடுப்பதன் மூலம் பெறும் வெள்ளை நிறத் திரவம்;** the milk extracted from coconut. சுரைக்காய் கூட்டுக்குக் கொஞ்சம் தேங்காய்ப் பால் ஊற்று. 4: **சிமெண்டு, சுண்ணாம்பு போன்றவை தண்ணீரில் கரைந்திருக்கும் நிலை;** cement or slaked lime mixed with water to a thin consistency. சிமெண்டுப் பாலை நிறைய ஊற்றினால்தான் தரை வழவழப்பாக இருக்கும்.

பால்[2] பெ. 1: **(மனிதரிலும், பெரும்பாலான பிற உயிரினங்களிலும்) ஆண், பெண் என்ற பகுப்பு;** sex. சிறுவர் முதல் பெரியவர்கள்வரை பால் பேதமின்றி விழாவில் ஆடிப்பாடி மகிழ்ந்தார்கள்./ ஒரு பால் உயிரினங்கள். 2: (இலக்.) **உயர்திணையில் ஆண், பெண், பலர் என்ற, அஃறிணையில் ஒன்று, பல என்ற ஐந்து வகைப் பிரிவுகளில் ஒன்று;** gender classification (any of the five genders viz., masculine, feminine, human plural, neuter singular and neuter plural). அவன் என்பது ஆண்பால், அவள் என்பது பெண்பால்.

-பால்[3] இ.சொ. (உ.வ.) **'மீது' என்ற பொருளைத் தரும், ஏழாம் வேற்றுமைச் சொல்லுருபாகப் பயன்படும் இடைச்சொல்;** particle used in the sense of 'on', 'upon', 'over'. குழந்தை தாயின் கவனத்தைத் தன்பால் ஈர்க்க முயன்றது./ உயிர்கள்பால் நாம் காட்டும் அன்பே ஜீவகாருண்யம்.

பால் ஊற்று[1] வி. (ஊற்ற, ஊற்றி) காண்க: **பால் தெளி**[1].

பால் ஊற்று[2] வி. (ஊற்ற, ஊற்றி) (திருநர் வ.) **நிர்வாணத்துக்குப் பிறகு செய்யப்படும் சடங்குகளின் இறுதி நிகழ்வாகப் பாலைத் தலையில் ஊற்றுதல்;** pour the milk as the last event of the gender reassignment ritual.

பால் கட்டு[1] வி. (கட்ட, கட்டி) **(வலி ஏற்படுத்தும் வகையில் பெண்களுக்கு மகப்பேற்றை ஒட்டி மார்பகங்களில்) குடிக்கப்படாமல் பால் இறுகிப்போதல்;** painful swelling of woman's breasts caused by not suckling.

பால் கட்டு[2] பெ. (ஊரக வ.) **(பாளைபோல் வெளியே வரும்) நெற்கதிரின் மணியில் (அரிசியாக இறுகுவதற்கு முன்னர்) பால் நிறைந்து இருக்கும் நிலை;** stage in the maturing paddy before the milky content of its panicle hardens into corn. பயிர் பால் கட்டாக இருப்பதால் அறுவடைக்கு இன்னும் இருபது நாட்களுக்கு மேல் ஆகலாம்./ கதிர் வந்து பால் கட்டும் நேரத்தில் பூச்சி மருந்து தெளிக்கக் கூடாது.

பால்கறி பெ. (இலங்.) **(காய்கறியை அல்லது இறைச்சியை வேகவைத்து) துருவி எடுத்த தேங்காயை அரைத்துப்**

பால்காய்ச்சு 908

பெறும் பாலைக் கலந்து தயாரிக்கப்படும் கறிவகை; a kind of semi-solid dish prepared with vegetables or meat, mixing the milk extracted from coconut gratings.

பால்காய்ச்சு வி. (-காய்ச்ச, -காய்ச்சி) புதிதாக ஒரு வீட்டில் குடியேறும்போது சடங்காகப் பாலைக் காய்ச்சுதல்; cook milk ceremonially when moving to a new house. புது வீட்டில் நாளை பால்காய்ச்சுகிறோம்.

பால்குடம் பெ. முருகன் கோயில், மாரியம்மன் கோயில் முதலிய ஆலயங்களுக்கு பக்தர்கள் நேர்த்திக்கடனாகப் பால் நிரம்பிய குடங்களைத் தலையில் தூக்கிச் செல்லும் சடங்கு; a ritual in which devotees carry pots filled with milk to temples of முருகன், மாரியம்மன், etc., in fulfilment of a vow.

பால்குடி மற வி. (மறக்க, மறந்து) (குழந்தை, கன்றுக்குட்டி போன்றவை) தாய்ப்பால் குடிக்கும் பழக்கத்தை விடுதல்; (of a baby or young animal) be weaned. குழந்தைக்கு இரண்டு வயதாகிறது. இன்னும் பால்குடி மறக்கவில்லையா?/ பால்குடி மறக்காத கன்றுக்குட்டியை விற்றுவிட்டாயே!

பால்குத்து வி. (-குத்த, -குத்தி) (இலங்.) அம்மைத் தடுப்பு ஊசி போட்டுக்கொள்ளுதல்; vaccinate (against smallpox). அந்தக் காலத்தில் பால்குத்த வருகிறார்கள் என்று கேள்விப்பட்டதுமே பாதி ஊர் காட்டுக்குள் பதுங்கிவிடும்.

பால்குழி பெ. காண்க: பால்குளம்.

பால்குளம் பெ. தீமிதித்துவிட்டு வருபவர்கள் காலை நனைப்பதற்காகப் பால் நிறைக்கப்பட்டிருக்கும் சதுர வடிவிலான குழி; pit filled with milk for cooling one's feet after fire-walking.

பால்கோவா பெ. பாலை நன்றாகச் சுண்டச் காய்ச்சிச் சர்க்கரை சேர்த்து செய்யப்படும் இனிப்பு; confection made of milk boiled solid.

பால் சாம்பிராணி பெ. மணம் மிகுந்த வெள்ளை நிறச் சாம்பிராணி; white gum benzoin, which emits lot of fragrance when sprayed on the live charcoal.

பால் சுறா பெ. வெண்மை நிறத்தில் இருக்கும் (உணவாகும்) ஒரு வகைச் சுறாமீன்; white shark.

பால் தெளி[1] வி. (தெளிக்க, தெளித்து) இறந்துபோனவரை எரித்த அல்லது புதைத்த இடத்தில் அடுத்த நாளில் அல்லது அதற்கடுத்த நாளில் பால் தெளித்துச் சடங்குசெய்தல்; perform the ritual of sprinkling milk at the site of cremation or burial on the day following the funeral or the next day.

பால் தெளி[2] பெ. இறந்துபோனவரை எரித்த அல்லது புதைத்த இடத்தில் அடுத்த நாளில் அல்லது அதற்கடுத்த நாளில் பால் தெளித்துச் செய்யும் சடங்கு; the ritual of sprinkling milk at the site of cremation or burial on the day following the funeral or the next day. பால் தெளியை நாளன்றைக்குத்தான் செய்ய வேண்டும்.

பால்தேங்காய் பெ. (இலங்.) அடர்த்தியான பருப்பைக் கொண்டிருப்பதால் அதிக பாலைப் பிழிந்தெடுக்கக் கூடியதாக இருக்கும் தேங்காய்; coconut which has thick flesh yielding more milk.

பால்பல் பெ. குழந்தைப் பருவத்தில் தோன்றிப் பிறகு விழுந்துவிடும் பல்; milk tooth.

பால் பிடி வி. (பிடிக்க, பிடித்து) (நெல், கம்பு, சோளம் போன்ற பயிர்களின்) தானிய மணிகளில் பால் உண்டாதல்; (of cereal crops) form milky juice in tender kernels.

பால் மகள் பெ. (திருநர் வ.) ஏற்கனவே மற்றொருவரால் தத்தெடுக்கப்பட்ட திருநங்கை மகளை மற்றொரு திருநங்கைத் தாய் புதிதாகத் தத்தெடுத்ததால் உண்டான உறவு; a previously adopted transsexual, who now becomes the adoptive daughter to another transsexual adoptive mother.

பால்மணம் மாறாத பெ.அ. மிகச் சிறிய வயதுடைய; குழந்தைப் பருவத்திலிருக்கும்; of tender age. என்மேல் இருக்கும் கோபத்தை ஏன் இந்தப் பால்மணம் மாறாத பிள்ளையிடம் காட்டுகிறாய்?/ பால்மணம் மாறாத இந்தச் சிறுவனா அவ்வளவு அழகாகப் புல்லாங்குழல் வாசித்தான்!

பால்மா(வு) பெ. (இலங்.) குழந்தை உணவாகப் பயன்படும் மாவு வடிவில் தயாரிக்கப்பட்ட பால்/பாலுக்கு மாற்றாகப் பயன்படுத்தப்படும் மாவு வடிவில் தயாரிக்கப்பட்ட பால்; milk powder. இப்போது எல்லோரும் பிள்ளைகளுக்குப் பால்மாதானே கொடுக்கிறார்கள்./ சங்கக் கடையில் உலர் உணவு அட்டைக்குப் பால்மாவு வாங்கலாம்./ தேத்தண்ணீர் போடப் பால் இல்லை. பால்மாவைக் கரைத்துக்கொள்ளவா?

பால்மாறு வி. (பால்மாற, பால்மாறி) (ஊரக வ.) **1:** வேலை செய்யச் சுணங்குதல்; சோம்பல்படுதல்; shirk (work). சின்ன வேலைதானே, பால்மாறாமல் செய்துமுடித்துவிடலாம்./ பால்மாறிக்கொண்டிருந்தால் வேலையை எப்போது முடிப்பது? **2:** (செய்வதாகச் சொல்லிவிட்டு) செய்யாமல் பின்வாங்குதல்; பேச்சு மாறுதல்; go back on one's word. பணம் தருவதாகச் சொன்னவன் கொஞ்ச நேரத்தில் பால்மாறிவிட்டான்.

பால்மானி பெ. (இயற்.) (பாலின் அடர்த்தியைக் கண்டறிவதன்மூலம்) பாலில் கலந்துள்ள நீரின் அளவைக் காட்டும் கருவி; lactometer.

பால்முட்டி பெ. (இலங்.) பால் கறக்கப் பயன்படுத்தும் கலயம் அல்லது செம்பு; milking vessel.

பால்யம் பெ. சிறுவயது; குழந்தைப் பருவம்; childhood. பால்யத்தில் ஏற்பட்ட சிநேகம்/ பால்ய கால நினைவுகள்.

பால்ய விவாகம் பெ. (முன்பு நடைமுறையில் இருந்த) குழந்தைப் பருவத்தில் நடத்திவைக்கப்படும் திருமணம்; குழந்தைத் திருமணம்; child marriage. பால்ய விவாகம் தடைசெய்யப்பட்டுவிட்டது.

பால்வடி பெ. (இலங்.) தேங்காய்ப் பால் வடிகட்டப் பயன்படும், துளைகள் உள்ள உலோகச் சாதனம்; metal filter used for filtering coconut milk.

பால்வாடி பெ. காண்க: அங்கன்வாடி.

பால்வினை நோய் பெ. வைரஸ், பாக்டீரியா போன்ற நுண்ணுயிரிகளால் பாதிக்கப்பட்டிருக்கும் நபர்களுடன் உடலுறவு கொள்வதால் ஏற்படும், பெரும்பாலும் பிறப்புறுப்புகளைத் தாக்கும், (மேகநோய், மேகவெட்டை போன்ற) தொற்றுநோய்; sexually transmitted disease. ஆரம்ப நிலையிலேயே கண்டறிந்தால் சில பால்வினை நோய்களைக் குணப்படுத்திவிட முடியும்.

பால்வீதி பெ. **பூமி இருக்கும் சூரியக் குடும்பத்தையும் பிற நட்சத்திரங்களையும் கொண்ட (இரவில்) வெண்ணிறப் பாதையாகத் தோற்றம் அளிக்கும் நட்சத்திரக் கூட்டம்;** Milky Way; the Galaxy.

பாலகன் பெ. *(அ.வ.)* **இளம் சிறுவன்; ஆண் குழந்தை;** boy of tender age; male child. ஒன்றும் அறியாப் பாலகன்.

பாலடை பெ. **(குழந்தைக்குப் பால் அல்லது மருந்து புகட்டப் பயன்படுத்தும்) சாய்த்தால் உட்குழிவான தடத்தின் வழியாகத் திரவம் வரும் வகையில் உள்ள (சங்கு வடிவ) சிறு கிண்ணம்; சங்கு;** conch-like small cup for feeding babies.

பாலடை

-பாலது வி.மு. *(உ.வ.)* **('அல்' ஈற்றுத் தொழிற்பெயரோடு மட்டும்) 'தகுந்தது', 'உரியது' என்னும் பொருளில் பயன்படும் வினைமுற்று;** (mostly after an infinitive or after certain verbal nouns) a finite form used in the sense of 'worthy (of)'; '(is) proper'. இந்தத் திட்டம் வரவேற்கற்பாலது./ அவர் கூறியிருக்கும் கருத்து நினைத்தற்பாலது.

பாலப்பம் பெ. *(இலங்.)* **தேங்காய்ப் பால் ஊற்றிச் செய்யும் ஒரு வகை அப்பம்;** a kind of flat round cake made by cooking a paste of sweetened rice flour in oil and adding the milk extracted from coconut gratings. கடையில் ஒரு சோடி பாலப்பம் வாங்கிச் சாப்பிட்டேன்.

பால பாடம் பெ. *(அ.வ.)* **1: தொடக்க வகுப்பிற்கான பாடம் அல்லது பாடநூல்;** lesson or text for children in primary school; primer. **2: (ஒரு துறையில்) அடிப்படையானதும் முதலில் தெரிந்துகொள்ள வேண்டியதுமானது;** elementary lessons. அரசியலின் பால பாடத்தை எனக்குக் கற்றுத்தந்தவர் அவர்தான்.

பாலம் பெ. **(ஆறு, பள்ளத்தாக்கு முதலியவற்றின் மேல் போக்குவரத்துக்காக) இரு பகுதிகளை இணைப்பதற்குக் கட்டப்படும் அமைப்பு;** bridge. இந்தப் பாலத்தில் கனரக வாகனங்கள் போவதற்குத் தடை விதிக்கப்பட்டுள்ளது./ (உரு வ.) எங்களுடைய நட்புக்கு இவர்தான் பாலம்.

பாலர் பெ. **சிறு வயதுக் குழந்தைகள்;** young children. வானொலியில் பாலருக்கான நிகழ்ச்சி.

பாலர் பள்ளி பெ. **சிறு குழந்தைகளுக்காக நடத்தப்படும் பள்ளி;** nursery school.

பாலாடை¹ பெ. காண்க: **ஆடை².**

பாலாடை² பெ. காண்க: **பாலடை.**

பாலாடைக்கட்டி பெ. **பாலைக் காய்ச்சிக் குளிரவைத்துப் புளிக்கச் செய்து தயாரிக்கப்படும் மிருதுவான, வெளிர் மஞ்சள் நிறத்தில் இருக்கும், புரதச்சத்து நிறைந்த, உணவாகும் பொருள்;** cheese.

பாலாடை மரம் பெ. *(ஊரக வ.)* **1: (ஏற்றத்திலிருந்து கொல்லைக்குத் தண்ணீர் போவதற்காக) பனை மரத்தை நடுவில் அகழ்ந்து வாய்க்கால்போல் செய்யப்பட்ட அமைப்பு;** a palmyra trunk hollowed out to make a channel for flow of water from ஏற்றம் to the garden. **2: (வாய்க்காலிலிருந்து வயலுக்குத் தண்ணீர் இறைக்க) கயிறு கட்டி முக்காலியில் தொங்கும் மேற்குறித்ததைப் போன்ற மரம்;** a hollowed out tree trunk suspended from the top of a tripod to lift water from the canal to the field.

பாலார் பெ. *(உ.வ.)* **(குறிப்பிடப்படும்) தரப்பைச் சேர்ந்தவர்கள்;** people of any of the two parties to a dispute. கோயில் கும்பாபிஷேகம் அமைதியாக நடைபெறுவதற்கு இரு பாலாரும் ஒத்துழைப்புக் கொடுக்க வேண்டும் என்று கேட்டுக்கொள்ளப்பட்டது./ இந்த விஷயத்தில் ஒரு பாலாருக்கு மாற்றுக் கருத்து இருப்பதைத் தவறு என்று சொல்ல முடியாது.

பாலாலயம் பெ. **கோயிலில் திருப்பணி நடைபெறும் போது மூல விக்கிரகத்தை வைப்பதற்கான தற்காலிக அமைப்பு;** temporary shelter for the deity of a temple till the completion of its renovation.

பாலி¹ வி. (பாலிக்க, பாலித்து) *(உ.வ.)* **வழங்குதல்;** grant; bestow; show. துன்பப்படும் இந்தப் பேதைக்கு அருள் பாலிப்பாய் இறைவா!/ நீதி பாலிக்கத் தவறிய அரசன்.

பாலி² பெ. *(மண்.)* **திருமணத்தில் முளைகட்டிய நவ தானியம் வைப்பதற்குச் சற்று உயரமாகப் பாதம் வைத்து அதற்கு மேல் அகல் இருப்பதுபோல் செய்யப்பட்ட மண்பாத்திரம்;** a small earthenware saucer borne on a hollow stand and used for rituals in wedding ceremony.

பாலிகை பெ. காண்க: **முளைப்பாலிகை.**

பாலியம் பெ. காண்க: **பால்யம்.**

பாலியல் பெ. *(பெரும்பாலும் பெயரடையாக)* **உடலுறவு தொடர்பானது;** sex; being sexual. பாலியல் கல்விமூலம் எய்ட்ஸ் பற்றிய விழிப்புணர்வை இளைஞர்களிடையே ஏற்படுத்தலாம்./ பாலியல் குற்றங்களைத் தவிர்ப்பது எப்படி என்பதைக் குறித்த கருத்தரங்கு.

பாலியல் சீண்டல் பெ. *(பு.வ.)* காண்க: **பாலியல் தொல்லை.**

பாலியல் தொந்தரவு பெ. *(பு.வ.)* காண்க: **பாலியல் தொல்லை.**

பாலியல் தொல்லை பெ. *(பு.வ.)* **(பெரும்பாலும் உடன் பணிபுரியும் எதிர்பாலினரிடம்) பாலியல் நோக்கில் பேசுதல், பார்த்தல், தொடக் கூடாத இடங்களில் தொடுதல் போன்ற வரம்பு மீறிய, செய்யத் தகாத செயல்;** sexual harassment.

பாலியல் தொழில் பெ. **பணம் பெற்று உடலுறவு கொள்ளும் தொழில்;** (euphemistically) prostitution.

பாலியல் தொழிலாளர் பெ. **பணம் பெற்று உடலுறவு கொள்ளும் தொழில் செய்பவர்;** commercial sex worker. இது பாலியல் தொழிலாளர்களின் நலனுக்காகவே பாடுபடும் தன்னார்வத் தொண்டு நிறுவனம்.

பாலியல் பலாத்காரம் பெ. **ஒரு பெண்ணின் சம்மதம் இல்லாமல் அவருடன் பலவந்தமாக உடலுறவு கொள்ளும் செயல்;** rape.

பாலியல்பு பெ. (பு.வ.) **ஒருவரது பாலுணர்வு சார்ந்த உணர்வுகளும் அதைக் குறித்த பிரக்ஞையும்;** sexuality.

பாலியல் வன்புணர்வு பெ. **வன்முறையைப் பயன் படுத்தி ஒரு பெண்ணைப் புணரும் கொடுஞ்செயல்;** rape.

பாலில்லா இனப்பெருக்கம் பெ. (உயிரி.) **விந்தும் அண்டமும் இணையாமல் அல்லது மகரந்தமும் சூலும் இணையாமல் பிற வழிகளில் நடைபெறும் இனப் பெருக்கம்;** asexual reproduction. கிருமிகளில் பாலில்லா இனப்பெருக்கம் நடைபெறுகிறது.

பாலினத் தெரிவு பெ. (பு.வ.) **கருவில் இருப்பது குறிப் பிட்ட பாலினத்தின் கருதானா என்பதை உறுதிப் படுத்தும் நோக்கத்துடன் மருத்துவத் தொழில்நுட்ப உதவியுடன் சோதனை செய்து தெரிந்துகொள்ளுதல்;** sex selection. கருவில் இருப்பது ஆணா, பெண்ணா என்று அறிவதற்காக மருத்துவ சோதனை செய்வது சட்டப்படி தடைசெய்யப்பட்டுள்ளது.

பாலினம் பெ. **ஆண் அல்லது பெண் என்ற பிரிவு; பால்;** gender. கருவில் உள்ள குழந்தையின் பாலினத்தைக் கருவிகள்மூலம் கண்டறிவது குற்றம்.

பாலுண்ணி பெ. **(பெரும்பாலும் கை, முகம் முதலிய வற்றில் தோன்றும்) கட்டியாக இருக்கும், வைரஸினால் ஏற்படும் சதை வளர்ச்சி;** molluscum.

பாலுணர்ச்சி பெ. காண்க: **பாலுணர்வு.**

பாலுணர்வு பெ. **உடலுறவு கொள்ள வேண்டும் என்ற உந்துதலைத் தோற்றுவிக்கும் உணர்வு;** sexual urge. பாலுணர்வைத் தூண்டக்கூடிய ஆபாசப் படங்கள்.

பாலுறவு பெ. காண்க: **உடலுறவு.**

பாலுறவுத் தொற்று பெ. **பாதுகாப்பற்ற உடலுறவின் மூலம் பரவும் தொற்று;** infection caused through sexual intercourse.

பாலுறுப்பு பெ. **இனப்பெருக்கத்திற்கான உறுப்பு;** genital organ.

பாலூட்டி பெ. **குட்டிகளை ஈன்று அவற்றுக்குப் பால் கொடுத்து வளர்க்கும் உயிரினம்;** mammal. திமிங்கிலம் ஒரு பாலூட்டி.

பாலை பெ. **1: (பழந்தமிழ் இலக்கியத்தில் குறிப்பிடப் படும் ஐந்து வகைத் திணைகளில்) வறண்ட நிலப் பகுதி;** (of the five types of land in classical Tamil literature) arid land. **2: பாலைவனம்;** desert.

பாலை எக்கு வி. (எக்க, எக்கி) **(மாடு, ஆடு போன்றவை) சுரக்காமல் பாலை உள்ளடக்கி வைத்துக்கொள்ளு தல்;** (of a milch animal) retain milk in the udder while milking.

பாலை ஒளி வி. (ஒளிக்க, ஒளித்து) (இலங்.) **(மாடு, ஆடு போன்றவை) பாலை எக்கிக்கொள்ளுதல்;** (of a milch animal) retain milk in the udder while milking. இந்த ஆடு எந்த நாளும் குட்டிக்காகப் பாலை ஒளித்துக்கொள்கிறது.

பாலைவனச் சோலை பெ. **பாலைவனத்தில் அபூர்வ மாகக் காணப்படும் மரங்களும் நீரும் நிறைந்த பசுமை யான இடம்;** oasis.

பாலைவனம் பெ. **கடும் வெப்பம் நிறைந்த, மிகமிகக் குறைந்த அளவே நீரும் தாவரங்களும் காணப்படும் பரந்த மணல் வெளி;** desert.

பாவ்லா பெ. (பே.வ.) **பாவனை; (வெறும்) நடிப்பு;** feigning (sth.); pretension. தனக்கு ஒன்றும் தெரியாதது போல அவன் பாவ்லா செய்தான்.

பாவசங்கீர்த்தனம் பெ. (கிறித்.) காண்க: **பாவமன்னிப்பு.**

பாவட்டை பெ. (இலங்.) **ஆடாதொடை;** Malabar-nut.

பாவடி பெ. (நெசவு) **நெய்வதற்கு முன்னால் நூலுக்குக் கஞ்சி போடும் செயல்பாடு;** applying starch to yarn before taking it to *தறி*.

பாவத்தைக் கட்டிக்கொள் வி. (-கொள்ள, -கொண்டு) **(ஒருவகை) எரிச்சல், கோபம், வருத்தம் அடையச்செய் வதன்மூலம் பாவத்தைத் தேடிக்கொள்ளுதல்;** accumulate sins by causing annoyance to s.o. முதியவரை அலைக் கழித்து அவர் பாவத்தைக் கட்டிக்கொள்ளாதே./ செய்த வேலைக்குக் கூலி தராமல் ஏன் தொழிலாளிகளின் பாவத் தைக் கட்டிக்கொள்கிறாய்?

பாவத்தைக் கொட்டிக்கொள் வி. (-கொள்ள, -கொண்டு) **(ஒருவர்) எரிச்சல், கோபம், வருத்தம் அடை வதற்குக் காரணமாக இருத்தல்;** to be the reason for s.o.'s annoyance. அந்தப் பச்சைக் குழந்தையை அழவிட்டு, ஏன் அதன் பாவத்தைக் கொட்டிக்கொள்கிறாய்?/ பெற்றவர்கள் பாவத்தைக் கொட்டிக்கொள்ளாதே. நீ நன்றாக இருக்க முடியாது.

பாவப்பட்ட பெ.அ. **இரங்கத் தகுந்த விதத்தில் உள்ள;** piteous. பாவப்பட்ட ஜென்மங்கள்/ சுனாமியில் பெற் றோரை இழந்த பாவப்பட்ட குழந்தைகள்.

பாவப்படு வி. (-பட, -பட்டு) **இரக்கப்படுதல்; இரக்கம் காட்டுதல்; பரிதாபப்படுதல்;** take pity on; sympathize with s.o. அவனுக்குப் பாவப்பட்டு உதவி செய்தேன்.

பாவம்[1] பெ. **சமய நூல்கள் கடைப்பிடிக்க வேண்டும் என்று வலியுறுத்துபவற்றைக் கடைப்பிடிக்காத அல் லது செய்யத் தகாது என்று கூறுபவற்றைச் செய்கிற குற்றம்/மேற்குறிப்பிட்டவற்றால் அடைகிற தீய பலன்; புண்ணியத்துக்கு எதிரானது;** an act of sinning; sin. வய தான பெற்றோரைப் பராமரிக்காதது பாவம் என்று இந்து மதம் கருதுகிறது./ 'நம்பிக்கைத் துரோகத்தைவிடப் பெரிய பாவம் வேறு எதுவும் இல்லை' என்றார்./ 'போன ஜென்மத் தில் என்ன பாவம் செய்தேனோ, இப்படித் தவிக்கிறேன்' என்று அவர் அலுத்துக்கொண்டார்./ நீ செய்த பாவத்துக்குப் பரிகாரமே கிடையாது.

பாவம்[2] பெ. **1: ஒருவர் தன் இரக்கத்தைத் தெரிவிக்கும் சொல்;** an exclamation of pity or sympathy; alas; poor thing. ஐயோ பாவம், எவ்வளவு கஷ்டப்படுகிறான்! பாவம் அவன், வேலை கிடைத்த இரண்டாம் நாளே மோசமான விபத்து./ பாவம், பணம் இல்லாமல் அவன் ரொம்பவும் திண்டாடுகிறான். **2: (-ஆக) பரிதாபம்;** being piteous. அவ னைப் பார்க்கவே பாவமாக இருந்தது./ என்னைப் பார்க்க பாவமாக இல்லையா உங்களுக்கு?

பாவம்[3] (b-) பெ. **1: உணர்ச்சி வெளிப்பாடு;** expression of an emotion. செய்தியைக் கேட்ட பின் அவர் முகத்தில் எந்த வித பாவமும் இல்லை. **2: (நாட்.) (நாட்டியத்தில்) முகத் தில் காட்டப்படும் உணர்ச்சி;** expression of an emotion

911 பாவைப்பிள்ளை

through facial features in dancing. 3: **(ஒரு படைப்பில்) தான் கூற வருவதை வெளிப்படுத்த ஒரு உறவைக் கற்பித்துக் கொள்ளும் முறை;** persona esp. in a composition for dancing or in a poem. இந்தச் செய்யுள் குருசீட பாவத்தில் கூறப்பட்டிருக்கிறது./ நாயகன்-நாயகி பாவம். 4: **(இசை) ஸ்வர அமைப்பினால் ஒரு ராகம் வெளிப்படுத்தும் உணர்ச்சி;** the mood evoked by a *ராகம்* through its *ஸ்வரம்* patterns. ஒவ்வொரு ராகத்திற்கும் ஒரு பாவம் உண்டு.

பாவம்பார் வி. (-பார்க்க, -பார்த்து) **(இரக்கத்தின் காரணமாக ஒருவரின் மேல்) பரிதாபப்படுதல்;** pity. அவன் ரொம்பக் கஷ்டப்படுகிறான் என்று பாவம்பார்த்து உதவி செய்தேன்./ இந்தக் காலத்தில் பாவம்பார்த்து யாருக்கும் நீயாகப் போய் உதவாதே. அது உனக்கே தீங்காக முடியலாம்.

பாவமன்னிப்பு பெ. (கிறித்.) 1: **செய்த பாவங்களைக் கத்தோலிக்கர்கள் குருவிடம் சொல்லி இறைவனிடமிருந்து மன்னிப்பைப் பெற்று இறைவனோடும் திருச்சபையோடும் உறவுகொள்ளும் சடங்கு;** confession (of one's sins). 2: **கத்தோலிக்கர் அல்லாத மற்ற கிறித்தவப் பிரிவினர் வழிபாட்டின்போதோ தனிமையிலோ வேறு சடங்கின் மூலமோ எடுத்துரைக்கும் பாவங்கள்;** confession (of one's sins).

பாவல் பெ. (இலங்.) **பாகற்காய்/ இந்தக் காயைத் தரும் ஒரு வகைக் கொடி;** bitter-gourd (the fruit and the plant). பாவல் கொடிக்குத் தண்ணீர் பாய்ச்சுங்கள்.

பாவலர் பெ. (உ.வ.) **பாக்கள் இயற்றும் திறன் உள்ளவர்; கவிஞர்;** poet.

பாவலா பெ. (பே.வ.) காண்க: **பாவ்லா.**

பாவனை[1] பெ. 1: **(ஒன்றைச் செய்யும் அல்லது வெளிப்படுத்தும்) தோரணை அல்லது தோற்றம்;** attitude. உண்மையைச் சொல்லிவிடு என்று எச்சரிக்கும் பாவனை அவன் முகத்தில் இருந்தது./ கையில் சிலம்புடன் சினம் பொங்க நிற்கும் பாவனையில் கண்ணகியின் சிலை அமைந்திருந்தது./ வெளிநாட்டுக்குப் போய்வந்த பிறகு அவருடைய நடை, உடை, பாவனைகள் அனைத்தும் மாறிவிட்டன. 2: **இல்லாத ஒன்றை இருப்பதாகக் கற்பனை செய்துகொண்டு அதற்கேற்ப நடந்துகொள்ளும் செயல்;** simulation. கையில் குழந்தை இருப்பதாக பாவனை செய்துகொண்டு நடித்தாள். 3: **பாசாங்கு;** pretension. நான் பேசுவதைக் கவனமாகக் கேட்பதுபோல் பாவனை செய்திருக்கிறான். [(தொ.சொ.) **நடிப்பு/ பசப்பு/ வேஷம்**]

பாவனை[2] பெ. (இலங்.) **பயன்பாடு; உபயோகம்;** use. வீட்டுப் பாவனைக்கு ஏற்ற பொருள்கள்/ இந்தச் சொல் இப்போது பாவனையில் இல்லை.

பாவனை பிடி வி. (பிடிக்க, பிடித்து) **(நாட்டியத்தில், தற்காப்புக் கலைகளில்) குறிப்பிட்ட ஒரு பாவனையைக் காட்டுதல்;** strike a posture in dancing or martial arts.

பாவாடை பெ. **(உள்ளாடையாகப் பெண்களும் வெளிப்புற ஆடையாகச் சிறுமியரும் இளம் பெண்களும் அணியும்) இடுப்பிலிருந்து கணுக்கால்வரை தொங்கும் படியான உடை;** a kind of skirt down to the ankle (worn as outer garment by young girls, as inner garment by women). நீ பாவாடை தாவணியில் ரொம்ப அழகாக இருக்கிறாய்.

பாவி[1] (b-) வி. (பாவிக்க, பாவித்து) **(ஒன்றை அல்லது ஒருவரைக் குறிப்பிட்ட முறையில்) கருதுதல்;** treat; consider. கடிதத்தைத் தந்தியாக பாவித்து உடனே புறப்பட்டு வரவும்./ இறந்த நண்பரின் குடும்பத்தைத் தன் குடும்பமாக பாவித்து எல்லா உதவிகளும் செய்தார்./ அனைத்து மொழிகளையும் சமமாக பாவிக்க வேண்டும்.

பாவி[2] வி. (பாவிக்க, பாவித்து) (இலங்.) **(ஒன்றை) பயன்படுத்துதல்; உபயோகப்படுத்துதல்;** use. இந்த எண்ணெயைச் சமையலுக்குப் பாவிக்கலாம்.

பாவி[3] பெ. 1: **பாவம் செய்தவர்;** sinner. பாவிகளையும் மன்னிக்கும் தேவன்! 2: **தற்போதைய இரங்கத் தக்க நிலைக்கு ஒருவரைக் காரணமாகக் காட்டிக் குறை கூறவோ திட்டவோ பயன்படுத்தும் சொல்;** contemptible person; wretch. பாவி! இப்படிக் குழந்தைகளை அநாதையாக விட்டுவிட்டுப் போய்விட்டாயே./ 'குடி கெடுக்க வந்த பாவி நீ!' என்று திட்டினார்.

பாவு[1] வி. (பாவ, பாவி) 1: **(கல், பலகை போன்றவற்றைத் தளத்தில் அல்லது ஓடுகளைக் கூரையில் வரிசையாக) பதித்தல் அல்லது பரப்புதல்;** pave (the floor with slabs, etc.,). கருங்கல் பாவிய முற்றம்/ சீமை ஓடு பாவியிருந்த கூரை. 2: **(தரையில் கால்) படுதல் அல்லது பதிதல்;** touch (the ground). பேய்களுக்குத் தரையில் கால் பாவாது என்பாள் பாட்டி./ இந்தக் காட்டில் என் கால் பாவாத இடமே இல்லை. 3: **(விதைகளை) பரந்து விழச்செய்தல்;** sow (seeds by broadcasting). நாற்றங்காலில் அடியுரம் இட்ட பிறகு விதை பாவினார்கள்.

பாவு[2] பெ. (நெசவு) **(தறியிலோ துணியிலோ) நீளவாட்டில் செல்லும் இழை;** warp.

பாவு உருளை பெ. (நெசவு) **(தறியில்) பாவு சுற்றப்பட்டிருக்கும் உருளை வடிவ மரத் துண்டு;** beam (in which the warp is kept).

பாவு நீட்டு வி. (நீட்ட, நீட்டி) (நெசவு) **சாயம் போட்ட நூலைத் தறியில் நெய்வதற்கு நீளவாக்கில் வேண்டிய அளவுக்கு நீட்டிப் பாவாக்கிக்கொள்வது;** stretch the yarn from a skein to make the warp for weaving. வெயில் அதிகமாகும் முன்பே தெருவில் வைத்து ஆறு புடவைக்குப் பாவு நீட்டிக்கொண்டார்கள்./ காலையிலேயே பாவு நீட்டிப் பட மரத்தில் சுற்றி எடுத்துக்கொண்டார்கள்.

பாவு நூல் பெ. (நெசவு) **ஒற்றை இழையை முறுக்கி உண்டாக்கிய நூல்;** single thread twisted to make a thread of the warp.

பாவை[1] பெ. (உ.வ.) 1: **(மனித அல்லது விலங்கு உருவ) பொம்மை;** puppet; doll. மரப் பாவை/ பாவைக்கூத்தில் ஆட்டப்படும் பாவைகள் போல நாமும் இருக்கிறோம். 2: **(அழகிய) பெண்;** charming girl.

பாவை[2] பெ. **கண்மணி;** pupil of the eye. பாவையின் வழியாகவே ஒளி கண்ணுக்குள் நுழைகிறது.

பாவைக்கூத்து பெ. **திரை மறைவில் இருந்துகொண்டு பொம்மைகளின் உறுப்புகளில் இணைக்கப்பட்டிருக்கும் நூலை இழுப்பதன்மூலம் அவற்றை இயக்கி நிகழ்த்தும் பாரம்பரியக் கலை; பொம்மலாட்டம்;** puppet show.

பாவைப்பிள்ளை பெ. (இலங்.) **(கோயில் தேர், சப்பரம் போன்றவற்றில் கட்டித் தொங்கவிடப்படும்) மூங்கில், காகிதம் போன்றவற்றைக் கொண்டு செய்யப்பட்ட**

பாவைவிளக்கு தேவதை, விலங்கு போன்றவற்றின் பொம்மை; doll made of bamboo splints and paper, fastened to temple chariots as a decoration.

பாவைவிளக்கு பெ. தீபம் ஏந்திய பெண் நிற்பதைப் போன்ற அமைப்பைக் கொண்ட, எண்ணெய்யில் எரியும் விளக்கு; the statuette of a woman bearing an oil lamp in her hands.

பாவைவிளக்கு

பாழ் பெ. 1: (ஒன்று) பயனற்றதாக ஆன நிலை; வீண்; waste; loss; ruin. உன் பொறுப்பற்ற செய்கையால் இவ்வளவு நேரம் நான் செய்ததெல்லாம் பாழ். 2: நாசம்; damage. வெள்ளத்தில் மூழ்கிப் பயிர்களெல்லாம் அடியோடு பாழ்! 3: பயன்படுத்தப்பட முடியாத நிலையில் இருப்பது; sth. laid waste or is in ruins. பாழ் கிணறு/ பாழ் மண்டபம். 4: வெறுமையானது; barren; empty. பாழ் நிலம்/ பாழ் வெளி.

பாழ்படு வி. (-பட, -பட்டு) (சீராக்க முடியாதபடி) மோசமாதல்; be damaged. இவருக்குச் சிறுநீரகங்கள் இரண்டுமே பாழ்பட்டிருப்பதால் மாற்றுச் சிறுநீரகம்தான் பொறுத்த வேண்டும்./ எந்த வேலையும் செய்ய முடியாத அளவுக்கு அவருடைய உடல்நிலை பாழ்பட்டிருக்கிறது./ அண்மையில் பெய்த பெரு மழையால் சாலைகள் முழுமையாகப் பாழ்பட்டிருக்கின்றன.

பாழடி வி. (-அடிக்க, -அடித்து) காண்க: பாழாக்கு.

பாழாக்கு வி. (-ஆக்க, -ஆக்கி) 1: (பணத்தை) உபயோக மற்ற வழியில் செலவழித்தல்/ (ஒரு பொருளை) வீணாக்குதல்; வீணடித்தல்; fritter away (money, etc.,); waste. சொத்தையெல்லாம் குடித்தே பாழாக்குகிறான்./ சமைக்கத் தெரியாமல் காய்கறியை எல்லாம் பாழாக்கி விட்டாயே. 2: (ஒன்றின்) நல்ல தன்மையை இழக்கச் செய்தல்; கெடுத்தல்; cause damage to; destroy; spoil. தொழிற்சாலைக் கழிவுகளால் விளைநிலங்கள் பாழாக்கப் படுகின்றன.

பாழாகு வி. (-ஆக, -ஆகி) (எதற்கும் பயன்படாமல் ஒன்று) வீணாதல்; go waste. இந்த அரைகுறைத் திட்டத்தினால் பாழான பணம் லட்சக் கணக்கில் இருக்கும்.

பாழாய்ப்போன பெ.அ. அவசியத்திற்குப் பயன்படாத ஒன்றைப் பற்றி எரிச்சலோடு குறிப்பிடப் பயன்படுத் தும் சொல்; useless; wretched. இந்தப் பாழாய்ப்போன பேருந்து ஏன் இன்னும் வரவில்லை?

பாழுங்கிணற்றில் தள்ளு வி. (தள்ள, தள்ளி) (பொருத்த மில்லாத திருமணத்தின் மூலம் ஒரு பெண்ணின்) வாழ்க்கையைப் பாழாக்குதல்; ruin a girl's life (through mismarriage); condemn a girl to a life of sorrow. பணத்தாசை பிடித்த அந்தக் குடும்பத்தில் கல்யாணம் செய்துகொடுத்து என் தங்கையைப் பாழுங்கிணற்றில் தள்ள நான் தயாராக இல்லை.

பாழும் பெ.அ. 1: பாழடைந்த; desolate; ruined. பாழும் கோயில்/ அவனைக் கொலை செய்து பாழும் கிணற்றில் போட்டுவிட்டுப் போயிருக்கிறார்கள். 2: பாழாய்ப்போன; useless; wretched. இந்தப் பாழும் குடியால்தான் அவன் வாழ்வு சீரழிந்தது./ பாழும் உலகம் என்னை வாழவும் விடவில்லை, சாகவும் விடவில்லை.

பாளம் பெ. (மண், பனி, உலோகம் போன்றவற்றின்) கனத்த தகடு போன்ற கட்டி; lump of the caked up earth; thick slab; bar; ingot. மழை இல்லாததால் வயல்வெளிகள் பாளம்பாளமாக வெடித்திருந்தன./ நிலக்கரியைப் பாளம் பாளமாக வெட்டியெடுத்தார்கள்./ இரும்புப் பாளங்களை வண்டியில் ஏற்றிக்கொண்டிருந்தார்கள்./ மேலை நாடு களில் பனிப் பாளங்கள் வாகனங்களின் மீது விழுந்து விபத்தை ஏற்படுத்துகின்றன.

பாளை பெ. 1: (பனை, தென்னை போன்றவற்றில் பூக் கொத்துகளை உள்ளடக்கியபடி) மட்டையின் அடியி லிருந்து பருத்த குழல் போன்று வெளிவரும் பாகம்; spathe of palms. 2: மேற்குறிப்பிட்ட பூக் கொத்துகளை மூடியிருந்து காய்ந்த பின்னர் நார்நாராகக் கிழிக்கப் படும் பாகம்/அவ்வாறு கிழிக்கப்படும் நார்; spathe without the spadix which is split into cords/cords made by splitting.

பாளைக்கத்தி பெ. காண்க: பாளையரிவாள்.

பாளையக்காரன் பெ. பாளையத்தை நிர்வகிப்பவன்; chieftain. கிழக்குப் பகுதிக்குப் பாஞ்சாலங்குறிச்சிப் பாளை யக்காரன் கட்டபொம்மனும் மேற்குப் பகுதிக்கு நெற்கட்டுச் செவ்வல் பாளையக்காரன் பூலித்தேவனும் தலைமை ஏற் றிருந்தனர்.

பாளையப்பட்டு பெ. பாளையத்துக்குப் பொறுப்பான நிர்வாக அமைப்பு; the administration under a chieftain. நாயக்க மன்னர்களின் காலத்தில் பாளையப்பட்டுகளின் தொல்லைக்கு அஞ்சிய வேளாளர் பலர், யாழ்ப்பாணத் திற்குச் சென்று குடியேற்றங்கள் அமைத்தனர் என்று தெரிய வருகிறது.

பாளையம் பெ. (அரசனுக்காக வரி வசூலிக்கவும் போரில் உதவவும்) ஒரு தலைவனின் பொறுப்பில் விடப்பட்ட கிராமங்களின் தொகுதி; group of villages granted to a local chieftain who would be the tax-farmer and provide soldiers when required by the king. அப்போது திருநெல்வேலி மாவட்டத்தில் கிழக்குப் பாளையங்கள், மேற்குப் பாளையங்கள் என இரு பிரிவுகள் இருந்தன./ பாண்டியநாடு 32 பாளையங்களாகப் பிரிக்கப்பட்டிருந்தது.

பாளையரிவாள் பெ. (பனை சீவப் பயன்படுத்தும்) சற்றுப் பட்டையாகவும் கனமாகவும் இருக்கும் ஒரு வகை அரிவாள்; knife with a broad blade used by those tapping toddy.

913 பிச்சுப்பிடுங்கல்

பாற்கஞ்சி பெ. *(இலங்.)* **கொஞ்சம் அரிசியுடன் தேங்காய்ப் பால் சேர்த்துக் காய்ச்சித் தயாரிக்கப்படும் ஒரு வகைக் கஞ்சி;** gruel made of rice and coconut milk. காலையில் பாற்கஞ்சி குடித்துவிட்டு வயலுக்குப் போனவர் இன்னும் சாப்பிட வரவில்லை.

பாற்கடல் பெ. **(புராணங்களில் திருமால் குடிகொண்டிருக்கும் இடமாகக் கூறப்படும்) பாலால் அமைந்துள்ள கடல்;** (in the puranas) the ocean of milk which is the abode of Vishnu.

பாற்சோட்டை பெ. *(இலங்.)* **(குழந்தைக்கு ஏற்படும்) பால் குடிக்க வேண்டும் என்ற விருப்பம்;** (of an unweaned child) the urge to suckle. பாற்சோட்டையில் குழந்தை எந்த நேரமும் அழுதுகொண்டிருக்கிறது./ பாற்சோட்டையை மறப்பித்தால்தான் குழந்தை சாப்பிட விரும்பும்.

பாறாங்கல் பெ. **தனித் துண்டாகக் காணப்படும், மலையிலிருந்து வெட்டியெடுக்கப்பட்ட பெரிய கல்;** block of granite stone; large piece of rock; boulder.

பாறு வி. *(பாற, பாறி) (இலங்.)* **(மரம்) வேரோடு பெயர்ந்து சரிதல்; அடியோடு பெயர்தல்;** (of trees) be uprooted. ஒரு மாதமாகக் கடும் மழை பெய்ததால் பெரிய மரங்கள்கூடப் பாறி விழுந்தன./ சாலையில் பாறி விழுந்துள்ள வேப்பமரத்தை அகற்றினால்தான் வாகனங்கள் வீதியில் போக முடியும்.

பாறை பெ. **1: பல அளவுகளில் உள்ள பெரிய கருங்கல் துண்டுகள்;** rock. இந்தக் கடற்கரையில் பாறைகள் அதிகம். **2: பாறாங்கல்;** block of rock. மலையிலிருந்து பாறைகள் உருண்டோடி வந்தன.

பாறை உப்பு பெ. **பாறைகளிலிருந்து தாதுவாகக் கிடைக்கும் சமையல் உப்பு;** rock-salt.

பாறை எரிவாயு பெ. *(பு.வ.)* **பாறையின் அடியில் ஆழத்தில் இருக்கும் எரிவாயு;** shale gas.

பாறை (மீன்) பெ. காண்க: **பாரை.**

பான் மசாலா பெ. **வெற்றிலை, பாக்கு, சுண்ணாம்பு, புகையிலை ஆகியவை கலந்த கலவை;** a mixture of betal leaf, areca nut, lime and tobacco. பான் மசாலா அரசால் தடைசெய்யப்பட்டுள்ளது.

பான்மை பெ. *(உ.வ.)* **பாங்கு; தன்மை;** manner; capacity. பாத்திரங்களை விவரிக்கும் பான்மை இந்தக் காவியத்தில் சிறப்பாக இருக்கிறது.

பானக்காரம் பெ. *(வ.வ.)* காண்க: *பானகம், 2.*

பானகம் பெ. *(வ.வ.)* **1: நீரில் வெல்லத்தைக் கரைத்துச் சுக்கு முதலியவை கலந்து தயாரிக்கப்படும் ஒரு வகை இனிப்புப் பானம்;** drink made of water mixed with jaggery and flavoured with a dash of dried ginger, cardamom, etc., தேர்த் திருவிழாவை முன்னிட்டு எங்கள் தெருவில் பக்தர்களுக்குப் பானகம் வழங்கப்பட்டது. **2: நீரில் புளியைக் கரைத்து வெல்லம் சேர்த்த ஒரு வகை இனிப்புப் பானம்;** drink made of water mixed with jaggery and with a touch of tamarind.

பானம் பெ. **(சுவையூட்டும் பொருள்களைக் கலந்து தயாரிக்கப்படும்) குடிப்பதற்குத் தகுந்த திரவம்;** (any) drink. குளிர் பானம்.

பானை பெ. **அரைக் கோள வடிவ அடிப்பகுதியும் அகன்ற வாயும் உடைய பாத்திரம்;** pot; vessel. மண் பானை/ பித்தளைப் பானை/ இட்லிப் பானை.

பாஷ்யம் பெ. *(அ.வ.)* **(தத்துவ, இலக்கண நூல்களுக்கு எழுதப்பட்ட) விரிவான உரை;** elaborate commentary (mostly on philosophical, grammatical treatises).

பாஷாணம் பெ. **1:** *(அ.வ.)* **விஷம்;** poison. எலிப் பாஷாணம். **2:** *(சித்த.)* **மருந்தாகப் பயன்படுத்தும் நச்சுப் பொருள்கள்;** arsenic.

பாஷை பெ. **1: மொழி;** language. **2: குறிப்பிட்ட துறையைச் சேர்ந்தவர் அல்லது குறிப்பிட்ட ஒருவர் அடிக்கடி பயன்படுத்தும் சொற்கள்;** jargon. அவருடைய பாஷையில் சொல்வது என்றால் இந்த நாவல் ஒரு அபத்தக் களஞ்சியம்.

பாஸ்கா பெ. *(கிறித்.)* **1: செங்கடலைக் கடந்து யூதர்கள் எகிப்தியரிடமிருந்து விடுதலை பெற்ற நிகழ்வை நினைவுகூரும் விழா;** Pascha. **2: கிறிஸ்துவின் பிறப்பு, துன்பங்கள், இறப்பு, உயிர்ப்பு ஆகிய நிகழ்வுகளையும் பாவத்திலிருந்து விடுதலை அளிக்கும் மறை பொருளையும் குறிப்பிடும் சொல்/இந்தச் சொல்லின் கருத்தை வெளிப்படுத்தும் நாடகம்;** Paschal mystery and the play based on it.

பிக்கல்பிடுங்கல் பெ. *(பே.வ.)* **(பணத் தேவை, கடன், நிறைவேற்ற வேண்டிய சிறுசிறு கடமைகள் போன்றவை ஏற்படுத்தும்) தொந்தரவு;** vexatious or importunate claims or wants or dues (which one is subject to). குடும்பம் என்றால் ஆயிரம் பிக்கல்பிடுங்கல் இருக்கத்தான் செய்யும்./ தற்சமயம் தொழிலில் எந்தப் பிக்கல்பிடுங்கலும் கிடையாது.

பிக்கு பெ. *(பௌத்த)* **துறவி;** (Buddhist) monk. புத்த பிக்கு.

பிகு பெ. *(பே.வ.)* **(ஒரு செயலைச் செய்வதற்கு) பிறர் தன்னை மிகவும் கெஞ்சிக் கேட்டுகொள்ள வைக்கும் இயல்பு;** affected superiority; haughtiness; being stiff. பணமும் புகழும் வந்த பிறகு பிகுவோடு நடந்துகொள்கிறார்./ பாடச் சொன்னால் ரொம்பப் பிகுபண்ணிக்கொள்ளாதே!

பிங்கான் பெ. *(இலங்.)* **(உணவு சாப்பிடுவதற்கு உரிய) தட்டு;** plate. அலுமினியப் பிங்கான்/ பிங்கானில் சாப்பாடு வை!

பிச்சி[1] பெ. **சற்று நீண்ட காம்பில் வெண்மையான இதழ்களுடைய மணம் மிகுந்த மல்லிகை;** a variety of jasmine flower.

பிச்சி[2] பெ. *(அ.வ.)* **பித்துப்பிடித்தவள்;** crazed woman. குழந்தையைப் பறிகொடுத்ததிலிருந்து அவள் பிச்சியாகத் திரிகிறாள்.

பிச்சுப்பிடுங்கல் பெ. *(இலங்.)* **பிக்கல்பிடுங்கல்;** (minor) vexations. பிச்சுப்பிடுங்கல் இல்லாத குடும்பத்தில் அவள் வாழ்க்கைப்பட்டுவிட்டாள்./ அவனுக்கு எந்தப் பிச்சுப்பிடுங்கலும் இல்லை, தனியன்.

பிச்சுவா பெ. **(ஆயுதமாகப் பயன்படும்) இரு பக்கங்களிலும் வெட்டும் பதத்தையும் வளைந்த கூர்மையான முன்பகுதியையும் உடைய சிறிய கத்தி;** dagger with a curved point.

பிச்சை பெ. **(ஆதரவற்றவர்கள்) பிறரிடம் கெஞ்சிக் கேட்டுப் பெறும் காசு, உணவு முதலியவை;** alms. *பிச்சை வாங்கிப் பிழைப்பதா?/ நான் கேட்பது கடன், பிச்சை அல்ல./ (உரு வ.) இந்த வாழ்க்கையே எனக்கு நீங்கள் போட்ட பிச்சை!*

பிச்சைக் காசு பெ. (சொல்பவர் நோக்கில்) **அற்ப அளவிலான பணம்;** pittance. *கொடுக்கிற ஐம்பது ரூபாய்ப் பிச்சைக் காசுக்கு நாள் முழுக்க வேலை வாங்கிவிடுகிறார்.*

பிச்சைக்காரன் பெ. **பிச்சை வாங்கிப் பிழைப்பவர்;** (male) beggar.

பிச்சைக்காரி பெ. **பிச்சை வாங்கிப் பிழைக்கும் பெண்;** (female) beggar.

பிச்சையெடு வி. (-எடுக்க, -எடுத்து) **பிச்சை கேட்டுப் பெறுதல்; பிச்சை வாங்குதல்;** beg for alms.

பிச்சை வாங்க வேண்டும் வி.மு. **குறிப்பிடும் ஒருவரின் (குறிப்பாக கலை) திறமைக்கு இன்னொருவர் எந்த விதத்திலும் ஈடுகொடுக்க முடியாது என்பதைச் சொல்லப் பயன்படுத்தும் தொடர்;** expression used to say that a specified person's (esp. artistic) expertness would beggar that of others . *நானும் பாடுகிறேன் என்று பாடுகிறார்கள்; இவர்கள் கிட்டப்பாவிடம் பிச்சை வாங்க வேண்டும்.*

பிசகு[1] வி. (பிசக, பிசகி) **1: எலும்பு மூட்டு இருக்கும் இடத்தை விட்டுச் சற்று விலகுதல்; நழுவுதல்;** get sprained; be dislocated. *இப்படிக் கண்டபடியெல்லாம் யோகாசனம் செய்தால் கழுத்து பிசகிவிடும்./ பயிற்சிப் ஆட்டத்தின்போது தோள்பட்டை பிசகிவிட்டதால் நான் போட்டியில் கலந்துகொள்ளவில்லை.* [(தொ.சொ.) **நழுவு/ பிறழ்/ விலகு**] **2: (சீரான போக்கு, ஒழுங்கு முதலியவற்றிலிருந்து) விலகுதல்; தவறுதல்;** miss; deviate; slip. *இந்த அறுவைச் சிகிச்சையில் சற்றுப் பிசகினாலும் பெரிய பாதிப்பு ஏற்பட்டிருக்கும்./ வாடகையை மட்டும் தேதி பிசகாமல் அவர் கொடுத்துவிடுவார்./ (உரு வ.) உனக்குப் புத்தி பிசகிவிட்டதா என்ன? ஏன் இப்படி உளறுகிறாய்?* **3: (இசை) (சுருதி, தாளம் போன்றவை) முறையான போக்கிலிருந்து விலகுதல் அல்லது பிறழ்தல்;** miss (a note or beat). *பாட்டில் ஓர் இடத்தில் தாளம் பிசகிவிட்டது.*

பிசகு[2] பெ. **1: தவறு;** mistake; blunder. *உன்னிடம் இந்த வேலையை ஒப்படைத்தது பிசகுதான்.* **2: ஒழுங்கைக் குலைக்கிற வகையில் ஏற்படும் மாற்றம்;** deviation. *தாளப் பிசகு.*

பிசங்கு வி. (பிசங்க, பிசங்கி) (இலங்.) **(உடை, தாள் போன்றவை) கசங்குதல்;** (of clothes, paper, etc.,) crumple. *என்ன உடுப்பெல்லாம் பிசங்கியிருக்கிறது?*

பிசறு வி. (பிசற, பிசறி) **(உதிரியாக அல்லது தூளாக இருக்கும் ஒரு பொருளை மற்றொரு பொருளுடன் கலப்பதற்காகக் கையால்) கிளறுதல்; பிசைதல்;** mix (sth. using one's hand). *அரிசியில் வெல்லத்தைப் போட்டுப் பிசறி வை./ மாட்டுக்குத் தவிடும் புண்ணாக்கும் போட்டுப் பிசறி வைத்திருக்கிறேன்.*

பிசாசு பெ. **ஒருவரைப் பீடித்துத் தான் நினைத்ததை அவரைக் கொண்டு செய்விப்பதாகவும் அவரை ஆட்டிப்படைப்பதாகவும் நம்பப்படும் தீய சக்தி அல்லது கெட்ட ஆவி; பேய்;** devil; evil spirit.

பிசாத்து பெ.அ. (பே.வ.) **அற்ப; சாதாரண;** trifling. *இந்தப் பிசாத்து வேலைக்கெல்லாம் என்னைக் கூப்பிடாதே./ பிசாத்துக் கூலி ஐம்பது ரூபாய்க்கு ஆசைப்பட்டு இந்த வேலைக்குப் போகிறவர்களும் உண்டு./ பிசாத்துக் காசு நூறு ரூபாய் கடன் கொடுப்பதற்கா இவ்வளவு யோசிக்கிறாய்?*

பிசான் பெ. (இலங்.) **பிசுபிசுப்பு;** stickiness. *இந்த வாரம் முழுகாததால் தலையில் பிசான் பிடித்துவிட்டது.*

பிசானம் பெ. (வ.வ.) **தாளடி;** the second crop of paddy in a season.

பிசிர் பெ. **1: (துணி, மரத் துண்டு முதலியவற்றிலிருந்து) தனித்துத் தெரியும் அளவுக்கு ஒழுங்கற்றுத் திரிதிரியாகவோ அல்லது சிறுசிறு முனைகளாகவோ நீட்டிக் கொண்டிருக்கும் பகுதி;** frayed end; rough edge; jaggedness. *சட்டை கிழிந்து பிசிர்பிசிராக நூல் தொங்கியது./ சட்டத்தை இவ்வளவு இழைத்தும் சில இடங்களில் பிசிர் இருக்கிறது./ செப்புத் தகட்டைப் பிசிர் இல்லாமல் வெட்டு!* **2: (ஒருவரின் குரல் அல்லது இசைக் கருவியிலிருந்து எழும் ஒலியில்) அடிப்படைத் தொனியோடு இணையாமல் தனித்துத் தெரியும் சீரற்ற ஒலி, கரகரப்பு போன்றவை;** discordant note. *அவனுடைய குரலில் பிசிர் தட்டியது./ புல்லாங்குழலின் பிசிரற்ற நாதம் காற்றில் மிதந்து வந்தது.*

பிசிறு[1] வி. (பிசிற, பிசிறி) காண்க: **பிசறு.**

பிசிறு[2] வி. (பிசிற, பிசிறி) (வ.வ.) **சுணங்குதல்;** grudge. *கடைக்குப் போகச் சொன்னால் பிசிறிக்கொண்டு நிற்கிறாய்!*

பிசிறு[3] பெ. காண்க: **பிசிர்.**

பிசின் பெ. **(சில வகை மரங்களிலிருந்து வடியும்) ஒட்டும் தன்மையுள்ள கெட்டியான திரவம்;** resin.

பிசினாறி பெ. (பே.வ.) **(கீழ்த்தரமான) கஞ்சன்;** (lowly) miser. *அந்தப் பிசினாறியிடம் பணம் கேட்பதைவிடச் சும்மா இருக்கலாம்.*

பிசினி பெ. (ஊரக வ.) **மணல் கலந்த களிமண் நிலங்களுக்கு ஏற்ற, மோட்டா ரக அரிசியைத் தரும், குறுகிய காலப் பயிராக வளரும், பாரம்பரிய நெல் வகைகளில் ஒன்று;** a traditional variety of rice of short duration, suitable for sandy clay soil, yielding coarse grains. *அவல் செய்வதற்குப் பிசினி ஏற்றது.*

பிசுக்கு[1] வி. (பிசுக்க, பிசுக்கி) **(ஒன்றை) பிதுக்குதல்;** squeeze. *கட்டியைப் பிசுக்கிச் சிதலை எடுத்து விடு./ ஆட்டின் பாலை நன்றாகப் பிசுக்கியெடு, இல்லாவிட்டால் மடி கட்டிவிடும்.*

பிசுக்கு[2] பெ. **(எண்ணெய் படிவதால் ஏற்படும்) பிசுபிசுப்பு;** grease. *எண்ணெய்ப் பிசுக்கேறிய தலையணை/ அழுக்கையும் பிசுக்கையும் உடனே அகற்றும் சலவைத்தூள்.*

பிசுக்கு[3] பெ. (ஊரக வ.) **சிறிய துண்டாக அரிந்து சமைத்த மீன் அல்லது கருவாடு;** a cooked piece of fish or salted and dried fish. இரண்டு மீன் பிசுக்கும் கொஞ்சம் குழம்பும் சட்டியில் இருந்தது./ வறுத்த கெண்டைக் கருவாடு ஒரு பிசுக்கு இருந்தது.

பிசுங்கான் பெ. (இலங்.) **உடைந்த கண்ணாடித் துண்டு;** broken pieces of glass. காணிக்குள் ஒரே பிசுங்கானாக இருக்கிறது; கவனமாக நட./ மதில் சுவரில் பிசுங்கான் பதித்துள்ளார்கள்.

பிசுபிசு[1] வி. (பிசுபிசுக்க, பிசுபிசுத்து) **பிசுபிசுப்பான உணர்வு ஏற்படுதல்;** feel sticky. அட்டைக்குக் கோந்து தடவிக் கையெல்லாம் பிசுபிசுக்கிறது./ வேர்வையால் உடம்பு முழுதும் பிசுபிசுக்கிறது. உடனே குளிக்க வேண்டும் போலிருக்கிறது.

பிசுபிசு[2] வி. (பிசுபிசுக்க, பிசுபிசுத்து) **1: (மழை) அடித்துப் பெய்யாமல் சிறு தூறலாக விழுதல்;** drizzle. வெளியே மழை பிசுபிசுத்துக்கொண்டிருந்தது. **2: (போராட்டம், கிளர்ச்சி முதலியன) எதிர்பார்த்தபடி பெரும் பாதிப்பை ஏற்படுத்தாமல் போதல்; வலுவிழத்தல்;** fizzle out. விவசாயிகளின் போராட்டம் பிசுபிசுத்துவிட்டது.

பிசுபிசு-என்று வி.அ. **பிசுபிசுப்பாக;** stickily. வேர்வை காரணமாக உடல் முழுவதும் பிசுபிசுவென்று உணர்ந்தான்.

பிசுபிசுப்பு பெ. **(பசை, வியர்வை முதலியவை ஏற்படுத்தும்) ஒட்டுவதைப் போன்ற அசௌகரியமான உணர்வு;** stickiness; greasiness. பலாப் பழம் அரிந்து கையில் ஒரே பிசுபிசுப்பு./ வேர்வைப் பிசுபிசுப்பு நீங்கக் குளிக்க வேண்டும்.

பிசை வி. (பிசைய, பிசைந்து) **1: (மாவு, மண் போன்ற வற்றைக் கையால்) அழுத்திப் புரட்டி உருட்டுதல்;** knead; press. களிமண்ணில் இன்னும் கொஞ்சம் நீர் ஊற்றிப் பிசை./ பூரிக்கு மாவு பிசைய வேண்டும்./ பருப்புச் சாதம் பிசைந்து குழந்தைக்கு ஊட்டினாள்./ (உரு வ.) குற்ற உணர்வு மனத்தைப் பிசைந்தது. [(தொ.சொ.) **அழுத்து/ ஒற்று/ கிள்ளு/ குட்டு/ தட்டு/ தடவு/ நீவு/ பிடி**] **2: (கண்ணை) கசக்குதல்;** rub one's eye. கண்ணில் தூசு விழுந்தால் கண்ணைப் பிசையக் கூடாது.

பிஞ்சில் பழு வி. (பழுக்க, பழுத்து) (பே.வ.) **(ஒருவரிடம்) இளம் வயதிலேயே வயதுக்கு மீறிய, விரும்பத்தகாத செயல் அல்லது நடத்தை படிதல்;** (of a child) be precocious. வயது பதினைந்துகூட ஆகவில்லை. அதற்குள் பீடி பிடிக்கிறான், பிஞ்சில் பழுத்துவிட்டான்.

பிஞ்சு[1] பெ. **1: (தாவரங்களில்) பூவிலிருந்து தோன்றிய நிலையில் இருக்கும் இளங்காய்/முற்றலாக இல்லாத காய்;** (green) fruit/tender unripe fruit. பிஞ்சும் காயுமாக இருந்த மாமரம்/ கத்திரிக்காய் பிஞ்சாகப் பார்த்து எடு. **2: (பெயரடையாக) (பெரும்பாலும் குழந்தைகளைக் குறித்து வரும்போது) மென்மையான/இளம்;** tender/ (of age, etc.,) young. குழந்தை தன் பிஞ்சுக் கரங்களால் பொம்மையை எடுத்தது./ பிஞ்சுப் பருவத்தில் இந்தச் சிறுவனுக்கு இவ்வளவு சுமையா?/ (உரு வ.) அம்மாவைப் பார்க்காமல் அந்தப் பிஞ்சு மனசு எவ்வளவு வேதனைப் படும்?

பிஞ்சு[2] பெ. (திருநர் வ.) **மிகவும் இளைய திருநங்கை;** transwoman of a tender age.

பிட்சு பெ. காண்க: **பிக்கு.**

பிட்டம் பெ. காண்க: **புட்டம்.**

பிட்டி[1] பெ. (வ.வ.) **இடுப்பெலும்பைச் சுற்றியுள்ள பகுதி;** hip-joint.

பிட்டி[2] பெ. (இலங்.) **மேடு;** mound. நாங்கள் காணி ஓரத்தில் இருந்த பிட்டியிலிருந்து மண் எடுத்து, மழைநீர் நிரம்பிய பள்ளத்தில் கொட்டினோம்./ சிறுவர்கள் பிட்டியில் ஏறி நின்று, பள்ளத்தில் குதித்து விளையாடிக்கொண்டிருந்தார்கள்.

பிட்டு பெ. **இனிப்போ காரமோ சேர்த்து வேக வைத்த, அரிசி மாவால் ஆன சிற்றுண்டி;** dish of steamed rice flour sweetened or spiced.

பிட்டுவை வி. (-வைக்க, -வைத்து) **(மறைத்து வைக்கப்பட்டிருக்கும் உண்மையை அல்லது பிறரது தவறான செயல்களை) பிறருக்குத் தெரியும் வகையில் விளக்கமாகச் சொல்லுதல் அல்லது வெளிப்படுத்துதல்;** expose. நிர்வாகம் செய்யும் அட்டூழியங்களைத் தொழிற்சங்கத் தலைவர் மேடையில் பிட்டுவைத்தார்.

பிடங்கு பெ. (வ.வ.) **1: மண்வெட்டி, அரிவாள் போன்றவற்றின் முதுகு;** the back of a knife, sickle etc., அரிவாளின் பிடங்கால் தழைகளைத் தள்ளினான். **2: துப்பாக்கிக் கைப்பிடியின் கனத்த முனை;** butt (of a rifle).

பிடரி பெ. **(மனிதரில்) பின்தலையின் கீழ்ப்பகுதி; கழுத்தின் பின்பகுதி/ (விலங்குகளில்) கழுத்தின் மேல்பகுதி;** nape. பிடரிக்கு அடியில் கைகொடுத்தவாறு மல்லாந்து அவன் படுத்திருந்தான்./ 'வெளியே போ' என்று பிடரியில் கை வைத்துத் தள்ளினார்./ சிங்கத்தின் பிடரி மயிர்.

பிடாரன் பெ. **பாம்பாட்டி;** snake-charmer.

பிடாரி பெ. **கையில் சூலமும் முன்தள்ளிய நாக்குமாகத் தோற்றம் தரும் கிராம (பெண்) தெய்வம்;** female village deity with protruding tongue and holding a trident.

பிடி[1] வி. (பிடிக்க, பிடித்து) (எதிர்மறைப் பெயரெச்ச, வினையெச்சங்களில் மட்டும் வரும் மாற்று வடிவங்கள்: பிடியாத, பிடியாமல்) **அ.** (கைகளைப் பயன்படுத்தி ஒரு செயலைச் செய்தல் தொடர்பான வழக்கு) **1: (ஒரு கைக்குள் அல்லது இரு கைகளுக்குள்) அழுந்தி இருக்கும்படி செய்தல்;** catch; hold. பந்தைப் பிடிக்கும்போது கீழே விழுந்துவிட்டார்./ குழந்தை திரைச்சீலையைப் பிடித்து இழுத்தது./ கதவின் கைப்பிடியைப் பிடித்துத் திருப்பினால் அது அசையவே இல்லை./ அவளுடைய காலைப் பிடித்து அதில் குத்தியிருந்த முள்ளை எடுத்தான்./ அவள் என்னுடைய கையைப் பிடித்து 'நான் உங்களை ஒரு போதும் மறக்க மாட்டேன்' என்றாள்./ மார்பைப் பிடித்துக் கொண்டு படுக்கையில் சுருண்டு விழுந்தான்./ பயணிகள் அபாயச் சங்கிலியைப் பிடித்து இழுத்தனர். [(தொ.சொ.) **அழுத்து/ ஒற்று/ கிள்ளு/ குட்டு/ தட்டு/ தடவு/ நீவு/ பிசை**] **2: (கையால் ஒரு பொருளைக் குறிப்பிடும் நிலையில்) இருக்கச் செய்தல்;** hold (sth. in the stated position). குடையைச் சற்று உயர்த்திப் பிடி./ அடியில் இருந்த பொருளை எடுப்பதற்காகப் பெட்டியைச் சாய்த்துப் பிடித்தார்./ அந்த வேதிப்பொருளை எரிய வைத்து வெளிப்பட்ட வாயுவை ஒரு ஜாடியினுள் பிடித்தான்./ சுவாமி

ஊர்வலத்தின் முன்பு தீவட்டிகளைப் பிடித்துக்கொண்டு சென்றார்கள்./ நீ வில்லைப் பிடித்திருக்கும் முறை சரி யில்லை./ ஜெபமாலையைக் கையில் பிடித்தபடி அமர்ந் திருந்தார்./ குழந்தை தடுமாறி விழப்போன நேரத்தில் ஓடிச்சென்று பிடித்தேன். **3: (கையால் உடலின் ஒரு பகுதியை) இதமாக அமுக்குதல்;** massage. 'உனக்குக் கால் பிடிக்க ஒரு ஆள், கை பிடிக்க ஒரு ஆளா?' என்று தம்பி என்னைக் கிண்டல்செய்தான்./ பாட்டிக்குக் கால் பிடித்துவிட்டால் நிறைய கதைகள் சொல்வாள்./ எனக்குக் கொஞ்சம் முதுகைப் பிடித்துவிடுவாயா? **4: (உணவுப் பொருள்கள் அல்லது மண் போன்றவற்றைக் குறிப் பிட்ட வடிவத்தில் இருக்குமாறு கையால்) உருவாக்கு தல்;** shape using one's fingers; knead. எனக்குக் கொழுக் கட்டை பிடிக்க வரவில்லை./ கூழ்வடாம் போடுவதற்காக உருண்டைகள் பிடித்து வெயிலில் காய வைத்தாள்./ என் அக்கா களிமண்ணில் அழகாகப் பிள்ளையார் பிடிப்பாள். **5: (பீடி, சுருட்டு முதலியவற்றை) புகைத்தல்;** smoke. பெரியவர் எப்போதாவது சுருட்டுப்பிடிப்பார்./ பொது இடங்களில் சிகரெட் பிடிக்க அரசு தடை விதித்திருக்கிறது. **6: (நடனம், கூத்து போன்றவற்றில் முத்திரை, அபிநயம்) காட்டுதல்;** (in classical dance) strike (a pose). நாட்டிய நாடகத்தில் பங்கேற்றவர்கள் பல அரிய அடவுகள் பிடித்து ஆடினார்கள்./ அபய முத்திரையை அருமையாகப் பிடித்துக் காண்பித்தாள்./ புரிசை கண்ணப்பத் தம்பிரான் அடவு பிடித்தால் பார்க்க அற்புதமாக இருக்கும். **ஆ.** (ஒன்றை அல்லது ஒருவரைக் கட்டுப்பாட்டுக்குள் அல்லது உரி மைக்குள் கொண்டுவருதல் தொடர்பான வழக்கு) **7: (குற்றவாளி போன்றோரை அல்லது விலங்குகளை) சிக்க வைத்தல்/ (ஒன்றை அல்லது ஒருவரை) தனது வசத்துக்குள் கொண்டுவருதல்;** catch; catch hold of. திருடனைத் துரத்திப் பிடித்தார்கள்./ பதுக்கல்காரர்களைக் கையும்களவுமாகப் பிடிப்பதற்காகக் கடைகளில் திடீர் சோதனை நடத்தினார்கள்./ தீவிரவாதிகள் இரண்டு பத் திரிகையாளர்களைப் பிணைக்கைதிகளாகப் பிடித்துவைத் துள்ளனர்./ கன்றுக்குட்டியைப் பிடித்துக் கட்டு./ பூச்சியைப் பல்லி பிடித்து விழுங்கியது./ வலை வீசி மீன் பிடித் தார்கள்./ தாத்தா காட்டிலிருந்து முயல் பிடித்துக்கொண்டு வந்தார்./ சுடுகாட்டுப் பக்கமாகப் போனால் காற்றுகறுப்பு ஏதாவது பிடித்துக்கொள்ளுமோ என்று அவனுக்குப் பயம். **8: (ஆடு, மாடு போன்றவற்றை) வாங்குதல்; (சில பொருள்களை) கொள்முதல் செய்தல்;** buy; purchase for trade. அப்பா சந்தைக்கு மாடு பிடிக்கப் போயிருக்கிறார்./ கூடை முடைந்து கிடைத்த பணத்தில் கிழவி பேத்திக்கு ஒரு ஆட்டுக் குட்டி பிடித்தாள்./ இது நெல் பிடித்துச் சேர்த்த சொத்து. **9: (வீடு, வாகனம் போன்றவற்றை வாட கைக்கு) அமர்த்துதல்;** rent; hire. பல மாதங்கள் அலைந்து ஒரு வீடு பிடித்திருக்கிறேன்./ வாடகைக்கு ஒரு வண்டி பிடித்து வா./ கட்சி மாநாட்டிற்கு வந்தவர்கள் விடுதியில் உள்ள எல்லா அறைகளையும் பிடித்துக்கொண்டார்கள். **10: (பயணம் செய்வதற்காக வாகனத்தில்) ஏறுதல்;** catch (a bus, train, etc., for a journey). ஆறு மணி ரயிலைப் பிடித்து ஊருக்கு வந்துவிடு./ சிறிது தொலைவு நடந்து சென்றால் நகருக்குச் செல்லும் பேருந்தைப் பிடிக்கலாம். **11: (நாடு, ஆட்சி போன்றவற்றை) கைப்பற்றுதல்/ (பதவி, இடம் போன்றவற்றை) அடைதல்;** capture. இந்தக் கட்சி ஆட்சியைப் பிடிக்கும் என்று யாரும் எதிர் பார்க்கவில்லை./ நிறுவனத்தின் இயக்குநர் பதவியைப் பிடிக்கப் பலத்த போட்டி நடக்கிறது./ இந்தப் போட்டியில் வென்றதன் மூலம் இந்தியா மூன்றாவது இடத்தைப் பிடித்தது./ இந்தியாவுக்கு வணிகம் செய்ய வந்த மேலை நாட்டினர் வணிகத்தைவிட நாடு பிடிப்பதில் அதிக ஆர்வம் காட்டினர். **இ.** (ஓர் இடத்தில் அல்லது ஒன்றில் பரவுதல் அல்லது நிலைத்தல் தொடர்பான வழக்கு) **12: (பொருத் தமான அளவில் இல்லாததால் ஆடை உடலின் ஒரு பகுதியை) இறுக்கி அழுத்துதல்;** (of garments) pinch. ஒரு தடவை துவைத்த பிறகு கால்சட்டை இடுப்பைப் பிடிக்கிறது. **13: (பாத்திரம், பை முதலியவை ஒரு பொருளை) கொள்ளுதல்;** (of vessels, bag, etc.,) hold (sth.); contain. இந்தச் சாக்கு இருபத்தெட்டு மரக்கால் நெல் பிடிக்கும்./ இரண்டு லிட்டர் பால் பிடிக்கும் படியாக ஒரு பாத்திரம் வாங்கு. **14: (தீ) பற்றுதல்;** catch (fire). கற் பூரம் எளிதாகத் தீப்பிடித்துக்கொள்ளும் இயல்புடையது./ காடுகள் தீப்பிடித்து எரிவதால் காற்று மண்டலம் அதிக அளவில் மாசடைகிறது./ குடிசைகளில் நெருப்புப் பிடித்து விட்டதா? **15: (மழை) வலுவாகப் பெய்யத் தொடங்கு தல்;** (of rain) begin (heavily). நாங்கள் கிளம்புவதற்குள் மழை பிடித்துக்கொண்டது. **16: (நிலத்தில் வேர்) நிலைத் தல்;** take root. வேர் பிடித்திருந்தால் மரக்கன்று சாய்ந் திருக்காது. **17: (ஒன்றில் வண்ணம், சாயம்) ஏறுதல்;** (of dye, etc.,) get fixed; get into; catch on (sth.). துணிக்குப் போட்ட நீலம் சரியாகப் பிடிக்கவில்லை./ வெற்றிலை போட்டதால் உதட்டில் சிவப்பு பிடித்திருந்தது./ 'முதலில் அந்தக் காவி பிடித்த வேட்டியை அவிழ்த்து எறி' என்று அம்மா சத்தம் போட்டாள்./ 'மருதாணி கையில் நன்றாகப் பிடித்திருக்கிறதா?' என்று தங்கை ஆர்வத்தோடு கேட்டாள். **18: (குறிப்பிட்ட நோய் ஒருவரை) தாக்குதல்; (ஜல தோஷம், காய்ச்சல் போன்றவை ஒருவருக்கு) உண் டாதல்; ஏற்படுதல்;** (of disease) get contracted by s.o. சில குடும்பங்களில் சந்ததி முழுவதையும் சில நோய்கள் பிடிக்கின்றன./ வியர்வையோடு குளிக்காதே, சளி பிடித்துக் கொள்ளும்./ இரண்டு நாட்களாகக் காய்ச்சல் பிடித்துக் கொண்டு ஒரே அவஸ்தை./ அவனுக்கு முதுகில் சொறி பிடித்திருந்தது. **19: (மோசமான நிலை, உணர்ச்சி போன்றவை ஒன்றை அல்லது ஒருவரை) பீடித்தல்; பாதித்தல்;** be afflicted; be possessed (by sth). இது தொல்லை பிடித்த விவகாரம். நீ தலையிடாதே./ எங்கள் வீட்டுக்கு அன்றிலிருந்து பிடித்தது வினை./ ஏன் பிரமை பிடித்ததுபோல் உட்கார்ந்திருக்கிறாய்?/ துரதிர்ஷ்டம் பிடித்த வீடு இது./ அவளுக்கு வெறி பிடித்துவிட்டது./ இருவருமே திக்பிரமை பிடித்து நின்றார்கள்./ தான் திருடு வதை யாராவது பார்த்திருப்பார்களோ என்ற பயம் அவனைப் பிடித்துக்கொண்டது. **20: (திமிர், கர்வம் போன்றவற்றை அல்லது மோசமான அல்லது அரு வருக்கத்தக்க தன்மையை) கொண்டிருத்தல்;** be full of (sth. undesirable); be stinking with. அவன் திமிர்பிடித்து அலைகிறான்./ அகம்பாவம் பிடித்தவன்./ சரியான கர்வம் பிடித்தவள்./ இந்த நாற்றம் பிடித்த சாக்கடையை எப் போதுதான் மூடுவார்களோ?/ அசிங்கம் பிடித்த ஆளாக

917 பிடிகொடு

இருக்கிறாயே? **21: (ஒருவருக்குத் தூக்கம்) வருதல்;** get to (sleep). வெகுநேரமாகத் தூக்கம் பிடிக்காமல் புரண்டு புரண்டு படுத்துக்கொண்டிருந்தார். **22: (நீர், காற்று போன்றவற்றைக் கொள்கலன் போன்றவற்றில்) நிரம்பச் செய்தல்;** collect (water, etc.,); fill sth. up with. பாத்திரத்தில் தண்ணீர் பிடித்துச் செடிக்கு ஊற்றினார்./ இங்கு வாகனங்களுக்குக் காற்று பிடிக்கப்படும்./ குடத்தை எடுத்துக்கொண்டு அம்மா தண்ணீர் பிடிக்கப் போனாள். **23: (மூச்சை) அடக்குதல் அல்லது அடக்கி வைத்தல்;** hold (one's breath). தெருமுனையில் குப்பைகள் அதிகமாகக் கிடப்பதால் மூச்சைப் பிடித்துக்கொண்டுதான் நடக்க வேண்டும்./ தண்ணீருக்குள் மூச்சைப் பிடித்துக்கொண்டு கிடந்தான். **24: (பாசி, பூஞ்சணம், ஒட்டடை முதலியவை ஒரு இடத்தில்) படிதல் அல்லது பரவுதல்;** be covered (with moss, fungus, etc.,). குளத்தின் படிகளில் பாசி பிடித்திருந்ததால் கால் வழுக்கியது./ பூஞ்சணம் பிடித்த ரொட்டியைத் தூக்கி எறி./ வீடு முழுவதும் ஒட்டடை பிடித்திருக்கிறது./ பாலில் ஏடு பிடித்ததும் அதை எடுத்துச் சேகரித்துக்கொள்ள வேண்டும். **ஈ.** *(பிற வழக்கு)* **25: (ஒரு நோக்கத்தோடு ஒருவரிடம்) தொடர்பை அல்லது உறவை ஏற்படுத்திக்கொள்ளுதல்;** get hold of (s.o.). யாரைப் பிடித்தால் தன் காரியம் நடக்கும் என்று யோசித்தார்./ நீ சொன்னபடியே ஒரு பணக்காரப் பெண்ணைப் பிடித்துவிட்டாய்!/ அவனைப் பிடித்தால் செலவில்லாமல் ஊருக்குப் போய்விடலாம் என்று நினைத்தான்./ நான் சிபாரிசு பிடித்துதான் அந்தத் தொழிற்சாலையில் என் தம்பிக்கு வேலை வாங்கிக் கொடுத்தேன். **26: (பிஞ்சு, காய் முதலியவை) உண்டாதல்; தோன்றுதல்;** (of fruits, etc.,) form. செடியில் காய் பிடிக்க ஆரம்பித்திருக்கிறது. **27:** *(பே.வ.)* **(நேரம், செலவு முதலியவை) ஆகுதல்;** take (time, money, etc.,). இதைச் செய்ய நேரமும் பிடிக்கும், செலவும் பிடிக்கும்./ பிரச்சினைக்கான காரணத்தை அறிய நீண்ட நேரம் பிடிக்கவில்லை./ இந்தக் கட்டுரை அச்சில் வரும்போது எப்படியும் முப்பது நாற்பது பக்கங்கள் பிடிக்கும். **28: (சம்பளம் முதலியவற்றிலிருந்து ஒரு தொகையை) கழித்தல்;** deduct (a sum); withhold. வாங்கிய கடனுக்காகச் சம்பளத்தில் ஒரு தொகையைப் பிடித்துக்கொண்டார்./ வாரக்கூலியில் அபராதம் பிடிப்பது எந்த விதத்தில் நியாயம்? **29: (தசை, நரம்பு முதலியன) பிறழ்தல்;** pull (a muscle). குனிந்தபோது கழுத்துப் பிடித்துக்கொண்டுவிட்டது./ முதுகு பிடித்துக்கொண்டதால் மூட்டையைத் தூக்க முடியவில்லை.

பிடி[2] வி. *(பிடிக்க, பிடித்து) (நான்காம் வேற்றுமையோடு வரும்போது)* **(ஒன்றின் மேல் அல்லது ஒருவரின் மேல்) விருப்பம் இருத்தல்; (மனம் ஒன்றில்) நாட்டம் கொள்ளுதல்;** like; be agreeable to. அல்வா எனக்கு மிகவும் பிடிக்கும்./ உனக்கு அவனைப் பிடிக்காது என்றால் அவனோடு ஏன் பேசுகிறாய்?/ ஒரு வேலையும் செய்யாமல் வீட்டில் இருக்க எனக்குப் பிடிக்காது./ எனக்குப் பிடித்த பாடல் ஒன்று எங்கிருந்தோ ஒலித்துக்கொண்டிருந்தது.

பிடி[3] து.வி. *(பிடிக்க, பிடித்து)* சில பெயர்ச்சொற்களோடு **இணைந்து 'மேற்கொள்ளுதல்', 'ஏற்படுதல்', 'கொண்டிருத்தல்' முதலிய பொருள்களில் அவற்றை வினைப்படுத்தும் வினை;** auxiliary used as a verbalizer with certain nouns, mostly in the sense of 'have', 'get', 'be'. பள்ளிக்கூடத்துக்குப் போக மாட்டேன் என்று அவன் முரண்டுபிடித்தான்./ மழையில் நனைந்ததால் சளிபிடித்து விட்டது./ சட்டென்று குனிந்ததில் இடுப்பில் சுளுக்குப் பிடித்துக்கொண்டது./ பாசிபிடித்த குளத்து நீர்.

பிடி[4] பெ. **1: (மனிதர்கள் கைகளாலும், விலங்குகள் கால்களாலும் ஒன்றை) பிடித்து வைத்திருக்கும் நிலை;** hold. அவருடைய பிடி இறுகுவதை உணர்ந்தேன்./ புலியின் பிடியில் துடித்தது மான்./ *(உரு வ.)* வறுமையின் பிடியில் சிக்கித் தவிக்கும் மக்கள். **2: ஒன்று அல்லது ஒருவர் பிறரைத் தனது அதிகாரத்துக்கு, கட்டுப்பாட்டுக்கு உட்படுத்திய நிலை;** grip; control; clasp. சிறிய நாடுகளின் பொருளாதாரம் பன்னாட்டு நிறுவனங்களின் பிடியில் சிக்கியிருக்கிறது./ இரண்டாம் உலகப் போரின்போது ஜெர்மனியின் பிடியில் அகப்பட்டுத் தவித்த நாடுகள் ஏராளம்./ அரசியலின் மீது இருக்கும் மதத்தின் பிடியை நீக்க வேண்டும். **3: (மல்யுத்தத்தில் கையாலோ காலாலோ எதிரியை) இறுக்கிக் கட்டுக்குள் கொண்டுவரும் விதம்;** hold (in wrestling); grapple. கத்திரிப் பிடி போட்டு எதிரியைக் கீழே வீழ்த்தினார். **4: உள்ளங்கைக்குள் அடங்குகிற அளவு;** fistful of sth. (as a measure). தோசை மாவுக்கு ஒரு பிடி உப்புப் போடு./ பிச்சைக்காரனுக்கு ஒரு பிடி அரிசி போட்டார். **5: கை முஷ்டியின் செங்குத்து உயரம்;** length of a clenched fist held vertically (used as a unit of linear measurement). மாப்பிள்ளையைவிடப் பெண் ஒரு பிடி உயரம்./ ஒன்பது பிடியில் ஒரு இரட்டை வடச் சங்கிலி. **6: கையால் பிடிப்பதற்காக ஒன்றில் ஏற்படுத்தப்பட்டுள்ள பகுதி;** handle (of an article, tool, etc.,); haft. கத்தியின் பிடி ஆடுகிறது./ மூடுவதற்காகக் கதவை இழுத்தபோது பிடி கையோடு வந்துவிட்டது. **7:** *(ஊரக வ.)* **(அறுவடையின்போது) ஒரு கைக்குள் அடங்கும் அளவுக்கான அறுத்த நெற்கதிர்;** handful of reaped cornstalks (esp. paddy).

பிடி[5] பெ. *(இசை)* **ராக ஆலாபனையில் ஒரு ராகத்தைத் தெளிவாகவும் அழகாகவும் வெளிப்படுத்தும் ஸ்வரப் பிரயோகங்கள்;** combinations of ஸ்வரம் that bring out aesthetically the full form of the ராகம், during ஆலாபனை. பைரவி ராக ஆலாபனை சிறந்த பிடிகள் கொண்டதாக இருந்தது.

பிடி ஆணை பெ. *(சட்டம்)* **குற்றம்சாட்டப்பட்டவரை அல்லது விசாரணைக்கு நீதிமன்றம் வர மறுப்பவரைக் கைதுசெய்து அழைத்து வருமாறு காவல்துறைக்கு நீதிமன்றம் பிறப்பிக்கும் உத்தரவு;** warrant of arrest.

பிடிகருணை பெ. **காறுகருணை; கருணைக்கிழங்கு;** a kind of yam.

பிடிகுவளை பெ. **கைப்பிடி வைத்த சிறிய குவளை;** small mug-like vessel with a handle.

பிடிகொடு வி. *(-கொடுக்க, -கொடுத்து) (பெரும்பாலும் எதிர்மறையில்)* **ஒரு பிரச்சினையை அல்லது கேள்வியை எதிர்கொண்டு நேரடியாகப் பதில் தருதல்;** (usually in the negative) deal with and be direct in one's response. தேர்தல் கூட்டணியைப் பற்றி நிருபர்கள் கேட்ட கேள்விகளுக்கு அவர் பிடிகொடுத்துப் பேசவே இல்லை.

பிடிகொழுக்கட்டை பெ. **வெல்லம் கலந்த அரிசி மாவைக் கையால் பிடித்து ஆவியில் வேக வைத்துச் செய்யும் தின்பண்டம்;** a dish of sweetened rice dough cooked in steam in fistfuls.

பிடித்த பிடி பெ. **தன் நிலையிலிருந்து மாற மறுக்கும் பிடிவாதம்;** stubborn attitude. நம் குடும்பக் கஷ்டத்தையெல்லாம் சொன்ன பிறகும், நீ பிடித்த பிடியிலேயே இருந்தால் நான் என்ன செய்ய முடியும்?/ நம் வசதிக்கு இந்த இடம்தான் ஒத்துவரும் என்று சொல்லிவிட்டேன். அப்படியும் நீ பிடித்த பிடியை விட மாட்டேன் என்கிறாய்.

பிடித்தம்[1] பெ. **(ஒருவருக்குச் சேர வேண்டிய தொகையில் குறிப்பிட்ட காரணங்களுக்காக) கழிக்கப்படும் தொகை;** deduction (effected in a sum at the time of its payment). பிடித்தமெல்லாம் போக உன் சம்பளம் எவ்வளவு?

பிடித்தம்[2] பெ. *(-ஆன) (பே.வ.)* **விருப்பம்; பிரியம்;** liking. உனக்குப் பிடித்தமான தொழிலைச் செய்ய யாரும் தடை சொல்லப் போவதில்லை./ அவருக்குக் காரச்சேவு என்றால் ரொம்பப் பிடித்தம்.

பிடித்து இ.சொ. *(பே.வ.)* **(காலத்தைக் குறிக்கும் 'நேற்று', 'காலை' போன்ற சொற்களுடன் இணைந்து) 'தொடங்கி' என்ற பொருளில் பயன்படுத்தப்படும் இடைச்சொல்; 'முதல்';** particle used in the sense of 'from' (the time specified). அப்போதுபிடித்துக் குழந்தை அழுது கொண்டிருக்கிறது.

பிடித்துக்கொள்[1] வி. *(-கொள்ள, -கொண்டு)* **1: தன்னிடம் சொன்னதை மற்றவர் செய்ய வேண்டும் என்று பிடிவாதம் பிடித்தல்;** seize on one's words. கடற்கரைக்குப் போகலாம் என்று தெரியாத்தனமாக என் பையனிடம் சொல்லிவிட்டேன். அதைப் பிடித்துக்கொண்டு இப்போது அழுது ஆர்ப்பாட்டம் செய்கிறான். **2: ஒன்றை நன்றாக மனத்தில் பதித்து வைத்துக்கொள்ளுதல்;** grasp. என் பெண்ணிடம் ஒரு தரம் சொன்னால் போதும், அப்படியே பிடித்துக்கொள்வாள்.

பிடித்துக்கொள்[2] வி. *(-கொள்ள, -கொண்டு)* **(உடலின் ஒரு பகுதியில் உள்ள) தசைப் பகுதியில் வலி ஏற்படும்படி தசைநார்கள் இழுத்துக்கொண்டு இறுகிய நிலைக்கு உள்ளாதல்;** crick; suffer muscular spasm. முதுகு நன்றாகப் பிடித்துக்கொண்டுவிட்டது./ எனக்கு இடுப்பு பிடித்துக்கொண்டதால் நேராக நிற்க முடியவில்லை.

பிடிதுணி பெ. *(ஊரக வ.)* காண்க: **கரித்துணி.**

பிடிப்பு பெ. **1: ஒரு நிலையில் ஆடாமல் அல்லது விழாமல் பிடித்துக்கொள்வதற்காக இருக்கும் ஒன்று; பிடி;** hold or support; grip. எந்த விதமான பிடிப்பும் இல்லாமல் கம்பத்தின் மேல் நின்று சுழன்று ஆடினாள்./ அலையில் படகு வேகமாக ஆடியதால் பிடிப்பு இல்லாமல் கடலில் விழுந்தான். **2: ஒன்றை இறுக்கமாகப் பிடித்திருக்கும் அல்லது பற்றியிருக்கும் நிலை;** jamming. கைப்பிடியை அழுத்தும்போது இயந்திரத்தில் பிடிப்பு ஏற்பட்டு இயங்காமல் நின்றுவிடும். **3: ஈடுபாடு; பற்று;** attachment; involvement. குடும்பத்தின் மேல் பிடிப்பே இல்லாமல் இருக்கிறான்./ கொள்கைப் பிடிப்பு இல்லாத தொண்டர்களை வைத்துக்கொண்டு எப்படிக் கட்சி நடத்த முடியும்? [*(தொ.சொ.)* **ஈடுபாடு/ நாட்டம்/ பற்று/ பிணைப்பு**] **4: (பணம், சம்பளம் போன்றவற்றில் செய்யப்படும்) பிடித்தம்;** deduction (effected in a sum at the time of payment). எனக்குப் பிடிப்பு போக சம்பளம் *18,500* ரூபாய். **5: தசை பிறழ்ந்து ஏற்படும் அசௌகரியம்;** (a muscle) pull. இடுப்புப் பிடிப்பு/ முதுகுப் பிடிப்பு.

பிடிபடு வி. *(-பட, -பட்டு)* **1: (சட்ட விரோதமான பொருள்களோ குற்றம் செய்தவரோ) உரிய அரசு அதிகாரிகளிடம் மாட்டுதல்; சிக்குதல்;** be seized; get caught; be apprehended. கடையைக் காவலர்கள் சோதனையிட்டதில் ஏராளமான ஆபாசப் புத்தகங்கள் பிடிபட்டன./ சந்தன மரத்தைக் கடத்த முயன்ற இருவர் வனத் துறை அதிகாரிகளிடம் பிடிபட்டனர்./ இரண்டு பெட்டிகளில் பதுக்கிவைக்கப்பட்டிருந்த நட்சத்திர ஆமைகள் சுங்கத் துறை அதிகாரிகளிடம் பிடிபட்டன./ தேர்வு மையத்தில் ஆள்மாறாட்டம் செய்தவர் பறக்கும் படையின் வசம் பிடிபட்டார்./ பீரோவை உடைத்துத் திருடும் கும்பல் இன்னும் பிடிபடவில்லை. **2: பிடிக்கப்படுதல்; மாட்டுதல்; அகப்படுதல்;** get trapped; get caught. தோண்டி வைத்திருந்த பள்ளத்தில் யானை வசமாகப் பிடிபட்டுவிட்டது./ பலரைத் தாக்கிய புலி பிடிபட்டது. **3: (போர், ஆக்கிரமிப்பு நடவடிக்கைகள் போன்றவற்றின் மூலம் நபர்கள், நாடுகள் போன்றவை) பிடிக்கப்படுதல்;** be captured. முற்காலத்தில் போரில் பிடிபட்டவர்கள் தெய்வங்களுக்குப் பலியிடப்பட்டனர்./ பிடிபட்ட நாடுகளில் எல்லாம் தனது அரசை விரிவுபடுத்தினார். **4: (மனத்தில்) தெளிவாகப் புலப்படுதல்; விளங்குதல்;** be grasped; be comprehended. விடுகதைக்கு விடை சட்டென்று பிடிபட்டது./ சில நாட்களாகவே உன்னுடைய நடவடிக்கைகள் எனக்குப் பிடிபடவில்லை./ மருத்துவருக்கே பிடிபடாமல் அப்படி என்ன நோய் உனக்கு? **5:** *(எதிர்மறையில் வரும்போது)* **(மகிழ்ச்சி, பெருமை போன்றவை) கட்டுப்படுதல்;** be within bounds. தேர்வில் வெற்றி பெற்றுவிட்டோம் என்ற செய்தி கிடைத்ததும் அவனுக்கு மகிழ்ச்சி பிடிபடவில்லை.

பிடிமானம் பெ. **1: பிடிப்பு;** hold; support. கால்களுக்குப் பிடிமானம் இல்லாமல் நீரில் அமிழ்ந்தாள்./ *(உரு வ.)* வாழ்க்கையில் எனக்கு இருந்த ஒரே பிடிமானம் என் மகள்தான். **2:** *(பே.வ.)* **பிடித்தம்; கழிவு;** that which is withheld or deducted. பிடிமானம் போக மீதி நூறு ரூபாய் கிடைத்தது.

பிடில் பெ. *(அ.வ.) (இசை)* **வில்லால் வாசிக்கக்கூடிய வகையில் நன்கு இழுத்துக் கட்டப்பட்ட தந்திகளை உடைய இசைக் கருவி;** fiddle; violin.

பிடிவாதம் பெ. *(-ஆக, -ஆன)* **(பிறருக்குச் சங்கடம் ஏற்படுத்தும் வகையில்) வேண்டுமென்றே சிறிதும் விட்டுக் கொடுக்காமல் நடந்துகொள்ளும் போக்கு;** obstinacy; stubbornness. சாப்பிடச் சொன்னதற்கு முடியாது என்று பிடிவாதமாக மறுத்துவிட்டார்./ இப்படிப் பிடிவாதமாக இருந்தால் யாரும் உன்னுடன் பழக மாட்டார்கள். [*(தொ.சொ.)* **அழிச்சாட்டியம்/ அழும்பு/ முரண்டு/ வீம்பு**]

பிடிவாரண்ட் பெ. *(சட்டம்)* காண்க: **பிடி ஆணை.**

பிடிவிறாந்து பெ. *(இலங்.)* **பிடி ஆணை;** warrant of arrest. நீதிமன்றத்தின் அழைப்பாணைக்குப் போகாததால் அவருக்குப் பிடிவிறாந்து வந்தது.

919 பிணைக்கைதி

பிடு வி. (பிட, பிட்டு) **(உணவுப் பொருளைப் பிய்த்து அல்லது உடைத்து) துண்டாக்குதல்;** break (items of food into bits). இட்லியைப் பிட்டுக் குழந்தைக்குக் கொடுத்தாள். [(தொ.சொ.) அரி/ அறு/ உடை/ ஒடி/ கிழி/ தகர்/ துண்டி/ நறுக்கு/ நொறுக்கு/ பிள/ முறி/ வெட்டு]

பிடுங்கல் பெ. காண்க: **பிக்கல்பிடுங்கல்.**

பிடுங்கு வி. (பிடுங்க, பிடுங்கி) 1: **(ஓர் இடத்தில் பதிந்திருப்பதை அல்லது ஒருவர் வைத்திருப்பதை) விசையுடன் அகற்றுதல் அல்லது எடுத்துக்கொள்ளுதல்; பறித்தல்;** pull out; pluck; snatch; draw. மாட்டுக்குக் கொஞ்சம் வைக்கோல் பிடுங்கிப் போடு./ அந்தக் கம்பத்தைப் பிடுங்கி வேறு இடத்தில் நட வேண்டும்./ குரங்கு பழத்தைப் பிடுங்கிக்கொண்டு ஓடியது./ இன்று பல் பிடுங்குவதற்குப் போக வேண்டும்./ தென்னங்கன்றைப் பிடுங்கி நடு. 2: **(பணம்) அதிக அளவில் வாங்குதல்; பறித்தல்;** extract (money). மருத்துவமனையில் எதற்கெடுத்தாலும் பணம் பிடுங்குகிறார்கள்./ ஏதாவது காரணம் சொல்லிப் பணம் பிடுங்காதே. 3: **தடுப்பை நீக்கி (காற்றை) வெளியேற்றுதல்;** let off (the air) by removing the valve. சைக்கிள் சக்கரத்திலிருந்த காற்றை அவன் பிடுங்கிவிட்டான். 4: **(கொசு முதலியவை கடிப்பதன்மூலம்) மிகுந்த அளவில் தொல்லை தருதல்/(தொல்லைப்படுத்தி) நச்சரித்தல்;** (of insects etc.,) bite/harry; worry. திண்ணையில் படுக்க முடியாமல் கொசு பிடுங்குகிறது. 5: **(பயம், வெட்கம் முதலியவை) அதிக அளவில் பாதித்தல்;** (of fear, shame, etc.,) gnaw at sth. பயம் அவனைப் பிடுங்க ஆரம்பித்தது. 6: **(ஊரக வ.) (காய், பழம் போன்றவற்றை) பறித்தல்;** pluck (fruit, etc.,). முருங்கை மரம் வளர்ந்துவிட்டதால் காய் பிடுங்கக் கஷ்டமாக இருக்கிறது.

பிடுங்குபடு வி. (-பட, -பட்டு) (பே.வ.) **எரிச்சல் ஏற்படும் அளவுக்குத் தொடர்ந்து ஒருவரின் நச்சரிப்புக்கு ஆளாதல்;** get pestered by s.o. constantly. உன்னிடம் பிடுங்குபட வேண்டும் என்பது என் தலையெழுத்தா என்று சலித்துக்கொண்டான்./ உங்கள் அம்மாவிடம் பிடுங்குபடுவதைத் தவிர வேறு என்ன சுகத்தைக் கண்டேன் என்று மனைவி திட்டிக்கொண்டிருந்தாள்.

பிண்டம் பெ. 1: **வடிவம் இல்லாத சதைத் திரள்;** shapeless mass of flesh. நெஞ்சில் முளைத்த கையுடனும் விரல் அளவு கால்களுடனும் பிண்டமாக இறந்தே பிறந்தது குழந்தை. 2: **(இறந்தவர்களுக்குப் படைக்கும்) அரிசியைச் சேர்த்துப் பிடித்த அல்லது சோற்றைப் பிடியாகப் பிடித்த உருண்டை;** ball of cooked or uncooked rice (offered to one's manes). திதிக்காகப் பிண்டம் பிடித்து வைத்திருந்தார்.

பிண்ணாக்கு பெ. **நிலக்கடலை, எள் முதலிய எண்ணெய் வித்துகளிலிருந்து எண்ணெய் எடுத்த பின் மிஞ்சும் சக்கை;** oilcake. மாட்டுக்குப் பிண்ணாக்கு வைத்தால் நிறைய பால் கறக்கும்./ நிலத்துக்கு அடியுரமாக வேப்பம் பிண்ணாக்குப் போட்டிருக்கிறேன்.

பிணக்கம் பெ. காண்க: **பிணக்கு.**

பிணக்கு பெ. 1: **உறவை அல்லது தொடர்பை முறிக்கும் வகையிலான தகராறு;** strife. நெருங்கிய நண்பர்களான உங்களுக்குள்ளே பிணக்கா!/ பதவி வெறி கட்சிக்குள் பிணக்கையும் பகைமையையும் தோற்றுவித்துள்ளது. [(தொ.சொ.) உரசல்/ சச்சரவு/ தகராறு/ பிரச்சினை] 2: **(காதலர்கள் இடையே அல்லது கணவன் மனைவி இடையே கோபமாக இருப்பதாகக் காட்டிக்கொள்ளும்) சிறு சண்டை; ஊடல்;** tiff; sulkiness. [(தொ.சொ.) ஊடல்/ சண்டை/ தகராறு/ பிரச்சினை/ மனத்தாங்கல்/ மனஸ்தாபம்]

பிணங்கு வி. (பிணங்க, பிணங்கி) (உ.வ.) 1: **(ஒருவரோடு) மாறுபாடு கொள்ளுதல்;** be at variance with s.o. 2: **சண்டைபோடுவதுபோல் பாவனைசெய்தல்; ஊடுதல்;** feign a tiff; sulk.

பிணந்தின்னிக் கழுகு பெ. **நீளமான இறக்கைகளும் வளைந்த கூர்மையான தடித்த அலகும், சிறகுகள் இல்லாத கழுத்துப் பகுதியும் கொண்ட, இறந்த உயிரினங்களைத் தின்று வாழும் பெரிய கழுகு; பாறு கழுகு;** vulture.

பிணம் பெ. **(மனிதர்களின்) உயிர் போன உடல்;** corpse. ஊரிலிருந்து மகன் வந்த பிறகு தான் பிணத்தை எடுப்பார்கள்./ பிண வாடை.

பிணவறை பெ. **சவக்கிடங்கு;** mortuary.

பிணவெடில் பெ. (இலங்.) **மோசமான நாற்றம்;** foul smell. ஒழுங்கையில் குப்பையைக் கொட்டி ஒரே பிண வெடிலாக இருக்கின்றது.

பிணி[1] வி. (பிணிக்க, பிணித்து) (உ.வ.) **சேர்த்துக் கட்டுதல்; பிணை;** hold (together); hitch. நுகத்தடியில் மாட்டைப் பிணிக்கும் கயிறு 'பூட்டாங்கயிறு' என்று அழைக்கப்படுகிறது./ (உரு வ.) இலக்கியத்தின் மீதுள்ள ஆர்வம்தான் எங்களைப் பிணித்துவைத்திருக்கிறது.

பிணி[2] பெ. **நோய்;** disease. பிணி தீர்க்கும் அரிய மூலிகைகள்.

பிணை[1] வி. (பிணைய, பிணைந்து) **(ஒன்றோடு ஒன்று) நெருக்கமாக இணைதல்;** intertwine; interweave. வைக்கோல் பிரி பிணைந்து ஒன்றாகியிருந்தது./ (உரு வ.) இந்தக் குடும்பத்தின் வரலாறு நாட்டு விடுதலைப் போராட்ட வரலாற்றோடு பிணைந்து கிடக்கிறது.

பிணை[2] வி. (பிணைக்க, பிணைத்து) (உ.வ.) 1: **(சேர்த்து வைத்து) கட்டுதல்; (முறுக்கியோ முடிச்சுப் போட்டோ) இணைத்தல்;** fasten; tie; tether; hitch. சங்கிலிகளால் பிணைக்கப்பட்டுக் கிடந்தான்./ வண்டியில் மாட்டைப் பிணைத்தான். [(தொ.சொ.) இணை/ கட்டு/ பின்னு/ பூட்டு/ முடி] 2: **இணைத்தல்; ஒன்றுசேர்த்தல்;** join together. தலைக்குப் பின்னால் கைகளைப் பிணைத்துக் கொண்டு உட்கார்ந்திருந்தார்./ (உரு வ.) மனிதனை மனிதனோடு பிணைப்பது எது?

பிணை[3] பெ. (பே.வ.) **உத்தரவாதம்; ஈடு;** guarantee; pledge.

பிணை[4] பெ. (இலங்.) **ஜாமீன்;** bail. சந்தேகத்தின் பேரில் கைதுசெய்யப்பட்ட நபர் பிணையில் விடுதலை செய்யப்பட்டார்./ நீ யாருக்கும் பிணை கொடுக்காதே என்று அப்பா அண்ணனை எச்சரித்தார்.

பிணைக்கைதி பெ. (சட்டம்) **பணயக்கைதி;** hostage.

பிணைச்சல் பெ. (இலங்.) **கதவை நிலையோடு பொருத்த உதவும் இரும்புப் பட்டை; கீல்;** hinge. கதவுப் பிணைச்சலுக்கு எண்ணெய் போட்டுவிடு, சத்தம் வருகிறது./ பித்தளைப் பிணைச்சல் போட்டால் கறள் பிடிக்காது.

பிணைத்தொகை பெ. **1:** (சட்டம்) **ஜாமீன்;** surety deposit. **2: பணயக்கைதியை விடுவிப்பதற்குக் கேட்கும் தொகை;** ransom.

பிணைப்பணம் பெ. (இலங்.) **ஜாமீன் தொகை;** money offered as security; bail. குற்றவாளியை விடுவதற்குப் பிணைப்பணமாக 10,000 ரூபாய் செலுத்துமாறு நீதிபதி பணித்தார்.

பிணைப்பு பெ. **(நட்பால்) நெருக்கம்; (உறவு, அன்பு முதலியவற்றால் ஏற்படும்) நெருங்கிய தொடர்பு;** closeness; ties or bond (of affection). ஒரு நாள்கூடப் பிரிந்திருக்க முடியாதபடி அவனோடு ஒரு பிணைப்பு ஏற்பட்டுவிட்டது./ குடும்பப் பிணைப்பு/ பாசப் பிணைப்பு. [(தொ.சொ.) **ஈடுபாடு/ உறவு/ தொடர்பு/ நாட்டம்/ நெருக்கம்/ பந்தம்/ பற்று/ பிடிப்பு**]

பிணையத்தொகை பெ. (சட்டம்) **ஒன்றைச் செய்வதாக ஒருவர் உறுதிகூறிக் கையெழுத்திட்டு, உறுதிகூறியவாறு அவர் நடக்காமல் இருந்தால் மற்றொருவர் தான் பொறுப்பேற்றுக் கட்டுவதாக ஒப்புக்கொண்ட தொகை;** amount named in a bond of surety or security.

பிணையல் பெ. **1: பரப்பிய கதிர்மீது ஓட்டுவதற்காக மாடுகளைப் பிணைத்தல்;** the hitching of oxen for treading on sheaves of paddy. பிணையல் போட்டு அடித்துக் கொண்டிருந்தார்கள். **2: நெல் தாள்களின் குவியல்;** heap of sheaves of paddy. நெல் பிணையல் உயர்ந்தது.

பிணையாளி பெ. (சட்டம்) **1: பணயக்கைதி;** hostage. **2: (கடன், தவணை முறையில் பொருள் போன்றவை வாங்கும் ஒருவருக்கு) உத்தரவாதம் தருபவர்;** guarantor.

பிணையெடு வி. (-எடுக்க, -எடுத்து) (இலங்.) **(ஒருவருக்கு) ஜாமீன் தந்து வெளியே கொண்டு வருதல்;** bail out. அவரை நாளை நீதிமன்றத்துக்குக் கொண்டுவரும்போது நான் பிணையெடுக்க வேண்டும்.

பித்தக்கொதி பெ. (இலங்.) **(பித்தநீர் மிகுதியாவதால்) வாந்தியெடுக்க வேண்டும் என்ற உணர்வு;** nausea due to excessive bile. சொல்லச்சொல்லக் கேட்காமல் நடுவெயிலுக்குள் திரிந்து பித்தக்கொதியால் அவதிப்படுகிறாய்./ பித்தக்கொதிக்கு வெறும் தேத்தண்ணியில் தேசிக்காய் பிழிந்து குடி.

பித்தநீர் பெ. **கல்லீரலில் சுரந்து, பித்தப்பையில் சேகரிக்கப்பட்டுக் கொழுப்புப் பொருளைச் செரிக்க உதவும் திரவம்;** bile.

பித்தப்பை பெ. **பித்தநீர் சேர்வதற்காகக் கல்லீரலோடு இணைந்து அமைந்திருக்கும் பை போன்ற உறுப்பு;** gall bladder.

பித்தம் பெ. **1:** (சித்த.) **ஜீரணம், பார்வை, உணர்ச்சிகளில் சமநிலை ஆகியவற்றுக்குக் காரணமாக இருக்கும், உடலின் மூன்று சக்திகளில் ஒன்று;** one of the three biological forces responsible for functions such as digestion, vision, etc., **2:** (அ.வ.) **பைத்தியம்;** madness.

பித்தலாட்டம் பெ. **ஏமாற்று வேலை;** deception; fraud. அவன் சொல்வதெல்லாம் பொய். செய்வதெல்லாம் பித்தலாட்டம்.

பித்தவெடிப்பு பெ. **இறுகியும் உலர்ந்தும் இருக்கக்கூடிய பாதத்தின் அடிப்பரப்பில் உடலின் கனத்தால் ஏற்படக்கூடிய வெடிப்பு;** fissures (on the sole and toes).

பித்தளை பெ. **(பாத்திரங்கள், இயந்திரத்தின் சில பாகங்கள் போன்றவற்றைச் செய்வதற்குப் பயன்படுத்தும்) செம்பும் துத்தநாகமும் கலந்த மஞ்சள் நிற உலோகம்;** brass. பித்தளை அண்டா/ பித்தளைக் குழாய்/ பித்தளைக் குமிழ்.

பித்தன் பெ. (அ.வ.) **1: பைத்தியக்காரன்;** madman. பித்தனைப் போல உளறாதே. **2: (ஒன்றில் அல்லது ஒருவரின் மேல்) அளவுக்கு அதிகமான ஈடுபாடு உடையவன்;** a man who is mad on sth. இலக்கியப் பித்தன்/ நாடகப் பித்தன்.

பித்தான் பெ. **(சட்டை, பை முதலியவற்றில் ஒரு பகுதியை மற்றொரு பகுதியுடன்) பொருத்தி மூடுவதற்காகத் தட்டையாகவும் வட்ட வடிவமாகவும் துளைகள் கொண்டதாகவும் செய்யப்படும் பொருள்;** button.

பித்து பெ. **1: பைத்தியம்;** being crazed. வியாபாரத்தில் ஏற்பட்ட பெரும் நஷ்டத்தால் பித்துப் பிடித்தவன்போல் ஆகிவிட்டான். **2: (ஒன்றின் மேல் அல்லது ஒருவரின் மேல் கொண்ட) தீவிர விருப்பம்; பைத்தியம்;** fixation (on sth.); craving; craze. அவர் ஒரு தாம்பூலப் பித்து/ இலக்கியப் பித்து. [(தொ.சொ.) **ஆசை/ ஆர்வம்/ நாட்டம்/ பைத்தியம்/ விருப்பம்/ வெறி**]

பித்துக்குளி பெ. (பே.வ.) **1: பைத்தியம் பிடித்தவன்;** mad person. என்ன! பித்துக்குளியைப் போல் நீயே சிரித்துக் கொள்கிறாய்? **2: (தக்க முதிர்ச்சி இல்லாமல்) சிறுபிள்ளைத்தனமாக அல்லது முட்டாள்தனமாக நடந்து கொள்பவர்;** imbecile.

பிதற்றல் பெ. **அர்த்தம் இல்லாத பேச்சு; உளறல்;** nonsense; meaningless talk. எதிர்க்கட்சிகளின் குற்றச்சாட்டை வெறும் பிதற்றல் என்று ஒதுக்கிவிட முடியாது./ நோயாளிக்கு ஜன்னி வந்தால் பிதற்றலும் முனகலும் அதிகரிக்கும்.

பிதற்று வி. (பிதற்ற, பிதற்றி) **அர்த்தம் இல்லாமல் பேசுதல்; உளறுதல்;** talk nonsense. அவன் குடித்துவிட்டுப் பிதற்றுவதையெல்லாம் பெரிதாக எடுத்துக்கொள்ளாதீர்கள்! [(தொ.சொ.) **அரற்று/ உளறு/ குழறு/ குளறு/ தடுமாறு/ திக்கு/ திணறு/ புலம்பு/ பொருமு/ வருந்து**]

பிதா பெ. **1:** (அ.வ.) **தந்தை;** father. அன்னையும் பிதாவும் தெய்வம் என்று நினைப்பவன். **2:** (கிறித்.) **தந்தை;** the Father.

பிதாமகன் பெ. **1:** (அ.வ.) **தந்தையின் தந்தை;** paternal grandfather. **2: ஒரு துறையில் முன்னோடியாக விளங்கியவரை மரியாதையுடன் குறிப்பிடும் சொல்;** a term of respect for one who is considered as a pioneer in a field. புதுக்கவிதையின் பிதாமகன்.

பிதிர் பெ. **மூதாதையர்;** ancestor. பிதிர்க் கடன்.

பிதிரார்ஜிதம் பெ. (அ.வ.) **தந்தை வழி வந்த முன்னோரின் சொத்து; பூர்வீகச் சொத்து;** ancestral property, esp. patrimony.

921 பிய்த்துவிளாசு

பிதுக்கு வி. *(பிதுக்க, பிதுக்கி)* **1: (அடைத்து வைத்திருக்கும் அல்லது மூடியிருக்கும் ஒன்றை வெளியே தள்ள) பக்கவாட்டில் அழுத்துதல்;** squeeze (in order to bring out what is inside). பருவைப் பிதுக்கிச் சீழை வெளியேற்றினான்./ வேக வைத்த மொச்சைக் கொட்டையைப் பிதுக்கியதும் தோல் தனியாக வந்தது. **2: (கீழ் உதட்டை) முன் தள்ளுதல்;** curl (the lower lip). குழந்தை உதட்டைப் பிதுக்கியபோது பார்க்க அழகாக இருந்தது.

பிதுக்குப் பருப்பு பெ. *(வ.வ.)* **மொச்சைப் பயறை முதல் நாள் இரவிலேயே ஊற வைத்துக் காலையில் ஒவ்வொரு மொச்சையாகத் தோலைப் பிதுக்கி எடுத்த பிறகு இருக்கும் பருப்பு;** hyacinth bean husked after dunking.

பிதுங்கு வி. *(பிதுங்க, பிதுங்கி)* **(அடைத்து வைக்கப்பட்டிருப்பது அல்லது மூடப்பட்டிருப்பது) அழுத்தப்படுவதால் வெளிவருதல் அல்லது வெளியே தள்ளப்படுதல்;** get squeezed out; bulge; overflow. கண்டதெல்லாம் வைத்து அடைத்துப் பை பிதுங்கிக்கொண்டிருக்கிறது./ பேருந்தில் கூட்டம் பிதுங்கி வழிந்தது./ பேருந்தில் அடிபட்ட நாய் குடல் பிதுங்கி இறந்து கிடந்தது.

பிதுரார்ஜிதம் பெ. *(அ.வ.)* காண்க: **பிதிரார்ஜிதம்.**

பிந்தி வி.அ. *(பே.வ.)* **1: நேரம் கழித்து; தாமதமாக;** late (in time). பிந்திப் போனதால் ரயிலைத் தவற விட்டுவிட்டேன்./ கடிகாரம் ஐந்து நிமிடம் பிந்திப் போகிறது. **2: பின்பு; பிறகு;** after. மறுமலர்ச்சிக் காலகட்டத்திற்குப் பிந்தி வந்த ஐரோப்பிய எழுத்தாளர்கள்.

பிந்திய பெ.அ. **அடுத்து வருகிற;** later; latter. இரண்டாம் உலகப் போருக்குப் பிந்திய கால கட்டத்தில் சில நாடுகளின் செல்வாக்கு அதிகரித்தது./ பிந்திய பத்தியில் கூறப்பட்டுள்ளது முந்திய பத்தியின் விளக்கமே.

பிந்து வி. *(பிந்த, பிந்தி)* **1: (ஓடுதல், நடத்தல் போன்ற செயல்களில் ஒருவருக்கு அல்லது ஒன்றுக்கு) இணையான வேகத்தில் செல்ல முடியாமல் (அவருக்கு அல்லது அதற்கு) பின்னால் சென்றுகொண்டிருத்தல்;** lag behind. இரண்டு குதிரைகளும் ஒன்றையொன்று முந்துவதும் பிந்துவதுமாக ஓடிக்கொண்டிருந்தன. **2: காலம் கடந்து நிகழ்தல்;** be delayed. இந்த வருடமும் பருவ மழை பிந்திவிட்டது./ நான் சற்றுப் பிந்திவிட்டேன். இல்லையென்றால் அந்த வேலை எனக்குக் கிடைத்திருக்கும்.

பிந்தைய பெ.அ. *(உ.வ.)* **(காலத்தில்) பிந்திய;** later (in time); latter. அவருடைய பிந்தைய படைப்புகள் எளிய நடையில் இருக்கின்றன.

பிம்பம் பெ. **1: (நீர், கண்ணாடி போன்றவற்றில்) பிரதிபலிக்கும் உருவம்;** image formed by reflection. காற்றால் நீர் அசைந்தபோது நிலவின் பிம்பமும் அசைந்தது. **2: தொலைக்காட்சி, திரை, புகைப்படம் போன்றவற்றில் பார்க்கப்படும் உருவம் அல்லது தோற்றம்;** image. திரையில் பிம்பங்கள் மங்கலாகத்தான் தெரிந்தன. **3: ஒருவரைப் பற்றிப் பிறரிடம் ஏற்பட்டிருக்கும் ஒட்டுமொத்த எண்ணம்;** one's image. நடிகர் என்ற பிம்பத்தை மீறி அவரால் அரசியலில் வெற்றிகரமாகச் செயல்பட முடியவில்லை./ அவர் பெரிய சிந்தனையாளர் என்கிற பிம்பம் என்னுள் எப்போதோ சிதைந்துவிட்டது.

பிய்[1] வி. *(பிய்ய, பிய்ந்து)* **(தைக்கப்பட்டிருக்கும், ஒட்டியிருக்கும், இணைந்திருக்கும் நிலையிலிருந்து துணி, தோல், காகிதம் போன்றவை) பிரிந்துபோதல்; கிழிதல்;** be torn; come off. போன மாதம் வாங்கிய செருப்பு அதற்குள் பிய்ந்துவிட்டது./ ஒட்டிய அட்டைகள் எல்லாம் பிய்ய ஆரம்பித்துவிட்டன./ செவிப்பறையே பிய்ந்துவிடும் அளவுக்குச் சத்தம் கேட்டது.

பிய்[2] வி. *(பிய்க்க, பிய்த்து)* **1: (தைக்கப்பட்டிருக்கும், ஒட்டியிருக்கும், இணைந்திருக்கும் நிலையிலிருந்து துணி, காகிதம் போன்றவற்றை) பிரித்தல்; கிழித்தல்;** tear off; rip; cause to come off. குழந்தை புத்தகத்தைப் பிய்த்துவிட்டது./ சுவரொட்டிகளையெல்லாம் பிய்க்க ஆரம்பித்தார்கள்./ 'தோலைப் பிய்த்துவிடுவேன்' என்று மிரட்டினான். **2: (உணவுப் பொருள் போன்றவற்றை) பிடுதல்;** break (food articles) into pieces. குழந்தைக்குத் தோசையைத் தட்டில் பிய்த்துப்போட்டுக் கொடுத்தாள்./ வடையைப் பிய்த்துப் பார்த்தபோது அது ஊசிப்போயிருப்பது தெரிந்தது.

பிய்த்து உதறு வி. *(உதற, உதறி)* *(பே.வ.)* காண்க: **பிய்த்துக்கட்டு.**

பிய்த்துக்கட்டு வி. *(-கட்ட, -கட்டி)* *(பே.வ.)* **(பாராட்டும் விதத்தில்) சிறப்பாக நிகழ்த்துதல்; ஜமாய்த்தல்;** do extremely well. *'பரீட்சை எப்படி எழுதினாய்?'* என்று கேட்டதற்கு 'பிய்த்துக்கட்டிவிட்டேன்' என்றான்.

பிய்த்துக்கொண்டு வி.அ. *(பெரும்பாலும் வா, கிளம்பு போன்ற வினைகளுடன்)* **மிகுந்த வேகத்துடன்;** with vehemence; with full force. என்னைப் பார்த்தாலே அவருக்கு ஆத்திரம் பிய்த்துக்கொண்டு வருகிறது./ வெடிச் சத்தத்தைக் கேட்டதும் மாடுகள் பிய்த்துக்கொண்டு ஓடின.

பிய்த்துக்கொள் வி. *(-கொள்ள, -கொண்டு)* *(பே.வ.)* **(தனக்கு விருப்பம் இல்லாத சூழ்நிலையிலிருந்து) முனைப்புடன் விலகிக் கொள்ளுதல்;** run away (from s.o.); break up. விடாமல் பேசிக்கொண்டிருந்தவரிடமிருந்து பிய்த்துக்கொள்ள ஒரு தந்திரம் செய்தான்./ வியாபாரத்தில் நஷ்டம் ஏற்பட்டதும் என் கூட்டாளி பிய்த்துக்கொண்டு விட்டார்.

பிய்த்துப் பிடுங்கு வி. *(பிடுங்க, பிடுங்கி)* **(ஒருவர்) விடாமல் தனக்கு வேண்டியதைக் கேட்டு நச்சரித்தல்;** pester (s.o.). என் மகனிடம் சைக்கிள் வாங்கித்தருகிறேன் என்று தெரியாத்தனமாகச் சொல்லிவிட்டேன். உடனே வேண்டும் என்று பிய்த்துப் பிடுங்குகிறான்./ அவனுடைய வியாபாரத்துக்கு அவசரமாக ஐம்பதாயிரம் ரூபாய் தேவைப்படுகிறதாம். என்னைப் போட்டுப் பிய்த்துப் பிடுங்கிக்கொண்டிருக்கிறான்.

பிய்த்துவாங்கு வி. *(-வாங்க, -வாங்கி)* *(பே.வ.)* **1:** காண்க: **பிய்த்துக்கட்டு. 2: (மழை) பலமாகப் பெய்தல்;** (of rain) come down heavily. இரண்டு நாளாக மழை பிய்த்துவாங்கிவிட்டது. [*(தொ.சொ.)* **அடி/ ஊற்று/ கொட்டு/ தூறல்போடு/ தூறு/ பெய்/ பொழி/ வெளுத்துக்கட்டு**]

பிய்த்துவிளாசு வி. *(-விளாச, -விளாசி)* *(பே.வ.)* காண்க: **பிய்த்துக்கட்டு.**

பிர்க்கா பெ. *(அ.வ.)* **பல கிராமங்களை உள்ளடக்கிய தாலுகாவின் ஒரு உட்பிரிவு;** subdivision of a taluk consisting of several villages; firka.

பிரக்ஞை பெ. **1: சுய உணர்வு;** consciousness. *விபத்தில் அடிபட்டவருக்கு மூன்று நாள் கழித்துதான் பிரக்ஞை வந்தது./ குடித்துவிட்டுப் பிரக்ஞை இல்லாமல் கிடந்தான்.* **2: ஒருவர் ஒன்றைக் குறித்துத் தீவிரமாகக் கொண்டிருக்கும் எண்ணம்; அக்கறை;** awareness. *சுற்றுப்புறம் தூய்மையாக இருக்க வேண்டும் என்ற பிரக்ஞை நமக்கு வேண்டும்./ சமூகப் பிரக்ஞை/ இலக்கியப் பிரக்ஞை.*

பிரகடனம் பெ. **பலரும் அறியும்படியான அதிகார பூர்வமான அறிவிப்பு;** public announcement; official declaration; proclamation. *அனைத்துக் கட்சி மாநாட்டின் இறுதியில் ஒரு பிரகடனம் வெளியிடப்பட்டது./ தொடர்ந்து நடந்த கலவரங்களால் நகரில் ஊரடங்கு உத்தரவு பிரகடனம் செய்யப்பட்டது.*

பிரகஸ்பதி பெ. **1: (புராணத்தில்) தேவர்களின் குரு;** (in the puranas) priest of the celestial beings (devas). **2:** *(பே.வ.)* **மோசமான யோசனை சொல்பவரைக் குறிப்பிடப் பயன்படுத்தும் சொல்;** (ironically) wise guy. *இந்த வழியில் போகலாம் என்று யோசனை சொன்ன பிரகஸ்பதி யார்?*

பிரகாசம் பெ. *(-ஆக, -ஆன)* **1: பளிச்சென்ற வெளிச்சம்;** brightness. *சூரிய ஒளியின் பிரகாசம் கண்களைக் கூச வைத்தது./ (உரு வ.) முகத்தில் பிரகாசமே இல்லை.* [*(தொ.சொ.)* **ஒளி/ வெளிச்சம்**] **2: மிகுந்த நம்பிக்கை தருவதாக இருப்பது;** (of chances, etc.,) bright. *இந்திய அணி இறுதிச் சுற்றுக்கு வருவதற்கான வாய்ப்புகள் பிரகாசமாக இருந்தன./ உனக்குப் பிரகாசமான எதிர்காலம் காத்திருக்கிறது.*

பிரகாசி வி. *(பிரகாசிக்க, பிரகாசித்து)* **1: ஒளி வீசுதல்; (ஒளி வீசி) மினுங்குதல்;** (of moon, sun, etc.,) shine; (of diamonds, etc.,) glitter. *நிலவு வானத்தில் பிரகாசித்தது./ ஒளிவிட்டுப் பிரகாசிக்கும் வைரங்கள்/ (உரு வ.) அவருடைய எழுத்தில் உண்மையும் நேர்மையும் பிரகாசித்தன.* **2: சிறந்து விளங்குதல்;** shine. *இவருடைய புதல்வர்கள் மூவருமே பிற்காலத்தில் திரையுலகில் பிரகாசித்தனர்.*

பிரகாரம்[1] பெ. காண்க: **பிராகாரம்.**

பிரகாரம்[2] இ.சொ. *(அ.வ.)* **'அடிப்படையில்', 'முறையில்' என்னும் பொருளில் பெயர்ச்சொற்களின் பின் இணைக்கப்படும் இடைச்சொல்; 'படி';** particle used in the sense of 'according to'. *ஒப்பந்தத்தின் பிரகாரம் பணம் கைமாறியது./ கதைப் பிரகாரம் இப்படியொரு பாத்திரமே இல்லை.*

பிரகிருதி பெ. **1: விசித்திரமான பழக்கம் கொண்ட அல்லது விரும்பத் தகாத குணம் கொண்ட ஒருவரைக் குறிப்பிடும் சொல்;** a man of odd habits, behaviour, etc.,; character. *பால் சம்பந்தப்பட்ட எதையுமே சாப்பிடுவது இல்லையாம். இப்படியும் ஒரு பிரகிருதியா?* **2:** *(அ.வ.)* **இயற்கை; இயற்கையின் படைப்பு;** nature; nature's creation. *பிரகிருதியின் விசித்திரத்தை எண்ணி வியந்தான்.*

பிரச்சனை பெ. காண்க: **பிரச்சினை.**

பிரச்சாரகர் பெ. *(அ.வ.)* **பிரச்சாரம் செய்பவர்;** propagandist. *மதப் பிரச்சாரகர்/ குடும்பக் கட்டுப்பாட்டுப் பிரச்சாரகர்.*

பிரச்சாரம் பெ. **1: (மதம், கொள்கை போன்றவற்றை) பிறரிடையே பரப்பும் செயல்;** propaganda; campaign; (religious) preaching. *குடும்பக் கட்டுப்பாட்டுப் பிரச்சாரம்/ இவரது படைப்புகளில் கலையைவிடப் பிரச்சாரத் தன்மைதான் கொஞ்சம் அதிகமாக இருக்கிறது./ மதப் பிரச்சாரம்.* **2: (தேர்தலுக்காகக் கட்சிகள் பேச்சு, எழுத்து முதலியவற்றின் மூலமாக மக்களிடம்) வாக்குக் கோரும் செயல்;** campaign. *தேர்தல் நாள் அறிவிக்கப்பட்டவுடன் கட்சிகள் முழுமூச்சாகப் பிரச்சாரத்தில் இறங்கின.*

பிரச்சினை பெ. **1: (தீர்வு தேவைப்படும்) நெருக்கடியான நிலைமை;** problem. *என் குடும்பத்தில் பல பிரச்சினைகள்/ பணப் பிரச்சினைதான் எனக்குப் பெரும் தலைவலியாக இருக்கிறது./ இன்றைய சமூகப் பொருளாதாரப் பிரச்சினைகளைக் குறித்த கருத்தரங்கம்/ எய்ட்ஸ் இன்று இந்தியாவுக்குப் பெரும் பிரச்சினையாக உருவெடுத்துள்ளது.* **2: (இருவர் அல்லது பலரிடையே ஏற்படும்) தகராறு அல்லது ஒன்றைக் குறித்து இணக்கம் இல்லாத நிலை;** dispute; discord. *உங்கள் இரண்டு பேருக்கிடையில் என்ன பிரச்சினை?/ நேற்று எனக்கும் அண்ணனுக்கும் இடையில் பிரச்சினையாகிவிட்டது./ பிரச்சினையை உண்டுபண்ணுவதற்கென்றே சிலர் நம் கூட்டத்திற்கு வருகின்றனர்.* [*(தொ.சொ.)* **உரசல்/ ஊடல்/ சச்சரவு/ சண்டை/ தகராறு/பிணக்கு/பூசல்/மனத்தாங்கல்/மனஸ்தாபம்**] **3: விவாதிக்கப்பட வேண்டிய விஷயம்;** issue. *பாலியல் கல்வி வேண்டுமா? வேண்டாமா? இதுதான் நாம் இன்று விவாதிக்கப்போகும் பிரச்சினை./ மொழியியல் குறித்த சில பிரச்சினைகளைப் பற்றி நேற்று நானும் அவரும் பேசினோம்.*

பிரசங்கம் பெ. **(பெரும்பாலும் சமய அல்லது அரசியல் தொடர்பான) சொற்பொழிவு;** discourse (mostly on religion or politics). *ராமாயணப் பிரசங்கம்/ சுதந்திரப் போராட்டக் காலத்துப் பிரசங்கங்கள்.* [*(தொ.சொ.)* **உபன்யாசம்/ உரை/ சொற்பொழிவு/ பேச்சு**]

பிரசங்கி[1] வி. *(பிரசங்கிக்க, பிரசங்கித்து) (அ.வ.)* **பிரசங்கம் செய்தல்;** preach.

பிரசங்கி[2] பெ. *(அ.வ.) (கிறித்.)* காண்க: **பிரசங்கியார்.**

பிரசங்கியார் பெ. *(கிறித்.)* **(கிறித்தவ மதத்தைப் பரப்பும் வகையில்) பிரசங்கம் செய்பவர்;** preacher of Christian religion.

பிரசவம் பெ. **குழந்தையைப் பெற்றெடுக்கும் நிகழ்வு;** delivery; childbirth. *தலைப் பிரசவத்திற்காக மனைவி ஊருக்குப் போயிருக்கிறாள்.*

பிரசவம்பார் வி. *(-பார்க்க, -பார்த்து)* **பிரசவத்தின்போது ஒரு பெண்ணுக்கு (மருத்துவர், தாதி போன்றோர்) மருத்துவ ரீதியிலான உதவிகளைச் செய்தல்;** attend or assist in childbirth. *பெண்ணுக்குப் பிரசவம்பார்க்கத் தாயார் வந்திருக்கிறார்./ நகரின் பிரபல மருத்துவர் ஒருவர்தான் என் மனைவிக்குப் பிரசவம்பார்த்தார்.*

பிரசவமாகு வி. *(-ஆக, -ஆகி)* **பிரசவம் நிகழ்தல்;** give birth to a child; be delivered of a baby. *மருத்துவமனைக்கு*

எடுத்துச்செல்லும் வழியிலேயே அவளுக்குப் பிரசவமாகி விட்டது.

பிரசவ வலி பெ. **(கருவுற்ற பெண்ணுக்கு) பிரசவமாகப் போவதன் அறிகுறியாகத் தோன்றும் கடுமையான வலி;** labour pain.

பிரசவ விடுதி பெ. (அ.வ.) **தாய்சேய் நல விடுதி;** maternity hospital.

பிரசவ வைராக்கியம் பெ. **பிரசவ வலியின்போது இனி குழந்தைகள் வேண்டாம் என்று மேற்கொள்ளும், நீடித்து நிலைக்காத உறுதி;** a resolution (taken during labour not to have anymore children) that does not last long.

பிரசவி வி. (பிரசவிக்க, பிரசவித்து) **(குழந்தை) பெறுதல்;** give birth (to a child); deliver.

பிரசன்னம் பெ. (அ.வ.) **(ஒன்று அல்லது ஒருவர் ஒரு இடத்தில்) தோன்றும், வருகை தரும், நிறைந்திருக்கும் செயல் அல்லது நிலை;** presence; (gracious) appearance. தவத்தின் முடிவில் கடவுள் அவர் முன் பிரசன்னமாகி 'உனக்கு என்ன வரம் வேண்டும் கேள்' என்றார்./ இந்த மாநாட்டில் காந்தியின் பிரசன்னமும் உரையும் ஆங்கிலேய அரசை நடுங்க வைத்தது.

பிரசாதம் பெ. **(கோயிலில், வீட்டில்) கடவுளின் முன் வைத்துப் பூஜை செய்து தரப்படும், கடவுளின் அனுக்கிரகமாகக் கருதப்படும் உணவுப் பொருள், விபூதி, குங்குமம் போன்றவை;** offering made to a deity; sth. distributed to the devotees as the deity's blessing. கோயில் பிரசாதங்கள்/ சுண்டல் பிரசாதம்/ குங்குமப் பிரசாதம்.

பிரசித்தம் பெ. (-ஆக, -ஆன) **எல்லோருக்கும் தெரிந்தது; பிரசித்தி பெற்றது; பிரபலம்;** being well-known; famous; popular. அவருடைய நகைச்சுவை உணர்வு பிரசித்தமானது./ பிரசித்தமான கோயில்.

பிரசித்தி பெ. (-ஆன) **பெயரும் புகழும்; பிரபலம்;** fame. இந்த வட்டாரத்திலேயே பிரசித்தி பெற்ற கரகாட்டக் குழு இது.

பிரசுரம் பெ. 1: **(அச்சு வடிவிலான) வெளியீடு;** publication. நம் பிரசுரங்கள் அனைத்தும் வேண்டும் என்று கேட்டார்./ அரசுப் பிரசுரம்/ இது யாருடைய பிரசுரம்?/ எங்கள் ஊரில் பிரசுர வசதி கிடையாது./ இது ஒரு மலிவுப் பிரசுரம் ஆகும். 2: (அ.வ.) **பதிப்பகம்;** publishing house. அந்தப் புத்தகத்தை அருந்ததி பிரசுரம் வெளியிட்டிருந்தது./ பிரேமா பிரசுரம்.

பிரசுராலயம் பெ. (அ.வ.) **(புத்தக) வெளியீட்டு நிறுவனம்; பதிப்பகம்;** publishing house.

பிரசுரி வி. (பிரசுரிக்க, பிரசுரித்து) **(பத்திரிகை போன்றவற்றில் கட்டுரை, கதை முதலியவற்றை) வெளியிடுதல்; (புத்தகம், பத்திரிகை போன்றவற்றை) வெளியிடுதல்; பதிப்பித்தல்;** publish (an article, a book, etc.,). பிரசுரிக்கத் தகுதி இல்லை என்று அந்தப் பத்திரிகையிலிருந்து என் கதையைத் திருப்பி அனுப்பிவிட்டார்கள்./ பாரதியார் தான் பிரசுரித்த பத்திரிகையில் கருத்துப்படங்கள் சில வற்றையும் வெளியிட்டார்.

பிரசை பெ. (இலங்.) காண்க: **பிரஜை.**

பிரட்டு வி. (பிரட்ட, பிரட்டி) (இலங்.) **புரட்டுதல்;** turn; roll. துணியை மற்ற பக்கமாகப் பிரட்டிப் போடு

பிரண்டை பெ. **(நாட்டுவைத்தியத்தில் பயன்படும்) கணுக்களுடன் கூடிய செவ்வக வடிவத் தண்டையும் தடித்த சிறு கிளைகளையும் உடைய ஒரு வகைக் கொடி;** square-stalked vine. பிரண்டைத் துவையல்.

பிரணவம் பெ. **'ஓம்' என்னும் மந்திரம்;** the mantra ஓம்.

பிரத்தியட்சம் பெ. (-ஆக, -ஆன) (அ.வ.) 1: **கண்ணுக்குத் தெரியும் நிலை;** that which is seen by the eyes. முனிவர் முன்னே சிவபெருமான் பிரத்தியட்சமானார்./ அறிவியல்மூலம் மனித குலம் அடைந்துகொண்டிருக்கும் நன்மைகளை மட்டுமல்ல தீமைகளையும் நாம் பிரத்தியட்சமாகக் காணலாம். 2: **நிதர்சனம்; வெளிப்படை;** obvious; evident. நீ சொல்வது பிரத்தியட்சமான உண்மை./ அவரது பொருளாதாரக் கோட்பாடுகள் பிரத்தியட்ச நிலைமைக்குப் பொருத்தமற்றவையாக இருக்கின்றன.

பிரத்தியேகம் பெ. (-ஆக, -ஆன) **பொதுவாக இல்லாமல் குறிப்பிட்ட ஒருவருக்கோ ஒன்றுக்கோ உரியது; விசேஷம்;** special; unique. அவர் எங்கு சென்றாலும் பிரத்தியேக மரியாதை தந்தார்கள்./ இது பிரதமருக்கான பிரத்தியேக விமானம்/ நம் நாட்டிற்காகப் பிரத்தியேகமாகத் தயாரிக்கப்பட்ட மருந்து./ வேலைபார்க்கும் பெண்களுக்கென்றே பிரத்தியேகமான சில தொல்லைகள் உண்டு./ புதுப் படத்தின் பிரத்தியேகக் காட்சி அவருக்குப் போட்டுக் காண்பிக்கப்பட்டது.

பிரதட்சிணம் பெ. (-ஆக) **(வழிபடும் முறையாக) இடமிருந்து வலமாகச் சுற்றி வருதல்;** going round (the deity) from left to right (as a mode of worship). விநாயகரை மூன்று முறை பிரதட்சிணம் செய்துவிட்டு வெளியே வந்தான்.

பிரதம பெ.அ. 1: **(நிர்வாக அமைப்பில்) தலைமைப் பொறுப்பில் இருக்கிற;** chief (in rank). இவர் இந்தக் கோயிலின் பிரதம குருக்கள்/ பிரதம அதிகாரி/ வைத்தியசாலையின் பிரதம வைத்தியர். 2: **முதன்மை வாய்ந்த; முக்கியமான;** chief (in importance). பிரதம விருந்தினர் வந்ததும் விழா தொடங்கியது.

பிரதம மந்திரி பெ. **பிரதமர்;** Prime Minister; Premier.

பிரதமர் பெ. **ஒரு நாட்டை நிர்வகிக்கும் அமைச்சரவையில் முதன்மைப் பொறுப்பு வகிப்பவர்;** Prime Minister; Premier. புதிய தொழில்நுட்பப் பூங்காவைப் பிரதமர் திறந்துவைத்தார்./ சுனாமியால் பாதிக்கப்பட்ட அனைவருக்கும் வீடு கட்டித் தர மாநிலத்திற்கு மானியம் வழங்கப்படும் என்று பிரதமர் அறிவித்தார்.

பிரதமை பெ. **அமாவாசைக்கு அல்லது பௌர்ணமிக்கு அடுத்த நாள்;** first day after new moon and also after full moon.

பிரதாபம் பெ. 1: (அ.வ.) **(வீரத்தைக் காட்டி நிகழ்த்திய) பெரும் சாதனை;** (heroic) deeds; exploits. அரசனின் வீரப் பிரதாபங்கள். 2: **(கேலியாக) தன்னுடைய பெருமையாகக் கூறுவது; அளப்பு;** (used ironically) heroics. அவனுடைய பிரதாபங்களைக் கேட்டு எனக்கு அலுத்து விட்டது.

பிரதானச் சுற்று பெ. **(டென்னிஸ், இறகுப்பந்து போன்ற விளையாட்டுகளில்) முதல்நிலைச் சுற்றில் வெற்றி யடைந்தால் இடம்பெறும் (முதலில் நான்கு சுற்று களையும் பின்னர் காலிறுதி, அரையிறுதி, இறுதி என்ற படிநிலைகளைக் கொண்ட) கடைசிச் சுற்று;** final round.

பிரதானம் பெ. *(-ஆக, -ஆன)* **முதன்மையானதாகவும் முக்கியமானதாகவும் இருப்பது;** sth. important; that which has precedence (over other things); main. கதையில் குழந்தை காணாமல் போகும் நிகழ்ச்சிதான் பிரதானம்/ கோயிலின் பிரதான வாசல்/ நகரின் பிரதான வீதிகள்.

பிரதி[1] பெ. **1:** *(புத்தகம், பத்திரிகை முதலியவை குறித்து வரும்போது)* **குறிப்பிட்ட உள்ளடக்கத்தைக் கொண்டு ஒரே மாதிரியாக வெளியிடப்படும் பலவற்றுள் ஒன்று; படி;** copy (of a book, magazine, etc.,). அந்தப் பத்திரிகை ஆறு லட்சம் பிரதிகள் விற்கிறது./ பிரதிகள் கைவசம் இல்லை என்று பதில் வந்தது./ விழா மலரின் முதல் பிரதியை அமைச்சர் பெற்றுக்கொண்டார். **2: மூலத்திலிருந்து எடுக் கப்பட்டு அதைப் போலவே உள்ளது; நகல்;** copy (of a photograph, document, etc.,). இந்தப் புகைப்படத்தில் உங்களுக்கு எத்தனைப் பிரதிகள் வேண்டும்?/ சான்றிதழ் களின் பிரதி அனுப்பினால் போதும்./ நாவலின் தட்டச்சுப் பிரதி என்னிடம் இருக்கிறது. [(தொ.சொ.) நகல்/ போலி] **3: ஒரு நூல் அல்லது கவிதை, சிறுகதை, நாவல் போன்ற இலக்கியப் படைப்புகளைக் குறிப்பிடும் சொல்; பனுவல்;** text. **4: பாடம்;** text. மூலப் பிரதியில் பிழைகள் இருந்தன.

பிரதி[2] பெ. *(-ஆக) (அ.வ.)* **பதில்; மாற்று;** a return made in gratitude for help received; substitute (for s.o.). என்னை விபத்திலிருந்து காப்பாற்றிய அவருக்குப் பிரதியாக என்ன செய்யப்போகிறேன்?/ வேலைக்கு வராதவர்களுக்குப் பிரதியாக இன்று மட்டும் வேறு ஆட்களை நியமித்துக் கொள்ளலாம்.

பிரதி[3] பெ.அ. **(கிழமை, மாதம் முதலியவற்றுடன் வரு கையில்) (குறிப்பிடப்படும்) ஒவ்வொரு;** (of day, month, year) every. கடைக்குப் பிரதி வெள்ளி விடுமுறை/ பிரதி மாதம் பத்தாம் தேதிக்குள் தவணையைக் கட்ட வேண்டும்.

பிரதி[4] பெ.அ. (இலங்.) **(ஒரு பதவியில் அல்லது பணி யில்) முதல்நிலை அலுவலருக்கு அடுத்த நிலையில் இருப்பவர்;** deputy. சங்க விழாவில் பிரதி ஆணையாளர் கலந்துகொண்டார்./ அதிபர் அவசர அலுவலாகச் சென்று விட்டதனால் பிரதி அதிபர் மாணவருக்கான தேர்ச்சி அறிக்கையை வழங்கினார்.

பிரதிக்ஞை பெ. *(அ.வ.)* **உறுதிமொழி;** resolve; solemn declaration; vow. சுதந்திரம் கிடைக்கும்வரை திருமணம் செய்துகொள்வதில்லை என்று அப்போது இளைஞர்கள் பலர் பிரதிக்ஞை எடுத்துக்கொண்டனர்.

பிரதிகூலம் பெ. *(அ.வ.)* **தீமை; பாதகம்; அனுகூல மற்றது;** disadvantage. வேலை மாற்றத்தால் அனுகூலத்தை விடப் பிரதிகூலம்தான் அதிகம்.

பிரதிநிதி பெ. **(அரசின், ஒரு குழுவின், தனிப்பட்ட நப ரின்) சார்பாகச் செயல்பட அல்லது கருத்தைத் தெரி விக்க நியமிக்கப்பட்டவர் அல்லது தேர்வு செய்யப்பட் டவர்;** delegate; representative; proxy. வல்லரசுகளின் பிரதிநிதிகள் கலந்துகொள்ளும் மாநாடு/ வருடாந்திரக் கூட் டத்தில் பங்குதாரருக்குப் பதிலாக அவருடைய பிரதிநிதி கலந்துகொள்ளலாம்./ மருந்துகள் தயாரிக்கும் நிறுவனத்தின் பிரதிநிதி.

பிரதிநிதித்துவப்படுத்து வி. *(-படுத்த, -படுத்தி)* **ஒன் றின் அல்லது ஒருவரின் தன்மைகளை, அம்சங்களை, நலன்களை அடையாளப்படுத்தும் வகையில் அமைந் திருத்தல் அல்லது செயல்படுதல்;** typify; be a representative of; represent. இவரது படைப்புகள் சுதந்திர கால நிகழ்வுகளைப் பிரதிநிதித்துவப்படுத்தின./ எண்பதுகளைப் பிரதிநிதித்துவப்படுத்திய சிறுகதையாளர்களில் முக்கிய மானவராக இவரைச் சொல்லலாம்./ தாழ்த்தப்பட்ட மக்க ளின் நலன்களைப் பிரதிநிதித்துவப்படுத்தும் கட்சிகள்.

பிரதிநிதித்துவம் பெ. **(ஒரு அவை, அமைப்பு போன்ற வற்றில்) பிரதிநிதியாக இடம்பெறுவதற்கான வாய்ப்பு, உரிமை அல்லது பிரதிநிதியாக இடம்பெற்றிருக்கும் நிலை;** representation. பழங்குடியினருக்கு உரிய பிரதி நிதித்துவம் சபையில் அளிக்கப்பட்டுள்ளதாக அவர் தெரி வித்தார்./ சமூகத்தின் பல்வேறு மட்டங்களிலும் தங்களுக் குச் சரியான பிரதிநிதித்துவம் கிடைக்க வேண்டும் என்று திருநங்கைகள் கோரிக்கை எழுப்பியுள்ளனர்.

பிரதிப்பெயர் பெ. *(இலக்.)* **ஒரு பெயருக்கு மாற்றாக வரும் பெயர்;** pronoun.

பிரதிபலன் பெ. **ஒரு செயலைச் செய்வதன் விளைவாக ஒருவருக்குக் கிடைக்கும் பலன்; பதில் நன்மை; கைமாறு;** return (for a help rendered). பிரதிபலன் எதிர் பார்க்காமல் அவர் உதவி செய்வார்./ நான் உனக்குச் செய்த உதவிக்குக் கிடைக்கும் பிரதிபலன் இதுதானா?

பிரதிபலி வி. *(பிரதிபலிக்க, பிரதிபலித்து)* **1: கண்ணாடி, நீர்ப் பரப்பு போன்றவற்றில் ஒளி பட்டுத் திரும்பி வருதல்/(கண்ணாடி, நீர்ப் பரப்பு போன்றவை தம் மேல்) படும் ஒளியை அல்லது உருவத்தை அப்படியே காட்டுதல்;** get reflected; reflect (light, image, etc.,). தக ரத்தில் பட்டுப் பிரதிபலித்த ஒளியினால் கண் கூசியது./ உடைந்திருந்த கண்ணாடியின் ஒவ்வொரு துண்டும் ஓர் உருவத்தைப் பிரதிபலித்தது. **2: (ஒரு தன்மை, உணர்வு போன்றவை ஒன்றின் ஊடாக) வெளிப்படுதல்/(ஒரு தன்மை, உணர்வு போன்றவற்றை ஒன்று குறிப்பிட்ட விதத்தில்) வெளிப்படுத்துதல்;** get manifested; manifest/reveal; mirror. அவள் உபசரிப்பில் பிரதிபலித்த அன்பு அவனை நெகிழச் செய்தது./ பேச்சு அவர் உள்நோக்கத் தைப் பிரதிபலித்தது./ அறிவியலில் ஏற்படும் மாற்றங்களை மொழியும் பிரதிபலிக்கிறது.

பிரதிபலிப்பான் பெ. **ஒளியை எதிரொளிக்கும் கண் ணாடி போன்ற சாதனம்;** reflector. புதிதாக அமைக் கப்பட்டிருக்கும் கடற்கரைச் சாலையின் இருபுறங்களிலும் பிரதிபலிப்பான்கள் பொருத்தப்பட்டுள்ளன.

பிரதிபலிப்பு பெ. **1: (கண்ணாடி போன்ற பளபளப் பான பரப்பில் பட்டு) திரும்பிவரும் ஒளி அல்லது (அவற்றில் தெரியும்) உருவம்;** reflection (of light, image). **2: (ஒரு தன்மை, எண்ணம் போன்றவை ஒன் றின் ஊடாக) வெளிப்படுதல்;** reflection. என் மன வேதனையின் பிரதிபலிப்புதான் இந்தக் கவிதைகள்./ மக்களுடைய எண்ணங்களின் பிரதிபலிப்புதான் இந்தத் தேர்தல் முடிவுகள்.

பிரதிபிம்பம் பெ. 1: (கண்ணாடி முதலியவற்றில்) பிரதி பலிக்கும் உருவம்; reflected image. 2: (குறிப்பிடப்படும் குணம், தன்மை முதலியவற்றின்) மற்றொரு உருவம்; மறுவடிவம்; image; embodiment (of sth.). அவன் பொறுமையின் பிரதிபிம்பம்.

பிரதிபின்னம் பெ. (கணி.) பின்ன வடிவில் குறிக்கப்படும் அளவு; fraction that represents the scale (of a map). பத்து கிலோ மீட்டருக்கு ஒரு சென்டிமீட்டர் என்று குறிக்கப்படும் அளவின் பிரதிபின்னம் *1/10,00,000* செ.மீ. ஆகும்.

பிரதிமை பெ. (அ.வ.) உருவம்; image; figure. அரசகுமாரியைப் போலவே ஒரு பிரதிமை செய்து எடுத்துக் கொண்டுவந்தான்.

பிரதியுபகாரம் பெ. (அ.வ.) கைமாறு; what is done in return (for help received, etc.,); expression of gratitude. நீங்கள் செய்த இந்த உதவிக்கு நான் என்ன பிரதியுபகாரம் செய்யப்போகிறேன்?

பிரதியெடு வி. (-எடுக்க, -எடுத்து) காண்க: படியெடு.

பிரதிவாதம் பெ. (சட்டம்) ஒரு வாதத்துக்கு மாறாக அல்லது எதிராக அமையும் வாதம்; counter argument; defence. பிரச்சினையைக் குறித்த வாதப் பிரதிவாதங்கள் முடிவதாக இல்லை./ வாதப் பிரதிவாதங்களின் அடிப்படையிலேயே தீர்ப்பு வழங்கப்படும்.

பிரதிவாதி பெ. (சட்டம்) (உரிமையியல் வழக்கில்) வாதியால் வழக்குத் தொடுக்கப்பட்டவர்; defendant.

பிரதிஷ்டை பெ. ஆகம முறைப்படியும் கோயில் கட்டடக் கலை அடிப்படையிலும் சடங்குகள் நிகழ்த்தித் தெய்வச் சிலையைக் கோயிலில் நிறுவுதல்; installation of the idol of a deity in a temple by performing the rites prescribed in the ஆகமம். சிவராத்திரி அன்று புதிதாகக் கட்டப்பட்ட கோயிலில் சிவலிங்கம் ஒன்று பிரதிஷ்டை செய்யப்பட்டது.

பிரதேசம் பெ. (பொதுவாக) நிலப் பகுதி; (தட்பவெப்ப நிலை, புவியியல் அமைப்பு முதலியவற்றின் அடிப்படையில்) பிரிக்கப்பட்டிருக்கும் நிலப் பகுதி; region; territory. காவிரி நீர் பாயும் பிரதேசம்/ வெப்பக் காற்று வீசும் பிரதேசங்கள்/ ராணுவத்தின் கண்காணிப்பில் இருக்கும் பிரதேசம்.

பிரதேச ராணுவம் பெ. ராணுவத்திற்குத் துணையாகப் பணிபுரியப் பொதுமக்களிலிருந்து தேர்ந்தெடுக்கப்பட்டுப் பயிற்சி அளிக்கப்பட்டவர்களின் படை; corps of civilian volunteers given basic training to assist the army during war, etc.,; (in India) Territorial Army.

பிரதேசவாதம் பெ. (இலங்.) (ஒப்பிட்டு) மற்ற பிரதேசங்களைப் பாதிக்கும் அளவுக்குக் குறிப்பிட்ட ஒரு பிரதேசம்பற்றி ஒருவர் கொண்டிருக்கும் உயர்வான கருத்து; one's regionalism. அவர் ஒரு பிரதேசவாதம் பேசுபவர். அதனால் அவரது பிரதேசத்தைச் சேராதவர்கள் அவருடன் அதிகமாகப் பேச்சு வைத்துக்கொள்வதில்லை.

பிரதோஷம் பெ. வளர்பிறையில் ஒரு முறையும் தேய்பிறையில் ஒரு முறையும் வரும், சிவனை வழிபட ஏற்றதாகக் கருதப்படும் காலம்; a period considered suitable for worshipping god Siva, occurring once during waxing moon and once during waning moon.

பிரபஞ்சம் பெ. (நட்சத்திரங்கள், கோள்கள், துணைக் கோள்கள் முதலிய அனைத்தையும் உள்ளடக்கிய) எல்லை காண முடியாத வகையில் பரந்து விரிந்திருக்கும் பெருவெளி; அண்டம்; universe; cosmos. நமது பிரபஞ்சத்தில் எண்ணற்ற நட்சத்திர மண்டலங்கள் உள்ளன./ பிரபஞ்சம் விரிந்துகொண்டே போவதாக அறிவியலாளர்கள் கருதுகிறார்கள்.

பிரபஞ்சவியல் பெ. பிரபஞ்சத்தில் உள்ள நட்சத்திரங்கள், கோள்கள் முதலியவற்றின் தோற்றம், இயல்பு, இயக்கம் போன்றவைபற்றி ஆராயும் ஒரு அறிவியல் துறை; cosmology.

பிரபந்தம் பெ. சிற்றிலக்கியம்; literature classified as smaller works in Tamil.

பிரபல்யம் பெ. (அ.வ.) காண்க: பிரபலம்.

பிரபலம் பெ. 1: (-ஆக, -ஆன) ஒன்று அல்லது ஒருவர் பலர் மத்தியில் அறியப்பட்டிருக்கும் அல்லது புகழ் பெற்றிருக்கும் நிலை; renown; fame. பிரபல எழுத்தாளர்/ இவர் ஒரு காலத்தில் பிரபலமாக விளங்கிய நடிகர்./ பிரபலக் கேடி சுட்டுக்கொலை/ பலாப் பழத்துக்கு இந்த ஊர் மிகவும் பிரபலம். 2: (பொதுவாகப் பன்மையில்) பொதுமக்களிடையே பரவலாக அறியப்பட்டவர்; புகழ்பெற்றவர்; ஒரு துறையில் சிறந்து விளங்குவதால் பலரிடையே புகழ்பெற்றிருக்கும் நபர்; celebrity. பல்வேறு துறைகளைச் சேர்ந்த பிரபலங்கள் கலந்துகொள்ளும் நிகழ்ச்சி இது./ தீபாவளியை முன்னிட்டுத் தொலைக்காட்சியில் பிரபலங்களின் பேட்டி ஒளிபரப்பாகும். 3: புதிதாக ஒன்று அறிமுகமாகிப் பலராலும் பின்பற்றப்படும் நிலை; sth. popular. புதுவகையான உடைகள் கல்லூரி மாணவிகளிடையே பிரபலமாகிவருகின்றன./ இந்தியாவில் கால்பந்தாட்டம் இப்போது பிரபலமாகிவருகிறது.

பிரபு பெ. (அ.வ.) 1: செல்வந்தர்; man of wealth; rich man. இந்த மாதிரியான வைரம் பிரபுக்களிடம்தான் இருக்கும்./ அந்தக் காலத்தில் அரசர்களும் பிரபுக்களும் இசைக் கலைஞர்களை ஆதரித்தனர். 2: மதிப்பில் சிறந்தவரையோ அதிகாரமும் செல்வமும் உடையவரையோ அழைக்கப் பயன்படுத்தும் சொல்; a form of address for one who is held in esteem or one who is influential and rich. மந்திரி அரசரை நோக்கி 'பிரபு! ஒரு விண்ணப்பம்' என்று கூறத் தொடங்கினார்./ 'ஐயா தர்மப் பிரபு! நீங்கள்தான் எனக்கு உதவ வேண்டும்' என்று அவர் வேண்டினார். 3: ஆங்கிலேயர் ஆட்சிக் காலத்தில் உயர் பதவிகளை வகிப்பவர் பெயருக்குப் பின் சேர்க்கப்பட்ட பட்டம்; Lord. டல்ஹௌசி பிரபு/ மவுண்ட்பேட்டன் பிரபு. 4: இங்கிலாந்து உள்ளிட்ட சில ஐரோப்பிய நாடுகளில் சமூகத்தில் அல்லது அதிகாரத்தில் உயர்ந்த இடத்தை வகிப்பவருக்கு வழங்கப்படும் பட்டம்; the title of an earl, viscount, baron, etc.,; Lord. போப்பாண்டவருடைய வேண்டுகோளின் பேரில் ஐரோப்பாவில் உள்ள சிற்றரசர்களும் பிரபுக்களும் முதல் சிலுவைப் போரில் ஈடுபட்டார்கள்.

பிரபை பெ. தெய்வம், மகான்கள் தலைக்குப் பின் தெரியும் ஒளிவட்டம்; halo.

பிரம்பு பெ. 1: **(கூடை, நாற்காலி முதலியவை பின்னப் பயன்படும்) நீர்நிலைகளின் ஓரங்களில் வளரும், எளி தில் வளையும் தன்மை உடைய தண்டைக் கொண்ட, கொடி வகையைச் சேர்ந்த தாவரம்;** rattan. பிரம்பு நாற்காலி/ பிரம்புத் தொட்டில். 2: **மேற்குறிப்பிட்ட தண்டிலிருந்து அளவாக வெட்டப்பட்ட குச்சி;** cane. அந்தக் காலத்தில் ஆசிரியர் கையில் வைத்திருந்த பிரம்பைக் கண்டு மாணவர்கள் நடுங்கினார்கள்.

பிரம்மச்சரியம் பெ. 1: **திருமணம் செய்துகொள்வ தில்லை என்று உறுதிபூண்ட நிலை;** being under a vow to stay single; celibacy. அவர் வாழ்நாள் முழுவதும் பிரம் மச்சரியத்தைக் கடைப்பிடித்தார். 2: **(இந்து மதத்தில்) ஆசிரம நிலைகள் நான்கினுள் குருவிடம் சென்று கல்வி கற்கும் முதலாம் நிலை;** (in Hinduism) the first of the four stages of a man's life in which one is a celibate student under his teacher.

பிரம்மச்சாரி பெ. 1: **திருமணம் செய்துகொள்ளாதவன்;** celibate; one observing a vow of celibacy. காலம் முழு வதும் பிரம்மச்சாரியாகவே இருந்துவிடப் போகிறாயா? 2: **(இந்து மதத்தில்) ஆசிரம நிலைகள் நான்கினுள் குரு விடம் சென்று கல்வி கற்கும் முதலாம் நிலையினுள் உள்ளவன்;** (in Hinduism) a person in the first of the four stages of a man's life in which he is a celibate under his teacher.

பிரம்மம் பெ. 1: *(தத்.)* **அறிவே வடிவமான அடிப்படை உண்மை; தனிமுதல்;** the ultimate reality; the Absolute. 2: காண்க: **பிரம்மா.**

பிரம்மா பெ. **(இந்து மதத்தில்) படைத்தல் தொழிலுக்கு உரிய இறைவன்;** (in Hinduism) Brahma, the Creator. *(உரு வ.)* கலையுலகப் பிரம்மா.

பிரம்மாண்டம் பெ. *(-ஆக, -ஆன)* 1: *(அளவு குறித்து வரும்போது)* **(பிரமிப்பை ஏற்படுத்தும் வகையில்) மிகப் பெரியது அல்லது விரிவானது;** sth. huge or gigantic; grand. மாநாட்டுக்குப் பிரம்மாண்டமான பந்தல் போடப்பட்டது./ ஊர்வலத்தைப் பிரம்மாண்டமாக நடத்த முடிவு செய்தனர்./ அவருடைய திட்டங்களெல் லாம் பிரம்மாண்டமானவை. 2: *(திரைப்படம் போன்ற வற்றைக் குறித்து வரும்போது)* **அதிகமான செலவில் எடுக்கப்படுவது;** grandness.'சந்திரலேகா' என்ற திரைப் படத்தை வாசன் பிரம்மாண்டமாகத் தயாரித்தார்./ இப் போது தொலைக்காட்சித் தொடர்களைக்கூட பிரம் மாண்டமாகத் தயாரிக்க ஆரம்பித்துவிட்டார்கள்.

பிரம்மாஸ்திரம் பெ. **(புராணங்களில்) அஸ்திரங்களி லேயே மிகச் சக்தி வாய்ந்ததாகக் கருதப்படும், (வேறு வழியின்றிக் கடைசியாகப் பயன்படுத்தப்படும்) அஸ் திரம்;** (in mythology) a weapon that is believed to be the most powerful and hence used as a last resort.

பிரம்மோபதேசம் பெ. காண்க: *பிரமோபதேசம்.*

பிரம்மோற்சவம் பெ. **(கோயிலில்) ஆண்டுக்கு ஒரு முறை (ஏழு நாட்களுக்கு அல்லது அதற்கும் மேற் பட்டு) நடக்கும் திருவிழா;** annual festival (in a temple that lasts for seven or more days).

பிரம(ச்)சரியம் பெ. காண்க: **பிரம்மச்சரியம்.**

பிரம(ச்)சாரி பெ. காண்க: **பிரம்மச்சாரி.**

பிரமப்பிரயத்தனம் பெ. **(ஒரு செயலை எப்படியாவது நிறைவேற்ற வேண்டும் என்கிற முறையில் மேற்கொள் ளும்) கடும் முயற்சி;** strenuous effort. பிரமப்பிரயத்தனம் செய்துதான் பையனுக்கு ஒரு வேலை வாங்க முடிந்தது.

பிரமம் பெ. *(தத்.)* காண்க: **பிரம்மம்,1.**

பிரமவித்தை பெ. *(அ.வ.)* **(அறிந்துகொள்வதற்கு அல் லது அறிந்துகொண்டு செய்வதற்கு) மிகவும் கடின மானது;** unattainable expertise. விமானம் ஓட்டுவது என் பது என்ன பிரமவித்தையா? பயிற்சி இருந்தால் நீயும் ஓட்ட லாம்.

பிரமன் பெ. காண்க: **பிரம்மா.**

பிரமா பெ. காண்க: **பிரம்மா.**

பிரமாண்டம் பெ. *(-ஆக, -ஆன)* காண்க: **பிரம்மாண்டம்.**

பிரமாணப் பத்திரம் பெ. *(சட்டம்)* **(வழக்கு சம்பந்தப் படாத நிலைமைகளில்) ஒன்றுக்கு ஆதாரமாக வழங் கப்படும் ஆவணம்;** affidavit. இந்த விண்ணப்பத்துடன் என்னுடைய வயதைக் குறித்த பிரமாணப் பத்திரத்தை இணைத்திருக்கிறேன்.

பிரமாணம் பெ. 1: **உண்மை என்று நிறுவுவதற்கான ஆதாரம்;** evidence. இவ்வாறு கூறுவதற்கு ஏதாவது பிரமா ணம் உண்டா? 2: **தான் புனிதமாகக் கருதும் ஒன் றைச் சாட்சியாக வைத்து ஒருவர் செய்யும் உறுதி மொழி;** oath. 3: *(தத்.)* **இது இன்னது என்று அறிய உதவும் வழிமுறை;** means or instrument of valid knowledge. 4: **(இசை) லயம்;** speed of time measure.

பிரமாண வாக்குமூலம் பெ. *(சட்டம்)* **வழக்குக்குத் தேவைப்படும் விவரத்தை ஒருவர் சாட்சியத்திற்குப் பதிலாகச் சத்தியப்பிரமாணம் செய்து எழுத்துமூலம் சமர்ப்பிக்கும் ஆவணம்;** affidavit used as evidence. சேது சமுத்திர கால்வாய்த் திட்டம் தொடர்பான வழக்கில் தொல்லியல் துறை பிரமாண வாக்குமூலத்தைத் தாக்கல் செய்தது.

பிரமாணிக்கம் பெ. *(கிறித்.)* **நம்பகத்தன்மை; உண்மை;** fidelity. உங்கள் அன்புக்கு நான் என்றும் பிரமாணிக்கமாக இருப்பேன்.

பிரமாதப்படுத்து வி. *(-படுத்த, -படுத்தி)* 1: **(சிறிய விஷ யத்தை) பெரிதுபடுத்துதல்;** blow (sth.) out of proportion; make much (of sth.). குழந்தை காசைத் தொலைத்து விட்டது. அதைப் போய்ப் பிரமாதப்படுத்துகிறீர்களே! 2: **(ஒன்றை) மெச்சும் அளவுக்குச் சிறப்பாகச் செய்தல்;** do sth. splendidly. தோரணங்கள், அலங்கார வளைவுகள், பிரம்மாண்டமான பந்தல் என்று வேலூர் மாநாட்டைத் தொண்டர்கள் பிரமாதப்படுத்திவிட்டார்கள்.

பிரமாதம் பெ. *(-ஆக, -ஆன)* 1: **(பாராட்டி அல்லது உயர்வாகச் சொல்லும் விதத்தில்) மிகவும் சிறப்பு; அருமை;** excellent; splendid. 'என் மகன் பிரமாதமாக வீணை வாசிப்பான்' என்று நண்பர் பெருமையாகச் சொல் லிக்கொண்டார்./ கல்யாணத்தைப் பிரமாதமாக நடத்தி விட்டீர்கள்!/ பிரமாதமான சாப்பாடு! 2: *(பெரும்பாலும் எதிர்மறைத் தொனியில்)* **குறிப்பிடும்படியானது அல் லது அதிகம் என்று சொல்லத் தக்கது;** (usually in the negative) much. வயதான காலத்தில் அவருக்கு என்ன பிரமாதமான செலவு இருக்கப்போகிறது?/ நிலைமையில் பிரமாதமான மாறுதல் எதுவும் ஏற்பட்டிருப்பதாகத் தெரியவில்லை. 3: (எதிர்மறை வாக்கியங்களில்) **'பெரிய விஷயம்' என்ற பொருளில் பயன்படுத்தப்படும் சொல்;** (usually in the negative) sth. big. நூறு ரூபாய்தானே வேண்டும். இது என்ன பிரமாதம், நானே தருகிறேன்./ நீங்கள் இரண்டு பேரும் மனது வைத்தால் இந்த வேலையைச் செய்து முடிப்பது ஒன்றும் பிரமாதம் இல்லை.

பிரமி வி. (பிரமிக்க, பிரமித்து) 1: **வியப்படைதல்; வியத்தல்;** be astonished or amazed. பிரபலக் கலைஞர்களே பிரமிக்கும் அளவுக்கு அந்தப் பையன் பாடினான்./ பிரமிக்க வைக்கும் வானுயரக் கட்டடங்கள்/ அவளுடைய அழகு என்னைப் பிரமிக்க வைத்தது./ வேளாண்மையில் பிரமிக்கத் தக்க முன்னேற்றத்தை இந்தியா அடைந்துள்ளது. 2: **என்ன செய்வது அல்லது என்ன முடிவெடுப்பது என்று தெரியாமல் திகைத்துப்போதல்; மலைத்தல்;** be perplexed or bewildered. ஒரே வாரத்தில் இவ்வளவு வேலைகளையும் எப்படிச் செய்து முடிப்பது என்று பிரமித்துப்போனான்.

பிரமிப்பு பெ. 1: (-ஆன) **வியப்பு;** astonishment; amazement; surprise. பிரமிப்பூட்டும் அழகுடன் இருந்தாள். 2: **என்ன செய்வது அல்லது என்ன முடிவெடுப்பது என்று தெரியாமல் திகைத்துப்போகும் நிலை; மலைப்பு;** state of perplexity. ஒரே நாளில் இத்தனை வேலைகளையும் எப்படிச் செய்து முடிப்பது என்ற பிரமிப்பு அவனுக்கு ஏற்பட்டது.

பிரமுகர் பெ. **(ஒரு துறையிலோ அல்லது ஊரிலோ) பலருக்கும் தெரிந்திருக்கும் முக்கியமான நபர்; முக்கியஸ்தர்; பிரபலம்;** eminent person; prominent citizen. சட்டத் திருத்தம் குறித்துப் பல துறைப் பிரமுகர்களையும் பிரதமர் சந்தித்துப் பேசினார்./ விழாவில் திரைப்படப் பிரமுகர்கள் பலரும் கலந்துகொண்டனர்./ உள்ளூர்ப் பிரமுகர் ஒருவரைத் தேர்தலில் நிறுத்தக் கட்சி முடிவுசெய்தது.

பிரமை பெ. 1: **இல்லாதது இருப்பதுபோலவும் நிகழாதது நிகழ்வது போலவும் மனத்தில் ஏற்படும் தோற்றம் அல்லது உணர்வு;** illusion; hallucination. கிணற்றுப் பக்கம் போகும் போதெல்லாம் கிணற்றுக்குள்ளிருந்து யாரோ தன்னைக் கூப்பிடுவது போன்ற பிரமை./ அம்மா காலமான பின்பும் அவள் வீட்டில் இருப்பதாகவே ஒரு பிரமை. 2: **பொய்யான நம்பிக்கை; (உண்மையாக இல்லாமல் மிகைப்படுத்துவதால் ஏற்படும்) பொய்க் கவர்ச்சி;** illusion. இந்தக் கட்சி பதவிக்கு வந்தால்தான் நாட்டில் வறுமை ஒழியும் என்ற பிரமை மக்களிடையே ஏற்பட்டிருக்கிறது./ விளம்பரங்கள் உண்டாக்கும் பிரமையிலிருந்து விடுபட்டுப் பொருள்களின் உண்மையான தரத்தை அறிந்துகொள்ள வேண்டும்.

பிரமைபிடி வி. (-பிடிக்க, -பிடித்து) **என்ன செய்கிறோம் அல்லது சுற்றிலும் என்ன நடக்கிறது என்ற உணர்வில்லாமல் வெறித்த பார்வையுடன் இருத்தல்;** be in a daze. பணத்தைப் பறிகொடுத்துவிட்டுப் பிரமைபிடித்து உட்கார்ந்திருக்கிறார்./ விபத்தில் மகளை இழந்த பிறகு பிரமைபிடித்ததுபோல் அலைகிறார்.

பிரமோபதேசம் பெ. (ச.வ.) **உபநயனம் செய்யும்போது மாணவனுக்கு காயத்ரி மந்திரத்தை உபதேசம் செய்யும் சடங்கு;** teaching a person the Gayathri mantra during his initiation.

பிரமோற்சவம் பெ. காண்க: **பிரம்மோற்சவம்.**

பிரயத்தனம் பெ. **(ஒன்றைச் செய்வதற்காக) சிரமப்பட்டு மேற்கொள்ளும் முயற்சி;** effort (to do sth.). கூட்டத்தைச் சமாளிக்கக் காவலர்கள் பெரும் பிரயத்தனம் செய்ய வேண்டியிருந்தது.

பிரயாசம் பெ. காண்க: **பிரயாசை.**

பிரயாசை பெ. 1: **முயற்சி; (முயற்சிக்கு வேண்டிய) உழைப்பு;** exertion; striving. பிரயாசைக்குத் தகுந்த பலன் இல்லாமலா போகும்?/ தங்கையை மருத்துவக் கல்லூரியில் சேர்க்க மிகுந்த பிரயாசை எடுத்துக்கொண்டான். 2: **சிரமம்; கஷ்டம்; பிரயத்தனம்;** effort; exertion. கடைவீதிக் கூட்டத்திற்கு இடையே மிகுந்த பிரயாசையுடன் தான் நடந்துசெல்ல வேண்டியிருந்தது./ தொண்டையில் சிக்கியிருந்த சளியை மிகவும் பிரயாசைப்பட்டுக் காறித் துப்பினான்.

பிரயாணம் பெ. **பயணம்;** travel; journey. என்றைக்கு உன் பிரயாணம்?

பிரயாணி பெ. **பயணி;** traveller; passenger. பிரயாணிகள் வெயிலில் சோர்ந்து காணப்பட்டனர்.

பிரயோகம் பெ. 1: **(குறிப்பிட்ட விளைவு ஏற்படுவதற்காகச் சொற்கள், அதிகாரம், உத்தி போன்றவற்றை) பயன்படுத்துதல்;** (of words, authority, strategy, etc., for a particular end) use; handling (of words). பாரதியாரின் கண்ணன் பாட்டில் சொல் பிரயோகம் சிறப்பாக இருக்கும்./ 'ஓங்கி உலகளந்த' என்ற பாசுரத்தில் 'ஓங்கி' என்ற பதத்துக்குப் பாடகர் கொடுத்த பிருகாக்களின் பிரயோகம் ரசிக்க வைத்தன./ தனது செல்வாக்கைப் பிரயோகம்செய்து அந்த வேலையை அவர் எனக்கு வாங்கித் தந்தார். 2: **(தாக்குதல், ஒடுக்குதல் போன்ற வழிமுறைகளை அல்லது ஆயுதங்களை) கையாளும் அல்லது மேற்கொள்ளும் செயல்;** use or employment (of weapons). ராணுவத்தினர் துப்பாக்கிப் பிரயோகம் செய்ததில் இருவர் மாண்டனர்./ கூட்டத்தைக் கலைக்கக் காவலர் தடியடிப் பிரயோகம் நடத்தினர்.

பிரயோகி வி. (பிரயோகிக்க, பிரயோகித்து) **(சொற்கள், அதிகாரம் போன்றவற்றை) பயன்படுத்துதல்; பிரயோகம்செய்தல்; உபயோகித்தல்;** use; employ. சரியான இடத்தில் சரியான வார்த்தைகளைப் பிரயோகிக்கத் தெரிந்திருக்க வேண்டும்./ தனது அதிகாரத்தை எந்த நிலையிலும் அவர் தவறாகப் பிரயோகித்ததில்லை.

பிரயோசனம் பெ. 1: காண்க: **பிரயோஜனம்.** 2: (இலங்.) **விளையும் அல்லது உற்பத்திசெய்யப்படும் பொருள்;** product; produce. தோட்டக்காரனே தோட்டத்துப் பிரயோசனங்களை அனுபவிக்கலாம்.

பிரயோஜனம் பெ. (-ஆக, -ஆன) **பலன்; பயன்;** use. உன்னிடம் பேசிப் பிரயோஜனம் இல்லை./ படித்துப் பட்டம் பெற்று என்ன பிரயோஜனம் என்று சலிப்போடு கூறினார்./ குடிகாரத் தந்தையால் குடும்பத்திற்கு எந்தப் பிரயோஜனமும் இல்லை.

பிரலாபம் பெ. (அ.வ.) **புலம்பிக் கூறும் குறை; புலம்பல்;** snivelling. 'காலையிலேயே உன் பிரலாபத்தை ஆரம்பித்து விட்டாயா?'

பிரலாபி வி. (பிரலாபிக்க, பிரலாபித்து) (அ.வ.) **குறை கூறிப் புலம்புதல்;** complain; snivel. கிழவி தன் மகனைப் பற்றிப் பிரலாபிக்க ஆரம்பித்தால் நிறுத்த மாட்டாள்.

பிரவகி வி. (பிரவகிக்க, பிரவகித்து) (அ.வ.) **பெருக்கெடுத்தல்; பெருகுதல்;** be in spate; overflow. (உரு வ.) கோயிலில் பக்தி பிரவகிக்கும் உள்ளத்தோடு அவர் நின்றிருந்தார்.

பிரவாகம் பெ. **நீர்ப்பெருக்கு; வெள்ளம்;** flood. கரையே தெரியாத கங்கை ஆற்றின் பிரவாகம்!/ (உரு வ.) உணர்ச்சிப் பிரவாகம். [(தொ.சொ.) **சுனாமி/ பிரளயம்/ வெள்ளம்**]

பிரவேசம் பெ. 1: **(கட்டடம் போன்றவற்றுள் அல்லது ஒரு துறையில்) நுழையும் செயல்; நுழைவு;** entry. நடிகரின் அரசியல் பிரவேசம் எதிர்பார்த்த அளவுக்குப் பரபரப்பை ஏற்படுத்தவில்லை./ மிக இளம் வயதிலேயே பாரதியின் இலக்கியப் பிரவேசம் நிகழ்ந்தது. 2: **(கூத்து, நாடகம் போன்றவற்றில் ஒரு பாத்திரம்) முதன் முதலாக மேடையில் தோன்றும் நிகழ்வு;** entry (of a character in a play). பீமனின் பிரவேசத்துக்குப் பிறகு பார்வையாளர்களின் சுவாரசியம் அதிகமாயிற்று. 3: (வ.வ.) **(தெய்வம்) ஒருவர் மூலமாக வெளிப்படுதல்;** (of a god) manifest through s.o. இவள்மீது மாரியம்மன் பிரவேசித்திருக்கிறாள். 4: (சோதி.) **(கிரகப் பெயர்ச்சியின்போது ஒரு கிரகம்) ஒரு ராசியிலிருந்து மற்றொரு ராசிக்குச் செல்லுதல்;** the entry of a planet into a ராசி. தை மாதம் ஒன்றாம் தேதி சூரியன் மகர ராசியில் பிரவேசம்.

பிரவேசி வி. (பிரவேசிக்க, பிரவேசித்து) 1: **(உள்ளே) வருதல்; நுழைதல்;** enter. அந்த நடிகர் அரங்கிற்குள் பிரவேசித்தபோது கைதட்டல் வானைப் பிளந்தது./ அறிவாளிகள் ஒதுங்கி நிற்காமல் அரசியலில் பிரவேசிக்க வேண்டும். 2: **(கூத்து, நாடகம் போன்றவற்றில் ஒரு பாத்திரம்) முதன்முதலாக மேடையில் தோன்றுதல்;** (of a character) enter the stage. இராவணன் பிரவேசித்ததும் கூத்து சூடு பிடிக்கிறது. 3: (சோதி.) **(கிரகப் பெயர்ச்சியின்போது ஒரு கிரகம்) ஒரு ராசியிலிருந்து மற்றொரு ராசிக்குச் செல்லுதல்;** (of a planet) enter (a ராசி). பரணி 4ஆம் பாதத்தில் சூரியன் பிரவேசிக்கும் காலமே அக்கினி நட்சத்திரம் ஆகும்.

பிரளயம் பெ. **(உலகத்துக்கு முடிவு வந்துவிட்டது போன்ற) பெரும் அழிவு; வெள்ளம்; ஊழி;** deluge; great flood. நேற்று அடித்த காற்றையும் பெய்த மழையையும் பார்த்தபோது பிரளயமே வந்துவிட்டதுபோல் இருந்தது. [(தொ.சொ.) **சுனாமி/ பிரவாகம்/ வெள்ளம்**]

பிரஜாவுரிமை பெ. (அ.வ.) காண்க: **குடியுரிமை.**

பிரஜை பெ. **குடிமகன்;** citizen.

பிரஸ்தாபம் பெ. (அ.வ.) 1: **(ஒரு செய்தி, நிகழ்ச்சி முதலியவற்றை ஒருவரிடம்) குறிப்பிடுவது அல்லது சொல்வது; பேச்சு;** reference; mention. அவர் வருவதாகப் பிரஸ்தாபம்கூடக் கிடையாது. 2: (பெயரடையாக வரும்போது) **குறிப்பிடப்படும்; முன் குறிப்பிடப்பட்ட;** (s.o. or sth.) previously mentioned. பிரஸ்தாப நபரைப் பற்றிய பேச்சு மீண்டும் வந்ததும் அவர் ஒதுங்கிக்கொண்டார்.

பிரஸ்தாபி வி. (பிரஸ்தாபிக்க, பிரஸ்தாபித்து) **குறிப்பிட்டுக் கூறுதல் அல்லது சொல்லுதல்;** make a mention of or reference to (sth.). உன் திருமணத்தைப் பற்றி அவர் என்னிடம் பிரஸ்தாபிக்கவே இல்லையே.

பிராக்குகாட்டு வி. (-காட்ட, -காட்டி) (இலங்.) **வேடிக்கை காட்டுதல்;** keep (esp. a child) amused.

பிராக்குப் பார் வி. (பார்க்க, பார்த்து) (இலங்.) காண்க: **பராக்குப் பார்.**

பிராகாரம் பெ. **(கோயிலில்) கருவறைக்கும் மதில் சுவருக்கும் இடையில் கருவறையைச் சுற்றி வருவதற்காக அமைக்கப்பட்ட வழிகளில் ஒன்று;** any of the paved ways around the sanctum sanctorum. மருந்தீஸ்வரர் கோயிலின் வடக்குப் பிராகாரத்தில் வன்னி மரம் உள்ளது./ பிராகாரத்தில் மட்டுமே தங்கத் தேர் வலம் வரும்./ இந்தக் கோயிலில் மூன்று பிராகாரங்கள் உள்ளன.

பிராகிருதம் பெ. **சமஸ்கிருத மொழியிலிருந்து மருவி மக்களின் பேச்சு வழக்கில் இருந்த வட இந்திய மொழிகள்;** the Prakrit; the vernaculars which are cognate of the Sanskrit language.

பிராட்டி பெ. (உ.வ.) 1: **தேவி;** goddess. சீதாப் பிராட்டியார்/ பெருமான் பிராட்டியுடன் ஆழ்வாருக்குக் காட்சி அளித்தான். 2: **மரியாதைக்கு உரிய பெண்மணியின் பெயருக்குப் பின்னால் இணைக்கப்படும் சொல்;** word appended to the name of a woman as an honorific. நண்பர் தன் மகளுக்குச் சோழ இளவரசி குந்தவைப் பிராட்டியின் பெயரைச் சூட்டினார். 3: **மூதாட்டி;** respectable old woman. ஔவைப் பிராட்டி.

பிராணவாயு பெ. **உயிரினங்கள் உயிர்வாழ்வதற்கு மிக அவசியமானதும் காற்றில் கலந்திருப்பதும் நிறம், மணம், சுவை அற்றதுமான வாயு;** oxygen.

பிராணன் பெ. (பே.வ.) **உயிர்;** life. பிராணன் போவது போல் ஏன் இப்படிக் கத்துகிறாய்?/ தன் ஒரே குழந்தையின் மேல் பிராணனையே வைத்திருக்கிறாள்.

பிராணாயாமம் பெ. **(குறிப்பிட்ட முறையில்) மூச்சை இழுத்து அடக்கி வெளிவிடும் யோகப் பயிற்சி;** breathing exercise in yoga.

பிராணி பெ. **புலனுணர்வுகளைப் பெற்றிருப்பதும் இடம் விட்டு இடம் செல்லக்கூடியதுமான உயிரினம்;** animal; creature.

பிராது பெ. (சட்டம்) **வழக்கு தொடுப்பவர் (வாதி) தன் உரிமைகள் எப்படி மீறப்பட்டன, அதற்கு தான் கோரும் நிவாரணம் என்ன என்று தெரிவித்து நீதிமன்றத்தில் தாக்கல் செய்யும் மனு; புகார்; முறையீடு;** plaint; complaint; suit.

பிராந்தியம் பெ. **ஒத்த பழக்கவழக்கங்கள், மொழி, பண்பாட்டுச் சடங்குகள் போன்றவற்றைக் கொண்ட மக்கள் வசிக்கும் குறிப்பிட்ட நிலப் பகுதி;** region. பிராந்தியக் கட்சி/ பிராந்திய மொழித் திரைப்படங்கள்./ தென் பிராந்திய ராணுவத் தலைமையகம்.

பிராப்தம் பெ. (அ.வ.) 1: **அதிர்ஷ்டம்; பேறு;** luck; good fortune. அவளுக்குக் கல்யாணப் பிராப்தம் இல்லைபோல்

இருக்கிறது. **2: விதி;** destiny; what is ordained for s.o. எல்லாம் பிராப்தப்படி நடக்கும் என்று சும்மா இருப்பதா?

பிராப்தி பெ. *(அ.வ.)* காண்க: **பிராப்தம்.**

பிராமணியம் பெ. **இந்து மதத்தின் சாதிய அமைப்பில் பிராமணர்களையும் அவர்கள் வாழ்க்கை முறைகளையும் மதிப்பீடுகளையும் முதன்மைப்படுத்தும் போக்கு;** placing brahmins and their ways of life and values at a higher level in the caste hierarchy among Hindus. இந்தியக் கலைகளில் பிராமணியத் தாக்கம் அதிகம் இருப்பதாக அந்த விமர்சகர் கூறுகிறார்./ இவருடைய நாவல்களில் பிராமணியத் தாக்கம் மிகுதியாக உள்ளது.

பிராமி பெ. **இன்றைய இந்திய மொழிகள் பலவற்றின் வரிவடிவங்களுக்கு மூலமாக அமைந்த (இந்தியாவின் வடமேற்குப் பகுதியைத் தவிர்த்த ஏனைய பகுதிகளில் பயன்படுத்தப்பட்ட) தொன்மையான வரிவடிவம்;** the ancient Brahmi script from which scripts of several Indian languages evolved.

பிராயச்சித்தம் பெ. **(பாவத்துக்கு அல்லது குற்றத்துக்கு) பரிகாரம்;** atonement; expiation. போரில் ஆயிரக் கணக்கான வீரர்களைக் கொன்ற பாவத்துக்குப் பரிகாரமாக மன்னன் இந்தக் கோயிலைக் கட்டியதாகக் கல்வெட்டுகள் தெரிவிக்கின்றன.

பிராயம் பெ. **1: வயது;** age. அவளுடைய பதினெட்டாவது பிராயத்தில் திருமணம் நடந்தது. **2: பருவம்;** any of the stages of one's life. அவர் இளம் பிராயத்திலேயே கல்வியில் சிறந்து விளங்கினார்./ குழந்தைப் பிராயத்து நினைவுகள் மனத்தில் நிழலாடின.

பிரார்த்தனை பெ. **(கடவுள், மகான் போன்றவர்களை) வழிபடுதல்; வழிபாடு;** (petitionary) prayer. வேலை சீக்கிரம் கிடைக்க வேண்டும் என்று பிள்ளையாரிடம் பிரார்த்தனை செய்துகொண்டான்./ பிரார்த்தனை முடிந்ததும் மாணவர்கள் வகுப்புகளுக்குச் சென்றனர்./ இன்று பிரார்த்தனைக் கூட்டம் மாலை ஆறு மணிக்கு நடைபெறும்./ நோயுற்ற பிரதமர் குணம் அடைய வேண்டும் என்று பல மாநிலங்களிலும் சர்வ மதப் பிரார்த்தனை நடந்தது.

பிரார்த்தி வி. (பிரார்த்திக்க, பிரார்த்தித்து) **பிரார்த்தனை செய்தல்;** pray. இறந்தவரின் ஆன்மா சாந்தி அடைய அனைவரும் பிரார்த்திப்போம்.

பிரான் பெ. *(அ.வ.)* **(பெரும்பாலும் தெய்வப் பெயரோடு இணைந்து) தேவன்;** term suffixed to the names of gods signifying divinity; Lord. ராமபிரான்/ இயேசுபிரான்.

பிரி¹ வி. (பிரிய, பிரிந்து) **அ.** *(கட்டப்பட்டிருப்பது, ஒட்டப்பட்டிருப்பது விடுபடுதல் தொடர்பான வழக்கு)* **1: ஒன்றாக இருக்கும், சேர்ந்திருக்கும் அல்லது ஒட்டியிருக்கும் நிலையிலிருந்து விடுபடுதல் அல்லது விலகுதல்;** get untied; come off; divide. வண்டியிலிருந்து இறக்கும்போது கட்டு பிரிந்து புத்தகங்களெல்லாம் கீழே விழுந்தன./ சட்டையின் கைப்பகுதியில் தையல் பிரிந்திருப்பதால் நூல் தொங்குகிறது./ அஞ்சல் உறையின் வாய்ப் பகுதியைச் சரியாக ஒட்டாததால் பிரிந்துவிட்டது./ உயிரினங்களில் செல் பிரிவதன்மூலம் வளர்ச்சி நிகழ்கிறது. **ஆ.** *(கலந்திருக்கும் நிலையிலிருந்து தனியாதல் தொடர்பான வழக்கு)* **2: (கசடு, மண்டி) தனித்து வருதல்;** (of sediments) settle. படிகாரத்தைப் போட்டால் நீரில் உள்ள கசடுகள் பிரிந்து பாத்திரத்தின் அடியில் தங்கிவிடும். **3:** காண்க: **நீர் பிரி. இ.** *(முழுமையாக இருப்பது பகுதிகளாதல் தொடர்பான வழக்கு)* **4: (சொத்து, நிலம் போன்றவை) பகுக்கப்பட்டுத் தனித்தனிப் பங்காக ஆதல்;** get separated; be divided. சொத்து பிரியக் கூடாது, சொந்தம் விட்டுப் போய்விடக் கூடாது என்பது அம்மாவின் வாதம். **5: ஒன்றாக அமைந்த நிலையிலிருந்து ஒன்றுக்கு மேற்பட்டுத் தனித்தனியாக ஆதல்;** branch off; break. சாலை இரண்டாகப் பிரியும் இடத்தில் இந்தச் சம்பவம் நிகழ்ந்தது./ கிளை நதி பிரியும் இடம் இதுதான்./ தலைவரின் மறைவுக்குப் பின் கட்சி மூன்றாகப் பிரிந்துவிட்டது./ அந்த நிறுவனம் இரண்டாகப் பிரிந்ததிலிருந்து தொழில் படுத்துவிட்டது./ இந்த நாளங்கள் கல்லீரலில் சிறுசிறு தந்துகிகளாகப் பிரிகின்றன. **ஈ.** *(ஒருவரை விட்டு அல்லது ஒன்றிலிருந்து விலகுதல் தொடர்பான வழக்கு)* **6: (ஒருவரோடு அல்லது பலரோடு) சேர்ந்திருக்கும் நிலையிலிருந்து அல்லது உறவுகொண்டிருக்கும் நிலையிலிருந்து விலகுதல்;** be separated (from s.o.); go away (in different directions); disperse. நண்பர்களையெல்லாம் பிரிந்து வெளியூருக்குப் போய் வேலைபார்ப்பது சிரமமாக இருந்தது./ காவலர்கள் பிரிந்து சென்று அங்குமிங்குமாகத் தேடினர். **7: (இருள்) விலகுதல்;** clear off. இருள் பிரியாத காலை நேரம். **8: (உயிர்) உடலை விட்டு நீங்குதல்;** depart; pass away. மருத்துவமனைக்கு எடுத்துச்செல்லும் வழியிலேயே அவர் உயிர் பிரிந்தது./ எங்கள் தந்தை போன வருடம் இதே நாளில் எங்களை விட்டுப் பிரிந்தார். **உ.** *(மரபு வழக்கு)* **9:** *(வ.வ.)* **(பணம்) வசூலாதல்;** (of money) be raised. திருவிழாவுக்கு எவ்வளவு பணம் பிரிந்தது?

பிரி² வி. (பிரிக்க, பிரித்து) **அ.** *(கட்டப்பட்டிருப்பதை, ஒட்டியிருப்பதை அல்லது மடங்கியிருப்பதை விடுபடச் செய்தல் தொடர்பான வழக்கு)* **1: ஒட்டியிருக்கும் அல்லது இணைந்திருக்கும் நிலையிலிருந்து விடுபடச் செய்தல்; மடங்கியிருக்கும் நிலையிலிருந்து விரியச் செய்தல்; அவிழ்த்தல்;** unfasten; untie; unfold; cause to come off. கட்டைப் பிரித்துச் சேலைகளை எடுத்துக் காண்பித்தார்./ காயத்துக்குப் போட்ட கட்டை என்றைக்குப் பிரிக்கிறார்கள்?/ குடையைப் பிரிக்க முடியவில்லை./ திருடன் கூரையைப் பிரித்து உள்ளே இறங்கியிருக்கிறான்./ சால்வையைப் பிரித்துக் காட்டு./ இந்த உறையைப் பிரித்துப் பார். **ஆ.** *(கலந்திருக்கும், இணைந்திருக்கும் நிலையிலிருந்து தனியாக்குதல் தொடர்பான வழக்கு)* **2: பல கூறுகளால் அமைந்ததிலிருந்து கூறுகளைத் தனித்தனியே எடுத்தல்;** separate; divide. கடல்நீரிலிருந்து உப்பைப் பிரித்துவிட்டுச் சுத்திகரித்தால் அந்த நீரைக் குடிநீராகப் பயன்படுத்தலாம்./ சொற்களைப் பிரித்துப் படிக்காதே! **3: (புத்தகம் போன்றவற்றை) விரித்தல்;** open (a book, etc.,). மேசையின் மேல் பிரித்து வைத்திருந்த புத்தகத்தின் பக்கங்கள் காற்றில் படபடத்தன. **இ.** *(முழுமையாக இருப்பதைப் பகுதிகளாக்குதல் தொடர்பான வழக்கு)* **4: (ஒரு பரப்பை அல்லது சொத்து போன்றவற்றை) பகுத்துத் தனித்தனிப் பிரிவுகளாக அல்லது பங்குகளாக ஆக்குதல்;** remove; divide; share; apportion. ஒரு வட்டத்தை *360* பாகைகளாகப் பிரிக்கிறோம்./ பெரியவர்

இருக்கிற சொத்தை எல்லாப் பையன்களுக்கும் சமமாகப் பிரித்துக் கொடுத்தார். **5: (பிணைக்கப்பட்டிருக்கும் பகுதிகளை) தனித்தனியாக எடுத்தல் அல்லது கழற்றுதல்;** remove; dismantle. இயந்திரத்தைப் பிரித்துப் பழுது பார்த்துக்கொண்டிருந்தார்./ பழைய வாகனங்களிலிருந்து பிரித்து எடுத்த உதிரிபாகங்கள் இங்கே கிடைக்கும்./ பழைய கட்டடங்களிலிருந்து பிரிக்கப்பட்ட சாமான்கள் இங்கே குறைந்த விலைக்குக் கிடைக்கும். **6: (குறிப்பிட்ட அடிப்படையில்) வேறுபடுத்துதல்; வகைப்படுத்துதல்;** sort out; classify. விண்ணப்பங்களைப் பிரித்து அடுக்குவதிலேயே பாதி நாள் போய்விடுகிறது./ உயிரினங்களைத் தாவரங்கள், விலங்குகள் என்று இரு பிரிவுகளாகப் பிரிக்கலாம். **7: (குடும்பம், கட்சி, குழு போன்றவற்றை) உடைத்தல்; பிளத்தல்;** split; break. சகோதரர்களுக்குள் ஏற்பட்ட தகராறு ஒற்றுமையாக இருந்த குடும்பத்தைப் பிரித்துவிட்டது. **ஈ.** *(ஒருவரை அல்லது ஒன்றை விலக்குதல் தொடர்பான வழக்கு)* **8: (ஒருவரிடமிருந்து மற்றொருவரை) விலக்குதல்;** separate (one from another). தாயிடமிருந்து குழந்தையைப் பிரிப்பது பெரிய பாவம் இல்லையா?/ திட்டமிட்டுச் சதிசெய்து காதலர்களைப் பிரித்துவிட்டனர். **9: (உறவு, நட்பு போன்றவற்றில்) ஒருவரைச் சேர்க்காமல் வேறுபடுத்துதல்; ஒதுக்குதல்;** differentiate; discriminate. என் வீடு, உன் வீடு என்று நீதான் பிரிக்கிறாய். நாங்கள் அப்படிப் பிரித்துப்பார்ப்பதில்லை. **10: (இலங்.) வகுத்தல்;** divide. பத்தை இரண்டால் பிரித்தால் விடை ஐந்து.

பிரி³ பெ. **1: (கயிறு போன்று) முறுக்கப்பட்ட வைக்கோல்;** hay twisted to make a rope. **2: (கயிறு முதலியவற்றில்) முறுக்கப்பட்ட இழைத் தொகுதி;** strand. மூன்று பிரி சணல்/ ஐந்து பிரி சணல்.

பிரிஞ்சி பெ. **காய்கறிகளைச் சிறுசிறு துண்டுகளாக வெட்டி, அரிசியோடு கலந்து, மசாலா சேர்த்து அப்படியே வேகவைத்துத் தயாரிக்கும் உணவு;** a kind of spiced dish prepared by cooking rice mixed with pieces of vegetables.

பிரிஞ்சி இலை பெ. **(சமையலில்) மணத்துக்காகச் சேர்க்கப்படும், தாளிசபத்திரி மரத்தின் காய்ந்த இலை;** cinnamon leaf used for spicing; bay leaf.

பிரிமணை பெ. **(பானை போன்றவை உருண்டுவிடாமல் இருப்பதற்கு ஏற்ற வகையில் அவற்றின் அடியில் வைக்கும்) பிரிகளைக் கொண்டு வளையம்போலப் பின்னப்பட்ட சாதனம்;** ring-shaped pad of hay used as a rest for pots, etc.,

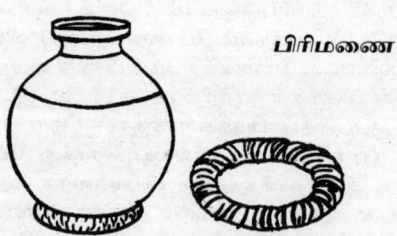

பிரிமணை

பிரியப்படு வி. (-பட, -பட்டு) **விருப்பப்படுதல்;** be fond of sth. or s.o. மகனுக்காகப் பிரியப்பட்டுச் செய்த பலகாரம்./ இது அக்கா பிரியப்பட்டுத் தைத்துக்கொடுத்த சட்டை./ ஒருவருக்கொருவர் பிரியப்பட்டால் அவர்களுக்குத் திருமணம் முடித்துவிடலாம்.

பிரியம் பெ. (-ஆக, -ஆன) **1: அன்பு;** affection; love. அவருக்குத் தன் கடைசிப் பையன்மேல் ஒரு தனிப் பிரியம்./ பிரிய நண்பனைப் பிரிந்த துக்கத்தில் சோர்ந்திருந்தான்./ வீட்டுக்கு வருபவர்களிடம் அவர் பிரியமாகப் பேசுவார்./ பிரியமான மாமியார். **2: விருப்பம்;** liking (for sth.). அவருக்கு அல்வா என்றால் கொள்ளைப் பிரியம்./ உனக்குப் பிரியமான பாட்டைப் பாடட்டுமா?

பிரியன் பெ. **(குறிப்பிடப்படுவதை) மிகவும் விரும்புபவன்;** a male who has an intense liking (for sth. mentioned); lover (of music, etc.,). 'நான் சங்கீதப் பிரியன்' என்று அவர் சொல்லிக்கொண்டார்./ சாப்பாட்டுப் பிரியன்.

பிரியாணி பெ. **இறைச்சித் துண்டுகளைச் சாதத்தில் கலந்து மசாலாப் பொருள்கள் சேர்த்துத் தயாரிக்கப்படும் உணவு;** spiced dish prepared by cooking rice mixed with pieces of meat.

பிரியாவிடை பெ. **ஒருவரை நீண்ட காலத்துக்குப் பார்க்க வாய்ப்பில்லை என்ற சூழலில் பிரிவதற்கு மனமில்லாமல் வழியனுப்பிவைக்கும் நிகழ்வு;** farewell. அவன் கல்லூரி நண்பனுக்குப் பிரியாவிடை அளித்தான்./ திருமணமாகி வெளிநாடு செல்லும் தோழிக்குக் கண்ணீருடன் பிரியாவிடை கொடுத்தாள்.

பிரியை பெ. **(குறிப்பிடப்படுவதை) மிகவும் விரும்புபவள்;** a female who has an intense liking (for sth. mentioned); lover (of music, etc.,). சங்கீதப் பிரியை.

பிரிவினை பெ. **1: நாடு, ஜாதி, மதம் போன்றவற்றின் அடிப்படையில் பிரிக்கும் செயல்;** division; partition. ஜாதிப் பிரிவினை/ நாட்டுப் பிரிவினை. **2: காண்க: பாகப் பிரிவினை.**

பிரிவினைவாதம் பெ. **(இனம், மதம், மொழி போன்ற அடிப்படையில் நாட்டை) தனித்தனியாகப் பிரிக்க வேண்டும் என்ற போக்கு;** separatism; secessionism.

பிரிவினைவாதி பெ. **பிரிவினைவாதத்தைக் கடைப்பிடிப்பவர்;** separatist; secessionist.

பிரிவு பெ. **அ.** *(பிரிக்கப்பட்டது தொடர்பான வழக்கு)* **1: (ஓர் அடிப்படையில்) வகைப்படுத்தப்பட்டது; வகைப்பாடு;** division (obtained through classifying). இயல், இசை, நாடகம் என்னும் மூன்று பிரிவுகள்/ மகளிர் பிரிவுக்கான போட்டிகள்/ ஆசிரியர் மாணவர்களைப் பல பிரிவுகளாகப் பிரித்துக் கண்காட்சிக்கு அழைத்துச்சென்றார். **2: ஒரு நிறுவனம், அமைப்பு போன்றவற்றில் வெவ்வேறான செயல்பாடுகளைக் கொண்டவற்றுள் ஒன்று;** (of an administration) wing, section, etc., அங்காடியில் சுய சேவைப் பிரிவு தொடங்கப்பட்டுள்ளது./ அவர் மருந்துத் தொழிற்சாலையின் ஆராய்ச்சிப் பிரிவில் பணிசெய்கிறார். **ஆ.** *(ஒருவரிடமிருந்து அல்லது ஒன்றிடமிருந்து பிரிவது தொடர்பான வழக்கு)* **3: (ஒன்றை விட்டு அல்லது ஒருவரை விட்டு) பிரியும் அல்லது பிரிந்திருக்கும்**

931 பிழி

நிலை; separation (from s.o.). மனைவியின் பிரிவு அவனை வருத்தியது. 4: (சாலை போன்றவை) பிரிந்து செல்வது; branching. இந்தச் சாலையில் மூன்றாவது கிலோமீட்டரில் வரும் பிரிவில் திரும்புங்கள்.

பிரிவுபசாரம் பெ. (வேலையிலிருந்து ஓய்வு அல்லது இடமாற்றம் பெறுபவரையோ படிப்பை முடித்துச் செல்பவரையோ) வாழ்த்தி வழியனுப்பும் விழா; farewell (to s.o.).

பிரீதி பெ. (அ.வ.) 1: (ஒன்று செய்யப்படுவதால் ஏற்படும்) திருப்தி; மனநிறைவு; மகிழ்ச்சி; satisfaction; pleasure; propitiation. ஒரு காலத்தில் தெய்வங்களைப் பிரீதி செய்வதற்காக உயிர்ப்பலி கொடுத்தனர். 2: விருப்பம்; அன்பு; affection; love. பிரிவினால் மனைவியிடம் இருந்த பிரீதி இன்னும் அதிகமாயிற்று.

பிருகா பெ. (இசை) மிகத் துரிதமாகப் பாடப்படும் ஸ்வரக் கோர்வைகள்; fast-paced combination of notes. 'ஓங்கி உலகளந்த' என்ற பாசுரத்தில் 'ஓங்கி' என்ற பதத்துக்குப் பாடகர் கொடுத்த பிருகாக்கள் ரசிக்க வைத்தன.

பிருடை பெ. (இசை) (வீணை போன்ற கருவிகளில் சுருதிக்காக நரம்புகளின் நீளத்தைக் கூட்டவும் குறைக்கவும் பயன்படும், நுனிப் பகுதியில் இருக்கிற) திருகாணி போன்ற பாகம்; tuning key (in stringed instruments such as வீணை). (பார்க்க, படம்: வீணை)

பிருந்தாவனம் பெ. 1: (கிருஷ்ணன் கோயிலை ஒட்டிய) பூந்தோட்டம்; நந்தவனம்; garden (in the temple dedicated to Krishna). 2: ஒரு துறவியை அடக்கம் செய்த இடம்; spot where an ascetic was buried.

பிரு(ம்)மாண்டம் பெ. (அ.வ.) காண்க: பிரம்மாண்டம்.

பிருஷ்டம் பெ. (அ.வ.) புட்டம்; பிட்டம்; buttocks.

பிரேதசாலை பெ. (இலங்.) பிணவறை; mortuary. யாரும் உரிமை கோராததால் பிரேதத்தைப் பிரேதசாலையில் வைத்துள்ளனர்./ விபத்தில் இறந்தவனின் பிணத்தைப் பிரேதசாலையிலிருந்து பெற்றுக்கொண்டார்கள்.

பிரேதப் பரிசோதனை பெ. (இயற்கையான மரணமாக இல்லாதபோது) மரணத்தின் காரணத்தை அறிவதற்காக இறந்தவரின் உடலை மருத்துவர் கூராய்வு செய்து பார்க்கும் நடவடிக்கை; post-mortem; autopsy.

பிரேதம் பெ. உயிரற்ற மனித உடல்; பிணம்; சடலம்; dead body; corpse.

பிரேத விசாரணை பெ. சந்தேகத்திற்கு உரிய மரணத்துக்கான காரணத்தைக் கண்டறிய அதிகாரிகளால் நடத்தப்படும் விசாரணை; inquest.

பிரேமை பெ. காதல்; மோகம்; love; passion (for sth.). இசையில் அவருக்கு இருக்கும் பிரேமைக்கு அளவு இல்லை.

பிரேரணை பெ. (விவாதத்திற்காகவும், வாக்கெடுப்புக்காகவும் கூட்டத்தில் கொண்டுவரும்) தீர்மானம்; resolution; motion (in a meeting).

பிரை ஊற்று வி. (ஊற்ற, ஊற்றி) காண்க: பிரைகுத்து.

பிரைகுத்து வி. (-குத்த, -குத்தி) (பே.வ.) (தயிருக்காக) உறை ஊற்றுதல்; add a few drops of buttermilk (to the milk) to make curds.

பிரை மோர் பெ. உறை மோர்; butter milk (used for making curds).

பில்டர் பெ. (பே.வ.) (காப்பி டிக்காஷன் தயாரிக்க) மிகச் சிறிய துளைகளுடன் ஆன அடிப்பாகத்தைக் கொண்ட மேல்பகுதியும், அதிலிருந்து வடியும் கரைசலைச் சேகரிக்க ஏற்ற கீழ்ப்பகுதியும் கொண்ட ஒரு சாதனம்; (coffee) percolator; (in India) filter.

பில்டர் காப்பி பெ. (பே.வ.) பில்டரில் வடிகட்டிய டிக்காஷனைப் பாலோடு கலந்து தயாரிக்கும் காப்பி; coffee prepared by adding coffee brew to boiled milk; (in India) filter coffee. நான் பில்டர் காப்பியைத் தவிர வேறெந்த காப்பியையும் குடிப்பதில்லை.

பில்பசலி பெ. (ஊரக வ.) (அறுவடைக்குச் சில நாட்களுக்கு முன்பு) ஈரம் இருக்கும்போதே வயலில் உரமாகத் தெளிக்கும் ஒரு பயறு வகை; a kind of green manure sown in paddy fields just before the harvest. விவசாயிகள் பில்பசலியைப் பசுந்தாள் உரமாகத் தெளிப்பார்கள்.

பில்லிசூனியம் பெ. (ஒருவருக்குப் பெரும் தீங்கு ஏற்படுத்த முடியும் என்ற நம்பிக்கையில் எதிரிகள்) மந்திரம் செய்து துஷ்ட தேவதைகளை ஏவுகிற சூனிய வித்தை; witchcraft.

பிலாக்கணம் பெ. (அ.வ.) ஒப்பாரி; lament for the dead (in the form of a mournful song).

பிலால் பெ. (ஊரக வ.) மீனின் உடம்பை மூடியிருக்கும் செதில்கள்; scales of a fish. மீனை ஆய்ந்து, பிலால் போகக் கல்லில் உரசிக் கொண்டுவா./ பிலால்கூட நீக்காமல் மீனைச் சமைத்தால் அதை எப்படிச் சாப்பிடுவது?

பிலுப்பு வி. (பிலுப்ப, பிலுப்பி) (ஊரக வ.) (மண், வைக்கோல், புல் போன்றவற்றை) கனமாக இல்லாமல் மேலெழுந்தவாறு விசிறிப்போடுதல்; cast (the earth, hay, grass, etc.) so as to spread it too thin. பத்துக் கூடை மண்ணை வெட்டிப் பரப்பு என்றால் அவர் இரண்டு கூடை மண்ணை மட்டும் கொட்டிப் பிலுப்பிவிட்டு வந்துவிட்டார்./ மாட்டுக்கு ஒரு கை புல்லைப் பிலுப்பினால் போதுமா?

பிலுபிலு-என்று வி.அ. (பே.வ.) (நேருக்கு நேர் பேசிக்கொண்டிருக்கும் சூழ்நிலையில், ஒருவர் பேசுவதற்கு மற்றவர் பதில் அளிக்க) வாய்ப்புத் தராமல்; giving no chance to argue. ஏதோ தெரியாமல் வார்த்தையை விட, வீட்டுக்காரர் பிலுபிலுவென்று சண்டைக்கு வந்துவிட்டார்./ கருத்தரங்கில் தவறான ஒரு கருத்தைச் சொல்லப் போக, அனைவரும் பிலுபிலுவென்று பிடித்துக்கொண்டார்கள்.

பிழம்பு பெ. (உ.வ.) தீயின் பெரும் சுடர்; mass or column (of fire, light, etc.,). ஒளிப் பிழம்பு/ (உரு வ.) உப்புச் சத்தியாகிரக நிகழ்ச்சியை வருணிக்கும்போது அவர் உணர்ச்சிப் பிழம்பானார்.

பிழி வி. (பிழிய, பிழிந்து) 1: (ஒன்றில் இருக்கும் நீர், சாறு ஆகியவை வெளியேறக் கையாலோ இயந்திரத்தாலோ)

அழுத்துதல்; (திரவத்தைத் தன்னிடம் கொண்டிருக்கும் பொருளிலிருந்து அதை) முறுக்கி வெளியேற்றுதல்; press (to extract juice, etc.,); squeeze; wring. காயத்தின் மேல் பச்சிலையைப் பிழிந்தார்./ கரும்பு பிழியும் இயந்திரம்/ துண்டை நன்றாகப் பிழிந்து காயப் போடு./ *(உரு வ.)* மனத்தைப் பிழியும் சோகம். **2: (அச்சில் மாவு வைத்து அழுத்தி முறுக்கு முதலியவை) தயாரித்தல்;** press (flour paste, etc., through moulds to make threads for preparing snacks). ஜிலேபி பிழிய ஆள் வந்திருக்கிறார். **3: கடுமையாக உழைக்கச் செய்தல்; சிரமப்பட வைத்தல்;** extract (work from s.o.). கொடுக்கும் அற்பச் சம்பளத்துக்கு இப்படிப் பிழிகிறார்களே என்று அலுத்துக்கொண்டார்./ சாலைப் பணியாளர்களைப் பிழிந்தெடுக்கிறார்கள்.

பிழிந்த பூ பெ. *(இலங்.)* **பிழிந்து பால் எடுத்த பின் எஞ்சும் தேங்காய்ப் பூவின் சக்கை;** coconut scrapings left after extracting the milk. பிழிந்த பூவைத் தவிட்டுடன் கலந்து கோழிக்கு வை.

பிழியப்பிழிய அழு வி. *(அழ, அழுது)* **மிக அதிகமாகக் கண்ணீர் சிந்தி அழுதல்;** cry inconsolably; cry one's eyes out. சினிமாவில் வரும் சோகக் காட்சியைப் பார்த்தா இப்படிப் பிழியப்பிழிய அழுகிறாய்?/ அப்பா ஏதோ கோபத்தில் திட்டியிருப்பார். அதற்குப் போய்ப் பிழியப் பிழிய அழுதுகொண்டிருக்கிறாயே?

பிழை[1] வி. *(பிழைக்க, பிழைத்து)* **1: வாழ்க்கை நடத்துதல்;** survive; sustain. பிச்சையெடுத்துப் பிழைப்பது கேவலமாக இல்லையா?/ எத்தனை நாள் இப்படிக் கடன் வாங்கிப் பிழைக்க முடியும்? **2: (ஆபத்திலிருந்து) தப்பிப் பிழைத்தல்; உயிர்பிழைத்தல்;** survive (a crisis). இந்த நோயிலிருந்து அவர் பிழைத்ததே அதிசயம்!/ அப்பா பிழைப்பதற்கான வாய்ப்பு மிகவும் குறைவு என்று மருத்துவர் கூறினார். **3: (ஆட்சி கவிழ்க்கப்படாமல்) தப்பித்துக் கொள்ளுதல்;** (of a government) survive. இந்த முறை அமைச்சரவை பிழைக்குமா?

பிழை[2] பெ. **1:** *(-ஆக)* **தவறு;** error. நூலின் ஒரு பக்கத்தில் இவ்வளவு பிழைகளா? **2: குற்றம்; குறை;** defect; flaw. என் பேச்சில் பிழையிருந்தால் மன்னிக்கவும். [*(தொ.சொ.)* **குற்றம்/ குறை/ கோளாறு/ தப்பு/ தவறு**] **3:** *(-ஆக, -ஆன) (இலங்.)* **தவறு; தப்பு;** fault; a wrong. உன்னில் பிழையை வைத்துக்கொண்டு மற்றவர்களைக் குறை சொல்லாதே./ நீ அவரிடம் நடந்துகொண்ட விதம் பிழை./ மருந்துக்கடைக்காரர் பிழையான மருந்துகளைத் தந்து விட்டார்.

பிழை திருத்தம் பெ. **(நூலில் காணப்படும்) அச்சுப் பிழைகளும் அவற்றின் திருத்தமும் குறிக்கப்பட்ட பட்டியல்;** errata.

பிழை திருத்துநர் பெ. **அச்சடித்த மாதிரிப் பிரதியில் உள்ள பிழைகளைக் கண்டுபிடித்துத் திருத்தும் பணி செய்பவர்;** proof-reader.

பிழைப்பு பெ. **1: (அன்றாட நிலைமைகளின் மூலம் ஒருவருக்கு அமையும்) வாழ்க்கை;** life. 'என்ன பிழைப்பு இது,' என்று அலுத்துக்கொண்டார்./ உன் பிழைப்பு எவ்வளவோ தேவலாம்./ சின்ன வேலையானாலும் அவருக்குக் கௌரவமான பிழைப்பு இருக்கிறது. **2: (வாழ்க்கையின்) அடிப்படைத் தேவைகளை நிறைவேற்றிக்கொள்ளத் தேவையான பணம், பொருள் ஆகியவற்றைச் சம்பாதிக்கும் வழிமுறை;** livelihood; existence; a living. பிழைப்புத் தேடி நகரங்களுக்கு வருகிறார்கள்./ பிழைப்புக்காக நிலத்தையே நம்பியிருக்கும் விவசாயிகள்./ கூலி வேலை கிடைக்காத நாட்களில் வட்டிக்குப் பணம் வாங்கிப் பிழைப்பு நடத்துகிறோம். [*(தொ.சொ.)* **அலுவல்/ உத்தியோகம்/ பணி/ பதவி/ வேலை**]

பிழைபிடி வி. *(-பிடிக்க, -பிடித்து) (இலங்.)* **(எல்லாவற்றையும்) குறைகூறுதல்; (எல்லாவற்றிலும்) தவறு கண்டுபிடித்தல்;** complain. எங்களில் எப்போது என்ன பிழைபிடிப்போம் என்று காத்திருக்கும் பங்காளிகள்.

பிள்ளை பெ. **1: (பொதுவாக) குழந்தை;** (generally) child; offspring. உங்களுக்கு எத்தனை பிள்ளைகள்? **2: மகனையோ இளைஞனையோ குறிக்கும் சொல்;** one's son or a young man. உங்களுக்கு எத்தனை பிள்ளைகள்? / பெரிய இடத்துப் பிள்ளைபோல் தெரிகிறது. **3:** *(வ.வ.)* **பெண்; சிறுமி;** girl. அந்தப் பிள்ளையைக் கூப்பிடு. **4: 'குட்டி', 'குஞ்சு', 'கன்று' ஆகிய பொருளில் குறிப்பிட்ட சில விலங்குகள், பறவைகள், மரங்கள் ஆகியவற்றின் பெயர்களோடு இணைந்து வரும் சொல்;** word suffixed to names of certain plants and animals to denote the young one or the sapling. அணில்பிள்ளை/ கிளிப்பிள்ளை/ தென்னம்பிள்ளை.

பிள்ளைக்கற்றாழை பெ. *(இலங்.)* **சோற்றுக் கற்றாழை;** thick leaved Indian aloe.

பிள்ளைகுட்டி பெ. *(பே.வ.)* **குழந்தைகள்;** children. பிள்ளைகுட்டி பிறந்துவிட்டால் இப்போது இருப்பது போல ஊர்சுற்றிக்கொண்டு இருக்க முடியாது./ பிள்ளைகுட்டிக்காரர்.

பிள்ளைத்தாய்ச்சி பெ. *(பே.வ.)* **கர்ப்பிணி;** expectant mother; pregnant woman.

பிள்ளைப்பூச்சி பெ. **ஈரமான இடங்களில் காணப்படும், நீண்ட முன்னங்கால்களைக் கொண்ட ஒரு வகைப் பூச்சி;** mole cricket.

பிள்ளைப்பேறு பெ. **1: குழந்தை பெறும் பாக்கியம்;** the blessing of having children. நீண்ட காலம் பிள்ளைப்பேறு இல்லாமல் வருந்திய தம்பதியினர் கோயிலில் தங்கத் தொட்டில் கட்டுவதாக வேண்டிக்கொண்டனர். **2: பிரசவம்;** delivery. என் மருமகள் பிள்ளைப்பேறுக்காகத் தாய் வீட்டுக்குப் போயிருக்கிறாள்./ பிள்ளைப்பேறுக்குப் பிறகு பெண்கள் ஓய்வெடுக்க வேண்டியது அவசியம்.

பிள்ளை பிடிப்பவன் பெ. *(பே.வ.)* **குழந்தைகளைக் கடத்துபவன்;** kidnapper of children.

பிள்ளையார் பெ. **விநாயகர்;** the elephant-headed god.

பிள்ளையார் எறும்பு பெ. **(கடித்தால் வலி ஏற்படுத்தாத) சிறு கறுப்பு நிற எறும்பு;** a kind of harmless black ant.

பிள்ளையார் குடை பெ. (விநாயகர் சதுர்த்தியன்று பிள்ளையாருக்கு வைக்கப்படும்) வண்ணக் காகிதங்களையும் அட்டையையும் கொண்டு செய்யப்படும் சிறிய அலங்காரக் குடை; toy-like umbrella made with colour papers and placed over the head of the idol of Vinayaka on the day of விநாயகர் சதுர்த்தி.

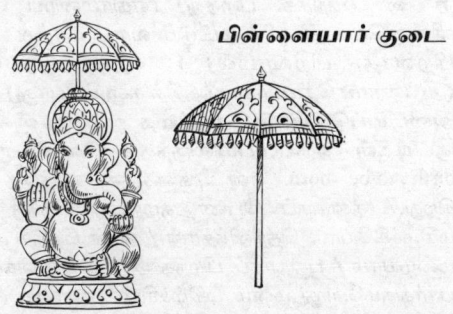

பிள்ளையார் குடை

பிள்ளையார் சதுர்த்தி பெ. காண்க: விநாயகர் சதுர்த்தி.

பிள்ளையார் சுழி பெ. 1: எழுதத் தொடங்கும்போது தாளின் மேல்பக்கத்தில் (விநாயகரை வேண்டிக்கொள்ளும் முறையில்) முதன்முதலாக எழுதும் 'உ' என்ற மங்கலக் குறியீடு; the auspicious mark, 'உ' put at the head of a writing-paper to invoke the blessings of பிள்ளையார் before one begins writing. பிள்ளையார் சுழி போட்டுப் புது வருடக் கணக்கை எழுத ஆரம்பித்தார்./ பிள்ளையார் சுழியுடன் கடிதம் ஆரம்பித்திருந்தது. (பார்க்க, படம்) 2: தொடக்கம்; ஆரம்பம்; beginning. இந்தப் பிரச்சினைகளுக்கெல்லாம் பிள்ளையார் சுழி அவர் கொடுத்த பேட்டிதான்./ இந்தப் படத்தை இயக்கியதன் மூலம் இயக்குநர் தனது திரையுலக வாழ்க்கைக்குப் பிள்ளையார் சுழி போட்டுவிட்டார்./ இந்தச் சந்திப்பின் மூலம் ஒரு வலுவான நட்புக்குப் பிள்ளையார் சுழி போட்டுள்ளோம்.

பிள்ளையார் சுழி

உ

பிள்ளையார் படிப்பு பெ. (இலங்.) கோயிலில் விநாயகரைப் பற்றிய புராணத்தை 21 நாட்களுக்குப் படிக்கும் சடங்கு; the ritual recital of Vinayakar Purana in temples for 21 days.

பிள்ளை வயிற்று பெ.அ. (ஒருவருடைய) மகனுக்குப் பிறந்த; born to one's son. இது என் பிள்ளை வயிற்றுப் பேத்தி.

பிள வி. (பிளக்க, பிளந்து) 1: (நிலம், பாறை, மரம் முதலியவை) பிரியும்படி துண்டாதல்/(பாறை, மரம் முதலியவற்றை) துண்டாக்குதல்; (of earth, rock, etc.,) get split/split; rend; part; crack. பூகம்பத்தால் நிலம் பிளந்தது./ கோடாலியால் விறகைப் பிளந்தான்./ (உரு வ.) மனத்தைப் பிளக்கும் சோகம்./ (உரு வ.) தலைவலி மண்டையைப் பிளக்கிறது. [(தொ.சொ.) அரி/ அறு/ உடை/ ஒடி/ கிழி/ தகர்/ துண்டி/ தெறிப்பு/ நறுக்கு/ நொறுக்கு/ பிடு/ பிள/ பிளவு/ முறி/ விரிசல்/ வெட்டு/ வெடிப்பு] 2: (வாய்) அகல விரிதல்/(வாயை) அகலமாக விரித்தல்; (of one's mouth) open/open (the mouth); gape. தாய்ப் பறவையைக் கண்டதும் குஞ்சுகளின் வாய்கள் பிளந்தன./ வாயைப் பிளந்துகொண்டு வந்தது சுறா மீன். 3: (ஒன்றாக உள்ள அமைப்பு முதலியவை) பிரிதல்/(ஒன்றாக உள்ள அமைப்பு முதலியவற்றை) பிரித்தல்; (of party, organization, etc.,) be broken up; be split/break or split. கட்சி பிளந்துவிடும் அளவுக்குக் கோஷ்டிப் பூசல் பெருகிவிட்டது./ சங்கத்தைப் பிளக்க முயற்சிகள் நடக்கின்றன. 4: (இயற்.) (அணுக்கருவைக் குறிப்பிட்ட முறையில்) உடைத்தல்; சிதைத்தல்; split (an atom). அணுவைப் பிளக்கும்போது அதிக அளவில் ஆற்றல் வெளிப்படுகிறது

பிளந்துகட்டு வி. (-கட்ட, -கட்டி) (பே.வ.) (பாராட்டும் விதத்தில்) அருமையாக அல்லது சிறப்பாகச் செய்தல்; பிய்த்துக்கட்டுதல்; பிய்த்து உதறுதல்; do extremely well. சின்னப் பையன் ஆங்கிலத்தில் பிளந்துகட்டிவிட்டான்!

பிளவு பெ. 1: பிளந்திருப்பதால் ஏற்படும் இடைவெளி; fissure (in a rock); crevice. பாறைப் பிளவில் ஒரு பாம்பு இருந்தது./ சுவரில் சிறு பிளவு தெரிந்தது. [(தொ.சொ.) இடைவெளி/ தெறிப்பு/ பிள/ விரிசல்/ வெடிப்பு] 2: (ஒன்றாக இருக்கும் பலர் அல்லது கட்சி போன்ற அமைப்புகள்) பிரிந்து போகும் நிலை; (in an organization, etc.,) split. கட்சியில் பிளவு/ நெருங்கிய நண்பர்களுக்கு இடையில் பிளவா!

பிளவுபடு வி. (-பட, -பட்டு) 1: ஓர் அமைப்பு (ஒன்று அல்லது ஒன்றுக்கு மேற்பட்ட) பிரிவுகளாகப் பிரிதல்; split; break apart. தலைவர்களுக்கு இடையே நீடித்த கருத்து வேறுபாடு முற்றியதால் கட்சி பிளவுபட்டது. 2: (நிலம், பாறை முதலியவற்றில்) இடைவெளி ஏற்படுதல்; split; part; cleave; develop fissure. பிளவுபட்ட பாறை/ மேல் உதடு பிளவுபட்டிருப்பதை மருத்துவ சிகிச்சையின் மூலம் இணைத்துவிடலாம்.

பிளவை பெ. காண்க: ராஜபிளவை.

பிளா பெ. (இலங்.) (கள் குடிக்க) பனை ஓலையைக் கிழித்து, மடித்துச் செய்த குழிவான சாதனம்; a boat-like container made of palmyra leaf, to drink toddy from. எத்தனை பிளா கள் குடித்தாய்?/ எந்த நாளும் பிளாவும் கையுமாகத் திரிந்தால் எப்படி உருப்படுவாய்?

பிளாச்சு பெ. (ஊரக வ.) நீளவாக்கில் பிளக்கப்பட்ட மூங்கில் துண்டு; bamboo split. பிளாச்சுகளைக் கொண்டு படல் செய்யப்பட்டிருந்தது.

பிளாஸ்திரி பெ. (காயத்தின் மீது வைக்கும் பஞ்சு, துணி முதலியவை விலகாமல் இருக்கப் பயன்படுத்தும்) ஒட்டும் பரப்புடைய நீண்ட பட்டையான துணி; (காயத்தின் மீது போடும்) மருந்து தடவப்பட்ட, ஒட்டும் பரப்புடைய துண்டுத் துணி; sticking plaster; plaster.

பிளிறல் பெ. யானை எழுப்பும் பேரொலி; trumpet (of an elephant). காட்டுக்குள் சென்றவர்கள் யானையின் பிளிறலைக் கேட்டுச் சற்றுத் தயங்கினார்கள்.

பிளிறு வி. (பிளிற, பிளிறி) **(யானை) பேரொலி எழுப்புதல்;** (of an elephant) trumpet.

பிற்காப்பு நிறுவனம் பெ. (பு.வ.) **பல்வேறு காரணங்களால் தன் குடும்பத்துடன் மீண்டும் சேர முடியாத இளஞ்சிறார்கள், குழந்தைகள் இல்லங்கள்/ சிறப்பு இல்லங்களிலிருந்து வெளியேறியவர்கள் 21 வயது முடியும்வரை தங்குவதற்கான பராமரிப்பு இல்லம்;** after-care organisation.

பிற்காலம் பெ. 1: **எதிர்காலம்;** future. கொஞ்சம்கொஞ்சமாகப் பணத்தைச் சேமித்துவைத்தால்கூடப் பிற்காலத்தில் உதவுமே!/ பிற்காலச் சந்ததியினருக்கு உதவும் நோக்கத்தில் இந்த ஆய்வில் அவர் ஈடுபட்டுள்ளார். 2: **கடந்தகாலத்தில் குறிப்பிட்ட ஒரு பிந்தைய பகுதி;** (the period or time) coming after the one mentioned earlier; being later. இது சிலப்பதிகாரத்துக்கு எழுதப்பட்ட பிற்கால உரை./ பிற்காலச் சோழர்கள்/ பிற்காலத்தில்தான் என் ஆசிரியர் குறிப்பிட்டதை உணர முடிந்தது.

பிற்சேர்க்கை பெ. **(புத்தகம், ஆய்வேடு முதலியவற்றில்) உள்ளடக்கத்தில் தரப்படாமல் பிற்பகுதியில் இணைக்கப்படும் கூடுதல் தகவல்; இணைக்கப்பட்ட பகுதி;** appendix (to a book, etc.,); addendum.

பிற்பகல் பெ. **நண்பகலுக்கும் மாலைக்கும் இடைப்பட்ட பொழுது;** afternoon. பிற்பகல் இரண்டு மணிக்குத் தேர்வு தொடங்கும்.

பிற்படு வி. (-பட, -பட்டு) 1: **(காலத்தால்) பிந்துதல்;** lag behind others. தொழில் வளர்ச்சியில் நாம் பிற்பட்டுவிட்டோமா? 2: **பொருளாதார வளர்ச்சியில் பின்தங்குதல்;** (of a country) be underdeveloped. பிற்பட்ட மாவட்டங்கள்.

பிற்படுத்தப்பட்ட பெ.அ. **(அரசின் கணிப்பில்) கல்விக்கும் பொருளாதார முன்னேற்றத்துக்கும் விசேஷக் கவனம் தேவை என்று குறிப்பிடப்பட்ட;** backward (communities identified by the government as needing special attention because of their economic and social backwardness). பிற்படுத்தப்பட்ட வகுப்பு/ பிற்படுத்தப்பட்ட பிரிவினருக்கு மத்திய அரசுக் கல்வி நிலையங்களில் 27 சதவீத இடஒதுக்கீடு செய்ய வேண்டும் என்று உச்ச நீதிமன்றம் தீர்ப்பளித்தது./ பிற்படுத்தப்பட்ட இனம்.

பிற்பாடு வி.அ. (பே.வ.) **பிறகு; பின்;** after; afterwards. நீ போன பிற்பாடுதான் எனக்கு இந்த யோசனை தோன்றியது./ பிற்பாடு விசாரித்ததில் அவர் ஊரில் இல்லை என்று தெரிந்தது.

பிற்போக்கு பெ. (-ஆக, -ஆன) **சமத்துவம், சமூகநீதி போன்றவற்றின் தேவையையும் மாற்றங்களுக்கான தேவையையும் உணராத போக்கு;** being reactionary. வன்முறை பெருகிவருவது பிற்போக்குச் சக்திகளின் ஆதிக்கத்தைக் காட்டுகிறது./ விதவை மறுமணம் கூடாது என்ற பிற்போக்கான கருத்தைத்தான் ஆசிரியர் இந்தக் கதையின் மூலம் சொல்கிறார்./ பாலியல் கல்வி பள்ளிக்கூடங்களில் இடம்பெறக் கூடாது என்பது பிற்போக்கான கருத்து என்று கூட்டத்தில் பேசிய ஒருவர் கூறினார்./ பிற்போக்குச் சிந்தனை.

பிற்போடு வி. (-போட, -போட்டு) (இலங்.) **ஒத்திப்போடுதல்;** postpone(work, plan, etc.). அதிபர் தாம் பங்குபற்றும் தேதியை வழங்காததால் இலக்கியக் கூட்டத்தைப் பிற்போட்டுவிட்டோம்./ அலுவலகத்தில் எல்லா வேலைகளையும் அன்றன்றே செய்து முடிக்காமல் பிற்போட்டதால் இப்போது அதிகச் சுமையாகிவிட்டது.

பிற[1] வி. (பிறக்க, பிறந்து) (எதிர்மறைப் பெயரெச்ச, வினையெச்சங்களில் மட்டும் வரும் மாற்று வடிவங்கள்: பிறவாத, பிறவாமல்) 1: **(குழந்தை) பெறுதல்/ (ஆணோடு தொடர்புபடுத்திக் கூறும்போது) (குழந்தை) அடையப்பெறுதல்/(குழந்தை அல்லது விலங்குகளின் குட்டிகள் கருப்பையிலிருந்து) வெளிவருதல்;** give birth to/be born. என் மகளுக்குக் குழந்தை பிறந்திருக்கிறது./ தனக்குப் பெண் குழந்தை பிறந்த செய்தியை மகிழ்ச்சியோடு தெரிவித்தான்./ நான் பிறந்த அன்று நல்ல மழையாம்./ புதிதாகப் பிறந்த அந்தப் பூனைக்குட்டியைப் பார்க்கும்போது மனம் மகிழ்ச்சியில் துள்ளிக் குதித்தது. 2: **உண்டாதல்; தோன்றுதல்;** be brought into existence; arrive. பிரச்சினைக்கு ஒரு தீர்வு பிறக்கும்./ மனம் அமைதி பெறும்போது மனத்தில் தெளிவும் பிறக்கும்./ வேலையை விரைவில் முடித்துவிட வேண்டும் என்று ஆர்வம் பிறந்தது. 3: **(காலம், வருடம், மாதம் முதலியவை) தொடங்குதல்;** (of year, month) be born; commence. பிறக்கும் புத்தாண்டு உங்களுக்கு எல்லா நன்மைகளையும் தர வாழ்த்துகிறேன்./ மாதம் பிறந்துவிட்டது என்றால் ஆயிரம் செலவுகள் காத்திருக்கும்.

பிற[2] பெ. 1: **(குறிப்பிடப்பட்டதைத் தவிர்த்த) மற்றவை; சிலது;** the other; the rest. நான் கூறாத பிறவும் இப்பேட்டியில் சேர்க்கப்பட்டிருக்கின்றன./ அவர் சொல்லாத பிறவற்றை வாங்காதே. 2: (அடையாக வரும்போது) **மேலும் இருக்கிற; மற்ற; ஏனைய;** other. கட்டுரையின் பிற பகுதிகளை இனிமேல்தான் தட்டச்சு செய்ய வேண்டும்./ பிற மொழிகளையும் கற்க வேண்டும்.

பிறகு[1] வி.அ. 1: **தொடர்ந்து அடுத்ததாக; பின்பு;** after. அவர் வீட்டுக்குப் போனாய், பிறகு என்ன செய்தாய்? 2: **பின்னொரு சமயத்தில்; அப்புறம்;** (on a) later (occasion); (at a) later (time). அதைப் பற்றிப் பிறகு பேசுவோம்./ அந்த வேலையைப் பிறகு செய்யலாம் என்று வைத்திருக்கிறேன்.

பிறகு[2] இ.சொ. 1: **'குறிப்பிட்ட செயல் நிகழ்ந்ததும் அல்லது குறிப்பிட்ட நேரம் கழிந்ததும்' என்ற பொருளில் பயன்படுத்தப்படும் இடைச்சொல்;** particle used in the sense of 'during the time that follows'; 'afterwards'. சாப்பிட்டு முடித்த பிறகு உலாவச் சென்றார்./ பணம் கொடுத்த பிறகும் ஏன் நின்றுகொண்டிருக்கிறாய்? 2: **முதல் கூற்று தெரிவிக்கும் செய்திக்குப் பொருத்தமான உணர்ச்சியை வெளிப்படுத்தாமல் அதற்கு மாறான உணர்ச்சியை வெளிப்படுத்த வேண்டுமா என்று கேட்கும்போது பயன்படுத்தப்படும் இடைச்சொல்; 'அப்புறம்';** particle used as a connective between opposing statements the latter of which has the effect of a rhetorical question; 'on the contrary'. பணத்தைத் தொலைத்துவிட்டு வந்திருக்கிற உன்னைத் திட்டாமல் பிறகு கொஞ்சவா செய்வார்கள்?

பிறத்தியார் பெ. (பே.வ.) **பிறர்;** others. அவர் பிறத்தியாருடைய கஷ்டத்தையும் தன்னுடைய கஷ்டத்தைப் போல நினைத்து உதவி செய்வார்.

பிறந்தகம் பெ. *(வ.வ.)* **(திருமணமான பெண்ணின்) பிறந்த வீடு;** (with reference to a married woman) the home of one's parents. *கணவனிடம் கோபித்துக்கொண்டு பிறந்தகத்துக்குப் போயிருக்கிறாளா?*

பிறந்த நாள் பெ. **ஒருவர் பிறந்த ஆண்டு, மாதம், நாள் ஆகியவை/ஒவ்வொரு ஆண்டும் வருகிற ஒருவரின் மேற்குறிப்பிட்ட நாள்;** date of birth/birthday. *விண்ணப்பப் படிவத்தில் பிறந்த நாளைக் குறிப்பதில் தவறு ஏற்பட்டுவிட்டது./ குழந்தையின் பிறந்த நாளைச் சிறப்பாகக் கொண்டாடினார்கள்.*

பிறந்த மேனி பெ. **உடை எதுவும் அணியாத நிலை; நிர்வாணம்;** state of being nude; nakedness. *கடற்கரையில் சிறுவர்கள் பிறந்த மேனியோடு விளையாடிக்கொண்டிருந்தார்கள்.*

பிறந்த வீடு பெ. **(திருமணமான பெண்ணின்) பெற்றோர் வீடு;** (with reference to a married woman) the home of one's parents. *எனக்குப் பிறந்த வீடும் புகுந்த வீடும் சென்னைதான்./ பிறந்த வீட்டுப் பெருமையையே பேசிக்கொண்டிருக்காதே.*

பிறப்பி வி. *(பிறப்பிக்க, பிறப்பித்து)* **(சட்டப்படியான ஆணையை) நடைமுறைப்படுத்துவதற்கு ஏற்ற வகையில் அதிகாரபூர்வமாக அறிவித்தல்; (புதிய சட்டத்தை) நடைமுறைக்குக் கொண்டுவருதல்;** issue (an order); promulgate (an ordinance). *கலவரப் பகுதியில் கண்டவுடன் சுடக் காவலருக்கு ஆணை பிறப்பிக்கப்பட்டுள்ளது./ போதை மருந்துக் கடத்தலைத் தடுப்பதற்காக அவசரச்சட்டம் ஒன்றை அரசு பிறப்பித்தது.*

பிறப்பிடச் சான்றிதழ் பெ. **ஒருவர் எங்கு பிறந்தார், அவர் பிறக்கும்போது அவர் குடும்பம் எங்கு வசித்தது என்பதைக் காட்டுவதற்கு வட்டாட்சியர் வழங்கும் சான்றிதழ்;** certificate attesting where s.o. was born, where his/her family resided when they were born etc., issued by tahsildar.

பிறப்பிடம் பெ. **1: (ஒருவர்) பிறந்த ஊர்;** one's place of birth. **2: (ஒன்று) தோன்றும் அல்லது தொடங்கும் இடம்;** place of origin. *கங்கையின் பிறப்பிடம் இமயமலை/ (உரு வ.) இந்த மண் வீரத்தின் பிறப்பிடம்.*

பிறப்பு பெ. **1: (ஒருவர்) பிறத்தல்;** birth (of s.o.). *பிறப்பு இறப்புப் பதிவாளர்/ பரமசிவம், பிறப்பு: 12-03-1942, இறப்பு: 15-06-2006.* [*(தொ.சொ.)* **உதயம்/ தோற்றம்**] **2:** *(உ.வ.)* **(ஒருவர் பிறந்த) குடும்பம் அல்லது குலம்;** birth; descent. *உயர் பிறப்பு, தாழ் பிறப்பு என்று பேசாதே!* **3: பிறவி;** one's (next or previous) birth. *மறுபிறப்பு, ஏழு பிறப்பு இவற்றிலெல்லாம் எனக்கு நம்பிக்கை இல்லை.* **4: (வருடம், மாதம் ஆகியவற்றின்) ஆரம்பம்; தொடக்கம்;** beginning; commencement (of a year, month). *வருடப் பிறப்பு.*

பிறப்புரிமை பெ. **தான் பிறந்த நாட்டில் ஒருவருக்கு இயற்கையாகவே உள்ள உரிமை;** birthright. *இந்தியாவில் எந்தப் பகுதியிலும் குடியிருக்கலாம் என்பது ஒவ்வொரு இந்தியனின் பிறப்புரிமை.*

பிறப்புவாசி பெ. *(இலங்.) (பெரும்பாலும் எதிர்மறைத் தொனியில்)* **பிறவிக்குணம்;** congenital character. *அவர் பிறப்புவாசியே இப்படித்தான். எந்த நேரமும் வீட்டில் கத்திக்கொண்டிருப்பார்.*

பிறப்புறுப்பு பெ. **ஆண், பெண் என்ற பால் வேறுபாட்டை இனம்காட்டும் விதமாக அமைந்திருக்கும் இனப்பெருக்கத்திற்கான உறுப்பு;** genitals.

பிறர் பெ. **(தன்னை அல்லது தன் குழு, அமைப்பு போன்றவற்றைத் தவிர்த்த) மற்ற நபர்கள்;** someone else; others; other people; outsiders. *இதுகூடப் பிறர் சொல்லித்தான் உனக்குத் தெரிய வேண்டுமா?/ பிறரை ஏமாற்ற வேண்டும் என்ற நோக்கத்தோடு நான் இதைச் செய்யவில்லை./ பிறர் தயவில் எத்தனை நாள் வாழ முடியும்?/ அவர் தனக்குத் தெரிந்ததைப் பிறருடன் பகிர்ந்துகொள்ளத் தயங்க மாட்டார்./ நம் சங்கத்தின் விவகாரங்களில் பிறரை நுழைய விட வேண்டுமா?*

பிறவி பெ. **1: (பிறப்பிலிருந்தே குறிப்பிட்ட தன்மைகளை வெளிப்படுத்தும்) நபர்;** (human, divine, strange) birth; being. *மனிதப் பிறவியில் இப்படி ஒரு விசித்திரப் பிறவியா?/ அந்தக் குழந்தை ஒரு தெய்வப் பிறவி.* **2:** *(ஒருவரிடம் உள்ள குணத்தை அல்லது குறையைக் குறித்து வரும்போது)* **பிறந்ததிலிருந்தே இருப்பது;** born (artist, etc.,); existing from birth; congenital (defect). *அந்த விஞ்ஞானி ஒரு பிறவி மேதை/ பிறவிக் கலைஞன்/ பிறவியிலேயே ஊமை.* **3: (இந்து மதத்தில்) இறந்த பிறகு பிறந்து வாழ வேண்டிய (ஏழு என்று கருதப்படுகிற) வாழ்க்கைகளுள் ஒன்று; ஜென்மம்; பிறப்பு;** any of the several births that a person is believed to go through as a soul. *'நான் போன பிறவியில் போஜராஜனின் மனைவியாக இருந்தேன்' என்றது அந்தக் கிளி.*

பிறவிக்குணம் பெ. **ஒருவர் பிறந்ததிலிருந்தே அவரிடம் காணப்படும் (பொதுவாக) விரும்பத்தகாத குணம்;** inborn trait. *கோபம் வந்துவிட்டால் கண்டபடித் திட்டுவது அவனுடைய பிறவிக்குணம் ஆயிற்றே./ பொறாமை அவன் பிறவிக்குணம்.*

பிறவியாசாரம் பெ. *(இலங்.)* **பரம்பரையாகவே சைவமாக இருக்கும் உணவுப் பழக்கம்;** the orthodox practice of being vegetarian for generations.

பிறவினை பெ. *(இலக்.)* **(தமிழ் இலக்கண மரபில்) பிறரைக் கொண்டு ஒரு செயல் நடத்தப்படுவதைத் தெரிவிக்கும் வினை;** effective verb.

பிறழ் வி. *(பிறழ, பிறழ்ந்து) (உ.வ.)* **1: ஒன்று தான் இருக்கும் நிலையிலிருந்து அல்லது இடத்திலிருந்து விலகுதல்; பிசகுதல்;** get dislocated. *மூட்டு பிறழ்ந்து தோள்பட்டை இறங்கிவிட்டது.* [*(தொ.சொ.)* **நழுவு/ பிசகு/ விலகு**] **2: (ஒழுங்கு முறை) மாறுதல்;** deviate from the normal order, sequence, system, etc., *செய்யுளை வரி பிறழாமல் சொன்னான்./ நீதி வழங்குவதில் முறை பிறழ்ந்த அரசன் கதை இது./ வாக்குப் பிறழக் கூடாது.*

பிறழ் சாட்சி பெ. *(சட்டம்)* **(ஒரு வழக்கில்) முதல் விசாரணையின்போது சாட்சி சொன்னவர், பிறகு தான் சொன்னதற்கு நேர்மாறாக நீதிமன்றத்தில் அளிக்கும் சாட்சி/அப்படி சாட்சி சொல்பவர்;** hostile witness.

அரசுத் தரப்பு சாட்சியான ஓட்டுநர் பிறழ் சாட்சியாக அறிவிக்கப்பட்டார்./ பொருள்களை விநியோகிக்கும் உரிமை பெறத் தான் லஞ்சம் அளித்ததாக நீதிமன்றத்தில் கூறியிருந்தார். ஆனால், அவரே தனிநீதிமன்றத்தில் பிறழ் சாட்சியாக மாறிவிட்டார்.

பிறன் பெ. (அ.வ.) **பிறர் என்பதன் ஆண்பால் ஒருமை;** masculine singular of பிறர்.

பிறாண்டு வி. (பிறாண்ட, பிறாண்டி) **(ஒரு பரப்பில்) நகத்தால் கோடு கிழிப்பதுபோல் அழுத்தி இழுத்தல்; கீறுதல்;** scratch (as with nails or claws). பூனை கையில் பிறாண்டிவிட்டது./ இரவு முழுவதும் பெட்டியை எலி பிறாண்டிக்கொண்டிருந்தது./ முதுகைச் சொறி, பிறாண்டாதே!

பிறிது பெ. (உ.வ.) **(குறிப்பிடப்படும் ஒன்று அல்லாமல்) வேறு;** another. அன்பைவிட உயர்வானது பிறிதில்லை./ பிறிதோர் உண்மையையும் நான் உங்களுக்குச் சொல்ல வேண்டும்.

பிறை[1] பெ. 1: **கூர்மையான முனைகளோடு வளைந்த கீற்றாகத் தோற்றமளிக்கும் நிலவு;** the crescent moon. 2: **(மேற்குறிப்பிட்ட நிலவு போன்ற வடிவத்தில் பெண்கள்) தலையில் அணியும் ஆபரணம்;** crescent-shaped ornament (worn by women on their head).

பிறை[2] பெ. (வ.வ.) **(சுவரில் விளக்கு வைக்கும்) சிறு மாடம்;** niche. இந்த அகல் விளக்கைப் பிறையில் வை.

பிறை வளைவு பெ. **பிறைபோல இருக்கும் அடைப்புக் குறி;** bracket.

பின்[1] பெ. 1: **(இடத்தில் அல்லது பொருளின்) முன் இருப்பதற்கு நேர் எதிர்த் திசையிலோ ஒன்றின் மறுபுறத்திலோ இருப்பது; ஒரு பொருள், இடம் முதலியவற்றின் இறுதிப் பகுதியாகவோ முடிவாகவோ இருப்பது;** back (of sth.); rear. பின்இருக்கையில் இரண்டு பேர் சத்தமாகப் பேசிக்கொண்டிருந்தனர்./ கீழே விழுந்ததில் பின்தலையில் சரியான அடி!/ புத்தகத்தின் பின்பக்கம் விலை போட்டிருக்கிறதா என்று பார்த்தான்./ வண்டி பின்னுக்குப் போய்க்கொண்டிருக்கிறது./ பேருந்தின் பின்பகுதியில் கட்சிக் கொடியைக் கட்டியிருந்தார்கள்./ கரப்பான், தேள் ஆகிய இரண்டில் முன்னது விஷமற்றது; பின்னது விஷமுடையது. 2: **(காலத்தைக் குறித்து வரும்போது) முன் உள்ளதற்கு அடுத்து அல்லது இறுதியாக வருவது;** being latter. நாடகத்தின் பின்பகுதி அவ்வளவு நன்றாக இல்லை./ நான் முன்பு குறிப்பிட்ட இரண்டு விஷயங்களில் பின்னதைப் பற்றிதான் இப்போது பேசப் போகிறேன்.

பின்[2] வி.அ. **பின்னால்;** back. காலைச் சற்றுப் பின் வைத்து விட்டுத் தடுமாறி விழுந்தான்.

பின்[3] இ.சொ. (நான்காம் வேற்றுமை உருபைத் தொடர்ந்து வரும்போது) **காலத்தில் ஒன்றை அடுத்து இன்னொன்று நிகழ்வதையும், இடத்தில் ஒன்றின் முன்பக்கத்துக்கு எதிரான பக்கத்தில் இன்னொன்று இருப்பதையும் உணர்த்தப் பயன்படுத்தும் இடைச்சொல்; 'பின்னால்';** particle used in the sense of 'behind (sth.)', 'after (s.o. or sth.)'. குழந்தை கதவுக்குப் பின் ஒளிந்துகொண்டிருந்தது./ என் பின் நாய் ஓடி வந்தது./ சுதந்திரத்துக்குப் பின் இந்தியா பெரும் வளர்ச்சி கண்டிருக்கிறது.

பின்கட்டு பெ. **வீட்டின் பின்பகுதி;** the rear of the house. பின்கட்டிலிருந்து ஆடு கத்தியது.

பின்கதவு பெ. (இலங்.) **முறையற்ற வழி;** unfair or indirect way; (the using of) back door. அவர் இங்கு பின்கதவால் தான் வேலையில் சேர்ந்தார் என்பது உனக்குத் தெரியாதா?/ எந்தத் திறமையும் இல்லாமல் பின்கதவால் பதவியில் அமர்ந்தவர் செய்யும் அதிகாரத்தைப் பார்!

பின்களம் பெ. **(கால்பந்து, ஹாக்கி போன்ற சில விளையாட்டுகளில்) கோல் கம்பத்தை ஒட்டியிருந்து பந்தைத் தடுத்து ஆடும் ஆட்டக்காரர்கள் இருக்கும் மைதானப் பகுதி;** backfield.

பின்குறிப்பு பெ. 1: **கடிதத்தில் கையெழுத்துக்குப் பிறகு குறிக்கப்படும் செய்தி; குறிப்பு;** postscript. பின்குறிப்பு என்று போட்டு 'தம்பிக்கு 500 ரூபாய் கொடுத்துவிடு' என்று எழுதிக் கடிதத்தை மடித்தான். 2: **(கட்டுரை, அறிக்கை போன்றவற்றின்) முடிவை அடுத்து இணைக்கப்படும் கூடுதல் தகவல்;** additional note or notes. பின்குறிப்பாக இந்த விளக்கத்தைப் போட்டுவிடுங்கள் என்று ஒரு காகிதத்தைக் கொடுத்தார்.

பின்தங்கிய பெ.அ. **பிற்படுத்தப்பட்ட;** backward.

பின்தங்கு வி. (பின்தங்க, பின்தங்கி) 1: **(கல்வி, பொருளாதாரம் போன்றவற்றில்) வளர்ச்சி என்று கருதத் தகுந்த நிலையை எட்ட முடியாமல் இருத்தல்;** be underdeveloped; be backward. நாடு பின்தங்கிவிட்டது என்று பொதுப்படையாகச் சொன்னால் எப்படி?/ தொழில் வளர்ச்சியில் பின்தங்கியுள்ள மாவட்டங்களுக்கு அரசு பல சலுகைகளை அளித்துள்ளது. 2: **(விளையாட்டில்) (ஒரு அணி) தோல்வி காணும் நிலையில் இருத்தல்;** (in sports) trail. இடைவேளை வரை 2-3 என்ற கணக்கில் பின்தங்கியிருந்த அணி பிறகு சுறுசுறுப்பாக ஆடி வெற்றி பெற்றது.

பின்தளம் பெ. (இலங்.) **(ஒரு இடத்தின்) பின்பகுதி; பின்னால் அமைந்துள்ள இடம்;** backyard; rear. வீட்டின் பின்தளம்/ முகாமின் பின்தளத்தின் வழியாகத் தாக்கிய படி வீரர்கள் உள்ளே நுழைந்தார்கள்.

பின்தாயம்மா பெ. (திருநர் வ.) **முறையாக மருத்துவப் பயிற்சி பெறாத தாயம்மா செய்யும் பால்மாற்று அறுவைச் சிகிச்சைக்கு உடனிருந்து உதவும் திருநங்கை;** transwoman who helps during surgery for gender reassignment.

பின்தேதியிடு வி. (-இட, -இட்டு) **(காசோலை எழுதும் போது) அன்றைய தேதியைப் போடாமல், பின்னொரு நாளில் செல்லத் தக்கதாக இருக்கும் வகையில், வரவிருக்கும் ஒரு தேதியைக் குறிப்பிடுதல்;** postdate.

பின்தொடர் வி. (-தொடர, -தொடர்ந்து) 1: **(ஒருவர் அல்லது ஒன்று செல்லும் திசையிலேயே அவரை அல்லது அதனை) இலக்காகக் கொண்டு பார்வையிலிருந்து நழுவவிடாமல் பின்னால் செல்லுதல்;** trail s.o; be on the trail; pursue. காவலர்கள் தீவிரவாதியைப் பல நாட்களாகப் பின்தொடர்ந்து கடைசியில் கைதுசெய்தனர்./ நிழல்போல் பின்தொடர்ந்து வருகிறான்./ (உரு வ.) நீ செய்த பாவம் உன்னைப் பின்தொடராமல் இருக்குமா? 2: **பின்பற்றுதல்;** follow. விடுதலைப் போராட்டத்தில் காந்தியைப் பின் தொடர்ந்தவர்கள் பலர்.

937 பின்னடைவு

பின்நவீனத்துவம் பெ. (இருபதாம் நூற்றாண்டின் இடைப்பகுதியில்) **நவீனத்துவத்தை விமர்சனத்துக்கு உட்படுத்தி (முன்னேற்றம், நிச்சயத் தன்மை, மையம், அதிகாரம் போன்றவற்றைக் கேள்விக்கு உள்ளாக்கி, பல்வேறு நிலைப்பாடுகளையும் உள்ளடக்கி) மரபின் கூறுகளையும் நவீனத்துவத்துக் கூறுகளையும் இணைத்துக் கலை, இலக்கியம் போன்றவற்றில் காணப்பட்ட போக்கு;** postmodernism.

பின்நிலவு பெ. **பௌர்ணமிக்குப் பிந்திய இரவுகளில் தோன்றும் தேய்பிறை நிலவு;** waning moon.

பின்பக்கம் பெ. **பின்புறம்;** the area behind sth. வீட்டின் பின்பக்கம் ஒரு கால்வாய் ஓடுகிறது./ கோயிலின் பின்பக்கத்தில்தான் திருக்குளம் இருக்கிறது.

பின்பற்று வி. (பின்பற்ற, பின்பற்றி) **1: (வகுக்கப்பட்ட அல்லது ஏற்றுக்கொள்ளப்பட்ட ஒரு கொள்கை, திட்டம் முதலியவற்றை) நடைமுறையில் தொடர்ந்து செயல்படுத்துதல் அல்லது மேற்கொள்ளுதல்; கடைப்பிடித்தல்;** follow (a path, tradition); follow in (the footsteps of s.o.). அகிம்சை வழியைப் பின்பற்றி மக்கள் போராட வேண்டும் என்று காந்தி கேட்டுக்கொண்டார்./ காலம்காலமாகப் பின்பற்றப்பட்டுவரும் பழக்கவழக்கங்களை எளிதில் மாற்ற முடியாது./ யார் சொன்னதையும் கண்மூடித்தனமாகப் பின்பற்றக் கூடாது./ ஜப்பானியச் சாகுபடி முறை இந்தப் பகுதியில் பின்பற்றப்படுகிறது./ கிரீன்விச் நேர முறையைத்தான் உலகெங்கும் பின்பற்றுகிறார்கள். [(தொ.சொ.) **கடைப்பிடி/ செயல்படுத்து/ மேற்கொள்**] **2: பின்தொடர்தல்;** follow. அவர்களைப் பின்பற்றி நானும் குகைக்குள் சென்றேன்.

பின்பனிக் காலம் பெ. **நள்ளிரவுக்கு மேல் பனி பெய்யும் தை, மாசி மாதங்களை உள்ளடக்கிய காலம்;** the period between mid-January and mid-March when mist occurs in the latter half of the night.

பின்பாட்டு பெ. **பாடகருக்குப் பின்னால் இருந்து அவருக்கு ஏற்ப சேர்ந்து பாடும் பாட்டு;** vocal support (to a singer). இன்று கச்சேரியில் பின்பாட்டு நன்றாக அமையவில்லை.

பின்பாட்டுப் பாடு வி. (பாட, பாடி) **(ஒருவர் சொல்வதை ஆதரிக்கும் விதமாக அதை) அப்படியே திரும்பச் சொல்லுதல்;** agree with whatever one says; echo. மாமி எதைச் சொன்னாலும் அதற்கு மாமா பின்பாட்டுப் பாட ஆரம்பித்துவிடுவார்./ ஊர்ப் பெரிய மனிதர் என்றால் அவருக்குப் பின்பாட்டுப் பாட நாலு பேர் இருப்பார்கள்.

பின்பு[1] வி.அ. **பிறகு**[1]**;** see **பிறகு**[1].

பின்பு[2] இ.சொ. **பிறகு**[2]**;** see **பிறகு**[2].

பின்புலம் பெ. (உ.வ.) **பின்னணி என்னும் சொல்லின் முதல் மூன்று பொருள்களில்;** see பின்னணி in the senses of 1, 2 and 3.

பின்புறம் பெ. **பின்பக்கம்;** the area behind (sth.). வீட்டின் பின்புறம் பெரிய தோட்டம்.

பின்வரும் பெ.அ. **(இடத்தில் அல்லது காலத்தில்) அடுத்து வருகிற;** following. பின்வரும் வினாக்களில் ஏதேனும் மூன்றுக்கு விடை தருக./ பின்வரும் நாட்களில் செலவுகள் அதிகமாகும்.

பின்வருமாறு வி.அ. (எழுத்தில்) **குறிப்பிட்ட ஒன்றைத் தொடர்ந்து கொடுக்கப்பட்டுள்ளது அல்லது பட்டியலிட்டதுபோல; கீழே கொடுக்கப்பட்டுள்ளதைப் போல;** (in writing) as follows. சாட்சியம் அளிக்கும்போது அவன் பின்வருமாறு சொன்னான்./ அரையிறுதிக்குத் தகுதி பெற்ற அணிகள் பின்வருமாறு: இந்தியா, இலங்கை, ஆஸ்திரேலியா, தென்னாப்பிரிக்கா.

பின்வழுக்கை பெ. (ஆண்களை மட்டும் குறித்து வந்து) **தலையின் பின்புற உச்சியில் வட்ட வடிவில் முடி உதிர்ந்து காணப்படும் தலைப் பகுதி;** (of men) bald spot on the crown.

பின்வாங்கு வி. (பின்வாங்க, பின்வாங்கி) **1: (தாக்குதலைச் சமாளிக்க அல்லது தவிர்க்க) மேற்கொண்டு முன்னே செல்லாமல் பின்னே செல்லுதல்;** withdraw (from the earlier position); retreat. இரண்டு மணி நேரச் சண்டைக்குப் பிறகு தீவிரவாதிகள் பின்வாங்கினர்./ கம்பை எடுத்ததும் நாய் பின்வாங்கியது. **2: (செய்வதாக ஒப்புக்கொண்ட ஒன்றிலிருந்து அல்லது ஒன்றைச் செய்யாமல்) விலகிக்கொள்ளுதல்;** go back (on one's word); back out (of sth.). வாக்குக் கொடுத்துவிட்டுப் பிறகு பின்வாங்குவதா?/ தரமற்றதை விமர்சிக்க எங்கள் பத்திரிகை என்றுமே பின்வாங்கியது இல்லை.

பின்விளைவு பெ. **1: ஒரு செயலின் காரணமாக ஏற்படும் விரும்பத் தகாத விளைவு;** consequence. பின்விளைவுகளைப் பற்றிக் கவலைப்படாமல் நடுநிலையில் நின்று தீர்ப்புக் கூற வேண்டும்./ அதிகாரியைப் பகைத்துக் கொள்வதால் ஏற்படும் பின்விளைவுகளை நினைத்துப்பார். **2: (மருந்து, கதிரியக்கம் போன்றவற்றால்) பின்னாளில் ஏற்படும் பாதிப்பு;** after-effect. நாம் சாதாரணமாகப் பயன்படுத்தும் வலி நிவாரணிகளால் அபாயகரமான பின்விளைவுகள் ஏற்படக்கூடும்./ கதிரியக்கத்தால் ஏற்படும் பின்விளைவுகள் கொடூரமானவை.

பின்னங்கால் பெ. **1: (விலங்கினத்தில்) வாலை ஒட்டி அமைந்திருக்கும் கால்;** (of animals) hind leg or foot. ஆடு பின்னங்காலில் நின்று வாழை மரத்திலுள்ள இலையைத் தின்றுகொண்டிருந்தது. **2: குதிகால்;** heel.

பின்னடை வி. (-அடைய, -அடைந்து) **1: பின்தங்குதல்;** lag behind; regress; have a setback. புதிய நிர்வாகத்தில் உள்ள குறைபாடுகளே நிறுவனத்தின் செயல்திறனைப் பின்னடையச் செய்கின்றன./ நம் நாடு தொழில் துறையில் முன்னேறியுள்ளபோதும் பிற துறைகளில் பின்னடைந்துவிடவில்லை. **2: பின்வாங்குதல்;** retreat; back out; withdraw. நெருப்பின் வெம்மை முகத்தைத் தாக்கியவுடன் பின்னடைந்தான்./ கொடுத்த வாக்குறுதியை நிறைவேற்றுவதில் அரசு பின்னடையும் என்றால் நாங்கள் போராட்டத்தில் ஈடுபடத் தயங்க மாட்டோம்.

பின்னடைவு பெ. **1: முன்னேற்றத்தைத் தடை செய்யும் வகையிலான பாதிப்பு;** relapse; setback. குணம்பெற்று வந்த நோயாளியின் உடல் நிலையில் நேற்று மாலை பின்னடைவு ஏற்பட்டது./ அணுமின் நிலைய விபத்து விஞ்ஞான வளர்ச்சிக்கு ஏற்பட்ட ஒரு பின்னடைவு. **2: பின்தங்கிய நிலை;** state of being left behind. தொழில்

பின்னணி 938

வளர்ச்சியில் நாட்டின் பின்னடைவு குறித்து அமைச்சர் கவலை தெரிவித்தார்.

பின்னணி பெ. 1: **(ஒரு காட்சி, புகைப்படம் போன்ற வற்றில்) முக்கியமானதாக அமைவதற்குப் பின்புறத் தில் காணப்படுவது;** backdrop; background. கோயில் கோபுரம் பின்னணியில் தெரியும்படி அவர் என்னைப் புகைப்படம் எடுத்தார். 2: **கதை முதலியவற்றில் பாத் திரங்கள் அல்லது மனிதர்கள் செயல்படும் தளம்;** setting; background. இப்படிப்பட்ட சமூகப் பின்னணியில் குற்றங்கள் எழத்தான் செய்யும்./ இது சரித்திரப் பின் னணியை வைத்து எழுதப்பட்ட கதை. 3: **ஒரு நிகழ்ச்சி நிகழ்வதற்கு வெளிப்படையாகத் தெரியாத தூண்டு தல் அல்லது காரணம்;** background. போதைப்பொருள் கடத்தலின் பின்னணியில் ஒரு கூட்டமே இருக்கிறது./ அவ ரது திடீர்ப் பதவி விலகலுக்கு ஒரு பின்னணி இருக்கிறது. 4: **(திரைப்படம், நாடகம் போன்றவற்றில்) காட்சிக்கு ஏற்றவாறு அதனுடன் சேர்ந்தோ பின்னாலிருந்தோ இசை, பாடல் போன்றவை ஒலிக்கும் முறை; நடிகரின் உதட்டசைவுக்கு ஒத்த விதத்தில் அவருக்குப் பதிலாக வேறொருவர் பேசும் அல்லது பாடும் முறை;** background music; dubbing. கதாநாயகன் இறக்கும் காட்சியின் பின்னணியில் வயலின் இசை ஒலிக்கிறது./ கன்னட நடிக ருக்குத் தமிழ் தெரியாததால் பிரபல தமிழ் நடிகர் ஒருவர் அவருக்காகப் பின்னணி பேசியிருக்கிறார்./ பின்னணிக் குரல் கலைஞர்கள்/ அந்தப் படத்துக்குப் பின்னணி இசை தான் கூடுதல் பலம். 5: **(இலங்.) முன்னால் செல்லும் படைப் பிரிவுக்கு உணவு வழங்குதல், போரில் காயப் பட்டவர்களைத் தூக்கிச்செல்லுதல் போன்ற விதத்தில் ஆதரவாகச் செயல்படும் படைப் பிரிவு;** support group of an army.

பின்னணிப் பாடகர் பெ. **(திரைப்படம், தொலைக் காட்சி ஆகியவற்றில்) ஒரு காட்சியில் அல்லது நடிகர் பாடுவது போன்று எடுக்கப்படும் காட்சியில் பின்னணியாகப் பாடலைப் பாடுபவர்;** playback singer.

பின்னணிப் பாடகி பெ. **(திரைப்படம், தொலைக் காட்சி ஆகியவற்றில்) ஒரு காட்சியில் அல்லது நடிகை பாடுவது போன்று எடுக்கப்படும் காட்சியில் பின்னணியாகப் பாடலைப் பாடும் பெண்;** (female) playback singer.

பின்னதிர்வு பெ. **பெரும் நிலநடுக்கத்துக்குப் பின்னர் அதன் பின்விளைவாக ஏற்படும் லேசான பூமி அதிர்ச்சி;** aftershock. பூகம்பத்தால் பாதிக்கப்பட்ட குஜராத் பகுதி யில் புதன்கிழமை காலை ஏழு முறை பின்னதிர்வுகள் ஏற்பட்டன.

பின்னம் பெ. 1: *(கணி.)* **முழுமையான எண்ணின் பகுதியைக் குறிக்கும் முறை;** fraction. *1/3 , 8/5* ஆகியன இரு வகைப் பின்னங்கள். 2: **முழுமை குலைந்த நிலை; குறை;** flaw. பின்னம் அடைந்த சிலைகளை வழிபடப் பயன்படுத்த மாட்டார்கள்.

பின்னர்[1] வி.அ. பிறகு[1]; see பிறகு[1].

பின்னர்[2] இ.சொ. பிறகு[2]; see பிறகு[2].

பின்னரை பெ. *(இலங்.)* **சல்லடை;** a fine sieve. பின்னரையைத் தாருங்கள், மாவு அரித்துவிட்டுத் தருகிறேன்.

பின்னல் பெ. 1: **பின்னப்பட்ட முடி; சடை;** plait. சடை யைப் பின்னி ஒற்றைப் பின்னல் போட்டுக்கொண்டாள். 2: **நூல், இழை முதலியவை கொண்டு பின்னும் கைவேலை;** knitting. தையல், பின்னல், பூவேலை எல்லாம் என் பெண்ணுக்குத் தெரியும்.

பின்னல் கோலாட்டம் பெ. **கூரைக்குக் கீழே தொங்க விடப்பட்ட வண்ண நாடாக்களை இரண்டு கைகளிலும் பிடித்துக்கொண்டு, பாட்டுக்கு ஏற்ற லயத்தில் ஒரு வட்டத்தில் அசையும்போது நாடாக்கள் விதவித மான பின்னல்களாகப் பின்னிக்கொள்ளும் முறையில் பெண்கள் ஆடும் ஆட்டம்;** a dance for growing girls who hold colourful ribbons hanging from a point in the roof and while rhythmically moving plait the ribbons.

பின்னலாடை பெ. **நெகிழ்வுத் தன்மையை உடைய நூலைக் கொண்டு தயாரிக்கப்படும் துணி வகை;** knitware. பின்னலாடைத் தொழிலுக்குப் பெயர்பெற்ற நகரம் திருப்பூர்.

பின்னறை பெ. *(இலங்.)* காண்க: *பின்னரை.*

பின்னாடி[1] வி.அ. *(பே.வ.)* காண்க: *பின்னால்*[1].

பின்னாடி[2] இ.சொ. *(பே.வ.)* காண்க: *பின்னால்*[2].

பின்னால்[1] வி.அ. 1: **பின்பக்கமாக; பின்புறமாக;** behind; after. கண்ணாடிக் கதவைப் பின்னால் தள்ளுவதா முன்னால் இழுப்பதா என்று தெரியாமல் விழித்துக்கொண்டிருந்தான். 2: **பிறகு;** afterwards. அந்தப் பண விஷயத்தைப் பற்றிப் பின்னால் பேசிக்கொள்ளலாம்.

பின்னால்[2] இ.சொ. **'பின்' என்ற பொருளில் பயன்படுத் தப்படும் இடைச்சொல்;** particle used in the sense of 'behind (sth.)'. கதவின் பின்னால் ஒளிந்துகொண்டிருந் தான்./ அவனுக்குப் பின்னால் இரண்டு குழந்தைகள் பிறந்தன.

பின்னாளில் வி.அ. *(உ.வ.)* **பிற்காலத்தில்;** at a later time. இந்த நிகழ்ச்சியை அவர் பின்னாளில் எனக்குத் தெரி வித்தார்.

பின்னிணைப்பு பெ. **பிற்சேர்க்கை;** appendix. ஆய்வுக் கட்டுரையில் பின்னிணைப்பாகச் சில புள்ளிவிவரங்கள் கொடுக்கப்பட்டுள்ளன.

பின்னிரவு பெ. **நள்ளிரவுக்கும் அதிகாலைக்கும் இடைப்பட்ட பொழுது;** the time between midnight and early morning. பின்னிரவுவரை தேர்தல் முடிவுகள் அறி விக்கப்பட்டன./ பொதுவாகப் பின்னிரவில் திருடர்கள் நடமாட்டம் அதிகமாக இருக்கும்.

பின்னிலவு பெ. **நள்ளிரவுக்குப் பின் உதிக்கும் நிலவு;** moon that rises late in the night.

பின்னு வி. *(பின்ன, பின்னி)* 1: **(நார், பெண்களின் முடி போன்றவற்றின் பிரிகளை) ஒன்றின் மீது ஒன்றாக மாற்றிமாற்றி வைத்து இறுக்குதல்;** plait; braid. 'இரட் டைச் சடை பின்னிவிடு' என்று அம்மாவிடம் கேட்டாள்./ பரம்பரைபரம்பரையாகக் கயிறு பின்னும் தொழில் செய்து வரும் குடும்பம் இது. 2: **(பாய், கூடை, வலை போன் றவை செய்வதற்குக் கோரை, நார் போன்றவற்றின்**

இழை, துண்டு ஆகியவற்றை) ஒன்றின் ஊடாக மற்றொன்றை அல்லது ஒன்றின் மீது மற்றொன்றைச் செலுத்தி இணைத்தல்; weave (with fibre); knit. இந்தக் கூடையை எவ்வளவு அழகாகப் பின்னியிருக்கிறாய்?/ பை பின்னத் தெரியுமா? [(தொ.சொ.) இணை/ கட்டு/ பிணை] 3: (ஒரு நிகழ்ச்சி, கருத்து முதலியவற்றை மையமாகக் கொண்டு) கோர்வையாகச் சம்பவங்களை இணைத்து (கதை போன்றவற்றை) உருவாக்குதல்; weave (a story, etc., with an idea, incident). என் வாழ்க்கையில் நடந்த வினோதச் சம்பவம் ஒன்றை வைத்து இந்தக் கதையைப் பின்னினேன். 4: ஒன்றோடு ஒன்று இணைந்த நிலையில் இருத்தல்; be intertwined. கொடிகள் பின்னிக் கிடந்தன. 5: (களைப்பு, தூக்கக் கலக்கம், போதை போன்றவற்றால் கால்கள்) ஒன்றோடு ஒன்று மோதி இடறுதல்; (of feet) falter. பசிக் களைப்பினால் கால் பின்னிக் கீழே விழுந்தான். 6: (ஒருவரை) நன்றாக அடித்தல்; thrash. குழந்தையின் சங்கிலியைப் பறித்தவனை ஊரார் பின்னியெடுத்துவிட்டனர்.

பின்னுருபு பெ. (இலக்.) வேற்றுமை உருபு அல்லாத, பெயரில்லாமல் தனித்து வரும் பெயர்ச்சொல்லுக்கும் அதைத் தொடரும் வினைச்சொல்லுக்கும் இடையிலான உறவை விளக்கும் இடைச்சொல்; postposition. 'என்னைப் பற்றிப் பேசாதே' என்னும் வாக்கியத்தில் வரும் 'பற்றி' ஒரு பின்னுருபு ஆகும்.

பின்னுரை பெ. (நூலின் ஆசிரியரோ பதிப்பாளரோ அல்லது மொழிபெயர்ப்பாளரோ) ஒரு புத்தகத்தின் இறுதியில் புத்தகத்தைப் பற்றித் தரும் சுருக்கமான குறிப்பு; afterword. [(தொ.சொ.) அணிந்துரை/ அறிமுகம்/ முகவுரை/ முன்னுரை]

பின்னூட்டம் பெ. (பு.வ.) வலைப்பதிவு, முகநூல் போன்றவற்றில் தெரிவித்திருக்கும் கருத்துகளைக் குறித்த எதிர்வினை; response.

பின்னே[1] வி.அ. பிறகு; பின்னால்; பின்; afterwards; later. பின்னே பார்த்துக்கொள்ளலாம் என்று விட்டுவைத்ததால் வேலைகள் குவிந்துவிட்டன./ பின்னே எதுவும் நடந்தால் என்னைக் குறைசொல்லாதே.

பின்னே[2] இ.சொ. (பே.வ.) 'பிறகு' என்பதன் இரண்டு பொருளிலும் பயன்படுத்தப்படும் இடைச்சொல்; particle used in the two senses of 'பிறகு' for linking two sentences. 'அவனுக்கு இடமாற்றம் கிடைக்கும் என்று உங்களுக்கு முன்பே தெரியும் அல்லவா?' 'பின்னே, எனக்குத் தெரியாமல் எதுவும் நடக்குமா?'/ இங்குதான் நீங்கள் ஏற்கனவே வந்திருக்கிறீர்களே. பின்னே ஏன் இந்தத் தயக்கம்?

பின்னேரக்கை பெ. (இலங்.) மாலை நேரம்; evening. பின்னேரக்கையில் குழந்தையை வெளியே போக விடாதீர்கள்./ பின்னேரக்கை வெயில் சுகமாக இருந்தது./ பின்னேரக்கையில் பூங்காவுக்குப் போவது அப்பப்பாவின் வழக்கம்.

பின்னேரம் வி.அ. (இலங்.) பிற்பகல்; afternoon. நேற்றுப் பின்னேரம் நன்றாக உறங்கினேன்.

பின்னொட்டு பெ. (இலக்.) ஒரு சொல்லின் பின்னால் சேர்க்கப்படும்போது (பொருள் மாற்றம் தரும்) எழுத்து அல்லது உருபு; suffix. 'நிறம்' என்ற சொல்லுடன் 'இ' என்ற பின்னொட்டு சேரும்போது 'நிறமி' என்ற சொல் உருவாகிறது.

பின்னோக்கி/பின்னோக்கிய வி.அ./பெ.அ. கடந்த காலத்தில் நடந்தவற்றைப் பற்றி/கடந்தகாலத்தில் நடந்தவற்றைப் பற்றிய; in retrospect; retrospectively/ retrospective. பின்னோக்கிப் பார்த்தால் வாழ்க்கையில் நீ செய்த தவறுகள் புலப்படும்./ வரலாற்றில் பின்னோக்கிய பார்வை இது.

பினாத்து வி. (பினாத்த, பினாத்தி) (பே.வ.) பிதற்றுதல்; babble. காய்ச்சலில் என்னவோ பினாத்திக்கொண்டிருந்தான்.

பினாமி பெ. ஒருவர் தனது சொத்தைப் பெயரளவில் மற்றவருடைய சொத்தாகப் பதிவு செய்துகொள்ளும் ஏற்பாடு/மேற்குறிப்பிட்டபடி ஒருவர் ஏற்பாடு செய்துகொள்ளும் நபர்; nominal ownership/nominal owner. மேற்கு வங்க அரசு ஆயிரக் கணக்கான ஏக்கர் பினாமி நிலத்தைக் கைப்பற்றியுள்ளது./ அந்த வங்கி அதிகாரியின் பினாமிகள் யார் என்று இப்போது தெரியவந்திருக்கிறது.

பினை வி. (பினைய, பினைந்து) (இலங்.) (மாவு) பிசைதல்; knead (dough). அம்மா மாவைப் பினைந்து பிட்டை அவித்தார்கள்./ மோதகத்துக்கு மாவு பினையும்போது கையில் கொஞ்சம் எண்ணெய் தடவிக்கொள்ளுங்கள் என்று மாமி அக்காவிடம் சொன்னார்.

பிஸ்தா பெ. ஒரு வகை மரத்தின் கொட்டையை உடைத்து எடுக்கப்படும் சுவை மிகுந்த வெளிர் பச்சை நிறப் பருப்பு; pistachio. பாயசத்தில் பிஸ்தா பருப்புகள் மிதந்தன.

பிஸ்மில்லாஹ் பெ. (இஸ்.) (எந்தச் செயலையும் தொடங்குவதற்கு முன் கூறும் அல்லது எழுதுவதற்கு முன் முதலில் இடம்பெறும்) 'அல்லாவின் திருப்பெயரால்' என்று பொருள்படும் வாசகம்; the invocative utterance which means 'in the holy name of Allah'. 'பிஸ்மில்லாஹ்' என்று கூறி மீலாது விழாவை இமாம் தொடங்கிவைத்தார்./ பெரியவர் பிஸ்மில்லாஹ் சொல்ல அனைவரும் சாப்பிட ஆரம்பித்தனர்.

பீ பெ. (த.வ.) (மனித) மலம்; (பூனை, நாய், கோழி போன்றவற்றின்) கழிவுப் பொருள்; excrement; faeces.

பீங்கான் பெ. (கோப்பைகள், தட்டுகள், அலங்காரப் பொருள்கள் போன்றவை செய்யப் பயன்படும்) வெண்ணிறக் களிமண்ணைச் சுடுவதால் கிடைக்கும் கெட்டியான, வழவழப்பான பொருள்; porcelain; china. பீங்கான் பாத்திரங்கள்.

பீச்சாக்கத்தி பெ. (இலங்.) காய்கறி நறுக்கப் பயன்படும் சிறிய கத்தி; small knife used for cutting vegetables.

பீச்சாங்குழல் பெ. (பே.வ.) உள்ளிருக்கும் திரவத்தைத் துளை வழியாகப் பீய்ச்சியடிக்கும்படி அமைக்கப்பட்டுள்ள (மூங்கில் அல்லது மரத்தால் ஆன) குழல் வடிவச் சாதனம்; spray or sprayer (made of bamboo or wood). வட இந்தியாவில் ஹோலி பண்டிகையின்போது பீச்சாங்குழலில் வண்ணநீரை நிரப்பி, எல்லோர் மீதும் பீய்ச்சி அடித்து விளையாடுவார்கள்.

பீச்சு வி. (பீச்ச, பீச்சி) (அழுத்தத்தின் காரணமாகத் திரவம்) வேகத்துடன் தாரையாக வெளிவருதல்; பாய்தல்/(நீர் முதலியவற்றை) வேகத்துடன் வெளியேற்றுதல்; பாய்ச்சுதல்; (of liquid) jet out; spray or squirt out (liquid). குழாயைத் திறந்ததும் தண்ணீர் பீச்சி அடித்தது./ காவல்துறையினர் தண்ணீரைப் பீச்சி அடித்துக் கூட்டத் தைக் கலைத்தனர். [(தொ.சொ.) ஊற்று/ ஊறு/ ஒழுகு/ ஓடு/ கசி/ கொட்டு/ சிதறு/ சிந்து/ சுர/ தெறி/ பரவு/ பீறிடு/ வழி]

பீடபூமி பெ. (பூமியின் அமைப்பில்) உயர்ந்து மேடாக இருக்கிற பரந்த நிலப் பகுதி; plateau.

பீடம் பெ. 1: (சிலை போன்றவை வைப்பதற்கு ஏற்ற வகையில் அல்லது பலி கொடுப்பதற்கு ஏற்ற வகை யில்) கல்லால் எழுப்பப்பட்ட உயர் மேடை; pedestal; altar. பீடத்தைக் கழுவி மலர் வைத்தார். 2: (அரசர், நீதிபதி போன்றோர் அமர்வதற்கு ஏற்ற) அகன்ற மேடை; raised seat; podium; platform. 3: (உ.வ.) (ஆட்சி, அதிகாரம் போன்றவற்றில்) உயர்ந்த நிலை அல்லது பொறுப்பு; seat of power or authority. தேர்தலில் வெற்றி பெற்று ஆட்சிப் பீடத்தில் அமர்வோம்!/ நாட்டின் உயர்ந்த அதிகாரப் பீடத்தில் இருப்பவர்களுக்கு மிகுந்த பொறுப்பு உண்டு./ பௌத்த மதத் தலைமைப் பீடம். 4: (இலங்.) (பல்கலைக்கழகத்தில்) புலம்; துறை; faculty (in a university). விஞ்ஞான பீடம்.

பீடா பெ. பாக்குத் தூளுடன் பிற வாசனைப் பொருள் களும் கலந்த வெற்றிலைச் சுருள்; roll of betel leaf with pieces of areca nut and aromatic stuff.

பீடாதிபதி பெ. 1: ஒரு குருவால் ஏற்படுத்தப்பட்ட அமைப்பின் சித்தாந்தப் பீடத்தில் தலைமைப் பொறுப் புடையவர்; the head of a school of religious thought in a religious institution. 2: (இலங்.) (பல்கலைக்கழகத்தில்) புலத் தலைவர்; dean (of a faculty in a university).

பீடி[1] வி. (பீடிக்க, பீடித்து) (ஒன்றை அல்லது ஒருவரை நோய், மோசமான நிலை போன்றவை) பாதித்தல்; ஆட்படுத்துதல்; (of disease, sorrow, famine, etc.,) afflict. புற்றுநோயால் பீடிக்கப்பட்டார்./ இந்த நோய் அதிக அளவில் குழந்தைகளையே பீடிக்கிறது./ நாடு வறட்சி யால் பீடிக்கப்பட்டிருக்கும் நிலையில் ஆடம்பரச் செலவு கள் குறைக்கப்பட வேண்டும்.

பீடி[2] பெ. காய்ந்த டெண்டு இலையில் பதப்படுத்தப் பட்ட புகையிலைத் தூள் வைத்துச் சுருட்டிய, புகைப் பதற்கான பொருள்; processed tobacco rolled up in dry tendu leaf for smoking; (in India) beedi.

பீடிகை பெ. (தனக்கு வேண்டியதையோ தன் நோக்கத் தையோ தெளிவாகத் தெரிவிப்பதற்கு முன்) சுற்றி வளைத்துப் பேசும் பேச்சு; indirect remarks made for premising one's argument on. 'விலைவாசி உயர்ந்துவிட்டது' என்ற பீடிகையுடன் அவன் பேச ஆரம்பித்த உடனேயே சம்பளம் கூட்டிக் கேட்கப்போகிறான் என்று தெரிந்து விட்டது.

பீடிகைபோடு வி. (-போட, -போட்டு) (தனக்கு வேண் டியதையோ தன் நோக்கத்தையோ தெளிவாகத் தெரி விப்பதற்கு முன்) சுற்றிவளைத்துப் பேசுதல்; make some indirect remarks to premise one's argument on. பீடிகை போடாமல் சட்டென்று விஷயத்தைச் சொல்.

பீடை பெ. (பே.வ.) 1: துன்பம் மிகுந்த நிலை; affliction. உன்னைப் பிடித்திருந்த பீடை ஒழிந்தது. 2: (சோதி.) கிர கத்தின் பாதிப்பால் ஏற்படும் தீமை; evil influence of a planet.

பீத்தல் பெ. 1: (பே.வ.) (பிறரைவிடத் தன்னை உயர் வாகக் காட்டிக்கொள்ளும் விதத்தில் ஒருவர்) தற் பெருமையாகப் பேசும் பேச்சு; conceit. ஒழுங்காக வேலை செய்யத் துப்பு இல்லையென்றாலும் இந்தப் பீத்த லில் ஒன்றும் குறைச்சல் இல்லை என்று அப்பா திட்டி னார். 2: கிழிந்த உடை; tattered garment; ragged clothes. கல்யாணத்துக்குப் பீத்தலா போட்டுக்கொண்டு வருவார் கள்?/ இந்தப் பீத்தலைத் தூக்கி வீசிவிட்டுப் புதிதாக இரண்டு சட்டை வாங்கு. 3: (இலங்.) (ஒருவரின்) கேவல மான குறைகள்; one's disgraceful faults; defects. அவரைப் பற்றி ஆகாஓகோவென்று பேசிக்கொள்கிறார்கள். ஆனால் அவரது பீத்தல் எனக்கு மட்டும்தான் தெரியும்.

பீத்து வி. (பீத்த, பீத்தி) (பே.வ.) (பிறரைவிடத் தன்னை உயர்வாகக் காட்டிக்கொள்ளும் விதத்தில்) தற் பெருமையாகப் பேசுதல்; brag. அதைச் செய்தேன், இதைச் செய்தேன் என்று சும்மா பீத்திக்கொண்டேயிருப் பான்./ அமெரிக்காவில் இருக்கும் தன் வீட்டைப் பற்றிப் பீத்தாமல் அவளால் இருக்க முடியுமா?

பீதாம்பரம் பெ. (கோயிலில் பெருமாளுக்கு அணி விக்கும்) மஞ்சள் நிறப் பட்டுத் துணி; yellow-coloured silk cloth (adorning the Lord in Vaishnava temples).

பீதி பெ. பயத்தினால் ஏற்படும் மனக் கலவரம்; கிலி; panic. குடிநீரில் விஷம் கலந்துவிட்டது என்ற வதந்தியினால் மக்கள் பீதி அடைந்துள்ளனர்./ பயங்கரவாதிகளின் திடீர்த் தாக்குதல்களினால் மக்கள் அடைந்திருக்கும் பீதியை வார்த் தைகளால் வர்ணிக்க முடியாது./ அவள் கண்களில் பீதி! [(தொ.சொ.) அச்சம்/ உதறல்/ உதைப்பு/ கலக்கம்/ கிலி/ நடுக்கம்/ பயம்]

பீப்பாய் பெ. 1: (பெரும்பாலும் மேல்பக்கத்தையும் கீழ்ப் பக்கத்தையும்விடச் சற்றுப் பெருத்த நடுப் பகுதியைக் கொண்ட) உருளை வடிவக் கொள்கலம்; barrel. எண் ணெய்ப் பீப்பாய்/ ஒரு பீப்பாய்த் தண்ணீர். 2: (கச்சா எண்ணெயை அளவிடும் அலகாக) (சராசரியாக) 120 லிட்டருக்கும் 159 லிட்டருக்கும் இடைப்பட்ட அளவு; barrel (as a unit of capacity in the oil industry). ஐந்து ஆண்டு களுக்கு முன்னால் ஒரு பீப்பாய் கச்சா எண்ணெயின் விலை 34 டாலர்களாக இருந்தது.

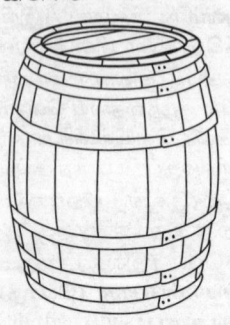

பீப்பாய்

பீமன் பெ. (புராணத்தில்) பஞ்சபாண்டவர்களில் மிகுந்த உடல் வலிமை படைத்தவனாகச் சித்தரிக்கப்படுபவன்;

one of the five Pandava brothers in the epic the Mahabharata, reputed for his physical strength.

பீய்ச்சு வி. *(பீய்ச்ச, பீய்ச்சி)* காண்க: **பீச்சு.**

பீர்க்கு பெ. **(சமையலில் பயன்படுத்தும்) கூரிய விளிம்பு களையும் தடித்த நடுப் பகுதியையும் உள்ளே மிருது வான சதைப் பகுதியையும் கொண்ட பச்சை நிறக் காய்/மேற்குறிப்பிட்ட காய் காய்க்கும் கொடி;** ridge gourd.

பீரங்கி பெ. **1: (முன்பு) நீண்ட குழல்மூலம் இரும்பு அல் லது கல்லால் ஆன குண்டுகளை நெடுந்தொலைவுக் குப் பெருத்த ஒலியுடன் வெளியேற்றும் போர்க் கருவி;** cannon; gun. **2: (ஓர் இடத்தில் நிலையாக வைத்துப் பயன்படுத்தும் அல்லது நகர்த்திச் செல்லக்கூடிய முறையில் சக்கரங்கள் கொண்ட வண்டியில் பொருத் தியிருக்கும்) பெரும் அழிவை ஏற்படுத்தக்கூடியதும், நீண்ட தூரத்துக்குக் குறி வைத்துச் சுடக்கூடியதுமான நவீனப் போர்க் கருவி;** artillery gun.

பீரங்கி வண்டி பெ. **அரசு மரியாதைகளுடன் நடக்கும் இறுதிச் சடங்கில் சவப்பெட்டியைச் சுமந்துசெல்லும், ராணுவத்தில் பீரங்கியை எடுத்துச்செல்லப் பயன்படுத் தும் இரு சக்கர வண்டி;** gun carriage.

பீரிடு வி. *(பீரிட, பீரிட்டு)* காண்க: **பீறிடு.**

பீரோ பெ. **(பொருள்களைப் பாதுகாப்புடன் வைத்துக் கொள்வதற்குப் பயன்படுமாறு) மரத்தினால் அல்லது இரும்பினால் உயரமாகவும் உள்ளே அடுக்குகள் இருக்குமாறும், கதவுகள் உடையதாகவும் செய்யப் படும் சாதனம்; அலமாரி;** shelf with doors that can be locked; (in India) almirah. அவர் பத்திரங்களை பீரோவினுள் வைத்திருக்கிறார்./ பீரோவை உடைத்து அதிலுள்ள பணம், நகைகளைத் திருடர்கள் கொள்ளையடித்துச் சென்றனர்.

பீலி[1] (b-) பெ. *(திருநர் வ.)* **ரவுடி;** rowdy.

பீலி[2] (b-) பெ. *(திருநர் வ.)* **பிரச்சினை; சண்டை; கலாட்டா;** problem; qurrel; ruckus.

பீலி[3] பெ. *(இலங்.)* **வீட்டின் மேல் விழும் மழைநீர் வடிந் தோடுவதற்காகக் கூரையின் விளிம்பில் உலோகத்தால் வளைவாக அமைக்கப்படும் நீளமான அமைப்பு;** gutter running along the eaves to carry off rain water from the roof of a house.

பீலிப்பட்டை பெ. *(இலங்.)* **(ஏற்றத்தில் பயன்படுத்தப் படும்) சால்;** the vessel used in ஏற்றம். பீலிப்பட்டையால் நீர் இறைத்தார்கள்.

பீளை[1] பெ. **(கண்களில் உண்டாகிற) பிசுபிசுப்புத் தன்மை உடைய வெண்ணிறக் கழிவுப் பொருள்;** sticky matter that collects in the corner of the eye.

பீளை[2] பெ. *(உயிரி.)* **கண்களிலிருந்து வடியும் பீளை யைப் போன்ற வடிவத்தில் பூக்களை உடைய சிறிய செடி;** mountain knot herb. பீளைக்கு மருத்துவக் குணம் உண்டு.

பீறிடு வி. *(பீறிட, பீறிட்டு)* **1: (நீர் முதலிய திரவம்) மிகுந்த வேகத்துடன் பாய்தல் அல்லது வெளிப்படுதல்;** spurt out; gush out. அடிபட்ட இடத்திலிருந்து இரத்தம் பீறிட்டது./ குழாயைத் திறந்ததும் தண்ணீர் பீறிட்டது. [*(தொ.சொ.)* **ஊற்று/ ஊறு/ ஒழுகு/ ஓடு/ கசி/ கொட்டு/ சிதறு/ சிந்து/ சுர/ தெறி/ பரவு/ பீச்சு/ வழி**] **2: (சிரிப்பு, அழுகை, துக்கம், குரோதம் போன்றவை) அடக்க முடியாதபடி வேகத்துடன் வெளிப்படுதல்;** (of cry, laugh, etc.,) burst out. அடிவயிற்றிலிருந்து அவளுக்கு அழுகை பீறிட்டுக்கொண்டு வந்தது.

பீனிசம் பெ. **மூக்கு இருக்கும் பகுதியில், எலும்புகளுக்கு இடையில் உள்ள துவாரங்களில், கண்களைச் சுற்றி வலி ஏற்படுவதற்குக் காரணமாக இருக்கும் அழற்சி;** sinusitis.

புக்கை[1] பெ. *(இலங்.)* **பொங்கல்;** a preparation of rice and dhal seasoned and cooked very soft. பக்கத்து வீட்டிலிருந்து புக்கை கொண்டுவந்து தந்தார்கள்./ கோயிலில் புக்கை பொங்கினார்கள்.

புக்கை[2] பெ. *(இலங்.)* **மூலிகையை அரைத்து எண் ணெயுடன் கலந்து எலும்பு முறிவுக்குக் கட்டும் கட்டு; பத்து;** bandage for fracture (using herbs, oil and bamboo splits). விழுந்த கை நோவுக்கு யாரிடம் புக்கை கட்டினாய்?/ கால் புக்கையை எப்போது அவிழ்க்கலாம்?

புகட்டு வி. *(புகட்ட, புகட்டி)* **1: (தானாக உணவு, மருந்து முதலியன உட்கொள்ள முடியாத நிலையில் உள்ள ஒருவருக்கு அல்லது விலங்கு போன்றவற்றுக்கு) ஊட்டுதல்;** feed (medicine, food, etc.,). மருந்தைச் சங் கில் ஊற்றிக் குழந்தைக்குப் புகட்டினாள்./ கன்றுக்குட்டிக்கு நீர் புகட்டினோம். **2: (கல்வி, நீதி, படிப்பினை முதலிய வற்றை ஒருவருக்கு) கற்பித்தல்;** instil (morals, etc.,); teach; inculcate. மக்களுக்கு அடிப்படைக் கல்வி புகட்டா விட்டால் குடும்பக் கட்டுப்பாடு வெற்றி பெறாது./ மக்க ளுக்கு நீதி புகட்ட வேண்டும் என்ற நோக்கத்தில் எழுதப் பட்ட நூல் இது./ சிங்கத்துக்குச் சரியான பாடம் புகட்ட வேண்டும் என்று நரிகள் தீர்மானித்தன.

புகடு பெ. *(இலங்.)* **மண் அடுப்பை வைத்துப் பூசிய மேடை;** platform with an earthen oven embedded with brick and mud.

புகல்[1] வி. *(புகல, புகன்று) (உ.வ.)* **கூறுதல்; சொல்லுதல்;** say; tell. தங்கள் மானத்துக்கு இழுக்கு நேர்ந்தால் மறவர்கள் வடக்கிருந்து உயிர்விடுவர் என்று சில புறநானூற்றுப் பாடல்கள் புகல்கின்றன./ இயேசு சிலுவையில் அறையப் பட்டதை வேதாகமம் புகல்கின்றது.

புகல்[2] பெ. காண்க: **புகலிடம்,1.**

புகலிடம் பெ. **1: அடைக்கலம்; தஞ்சம்;** place of refuge; asylum. குற்றவாளிகளுக்குப் புகலிடம் அளிப்பது குற்றம் ஆகும்./ புகலிடம் தேடி ஆயிரக் கணக்கான இலங்கைத் தமிழர்கள் அமெரிக்காவுக்கும் ஐரோப்பாவுக்கும் போயிருக் கிறார்கள். **2: (வேட்டையாடுதல் தடைசெய்யப்பட்டு) பறவைகள், விலங்குகள் ஆகியன பாதுகாப்பாக வசிப் பதற்கான இடம்; சரணாலயம்;** (animal or bird) sanc- tuary. வேடந்தாங்கல் பறவைகள் புகலிடத்திற்கு இந்த வருடம் ஏராளமான செங்கால் நாரைகள் வந்திருக்கின்றன.

புகழ்[1] வி. *(புகழ, புகழ்ந்து)* **(ஒன்றைப் பற்றி அல்லது ஒருவரைப் பற்றி) உயர்வாகக் கூறுதல்; சிறப்பித்துக் கூறுதல்; பாராட்டுதல்;** praise; extol. அவருடைய சேவை யைப் புகழாதவர் இல்லை./ அவர் தன் கட்டுரையில் உங்கள்

புகழ்[2] 942

கவிதையைப் புகழ்ந்திருக்கிறார். [(தொ.சொ.) கௌரவி/ சிறப்பி/ பாராட்டு/ போற்று/ மெச்சு/ வாழ்த்து]

புகழ்[2] பெ. **1: பலரும் அறிந்திருக்கிற, பலராலும் உயர்வாகப் பேசப்படுகிற சிறப்பு;** fame; renown. அவர் பெரும் புகழோடு வாழ்ந்து மறைந்தவர்./ வெறும் புகழால் என்ன பயன்? **2: (சிறப்பான செயல்களால் அல்லது திறமையால் ஒருவருக்குக் கிடைக்கும்) பெருமை;** glory; praise. காந்தியடிகளின் புகழைப் பற்றிப் பேச ஆரம்பித்தால் தாத்தா நிறுத்த மாட்டார்./ அவர் எந்த மேடையாக இருந்தாலும் தனது கட்சித் தலைவரின் புகழைப் பேசாமல் இருக்க மாட்டார்.

புகழ்ச்சி பெ. (-ஆக, -ஆன) **புகழ்தல்; பாராட்டு;** praise; adulation. கணவனுடைய புகழ்ச்சியைக் கேட்டு அவள் வெட்கப்பட்டாள்./ 'புகழ்ச்சியில் மயங்கிவிடாதே!' என்று என்னை எச்சரித்தார்.

புகழ்பாடு வி. (-பாட, -பாடி) **(ஒருவரை மகிழ்வித்து ஆதாயம் பெறும் நோக்கத்தோடு) நேர்மையற்ற முறையில் உயர்வாகவும் பாராட்டியும் கூறுதல்;** flatter; eulogize. கட்சித் தலைவரின் புகழ்பாடுவதற்கென்றே ஒரு கோஷ்டி இருக்கிறதே.

புகழ்பெற்ற பெ.அ. **பலராலும் புகழப்படும்; புகழ் வாய்ந்த;** renowned. புகழ்பெற்ற மருத்துவர்/ புகழ்பெற்ற சுற்றுலாத் தலம்.

புகார் பெ. **1: (பாதிக்கப்பட்டவர்) நடவடிக்கை எடுக்கும் பொருட்டு தவறு, குற்றம், பாதிப்பு போன்றவற்றை உரியவர்களின் கவனத்துக்குக் கொண்டுவரும் முறையில் எழுத்துமூலமாக அல்லது வாய்மொழியாகத் தெரிவிக்கும் முறையீடு;** formal complaint (made by the aggrieved). வீட்டில் திருட்டுப்போய்விட்டது என்று காவல் நிலையத்தில் புகார் கொடுத்தாயா?/ விடுதியில் உணவு சரியில்லை என்று மாணவர்கள் முதல்வரிடம் புகார் செய்தனர்./ மேலதிகாரியிடம் என்னைப் பற்றிப் புகார் சொன்னாயா? [(தொ.சொ.) முறையீடு/ வேண்டுகோள்] **2: (ஒன்றைப் பற்றியோ ஒருவரைப் பற்றியோ சொல்லப்படும்) குற்றச்சாட்டு; குறை;** allegation; accusation. நோபல் பரிசுக் குழு பற்றியும் புகார்கள் உள்ளன./ அமைச்சர்மீது கூறப்பட்ட ஊழல் புகார்கள் நிரூபணமானால் அவருடைய பதவி பறிக்கப்படும். **3: (திருப்தியின்மை, உடல்நலக் குறைவு போன்றவற்றைப் பற்றி) முறையிடும் செயல்;** complaint. மருத்துவர்களிடம் அதிகம் வரும் புகார்களில் தலைவலியும் ஒன்று./ வாடிக்கையாளர்கள் தங்கள் புகார்களை எங்களிடம் தயக்கமின்றித் தெரிவிக்கலாம்./ புதிதாக அறிமுகமான இந்த காரைப் பற்றிப் புகார்கள் வந்தவண்ணம் இருக்கின்றன.

புகார்ப் பெட்டி பெ. **மக்கள் அல்லது வாடிக்கையாளர்கள் குறிப்பிட்ட நிறுவனம், அலுவலகம் போன்றவற்றின் மீதான தங்களுடைய புகார்களை அல்லது குறைகளைத் தெரிவிப்பதற்கு வசதியாக அந்த நிறுவனம், அமைப்பு போன்றவற்றில் வைக்கப்பட்டிருக்கும் (தபால் பெட்டியைப் போன்றிருக்கும்) சிறு பெட்டி;** box set apart in an office, organization to receive complaints. இந்த மருத்துவமனையைப் பற்றிய புகார்களை நீங்கள் எழுதி இந்தப் புகார்ப் பெட்டியில் போடலாம்.

புகார் மனு பெ. **ஒரு தனி நபர் குற்றவியல் நீதிமன்றத்தில் தாக்கல் செய்யும் வழக்கு;** complaint.

புகு வி. (புக, புகுந்து) **1: (குறுகிய இடத்தின் உள்ளே ஒன்று) நுழைதல்;** enter; get into. பாம்பு இந்த இடுக்கில் புகுந்திருக்குமோ?/ காற்றும் சூரிய ஒளியும் புகாத அறை./ (உரு வ.) தேவையில்லாத சந்தேகம் அவன் மனதினுள் புகுந்துகொண்டது. **2: (வீடு, கூட்டம் போன்றவற்றின்) உள்ளே (விரும்பத் தகாத வகையில்) வருதல் அல்லது நுழைதல்; பிரவேசித்தல்;** enter forcibly; force one's way into. காவலர்கள் வீடுவீடாகப் புகுந்து சோதனை போட்டனர்./ வீட்டினுள் வெள்ளம் புகுந்தது./ கூட்டத்தின் உள்ளே புகுந்து கலவரம் செய்தவர்கள்மீது காவல்துறையினர் தடியடி நடத்தினார்கள்.

புகுத்து வி. (புகுத்த, புகுத்தி) **1: (ஒன்றை ஒன்றினுள்) செலுத்துதல்; உட்செலுத்துதல்; நுழைத்தல்;** introduce. பாக்டீரியாவின் உட்கருவுக்குள் இந்த வேதிப் பொருள் புகுத்தப்பட்டு சோதிக்கப்படுகிறது. **2: (நடைமுறை, வரலாறு, கலை, இலக்கியம் போன்றவற்றில் புதியதாக ஒன்றை வலுக்கட்டாயமாகவோ மாற்றத்தை ஏற்படுத்தும் விதத்திலோ) சேர்த்தல்; திணித்தல்;** interpolate; insert; add (sth. new); introduce. வரலாற்று நூல்களில் ஆதாரம் இல்லாத தகவல்களைப் புகுத்தும் போக்கு தவறானது./ இந்தியாவில் ஆங்கிலக் கல்வி ஆங்கிலேயர்களின் நிர்வாக வசதிக்காகப் புகுத்தப்பட்டது./ பிறமொழிச் சொற்கள் தமிழில் புகுத்தப்படுவதை அவர் வன்மையாக எதிர்த்து வந்தார்./ படத்தில் செயற்கையான சூழ்நிலைகள் உருவாக்கப்பட்டுப் பாடல்கள் புகுத்தப்பட்டுள்ளன.

புகுந்த இடம் பெ. **புகுந்த வீடு;** family into which a girl is married; home of the husband. புகுந்த இடத்தில் என் அக்கா ரொம்பவும் கஷ்டப்பட்டுக்கொண்டிருக்கிறாள்.

புகுந்த வீடு பெ. **(திருமண உறவின் காரணமாக ஒரு பெண் வாழும்) கணவனுடைய வீடு;** family into which a girl is married; home of the husband.

புகுந்துவிளையாடு வி. (-விளையாட, -விளையாடி) (பே.வ.) **1: (கிடைத்த வாய்ப்பைப் பயன்படுத்திக் கொண்டு ஒன்றை) மிகச் சிறப்பாகச் செய்தல்;** make an impressive display; perform sth. with great gusto. தேர்வுத்தாள் சுலபமாக இருந்ததால் மாணவர்கள் புகுந்து விளையாடிவிட்டார்கள்./ மலையாளம் பேசத் தெரியுமா என்று கேட்டேன். அவர் புகுந்துவிளையாடிவிட்டார். **2: (பிடித்த உணவு என்பதால்) மிகுந்த விருப்பத்துடன் ரசித்து நிறையச் சாப்பிடுதல்;** eat to one's heart's content. கல்யாணச் சாப்பாடு நன்றாக இருந்ததால் என் நண்பர் புகுந்துவிளையாடிவிட்டார்.

புகுமுக வகுப்பு பெ. **(முன்பு) பள்ளி இறுதி வகுப்பு முடிந்து கல்லூரியில் பட்டப் படிப்பைத் தொடங்குவதற்கு முன் ஓர் ஆண்டு படிக்க வேண்டியிருந்த கல்லூரிப் படிப்பு;** (formerly) pre-university course (of one year duration).

புகை[1] வி. (புகைய, புகைந்து) **1: (தீ வெளியே தெரியாமல்) புகை வருதல்;** emit smoke (where flame is not seen); smoke. விறகு ஈரமாக இருந்ததால் அடுப்பு புகைந்து கொண்டிருந்தது./ அவர்கள் குளிருக்கு இதமாகப் புகைந்து

கொண்டிருந்த நெருப்பு மூட்டத்தைச் சுற்றி உட்கார்ந்திருந் தார்கள்./ பூட்டியிருந்த வீட்டுக்குள் திடீரென்று புகைய ஆரம்பித்தது./ சாம்பல் கிண்ணத்தில் சிகரெட் புகைந்து கொண்டிருந்தது./ எரிமலை இரண்டு நாட்களாகப் புகைந்து கொண்டிருக்கிறது. **2: (பகை, சந்தேகம் முதலியன) சிறிதுசிறிதாக வெளிப்படுதல்;** smoulder; gather force slowly. ஏற்கனவே புகைந்துகொண்டிருந்த விரோதம் இந்தச் சம்பவத்தினால் மேலும் பெரிதாயிற்று. **3: குமைதல்; குமுறுதல்;** fume (in one's mind). மனத்துக்குள்ளாகவே புகைந்துகொண்டிருக்காதே, வாய்விட்டுச் சொல். **4: (இருமலைக் குறிக்கும்போது) விட்டுவிட்டும் அடைத்தது போலவும் வெளிப்படுதல்;** (of inflamed throat) cause dry cough. தாத்தா இரண்டு நாட்களாகப் புகைந்துபுகைந்து இருமுகிறார்.

புகை[2] வி. *(புகைக்க, புகைத்து)* **(சுருட்டு, பீடி போன்றவற்றைப் பற்றவைத்து) புகையை உள்ளிழுத்து வெளிவிடுதல்;** smoke (a cigar, etc.,). சுருட்டைப் புகைத்தவாறே கிழவர் பேசினார்.

புகை[3] பெ. **1: (ஒரு பொருள் எரியும்போது உண்டாகும்) கரித்துகள் நிரம்பிய சாம்பல் நிற வாயு;** smoke; fumes. சாம்பிராணிப் புகை அறை முழுக்கப் பரவியிருந்தது./ வாகனங்களின் புகையும் இரைச்சலும் தெருவில் நிற்க முடியாமல் செய்தன. **2: பனிப் படலம்;** mist. மலையில் புகை மூட்டம்.

புகைக்கூண்டு பெ. *புகைப்போக்கி;* chimney.

புகைச்சல் பெ. **1: (ஒரே இடத்தில்) சுழன்று வரும் புகை;** smoke (circulating within a room). சமையல் அறையில் நிற்க முடியவில்லை; ஒரே புகைச்சல். **2:** *(வ.வ.)* **(தொண்டையில் ஏற்படும்) கரகரப்புடன் கூடிய எரிச்சல்;** cough; throat irritation. எனக்கு நான்கு நாட்களாகத் தொண்டைப் புகைச்சல். **3: (மனிதர்களுக்கு இடையில் நீண்ட நாட்களாக வெளியே புலப்படாதவாறு இருக்கும்) மனக் குமுறல்; எரிச்சல்;** ill feeling. வெகு நாட்களாகவே அவர்களுக்குள் இந்தப் புகைச்சல் இருந்துவந்திருக்கிறது./ நிலத்தை விற்கும் விவகாரத்தில் பங்காளிகளுக்குள் புகைச்சல் ஏற்பட்டு இப்போது பெரிய சண்டையாக உருவெடுத்து விட்டது./ அவர்மேல் உள்ள புகைச்சலை அவன் தனது கட்டுரையில் கொட்டியிருந்தான்.

புகைப்படக் கருவி பெ. **புகைப்படம் எடுக்கும் கருவி;** camera.

புகைப்படக்காரர் பெ. **புகைப்படம் எடுப்பதைத் தொழிலாகக் கொண்டவர்;** photographer.

புகைப்படச் சுருள் பெ. **(காட்சியைப் படமாகப் பதிவு செய்வதற்காக முன்பு) வேதியியல் முறையில் அடர் நிறத்தில் தயாரிக்கப்பட்ட வழவழப்பான மெல்லிய பிளாஸ்டிக் சுருள்;** film roll.

புகைப்படத் தாள் பெ. **(முன்பு) புகைப்படச் சுருளில் பதிவு செய்த உருவத்தைப் பிரதியெடுக்கப் பயன்படும் ஒரு வகை வேதிப்பொருள் பூசப்பட்ட தாள்;** paper used for printing the image from the negative; bromide paper.

புகைப்படம் பெ. **1: (முன்பு) ஒரு காட்சியிலிருந்து அல்லது உருவத்திலிருந்து வரும் ஒளியை ஆடிகள் பொருத்தப்பட்ட ஒரு கருவியின் மூலம் புகைப்படச் சுருளில் பதிவுசெய்து வேதியியல் மாற்றங்களுக்கு உள்ளாக்கிப் பிரதியெடுத்துத் தயாரிக்கப்படும் படம்;** photograph. **2: மின்னணுச் சாதனத்தால் பதிவுசெய்யப்பட்ட படம்;** (digital) photograph.

புகை(ப்)போக்கி பெ. **(தொழிற்சாலை, வாகனம் முதலியவற்றில்) புகையை வெளியேற்றுவதற்கு என்று அமைக்கப்பட்டிருக்கும் குழாய் போன்ற அமைப்பு;** chimney; (in a vehicle) exhaust pipe. தொழிற்சாலையில் இருக்கும் புகைப்போக்கியின் உயரம் குறைவாக இருப்பதால் அருகில் குடியிருப்பவர்களுக்குப் பெரும் பிரச்சினையாக இருக்கிறது.

புகைபிடி வி. *(-பிடிக்க, -பிடித்து)* **(பீடி, சுருட்டு போன்றவற்றை) புகைத்தல்;** smoke (a cigar, etc.,). புகைபிடிக்கும் பழக்கத்தை நான் எப்போதோ விட்டுவிட்டேன்.

புகைபோடு வி. *(-போட, -போட்டு)* **(வைக்கோல், சாம்பிராணி முதலியவற்றை) எரித்துப் புகை எழுப்புதல்; (காய்கள் விரைவில் பழுக்க வேண்டும் என்பதற்காக மூடிய அறை ஒன்றில் வைத்து) புகை எழுப்புதல்;** smoke out (mosquitoes, etc.,); fumigate; smoke (fruits to quicken the process of ripening). இந்தப் பழம் மரத்திலேயே பழுத்ததா? புகைபோட்டுப் பழுக்க வைத்ததா?/ புகைபோட்டால் கொசு போகும்.

புகையடி வி. *(-அடிக்க, -அடித்து) (இலங்.)* காண்க: **புகைபோடு.**

புகையான் பெ. **பயிரின் தண்டில் இருந்துகொண்டு சாற்றை உறிஞ்சி வாழும், சிறிய பழுப்பு நிறப் பூச்சி;** brown plant hopper.

புகையிரதம் பெ. *(இலங்.)* **ரயில்;** train.

புகையிலை பெ. **(புகைப்பதற்கும் வெற்றிலையோடு சேர்த்து மெல்லுவதற்கும் பயன்படுத்தும்) கசப்போடு கூடிய காரச் சுவையுடைய ஒரு வகை இலை/ மேற்குறிப்பிட்ட இலையைத் தரும் செடி;** tobacco/the plant yielding tobacco.

புங்கமரம் பெ. **இளஞ்சிவப்பும் வெள்ளையும் கலந்த நிறத்தில் பூக்களையும் அவரை விதை வடிவிலான காய்களையும் கொண்ட ஒரு வகை மரம்;** pongam oil tree; Indian beechnut tree.

புசி வி. *(புசிக்க, புசித்து) (உ.வ.) (எதிர்மறைப் பெயரெச்ச, வினையெச்சங்களில் மட்டும் வரும் மாற்று வடிவங்கள்: புசியாத, புசியாமல்)* **உண்ணுதல்; உட்கொள்ளுதல்;** eat. விலக்கப்பட்ட மரத்தின் கனியை மட்டும் புசிக்க வேண்டாம் என்று கடவுள் ஆதாமுக்கும் ஏவாளுக்கும் கட்டளையிட்டார்.

புசுபுசு-என்று வி.அ. *(ரோமம், நூல் போன்றவை குறித்து வரும்போது)* **தொட்டால் குறுகுறுப்பை ஏற்படுத்தும்படி மிருதுவாக;** furry; fluffy. தொப்பி புசுபுசுவென்று இருந்தது.

புஞ்சம் பெ. *(நெசவு)* **கண்ணி.**

புஞ்சை பெ. காண்க: **புன்செய்.**

புட்டம் பெ. **மனிதர்களுக்கும் விலங்குகளுக்கும்) ஆசனவாயை ஒட்டியிருக்கும் திரண்ட சதைப் பகுதி;** bottom; buttocks; (of animals) rump. இந்த ஊசியைப் புட்டத்தில் போட்டுக்கொண்டால் அதிகமாக வலிக்காது.

புட்டரிசி பெ. *குழாய்ப் புட்டு செய்யப் பயன்படும் ஒரு வகைச் சிவப்பு நிற அரிசி;* a red-coloured variety of rice used in the preparation of புட்டு.

புட்டா பெ. (நெசவு) (புடவையில் பின்புல நிறத்திலிருந்து வேறுபட்ட நிறத்தில்) நூல் வேலைப்பாடு, ஜரிகை போன்றவற்றால் ஒரே வடிவில் மீண்டும்மீண்டும் காணப்படுமாறு அமைக்கப்பட்டிருக்கும் வடிவம்; a regularly repeated small pattern on a saree made with cotton, silk or gold thread. புட்டா போட்ட சேலை.

புட்டி[1] பெ. கண்ணாடியால் செய்யப்பட்டு திரவங்களை உள்ளே ஊற்றி மூடி வைத்துக்கொள்ளும் வகையில் இருப்பதும் மேற்புறம் குறுகிய வாயை உடையதுமான (பெரும்பாலும்) உருளை வடிவக் கொள்கலன்; குப்பி; பாட்டில்; bottle. அவள் குழந்தைக்குப் புட்டியில் பால் கொடுத்தாள்./ அலமாரியில் மது நிரம்பிய புட்டிகளும் காலிப் புட்டிகளும் வைக்கப்பட்டிருந்தன.

புட்டி[2] பெ. (வ.வ.) மூங்கில், பிரம்பு போன்றவற்றால் பின்னப்பட்ட சிறிய கூடை; small basket (made of bamboo, cane, etc.,).

புட்டிப் பால் பெ. (பே.வ.) (தாய்ப்பாலுக்குப் பதிலாகக் குழந்தைகளுக்கு) பதப்படுத்தப்பட்ட மாவுப் பொருளை வெந்நீரில் கரைத்துப் புட்டியில் ஊற்றித் தரும் பால்; powdered milk (used for bottle-feeding). மிக அவசியமான சூழ்நிலைகளில் மட்டுமே குழந்தைக்குப் புட்டிப் பால் கொடுக்க வேண்டும்.

புட்டு பெ. (பே.வ.) காண்க: பிட்டு.

புட்டுக்காட்டு வி. (-காட்ட, -காட்டி) (இலங்.) காண்க: பிட்டுவை.

புடம்போடு வி. (-போட, -போட்டு) 1: (தங்கம் போன்ற உலோகங்களை நெருப்பில்) உருக்கிச் சுத்தப்படுத்துதல்; purify by melting (esp. gold); refine (metal). பழைய பொன்னைப் புடம்போட்ட பின்னர் நகைகள் செய்வார்கள். 2: (மூலிகை போன்றவற்றை நெருப்பில் இட்டு) எரித்து பஸ்பமாக்குதல்; calcine. 3: (ஒன்றை) மேன்மைப்படுத்தும் பொருட்டுப் பல சோதனைகளுக்கு உட்படுத்துதல்; subject sth. or s.o. to a severe test. எங்கள் நிறுவனத்தின் தயாரிப்புகள் அனைத்துமே பலமுறை புடம்போட்ட பின்புதான் சந்தைக்கு வருகின்றன. அதனால் கலப்படம் என்ற பேச்சுக்கே இடமில்லை./ இறுதிப் போட்டிக்குத் தேர்ந்தெடுக்கப்பட்டவர்கள் அனைவருமே தேர்வுக் குழுவினரால் புடம்போடப்பட்டவர்கள்.

புடமிடு வி. (-இட, -இட்டு) காண்க: புடம்போடு.

புடல் பெ. காண்க: புடலை.

புடலங்காய் பெ. (சமையலில் பயன்படும்) அதிக உள்ளீடு இல்லாமல் வெளிர் பச்சை நிறத்தில் பாம்புபோல நீளமாக இருக்கும் ஒரு வகைக் காய்; snake-gourd.

புடலை பெ. புடலங்காய்/அந்தக் காய் காய்க்கும் கொடி; snake-gourd (the vegetable and also the creeper). புடலைப் பந்தல்.

புடவை பெ. (பெண்கள்) இடுப்பிலிருந்து கீழே கால் வரை தொங்குமாறு சுற்றி மார்பை மறைத்துத் தோள் வழியாகக் கொண்டுவந்து ஒரு நுனி முதுகிலிருந்து தொங்கும் விதத்தில் கட்டிக்கொள்ளும் மேலாடை; saree.

புடவை அறு வி. (அறுக்க, அறுத்து) (நெசவு) 1: புடவை நெய்து முடித்து அதைத் தறியின் பட மரத்திலிருந்து அறுத்து எடுத்துக்கொள்வது; cut a saree off the loom after weaving. 2: தறியில் புடவை ஒன்றை நெய்து முடிப்பது; finish weaving a saree in the loom. மூன்று நாள் நெய்தால் ஒரு புடவை அறுக்கலாம்./ ஒரு புடவை அறுத்தால் ஐநூறு ரூபாய் கூலி கிடைக்கலாம்.

புடை[1] வி. (புடைக்க, புடைத்து) 1: (உடலில் அடி அல்லது காயம் பட்ட இடம்) கட்டி போலத் தடித்தல்; வீங்குதல்; bulge. நிலைப்படியில் மோதிக்கொண்டதால் நெற்றி புடைத்திருக்கிறது. [(தொ.சொ.) உப்பு/ தடி/ பெரு/ வீங்கு] 2: (நரம்புகள், நாளங்கள் முதலியவை) தடித்தல்; (வயிறு) சற்று உப்பியது போலாதல்; (of veins, etc.,) bulge; bulge out. கோபத்தில் கழுத்து நரம்புகள் புடைத்தன./ வயிறு புடைக்கச் சாப்பிட்டான்.

புடை[2] வி. (புடைக்க, புடைத்து) (அரிசி முதலியவற்றை அவற்றில் உள்ள தூசி, தவிடு முதலியவை நீங்குவதற்காக) முறத்தில் இட்டு, தானியங்கள் லேசாக எழும்பி விழும் வகையில் மேலும் கீழுமாக ஆட்டுதல் அல்லது தட்டுதல்; sift in a winnowing pan; winnow. அரிசி புடைக்க ஆள் வேண்டும்.

புடை[3] பெ. பாத்திரத்தின் நெஞ்சுப் பகுதிக்கும் அடிப் பகுதிக்கும் இடையில் மடியும் இடம்; the part below the chest of an earthenware pot that curves and thrusts outward before it tapers to its bottom.

புடைச் சட்டி பெ. புடையில் மடிப்பு தெரியும்படியான விளிம்பு இருக்கும்படி அந்த இடத்தை மொழுக்கி விடாத, சற்று வாய் அகலமான பானை; a wide-mouthed earthenware vessel with its chest curving to make a sharp bend towards its bottom.

புடைசூழ வி.அ. (ஒருவர் தன்னைச் சேர்ந்தவர்கள் பலர்) பின்தொடர; சுற்றிவர; accompanied by. தலைமை மருத்துவர் மாணவர்கள் புடைசூழ நோயாளிகள் இருக்கும் அறைக்குள் நுழைந்தார்./ உறவினர்கள் புடைசூழ மாப்பிள்ளை ஊர்வலம் தொடங்கியது.

புடைப்பு பெ. (உடல் பாகங்கள்) வீங்கியிருக்கும் அல்லது தடித்திருக்கும் நிலை; swelling. தலையில் என்ன புடைப்பு? எங்காவது இடித்துக்கொண்டாயா?

புடைப்புச் சிற்பம் பெ. (கல், மரம் போன்றவற்றைச் செதுக்கி அல்லது உலோகத் தகட்டில்) பின்புலத்திலிருந்து முன்தள்ளித் தெரியுமாறு உருவாக்கப்படும் உருவம்; relief in stone, wood or metal.

புடையன் பெ. (ஊரக வ.) மண்ணுளிப்பாம்பு; earth boa.

புண் பெ. மேல்தோலில் அல்லது உள்ளுறுப்புகளில் எரிச்சல், வலி ஆகியவற்றை ஏற்படுத்தக் கூடிய வகையில் தோன்றும் வெடிப்பு; இரத்தம் வருவது நின்று விட்ட காயம்; (raw) sore; wound. வாயில் புண் இருப்பதால் சாப்பிட முடியவில்லை./ சர்க்கரை நோய் இருப்பதால் புண் சீக்கிரம் ஆறவில்லை./ தொற்றின் காரணமாகப் புண்ணில் சீழ் கோத்திருக்கிறது. [(தொ.சொ.) காயம்/ சிராய்ப்பு/ ரணம்]

புண்ணாக்கு பெ. (பே.வ.) காண்க: **பிண்ணாக்கு.**

புண்ணியம் பெ. **1:** **(இந்து மதத்தில்) அடுத்த பிறவியில் நற்பலன்களை ஏற்படுத்தும் வகையில் ஒரு பிறவியில் செய்யும் நற்செயல்; நல்வினை;** deeds ensuring blessings in one's afterlife; virtuous deeds. போன ஜென்மத்தில் செய்த புண்ணியம் இப்போது நன்றாக இருக்கிறேன்./ உன் முன்னோர் செய்த புண்ணியத்தால் நீ இந்த விபத்திலிருந்து தப்பினாய்./ 'தம்பி உனக்குப் புண்ணியமாகப் போகும், கொஞ்சம் தண்ணீர் கொடு' என்றார் அந்தப் பரதேசி. **2:** **(மேற்குறிப்பிட்ட) நல்வினையின் பயன்;** blessings ensured through virtuous deeds. ஏழைப் பையனுக்கு உதவி செய்த புண்ணியம் உங்களுக்குக் கிடைக்கும்./ 'இந்தக் காலத்தில் பாவமாவது புண்ணியமாவது?' என்று அலட்சியமாகச் சொன்னான்./ சகல சொத்துகளுடன் இவன் சந்தோஷமாக இருப்பதற்குக் காரணம் இவனுடைய தாத்தா சேர்த்துவைத்த புண்ணியம்தான். **3:** (பெரும்பாலும் எதிர்மறைத் தொடர்களில்) **(ஒன்றினால் ஏற்படும்) பலன்; பயன்;** use. பிரச்சினைக்கு என்ன வழி என்று யோசிக்காமல் அழுவதில் ஒரு புண்ணியமும் இல்லை./ இதற்கு மேல் அவனிடம் பேசுவதில் புண்ணியம் கிடையாது. **4:** **(இறைவன், பெரியோர் போன்றவர்களின்) அருள்; ஆசி;** blessing. ஆண்டவன் புண்ணியத்தில் நன்றாக இருக்கிறேன்./ கடவுள் புண்ணியத்தில் உனக்கு வேலை சீக்கிரம் கிடைக்கும்./ உங்கள் புண்ணியத்தில் என் பையனுக்குக் கல்லூரியில் இடம் கிடைத்தது. **5:** (பெரும்பாலும் பெயரடையாக) **புனிதம்;** being holy; being sacred. புண்ணியத் தலங்களுக்கு யாத்திரை சென்றிருக்கிறார்./ புண்ணிய பூமி.

புண்ணியம் கட்டிக்கொள் வி. (-கொள்ள, -கொண்டு) **ஒருவருக்கு உதவி செய்வதால் ஏற்படும் நல்வினையின் பலனை ஒருவர் பெறுதல்;** be a blessed one; earn blessings. ஏழைகள் அதிகமாக வசிக்கும் இந்தப் பகுதியில் இலவச மருத்துவமனை தொடங்கி அவர் புண்ணியம் கட்டிக்கொண்டார்.

புண்ணியம் தேடு வி. (தேட, தேடி) காண்க: **புண்ணியம் கட்டிக்கொள்.**

புண்ணியவதி பெ. **புண்ணியம் செய்தவள்; பாக்கியவதி;** woman who has accumulated blessings by her virtuous deeds; blessed woman. அந்தப் புண்ணியவதிக்கு இப்படி ஒரு பிள்ளையா?

புண்ணியவான் பெ. **புண்ணியம் செய்தவன்; பாக்கியவான்;** blessed man. அந்தப் புண்ணியவான் செய்திருக்கிற தர்மம் கொஞ்சநஞ்சமல்ல.

புண்ணியாவாசனம் பெ. (ச.வ.) **(பெரும்பாலும் வீடுகளில்) தீட்டு நீங்குவதற்குச் செய்யப்படும் சடங்கு;** purificatory rites. பிணத்தை எடுத்துக்கொண்டு போனதும் வீட்டில் புண்ணியாவாசனம் செய்தார்கள்./ குழந்தை பிறந்த பதினோராம் நாள் புண்ணியாவாசனம் செய்வார்கள்.

புண்படு வி. (-பட, -பட்டு) **(பிறருடைய பேச்சு, செயல் முதலியவற்றின் மூலம் ஒருவர்) வேதனைக்குள்ளாதல்; (மனம்) வருத்தமடைதல்;** (of one's feelings) be hurt. அப்பாவின் மனம் புண்படும்படி பேசிவிட்டோமே என்று அவனுக்கு வருத்தமாக இருக்கிறது.

புண்படுத்து வி. (-படுத்த, -படுத்தி) **(தன்னுடைய பேச்சு, செயல் முதலியவற்றின் மூலம் ஒருவரை) வேதனைக்கு உள்ளாக்குதல்; வருந்தச் செய்தல்;** wound (one's feelings); hurt. யாருடைய மனத்தையும் புண்படுத்த வேண்டும் என்ற நோக்கத்தில் நான் அவ்வாறு பேசவில்லை./ பிறருடைய மத உணர்வுகளைப் புண்படுத்துவது நாகரிகம் இல்லை.

புணர் வி. (புணர, புணர்ந்து) **1:** (உ.வ.) **உடலுறவு கொள்ளுதல்; கூடுதல்;** have sex (with); copulate. **2:** (இலக்.) **சொல், உருபு முதலியவை மற்றொரு சொல், உருபு முதலியவற்றோடு இணைதல்;** (of words, suffix) combine with (another); coalesce.

புணர்ச்சி பெ. **1:** (உ.வ.) **உடலுறவு; கலவி;** sexual intercourse. **2:** (இலக்.) **சந்தி;** sandhi. புணர்ச்சி விதிகள்.

புணி பெ. (நெசவு) **தறியில் ஊடை செலுத்தப்படுவதற்காகப் பாவு இழைகள் முக்கோண வடிவில் பிரிக்கப்படுதல்;** (in weaving) shed.

புணிக்கட்டை பெ. (நெசவு) **இரண்டு கால்களாலும் மாற்றிமாற்றி மிதித்து ஊடு இழை போவதற்குப் பாவுப் புணிகளை மேலும் கீழுமாக மாற்றிக்கொள்ள உதவும் மரக் கட்டைகள்;** wooden treadleswhich are worked to alternate layers of warp in hand-weaving. நெய்யும்போது கால்கள் புணிக்கட்டைகளை மாறிமாறி மிதித்துக்கொண்டிருக்கும்.

புணிக் குச்சி பெ. (நெசவு) **கோல்;** smoothened, long bamboostickthat helps keep the layers of warp separate in a loom.

புணிதிற வி. (-திறக்க, -திறந்து) (நெசவு) **பாவு நூல்களை இரண்டு அடுக்குகளாகப் பிரித்தல்.** separate the threads of warp into two alternating layers in the loom

புணை பெ. (வ.வ.) **மிதவை;** float. 2015ஆம் ஆண்டு சென்னை வெள்ளத்தில் ஜனங்கள் புணைகளைக் கட்டி மிதந்திருக்கிறார்கள்.

புத்தகசாலை பெ. (இலங்.) **புத்தகக் கடை;** bookshop. இந்த வீதி முழுவதும் புத்தகசாலைகள்தான்./ தீ விபத்தில் பல புத்தகசாலைகள் எரிந்துபோயின.

புத்தகப்புழு பெ. **(நடைமுறை வாழ்க்கையில் கவனம் செலுத்தாமல்) படிப்பதிலேயே பெரும்பான்மையான நேரத்தைச் செலவழிக்கும் நபர்;** person living a cloistered life, devoting himself to reading. உலக நடப்பு தெரியாத புத்தகப்புழுவாக இருக்காதே.

புத்தகப்பூச்சி பெ. (இலங்.) **புத்தகப்புழு;** bookworm.

புத்தகம் பெ. **1:** **படிப்பதற்கு ஏற்ற வகையில் அட்டைகளுக்கு இடையே இணைக்கப்பட்ட அச்சிட்ட தாள்களின் தொகுப்பு; நூல்;** book. பொழுதுபோகவில்லை, புத்தகம் ஏதாவது இருந்தால் படிக்கக் கொடு./ கதைப் புத்தகம்./ இன்று பல புத்தகங்களை இணையத்தில் படிக்க முடியும். **2:** **எழுதுவதற்கு ஏற்ற வகையில் வெற்றுத் தாள்களை அட்டைகளுக்கு இடையே இணைத்த தொகுப்பு;** notebook. அவன் கையில் ஒரு பாடப் புத்தகமும் இரண்டு நோட்டுப் புத்தகங்களும் வைத்திருந்தான்.

புத்தக வங்கி பெ. **பாடப் புத்தகங்கள் வசதி குறைந்த மாணவர்களுக்குக் கிடைக்க வழி செய்யும் வகையில்**

புத்தம் 946

அவற்றைச் சேகரித்து வைத்து வழங்கும் அமைப்பு; book bank.

புத்தம் பெ. பௌத்தம்; Buddhism. புத்தமும் சமணமும் தோன்றிய நாடு இந்தியா./ புத்த மதம்/ புத்த மடாலயம்/ புத்தத் துறவி/ புத்த ஸ்தூபி/ புத்த விகாரம்.

புத்தம்புதிது பெ. (-ஆக, -ஆன) மிகவும் புதிதாக இருப்பது; புத்தம்புதியது; being new; being fresh. பூ வாடாமல் அப்படியே புத்தம்புதிதாக இருந்தது./ புத்தம்புதிதான அந்தக் கட்டடம் என்னை வெகுவாகக் கவர்ந்தது.

புத்தம்புதிய பெ.அ. மிகவும் புதிய; brand new. புத்தம் புதிய துணி/ இந்தக் கட்டடம் புத்தம்புதியது./ புத்தம்புதிய படங்களைக்கூட இப்போது தொலைக்காட்சியில் ஒளி பரப்புகிறார்கள்.

புத்தம்புது பெ.அ. காண்க: புத்தம்புதிய.

புத்தம்புதுசு பெ. (-ஆக, -ஆன) (பே.வ.) காண்க: புத்தம் புதிது.

புத்தர் பெ. புத்த மதத்துக்கு அடிப்படையான போதனைகளை போதித்தவர்; the Buddha.

புத்தாடை பெ. (உ.வ.) புதுத் துணி; புதிய ஆடை; new clothes.

புத்தாண்டு பெ. (ஒரு வருடம் முடிந்து அடுத்துப் பிறக்கிற) புதிய வருடம்; New Year. உங்களுக்கு எங்கள் புத்தாண்டு வாழ்த்துகள்!

புத்தாயிரம் பெ. (எதிர்வரும்) ஆயிரம் ஆண்டு காலம்; millennium. புத்தாயிரத்தில் கணினிகள் அனைத்தும் செயலிழந்துவிடும் என்று அறிவியலாளர்கள் பயந்தது நடக்கவில்லை.

புத்தி பெ. 1: (படிப்பு, அனுபவம் போன்றவற்றால் கிடைக்கும்) அறிவு; knowledge; wisdom. புத்திக் கூர்மை மிக்கவர் அவர்./ புத்தி சாதுரியத்தில் அவளை மிஞ்ச ஆளில்லை./ தெளிந்த புத்தியைக் கல்வி கொடுக்க வேண்டும்./ இது என் புத்திக்கு உறைக்காமல் போய்விட்டது./நான் சொல்வதெல்லாம் உன் புத்திக்கு எட்டாது./ 'கடவுள் என்பது புத்திக்கு அப்பாற்பட்ட விஷயம்' என்றார் சாமியார். 2: நிலைமையைப் புரிந்துகொண்டு செயல்படுகிற திறன்; sense of discrimination. அவனுக்குச் சுய புத்தியும் இல்லை, பிறர் சொன்னால் கேட்பதும் இல்லை./ 'கடவுளே, இவனுக்கு நல்ல புத்தியைக் கொடு' என்று தாய் வேண்டிக்கொண்டாள்./ மந்த புத்தியுடையவன் அவன். 3: எண்ணம்; மனப்போக்கு; mind; (way of) thinking; mentality. அவன் புத்தி போகிற போக்கைப் பார்!/ மனிதனுடைய புத்தி அடிக்கடி மாறுகிறது. 4: (குறிப்பிட்ட வகையிலான ஒருவரின்) குணம்; (essential) nature. என் அவசரப் புத்தியினால் இன்று எல்லாவற்றையும் இழந்து நிற்கிறேன்./ அடிமைப் புத்தி/ அவனுக்குக் குரங்குப் புத்தி. 5: அறிவுரை; புத்திமதி; advice. அவனுக்கு நன்றாகப் புத்தி சொல்லி அனுப்புங்கள். 6: மனநிலை; one's senses; sanity. பக்கத்து வீட்டுக்காரருக்குக் கொஞ்ச நாட்களாகப் புத்தி சரியில்லை. 7: (சோதி.) (ஒரு கிரகத்துக்கு உரிய) தசையின் உட்பிரிவு; division of the period of a planet. தற்போது இவருக்குச் சனி தசையில் செவ்வாய் புத்தி நடக்கிறது./ குரு தசை சுக்கிர புத்தியில்தான் இவருக்குத் திருமணம் நடைபெறும்.

புத்திசாலி பெ. கூர்மையான அறிவுடைய நபர்; அறிவாளி; intelligent person.

புத்திசாலித்தனம் பெ. கூர்மையான அறிவு; அறிவின் வெளிப்பாடு; intelligence; shrewdness. அவனுடைய புத்திசாலித்தனத்தை அனைவரும் பாராட்டினார்கள்./ இந்தக் காலத்தில் சுயமாக வேலை தொடங்குவதே புத்திசாலித்தனம்.

புத்திசுவாதீனம் பெ. சிந்திக்கும் திறனின் விளைவாகத் தன் செயல், உணர்வு முதலியவற்றின் மீது ஒருவர் கொண்டிருக்கும் சுயக் கட்டுப்பாடு; sanity; being of sound mind. புத்திசுவாதீனம் இல்லாதபோது அவரிடம் கையெழுத்தை வாங்கிவிட்டார்கள்./ புத்திசுவாதீனம் இல்லாத ஆள்./ என் புத்திசுவாதீனத்தைச் சந்தேகிக்கிறாயே./ ஒருவர் புத்திசுவாதீனத்தோடு இருக்கும்போது எழுதித் தரும் பத்திரமே சட்டப்படி செல்லுபடியாகும்.

புத்தி புகட்டு வி. (புகட்ட, புகட்டி) (தவறாகவும் முறையற்ற விதத்திலும் நடந்துகொள்ளும் ஒருவருக்கு) படிப்பினையைத் தருதல்; பாடம் கற்பித்தல்; teach s.o. a lesson. அந்தக் குரங்குகளுக்குத் தக்க தருணத்தில் புத்தி புகட்ட வேண்டும் என்று கிளி நினைத்தது./ தேர்தல்மூலம் ஆளுங்கட்சிக்கு நாங்கள் புத்தி புகட்டுவோம் என்று எதிர்க்கட்சித் தலைவர் சூளுரைத்தார்.

புத்திபேதலிப்பு பெ. புத்திசுவாதீனம் இல்லாத நிலை; insanity.

புத்திமதி பெ. அறிவுரை; advice; instruction. [(தொ.சொ.) உபதேசம்/ யோசனை]

புத்திமான் பெ. அறிவுடையவர்/ன்; man of knowledge.

புத்திரபாக்கியம் பெ. குழந்தையை அடையப் பெறும் நற்பேறு; the state of being blessed with a child. என்னதான் சொத்துசுகம் இருந்தாலும் புத்திரபாக்கியம் இல்லாதது அவரைப் பெரிதும் வருத்தியது.

புத்திரன் பெ. (அ.வ.) மகன்; son. அடுத்ததாக யார் அரியணை ஏறுவது என்று மன்னனின் புத்திரர்களுக்குள் கடும் போட்டி ஏற்பட்டது./ புத்திரனால் உங்களுக்கு மேன்மை உண்டாகும் என்று சோதிடர் கூறினார்./ (உரு வ.) இந்தியத் தாயின் புத்திரர்கள்.

புத்திரி பெ. (அ.வ.) மகள்; daughter. அரசனுக்கு மூன்று புத்திரிகள் இருந்தனர்./ பெரியவரின் இறப்புக்குப் பிறகு சொத்து முழுதும் அவருடைய ஏக புத்திரிக்குப் போய்ச் சேர்ந்தது.

புத்திவா வி. (-வர, -வந்து) (ஒரு மோசமான அனுபவத்திலிருந்து) படிப்பினையைப் பெறுதல்; பாடம் கற்றல்; learn a lesson (from a bad experience). இவ்வளவு அடிபட்டும் உனக்குப் புத்திவரவில்லை என்றால் நான் என்ன செய்ய முடியும்?/ இப்போதாவது உனக்குப் புத்திவந்ததே! அதுவே பெரிய விஷயம்.

புத்திஜீவி பெ. (அ.வ.) அறிவுஜீவி; intellectual.

புத்துணர்ச்சி பெ. (சோர்வு நீங்கியதால் ஏற்படும்) மகிழ்ச்சியும் ஊக்கமும் தரும் உணர்வு; feeling of refreshment. கடற்காற்று புத்துணர்ச்சியைத் தந்தது./ தூங்கி எழுந்த பின் என்ன புத்துணர்ச்சி!/ எங்கள் பற்பசையைக் கொண்டு பல் துலக்குங்கள், நொடியில் புத்துணர்ச்சி பெறுவீர்கள்.

புத்துணர்வு பெ. காண்க: புத்துணர்ச்சி.

புத்துயிர் பெ. **(கீழ்நிலையிலிருந்தோ வீழ்ச்சிக்குப் பின்னோ பெறும்) எழுச்சி மிக்க அல்லது ஏற்றம் மிக்க நிலை; மறுமலர்ச்சி;** rebirth; revival. பண்டைய கலைகளுக்குப் புத்துயிர் அளித்த கலைஞர்.

புத்தொளிப் பயிற்சி பெ. **(பெரும்பாலும் பணியில் இருப்பவர்களுக்கு) புதிய நடைமுறைகள், நவீனப் போக்குகள் போன்றவற்றைப் பயிற்றுவிக்கும் குறுகிய காலப் பயிற்சி;** refresher course. மொழியியல் துறை ஆசிரியர்களுக்கு அகராதியியலில் புத்தொளிப் பயிற்சி அளிக்கப்பட்டது./ இது வங்கி மேலாளர்களுக்காக நடத்தப்படும் புத்தொளிப் பயிற்சி.

புதர் பெ. 1: **அதிக உயரம் இல்லாத தாவரங்கள் அடர்த்தியாகவும் பின்னிப் பிணைந்தும் வளர்ந்திருக்கும் நிலை;** bush. கொல்லைப்புறத்தில் புல்லும் புதரும் மண்டிக் கிடக்கிறது./ முயல் புதருக்குள் ஓடி மறைந்தது. 2: காண்க: **புதர்ச்செடி.**

புதர்க்காடு பெ. **கால்நடைகள் அளவுக்குமீறி மேய்வதால் வறண்ட நிலங்களில் உருவாகும் முட்புதர்களைக் கொண்ட காடு;** scrub jungle.

புதர்ச்செடி பெ. **உயரம் அதிகம் இல்லாமல், பல தண்டுகளுடன் அடர்த்தியாகப் பின்னிப் பிணைந்து வளர்ந்திருக்கும் தாவரம்;** bush; shrub. செம்பருத்தி ஒரு புதர்ச்செடி.

புதல்வன் பெ. (உ.வ.) **மகன்;** son. ஜமீன்தார் தனது ஒரே புதல்வனைக் கண்ணும்கருத்துமாக வளர்த்தார்./ இவர் என் சிறிய தாயாரின் புதல்வன்.

புதல்வி பெ. (உ.வ.) **மகள்;** daughter. மூத்த புதல்வியின் திருமணத்தைச் சீரும்சிறப்புமாகச் செய்தார்./ மணிவிழா காணும் இந்தத் தம்பதிகளுக்கு ஒரு புதல்வனும் இரண்டு புதல்விகளும் இருக்கிறார்கள்./ அரசனுக்கு ஆண் வாரிசு இல்லாததால் அவருடைய புதல்வியே அடுத்ததாக அரியணை ஏறினார்.

புதன் பெ. 1: **சூரிய மண்டலத்தில் சூரியனுக்கு மிக அருகில் இருக்கும் சிறிய கிரகம்;** the planet Mercury. சூரியனிலிருந்து 5.79 கோடி கிலோமீட்டர் தூரத்தில் புதன் இருக்கிறது. 2: **(மேற்குறிப்பிட்ட கிரகத்தின் பெயரால் குறிக்கப்படும்) வாரத்தின் நான்காவது நாள்;** Wednesday. 3: (சோதி.) **தாய்மாமன், அறிவு, நட்பு, பயணம், நிதானம், பச்சை நிறம், மரகதக் கல், வடக்குத் திசை முதலியவற்றைக் குறிக்கும் கிரகம்;** (in astrology) the planet Mercury.

புதிதில் இ.சொ. (பெரும்பாலும் இறந்தகாலப் பெயரெச்சத்திற்குப் பின்) **'ஒரு நிகழ்ச்சி அல்லது செயல் நடந்த சிறிது காலத்திற்குள்' என்னும் பொருள் தரும் இடைச்சொல்;** particle used for referring to the time immediately following an event (in the past). வாங்கிய புதிதில் புடவை பளபளப்பாக இருந்தது./ நாங்கள் இந்த ஊருக்கு வந்த புதிதில் இங்கெல்லாம் கடையே கிடையாது.

புதிது பெ. (-ஆக, -ஆன) **அறிதல், பயன்படுத்துதல், பழக்கப்படுத்துதல் முதலிய செயல்களுக்கு ஒன்று அல்லது ஒருவர் முதல் முறையாகவோ அண்மைக் காலத்திலோ உட்பட்ட நிலை/அப்படி உட்பட்ட ஒன்று அல்லது ஒருவர்;** sth. new. இந்த இடம் எனக்குப் புதிது./ புதிதாக ஏதாவது புத்தகம் வாங்கினாயா?/ நான் சென்னைக்குப் புதிது./ நமது மொழிக்கு மிகவும் புதிதான ஒரு கதை வடிவம் இந்த நாவல்./ புதிதாகத் திருமணம் செய்துகொண்டவர்கள்/ இவர்கள் புதிதாக நியமிக்கப்பட்ட ஊழியர்கள்./ புதிதாக எதாவது சாப்பிட வாங்கிக்கொண்டு வா.

புதிய பெ.அ. **புதிதாக இருக்கிற, நிகழ்கிற, அமைகிற அல்லது செயல்படுகிற;** new. புதிய வீடு, புதிய இடம் என்பதால் தூக்கம் வரவில்லை./ புதிய வார்த்தைகளைத் தெரிந்துகொள்வதில் என் நண்பன் ஆர்வம் காட்டினான்./ ஊரில் புதிய திரைப்படம் எதுவும் நடக்கிறதா?/ இவர் என் புதிய முதலாளி/ நமது கல்லூரியின் புதிய முதல்வர் யார்?

புதிய ஆகமம் பெ. (கிறித்.) காண்க: **புதிய ஏற்பாடு.**

புதிய ஏற்பாடு பெ. (கிறித்.) **கிறிஸ்துவின் பிறப்பு, வாழ்வு, இறப்பு, உயிர்ப்பு, போதனை போன்றவற்றைக் குறித்த பகுதிகள் மற்றும் அவருடைய சீடர்கள், திருத்தூதர்கள் எழுதிய திருமுகங்கள் ஆகியவற்றின் தொகுப்பாகிய, விவிலியத்தின் இரண்டாவது நூல்;** the New Testament. புதிய ஏற்பாட்டில் மொத்தம் நான்கு நற்செய்திகள் உள்ளன.

புதிர்[1] பெ. 1: (-ஆக, -ஆன) **அறிவுபூர்வமாகப் புரிந்துகொள்ளவோ விளக்கவோ முடியாத ஒன்று; மர்மம்;** mystery; puzzle. பறக்கும் தட்டுகள் பற்றிய செய்தி இன்னும் புதிராகத்தான் இருக்கிறது./ அவருடைய புதிரான நடவடிக்கைகள் காரணமாக யாரும் அவருடன் பழகுவதே கிடையாது./ பிரபஞ்சம் இன்னும் ஒரு புதிராகத்தான் இருக்கிறது. [(தொ.சொ.) **சூட்சமம்/ பூடகம்/ மர்மம்**] 2: **ஒருவருடைய அறிவுத் திறனைச் சோதிக்கும் வகையிலும் ஒரு விடையைக் கொண்டிருக்கும் வகையிலும் கேளிக்கையாக அமைந்திருப்பது; விடுகதை;** riddle; puzzle. அரசகுமாரி போட்ட புதிரை விடுவித்து இளவரசன் அவளை மணந்துகொண்டான்./ ஒரு கணக்குப் புதிருக்கு விடை கண்டுபிடிக்க முடியாமல் திணறிக்கொண்டிருக்கிறேன்.

புதிர்[2] பெ. (இலங்.) **அறுவடை முடிந்து, வீட்டுக்குக் கொண்டுவந்து உணவுக்கு முதன்முதலாகப் பயன்படுத்தும் நெல்; புது நெல்;** newly harvested paddy.

புதிர் எடு வி. (எடுக்க, எடுத்து) (இலங்.) **(அறுவடைக்கு முன்) நல்ல நாளில் முதன்முதலாக ஒரு பிடி நெற்கதிரை வீட்டுக்கு எடுத்துச் செல்லுதல்;** take home a sheaf of paddy on an auspicious day in a ritual start of harvesting.

புதினம்[1] பெ. **நாவல்;** novel; fiction. 'தமிழ்ப் புதினங்களில் பெண்ணியம்' என்ற தலைப்பில் முனைவர் பட்டத்திற்கான ஆய்வை மேற்கொண்டுள்ளேன்.

புதினம்[2] பெ. (இலங்.) 1: **புதுமை;** novelty. இதில் என்ன புதினம்? 2: **வேடிக்கை;** things that attract one's attention; sth. fanciful. தெருவில் புதினம் பார்த்துக்கொண்டு நின்றான். 3: **(புதிய) செய்தி;** news. உன்னுடைய குடும்பத்தில் என்ன புதினம்?/ தெற்குப் பக்கத்தில் வெடிச்சத்தம் கேட்டதே, அங்கு என்ன புதினம்?/ இன்றைய பத்திரிகையில் என்ன புதினமாம்?

புதினம் காட்டு வி. (காட்ட, காட்டி) (இலங்.) **(தேவையில்லாமல்) ஆர்ப்பாட்டம் செய்தல்;** create a scene.

புதினா பெ. **நாக்கில் சுள்ளென்ற சுவையை ஏற்படுத்தக் கூடிய, சற்றுச் சொரசொரப்பான இலைகளை உடைய, மணம் மிக்க ஒரு வகைக் கீரை;** mint. புதினாத் துவையல்.

புது பெ.அ. **புதிய;** new. புதுக் கணக்கு/ புது வருடம்/ புது இடம்/ புதுப் படம்/ புது முயற்சி/ புது மாப்பிள்ளை/ புது மருமகள்/ புது முதலாளி.

புதுக்கவிதை பெ. **சொல்லையும் வரிகளையும் மர பான யாப்புக்குக் கட்டுப்படுத்தாத கவிதை;** free verse.

புதுக்கு வி. *(புதுக்க, புதுக்கி)* **1:** *(உ.வ.)* **(பழுதடைந்த நிலையில் உள்ளதை அல்லது பழைய பாணியில் இருப்பதை) புதுப் பொலிவுடன் மாற்றி அமைத்தல்;** renew; renovate. பதினெட்டாம் நூற்றாண்டில் வாழ்ந்த சிவ ஞான முனிவர் சங்கர நமச்சிவாயர் உரையில் சில திருத் தங்களைச் செய்து புதுக்கினார்./ இந்தக் கோயிலைப் புதுக்கியவர் செம்பியன் மாதேவியார் என்று ஒரு கல் வெட்டு குறிப்பிடுகிறது./ வின்சுலோ அகராதியைப் புதுக்கி வெளியிடுவதற்காக அப்போது திட்டமிட்டனர். **2:** *(ஊரக வ.)* **(பாத்திரம் முதலியவை) பளபளப்படை யும்படி செய்தல்; மெருகேற்றுதல்;** polish; make (sth.) shine. குத்துவிளக்கைப் புளி போட்டுப் புதுக்கு.

புதுக் குடித்தனம் பெ. **திருமணமான புதுத் தம்பதிகள் தனி வீட்டில் தொடங்கும் குடும்ப வாழ்க்கை;** home set up by the newly weds as a separate household. பெண்ணையும் மாப்பிள்ளையையும் புதுக் குடித்தனம் வைத்தாயிற்றா?

புதுசு பெ. (-ஆக, -ஆன) (பே.வ.) காண்க: **புதிது.**

புது நன்மை பெ. *(கிறித்.)* **திருமுழுக்கு பெற்ற பின் ஒருவர் திருச்சபையில் முதன்முறையாக நற்கருணை பெறும் விழா;** First Holy Communion.

புதுநிறம் பெ. *(வ.வ.)* **பொதுநிறம்; மாநிறம்;** (of complexion) neither dark nor fair.

புதுப்பி வி. *(புதுப்பிக்க, புதுப்பித்து)* **1: (பழுதடைந்தது, பழைய பாணியில் இருப்பது, பலவீனமானது போன்ற வற்றை) புதுப் பொலிவுடன் மாற்றி அமைத்தல்; புத் துயிர் அளித்தல்;** renovate; make new; repair. கிராமத் தில் உள்ள வீட்டைப் புதுப்பித்து அதில் குடியேறினார்./ நமது உடலிலுள்ள செல்கள் இடைவிடாது தம்மைப் புதுப் பித்துக்கொள்கின்றன./ தம்மைப் புதுப்பித்து வளர்த்துக் கொள்ளும் ஆற்றல் எலும்புகளுக்கு உண்டு./ *(உரு வ.)* நீண்ட நாட்களுக்குப் பிறகு கடிதத்தின் மூலம் எங்களது தொடர்பைப் புதுப்பித்துக்கொண்டோம். **2: (குறிப்பிட்ட கால எல்லையுடன் முடியும் வங்கிக் கணக்கு, உரிமம், சந்தா போன்றவற்றை அல்லது ஏற்கனவே செய்த ஒன்றை) மீண்டும் குறிப்பிட்ட காலத்திற்கு நீட்டித்தல்;** renew; extend. உன் ஓட்டுநர் உரிமத்தைப் புதுப்பித்துவிட் டாயா?/ இரண்டு நிறுவனங்களும் தங்கள் ஒப்பந்தத்தை மறுபடியும் புதுப்பித்துக்கொண்டன.

புதுப்பிப்பு பெ. **(குறிப்பிட்ட காலக்கெடுவில் முடியும் வங்கிக் கணக்கு, உரிமம், சந்தா, ஒப்பந்தம் போன்ற வற்றை) மீண்டும் குறிப்பிட்ட காலத்துக்கு நீட்டிக்கும் செயல்பாட்டு முறை;** renewal.

புதுப்பெண் பெ. **புதிதாகத் திருமணமான பெண்;** newly-married woman, bride. நேர்முகத் தேர்வுக்கு வந்திருந் தவர்களில் பலர் புதுப்பெண் போல் அமர்ந்திருந்தார்கள்.

புதுமனை புகுவிழா பெ. *(உ.வ.)* **கிரகப்பிரவேசம்;** ceremony performed at the time of occupying a newly built house; house-warming.

புது மாப்பிள்ளை பெ. **மிக அண்மையில் திருமண மான ஆண்;** newly married man.

புதுமுகம் பெ. **1: (பெரும்பாலும் திரைப்படம், நாட கம் முதலியவற்றில்) முதன்முதலாக அறிமுகமாகு பவர்;** person making debut (in a film or on the stage). இந்தப் படத்தில் இரண்டு புதுமுகங்கள் அறிமுகப்படுத்தப் பட்டிருக்கிறார்கள்./ திரையுலகில் புதுமுகங்களுக்கு நல்ல வரவேற்பு இருக்கிறது. **2: (ஒரு இடத்திற்கு அல்லது துறைக்கு) புதியவர்;** stranger. 'யார் அந்தப் புதுமுகம்?' 'அது வேறு யாருமில்லை. புதிதாக வேலையில் சேர்ந் திருக்கும் பையன்தான்.' / மருத்துவத் துறைக்கு நான் ஒரு புதுமுகமே.

புதுமை பெ. **1:** (-ஆக, -ஆன) **(ஒன்று) இதுவரையில் இல்லாததாகவும் வழக்கமானதிலிருந்து மாறுபட்ட தாகவும், புதியதாகவும் இருக்கும் தன்மை அல்லது நிலை;** newness; novelty. புதுமைக்காகவும் நகைச்சுவைக் காகவும் வட்டார வழக்கைத் திரைப்படங்களில் பயன் படுத்துகிறார்கள்./ பழைய கதைதான் என்றாலும் புதுமை யாகச் சொல்லப்பட்டிருக்கிறது. **2: (பழங்காலத்தைச் சார்ந்ததாக இருந்தாலும்) தற்காலத் தன்மை கொண்ட தாக இருப்பது;** modern. முப்பது ஆண்டுகளுக்கு முன் எழுதப்பட்ட கதைதான் என்றாலும் உரைநடை புதுமை யானதாகவே இருக்கிறது. **3:** *(உ.வ.)* **புதுக் கருக்கு;** freshness. புதுமை மாறாத தோற்றம். **4: அதிசயம்;** being strange or peculiar. தண்ணீரைக்கூடக் காசு கொடுத்து வாங்க வேண்டுமா? பட்டணத்தில் எல்லாம் புதுமையாகத்தான் இருக்கிறது!

புதுயுகம் பெ. **நம்பிக்கை தரக்கூடிய மாற்றங்களும் சுபிட்சமும் நிறைந்த காலம்;** new era. இந்தியா முழுதும் நடந்த சுதந்திரப் போராட்டம் இந்திய மக்கள் புதுயுகம் படைக்கப் புறப்பட்டுவிட்டதை அறிவுறுத்தியது./ என் றாவது ஒரு நாள் புதுயுகம் பிறக்கும் என்ற நம்பிக்கை யில்தான் நாம் வாழ்ந்துகொண்டிருக்கிறோம்!

புதை[1] வி. *(புதைய, புதைந்து)* **1: (கடினத் தன்மை இல் லாத மணல், சேறு போன்றவற்றின் பரப்புக்குள் ஒன்று) அழுந்தி அல்லது அழுத்தப்பட்டு உட்செல்லு தல்;** go in; be buried; sink. கை தவறி விழுந்த காசு கடற்கரை மணலில் புதைந்துவிட்டது./ சேற்றில் புதைந்து விட்ட வண்டியை மாடுகளால் இழுக்க முடியவில்லை./ *(உரு வ.)* மனத்தில் புதைந்து கிடக்கும் ஆசைகள். **2: (செய்திகள், கருத்துகள் போன்றவை ஒன்றில்) எளி தில் புலப்படாதபடி உள்ளடங்கியிருத்தல்; பொதிந் திருத்தல்;** (of significance, etc.,) lie hidden. மக்கள் செய்யும் ஒவ்வொரு சடங்கிலும் பல செய்திகள் புதைந்துள்ளன./ இந்தச் சொல்லில் இத்தனை பொருள் புதைந்துள்ளதா?

புதை[2] வி. *(புதைக்க, புதைத்து)* **1: (குழி முதலியவற்றில் ஒன்றை வைத்து) மண்ணைக் கொட்டி மூடி மறைத் தல்;** bury; hide. பாடுபட்டுத் தேடிய பணத்தைப் புதைத்து

வைத்தவர்களும் உண்டு./ சாலையில் கண்ணிவெடிகள் புதைக்கப்பட்டிருந்தன./ தோட்டத்தில் புதைத்து வைக்கப் பட்டிருந்த சாராய ஊறல் பானைகள் கைப்பற்றப்பட்டன. **2: (பிணத்தை) அடக்கம் செய்தல்;** inter; bury (the dead). குழந்தைகள் இறந்தால் புதைப்பதுதான் வழக்கம்./ இறந்தவர்களை உங்கள் மதத்தில் புதைப்பீர்களா, எரிப்பீர் களா? **3: (முகம், தலை முதலியவற்றை ஒரு பரப்பில்) அழுந்தப் பதித்தல்;** bury (one's face, etc.,). தலையணை யில் முகம் புதைத்து அழுதாள். **4:** *(உ.வ.)* **(கண், வாய் போன்றவற்றை) பொத்துதல்; மூடுதல்;** cover (one's eyes, mouth, etc., with one's hand). நாணத்தால் கண் புதைத் தாள்./ சேவகர்கள் அரசர்முன் கைகட்டி வாய் புதைத்து நின்றனர்.

புதைகுழி பெ. **1: (இறந்தவரை) புதைப்பதற்கான குழி;** pit for burial; grave. *(உரு வ.)* மனிதாபிமானம், சகோதர உணர்வு எல்லாம் புதைகுழிக்கு அனுப்பப்பட்டுவிட்டன./ *(உரு வ.)* ஜனநாயகத்துக்குப் புதைகுழி தோண்டிக்கொண் டிருக்கிறார்கள் என்று குற்றம்சாட்டினார் அவர். **2:** காண்க: **புதைமணல்.**

புதைசாக்கடை பெ. **பாதாளச் சாக்கடை;** underground drainage. புதைசாக்கடையில் ஏற்பட்டிருந்த அடைப்பே வெள்ளம் வெளியேறாததற்கான காரணம் என்று கூறப் படுகிறது./ புறநகர்ப்பகுதிகளிலும் புதைசாக்கடை அமைப் பதற்கான திட்டத்தை அரசு வகுத்துள்ளது.

புதைசேறு பெ. **மேற்பரப்பில் அழுந்தும் எந்த ஒன்றும் உட்சென்றுவிடக்கூடிய ஆழமான சேறு;** bog; quagmire.

புதைபடிவம் பெ. **பல்லாயிரக் கணக்கான ஆண்டு களுக்கு முன் வாழ்ந்த உயிரினங்கள் அல்லது தாவ ரங்கள் புதைந்து இறுகிப் பாறையாக மாறும் படிவு; தொல்லுயிர் எச்சம்;** fossil. பல கோடி ஆண்டுகளுக்கு முன்பு நிலத்துக்குள் சென்று புதைபடிவமாகிவிட்ட மரங் களே கல் மரங்கள் என்று அழைக்கப்படுகின்றன./ ஆதி மனிதனின் புதைபடிவ எச்சம் ஒன்று 1700ஆம் ஆண்டு மேற்கு ஜெர்மனியில் முதன்முதலாகக் கண்டுபிடிக்கப்பட் டது./ புதைபடிவ எரிபொருட்களைக் கைவிடுவதில் யார் எந்த அளவுக்குப் பங்களிப்பது என்பது பற்றிய விவாதத்தில் தீர்மானமான முடிவு எட்டப்படவில்லை.

புதைபொருள் பெ. **நிலத்தின் கீழ் புதைந்திருக்கும் பண்டைக்காலப் பொருள்கள்;** buried remains (found through excavations).

புதைமணல் பெ. **சதுப்பு நிலங்களில் அல்லது பாலை வனங்களில் மேற்பரப்பில் அழுந்தும் எந்த ஒன்றும் எளிதாக உட்சென்றுவிடக்கூடிய மிக மிருதுவான சேறு அல்லது மணல்;** quicksand.

புதையல் பெ. **நிலத்தில் புதைந்துள்ள பழங்காலத் தங்க நாணயங்கள், நகைகள் போன்ற மதிப்பு மிக்க பொருள் கள்;** treasure trove.

புதைவடக் கம்பி பெ. *(பு.வ.)* **(மின்சாரம், மின்னணுச் சமிக்ஞைகள் போன்றவற்றை எடுத்துச்செல்ல) தரைக் குக் கீழே புதைக்கப்படும் பருமனான வடம்;** underground cable (for conducting electricity and electronic signals). மின்கசிவால் ஏற்படும் விபத்துகளைத் தடுக்க மின் கம்பிகளை புதைவடக் கம்பிகளாக மாற்றும் திட்டம் விரை வில் செயல்படுத்தப்படும்.

புயம் பெ. *(உ.வ.)* காண்க: **புஜம்.**

புயல் பெ. **(காற்றழுத்தக் குறைவால் கடலில் ஏற்படும்) பலத்த மழையை விளைவிக்கக் கூடிய வேகம் மிகுந்த காற்று;** gale; storm. மணிக்கு அறுபது மைல் வேகத்தில் புயல் அடிக்கலாம்./ *(உரு வ.)* முதல்வர் ராஜினாமா செய்ததை ஒட்டி ஒரு பெரும் புயலே எழுந்திருக்கிறது./ *(உரு வ.)* இளம் புயல் ரபேல் நடால் இந்தப் போட்டியில் வெல்வாரா?

புயல் எச்சரிக்கைக் கூண்டு பெ. *(பு.வ.)* **வரப்போகும் புயலின் தீவிரத்தைக் குறித்து எச்சரிக்கை செய்வதற் காகத் துறைமுகங்களில் பகல் நேரத்தில் கூம்புகளை யும் நீள்உருளைகளையும், இரவில் வெள்ளை, சிவப்பு விளக்குகளையும் உயர்ந்த கம்பத்தில் ஏற்றும் அமைப்பு;** cyclone warning signals. *'புல்புல்'* புயல் காரணமாக பாம்பன் துறைமுகத்தில் இன்று இரண்டாம் எண் புயல் எச்சரிக்கைக் கூண்டு ஏற்றப்பட்டுள்ளது.

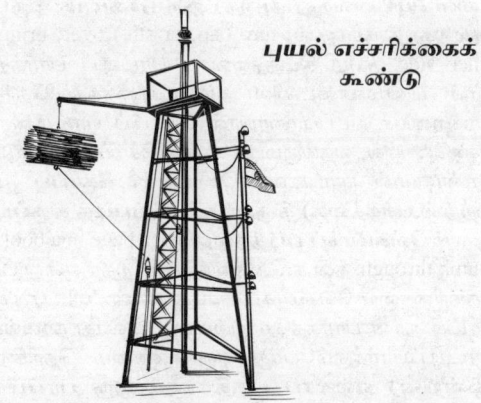

புயல் எச்சரிக்கைக் கூண்டு

புர்கா பெ. *(இஸ்.)* **பர்தா;** long veil hanging down to the feet worn by Muslim women.

புரசு பெ. **1: சிவப்பும் மஞ்சளும் கலந்த அடர் நிறப் பூக்கள் கொத்துக்கொத்தாகப் பூக்கும் மரம்;** flame of the forest. **2: மலைகளில் வளரும், சாம்பல் நிற இலை களைக் கொண்ட (மர வேலைகளுக்குப் பயன்படும்) உறுதியான தண்டை உடைய ஒரு வகை மரம்;** Indian satinwood.

புரட்சி பெ. **1: ஆட்சிக்கு எதிரான குழுக்கள் வன் முறையின் மூலம் ஆட்சியைக் கைப்பற்றும் செயல்;** revolution; coup. சுதந்திரப் போராட்டக் காலத்தில் நாடு முழு வதும் பல்வேறு புரட்சி இயக்கங்கள் செயல்பட்டுவந்தன./ மக்கள் செய்த புரட்சியின் காரணமாக அந்த நாட்டில் ஆட்சி கவிழ்ந்தது. [(தொ.சொ.) **எழுச்சி/ கலகம்/ கல வரம்/ கிளர்ச்சி/ போராட்டம்**] **2: (ஒரு துறையில்) மரபாக ஏற்றுக்கொள்ளப்பட்டு நிலவிவரும் கருத்து களை மாற்றியமைக்கும் விதத்திலான சிந்தனை, செயல்பாடு ஆகியவை;** sth. revolutionary. ஐம்பதுகளில் பாட்டே இல்லாமல் தமிழில் ஒரு படம் வந்தபோது அது பெரும் புரட்சியாகக் கருதப்பட்டது./ பத்திரிகை உலகில் பல புரட்சிகளைச் செய்தவர் வாசன்./ எஸ்ரா பவுண்டின்

புரட்சிகரம் 950

விமர்சனங்கள், கருத்துகள் புதுக்கவிதையில் பெரும் புரட்சியை ஏற்படுத்தின./ தகவல் தொழில்நுட்பப் புரட்சியின் காரணமாக நமது வாழ்க்கை முறையே முற்றிலும் மாறி விட்டது.

புரட்சிகரம் பெ. *(-ஆக, -ஆன)* **(பழமையிலிருந்து விலகி) துணிவுடன் செய்யும் புதுமை;** the quality of being revolutionary. இவர் புரட்சிகரமாகச் செயல்பட்டுப் புகழ்பெற்றவர்./ புரட்சிகரமான திட்டம்.

புரட்டன் பெ. *(அ.வ.)* **உண்மையைத் திரித்தும் மாற்றியும் கூறுபவன்;** one who distorts facts. இன்றைய நிலைமை கயவர்களுக்கும் புரட்டர்களுக்கும் வாய்ப்பாக உள்ளது.

புரட்டாசி பெ. **ஆறாவது தமிழ் மாதத்தின் பெயர்;** the name of the sixth Tamil month (mid-September to mid-October).

புரட்டு[1] வி. *(புரட்ட, புரட்டி)* **1: (ஒன்றின் அல்லது ஒருவரின் கீழே கையையோ பிற உபகரணங்களையோ வைத்து அதை) ஒரு பக்கமாக உருட்டுதல் அல்லது திருப்புதல்;** turn (s.o. or sth.) over; bring to the other side. கீழே கிடந்தவரைப் புரட்டிப் பார்த்தபோது தான் பின்மண்டையில் அடிபட்டிருந்தது தெரிந்தது./ பாறையைக் கடப்பாரையால் நெம்பிப் புரட்டினார்கள்./ எண்ணெயில் வதங்கும்படி கத்திரிக்காய்த் துண்டுகளைக் கரண்டியால் புரட்டவும். **2: (நூல், கோப்பு முதலியவற்றில் பக்கத்தை) திருப்புதல்/அப்படித் திருப்புவதன் மூலம் வேகமாகப் படித்தல்;** turn (a page in a book, etc.,); thumb through. தன் கவிதை வந்திருக்கிறதா என்று பார்க்கப் பத்திரிகையை வேகமாகப் புரட்டினான்./ நீ புத்தகத்தைப் புரட்டி நான் பார்த்ததே இல்லை./ இவரது நாவல்களைப் புரட்டிப்பார்க்கும்போது ஒரு உண்மை தெரிகிறது. **3: (ஒன்றின்) எல்லாப் பகுதிகளும் ஒரு பரப்பில் படுமாறு செய்தல்;** turn from side to side (a brush, etc., in paint, etc.,). தூரிகையை வர்ணத்தில் புரட்டி எடுத்த பின் தாளின் நடுவில் ஒரு கோடு இழுத்தார்./ கறியை மசாலாவில் நன்றாகப் புரட்டிக்கொள்ள வேண்டும். . [*(தொ.சொ.)* **தாளி/ துவட்டு/ பொரி/ வதக்கு/ வறு**] **4: (பல இடங்களிலும் அலைந்து, பல வழிகளிலும் பணத்தை) திரட்டுதல்;** சேகரித்தல்; raise (money). பெரிய தொகையாகக் கேட்கிறீர்களே? ஒரே நாளில் எங்கிருந்து புரட்ட முடியும்?/ எப்படியாவது ஐநூறு ரூபாய் புரட்டிக்கொடு, அவசரம்.

புரட்டு[2] பெ. **உண்மையைத் திரித்துப் பேசும் பேச்சு;** distortion of facts. எல்லா விதப் புரட்டுகளையும் செய்து சேர்த்த சொத்து எவ்வளவு காலத்துக்கு நிலைக்கும் என்று நினைக்கிறாய்?/ அவனுடைய பொய்யும் புரட்டும் பொறுத்துக்கொள்ள முடியாத அளவுக்குப் போய்விட்டன.

புரதம் பெ. **முட்டை, இறைச்சி, பருப்புகள் முதலியவற்றில் உள்ளதும், உடல் வளர்ச்சிக்குத் தேவையானதுமான ஒரு சத்துப் பொருள்;** protein.

புரவலர் பெ. *(உ.வ.)* **ஒரு அமைப்பின் முன்னேற்றத்திற்கும் வளர்ச்சிக்கும் பல வழிகளில் உதவிபுரிபவர்;** patron. எங்கள் தமிழ்ச் சங்கத்தின் புரவலர் ஒரு தொழிலதிபர்./ இவர் பல கலை, இலக்கிய மன்றங்களுக்குப் புரவலராக விளங்குகிறார்./ சன்மார்க்க சபையின் புரவலர்.

புரவி பெ. *(உ.வ.)* **குதிரை;** horse.

புரவி எடுப்பு பெ. *(ஊரக வ.)* **மண்குதிரைகளைச் சுட்டு வண்ணம் தீட்டி ஐயனார் கோயிலுக்கு வாரை கட்டித் தூக்கிச் செல்லும் கிராமத்துத் திருவிழா;** the ceremonial occasion of bearing to the ஐயனார் temple terracotta horses on shoulders using shafts. நாளை மறுநாள் புரவி எடுப்பு. அவர் இன்னும் குதிரைகளைச் சுட்டு எடுக்கவில்லை.

புரவியாட்டம் பெ. **பொய்க்கால் குதிரை;** a folk dance performed with a dummy horse.

புரள் வி. *(புரள, புரண்டு)* **1: பக்கவாட்டில் உருளுதல்;** turn on one's side; (of animals) wallow. தூக்கம் வராமல் படுக்கையில் புரண்டுகொண்டிருந்தான்./ குழந்தை அழுது தரையில் விழுந்து புரண்டது./ பன்றிகள் சேற்றில் புரண்டு கொண்டிருந்தன. [*(தொ.சொ.)* **உருள்/ சரி/ சறுக்கு/ நழுவு/ வழுக்கு**] **2:** *(ஊரக வ.)* **(மூட்டு) பிசகுதல்; (தசை இருக்கும் இடத்திலிருந்து சற்று) விலகிவிடுதல்;** be dislocated or sprained. குழந்தையின் கையைப் பிடித்துத் தூக்காதே; கை புரண்டுவிடும்./ தசை புரண்டு வலிக்கிறது. **3: (நீர் கரையை) மீறிச் செல்லுதல்;** (of river) overflow. கரை புரண்டு ஓடும் வெள்ளம். **4: (பணம்) புழங்குதல்/ (பணம்) கிடைத்தல்;** (of money) flow/be raised. லட்சக்கணக்கில் பணம் புரளும் கடை/ எல்லோரிடமும் கேட்டு விட்டேன், பைசா புரளவில்லை. **5:** *(உடை அணிந்திருப்பதைக் குறித்து வரும்போது)* **உடையின் அடிப்பகுதி தரையைத் தொடுதல்; தரையில் லேசாகப் படுதல்;** (lower portion of the dress) touch the ground. அவள் புரளப்புரளப் புடவை கட்டியிருந்தாள்./ புடவை ஏன் தரையில் புரள்கிறது?

புரளி[1] பெ. **வதந்தி;** false alarm; hoax. அவர் பணத்தை எடுத்துக்கொண்டு ஓடிவிட்டதாகப் புரளி கிளப்பிவிட்டிருக்கிறார்கள்./ வெடிகுண்டுப் புரளியின் காரணமாக விமானம் இரண்டு மணி நேரம் தாமதமாகப் புறப்பட்டது. [*(தொ.சொ.)* **அளப்பு/ கட்டுக்கதை/ கதை/ கற்பனை/ புனைந்துரை/ புனைவு/ பொய்/ வதந்தி**]

புரளி[2] பெ. *(இலங்.)* **(சிறுவர்கள் செய்யும்) அட்டகாசம்; குறும்பு;** mischief (of children).

புராணப் படிப்பு பெ. *(இலங்.)* **(கோயில்களில்) கந்த புராணத்தை ஒருவர் படிக்க, மற்றொருவர் விளக்கம் அளிக்கும் விதத்தில் நடத்தப்படும் நிகழ்ச்சி;** an event in temples where one reads the text of கந்தபுராணம் and another explains the context. எங்கள் கோயிலில் புராணப் படிப்பு தொடங்கிவிட்டது./ இந்த முறை புராணப் படிப்புக்கு ஆட்கள் குறைவாகவே இருந்தார்கள்.

புராண படனம் பெ. *(இலங்.)* காண்க: **புராணப் படிப்பு.**

புராணம் பெ. **1: கடவுளரை முக்கியப் பாத்திரங்களாகக் கொண்டு ஒழுக்கத்தையும் நீதியையும் நிலைநாட்டும் விதத்தில், பழங்காலத்தில் நடந்ததாகச் செய்யுள் அல்லது உரைநடை வடிவில் விரிவாகக் கூறப்பட்ட கதை;** any of the sacred Hindu mythological writings; purana. ஆரம்ப காலத்தில் புராணக் கதைகளை அடிப்படையாகக் கொண்டே இந்தியாவில் திரைப்படங்கள் எடுக்கப்பட்டன. **2: ஒருவர் தன் குறைகள், கஷ்டங்கள், பெருமைகள் போன்றவற்றைப் பற்றி பிறரிடம் (எரிச்சலைத் தூண்டும் விதத்தில்) திரும்பத்**

951 புரையிடம்

திரும்பச் சொல்லும் செயல்; wearisome recitation of one's own woes. *பணம் இல்லை என்கிற புராணத்தை நிறுத்து./ அவர் அமெரிக்கா போய்விட்டு வந்ததிலிருந்து ஒரே அமெரிக்கா புராணம்தான்./ உன்னுடைய பிறந்த வீட்டுப் புராணத்தை முதலில் நிறுத்து.*

புராணிகர் பெ. (அ.வ.) **புராணக் கதைகளைச் சொல்லிப் பிரசங்கம்செய்பவர்;** one who narrates sacred stories (like the Mahabharata, the Ramayana). *கர்ணனின் கொடைத் தன்மையைப் பற்றிப் புராணிகர் அழகாக விளக்கினார்.*

புராதனம் பெ. (-ஆன) **தொன்மை; பழமை;** antiquity; being ancient. *புராதனக் கோயில்/ மிகப் புராதனமான நகரங்களுள் மதுரையும் ஒன்று.*

புரி[1] வி. (புரிய, புரிந்து) 1: **சொற்கள், சைகைகள் போன்றவற்றின் பொருளை உணர்ந்து கொள்ளுதல்;** understand; be clear. *உன் கவிதை எனக்குப் புரியவில்லை./ நீ ஆங்கிலத்தில் பேசினாலும் அவருக்குப் புரியும்./ நான் சொல்வது உனக்குப் புரிகிறதா?/ மூச்சிரைக்க அவன் ஓடி வந்ததைப் பார்த்து ஏதோ அவசரம் என்று புரிந்துகொண்டேன்.* 2: **ஒன்று இவ்வாறு இருக்கிறது என்றோ அல்லது ஒன்றை இவ்வாறு செய்ய வேண்டும் என்றோ உணர்தல்;** know; realize. *என் நிலைமை புரியாமல் பேசாதே!/ நடு வழியில் வாகனம் நின்றுவிட்டதால் என்ன செய்வது என்று புரியாமல் விழித்துக்கொண்டிருந்தான்./ அவர் என்ன செய்கிறார் என்பது எனக்குப் புரிவதற்கு வெகு நேரமாயிற்று.* 3: **(ஒருவரின் குணம், போக்கு போன்றவற்றை) அறிதல்;** understand (s.o.); know. *கணவனும் மனைவியும் ஒருவரையொருவர் புரிந்துகொள்ள வேண்டும்.*

புரி[2] வி. (புரிய, புரிந்து) **(ஒரு செயலை) செய்தல்;** do. *அவர் இளம் வயதிலேயே பல சாதனைகள் புரிந்துள்ளார்./ சாகசங்கள் புரிந்து பெற்ற வெற்றி.*

புரி[3] து.வி. (புரிய, புரிந்து) **'செய்தல்' என்னும் பொருள் தரும் வினையாக்கும் வினை;** used as a verbalizer in the sense of 'do'. *அவர் மத்திய அரசு நிறுவனத்தில் பணிபுரிகிறார்./ குற்றம்புரிந்தவன் நிம்மதி இழக்கிறான்./ ஆங்கிலேயரை எதிர்த்துப் போர்புரிந்த தமிழ்நாட்டு மன்னர்கள்.*

புரி[4] பெ. காண்க: பிரி[3].

புரிதல் பெ. **ஒன்றை நன்றாகப் புரிந்துகொண்டதன் விளைவாக அடையும் தெளிவு;** understanding. *எனக்கு ஏற்பட்டிருக்கும் சிக்கலை அவர் பரிவுடனும் புரிதலோடும் அணுகினார்./ இந்த நூலில் வாழ்க்கைப் பிரச்சினைகளைப் புரிதலுடன் விவரிக்கிறார்.*

புரிந்துணர்வு ஒப்பந்தம் பெ. **(விரிவான திட்டத்தின் முதல் படியாக) ஒரு திட்டத்தின் அடிப்படைக் கருத்தை ஏற்றுக்கொண்டு இருவர் அல்லது அதற்கு மேற்பட்டவர்கள் செய்துகொள்ளும் தற்காலிக ஒப்பந்தம்;** Memorandum of Understanding. *ஜப்பான் நாட்டு நிறுவனத்துடன் இணைந்து இருசக்கர வாகன உதிரிப் பாகங்களைத் தயாரிப்பதற்கான புரிந்துணர்வு ஒப்பந்தம் நாளை கையெழுத்தாகும்.*

புரிபடு வி. (-பட, -பட்டு) (பெரும்பாலும் எதிர்மறைத் தொடர்களில்) **(ஒரு செயல், நிலைமை அல்லது சொல், தொடர் போன்றவற்றின் பொருள்) விளங்குதல்; புரிதல்;** understand; be clear. *கண்விழித்துப் பார்த்தவுடன் அவளுக்குத் தான் எங்கே இருக்கிறோம் என்பதே சற்று நேரம் புரிபடவில்லை./ இந்தக் கவிதையில் எந்த வரியுமே எனக்குப் புரிபடவில்லை./ அவனது போக்கே நமக்குப் புரிபடாது./ அவன் நடத்தை இப்போதுதான் கொஞ்சம்கொஞ்சமாகப் புரிபட ஆரம்பித்தது.*

புருசு பெ. **(சுத்தப்படுத்துவதற்கு அல்லது வண்ணம் போன்றவற்றைத் தீட்டுவதற்கு ஏதுவாக) ஒரு முனையில் நார் போன்றவற்றைக் கொண்டு செய்த அமைப்பையும் மறு முனையில் கைப்பிடியையும் கொண்ட சாதனம்;** brush. *தேங்காய் நாரிலிருந்து பலவகை புருசுகளைத் தயாரிக்கிறார்கள்./ பட்டையான புருசு ஒன்றும் மெலிதான புருசு ஒன்றும் வாங்கிக்கொண்டு வா.*

புருசு

புருடா பெ. (பே.வ.) **பொய்;** fabrication. *தனக்கு இந்திப் படத்தில் நடிக்க வாய்ப்பு வந்துள்ளதாக இவர் கூறுவதெல்லாம் புருடா.*

புருவம் பெ. **(மனிதரில், சில விலங்குகளில்) கண்களுக்கு மேல் வளைந்த கோடாக அமைந்திருக்கும் மெல்லிய முடித் தொகுப்பு/பறவைகளில் கண்ணுக்கு மேல் அமைந்துள்ள கோடு அல்லது பட்டை;** eyebrow. *ஆச்சரியத்தில் அவளுடைய புருவம் உயர்ந்தது.* (பார்க்க, படம்: உடல்)

புருஷன் பெ. 1: **கணவன்;** husband. *புருஷன் வீட்டுக்கு மகளை அனுப்பிவிட்டுக் கிழவர் தனியாக இருக்கிறார்./ புருஷன் பெண்டாட்டிச் சண்டையில் நீ தலையிடாதே.* 2: (அ.வ.) **ஆண்;** man. *அவள் அந்த சுந்தர புருஷனைக் கண்டு மையல் கொண்டாள்.*

புரை[1] பெ. 1: **திடப்பொருள்களில் இருக்கும் நுண்ணிய துளைகள்;** pores in a sponge-like structure. *கடல்பஞ்சினுடைய உடலின் பக்கச் சுவர்களில் புரைகள் எனப்படும் துளைகள் ஏராளமாக இருக்கின்றன.* 2: (ஊரக வ.) **தொழுவம்;** cattle shed. *மாடுகளுக்குத் தண்ணீர் காட்டிவிட்டுக் கன்றுகளை வேறு புரையில் அடைத்தான்.* 3: (ஊரக வ.) **அறை;** room. *தெற்குப் புரையில் சத்தம்போட்டுப் படித்துக்கொண்டிருந்தான்./ சமையல் புரையில் வேலைகளை முடித்த பிறகு பாத்திரங்களைக் கழுவி வைத்தாள்.*

புரை[2] பெ. **கண்புரை;** cataract. *சுமார் ஆயிரம் பேருக்குக் கண் பரிசோதனை செய்யப்பட்டுப் புரை நீக்கம் செய்யப்பட்டது.*

புரைக்கடித்தல் பெ. (இலங்.) **புரையேறுதல்;** choke on sth.

புரையிடம் பெ. (வ.வ.) **வீட்டை ஒட்டிய காலி இடம்;** vacant space adjacent to a house. *புரையிடத்தில்தான் வைக்கோல் போர் வைத்திருக்கிறோம்.*

புரையேறு வி. (புரையேற, புரையேறி) **(உணவுப் பொருளின் துகள்) மூச்சுக் குழாயினுள் சென்று எரிச்சல் ஏற்படுதல்;** choke on sth. சாப்பிடும்போது பேசாதே, புரையேறிவிடும்!

புரையோடு வி. (புரையோட, புரையோடி) **இரத்த ஓட்டம் தடைபட்டுப் புண்ணும் புண்ணை ஒட்டியுள்ள சதைப் பகுதியும் உள்ளுக்குள்ளாகச் சீழ்பிடித்து அழுகுதல்;** (of wound) become gangrenous. புரையோடிய புண் ஆறுவதற்கு நாளாகும்./ (உரு வ.) புரையோடிவிட்ட ஊழலை ஒழிக்க முடியுமா?

புரோகிதம் பெ. **(கல்யாணம், திதி போன்ற) சடங்குகளை (இந்து) மத வழக்கப்படி நடத்தும் தொழில்;** officiating as priest (at weddings, etc.,). அவர் புரோகிதம் செய்துதான் மகன்களைப் படிக்க வைத்தார்.

புரோகிதர் பெ. **புரோகிதம் செய்வதைத் தொழிலாகக் கொண்டவர்;** (brahmin) priest (who officiates at marriage and other rituals). நாளை அப்பாவுக்குத் திதி. புரோகிதரை வரச் சொல்.

புல் பெ. **கால்நடைகளுக்கு உணவாகும், மெல்லிய, நீண்ட, பச்சை நிற இலையைக் கொண்ட சிறு தாவரம்;** grass (of various kinds). ஆட்டுக்குப் புல் போடு./ பூங்காவில் புல்தரையில் அமர்ந்திருந்தார்கள்.

புல்தரை பெ. **1: (பொதுவாக) புல் அடர்ந்து வளர்ந்திருக்கும் நிலப் பரப்பு; புல்வெளி;** grassland. **2: (டென்னிஸ் விளையாட்டில்) எட்டு மிமீ. உயரம் வளர்க்கப்பட்டிருக்கும் புல்லால் ஆன ஆடுகளம்;** grass court (in tennis).

புல்பூண்டு பெ. **புல்லும் புல் போன்ற சிறிய தாவரங்களும்;** vegetation. ஒரு புல்பூண்டுகூட முளைக்காத பொட்டல் பிரதேசம்.

புல்லரி வி. (புல்லரிக்க, புல்லரித்து) **1: (உடலில்) முடி குத்திட்டு நிற்றல்; சிலிர்த்தல்; மயிர்க்கூச்செறிதல்;** get goose bumps. அந்த விபத்திலிருந்து தப்பிப்பிழைத்த நிகழ்ச்சியை நினைத்தால் இப்போதும் புல்லரிக்கிறது. **2: (உள்ளம்) கிளர்ச்சி அடைதல்;** get exhilarated. அந்தத் தெய்வீக இசையைக் கேட்டதும் புல்லரித்தது.

புல்லரிசி பெ. **ஒரு வகைப் புல்லில் விளையும் மணி போன்ற தானியம்;** the grain obtained from a kind of wild grass. புல்லரிசியைச் சாப்பிடும் அளவுக்குப் பஞ்சம் நிலவிய காலங்களும் உண்டு.

புல்லரிப்பு பெ. **1: (உடலில்) முடி குத்திட்டு நிற்கும் நிலை;** goose bumps; gooseflesh. பூக்களிலிருந்து வந்த இனிய நறுமணம் நாசியை நிறைத்து உடலெங்கும் புல்லரிப்பை ஏற்படுத்தியது. **2: (உள்ளத்தில் ஏற்படும்) கிளர்ச்சி; பரவசம்;** thrill; excitement. சுதந்திரப் போராட்டத்தைச் சித்தரிக்கும் குழந்தைகளின் நாடகம் பார்வையாளர்களுக்குப் புல்லரிப்பை ஏற்படுத்தியது.

புல்லறிவாளன் பெ. (உ.வ.) **அரைகுறை அறிவுடையவன்;** man of shallow knowledge.

புல்லாக்கு பெ. **மூக்கு நுனியில் துவாரங்களுக்கு இடையில் தொங்கவிடும் (பெண்களின்) அணி;** pendant which women fix in their nose as an ornament.

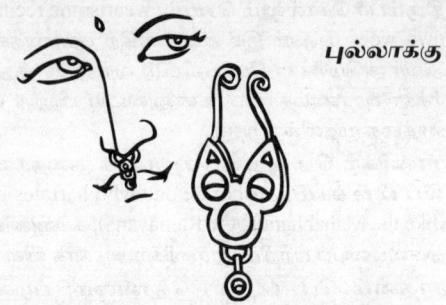

புல்லாங்குழல் பெ. (இசை) **ஒரு முனையில் அடைப்பும், அதன் பக்கத்தில் வாய் வைத்து ஊதுவதற்கேற்ற ஒரு துளையும், ஊதிய காற்று வெவ்வேறு ஒலிகளில் வெளியேறுவதற்கு ஏற்ற ஆறு முதல் எட்டுத் துளைகளையும் உடைய (மூங்கிலில் செய்யப்படும்) குழல் வடிவ இசைக் கருவி;** flute.

புல்லி பெ. (உயிரி.) **பூவிதழ்களின் அடியில் மெலிதான இலைபோல் வரிசையாக அமைந்திருக்கும் பாகம்;** sepal (of a flower).

புல்லி வட்டம் பெ. (உயிரி.) **பூவிதழ்களின் அடியில் வட்ட வரிசையில் அமைந்திருக்கும் புல்லி இதழ்களின் தொகுப்பு;** calyx.

புல்லு பெ. (இலங்.) காண்க: **புல்.**

புல்லுக்கெண்டை பெ. **(ஒரு மீட்டர் நீளம்வரை வளரும்) நீண்ட பருத்த உடலும் தட்டையான தலைப் பகுதியும் வட்டமான உதடுகளும் கொண்ட, தாவர உண்ணியாகிய (உணவாகும்) ஒரு வகைக் கெண்டை;** grass carp.

புல்லுருவி பெ. 1: **பெரும்பாலும் மரங்களில் படர்ந்து அவற்றின் சத்தை உறிஞ்சி வளரும் ஒட்டுண்ணி வகையைச் சேர்ந்த கொடி;** parasitic plant. **2:** (உ.வ.) **ஒரு அமைப்பு, கட்சி போன்றவற்றில் இருந்துகொண்டே அவற்றுக்கு எதிரான செயல்களில் ஈடுபடும் நபர்;** parasite; fifth columnist. நம்மிடையே இருக்கும் புல்லுருவிகள் யார்யார் என்று இனம்காண வேண்டும்.

புல்வாய் பெ. **பெண் வெளிமான்;** female black buck.

புல்வெளி பெ. **புல் அடர்ந்து வளர்ந்திருக்கும் நிலப் பரப்பு;** grassland; ground covered with grass.

புலப்படு வி. (-பட, -பட்டு) **1: (பார்வைக்கு) தெரிதல்;** be visible. கண்ணுக்குப் புலப்படாத நுண்கிருமி/ கோயில் கருவறை இருட்டாக இருந்ததால் உள்ளே நுழைந்தவனுக்கு ஒன்றுமே புலப்படவில்லை./ பேருந்தில் செல்லும்போது ஜன்னலின் வழியாகப் புலப்படும் காட்சிகளை ரசித்துக்கொண்டே செல்வது அவர் வழக்கம்./ குளிர் மிகுதியாக உள்ள ஐரோப்பிய நாடுகளில் சூரியன் கண்ணுக்குப் புலப்படுவது கடினம். **2: (ஒரு உண்மை, உபாயம் போன்றவை ஒருவருக்கு மனத்தில்) தோன்றுதல்;** be seen; be evident. இந்தச் சிக்கலைத் தீர்க்க வழி ஏதும் புலப்படவில்லை./ கட்டுரையை ஊன்றிப் படிப்பவர்களுக்கு மட்டுமே சில உண்மைகள் புலப்படும்./ நம் முன்னோர்கள் எந்த அளவுக்கு இலக்கணத்துக்கு முக்கியத்துவம் கொடுத்தார்கள் என்பது இந்தச் சுவடிகளிலிருந்து புலப்படுகிறது.

புலப்படுத்து வி. (-படுத்த, -படுத்தி) **(குறிப்பிட்ட நிலை, தன்மை போன்றவற்றை) வெளிப்படுத்துதல்; தெரிவித்தல்;** make sth. known. *தன் சிந்தனையைப் புலப்படுத்த மனிதனுக்கு மொழி ஒரு சிறந்த கருவியாக வாய்த்திருக்கிறது./ இன்றைய பேச்சு அவருடைய புலமையைப் புலப்படுத்துவதாக இருந்தது.*

புலப்பாடு பெ. **1: ஓர் இடத்தில் நிலவும் தட்பவெப்ப நிலை அல்லது சூழல் காரணமாகக் கண்ணால் பார்க்கக்கூடிய தூரம்;** visibility. *வட இந்தியாவில் குளிர் காலத்தில் கடும் பனியின் காரணமாகப் புலப்பாடு 100 அடி தூரத்திற்கும் குறைவாகவே இருக்கும்.* **2: (ஒரு உண்மை, கருத்து போன்றவை) புலப்படும் தன்மை அல்லது நிலை;** perceivability. *இந்தக் கவிதையில் கருத்துப் புலப்பாடு தெளிவாக இல்லை.*

புலம் பெ. **1: (பல்கலைக்கழகத்தில்) தொடர்புடைய பல துறைகளை உள்ளடக்கிய பிரிவு;** faculty. *மொழிப் புலத்தில் பல துறைகள் அடங்கியுள்ளன.* **2:** (உ.வ.) (பெரும்பாலும் வட, தென் ஆகிய சொற்களோடு இணைந்து) **திக்கு; பக்கம்;** (a combining form) direction; side. *வடபுலம்/ தென்புலம்.* **3: இன்னாருடையது என்று அடையாளப்படுத்தும் வகையில் குறிக்கப்பட்டிருக்கும் நிலம்;** a field having a particular number in the survey record. *மகாபலிபுரத்தில் இருக்கும் சொத்தின் புல எண்.* **4:** (இயற்.) **குறிப்பிடப்படும் விசை பரவியிருக்கிற அல்லது உணரப்படுகிற பரப்பு அல்லது பகுதி;** field. *மின்காந்தப் புலம்.*

புலம்பல் பெ. **புலம்பு என்னும் வினையின் இரு பொருளிலும் வரும் பெயர்ச்சொல்;** the noun form of the verb *புலம்பு* in both its senses.

புலம்பு வி. (புலம்ப, புலம்பி) **1: (ஒருவர் தனக்கு ஏற்பட்ட) இழப்பு, பிரிவு போன்றவற்றைச் சொல்லி அழுதல்;** lament; mourn. *கணவனை இழந்த துக்கம் தாளாமல் புலம்பினாள்.* [(தொ.சொ.) **அரற்று/ பிதற்று/ பொருமு/ வருந்து**] **2: (ஒருவர் தன்னுடைய ஏமாற்றம், வருத்தம் போன்றவற்றை வெளிக்காட்டும் விதமாக) குறைபட்டுக்கொள்ளுதல்; அங்கலாய்த்தல்;** bemoan. *பணம் கிடைக்கவில்லை என்று புலம்பிக்கொண்டிருந்தான்./ இவ்வளவு படித்தும் எனக்கு வேலை கிடைக்கவில்லையே என்று என் தம்பி புலம்பினான்.*

புலம்பெயர் வி. (-பெயர, -பெயர்ந்து) **1: (கலவரம், போர் போன்ற காரணங்களால்) தாய்நாட்டை விட்டு வேறு நாட்டுக்குச் செல்லுதல்;** emigrate. *போராளிகளுக்கும் அரசுக்கும் இடையில் சிக்கித் தவித்த மக்கள் புலம்பெயரத் தொடங்கினார்கள்./ புலம்பெயர்ந்த தமிழர்களின் படைப்புகள்.* **2: (பறவைகள் குறிப்பிட்ட பருவங்களில் ஒரு இடத்தை விட்டு இன்னொரு இடத்துக்கு) இடம் பெயர்தல்; வலசை போதல்;** (of birds) migrate. *காட்டு வாத்து, அன்னப்பறவை போன்ற நீர்ப்பறவைகள் புலம் பெயரும் பாதைகளில் பறவைக் காய்ச்சல் வைரஸைத் தம் எச்சங்களில் விட்டுச்செல்கின்றன.*

புலமை பெ. **தேர்ந்த அறிவு; படிப்பில் தேர்ச்சி;** scholarship; expertise; mastery. *தமிழிலும் ஆங்கிலத்திலும் புலமை வாய்ந்த அறிஞர்./ சட்டப் புலமை மிகுந்தவர்.*

புலமைப் பரிசில் பெ. (இலங்.) **(அரசு வழங்கும்) கல்விக்கான உதவித்தொகை;** scholarship (awarded by the government to students). *புலமைப் பரிசில் பரீட்சையில் அவள் நல்ல பெறுபேறுகள் பெற்றுள்ளாள்.*

புலர் வி. (புலர, புலர்ந்து) (உ.வ.) **விடிதல்;** (of day) dawn. *பொழுது புலர்வதற்கு முன் பயணம் துவங்கியது./ புலர் காலைப் பொழுது./ பொழுது புலர்ந்தது.*

புலரி பெ. (உ.வ.) **விடியல்; அதிகாலை;** dawn.

புலவர் பெ. **1: செய்யுள் இயற்றும் புலமை உடையவர்;** poet. *பெண்பாற் புலவர்.* **2: தமிழ் இலக்கண இலக்கியங்களைப் பாடமாகக் கொண்ட படிப்பு/அந்தப் படிப்பை முடித்துப் பட்டம் பெற்றவர்;** a course of study in Tamil language and literature/one who has done such a course. *புலவருக்குப் படித்திருந்ததால் பள்ளியில் தமிழாசிரியர் வேலை கிடைத்தது.*

புலவாரி பெ. **சாகுபடியில் இருக்கும் நிலம் பற்றிய (பயிர், பாசனம், வகை, தீர்வை போன்ற) விவரங்களைக் கொண்ட ஆவணம்;** details of a field, such as crop, source of irrigation, classification, assessment, etc., *கையகப்படுத்தப்பட்ட நிலத்தின் புலவாரி விவரங்கள் கீழே கொடுக்கப்பட்டுள்ளன.*

புலவு பெ. **1:** (உ.வ.) **இறைச்சி; மாமிசம்;** meat; flesh. *புலவு நாற்றம்.* **2: பிரியாணி;** rice cooked with pieces of meat and condiments.

புலன் பெ. **1: பார்த்தல், கேட்டல், முகர்தல், சுவைத்தல், தொடுதல் ஆகிய அடிப்படை உணர்வு;** any of the five senses (of seeing, hearing, smelling, tasting, touching). *புலன்களை அடக்கிச் செய்யும் தவம்/ புலன்களுக்கு அப்பாற்பட்ட அனுபவம்/ சில விலங்குகளுக்குக் கூர்மையான செவிப்புலன் உண்டு.* **2: (மேற்குறிப்பிட்ட உணர்வுகளுக்கான கண், காது, மூக்கு, வாய், உடல் ஆகிய) பொறி;** sense organ.

புலன்விசாரணை பெ. **ஒரு குற்றம்பற்றிய சாட்சியங்களைச் சேகரிக்க காவல்துறை எடுக்கும் நடவடிக்கை;** official investigation (of a crime). *காவல்துறையினர் கொள்ளையர்கள் இருவரைப் பிடித்துள்ளனர். மேலும் புலன்விசாரணை நடந்துவருகிறது./ வங்கிக் கொள்ளை பற்றிய புலன்விசாரணையில் மேலும் பல உண்மைகள் வெளிவரலாம்.*

புலன்விசாரி வி. (-விசாரிக்க, -விசாரித்து) **அதிகாரபூர்வமாகப் புலன்விசாரணைசெய்தல்;** investigate (a crime, etc.,). *ஆசிரியை கொலை பற்றிக் காவல்துறையினர் புலன் விசாரித்துவருகிறார்கள்./ கோயில் நகைத் திருட்டு தொடர்பாகக் காவல்துறையினர் புலன்விசாரித்துப் பலரைக் கைது செய்துள்ளனர்.*

புலனாகு வி. (-ஆக, -ஆகி) **1: (பார்வைக்கு) தெரிதல்;** be visible. *சற்று மேடான பகுதியில் கோயில் அமைந்திருப்பதால் அதன் அமைப்பு நமக்குத் தெளிவாகப் புலனாகிறது.* **2: தெரிய வருதல்;** become clear; be evident. *வேலை செய்தவர்கள் சரியாக நடத்தப்படவில்லை என்பது விசாரணையில் புலனாகியது.*

புலனாய்வு பெ. 1: காண்க: *புலன்விசாரணை.* 2: **வரி ஏய்ப்பைக் கண்டறியும் நோக்கில் எடுக்கப்படும் நடவடிக்கை;** official inspection (to check tax evasion). வருவாய்த் துறைப் புலனாய்வு அதிகாரிகள். 3: **(பத்திரிகை, தொலைக்காட்சி போன்றவற்றுக்காக) அரசியல் நிகழ்வுகள், குற்றங்கள் போன்றவற்றில் ஒரு நிகழ்வுக்கான காரணத்தையும் அதில் சம்பந்தப்பட்ட நபர்களையும் பற்றி ரகசியமாகத் தகவல் சேகரிக்கும் செயல்;** investigation, esp., by a journalist. புலனாய்வுப் பத்திரிகை/ எமது நிருபர்களின் புலனாய்வில் பல திடுக்கிடும் தகவல்கள் தெரியவந்தன.

புலனாய்வு இதழியல் பெ. **ஊழல்கள், விபத்துகள், சமூகத்தில் நடக்கும் முக்கிய நிகழ்வுகளின் பின்னால் இருக்கும் உண்மைகளைத் தேடிக் கண்டுபிடித்து ஆராயும் இதழியல் பிரிவு;** investigative journalism.

புலால் பெ. *(உ.வ.)* **இறைச்சி; மாமிசம்;** meat. புலால் உணவு.

புலி பெ. 1: **பூனைக் குடும்பத்தைச் சேர்ந்ததும் வெளிர் பழுப்பு நிறத் தோலில் பட்டையான கறுப்புக் கோடுகளை உடையதும் பாய்ந்து சென்று இரையைப் பிடிக்கக்கூடியதுமான காட்டு விலங்கு;** tiger. புலி ஆசியாவில் மட்டுமே காணப்படுகிறது. 2: **(ஒரு துறையில்) தேர்ந்த, கூரிய அறிவு உடையவர்;** wizard. அவர் கணக்கில் புலி.

புலி ஆட்டம் பெ. காண்க: *புலி வேஷம்.*

புலிநகக் கொன்றை பெ. **கொன்றை;** Indian laburnum.

புலி வேஷம் பெ. **(பொதுவாகப் பண்டிகை காலங்களில்) ஆண்கள் புலிபோல் வேஷம் போட்டுக்கொண்டு ஆடும் ஆட்டம்;** a performance by a male player who paints himself as a tiger as part of festivities.

புலுட்டு வி. *(புலுட்ட, புலுட்டி) (இலங்.)* **(ஒன்றை) கருக்கிவிடுதல்;** burn by overcooking. ஏன் தோசையை இப்படிப் புலுட்டிவிட்டாய்?

புலுண்டு வி. *(புலுண்ட, புலுண்டி) (இலங்.)* **(புல், பூண்டு போன்ற தாவரங்கள் தீயினால் அல்லது வெப்பத்தால்) கருகுதல்;** get scorched. மழை பெய்யாததால் செடிகொடியெல்லாம் இப்படிப் புலுண்டிக்கிடக்கிறது.

புவனம் பெ. *(உ.வ.)* **உலகம்;** world.

புவி பெ. **பூமி;** the earth. செயற்கைக்கோள்களைப் பயன்படுத்திப் புவியின் மேற்பரப்பிலுள்ள இயற்கை வளங்களைக் கண்டறிய முடியும்./ நீர்மின் உற்பத்திக்கு ஏற்ற புவியமைப்பை இந்த இடம் கொண்டிருக்கிறது.

புவி அரசியல் பெ. *(பு.வ.)* **(ஆறு, கடல், மலை முதலியவற்றின் அமைப்பு, தட்பவெப்பம், மக்கள்தொகை, இயற்கை வளங்கள் போன்ற) புவியியல் அமைப்பு சார்ந்து பன்னாட்டு அரசியலிலும் பன்னாட்டு உறவுகளிலும் உருவாகும் அரசியல் செயல்பாடுகள்;** geopolitics.

புவி இடங்காட்டி பெ. *(பு.வ.)* **ஒருவர் பூமியில் எங்கு இருக்கிறார் என்பதைத் துல்லியமாகக் காட்டுவதும், செயற்கைக்கோள் வழியே இயங்குவதுமான மின்னணுச் சாதனம்;** global positioning system; (abbreviated to) GPS.

புவிசார் குறியீடு பெ. *(பு.வ.)* **குறிப்பிட்ட பொருள் ஒரு குறிப்பிட்ட பிரதேசத்தில் மட்டுமே உற்பத்தியாகி அதற்குரிய தன்மையையும் தரத்தையும் கொண்டிருப்பது என்பதைக் குறிக்கப் பயன்படும் குறியீடு;** geographical indication; (abbreviated to) GI. இந்தியாவில் புவிசார் குறியீடு பெற்ற முதல் பொருள் டார்ஜிலிங் தேயிலை.

புவி நிலையம் பெ. **(வானில் ஏவப்பட்டிருக்கும்) செயற்கைக்கோளின் இயக்கத்தைக் கட்டுப்படுத்தும் தொழில்நுட்பச் சாதனங்கள் அமைந்த கூடம்;** earth station (of a satellite). கர்நாடக மாநிலத்தில் உள்ள புவி நிலையம் செயற்கைக்கோளின் செயல்பாட்டைக் கண்காணிக்கிறது.

புவியியல் பெ. **பூமியின் நிலப் பரப்பு, கடல், தட்பவெப்பம் முதலியவற்றை விவரிக்கும் துறை;** geography.

புவியீர்ப்பு விசை பெ. *(இயற்.)* **(பொருள்களை) தன் மையத்தை நோக்கி இழுக்கும் பூமியின் திறன்;** (earth's) gravitational force; gravity.

புவி வெப்பமாதல் பெ. **கரியமில வாயு போன்ற வாயுக்கள் வளிமண்டலத்தைச் சூழ்வதால் பூமியின் சராசரி வெப்பநிலை அதிகரிக்கும் நிகழ்வு;** global warming. புவி வெப்பமாதலின் விளைவாகத் துருவப் பகுதிகளிலுள்ள பனிமலைகள் உருகிக் கடல்மட்டம் உயரும் அபாயம் இருக்கிறது.

புழக்கடை பெ. *(பே.வ.)* **வீட்டின் பின்னால் இருக்கும் திறந்த இடம்;** open space behind a house; backyard. இருட்டில் புழக்கடைப் பக்கம் போகப் பையன் பயப்பட்டான்./ புழக்கடை வழியாகத் திருடன் வந்திருக்க வேண்டும்.

புழக்கம் பெ. 1: **(நாணயம், சொல் முதலியவை) உபயோகத்தில் அல்லது வழக்கில் இருக்கும் நிலை; பயன்பாடு;** (of coins, words, etc.,) circulation; currency; use. புதிய ஐந்து ரூபாய் நாணயம் புழக்கத்துக்கு வந்துள்ளது./ ஆழாக்கு என்ற அளவை இப்போது புழக்கத்தில் இல்லை./ இந்தச் சொல் இன்னும் புழக்கத்தில் இருக்கிறதா? 2: **(ஓர் இடத்தில் மனிதர்) நடமாட்டம்;** stirring indicative of human presence. வீட்டில் ஆள் புழக்கமே இல்லை.

புழங்கு வி. *(புழங்க, புழங்கி)* 1: **(நாணயம், சொல் முதலியவை) உபயோகத்தில் அல்லது வழக்கில் இருத்தல்;** (of coins, words, etc.,) be in circulation or currency. முற்காலத்தில் மக்களிடத்தில் புழங்கிவந்த நாணயங்களின் கண்காட்சி./ குறிப்பிட்ட துறைகளில் மட்டுமே புழங்கும் சொற்கள் துறைச்சொற்கள் எனப்படும். 2: **(பாத்திரங்கள் போன்றவற்றை) பயன்படுத்துதல்;** (of vessels) use. புதுப் பாத்திரத்தையெல்லாம் இப்போது புழங்க வேண்டாம். 3: **பெரிய அளவில் பண நடமாட்டம் இருத்தல்; புரளுதல்;** (of money) flow. அவரிடம் இப்போது தட்டுப்பாடில்லாமல் பணம் புழங்குகிறது. 4: **(மனிதர்கள் ஓர் இடத்தில்) நடமாடுதல்;** move around; make use of (space). இந்த அறையில் புழங்குவதற்குக்கூட இடம் இல்லாதபடி அவ்வளவு சாமான்கள்!

புழு[1] வி. *(புழுக்க, புழுத்து)* **(காய், பயறு முதலியவற்றினுள்) புழு உண்டாதல்/புழு அரித்தல்;** (of vegetables, etc.,) be infested with worms. வெயிலில் அவ்வப்போது காய வைக்காவிட்டால் பயறு புழுத்துவிடும்./ புழுத்த கத்திரிக்காயைத் தூக்கிப்போடு!

புழு[2] பெ. **(எலும்புகள் இல்லாத) மிருதுவான தசையையே உடலாகக் கொண்ட (கால்கள் இல்லாத) ஊர்ந்து செல்லும் சிறிய உயிரினம்;** worm. *இலந்தைப் பழத்தினுள் புழு நெளிந்துகொண்டிருந்தது./ அவள் நினைவு என்னைப் புழுவாகக் குடைந்தது.*

புழுக்கம் பெ. **(வியர்க்கும் அளவுக்கு) வெப்பமாகவும் குறைந்த காற்றோட்டத்துடனும் இருக்கும் நிலை;** sultriness; the state of being humid. *அறைக்குள் உட்கார முடியாதபடி ஒரே புழுக்கம்./ புழுக்கம் அதிகமாக இருப்பதைப் பார்த்தால் மழை வரும் என்று நினைக்கிறேன்./ (உரு வ.) மனப் புழுக்கத்தை வெளியே சொல்ல முடியாதபடி தவித்தார்.*

புழுக்கு வி. *(புழுக்க, புழுக்கி)* **(நெல்லை) அவித்தல்;** boil (paddy before husking); parboil.

புழுக்கை பெ. **(ஆடு, எலி முதலியவற்றின்) சிறு உருண்டை வடிவக் கழிவு;** dung or droppings (of certain animals, esp. goat, sheep, rat).

புழுக்கொடியல் பெ. *(இலங்.)* **அவித்துக் காய வைத்த பனங்கிழங்கு;** the edible shoot of palmyra steamed and dried. *புழுக்கொடியல் மாவைப் பிசைந்து சாப்பிட்டோம்./ தேங்காய்ச் சொட்டுடன் புழுக்கொடியல் சாப்பிட்டேன்./ நல்ல பனங்கிழங்காய் வாங்கிப் புழுக்கொடியல் போட வேண்டும்.*

புழுங்கலரிசி பெ. **அவித்துக் காய வைத்த நெல்லை அரைத்துப் பெறப்படும் அரிசி;** rice obtained from parboiled paddy.

புழுங்கு வி. *(புழுங்க, புழுங்கி)* **1: காற்றோட்டம் இல்லாமலும் வெப்பத்தோடும் இருத்தல்; புழுக்கமாக இருத்தல்;** be hot and stuffy. *உள்ளே உட்கார முடியாத அளவுக்கு அறை புழுங்குகிறது./ உனக்குப் புழுங்கினால் சட்டையைக் கழற்றிவிடு.* **2: (நெல்) அவிக்கப்படுதல்; வேக வைக்கப்படுதல்;** (of paddy) be parboiled. *நெல் இன்னும் கொஞ்சம் புழுங்க வேண்டும்.* **3: (பொறாமை, வருத்தம் போன்றவற்றை வெளிக்காட்டாமல்) குமுறிக் கொண்டிருத்தல்;** be steamed up; be in a fume. *மனத்தில் வைத்துப் புழுங்காமல் யாரிடமாவது வாய்விட்டுப் பேசு./ அவனை நினைத்துப் பொறாமையால் புழுங்கிக்கொண்டிருந்தான்.*

புழுதி பெ. **1: காய்ந்த நிலத்திலிருந்து காற்றால் மேலே எழக்கூடிய மண்ணின் நுண்மையான தூசு;** dust. *புழுதி பறக்க வாகனங்கள் வேகமாகச் சென்றன./ அவன் காலில் செம்மண் புழுதி படிந்திருந்தது.* **2:** *(ஊரக வ.)* **காய்ந்து தூளாக இருக்கும்படி உழப்பட்ட நிலப் பரப்பு;** tillage. *புழுதியில் என்ன விதைக்கப்போகிறாய்?*

புழுதி உழவு பெ. *(ஊரக வ.)* **தண்ணீர் பாய்ச்சாமல் வயலைப் புழுதியாக உழும் முறை;** dry ploughing of the paddy field. *இந்த ஆண்டு ஆற்றில் தண்ணீர் வராது என்பதால் புழுதி உழவு செய்து விதைத்துவிட்டோம்.*

புழுதிக்கால் சாகுபடி பெ. **புழுதி விதைப்பின் மூலம் செய்த சாகுபடி;** dryland farming.

புழுதிக்கால் விதைப்பு பெ. *(ஊரக வ.)* **நாற்றங்காலைச் சேராக்காமல் புழுதியாக உழுது விதை தெளித்துப் பிறகு தண்ணீர் விட்டு நாற்று வளர்க்கும் முறை.** sowing seeds in dry-ploughed seed-bed.

புழுதிச் சுழல் பெ. *(பு.வ.)* **(புழுதி, மண், மணல் போன்றவை நிறைந்து) மிக வேகமாகச் சுழன்று தூண் போல உயரமாக எழும் காற்று;** devil's dust.

புழுதிப் புயல் பெ. **(பொதுவாகப் பாலைவனங்களில்) பெருமளவில் புழுதியைக் கிளப்பி, மிக வலுவாக வீசும் காற்று;** dust storm. *பாலைவனத்தில் பயணம் செய்யும் போது புழுதிப் புயலில் சிக்க நேரிடலாம்.*

புழுதி விதைப்பு பெ. **1: காய்ந்த வயலில் மழை பெய்த பிறகு அதை உழுது விதைத்தல்;** sowing in dryland farming. **2:** *(இலங்.)* **புழுதிக்கால் சாகுபடி;** dryland farming.

புழுவெட்டு பெ. *(வ.வ.)* **புழு அரித்தது;** sth. wormeaten. *புழுவெட்டுக் காய்.*

புழை பெ. *(உ.வ.)* **துளை;** hole.

புள் பெ. *(உ.வ.)* **பறவை;** bird. *காலையில் புள்ளினங்கள் எழுப்பும் இனிய ஓசை!*

புள்ளடி பெ. *(இலங்.)* **(வாக்குச்சீட்டில் போடும்) பெருக்கல் குறி;** the multiplication sign (used by voters to register their vote on a ballot paper). *வாக்குச்சீட்டில் எமது சின்னத்திற்கு நேரே புள்ளடி இடுங்கள்.*

புள்ளி பெ. **1: வட்ட வடிவச் சிறு குறி;** dot; point. *புள்ளி போட்ட சேலை/ வாக்கியத்தின் இறுதியில் இடப்படும் புள்ளி முற்றுப்புள்ளி எனப்படும்./ பத்திரிகையில் 'ற்' என்ற எழுத்தில் புள்ளி மறைந்துபோய் 'வரவேறபு' என்று இருந்தது./ நெருப்புப் பொறி பட்டதால் சட்டை முழுதும் புள்ளிபுள்ளியாக ஓட்டை விழுந்திருந்தது./ உள்ளேயிருந்து எடுத்த புடவையில் புள்ளிபுள்ளியாகக் கறுப்புத் திட்டுகள்.* **2:** *(கணி.)* **தசமப்புள்ளி;** decimal point. *6.3 என்பதை எழுத்தால் எழுதும்போது 'ஆறு புள்ளி மூன்று' என்று எழுதுகிறோம்.* **3: (விளையாட்டு, பங்குச் சந்தை போன்றவற்றில்) அளவிடுவதற்குப் பயன்படுத்தும் அலகு;** unit of scoring or for measuring sth. *ஆறு புள்ளிகள் எடுத்தால் இந்தப் பிரிவில் முதல் அணியாக வர முடியும்./ மும்பை பங்குச் சந்தை குறியீட்டு எண் இன்று 400 புள்ளிகள் அதிகரித்தது.* **4: (காலம், இடம் சார்ந்து வரும் போது) குறிப்பிட்ட கட்டம்;** particular point (in time and space). *நமது திட்டத்தை இந்தப் புள்ளியிலிருந்து தொடங்க வேண்டும்./ கதை ஒரு புள்ளியில் அப்படியே நின்றுவிடுகிறது.* **5:** *(பே.வ.)* **குறிப்பிடத் தகுந்த ஆள்; நபர்;** bigwig; big shot. *அவர் இந்த ஊரிலேயே பெரிய புள்ளி./ இது பணக்காரப் புள்ளிகள் வசிக்கும் பகுதி.* **6:** *(பே.வ.)* **(ஒருவரைப் பற்றிய) மதிப்பீடு; கணக்கு;** estimate (of s.o.). *நான் போட்ட புள்ளி தவறியதே இல்லை.* **7:** *(இலங்.)* **(தேர்வில் எடுக்கும்/தரும்) மதிப்பெண்;** marks (scored or given in an examination).

புள்ளி ஆந்தை பெ. **உடலின் மேற்பகுதி கரும்பழுப்பு நிறத்தில் வெள்ளைத் திட்டுகளுடனும், உடலின் அடிப் பகுதி வெளிர் பழுப்பு நிறத்தில் வெள்ளைத் திட்டுகளுடனும், மஞ்சள் விழிகளுடனும் இருக்கும் ஒரு வகை சிறிய ஆந்தை;** spotted owlet.

புள்ளிக் கலவாய் பெ. *(இலங்.)* **புள்ளிகளோடு இருக்கும் (உணவாகும்) ஒரு வகைக் கலவாய் மீன்;** an edible sea fish having dots on its body.

புள்ளிச் சில்லை பெ. அலகும் கால்களும் சாம்பல் நிறத்திலும், தலையும் உடலின் மேற்பகுதியும் கரும் பழுப்பு நிறத்திலும், உடலின் அடிப்பகுதி செதில் போன்ற வெள்ளைத் திட்டுகளுடன் கூடிய வெளிர் பழுப்பிலும் இருக்கும், சிட்டுக்குருவியைவிடச் சிறிய தாக இருக்கும் பறவை; புள்ளித் தினைக்குருவி. scaly-breasted munia.

புள்ளிபோட்டுச் சொல் வி. (சொல்ல, சொல்லி) (பே.வ.) (ஒன்றைப் பற்றி) மிகத் தெளிவாகத் தகுந்த விவரங் களுடன் குறிப்பிட்டுச் சொல்லுதல்; tell sth. accurately. இரண்டாம் உலகப்போரின்போது என்ன நடந்தது என்று கேட்டால் இன்றும் தாத்தா புள்ளிபோட்டுச் சொல்வார்./ யாரிடம் கதைவிடுகிறாய்; உனக்கு எவ்வளவு சொத்து எங்கெல்லாம் இருக்கிறது என்று புள்ளிபோட்டுச் சொல் லட்டுமா?

புள்ளிமான் பெ. கிளைத்த கொம்பையும் செம்பழுப்பு நிற உடலில் புள்ளிகளையும் கொண்ட மான்; spotted deer.

புள்ளி மூக்கு வாத்து பெ. அலகின் நுனிப்பகுதி மஞ்ச ளாகவும், இடைப்பகுதி கறுப்பாகவும், உச்சிப்பகுதி சிவப்பு நிறத்திலும், கால்களும் விரல்களும் இளம் சிவப்பு வண்ணத்திலும் இருக்கும் ஒரு வகை வாத்து; Indian spot-billed duck.

புள்ளியியல் பெ. (மொத்தத்தை அடையாளப்படுத்தும் மாதிரிகளின் அடிப்படையில்) ஒரு நிலவரத்தைப் பற்றிய தகவல்களைத் தரவும் விளக்கவும் எண்களைப் பயன்படுத்தும் அறிவியல் துறை; (the discipline of) statistics.

புள்ளிவிபரம் பெ. காண்க: புள்ளிவிவரம்.

புள்ளிவிவரம் பெ. எண்ணிக்கை ரீதியில் தரப்படும் விவரம்; statistics. தொழில் வளர்ச்சிபற்றிப் புள்ளிவிவரங்க ளுடன் விளக்கினார்.

புளகாங்கிதம் பெ. (அ.வ.) (ஒரு நிகழ்வு அல்லது செய்தி ஏற்படுத்தும்) பெரும் மகிழ்ச்சி; elation. மேல்படிப்புக்காக வெளிநாடு செல்லும் தன் மகனை எண்ணிப் புளகாங்கிதம் அடைந்தாள்./ தங்கள் ஊரைச் சேர்ந்த ஒருவர் குடியரசுத் தலைவராகத் தேர்ந்தெடுக்கப்பட்டதை எண்ணி அந்த ஊரே புளகாங்கிதம் அடைந்தது./ எதிர்பாராமல் பரிசு கிடைத்த புளகாங்கிதத்தில் என்ன பேசுவதென்றே அவருக் குத் தெரியவில்லை.

புளி[1] வி. (புளிக்க, புளித்து) 1: புளிப்புச் சுவையைக் கொண்டிருத்தல்; taste sour. இந்த மாங்காய் புளிக்காது, இனிக்கும். 2: (மாவு, தயிர் முதலியவை ரசாயன மாற் றத்தால்) புளிப்புச் சுவை அடைதல்; turn sour. தோசை மாவு புளித்துப்போய்விட்டது. 3: (ஒன்றைத் திரும்பத் திரும்பக் கேட்பதால் அல்லது பார்ப்பதால் ஒருவ ருக்கு அது) சலித்துப்போதல்; become stale. இந்தப் பாட்டைக் கேட்டுக்கேட்டுக் காது புளித்துவிட்டது./ இந்த ஊரே எனக்குப் புளித்துவிட்டது.

புளி[2] பெ. புளியம்பழத்தின் ஓட்டை நீக்கிப் பெறப்படும் புளிப்புச் சுவையுடைய சதைப் பகுதி; tamarind. குழம்பு வைக்கக் கொஞ்சம் புளி கரைத்துவை.

புளிக்கஞ்சி பெ. (இலங்.) முருங்கை இலை, முசுமுசுக்கை இலை, பூசணிக்காய் ஆகியவற்றை வேகவைத்துக் காய்ந்த மிளகாய் சேர்த்து அரைத்துத் தயாரிக்கும் ஒரு வகைக் கஞ்சி; porridge prepared by boiling முருங்கை இலை, முசுமுசுக்கை இலை and பூசணிக்காய் with chilli.

புளிக்காய்ச்சல் பெ. புளிச்சாதம் செய்வதற்குப் புளி யைக் கரைத்து மிளகாய், கடலைப்பருப்பு, பெருங் காயம் முதலிய பொருள்களைச் சேர்த்துக் காய்ச்சித் தயாரிக்கும் கெட்டியான கலவை; spicy concentrate of tamarind obtained by boiling it with condiments which can be mixed with cooked rice to make a dish when required. அவசரத்துக்கு உதவும் என்று புளிக்காய்ச்சல் செய்துவைத் திருக்கிறேன்./ சாதம் மட்டும் வடித்துவைக்கிறேன். புளிக் காய்ச்சலும் தயிரும் இன்றைக்குப் போதும்.

புளிச்சகீரை பெ. புளிப்புச் சுவையை உடைய, நீண்டு வளரக்கூடிய, குத்துச்செடி வகையைச் சேர்ந்த ஒரு வகைக் கீரை; a kind of greens tasting sour in taste; Indian sorrel; roselle.

புளிச்சாறு பெ. (காய்கறிகள் இல்லாமல்) புளிக் கரை சலையும் வெந்தயத்தையும் சேர்த்துத் தாளித்துத் தயா ரிக்கும் ஒரு வகைக் குழம்பு; a kind of sauce prepared with tamarind extract and fenugreek (with novegetables).

புளிச்சோறு பெ. காண்க: புளியோதரை.

புளிசாதம் பெ. காண்க: புளியோதரை.

புளித்த கதை பெ. (இலங்.) (ஒருவர் சலித்துப்போகும் அளவுக்கு) மீண்டும்மீண்டும் கூறப்படும் செய்தி; திரும் பத்திரும்பச் சொல்லப்படும் விஷயம்; report or account that has become stale. உன் புளித்த கதையை என்னால் இனி கேட்க முடியாது.

புளிப்பாகு பெ. (இலங்.) கொட்டை எடுத்த புளியைத் திரட்டி உருவாக்கும் உருண்டை; balls of deseeded tamarind.

புளிப்பு பெ. புளி, மாங்காய் முதலியவற்றை உண்ணும் போது உணரப்படும் சுவை; sourness; acidity.

புளிமூட்டை பெ. புளியை மொத்தமாக வைத்து ஓலைப் பாயால் சுற்றிய கட்டு; parcel of tamarind tightly packed and wrapped in a mat of palmyra leaves. புளிமூட்டை மாதிரி பேருந்தில் ஆட்களை அடைத்திருந்தார்கள்.

புளியமரம் பெ. சிறிய மஞ்சள் நிறப் பூப் பூக்கும், புளிப்புச் சுவை உடைய பழம் தரும் ஒரு மரம்; tamarind tree.

புளியாரை பெ. பூண்டு வகை; yellow wood-sorrel.

புளியேப்பம் பெ. (பே.வ.) சாப்பிட்ட உணவு செரிக் காததால் வரும் ஏப்பம்; belching due to indigestion.

புளியோதரை பெ. புளிக்காய்ச்சல் கலந்து தயாரிக்கப் படும் ஒரு வகை சாதம்; rice mixed with புளிக்காய்ச்சல்.

புளுகம் பெ. (இலங்.) மகிழ்ச்சி; சந்தோஷம்; happiness; joy. உனக்குப் பாடசாலையில் வேலை கிடைத்திருக்கிற தாமே? எனக்கு நல்ல புளுகம்.

புளுகன் பெ. (பே.வ.) கூசாமல் பொய் சொல்பவன்; barefaced liar.

புளுகு[1] வி. (புளுக, புளுகி) (பே.வ.) கூச்சம் இல்லாமல் பொய் சொல்லுதல்; tell barefaced lies. நேரில் பார்த்தது போல் ஏன் புளுகுகிறாய்?

புளுகு[2] பெ. *(பே.வ.)* **அப்பட்டமான பொய்; சுத்தப் பொய்;** blatant lie. *உன் பொய்யும் புளுகும் எத்தனை நாளைக்கு?*

புளுகுசாமி பெ. *(இலங்.)* **புளுகுணி;** blatant lier. *அந்தப் புளுகுசாமி சொல்வதை உண்மை என்று நம்பிக்கொண்டு கனவு காணாதே./ ஆள் ஒரு பெரிய புளுகுசாமி என்பது ஊருக்கே தெரியும்.*

புளுகுணி பெ. *(பே.வ.)* **அப்பட்டமாகப் பொய் சொல்லும் நபர்;** blatant liar. *அந்தப் புளுகுணி சொன்னதை உண்மையென்று நம்பி அழுகிறாயா?*

புற்பற்றை பெ. *(இலங்.)* **புதர்;** bush. *காட்டுக்குள் கவனமாகப் பார்த்துப் போக வேண்டும். புற்பற்றைகளுக்குள் யாரும் பதுங்கி இருக்கலாம்./ இலைக் குழைகளைக் கட்டிக்கொண்டு புற்பற்றையோடு பற்றையாக நாங்களும் ஒளிந்திருந்தோம்.*

புற்றீசல் பெ. *(பெரும்பாலும் உவமையாகப் பயன்படுத்தும்போது)* **புற்றிலிருந்து பெருமளவில் புறப்படும் ஈசல்;** (often used as a simile) swarm of moths. *சமீப காலத்தில் நிறைய கவிதை நூல்கள் புற்றீசல்போல் வரத் தொடங்கியுள்ளன./ ஆங்கிலம் பேசக் கற்பிக்கும் நிறுவனங்கள் இன்று புற்றீசல்களாகப் பெருகிவிட்டன.*

புற்று பெ. 1: **(கறையான் வசிக்கும்) உள்ளே வளைகளைக் கொண்ட சிறிய கோபுரம் போன்று இருக்கும் மண்ணால் ஆன அமைப்பு/கையால் குவித்துவைத்தது போன்று இருக்கும் (எறும்பு வசிக்கும்) மண்ணால் ஆன அமைப்பு;** anthill. *பாம்புப் புற்று/ எறும்புப் புற்றில் காலை வைத்துவிடாதே.* 2: காண்க: **புற்றுநோய்.**

புற்றுக் கோயில் பெ. *(பே.வ.)* **நாகத்தைக் கடவுளாகக் கருதிப் பாலும் முட்டையும் வைத்து வழிபடும் பாம்புப் புற்று;** an anthill worshipped as a temple.

புற்றுக் கோயில்

புற்றுநோய் பெ. **உடலின் குறிப்பிட்ட பகுதியில் உள்ள உயிரணுக்களை அல்லது இரத்த அணுக்களை இயல்புக்கு மாறாகவும் கட்டுப்படுத்த முடியாத அளவுக்கும் அதிகரிக்கச் செய்யும் ஆபத்தான நோய்;** cancer. *புற்றுநோய்க்கான காரணத்தை முழுமையாகக் கண்டுபிடிக்க முடியவில்லை./ நீண்ட நாட்களாக ஆறாமலும் வலியில்லாமலும் இருக்கும் புண் புற்றுநோயின் அறிகுறியாகக்கூட இருக்கலாம்./ இரத்தப் புற்றுநோய்/ வாய்ப் புற்றுநோய்/ (உரு வ.) சமூகத்தைப் பிடித்திருக்கும் புற்றுநோய் ஊழல்தான்.*

புற்றுமண் பெ. **(மருத்துவக் குணம் உள்ளதாகக் கருதப்படும்) கறையான் புற்றின் மண்;** the soft earth of the anthill (believed to have medicinal properties).

புறஊதாக் கதிர் பெ. *(இயற்.)* **ஒளியில் ஊதா நிறத்தைவிடக் குறைந்த அலைநீளம் உடைய, கண்களுக்குப் புலப்படாத, தோலைப் பாதிக்கும் சக்தி உடைய கதிர்;** ultraviolet rays.

புறக்கடை பெ. *(அ.வ.)* **வீட்டின் பின்பகுதி; புழக்கடை;** backyard of a house.

புறக்கணி வி. *(புறக்கணிக்க, புறக்கணித்து)* 1: **ஒன்றைக் கவனத்தில், கருத்தில் கொள்வதைத் தவிர்த்தல்; அலட்சியப்படுத்துதல்; ஒதுக்குதல்;** be indifferent to; slight; disregard. *உண்மை நிலையை அடியோடு புறக்கணித்துவிட்டுப் பேசாதீர்கள்./ தொழிற்சங்கங்கள் புறக்கணிக்கப்பட்டு வந்த நிலை மாறிவிட்டது./ மொழியில் ஏற்பட்டுள்ள மாற்றங்களை நாம் புறக்கணிக்கக் கூடாது./ யாப்பிலக்கணத்தைப் புறக்கணித்துவிட்டுப் பிறந்ததுதான் புதுக் கவிதை./ பெற்றோரைப் புறக்கணித்துவிட்டுத் திருமணம் செய்துகொண்டான்.* [*(தொ.சொ.)* **ஒதுக்கு/ தவிர்/ தள்ளு/ நிராகரி/ மறு/ விலக்கு**] 2: **ஒன்றில் கலந்துகொள்ள, பங்கேற்க அல்லது ஒன்றை ஒப்புக்கொள்ள மறுத்தல்; நிராகரித்தல்;** boycott. *செயற்குழுக் கூட்டத்தைப் புறக்கணிக்க சில உறுப்பினர்கள் முடிவுசெய்தனர்./ நீண்ட காலமாகத் தங்கள் ஊருக்குத் தேவையான அடிப்படை வசதிகள் நிறைவேற்றப்படாததால் தேர்தலைப் புறக்கணிக்கப்போவதாக ஊரார் அறிவித்தனர்./ இந்தத் திட்டத்தினால் மக்களுக்கு எவ்வித நன்மையும் ஏற்படாது என்பதால் நாங்கள் அதைப் புறக்கணிக்கிறோம்.*

புறக்கணிப்பு பெ. 1: **உரிய கவனம் செலுத்தாமல் அலட்சியப்படுத்தும் அல்லது நிராகரிக்கும் போக்கு;** indifference; unconcern. *சிறுவர்களின் பரிகாசமும் பெரியவர்களின் புறக்கணிப்பும் அவனை ஆத்திரமடையச் செய்தது./ பெற்றோர்களின் கவனக்குறைவாலும் புறக்கணிப்பாலும் குழந்தைகள் பாதிக்கப்படுகின்றனர்./ தொடக்கத்தில் இந்தியர் என்ற ஒரே காரணத்துக்காக அவருடைய ஆய்வுக் கட்டுரைகள் விஞ்ஞானிகளின் புறக்கணிப்புக்கு ஆளாயின.* 2: **எதிர்ப்பைத் தெரிவிக்கும் விதமாக ஒரு செயல்பாடு, நிகழ்ச்சி போன்றவற்றில் கலந்துகொள்ளாமல் அல்லது பங்கேற்காமல் செயல்படும் நிலை;** boycott. *மாணவர்களின் போராட்டம், ஊர்வலம், வகுப்புப் புறக்கணிப்பு போன்ற காரணங்களினால் பல்கலைக்கழகம் காலவரையறையின்றி மூடப்பட்டது./ தங்கள் கோரிக்கைகள் நிறைவேறும்வரை நீதிமன்றப் புறக்கணிப்பு தொடரும் என்று வழக்கறிஞர் சங்கம் தெரிவித்துள்ளது.*

புறக்காவல் நிலையம் பெ. **ஒரு காவல் நிலையத்தின் அதிகாரத்துக்கு உட்பட்ட, குறிப்பிட்ட காரணங்களுக்காக ஏற்படுத்தப்படும் (முழு அளவு வசதிகளைக் கொண்டிருக்காத) காவல் நிலையம்;** (in India) police outpost. *கடற்கரையில் புறக்காவல் நிலையம் ஒன்று அமைக்கப்பட்டிருக்கிறது./ தீவிரவாதிகள் தேடுதல் வேட்டைக்கு எனப் பல இடங்களில் புறக்காவல் நிலையங்கள் அமைக்கப்பட்டுள்ளன.*

புறங்கழுத்து பெ. **கழுத்தின் பின்புறம்;** nape. புறங்கழுத்தில் வியர்த்துப் பிசுபிசுக்கிறது.

புறங்கால் பெ. **பாதத்தின் மேல்பகுதி;** the back of one's foot. புறங்காலால் பந்தை எத்தினான்.

புறங்கூறு வி. *(-கூற, -கூறி) (உ.வ.)* **ஒருவரைப் பற்றி மற்றவரிடம் இழிவாகப் பேசுதல்;** indulge in backbiting.

புறங்கை பெ. **உள்ளங்கையின் வெளிப்பகுதி;** the back of one's palm. புறங்கையால் மூக்கைத் துடைத்துக்கொண்டான்.

புறச்சந்தி பெ. *(இலக்.)* **ஒரு வாக்கியத்தில் சொற்கள் தொடர்ந்து வரும் சில இடங்களில் முதலில் வரும் சொல்லின் கடைசி எழுத்திலோ இரண்டாவது வரும் சொல்லின் முதல் எழுத்திலோ அல்லது இரண்டு எழுத்துகளிலுமோ ஏற்படும் ஒலி மாற்றமும் ஒலித் தோற்றமும், அதனால் தோன்றும் எழுத்து மாற்றமும் எழுத்துத் தோற்றமும்;** external sandhi. பாகற்காய் என்னும் தொகைச்சொல்லில் லகரம் றகரமாவதும், தமிழைப் படி என்னும் தொடரில் பகரம் தோன்றுவதும் புறச்சந்தி எனப்படும்.

புறணி[1] பெ. *(வ.வ.)* 1: **தென்னை, பனை போன்றவற்றின் மட்டையின் குவிந்திருக்கும் முதுகுப் பகுதி;** the back of a palm frond 2: **வயலில் சற்று மேடுதட்டியிருக்கும், தாழ்த்த வேண்டிய இடம்;** a samll raised ground in the field needing to be levelled.

புறணி[2] பெ. *(பே.வ.)* **ஒருவர் இல்லாதபோது அவரைப் பற்றிக் குறைகூறும் செயல்;** talking ill of s.o. (in his or her absence); backbiting.

புறணி[3] பெ. *(உயிரி.)* **மூளை, சிறுநீரகம் போன்றவற்றின் புறப்பகுதி;** cortex.

புறத்தேர்வாளர் பெ. **(பள்ளி மற்றும் கல்லூரித் தேர்வுகளின்போது) தேர்வுகளை கண்காணிக்க மற்ற கல்வி நிலையங்களிலிருந்து வரும் ஆசிரியர்;** external examiner; external invigilator.

புறநகர் பெ. **நகர எல்லையைத் தாண்டி அல்லது ஒட்டி அமைந்திருக்கிற குடியிருப்புப் பகுதி;** outskirts of a city; suburb. புறநகர்ப் பேருந்துகள்/ புறநகர்ப் பகுதிகளில் சாலை வசதிகள் குறைவு.

புறநோயாளி பெ. **மருத்துவமனைக்கு வந்து சிகிச்சை பெற்றுச் செல்பவர்;** outpatient.

புறப்படு வி. *(புறப்பட, புறப்பட்டு)* 1: **(ஓர் இடத்திலிருந்து மற்றோர் இடத்தை நோக்கி) செல்ல ஆரம்பித்தல்/(வாகனங்கள் பயணப்படுவதற்காக) கிளம்புதல்;** leave (a place); set off; go out (to do sth.)/(of vehicle) start. அவன் ஊரிலிருந்து நேற்றே புறப்பட்டிருப்பான்./ அலுவலகத்திற்குப் புறப்படத் தயாரானார்./ சென்னை செல்லும் பேருந்து ஐந்து மணிக்குப் புறப்படும். 2: **(குண்டு, அம்பு போன்றவை இலக்கை) நோக்கிப் போதல்; வெளிப்படுதல்;** (of bullet, arrow, etc.,) get released. வில்லிலிருந்து புறப்பட்ட அம்புபோல் பாய்ந்து சென்றது குதிரை. 3: **(ஆதரவாக அல்லது எதிராக) எழுதல்;** rise. அந்த மூத்த தலைவருக்கு எதிராகப் புறப்பட்டிருக்கும் இந்த இளைஞர் கட்சியில் குறிப்பிடத்தக்க மாற்றங்களைச் செய்வார் என்று எதிர்பார்க்கலாமா? 4: *(இலங்.)* **(ஒன்றை) ஆரம்பித்தல்; தொடங்குதல்;** start; begin. ஆசிரியர் நளன் கதை சொல்லப் புறப்பட்டு சினிமாவில் வந்து நின்றார்.

புறப்பாடு பெ. 1: **கோயிலிலிருந்து உற்சவமூர்த்தி வெளிவருதல்;** (of a deity) ceremonial stepping out of a temple for a procession. சுவாமி புறப்பாடு எத்தனை மணிக்கு? 2: **(அட்டவணையில் நேரத்தைக் குறிக்கும்போது) (நிலையத்திலிருந்து பேருந்து, ரயில் போன்றவை) கிளம்புதல்; புறப்படுதல்;** departure (of a bus, train, etc.,). நீண்ட தூரம் செல்லும் பேருந்துகளின் வருகை, புறப்பாடு குறித்த தகவல்கள் இந்த அட்டவணையில் உள்ளன.

புறம் பெ. 1: **(உட்பகுதிக்கு எதிரிடையாக அமையும்) வெளிப்பகுதி;** sth. that exists outside; being external. புறத் தோற்றம்/ புற உறுப்புகள்/ புற உலகக் கவலை இல்லாமல் தனக்குள் ஆழ்ந்திருந்தான். 2: **(குறிப்பிடப்படும் ஒன்றை) ஒட்டி அல்லது சார்ந்து அமையும் பகுதி; பக்கம்;** the side specified. மேஜையின் கீழ்ப்புறத்தில் கைகொடுத்துத் தூக்கு./ கோயிலுக்குத் தென்புறம் அவர் வீடு உள்ளது. 3: **(இரு மாறுபட்ட நிலைகளைக் கூறும்போது) பக்கம்;** any of the two sides to an argument or mental conflict. இந்த ஊரை விட்டுப் போவதில் எனக்கு ஒருபுறம் வருத்தம், மறுபுறம் மகிழ்ச்சி. 4: **(இலக்கியத்தில் புற உலகத்தில் நிகழும்) வீரம், போர் முதலியவை குறித்துக் கூறும் பாடற்பொருள் பாகுபாடு;** division of Tamil literature based on themes such as war, heroism, etc., புறப் பாடல்கள் பலவற்றில் போருக்கு எதிரான குரல்களை நாம் காணலாம்.

புறம்பு பெ. *(-ஆக, -ஆன)* **(குறிப்பிடப்படும் ஒன்றுக்கு) மாறாகவோ எதிராகவோ தொடர்பில்லாததாகவோ இருப்பது;** sth. contrary or opposite (to the one mentioned). அவர் சொல்வது உண்மைக்குப் புறம்பா?/ இது மரபுக்குப் புறம்பான அணுகுமுறை/ இது அறிவியலுக்குப் புறம்பான நம்பிக்கை./ நாம் இந்தக் கூட்டத்திற்குப் புறம்பான விஷயங்களைப் பேசிக்கொண்டிருக்கிறோம்.

புறம்பேசு வி. *(-பேச, -பேசி) (பே.வ.)* **(ஒருவர் இல்லாதபோது அவரைப் பற்றி) குற்றம்குறை சொல்லுதல்; புறணி பேசுதல்;** indulge in backbiting. அவர் என்னைப் பற்றிப் புறம்பேசித் திரிகிறார்.

புறம்போக்கு பெ. **தனியாருக்குச் சொந்தம் இல்லாத, அரசு வசம் இருக்கும், வரி விதிப்புக்கு உட்படாத நிலம்;** land which is not privately owned. புறம்போக்கில் குடிசைகள் போடப்பட்டிருக்கின்றன.

புறமணம் பெ. **பிற சாதியினருடன் செய்துகொள்ளும் திருமணம்; கலப்புத் திருமணம்;** marriage outside one's own caste; (in India) inter-caste marriage. புறமண முறையை ஆதரிக்கும் போக்கு சமூகத்தில் அதிகரித்துவருகிறது.

புறமுதுகிடு வி. *(-இட, -இட்டு) (உ.வ.)* காண்க: **புறமுதுகுகாட்டு.**

புறமுதுகுகாட்டு வி. *(-காட்ட, -காட்டி)* **(போரில் எதிர்த்து நிற்காமல் கோழைத்தனமாக) திரும்பிச் செல்லுதல்; பின்வாங்குதல்;** run away (from battle); turn tail. போர்க்களத்தில் செத்துமடிவோம், புறமுதுகுகாட்டமாட்டோம் என்பதுதான் வீரர்களின் சூளுரை.

புறவயம் பெ. (-ஆக, -ஆன) (சிந்தனை, படைப்பு முதலியவற்றைக் குறித்து வரும்போது) **உணர்ச்சிகளின் அடிப்படையில் அல்லாமல் உண்மைகள், ஆதாரங்கள் சார்ந்து அமையும் தன்மை;** that which is objective. புறவயமான பார்வைதான் அறிவியலுக்கு அவசியம்.

புறவழிச்சாலை பெ. **நகரம், ஊர் முதலியவற்றின் உள்ளே நுழையாமலே அவற்றைக் கடந்து செல்லும் வகையில் அவற்றின் வெளி எல்லையை ஒட்டி அமைக்கப்பட்டிருக்கும் நெடுஞ்சாலை;** bypass (road).

புறவாசல் பெ. (ஊரக வ.) **(வீட்டின்) பின்பக்கம்/ பின்பக்க வாசல்;** backyard/back door (of the house); postern. முன்வாசலில் நின்றிருந்த நாய் புறவாசலுக்கு ஓடிற்று.

புறவினத்தார் பெ. (கிறித்.) **கிறிஸ்துவின் காலத்தில் யூதர் அல்லாதவர்களைக் குறிப்பிடப் பயன்படுத்தப்பட்ட சொல்;** gentiles.

புறவெட்டு பெ. (இலங்.) **(மரத் துண்டில்) பலகை அறுத்தபின் கழித்துப் போடும் பகுதி;** the remains of wood after sawing boards. மரக்காலையில் புறவெட்டுகள் வந்திருக்கிறதாம்; முடிவதற்குள் வாங்க வேண்டும்.

புறனடை பெ. 1: **விதிவிலக்கு;** exception. ஆண் வேலை பார்க்காமல் வீட்டில் இருந்து குழந்தைகளைப் பார்த்துக் கொள்வது புறனடை. 2: (இலக்.) **ஒரு பொது விதிக்கு விலக்காக உள்ள வழக்கிற்குச் செய்யும் புதிய விதி;** rule of exception. இரண்டு மாடு என்பதுபோல் ஒரு பெயர் எண்ணோடு வரும்போது அதன் பன்மை வடிவத்தை எழுதத் தேவை இல்லை என்பது புறனடை.

புறா பெ. **சற்றுப் பெருத்த உடலையும் குட்டையான கால்களையும் கொண்ட (பெரும்பாலும்) குடியிருப்புகளிடையே வசிக்கும் (வெள்ளை, சாம்பல் நிறங்களில் காணப்படும்) குறிப்பிட்ட சில பறவைகளைக் குறிக்கும் பொதுப்பெயர்;** dove; pigeon.

புறாக்கூடு பெ. **(புறாக்கள் வசிப்பதற்கு ஏற்ற வகையில்) சிறுசிறு அறைகளைக் கொண்ட பெட்டி போன்ற சாதனம்/மேற்குறிப்பிட்ட அமைப்பில் ஓர் அறை;** dovecote; pigeon house. புறாக்கூடுபோல இருக்கும் இந்த வீட்டில் எப்படி ஆறு பேர் தங்கியிருக்கிறார்கள்?

புறுபுறு வி. (புறுபுறுக்க, புறுபுறுத்து) 1: **(கோபம், வெறுப்பு முதலியவற்றால்) முணுமுணுத்தல்;** mutter; mumble. அப்பாவுக்குக் கோபம் வந்துவிட்டால் ஏதாவது புறுபுறுத்துக்கொண்டேயிருப்பார். 2: (இலங்.) **(மற்றவர்களைக் குறைசொல்லும் விதத்தில்) தனக்குத் தானே பேசிக்கொள்ளுதல்;** mumble to oneself complainingly. வயதுபோனதுகள் எந்த நேரமும் புறுபுறுத்துக்கொண்டேயிருக்கும்.

புன்சிரிப்பு பெ. காண்க: **புன்னகை**[2].

புன்செய் பெ. **மழையால் கிடைக்கும் நீரைக் கொண்டு சாகுபடி செய்யப்படும் நிலம்;** arable land depending on rain for water.

புன்செய்ப் பயிர் பெ. **(நெல் அல்லாத) கம்பு, சோளம், நிலக்கடலை போன்ற புன்செய் நிலப் பயிர்;** crops such as millet, maize, groundnut, etc., suitable for dryland farming.

புன்முறுவல் பெ. (உ.வ.) **புன்னகை;** smile.

புன்னகை[1] வி. (புன்னகைக்க, புன்னகைத்து) **ஒலி எழுப்பாமல் உதடுகளைச் சற்று விரித்து மெல்லச் சிரித்தல்;** smile. குழந்தையின் குறும்பு அவரைப் புன்னகைக்க வைத்தது.

புன்னகை[2] பெ. **ஒலி எழுப்பாத மெலிதான சிரிப்பு;** smile. என்னைத் தெரிந்துகொண்டதற்கு அடையாளமாக அவர் முகத்தில் ஒரு புன்னகை தோன்றியது.

புன்னகை பூ வி. (பூக்க, பூத்து) **(ஒருவர்) புன்னகையை வெளிப்படுத்துதல்;** புன்னகைபுரிதல்; smile. அம்மாவின் புன்னகை பூத்த முகம்தான் என் நினைவுக்கு வருகிறது.

புன்னை பெ. **தடித்த, வழுவழுப்பான கரும் பச்சை நிற இலைகளையும், வெள்ளை நிறச் சிறு பூக்களையும் கொண்டதாக அடர்ந்து வளரக்கூடிய சிறு மரம்;** mast wood; Alexandrian laurel.

புனப்பாகம் பெ. (ஊரக வ.) **ஒரு முறை வடித்த சோற்றை நன்றாக மசித்து மீண்டும் நீர் ஊற்றிக் கொதிக்கவைத்துத் தயாரிக்கப்படும் (பெரும்பாலும் நோயாளிகளுக்குத் தரப்படும்) கஞ்சி;** liquid diet prepared by boiling cooked rice with water (to facilitate digestion).

புனர் பெ.அ. **மறு;** a combining word used in the sense of ‘afresh’, ‘again’, etc.,; re-. இறக்குமதியை அதிகப்படுத்துவதுபற்றி அரசு புனர் ஆலோசனை செய்வதாக அறிவித்துள்ளது./ வழக்கைப் புனர் விசாரணை செய்த பின்னர் தீர்ப்பு வழங்கப்படும்./ நேரு, நாட்டின் புனர் நிர்மாணத் திற்காகப் பாடுபட்டார்.

புனர்பூசம் பெ. (சோதி.) **இருபத்தேழு நட்சத்திரங்களில் ஏழாவது;** the seventh of the twenty-seven divisions of the zodiac in Indian astrology, corresponding to an asterism, but smaller than a constellation.

புனர்வாழ்வு பெ. **நலிந்தோருக்கு மீண்டும் தரப்படும் நல்வாழ்வு; மறுவாழ்வு;** rehabilitation.

புனர்வாழ்வு முகாம் பெ. (இலங்.) **போரில் பாதிக்கப்பட்டவர்களுக்கு மறுவாழ்வு அளிக்கும் விதத்தில் நலத்திட்ட உதவிகள் செய்தல், பயிற்சி அளித்தல் போன்றவற்றுக்காக அமைக்கப்பட்டுள்ள முகாம்;** rehabilitation centre. போரினால் பாதிக்கப்பட்டுக் கணவனை இழந்த பெண்களுக்குப் புனர்வாழ்வு முகாமில் தையல் இயந்திரங்கள் வழங்கப்பட்டன.

புனர்ஜென்மம் பெ. (பே.வ.) **(மரணத்திலிருந்து தப்பி வரும் சூழலில்) மறுபிறவி;** rebirth. இந்த விபத்தில் அவன் உயிர்பிழைத்தது புனர்ஜென்மம் என்றே சொல்ல வேண்டும்.

புனரமை வி. (புனரமைக்க, புனரமைத்து) **(நலிவுற்ற அல்லது பழுதுற்ற நிலையில் உள்ள ஒன்றை) திருத்தியமைத்தல்; சீரமைத்தல்;** renovate; rejuvenate. பாழடைந்த கோயில்களைப் புனரமைக்க அரசு உதவ வேண்டும் என்று அவர் கேட்டுக்கொண்டார்./ வேளாண்மையைப் புனரமைப்பதே தனது முதல் வேலை என்று அமைச்சர் அறிவித்தார்.

புனரமைப்பு பெ. **சீரமைப்பு;** renovation. கோயில் புனரமைப்புப் பணி/ நலிவுற்ற கல்வி நிறுவனத்தின் புனரமைப்புப் பணிக்காக வரைவுத் திட்டம் ஒன்று தயாரிக்கப்பட்டுள்ளது./ சுனாமியால் பாதிக்கப்பட்ட பகுதிகளில்

புனரமைப்புப் பணிகளில் பல அரசுசாரா அமைப்புகள் ஈடுபட்டிருக்கின்றன.

புனருத்தாரணம் பெ. *(அ.வ.)* **மறுசீரமைப்பு; புனரமைப்பு;** renovation. தேசப் புனருத்தாரணப் பணியில் தீண்டாமை ஒழிப்புக்கு மிகுந்த முக்கியத்துவம் கொடுக்கப்பட்டது./ சிவன் கோயிலைப் புனருத்தாரணம் செய்கிறார்கள்.

புனல்[1] பெ. *(உ.வ.)* **நீர்;** water. ஆற்றில் புதுப் புனல் பெருக்கெடுத்து ஓடியது./ புனல் மிகுந்த சோழ நாடு/ புனல் மின்சக்தி.

புனல்[2] பெ. **(திரவப் பொருளைச் சிந்தாமல் ஊற்றப் பயன்படும்) திறந்த கூம்பு வடிவ மேல்பகுதியையும் அதனுடன் இணைந்த குழல் வடிவ அடிப்பகுதியையும் கொண்ட ஒரு சாதனம்;** funnel.

புனல் காட்டு முறை பெ. **காட்டுப் பகுதியை அழித்துக் குறிப்பிட்ட காலம் பயிர்செய்த பின்னர் வேறொரு இடத்தில் பயிர் செய்யும் விவசாய முறை;** slash-and-burn method of farming in the hill regions. ஒரு காலத்தில் மிகப் பரவலாகப் புனல் காட்டு முறை இந்தியாவில் மேற்கொள்ளப்பட்டது.

புனல் மின்நிலையம் பெ. **நீரோட்ட விசையால் மின்சாரம் உற்பத்தி செய்யப்படும் இடம்;** hydroelectric power plant.

புனிதத் தலம் பெ. **(ஒரு மதத்தினர்) புனிதமாகக் கருதும் தலம்;** holy place.

புனித நீர் பெ. *(கிறித்.)* **ஒவ்வொரு ஆண்டும் இயேசுவின் உயிர்ப்புத் திருநாளின்போது சடங்குகள் நடத்தி மந்திரிக்கப்பட்டதும் ஒவ்வொரு தேவாலயத்திலும் இருப்பதுமான நீர்;** holy water.

புனித நூல் பெ. **(ஒரு மதத்தின் வேதமாகக் கருதப்படும்) புராதன நூல்;** sacred book.

புனிதப்படுத்து வி. (-படுத்த,-படுத்தி) *(கிறித்.)* **அன்றாட வாழ்க்கையில் காணப்படும் பொருள்களை அல்லது மனிதர்களை இறை நிலைக்கு உயர்த்தும் சடங்கு;** consecrate.

புனிதப் பயணம் பெ. **யாத்திரை;** pilgrimage.

புனிதம் பெ. (-ஆக, -ஆன) **தெய்வீகத் தன்மையும் உயர்வாக மதிக்கக்கூடிய தன்மையும் கொண்டது;** holiness; sanctity. இந்துக்கள் பசுவைப் புனிதமாகக் கருதி வணங்குகிறார்கள்./ பிற மதத்தினர் புனிதமாகக் கருதி வணங்குவதை இழிவுபடுத்திப் பேசக் கூடாது./ குடும்பம் என்ற அமைப்பு தன் புனிதத்தை இழந்துவருகிறது என்று அவர் வருத்தப்பட்டார்.

புனிதர் பெ. *(கிறித்.)* **கத்தோலிக்கத் திருச்சபையின்படி தூய வாழ்வில் சிறந்தோங்கி அருள் செயல்கள் புரிந்தவர்களுக்கு அவர்கள் இறந்த பிறகு திருச்சபை வழங்கும் உயர்ந்த பட்டம்;** the title 'Saint'.

புனித வாரம் பெ. *(கிறித்.)* **தவக்காலத்தின் இறுதியில் இயேசுவின் பாஸ்கா நிகழ்வைக் கொண்டாடும், உயிர்ப்பு ஞாயிறுடன் முடிவடையும் வாரம்;** Holy Week.

புனிதவெள்ளி பெ. *(கிறித்.)* **இயேசு சிலுவையில் அறையப்பட்டு உயிர்நீத்ததை நினைவுகூரும் வெள்ளிக்கிழமை;** Good Friday.

புனுகு பெ. **1: புனுகுப்பூனையின் உடலில் சுரக்கும், நெடி உடைய ஒரு வகைத் திரவம்;** civet-cat's secretion. **2: மேற்குறிப்பிட்ட திரவத்திலிருந்து தயாரிக்கும் வாசனைப் பொருள்;** perfume prepared from civet. ஜவ்வாது, புனுகு முதலிய வாசனைத் திரவியங்கள்.

புனுகுப்பூனை பெ. **சாம்பல் நிற உடலில் கறுப்புப் புள்ளிகளைக் கொண்ட, பூனையை விடப் பெரிய நீண்ட உடலமைப்பை உடைய, ஒரு வகை வாசனைத் திரவத்தைச் சுரக்கும் விலங்கு;** small Indian civet. புனுகுப் பூனைக்கும் பூனை இனத்துக்கும் நெருங்கிய உறவு உண்டு.

புனை[1] வி. (புனைய, புனைந்து) *(உ.வ.)* **1: (ஆடை, ஆபரணம் முதலியவற்றை) அணிதல்;** put on (clothes, jewels, etc.,). ஆற்றில் நீராடிப் புத்தாடை புனைந்தனர். **2: (வேடம் அல்லது மாலை, மகுடம், ஆடை அணிகலன்கள் போன்றவற்றை) அணிதல்; தரித்தல்;** don (a role). கூத்தில் இராவணன் வேடம் புனைந்து ஆடியவர் எல்லோரையும் மெய்சிலிர்க்க வைத்துவிட்டார்./ திருமலை நாயக்கரின் புதல்வர் மணிமுடி புனைந்து அரியணையில் அமர்ந்தார்./ விதேசித் துணிகளைத் துறந்து கதராடைகளைப் புனைந்து அந்தக் காலத்தில் பல தியாகிகள் போராட்டம் நடத்தினர்.

புனை[2] வி. (புனைய, புனைந்து) *(உ.வ.)* **1: (கதை, கவிதை முதலியவை) இயற்றுதல்; படைத்தல்;** compose or write (poetry, etc.,); create (sth. new). அவர் கவி புனைவதில் வல்லவர்./ புதியன புனையும் ஆற்றலை மாணவர்கள் இடையே வளர்க்க வேண்டும். **2: (பொய்யாக ஒன்றை) உருவாக்குதல்;** fabricate. நமது கட்சித் தொண்டர்கள்மீது பொய் வழக்கு புனைந்துள்ளனர்./ பொய் ஆவணம் புனைவோருக்குக் கடுமையான தண்டனை வழங்கப்படும்.

புனைகதை பெ. **கற்பனைக் கதை;** fiction.

புனைந்துரை பெ. *(உ.வ.)* **மிகைப்படுத்திக் கற்பனையாகச் சொல்லப்படுவது;** rhetoric; hyperbole. நான் சொல்வது புனைந்துரை அல்ல. [*(தொ.சொ.)* **அளப்பு/ கட்டுக்கதை/ கதை/ கற்பனை/ புரளி/ புனைவு/ பொய்/ வதந்தி**]

புனைபெயர் பெ. **(பெரும்பாலும் எழுத்தாளர்கள்) இயற்பெயருக்குப் பதிலாகப் பயன்படுத்தும் கற்பனைப் பெயர்; தாமே சூட்டிக்கொள்ளும் பெயர்;** pseudonym; pen name. பசுவய்யா என்ற புனைபெயரில் சுந்தர ராமசாமி கவிதைகள் எழுதியிருக்கிறார்.

புனைவு பெ. **1: கற்பனையின் அடிப்படையில் உருவானது;** fiction. மனிதன் கடவுளால் படைக்கப்பட்டதாகக் கூறப்படுவது ஒரு புனைவுதான் என்றார் அவர். [*(தொ.சொ.)* **அளப்பு/ கட்டுக்கதை/ கதை/ கற்பனை/ புரளி/ புனைந்துரை/ பொய்/ வதந்தி**] **2: (இலக்கியத்தில்) கற்பனையான சம்பவங்கள், பாத்திரங்கள் போன்றவற்றின் அடிப்படையில் உருவாக்கப்படுவது;** (of literature) fiction. சிறுவயது முதலே எனக்குப் புனைவிலக்கியத்தின் மீது நிறைய ஈடுபாடு உண்டு./ பின்நவீனத்துவப் புனைவுகள்தான் இன்றைய மோஸ்தர்.

புஜகீர்த்தி பெ. **தெருக்கூத்தில் ஆண் பாத்திரங்கள் புஜத்தின் மேல் வைத்துக் கட்டிக்கொள்ளும், கனமில்லாத மரத்தால் செய்யப்பட்ட அலங்காரப் பொருள்;** an ornamental projection worn on the shoulders by male characters in தெருக்கூத்து.

புஜம் பெ. **முழங்கைக்கும் தோள்பட்டைக்கும் இடைப்பட்ட தசை மிகுந்த பகுதி;** upper arm. விபூதியைக் குழைத்து நெற்றி, மார்பு, புஜம் ஆகிய இடங்களில் பூசிக் கொண்டார். (பார்க்க, படம்: உடல்)

புஷ்டி பெ. **(ஊட்டத்துடன் கூடிய) பருமன்;** healthiness; chubbiness. குழந்தை புஷ்டியாக பார்க்க அழகாக இருந்தது.

புஷ்பம் பெ. (அ.வ.) **பூ; மலர்;** flower. புஷ்பங்களால் இறைவனை அர்ச்சனை செய்தார்.

புஷ்பக விமானம் பெ. **(கோயில் திருவிழாவில் இறைவன் வீதியுலா வரப் பயன்படுத்தும்) விதவிதமான மலர்களால் பல்லக்குப்போல் அலங்கரிக்கப்பட்ட வாகனம்;** palanquin adorned with flowers (for the deity's procession in a temple festival).

புஷ்பராகம் பெ. **வெள்ளை அல்லது வெளிர் மஞ்சள் நிறத்தில் இருக்கும், ஆபரணங்களில் பதிக்கும் விலை உயர்ந்த கல்;** topaz.

புஷ்பவதி பெ. (அ.வ.) **பருவமடைந்த பெண்;** girl who has attained puberty.

புஸ்-என்று வி.அ. **1: (கோபம் வருவதைக் குறிக்கும் போது) சட்டென்று மிகவும் அதிகமாக;** in a sudden spurt. பெரியவருக்கு ஏன் கோபம் புஸ்ஸென்று வருகிறதோ தெரியவில்லை. **2: (ஆர்வமூட்டும் அல்லது பரபரப்பூட்டும் வகையில் ஒன்று நிகழ்வதுபோல் தோன்றிப் பிறகு) எதிர்பார்த்தபடி இல்லாமல்; சப்பென்று;** fizzling out. ஆர்ப்பாட்டத்துடன் ஆரம்பிக்கப்பட்ட திட்டம் புஸ்ஸென்று படுத்துவிட்டது./ கதாநாயகனுக்கும் கதாநாயகிக்கும் இடையே காதல் தோன்றும் என்று எதிர்பார்த்தால் கடைசியில் புஸ்ஸென்று ஆகிவிட்டது.

புஸ்தகம் பெ. (பே.வ.) காண்க: **புத்தகம்.**

புஸ்வாணம் பெ. **பற்றவைத்தவுடன் வெடிக்காமல் புஸ் என்ற சத்தத்துடன் பூப்பூவாகத் தீப்பொறிகள் மேல் நோக்கி வெளிவரும் ஒரு வகைப் பட்டாசு;** a firework which does not explode but sends up jets of sparks when ignited; (in India) flower-pot.

புஸ்வாணம்

புஸ்வாணமாகு வி. (-ஆக, -ஆகி) **ஒரு செயலில் ஆரம்பத்தில் தோன்றிய தீவிரம் விரைவிலேயே தணிந்துவிடுதல்;** fizzle out. எதிர்க்கட்சிகளின் போராட்டம் இறுதியில் புஸ்வாணமாகிவிட்டது.

பூ[1] வி. (பூக்க, பூத்து) **1: (தாவரங்களில்) பூ தோன்றுதல்; மொட்டு விரிதல்; மலர்தல்/(தாவரங்கள்) பூக்களைத் தோன்றச் செய்தல்;** bloom; blossom; flower. புன்னை மரம் பூத்துச் சொரிகிறது./ மல்லிகை இன்று பூக்கவில்லை./ (உரு வ.) ஜார் மன்னரின் சர்வாதிகார ஆட்சி வீழ்ந்து பொதுவுடைமை அரசு பூத்தது./ (உரு வ.) கல்லூரியின் இறுதி ஆண்டில்தான் அவர்களிடையே காதல் பூத்தது. **2: (பூஞ்சணம், உப்பு போன்றவை) படிதல்/(ஒரு பரப்பு, உடல் உறுப்பு, பொருள் போன்றவற்றில்) (குறிப்பிட்ட) நிற மாற்றம் ஏற்படுதல்;** (of mould, etc.,) appear; be formed / (of change of colour in one's complexion) be visible. ரொட்டியில் பூஞ்சணம் பூத்துவிட்டது./ உப்புப் பூத்த சுவர்கள்/ மஞ்சள் பூத்த கண்கள்/ மூன்று நாட்களாக ஒரே சட்டையைப் போட்டிருப்பதால் அதில் வியர்வை படிந்து உப்புப் பூத்திருந்தது. **3: (தொடர்ந்து பார்ப்பதால் கண் பார்வை) மங்குதல்;** (of eyes) become dim (when looking at sth. intently for a long time).

பூ[2] பெ. **1: (வண்ண) இதழ் அடுக்குகளின் நடுவே மகரந்தத் தூளைக் கொண்டிருக்கும் மென்மையான, (பெரும்பாலும் இனப்பெருக்கத்துக்கான) தாவரத்தின் பகுதி; மலர்;** flower. **2: (மத்தாப்பு முதலியவற்றிலிருந்து வரும்) பொறி;** spark (esp. from sparklers). மத்தாப்பிலிருந்து பூ சிதறியது.

பூ[3] பெ. (இலங்.) **(சேவல்) கொண்டை;** crest (of a cock); comb. பூச் சிவந்த சேவல்.

பூ[4] பெ. **(இந்திய நாணயத்தில்) சிங்க உருவம் பொறிக்கப்பட்டிருக்கும் பக்கத்துக்குப் பின்பக்கம்;** the reverse side of an Indian coin.

பூ[5] பெ. **1:** (பெரும்பாலும் பிற சொற்களோடு இணைந்து) **பூமி; நிலம்; உலகம்;** (often in combination) earth; land. பூதானம். **2:** (வ.வ.) **(பயிரிடுவதைக் குறிக்கும்போது ஒரு) போகம்;** the crop of a season. இந்தப் பூவில் சரியாக விளையவில்லை.

பூ[6] இ.சொ. **அற்பமாகவோ அலட்சியமாகவோ கருதுவதை வெளிப்படுத்துவதற்கு வாக்கியத்தின் தொடக்கத்தில் பயன்படுத்தும் இடைச்சொல்;** particle meaning 'pooh'. பூ! நான் செய்ய வேண்டிய வேலை இதுதானா?/ பூ! நீ பேசிய வீரம் எல்லாம் இவ்வளவுதானா?

பூக்கட்டிப்பார் வி. (-பார்க்க, -பார்த்து) (இலங்.) காண்க: **பூப்போட்டுப்பார்.**

பூக்குடலை பெ. காண்க: **குடலை.**

பூக்குழி பெ. (ஊரக வ.) **தீக்குழி;** pit with live coals (for fire-walking during temple festivals).

பூகம்பம் பெ. **நிலநடுக்கம்;** earth tremor; earthquake.

பூகம்பமானி பெ. (பு.வ.) **நிலநடுக்கத்தால் பூமியின் மேல் பரப்பில் ஏற்படும் அதிர்வுகளை அளக்கவும் பதிவு செய்யவும் உதவும் கருவி;** seismograph.

பூகோளம் பெ. (அ.வ.) **1: புவியியல்;** geography. **2: ஒரு இடத்தில் உள்ள மலை, ஆறு, ஊர் அமைப்பு முதலியவற்றைப் பற்றிய அறிவு;** topography. தன் பிரதேசத்தின்

பூகோளமே அவருக்குத் தெரியவில்லை./ சென்னை நகரின் பூகோளம் எனக்கு அத்துப்படி.

பூங்கா பெ. **(பெரும்பாலும் நகரத்தில்) பூச் செடிகள், மரங்கள் ஆகியவற்றோடு புல்வெளியும் இருக்கும்படி அமைந்த பொது இடம்;** park.

பூங்கார்ப்பு பெ. *(ஊரக வ.)* **(கோடையில் காய்ந்து பாளம்பாளமாக வெடித்திருக்கும் வயலில்) தண்ணீர் பாய்ச்சியவுடன் மண் பொலபொலவென்று உதிர்ந்தும், பொலிவாக விரிந்தும் காணப்படும் நிலை;** dry and caked soil in the paddy field quickly becoming soft slush when it receives water. இந்த வருடம் மழை சரியாகப் பெய்யாததால் வயலில் பூங்கார்ப்பே இல்லை./ பூங்கார்ப்பு இருந்தால் உழவு வேலை எளிதாக இருக்கும்.

பூங்காவனம் பெ. *(அ.வ.)* **பூந்தோட்டம்;** flower garden.

பூங்காவி பெ. *(வ.வ.)* **அடிக்கடி நீரில் துவைப்பதால் வெள்ளைத் துணிகளில் படியும் பழுப்பு நிறம்;** brown tinge acquired by white clothes frequently washed in water.

பூங்கொத்து பெ. **பூச்செண்டு;** bouquet. புதிய முதல்வருக்குக் கட்சிக்காரார்கள் பூங்கொத்துக் கொடுத்தார்கள்./ பணியாளர்கள் பூங்கொத்து அளித்து மேலதிகாரியை வரவேற்றார்கள்.

பூச்சட்டி பெ. *(வ.வ.)* **புஸ்வாணம்;** flower-pot (a kind of fire-work).

பூச்சாடி பெ. *(இலங்.)* காண்க: **பூஜாடி.**

பூச்சாண்டி பெ. *(பே.வ.)* **1: (குழந்தைகளுக்கு) பயம் தரத்தக்க, கோரத் தோற்றம் உடைய (கற்பனையான) உருவம்;** bogeyman; bogey. ஒழுங்காகச் சாப்பிடவில்லை என்றால் பூச்சாண்டியிடம் பிடித்துக் கொடுத்துவிடுவேன்./ அதோ பார், பூச்சாண்டி வருகிறான்! **2: (ஒருவரை) பயம் கொள்ள வைக்கும்படியான ஏமாற்றுப் பேச்சு அல்லது செயல்;** sth. said or done to intentionally scare others. விரைவில் ஆட்சி கவிழ்ந்து விடும் என்று பூச்சாண்டி வேறா?/ உன் பூச்சாண்டிக்கெல்லாம் நான் பயப்பட மாட்டேன்.

பூச்சாண்டி காட்டு வி. *(காட்ட, காட்டி)* **(ஒருவரை) பயமுறுத்தும் நோக்கத்தோடு (ஒன்றை அது நம்பப் படாத நிலையிலும்) கூறுதல் அல்லது செய்தல்;** do or say sth. calculated to scare others. எதிர்த்தால் தீர்த்துவிடுவதாக எனக்கே பூச்சாண்டி காட்டுகிறாயா?/ வேலையை விட்டு ஓடிப்போய்விடுவேன் என்று பூச்சாண்டி காட்டாதே.

பூச்சி பெ. **1: (கரப்பான், எறும்பு, வண்டு போன்ற) உடல் மூன்று பகுதிகளாகப் பிரிந்த, எலும்பு இல்லாத (பெரும்பாலும் பறக்கக் கூடிய) சிறிய உயிரினங்களைக் குறிக்கும் பொதுப்பெயர்;** common term for creatures which have no bones; insect. விளக்கைச் சுற்றிப் பூச்சிகள் பறந்துகொண்டிருந்தன./ கிணற்றுத் தண்ணீரில் பூச்சிகள் மிதந்துகொண்டிருந்தன./ கண்ணில் ஏதோ பூச்சி விழுந்துவிட்டது. **2: கொக்கிப்புழு, நாடாப்புழு முதலியவற்றைக் குறிக்கும் பொதுப்பெயர்;** common term for hookworm, tapeworm, etc., வயிற்றில் பூச்சி இருந்தால் பசிக்காது என்று மருத்துவர் கூறினார்.

பூச்சிக்கொல்லி பெ. **பயிர்களுக்குத் தீங்கு விளைவிக்கும் பூச்சிகளை அல்லது கரப்பான் போன்ற வீட்டுப் பூச்சிகளை அழிக்கப் பயன்படுத்தும், நச்சுத் தன்மை வாய்ந்த ரசாயனப் பொருள்;** pesticide; insecticide. பூச்சிக்கொல்லி மருந்துகளைத் தொடர்ச்சியாகப் பயன்படுத்தியதால் இன்று விவசாய நிலங்களெல்லாம் வீரியம் இழந்துவிட்டன.

பூச்சிகாட்டு வி. *(-காட்ட, -காட்டி) (பே.வ.)* காண்க: **பூச்சாண்டி காட்டு.**

பூச்சி பற வி. *(பறக்க, பறந்து)* **(தலை சுற்றுவதால்) தெளிவாகப் பார்க்க முடியாமல் தடுமாறுதல்;** feel giddy; see stars. பசி மிதமிஞ்சிப் போய்க் கண்களில் பூச்சி பறக்க ஆரம்பித்துவிட்டது.

பூச்சிபொட்டு பெ. *(பே.வ.)* **மனிதனைக் கடித்துத் தீங்கு விளைவிக்கக்கூடிய பூச்சிகள்;** any of the creatures that harm man by biting or stinging. இருட்டில் பார்த்துப் போ, பூச்சிபொட்டு இருக்கும்./ ஏதாவது பூச்சிபொட்டு கடித்திருக்கும். அதனால்தான் கையில் அங்கங்கே தடித்திருக்கிறது.

பூச்சிமருந்து பெ. காண்க: **பூச்சிக்கொல்லி.**

பூச்சியியல் பெ. **பூச்சி இனங்களைப் பற்றி விளக்கும் அறிவியல் துறை;** entomology.

பூச்சு பெ. **1: (காரை, வர்ணம் முதலியவை அல்லது ஈயம் முதலியவை) பூசப்பட்டிருத்தல்; பூசப்பட்டிருக்கும் முறை;** coating; plastering. வெளிச் சுவருக்குப் பூச்சை ஆரம்பித்துவிடலாமா?/ என்ன கொத்தனாரே, பூச்சு சரியாக இல்லையே. **2: (உடலின் மேல் விபூதி, மருந்து போன்றவற்றை) பூசியிருக்கும் நிலை;** smearing; application (of ointment, etc.,). நெற்றியில் விபூதிப் பூச்சு/ சந்தனப் பூச்சு/ காயம் பட்ட இடத்தில் மருந்துப் பூச்சு.

பூச்சூட்டு வி. *(-சூட்ட, -சூட்டி) (ச.வ.)* **(முதல் முறையாகக் கருவுற்றிருக்கும் பெண்ணுக்கு ஐந்து அல்லது ஏழாவது மாதத்தில்) தலையில் பூவைச் சூட்டுதல் என்ற சடங்கை நிகழ்த்துதல்.** ceremonially adorn the head of a woman (in the fifth or seventh month of her first pregnancy) with flowers.

பூச்செண்டு பெ. **அலங்காரமாகக் கட்டப்பட்ட மலர்த் தொகுப்பு;** bouquet. மணமக்களின் கையில் பூச்செண்டு கொடுத்து வாழ்த்தினார்.

பூசகர் பெ. *(இலங்.)* **பூசாரி;** priest in a temple for village deities.

பூசணம் பெ. காண்க: **பூஞ்சணம்.**

பூசணி பெ. **1: வெளிர் பச்சை நிறத்தில் தடித்த தோலுடைய, நீர்ச்சத்து மிகுந்த, உருண்டை வடிவக் காய்/ அந்தக் காய் காய்க்கும் கொடி;** white gourd (the fruit and also the plant). **2:** *(வ.வ.)* **பறங்கிக்காய்;** pumpkin.

பூசம் பெ. *(சோதி.)* **இருபத்தேழு நட்சத்திரங்களில் எட்டாவது;** the eighth of the twenty-seven divisions of the zodiac in Indian astrology, corresponding to an asterism, but smaller than a constellation.

பூசல் பெ. **(கருத்து வேறுபாடு காரணமாக ஏற்படும்) தகராறு;** discord; dissension. கோஷ்டிப் பூசலால் கட்சி

உடைந்துவிடும் நிலை உண்டாகியுள்ளது./ கணவன் மனைவிக்கு இடையே கடும் பூசல். [(தொ.சொ.) கலாட்டா/ சச்சரவு/ தகராறு/ ரகளை]

பூசனி பெ. காண்க: **பூசணி.**

பூசனை பெ. (உ.வ.) **பூஜை;** worship.

பூசாரி பெ. **(மாரியம்மன், காளி போன்ற தெய்வங்களின் கோயிலில்) வழிபாடு நடத்திவைப்பவர்;** priest in a temple for village deity. ஐயனார் கோயில் பூசாரி.

பூசி வி. (பூசிக்க, பூசித்து) (உ.வ.) காண்க: **பூஜி.**

பூசிமெழுகு வி. (-மெழுக, -மெழுகி) 1: **(ஒன்றைப் பற்றித் தெளிவாகக் கூறாமல்) ஏதேதோ சொல்லி நழுவுதல்;** explain away; gloss over. அவருடைய மகனுக்கு நாலு லட்சம் ரூபாய் வரதட்சணை வாங்கியிருக்கிறார். கேட்டால் பூசிமெழுகுகிறார்./ சும்மா பூசிமெழுகாமல் உண்மையைச் சொல். 2: **(நடந்த முறைகேட்டைப் பிறர் அறியாதபடி) மறைத்தல்;** cover sth. up; paper sth. over. நிறுவனத்தில் நடந்த முறைகேடுகளை மேலதிகாரிகள் பூசிமெழுகப் பார்க்கிறார்கள்.

பூசினாற்போல் வி.அ. **(குண்டு என்று சொல்ல முடியாத அளவுக்கு) அளவான சதைப்பற்றுடன்;** slightly filled out. கையில் கொஞ்சம் பணம் சேர்ந்ததும் சதைபோட்டு ஆள் பூசினாற்போல் தெரிந்தார்./ போன முறை உன்னைப் பார்த்ததைவிட இப்போது கொஞ்சம் பூசினாற்போல் இருக்கிறாய்.

பூசு வி. (பூச, பூசி) **(எண்ணெய் முதலியவற்றை உடலின் மீது அல்லது வர்ணம் முதலியவற்றை ஒரு பரப்பின் மீது) தடவியோ தேய்த்தோ படியச் செய்தல்;** smear; spread (on); coat with (as in electroplating). உடம்பெங்கும் பட்டைபட்டையாகத் திருநீறு பூசியிருந்தார்./ உதட்டுச் சாயம் பூசியவாறே என்னிடம் பேசினாள்./ தங்க முலாம் பூசப்பட்ட நகைகள். [(தொ.சொ.) **அப்பு/ தடவு/ தேய்**]

பூசுமஞ்சள் பெ. **(அரைத்து) முகத்தில் பூசிக்கொள்ளப் பயன்படுத்தும் மஞ்சள்; குண்டு மஞ்சள்;** a variety of turmeric, the powder of which is used as cosmetics.

பூசை பெ. 1: காண்க: **பூஜை.** 2: **(ஒருவருக்குத் தொடர்ந்து விழும்) அடி; உதை;** beating; thrashing. வீட்டுக்கு இரவு பத்து மணிக்குப் போனால் பூசை விழும்.

பூசைபோடு வி. (-போட, -போட்டு) **குடும்பத்தில் நிலவும் குறை ஒன்றைப் போக்கிக்கொள்ளும் விதத்திலோ, மங்கல நிகழ்ச்சி நடப்பதற்கு முன்னதாகவோ ஐயனார் கோயிலில் இருக்கும் வீரன், சூரன் போன்ற தெய்வங்களுக்கோ, முனீஸ்வரன் போன்ற தெய்வத்துக்கோ கிடா வெட்டி செய்யும் வழிபாடு;** make a sacrificial offering as a remedy to a problem a family faces or to propitiate deities such as வீரன், சூரன் in ஐயனார் temple or முனீஸ்வரன் before an auspicious event.

பூஞ்சக்காளான் பெ. காண்க: **பூஞ்சணம்.**

பூஞ்சணம் பெ. **ஈரப்பசை காரணமாக உணவுப் பொருள், தோல் பொருள்கள், மரச் சாமான்கள், சுவர் முதலியவற்றில் பஞ்சு போலப் படரும் ஒரு வகைப் பச்சை நிறக் காளான்;** mould.

பூஞ்சாளம் பெ. (வ.வ.) காண்க: **பூஞ்சணம்.**

பூஞ்சு பெ. (இலங்.) **ஒட்டடை; நூலாம்படை;** cobweb.

பூஞ்சை பெ. (-ஆன) (பே.வ.) 1: (உடலைக் குறிப்பிடும்போது) **நோயை எதிர்க்கக்கூடிய சக்தி இல்லாமல் மெலிந்திருப்பது;** (of one's body) being thin or weak or fragile. அவளுக்குப் பூஞ்சை உடம்பு. வெயில், குளிர் எதையும் அவளால் தாங்க முடியாது. 2: காண்க: **பூஞ்சணம்.**

பூஞ்சைக்காளான் பெ. காண்க: **பூஞ்சணம்.**

பூஞ்சைக்கொல்லி பெ. **(தாவரத்தில் வளரும்) பூஞ்சணத்தை அழிக்கப் பயன்படுத்தும் ரசாயனப் பொருள்;** fungicide.

பூட்டன் பெ. (பே.வ.) **தாத்தாவின் தந்தை;** great-grandfather. இது பூட்டன் காலத்தில் கட்டிய வீடு./ பாட்டன் பூட்டன் வைத்திருந்த சொத்தையெல்லாம் ஊர்ப் பள்ளிக்கூடத்திற்கே எழுதிவைத்துவிட்டார்.

பூட்டாங்கயிறு பெ. (ஊரக வ.) **(மாட்டை நுகத்தடியில் பிணைக்கப் பயன்படும்) ஒரு முனை முடிச்சுடனும் மற்றொரு முனை சுருக்கு வளையமாகவும் உள்ள கயிறு;** rope (to fasten the bullock to the yoke) with a knot at one end and a matching noose at the other. *(பார்க்க, படம்:* **கட்டைவண்டி)**

பூட்டி பெ. (பே.வ.) **(ஒருவருடைய) தாத்தாவின் தாய்;** great-grandmother.

பூட்டு¹ வி. (பூட்ட, பூட்டி) 1: **பூட்டு போன்ற சாதனங்களைக் கொண்டு (கதவு, பெட்டி முதலியவற்றை) திறந்துகொள்ள முடியாதபடியோ அல்லது (வாகனங்களை) நகர்த்த முடியாதபடியோ செய்தல்;** lock (a door, etc., or a bike, etc.,). பணம் வைத்திருந்த பெட்டியைப் பூட்டிச் சாவியை ரகசியமான இடத்தில் வைத்தான்./ 'வாகனங்களைப் பூட்டி நிறுத்தவும்' என்று வங்கியின் வாசலில் இருந்த பலகையில் எழுதியிருந்தது. 2: **(இழுத்துச் செல்வதற்கு ஏற்ற வகையில் மாடு, குதிரை முதலியவற்றை வண்டி, தேர் ஆகியவற்றில்) இணைத்தல்;** fasten (a bullock, horse, etc., to a cart or chariot). ஏழு குதிரை பூட்டப்பட்ட தேரில் அரசர் பவனி வந்தார்./ வண்டியில் மாட்டைப் பூட்டு./ ஐந்து நிமிஷத்தில் வண்டி பூட்டிக்கொண்டு வா. [(தொ.சொ.) **இணை/ கட்டு/ பிணை**] 3: (அ.வ.) **(நகை) அணிதல்;** adorn with (jewels). மணப்பெண்ணுக்கு ஏராளமான நகைகளைப் பூட்டிவிட்டார்கள். 4: **(கதவு, ஜன்னல் போன்றவற்றை) சாத்துதல்; மூடுதல்;** close. 5: (இலங்.) **(சட்டைப் பித்தானை) பொருத்துதல்;** button. பொத்தான் பூட்டாமல் நீதிமன்றத்தில் இருந்தவரைக் காவலாளி வெளியே அனுப்பிவிட்டார்./ பொத்தான் பூட்டாத கால்சட்டையுடன் வாசலில் விழுந்து கிடந்தான்.

பூட்டு² பெ. **(கதவு போன்றவற்றை) திறக்க முடியாமல் செய்வதற்காக அல்லது (வாகனங்களை) நகர்த்த முடியாமல் செய்வதற்காகச் சாவியின் மூலம் அல்லது ரகசிய எண்கள் மூலம் இயக்கப்படும் சாதனம்;** lock (of various types and sizes). கதவில் பெரிய பூட்டு தொங்கியது./ மிதிவண்டிக்குப் பூட்டு இல்லையா?/ 248 என்ற எண்ணைக் கொண்டுதான் என் பெட்டியின் பூட்டைத் திறக்க முடியும்.

பூட்டு[3] பெ. **சிட்டம்;** hank.

பூட்டும் திறப்புமாக வி.அ. (இலங்.) (பொருட்கள் குறித்து வரும்போது) **மிகவும் பாதுகாப்பாக;** (keeping things) under lock and key. அவரிடம் இருப்பவற்றைப் பாதுகாப்பதில் நல்ல அக்கறை உண்டு என்பதால் அவர் எப்போதும் பூட்டும் திறப்புமாகத்தான் திரிவார்./ அம்மம்மா பூட்டும் திறப்புமாகத் திரிந்தும் இடையில் யாரோ பணத்தைக் களவாடிவிட்டார்கள்.

பூட்டுசி பெ. (இலங்.) **பெண்கள் சட்டையில் குத்திக் கொள்ளப் பயன்படுத்தும் ஊக்கு;** safety pin.

பூடகம் பெ. (-ஆக, -ஆன) **வெளிப்படையாகத் தெரியாதது; ஊகித்து அறியும் வகையில் மறைமுகமாக இருப்பது;** being enigmatic; being oblique. அவனுக்கு இதுவரை பூடகமாக இருந்த ஒன்று இப்போது புரியத் தொடங்கிற்று./ 'பணத்தை யார் எடுத்தார்கள்?' என்று கேட்டதற்குப் பூடகமாகப் புன்னகை புரிந்தான்./ பிடிகொடுக்காத பூடகமான பேச்சு./ படத்தில் துறவியின் உயிர் பிரிந்ததை உணர்த்தும் வகையில் பறவை ஒன்று பறந்துசெல்வதுபோல் பூடகமாகக் காட்டியிருந்தார்கள். [(தொ.சொ.) **சூட்சமம்/ புதிர்/ மர்மம்**]

பூடுதலை பெ. (நெசவு) **சிறுசிறு பட்டைகளை வட்ட வடிவில் இணைத்துச் சுழலும்படி அமைத்த, சிட்டா நூல் சுற்றுவதற்கான சாதனம்;** swift (for hanks).

பூண்[1] வி. (பூண, பூண்டு) (உ.வ.) **1: (ஆடை, ஆபரணம், மாலை போன்றவற்றை) அணிதல்; தரித்தல்;** wear. மன்னர் நீராடிவிட்டு ஆடை, ஆபரணங்கள் பூண்டு அவைக்குச் செல்வதற்குத் தயாரானார்./ வேப்பம் பூ மாலை பூண்டிருக்கும் வேந்தனே! **2: (நாடகம் முதலியவற்றில் வேடம்) தரித்தல்; ஏற்றல்;** play a character in a drama, etc., ராமாயண நாடகத்தில் இராவணன் வேடம் பூண்டு நடித்தவர். **3: (குறிப்பிட்ட தோற்றம், வடிவம், பெயர் போன்றவற்றை) கொள்ளுதல்; ஏற்றல்;** wear; assume. பிரதமரின் வரவை ஒட்டி நகரமே விழாக்கோலம் பூண்டிருந்தது./ பெஸ்கி என்ற இத்தாலி நாட்டுப் பாதிரியார் தமிழ்மீது கொண்ட பற்றினால் வீரமாமுனிவர் என்ற பெயரைப் பூண்டார். **4: (சபதம், உறுதி, துறவு முதலியவை) மேற்கொள்ளுதல்;** vow; solemnly commit oneself to a specific course of action. தனது குடும்பத்தை அழித்தவர்களைப் பூண்டோடு அழிக்கச் சபதம் பூண்டான்./ மந்திரவாதியை அழித்துவிட்டு இளவரசியை மீட்டுவரத் தளபதி உறுதி பூண்டார்./ விவேகானந்தர் இளம் வயதிலேயே துறவு பூண்டார்./ சுவாமி மௌன விரதம் பூண்டிருக்கிறார். **5: (உறவு, நட்பு முதலியவை) வைத்தல்; கொள்ளுதல்;** have; establish (friendship, etc.,). எங்கள் கட்சி பிற கட்சிகளுடன் தோழமை பூண்டிருக்கிறது./ கல்லூரியில் படிக்கும்போதுதான் நாங்கள் நட்பு பூண்டோம். **6: (தலைமை) ஏற்றல்;** assume. நமது இயக்கத்திற்குத் தலைமை பூண்டு எல்லோரையும் சிறப்பாக வழிநடத்திச் செல்லும் தலைவர் அவர்களே!

பூண்[2] பெ. **(உலக்கை, பம்பரம், புத்தகம் முதலியவற்றின்) விளிம்புகளில் அல்லது முனைகளில் விரிசல், தெறிப்பு ஏற்படாமல் இருப்பதற்காகப் பொருத்தப்படும் இரும்பு, பித்தளை போன்ற உலோகத்தால் ஆன பட்டை அல்லது வளையம்;** metal rim; decorative metal cap; ferrule. அவர் வெள்ளிப் பூண் போட்ட கைத்தடி வைத்திருந்தார்./ பித்தளைப் பூண் போட்டிருந்த தேக்குமரக் கதவு./ மாட்டின் கூர்மையான கொம்புகள் இரண்டிலும் பூண்கள் பளபளத்தன./ பூண் போட்ட நாட்குறிப்பு.

பூண்டற்றுப் போ வி. (போக, போய்) **சந்ததியில்லாமல் போதல்; அடியோடு அழிந்துபோதல்;** (of one's line of succession) become extinct. அவன் செய்த பாவங்களாலேயே அவன் வம்சம் பூண்டற்றுப் போய்விட்டது./ 'பாவி! என் குடும்பத்தைச் சீரழித்துவிட்டாயே. நீ பூண்டற்றுப் போய்விடுவாய்' என்று அவள் சபித்தாள்.

பூண்டு[1] பெ. **நிலத்துக்கு அடியில் விளையும் (மருத்துவக் குணம் கொண்ட, சமையலுக்குப் பயன்படும்) குமிழ் போன்ற தண்டுப் பகுதியைத் தரும், வெங்காயக் குடும்பத்தைச் சேர்ந்த ஒரு வகைத் தாவரம்/காரச் சுவை கொண்டதாகவும் தனித்தனிப் பகுதிகளாகப் பிரியக்கூடியதாகவும் இருக்கும், அந்தத் தாவரத்தின் குமிழ் போன்ற தண்டுப் பகுதி;** garlic. பூண்டுத் துவையல்/ பூண்டு ரசம்/ பூண்டு ஊறுகாய்.

பூண்டு[2] பெ. **பல இடங்களிலும் வளரக்கூடிய சிறு செடி;** weed.

பூண்டோடு வி.அ. **(எதுவும், யாரும் விடுபடாமல்) ஒட்டுமொத்தமாக; அடியோடு;** totally; to the root. ஓர் இனத்தைப் பூண்டோடு அழிக்க முயன்ற சர்வாதிகாரி/ சுற்றுச்சூழல் பாதிப்பினால் சில உயிரினங்கள் பூண்டோடு அழியும் அபாயம் இருக்கிறது.

பூணூல் பெ. (ச.வ.) **(சில சாதிகளில்) இடது தோள் பட்டையிலிருந்து எதிர்ப் பக்கம் இடுப்புவரை உடம்பைச் சுற்றிப் போட்டுக்கொள்ளும் மூன்று புரிகளாக உள்ள நூல்;** cotton thread of three strands worn, running over the left shoulder and down to the hip on the right, by men of certain castes.

பூத்தையல் பெ. **(புடவை, படுக்கை விரிப்பு, தலையணை உறை போன்றவற்றில்) கையால் அல்லது தையல் இயந்திரத்தின் மூலம் அலங்காரத்திற்காகச் செய்யப்படும் வேலைப்பாடு;** embroidery. பூத்தையல் வேலைப்பாடு உடைய ஆடைகள் அதிக அளவில் வெளிநாடுகளுக்கு ஏற்றுமதி செய்யப்படுகின்றன./ வீட்டில் ஓய்வு நேரத்தில் பூத்தையல் செய்வேன்./ என் அக்கா பூத்தையல் வேலையில் தேர்ச்சி பெற்றவள்.

பூதக்கண்ணாடி பெ. **வடிவத்தைப் பெரிதாக்கிக் காட்டும் கண்ணாடி; உருப்பெருக்காடி;** magnifying glass.

பூதம் பெ. **பெரிய உடல், பெருத்த வயிறு, குட்டையான கால்கள் போன்றவற்றை உடையதாகவும், மந்திரசக்தி படைத்ததாகவும் நம்பப்படும் அமானுஷ்ய உருவம்;** supernatural creature with a pot-belly and stumpy legs; demon. அந்தப் பாழடைந்த கிணற்றில் புதையல் இருப்பதாகவும் அதை ஒரு பூதம் காத்துவருவதாகவும் பேசிக்கொள்கிறார்கள்./ அலாவுதீன் விளக்கைத் தேய்த்ததும் பூதம் வந்தது.

பூதவுடல் பெ. **ஒருவர் இறந்ததும் அவருடைய உடலை மங்கல வழக்காகக் குறிப்பிடும் சொல்;** (euphemistically) the dead body; mortal remains. அன்னாரின் பூதவுடல் இன்று மாலை தகனம் செய்யப்படும்.

பூதாக்கலம் பெ. (இலங்.) திருமணம் முடிந்ததும் மண மக்கள் முதன்முதலில் உண்ணும் உணவு; food taken by the wedded couple for the first time after their marriage.

பூதாகரம் பெ. (-ஆக, -ஆன) (உருவத்தில், அளவில், தன்மையில்) மிகப் பெரிது; அச்சுறுத்தும் வகையில் பெரிது; being huge; being monstrous. முற்காலத்தில் வாழ்ந்து மடிந்த பூதாகரமான விலங்குகளின் எலும்புக் கூடு கள்./ அந்த பூதாகரமான கட்டடத்தைப் பார்த்தாலே எனக்குத் தலைசுற்றும்./ வேலையில்லாத் திண்டாட்டம் அப்போது பூதாகரமான பிரச்சினையாக உருவெடுத்தது.

பூதாகாரம் பெ. (-ஆக, -ஆன) காண்க: பூதாகரம்.

பூதானம் பெ. காண்க: பூமிதானம்.

பூதேவி பெ. காண்க: பூமாதேவி.

பூந்தி பெ. கடலை மாவைத் துளைகள் உள்ள கரண் டியில் தேய்த்து, உதிரும் உருண்டைகளைக் கொதிக் கும் எண்ணெயில் பொரித்து ஜீராவில் போட்டு எடுக் கும் இனிப்புப் பண்டம்; confection made of lentil paste pressed through a perforated ladle to make beads, fried and dipped in syrup. தீபாவளிக்கு பூந்தி செய்வார்கள்./ வறுத்த முந்திரிப் பருப்பும் திராட்சையும் பூந்தியில் நிறையப் போட்டிருந்தார்கள்.

பூந்துடைப்பம் பெ. சிறு முட்களை உடைய ஒரு வகை மெல்லிய புல்லைக் காய வைத்துத் தொகுத்துக் கட் டிய துடைப்பம்; broom made with the thin stems of a certain variety of grass.

பூந்தொட்டி பெ. பூச்செடி வளர்க்கும் (பெரும்பாலும் மண்ணால் செய்த) சிறு தொட்டி; flowerpot.

பூந்தோட்டம் பெ. பூச்செடிகள் வளர்க்கும் தோட்டம்; நந்தவனம்; garden where flowering plants are grown.

பூநாரை பெ. கறுப்பும் சிவப்பும் கலந்த நிறத்தில் வளைந்த தடிமனான அலகும், நீண்ட, இளம் சிவப்பு நிறக் கால்களும் கழுத்தும் கொண்ட, உயரமான நீர்ப் பறவை; flamingo.

பூப்படை வி. (-அடைய, -அடைந்து) (பெண்) வயதுக்கு வருதல்; பருவமடைதல்; (of girls) attain puberty.

பூப்பந்து பெ. 1: புசுபுசுவென்ற தோற்றம் தரும் மிருது வான மஞ்சள் நிற இழைகளை மேற்புறம் கொண்ட ஒரு வகைப் பந்து; badminton ball. 2: மேற்குறிப்பிட்ட பந்தை மட்டைகளால் அடித்து விளையாடும் விளை யாட்டு; badminton game. பூப்பந்துப் போட்டி.

பூப்பல்லக்கு பெ. கோயிலில் சாமி புறப்பாட்டுக்கு பூவால் அலங்கரிக்கப்பட்டிருக்கும் ஒரு வகை பல் லக்கு; a palanquin decorated with flowers.

பூப்பு[1] பெ. (வ.வ.) (பலன் தரும் தாவரங்கள்) பூத்தல்; flowering. பூப்பு நன்றாக இருந்தாலும் இந்த வருடம் மாமரம் காய் பிடிக்கவில்லை.

பூப்பு[2] பெ. (உ.வ.) மாதவிடாய்; (menstrual) period.

பூப்பு நீராட்டு விழா பெ. பூப்படைந்த பெண்ணுக்குச் செய்யும் சடங்கு; the ritualistic ceremony for a girl attaining puberty.

பூப்பெய்து வி. (-எய்த, -எய்தி) (உ.வ.) காண்க: பூப்படை.

பூப்போட்டுப்பார் வி. (-பார்க்க, -பார்த்து) (குறிப்பிட்ட பூ வந்தால் நினைத்த காரியம் நடக்கும் என்கிற முறை யில்) இரு வேறு வண்ணத்தில் இருக்கும் பூக்களைக் கடவுள் சன்னிதியில் அல்லது படத்தின் முன் போட்டு ஒன்றை எடுத்தல்; use flowers as lots for seeking divine guidance. நினைத்தபடி தனக்கு மருத்துவக் கல்லூரியில் இடம் கிடைக்குமா என்று அவள் பூப்போட்டுப்பார்த்தாள்.

பூம்பனி பெ. (பு.வ.) நீர் உறைந்து, வானிலிருந்து விழும் பனித் துகள்; snow flakes.

பூம்பூம் மாடு பெ. (கேட்பவர்கள் 'நல்ல வாக்கு' என்று நம்பும் வகையில்) கேட்கிற கேள்விகளுக்கு 'ஆமாம்' என்றால் மேலும்கீழும், 'இல்லை' என்றால் பக்கவாட்டிலும் தலையை ஆட்டப் பழக்கிவைத்து, அலங்காரம் செய்து வீடுகளுக்குக் கூட்டிவரும் மாடு; a decorated bull trained to nod its head for 'yes' and shake it for 'no'. கேட்டதற்கெல்லாம் பூம்பூம் மாடு மாதிரி தலையை ஆட்டாதே!

பூம்பூம் மாடு

பூமண்டலம் பெ. (உ.வ.) பூமியைச் சுற்றியுள்ள காற்று மண்டலம்; atmosphere. விண்வெளிக் கலம் பூமண்டலத் தில் நுழையும்போது மிகுந்த வெப்பத்தால் தாக்கப்படும்.

பூ மத்தாப்பு பெ. பல நிறங்களில் பூப்போல ஒளி சிதறும் மத்தாப்பு வகை; a kind of sparkler.

பூமத்தியரேகை பெ. நிலநடுக்கோடு; equator. (பார்க்க, படம்: மகரரேகை)

பூமாதேவி பெ. பெண் தெய்வமாகக் கருதப்படும் பூமி; the Earth as goddess.

பூமி பெ. 1: (சூரியனிடமிருந்து மூன்றாவதாக உள்ள) மனிதர்கள் வாழும் கிரகம்; earth (the planet). பூமி தன் னைத் தானே சுற்றிக்கொள்ள இருபத்துநான்கு மணி நேரம் ஆகிறது./ பூமிக்கும் சூரியனுக்கும் இடைப்பட்ட தூரம் 14.96 கோடி கிலோமீட்டர் ஆகும். 2: தரை; (விளை) நிலம்; ground; land; soil. பூமிக்கு அடியில் ரயில்பாதை/ பொன் விளையும் பூமி. 3: பொதுவாக நாடு, பிரதேசம் போன்றவற்றைக் குறிக்கப் பயன்படுத்தும் சொல்; land. பாரத பூமி தொன்மை வாய்ந்த சிறப்புடையது./ நமது முன்னோர் ஆண்ட பூமி/ புண்ணிய பூமி.

பூமிசாத்திரம் பெ. (இலங்.) பூகோளம்; நிலவியல்; geography. நீங்கள் பூமிசாத்திரம் படித்ததில்லையா? ஆப்பிரிக்கா எங்கிருக்கிறது என்று கேட்கிறீர்களே?

பூமிதானம் பெ. **அதிக அளவில் நிலம் வைத்திருப்பவர்கள் தங்கள் நிலத்தை நிலமற்றவர்களுக்குத் தானமாகத் தரக் கோரி வினோபா பாவே 1950களில் நடத்திய சமூக இயக்கம்;** social movement led by Vinoba Bhave in the 1950's for gifts of land from land owners for distribution to the landless tillers. பூமிதான இயக்கம் எதிர்பார்த்த அளவுக்கு வெற்றி பெறவில்லை.

பூமி பூஜை பெ. **கட்டடம் கட்டுதல், சாலை அமைத்தல் போன்ற வேலைகளைத் தொடங்கும்போது அந்த இடத்தில் செய்யும் பூஜை; மனை பூஜை;** worship for the blessings of god at the beginning of a construction work made at the site. கோயிலுக்குச் சாலை அமைக்கும் பணிக்கான பூமி பூஜை இன்று நடைபெற்றது.

பூ முடி[1] வி. (முடிக்க, முடித்து) (வ.வ.) **(பேசி முடித்த) திருமணத்தை உறுதி செய்யும் சடங்கை மணமகள் வீட்டில் செய்தல்;** do the act of ceremonially finalizing alliance talks in the bride's house. பெண்ணுக்குப் பூ முடித்து விட்டால், கல்யாண வேலைகளை ஆரம்பித்துவிடலாம்.

பூ முடி[2] பெ. 1: **பிறந்த குழந்தைக்கு முதலில் முளைக்கும் தலை முடி;** hair of a newborn child. ஒரு வருடம் ஆகும் வரை பூ முடியை வெட்ட மாட்டோம். 2: **(வேண்டுதலின் நிமித்தம் பெண்கள் மொட்டை அடித்துக் கொள்வதற்குப் பதிலாக) தங்கள் கூந்தலிலிருந்து நறுக்கிவைக்கும் சிறிதளவான முடிச்சுருள்;** lock of hair cut in fulfilment of a vow made to a particular deity.

பூர்ணம்[1] பெ. காண்க: **பூரணம்**[1].

பூர்ணம்[2] பெ. காண்க: **பூரணம்**[2].

பூர்த்தி பெ. **நிறைவு; முழுமை;** completion. வீடு பூர்த்தி அடையாமல் பாதியில் நிற்கிறது./ இன்றோடு அவருக்கு நாற்பது வயது பூர்த்தியாகிறது./ பதினெட்டு வயது பூர்த்தியடைந்தவர்களே தேர்தலில் வாக்களிக்கலாம்.

பூர்த்திசெய் வி. (-செய்ய, -செய்து) 1: **(தேவைகள், விருப்பம் போன்றவற்றை) நிறைவேற்றுதல்;** fulfil. மக்களின் அடிப்படைத் தேவைகளைப் பூர்த்திசெய்வதே அரசின் முதல் கடமை./ தனது ஆசையைப் பூர்த்திசெய்து கொள்வதற்காகத் தன்னால் முடிந்த வழிகளைக் கதாநாயகன் கையாளுகிறான். 2: **நிறைவடையச் செய்தல்; முழுமை அடையச் செய்தல்;** complete; finish. என் தந்தை படிப்பைப் பூர்த்திசெய்யாமல் விடுதலைப் போராட்டத்தில் கலந்துகொண்டார்./ இந்த வாக்கியத்தைப் பூர்த்திசெய்யத் தெரியவில்லை. 3: **(விண்ணப்பம், படிவம் போன்றவற்றில் குறிப்பிடப்பட்ட இடங்களை) தகவல் தந்து நிரப்புதல்;** fill in (a form, etc.,). கோடிட்ட இடத்தைப் பூர்த்திசெய்யவும்./ முழுமையாகப் பூர்த்திசெய்யப்படாத விண்ணப்பங்கள் நிராகரிக்கப்படும்.

பூர்வ பெ.அ. 1: **முந்திய;** former; bygone. பூர்வ காலம். 2: **பழங்கால; ஆதி;** ancient. பூர்வ குடிகள்.

-பூர்வம் இ.சொ. **'குறிப்பிடும் ஒன்று நிறைந்த தன்மை அல்லது அடிப்படையாக இருக்கும் நிலை' என்ற பொருளில் பெயர்ச்சொற்களோடு இணைந்து வரும் இடைச்சொல்;** particle combining with nouns to give the sense of 'in the nature of', 'based on (the thing specified)'; 'agreeing with (the thing specified)'. சோதனைபூர்வமான முயற்சி/ அவர் என்னை மனப்பூர்வமாக ஆதரித்தார்./ அறிவுபூர்வமான அணுகுமுறை/ சட்டபூர்வமான நடவடிக்கை.

பூர்வ ஜென்மம் பெ. **முந்திய பிறவி;** one's previous birth.

பூர்வ ஜென்ம வாசனை பெ. **முந்திய பிறவியின் இயல்புகள் இப்போதும் தொடர்வதாக எண்ணத் தூண்டும் உணர்வு;** feeling of attachment believed to be a carry-over from a previous birth. எங்கோ பிறந்து, எங்கோ வளர்ந்து இந்த ஊருக்கு வந்து நிரந்தரமாகத் தங்கியது பூர்வ ஜென்ம வாசனை என்றுதான் நினைக்கிறேன்.

பூர்வாங்கம் பெ. (-ஆக, -ஆன) **(ஒன்றுக்கு) துவக்கக் கட்டமாக அல்லது முதல் நிலையாக இருப்பது அல்லது செய்வது;** preliminary; initial. நடந்த கொலையைக் குறித்துப் பூர்வாங்க விசாரணை நடந்துகொண்டிருக்கிறது./ பொதுத் தேர்தலுக்குப் பூர்வாங்க ஏற்பாடுகள் ஆரம்பமாகி விட்டன./ பள்ளத்தாக்கில் பூர்வாங்கமாகச் செய்யப்பட்ட ஆய்வில் சுமார் 900க்கும் மேற்பட்ட அரிய தாவரங்கள் இருப்பது தெரியவந்துள்ளது./ ஏவுகணையை விண்ணில் செலுத்துவதுகுறித்த பூர்வாங்கமான சோதனைகள் மேற்கொள்ளப்பட்டுள்ளன.

பூர்வாசிரமம் பெ. **துறவு பூண்டதற்கு முந்திய வாழ்க்கை நிலை;** the period of one's life previous to their becoming a monk. அடிகளின் பூர்வாசிரமப் பெயர் உனக்குத் தெரியுமா?/ முனிவர் தன் பூர்வாசிரமத்தைப் பற்றி எதுவும் பேசுவதில்லை./ இவர்தான் சுவாமிகளின் பூர்வாசிரமத் தாயார்.

பூர்வீகம் பெ. 1: **(ஒருவர் தன்னுடைய வம்சாவளிக்கு) மூலமாகக் கொள்ளும் இடம்;** place of birth of one's ancestors. எங்களுடைய பூர்வீகம் தஞ்சாவூர். 2: **முன்னோர் மூலம் பெறுவது; பரம்பரையாக வருவது;** hereditary. பூர்வீகச் சொத்தை விற்க உனக்கு உரிமை உண்டா? 3: **(காலத்தால்) பழமையானது;** ancient. பூர்வீகக் கிராமம்.

பூர்வோத்திரம் பெ. (அ.வ.) **(ஒருவருடைய) கடந்தகால வாழ்க்கை;** antecedents (of a person). அவர் இந்த ஊருக்கு வந்து முப்பது ஆண்டுகள் ஆகின்றன. இருந்தாலும் அவருடைய பூர்வோத்திரம்பற்றி யாருக்கும் தெரியாது.

பூரங்கழி வி. (-கழிக்க, -கழித்து) (ஊரக வ.) **(சிவன் கோயில் ஆடிப்பூர விழாவில்) வயதுக்கு வந்த பெண்ணுக்குத் தலைக்கு ஊற்றுவதுபோல் அம்மனுக்குத் தலைக்கு ஊற்றுதல்;** do the ritual bathing of the goddess in Saivite temples at ஆடிப்பூரம் festival as it is done to a girl reaching puberty. அம்மனுக்குப் பூரங்கழித்து, புதுப்புடவை கட்டி, வளையல் சாத்துவார்கள்.

பூரட்டாதி பெ. (சோதி.) **இருபத்தேழு நட்சத்திரங்களில் இருபத்தைந்தாவது;** the twenty-fifth of the twenty-seven divisions of the zodiac in Indian astrology, corresponding to an asterism, but smaller than a constellation.

பூரணகும்பம் பெ. **(நற்காரியங்களுக்காக) நீர் நிறைத்து, மாவிலை மற்றும் முழுத் தேங்காய் வைத்து, மந்திரங்கள் கூறிப் புனிதமாக்கப்பட்ட செம்பு அல்லது குடம்;** pot filled with water and with mango leaves and a coconut over its mouth (for use on auspicious occasions).

பூரணகும்ப மரியாதை பெ. **(கோயிலில் முக்கியமான வர்களுக்குத் தரப்படும்) பூரணகும்பத்தோடு கூடிய வரவேற்பு;** welcome accorded to dignitaries with பூரண கும்பம் (usually in a temple).

பூரணத்துவம் பெ. **குறை எதுவும் இல்லாமல் முழுமை பெற்ற நிலை;** wholeness. 'கல்வி ஒன்றுதான் மனிதனைப் பூரணத்துவம் உடையவனாக ஆக்குகிறது' என்றார் அவர்./ பாடகர் ராகத்தை விஸ்தரித்துப் பாடியபோது ராகத்தின் பூரணத்துவம் தெரிந்தது.

பூரணம்[1] பெ. *(-ஆக, -ஆன)* **முழுமையானது; குறை இல்லாதது;** fullness; completeness; total; perfection. பெரியவர் பூரண குணம் பெற்றார்./ இந்த ஏற்பாட்டில் எனக்குப் பூரண திருப்தி/ அவருக்குப் பூரண ஓய்வு தேவை.

பூரணம்[2] பெ. **(கொழுக்கட்டை, சுழியன் போன்றவற் றின் உள்ளே வைக்கப்படும்) தேங்காய்த் துருவலோடு வெல்லம், வேக வைத்த கடலைப் பருப்பு அல்லது பயத்தம் பருப்பு கலந்த கலவை;** filling made of coconut shreds, cooked lentil or greengram with jaggery added to it. கொழுக்கட்டை செய்வதற்கு முன்பே பாதிப் பூரணத் தைக் குழந்தைகள் தின்றுவிட்டனர்./ கொஞ்சம் பூரணம் மீந்துபோய்விட்டது.

பூரணமாக்கு வி. *(-ஆக்க, -ஆக்கி) (இலங்.)* **குணப்படுத்து தல்; குணமாக்குதல்;** cure. அவனுக்கு வந்திருந்த நெருப் புக் காய்ச்சலை வைத்தியர் மருந்து கொடுத்துப் பூரண மாக்கினார்.

பூரணி மாடு பெ. *(ஊரக வ.)* **பூரணமான கொம்போடு இருக்கும் மைசூர் வகைக் காளை மாடு;** bullocks of the Mysore breed with full-grown horns. இந்த வில்வண்டிக்குப் பூரணி மாடுதான் பொருத்தமாக இருக்கும்.

பூரணை பெ. *(இலங்.)* **பௌர்ணமி;** full moon.

பூரம் பெ. *(சோதி.)* **இருபத்தேழு நட்சத்திரங்களில் பதினொன்றாவது;** eleventh of the twenty-seven divisions of the zodiac in Indian astrology, corresponding to an asterism, but smaller than a constellation.

பூரா பெ. *(பே.வ.)* **முழுவதும்;** the whole of sth. specified. ராத்திரி பூராவும் தூங்கவே இல்லை./ செய்தி அதற்குள் ஊர் பூராவும் பரவிவிட்டது./ நான் கொடுத்த பணம் பூராவற்றையும் திருப்பிக் கொடு./ நீங்கள் சொன்னது பூராவையும் அவர் கேட்டுக்கொண்டிருந்தார்./ தன் வாழ் நாள் பூராவையும் ஆசிரியராகவே கழித்துவிட்டார்.

பூராடம் பெ. *(சோதி.)* **இருபத்தேழு நட்சத்திரங்களில் இருபதாவது;** twentieth of the twenty-seven divisions of the zodiac in Indian astrology, corresponding to an asterism, but smaller than a constellation.

பூராயம் பெ. *(இலங்.)* **(தேவையில்லாமல் ஆர்வம் காட்டும்) மற்றவர்களைப் பற்றிய விவரம்; பிறருடைய விஷயங்கள்;** personal details about other people. நீ பூரா யம் பிடுங்காமல் வந்த வேலையை மட்டும் பார்.

பூராயம் பார் வி. *(பார்க்க, பார்த்து) (இலங்.)* **(ஒருவர்) வேடிக்கை பார்த்தல்;** watch (esp. a quarrel) for fun. அவர்கள் தமது குடும்பத்துக்குள் சண்டை போடுகிறார்கள். நீ ஏன் பூராயம் பார்க்கிறாய்?/ பூராயம் பார்க்கப்போய்ப் பிரச்சினையில் மாட்டாமல் உன் பாட்டில் இரு.

பூரான்[1] பெ. **மெல்லிய உடலின் இரு பக்கங்களிலும் உள்ள பல சிறு கால்களால் ஊர்ந்து செல்லக்கூடிய, விஷம் உடைய உயிரினம்;** centipede.

பூரான்[2] பெ. *(இலங்.)* **(பனங்கிழங்கு விளைவதற்கு முன்) வெள்ளை நிற உள்ளீட்டுடன் இருக்கும் பனங் கொட்டை/தேங்காய்ப்பூ;** the flesh of a coconut or of a palmyra seed. காலையில் பூரானை ஏன் தின்கிறாய்?/ தேங் காய்ப் பூரானை விடப் பனம் பூரான் ருசியாய் இருக்கும்.

பூரி[1] வி. *(பூரிக்க, பூரித்து)* **1: மிகுந்த மகிழ்ச்சியையோ பெருமித உணர்வையோ அடைதல்;** be elated. திரு மணக் கோலத்தில் மகளைப் பார்த்துத் தாய் பூரித்து நின் றாள்./ தான் பெற்ற வெற்றியை எண்ணிப் பூரித்துப் போனார். **2:** *(அ.வ.)* **(மகிழ்ச்சியால் உடல்) பெருத்தல்;** (of body) become plump. திருமணமாகிக் கொஞ்ச நாளில் உடல் பூரித்துவிட்டது.

பூரி[2] பெ. **கோதுமை அல்லது மைதா மாவைப் பிசைந்து சிறு உருண்டையாக உருட்டி, அப்பளம்போல இட்டு, எண்ணெயில் பொரித்துத் தயாரிக்கப்படும் ஒரு வகை உணவுப் பண்டம்;** an item of food made of wheat dough, rolled and fried in oil.

பூரிதக் கரைசல் பெ. *(வேதி.)* **சேர்க்கப்பட்ட பொருள் மேலும் கரைய முடியாத நிலையை அடைந்துவிட்ட கரைசல்;** saturated solution.

பூரிதம் பெ. *(வேதி.)* **ஒரு கரைசலில் ஒரு கரைபொருள் மேலும் கரைய முடியாத நிலை;** saturation.

பூரிப்பு பெ. **1: பெருமித உணர்வு; மிகுந்த மகிழ்ச்சி;** elated feeling; exultation. குழந்தை என் முகம் பார்த்துச் சிரித்த போது ஏற்பட்ட பூரிப்பை வார்த்தைகளால் வருணிக்க முடியாது./ அவருக்குப் பரிசு கிடைத்ததில் அவரைவிட எங்களுக்குத்தான் பூரிப்பும் பெருமையும் மிகுதி./ 'இந்தப் பதவியை நான் எதிர்பார்க்கவே இல்லை' என்று பூரிப்புடன் கூறினார். **2: (உடல்) செழிப்பு;** (of body) bloom. மண மான பிறகு உடலில் பூரிப்பு.

பூலோகம் பெ. *(அ.வ.)* **(மனித இனம் வாழுகிற) பூமி;** earth as distinguished from heaven. இது தேவலோகமா, பூலோகமா?

பூவரசு பெ. **அரச மரத்தின் இலைகள் போன்ற இலை களை உடைய, மஞ்சள் நிறப் பூப் பூக்கும், சற்றே உயரமான மரம்;** portia tree. சிறு வயதில் நான் பூவரசம் இலையில் ஊதுகுழல் செய்து விளையாடுவேன்./ பூவரசம் பூ.

பூவன்பழம் பெ. **மெல்லிய மஞ்சள் நிறத் தோலைக் கொண்ட, லேசான புளிப்புச் சுவை உடைய ஒரு வகைச் சிறிய வாழைப்பழம்;** a kind of banana with thin, yellow skin and a little sour in taste. பூவன்பழம் மற்ற வாழைப்பழங்களைவிட விலை குறைவு.

பூவாதலையா பெ. **1: ஒரு முடிவை எடுப்பதற்கு உத வியாக ஒரு நாணயத்தைச் சுண்டி மேலே போட்டுப் பார்க்கும் செயல்;** toss. சினிமாவுக்குப் போவதா வேண் டாமா என்று முடிவுசெய்ய பூவாதலையா போட்டுப் பார்ப்போம். **2: போட்டியில் எந்த அணி ஆட்டத்தைத்**

துவங்க வேண்டும் என்பதைத் தீர்மானிக்க நடுவர் ஒரு நாணயத்தைச் சுண்டி மேலே போட்டு விழும்போது நாணயத்தின் எந்தப் பக்கம் மேலே வரும் என்பதை அணிகள் தேர்வுசெய்வதன்மூலம் முடிவு செய்யும் செயல்; toss (in a game, match etc.,)

பூவா தலையா போடு வி. (போட, போட்டு) (விளையாட்டில்) இரண்டு அணிகளில் அல்லது இருவரில் (பூ விழுகிறதா தலை விழுகிறதா என்பதன் அடிப்படையில்) யார் முதலில் ஆட்டத்தைத் தொடங்குவது என்பதைத் தீர்மானிப்பதற்காக நடுவர் நாணயத்தை உயரே சுண்டிப்போடுதல்; toss (a coin).

பூவாழை பெ. காண்க: கல்வாழை.

பூவாளி பெ. (செடிகளுக்கு நீர் ஊற்றப் பயன்படும்) மெல்லிய கம்பிபோல் நீர் விழும் வகையில் துளைகள் உள்ள குழாய் ஒரு பக்கத்திலும், தூக்கி ஊற்றுவதற்கு வசதியான கைப்பிடி மறுபக்கத்திலும் இணைக்கப்பட்ட வாளி; watering-can.

பூவாளி

பூவிழு வி. (-விழ, -விழுந்து) கண்ணின் கருவிழியில் இரத்த ஓட்டம் தடைபடுவதால் வெள்ளையான புள்ளி தோன்றுதல்; be subject to leucoma (in the eye).

பூவுலகு பெ. (உ.வ.) பூமி; earth. இந்தப் பூவுலகில் உள்ள உயிரினங்கள் அனைத்துக்கும் சூரியனே ஆதாரமாக உள்ளது.

பூ வேலை பெ. (கையால்) வண்ண நூலைக் கொண்டு துணிகளில் அலங்கார உருவங்கள் தைக்கும் வேலை; embroidery.

பூ வேலைப்பாடு பெ. காண்க: பூ வேலை.

பூ வை[1] வி. (வைக்க, வைத்து) (வ.வ.) காண்க: பூ முடி[1].

பூவை[2] பெ. (உ.வ.) பெண்; (young) girl. அந்த இளம் நடிகரைச் சுற்றிப் பூவையர் கூட்டம்!

பூளை பெ. (இலங்.) காண்க: பீளை[1].

பூனை பெ. வாயின் மேற்புறம் மீசை போன்ற நீளமான முடியையும் உடல் முழுவதும் அடர்ந்த மெல்லிய ரோமத்தையும் உடைய (எலியை விரட்டிப் பிடிக்கும்) சிறிய வீட்டு விலங்கு; cat.

பூனைக்கண் பெ. (ஒருவருக்கு) சற்றுப் பழுப்பு நிறத்தில் இருக்கும் கருவிழி; iris (of a person) brown in colour.

பூனைபோல் வி.அ. 1: ஓசையே இல்லாமல்; மிக மெதுவாக; quietly; unobtrusively. ரொம்ப நேரமாகிவிட்டதால் அப்பா திட்டுவார் என்று பயந்து அக்கா பூனைபோல் வீட்டில் நுழைந்தாள்./ காவல்துறையினர் அவனைத் தேடிக்கொண்டிருப்பதால் வீட்டின் கொல்லைப்புற வழியாகப் பூனைபோல் உள்ளே நுழைந்தான். 2: ஒன்றும் தெரியாத அப்பாவிபோல்; looking innocent. பூனைபோல் இருந்துகொண்டு, அவன் செய்யும் வேலையெல்லாம் பார்த்தாயா?/ செய்யும் தவறையெல்லாம் செய்துவிட்டு இப்போது பூனைபோல் நிற்பதைப் பார்!

பூனைமயிர் பெ. காண்க: பூனைமுடி.

பூனைமுடி பெ. ஒருவரின் உடலில் செம்பழுப்பு நிறத்தில் காணப்படும் மெல்லிய முடி; body-hair that is light in colour.

பூஜ்யம் பெ. 1: தனித்து வரும்போது மதிப்பு இல்லாததும் பிற எண்களின் வலப்பக்கம் வரும்போது அவற்றுக்கு மதிப்புத் தருவதுமான '0' என்னும் எண்; சுழி; the number '0'; zero. பத்தில் பத்தைக் கழித்தால் பூஜ்யம் தான் விடை. 2: குறிப்பிட்ட பலன், திறமை போன்றவை இல்லாத தன்மை; nil; zero. எங்கள் ஊரில் பஞ்சாலை தொடங்க வேண்டும் என்று எவ்வளவோ முயற்சிசெய்தோம்; பலன் பூஜ்யம்./ இலக்கிய அறிவைப் பொறுத்தவரை நான் பூஜ்யம்தான்.

பூஜ்யஸ்ரீ பெ. (மதத் தலைவர்களைக் குறிப்பிடும்போது) வணங்கத் தக்கவர்; மரியாதைக்குரியவர்; தவத்திரு; அருட்திரு; (a reverential title of religious leaders) His Holiness.

பூஜாடி பெ. அழகுக்காகப் பூங்கொத்துகள் செருகிவைக்கும் அல்லது சிறிய பூச்செடிகள் நடும் ஜாடி; flower vase. மேஜைமேல் உள்ள பூஜாடி எனக்கு அன்பளிப்பாகக் கிடைத்தது.

பூஜி வி. (பூஜிக்க, பூஜித்து) பூஜை செய்தல்; வணங்குதல்; worship. பெரியவர் தினமும் கோயில் நந்த வனத்திலிருந்து பூக்கள் பறித்துவந்து அம்மனைப் பூஜித்தார்.

பூஜை பெ. (கோயிலில், வீட்டில்) விளக்கு ஏற்றி, மந்திரம் கூறிக் கற்பூரம் காட்டிச் செய்யும் வழிபாடு; adoration of deities with proper rituals such as lighting lamps, chanting mantras, etc., கோயிலில் பூஜை முடிய இன்னும் அரைமணி நேரம் ஆகும்./ அப்பா காலையில் குளித்து முடித்தவுடன் பூஜை செய்துவிட்டுத்தான் மறுவேலை பார்ப்பார்.

பூஜை புனஸ்காரம் பெ. பூஜையும் அது தொடர்பாகக் கடைப்பிடிக்க வேண்டிய மற்ற நியமங்களும்; worship and the rites relating to worship. பூஜை புனஸ்காரமெல்லாம் முடிந்து அவர் அலுவலகம் கிளம்ப ஒன்பது மணி ஆகிவிடும்.

பூஜைபோடு வி. (-போட, -போட்டு) (வீடு கட்டும் பணி, வியாபாரம் முதலியவை நல்ல விதமாக நடக்க வேண்டும் என்பதற்காக) தொடக்க தினத்தன்று இறைவனுக்குப் பூஜை செய்தல்; offer பூஜை (to a deity invoking blessings for a new venture, like building a house, starting a business, etc.,). இன்று புதுப் படத்துக்குப் பூஜை போடுகிறோம்.

பூஜையறை பெ. (வீட்டில்) இறைவனின் படங்கள், விக்கிரகம் போன்றவற்றோடு பூஜை செய்வதற்கென இருக்கும் அறை அல்லது இடம்; room in a house set apart for daily பூஜை. பூஜையறை கிழக்கு நோக்கியிருந்தால் நல்லது என்பார்கள்.

பெங்களூரு கத்தரிக்காய் பெ. (காய்கறி வகையான) சௌசௌ; a variety of cucurbit with green skin.

பெஞ்சு பெ. **(பெரும்பாலும் முதுகைச் சாய்த்துக்கொள்வதற்கான வசதி இல்லாத) பலர் உட்கார்வதற்கான நீண்ட இருக்கை;** bench, usually without a back. மருத்துவரைப் பார்க்கப் பலர் பெஞ்சில் உட்கார்ந்துகொண்டிருந்தனர்./ வகுப்பறையில் போதிய பெஞ்சுகள் இல்லாததால் மாணவர்கள் நெருக்கமாக உட்கார்ந்திருந்தனர்.

பெட்டகம் பெ. **1: (பணம், நகை முதலியவற்றைப் பாதுகாப்பாக வைப்பதற்கான) உறுதியான இரும்புப் பெட்டி;** safe; chest; strong-box (for keeping valuables). பத்திரத்தைப் பெட்டகத்தில் வைத்துப் பூட்டு!/ இந்தப் பெட்டகத்தைத் திருடர்கள் எளிதாக உடைத்துவிட முடியாது./ *(உரு வ.)* அவர் ஒரு அறிவுப் பெட்டகம். **2:** *காண்க:* **பாதுகாப்புப் பெட்டகம்.**

பெட்டி பெ. **1: (பொருள்களை வைத்துத் தூக்கிச் செல்வதற்காக மரம், தகரம், அட்டை முதலியவற்றால்) சதுர அல்லது செவ்வக வடிவில், மூடக்கூடிய வகையில் செய்யப்பட்ட சாதனம்;** box; case; trunk. பேனா, பென்சில் போட்டுவைக்க ஒரு பெட்டி வேண்டும்./ வெற்றிலைப் பெட்டி/ பாத்திரங்களை மரப் பெட்டியில் வைத்திருக்கிறேன்./ ஊருக்குப் போகத் துணிமணிகளைப் பெட்டியில் அடுக்கு./ தகரப் பெட்டி. **2: (ஓலை, நார் போன்றவற்றால் பின்னப்பட்ட மூடி உடைய) வட்ட அல்லது சதுர வடிவக் கூடை;** basket with lid. ஓலைப் பெட்டி/ நார்ப் பெட்டி. **3: (ரயிலில் பயணம் செய்வதற்கு அல்லது பொருள்களை ஏற்றிச் செல்ல) தேவையான வசதிகள் நிறைந்த, ஒன்றோடொன்று இணைக்கப்படும், அறை போன்ற அமைப்பு;** wagon; bogie; railway carriage. முதல் வகுப்புப் பெட்டி/ ரயில் தடம்புரண்டதில் எட்டுப் பெட்டிகள் கவிழ்ந்தன. **4: (பனை, தென்னை போன்ற உயரமான மரங்களில் ஏறுபவர்கள்) அரிவாள் போன்றவற்றைப் போட்டு இடுப்பில் கட்டிக்கொள்ளும் (தென்னம்பாளையால் செய்த) நீள் உருண்டை வடிவக் கூடை;** basket made of coconut spathe for keeping sickle, etc., (used by those climbing palmyra, coconut trees).

பெட்டிக்கடை பெ. **பழம், வெற்றிலை, பத்திரிகைகள் முதலிய பொருள்களை விற்பனை செய்யும், பெட்டி போன்ற அமைப்பைக் கொண்ட, சிறிய கடை;** petty-shop; kiosk.

பெட்டிச் செய்தி பெ. **(செய்தித்தாள், பத்திரிகை போன்றவற்றில்) கவனத்தை ஈர்ப்பதற்காக, சிறிய கட்டமிட்டு வெளியிடப்படும் செய்தி;** box story (in a newspaper). இசைக் கலைஞர் மறைந்ததைப் பெட்டிச் செய்தியாகப் போட்டிருந்தார்கள்.

பெட்டிப் பாம்பு பெ. **(ஒருவரிடம் கொண்ட பயத்தின் காரணமாக) அடங்கி நடப்பவர்; சாதுவாகத் தோற்றமளிப்பவர்;** quiet and submissive person. அம்மா இருக்கும்போது சத்தமும் கூச்சலும் போடும் தம்பிகள் அப்பாவைக் கண்டதும் பெட்டிப் பாம்பாக மாறிவிடுவார்கள்./ வகுப்பறைக்குள் தலைமையாசிரியர் நுழைந்துவிட்டால் போதும், மாணவர்கள் பெட்டிப் பாம்பு தான்!

பெட்டி படுக்கை பெ. **ஒருவருடைய அன்றாடத் தேவைகளுக்கான அத்தியாவசிய உடைமைகள்;** bag and baggage. வீட்டில் சண்டைபோட்டுக்கொண்டு நண்பன் பெட்டி படுக்கையோடு என் அறைக்கு வந்துவிட்டான்./ என் பெட்டி படுக்கைகளையெல்லாம் முன்பே ரயிலில் அனுப்பிவிட்டேன்.

பெட்டிபோடு வி. *(-போட, -போட்டு) (பே.வ.)* **இஸ்திரி போடுதல்;** iron; press. இந்தச் சட்டையைப் பெட்டி போட்டுவை.

பெட்டி வண்டி பெ. *(அ.வ.)* **வில்வண்டி; கூண்டு வண்டி;** (bullock) cart with a top.

பெட்டை பெ. **1: (சில விலங்குகளில், பறவைகளில்) பெண்;** female (of certain animals and birds). பெட்டை நாய்/ பெட்டைக் கோழி. **2:** *(இலங்.)* **சிறுமி அல்லது இளம் பெண்;** young girl. என் மூத்த பெட்டைக்குக் கலியாணமாகி விட்டது./ எனக்கு ஒரு பெட்டையும் ஒரு பெடியனும் உண்டு.

பெட்டைக் கண் பெ. *(இலங்.)* **பார்வைக் குறைபாடு உள்ள கண்;** defective eye. பெட்டைக் கண் பிள்ளையை வைத்துக்கொண்டு அவள் ரொம்பவும் கஷ்டப்படுகிறாள்./ பெட்டைக் கண்ணால் பார்த்தால் எல்லாம் பிழையாகத் தான் தெரியும்.

பெட்ரோமாக்ஸ் பெ. **கண்ணாடிக் கூண்டு பொருத்தப்பட்டதும், மண்ணெண்ணெய் பட்டு நனைவதால் எரிந்து பிரகாசமான ஒளியைத் தரும் மெல்லிய இழையால் பின்னப்பட்ட குமிழ் வடிவ வலையைக் கொண்டதுமான ஒரு விளக்கு;** lamp with a mantle heated by a jet of kerosene to give light; (in India) petromax; gas light.

பெட்ரோமாக்ஸ்

பெட்ரோல் குண்டு பெ. **காலி பாட்டிலில் பெட்ரோல் ஊற்றித் திரியிட்டுத் தயாரிப்பதும், பற்றவைத்து எறிந்தால் வெடித்துச் சிதறுவதுமான நாட்டுக் குண்டு;** petrol bomb; Molotov cocktail. கலவரத்தில் ஈடுபட்டோர் எதிர்த் தரப்பினர்மீது பெட்ரோல் குண்டுகளை வீசினர்./ இந்தியக் கடல் பகுதியில் மீன் பிடித்துக்கொண்டிருந்த மீனவர்கள்மீது பெட்ரோல் குண்டுகள் வீசப்பட்டதாகத் தப்பிவந்தவர்கள் கூறினர்.

பெடியன் பெ. *(இலங்.)* **பையன் அல்லது இளைஞன்;** boy or young man; lad. இப்போது சின்னப் பெடியன்களும் துவக்கு சுட்டு விளையாடுகிறார்கள்./ பெடியன்களால் தான் இந்த இயக்கமே நடக்கிறது.

பெண் பெ. **1: விலங்குகளில் அண்டத்தையும் தாவரங்களில் சூலகங்களையும் கொண்டிருக்கும் இனம்;** female. பெண் குலம்/ பெண் பனை/ பெண் யானை/ தென்னையில் ஒரே மரத்தில் ஆண் பூக்களும் பெண் பூக்களும்

இருக்கும்./ முழு வளர்ச்சியடைந்த ஆண் குயிலும் பெண் குயிலும் ஒன்றுக்கொன்று நிறத்தில் வேறுபட்டுக் காணப் படும். **2: மனிதரில் மேற்குறிப்பிட்ட பிரிவிலுள்ள ஒரு வர்;** woman or girl. நேற்று உங்களைப் பார்க்க இரண்டு பெண்கள் வந்திருந்தனர். **3: மகள்;** one's daughter. இவள் என் இரண்டாவது பெண். **4:** (திருமணத்தைக் குறிக்கும் போது) **மணப்பெண்; நிச்சயம் செய்த அல்லது திரு மணத்துக்காகப் பேசப்படும் பெண்;** bride; a girl engaged to be married; an eligible girl. பெண்ணுக்குப் பைய னைப் பிடிக்கவில்லை./ என் பையனுக்கு அடுத்த மாதம் கல்யாணம். பெண் தூரத்துச் சொந்தம்தான்./ பெண் வீட் டார் எங்கே?/ பெண்ணை மணமேடைக்கு அழைத்து வந்தார்கள்.

பெண் அழைப்பு பெ. (ச.வ.) **திருமணம் நடக்கும் இடத் துக்கு மணப்பெண்ணை அழைத்து வரும் சடங்கு;** the ceremony of welcoming and taking the bride in a procession to the place of wedding.

பெண்கள் மருத்துவம் பெ. காண்க: **மகளிர் மருத்துவம்.**

பெண்குறி பெ. **பெண்ணின் இனப்பெருக்க உறுப்பு;** female genital organ.

பெண்கேள் வி. (-கேட்க, -கேட்டு) **தங்கள் குடும்பத் தில் இருக்கும் இளைஞனுக்குத் திருமணம் செய்து தரும்படி பெண்ணின் பெற்றோரிடம் இளைஞனின் குடும்பத்தினர் கேட்டல்;** formally approach the bride's family for alliance. என் தம்பிக்கு உங்கள் குடும்பத்தில் பெண்கேட்கலாம் என்று நினைக்கிறேன்./ என் மைத்துனர் பெண்கேட்டுக் கடிதம் எழுதியிருக்கிறார்.

பெண்கொடு வி. (-கொடுக்க, -கொடுத்து) **மகளைத் திருமணம் செய்துதருதல்;** give a girl in marriage. உனக் குப் பெண்கொடுக்க விருப்பம் இல்லை என்று அவர் கூறி விட்டார்.

பெண்சாதி பெ. (பே.வ.) **மனைவி;** wife.

பெண்டாட்டி பெ. (பே.வ.) **மனைவி;** wife. அவன் பெண் டாட்டிக்குப் பயப்படுகிறவன்.

பெண்டிர் பெ. (உ.வ.) **பெண்கள்;** women; womenfolk.

பெண்டு பெ. (பே.வ.) **பெண்;** woman. பெண்டுகள் இருக் கும் இடத்தில் உனக்கு என்ன வேலை?

பெண்டுபிள்ளைகள் பெ. (பே.வ.) **(ஒருவரின்) மனைவி யும் குழந்தைகளும்;** (one's) wife and children. இவ்வளவு சிறிய இடத்தில் பெண்டுபிள்ளைகளை வைத்துக்கொண்டு குடித்தனம் நடத்துவது கஷ்டம்தான்./ பெண்டுபிள்ளை களைத் துறந்துவிடுவதால் மட்டும் ஒருவன் ஞானி ஆகி விட முடியாது.

பெண்ணியம் பெ. **ஆணுக்குச் சமமாகப் பெண் மதிக் கப்பட வேண்டும் என்னும் சிந்தனைப் போக்கு;** feminism. பெண்ணியச் சிந்தனையின் தாக்கத்தால் பெண்கள் தங்கள் வாழ்க்கையைத் தாங்களே தீர்மானித்துக்கொள்ள ஆரம்பித்திருக்கின்றனர்.

பெண்ணுரிமை பெ. **(ஆணைச் சார்ந்து இல்லாமல்) பெண் சுதந்திரமானவள் என்பது மதிக்கப்பட வேண் டும், ஆணுக்கு இருக்கும் உரிமைகள், வாய்ப்புகள் எல்லாம் பெண்ணுக்கும் தரப்பட வேண்டும் என்ற சமூகப் பார்வை;** women's rights; feminism. வரதட்சணைக் கொடுமையை எதிர்த்துப் பெண்ணுரிமைச் சங்கத்தினர் போராட்டம் நடத்தினர்.

பெண்ணுறுப்பு பெ. காண்க: **பெண்குறி.**

பெண்ணுறை பெ. **(குடும்பக் கட்டுப்பாடு சாதனமாக) பெண்கள் பயன்படுத்தும் ரப்பரால் ஆன மெல்லிய உறை;** female condom.

பெண்ணெடு வி. (-எடுக்க, -எடுத்து) **(ஒரு ஊர், குடும் பம், உறவு ஆகியவற்றிலிருந்து) திருமணம் செய்து கொள்ள ஒரு பெண்ணைத் தேர்ந்தெடுத்தல்;** take a girl in marriage from a family, place, etc., என் மகனுக்குச் சொந்தத்தில் பெண்ணெடுத்திருக்கிறோம்./ அண்ணனுக் குக் காஞ்சிபுரத்தில்தான் பெண்ணெடுத்திருக்கிறார்கள்.

பெண் தோழி பெ. **திருமணத்தின்போது மணப்பெண் ணுக்குத் துணையாக அருகில் இருக்கும் மாப்பிள்ளை யின் சகோதரி அல்லது மணப்பெண்ணின் தோழி;** bridesmaid. பெண் தோழி அடிக்கடி மணப்பெண்ணைக் கிண்டல் செய்துகொண்டிருந்தாள்.

பெண்பார் வி. (-பார்க்க, -பார்த்து) **ஒருவர் தனக்குப் பார்க்கப்பட்ட பெண் தனக்குப் பொருத்தமானவளா என்பதைக் கண்டறிவதற்காக (சம்பிரதாயமாக) தனது வீட்டாருடன் பெண் வீட்டிற்குச் செல்லுதல்;** pay a formal call on the girl's family to find out the suitability of the girl as a bride. நாளை என் மகனுக்குப் பெண்பார்க்கப் போகிறோம்.

பெண்பால் பெ. (இலக்.) **(ஐம்பால்களுள்) பெண்ணைக் குறிப்பிடுவது;** feminine gender. 'வந்தாள்' என்னும் வினை முற்றில் 'ள்' பெண்பால் விகுதி.

பெண்பாவம் பெ. **பெண்ணுக்குச் செய்யும் தீமையால் விளைவதாக நம்பப்படும் பாவம்;** sin resulting from a harm done to a woman.

பெண்பிள்ளை பெ. (அ.வ.) **பெண்;** woman. இப்போ தெல்லாம் பெண்பிள்ளைகளுக்குத் தைரியம் நிறைய இருக் கிறது.

பெண்மணி பெ. **பெண்ணை மரியாதையுடன் குறிக்கப் பயன்படும் சொல்;** respectful term for a woman. விமானம் ஓட்டிய முதல் பெண்மணி என்ற பெருமை பெற்றவர் இவர்.

பெண்மை பெ. **1: பொதுவாகப் பெண்களிடம் இயல் பாக இருப்பதாக நம்பப்படும் (மென்மை, நளினம் போன்ற) இயல்புகள்;** femininity; womanliness; womanhood. பெண்மையை இழிவுபடுத்தும் காட்சிகளை இந்தப் படத்திலிருந்து நீக்க வேண்டும்./ என் நண்பனிடம் பெண்மை கலந்த இயல்பு இருந்தது. **2: கன்னிமை; கன்னித்தன்மை;** virginity. தனது பெண்மையைச் சூறை யாடியவனைப் பழிவாங்காமல் விட மாட்டேன் என்று சூளுரைக்கிறாள் கதாநாயகி.

பெண்வயிற்று பெ.அ. (பேரன், பேத்திகளைக் குறித்து வரும்போது) **மகள்மூலம் பிறந்த;** born to daughter. பெண்வயிற்றுப் பேத்தி/ பெண்வயிற்றுப் பேரன்.

பெண்விடுதலை பெ. **சமூகத்தில் பெண்கள் ஆண்களின் ஆதிக்கத்திலிருந்து விடுபட்டு அவர்களுக்கு இணையாக**

மதிக்கப்பட வேண்டும் என்ற சமூகநிலை; women's liberation.

பெண்வீட்டார் பெ. **(திருமணத்தின்போது) மணமகளின் பெற்றோர், உறவினர் முதலியோர்;** (at the time of marriage) parents and relatives of the bride.

பெத்தாச்சி பெ. (இலங்.) **தாயின் தாய்;** one's mother's mother; one's maternal grandmother. நாங்கள் நேற்று பெத்தாச்சி வீட்டுக்குப் போய்வந்தோம்./ எங்கள் பெத்தாச்சிக்கு ஒரு பல்கூட இல்லை என்பதால் அவர் பாக்கை இடித்துத்தான் சாப்பிடுவார்.

பெப்பே காட்டு வி. (காட்ட, காட்டி) (பே.வ.) **தன்னைச் சிக்கவைக்க முயலுபவர்கள் கேலிக்கு உள்ளாகும் வகையில் அவர்களிடமிருந்து தப்பித்தல்;** dodge (so cleverly as to put the pursuers to shame). கிராம மக்களுக்குப் பெப்பே காட்டிய திருடன் இதுவரை பிடிபடாமல் திரிகிறான்./ உயிரியல் பூங்காவிலிருந்து தப்பித்த புலி, வனக் காவலர்களுக்குப் பெப்பே காட்டிவிட்டுக் காட்டுக்குள் மறைந்தது./ எவ்வளவோ விளையாட்டுக்காட்டியும் குழந்தை மருந்தைச் சாப்பிடாமல் எல்லோருக்கும் பெப்பே காட்டிவிட்டது.

பெய் வி. (பெய்ய, பெய்து) 1: **(மழை) பெருமளவில் பொழிதல்; கொட்டுதல்; (பனி) விழுதல்;** (with reference to மழை) come down; pour; (of dew, snow) fall. நேற்று இரவு கனத்த மழை பெய்தது./ வெளியே பனி பெய்கிறது. [(தொ.சொ.) **அடி/ ஊற்று/ கொட்டு/ தூறல் போடு/ தூறு/ பிய்த்துவாங்கு/ பொழி/ விழு/ வெளுத்துக்கட்டு**] 2: **(சிறுநீர்) கழித்தல்;** pass (urine). குழந்தை படுக்கையிலேயே மூத்திரம் பெய்துவிட்டது. 3: (உ.வ.) **(சாதத்தில் நெய்) விடுதல்;** add (clarified butter to rice). சோற்றில் நெய் பெய்து உண்பது வழக்கம்./ நெய் பெய்து யாகம் வளர்த்தனர்.

பெய்வி வி. (பெய்விக்க, பெய்வித்து) **(மழை) பெய்யச் செய்தல்;** cause a rainfall. ரசாயனப் பொருளை மேகங்களில் தூவி மழை பெய்விக்க முடியும்.

பெயர்[1] வி. (பெயர, பெயர்ந்து) 1: **(ஒன்று பற்றியிருக்கும், பொருந்தியிருக்கும் அல்லது இருக்கும் நிலையிலிருந்து) பிடிப்பு இழந்து விடுபட்டுத் தனியே வருதல்;** come off; fall off. பழங்காலக் கட்டடம் என்பதால் அடிக்கடி காரை பெயர்ந்து விழுகிறது./ மோதிரத்தில் ஒரு கல் பெயர்ந்து எங்கோ விழுந்துவிட்டது./ வெள்ளத்தால் தண்டவாளம் பெயர்ந்து கிடந்தது./ துருவங்களில் பனிப்பாறைகள் அவ்வப்போது கடலில் பெயர்ந்து விழுகின்றன./ நகம் பெயர்ந்து விரலில் இரத்தம் வந்தது. 2: **(இருக்கும் இடத்திலிருந்து) மற்றொரு இடத்துக்குச் செல்லுதல்;** (of human beings, animals) move (from one place to another); migrate; be displaced. ஆப்பிரிக்காவிலிருந்து பிற கண்டங்களுக்குப் பெயர்ந்து உலகம் முழுவதும் மனித இனம் பரவிற்று என்று ஒரு கருத்து உண்டு./ வேலையின் காரணமாக அடிக்கடி ஊர் விட்டு ஊர் பெயர்ந்து போக நேரிட்டது./ பாரியின் மகள்களை அழைத்துக்கொண்டு புலவர் கபிலர் பறம்பு நாட்டிலிருந்து பெயர்ந்தார்./ போரின் காரணமாக மக்கள் தங்கள் மண்ணை விட்டுப் பெயர்ந்து வேறு நாடுகளுக்குச் செல்கிறார்கள். 3: (பே.வ.) **(கேட்கப்படும் பணம்) கிடைத்தல்/(வர வேண்டிய தொகை) வசூலாதல்;** (of debt, money) be collected. தருகிறேன் என்று சொன்ன இடத்திலும் பணம் பெயரவில்லை./ கடையில் தினமும் ஆயிரம் ரூபாய் பெயர்ந்தால்கூடப் போதும்.

பெயர்[2] வி. (பெயர்க்க, பெயர்த்து) **(பற்றியிருக்கும் அல்லது பொருந்தியிருக்கும் நிலையிலிருந்து ஒன்றை) விடுபட்டுத் தனியே வருமாறு செய்தல்;** remove (by dislodging, unseating, etc.,); displace. இவ்வளவு பெரிய மரத்தைப் பெயர்த்து இன்னொரு இடத்தில் நடப்போகிறார்களா!/ ஒரு கல்லைக்கூடப் பெயர்க்க முடியவில்லை./ பல்லைப் பெயர்த்துவிடுவேன் என்று மிரட்டினான்./ உழுத சேற்றில் அடியைப் பெயர்த்துவைப்பதும் ஒரு தாளம் என்று அந்த உழவர் கவித்துவத்தோடு சொன்னார்.

பெயர்[3] பெ. 1: **ஒருவரிடமிருந்து மற்றொருவரை அல்லது ஒன்றிலிருந்து மற்றொன்றை வேறுபடுத்தித் தெரிந்துகொள்ளவும் சுட்டிக்காட்டவும் பயன்படுத்தும் அடையாளச் சொல்;** name. நீங்கள் என்னைப் பெயர் சொல்லியே கூப்பிடலாம்./ ஊர்ப் பெயர் ஆராய்ச்சி/ இந்தப் பறவையின் பெயர் வக்கா./ மேலத்தெரு இராமன் என்ற பெயரே அவருக்கு நிலைத்துவிட்டது. 2: **(ஒருவர் அல்லது ஒரு நிறுவனம் போன்றவற்றின் மேல் பிறர் குறிப்பிட்ட முறையில் கொண்டிருக்கும்) மதிப்பு;** fame; name. அலுவலகத்தில் அவருக்கு நல்ல பெயர் இருக்கிறது./ இந்த நிறுவனத்தின் பெயரைக் கெடுக்கும் விதத்தில் நடந்துகொள்ளாதே!/ மோசமான படங்களில் நடித்துக் கெட்ட பெயரைச் சம்பாதித்துக்கொண்டார்./ கல்லூரியில் எனக்கு இருந்த பெயரை நானே கெடுத்துக்கொண்டேன். 3: **'ஒன்று அல்லது ஒருவர் பொறுப்பு, தன்மை முதலியவற்றின் காரணமாகக் குறிப்பிட்ட முறையில் பிறரால் அறியப்படும் நிலை (ஆனால் நடைமுறையில் வேறு)' என்ற பொருளில் பயன்படுத்தப்படும் சொல்;** being only nominal. வீட்டுக்கு மூத்தவன் என்று பெயர். ஆனால் பொறுப்போடு எதையும் செய்வதில்லை./ கவிஞன் என்ற பெயரை வைத்துக்கொண்டு கடைசியில் நான் சாதித்தது ஒன்றும் இல்லை. 4: (இலக்.) **வாக்கியத்தில் எழுவாயாக வருவதும் வேற்றுமை உருபுகளை ஏற்பதுமான சொல் (வகை);** noun. 'முயலைப் பிடித்தேன்' என்பதில் 'முயல்' என்பது பெயர்.

பெயர்ச்சி பெ. 1: **(பொதுவாக ஓர் இடத்திலிருந்து மற்றோர் இடத்துக்கு) மாறுதல் அல்லது நகர்தல்;** (generally) moving (from one place to another); displacement. பூமியின் மேற்பரப்பில் கண்டங்களின் பெயர்ச்சியால் மலைகளும் பள்ளத்தாக்குகளும் உருவாயின./ விண்மீன்களின் பெயர்ச்சியால் ஏற்படும் விளைவுகளை வானியலாளர்கள் கூர்ந்து கவனித்துவருகின்றனர். 2: (சோதி.) **(கிரகங்கள்) ஒரு ராசியிலிருந்து மற்றொரு ராசிக்கு மாறுதல்;** transit of a planet from one ராசி to another. குருபகவான் ஐப்பசி மாதம் 10ஆம் தேதி இரவு மணி 10.19க்கு துலாம் ராசியிலிருந்து விருச்சிக ராசிக்குப் பெயர்ச்சி ஆகிறார்./ சனிப் பெயர்ச்சி.

பெயர்ச்சொல் பெ. காண்க: **பெயர்**[3], **4.**

பெயர்த்தெழுது வி. (-எழுத, -எழுதி) (அ.வ.) 1: **(புத்தகம், ஓலைச்சுவடி, ஆவணம் போன்றவற்றில் உள்ளதை) பிரதியெடுத்தல்;** copy. பழந்தமிழ் நூல்களைச்

பெயர்ப் பலகை 972

சுவடிகளிலிருந்து பெயர்த்தெழுதியே நம் முன்னோர் பாது காத்து வந்தனர்./ பத்திரங்களைப் பெயர்த்தெழுதுவது ஒரு கலை. **2: மொழிபெயர்த்தல்/(ஒரு படைப்பை ஒரு வடிவத்திலிருந்து மற்றொரு வடிவத்திற்கு) மாற்றி எழுதுதல்;** translate; transcribe. தெலுங்கு நாடகங்களை அவர் தமிழில் பெயர்த்தெழுதியிருக்கிறார்./ பழந்தமிழ் இலக்கியங்களை இக்காலத்தில் புரிந்துகொள்ள எளிதாக அவற்றை உரைநடையில் பெயர்த்தெழுத வேண்டும்.

பெயர்ப் பலகை பெ. **(கடை, அலுவலகம் முதலிய வற்றின் வாசல் முகப்பில் அல்லது வீட்டின் கதவில்) பெயர், அலுவல் விவரம் ஆகியவை எழுதி மாட்டப் பட்டிருக்கும் பலகை;** nameplate. தொழிற்சாலையின் பெயர்ப் பலகை தமிழிலும் ஆங்கிலத்திலும் எழுதப்பட் டிருந்தது.

பெயர்பண்ணு வி. (-பண்ண, -பண்ணி) **ஒரு செயலை முறையாக அல்லது முழு மனதோடு செய்யாமல், செய்ததாகத் தோற்றம் தரும் வகையில் செய்தல்;** do sth. for the sake of formality. தலைவலி காரணமாகச் சாப் பிடப் பிடிக்கவில்லை. இருந்தாலும் சாப்பிட்டதாகப் பெயர்பண்ணிவிட்டு எழுந்தேன்.

பெயர்பெற்ற பெ.அ. **புகழ்பெற்ற; பிரபலமான;** well known; renowned. பெயர்பெற்ற எழுத்தாளர்/ பெயர் பெற்ற நிறுவனம்.

பெயர்போன பெ.அ. காண்க: **பெயர்பெற்ற.**

பெயர்வாங்கு வி. (-வாங்க, -வாங்கி) காண்க: **பெயரெடு.**

பெயர்வை வி. (-வைக்க, -வைத்து) **பெயர் இடுதல்;** give (a name); name.

பெயரடை பெ. (இலக்.) **பெயர்ச்சொல்லுக்கு முன்னால் அடையாக வரும் சொல்;** adjective. 'முழு நிலவு' என்ற தொடரில் 'முழு' என்பது பெயரடை ஆகும்.

பெயரப்பெயர வி.அ. (இலங்.) **திரும்பத்திரும்ப; மீண் டும்மீண்டும்;** again and again; repeatedly. பெயரப்பெயரச் சொன்னாலும், நீ கேட்டுத் திருந்துகிறாய் இல்லை./ என் னிடம் காசு இல்லை என்று சொன்ன பிறகும் பெயரப் பெயர வந்து ஏன் தொல்லை தருகிறாய்?

பெயரளவில் வி.அ. **(நடைமுறையிலோ உண்மை யாகவோ அல்லாமல்) வெளித் தோற்றத்துக்கு; பிற ருடைய பார்வைக்கு;** nominally. பெயரளவில் நான் முத லாளியே தவிர நிர்வாகம் அனைத்தையும் என் மகன்தான் பார்த்துக்கொள்கிறான்./ சொந்தபந்தம் என்று பெயரள வில் நிறைய பேர் இருந்தாலும் யாரோடும் எனக்குத் தொடர்பு இல்லை.

பெயரளவுக்கு வி.அ. காண்க: **பெயரளவில்.**

பெயரால் இ.சொ. **1: '(ஒன்றை விமர்சனத்துக்கு அல் லது கேள்விக்கு உட்படுத்தும் சூழலில் பயன்படுத்தும் போது) (குறிப்பிடப்படுபவரின்) ஒப்புதலுடன் அல் லது ஒப்புதல் பெற்றதாக' என்ற பொருளில் பயன்படுத் தப்படும் இடைச்சொல்;** particle used in sense of 'in s.o.'s name'. முதலமைச்சர் பெயரால் வெளிவந்துள்ள அறிக்கை. **2: 'குறிப்பிடப்படும் ஒன்றின், ஒருவரின் பெயரைப் பயன்படுத்தி அல்லது (அதை, அவரை) காரணமாகக் கொண்டு' என்ற பொருளில் பயன்படுத்தப்படும் இடைச்சொல்;** particle used in sense of 'in the name of'. அலங்காரம் என்ற பெயரால் அலங்கோலம் நடந்திருக் கிறது!/ மதங்களின் பெயரால் எல்லோரும் அடித்துக் கொள்கிறோம்./ தாத்தாவின் பெயரால் நடந்த அவசரக் கல்யாணம் இது.

பெயரியல் பெ. (இலக்.) **ஒரு இலக்கண நூலில் பெயர்ச் சொற்களின் அமைப்பு, வகைகள் முதலியவற்றை விளக்கும் பிரிவு;** grammatical description of nouns.

பெயரில் இ.சொ. காண்க: **பெயரால்.**

பெயருக்கு வி.அ. காண்க: **பெயரளவில்.**

பெயரெச்சம் பெ. (இலக்.) **ஒரு பெயர்ச்சொல்லைத் தான் சுட்டும் பொருளின் முழுமைக்காக வேண்டு வதும் வினைச்சொல்லிலிருந்து பெறப்படுவதுமான வடிவம்;** relative participle (requiring a noun to complete the sense). 'பால் குடிக்கிற/ குடித்த/ குடிக்கும் குழந்தை' என்பதில் 'குடிக்கிற', 'குடித்த', 'குடிக்கும்' ஆகிய மூன்றும் பெயரெச்சங்கள்.

பெயரெடு வி. (-எடுக்க, -எடுத்து) **(நல்ல விதத்திலோ கெட்ட விதத்திலோ) பலராலும் அறியப்படுதல்;** make a name; be reputable for sth. 'நன்றாகப் படித்து நல்ல பெயரெடுக்க வேண்டும்' என்று பேரனுக்குப் புத்திமதி சொன்னார்./ இப்படிக் கெட்ட பெயரெடுக்காதே!/ அவர் அசாதாரணமான பிரச்சினைகளையும் கையாளுவதில் வல்லவர் என்று பெயரெடுத்தவர்.

பெரணி பெ. **(பெரும்பாலும்) வெப்பம் குறைந்த பகுதி களில் காணப்படுவதும் அலங்காரத்திற்காக வளர்க் கப் படுவதும் ரம்பத்தின் முனை போன்ற இலை களைக் கொண்டதுமான, பூக்காத ஒரு வகைச் சிறிய தாவரம்;** fern.

பெரிசாகு வி. (-ஆக, -ஆகி) (இலங்.) காண்க: **பெரியவ ளாகு.**

பெரிதாக்கு வி. (-ஆக்க, -ஆக்கி) காண்க: **பெரிதுபடுத்து.**

பெரிது பெ. **1: (-ஆக, -ஆன) (அளவில் அல்லது தன் மையில்) விரிவானது அல்லது அதிகமானது;** that which is big or large or great. எங்கள் வீடு இதைவிடப் பெரிது./ உ.வே. சாமிநாதையர் தமிழுக்கு ஆற்றிய தொண்டு பெரிது./ நான் பட்ட துன்பத்தைவிட அவர் பட்ட துன்பம் பெரிது./ உனது எதிர்பார்ப்பு பெரிதுதான்./ அதனால் பெரிதாகப் பலன் ஒன்றும் கிடைத்துவிடாது./ அவர் என்னிடம் பெரி தாக ஏதோ எதிர்பார்க்கிறார்./ மிகவும் பெரிதான சட்டை. **2: (மோசமாக இருந்திருக்கக்கூடிய சூழ்நிலையில் எதிர்பார்த்ததற்கு மாறாக) ஆறுதல் தருவது;** sth. remarkable; sth. to feel happy about. அவருக்கு இருக்கும் கஷ்டத்தில் உனக்கு ஆயிரம் ரூபாய் கொடுத்ததே பெரிது./ அப்பா இந்த அளவுக்கு உன்னைப் படிக்கவைத்ததே பெரிது. **3: (-ஆக) முக்கியமானது; தீவிரமானது;** sth. important; sth. that matters. எங்களுக்கு எங்கள் கோரிக்கைகள்தான் பெரிது./ பணம்தான் பெரிது என்று நினைத்திருந்தால் நான் உனக்கு உதவி செய்திருக்க மாட்டேன்./ அவன் சொன்னதை நீங்கள் பெரிதாக எடுத்துக்கொள்ள வேண் டாம்.

பெரிதுபடுத்து வி. (-படுத்த, -படுத்தி) **1: (சாதாரணச் சண்டை, பிரச்சினை முதலியவற்றுக்குத் தேவையற்ற முக்கியத்துவம் கொடுத்து அவை) மோசமாகுமாறு**

செய்தல்; make an issue of sth. பிரச்சினையைப் பெரிது படுத்தாமல் சமாதானத்திற்கு வழி தேட வேண்டும். **2: (ஒன்றின் உருவத்தை) பல மடங்காக, கூடுதலாக ஆக்குதல்; பெரிதாக்குதல்;** enlarge; magnify. புகைப் படத்தைப் பெரிதுபடுத்தும்போது அதன் துல்லியம் குறை கிறது.

பெரிதும் வி.அ. **அதிக அளவில்; மிகவும்;** to a great extent; in a large measure. இந்த ஒப்பந்தத்தை உள்ளூர் மக்கள் பெரிதும் வரவேற்றனர்./ நீங்கள் செய்த உதவிக்கு நான் உங்களுக்குப் பெரிதும் கடமைப்பட்டிருக்கிறேன்./ திரைப்பட நடிகர்களைப் பற்றிய செய்திகள்தான் வாசகர் களைப் பெரிதும் கவர்கின்றன.

பெரிய பெ.அ. **1:** *(வடிவம், பரப்பு, எண்ணிக்கை போன்றவற்றில்)* **அதிக அளவை உடைய;** big; large. பெரிய வீடு/ பெரிய கதை/ பெரிய நூலகம்/ அமெரிக்கா, ரஷ்யா போன்ற நாடுகள் பரப்பளவில் இந்தியாவைவிடப் பெரிய நாடுகள்./ சென்னையைச் சுற்றிலும் சில பெரிய ஏரிகள் உள்ளன./ பெரிய மரம்/ 10,000 ரூபாய் என்பது என்னைப் பொறுத்தவரை பெரிய தொகைதான்./ பெரிய காயம் என்பதால் ஆறுவதற்குக் கொஞ்சம் நாளாகும்./ எங்கள் ஊரிலேயே இதுதான் பெரிய கோயில். [(தொ.சொ.) பெரும்/ ராட்சச] **2:** *(ஒன்றின் தன்மையைக் குறிக் கும்போது)* **மிகுந்த, முக்கியமான, தீவிரமான அல்லது விரிந்த அளவிலான;** great; big. என்னுடைய முதல் சிறுகதைத் தொகுதிக்குப் பெரிய வரவேற்பு கிடைத்தது./ இந்தப் பெரிய திட்டத்துக்கு அனைவரும் ஆதரவு அளிக்க வேண்டும்./ தாது வருஷத்தின்போது பெரிய பஞ்சம் ஒன்று வந்தது./ விபத்தில் இறந்தவர்கள் அனைவரும் ஒரே குடும்பத்தைச் சேர்ந்தவர்கள் என்பதுதான் இதில் பெரிய சோகம்./ வழக்கறிஞர் படிப்புக்காக வெளிநாடு சென்ற பிறகு காந்தியின் வாழ்வில் பெரிய மாறுதல்களைக் காண கிறோம்./ உடனடியாகக் கவனிக்கக்கூடிய அளவுக்குப் பெரிய காரியம் ஒன்றும் இல்லை. **3:** *(தகுதி, மதிப்பு, அந்தஸ்து போன்றவற்றில்)* **மேல்நிலை கொண்ட; உயர்ந்த; உயர்;** superior; higher; eminent. பெரிய அதி காரி/ பெரிய படிப்பு/ பெரிய கவிஞர். **4:** *(வயதில்)* **மூத்த/** *(உறவுப் பெயர் குறிப்பிடுபவரைவிட)* **மூத்த;** elder. எனது பெரிய அண்ணன் அமெரிக்காவில் படிக் கிறான்./ பெரிய சித்தப்பாவுக்கும் நடு சித்தப்பாவுக்கும் சொத்துத் தகராறு/ பெரிய மாமனார். **5:** *(ஏதோ ஒரு வகையில்)* **குறிப்பிடத் தகுந்த;** remarkable in itself. அவர் உங்கள் வீட்டுக்கு வந்ததே பெரிய விஷயம்.

பெரிய ஆள் பெ. (பே.வ.) **பிறர் எதிர்பாராத வகையில் சிறப்பாக அல்லது சாமர்த்தியமாகக் காரியங்கள் செய்த ஒருவரைக் குறிப்பிடப் பயன்படுத்துவது;** clever or great guy. பெரிய ஆள் நீ; வீடு கட்டிய விஷயத்தைப் பற்றி ஒரு வார்த்தைகூட என்னிடம் சொல்லவில்லையே.

பெரிய ஆஸ்பத்திரி பெ. (பே.வ.) **எல்லா மருத்துவப் பிரிவுகளும் கொண்ட (அரசு) மருத்துவமனை;** General Hospital (run by the government).

பெரிய உயிர் பெ. (பே.வ.) *(பிரசவ காலத்தில் தாயை யும் குழந்தையையும் குறிப்பிடும் சூழலில்)* **தாய்;** woman in confinement. எவ்வளவோ பாடுபட்டும் பெரிய உயிரை மருத்துவர்களால் காப்பாற்ற முடியவில்லை.

பெரிய எழுத்து பெ. **1:** *(ரோமன் எழுத்தைக் குறிக் கும்போது)* **தனித்த வடிவத்தோடு இருப்பதும் எழுதும் போது மற்ற எழுத்துகளைவிடச் சற்றுப் பெரிதாக எழுதப்படுவதுமான ஆங்கில எழுத்து;** capital letter. ஒருவருடைய பெயரை ஆங்கிலத்தில் எழுதும்போது பெரிய எழுத்தில்தான் தொடங்க வேண்டும். **2: எளிதில் படிக்கக்கூடிய அளவில் பெரிதாக அச்சடிக்கப்படும் எழுத்து;** font of a large size. பெரிய எழுத்து விக்கிரமாதித் தன் கதை.

பெரிய கை பெ. **மிகுந்த வசதியும் செல்வாக்கும் உடைய நபர்;** moneyed and influential person. இந்த ஊரில் அவர் பெரிய கை. அவருக்குத் தெரியாத அரசியல்வாதியே கிடை யாது./ இந்த நிதிநிறுவன விவகாரத்தில் பெரிய கைகளுக் கெல்லாம் தொடர்பு இருப்பதாகப் பேசிக்கொள்கிறார்கள்.

பெரிய தகப்பன் பெ. காண்க: **பெரியப்பா.**

பெரிய தலை பெ. (பே.வ.) *(தகுதி, அந்தஸ்து போன்ற வற்றில்)* **மேம்பட்டவர்;** *(ஊரில்)* **செல்வாக்கு உள்ள வர்;** influential person. பெரிய தலையெல்லாம் சும்மா இருக்கும்போது, நீ எதற்குக் கிடந்து குதிக்கிறாய்?

பெரியதனம் பெ. (-ஆக, -ஆன) (பே.வ.) **பெரிய மனி தத் தோரணை;** uppishness. அண்ணன் எப்போதும் பெரிய தனமாகப் பேசுவான்.

பெரிய தேன்சிட்டு பெ. **உடலின் மேற்பகுதியும் இறக் கைகளும் கருநீலத்திலும், மார்பு ஊதா நிறத்திலும், கொக்கி போன்று வளைந்து, நீண்டு, கூர்மையாக இருக்கும் அலகுடனும், பூவிலிருந்து தேனை உறிஞ்ச ஏதுவாகக் குழல் போன்ற நாக்குடனும் இருக்கும் சிறிய பறவை;** long-billed sunbird.

பெரிய நாணல் குருவி பெ. **உடல் முழுவதும் வெளிர் பழுப்பு நிறத்திலும் உடலின் அடிப்புறம் லேசான வெள்ளை நிறத்திலும், கால்கள் சாம்பல் நிறத்திலும் இருக்கும், நீர்நிலைகளின் அருகே வளர்ந்துள்ள நாணல், உயரமான புற்களில் தென்படும் சிறிய பறவை;** clamorous reed warbler.

பெரிய நீர்க்காகம் பெ. *(சிறிய நீர்க்காகத்தைவிட இரண்டு மடங்கு பெரிதாக)* **கறுப்பு நிறத்தில் சற்று நீண்ட கழுத்தைக் கொண்ட பறவை;** great cormorant.

பெரியப்பா பெ. **தந்தையின் அண்ணன் அல்லது தாயி னுடைய அக்காவின் கணவர்;** father's elder brother and also the husband of one's mother's elder sister.

பெரிய படி பெ. **சுமார் இரண்டு லிட்டர் அளவு கொண்ட** *(முன்பு வழக்கில் இருந்த)* **முகத்தல் அளவை;** (formerly) a measure of approximately two litres.

பெரிய பிள்ளையாகு வி. (-ஆக, -ஆகி) (இலங்.) காண்க: **பெரியமனுஷியாகு.**

பெரிய புள்ளி பெ. **செல்வாக்கு உள்ளவர்;** influential person; bigwig.

பெரிய பூநாரை பெ. **உடலின் பெரும்பகுதி வெண்மை நிறத்திலும், பக்கவாட்டுப் பகுதிகள் ரோஜா நிறத்தி லும், அலகு வெளிர் சிவப்பு நிறத்திலும் இருக்கும், உயரமான பறவை;** greater flamingo.

பெரியம்மா பெ. **1: தாயின் அக்கா அல்லது பெரியப்பாவின் மனைவி;** one's mother's elder sister and also wife of one's father's elder brother. **2: (குடும்பத்தில் பல பெண்கள் இருக்கும்போது) வயதில் மூத்த பெண்ணை மரியாதையாகப் பிறர் அழைக்கும் சொல்;** term of respect for the lady of the house.

பெரியம்மை பெ. **கடும் காய்ச்சலையும் வடு உண்டாக்கக்கூடிய பெரிய கொப்புளங்களையும் ஏற்படுத்தக்கூடிய நோய்; வைசூரி;** smallpox.

பெரியமனது பெ. காண்க: பெரியமனம்.

பெரியமனதுபண்ணு வி. (-பண்ண, -பண்ணி) **கருணை காட்டுதல்;** be generous. பெரியமனதுபண்ணி நீங்கள்தான் எனக்கு வேலை போட்டுக் கொடுக்க வேண்டும்.

பெரியமனம் பெ. **தாராளமாக உதவும், குற்றம்குறைகளைப் பெரிதுபடுத்தாத மனப்பாங்கு;** magnanimity; generosity.

பெரிய மனிதர் பெ. **பெரியவர்;** man of status.

பெரிய மனுஷன் பெ. (பே.வ.) **பெரிய புள்ளி; பெரிய மனிதர்;** influential man. பெரிய மனுஷன் சின்னத்தனமாக நடந்துகொண்டது எல்லோருக்கும் அதிர்ச்சி தந்தது.

பெரிய மனுஷி பெ. **மூதாட்டி;** respectable, elderly woman.

பெரியமனுஷியாகு வி. (-ஆக, -ஆகி) (பே.வ.) **(பெண்) பருவமடைதல்;** (of a girl) attain puberty.

பெரிய முள் பெ. **(கடிகாரத்தில்) நிமிடத்தைக் காட்டும் முள்;** minute hand (of a clock).

பெரியமேளம் பெ. (இசை) **1: நாகசுரம், ஒத்து, தவில், தாளம் ஆகிய இசைக் கருவிகளைக் கொண்ட குழு;** the ensemble of நாகசுரம், ஒத்து, தவில், தாளம். **2:** (வ.வ.) **குச்சியால் தட்டி வாசிக்கப்படும், இரு புறமும் தோல் கட்டப்பட்ட, மரத்தால் ஆன நடுப்பகுதி கொண்ட பீப்பாய் வடிவ வாத்தியம்;** barrel-shaped two-headed drum played with a stick.

பெரியவர் பெ. **1: வயதில் முதிர்ந்தவர்;** elderly person. உன் வீட்டு வாசலில் உட்கார்ந்திருக்கும் பெரியவர் யார்? **2:** (பெரும்பாலும் பன்மையில்) **(தகுதி, அந்தஸ்து முதலியவற்றில்) உயர்ந்தவர்/(ஊரில்) முக்கியமானவர்;** (usually in the plural) the elders. ஊர்ப் பெரியவர்கள் கூடி முடிவுசெய்தார்கள்.

பெரியவளாகு வி. (-ஆக, -ஆகி) (பே.வ.) **(பெண்) பருவமடைதல்;** (of girls) attain puberty.

பெரிய வார்த்தை பெ. **மிகையான மரியாதை, பணிவு போன்றவற்றைக் காட்டும் வார்த்தைகளை ஒருவர் பேசுகிறார் என்பதைக் குறிப்பிடப் பயன்படுத்தும் சொல்;** words that are felt to be excessively polite by the addressee. நான் உங்களைவிடச் சின்னவன். என்னிடம் போய் மன்னிக்க வேண்டும் என்ற பெரிய வார்த்தைகளைப் பேசுகிறீர்களே!

பெரிய வியாழன் பெ. (கிறித்.) **புனித வாரத்தில் இயேசுவின் இறுதி உணவை நினைவுகூரும் வியாழக்கிழமை;** Maundy Thursday.

பெரிய வெங்காயம் பெ. **(கொத்துக்கொத்தாக இல்லாமல்) தனித்தனியாகவும் அளவில் பெரியதாகவும் இருக்கும் வெங்காயம்;** a variety of onion big in size.

பெரிய வெள்ளிக்கிழமை பெ. (கிறித்.) **புனிதவெள்ளி;** Good Friday.

பெரியோர் பெ. **முதிர்ந்த அனுபவம் உடையவர்;** the elders. பிரார்த்தனையால் விளையும் பலன்பற்றிப் பல பெரியோர்கள் கூறக் கேட்டிருக்கிறேன்.

பெரு[1] வி. (பெருக்க, பெருத்து) **1: பருத்தல்;** grow thick; become stout. எதையாவது சாப்பிட்டுக்கொண்டே இருந்தால் உடல் பெருக்காமல் இருக்குமா?/ சென்ற ஆண்டைவிட இந்த ஆண்டு மரம் நன்றாகப் பெருத்திருக்கிறது. [(தொ.சொ.) **உப்பு/ தடி/ புடை/ வீங்கு**] **2: (ஒன்று) அதிகமாதல்; அதிகரித்தல்; பெருகுதல்;** increase. ஊரில் பன்றிகளின் தொல்லை பெருத்துவிட்டது./ பொதுவாழ்வில் ஊழல் பெருத்துவருகிறது. **3:** (இலங்.) **(ஒன்றின் தீவிரம்) அதிகமாதல்; வலுத்தல்;** intensify. நல்ல வேளையாக நான் விலக்கிப்பிடித்ததால், அவர்களுக்குள் சண்டை பெருக்காமல் விட்டது./ புயல் பெருக்காமல் விட்டது, நல்லதாகப் போயிற்று.

பெரு[2] பெ.அ. **அதிக அளவிலான;** immense; great. பெரு மகிழ்ச்சி/ பெரு வெள்ளம்.

பெருக்கம் பெ. **(எண்ணிக்கை, அளவு) மிகுதி;** increase; growth. மக்கள்தொகைப் பெருக்கம் கட்டுப்படுத்தப்பட வேண்டும்./ பொருள்களின் உற்பத்திப் பெருக்கத்தால் விலை குறையும் என்று எதிர்பார்க்கலாம்.

பெருக்கல் பெ. **ஓர் எண்ணைக் குறிப்பிட்ட எண்ணின் மடங்குக்கு அதிகப்படுத்தும் முறை;** multiplication.

பெருக்கு[1] வி. (பெருக்க, பெருக்கி) **1: ஓர் எண்ணைக் குறிப்பிட்ட எண்ணின் மடங்குக்கு அதிகப்படுத்துதல்;** multiply. ஐந்தை ஏழால் பெருக்கினால் வரும் விடை முப்பத்தைந்து ஆகும். **2: அதிகமாக்குதல்; அதிகரித்தல்;** increase. பொருள்களின் உற்பத்தியைப் பெருக்கினால் விலையைக் குறைக்கலாம்./ இரு நாடுகளும் வர்த்தகத்தைப் பெருக்குவதுகுறித்துப் பேச்சுவார்த்தைகள் நடத்தின./ வருமானத்தைப் பெருக்க என்ன வழி? [(தொ.சொ.) **அதிகரி/ உயர்த்து/ ஏற்று/ கூட்டு**] **3: (திரவ உணவுப் பொருளைத் தேவைக்கு ஏற்ப நீர் கலந்து) அளவில் அதிகப்படுத்துதல்;** increase the quantity (of a liquid by adding water). மோரைத் தண்ணீர் விட்டுப் பெருக்கிவை.

பெருக்கு[2] வி. (பெருக்க, பெருக்கி) **குப்பையைத் துடைப்பத்தால் தள்ளுதல்; கூட்டுதல்;** sweep using a broom. வாசலைப் பெருக்கிக் கோலம் போட்டாள்.

பெருக்கு[3] வி. (பெருக்க, பெருக்கி) (வ.வ.) **மூச்சுப் பயிற்சியால் நீண்ட நேரம் பெருகிக்கொண்டேயிருக்கும் வகையில் சங்கை ஊதுதல்;** produce long, continuous sound while playing on the conch.

பெருக்கு[4] பெ. **(ஓடும் நீரின் அளவு) மிகுதி; அதிகரிப்பு;** flood; swelling of water. ஆற்றின் நீர்ப் பெருக்கைக் காணக் கூட்டம் கூடிவிட்டது./ வெள்ளப் பெருக்கு/ (உரு வ.) மகிழ்ச்சிப் பெருக்கு.

பெருக்கெடு வி. (-எடுக்க, -எடுத்து) **(நீர் முதலிய திரவம்) அதிக அளவில் வேகத்துடன் செல்லுதல்; பாய்தல்;**

975 பெரும்பாலும்

flood; gush out. ஆற்றில் வெள்ளம் பெருக்கெடுத்து ஓடுகிறது./ அடிபட்ட இடத்தில் இரத்தம் பெருக்கெடுத்தது./ (உரு வ.) அவன் மனத்தில் மகிழ்ச்சி பெருக்கெடுத்தது.

பெருகு வி. (பெருக, பெருகி) 1: **(அளவில், தன்மையில் ஒன்று) அதிகரித்தல்;** increase; multiply. சாலைகளில் நீர் தேங்குவதால் கொசுக்கள் பெருகுகின்றன./ மக்கள்தொகை பெருகி வருவதுகுறித்துக் கருத்தரங்கு நடந்தது./ இந்த ராசிக்காரருக்கு எடுத்த காரியம் யாவும் வெற்றியாகும், செல்வம் பெருகும்./ விலைகள் பெருகும்போது பண மதிப்பு குறையும்./ செய்தியைக் கேட்டதும் அவருக்கு உவகை பெருகியது. [(தொ.சொ.) அதிகரி/ உயர்/ ஏறு/ கூடு] 2: (உ.வ.) **(கண்ணீர்) அதிகமாகச் சுரத்தல்;** (of tears) swell. கடிதத்தைப் படிக்கப்படிக்கக் கண்ணீர் பெருகியது.

பெருங்கடல் பெ. **(கடலின் பெயர்களோடு இணைந்து வரும்போது) மிகப் பரந்த பரப்புடைய கடல்;** ocean. இந்தியப் பெருங்கடலில் அமைந்துள்ள குட்டித் தீவுகள். [(தொ.சொ.) ஏரி/ கடல்/ குட்டை/ குளம்]

பெருங்கதை பெ. (இலங்.) **பிள்ளையார் படிப்பு;** the ritual reciting of Vinayaka Puranam in a temple for 21 days.

பெருங்காயம் பெ. **(குழம்பு, ரசம் முதலியவற்றில் வாசனைக்காகச் சேர்க்கப்படும்) ஒரு வகைச் செடியின் பாலிலிருந்து தயாரிக்கப்படும் செம்பழுப்பு நிறத் திடப் பொருள்;** asafoetida (used in cookery as a seasoning).

பெருங்குடல் பெ. **சிறுகுடலைச் சுற்றி அமைந்திருப்பதும், கழிவுகளை மலவாய்க்கு அனுப்புவதுமாகிய குடலின் பகுதி;** large intestine.

பெருச்சாளி பெ. 1: **(வீடுகளில் புகுந்து உணவுப் பொருளைத் தின்னும்) பருத்த உடலை உடைய ஒரு வகைப் பெரிய எலி;** large rat; (in India) bandicoot. பொதுவாகப் பெருச்சாளி இரவில்தான் நடமாடும். 2: **ஒரு தொழிலில், ஒரு துறையில் நெடுங்காலமாக இருந்து அதன் நெளிவுசுளிவுகளை அறிந்திருப்பதால் மோசடி செய்யத் தெரிந்தவர்;** (derogatorily) old hand. நம் நிறுவனத்திலிருந்து ஊழல் பெருச்சாளிகளை நீக்க வேண்டும்.

பெருஞ்சீரகம் பெ. **(பொதுவாக மசாலா தயாரிப்பில் பயன்படுத்தப்படும்) சாதாரண சீரகத்தைவிடச் சற்றுப் பெரிதாக இருக்கும் ஒரு வகைச் சீரகம்; சோம்பு;** aniseed.

பெருத்த பெ.அ. **பெரும்; அதிக அளவிலான;** immense; great. வெள்ளத்தால் பெருத்த நாசம் விளைந்தது./ மாநாட்டின் தீர்மானங்கள் பலருக்குப் பெருத்த ஏமாற்றத்தை அளித்தன./ அரிசி மண்டி நடத்திப் பெருத்த லாபம் சம்பாதித்தவர் அவர்.

பெருந்தகை பெ. (உ.வ.) **மதிப்பிற்கும் பெருமைக்கும் உரியவரைக் குறிப்பிடப் பயன்படுத்தும் சொல்;** person held in esteem. பேராசிரியப் பெருந்தகை அவர்களே!

பெருந்தலைகள் பெ. **பணமும் செல்வாக்கும் உடைய நபர்கள்;** bigwigs. கடந்த தேர்தலில் பெருந்தலைகளெல்லாம் காணாமல் போனதை மறந்துவிட்டாயா?/ கும்பாபிஷேகக் குழுவில் எல்லாப் பெருந்தலைகளின் பெயர்களும் சேர்க்கப்பட்டிருந்தன./ எந்தக் கட்சி ஆட்சிக்கு வந்தாலும் ஊரில் உள்ள பெருந்தலைகளின் செல்வாக்கு குறைவதில்லை.

பெருந்தன்மை பெ. (-ஆக, -ஆன) **(பிறருடைய குற்றம் குறைகளைப் பெரிதுபடுத்தாமலும், எதற்கும் விட்டுக்கொடுத்தும், தாராளமாகவும் நடந்துகொள்ளும்) உயர்ந்த மனப்பாங்கு; தாராள மனம்;** generosity. நான் செய்த தவறைப் பெரிதுபடுத்தாதது அவருடைய பெருந்தன்மையைக் காட்டுகிறது./ கட்சித் தலைவர் பதவிக்கான தேர்தலில் அவர் பெருந்தன்மையாக நடந்துகொண்டார்.

பெருந்தொகையாக வி.அ. (இலங்.) **(எதிர்பார்த்ததை அல்லது வழக்கத்தைவிட) அதிக அளவில்; பெருமளவு;** exceptionally huge or big; hugely; massively. இன்றைய கூட்டத்துக்கு மக்கள் பெருந்தொகையாக வந்திருந்தனர்./ இது வியாபாரத்தில் பெருந்தொகையாகக் கிடைத்த பணம்.

பெருநகர் பெ. **மாநகரம்;** metropolitan city.

பெருநகரம் பெ. காண்க: **பெருநகர்.**

பெருநாள் பெ. (இலங்.) **(பொதுவாக) பண்டிகை;** (religious) festival. பெருநாளுக்கு எல்லோருக்கும் கைவிஷேசம் கொடுத்தார்./ தீபாவளிப் பெருநாள்/ பெருநாளுக்கு எல்லோருக்கும் உடுப்பு எடுத்தோம்.

பெருநோய் பெ. (அ.வ.) **தொழுநோய்;** leprosy.

பெரும் பெ.அ. 1: **(வடிவம், பரப்பு, எண்ணிக்கை, காலம் போன்றவற்றில்) அதிகமான; அதிக அளவிலான; நிறைய;** big; large; great. நூலின் பெரும் பகுதியைப் படித்துவிட்டேன்./ படத்தின் பெரும் பகுதி நீண்ட வசனங்கள்தான்./ பெரும் நூலகம்/ சென்னையைச் சுற்றிலும் பெரும் ஏரிகள் உள்ளன./ இந்தப் படத்திற்காக ஒரு பெரும் தொகை அவருக்குச் சம்பளமாகக் கொடுக்கப்பட்டிருக்கிறது. 2: **(ஒன்றின் தன்மையைக் குறித்து வரும்போது) மிகுந்த, முக்கியமான, தீவிரமான அல்லது விரிந்த அளவிலான;** great; big. தனது யதார்த்தமான நடிப்பினால் பெரும் புகழ்பெற்ற நடிகர் இவர்./ நில அதிர்வினால் சென்னையில் பெரும் பரபரப்பு ஏற்பட்டது./ பெரும் புலமை வாய்ந்தவர். 3: **(தகுதி, மதிப்பு, அந்தஸ்து போன்றவற்றில்) மேல்நிலை கொண்ட; உயர்ந்த; உயர்; சிறந்த;** superior; higher; eminent. பெரும் படிப்பு/ பெரும் கவிஞர். [(தொ.சொ.) பெரிய/ ராட்சச]

பெரும்பாடு பெ. **(பொதுவாக 40 வயதுக்கு மேற்பட்ட பெண்களுக்கு மாதவிடாய் முற்றிலுமாக நிற்பதற்கு முன்பு) தொடர்ந்து கடும் இரத்தப்போக்கு ஏற்படும் நிலை;** excessive menstruation.

பெரும்பாலான பெ.அ. **ஒருசிலர் அல்லது ஒருசில நீங்கலாக உள்ள ஏனைய; (எண்ணிக்கையில்) கணிசமான; பெரும்பான்மையான;** the majority of; most of sth. mentioned. இங்குள்ள பெரும்பாலான கிராமங்களுக்குச் சரியான சாலை வசதிகள் கிடையாது./ இங்கே பெரும்பாலான கடைகள் 9 மணிக்குதான் திறக்கும்./ பெரும்பாலான பாம்புகள் விஷம் இல்லாதவை.

பெரும்பாலும் வி.அ. 1: (ஒரு செயல், நிகழ்வு போன்றவற்றைக் குறித்து வரும்போது) **(ஒரு சில தவிர்த்து) ஏனைய அனைத்தும்**/(எண்ணிக்கை, அளவு ஆகியவற்றைக் குறித்து வரும்போது) **பெரும் அளவில்;** mostly; in a majority of sth. mentioned. பெரும்பாலும் அவன் வேலைக்குச் சரியான நேரத்துக்கு வருவதில்லை./ இந்தச்

பெரும்பாலோர் 976

சொல் பெரும்பாலும் தவறாகப் பயன்படுத்தப்படுகிறது. **2: உறுதியாகக் கூற முடியாத வகையில் ஆனால் சாத்தியங்கள் அதிகம் என்ற விதத்தில்; அநேகமாக;** mostly. பெரும்பாலும் அவர் வீட்டுக்குத்தான் போயிருப்பார்.

பெரும்பாலோர் பெ. **குறிப்பிடப்படுவர்களில் சிலர் நீங்கலாக ஏனையோர்; பெரும்பாலான நபர்கள்;** a majority of people. ஊர் மக்களில் பெரும்பாலோர் விவசாயிகள்தான்.

பெரும்பான்மை பெ. (-ஆக, -ஆன) **மொத்த எண்ணிக்கையில் பெரும் பகுதி;** the majority. கடந்த தேர்தலில் எங்கள் கட்சிக்குப் பெரும்பான்மை கிடைத்தது./ வெள்ளத்தினால் பெரும்பான்மையான இடங்களில் பயிர்கள் சேதம் அடைந்துள்ளன.

பெரும்புள்ளி பெ. காண்க: **பெரிய புள்ளி.**

பெரும்பொழுது பெ. **(சங்க இலக்கியத்தில்) கார் காலம், வாடைக் காலம், முன்பனிக் காலம், பின்பனிக் காலம், இளவேனிற்காலம், முதுவேனிற்காலம் என்று ஒரு ஆண்டில் ஆறு பகுதிகளாக அமையும் பாகுபாடு;** the six seasons in Tamil classical literature.

பெரும்போக்கு பெ. (-ஆக) (ஊரக வ.) **பெருந்தன்மை;** generosity; magnanimity. அவர் நினைத்திருந்தால் என்னை எது வேண்டுமானாலும் செய்திருக்கலாம். ஆனால் பெரும்போக்காக அப்படியே விட்டுவிட்டார். [(தொ.சொ.) **தயாளம்/ தாராளம்**]

பெரும்போகம் பெ. (இலங்.) **நீண்ட காலப் பயிர்;** long-term crop. பாசன வசதி இருந்தால்தான் பெரும்போகம் பயிரிடலாம்.

பெருமக்கள் பெ. (உ.வ.) **(முன் வரும் சொல்லால் குறிக்கப்படுபவர்கள்) மதிப்புக்கு உரியவர்கள் என்பதைத் தெரிவிக்கப் பயன்படுத்தும் சொல்;** an honorific used for collectively referring to categories of people. அறிஞர் பெருமக்கள்/ வாக்காளப் பெருமக்கள்/ விவசாயப் பெருமக்கள்.

பெருமணல் பெ. **(பொடியாக இல்லாமல்) துகள்கள் சற்றுப் பெரிதாக இருக்கும் மணல்;** sand that is not fine but granular. பூச்சு வேலை செய்ய வேண்டியிருப்பதால் பெருமணலாகப் பார்த்து ஒரு வண்டி வாங்கிக்கொள்.

பெருமளவில் வி.அ. **முழுமையாக இல்லாவிட்டாலும் கணிசமான அளவில்;** to a great extent; considerably. தன் முயற்சிகளில் அவர் பெருமளவில் வெற்றி பெற்றார்.

பெருமளவு வி.அ. காண்க: **பெருமளவில்.**

பெருமாட்டி பெ. (உ.வ.) **சீமாட்டி;** woman of high status; lady.

பெருமாள் பெ. **திருமால்;** Vishnu.

பெருமாள் கோயில் மாடு பெ. **பெருமாள் கோயிலுக்கு நேர்த்திக்கடனாக விடப்பட்ட (எந்த வேலைக்கும் பழக்கப்படாத) மாடு;** fat bull given to a Vishnu temple as a votive offering but not used as a draught-animal. பெருமாள் கோயில் மாடு மாதிரி ஊரைச் சுற்றி வருகிறான்.

பெருமாள் மாடு பெ. காண்க: **பூம்பூம் மாடு.**

பெருமான் பெ. **கடவுள்; தெய்வம்;** Lord; god. சிவ பெருமான்/ முருகப் பெருமான்/ எம் பெருமானின் குணங்கள்.

பெருமானார் பெ. (இஸ்.) **முகமது நபி;** Muhammad, the Prophet. பெருமானார் காட்டிய பாதையில் நடப்போம்.

பெருமிதப்படு வி. (-பட, -பட்டு) **(தனது அல்லது தன்னைச் சார்ந்தவர்களின் உயர்வு, சிறப்பு, வெற்றி போன்றவற்றால்) பெருமைப்பட்டு மகிழ்தல்;** take pride (in sth.). தன் மகளின் சாதனையை எண்ணி அவள் பெருமிதப்பட்டாள்.

பெருமிதம் பெ. (-ஆக, -ஆன) **(ஒருவரை அல்லது ஒன்றைக் குறித்த) பெருமை உணர்வு; பெருமையால் ஏற்படும் மகிழ்ச்சி;** sense of pride. வெற்றிப் பெருமிதத்தில் இந்திய அணியினர் ஆடிப்பாடினர்./ 'நாட்டைக் காக்க உயிரையும் விடத் தயாராக இருக்கும் நம் வீரர்கள்' என்று தளபதி பெருமிதத்தோடு கூறினார். [(தொ.சொ.) **அகங்காரம்/ அகந்தை/ அகம்பாவம்/ இறுமாப்பு/ கர்வம்/ கொழுப்பு/ செருக்கு/ திமிர்**]

பெருமிதி பெ. (இலங்.) **(ஒரு பருவத்தில்) பயிர் செய்வதற்காக நிலத்தில் முதல் முறை மேற்கொள்ளும் உழவு;** the first round of ploughing for the crop of a season.

பெருமூச்சு பெ. **(நிம்மதி, வேதனை, கவலை முதலியவற்றின் அடையாளமான) நீண்ட மூச்சு;** sigh. விபத்தில் தன் குடும்பத்தினர் காயம் அடையவில்லை என்று அறிந்ததும்தான் பெருமூச்சு விட்டார்./ 'இரண்டு நாட்களாக வருமானம் இல்லாததால் பட்டினி' என்று ஏக்கமும் பெருமூச்சுமாகச் சொன்னான்./ எப்படியோ ஒரு பெரிய கண்டத்திலிருந்து தப்பித்தேன் என்று பெருமூச்சு விட்டார்./ பழங்காலத்தை நினைத்துப் பெருமூச்சு விட்டுக் கொண்டிருப்பதில் பயன் இல்லை.

பெருமூச்செறி வி. (பெருமூச்செறிய, பெருமூச்செறிந்து) (உ.வ.) **பெருமூச்சு விடுதல்;** heave a sigh. எலும்பும் தோலுமாகப் படுத்துக் கிடக்கும் தன் கணவனைப் பார்த்துப் பெருமூச்செறிந்தாள்.

பெருமூளை பெ. **உணர்வு, அறிவு, நினைவாற்றல் ஆகியவற்றுக்குக் காரணமாக அமையும் (இரு பிரிவாக அமைந்திருக்கும்) மூளையின் பெரிய பகுதி;** cerebrum.

பெருமை பெ. **1:** (-ஆக) **(தான் அல்லது தன்னைச் சார்ந்தோர் அடைந்த உயர்நிலை, வெற்றி, பெற்றிருக்கும் நல்ல பண்பு முதலியவற்றைக் குறித்து ஒருவருக்கு) மகிழ்ச்சியையும் மதிப்பையும் தரும் உணர்வு;** pride; sense of pride. மகன் முதல் பரிசு பெற்றதைப் பலரிடத்திலும் பெருமையாகச் சொல்லிக்கொண்டிருந்தான்./ நம் விளையாட்டு வீரர்களால் நாட்டுக்கே பெருமை. **2: (ஒன்றின்) உயர்ந்த நிலை; மேன்மை; கீர்த்தி;** standing; renown; reputation. குடும்பப் பெருமை/ குலப் பெருமை/ நட்பின் பெருமையை விளக்கும் திரைப்படம்./ இந்தக் கோயிலின் பெருமைகளை இங்குள்ள கல்வெட்டுகள் பறைசாற்றுகின்றன.

பெருமைப்படு வி. (-பட, -பட்டு) **உயர்வாகக் கருதுதல்;** be proud (of sth.). எங்கள் பள்ளியை எண்ணிப் பெருமைப் படுகிறேன்./ தன் மகன் வெளிநாட்டில் வசிக்கிறான் என்று கூறிப் பெருமைப்பட்டுக்கொண்டார்.

பெருமைப்படுத்து வி. (-படுத்த, -படுத்தி) **1: (ஒன்றின் அல்லது ஒருவரின்) உயர்ந்த நிலை, தகுதி போன்றவற்றைச் சிறப்பித்தல்;** honour. இன்று உலகம் போற்றும் விஞ்ஞானியாகத் திகழும் அவர் விழா மேடைக்குத் தன்

தாயை வரவழைத்துப் பெருமைப்படுத்தினார்./ இந்திய சுதந்திரத்துக்காகப் போராடிய தியாகிகளைப் பெருமைப் படுத்தத் தவறிவிட்டோம் என்பதே அவருடைய குற்றச் சாட்டு. **2: பெருமை கொள்ளச்செய்தல்;** do s.o. proud. பள்ளி இறுதித் தேர்வில் மாநிலத்திலேயே முதலாவதாக வந்ததன் மூலம் தான் பயின்ற பள்ளியைப் பெருமைப் படுத்தினான்.

பெருமையடித்துக்கொள் வி. (-கொள்ள, -கொண்டு) **(ஒருவரை அல்லது ஒன்றைப் பற்றி) அளவுக்கு அதிக மாகப் பெருமையாகச் சொல்லிக்கொள்ளுதல்;** brag about. தான் செய்ததுபோல் யாரும் செய்யவில்லை என்று அவர் பெருமையடித்துக்கொண்டார்./ உன் மகனைப் பற்றிப் பெருமையடித்துக்கொண்டது போதும், நிறுத்து.

பெருவணிகம் பெ. **மிகப் பெரிய அளவில் இயங்கும் வணிக நிறுவனம் அல்லது அமைப்பு;** corporation; corporate company.

பெருவழக்கு பெ. (பழக்கவழக்கங்கள், சொற்கள் முதலியவற்றைக் குறித்து வரும்போது) **வழிவழியாக அல்லது பரவலாகப் பெரும்பான்மையோரால் பின்பற்றப் பட்டு வரும் வழக்கு;** prevalent custom or usage; sth. widely used or practised. வயதான பெற்றோர் மகனோடு வசிப்பதுதான் பெருவழக்காக இருக்கிறது./ எங்கள் வட்டாரத்தில் இந்தச் சொல் பெருவழக்காக உள்ளது.

பெருவள்ளிக்கிழங்கு பெ. **(கொடியில் காய்க்கும்) ஊதா நிற மேல்தோலுடன் மிகப் பெரிதாக உருளை வடிவில் இருக்கும், குழகுழப்புத் தன்மை கொண்ட ஒரு வகைக் கிழங்கு;** a kind of yam.

பெருவாரி பெ. (-ஆக, -ஆன) **பெரும்பான்மை; பெரும் எண்ணிக்கை;** a majority of sth. mentioned; a large number of sth. mentioned. மூன்றாம் உலக நாடுகளில் பெருவாரி மக்கள் வறுமையில் வாழ்கிறார்கள்./ பெருவாரியான வாக்குகளைப் பெற்று வெற்றிபெற்றார்.

பெருவாழ்வு பெ. (உ.வ.) **சீரும் சிறப்பும் நிறைந்த வாழ்க்கை;** life of prosperity. பெருவாழ்வு வாழ ஆசீர்வதிக்கிறேன்!/ அவர் வணிகம் செய்து பெரும்பொருள் ஈட்டி பெருவாழ்வு வாழ்ந்தார்.

பெருவியாதி பெ. (அ.வ.) **தொழுநோய்;** leprosy.

பெருவிரல் பெ. **கட்டைவிரல்;** thumb; big toe. இடது கைப் பெருவிரல் ரேகையைப் பத்திரத்தில் பதித்தார்./ மேசையில் இடித்துப் பெருவிரலில் பலமாக அடிபட்டுவிட்டது. (பார்க்க, படம்: உடல்)

பெருவெடிப்பு பெ. **பிரபஞ்சம் தோன்றுவதற்குக் காரணம் என்று கருதப்படும், மிகுந்த அடர்த்தியும் வெப்பமும் இருந்த நிலையில் குறிப்பிட்ட சமயத்தில் நிகழ்ந்த வெடிப்பு;** big bang.

பெற்றெடு வி. (-எடுக்க, -எடுத்து) காண்க: பெறு[1],1.

பெற்றோர் பெ. **(ஒருவரின்) தாயையும் தந்தையையும் சேர்த்துக் குறிக்கும் சொல்;** parents.

பெறு[1] வி. (பெற, பெற்று) **1: (கருத்தரித்துக் குழந்தையை) அடைதல்; (குழந்தையை) உடையவராக இருத்தல்;** bear (a child); bring forth (a child); give birth to. ஒரு குழந்தைக்கு மேல் பெற்றுக்கொள்வதில்லை என்று நான் தீர்மானித்துவிட்டேன்./ உன்னைப் பெற்று வளர்த்து ஆளாக்கியவர்களை மறந்துவிடாதே! **2: ஒரு தன்மை, நிலை, பண்பு முதலியவற்றைக் கொண்டிருக்கும், அனுபவிக்கும், ஏற்கும் நிலையை ஒருவர் அல்லது ஒன்று அடைதல்;** get; receive; win; have; gain; attain. நகை திருடியவர் சிறைத் தண்டனை பெற்றார்./ மனம் அமைதி பெறவில்லை./ விண்வெளியில் பயணம் செய்த முதல் பெண்மணி என்ற பெருமையை தெரஷ்கோவா பெற்றார்./ அரசியல் உலகில் இந்தக் கட்சி பெற்றிருக்கும் முக்கியத்துவம்தான் என்ன?/ வேம்பு பல நோய்களைக் குணப்படுத்தும் மகத்துவம் பெற்றது./ நீங்கள் பங்குகொண்டால்தான் கூட்டம் முழுமை பெறும்./ மக்களிடையே நன்மதிப்பு பெற்ற நிறுவனம் எங்களுடையது./ முற்காலத்தில் வணிகம், விவசாயம் போன்ற துறைகளில் தமிழகம் வளர்ச்சி பெற்றிருந்ததாக இலக்கியங்கள் கூறுகின்றன./ பதம் பாடுவதில் இவர் மிகுந்த பயிற்சி பெற்றவர்./ புத்தர் போதி மரத்தின் அடியில் ஞானம் பெற்றார். **3: (கொடுக்கப்படும் ஒன்றை அல்லது முயற்சி செய்து ஒன்றை) வாங்குதல்;** receive; get; achieve; obtain. அவரிடம் நான் கொடுத்து அனுப்பிய கடிதத்தைப் பெற்றுக்கொண்டாயா?/ மேலிடத்திலிருந்து ஒப்புதல் பெற்ற பிறகுதான் மேற்கொண்டு நடவடிக்கை எடுக்க இயலும்./ திருமணத்திற்கு என் பெற்றோர்களின் சம்மதத்தைப் பெறுவதற்குப் பெரும்பாடு பட வேண்டியதாயிற்று./ தமிழ்ப் பாடத்தில் மாநிலத்திலேயே அதிக மதிப்பெண் பெற்ற மாணவி இவர்./ இது தேசிய விருது பெற்ற திரைப்படம்./ ஒலிம்பிக்கில் வெள்ளிப் பதக்கம் பெற்ற வீரருக்குப் பாராட்டு விழா நடத்தப்பட்டது./ 'அனுமதி பெற்று உள்ளே வரவும்' என்று கதவின் மேல் எழுதியிருந்தது./ ஒரு லட்சத்துக்கும் மேலான வாக்குகளைப் பெற்று அவர் வெற்றி பெற்றார்./ இவர் ஆங்கில இலக்கியத்தில் முனைவர் பட்டம் பெற்றவர். **4: குறிப்பிட்ட விலையை அல்லது மதிப்பை உடையதாக இருத்தல்;** be worth; fetch (a price). இன்றைய நிலவரப்படி அவர் வீடு ஐம்பது லட்ச ரூபாய் பெறும்./ கால் காசு பெறாத விஷயத்துக்குப் போய் ஒரு சண்டையா?

பெறு[2] து.வி. (பெற, பெற்று) **1: 'செய' என்னும் வாய்பாட்டு வினையெச்சத்தின் பின் இணைந்து 'படு' என்ற பொருளில் செயப்பாட்டு வினையாக்கும் துணை வினை;** auxiliary verb to make a verb passive. இந்தக் கடிதத்துடன் கட்டுரையின் நகல் இணைக்கப் பெற்றுள்ளது./ அவர் பெயர் பட்டியலிலிருந்து நீக்கப்பெற்றது. **2: அடைதல், அமைதல் ஆகிய நிலைகளைக் குறிக்கும் வினைகளுடன் இணைந்து அந்த நிலை எவரிடம் அல்லது எங்கே காணப்படுகிறது என்பதைக் குறிக்கப் பயன்படுத்தும் துணை வினை;** auxiliary used in the sense of 'be in the stated condition', 'be with the things stated'. உங்கள் கடிதம் கிடைக்கப்பெற்றேன்./ மதிப்புரைக்கு அனுப்பிய நூல்கள் வரப்பெற்றோம்./ இந்த மருத்துவமனை நவீன வசதிகள் அனைத்தும் அமையப்பெற்றது.

பெறுநர் பெ. **ஒரு கடிதம் அல்லது விண்ணப்பம் யாருக்கு அனுப்பப்படுகிறதோ அந்த நபர்;** addressee (of a letter or application).

பெறுபேறு பெ. (இலங்.) (பெரும்பாலும் பன்மையில்) **(தேர்வு, தேர்தல் போன்றவற்றின்) முடிவு;** result (of an examination, election, etc.,). உயர்தரப் பரீட்சையில் நல்ல பெறுபேறுகள் பெற்றிருக்கிறார்./ பெறுபேறுகள் நாளை வெளிவருகிறதா?/ தேர்தல் பெறுபேறுகள் நாம் எதிர்பார்த்ததுபோல் இல்லை.

பெறுமதி பெ. *(அ.வ.)* காண்க: **பெறுமானம்.**

பெறுமானம் பெ. **(பணத்தின் அடிப்படையிலோ அல்லது குறிப்பிட்ட நிலை, தன்மை முதலியவற்றின் அடிப்படையிலோ ஒன்றின்) மதிப்பு;** worth; value. இந்தக் கட்டடம் மட்டும் நகரத்தில் இருந்தால் இதன் பெறுமானம் ஒரு கோடி ரூபாயைத் தாண்டும் என்று கணக்குப் போட்டார்./ போதிய கிடங்கு வசதிகள் இல்லாததால் பல கோடி ரூபாய் பெறுமானமுள்ள தானியங்கள் வீணாகின்றன./ பல லட்சம் ரூபாய் பெறுமானம் உள்ள மரங்கள்.

பென்னம் பெரிய பெ.அ. *(உ.வ.)* **மிகப் பெரிய;** very large; huge. பென்னம் பெரிய வீடு.

பேக்கு பெ. *(பே.வ.)* **அறிவோ சாமர்த்தியமோ இல்லாத நபர்;** simpleton; one who is poor in judging men and matters. பணத்தைக் கொடுத்தனுப்ப அந்த பேக்குதான் உனக்குக் கிடைத்தானா?

பேச்சல்பறைச்சல் பெ. *(இலங்.)* **(சுமுக உறவின் அடையாளமான) பேச்சுவார்த்தை;** being on speaking terms. இப்போதெல்லாம் யாருடனும் பேச்சல்பறைச்சல் இல்லாமல் இருப்பதே நல்லது என்ற முடிவுக்கு வந்துவிட்டேன்.

பேச்சாளர் பெ. **(பொதுக்கூட்டங்களில்) பேசுபவர்; உரை நிகழ்த்துபவர்;** public speaker; orator. கட்சியின் முன்னணிப் பேச்சாளர்களில் இவரும் ஒருவர்/ ஆற்றல் வாய்ந்த பேச்சாளர்.

பேச்சாளி பெ. *(அ.வ.)* காண்க: **பேச்சாளர்.**

பேச்சியம்மன் பெ. *(ஊரக வ.)* **(மாரியம்மன், ஐயனார் கோயில்களில் உள்ள) கறுப்பு ஆடை அணிந்து, காட்டுப் பூனையை வாகனமாகக் கொண்டிருக்கும் ஒரு பெண் தெய்வம்;** a female deity in black and riding a jungle cat in மாரியம்மன் or ஐயனார் temples.

பேச்சு பெ. அ. *(பேசுதல் தொடர்பான வழக்கு)* **1: பேசும் திறன்;** speech. குழந்தைக்கு இன்னும் பேச்சு வரவில்லை./ பக்கவாத நோய்க்குப் பிறகு அவருடைய பேச்சு பாதிக்கப்பட்டது. **2: (குறிப்பிட்ட விஷயத்தை) பேசும் செயல்;** talk; conversation. அவர்களுடைய பேச்சு எனக்குப் புரியவில்லை./ 'இது என்ன அபசகுனமான பேச்சு?' என்று கண்டித்தார்./ இதில் வெற்றி தோல்வி என்ற பேச்சே இல்லை./ பணமாவது, நான் கொடுக்கிறதாவது. அந்தப் பேச்சுக்கே இடமில்லை. **3: (பரபரப்பாகவும் பரவலாகவும் ஒன்றைப் பற்றி) ஒருவருக்கொருவர் அல்லது பலர் பேசிக்கொள்ளும் செயல்; (ஒன்றைப் பற்றிப் பலரும்) ஒருவருக்கொருவர் சொல்லிக்கொள்வது;** a talk; talk (of the town). அவர் வேலையை விட்டுவிடப்போவதாக ஒரு பேச்சு அடிபடுகிறது./ குடிதண்ணீரில் விஷம் கலந்திருப்பதாக ஊரெல்லாம் ஒரே பேச்சு./ அந்த வீட்டில் பேய் இருப்பதாக அந்தத் தெரு மக்களிடையே ஒரு பேச்சு இருக்கிறது. **4: இரண்டு பேர் அல்லது இரண்டுக்கு மேற்பட்டவர்கள் தங்களுக்குள் பேசிக்கொள்வது;** conversation. எங்கள் பேச்சில் நீ குறுக்கிடாதே. **5: பேச்சுவார்த்தை;** talks; negotiation. சமீபத்தில் செய்யப்பட்ட சட்டத் திருத்தம்பற்றிக் கூட்டணிக் கட்சிகளுக்குள் பேச்சு நடந்தது./ எல்லைப் பிரச்சினை குறித்து இரு நாடுகளுக்கிடையே பேச்சு நடந்துவருகிறது. **6: உரை; சொற்பொழிவு;** speech. விழாவில் தலைவரின் பேச்சு மட்டும்தான் நன்றாக இருந்தது./ அந்தக் காலத்தில் பெரியார், அண்ணா பேச்சையெல்லாம் கேட்பதற்கு ரயிலேறி நாங்கள் போவோம். [*(தொ.சொ.)* **உபன்யாசம்/ உரை/ சொற்பொழிவு/ பிரசங்கம்**] **ஆ.** *(பேசப்பட்டது தொடர்பான வழக்கு)* **7: (ஒன்றைச் செய்வதாகக் கூறி ஒருவர் கொடுக்கும்) வாக்கு; (சொன்ன) சொல்;** one's word. இப்படிப் பேச்சு மாறிவிட்டாயே!/ பேச்சைக் காப்பாற்ற முடியாதவன் படித்து என்ன லாபம்? **8: (குறிப்பிட்ட ஒன்றைச் செய்வதாக ஒருவருக்கொருவர்) பேசிவைத்திருப்பது; (வாய்மொழியான) ஒப்பந்தம்;** oral understanding. பாதிபாதிப் பணம் போட்டுத் தொழில் ஆரம்பிப்பதாகத்தான் எங்களுக்குள் பேச்சு./ மாமாவுக்குத்தான் அக்காவைக் கொடுப்பது என்று ஒரு பேச்சு இருந்தது. **9:** *(பே.வ.)* **அறிவுரை; யோசனை; புத்திமதி;** (piece of) advice. என் பேச்சைக் கேட்டு நடந்திருந்தால் இந்தத் தவறெல்லாம் நடந்திருக்காது!/ உன் பேச்சைக் கேட்டு மோசம்போனோம்./ அம்மா பேச்சை நான் எப்போதுமே தட்ட மாட்டேன்./ தலைவர் பேச்சை மதித்து அவர் வழியில் நடப்போம். **10: திட்டு;** scolding. 'மேலதிகாரிகளிடம் பேச்சு வாங்கியதுதான் மிச்சம்' என்று அலுத்துக்கொண்டான்.

பேச்சுக்கால் பெ. *(இலங்.)* **திருமணப் பேச்சு;** talk about a marriage alliance. அவளுக்குப் பேச்சுக்கால் தொடங்கியதாம்.

பேச்சுக்கொடு வி. *(-கொடுக்க, -கொடுத்து) (பே.வ.)* **1: (ஒன்றைத் தெரிந்துகொள்வதற்காகவோ உரையாடலைத் துவக்கும் விதமாகவோ அறிமுகமற்ற ஒருவருடன்) பேச ஆரம்பித்தல் அல்லது பேசுதல்;** make conversation; get into conversation with s.o. புதிதாகக் குடிவந்திருந்த பக்கத்து வீட்டுக்காரரிடம் 'எங்கே வேலைபார்க்கிறீர்கள்?' என்று முதலில் பேச்சுக்கொடுத்தான்./ பேருந்தில் பக்கத்தில் அமர்ந்திருந்தவரிடம் பேச்சுக்கொடுத்தான்./ அந்த நிருபருடன் பேச்சுக்கொடுத்துப் பார்த்ததில் கட்சியில் நடக்கும் பல விஷயங்களைப் பற்றித் தெரிந்துகொள்ள முடிந்தது. **2: (ஒருவருடன்) பொழுதுபோக்கும் விதத்தில் அல்லது மரியாதையை முன்னிட்டுப் பேசுதல்; உரையாடுதல்;** keep a conversation going. அவருடன் நீ பேச்சுக்கொடுத்துக்கொண்டிரு! இதோ வந்துவிடுகிறேன்.

பேச்சுத்துணை பெ. **(தனியாக இருக்கும் ஒருவர்) பேசிக்கொண்டிருப்பதற்குக் கிடைத்த நபர்;** person with whom one can chat to while away the time. பேச்சுத்துணைக்குக் கிடைத்த ஆளும் போய்விட்டார்./ அவளோடு பேச்சுத்துணையாகக் கடைவீதிவரைக்கும் போய்விட்டு வா./ வேலை கிடைத்து நண்பனும் சென்னைக்குப் போய்விட்ட பிறகு இருந்த ஒரே பேச்சுத்துணையும் போய்விட்டது.

பேச்சு தடி வி. *(தடிக்க, தடித்து)* **சாதாரணமாகப் பேசிக்கொண்டிருந்தது கடுமையான வாக்குவாதமாக மாறுதல்;** (of a conversation) become a heated exchange. அவர்கள்

இருவரும் சாதாரணமாகத்தான் பேசிக்கொண்டிருந்தனர். பண விவகாரம் வந்ததும் பேச்சு தடிக்கத் தொடங்கியது./ கொடுத்த கடனைப் பக்குவமாகக் கேள். பேச்சு தடிக்காமல் பார்த்துக்கொள்.

பேச்சுப் பராக்கில் வி.அ. (பே.வ.) **(குறிப்பிட்ட விஷயத்தைக் கவனிக்க மறந்து) பேச்சு சுவாரஸ்யத்தில்;** while lost in conversation. பேச்சுப் பராக்கில் நீங்கள் வந்ததையே நான் பார்க்கவில்லை./ பேச்சுப் பராக்கில் கடையில் சில்லறை வாங்க மறந்துவிட்டேன்.

பேச்சுமூச்சு பெ. (பெரும்பாலும் எதிர்மறை வினைகளுடன்) **1: உயிருடன் அல்லது சுயநினைவுடன் இருப்பதற்கு அடையாளமான பேசுதலும் மூச்சு விடுதலும்;** signs of life; consciousness. அடிபட்டவுடன் பேச்சுமூச்சற்றுக் கீழே விழுந்தார்./ அதிர்ச்சியில் அவருக்குப் பேச்சு மூச்சு இல்லை. **2: ஏற்கனவே நடந்தது, சொன்னது போன்றவற்றைப் பற்றி நினைவு இருப்பதாக ஒருவர் மற்றவரிடம் காட்டிக்கொள்ளுதல்;** (always in the negative) mention; reference. ஆயிரம் ரூபாய் கடன் வாங்கி இரண்டு வருடம் ஆகிறது. திருப்பிக் கொடுப்பதுபற்றிப் பேச்சுமூச்சு இல்லை./ எனக்கு வேலை வாங்கித் தருகிறேன் என்று அவர் சொல்லி எட்டு மாதம் ஆகிறது. இன்றுவரை அதைப் பற்றிப் பேச்சுமூச்சே இல்லை.

பேச்சு வழக்கு பெ. **1: ஒரு சொல்லோ தொடரோ பொருளோ மக்கள் பேசும் மொழியில் மிகுதியாக வழங்கி வருவது;** the spoken (rather than the written) variety of the language. 'தங்கச்சி' என்பது பேச்சு வழக்காகவும் 'தங்கை' என்பது எழுத்து வழக்காகவும் உள்ளன. **2: (ஒரு மொழி) மக்களுடைய பேச்சுப் புழக்கத்தில் இருக்கும் நிலை;** currency; general use. சமஸ்கிருதம் இப்போது பேச்சு வழக்கில் இல்லை.

பேச்சுவாக்கில் வி.அ. **(குறிப்பிட்ட செய்தி, விஷயம் போன்றவற்றை) முக்கியத்துவம் கொடுத்துத் தனியாகச் சொல்லாமல் பேச்சின் போக்கில்;** in the course of a conversation. எனக்குப் பணம் தேவை என்பதையும் அவரிடம் பேச்சுவாக்கில் சொல்லிவிட்டேன்.

பேச்சுவார்த்தை பெ. **1: (தீர்வு காணும் முறையில் வெவ்வேறு அமைப்பின் பிரதிநிதிகள்) நேருக்கு நேர் சந்தித்துப் பேசி நிகழ்த்தும் கருத்துப் பரிமாற்றம்;** talks; negotiation. எல்லைப் பிரச்சினைபற்றி இரு நாட்டுத் தலைவர்களும் பேச்சுவார்த்தை நடத்துவார்கள்./ உண்ணாவிரதம் இருந்த கிராம மக்களுடன் காவல்துறை அதிகாரி பேச்சுவார்த்தை நடத்தினார். **2: (சுமுக உறவின் அடையாளமாக) ஒருவருக்கொருவர் பேசிக்கொள்ளுதல்;** being on speaking terms. சொத்துத் தகராறுக்குப் பின் சகோதரர்கள் இடையே பேச்சுவார்த்தை இல்லை.

பேசரி பெ. **(பெரும்பாலும் எட்டு) வைரக் கற்கள் பதித்த பகுதியும் அதனுள் இணைந்த சிறு வளையமும் கொண்ட ஒரு வகை மூக்குத்தி;** a kind of nose jewel studded with (eight) diamonds and a ring attached to it.

பேசாத படம் பெ. (இலங்.) **மௌனப் படம்;** (in former times) silent movie. அது பேசாத படம் ஓடிய காலம்.

பேசா மடந்தை பெ. **1: (பேசத் தெரியாதோ என்று சந்தேகப்படும் அளவுக்கு) அமைதியாக இருக்கும் பெண்;** taciturn woman who is mute. **2: (ஒன்றைக் குறித்து) மௌனம் சாதிப்பவர்;** one who chooses not to talk; one who keeps silent. தனது துறையில் நடக்கும் ஊழல்களைக் கண்டு நொந்துபோய் இறுதியில் அவர் பேசா மடந்தை ஆகிவிட்டார்.

பேசாமல் வி.அ. **1: (குறிப்பிட்ட ஒன்றைச் செய்ததற்கு அல்லது தேர்ந்தெடுத்ததற்குப் பதிலாக மற்றொன்றை) தயக்கம் சிறிதும் இல்லாமல்; யோசிக்காமல்;** without reserve; unhesitatingly. இந்த மோசமான திரைப்படத்துக்கு வந்ததற்குப் பதிலாகப் பேசாமல் கடற்கரைக்குப் போயிருக்கலாம்./ நல்ல சாப்பாடு கிடைக்காமல் கஷ்டப்பட்டிருக்கிறாய்; பேசாமல் நீ என் வீட்டுக்கு வந்திருக்கலாம். **2: ஒன்றும் செய்யாமல்;** quietly. பேசாமல் கொஞ்ச நேரம் மூலையில் உட்கார்./ பேசாமல் தன் போக்கில் போனவனை வம்புக்கு இழுத்து அடித்திருக்கிறார்கள்.

பேசாமல் விடு வி. (விட, விட்டு) **(ஒன்று) முன்பு இருந்த நிலையிலேயே இருக்கட்டும் என்று விட்டுவிடுதல்;** leave it alone. வீட்டை இடித்துவிட்டுக் கட்டலாம் என்று யோசித்தேன். பணம் நிறையச் செலவாகும் என்பதால் பேசாமல் விட்டுவிட்டேன்./ ஒரு வாரமாக உடம்பு சரியில்லை என்கிறாய். பேசாமல் விட்டால் தானாகக் குணமாகிவிடுமா?

பேசிப்பறை வி. (-பறைய, -பறைந்து) (இலங்.) **பிறரைக் கலந்தாலோசித்தல்;** consult; discuss. இந்த விஷயம் பற்றி எல்லோருடனும் பேசிப்பறைந்திருந்தால் பிரச்சினை வந்திருக்காது./ உங்கள் காணியை விற்பது குறித்துச் சகோதரர்களிடம் பேசிப்பறைந்துவிட்டு ஒரு நல்ல முடிவு சொல்லுங்கள்.

பேசிவைத்தது மாதிரி வி.அ. (பே.வ.) **சொல்லிவைத்தாற்போல;** as if agreed upon.

பேசிவைத்துக்கொள் வி. (பேசிவைத்துக்கொள்ள, பேசிவைத்துக்கொண்டு) **நபர்கள், நிறுவனங்கள் குறிப்பிட்ட நடவடிக்கையை மேற்கொள்வதற்கு முன் குறிப்பிட்ட விஷயத்தைப் பற்றித் தங்களுக்குள் ஆலோசனை செய்து ஒரு முடிவுக்கு வருதல்;** persons, organisations consult among themselves before taking a specific action. என் இரண்டு தம்பிகளும் தங்களுக்குள் பேசிவைத்துக்கொண்டுதான் என்னிடம் சொத்தைப் பற்றிப் பேச வந்திருக்கிறார்கள்.

பேசு வி. (பேச, பேசி) **1: சொற்களை ஒலி வடிவில் வெளிப்படுத்துதல்;** speak; talk. குழந்தை பேச ஆரம்பித்துவிட்டது./ மனிதன் பேசுவதற்கு உடலின் பல பாகங்கள் உதவிபுரிகின்றன./ முதலில் மனிதன் ஓசை எழுப்பிப் பேசுவதற்கு முன்பு செய்கைகளின் மூலமே பேசிவந்தான்./ அந்தக் கலைஞர் பல குரல்களில் பேசி குழந்தைகளை மகிழ்வித்தார். **2: மேற்குறிப்பிட்ட முறையில் ஒரு கருத்து, எண்ணம், உணர்வு முதலியவற்றைப் பிறரிடம் வெளிப்படுத்துதல்;** speak; talk; be on friendly terms. பேச ஆரம்பித்தால் அவர் நிறுத்த மாட்டார்./ அவர் உன்னோடு பேசுவதில்லையா?/ தங்கள் குழந்தைகள் ஆங்கிலம் பேசுவதைப் பலர் பெருமையாக நினைக்கிறார்கள்./ அவரை நேரில் பார்த்துப் பேச வேண்டும் என்று எனக்கு ஆசை./ உண்மையைப் பேசுவதற்கு எல்லோரும்

தயங்குகிறார்கள்./ அப்பா பேசும்போது குறுக்கே யாரும் பேசக் கூடாது./ பல்வேறு மொழி பேசுபவர்கள் வாழும் நாடு இது./ இவ்வளவு நடந்த பிறகு பேச என்ன இருக்கிறது?/ (உரு வ.) இசைக்கலைஞர் மாலியின் கையில் புல்லாங்குழல் பேசும்./ (உரு வ.) இங்குள்ள ஒவ்வொரு சிற்பமும் நம் புராதனப் பெருமையைப் பேசும்./ (உரு வ.) இனிமேல் நான் பேச மாட்டேன். இந்தத் துப்பாக்கிதான் பேசும் என்றான் வில்லன்./ (உரு வ.) எல்லாம் பணம் பேசுகிறது, வேறு என்ன? **3: உரையாடுதல்;** converse. தலைவரும் நானும் பேசிக்கொண்டிருந்தபோது ஒரு விஷயம் எனக்குத் தெளிவாயிற்று. **4: (ஒரு விஷயத்தைப் பற்றி அல்லது குறிப்பிட்ட பொருளில்) உரையாற்றுதல்;** lecture. மணமக்களை வாழ்த்திப் பேசினார்./ 'உலக மயமாதல்' என்ற தலைப்பில் இன்றைய கூட்டத்தில் பேசப்போகிறேன்./ தீர்மானத்தை வழிமொழிந்து துணைப் பொதுச்செயலாளர் பேசினார். **5: (ஒருவருடன் அல்லது பலருடன் ஒன்றைக் குறித்து) ஆலோசனை செய்தல்; கலந்தாலோசித்தல்;** discuss. உன் மேல்படிப்பைப் பற்றிதான் பேசிக்கொண்டிருந்தோம்./ உன் திருமணத்தைக் குறித்து நாம் பேச வேண்டும். நீ உடனே ஊருக்கு வா. **6:** (பே.வ.) **திட்டுதல்;** scold; abuse verbally. சொன்ன வேலையைச் செய்யவில்லையென்று கன்னாபின்னாவென்று பேசிவிட்டார்./ அப்பா பேசுவார் என்பதற்காகப் பணத்தைத் தொலைத்த விஷயத்தை மறைத்துவிட்டேன். **7: (எழுத்தில் ஒன்றை) கூறுதல்; சொல்லுதல்; விவரித்தல்;** deal with; discuss. இந்த நூலில் கணிப்பொறியின் பயன்குறித்து விரிவாகப் பேசியிருக்கிறார்./ மரபிலிருந்து பெற்றுக்கொள்வதற்கு எதுவுமே இல்லை என்று பேசுகிறது இந்தக் கவிதை./ வாய்மொழி இலக்கியம் என்றும் எழுத்து இலக்கியம் என்றும் இன்று இலக்கியம் பிரித்துப் பேசப்படுகிறது. **8: (ஒருவருக்கு) ஆதரவாகக் கருத்தை அல்லது எண்ணத்தைத் தெரிவித்தல்;** support. தன் பக்கம் யாரும் பேச மாட்டார்கள் என்பதை அவர் புரிந்துகொண்டார்./ எனக்காக அவர்களிடம் கொஞ்சம் பேசிப்பார்./ எனக்காக அப்பாவிடம் பேசி அண்ணன் நன்றாக வாங்கிக்கட்டிக்கொண்டான். **9: (பேசி ஒன்றை) முடிவு செய்தல்;** negotiate. பேசிய கூலியில் கொஞ்சம்கூட குறைத்துக் கொள்ள முடியாது என்று தச்சர் சொல்லிவிட்டார்./ வாடகையை முதலில் குறைத்துப் பேசிக்கொள், ஒத்துவரவில்லை என்றால் வேறு வீடு பார்க்கலாம். **10: (ஒன்று அல்லது ஒருவர் பலரிடையே) பரவலாகவும் பரபரப்பாகவும் குறிப்பிடப்படுதல்;** talk about sth. எங்கு பார்த்தாலும் இப்போது தகவல் தொழில்நுட்பத்தைப் பற்றிதான் பேசுகிறார்கள்./ உங்கள் முதல் நாவல் பேசப்பட்ட அளவுக்கு இரண்டாவது நாவல் ஏன் பேசப்படவில்லை?/ ஊரார் ஒவ்வொன்றையும் ஒவ்வொரு விதமாகத்தான் பேசுவார்கள்.

பேசும்படம் பெ. (மௌனப் படத்திலிருந்து வேறுபடுத்திக் குறிப்பிடும்போது) **பாடல், வசனம் ஆகியவற்றோடு தயாரிக்கப்பட்ட திரைப்படம்;** talkie (as distinct from a silent film). *1930*ஆம் ஆண்டுக்குப் பின்னரே பேசும்படத் தயாரிப்பு துவங்கியது.

பேட்டி பெ. **பிரபலமானவரை அல்லது ஒரு துறையில் முக்கியமாக விளங்கும் ஒருவரைப் பத்திரிகை, தொலைக்காட்சி போன்றவற்றுக்காகச் சந்தித்துக் கேள்விகள் கேட்டு உரையாடித் தகவல்கள் பெறும் நிகழ்ச்சி;** interview. பத்திரிகை, தொலைக்காட்சி என்று எல்லாவற்றிலும் சினிமா நடிகர்களின் பேட்டிதான்./ ஆங்கில நாளிதழ் ஒன்றில் நரம்பியல் நிபுணர் ஒருவரின் பேட்டி இடம்பெற்றுள்ளது./ தொலைக்காட்சிக்குப் பேட்டி தர மறுப்பவர்களும் உண்டு.

பேட்டி எடு வி. (எடுக்க, எடுத்து) காண்க: **பேட்டி காண்.**

பேட்டி காண் வி. (காண, கண்டு) **பிரபலமானவரை அல்லது ஒரு துறையில் முக்கியமாக விளங்கும் ஒருவரைப் பத்திரிகை, தொலைக்காட்சி போன்றவற்றுக்காகச் சந்தித்துக் கேள்விகள் கேட்டு உரையாடித் தகவல்கள் பெறுதல்;** conduct an interview (with s.o.); interview. பிரபல நடிகரைப் பேட்டி கண்டு அந்தப் பத்திரிகையில் வெளியிட்டிருந்தார்கள்.

பேட்டி கொடு வி. (கொடுக்க, கொடுத்து) **(பிரபலமானவர் அல்லது ஒரு துறையில் முக்கியமாக விளங்கும் ஒருவர்) பத்திரிகை, தொலைக்காட்சி போன்றவற்றால் எடுக்கப்படும் பேட்டியில் இடம்பெறுதல்;** give an interview. தனது துறையில் நடைபெற்ற ஊழலில் தனக்கு எந்த சம்பந்தமும் இல்லை என்று அமைச்சர் ஒரு பத்திரிகைக்குப் பேட்டி கொடுத்திருந்தார்.

பேட்டு பெ. (நெசவு) **(தறியில்) கூடுதல் இழைகளைக் கொண்டு நெய்யப்படும் வடிவமைப்பு;** pattern or design woven with extra warp threads.

பேட்டை பெ. (பே.வ.) **1: (நகர்ப்புறங்களில் ஏழை மக்கள் வசிக்கும்) வசதி குறைந்த பகுதி;** poor area in a town having little amenities. எங்கள் பேட்டைக்கே வந்து தகராறு செய்கிறாயா?/ நீ என்ன பேட்டை ரவுடியா? **2: பெரிய ஊர்களில் குறிப்பிட்ட பொருள்களின் விற்பனைக்காகப் பல கடைகள் அமைந்திருக்கும் இடம்;** locality with a concentration of wholesalers in particular commodities. நெல் பேட்டை/ வெற்றிலைப் பேட்டை.

பேடி பெ. **1:** (த.வ.) **ஆண்மை அற்றவன்;** impotent man. **2: வீரம் இல்லாதவன்; கோழை;** coward. போர் என்றால் புறமுதுகு காட்டி ஓடும் பேடிகள் அல்ல நாங்கள்!

பேடு பெ. (உ.வ.) காண்க: **பேடை.**

பேடை பெ. **பெண் பறவை;** the female of birds. குயில் பேடை/ இது பேடையா, சேவலா?

பேணி[1] பெ. **மைதா மாவை அப்பளம்போல இட்டு, பொரித்துச் சர்க்கரைப் பாகில் ஊறவைத்துப் பாலுடன் சேர்த்துச் சாப்பிடும் பண்டம்;** sweetmeat prepared by dunking rolled out and fried dough in syrup and taken with milk.

பேணி[2] பெ. (இலங்.) **அடுக்கு;** cylindrical vessel used for domestic purposes. செப்புப் பேணி.

பேணி[3] பெ. (இலங்.) **தகரத்தால் செய்யப்பட்ட மூடி போட்ட கொள்கலன்;** tin with a lid. தம்பி பேணியுள் சேகரித்துவைத்திருந்த சில்லறைக் காசுகளைக் கீழே கொட்டி எண்ணத் தொடங்கினான்.

பேணு வி. (பேண, பேணி) **வேண்டியவற்றைச் செய்து நல்ல முறையில் ஒன்றைக் கவனித்துக்கொள்ளுதல்; சீர்கெடாமல் காத்தல்; பராமரித்தல்;** nurture; maintain. உடல்நலம் பேணுங்கள்./ உங்கள் கூந்தலைப் பேண என்ன

செய்கிறீர்கள்?/ நம் இசை மரபைப் பலர் பேணிக் காத்திருக்கிறார்கள்./ மனிதனுக்கும் இயற்கைக்கும் இடையே சமநிலை பேணப்பட வேண்டும்.

பேத்தல் பெ. (பே.வ.) **பிதற்றல்;** nonsense. காதலில் தோல்வி ஏற்பட்டால் தற்கொலை செய்துகொள்வானாம். சுத்தப் பேத்தல்!/ 'சிந்தனைக் கொத்து' என்ற பெயரில் இவர் எழுதியிருக்கும் புத்தகம் சரியான பேத்தல்.

பேத்தி பெ. 1: **மகனின் அல்லது மகளின் மகள்;** granddaughter. 2: (இலங்.) (யாழ்ப்பாண வழக்கில் மட்டும்) **பாட்டி;** grandmother.

பேத்து வி. (பேத்த, பேத்தி) (பே.வ.) **பிதற்றுதல்; அர்த்தம் இல்லாமல் பேசுதல்;** talk nonsense. எனக்கு யார் பெண் கொடுப்பார்கள் என்றெல்லாம் பேத்தாதே.

பேதம் பெ. 1: **வேறுபாடு;** difference. ஜாதி மத பேதங்களை மறந்து மக்கள் ஒன்றுபட வேண்டும்./ நண்பர்கள் என்று இருந்தால் அபிப்பிராய பேதங்கள் வரத்தான் செய்யும். 2: **(இசையில் தாளம், சுருதி போன்றவை) பிறழ்ந்து ஒலிக்கும் நிலை;** discord. தாள பேதம்/ சுருதி பேதம்.

பேதமை பெ. (உ.வ.) **எதையும் பகுத்தறிந்து பார்க்க முடியாத தன்மை; மடமை; அறியாமை;** ignorance; lack of discernment. படைப்பின் நுணுக்கத்தை அறியாத பேதமை/ அரசியல் பேதமை.

பேதலி வி. (பேதலிக்க, பேதலித்து) **(புத்தி, மனம்) குழப்பம் அடைதல்; சிந்தித்துச் செயல்பட முடியாமல் போதல்;** get confused; be confounded. விபத்தில் குழந்தையைப் பறிகொடுத்துவிட்டுப் புத்தி பேதலித்து நிற்கிறாள்./ உன்னுடைய அழகும் புத்திசாலித்தனமும் அவளைப் பேதலிக்க வைத்துவிட்டது.

பேதி பெ. **மலம் இளகிப் போதல்; வயிற்றுப்போக்கு;** diarrhoea. குழந்தைக்குக் காலையிலிருந்தே பேதி.

பேதியாகு வி. (-ஆக, -ஆகி) **வயிற்றுப்போக்கு ஏற்படுதல்;** pass loose motion. நேற்று மீன் குழம்பு சாப்பிட்டது எனக்கு ஒத்துக்கொள்ளாததால் தொடர்ந்து பேதியாகிறது.

பேதை பெ. (உ.வ.) 1: **எதையும் பகுத்தறிந்து பார்த்துச் செயல்படத் தெரியாத தன்மை உடைய நபர்; எதையும் எளிதில் நம்பிவிடும் நபர்;** person having no discernment; person who is naive. நாம் எல்லோருமே ஏதேனும் ஒரு விஷயத்தில் பேதைகளாகத்தான் இருக்கிறோம். 2: **(ஒரு பெண்ணின் மேலுள்ள) இரக்கத்தைத் தெரிவிக்கப் பயன்படுத்தும் சொல்;** word used to express one's pity for a gullible woman. அவன் உன்னை ஏமாற்றிவிட்டானே, பேதைப் பெண்ணே!

பேதைமை பெ. காண்க: **பேதமை.**

பேந்தப்பேந்த வி.அ. (பே.வ.) ('விழித்தல்' தொடர்பான வினைகளோடு) **(செயல்பட வேண்டிய சூழலில்) என்ன செய்வதென்று தெரியாமல் அல்லது ஒன்றும் புரியாமல்; மலங்கமலங்க;** in a confused or bewildered state. கேட்ட கேள்விகளுக்குப் பதில் சொல்லத் தெரியாமல் என் தம்பி பேந்தப்பேந்த விழித்தான்./ மொழி தெரியாத ஊரில் பேந்தப்பேந்த விழித்தபடி அவன் நின்றான்.

பேந்தும்பேந்தும் வி.அ. (இலங்.) **மீண்டும்மீண்டும்;** again and again. நீ பேந்தும்பேந்தும் பணம் கேட்டால் நான் என்ன செய்வது என்று எனக்குத் தெரியவில்லை./ அவர் உன்னை வர வேண்டாம் என்று சொன்ன பின்னும் அவரது வீட்டுக்கு நீ ஏன் பேந்தும்பேந்தும் போகிறாய்?

பேய் பெ. 1: **ஒருவர் இறந்த பிறகு உருவமற்றுச் சஞ்சரிப்பதாக நம்பப்படும் அமானுஷ்யமான தீய சக்தி;** evil spirit; ghost; demon. பேய், பிசாசு என்று சொல்லிக் குழந்தையைப் பயமுறுத்தாதே. 2: **(அடையாக வரும்போது) பயப்படச் செய்யும் வகையில் ஒன்று தீவிரமாகவும் அதிகமாகவும் இருக்கிறது அல்லது நிகழ்கிறது என்பதைக் குறிக்கப் பயன்படுத்தப்படும் சொல்;** (often attributively) terrible. பேய் மழை/ பேய்க் காற்று/ பேய் இருட்டு/ பேய்க் கூச்சல்.

பேய் அறைந்தாற்போல் வி.அ. **(ஒருவரின் முகத் தோற்றத்தைக் குறிக்கும்போது) மிகுந்த பீதிக்குள்ளாகி;** (of s.o's face) terror-stricken. தந்தியைப் படித்ததும் அவன் முகம் பேய் அறைந்தாற்போல் ஆகிவிட்டது./ தொலைபேசியில் யார் உன்னிடம் பேசினார்கள்? இப்படிப் பேய் அறைந்தாற்போல் உட்கார்ந்திருக்கிறாயே?

பேய்க்காட்டு வி. (பேய்க்காட்ட, பேய்க்காட்டி) (இலங்.) **(ஒருவரை) போக்குக்காட்டி ஏமாற்றுதல்;** dodge s.o. வழியில் வரும்போது கடன் கொடுத்த பணத்தைக் கேட்டு அவர் தொந்தரவு கொடுத்தார். அவரைப் பேய்க்காட்டி வீடுவர நேரமாகிவிட்டது./ அவர் அரசு அதிகாரிகளையே பேய்க்காட்டிக்கொண்டிருக்கிறார். அவர்களிடம் அகப்படும்போதுதான் அவர் கதி என்ன ஆகும் என்பது தெரியும்.

பேய்ச்சி பெ. (இலங்.) **பைத்தியம் பிடித்தவள்;** madwoman.

பேய்த்தனம் பெ. (இலங்.) **முட்டாள்தனம்; மடத்தனம்;** foolishness; stupidity. இது என்ன பேய்த்தனம்! இவ்வளவு பெரிய தொகையை யாராவது கடன் கொடுப்பார்களா?

பேய் பிடி வி. (பிடிக்க, பிடித்து) (பே.வ.) **(பொதுவாக மக்கள் நம்பிக்கையில்) ஒருவர் பேயால் பீடிக்கப்படுதல்;** be possessed by evil spirit.

பேயன்[1] பெ. **தடித்த தோலை உடைய ஒரு வகை வாழைப்பழம்/அந்த பழத்தைத் தரும் வாழை மரம்;** variety of banana with thick skin/the tree yielding this fruit.

பேயன்[2] பெ. (இலங்.) **கிறுக்கன்;** madman. பேயன்மாதிரி பேசுகிறான்.

பேயாட்டம் பெ. **சாதாரண விஷயத்துக்கு மிக அதிக அளவில் செய்யும் ஆர்ப்பாட்டம்;** working oneself up into a frenzy. பத்து ரூபாய் தொலைந்ததற்காகவா இந்தப் பேயாட்டம் ஆடினாய்?

பேயாய்ப் பற வி. (பறக்க, பறந்து) **(ஒன்றைச் செய்து முடிப்பதில் அல்லது ஒன்றை உடைமையாக்கிக் கொள்வதில்) வெறித்தனமாக ஈடுபாடு காட்டுதல்;** be frantic. நாளை பத்து மணிக்குள் பத்தாயிரம் ரூபாய் புரட்ட வேண்டுமாம். அதனால்தான் அவர் பேயாய்ப் பறந்துகொண்டிருக்கிறார்./ ஊரிலுள்ள நிலத்தையெல்லாம் வாங்கிவிட வேண்டும் என்று ஏன் இப்படிப் பேயாய்ப் பறக்கிறார்?

பேயை விரட்டு வி. (விரட்ட, விரட்டி) காண்க: **பேயோட்டு.**

பேயோட்டி பெ. **பேயை ஓட்டும் மந்திரவாதி;** exorcist.

பேயோட்டு வி. (-ஓட்ட, -ஓட்டி) (**வேப்பிலையால் அடித்து மந்திரிப்பதன்மூலம்) ஒருவரைப் பிடித்திருப்பதாக நம்பும் பேயை வெளியேற்றுதல்;** exorcize.

பேர்[1] வி. (பேர, பேர்ந்து) (பே.வ.) காண்க: *பெயர்[1]*.

பேர்[2] வி. (பேர்க்க, பேர்த்து) (பே.வ.) காண்க: *பெயர்[2]*.

பேர்[3] பெ. (பே.வ.) காண்க: *பெயர்[3]*.

பேர்[4] பெ. (பன்மையில்) **ஆள்; நபர்;** (in plural) person. இந்தப் படகில் முப்பது பேர் பயணம் செய்யலாம்./ புத்தக விமர்சனக் கூட்டத்துக்கு வந்திருந்த அத்தனை பேரையும் எனக்குத் தெரியும்.

பேர்[5] பெ.அ. (பெரும்பாலும் உயிரெழுத்தில் துவங்கும் சொல்லுக்கு முன் வரும்போது) **பெரிய; பெரும்;** combining word added mostly to words beginning with a vowel sound meaning 'great'; 'immense'. பேராபத்து/ பேரார்வம்/ பேரழகி/ பேரமைதி/ பேரிரைச்சல்.

பேர்சொல் வி. (-சொல்ல, -சொல்லி) (**சந்ததி பெருகுவதன்மூலம் ஒருவருடைய பரம்பரையின்) பெயர் தொடர்ந்து நிலைத்தல்;** maintain the family line. இவ்வளவு சொத்து இருந்தும் தன் பேர்சொல்ல ஒரு பிள்ளை இல்லையே என்று பெரியவர் கவலைப்படுகிறார்.

பேர்த்தி பெ. (இலங்.) காண்க: *பேத்தி, 2*.

பேர்பண்ணு வி. (-பண்ண, -பண்ணி) (பே.வ.) (**உண்மையான ஈடுபாடு இல்லாமல் வெளித் தோற்றத்துக்காக ஒரு செயலைச் செய்வது போல்) பாவனை செய்தல்;** do sth. for the sake of form. எனக்கு வயிறு சரியில்லை. அதனால் திருமண வீட்டில் சாப்பிட்டதாகப் பேர்பண்ணி விட்டுக் கிளம்பினேன்./ நிகழ்ச்சிக்கு வந்ததாகப் பேர்பண்ணிவிட்டு அமைச்சர் உடனே புறப்பட்டு விட்டார்.

பேர்போன பெ.அ. காண்க: *பெயர்பெற்ற*.

பேர்வழி பெ. (பே.வ.) **1:** (ஒருவரைக் குறிப்பிடும்போது) **ஆள்; நபர்;** person; guy. அவன் ஒரு சந்தேகப் பேர்வழி./ ஊழல் பேர்வழிகள்/ அவர் ஒரு தமாஷான பேர்வழி./ அவனுடைய அப்பா ஒரு கண்டிப்பான பேர்வழி. **2: ஒருவரைக் குறைகூறும் சூழ்நிலையில் அவரைப் பற்றிய ஒரு கூற்றை அடுத்துப் பயன்படுத்தும் சொல்;** word used when sarcastically quoting s.o. எட்டு மணிக்கு வருகிறேன் பேர்வழி என்று சொல்லிவிட்டு இன்னமும் வரவில்லை அவன்./ எல்லா வேலைகளையும் நானே செய்கிறேன் பேர்வழி என்று சொல்லிவிட்டு இப்போது சிரமமாக இருக்கிறது என்கிறார்.

பேரக்குழந்தை பெ. **மகனின் அல்லது மகளின் குழந்தை;** grandchild. பேரக்குழந்தைக்கு இரண்டு பொம்மைகள் வாங்கினார்.

பேரண்டம் பெ. **பிரபஞ்சம்;** universe.

பேரணி பெ. **பெரிய ஊர்வலம்;** a walk by a large group of people in order to protest about sth.; protest march. தங்களுக்கு நிரந்தரப் பணி அளிக்கக் கோரி ஒப்பந்தத் தொழிலாளர்கள் ஒரு பேரணி நடத்தினார்கள்./ தேர்தல் பிரச்சாரத்தின் ஒரு பகுதியாக அடுத்த வாரம் சைக்கிள் பேரணி ஒன்று நடைபெறும்.

பேரப்பிள்ளை பெ. (பே.வ.) காண்க: **பேரக்குழந்தை.**

பேரம் பெ. **பொருள் வாங்குவதற்கு முன் விலையைக் குறைப்பது, சலுகைகள் கேட்பது குறித்து வாங்குவோரும் விற்பவரும் பேசுதல்;** bargain; negotiation. பேரம் பேசாமல் கடைக்காரன் சொன்ன விலைக்கே வாங்கி வந்து விட்டாயா?/ எண்ணெய் பேரம்பற்றி இரு நாட்டு அதிகாரிகளுக்கு இடையே பேச்சுவார்த்தை நடந்தது./ (உரு வ.) தேர்தல் கூட்டணி பேரங்களிலெல்லாம் எனக்கு நம்பிக்கை இல்லை.

பேரரசன் பெ. **பேரரசை ஆளும் மன்னன்; மாமன்னன்;** emperor.

பேரரசி பெ. **சாம்ராஜ்யத்திற்கு அரசியாக இருப்பவர், மகாராணி;** empress.

பேரரசு பெ. (**பல நாடுகளைக் கொண்ட) பரந்த நிலப்பரப்பைத் தன் நேரடிக் கட்டுப்பாட்டில் வைத்துக் கொண்டு ஆட்சி நடத்திய அரசு;** empire. சோழப் பேரரசு.

பேரவை பெ. **1: மாநிலத்தில் மக்களால் தேர்ந்தெடுக்கப்பட்ட உறுப்பினர்களைக் கொண்ட சட்டமன்றம்;** Legislative Assembly. **2: சமூகத்தின் குறிப்பிட்ட பிரிவினர் தங்களுக்காக ஏற்படுத்திக்கொள்ளும் அமைப்பு;** forum; union. மாணவர் பேரவை/ மகளிர் பேரவை/ தொழிற்சங்கப் பேரவை. **3: பல்கலைக்கழகத்தை நிர்வகிக்கும் இரு அமைப்புகளில் ஒன்று;** the Senate of a university.

பேரவைத் தலைவர் பெ. காண்க: **அவைத்தலைவர்.**

பேரன் பெ. **1: மகனின் அல்லது மகளின் மகன்;** one's grandson. **2:** (இலங்.) (யாழ்ப்பாண வழக்கில் மட்டும்) **தாத்தா;** one's grandfather.

பேரன் பேத்தி எடு வி. (எடுக்க, எடுத்து) (**ஒருவருக்கு) பேரக் குழந்தைகள் வாய்க்கப் பெறுதல்;** come to have grandchildren. என் சகோதரி நாற்பது வயதிலேயே பேரன் பேத்தி எடுத்துவிட்டாள்.

பேரனர்த்தம் பெ. (இலங்.) **பெரும் அழிவு;** disaster. சுனாமிப் பேரனர்த்தம் காரணமாகக் கரையோர மக்கள் பெரும் பாதிப்புக்கு உள்ளானார்கள்.

பேராசிரியர் பெ. (**பல்கலைக்கழகம், கல்லூரி ஆகியவற்றில்) உயர்நிலைப் பதவி வகிக்கும் ஆசிரியர்;** professor. என் அக்கா பல்கலைக்கழகப் பேராசிரியர் பதவிக்கு விண்ணப்பித்துள்ளார்.

பேராசிரியை பெ. (**பல்கலைக்கழகம், கல்லூரி ஆகியவற்றில்) உயர்நிலைப் பதவி வகிக்கும் பெண் ஆசிரியர்;** lady professor.

பேராசை பெ. (**பணம், பொருள் எவ்வளவு பெற்றாலும் நிறைவு அடையாமல் மேலும்மேலும் சேர்க்க வேண்டும் என்னும்) அளவு கடந்த ஆசை;** avarice.

பேராசைப்படு வி. (-பட, -பட்டு) **அளவுக்கு அதிகமாக ஆசைப்படுதல்;** be greedy. பேராசைப்படுவதில் தவறு ஒன்றும் இல்லை. ஆனால் அது மற்றவர்களை எந்த விதத்திலும் பாதித்துவிடக் கூடாது.

பேராண்மை பெ. **சர்வ வல்லமை;** mightiness, esp. of a king. அவன் பேராண்மைமிக்க அரசன்.

பேராயம் பெ. (கிறித்.) **பல மறைமாவட்டங்களை உள்ளடக்கிய ஒரு பேராயரின் நிர்வாகத்திற்கு உட்பட்ட பகுதி;** archdiocese.

983 பேனா முள்

பேராயர் பெ. *(கிறித்.)* **பேராயத்தை நிர்வகிக்கும், பல மறை மாவட்டங்களின் ஆயர்களை ஒருங்கிணைக்கும் தலைமை ஆயர்;** archbishop.

பேராலயம் பெ. *(கிறித்.)* **பேராயரின் நேரடி நிர்வாகத்தில் உள்ள தேவாலயம்;** church under the direct administration of an archbishop. *சாந்தோம் பேராலயத்தில் கொடியேற்றத்துடன் திருவிழா துவங்கியது.*

பேராளர் பெ. **(கருத்தரங்கில் கலந்துகொள்ள) பதிவு செய்துகொண்டு பங்குபெறுபவர்;** delegate. *பேராளர் கட்டணத்தை அனுப்பி வைக்கும்படி கேட்டுக்கொள்கிறோம்.*

பேரிக்காய் பெ. **(பெரும்பாலும் மலைப்பகுதிகளில் விளையும்) காப்பிப்பொடி நிறத்தில் புள்ளிகள் நிறைந்த பச்சை நிறத் தோலையும், நீர்ச்சத்து மிகுந்த சதைப் பகுதியையும் உடைய பழம்;** a variety of pear.

பேரிகை பெ. *(உ.வ.)* **முரசு;** a kind of kettledrum (used in former times). *பேரிகை முழக்கம் கேட்டது./ பேரிகை கொட்டுங்கள்!*

பேரிடர் பெ. **இயற்கைச் சீற்றம்;** natural disaster. *இயற்கைப் பேரிடர்களின்போது பெருத்த சேதம் ஏற்படுகிறது.*

பேரியல் பொருளாதாரம் பெ. *(பு.வ.)* **ஒரு நாட்டின் (மொத்த உற்பத்தி, மொத்த வளர்ச்சி போன்ற) ஒட்டுமொத்தப் பொருளாதாரச் செயல்பாட்டை ஆராயும் பொருளியல் துறை;** macro economics.

பேரில் இ.சொ. **1: '(ஒன்றை) காரணமாக அல்லது அடிப்படையாகக் கொண்டு' என்ற பொருளில் பயன்படுத்தப்படும் இடைச்சொல்; 'பெயரால்';** particle used in the sense of 'in the name of'; 'on the basis of'. *என்னுடைய அழைப்பின் பேரில் வந்திருக்கிறார்./ நீ சொன்னதன் பேரில் அவனுக்குக் கடன் கொடுத்தேன்./ பொதுமக்கள் கொடுத்த புகாரின் பேரில் ஊழியர் மேல் நடவடிக்கை எடுக்கப்பட்டது./ சந்தேகத்தின் பேரில்தான் அவரைக் கைதுசெய்திருக்கிறார்கள்.* **2: 'மேல்' என்ற பொருளில் பயன்படுத்தப்படும் இடைச்சொல்; 'மீது';** particle used in the sense of 'with'; 'on the part of (s.o.)'. *அவனுக்கு என் பேரில் கோபம்./ அவன் பேரில் தப்பு இல்லை.*

பேரின்பம் பெ. **(சிற்றின்பத்தை விலக்கி) ஆன்மீகத்தால் அடையும் ஆனந்தம்;** spiritual bliss.

பேரினம் பெ. *(உயிரி.)* **(உயிரின வகைப்பாட்டில்) ஒத்த சிற்றினங்களை உள்ளடக்கிய, குடும்பத்தைவிடச் சிறிய பிரிவு;** genus.

பேரினவாதம் பெ. *(இலங்.)* **பிற இனங்களைவிடத் தன் இனம் உயர்வானது என்ற வெறித்தனமான உணர்வு;** racism.

பேரீச்சம்பழம் பெ. **பேரீச்சை மரத்தின் பழம்;** date.

பேரீச்சை பெ. **பிசுபிசுப்பான, அடர் பழுப்பு நிறச் சதைப் பகுதியினுள் பிளவுள்ள கொட்டையைக் கொண்ட, இனிப்புச் சுவையை அதிகமாகக் கொண்ட ஒரு வகைச் சிறிய பழம்/இந்தப் பழத்தைத் தரும் (பெரும்பாலும் பாலைவனப் பிரதேசத்தில் வளரும்) மரம்;** date, the fruit and the tree.

பேருந்து பெ. **(பயணிகள் போக்குவரத்திற்கு ஏற்ற வகையில்) வரிசையான இருக்கைகளுடன் கூடிய, இயந்திர விசையால் இயக்கப்படும் பெரிய வாகனம்;** bus.

பேருந்து நிலையம் பெ. **பல பகுதிகளுக்குச் செல்லும் பேருந்துகள் புறப்படுவதும் பல பகுதிகளிலிருந்து பேருந்துகள் வந்துசேருவதுமான இடம்;** bus station; bus terminus. *திருவான்மியூர் பேருந்து நிலையம்/ கோயம்பேடு பேருந்து நிலையத்திலிருந்து தமிழ்நாட்டின் அனைத்து முக்கியப் பகுதிகளுக்கும் பேருந்துகள் விடப்படுகின்றன.*

பேரூராட்சி பெ. **குறைந்தபட்ச மக்கள்தொகை முப்பதாயிரமாகவும், குறிப்பிட்ட அளவு வருமானத்தையும் உடைய ஊர்களுக்கான உள்ளாட்சி அமைப்பு;** town panchayat.

பேரேடு பெ. **(அலுவலகம், வங்கி போன்றவற்றில்) வகைவாரியாகக் கணக்குகள் எழுதி வைக்கப்பட்டுள்ள பெரிய தாள்களால் ஆன ஏடு;** ledger. *பேரேடு எழுதத் தெரிந்த ஒரு ஆள் தேவை.*

பேலா பெ. *(வ.வ.)* **கும்பா;** chalice-shaped cup. *வெள்ளிப் பேலாவில் சந்தனம் கரைத்து வைத்திருந்தனர்.*

பேழை பெ. *(உ.வ.)* **(பெரும்பாலும் சந்தனக் கட்டை, தந்தம், கண்ணாடி முதலியவற்றால் செய்யும்) வேலைப்பாடு உடைய சிறு பெட்டி;** casket (made of sandalwood, ivory, glass, etc.,). *பண முடிப்பு சந்தனப் பேழையில் வைத்துக் கொடுக்கப்பட்டது.*

பேறு பெ. **1: கிடைப்பதற்கு அரிய ஒன்று/கிடைப்பதற்கு அரிய ஒன்றைப் பெறுவதற்கான அதிர்ஷ்டம்; பாக்கியம்;** something regarded as one's good fortune. *அவருடைய நட்பு எனக்குக் கிடைத்ததைப் பெரும் பேறாகக் கருதுகிறேன்./ தனக்குக் குழந்தைப் பேறு இல்லையே என்று அவள் ஏங்கினாள்.* **2: (குழந்தை) பெற்றெடுத்தல்; பிரசவம்;** delivery.

பேறுகாலம் பெ. **பிரசவ காலம்;** confinement. *அரசுப் பணியில் உள்ள பெண்களுக்குப் பேறுகால விடுமுறை ஒன்பது மாதங்கள் உண்டு.*

பேன் பெ. **(தலைமுடியில் அல்லது உடல் ரோமங்களில் காணப்படும்) இரத்தத்தை உறிஞ்சி வாழும், கறுப்பு நிறத்தில் இருக்கும் சிறிய உயிரினம்;** louse.

பேன்பார் வி. *(-பார்க்க, -பார்த்து)* **(தலை முடியை விலக்கிப் பார்த்து) பேனைத் தேடி எடுத்து நீக்குதல்;** delouse (by picking them out). *குரங்குகளும் பேன்பார்க்கும்.*

பேனா பெ. **எழுதுதல், வரைதல் போன்றவற்றுக்குப் பயன்படும், மை நிரப்பப்பட்ட சாதனம்;** pen.

பேனாக்கத்தி பெ. **பிடிக்குள் அடங்கும் வகையில் மடக்கி வைக்கக்கூடிய சிறு கத்தி;** penknife; jackknife.

பேனா பிடி வி. *(பிடிக்க, பிடித்து)* **(எழுத்தாளர் என்ற முறையில்) முதன்முதலில் எழுதத் தொடங்குதல்;** take to writing. *நீங்கள் பேனா பிடித்த காலத்திலிருந்தே நான் உங்கள் பரம ரசிகன்./ பதினைந்து வயதில் பேனா பிடித்தவர் இன்னும் எழுதிக்கொண்டிருக்கிறார்.*

பேனா முள் பெ. **மை ஊற்றும் பேனாவில் பொருத்தப்பட்டிருக்கும் (எழுதப் பயன்படும்) கூர்மையான உலோக முனை;** nib. *எழுதும்போது பேனா முள் உடைந்துவிட்டது.*

பேனை பெ. (இலங்.) **பேனா;** pen. பிறந்தநாள் பரிசாக ஐயா பார்க்கர் பேனை வாங்கித் தந்தார்./ பேனைக்கு மையை விட்டு வை.

பேஷ்[1] பெ. (பே.வ.) (-ஆக, -ஆன) **பிரமாதம்;** excellent. கல்யாணத்தை பேஷாக நடத்திவிடுவோம்./ பேஷான பாடல்கள்/ சாப்பாடு பேஷாக அமைந்துவிட்டது.

பேஷ்[2] இ.சொ. (பே.வ.) **ஒருவரின் திறமையை அல்லது ஒன்றின் அருமையைப் பாராட்டப் பயன்படுத்தும் இடைச்சொல்;** particle used for expressing appreciation; 'good'; 'excellent'. பேஷ்! சரியான யோசனை./ 'சாப்பாடு பேஷ், பேஷ்!' என்றவாறே தாத்தா வந்தார்.

பேஷாக வி.அ. (பே.வ.) **ஒன்றைச் செய்வதில் தனக்கு எந்த வித ஆட்சேபணையும் இல்லை என்பதைத் தெரிவிக்கப் பயன்படுத்தும் சொல்;** expression used to convey one's absolute readiness. காப்பி சாப்பிடுவோமா? பேஷாக!/ நான் இங்கேயே தங்கிக்கொள்ளட்டுமா? பேஷாகத் தங்கிக்கொள்.

பை பெ. 1: **(பொருள்களைப் போட்டுவைத்தல் அல்லது போட்டு எடுத்துச்செல்லுதல் போன்ற செயல்களுக்கு ஏற்ற வகையில்) துணி, தோல், காகிதம் முதலியவற்றைக் கொண்டு மேல்புறம் திறப்புடையதாக ஒட்டுதல், தைத்தல் முதலிய முறைகளால் செய்யப்படும் சாதனம்;** bag (of various types); satchel. 2: **(சட்டை முதலியவற்றில் பேனா, காசு போன்ற) சிறு பொருள்களை வைத்துக்கொள்வதற்கு ஏற்ற வகையில் தைக்கப்படும் பகுதி;** pocket (in a shirt, etc.,). சட்டைப் பை ஓட்டையாக இருந்ததால் பையிலிருந்த சில்லறை எங்கோ விழுந்துவிட்டது. 3: **(உடலின் உட்பகுதியிலோ வெளிப்பகுதியிலோ) ஏதேனும் ஒன்றை வைத்திருக்கும் வகையில் அல்லது சேகரிக்கும் வகையில் (பைபோல்) அமைந்திருக்கும் பாகம்;** pouch; pouch-like part. கங்காரு தன் குட்டியை வயிற்றின் பையில் வைத்திருக்கும்./ கூழைக்கடாவுக்கு அலகின் கீழ்ப்பகுதியில் பை ஒன்று இருக்கும்./ சிறுநீரகங்களில் பிரித்தெடுக்கப்படும் சிறுநீரானது சிறுநீர்ப் பைகளில் வந்துசேர்கின்றன./ நுரையீரலில் இருக்கும் காற்றுப்பைகள்.

பைசல் பெ. 1: (சட்டம்) **(வழக்குகள்) தீர்ப்பின் மூலமாகவோ (கோப்பு, மனு போன்றவை) பரிசிலனை மூலமாகவோ (தகராறு முதலியவை) பேச்சுவார்த்தை மூலமாகவோ அடையும் முடிவு;** disposal (of a suit, request, etc.,). ஆயிரத்துக்கு மேற்பட்ட வழக்குகள் நீதிமன்றங்களில் பைசலாகாமல் தேங்கிக்கிடக்கின்றன./ மக்களின் மனுக்களை உடனுக்குடன் பைசல் செய்யும்படி அமைச்சர் உத்தரவிட்டார். 2: **(கடனை) அடைத்தல்;** clearing a debt. பணத்தைப் பைசா பாக்கி இல்லாமல் பைசல் செய்து விட்டுப் போ!

பைசா பெ. **ரூபாயில் நூறில் ஒரு பங்கு; காசு;** one hundredth of a rupee. ஐம்பது பைசா இருந்தால் கொடு!

பைசாசம் பெ. (அ.வ.) **பிசாசு;** devil.

பைத்தியக்காரத்தனம் பெ. (-ஆக, -ஆன) (பே.வ.) **மடத்தனமாகவும் நகைப்பிற்குரிய விதத்திலும் நடந்துகொள்ளும் தன்மை;** foolishness; madness. அவனை நம்பி ஒரு காரியத்தில் இறங்குவது பைத்தியக்காரத்தனம் என்று புரிந்து கொண்டேன்./ காதல் தோல்வியினால் பைத்தியக்காரத்தனமாக எதாவது செய்துவிடப்போகிறான், பார்த்துக் கொள்ளுங்கள்.

பைத்தியம் பெ. 1: **மனநலம் குன்றிய அல்லது பாதிக்கப்பட்ட நிலை;** insanity. திடீரென்று மனைவி இறந்து போனதில் அவருக்குப் பைத்தியம் பிடித்துவிட்டது./ உனக்கென்ன பைத்தியமா, ஏன் இப்படி உளறுகிறாய்? 2: **மேற்குறிப்பிட்ட நிலையில் உள்ளவர்;** insane person. அவரைப் பைத்தியம் என்று சொல்கிறவர்கள்தான் பைத்தியங்கள். 3: **ஒன்றின் மீது காட்டும் தீவிரமான விருப்பம் அல்லது தீவிர விருப்பம் கொண்டவர்;** one who is crazy or mad about sth. சினிமாப் பைத்தியங்களுடன் நான் பழகுவதில்லை./ அவன் சரியான புத்தகப் பைத்தியம்./ நான் ஒரு கால்பந்து பைத்தியம். [(தொ.சொ.) **ஆசை/ ஆர்வம்/ நாட்டம்/ பித்து/ விருப்பம்/ வெறி**]

பைத்தியம்பிடி வி. (-பிடிக்க, -பிடித்து) **(ஒருவருக்கு) மனநிலை பாதிக்கப்படுதல்;** become mad. இங்கு நடப்பதையெல்லாம் பார்த்தால் எனக்குப் பைத்தியம்பிடித்து விடும் போலிருக்கிறது./ 'ஒரு விபத்தில் தலையில் அடிபட்டு அவனுக்குப் பைத்தியம்பிடித்துவிட்டது' என்றார்.

பைத்தியமாக அடி வி. (அடிக்க, அடித்து) **(ஒன்று அல்லது ஒருவர் தன்மேல் மற்றொருவர்) வெறித்தனமான விருப்பம்கொள்ளும்படி செய்தல்;** send s.o. crazy. சிறு வயதில் பணத்திற்காகப் பட்ட கஷ்டம்தான் அவனை இப்போது 'பணம், பணம்' என்று பைத்தியமாக அடித்திருக்கிறது./ அந்த இளம் எழுத்தாளரின் எழுத்து பல வாசகர்களைப் பைத்தியமாக அடிக்கிறது./ கல்லூரி நாட்களில் அவள் அழகு பல இளைஞர்களைப் பைத்தியமாக அடித்திருக்கிறது.

பைப் வெடிகுண்டு பெ. காண்க: **குழாய் வெடிகுண்டு.**

பைய வி.அ. (வ.வ.) **மெதுவாக; மெல்ல;** slowly; gently. அவள் பைய நடந்து வந்தாள்./ மண் பானையைத் தரையில் பைய வைக்க வேண்டும்.

பையன் பெ. 1: **(பொதுவாக) பதினெட்டு வயது நிரம்பாத சிறுவன்; வயதில் சிறியவன்;** young male; boy. கடைப் பையன்/ வேலைக்காரப் பையன். 2: **மகன்;** son. மாமாவின் பையன்/ உனக்கு எத்தனை பையன்கள்? 3: **(திருமணம் செய்துகொள்ளப்போகும்) இளைஞன்;** young man who is prospective bridegroom. பெண்ணுக்குப் பையனை மிகவும் பிடித்துவிட்டது.

பைராகி பெ. (அ.வ.) **(வடதேசத்து) துறவி;** an ascetic from North India.

பைஜாமா பெ. **(பெரும்பாலும் வீட்டில் ஆண்கள் அணிந்துகொள்வதற்குப் பயன்படும்) மெல்லிய துணியால் ஆன, இறுக்கம் இல்லாத கால்சட்டை;** loose cotton trousers; pyjamas.

பொ வி. (பொத்து, பொத்தது போன்ற சில வடிவங்கள் மட்டும்) 1: **(பாத்திரம், துணி முதலியவற்றில்) துளை ஏற்படுதல்/துளை ஏற்படச் செய்தல்;** develop a hole. ஈயப் பாத்திரத்தில் புளியைக் கரைக்காதே! பொத்து விடும்./ அமிலம் துணியைப் பொத்துவிடும். 2: **(தீ, அமிலம் போன்றவை உடலில் பட்டு) துளைத்துக் கொப்புளம் ஏற்படுதல்;** be blistered. தீ பட்டுக் கை பொத்துவிட்டது.

பொக்கல் வாய் பெ. *(இலங்.)* **பொக்கை வாய்;** toothless mouth. குழந்தை பொக்கல் வாயால் சிரிக்கும்போது சந்தோஷமாகத்தான் இருக்கும்./ பொக்கல் வாயால் கதைத்ததால் ஒன்றும் விளங்கவில்லை.

பொக்களிப்பான் பெ. *(இலங்.)* **பெரியம்மை;** smallpox. பொக்களிப்பான் வந்த அடையாளம் இன்னும் முகத்தில் இருக்கிறது./ அவர்கள் வீட்டில் பொக்களிப்பானாம், நீ அங்கு போகாதே.

பொக்கிஷம் பெ. **(பொன், வைரம் போன்ற) மதிப்புமிக்க பொருள்கள்; செல்வம்;** treasure. *(உரு வ.)* நாட்டின் கலைப் பொக்கிஷங்களைக் கடத்துபவர்கள் கடுமையாகத் தண்டிக்கப்படுவர்.

பொக்கு பெ. *(ஊரக வ.)* **(கடலை, சோளம் முதலியவற்றில்) உள்ளீடு இல்லாத தானியம்/ முற்றாத உள்ளீட்டைக் கொண்ட தானியம்;** hollow pod/ill-developed grain. பொக்குக் கடலை/ தண்ணீரில் பொக்கெல்லாம் மிதந்தன.

பொக்கு-என்று வி.அ. காண்க: **பொசுக்கு-என்று.**

பொக்குவாய் பெ. *(இலங்.)* **பொக்கை வாய்;** toothless mouth. ஆச்சிக்குப் பல் இல்லை. அவர் பொக்குவாயால் சிரிப்பது பார்க்க அழகாக இருக்கும்.

பொக்குள் பெ. *(இலங்.)* **தொப்புள்;** the navel.

பொக்குள்கொடி பெ. *(இலங்.)* **தொப்புள் கொடி;** umbilical cord. *பொக்குள்கொடி உறவு என்றைக்கும் விட்டுப் போய்விடுமா?*

பொக்கை பெ. *(ஊரக வ.)* **கட்டடச் சுவர் முதலியவை பெயர்ந்து, சமமாக இல்லாமல் பள்ளங்களோடு காணப்படும் நிலை;** (in the wall, floor, etc.,) holes and cracks. பாட்டனார் காலத்து வீடு. இப்போது திண்ணை இடிந்து பொக்கையாகக் கிடந்தது./ சுவர் ஏன் இப்படிப் பொக்கை பொக்கையாக இருக்கிறது?

பொக்கைப் பல் பெ. **முதுமையின் காரணமாகப் பல் விழுந்த இடத்தில் இருக்கும் இடைவெளி;** gap in the row of teeth left by a tooth falling out.

பொக்கை வாய் பெ. **பற்கள் இல்லாத வாய்;** toothless mouth. குழந்தையின் பொக்கை வாய்ச் சிரிப்பு./ தாத்தா பொக்கை வாய் தெரியச் சிரித்தார்./ அவருடைய பொக்கை வாய் அசைந்துகொண்டே இருந்தது.

பொங்கல் பெ. **1: (நேர்த்திக்கடனைச் செலுத்தும் பொருட்டு கோயிலுக்குப் போய்) பச்சரிசியை உலையில் இட்டுப் பொங்க வைத்து நீரை வடிக்காமல் செய்யும் சாதம்;** votive offering of rice, the cooking of which is done in the temple precinct. **2: (தமிழ்நாட்டில்) தை மாதத்தின் முதல் நாளில் பச்சரிசியை உலையில் இட்டு வெல்லம் சேர்த்தும், உப்பு சேர்த்தோ சேர்க்காமலேயும் தனித்தனியாகப் பொங்க வைத்துத் தயாரித்த சாதத்தைச் சூரியனுக்குப் படைத்துக் கொண்டாடும் பண்டிகை;** the festival celebrated on the first day of the Tamil month தை, when rice cooked with jaggery or with salt is offered to the sun god. **3: அரிசியையும் பாசிப் பருப்பையும் நன்றாக வேகவைத்து வெல்லத்தைப் பொடித்துப் போட்டு நெய் ஊற்றித் தயாரிக்கும் சாதம்; சர்க்கரைப் பொங்கல்;** boiled rice mixed with jaggery and ghee. **4: பச்சரிசியைப் பாசிப்பருப்புடன் வேகவைத்து மிளகு, சீரகம் முதலியவை சேர்த்துத் தயாரிக்கப்படும் ஒரு வகைச் சிற்றுண்டி;** rice dish seasoned with pepper, cumin seeds, etc., பொங்கலும் வடையும் கொடுங்கள்.

பொங்கல் கூறு வி. (கூற, கூறி) *(ஊரக வ.)* **தைப் பொங்கலின்போது பொங்கல் பானையில் பொங்கி வரும் நுரையைப் பார்த்தவுடன், "பொங்கலோ பொங்கல்" என்று எல்லோரும் உரக்கச் சொல்லுதல்;** joyously shouting, "பொங்கலோ பொங்கல்", when the pot overflows while cooking பொங்கல் at பொங்கல் festival. *உங்கள் வீட்டில் பொங்கல் கூறிவிட்டீர்களா?*

பொங்கலிடு வி. (-இட, -இட்டு) **(பெரும்பாலும் அம்மன் கோயில்களில் பொதுமக்கள்) ஆடி, தை மாத வெள்ளிக்கிழமைகளில் வேண்டுதலை அல்லது திருவிழாவை முன்னிட்டுப் பொங்கல் சமைத்துத் தெய்வத்துக்குப் படைத்தல்;** make a votive offering of cooked rice, doing the cooking in the precinct of temples dedicated to female deities on Fridays during the Tamil months of ஆடி and தை.

பொங்கிப்போடு வி. *(-போட, -போட்டு)* *(பே.வ.)* *(அலுப்புடன் குறிப்பிடும்போது)* **சமைத்துப்போடுதல்;** do the cooking (esp. when regarded as a drudgery). இந்தக் குடும்பத்துக்குப் பொங்கிப்போட்டே என் காலம் போகிறது.

பொங்கு வி. *(பொங்க, பொங்கி)* **1: (சூடு படுத்துவதால், ரசாயன மாற்றத்தால் பால், நீர், மாவு முதலியவை) நுரைத்து மேலெழுதல்;** (of milk) boil; (of floods) rise; (of dough, etc.,) swell through fermenting. *'பால் பொங்கி விடாமல் பார்த்துக்கொள்!'* என்று சொல்லிவிட்டுப் போனாள்./ தோசை மாவு நன்றாகப் பொங்கியிருக்கிறது. [*(தொ.சொ.)* **ததும்பு/ வடி/ வழி**] **2: (உணர்ச்சி) பெருமளவில் வெளிப்படுதல்;** (of emotions) swell. ஆசை பொங்க அவளையே பார்த்துக்கொண்டிருந்தான்./ கோபம் பொங்கிற்று. [*(தொ.சொ.)* **அங்கலாய்/ குமுறு/ குமை/ கொதி/ பொருமு**] **3:** *(பே.வ.)* **(சூட்டால் கண்ணில்) பீளை வெளிப்படுதல்;** (of eyes) puff up discharging mucus. *'கண் பொங்கியிருக்கிறதே? இரவு வெகு நேரம் கண் விழித்தாயா?'* என்று நண்பனிடம் விசாரித்தான்.

பொங்குமுகம் பெ. *(பே.வ.)* **(கடலில் நீர் பெருகுவதால்) அதிக உயரமுள்ள அலைகளோடு நீர்மட்டம் அதிகபட்சமாகக் காணப்படும் நிலை அல்லது காலம்;** high-tide.

பொச்சடி வி. (-அடிக்க, -அடித்து) *(இலங்.)* **(சாப்பிடுவது போல்) நாக்கைச் சூப்பி ஒலி எழுப்புதல்;** smack the lips. தம்பி விரல் சூப்பிப் பொச்சடித்தபடியே தூங்கிவிட்டான்.

பொச்சரிப்பு பெ. *(பே.வ.)* **பொறாமை;** jealousy.

பொச்சு பெ. *(இலங்.)* **1: (மட்டை உரிக்கப்பட்ட தேங்காயின்) குடுமி; கூம்பு வடிவ நார்க் கற்றை;** tuft of fibre (of peeled coconut). தேங்காய்ப் பொச்சை அகற்றிவிட்டு அதை உடைத்துக் கொடு என்று அம்மா சொன்னார். **2: தேங்காய் மட்டை;** fibrous covering of coconut.

பொச்சுமட்டை பெ. *(இலங்.)* **தேங்காய் மட்டை;** husk (of coconut).

பொசுக்கு வி. *(பொசுக்க, பொசுக்கி)* **1: (ஒரு பொருளைத் தீயில்) கருகச் செய்தல்/(எரித்தோ, சுட்டோ) சாம்பலாக்குதல்;** singe/burn to ashes. *நெருப்பு முடியைப் பொசுக்கிவிட்டது./ இந்த நோயாளியின் துணியைத் தீயில் போட்டுப் பொசுக்கிவிடுங்கள்.* [*(தொ.சொ.)* எரி/ கருக்கு/ கொளுத்து/ தீய்] **2: (கடும் வெயில்) வாட்டுதல்;** (of the heat of the sun) scorch. *ஆளைப் பொசுக்கும் வெயில்.*

பொசுக்கு-என்று வி.அ. *(பே.வ.)* **எதிர்பாராத நேரத்தில் திடீரென்று;** abruptly. *பேசிக்கொண்டிருந்தவர் பொசுக்கென்று எழுந்து போய்விட்டார்./ இயக்குநர் உப்புச்சப்பில்லாமல் பொசுக்கென்று படத்தை முடித்துவிட்டார்.*

பொசுங்கு வி. *(பொசுங்க, பொசுங்கி)* **1: (நெருப்பின் அருகில் இருப்பதால்) கருகுதல்/(நெருப்பில் பட்டு) சாம்பலாதல்;** be singed/be burnt. *முடி பொசுங்கும் நாற்றம்/ பூச்சி விளக்கில் விழுந்து பொசுங்கிவிட்டது.* **2: (அதிகச் சூட்டால்) வாட்டப்படுதல்;** be scorched. *கடுமையான வெயிலில் பயிர்கள் பொசுங்கிக்கொண்டிருந்தன./ தார்ச் சாலையில் செருப்பில்லாமல் நடந்து பாதங்கள் பொசுங்கிவிட்டன.*

பொட்டணம் பெ. *(பே.வ.)* காண்க: **பொட்டலம்.**

பொட்டல் பெ. **வறண்டு கிடக்கும் நிலப் பகுதி;** barren expanse. *ஊர்ப் பொட்டலில் சர்க்கஸ் கூடாரம் போட்டிருக்கிறார்கள்./ இந்தப் பொட்டலிலா வீடு கட்டியிருக்கிறாய்?*

பொட்டலம் பெ. **(தாளில் அல்லது இலையில் பொருளை வைத்து) பிரிந்துவிடாதபடி கட்டப்பட்டது;** packet. *வெள்ளப் பகுதியில் விமானம் மூலம் உணவுப் பொட்டலங்களைப் போட்டனர்./ பூப் பொட்டலத்தைக் கையில் வாங்கிக்கொண்டாள்./ பரிசுப் பொட்டலத்தை வாங்கிக் கொண்ட குழந்தை சிரித்தது.*

பொட்டில் அடித்தாற்போல வி.அ. **(ஒருவருக்கு) கடும் அதிர்ச்சியை உண்டாக்கும் விதத்தில்;** in a stinging manner. *'நீங்கள் செய்தால் மட்டும் அது நியாயம் ஆகிவிடுமா?' என்று பொட்டில் அடித்தாற்போல மகன் கேட்டான்.*

பொட்டு[1] பெ. **1: (மங்கல அல்லது அழகுச் சின்னமாக நெற்றியின் நடுவில்) குங்குமம், சாந்து, சந்தனம் ஆகியவற்றால் வைத்துக்கொள்ளும் சிறு வட்ட வடிவக் குறி; திலகம்/(திருஷ்டி கழிப்பதற்காகக் கன்னப் பகுதியில்) கறுப்பு மையினால் இடும் வட்டக் குறி;** round mark on the forehead (as a sign of auspiciousness or for beautification)/black round mark on the cheeks (as a protection from the evil eye). *மாட்டைக் குளிப்பாட்டிப் பொட்டு வைத்து அலங்கரித்தான்./ அந்த அம்மாள் நெற்றியில் ஒரு ரூபாய் நாணயத்தின் அகலத்தில் பொட்டு வைத்திருந்தாள்./ பொட்டு பளபளக்க அமைச்சர் காரில் வந்து இறங்கினார்./ வியர்வையில் பொட்டு அழிந்துவிட்டது.* **2:** *(அளவுகுறித்து வரும்போது)* **சிறிது; துளி;** a drop (of a liquid); a ray (of light). *வீட்டில் ஒரு பொட்டுத் தண்ணீர் கூட இல்லை./ இரவு நேரத்தில் அந்தச் சாலையில் பொட்டு வெளிச்சம் இருக்காது.* **3:** காண்க: **நெற்றிப்பொட்டு**[1].

பொட்டு[2] பெ. **(மாடு, கோழி ஆகியவற்றுக்குத் தீவனமாகப் பயன்படும்) உளுந்து, துவரை முதலிய தானியங்களின் தோல்;** husk of pulses (used as fodder).

பொட்டு[3] பெ. *(இலங்.)* **வேலியில் இருக்கும் சிறிய திறப்பு;** small opening in the fence. *பொட்டு வழியாகப் புகுந்து வந்தான்.*

பொட்டுக்கட்டு வி. *(-கட்ட, -கட்டி)* *(ஊரக வ.)* **(முன்பு) (குறிப்பிட்ட இனத்தைச் சேர்ந்த பருவமடையாத பெண்களை) சிவன் அல்லது அம்மன் கோயிலில் தெய்வத்தின் தொண்டுக்கு எனத் தாலி கட்டி அர்ப்பணித்தல்;** (in the past) ceremonially dedicate a pre-pubescent girl (of a particular community) to a Siva or Sakti temple.

பொட்டுக்கடலை பெ. **ஊற வைத்து, காய வைத்து, வறுத்து உடைத்த கறுப்புக் கொண்டைக்கடலையின் வெளிர் மஞ்சள் நிறப் பருப்பு;** split bengalgram.

பொட்டுக்கேடு பெ. *(இலங்.)* **(ஒருவரின்) அந்தரங்கம்;** the secrets of s.o. *அவருடைய பொட்டுக்கேடு நமக்குத் தெரியாது என்று நினைத்துக் கதைக்கிறார்.*

பொட்டுவண்டி பெ. *(ஊரக வ.)* **பயணம் செய்வதற்காகக் கூண்டு வைத்துச் செய்திருக்கும் சிறிய வண்டி;** lightbullock-cart with a roof for usually four passengers. *மணப்பெண் ஒரு பொட்டுவண்டியில் வந்து இறங்கினார்./ விருந்தாளிகளோடு நாலு பொட்டுவண்டிகள் பின்னால் வந்தன.*

பொட்டை[1] பெ. *(பே.வ.)* காண்க: **பெட்டை, 1.**

பொட்டை[2] பெ. *(த.வ.)* **(பெரும்பாலும் திட்டும்போது) குருடு;** being blind. *உனக்கென்ன கண் பொட்டையா? இப்படி மேலே வந்து விழுகிறாயே?*

பொடி[1] வி. *(பொடிய, பொடிந்து)* **தூளாதல்;** crumble to pieces; be ground to a coarse powder; be pulverized. *சீரகம் நன்றாகப் பொடியட்டும்./ தொட்டால் பொடிந்து விடக்கூடிய பக்கங்களுடன் ஒரு பழைய புத்தகம்/ மிளகு சரியாகப் பொடியவில்லை./ வெயிலிலும் மழையிலும் கிடந்த தென்னை ஓலை பொடியத் தொடங்கியது.*

பொடி[2] வி. *(பொடிக்க, பொடித்து)* **1: தூளாக்குதல்;** powder. *மாத்திரையைப் பொடித்துத் தேனில் குழப்பிக் கொடுங்கள்.* **2:** *(ஊரக வ.)* **(வியர்வை) சிறிய அளவில் தோன்றுதல் அல்லது கோத்தல்; துளிர்த்தல்;** (of sweat) pearl. *நெற்றியில் வியர்வை பொடித்திருந்தது.*

பொடி[3] பெ. **1: பொடிக்கப்பட்ட நிலையில் இருப்பது; தூள்;** fine or coarse powder. *காப்பிப்பொடி/ மிளகாய்ப் பொடி.* [*(தொ.சொ.)* **தூள்/ மாவு**] **2: (நரம்புகளைக் கிளர்ச்சியுறச் செய்யும் பொருட்டு மூக்கில் போட்டுக் கொள்ளும்) வறுத்துப் பொடித்த புகையிலைத் தூள்; மூக்குப்பொடி;** snuff. *அவர் புகைபிடிக்க மாட்டார். ஆனால் பொடி போடுவார்.* **3: (-ஆக, -ஆன) (வடிவத்தில்) மிகச் சிறியது; சிறு துண்டு;** anything small; particle; fragment; bits. *கத்தரிக்காயைப் பொடியாக நறுக்கு./ சாதத்தில் நிறைய பொடிக்கற்கள் கிடந்தன./ பொடிப் பொடியான எழுத்துகள்.*

பொடி[4] பெ. **மீன் குஞ்சு; சிறிய மீன்;** the young ones of fish. நெத்திலிப் பொடி/ அயிரைப் பொடி.

பொடி[5] பெ.அ. *(அளவைக் குறிக்கும்போது)* **மிகச் சிறிய;** (of size) very small; tiny. பொடித் தூறல் / பொடி மணல்.

பொடிச்சி பெ. *(இலங்.)* **1: (பொதுவாக) சிறுமி;** little girl. பொடிச்சிகள் மேடையில் அழகாகப் பாடினார்கள். **2: (குறிப்பாக) (இளம்) பெண்;** young woman. இந்தக் காலத்துப் பொடிச்சிகள் ராணுவத்தில் சேரவும் தயாராக இருக்கிறார்கள்./ அந்தப் பொடிச்சி யார்?

பொடிசு பெ. *(பே.வ.)* **1:** *(-ஆக) (வடிவத்தில்)* **பொடியாக இருப்பது; மிகச் சிறிய அளவு;** being tiny or small. வெண்டைக்காயைப் பொடிசாக நறுக்கு!/ ஆணி கொஞ்சம் பொடிசுதான்./ இப்படிப் பொடிசுபொடிசாக எழுதினால் யாரால் படிக்க முடியும்? **2: குழந்தைகளை அல்லது சிறுவர்களைக் குறிக்கப் பயன்படுத்தும் சொல்;** child. மண்டபத்தில் பொடிசுகளெல்லாம் விளையாடிக்கொண்டிருந்தன.

பொடி நடையாக வி.அ. *(ஒருவரின் நடையைக் குறிக்கும்போது)* **எந்த வித அவசரமும் வேகமும் இல்லாமல்; மிகப் பொறுமையாக; மிகவும் நிதானமாக;** (walk) at an unhurried pace. நீ வண்டி ஓட்டும் வேகத்திற்கு, நான் பொடி நடையாக நடந்திருந்தால்கூட இந்நேரம் வீட்டிற்குப் போயிருப்பேன்./ இந்த நேரத்தில் இங்கு பஸ் கிடையாது. பேசிக்கொண்டே பொடி நடையாக ஊருக்குப் போய்விடலாம்.

பொடிப் பயல் பெ. *(பே.வ.)* **பொடியன்;** a small boy (esp. when speaking of his acts of indiscretion). அந்தப் பொடிப் பயல் இப்படி ஒரு காரியத்தைப் பண்ணியிருக்கிறானா?/ யாரோ ஒரு பொடிப் பயல் ஏதோ பேசிவிட்டான் என்பதற்காக நீங்கள் கோபப்படலாமா?

பொடிப் பையன் பெ. *(பே.வ.)* காண்க: **பொடிப் பயல்.**

பொடிமட்டை பெ. **மூக்குப்பொடி வைத்துக்கொள்வதற்காக, அளவாக வெட்டி மடிக்கப்பட்ட காய்ந்த சிறிய வாழை மட்டை;** strip of dried and folded plantain bark used for keeping snuff.

பொடிமாஸ் பெ. **உருளைக்கிழங்கையோ வாழைக் காயையோ துருவலாக ஆக்கி, பச்சை மிளகாயுடன் தாளித்து, எலுமிச்சம்பழம் பிழிந்து தயாரிக்கப்படும் ஒரு வகைத் தொடு கறி;** a side dish made of grated potato or plantain, cooked and seasoned with spices.

பொடியன் பெ. **1: (பொதுவாக) சிறுவன்;** little boy. பத்து வயதுப் பொடியன் எவ்வளவு நன்றாக நடித்திருக்கிறான்? **2:** *(இலங்.)* **இளைஞன்;** young man.

பொடிவைத்து வி.அ. *(பேசுதல், எழுதுதல் தொடர்பான வினைகளுடன் வரும்போது)* **(கூர்ந்து கவனித்தால் மட்டுமே புரிந்துகொள்ளக்கூடிய அளவில்) மறைமுகமான பொருள் தொனிக்கும்படியாக; உள்நோக்கத்தை ஊகித்தே உணரும்படியாக;** obliquely; implicitly.

பொடுகு பெ. **தலையின் தோல் வறண்டு, தூள் போல உரிந்து ரோமக்கால்களில் படியும் பொருக்கு;** dandruff.

பொடுதலை பெ. *(ஊரக வ.)* **(ஆற்றுப் படுகையில்) சிறிய இலைகளுடன் கொடியின் முடிச்சுகளில் வேர் இறங்கித் தரையோடு படர்ந்து வளரும் தாவரம்;** a creeper with small serated leaves found on the river banks.

பொத்தல் பெ. **(துணி, தாள் முதலியவற்றில்) துளை;** a hole (in cloth, paper, etc.,). சட்டையில் நெருப்புப் பட்டுப் பொத்தல் விழுந்துவிட்டது. [*(தொ.சொ.)* **இடுக்கு/ ஓட்டை/ சந்து/ துளை/ பொந்து**]

பொத்தாம் பொதுவாக வி.அ. *(பே.வ.)* **(இவர் அல்லது இது என்று குறிப்பிட்டுச் சொல்லாமல்) பொதுப்படையாக;** not particularly or specifically. யாரோ பண்ணிய தப்புக்கு எல்லோரையும் பொத்தாம் பொதுவாகத் திட்டக் கூடாது./ எல்லா நிறுவனங்களுமே இப்படித்தான் என்று பொத்தாம் பொதுவாகக் குறைகூறக் கூடாது.

பொத்தான் பெ. *(பே.வ.)* **1: ஒரு கருவியை இயக்குவதற்காகப் பொருத்தப்பட்டிருக்கும் விசை;** button; switch. தேர்தல் அதிகாரி பொத்தானை அழுத்தினால் மட்டுமே நாம் வாக்களிக்க முடியும்./ சிவப்புப் பொத்தானை அழுத்தினால் ஓடிக்கொண்டிருக்கும் இயந்திரம் நின்றுவிடும்./ பொத்தானை அழுத்திய உடனே கதவு தானே திறந்துகொள்கிறது. **2:** காண்க: **பித்தான்.**

பொத்திப்பிடி வி. *(-பிடிக்க, -பிடித்து) (இலங்.)* **(கையை) ஆதுரத்தோடு பற்றுதல்;** hold the hand of s.o. caressingly or yearningly. ஊரை விட்டு வெளிக்கிடும்போது சிநேகிதன் என் கையைப் பொத்திப்பிடித்து அழுதான்./ கையைப் பொத்திப்பிடித்துத் தனக்கு உதவுமாறு கெஞ்சிக் கேட்டார்.

பொத்திப்பொத்தி வி.அ. *(குழந்தைகளை வளர்க்கும் விதத்தைக் குறிக்கும்போது)* **வாழ்க்கையின் எந்த விதச் சிரமத்துக்கும் உள்ளாக்காமல் மிகுந்த செல்லத்துடனும் பாதுகாப்புடனும்;** (of one's way of bringing up children) in a cloistered manner. பொத்திப்பொத்தி வளர்த்தால் குழந்தைக்கு வெளி உலகமே தெரியாமல் போய்விடும்.

பொத்து வி. *(பொத்த, பொத்தி)* **1: (கண், காது, வாய் முதலியவற்றை விரித்த உள்ளங்கையால், விரலால் அல்லது துணியால்) மூடுதல்;** close (with fingers, palm of the hand, etc.,); cover. 'ஏன் இப்படி அசிங்கமாகப் பேசுகிறாய்' என்று காதைப் பொத்திக்கொண்டாள்./ துக்கம் தாங்காமல் துண்டால் வாயைப் பொத்திக்கொண்டு அழுதான்./ 'சத்தம் போடாதே' என்று பையனின் வாயைப் பொத்தினேன். [*(தொ.சொ.)* **அடை/ சாத்து/ மூடு**] **2: விரல்களை மடக்கி உள்ளங்கையை மூடுதல்;** close tightly. கையைப் பொத்திக்கொண்டு 'கைக்குள் என்ன இருக்கிறது? சரியாகச் சொன்னால் இது உனக்குத்தான்' என்றார்.

பொத்துக்கொண்டு வா வி. *(வர, வந்து)* **(ஆத்திரம், கோபம், அழுகை, சிரிப்பு முதலியவை) திடீரென மிகுதியாக வெளிப்படுதல்;** burst (with anger, rage, etc.,). அவருக்கு எதற்கெடுத்தாலும் கோபம் பொத்துக்கொண்டு வரும்.

பொதபொத-என்று வி.அ. **(ஈரத்தை அதிகமாக உள்வாங்கி) உறுதித் தன்மையை இழந்து;** sth. damp. மழையில் வீட்டின் சுவர் பொதபொதவென்று ஊறிவிட்டது.

பொதரு வி. (பொதர, பொதரி) (மண்.) ஈரம் இருந்ததாலோ, சட்டென்று தீ அதிகமானதாலோ சுடும்போது மண்பாண்டம் மயிரிழைக் கீறலாகத் தெரித்துப் போதல்; (of mud vessels while baking) develop multiple hair-breadth running cracks owing to moisture or overfiring. சட்டென்று தீ அதிகமானால் பொதரிப்போகும்.

பொதி[1] வி. (பொதிய, பொதிந்து) 1: (ஒரு பொருளைத் தாள், துணி முதலியவற்றில் வைத்து) மூடுதல்; wrap up; bundle up. கடைக்காரன் புளியைத் தாளில் பொதிந்து தந்தான்./ அவர் குளிருக்கு அடக்கமாக ஜமுக்காளத்தால் பொதிந்து மூடிக்கொண்டு படுத்திருந்தார். 2: ஒன்றினுள் பதிந்தோ அல்லது உள்ளடங்கியோ இருத்தல்; be put into sth.; be built into sth. வறுத்த கறி பொதிந்த ரொட்டித் துண்டு/ பக்கவாட்டுச் சுவரில் பொதிந்திருந்த குளிர்சாதனப் பெட்டியைத் திறந்தான். 3: (பேச்சு, படைப்பு, பார்வை, செயல் முதலியவற்றில் ஒரு தன்மை, கருத்து, உணர்ச்சி போன்றவை) எளிதில் புலப்படாதபடி உள்ளடங்கியிருத்தல்; நிறைந்திருத்தல்; புதைந்திருத்தல்; மறைந்திருத்தல்; be latent. பார்வையில் பொதிந்திருந்த ஏக்கம்/ பொருள் பொதிந்த பார்வை/ பொருள் பொதிந்த அங்க அசைவுகள்/ ஒரு எழுத்தாளன் தன்னைப் பற்றிக் கூறிக்கொள்வதைக் காட்டிலும் அவனுடைய எழுத்தில்தான் அவனுடைய உண்மை இயல்பு பொதிந்திருக்கும்./ வாழ்க்கையில் மிகச் சாதாரணமாக நிகழும் நிகழ்வுகளில் கூட உளவியல் தத்துவங்கள் பொதிந்துகிடக்கின்றன./ குழந்தைகளிடம் பொதிந்திருக்கும் கலைத் திறமைகளைக் கண்டறிவது முக்கியம்.

பொதி[2] பெ. 1: (அளவில் பெரிய) மூட்டை; large bundle; load (to be carried by pack of animals); bale. பஞ்சுப் பொதிகள் இருக்கும் இடத்தில் நெருப்பு பற்றிக்கொண்டது./ பொதி சுமக்கும் கழுதை. 2: (வ.வ.) சுமார் 450 கிலோ கிராம் கொண்ட ஒரு நிறுத்தலளவு; a unit of weight of approximately 450 kg. 3: (இலங்.) பொட்டலம்; packet. இவை நீண்ட காலம் பழுதடையாமல் இருக்கும் உலர் உணவுப் பொதிகள்./ இயற்கைப் பேரனர்த்தத்தினால் பாதிக்கப்பட்ட மக்களுக்கு உலங்கு வானூர்தியில் வந்து உணவுப் பொதிகளைப் போட்டார்கள்.

பொதிப்பருவம் பெ. பயிரின் இளம் கதிர் வெளிப்படுவதற்கு முன்பு கண்ணாடி இலையின் உள்ளே அது பொதிந்திருக்கும் நிலை; boot stage (of the earhead).

பொது பெ. 1: (-ஆக, -ஆன) எல்லோரும் பயன்படுத்தக்கூடியது; எல்லோருக்கும் உரிமையுடையது அல்லது தொடர்புடையது அல்லது நன்மை தருவது; being sth. common; being sth. public. பொதுக் கிணறு/ பொதுவான கருத்து/ பொதுப் பணம்/ பொதுப் பிரச்சினை/ பொதுக் காரியம்/ பொது மொழி/ பொது இடங்களை அசுத்தம் செய்பவர்களைக் கடுமையாகத் தண்டிக்க வேண்டும்./ பொதுவாக எல்லா வயதினருக்கும் ஏற்ற உணவு இது. 2: (-ஆன) பெரும்பாலானவற்றுக்குப் பொருந்துவதாக அமைவது அல்லது பெரும்பாலானவற்றில் இருப்பது; being general. பொது விதி/ உலோகங்களின் பொதுப் பண்புகள்/ இவை பறவைகளுக்கான பொதுவான கூறுகள் ஆகும்.

பொது அதிகாரப் பத்திரம் பெ. (சட்டம்) ஒருவர் தனது சார்பாகத் தன்னுடைய சொத்தைப் பராமரிக்கவோ விற்கவோ அல்லது வழக்கு நடத்தவோ ஒருவருக்கு அதிகாரம் வழங்கி எழுதித் தரும் ஆவணம்; general power of attorney.

பொது அமைதி பெ. பொதுமக்களின் அல்லது சமூகத்தின் இயல்பு வாழ்க்கை; public tranquillity. பொது அமைதிக்குக் குந்தகம் விளைவிக்கும் வகையிலும் சட்டம் ஒழுங்கு பிரச்சினை ஏற்படுத்தும் வகையிலும் நடைபெற்றதால் பேருந்து தினத்துக்குத் தடை விதிக்கப்பட்டது.

பொது அறிவு பெ. உலக நடப்பு, அறிவியல் முதலியவை குறித்த அடிப்படை அறிவு; general knowledge.

பொது ஊழியர் பெ. பொதுமக்களுக்குச் சேவை செய்யும் அல்லது பொதுமக்களுடன் நேரடியாகத் தொடர்பு கொள்ளும் அரசு ஊழியர்; public servant.

பொதுக்கணக்குக் குழு பெ. அந்தந்த துறைகளுக்காக ஒதுக்கப்பட்ட தொகை உரிய வரம்பிற்குள் செலவிடப்பட்டுள்ளதையும் பொதுத்துறை நிறுவனங்களின் வரவுசெலவையும் பரிசீலிக்க (அமைச்சர் தவிர்ந்த) நாடாளுமன்ற உறுப்பினர்கள் அடங்கிய குழு; (parliamentary) committee on public accounts (abbreviated to P.A.C.).

பொதுக்கருத்து பெ. (ஒரு பிரச்சினையில் முடிவெடுப்பதுகுறித்து) சம்பந்தப்பட்டவர்கள் ஏற்றுக்கொண்ட கருத்து; consensus. இந்தியாவில் உள்ள ஆறுகளை இணைப்பது குறித்து ஒரு பொதுக்கருத்து எட்டப்பட வேண்டும்./ 11ஆவது வளர்ச்சித் திட்டத்தில் உள்கட்டமைப்புக்கு முக்கியத்துவம் அளிப்பதுபற்றி எல்லாக் கட்சிகளிடையேயும் பொதுக்கருத்து உருவாக வேண்டியது அவசியம்.

பொதுக்கு வி. (பொதுக்க, பொதுக்கி) (இலங்.) (ஒன்றை) பதுக்குதல்; hide. சங்கக் கடையில் மண்ணெண்ணெயைப் பொதுக்கிவிட்டார்கள்./ வீட்டில் சாமான்களை ஏன் பொதுக்கிப்பொதுக்கி வைக்கிறாய்?

பொதுக்குழு பெ. (பதிவுசெய்யப்பட்ட) ஓர் அமைப்பின் எல்லா உறுப்பினர்களையும் கொண்ட, ஆண்டுக்கு ஒரு முறையாவது கூடும் குழு; the general body (of a registered society, association, etc.,). தேர்தலில் மற்ற கட்சிகளுடன் கூட்டு வைத்துக்கொள்வதைப் பற்றிக் கட்சியின் பொதுக்குழு கூடி முடிவெடுக்கும்./ அடுத்த பொதுக்குழுக் கூட்டத்தில் நான் சில பிரச்சினைகளை எழுப்பப்போகிறேன்.

பொதுக்கூட்டம் பெ. (அழைப்பின் பேரில் அல்லாமல்) பேசுவதைக் கேட்கப் பொதுமக்கள் அனைவரும் கூடும் கூட்டம்; public meeting.

பொதுச் செயலர் பெ. காண்க: **பொதுச் செயலாளர்.**

பொதுச் செயலாளர் பெ. ஓர் அமைப்பின் நிர்வாக அலுவல்களைக் கவனிக்கப் பொதுக்குழுவால் தேர்ந்தெடுக்கப்பட்டுப் பொறுப்பு வகிப்பவர்; the general secretary (of an organization, etc.,).

பொதுச் சொத்து பெ. அரசின் கட்டடம், உடைமை போன்றவை; public property. போராட்டத்தின்போது பொதுச் சொத்துக்குச் சேதம் விளைவிப்பவர்கள்மீது கடும் நடவடிக்கை எடுக்கப்படும் என்று அரசு எச்சரித்தது.

பொது சேமநல நிதி பெ. **(2004ஆம் ஆண்டு ஜனவரி முதல் தேதிக்கு முன்னதாகப் பணியில் சேர்ந்த) அரசுப் பணியாளர் தன் எதிர்காலத் தேவைக்காக மாத ஊதி யத்திலிருந்து குறிப்பிட்ட ஒரு தொகையைச் செலுத்தி, பணியிலிருந்து ஓய்வு பெறும்போது வட்டியுடன் திரும்பப் பெறும் வகையில் அரசு நிர்வகிக்கும் நிதி;** General Provident Fund (abbreviated to GPF)

பொதுத்துறை பெ. **அரசே முதலீடு செய்து நிர்வகிக் கும், அரசின் உடைமையாக இருக்கும் உற்பத்தி நிறு வனங்களும் சேவை நிறுவனங்களும்;** public sector.

பொதுத்தேர்தல் பெ. **பொதுமக்கள் வாக்களித்து நாடாளுமன்றம், சட்டமன்றம் போன்றவற்றுக்கான உறுப்பினர்களைத் தேர்ந்தெடுப்பதற்காக (பெரும்பா லும்) ஐந்தாண்டுகளுக்கு ஒரு முறை நடத்தப்படும் தேர்தல்;** general election.

பொதுத்தேர்வு பெ. **நாடு அல்லது மாநில அளவில் பங்குபெறும் மாணவர்கள் அனைவருக்கும் ஒரே சம யத்தில் நடத்தப்படும் தேர்வு;** public examination.

பொதுத் தொகுதி பெ. **(தேர்தலில் குறிப்பிட்ட பிரிவின ருக்கு என்று ஒதுக்கப்படாத) அனைவரும் போட்டி யிடக்கூடிய தொகுதி;** general Assembly or Parliamentary constituency (as distinguished from a reserved one) where any registered eligible voter can contest. இதுவரை பொதுத் தொகுதியாக இருந்துவந்த சிதம்பரம் சமீபத்தில் தனித்தொகுதியாக அறிவிக்கப்பட்டுள்ளது.

பொதுநலம் பெ. **சமூகத்தின் நலன்;** common good. பொதுநலத் தொண்டு.

பொதுநல மனு பெ. *(சட்டம்)* காண்க: **பொதுநல வழக்கு.**

பொதுநல வழக்கு பெ. *(சட்டம்)* **பொதுமக்களின் நலன் கருதி நடவடிக்கை எடுக்கக் கோரி உயர் நீதிமன் றத்திலோ உச்ச நீதிமன்றத்திலோ பொதுமக்களில் ஒருவர் தொடுக்கும் வழக்கு;** public interest litigation. பொது இடத்தில் புகைபிடிப்பதைத் தடைசெய்யக் கோரி ஒருவர் பொதுநல வழக்கு தொடுத்திருக்கிறார்.

பொதுநலவாய நாடுகள் பெ. *(இலங்.)* **ஆங்கிலேய ஆட்சியிலிருந்து விடுதலை பெற்றவையும் இன்று நட்பு முறையில் ஒன்றிணைந்து செயல்படுவதுமான நாடுகள்;** Commonwealth countries. எமது நாட்டுப் பிரச்சினையில் ஏனைய பொதுநலவாய நாடுகள் தலை யிட்டுச் சமாதான முயற்சிகளை மேற்கொள்ள வேண்டும் என்பதே எம் மக்களின் விருப்பம்.

பொதுநிறம் பெ. *(வ.வ.)* **மாநிறம்;** (of complexion) neither dark nor fair. அவளுடைய பொதுநிறத்துக்கு ஏற்ற உடை.

பொதுப் பட்டியல் பெ. **(ஒரு கல்வி நிறுவனத்தில் அல் லது அரசுப் பணியில் சேர) ஒதுக்கீடு செய்யப்பட்ட இடங்களுக்கு அல்லாமல் பொதுப் போட்டியில் தேர்வு செய்யப்பட்டவர்களின் பட்டியல்;** list of those selected in the open competition (for admission to educational institutions or for posts in government services).

பொதுப்பட வி.அ. **பொதுவாக;** generallly. ஒரு பகுதி யினர் ஒரேயடியாகக் கூச்சலிட்டதும், 'சத்தம் போட வேண்டாம்' என்று கூட்டத் தலைவர் பொதுப்படக் கூறி னார்./ அலுவலகத்தில் பணிபுரியும் அனைவரும் பிழை செய்யவில்லை என்கிறபோது எல்லோரையும் பொதுப் படப் பேசாமல் குற்றம் செய்தவரை மட்டும் சுட்டிப் பேசுங்கள் என்று ஒரு ஊழியர் கூறினார்.

பொதுப்படை-ஆக/-ஆன வி.அ./பெ.அ. **(பேச்சு, எழுத்து முதலியவை குறிப்பாக ஒருவரைப் பற்றியோ ஒன்றைப் பற்றியோ இல்லாமல்) பொதுவாக/பொது வான;** in a general way/general. ஊதிய விகிதம் குறித்த பிரச்சினையைப் பற்றிப் பேசாமல் பொதுப்படையாகப் பேசினார்./ பொதுப்படையான கருத்து.

பொதுப்பணித் துறை பெ. **அரசுக் கட்டடங்கள், பாசன வடிகால்கள் போன்றவற்றின் கட்டுமானம் மற்றும் பராமரிப்புப் பணியைச் செய்யும் அரசுத்துறை;** the government department responsible for construction and maintenance of buildings, irrigation works, etc.,; (in India) Public Works Department (abbreviated to P.W.D.).

பொதுப் பிரிவு பெ. **(அரசின் கணிப்பில்) கல்வியிலும் பொருளாதாரத்திலும் முன்னேறிய வகுப்பினராக வகைப்படுத்தி எந்தச் சிறப்புச் சலுகைக்கும் உரியவர் களாகக் கருதப்படாத பிரிவினர்;** categories of people other than those specified as deserving attention (abbreviated to O.C.).

பொதுப்புத்தி பெ. *(பு.வ.)* **கேள்வியோ விமர்சனமோ இல்லாமல் சமுதாயம் நம்புகின்றவை வழியாகவே எப்போதும் சிந்திக்கும் சோம்பலான மனப்போக்கு;** (the tendency of the uncritical) average mind. பழங்குடிகள் பற்றிப் பொதுப்புத்தியில் உருவான கருத்துகளை வெரியர் எல்வின் மாற்றினார்./ பகுத்தறிவாளரான அவர் கலாச் சாரம் என்று பொதுப்புத்தியில் உறைந்துவிட்ட பல விஷ யங்களுக்கு எதிராகத் தன் எழுத்தை அமைத்துக்கொண்டார்.

பொதுப்பெயர் பெ. *(உயிரி.)* **1: (ஒன்றுக்கு அறிவிய லாளர் சூட்டிய பெயர் அல்லாமல்) பொதுவாக மக்கள் பயன்படுத்தும் பெயர்;** common name. **2: ஒரு வகையை அல்லது பிரிவைச் சேர்ந்தவற்றை ஒட்டு மொத்தமாக அழைக்கப் பயன்படுத்தும் பெயர்;** general term. கொக்கு களில் பல வகைகள் இருந்தாலும் மக்கள் எல்லாவற்றையும் கொக்கு என்ற பொதுப்பெயரால்தான் அழைக்கின்றனர்.

பொதுப் போட்டி பெ. **(கல்வி நிறுவனங்களில் அல்லது அரசுப் பணியில் சேர) இடஒதுக்கீடு இல்லாமல், அனை வரும் பங்குபெறும் போட்டி; பகிரங்கப் போட்டி;** open competition as against competition where only specified classes of people can participate (for admission to educational institutions or for selection for posts in government services). மற்ற மாநிலத்தைச் சேர்ந்தவர்கள் பொதுப் போட்டியில் மட்டுமே கலந்துகொள்ள முடியும்.

பொதுபொது-என்று வி.அ. **1: நீர்த்தன்மை மிகுந்து; சொதசொதவென்று;** in a loose or soft state. மண் பொது பொதுவென்று இருந்ததால் கால் உள்ளே பதிந்தது./ காகி தம் மழையில் நனைந்து பொதுபொதுவென்று இருந்தது. **2:** *(கை, கால் போன்ற உடலுறுப்புகளைக் குறித்து வரும்போது)* **அதிக அளவில் நீர் கோத்து;** in a swollen state due to retention of watery fluid in the body. இரண்டு கால்களும் பொதுபொதுவென்று வீங்கிப்போயிருந்தன.

பொதுமக்கள் பெ. **ஒரு நாட்டின் அல்லது ஊரின் சாதா ரண மக்கள்;** the public. தங்கள் ஊருக்குச் சாலை வசதி அமைத்துத் தர வேண்டும் என்று பொதுமக்கள் மாவட்ட ஆட்சியரிடம் மனு கொடுத்தனர்./ பொதுமக்களின் நன் மையைக் கருத்தில் கொண்டு பொங்கலுக்காகச் சில சிறப்புப் பேருந்துகள் இயக்கப்படுகின்றன.

பொதுமன்னிப்பு பெ. (சட்டம்) **(கொள்ளைக்காரர்கள், சிறைத்தண்டனை அனுபவிக்கும் குற்றவாளிகள், ஒரு நாட்டில் சட்டவிரோதமாகத் தங்கியிருப்பவர்கள் போன்றோருக்கு) ஒட்டுமொத்தமாகச் சில அடிப் படைகளில் குறிப்பிட்ட நாளிலோ, குறிப்பிட்ட காரணங்களை முன்னிட்டோ அரசு வழங்கும் மன் னிப்பு;** amnesty; general pardon. இந்தியாவின் சுதந்திரப் பொன்விழாவை முன்னிட்டு, பத்து வருடங்கள் சிறை வாசம் அனுபவித்த கைதிகள் பலருக்குப் பொதுமன்னிப்பு வழங்கினார்கள்./ பொருளாதாரக் குற்றவாளிகளுக்கும் அந்நியச் செலாவணிச் சட்டத்தை மீறுபவர்களுக்கும் அரசு பொதுமன்னிப்பு வழங்காது என்பதை நிதி அமைச்சர் தெளிவுபடுத்தினார்./ உரிய ஆவணங்கள் இன்றியும் அனு மதிக்கப்பட்ட காலத்துக்கு மேற்பட்டும் தங்கியிருந்த சுமார் 50 ஆயிரம் தொழிலாளர்கள் சௌதி அரேபிய அரசின் பொதுமன்னிப்புத் திட்டத்தின் மூலம் தாயகம் திரும்பினர்.

பொதுமு வி. (பொதும, பொதுமி) (வ.வ.) **(நீரில்) ஊறிப் பருத்தல்;** bloat (through soaking in water). ஆற்றில் மிதந்துவந்த செத்துப்போன எருமையின் வயிறு பொதுமி யிருந்தது.

பொது மேலாளர் பெ. **ஒரு பெரிய தொழிற்சாலை, நிறுவனம் போன்றவற்றின் ஒட்டுமொத்தச் செயல் பாடுகளுக்கும் பொறுப்புடைய தலைமை அதிகாரி;** general manager.

பொதுமை பெ. (உ.வ.) **அனைத்துக்கும் அல்லது அனை வருக்கும் பொதுவானது;** universality; commonality. ஒவ் வொரு ஓவிய பாணியும் சில பொதுமைப் பண்புகளையும் சில சிறப்புப் பண்புகளையும் பெற்றிருக்கும்./ பொதுமை நோக்கு/ பொதுமை நலன்/ பொதுமைக் கூறுகள்.

பொதுமைப்படுத்து வி. (-படுத்த, -படுத்தி) **ஒருசில வற்றின் தன்மை, செயல்பாடு போன்றவையே எல்லா வற்றிலும் இருக்கும் என்ற முடிவுக்கு வந்துவிடுதல்;** generalize. நீங்கள் சில மாணவர்களின் நடவடிக்கைகளை வைத்துக்கொண்டு எல்லா மாணவர்களும் இப்படித்தான் என்று பொதுமைப்படுத்த முடியாது.

பொதுவாக்கெடுப்பு பெ. **குறிப்பிட்ட பிரச்சினையில் பரிந்துரைக்கப்படும் தீர்வுகளைக் குறித்துப் பொது மக்களின் கருத்தை அறிகிற விதத்தில் நடத்தப்படும் வாக்கெடுப்பு;** referendum. பனாமா கால்வாயை அகலப் படுத்த வேண்டுமா என்பதுகுறித்துப் பனாமா நாட்டில் பொதுவாக்கெடுப்பு நடந்தது.

பொதுவாக வி.அ. **1: (ஒருவருக்குத் தெரிந்ததன் அல் லது ஒருவர் கவனித்ததன் அடிப்படையில் சொல்லும் போது) பெரும்பாலும்; சாதாரணமாக; வழக்கமாக;** generally; commonly; mostly. பொதுவாகவே இந்த நேரத் தில் பேருந்துகளில் கூட்டம் அதிகமாகத்தான் இருக்கும்./ பொதுவாக இந்த நோய் குழந்தைகளிடம் அதிகமாகக் காணப்படுகிறது./ எங்கள் ஊர்ப் பக்கத்தில் பொதுவாகப் பெண் வீட்டில்தான் திருமணம் நடக்கும். **2: (தெய்வம், குடும்பத்தினர் போன்றோரின் பேரில்) சத்தியமாக;** swearing (in the name of s.o. specified). ஆண்டவனுக்குப் பொதுவாக நான் சொல்வதெல்லாம் உண்மை./ என் பிள்ளைகள் பொதுவாகச் சொல்கிறேன், நான் நகையைத் திருடவில்லை.

பொதுவாழ்க்கை பெ. காண்க: **பொதுவாழ்வு.**

பொதுவாழ்வு பெ. **(ஒரு நபர் ஆற்றும்) மக்கள் நல் வாழ்விற்கான பணி; மக்கள் சேவை;** public life. பொது வாழ்வில் ஈடுபட்டவர்களுக்குக் குடும்ப வாழ்க்கையைப் பற்றி நினைக்க நேரம் இருப்பதில்லை.

பொது விடுமுறை பெ. **ஞாயிற்றுக்கிழமையும் மற்றும் வங்கிகள் செயல்படாது என்று மத்திய அரசு அறிவித் திருக்கும் விடுமுறை நாட்களிலும் ஏதேனும் ஒன்று;** public holiday, in addition to Sundays, declared by theGovernment of India under the Negotiable Instruments Act.

பொது விருந்து பெ. (பு.வ.) **(சாதி வேறுபாடு, ஏழை, பணக்காரன் போன்ற ஏற்றத்தாழ்வு பார்க்காமல்) எல் லோரும் ஒன்றாக அமர்ந்து உணவு உண்ணும் பொது நிகழ்ச்சி;** sitting together to eat food (ignoring caste or status).

பொதுவிநியோகம் பெ. **அரிசி, கோதுமை, சர்க்கரை போன்ற உணவுப் பொருள்கள், மண்ணெண்ணெய் முதலியவற்றைக் குடும்பத்திற்கு ஏற்றவாறு (உறுப்பி னர்களின் எண்ணிக்கை, வருமானம் ஆகியவற்றைப் பொறுத்து) நியாய விலையில் அரசு வழங்கும் ஏற் பாடு;** (in India) public distribution system. பொது விநியோகத் திட்டத்தின் கீழ் ஒரு குடும்ப அட்டைக்கு 20 கிலோ அரிசி வழங்கப்படுகிறது./ பொதுவிநியோகத்தின் கீழ் வழங்கப்படும் மண்ணெண்ணெயின் விலை உயர்த்தப் பட மாட்டாது என்று அமைச்சர் திட்டவட்டமாக அறி வித்தார்.

பொதுவுடைமை பெ. **உற்பத்திச் சாதனங்கள் மக்க ளின் உடைமையாக அரசின் கட்டுப்பாட்டில் இருக்க வேண்டும், திறமைக்கு ஏற்ற உழைப்பும், தேவைக்கு ஏற்ற பங்கீடும் கிடைக்கச் செய்ய வேண்டும், வர்க்க பேதம் இல்லாத சமுதாயம் அமைய வேண்டும் என்பனவற்றை வலியுறுத்தும் அரசியல் கோட்பாடு;** Communism.

பொதுவெளி பெ. **1: மக்கள் அனைவரும் பங்குபெறக் கூடிய இடங்கள்;** public space. மக்கள் புழங்கும் பொது வெளியில் தாறுமாறான தாக்குதல்களை நடத்தும் தீவிர வாதிகள் கோழைகளே என்று பத்திரிகை தலையங்கம் எழு தியது./ மக்கள் கூடும் பொதுவெளி எல்லா ஊர்களிலும் காணப்படுகிறது. **2: (உலக நடப்புகள் குறித்த) பொது மக்களின் பிரக்ஞை;** public consciousness. மக்களுக்கான அடிப்படைத் தேவைகள் குறித்த உணர்வு பொதுவெளியில் ஏற்பட அவர் அரசியல் செயல்பாடுகள் அமைந்தன./ காந்தி பொதுவெளியில் ஒரு பிம்பமாக மட்டும் அமைந்துவிடக் கூடாது என்று அவர் கூறினார்.

பொது வேலைநிறுத்தம் பெ. **மக்களைப் பாதிக்கும் பிரச்சினைகுறித்துத் தங்கள் உணர்வுகளை வெளிப்படுத்தும் வகையில் அனைத்துத் தரப்பினரும் மேற்கொள்ளும் வேலைநிறுத்தம்;** general strike. காவிரி நதிநீர்ப் பிரச்சினையை முன்வைத்து நடத்தப்பட்ட பொது வேலைநிறுத்தத்தில் நடிகர் சங்கமும் கலந்துகொண்டது.

பொது ளகரம் பெ. **(தமிழ் மொழியில் 'ழ்' என்னும் சிறப்பு ழகரத்திலிருந்து வேறுபடும்) 'ள்' என்னும் எழுத்து;** the letter ள் in Tamil (as distinguished from சிறப்பு ழகரம்).

பொதுஜனம் பெ. (அ.வ.) காண்க: **பொதுமக்கள்.**

பொந்து பெ. **(மரம், சுவர், நிலம் முதலியவற்றில் உள்ள) குழிவு அல்லது குடைவு;** hole; recess (in a tree, in the ground, etc.,). மரப் பொந்தில் ஆந்தை/ சுவரில் உள்ள பொந்தை அடைக்க வேண்டும்./ பொந்து மாதிரி வீடு! [(தொ.சொ.) **இடுக்கு/ ஓட்டை/ குழி/ குழிவு/ சந்து/ துளை/ பள்ளம்/ பொத்தல்/ வளை**]

பொம்பளை பெ. (இலங்.) **மணப்பெண்;** (when used in the context of wedding) bride. பொம்பளை, மாப்பிள்ளை ஊருக்குக் கிளம்பிவிட்டார்களா?

பொம்மலாட்டம் பெ. **பாவைக்கூத்து;** puppet show.

பொம்மை பெ. **1: (மரம், மண் போன்றவற்றில்) நிஜப் பொருள்களைப் போன்று அல்லது மனிதர், விலங்குகள் முதலியவற்றைப் போன்று சிறிய உருவில் செய்யப்படும் சிறுவர் விளையாட்டுப் பொருள்;** doll; toy; plaything. சிறுவன் கையில் கார் பொம்மை இருந்தது./ பொம்மைத் துப்பாக்கியைக் காட்டிக் கொள்ளை!/ நாய் பொம்மையில் ஒரு காலைக் காணோம். [(தொ.சொ.) **உருவம்/ சிலை/ சிற்பம்/ சுரூபம்/ பதுமை**] **2:** (பே.வ.) **(புத்தகத்தில் உள்ள) படம்;** illustrative picture (in a book). குழந்தை புத்தகத்தில் பொம்மை பார்த்துக்கொண்டிருந்தது.

பொம்மை ஆட்சி பெ. **நியமிக்கப்பட்ட ஒருவர் அதிகாரம் எதுவும் இல்லாமல் பிறரால் இயக்கப்பட்டு நடத்தும் ஆட்சி;** puppet regime.

பொய்[1] வி. (பொய்க்க, பொய்த்து) **1: (மழை) எதிர்பார்த்த நேரத்தில் பெய்யாமல் போதல்;** (of rain) fail. பருவ மழை பொய்த்ததால் நாட்டில் கடும் பஞ்சம்./ இப்படி வானம் பொய்த்துவிடும் என்று யார் கண்டார்கள்! **2: (நம்பிக்கை, எண்ணம் முதலியவை) நிறைவேறாமல் போதல்;** (of prediction, hope) fail. உன் வாக்கு பொய்த்தது./ தன் நம்பிக்கை பொய்த்துவிடுமோ என்று கலங்கினார். **3:** (இலங்.) **எதிர்பார்த்தபடி பயிர் விளையாமல் போதல்;** (of a crop) fail. மழை இல்லாததால் சிறுபோகமும் பெரும்போகமும் பொய்த்துவிட்டன.

பொய்[2] பெ. (-ஆக, -ஆன) **1: இருக்கும் நிலைமைக்கு மாறாகப் பிறரை நம்பச் செய்வதற்காகக் கூறப்படுவது; பிறரை நம்பச் செய்வதற்காகத் திரித்துக் கூறப்படுவது; உண்மை அல்லாதது;** lie; sth. false. பணத்தைத் திருப்பிக் கொடுத்துவிட்டேன் என்று அவன் சொல்வது பொய்!/ அவன் உண்மை சொல்கிறானா பொய் சொல்கிறானா என்று தெரியவில்லை./ அவன் படிப்புக்கு உதவுவேன் என்று அண்ணன் சொன்னது பொய்யாகப் போய்விட்டது./ சந்திரனுக்கு மனிதர்கள் போக முடியாது என்று சொன்னது பொய்யாகிவிட்டது. [(தொ.சொ.) **அளப்பு/ கட்டுக்கதை/ கதை/ கற்பனை/ புரளி/ புனைந்துரை/ புனைவு/ வதந்தி**] **2: போலி;** false. பொய்யான சான்றிதழைக் கொடுத்து வேலைக்குச் சேர்ந்திருக்கிறான்./ இது பொய்யாக ஜோடிக்கப்பட்ட வழக்கு./ பொய்யான உறவுகளை நம்பி இவ்வளவு காலமாக ஏமாந்திருக்கிறேன். **3: பாசாங்கு;** sth. simulated. பொய்த் தூக்கம்/ பொய்க் கோபம்/ பொய்ச் சண்டை.

பொய்க்கால் பெ. **(சில வகை ஆட்டங்களில் தன்னை உயரமாகக் காட்டிக்கொள்ள) காலில் கட்டிக்கொள்ளும், கால் போன்ற மரக் கட்டை;** stilts (in some forms of dance).

பொய்க்கால் குதிரை பெ. **பொய்க்கால் பொருத்திக் கொண்டு பெரிய குதிரைப் பொம்மைக்குள் நுழைந்து நின்றுகொண்டு ஆடும் நடனம்;** a kind of dance performed with a dummy horse.

பொய்க்கால் குதிரை

பொய்க்குரல் பெ. (இசை) **கள்ளத் தொண்டை;** false voice.

பொய்கை பெ. (உ.வ.) **(இயற்கையாக அமைந்த) குளம்;** (natural) pond.

பொய் சாட்சி பெ. (சட்டம்) **(நீதிமன்றத்தில் நடக்கும் வழக்கு முதலியவற்றில்) வேண்டுமென்றே உண்மையை மறைத்து அல்லது திரித்துத் தரும் சாட்சியம்;** false evidence; perjury. பொய் சாட்சி சொல்வது கடுமையான குற்றம்.

பொய் சாட்சியம் பெ. (சட்டம்) காண்க: **பொய் சாட்சி.**

பொய்சொல்லி பெ. (இலங்.) **பொய் சொல்லுபவர்;** liar. நான் உன்னை நம்ப மாட்டேன். நீ ஒரு பொய்சொல்லி./ அவர் சரியான பொய்சொல்லி என்பது இந்த ஊருக்கே தெரியும்.

பொய்ப் பல் பெ. **(பல் இல்லாதவருக்கு அல்லது பல்லை இழந்தவருக்குப் பொருத்தப்படும்) உண்மையான பல்லைப் போன்று தயாரிக்கப்பட்ட பல்;** dentures. தாத்தா தூங்கும் போது பொய்ப் பல்லைக் கழற்றிவிட்டுத்தான் தூங்குவார்.

பொய்ப்பி வி. (பொய்ப்பிக்க, பொய்ப்பித்து) **(ஒன்றை) பொய்யாக்குதல்; பொய் என நிறுவுதல்;** prove sth. to be false; falsify. தேர்தலை ஒட்டிப் பத்திரிகைகள் வெளியிட்ட கருத்துக்கணிப்புகள் பொய்ப்பிக்கப்பட்டன.

பொய்ப் பிஞ்சு பெ. (இலங்.) **வெம்பிய காய்;** prematurely ripened fruit. இந்த முறை மாமரத்தில் பிடித்ததெல்லாம் பொய்ப் பிஞ்சாகப் போய்விட்டது.

பொய்ப்பூ பெ. *(இலங்.)* **(மரம் செடிகொடிகளில்) ஒரு பருவத்தில் முதன்முதலில் பூத்தும், காய் பிடிக்காமல் உதிர்ந்து விழும் முதல் பூ;** the first flower of a plant which drops down without developing. மரத்தில் பொய்ப்பூ வருகிறது என்பதால் சீக்கிரம் காய்க்கப்போகிறது என்று தாத்தா சொல்லிக்கொண்டிருந்தார்.

பொய்மை பெ. *(உ.வ.)* **பொய்யின் தன்மை கொண்டது;** sth. unreal; falsehood. வாழ்க்கை பொய்மையாகத் தோன்றியது./ பொய்மையும் பாசாங்கும் நிரம்பிய வார்த்தைகள்.

பொய்யன் பெ. *(உ.வ.)* **பொய் சொல்பவன்;** liar. என்னைப் பற்றிச் சில பொய்யர்கள் விஷமப் பிரச்சாரம் செய்து வருகிறார்கள்.

பொய்யாமை பெ. *(உ.வ.)* **பொய் சொல்லாத தன்மை; கொடுத்த வாக்குத் தவறாமை;** truthfulness. வாழ்நாளில் பொய்யாமையைக் கடைப்பிடித்து வாழ்ந்து மறைந்த மனிதர்.

பொரி[1] வி. (பொரிய, பொரிந்து) **1: (கொதிக்கும் எண்ணெயில் அல்லது நெய்யில்) கடுகு வெடிப்பது போன்ற ஒலியுடன் வறுபடுதல்/அப்பளம் போன்றவை எண்ணெயில் முங்கி வெந்து உண்ணும் நிலையை அடைதல்;** be fried (in oil). கடுகு பொரியும் சத்தம் கேட்கிறது. **2: (சோளம், கடலை முதலியவை) சூட்டில் வறுபடுதல்;** be puffed or parched (in heat). அவல் நன்றாகப் பொரியவில்லை. **3: (கோபம், வெறுப்பு போன்றவற்றை வெளிப்படுத்தும் விதமாக) படபடவென்று பேசுதல்;** splutter. 'என்ன தைரியம் இருந்தால் இப்படிச் செய்வாய்?' என்று பொரிந்தார்.

பொரி[2] வி. (பொரிக்க, பொரித்து) **1: (கொதிக்கும் எண்ணெயில் அல்லது நெய்யில் கடுகு, அப்பளம் முதலியவற்றை) பொரியச் செய்தல்;** fry (in oil). அப்பளம் பொரிக்கட்டுமா?/ பொரித்த கருவாடு. **2: வேக வைத்த காய்கறிகளை அல்லது பச்சைக் காய்கறிகளை அல்லது முட்டை போன்றவற்றை மசாலா சேர்த்தோ சேர்க்காமலோ எண்ணெயில் வதக்குதல்;** fry; roast. [(தொ.சொ.) தாளி/ துவட்டு/ பிரட்டு/ வதக்கு/ வறு] **3: (சோளம், கடலை முதலியவற்றை) சூட்டில் வறுத்தல்;** roast; be parched (by heating). பட்டாணியைப் பொரித்துப் போடு. **4: (பறவைகள், ஊர்ந்து செல்லும் சில வகை விலங்குகள் ஆகியவை) தேவையான சூடு உண்டாக்கி முட்டையிலிருந்து குஞ்சு வெளிவரச் செய்தல்;** hatch.

பொரி[3] பெ. **(அரிசி, சோளம், அவல் போன்றவற்றை) சட்டியில் இட்டு வறுத்துத் தயாரிக்கப்படும், உதிரி உதிரியாக இருக்கும் ஒரு வகைத் தின்பண்டம்;** rice, corn, etc., parched by heating. பொரி வாங்கி வழி நெடுகத் தின்றுகொண்டே போனார்கள்./ சோளப் பொரி/ அவல் பொரி.

பொரிக்கஞ்சட்டி பெ. **மீன் குழம்பு வைப்பதற்கு, பதுங்கலாக, புடையோடு இருக்கும் அகலமான சட்டி;** a wide-mouthed, dwarfish earthenware pan for cooking fish sauce.

பொரிக் குடம் பெ. *(ஊரக வ.)* **பொரித்த அவலுடன் வெல்லப் பாகு, எள், தேங்காய்ப் பல் ஆகியவை கலந்து நிரப்பி, பெண்ணின் வளைகாப்புக்குச் சீராகத் தாய்மாமன் கொண்டுவரும் மண் பானை;** earthenware pot of parched rice flakes sweetened by jaggery syrup and தேங்காய்ப் பல் which the maternal uncle brings for the ceremony connected with a woman's first pregnancy. வளைகாப்புக்குப் பொரிக் குடம் தூக்கிவர அந்தப் பெண்ணுக்கு மாமா இருக்கிறார்களா?

பொரிகடலை பெ. *(ஊரக வ.)* **1: பொட்டுக் கடலை;** fried chick-pea. **2: பொரியும் பொட்டுக் கடலையும் சேர்ந்த கலவை;** a mixture of fried chick-pea and parched grain.

பொரித்த குழம்பு பெ. **வெங்காயம், காய்கறி ஆகியவற்றை வதக்கியபின் கடுகு, சீரகம் தாளித்து, வேக வைத்த பாசிப்பருப்பைச் சேர்த்துத் தயாரிக்கும் ஒரு வகைக் கெட்டியான குழம்பு;** semi-liquid sauce prepared with onion and vegetables to which cooked greengram is added.

பொரி மாவு பெ. *(ஊரக வ.)* **(கீரை, குழம்பு போன்றவற்றைத் தயாரிக்கும்போது சமையலில் சேர்க்கும்) அரிசி, சீரகம் ஆகியவற்றைச் சேர்த்து, வறுத்து அரைத்துப் பெறும் பொடி;** powder obtained by grinding rice fried together with cumin seeds. அரைக்கீரைக்குப் பொரி மாவு தூவிச் சமைத்தால் கூட்டு போலவே இருக்கும்.

பொரியல் பெ. **கடுகு தாளித்த எண்ணெயில், நறுக்கிய காய்கறியை அல்லது உடைத்து ஊற்றிய முட்டையை வதக்கித் தயாரிக்கும் தொடுகறி;** vegetables or egg prepared by seasoning and frying with a little quantity of oil. வாழைக்காய்ப் பொரியல்/ உருளைக்கிழங்கு பொரியல்/ முட்டைப் பொரியல்.

பொரியுருண்டை பெ. **பொரியை வெல்லப் பாகுடன் சேர்த்து உருண்டையாகப் பிடித்துத் தயாரிக்கப்படும் தின்பண்டம்;** snack prepared by mixing puffed rice with jaggery syrup which is then made into balls.

பொரிவிளங்காய் உருண்டை பெ. **வறுத்து அரைத்த பாசிப்பருப்பு, அரிசி ஆகியவை கலந்த மாவை வெல்லப் பாகில் இட்டு உருண்டையாகப் பிடிக்கப்படும் (கடிப்பதற்குச் சற்றுக் கடினமாக இருக்கும்) தின்பண்டம்;** slightly hard sweet prepared by mixing the flour of rice and greengram with jaggery syrup which is then rolled into small balls.

பொருக்கு[1] பெ. **1: (பாத்திரத்தில்) ஒட்டியிருக்கும் காய்ந்த உணவுத் துண்டு;** dry bits of food sticking to the cooking vessel). வாணலியில் உப்புமாப் பொருக்கு. **2: (புண், காயம் முதலியவற்றின் மேல் இருக்கும்) காய்ந்து உலர்ந்த தோல்;** scab. **3: (சேறு முதலியவை உலர்ந்து போகும்போது) மேலே வரும் சிறுசிறு மண் கட்டிகள்;** flakes of mud that has caked up.

பொருக்கு[2] பெ. **இறுகி பொருபொருப்பாக இருக்கும் உலர்ந்த களிமண்;** clay that cakes up to become brittle after drying. வயலுக்குப் பத்து வண்டி குளத்துப் பொருக்கு அடித்தார்கள்./ காய்ந்து பொருக்கான வயலில் நடந்தால் காலைக் குத்தும்.

பொருட்காட்சி பெ. **பொதுமக்கள் பார்வையிடவும் வாங்கவும் ஏற்ற வகையில் பொருள்களைப் பெரிய**

அளவில் விளம்பரப்படுத்தி (சில நாட்கள் அல்லது மாதங்கள்) நடக்கும் நிகழ்ச்சி; exhibition; fair.

பொருட்டு[1] பெ. (-ஆக) (பெரும்பாலும் 'ஒரு' என்னும் சொல்லோடு இணைந்து வரும்போது) **மதிக்கத் தக்க, பொருட்படுத்த வேண்டிய ஒன்று அல்லது ஒருவர்;** s.o. or sth. worth one's notice or attention. அவர் என்னை ஒரு பொருட்டாக மதிக்கவில்லை./ இந்த இழப்பெல்லாம் அவனுக்கு ஒரு பொருட்டே அல்ல./ இந்தத் தோல்வியை யெல்லாம் ஒரு பொருட்டாகக் கருதலாமா?/ என்னையும் ஒரு பொருட்டாக மதித்துத் தலைவர் பேசியது எனக்குப் பெருமையாக இருந்தது.

பொருட்டு[2] இ.சொ. **'(முன் குறிப்பிடப்பட்டதன்) காரணமாக' என்ற பொருளில் பயன்படுத்தப்படும் இடைச்சொல்;** particle used in the sense of 'because of', 'for the reason of'. பிரதமர் வருகையின் பொருட்டுக் காவல் அதிகரிக்கப்பட்டது./ தற்காத்துக்கொள்ளும் பொருட்டுத் தாக்குவது குற்றம் அல்ல என்று சட்டம் கூறுகிறது./ உன் பொருட்டு நான் இதைச் செய்கிறேன்.

பொருட்படுத்து வி. (-படுத்த, -படுத்தி) (பெரும்பாலும் எதிர்மறையில் அல்லது எதிர்மறைத் தொனியில்) **முக்கியத்துவம் அளித்துக் கருத்தில் அல்லது கவனத்தில் கொள்ளுதல்;** (usually in the negative) give due consideration to; care for; mind; be mindful of. உயிரைப் பொருட்படுத்தாமல் கிணற்றில் குதித்துக் குழந்தையைக் காப்பாற்றினான்./ அவர் பணத்தைச் சிறிதும் பொருட்படுத்துவதே கிடையாது./ வெயிலைப் பொருட்படுத்தாமல் தொழிலாளர்கள் வேலை செய்தனர். [(தொ.சொ.) **கண்டுகொள்/ சிந்து/ மதி**]

பொருட்பெயர் பெ. (இலக்.) **பொருளைக் குறிக்கும் பெயர்;** name of things. வளையல், உரல், நெல் போன்றவை பொருட்பெயர்கள் ஆகும்.

பொருண்மை பெ. 1: **(சொல், செயல் போன்றவற்றின்) பொருள்; அர்த்தம்;** meaning. விடுகதைகளின் பொருண்மை குறித்துச் சமுதாய நோக்கில் ஆராய வேண்டும்./ சொற்களின் பொருண்மை காலப்போக்கில் மாறிக்கொண்டே வருகிறது. 2: **பருப்பொருளாக இருக்கும் தன்மை அல்லது நிலை; ஸ்தூலம்;** concreteness; materiality. பொருண்மை உலகம். 3: (இயற்.) **(ஒரு பொருளின்) நிறை;** mass. சூரியனின் பொருண்மையில் சுமார் 70% வாயுக்கள்.

பொருண்மையியல் பெ. (மொழி.) **மொழியில் சொற்கள், தொடர்கள் போன்றவற்றின் பொருளைப் பற்றி விளக்கும் துறை;** semantics.

பொருத்த பெ.அ. காண்க: **பொறுத்த**[1].

பொருத்தம் பெ. 1: (-ஆக, -ஆன) **(தன்மை, பண்பு போன்றவை ஒன்றுக்கு அல்லது ஒருவருக்கு) ஏற்றதாகவும் ஒத்ததாகவும் சரியானதாகவும் இருக்கும் நிலை;** appropriateness; suitability. தலைப்பு கவிதைக்குப் பொருத்தமாக இருக்கிறது./ இன்றைய வாழ்க்கைக்குப் பொருத்தமற்றவையாக உள்ள சில அரசு நடைமுறைகள் மாற்றி அமைக்கப்பட வேண்டும்./ இவள் உனக்குப் பொருத்தமான பெண்./ பாடலின் ஒரு இடத்தில் வயலினுடன் புல்லாங்குழல் பொருத்தமாகச் சேர்ந்துகொள்கிறது./ என் கேள்விக்கு நீ சொன்னது பொருத்தமான பதில் இல்லை. 2: (சோதி.) **(மாப்பிள்ளை ஜாதகத்தையும் பெண்ணின் ஜாதகத்தையும் ஒப்பிட்டுப் பார்க்கும் போது) குறிப்பிட்ட அம்சங்கள் திருமணம் செய்து கொள்ள இருப்பவர்களுக்கு ஒத்திருக்க வேண்டிய நிலை;** (of aspects in horoscopes of the man and woman to be married) being matchable. ஜாதகம் பார்த்ததில் பத்துக்கு ஆறு பொருத்தம் சரியாக இருக்கிறது./ நட்சத்திரப் பொருத்தம்.

பொருத்தனை பெ. (கிறித்.) **(இறைவனிடம்) வேண்டுதல்;** appeal (to god). 'ஆண்டவரே எங்களைக் காத்தருளும்' என்று பொருத்தனை செய்வோம்.

பொருத்து[1] வி. (பொருத்த, பொருத்தி) 1: **(ஒரு பொருள், பாகம் முதலியவற்றை ஒன்றுடன்) இணைத்தல்;** fit; set. நவீன ஆயுதங்கள் பொருத்தப்பட்ட போர் விமானம்/ புது வீட்டில் மின்விசிறிகளெல்லாம் பொருத்தி விட்டீர்களா?/ (உரு வ.) புதிய வாழ்க்கை முறையோடு தன்னைப் பொருத்திக்கொள்ள அவனால் முடியவில்லை. 2: **(ஒன்றை ஒன்றுடன்) ஒப்பிடுதல்;** compare; set. தன் நிலைமையுடன் தன் நண்பனின் செல்வச் செழிப்பைப் பொருத்திப் பார்த்து ஏங்கினான்./ கு. அழகிரிசாமி படைப்புகளை அவரது காலத்தோடு பொருத்திப் பார்ப்பது அவசியமாகிறது. 3: **(அறுவைச் சிகிச்சையின் மூலம் உறுப்பையோ கருவியையோ உடலில்) வைத்து இணைத்தல்;** fix; transplant; graft. இறந்தவரின் கண்களை உடனடியாக எடுத்துப் பார்வை இழந்தவருக்குப் பொருத்தினார்கள்./ குரங்கின் இருதயத்தை நாய்க்குப் பொருத்தி ஆராய்ச்சி செய்தனர்./ இருதயத் துடிப்பைச் சீராக வைத்திருக்க உதவும் கருவியை அவருக்கு வெற்றிகரமாகப் பொருத்தினார்கள். 4: **(வினாத்தாள், பயிற்சிக் கையேடு போன்றவற்றில்) ஒரு சொல், எண் போன்றவற்றைப் பொருத்தமான சொல், எண் போன்றவற்றுடன் சேர்த்தல்;** match.

பொருத்து[2] வி. (பொருத்த, பொருத்தி) **(எண்ணெய் விளக்கு, மெழுகுவர்த்தி முதலியவற்றை) எரியச் செய்தல்;** light (a lamp, candle, etc.,); light fire. தீக்குச்சியைக் கிழித்து விளக்கைப் பொருத்தினான்.

பொருத்து[3] பெ. (வ.வ.) **ஒன்றோடு ஒன்று இணைந்திருக்கும் இடம் அல்லது இணைப்பு;** joint. கட்டில் காலின் பொருத்தில் மெழுகு வைத்து அடைத்தார்.

பொருத்து[4] வி.அ. காண்க: **பொறுத்து.**

பொருந்திய பெ.அ. **(குறிப்பிடப்படுவதை) கொண்ட; உடைய; படைத்த;** having; possessing. பலம் பொருந்திய சர்வாதிகாரி/ ஒளி பொருந்திய கண்கள்.

பொருந்து வி. (பொருந்த, பொருந்தி) 1: **(ஒன்று ஒன்றினுள் அல்லது ஒன்றின் மேல் சரியான விதத்தில்) இணைந்து அல்லது சேர்ந்து அமைதல்;** fit (properly); set; suit. கதவில் உள்ள தாழ்ப்பாள் சரியாகப் பொருந்தவில்லை./ சட்டத்துக்குள் பொருந்தியிருந்த கண்ணாடியைத் தனியே பிரித்து எடுத்தான்./ கால்சட்டை இடுப்பில் சரியாகப் பொருந்தவில்லை./ புதுச் செருப்பு காலுக்கு நன்றாகப் பொருந்தியது. 2: **(ஒன்றுக்கு அல்லது ஒருவருக்கு) பொருத்தமாக, ஏற்றதாக அமைதல்;** be matchable; be appropriate; be in agreement; be suitable.

பொருபொருப்பு 994

நீங்கள் அனுப்பிய பெண்ணின் ஜாதகம் என் பையன் ஜாதகத்தோடு பொருந்தியிருக்கிறது./ சிவப்பு நிறம் உனக்கு மிகவும் பொருந்தும். அதே நிறத்திலேயே புடவை எடு!/ உலகம் முழுவதற்கும் பொருந்தக்கூடிய தத்துவக் கோட்பாடு ஒன்று உண்டா?

பொருபொருப்பு பெ. மொரமொரப்பு; crispness.

பொருமல் பெ. 1: **(அஜீரணம் முதலியவற்றால் வயிறு) உப்பி இரைகிற சத்தம்;** rumbling noise (of a flatulent stomach). 2: **(ஆத்திரம், வெறுப்பு, பொறாமை முதலிய வற்றின் காரணமாக ஏற்படும்) மனப் புழுக்கம்; குமைச் சல்;** state of seething inwardly. எனக்குப் பரிசு கிடைக் காமல் செய்துவிட்டார்கள் என்று தன் பொருமலை என் னிடம் கொட்டிவிட்டான்! 3: *(அ.வ.)* **விம்மல்;** sob.

பொருமு வி. *(பொரும, பொருமி)* 1: **(அஜீரணம் முதலி யவற்றால் வயிற்றில்) இரைச்சல் உண்டாதல்;** (of stomach) rumble. 2: **(வெறுப்பு, ஆத்திரம், பொறாமை முதலியவற்றால்) (மனம்) புழுங்குதல்; (மனம் புழுங்கி) எரிச்சலை வெளிப்படுத்தும் விதத்தில் பேசு தல்;** fret; feel sore. 'தகுதியில்லாதவனுக்கெல்லாம் நல்ல வேலை கிடைக்கிறது' என்று அவன் பொருமினான்./ அவர் கஷ்டப்பட்டு உழைத்து முன்னேறினார். அவரை நினைத்து நீ பொருமுவதில் என்ன பயன்? [*(தொ.சொ.)* **அங்க லாய்/ அரற்று/ குமுறு/ குமை/ கொதி/ பிதற்று/ புலம்பு/ பொங்கு/ வருந்து**]

பொருள் பெ. **அ.** *(புலன்களால் உணரக்கூடிய வகை யில் இருப்பது தொடர்பான வழக்கு)* 1: **திட நிலையில் அல்லது திரவ நிலையில் இருப்பதும் உயிரில்லாதது மான ஒன்று;** substance; matter. திடப் பொருள்/ திரவப் பொருள்/ தொழிற்சாலையில் உற்பத்தி செய்யப்படும் பொருள்கள். 2: **பணம், சொத்து முதலியவை;** one's possessions (such as wealth, etc.,). என் தாத்தா பொருள் தேடி பர்மா சென்றதாக அப்பா சொல்லியிருக்கிறார்./ முன் னோர் சேர்த்துவைத்த பொருளைக் கட்டிக்காத்ததோடு மேலும் பெருக்கும் நோக்கத்தோடு அவர் கடுமையாக உழைத்தார்./ பொருளாசை பிடித்தவன். **ஆ.** *(சொல், செயல் மூலமாக மனத்தால் உணரப்படுவது தொடர்பான வழக்கு)* 3: **சொல், தொடர் ஆகியவை தெரிவிப்பது அல்லது குறிப்பது; அர்த்தம்;** sense (of a word); (lexical) meaning. ஓர் ஆங்கில வார்த்தையைச் சொல்லி அதற்குப் பொருள் தெரியுமா என்று கேட்டார்./ எல்லாச் சொல்லுக்கும் பொருள் உண்டு என்று தொல்காப்பியர் கூறுகிறார்./ அகராதியில் 'குட்டிச்சாத்தான்' என்ற சொல் லுக்கு இரண்டு பொருள் கொடுத்திருக்கிறார்கள்./ 'காது குத்து' என்ற தொடரின் பொருள் என்ன? 4: **கருத்து;** meaning; true significance. பொருளற்ற பேச்சு. 5: **(உணர்வு, செயல் போன்றவை அல்லது ஒரு கலைப் படைப்பு முதலியவை) வெளிப்படுத்துவது; உணர்த்துவது;** message; meaning. நவீன ஓவியத்தின் பொருளை விளக்கிச் சொல்ல முடியுமா?/ அவளுடைய புன்னகையின் பொருள் எனக்குப் புரியவில்லை./ வாழ்க்கையின் பொருள்தான் என்ன? / அவன் என்னை அப்படிப் பார்த்ததன் பொருள் என்னவென்றே எனக்கு விளங்கவில்லை. 6: **(உரை, கட்டுரை போன்றவற்றுக்கான) தலைப்பு;** topic; theme (for an essay, discussion, talk, etc.,). 'கலையும் சமுதாயமும்' என்ற பொருளில் அவர் பேசினார்./ 'சுற்றுச்சூழல்' என்ற பொருளில் 500 சொற்களுக்கு மிகாமல் கட்டுரை எழுதுக. 7: **இலக்கியம் கொண்டிருக்கும் உள்ளடக்கம்;** content (of a literary work).

பொருள்படு வி. *(-பட, -பட்டு)* **(சொல், பேச்சு முதலி யவை குறிப்பிட்ட விதத்தில்) பொருள் தருதல்;** (of a word, utterance, etc.,) suggest; mean. 'தண்டச்சோறு' என்ற பொருள்பட என்னைப் பேசுவதில் அண்ணனுக்கு ஒரு மகிழ்ச்சி.

பொருள்முதல்வாதம் பெ. *(தத்.)* **உலகாயதம்;** materialism.

பொருளடக்கம் பெ. **(ஒரு நூலின்) உள்ளடக்கத்தின் பிரிவுகள், தலைப்புகள், அவை தொடங்கும் பக்கம் முதலியவற்றை வரிசையாகத் தரும் பட்டியல்; உள் ளடக்கம்;** (of a book) the page listing the contents.

பொருளாதாரக் குற்றம் பெ. **ஒரு நாட்டின் பொருளா தாரம், வருவாய் போன்றவற்றைப் பாதிக்கும் (கள்ள நோட்டு அச்சிடுவது, வரி ஏய்ப்பு போன்ற) குற்றம்;** economic offence.

பொருளாதாரத் தடை பெ. **(அரசியல் காரணங்களுக் காக) ஒரு நாட்டின் மீது மற்றொரு நாடு விதிக்கும் வர்த்தகக் கட்டுப்பாடு;** economic sanctions. சுற்றுச்சூழல் குறித்த சர்வதேச ஒப்பந்தத்தில் கையெழுத்து இடாத நாடு கள்மீது பொருளாதாரத் தடை விதிக்கப்பட வேண்டும் என்று ஒரு சுற்றுச்சூழல் வல்லுநர் கூறியிருக்கிறார்.

பொருளாதாரம் பெ. 1: **(ஒரு நாட்டின்) பொருள் உற் பத்தி, சேவைகள் ஆகியவை ஒட்டுமொத்தமாக உரு வாக்கும் வளம்;** economy (of a country). உள்நாட்டுப் போர்கள் பொருளாதாரத்தைப் பெரிதும் பாதிக்கின்றன./ பொருளாதார வளர்ச்சியைப் பெருக்குவதற்காகப் புதிய வரிச் சலுகைகள் அறிவிக்கப்பட்டுள்ளன. 2: **(ஒரு நிறு வனம், அமைப்பு போன்றவற்றின்) நிதிநிலைமை;** state of finance. நமது நிறுவனத்தின் பொருளாதாரம் திருப்தி கரமாக இல்லை. 3: **(ஒன்றைச் செய்வதற்குத் தேவை யான அளவில் ஒருவரிடம் இருக்கும்) பண வசதி;** (a person's) money resources. அந்தப் பெரிய வீட்டுக்கு வாடகை கொடுக்க நம் பொருளாதாரம் இடம் தராது./ மாதக் கடைசியில் எல்லோருக்கும் பொருளாதார நெருக் கடிதான். 4: காண்க: **பொருளியல்.**

பொருளாளர் பெ. **(ஓர் அமைப்பின்) நிதி நிர்வாகத் துக்குப் பொறுப்பு வகிப்பவர்;** treasurer (of an organization).

பொருளியல் பெ. **நாட்டின் நிதிநிலை, பொருள் உற் பத்தி, வணிகம் முதலியவற்றைப் பற்றியும் அவற்றுக் கிடையே காணப்படும் தொடர்பைப் பற்றியும் விவ ரிக்கும் துறை;** economics.

பொல் பெ. *(இலங்.)* 1: **ஊன்றுகோல்;** walking stick; cane. ரொம்ப வயதாகிப்போனதால் பொல் இல்லாமல் அம்மம்மாவால் நடக்க முடியாது. 2: **சற்றுப் பருமனான தடி;** thick stick. வீட்டுக்குள் நுழைந்த பாம்பைப் பொல் லால் அடித்து வெளியில் போட்டான்.

பொல்-என்று வி.அ. **சட்டென்றும் முழுமையாகவும்;** all of a sudden and completely. அப்பாவுக்குப் பொல் லென்று தலைமுடி வெளுத்துவிட்டதே!/ பொல்லென்று

பூத்திருந்த புலிக்கொன்றை மரம் கண்கொள்ளாக் காட்சியாக இருந்தது.

பொல்லாங்கு பெ. (உ.வ.) 1: **தீமை; கேடு;** a harm done to a person. தனக்குப் பொல்லாங்கு புரிந்தோர்க்கும் நன்மையே செய்யும் இயல்புடையவர். 2: **(பிறரைப் பற்றிய) குறை;** talking ill (of others). பொல்லாங்கு சொல்லாதே!

பொல்லாத்தனம் பெ. (பே.வ.) **தீமை விளைவிக்கும் குணம்;** wickedness. என்னிடமே உன் பொல்லாத்தனத்தைக் காட்டுகிறாயே?

பொல்லாத பெ.அ. 1: **தீமை நிறைந்த அல்லது விளைவிக்கிற;** bad; vicious; wicked. பொல்லாத ஆள்/ அந்தப் பொல்லாத நரி மெதுவாக மானை நெருங்கியது./ 'ரொம்பப் பொல்லாதது இந்த உலகம்' என்றார் தாத்தா. 2: (பே.வ.) **கடுமையான;** extreme. சொல்வதைச் செய்யாவிட்டால் எனக்குப் பொல்லாத கோபம் வரும்./ பொல்லாத பாவம். 3: (பே.வ.) **(ஒன்றைக் குறைத்து மதிப்பிடும்போது கேலியாக) பெரிய; முக்கியமான;** (a belittling expressed by its ironic contrary) great; important. என்ன பொல்லாத வேலை, எல்லாம் நாளைக்குப் பார்த்துக்கொள்ளலாம்./ பொல்லாத பரீட்சை, எனக்குத் தெரியாதா நீ படிக்கும் லட்சணம்?

பொல்லாப்பு பெ. **(பிறருடைய) வெறுப்பு; மனக்குறை; சாபம்;** displeasure of a person (incurred by s.o.). அவன் பொல்லாப்பு எனக்கு வேண்டாம்./ ஊர்ப் பொல்லாப்பை ஏன் சம்பாதித்துக்கொள்கிறாய்?

பொலபொல வி. (பொலபொலக்க, பொலபொலத்து) **கெட்டித்தன்மை குறைந்து உதிர்தல்;** become rickety. வீடு பொலபொலத்து இடிந்துவிழும் நிலைக்கு வந்துவிட்டது.

பொலபொல-என்று[1] வி.அ. 1: (மண், காரை முதலியவற்றைக் குறித்து வரும்போது) **பிடிப்பில்லாமல் சிறு சிறு துகள்களாக அல்லது பொடியாக;** in crumbles; in cascades. தொட்டவுடன் சுவரிலிருந்து காரை பொலபொலவென்று உதிர்ந்தது./ (உரு வ.) கிட்டப்பா பாடும் போது பொலபொலவென்று பிருகாக்கள் உதிரும். 2: **(சாதம்) ஒன்றோடு ஒன்று ஒட்டாமல்; உதிரிஉதிரியாக;** (of cooked grains of rice) loose and not tending to lump. அப்பாவுக்குச் சாதம் பொலபொலவென்று இருந்தால்தான் பிடிக்கும். 3: **(கண்ணீர்) துளித்துளியாக;** (of one's shedding of tears) profusely. அவன் கண்களிலிருந்து பொலபொலவென்று கண்ணீர் வடிந்தது./ அவள் பொலபொலவென்று கண்ணீர் சிந்தினாள்.

பொலபொல-என்று[2] வி.அ. (பே.வ.) (சூரியன் உதிப்பதைக் குறிக்கும்போது) **இருள் கலைந்து வெளிச்சம் மிக விரைவில் அதிகமாகி;** (of dawn) break quickly. பேருந்து சென்னையை நெருங்கியபோது பொலபொலவென்று விடிந்துகொண்டிருந்தது.

பொலி[1] வி. (பொலிய, பொலிந்து) (உ.வ.) **(குறிப்பிடப்படுவது ஒன்றில் அல்லது ஒருவரிடத்தில்) நிறைந்து விளங்குதல்;** flourish. உங்களுக்குச் செல்வம் பொலியட்டும்!

பொலி[2] பெ. (ஊரக வ.) 1: **(களத்தில்) நெல்லைத் தூற்றும்போது நீளவாக்கில் உருவாகும் குவியல்;** paddy heaping up in the form of roof while being winnowed. 2: **விளைச்சலின் அளவு;** yield (of paddy).

995 பொழுது அடை

பொலிகடா பெ. **(கால்நடைகளில்) இனவிருத்தி செய்வதற்காக வளர்க்கப்படும் (கொழுத்த) கடா;** bull or ram reared for purposes of breeding.

பொலிகாளை பெ. காண்க: **பொலிகடா.**

பொலிவு பெ. 1: **(ஒருவரிடம் காணப்படும்) புத்துணர்வு; மலர்ச்சி; (ஒன்றில் காணும்) பிரகாசம்; ஒளி;** freshness (of sth.); brightness; radiance (of one's face or appearance). அவர் முகத்தில் பொலிவு இருந்தது./ தாய்மைப் பொலிவில் அவள் ஜொலித்தாள்./ புதுப்பிக்கப்பட்ட அந்தக் கோயில் கோபுரம் பொலிவுடன் விளங்கியது. [(தொ.சொ.) **களை/ சோபை/ மலர்ச்சி**] 2: (கலை முதலியவை குறித்து வரும்போது) **வளர்ச்சி பெற்று உன்னதமாக விளங்கும் சிறப்பு;** prominence. கடந்த இருபது ஆண்டுகளில் தமிழ் நாட்டின் நாட்டுப்புறக் கலைகள் புதுப் பொலிவைப் பெற்றிருக்கின்றன.

பொழி வி. (பொழிய, பொழிந்து) 1: (உ.வ.) **(மழை, பனி முதலியவை) அதிக அளவில் கீழே இறங்குதல்/(மழை, பனி முதலியவற்றை வானம்) கொட்டுதல்;** (of rain, snow, etc.,) pour down or fall heavily/shower on. நேற்று மழை பொழிந்து தள்ளிவிட்டது./ மேகங்கள் மழையைப் பொழிந்தால் பயிர் பிழைக்கும்./ முழு நிலவு குளிர்ச்சியான ஒளியைப் பொழிந்தது./ (உரு வ.) ஒரே குழந்தை என்பதால் அன்பைப் பொழிகிறாள். [(தொ.சொ.) **அடி/ ஊற்று/ கொட்டு/ தூறல்போடு/ தூறு/ பிய்த்துவாங்கு/ பெய்/ விழு/ வெளுத்துக்கட்டு**] 2: (ஊரக வ.) **(ஆற்றில்) கரை ததும்ப வரும் வெள்ளம், கரையை உடைக்காமல், தாண்டி மறுபக்கம் இறங்கி ஓடுதல்;** (of flood) overflow the bund (but not breach it). வெள்ளம் இரண்டு இடங்களில் கரை பொழிந்து ஓடி, பிறகு குறைந்துவிட்டது.

பொழிப்பு பெ. (-ஆக, -ஆன) (இலங்.) காண்க: **பொழிப்புரை.**

பொழிப்புரை பெ. **(செய்யுளின்) பொருளைத் தொகுத்துக் கூறும் முறையில் அமைந்த உரை;** paraphrase (of a poem).

பொழில் பெ. (உ.வ.) சோலை; garden.

பொழிவு பெ. **(மழை, பனி முதலியவை) பெய்தல்;** (rain, snow) fall. இந்த ஆண்டு மழைப் பொழிவு குறைவாக இருக்கும் என்று வானிலை ஆய்வு மையம் தெரிவித்துள்ளது./ (உரு வ.) கருத்துப் பொழிவு.

பொழுதிருக்க வி.அ. (பே.வ.) **பகல் பொழுது முடியும் முன்பு; பொழுதோடு;** before sunset. பொழுதிருக்க வீட்டுக்கு வந்துவிடுவேன்.

பொழுது[1] பெ. 1: **(பொதுவாக) நேரம்; காலம்;** time. இப்படி வேலை செய்யாமல் இருந்தே பொழுதைப் போக்கிவிடலாம் என்று நினைத்துக்கொண்டிருக்கிறாயா? 2: **சூரிய ஒளி உள்ள நேரம்; பகல் நேரம்;** day; daylight. நன்றாகப் பொழுது விடிந்த பின் புறப்படலாம்./ பொழுது போய் இவ்வளவு நேரம் ஆகியும் அவள் வரவில்லையே.

-பொழுது[2] இ.சொ. காண்க: **-போது**[2].

பொழுது அடை வி. (அடை, அடைந்து) **மாலைப் பொழுது முடிந்து இரவு தொடங்குதல்;** (of sun) begin to set. பொழுது அடையும் நேரத்தில்தான் நான் நேற்று வீட்டுக்குப் போய்ச் சேர்ந்தேன்.

பொழுது சாய் வி. *(சாய, சாய்ந்து) (இலங்.)* காண்க: **பொழுது அடை.**

பொழுதுபடு வி. *(-பட, -பட்டு)* **மாலைப் பொழுது முடிந்து இரவு நேரம் தொடங்குதல்;** begin to be dusk. பொழுதுபடுவதற்கு முன் வீட்டுக்கு வந்துவிடு./ பொழுது பட்டபின் யாருக்கும் காசு கொடுக்க வேண்டாம்.

பொழுதுபோ வி. *(-போக, -போய்)* **இனிமையாக நேரம் கழிதல்;** (of time) be spent pleasantly; pass. நண்பருடன் பேசிக்கொண்டிருந்ததில் நன்றாகப் பொழுதுபோயிற்று./ வீட்டுக்குள்ளேயே உட்கார்ந்துகொண்டிருந்தால் எப்படிப் பொழுதுபோகும்?

பொழுதுபோக்கு[1] வி. *(-போக்க, -போக்கி)* **(ஒருவர் செய்ய வேண்டிய வேலையைச் செய்யாமல் வீணாக) நேரத்தைக் கழித்தல்;** idle away one's time. இப்படிப் பொழுதுபோக்கிக்கொண்டிருந்தால் வேலையை எப்போது முடிப்பது?

பொழுதுபோக்கு[2] பெ. **1: ஒருவர் தனது மகிழ்ச்சிக்காக ஓய்வு நேரத்தில் ஈடுபடும் செயல்கள்;** pastime; hobby; recreation. அஞ்சல் தலைகள் சேகரிப்பது அவனுடைய பொழுதுபோக்கு./ தொலைக்காட்சிதான் எனக்கு இருக்கும் ஒரே பொழுதுபோக்கு. **2: மகிழ்ச்சி அளிக்கும் வகையிலும் புரிந்துகொள்வதற்கு அதிக முயற்சியை வேண்டாத வகையிலும் இருப்பது;** entertainment. பொழுதுபோக்கு அம்சங்கள் நிறைந்த திரைப்படம்.

பொழுது விடிந்தால் வி.அ. *(பே.வ.)* **(ஒருநாள் தவறாமல்) தினமும்;** day in, day out. பொழுது விடிந்தால் பக்கத்து வீட்டுக்காரர் சண்டைக்கு வந்துவிடுகிறார்./ பொழுது விடிந்தால் சினிமாப் பேச்சுதானா?

பொழுதோடு வி.அ. காண்க: **பொழுதிருக்க.**

பொளி வி. *(பொளிய, பொளிந்து) (ஊரக வ.)* **(அம்மி, ஆட்டுக்கல் முதலியவற்றைச் சொரசொரப்பாக ஆக்க) கொத்துதல்;** make the surface of the stone for grinding rough using a pointed chisel (so as to make grinding easy).

பொளிகல் பெ. *(இலங்.)* **(கட்டுமானப் பணியில் பயன்படுத்தப்படும்) சமமான பக்கங்களோடு சதுர வடிவில் பாறையிலிருந்து உடைத்து எடுக்கும் வெள்ளை நிறக் கல்;** a dressed square block of stone used in building. வாசல்படியில் பொளிகல் பதித்துள்ளோம்.

பொற்காலம் பெ. **(நாடு, அமைப்பு அல்லது ஒரு துறை போன்றவற்றுக்கு) சிறப்பாக அமைந்த காலகட்டம்;** golden age. தென்னாட்டில் சோழர்களின் ஆட்சியைப் பொற்காலம் என்று அழைக்கலாம்./ இந்திய வரலாற்றில் குப்தப் பேரரசின் காலம் பொற்காலம் எனப்படுகிறது./ இருபதாம் நூற்றாண்டை மொழிபெயர்ப்பின் பொற்காலம் எனலாம்.

பொற்கிழி பெ. *(உ.வ.)* **1: (பழங்காலத்தில் பரிசாகவோ அன்பளிப்பாகவோ தரும்) பொற்காசுகள் வைத்துக் கட்டிய துணி முடிப்பு;** gold coins tied up in a piece of cloth given as a prize or gift in former times. **2: பணமுடிப்பு;** purse given as a present.

பொற்கொல்லர் பெ. **தங்கத்தினால் நகை முதலியவை செய்வதைத் தொழிலாகக் கொண்டவர்;** goldsmith.

பொறாமை பெ. **(ஒருவருக்குக் கிடைத்திருப்பது தனக்குக் கிடைக்கவில்லை என்பதைப் பொறுக்காமல் ஒருவர் அடையும்) எரிச்சல் கலந்த மனக் குறை;** envy; jealousy. அவன் மற்றவர்களுடைய முன்னேற்றத்தைப் பார்த்துப் பொறாமையால் வெந்துபோகிறவன்./ படுத்தவுடனே தூங்கிவிடுபவர்களைப் பார்த்தால் எனக்குப் பொறாமையாக இருக்கிறது./ நீ பாடுவதைக் கேட்டால் எனக்குப் பொறாமையாக இருக்கிறது.

பொறாமைப்படு வி. *(-பட, -பட்டு)* **(மற்றவர்களது உயர்வு, சிறப்பு, பெருமை, போன்றவற்றை) பொறுத்துக்கொள்ள முடியாமல் எரிச்சல் அடைதல்;** be envious; be jealous. அவன் கஷ்டப்பட்டு முன்னுக்கு வந்திருக்கிறான். அவனைப் பார்த்து எதற்காகப் பொறாமைப்படுகிறாய்?

பொறி[1] வி. *(பொறிக்க, பொறித்து)* **(கல், உலோகம், மரம் போன்றவற்றின் பரப்பில் எழுத்து, உருவம் முதலியவற்றை) வெட்டி அல்லது செதுக்கி உருவாக்குதல்;** inscribe (letter, figure, etc.,); engrave; etch. திமிலோடு கூடிய எருதின் படம் பொறித்த நாணயம்/ சோழப் பேரரசு குறித்த பல முக்கியமான விவரங்கள் இந்தக் கல்வெட்டில் பொறிக்கப்பட்டுள்ளன./ பள்ளியின் பெயர் பொறித்த பித்தளைத் தகடு.

பொறி[2] பெ. **(நெருப்பிலிருந்து) சிதறும் துகள்;** spark. தீப்பொறி/ *(உரு வ.)* சிந்தனையில் ஒரு பொறி தெறித்தது. [(தொ.சொ.) **கொழுந்து/ சுடர்/ சுவாலை**]

பொறி[3] பெ. **புலனுக்கான உறுப்பு;** sense organ. கண், காது போன்ற பொறிகள்.

பொறி[4] பெ. **1: (விலங்கு, பறவை முதலியவற்றை) சிக்க வைக்கப் பயன்படுத்தும் சாதனம்;** trap. காட்டுப் பன்றியைப் பொறிவைத்துப் பிடித்தார்கள். **2: இயந்திரம்; சாதனம்;** any mechanical device. சிக்கலான பொறி அமைப்பு உடைய ஏவுகணை./ அச்சுப் பொறி/ தட்டச்சுப் பொறி.

பொறிக்கோல் பெ. *(இலங்.)* **எலிப்பொறி;** mousetrap.

பொறிகலங்கு வி. *(-கலங்க, -கலங்கி)* **(அதிர்ச்சிக்கு உள்ளாவதால்) புலன்கள் குழம்புதல்;** be dazed. நண்பன் விபத்தில் இறந்த செய்தி கேட்டதும் ஒரு கணம் எனக்குப் பொறிகலங்கிவிட்டது./ அவன் அடித்த அடியில் எனக்குப் பொறிகலங்கிவிட்டது.

பொறிதட்டு வி. *(-தட்ட, -தட்டி)* **அதுவரை தோன்றாத எண்ணம் திடீரென்று தோன்றுதல்;** flash upon s.o.; ring a bell. வெகு நேரமாகச் சாவியைத் தேடிக்கொண்டிருந்தபோது, சாவியை அலுவலக மேசையிலேயே வைத்துவிட்டு வந்தது பொறிதட்டியது./ அந்தப் பெயரைக் கேட்டதும் என்னுள் பொறிதட்டியது.

பொறி பற வி. *(பறக்க, பறந்து)* காண்க: **அனல் பற.**

பொறி மண்கொத்தி பெ. **தலையும் முதுகும் வெள்ளைத் திட்டுகளுடன் கூடிய பழுப்பு நிறத்திலும், அலகும் கால்களும் பச்சை நிறத்திலும் உடலின் அடிப்புறம் வெண்மையாகவும் இருக்கும், வலசை வரும் சிறிய நீர்ப்பறவை;** wood sandpiper.

பொறிமுறை பெ. (இலங்.) **நுட்பமான வழிமுறைகள்;** mechanism. தமிழர் பிரச்சினையில் சர்வதேசப் பொறிமுறைகள் எவ்வாறு இயங்குகின்றன என்ற விளக்கம் இன்றியமையாதது./ திட்டத்தைச் செயல்படுத்தும்போது பின்பற்ற வேண்டிய பொறிமுறைகள் கையேட்டில் தெளிவாகக் குறிப்பிடப்படவில்லை.

பொறியாளர் பெ. **இயந்திரம், கட்டடம் முதலியவற்றை உருவாக்குவதற்கும் பராமரிப்பதற்கும் உரிய தொழில்நுட்பக் கல்வியில் தேர்ச்சி பெற்றவர்;** engineer.

பொறியியல் பெ. **பல்வேறு அறிவியல் துறைகளின் அடிப்படையில் இயந்திரங்கள், கட்டடங்கள், சாலைகள், விமானங்கள், கப்பல்கள் போன்றவற்றை உருவாக்குதல், பராமரித்தல் ஆகியவை குறித்த தொழில்நுட்பத் துறை;** engineering. பொறியியல் கல்லூரி.

பொறி வண்டு பெ. **பயிருக்குச் சேதம் விளைவிக்கக்கூடிய பூச்சிகளை அழிக்கப் பயன்படுத்தும் கருநிறப் புள்ளிகளைக் கொண்ட சிறிய வண்டு;** lady bird beetle.

பொறு[1] வி. (பொறுக்க, பொறுத்து) **1: (வலி, துன்பம் போன்றவற்றையும் தனக்குப் பிடிக்காத விஷயங்களையும் ஒருவர்) தாங்கிக்கொள்ளுதல்;** bear; endure; tolerate. நெஞ்சில் பொறுக்க முடியாத வலி/ நாற்றம் பொறுக்க முடியாததாக இருந்தது./ சூடு பொறுக்க முடியாமல் பாத்திரத்தைக் கீழே போட்டுவிட்டான்./ இந்தக் கொடுமை தெய்வத்துக்கே பொறுக்காது!/ எனக்காக இந்தச் சிரமத்தைப் பொறுத்துக்கொள்ளுங்கள்!/ வீட்டுக்காரர் கொடுத்த தொல்லைகளைப் பொறுக்க முடியாமல் குடியிருந்த வீட்டைக் காலிசெய்தார்./ அந்தச் செய்தியைக் கேட்டு என் நெஞ்சு பொறுக்கவில்லை./ பசி பொறுக்க முடியாமல் குழந்தை அழத் தொடங்கியது. **2: அனுசரித்து நடந்துகொள்ளுதல்;** bear (with sth. or s.o.); adjust. குடும்பம் என்றால் ஆயிரம் பிரச்சினைகள் இருக்கும். நீதான் பொறுத்துப்போக வேண்டும்./ எவ்வளவு நாள் இப்படியே பொறுத்துக்கொண்டிருப்பது? **3: காத்திருத்தல்;** wait. கொஞ்சம் பொறு. நானும் வருகிறேன்.

பொறு[2] வி. (பொறுக்க, பொறுத்து) (இலங்.) **(பொறுப்பை) ஏற்றுக்கொள்ளுதல்;** bear (the responsibility, duty, etc.,). இந்தக் குடும்ப பாரத்தை நீதானே பொறுக்க வேண்டும்./ அவனுடைய படிப்புக்கான செலவையெல்லாம் சிறிய தகப்பனே பொறுத்துக்கொண்டார்.

பொறுக்கி பெ. (த.வ.) **விரும்பத் தகாத செயல்களைச் செய்பவரைத் திட்டுவதற்கு அல்லது குறிப்பிடுவதற்குப் பயன்படுத்தப்படும் ஒரு வசைச் சொல்;** a street hooligan; a louse. தெருவில் சில பொறுக்கிகள் நின்றுகொண்டு, போகிற பெண்களையெல்லாம் கிண்டல் செய்துகொண்டிருந்தார்கள்./ அந்தப் பொறுக்கியுடன் உனக்கு என்ன பேச்சு?

பொறுக்கித்தனம் பெ. (பே.வ.) **பெண்களுக்குத் தொல்லை கொடுத்தல், ரவுடித்தனம் செய்தல் போன்ற செயல்கள்;** hooliganism; rowdiness. பெரிய மனிதர்களின் பையன்கள் சிலர் ஊரில் பொறுக்கித்தனம் பண்ணிக்கொண்டு திரிகிறார்கள்.

பொறுக்கியெடு வி (-எடுக்க, -எடுத்து) **(பலரில் அல்லது பலவற்றுள் சிலரை அல்லது சிலவற்றைத் தகுதி அடிப்படையில்) தெரிவுசெய்தல்; தேர்ந்தெடுத்தல்;** choose carefully; pick. பொறுக்கியெடுக்கப்பட்ட வீரர்களைக் கொண்டிருந்தாலும் உலக அணி பாகிஸ்தானுடனான போட்டியில் தோல்வியைத் தழுவியது./ பொறுக்கியெடுத்த நாற்பது கவிதைகளைக் கொண்ட ஒரு புதிய தொகுப்பு.

பொறுக்கு வி. (பொறுக்க, பொறுக்கி) **கீழே கிடக்கும் பொருள்களை ஒவ்வொன்றாக எடுத்துச் சேர்த்தல்; தேடி எடுத்தல்;** pick; gather. அரிசியில் கல் பொறுக்கிக்கொண்டிருந்தாள்./ சிப்பி பொறுக்கியவாறே கடற்கரையில் நடந்தார்கள்./ விறகு பொறுக்கிக்கொண்டிருந்தபோது அவளைப் பாம்பு கடித்துவிட்டது.

பொறுக்கு விதை பெ. **விதைப்பதற்காகவே தேர்ந்தெடுத்த, (பூச்சிகளின் பாதிப்பு இல்லாத) முளைப்புத் திறன் கொண்ட தரமான விதை;** seeds of good quality gathered using a rigorous process of selection.

பொறுத்த[1] பெ.அ. **(குறிப்பிட்ட ஒன்றை அல்லது ஒருவரை) சார்ந்த; பொருந்துவதாக இருக்கிற;** as regards the interests of s.o. or sth.; concerning s.o. or sth. இது என்னை மட்டும் பொறுத்த பிரச்சினை இல்லை./ தமிழ்நாட்டைப் பொறுத்தவரையில் இருமொழிக் கொள்கை.

பொறுத்த[2] பெ.அ. (இலங்.) **முக்கியமான தருணத்தில்;** crucial; critical. படம் பார்த்துக்கொண்டிருந்தபோது பொறுத்த கட்டத்தில் மின்சாரம் போய்விட்டது./ பொறுத்த சமயத்தில் எல்லாவற்றையும் குழப்பியடித்துவிட்டுப் போய்விட்டான்.

பொறுத்தருள் வி. (-அருள, -அருளி) (உ.வ.) **மன்னித்தல்;** forgive graciously. எனது பாடலில் ஏதாவது சொற்குற்றம், பொருட்குற்றம் இருந்தால் சபையோர் பொறுத்தருள வேண்டும்.

பொறுத்து வி.அ. **1: (குறிப்பிட்ட ஒன்றை அல்லது ஒருவரை) சார்ந்து; அடிப்படையாகக் கொண்டு;** depending on; based on. திறமையைப் பொறுத்துச் சம்பளம் வழங்கப்படும்./ வழக்கு ஜெயிப்பதும் தோற்பதும் வழக்கறிஞரைப் பொறுத்துதான் இருக்கிறது./ அவரவர் அதிர்ஷ்டத்தைப் பொறுத்துப் பரிசு கிடைக்கும். **2: (சற்று) நேரம் கழித்து;** after sometime; later. இன்னும் சட்டை தயாராகவில்லை; கொஞ்சம் பொறுத்து வா!

பொறுப்பாசிரியர் பெ. **பத்திரிகை, புத்தகம் போன்றவற்றை வெளியிடுவதில் நிர்வாகப் பொறுப்பை வகிப்பவர்;** executive editor (of a news paper, etc.,). தன்னைப் பற்றிய தவறான தகவல்களை வெளியிட்டதாக அந்தப் பத்திரிகையின் பொறுப்பாசிரியர்மீது ஒரு நடிகை வழக்குத் தொடர்ந்திருந்தார்.

பொறுப்பாளர் பெ. **(சங்கம், மையம், விடுதி முதலியவற்றை) நிர்வகிக்கும் பொறுப்பை வகிப்பவர்;** organizer; administrator. இவர் மகளிர் அணியின் பொறுப்பாளர்./ சுகாதார மையத்தின் பொறுப்பாளராகப் பணிபுரிகிறார்.

பொறுப்பாளி பெ. (பே.வ.) **(நடந்த அல்லது நடக்கப்போகும் ஒன்றுக்கு) பொறுப்புடையவர்;** one who is responsible (for sth.). இப்படி ஒரு தவறு நடந்துவிட்டதற்கு நானே பொறுப்பாளி.

பொறுப்பு பெ. 1: *(-ஆக, -ஆன)* **(ஒரு செயலுக்கான விளைவுகளுக்கு ஒருவர்) உள்ளாகும் அல்லது காரணமாக இருக்கும் நிலை;** responsibility. சட்டம் ஒழுங்குக் குலைவுக்கு உள்துறை அமைச்சரே பொறுப்பு என்று அவர் குற்றம் சாட்டினார்./ வாடிக்கையாளர்களின் உடைமைகள் காணாமல் போனால் அதற்கு நிர்வாகம் பொறுப்பல்ல./ உனக்கென்ன கவலை, நஷ்டம் வந்தால் நான் தானே அதற்குப் பொறுப்பு? **2:** *(-ஆக, -ஆன)* **(ஒரு செயலைக் கவனத்துடனும் அக்கறையுடனும் செய்ய வேண்டும் என்கிற) கடமை உணர்வு;** care; being responsible. குழந்தையைப் பொறுப்பாகப் பார்த்துக்கொள்ள ஒரு நல்ல ஆள் வேண்டும்./ உன்னிடமிருந்து பொறுப்பான பதிலை எதிர்பார்க்கிறேன்./ ரொம்பப் பொறுப்பான பையன், எந்த வேலையையும் நம்பிக் கொடுக்கலாம். [*(தொ.சொ.)* **அக்கறை/ கவனம்/ சிரத்தை**] **3: (பெரும்பாலும்) (உயர்நிலையில் உள்ள) பதவி;** position of responsibility. அரசில் முக்கியமான பொறுப்பு வகிக்கும் அதிகாரி இவர்./ உயர்ந்த பொறுப்பில் இருப்பவர்கள் சிறு தவறும் செய்யக் கூடாது. **4: ஒப்படைக்கப்பட்டிருப்பதை நிறைவேற்ற வேண்டிய நிலை; கடமை;** duty; responsibility. மாநாட்டிற்குப் பந்தல் அமைக்கும் பொறுப்பை என்னிடம் விட்டிருக்கிறார்கள்./ பொதுமக்களுக்கு உண்மைகளை விளக்கும் பொறுப்பு நமக்கு உண்டு.

பொறுப்புக் கூறு வி. *(கூற, கூறி) (இலங்.)* **பொறுப்பேற்றல்;** take responsibility. உங்களிடம் ஒப்படைக்கப்பட்ட அலுவலகப் பணம் காணாமல் போய்விட்டது என்றால், அதற்கு நீங்கள்தான் பொறுப்புக் கூற வேண்டும்./ எந்தத் தவறுக்கும் பொறுப்புக் கூறும் எண்ணம் ஆட்சியாளர்களுக்கு வந்துவிட்டால் நாட்டில் எல்லாப் பிரச்சினைகளும் சுமுகமாய்த் தீர்ந்துவிடும்.

பொறுப்புத் துறப்பு பெ. *(பு.வ.)* **கதை, கட்டுரையின் படைப்பாளர் கருத்துகளுக்குப் பதிப்பாளர் பொறுப்பாக மாட்டார் என்பதற்கோ, தான் விற்கும் பொருள், தரும் ஆலோசனை போன்றவை எதிர்பார்க்கும் பலனைத் தருவதற்குத் தான் உத்தரவாதமல்ல என்று தெரிவிக்கவோ குறிப்பிட்டவற்றில் சட்டப்படியாகச் சேர்க்கப்பட்டிருக்கும் வாசகம்;** disclaimer (of any of several kinds under the law).

பொறுப்பெடு வி. *(-எடுக்க, -எடுத்து)* **பொறுப்பை மேற்கொள்ளுதல்;** assume responsibility. கோயில் வேலையைப் பொறுப்பெடுத்துக்கொண்டிருக்கிறேன்.

பொறுப்பேல் வி. *(-ஏற்க, -ஏற்று)* **1: (பதவி) ஏற்றல்;** take charge as s.o. or from s.o. அவர் அமைச்சராகப் பொறுப்பேற்ற பிறகு பல நலத்திட்டங்களைச் செயல்படுத்தினார்./ புதிதாக நியமிக்கப்பட்டுள்ள மாவட்ட ஆட்சியர் இன்னும் பொறுப்பேற்கவில்லை. **2: (ஒரு செயலுக்கான விளைவுகளுக்கு) முழுப் பொறுப்பு ஏற்றல்;** take responsibility for sth. இந்த ரயில் விபத்துக்குப் பொறுப்பேற்று அமைச்சர் பதவி விலக வேண்டும் என்று எதிர்க்கட்சிகள் கூக்குரல் எழுப்பின./ நடந்த தவறுக்குத் தான் பொறுப்பேற்றுக்கொள்வதாக மேலதிகாரி என்னிடம் தெரிவித்தார்.

பொறுமை பெ. *(-ஆக, -ஆன)* **(சிரமம், அசௌகரியம் முதலியவற்றை) பொறுத்துக்கொண்டு அல்லது சூழ்நிலையைப் புரிந்துகொண்டு எரிச்சலும் அவசரமும் காட்டாமல் செயல்படும் தன்மை;** patience; tolerance. இந்தத் திரைப்படத்தை முழுதும் பார்க்கும் அளவுக்கு எனக்குப் பொறுமை இல்லை./ சர்ச்சைக்குரிய கேள்விகளுக்கும் அமைச்சர் பொறுமையாகப் பதில் அளித்தார்./ பொறுமையாகத் தேடிப்பார்.

பொறுமையைச் சோதி வி. *(சோதிக்க, சோதித்து)* **மற்றவரைப் பொறுமை இழக்கச் செய்யும் வகையில் ஒருவர் நடந்துகொள்ளுதல்;** test (s.o.'s) patience. கடற்கரையில் மூன்று மணிநேரம் காக்க வைத்து என் பொறுமையைச் சோதித்துவிட்டான்./ உன்னிடம் கொடுத்த பணத்தை என்ன செய்தாய்? என் பொறுமையைச் சோதிக்காமல் பதில் சொல்.

பொறை பெ. **மேல்பகுதி சற்றுக் கெட்டியாக, திண்மை அதிகம் இல்லாமல், மொரமொரப்புத் தன்மை உடையதாக இருக்கும், மைதா மாவில் தயாரிக்கும் ரொட்டி போன்ற ஒரு தின்பண்டம்;** rusk. பையில் மூன்று ரூபாய் மட்டுமே இருந்ததால் டீயும் பொறையும் சாப்பிட்டுப் பசியைத் தணித்துக்கொண்டான்.

பொன் பெ. **1: தங்கம்;** gold. **2: (முற்காலத்தில்) தங்கத்தால் ஆன காசு;** (formerly) gold coin. ஐநூறு பொன் கொடுத்துக் குதிரையை அந்த வீரன் வாங்கினான்.

பொன்மெழுகு பெ. **தங்கத்தை உரைத்துப் பார்ப்பதற்குப் பயன்படுத்தும் மெழுகு;** wax used in testing the quality of gold.

பொன்மொழி பெ. **(அறிஞர், பெரியோர் போன்றோர் கூறிய) அறிவுரை, நீதி, சிறந்த கருத்துகள் போன்றவற்றைத் தெரிவிப்பதும், மேற்கோள் காட்டப்படுவதுமான சுருக்கமான சொற்றொடர்;** saying; aphorism. 'யாதும் ஊரே யாவரும் கேளிர்' என்பது கணியன் பூங்குன்றனாரின் பொன்மொழி./ 'கடனாளியாகவும் இருக்காதே கடன் கொடுப்பவனாகவும் இருக்காதே' என்பது ஷேக்ஸ்பியரின் பொன்மொழி.

பொன்வண்டு பெ. **பளபளப்பான கரும்பச்சை அல்லது மஞ்சள் நிற உடல் கொண்ட ஒரு வகை வண்டு;** beetle with a lustrous, hard, emerald coloured back tinged with golden hue.

பொன்விழா பெ. **(ஒரு அமைப்பு, நிறுவனம், முக்கியத்துவம் வாய்ந்த நிகழ்ச்சி போன்றவற்றின்) ஐம்பது ஆண்டு நிறைவைக் குறிக்கும் வகையில் கொண்டாடப்படும் விழா;** golden jubilee. சுதந்திர தினப் பொன்விழாவைக் குறிக்கும் வகையில் சென்னை காமராஜர் சாலையில் ஒரு ஸ்தூபி நிறுவப்பட்டிருக்கிறது./ ஆனந்த விகடன் பொன்விழா மலரில் இடம்பெற்றிருந்த கோபுலுவின் கேலிச்சித்திரங்கள் மிகவும் அருமை.

பொன்னரளி பெ. **மஞ்சள் நிறப் பூக்களைக் கொண்ட ஒரு வகை அரளிச் செடி;** a kind of oleander with yellow flowers.

பொன்னாங்கண்ணி பெ. **(நீர்ப்பாங்கான இடங்களில் வளரும்) வழுவழுப்பான சிறு இலைகளைக் கொண்ட ஒரு வகைக் கீரை;** a kind of greens with shiny little leaves.

பொன்னாடை பெ. (ஒருவரைக் கௌரவிக்கும் விதத்தில் அணிவிக்கப்படும்) பட்டு அல்லது பட்டுப் போன்ற துணி; shawl of a distinct look (presented as an honour). இருபதாவது வட்டத்தின் சார்பாகத் தலைவர் அவர்களுக்கு இந்தப் பொன்னாடையைப் போர்த்தி மகிழ்கிறேன்.

பொன்னான பெ.அ. கிடைப்பதற்கு அரியதும் மதிப்பு மிக்கதுமான; அரிய; அருமையான; golden; excellent. உங்கள் திறமையை வெளிப்படுத்துவதற்கு இந்தப் போட்டி ஒரு பொன்னான வாய்ப்பாகும்./ போனால் மீண்டும் கிடைக்காது. இத்தகைய பொன்னான நேரத்தை வீணாக்கலாமா?/ தலைவர் அவர்களின் பொன்னான யோசனையைச் செயல்படுத்தும் விதத்தில் கட்சிக்குப் புதிய உறுப்பினர்களைச் சேர்க்கத் தொடங்கியுள்ளோம்./ கண்ணதாசனின் பொன்னான வரிகளை இசையோடு கேட்பது வெகு அருமையான அனுபவம்.

பொன்னிறம் பெ. (வறுக்கப்படும் உணவுப் பொருளைக் குறிப்பிடும்போது) சிவப்பும் மஞ்சளும் கலந்த நிறம்; reddish-yellow; golden colour. உருளைக்கிழங்குச் சீவல்களை வாணலியில் இட்டு வறுத்துப் பொன்னிறம் வந்ததும் எடுக்கவும்!

பொன்னுக்குவீங்கி பெ. அம்மைக்கட்டு; mumps.

பொன்னுருக்கு பெ. (இலங்.) (பொற்கொல்லர்) சுப வேளையில் தாலி செய்வதற்கான பொன்னை உருக்கும் சடங்கு; the ritual of melting gold at an auspicious time for making தாலி. இன்று மாப்பிள்ளை வீட்டில் பொன்னுருக்கு என்று சொன்னார்கள்./ பொன்னுருக்கு நிகழ்வுக்குச் சொல்லாமல், கலியாணத்துக்கு மட்டும் சொல்வது நியாயமா என்று மாமா கோபப்பட்டார்.

பொன்னேர் கட்டு வி. (கட்ட, கட்டி) (ஊரக வ.) (ஆண்டுச் சாகுபடியின் துவக்கமாக) நல்ல நாளில் (ஒரு சடங்காக) வயலை உழுதல்; ceremonially plough the field to begin the year's crop. வரும் புதன்கிழமை பொன்னேர் கட்ட நாள் பார்த்திருக்கிறார்கள்./ எங்கள் ஊரில் எல்லோரும் ஒரே நாளில் ஐயனார் குளத்தில் பொன்னேர் கட்டுவார்கள்.

பொன்னேர் பூட்டு வி. (பூட்ட, பூட்டி) (சொந்த நிலத்தில்) பருவ காலத்தில் நல்ல நேரம் பார்த்து முதன்முறையாகக் கலப்பையால் உழுதல்; plough in one's own land on an auspicious day for the first time in a season.

போ¹ வி. (போக, போய்) அ. (மனிதரும் இயக்கம் உள்ள பிறவும் நீங்கிச் செல்லுதல் தொடர்பான வழக்கு) 1: (நடத்தல், ஓடுதல், நகர்தல், பறத்தல், பரவுதல் போன்ற செயல்களின் மூலம்) ஓர் இடத்திலிருந்து மற்றொரு இடத்தை நோக்கி இடம்பெயர்தல்; செல்லுதல்; go. நான் கடைக்குப் போக வேண்டும்./ இந்த ரயில் திருச்சிக்குப் போகுமா?/ அந்தப் பூங்காவுக்குப் போக அவனுக்கு வழி தெரியும்./ எளிதாகப் போக முடியாத அடர்ந்த காடுகளில் சில குகைக் கோயில்கள் இருக்கின்றன./ இலக்கின்றி அம்பு எங்கேயோ போயிற்று./ இது சிங்கப்பூருக்குப் போக வேண்டிய கடிதம்./ இருதயத்திலிருந்து புறப்படும் இரத்தம் உடலின் பல பாகங்களுக்கும் போகிறது./ ஒலியைவிட ஒளி விரைந்து போகிறது./ அந்தப் பத்திரிகை போகாத இடம் என்று எதுவும் கிடையாது. (உரு வ.) எடுத்துக்கொண்ட

பொருளுக்கு வெளியே போகாதது கட்டுரை ஆசிரியரின் சிறப்பு. 2: (குறிப்பிட்ட நோக்கத்தோடு ஒருவரை) நாடுதல்; சென்று பார்த்தல்; consult; approach. உன் மகன் மருத்துவரிடம் போவதற்கே பயப்படுகிறான்./ வீடு வாங்குவதற்கு முன்னால் ஆலோசனை பெறுவதற்காக ஒரு வழக்கறிஞரிடம் நேற்று போனேன்./ பிரச்சினையைத் தீர்க்க முடியாத கட்டத்தில் அந்த அரசியல்வாதியிடம் தானே போனாய்? 3: (ஒரு செயலை மேற்கொள்வதற்காக) ஒரு இடத்துக்குச் செல்லுதல்; attend; be present at an event. இன்று பரீட்சைக்கு நீ ஏன் போகவில்லை?/ தம்பி கல்யாணத்துக்கே என்னால் போக முடியவில்லை./ பரத நாட்டிய நிகழ்ச்சிக்குப் போக வேண்டும்./ இந்த நடிகை வெள்ளிக்கிழமைகளில் பட்டுப் புடவை கட்டிக் கொண்டுதான் படப்பிடிப்புக்குப் போவார். 4: (ஓர் இடத்திலிருந்து) புறப்படுதல்; கிளம்புதல்; leave; depart. நீங்கள் எப்போது மதுரை போக வேண்டும்?/ ஊருக்குப் போகிற நேரத்தில் தம்பி என்னிடம் பணம் கேட்டு வந்தான். 5: (ஒன்றின் வழியாக மற்றொன்று) வெளியேறுதல்; வெளிப்படுதல்; be discharged; be released. உடம்பில் உள்ள நீரெல்லாம் வியர்வையாக வெளியே போகிறது./ இரண்டு நாட்களாக எனக்கு பேதியாகப் போய்க்கொண்டிருக்கிறது./ சக்கரத்திலிருந்து காற்று போகிறது, பார். 6: (ஒன்றை விட்டு அல்லது ஒருவரை விட்டு) விலகிச் செல்லுதல்; நீங்குதல்; leave; quit. என்னை விட்டு ஒரு நாள்கூட போக மாட்டான்./ வெள்ளத்துக்கு பயந்து பாதி ஜனம் ஊரை விட்டே போய்விட்டது. 7: (நீர்) ஓடுதல்; (of water) run; flow. இந்த ஆண்டு பெய்த மழையில் எங்கள் ஊர் ஆற்றில் மார்பளவுக்குத் தண்ணீர் போயிற்று./ உங்கள் வயலுக்கு அணைத் தண்ணீர் போகிறதா? 8: (தேவைப்படும் ஒன்றை) தேடிச் செல்லுதல்; go. அவசரமாகப் பத்தாயிரம் ரூபாய் தேவை; நான் யாரிடம் போய்க் கேட்பேன்?/ வித்தியாசமான காதல் கதை வேண்டும் என்று தயாரிப்பாளர் கேட்கிறார். அப்படிப்பட்ட காதல் கதைக்கு நான் எங்கே போவேன்? ஆ. (இயக்கம் இல்லாதவற்றுக்கு இயக்கம் இருப்பதுபோல் கூறும் வழக்கு) 9: (தூக்கம், வலி முதலியவை) நீங்குதல்; (of drowsiness, pain, etc.,) go; leave; pass. காப்பி குடித்ததும் தூக்கம் போய்விட்டது./ எனக்கு நேற்று ஆரம்பித்த தலைவலி இன்னும் போகவில்லை./ இன்னுமா உனக்குக் களைப்புப் போகவில்லை?/ நரம்புத்தளர்ச்சி போவதற்கு யோகாசனத்தில் சில வழிமுறைகள் இருக்கின்றன. 10: (காலம்) கழிதல்; கடத்தல்; (of time) pass. பகல் போய் இரவு வந்தது./ இந்த ஊரில் பொழுது நன்றாகப் போகிறது./ நாங்கள் நேரம் போவதே தெரியாமல் பேசிக்கொண்டிருந்தோம்./ சில வருடங்கள் போன பிறகு மறுபடியும் அவளைச் சந்தித்தேன். 11: (ஓர் இடத்துக்கும் மற்றொரு இடத்துக்கும் இடையே அல்லது ஒன்றின் வழியே மின்கம்பி, பாதை போன்றவை) நீண்டு அமைதல்; (of cables, lines, roads, rivers, tubes, etc.), run. வீட்டின் பின் பக்கமாக மின்சாரக் கம்பி போகிறது./ இந்தப் பாதை காட்டு வழியாகப் போகிறது அல்லவா?/ எங்கள் கிராமம் சென்னைக்குப் போகிற நெடுஞ்சாலையை ஒட்டி அமைந்திருக்கிறது./ இந்த ஒற்றையடிப்பாதை எங்கே போகிறது?

12: (ஓர் இடத்தில் தோன்றி மற்றொரு இடத்தை) அடைதல்/(ஒன்று ஒரு இடத்திலிருந்து இன்னொரு இடத்திற்கு) அனுப்பப்படுதல்; go (from a place) by being transported or by spreading. பூஜ்யம் என்னும் எண் இந்தியாவிலிருந்துதான் போயிற்று./ இந்தியாவில் தயாரிக்கப்படும் செருப்புகள் பர்மா, தாய்லாந்து, கம்போடியா போன்ற நாடுகளுக்குப் போகின்றன./ வைர நகைகள் மும்பையிலிருந்து வெளிநாடுகளுக்குப் போகின்றன. **13: (பணம், தகவல் போன்றவை ஒருவரை அல்லது ஒன்றை) சேர்தல்;** (of money) get conveyed; reach. நீ கொடுத்தனுப்பிய பணம் அவருக்குப் போயிருக்குமா?/ எனக்கு வேலை கிடைத்திருக்கும் தகவல் அவருக்கு இந்நேரம் போயிருக்கும்./ வருமானத்தில் பெரும்பகுதி மருத்துவச் செலவுக்கே போய்விடுகிறது./ நெருப்பை மிதித்தால் உடனே மூளைக்கு நரம்புமூலம் செய்தி நேராகப் போகிறது. **14: (பார்வை, மனம் ஒன்றின் மேல்) நிலைகொள்ளுதல்; குவிதல்;** (of eyes, mind) turn to sth. அவளது பார்வை எதேச்சையாகப் பக்கத்து அறைப் பக்கம் போனபோது அம்மா தன்னையே கவனித்துக்கொண்டிருப்பதைப் பார்த்தாள்./ உங்களுக்கு ஏன் புத்தி இப்படிப் போகிறது? **15: (குறிப்பிட்ட இணைய தளத்தை) அடைதல்;** visit. தமிழின் பல இணைய தளங்களுக்குப் போய்ப் பார்த்தால் திரைப்படங்கள் குறித்த தகவல்கள்தான் அதிகமாகக் கிடைக்கின்றன. **16: (குறிப்பிட்ட வரைமுறை, எல்லை முதலியவற்றை) எட்டுதல்; தாண்டுதல் அல்லது கடத்தல்;** go (beyond). இந்தப் பிரதேசத்தின் தட்பவெப்பநிலை 25^0 செல்சியஸுக்கு மேல் போவது அபூர்வம்./ இந்த ஊர்ப் பெண்கள் பலரும் ஐந்தாம் வகுப்புக்கு மேல் போவதில்லை. **17: (கவிதை, கதை போன்றவை) குறிப்பிட்ட விதத்தில் நடை, ஓட்டம் போன்றவற்றைக் கொண்டிருத்தல்;** (of the course of a story, etc.,) go; run. நேற்று படித்துக்கொண்டிருந்தாயே ஒரு நாவல், அது எப்படிப் போகிறது?/ கதாநாயகன் சாராயக் கடையில் சாராயம் குடிப்பது, காவல் நிலையத்துக்குச் செல்வது என்ற ரீதியில் கதை போகிறது./ புரட்சி வந்தால்தான் சமுதாயம் மாறும், தேவைப்பட்டால் ஆயுதத்தையும் எடுக்க வேண்டும் என்பது போலப் போகின்றன அந்தக் கவிதை வரிகள். **18: மரணமடைதல்;** depart; pass away; die. எனக்கு எட்டு வயதானபோது கிழவியும் போய்விட்டாள்./ தாத்தாவுக்கு இப்போது தொண்ணூறு வயது ஆகிறது. அடுத்த தீபாவளிக்கு இருப்பாரோ போய்விடுவாரோ, யாருக்குத் தெரியும்? **19: (வேலை, தொழில் முதலியவற்றுக்கு) செல்லுதல்;** proceed to do sth.; shift to; take up a job. குறிப்பிட்ட வேலையில் நீண்ட நாள் பணி புரிந்த தொழிலாளிகள் வேறு தொழில்களுக்குப் போவதற்குச் சிறிது காலம் பிடிக்கும்./ நம் ஊரிலும் பல பேர் படித்து முடித்து அரசுப் பணிக்கெல்லாம் போக ஆரம்பித்துவிட்டார்கள்./ மழை பிடித்துக்கொண்டால் மறுநாள் காட்டு வேலைக்குப் போக முடியாது. **20: (ஒன்றைச் செய்ய) ஆரம்பித்தல்; தொடங்குதல்;** enter upon a subject, etc., என்னுடைய உரைக்கு நான் போவதற்கு முன்பு உங்களை ஒன்று கேட்க ஆசைப்படுகிறேன். இ. *(பிற வழக்கு)* **21: (இருப்பது) இல்லாமல் போதல்; (மின்சாரம்) வருவது நிற்றல்;** go; fail; be lost. பெரியவருக்குக் கண் பார்வை போயிற்று./ அவனுக்கு வேலை போயிற்று./ என் மானம் மரியாதை எல்லாம் போயிற்று./ துன்பம் போய் இன்பம் வந்தது./ அபரிமிதமான தொலைத்தொடர்பு வளர்ச்சியால் தந்தி அடிக்கும் முறை போய்விட்டது./ கோயில் சார்ந்த கலைகளுக்கு இருந்த முக்கியத்துவம் இப்போது போய்விட்டது./ காலை பத்து மணிக்குப் போன மின்சாரம் இப்போதுதான் வந்திருக்கிறது. **22: (ஒரு பொருள்) விற்பனையாதல்;** sell; be sold. இந்த வீடு முப்பது லட்ச ரூபாய்வரை போகும்./ இந்த நகைகளெல்லாம் என்ன விலைக்குப் போகும்?/ எங்கள் கடையில் கணிப்பொறி சம்பந்தமான நூல்கள்தான் அதிகமாகப் போகின்றன./ கேட்கும் மருந்து இந்தப் பகுதியில் அதிகம் போவதில்லை. **23: (எண்களைக் குறித்து வரும்போது) கழிக்கப்படுதல்;** be subtracted; be taken away. நூறு ரூபாயில் செலவழித்த பணம் போக பாக்கி எங்கே?/ ரயில் கட்டணம் போக மீதியை உன்னிடம் கொடுத்துவிடுகிறேன்./ பத்தில் மூன்று போனால் ஏழு. **24: (ஒன்றில்) ஈடுபடுதல் அல்லது தலையிடுதல்;** concern oneself with sth. அவர் யார் வழிக்கும் போக மாட்டார்./ அந்த மோசமான அனுபவத்துக்குப் பிறகு அவன் யார் வம்புக்கும் போவதில்லை./ நானாகச் சண்டைக்குப் போகவில்லை. சும்மா இருந்த என்னை அவன்தான் சீண்டினான். **25: (குறிப்பிட்ட போக்கில் அல்லது முறையில் ஒருவர்) செயல்படுதல்;** go; proceed in a specified direction. உலகம் போகிற போக்கும் கவலைப்படத்தான் வைக்கிறது./ பிரச்சினை வேறு திசையில் போய்க்கொண்டிருக்கிறது./ வரவர உங்கள் அதிகாரம் எல்லை மீறிப் போய்க்கொண்டிருக்கிறது./ நாம்தான் அவரைக் கொஞ்சம் அனுசரித்துப் போக வேண்டும். **26: (திரைப்படம், தொலைக்காட்சி நிகழ்ச்சி போன்றவை) வரவேற்பு பெறுதல் அல்லது வெற்றி அடைதல்;** (of a film, etc.,) run (successfully). தனது மகன் அறிமுகமான முதல் படமே சரியாகப் போகாதது அவருக்கு வருத்தத்தை ஏற்படுத்தியது./ சின்னத்திரையில் ஒரு தொடர் நன்றாகப் போனால் அதில் இடம்பெறும் விளம்பரங்கள் அதிகமாகின்றன. **27: (ஒருவரோடு) உடலுறவு கொள்ளுதல்;** have sex. கண்ட பெண்களிடம் போய் உடம்பைக் கெடுத்துக்கொண்டான்./ அவன் எத்தனை பேரோடு போனால் எனக்கு என்ன? **28: (இலங்.) (வயது) ஆகுதல்; நிறைதல்;** (of one's age) increase. வயது போகப்போக உடம்பு இயலாமல் போய்விட்டது.

போ[2] து.வி. (போக, போய்) **1:** *('செய' என்னும் வாய்பாட்டு வினையெச்சத்தின் பின் வரும்போது)* **வினை வடிவம் குறிப்பிடும் செயல் விரைவில் நிகழும் அல்லது நிகழக்கூடிய வாய்ப்பு இருக்கிறது என்பதைத் தெரிவிக்கப் பயன்படுத்துவது;** auxiliary used after an infinitive to apprehensively say that sth. is impending or that there is a distinct possibility of sth. happening. பலத்த காற்று அடிக்கப்போகிறது./ மரம் சாயப்போகிறது./ கீழே கண்ணாடிச் சில் கிடக்கிறது. காலில் குத்திவிடப்போகிறது. **2:** *(எதிர்மறை வினையெச்சத்தின் பின் வரும்போது)* **வினை வடிவம் குறிப்பிடும் நிலை வருந்தத்தக்க விதத்தில் ஏற்பட்டுவிட்டது என்பதைத் தெரிவிக்கப் பயன்படுத்துவது;** (after a negative verbal participle) auxiliary used to express regretfully sth. specified having happened. அவர் இன்று நம்முடன் இல்லாமல் போனார்.

1001 போக்குக்காட்டு

இருந்திருந்தால் நம்மைப் பாராட்டியிருப்பார்./ நேற்று என்னால் கூட்டத்திற்கு வர முடியாமல் போயிற்று./ படம் நன்றாக இருந்ததா! அடடா, பார்க்காமல் போனேனே. **3: முதன்மை வினை தெரிவிக்கும் பொருளின் அல்லது கர்த்தாவின் நிலைமாற்றம் முற்றுப் பெறுவதைக் குறிப் பிடப் பயன்படுத்தும் துணை வினை;** auxiliary used to say that the specified process got or will get completed. பழம் அழுகிப்போயிற்று./ பாலை உடனே காய்ச்சிவிடு, இல்லையென்றால் கெட்டுப்போகும்./ குளிரில் நடுங்கிப் போய்விட்டேன்./ உடம்பு பெருத்துப்போய்விட்டது.

போக்கடி வி. *(போக்கடிக்க, போக்கடித்து) (பே.வ.)* **இல்லாதபடியோ இழக்கும்படியோ செய்தல்;** lose; expend. 'நியாயம் கேட்கிறேன்' என்று இருந்த வேலை யையும் போக்கடித்துவிட்டு வந்து நிற்கிறாயே!/ தனிமை யைப் போக்கடிக்கக் கொஞ்ச நேரம் சங்கீதம் கேட்டேன்./ காசை எங்கே போக்கடித்தாய்?

போக்கடிப்போக்கில் வி.அ. *(இலங்.)* **தற்செயலாக;** accidentally. போக்கடிப்போக்கில் அவனுக்கு ஒரு வேலை கிடைத்துவிட்டது./ போக்கடிப்போக்கில் என் பழைய சிநேகிதியைச் சந்தையில் கண்டேன்.

போக்காட்டு வி. *(போக்காட்ட, போக்காட்டி) (இலங்.)* **அனுப்பிவைத்தல்;** send s.o. away. அவனை முதலில் வீட்டை விட்டுப் போக்காட்டு என்று அப்பா கோபமாகப் பேசினார்./ கூட்டம் முடிந்ததும் எல்லா மாணவர்களையும் போக்காட்டித்தானே நான் வீட்டுக்கு வந்தேன்! அவன் மட்டும் எப்படி வகுப்பறையில் இருந்தான் என்று ஆசிரியர் குழம்பினார்.

போக்காளி பெ. *(ஊரக வ.)* **இளம்வயதில் இறந்து போனவர்;** one who died prematurely. அந்த வீட்டில் ஏதா வது பலகாரம் பண்ணினால்கூடப் போக்காளிக்கு வைத்துக் கும்பிட்டுவிட்டுத்தான் சாப்பிடுவார்கள்.

போக்கிடம் பெ. *(பே.வ.)* **(பாதுகாப்பை அல்லது நிம் மதியை நாடி) ஒருவர் அல்லது ஒன்று சென்று இருப் பதற்கான இடம்; புகலிடம்;** refuge; shelter. அலுவலகம், வீடு இந்த இரண்டை விட்டால் அவருக்குப் போக்கிடம் கிடையாது./ மாடுகள் வேறு போக்கிடம் இல்லாததால் மழையில் நனைந்துகொண்டிருந்தன.

போக்கியம் பெ. *(பே.வ.)* **(நிலம், வீடு, கடை போன்ற வற்றுக்காக) குறிப்பிட்ட தொகையைப் பெற்றுக் கொண்டு அந்தத் தொகையைத் திருப்பித் தரும் காலம் வரை அனுபவிக்கும் உரிமையை அளிக்கும் முறை;** usufructuary mortgage. நிலத்தைக் குத்தகைக்கு விடாமல் போக்கியத்துக்கு விட்டிருக்கிறேன்./ என் வீட்டை போக் கியம் வைக்கலாம் என்று நினைக்கிறேன்.

போக்கிரி பெ. **1: பிறருக்குத் தொல்லை தருபவன்; ரவுடி;** rogue; rowdy. **2: குறும்பு செய்யும் குழந்தையை அல்லது சிறுவரைச் செல்லமாக அழைக்க அல்லது குறிப்பிடப் பயன்படும் சொல்;** term of endearment used to address or refer to a mischievous child. இந்தப் போக்கிரி செய்த வேலையைப் பார்த்தாயா?/ அடி, போக்கிரிப் பெண்ணே!

போக்கிரித்தனம் பெ. **1: ரவுடிகள் போன்றோர் பிற ருக்குத் தொல்லை தரும் விதத்தில் நடந்துகொள்ளு தல்;** rowdiness; roguery. **2: குறும்புத்தனம்;** mischievousness. 'உன் போக்கிரித்தனத்தை என்னிடம் வைத்துக்கொள் ளாதே' என்று மிரட்டினாள்.

போக்கிலி பெ. *(இலங்.)* காண்க: போக்கிரி.

போக்கு[1] வி. *(போக்க, போக்கி)* **1: (ஒன்று ஒருவரிடத் திலிருந்து) அகலச் செய்தல்; நீக்குதல்;** redress; remedy; dispel; remove; give absolution for (one's sins). மக்களின் குறைகளைப் போக்க அரசு தக்க முயற்சி எடுக்கும் என்று அமைச்சர் உறுதி அளித்தார்./ பொறுமையாகப் பதில் சொல்லி என் சந்தேகத்தைப் போக்கியதற்கு நன்றி./ இந்த மருந்து முகப்பருக்களை விரைவில் போக்குகிறது./ மாணவர்களிடையே தாழ்வு மனப்பான்மையைப் போக்க வேண்டும்./ நமது பாவங்களைப் போக்கவே தேவன் நம்மிடையே அவதரித்தான்./ வாழைப்பழம் சாப்பிடுவதன் மூலம் மலச்சிக்கலைப் போக்கலாம்./ நம் நிறுவனத்தின் மீது சுமத்தப்பட்டுள்ள களங்கத்தை நாம் போக்க வேண்டும். **2: (உயிரை) விடுதல்;** take (one's life). முடிவு தனக் குச் சாதகமாக இல்லை என்றால் உயிரைப் போக்கிக் கொள்ளப்போவதாகக் கடிதத்தில் எழுதியிருந்தாள். **3: (நேரத்தை) கழித்தல்;** spend; idle away (time). வேலைக்குப் போகாமல் எத்தனை நாள் இப்படியே பொழுதைப் போக்க முடியும்?/ சும்மா நேரத்தைப் போக்குவதற்காக ஓவியம் வரையக் கற்றுக்கொண்டேன்./ பிறருக்காக உழைத்தே பாதி வாழ்நாளைப் போக்கியாகிவிட்டது.

போக்கு[2] பெ. **1: ஒன்று செல்லும் திசை;** the course that s.o. or sth. takes. கால் போன போக்கில் நடந்தேன்./ பெரும் வெள்ளம் காரணமாக ஆற்றின் போக்கு மாறிவிட் டது./ *(உரு வ.)* இடைவேளைக்குப் பிறகு போட்டியின் போக்கே மாறிவிட்டது. **2: (ஒருவர்) செயல்படும் அல் லது நடந்துகொள்ளும் விதம்; நடத்தை;** one's way of doing sth.; behaviour; conduct. அவரவர் போக்கில் ஒரு கருத்தைச் சொல்கிறார்கள்./ வரவர அவன் போக்கு சரி இல்லை./ அவன் போக்கில் ஏதாவது மாற்றம் தெரிகிறதா? **3: குறிப்பிட்ட காலகட்டத்தில் ஒரு கோட்பாடு, கொள்கை போன்றவற்றின் அடிப்படையில் பலர் சேர்ந்து இயங்கும் நிலை;** trend; tendency. இருபதாம் நூற்றாண்டின் இலக்கியப் போக்குகள் எதனுடனும் தன் னைப் பிணைத்துக்கொள்ளாத எழுத்தாளர்களும் உண்டு./ தீவிரவாதப் போக்குகள் தவிர்க்கப்பட வேண்டியவை யாகும்./ மதவாதப் போக்குகளும் இனவாதப் போக்கு களும் பெரும் கவலை அளிக்கின்றன. **4:** *(பே.வ.) (பெரும் பாலும் எதிர்மறையில்)* **(ஒருவர் ஆதரவு, உதவி முதலி யவை கேட்டு) நாடுவதற்கான இடம்; போக்கிடம்;** (usually in the negative) recourse; resource. போக்கற்றுப் போய் உன்னிடம் வரவில்லை./ போக்கற்ற பயல்.

போக்கு[3] பெ. *(மண்.)* **மண்பாண்டச் சூளையின் முன் பகுதியில் எரியும் தீ சூளையின் பின்பகுதிக்கு போகும் நிலை;** fire reaching the rear of the potter's kiln from its front after ignition. போக்கு வரும்வரை விறா வைத்து நோப்புக்குழியில் எரிப்பார்கள்.

போக்குக்காட்டு வி. *(-காட்ட, -காட்டி) (பே.வ.)* **(ஏமாற்றும் விதத்திலோ அல்லது அகப்படாமல் இருப் பதற்காகவோ) ஒன்றைச் செய்வதுபோல ஒரு தோற் றத்தை ஏற்படுத்திவிட்டு வேறொன்றைச் செய்தல்; பாவனை செய்தல்;** put s.o. off the scent. பள்ளிக்கூடத் துக்குப் போவதாகப் போக்குக்காட்டிவிட்டுப் படத்துக்குப்

போய்விட்டான்./ நீண்ட நாட்களாக வனத்துறையின ருக்குப் போக்குக்காட்டிக்கொண்டிருந்த சந்தன மரக் கடத் தல்காரன் நேற்று அகப்பட்டான்.

போக்குவரத்து பெ. 1: **ஒரு பாதையில் வாகனங்கள் சென்று வருதல்;** traffic. இரவு பதினோரு மணிக்கு மேல்தான் இந்தச் சாலையில் போக்குவரத்து குறைவாக இருக்கும்./ போக்குவரத்து அதிகம் இல்லாத சாலையில் வாகனம் ஓட்டப் பழகிக்கொள்ளலாம்./ சாலைகளில் திரி யும் மாடுகள் போக்குவரத்துக்கு இடையூறாக இருக்கின் றன./ போக்குவரத்து நெரிசல் மிகுந்த பகுதி இது./ போக்குவரத்துக் காவலர். 2: **(பேருந்து, கப்பல், விமானம் முதலியவற்றைப் பயன்படுத்தி) ஒரு இடத்திலிருந்து இன்னொரு இடத்திற்குப் பயணம் செய்யும் செயல் அல்லது பொருள்களை அனுப்புவதும் பெறுவதும் ஆகிய செயல்கள்;** travel; transport. முற்காலத்தில் கிரா மத்து மக்கள் போக்குவரத்துக்கு மாட்டு வண்டியைத்தான் நம்பியிருந்தனர்./ கப்பல் போக்குவரத்துத் துறை/ வான் வழிப் போக்குவரத்து/ அவசியமான பொருட்களின் போக்குவரத்தைத் தடுத்து நிறுத்தக் கூடாது. 3: **ஒருவருக் கொருவர் கடிதம் அனுப்பிக்கொள்ளும் நிலை;** communication (between persons). அவரை நான் சந்தித்தது இல்லை என்றாலும் எங்களுக்குள் அவ்வப்போது கடிதப் போக்குவரத்து உண்டு. 4: *(பே.வ.)* **(உறவினர்கள், நண்பர்கள் போன்றோரின் இடையே உறவின் அடை யாளமாகத் தங்களுக்குள் ஒருவரை ஒருவர்) போய்ச் சந்தித்துவிட்டு வருதல்;** contact; visiting. எங்களுக்குள் இப்போது போக்குவரத்து கிடையாது.

போக்குவாக்கில் வி.அ. *(இலங்.)* **(மனத்தில் தோன்றி யதை) ஓப்புக்கு; போகிற போக்கில்;** casually. யோசிக் காமல் போக்குவாக்கில் எதையும் கதைக்காதே./ அவன் போக்குவாக்கில் சொன்னதை நம்பிவிடாதே.

போக இ.சொ. *(பே.வ.)* **'நீங்கலாக' என்னும் வினை யடைப் பொருளை உணர்த்தும் இடைச்சொல்;** particle used in the sense of 'other than', 'leaving out', 'not including'. 19ஆம் நூற்றாண்டின் முற்பகுதியில் அரசு அச்சகங்கள் போக, சில கிறித்தவ அச்சகங்கள் மட்டுமே இருந்தன.

போகட்டும் வி.மு. **உரையாடலில், முன்குறிப்பிட்ட தைத் தற்சமயம் ஒதுக்கிவைத்துவிட்டுப் பேசலாம் என்பதைக் குறிக்கும் சொல்;** word used in the sense of 'leave it at that'. அவன் தன் தங்கையின் கல்யாணத் திற்குக்கூட வரவில்லை. போகட்டும், இப்போதாவது அவள் எப்படி இருக்கிறாள் என்று கவனிக்கக் கூடாதா?/ அவன் வகுப்புகளுக்கு ஒழுங்காக வருவதில்லை. போகட்டும், மற்றவர்களுக்கும் ஏன் தொல்லை தருகிறான்?

போகணி பெ. *(வ.வ.)* **அடிப்பகுதி அகன்ற நடுத்தர அளவிலான பாத்திரம்;** a kind of vessel broad at the bottom.

போகப்போக வி.அ. **நாளடைவில்;** in course of time. நல்லது கெட்டது என்பது போகப்போகப் புரியும்./ புதிய ஏற்றுமதிக் கொள்கையின் விளைவுகள் என்ன என்பது போகப்போகத் தெரியும்.

போகம்[1] பெ. **(பயிர்) விளைச்சல்;** crop or crops of a season. கால்வாய்ப் பாசன வசதி உள்ள இடங்களில் இரண்டு போகம் நெல்லும் மூன்றாம் போகம் உளுந்து, துவரை போன்ற பயறு வகைகளும் பயிரிடப்படுகின்றன./ மழையை நம்பியுள்ள பகுதிகளில் ஒரு போகம் மட்டுமே பயிர் செய்ய முடியும்.

போகம்[2] பெ. *(அ.வ.)* 1: **(புலன்களால் அடையும்) இன் பம்;** carnal pleasures. வகைவகையான சாப்பாடு, வாச னைத் திரவியங்கள், பட்டாடைகள் என்று போகப்பிரிய ராக என் பெரியப்பா வாழ்ந்தார். 2: **புணர்ச்சி;** sexual pleasure. போகம் ஒன்றுதான் ஆண் பெண் உறவின் பொருளா?

போகவர இரு வி. (இருக்க, இருந்து) *(பே.வ.)* **(உறவு, நட்பு முதலியவை விட்டுப்போகாமல் இருக்க) ஒரு வரை அடிக்கடி போய்ப் பார்த்து வருதல்;** visit s.o. often (by way of strengthening relationship). எனக்கு வயதாகி விட்டது. நீங்களெல்லாம் போகவர இருந்தால்தான் உறவு தொடர்ந்து நிலைக்கும்./ உன் நண்பன் வெளிநாடு போய் விட்டான் என்று இங்கு வராமல் இருந்து விடாதே. நீ போக வர இருந்தால் எங்களுக்குத் தெம்பாக இருக்கும்.

போகி[1] பெ. **பொங்கலுக்கு முதல் நாள் வீட்டில் உள்ள பழைய துணிகள், பொருள்கள் முதலியவற்றை வீட் டுக்கு வெளியே குவியலாக வைத்து எரித்துக் கொண் டாடப்படும் பண்டிகை;** festival on the eve of பொங்கல் in which people burn discarded things in a bonfire.

போகி[2] பெ. *(அ.வ.)* **(புலன்களினால் கிடைக்கும் இன் பத்தில்) நாட்டம் உடையவர்; அதைத் தேடி அனு பவிப்பவர்;** person who is after sensual pleasures; sensualist.

போகி[3] பெ. **கோயில் பல்லக்கைத் தூக்குபவர்;** one of the persons carrying the palanquin of the temple.

போகிற போக்கில் வி.அ. *(பேச்சில் அல்லது எழுத்தில் ஒன்றைக் குறிப்பிடும்போது)* **அதிகக் கவனம் எடுத்துக் கொள்ளாமலும் சாதாரணமாகவும்;** incidentally. தனது விமர்சன நூலில் அவர் பாரதிதாசனைப் பற்றிப் போகிற போக்கில் ஓரிரு வார்த்தைகள் உதிர்த்துவிட்டுச் செல்கி றார், அவ்வளவுதான்./ முதலமைச்சர் தனது உரையில் போகிற போக்கில் முன்னாள் முதல்வரைப் பற்றி ஒரு விமர்சனத்தை வைத்துவிட்டுப்போகிறார்.

போசனம் பெ. *(இலங்.)* **உணவு; சாப்பாடு; போஜனம்;** food. மாணவர்களுக்கு மதிய போசனம் வழங்கும் திட் டத்தை அரசு கொண்டுவந்தது./ போசனம் முடித்ததும் நித்திரை கண்ணைச் சுழற்றியது.

போஞ்சிக்காய் பெ. *(இலங்.)* **(காய்கறியான) பீன்ஸ்;** field bean. போஞ்சிக்காய்ப் பால் கறி.

போட்டடி வி. (போட்டடிக்க, போட்டடித்து) *(இலங்.)* **(ஏற்றுக்கொண்ட பொறுப்பை முறையாகச் செய்யத் தெரியாமல்) கெடுத்துவிடுதல்;** spoil. அவளிடம் பெரிய பொறுப்புகளைக் கொடுத்தால் போட்டடித்துவிடுவாள் என்று அப்பா அம்மாவிடம் கூறினார்./ நன்றாக விளை யாடிக்கொண்டிருந்த அணியில் புதியவர்களை இணைத்து எல்லாவற்றையும் போட்டடித்துவிட்டார்கள்.

போட்டா போட்டி பெ. *(பே.வ.)* **போட்டி என்பதன் (இரண்டாவது பொருளை மிகுவிப்பதற்காக) இரட் டித்து வரும் வடிவம்;** reduplication of போட்டி (used as an intensifier for sense 2 of போட்டி). கதாநாயகி வேடத் துக்கு இரு நடிகைகள் இடையே போட்டா போட்டி!/

இரு வேறு குளிர்பான நிறுவனங்களின் போட்டா போட்டி காரணமாக லாபம் அடைவது விளம்பர நிறுவனங்கள்தான்.

போட்டி பெ. **1: பலர் அல்லது பல அணிகள் கலந்து கொண்டு வெற்றி பெறுபவர்களுக்குப் பரிசு கிடைக்கக் கூடிய முறையில் நடத்தப்படுவது;** competition; tournament; match; contest. நீளம் தாண்டுதல் போட்டியில் முதல் பரிசை எங்கள் கல்லூரி மாணவர் பெற்றார்./ ஆசிய விளையாட்டுப் போட்டி/ பேச்சுப் போட்டி, கட்டுரைப் போட்டி, வினாடிவினாப் போட்டி, மாறுவேடப் போட்டி ஆகியவற்றில் கலந்துகொள்ள விருப்பமுள்ள மாணவர்கள் தங்கள் பெயர்களைப் பதிவுசெய்துகொள்ள வேண்டும்./ போட்டிக்கு வந்திருந்த கவிதைகள் பரிசீலிக்கப்பட்டு முடிவுகள் அடுத்த இதழில் அறிவிக்கப்படும். **2: வெற்றி பெறுவதற்கு, ஒன்றை அடைவதற்கு அல்லது முன்னணியில் இருப்பதற்குத் தீவிர முனைப்புடன் ஒருவருக்கோ பலருக்கோ எதிராக ஒருவர் செயல்படுவது;** the act of competing with s.o.; competition; rivalry. கடைத் தெருவில் இருக்கும் இடத்தை வாடகைக்குப் பிடிக்க பலத்த போட்டி நடக்கிறது./ தலைவர் பதவிக்குக் கடும் போட்டி/ உலகக் கோப்பைக் கால்பந்து போட்டியில் பல அணிகள் கலந்து கொண்டாலும் உண்மையான போட்டி பிரேசிலுக்கும் ஜெர்மனிக்கும் இடையில்தான்./ போட்டியைச் சமாளிப்பதற்காகச் சில தயாரிப்புகளுடன் இலவசப் பொருள்களைத் தருகிறார்கள்./ எந்த நடிகரையுமே எனக்குப் போட்டியாக நான் நினைத்ததில்லை./ அவர் கடை வைத்தால் போட்டிக்குச் சிலர் கடை வைப்பார்கள்./ போட்டி வேட்பாளர்.

போட்டித் தேர்வு பெ. **பணிக்குத் தகுதியுடையவர்களைத் தேர்ந்தெடுக்க நடத்தும் எழுத்துத் தேர்வு;** competitive examination (conducted for selection of candidates). போட்டித் தேர்வில் தேர்ச்சி பெற்றவர்கள் நேர்முகத் தேர்வுக்கு அழைக்கப்படுவார்கள்.

போட்டித் தொடர் பெ. **(விளையாட்டுகளில்) இரு அணிகளுக்கு இடையே தொடர்ந்து குறிப்பிட்ட எண்ணிக்கை ஆட்டங்களைக் கொண்ட போட்டி வரிசை; தொடர்;** (of sports) a series (of matches).

போட்டிப் பரீட்சை பெ. *(இலங்.)* **நுழைவுத் தேர்வு; தகுதித் தேர்வு;** entrance examination; competitive examination. பட்டதாரிகளை ஆசிரிய சேவையில் இணைத்துக்கொள்வதற்கான போட்டிப் பரீட்சை இந்த மாத இறுதியில் நடைபெறும் என அரசு அறிவித்தது./ கிராம சேவகருக்கான போட்டிப் பரீட்சையின் பெறுபேறுகள் வெளியாகின.

போட்டிபோடு வி. *(-போட, -போட்டு)* காண்க: **போட்டியிடு.**

போட்டி மனப்பான்மை பெ. **(படிப்பு, தொழில், அரசியல் முதலியவற்றில்) மற்றவர்களைவிடத் திறமையாகச் செயல்பட்டு வெற்றி பெற வேண்டும் என்ற எண்ணத்துடன் ஒருவர் செயல்படும் தன்மை;** competitive spirit. போட்டி மனப்பான்மை வேண்டும். ஆனால் அது பொறாமையாக மாறிவிடக் கூடாது.

போட்டியாளர் பெ. **(தேர்தல், விளையாட்டு போன்றவற்றில்) போட்டியிடுபவர்;** competitor; contestant.

போட்டியிடு வி. *(-இட, -இட்டு)* **1: (தேர்தல், விளையாட்டுப் போட்டி முதலியவற்றில்) பங்கேற்றல் அல்லது கலந்துகொள்ளுதல்;** contest. எத்தனை பேர் போட்டியிட்டாலும் நான்தான் ஜெயிப்பேன்!/ விவசாய சங்கத்தின் தலைவர் பதவிக்கு நான்கு பேர் போட்டியிடுகின்றனர்./ உலகக் கோப்பைக் கால்பந்து போட்டியின் முதல் பிரிவில் நான்கு அணிகள் போட்டியிடுகின்றன. **2: (ஒரு துறையில் மற்றொருவரை) மிஞ்சும் விதத்தில் அல்லது (மற்றவருக்கு) இணையான விதத்தில் செயல்படுதல்;** compete. முன்னணி நடிகர்களுடன் போட்டியிடுகிற அளவுக்கு இந்தப் புதுமுகம் பிரபலமாகிவிட்டார்./ உலகச் சந்தையில் மற்ற நாடுகளுடன் போட்டியிடும் அளவுக்கு இந்தியப் பொருள்களின் தரம் உயர்ந்திருக்கிறது.

போட்டு இ.சொ. **1:** *(பே.வ.)* *(அடித்தல், கேலி செய்தல் முதலிய வினைகளோடு இரண்டாம் வேற்றுமைக்குப் பின் வரும்போது)* **செயலின் மிகுதியைக் காட்டப் பயன்படும் இடைச்சொல்;** (of teasing, abusing, esp. s.o. defenceless) particle used in the sense of 'too harshly', 'too unkindly'. ஏன் இப்படிக் குழந்தையைப் போட்டு அடிக்கிறாய்?/ அவனைப் போட்டு ஏன் எல்லோரும் கிண்டல் செய்கிறீர்கள்? **2:** *(இரண்டாம் வேற்றுமைக்குப் பின் வந்து)* **பெயர்ச்சொல் குறிப்பிடும் பொருளுக்கு 'பெரும் பாதிப்பு விளையும் வகையில்' என்ற பொருளில் வரும் பின்னுருபு;** particle used in the sense of, 'too much'. மனதைப் போட்டு உழப்பிக்கொள்ளாதே./ கண்ணைப் போட்டு ஏன் கசக்குகிறாய்?

போட்டு உடை வி. *(உடைக்க, உடைத்து)* **(இதுவரை ரகசியமாகப் பாதுகாத்துவந்த விஷயத்தை எதிர்பாராத விதத்தில் அல்லது எதிர்பாராத நேரத்தில்) பகிரங்கமாக்குதல்;** make public; disclose (esp. without discretion); expose. முப்பது ஆண்டுகளாக நான் காப்பாற்றி வந்த ரகசியத்தை இப்படிப் போட்டு உடைத்துவிட்டாயே?/ எல்லோர் முன்னாலும் உன் காதல் சமாச்சாரத்தைப் போட்டு உடைத்துவிடப்போகிறேன்.

போட்டுக்கொடு வி. *(-கொடுக்க, -கொடுத்து)* *(பே.வ.)* **1: (உரிய கட்டணத்துக்கும் விலைக்கும் மேலாக) அதிகமாகத் தருதல்;** pay an additional amount as a gesture of goodwill. ரிக்‌ஷாக்காரர் 'இரண்டு ரூபாய் கூடப் போட்டுக் கொடுங்கள்' என்று கேட்டார். **2: (ஒருவரைப் பற்றி) அளவுக்கு அதிகமாகக் குறைசொல்லி மாட்டிவிடுதல்;** tell tales (about s.o.). நான் நேற்று படத்துக்குப் போனதைத் தம்பி அப்பாவிடம் போட்டுக்கொடுத்துவிட்டான்./ எப்போதும் மற்றவர்களைப் பற்றிப் போட்டுக்கொடுப்பதே அவன் வேலை./ அலுவலகத்தில் உள்ளவர்களைப் பற்றி மேலதிகாரியிடம் போட்டுக்கொடுத்துக் காரியம் சாதித்துக் கொள்கிறான்.

போடியார் பெ. *(இலங்.)* **பண்ணையார்;** owner of a large farmland; landowner. இம்முறை போடியாரின் வயலில் நல்ல விளைச்சல்./ போடியார் வீட்டுக் கல்யாணம் தடபுடலாக நடந்தது./ போடியாரின் வயலில் இன்று அரிவி வெட்டாம்.

போடு[1] வி. *(போட, போட்டு)* **அ.** *(விழச் செய்தல் தொடர்பான வழக்கு)* **1: (ஒரு பொருளைக் கீழே) விழச் செய்தல்; (தவறுதலாக ஒரு பொருளைக் கீழே) விழும் வகையில் விட்டுவிடுதல்;** drop (sth.). நீங்கள் கீழே போட்டாலும் இந்தப் பாத்திரம் உடையாது./ வெள்ளப் பகுதிகளில் விமானத்திலிருந்து உணவுப் பொட்டலங்களைப் போட்டார்கள்./ இரண்டாம் உலகப் போரில் ஹிரோஷிமா, நாகசாகியின் மீது அணுகுண்டுகள் போடப்பட்டன./ பொம்மையைக் கீழே போட்டுவிடாதே./ வேலையாள் மரத்திலிருந்து இளநீர் பறித்துப் போட்டான். **2: (குறிப்பிட்ட திசையில் ஒன்றை) வீசுதல்;** throw (sth. in the specified direction). இந்த முறை பந்து வீச்சாளர் தாழ்வாக ஒரு பந்து போட்டார்./ சித்தாள் செங்கல்லைக் கீழேயிருந்து மேலே போட, கொத்தனார் பிடித்துக்கொண்டார்./ சாப்பிட்ட இலையை எடுத்துக் கொல்லைப் பக்கம் போட்டான். **3: (கம்பு, சுத்தியல், அரிவாள் போன்றவற்றால் ஒன்றை வேகமாக) அடித்தல் அல்லது வெட்டுதல்;** strike (with a stick, etc.,); hit. தன்னைத் தாக்க வந்தவன் தலைமீது தடியால் ஓங்கி ஒரு போடு போட்டார்./ சுத்தியலால் ஒரு போடு போட்டதும் ஆணி வேகமாக உள்ளே இறங்கியது./ கோடாலியை வேகமாகப் போட்டதும் விறகு பிளந்துகொண்டது. **4: (கால்பந்தாட்டம், ஹாக்கி போன்ற விளையாட்டுகளில் கோல்) அடித்தல்;** score (a goal). கூடுதல் நேரத்தில் இத்தாலி மேலும் ஒரு கோல் போட்டு வெற்றி பெற்றது. **ஆ.** *(கிடைக்கச் செய்தல் தொடர்பான வழக்கு)* **5: (ஒரு பொருளை) கொண்டு வந்து தருதல்;** deliver sth. பக்கத்து வீட்டுக்கு யார் பத்திரிகை போடுகிறானோ அவனையே நமக்கும் போடச் சொல்./ காலையில் பால் பாக்கெட் போடுபவன் வரவில்லை./ பால் பாக்கெட் நாளைக்குப் போட வேண்டாம் என்று கடைக்காரரிடம் சொல். **6: (கடிதம், மனு, விண்ணப்பம் போன்றவற்றை) அனுப்புதல்;** send (a letter, application, etc.,). அப்பா என்னை வரச்சொல்லிக் கடிதம் போட்டிருக்கிறார்./ என் நிலைமையை விளக்கி மேலதிகாரிக்கு எழுதிப் போட்டேன்./ ஊரில் குளம் வெட்டுவது தொடர்பாக அமைச்சரிடம் மனு போட்டிருக்கிறோம்./ இந்த வேலைக்கு ஒரு விண்ணப்பம் போட்டுவை. **7: (உணவு, பானம் அல்லது தீவனம் போன்றவற்றை) கொடுத்தல்; அளித்தல்;** provide; serve (food); give; feed s.o. with sth. specified. அம்மா, எனக்கு இன்னும் கொஞ்சம் சாதம் போடு./ எல்லோருக்கும் பாயசம் போட்டீர்களா?/ எனக்கென்ன குறைச்சல்? வீட்டில் மூன்று வேளையும் சாப்பாடு போடுகிறார்கள்./ மாட்டுக்கு வைக்கோல் போடு./ இந்தக் கோயிலுக்கு வருபவர்கள் பொரியை வாங்கி இங்குள்ள குளத்து மீன்களுக்குப் போடுகிறார்கள்./ எலும்புத் துண்டை நாய்க்குப் போட்டான்./ ஆட்டுக்குக் குழை ஒடித்துப் போடு. **8: (தேவைப்படாத பழைய பொருள்களைக் கடையில்) விற்றல்;** dispose of; sell. உடைந்த இரும்புச் சாமான்களைக் காயலான் கடையில் போட்டுவிட்டேன்./ பழைய துணிகளைப் போட்டுப் பாத்திரம் வாங்கினாள். **9: (நுகர்வோருக்கு ஒரு பொருளைக் குறிப்பிட்ட எடைக்கோ அல்லது விலைக்கோ) தருதல்; கொடுத்தல்;** sell. கத்திரிக்காய் கால் கிலோவும் தக்காளி அரைக் கிலோவும் போடு./ எனக்குக் கால் கிலோ இறால் போடுங்கள்./ தம்பி! இரண்டு ரூபாய்க்குப் பச்சை மிளகாய் போடு./ கால் கிலோ முந்திரிப் பருப்பு போட்டுவிடட்டுமா? **10: (வங்கி போன்ற நிதி நிறுவனங்களில் ஒருவர் தன் கணக்கில் பணம்) செலுத்துதல்;** pay (into); deposit (money into a bank account). அன்றன்று வசூலாகும் பணத்தை வங்கியில் போட்டுவிடுவார்./ எங்கள் வங்கியில் பணம் போட்டிருப்பவர்களுக்கு மட்டும்தான் இந்தச் சலுகை./ மாதம் ஒரு சிறு தொகையையாவது உன் கணக்கில் போட்டுவை. **11: (நேர்த்திக்கடனாகக் கண்மலர் போன்றவற்றைக் கோயிலுக்கு) அளித்தல்; (நேர்த்திக்கடனாகக் கோயிலில் விளக்கு) ஏற்றிவைத்தல்;** do or give sth. as a votive offering. கோயிலில் நெய் விளக்குப் போடுவதாக வேண்டிக்கொண்டாள். **12: (விதை, உரம் போன்றவற்றை வயலில்) இடுதல்;** put; apply; sow seeds. தொழுவுரத்தைப் போட்டால் களைகள் பரவுவது குறையும்./ சரியான இடைவெளியில் விதைகளைப் போட வேண்டும்./ பயிருக்குப் போடும் உரத்தில் கணிசமான பகுதியைக் களைகள் எடுத்துக்கொள்கின்றன./ பொறுக்கு விதைகளைப் போட்டால் பயிர் நன்றாக முளைத்து வளரும். **13: (ஒன்றில்) முதலீடு செய்தல்; (விலையாக அல்லது பங்காகக் குறிப்பிட்ட அளவு) பணத்தைக் கொடுத்தல்;** invest; contribute. கோழிப் பண்ணை அமைக்க எவ்வளவு மூலதனம் போட வேண்டும்?/ என்னுடைய சொந்தக் காசைப் போட்டுக் கட்டிய வீடு./ பல கோடி ரூபாய் போட்டு எடுத்த படம் தோல்வியைத் தழுவியது./ நாம் பத்து பேரும் ஆளுக்கு ஆயிரம் ரூபாய் போட்டால் இந்த நாடகத்தை நடத்திவிட முடியும்./ கிராமவாசிகள் தங்களால் முடிந்த அளவுக்கு ஐந்தோ பத்தோ போட்டுத் திருவிழாவைச் சிறப்பாக நடத்தினார்கள். **14: (பிச்சை) இடுதல்;** give (alms). கோயிலுக்கு வருவோர் அங்கிருக்கும் பிச்சைக்காரர்களுக்குக் காசு போடுவது வழக்கம்./ எனக்கு என்ன நீ பிச்சை போடுகிறாயா? உன் பணம் எனக்கு வேண்டாம். **15: (பழியைப் பிறர் மேல்) சுமத்துதல்;** put (blame, etc.,). எல்லாவற்றையும் நீ செய்துவிட்டு அந்தப் பெண்மேலே பழியைப் போடுகிறாயா? **16: (மதிப்பெண்) தருதல்;** give (marks, etc.,). உனக்கு எத்தனை மதிப்பெண் போட்டிருக்கிறார்கள்? **இ.** *(உள்நோக்கிச் செல்லச் செய்தல் அல்லது ஒன்றில் இருக்கச் செய்தல் தொடர்பான வழக்கு)* **17: (ஒன்றை ஒரு இடத்தில்) இருக்குமாறு அல்லது கிடக்குமாறு செய்தல்;** put; lay. பாய், தலையணையை எல்லாம் வெயிலில் போட வேண்டும்./ குழந்தையைக் கூடத்தின் ஓரமாகப் போட்டிருந்தாள்./ துண்டை எடுத்துத் தோளில் போட்டுக்கொண்டு புறப்படத் தயாரானார்./ கட்டிலை வாசலில் போட்டுத் தாத்தா படுத்திருந்தார்./ சட்டையைக் கழற்றிக் கொடியில் போட்டான்./ வெள்ளிப் பாத்திரங்களின் மேல் துணியைப் போடு./ இந்த அறையில் இரண்டு நாற்காலிகள் போடு. **18: (ஒன்றை ஒன்றினுள்) இடுதல்;** put (sth. into sth.). சில்லறையைப் பையில் போட்டுக்கொள்./ வாக்குச்சீட்டை முறையாக மடித்து வாக்குப்பெட்டிக்குள் போட வேண்டும்./ குழந்தைக்குத் திருஷ்டி சுற்றிய உப்பையும் மிளகாயையும் அடுப்பினுள் போட்டாள்./ அப்பா கொடுத்த காசையெல்லாம் உண்டியலில் போட்டு வைத்துக்கொண்டாள்./ மன்னர் கையில் வைத்திருந்த வாளை உறையில் போட்டார்./

1005 போடு[1]

துப்பாக்கியில் குண்டுகளைப் போட்டுக்கொண்டு வேட்டைக்குக் கிளம்பினான். **19: (நூல், அறிவிப்பு முதலியவற்றில்) குறிப்பிடப்படுதல்;** be stated; be mentioned; be put up. என் ராசிக்குப் பண வரவு என்று பத்திரிகையில் போட்டிருக்கிறது./ தேர்வு முடிவுகளை அறிவிப்புப் பல கையில் போட்டிருக்கிறார்கள். **20: (கை, கால் ஆகியவற்றைக் குறிப்பிட்ட நிலையில் ஒன்றின் மேல்) வைத்தல்;** put or place (one's hand, etc., on or over sth.). அவர் கால்மேல் கால் போட்டு உட்கார்ந்திருந்தார்./ தோள்மேல் கையைப் போட்டுக் கூப்பிடுவது யார் என்று திரும்பிப் பார்த்தார்./ ஒரே பக்கத்தில் கால்களைப் போட்டவாறு குதிரையில் அமர்ந்திருந்தார்./ தம்பி எதிரிலிருந்த மேஜை மீது கால்களைப் போட்டுக்கொண்டு உட்கார்ந்திருந்தான்./ அவன் தோளில் ஆதரவாகக் கை போட்டு உள்ளே அழைத்துக்கொண்டு போனார். **21: (உடை, ஆபரணம் முதலியவை) அணிதல்/அணிவித்தல்;** put on (clothes, jewellery, etc.,)/put (sth. on s.o.); adorn s.o. with sth. மஞ்சள் சட்டை போட்டிருப்பவர்தான் என் மாமா./ குழந்தைக்கு ஏன் இவ்வளவு நகைகள் போட்டிருக்கிறாய்?/ செருப்புப் போடாமல் வெளியே போகாதே./ தன் அன்னையின் படத்துக்கு மாலை போட்டார்./ அவனுடைய வீட்டுக்குக் கண்ணாடி போட்ட ஒரு டாக்டர் வந்தார்./ முகமூடி போட்டுக்கொண்டு பிள்ளைகளைப் பயமுறுத்தினான்./ மகளுக்கு வைரத் தோடு போட்டு அழகு பார்த்தாள். **22: (உபகரணம் போன்றவற்றை ஒன்றில்) பொருத்துதல்/ (தாழ்ப்பாள் போன்றவற்றை அவற்றுக்கு உரிய இடத்திலும் பொத்தானைச் சட்டையின் துளையிலும்) பொருத்துதல்; இணைத்தல்;** fix; set sth. in place. பித்தளைப் பூண் போட்ட தடியைக் கையில் வைத்திருந்தார்./ மூக்குத்தியில் திருகாணியைப் போட முடியவில்லை./ மரப்பிடி போட்ட பாத்திரம்/ முதலில் சட்டைப் பொத்தானைப் போடு, எல்லோரும் பார்க்கிறார்கள்./ கொல்லைக் கதவின் தாழ்ப்பாளைப் போட்டுவிட்டு வா./ ஜன்னல் கதவின் கொக்கியைப் போடு. **23: (சிறை, கூண்டு போன்றவற்றில்) அடைத்தல்;** confine; put (into sth.). அவனைப் பிடித்துக்கொண்டுபோய்ச் சிறையில் போட்டுவிட்டார்கள்./ சிங்கத்தைக் கூண்டுக்குள் போட்டுப் பூட்டினர்./ இரண்டு பேரையும் அறைக்குள் போட்டுப் பூட்டிவிட்டான். **24: (வாகனத்தில் எரிபொருள்) நிரப்பிக்கொள்ளுதல்;** fill (the tank). அவசியம் என்றால் பெட்ரோல் போட்டுக் கொள். **25: (ஒன்றை மற்றொன்றின் மேல்) பரப்புதல்; விரித்தல்;** spread. வெள்ளைப் படுதா போட்டு மூடிக் கட்டிய வண்டி/ கடைக்காரன் பல புடவைகளை எடுத்துப் போட்டாலும் என் மனைவிக்கு எதுவும் பிடிக்கவில்லை. **26: (பேச்சு, சொற்றொடர் முதலியவற்றில் குறிப்பிட்ட வார்த்தைகளை) சேர்த்தல்;** add; match; fit. இப்போது நிறைய பாடல்களில் ஆங்கில வார்த்தைகளைப் போட்டு எழுதுவது ஒரு பாணி./ மெட்டை ஆரம்பித்த உடனே வார்த்தைகளைப் போட்டுப் பாடலாசிரியர் அசத்திவிட்டார். **ஈ.** (உருவாக்குதல் அல்லது தயாரித்தல் தொடர்பான வழக்கு) **27: (உணவுப் பொருள், வெந்நீர் போன்றவை) தயாரித்தல்;** make; prepare. சாயங்காலம் வெங்காய பஜ்ஜி போடு./ குளிப்பதற்கு வெந்நீர் போடு./ வீட்டில் போட்ட ஊறுகாய்போல இது இல்லை./ காப்பி போட இவ்வளவு நேரமா? **28: (கலவையாகத் தயாரிக்கப்படும் ஒன்றிலோ உணவுப் பண்டம், நீர் முதலியவற்றிலோ ஒன்றை) சேர்த்தல்;** add; add (sth. to a food preparation). காப்பிக்கு இன்னும் கொஞ்சம் சர்க்கரை போடு./ சாம்பாரில் என்ன காய் போட்டிருக்கிறாய்?/ கற்கண்டு போட்டுக் காய்ச்சிய பாலைக் குடி./ சாதத்தில் பருப்பும் நெய்யும் போட்டுப் பிசைந்து குழந்தைக்கு ஊட்டினாள். **29: (எழுதுதல், வரைதல், அச்சிடுதல் போன்றவற்றின் மூலம் எழுத்து, குறி, ஓவியம் முதலியவற்றை) உண்டாக்குதல்;** put (a punctuation mark); draw (a picture); place; print. வாக்கியத்தின் முடிவில் ஒரு ஆச்சரியக்குறி போடு./ பையன் யானைப் படம் போட்டுக்கொண்டிருந்தான்./ நெற்றியில் நாமம் போட்டிருந்தார்./ ஒரு எண்ணின் இடது பக்கம் பூஜ்யம் என்கிற எண்ணைப் போட்டால் அதற்கு மதிப்புக் கிடையாது./ கண்ணன் பிறந்த தினத்தன்று வாசலிலிருந்து பாதங்கள் போடுவது வழக்கம்./ சின்னப் பூப் போட்ட சேலையைக் காட்டுங்கள். **30: (வேடம்) புனைதல்; (ஒப்பனை) செய்தல்;** put on (an appearance as a disguise, costume, etc.,). அரசர் மாறுவேடம் போட்டுக்கொண்டு நகர்வலம் வந்தார்./ இது அவசரத்தில் போட்ட ஒப்பனை. **31: (குறிப்பிட்ட பயிர், காய்கறி போன்றவற்றை) பயிரிடுதல்;** grow (a crop, etc.,). கரிசல் மண்ணில் பருத்திதான் போடுவார்கள்./ இந்த வருடம் கரும்பு போடலாம் என்று இருக்கிறேன். **32: (ஒரு கட்டமைப்பை அல்லது தோட்டம், வேலி, சாலை போன்றவற்றை) அமைத்தல்;** put up; build. காலி மனையில் போடப்பட்டிருந்த குடிசைகள் அகற்றப்பட்டன./ கட்சி மாநாட்டுக்காக மைதானத்தில் பெரிய பந்தல் போட்டிருந்தார்கள்./ எங்கள் வீட்டுக்கு எதிரே இருந்த இடத்தில் சில நாடோடிகள் கூடாரம் போட்டிருக்கிறார்கள்./ இந்தியாவின் முக்கிய நகரங்களை இணைக்கும் வகையில் சாலை போடப்படுகிறது./ சமீப காலங்களில் நிறைய மேம்பாலங்கள் போடப்பட்டுள்ளன./ வீட்டின் முன்புறத்தில் ஒரு தோட்டம் போடலாமே./ தோட்டத்திற்கு வேலி போட வேண்டும்./ புது வீட்டுக்கு அஸ்திவாரம் போட்டாயிற்றா? **33: (சிமெண்டு, மொசைக் கற்கள் ஆகியவற்றைத் தரையில்) பாவுதல்;** lay. இப்போதுதான் சிமெண்டு போட்டிருக்கிறோம்./ தரைக்கு மொசைக் கற்கள் போடப்போகிறோம். **34: (ஓடு, கீற்று முதலியவற்றை) வேய்தல்;** do the roofing with sth.; roof. ஓடு போட்ட வீடுதான் என்னுடையது./ கூரைக்குப் புதிதாகக் கீற்று போட வேண்டும். **35: (சட்டம், கண்ணாடி, அட்டை போன்றவற்றை) பொருத்துதல்; அமைத்தல்;** add or provide a cover, frame, etc., அலமாரிக்கு மேல் பாட்டியின் பழைய புகைப்படம் ஒன்றைப் புதிதாகச் சட்டம் போட்டு மாட்டி வைத்திருக்கிறோம்./ புத்தகங்களுக்கு அப்பா அட்டை போட்டுக்கொண்டிருந்தார். **36: (பாட்டுக்கு மெட்டு) அமைத்தல்;** compose (a tune). இந்தப் படத்துக்காக அருமையான மெட்டு ஒன்றை இளையராஜா போட்டிருக்கிறார். **உ.** (ஏற்பாடு செய்தல் தொடர்பான வழக்கு) **37: (திரையரங்கத்தில் படம்) காட்டுதல்; (தொலைக்காட்சியில் படம், நிகழ்ச்சி போன்றவை) ஒளிபரப்புதல்; (நாடகம், கூத்து போன்றவை) நடத்துதல்;** screen; show; perform; telecast. இந்தத் திரையரங்கத்தில் பழைய படமாகவே போடுகிறார்கள்./ இன்றைக்கு என்ன நாடகம் போடுகிறார்கள்?/

தூர்தர்ஷனில் இந்த வாரம் தேசிய விருது பெற்ற திரைப் படம் ஒன்றைப் போடுகிறார்கள். **38: (பதிவு செய்த நாடகம், பேச்சு, பாடல் போன்றவற்றை) (வானொலி யில்) ஒலிபரப்புதல்;** transmit; broadcast (from a radio station). வானொலியில் இரவு ஒன்பது மணிக்கு மேல் ஒரே பழைய பாட்டாகப் போட்டுக்கொண்டிருக்கிறார்கள். **39: (வேலை விஷயமாக ஒருவரை ஒரு இடத்துக்கு) அனுப்புதல்;** transfer (to a place). அவருக்குப் பதவி உயர்வு கொடுத்து மதுரையில் போட்டிருக்கிறார்கள்./ உனக்கு எங்கே வேலை போட்டிருக்கிறார்கள்?/ இந்த வருஷம் கோயம்புத்தூர். அடுத்த வருஷம் எங்கே போடப்போகி றார்களோ தெரியவில்லை. **40: (ஒரு பணிக்கு ஒருவரை) நியமித்தல்; (ஒரு செயலுக்கு அல்லது பொறுப்புக்கு ஒருவரை) தேர்ந்தெடுத்தல்;** employ; appoint. குழந்தை யைக் கவனித்துக்கொள்ள வீட்டோடு ஒரு ஆயாவைப் போட்டிருந்தார்./ அவருடைய நடவடிக்கைகளைக் கண் காணிக்க காவல்துறை அதிகாரி ஒருவரைப் போட்டிருந் தார்கள்./ இந்தப் படத்திற்குக் கதாநாயகனாக யாரைப் போடுவது என்று இயக்குநருக்கு ஒரே குழப்பம்./ அவனுக்கு வேலை போட்டுக்கொடுத்ததே நான்தான். **41: (பாது காப்பு) ஏற்படுத்துதல்;** give or provide (security, etc., for s.o.); arrange. கொலை வழக்கை விசாரித்து வரும் நீதிபதிக்குப் பலத்த பாதுகாப்பு போடப்பட்டுள்ளது./ வெடிகுண்டுப் புரளியை அடுத்து நாடாளுமன்றத்துக்குத் தகுந்த பாதுகாப்பு போடப்பட்டுள்ளதாக அமைச்சர் தெரி வித்தார். **42: (திட்டத்தை) கொண்டுவருதல்; (கட் டளை, உத்தரவு) தருதல்;** issue (an order); draw up (a plan). இவ்வளவு திட்டங்கள் போட்டு என்ன பயன்?/ அவர் கூட்டங்களில் பேசுவதற்குக் காவல்துறை சில நிபந்தனைகளைப் போட்டது./ கலவரத்துக்குப் பிறகு ஊரடங்குச் சட்டம் போடப்பட்டது./ உன் விருப்பத்துக்கு நானா தடை போட்டேன்?/ எனக்குக் கட்டளை போட நீ யார்? **43: (கையெழுத்து) இடுதல்;** put (one's signature to a document). பத்திரத்தில் சாட்சிக் கையெழுத்துப் போடப் போவது யார்?/ கையெழுத்துப் போடாமல் விண்ணப் பத்தை அனுப்புகிறவர்களும் உண்டு./ இன்னும் இரண்டு கடிதங்களில் கையெழுத்துப் போட வேண்டும். **44: (கூட் டம்) நடத்துதல்/(கூட்டத்தை) கூட்டுதல்;** arrange (a meeting); gather (in a group). அடுத்த வாரம் திலகர் திட லில் ஒரு கூட்டம் போடுகிறார்கள். நீயும் என்னோடு வரு கிறாயா?/ வீட்டுக்கு முன்னே ஏன் கூட்டம் போடுகிறீர் கள்? **45: (பட்டியல், ரசீது முதலியவற்றை) தயாரித் தல்;** prepare. இதுபோல், பல்லாயிரக் கணக்கானவர்களின் சம்பளப் பட்டியல்களை வெகு சீக்கிரத்தில் கணிப்பொறி போட்டுவிடும்./ ரசீதை யார் பெயரில் போட வேண்டும்? **46: (வரி) விதித்தல்;** levy. தனியார் அஞ்சல் சேவைக்கும் சேவைவரி போடப்பட்டுள்ளது. **47: (ஒருவர் மேல் வழக்கு) பதிவுசெய்தல்;** register (a case, etc.,). அப்பா மேலேயே மகன் வழக்குப் போடுகிறான்./ மக்களை ஏமாற் றிய நிதி நிறுவனங்களின் மீது ஆயிரக் கணக்கானவர்கள் வழக்குப் போட்டிருக்கிறார்கள். **48: (விலையை) நிர்ண யித்தல்;** fix (the price of sth.). இந்தப் புத்தகத்துக்கு எவ்வளவு அதிகமாக விலை போட்டாலும் தகும்./ இந்தக் கட்டிலுக்கு எவ்வளவு விலை போடலாம், சொல்லுங்கள்? **ஊ.** (வெளிவரச் செய்தல் தொடர்பான வழக்கு) **49: (விலங்குகள் தங்கள் கழிவுகளை) வெளித் தள்ளுதல்;** (of animals) defecate; drop (excrement). வீட்டு வாசலில் மாடு சாணி போட்டிருக்கிறது./ வழியெல்லாம் ஆடு புழுக்கை போட்டுவைத்திருக்கிறது. **50: (நூல், பத்திரிகை முதலியவற்றை) பிரசுரித்தல்; (பத்திரிகையில் செய்தி, தகவல் முதலியவற்றை) வெளியிடுதல்;** publish (a book, etc.,). உங்கள் கட்டுரைகளைத் தொகுத்துக் கொடுங்கள். ஒரு நூலாகப் போட்டுவிடலாம்./ 'மாநகரத்தில் இன்று' என்ற தலைப்பின் கீழ் சென்னையில் நடந்த முக்கிய நிகழ்வுகளைப் பற்றிப் போட்டிருந்தார்கள்./ 'கொலை, கொள்ளை தவிர உங்கள் பத்திரிகையில் போடுவதற்கு வேறு செய்திகள் எதுவும் இல்லையா?' என்று ஒரு வாசகர் கேள்வி கேட்டிருந்தார். **எ.** (பிற வழக்கு) **51: (புகை யிலை, வெற்றிலை போன்றவற்றை) பயன்படுத்துதல்; நுகர்தல்;** chew (betel leaves); use (snuff, etc.,). சிலர் புகையிலை மட்டும் போடுவார்கள்./ அவர் பொடி போட்டுவிட்டுக் கைக்குட்டையால் மூக்கைத் துடைத்துக் கொண்டார்./ தாம்பூலம் போட்டுக்கொள்கிறீர்களா?/ தாத்தா வெற்றிலை போடும் அழகை இன்றைக்கெல்லாம் பார்த்துக்கொண்டே இருக்கலாம். **52: (எண்ணெய், களிம்பு போன்றவற்றை) தடவுதல்; (சோப்பைக் கொண்டு) தேய்த்தல்;** apply (sth. on sth.). காயத்திற்கு மருந்து போடு./ புளி போட்டுப் பாத்திரங்களை அலம்பி னாள்./ கண்ணாடி முன் நின்று பவுடர் போட்டுக்கொண் டான்./ எண்ணெய் போடாத ஊஞ்சல் சங்கிலிகள் கிறீச் சிட்டன./ அவர் சோப்புப் போட்டுக் குளிக்க மாட்டார். மூலிகைப்பொடிதான் பயன்படுத்துவார். **53: (கணக்கு போன்றவற்றை) செய்தல்;** do (a sum). வீட்டுக்கணக்குப் போட்டுவிட்டாயா?/ அதிக மதிப்பெண்களைக் கொண்ட கணக்குகளையெல்லாம் முதலில் போட்டேன்./ சிக்கலான கணக்குகளையும் இந்தக் கணிப்பொறி போடும். **54: (விசையைத் தட்டி ஒன்றை) இயங்கச் செய்தல்;** switch on; turn on. மின்விசிறியைப் போடு./ அறையின் உள்ளே நுழைந்ததும் விளக்கைப் போட்டார்./ விசையைப் போட் டதும் தண்ணீர் கொட்டத் தொடங்கியது. **55: (விடுகதை, புதிர் போன்றவற்றுக்கான கேள்வியை ஒருவரிடம்) கேட்டல்;** pose (a riddle). அக்கா ஏதாவது விடுகதை போடேன்?/ விடை கண்டுபிடிக்க முடியாத புதிர்களை யெல்லாம் அண்ணன் என்னிடம் போடுவான். **56: (முன் வரும் பெயர்ச்சொல் குறிப்பிடும்) செயலை நிகழ்த்து தல்;** do (the action mentioned by the preceding noun). விநாயகர் சன்னிதியில் பத்துத் தோப்புக்கரணம் போடு என்று அம்மா சொன்னாள்./ முட்டி போடு என்று குழந்தையை மிரட்டாதே.

போடு² து.வி. (போட, போட்டு) **1: சில பெயர்ச்சொற் களோடு இணைந்து அவற்றை வினைப்படுத்தும் வினை;** auxiliary verb that serves as a verbalizer with certain nouns. தூக்கம்போடு (=தூங்கு)/ மயக்கம்போடு (=மயங்கு)/ தும்மல்போடு (=தும்மு)/ குளியல்போடு (=குளி). **2: ('செய' என்னும் வினையெச்சத்தின் பின்) ஒரு செயலைத் தன்னாலோ, மற்றொருவர் மூலமோ நிகழச் செய்தல் என்னும் ஆக்கப் பொருளில் வரும் துணை வினை;** an auxiliary verb after infinitive to indicate that an action

1007 போதனை

caused or assigned to be performed by s.o.; periphrastic causative verb like வை, செய். விருந்தாளி வருமுன் குழந்தையைத் தூங்கப்போட வேண்டும்./ வடகத்தைக் காயப்போடச் சொல்ல வேண்டும். **3: முதன்மை வினை குறிப்பிடும் செயல் அந்தக் கணத்தில் முடிவெடுத்துச் செய்யப்படுவது, மிகுந்த அக்கறை காட்டப்படாமல் சாதாரணமான முறையில் செய்யப்படுவது போன்ற பொருள் தொனிக்கும் வகையில் பயன்படுத்தப்படும் துணை வினை;** auxiliary verb used to suggest that the action of the main verb is carried out or approached rather casually. நிலத்தை வாங்கிப்போட்டு இவ்வளவு நாளாகியும் இன்னும் வீடு கட்டவில்லை./ வீட்டைத் திறந்துபோட்டு விட்டு எங்கே போனாய்?/ தரையில் பாயை விரித்துப் போட்டுப் படுத்தான்./ பானையைக் கழுவிய பிறகு கவிழ்த்துப்போடு. **4: முதன்மை வினை குறிப்பிடும் செயலைச் செய்ததால் எந்தப் பயனும் இல்லை என்ற முறையில் அல்லது செயல் விருப்பமில்லாமல் செய்யப்பட்டது என்பதைக் குறிக்கும் வகையில் 'செய்து' என்னும் வாய்பாட்டுக்குப் பின் பயன்படுத்தப்படும் துணை வினை;** auxiliary verb used to suggest that the action of the main verb is carried out with dislike. உனக்கு இத்தனை வருடம் வடித்துப்போட்டு என்ன பலனைக் கண்டேன்?/ நான் சம்பாதித்துப்போட்டால் சுகமாகச் சாப்பிட்டுகொண்டிருப்பாய் இல்லையா? **5:** *(இலங்.)* **'ஒரு செயலைச் செய்து முடித்தல்' என்ற பொருளில் 'செய்து' என்னும் வாய்பாட்டுக்குப் பின் பயன்படுத்தப்படும் துணை வினை;** auxiliary verb used to denote the completion of the specified action or process. சோறு காய்ச்சிப்போட்டேன்./ கட்டுரை எழுதிப்போட்டேன்.

போடு[3] து.வி. *(போட, போட்டு)* **(செய என்னும் வினையெச்சத்தின் பின்) ஒரு செயலைத் தன்னாலோ மற்றொருவர் மூலமோ நிகழச் செய்தல் என்னும் ஆக்கப்பொருளில் வரும் துணை வினை; வை**[1]**; செய்**[1]**;** an auxiliary verb after the infinitive to indicate that an action caused or assigned to be performed by someone; periphrastic causative verb like வை, செய். விருந்தாளி வருமுன் பிள்ளையைத் தூங்கப்போட வேண்டும். / வடகத்தைக் காயப்போடும் வேலை இருக்கிறது. / உன் மகனை ஒரு கண்டிப்பான பள்ளியில் படிக்கப்போட்டால்தான் உருப்படுவான்.

போடு[4] து.வி. *(போட, போட்டு)* **(செய்து என்னும் வினையெச்சத்தின் பின்) ஒரு செயல் பின்னால் ஒரு விளைவை ஏற்படுத்தும் என்னும் எண்ணத்தில் செய்யப்படுவதை அல்லது எதிர்பாராத விளைவை தந்ததைக் காட்டும் துணை வினை; வை**[2]**, 3;** an auxiliary verb after the verbal participle to indicate that some benefit of the action is anticipate in the future or that the action has an unexpected effect. வாசல் கதவை ஏன் திறந்து போட்டிருக்கிறாய்?/ உன் நாயைக் கட்டிப்போட்டுவிட்டாயா?/ கடற்கரையில் ஒதுங்கிய குழந்தையின் படம் உலகத்தை உலுக்கிப்போட்டுவிட்டது.

போண்டா பெ. **உளுந்து மாவை உருட்டி எண்ணெயில் பொரித்துச் செய்யப்படும் ஒரு வகைத் தின்பண்டம்;** snack made of lentil dough rolled into a ball and fried in oil.

போண்டி பெ. *(பே.வ.)* **பணம் அனைத்தையும் இழந்துவிட்ட நிலை;** bankruptcy. இப்படிச் செலவு செய்தால் கடைசியில் போண்டி ஆகிவிடுவாய்.

போணி[1] பெ. *(பே.வ.)* **(கடை திறந்தவுடன் அல்லது அன்றைய நாளில் செய்யப்படும்) முதல் வியாபாரம்;** the first sale (of the day); the first transaction (in business). 'இன்று புதிதாகக் கடை திறக்கிறேன். உங்கள் கையால் போணி பண்ண வேண்டும்' என்று நண்பர் கேட்டுக் கொண்டார்./ கடன் கேட்டவரிடம் 'இன்னும் போணி ஆகவில்லை. பிறகு வாருங்கள்' என்றார் கடைக்காரர்./ காலையில் முதல் போணியே நீங்கள்தான்.

போணி[2] பெ. *(அ.வ.)* காண்க: **போகணி.**

போத்தல் பெ. *(இலங்.)* **1: கண்ணாடியால் ஆன சீசா, ஜாடி முதலியவை;** bottle, jar, etc., **2: திரவப் பொருள்களை அளக்கும் ஒரு முகத்தலளவை;** a unit of volume for measuring liquids. ஒரு கலன் என்பது ஆறு போத்தல்.

போத்து பெ. **மரத்திலிருந்து வெட்டி நடும் (நேரான) சிறு கிளை/மேற்குறிப்பிட்ட முறையில் நட்டு, துளிர்க்கத் தொடங்கிய கிளை;** stem cutting for propagation. வேலியில் ஏழெட்டுக் கிளுவைப் போத்துகள் நட்டிருக்கிறேன்./ முருங்கைப் போத்து/ நான் போத்தாக வைத்தது இப்போது பெரிய மரமாகிவிட்டது.

போத்ராஜ்மாத்தா பெ. *(திருநர் வ.)* **(சேவல் வாகனத்தில் அமர்ந்திருக்கும்) திருநங்கைகள் வழிபடும் தெய்வம்;** deity seated on the back of a cock worshipped trans-women.

போதகம் பெ. *(கிறித்.)* **உபதேசம்;** preaching. ஓய்வு நாளில் இயேசு போதகம் செய்துகொண்டிருந்தார்.

போதகர் பெ. **1:** *(அ.வ.)* **(கல்வி) கற்பிப்பவர்;** teacher (mostly of subjects like religion or philosophy). அவர் எனக்குப் போதகராக மட்டுமல்லாமல் நண்பராகவும் விளங்கினார்./ தத்துவ போதகர். **2:** *(கிறித்.)* **கிறித்தவ நம்பிக்கையை எடுத்துரைப்பவர்;** preacher (of the Gospel). போதகர் பிரசங்கம் செய்துகொண்டிருந்தார்./ வீடு இழந்தவர்களுக்குப் போதகர் உதவி செய்தார்.

போதம்[1] (b-) பெ. **1: ஞானம்; அறிவு;** knowledge; wisdom. **2:** *(வ.வ.)* **சுய உணர்வு;** consciousness. குடித்துவிட்டு போதம் இல்லாமல் தெருவில் கிடந்தான்.

போதம்[2] பெ. *(இலங்.)* **விரைவீக்கம்;** hydrocele.

போதனா மொழி பெ. *(அ.வ.)* **பயிற்று மொழி;** medium of instruction.

போதனா வைத்தியசாலை பெ. *(இலங்.)* **மருத்துவக் கல்லூரி மாணவர்களுக்குக் கற்பிப்பதற்குப் பயன்படும் மருத்துவமனை;** medical college hospital; teaching hospital. நான் போதனா வைத்தியசாலையில் அனுமதிக்கப்பட்டிருந்தபோது மருத்துவபீட மாணவர்கள் வந்து எனது நோய்பற்றி விரிவாகக் கேட்டனர்.

போதனை பெ. **1: (பெரும்பாலும் மத அல்லது நீதிக் கருத்துகளைக் கொண்ட) அறிவுரை;** (mostly religious or moral) teachings. புத்தரின் போதனைகள்/ நீதி போதனைக் கதைகள். [*(தொ.சொ.)* **அறவுரை/ அறிவுரை/**

ஆலோசனை/ உபதேசம்] 2: *(அ.வ.)* **கல்வி கற்பித்தல்;** instruction (in schools). பள்ளிகளில் போதனை முறையில் மாற்றம் தேவை.

போதாக்குறைக்கு வி.அ. **(ஏற்கனவே பிரச்சினைகள், குறைகள், இடையூறு போன்றவை இருக்கும் நிலையில்) மேலும் கூடுதலாக;** added to that. குடும்பத்தில் ஏகப்பட்ட பிரச்சினைகள். போதாக்குறைக்கு என் மனைவியின் வேலையும் போய்விட்டது./ மழை நின்றபாடில்லை. போதாக்குறைக்குப் பேருந்தும் வரவில்லை.

போதாத காலம் பெ. **(தொடர்ந்து தீமையாக நிகழ்கிற) சாதகமற்ற காலம்; கெட்ட காலம்;** one's bad time. என் போதாத காலம், இருக்கும் ஒரே வீட்டையும் விற்க வேண்டியதாகிவிட்டது./ போதாத காலம்தான், இப்படி நஷ்டத்துக்கு மேல் நஷ்டமாக வந்துகொண்டிருக்கிறது.

போதாத நேரம் பெ. காண்க: **போதாத காலம்.**

போதாத வேளை பெ. காண்க: **போதாத காலம்.**

போதாமை பெ. **தட்டுப்பாடு; பற்றாக்குறை;** shortage. பணப் போதாமையினால் வீடு கட்டும் வேலை அப்படியே நிற்கிறது.

போதி வி. *(போதிக்க, போதித்து)* 1: **(பெரும்பாலும் சமய, நீதிக் கருத்துகளை) உபதேசித்தல்;** instruct; impart; teach. ஞானிகள் போதித்த நெறிகள். 2: *(அ.வ.)* **(கல்வி முதலியவற்றை) கற்பித்தல்;** teach (a subject). இவர்களுக்கு நான் வரலாறு போதிக்கிறேன்.

போதிமரம் பெ. **(புத்தர் ஞானோதயம் அடைந்தபோது அவர் அமர்ந்திருந்த இடத்தில் இருந்ததாகக் கூறப்படும்) அரசமரம்;** peepul tree (under which the Buddha is said to have attained enlightenment).

போதிலும் இ.சொ. *(இறந்தகாலப் பெயரெச்சத்தோடு இணைந்து)* **'என்றாலும்' என்ற பொருளில் பயன்படும் இடைச்சொல்;** particle used in the sense of 'although', 'in spite of'. இரு கட்சியினர் இடையே பேச்சுவார்த்தை நடந்த போதிலும் உடன்பாடு ஏற்படவில்லை./ பணம் இருந்தபோதிலும் அவருக்குத் தர மனம் வரவில்லை./ கூட்டத்துக்கு அவர் வந்திருந்தபோதிலும் எதுவும் பேசவில்லை.

போது[1] வி. *(போத, போதும், போதாது, போதிய, போதாத, போதாமல் முதலிய வடிவங்களில்)* **தேவைக்குத் தகுந்தபடி அமைதல்;** be adequate or enough; be sufficient; suffice. ஊருக்கு எடுத்துக்கொண்டு போன பணம் போதவில்லை./ மதியத்துக்கு 'சோறு போதும்' என்றார்./ உனக்குச் சாமர்த்தியம் போதாது./ அவனுக்குப் போதிய வருமானம் இல்லை./ இந்தத் திட்டத்தை நடத்தப் போதிய அளவு விளம்பரம் செய்ய வேண்டும்./ வெளிச்சம் போதவில்லை என்று ஆட்டம் நிறுத்தப்பட்டது./ எடுத்துச்சென்ற பணம் போதாமல் நண்பரிடம் கடன் வாங்கினேன்./ படைபலம் போதாத நிலையில் போரைத் தவிர்ப்பதுதான் சரி என்று தளபதி நினைத்தார்./ தற்போது வாங்கும் சம்பளம் போதவில்லை என்று வேறு வேலைக்குப் போய்விட்டார்.

-போது[2] இ.சொ. *(பெயரெச்சத்தின் பின் வரும்போது ஒரு செயல் நிகழ்கிற அல்லது செய்யப்படுகிற)* **'காலத்தில்' என்ற பொருளில் பயன்படும் இடைச்சொல்; '(அந்த) தருணத்தில்';** particle used in the sense of 'while', 'when', 'at the time (of)'. படிக்கிறபோது தொந்தரவு செய்யாதே!/ தாத்தா தூங்கும்போதுகூடக் கண்ணாடியைக் கழற்ற மாட்டார்./ உனக்குக் கடிதம் எழுதியபோது இது நினைவுக்கு வரவில்லை.

போதும் இ.சொ. **வாக்கியத்தின் முதல் பகுதியில் வரும் வினைச்சொல் குறிப்பிடும் செயல் உறுதியாகவோ அல்லது நிச்சயமாகவோ நடக்கும் பட்சத்தில் பின்வரும் விளைவு கட்டாயமாக இருக்கும் என்பதைக் குறிப்பிடப் பயன்படுத்தும் இடைச்சொல்;** particle used in the sense of 'be cause enough'; 'enough for sth. specified to follow'. அவனைப் பார்த்தால் போதும், குழந்தை அழ ஆரம்பித்துவிடும்./ நான் சொன்னால் போதும், பணம் கொடுத்துவிடுவான்.

போதும் போதாததற்கு வி.அ. **போதாக்குறைக்கு;** to add to (the existing troubles). ஏற்கனவே ஏகப்பட்ட கடன்; இதில் போதும் போதாததற்குத் தங்கை கல்யாணத்திற்குப் பணம் அனுப்புமாறு அப்பா கடிதம் போட்டிருக்கிறார்./ கிணற்றில் ஒரு சொட்டு நீர்கூடக் கிடையாது. போதும் போதாததற்குக் குழாயிலும் தண்ணீர் வரவில்லை.

போதுமான பெ.அ. **போதிய;** adequate; sufficient. என்னிடம் போதுமான பணம் இருக்கிறது.

போதை பெ. **(மது, கஞ்சா போன்றவற்றை உட்கொள்வதால்) மனத்தில் இறுக்கம் குறைந்து கிளர்ச்சி அடைந்து சற்றுக் கிறங்கியிருக்கும் நிலை;** intoxication; being drunk; drunkenness. அதிகமான போதை சுயக் கட்டுப்பாட்டை இழக்கச் செய்யும்./ லேசாக போதை ஏறியதும் குடிப்பதை நிறுத்திக்கொண்டான். [*(தொ.சொ.)* **கிறக்கம்/ மயக்கம்/ லகரி**]

போதைப்பொருள் பெ. **அதிக அளவில் போதையைத் தந்து நாளடைவில் உடலுக்குத் தீங்கு ஏற்படுத்தும் வேதிப்பொருள்;** narcotic. போதைமருந்து தடுப்புச் சட்டம்/ அபின் ஒரு போதைப்பொருள் ஆகும்./ போதைப் பொருள் கடத்த முயன்ற நபர் விமான நிலையத்தில் கைது செய்யப்பட்டார்.

போதைமருந்து பெ. காண்க: **போதைப்பொருள்.**

போப்பாண்டவர் பெ. *(கிறித்.)* **திருத்தந்தை;** Pope.

போமதி பெ. *(இலங்.) (பணம் குறித்து வரும்போது)* **(ஒருவருக்கு) கொடுக்க வேண்டிய தொகை;** money owed to s.o. மொத்தப் பணத்தில் அவருக்குப் போமதியைக் கழித்து எனது பணத்தினைத் தாருங்கள்.

போய் இ.சொ. **குறிப்பிட்ட ஒரு செயலுக்கு ஒன்று பொருத்தமானது அல்லது ஒருவர் பொருத்தமானவர் இல்லை என்பதை உணர்த்தப் பயன்படுத்தப்படும் இடைச்சொல்;** particle used in the sense of 'of all persons or of all things'. கட்டுவதற்குக் கயிற்றை எடுத்துவரச் சொன்னால் இந்த நைந்த கயிற்றைப்போய் எடுத்து வந்திருக்கிறாயே?/ இதைப்போய் நல்ல படம் என்றாயே?/ குழந்தையைப்போய் ஏன் திட்டுகிறாய்?/ அவனுக்குப் போய்ப் பரிசைக் கொடுத்திருக்கிறீர்களே!

போய்ச்சேர் வி. *(-சேர, -சேர்ந்து) (பே.வ.)* **மரணமடைதல்;** pass away. அவர் போய்ச்சேர்ந்துவிட்டார். அவருடைய குழந்தைகள்தான் கஷ்டப்படுகின்றன.

1009 போர்விமானம்

போய்வா வி. (-வர, -வந்து) **(ஒருவர்) விடைபெறுதல்; (மற்றவர்) விடைதருதல்;** used to say goodbye to s.o. பேசி முடித்த பிறகு அவர் 'போய்வருகிறேன்' என்றார். நானும் 'போய்வாருங்கள்' என்றேன்.

போயா பெ. (இலங்.) **பௌர்ணமி;** full moon. பொது வாகப் போயா நாளில் நாங்கள் மச்சம் சாப்பிட மாட்டோம்.

போயிற்று வி.மு. **குறிப்பிடப்படுவதை எளிதாக முடித்து விடலாம், செய்துவிடலாம் என்ற விதத்தில் பயன் படுத்தும் சொல்;** word used to express one's readiness to accept the proposition made; 'it is done'. அவரை இங்கு வரவழைக்க வேண்டும் அவ்வளவுதானே? வரவழைத்தால் போயிற்று./ வாடகை மூவாயிரம் ரூபாய்தானே, கொடுத் தால் போயிற்று.

போயும்போயும் வி.அ. **ஒருவர் ஒன்றைக் குறித்து அல் லது ஒருவரைக் குறித்து தனது அதிருப்தியைக் கோப மான அல்லது கேலியான தொனியில் வெளிப்படுத்தப் பயன்படுத்தும் சொல்;** term used for expressing one's contemptuous disapproval. போயும்போயும் இந்த அரிசியையா வாங்கிவந்தீர்கள்?/ போயும்போயும் இந்தத் தெருவிலா நமக்கு வீடு கிடைக்க வேண்டும்?/ போயும்போயும் அவ னிடம் இந்தப் பொறுப்பை ஒப்படைத்தேனே, என்னைச் சொல்ல வேண்டும்.

போர்[1] பெ. **(நாடுகளுக்கு இடையில்) பெரும் உயிர்ச் சேதத்தையும் அழிவையும் உண்டாக்கும் வகையில் ஆயுதங்களைப் பயன்படுத்தி நடத்தும் சண்டை;** war; battle.

போர்[2] பெ. **பெருமளவில் வைக்கோல், தட்டை போன்ற வற்றின் குவியல்;** pile or stack of esp., hay, clothes, etc.,; rick. வைக்கோல் போர்/ ஒரு போர் துணியை ஒரே நாளில் துவைக்க முடியுமா?

போர்க் கப்பல் பெ. **போரில் பயன்படுத்துவதற்காக வடிவமைக்கப்பட்ட கப்பல்;** warship.

போர்க் கலன் பெ. **போர்க் கருவி;** armament. நவீனப் போர்க் கலன்களைத் தயாரிக்க வளரும் நாடுகளில் சில கணிசமாகச் செலவிடுகின்றன.

போர்க்களம் பெ. **(முற்காலத்தில்) போர் நடக்கும் இடம்; களம்;** battlefield. போர்க்களம் முழுதும் ஆரவார மும் அவலக் குரலுமாக இருந்தது.

போர்க்கால அடிப்படையில் வி.அ. **(இயற்கைப் பேரழிவு, கலவரம் அல்லது மக்களைப் பாதிக்கும் பெரிய பிரச்சினை போன்ற சூழல்களில் எடுக்கப் படும் நடவடிக்கைகளைக் குறிக்கும்போது) மிக விரை வாகவும் சரியான விதத்திலும்;** on a war footing. குடிநீர்ப் பிரச்சினையைச் சமாளிக்க அரசு போர்க்கால அடிப்படையில் நடவடிக்கைகளை மேற்கொண்டுள்ளது./ வெள்ளம் பாதித்த பகுதிகளில் போர்க்கால அடிப்படை யில் நிவாரணப் பணிகள் நடைபெறுகின்றன.

போர்க்குணம் பெ. **தவறானவற்றை அல்லது அநீதியை எதிர்த்துப் போராடும் இயல்பு;** fighting spirit. சுயநலம் நம் போர்க்குணத்தை அழித்துவிட்டது./ மனிதனின் போர்க் குணமே மரித்துப்போய்விட்டது என்று நண்பர் வருத்தப் பட்டார்.

போர்க் குற்றம் பெ. **போரின்போது பொதுமக்க ளையோ, கைதிகளையோ கொல்லுதல், பொதுமக்க ளின் உடைமைகளுக்குச் சேதம் விளைவித்தல், சித்திர வதை போன்ற செயல்களின் மூலம் சர்வதேசக் குற்றவியல் நீதிமன்றத்தின் விதிகளுக்குப் புறம்பாகச் செயல்பட்டு, தனிமனிதர்கள் குற்றவியல் ரீதியாகப் பொறுப்பேற்க வேண்டிவரும் செயல்;** war crime.

போர்க் கைதி பெ. **போரின்போது எதிரி நாட்டுப் படையினரால் பிடிக்கப்பட்ட வீரர்;** soldier captured during the war; prisoner of war. சமாதான ஒப்பந்தத்திற்குப் பிறகு இரு நாடுகளும் போர்க் கைதிகளைப் பரிமாறிக் கொண்டன./ பாகிஸ்தான் சிறையில் வாடும் இந்தியப் போர்க் கைதிகள்.

போர்க்கொடி உயர்த்து வி. (உயர்த்த, உயர்த்தி) **(தங் களைப் பாதிக்கும் ஒன்றை எதிர்த்து) போராடத் தொடங்குதல்; போராட்டத்தில் ஈடுபடுதல்;** raise the banner of protest. நிர்வாகம் இரண்டு ஆண்டுகளாக ஊதிய உயர்வு தராததால் தொழிலாளர்கள் போர்க்கொடி உயர்த் தியுள்ளனர்./ புதிய வரி விதிப்பை எதிர்த்து வணிகர்கள் போர்க்கொடி உயர்த்தியிருக்கிறார்கள்.

போர்த்து வி. (போர்த்த, போர்த்தி) **1: (குளிருக்குப் பாது காப்பாகப் போர்வை முதலியவற்றால் தன்னை அல்லது ஒருவரை) மூடுதல்;** cover (oneself or s.o. with a sheet, etc.,). காலிலிருந்து கழுத்துவரை கம்பளியால் போர்த்திய படி தம்பி தூங்கிக்கொண்டிருந்தான்./ சேலையை நான் காக மடித்துக் குழந்தையைப் போர்த்தினாள்./ அம்மா எனக்குக் குளிர்கிறது. போர்த்திவிடு!/ (உரு வ.) பனி போர்த்திய மலைகள்./ (உரு வ.) கண்ணுக்கெட்டும் தூரம் வரை பசுமை போர்த்திய வயல்கள். [(தொ.சொ.) **ஒளி/ மறை/ மூடு**] **2: (பெண்கள் சேலைத் தலைப்பால், ஆண்கள் துண்டு போன்றவற்றால் உடலின் மேல்பகு தியை) மறைக்கும் விதத்தில் மூடிக்கொள்ளுதல்;** cover (the shoulders with the loose end of the saree or with a shawl). குளிருக்கு இதமாகச் சேலைத் தலைப்பை எடுத்துப் போர்த்திக்கொண்டாள்./ தாத்தா சால்வையைப் போர்த் தியபடி வெளியில் உட்கார்ந்திருந்தார். **3: (ஒருவரைக் கௌரவிக்கப் பொன்னாடை முதலியவை) அணிவித் தல்;** drape (s.o. with a braided shawl by way of honouring him). இசைக் கலைஞருக்குத் தொழிலதிபர் பொன்னாடை போர்த்தினார்.

போர்த்தேங்காய் பெ. (இலங்.) **(தமிழ்ப் புத்தாண்டு தினத்தில்) பந்தயம் கட்டி ஒருவரின் தேங்காயை மற் றொருவர் தேங்காயால் உடைக்கும் விதத்தில் நடத்தப் படும் விளையாட்டு;** sport played on the Tamil New Year's Day in which a person smashes the coconut of his opponent using another coconut.

போர்நிறுத்தம் பெ. **(இரு தரப்பினரும் உடன்பட்டு அல்லது ஒரு தரப்பு தானே முன்வந்து) நடந்து கொண்டிருக்கும் போரை நிறுத்துதல்;** ceasefire. இரு நாடுகளும் போர்நிறுத்தம் செய்வதாக அறிவித்தன.

போர்விமானம் பெ. **வேகமாகப் பறக்கக்கூடியதும் ஏவுகணைகளைச் செலுத்தக்கூடியதும் போரில் பயன் படுத்தக்கூடியதுமான விமானம்;** fighter plane.

போர்வீரன் பெ. **வீரன்; படைவீரன்;** soldier. போர்வீரர் நினைவுச்சின்னம்.

போர்வை பெ. **1: (குளிர் முதலியவற்றிலிருந்து பாதுகாப்பாக உடம்பை மூடும் வகையில் உள்ள) சற்றுக் கனமாக நெய்த துணி;** sheet used to cover oneself; blanket. **2: உண்மையான நோக்கத்தை மறைக்கப் பயன்படுத்தும் அடையாளம்;** garb; veil; guise. அரசியல் போர்வையில் மறைந்திருக்கும் குற்றவாளிகளை இனம்கண்டு தண்டிக்க வேண்டும்./ மதம் என்கிற போர்வையில் நடக்கும் கலவரங்கள்/ அவருக்கு இலக்கியவாதி என்கிற போர்வை அவ்வப்போது தேவைப்படுகிறது. **3:** *(இலங்.)* **சால்வை;** shawl.

போர்ஷன் பெ. **(ஒரு வீட்டில்) மற்றொரு குடும்பம் வசிக்கக்கூடிய அளவில் அமைந்த சிறு பகுதி;** self-sufficient portion of a house for a family to live in.

போரடி வி. *(-அடிக்க, -அடித்து)* **ஏற்கனவே கதிரடித்த தாள்களில் எஞ்சியுள்ள தானியத்தைப் பிரித்து எடுப்பதற்கு மாடுகளைக் கொண்டு மிதிக்கச் செய்தல்;** do the second round of threshing by making oxen tread the sheaves.

போராட்டம் பெ. **1: (ஒரு நாடு, குழு போன்றவற்றின்) நலன், சுதந்திரம் முதலியவற்றைக் காத்துக்கொள்வதற்காக அல்லது பெறுவதற்காக அதிகாரத்தில் இருப்பவர்களை அல்லது தடையாக இருப்பவற்றைத் தீவிரமாக எதிர்த்தல்;** struggle; agitation. சுதந்திரப் போராட்டம்/ விடுதலைப் போராட்ட வீரர்/ அகிம்சைவழிப் போராட்டம்/ பேருந்து தொழிலாளர்கள் நடத்திய போராட்டம்/ வன்முறை சார்ந்த போராட்டத்தை விரும்பவில்லை என்று எதிர்க்கட்சித் தலைவர் கூறினார்./ விலைவாசி உயர்வை எதிர்த்து எதிர்க்கட்சியினர் போராட்டம் நடத்தினார்கள். [*(தொ.சொ.)* **எழுச்சி/ கலகம்/ கலவரம்/ கிளர்ச்சி/ புரட்சி**] **2: ஒருவர் வாழ்வில் அனுபவிக்கும் சிரமங்கள்;** struggle. ஒவ்வொருவரின் வாழ்விலும் எத்தனையோ போராட்டங்கள். **3: (இருவருக்கிடையே எழும்) தகராறு; மோதல்;** confrontation. வீட்டுச் சொந்தக்காரருக்கும் குடித்தனக்காரருக்கும் இடையே தீராத போராட்டம்.

போராடு வி. *(போராட, போராடி)* **1: (தனக்கு எதிராகவோ தடையாகவோ இருக்கும் ஒருவரை அல்லது ஒன்றை) எதிர்த்துச் செயல்படுதல்;** fight; struggle (for a cause). சுபாஷ் சந்திரபோஸ் நம் நாட்டு விடுதலைக்காக ராணுவ ரீதியில் போராடினார்./ அடிமை முறையை ஒழிக்கப் போராடியவர் ஆபிரகாம் லிங்கன்./ இயற்கையுடன் போராடி மனிதன் கண்ட விஞ்ஞான முன்னேற்றங்கள்/ கோரிக்கைகள் நிறைவேறும்வரை விடாமல் போராடுவோம். [*(தொ.சொ.)* **இறைஞ்சு/ கெஞ்சு/ மன்றாடு**] **2: (பாதிப்பு ஏற்படுத்தும் ஒன்றை அல்லது ஒருவரை) எதிர்த்துச் செயல்படுதல்;** fight (sth. off). எட்டு மணி நேரம் தீயுடன் போராடி நெருப்பை அணைத்தனர்./ தற்காப்புக்காகப் போராடும் போது எதிரிக்குத் தீங்கு விளைவித்தால் அது சட்டப்படி குற்றம் அல்ல./ மருத்துவமனையில் அப்பா உயிருக்குப் போராடிக்கொண்டிருக்கிறார். **3: (ஒன்றுக்காக) மிகுந்த முயற்சியெடுத்துச் செயல்படுதல்;** struggle hard. சதுரங்க விளையாட்டில் ஆரம்பத்தில் மெத்தனமாக ஆடியவர் இறுதியில் கடுமையாகப் போராடி வென்றார்./ மிகவும் போராடிப் பார்த்துவிட்டுதான் திரைப்படத் துறையிலிருந்தே ஒதுங்கிவிட்டேன்./ குழந்தையைச் சாப்பிட வைக்கத் தினமும் போராட வேண்டியிருக்கிறது என்று அக்கா அலுத்துக்கொண்டாள்.

போராளி பெ. **(தம் குறிக்கோளை அடைவதற்காக) ஆயுதம் ஏந்திப் போராடுபவர்;** insurgent; rebel.

போரிடு வி. *(போரிட, போரிட்டு)* **போர்புரிதல்;** fight (in a battle). தன்னை எதிர்த்தவர்களோடு போரிட்டு வென்றார்.

போல் இ.சொ. **1: ஒப்புமைப் பொருளைக் காட்டப் பயன்படுத்தப்படும் இடைச்சொல்; உவம உருபு;** particle of comparison used in the sense of 'like', 'as'. புலிபோல் பாய்ந்தான்./ அவள் குழந்தைபோல் அழுதாள். **2: 'ஒருவருடைய விருப்பம் முதலியவை எப்படியோ அல்லது ஒருவர், ஒன்று எப்படியோ) (அந்த) முறையில்' என்ற பொருளில் பயன்படுத்தப்படும் இடைச்சொல்;** particle used in the sense of 'as (one wishes)', 'similar (to)', 'like'. உன் விருப்பம்போல் செய்!/ மனம்போல் வாழ்வு!/ நான் நினைத்ததுபோல் அவன் செய்திருக்கிறான்./ அவள் எதிர்பார்த்ததுபோல் வேலை கிடைக்கவில்லை. **3: 'ஒன்று நிகழாமல் இருக்கும்போதே நிகழ்ந்ததை ஒத்த நிலையில் அல்லது தன்மையில்' என்ற பொருளில் பயன்படுத்தப்படும் இடைச்சொல்;** particle used in the sense of 'as if', 'as though'. வீடே இடிந்து விழுவதைப் போல் ஏன் கத்துகிறாய்?/ வீட்டுக்குப் போவது போல் போக்குக் காட்டினான்.

போல இ.சொ. **1:** காண்க: **போல். 2: ஒரு வாக்கியம் குறிக்கும் பொருளின் உண்மை பற்றிய ஊகத்தை அல்லது உறுதியற்ற நிலையைக் குறிக்கும் இடைச்சொல்;** particle used to question the veracity or unstable aspect of the meaning denoted by a sentence. இப்படியே போனால் இன்னும் பத்துப் பதினைந்து வருடங்களில் ஆண்டு முழுக்க கோடைக் காலமாகத்தான் இருக்கும் போல./ வரும் சட்டமன்றத் தேர்தலில் மும்முனை போட்டிதான் இருக்கும்போல./ எதிர்க்கட்சிகள் தேர்தலுக்குத் தயார் ஆகிவிட்டார்போல./ வயதாகிவிட்டால் மனுஷனுக்குத் தூக்கமே வராதுபோல./ இது போன்ற அதிர்ஷ்டம் எல்லாம் சிலருக்குத்தான் வாய்க்கும்போல. **3:** *(இலங்.)* **அளவில்;** at or about; around. உங்களைப் பார்க்க எட்டு மணிபோல வருவேன்./ எனக்குத் தேங்காய் மூன்றுபோலக் கொடுத்தால் போதும்.

போலி பெ. **1:** *(-ஆக, -ஆன)* **(தோற்றம், குணம், தன்மை முதலியவற்றில்) பார்ப்பதற்கு உண்மையானதைப் போலவே இருப்பது;** sth. counterfeit; sth. spurious; false; fake. அவர் காட்டிய மனைப் பத்திரம் போலி என்பது பின்னர்தான் தெரிந்தது./ போலியான பணிவு/ போலி மருந்துகளை வாங்கி ஏமாறாதீர்!/ எதற்கு இந்தப் போலி கௌரவம்?/ அவர் ஒரு போலி முற்போக்குவாதி.

[(தொ.சொ.) நகல்/ பிரதி] **2: போலிக் குணம் நிறைந்தவர்; பொய்மை நிறைந்தவர்;** a fake. அவனைப் போன்ற போலிகளும் ஏமாற்றும் பேர்வழிகளும் சமூகத்தில் இருக்கத்தான் செய்கிறார்கள். **3:** *(இலக்.)* **பொருள் மாறாத எழுத்து மாற்றம்;** the substitution of a sound. 'மதில்' என்ற சொல்லை 'மதிள்' என்று எழுதினால் 'ல'கரத்திற்கு 'ள'கரம் போலி.

போலித்தனம் பெ. **போலியான தன்மை;** falseness. 'நகர வாழ்வின் போலித்தனம் எனக்குக் கொஞ்சம்கூட பிடிக்கவில்லை' என்றார் அவர்./ அவருடைய போலித்தனமான பேச்சு, நடத்தை எல்லாம் எனக்கு எரிச்சலை ஏற்படுத்துகிறது.

போலீசார் பெ. **காவல்துறையைச் சேர்ந்தவர்கள்;** police. தலைமறைவாக இருந்த தாதாவைப் போலீசார் மடக்கிப் பிடித்தனர்./ போலீசார் விரித்த வலையில் அந்தக் கொலையாளி அகப்பட்டுக்கொண்டான்.

போலீஸ்காரர் பெ. **காவல்துறையில் பணியாற்றுபவர்; காவலர்;** policeman.

போலீஸ் காவல் பெ. *(சட்டம்)* **கைதான முதல் பதினைந்து நாட்களுள் ஒரு சில நாட்களோ முழுமையாகவோ விசாரணைக்காக நீதிமன்றத்தால் காவல் துறையினர் வசம் ஒருவர் விடப்படுதல்;** police custody granted by a court of law. கைதுசெய்யப்பட்டவருக்கு மேலும் ஆறு நாட்களுக்குப் போலீஸ் காவல் நீட்டிக்கப்பட்டது./ கொலை வழக்கில் கைதானவரை ஐந்து நாட்கள்வரை போலீஸ் காவலில் வைத்து விசாரிக்கலாம் என்று நீதிபதி உத்தரவிட்டார்.

போலும் இ.சொ. *(உ.வ.)* **பயனிலையை அடுத்து வரும்போது ஐயப்பாட்டைப் புலப்படுத்தும் இடைச்சொல்;** modal verb form used as an equivalent to certain finite forms of the verb போல் இரு to indicate the likelihood of sth.; look like. இன்றைக்கு மழை வரும் போலும்./ இப்போது வந்தவன் இராமன் போலும்.

போளி பெ. **பிசைந்த மைதா அல்லது கோதுமை மாவில் பூரணம் வைத்து அப்பளம்போல இட்டு, தோசைக் கல்லில் சுட்டுச் செய்யும் இனிப்புப் பண்டம்;** round, flat sweet (of maize flour) with a jaggery and coconut filling.

போற்றி இ.சொ. **மந்திரங்கள் ஓதும்போது ஒவ்வொரு வரியின் இறுதியிலும் அல்லது துதிப்பாடல்கள் பாடும்போது இடையிடையே 'புகழ்ந்து வணங்குகிறோம்' என்ற பொருளில் வரும் சொல் வகை;** exclamation of praise in a litany. அண்ணாமலையானே போற்றி!/ போற்றி போற்றி கந்தா போற்றி!

போற்று வி. (போற்ற, போற்றி) **1: பாராட்டுதல்; புகழ்தல்;** praise (s.o.); acclaim. தியாகி என்று அனைவராலும் போற்றப்பட்டவர் அவர்./ நாடு போற்றும் உத்தமர். [(தொ.சொ.) **கௌரவி/ சிறப்பி/ பாராட்டு/ புகழ்/ மெச்சு/ வாழ்த்து**] **2: (ஒன்றை அல்லது ஒருவரை உயர்வாக) மதித்தல் அல்லது கருதுதல்;** preserve with adoration; treasure. மகேந்திர பல்லவன் சிற்பக் கலையைப் போற்றி வளர்த்தான்./ பண்டைய மன்னர்கள் வீரத்தையும் மானத்தையும் இரு கண்களாகப் போற்றிவந்தார்கள்./ ஒழுக்கத்தை உயிரினும் மேலாகப் போற்ற வேண்டும். **3: (கடவுள், மகான் போன்றோரைப் புகழ்ந்து) துதித்தல்; வணங்குதல்;** worship. குறிஞ்சி நில மக்கள் முருகனைத் தெய்வமாகப் போற்றிவந்தனர்.

போறணை பெ. *(இலங்.)* **1: ரொட்டி முதலியவை தயாரிப்பதற்குப் பயன்படும் மண் அடுப்பு;** oven. **2: புகையிலை பதப்படுத்தும் இடம்;** place where tobacco is cured.

போன்ற இ.சொ. **1: '(ஒன்றை அல்லது ஒருவரை) போலவே உள்ள' என்ற பொருளில் பயன்படுத்தும் இடைச்சொல்;** particle used in the sense of 'like'; 'such as'. அவரைப் போன்ற மனிதரைப் பார்ப்பது அரிது./ மல்லிகை போன்ற வாசம் உள்ள மலர்கள். **2: 'ஒத்த' என்னும் பொருளில் உவம உருபாகப் பயன்படுத்தப்படும் இடைச்சொல்; 'போல்';** particle of comparison used in the sense of 'like'. தாமரை போன்ற முகம்.

போன்று இ.சொ. **'(முன் குறிப்பிட்டவரை அல்லது முன் குறிப்பிட்டதை) ஒத்து இருக்கும்' என்ற பொருளில் பயன்படுத்தும் இடைச்சொல்;** particle used in the sense of 'like'; 'as'. அவரைப் போன்று நானும் வாழ்க்கையில் சிரமப்பட்டு முன்னேறியவன்தான்./ தாமரையைப் போன்று அழகான முகம்.

போன பெ.அ. **1:** *(காலத்தைக் குறிக்கும்போது)* **கடந்த; கழிந்த;** (of year, month, etc.,) last. போன வருடம் நல்ல மழை பெய்தது./ அவனுக்குப் போன மாதம்தான் திருமணம் நடந்தது. **2: (நிகழ்ச்சி முதலியவற்றைக் குறிக்கும்போது) முந்திய;** (of events, etc.,) previous. போன விளையாட்டில் யார் ஜெயித்தார்கள்?/ போன வகுப்பில் என்ன பாடம் நடந்தது?

போனபோக்கு பெ. *(இலங்.)* **மனம்போனபடி நடக்கும் போக்கு; மனம் சென்ற வழி;** speaking or behaving to please oneself. நீ போனபோக்குக்குக் கதைக்காதே. உன் கலியாணம்பற்றி யோசித்து ஒரு முடிவைச் சொல்லு./ என்ன! போனபோக்கில் நீ பாட்டுக்கு ஏதேதோ பேசிக்கொண்டிருக்கிறாய்?

போஜனம் பெ. *(அ.வ.)* **உணவு; சாப்பாடு;** food.

போஷகர் பெ. *(அ.வ.)* **புரவலர்;** patron.

போஷணை பெ. *(அ.வ.)* **பராமரிப்பு;** nursing; care. நோயாளிக்குப் போஷணை தேவை.

போஷாக்கு பெ. *(அ.வ.)* **1:** (-ஆக, -ஆன) **(உடலுக்கு வளர்ச்சியையும் வலிமையையும் அளிக்கிற) சத்துப் பொருள்;** nutrition; nourishment. குழந்தைக்குப் போஷாக்கான உணவு கொடு! **2: (குழந்தை, முதியவர்கள் முதலியோருக்குச் சத்துப் பொருளைக் கொடுக்கும்) ஆரோக்கியமான கவனிப்பு;** care and attention; nourishment. என்னுடைய போஷாக்கில் வளர்ந்தவன் எப்படி நோஞ்சானாக இருப்பான்?

போஷி வி. (போஷிக்க, போஷித்து) *(அ.வ.)* **1: (குழந்தை, முதியோர் முதலியோருக்கு) சத்துள்ள உணவைக் கொடுத்து ஆரோக்கியமாக வளர்த்தல்;**

nourish. **2: (ஒருவருக்கு அல்லது ஒன்றுக்குத் தேவையானவற்றைச் செய்து) பார்த்துக்கொள்ளுதல் அல்லது பராமரித்தல்;** foster; sustain; enrich. சமையல் வேலையில் கிடைத்த சொற்ப வருமானத்தைக் கொண்டு தனது மூன்று குழந்தைகளையும் போஷித்துவந்தாள்./ அவர் தனது குரலை எப்படிப் போஷித்துவருகிறார் என்றே தெரியவில்லை. **3: ஆதரித்தல்; பாதுகாத்தல்;** patronize. நூற்றுக் கணக்கான மாணவர்களைப் போஷித்த அற்புத மனிதர். **4: கற்பனையுடன் ராகத்தை விவரித்தல்;** develop. இந்தக் கீர்த்தனையை இன்னும் கொஞ்சம் போஷித்துப் பாடியிருந்தால் நன்றாக இருந்திருக்கும்./ கல்யாண வசந்தம் ராகத்தில் அமைந்த கிருதியை அற்புதமாகப் போஷித்துப் பாடினார்.

பௌத்தம் பெ. **ஆசையே துன்பத்துக்குக் காரணம் என்பதை அடிப்படையாகக் கொண்டு துன்பத்தை நீக்குவதற்கு வழிமுறைகளைக் கூறும் மதம்;** Buddhism.

பௌத்திரம் பெ. *(அ.வ.)* **மூல நோய்;** fistula.

பௌத்திரன் பெ. *(அ.வ.)* **(மகன் வழி) பேரன்;** grandson (son's son).

பௌத்திரி பெ. *(அ.வ.)* **(மகன் வழி) பேத்தி;** granddaughter (son's daughter).

பௌதிக பெ.அ. **திட, திரவ, வாயு ஆகிய நிலைகளுக்கு உட்பட்ட அல்லது உரிய;** physical. நீரைக் குளிர வைத்தால் பௌதிக மாற்றத்துக்கு உள்ளாகும்.

பௌதிகம் பெ. *(அ.வ.)* **இயற்பியல்;** physics.

பௌர்ணமி பெ. **முழு நிலவு; வளர்பிறையின் கடைசி நாள்;** full moon; the day on which full moon occurs.

ம

மக்கட்செல்வம் பெ. *(உ.வ.)* **மக்கட்பேறு;** the good fortune of having children.

மக்கட்பேறு பெ. *(உ.வ.)* **(தனக்கென) குழந்தையை அடையும் அதிர்ஷ்டம்;** the good fortune of having children.

மக்கர் பெ. *(பே.வ.)* **(வாகனம், இயந்திரம் போன்றவை) சரிவர இயங்காமல் போகிற நிலை;** (mechanical) trouble; breakdown. இப்படிப் பாதி வழியில் வண்டி மக்கர் செய்யும் என்று யார் நினைத்தது?

மக்கல் பெ. *(வட்டார வ.)* **(பல நாள் ஈரத்தில் அல்லது வெயிலில் கிடந்து) கெட்டுப்போனது/ மக்கிப்போனது;** anything gone bad or spoiled (owing to dampness or exposure to sun). மக்கல் கடலை மாவு/ மாட்டுக்கு மக்கலைப் போடாமல் நல்ல வைக்கோலாகப் போடு!/ மக்கல் காகிதம் பொட்டலம் கட்ட உதவாது.

மக்கள் பெ. **1: (பொதுவாகக் கூறும்போது) மனித இனம்; (குறிப்பாகக் கூறும்போது) குறிப்பிடப்படும் நாடு, பகுதி போன்றவற்றில் வாழ்பவர்கள்;** people. இந்திய மக்கள்/ தென்னிந்திய மக்கள். **2: பொதுமக்கள்;** the public. பேருந்துக் கட்டண உயர்வை மக்கள் விரும்பவில்லை./ மக்கள் இயக்கம்/ இவை மக்களின் வரிப் பணத்தில் நிறைவேற்றப்படும் திட்டங்கள். **3:** *(உ.வ.)* **(ஒருவருடைய) குழந்தைகள்;** children. மக்கள் செல்வம்.

மக்கள் சாசனம் பெ. *(பு.வ.)* **அரசுத் துறை அல்லது அரசு அமைப்பின் பணிகள், சேவைகள்பற்றி அந்தந்த அமைப்புகள் பொதுமக்களின் பயனுக்காக வெளியிடும் தகவல் தொகுப்பு;** citizen's charter.

மக்கள்தொகை பெ. **(ஒரு நாடு, மாநிலம், நகரம் போன்றவற்றில் வாழும்) மக்களின் மொத்த எண்ணிக்கை;** population. மக்கள்தொகைப் பெருக்கம் என்பது இன்று இந்தியாவின் மிகப் பெரிய பிரச்சினைகளுள் ஒன்று./ மலைப் பகுதியைவிடச் சமவெளிப் பகுதியில் மக்கள்தொகை அதிகம்./ சென்னை நகரின் மக்கள்தொகை பெருகிக்கொண்டே போகிறது.

மக்கள்தொகைக் கணக்கெடுப்பு பெ. **குறிப்பிட்ட நாட்டில் வாழும் மக்களின் எண்ணிக்கை, வாழ்க்கைத் தரம் முதலிய விவரங்களை அறிய அரசு மேற்கொள்ளும் புள்ளிவிவரக் கணக்கு;** official enumeration of a country's population; census. இந்தியாவில் பத்து ஆண்டுகளுக்கு ஒரு முறை மக்கள்தொகைக் கணக்கெடுப்பு மேற்கொள்ளப்படுகிறது.

மக்கள் தொடர்பு அலுவலர் பெ. **ஒரு அமைப்பைக் குறித்த தகவல்களைப் பொதுமக்களுக்கோ வாடிக்கையாளர்களுக்கோ தந்து உதவும் அலுவலர்;** public relations officer.

மக்கள் தொடர்புச் சாதனங்கள் பெ. **மக்கள் இடையே பரவலாகச் செய்திகளைப் பரப்பப் பயன்படும் பத்திரிகை, தொலைக்காட்சி, வானொலி, இணையம் முதலிய சாதனங்கள்;** mass media.

மக்களவை பெ. **இந்தியாவில் சட்டம் இயற்றும் அதிகாரம் படைத்த (மாநிலங்களுக்கு உட்பட்ட நாடாளுமன்றத் தொகுதியைச் சேர்ந்த மக்களால் நேரடியாகத் தேர்ந்தெடுக்கப்பட்ட) உறுப்பினர்களைக் கொண்ட அவை;** the lower house of parliament in India; Lok Sabha.

மக்களாட்சி பெ. **வாக்களிக்கும் உரிமை பெற்ற மக்களால் தேர்ந்தெடுக்கப்பட்ட உறுப்பினர்கள் பங்கேற்று நடத்தும் ஆட்சி முறை; ஜனநாயகம்;** democracy.

மக்களி வி. *(மக்களிக்க, மக்களித்து) (பே.வ.)* **(பாதம் மடங்குவதால்) சதை பிறழ்தல்;** (of ankle) get sprained. கால் மக்களித்துக்கொண்டதால் நடக்க முடியவில்லை.

மக்கன் பெ. *(இலங்.)* **மக்கு; முட்டாள்;** stupid person. இந்த மக்கனிடம் ஏன் அவ்வளவு முக்கியமான காரியத்தை ஒப்படைத்தாய்?

மக்காச்சோளம் பெ. **தட்டையான, மஞ்சள் நிற மணிகள் வரிசைவரிசையாக அமைந்துள்ள கதிர்களைக் கொண்ட ஒரு வகைச் சோளம்;** maize; corn.

மக்கி பெ. *(இலங்.)* **களித் தன்மையுடன் பொடிக் கற்கள் நிறைந்த மண்;** a kind of clay mixed with small stones. கிணறு கிண்டிய மக்கியை ஒரு ஓரத்தில் போட்டுவிடுங்கள்./ கிணறு தோண்டத்தோண்ட ஒரே மக்கியாக வருகிறது.

1013 மகரரேகை

மக்கு[1] வி. (மக்க, மக்கி) (தாவரம் அல்லது தாவரத்திலிருந்து பெறப்படும் பொருள்கள், எரு போன்றவை பல நாட்கள் ஈரத்தில் அல்லது வெயிலில் கிடந்தும்) இயல்பான தன்மை இழந்து சிதைதல் அல்லது அழிதல்; decay; go bad; perish. மக்கிப்போன வீட்டுக் கூரை காற்றடித்தால் சரிந்து விழுந்துவிடும்./ இலை, தழைகள் மக்கிப்போய் உரம் ஆகின்றன./ (உரு வ.) காலப்போக்கில் சில பேரரசுகள் மக்கி மண்ணோடு மண் ஆயின.

மக்கு[2] பெ. எளிதில் புரிந்துகொள்ளத் தெரியாதவன்/ள்; slow-witted person. நீ சரியான மக்கு./ எந்த மக்கு உனக்கு இந்த யோசனையைச் சொன்னது?

மக்கு[3] பெ. (மர வேலையில் பலகைகளின் இடைவெளி அல்லது சிறு ஓட்டை, துளை போன்றவை வெளியே தெரியாமல் இருக்க அடைக்கும்) மெழுகு போன்ற பொருள்; பட்டி; putty (to fill small holes in woodwork).

மக்கு உரம் பெ. தழைகளை மக்கச் செய்வதால் கிடைக்கும் உரம்; compost.

மக்குப் பிளாஸ்திரி பெ. (பே.வ.) மிகச் சாதாரண விஷயத்தைக்கூட எளிதில் புரிந்துகொள்ளாத நபர்; slow-witted person. ஒரு சாதாரணக் கணக்கைக்கூட இந்த மக்குப் பிளாஸ்திரிக்குப் போடத் தெரியவில்லையே!

மகசூல் பெ. (தானியப் பயிரின், காய்கறிச் செடியின்) விளைச்சல்; (agricultural) yield. அதிக மகசூல் பெறத் தொழுவுரம் போட வேண்டும்./ ஒரு ஏக்கர் நிலத்தில் ஐந்து டன் தக்காளி மகசூல் கிடைக்கும்.

மகத்தான பெ.அ. (அளவின் அல்லது சிறப்பின் மிகுதியால்) வியக்கத் தகுந்த; பிரமிப்பூட்டுகிற; impressive; grand. தேர்தலில் அவர் கட்சி மகத்தான வெற்றி பெற்றது./ வெளிநாடு சென்று திரும்பிய தலைவருக்கு மகத்தான வரவேற்பு அளிக்கப்பட்டது./ பெண்கள் தொடங்கி பெண்களாலேயே முழுமையாக நடத்தப்படும் இந்தத் தொழிற்சாலை ஒரு மகத்தான சாதனை என்று கூறலாம்.

மகத்துவம் பெ. மகிமை; பெருமை; greatness; magnificence; glory. கோயில்கள் நிறைந்த எங்கள் ஊரின் மகத்துவம்!/ வேம்பின் மகத்துவத்தை மக்கள் இன்னும் முழுமையாகத் தெரிந்துகொள்ளவில்லை.

மகப்பேறியல் பெ. கருவுற்றிருக்கும் பெண்கள் மற்றும் குழந்தைப்பேறு தொடர்பான நோய்கள், சிகிச்சை முறைகள் ஆகியவற்றைப் பற்றி விவரிக்கும் மருத்துவத் துறை; obstetrics.

மகப்பேறு பெ. 1: குழந்தை பெற்றெடுத்தல்; பிரசவம்; giving birth to a child; confinement; maternity. மகப்பேற்றுக்காகத் தாய்வீடு செல்வது வழக்கம். 2: (அ.வ.) மக்கட்பேறு; the good fortune of having children. செல்வம் இத்தனை இருந்து என்ன? ஆள்வதற்கு மகப்பேறு இல்லையே! 3: (பெயரடையாக வரும்போது) பிரசவம், கருத்தரிப்புக் குறைபாடுகள், பெண் இனப்பெருக்க உறுப்புகள் தொடர்பான நோய்கள், சிகிச்சை முறைகள் தொடர்பானது; gynaecology and obstetrics. மகப்பேறு மருத்துவர்/ மகப்பேறு மருத்துவமனை.

மகப்பேறு மருத்துவம் பெ. மகப்பேறியல்; obstetrics.

மகம் பெ. (சோதி.) இருபத்தேழு நட்சத்திரங்களில் பத்தாவது; the tenth of the twenty-seven divisions of the zodiac in Indian astrology, corresponding to an asterism, but smaller than a constellation.

மகமாயி பெ. (பெரும்பாலும் கிராமங்களில்) நோயை உருவாக்கவும் குணப்படுத்தவும் சக்தி பெற்றதாக மக்கள் நம்பி வழிபடும் பெண் தெய்வம்; female village deity believed to cause and cure diseases.

மகமை பெ. (ச.வ.) 1: வியாபாரிகள் தங்கள் வருமானத்திலிருந்து குறிப்பிட்ட தொகையை அன்றாடம் ஒதுக்கித் தங்கள் சமூகத்தின் பொது வளர்ச்சிக்காக ஏற்படுத்தும் சேமிப்பு; portion of the profit set apart by the traders for the welfare of their community. 2: (உ.வ.) வரி; tax.

மகர் பெ. (இஸ்.) மணக்கொடை; marriage gift settled upon one's bride. எனக்கு அந்தக் காலத்திலேயே ஒரு லட்சம் ரூபாய் மகர் வந்தது என்று அம்மா அடிக்கடி பெருமையாகக் கூறிக்கொள்வாள்.

மகரக்கட்டு பெ. சிறுவர்கள் வாலிபப் பருவம் அடைவதற்கு முன் உள்ள குரலின் தன்மை; quality of boys' voice just before attaining puberty. அவனுக்கு மகரக்கட்டு உடையாத குழந்தைக் குரல்.

மகரகாந்தி பெ. மீன் வடிவில் அமைந்த கழுத்தணி; necklace designed in the shape of a fish.

மகரகுண்டலம் பெ. மீன் வடிவில் இருக்கும் காதணி; ear ornament in the shape of a fish.

மகரந்தச்சேர்க்கை பெ. (உயிரி.) மலரின் மகரந்தம் சூல்முடியில் சேரும் இனப்பெருக்க நிகழ்வு; pollination.

மகரந்தத் தாள் பெ. (உயிரி.) பூவில் மகரந்தப் பையைத் தாங்கியிருக்கும் காம்பு; stamen.

மகரந்தப் பை பெ. (உயிரி.) பூவில் மகரந்தத் தூள் இருக்கும் பை போன்ற பாகம்; anther.

மகரந்தம் பெ. (தாவரத்தின் இனப்பெருக்கத்துக்கான) மலரின் மஞ்சள் நிறத் துகள்; pollen.

மகரம் பெ. (சோதி.) வடிவில் பாதி மீனாகவும் பாதி விலங்காகவும் இருக்கும் உருவத்தைக் குறியீடாக உடைய பத்தாவது ராசி; tenth constellation of the zodiac having the figure of half fish and half animal as its sign; Capricorn. (பார்க்க, படம்: ராசி[1])

மகரரேகை பெ. நிலநடுக்கோட்டுக்கு இணையாகத் தெற்கில் $23\frac{1}{2}^{0}$ பாகையில் செல்வதாக அமைத்துக் கொண்ட கற்பனைக் கோடு; Tropic of Capricorn.

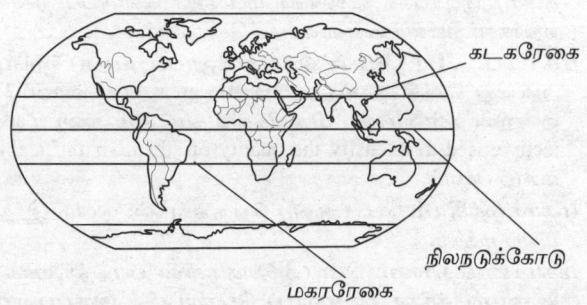

கடகரேகை
நிலநடுக்கோடு
மகரரேகை

மகராசன் பெ. *(பெரும்பாலும் வாழ்த்தும்போது)* **செல்வமும் பிற நலன்களும் உடையவன்;** (as a gracious reference) wealthy and blessed man. *நீ மகராசனாக இரு!*

மகராசி பெ. *(பெரும்பாலும் வாழ்த்தும்போது)* **செல்வமும் பிற நலன்களும் உடையவள்;** (as a gracious reference) wealthy and blessed woman. *பசி என்று எப்போது கேட்டாலும் சாப்பாடு போடும் மகராசி!*

மகரிஷி பெ. **சிறப்பு வாய்ந்த முனிவர்;** great sage.

மகவு பெ. *(உ.வ.)* **சிறு குழந்தை;** infant; child.

மகள் பெ. **(ஒருவருடைய) பெண் குழந்தை;** daughter. *எனக்கு மகள் பிறந்திருக்கிறாள்./ எனக்கு ஒரு மகளும் மகனும் உண்டு./ அடுத்த மாதம் உன் மகளுக்குத் திருமணம் என்று கேள்விப்பட்டேன்.*

மகள் வயிற்று பெ.அ. *(பேரன், பேத்திகளைக் குறித்து வரும்போது)* **மகள்மூலம் பிறந்த;** born to one's daughter. *இது என் மகள் வயிற்றுப் பேத்தி/ மகள் வயிற்றுப் பேரன்.*

மகளிர் பெ. **பெண்கள்;** women. *மகளிர் கல்லூரி/ மகளிர் இல்லம்.*

மகளிர் காவல் நிலையம் பெ. **பெண்களுக்காகவே அமைக்கப்பட்ட, பெண் காவலர்களைக் கொண்ட பிரத்தியேகக் காவல் நிலையம்;** all-women police station.

மகளிர் நீதிமன்றம் பெ. *(சட்டம்)* **குடும்பங்களில் பெண்களுக்கு எதிராக நிகழும் குற்றங்களை விசாரிக்கும், பெண் நீதிபதிகளைக் கொண்ட, நீதி வழங்கும் அமைப்பு;** family court.

மகளிர் மருத்துவம் பெ. **பெண்ணின் இனப்பெருக்க உறுப்புகள் தொடர்பான நோய்கள், சிகிச்சை ஆகியவை குறித்த மருத்துவப் பிரிவு;** gynaecology.

மகன் பெ. 1: **(ஒருவருடைய) ஆண் குழந்தை;** son. 2: *(கிறித்.)* **(திரித்துவத்தில் இரண்டாவதாகக் கூறப்படும்) இயேசு கிறிஸ்து;** Jesus Christ.

மகன் வயிற்று பெ.அ. *(பேரன், பேத்திகளைக் குறித்து வரும்போது)* **மகன்மூலம் பிறந்த;** born to one's son. *இது என் மகன் வயிற்றுப் பேத்தி/ நாளை என் மகன் வயிற்றுப் பேரனுக்குத் திருமணம்.*

மகஜர் பெ. *(அ.வ.)* **குறைகளைத் தீர்க்குமாறு அல்லது உதவி செய்யுமாறு கோரிக் கையெழுத்திட்டு, ஒரு நிறுவனத்தின் தலைவர், உயர் அதிகாரி போன்றோரிடம் அளிக்கும் மனு;** petition; (written) representation. *தங்கள் கிராமத்திற்குச் சாலை வசதி ஏற்படுத்தித் தர வேண்டும் என்று ஊர் மக்கள் மாவட்ட ஆட்சியரிடம் மகஜர் அளித்தனர்./ குடியரசுத் தலைவரிடம் மகஜர் கொடுப்பதற்காக எதிர்க்கட்சியினர் ஊர்வலமாகச் சென்றனர்.*

மகா பெ.அ. 1: **(குறிப்பிட்டுச் சொல்லும்படியான) சிறப்பு அல்லது கீர்த்தி வாய்ந்த; பெரும்;** great. *மகா வீரன்.* 2: **ஒன்றின் தன்மையை மிகுவித்துக் காட்டும் அடை;** adjective used to intensify the quality of sth. *மகா மட்டம்/ மகாப் பாவம்.*

மகாசமுத்திரம் பெ. *(அ.வ.)* **பெருங்கடல்;** ocean. *இந்து மகாசமுத்திரம்.*

மகாசன்னிதானம் பெ. **(ஆதி குருவின் பிரதிநிதியாக) சைவ மடத்தின் தலைமைப் பொறுப்பில் இருப்பவர்;** head of a Saivaite mutt (who symbolizes in him the founder of the religion).

மகாத்மா பெ. **சுயநலம் கருதாமல் பொதுநலத்துக்காக அல்லது ஓர் உயர்ந்த லட்சியத்துக்காகத் தன் வாழ்க்கையை அர்ப்பணித்தவர்; உன்னத மனிதர்; மகான்;** great soul; mahatma. *மகாத்மா காந்தி./ 'ராமகிருஷ்ண பரமஹம்சர் ஒரு மகாத்மா' என்று அப்பா கூறினார்.*

மகாத்மியம் பெ. *(அ.வ.)* **மகிமை; மகத்துவம்;** greatness; glory.

மகாநாடு பெ. **காண்க: மாநாடு.**

மகாபாரதம் பெ. **பாண்டவர்களுக்கும் கௌரவர்களுக்கும் இடையிலான பகையையும் அதன் விளைவாக உண்டான போரைப் பற்றியும் கூறும் புராணம்;** the epic Mahabharata.

மகாமகம் பெ. **மாசி மாதப் பௌர்ணமியன்று மகம் நட்சத்திரம் வரும் நாளில் பன்னிரண்டு ஆண்டுகளுக்கு ஒரு முறை கும்பகோணத்தில் கொண்டாடப்படும் திருவிழா;** a festival held at Kumbakonam once in 12 years on the full-moon day of the Tamil month *மாசி*.

மகாராணி பெ. **மகாராஜாவின் பட்டத்தரசி;** queen.

மகாராஜா பெ. **பேரரசர்;** emperor.

மகால் பெ. 1: *(அ.வ.)* **அரண்மனை/(கேளிக்கை நிகழ்ச்சிகள் நடத்தப் பயன்பட்ட) அரண்மனையின் ஒரு பகுதியாக அமைந்த பெரிய மண்டபம்;** palace. *மதுரை திருமலை நாயக்கர் மகால்/ அமீர் மகால்.* 2: **(திருமணம், பொது நிகழ்ச்சி போன்றவை நடத்துவதற்கு வசதியான) பெரிய மண்டபம்;** large hall. *என் தம்பிக்கு விஜயசேஷ மகாலில் தான் திருமணம் நடந்தது.*

மகாவித்தியாலயம் பெ. *(இலங்.)* **மேல்நிலைப் பள்ளி;** higher secondary school.

மகாவித்வான் பெ. *(அ.வ.)* **(பெரும்பாலும்) மொழி, இசை போன்ற துறைகளில் பெரும் புலமை பெற்றவர் என்பதைக் குறிக்க அளிக்கப்படும் பட்டம்;** title conferred on a scholar in language or music.

மகாவீரர் பெ. **(சமண மதத்தின்) இருபத்து நான்கு தீர்த்தங்கரர்களில் கடைசியானவரும் அகிம்சை, புலால் உண்ணாமை போன்ற கொள்கைகளைப் பரப்பியவருமான ஒரு ஞானி;** the last of the twenty-four Thirthankaras of Jainism.

மகான் பெ. 1: **ஆன்மீகத்தில் முழுமையாக ஈடுபட்டுப் பிறரையும் வழிநடத்துபவர்; மகாத்மா;** great soul. 2: **மகரிஷி;** great sage.

மகானுபாவன் பெ. *(பெரும்பாலும் கேலித் தொனியில்)* **பெருமைக்கு உரியவர்;** (often ironically) exalted person. *மேலாளர் வந்ததும் எழுந்து நின்று வணக்கம் செலுத்தினேன். அந்த மகானுபாவர் சிரிக்கக்கூட இல்லை.*

மகிமை பெ. **(பெரும்பாலும் கடவுள், மகான் போன்றவர்களிடம் இருப்பதாக நம்பப்படும் நல்விளைவை ஏற்படுத்தக்கூடிய) சக்தி வாய்ந்த தன்மை; மகத்தான தன்மை; பெருமை;** power and glory. *'நான் முன்னுக்கு வந்ததே அம்பாளுடைய மகிமையால்தான்' என்றார் அவர்./ அந்த ஞானியின் மகிமை உனக்கு எங்கே தெரிந்திருக்கப் போகிறது?/'கல்யாணத்துக்குப் பிறகு ஆள் மாறி விட்டானே!' என்றதற்கு 'எல்லாம் மனைவியின் மகிமை*

தான்' என்று அண்ணன் கிண்டலாகக் கூறினார்./ விளம் பரங்களின் மகிமையை எப்படிச் சொல்ல!

மகிழ் வி. (மகிழ, மகிழ்ந்து) **(விரும்பத் தகுந்த அல்லது நிறைவு தரக்கூடிய அனுபவத்தினால்) இன்பம் அடைதல்;** feel happy. நேற்றிரவு வெகு நேரம் பேசி மகிழ்ந்தோம்./ அவருடைய உபசரிப்பில் மனம் மகிழ்ந்து போயிருந்தார்.

மகிழ்ச்சி பெ. (-ஆக, -ஆன) **(விரும்பத் தகுந்த அல்லது நிறைவு தரக்கூடிய அனுபவத்தினால் ஏற்படும்) இன் பம்; சந்தோஷம்;** joy; happiness. வயதான காலத்தில் பேரன் பேத்திகளுடன் மகிழ்ச்சியாகக் காலம் கழிக்கிறார்./ கல்லூரி நாட்களைப் போன்ற மகிழ்ச்சியான காலம் என் வாழ்வில் வேறு இல்லை./ தங்கள் நூலை வெளியிடுவதில் நாங்கள் பெரு மகிழ்ச்சி அடைகிறோம்.

மகிழ்வி வி. (மகிழ்விக்க, மகிழ்வித்து) (உ.வ.) **மகிழ்ச்சி அடையச் செய்தல்; மகிழச் செய்தல்;** please (s.o.). அவள் இனிமையாகப் பாடி எங்களை மகிழ்வித்தாள்./ பார்வை யாளர்களை மகிழ்விக்கக் கொச்சையாகப் பேச வேண்டுமா?

மகிழ்வு பெ. (உ.வ.) **மகிழ்ச்சி;** joy; happiness. மகிழ்வைத் தரும் உன்னத இசை.

மகிழ்வுலா பெ. (உ.வ) **பொழுதுபோக்கச் செல்லும் சுற் றுலா;** pleasure trip. மகிழ்வுலா சென்ற பள்ளிச் சிறுவர் களுக்கு நேரிட்ட இந்தக் கொடும் விபத்து அனைவரையும் துயரத்தில் ஆழ்த்தியது.

மகிழம்பூ பெ. **மகிழமரத்தின் பூ;** flower of West Indian medlar.

மகிழமரம் பெ. **வெளிறிய பழுப்பு நிறத்தில் இதழ்களும் மிகுந்த மணமும் உடைய சிறிய பூப் பூக்கும் உயர மான மரம்;** West Indian medlar; ape-flower tree.

மகிஷம் பெ. (அ.வ.) **எருமைக் கடா;** he-buffalo. எமனின் மகிஷ வாகனம்.

மகுடம் பெ. **(அரசன், அரசி போன்றோர்) அதிகாரத்தின் சின்னமாகத் தலையில் வைத்துக்கொள்ளும் அணி; கிரீடம்;** crown. இங்கிலாந்து அரசியின் மகுடத்தில் உள்ள வைரங்களுள் ஒன்று இந்தியாவிலிருந்து சென்றதாம்./ (உரு வ.) ஆதிவாசிகள்பற்றிய கட்டுரை சென்ற மாத இத ழுக்கு மகுடம் சூட்டுகிறது.

மகுடம்

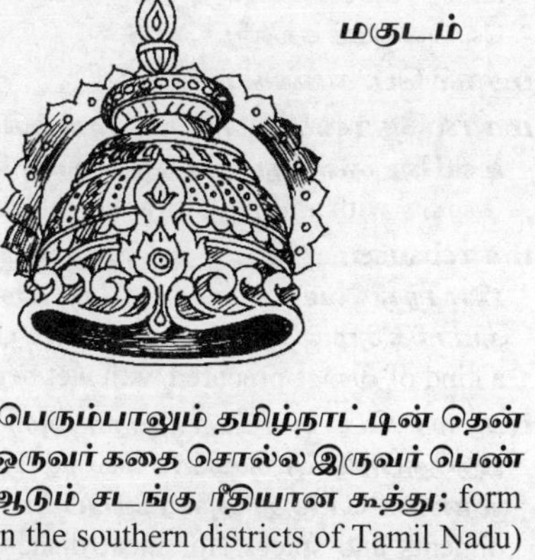

மகுடாட்டம் பெ. **(பெரும்பாலும் தமிழ்நாட்டின் தென் மாவட்டங்களில்) ஒருவர் கதை சொல்ல இருவர் பெண் வேடம் அணிந்து ஆடும் சடங்கு ரீதியான கூத்து;** form of theatre (obtained in the southern districts of Tamil Nadu) in which two men wearing the costume of the women dance to the narration of a story.

மகுடி பெ. **புடைத்த நடுப்பகுதியையும் குழல் போன்ற ஊதும் பகுதியையும் கொண்ட இசை எழுப்பும் (பாம்புப் பிடாரனின்) கருவி;** snake-charmer's pipe.

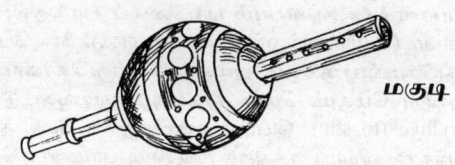

மகுடி

மகேசன் பெ. (உ.வ.) **இறைவன்; கடவுள்;** god. 'நீங்கள் மன்னனாயிருந்தால் என்ன, மகேசனாயிருந்தால் என்ன! நான் உங்களுக்குப் பயப்பட மாட்டேன்' என்றான் வீர சேனன்.

மகோதரம் பெ. (சித்த.) **வயிற்றிலும் காலிலும் வீக் கத்தை ஏற்படுத்தக்கூடிய ஈரல் நோய்;** cirrhosis.

மகோன்னதம் பெ. (-ஆக, -ஆன) (அ.வ.) **மிகவும் உன் னதமானது;** sth. magnificent or grand. யாகம் மகோன் னதமாக நடைபெற்றது.

மங்கமாரி பெ. (இலங்.) **முற்றிய நிலையில் இருக்கும் மஞ்சள்காமாலை (நோய்);** jaundice in an advanced stage. நீ வைத்தியர் சொன்னபடி மருந்து எடுத்திருந்தால் மங்கமாரி வந்திருக்குமா?

மங்கல் பெ. (-ஆக, -ஆன) **1: குறைவான ஒளி/(நிறம் வெளுத்து) பளபளப்பு குறைந்த தன்மை;** dimness/ loss of shine; dullness. மங்கலான ஒளியில் படிக்காதே!/ விளக்கு மங்கலாக எரிந்துகொண்டிருந்தது./ பல முறை துவைத்த பிறகு துணிகளின் நிறம் மங்கலாகிவிடுகிறது. **2:** (பார்வையைக் குறித்து வரும்போது) **தெளிவாகப் பார்க்க முடியாத நிலை;** (of eyes) blurring. வயதாகிவிட் டதால் கண் மங்கலாகத் தெரிகிறது.

மங்கல இசை பெ. **(பெரும்பாலும் திருமணம், விழா போன்ற நிகழ்ச்சிகளின் தொடக்கத்தில் வாசிக்கப்படும்) நாகசுர இசை;** auspicious music played on nagasuram at the commencement of events like marriage, public functions, etc., மங்கல இசையுடன் விழா மிகச் சிறப்பாகத் தொடங்கியது.

மங்கல நாண் பெ. (உ.வ.) **தாலி;** gold chain or turmeric-smeared cord with holy pendants tied by the bridegroom round the bride's neck at wedding.

மங்கலம் பெ. (-ஆக, -ஆன) (உ.வ.) **நன்மை, மகிழ்ச்சி, வளம் போன்றவை அமைந்த நிலை;** auspiciousness. காலில் விழுந்த மணமக்களை 'மங்கலம் உண்டாகட்டும்' என்று வாழ்த்தினார்./ மங்கல காரியத்துக்குத் தடை சொல் லக் கூடாது./ பெண்ணின் மங்கலமான தோற்றம்.

மங்கல வழக்கு பெ. (இலக்.) **அமங்கலமானவற்றையும் வெளிப்படையாகக் குறிப்பிட விரும்பாதவற்றையும் நாசூக்காக வெளிப்படுத்தும் சொல் அல்லது தொடர்;** euphemism. 'இறைவன் திருவடி சேர்ந்தார்', என்பது மரண மடைந்ததைக் குறிக்கும் மங்கல வழக்கு ஆகும்.

மங்களம் பெ. (-ஆக, -ஆன) (பே.வ.) **1:** காண்க: **மங் கலம். 2: நிகழ்ச்சியின் முடிவைக் குறிக்கப் பயன் படுத்தும் சொல்;** auspicious word used to indicate the completion of an event. சுப மங்களம்.

மங்களம் பாடு வி. (பாட, பாடி) **1: (கச்சேரி, கூத்து முதலியவற்றின் முடிவில்) நிகழ்ச்சி நிறைவுபெறுவதன்**

அடையாளமாக அமையும் பாடலைப் பாடுதல்; sing benediction (at the end of a concert, etc.,). 2: (பே.வ.) (நடந்துகொண்டிருக்கும் அல்லது செய்துகொண்டிருக்கும் ஒன்று மேலும் தொடராதபடி) முடிவுகட்டுதல்; say goodbye (to sth.). இப்படி நஷ்டத்துக்கு மேல் நஷ்டமாக வந்தால் வியாபாரத்துக்கு மங்களம் பாடிவிட வேண்டியதுதான்./ இப்போது பார்க்கும் வேலைக்கு மங்களம் பாடிவிட்டால் சாப்பாட்டுக்கு என்ன வழி?

மங்களாசாசனம் பெ. (உ.வ.) (ஒரு கோயில் அல்லது கோயிலில் உள்ள கடவுள்) ஆழ்வார் போன்றோரால் துதிக்கப்பெற்ற நிலை; benediction on a sacred place by Alwars. இது மூன்று ஆழ்வார்களால் மங்களாசாசனம் செய்யப்பட்ட தலம்.

மங்காத்தா பெ. (பே.வ.) (சீட்டு விளையாட்டில்) மூன்று சீட்டுகள் வைத்து ஆடும் விளையாட்டு; a card game. உனக்கு மங்காத்தா விளையாடத் தெரியுமா?

மங்கு[1] வி. (மங்க, மங்கி) 1: ஒளி குறைதல்; (of light) get dim. மின் அழுத்தக் குறைவால் விளக்குகள் மங்கி எரிகின்றன./ (உரு வ.) அவருடைய புகழ் மங்கிவிட்டது./ (உரு வ.) தலைவருடைய செல்வாக்கு மக்களிடையே மங்கிவருகிறது. 2: (ஒலி கொஞ்சம்கொஞ்சமாக) குறைதல்; decrease in volume. தூரத்தில் கேட்டுக்கொண்டிருந்த ஒலிபெருக்கியின் சத்தம் நேரம் ஆகஆக மங்கிக்கொண்டே வந்தது./ தொலைபேசியின் மறுமுனையில் அவளது குரல் மங்கி ஒலித்தது. 3: (நிறம்) வெளுத்துப் பளபளப்புக் குறைதல்; (of colour) lose brightness; fade; become dull. போன மாதம் வாங்கிய துணியின் சாயம் அதற்குள் மங்கிவிட்டதே. 4: பார்க்கும் திறன் குறைதல்; (of one's eyesight) become dim. பார்வை மங்கிவிட்டதால் கண்ணாடி போட வேண்டும்.

மங்கு[2] பெ. (இலங்.) சுமார் எட்டு செ.மீ. நீளத்தில் செதிள்களோடு இருக்கும் (உணவாகும்) நீல நிறக் கடல் மீன்; edible sea fish with scales, blue in colour, approximately eight cm long.

மங்குஸ்தான் பெ. அடர்ந்த பழுப்பு நிற, தடிமனான தோலையும் வெள்ளை நிறச் சுளைகளையும் கொண்ட ஒரு வகைப் பழம்; mangosteen.

மங்கை பெ. (உ.வ.) (பொதுவாக) பெண்; (குறிப்பாக) பருவப் பெண்; (generally) woman; (esp.) young girl. மங்கையர் திலகம்/ மங்கையருக்கான அழகு சாதனங்கள்.

மச்சச் சட்டி பெ. (இலங்.) (பொதுவாக) அசைவ உணவுகள் சமைக்கும் சட்டி; earthenware pan used exclusively for cooking non-vegetarian food. *தியசட்டியையும் மச்சச் சட்டியையும் தனித்தனியாக மேலே வை.*

மச்சம்[1] பெ. (பிறப்பிலிருந்தே இயற்கையாக) உடலில் காணப்படும் சிறிய கறுப்பு நிறப் புள்ளி அல்லது சற்றுப் பெரிய திட்டு; mole. இடது கன்னத்தில் உள்ள மச்சத்தைதான் அடையாளமாகக் கொடுத்திருக்கிறேன்.

மச்சம்[2] பெ. 1: (அ.வ.) மீன்; fish. 2: (இலங்.) மாமிச உணவு; கவிச்சை; meat dish; non-vegetarian dish. வெள்ளிக்கிழமைகளில் அப்பா மச்சம் சாப்பிடுவதில்லை./ அம்மா இப்போது மச்சம் சாப்பிடுவதையே விட்டுவிட்டார்.

மச்சாள் பெ. (இலங்.) அத்தை மகள், மாமன் மகள், மனைவியின் சகோதரி ஆகிய பெண் உறவினரைக் குறிக்கும் பெயர்; kinship term for the daughter of one's paternal aunt or maternal uncle or the sister of one's wife.

மச்சான் பெ. 1: (பே.வ.) மனைவியின் சகோதரன்; (ஒருவனுடைய) சகோதரியின் கணவன்; (ஒருவனுடைய அல்லது ஒருத்தியுடைய) மாமா அல்லது அத்தையின் மகன்; wife's brother or sister's husband; the son of one's maternal uncle or paternal aunt. 2: (ஊரக வ.) மனைவி கணவனை அழைக்கப் பயன்படுத்தும் சொல்; term of address used by wife for her husband.

மச்சினன் பெ. (பே.வ.) மைத்துனன்; wife's brother.

மச்சினி பெ. (பே.வ.) 1: அத்தையின் அல்லது மாமாவின் மகள்; daughter of one's paternal aunt or maternal uncle. 2: மனைவியின் இளைய சகோதரி; younger sister of one's wife.

மச்சு பெ. (ஊரக வ.) 1: மாடி; first floor (of a house). 2: ஓட்டு வீடுகளில் உள்ளேயிருந்து பார்க்கும்போது ஓடு தெரியாமல் உத்தரத்துக்கு மேல் பலகையால் அடைத்திருக்கும் அமைப்பு; the panels of wood concealing the tiles when seen from inside a tiled house. மச்சு தைத்த வீடு.

மச்சுவீடு பெ. (பே.வ.) மாடி வீடு; house with a top storey. மச்சுவீட்டுக்காரன் என்ற திமிரில் பேசுகிறான்.

மசக்கை பெ. கருவுற்ற ஓரிரு மாதங்களில் குமட்டல், வாந்தி, குறிப்பிட்ட உணவுப் பொருள்களைச் சாப்பிட வேண்டும் என்ற விருப்பம் முதலியவை ஏற்படும் நிலை; morning sickness.

மசகு எண்ணெய் பெ. 1: உயவு எண்ணெய்; lubricant. 2: (வ.வ.) வைக்கோலை எரித்து அதன் கரியில் எண்ணெய் சேர்த்துத் தயாரிக்கும் மை; oil mixed with burnt straw. வண்டிச் சக்கரத்தின் அச்சுக்கு மசகு எண்ணெய் போட வேண்டும்.

மசண்டை பெ. (ஊரக வ.) (வெளிச்சமும் இல்லாமல், இருளும் இல்லாமல்) அந்திக்குச் சற்றுப் பிந்தைய நேரம்; twilight. மசண்டையாக இருந்ததால் எதிரில் வந்தது யார் என்று தெரியவில்லை.

மசமச-என்று வி.அ. (பே.வ.) சுறுசுறுப்பு இல்லாமல்; lazily. *மசமசவென்று நின்றுகொண்டிருக்காதே! போய் வேலையைக் கவனி!*

மசால் பெ. காண்க: **மசாலா**.

மசால்தோசை பெ. (உருளைக்கிழங்கு) மசாலாவை உள்ளே வைத்து மடித்துத் தயாரிக்கப்படும் தோசை; தோசை with a filling of fried potato and onion.

மசால்வடை பெ. கடலைப்பருப்பை அரைத்துப் பிசைந்து வட்டமாகத் தட்டி எண்ணெயில் இட்டுத் தயாரிக்கும் ஒரு வகை உணவுப் பண்டம்; ஆமவடை; a kind of வடை prepared with wet bengalgram.

மசாலா பெ. 1: (பொதுவாக அசைவ உணவில் பயன்படுத்தப்படும்) கசகசா, லவங்கப்பட்டை, பூண்டு முதலியவை சேர்த்து அரைக்கப்பட்ட கலவை; mixed condiments and spices (for meat dishes); curry stuff. மசாலா இல்லாமல் கறிக் குழம்பு நன்றாகவே இருக்காது. 2: (சைவ சமையலில்) துவையல்போல் அரைக்கப்பட்ட தேங்காய் அல்லது மிளகாய்; mashed coconut or chilli (in vegetarian preparations). 3: உருளைக் கிழங்குத் துண்டுகளோடு மிளகாய், வெங்காயம் முதலியவை கலந்து

தாளித்துத் தயாரிக்கப்பட்ட கலவை; boiled potato mixed with chilli and onion. பூரிக்கு இன்னும் கொஞ்சம் மசாலா போட்டுக்கொள்! **4:** *(பே.வ.)* **(திரைப்படம், நாடகம் முதலியவற்றில்) மக்கள் விரும்பி ரசிக்கக்கூடிய பொழுதுபோக்கு அம்சங்களான சண்டை, பாட்டு, காதல் காட்சி முதலியவை குறிப்பிட்ட அளவில் நிறைந்த கலவை;** (of film, play) a mix of stereotype box-office elements. ஆறு பாட்டு, ஐந்து சண்டைக் காட்சிகள், நகைச்சுவை, காதல், பாசம் என்று கலந்து எடுக்கப்பட்ட அசல் மசாலாப் படம் இது./ மசாலாப் படங்களையே எடுத்துப் பிரபலமான இயக்குநர்.

மசி[1] வி. *(மசிய, மசிந்து)* **1: (உணவுப் பொருள் நசுக்கப்பட்டு) மாவு அல்லது கூழ் போன்ற மென்மையான நிலைக்கு வருதல்;** be mashed. கீரை நன்றாக மசியவில்லை. **2:** *(பெரும்பாலும் எதிர்மறைச் சொற்களுடன்)* **இணங்குதல்;** yield; budge. பணத்துக்கெல்லாம் அவர் மசிய மாட்டார்./ எவ்வளவோ கெஞ்சிப் பார்த்தும் அப்பா மசியவில்லை.

மசி[2] வி. *(மசிக்க, மசித்து)* **(உணவுப் பொருளை நசுக்கி) மாவு அல்லது கூழ் போன்ற மென்மையான நிலைக்கு வரச் செய்தல்;** crush; mash (to a pulp). வேக வைத்த முட்டையை மசித்துக் குழந்தைக்குக் கொடுத்தாள்.

மசி[3] பெ. *(பே.வ.)* **மை;** ink.

மசியல் பெ. **உருளைக்கிழங்கு, வாழைக்காய், கீரை முதலியவற்றில் ஏதேனும் ஒன்றை வேக வைத்து மசித்துத் தாளித்துத் தயாரிக்கப்படும் ஒரு வகைத் தொடுகறி;** a kind of side dish prepared by mashing some vegetables or greens.

மசுக்குட்டி பெ. *(இலங்.)* காண்க: **மயிர்க்குட்டி.**

மசுங்கு வி. *(மசுங்க, மசுங்கி)* *(இலங்.)* **1: (மற்றவர் கண்ணில் படாமல்) பதுங்குதல்;** hide. வாங்கிய காசைத் தராமல் மசுங்கிமசுங்கித் திரிகிறான். **2: (ஒன்றைச் செய்ய) தயங்குதல்;** hesitate. கந்தோருக்குப் போய் மசுங்கி நிற்காமல் காரியத்தை உடனே முடித்துக்கொண்டு வா./ எந்தக் காரியத்தைச் செய்யும்போதும் ஏன் மசுங்கிச் செய்கிறாய்?/ தினமும் பள்ளிக்கூடத்திற்கு மசுங்கிமசுங்கித் தான் போகிறான்.

மசூதி பெ. **பள்ளிவாசல்;** mosque.

மசோதா பெ. **நாடாளுமன்றம், சட்டமன்றம் முதலியவற்றில் குறிப்பிட்ட சட்டத்தை இயற்றுவதன் முதல் கட்டமாக உறுப்பினர்களோ அரசோ தம் நோக்கத்தை முன்வைக்கும் வரைவு; சட்ட முன்வடிவு;** bill (of a proposed law). நிலமற்ற விவசாயிகளுக்கு இலவச நிலங்கள் வழங்குவதற்கான மசோதா சட்டமன்றத்தில் விரைவில் கொண்டுவரப்படும்.

மஞ்சணத்தி பெ. **நுணா மரம்;** dyeing mulberry.

மஞ்சம்[1] பெ. *(உ.வ.)* **படுக்கையோடு கூடிய கட்டில்;** couch; bed. கண்களை மூடியவாறு மஞ்சத்தில் படுத்திருந்தான்.

மஞ்சம்[2] பெ. *(இலங்.)* **(கோயில்) சப்பரம்;** small wooden chariot in which idols are carried during festivals. உற்சவ மூர்த்தியை மஞ்சத்தில் தூக்கி வைத்தார்கள்.

மஞ்சரி பெ. **1: (ஒரு தாவரத்தில்) கொத்தாக வளரும் பூ; பூங்கொத்து;** bunch of flowers. **2: தொகுப்பு;** collection. சிறுகதை மஞ்சரி.

மஞ்சள் பெ. **1: எலுமிச்சம் பழம், தங்கம் முதலியவற்றில் இருப்பது போன்ற நிறம்;** yellow (colour). **2: (பெரும்பாலும் பெண்கள் மங்கலச் சின்னமாக அரைத்துப் பூசிக்கொள்ளும் அல்லது சமையலில் தூளாகப் பயன்படுத்தப்படும்) மருத்துவக் குணம் நிறைந்த, மஞ்சள் நிறத்திலிருக்கும் ஒரு வகைக் கிழங்கு;** turmeric. மஞ்சள் அரைத்து முகத்தில் பூசிக் குளி!/ மஞ்சளை அரைத்துச் சுண்ணாம்பில் குழைத்துப் புண்ணில் தடவிக்கொண்டான்./ மஞ்சளுக்கு நோய் எதிர்ப்புத் திறன் உண்டு.

மஞ்சள் அட்டை பெ. **(கால்பந்து, ஹாக்கி போன்ற விளையாட்டுகளில்) ஆட்டத்தின் விதியை மீறிய ஆட்டக்காரருக்கு முதல்கட்ட எச்சரிக்கையாகக் காட்டப்படும் மஞ்சள் நிற அட்டைத் துண்டு;** (in football, hockey, etc.,) yellow card.

மஞ்சள் கடுதாசி பெ. *(பே.வ.)* *(சட்டம்)* **ஒருவர் தனது கடனைவிடச் சொத்து குறைவாக இருப்பதால் கடன் தந்தவர்களுக்குத் தனது சொத்தை விகிதாசார முறைப்படி சீராக நீதிமன்றம் மூலம் பிரித்துத் தந்து கடன் தொல்லையிலிருந்து காத்துக்கொள்ள நீதிமன்றத்தில் தாக்கல் செய்யும் மனு;** petition given by a debtor unable to pay his debts; notice of bankruptcy.

மஞ்சள் கயிறு பெ. **தாலியைக் கோத்து அணிந்துகொள்வதற்குரிய மஞ்சள் தடவிய கயிறு; மங்கல நாண்;** cord soaked in turmeric solution and worn as *தாலி.*

மஞ்சள் கரு பெ. **முட்டையினுள் மஞ்சள் நிறத்தில் இருக்கும் உயிர்ப்பொருள்;** yolk.

மஞ்சள் காணி பெ. *(வ.வ.)* **ஒரு பெண்ணைத் திருமணம் செய்துகொடுக்கும்போது பெற்றோர்கள் சீதனமாகத் தரும் வீடு, நிலம் முதலியவை;** land gifted to one's daughter at the time of her marriage. என் மனைவிக்கு மஞ்சள் காணியாக வந்த நிலம் இது.

மஞ்சள்காப்பு பெ. **(கோயில்களில்) விசேஷ நாட்களில் மூல விக்கிரகத்தின் மேல் மஞ்சள் அப்பிச் செய்யும் அலங்காரம்;** turmeric paste with which an idol is covered on special occasions.

மஞ்சள்காமாலை பெ. **கல்லீரல் பாதிப்புக்கு உள்ளான தன் அறிகுறியாக இரத்தத்தில் பித்த நீர் அதிகமாகக் கலப்பதால் உடலும் கண்ணும் மஞ்சள் நிறத்தில் காணப்படும் நிலை;** jaundice.

மஞ்சள்கால் பச்சைப்புறா பெ. **(பொதுவாகக் காடுகளிலும் பழத் தோட்டங்களிலும் காணப்படும்) மஞ்சள், வெள்ளை, சாம்பல் ஆகியவை கலந்த ஊதா வண்ணத்தில் உடலும் மஞ்சள் வண்ணத்தில் கால்களும் இருக்கும் ஒரு வகைப் புறா;** yellow-footed green pigeon.

மஞ்சள் காவி பெ. **சுண்ணாம்புடன் கலந்து சுவர்களுக்கு வர்ணம் பூசவோ, சிமெண்டுடன் கலந்து தரை போடவோ பயன்படும் மஞ்சள் நிறப் பொடி; கோபி;** yellow powder mixed with cement and used for flooring or mixed with whitewash and used as colour wash for walls. அண்ணன் வீடு வெள்ளையடித்திருக்கும், தம்பி வீடு மஞ்சள் காவியடித்திருக்கும்.

மஞ்சள் குங்குமம் பெ. (சுமங்கலித் தன்மையின் சின்னங்களான மஞ்சள் பூசிக்கொள்ளுதல், குங்குமம் வைத்துக்கொள்ளுதல் போன்றவற்றோடு விளங்கும்) மங்களகரமான தோற்றம்; turmeric paste and vermilion worn by a married woman as symbols of the good fortune of her husband living. அவள் மஞ்சள் குங்குமத்தோடு போய்விட்டாள். நான்தான் அவளைப் பிரிந்து தவித்துக் கொண்டிருக்கிறேன்.

மஞ்சள் சரடு பெ. காண்க: மஞ்சள் கயிறு.

மஞ்சள் சின்னான் பெ. அலகும் கால்களும் கறுப்பாகவும், உடலின் மேற்புறம் மஞ்சள் கலந்த இளம் பச்சை நிறத்திலும், அடிப்பகுதி முழுவதும் மஞ்சள் வண்ணத்திலும் இருக்கும் பறவை; yellow-browed bulbul.

மஞ்சள் தண்ணீர் பெ. (ஊரக வ.) காண்க: மஞ்சள் நீராட்டு விழா.

மஞ்சள் தலை பாறு பெ. அலகும் (இறகுகள் இல்லாத) முகமும் அடர்ந்த மஞ்சள் நிறத்திலும், உடல் முழுவதும் வெள்ளையாகவும், இறக்கையின் விளிம்புப் பகுதி கறுப்பாகவும் இருக்கும் (இறந்த உயிரினங்களை உண்ணும்) ஒரு பெரிய பறவை; Egyptian vulture.

மஞ்சள் நீராட்டு விழா பெ. பெண் பருவமடைந்தவுடன் மஞ்சள் கரைத்த நீரால் குளிப்பாட்டி நடத்தப்படும் சடங்கு; ritual bath in turmeric mixed water for a girl who has attained puberty.

மஞ்சள் பத்திரிகை பெ. சமூகத்தில் பிரபலமாக இருப்பவர்களின் சொந்த வாழ்க்கையைப் பற்றித் தரக் குறைவாக எழுதப்பட்ட கட்டுரைகள், உடலுறவு குறித்த ஆபாசமான படங்கள் போன்றவற்றை வெளியிடும் பத்திரிகை; yellow press.

மஞ்சள்பழம் பெ. (பே.வ.) பூவன்பழம்; a kind of banana with thin, yellow skin and a little sour in taste. பூஜைக்கு இரண்டு மஞ்சள்பழமும் ஒரு தேங்காயும் வாங்கிக்கொள் என்று அம்மா சொன்னாள்.

மஞ்சள் மூக்கு ஆள்காட்டி பெ. உடலின் மேற்பகுதி பழுப்பு நிறத்திலும், அடிப்பகுதி வெண்மையாகவும், அலகும் கால்களும் மஞ்சள் நிறத்திலும் இருப்பதும், கண்களுக்கும் அலகுக்கும் இடையில் மஞ்சள் நிறச் சதைப் பகுதியைக் கொண்டதுமான பறவை; yellow-wattled lapwing.

மஞ்சள் வாலாட்டி பெ. தலை சாம்பல் நிறத்திலும், இறக்கையும் வாலும் கறுப்பு வெள்ளைத் திட்டுக்களுடனும், உடலின் மேல்பகுதி இளம் பழுப்பாகவும், கீழே முழுவதும் மஞ்சள் நிறத்திலும் இருக்கும், வலசை வரும் சிறிய பறவை பறவை ; yellow wagtail.

மஞ்சனம் பெ. காண்க: திருமஞ்சனம்.

மஞ்சிவிரட்டு பெ. (பே.வ.) காண்க: மஞ்சுவிரட்டு.

மஞ்சு பெ. (உ.வ.) 1: மேகம்; (white) cloud. மஞ்சு சூழ்ந்த மலை. 2: மூடுபனி; fog. மஞ்சு மூட்டத்தில் எதிரில் ஆள் வருவதுகூடத் தெரியவில்லை.

மஞ்சுவிரட்டு பெ. (பொதுவாகப் பொங்கல் பண்டிகைக்கு அடுத்துவரும் நாட்களில்) கிராமங்களின் திறந்த வெளியில் அவிழ்த்துவிடப்பட்ட காளைகளை இளைஞர்கள் தனியாகவோ, சேர்ந்தோ விரட்டிப் பிடித்து விளையாடும் சாகச விளையாட்டு; sport of bravery in villages on the days following பொங்கல் in which young men, either individually or in groups, chase and tame bulls released into the open.

மட்கு வி. (மட்க, மட்கி) (உ.வ.) காண்க: மக்கு[1].

மட்டப்பலகை பெ. (கட்டடம் கட்டும்போது பரப்பைச் சமநிலைப்படுத்தப் பயன்படும்) நீளமான சட்டம் அல்லது கைப்பிடியுடன் கூடிய பலகை; mason's level.

மட்டம்[1] பெ. 1: (நிலம், நீர் முதலியவற்றின்) உயரத்தின் அளவு; level (of water in reservoir, etc.,); level (of ground, etc.,). அணையில் நீர் மட்டம் குறைந்துகொண்டே வருகிறது./ தரை மட்டத்திலிருந்து ஒரு மைல் ஆழமுடைய சுரங்கம். 2: (மேடு, பள்ளம் எதுவும் இல்லாமல்) சீராக அமைகிற சமநிலை; plane. தளம் மட்டமாக இல்லைபோல் தோன்றுகிறது./ கொத்தனார் மட்டம் பார்த்தார். 3: (பல்வேறு நிலைகளில் இருக்கிற சமுதாயம், மக்கள், அமைப்பு முதலியவற்றில்) குறிப்பிட்ட ஒரு பிரிவு; stratum (of society, etc.,); level. அடி மட்டத்தில் உள்ள மக்களை அரசின் திட்டங்கள் சென்று அடைவதே இல்லை./ இதுகுறித்து உயர் மட்டத்தில் முடிவு எடுக்க வேண்டும்.

மட்டம்[2] பெ. (-ஆக, -ஆன) (ஒன்றின் அல்லது ஒருவரின் தரத்தைக் குறிப்பிடும்போது) மோசம்; கீழ்த்தரம்; (of quality of a substance or person) bad; low; substandard. இவ்வளவு மட்டமான சாப்பாட்டை நான் சாப்பிட்டதே இல்லை./ படம் படு மட்டம்/ மட்டமாகப் பேசாதே!/ அவனைப் போல் ஒரு மட்டமான ஆளை நான் பார்த்ததே இல்லை. [(தொ.சொ.) கீழ்த்தரம்/ மோசம்]

மட்டம்தட்டு வி. (-தட்ட, -தட்டி) வேண்டுமென்றே உரிய மதிப்புக் கொடுக்காமல் குறை கூறித் தாழ்த்துதல் அல்லது தரக்குறைவாகப் பேசுதல்; denigrate. ஊக்குவிக்காவிட்டாலும் பரவாயில்லை, மட்டம்தட்டாமல் இருக்கலாம் அல்லவா?/ அநாவசியமாக அந்தப் படத்தை மட்டம் தட்டி விமர்சித்திருக்கிறார்.

மட்டம்போடு வி. (-போட, -போட்டு) (பே.வ.) (பள்ளிக்கூடத்துக்கு அல்லது வேலைக்கு வேண்டுமென்றே) போகாமலிருத்தல்; absent oneself (wilfully). பள்ளிக்கூடத்துக்கு மட்டம்போட்டுவிட்டு ஊர்சுற்றுகிறாயா?/ ஏன் இரண்டு நாளாக வேலைக்கு மட்டம்போட்டுவிட்டாய்?

மட்டம்வெடி வி. (-வெடிக்க, -வெடித்து) (இலங்.) (வாழை) கன்று தோன்றுதல்; (of a banana plant) give rise to a young plant. வாழை மட்டம்வெடித்துவிட்டதா?

மட்டற்ற பெ.அ. அளவு கடந்த; எல்லையற்ற; overwhelming; limitless. குழந்தை பிறந்த செய்தியைக் கேட்டதும் மட்டற்ற மகிழ்ச்சி அடைந்தேன்./ அவள்மேல் மட்டற்ற காதல்.

மட்டி பெ. எதையும் உடனே புரிந்துகொள்ளும் தன்மை அற்றவர்; slow-witted person.

மட்டிப்பால் வத்தி பெ. ஒரு வகை மரத்தின் வாசனை மிகுந்த பிசினைப் பயன்படுத்தித் தயாரிக்கும் ஊதுவத்தி; incense stick prepared by using the fragrant resin of the tree Ailanthus mulabanta.

மட்டில் இ.சொ. 'வரையில்', 'மட்டும்' என்ற பொருளில் பயன்படுத்தப்படும் இடைச்சொல்; particle used in the sense of 'as far as', 'to the extent (possible)'. என்னைப் பொறுத்த மட்டில் அவர் செய்தது சரிதான்./ முடிந்த மட்டில் சீக்கிரம் வந்துவிடுங்கள்.

மட்டிலா பெ.அ. (உ.வ.) காண்க: **மட்டற்ற.**

மட்டு பெ. (-ஆக) (பே.வ.) **பொதுவாக உள்ளதைவிட அல்லது சராசரியாக உள்ளதைவிடக் குறைவு;** (of sth.) a little less (than the average or normal). உயரம் கொஞ்சம் மட்டு. அதைத் தவிர பையன் நன்றாக இருக்கிறான்./ குழம்புக்குக் கொஞ்சம் மட்டாகக் காரம் போடு!

மட்டுக்கட்டு வி. (-கட்ட, -கட்டி) (இலங்.) **இனம்காணுதல்;** identify; recognize. நீ நன்றாக வளர்ந்துவிட்டாய். சட்டென்று மட்டுக்கட்ட முடியவில்லை./ அவளைக் கண்டவுடன் என்னால் மட்டுக்கட்ட முடியவில்லை./ அவர் தூரத்தில் வரும்பொழுதே மட்டுக்கட்டிவிட்டேன்.

மட்டுப்படு வி. (-பட, -பட்டு) **(ஒன்றின் அளவு, தீவிரம் போன்றவை) குறைதல்; தணிதல்;** decrease; subside. வேகம் மட்டுப்பட்டுப் பேருந்து மெதுவாகத் திரும்பியது./ குழந்தைக்கு ஜுரம் கொஞ்சம் மட்டுப்பட்டிருக்கிறது.

மட்டுப்படுத்து வி. (-படுத்த, -படுத்தி) **(அளவை) குறைத்தல்; தணித்தல்;** control; check. காரின் வேகத்தை மட்டுப்படுத்தினான்./ கொஞ்சம் கோபத்தை மட்டுப்படுத்திக் கொள்.

மட்டும் இ.சொ. **1: பலருள் ஒருவரை அல்லது பலவற்றுள் ஒன்றைத் தனித்து அல்லது பிரித்துக் காட்டப் பயன்படுத்தப்படும் இடைச்சொல்;** particle used in the sense of 'alone', 'only'. இந்தப் பூங்காவில் குழந்தைகள் மட்டுமே விளையாட அனுமதிக்கப்படுவார்கள்./ சமையல் அறையில் மட்டும் ஜன்னல் இல்லை. **2: வரையறுத்துக் கூறப்படும் அளவுக்கு மேல் இல்லை என்பதைக் கூறும் இடைச்சொல்;** particle used in the sense of 'only (= not more than)'. பத்து ரூபாய் மட்டும் கொடுங்கள்!/ எங்கள் சோப்பின் விலை உள்ளூர் வரி உட்பட, ரூபாய் மூன்று மட்டுமே!/ நான்கு மாணவர்கள் மட்டும் கணக்கைச் சரியாகச் செய்திருக்கிறார்கள். **3: 'குறிப்பிட்ட சூழலில் ஒன்றை அல்லது ஒருவரை விதிவிலக்காகக் கருதக் கூடாது' என்ற தொனியில் பயன்படுத்தும் இடைச்சொல்;** particle used in the sense of 'the specified person or thing is not an exception in a given situation'. 'நீங்கள் மட்டும் ஆபாசமாகப் பேசலாமா?'/ 'தம்பியை ஏன் அடித்தாய்?' 'அவன் மட்டும் என்னைக் கிள்ளலாமா?' **4: நீக்கப்படும் ஒருவரோடு அல்லது ஒன்றோடு முடிந்துவிடவில்லை என்பதைக் காட்டும் இடைச்சொல்;** particle used in the sense of 'alone'. எங்கள் கட்சி மட்டும் புதிய வரி விதிப்பை எதிர்க்கிறது என்று நினைக்காதீர்கள்! **5: 'வரை', 'வரையில்' என்ற பொருளில் பயன்படுத்தப்படும் இடைச்சொல்;** particle used in the sense of 'as far as', 'to the extent'. என்னால் முடிந்த மட்டும் உதவி செய்கிறேன். **6: 'ஒன்று இப்படி நடந்தால்' என்ற பொருளில் பயன்படுத்தப்படும் இடைச்சொல்;** particle used in the sense of condition. எனக்கு மட்டும் முன்னரே தெரிந்திருந்தால் அவனைப் போக அனுமதித்திருக்க மாட்டேன்./ இது மட்டும் நடக்கட்டும். பிறகு அவனை என்ன செய்கிறேன் என்று பார்!

மட்டுமட்டு பெ. (-ஆக) (இலங்.) **1: தேவைக்கும் குறைவாக இருக்கும் நிலை;** being insufficient or inadequate. கையில் பணம் மட்டுமட்டாய்த்தான் இருக்கிறது./ நேரம் மட்டுமட்டு. விரைவாகப் பாடசாலைக்குக் கிளம்பு என்று மகனிடம் கூறினாள். **2: மிகவும் கொஞ்சம்;** (of quantity) a little. எனக்கு இரவுச் சாப்பாடு மட்டுமட்டாய்ப் போதும்.

மட்டுமதியம் பெ. (இலங்.) **மட்டுமரியாதை;** due respect; consideration. வயதுவந்தவருடன் மட்டுமதியம் இல்லாமல் வாய்க்குவாய் கதைத்துக்கொண்டிருக்கிறாயா?

மட்டுமரியாதை பெ. (பே.வ.) **(பிறருக்குக் காட்ட வேண்டிய) மதிப்பும் மரியாதையும்;** due respect; consideration. பெரியவர்களுக்கு எதிரில் மட்டுமரியாதை இல்லாமல் பேசாதே!/ இப்படி மட்டுமரியாதை இல்லாமல் பேசினால் யாராவது கேட்டுக்கொண்டிருப்பார்களா?

மட்டை[1] பெ. **1: (தென்னை, பனை முதலிய மரங்களில்) ஓலைகளைத் தாங்கியிருக்கும் நீண்ட, பட்டையான பகுதி;** long flat stalk (of palm trees); leaf sheath (in banana tree); frond. மரத்திலிருந்து மட்டை ஒன்று தொப்பென்று கீழே விழுந்தது. **2: (தேங்காயை) மூடியிருக்கும் நார்/ (வாழைத் தண்டைச் சுற்றி) மெத்தென்று அமைந்திருக்கும் பகுதி;** fibrous covering (of coconut, etc.,); bark (of banana tree).

மட்டை[2] பெ. **(சில விளையாட்டுகளில் பந்தை அடிக்க) சற்று அகன்ற அல்லது வளைந்த கீழ்ப்பரப்பு உடையதாகவும் கையில் பிடித்துக்கொள்வதற்கு ஏற்ற பிடி உடையதாகவும் செய்யப்பட்ட சாதனம்;** any wooden implement that is used to strike a ball (in a game); bat/stick/ racquet. டென்னிஸ் மட்டை/ கிரிக்கெட் மட்டை/ ஹாக்கி மட்டை.

மட்டைத்தேள் பெ. (இலங்.) **பூரான்;** centipede.

மட்டையடி வி. (-அடிக்க, -அடித்து) (ஊரக வ.) **ஒரே மாதிரியான சூழ்நிலையில் ஒரு காரியத்தை உற்சாகம் இல்லாமல் செய்தல்;** do sth. monotonous.

மட்டையாளர் பெ. **(கிரிக்கெட் விளையாட்டில்) பந்து வீச்சாளர் வீசும் பந்தை மட்டையால் அடித்து ஆடுபவர்;** batsman.

மட்பாண்டம் பெ. **மண்ணால் செய்த பாத்திரம்;** earthenware.

மடக்கம் பெ. (இலங்.) **பணிவு;** humility; modesty. முகாமையாளர் கண்டித்ததிலிருந்து அவன் மடக்கமாக இருக்கின்றான்./ ஆள் பார்ப்பதற்கு மடக்கமாக இருப்பார். ஆனால் அதிகம் படித்தவர்.

மடக்கு[1] வி. (மடக்க, மடக்கி) **1: (நீண்டிருக்கும் அல்லது விரிந்திருக்கும் ஒன்றை) குறிப்பிட்ட ஒரு நிலையில் படியும்படி செய்தல்;** bend (the arm, knee, etc.,); flex; fold (a knife, etc.,). காலை மடக்கி உட்கார்ந்திருந்தான்./ குடையை மடக்கு./ நாற்காலியை மடக்கி வை. [(தொ.சொ.) **கசக்கு/ கிழி/ சுருட்டு/ மடி**] **2: (ஒருவரை, ஒரு வாகனத்தை) மேலே தொடர்ந்து செல்லவிடாமல் செய்தல்; தடுத்தல்;** intercept; block; corner. திருடனை மடக்கிப் பிடித்தனர்./ கடத்தல் பொருள் ஏற்றி வந்த வாகனம் மடக்கப்பட்டது. **3: (பேச்சு, விவாதம் முதலியவற்றில் ஒருவரை) பதில் சொல்ல முடியாத நிலைக்கு உள்ளாக்குதல்;** render (s.o.) ineffective by cleverly countering (their arguments). சட்டத்தைச் சுட்டிக்காட்டி அவர் என்னை மடக்கிவிட்டார்./ அமைச்சர் எதிர்க்கட்சித் தலைவரை மடக்கச் சில குறிப்புகள் வைத்திருந்தார்.

மடக்கு² பெ. **மடக்கக்கூடிய அமைப்பைக் கொண்டது;** sth. foldable. மடக்கு நாற்காலி/ மடக்குக் கத்தி/ மடக்குக் கட்டில்.

மடக்கு³ பெ. **(நீர் முதலியவை அருந்தும்போது) ஒரு முறை விழுங்குகிற அளவு;** draught; sip. ஒரு மடக்குத் தண்ணீர் குடி, விக்கல் நின்றுவிடும்./ பழச்சாறு ஆளுக்கு ஒரு மடக்குதான் இருக்கும்.

மடக்கு⁴ பெ. 1: **மண்ணால் ஆன பெரிய அகல் விளக்கு;** large bowl-shaped shallow oil lamp made of clay. கோயிலில் ஐந்து மடக்குகளில் தீபம் ஏற்றப்பட்டது. 2: *(மண்.)* **(லேசாகக் குழிந்து தட்டையாக இருக்கும்) பானைகளின் மூடியாகப் பயன்படும் மண் பாத்திரம்;** wide, shallow earthenware vessel used as lid for pots.

மடக்குக் குச்சி பெ. **பார்வையற்றோர் நடக்கும்போது எதிரில் உள்ளவற்றின் மீது மோதிவிடாமல் இருக்க, நீட்டித் தட்டிப்பார்க்கவும் தேவையில்லாதபோது மடக்கிக் கையில் வைத்துக்கொள்ளும் விதத்திலும் அமைந்த அடிப்புறம் மட்டும் சிவப்பு நிறத்தில் உள்ள, வெள்ளை நிற உலோகக் குச்சி;** white cane; long cane; guide cane.

மடக்கை பெ. *(கணி.)* **கடினமான பெருக்கலை அல்லது வகுத்தலைக் கூட்டலால் அல்லது கழித்தலால் மட்டுமே செய்வதற்கான முறையில் ஒரு எண்ணுக்கு மாற்றாகப் பயன்படுத்தப்படும் மற்றொரு எண்;** logarithm.

மடக்கை அட்டவணை பெ. *(கணி.)* **ஒவ்வொரு எண்ணுக்கும் உரிய மடக்கையின் மதிப்புகளைக் கொண்ட அட்டவணை;** logarithmic table.

மடங்கி பெ. *(கணி.)* காண்க: மடங்கு², 2.

மடங்கு¹ வி. (மடங்க, மடங்கி) **(நீண்டிருக்கும் அல்லது விரிந்திருக்கும் ஒன்று) தன் மீது மடிந்து படிதல்;** get folded. புத்தகத்தை மூடியபோது ஒரு பக்கம் மடங்கிவிட்டது./ வாதம் வந்த பிறகு வலதுகால் சரியாக மடங்குவதில்லை./ ஆலாப் பறவையின் வெள்ளைச் சிறகுகள் மடங்கிமடங்கி விரிந்தன. [(தொ.சொ.) கோணு/ சுருள்/ நெளி/ வளை]

மடங்கு² பெ. 1: **தன் அளவை ஒத்த மற்றொரு பங்கு அல்லது தன் அளவின் ஒரு பங்கு;** -fold; times. முன்பு இருந்ததைவிட வரி மூன்று மடங்கு அதிகரித்திருக்கிறது./ நீ அல்வாவுக்குக் கால் மடங்கு சர்க்கரை அதிகமாகப் போட்டிருக்கலாம்./ ஒரு டம்ளர் அரிசி என்றால் மூன்று மடங்கு தண்ணீர் ஊற்றிக்கொள்./ அரை மடங்கு. 2: *(கணி.)* **ஒரு எண்ணை வெவ்வேறு எண்களால் பெருக்கக் கிடைக்கும் எண்ணிக்கைகளில் ஒன்று;** -fold; times. நான்கு, ஆறு, எட்டு ஆகியவை இரண்டின் மடங்குகளில் சிலவாகும்.

மடசாம்பிராணி பெ. *(பே.வ.)* **சிறிதும் அறிவில்லாத நபர்;** very stupid person.

மடத்தனம் பெ. (-ஆக, -ஆன) **அறிவைப் பயன்படுத்தாத அல்லது சிந்திக்காத தன்மை;** stupidity. நீ அவளைத் தனியாக விட்டுவிட்டு வந்தது மடத்தனம்./ மடத்தனமாகப் பேசாதே!

மடந்தை பெ. *(உ.வ.)* **பெண்;** woman.

மடப்பள்ளி பெ. **கோயிலில் இருக்கும் சமையல் அறை;** kitchen (attached to a temple). மடப்பள்ளியிலிருந்து புளியோதரை மணம் வருகிறது.

மடம் பெ. **(இந்து சமயத்தைச் சேர்ந்த) தலைமைத் துறவி மற்ற துறவிகளோடு இருந்து சமயப் பணிகளை மேற்கொள்ளும் இடம்/மடாதிபதியைத் தலைவராகக் கொண்ட அமைப்பு;** any (chiefly Hindu) religious institution established to perpetuate a particular school of philosophy. சைவ மடம்/ வைணவ மடம்/ இந்த மடத்துக்கு ஐந்தாயிரம் ஏக்கர் நிலம் உள்ளது./ இது மடத்துக்குச் சொந்தமான கட்டடம்.

மடமட-என்று வி.அ. **கடகடவென்று; விரைவாக;** quickly. மடமடவென்று படிகளில் இறங்கினான்./ மடமடவென்று வேலையைச் செய்!

மடமை பெ. *(உ.வ.)* **புரிந்துகொள்ளும் திறனும் முன்யோசனையும் இல்லாத தன்மை; அறியாமை;** incomprehension; want of understanding and discrimination. சூழ்நிலையை உணராமல் பேசும் உன் மடமையை என்னவென்று சொல்வது?/ தன் மடமையை ஒப்புக்கொள்ள அவர் தயாராக இல்லை.

மடல்¹ பெ. 1: **(தாழை போன்ற தாவரத்தின்) சற்று அகலமாக நீண்டிருக்கும் தடித்த இலைப் பகுதி;** flat leaf (of palm, screwpine, etc.,). கற்றாழை மடலின் முள் கையில் குத்திவிட்டது. 2: **காதின் (அவரை விதை வடிவில் உள்ள) புறப்பகுதி;** outer ear; auricle. கோபத்தில் காது மடல்கள் சிவந்தன. 3: *(உ.வ.)* **(பூவின்) இதழ்;** petal.

மடல்² பெ. *(உ.வ.)* **கடிதம்;** letter (addressed to s.o.).

மடல்³ பெ. *(வ.வ.)* **(திருநீறு, சந்தனம் போன்றவற்றை வைப்பதற்கான) சற்று நீண்டு குழிந்திருக்கும் மரப் பெட்டி அல்லது சிறிய பாத்திரம்;** receptacle (for keeping sacred ash, etc.,) made of wood or metal.

மடவாக்கெண்டை பெ. *(ஊரக வ.)* **இலைபோல் அகலமாக இருக்கும் கெண்டை வகைக் கடல் மீன்;** sea fish that is like a broad leaf; a species of carp. சந்தைக்கு வரும் மடவாக்கெண்டை உடனே விற்றுத் தீர்ந்துவிடும்.

மடவை பெ. **(முகத்துவாரத்திலும் நன்னீரிலும் காணப்படும்) பக்கவாட்டில் வெள்ளி நிறத்திலும் அடிப்பகுதியில் வெள்ளையாகவும் இருக்கும் (உணவாகும்) ஒரு வகைப் பெரிய மீன்;** mullet.

மடாதிபதி பெ. **மடத்தின் தலைமைப் பொறுப்பேற்றிருக்கும் துறவி;** head of a (chiefly Hindu) religious institution.

மடாலயம் பெ. **மதத் துறவிகள் வசிக்கும் இடம்;** abode of monks. புத்த மடாலயம்.

மடி¹ வி. (மடிய, மடிந்து) *(உ.வ.)* 1: **உயிர் இழத்தல்; இறத்தல்;** die. போரில் பல வீரர்கள் மடிந்தனர்./ பட்டினியால் மடியும் குழந்தைகள். 2: **(செத்து, மாண்டு ஆகிய வினையெச்சங்களோடு இணைந்து வரும்போது) (மனிதர்கள் இறந்து) வீழ்தல்;** fall (dead). போரில் வீரர்கள் விட்டில் பூச்சிகள்போலச் செத்து மடிந்தனர்./ பஞ்சத்தால் மாண்டு மடிகின்றனர். 3: **(தாவரங்கள்) அழிதல்; நாசமாதல்;** (of plants) perish. சுற்றுச்சூழல் தூய்மைக்கேட்டால் தாவரங்கள் மடிகின்றன.

மடி[2] வி. (மடிய, மடிந்து) **(விரிந்திருக்கும் அல்லது நீண்டிருக்கும் நிலையிலிருந்து) தன் மீதாகவே சுருண்டோ அல்லது மடக்கப்பட்டோ படிதல்; மடங்குதல்;** be folded. இஸ்திரி போட்ட பிறகும் துணி சரியாக மடியவில்லை./ கதிர்களெல்லாம் நன்கு முற்றி மடிந்துகிடந்தன.

மடி[3] வி. (மடிக்க, மடித்து) **(நீண்டிருக்கும் அல்லது விரிந்திருக்கும் ஒன்றை) அதன் மீதாகவே படியும்படி செய்தல்;** fold (a paper, cloth, etc.,). துவைத்த துணிகளை மடிக்கத் தொடங்கினான்./ வெற்றிலை மடித்துக் கொடுத்தாள்./ தாளை நான்காக மடித்து வெட்டு! [(தொ.சொ.) **கசக்கு/ கிழி/ சுருட்டு/ மடக்கு/ வளை**]

மடி[4] பெ. 1: **(உட்கார்ந்திருக்கும்போது) மடக்கிய முழங்காலுக்கு மேல் உள்ள தொடைப் பகுதி;** lap. குழந்தை அவன் மடியில் உட்கார்ந்து வேடிக்கை பார்த்துக்கொண்டே வந்தது. 2: **(பொருள் வைப்பதற்கு வேட்டியில் அல்லது சேலையில்) பை போன்று இழுக்கப்படும் இடுப்பு ஆடைப் பகுதி;** flap of a வேட்டி or saree that is kept loose (to serve as a kind of pouch for keeping things). மடி ஏந்தி அரிசியை வாங்கிக்கொண்டாள்./ வெற்றிலைப் பொட்டலத்தை மடியில் கட்டிக்கொண்டான். 3: **(பசு, நாய் போன்ற பாலூட்டி வகைப் பெண் விலங்குகளுக்கு) வயிற்றின் கீழ்ப்பகுதியில் காம்புகளுடன் தொங்கும் உறுப்பு;** udder. பசுவுக்குப் பால் நிறைந்து மடி கனத்துத் தொங்கியது.

மடி[5] பெ. (நெசவு) **(வெட்டித் தனித்தனியாகப் பிரித்துக் கொள்ளும்படி சேர்த்து நெய்யப்பட்ட) நான்கு துண்டுகள் ஒன்றாக இணைந்திருக்கும் துணி;** four towels woven as one length of cloth which can be cut into individual pieces.

மடி[6] பெ. (ச.வ.) **(குளித்துவிட்டு, துவைத்த ஆடை அணிந்து) பிறரால் தொடப்படாமல் இருப்பதால் பெறுவதாக நம்பப்படும் சடங்கு ரீதியான தூய்மை;** ritual purity.

மடிக்கணினி பெ. (பு.வ.) **மடக்கி எளிதில் எங்கு வேண்டுமானாலும் எடுத்துச் செல்லத்தக்கதாக அமைந்துள்ள கணினி;** laptop.

மடிக்கணினி

மடிகட்டு வி. (-கட்ட, கட்டி) (திருநர் வ.) **ஒரு திருநங்கையை மற்றொரு திருநங்கை மகளாகத் தத்தெடுத்தல்;** a transgender adopting another transgender as her daughter.

மடிகூட்டு வி. (-கூட்ட, -கூட்டி) **(பொதுவாக வயல் வேலை செய்யும் பெண்கள்) ஒரு நுனியை இடுப்பில் செருகிக்கொண்டு முந்தானையை மடித்துப் பைபோலக் குழித்தல்;** tuck the free end of the saree in the hip folding it to make a bag like arrangement. வேலை முடிந்து தோப்பின் வழியே வந்தவள் கீழே கொட்டிக்கிடந்த நாவல் பழங்களை மடிகூட்டி அள்ளிக்கொண்டாள்.

மடிகோலு வி. (-கோல, -கோலி) (பே.வ.) **(ஒரு பொருளை வாங்கிக் கட்டிக்கொள்ளவோ முடிந்துகொள்ளவோ பெண்கள்) முந்தானையை அல்லது பாவாடையின் அடிப்பகுதியை விரித்து நீட்டுதல்;** hold a part of one's garment to receive sth. in it.

மடிசஞ்சி பெ. (அ.வ.) 1: **மடித் துணியை வைத்துக்கொள்வதற்கான பை;** bag to keep ritually pure clothes. 2: **பழைய ஆசாரங்களை விடாது பின்பற்றுபவர்; கர்நாடகம்;** old fashioned person.

மடிசார் பெ. (ச.வ.) **மூன்று முனையாக மடித்த சேலையின் ஒரு முனையைக் கால்களுக்கு இடையில் கொடுத்து இடுப்பின் பின்புறத்தில் செருகிக் கட்டும் முறை;** traditional mode of wearing saree.

மடிப்பிச்சை பெ. 1: **(நேர்த்திக்கடனாக) இடுப்புத் துணியை விரித்து ஏந்திப் பெறும் பிச்சை;** alms received in the part of the cloth worn around the waist (as part of a vow made to a deity). குழந்தை குணம் அடைந்தால் மடிப்பிச்சை வாங்கிக் கோயிலுக்கு வருவதாக நேர்ந்துகொண்டாள். 2: **(நியாயமாகக் கிடைக்க வேண்டிய ஒன்றையும்) உரிமை இல்லாததுபோல் இரந்து பெறும் செயல்;** begging (for one's rights or dues). அவரிடம் மடிப்பிச்சை கேட்கும் நிலைக்கு ஆளாக்கப்பட்டுவிட்டேன்.

மடிப்பு பெ. 1: **(தாள், துணி முதலியவை) மடிக்கப்பட்டிருக்கும் நிலை;** crease. மடிப்புக் கலையாத சட்டை./ அங்கவஸ்திரத்தின் மடிப்புக் கலையாமல் தோளில் போட்டுக்கொண்டார்./ மடிப்பு வைத்துப் புடவையை நன்றாகக் கட்டியிருக்கிறாய். 2: **மடித்து வைத்திருந்ததால் ஏற்படும் கோடு போன்ற படிவு/(தோல், சதை) சுருங்குவதால் ஏற்படும் கோடு போன்ற தடிப்பு;** fold; crease (in the abdomen, etc.,). ரூபாய் நோட்டில் இருந்த மடிப்பைக் கையால் நீவிச் சரிசெய்தான்./ நெற்றி மடிப்பு/ வயிற்றில் எத்தனை மடிப்புகள்!

மடிப்பு மலைகள் பெ. **பல கோடி ஆண்டுகளுக்கு முன்பு கண்டங்கள் ஒன்றை நோக்கி ஒன்று நகர்ந்த போது கண்டங்களின் ஓரங்கள் நெருக்கப்பட்டுப் புடைத்து எழும்பிய மலைகள்;** fold mountains. கண்டங்களின் பெயர்ச்சியால் ஏற்பட்ட மடிப்பு மலைகளுக்குச் சிறந்த உதாரணம் இமயமலை.

மடு பெ. 1: **சுனை; பொய்கை;** waterhole. மான்கள் மடுவில் நீர் குடித்துக்கொண்டிருந்தன. 2: **பெரும் பள்ளம்;** deep gorge. ஆற்றின் கரையோர மடுவில் கொஞ்சம் தண்ணீர் தேங்கியிருந்தது. 3: (இலங்.) **குழி;** pit. செத்துக் கிடந்த நாயை மடு தோண்டிப் புதைக்க வேண்டும்.

மடை[1] பெ. 1: **(வயலில், தோட்டத்தில், வீட்டில்) நீர் செல்வதற்கு ஏற்ற வகையில் ஏற்படுத்தப்பட்டிருக்கும் சிறு வழி;** narrow channel for water. வரப்பில் நடந்துகொண்டிருந்தவன் கால் தவறி மடையில் விழுந்துவிட்டான்./ மடையில் குளிக்கும் காகங்களை வேடிக்கை பார்த்துக்கொண்டிருந்தேன். 2: **(அணை, ஏரி முதலிய வற்றில்) நீர் வெளியேறாமல் தடுத்திருக்கும் தடுப்பு**

அல்லது கதவு; மதகுப் பலகை; sluice-gate. நாளை மடை திறப்பதால் வாய்க்காலில் தண்ணீர் வரும்.

மடை² பெ. (இலங்.) **(கிராமக் கோயில்களில்) பொங்கலிட்டுச் செய்யும் பூஜை;** worship (on a special day in a village temple). இன்றைக்கு எங்கள் கோயிலில் மடை./ இப்போது கோயில்களில் ஆடு வெட்டி மடை போடுவதை நிறுத்தி விட்டார்கள்.

மடை திறந்தாற்போல் வி.அ. **1:** (பேச்சைக் குறித்து வரும்போது) **தடுமாற்றமின்றித் தொடர்ந்து; சரளமாக;** (of one's manner of speaking) fluent. அவர் மேடை ஏறி விட்டால் மடை திறந்தாற்போல் தமிழ் கொட்டும்./ ஆங்கிலத்திலும் மடை திறந்தாற்போல் பேசும் ஆற்றல் உள்ளவர். **2: (பெரும் அளவில்) தடையின்றி;** flowing free (and in large quantity). சுங்கத் தீர்வையைக் குறைத்ததும் வெளிநாட்டுப் பொருள்கள் மடை திறந்தாற்போல் வரத் தொடங்கிவிட்டன.

மடைப்பள்ளி பெ. காண்க: மடப்பள்ளி.

மடைமாற்று வி. (-மாற்ற, -மாற்றி) **(குறிப்பிட்ட தேவைக்காக உள்ளதை) மாற்றி உபயோகித்தல்;** divert sth. (for a different use). சுகாதாரத் துறைக்காக ஒதுக்கப்பட்ட நிதியில் பாதி போக்குவரத்துத் துறைக்கு மடைமாற்றி விடப்பட்டுள்ளது.

மடையன் பெ. **முட்டாள்;** fool.

மடையான் பெ. **பழுப்பு நிற உடலும், வெண்ணிற இறக்கைகளும், குட்டையான வாலும் கொண்ட, அளவில் கொக்கை ஒத்த பறவை; குருட்டுக்கொக்கு;** Indian pond heron. இனப்பெருக்கக் காலத்தில் மடையானின் தலையும் உடலும் வெளிர் நிறத்திலும் முதுகு செம்பழுப்பு நிறத்திலும் இருக்கும்.

மடைவாய் பெ. **நீர்நிலையை ஒட்டி அமைந்திருக்கும் மடையின் முனை;** the end of the channel that is joined to the water source. தண்ணீர் பாய்ந்தவுடன் மடைவாயைக் கட்டிவிட்டு வா./ காலையிலிருந்து மடைவாயைக்கூடத் திறக்காமல் வயலில் என்ன செய்துகொண்டிருந்தாய்?

மண் பெ. **1: (பூமியின் மேற்பரப்பில் உள்ள) மணலை விட நுண்மையாக இருக்கும் துகள்கள்;** particles of earth. மண் சுவர்/ கண்ணில் மண் விழுந்துவிட்டது./ தெருவில் விளையாடிக் குழந்தையின் உடம்பெல்லாம் ஒரே மண்; குளிப்பாட்டிவிடு. **2: குறிப்பிட்ட தன்மையில் அமைந்த நிலப் பரப்பு;** earth. வண்டல் மண்/ கரிசல் மண். **3:** (பே.வ.) **மணல்;** soil. ஆற்றில் மண் எடுக்கக் கூடாது என்று சொல்லியும் யாரும் கேட்பதில்லை. **4: (தாவரங்கள் முளைக்கும்) பூமியின் மேற்பரப்பு; நிலம்;** earth; soil. விளைச்சல் மண் வளத்தைப் பொறுத்தது./ மழைத் துளிகள் விழுந்ததும் மண்ணிலிருந்து வாசனை கிளம்பியது./ இந்த மண்ணில் என்ன போட்டாலும் விளையும். **5: குறிப்பிட்ட நாடு, நிலப் பகுதி, ஊர் முதலியவற்றைக் குறிக்கும் சொல்;** land; country. பிறந்த மண்ணை விட்டுப் போக விரும்பவில்லை./ அந்நிய மண்ணில் போய்ப் பிழைப்பது சிரமம்தான்./ நான் தஞ்சை மண்ணில் பிறந்தவன்./ இந்திய மண்ணில் அந்நியர் கால்வைக்க அனுமதிக்க மாட்டோம். **6:** (பே.வ.) **(ஒருவரைத் திட்டும்போது) ஜடம்;** (used when scolding s.o.) dullard. இந்த மண்ணிடம் என்னத்தைச் சொல்லி என்னத்தைப் புரியவைக்க என்று அப்பா அலுத்துக் கொண்டார்.

மண்குளியல் பெ. **மருத்துவக் குணம் நிறைந்ததாகக் கருதப்படும் ஒரு வகை மண்ணை உடம்பில் பூசி நோய்களைக் குணப்படுத்தும் இயற்கை மருத்துவம்;** mud bath.

மண்கொத்தி உள்ளான் பெ. **வயிற்றுப் பகுதி வெள்ளையாகவும், முதுகுப் பகுதி பழுப்பாகவும் இருக்கும், வாலை ஆட்டிஆட்டி நடக்கும் ஒரு வகை வலசை வரும் பறவை;** common sandpiper.

மண்சரிவு பெ. (இலங்.) **நிலச்சரிவு;** landslide. மலைநாட்டில் எப்போதுமே மண்சரிவு அபாயம் உண்டு./ மண்சரிவினால் நூற்றுக் கணக்கில் மக்கள் புதையுண்டு இறந்தனர்.

மண்சோறு பெ. **(கலத்திலோ இலையிலோ அல்லாமல்) வேண்டுதலாகக் கோயிலின் வெறும் தரையில் இடப்பட்டு உண்ணும் உணவு;** food served on the temple floor (and not on a plate or leaf) to be eaten in fulfilment of a vow. தன் குழந்தை பிழைக்க வேண்டும் என்று அவள் மாரியம்மன் கோயிலில் மண்சோறு சாப்பிட்டாள்.

மண்டகப்படி பெ. **திருவிழாக் காலத்தில் உற்சவமூர்த்தியை மண்டபத்தில் எழுந்தருளச் செய்வதற்காக ஒருவர் அல்லது ஒரு சமூகத்தினர் ஏற்கும் பொறுப்பு;** responsibility for the ceremony of receiving the deity at a மண்டபம் during a festival. இன்றைக்குக் கோயில் திருவிழாவில் எங்கள் மண்டகப்படி.

மண்டபம் பெ. **1: (கோயிலில் மூலவர் சன்னிதிக்கு எதிரே அல்லது பக்கத்தில், உற்சவம் நடத்துவதற்கு வசதியாக) கல் தூண்கள் தாங்கிய கூரையோடு நான்கு பக்கமும் திறப்பாக உள்ள சதுர அல்லது செவ்வக வடிவக் கட்டடம்;** stone pillared structure open on all side (in a temple). சாமி கும்பிட்டுவிட்டு மண்டபத்தில் சிறிது நேரம் உட்கார்ந்திருந்தார்கள். **2: விழா, நிகழ்ச்சி முதலியவை நடத்துவதற்கு ஏற்ற வகையில் பெரிய அறைகள் கொண்ட கட்டடம்;** building with a large hall (for conducting marriages, etc.,). கல்யாண மண்டபம். **3:** (இலங்.) **கூடம்;** hall (in a house). மண்டபம் இல்லாமல் வீடு கட்டியிருக்கிறோம். **4:** காண்க: **நினைவு மண்டபம்.**

மண்டலம்¹ பெ. **(பூஜை, விரதம், சிகிச்சை முதலியவற்றில்) நாற்பதிலிருந்து நாற்பத்தைந்து நாட்கள் கொண்ட கால அளவு;** period of forty to forty-five days (for a puja, treatment, etc.,). மண்டல பூஜை/ ஒரு மண்டலம் விரதம் இருக்க வேண்டும்./ இந்தச் சூரணத்தை ஒரு மண்டலம் சாப்பிட வேண்டும்.

மண்டலம்² பெ. **1: (ஒரு துறையின் நிர்வாக வசதிக்காகப் பிரிக்கப்பட்டிருக்கும்) பிரிவு; (குறிப்பிட்ட) பிரதேசம்;** division; region (for administrative purposes). தொலைபேசித் தொடர்புத் துறையில் தென்னிந்தியா பல மண்டலங்களாகப் பிரிக்கப்பட்டுள்ளது./ அஞ்சல் துறை

ஊழியர்களின் மண்டல அளவிலான மாநாடு. **2: (பூமியிலும் பூமியைச் சுற்றியும்) இயற்கைக் கூறுகளின் அடிப்படையில் பிரிக்கப்படும் பகுதி;** -sphere. *காற்று மண்டலம்/ புவியின் காந்த மண்டலம்/ வெப்ப மண்டலம்/ மிதவெப்ப மண்டலம்/ குளிர் மண்டலம்/ உலகின் முக்கியமான உயிரியல் மண்டலங்களில் அமேசான் காடுகளும் ஒன்று.* **3: (குறிப்பிட்ட செயல்பாட்டை நிகழ்த்தும்) உடல் உறுப்புகளின் தொகுதி; (தாவரங்களில் குறிப்பிட்ட செயல்பாட்டுக்கான) பாகங்களின் தொகுதி;** (of body parts) system. *உணவு மண்டலம்/ நரம்பு மண்டலம்/ ஆணிவேர் மண்டலம்.* **4:** *(பெரும்பாலும் பிற சொற்களோடு இணைந்து)* **ஒரு கிரகத்தை அல்லது நட்சத்திரத்தைச் சுற்றியிருக்கும் வெளி; நட்சத்திரங்கள் பரந்திருக்கும் வெளி;** (combining with other words) sphere; region. *சந்திர மண்டலம்/ சூரிய மண்டலம்/ நட்சத்திர மண்டலம்.* **5: (புகை) படலம்;** thick cloud (of smoke). *சமையல் அறை ஒரே புகை மண்டலமாகக் காட்சியளித்தது.* **6:** *(சோதி.)* **(ராசிகளைப் பிரிப்பதற்கு அடிப்படையாகக் கொள்ளும்) வானவெளியில் கிழக்கு மேற்காக உள்ள நீள் வட்ட வெளி;** zodiacal region. *ராசி மண்டலம் பன்னிரண்டு பிரிவுகளாகப் பிரிக்கப்பட்டிருக்கிறது./ ராசி மண்டலத்தில் முதல் ராசி மேஷம்.*

மண்டலாபிஷேகம் பெ. **(கோயிலில்) கும்பாபிஷேகம் முடிந்த நாளிலிருந்து ஒரு மண்டலம் வரை தினசரி செய்யப்படும் அபிஷேகம்;** ceremony of anointing idols for a மண்டலம் after கும்பாபிஷேகம்.

மண்டி[1] பெ. *(ஊரக வ.)* **(பாத்திரத்தின் அடியில் சிறிதளவு உள்ள) கலங்கிய நிலையில் இருக்கும் திரவம்;** sediment; dregs. *தண்ணீர் மண்டியாக இருக்கிறது./ ரச மண்டி இருந்தால் போடு!*

மண்டி[2] பெ. **(பெரும்பாலும் காய்கறி, பழங்கள், உணவு தானியங்கள்) மொத்த அளவில் விற்பனை செய்யப்படும் கடை/மேற்குறிப்பிட்ட கடைகள் நிறைந்த இடம்;** (of certain vegetables, fruits, grains) shop where things are sold wholesale or in large quantities. *தேங்காய் மண்டி/ இந்தத் தெரு முழுவதும் பழ மண்டிகள்தான்./ காய்கறி மண்டி/ பருப்பு மண்டி.*

மண்டிபோடு வி. *(-போட, -போட்டு)* **1: (தண்டனையாக) மண்டியிடுதல்;** (as a punishment) kneel (down). *வீட்டுப்பாடம் எழுதிக்கொண்டு வராத மாணவர்களை ஆசிரியர் மண்டிபோடச் சொன்னார்.* **2: காண்க: மண்டியிடு, 1.**

மண்டியிடு வி. *(-இட, -இட்டு)* **1: (பிரார்த்தனைக்காக) முழங்கால் முட்டியைத் தரையில் வைத்த நிலையில் நிமிர்ந்து இருத்தல்;** kneel (down). *தேவாலயத்தில் மண்டியிட்டுத்தான் பிரார்த்தனை செய்ய வேண்டும்.* **2: பணிதல்;** submit (to demands). *வன்முறைக்கு இந்த அரசு மண்டியிடாது.*

மண்டு[1] வி. *(மண்ட, மண்டி)* **1: குறிப்பிடப்படும் ஒன்று ஒரு இடத்தில் அல்லது பரப்பில் பெருமளவில் நிறைந்து காணப்படுதல்;** be found in large quantities; abound (in). *ஒரு காலத்தில் காடு மண்டிக்கிடந்த இடம்/ ஒரு மாதம் வெட்டாவிட்டால் புல் மண்ட ஆரம்பித்துவிடும்./ உனக்கு ஏன் இப்படி முகத்தில் தாடி மண்டிக்கிடக்கிறது?/ (உரு வ.) மனத்தில் வெறுப்பு மண்டியிருக்கிறது.* **2: (இருள், புகை போன்றவை) பெருமளவில் நெருக்கமாகச் சூழ்ந்திருத்தல்; அடைந்திருத்தல்;** (of darkness, smoke, etc.,) be dense. *கோயில் முழுவதும் சாம்பிராணிப் புகை மண்டியிருந்தது.*

மண்டு[2] பெ. *(பே.வ.)* **(மிக நெருக்கமானவரை, பெரும்பாலும் வயதில் இளையவரைத் திட்டும்போது) முட்டாள்;** stupid person. *பென்சில் காணாமல் போனதற்காக அழுகிற மண்டு நீதான்!*

மண்டுகம் பெ. *(பே.வ.)* **புரிந்துகொள்ளவும் புரிந்துகொண்டதைச் சரிவர வெளிப்படுத்தவும் தெரியாத நபர்;** nincompoop.

மண்டை பெ. *(பே.வ.)* **முகம் நீங்கலாக உள்ள தலைப் பகுதி; உறுதியான எலும்புகளுடைய தலைப் பகுதி;** the hardest part of the head; skull. *தலைக்கவசம் அணிந்திருந்தால் மண்டை உடைந்திருக்காது.*

மண்டை ஓடு பெ. காண்க: **மண்டையோடு.**

மண்டைக்கர்வம் பெ. *(பே.வ.)* **தலைக்கனம்;** swollen head; haughtiness. *நாலு எழுத்து படித்து விட்டாலே பலருக்கு மண்டைக்கர்வம் வந்துவிடுகிறது.*

மண்டைக்கனம் பெ. *(பே.வ.)* காண்க: **தலைக்கனம்.**

மண்டைகாய் வி. *(-காய, -காய்ந்து) (பே.வ.)* **(மிகவும் தீவிரமாக யோசிப்பதால் மேற்கொண்டு) சிந்திக்க முடியாமல் போதல்;** become unable to think (as a result of thinking intensely). *யோசித்துயோசித்து மண்டைகாய்ந்ததுதான் மிச்சம். இன்னும் பிரச்சினை தீரவில்லை.*

மண்டையிடி பெ. *(வ.வ.)* **தலைவலி;** headache.

மண்டையில் ஏறு வி. *(ஏற, ஏறி)* **(மற்றவர் சொல்வது, ஒருவர் படிப்பது முதலியவை) மனத்தில் பதிதல்; நினைவில் தங்குதல்;** sink into s.o.'s head. *கணக்குப் பாடம் என் மண்டையில் சுலபமாக ஏறாது./ இவ்வளவு சொல்லியும் அவன் மண்டையில் ஏறுகிறதா, பார்./ தினமும் படித்துக்கொண்டுதான் இருக்கிறான். ஆனாலும் மண்டையில் ஏறவில்லை.*

மண்டையை உடைத்துக்கொள் வி. *(-கொள்ள, -கொண்டு)* **(ஒரு பிரச்சினையை எப்படித் தீர்ப்பது என்று) கஷ்டப்பட்டு யோசித்தல்;** think hard to find a solution to a problem. *வீட்டுச் செலவை எப்படிக் குறைப்பது என்று தெரியாமல் மண்டையை உடைத்துக்கொண்டோம்.*

மண்டையைப் பிள வி. *(பிளக்க, பிளந்து)* **(தலைவலி, வெயில் போன்றவை) பொறுத்துக்கொள்ள முடியாத அளவுக்குக் கடுமையாக வருத்துதல்;** (of headache) split; (of sun) scorch. *காலையிலிருந்து தலைவலி மண்டையைப் பிளக்கிறது./ வெளியே போக முடியவில்லை. வெயில் மண்டையைப் பிளக்கிறது./ மண்டையைப் பிளக்கிற வெயிலில் குழந்தையையும் தூக்கிக்கொண்டு எங்கே கிளம்பிவிட்டாய்?*

மண்டையைப் போடு வி. *(போட, போட்டு) (பே.வ.)* **(அனுதாபமற்ற முறையில் கூறும்போது) இறத்தல்;** (said unsympathetically) die. *திருமணம் வைத்திருக்கும்*

மண்டையோடு 1024

நாளில் கிழம் மண்டையைப் போட்டுவிடாமல் இருக்க வேண்டும்./ பெரியவர் எப்போது மண்டையைப் போடு வார், சொத்தைப் பிரித்துக்கொள்ளலாம் என்று மகன்கள் காத்திருக்கிறார்கள்.

மண்டையோடு பெ. **தலையின் எலும்புப் பகுதி;** skull.

மண்டை வீங்கு வி. (வீங்க, வீங்கி) (பே.வ.) **(ஒருவருடைய) ஆணவம் அதிகரித்தல்; அதிகக் கர்வம் ஏற்படுதல்;** be swollen headed. அவன் கையில் கொஞ்சம் பணம் புழங்கத் தொடங்கியிருக்கிறது. அதனால்தான் மண்டை வீங்கித் திரிகிறான்./ நிறையப் படித்துவிட்டான் என்பதற்காக மண்டை வீங்கித் திரிய வேண்டுமா?

மண்டைவெல்லம் பெ. **கோள வடிவில் திரட்டிய வெல்லம்;** jaggery or coarse cane sugar in spherical shape.

மண்ணடி பெ. (மண்.) **மட்பாண்டங்கள் செய்யும் கொட்டகை அல்லது இடம்;** the potter's shed or place where pots are made.

மண்ணா பெ. (இலங்.) **சுமார் அரை மீட்டர் நீளத்தில் உருண்டையாகவும் சதைப்பற்றோடும் இருக்கும் (உணவாகும்) ஒரு வகைக் கடல் மீன்;** an edible sea fish approximately half a metre long and which is fleshy and cylindrical.

மண்ணாங்கட்டி பெ. (பே.வ.) **வெறுப்பு, சலிப்பு போன்றவற்றை வெளிப்படுத்தும் சொல்;** an expression of contempt or disgust. அவனுக்கு வேலை என்று ஒரு மண்ணாங்கட்டியும் கிடையாது.

மண்ணியல் பெ. **மண்ணின் தன்மைகளை ஆராயும் அறிவியல் துறை;** soil science.

மண்ணீரல் பெ. **இரத்தத்தின் சுத்தத் தன்மைக்குக் காரணமான உயிரணுக்களை உற்பத்தி செய்யும், இரைப்பையின் இடதுபுறத்தில் அமைந்திருக்கும் உறுப்பு;** spleen.

மண்ணுளிப்பாம்பு பெ. **தலையும் வாலும் ஒன்று போல் தோற்றமளிக்கும், மண்ணுக்குள் புதைந்து வாழும் ஒரு வகைப் பாம்பு;** earth boa.

மண்ணெலி பெ. (இலங்.) **அகழான்;** (field) rat.

மண்ணெண்ணெய் பெ. **கச்சா எண்ணெயைச் சுத்திகரிக்கும்போது கிடைக்கும், நீரைவிட அடர்த்தி குறைந்த (எரிபொருளாகப் பயன்படும்) எண்ணெய்;** kerosene; paraffin.

மண்ணை அள்ளிப்போடு வி. (-போட, -போட்டு) காண்க: **மண்ணைப் போடு.**

மண்ணைக் கவ்வு வி. (கவ்வ, கவ்வி) (பே.வ.) **(போர், போட்டி, தேர்தல் போன்றவற்றில் அவமானப்படும் விதத்தில்) தோற்றுப்போதல்;** suffer a humiliating defeat. இந்தத் தேர்தலிலும் அவர் மண்ணைக் கவ்வப்போகிறார்.

மண்ணைப் போடு வி. (போட, போட்டு) (பே.வ.) **1:** (ஒருவருடைய வேலை, பிழைப்பு போன்றவற்றைக் குறித்து வரும்போது) **இழப்பு அல்லது பாதிப்பு ஏற்படும்படி செய்தல்;** cause s.o. loss of (sth.). ஏதோ நடைபாதையில் கடைவைத்துப் பிழைத்துக்கொண்டிருந்தேன். அதிலும் நகராட்சி மண்ணைப் போட்டுவிட்டது./ 'வேலையை விட்டுப் போகச்சொல்லி, என் பிழைப்பில் மண்ணைப் போட்டுவிடாதீர்கள்' என்று கதறினான். **2: (ஒருவரின் ஆசை, எண்ணம் போன்றவற்றை) நிறைவேற விடாமல் செய்தல்;** shatter (hopes or expectations, etc.,). உன்னைப் பற்றி எப்படியெல்லாம் கனவு கண்டேன். இப்படி என் ஆசையில் மண்ணைப் போடுவாய் என்று நினைக்கவே இல்லை./ ஞாயிற்றுக்கிழமையாவது ஓய்வாக இருக்கலாம் என்று நினைத்தேன். அந்த நினைப்பிலும் நண்பர் மண்ணைப் போட்டுவிட்டார்.

மண்ணை வாரி இறை வி. (இறைக்க, இறைத்து) **(தனக்குக் கொடுமை விளைவித்த ஒருவர் அழிந்துபோகும்படி) சாபம் கொடுத்தல்; சபித்தல்;** utter a curse. எத்தனை பேர் மண்ணை வாரி இறைத்தார்களோ தெரியவில்லை. அந்தக் குடும்பம் பூண்டற்றுப் போய்விட்டது.

மண்ணோடு மண்ணாகு வி. (-ஆக, -ஆகி) **(இருந்த சுவடே தெரியாதவாறு அடியோடு) அழிந்துபோதல்;** disappear without trace. ஐம்பது வருடத்துக்கு முன்னால் ஊரில் அந்தக் குடும்பம் பண்ணிய அக்கிரமத்துக்கு அளவே இல்லை. இன்று மண்ணோடு மண்ணாகிவிட்டது./ இந்தக் கோயில்களைக் கட்டிய மன்னர்கள் மண்ணோடு மண்ணாகிப்போனாலும், அவர்களின் பெருமையைப் பறைசாற்றும் வகையில் அவை கம்பீரமாக இன்றும் இருக்கின்றன.

மண்பாண்டம் பெ. காண்க: **மட்பாண்டம்.**

மண்பிட்டி பெ. (இலங்.) **மண்மேடு;** raised ground; mound. சிறுவர்கள் மண்பிட்டியில் ஏறியும் இறங்கியும் விளையாடிக்கொண்டிருந்தார்கள்.

மண்புழு பெ. **உடலைச் சுருக்கியும் நீட்டியும் நகர்ந்து செல்லும், மண்ணில் வாழும் பழுப்பு நிறப் புழு;** earthworm. விவசாயிகளின் நண்பன் என்று மண்புழு அழைக்கப்படுகிறது.

மண்புழு உரம் பெ. **மக்கும் இலை, தழை, சாணம் போன்றவற்றை மண்புழு உட்கொண்டு வெளித்தள்ளும் இயற்கைச் சத்து நிறைந்த உரம்;** vermicompost.

மண்மாரி பெ. (பு.வ.) **(பாலைவனத்தில்) மிக வேகமாக வீசும் மணல் நிறைந்த புயல்;** sand storm.

மண்வாசனை பெ. **(கலை, இலக்கியங்கள் போன்றவற்றில் வெளிப்படும்) ஒரு குறிப்பிட்ட பிரதேசத்திற்கு (பெரும்பாலும் கிராமங்களுக்கு) உரிய பேச்சு, உடை, பழக்கவழக்கங்கள் போன்றவை;** the culture (of a particular place); regional milieu. மண்வாசனை கமழும் திரைப்படம்./ 'கி. ராஜநாராயணன் படைப்புகளில் மண்வாசனை' என்ற தலைப்பில் ஒரு ஆய்வுக் கட்டுரை எழுதிக்கொண்டிருக்கிறேன்.

மண்வாரி பெ. **மண்ணை அதிக அளவில் அள்ளி வெளியேற்றும் இயந்திரம்;** earth mover.

மண்விழு வி. (-விழ, -விழுந்து) **(ஏதாவது ஒரு காரணத்தால் ஒருவருடைய ஆசை) நிறைவேறாமல்போதல்;** (of plans, etc.,) go unfulfilled. வேலைக்குப் போய்தான் ஆக வேண்டும் என்ற நிலை ஏற்பட்டதால் மேற்படிப்பு படிக்கும் ஆசையில் மண்விழுந்தது.

மண்வெட்டி பெ. (மண்ணை வெட்டி அள்ளிப் போடப் பயன்படுத்தும்) மரப் பிடியில் தடித்த இரும்புத் தகடு பொருத்தப்பட்ட கருவி; hoe with a short handle; spade.

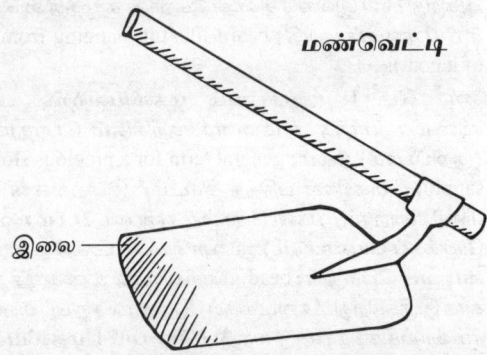

மண்வெட்டி

மண்[1] வி. (மணக்க, மணந்து) 1: (ஒரு பொருளுக்கு உரிய) மணம் வீசுதல்; வாசனை கமழ்தல்; emit fragrance; smell sweet. மல்லிகை மணக்கும் தோட்டம்/ பூஜை அறைக்குள் சாம்பிராணிப் புகை மணந்தது./ ரசத்தில் கொத்தமல்லி மணக்கிறது./ (உரு வ.) அவர் பேச்சில் யாழ்ப்பாணத் தமிழ் மணக்கிறது. 2: (இலங்.) நுகர்தல்; முகர்தல்; smell. தேசிக் காயை மணந்தால் ஓங்காளம் வராது.

மண்[2] வி. (மணக்க, மணந்து) (ஒருவரை) திருமணம் செய்து கொள்ளுதல்; marry; wed. மணந்தால் தன் மாமன் மகளையே மணப்பது என்ற முடிவுக்கு வந்தான்.

மணக்கரைக் கட்டை பெ. (மண்.) திருவையில் மண் பாண்டங்களைச் செய்யும்போது வேண்டிய அள வுக்கு அவற்றைக் கனமாக்கவோ/லேசாக்கவோ உத வும் மூங்கில் பிளாச்சால் ஆன சிறிய கட்டை; a small block of bamboo split for making the sides of a mud vessel thin or thick while throwing on the potter's wheel.

மணக்கொடை பெ. (இஸ்.) திருமணத்துக்கு முன் மண மகன் வீட்டார் மணமகளுக்குக் கொடுக்கும் சீதனம்; a marriage gift settled upon one's bride.

மணங்கு பெ. (முன்பு வழக்கிலிருந்த) 11.25 கிலோ கிராம் எடை உள்ள அளவு; (formerly) a weight of 11.25 kg.

மணத்தக்காளி பெ. கரும் பச்சை நிற இலைகளையும் சிறிய மணி போன்ற காய்களையும் உடைய (மருத் துவக் குணம் கொண்ட) ஒரு வகைச் செடி/ அந்தச் செடி யில் காய்க்கும் காய்; black night shade (the fruit and the plant). மணத்தக்காளி வயிற்றுப் புண்ணை ஆற்றும்./ மணத்தக்காளி வற்றல்.

மணப்பெண் பெ. மணமகள்; bride. அறையில் மணப் பெண்ணுக்கு அலங்காரம் நடந்துகொண்டிருந்தது.

மணம்[1] பெ. 1: ஒரு பொருளுக்கு உரியதாகவும் மனத் துக்கு உகந்ததாகவும் இருக்கும் வாசனை; நறுமணம்; fragrance. தாழம்பூ மணம்/ வெங்காய சாம்பார் மணம்/ (உரு வ.) தெய்வீக மணம் கமழும் பாசுரங்கள். [(தொ.சொ.) சுகந்தம்/ நறுமணம்/ நாற்றம்/ நெடி/ வாசனை/ வீச்சம்] 2: (ஓர் உணவு அல்லது பானம் கொண்டிருக்கும்) சுவை; flavour. காப்பியின் மணம் வாய்க்குள் அப்படியே இருந்தது./ இது எலுமிச்சை மணம் கொண்ட குளிர்பானம். 3: (இலங்.) துர்நாற்றம்; foul smell. வீடு பூட்டியே இருப்பதால் ஒரே மணமாகக் கிடக்கிறது./ ஊதுவத்தி ஏற்றிவைத்தால் இந்த மணமெல்லாம் போய்விடும்./ ஒழுங்கையில் ஒரே மண மாகக் கிடந்ததால் மூக்கைச் சுருக்கிக்கொண்டு ஓடிவந்து விட்டேன்.

மணம்[2] பெ. (உ.வ.) காண்க: திருமணம், 1.

மணமக்கள் பெ. (திருமணம் தொடர்பான சடங்கு களில் குறிப்பிடும்போது) மாப்பிள்ளையும் பெண் ணும்; newly married couple; newly-weds.

மணமகள் பெ. (திருமணம் தொடர்பான சடங்கு களில் குறிப்பிடும்போது) திருமணம் செய்துகொள்ளப் போகும் அல்லது திருமணம் செய்துகொண்ட பெண்; கல்யாணப் பெண்; bride. இவர் மணமகளின் தாய் மாமன்./ மணமகள் வீட்டார்.

மணமகன் பெ. (திருமணம் தொடர்பான சடங்கு களில் குறிப்பிடும்போது) திருமணம் செய்துகொள்ளப் போகும் அல்லது திருமணம் செய்துகொண்ட ஆண்; மாப்பிள்ளை; bridegroom. மணமகனின் தாயார்/ மண மகன் வீட்டார்.

மணமுடி வி. (-முடிக்க, -முடித்து) (உ.வ.) திருமணம் செய் தல்; wed; marry. 1958இல் கிருஷ்ணவேணி அம்மையாரை மணமுடித்த பிறகு நல்லதம்பி தமிழாசிரியர் வேலையில் சேர்ந்தார்.

மணமுறிவு பெ. விவாகரத்து; divorce. குழந்தை இல்லாத காரணத்தால் அவர்களிடையே மணமுறிவு ஏற்பட்டது.

மணமேடை பெ. (திருமணம் நடக்கும் மண்டபத்தில்) திருமணச் சடங்குகளை நிகழ்த்துவதற்காக அமைக்கப் பட்டிருக்கும் அலங்கரிக்கப்பட்ட சிறிய மேடை; decorated platform for wedding ceremony.

மணல் பெ. (கடற்கரை, பாலைவனம், ஆறு போன்ற இடங்களில்) காணப்படுவதும் நீரைத் தேக்கி வைத்துக் கொள்ளும் தன்மையற்றதும் பொடியாக இருப்பது மான துகள்கள்; sand. மணற்பாங்கான பகுதியில் பயிர் விளைவிக்க முடியாது./ பூச்சுக் கலவைக்குக் கொஞ்சம் மணல் சேர்த்துக்கொள்ளலாம்./ பொடி மணல்.

மணல் கடிகாரம் பெ. ஒன்றின் மேல் ஒன்றாகப் பொருத் தப்பட்டது போன்று அமைந்த இரண்டு அரைக்கோளக் கிண்ணங்களில், மேல் கிண்ணத்தில் நிரப்பப்பட்டுள்ள மணல் கீழ்க் கிண்ணத்தில் விழுவதை வைத்து (முற் காலத்தில்) நேரத்தை அறியப் பயன்பட்ட கண்ணாடி யால் ஆன கருவி; hourglass.

மணல் கடிகாரம்

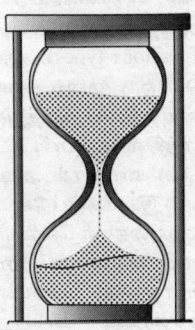

மணல் கொழி வி. *(கொழிக்க, கொழித்து) (ஊரக வ.)* **மழை விட்ட பிறகு வானத்தில் மேகங்கள் சிறுசிறு அலைகளாக உறைந்திருத்தல்;** (of sky soon after rain) form wavelet-like clouds. மழை ஓய்ந்துவிட்டதற்கு அடையாளமாக வானம் மணல் கொழித்திருக்கிறது.

மணல்கொள்ளை பெ. **ஆற்றிலிருந்து சட்டவிரோதமாக மணல் அள்ளும் செயல்;** the illegal act of mining sand from river beds.

மணல் சிற்பம் பெ. **ஆற்றங்கரை, கடற்கரை போன்ற மணற்பாங்கான இடங்களில் சமூகத்தைப் பாதிக்கும் குறிப்பிட்ட நிகழ்வுகள்மீது மக்களின் கவனத்தை ஈர்க்கத் தற்காலிகமாக மணலில் உருவாக்கப்படும் சிற்பம்;** sand sculpture. சுனாமியால் ஏற்பட்ட துயரத்தைக் காட்டும் விதத்தில் சென்னை கடற்கரையில் மாணவர்கள் ஒரு பெண்ணின் மணல் சிற்பத்தை அமைத்தனர்.

மணல்வாரி பெ. **தட்டம்மை;** measles.

மணலை பெ. *(இலங்.)* **சுமார் அரை மீட்டர் நீளத்தில் செதில்களோடு உருண்டையாக இருக்கும் (உணவாகும்) தவிட்டு நிறக் கடல் மீன்;** an edible sea fish, light brown in colour, approximately half a metre long and which has scales and is cylindrical.

மணவறை பெ. **(திருமணச் சடங்கின்போது) மணமேடையைச் சுற்றிக் கழிகளை நட்டு அலங்கரிக்கப்பட்ட அமைப்பு;** chamber-like structure for the performance of marriage rites.

மணவாட்டி பெ. *(அ.வ.)* **மனைவி;** wife.

மணவாளன் பெ. *(அ.வ.)* **கணவன்;** husband.

மணவிலக்கு பெ. **விவாகரத்து;** divorce.

மணற்பாடு பெ. *(இலங்.)* **மணற்பாங்கான நிலம்;** sandy soil. இந்த மணற்பாடான பூமியில் தென்னையைத் தவிர வேறு எதுவும் முளைக்காது.

மணற்புயல் பெ. **(பாலைவனம் போன்ற மணற்பாங்கான பகுதிகளில்) மிகுந்த வேகத்துடன் மணல் பறக்கச் சுழன்று வீசும் காற்று;** sand storm.

மணாளன் பெ. *(அ.வ.)* **கணவன்;** husband.

மணி[1] பெ. 1: **(பெரும்பாலும்) வெண்கலத்தால் செய்த, கவிழ்த்த கிண்ணம் போன்ற பகுதியின் நடுவில் தொங்கும் நாக்கால் அடிக்கப்பட்டு ஒலி எழுப்பும் சாதனம்;** bell (with tongue). கோயில் மணியோசை தெளிவாகக் கேட்டது. 2: **(ஒருவரின் வருகையைத் தெரிவிக்கும் விதத்தில்) விசையை அழுத்தினால் வீட்டினுள் ஒலி எழுப்பும் சாதனம்;** bell (of various types). கதவைத் திறக்க யாரும் வராததால் மீண்டும் ஒரு முறை மணியை அழுத்தினார்./ குழந்தை விடாமல் மணியை அடித்துக்கொண்டிருந்தது. 3: **(குறிப்பிட்ட நேரத்தில் குறிப்பிட்ட காரியம் நடக்கும் என்பதைக் காட்ட) கையால் அடித்து அல்லது மின் சக்தியைக்கொண்டு இயக்கப்படும் சாதனம்;** bell. பள்ளி மணி அடித்ததும் குழந்தைகள் வேகமாக வெளியே ஓடி வந்தனர்./ பார்வையாளர்களுக்கான நேரம் முடிவடைந்ததைக் காட்டும் விதத்தில் மருத்துவமனையில் மணி அடித்தது. 4: **அறுபது நிமிடம்கொண்ட கால அளவு;** hour. அரை மணியில் இந்த வேலை முடிந்துவிடும். 5: **மேற்குறிப்பிட்ட கால அளவின் அடிப்படையில் ஒரு நாளைக் கணக்கிட்டுப் பிரித்திருக்கும் பிரிவு; நேரம்;** time. மணி என்ன ஆகிறது? 6: *(இலங்.)* **சில ஆடுகளின் கழுத்தில் தொங்கும் சிறிய தசைப் பகுதி;** beard-like tuft hanging from the neck of a goat).

மணி[2] பெ. 1: **(ஆபரணம் முதலியவற்றில் பதிக்கும்) விலை உயர்ந்த கற்களைக் குறிக்கும் பொதுப்பெயர்; (குறிப்பாக) நீலம்;** general term for a precious stone; (esp.) sapphire. மணிகள் பதித்த கிரீடம்/ இறைவனை ஒப்பிலா மணி என்றார்./ மணி போன்ற கண்கள். 2: **(மாலையாகக் கோக்கப் பயன்படும்) துளைகொண்ட சிறிய உருண்டை வடிவப் பொருள்;** bead. மணி மாலை உன் கழுத்துக்கு அழகாக இருக்கிறது./ கடைக்குப் போனால் கறுப்பு மணி கொஞ்சம் வாங்கிக்கொண்டு வா. 3: **(நெற்பயிர் முதலியவற்றின்) கதிரில் உள்ள தானியம்;** grain of corn. வழியில் சிதறிக் கிடந்த நெல் மணிகளைக் கோழிகள் கொத்தித் தின்றுகொண்டிருந்தன. 4: *(-ஆக, -ஆன)* **(ஒன்றின் வடிவத்தைக் குறிப்பிடும்போது) (உருண்டை) வடிவில் அழகானது;** (when referring to the form or shape of sth.) beautifully round. என் மகளின் கையெழுத்து மணிமணியாக இருக்கும்./ மணிமணியான கையெழுத்து! 5: *(-ஆக, -ஆன)* **நேர்த்தி; சிறப்பு;** excellence. மணியான குழந்தைகள்/ பேச்சு மணியாக இருந்தது./ மணியான நான்கு புத்தகங்கள்.

மணிக்கட்டு பெ. **முழங்கையின் கீழ்ப்பகுதியும் உள்ளங்கையும் இணையும் பகுதி;** wrist. *(பார்க்க, படம்: உடல்)*

மணிக்கூட்டுக் கோபுரம் பெ. *(இலங்.)* **மணிக்கூண்டு;** clock tower. மணிக்கூட்டுக் கோபுரத்தின் அருகில்தான் பாடசாலை உள்ளது.

மணிக்கூடு பெ. *(இலங்.)* **கடிகாரம்; கைக்கடிகாரம்;** clock; watch. நல்ல மணிக்கூடு கட்டியிருக்கிறாய்.

மணிக்கூண்டு பெ. **கடிகாரம் பொருத்தப்பட்ட உயர்ந்த தூண் அல்லது கோபுரம் போன்ற அமைப்பு;** clock tower.

மணிச்சட்டம் பெ. **(குழந்தைகள் எண்ணறிவைக் கற்றுக்கொள்ள உதவும்) வரிசையாக அமைந்த கம்பிகளில் வெவ்வேறு எண்ணிக்கையில் மணிகள் கோக்கப்பட்ட சட்டம்;** abacus. கணிப்பொறியின் முன்னோடியாக மணிச் சட்டத்தைச் சொல்லலாம்.

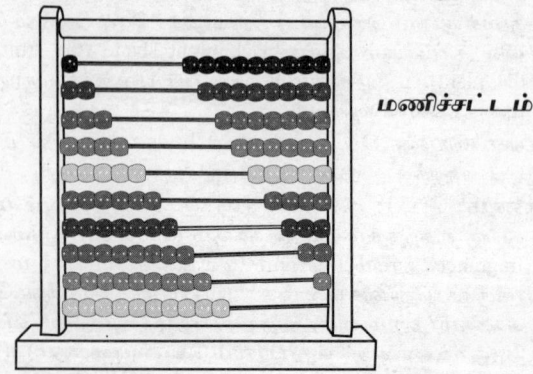

மணிச்சட்டம்

மணிச்சத்து பெ. **பயிரின் கதிர், மணி ஆகியவற்றின் வளர்ச்சிக்கான தாவரச் சத்து;** phosphate (for crops).

மணித்தியாலம் பெ. (இலங்.) **(மணிக் கணக்கில் குறிப்பிடும்) நேரம்;** time in terms of hour (that is specified). ஒரு மணித்தியாலத்தில் வந்துவிடுவேன் என்று சொல்லிவிட்டு வெளியில் சென்ற அப்பாவை இன்னும் காணவில்லையே./ வினாத்தாளில், 'மூன்று மணித்தியாலம் மாத்திரம்' என்று குறிக்கப்பட்டிருந்தது.

மணிப்பிரவாளம் பெ. **தமிழில் வடமொழிச் சொற்கள் அதிக அளவில் பயன்படுத்தப்பட்ட உரைநடை;** a kind of Tamil prose (practised mainly by commentators) characterized by a large number of Sanskrit loan words.

மணிப்புறா பெ. **தலையும் வயிற்றுப் பகுதியும் சாம்பல் நிறத்திலும், கழுத்து கறுப்பு வெள்ளைப் புள்ளிகளுடனும், தலை சிறிதாகவும், உடல் சற்றுப் பருமனாகவும் இருக்கும் பறவை;** spotted dove.

மணிமகுடம் பெ. (உ.வ.) **ரத்தினங்கள் பதிக்கப்பட்ட கிரீடம்;** crown set with precious stones.

மணிமண்டபம் பெ. **புகழ்பெற்ற ஒருவரின் நினைவாக எழுப்பப்படும் அலங்கார மண்டபம்; நினைவாலயம்;** memorial hall. இறந்த தலைவரின் நினைவாக ஒரு மணி மண்டபம் எழுப்பத் திட்டமிடப்பட்டுள்ளது.

மணிமேடை பெ. (வ.வ.) காண்க: **மணிக்கூண்டு.**

மணியக்காரர் பெ. **(முன்பு) கிராமத்தில் நில வரி, வீட்டு வரி ஆகியவற்றை வசூலித்தல், பிறப்பு இறப்புக் கணக்குப் பதிவேட்டை நிர்வகித்தல் போன்ற பணிகளைச் செய்துவந்தவர்; பட்டாமணியம்;** (formerly) village official entrusted with the collection of land revenue, house tax, etc.,

மணியம் பெ. 1: **(முன்பு) கிராமங்களில் நிலம் போன்றவற்றுக்கான வரிகளை வசூலிக்கும் வேலை;** (in former times) the job of collecting land taxes, etc., in villages. 2: காண்க: **மணியக்காரர்.**

மணிலா பெ. காண்க: **மணிலாக்கொட்டை.**

மணிலாக்கொட்டை பெ. **நிலக்கடலை;** peanut; groundnut.

மணிவிழா பெ. **(ஒருவருக்கு அல்லது ஒரு அமைப்புக்கு) அறுபது ஆண்டு நிறைவுபெற்றதைக் குறிக்கும் விதத்தில் நடத்தும் விழா;** celebration of sixtieth anniversary. பேராசிரியரின் மணிவிழாவை ஒட்டி மலர் வெளியிடப்பட்டது./ எங்கள் பள்ளியின் மணிவிழாவைச் சிறப்பாகக் கொண்டாடத் தீர்மானித்திருக்கிறோம்./ இந்த மருத்துவமனையின் மணிவிழாக் கட்டடம் முதல்வரால் திறக்கப்படவிருக்கிறது.

மணிஜாடி பெ. (வேதி.) **அறிவியல் ஆய்வுக் கூடத்தில் பயன்படும் மணி வடிவில் ஆன கண்ணாடி ஜாடி;** bell jar.

மணை[1] பெ. 1: **அடியில் சிறு குமிழோ கட்டையோ பொருத்தப்பட்டு உட்கார்வதற்குப் பயன்படுத்தும் பலகை;** wooden plank used as seat fixed with knobs or short pieces. மணையை எடுத்துப்போட்டு உட்கார்! 2: **(வீடுகளில் பயன்படுத்தும்) சில வெட்டும் கருவிகளின் அடிக்கட்டை;** wooden base of certain domestic cutting instruments. தேங்காய்த் துருவிக்குப் புது மணை மாற்ற வேண்டும். 3: **(வட்ட வடிவில் இருக்கும்) சப்பாத்தி இடுவதற்கான பலகை;** round wooden base for flattening the wheat dough.

மணை[2] பெ. (இலங்.) **(கத்தியின்) கூர்மை;** sharpness (of a knife). கத்தி மணை மழுங்கி விட்டது, பட்டறையில் தோய்வித்துக்கொண்டு வா.

மத்தகம் பெ. **(யானையின்) புடைத்த நெற்றிப் பகுதி;** forehead (of the elephant).

மத்தளம் பெ. (இசை) **சற்று நீண்டு, மிருதங்கம் போன்று இருக்கும் ஒரு தாள வாத்தியக் கருவி;** an elongated two-sided drum.

மத்தாப்பு பெ. **பற்றவைத்தால் வண்ணச் சுடர் எழுப்பக் கூடிய ரசாயனக் கலவை ஒரு முனையில் பூசப்பட்ட தீக்குச்சி வடிவப் பட்டாசு/மேற்கூறிய வண்ணச் சுடர் குச்சியும் கம்பி மத்தாப்பு போன்ற பிறவும்;** coloured matchstick used as a sparkler/sparklers (of various kinds different from crackers). அவனுக்கு வெடி எதுவும் வாங்கிக் கொடுக்காதே, மத்தாப்பு மட்டும் போதும்.

மத்தி[1] பெ. **மையம்; நடு;** middle; centre. குறித்த புள்ளியிலிருந்து வட்டத்தின் மத்திக்குக் கோடு வரையவும்.

மத்தி[2] பெ. **நீண்ட கீழ்த்தாடையைக்கொண்ட, சுமார் அரை மீட்டர் நீளம்வரை வளரும், வெள்ளி நிறத்தில் இருக்கும் (உணவாகும்) ஒரு வகைக் கடல் மீன்;** herring.

மத்தி[3] பெ. (இலங்.) **(ஓர் ஊரின், நகரின்) நடுவில் அமைந்திருக்கும் பகுதி;** centre place (of a village, town, etc.,) துன்னலை மத்தி.

மத்திம காலம் பெ. (இசை) **விளம்ப காலத்தின் இரட்டிப்பு வேகம்;** double the speed of விளம்ப காலம்.

மத்திமம் பெ. 1: (அ.வ.) **நடுத்தரம்;** middle. மத்திம வயது/ மத்திமமான உயரம். 2: (இசை) **ச, ரி, க, ம, ப, த, நி என்ற ஏழு ஸ்வரங்களுள் நான்காவது ஸ்வரம்;** fourth of the seven musical notes. 3: (சோதி.) **(ஒன்றின் நிலை, பலன், பயன் போன்றவற்றைக் குறித்து வரும்போது) சிறப்பாகவோ மோசமாகவோ இல்லாமல் நடுத்தரம்;** being mediocre. இருவருக்குமான ஜாதகப் பொருத்தம் மத்திமம் என்றுதான் சொல்ல வேண்டும்.

மத்திய பெ.அ. 1: **மத்திய அரசைச் சார்ந்த/மத்திய அரசின் கட்டுப்பாட்டுக்கு உட்பட்ட;** (of government) central. மத்திய மீன்வள ஆராய்ச்சி நிலையம்/ மத்திய அமைச்சர்கள். 2: **நடுவில் அமைந்த;** of the centre. ஊரின் மத்தியப் பகுதியில் குளம் இருந்தது. 3: **பல பிரிவுகளாக அமைந்திருப்பவற்றில் முக்கியமானதாகவோ கட்டுப்படுத்தும் அதிகாரம் கொண்டதாகவோ அமையும்;** central. காங்கிரஸ் மத்தியக் குழு நாளை கூடுகிறது./ மத்தியச் சிறை/ மத்திய நூலகம்.

மத்திய அரசு பெ. **(இந்தியாவில்) நாடாளுமன்றத்தில் பெரும்பான்மை பெற்ற கட்சியால் அமைக்கப்பட்ட அமைச்சரவை மூலம் நாட்டின் எல்லா மாநிலங்கள் மீதும் அதிகாரம் செலுத்த உரிமையை உடைய அரசு; மைய அரசு;** (in India) central government.

மத்தியக் கிழக்கு நாடுகள் பெ. **இந்தியாவுக்கும் ஆப்பிரிக்காவுக்கும் இடையில் அமைந்திருக்கும் எண்ணெய் வளம் நிறைந்த நாடுகளான ஈரான், ஈராக், எகிப்து, சிரியா, ஜோர்டான், இஸ்ரேல் முதலிய 17 நாடுகளைக் குறிக்கும் பொதுப்பெயர்;** Middle East countries.

மத்தியச் சிறை(சாலை) பெ. **தண்டனை பெற்ற சிறைக் கைதிகளை அடைத்து வைக்கும், நான்கைந்து மாவட்டங்களுக்குப் பொதுவாக இருக்கும் பெரிய சிறைச்சாலை;** central jail. வேலூர் மத்தியச் சிறையிலிருந்து சென்னை மத்தியச் சிறைக்குச் சில கைதிகள் கொண்டுவரப்பட்டனர்.

மத்தியத் தரைக்கடல் பெ. **ஒரு பக்கத்தில் வட ஆப்பிரிக்காவையும் மறுபுறம் ஐரோப்பாவையும் உள்ளடக்கிய கடல் பகுதி;** Mediterranean sea.

மத்தியத் தொகுப்பு பெ. **ஒரு மாநிலத்துக்கு உரியதாக இருந்தாலும் மத்திய அரசின் ஆணைக்குக் கட்டுப்பட்டு மற்ற மாநிலங்களுக்குப் பகிர்ந்து அளிக்க வேண்டியதாக அமையும் மின்சாரம், உணவுப்பொருட்கள் போன்ற துறைகளின் பகிர்மான அளவு;** central pool. மருத்துவக் கல்லூரிகளே இல்லாத மாநில மாணவர்களுக்கு மற்ற மாநிலங்களில் உள்ள மருத்துவக் கல்லூரிகளில் மத்திய தொகுப்பிலிருந்து இடங்கள் ஒதுக்கப்படுகின்றன.

மத்தியதர பெ.அ. **நடுத்தரப் பிரிவைச் சேர்ந்த;** middle class. மத்தியதர வர்க்கம்.

மத்திய நிர்வாகத் தீர்ப்பாயம் பெ. **(பொது நீதிமன்றங்களின் பணிச்சுமையைக் குறைக்கும் விதத்தில்) பொதுத் துறையிலும், மத்திய அரசின் கட்டுப்பாட்டில் உள்ள துறைகளிலும் உருவாகும் பணிகள் தொடர்பான வழக்குகளை விசாரிக்கும் நீதி நிர்வாக அமைப்பு;** Central Administrative Tribunal.

மத்தியப் பட்டியல் பெ. **(இந்திய அரசியல் சட்டத்தில்) மத்திய அரசு சட்டம் இயற்றும் அதிகாரமுள்ள துறைகளின் பட்டியல்;** the Union list of subjects in Indian Constitution over which the central government has the exclusive legislative power.

மத்தியஸ்தம் பெ. **(தகராறு, பிரச்சினை முதலியவற்றில்) நடுநிலை வகித்து எல்லாத் தரப்பினரிடமும் பேசிச் செய்யும் சமரசம்;** mediation; arbitration. நிர்வாகமும் தொழிற்சங்கமும் தகராறை மத்தியஸ்தத்துக்கு விடச் சம்மதம் தெரிவித்தன.

மத்தியஸ்தர் பெ. **சமரசம் செய்பவர்;** mediator; arbitrator.

மத்தியானம் பெ. (பே.வ.) **நண்பகல்; மதியம்;** midday; noon.

மத்தியில் இ.சொ. **'நடுவில்', 'இடையில்' என்ற பொருளில் பயன்படுத்தப்படும் இடைச்சொல்;** particle used in the sense of 'among', 'in the midst of'. அரசின் இந்தப் புதிய திட்டத்துக்கு மக்கள் மத்தியில் வரவேற்பு இருக்கிறது./ பல கஷ்டங்களுக்கு மத்தியில் இந்தத் தொழிலைத் துவக்கியுள்ளார்.

மத்து பெ. **(கீரை, பருப்பு முதலியவற்றை மசிப்பதற்காக) அரைக்கோள வடிவ அடிப்பகுதி கொண்ட அல்லது (வெண்ணெய் திரட்டுவதற்காக) நீண்ட பற்கள் உடையதாகச் செதுக்கப்பட்ட அடிப்பகுதியைக் கொண்ட, மரத்தால் ஆன சமையல் அறைச் சாதனம்;** kitchen implement to churn buttermilk or mash greens, lentil, etc.,

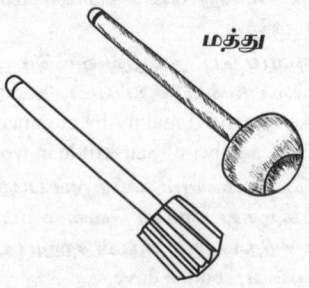

மத்து

மதகு பெ. **(அணை, ஏரி முதலியவற்றில்) தேவையான நீரைச் சீராக வெளியேற்றுவதற்கு ஏற்ற வகையில் திறந்து மூடக்கூடிய அமைப்பு;** sluice; regulator (to let off water from a dam, lake, etc.,).

மதகு
மதநீர் பெ. **இனப்பெருக்க விழைவுக் காலத்தில் (யானையின் கண்ணுக்கும் காதுக்கும் நடுவில் உள்ள சுரப்பியிலிருந்து) வெளியேறும் குழகுழப்பான கரும்பழுப்பு நிறத் திரவம்;** fluid secreted by an elephants in rut.

மதம்[1] பெ. **இறைத் தத்துவத்தையும் ஆன்மீகத்தையும் அடிப்படையாகக் கொண்ட நெறிமுறை; சமயம்;** religion. கிறித்தவ மதம்/ புத்த மதம்/ அவர் ஆழ்ந்த மத நம்பிக்கை உடையவர்.

மதம்[2] பெ. **(யானைக்கு) இனப்பெருக்க விழைவுக் காலத்தில் ஏற்படும் நிலைகொள்ளாத நிலை;** rut (of an elephant). யானைக்கு மதம் பிடித்துவிட்டது.

மதமதப்பு பெ. **1:** *(உடலைக் குறிப்பிடும்போது)* **செழிப்பு; செழுமை;** the luxuriance (of youth). திருமணத்திற்குப் பிறகு அவளது உடலில் மதமதப்புக் கூடிவிட்டது. **2: சுறுசுறுப்பற்ற மந்த நிலை;** lethargy. சாப்பிட்ட மதமதப்பில் பாயில் உருண்டுகொண்டிருந்தான்.

மதர்த்த பெ.அ. *(உ.வ.)* **செருக்கான;** proud; (of walk) strutting. மதர்த்த நடை.

மதர்ப்பு பெ. **1:** *(உடலைக் குறிப்பிடும்போது)* **செழிப்பு; வளம்;** (of body) healthy sheen of youthfulness. அவளுடைய மதர்ப்பான தோற்றத்தைக் கண்டு மயங்காதவர்களே இல்லை. **2: திமிர்;** arrogance. அவனுடைய பேச்சில் இருந்த மதர்ப்பு எனக்கு எரிச்சலூட்டியது./ திருவிழாக் கடையை ஏலம் எடுத்த மதர்ப்பில் பேசுகிறான்.

மதரசா பெ. *(இஸ்.)* **(பெரும்பாலும் மசூதியோடு இணைக்கப்பட்ட) இஸ்லாமிய மதக் கொள்கைகளைப் போதிக்கும் பள்ளி;** Islamic religious school.

மதரஸா பெ. (இஸ்.) காண்க: **மதரசா.**

மதலை பெ. (மண்.) **கோயிலில் வேண்டுதலுக்காக வைப்பதற்குக் கூப்பிய கரங்களோடு நிற்பது போன்று சுட்ட மண்ணால் செய்த ஆண், பெண் உருவம் அல்லது மனிதனின் கை, கால் அல்லது மாடு போன்ற சிறிய உருவங்கள்;** terracotta statuette of pious men or women with folded hands in worship or human limbs or of cattle placed by devotees in temples as votive offerings.

மதவாதம் பெ. **தனது மதத்தின் கோட்பாடுகளைத் தீவிரமாக வலியுறுத்தும் போக்கு;** fundamentalism. மதவாதக் கட்சி/ மதவாதக் கொள்கைகள்.

மதாளித்து வி.அ. (இலங்.) **கொழுத்து; செழித்து;** luxuriantly. வாழை மரம் நன்கு மதாளித்து வளர்ந்திருக்கிறது.

மதி[1] வி. (மதிக்க, மதித்து) **1: (ஒருவரின் வயது அல்லது ஒன்றின் விலை, அளவு முதலியவற்றை) கணக்கிடுதல்; அளவிடுதல்; நிர்ணயித்தல்;** estimate. விலை மதிக்க முடியாத கலைச் செல்வங்கள்/ விபத்தில் நாற்பது வயது மதிக்கத் தக்க ஒருவர் இறந்துபோனார். **2: (ஒன்றை அல்லது ஒருவரை) உயர்வாகக் கருதுதல்; உரிய மதிப்புக் கொடுத்தல்;** value (s.o. or sth.); respect. உயிருக்கும் மேலாக மதிக்கக்கூடியவை எவை?/ மனிதனை மனிதன் மதிக்க வேண்டும்./ அந்த எழுத்தாளரை நான் மிகவும் மதிக்கிறேன். [(தொ.சொ.) **கண்டுகொள்/ சீந்து/ பொருட்படுத்து**]

மதி[2] பெ. (உ.வ.) **அறிவு; புத்தி;** intellect. விதியை மதியால் வெல்ல முடியும்.

மதி[3] பெ. (உ.வ.) **நிலவு;** moon. மதி போன்ற முகம்.

மதிப்பளி வி. (-அளிக்க, -அளித்து) **(ஒருவருக்கு) மரியாதை தருதல்;** respect. பெரியவருக்கு மதிப்பளித்து எழுந்து நின்றான்./ உங்கள் வார்த்தைக்கு மதிப்பளித்து இவனுக்கு வேலை தருகிறேன்.

மதிப்பிடு வி. (மதிப்பிட, மதிப்பிட்டு) **1: (அளவு, விலை முதலியவற்றின் மூலம் அல்லது தரத்தின் அடிப்படையில்) கணக்கிடுதல்; நிர்ணயித்தல்; மதிப்பைக் கண்டறிதல்;** estimate; make an estimate. வெள்ளத்தினால் ஏற்பட்ட சேதம் நூறு கோடி என மதிப்பிடப்பட்டுள்ளது./ விலை மதிப்பிட முடியாத பழமையான பொருள்கள். **2: (ஒன்றை அல்லது ஒருவரைப் பற்றிக் குறிப்பிட்ட) கண்ணோட்டம் அல்லது கருத்து வைத்திருத்தல்;** evaluate; view. காந்தியடிகளை அரசியல்வாதி, தத்துவஞானி என்று பலவாறாக மதிப்பிடலாம்./ அவனைக் குறைத்து மதிப்பிடாதே./ ஒரு இலக்கியப் படைப்பை மதிப்பிடுவதற்குக் கோட்பாடுகள் எந்த விதத்திலும் உதவுவதில்லை.

மதிப்பீடு பெ. **1: (செலவு, விலை, அளவு முதலியவை குறித்துச் செய்யும்) நிர்ணயம்;** estimate. மூன்று கோடி ரூபாய் திட்ட மதிப்பீட்டில் இந்தச் சுற்றுலா வளாகம் கட்டப்பட்டுவருகிறது./ இது தொழில் துவங்கத் தேவையான முதலீட்டுக்கான மதிப்பீடு. **2: (விடைத்தாளை) திருத்தி உரிய மதிப்பெண் இடும் செயல்;** valuation. தேர்வுத்தாள் மதிப்பீட்டில் ஏதோ தவறு நடந்திருக்கிறது./ மாணவர்கள் தங்கள் விடைத்தாள்களை மறுமதிப்பீடு செய்ய விரும்பினால் இன்னும் பத்து நாட்களுக்குள் விண்ணப்பிக்கலாம். **3: ஒன்றை அல்லது ஒருவரைப் பற்றிக் கொண்டிருக்கும் கண்ணோட்டம் அல்லது கருத்து; விமர்சனப் பார்வை;** judgement; evaluation. அவரைப் பற்றி உயர்ந்த மதிப்பீடு எதுவும் எனக்குக் கிடையாது./ இந்த நாவலாசிரியருக்கு வாழ்க்கையைப் பற்றிச் சுயமான பார்வை இல்லை என்பதே எனது மதிப்பீடு. **4: (பெரும்பாலும் பன்மையில்) சரியானவை, முறையானவை அல்லது சரியற்றவை, முறையற்றவை என்ற ரீதியில் சமூகமும் தனிநபர்களும் உருவாக்கிக்கொள்ளும் நம்பிக்கை;** value. அதிகாரமும் சுயநலமும் மதிப்பீடுகளைக் குலைக்கின்றன./ உனது மதிப்பீடுகளை அடுத்தவர்மேல் சுமத்தாதே./ சமூகம் மாறுதலுக்கு உள்ளாகும்போது சமூக மதிப்பீடுகளும் மாறுகின்றன.

மதிப்பு பெ. **1: (ஒரு பொருளுக்கு விலையாக) நிர்ணயிக்கப்பட்ட அளவு; பெறுமானம்;** worth (of sth.); value. இந்த வீட்டின் மதிப்பு இருபது லட்சம் இருக்கும். **2: உயர்வாகக் கருதப்படும் நிலை; மரியாதை;** respect; regard. அவர்மேல் நான் பெரும் மதிப்பு வைத்திருக்கிறேன்./ எல்லோரும் அவருக்கு மதிப்புத் தர வேண்டும் என்று எதிர்பார்க்கிறார்./ நீ இப்படிக் குடித்தால் உன் மதிப்பு மரியாதை எல்லாம் போய்விடும். [(தொ.சொ.) **கௌரவம்/ மரியாதை/ மானம்**] **3: மதிப்பீடு;** valuation. என் மதிப்பில் இது நல்ல படம்தான்.

மதிப்புரை பெ. **(ஒரு புத்தகத்தின்) குறைநிறைகளை மதிப்பிட்டு எழுதும் விமர்சனம்;** review (of a book, etc.,); evaluation. என்னுடைய கவிதைத் தொகுப்புக்கான மதிப்புரை இன்றைய நாளிதழில் வந்திருக்கிறது./ மதிப்புரைக்கு நூலின் இரு படிகள் அனுப்ப வேண்டும்.

மதிப்பூதியம் பெ. **ஒருவருடைய குறுகிய காலப் பணி அல்லது சேவைக்கு மரியாதையின் அடையாளமாக அளிக்கப்படும் தொகை;** honorarium. [(தொ.சொ.) **ஊதியம்/ கூலி/ சம்பளம்**]

மதிப்பெண் பெ. **(எழுத்துத் தேர்வு, போட்டி போன்றவற்றில்) திறமை, செயல்பாடு போன்றவற்றை மதிப்பீடு செய்து அளிக்கப்படும், எண்ணால் ஆன அளவு;** mark (in an examination); score (in a competition). பள்ளி இறுதித் தேர்வில் அதிக மதிப்பெண் வாங்கிய மாணவர்களுக்குப் பரிசு.

மதியம் பெ. **சூரியன் உச்சிக்கு வரும் நேரம்; நண்பகல்;** noon; midday. மதிய உணவு இடைவேளை./ இன்று மதியம் என் பயணம் தொடங்குகிறது.

மதியீனம் பெ. (அ.வ.) காண்க: **அறிவீனம்.**

மதியூகம் பெ. (அ.வ.) **கூர்மையான அறிவு; சாமர்த்தியம்;** sagacity; cleverness.

மதில் பெ. **(அரண்மனையை உள்ளடக்கிய) கோட்டையின் வெளிச்சுவர்/ (கட்டடத்தின்) சுற்றுச்சுவர்;** outside wall of a fort; compound wall. மதில் சுவரை ஒட்டிக் கீழே அகழி இருந்தது./ கோட்டையின் மதில்மீது ஆங்காங்கே காவல் கோபுரங்கள் அமைக்கப்பட்டிருந்தன./ திருடர்கள் உள்ளே வந்துவிடாமல் இருக்க, மதில் சுவரின் மேல்பகுதியில் கூர்மையான கண்ணாடித் துண்டுகளைப் பதித்திருந்தார்கள்.

மதிள் பெ. (இலங்.) **(வீட்டின்) மதில்;** compound wall.

மதினி பெ. (வ.வ.) **அண்ணி;** wife of one's elder brother.

மது பெ. 1: **(சில தானியங்கள், பழங்கள் போன்ற வற்றை) நொதிக்கவைத்துத் தயாரிக்கப்பட்ட போதை ஊட்டும் பானம்;** liquor. 2: (உ.வ.) **(பூவின்) தேன்;** nectar (of a flower).

மதுக்கஷாயம் பெ. **(உள்நாட்டில் தயாரிக்கப்படும்) ஒரு வகை மதுபானம்;** a kind of local alcoholic brew.

மதுக்கூடம் பெ. (பு.வ.) **உரிய விலையைக் கொடுத்து மதுபானம் அருந்தும் வசதி கொண்ட விடுதி;** bar.

மதுபானம் பெ. **போதை தரக்கூடிய மது வகைகள்;** alcoholic drinks.

மதுரம் பெ. (-ஆக, -ஆன) (உ.வ.) **இனிமை;** sweetness. மதுரமான இசை.

மதுவிலக்கு பெ. **மது அருந்துவதற்கு (சட்டப்படி) விதிக்கும் தடை;** prohibition (of making and selling of alcoholic drinks). குஜராத் மாநிலத்தில் மதுவிலக்கு அமலில் உள்ளது.

மந்தகாசம் பெ. **புன்சிரிப்பு;** smile. முகத்தில் மந்தகாசம் தவழ்ந்தது.

மந்தம் பெ. (-ஆக, -ஆன) 1: **ஒரு செயல், வேலை, தொழில் போன்றவை இயல்பான வேகத்துடனும் சுறுசுறுப்புடனும் நடக்காத நிலை;** sluggishness; slackness. வேலை மந்தமாகத்தான் நடந்துகொண்டிருக்கிறது./ உற்பத்தியில் மந்த நிலை/ மந்தமான வாக்குப்பதிவு. 2: **ஊக்கமும் சுறுசுறுப்பும் இல்லாத தன்மை;** dullness; lethargy. காலையிலிருந்து வேலைசெய்ய முடியவில்லை; மந்தமாக இருக்கிறது./ படிப்பில் மந்தமாக இருக்கும் மாணவர்களுக்கு ஆசிரியர்கள் தனிக்கவனம் செலுத்திப் பாடம் சொல்லித்தர வேண்டும். [(தொ.சொ.) **அசதி / சுணக்கம்/ சோர்வு/ தளர்வு**] 3: *(காது, புத்தி முதலியவை குறித்து வரும் போது)* **திறன் குறைவு;** being hard of hearing; (of stomach) sluggishness. அவருக்குக் காது சற்று மந்தம்./ அவனுக்குப் புத்தி மந்தம்; அவன் சொன்னதைப் பெரிதாக எடுத்துக்கொள்ளாதீர்கள்./ கரடியின் நுட்பமான மோப்ப சக்தி அதன் மந்தமான பார்வையை ஈடுகட்டிவிடுகிறது. 4: **பசியெடுக்காமலும் சாப்பிட்ட உணவு செரிக்காமலும் இருக்கும் அசௌகரிய உணர்வு;** dyspepsia. காலையில் சாப்பிட்டது சரியாகச் செரிக்காததால் வயிறு மந்தமாக இருக்கிறது.

மந்தமாருதம் பெ. (உ.வ.) **தென்றல்;** breeze.

மந்த வாயு பெ. (வேதி.) **பிற வேதிப்பொருள்களுடன் சேர்ந்து வினைபுரியாத வாயு;** inert gas. ஹீலியம், நியான் போன்றவை மந்த வாயுக்கள் ஆகும்.

மந்தாரை பெ. 1: **சிறிய இலைகளையும், சிவப்பு நிறப் பூக்களையும் கொண்ட (அழகுக்காக வீடுகளில் வளர்க்கப்படும்) மரம்;** purple mountain ebony; variegated bauhinia. 2: **தையல் இலை செய்வதற்குப் பயன்படும் பெரிய இலையைத் தரும், வெள்ளைப் பூக்களை உடைய கொடி;** climbing mountain ebony; camel's foot climber.

மந்தாரை இலை பெ. **(உணவுப்பண்டம், பூ போன்றவற்றைப் பொட்டலம் கட்டப் பயன்படும்) மந்தாரைக் கொடியின், அவரை விதை வடிவில் பெரிதாக இருக்கும் இலை;** the broad and big leaf of climbing mountain ebony (usually used for wrapping parcels of food, flower, etc.,).

மந்தி[1] வி. (மந்திக்க, மந்தித்து) (அ.வ.) **(அஜீரணம் போன்ற காரணத்தால்) பசியற்ற நிலையில் இருத்தல்;** (of stomach) be sluggish. இரண்டு நாட்களாக வயிறு மந்தித்திருக்கிறது.

மந்தி[2] பெ. (உ.வ.) **(பொதுவாக) குரங்கு; (குறிப்பாக) பெண் குரங்கு;** (generally) monkey; (esp.) female monkey; langur. வெண் மந்தி இனம்/ கடுவனும் மந்தியும்.

மந்திரக்கோல் பெ. **(மந்திரவாதிகள் வைத்திருக்கும்) அபூர்வ சக்தி வாய்ந்ததாகக் கருதப்படும் சிறு கோல்;** magic wand.

மந்திரதந்திரம் பெ. **தந்திரமாக அல்லது ஏமாற்றும் நோக்கத்தோடு செய்யும் வேலைகள்;** clever acts. மந்திர தந்திரத்தில் பணம் சேர்க்க முடியாது. ஓயாமல் உழைக்க வேண்டும்./ கஷ்டப்பட்டுப் படித்தால்தான் நல்ல மதிப்பெண்கள் வாங்க முடியும். மந்திரதந்திரம் செய்து மதிப்பெண் வாங்க முடியுமா?

மந்திரம் பெ. 1: **(வழிபாடு, சடங்கு முதலியவற்றில் கூறப்படும்) சக்தி வாய்ந்ததாகவும் புனிதமானதாகவும் கருதப்படுகிற சொற்கள் அல்லது ஒலிகள்;** sacred words or sounds; utterance from sacred books. குருக்கள் மந்திரம் சொல்லி அர்ச்சனை செய்தார்./ வேத மந்திரம் கூறி வாழ்த்தினார். 2: **நம்ப முடியாத வித்தையை நிகழ்த்துவதற்கு வேண்டிய சக்தி வாய்ந்ததாக நம்பப்படும் ரகசிய வார்த்தைகள் அல்லது ஒலிகள்;** charm; incantation. திரைப்படத்தில் மந்திரவாதி 'ஜீபூம்பா' என்று மந்திரத்தைச் சொன்னதும் இளவரசி அழகிய கிளியாக மாறினாள்.

மந்திரவாதம் பெ. **மந்திரத்தால் நிகழ்த்தும் வித்தை;** magical feats. அவர் மந்திரவாதம் தெரிந்தவர்.

மந்திரவாதி பெ. **மந்திரம் கூறி அசாதாரணமான செயல்களை நிகழ்த்தக்கூடிய நபர்;** sorcerer; magician. கதையில் மந்திரவாதி அரசனை ஒரு பூனையாக மாற்றிப் பாதாள உலகத்தில் அடைத்துவிடுகிறான்.

மந்திர ஸ்தாயி பெ. (இசை) **ஒரு சுருதியில் முதல் ஸ்வரமான ஷட்ஜத்திலிருந்து கீழே 'நி' முதல் 'ச' வரை ஒலியில் குறைந்துகொண்டே போகும் ஸ்வரத் தொகுதி;** the lower octave in a particular சுருதி.

மந்திராலோசனை பெ. (அ.வ.) **(அரசன் போன்றோர்) நம்பிக்கைக்கு உரியவர்களுடன் நடத்தும் ஆலோசனை;** (of kings) deliberation over important issues (with one's confidants).

மந்திரி[1] வி. (மந்திரிக்க, மந்திரித்து) **(மந்திரவாதி போன்றோர் விஷத்தை இறக்கவோ நோய் முதலியவற்றை நீக்கவோ) மந்திரம் சொல்லுதல்;** utter mantras (for effecting cure, etc.,). தேள் கடிக்கு சாமியாரிடம் போய் மந்திரித்துக் கொண்டு வந்தாள்./ பூசாரி மந்திரித்துத் தந்த தாயத்து.

மந்திரி[2] பெ. 1: **(அரசனின்) அமைச்சன்;** minister (to a king). 2: (அ.வ.) **அமைச்சர்;** minister (in a cabinet).

மந்திரிசபை பெ. (அ.வ.) **அமைச்சரவை;** cabinet.

மந்தை[1] பெ. **கால்நடைகளின் தொகுதி;** flock; herd. ஆட்டு மந்தை.

மந்தை[2] பெ. **(ஊருக்கு வெளியே) பொதுவாக அமைந்த இடம்; பரந்த வெளி;** open space a village outside common to the community. சிறுவர்களும் சிறுமிகளும் மந்தையில்

விளையாடிக்கொண்டிருந்தனர்./ ஊர்க்கூட்டம் மந்தையில் நடந்துகொண்டிருந்தது.

மந்தைவெளி பெ. **மேய்ச்சலுக்கான மைதானம்; புல்வெளி;** pasture.

மப்பு[1] பெ. **(மழை வருவதற்கு அறிகுறியான) கரு மேக மூட்டம்;** overcast sky. வானம் ஒரே மப்பாக இருக்கிறது.

மப்பு[2] பெ. 1: (பே.வ.) **திமிர்; கொழுப்பு;** arrogance; haughtiness. பயலுக்கு மப்பு அதிகமாகி விட்டது. யாரிடம் சண்டை போடலாம் என்று திரிகிறான். 2: (பே.வ.) **(வயிற்றின்) அசௌகரிய உணர்வு; மந்தம்;** dyspepsia. காலையிலிருந்தே வயிறு மப்பாக இருக்கிறது.

மப்பும்மந்தாரமுமாக வி.அ. **(மழை வருவதற்கு அறிகுறியாக) வானம் இருட்டிக்கொண்டு மேக மூட்டத்துடன்;** overcast. ஒரே மப்பும்மந்தாரமுமாக இருக்கிறது. குடை எடுத்துக்கொண்டு போ.

மம்மல் பெ. (இலங்.) காண்க: **மைமல்.**

மமதை பெ. **திமிர்; இறுமாப்பு;** haughtiness; arrogantly proud. அதிகார மமதையில் இப்படியெல்லாம் நடந்துகொள்கிறார்./ அவருக்கு எதையும் பணத்தால் சாதித்துவிடலாம் என்கிற மமதை. [(தொ.சொ.) **அலட்சியம்/ உதாசீனம்/ திமிர்/ மிதப்பு**]

மய்யத் பெ. (இஸ்.) **உயிரற்ற உடல்; சவம்;** dead body.

மயக்க ஊசி பெ. **(அறுவைச் சிகிச்சையின்போது) உணர்ச்சி மரத்துப்போய் வலி தெரியாமல் இருப்பதற்காக நோயாளிக்குப் போடப்படும் ஊசி;** anaesthetic injection. மயக்க ஊசி போட்டுவிட்டுத்தான் அறுவைச் சிகிச்சை செய்வார்கள்.

மயக்கம் பெ. 1: **தலைச்சுற்றல் முதலியவை ஏற்பட்டுச் சுயநினைவு இழக்கும் நிலை;** giddiness. வெயில் தாங்காமல் மயக்கம்போட்டு விழுந்தார்./ சாப்பிடாமல் இருந்தாலும் மயக்கம் வரும். [(தொ.சொ.) **கிறக்கம்**] 2: **(போதைப்பொருள் உட்கொள்வதால்) சுயக்கட்டுப்பாடு இழந்த நிலை;** intoxicated state; stupor. குடி மயக்கத்தில் தள்ளாடித்தள்ளாடி நடந்து வந்தார்./ (உரு வ.) புகழினால் ஏற்பட்ட மயக்கம் [(தொ.சொ.) **போதை/ லகரி**] 3: காண்க: **வேற்றுமை மயக்கம்.**

மயக்க மருந்தியல் பெ. **அறுவைச் சிகிச்சைக்கு முன் நோயாளி மயக்க நிலையை அடையச் செய்வதற்கான மருந்து தருவது பற்றிய மருத்துவத் துறை;** field of medicine that deals with anaesthesia; anaesthetics.

மயக்க மருந்து பெ. 1: **மயக்கம் ஏற்படுத்தும் மருந்து;** any preparation that causes loss of consciousness or fainting. வயதான பெண்மணிக்கு மயக்க மருந்து கொடுத்து நகைகளைத் திருடிய நபரைக் காவல்துறை கைதுசெய்தது. 2: **(அறுவைச் சிகிச்சையின்போது) உணர்ச்சிகள் இல்லாமல் ஆக்கும் மருந்து;** anaesthesia. அறுவைச் சிகிச்சையின்போது நோயாளிக்கு எவ்வளவு மயக்க மருந்து கொடுக்கலாம் என்பதை மருத்துவ வல்லுநர்கள் அறிவார்கள்.

மயக்கு வி. (மயக்க, மயக்கி) 1: **ஒருவரைக் கவர்ச்சிக்கு உள்ளாக்கி வசப்படுத்துதல்;** charm (s.o.); bring (s.o.) under a spell. அவள் அழகு உன்னை மயக்கிவிட்டது./ திரைப்படங்கள் மக்களை மயக்கிக் கனவுலகிற்குக் கொண்டுசெல்கின்றன. 2: **தன்னையே மறக்கும்படி ஒருவரை ஆக்குதல்;** make (one) forget (about everything); charm. அந்தக் குழந்தையின் சிரிப்பு என்னை மயக்கிவிட்டது./ பார்ப்பவரை மயக்கும் இயற்கைக் காட்சிகள்.

மயங்கு வி. (மயங்க, மயங்கி) 1: **கவர்ச்சிக்கு உள்ளாகிக் கட்டுப்படுதல்; தன்வசம் இழத்தல்;** come under a spell; be charmed. அவருடைய வார்த்தை ஜாலங்களில் மயங்கி மோசம்போனான்./ அவருடைய ஆடம்பரத்தைக் கண்டு மயங்கிவிடாதே! 2: **தன்னை மறத்தல்;** forget oneself; be charmed. இயற்கைக் காட்சிகளைக் கண்டு மயங்கி நின்றான். 3: **சுயநினைவு இழத்தல்;** lose consciousness. குடித்துவிட்டு மயங்கிக் கிடக்கிறார்./ கடும் வெயிலால் மயங்கி விழுந்தான். 4: (உ.வ.) **(பகல் பொழுது குறைந்து) இருள் பரவுதல்;** get dark. பொழுது மயங்கத் தொடங்கியது. 5: **மனம் குழம்புதல்;** get confused. உண்மைக்கும் பொய்க்கும் வேறுபாடு தெரியாமல் மயங்காதே!

-மயம் இ.சொ. **'(முன் குறிப்பிடப்படுவது) நிறைந்திருக்கும் நிலை', '(முன் குறிப்பிடப்படும்) ஒன்றாகவே இருத்தல்', '(முன் குறிப்பிடப்படுவதைத் தவிர) வேறு எதுவும் இல்லை' முதலிய பொருள் தரும் வகையில் பெயர்ச்சொற்களோடு இணைந்து வரும் இடைச்சொல்;** particle in combination with certain nouns used in the sense of 'all', 'the very embodiment of', 'nothing but (what is mentioned)'. எங்கும் இருள்மயம்/ அவர் அன்புமயமாகவே காட்சியளித்தார்./ அவருடைய பேட்டி முழுவதும் குற்றச்சாட்டுமயமாக இருந்தது.

மயான அமைதி பெ. **(விரும்பத் தகாத சம்பவத்துக்குப் பிறகோ அல்லது பயம் ஏற்படுத்தும் வகையிலோ ஓர் இடத்தில்) சத்தமோ பேச்சோ இல்லாமல் மிகவும் அமைதியாகக் காணப்படும் நிலை;** eerie silence. கலவரத்துக்குப் பிறகு நகரில் மயான அமைதி நிலவியது./ தெருவில் மயான அமைதி.

மயானக்கரை பெ. (பே.வ.) காண்க: **மயானம்.**

மயானக்கூரை பெ. **(மாநில அரசு கிராமப்புற மயானத்தில் கட்டிக்கொடுத்த) மழைக் காலத்திலும் இடையூறு இல்லாமல் பிணத்தை எரியூட்ட ஏதுவாக, கூரையுடன் சிறிய மேடையைக் கொண்ட கட்டமைப்பு;** a roofed structure forming the cremation ground.

மயானம் பெ. **இறந்தவர்களைப் புதைக்கும் அல்லது எரிக்கும் இடம்;** a place for burying or cremating the dead. ஊருக்கு வெளியே ஆற்றங்கரையில் ஒரு மயானம் இருக்கிறது.

மயான வைராக்கியம் பெ. **(ஒருவரின் ஈமச்சடங்கைப் பார்க்கும்போது, இந்த உலக வாழ்க்கை அநித்தியமானது என்ற) நீடித்து நிலைக்காத ஞானம்;** realisation that human life is ephemeral usually ascribed as realised at one's funeral.

மயிர் பெ. **முடி;** hair. மயிர்க் கற்றை/ அடர்ந்து வளர்ந்திருந்த மயிர்.

மயிர்க்கால் பெ. **ரோமக்கால்;** root of the hair.

மயிர்க்குட்டி பெ. (இலங்.) **சிறிய கம்பளிப் பூச்சி;** kind of small caterpillar.

மயிர்க்கூச்செறி வி. (மயிர்க்கூச்செறிய, மயிர்க்கூச்செறிந்து) **(மெய்சிலிர்ப்பதால்) முடி குத்திட்டு நிற்றல்;**

get goose-flesh. திரைப்படத்தின் உச்சகட்டக் காட்சியான துப்பாக்கிச் சண்டை மயிர்க்கூச்செறியவைக்கிறது.

மயிர் மாணிக்கம் பெ. (தோட்டங்களிலும் வீட்டு முகப்புகளிலும் அழகுக்காக வளர்க்கப்படும்) கம்பி போன்ற சிறிய இலைகளையும் சிவப்பு நிறப் பூக்களையும் உடைய ஒரு வகைக் கொடி; cypress vine.

மயிரிழை பெ. 1: குறிப்பிடப்படும் ஒன்று நடந்திருக்கக்கூடிய சாத்தியங்கள் இருந்தும் மிகக் குறைந்த வித்தியாசத்தில் அல்லது இடைவெளியில் அது நடக்காமல் போனது என்ற பொருளில் பயன்படுத்தும் சொல்; a hair's breadth. வெடிகுண்டு வீச்சிலிருந்து அமைச்சர் மயிரிழையில் தப்பினார்./ எங்கள் அணி கால்பந்தாட்ட இறுதிப் போட்டியில் மயிரிழையில் தோற்றது./ ஒரு மயிரிழை பிசகியிருந்தால் இந்நேரம் என்னவாகியிருக்கும்? 2: மிகக் குறைந்த நுணுக்கமான அளவு; hair's breadth. ஒரு மயிரிழையின் ஐம்பது பாகத்தில் பத்து லட்சம் இணைப்புகள் கொண்ட சிலிக்கன் சில்லு பொருத்தப்படுகிறது./ சுருதிக்கும் குரலுக்கும் மயிரிழை அளவுகூட வேறுபாடு தெரியக் கூடாது./ கடைசியாய் ஒட்டிக் கொண்டிருந்த மயிரிழை ஆசைகூட அறுந்துவிட்டது.

மயில் பெ. (மினுமினுப்பான கருநீல உடலும், வட்டங்களுடைய தோகையுடன் ஆண் பறவையையும், தோகை இல்லாமல் சாம்பல் நிறத்தில் பெண் பறவையையும் கொண்ட) பச்சை நிறக் கொண்டையுடன் நீண்டு வளைந்த மெல்லிய கழுத்தைக் கொண்ட பெரிய பறவை; Indian peafowl.

மயில் துத்தம் பெ. (சாயமேற்றவும் பூச்சிக் கொல்லியாகவும் பயன்படும்) கருநீல நிறப் படிகம்; copper sulphate.

மயிலாட்டம் பெ. மயில் இறகுகளைக் கோத்து இடுப்பில் கட்டிக்கொண்டு மயில் ஆடுவது போல் ஆடும் ஒரு வகை நாட்டார் நடனம்; a folk dance in which the dancer ties round his or her waist peacock feathers strung together.

மயிலை பெ. (காளை, பசு முதலியவற்றின் நிறத்தைக் குறிப்பிடும்போது) சாம்பல் நிறம்; வெண்மை கலந்த கருநிறம்; (of cattle) mixed colour of white and black; grey colour. மயிலைக் காளை திமிறியது.

மயிற்கொன்றை பெ. சிவப்பு நிறப் பூக்களைப் பூக்கும் கொன்றை வகையைச் சேர்ந்த பெரிய மரம்; Madagascar flame of the forest; gulmohar.

மர்ம பெ.அ. (நாவல், திரைப்படம் தொடர்பாக வரும்போது) எதிர்பாராத திருப்பங்களுடன் திகில் அம்சங்கள் நிறைந்த; (of fiction, film, etc.,) suspense-packed. மர்மக் கதை/ மர்மப் படங்கள் எடுத்துப் புகழ்பெற்றவர்.

மர்ம உறுப்பு பெ. (அ.வ.) காண்க: மர்மஸ்தானம்.

மர்மம் பெ. (-ஆக, -ஆன) 1: தெளிவாக விளங்காமலும் வெளிப்படையாக இல்லாமலும் மறைமுகக் காரணங்கள் கொண்டதாகவும் அமைவது; புதிராக இருப்பது; something puzzling; riddle; secret. அவருடைய சாவில் ஏதோ மர்மம் இருக்கிறது./ அவருடைய நடவடிக்கைகள் மர்மமாக இருந்தன./ மருத்துவர்களுக்கே பிடிபடாமல் அப்படி என்ன மர்மமான நோய்? [(தொ.சொ.) சூட்சமம்/ புதிர்/ பூடகம்] 2: காண்க: மர்மஸ்தானம்.

மர்மஸ்தானம் பெ. (நாகரிகம் கருதி மறைமுகமாகக் கூறும்போது) பிறப்புறுப்பு; genitals. எதிரி அவன் கழுத்தை நெரிக்கத் தொடங்கியவுடன் எட்டி மர்மஸ்தானத்தில் உதைத்தான்.

மர வி. (மரக்க, மரத்து) 1: (இரத்த ஓட்டத்தில் தடை ஏற்படுவதால் கை, கால் முதலிய பகுதிகள்) கனத்து விறைப்பாக ஆதல்; (of limbs) get stiff; go to sleep. ஒரே இடத்தில் உட்கார்ந்திருந்து கால் மரத்துப்போயிருக்கிறது. 2: (உடல் அல்லது மனம்) வலியை அல்லது உணர்ச்சியை உணர இயலாமல் இருத்தல்; be or become numbed. பசி என்கிற உணர்ச்சியே மரத்துப்போனால் எப்படி இருக்கும்?/ தோல்விக்குமேல் தோல்வியைச் சந்தித்து மனம் மரத்துவிட்டது!

மர ஆணி பெ. மரச் சட்டங்களை இணைக்கப் பயன்படுத்தும் மூங்கில் பிளாச்சில் செய்த ஆணி; square peg made of bamboo split (for fastening wooden frames). மர ஆணியால் ஜன்னல் சட்டங்களைக் கோத்துள்ளார்கள்.

மரக்கலம் பெ. (முந்தைய காலத்தில்) பாய் மரங்களினால் நீரில் செலுத்தப்படும் மரத்தால் ஆன போக்குவரத்துச் சாதனம்; மரக் கப்பல்; ship with sails.

மரக்கலன் பெ. காண்க: மரக்கலம்.

மரக்கறி பெ. (சைவ உணவான) காய்கறி, கீரை முதலியவை; (vegetarian food such as) vegetables, greens, etc.,

மரக்கால் பெ. 1: (தானியம் அளக்கும் முகத்தலளவையில்) நான்கு அல்லது எட்டு லிட்டர் கொண்ட அளவு; a measure of four litres in some regions and eight in some others. 2: மேற்குறிப்பிட்ட அளவு குறிக்கப்பட்ட, மரத்தால் அல்லது உலோகத்தால் ஆன கொள்கலன்; the measure of the above capacity. 3: நெல் அளக்கப் பயன்படும் பிரம்புக் கூடை; basket made of cane used for measuring paddy.

மரக்காலை பெ. (இலங்.) மரவாடி; timber depot.

மரகதப் புறா பெ. பஞ்சவர்ணப்புறா; common emerald dove.

மரகதம் பெ. விலை உயர்ந்த பச்சை நிறக் கல்; emerald.

மரங்கொத்தி பெ. உளி போன்று உறுதியான, சற்று நீண்ட அலகும், கூரிய நகங்களுடன் கால்களும், கூரிய வால், இறகுகளும் கொண்ட, மரத்தைக் கொத்தித் துளைத்துப் பூச்சிகளை உண்ணும் பறவை; woodpecker. மரங்கொத்தி மரப்பட்டையினுள் இருக்கும் புழுபூச்சிகளை உண்ணும்.

மரச்சீனிக்கிழங்கு பெ. மரவள்ளிக் கிழங்கு; tapioca.

மரண அடி பெ. (பே.வ.) (ஒருவரின் செயல்பாடுகளை முடக்கிவிடக்கூடிய அளவிலான) பெரும் பாதிப்பு; deathblow. 'இந்தப் புதிய வரி விதிப்பு சிறுதொழில் முதலீட்டாளர்களுக்கு மரண அடியாக அமைந்துவிட்டது' என்று அவர் கருத்துத் தெரிவித்தார்./ 2003ஆம் ஆண்டு உலகக் கோப்பையில் தென்னாப்பிரிக்க அணிக்கு மரண அடி கிடைத்தது.

மரணக் கிணறு பெ. **சர்க்கஸில் சாகச வீரர் ஒருவர் மோட்டார் சைக்கிளில் சுற்றி சாகசம் செய்வதற்கேற்ப பெரிய அரைக்கோள வடிவில் அமைந்திருக்கும் அமைப்பு/அதில் நிகழ்த்தும் சாகசம்;** well at a circus in which a motorcycle rider performs daring feats/the event of performing such feats. இரண்டு இளைஞர்கள் 40 அடி உயர மரணக் கிணற்றில் கார் ஓட்டி சாகசம் புரிந்தனர்.

மரணக் கூண்டு பெ. **(சர்க்கஸ், பொருட்காட்சி போன்ற இடங்களில்) சாகசச் செயலாக இருசக்கர வாகனத்தை வேகமாகவும் சுற்றிச்சுற்றியும் ஓட்டுவதற்காகக் கோள வடிவில் உருவாக்கப்பட்ட மிகப் பெரிய இரும்புக் கூண்டு/இந்த இரும்புக் கூண்டில் நிகழ்த்தப்படும் சாகசச் செயல்;** globe-like cage made of steel within which a motorcycle rider performs daring feats/the event of performing such feats.

மரணசாசனம் பெ. *(இலங்.)* **தனக்கு மரணம் நெருங்குவதாகக் கருதும் ஒருவர் கடைசியாக எழுதும் உயில்;** will; testament. மரணசாசனத்தில் தான் வளர்த்த பிள்ளைக்கும் பங்கு காட்டி எழுதியிருக்கிறார்./ பிள்ளைமேல் உள்ள கோபத்தினால் தன் சொத்தையெல்லாம் கோயிலுக்கு மரணசாசனம் முடித்துவிட்டார்.

மரண தண்டனை பெ. **கொலை முதலிய கடும் குற்றம் புரிந்தவரின் உயிரைப் போக்குமாறு நீதிமன்றம் வழங்கும் தண்டனை;** sentence of death.

மரணப்படுக்கை பெ. **(நோய், முதுமை முதலியவற்றால்) மரணம் நெருங்கும் கட்டம்; இறக்கும் தறுவாய்;** deathbed.

மரணம் பெ. **சாவு; இறப்பு;** death. மாரடைப்பால் மரணம்.

மரண வாக்குமூலம் பெ. **(குற்றம், விபத்து போன்றவற்றில் சம்பந்தப்பட்டவர்) மரணம் நெருங்கும் தறுவாயில் தரும் வாக்குமூலம்;** testimony of a dying person.

மரணி வி. *(மரணிக்க, மரணித்து)* **மரணமடைதல்; இறத்தல்;** die.

மரநாய் பெ. **பகலில் மரப் பொந்துகளில் அல்லது கிளைகளில் இருப்பதும், இரவில் நடமாடுவதுமான (புனுகுப் பூனையின் குடும்பத்தைச் சேர்ந்த) கரும் பழுப்பு நிற விலங்கு;** toddy-cat; palm civet.

மரப்பல்லி பெ. **(சுமார் ஆறு அங்குலத்திலிருந்து பன்னிரண்டு அங்குலம் நீளம்வரை வளரக்கூடிய) மித வெப்பப் பகுதிகளில் காணப்படும் ஒரு வகைப் பெரிய பல்லி;** gecko.

மரப்பாச்சி பெ. **(பெண்) குழந்தைகளுக்கான (மனித உருவம் செதுக்கப்பட்ட) மரப் பொம்மை;** wooden doll (for little girls).

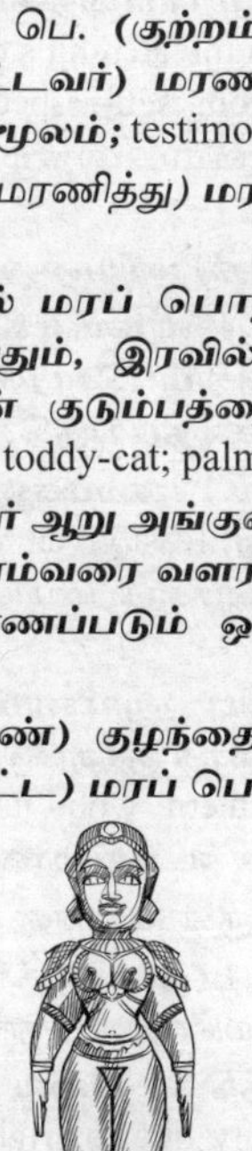

மரப்பாச்சி

மரபணு பெ. **(ஒரு உயிரியின்) பண்புகளைக் குறித்த பாரம்பரியத் தகவல்களைக் கொண்டிருக்கும் உயிரணுவின் ஒரு பகுதி;** gene. தாவரங்களில் மரபணு மாற்றங்கள் செய்து பல புதிய தாவரங்களை உருவாக்கலாம் என்று விஞ்ஞானிகள் கண்டுபிடித்துள்ளனர்./ மனித மரபணுக்களின் செயல்பாட்டைத் தெரிந்துகொள்ள ஆராய்ச்சிகள் நடந்துவருகின்றன./ பெற்றோரை ஒத்த குணங்கள் ஒரு குழந்தையிடம் காணப்படுவதற்குக் காரணம் மரபணுக்கள்தான்.

மரபணு மாற்றம் பெ. **நுண்ணுயிரிகள், தாவரங்கள், விலங்குகள் ஆகியவற்றின் அடிப்படை மரபணு அமைப்பில் (நோய் எதிர்ப்பு மருந்துகள் தயாரிப்பு, உயர் விளைச்சல், வறட்சியை எதிர்த்து நிற்கும் தன்மை, பூச்சிகளை எதிர்த்து வளரும் சக்தி போன்றவற்றுக்காக) அறிவியல் தொழில்நுட்பத்தைப் பயன்படுத்திச் செய்யும் மாற்றம்;** genetic modification.

மரபியல் பெ. **1: சொல் எவ்வாறு வழங்கப்படுகிறது என்னும் மரபைக் கூறும், இலக்கணத்தின் பகுதி;** the part of ancient grammar which deals with the convention of words. **2: உயிரினங்கள் தங்கள் உருவம், குணம் முதலியவற்றை மரபணுக்களின் மூலம் பரம்பரைபரம்பரையாகத் தங்கள் சந்ததியினருக்கு எவ்வாறு கடத்துகின்றன என்பதை ஆராயும் அறிவியல் துறை;** heredity.

மரபியல் கோளாறு பெ. **காண்க: மரபியல் நோய்.**

மரபியல் நோய் பெ. **ஒன்று அல்லது ஒன்றுக்கு மேற்பட்ட மரபணுக்கள் இயல்புக்கு மாறான அமைப்பைக் கொண்டிருப்பதால் பிறந்ததிலிருந்தே உள்ள குறைபாடு அல்லது நோய்;** genetic disorder. சில மரபியல் நோய்கள் லட்சத்தில் ஒருவரையே பாதிக்கிறது.

மரபியல் பிழை பெ. *(பெ.வ.)* **(நச்சுத் தன்மை நிறைந்த சுற்றுச்சூழல், பெற்றோரின் பாரம்பரியம் போன்ற காரணிகளால்) ஒன்று அல்லது ஒன்றுக்கு மேற்பட்ட மரபணு இழை இயல்புக்கு மாறான அமைப்பைக் கொண்டிருக்கும் தன்மை அல்லது குறைபாடு;** genetic disorder.

மரபீனி பெ. **மரபணு;** gene.

மரபு பெ. **1: (பண்பாட்டின் எல்லா அம்சங்களிலும்) பல காலமாகப் பின்பற்றப்பட்டு வருவது அல்லது பலரால் ஏற்றுக்கொள்ளப்பட்ட நியதி;** established usage; tradition. திருமணத்தின்போது மணமகன் மணமகளுக்குத் தாலி கட்டுவது என்பது இந்து மத மரபு./ ஜனநாயக மரபு. **2: பாரம்பரியம்;** heredity. மரபுவழி நோய்கள். **3: ஒன்றின் அல்லது ஒருவரின் தொடர்ச்சியாகப் பின்பற்றப்படுவது;** tradition. சங்க இலக்கிய மரபிலிருந்து நாம் இப்போது வெகு தூரம் விலகி வந்துவிட்டோம்./ பிக்காசோ மரபையொட்டி ஏராளமான ஓவியர்கள் உருவானார்கள்.

மரபுக்கவிதை பெ. **யாப்பு இலக்கணத்துக்கு உட்பட்டு எழுதப்படும் கவிதை;** conventional verse.

மரபுத்தொடர் பெ. **சொல்லுக்குச் சொல் பொருள் கொள்ள முடியாததும் முற்றிலும் வேறுபட்ட பொருளில் வழங்கிவருவதுமான தொடர்;** idiom. தமிழில் 'கம்பி நீட்டு' என்பது 'ஓசைப்படாமல் ஒரு இடத்தை விட்டுப்

போய் விடுதல்' என்னும் பொருளில் வழங்கும் ஒரு மரபுத் தொடர் ஆகும்.

மரம் பெ. **1: பருமனான தண்டுப் பாகத்தையும் கிளைகளையும் உடைய, உயரமான, எல்லாப் பருவங்களிலும் வளரக்கூடிய (பொதுவாக நீண்ட காலம் நிலைக்கக்கூடிய) தாவரங்களைக் குறிக்கும் பொதுப்பெயர்;** tree. எங்கு பார்த்தாலும் மரம், செடி, கொடிகள் என்று ஊரே பசுமையாக இருந்தது./ ஆல மரம்/ புளிய மரம்/ தென்னை மரம். **2: (மேஜை, நாற்காலி முதலியவை செய்வதற்குப் பயன்படும்) வெட்டியோ அறுத்தோ நீக்கிய கிளை அல்லது அடிப்பகுதி;** wood; timber. மர அலமாரி/ தேக்கு மரத்தில் செய்த கட்டில்.

மரமண்டை பெ. *(பே.வ.)* **1: அறிவில்லாத நபர்;** blockhead. எது சொன்னாலும் அந்த மரமண்டைக்குப் புரியாது. **2: விரைவாகச் சிந்திக்கவோ அல்லது முழுமையாகக் கிரகித்துக் கொள்ளவோ இயலாத மூளை;** stupidity. எவ்வளவு சொன்னாலும் உன் மரமண்டையில் ஏறவில்லை என்றால் நான் என்ன செய்வது?

மரமல்லி பெ. **வெண்மையான நீண்ட காம்பையும் நீளமான இதழ்களையும் கொண்ட, நறுமணம் வீசும் ஒரு வகைப் பூ/ இந்தப் பூப் பூக்கும் மரம்;** Indian cork (the flower and the plant).

மரவட்டை பெ. **உடல் முழுதும் பட்டையான கோடுகளையும் நூற்றுக் கணக்கான சிறு கால்களையும் கொண்ட, ஊர்ந்து செல்லும் உயிரினம்;** millipede.

மரவள்ளிக் கிழங்கு பெ. **தடித்த பழுப்பு நிறத் தோலுடைய (உணவாகும்) ஒரு வகைக் கிழங்கு;** cassava. மரவள்ளிக் கிழங்கிலிருந்து சேமியா, ஜவ்வரிசி முதலியவற்றைத் தயாரிக்கிறார்கள்.

மரவளையம் பெ. **(சில மரங்களைக் குறுக்காக வெட்டும்போது தெரியும்) ஆண்டுக்கு ஒன்று என்ற வீதத்தில் தோன்றி மரத்தின் வயதை நிர்ணயிக்க உதவும் வளையம் போன்ற கோடு;** tree ring.

மரவாடி பெ. **மரம், பலகை போன்றவற்றை விற்பனை செய்யும் கடை;** timber depot.

மரவுரி பெ. **(முற்காலத்தில் முனிவரும் காட்டுக்குச் சென்று வசிப்போரும் அணிந்திருந்ததாகக் கூறப்படும்) மரப் பட்டையால் ஆன ஆடை;** bark of tree used as clothing (formerly by ascetics, etc.,); bark cloth garment.

மரவேலை பெ. **மரச் சாமான்கள் செய்யும் வேலை; தச்சு வேலை;** carpentry.

மரவை பெ. *(ஊரக வ.)* **உப்பு அல்லது திருநீறு வைப்பதற்கான சிறிய மரத்தால் ஆன கலன்;** receptacle (for sacred ash or salt).

மராமத்து பெ. *(அ.வ.)* **கட்டடம், குளம், சாலை முதலியவற்றைப் பழுதுபார்க்கும் வேலை; பராமரிப்பு;** repairs and maintenance (of public utilities).

மரி வி. *(மரிக்க, மரித்து)* **சாதல்; இறத்தல்;** die. மனிதரின் பாவங்களுக்காகச் சிலுவையில் மரித்தவரின் சரிதம்.

மரிக்கொழுந்து பெ. (பே.வ.) காண்க: **மருக்கொழுந்து.**

மரியன்னை பெ. *(கிறித்.)* **இயேசுவின் அன்னை;** Mother Mary.

மரியாதை பெ. *(-ஆக)* **1: (வயது, அந்தஸ்து, பதவி முதலியவற்றின் அடிப்படையில்) (ஒருவருக்கு) காட்டும் அல்லது ஏற்பட்டிருக்கும் மதிப்பு;** respect (shown to or won by s.o.). வீட்டுக்கு வந்தபோது சரியான மரியாதை செய்யவில்லை என்று மாப்பிள்ளைக்குக் கோபம்./ இப்படி ஒரு காரியத்தைச் செய்து ஊரில் எனக்கிருந்த மரியாதையைக் கெடுத்துவிட்டானே. [*(தொ.சொ.)* **கௌரவம்/ மதிப்பு/ மானம்**] **2: (ஒருவருக்குக் காட்டும்) மதிப்பின் அடையாளம்;** token of respect; formality. பெண்ணுக்கு மாப்பிள்ளை பார்த்திருப்பதுபற்றித் தாத்தாவிடம் ஒரு மரியாதைக்குச் சொல்லிவிடுவோம். **3: (அடிப்படைப் பண்பாக அமையும்) நாகரிகம்;** civilized or cultured behaviour. ஒரு மரியாதைக்காகவாவது கதவைத் தட்டிவிட்டு உள்ளே வர வேண்டும் அல்லவா?

மரியாதை செய் வி. *(செய்ய, செய்து) (பே.வ.)* **(ஊரில் உள்ள பெரிய மனிதருக்கு அல்லது ஊர்ப் பொதுக் காரியத்துக்கு உதவி செய்தவருக்கு) பொதுமக்கள் முன்னிலையில் சால்வை போர்த்தி, மாலை அணிவித்துக் கௌரவித்தல்;** honour s.o. ஊரில் பள்ளிக்கூடம் கட்ட இலவசமாக நிலம் அளித்தவருக்கு மரியாதை செய்ய வேண்டாமா?/ மாணவர்கள் அனைவரும் சேர்ந்து விழா நடத்தி ஆசிரியருக்கு மரியாதை செய்தனர்.

மரியாதைப் பன்மை பெ. **(ஒருமையாக இருந்தாலும்) உயர்வு கருதி ஒருவரைப் பன்மையில் குறிப்பிடும் சொல்;** honorific plural.

மரியாதையாக வி.அ. *(பே.வ.)* **('தான் சொல்வதைச் செய்யாவிட்டால் அவமானத்தையோ பாதிப்பையோ ஏற்படுத்திவிடுவேன்' என்ற தொனியில் ஒருவரை அச்சுறுத்தும்போது) மரியாதையைக் காத்துக்கொள்ளும் பொருட்டு;** (when threatening s.o.) word used in the sense of 'if you value your self-respect', etc., மரியாதையாகப் போய்விடு. இல்லாவிட்டால் கழுத்தைப் பிடித்து வெளியே தள்ளுவேன்.

மரியாள் பெ. *(கிறித்.)* **மரியன்னை;** Mary.

மரு[1] பெ. **ஒரு வகை வைரஸின் காரணமாகத் தோன்றும், லேசாகப் புடைத்தும் சொரசொரப்பாகவும் காணப்படும் கறுப்பான சதைப் பகுதி;** wart.

மரு[2] பெ. *(ஊரக வ.)* **மணமகனுக்குப் பெண் வீட்டார் அளிக்கும் விருந்து;** feast given to the groom by the bride's family. முதல் மருவுக்காக மாப்பிள்ளை ஊரிலிருந்து வந்திருக்கிறார்.

மருக்கொழுந்து பெ. **நறுமணம் மிகுந்த இலைகளைக் கொண்ட ஒரு வகைக் குத்துச்செடி/அந்தக் குத்துச்செடியின் இலை;** southern wood/its aromatic leaves. மருக்கொழுந்து வைத்துக் கட்டிய மாலை.

மருகு வி. *(மருக, மருகி)* காண்க: **மறுகு.**

மருங்கு பெ. *(உ.வ.)* **(ஓர் இடத்தின்) ஓரம்; பக்கம்;** side (of a place). சாலையின் இரு மருங்கும் மரங்கள்.

மருட்சி பெ. **பயத்தின் விளைவான கலக்கம்; மிரண்டிருத்தல்;** perplexity due to fright. பம்பாய்க்கு வந்த புதிதில் இருந்த மருட்சி இப்போது இல்லை./ பெரியப்பாவின் திடீர் விஜயம் அப்பாவையும் அம்மாவையும் மருட்சி கொள்ள வைத்தது./ என்னை பார்த்ததும் அவள் கண்களில் ஒரு மருட்சி தோன்றியது.

மருட்டு வி. (மருட்ட, மருட்டி) (உ.வ.) **பயமுறுத்துதல்; கலவரப்படுத்துதல்;** frighten; disturb. பள்ளிப் படிப்பு குழந்தைகளை மருட்டுகிற ஒன்றாக இருக்கக் கூடாது.

மருத்துநீர் பெ. (இலங்.) **(புது வருடப் பிறப்பன்று காலையில் கோயிலுக்குச் செல்லும்போது) தலையில் தெளித்துக்கொள்ளக் கோயிலில் தரப்படும் தாழம்பூ, துளசி, அருகம் புல், பால், கோமியம் முதலியவை கலந்த நீர்; தீர்த்தம்;** sacred water.

மருத்துவக் காப்பீடு பெ. (பு.வ.) **எதிர்பாராத உடல்நலக் குறைவு அல்லது காயம் ஏற்படும்போது சிகிச்சைக்கான செலவை ஈடுகட்டும் வகையில் ஒரு காப்பீட்டு நிறுவனத்துடன் ஒருவர் செய்துகொள்ளும் ஒப்பந்தம்;** medical insurance.

மருத்துவச்சி பெ. **(கிராமப்புறங்களில்) அனுபவத்தின் அடிப்படையில் பிரசவம்பார்க்கும் பெண்மணி;** (traditionally trained) midwife (in rural areas).

மருத்துவம் பெ. 1: **நோய்க்கான காரணத்தைக் கண்டறிவதற்கும் நோயைக் குணப்படுத்துவதற்கும் முறையான பயிற்சியைக் கொண்ட தொழில்;** practice of medicine. 2: (அ.வ.) **பிரசவம்பார்ப்பதற்குச் செய்யும் உதவி;** midwifery. பிரசவ கால மருத்துவம்.

மருத்துவமனை பெ. **நோயாளிகள் சென்று அல்லது தங்கியிருந்து சிகிச்சை பெறும் இடம்;** hospital; clinic; nursing home.

மருத்துவமாது பெ. (இலங்.) **(கிராமப்புறங்களில்) பிரசவம் பார்க்கும் பெண்மணி; மருத்துவச்சி;** (tradionally trained) midwife (in rural areas). மருத்துவமாது கர்ப்பிணிப் பெண்ணின் வீட்டுக்குச் சென்று வைத்தியம் செய்தாள்.

மருத்துவர் பெ. **முறையாக மருத்துவம் பயின்று சிகிச்சை அளிப்பதற்குத் தகுதி பெற்றவர்;** medical practitioner; physician; doctor.

மருத்துவ வாழை பெ. (இலங்.) **மஞ்சளும் பச்சையும் கலந்த நிறத்தில் இருக்கும் ஒரு வகை வாழைப்பழம்;** a kind of plantain fruit with the mixed colour of yellow and green.

மருதம் பெ. 1: **(பழங்கால இலக்கியங்களில் குறிப்பிடப்படும் ஐந்து வகைத் திணைகளில்) வயலும் வயல் சார்ந்த இடமும்;** (of the fivefold divisions of land in classical literature) agricultural tract. 2: **நீர்நிலைகளின் ஓரம் வளரக்கூடிய, தொங்கும் கிளைகளைக் கொண்ட சில வகை மரங்களின் பொதுப்பெயர்;** common term for the trees, such as arjun and pride of India. மருத மரம் உயரமாக வளரும்.

மருதாணி பெ. **அரைத்துப் பூசிக்கொண்டால் (உள்ளங்கை, நகம் முதலியவற்றில்) சிவப்பு நிறம் தரும் ஒரு வகை இலை/அந்த இலையை உடைய செடி;** leaves of the plant henna crushed and used as dye (applied on the palms and nails)/(the plant) henna.

மருந்தகம் பெ. **மருந்துக்கடை;** medical shop; pharmacy.

மருந்தாளுநர் பெ. **(ஆங்கில) மருந்துகளைத் தயாரிக்கும், கையாளும் முறையைப் பயின்றவர்;** pharmacist. மருந்தாளுநர் பயிற்சி.

மருந்தியல் பெ. **மருந்தில் உள்ள மூலப்பொருள்பற்றியும் நலன்கள்பற்றியும் விவரிக்கும் அறிவியல் துறை;** pharmacology.

மருந்து பெ. 1: **(நோய், காயம் முதலியவற்றை) குணப்படுத்தும் பொருள்;** medicine. 2: **(கெடுதல் விளைவிக்கும் பூச்சிகளை அழிக்க) நச்சுத் தன்மை கொண்டதாகத் தயாரிக்கப்படும் ரசாயனப் பொருள்;** any chemical substance used as insecticide, pesticide, etc., மூட்டைப்பூச்சி மருந்து./ வயலுக்கு மருந்து தெளிக்க வேண்டும்./ பூச்சிக் கொல்லி மருந்தைக் கவனமாகக் கையாள வேண்டும்.

மருந்துக்கடை பெ. **ஆங்கில மருத்துவத்தில் பயன்படுத்தப்படும் மருந்துகள் விற்கும் கடை;** medical shop; pharmacy.

மருந்துக்குக்கூட வி.அ. (எதிர்மறைச் சொற்களோடு மட்டும்) **சிறிதளவுகூட, (எதிர்பார்க்கப்படும்) குறைந்த அளவிலும்;** even a little; even the bare minimum of (sth.). மருந்துக்குக்கூட மழை பெய்யவில்லை./ அந்தப் பரந்த வெளியில் மருந்துக்குக்கூட ஒரு மரம் இல்லை.

மருந்துச் சீட்டு பெ. **நோயாளியைப் பரிசோதித்த பிறகு பின்பற்ற வேண்டிய சிகிச்சை முறை, சாப்பிட வேண்டிய மருந்து போன்றவற்றைப் பரிந்துரைத்து மருத்துவர் எழுதித் தரும் தகவல்கள் அடங்கிய தாள்;** (doctor's) prescription.

மருந்துமாயம் பெ. **(தன் காரியத்தைச் சாதித்துக்கொள்வதற்காக) திறமையாக மேற்கொள்ளும் உபாயம்;** uncanny means. என்ன மருந்துமாயம் பண்ணினானோ தெரியவில்லை. அவன் பின்னாலேயே இவள் சுற்றிக் கொண்டிருக்கிறாள்./ மேலதிகாரிகளுக்கு என்ன மருந்து மாயம் செய்தாரோ புரியவில்லை. நிறுவனத்தில் சேர்ந்த ஒரே வருடத்தில் நல்ல பதவிக்கு வந்துவிட்டார்.

மருந்துவை வி. (-வைக்க, -வைத்து) **வசியம் செய்யக் கூடியது அல்லது நோய் ஏற்படுத்தக் கூடியது என்று நம்பப்படும் பொருளை உணவில் கலந்து ஒருவரை உண்ணச் செய்தல்;** mix a potion in one's food which supposedly acts as a magic charm and causes illness. யாரோ அவனுக்கு மருந்துவைத்துவிட்டதால்தான் அவன் இரத்த இரத்தமாய் வாந்தியெடுக்கிறான் என்று பாட்டி நம்பினாள்.

மருமக்கள் பெ. **(ஒரு பெண்ணின்) சகோதரனுடைய அல்லது (ஒரு ஆணின்) சகோதரியினுடைய குழந்தைகள்;** one's nephews and nieces.

மருமகள் பெ. 1: **மகனின் மனைவி;** daughter-in-law. 2: **(ஒருவனுக்கு) சகோதரியின் மகள் அல்லது (ஒருத்திக்கு) சகோதரனின் மகள்;** niece.

மருமகன் பெ. 1: **மகளின் கணவன்;** son-in-law. 2: **(ஒருவனுக்கு) சகோதரியின் மகன் அல்லது (ஒருத்திக்கு) சகோதரனின் மகன்;** nephew.

மருவு வி. (மருவ, மருவி) (இலக்.) **(காலப்போக்கில் சொல் வடிவம்) மாற்றமடைதல்;** (of words) get transformed; undergo mutation. 'மூன்று ஆறு' என்பது மருவி 'மூணாறு' என ஆகியிருக்கலாம்.

மருள் வி. *(மருள, மருண்டு)* **(பயத்தால்) மிரளுதல்;** be frightened. *புலியைக் கண்ட மான் மருண்டு ஓடியது.* [*(தொ.சொ.)* **பயப்படு/ மிரள்**]

மரூஉ பெ. *(இலக்.)* **காலப்போக்கில் மாற்றம் அடைந்து வழங்கும் சொல்;** word that undergoes changes such as contraction.

மரை[1] பெ. 1: **(திருகாணி ஒரு பரப்பின் உள்ளே செல் வதற்காக) நுனியிலிருந்து மேல்நோக்கிச் சுற்றிச்சுற்றி செல்லும் குழிந்த கோடு;** thread (of a bolt or nut). *மரை தேய்ந்துவிட்டதால் திருகாணியைப் பலகையில் பொருத்த முடியவில்லை.* 2: **திருகாணியை அது பொருத்தப்பட்ட பரப்பின் மறுபக்கத்தில் உறுதியாகப் பற்றியிருக்கும் சிறு வளையம்;** nut of the bolt. *மரை கழன்று விழுந்து விட்டது.*

மரை[2] பெ. *(வ.வ.)* **மாடுகளின் மேல் இருக்கும் கறுப்பு, வெள்ளைத் திட்டுகள்;** (when referring to cow) piebald patches.

மரைக்கார் பெ. *(இலங்.)* **(இஸ்லாமியர் வழக்கில்) பள்ளி வாசல் நிர்வாக உறுப்பினர்;** trustee of a mosque.

மல் பெ. **அதிகக் கனமில்லாத பருத்தி இழைகளால் இயந்திரத்தில் நெய்யப்பட்ட மெல்லிய துணி;** cotton fabric woven with medium count yarns. *மல் ஜிப்பா.*

மல்கு வி. *(மல்க, மல்கி) (உ.வ.)* **(கண்ணீர்) நிறைதல்; ததும்புதல்;** (of tears) well up. *தமிழாசிரியர் கண்களில் நீர் மல்கக் குடியரசுத் தலைவரிடமிருந்து நல்லாசிரியர் விருதைப் பெற்றார்.*

மல்கோவா பெ. **திட்டுத்திட்டாகப் பச்சை நிறத்தைக் கொண்ட மஞ்சள் நிறத் தோலையும், திரட்சியான சதைப் பகுதியையும், மிகுந்த இனிப்புச் சுவையையும் உடைய ஒரு வகை மாம்பழம்;** a variety of mango.

மல் துணி பெ. **பெரும்பாலும் 44 அங்குல அகலத்தில் இருப்பதும் சலவை செய்ததால் வெள்ளையாக இருப் பதுமான நூல் துணி;** bleached mull cotton cloth usually of 44 inches in width.

மல்யுத்தம் பெ. **முதுகு தரையில் படும்படி பிடி போட்டுத் தள்ளி, எதிராளியை விழச் செய்யும் விளை யாட்டு;** wrestling. *மல்யுத்தப் போட்டி/ மல்யுத்த வீரர்கள்.*

மல்லன் பெ. **(பழங்காலத்தில்) மல்யுத்தம் செய்வதில் தேர்ச்சி பெற்றவன்;** wrestler.

மல்லா வி. *(மல்லாக்க, மல்லாந்து, மல்லாந்த ஆகிய வடி வங்களில் மட்டும்)* **முதுகு கீழாகவும் முகம் மேல்நோக் கியும் இருத்தல்;** lie on (one's) back; be supine. *குப்புறப் படுத்திருந்த குழந்தையை மல்லாக்கப் படுக்கவைத்தாள்./ ரப்பர் மிதவையின் மேல் மல்லாந்து படுத்தபடி வானத்தைப் பார்த்துக்கொண்டிருந்தான்./ அவன் மல்லாந்த நிலையில் விழுந்து கிடந்தான்.*

மல்லாடு வி. *(மல்லாட, மல்லாடி) (பே.வ.)* **(ஒன்றைச் செய்துமுடிக்க, சமாளிக்க) சிரமப்படுதல்;** ***அல்லாடு தல்;*** struggle (to do sth.); carry on with difficulty. *இந்த முட் டாள்களோடு என்னால் மல்லாட முடியாது./ ஐந்து வருஷ மாக இந்த ஓட்டைத் தையல் இயந்திரத்துடன் மல்லாடிக் கொண்டிருக்கிறேன்.*

மல்லாத்து வி. *('மல்லாத்தி' என்ற எச்ச வடிவம் மட்டும்) (பே.வ.)* **மல்லாந்து இருக்கும்படி செய்தல்;** make (s.o.) lie on (their) back. *குழந்தையை மல்லாத்திப் படுக்கவை!*

மல்லாரி பெ. *(இசை)* **கோயில்களில் உற்சவம் நடை பெறும் சமயத்தில் சுவாமி புறப்பாட்டின் போது நாக சுரத்தில் வாசிக்கப்படும், கம்பீர நாட்டை என்னும் ராகத்தில் அமைந்த, பல தாள நுணுக்கங்களை உள் ளடக்கிய ஒரு இசை வடிவம்;** musical form set in the ராகம் கம்பீரநாட்டை with various nuances in தாளம் played on the instrument நாகசுரம் during the festivals in temples.

மல்லி[1] பெ. காண்க: **மல்லிகை.**

மல்லி[2] பெ. காண்க: **கொத்தமல்லி.**

மல்லிகை பெ. **மணம் மிகுந்த சிறு கூம்பு வடிவ வெண் ணிறப் பூ/அந்தப் பூப் பூக்கும் கொடி;** a variety of jasmine (the flower and the plant).

மல்லுக்கட்டு வி. *(-கட்ட, -கட்டி)* 1: *(அ.வ.)* **மற்போர் செய்தல்;** wrestle. *நம் ஊர் வஸ்தாதும் வெளியூர் பயில் வானும் இன்று மல்லுக்கட்டுகிறார்களாம்.* 2: **(பேச்சில்) தகராறு செய்தல்/(தேவையில்லாமல் ஒருவருடன்) வாக்குவாதத்தில் ஈடுபடுதல்;** engage in a wrangle. *கேட் கிற வாடகையைக் கொடுத்துவிட்டு வராமல் வண்டிக்கார ருடன் ஏன் மல்லுக்கட்டிக்கொண்டிருக்கிறாய்?* 3: **(ஒன் றைச் செய்ய அல்லது ஒருவரைச் செய்ய வைக்க) போராடுதல்;** struggle hard. *தினமும் மல்லுக்கட்டிதான் குழந்தையைச் சாப்பிட வைக்க வேண்டியதாக இருக்கிறது./ இந்தக் கல்யாணம் வேண்டாம் என்று மகனோடு மல்லுக் கட்டிப்பார்த்துவிட்டேன். அவன் கேட்கிற வழியாக இல்லை./ ஒரு மணி நேரமாக மல்லுக்கட்டியும் இயந்தி ரத்தை இயக்க முடியவில்லை.*

மல்லுக்கு நில் வி. *(நிற்க, நின்று) (பே.வ.)* **(எதிர்த்துப் பேசி) சண்டை போடுதல்/(எதிர்க்கும் நபரோடு) போராடுதல்;** contend with (s.o.)/struggle; wrestle (with). *நீ சொன்னபடிதானே செய்திருக்கிறேன், இருந்தும் என் னோடு ஏன் மல்லுக்கு நிற்கிறாய்?/ இவனைப் பள்ளிக் கூடத்துக்கு அனுப்ப மல்லுக்கு நிற்க வேண்டியிருக்கிறது./ கூட்டுக்குடும்பத்தில் எல்லோரோடும் மல்லுக்கு நிற்க வேண்டியிருக்கிறது என்று என் மகள் அலுத்துக்கொண் டாள்.*

மலக்குடல் பெ. **உண்ட உணவிலிருந்து சத்துகள் உறிஞ்சி எடுக்கப்பட்டபின் எஞ்சிய கழிவுப் பொருள் கள் மலமாக மாற்றமடைந்து வந்துசேரும் பெருங் குடலின் ஒரு பகுதி;** bowel.

மலங்கமலங்க வி.அ. *(பார், விழி ஆகிய வினைகளோடு வரும்போது)* **குழப்பத்தோடு ஒன்றும் புரியாமல்;** puzzled; bewildered. *'பணம் கொண்டு வந்திருக்கிறாயா?' என்று கேட்டதற்குப் பதில் சொல்லாமல் மலங்கமலங்க விழித்தான்./ வீட்டுக்கு வந்த விருந்தினர்களைக் குழந்தை மலங்கமலங்கப் பார்த்துக்கொண்டு நின்றது.*

மலச்சிக்கல் பெ. **(எளிதில் அல்லது சரிவர) மலம் வெளி யேறாமல் இருக்கும் நிலை;** constipation. *குழந்தைக்கு மலச்சிக்கல் ஏற்படாமலிருக்க நிறைய தண்ணீர் கொடு!*

மலசலக்குழி பெ. *(இலங்.)* **கழிப்பறையிலிருந்து வெளி யேறும் கழிவுகள் சென்று அடையும், பெரிய நிலத் தடித் தொட்டி;** septic tank. *சோதனை என்ற பெயரில் ராணுவம் மலசலக்குழிகளைக்கூடத் தோண்டிப் பார்த்தது.*

மலசலகூடம் பெ. (*இலங்.*) **கழிப்பறை;** toilet; lavatory. படுக்கை அறை, சமையலறை, மலசலகூடம் ஆகியன மிகவும் விசேட வசதிகளுடன் நல்ல முறையில் அமைக்கப்பட்டிருக்க வேண்டும்.

மலடன் பெ. (*த.வ.*) **பெண்ணைக் கருத்தரிக்கச் செய்ய முடியாத உடல் குறைபாடு உடையவன்;** sterile man.

மலடி பெ. (*த.வ.*) **கருத்தரிக்க முடியாத உடல் குறைபாடு உடையவள்;** barren woman.

மலடு பெ. **1:** (*த.வ.*) **கருத்தரிக்க அல்லது கருத்தரிக்கச் செய்ய இயலாத உடல் குறைபாடு உள்ள நிலை;** sterility. **2: மேற்குறிப்பிட்ட நிலை உள்ள ஒருவர் அல்லது ஒன்று;** s.o. or sth. that is sterile. *நம் வீட்டுப் பசு மலடா?*

மலடுதட்டு வி. (*-தட்ட, -தட்டி*) **(ஒருவருக்கு) புதிய சிந்தனைகள், கருத்துகள் முதலியவை தோன்றாத நிலை ஏற்படுதல்;** become barren of ideas. *இந்தக் கவிஞருக்குக் கற்பனை மலடுதட்டிவிட்டது என்று நினைக்கிறேன், எழுதியதையே எழுதிக்கொண்டிருக்கிறார்.*

மலத்துவாரம் பெ. **ஆசனவாய்;** anus.

மலம்[1] பெ. **1: (மனித உடலிலிருந்து) ஆசனவாய் வழியாக வெளியேறும் கழிவு;** (human) faeces; excrement. **2:** (*சித்த.*) **வாதம், பித்தம், கபம் ஆகியவற்றின் காரணமாக உடலில் உண்டாகிற (முடி, நகம் முதலியவற்றையும் உள்ளடக்கிய) கழிவுப்பொருள்;** waste matter produced in the human body including hair, nail, etc.,

மலம்[2] பெ. **(சைவ சித்தாந்தத்தில்) (ஆன்மா இறைவனுடன் கலப்பதற்குத் தடையாக இருக்கும்) பாசம்;** (in Saiva Siddhanta) the binding principle.

மலமிளக்கி பெ. **குடலில் மலத்தை இளக்கி எளிதாக வெளியேறச் செய்யும் தன்மை கொண்ட மருந்து;** laxative.

மலர்[1] வி. (*மலர, மலர்ந்து*) **1: மொட்டு விரிதல்; (பூ) பூத்தல்;** (of buds) open (into a flower); blossom. *இரவில் மலரும் பூச்செடி இது./ (உரு வ.) புது ஆட்சி மலர மக்கள் ஆதரவு தர வேண்டும் என்று வேட்பாளர் கோரினார்.* **2: (சமைக்கப்படும் அரிசி, கம்பு போன்ற தானியம் நன்றாக வெந்து) பொலபொலவென்று விரிதல்;** spread; expand; extend. *ஒரு பாத்திரத்தில் கம்பைப் போட்டுத் தேவையான அளவு தண்ணீர் ஊற்றி, மலர வேகவைத்துக் கொள்ளவும்.* **3: (முகத்தில்) பொலிவு ஏற்படுதல்;** (of face) light up. *அம்மாவைக் கண்டதும் குழந்தையின் முகம் மலர்ந்தது.* **4: (விரும்பத்தக்க நிலை, தன்மை போன்றவை) தோன்றுதல்; ஏற்படுதல்;** (of love, friendship) blossom;(of smile) appear; (of a new order) bloom. *கல்லூரியில் மூன்றாம் ஆண்டின்போது அவர்கள் இடையே காதல் மலர்ந்தது./ புன்னகை மலர உள்ளிருந்து வந்தான்.* **5:** (*உ.வ.*) **(வாழ்வு) வளம் அடைதல்;** (of life) prosper. *ஏழைகளின் வாழ்வு மலரப் பாடுபட்ட தலைவரின் கதை.*

மலர்[2] பெ. **பூ;** flower. *ஒரு மலரின் படம் வரைந்து பாகங்களைக் குறிக்கவும்./ மலர்க் கண்காட்சி.*

மலர்[3] பெ. **விழா, பண்டிகை போன்றவற்றுக்கான ஒரு பத்திரிகையின் அல்லது நிறுவனத்தின் சிறப்பு வெளியீடு;** bumper issue (of a journal); (annual) magazine (of an institution, etc.,); souvenir. *பொங்கல் மலர்/ கல்லூரியின் ஆண்டு மலரில் என் கவிதை வந்திருக்கிறது.*

மலர்க்காட்சி பெ. **பூச்செடிகளையும் அலங்காரச் செடிகளையும் பார்வைக்கு வைத்திருக்கும் கண்காட்சி;** flower show.

மலர்க்கொத்து பெ. **பூச்செண்டு;** bouquet.

மலர்ச்சி பெ. **1: (முகம், கண்கள் ஆகியவற்றில்) மகிழ்ச்சி, உற்சாகம் முதலிய உள்ளுணர்ச்சியைக் காட்டக்கூடிய பொலிவு;** cheerfulness. *அவர் முக மலர்ச்சியோடு என்னை வரவேற்றார்.* [(*தொ.சொ.*) களை/ சோபை/ பொலிவு] **2: மேம்பாடு; முன்னேற்றம்; வளர்ச்சி;** growth. *ஏழை எளிய மக்களின் வாழ்க்கையில் மலர்ச்சி காண வேண்டும் என்பதற்காகவே இந்தத் திட்டம் உருவாக்கப்பட்டது./ தமிழ்ப் பண்பாட்டு மலர்ச்சியின் முழுவடிவமாக அமைந்திருப்பது பொங்கல் பண்டிகை./ இந்தக் கல்வி முறையினால் இந்தியர்களுடைய சிந்தனையில் ஒரு புதிய மலர்ச்சி ஏற்பட்டது./ தமிழுக்கு ஒரு புது மலர்ச்சியை உண்டாக்கியவர் உ. வே. சாமிநாதையர்.* **3: (குறிப்பிட்ட நிலை அல்லது தன்மையின்) முழுமையான அல்லது சிறப்பான வெளிப்பாடு;** development. *பருவ மலர்ச்சி என்பது ஆணைவிடப் பெண்ணுக்கே முதலில் நிகழும்./ இப்படி ஒவ்வொரு முறையும் அன்பின் மலர்ச்சியை நீங்கள் உண்மையாகவே காண்பீர்கள்./ கருத்து மலர்ச்சி!*

மலர்ச்செண்டு பெ. **பூச்செண்டு;** bouquet.

மலர்த்து வி. (*மலர்த்த, மலர்த்தி*) **விரியத் திறத்தல்;** open wide. *கண்களை மலர்த்தி என்னைப் பார்த்தாள்.*

மலர் மருத்துவம் பெ. **மருத்துவக் குணம் நிறைந்ததாகக் கருதப்படும் சில வகை மலர்களைக் கொண்டு செய்யப்படும் சிகிச்சை;** medical treatment using flowers that are believed to have medicinal properties.

மலர்வளையம் பெ. **(இறந்தவர்க்கு அஞ்சலி செலுத்தும் விதத்தில் வைக்கும்) மலர்களையும் இலைகளையும் வைத்துக் கட்டிய வளையம்;** wreath. *மறைந்த தலைவருக்கு மலர்வளையம் வைத்து அஞ்சலி செலுத்தினார்.*

மலர் வைத்தியம் பெ. **மருத்துவக் குணம் நிறைந்ததாகக் கருதப்படும் சில வகை மலர்களைக் கொண்டு செய்யப்படும் சிகிச்சை;** medical treatment using flowers that are believed to have medicinal properties.

மலரஞ்சலி பெ. **(நாட்டின் முக்கியத் தலைவர்களின் நினைவு நாளில்) அவரது நினைவிடத்தில் அல்லது ஒரு இடத்தில் வைக்கப்பட்டிருக்கும் அவருடைய புகைப்படம், சிலை போன்றவற்றுக்கு மலர்களைத் தூவிச் செலுத்தும் அஞ்சலி;** floral tribute to a leader on the day of his remembrance.

மலவாய் பெ. காண்க: **ஆசனவாய்.**

மலஜலம் பெ. (*அ.வ.*) **மனிதக் கழிவுப் பொருள்;** (human) waste. *'இங்கு மலஜலம் கழிக்கக் கூடாது' என்று சுவரில் எழுதப்பட்டிருந்தது.*

மலாரம் பெ. (*ஊரக வ.*) **கயிற்றில் கோக்கப்பட்ட வளையல்களின் தொகுப்பு;** a string of bracelets or bangles.

மலி வி. (*மலிய, மலிந்து*) **1: (பொருள்) அதிக அளவில் கிடைத்தல்;** be abundant; be plentiful. *இந்தக் கோடையில் மாம்பழம் மலிந்து கிடந்தது.* **2: (ஊழல், குற்றம், பிழை**

போன்றவை அளவில்) மிகுதல்; அதிகமாதல்; (of hatred, dislike, etc.,) be rampant; be on the increase. வெறுப்பும் இனவெறியும் மலிந்துள்ள சமுதாயத்தைத் திருத்த முடியுமா?/ பிழைகள் மலிந்த சிலப்பதிகாரப் பதிப்பு/ ஊழல்கள் மலிந்துள்ள நாடுகளின் வரிசையை ஒரு இணையதளம் வெளியிட்டது. **3: (விலை) குறைதல்;** become cheap. தக்காளி விலை மலிந்துவிட்டதால் சிறுவியாபாரிகள் கூடை கூடையாக வாங்கிச் சென்றனர்.

மலிவு பெ. (-ஆக, -ஆன) **1: (பொருளின் விலை) குறைவு;** cheap (in price). கோதுமை மலிவாகக் கிடைத்தால் இரண்டு மூட்டை வாங்கிப்போடலாம்./ இந்தத் துணி கொள்ளை மலிவு./அலுமினியம் மிகவும் மலிவான உலோகம். **2: தரமற்றது;** cheap; mean. ஆதாரமற்ற குற்றச்சாட்டுகளை முன்வைக்கும் மலிவான நடவடிக்கைகளில் எதிர்க்கட்சிகள் ஈடுபடக் கூடாது./ இப்படி மலிவாகப் பேசுவதை முதலில் நிறுத்து./ மலிவான காட்சிகள் நிறைந்த திரைப்படம்./ மலிவான வெளிநாட்டுப் பத்திரிகைகள்.

மலிவுப் பதிப்பு பெ. **குறைந்த விலையில் விற்கப்படும் (ஒரு புத்தகத்தின்) பதிப்பு;** low priced edition (of a book).

மலினம் பெ. (-ஆன) **உரிய நிலையிலிருந்து தரம் தாழ்த்திக் கேவலப்படுத்துவதாக அமைவது;** being degraded; degenerate state. மலின இலக்கியம்/ இது போன்ற மலினமான பொய்ப் பிரச்சாரத்தை மேற்கொள்வதை எதிர்க்கட்சிகள் நிறுத்திக்கொள்ள வேண்டும் என்று முதல்வர் எச்சரித்துள்ளார்.

மலை[1] வி. (மலைக்க, மலைத்து) **1: (எதிர்பாராத ஒன்றால் அல்லது ஒன்றின் பிரம்மாண்டமான தன்மையால்) விளங்கிக்கொள்ள முடியாத வியப்புக்கு உள்ளாதல்;** be astonished or amazed; be wonder-struck. பிரபலக் கலைஞர்களே மலைக்கும் அளவுக்கு அந்தச் சிறுவன் பாடினான். **2: என்ன செய்வது என்று தெரியாத செயலற்ற நிலைக்கு உள்ளாதல்; திகைத்தல்;** be perplexed or bewildered. 'இவ்வளவு வேலையையும் ஒரே நாளில் முடிக்க வேண்டுமா?' என்று மலைத்துப்போய்க் கேட்டான்./ அடுத்தடுத்துப் பெண்கள் திருமணத்துக்கு இருந்தால், முதல் பெண்ணுக்கு நிறைய சீதனம் கொடுப்பதற்குப் பெற்றோர் மலைப்பார்கள்.

மலை[2] பெ. **(பூமியின் மேற்பரப்பில்) மேல்நோக்கி, மிக அதிக உயரமாக அமைந்திருக்கும் உறுதியான பாறைகளின் தொகுதி;** mountain; hill.

மலைக்குப் போ வி. (போக, போய்) (குறிப்பிட்ட வாரங்கள் விரதம் கடைப்பிடித்து) **சபரி மலையிலிருக்கும் ஐயப்பன் கோயிலுக்குப் புனிதப் பயணம் மேற்கொள்ளுதல்;** go for a pilgrimage to Sabarimalai. நான் மலைக்குப் போகிறேன். அதனால் அசைவம் சாப்பிட மாட்டேன்.

மலைச்சரிவு பெ. மலைச்சாரல்; slope of a mountain.

மலைச்சாரல் பெ. **மலையின் சரிவான பகுதி; மலைச்சரிவு;** slope of a mountain. மலைச்சாரலில் மான்கள் மேய்ந்துகொண்டிருந்தன.

மலைத் தொடர் பெ. **பல மைல் தூரத்துக்குத் தொடர்ச்சியாகப் காணப்படும் மலை;** range of mountains. இந்த மலைத்தொடர் குஜராத்தில் தொடங்கி மகாராஷ்டிரம், கர்நாடகம், கேரளம் வழியாகத் தமிழ்நாட்டின் கன்னியாகுமரியில் முடிவடைகிறது.

மலைப்பழம் பெ. **(மலைப் பிரதேசங்களில் விளையும்) தடித்த தோலைக் கொண்ட, மிகவும் இனிப்பான சிறிய வாழைப்பழம்;** a kind of banana which has thick skin and is very sweet (cultivated in hilly areas). மற்ற வாழைப்பழங்களைவிட மலைப்பழம் விலை அதிகம்.

மலைப்பாம்பு பெ. **(அடர்ந்த காடுகளிலும் மலைப் பகுதிகளிலும் காணப்படும்) நீண்ட, தடித்த உடலால் விலங்குகளைச் சுற்றி இறுக்கிப் பின் விழுங்கும் விஷமற்ற பெரிய பாம்பு;** python.

மலைப்பு பெ. **1: விளங்கிக்கொள்ள முடியாமல் வியப்புற்ற நிலை;** astonishment; amazement; surprise. மலைப்பூட்டும் அழகு. **2: செயலற்ற நிலை;** state of perplexity; dismay. இவ்வளவு பெரிய பொறுப்பா என்று மலைப்புத் தோன்றியது.

மலைபோல் வி.அ. ('நம்பு' என்ற சொல்லோடு வரும்போது) **(ஒருவர்மீது வைத்துள்ள நம்பிக்கை) அசைக்க முடியாத அளவுக்கு; சந்தேகத்துக்கு இடமில்லாத வகையில்;** (rely) heavily (on s.o.). பெண்ணின் திருமணத்துக்கு நாள் குறித்துவிட்டேன். பணத்துக்கு உங்களைத்தான் மலைபோல் நம்பியிருக்கிறேன்./ மகனின் வேலைக்கு நண்பரைத்தான் மலைபோல் நம்பியிருக்கிறேன். எப்படியும் வாங்கிக்கொடுத்து விடுவார்.

மலைமலையாக வி.அ. (ஒன்றின் அளவைக் குறிக்கும் போது) **மிக அதிகமாக; பெரும் குவியலாக;** in great heaps; in piles. தீபாவளிக்கு ஜவுளி ரகங்கள் வந்து மலைமலையாகக் குவிந்துள்ளன./ படிப்பதற்கு நூல்கள் மலைமலையாக இருக்கின்றன.

மலை மைனா பெ. **(சாதாரண மைனாவைவிட அளவில் சற்றுப் பெரிதாக இருக்கும்) ஆரஞ்சு வண்ணத்தில் அலகையும் கால்களையும், தலைப் பகுதியிலும் கண்ணுக்குக் கீழும் மஞ்சள் சதையையும், காலுக்கு மேல் உடல் தொடங்கும் இடத்தில் (இறக்கையில்) வெள்ளைத் திட்டையும் கொண்ட கறுப்பு நிறப் பறவை;** Southernhill myna.

மலையகம் பெ. (இலங்.) **இலங்கையின் தெற்குப் பகுதியில் உள்ள மலைப் பகுதியைச் சார்ந்தது;** hilly region in the south of Sri Lanka. மலையக மக்கள்/ மலையக இலக்கியம்.

மலையாளம் பெ. **(கேரள மாநிலத்தில் உள்ளவர்களால் பேசப்படுகிற, தமிழ் மொழியோடு நெருங்கிய ஒப்புமை உடைய) திராவிட மொழிக் குடும்பத்தைச் சேர்ந்த ஒரு மொழி;** Malayalam (language).

மலையின மக்கள் பெ. **மலைவாசி மக்கள்;** hill tribes.

மலையேற்றம் பெ. **(பொழுதுபோக்காகவோ அல்லது சாகசமாகவோ) கடினமான பாறைகள் நிறைந்த மலைகளில் முறையான பயிற்சி, சாதனங்கள் ஆகியவற்றின் உதவியோடு ஏறுதல்;** mountaineering.

மலையேறு வி. (-ஏற, -ஏறி) **1: (ஒருவரைப் பிடித்திருக்கும் தெய்வ ஆவேசம் அவரை) விட்டு நீங்குதல்;** (of a state of trance) pass. கற்பூரம் ஏற்றிக் காட்டிய பிறகு சாமி மலையேறியது. **2:** (பெரும்பாலும் இறந்தகால முற்று

1039 மழைக்காலம்

வடிவங்கள் மட்டும்) (பழக்கவழக்கங்கள், நம்பிக்கைகள் போன்றவை) நடைமுறையில் இல்லாதுபோதல்; become a thing of the past. எது சொன்னாலும் மக்கள் நம்பிவிடுவார்கள் என்ற காலம் மலையேறிவிட்டது.

மலைவாசி பெ. **மலைப் பகுதியில் வசிக்கும் பழங்குடியினர்;** people of tribal community living on the hills.

மலைவாழை பெ. **மலைப்பழம்/அந்தப் பழத்தைத் தரும் வாழைமரம்;** a kind of banana (cultivated in hilly regions).

மலைவேம்பு பெ. **மலைப் பிரதேசங்களில் வளர்ந்திருக்கும் வேப்ப மர வகை;** a kind of neem found in hills.

மலைஜாதி பெ. **மலைப் பகுதியில் வசிக்கும் பழங்குடி;** hill tribe.

மவுசு பெ. (பே.வ.) **1: (தேவை அல்லது சூழல் காரணமாக ஒன்றுக்கு ஏற்படுகிற) மதிப்பு அல்லது வரவேற்பு;** market; value (because of need); demand. இளைஞர்களைப் பற்றிய கதையமைப்புக் கொண்ட திரைப்படங்களுக்கு இப்போது மவுசு அதிகம்./ பிளாஸ்டிக் பொம்மைகள் மரப் பொம்மைகளின் மவுசைக் குறைத்து விடவில்லை. **2: (புதுமையின் காரணமாக ஏற்படும்) கவர்ச்சி;** attraction; lure. புதுசு என்றால் கொஞ்சம் மவுசுதான்.

மவுத்து பெ. (இஸ்.) **(இஸ்லாமிய வழக்கில்) சாவு; மரணம்;** death. பிறந்தவர் எல்லோருக்கும் மவுத்து நிச்சயம் என்று வாப்பா அடிக்கடி சொல்லுவார்.

மவுனம் பெ. காண்க: **மௌனம்.**

மழமழ-என்று/-என்ற வி.அ./பெ.அ. **மழமழப்பாக/மழமழப்பான;** smoothly/smooth. இழைப்புளியால் சீவிய பிறகு பலகை மழமழ வென்று இருந்தது./ மழமழப்பான கன்னங்களைத் தடவிப் பார்த்துக்கொண்டான்.

மழமழப்பு பெ. (-ஆன) **உராய்வு ஏற்படுத்தக் கூடியதாக இல்லாமல் இருக்கும் வழவழப்பு;** smoothness. சவரம் செய்த பின் கன்னம் மழமழப்பாக இருந்தது.

மழலை பெ. **1: (குழந்தைகளின்) திருத்தமற்ற இனிய பேச்சு;** lisp. குழந்தையின் மழலையில் கவலையை மறந்தான்./ அந்த வெளிநாட்டுக்காரர் மழலைத் தமிழில் பேசினார். **2: குழந்தை;** child. மழலைச் செல்வம்/ மழலைப் பட்டாளம்.

மழலை மேதை பெ. **மிகச் சிறிய வயதிலேயே (ஏதேனும் ஒரு துறையில்) அசாதாரணத் தேர்ச்சி பெற்றவர்;** child prodigy. மூன்று வயதிலேயே கச்சேரி செய்த மழலை மேதை./ ஒன்பது வயது மழலை மேதைக்குப் பொறியியல் கல்லூரியில் இடமளித்திருக்கிறார்கள்.

மழலையர் பள்ளி பெ. **(பெரும்பாலும் மூன்று முதல் ஐந்து வயதுவரை உள்ள) குழந்தைகள் படிக்கும் பள்ளி;** nursery school.

மழி வி. (மழிக்க, மழித்து) **(தலையில், முகத்தில் உள்ள) முடியை (சவரக் கத்தி போன்றவை கொண்டு) நீக்குதல்; சிரைத்தல்;** shave.

மழு பெ. **(பழங்காலத்தில் பயன்படுத்தப்பட்ட) சிறிய கைப்பிடியின் முனையில் கோடாலியில் இருப்பது போன்ற பட்டையான வெட்டும் பகுதி இணைக்கப்பட்ட ஓர் ஆயுதம்;** small axe-like weapon.

மழுக்கு வி. (மழுக்க, மழுக்கி) **கூர்மை இழக்கச் செய்தல்; மொண்ணையாக்குதல்;** make blunt.

மழுங்க வி.அ. **ஒட்ட; முற்றிலுமாக;** closely; completely. மழுங்கச் சிரைத்த தலையுடனும் காவியுடையுடனும் ஒரு சாமியார் தெருவில் போய்க்கொண்டிருந்தார்./ அண்ணன் நன்றாக மழுங்கச் சவரம் செய்துகொண்டு வந்திருந்தான்.

மழுங்கல் பெ. (-ஆக, -ஆன) **1: (ஒன்றின் முனை, பரப்பு போன்றவை) கூர்மையாக இல்லாத தன்மை;** bluntness. மழுங்கல் கத்தி/ மழுங்கலான பாறை. **2:** (அறிவு, மூளை போன்றவற்றைக் குறித்து வரும்போது) **நுட்பமாக அல்லது தெளிவாக ஆய்ந்தறிய இயலாத தன்மை; கூர்மையின்மை;** inability to think clearly. அவனுக்கு புத்தி மழுங்கலாகிவிட்டது. இல்லையென்றால் சினிமாவில் கதாநாயகனாக வேண்டும் என்று வீட்டை விட்டு ஓடியிருப்பானா?

மழுங்கு வி. (மழுங்க, மழுங்கி) **1: (கத்தி போன்றவற்றில்) கூரிய முனை தேய்தல்; கூர்மை இழத்தல்;** become blunt or dull. முனை மழுங்கிப்போன கத்தி. **2: ஒன்று அதன் இயல்பான, நல்ல நிலையிலிருந்து மோசமான நிலையை அடைதல்;** be blunted. உன் மூளை மழுங்கி விட்டதா, என்ன?/ அவனுக்கு அறிவு மழுங்கிப்போய்விட்டது./ கோபம் சிந்தனையை மழுங்கடித்துவிடுகிறது./ உங்கள் கட்சி கொண்டிருந்த ஏகாதிபத்திய எதிர்ப்பு நிலை மழுங்கி விட்டது என்ற குற்றச்சாட்டுக்கு உங்கள் பதில் என்ன?/ எனது செல்வாக்கை மழுங்கச் செய்யும் முயற்சிகள் நடைபெற்றுவருகின்றன./ 'மக்களின் ரசனையைத் தொலைக்காட்சி மழுங்கடித்து விட்டதா?' என்பது பற்றிய பட்டிமன்றத்தைக் கல்லூரி மாணவர்கள் நடத்தினார்கள்.

மழுப்பு வி. (மழுப்ப, மழுப்பி) **(கேள்விக்கு) சரியான விளக்கம் தராமல் நழுவுதல்;** be evasive. நேற்று ஏன் வீட்டுக்கு வரவில்லை என்று கேட்டால் பதில் சொல்லாமல் மழுப்புகிறாயே./ பணத்தை என்ன செய்தாய் என்றால் சிரித்து மழுப்புகிறான்.

மழுவன் பெ. (இலங்.) **துணிச்சல் மிகுந்தவன்;** bold man.

மழை பெ. **1: மேகங்களிலிருந்து துளிகளாகப் பூமியின் மீது விழும் நீர்;** rain. காடுகள் அழிக்கப்படுவதன் காரணமாக மழையின் அளவு வருடாவருடம் குறைந்துகொண்டே வருகிறது. [(தொ.சொ.) *அடைமழை/ சாரல்/ தூவானம்/ தூறல்*] **2: ஒன்று தொடர்ச்சியாகவும் அதிகமாகவும் நிகழ்வதைக் குறிப்பிடப் பயன்படுத்தும் சொல்;** shower. அமெரிக்க விமானங்கள் ஈராக் மீது குண்டுமழை பொழிந்தன./ குழந்தையின் கன்னத்தில் மாறிமாறி முத்த மழை பொழிந்தாள்.

மழைக்காடு பெ. **அதிக அளவில் மழை பெய்யும் வெப்ப மண்டலப் பகுதிகளில் அமைந்திருக்கும், அதிக எண்ணிக்கையில் உயிரின வகைகள் காணப்படும் அடர்த்தியான காடு;** rain forest. கேரளாவில் உள்ள அமைதிப் பள்ளத்தாக்கு முக்கிய மழைக்காடுகளில் ஒன்று.

மழைக்கால் பெ. **(மழை பலமாகப் பெய்யும்போது) மேகங்களிலிருந்து கம்பி போல் இறங்கும் மழைநீர்;** rain that descends in wide columns from the clouds.

மழைக்காலம் பெ. **(பொதுவாக) தமிழ்நாட்டுக்கு மழையைத் தரும் வடகிழக்குப் பருவக் காற்று வீசும் ஐப்பசி, கார்த்திகை மாதங்கள்;** the Tamil months of

மழைக்கோட்டு 1040

ஐப்பசி, கார்த்திகை constituting the northeast monsoon period that brings rain to Tamil Nadu.

மழைக்கோட்டு பெ. **உடல் முழுவதும் மழையில் நனையாமல் இருக்க அணிந்துகொள்ளும், செயற்கை இழையால் தயாரிக்கப்பட்ட அங்கி போன்ற உடை;** raincoat.

மழைமானி பெ. **ஓர் இடத்தில் பெய்யும் மழையின் அளவைக் கணக்கிடப் பயன்படும் கருவி;** rain-gauge.

மளமள-என்று வி.அ. **மடமடவென்று;** in a swift and brisk manner; quickly. வேடிக்கை பார்த்துக்கொண்டு நிற்காமல் மளமளவென்று வேலையைச் செய்!/ மளமளவென்று பொருள்களை வண்டியில் ஏற்றினார்கள்.

மளிகை பெ. **பலசரக்கு;** grocery. மாதம் பாதி ஓடிவிட்டது. இன்னும் மளிகைக் கடை பாக்கி கொடுக்கவில்லை./ மளிகையெல்லாம் வந்து விட்டதா?

மற்போர் பெ. காண்க: **மல்யுத்தம்.**

மற்ற பெ.அ. **(குறிப்பிடுவது நீங்கலாக) மேலும் உள்ள; ஏனைய; பிற;** other; the rest. வேலை நிறுத்தம் நடத்துவது பற்றி மற்ற தொழிலாளர்கள் என்ன கூறுகிறார்கள் என்பதையும் கேட்க வேண்டும்./ நீ மட்டும் வந்திருக்கிறாய், மற்ற பையன்கள் வரவில்லையா?

மற்றபடி இ.சொ. **'(குறிப்பிட்டதை அல்லது கவனிக்க வேண்டியதை) நீக்கிவிட்டுப் பார்த்தால்' என்ற பொருளில் பயன்படுத்தப்படும் இடைச்சொல்;** particle used in the sense of 'otherwise', 'but'. முன்பு குறிப்பிட்டபடி ஏழு மணிக்கு வராமல் பத்து மணிக்கு வருவேன். மற்றபடி என் பயணத் திட்டத்தில் மாற்றம் இல்லை./ அந்தக் கடையில் விலை அதிகம். மற்றபடி பொருள்கள் தரமானவையே.

மற்றவர் பெ. **(குறிப்பிடப்படும் நபரைத் தவிர்த்து) இன்னொருவர்; (குறிப்பிட்ட ஒன்றில்) சம்பந்தப்படாத ஒருவர்; பிறர்;** the other one. அங்கு இருக்கிற இருவரில் ஒருவர் உன் சகோதரி, மற்றவர் யார்?/ உன் நண்பனாகிய நான் பாராட்டுவதைவிட மற்றவர்கள் உன் கதையைப் பாராட்ட வேண்டும்.

மற்றும் இ.சொ. 1: **'கூடுதலாக', 'மேலும்' என்ற பொருளில் பயன்படுத்தப்படும் இடைச்சொல்;** particle used in the sense of 'yet (another)', 'in addition'. எங்கள் வாடிக்கையாளர்களுக்கு மற்றும் ஓர் நற்செய்தி. 2: **குறிப்பிடப்படுவது மட்டுமல்லாமல் தொடர்புடைய பிறவற்றையும் இணைத்துக் கூறப் பயன்படுத்தும் இடைச்சொல்;** particle used as a conjunction in the sense of 'and'. பள்ளி மற்றும் கல்லூரி மாணவர்களுக்கு இந்தச் சலுகைகள் பொருந்தும்./ நிரந்தர மற்றும் தற்காலிகப் பணியாளர்கள்/ இந்தியா, இலங்கை மற்றும் சில ஆசிய நாடுகள் இந்தப் போட்டியில் கலந்துகொள்ளும். 3: **(பெரும்பாலும்) ஒருவருடைய இரு பதவிகளையும் இணைத்துக் குறிப்பிடும்போது முதல் பதவியை அடுத்து இடப்படும் இடைச்சொல்;** particle used in the sense of 'cum'. 'பேராசிரியர் மற்றும் துணை இயக்குநர்' என்று முகவரியில் எழுத வேண்டும்.

மற்றும்படி இ.சொ. (இலங்.) **மற்றபடி;** otherwise. எனக்குப் பரீட்சை என்பதால்தான் உன்னிடம் புத்தகம் கேட்டேன். மற்றும்படி கேட்டிருக்க மாட்டேன்./ அப்பாவின் சகோதரி என்பதால் அமைதியாக வந்துவிட்டேன். மற்றும்படி என்றால் சும்மா இருந்திருக்க மாட்டேன்.

மற்றைய பெ.அ. (உ.வ.) **மற்ற; பிற; ஏனைய;** other. இந்தக் கதை மற்றைய கதைகளிலிருந்து எவ்வாறு வேறுபட்டது?/ மற்றைய கோள்களில் உயிரினங்கள் இருக்கிறதா என்பதைக் குறித்துத் தீவிர ஆராய்ச்சிகள் நடந்து வருகின்றன.

மற்றொரு பெ.அ. **(தொடர்புடையவற்றைக் குறித்து வரும்போது) (குறிப்பிடப்படுவதோடு கூட) இன்னும் ஒரு; வேறொரு;** another. எங்களுடைய மற்றொரு நிறுவனம் இது./ மற்றொரு அரையிறுதிப் போட்டி/ மற்றொரு சமயம் இந்த வேலையைச் செய்துகொள்ளலாம்.

மற வி. (மறக்க, மறந்து) (எதிர்மறைப் பெயரெச்ச, வினையெச்சங்களில் மட்டும் வரும் மாற்று வடிவங்கள்: மறவாத, மறவாமல்) 1: **(கடந்தகாலத்தில் நிகழ்ந்த ஒன்றை அல்லது தனக்குத் தெரிந்ததை) நினைவுக்குக் கொண்டுவர முடியாமல் போதல்/(கடந்தகாலத்தில் நிகழ்ந்த ஒன்று அல்லது தனக்குத் தெரிந்தது) நினைவிலிருந்து நீங்குதல்;** forget. பார்த்துப் பல வருடங்களானதால் உன் முகம்கூட எனக்கு மறந்துவிட்டது./ மறக்க முடியாத திரைப்படங்களுள் 'கர்ணன்' படமும் ஒன்று./ எனக்கு நேர்ந்த அவமானம் இன்னமும் எனக்கு மறக்கவில்லை. 2: **ஒன்றைச் செய்யும் பழக்கம் விட்டுப்போவதால் அதை மீண்டும் செய்ய முடியாத நிலை ஏற்படுதல்;** forget. நான் சின்ன வயதில் பரத நாட்டியம் ஆடியிருக்கிறேன். இப்போது எனக்கு மறந்துவிட்டது./ பொரித்த குழம்பு எப்படி வைப்பது என்பது எனக்கு மறந்துவிட்டது. 3: **செய்ய வேண்டிய ஒன்று நினைவுக்கு வராததால் அதைச் செய்யாமல் விடுதல்;** forget. நீ அடுத்த முறை வரும்போது மறக்காமல் மௌனியின் சிறுகதைத் தொகுப்பை எடுத்து வா./ முட்டைகோஸ் வாங்க மறந்துவிட்டேன். 4: **ஒன்றை அல்லது ஒருவரைப் பற்றி நினைப்பதை நிறுத்திக்கொள்ளுதல்;** forget. 'அவளைத்தான் கல்யாணம் செய்துகொள்வேன் என்றால் இத்தோடு எங்களை மறந்துவிடு' என்றார் அப்பா./ குடும்பப் பிரச்சினைகளை மறந்து இருக்கலாம் என்று நண்பர்களிடம் போனால் அவர்களுடனும் பிரச்சினை. 5: **(அதிகமான உற்சாகம், பரவசம், கோபம் போன்றவற்றால் ஒருவர்) தன் நிலையில் இல்லாமல் இருத்தல்;** lose awareness (of one's surroundings, etc.,). வீணை இசையைக் கேட்டு என்னையே நான் மறந்துவிட்டேன்./ தன்னை மறந்து நீந்திக்கொண்டிருந்தான்./ நீதிமன்றம் என்பதையும் மறந்து பார்வையாளர்கள் கைதட்டி ஆரவாரம் செய்தனர்.

மறதி பெ. (-ஆக) **(அவசியமானதை) நினைவில் வைத்துக் கொள்ள இயலாத தன்மை;** forgetfulness. நான் சொன்னதை அதற்குள் மறந்து விட்டாயா, என்ன மறதியோ?/ மறதியாக வீட்டைப் பூட்டாமல் வந்துவிட்டேன்.

மறந்துபோய்க்கூட வி.அ. (பே.வ.) **தற்செயலாகக்கூட; தவறுதலாகக்கூட;** even inadvertently; even by mistake. ஒரு முறை பட்டாகிவிட்டது. இனி மறந்துபோய்க்கூட

மதுவைக் கையால் தொட மாட்டேன்./ மறந்துபோய்க் கூட அவர் வீட்டுக்குப் போய்விடாதே. பேச ஆரம்பித்தால் விட மாட்டார்.

மறப்பி வி. (மறப்பிக்க, மறப்பித்து) (இலங்.) **(ஒன்றை) மறக்கச் செய்தல்;** make s.o. to forget. பாற்சோட்டையை மறப்பித்தால்தான் குழந்தை சாப்பிட விரும்பும்.

மறம் பெ. (உ.வ.) **வீரம்;** bravery. அறத்தையும் மறத்தையும் மூச்சாகக் கொண்டு வாழ்ந்த மன்னன் இவன்.

மறவன் பெ. (உ.வ.) **வீரன்;** brave man.

மறி[1] வி. (மறிக்க, மறித்து) **(ஒருவர் அல்லது ஒன்று மேற்கொண்டு போக முடியாதபடி) தடுத்தல்;** intercept; block (s.o. or a way). அவரை நடு வழியில் மறித்துத் தாக்கியிருக்கிறார்கள்./ வழியை மறிக்காதே!

மறி[2] பெ. (இலங்.) **பெண் ஆடு;** she-goat; ewe. மறி ஆட்டை வெட்டுவது பாவம் இல்லையா?

மறித்து வி.அ. (ஊரக வ.) **திரும்பத்திரும்ப; மீண்டும் மீண்டும்;** again (and again). மறித்துமறித்துக் கேட்டால் மட்டும் பதில் சொல்லிவிடுவானா?

மறியல்[1] பெ. **(அரசு, நிர்வாகம் போன்றவற்றுக்குத் தங்கள் எதிர்ப்பைத் தெரிவிக்க) (பணிபுரிவோரை) செல்ல விடாமல் அல்லது (வாகனங்களை) ஓட விடாமல் தடுக்கும் செயல்;** picketing; blocking (traffic). இந்தி எதிர்ப்புப் போராட்டத்தின்போது ரயில் தண்டவாளங்களில் படுத்து மறியல்செய்து கைதானவர்கள் பலர்./ மூடிய ஆலைகளைத் திறக்கக் கோரி மறியல் போராட்டம் நடத்துவது என்று அனைத்து தொழிற்சங்கங்களும் முடிவுசெய்தன.

மறியல்[2] பெ. (இலங்.) **சிறை;** prison.

மறிவினை பெ. **திடீரென்று நிகழும் நிகழ்வுக்கு அல்லது தோன்றும் சூழலுக்குப் பொருத்தமாக எதிர்வினையாற்றும் புலன்சார்ந்த திறமை;** reflex. விளையாட்டு வீரர்களின் மறிவினை பயிற்சிமூலம் மேம்படுகிறது.

மறு[1] வி. (மறுக்க, மறுத்து) 1: **ஒன்று உண்மையானதோ சரியானதோ ஏற்கத் தகுந்ததோ அல்ல என்று தெரிவித்தல்;** disagree with; deny; oppose. அவருடைய கருத்தை நான் மறுத்தேன் என்பதற்காக என்மீது கோபப்படுவதா?/ நாட்டிலிருந்து வறுமையை அகற்ற வேண்டும் என்பதை யாரும் மறுக்க முடியாது./ என்மேல் கூறப்பட்ட குற்றச்சாட்டுகளை நான் வன்மையாக மறுக்கிறேன். [(தொ.சொ.) **ஒதுக்கு/ தவிர்/ தள்ளு/ நிராகரி/ புறக்கணி/ விலக்கு**] 2: **ஒன்றைச் செய்ய முடியாது என்றோ தனக்குத் தரப்படுவதை வேண்டாம் என்றோ தெரிவித்தல்;** refuse; deny. மேலதிகாரி விடுப்புக்கொடுக்க மறுத்துவிட்டார்./ சமுதாயத்தோடு ஒத்துப்போக மறுப்பவர்கள்./ நான் கொடுத்த பணத்தை வாங்க மறுத்துவிட்டார்./ அந்த நிறுவனத்தின் மேலாளரைப் பார்ப்பதற்கு எனக்கு அனுமதி மறுக்கப்பட்டது. 3: **ஒருவர் ஒன்றைப் பெற விடாமல் செய்தல்;** deny. மலைவாழ் மக்களுக்குப் பல சலுகைகள் மறுக்கப்பட்டிருக்கின்றன./ எங்களுக்கு நீதி மறுக்கப்பட்டிருக்கிறது, அதற்காகத்தான் போராடுகிறோம்.

மறு[2] பெ. காண்க: மரு[1].

மறு[3] பெ.அ. 1: **மீண்டும் ஒரு முறை;** once again; further. உங்கள் முடிவு மறுஆய்வு செய்யப்பட வேண்டும்./ மறு அறிவிப்பு வரும்வரை ரயில் ஓடாது என அறிவிக்கப்பட்டுள்ளது./ இந்தத் திட்டத்தை மறுபரிசீலனை செய்ய வேண்டும் என்று கூட்டணிக் கட்சிகள் வேண்டுகோள் விடுத்தன. 2: **அடுத்த;** next; succeeding. மறுபதிப்பு வெளியிட பத்து ஆண்டுகள் ஆகிவிட்டது./ மறுநாள் காலைவரை அவனுக்குப் போதை தெளியவில்லை./ நான் சொன்ன மறுநிமிடமே அவன் புத்தகத்தை என்னிடம் திருப்பிக் கொடுத்துவிட்டான்./ மாமா ஊரில் இல்லாததால் மறுவண்டியைப் பிடித்து மதுரைக்கு வந்து விட்டேன். 3: **ஒன்றிற்கு எதிராக அமைகிற; எதிர்;** other. ஆற்றின் மறுகரை/ மறுதரப்பு வாதம்./ இது நடிகரின் மறுபக்கம். 4: **ஒன்றுக்குப் பதிலாகவோ ஒன்றைப் போலவோ அமைகிற இன்னொரு; மாற்று; மற்றொரு;** one that replaces sth.; alternative; another. பூட்டுக்கு மறுசாவி இல்லையா?/ மர்மத்தின் மறு உருவம்தான் அவன்./ நேர்மையின் மறுவடிவமாகத் திகழ்ந்தவர் எங்கள் பாட்டனார்.

மறுஒலிப்பதிவு பெ. **(திரைப்படம், தொலைக்காட்சித் தொடர் போன்றவற்றில்) படத்தொகுப்புக்குப் பிறகு, நடித்தவர்களின் குரல்களைப் பதிவுசெய்யும் பணி;** re-recording. இந்தப் படம் மறுஒலிப்பதிவு முடிந்து திரைக்கு வரும் நிலையில் இருக்கிறது.

மறுகண்டுபிடிப்பு பெ. **(பெரும்பாலும் கலை, இலக்கியத் துறைகளில்) ஒரு காலத்தில் நன்றாக அறியப்பட்ட ஒருவரை அல்லது ஒன்றை நீண்ட இடைவெளிக்குப் பிறகு மீண்டும் பரவலான கவனத்திற்கு உட்படுத்துதல்;** rediscovery. எழுத்தாளர் ஜி. நாகராஜன் இப்போது மறுகண்டுபிடிப்பு செய்யப்பட்டுள்ளார்.

மறுகு வி. (மறுக, மறுகி) (உ.வ.) **ஏங்கி வருந்துதல்; (ஒன்றை நினைத்து) உருகுதல்;** suffer mentally. நோயால் வருந்தும் அம்மாவின் நிலையை நினைத்துநினைத்து மறுகினான். [(தொ.சொ.) **உருகு/ ஏங்கு/ வருந்து**]

மறுகூட்டல் பெ. (பு.வ.) **(பள்ளி மற்றும் கல்லூரி) தேர்வு முடிவுகளில் அல்லது அளிக்கப்பட்ட மதிப்பெண்களில் ஏதேனும் சந்தேகம் ஏற்பட்டால் மாணவரின் விண்ணப்பத்தைத் தொடர்ந்து, அவருடைய விடைத்தாளில் அளிக்கப்பட்ட மதிப்பெண்களைச் சரிபார்க்க வகை செய்யும் ஏற்பாடு;** retotalling. உயிரியல் பாடத்தில் நான் எதிர்பார்த்த மதிப்பெண் வராததால் மறுகூட்டலுக்கு விண்ணப்பித்திருக்கிறேன்./ மறுகூட்டலுக்கு விண்ணப்பிப்போர் வருகிற பதினைந்தாம் தேதிக்குள் விண்ணப்பிக்க வேண்டும்.

மறுசவ்வூடு பரவல் பெ. **(தண்ணீரைச் சுத்தம் செய்யும் தொழில்நுட்பமாக மேற்கொள்ளப்படும்) இயற்கையான முறையில் மெல்லிய திசு போன்றவற்றின் வழியாக ஊடுருவி ஒருபுறம் இருக்கும் திரவம் கசிந்து மறுபுறம் வெளியேறுவதற்கு நேர்மாறாக நடைபெறும் நிகழ்வு;** reverse osmosis.

மறுசீரமைப்பு பெ. **ஒரு கட்டுமானம் அல்லது அமைப்பின் பழுதுகளை நீக்கி முன்பிருந்த நல்ல நிலைக்குக் கொண்டுவருதல்;** restoration. இந்தக் கதவணையின் மறுசீரமைப்பிற்கு இந்த ஆண்டில் அரசு நிதி ஒதுக்கியுள்ளது.

மறுசுழற்சி பெ. **பயன்பாட்டுக்கு உதவாது என்று கழித்துக்கட்டிய தாள், உலோகம், கண்ணாடி போன்றவற்றை அல்லது கழிவுநீரை மீண்டும் பயன்படுத்துவதற்கு ஏற்றவாறு செய்யும் முறை;** recycling. மறுசுழற்சி செய்யப்படக் கூடிய குப்பைகளையும், அழுகும் கழிவுப் பொருள்களையும் தனித்தனியே வைக்க வேண்டும்.

மறுதலி[1] வி. *(மறுதலிக்க, மறுதலித்து) (உ.வ.)* **மறுத்து ஒதுக்குதல்;** turn down. சமரச முயற்சியை அவர் மறுதலித்து விட்டதாகத் தெரிகிறது./ 'சேவல் கூவும் முன் என்னை மூன்று முறை மறுதலிப்பாய்!' என்று தன் சீடனைப் பார்த்து இயேசுநாதர் கூறினார்.

மறுதலி[2] வி. *(மறுதலிக்க, மறுதலித்து) (ஊரக வ.)* **(நோய் முதலியவை) திரும்ப வருதல்;** relapse. குழந்தைக்கு அம்மை மறுதலித்திருக்கிறது.

மறுதலை பெ. *(உ.வ.)* **1: எதிர்மறை;** opposite. பிறப்பின் மறுதலை இறப்பு. **2:** *(கணி.)* **ஒரு தேற்றத்திற்கு அல்லது ஒரு கூற்றுக்கு எதிரான தேற்றம் அல்லது கூற்று;** the converse (of a theorem). **3:** ***மாறானது;*** sth. that is contrary. அவருடைய கட்டுரைக்கு மறுதலையாக நிறைய எதிர் வினைகள் வந்தன.

மறுதாம்பு பெ. *(ஊரக வ.)* **(நெல் அறுவடைக்குப் பிறகு) வயலில் எஞ்சி நிற்கும் தாள் மீண்டும் வளர்ந்து விளையும் நெற்கதிர்;** ear of corn from the stubs of paddy left in the field after the first harvest. அந்தச் சின்ன வயலில் மறுதாம்புக் கதிராக மட்டும் இரண்டு மூட்டை அறுவடை செய்தோம்.

மறுதாம்புக் காய் பெ. *(ஊரக வ.)* **(மிளகாய். கத்தரி போன்றவை) இரண்டு மூன்று ஈடு காய்த்து முடிந்த பிறகு கடைசியாகக் காய்க்கும் காய்;** last round of yield in plants like chilli and brinjal. குடமிளகாய் மருதாம்புக் காயாக இருந்தால் வற்றல் போட ஏற்றது.

மறுப்பாளர் பெ. **(குறிப்பிட்ட ஒன்றை) ஏற்க மறுப்பவர்;** one who refuses to accept sth.; one who denies sth. பெரியார் ஒரு முழுமையான கடவுள் மறுப்பாளர்./ நாங்கள் அனைவரும் சாதி மறுப்பாளர்கள்.

மறுப்பு பெ. **1: கூறப்பட்டது தவறு என்றோ ஒன்று ஏற்கப்பட முடியாதது என்றோ தெரிவிக்கும் செயல்;** denial. தான் கட்சி மாறிவிட்டதாக வெளிவந்த செய்திக்கு அவர் மறுப்புத் தெரிவித்தார்./ கல்வியைப் பற்றி இன்று வெளியான கட்டுரைக்கு நாம் உடனே மறுப்பு எழுதியாக வேண்டும்./ மாற்றியமைக்கப்பட்ட ஊதிய விகிதங்களுக்குத் தொழிற்சங்கங்கள் மறுப்புத் தெரிவித்துள்ளன. **2: ஒன்றைச் செய்யக் கூடாது அல்லது செய்ய மாட்டேன் என்று தெரிவிக்கும் செயல்; தடை;** refusal. படப்பிடிப்பு நடக்கும் கட்டடத்தில் நுழையப் பொதுமக்களுக்கு அனுமதி மறுப்பு/ கூப்பிட்டதும் மறுப்பேதும் சொல்லாமல் வேலைக்கு வந்துவிட்டான். **3: ஒன்றை நிராகரித்து மேற்கொள்ளும் போக்கு;** denial. கடவுள் மறுப்புக் கொள்கை./ சாதி மறுப்புக் கொள்கை/ வரதட்சணை மறுப்பை நாம் தீவிரமாகக் கடைப்பிடிக்க வேண்டும்.

மறுப்புரை பெ. *(இலங்.)* **ஒரு கருத்தை மறுத்து அளிக்கும் விளக்கம்;** counter. மேடையில் தலைவர் பேசியதற்கு மறுப்புரையாக ஊழியர் சங்கத் தலைவர் சில கருத்துகளைக் கூறினார்./ அவருடைய கருத்துகளுக்கு எதிராக நீயும் ஒரு மறுப்புரையை வெளியிடு.

மறுபடி வி.அ. **இன்னொரு முறை; திரும்ப;** again. துவைத்தும் அழுக்குப் போகாததால் மறுபடியும் சட்டையைத் துவைக்க வேண்டியதாகிவிட்டது./ 'படித்ததை மறுபடி படி' என்றார் ஆசிரியர்.

மறுபிறப்பு பெ. காண்க: **மறுபிறவி, 1.**

மறுபிறவி பெ. **1: (இறந்து) மீண்டும் பிறப்பதாக நம்பும் பிறப்பு; அடுத்த பிறவி;** rebirth. முக்தியடைந்தவருக்கு மறுபிறவி இல்லை என்று இந்து மத சாஸ்திரங்கள் கூறுகின்றன. **2: இனி பிழைப்பதற்குச் சாத்தியம் இல்லை என்பதிலிருந்து மீண்டுவரும் நிலை;** new life. அவள் விபத்துக்குள்ளாகி உயிர்பிழைத்தது மறுபிறவிதான். **3: (கீழ் நிலையிலிருந்தோ வீழ்ச்சிக்குப் பின்னோ பெறும்) எழுச்சிமிக்க அல்லது ஏற்றம்மிக்க நிலை; புத்துயிர்;** rebirth. இந்தப் படத்தின் மூலம் அந்த நடிகைக்கு மறுபிறவி கிடைத்துள்ளது./ தமிழகத்தில் ரத்துசெய்யப்பட்ட மேலவை இப்போது மறுபிறவி எடுக்க வாய்ப்பே இல்லை.

மறுபுறம் வி.அ. **(முக்கியத்துவம் தர வேண்டியதாக அமையும் இரண்டு தரப்பில்) ஒரு தரப்புக்கு மாற்றாக உள்ள மற்றொரு தரப்பில்;** on the other side. ஒருபுறம் பெற்றோர், மறுபுறம் மனைவி. அவன் யாருக்குப் பரிந்து பேசுவது?/ ஒருபுறம் அலுவலக வேலை, மறுபுறம் சொந்த வேலை. அவளுக்கு ஓய்வு என்பதே இல்லை.

மறுபெயர் பெ. **ஒன்றை அல்லது ஒருவரை உருவகப்படுத்தும் சொல்;** the other name. கோபத்தின் மறுபெயர் துர்வாசர்./ அமெரிக்காவின் மறுபெயர் சொர்க்கம் என்று பலர் நினைத்துக்கொண்டிருக்கிறார்கள்.

மறுபேச்சு பெ. **1: (ஒருவர் கூறியதற்கு) பதிலாகப் பேசும் பேச்சு; பதில் பேச்சு;** argument. மறுபேச்சுப் பேசாமல் காரியத்தை முடி!/ மறுபேச்சுப் பேசிக்கொண்டிருக்க இது நேரம் இல்லை. **2:** *(பெரும்பாலும் எதிர்மறை வினைகளோடு வரும்போது)* **(ஒருவர் கூறியதை) மறுத்துப் பேசும் பேச்சு; எதிர்ப் பேச்சு;** talking back. அப்பா ஒன்று சொல்லி விட்டால் வீட்டில் அதற்கு மறுபேச்சே கிடையாது.

மறுமணம் பெ. **திருமணமானவர் மீண்டும் செய்து கொள்ளும் திருமணம்;** remarriage. விவாகரத்துப் பெறாமல் ஒருவர் மறுமணம் செய்துகொள்வது சட்டப்படி குற்றம்./ விதவை மறுமணத்தை ஆதரித்து பாரதிதாசன் பல கவிதைகள் எழுதியிருக்கிறார்.

மறுமதிப்பீடு பெ. *(பு.வ.)* **(பள்ளி, கல்லூரி, பல்கலைக்கழக) விடைத்தாளை மீண்டும் மதிப்பீடு செய்யும் ஏற்பாடு;** re-valuation (of answer scripts in an examination.)

மறுமலர்ச்சி பெ. **1: (கலை, இலக்கியம், சமுதாயம் போன்றவற்றின்) வளர்ச்சியில் மந்த நிலை நீங்கி ஏற்படும் புதிய எழுச்சி;** renaissance. அறுபதுகளை நவீனத் தமிழ்க் கவிதையின் மறுமலர்ச்சிக் காலம் என்று சொல்லலாம்./ ஐந்தாண்டுத் திட்டங்களின் விளைவாக இந்தியத் தொழில்துறையில் ஒரு மறுமலர்ச்சி ஏற்பட்டது. **2: ஐரோப்பாவில் 14, 15, 16ஆம் நூற்றாண்டுகளில் கலை, இலக்கியம், அறிவியல் போன்றவற்றில் மிகுந்த எழுச்சி தோன்றிய காலகட்டம்;** the Renaissance period.

மறுமை பெ. (உ.வ.) **1: மறுபிறவி;** rebirth; next birth. இம்மையில் மட்டுமல்ல, மறுமையிலும் நாம் நண்பர்களாக இருப்போம். **2:** (இஸ்.) **(இறந்த பின் அடைவதாக நம்பப்படும்) மேலுலகம் அல்லது மேலுலக வாழ்வு;** life after death; life in paradise.

மறுமொழி பெ. (உ.வ.) **(பேச்சுமூலமாக அல்லது எழுத்துமூலமாக அளிக்கும்) பதில்;** reply. எனது கேள்விகளுக்கு மறுமொழி ஏதும் கூறாமல் அவர் தனது பேச்சைத் தொடர்ந்தார்.

மறுவளம் பெ. (-ஆக) (இலங்.) **(ஒன்றைப் பற்றிய) மாற்றுக் கண்ணோட்டம்;** alternative perspective. நீ செய்வது உனக்கு நன்மையாக இருக்கலாம். மறுவளமாகப் பார்த்தால் மற்றவருக்குத் தீமை வருமல்லவா?

மறுவாசிப்பு பெ. **ஒரு இலக்கியப் படைப்பைப் புதிய கண்ணோட்டத்துடன் மீண்டும் அணுகும் முறை;** re-reading (of a text). இந்தக் கட்டுரை பின்நவீனத்துவக் கண்ணோட்டத்தில் வள்ளலாரை மறுவாசிப்புக்கு உட்படுத்திப் பார்க்கிறது./ காஃப்காவின் நாவல்கள் இரண்டாம் உலகப் போருக்குப் பிந்தைய காலகட்டத்தின் போது மறுவாசிப்பு செய்யப்பட்டன.

மறுவாழ்வு பெ. **இயல்பான வாழ்க்கையை இழந்தவர்களுக்குத் திரும்ப அமைத்துத் தரப்படும் வாழ்க்கை;** rehabilitation; resettlement. ஊனமுற்றோர் மறுவாழ்வுத் திட்டத்தின் கீழ் அவனுக்குப் பெட்டிக்கடை வைக்கக் கடன் வழங்கப்பட்டது./ வெள்ளத்தினால் உடைமைகளை இழந்தவர்களுக்கு மறுவாழ்வு அளிக்க அரசு நடவடிக்கை எடுக்கும்./ இளம் குற்றவாளிகளைச் சீர்திருத்தி அவர்களுக்கு மறுவாழ்வு அளிப்பது தொடர்பான சட்டம் இது.

மறுவாழ்வு மையம் பெ. **(விதவைகள், போதைப் பழக்கத்துக்கு அடிமையானவர்கள், சமூகத்தில் நலிவடைந்தோர் போன்றோர்) சீரான வாழ்க்கையை அமைத்துக் கொள்ள உதவும் அமைப்பு;** rehabilitation centre. விதவைகள் மறுவாழ்வு மையம்.

மறுவீடு பெ. **மணமக்களை (பெண் வீட்டில் நடக்கும் திருமணத்துக்குப் பிறகு) மாப்பிள்ளை வீட்டுக்கு அல்லது (மாப்பிள்ளை வீட்டில் நடக்கும் திருமணத்துக்குப் பிறகு) பெண் வீட்டுக்கு முதன்முறையாக அழைத்துச் செல்லுதல்;** the custom of taking a married couple to the groom's or bride's place soon after the wedding.

மறை[1] வி. (மறைய, மறைந்து) **1: கண்ணுக்குப் புலப்பட்டது புலப்படாமல் ஆதல்;** go out of sight; disappear. நிலா மேகங்களுக்குப் பின் மறைந்ததும் எங்கும் இருள் கவிந்தது./ பேருந்து நகர்ந்து சாலையில் புள்ளியாக மறைவதை உற்றுப் பார்த்துக்கொண்டிருந்தான்./ காயத்தினால் ஏற்பட்ட லேசான தழும்பு இப்போது மறைந்துவிட்டது. [(தொ.சொ.) **ஒளி/ பதுங்கு/ பம்மு**] **2:** (ஒலி) **கேட்க முடியாத நிலையை அடைதல்;** become inaudible. எங்கோ ஒரு நாய் ஊளையிடும் சத்தம் கொஞ்சம்கொஞ்சமாகத் தேய்ந்து பின் மறைந்தது. **3: ஒரு நிலை, உணர்வு, தன்மை போன்றவை ஒன்றை விட்டு அல்லது ஒருவரை விட்டு நீங்குதல்; விலகுதல்;** be gone; cease to exist. வேலை துவங்கியபோது இருந்த உற்சாகம் இப்போது முற்றிலுமாக மறைந்துவிட்டிருந்தது./ அவருடைய விளக்கத்தைக் கேட்ட பிறகு அது வரை இருந்த சந்தேகம் கொஞ்சம்கொஞ்சமாக மறைய ஆரம்பித்தது./ குழந்தையுடன் இருக்கும்போது தனது பதற்றம், கவலை எல்லாம் மறைந்துவிடுவதை அவளால் உணர முடிந்தது./ நாளடைவில் 'சுப்புரத்தினம்' என்கிற அவருடைய இயற்பெயர் மறைந்து 'பாரதிதாசன்' என்கிற பெயரே நிலைத்தது./ அவரது நாவல்களில் பல இடங்களில் கவிதைக்கும் உரைநடைக்கும் இருக்கும் வேறுபாடே மறைந்துவிடுகிறது./ எனது தாழ்வு மனப்பான்மை எப்போதுதான் மறையுமோ தெரியவில்லை. **4: (வெளிவராமல் அல்லது இருப்பது வெளியே தெரியாமல் ஒருவர் அல்லது ஒன்று ஒரு இடத்தில்) பதுங்கியிருத்தல்; ஒளிந்திருத்தல்;** hide (oneself). மறைந்திருந்து தாக்குவதுதான் கொரில்லாப் போர் முறை./ தீவிரவாதிகள் மறைந்திருப்பதாகக் கருதப்பட்ட இடம் சுற்றிவளைக்கப்பட்டது./ வகுப்புத் தோழன் தன்னைத் தேடிக்கொண்டு வருவதைப் பார்த்ததும் மரத்தின் பின்னால் மறைந்து கொண்டான். **5: (ஒரு இனம், அமைப்பு, பழக்கவழக்கங்கள் காலப்போக்கில்) இல்லாமல் போதல்; அழிதல்;** vanish; perish; become extinct. வங்காளப் புலி இனம் மறைந்துவருகிறது./ மறைந்த பண்டை நாகரிகங்களைப் பற்றி அறியத் தொல்லியல் ஆராய்ச்சி உதவுகிறது./ யாழ் என்ற இசைக் கருவி காலப்போக்கில் மறைந்துவிட்டது./ கனிஷ்கருக்குப் பின் குஷாணப் பேரரசு வலிமை குன்றி மறைந்தது./ மேலை நாடுகளில் இருபதாம் நூற்றாண்டின் ஆரம்ப காலத்தில் பல கலை, இலக்கிய கோட்பாடுகள் தோன்றிப் பின் மறைந்தன./ உடன்கட்டை ஏறும் பழக்கம் இப்போது முற்றிலும் மறைந்துவிட்டது./ தாத்தா காலமான பிறகு அவர் நடத்திய நாடக சபாவும் மறைந்துவிட்டது. **6:** (உ.வ.) **இறத்தல்;** die; pass away. அண்மையில் மறைந்த கவிஞருக்கு இரங்கல் கூட்டம் நடந்தது./ நாட்டுக்கே வழிகாட்டியாக விளங்கிவந்த தலைவர் மறைந்தார்.

மறை[2] வி. (மறைக்க, மறைத்து) **1: எளிதில் கண்ணுக்குப் புலப்படாதவாறு அல்லது பிறர் பார்க்காதபடி ஆக்குதல்; ஒளித்தல்;** hide (sth.); conceal. பெட்டியைப் புதைத்துவிட்டுச் சருகுகளைப் போட்டு மூடி மறைத்தார்./ கருமேகங்கள் சூரியனை மறைத்தன. [(தொ.சொ.) **ஒளி/ போர்த்து/ மூடு**] **2: பார்க்க முடியாத விதத்தில் தடையாக இருத்தல்;** block (the view). மறைக்காதே! கொஞ்சம் விலகி உட்கார்./ தூண் ஒன்று மேடையைப் பார்க்கவிடாமல் மறைத்தது./ கண்ணில் சதை வளர்ந்து பார்வையை மறைக்கிறது./ (உரு வ.) பணச் செருக்கு அவன் கண்ணை மறைக்கிறது. **3: (ஒன்றை) வெளிப்படாமல் இருக்கச் செய்தல்; ஒளித்தல்;** hide; withhold; suppress (facts, etc.,). உண்மையை யாரும் மறைக்க முடியாது. அது வெளிப்பட்டே தீரும்./ மறைக்காமல் நடந்ததைச் சொல்!/ மருத்துவரிடமும் வழக்கறிஞரிடமும் எதையும் மறைக்கக் கூடாது என்பார்கள்./ நமது குறைகளை மறைப்பதற்காக நாம் அடுத்தவர்களைக் குறைசொல்கிறோம்.

மறை[3] பெ. (உ.வ.) **வேதம்;** the Veda. அவர் நான்கு மறைகளையும் கற்றுத் தேர்ந்தவர்./ திருக்குறளைத் தமிழ் மறை என்று கூறுவதுண்டு.

மறைதிரு பெ.அ. (கிறித்.) காண்க: **அருட்திரு.**

மறைநீர் பெ. (பு.வ.) **ஒரு பொருளை உற்பத்தி செய்வதற்குச் செலவிட வேண்டியதாக அமையும் தண்ணீர்;** virtual water. ஒரு முட்டையை உற்பத்திசெய்ய 160 லிட்டர் மறைநீர் தேவைப்படுகிறது என்று வல்லுநர்கள் குறிப்பிடுகிறார்கள்.

மறைப்பு பெ. **ஒரு பக்கத்திலிருப்பதை மறுபக்கத்திலிருந்து பார்க்க முடியாதபடி அல்லது வெயில் நேரே அடிக்காதபடி ஏற்படுத்தும் தடுப்பு;** screen. வீட்டின் பின்புறத்தில் தட்டியை மறைப்பாக வைத்துக் குளிப்பதற்கு வசதி செய்திருந்தார்கள்./ திண்ணையில் வெயில் விழாதபடி மறைப்பு ஒன்றைக் கட்டியிருந்தார்கள்.

மறை மாநிலம் பெ. (கிறித்.) **பேராயரின் நிர்வாகத்துக்கு உட்பட்ட பல்வேறு மறை மாவட்டங்களை உள்ளடக்கிய கத்தோலிக்க மத நிர்வாகப் பிரிவு;** province.

மறை மாவட்டம் பெ. (கிறித்.) **ஆயரால் நிர்வகிக்கப்படும் பல பங்குகளை உள்ளடக்கிய பகுதி; பேராயம்;** archdiocese.

மறைமுகம் பெ. (-ஆக, -ஆன) **நேரடியானதாகவோ வெளிப்படையானதாகவோ அல்லாமல் இருப்பது;** indirect. உறுப்பினர் அமைச்சரை மறைமுகமாகத் தாக்கிப் பேசினார்./ தங்கள் கோரிக்கைகளை நிர்வாகத்தின் கவனத்துக்குக் கொண்டுவர மாணவர்கள் மறைமுகமான வழிமுறைகளைக் கையாண்டார்கள்.

மறைமுக வரி பெ. **பொருள்களை விற்கும்போது நுகர்வோரிடமிருந்து வசூலித்து வணிகர் அல்லது சேவை அளிப்போர் செலுத்தும் வரி;** indirect tax.

மறை வட்டம் பெ. (கிறித்.) **பங்குகள் சிலவற்றை உள்ளடக்கிய கத்தோலிக்க மத நிர்வாகப் பிரிவு;** vicariate.

மறைவிடம் பெ. **1: மறைந்திருப்பதற்குப் பயன்படுத்தும் இடம்;** hiding place. போராளிகளின் மறைவிடங்களைக் கண்டுபிடிப்பது அவ்வளவு எளிதல்ல./ எங்கள் வீட்டுக் கொல்லைப்புறம்தான் குழந்தைகள் ஒளிந்து விளையாடுவதற்கு மறைவிடமாக இருந்தது. **2:** (அ.வ.) **கழிப்பறை;** lavatory.

மறைவு பெ. **1:** (-ஆக, -ஆன) **பிறர் பார்வையிலிருந்து ஒன்றை அல்லது ஒருவரை மறைக்கக்கூடிய வகையில் அமைந்திருக்கும் இடம்/பிறர் பார்வையில் படாதவாறு அமைந்திருக்கும் நிலை;** cover; hiding. மரத்தின் மறைவில் நின்றுகொண்டு என்ன நடக்கிறது என்பதைக் கவனித்தான்./ கட்டடத்துக்குப் பின்னால் மறைவாகச் சென்று அமர்ந்தார்கள்./ புதர் மறைவில் ஒரு சிறுத்தை நின்றுகொண்டிருந்தது. **2:** (-ஆக, -ஆன) **பிறரால் அறியவோ உணரவோ முடியாதபடி இருக்கும் நிலை அல்லது தன்மை;** secret. அவருக்குத் தனது திட்டங்களை மறைவாக வைத்திருக்கத் தெரியவில்லை./ இரண்டாம் உலகப் போரின்போது பேரழிவு ஆயுதங்களைத் தயாரிக்க மறைவாகப் பல நாடுகள் ஆராய்ச்சிகளை மேற்கொண்டன. **3: ஒன்று காலப்போக்கில் மறைந்தோ அழிந்தோ போகக்கூடிய நிலை;** disappearance. நிலப்பிரபுத்துவத்தின் மறைவைப் பற்றி ஆய்வுக் கட்டுரை ஒன்றை எழுதியிருக்கிறேன்./ பல பறவையினங்களின் மறைவுக்கு மனிதனின் செயல்பாடுகள்தான் காரணம். **4:** (உ.வ.) **இறப்பு;** (when used euphemistically) passing away; death. தலைவரின் மறைவுகுறித்து அவர் அனுதாபம் தெரிவித்தார்.

மன்மதன் பெ. **1: (புராணத்தில்) ஆண் பெண் இடையே காதலைத் தோற்றுவிப்பவனாகவும் அழகில் சிறந்த ஆணாகவும் கூறப்படும் கடவுள்; காமன்;** god of love. **2:** (அடையாக வரும்போது) **(மன்மதன் தூண்டும்) காமம்;** sexual drive. மன்மதச் சேட்டை/ மன்மத லீலை.

மன்றம் பெ. **1: (ஒத்த கருத்துடையவர்களுக்கான அல்லது குறிப்பிட்ட நோக்கத்துக்கான) குழு அல்லது கூட்டமைப்பு;** club (for recreation, etc.,); forum; association (for literature, etc.,). ரசிகர் மன்றம்/ இலக்கிய மன்றம். **2: (விழா, நிகழ்ச்சி போன்றவை நடத்துவதற்கு உரிய) மண்டபம்;** hall or auditorium. இந்த மன்றத்தில் கூடியிருக்கும் பார்வையாளர்கள் சற்று நேரம் அமைதிகாக்குமாறு வேண்டிக்கொள்கிறேன்./ ராஜா அண்ணாமலை மன்றம்.

மன்றாடு வி. (மன்றாட, மன்றாடி) **(இரக்கம் கொள்ள வைக்கும் வகையில்) கெஞ்சி வேண்டுதல்; இறைஞ்சுதல்;** implore. 'எனக்கு ஒன்றும் தெரியாது. என்னை விட்டுவிடுங்கள்' என்று காவலர்களிடம் மன்றாடினான்./ என் மகளின் படிப்புக்கு நீங்கள்தான் உதவ வேண்டும் என்று மன்றாடிக் கேட்டுக்கொள்கிறேன். [(தொ.சொ.) **இறைஞ்சு/ கெஞ்சு/ போராடு**]

மன்னராட்சி பெ. (அ.வ.) **முடியாட்சி;** monarchy.

மன்னவன் பெ. (உ.வ.) காண்க: **மன்னன், 1.**

மன்னன் பெ. **1: அரசன்;** king. **2: '(ஒன்றில்) தேர்ந்தவன்' என்ற பொருளில் பயன்படுத்தும் சொல்;** king. சிறுகதை மன்னன்/ இந்த நடிகரை வசூல் மன்னன் என்று கூறுகிறார்கள்.

மன்னாதி மன்னன் பெ. **மிகுந்த சாமர்த்தியமும் திறமையும் உடையவன்;** past master. பெரிய மன்னாதி மன்னனெல்லாம் இந்த இயந்திரத்தைச் சரிசெய்ய முடியாது என்று சொல்லிவிட்டார்கள்./ தன் காரியத்தை எப்படியாவது சாதித்துக்கொள்வதில் அவன் மன்னாதி மன்னன்.

மன்னி[1] வி. (மன்னிக்க, மன்னித்து) **ஒருவர் செய்த தவறு, குற்றம் ஆகியவற்றுக்காக அவர் மீது கோபம் கொள்வதில்லை அல்லது நடவடிக்கை எடுப்பதில்லை என்று முடிவுசெய்து அதை அவருக்கு உணர்த்துதல்;** forgive; pardon. நீங்கள் சொன்னபடி செய்யாதது என்னுடைய தவறுதான், என்னை மன்னித்துவிடுங்கள்./ நீ செய்த பாவத்தை மன்னிக்க நான் யார்?/ நான் அவசரப்பட்டு அப்பாவைச் சந்தேகித்தாலும் அவர் பெருந்தன்மையுடன் என்னை மன்னித்துவிட்டார்./ முதன்முறை என்பதால் ஜேப்படியில் ஈடுபட்ட சிறுவனை நீதிபதி மன்னித்து விடுதலை செய்தார்.

மன்னி[2] பெ. (ச.வ.) **அண்ணனின் மனைவி;** wife of one's elder brother.

மன்னிப்பு பெ. **செய்த தவறு, குற்றம் போன்றவற்றுக்காக ஒருவர்மீது கோபம் கொள்ளாமல் அல்லது நடவடிக்கை எடுக்காமல் இருக்க முடிவெடுத்து அதை அவருக்கு உணர்த்தும் செயல்;** forgiveness; forgiving; pardon. 'நான் செய்த பாவங்களுக்கு மன்னிப்பே கிடையாதா?'/ உன்னைத் திட்டியதற்கு அவன்தான் மன்னிப்பு கேட்டுவிட்டானே!

1045 மனத்தைக் கல்லாக்கிக்கொள்

மன்னை காட்டு வி. (காட்ட, காட்டி) (இலங்.) காண்க: **மன்னை வீங்கு.**

மன்னை வீங்கு வி. (வீங்க, வீங்கி) (இலங்.) **(பிறர் நன்கு உணரும் வகையில் ஒருவருடைய) முகத்தில் கோபம் வெளிப்படுதல்;** become visibly angry. நான் நல்லதுக்குச் சொல்ல, அவனுக்கு மன்னை வீங்கிவிட்டது./ என்னவோ தெரியவில்லை. அவளுக்கு மன்னை வீங்கியிருக்கிறது.

மனஅழுத்தம் பெ. (உள.) **(ஒருவர் தன்) கவனத்தை எதிலும் முழுமையாகச் செலுத்த முடியாமல் பதற்றத்துடன் செயல்படும் நிலை;** stress; depression.

மனஇறுக்கம் பெ. (உள.) **(பெரும்பாலும் சோகம், இழப்பு போன்ற) அதிர்ச்சி தரக்கூடிய நிகழ்ச்சிகளினால் ஏற்படும் பதற்றமான மனநிலை;** depression.

மனஉளைச்சல் பெ. **விரும்பத் தகாத பாதிப்பினால் ஒருவருக்கு மனத்தில் ஏற்படும் நிம்மதியற்ற இறுக்கமான நிலை;** mental agony. இந்த அவதூறினால் எனக்கு ஏற்பட்ட மனஉளைச்சலை வார்த்தைகளில் விவரிக்க முடியாது./ யாரும் தன்னுடன் சரிவரப் பேசாததாலும் எல்லோராலும்தான் ஒதுக்கப்படுகிறோம் என்ற உணர்வாலும் அவர் மிகுந்த மனஉளைச்சலுக்கு ஆளாகியுள்ளார்.

மனக்கசப்பு பெ. **(ஒன்றின் மேல் அல்லது ஒருவரின் மேல்) வெறுப்புக் கலந்த மனக்குறை; மனத்தாங்கல்;** bitterness. இந்தியச் சிப்பாய்களுக்கு ஏற்பட்ட மனக்கசப்பு சிப்பாய்க் கலகத்துக்குக்கான காரணங்களில் ஒன்று./ தனக்குச் சரியான அங்கீகாரம் கிடைக்கவில்லை என்ற மனக்கசப்பு அவருக்குக் கடைசிவரை இருந்தது.

மனக்கண் பெ. **ஒரு காட்சியை அல்லது நிகழ்வை ஒருவர் கண்களால் அல்லாமல் தனது மனத்தினால் பார்ப்பதாக நம்பப்படுவது;** mind's eye. மதுரை என்றவுடன் மீனாட்சியம்மன் கோயில்தான் நம் மனக்கண்ணில் தோன்றுகிறது.

மனக்கணக்கு பெ. **எழுதிப்பார்க்காமல் மனத்திற்குள் கணக்கிடும் முறை;** ability to do basic arithmetical operations mentally; mental arithmetic. 'பேனா, பென்சில் எல்லாம் எனக்குத் தேவைப்படாது. எல்லாம் மனக்கணக்குத்தான்' என்றார் பழக்கடைக்காரர்.

மனக்குறை பெ. **(ஒருவரின் மீது அல்லது ஒன்றின் மீது ஒருவருக்கு உள்ள) வருத்தம்; மனத்தாங்கல்;** grievance. போதிய பிரசுர வசதி தனக்கு இல்லையே என்ற மனக்குறை பாரதியாருக்கு இருந்தது./ என் மனக்குறையை நான் யாரிடம் சொல்வேன்?

மனக்கோட்டை பெ. **எதிர்காலத்தைக் குறித்து மனத்தில் வளர்க்கும் (நிறைவேறுவதற்குச் சாத்தியம் இல்லாத) கற்பனை;** daydream. அமைச்சர் பதவி கிடைக்கும் என்று வீணாக மனக்கோட்டை கட்டாதே.

மனக்கோளாறு பெ. (இலங்.) **மனநோய்; மனநலம் குன்றிய நிலை;** mental illness. மனக்கோளாறு காரணமாக அவர் அப்படிப் பேசிவிட்டார். அதைக் கவனத்தில் எடுக்காதே.

மனங்கொள் வி. (-கொள்ள, -கொண்டு) (உ.வ.) **(ஒன்றை) கருத்தில் கொள்ளுதல்;** take into consideration. ஒரு நூலை மதிப்பிடும்போது அது எழுதப்பட்ட சமூகச் சூழலையும் நாம் மனங்கொள்ள வேண்டும்.

மனச்சிதைவு பெ. (உள.) **ஒருவருடைய சிந்தனையும் செயலும் யதார்த்தத்திலிருந்து விலகி இருப்பதால் உண்டாகும் மனநோய்;** schizophrenia.

மனச்சோர்வு பெ. **ஊக்கமும் உற்சாகமும் இழந்து, எதிலும் முழு மனத்தோடு ஈடுபட முடியாத வெறுமையுணர்வு மிகுந்த நிலை;** boredom; ennui. தொழிலில் தொடர்ந்து நஷ்டம் ஏற்பட்டதால் மிகுந்த மனச்சோர்வுக்கு ஆளானேன்./ தினமும் ஒரே மாதிரியான வாழ்க்கை, அலுவலக வேலைகள் எல்லாம் சேர்ந்து அவளது மனச்சோர்வை அதிகப்படுத்திவிட்டன.

மனசாட்சி பெ. **சரி அல்லது தவறு என்று சுட்டிக்காட்டுவதும் தவறு செய்தால் குற்ற உணர்வை எழுப்புவதுமான உள்ளுணர்வு;** conscience. இப்படிக் கூசாமல் பொய் சொல்கிறாயே, உனக்கு மனசாட்சியே கிடையாதா?/ பெற்றோரைக் கவனிக்காமல் விட்டது தவறு என்று மனசாட்சி உறுத்தியது.

மனசார வி.அ. (இலங்.) காண்க: **மனதார.**

மனசு பெ. (பே.வ.) காண்க: **மனம்.**

மனத்தடை பெ. (பு.வ.) **(உளவியல் ரீதியாக) எவ்வளவு முயன்றும் ஒரு செயலைச் செய்ய அல்லது தொடர இயலாத நிலை;** mental block; a mental reservation; inhibition. நம்மால் வெற்றி பெற முடியாது என்கிற மனத்தடையை முதலில் உடைத்தெறி. அப்போதுதான் உன்னால் போட்டியில் வெல்ல முடியும்.

மனத்தாங்கல் பெ. **(ஒருவர்மீது ஒருவர்) மனத்தில் கொள்ளும் குறை; (ஒருவர் அடையும்) வருத்தம்; மனஸ்தாபம்;** grievance; misunderstanding. நண்பர்களுக்குள் ஏற்பட்ட மனத்தாங்கலால் ஒருவரோடு ஒருவர் பேசிக்கொள்வதில்லை. [(தொ.சொ.) **ஊடல்/ சண்டை/ தகராறு/ பிணக்கு/ பிரச்சினை / மனஸ்தாபம்**]

மனத்தில் போட்டுக்கொள் வி. (-கொள்ள, -கொண்டு) **1: (ஒருவர் தன்னிடம் கூறும் செய்தி, தகவல், விவரம் போன்றவற்றைப் பிறருக்குத் தெரிவிக்காமல்) தன்னளவில் மட்டும் வைத்துக்கொண்டிருத்தல்;** keep to oneself; keep in mind. அவரைப் பற்றி நிறைய கேள்விப்பட்டிருப்பாய். நான் சொன்னதையும் மனத்தில் போட்டுக்கொள். **2:** (பெரும்பாலும் எதிர்மறையில்) **(முன்பு நடந்த நிகழ்ச்சியை) நினைத்து வருந்துதல்;** feel offended; take sth. to heart. உன் அப்பாதானே திட்டினார். அதையெல்லாம் மனத்தில் போட்டுக்கொள்ளாதே./ அன்றைக்குக் கோபத்தில் ஏதோ சொல்லிவிட்டேன். அதை மனத்தில் போட்டுக்கொள்ளாதே.

மனத்துணிவு பெ. **ஒன்றைச் செய்வதற்கு மனத்தில் ஒருவர் கொள்ளும் துணிவு;** courage. என்னை எதிர்த்து நிற்கும் அளவுக்கு அவனுக்கு மனத்துணிவு உண்டா?/ எவ்வளவு சிரமம் வந்தாலும் நான் எனது மனத்துணிவை இழந்துவிட மாட்டேன்./ தனக்கு எது சரி என்று படுகிறதோ அதைச் செய்து முடிக்கும் மனத்துணிவு அவளுக்கு உண்டு.

மனத்தைக் கல்லாக்கிக்கொள் வி. (-கொள்ள, -கொண்டு) **(துயரம், அதிர்ச்சி போன்றவை ஏற்படுத்தும் சூழலின் பாதிப்புக்கு உள்ளாகாதவாறு) மனத்தைத் திடப்படுத்திக்கொள்ளுதல்; உணர்ச்சிகளைக்**

மனதறிய 1046

கட்டுப்படுத்திக் கொள்ளுதல்; harden one's heart. எவ்வளவோ புத்திமதி சொல்லியும் கேட்காத மகனை மனத்தைக் கல்லாக்கிக்கொண்டு வீட்டை விட்டு வெளியே போகச் சொல்லிவிட்டார்./ மகளிடம் பேசக்கூடிய விஷயம் இல்லையென்றாலும் மனத்தைக் கல்லாக்கிக்கொண்டு கூறத் தொடங்கினார்.

மனதறிய வி.அ. **(தான் என்ன செய்கிறோம் என்பது குறித்த) சுய உணர்வுடன்; முழு பிரக்ஞையுடன்;** knowingly. மனதறிய இதுவரை நான் யாருக்கும் கெடுதல் செய்ததில்லை./ அவன் மனதறியப் பொய் சொல்லியிருக்கிறான்.

மனதார வி.அ. **முழுமனத்தோடு; மனப்பூர்வமாக;** wholeheartedly. அவர்கள் இருவரும் ஒருவரை ஒருவர் மனதார விரும்பினார்கள்.

மனது பெ. காண்க: **மனம்.**

மனநல ஆலோசகர் பெ. **ஒருவரின் மனநலம் தொடர்பான பிரச்சினைகளுக்கு ஆலோசனை அளிக்கத் தொழில்முறையில் பயிற்சிபெற்றவர்;** counsellor.

மனநலம் பெ. **(ஒருவரின்) வயதுக்கும் வாழ்க்கைச் சூழலுக்கும் ஏற்றபடி மனம் இயல்பாகச் செயலாற்றும் திறன்;** mental health. மனநலம் சரி இல்லாத பையன்.

மனநலம் குன்றிய பெ.அ. **மனநலம் பாதிக்கப்பட்ட;** mentally ill. மனநலம் குன்றிய சிறுவர்களுக்குச் சிறப்புத் தொழில்முறைப் பயிற்சிகள் அளிக்கப்படுகின்றன./ மனநலம் குன்றியோருக்குத் தர வேண்டிய சிகிச்சைகள் பற்றிய கருத்தரங்கு நாளை நடைபெறுகிறது.

மனநல மருத்துவமனை பெ. **மனநோயால் பாதிக்கப்பட்டவர்களுக்குச் சிகிச்சை அளிக்கும் மருத்துவமனை;** mental hospital.

மனநல மருத்துவர் பெ. **மனநலம் பாதிக்கப்பட்ட நோயாளிகளுக்குச் சிகிச்சை அளிக்கும் மருத்துவர்;** psychiatrist.

மனநிலை பெ. **1: மனத்தில் உணர்வுகள் குறிப்பிட்ட விதத்தில் இருக்கும் நிலை;** state or frame of mind. வேலைக்குச் சேர்ந்த புதிதில் இருந்த குழப்பமான மனநிலை இப்போது இல்லை./ பெரியவர் நல்ல மனநிலையில் இருக்கும்போது அவரிடம் உதவி கேட்டுப்பார். **2:** காண்க: **மனநலம்.**

மனநிறைவு பெ. **குறை, ஏக்கம், மன அமைதியின்மை போன்றவை தீர்ந்த நிலையில் ஒருவருக்கு வரும் அமைதியான மகிழ்ச்சி; திருப்தி; நிறைவு;** satisfaction; contentment. என் மனநிறைவுக்காக மட்டுமே நான் எழுதுகிறேன்./ ஒரு ஏழையின் படிப்புக்கு உதவிசெய்தோம் என்ற மனநிறைவு உனக்கு ஏற்படுகிறதல்லவா?

மனநோய் பெ. **மனநலம் பாதிக்கப்பட்ட நிலை;** mental illness.

மனநோயாளர் பெ. **(இலங்.) மனநோயாளி;** a person with mental illness. மனநோயாளர் வைத்தியசாலை/ பிள்ளைகள் அனைவரையும் போரில் பறிகொடுத்ததிலிருந்து அந்த அம்மா மனநோயாளர் ஆகிவிட்டார்.

மனநோயாளி பெ. **மனநோயால் பாதிக்கப்பட்டவர்;** mental patient. மனைவியின் அகால மரணத்தால் அவர் மனநோயாளி ஆகிவிட்டார்.

மனப்பக்குவம் பெ. **(ஒருவருக்கு வாழ்க்கையில் ஏற்பட்ட அனுபவங்களின் காரணமாக) எதையும் மிகுந்த பாதிப்புக்கு உள்ளாகாமல் எதிர்கொள்ளும் மனத்தின் தன்மை;** maturity.

மனப்பாங்கு பெ. **மனப்பான்மை;** attitude. வாழ்வையே நாடகமாகக் கண்ட மனப்பாங்கை நம்மாழ்வாரிடம் காணலாம்./ தனது திரைப்படங்களில் தரத்தைச் சிறிதும் விட்டுக்கொடுக்காத மனப்பாங்கைக் கொண்ட இயக்குநர் இவர்.

மனப்பாடம் பெ. **படித்ததை அல்லது கேட்டதை மறந்துபோகாத விதத்தில் மனத்தில் பதிய வைத்துக்கொள்ளுதல்/படித்ததை அல்லது காதால் கேட்டதைப் பிசகாமல் திரும்பச் சொல்லக்கூடிய நிலை;** knowing (sth.) by heart; rote. திருக்குறள் அனைத்தும் என் பெண்ணுக்கு மனப்பாடம்./ ஒரு தடவை படித்தாலே உனக்கு மனப்பாடம் ஆகிவிடுமா?/ நகரில் உள்ள அத்தனை தெருக்களும் அவருக்கு மனப்பாடமாகத் தெரியும்./ 'பராசக்தி' படத்தின் வசனம் முழுவதையும் நான் மனப்பாடமாகச் சொல்வேன்.

மனப்பால் குடி வி. (குடிக்க, குடித்து) **தான் விரும்பியபடி ஒன்று நடக்கும் என்று வீணாக நம்பிக்கையை அல்லது ஆசையை வளர்த்துக்கொள்ளுதல்;** be under an illusion; entertain (false hope). பிரேசில் அணியை வென்றுவிடலாம் என்று ஸ்பெயின் அணியினர் மனப்பால் குடித்தனர். கடைசியில் வெற்றி பிரேசில் அணிக்குதான்./ சினிமாவில் சேர்ந்து கைநிறைய பணம் சம்பாதிக்கலாம் என்றெல்லாம் மனப்பால் குடித்துக்கொண்டிருக்காதே.

மனப்பான்மை பெ. **(ஒருவரிடம்) குறிப்பிட்ட உணர்வு, எண்ணப் போக்கு போன்றவை குறிப்பிட்ட சூழலில் மேலோங்கியிருக்கும் நிலை;** mental attitude; spirit (in which sth. is done). விட்டுக்கொடுக்கும் மனப்பான்மை அவனிடம் கொஞ்சம்கூடக் கிடையாது./ மக்களிடையே சேவை மனப்பான்மையை வளர்க்க வேண்டும்./ கட்சித் தலைவரின் சர்வாதிகார மனப்பான்மையே தேர்தல் தோல்விக்குக் காரணம்./ தோல்வி மனப்பான்மை எதற்கும் உதவாத ஒன்று.

மனப்பிராந்தி பெ. **இல்லாதது இருப்பது போன்ற அல்லது நிகழாதது நிகழ்வது போன்ற உணர்வு; பயம்;** hallucination. யாரோ தன்னைக் கொல்லப்பார்க்கிறார்கள் என்று அவர் கூறுவதெல்லாம் வெறும் மனப்பிராந்திதான்.

மனப்பூர்வமாக/மனப்பூர்வமான வி.அ./பெ.அ. **முழுமனத்தோடு/முழுமனத்தோடு கூடிய;** wholeheartedly/wholehearted. எந்த ஒரு கலையிலும் மனப்பூர்வமான ஈடுபாடு இல்லாவிட்டால் தேர்ச்சி பெற முடியாது.

மனப்போக்கு பெ. **மனம் செயல்படும் விதம்;** attitude. அவருடைய மனப்போக்கை என்னால் புரிந்துகொள்ளவே முடியவில்லை./ நீ உன் மனப்போக்கை மாற்றிக்கொள்ளாவிட்டால் வாழ்க்கையில் முன்னேறவே முடியாது.

மனம் பெ. **1: ஒருவரின் எண்ணம், உணர்வு போன்றவை இருக்கும், செயல்படும் களமாகக் கருதப்படுவது; உள்ளம்;** mind; heart; the reasoning faculty. மனத்தை ஒரு

1047 மனவிகாரம்

நிலைப்படுத்தி தியானத்தில் ஆழ்ந்தார்./ துக்கத்தால் மனம் கனத்தது. **2: விருப்பம்;** intention; desire; mind. வீட்டுக்குத் திரும்ப மனம் இல்லாமல் நடந்தான்./ மனம்போல் வாழ்வு!/ இதைச் சாப்பிட எனக்கு மனம் இல்லை.

மனம் அடித்துக்கொள் வி. (-கொள்ள, -கொண்டு) **(இனம்புரியாத உணர்வினால்) மனம் நிலைகொள்ளாமல் இருத்தல்; தவித்தல்;** be restless. மணி ஆறாகியும் வீட்டுக்குத் திரும்பாத மகனை எண்ணி மனம் அடித்துக்கொண்டது./ உடல்நலமில்லாமல் இருக்கும் அம்மாவுக்கு ஏதாவது ஆகியிருக்குமோ என்று மனம் அடித்துக்கொண்டது./ அவள் வரப்போகிறாள் என்று கேள்விப்பட்டதுமே என் மனம் அடித்துக்கொண்டது.

மனம் குவி வி. (குவிக்க, குவித்து) **(ஒருவர் தன்) முழுக் கவனத்தையும் ஒருமுகப்படுத்துதல்;** concentrate.

மனம் கேள் வி. (கேட்க, கேட்டு) காண்க: **மனம்பொறு.**

மனம் கோணு வி. (கோண, கோணி) **(ஒருவருடைய செயல்களால் மற்றவர் மனம்) வருந்துதல்;** be displeased. அவன் தன் பெற்றோர் மனம் கோணாமல் நடந்துகொண்டான்./ அவள் மனம் கோணும்படி என்ன சொல்லிவிட்டேன் என்று தெரியவில்லை.

மனம்திரும்பு வி. (-திரும்ப, -திரும்பி) (கிறித்.) **பாவச் செயல்களை விட்டுவிட்டு இறை வழிக்குத் திரும்புதல்;** come back to the fold. 'மனம்திரும்புங்கள். உங்களுக்குப் பரலோக சாம்ராஜ்யம் நிச்சயம்' என்றார் போதகர்.

மனம்திறந்து வி.அ. **(எதையும்) மறைக்காமல் வெளிப்படையாக; ஒளிவுமறைவு இல்லாமல்;** without reservation; open heartedly. மனம்திறந்து பேசுவதற்குக்கூட இங்கு நண்பர்கள் இல்லை./ 'அற்புதமாகக் கவிதை எழுதியிருக்கிறாய்' என்று நண்பர் என்னை மனம்திறந்து பாராட்டினார்.

மனம் துணி வி. (துணிய, துணிந்து) **மனத்தில் துணிவை ஏற்படுத்திக்கொண்டு விரும்பத்தகாத அல்லது கடினமான ஒன்றைச் செய்வதற்கு முயலுதல்;** have the heart (to do sth.); muster up courage. அப்பாவை ஏமாற்ற எனக்கு மனம் துணியவில்லை./ எப்படியும் ஒரு பத்திரிகையை ஆரம்பித்துவிடுவதென மனம் துணிந்துவிட்டேன்.

மனம்பொறு வி. (-பொறுக்க, -பொறுத்து) (பெரும்பாலும் எதிர்மறையில்) **உணர்வு ரீதியாக ஒன்றைச் சகித்தல்; தாங்குதல்;** bear; endure sth. மகள் சாப்பாட்டுக்கே இல்லாமல் கஷ்டப்படுகிறாள் என்று கேட்டதும் மனம் பொறுக்காமல் பணத்தை எடுத்துக்கொண்டு ஓடினார்./ கணவன் செய்த அக்கிரமத்தைக் கேட்டதும் அவளுக்கு மனம்பொறுக்கவில்லை.

மனம்போல் வி.அ. **(ஒருவர்) விரும்பியபடியே; விருப்பம்போல்; நினைத்தபடியே;** according to one's wishes; as (one) pleases; on impulse. உன் மனம்போல் எல்லாம் நன்றாக நடக்கும், கவலைப்படாதே./ உன் மனம்போல் வாழ்க்கை அமையும் என்று பெரியவர் வாழ்த்தினார்./ யார் சொல்வதையும் கேட்காமல் அவன் மனம்போல் நடந்துகொள்கிறான்.

மனம்போனபடி வி.அ. (பேச்சு, செயல் போன்றவற்றைக் குறித்து வரும்போது) **எந்தவிதக் கட்டுப்பாடும் இல்லாமல்; இஷ்டம் போல்;** without restraint; without self-control. மனம்போனபடியெல்லாம் பேசிவிட்டு இப்போது வருத்தப்பட்டு என்ன பயன்?/ உன்னைப் போல் மனம்போனபடி வாழ என்னால் முடியாது.

மனம்வா வி. (-வர, -வந்து) (பெரும்பாலும் எதிர்மறையில் அல்லது எதிர்மறைத் தொனியில்) **விரும்பத்தகாத ஒன்றைச் செய்வதற்கு ஒருவருடைய மனது இடம் கொடுத்தல்;** have the heart to do or say (sth.); be willing to do. இப்படிக் கூசாமல் பழி சொல்ல உனக்கு எப்படி மனம்வந்தது?/ பாடுபட்டு உழைத்ததை அப்படியே விட்டுக்கொடுக்க மனம்வரவில்லை./ இந்தக் குழந்தையை அநாதரவாக விட்டுவிட்டுப் போவதற்கு எப்படித்தான் இதன் தாய்க்கு மனம்வந்ததோ?

மனம்விட்டு வி.அ. காண்க: **மனம்திறந்து.**

மனம்வை வி. (-வைக்க, -வைத்து) **(ஒன்று நடக்க வேண்டும் என்பதில் அல்லது ஒன்றைச் செய்வதில்) அக்கறை அல்லது ஈடுபாடு காட்டுதல்;** give one's mind to (sth.). நீங்கள் மனம்வைத்தால் எனக்கு ஒரு வேலை வாங்கித் தரலாம்./ நீ மனம்வைத்தால் நன்றாகப் படிக்க முடியும்./ எல்லோருக்கும் கழிப்பிட வசதிகள், சுகாதாரமான குடிநீர் ஆகியவை கிடைப்பதற்கு ஆள்பவர்கள் மனம்வைக்க வேண்டும்.

மனமார வி.அ. **முழுமனத்தோடு; மனப்பூர்வமாக;** wholeheartedly. அவர் என்னை மனமாரப் பாராட்டினார்.

மனமாற்றம் பெ. **மனத்தில் கொண்டிருக்கும் கருத்து, எண்ணம் முதலியவற்றில் ஏற்படும் மாற்றம்;** changing one's mind; a change of heart. அவருடைய திடீர் மனமாற்றத்துக்குக் காரணம் என்ன?

மனமுடை வி. (-உடைய, -உடைந்து) **மன உறுதி இழத்தல்;** be heart-broken; lose heart. தோல்வியால் மனமுடைந்துபோனான்.

மனமுவந்து வி.அ. **விரும்பி; மகிழ்ச்சியுடன்;** willingly; with pleasure; heartily. அந்தச் செல்வந்தர் மனமுவந்து கோயில் திருப்பணிக்கு நன்கொடை அளித்தார்./ நீங்கள் மனமுவந்து எது தந்தாலும் ஏற்றுக்கொள்வோம்.

மனமொத்த பெ.அ. **ஒருவரையொருவர் நன்றாகப் புரிந்துகொண்டிருக்கிற;** harmonious. என் பெற்றோரைப் போன்ற மனமொத்த தம்பதியை எங்கும் பார்க்க முடியாது./ அவர்கள் இருவரும் மனமொத்த நண்பர்கள் என்பதில் சந்தேகம் என்ன?

மனவளர்ச்சி பெ. **சூழ்நிலையை, உணர்ச்சிகளை வயதுக்கேற்ற முறையில் புரிந்துகொள்ளும் அல்லது வெளிப்படுத்தும் பக்குவம்;** mental development.

மனவளர்ச்சி குன்றிய பெ.அ. (பெரும்பாலும் பிறவியிலிருந்தே) **மூளையின் இயல்பான செயல்பாடு பாதிக்கப்பட்ட;** mentally challenged. மனவளர்ச்சி குன்றியோருக்கான சிறப்புப் பள்ளி.

மனவிகாரம் பெ. **இயல்புக்கு விரோதமாகவும் சமூகத்தால் ஏற்றுக்கொள்ளப்படாத வகையிலும் இருக்கும் (பெரும்பாலும் பாலுணர்வுடன் தொடர்புடைய) ஒருவருடைய ஆசை, எண்ணம் போன்றவை;** perversion or aberration of the mind. 'மக்களின் மனவிகாரங்களைத் தூண்டும் விதத்தில் சில பத்திரிகைகள் செய்திகளையும் படங்களையும் வெளியிடுகின்றன' என்றார் அவர்.

மனவேற்றுமை பெ. (ஒன்றைக் குறித்துப் பிறரோடு கொள்ளும்) கருத்து வேற்றுமை; difference of opinion. தொழிலாளர்கள் அனைவரும் மனவேற்றுமையைக் களைந்துவிட்டு ஒன்றுபட்டுப் போராட வேண்டும்.

மனவேறுபாடு பெ. காண்க: மனவேற்றுமை.

மனனம் பெ. (அ.வ.) மனப்பாடம்; memorizing; rote learning.

மனஸ்தாபம் பெ. காண்க: மனத்தாங்கல். [(தொ.சொ.) ஊடல்/ சண்டை/ தகராறு/ பிணக்கு/ பிரச்சினை/ மனத்தாங்கல்]

மனித ஆண்டு பெ. ஒருவர் சராசரியாக நாள் ஒன்றுக்கு எட்டு மணி நேரம் என்ற அடிப்படையில் ஓர் ஆண்டு செய்யும் வேலையைக் குறிக்கும் கால அளவு; man year. இந்த அகராதியின் முதல் பதிப்பைத் தயாரிக்க 90 மனித ஆண்டுகள் ஆகியிருக்கின்றன.

மனித ஆற்றல் பெ. காண்க: மனித வளம்.

மனித உரிமை பெ. குடிமக்கள் அனைவரும் சமூகத்தில் சமமாகவும் ஒடுக்குமுறைக்கு ஆளாகாமலும் நடத்தப்பட வேண்டும் என்ற அடிப்படை உரிமை; human right. குழந்தைத் தொழிலாளர் முறை மனித உரிமை மீறல் ஆகும்./ மனித உரிமைகளைக் காக்க அரசு அனைத்து நடவடிக்கைகளையும் எடுக்கும்.

மனிதக் கழிவு பெ. மனித உடம்பிலிருந்து வெளியேறும் சிறுநீர் மற்றும் மலம்; human waste; excreta.

மனிதக் குரங்கு பெ. (பாரம்பரியக் கூறுகள் சிலவற்றில்) மனிதனை ஒத்திருக்கும், வாலில்லாத ஒரு வகைக் குரங்கு; a kind of ape. கொரில்லா, சிம்பன்ஸி போன்ற மனிதக் குரங்குகள் ஆப்பிரிக்கக் காடுகளில் காணப்படுகின்றன.

மனிதகுலம் பெ. (பூமியில் வாழும்) மனித இனம்; humanity.

மனிதச்சங்கிலி பெ. (ஒன்றைக் குறித்த தங்கள்) கருத்தை வெளிப்படுத்தும் விதமாகவோ எதிர்ப்பைக் காட்டும் விதமாகவோ பொதுமக்கள் திரண்டு வந்து சாலை ஓரத்தில் ஒருவரோடு ஒருவர் கை கோத்து நிற்றல்; human beings forming a chain by joining hands to demonstrate their support of a cause or protest against sth. புற்றுநோய் விழிப்புணர்வுக்காக மனிதச்சங்கிலி நடத்தப்பட்டது.

மனிதத்தன்மை பெ. மனிதனுக்கு மிக முக்கியமாக இருக்க வேண்டியதாகக் கருதப்படும் அன்பு, இரக்கம் போன்ற பண்புகளைக் கொண்டிருக்கும் தன்மை; human quality; humanity. கொஞ்சமாவது மனிதத்தன்மை இருந்திருந்தால் அந்தச் சிறுவனைப் போட்டு இப்படி அடித்திருக்க மாட்டார்./ இந்தத் தாக்குதலை மனிதத்தன்மையற்ற செயல் என்று பிரதமர் கண்டித்துள்ளார்.

மனிதநேயம் பெ. சமூக ரீதியில் சக மனிதன்மீது கொள்ளும் அன்பு, மதிப்பு போன்றவை; love for one another; humanism. மனிதநேயத்தால் மக்களிடையே ஒற்றுமையை உண்டாக்க முடியும்./ போர் என்பது மனிதநேயமற்ற செயல்.

மனிதப் பண்பியல் பெ. (இலங்.) வரலாறு, தத்துவம், மொழி, இலக்கியம், கலை, இசை போன்ற துறைகள்; the humanities. மொழித்துறை மனிதப் பண்பியல் பீடத்துக்குக் கீழ் வருகிறது.

மனிதம் பெ. (உ.வ.) மனிதத்தன்மை; humanity.

மனிதர் பெ. 1: (ஒருவரைக் குறிப்பிடும்போது) நபர்; person; man; fellow. ஏன் அந்த மனிதர் இப்படித் திட்டுகிறார்?/ உனக்கு அந்த மனிதரைத் தெரியுமா? 2: மனிதன் என்பதன் பன்மை; plural of மனிதன். மனிதரிலே அவரைப் போல் ஒருவரைக் காண்பது அரிது./ மனிதருள் மாணிக்கம்.

மனித வளம் பெ. மனிதர்களிடம் உள்ள திறமை, செயல்களைச் செய்துமுடிப்பதில் உள்ள ஆற்றல் போன்றவை; human resource. மனித வள மேம்பாட்டுக் கழகம்./ மனித வள நிர்வாகம் பற்றிய மாநாடு சென்னையில் நடைபெற உள்ளது.

மனித(வெடி)குண்டு பெ. தன் உடம்பில் கட்டிக்கொண்டிருக்கும் குண்டை வெடிக்கச் செய்வதன் மூலம் அருகில் உள்ளவர்களை அழித்துவிட்டுத் தானும் இறந்துவிடும் தீவிரவாதி; human bomb. அமைச்சரைக் கொல்ல முயன்ற இரண்டு மனிதவெடிகுண்டுகள் சுட்டுக் கொல்லப்பட்டனர்.

மனிதன் பெ. 1: (பொதுவாக) ஆறறிவு உடைய இனத்தைச் சேர்ந்தவன்; human being. ஒரு கடல் ஆமை மனிதனைவிட நீண்ட காலம் உயிர் வாழும். 2: ஆண்; man.

மனிதாபிமானம் பெ. மனிதன் சக மனிதனின் மீது காட்டும் பரிவும் இரக்கமும் கலந்த உணர்வு; humanitarianism. மனிதாபிமானத்திலாவது இந்த உதவியைச் செய்திருக்கலாமே!/ போர்க் கைதிகளை மனிதாபிமான மற்றுச் சித்திரவதை செய்தனர்.

மனிதாபிமானி பெ. மனிதாபிமானம் உள்ளவர்; humanitarian.

மனு பெ. 1: (வேலை முதலியவற்றுக்காக) விண்ணப்பிக்கும் படிவம்; application; (entry) form. இந்தப் போட்டியில் கலந்துகொள்ள மனு வேண்டுவோர் நேரில் வரவும்! 2: குறை, புகார் போன்றவற்றைத் தெரிவித்து எழுதும் கடிதம்; petition.

மனுச்சொத்து பெ. (சட்டம்) வழக்கில் சம்பந்தப்பட்ட சொத்து; property under litigation.

மனுசெய் வி. (-செய்ய, -செய்து) (வேலை முதலியவற்றுக்கு) மனு எழுதி அனுப்புதல் அல்லது தருதல்; விண்ணப்பித்தல்; make an application; petition.

மனுதர்மம் பெ. பழமையான இந்து மத நூலான மனுதர்ம சாஸ்திரம் கூறும் சமூகக் கோட்பாடு, நியதி, சடங்குகள் போன்றவை; the social principles, laws, customs, etc., as specified by the ancient Hindu text, Manu Dharma Sastra.

மனுதாரர் பெ. மனு அளிப்பவர்; applicant; petitioner.

மனுநீதி பெ. காண்க: மனுதர்மம்.

மனுப்போடு வி. (-போட, -போட்டு) காண்க: மனுசெய்.

மனுமகன் பெ. (கிறித்.) மனித உரு எடுத்த இயேசு; Son of Man.

மனுஷன் பெ. *(பே.வ.)* **மனிதன்;** human being.

மனுஷி பெ. *(பே.வ.)* **1: (பொதுவாக) பெண்;** woman. என்ன இந்தக் குழந்தை பெரிய மனுஷி மாதிரி பேசுகிறது! **2: *(இலங்.)* (குறிப்பாக) (ஒருவரின்) மனைவி;** wife. என்னுடைய இவ்வளவு முன்னேற்றத்திற்கும் என் மனுஷி தான் காரணம்.

மனேச்சர் பெ. *(இலங்.)* **(ஒரு அமைப்பின்) நிர்வாகி; மேலாளர்;** manager. நீ மனேச்சரிடம் கேட்டு விடுமுறையைப் பெற்றுக்கொள்./ வங்கி மனேச்சர் எனக்குக் கடன் கொடுக்க முடியாது என்று சொல்லிவிட்டார்.

மனை பெ. **1: (வீடு கட்டுவதற்காக) அளந்து பிரிக்கப்பட்டிருக்கும் நிலம்;** site (for a house). புறநகர்ப் பகுதியில் மனை வாங்கிப்போட்டிருக்கிறார். **2: வீடு;** home. அவருக்கு மாடு, மனை எல்லாம் உண்டு.

மனைபூஜை பெ. **மனையில் கட்டடம் கட்டும் வேலை துவங்குவதற்கு நல்ல நாளைத் தேர்ந்தெடுத்து அந்த நாளில் இறைவனை வேண்டிச் செய்யும் பூஜை;** inaugurating the construction work of a building with பூஜை invoking the blessings of god for successful completion.

மனைமுகூர்த்தம் பெ. காண்க: *மனைபூஜை.*

மனை வணிகம் பெ. **வணிக ரீதியாக நிலம், மனை, வீடு, கட்டடம் வாங்கி விற்றோ அல்லது அடுக்குமாடிக் குடியிருப்புகள் புதிதாகக் கட்டிக்கொடுத்தோ நடத்தும் தொழில்;** real-estate business. இந்தக் காலாண்டில் மனை வணிகத் தொழில் *30%* சரிவடைந்துள்ளதாகப் பொருளாதார நிபுணர்கள் கூறுகின்றனர்.

மனையடி சாஸ்திரம் பெ. **வீடு கட்டும்போது ஒவ்வொரு இடமும் எங்கு அமைய வேண்டும் என்று கூறும் சாஸ்திரம்; வாஸ்து;** treatise on construction of buildings.

மனையாள் பெ. *(உ.வ.)* **மனைவி;** wife.

மனையியல் பெ. **வீட்டை நிர்வகித்தல், குடும்பத்தினருக்குத் தேவையான ஊட்டச்சத்து உள்ள உணவு தயாரித்தல் முதலியவற்றை அறிவியல் முறையில் கற்றுத்தரும் படிப்பு;** home science.

மனைவி பெ. **ஓர் ஆணைச் சட்டப்படி திருமணம் செய்துகொண்ட பெண்;** wife.

மனோகரம்[1] பெ. (-ஆக, -ஆன) *(அ.வ.)* **மனத்துக்கு இன்பம் தரும் முறையில் அமைவது;** delightfulness; pleasantness. மனோகரமான மாலைப் பொழுது.

மனோகரம்[2] பெ. *(வ.வ.)* **கடலை மாவை அச்சில் வைத்துப் பிழிந்து, பொரித்துப் பின்னர் வெல்லப் பாகில் ஊற வைத்துச் செய்யும் இனிப்புப் பண்டம்;** a sweet prepared with the paste of chickpea pressed through a mould, cooked in oil and rolled into balls with treacle.

மனோதத்துவம் பெ. **உளவியல்;** psychology.

மனோதர்மம் பெ. **(கலைகளில், குறிப்பாக இசை, நாட்டியம் போன்றவற்றில்) இலக்கணத்துக்கு மட்டுமின்றி கற்பனை வளத்துக்கும் இடமளிக்கும் போக்கு;** improvisation. ராகத்தைப் படிப்படியாக விரிவுபடுத்தி விரிந்த மனோதர்மத்துடனும் கலை நயத்துடனும் அவர் அழகுபட சித்தரித்தார்.

மனோதிடம் பெ. **மன உறுதி;** mental strength. அவளுடைய மனோதிடத்தை எண்ணி நான் வியக்கிறேன்.

மனோபாவம் பெ. **மனப்பான்மை;** attitude. விட்டுக்கொடுக்கும் மனோபாவம் பலமே தவிர பலவீனம் அல்ல./ வெளிநாட்டுப் பொருள்களை நாடும் நமது மனோபாவத்தைப் புரிந்துகொண்டவர்கள் வியாபாரிகள்.

மனோரதம் பெ. *(அ.வ.)* **(ஒருவரின்) விருப்பம்; எண்ணம்;** desire. ஒரு பெரிய பாடகனாக வேண்டும் என்கிற அவனுடைய மனோரதம் நிறைவேறியது.

மனோவசியம் பெ. *(உள.)* **விழிப்பு நிலையிலேயே ஒருவரைத் தன்னுணர்வு இழக்கச் செய்து அவருடைய மனத்தையும் எண்ணங்களையும் தன் கட்டுப்பாட்டில் கொண்டுவரும் உளவியல் முறை;** hypnotism; mesmerism.

மஜ்ஜை பெ. *(அ.வ.)* **எலும்பின் உள்ளீடாக இருப்பதும் இரத்த அணுக்களை உற்பத்தி செய்வதுமான பொருள்;** marrow.

மஹரிப் பெ. *(இலங்.)* **மாலைத் தொழுகை;** prayer at evening.

மஹாராணி பெ. காண்க: *மகாராணி.*

மஹாராஜா பெ. காண்க: *மகாராஜா.*

மஹால் பெ. காண்க: *மகால்.*

மா[1] பெ. **1: மாமரம்;** mango tree. மாந்தோப்பு/ மாவிலை. **2: மாம்பழம்;** mango fruit. மா, பலா, வாழை ஆகிய முக்கனிகள்.

மா[2] பெ. காண்க: *மாவு.*

மா[3] பெ. *(வ.வ.)* **(நில அளவையில்) சுமார் *1350* சதுர மீட்டர் பரப்பளவு;** land-measure of approximately 1350 square metre (and roughly equal to one-third of an acre).

மா[4] பெ.அ. **1: ஒருவரின் அல்லது ஒன்றின் சிறந்த அல்லது மோசமான இயல்பைக் குறிப்பிட்டு அதன் மிகுதியை உணர்த்தும் பெயரடை;** adjective indicating the highest degree of anything good or bad. மாமேதை/ மாபாதகம். **2: (அளவைக் குறிக்கும் 'பெரும்' என்பதன் முன்) மிகவும்;** (when used as prefix of பெரும்) very. மாபெரும் ஊர்வலம்/ அவர் *34* சதங்களை அடித்தது உண்மையிலேயே ஒரு மாபெரும் சாதனைதான்.

மாக்கட்டிப் பென்சில் பெ. *(இலங்.)* **(சற்றுத் தடித்த) சிலேட்டுக் குச்சி;** (thick) slate-pencil.

மாக்கடல் பெ. **பெருங்கடல்;** ocean. இந்து மாக்கடல்.

மாக்கல் பெ. **(இயற்கையில் கிடைக்கும்) வெளிர் சாம்பல் நிறக் கல்;** greyish blue soft stone. மாக்கல் சட்டி/ மாக்கல்லால் ஒரு கோடு போட்டான்.

மாக்குழையல் சட்டி பெ. *(இலங்.)* **பெரிய மண் சட்டி;** big earthenware pot.

மாக்கோலம் பெ. **அரிசி மாவை நீரில் கரைத்துப் போடும் கோலம்; கோலம்** drawn using the paste of rice flour.

மாகாண சபை பெ. *(இலங்.)* **மாகாண நிர்வாகத்தைக் கவனிக்கும் உறுப்பினர்களைக் கொண்ட சபை;** provincial council.

மாகாணம் பெ. **1:** **(முன்பு) நிர்வாக வசதியைக் கருதிப் பிரிக்கப்பட்டிருந்த நிலப் பகுதி; ராஜதானி;** (formerly) province; presidency. ஆங்கிலேயர்கள் இந்தியாவை ஆண்ட காலத்தில் தமிழ், கன்னடம், தெலுங்கு, மலையாளம் பேசப் பட்ட பகுதிகள் அனைத்தும் ஒரே மாகாணமாகக் கொள்ளப் பட்டது. **2:** *(அ.வ.)* **மாநிலம்;** state. இந்தியாவில் மொழி வாரி மாகாணங்கள்.

மாகாளிக்கிழங்கு பெ. **(மருத்துவக் குணமுடையதும், ஊறுகாய் தயாரிப்பதற்குப் பயன்படுவதுமான) சதைப் பற்றுள்ள, நறுமணம் மிகுந்த ஒரு வகை வேர்/அந்த வேரைக் கொண்ட, கொடி போன்று படர்ந்து வளரும் ஒரு வகைக் குத்துச்செடி;** swallow root. எலுமிச்சம் பழத் துடன் மாகாளிக்கிழங்கைச் சேர்த்து ஊறுகாய் தயாரிக்கலாம்.

மாங்கல்ய பலம் பெ. *(சோதி.)* **ஒரு பெண்ணின் ஜாத கத்தில் கணவனாக வருபவர் நீண்ட ஆயுளுடன் இருப் பாரா இல்லையா என்பதைக் காட்டுவதாகக் கருதப் படும் கோள்களின் அமைப்பு;** the configuration of planets indicating the longevity of one's prospective husband.

மாங்கல்யம் பெ. **தாலி;** auspicious pendant worn by married women.

மாங்காய் பெ. **(பெரும்பாலும் ஊறுகாய், பச்சடி போன் றவை தயாரிக்கப் பயன்படும்) மாமரத்தின் புளிப்புச் சுவையுடைய காய்;** unripe mango.

மாங்காய் இஞ்சி பெ. **சற்றுப் புளிப்புச் சுவையையும், மாங்காயைப் போல மணத்தையும் உடைய (ஊறு காய் போடப் பயன்படும்) ஒரு வகை இஞ்சி;** mango ginger (used for making pickle).

மாங்குயில் பெ. **(ஆண் பறவை மஞ்சள் நிறத்திலும் பெண் பறவை இளம் பச்சையும் மஞ்சளும் கலந்த நிறத் திலும்) இறகுகளிலும் வால்பகுதியிலும் கறுப்பு நிறத் தைக் கொண்டிருக்கும், மைனா அளவில் இருக்கும் பறவை;** Indian golden oriole.

மாச்சரியம் பெ. *(அ.வ.)* **பகைமை; காழ்ப்பு;** hostility; ill-will; rancour. அரசியல் மாச்சரியத்தால் தடைப்பட்டுக் கிடக்கும் திட்டங்கள் பலப்பல./ உலக நாடுகளிடையே போட்டியும் மாச்சரியமும் பல்வேறு வடிவங்களில் உரு வெடுக்கின்றன.

மாசம் பெ. *(பே.வ.)* காண்க: **மாதம்.**

மாசமாய் இரு வி. (இருக்க, இருந்து) *(பே.வ.)* **கருவுற்று இருத்தல்;** be pregnant. என் மகள் மாசமாய் இருக்கிறாள்.

மாசாலம் பெ. *(இலங்.)* **மாய்மாலம்;** pretension. உன் னுடைய மாசாலமெல்லாம் எனக்குத் தெரியும்.

மாசி பெ. **பதினோராவது தமிழ் மாதத்தின் பெயர்;** name of the eleventh Tamil month, from mid-February to mid-March.

மாசிக்காய் பெ. **'ஓக்' என்ற மரத்தில் பூச்சிகள் முட்டை இடுவதற்காகத் துளைத்த இடத்தில் கழலையைப் போன்று உருவாகி இறுகிவிடும் (நாட்டு வைத்தியத் தில் மருந்தாகப் பயன்படும்) பொருள்;** galls (used as a medicine).

மாசிகை பெ. *(இலங்.)* **மாத இதழ்;** monthly magazine.

மாசி மகம் பெ. *(ஊரக வ.)* **1: மாசி மாதத்து மக நட்சத் திரம்;** the tenth of the Indian astrological zodiac occurring in the Tamil month of Maasi. **2: மாசி மாதம் மக நட்சத்தி ரத்தன்று கோயிலிலிருந்து சுவாமி குளத்துக்கு அல்லது ஆற்றுக்குச் செல்லும் தீர்த்தவாரி விழா;** temple festival of deities going to sacred water sources at Maasi Magam.

மாசு பெ. **1: ஒரு பொருளிலிருந்து நீக்கப்பட வேண்டிய தாக இருப்பது அல்லது தூய்மையைக் கெடுக்கும் வகையில் ஒன்றில் சேர்வது;** dirt; dross; pollution; impurity. தங்கத்தில் உள்ள மாசை அகற்றப் புடம்போடு கிறார்கள்./ நிலத்தடி நீரில் பல்வேறு மாசுகள் கலந்துள்ள தாகச் சமீபத்திய ஆய்வு ஒன்று தெரிவிக்கிறது./ வடிதாளைக் கொண்டு இந்தக் கரைசலிலிருக்கும் மாசுகளை நீக்கிவிட லாம். [*(தொ.சொ.)* **அழுக்கு/ கசடு/ கழிவு/ குப்பை/ தூசு**] **2: நீர், காற்று முதலியவற்றின் தூய்மையற்ற தன்மை; தூய்மைக்கேடு;** pollution. தொழிற்சாலைக் கழிவுகள் கலப்பதால் ஆற்று நீர் மாசடைகிறது./ காற்று மண்டலம் மாசு படாமல் இருக்கத் தகுந்த நடவடிக்கைகள் எடுக்கப்பட்டுவருகின்றன. **3: (புகழ், நடத்தை போன்ற வற்றுக்கு ஏற்படும்) களங்கம்;** blemish (in character); taint. அவருடைய நற்பெயருக்கு மாசு ஏற்பட்டுள்ளது./ நமது கட்சியின் நோக்கத்துக்கு மாசு கற்பிக்க முயல்பவர்கள் கட்சியை விட்டு நீக்கப்படுவார்கள்.

மாசுக் கட்டுப்பாடு பெ. **சுற்றுப்புறத்திற்குக் கேடு ஏற் படுவதைத் தடுக்கும் நடவடிக்கை;** pollution control. மாசுக் கட்டுப்பாட்டு வாரியம்.

மாசுபடுத்து வி. (-படுத்த, -படுத்தி) **(கழிவு, நச்சு வாயு போன்றவற்றால்) இயற்கைச் சூழலைக் கெடுத்தல்;** pollute. தொழிற்சாலைகள் சுற்றுப்புறத்தைப் பெரிதும் மாசு படுத்துகின்றன.

மாசுபாடு பெ. **ஒன்று மாசடையும் நிலை;** pollution. ஒலி மாசுபாடு/ காற்று மாசுபாடு.

மாசுமறுவற்ற பெ.அ. **1: எந்த வித அழுக்கும் இல்லாத; சுத்தமான;** pure. மாசுமறுவற்ற தங்கம். **2: (நடத்தை யில்) எந்த விதக் களங்கமும் இல்லாத;** blemishless (character); spotless. மாசுமறுவற்ற மனிதர்.

மாசோக்கு பெ. *(திருநர் வ.)* **பேரழகு;** supreme beauty.

மாஞ்சா பெ. *(வ.வ.)* **(பட்டம் எளிதில் அறுந்துவிடாமல் பறப்பதற்காக) நூலில் தடவப்படும் கண்ணாடிப் பொடி கலந்த வஜ்ரப் பசை;** a kind of glue mixed with glass dust (to strengthen the string of a kite). மாஞ்சாக் கயிறு இப்போது தடைசெய்யப்பட்டிருக்கிறது.

மாஞ்சி பெ. *(இலங்.)* காண்க: **கைமாஞ்சி.**

மாட்சி பெ. *(உ.வ.)* **பெருமை பொருந்திய உயர்நிலை;** glorious state. சில பேரரசர்களின் மாட்சியும் வீழ்ச்சியும் நம்ப முடியாதவை.

மாட்சிமை பெ. *(உ.வ.)* **பெரும் சிறப்பு; பெருமை;** glory; majesty. 'மாட்சிமை பொருந்திய தலைவர் அவர்களே' என்று பேச்சைத் தொடங்கினார்.

மாட்டல் பெ. **காதில் அணிந்திருக்கும் ஆபரணத்தோடு இணைந்த, தலைமுடியில் செருகிக் கொள்ளக்கூடிய சங்கிலி;** chain attached to the ear-stud to be hooked to the hair above.

மாட்டல்

மாட்டு[1] வி. (மாட்ட, மாட்டி) **1: (செருகுதல், நுழைத்தல், திருகுதல் முதலியவற்றின் மூலமாக ஒன்றை மற்றொன்றில்) பொருத்துதல்;** hang (on a peg, etc.,); fix; put (sth.) on. ஆணியில் படத்தை மாட்டு!/ கண்ணாடியை எடுத்து மாட்டிக்கொண்டார்./ சட்டையை மாட்டிக்கொண்டு கிளம்பினார்./ மூக்குத்தியைக்கூட மாட்டத் தெரியாதா? **2:(துளை, இடுக்கு முதலியவற்றில் அல்லது மற்றொன்றின் அடியிலிருந்து) வெளிவர இயலாத நிலைக்கு உள்ளாதல்; சிக்குதல்;** get stuck. பல் இடுக்கில் என்னவோ மாட்டிக்கொண்டுவிட்டது./ முள்ளில் புடவை மாட்டிக்கொண்டுவிட்டது. **3: (இக்கட்டான சூழலில்) விடுபட முடியாதபடி ஆதல்; அகப்படுதல்; சிக்குதல்;** get caught; get involved or entangled. திருடன் வசமாகக் காவலாளியிடம் மாட்டிக்கொண்டான்./ என்னை வம்பில் மாட்டி விடாதே!

மாட்டு[2] வி. (மாட்டேன், மாட்டாய், மாட்டான், மாட்டாது, மாட்டாமல் போன்ற வடிவங்களில் மட்டும்) **எதிர்மறைப் பொருளை உணர்த்த 'செய' என்னும் வாய்பாட்டு வினையெச்சத்தை அடுத்து வரும் வினை;** verb conveying the sense of 'not' . 'நீ நாளை வருவாயா?' 'வர மாட்டேன்'./ 'நிர்வாகத்தோடு ஒத்துழைக்க மாட்டோம்' என்று தொழிலாளர்கள் கூறிவிட்டார்கள்./ நான் சொன்னால் நீ கேட்க மாட்டாய்./ அவர்கள் கருத்தை நாங்கள் ஏற்க மாட்டோம்./ ரூபாயின் மதிப்புக் குறைக்கப்பட மாட்டாது./ பெருகிவரும் மக்கள்தொகைக்கு ஈடுகொடுக்க மாட்டாமல் இந்த நகரம் திணறுகிறது./ அவர் பசி தாங்க மாட்டார்./ அவர் இரண்டடி எடுத்து வைத்திருக்க மாட்டார். அப்படியே மயங்கி விழுந்துவிட்டார்.

மாட்டு இலையான் பெ. (இலங்.) **பெரியதாக இருக்கும் ஒரு வகை ஈ;** a kind of big fly.

மாட்டுக்கொட்டில் பெ. காண்க: **கொட்டில், 1.**

மாட்டுத்தாவணி பெ. (வ.வ.) **மாடுகள் வாங்குவதற்கும் விற்பதற்குமான சந்தை;** cattle fair.

மாட்டுத்தாள் பெ. (இலங்.) **வழுவழுப்பாகவும் மெல்லியதாகவும் இருப்பதும் வேதிப்பொருளைக் கொண்டு தயாரிக்கப்படுவதுமான தாள் போன்ற ஒரு வகைப் பொருள்;** plastic sheet. மாட்டுத்தாள் பை./ கூரை ஒழுகாமல் இருக்க மாட்டுத்தாளைப் போட்டுள்ளார்.

மாட்டுப்பெண் பெ. (ச.வ.) **மருமகள்;** daughter-in-law.

மாட்டு வண்டி பெ. **ஒரு மாடு அல்லது இரு மாடுகள் இழுத்துச் செல்லும், மரத்தால் செய்த வண்டி;** bullock-drawn cart. அவரிடம் இரண்டு மாட்டு வண்டிகளும் ஒரு குதிரை வண்டியும் இருக்கின்றன.

மாடக்குழி பெ. காண்க: **மாடம்**[1].

மாடப்புறா பெ. **கருஞ்சாம்பல் நிற உடலையும், ஊதாவும் பச்சையும் கலந்த பளபளப்பான கழுத்துப் பகுதியையும், அலகில் வெள்ளைத் திட்டையும், இறக்கையில் இரண்டு கறுப்புப் பட்டைகளையும் கொண்ட, ஒரு வகைப் புறா;** rock dove; feral pigeon. மாடப்புறா மனிதர்கள் வசிக்கும் இடங்களை ஒட்டிக் காணப்படும்.

மாடம்[1] பெ. **ஏற்றிய விளக்கை வைப்பதற்குச் சுவரில் உள்ள குழிவான சிறிய அமைப்பு;** small niche in the wall of a house to keep an oil lamp.

மாடம்[2] பெ. (உ.வ.) **(அரண்மனை, மாளிகை முதலியவற்றில்) பலகணிகளுடன் கூடிய மாடிப் பகுதி;** upper storey (of a palace) with (lattice) windows.

மாடமாளிகை பெ. **அரண்மனை போன்ற பிரமாண்டமான வீடு;** stately house; mansion. மாடமாளிகையில் வசிப்பவருக்கு நம்முடைய கஷ்டங்கள் புரியுமா?

மாடா பெ. (இலங்.) **மாடம்/மாடத்திலிருந்து வெளியே இழுத்து அதன்மேல் விளக்கு வைப்பதற்கு வசதியாக அமைக்கப்பட்ட மரக் கட்டை;** small niche in the wall of a house to keep an oil lamp/wooden pedestal for keeping oil lamp. படலையைக் கட்டிவிட்டு வந்து கைவிளக்கை மாடாவில் வைத்தாள்.

மாடாக உழை வி. (உழைக்க, உழைத்து) **(தகுந்த பலன் இல்லாதபோதும்) கஷ்டப்பட்டுக் கடுமையாக உழைத்தல்;** work hard (used when one does not get due recognition for one's work); toil and moil. நாள் முழுவதும் மாடாக உழைத்தாலும் கிடைப்பதென்னவோ நூறு ரூபாய் கூலிதான்./ நானும் முப்பது வருடமாக இந்தக் குடும்பத்தில் மாடாக உழைத்துக் கண்ட பலன் என்ன?

மாடி பெ. **(கட்டடத்தில்) தரை மட்டத்தில் அமைந்திருக்கிற தளத்துக்கு மேல் இருக்கும் தளம்;** upper floor; storey; upstairs. ஏழு மாடிக் கட்டடம்/ கீழ்ப்பகுதியை வாடகைக்கு விட்டுவிட்டு மாடியில் குடியிருக்கிறார்.

மாடிப்படி பெ. **(கட்டடத்தின் ஒரு தளத்திலிருந்து அடுத்த தளத்துக்குச் செல்ல) தொடர்ந்து அமைக்கப்பட்டிருக்கும் படிகளின் வரிசை;** stairs.

மாடு[1] பெ. **எருமை, பசு, காளை போன்ற வீட்டு விலங்கு;** cattle. மாட்டை வண்டியில் பூட்டு./ பால் கறக்கும்போது மாடு உதைத்துவிட்டது./ எருமை மாடு கன்று போட்டிருக்கிறது./ மாடாக உழைத்தும் நான் கண்டது என்ன?

மாடு[2] பெ. (இலங்.) **சற்றுப் பெரிய அளவில் இருக்கும் சோழி;** large shell.

மாடு மேய்க்கும் கொக்கு பெ. **(கால்நடைகள் மேயும் இடங்களிலும் கால்நடைகளின் உடலிலும் இருக்கும் உண்ணிகளைப் பிடித்துத் தின்னும்) மஞ்சள் நிற**

அலகும், வெள்ளை நிற உடலும் கொண்ட, கொக்கு இனத்தைச் சேர்ந்த பறவை; Eastern cattle egret.

மாண்பு பெ. (உ.வ.) **உன்னதத் தன்மை; சிறப்பு; பெருமை;** dignity; honour. அவையின் மாண்பைக் காக்கு மாறு அவைத்தலைவர் வேண்டிக்கொண்டார்.

மாண்புமிகு பெ.அ. **அமைச்சர் முதலியோரை அழைக்கும்போது அல்லது குறிப்பிடும்போது பயன்படுத்தும் மரியாதைத் தொடர்;** a form of address for a minister; 'Honourable'. மாண்புமிகு முதல்வர் புதிய மின்நிலையத்தைத் திறந்துவைத்து உரையாற்றுவார்.

மாணவர் பெ. **மாணவனையும் மாணவியையும் குறிக்கும் பொதுச் சொல்;** student. பொறியியல் கல்லூரிகளில் தற்போது மாணவர் சேர்க்கை நடைபெறுகிறது./ பள்ளி மாணவர்/ கல்லூரி மாணவர்.

மாணவன் பெ. **பள்ளியிலோ கல்லூரியிலோ கல்வி கற்பவன்;** boy-student; pupil.

மாணவி பெ. **பள்ளியிலோ கல்லூரியிலோ கல்வி கற்பவள்;** girl-student.

மாணாக்கன் பெ. **மாணவன்;** boy-student.

மாணிக்கப் பட்டை பெ. **கோயில் மதிலில் செங்காவியும் சுண்ணாம்பும் மாறிமாறிப் பயன்படுத்திச் செங்குத்தாகத் தீட்டியிருக்கும் அகலமான பட்டைகள்;** broad, alternative dark red and white stripes drawn on temple walls using செங்காவி and சுண்ணாம்பு. கும்பாபிஷேகத்திற்கு முன்பு கோயில் மதில்களின் உள்ளும் புறமும் மாணிக்கப் பட்டை தீட்டினார்கள்.

மாணிக்கம் பெ. **கரும் சிவப்பு நிறத்தில் உள்ள விலை உயர்ந்த கல்;** ruby; carbuncle.

மாத்தா பெ. (திருநர் வ.) **(திருநங்கைகளின் தெய்வமான) போத்ராஜ்மாத்தா;** the deity of transgenders called போத்ராஜ்மாத்தா.

மாத்திரத்தில் இ.சொ. (பே.வ.) (பெயரெச்சத்தை அடுத்து வரும்போது) **'(ஒரு செயல் நிகழ்ந்த) மறுகணத்தில்' என்ற பொருளில் பயன்படுத்தப்படும் இடைச்சொல்; 'உடன்';** particle used in the sense of 'no sooner than', 'at once'. நீ கேட்ட மாத்திரத்தில் பணம் கொடுக்க வேண்டும் என்று எதிர்பார்த்தால் எப்படி?/ இயந்திரத்தைப் பார்த்த மாத்திரத்தில் 'இது அடிக்கடி பழுதடைந்துவிடுமே' என்று கூறினார்.

மாத்திரம் இ.சொ. **1: 'மட்டும்' என்பதன் (ஐந்தாவது பொருள் தவிர்த்து) எல்லாப் பொருளிலும் பயன்படுத்தப்படும் இடைச்சொல்;** see மட்டும் (except sense 5). **2: ('எம்மாத்திரம்', 'எந்த மாத்திரம்' என்ற தொடர்களில்) ஒன்றுடனோ ஒருவருடனோ ஒப்பிடும்போது 'குறிப்பிடப்படுவதன் அல்லது குறிப்பிடப்படுபவரின் நிலை, அளவு போன்றவை மிகவும் சாதாரணம்' என்ற பொருளில் பயன்படுத்தப்படும் இடைச்சொல்; '(எந்த) மூலைக்கு';** particle used in the sense of '(of what) consequence'. பெரியபெரிய முதலாளிகளாலேயே இந்தத் தொழிலில் தாக்குப்பிடிக்க முடியவில்லை. நாமெல்லாம் எம்மாத்திரம்.

மாத்திரை[1] பெ. **(பெரும்பாலும் வாய் வழியாக உட்கொள்ளப்படும்) சிறிய வில்லை வடிவத்திலோ சிறு குழாய் வடிவத்திலோ இருக்கும் மருந்து;** a general term for tablet, capsule, etc.,

மாத்திரை[2] பெ. (இலக்.) **(எழுத்தை உச்சரிக்கும் கால அளவைக் குறிக்கும்போது) கண் இமைக்கும் அல்லது விரலைச் சொடுக்கும் நேரம்;** (in phonetics) the time taken for blinking once or for snapping one's fingers (as a unit of time). குறிலுக்கு ஒரு மாத்திரை./ 'ஓ' என்ற ஒலிக்கு இரண்டு மாத்திரை ஆகும்.

மாத உபாதை பெ. **மாதவிலக்கு; மாதவிடாய்;** menstrual period.

மாதப் பிறப்பு பெ. **தமிழ் மாதத்தின் முதல் நாள்;** the first day of any தமிழ் மாதம். மாதப் பிறப்பில் கோயில்களில் சிறப்பு பூஜைகள் உண்டு./ மாதப் பிறப்பில் மழை பெய்தால் மாதம் முழுவதும் நல்ல மழை இருக்கும்.

மாதம் பெ. **1: ஓர் ஆண்டின் மொத்த நாட்களைப் பன்னிரண்டாகப் பகுத்த (பெரும்பாலும் 30 நாட்களைக் கொண்ட) பிரிவுகளுள் ஒன்று;** month. அடுத்த மாதம் அவர் வெளிநாடு போகிறார்./ புதிய வீட்டுக்கு வந்து மூன்று மாதங்கள் ஆகின்றன. **2: (பொதுவாக) கருத்தரித்த நாளிலிருந்து பிரசவிக்கும் நாள்வரையிலான நாட்களைப் பத்தாகப் பகுத்த பிரிவுகளுள் ஒரு பிரிவு; (குறிப்பாக) பிரசவிக்கும் பத்தாவது மாதம்;** (with reference to pregnancy) month; month of confinement. மருமகளுக்கு இது மூன்றாவது மாதம்./ உன் மனைவிக்கு இதுதான் மாதமா?

மாதர் பெ. (அ.வ.) **பெண்கள்;** women. மாதர் சங்கம்.

மாதவிடாய் பெ. **பருவமடைந்த பெண்களுக்கு (பெரும்பாலும் ஐம்பது வயதுவரை) கருவுற்றிருக்கும் காலம் தவிர்த்து ஒவ்வொரு மாதமும் கருப்பையிலிருந்து இரத்தம் வெளியேறுதல்;** menses.

மாதவிலக்கு பெ. காண்க: **மாதவிடாய்.**

மாதா பெ. **1: (அ.வ.) அன்னை; தாய்;** mother. மாதா பிதா/ மேரி மாதா/ (உரு வ.) பாரத மாதா. **2: (கிறித்.) மரியன்னை;** Mother Mary.

மாதா கோயில் பெ. **1: மாதாவின் பெயரைக் கொண்டிருக்கும் ஆலயம்;** Church of our Lady. **2: (பே.வ.) கத்தோலிக்கக் கிறித்தவ ஆலயம்;** Catholic church.

மாதாந்த பெ.அ. (இலங்.) **ஒவ்வொரு மாதத்துக்குமான;** monthly. அபிவிருத்திச் சங்கத்தின் மாதாந்தக் கூட்டத்துக்கான அழைப்பிதழ் நேற்று வந்தது./ இன்று கடைக்கு மாதாந்த விடுமுறை.

மாதாந்தம் வி.அ. (இலங்.) **ஒவ்வொரு மாதமும்; மாதந்தோறும்;** every month. இது மாதாந்தம் நடைபெறும் நூலகப் பொதுக்கூட்டம்./ அப்பா கொழும்பில் வேலை பார்த்துக்கொண்டிருந்ததால் மாதாந்தம் வீட்டுக்கு வந்து போவார்.

மாதாந்தர பெ.அ. காண்க: **மாதாந்திர.**

மாதாந்திர பெ.அ. **மாதத்திற்கு ஒரு முறை என்று அமையும்; ஒவ்வொரு மாதத்திற்கும் உரிய;** monthly. மாதாந்திரச் செலவு/ மாதாந்திர விடுதிக் கட்டணம்.

1053 மாப்பிள்ளை முறுக்கு

மாதிரி[1] பெ. 1: (-ஆக, -ஆன) **தினுசு; ரகம்;** kind; sort. புது மாதிரியாக இந்த மேஜையைச் செய்திருக்கிறார். 2: **ஒரு பொருளின் தரத்தை, தன்மையை அறிந்து சோதனை செய்வதற்காக எடுக்கப்படும் சிறு பகுதி;** sample. மாதிரிக்கு ஒன்று தாருங்கள்./ மண்ணைச் சோதிக்க மாதிரி எடுத்துச் சென்றார்கள்./ குளிர்பானங்களின் மாதிரிகளைப் பரிசோதித்து அவற்றின் தரம்குறித்த அறிக்கை ஒன்றை வெளியிட்டிருந்தார்கள். 3: **(ஒருவரை அல்லது ஒன்றைப் போலவே இருக்கும்) ஒத்த வடிவம் அல்லது அமைப்பு;** like; just as; model. மாதிரி வினாத்தாள்/ பல்கலைக் கழகக் கட்டட மாதிரி. [(தொ.சொ.) **உதாரணம்/ எடுத்துக்காட்டு/ முன்மாதிரி/ முன்னுதாரணம்**]

மாதிரி[2] இ.சொ. (பெயரெச்சத்தின் பின் வரும்போது) **ஒன்றை அல்லது ஒருவரை ஒத்த நிலையில் மற்றொன்று அல்லது மற்றொருவர் இருப்பதைக் காட்ட இணைக்கப்படும் இடைச்சொல்; 'போல்'; 'போல';** particle (after a relative participle) used to indicate that sth. is close to the reality or sth. equals another. இரவு குழந்தை அழுகிற மாதிரி இருந்தது. எழுந்து பார்த்தால் பூனைதான் அப்படிக் கத்தியிருக்கிறது!/ இதைத் தெரிந்துகொண்டால் எல்லாவற்றையும் தெரிந்துகொண்ட மாதிரிதான்.

மாது பெ. (அ.வ.) **பெண்;** woman.

மாதுளை பெ. **பவள நிறச் சதை ஒட்டிக்கொண்டிருக்கும் சிறிய விதைகளைக் கொண்ட மணிகள் கொத்தாக இருக்கும், தடித்த மேல்தோல் உடைய பழம்/ மேற்குறிப்பிட்ட பழம் காய்க்கும் மரம்;** pomegranate (fruit and tree).

மாதோல் பெ. (இலங்.) **பனை மரம் ஏறும்போது மார்புப் பகுதி மரத்தோடு உராய்ந்து பாதிப்படையாமல் இருப்பதற்காகக் கயிற்றில் கட்டிக் கழுத்தில் மாட்டிக்கொள்ளும் அகலமான மாட்டுத் தோல்;** protective patch of cow's hide worn on the chest by people who climb palm trees. மாதோல் போட்டு ஏறியதால் எனக்கு எந்தக் காயமும் ஏற்படவில்லை.

மாந்தம் பெ. **குழந்தைகளுக்குப் பல நோய்கள் வரக் காரணமாகும் ஒரு வித அஜீரணம்;** indigestion in infants.

மாந்தர் பெ. (உ.வ.) 1: **மக்கள்; மனிதர்கள்;** human beings; mankind. உலக மாந்தர். 2: **(கதை, நாடகம் முதலியவற்றில்) பாத்திரங்கள்;** characters (in a story, play, etc.,). கதை மாந்தர்/ நாடக மாந்தர்/ காப்பிய மாந்தர்.

மாந்திரீகம் பெ. **தீய சக்திகளை மந்திரம் கூறி அடக்கும் அல்லது வெளியேற்றும் வித்தை;** art of controlling or driving out evil spirits by means of incantation.

மாந்திரீகன் பெ. **மாந்திரீகம் தெரிந்தவன்; மந்திரவாதி;** sorcerer; exorcist. மாந்திரீகன் தந்த தாயத்து.

மாநகரம் பெ. **பத்து லட்சத்திற்கு மேற்பட்ட மக்கள் தொகை கொண்ட பெரிய நகரம்;** city. மாநகரக் காவல்/ மாநகர ஆணையர்.

மாநகராட்சி பெ. **மாநகரத்தை நிர்வகிக்கும் உள்ளாட்சி அமைப்பு;** corporation of a city. சென்னை மாநகராட்சி/ மாநகராட்சித் தேர்தல்.

மாநாடு பெ. **உறுப்பினர்களும் பார்வையாளர்களும் பெரும் அளவில் கலந்துகொள்ளும் கூட்டம்;** conference. மூன்றாம் உலகப் பத்திரிகையாளர் மாநாட்டின்போது இந்த நூல் வெளியிடப்பட்டது./ உலகத் தமிழ் மாநாடு.

மாநிலங்களவை பெ. **சட்டமன்ற உறுப்பினர்களால் தேர்ந்தெடுக்கப்பட்டவர்களோடு குடியரசுத் தலைவரால் நியமிக்கப்பட்டவர்களையும் உறுப்பினர்களாகக் கொண்ட, இந்தியப் நாடாளுமன்றத்தின் இரு அவைகளில் ஒன்று; ராஜ்ய சபை;** Council of States (upper house of the Indian parliament); (in India) Rajya Sabha.

மாநிலப் பட்டியல் பெ. **(இந்திய அரசியல் சட்டத்தில்) மாநில அரசுகள் சட்டம் இயற்றும் அதிகாரமுள்ள துறைகளின் பட்டியல்;** The state list of subjects in Indian constitution over which State governments have the exclusive legislative power.

மாநிலம் பெ. **(இந்தியாவில் பொதுவாக) மொழி அடிப்படையில் பிரிக்கப்பட்ட நிலப் பகுதி;** (in India) state (organized on the basis of the language predominantly spoken there).

மாநிறம் பெ. **(மனிதர்களின் உடல் நிறத்தைக் குறிப்பிடும்போது) சிவப்பு என்றோ கறுப்பு என்றோ சொல்ல முடியாத, இரண்டுக்கும் இடைப்பட்ட நிறம்;** complexion that is neither fair nor dark. பெண் மாநிறமாக லட்சணமாக இருந்தாள்.

மாப்பிள்ளை பெ. 1: **மணமகன்;** bridegroom. மாப்பிள்ளை வீட்டார்/ என் பெண்ணுக்கு ஒரு நல்ல மாப்பிள்ளையாகப் பார். 2: **மருமகன்;** son-in-law. தலைதீபாவளிக்காக என் மாப்பிள்ளை வந்திருக்கிறார். 3: **அத்தையின் அல்லது மாமாவின் மகனையோ மனைவியின் தம்பியையோ சகோதரியின் கணவனையோ குறிப்பிடும் சொல்;** a term referring to the son of one's paternal aunt or of maternal uncle or to the younger brother of one's wife.

மாப்பிள்ளை அழைப்பு பெ. **திருமணம் நடக்கும் இடத்துக்கு மாப்பிள்ளையை உரிய மரியாதையுடன் ஊர்வலமாக அழைத்து வரும் சடங்கு;** the ceremony of receiving and taking the bridegroom in procession to the wedding.

மாப்பிள்ளை எடு வி. (எடுக்க, எடுத்து) **(பெரும்பாலும் தன் உறவுக்குள் அல்லது சாதிக்குள்) மணமகனைத் தேர்ந்தெடுத்தல்;** choose a bridegroom (mostly within one's circle of relations or community) இந்த ஊரில்தான் எங்கள் பெண்ணுக்கு மாப்பிள்ளை எடுத்திருக்கிறோம்.

மாப்பிள்ளைத் தோழன் பெ. **திருமணத்தின் போது மாப்பிள்ளைக்குத் துணையாக இருக்கும், மணமகனின் சகோதரன் அல்லது மணமகனின் நண்பன்;** best man.

மாப்பிள்ளை மாடு பெ. (இலங்.) **பொலி காளை;** stud bull.

மாப்பிள்ளை முறுக்கு பெ. **(மற்றவர் தம்மைப்பற்றி உயர்வாகக் கருத வேண்டும் என்பதற்காக ஒருவர்)**

மாப்பு 1054

பழகுவதில் காட்டும் இறுக்கம்; affected airs of superiority. புதிதாக வந்த மேலதிகாரி ஆரம்பத்தில் மாப்பிள்ளை முறுக்கைக் காட்டினார். இப்போது இயல்பாகப் பழக ஆரம்பித்துவிட்டார்.

மாப்பு பெ. (பே.வ.) மன்னிப்பு; pardon; excuse. நான் மாப்பு கேட்ட பிறகும் நீ பேசாமல் இருக்கிறாயே?

மாம்பழக்கட்டு பெ. (ச.வ.) புடவை இடுப்பில் இறுக்கமாக நிற்பதற்காகக் கொசுவங்களை மடித்துச் சுருட்டிக் கட்டும் முறை; the manner of wearing a saree by rolling the pleats at the waist.

மாம்பழச்சிட்டு பெ. பச்சையும் மஞ்சளும் கலந்த நிறத்தில் சிறகுகளுடன்,வெள்ளை நிறத்தில் இரண்டு பட்டைகளுடன் காணப்படும், சிட்டுக்குருவியின் அளவே இருக்கும் சிறிய பறவை; common Iora. மாம்பழச்சிட்டில் ஆண் பறவையின் வால் கறுப்பாக இருக்கும்.

மாம்பழம் பெ. மாமரத்தின் பழம்; mango fruit.

மாமதம் பெ. (பல்லாயிரம் ஆண்டுகளுக்கு முன்பு பூமியில் வாழ்ந்த) நீண்ட தந்தங்களையும் உடல் முழுவதும் அடர்ந்த ரோமத்தையும் கொண்டிருந்த, யானையை ஒத்த பெரிய விலங்கு; mammoth.

மாமரம் பெ. முதலில் புளிப்பாகவும் பழுத்த பின் இனிப்பாகவும் இருக்கும் காயைத் தரும் மரம்; mango tree.

மாமன் பெ. மாமா; uncle.

மாமன்றம் பெ. மாநகராட்சியின் அவை; council of a city corporation. மாமன்ற உறுப்பினர்கள்.

மாமன்னன் பெ. (உ.வ.) பேரரசன்; emperor.

மாமனார் பெ. கணவனுடைய அல்லது மனைவியுடைய தந்தை; father-in-law.

மாமா பெ. 1: தாயின் சகோதரன் அல்லது அத்தையின் கணவன்; mother's brother or husband of one's paternal aunt. இது என் மாமா வீடு./ நான் மாமா பையனைத்தான் திருமணம் செய்துகொள்ளப்போகிறேன்./ இது என் மாமாவின் பெண். 2: காண்க: மாமனார். 3: உறவினர் அல்லாத, தன்னைவிட மூத்த ஆணைக் குறிப்பிட்டுச் சொல்லும் சொற்களுள் ஒன்று; term of address for any elder male acquaintance. அந்த மாமாதான் எனக்கு மிட்டாய் வாங்கிக் கொடுத்தார்./ பக்கத்து வீட்டு மாமாவைக் கூப்பிடு!

மாமாங்கம் பெ. (பே.வ.) 1: மகாமகம்; temple festival held once in twelve years. 2: நீண்ட காலம்; a long period. மகன் ஊருக்குப் போய் ஒரு வாரம்தான் ஆகிறது. ஆனால் ஒரு மாமாங்கம் ஆனதுபோல் இருக்கிறது.

மாமி பெ. (ச.வ.) 1: மாமாவின் மனைவி; maternal uncle's wife. 2: காண்க: மாமியார். 3: தன் வயதை ஒத்த உறவினர் அல்லாத பெண்ணை அல்லது தன்னைவிட மூத்த, திருமணமான பெண்ணைக் குறிப்பிடப் பயன்படுத்தும் சொல்; term of address for elder married female acquaintance. அம்மா! எதிர் வீட்டு மாமி உங்களைக் கூப்பிடுகிறார்கள்.

மாமிசபட்சிணி பெ. இறைச்சியை உணவாக உட்கொள்ளும் பிராணி; carnivorous animal. புலி ஒரு மாமிச பட்சிணி.

மாமிசம் பெ. (உணவாக உண்ணப்படும்) விலங்கினத்தின் தசை; இறைச்சி; meat (of animals in general). மாமிசத்தில் புரதச்சத்து உள்ளது./ நாங்கள் மாமிசம் சாப்பிட மாட்டோம்.

மாமியார் பெ. கணவனின் அல்லது மனைவியின் தாய்; mother-in-law.

மாமூல் பெ. (பே.வ.) 1: (-ஆக, -ஆன) (மக்களின் வாழ்க்கை நிலையைக் குறிப்பிடும்போது) சகஜம்; இயல்பு; normality. பதற்றம் ஏற்பட்ட நகரங்களில் மாமூல் வாழ்க்கை பாதிக்கப்பட்டது. 2: (-ஆக, -ஆன) (செயல், நிகழ்ச்சி முதலியவற்றைக் குறிப்பிடும்போது) வழக்கம்; established custom; routine. மாமூலாக என்னிடம் காய்கறி வாங்குபவர்/ மாமூலான இடத்திலேயே நாளை சந்திப்போம்./ நாட்டைத் தீவிரவாதிகளிடமிருந்து கதாநாயகன் காப்பாற்றுவது போன்ற மாமூலான கதை. 3: (பெரும்பாலும் வழக்கமாகத் தரும்) லஞ்சம்; bribe (paid customarily). அந்த அலுவலகத்தில் மாமூல் கொடுத்தால்தான் காரியம் நடக்கும்.

மாய்[1] வி. (மாய, மாய்ந்து) 1: (உ.வ.) (விபத்து, போர் முதலியவை காரணமாக) இறத்தல்; உயிர்விடுதல்; perish; die (in an accident, etc.,). விமான விபத்தில் எத்தனை பேர் மாய்ந்தார்களோ தெரியவில்லை./ விளக்கில் விழுந்து மாய்ந்தது விட்டில் பூச்சி. 2: (பே.வ.) ஒன்றைப் பற்றிய தனது வியப்பு, குறை போன்றவற்றைத் திரும்பத்திரும்பச் சொல்லி அசந்துபோதல்; wallow in regret, surprise, etc., குறைந்த விலையில் வந்த வீட்டை வாங்காமல் விட்டுவிட்டதைச் சொல்லிச்சொல்லி மாய்ந்தார்./ 'இந்தக் குழந்தை எவ்வளவு அறிவுடன் பேசுகிறது பார்' என்று சொல்லிச் சொல்லி மாய்ந்துபோனாள்.

மாய்[2] வி. (மாய்க்க, மாய்த்து) (உ.வ.) 1: (உயிரை) போக்குதல்; give up (one's life); take one's (own) life. தலைவர் இறந்ததற்காகத் தீக்குளித்து உயிரை மாய்த்துக்கொள்ளும் தொண்டர்களும் இருக்கிறார்கள். 2: அழித்தல்; destroy; devastate. அணுகுண்டு லட்சக் கணக்கான உயிர்களை மாய்த்துவிடுவதுடன் அதன் பாதிப்பு பல தலைமுறைகளுக்குத் தொடரவும் செய்கிறது.

மாய்ச்சல் பெ. (வ.வ.) சோம்பல்; laziness. ஒரே மாய்ச்சலாக இருக்கிறது./ வேலைசெய்ய மாய்ச்சல்படுகிறான்.

மாய்ந்துமாய்ந்து வி.அ. மிகவும் சிரமப்பட்டுச் சக்தி முழுவதையும் செலவழித்து; தீவிரமாக; using all one's strength and energy. மாய்ந்துமாய்ந்து உழைத்து என்ன புண்ணியம்? கையில் ஒரு பைசாக்கூட தங்குவதில்லை./ காலையிலிருந்து மாய்ந்துமாய்ந்து என்ன எழுதிக்கொண்டிருக்கிறாய்?

மாய்மாலம் பெ. 1: பிறர் அனுதாபத்தைப் பெறுவதற்காக உண்மை நிலையை மறைத்துச் செய்யும் பாசாங்கு; pretension; deceit. கண்டித்து ஒரு வார்த்தை சொன்னதற்கு இப்படி அழுது எல்லோர் முன்னிலையிலும் மாய்மாலம் செய்கிறாளே! 2: ஏமாற்று வேலை; deceit. ஊழலற்ற ஆட்சி என்பதெல்லாம் மாய்மாலம்தான்./ போலிச் சாமியாரின் மாய்மாலங்கள் வெளிப்பட்டன.

மாயம் பெ. 1: இல்லாதது இருப்பதாகத் தெரியும் பொய்மை; பொய்த் தோற்றம்; illusion. கோடைக் காலத்தில் நாம் காணும் கானல்நீர் ஒரு மாயக் காட்சிதான்./

1055 மார்பு

'வாழ்வே மாயம், உலகே மாயம்' என்று தத்துவம் பேசுகிறான். 2: **உண்மைதான் என்று நம்ப முடியாத அளவில் அசாதாரணத் தன்மைகளுடன் நிகழ்வது அல்லது அசாதாரணத் தன்மைகளைக் கொண்டது;** magic; mystery. விமானம் விண்ணில் மறைந்த மாயம் என்ன?/ சிறிது நேரத்துக்கு முன் இங்கிருந்த பணம் திடீரென்று எப்படிக் காணாமல் போயிற்று? மாயமாக இருக்கிறதே?/ கடைசியில் அந்தச் சிறுவன் மந்திரவாதியிடமிருந்து தப்பித்து மாயக் கம்பளத்தில் பறந்து சென்றுவிடுகிறான். 3: **(அசாதாரணமான தன்மையில்) மயக்கும் வசீகரம்;** spell; charm. என்ன மாயம் செய்தானோ தெரியவில்லை, அவனையே இவள் சுற்றிச்சுற்றி வருகிறாள்./ அந்த அழகியின் மாய வலையில் விழாதவர் யார்?

மாயமந்திரம் பெ. **நம்ப முடியாததையோ அசாதாரணச் செயல்களையோ நிகழ்த்தும் தந்திரம்;** magic; sorcery. அவன் என்ன மாயமந்திரம் செய்தானோ தெரியவில்லை. அவன் பின்னாலேயே இவள் சுற்றிக்கொண்டிருக்கிறாள்./ முயற்சியே செய்யாமல் மாயமந்திரத்தில் பணம் கிடைக்குமா?

மாயமாகு வி. (-ஆக, -ஆகி) **(ஒன்று திடீரென்று) காணாமல் போதல்;** disappear. கண் மூடி கண் திறப்பதற்குள் பையில் வைத்திருந்த பணம் மாயமாகிவிட்டது.

மாயவித்தை பெ. காண்க: **மாயாஜாலம்.**

மாயாவாதம் பெ. (தத்.) **புலன்களால் உணரப்படும் இந்த உலகம் ஒரு மாயை என்று கூறும் சில இந்தியத் தத்துவங்களின் கொள்கை;** the theory of the illusory nature of the phenomenal world.

மாயாவி பெ. **திடீரெனத் தோன்றி மறைதல், விரும்பிய உருவம் கொள்ளுதல் போன்றவற்றைச் செய்யும் சக்தி படைத்தவன்;** one who can disappear or take different forms at will using magical powers.

மாயாஜாலம் பெ. **இருப்பதைத் திடீரென மறையச் செய்தல், இல்லாததைத் தோன்றச் செய்தல் போன்ற நம்ப முடியாத அசாதாரணமான செயல்கள்;** sleight of hand; conjurer's tricks.

மாயை பெ. 1: **உண்மையில் இல்லாமல், இருப்பது போலத் தோற்றம் மட்டும் அளிப்பது; மாயம்;** sth. unreal; illusion. நடந்த சம்பவங்களெல்லாம் ஒரு மாயையாக இருக்கக் கூடாதா என்று தோன்றியது. 2: **பிரமை;** illusion. இளைஞர்கள் சினிமா மாயையிலிருந்து விடுபட வேண்டும்.

மார்[1] பெ. (பே.வ.) 1: **மார்பு;** chest. மார்வலி. 2: **(தோராயமாகக் கூறும்போது) விரித்த கைகளுக்கு இடைப்பட்ட அளவாகிய நான்கு முழ நீளம்;** a measure of (approximately) one metre and a half. இன்னும் நாலு மார் கயிறு இருந்தால் போதும். கொட்டகை கட்டும் வேலை முடிந்துவிடும். 3: **பக்கவாட்டில் நீட்டிய கையின் விரல் நுனியிலிருந்து மார்பின் நடுப்பகுதி வரையில் உள்ள (ஒன்றை அளப்பதற்குப் பயன்படும்) நீளம்;** distance (used as a measure) between the tip of the hand stretched sideways and the pit of one's chest. இரண்டு மார் கயிறு வாங்கிக்கொண்டுவா.

-மார்[2] இ.சொ. 1: **(பெரும்பாலும் உறவுப் பெயர்களுடனும் மதிப்பில் உயர்ந்தவர்களின் பெயர்களுடனும்) பன்மை விகுதியாகப் பயன்படுத்தப்படும் இடைச்சொல்;** particle (mostly added to kinship terms) to make plural. தாய்மார்/ அண்ணன்மார்/ பாதிரிமார். 2: **(ஜாதிப் பெயர்களுடன்) பன்மையைக் காட்டும் இடைச்சொல்;** particle (when added to caste names) indicating plural and referring to the people of a particular caste as a group. பிள்ளைமார்.

மார்க்கம் பெ. 1: (அ.வ.) **வழி;** way. அந்தக் காலத்தில் கடல் மார்க்கமாகத்தான் இலங்கைக்குச் செல்ல முடியும். 2: (அ.வ.) **தடம்;** route. இருபத்தொன்பதாம் எண்ணுள்ள பேருந்து புதிய மார்க்கத்தில் விடப்படும். 3: **கடைப்பிடிக்கும் வழி;** way that one adopts (to attain sth.). பக்தி மார்க்கம்/ ஞான மார்க்கம். 4: (இஸ்.) **மதம்;** religion.

மார்க்சியம் பெ. **பொதுவுடைமையே சமத்துவமான சமுதாயத்துக்கு வழிவகுக்கும், வர்க்கப் போராட்டமே வரலாற்றை நிர்ணயிக்கும் போன்ற கோட்பாடுகளைக் கொண்ட தத்துவம்;** Marxism.

மார்கழி பெ. **ஒன்பதாவது தமிழ் மாதத்தின் பெயர்;** name of the ninth Tamil month, from mid-December to mid-January.

மார்தட்டு வி. (-தட்ட, -தட்டி) 1: **பிறரிடம் இல்லாதது தன்னிடம் இருக்கிறது என்றோ பிறர் செய்ய முடியாததைத் தன்னால் செய்ய முடியும் என்றோ மற்றவர் முன்னிலையில் பெருமையுடன் கூறிக்கொள்ளுதல்;** boast; brag. எங்களுக்குத்தான் மக்கள் ஆதரவு என்று மார்தட்டியவர்கள் தேர்தலுக்குப் பின் காணாமல்போய்விட்டார்கள்!/ தன்னை வெல்ல எவரும் இல்லை என்று மார்தட்டிக்கொண்ட பிரபல குத்துச்சண்டை வீரர் ஒரு இளைஞனிடம் பரிதாபமாகத் தோல்வியடைந்தார். 2: **ஆரவாரமாகப் பேசுதல்;** indulge in rhetoric. 'வறுமையை ஒழிப்போம்' என்று அரசியல்வாதிகள் மார்தட்டுகிறார்களே தவிர, வறுமையை ஒழித்தபாடில்லை.

மார்பக ஊடுகதிர்ப் பரிசோதனை பெ. (பு.வ.) **ஒரு பெண் மார்பகப் புற்றுநோயால் பாதிக்கப்பட்டுள்ளாரா என்பதை அறிய எடுக்கப்படும் ஊடுகதிர்ப் படம்;** mammography.

மார்பகப் புற்றுநோய் பெ. **(பெண்ணின்) மார்பில் கட்டி, இயல்பான வடிவத்தில் மாற்றம், காம்பிலிருந்து திரவம் வடிதல், சிவந்த தோல், மார்பில் வலி, நிணநீர்ச் சுரப்பியில் வீக்கம் போன்ற அறிகுறிகளுடன் தோன்றும் ஒரு வகைப் புற்றுநோய்;** breast cancer.

மார்பகம் பெ. **பெண்ணின் நெஞ்சுப் பகுதியில் இரண்டு திரட்சியாக இருக்கும், குழந்தை பிறந்த பிறகு பால் சுரக்கும் உறுப்பு; முலை;** (woman's) breast.

மார்பு பெ. 1: **(மனிதர்கள், விலங்குகள், பறவைகள் போன்றவற்றின்) கழுத்துக்குக் கீழாக, வயிற்றுக்கு மேலாக உள்ள உடல் பகுதி; நெஞ்சு;** chest. விபூதியைக் குழைத்து நெற்றியிலும் மார்பிலும் தோளிலும் பூசிக்கொண்டார்./ தாத்தா மார்பு வலிக்கிறது என்று படுத்துவிட்டார்./ கரப்பான் பூச்சியின் மார்பு மூன்று கண்டங்களால் ஆனது./ மாடப்புறாவின் மார்பிலும் கழுத்திலும் பளபளப்பான

மார்புக்கூடு 1056

நிறங்கள் காணப்படும். (பார்க்க, படம்: உடல்) 2: காண்க: **மார்பகம்.**

மார்புக்கூடு பெ. **இருதயம், நுரையீரல் முதலியவற்றைச் சுற்றிக் கூடுபோல் அமைந்திருக்கும் எலும்புகள்;** rib-cage.

மார்புற வி.அ. (உ.வ.) **மார்போடு சேர்த்து;** closely. நீண்ட நாட்கள் கழித்துச் சந்தித்த நண்பனை மார்புறத் தழுவிக் கொண்டார்.

மார்வாடி பெ. **(தமிழ்நாட்டில் வசிக்கும்) வட இந்திய வியாபாரி;** north Indian doing business in Tamil Nadu.

மார்வாடிக் கடை பெ. **அடகுக் கடை;** pawnbroker's shop. இருந்த ஒரு சங்கிலியும் எப்போதோ மார்வாடிக் கடைக்குப் போய்விட்டது.

மார்வாரி பெ. காண்க: **மார்வாடி.**

மாரடி வி. (-அடிக்க, -அடித்து) 1: **(சாவு நிகழ்ந்த வீட்டில் பெண்கள் துக்கத்தை வெளிப்படுத்தும் விதமாக) மார்பில் கைகளால் பலக்க அடித்துக்கொள்ளுதல்;** beat (one's) breast (by way of mourning the dead). தாத்தாவின் உடலைச் சுற்றி உட்கார்ந்துகொண்டு அம்மாவும் சித்திகளும் மாரடித்துக்கொண்டிருந்தார்கள். 2: **(தொல்லை தருவதாகக் கருதும் ஒன்றை அல்லது ஒருவரை வைத்துக்கொண்டு அல்லது விருப்பம் இல்லாத வேலையைச் செய்து கொண்டு) மிகவும் கஷ்டப்படுதல்;** be obliged to stick it out. இந்த ஓட்டைச் சைக்கிளை வைத்துக்கொண்டு எத்தனை நாளைக்கு மாரடிப்பது?/ 'உன்னோடு மாரடித்தே என் பாதி உயிர் போய்விட்டது' என்று தம்பியைப் பார்த்து அம்மா திட்டினாள்.

மாரடைப்பு பெ. **(உயிருக்கு ஆபத்தை விளைவிக்கும் வகையில் ஒழுங்கில்லாத இருதயத் துடிப்பையும் கடுமையான வலியையும் உண்டாக்கும்) இருதயத்தின் இரத்த ஓட்டத்தில் ஏற்படும் தடை;** heart attack.

மாராப்பு பெ. **மார்பை மறைக்கும் புடவையின் பகுதி;** the portion of a saree that is drawn over the breast.

மாரி பெ. (உ.வ.) 1: **மழை;** rain. மாரிக் காலம். 2: **ஒன்று தொடர்ச்சியாகவும் அதிகமாகவும் நிகழ்வதைக் குறிப்பிடப் பயன்படுத்தும் சொல்;** a word (which combines with nouns) to mean 'a shower of (sth.)'. எதிரி நாட்டில் போர் விமானம் குண்டுமாரி பொழிந்துவிட்டுத் திரும்பியது./ குழந்தையைத் தூக்கி முத்தமாரி பொழிந்தாள்.

மாரியம்மன் பெ. **(பெரும்பாலும் கிராமங்களில்) நோய் நொடிகளிலிருந்து, குறிப்பாக அம்மை நோயிலிருந்து, காப்பாற்ற வேண்டிக்கொள்ளும் பெண் தெய்வம்.** (mostly in villages) a female deity said to protect people from illness, especailly from small pox.

மாருதி பெ. (இலங்.) **சூறாவளி;** whirlwind. தேர்தல் நேரத்தில் கட்சித் தலைவர் மாருதி போன்ற சுற்றுப்பயணம் மேற்கொண்டார்.

மால் பெ. (இலங்.) **பனை அல்லது தென்னை ஓலையால் வேயப்பட்ட கூரையுடன் ஒரு அடி உயரத்துக்கு எழுப்பப்பட்ட தடுப்பைச் சுற்றி மரச் சட்டம் அடித்து (மண் தரையோடு) அமைக்கப்படும் கொட்டகை;** a shed with thatched roof and mud floor. இடம்பெயர்ந்து வந்தவர்களை மாலுக்குள் தங்க வசதிசெய்து தந்துள்ளேன்./ கோடைக் காலத்தில் பெரும்பாலும் மாலுக்குள்தான் இருப்போம்.

மாலுமி பெ. **கப்பலை இயக்குவது தொடர்பான பணி செய்பவர்; கப்பலோட்டி;** sailor; seaman.

மாலை[1] பெ. **பிற்பகலுக்குப் பின்னர் சூரியன் மறையும் வரை உள்ள நேரம்; சாயங்காலம்;** evening.

மாலை[2] பெ. **(கழுத்தில் போடுவதற்கு ஏற்றதாக) பூ, பழம் முதலியவற்றால் வளையமாகக் கட்டப்பட்டது அல்லது கோக்கப்பட்டது;** garland (of flowers, etc.,). நடிகருக்கு ஆளுயர மாலை போட்டு கௌரவித்தனர்./ கழுத்தில் உருத்திராட்ச மாலை.

மாலைக்கண் பெ. **மாலையில் மங்கலான ஒளியில் பார்க்க முடியாத பார்வைக் குறைபாடு;** night-blindness.

மாலைசூட்டு வி. (-சூட்ட, -சூட்டி) (உ.வ.) காண்க: **மாலையிடு.**

மாலைசூடு வி. (-சூட, -சூடி) **திருமணம் செய்துகொள்ளுதல்;** marry (by garlanding).

மாலைநேரக் கல்லூரி பெ. **மதியம் தொடங்கி மாலை வரை இயங்கும் கல்லூரி;** (of an educational institution such as a) college functioning between noon and early evening; (in India) evening college. என் மகனுக்கு மாலை நேரக் கல்லூரியில்தான் இடம் கிடைத்தது.

மாலைபோடு வி. (-போட, -போட்டு) **(பெரும்பாலும் பழனி, சபரிமலை போன்ற புண்ணியத் தலங்களுக்குச் செல்வதற்காகக் கடவுளை வேண்டிக்கொண்டு) கழுத்தில் துளசி மாலை அணிந்து குறிப்பிட்ட காலம்வரை விரதம் மேற்கொள்ளுதல்;** observe a period of strict austerities prior to going on a pilgrimage, wearing a garland as a token of this. நான் மாலைபோட்டுக்கொண்ட பிறகு அசைவம் சாப்பிடுவதில்லை.

மாலை மரியாதை பெ. **(ஒருவரை வரவேற்கும்போது) மாலையிடுதல் போன்ற மரியாதை நிமித்தமான சம்பிரதாயங்கள்;** the custom of honouring s.o. (especially by garlanding). தங்கள் ஊருக்கு வந்த அமைச்சரை ஊர் மக்கள் மாலை மரியாதையுடன் வரவேற்றனர்./ மாலை மரியாதை யெல்லாம் எங்களுக்குத் தேவையில்லை. உள்ளன்போடு உபசரித்தால் போதும்./ புதிதாக வந்த மேலதிகாரியை ஊழியர்கள் மாலை மரியாதையுடன் வரவேற்றனர்.

மாலைமாலையாக வி.அ. **(கண்ணீர்) பெருமளவில் தொடர்ந்து;** (of tears) copiously. உனக்கு என்ன ஆயிற்று, இப்படி மாலைமாலையாகக் கண்ணீர் விட்டுக்கொண்டிருக்கிறாய்?

மாலைமாற்று வி. (-மாற்ற, -மாற்றி) **(மணமகனும் மணமகளும் கணவன் மனைவி ஆவதன் அறிகுறியாக ஒருவருக்கொருவர்) மாலையை மாற்றி அணிவித்தல்;** (of the bride and the groom) exchange garlands (as a wedding ritual).

மாலையிடு வி. (-இட, -இட்டு) (உ.வ.) **(மாலை போட்டு) திருமணம் செய்துகொள்ளுதல்;** marry. நான் மாலையிட்ட கணவன் இப்படி என்னை ஏமாற்றுவானென்று எதிர்பார்க்கவில்லை.

1057 மாற்றல்

மாலையும் கழுத்துமாக வி.அ. **திருமணக் கோலத்தில்;** in the bridal costume (i.e. as a bride). என் மகளை மாலையும் கழுத்துமாகப் பார்க்க வேண்டும் என்ற ஆசை எனக்கு மட்டும் கிடையாதா?/ மாலையும் கழுத்துமாக நிற்கும் கோலத்தில் என் பெற்றோரின் புகைப்படம்./ திடீரென்று மாலையும் கழுத்துமாகப் பெற்றோருக்கு எதிரில் போய் நின்றால் அவர்களுக்கு அதிர்ச்சியாக இருக்காதா?

மாவட்ட ஆட்சித்தலைவர் பெ. காண்க: **ஆட்சியர்.**

மாவட்ட ஆட்சியர் பெ. காண்க: **ஆட்சியர்.**

மாவட்டம் பெ. **(ஒரு மாநிலத்தில்) நிர்வாக வசதிக்காக மக்கள்தொகை அடிப்படையில் பிரிக்கப்பட்டிருக்கும் (பல வட்டங்கள் கொண்ட) பிரிவு;** (administrative) district.

மாவடு பெ. **1: (ஊறுகாய் தயாரிக்கப் பயன்படுத்தும்) பிஞ்சு மாங்காய்;** very small tender mango (used as pickle). **2: மேற்குறிப்பிட்டதை உப்புநீரில் ஊற வைத்துத் தயாரிக்கும் ஒரு வகை ஊறுகாய்;** pickle of **மாவடு.**

மாவரி பெ. (இலங்.) **மாவு அரிக்கும் சல்லடை;** sieve.

மாவலிக்கிழங்கு பெ. காண்க: **மாகாளிக்கிழங்கு.**

மாவிலங்கம் பெ. **அதிக உயரம் வளராத, வெளிர் மஞ்சள் பூக்கள் பூக்கும், சிட்ட வடிவில் காய்களைத் தரும், இலையுதிர் வகை மரம்;** garlic pear tree; caper tree. மாவிலங்கின் பட்டை மருத்துவக் குணம் கொண்டது.

மாவிளக்கு பெ. **(கடவுள் சன்னிதியில் அல்லது வீட்டில் பூஜை செய்து) வெல்லம் சேர்த்துப் பிசைந்த அரிசி மாவில் நெய் ஊற்றித் திரியிட்டு ஏற்றும் விளக்கு;** lamp shaped from a dough of rice powder and raw sugar and lighted in worship. கோயிலில் குழந்தைக்குக் காதுகுத்தும் போது மாவிளக்கு போடுவது வழக்கம்.

மாவு பெ. **1: (அரிசி, கோதுமை, கேழ்வரகு போன்ற தானியங்களைக் காய வைத்து) அரைப்பதால் கிடைக்கும் மெல்லிய தூள்;** flour (of some grains). கோதுமை மாவு/ கடலை மாவு. [(தொ.சொ.) **தூள்/ பொடி**] **2: (சப்பாத்தி முதலியவை தயாரிக்க) நீர் ஊற்றிப் பிசைந்த கோதுமை முதலியவற்றின் மாவு/(இட்லி, தோசை தயாரிக்க) ஊற வைத்து அரைக்கப்பட்ட அரிசி, உளுந்து முதலியவை;** dough of wheat, etc., (to prepare சப்பாத்தி, etc.,); paste of rice and lentil (to prepare இட்லி, etc.,). பூரிக்காக மாவைச் சிறுசிறு உருண்டைகளாக உருட்டினாள்./ தோசை மாவுக்கு உப்புப் போட்டுக் கரைத்துவை. / வாழைக்காயை நறுக்கிக் கடலை மாவில் முக்கியெடுத்த பிறகு அதை வாணலியில் போட வேண்டும்./ தோசை மாவு நன்றாகப் பொங்கியிருக்கிறது.

மாவுக்கட்டு பெ. **எலும்பு முறிவுகளைச் சரிசெய்ய, முறிந்த இடத்தில் மருந்து கலந்த மாவைப் பூசிப் போடப்படும் கெட்டியான வெள்ளை நிறக் கட்டு;** cast.

மாவுச்சத்து பெ. **அரிசி, கோதுமை, சோளம், உருளைக் கிழங்கு முதலியவற்றில் உள்ள, உடல் உழைப்புக்குத் தேவையான சக்தியைத் தரும் சத்துப் பொருள்;** carbohydrate; starch.

மாவுத்தன் பெ. **யானைப் பாகன்;** mahout.

மாவுப்பூச்சி பெ. **இலைகளில் உள்ள சாற்றை உறிஞ்சிப் பயிர் வளர்ச்சிக்குப் பாதிப்பை ஏற்படுத்துவதும் தடிமனாகவும் உருண்டையாகவும் இருப்பதுமான ஒருவகை வெள்ளை நிறப் பூச்சி;** mealy bug.

மாவுமில் பெ. **அரிசி, கோதுமை, கேழ்வரகு போன்றவற்றை மாவாகவோ மிளகாய், தனியா, சீயக்காய் போன்றவற்றைப் பொடியாகவோ அரைத்துத் தரும் இயந்திரங்கள் உள்ள இடம்;** mill where rice, wheat, ragi or dry chillies or soap-nut, etc., are ground into flour; (in India) flour mill.

மாவுலா பெ. **நீல நிறத்தில் இருப்பதும் நான்கு அடி நீளம்வரை வளர்வதுமான ஒரு வகைக் கடல் மீன்;** a kind of bluish sea fish four feet in length.

மாள்[1] வி. (மாள, மாண்டு) (உ.வ.) **இறத்தல்; சாதல்;** die. காவலர்களின் துப்பாக்கிச் சூட்டில் நான்கு பேர் மாண்டனர்./ மாண்டவர் மீண்டுவரப்போவதில்லை.

மாள்[2] வி. (மாள, மாண்டு) **1: (எதிர்மறை வடிவங்களில் அல்லது எதிர்மறைத் தொனியில் பயன்படுத்தும் போது) இயலுதல்; முடிதல்;** (in the negative or rhetorical expressions) be within one's capacity. மக்கள் குடிநீருக்காகப் படும் வேதனை சொல்லி மாளாது./ இவர்களைப் பற்றி எழுதி மாளுமா? **2: (பெரும்பாலும் எதிர்மறையில் வரும்போது) நீங்குதல்;** (in the negative) end. மாளாத் துயர்/ மாளாத் துன்பம்.

மாளிகை பெ. **பெரிய பரப்பளவில் அமைந்த, நிறைய அறைகளைக் கொண்ட, பிரம்மாண்டமான இல்லம்;** palace; mansion. திருவனந்தபுரத்தில் அரசரின் மாளிகையை அருங்காட்சியகமாக மாற்றியிருக்கிறார்கள்./ குடியரசுத் தலைவர் மாளிகை. [(தொ.சொ.) **அரண்மனை/ குடிசை/ பங்களா/ வீடு**]

மாற்றத்தக்க பெ.அ. **(காசோலை, வரைவுக் காசோலை போன்றவற்றைக் குறித்து வரும்போது) ஒரு குறிப்பிட்ட ஊரில் அல்லது வங்கிக் கிளையில் கொடுத்துப் பணம் பெறத்தக்க;** (a cheque, demand draft, etc.,) payable at (a particular branch or place). கல்லூரி விண்ணப்பத்துடன் 500 ரூபாய்க்கு சென்னையில் மாற்றத்தக்க வரைவோலை இணைத்து அனுப்ப வேண்டும்.

மாற்றம் பெ. **1: ஒரு தன்மை, கூறு, வடிவம், நிலைமை முதலியவை முற்றிலுமாகவோ குறிப்பிடும் அளவுக்கோ மாறும் அல்லது மாற்றப்படும் நிலை;** change. உலக அரசியலில் பெரும் மாற்றங்கள் நிகழ்ந்துள்ளன./ வாழ்க்கை எந்த மாற்றமும் இல்லாமல் போய்க்கொண்டிருந்தது./ நீரின் பௌதிக மாற்றமே பனிக்கட்டி./ தெருப் பெயர் மாற்றம்/ ஒரு மாற்றத்துக்காக இந்தத் தடவை நான் ஒரு துப்பறியும் நாவல் எழுதப்போகிறேன்./ கல்கத்தா நகரம் 'கொல்கத்தா' என்று பெயர் மாற்றம் செய்யப்பட்டுள்ளது./ ரசாயன மாற்றம்/ இந்தச் சட்டத்தில் சிறுசிறு மாற்றங்கள் செய்து திருத்தியமைக்க உள்ளார்கள்./ பருவநிலை மாற்றத்தால் பலருக்கும் சுவாசக் கோளாறுகள் ஏற்படுகின்றன. **2:** (அ.வ.) **மாற்றல்;** transfer.

மாற்றல் பெ. **(ஆணை பிறப்பிக்கப்பட்டு) ஒரு பணியிடத்திலிருந்து மற்றொரு பணியிடத்துக்கு அல்லது ஒரு அலுவலகத்திலிருந்து மற்றொரு அலுவலகத்துக்குச் செல்லும் அல்லது செல்ல வைக்கும் நிர்வாக ஏற்பாடு;** transfer (of an employee to another place or post). அவருக்கு

மாற்றல் உத்தரவு வந்திருக்கிறது./ எனக்கு என் சொந்த ஊருக்கே மாற்றல் கிடைக்குமா?/ அந்த அதிகாரி இப்போது தான் மாற்றல் வாங்கி இங்கு வந்திருக்கிறார்./ நம் அலுவலகத்தில் மாற்றல் குறித்த விதிகளைத் திருத்த வேண்டும்.

மாற்றாந்தாய் பெ. **குழந்தையின் இளம் வயதில் தாய் இறந்துபோனதால் தந்தை இரண்டாவது திருமணம் செய்துகொள்வதன் மூலம் தாயின் இடத்துக்கு வரும் பெண்;** stepmother.

மாற்றாந்தாய் மனப்பான்மை பெ. **சமமாகக் கருதி நடத்தப்பட வேண்டியவர்களில் தான் விரும்பியவருக்கு மட்டும் எல்லாச் சலுகைகளும் அளித்து, விரும்பாதவரை முற்றாக ஒதுக்கும் போக்கு; பாரபட்சமான நடத்தை;** stepmotherly attitude; partiality. தனியார் நிறுவனங்களிடம் அரசு மாற்றாந்தாய் மனப்பான்மையோடு நடந்துகொள்வதாக உறுப்பினர் குற்றம்சாட்டினார்.

மாற்றான் பெ. *(உ.வ.)* **1: பகைவன்; எதிரி;** foe. *மாற்றானிடம் மண்டியிடுவதைவிட போர்க்களத்தில் உயிர்விடுவதையே நான் விரும்புவேன் மன்னா!* **2: மற்றவர்; பிறர்;** neighbour; other person. நம் வீட்டுக் குப்பையை மாற்றான் வீட்டில் கொட்டுவது என்ன நியாயம்?

மாற்றிமாற்றி வி.அ. **அடுத்தடுத்து; தொடர்ந்து;** one after the other; continuously. எல்லோரும் மாற்றிமாற்றி என்மேல் ஏன் குற்றம் சொல்கிறீர்கள்?/ அந்தக் குடும்பத்துக்கு மட்டும் ஏன் இப்படி மாற்றிமாற்றிச் சோதனைகள் வருகின்றன?

மாற்று[1] வி. (மாற்ற, மாற்றி) **அ.** *(வேறுபட்ட நிலைக்குப் போகச் செய்தல் தொடர்பான வழக்கு)* **1: (திருத்துதல், நீக்குதல், சேர்த்தல் முதலிய செயல்களின் மூலம் ஒன்றையோ ஒருவரையோ) புதிய அல்லது வித்தியாசமான நிலைக்கு வருமாறு செய்தல்;** change. சமுதாய அமைப்பை அடியோடு மாற்ற நினைக்கிறோம்./ பாடத்திட்டத்தை மாற்றியமைக்க முடிவுசெய்துள்ளார்கள்./ சில பாக்டீரியாக்கள் பாலைத் தயிராக மாற்றுகின்றன./ அந்தக் காலத்தில் இரும்பைத் தங்கமாக மாற்றுவதற்காகத் தங்கள் சொத்துகளை அழித்தவர்கள் ஏராளம்./ அவனை மாற்றுவதற்கு எவ்வளவோ முயற்சி செய்தேன். ஆனால் அவனோ கொஞ்சம்கூட மாறவில்லை. **ஆ.** *(இடம் விட்டு இடம் போகச் செய்தல் தொடர்பான வழக்கு)* **2: (ஒரு பொருள், கைகால்கள் போன்றவற்றை ஓர் இடத்திலிருந்து மற்றொரு இடத்துக்கு அல்லது ஒரு நிலையிலிருந்து மற்றொரு நிலைக்கு) கொண்டுவருதல்;** displace; exchange; transfer. சுமையைத் தலையிலிருந்து தோளுக்கு மாற்றிக்கொண்டான்./ பெட்டியை வேறு வண்டிக்கு மாற்றவா?/ கால்களை மாற்றிப் போட்டு உட்கார்ந்தான். **3: அதுவரை இருந்த, வைத்திருந்த, பழகியிருந்த ஒன்றை நீக்கிவிட்டு அல்லது விட்டுவிட்டு வேறொன்றை ஏற்றுக் கொள்ளுதல்;** change; move; வீட்டை மாற்றி விடலாம் என்று நினைக்கிறேன்./ காரை மாற்றி விட்டாயா?/ மேஜையை மாற்ற வேண்டும்./ ஊருக்குப் புறப்படத் தயாராக இருந்த அவர் கடைசி நேரத்தில் மனத்தை மாற்றிக்கொண்டார்./ என் முடிவை நான் மாற்றிக்கொள்வதாக இல்லை. **4: (ஒரு பணியில் இருப்பவரை) பணியாற்றும் இடத்திலிருந்து மற்றொரு இடத்துக்குப் போகும்படி பணித்தல்;** transfer. உன்னை விற்பனைப் பிரிவுக்கு மாற்றியிருக்கிறார்கள்./ என்னைச் சோதனைச் சாவடிக்கு மாற்றியிருக்கிறார்கள்./ பத்து வருடங்களுக்கு மேலாக ஒரே காவல்நிலையத்தில் பணியாற்றிக்கொண்டிருப்பவர்களை அரசு மாற்றப்போவதாக ஒரு பேச்சு அடிபடுகிறது. **இ.** *(ஒன்றுக்குப் பதிலாக மற்றொன்றை வருமாறு செய்தல் தொடர்பான வழக்கு)* **5: காசோலையை வங்கியில் கொடுத்துப் பணம் பெறுதல்;** encash (a cheque). காசோலையை வங்கியில் கொடுத்து மாற்ற இவ்வளவு நேரமாகிவிட்டது. **6: ஒரு நாட்டின் பணத்தைக் கொடுத்து அதற்கு உரிய மதிப்புடைய மற்றொரு நாட்டின் பணத்தைப் பெறுதல்;** exchange money. என்னிடம் இருக்கும் நூறு வெள்ளியையும் மாற்ற வேண்டும். **7: பணத்தை ஒருவரிடம் கொடுத்துச் சில்லறை பெறுதல்;** change (into smaller denominations). இந்த ஐநூறு ரூபாயைப் பத்து ரூபாய் நோட்டுகளாக மாற்றிக்கொண்டு வா. **8: ஒன்று இருந்த இடத்தில் மற்றொன்றைப் பொருத்துதல்;** get (sth.) replaced. அந்த உடைந்த கண்ணாடியை மாற்று! **9: (உடுத்தியிருந்த ஆடையைக் கழற்றிவிட்டு வேறு ஆடையை) போட்டுக்கொள்ளுதல்; அணிதல்;** change (into different clothes). சட்டையை மாற்றிக் கொண்டு எங்கே கிளம்பி விட்டாய்? **10: ஒன்று அல்லது ஒருவர் இருந்த நிலையில் மற்றொன்றையோ மற்றொருவரையோ இருக்கச் செய்தல்;** change (sth.); replace (s.o.). 'கனகாம்புஜம்' என்ற பெயரைத் திரைப்படத்துக்காக 'பூஜாஸ்ரீ' என்று மாற்றிக் கொண்டுவிட்டாள்./ அந்தச் சாலையின் பெயரை மாற்றி ஒரு வருடமாகிறது./ தோப்பில் காவலுக்கு ஆள் மாற்றிவிடுவதற்காக அப்பா போயிருக்கிறார்./ கதாநாயகியை மாற்றியே தீர வேண்டும் என்று கதாநாயகன் அடம்பிடிக்கிறார். **11: (தன் சொத்து முதலியவற்றை மற்றவருக்கு) அதிகாரபூர்வமான முறையில் உரியதாக்குதல்;** transfer (property, etc.,). வீட்டை என் பேரன் பெயருக்கு மாற்றி எழுதிவைத்துவிட்டேன்./ சொத்தைத் தன் பெயருக்கு மாற்ற வேண்டும் என்று அவருடைய மூத்த மகன் நச்சரிக்கிறான். **12:** *(இலங்.)* **(நோயை) குணப்படுத்துதல்;** cure; heal; restore health. இப்போது காசம் மாற்றக்கூடிய நோயாகிவிட்டது.

மாற்று[2] பெ. **(ஒருவருக்கு அல்லது ஒன்றிற்கு) பதில்; ஈடு; வேறு;** replacement; alternative; substitute. மாற்றுச் சிறுநீரகம்/ மாற்று ஆட்டக்காரர்/ மாற்று வழி/ மாற்றுப் பேருந்து.

மாற்று[3] பெ. **(தங்கம், வெள்ளி ஆகிய உலோகங்களின்) கலப்பற்ற நிலை; சுத்தத் தன்மை;** (of gold, etc.,) degree of fineness. உரைத்துப்பார்த்தால் தங்கத்தின் மாற்று தெரிந்துவிடும்.

மாற்று அறுவைச் சிகிச்சை பெ. **(கண், சிறுநீரகம் போன்ற) பழுதடைந்த உறுப்புகளுக்குப் பதிலாக வேறொருவரின் உறுப்புகளை அறுவைச் சிகிச்சைமூலம் பொருத்தும் மருத்துவ முறை;** organ transplantation. அவர் சிறுநீரக மாற்று அறுவைச் சிகிச்சைக்காக மருத்துவமனையில் சேர்க்கப்பட்டுள்ளார்.

மாற்று ஒற்றையர் ஆட்டம் பெ. **(இரண்டு நாடுகளுக்கு இடையில் நடக்கும் டென்னிஸ், பூப்பந்து போன்ற விளையாட்டுப் போட்டிகளில்) (ஒருவரை எதிர்த்து ஒருவர் ஆடும் இரு ஆட்டங்கள் முடிந்ததும்) முதல் ஆட்டத்தில் ஆடியவர் மற்றொரு ஆட்டத்தின் எதிரணி ஆட்டக்காரரோடும் மற்றொரு ஆட்டத்தில்**

ஆடியவர் முதல் ஆட்டத்தின் எதிரணி ஆட்டக்கார ரோடும் விளையாடும் ஏற்பாடு; (in games) reverse singles.

மாற்றுக் கலியாணம் பெ. (இலங்.) காண்க: மாற்றுத் திருமணம்.

மாற்றுக்கூறை பெ. (இலங்.) காண்க: இனக்கூறை.

மாற்றுச் சம்பந்தம்பெ. (இலங்.) காண்க: மாற்றுத் திரு மணம்.

மாற்றுச் சான்றிதழ் பெ. (பள்ளி, கல்லூரி போன்ற கல்வி நிறுவனங்களை விட்டுச் செல்லும்போது) ஒரு மாண வரின் பிறந்த தேதி, படிப்பு, தாய்தந்தையரின் பெயர், மதம், சாதி முதலிய தகவல்களை அவருக்கு அதிகார பூர்வமாகத் தரும் சான்றிதழ்; certificate given to a student at the time of leaving school or college; (in India) transfer certificate.

மாற்றுத் திருமணம் பெ. (இலங்.) (ஒரு திருமணத்தில்) மணமகனின் சகோதரியை மணமகளின் சகோதரனுக் குத் திருமணம் செய்துவைக்கும் முறை; the custom of bridegroom's sister marrying the bride's brother. நான் மாற்றுத் திருமணம் செய்துகொண்டதால் அவர்கள் சீதனப் பேச்சை எடுக்கவேயில்லை.

மாற்றுத்திறன் பெ. (பு.வ.) உடல் ஊனம், மூளை வளர்ச்சியில் தடை, பார்வை மற்றும் கேட்டல் திறன் பாதிக்கப்பட்டிருப்பது போன்றவற்றைக் குறைபாடா கக் கருதாமல், அவர்களிடம் காணும் வேறு விதமான திறமை; different ability.

மாற்றுத் திறனாளி பெ. உடல் ஊனம், மூளை வளர்ச்சி யில் தடை, பார்வை மற்றும் கேட்டல் திறன் பாதிக் கப்பட்டிருப்பது போன்றவற்றைக் குறைபாடாகக் கரு தாமல், வேறு விதமான திறமைகளை உடைய நபர்; differently abled person.

மாற்றுத் துணி இல்லாமல் வி.அ. (சொந்த நெருக்கடி காரணமாகத் தான் வசிக்கும் ஊரை விட்டு வேறு இடத் துக்குப் போகும்போது) அணிந்திருக்கும் உடைக்கு மாற்றாக வேறு உடைகூட எடுத்துக்கொள்ளாத அல் லது இல்லாத நிலையில்; empty-handed. நான் மாற்றுத் துணி இல்லாமல்தான் சென்னைக்கு வந்தேன். இன்று நல்ல நிலையில் இருக்கிறேன்.

மாற்றுப் பாலியல்பு பெ. (பு.வ.) வழிவழியாகச் சமூகம் அங்கீகரித்துள்ள பாலினச் செயல்பாடுகளுக்கு மாறான பாலினச் செயல்பாடுகள்; alternative sexuality. தற்போது சமூகத்தில் காணப்படும் தன்பால் உறவு போன்ற மாற்றுப் பாலியல்பு நடவடிக்கைகளையும் அரசு சட்டபூர்வமாக அங் கீகரிக்க வேண்டும் என்பதே சமூகவியலாளர்களின் கருத்து.

மாற்றுப் பாலினம் பெ. (பு.வ.) (உடலமைப்பின் அடிப் படையில்) ஆண் அல்லது பெண் என்ற இரண்டு வகைப் பாட்டில் உள்ளடங்காத பாலினப் பிரிவு; transgender.

மாற்றுப் பாலினர் பெ. (பு.வ.) (உடலமைப்பின் அடிப் படையில்) ஆண் அல்லது பெண் என்ற இரண்டு வகைப்பாட்டில் உள்ளடங்காத பாலினத்தைச் சேர்ந்த பிரிவினர்; திருநர்; transgender persons.

மாற்று மணல் பெ. (பு.வ.) கருங்கற்களை உடைத்து இயந்திரங்கள் மூலம் பொடியாக்கித் தயாரிக்கப்படுவ தும் (இயற்கை மணலுக்குப் பதிலாக) கட்டுமானப் பணியில் பயன்படுத்தப்படுவதுமான தூள்; m sand.

மாற்று மதிப்பு பெ. ஒரு நாட்டின் பணத்துக்கு ஈடாக மற்றொரு நாட்டின் பண மதிப்பு; exchange value. அமெரிக்க டாலருக்கு நிகரான இந்திய ரூபாயின் மாற்று மதிப்பு நேற்றைவிட இன்று 60 காசு கூடியிருக்கிறது.

மாற்று மருத்துவம் பெ. மேற்கத்திய மருத்துவத்துக்கு மாற்றாகப் பயன்படுத்தும் சித்த வைத்தியம், ஆயுர் வேதம், ஹோமியோபதி, யுனானி போன்ற மருத்துவ முறைகள்; alternative systems of medicine (such as siddha, ayurveda, homeopathy, unani etc.,).

மாற்றுமுறை பெ. வழக்கமான முறைகளிலிருந்து மாறு பட்டு இருக்கும் முறை; alternative. மாற்றுமுறை மருத்து வம்/ மாற்றுமுறைக் கல்வி.

மாற்றுமுறை ஆவணம் பெ. (சட்டம்) பணத்துக்குப் பதிலாக ஏற்றுக்கொள்ளும் காசோலை போன்ற ஆவ ணம்; negotiable instrument.

மாற்றுவழி அறுவைச் சிகிச்சை பெ. (பு.வ.) இரத்த ஓட் டம் இருதயத்தின் தடைப்பட்ட அல்லது பழுதுபட்ட பகுதியின் வழியாகச் செல்ல இயலாமல் உயிருக்கு ஆபத்து நேரும் சூழலில் (உடலின் மற்றொரு பகுதியி லிருந்து வெட்டி எடுக்கப்பட்ட இரத்தக் குழாயை இணைத்து) சுற்றிச்செல்லும் விதத்தில் செய்யப்படும் அறுவைச்சிகிச்சை; bypass surgery.

மாறாக/மாறான வி.அ./பெ.அ. ஒன்றுக்கு எதிரான அல் லது முரணான விதத்தில்/ஒன்றுக்கு எதிரான அல்லது முரணான; on the contrary/contrary to. நான் நினைத்ததற்கு மாறாக நடந்திருக்கிறது./ பல சட்டங்கள் போட்டும் குற் றங்கள் குறையவில்லை, மாறாக அதிகரித்துள்ளன./ எதிர் பார்க்கும் ஒழுங்குக்கு மாறான நடத்தை/ வழக்கத்துக்கு மாறாக அவர் காலை பத்து மணிவரை தூங்கிக்கொண்டி ருந்தார்./ சில கதைகள் இயல்புக்கு மாறான முறையில் எழுதப்பட்டுள்ளன.

மாறி பெ. (கணி.) ஒரு கணக்கிலோ சமன்பாட்டிலோ மாறக்கூடிய மதிப்பைக் கொண்ட உறுப்பு; (in mathematics) a variable.

மாறிமாறி வி.அ. 1: முதலில் ஒன்று, பிறகு மற்றொன்று என்ற முறையில் தொடர்ந்து; அடுத்தடுத்து; one and then the other; alternately. தன் முன் நின்ற இருவரையும் மாறிமாறிப் பார்த்தான்./ நேர்முக வர்ணனை இந்தியிலும் ஆங்கிலத்திலும் மாறிமாறி ஒலிபரப்பாகும்./ மழையும் வெயிலும் மாறிமாறி அடித்தன. 2: (பே.வ.) மீண்டும் மீண்டும்; திரும்பத்திரும்ப; again and again; repeatedly. சொன்னதையே மாறிமாறிச் சொல்லிக்கொண்டிருக்கிறாயே!

மாறிலி பெ. (கணி.) ஒரு கணக்கிலோ சமன்பாட்டிலோ மாறாத மதிப்புடைய உறுப்பு; (in mathematics) a constant.

மாறு[1] வி. (மாற, மாறி) அ. (வேறு நிலைக்குப் போதல் தொடர்பான வழக்கு) 1: (இருக்கும் நிலையிலிருந்து) புதிய அல்லது வித்தியாசமான நிலைக்கு வருதல்; change; adapt (to new conditions, etc.,). சமூகம் மாற வேண் டும் என்று பேசினால் மட்டும் போதுமா?/ புதிய கருத்து களுக்கு வழிவகுக்கும் அளவில் கல்வித் திட்டம் மாறியுள் ளது./ வாய்ச்சண்டை அடிதடியாக மாறியது./ என்ன செய் தாலும் பித்தளை தங்கமாக மாறாது./ வெப்பத்தால் நீர்

மாறு² 1060

நீராவியாக மாறுகிறது./ காலம் மாறிவிட்டது; இளைஞர்களுக்கு நம்மால் ஈடுகொடுக்க முடியவில்லை. ஆ. (இடம் விட்டு இடம் போதல் தொடர்பான வழக்கு) 2: ஒரு இடத்திலிருந்து நீங்கி வேறு ஒரு இடத்துக்கு வருதல்; move out; exchange. இடம் மாறினால் கொஞ்சம் மனத்துக்கு நிம்மதியாக இருக்கும்./ முன்னால் உட்கார்ந்திருந்தவரின் தலை மறைத்ததால் நண்பர்கள் இருவரும் திரையரங்கில் இருக்கைகள் மாறி உட்கார்ந்துகொண்டனர். 3: (காலிசெய்து அல்லது விலகி) வேறொன்றுக்குச் செல்லுதல்; move into (a new place); change (train, etc.,). நாங்கள் வீடு மாறி ஆறு மாதம் ஆகிறது./ விழுப்புரத்தில் வண்டி மாறிச் சென்னைக்கு வந்தான்./ தேர்தலுக்குப் பிறகு பலர் கட்சி மாறியுள்ளனர். இ. (ஒன்றுக்குப் பதிலாக மற்றொன்று என்ற சூழல் தொடர்பான வழக்கு) 4: (திசை, பாதை முதலியவை குறித்து வரும்போது) சரியானதைத் தவறவிடுதல்; take the wrong way. நாம் பாதை மாறி வந்துவிட்டோம் என்று நினைக்கிறேன்./ சென்னைக்கு வரவேண்டிய கப்பல் புயலில் சிக்கித் திசைமாறிச் சென்றுவிட்டது. 5: குறிப்பிட்ட காலம்வரை இருந்துவந்த அல்லது செயல்பட்டுவந்த ஒன்றுக்குப் பதிலாக வேறொன்று வருதல்; change. திரையரங்கில் நாளை படம் மாறலாம்./ 'பம்பாய்' நகரத்தின் பெயர் 'மும்பை' என்று மாறியுள்ளது. 6: (இலங்.) (நோய்) குணமாதல்; be cured. இந்த நோய் மாற எத்தனை காலம் பிடிக்கும்?/ 'நோய் மாறவே மாறாதா' என்று கவலையோடு மருத்துவரிடம் கேட்டாள்./ கடுமையான குளிசைகள் சாப்பிட்டும் நோய் மாறவில்லை.

மாறு² வி. (மாற, மாறி) (ஊரக வ.) கிளையை வெட்டி நீக்குதல்; chop (a branch). அந்தக் கிளையை மாறினால் தான் அதற்குமேல் மரத்தில் ஏறலாம்./ இடைஞ்சலாக உள்ள கிளையை முதலில் மாறு.

மாறுகண் பெ. (கண்களின் இரு கருவிழிகளும் வெவ்வேறு திசையில் பார்ப்பது போன்று) பார்வை சற்று விலகி உள்ள நிலை; squint.

மாறுதல் பெ. 1: காண்க: மாற்றம், 1. 2: (மாற்றம் விளைவிக்கும்) வேறுபாடு; வித்தியாசம்; difference (due to some change). அவள் புடவை உடுத்தியிருந்த விதம் சற்று மாறுதலாக இருந்தது.

மாறுதிசை மின்னோட்டம் பெ. (இயற்.) தொடர்ச்சியாகவும் அதிவேகமாகவும் திசையை மாற்றிக்கொள்ளும் மின்னோட்டம்; alternating current (abbreviated as A.C.).

மாறுபடு வி. (-பட, -பட்டு) 1: மாற்றம் தெரியும்படி காணப்படுதல்; வேறுபடுதல்; be different; differ. கணிப்பொறி செயல்படும் விதம் மனித மூளை செயல்படுவதிலிருந்து முற்றிலும் மாறுபட்டது./ நிறத்தில்தான் துணி மாறுபட்டதே தவிர தரத்தில் ஒன்றுதான்./ வழக்கமான ஜனரஞ்சகப் பத்திரிகைகளிலிருந்து இது மாறுபட்ட பத்திரிகை. 2: எதிராக இருத்தல்; முரண்படுதல்; be in opposition to; be contrary to. திட்டத்தின் விளைவு திட்டத்தின் நோக்கத்துக்கே மாறுபட்டதாக இருந்தது. 3: மாற்றம் பெறுதல்; be altered; change. சமூக அமைப்புகள் மாறுபடும்போது மொழியும் மாறுபடுகிறது.

மாறுபாடு பெ. 1: மாற்றம்; மாறுதல்; change. முயலுக்குப் புதிய மருந்தைக் கொடுத்து மாறுபாட்டைக் கவனித்துவந்தார்கள். 2: (-ஆக, -ஆன) வேறுபட்ட தன்மை; வேறுபாடு; difference. கருத்தில் நம்மோடு மாறுபாடு உடையவர்களாக இருந்தாலும் நட்புறவோடு இருப்பவர்கள்./ மாறுபாடான கருத்தாக இருந்தாலும் அவர் சொல்வதை நாம் கவனிக்க வேண்டும்.

மாறுவேடப் போட்டி பெ. மாறுவேடத்தில் வந்து நடித்துக்காட்டும் பலரில் சிறப்பாகச் செய்தவரைத் தேர்ந்தெடுக்கும் போட்டி; fancy dress competition.

மாறுவேடம் பெ. (தான் யார் என்று பிறர் கண்டுபிடிக்க முடியாத வகையில்) உண்மையான தோற்றத்தை மறைத்துப் போட்டுக்கொள்ளும் வேடம்; disguise (to conceal one's identity). காவல்துறையினர் மாறுவேடத்தில் சென்று கொள்ளைக் கூட்டத்தைப் பிடித்தார்கள்.

மான் பெ. நீண்ட கால்களை உடைய, வேகமாகத் துள்ளித்துள்ளி ஓடும், தாவர உண்ணியாகிய ஒரு வகை விலங்கு; deer; antelope.

மான்புள்ளிச் சுறா பெ. (இலங்.) உடல் பகுதி முழுதும் புள்ளிபுள்ளியாக இருக்கும் (உணவாகும்) ஒரு வகைச் சுறா மீன்; a kind of shark with dots on its body.

மான்மியம் பெ. (அ.வ.) மகிமை; மகாத்மியம்; greatness; glory.

மான்யம் பெ. காண்க: மானியம்.

மானசீகம் பெ. (-ஆக, -ஆன) (ஒருவருடன் கொண்டுள்ள தொடர்பு, உறவு போன்றவற்றைக் குறித்து வரும்போது) நேரடியாகவோ, நடைமுறையைச் சார்ந்ததாகவோ அல்லாமல் மனத்தளவில் ஈடுபாடு காட்டும் நிலை; அத்தகைய ஈடுபாட்டுடன் ஒன்றைச் செய்யும் நிலை; that which is or which is done in the mind. நண்பர் பிழைக்க வேண்டும் என்று மானசீகமாக இறைவனை வேண்டினார். / துரோணரை மானசீக குருவாகக்கொண்டு ஏகலைவன் வில் வித்தைகளில் தேர்ச்சிபெற்றான்./ அவரை முன் பின் பார்த்திருக்காவிடாலும் எங்களுக்குள் ஒரு மானசீகமான நெருக்கத்தை நான் உணர்ந்தேன்.

மானத்தைக் கப்பலேற்று வி. (-ஏற்ற, -ஏற்றி) ஒருவரின் மதிப்பையும் கௌரவத்தையும் கெடுத்தல்; bring disgrace upon. இந்தக் கிழிந்த சட்டையோடு கல்யாணத்துக்கு வந்து என் மானத்தைக் கப்பலேற்றாதே./ என் சொந்தத் தம்பியே என்மீது வழக்கு போட்டுக் குடும்ப மானத்தைக் கப்பலேற்றிவிட்டான்.

மானத்தை வாங்கு வி. (வாங்க, வாங்கி) (ஒருவருடைய) மதிப்பையும் கௌரவத்தையும் இழக்கச் செய்தல்; cause (s.o.) to lose his reputation. இந்த ஊரில் கௌரவமாக வாழ்ந்துகொண்டிருக்கிறேன். என் கடந்தகால வாழ்க்கையைச் சொல்லி மானத்தை வாங்கிவிடாதே!

மானநஷ்டம் பெ. (ஒருவருடைய) மதிப்புக்கும் கௌரவத்துக்கும் விளைவிக்கும் களங்கம் அல்லது இழிவு; defamation. ஒரு லட்ச ரூபாய் மானநஷ்ட ஈடாகத் தர வேண்டும் என நீதிமன்றம் பத்திரிகைக்கு உத்தரவிட்டது./ மானநஷ்ட வழக்கு.

அ ஆ இ ஈ உ ஊ எ ஏ ஐ ஒ ஓ ஔ ஃ

மானபங்கம் பெ. 1: **மதிப்புக்கும் கௌரவத்துக்கும் ஏற்படும் குறைவு;** disgrace; dishonour. ஊரில் தனக்கு இப்படியொரு மானபங்கம் ஏற்படும் என்று அவர் கனவுகூடக் கண்டதில்லை. 2: **(ஒரு பெண்ணின் மானத்துக்கு) பாதிப்பு ஏற்படுத்தும் வகையிலான செயல்;** molestation. இந்தக் கலவரத்தின்போது பெண்கள் மானபங்கம் செய்யப்பட்டதாகச் செய்திகள் வந்துள்ளன.

மானம் பெ. **சுயகௌரவத்தின் அடிப்படையில் ஒருவர் தன்மீதுகொண்டிருக்கும் அல்லது பிறர் மத்தியில் தனக்கு ஏற்படுத்திக்கொண்டிருக்கும் மதிப்பும் கௌரவமும்;** honour; dignity. மானமுள்ள எவனும் இப்படியொரு காரியத்தைச் செய்ய மாட்டான்./ மானம் மரியாதை எல்லாவற்றையும் விட்டுவிட்டு வாழ வேண்டுமா?/ மானம் கெட்டுப்போய் வந்திருக்கிறாயே!/ உன்னால் என் மானம் போயிற்று. இனிமேல் வீட்டுப் பக்கம் வராதே என்று தன் தம்பியைத் திட்டினார். [(தொ.சொ.) கௌரவம்/ மதிப்பு/ மரியாதை]

மானம் கப்பலேறு வி. (-ஏற, -ஏறி) (பே.வ.) **(ஒருவருடைய) கௌரவமும் மதிப்பும் சமூகத்தில் கெடுதல் அல்லது குறைந்துபோதல்;** be disgraced. நீ செய்த காரியத்தால் நம் குடும்ப மானம் கப்பலேறிவிட்டது என்று அப்பா சத்தம் போட்டார்./ கடனைச் சீக்கிரம் திருப்பித் தராவிட்டால் உன் மானம் கப்பலேறிவிடும்.

மானம்போ வி. (-போக, -போய்) **கௌரவக் குறைவாக அல்லது அவமானமாக இருத்தல்; கேவலப்பட்டதைப் போல் உணர்தல்;** feel ashamed. நீ செய்த காரியத்தால் எனக்கு மானம்போகிறது. என்னால் வெளியே தலைகாட்ட முடியவில்லை.

மானஸ்தன் பெ. **தன்மானம் மிக்கவன்;** man of honour; one with self-respect. நீ மானஸ்தனாக இருந்தால் வாங்கிய கடனை நாளைக்கே கொடு!/ மானஸ்தன்! அவமானம் தாங்காமல் தற்கொலை செய்துகொண்டான்.

மானாவாரி பெ. **(விவசாயத்தில்) மழைநீரை மட்டுமே நம்பியிருப்பது; மழை பெய்து விளையும் விளைச்சல்;** (agriculture) dependent on rain. இந்த வகை நிலக்கடலை மானாவாரி நிலங்களுக்கு ஏற்றது./ இந்த மழை மானாவாரிப் பயிர்கள் கருகிவிடாமல் காப்பாற்றும்.

மானி[1] பெ. (அ.வ.) **தன்மானம் மிக்க நபர்;** person of honour.

-மானி[2] பெ. **அளவிடப் பயன்படும் கருவிகளைக் குறிக்கும் சொற்களுக்குப் பின் இணைக்கப்படும் ஒரு பெயர்ச்சொல்;** a noun affixed to a word, to mean a measuring instrument. பால்மானி/ வெப்பமானி/ மழைமானி.

மானிடம் பெ. **மனித இனம்;** humanity.

மானிடவியல் பெ. **மனித இனத்தையும் சமூகத்தையும் பண்பாட்டையும் பற்றிய அறிவுத் துறை;** anthropology.

மானிடன் பெ. (உ.வ.) **மனிதன்;** human being. 'மானிடனைப் பற்றிச் சொல்வதென்றால் அவன் ஒரு ஆறறிவு உள்ள விலங்கு, அவ்வளவுதான்' என்றார் யோகி./ மானிடப் பிறவி.

மானியம் பெ. 1: **ஒரு பொருள் கட்டுப்படியாகும் விலையில் நுகர்வோருக்கு (குறிப்பாக வசதி குறைந்தவர்களுக்கு) கிடைப்பதற்காகப் பொருளின் விலையில் ஒரு பகுதியை உற்பத்தியாளருக்கு அரசு கொடுக்கும் தொகை;** subsidy. யூரியாவுக்குத் தரும் மானியத்தைக் குறைக்கும் யோசனை எதுவும் அரசுக்கு இல்லை. 2: **குறிப்பிட்ட திட்டம், தொழில் போன்றவற்றுக்காக வழங்கப்படும் நிதியுதவி;** subvention. வேலையற்ற பட்டதாரிகள் தொழில் துவங்க மானியத்துடன் கூடிய கடன் வழங்க அரசு முடிவெடுத்துள்ளது. 3: **(தனியார் கல்வி நிறுவனம் போன்றவற்றுக்கு அரசு அளிக்கும்) உதவித்தொகை;** aid; grant (to institutions). அந்தப் பள்ளிக்கூடம் அரசு மானியம் பெறுகிறது./ பல்கலைக்கழக மானியக்குழு. 4: **(முற்காலத்தில் கோயில் போன்ற அறநிலையங்களுக்கு அரசர்களால் அல்லது தனியாரால்) சொத்தாகவோ பொருளாகவோ அளிக்கப்பட்ட தர்மம்;** endowment (to temple); grant. கோயிலில் விளக்கு எரிப்பதற்காக நிலம் மானியமாக அளிக்கப்பட்ட செய்தியைக் கல்வெட்டு தெரிவிக்கிறது. 5: **சுதந்திர இந்திய நாட்டுடன் முன்னாள் சமஸ்தானங்கள் இணைந்தபோது சமஸ்தான மன்னர்களுக்கு ஈடுகட்டும் வகையில் இந்திய அரசு சில காலம் வழங்கிய தொகை;** purse paid for sometime to the former princes of native states when they were integrated into Indian Union; privy purse.

மானுடம் பெ. காண்க: **மானிடம்.**

மானுடன் பெ. காண்க: **மானிடன்.**

மாஜி பெ.அ. (அ.வ.) **முன்னாள்;** former. மாஜி மந்திரி/ நடிகையின் மாஜி கணவர்.

மாஸ்டர் பெ. **உணவகங்களில் குறிப்பிட்ட உணவுப் பண்டங்களைத் தயாரிக்க நியமிக்கப்பட்டவர்;** person appointed in a restaurant to prepare specific food items. ஸ்வீட் மாஸ்டர் இன்று வரவில்லை./ அவருடைய பையன் பரோட்டா மாஸ்டராக வேலைபார்க்கிறான்.

மிக்க[1] வி.அ. **மிக;** very. நீ கூறியது மிக்க நன்று.

மிக்க[2] பெ.அ. **மிகுந்த;** extreme. இரண்டு கட்சிகளும் தொகுதிகளைச் சரிசமமாகப் பங்கிட்டுக் கொள்வதை மிக்க மகிழ்ச்சியுடன் வரவேற்கிறேன்./ துடிப்புமிக்க இளைஞர்கள்/ சிறப்பு மிக்க நிகழ்ச்சி/ பாரம்பரியம்மிக்க குடும்பம்/ மதிப்புமிக்க தலைவர்/ சுவைமிக்க சொற்பொழிவு/ கருத்தாழம்மிக்க பாடல்கள்.

மிக்சர் பெ. **ஓமப்பொடி, காராபூந்தி முதலியவற்றோடு வறுத்த முந்திரிப் பருப்பு, வேர்க் கடலை, அவல் போன்றவற்றைக் கலந்து தயாரிக்கும் காரச் சுவை உள்ள தின்பண்டம்;** mixture of a variety of savouries (in Tamil Nadu).

மிக இ.சொ. **தன்மையின் மிகுதியைக் காட்டுவதற்கும் ஒன்றை அழுத்தம் தந்து கூறுவதற்கும் பயன்படுத்தப்படும் இடைச்சொல்;** particle used to indicate the highest degree of that which it qualifies or to intensify sth. which it qualifies; 'very'. அவன் மிக வேகமாக ஓடினான்./ அவருக்கு மிகப் பெரிய பொறுப்பு வழங்கப்பட்டுள்ளது.

மிகவும்[1] வி.அ. **வெகுவாக;** much. பழங்களின் விலை மிகவும் குறைந்திருக்கிறது./ அவர் உன்னை மிகவும் புகழ்ந்து பேசினார்.

மிகவும்² இ.சொ. காண்க: மிக.

மிகு¹ வி. (மிக, மிகுந்து) 1: **(அளவில், எண்ணிக்கையில்) அதிகமாதல்; அதிகரித்தல்;** increase (in size, number). ஆற்றில் வெள்ளம் மிகவே போக்குவரத்து தடைப்பட்டது./ வீட்டில் எலிகள் மிகுந்துவிட்டன. 2: **(குறிப்பிட்ட அளவை) தாண்டிச்செல்லுதல் அல்லது கடந்துசெல்லுதல்;** exceed. ஒவ்வொரு கேள்விக்கும் ஐந்து வரிகளுக்கு மிகாமல் விடை தருக!/ குழு உறுப்பினர்களின் எண்ணிக்கை ஐந்து பேருக்கு மிகாதவாறு பார்த்துக்கொள்ள வேண்டும். 3: **(இலக்.) (எழுத்து) இரட்டித்தல்;** (of a letter) be doubled or geminated. இகர ஈற்று வினையெச்சத்தின் பின் ஒற்று மிகும்.

-மிகு² இ.சொ. (உ.வ.) (பெயர்ச்சொல்லோடு சேர்ந்து வரும்போது) **'(குறிப்பிட்ட தன்மை) நிறைந்த' என்ற பெயரடைப் பொருளைத் தரும் இடைச்சொல்;** particle used in the sense of 'full of', '-ful'. வண்ணமிகு ராணுவ அணி வகுப்பு/ அருள்மிகு மருந்தீஸ்வரர் ஆலயம்.

மிகுதி பெ. (-ஆக, -ஆன) (உ.வ.) (எண்ணிக்கை, தன்மை, அளவு முதலியவற்றைக் குறித்து வரும்போது) **அதிகமாகவோ நிறையவோ கூடுதலாகவோ இருக்கும் நிலை;** a considerable number; a large number; excess; more. இந்தப் பகுதியில் துணி நெய்வதைத் தொழிலாகக் கொண்ட மக்கள் மிகுதி./ வலி மிகுதியால் துடித்தாள்./எப்போதும் கணக்கில் மட்டும் மிகுதியான மதிப்பெண்கள் வாங்கிவிடுவான்./ சங்க இலக்கியத்தில் மிகுதியாகக் குறிப்பிடப்பட்டிருக்கும் மலர்களில் நெய்தலும் ஒன்று./ களைப்பு மிகுதியால் அப்பா தூங்கிப்போனார். [(தொ.சொ.) **அதிகம்/ அபரிமிதம்/ உபரி/ எக்கச்சக்கம்/ ஏராளம்/ கூடுதல்/ மிகை**]

மிகுந்த பெ.அ. **அதிக அளவிலான; பெரும்;** a word used to express the excess of sth.; extreme; much. மிகுந்த கோபத்துடன் பேசினார்./ உங்கள் உதவிக்கு மிகுந்த நன்றி.

மிகுமின்கடத்தி பெ. (இயற்.) **மிகக் குறைந்த வெப்பநிலையில் மின்சாரத்தைத் தடை இல்லாமல் கடத்தும் பொருள்;** superconductor.

மிகுவி வி. (மிகுவிக்க, மிகுவித்து) (உ.வ.) **அதிகப்படுத்துதல்;** increase. அந்தக் கட்டுரை அவர்மீது உள்ள மதிப்பை மிகுவித்தது.

மிகை பெ. (-ஆக, -ஆன) 1: **உண்மையாக அல்லது இயல்பாக உள்ளதைவிட அதிகமாக உள்ள தன்மை;** exaggeration; excess; too much; that which is overdone. குணச்சித்திர நடிகரின் மிகையான நடிப்பு எரிச்சலைத்தான் கிளப்பியது./ அவனுடைய மிகையான பணிவு எனக்குச் சந்தேகத்தை ஏற்படுத்தியது. 2: **கூடுதல்; மிகுதி; உபரி;** excess; surplus. தேவைக்கு அதிகமாகப் புரதத்தை உட்கொண்டால் அந்த மிகைப் புரதம் கொழுப்பாக மாற்றப்படுகிறது./ போக்குவரத்துக் கழகங்களின் மிகை வருமானத்திலிருந்து பேருந்துகள் வாங்கப்படும் என்று அமைச்சர் தெரிவித்தார். [(தொ.சொ.) **அதிகம்/ அபரிமிதம்/ உபரி/ எக்கச்சக்கம்/ ஏராளம்/ கூடுதல்/ மிகுதி**]

மிகை எண் பெ. (கணி.) **பூஜ்யத்திற்கு மேற்பட்ட மதிப்புடைய எண்;** positive number. -4, -3, 0, 5 ஆகிய எண்களில் 5 என்பது மிகை எண்.

மிகைப்படுத்து வி. (-படுத்த, -படுத்தி) **இயல்பாகவோ உண்மையாகவோ இருக்கும் ஒரு தன்மை, அளவு முதலியவற்றை அதிகமாக ஆக்குதல்;** exaggerate. நமது சிறு சிறு குறைகளைக் கூட மிகைப்படுத்திச் சொல்வார் அவர்./ இதுதான் தமிழின் தலைசிறந்த நாவல் என்பது மிகைப்படுத்தப்பட்ட கூற்று.

மிச்சப்படுத்து வி. (-படுத்த, -படுத்தி) **(நேரம், மின்சக்தி, பணம், எரிபொருள் போன்றவற்றைத் தேவையில்லாமல் செலவு செய்வதைத் தவிர்ப்பதன்மூலம்) சேமித்தல்;** save. பேருந்தில் சென்று போக்குவரத்து நெரிசலில் சிக்கித் தவிப்பதைவிட ரயிலில் சென்றால் நேரத்தை மிச்சப்படுத்தலாம்./ குளிர் காலத்தில் குறைந்த விலையில் மின் விசிறி வாங்கிப் பணத்தை மிச்சப்படுத்தலாம்./ ஒவ்வொரு செலவையும் கவனமாகப் பார்த்துப்பார்த்துச் செய்வதால் என்னால் பணத்தை மிச்சப்படுத்த முடிகிறது./ எங்கள் குறிப்பைப் பின்பற்றினால் எரிபொருளை மிச்சப்படுத்தலாம்.

மிச்சம்¹ பெ. 1: **(செலவழித்தது, எடுத்தது, கழித்தது, சென்றது போக) எஞ்சியிருப்பது; மீதி;** (what is) left over. காய்கறி வாங்கிய பின் கையில் இரண்டு ரூபாய்தான் மிச்சம் இருந்தது./ தட்டில் எதையும் மிச்சம் வைக்காமல் சாப்பிடு./ வீட்டு வேலையை முடித்துவிட்டு மிச்ச நேரத்தில் அக்கா ஓவியம் வரைவாள். 2: **(ஒரு வேலையில்) செய்யப்படாமல் இருப்பது; (ஒரு முழுமையில்) விடப்பட்டது; பாக்கி;** remainder. இந்த வேலையை இதோடு நிறுத்திக்கொள், மிச்சத்தை நாளைக்குப் பார்த்துக்கொள்ளலாம்./ படத்தின் மிச்சத்தையும் வரைந்து முடி! 3: **ஒரு செயலின் விளைவு ஒருவருக்குப் பிடிக்காததையோ எதிர்பார்த்தபடி இல்லாததையோ அலுப்புடன் சுட்டிக்காட்டப் பயன்படுத்தும் சொல்;** all that remains. சமாதானம் செய்யப்போய் நான் அடிவாங்கியதுதான் மிச்சம்./ பணத்துக்காக அலைந்ததுதான் மிச்சம்.

மிச்சம்² வி.அ. (இலங்.) **நிறைய;** many. உங்களைப் பார்த்து மிச்சம் நாளாயிற்றே!

மிச்சம்³ இ.சொ. (இலங்.) **'மிக' என்னும் பொருளில் பயன்படுத்தப்படும் இடைச்சொல்;** particle used in the sense of 'very'. மிச்சம் பெரிய வீடு/ மிச்சம் நல்ல சாப்பாடு.

மிச்சம்பிடி வி. (-பிடிக்க, -பிடித்து) **மிச்சப்படுத்துதல்;** save (money). இப்போதே மிச்சம்பிடித்துக் காசு சேர்த்தால் பிற்காலத்தில் உனக்கு உதவும்./ இப்படிப் பைசாபைசாவாக மிச்சம்பிடித்து என்ன செய்யப்போகிறாய்?

மிச்ச(ம்)மீதி பெ. (பே.வ.) **மிகக் குறைந்த அளவில் எஞ்சியிருப்பது;** left-overs; remains (of sth.). சோற்றுப் பானையில் மிச்சமீதி ஏதாவது இருக்கிறதா என்று பார்த்தாள்.

மிஞ்சி பெ. (ஊரக வ.) **மெட்டி;** silver ring worn by married women on the second toe.

மிஞ்சிப்போனால் வி.அ. **(கணிக்கும்போது) அதிகபட்சமாக வைத்துக்கொண்டால்;** at the most. அந்தப் பெண்ணுக்கு மிஞ்சிப்போனால் பதினேழு வயதுதான் இருக்கும்./

1063 மிதவை ஓட்டு

மிஞ்சிப்போனால் அவன் இதற்குள் ஒரு மைல் தூரம்கூடப் போயிருக்க மாட்டான்.

மிஞ்சு வி. (மிஞ்ச, மிஞ்சி) 1: **(தேவை, பயன்பாடு முதலியவை போக) மிச்சமாகவோ மீதமாகவோ இருத்தல்;** be left over; remain. விற்றதுபோக இரண்டு ஏக்கரா நிலம் மட்டும்தான் நமக்கு மிஞ்சுகிறது./ வழக்கில் வெற்றி பெற்றாரே தவிர சொத்தில் எதுவும் மிஞ்சவில்லை./ தேவைக்கு மிஞ்சி என்னிடம் பணம் இருக்கிறது./ நான்கு பேருக்குத்தான் சமைத்தேன். இருந்தாலும் சாதம் மிஞ்சிவிட்டது./ இட்லி மிஞ்சிவிட்டால் அதை உப்புமா செய்துவிடலாம். 2: **(எரிச்சலுடனோ வருத்தத்துடனோ கூறும்போது) ஒன்றின் விளைவாக எதிர்பாராததோ விரும்பத் தகாததோ கிடைத்தல்;** be the net result. இவ்வளவு செய்தும் பயன் இல்லை, வருத்தம்தான் மிஞ்சுகிறது./ எத்தனை படங்கள் எடுத்தென்ன, இறுதியில் கடன் மட்டுமே மிஞ்சுகிறது. 3: **பிறரை அல்லது பிறவற்றைவிடச் சிறப்பாகவோ அதிகமாகவோ செயல்படுதல்; முந்துதல்; விஞ்சுதல்;** excel; outdo. அறிஞர் அண்ணாவை யாரும் பேச்சில் மிஞ்ச முடியாது என்று என் அப்பா அடிக்கடி கூறுவார்./ மனிதனைக் கணிப்பொறி மிஞ்சிவிடும் காலமும் வரலாம். யார் கண்டது? 4: **(குறிப்பிட்ட வரம்பை, ஒழுங்கை) கடத்தல்; கட்டுப்படுத்த முடியாத அளவுக்குப் போதல்; மீறுதல்;** go out of control; defy. காலம் தாழ்த்தினால் காரியம் மிஞ்சிவிடும்./ அவன் என் பேச்சையும் மிஞ்சிப்போய்விடுவான் போலிருக்கிறது.

மிட்டா பெ. காண்க: *மிட்டாதாரர்*.

மிட்டாதாரர் பெ. **(முன்பு) கிராமத்தில் வசித்துக்கொண்டு பெரிய அளவில் உள்ள, தனக்குச் சொந்தமான நிலத்தை விவசாயம் செய்துவந்தவர்;** freeholder who owned a big farm and managed it himself (as practised formerly).

மிட்டாய் பெ. **சீனிப் பாகை அல்லது வெல்லப் பாகைக் கட்டியாக்கிச் செய்யும் மணமும் சுவையும் மிகுந்த தின்பண்டம்;** sweetmeat made of treacle; confectionery.

மிட்டாய்க் கடை பெ. (பே.வ.) **லட்டு, ஜாங்கிரி போன்ற இனிப்புப் பண்டங்களையும் காரத் தின்பண்டங்களையும் விற்பனை செய்யும் கடை;** sweet stall.

மிடறு பெ. 1: **மடக்கு;** a mouthful. தொண்டை வலியால் ஒரு மிடறு தண்ணீர்கூடக் குடிக்க முடியவில்லை. 2: (உ.வ.) **(ஒலி வரும்) தொண்டைப் பகுதி; கண்டம்;** larynx; throat.

மிடா பெ. **(தண்ணீர் வைக்கப் பயன்படும்) பெரிய மண் பானை;** large earthen pot.

மிடுக்கு பெ. 1: (-ஆக, -ஆன) **(உடல்வாகு காரணமாக அமையும்) தோரணை; கம்பீரம்;** smart (in appearance or bearing). எங்கள் சித்தப்பா ராணுவ அதிகாரியைப் போன்ற மிடுக்கான தோற்றமும் நடையும் கொண்டவர்./ மிடுக்காக உடை அணிந்தவர். [(தொ.சொ.) **கம்பீரம்/ தோரணை/ பந்தா**] 2: **இளமைத் துடிப்பு;** (youthful) vitality. வாலிப மிடுக்கு.

மித்திரன் பெ. (அ.வ.) **நண்பன்;** friend.

மித வி. (மிதக்க, மிதந்து) 1: **(திரவத்தின் மேல்பரப்பில் ஒன்று அல்லது ஒருவர்) மூழ்காமல் இருத்தல் அல்லது கிடத்தல்;** float. நீ தண்ணீரில் எவ்வளவு நேரம் மிதப்பாய்?/ பாலில் ஏதோ மிதக்கிறது பார்!/ (உரு வ.) செய்தியைக் கேட்டதும் அவன் இன்ப வெள்ளத்தில் மிதந்தான். 2: **கீழ் இறங்காமல் (காற்றில் அல்லது விண்வெளியில்) இருத்தல்;** be borne (in the air). பறவை இறகு காற்றில் மிதந்து சென்றது./ (உரு வ.) அவன் கற்பனையில் மிதந்தான்.

மிதக்கும் பெ.அ. **(கப்பலில் அமைந்து) பல்வேறு நாடுகளுக்குச் சென்று கடலிலிருந்தே செயல்படும்;** floating. மிதக்கும் பல்கலைக்கழகம்/ மிதக்கும் மருத்துவமனை/ மிதக்கும் நூலகம்.

மிதப்பு பெ. **(வெற்றி, செல்வம், அதிகாரம் போன்றவற்றால் ஒருவரது செயல்களில் காணப்படும்) திமிரும் அலட்சியமும் கலந்த போக்கு; மமதை;** euphoria;elation. பணம் போனால் மிதப்பும் போய்விடும்./ முதல் ஆட்டத்தில் வெற்றி பெற்ற மிதப்பிலேயே நமது அணியினர் அடுத்த ஆட்டத்தில் தோற்றுவிட்டார்கள். [(தொ.சொ.) **அலட்சியம்/ உதாசீனம்/ திமிர்/ மமதை**]

மிதம் பெ. (-ஆக, -ஆன) **அதிகமாகவோ குறைவாகவோ இல்லாத நிலை அல்லது தன்மை; அளவானது;** moderation. மிதமான குளிர்/ வண்டி மிதமான வேகத்தில் சென்றுகொண்டிருந்தது./ மிதமான மழை/ அடுப்பில் தோசைக் கல்லை வைத்து அடுப்பை மிதமாக எரிய விட வேண்டும்./ எதிலும் மிதம், இதுதான் அவருடைய கொள்கை.

மிதமிஞ்சு வி. (-மிஞ்ச, -மிஞ்சி) **(ஒன்று) அளவுக்கு அதிகமாதல்; அளவுகடந்து போதல்;** be immoderate; go beyond reasonable limits; be in excess. மிதமிஞ்சிக் குடித்ததால் ஏற்பட்ட விளைவு இது!/ குரங்குகளின் தொல்லை மிதமிஞ்சிவிட்டது. / மிதமிஞ்சிய மகிழ்ச்சி.

மிதவாதம் பெ. **தீவிரமான போக்கை மேற்கொள்ளாமல் மிதமான முறையிலேயே செயல்படுவது என்ற கொள்கை அல்லது போக்கு;** moderation. மிதவாத அமைப்புகள்.

மிதவாதி பெ. **மிதவாதத்தைக் கடைப்பிடிப்பவர்;** moderate (in politics). மிதவாதிகளுக்கும் தீவிரவாதிகளுக்கும் இடையேயான கருத்து மோதல்.

மிதவெப்ப மண்டலம் பெ. (பு.வ.) **வடதுருவம் அல்லது தென்துருவத்துக்கும் நிலநடுக்கோட்டுக்கும் இடையே அமைந்த பகுதி;** temperate zone.

மிதவை பெ. 1: **நீரில் மிதந்து செல்லக்கூடிய தெப்பம் போன்ற அமைப்பு;** raft or raft-like structure which floats on water; float. 2: **(கடல், பெரிய கால்வாய் முதலியவற்றில்) ஆபத்தான இடங்களைச் சுட்டிக்காட்டுவதற்காக மிதக்கவிடப்பட்டிருக்கும் பொருள்;** buoy. 3: **(நீரில் விழுந்தவர்களைக் காப்பாற்றும் பொருட்டு வைக்கப்பட்டிருக்கும்) நீரில் மிதக்கக்கூடிய ரப்பர் வளையம்;** lifebuoy. 4: (உயிரி.) **நீரில் மிதந்து வாழக்கூடிய உயிரி;** floating organism. ஒவ்வொரு நீர்நிலையிலும் ஏராளமான மிதவை நுண்ணுயிரிகள் இருக்கும்.

மிதவை ஓட்டு பெ. (மொழி.) **ஒரு வாக்கியத்தில் பெயரடை தவிர்ந்த சொல்லோடு இணைக்கப்படுவதும்**

வினாப் பொருள், அழுத்தம், கேள்வி போன்றவற்றை உணர்த்துவதுமான இடைச்சொல்; clitic.

மிதி[1] வி. (மிதிக்க, மிதித்து) 1: (பாதத்தின் அடிப்பகுதி படும் வகையில் ஒன்றின் மீது) வேகத்துடன் காலை இறக்குதல்; step on; tread on; stamp on; tramp on. சாணியை மிதித்துவிடாதே. பார்த்து நடந்து வா!/ சண்டையில் அவனைக் கீழே தள்ளி நெஞ்சில் மிதித்தான்./ சுவர் வைப்பதற்காகச் சேற்றைக் குழைத்து மிதித்துக்கொண்டிருந்தான். [(தொ.சொ.) இடறு/ உதை/ எற்று/ தேய்/ நசுக்கு] 2: (மிதிவண்டியை இயங்கச் செய்வதற்காக அதற்கான பாகத்தில்) கால்களை வைத்து விசையுடன் அழுத்துதல்; pedal (a bicycle). மழை வருவதுபோல இருந்ததால் சைக்கிளை வேகமாக மிதித்தான்./ அந்த மேட்டில் சைக்கிளை மிதித்து வருவதற்குள் வியர்த்துக்கொட்டிவிட்டது.

மிதி[2] பெ. (ஒன்றின் மீது பலத்துடனும் வேகத்துடனும்) காலைப் பதிக்கும் செயல்; stamp (by the foot). ஒரே மிதியில் யானை தேங்காயை நொறுக்கிவிட்டது.

மிதிகட்டை பெ. (நெசவு) (நெசவுத் தறியில்) காலால் மாறிமாறி மிதித்துத் தறியை இயக்க உதவும், பாதம் பதிக்கும் அளவுக்கான மரக் கட்டை; treadle of a loom.

மிதியடி பெ. 1: (காலில் ஒட்டியிருக்கும் மண், தூசு போன்றவற்றைப் போக்கிக்கொள்ள வாசலின் எதிரே போடப்பட்டிருக்கும்) கயிறு, நார் போன்றவற்றால் தயாரிக்கப்பட்ட, சொரசொரப்பான பரப்புடைய சிறு விரிப்பு; doormat. 2: செருப்பு; காலணி; sandal; footwear. நடக்கும்போதே மிதியடியின் வார் அறுந்துவிட்டது.

மிதிவண்டி பெ. கால்களால் மிதித்து இயக்கப்படும் இரண்டு சக்கர வாகனம்; சைக்கிள்; bicycle.

மிதிவெடி பெ. (இலங்.) கண்ணிவெடி; landmine.

மிதுக்கங்காய் பெ. தும்மட்டிக்காய்; country cucumber.

மிதுக்குவற்றல் பெ. தும்மட்டிக்காயை மெல்லிய வில்லைகளாக நறுக்கிக் காயவைத்துத் தயாரிக்கப்படும் ஒரு வகை வத்தல்; country cucumber sliced and dried to be used later.

மிதுனம் பெ. (சோதி.) இரட்டைச் சிறுவர்களின் உருவத்தைக் குறியீடாக உடைய மூன்றாவது ராசி; third constellation of the zodiac having the figure of the twins as its sign; Gemini. (பார்க்க, படம்: ராசி[1])

மிரட்சி பெ. (கண்களில் தெரியும்) பயம் நிறைந்த கலக்கம்; (மனத்தளவில்) மிரண்டு போகும் நிலை; மருட்சி; fright; dismay; bewilderment. என்னைப் பார்த்ததும் அவனுடைய கண்களில் ஒரு மிரட்சி./ மிரட்சியை ஏற்படுத்தும் நவீனத் தொழில்நுட்பம்.

மிரட்டல் பெ. (செய்கையால், பேச்சால்) பயமுறுத்தும் அல்லது எச்சரிக்கும் செயல்; threat; intimidation. 'விமானத்தில் வெடிகுண்டு' என்று தொலைபேசியில் ஒரு மிரட்டல்./ உன் மிரட்டலுக்கெல்லாம் நான் பயப்பட மாட்டேன்./ தினமும் தனக்குக் கொலை மிரட்டல்கள் வருவதாக அந்த நடிகர் காவல்துறையினரிடம் புகார் தெரிவித்தார்.

மிரட்டு வி. (மிரட்ட, மிரட்டி) (தனது நோக்கத்தை நிறைவேற்றிக்கொள்வதற்காக ஒன்றை அல்லது ஒருவரை) பயப்பட வைத்தல்; அச்சுறுத்துதல்; எச்சரித்தல்; threaten (by word or act); intimidate. வேலைநிறுத்தத்தைக் கைவிடாவிட்டால் கதவடைப்புச் செய்வோம் என்று நிர்வாகம் தொழிலாளர்களை மிரட்டியது./ கத்தியைக் காட்டி மிரட்டிப் பயணிகளிடம் கொள்ளையடித்தனர்./ குழந்தையை ஏன் மிரட்டுகிறாய்?/ மருத்துவர் நோயாளியை மிரட்டி மாத்திரையைச் சாப்பிட வைத்தார். [(தொ.சொ.) அச்சுறுத்து/ எச்சரி/ பயமுறுத்து]

மிரள் வி. (மிரள, மிரண்டு) (பயத்தால்) கலக்கமடைதல்/ (கலக்கமடைந்து) கட்டுப்பாடு இழத்தல்; get frightened or scared. துப்பாக்கியைக் கண்டதும் பயணிகள் மிரண்டு போனார்கள்./ குடையைக் கண்டால் மாடு மிரளும் என்பது உனக்குத் தெரியாதா? [(தொ.சொ.) பயப்படு/ மருள்]

மிரளமிரள வி.அ. (பயத்தின் காரணமாகவோ ஒன்றும் புரியாத காரணத்தாலோ) மிரட்சியோடு இங்குமங்கும் பார்த்தபடி; (to look at s.o. or sth.) in perplexity. தூங்கி எழுந்தவன் மிரளமிரள விழித்தான்./ அந்தப் பெண்ணுக்கு நாங்கள் கேட்டது புரியவில்லை./ எங்களை மிரளமிரளப் பார்த்தாள்.

மிராசு பெ. காண்க: மிராசுதார்.

மிராசுதார் பெ. ஒரு கிராமத்தில் சொந்த நிலத்தில் பண்ணை முறையில் விவசாயம் செய்து அந்தஸ்தோடு இருப்பவர்; freeholder of some status who manages his farm himself.

மிருகக்காட்சிசாலை பெ. (அ.வ.) உயிரியல் பூங்கா; zoo.

மிருகசீரிடம் பெ. (சோதி.) இருபத்தேழு நட்சத்திரங்களில் ஐந்தாவது; the fifth of the twenty-seven divisions of the zodiac in Indian astrology, corresponding to an asterism, but smaller than a constellation.

மிருகம் பெ. 1: விலங்கு; animal. 2: மனிதத் தன்மையற்று இருப்பவரைக் குறிப்பிடப் பயன்படுத்தும் ஒரு வசைச் சொல்; term of abuse used in the sense of 'brute'. அவனைப் போன்ற ஒரு மிருகத்தை நான் பார்த்ததில்லை.

மிருகால் பெ. சுமார் ஒரு மீட்டர் நீளம்வரை வளரும், பக்கவாட்டில் வெள்ளி நிறத்திலும் வயிறு வெண்மையாகவும் முதுகு அடர் நிறத்திலும் இருக்கும் (உணவாகும்) ஒரு வகை நன்னீர் மீன்; mrigal.

மிருதங்கம் பெ. (இசை) இருபுறமும் விரல்களால் தட்டிப் பக்கவாத்தியமாக வாசிக்கப்படும், சிறிய உருளை வடிவத் தோல் கருவி; a kind of cylindrical two-sided drum played by both hands as an accompaniment.

மிருதங்கம்

மிருது பெ. (-ஆக, -ஆன) **(தொடு உணர்வால் அறியும்) மென்மை;** softness. ரொட்டி பஞ்சைப் போல மிருதுவாக இருந்தது./ குழந்தையின் மிருதுவான கன்னம்! [(தொ.சொ.) குழகுழப்பு/ குழைவு]

மிலாந்து வி. (மிலாந்த, மிலாந்தி) (இலங்.) **திருதிருவென்று விழித்தல்;** in a manner expressing confusion, fright, etc., (as when caught red-handed). ஏன் இப்படி மிலாந்திக்கொண்டு நிற்கிறாய்?

மிழற்று வி. (மிழற்ற, மிழற்றி) (உ.வ.) **(குழந்தை) மழலையாகப் பேசுதல்;** to prattle. அப்பாவிடம் ஏதேதோ ஒலிகளை எழுப்பியபடி குழந்தை மிழற்றிக்கொண்டிருந்தது.

மிளகாணம் பெ. (இலங்.) **(தேங்காய், மிளகாய் சேர்க்காமல்) மிளகு சேர்த்துச் செய்யப்படும் கறிக் குழம்பு; பத்தியக் குழம்பு;** a kind of non-vegetarian sauce with pepper as the main ingredient.

மிளகாய் பெ. 1: **பச்சைமிளகாய்;** green chilli. 2: **மிளகாய் காய்க்கும் செடி;** the plant that bears மிளகாய். 3: **(சிவப்பாக இருக்கும்) காய்ந்த மிளகாய்; மிளகாய் வத்தல்;** dried chilli.

மிளகாய்த் தூள் பெ. 1: **காய்ந்த மிளகாயை அரைத்துத் தயாரித்த பொடி;** powder made of red chilli. உருளைக் கிழங்குப் பொரியலுக்கு அரைக் கரண்டி மிளகாய்த் தூள் போடு. 2: (வ.வ.) **சாம்பார் பொடி;** a powder made of red chilli, coriander seeds, etc., used in preparing some food items.

மிளகாய்ப் பழம் பெ. (நெசவு) **(துணிகளில்) பளிச்சென்று இருக்கும் சிவப்பு;** (of colour of clothes) bright red. மிளகாய்ப் பழத்தில் ஒன்றும், சப்பாத்திப் பழத்தில் ஒன்றுமாக இரண்டு புடவைகள் வாங்கினார்.

மிளகாய்ப் பொடி பெ. 1: **(இட்லி, தோசை போன்ற வற்றுக்குத் தொட்டுக்கொள்ள) மிளகாய் வற்றல், கடலைப் பருப்பு, உளுத்தம் பருப்பு, பெருங்காயம், எள் ஆகியவற்றை வறுத்து இடித்துத் தயாரித்த தூள்;** chilli powder with other ingredients (mixed with oil to go with இட்லி, etc.,). 2: (வ.வ.) **சாம்பார் பொடி;** a powder made of red chilli, coriander seeds, etc., used in preparing some food items.

மிளகாய் வற்றல் பெ. **(சமையலில் பயன்படும்) செடியிலிருந்து பறித்து வெயிலில் காயவைத்த சிவப்பு நிற மிளகாய்;** dried chilli.

மிளகு பெ. **(சமையலிலும் மருத்துவத்திலும் பயன்படுத்தும்) சின்னஞ்சிறிய, காரமான கறுப்பு நிறக் காய்/ அந்தக் காய் காய்க்கும் கொடி;** black pepper (the berry and the plant). மலைப் பகுதிகளில்தான் மிளகு வளரும்./ பொங்கலில் நிறைய மிளகு போடப்பட்டிருந்தது.

மிளகுக் குழம்பு பெ. **மிளகையும் வறுத்த பருப்பையும் அரைத்துத் தயாரிக்கப்படும் குழம்பு;** a sauce for food, made with pepper. மிளகுக் குழம்பை நான்கைந்து நாட்கள் கூட வைத்துச் சாப்பிடலாம்.

மிளகு ரசம் பெ. **(பருப்பைச் சேர்க்காமல்) புளிக்கரைசலில் மிளகையும் சீரகத்தையும் பொடித்துப் போட்டுத் தயாரிக்கும் ஒரு வகைக் காரமான ரசம்;** a kind of ரசம் prepared by adding powdered pepper, cumin seeds, etc., ஜலதோஷத்துக்கு மிளகு ரசம் மிகவும் நல்லது.

மிளா பெ. **கடமான்;** sambar deer.

மிளாறு பெ. **(சவுக்கு, புளி முதலிய மரங்களிலிருந்து ஒடிக்கப்படும்) குச்சி;** (the flexible) twig (of certain trees, such as tamarind). பையன் தவறு செய்துவிட்டான் என்பதற்காக இப்படிப் புளிய மிளாறினால் அடிக்க வேண்டுமா?

மிளிர் வி. (மிளிர, மிளிர்ந்து) (உ.வ.) 1: **ஒளிர்தல்; பிரகாசித்தல்;** glitter. ஒருசில நட்சத்திரங்கள் மட்டும் மிளிர்ந்து கொண்டிருந்தன. 2: **(குறிப்பிட்ட இனிமையான தன்மை) சிறப்பாக வெளிப்படுதல்; பளிச்சிடுதல்;** sparkle. எப்போதுமே என் மாமா நகைச்சுவை மிளிரப் பேசுவார்./ அழகு மிளிரும் வர்ணனைகள்.

மின் பெ.அ. (பெரும்பாலும் பிற சொற்களோடு இணைந்து வரும்போது) **மின்சாரம்/மின்னணு;** electric/electronic. வயலில் மின் கம்பிகள் அறுந்து கிடந்தன./ கணிப்பொறியின் நுணுக்கமான மின் இணைப்புகள்.

மின் அஞ்சல் ஆணை பெ. (பு.வ.) **இணையம் மூலம் பணம் செலுத்திப் பெறும் அஞ்சல் ஆணை;** electronic postal order.

மின் அதிர்ச்சிச் சிகிச்சை பெ. **மயக்க மருந்து அளித்து, மிகக் குறைந்த அளவில் மூளையில் மின்சாரத்தைச் செலுத்திச் செயற்கையாக வலிப்பு வரச்செய்து (அதன் மூலம் மூளைச்செயல்பாட்டில் மாற்றம் விளைவித்து) மனநோய்க்கு அளிக்கும் சிகிச்சை;** electroconvulsive therapy; ECT.

மின் அழுத்தம் பெ. **மின் கம்பிகளில் பாயும் மின்சக்தியின் ஆற்றல்;** voltage. குறைந்த மின் அழுத்தத்தால் விளக்கு மங்கலாக எரிகிறது.

மின் ஆவணம் பெ. **கணினிகொண்டு உருவாக்கப்பட்ட ஆவணம்;** electronic document.

மின் ஆளுமை பெ. **ஒரு அமைப்பின் அனைத்துப் பிரிவுகள், கிளைகள் ஆகியவற்றைக் கணிப்பொறி மூலம் இணைத்து, எல்லாச் செயல்பாடுகளையும் இணையத்தின் வழியாக நடத்தும் நிர்வாகம்;** e-governance. மின் ஆளுமையில் அனைத்து மாநிலங்களும் ஆர்வம்காட்டுகின்றன.

மின் உலை பெ. (வேதி.) **(உலோகங்களை திரவமாக்கவோ திரவங்களை ஆவியாக்கவோ மின்சாரத்தைப் பயன்படுத்தி உயர் வெப்பநிலையை உருவாக்கும் அமைப்பு;** electrical furnace.

மின் எரியூட்டி பெ. **மருத்துவக் கழிவுகளை எரிக்கப் பயன்படும் மின்சாதனம்;** incinerator. பெரிய மருத்துவமனைகள் மின் எரியூட்டியை நிறுவ வேண்டும் என்று அரசு ஆணை பிறப்பித்துள்ளது.

மின்கம்பி பெ. **மின்சாரத்தைக் கடத்தும் (பெரும்பாலும் தாமிரம் அல்லது அலுமினியத்தால் ஆன) கம்பி;** wire to carry electric current.

மின் கம்மியர் பெ. **மின்சாரம் தொடர்பான பணிகளில் தொழில்நுட்பப் பயிற்சி பெற்றவர்;** electrician.

மின்கலம் பெ. **வேதியியல் முறையில் மின்சாரம் உற்பத்தி செய்யும் சாதனம்;** dry cell; battery.

மின்காந்த அலை பெ. **காந்தத்தில் பாயும் மின் அலை;** electro magnetic waves.

மின்காந்த நாடா பெ. **(முன்பு) ஒலி, ஒளி அல்லது கணிப்பொறித் தகவல்கள் போன்றவற்றைப் பதிவு செய்வதற்கான, காந்தப் பூச்சு உடைய நாடா;** (in the past) magnetic tape.

மின்காந்தம் பெ. **(கம்பிச் சுருள் வழியாக) மின்சாரம் பாய்ந்துகொண்டிருக்கும்வரை காந்த சக்தியைப் பெற்றிருக்கும் உலோகத் துண்டு;** electromagnet.

மின்கையொப்பம் பெ. *(பு.வ.)* **மின்ஆவணங்களின் உண்மைத் தன்மையை உறுதிப்படுத்த, ஒருவரைக் குறித்த பிரத்தியேகமான தகவல்களைப் பெறும் கணினி மட்டுமே புரிந்துகொள்ள முடியும் வகையில், குறிப்பிட்ட கணினியிலிருந்து அத்தகவல்களைச் சங்கேத வடிவில் உருவாக்கி அனுப்பும் முறை;** digital signature. இணையத்தின் வழியே ஆவணங்களைப் பரிமாறிக்கொள்ள மின்கையொப்பம் உதவுகிறது.

மின்சக்தி பெ. **மின்சாரம்;** electricity. இந்தியாவில் மிக அதிக அளவில் மின்சக்தியை உபயோகிப்பது தொழில் துறையே ஆகும்.

மின்சாரம் பெ. **(விளக்குகளை ஒளிரச் செய்தல், இயந்திரங்களை இயக்குதல் முதலியவற்றுக்குப் பயன்படும்) மின்னணுக்களின் ஓட்டத்தால் கிடைக்கும் சக்தி;** electricity.

மின்சுற்று பெ. *(இயற்.)* **மின்னோட்டம் செல்லும் பாதை;** circuit.

மின்சுற்றுத் தடை பெ. *(பு.வ.)* **ஒரு மின்சாதனத்தில் இணைப்புகள் தவறாக அளிக்கப்பட்டுள்ளதால் (தொடர்ந்து மின்சாரம் கடத்தப்பட முடியாமல்) ஏற்படும் மின்தடை;** short circuit.

மின் தடங்கல் பெ. காண்க: **மின் தடை.**

மின் தடை பெ. **1: தொடர்ந்து வந்துகொண்டிருக்கும் மின்னோட்டம் இடையே நின்றுவிடுதல்;** power failure. நிகழ்ச்சியின்போது சுமார் ஐந்து நிமிடம் மின் தடை ஏற்பட்டதற்கு வருந்துகிறோம்./ இந்தப் பகுதியில் அடிக்கடி ஏற்படும் மின் தடையைக் குறித்துப் புகார் கொடுத்தும் நடவடிக்கை எதுவும் எடுக்கப்படவில்லை. **2:** *(இயற்.)* **மின்சாரம் தன் வழியாகப் பாய்வதைத் தடுக்கிற விதத்தில் ஒரு பொருளில் அமைந்திருக்கும் (அளவிடக்கூடிய) தன்மை;** resistance.

மின்திருட்டு பெ. **முறையான மின்இணைப்புப் பெறாமல் மின்சாரத்தைப் பயன்படுத்தும் சட்ட விரோதச் செயல்;** power-theft. மின்திருட்டைத் தடுப்பதற்காகக் கண்காணிப்புக் குழு ஒன்று அமைக்கப்பட்டுள்ளது.

மின்துகள் பெ. *(இயற்.)* காண்க: **மின்னணு.**

மின்தூக்கி பெ. **1: (பல தளங்கள் உள்ள கட்டடம், சுரங்கம் போன்றவற்றில்) மனிதர்களை அல்லது பொருட்களை மேலும்கீழுமாக ஏற்றிச்செல்லப் பயன்படும், கூண்டுபோல் வடிவமைக்கப்பட்ட மின்சாதனம்;** lift; elevator. **2:** காண்க: **பளுதூக்கி.**

மின்தூண்டல் பெ. **(உடலின் செயல்பாடுகளுக்குக் காரணமாக அமையும்) மூளையில் சுரக்கும் சில வகை ரசாயனப் பொருள்கள் ஏற்படுத்தும் நுண்ணிய மின் அதிர்வு;** impulse. மூளையில் ஏற்படும் மின்தூண்டலே கட்டளைகளை உடலின் எல்லாப் பகுதிகளுக்கும் அனுப்புகிறது./ மூளையில் இரத்த அழுத்தம் அதிகமாகும்போது மின்தூண்டலும் அதிகமாகி வலிப்பு ஏற்படுகிறது.

மின்தேக்கி பெ. *(இயற்.)* **மின்சாரத்தைச் சேமித்து வைக்கும் சாதனம்;** capacitor.

மின்தொகுப்பு பெ. **பல்வேறு உற்பத்தி நிலையங்களிலிருந்து வரும் மின்சாரத்தைப் பெற்று அதை உபயோகத்துக்காகப் பங்கிட்டு அனுப்பும் அமைப்பு;** grid.

மின்நிலையம் பெ. **மின்சாரம் உற்பத்தி செய்யப்படும் இடம்;** power station.

மின்நூலகம் பெ. **(கணிப்பொறி வழியாகப் படிக்கக்கூடியதாக) இணையத்தில் இடம்பெற்றிருக்கும் நூல்கள், அகராதிகள் போன்றவற்றின் தொகுப்பு;** digital library.

மின்புத்தகம் பெ. காண்க: **மின்னூல்.**

மின்புலம் பெ. *(இயற்.)* **மின்சாரம் பாயும் பரப்பு;** electric field.

மின்மயமாக்கு வி. (-ஆக்க, -ஆக்கி) **(ஒரு அமைப்பு, தொழிற்சாலை, சாதனங்கள் போன்றவை) முழுவதுமாக மின்சாரத்தால் இயங்குமாறு மாற்றி அமைத்தல்;** electrify. இரு பெரும் நகரங்களுக்கு இடையே உள்ள ரயில் பாதை மின்மயமாக்கப்பட்டுவருகிறது.

மின் மயானம் பெ. **எரியூட்டிகொண்டு பிணங்களை எரிக்கும் மயானம்;** electric crematorium.

மின்மாற்றி பெ. **(மின்சாரத்தை வெகு தூரம் கம்பிகளின் மூலம் கொண்டுசெல்வதற்கு அல்லது பயன்பாட்டிற்கு ஏற்ற வகையில்) மின்னோட்டத்தின் அளவைக் குறைக்கவோ அதிகரிக்கவோ பயன்படும் மின்சாதனம்;** transformer.

மின்மினிப்பூச்சி பெ. **இனப்பெருக்கக் காலத்தில் தன் ஜோடியை ஈர்க்க மின்னும் ரசாயன ஒளியை உமிழும் உறுப்பை வால் பகுதியில் கொண்ட ஒரு சிறு பூச்சி;** glow-worm; firefly.

மின்முலாம் பெ. **(பொருள்களில்) மின்னாற் பகுப்பு முறைப்படி பூசப்படும் உலோகப் பூச்சு;** electroplating.

மின்வணிகம் பெ. **(பொருள்களை வாங்கவும் விற்கவும்) இணையத்தைப் பயன்படுத்திச் செய்யும் வணிகம்;** e-commerce; e-business. மின்வணிகத்தின் மூலம் உங்களுக்குத் தேவையான பொருள்களை வீட்டிலிருந்தபடியே வாங்கிக்கொள்ளலாம்.

மின்வர்த்தகம் பெ. காண்க: **மின்வணிகம்.**

மின்விசிறி பெ. **மின்சக்தியின் மூலம் இறக்கைகளைச் சுழல வைத்துக் காற்று வீசச் செய்யும் சாதனம்;** electric fan.

மின்விளக்கு பெ. **மின்சார சக்தியால் ஒளிரும் விளக்கு;** electric light.

மின்வெட்டு பெ. **மின்சார உற்பத்தி குறையும் காலத்தில் குறிப்பிட்ட நேரத்துக்கு மின்சார விநியோகத்தை நிறுத்தும் செயல்;** power cut (as a means of regulating the supply of electricity when there is shortage). வரும் கோடைக்

காலத்தில் மின்வெட்டு இருக்காது என்று அதிகாரிகள் கூறு கின்றனர்.

மின்வேதியியல் பெ. *(வேதி.)* **வேதியியலில் மின் சாரத்தின் பங்கை விவரிக்கும் அறிவியல் துறை;** electrochemistry.

மின்வேலி பெ. **(பொதுவாகக் காட்டு விலங்குகள் உள்ளே நுழைந்து உயிருக்கோ அல்லது பயிருக்கோ சேதம் ஏற்படுத்துவதைத் தடுப்பதற்கு) ஒரு இடத்தைச் சுற்றிப் போடப்படும், மின்சாரம் பாய்ச்சப்பட்ட முள் கம்பியால் ஆன வேலி;** wire fence charged with electricity. மின்வேலி அமைப்பது சட்டப்படி குற்றம் ஆகும்.

மின்னஞ்சல் பெ. **இணையத்தின் மூலம் ஒரு கணிப் பொறியிலிருந்து மற்றொரு கணிப்பொறிக்குத் தகவல் அனுப்பும் முறை;** e-mail. வெளிநாட்டில் இருக்கும் நண்பனிடமிருந்து மின்னஞ்சல் வந்துள்ளது./ மின்னஞ்சல் மூலம் உங்கள் விண்ணப்பத்தை எங்களுக்கு அனுப்புங்கள்.

மின்னணு பெ. *(இயற்.)* **1: மின்னோட்டம், ரசாயன மாற் றம் முதலியவற்றுக்குக் காரணமாக அமைவதும் எதிர் மின்சுமையைக் கொண்டதுமான அணுவின் கூறு;** electron. **2:** *(பெயரடையாக வரும்போது)* **மின்னணுவியல் அடிப்படையில் இயங்குவது;** electronic. மின்னணுச் சாத னம்/ மின்னணுக் கருவி/ மின்னணுக் கடிகாரம்.

மின்னணு நுண்ணோக்கி பெ. *(இயற்.)* **(ஒளிக் கதிர் களுக்குப் பதில் மின்னணுக் கதிர்களைப் பயன்படுத்தி மிக நுண்ணிய பொருளையும் பல லட்சம் மடங்கு பெரிதாகக் காட்டக்கூடிய) அதிக சக்திவாய்ந்த நுண் ணோக்கி;** electronic microscope.

மின்னணுவியல் பெ. **மின்னணுவின் இயக்கம் குறித் தும், அதை அடிப்படையாகக் கொண்டு இயங்கும் சாதனங்கள் குறித்தும் விவரிக்கும் பொறியியல் துறை;** electronics.

மின்னல் பெ. **(பெரும்பாலும் மழைக் காலத்தில் மேகங் களுக்கு இடையே ஏற்படும் மின்னோட்டத்தின் விளை வாக) வானில் கணப்பொழுதில் மிகுந்த வேகத்துடன் பரவி மறையும், இடியுடன் கூடிய ஒளிப் பிழம்பு;** lightning.

மின்னழுத்தம் பெ. *(இயற்.)* **1: மின்னோட்டத்தின் இரு முனைகளுக்கு இடையே காணப்படும் மின் வேறு பாடு;** potential. **2:** காண்க: **மின் அழுத்தம்.**

மின்னாற்பகுப்பு பெ. *(வேதி.)* **ஒரு திரவத்தில் மின் சாரத்தைச் செலுத்துவதன்மூலம் அதிலுள்ள வேதிப் பொருள்களைத் தனித்தனியாகப் பிரித்தெடுக்கும் முறை;** electrolysis.

மின்னிதழ் பெ. **இணையத்தில் வெளியிடப்பட்டு இணையவழியாக மட்டும் படிக்கக்கூடியதாக இருக் கும் பத்திரிகை;** e-journal; e-zine.

மின்னியல் பெ. **மின்சார உற்பத்தி, பயன்பாடு முதலி யவை குறித்தும் மின்சாரத்தால் இயங்கும் இயந்திரங் கள் குறித்தும் விவரிக்கும் பொறியியல் துறை;** the study of electricity; electrical engineering.

மின்னியற்றி பெ. *(இயற்.)* **மின்சாரத்தை உற்பத்தி செய் யும் சாதனம்;** generator.

மின்னு வி. *(மின்ன, மின்னி)* **1: மின்னல் பளீரெனத் தோன்றுதல்;** (of lightning) flash. மின்னுகிறதே, மழை

வரும் போலிருக்கிறது! **2: (ஒன்றின் மேல்) ஒளி பட்டுப் பளபளத்தல்; விட்டுவிட்டு ஒளிர்தல்;** shine; glitter; dazzle. சூரிய ஒளியில் அவள் கேசம் மின்னியது./ சாணை திட்டியவுடன் கத்தி பளபளவென்று மின்னியது. **3: ஒளிர் தல்;** shine. இருட்டில் பூனையின் கண்கள் மின்னின. **4: (கண்களில் அல்லது முகத்தில் ஆர்வம், ஆசை முதலி யவை) தெளிவாகப் புலப்படும் வகையில் வெளிப்படு தல்; மிளிர்தல்;** glitter; brighten up. அவன் சொன்ன கதை யைக் கண்களில் சுவாரசியம் மின்னக் கேட்டுக்கொண்டி ருந்தது குழந்தை.

மின்னூட்டம் பெ. *(இயற்.)* **ஒரு பரப்பில் மின்சாரம் செலுத்தப்பட்டிருக்கும் நிலை;** electrically charged state.

மின்னூல் பெ. *(பு.வ.)* **இணையத்தின் மூலம் வெளி யிடப்பட்டு மின்னணுச் சாதனங்கள்மூலம் மட்டுமே படிக்கக் கூடிய புத்தகம்;** e-book. இணையத்தில் ஆயிரக் கணக்கான தமிழ் மின்னூல்கள் வாசிக்கக் கிடைக்கின்றன.

மின்னேற்றம் பெ. *(பு.வ.)* **(மடிக்கணினி, கைபேசி போன்ற) மின்னணுச் சாதனங்கள் இயங்கத் தேவை யான மின்சாரத்தை ஒரு இணைப்பிலிருந்து சாதனத் தின் மின்கலம் பெறச்செய்யும் முறை;** charging an electronic device (such as a laptop, mobile, etc.,).

மின்னேற்று வி. *(-ஏற்ற, -ஏற்றி) (பு.வ.)* **(மின்சக்தியில் இயங்கும் மின்சாரச் சாதனம், மின்னணுச் சாதனம் அல் லது மின்கலம் போன்றவற்றில் சக்தி குறைந்துவிடும் போது) மின் இணைப்பின் வழியாக மீண்டும் சக்தி யூட்டுதல்;** charge; charge up (an electrical or electronic equipment). இந்தக் கைபேசிக்கு ஒரு முறை மின்னேற்றி விட்டால் 24 மணி நேரம் வரையில் செயல்படும்.

மின்னொளி பெ. **(விளையாட்டு மைதானம், கட்டடத் தின் வெளிப்புறம் ஆகியவற்றில் பயன்படுத்தப்படும்) அதிக சக்தி வாய்ந்த மின்விளக்குகளால் உண்டாக் கப்படும் ஒளி;** flood light. முதல் ஒருநாள் போட்டி சேப் பாக்கத்தில் மின்னொளியில் நடைபெற உள்ளது./ கூடைப் பந்துப் போட்டிக்காக மின்னொளி வசதியுள்ள மைதானங் கள் அமைக்கப்பட்டுவருகின்றன.

மின்னோட்டம் பெ. **(மின்கம்பி முதலியவற்றின் வழியே) மின்சாரம் பாய்தல்;** flow of electric current.

மினுக்கம் பெ. *(பே.வ.)* **பளபளப்பு; பிரகாசம்;** shine. தலையில் அதிகமாக எண்ணெய் தடவியிருந்ததால் மினுக்க மாக இருக்கிறது.

மினுக்கு[1] வி. *(மினுக்க, மினுக்கி) (பே.வ.)* **1: ஒளியால் ஒரு பொருள் பளபளப்பாகத் தெரிதல்; விட்டுவிட்டு ஒளிர்தல்;** shine; glitter. வானில் நட்சத்திரங்கள் மினுக்கிக் கொண்டிருந்தன./ மரத்தைச் சுற்றி மின்மினிப்பூச்சிகள் மினுக்கிக்கொண்டிருக்கும் அற்புதமான காட்சி./ அவர் வாய் திறந்து பேசும்போதெல்லாம் தங்கப் பல் மினுக்கியது. **2: பகட்டுக் காட்டுதல்; ஆடம்பரத்துடன் காட்சி தரு தல்;** cause to glitter; display. ‘சாவு வீட்டில்கூடவா நகை களைப் போட்டுக்கொண்டு இப்படி மினுக்குவது’ என்று பெரியவர் முணுமுணுத்தார். **3:** *(இலங்.)* **இஸ்திரி போடு தல்; தேய்த்தல்;** press (clothes). இந்த வேட்டியைக் கஞ்சி போட்டு மினுக்க வேண்டும்.

மினுக்கு² பெ. (பே.வ.) **1: பளபளப்பு;** sheen; glaze. அவனது முகம் எண்ணெய் மினுக்கோடு இருந்தது. **2: பகட்டு;** being showy; flaunting. புதுப் பணக்காரன் என்ற மினுக்கில் திரிந்துகொண்டிருக்கிறான்.

மினுக்மினுக்-என்று வி.அ. **(விளக்கு முதலியவை) பிரகாசமின்றி விட்டுவிட்டு;** glow faintly and intermittently. தூரத்தில் கோயில் விளக்கு மினுக்மினுக்கென்று எரிந்துகொண்டிருந்தது.

மினுங்கு வி. (மினுங்க, மினுங்கி) **ஒளிர்தல்; மினுமினுத்தல்;** glitter; glimmer; shine. நிலா வெளிச்சத்தில் தண்டவாளம் மினுங்கியது./ விளக்கொளியில் மூக்குத்தி, கம்மல் எல்லாம் மினுங்கின.

மினுமினு வி. (மினுமினுக்க, மினுமினுத்து) **(விட்டு விட்டு) பிரகாசத்துடன் ஒளிர்தல்;** shine brightly but intermittently; glitter. இருட்டில் அவள் நகைகள் மினுமினுத்தன./ பட்டுச் சட்டை மினுமினுக்க நடந்து வந்தான்.

மினுமினு-என்று வி.அ. **மினுமினுப்பாக;** glitteringly. மஞ்சள் பூசிய அந்த அம்மாளின் முகம் மினுமினுவென்று இருந்தது.

மினுமினுப்பு பெ. (-ஆன) **1: (ஒளி படுவதால் அல்லது ஒளி விட்டுவிட்டு வெளிப்படுவதால் தோன்றும்) பளபளப்பு;** glitter; sheen. எண்ணெய் தேய்த்த கூந்தலின் மினுமினுப்பு. **2: (முகத்தில், உடலில் காணப்படும்) பொலிவு;** (healthy) glow. இந்த ஆயுர்வேத மருந்து இரத்தத்தைச் சுத்திகரிப்பதுடன் உங்கள் முகத்தை மினுமினுப்பாகவும் ஆக்குகிறது.

மீ வி. (மீற, மீந்து) **பயன்படுத்தப்படாமல் மிச்சமாதல்;** be leftover. செலவு போக மீந்த பணத்தைச் சமமாகப் பிரித்துக் கொண்டோம்./ சாப்பாடு நிறைய மீந்துவிட்டது.

மீசை பெ. **1: (பருவ வயதை எட்டியதிலிருந்து ஆணின்) மேல்உதட்டில் வளரும் முடி;** moustache. என் மாமா பெரிய மீசை வைத்திருப்பார். **2: (பூனை, புலி போன்ற விலங்குகளின் அல்லது சில மீன்கள், இறால் போன்றவற்றின்) வாயின் மேல்புறத்திலோ கீழ்ப்புறத்திலோ நீண்டிருக்கும் முடி அல்லது முடி போன்ற உறுப்பு/ (கரப்பான்பூச்சியின் தலையின் இருபுறமும் உள்ள) விறைப்பான நீண்ட முடி போன்ற உணர்வு உறுப்பு;** (of cat, tiger) whiskers; (of fish) barbel/(of cockroach, etc.,) antenna. செத்துக்கிடந்த கரப்பான் பூச்சியின் மீசையைப் பிடித்துத் தூக்கினான்.

மீசை ஆலா பெ. **(அளவில் ஆற்று ஆலாவைவிடச் சிறியதாக) வெள்ளையும் சாம்பலும் கலந்த நிறத்தில் இருக்கும் பறவை;** whiskered tern. குளிர் காலத்தில் மீசை ஆலா வடஇந்தியாவிலிருந்து தென்னிந்தியாவுக்கு வலசை வரும்.

மீசையை முறுக்கு வி. (முறுக்க, முறுக்கி) **(வீரத்தோடு எதிர்த்து) சண்டையிடத் தயார் என்ற தோரணை காட்டுதல்;** challenge to a fight. நான் யார் என்று தெரியாமல் என்னிடமே மீசையை முறுக்குகிறான்.

மீட்சி பெ. (உ.வ.) **(ஒரு மோசமான நிலையிலிருந்து) விடுபடுதல்; மீளுதல்;** redemption; recovery. வறுமையிலிருந்து மீட்சி பெற வழிதான் என்ன?

மீட்டர் வட்டி பெ. (பே.வ.) **குறைந்த காலத்துக்கு வசூலிக்கப்படும் அதிக விகிதத்திலான வட்டி;** exorbitant interest; usury.

மீட்டி பெ. **வீணையின் தந்திகளை மீட்ட, ஆள்காட்டி விரலிலும் நடுவிரலிலும் செருகி அணிந்துகொள்ளும், சற்றுக் கூரான முனை கொண்ட உலோக வளையம் போன்ற சாதனம்;** a metal ring with a nail-like tip worn on fingers to pluck strings when playing veena.

மீட்டு¹ வி. (மீட்ட, மீட்டி) **(வீணை, தம்பூரா போன்ற இசைக் கருவிகளின்) தந்தியை விரலால் மெலிதாக இழுத்து விடுவதன்மூலம் அதிரச் செய்தல்;** pluck the strings (of musical instruments). தம்பூராவை மீட்டிக் கொண்டு பாடத் தொடங்கினார். [(தொ.சொ.) இசை/ வாசி]

மீட்டு² வி. (மீட்ட, மீட்டி) **(அடகு வைத்ததை) திரும்பப் பெறுதல்;** get back (what is pledged); redeem.

மீட்டு³ வி. (மீட்ட, மீட்டி) (இலங்.) **நினைவுகூர்தல்;** recall. நீ சொன்னதைத் திரும்பவும் மீட்டிப்பார்க்கிறேன்.

மீட்டுருவாக்கம் பெ. **(கலை, இலக்கியம் போன்றவற்றில் பயன்படுத்தும்போது) முன்பு வழக்கில் இருந்து பிறகு மறைந்துபோன ஒன்றுக்குப் புத்துயிர் கொடுத்து மீண்டும் இயங்கவோ செயல்படவோ வைத்தல்;** revival (of a lost art form, etc.,). பல நாட்டுப்புறக் கலைகள் இப்போது மீட்டுருவாக்கம் செய்யப்படுகின்றன.

மீட்டெடு வி. (-எடுக்க, -எடுத்து) **ஒரு பழைய கருத்தாக்கத்தைத் தற்காலச் சூழலுடன் பொருத்திப் புத்துயிர் பெறச் செய்தல்;** revive. இலக்கணத் தளைகளிலிருந்து கவிதை மொழியை மீட்டெடுத்தவர் பாரதியார்./ ஆண்டாண்டு காலமாக மறைக்கப்பட்டுவரும் எமது இனத்தின் அடையாளத்தை மீட்டெடுக்க வேண்டும் என்பதே எங்கள் இலட்சியம்.

மீட்பர் பெ. (கிறித்.) **இரட்சகராகிய இயேசு நாதர்;** Jesus, the Saviour.

மீட்பு பெ. **1: (வெள்ளம், பூகம்பம் முதலியவற்றால் பாதிக்கப்பட்டவர்களை) காப்பாற்றும் நடவடிக்கை;** rescue. வெள்ளத்தால் பாதிக்கப்பட்ட பகுதிகளில் இரவுபகலாக மீட்பு வேலைகள் நடைபெற்றன./ வறட்சி மீட்புப் பணிகள். **2: (ஒருவர் சட்டவிரோதமாக வைத்திருக்கும் தங்கம், ஆயுதம் முதலியவை) கைப்பற்றப்படும் நடவடிக்கை;** confiscation; recovery. பல லட்ச ரூபாய் மதிப்புள்ள தங்கக் கட்டிகள் மீட்பு. **3: (கிறித்.) பாவத்தினாலும் தீமையினாலும் ஏற்படுகிற அடிமை நிலையிலிருந்து இறைவன், கிறிஸ்து வழியாக அளிக்கிற விடுதலை நிலை;** salvation; redemption. 'நமது ஆண்டவர் நமக்கு மீட்பளிப்பார்' என்று பிரசங்கியார் கூறினார்.

மீட்புப் புகலிடம் பெ. (பு.வ.) **ஒழுக்க நெறி பிறழ்தல் தடுப்புச் சட்டத்தின் கீழ் மீட்கப்பட்ட பெண்கள் மீதான வழக்குகள் முடியும்வரை தற்காலிகமாகத் தங்க வைப்பதற்காகவும், முறைசாரக் கல்வியும் தொழிற்பயிற்சியும் அளிப்பதற்காகவும் அரசு மேற்பார்வையில் உள்ள இடம்;** rescue shelter.

மீண்டும் வி.அ. **(ஒரு செயல், நிகழ்வு, நிலை போன்றவை) மறுபடியும்; திரும்பவும்; மேலும் (ஒரு முறை);**

again. சற்று ஓய்வெடுத்த பிறகு மீண்டும் எழுதத் தொடங்கினார்./ முதல் பத்தியை மீண்டும் ஒரு முறை படியுங்கள்!/ மீண்டும்மீண்டும் அதையே சொல்லிக்கொண்டிருக்காதே!/ ஜுரம் மீண்டும் வந்தது./ நேற்று மீண்டும் மழை பெய்தது.

மீண்டுவிடு வி. (-விட, -விட்டு) (இலங்.) **(அடகு வைத்த நகை, பாத்திரம் முதலியவற்றை) மீட்டுவிடுதல்;** redeem (a pledge, etc.,). இப்பொழுது நகையை அடகு வைத்துப் பணம் எடுப்போம். சம்பளம் வந்ததும் மீண்டுவிடுவோம்.

மீதம் பெ. **மீதி; மிச்சம்;** unused portion; remainder. மீதம் வைக்காமல் சாப்பிட வேண்டும்.

மீதான பெ. **மீது இருக்கும்;** an adjective equivalent to 'on'.

மீதி பெ. 1: **மிச்சம்; மீதம்;** sth. left over; sth. that remains. மீதி வைக்காமல் சாப்பிடு!/ செலவு போக மீதி இவ்வளவு தானா? 2: **(ஒரு எண்ணிலிருந்து மற்றொரு எண்ணைக் கழித்த பின்) எஞ்சியிருப்பது; பாக்கி;** remainder. ஐந்தில் இரண்டு போனால் மீதி மூன்று.

மீது இ.சொ. **இடவேற்றுமைப் பொருளில் வழங்கும் இடைச்சொல்; 'மேல்';** particle used as a locative sign; 'on'; 'at'. புத்தகத்தை மேஜைமீது வை!/ அவர்மீது பழி சொல்லாதே!/ நஷ்டஈடு கோரி அவன்மீது வழக்குத் தொடர்ந்தார்.

மீமாம்சம் பெ. (தத்.) **வேதத்தின் மேலாண்மையை நிலைநிறுத்துதல், வேதாந்தப் பொருளைப் பற்றி அறிந்துகொள்ள சாஸ்திரங்களை வலியுறுத்துதல் ஆகிய நோக்கங்களைக் கொண்ட, இந்தியத் தத்துவ மரபின் தரிசனங்களில் ஒன்று;** mimasa school (of Indian philosophy).

மீலாது நபி பெ. (இஸ்.) **நபிகள் நாயகம் பிறந்த நாள்;** the day on which the Prophet Muhammad was born.

மீள்[1] வி. (மீள, மீண்டு) 1: (உ.வ.) **(முன்பு இருந்த இடத்துக்கு) திரும்புதல்;** return; come back. பல தேசங்களையும் வென்று ராஜேந்திர சோழன் நாடு மீண்டான். 2: **பழைய நிலையை அடைதல்;** come back to the original state. இந்தத் தசைகள் சுருங்கிப் பின் மீளும் தன்மை கொண்டவை. 3: **(ஆபத்து, நோய் போன்றவற்றின் பாதிப்பு நீங்கி) உயிர் பிழைத்தல்; தப்பித்தல்;** escape. சுனாமியின்போது கடல் அலையில் சிக்கி மீண்ட சிறுமி இவள்./ கடுமையான மஞ்சள் காமாலையிலிருந்து நான் மீண்டதே ஒரு அதிசயம் தான். 4: **(ஒரு மோசமான நிலை, பாதிப்பு போன்றவற்றிலிருந்து) விடுபடுதல் அல்லது நீங்குதல்;** recover from; get over. அந்த அதிர்ச்சியிலிருந்து அவர் இன்னும் மீளவில்லை./ மீளாத் துயரில் ஆழ்ந்தார்./ அவருடைய பிடியிலிருந்து மீள முடியவில்லை./ ஆழ்ந்த சிந்தனையிலிருந்து மீண்டான்./ தொடக்க ஆட்டக்காரரின் சதத்தால் இந்திய அணி சரிவிலிருந்து மீண்டது.

மீள்[2] வி. (மீட்க, மீட்டு) 1: **(விபத்து, ஆபத்து, அழிவு முதலியவற்றிலிருந்து ஒன்றை அல்லது ஒருவரை) காப்பாற்றுதல்;** rescue; recover; retrieve. பெரியவர் கிணற்றில் குதித்துச் சிறுவனை மீட்டார்./ விமான விபத்தில் சிக்கியவர்களின் உடலைக் காவலர்கள் மீட்டனர்./ பல நூற்றாண்டுகளுக்கு முன்னால் கடலில் மூழ்கிய சீனக் கப்பல் ஒன்றை மீட்பதற்கான நடவடிக்கைகளை சீனா எடுத்துவருகிறது./ இன்றைய கால்பந்து போட்டியில் ரொனால்டினோ திறமையாக விளையாடி பிரேசில் அணியைச் சரிவிலிருந்து மீட்டார்./ என் வாழ்வில் பல நேரங்களில் என்னைத் துன்பங்களிலிருந்து மீட்டது என் நண்பன்தான். 2: **(ஒன்றை அல்லது ஒருவரை ஒன்றிடமிருந்தோ ஒருவருடமிருந்தோ) விடுவித்தல் அல்லது விடுவித்து உரியவர்களை அடையச் செய்தல்;** recover; regain. கடத்தப்பட்ட சிலையை மீட்க நடவடிக்கை./ கொள்ளைக்காரனிடமிருந்து குழந்தையை மீட்டனர்./ நம் எல்லைப் பகுதியை மீட்கத்தான் இந்தப் போர். 3: **(அடகு அல்லது ஈடு வைத்ததை, முதலீட்டை) திரும்பப் பெறுதல்;** redeem (sth. mortgaged); return. வீட்டை இந்த வருடமாவது மீட்க வேண்டும்.

மீள்[3] பெ.அ. (கலை, இலக்கியம் போன்றவற்றைக் குறித்து வரும்போது) **மறுபடியும் அல்லது மீண்டும் செய்யப்படும்; மறு;** re-; மீள் பார்வை/ இந்த நாவலைக் குறித்த மீள் வாசிப்பு வேண்டும்/ மீள் ஆய்வு/ மீள் நோக்கு/ மீள் கண்டுபிடிப்பு/ மீள் பதிப்பு.

மீள வி.அ. (இலங்.) **மீண்டும்; மறுபடியும்;** again. அகதிகளை மீளக் குடியமர்த்துவதற்காக நாங்கள் போராடிவருகிறோம்.

மீளவும் வி.அ. (உ.வ.) **மீண்டும்; திரும்பவும்;** again. இடிந்திருந்த கோயிலின் கோபுரம் மீளவும் கட்டப்பட்டது./ இந்நூல் மீளவும் பதிப்பிக்கப்படுமானால் தமிழுலகம் பெரும் பயனடையும்.

மீளளி வி. (-அளிக்க, -அளித்து) (இலங்.) **(கட்டிய பணம் போன்றவற்றை) திருப்பித் தருதல்;** refund (money, etc.,). ரூபாய் 500 மீளளிக்கப்படக்கூடிய வைப்புப் பணமாகவும், ரூபாய் 100 கட்டுப்பணமாகவும் செலுத்துவதன் மூலம் கோரல் மனுக்களைப் பெற்றுக்கொள்ளலாம்.

மீறல் பெ. **(சட்டம், உரிமை முதலியவற்றை) மீறும் செயல்;** violation (of rules, rights, etc.,); infringement. உலகமெங்கும் மனித உரிமை மீறல்கள் அதிகரித்துக்கொண்டிருக்கின்றன./ சட்ட மீறல், விதி மீறல் எல்லாம் இப்போது சகஜமாக நடந்துவருகின்றன./ இவருடைய பெரும்பாலான படங்களில் மரபு மீறல் என்பதுதான் மையக் கருத்து.

மீறு வி. (மீற, மீறி) 1: **(சட்டம், விதிமுறை, ஆணை, ஒப்பந்தம் முதலியவற்றை) பின்பற்றாமல் அல்லது மதிக்காத முறையில் நடந்துகொள்ளுதல்; புறக்கணித்தல்;** transgress; violate; break (rules, etc.,). வேகக் கட்டுப்பாட்டை மீறிச் செல்வது தண்டனைக்கு உரிய குற்றமாகும்./ தடை உத்தரவை மீறி ஊர்வலம் செல்ல முயன்றவர்கள் கைதுசெய்யப்பட்டனர்./ பெற்றோர்களின் எதிர்ப்பை மீறித் திருமணம் செய்துகொண்டோம்./ அவரது வற்புறுத்தலையும் மீறி நான் ஊருக்குக் கிளம்பினேன்./ எங்களது ஒப்பந்தத்தை மீறி வேறு ஒரு நிறுவனத்தின் விளம்பரத்தில் நடித்த அவர்மீது வழக்குத் தொடர்ந்திருக்கிறோம்./ இலக்கணத்தை மீறி எழுதப்பட்ட கவிதைகள்./ கடமையை மீறிய குற்றத்துக்காக நீங்கள் பணி இடைநீக்கம் செய்யப்பட்டிருக்கிறீர்கள். 2: **(ஒன்றுக்கு) உட்படாதபடி அல்லது கட்டுப்படாதபடி ஆதல்;** go beyond; overcome. அலையின் பேரிரைச்சலையும் மீறிக்கொண்டு அவனது அலறல் கேட்டது./ அவள் என்னிடம் வெட்கத்தை மீறிக் கேட்டாள்./ என்னையும் மீறி நான் அழுதுவிட்டேன்./ காலத்தை மீறுபவன்தான் மகாகவி./ அளவுக்கு மீறிக் குடித்துவிட்டுச் சாலையோரத்தில் விழுந்துகிடக்கிறான்./ உள்ளூர் ரவுடிகள் கொடுத்த

தொல்லைகளையும் மீறி இந்த இடத்தை நான் வாங்கியிருக்கிறேன்./ சக்திக்கு மீறிச் செலவு செய்கிறாய்./ தகுதிக்கு மீறி ஆசைப்படாதே. **3: (ஒன்றை அல்லது ஒருவரை) மிஞ்சுதல்;** excel s.o. in sth. கம்பனையே மீறிய கற்பனை இது என்று அவர் பாராட்டினார்./ மார்க்சியத்தை மீறிய தத்துவம் வேறு எதுவும் இல்லை என்று அவர் அடித்துக் கூறினார். **4: (தடுக்கப்பட்ட அல்லது பிடிக்கப்பட்ட நிலையை) கடத்தல்; தாண்டி முன்செல்லுதல்;** go past. வழியை மறைத்துக் கொண்டு நின்றவனை மீறி உள்ளே ஓடிவிட்டாள்./ வேலியை மீறியிருந்த கிளைகளை வெட்டிக் கொண்டிருந்தான்./ தடுக்க வந்த காவலர்களையும் மீறிக் கொண்டு அடியாட்கள் முன்னே ஓடினார்கள்./ முகத்திரையையும் மீறிக்கொண்டு தெரிந்த அவளது அழகிய முகம்.

மீன் பெ. **1: உடலில் அமைந்திருக்கும் துடுப்புகளாலும் வாலாலும் நீந்திச் செல்லும் (பெரும்பாலும் மனிதர் உணவுக்காகப் பிடிக்கும்) ஒரு வகை நீர்வாழ் உயிரினம்;** fish. **2:** *(உ.வ.)* காண்க: **விண்மீன்.**

மீன் எண்ணெய் பெ. **பன்னா என்னும் கடல் மீனின் கல்லீரலில் சுரக்கும் (வைட்டமின் சத்து நிறைந்ததால் மருந்தாகும்) குழகுழப்புத் தன்மை உடைய மஞ்சள் நிற எண்ணெய்;** cod liver oil. இப்போதெல்லாம் குழாய் மாத்திரை வடிவத்தில் மீன் எண்ணெய் கிடைப்பதால் உட்கொள்வது எளிதாக இருக்கிறது.

மீன்காட்சியகம் பெ. **விதவிதமான மீன்களும் பிற நீர்வாழ் உயிரினங்களும் நீர் நிறைந்த கண்ணாடிப் பெட்டிகளுக்குள் உயிருடன் காட்சிக்கு வைக்கப்பட்டிருக்கும் இடம்;** aquarium.

மீன்கொத்தி பெ. **(நீர்நிலைகளில் உள்ள மீன்களைத் தின்னும்) சற்று நீண்ட பருமனான அலகும், குட்டையான வாலும் கொண்ட, நீர்ப்பறவை;** kingfisher.

மீன்படு வி. *(-பட, -பட்டு) (பே.வ.)* **(பெரும்பாலும் கடல், ஆறு போன்ற பெரிய நீர்நிலையின் ஓரிடத்தில்) மீன்கள் அதிக அளவில் காணப்படுதல்;** (of fish) be abundantly available. கரையோரப் பகுதிகளில் மீன் படுவது குறைவாக இருப்பதால் மீனவர்கள் கடலுக்குள் நீண்ட தூரம் போக வேண்டியுள்ளது.

மீன்பாடி வண்டி பெ. **இயந்திர விசையால் இயங்குவதும் சரக்கு ஏற்றிச் செல்வதற்குப் பயன்படுவதுமான, தற்போது தடைசெய்யப்பட்டுள்ள மூன்று சக்கர வாகனம்;** low-powered three-wheeled cart; fish cart.

மீன்பாடி வண்டி

மீன்பாடு பெ. **கடலின் குறிப்பிட்ட ஒரு பகுதியில் மீன்கள் காணப்படும் நிலை;** the occurrence of fish in a particular area of sea. கடலோரப் பகுதிகளில் மீன்பாடு குறைந்திருப்பது மீனவர்களுக்குப் பெரும் கவலை அளிக்கும் விஷயமாகும்./ நடுக்கடலில் மீன்பாடு நன்றாக இருக்கும். ஆனால் விசைப்படகு வைத்திருப்பவர்கள்தான் அங்கு போக முடியும்.

மீன்பிடி பெ.அ. **மீன் பிடிக்கும் அல்லது மீன் பிடிப்பதற்குப் பயன்படும்;** fishing. மீன்பிடித் தொழிலாளர்கள்/ மீன்பிடிப் படகு/ மீன்பிடித் தொழில்/ மீன்பிடித் துறைமுகம்.

மீனம் பெ. *(சோதி.)* **மீனைக் குறியீடாகக் கொண்ட பன்னிரண்டாவது ராசி;** twelfth constellation of the zodiac having fish as its sign; Pisces. இந்த ஆண்டு மீன ராசிக்காரர்களுக்கு இடமாற்றம் உண்டு என்று சோதிடப் பத்திரிகையில் போட்டிருந்தது. (பார்க்க, படம்: ராசி[1])

மீனமேஷம் பார் வி. *(பார்க்க, பார்த்து)* **(பரபரப்பாகச் செயல்பட வேண்டிய சூழலில்) நல்ல நேரம் பார்த்தல்;** choose not to do a thing until the auspicious moment (implying that one is frittering away time). இப்படி மீனமேஷம் பார்த்துக்கொண்டிருந்தால் ரயில் கிளம்பிவிடும். சீக்கிரம் புறப்படு என்று அவசரப்படுத்தினார்.

மீனவர் பெ. **மீன்பிடிக்கும் தொழில் செய்பவர்; செம்படவன்;** fisherman.

மு பெ.அ. **மூன்று என்பதன் பெயரடை வடிவம்;** the adjectival form of மூன்று. முக்கடல்/ முப்பெரும் தலைவர்கள்/ நான் முன்பு வாங்கியதைவிட இப்போது மும்மடங்கு சம்பளம் வாங்குகிறேன்./ கூட்டத்துக்கு அவரை மும்முறை அழைத்தும் வர மறுத்துவிட்டார்.

முக்கல் பெ. **முக்கும் செயல்;** groan made while struggling; straining. நான் பேசி முடித்ததும் அவரிடமிருந்து 'க்கும்' என்று ஒரு முக்கல் சப்தம் வந்தது.

முக்காடு பெ. **தலையையும் முகத்தின் பெரும் பகுதியையும் மறைத்துக்கொள்வதற்காகத் தலைமேல் போட்டு இழுத்து விடப்பட்ட துணி;** cloth spread over the head. வெயிலுக்காகத் துண்டை எடுத்து முக்காடாகப் போட்டுக் கொண்டார்.

முக்காடு போட்டுக்கொள் வி. *(-கொள்ள, -கொண்டு)* **(அவமானத்திற்குப் பயந்து) மற்றவர் பார்வையைத் தவிர்த்து ஒளிந்து கொள்ளுதல்;** hide one's head. உன் மாமனார் செய்த மோசடிக்கு நீ ஒன்றும் முக்காடு போட்டுக் கொள்ள வேண்டியதில்லை./ நான் முக்காடு போட்டுக் கொண்டு வீட்டில் இருக்கும் அளவுக்கு உன் மகன் ஒரு காரியத்தைச் செய்துவிட்டான்.

முக்கால் பெ. **(குறிப்பிடப்படும் அளவின்) நான்கில் மூன்று பகுதி;** three quarters. மணி ஒன்றரே முக்கால்/ விருந்தாளிகள் வந்திருந்ததால் முக்கால் படி அரிசி போட்டுச் சமைத்தாள்./ அப்பா கொடுத்த பத்து ரூபாயில் ஏழே முக்கால் ரூபாய் செலவாகிவிட்டது.

முக்கால் புள்ளி பெ. **எழுதும்போதோ அச்சிடும் போதோ வாக்கியத்தில் விளக்கம், எடுத்துக்காட்டு முதலியவை தரப்படுவதற்கு முன் பயன்படுத்தும் குறி;**

colon. (எ-டு) இந்தப் பகுதியில் பரவலாகக் கிடைக்கும் மீன்கள்: கெண்டை, கெளுத்தி, அயிரை.

முக்காலி பெ. 1: **(உட்காருவதற்கான அல்லது பொருள் களை வைப்பதற்கான) மூன்று கால்கள் கொண்ட (சாய்வதற்கு முதுகு இல்லாத) சிறிய இருக்கை;** stool with three legs. 2: *(ஊரக வ.)* **நீளமான மூன்று மூங்கில் களைக் கூம்புபோல நட்டுவைத்து, உச்சியிலிருந்து கயிறு கட்டி, அதில் பாலாடை மரத்தைத் தொங்கவிட் டுத் தண்ணீர் இறைக்க உருவாக்கும் அமைப்பு;** tripod made with bamboo staff from the top of which a *பாலாடை மரம்* is suspended for lifting water from the channel to the field. 3: *(இலங்.)* **மூன்று பனங்கொட்டைகள் உள்ள பனங்காய்;** palmyra fruit with three stones.

முக்காலும் பெ. *(பே.வ.)* *(பெரும்பாலும் பெயரடை யாக)* **பெரும்பாலும்; முழுவதும்; முற்றிலும்;** mostly. நீ சொல்வது முக்காலும் சரி./ என்னைப் பற்றி அவர் எழு தியது முக்காலும் பொய்./ உலக நடப்பைப் பற்றி நீங்கள் சொல்வது முக்காலும் உண்மை./ 'இந்தப் பத்திரிகைச் செய்தி உண்மையா?' 'ஆம், முக்காலும் உண்மை.'

முக்காலே மூன்று வீசம் பெ. *(பே.வ.)* **கிட்டத்தட்ட அனைத்தும்; முழுவதும்;** mostly. அவன் சொல்வதில் முக் காலே மூன்று வீசம் பொய்./ இப்போது வருகிற படங்களில் முக்காலே மூன்று வீசம் அடிதடிப் படங்கள்தான்.

முக்கித்தக்கி வி.அ. *(பே.வ.)* **கஷ்டப்பட்டு; மிகுந்த சிர மத்துக்குப் பிறகு;** with great difficulty; with great effort. முக்கித்தக்கி எழுந்து அலமாரியைத் திறந்தாள்.

முக்கிமுனகி வி.அ. **(ஒன்றைச் செய்வதற்கு) மிகவும் சிர மப்பட்டு;** with much difficulty; groaning. முக்கிமுனகி எப் படியோ வீட்டுக்கான முன்பணத்தைக் கொடுத்துவிட்டேன்.

முக்கியத்துவம் பெ. **முக்கியம் நிறைந்த தன்மை;** importance. ராணுவ முக்கியத்துவம் வாய்ந்த நகரம்/ இந்த மாற் றம் சரித்திர முக்கியத்துவம் பெற்றுவிட்டது./ அற்பமான வேலைகளுக்கு ஏன் அநாவசிய முக்கியத்துவம் கொடுக்கி றாய்?

முக்கியம் பெ. *(-ஆக, -ஆன)* **ஒரு நிலைமையின் பல அம்சங்கள், தன்மைகளுள் முதன்மையானது; பிறவற் றைவிடச் சிறப்பு, தீவிரம் போன்றவற்றை அதிகமாகப் பெற்றிருப்பது;** sth. that is important or main or significant. வகுப்புவாதம்தான் இன்றைய முக்கியப் பிரச்சினை என்று கூறினார்./ நேற்று அலுவலகத்தில் முக்கியமாக ஏதாவது நடந்ததா?/ ஏதோ முக்கியமான வேலையாக வெளியூர் சென்றிருக்கிறார்./ உனக்கு நான் முக்கியமா இல்லை அவன் முக்கியமா என்பதை நீயே முடிவுசெய்துகொள்./ நம் நாட்டின் முக்கிய நகரங்களுள் திருவனந்தபுரமும் ஒன்று./ நவீன ஓவியத்தைப் பொறுத்தவரை பிக்காசோ மிகவும் முக்கியமான ஓவியராகக் கருதப்படுகிறார்./ மாமா உன் னிடம் ஏதோ முக்கியமாகப் பேச வேண்டுமாம்.

முக்கியமாக வி.அ. **குறிப்பாக;** particularly; mainly; chiefly. பணம் கொடுப்பதற்காகத்தான் முக்கியமாக வந்தேன்./ சொன்னபடி காரியத்தை முடித்துவிட்டேன் என்பதை நீ முக்கியமாக அவரிடம் சொல்ல வேண்டும்./ கவிஞரை நன்கு அறிந்தவர்கள்மூலமாக, முக்கியமாக அவருடைய துணைவியார் வழியாக, இந்தச் செய்தி தெரிய வந்தது.

முக்கியஸ்தர் பெ. **(ஒரு அமைப்பில் அல்லது ஒரு ஊரில்) செல்வாக்கும் சிறப்பும் உடையவர்; முக்கியத் துவம் வாய்ந்தவர்;** person of importance. ஊர் முக்கியஸ் தர்கள் கூடிப் பேசி என்ன முடிவுசெய்தார்கள்?/ கட்சி முக்கியஸ்தர்கள் கூடிப் பேசிய பிறகு தேர்தல் கூட்டணி பற்றிய முடிவு எடுக்கப்படும்.

முக்கு[1] வி. *(முக்க, முக்கி)* 1: **(எடை அதிகமான பொரு ளைத் தூக்குதல், தள்ளுதல் போன்ற கடினமான செயல் களைச் செய்வதற்காக) மூச்சைப் பிடித்துக்கொண்டு அதிக அளவில் சக்தியைச் செலுத்துதல்;** strain (in order to do sth.); groan. கனமான மேஜையை முக்கிமுக்கித்தான் நகர்த்த முடிந்தது. 2: *(பே.வ.)* **ஒன்றைச் செய்வதற்கு மிக வும் சிரமப்படுதல்;** struggle. இந்தக் கணக்குக்கே இப்படி முக்குகிறாய் என்றால் இதைவிடப் பெரிய கணக்குகளை எப்படிப் போடுவாய்?/ எப்படியோ முக்கிமுக்கி இரண்டு பக்கம் கட்டுரை எழுதிவிட்டேன்.

முக்கு[2] வி. *(முக்க, முக்கி)* **(ஒன்றை முழுவதுமாக நனை யச் செய்வதற்காகத் திரவத்தில்) அமிழச் செய்தல்;** dip; soak. பஞ்சை வெந்நீரில் முக்கி ஒத்தடம் கொடு!/ துணி களைச் சாயத்தில் முக்கிக்கொண்டிருந்தார்கள்.

முக்கு[3] பெ. *(பே.வ.)* **(சாலை, தெரு முதலியவற்றின்) முனை;** corner (of a street, etc.,). முக்குக் கடைவரை போய் வருகிறேன்./ தெரு முக்கில் என்ன கூட்டம்?

முக்குளி வி. *(முக்குளிக்க, முக்குளித்து)* **(நீரில்) அமிழ்ந்து உள்ளே செல்லுதல்; மூழ்குதல்;** dive; drown. *(உரு வ.)* தியாகய்யர் பக்தி ரசத்தில் முக்குளித்துப் பாடிய பாடல்கள் இவை.

முக்குளிப்பான் பெ. **(நீரில் மூழ்கி மீனைப் பிடித்து உண் ணும்) குட்டையான கூரிய அலகும், கரும்பழுப்பு நிற உடலும், வெள்ளை நிற வயிற்றுப் பகுதியும் கொண்ட, சிறிய வாத்து போல இருக்கும், வால் இல்லாத நீர்ப் பறவை;** little grebe.

முக்கோணம் பெ. **மூன்று பக்கங்களையும் மூன்று கோணங்களையும் உடைய ஒரு வடிவம்;** triangle. முக் கோண வடிவில் ஒரு சுவர்க் கடிகாரம்.

முக்தி பெ. காண்க: முத்தி.

முக்தி பேறு பெற்றோர் பெ. *(கிறித்.)* **புனிதர் பட்டத் துக்கு முன்பு தரப்படுகிற இரண்டாம் நிலைப் பட்டம்;** blessed.

முக்தியடை வி. *(-அடைய, -அடைந்து)* **(மகான்களைப் பற்றிக் கூறும்போது) பந்த பாசத்திலிருந்தும் உலகத் தின் தளைகளிலிருந்தும் விடுபட்டு ஞான நிலையை அடைதல்;** attain bliss; self-realize; liberate (oneself).

முக வி. *(முகக்க, முகந்து)* **(திரவங்களை அல்லது தானி யங்கள் போன்றவற்றை) கையால் அல்லது கொள்கல னால் நிறைத்து எடுத்தல்;** take (water, grain, etc., with one's hands or a container). படியால் முகந்து நெல்லைச்

முகக்கயல் 1072

சாக்கில் போட்டார்கள்./ பானையிலிருந்து முகந்து ஒரு செம்புத் தண்ணீர் குடித்தேன்./ முற்றத்தில் தேங்கியிருந்த தண்ணீரை முகந்து வாளியில் கொட்டினேன்.

முகக்கயல் பெ. (இலங்.) **கண்ணுள்ள தேங்காய் மூடி;** the portion of coconut fruit in which the eye is found.

முகடு பெ. **1:** *(உ.வ.)* **(மலை) உச்சி;** peak; top (of a mountain). மலை முகட்டில் தவழும் வெண் மேகங்கள். **2: உட்கூரையின் உச்சிப்பகுதி;** ridge of a ceiling. பதில் சொல்லாமல் முகட்டைப் பார்த்தால் என்ன அர்த்தம்? **3:** (வ.வ.) **(நெற்றியின்) புடைத்த மேல்பகுதி;** upper part of the forehead. பிள்ளையார் கோயில் முன் நின்று நெற்றி முகட்டில் குட்டிக்கொண்டார்./ தடுக்கி விழுந்ததில் முகட்டில் அடி பட்டுவிட்டது.

முகத்தலளவை பெ. **லிட்டர், படி போன்றவற்றைக் கொண்டு திரவங்களையும் தானியங்களையும் முகந்து அளவிடும் முறை;** one of the measures of quantity.

முகத்தான் இ.சொ. *(உ.வ.)* (எதிர்காலப் பெயரெச்சத்தின் பின் வரும்போது) **'குறிப்பிட்ட ஒன்றின் காரணமாக' என்ற பொருளில் பயன்படுத்தும் இடைச்சொல்; 'பொருட்டு';** particle used in the sense of 'with the intention of'; 'for the purpose of'. தலைவருடைய உரைக்கு நன்றி கூறும் முகத்தான் இளைஞரணித் தலைவரை உரையாற்ற அழைக்கிறேன்.

முகத்திரை பெ. **முகத்தை மறைக்கும் முறையில் போட்டுக்கொள்ளும் மெல்லிய துணி;** veil. அவளுடைய முகத்திரையை விலக்கி வெட்கம் ததும்பும் அழகிய முகத்தினைப் பார்த்தான்./ (உரு வ.) அவன் முகத்திரை ஒரு நாள் கிழிக்கப்படும்.

முகத்தில் அடித்தாற்போல் வி.அ. **(மற்றவரிடம் பேசும்போது நயமாகச் சொல்லாமல்) அப்பட்டமாகவும் கடுமையாகவும்;** bluntly. பணம் அவசரமாகத் தேவை என்று கடன் கேட்கிறான். எப்படி முகத்தில் அடித்தாற்போல் இல்லையென்று சொல்வது?/ சில விஷயங்களை முகத்தில் அடித்தாற்போல் சொல்லிவிடுவதே நல்லது.

முகத்தில் விட்டெறி வி. (-எறிய, -எறிந்து) **(எரிச்சலோடு கூறும்போது) தருதல்;** fling sth. at s.o. நான் பணம் தர வேண்டும் என்று ஊரெல்லாம் சொல்லிக்கொண்டிருக்கிறானாம். இந்தப் பணத்தை அவன் முகத்தில் விட்டெறிந்துவிட்டு வா.

முகத்தில் விழி வி. (விழிக்க, விழித்து) **1: (நல்ல அல்லது தீய விளைவுகளை ஏற்படுத்துவதாக நம்பப்படும் ஒருவரின்) உருவத்தை அல்லது முகத்தைக் கண்விழித்ததும் காலையில் பார்த்தல்;** (wake up to) see s.o.'s face first thing in the morning (in the belief that the particular person brings good or bad luck). 'உன் முகத்தில் விழித்துவிட்டுப் போனேன். இன்றைக்கு நல்ல வியாபாரம்' என்று அம்மாவிடம் சொன்னான்./ இன்றைக்கு யார் முகத்தில் விழித்தேன் என்று தெரியவில்லை. காலையிலிருந்து ஒரே கெட்ட செய்தியாக வந்துகொண்டிருக்கிறது. **2: (ஒருவரைச் சந்திக்கத் தயங்கும் நிலையில் அல்லது தவிர்க்க நினைக்கும் சூழலில்) நேருக்குநேர் பார்த்தல்;** look s.o. in the face (with negative, expressed or implied); dare show one's face. கோபத்தில் அவரைக் கன்னாபின்னாவென்று திட்டிவிட்டேன். இப்போது எப்படி அவர் முகத்தில் விழிப்பது என்று தயக்கமாக இருக்கிறது./ 'இனி என் முகத்தில் விழிக்காதே' என்று அப்பா அண்ணனைத் திட்டினார்./ சொந்தக்காரர்கள் முகத்தில் விழிக்கவே எனக்குப் பிடிக்கவில்லை.

முகத்தில் விளக்கெண்ணெய் வடி வி. (வடிய, வடிந்து) **(ஒருவருடைய முகத்தில்) அசட்டுத்தனம் வெளிப்படையாகத் தெரிதல்; அசடுவழிதல்;** look sheepish. 'இது உங்கள் தம்பியா?' என்று கேட்டவரிடம் 'இல்லை, என் மகன்' என்று சொன்னதும், கேட்டவரின் முகத்தில் விளக்கெண்ணெய் வடிந்தது.

முகத்துக்காகப் பார் வி. (-பார்க்க, -பார்த்து) **தவறு செய்தவர் தன் மதிப்புக்கு உரியவருக்கு வேண்டியவர் என்பதால் அவர் மனவருத்தம் அடையக் கூடாது என்பதற்காகத் தவறிழைத்தவர் மீது எந்த நடவடிக்கையும் எடுக்காமல் விடுதல்;** desist from doing sth. against the offender. உங்கள் முகத்துக்காகப் பார்த்து ஒன்றும் சொல்லாமல் சென்றேன்./ நண்பர் முகத்துக்காகப் பார்க்கிறேன். இல்லாவிட்டால் அவனைத் திட்டியிருப்பேன்.

முகத்துக்கு நேரே வி.அ. **(சம்பந்தப்பட்ட நபரிடம்) நேருக்கு நேராக; நேரடியாக;** to one's face; openly and directly. சொத்தைப் பிரித்துக் கொடு என்று முகத்துக்கு நேரே அண்ணனிடம் எப்படிக் கேட்க முடியும்?/ அவன் நல்லவன் இல்லை என்கிறாய். வீட்டுக்கு வராதே என்று முகத்துக்கு நேரே சொல்லிவிடுவதுதானே?

முகத்துவாரம் பெ. **கழிமுகம்;** mouth of a river; estuary. ஆற்றின் முகத்துவாரத்தில் மணல் எளிதாகப் படிகிறது.

முகத்தைத் திருப்பிக்கொள் வி. (-கொள்ள, -கொண்டு) **(ஒருவரை) நேரடியாகப் பார்த்தும் பார்க்காததுபோல் செல்லுதல்; பேசாமல் தவிர்த்தல்; வேண்டுமென்றே புறக்கணித்தல்;** deliberately ignore. அவளுக்கு என்ன ஆயிற்று? என்னைப் பார்த்ததும் முகத்தைத் திருப்பிக்கொண்டு போகிறாளே./ அவரே முகத்தைத் திருப்பிக்கொண்டு போகும்போது, நான் ஏன் போய் வலியப் பேச வேண்டும்?/ வீட்டுக்கு வந்தவர்களிடம் பேசாமல் முகத்தைத் திருப்பிக்கொள்வது நாகரிகம் இல்லை.

முகத்தைத் தொங்கப்போடு வி. (-போட, -போட்டு) **(ஏமாற்றம், அவமானம் போன்றவை காரணமாகவோ கோபத்தை வெளிப்படுத்துவதற்காகவோ) முகத்தை இறுக்கமாக வைத்திருத்தல்;** pull a long face. இப்போது நாம் ஊருக்குப் போக முடியாது என்று நான் சொன்னதால் என் மனைவி முகத்தைத் தொங்கப்போட்டுக்கொண்டு உட்கார்ந்திருந்தாள்./ அப்பா திட்டிவிட்டார் என்பதற்காகவா இப்படி முகத்தைத் தொங்கப்பொட்டுக்கொண்டிருக்கிறாய்?

முகத்தை முறி வி. (முறிக்க, முறித்து) **(நீண்ட நாட்கள் பழகியவரிடம் கடுமையாக நடந்துகொள்வதன் மூலம்) தொடர்பைத் துண்டித்துக்கொள்ளுதல்;** sever one's relationship (with another by showing rudeness). இத்தனை வருடம் பழகியதையெல்லாம் மறந்துவிட்டு, முகத்தை முறித்துக்கொண்டு போனால் என்ன அர்த்தம்?/

சொந்தக்காரர்களிடம் முகத்தை முறித்துப் பேச முடியுமா?/ அவருக்குப் பிடிக்கவில்லையென்றால் சட்டென்று முகத்தை முறித்துக்கொள்வார்.

முகதாட்சண்யம் பெ. **ஒன்றைச் செய்யும்போது அல்லது பேசும்போது இன்னொருவர் மனம் புண்படக் கூடாது என்று கருதும் போக்கு;** consideration for the feelings of a person. நண்பரின் முகதாட்சண்யத்துக்காக அவர் செய்தது தவறு என்று சொல்வதைத் தவிர்த்தேன்./ அவர் முகதாட்சண்யத்துக்காகப் பார்க்கிறேன். இல்லாவிட்டால் நடப்பதே வேறு.

முகநூல் பெ. *(பு.வ.)* **ஒருவர் தன்னைப் பற்றிய விவரக் குறிப்பைத் தந்து உருவாக்கி, தான் விரும்பும் அல்லது ரசித்த புகைப்படங்கள், காணொலிக் காட்சி, வேறு தகவல்கள் போன்றவற்றைத் தனக்குப் பிடித்த நண்பர்களுடன் பகிர்ந்துகொள்ளவும் அவர்கள் அனுப்புவதைப் பற்றிக் கருத்துத் தெரிவிக்கவும் உதவும் சமூக வலைத்தள ஏற்பாடு;** Facebook.

முகப் பக்கவாதம் பெ. **முகவாதம்;** Bell's palsy.

முகப்பரு பெ. **(பெரும்பாலும் இளம் வயதில் முகத்தில் தோன்றும்) கொழுப்புப் பொருள் நிறைந்த சிறு கட்டி;** pimple. இந்த மூலிகைப் பொடியை முகத்தில் தடவிக்கொண்டால் முகப்பரு நீங்கும்.

முகப்பு பெ. **1: (வீடு, கட்டடம் முதலியவற்றின்) வாசலும் வாசலை ஒட்டிய பகுதியும்;** front part (of a house, etc.,); facade; frontage. வீட்டின் முகப்பில் ஒரு புத்தம்புது வெளிநாட்டுக் கார் நின்றிருந்தது./ பழைய திரையரங்கம் எடுப்பான முகப்பு கொண்டதாகப் புதுப்பிக்கப்பட்டது. **2: (ஒரு பொருளில்) பார்வைக்கு முதலில் படும்படியாக அமைந்திருக்கும் பகுதி;** face. விண்ணப்பிக்கும் பணியின் பெயரை உறையின் மேல் முகப்பில் எழுதவும்!/ தலைவர் படத்தை லாரியின் முகப்பில் வைத்துக் கட்டியிருந்தார்கள்./ புத்தகத்தின் முகப்பில் ஆதிமூலத்தின் ஓவியம் இடம் பெற்றிருந்தது.

முகப்பூச்சு பெ. **(ஒப்பனைக்காக) முகத்தில் பூசிக்கொள்ளும் மாவுப் பொருள்;** paint or powder for the face. கூத்தில் முகப்பூச்சுகளின் மூலம் மனிதர்களிடமிருந்து அசுரர்களை வேறுபடுத்திக் காட்டுகிறார்கள்.

முகபடாம் பெ. **யானையின் மத்தகத்தில் போடும் அலங்காரத் துணி;** ornamental cloth decorating the head of an elephant. *(பார்க்க, படம்: **யானை**)*

முகபாவம் பெ. **(குறிப்பிட்ட) உணர்ச்சியைக் காட்டும் முகத்தோற்றம்;** facial expression; look. பரதநாட்டியத்தில் முகபாவம் என்பது முக்கியமான அம்சமாகும்./ நான் எந்தக் கூட்டத்தில் பேசினாலும் பார்வையாளர்களின் முகபாவத்தைக் கவனித்துக்கொண்டு அதற்குத் தகுந்தாற்போல பேசுவேன்.

முகம்[1] பெ. **1: (மனிதரில், விலங்குகளில்) கண், மூக்கு, வாய் முதலியவை அமைந்திருக்கிற பகுதி;** (of human beings) face; (of animals) head. முகம் பார்க்கும் கண்ணாடி/ சிங்க முகம் பொறித்த நாணயம். **2: (குத்துவிளக்கு போன்றவற்றில்) திரியிட்டு எரிக்கும் பகுதி;** that part of குத்து விளக்கு, where the wick is lighted. ஐந்து முக விளக்கு/ வாசலைப் பார்க்கும்படி விளக்கின் முகத்தைத் திருப்பிவை. **3: இயல்பு; சுபாவம்;** (one's) nature. இது அவளுடைய உண்மையான முகம் இல்லை. **4: பட்டையாகவோ சதுரமாகவோ இருக்கும் பரப்பு;** face; side. பகடைக் காய்க்கு ஆறு முகங்கள்/ உருத்திராட்சத்துக்கு ஐந்து முகங்கள்.

முகம்[2] இ.சொ. *(உ.வ.)* *(பெயரெச்சத்தின் பின்)* **'விதம்', 'வண்ணம்' என்ற பொருளில் பெயர்ச்சொற்களை வினையடை ஆக்கும் இடைச்சொல்;** particle used in the sense of 'by way of'. வரி கட்டாமல் ஏய்ப்பவர்களை எச்சரிக்கும் முகமாக இந்த அறிக்கை வெளியிடப்பட்டிருக்கிறது./ கடற்கரைக்கு மக்கள் வந்தமுகமாக இருந்தனர்.

முகம் காட்டு[1] வி. *(காட்ட, காட்டி)* **1: (ஒரு இடத்துக்குச் சென்று) மிகக் குறைந்த நேரமே செலவிடுதல்; தலைகாட்டுதல்;** make a flying visit; look in. பக்கத்து வீட்டுக்காரர் மருத்துவமனையில் சேர்க்கப்பட்டிருக்கிறார். போகிற வழியில் முகம் காட்டிவிட்டுப் போய்விடலாம்./ எப்போது வீட்டுக்கு வந்தாலும் தண்ணீர்கூடக் குடிக்காமல் முகம் காட்டிவிட்டு ஓடுகிறீர்களே. **2: (திரைப்படம், நாடகம் முதலியவற்றில்) (சிறிது நேரமே வரும்) சிறிய வேடத்தில் மட்டுமே தோன்றுதல்;** have a minor role (in a film, etc.,). நான் ஒன்றிரண்டு படங்களில் முகம் காட்டியிருக்கிறேன்.

முகம் காட்டு[2] வி. *(காட்ட, காட்டி)* **எரிச்சலுடன் கடுமையாக நடந்துகொள்ளுதல்; எரிந்து விழுதல்;** behave rudely. பச்சைக் குழந்தையிடம் போய் முகம் காட்டுகிறாயே./ அம்மாமேல் கோபம் என்பதற்காக எங்களிடம் முகம் காட்டுகிறீர்களே./ கடைக்கு வருபவர்களிடம் முகம் காட்டினால் பிறகு யார் வருவார்கள்?

முகம்கொடு[1] வி. *(-கொடுக்க, -கொடுத்து)* *(பெரும்பாலும் எதிர்மறையில்)* **(உறவு, நட்பு முதலியவற்றை வெளிப்படுத்தும் விதமாக) மரியாதை நிமித்தம் இன்முகம் காட்டி இயல்பாகப் பேசுதல்;** (always in the negative) recognize. நான் வலியப் போய்ப் பேசியும் அவர் முகம் கொடுக்காமல் நகர்ந்துவிட்டார்./ என்னிடம் முகம்கொடுக்காமல் போகிறவளிடம் கெஞ்சிக்கொண்டு இருக்கச் சொல்கிறாயா?/ வீட்டுக்கு வந்த விருந்தினர்களிடம் முகம்கொடுத்துப் பேசவில்லை என்றால் நன்றாகவா இருக்கிறது.

முகம்கொடு[2] வி. *(-கொடுக்க, -கொடுத்து)* *(இலங்.)* **(பிரச்சினை போன்றவற்றை) எதிர்கொண்டு சமாளித்தல்;** face (a problem, etc.,). என்னுடைய பிரச்சினைக்கு நான்தானே முகம்கொடுக்க வேண்டும்./ எத்தனை பிரச்சினைகளுக்குத்தான் இந்தக் குடும்பம் முகம்கொடுத்துக்கொண்டு இருக்கும்?

முகம் கோணு வி. *(கோண, கோணி)* **1:** *(பெரும்பாலும் எதிர்மறையில்)* **எரிச்சலையோ அதிருப்தியையோ முகத்தில் வெளிக்காட்டுதல்;** grudge. வீட்டுக்கு வந்த விருந்தினர்களை முகம் கோணாமல் அம்மா உபசரிப்பார்./ எவ்வளவு பணக் கஷ்டம் இருந்தாலும் படிப்புக்கு என்று பணம் கேட்டால் அப்பா முகம் கோணாமல் தருவார். **2: (மற்றவர்) மனம் வருந்துதல்;** make s.o. unhappy. எனக்குக் கீழ் வேலைபார்க்கும் ஊழியர்களின் முகம் கோணும்படி நான் என்றைக்குமே பேசியதில்லை.

முகம் சுண்டு வி. *(சுண்ட, சுண்டி)* **(முகத்தில்) இயல்பான மலர்ச்சி மறைந்து இறுக்கம் தோன்றுதல்;** (of face)

முகம் சுளி 1074

become tense. 'இதற்கு முன் என்ன வேலைபார்த்தீர்கள்' என்று கேட்டால் அவருக்கு முகம் சுண்டிவிடும்./ காதல் திருமணம் செய்துகொண்ட மகளைப் பற்றிப் பேசினாலே அவருக்கு முகம் சுண்டிவிடும்.

முகம் சுளி வி. (*சுளிக்க, சுளித்து*) **முகத்தைச் சுருக்குவதன் மூலம் தனக்கு ஒன்று பிடிக்கவில்லை என்பதை வெளிப் படுத்துதல்;** screw up one's face (as an expression of dislike, disapproval, etc.,). அவன் எந்த வேலையையும் முகம் சுளிக்காமல் செய்வான்./ இந்தப் படத்தில் முகம் சுளிக்க வைக்கும் வசனங்கள் ஏராளம்.

முகம் செத்துப்போ வி. (*-போய்*) **(அவமானம், அவமதிப்பு முதலியவற்றினால்) முகம் பொலிவு இழத்தல்;** (of the face) fall. உங்களுக்கு இசையைப் பற்றி என்ன தெரியும் என்று கொஞ்சம் கடுமையாகக் கேட்டவுடன் அவருக்கு முகம் செத்துப்போயிற்று./ சிறை வாழ்க்கையைப் பற்றிப் பேசினால் அவர் முகம் செத்துப்போகும்.

முகம் தெரியாத பெ.அ. **(இதற்கு முன்) அறிமுகம் இல்லாத; பரிச்சயம் இல்லாத;** unacquainted. மாநில அளவில் முதல் மாணவனாகத் தேர்ச்சி பெற்றதும் முகம் தெரியாத பலரிடமிருந்தும் அவனுக்கு வாழ்த்துகள் வந்து குவிந்தன./ நான் என்ன முகம் தெரியாத ஆளா? என்னிடம் பேசுவதற்குக்கூடக் கூச்சப்படுகிறாயே?

முகம் தொங்கு வி. (*தொங்க, தொங்கி*) **(அவமானம், ஏமாற்றம் போன்றவற்றால்) முகம் இறுக்கமடைந்து களை இழத்தல்; முகம் செத்துப்போதல்;** be visibly upset. பலூன் வாங்கித் தராததால் குழந்தையின் முகம் தொங்கிப்போய் விட்டது./ சினிமாவுக்குப் போகக் கூடாது என்று அம்மா சொன்னதும் அவனுக்கு முகம் தொங்கிவிட்டது./ தட்டில் சோறு குறைவாக இருப்பதைப் பார்த்ததும் அவனுக்கு முகம் தொங்கிவிட்டது.

முகம்முறி வி. (*-முறிக்க, -முறித்து*) (*இலங்.*) **(ஒருவரின்) மனத்தை நோகச்செய்தல்;** offend; hurt one's feelings. தேர்தல் கூட்டத்துக்குப் போக விருப்பமில்லை என்றாலும், நண்பரை முகம்முறிக்க விரும்பாமல் நாங்கள் எல்லோரும் அவருடன் சென்றோம்./ உண்மையில் யார் இந்தச் செயலைச் செய்தது என்ற விவரம் தெரியாமல், நீ அவசரப்பட்டு யாருடனும் முகம்முறிக்காதே.

முகம் விழு வி. (*விழ, விழுந்து*) (*பெரும்பாலும் வினைமுற்றாக*) **(ஏமாற்றம், அவமானம் முதலியவற்றால்) முகம் இயல்பான களை இழந்து இறுக்கமடைதல்;** (of face) show disappointment, etc.,; be visibly upset. 'சுற்றுலாவுக்கு நீ போக வேண்டாம்' என்று அப்பா சொன்னதும் அவன் முகம் விழுந்துவிட்டது./ 'இருக்கிற இருப்பில் தீபாவளி ஒன்றுதான் குறை' என்றதும் அவள் முகம் விழுந்துவிட்டது.

முகமதிப்பு பெ. **பங்கு, பத்திரம் போன்றவற்றில் குறிப்பிடப்பட்டிருக்கும் மதிப்பு;** face value (of shares, bonds, etc.,). வங்கி வெளியிடப் போகும் பங்குகளின் முகமதிப்பு பத்து ரூபாய் ஆகும்./ பங்கின் முகமதிப்பு பத்து ரூபாய் என்றாலும், சந்தையில் அதன் இன்றைய விலை எண்ணூற்று நாற்பது ரூபாய்.

முகமதியர் பெ. **இஸ்லாமியர்; முஸ்லிம்;** followers of the Prophet Muhammad.

முகமது நபி பெ. (*இஸ்.*) **நபிகள் நாயகம்;** the Prophet Muhammad.

முகமன்[1] பெ. (*உ.வ.*) **1: (ஒருவரை வரவேற்கும்போது அல்லது சந்திக்கும்போது) நலம் விசாரிக்கும் அல்லது உபசரிக்கும் வகையில் சொல்லப்படுவது;** civilities; greetings. விருந்தினர்களை முகமன் கூறி வரவேற்று உள்ளே அழைத்துச்சென்றார். **2: (ஒருவரை) புகழ்ந்து கூறும் சொற்கள்; முகஸ்துதி;** flattery. தன்னைப் பற்றி யாராவது முகமன் வார்த்தைகள் கூறினால் அவர் அப்படியே மயங்கிவிடுவார்.

முகமன்[2] பெ. (*சட்டம்*) **(சட்டம், ஒப்பந்தம் போன்றவற்றின்) தொடக்கத்தில் அதன் நோக்கம் மற்றும் பயன்பாடு பற்றிச் சுருக்கமாக அளிக்கும் முன்னுரை;** preamble. அரசியல் சட்டத்தின் முகமனில் அடிப்படை உரிமைகளுக்கு அதிக முக்கியத்துவம் அளிக்கப்பட்டுள்ளது./ ஒப்பந்தத்தின் நோக்கத்தை அதன் முகமன் தெளிவாகக் குறிப்பிட வேண்டும்.

முகமூடி பெ. **முகத்தை மறைக்கும்படியாக, ஆனால் பார்ப்பதற்கு ஏதுவாக இரண்டு துளைகளை மட்டும் கொண்டிருக்கும்படி துணி, தோல், காகிதம், அட்டை போன்றவற்றால் செய்யப்பட்ட சாதனம்;** mask. முகமூடிக் கொள்ளைக்காரர்கள்/ குரங்கு முகமூடி வாங்கித் தர வேண்டும் என்று பையன் அடம்பிடித்தான்.

முகமை பெ. **1:** (*பு.வ.*) **குறிப்பிட்ட பொருட்களைத் தயாரிப்பாளர்களின் உரிமம் பெற்று விற்கும் வணிக நிறுவனம்;** agency. **2: குறிப்பிட்ட சேவைகளை வழங்கும் அமைப்பு;** agency. **3: ஒரு செயலைச் செய்து முடிப்பதற்கான அமைப்பு;** agency. நாங்கள் கேட்பதெல்லாம் அந்த மரணம் தொடர்பாக நல்ல விசாரணை முகமை அதை விசாரிக்க வேண்டும் என்பதே.

முகர் வி. (*முகர, முகர்ந்து*) **மூச்சை இழுத்து வாசனையை உணர்தல்;** smell. பூஜைக்குப் பறிக்கும் பூவை முகர மாட்டார்கள்.

முகராசி பெ. **(நன்மையைத் தருவதாகவும் அதிர்ஷ்டம் நிறைந்ததாகவும் நம்பப்படும் ஒருவரின்) முகத் தோற்றம்;** looks (of a person which is believed to bring one good luck). இவரிடம் வாக்காளர்களை ஈர்க்கும் முகராசி இருக்கிறது./ நினைத்த காரியமெல்லாம் நடக்கிறதே. எல்லாம் உன் முகராசிதான்!

முகலாயர் பெ. **மத்திய ஆசியாவிலிருந்து வந்து இந்தியாவில் 16ஆம் நூற்றாண்டிலிருந்து 19ஆம் நூற்றாண்டு வரை பேரரசை நிறுவிய இஸ்லாமியர்;** the Mughals.

முகவர் பெ. **ஒரு நிறுவனத்தால் நியமிக்கப்பட்டு, அந்த நிறுவனத்தின் பொருள்களைப் பெரும் அளவில் விற்பவர் அல்லது அந்த நிறுவனத்தின் சேவையைப் பெரும் அளவில் தருபவர்;** agent (of an organization, firm, etc.,). சிறுசேமிப்பு முகவர்கள்/ ஆயுள் காப்பீட்டு முகவர்/ செய்தித்தாள் முகவர்.

முகவரி பெ. **1: (ஒருவர் வசிக்கும் அல்லது ஒரு அலுவலகம், நிறுவனம் போன்றவை இருக்கும்) ஊர், தெருவின் பெயர், கட்டட எண் முதலியவை அடங்கிய சிறு குறிப்பு; விலாசம்;** address (of a person, organization, etc.,). **2: மின்னஞ்சல்மூலம் பிறர் தொடர்புகொள்வதற்காக ஒருவருக்குப் பிரத்தியேகமாக இருக்கும் அல்லது ஒரு இணையதளத்தைத் தொடர்புகொள்வதற்கு உதவும்**

அடையாள எழுத்துகள், சொல், குறியீடு போன்றவை கொண்ட தொடர்; (email or website) address. பெரும் பாலான இணையதளங்களில் அவற்றுடன் தொடர்புடைய பிற இணையதளங்களின் முகவரிகளைக் கொடுத்திருப்பார் கள்./ இந்த அகராதியைப் பற்றிய உங்கள் கருத்துகளை crea@crea.in என்ற மின்னஞ்சல் முகவரிக்கு அனுப்பலாம்./ www.crea.in என்பது எங்கள் இணையதள முகவரி.

முகவாதம் பெ. **(மூளையில் ஏற்படும் இரத்தக் கசிவு அல்லது உறைவு காரணமாக) முகத்தின் ஒரு பக்கத் தைச் செயலிழக்கச் செய்யும் பாதிப்பு;** bell's palsy.

முகவாய் பெ. **கீழ்த்தாடையின் குறுகிய பகுதி; நாடி;** chin. *(பார்க்க, படம்: உடல்)*

முகவாய்க்கட்டை பெ. காண்க: **முகவாய்.**

முகவிலாசம் பெ. *(அ.வ.)* **அடையாளம்;** recognizable feature. இந்தக் கலாச்சார இயக்கம் தமிழினத்தின் முக விலாசத்தை மீட்டுத் தரும்.

முகவீணை பெ. *(இசை)* **நாககரத்தைவிடக் குறைந்த நீளம் உடைய துளைக் கருவி;** a wind musical instrument shorterthan நாகசுரம். தமிழர்களின் ஆதி இசைக் கருவி களின் ஒன்றான முகவீணையை வாசிப்பவர்கள் மிகக் குறைவே.

முகவீணை

முகவுரை பெ. **(ஒரு நூலின் உள்ளடக்கம் ஆரம்பிப்ப தற்கு முந்தைய பக்கங்களில்) உரிய விவரங்களைத் தந்து நூலை அறிமுகப்படுத்தி நூலாசிரியரே எழுதும் கட்டுரை; நூலாசிரியரின் முன்னுரை;** preface; introduction (by the author). இந்த நாவலை ஊன்றிப் படிக்கு மாறு அதன் ஆசிரியர் தனது முகவுரையில் வேண்டு கோள் விடுத்திருந்தார். [(தொ.சொ.) **அணிந்துரை/ அறி முகம்/ பின்னுரை/ முன்னுரை**]

முகவெட்டு பெ. (பே.வ.) **(குறிப்பிட்ட விதத்திலோ அல் லது நல்ல களையுடனோ அமைந்த) முகத் தோற்றம்;** facial features. கதாநாயகனுக்கு நல்ல முகவெட்டு இருக்க வேண்டும் என்று எதிர்பார்த்த காலம் போய்விட்டது./ பிரபல நடிகைக்கு இருப்பது போன்ற முகவெட்டு.

முகஸ்துதி பெ. **புகழ்ச்சி; முகமன்;** flattery. நான் முகஸ் துதிக்காக இதைச் சொல்லவில்லை. உண்மையிலேயே உங்களைப் போன்ற தன்னலமற்ற தலைவரை இன்று அரசியலில் பார்ப்பது அரிது.

முகாந்தரம் பெ. காண்க: **முகாந்திரம்.**

முகாந்திரம் பெ. **ஆதாரம்; காரணம்; அடிப்படை;** basis; cause; reason. என்னைக் குற்றம் சொல்வதற்கு எந்த முகாந் திரமும் இல்லை./ அவர் இரவில் வர வேண்டிய முகாந்திரம் என்ன?

முகாம் பெ. **1: ஒரு குழுவினர் தற்காலிகமாகத் தங்குவ தற்காகக் கூடாரம் அமைக்கப்பட்டுள்ள இடம்;** camp. சிகரத்தில் ஏறும்போது விழுந்து அடிபட்டவர் அடிவார முகாமுக்கு எடுத்துச்செல்லப்பட்டார்./ 'காட்டுயிர்களைப் பற்றி ஆராய்ச்சி செய்ய வந்தவர்களின் முகாம் அது' என்று காட்டினார். **2: (போர், தடுப்பு நடவடிக்கை முதலிய வற்றுக்குத் தயாராக இருக்கிற வகையில்) ராணுவ வீரர் கள், காவலர் முதலியோர் தற்காலிகமாகத் தங்கியிருக் கும் இடம்; பாசறை;** camp (for army, etc.,). தீவிரவாதிகள் இரவு நேரத்தில் ராணுவ முகாம்களைத் தாக்கினார்கள். **3: கலவரம், இயற்கைச் சீற்றம் போன்றவற்றால் பாதிக்கப் பட்டவர்கள் அல்லது அகதிகள் தற்காலிகமாகத் தங்க வைக்கப்படும் இடம்;** camp (for refugees, etc.,). அகதிகள் முகாம். **4: குறிப்பிட்ட சில நாட்களுக்கு மட்டும் ஒரு சேவை, பயிற்சி போன்றவற்றை அளிப்பதற்கான நிகழ்ச்சி;** camp. இலவசக் கண் சிகிச்சை முகாம் நகராட்சிப் பள்ளிக்கூடத்தில் நடக்கிறது./ தஞ்சாவூரில் நாளை சாரணர் களுக்கான பயிற்சி முகாம் ஆரம்பிக்க உள்ளது. **5: (ஊர் ஊராகப் போகிறவர்களோ அல்லது பயணத்தில் இருப் பவர்களோ) தற்சமயம் தங்கியிருக்கும் இடம்;** camping at a place. கடிதத்தில் 'முகாம், மதுரை' என்று நண்பர் குறிப் பிட்டிருந்தார். **6: (குறிப்பிட்ட கோட்பாட்டைச் சார்ந்து இயங்கும்) குழு;** camp. எந்த முகாமிலிருந்து நல்ல படைப்பு கள் வந்தாலும் அவர் பாராட்டத் தயங்க மாட்டார்./ இடது சாரி முகாமிலிருந்து வந்த எழுத்தாளர்கள் பலர்.

முகாம்போடு வி. (-போட, -போட்டு) காண்க: **முகாமிடு.**

முகாமிடு வி. (-இட, -இட்டு) **(முக்கியமான நபர்கள் குறிப்பிட்ட நோக்கத்துக்காகக் குறிப்பிடப்படும் இடத் தில்) தங்குதல்;** camp. சுவாமிகள் செங்கல்பட்டுக்கு அரு கில் ஒரு கிராமத்தில் முகாமிட்டிருந்தார்./ தலைவர் தில்லி யில் முகாமிட்டுக் கூட்டணிகுறித்துப் பேச்சுவார்த்தை நடத்த உள்ளார்.

முகாமை பெ. (-ஆக, -ஆன) (உ.வ.) **முதன்மை; முக்கி யம்;** primary importance. புதிதாகத் தொடங்கப்பட்டுள்ள கட்சித் தேர்தலில் யாருடன் உடன்பாடு செய்துகொள்ளப் போகிறது என்பதே முகாமையான கேள்வி ஆகும்./ அறி வியல் மொழியாக நம் மொழி இன்றும் அறியப்படவில்லை என்பதுதான் இப்போதுள்ள முகாமையான சிக்கல்.

முகாமையாளர் பெ. *(இலங்.)* **மேலாளர்;** manager. வங்கி முகாமையாளர்.

முகிழ்[1] வி. (முகிழ, முகிழ்ந்து) (உ.வ.) **1: (பூ, மொட்டு) மலர்தல்;** blossom. முகிழ்ந்த மலர்களின் வாசம் எங்கும் பரவியது.

முகிழ்[2] வி. (முகிழ்க்க, முகிழ்த்து) (உ.வ.) **தோன்றுதல்;** appear; show up. வானில் நிலவு முகிழ்த்தது./ அவன் முகத்தில் புன்னகை முகிழ்த்தது./ பதின்பருவத்திலேயே என்னுள் காதல் முகிழ்த்தது./ எதிர்பார்த்தபடி மூன்றாவது அணி முகிழ்த்தது.

முகுளம் பெ. **சுவாசம், இருதயத் துடிப்பு போன்ற முக்கியச் செயல்களைக் கட்டுப்படுத்தும், மூளையின் கீழ்ப்பகுதியில் முடிச்சுப் போல் அமைந்திருக்கும் பாகம்;** medulla oblongata.

முகூர்த்தக்கால் 1076

முகூர்த்தக்கால் பெ. **நல்ல நேரம் பார்த்துத் திருமணப் பந்தலுக்காக மாவிலையுடன் நடும் மூங்கில் கழி;** first post fixed at an auspicious moment for erecting a பந்தல் for a marriage.

முகூர்த்தம் பெ. 1: **(திருமண நிகழ்ச்சியில்) தாலி கட்டுவதற்கு என்று குறிக்கப்பட்ட மங்கல நேரம்;** auspicious hour (in a wedding ceremony). *முகூர்த்தம் முடிந்த பிறகு வருகிறாயே!* 2: **(நல்ல காரியம் நிகழ்த்துவதற்கு உரிய) நேரம்; சுப வேளை;** auspicious hour. *வருகிற 25ஆம் தேதி காலை எட்டு மணிக்கு நல்ல முகூர்த்தம் இருக்கிறது.*

முகை பெ. (உ.வ.) **அரும்பு;** bud.

முங்கு வி. (முங்க, முங்கி) (பே.வ.) **ஒன்று அல்லது ஒருவர் திரவத்தினுள் அமிழ்தல்; மூழ்குதல்;** dip; sink (into the water, etc.,). *ஆற்றில் முங்கிக் குளிக்கப் பயப்படுகிறாயே?/ தாப் பீப்பாயில் குச்சி முங்கிவிட்டது.*

முச்சந்தி பெ. **மூன்று சாலைகள் கூடும் இடம்;** junction of three streets.

முச்சலிகா பெ. (ஊரக வ.) **நிலத்தைக் குத்தகைக்கோ கட்டடத்தை வாடகைக்கோ விடும்போது சம்பந்தப்பட்ட இருவரும் எழுத்து வடிவில் செய்துகொள்ளும் ஒப்பந்தம்; உடன்படிக்கை;** written agreement for letting land or house on rent. *மேற்படி ஒன்று இலக்கமிட்ட நானும், மேற்படி இரண்டு இலக்கமிட்ட அவரும் எழுதிக்கொண்ட கடை வாடகை முச்சலிகா.*

முச்சை பெ. (இலங்.) **(பட்டத்தின்) சூத்திரக் கயிறு;** string attached to a kite to keep it flying in balance. *கொடிக்கு வடிவாக முச்சையைக் கட்டு, இல்லாவிட்டால் அறுத்துக் கொண்டு போய்விடும்./ இவ்வளவு நீளமாக முச்சை வைக்கத் தேவையில்லை.*

முசுக்கட்டை[1] பெ. **கம்பளிப்பூச்சி;** hairy caterpillar.

முசுக்கட்டை[2] பெ. **பட்டுப்பூச்சிகளுக்கு உணவாகும் (ரம்பத்தின் பற்களைப் போன்ற) இலைகளையும் கம்பளிப்பூச்சி போன்ற பழங்களையும் உடைய ஒரு வகை மரம்;** mulberry.

முசுட்டை பெ. (இலங்.) **முசுமுசுக்கை;** a kind of cucurbitaceous plant. *இன்றைக்கு அம்மா முசுட்டை இலை வறுவல் வறுத்துவைத்திருந்தாள்./ இடியாப்பத்துக்கு முசுட்டை இலைச் சொதி வைக்கவா?*

முசுடு[1] பெ. (பே.வ.) 1: **சிடுமூஞ்சி; முன்கோபி;** irritable person. *அவர் முசுடாக இருந்தாலும் நல்லவர்./ என் மாமனார் ஒரு முசுடு.* 2: **சிடுமூஞ்சித்தனம்;** petulance. *அவர் ஒரு முசுடுபிடித்த ஆசாமி.*

முசுடு[2] பெ. (ஊரக வ.) **(மரங்களில் அதிகமாக இருக்கும்) பழுப்பு நிறப் பெரிய எறும்பு;** a kind of big brown ant.

முசுப்பாத்தி பெ. (இலங்.) **வேடிக்கை; வினோதம்; பொழுதுபோக்கு;** amusement; good fun. *குழந்தைகள் விளையாடிக்கொண்டிருந்ததைப் பார்க்க முசுப்பாத்தியாக இருந்தது./ இந்த ஊரில் ஒரு முசுப்பாத்தியும் இல்லை.*

முசுமுசுக்கை பெ. **சுணையாக இருக்கும், (மருத்துவக் குணமுள்ள) இலைகளை உடைய ஒரு வகைக் கொடி;** a kind of cucurbitaceous plant. *எனக்குச் சளிபிடித்திருப்பதால் முசுமுசுக்கை இலைகளை அரைத்து அம்மா அடை சுட்டுத் தந்தாள்.*

முசுறு பெ. (இலங்.) காண்க: **முசுடு**[2].

முட்ட வி.அ. (பே.வ.) 1: **முழுவதும்; நிறைய;** filling up the entire available space; all over. *கைமுட்ட வளையல் அணிந்திருந்தாள்./ அந்த அம்மாள் கழுத்துமுட்ட நகை போட்டிருந்தார்./ மழையில் முட்ட நனைந்துவிட்டான்.* 2: காண்க: **மூக்குமுட்ட.** 3: காண்க: **வயிறுமுட்ட.**

முட்டாக்கு பெ. 1: **முகம் தவிர்த்துத் தலை முழுவதும் மூடியதுபோல் (பெண்கள்) புடவைத் தலைப்பால் அல்லது (ஆண்கள்) துண்டால் போட்டுக்கொள்ளும் மறைப்பு;** cloth drawn over one's head (as protection against sun). *வெயில் அதிகமாக இருப்பதால் குழந்தைக்கு முட்டாக்குப் போடு.* 2: **(பொதுவாகத் தூங்கும்போது) தலைமுதல் கால்வரை முழுமையாக மறைப்பதுபோல் போர்த்திக்கொள்ளும் நிலை;** (in general) cover one's whole body (while sleeping). *திண்ணையில் முட்டாக்குப் போட்டுக்கொண்டு தூங்குவது யார்?*

முட்டாள்[1] பெ. **அறிவில் குறைந்த அல்லது புத்திசாலித்தனமாகவோ ஒரு சூழலுக்கு ஏற்ற முறையிலோ நடந்துகொள்ளத் தெரியாத நபர்;** fool; stupid person. *முட்டாள்தனமான யோசனை இது./ இத்தனை முட்டாள்களுக்கு நடுவில் ஒரு புத்திசாலியைக் கண்டுபிடிப்பது எப்படி?/ முட்டாள்! முட்டாள்! அவனிடம் போயா பணத்தைக் கொடுத்தாய்?*

முட்டாள்[2] பெ. (இலங்.) **(கொத்துவேலையில்) சித்தாள்;** unskilled labourer (assisting masons). *இப்போது முட்டாள் கூட அதிகச் சம்பளம் கேட்கிறான்./ நாளைய கட்டட வேலைக்கு எத்தனை முட்டாள் தேவைப்படும்?*

முட்டாள்தனம் பெ. (-ஆக, -ஆன) **மூடத்தனம்; மடத்தனம்;** foolishness. *இது முட்டாள்தனமான முடிவு அல்லவா?/ முட்டாள்தனமாகப் பேசாதே!*

முட்டி[1] பெ. 1: (பே.வ.) **விரல்களை மடக்கினால் மேடாகத் தெரியும் எலும்புப் பகுதி;** knuckle. 2: **முழங்காலில் (மடக்கும் இடத்தில்) உள்ள வட்டமான சில்லு; மூட்டு;** kneecap; elbow. *'முட்டியைப் பெயர்த்துவிடுவேன்' என்று பயமுறுத்தினார்./ கனமான பொருள்களைத் தூக்கினால் இரண்டு முட்டியும் வலிக்கிறது.* (பார்க்க, படம்: உடல்) 3: காண்க: **முஷ்டி.**

முட்டி[2] பெ. **இன்னும் சற்றுக் காய்ந்தவுடன் தட்டுப் பலகை கொண்டு மேலும் தட்டி விரிவாக்க வேண்டிய பச்சை மண்பாண்டம்;** mud vessel in the process of shaping which needs to be expanded further using the potter's mallet.

முட்டி[3] பெ. (ஊரக வ.) **இருபத்தைந்து கவுளிகள் கொண்ட வெற்றிலைக் கட்டு;** bundle of betel leaves with twentyfive கவுளி.

முட்டி[4] பெ. (இலங்.) **(பெரும்பாலும் கள், பதநீர் ஆகியவை இறக்குவதற்குப் பயன்படுத்தும்) கலயம்;** earthen pot with a narrow mouth (used mostly for collecting toddy from palm trees). *கள்ளு முட்டி.*

அ ஆ இ ஈ உ ஊ எ ஏ ஐ ஒ ஓ ஔ ஃ

முட்டிக்கால் பெ. *(பே.வ.)* **முழங்கால்;** knee. நடக்கும்போது முட்டிக்கால் இரண்டும் இடித்துக்கொண்டால் ராணுவத்தில் சேர்த்துக்கொள்ள மாட்டார்கள்.

முட்டிக்கால் போடு வி. *(போட, போட்டு)* காண்க: **முட்டிபோடு.**

முட்டிக்கொண்டு வா வி. *(வர, வந்து)* **(அழுகை, கோபம் போன்ற உணர்ச்சிகள் அல்லது சிறுநீர்) அடக்க முடியாமல் வெளிப்படும் நிலையை அடைதல்;** (of tears, anger, urine, etc.,) be pressing. ஆசைஆசையாக வாங்கிய புடவையை வீட்டுக்கு வந்து பிரித்துப்பார்த்தபோது அதில் ஒரு கிழிசல் இருப்பதைக் கண்டதும் அவளுக்கு அழுகை முட்டிக்கொண்டு வந்தது./ அம்மா என்ன சொல்லிவிட்டாள் என்று உனக்கு அழுகை முட்டிக்கொண்டு வருகிறது?/ ஏன் இந்தச் சாதாரண விஷயத்துக்கு உனக்குக் கோபம் முட்டிக்கொண்டு வருகிறது?/ வகுப்பு நடக்கும்போது சிறுநீர் முட்டிக்கொண்டு வரவே மிகவும் அவதிப்பட்டுவிட்டான்.

முட்டிக்கொள் வி. *(-கொள்ள, -கொண்டு) (பே.வ.)* **(ஒருவர் ஒன்றைச் செய்யவேண்டும் என்றோ செய்ய வேண்டாம் என்றோ ஆதங்கத்துடனும் அக்கறையுடனும் திருப்பித்திருப்பி) வற்புறுத்திச் சொல்லுதல்;** make strong and repeated (but futile) pleas. இந்த இடத்தில் வீடு வாங்க வேண்டாம் என்று அப்போதே முட்டிக்கொண்டேன். நீதான் கேட்கவில்லை./ அம்மாவின் உடல்நிலை சரியில்லை, போய்ப் பார்த்துவிட்டு வா என்று முட்டிக்கொண்டேன். நீ கேட்கவில்லை.

முட்டிபோடு வி. *(-போட, -போட்டு)* **(தண்டனையாக) மண்டிபோடுதல்;** kneel down (as punishment). வீட்டுப் பாடம் எழுதிக்கொண்டு வராததால் ஆசிரியர் முட்டி போடச் சொன்னார்.

முட்டிமோது வி. *(-மோத, -மோதி)* **1: (கூட்டமாகவோ பரபரப்பாகவோ மனிதர்கள் ஒரு இடத்துக்கு) திரண்டு செல்லுதல்; அலைமோதுதல்;** surge up. இன்று புதுப் படம் வெளியாவதால் திரையரங்கில் ரசிகர்களின் கூட்டம் முட்டி மோதுகிறது. **2: சிரமப்படுதல்; கஷ்டப்படுதல்;** face difficulties. நானும் முட்டிமோதி வாழ்க்கையில் முன்னுக்கு வந்தவன்தான்./ பல வருடங்களாக முட்டி மோதிய பிறகுதான் எனக்கு மொழிபெயர்ப்பின் நுட்பங்கள் புலப்படத் தொடங்கின.

முட்டு[1] வி. *(முட்ட, முட்டி)* **1: (ஒன்றில் தலையை அல்லது தலையால் ஒன்றை) மோதுதல்; (வாகனங்கள் போன்றவை ஒன்றில்) மோதுதல்;** knock (one's head against sth.); bump one's head against; butt. கன்று பசுவிடம் முட்டிமுட்டிப் பால் குடித்துக்கொண்டிருந்தது./ சுவரில் தலையை முட்டிக்கொண்டு கதறி அழுதான்./ ஜல்லிக்கட்டில் வேடிக்கை பார்த்துக்கொண்டிருந்தவர்களில் சிலர் மாடு முட்டிக் காயமடைந்தனர்./ தடுமாறி ஓடிய பேருந்து புளிய மரம் ஒன்றில் முட்டி நின்றது. **2:** காண்க: **முட்டிக்கொண்டு வா. 3:** காண்க: **முட்டிக்கொள்.**

முட்டு[2] பெ. **(ஒன்று விழாமல்) தாங்கும் அல்லது (நகராமல்) தடுக்கும் கட்டை முதலியவை;** prop; chock. வண்டியை நிறுத்திச் சக்கரங்களுக்குக் கல்லை முட்டுக் கொடுத்துவிட்டுக் கடைக்குள் சென்றான்./ விளம்பரப் பலகை சாய்ந்துவிடாமல் இருக்க முட்டு வைத்தான்.

முட்டு[3] பெ. **1:** *(பே.வ.)* **மூட்டு;** (bone) joint. கரும்பைக் கால் முட்டில் வைத்து இரண்டாக உடைத்தான். **2:** *(ஊரக வ.)* **(சாலை) சந்தி;** (road) junction. போக வர இடையூறாக முட்டில் நிற்காதே!

முட்டு[4] பெ. *(இலங்.)* **நுரையீரல் சார்ந்த ஒரு நோயினால் சுவாசிப்பதில் ஏற்படும் சிரமம்;** difficulty in breathing due to pulmonary disease. அப்பா முட்டு வருத்தத்தினால் மிகவும் சிரமப்படுகிறார்.

முட்டுக்கட்டை பெ. **1: முட்டாகக் கொடுக்கும் அல்லது வைக்கும் கட்டை அல்லது கம்பு;** post used as a prop; piece of wood for blocking. குலை தள்ளிய வாழையை முட்டுக்கட்டை கொடுத்து நிறுத்தியிருக்கிறார்கள். **2: வேகமாக நகரும் தேரைத் தடுத்து நிறுத்தச் சக்கரத்தின் முன் பகுதியில் வைக்கும் கைப்பிடியுடன் கூடிய முக்கோண வடிவக் கட்டை;** chock. **3: மேற்கொண்டு செயல்பட முடியாதவாறு தடுப்பது; தடை; தடங்கல்;** stumbling block; hindrance. நல்லது செய்ய நினைத்தாலும் முட்டுக்கட்டை போட ஆட்கள் இருக்கிறார்கள்./ உன் முன்னேற்றத்துக்கு முட்டுக்கட்டையாக இருப்பது எது?

முட்டுக்கப்பல் பெ. **துறைமுகத்தின் முகப்புக்கும் துறைக்கும் இடையில் கப்பல்களை இழுத்துச்செல்லும், சக்தி வாய்ந்த சிறிய விசைப் படகு;** tugboat.

முட்டுக்காய் பெ. *(இலங்.)* **ஓரளவுக்கு அடர்த்தியும் மென்மையும்கொண்ட தேங்காய்ப் பருப்பு;** the kernel of a coconut which is moderately dense and soft.

முட்டுச்சந்து பெ. **மேற்கொண்டு செல்லாமல் முடிந்து விடுகிற சந்து;** blind alley; dead end.

முட்டுப்படு வி. *(-பட, -பட்டு) (இலங்.)* **(ஒன்று இல்லாமல் அல்லது ஒன்றைச் செய்ய முடியாமல்) கஷ்டப்படுதல்; சிரமப்படுதல்;** suffer.

முட்டுப்பாடு பெ. *(பே.வ.)* **தடை; இடையூறு;** obstacle; hindrance. முன்னேறுவதற்கு எத்தனையோ முட்டுப்பாடுகள்.

முட்டை[1] பெ. **1: (பறவைகளில், ஊர்வனவற்றில் பெண்ணினம் இடும்) குஞ்சு வளர்வதற்கான கருவைக் கொண்ட நீள்கோள அல்லது உருண்டை வடிவப் பொருள்/(குறிப்பாக, உண்பதற்குப் பயன்படுத்தும்) கோழி முட்டை;** egg/(esp.) egg of a hen. பறவைகள் மரங்களில் கூடு கட்டி முட்டை இடுகின்றன./ முதலை மணலில் முட்டை இடுகிறது./ கடல் ஆமைகளின் முட்டைகளை எடுத்து விற்பது சட்டப்படி குற்றமாகும்./ முட்டைப் பொரியல்/ முட்டைக் குழம்பு. **2: (பாலூட்டிகளில் பெண்ணின் இனப்பெருக்க மண்டலத்தில் உருவாகும்) விந்தை ஏற்றுக் கருவாக மாறும் உயிரணு; அண்டம்;** ovum. **3:** *(பே.வ.)* **பூஜ்யம்;** zero. பையன் எல்லாப் பாடங்களிலும் முட்டை! **4:** *(பே.வ.)* **(முட்டை வடிவ) சிறு கரண்டி அளவு;** measure of a teaspoon. ஒரு முட்டை எண்ணெய் ஊற்றித் தாளிக்கவும்!

முட்டை[2] பெ. *(வ.வ.)* **வறட்டி;** dried cow dung cake (used as fuel).

முட்டைக்கோசு பெ. காண்க: **முட்டைக்கோஸ்.**

முட்டைக்கோப்பி பெ. *(இலங்.)* **காப்பியில் முட்டையை உடைத்து ஊற்றி, கலக்கித் தயாரிக்கும் பானம்;** coffee in which egg is mixed. சுடச்சுட முட்டைக் கோப்பி குடித்தால் நெஞ்சுத் தடிமன் மாறிவிடும்./ மாப்பிள்ளைக்கு முட்டைக்கோப்பி அடித்துக்கொடுத்தாள்.

முட்டைக்கோஸ் பெ. **(காய்கறியாகப் பயன்படும்) சற்றுக் கெட்டியான தண்டைச் சுற்றி அடுக்கடுக்காக உருண்டையாக இருக்கும் வெளிர் பச்சை நிற இலைத் தொகுதி/மேற்குறிப்பிட்டதைத் தரும் தாவரம்;** cabbage.

முட்டைத் தோசை பெ. **தோசைக்கல்லில் ஊற்றும் மாவின் மேல் முட்டையை உடைத்து ஊற்றித் தயாரிக்கும் தோசை;** தோசை with egg on top.

முட்டைப் பொரி பெ. *(ஊரக வ.)* **நெல்லைப் பொரித்துப் பெறப்படும் பொரி;** puffed rice made by roasting paddy grains. ஆயுத பூஜையன்று பூஜையில் முட்டைப் பொரியை வைப்பார்கள்.

முட்டை பரோட்டா பெ. **பரோட்டாவைப் பிய்த்துப் போட்டு, அதில் முட்டையை உடைத்து ஊற்றித் தயாரிக்கும் ஒரு உணவு வகை;** minced பரோட்டா prepared from maida flour and egg.

முட்டை போண்டா பெ. **அவித்த முட்டையை உள்ளே வைத்துத் தயாரிக்கும் ஒரு வகை போண்டா;** a kind of போண்டா prepared by using boiled egg as filling.

முடக்கத்தான் பெ. **வெண்ணிறப் பூக்களைக் கொண்ட, மூலிகையாகவும் கீரையாகவும் பயன்படும் ஒரு வகைக் கொடி;** a kind of greens used both as medicine and in cooking; balloon vine. முடக்கத்தான் கீரை முடக்குவாதத்தைக் குணப்படுத்தும் என்பார்கள்.

முடக்கம் பெ. **செயல்பட முடியாத அல்லது தடை ஏற்பட்ட நிலை;** stoppage. பணி முடக்கத்தால் உற்பத்தி நின்றுவிட்டது./ பிடிபட்டுள்ள தீவிரவாதிகளின் வங்கிக் கணக்குகள் முடக்கம்.

முடக்கு வி. *(முடக்க, முடக்கி)* **1: (ஒன்றை அல்லது ஒருவரை) செயல்பட விடாமல் செய்தல் அல்லது செயலிழக்கச் செய்தல்;** halt; prevent functioning. சிக்கன நடவடிக்கையைக் காரணம் காட்டி வேலைவாய்ப்புத் திட்டங்களை முடக்கிவிடக் கூடாது./ சாலை மறியல் போராட்டம் போக்குவரத்தை முற்றாக முடக்கிவிட்டது./ *(உரு வ.)* அதிகாரிகளின் கைகள் முடக்கப்பட்டுள்ளன என்று அவர் குற்றம்சாட்டினார். **2: (எதிர்பார்த்த அளவுக்குப் பயனில்லாத ஒன்றில் பணத்தை) முதலீடுசெய்தல்;** lock up (capital, funds, etc.,). உற்பத்தித் திறன் இல்லாத திட்டத்தில் பல கோடி ரூபாயை எங்கள் நிறுவனம் முடக்கிவிட்டது. **3: (வங்கியில் ஒருவரின் கணக்கில் உள்ள பணத்தை அவர்) பயன்படுத்த முடியாதவாறு தடுத்தல்;** freeze (an account). இரு வங்கிகளில் அவருடைய கணக்கை முடக்கி வைக்க நீதிமன்றம் உத்தரவிட்டுள்ளது. **4: (ஒருவரின்) நடவடிக்கைகளைக் குறிப்பிட்ட இடத்துக்குள் இருக்கும் வகையில் ஒடுக்குதல்;** confine (one's activities). இவ்வளவு படித்தவளை வீட்டிற்குள் முடக்கிவைப்பது மடமை.

முடக்குவாதம் பெ. **பக்கவாதம்; பாரிசவாயு;** paralysis.

முடங்கு வி. *(முடங்க, முடங்கி)* **1: (படுத்திருக்கும் போது) கை, கால்களை உடம்புடன் சேர்த்துக்கொண்டிருத்தல்;** lie with knees drawn up and arms close to the body. திண்ணையில் தாத்தா குளிரால் முடங்கிக்கிடந்தார்./ உடல் முழுதும் போர்த்திக்கொண்டு சுருண்டு முடங்கிப் படுத்திருக்கும் மகனை வாஞ்சையுடன் பார்த்தார் **2: செயல், திட்டம் போன்றவை தடைப்படுதல்;** (of work) be hindered; be crippled. மருத்துவர்களின் வேலை நிறுத்தத்தால் மருத்துவமனைப் பணிகள் முடங்கிவிட்டன. **3: (ஒரு செயல்பாடு) இயல்பாக அல்லது முறையாகத் தொடராமல் தடைபடுதல்;** come to a standstill. எதிர்க்கட்சிகளின் அமளியால் மாநிலங்களவை முடங்கியது. **4: ஒன்றில் முதலீடுசெய்யப்பட்ட பணம் பலனளிக்காமலும் திரும்பப் பெற்றுக்கொள்ள முடியாமலும் இருத்தல்;** be locked up. பணம் முழுவதும் புத்தகம் போட்டதில் முடங்கிவிட்டது. **5: (ஒருவரின்) நடவடிக்கைகள் குறிப்பிட்ட இடத்துக்குள் இருக்கும் வகையில் ஒடுங்குதல்;** be confined to. அப்பா நோயாளியாக வீட்டுக்குள் முடங்கிவிட்டார்./ பட்டப் படிப்புப் படித்தவள் இன்று சமையல் அறையில் முடங்கிவிட்டாள். **6: (கை, கால்) ஊனமாதல் அல்லது செயல் இழத்தல்;** (of limbs) be crippled; be paralysed. அவருக்கு அந்த விபத்துக்குப் பின் கால் முடங்கிவிட்டது.

முடநீக்கியல் பெ. **எலும்பு மற்றும் தசை தொடர்பான நோய், சிகிச்சை ஆகியவற்றைப் பற்றிய மருத்துவப் பிரிவு;** orthopaedics. முடநீக்கியல் நிபுணர்/ முடநீக்கியல் துறை.

முடம் பெ. **கை அல்லது கால் செயல்பட முடியாத நிலை;** crippled condition of leg or arm. சில மருந்துகளைத் தொடர்ந்து சாப்பிட்டுவந்தால் நாளடைவில் கைகால்கள் முடமாகக்கூட ஆகலாம் என்று விஞ்ஞானிகள் எச்சரிக்கின்றனர்.

முடவன் பெ. **காலில் குறைபாடு உள்ளவன்; கால் இல்லாதவர்;** lame (person).

முடி[1] வி. *(முடிய, முடிந்து)* **அ.** *(இறுதியை எட்டுதல் தொடர்பான வழக்கு)* **1: (செயல், நிகழ்ச்சி) இறுதி நிலையை அடைதல்; முற்றுப்பெறுதல்; முடிவுக்கு வருதல்;** (of an act, an event) come to an end; come to a close. விழா இனிதே முடிந்தது./ ஆட்டம் முடிய இன்னும் சிறிது நேரம்தான் இருக்கிறது./ பேரவைத் தலைவருடைய பொறுப்பு இன்றுடன் முடிகிறது./ வழிபாடு முடிந்த பின் நவக்கிரகங்களை வலம் வந்து கும்பிட வேண்டும்./ அறுவைச் சிகிச்சை இப்போதுதான் முடிந்தது./ இன்றைய ஒலிபரப்பு இத்துடன் முடிகிறது./ தண்டனைக் காலம் முடிந்து வெளியே வந்ததும் பழைய முதலாளியைச் சென்று பார்த்தான்./ பாடல் பதிவு நேற்றுதான் முடிந்தது./ நடந்து முடிந்ததைப் பற்றிப் பேசுவதில் என்ன பயன்?/ ஊழியர்கள் எல்லோரும் அலுவலகம் முடிந்து வீட்டிற்குத் திரும்பிக் கொண்டிருந்தார்கள்./ தேநீர் இடைவேளைக்கு முன்பே முடிந்திருக்க வேண்டியது இந்த ஆட்டம். **2: (ஒருவருக்குக் குறிப்பிடப்படும் வயது அல்லது ஒன்றுக்குக் குறிப்பிட்ட கால அளவு) முழுமை பெறுதல்; நிறைவடைதல்;** turn (specified age); complete. எனக்கு நாற்பது முடிந்து நாற்பத்தொன்று நடக்கிறது./ புதுவீட்டுக்குக் குடிவந்து ஒரு

மாதம் முடிந்துவிட்டது. **3: (குறிப்பிட்டதைக் கொண்டு ஒன்றின்) இறுதிப் பகுதி அமைதல்;** end (in or with sth.). இருபத்திரண்டு என்ற எண்ணில் முடியும் அனைத்துச் சீட்டு களுக்கும் பரிசு உண்டு./ 'வடு' என்று முடியும் குறளைச் சொல் பார்ப்போம்! **4: ஒரு செயல், நிலை போன்றவை குறிப்பிடப்படும் விளைவை இறுதியில் ஏற்படுத்திவிடு தல்;** end in. வாய்ப் பேச்சு கைகலப்பில் முடிந்தது./ மோதல் கடைசியில் காதலில் முடிவதுபோல் படத்தின் கதையை அமைத்திருந்தார்கள்./ சொத்துத் தகராறு கொலையில் போய் முடிந்தது. **5: ஒரு பாதை, இடம் போன்றவை குறிப்பிட்ட இடத்துக்குக் கொண்டுசேர்த்தல் அல்லது குறிப்பிட்ட இடத்தை இறுதியாகக் கொண்டு அமை தல்;** end. இந்தச் சாலை எங்கே போய் முடிகிறது?/ பிரபஞ்சம் எங்கே முடியும் என்று மாணவன் கேட்ட கேள் விக்கு என்னால் பதில் சொல்லவே முடியவில்லை./ ஆறு கடலில் முடிகிறது./ அந்த ஊர் மேற்குத் தொடர்ச்சி மலை முடியும் இடத்தில் இருக்கிறது. **ஆ.** *(செயலாற்றுதல் குறித்த வழக்கு)* **6: ஒன்றைச் செய்யக் கூடிய தன்மையில் அமைதல் அல்லது இருத்தல்; இயலுதல்;** be able to; have the ability to; 'can'. 'என்னால் முடியாது' என்று சொல்லாதே 'முடியும்' என்று சொல்!/ யாராலும் மறுக்க முடியாத உண்மை!/ தன்னால் முடிந்ததை அவர் செய்து விட்டார்./ நாவலாசிரியர்கள் பெரும்பாலும் கவிஞர்களாக வெற்றி பெற முடிவதில்லையே, ஏன்?/ 'மாபெரும் ஆங்கில வல்லரசை எதிர்ப்பது முடிகிற காரியமா?' என்று நம் தலை வர்கள் அப்போது சிந்திக்கவில்லை./ இருட்டிய பிறகுதான் வீடு வந்துசேர முடிந்தது./ இரண்டு நாட்களாகத் தாங்க முடியாத வயிற்று வலி./ பிற மொழிச் சொற்களை ஒரு மொழி தேவையான அளவில் கடன் வாங்குவது தவிர்க்க முடியாதது./ இந்தக் காலத்தில் யாரை நம்ப முடிகிறது?/ உங்களால் கடனாகப் பத்தாயிரம் ரூபாய் தர முடியுமா? **7:** *(பே.வ.) (எதிர்மறை வடிவங்களில்)* **(உடல்நிலை) நலமாக இருத்தல்;** have energy or health; feel fit. உடம் புக்கு முடியவில்லை என்று அம்மா படுத்துவிட்டாள். **8:** *(பெரும்பாலும் 'முடிந்த' என்ற வடிவத்தில் வரும் போது)* **தீர்மானிக்கப்படுதல்;** established. தமிழ் நாடகத் தின் தோற்றம் குறித்து முடிந்த முடிவாக எதையும் இப் போது கூற இயலாது. **9:** *(இலங்.)* **(ஒன்று) இல்லாமல் போதல்; தீர்தல்;** be exhausted or used up. கையில் இருந்த காசெல்லாம் முடிந்துவிட்டது. உடனே கொஞ்சம் பணம் அனுப்பு./ கடையில் இருந்த சரக்கெல்லாம் நேற்றோடு முடிந்துவிட்டது.

முடி² வி. *(முடிய, முடிந்து)* **1: (சேர்த்து) முடிச்சிடுதல்; சுற்றிக் கட்டுதல்;** gather up (sth.) into a knot;. கூந்தலைத் தழைய முடிந்திருந்தாள்./ தலையில் துணியை முடிந்து கொண்டாள். [(தொ.சொ.) **இணை/ கட்டு/ பிணை/ பின்னு/ பூட்டு**] **2: (துணியின் நடுவில் அல்லது முனை யில் ஏதோ ஒன்றை வைத்து) இறுக்கி முடிச்சுப்போடு தல்;** tie up (sth. in a cloth, etc.,). கீரை விற்பவள் காசை முந் தானையில் முடிந்துகொண்டாள். **3: (தலையில் பூ முதலி யவற்றை) செருகுதல்; அணிதல்;** put (flowers, etc.,) in (someone's hair). தலையில் பூ முடிந்து விடுகிறேன், வா!

முடி³ வி. *(முடிக்க, முடித்து)* **1: (செயல், நிகழ்ச்சி போன் றவை) மேற்கொண்டு தொடராத நிலையை அல்லது நிறைவுபெற்ற இறுதி நிலையை அடையச் செய்தல்; ஒன்று நிகழ்த்தப்பட்ட அல்லது நிறைவேற்றப்பட்ட நிலையை அடையச் செய்தல்;** complete or finish (a work, one's studies, etc.,); end (one's speech). சமையலை முடித்து விட்டு வந்து பேசுகிறேன்./ முடிக்க வேண்டிய வேலைகள் நிறைய இருக்கின்றன./ என் பையன் இப்போதுதான் பள் ளிப் படிப்பை முடித்திருக்கிறான்./ அவர் பேச்சை முடிப் பதுபோல் தெரியவில்லை./ நாயகன் புரட்சி வீரனாக மாறு வதாகக் கதாசிரியர் கதையை முடித்திருக்கிறார்./ எனது வாதத்தை இத்துடன் முடித்துக்கொள்கிறேன்./ பிரதமர் தனது சுற்றுப் பயணத்தை இன்று முடித்துக்கொண்டு நாடு திரும்புகிறார்./ பூச்சு வேலைகளை நாளைக்குள் முடித்து விடுவதாகக் கொத்தனார் சொன்னார். **2: (திருமணம், ஒப் பந்தம் போன்றவை) அமைவதற்கு ஏற்பாடு செய்தல்;** finalize. பெண்ணுக்குச் சீக்கிரம் கல்யாணத்தை முடிக்க வேண்டும்./ இந்த வீட்டை எப்படியாவது நான் உங்க ளுக்கே முடித்துத்தருகிறேன் என்று வீட்டுத் தரகர் உறுதிய ளித்தார். **3:** *(பே.வ.)* **(ஒருவரை) இல்லாதபடி ஆக்குதல்; கொல்லுதல்;** destroy; kill. அவனைக் காட்டிக்கொடுத்தது நான்தான் என்பது தெரிந்தால் என்னை முடித்துவிடுவான்.

முடி⁴ வி. *(முடிக்க, முடித்து)* **(பூவை) அணிந்துகொள்ளு தல்; சூட்டிக்கொள்ளுதல்;** adorn one's head (with flowers). பூ முடித்துப் பொட்டு வைத்து அழகுபடுத்திக்கொண்டாள்.

முடி⁵ பெ. **1: உடலில் (குறிப்பாகத் தலையில்) தொடு உணர்வு இல்லாத, வளர்ந்துகொண்டேயிருக்கும் மெல் லிய இழை; மயிர்;** hair. என் தங்கைக்கு முழங்காலைத் தொடும் அளவுக்கு முடி இருக்கும்./ பிடரி முடி காற்றில் பறக்கக் குதிரை ஓடிக்கொண்டிருந்தது. *(பார்க்க, படம்: உடல்)* **2:** *(உ.வ.)* **(அரசரின்) கிரீடம்;** crown. மணிமுடி தரித்த மன்னன். **3:** *(உ.வ.)* **அரசாட்சி;** crown. காதலுக்காக முடி துறந்த மன்னர்களும் உண்டு.

முடி⁶ பெ. *(பே.வ.)* **1: முடிச்சு;** knot. கயிற்றில் எத்தனை முடிபோட்டிருக்கிறது, பார்! **2: நிறையச் சேர்த்துக் கட்டிய கதிரின் தொகுப்பு;** sheaf. எனக்கு இன்னும் நாலு முடி நாற்று வேண்டும்.

முடிக்கயிறு பெ. **(கையில் அல்லது கழுத்தில் கட்டிக் கொள்ள) மந்திரித்துத் தரும் முடிச்சுகள் போட்ட கயிறு;** amulet in the form of a knotted cord.

முடிச்சு¹ பெ. **1: எளிதில் அவிழ்ந்துவிடாதபடி அல்லது பிரிந்துவர முடியாதபடி கயிறு, துணி முதலியவற்றில் ஒன்றோடு ஒன்றைச் சேர்த்துக் கட்டப்பட்டிருப்பது/ ஒரு பொருளைச் சுற்றிக் கயிறு, துணி முதலியவற்றால் கட்டப்பட்டிருப்பது;** knot. இப்படியா முடிச்சுப் போடு வார்கள்; கட்டைப் பிரிக்கவே முடியவில்லையே?/ தலை முடி முடிச்சுமுடிச்சாக இருந்தது./ *(உரு வ.)* கதையின் ஆரம்பத்தில் விழுந்த முடிச்சை ஆசிரியர் இறுதியில் திறம் பட அவிழ்த்திருக்கிறார். [(தொ.சொ.) **சிப்பம்/ மூட்டை**] **2: மேற்குறிப்பிட்ட வடிவத்தில் உடலில் காணப்படும் உறுப்பு அல்லது பகுதி;** node. தாடைக்குக் கீழ் காணப் படும் முடிச்சுகளில் வீக்கம் இருந்தால் பல்லில் அல்லது தொண்டையில் தொற்று இருக்கலாம்.

முடிச்சு² பெ. *(வ.வ.)* *(கயிறு, சணல் ஆகியவற்றின் நீளத் தைக் குறிக்கும்போது)* **சுமார் பத்து மீட்டர் கொண்ட**

முடிச்சுப் போடு 1080

அளவு; approximately a measure of ten metres in length (as of rope, etc.,) நாலு முடிச்சுக் கயிறு வாங்கிக்கொண்டு வா.

முடிச்சுப் போடு வி. (போட, போட்டு) 1: **(உறுதியாகத் தெரியாத, தொடர்பற்ற இரண்டு விஷயங்களை) தொடர்புபடுத்துதல்;** link (two events, etc., not necessarily with justification). சண்டை நடக்கும்போது நான் அங்கிருந்தது உண்மை. அதற்காகச் சண்டையையும் என்னையும் முடிச்சுப் போட்டுவிடாதீர்கள்./ ஆளுங்கட்சித் தொண்டரின் திருமணத்திற்கு எதிர்க்கட்சிப் பிரமுகர் வந்ததை வைத்து முடிச்சுப் போட்டுப் பேசுவது நல்லதல்ல. 2: **(ஒரு ஆணுக்கும் பெண்ணுக்கும் இடையில்) திருமண உறவுக்கான சாத்தியத்தைப் பற்றி அல்லது வேறு விதத்தில் உறவு இருப்பதற்கான வாய்ப்பைப் பற்றிப் பேசுதல்;** fancy a marriage between two people; imagine an affair. சின்ன வயதிலிருந்து என்னையும் என் அத்தை மகளையும் உறவினர்கள் முடிச்சுப் போட்டுப் பேசுவார்கள். கடைசியில் இருவரும் வெவ்வேறு இடத்தில் திருமணம்செய்துகொண்டோம்./ கூட வேலைபார்க்கும் பெண்ணை உன்னோடு முடிச்சுப் போட்டுப் பேசுகிறார்களே? அது உனக்குத் தெரியுமா?

முடிசூட்டுவிழா பெ. **(அரச பரம்பரையில் வந்த) ஒருவர் ஆட்சிப் பொறுப்பு ஏற்பதற்கு அடையாளமாக அவருக்குக் கிரீடம் சூட்டும் நிகழ்ச்சி;** coronation.

முடிசூடு வி. (-சூட, -சூடி) **(மணிமுடி தரித்து) அரசாட்சியை ஏற்றல்;** crown. தந்தைக்குப் பின் மகன் அரசனாக முடிசூடுவதே மரபாக இருந்திருக்கிறது.

முடிதிருத்தகம் பெ. **முடியைக் குறைத்து அல்லது திருத்தி அழகுபடுத்தும் கடை;** hairdressing salon.

முடிதிருத்து வி. (-திருத்த, -திருத்தி) **முடியைக் குறைத்து அல்லது திருத்தி அழகுபடுத்துதல்;** cut or trim the hair. முடிதிருத்தும் நிலையம்.

முடிதிருத்துநர் பெ. **முடிதிருத்துதல், முகச்சவரம் செய்துவிடுதல் போன்றவற்றைத் தொழில்முறையாகச் செய்பவர்;** hairdresser.

முடிப்பு பெ. **(பணம், நகை முதலியவற்றைத் தொகுத்து) துணி போன்றவற்றில் கட்டி வைத்திருப்பது;** (money, articles of jewellery) wrapped (in a cloth) or tied up. கோயில் உண்டியலில் கிடந்த ஒரு முடிப்பில் பத்தாயிரம் ரூபாய் இருந்தது.

முடிபு பெ. (உ.வ.) காண்க: **முடிவு.**

முடிமயிர் பெ. (இலங்.) **(பெண்கள் முடியோடு பின்னிக்கொள்ளும்) சவுரி;** false hair. முடிமயிர் வைத்து முடிந்ததனால் கொண்டை இவ்வளவு பெரிதாக இருக்கிறது.

முடியரசு பெ. காண்க: **முடியாட்சி.**

முடியாட்சி பெ. **அரசரால் அல்லது அரசியால் நடத்தப்படும் ஆட்சி;** monarchy. இன்றும் சில நாடுகளில் பெயரளவில் முடியாட்சி இருக்கிறது.

முடியியல் பெ. (பு.வ.) **சிகை அலங்காரம்;** hairdressing.

முடியிறக்கு வி. (-இறக்க, -இறக்கி) **(வேண்டுதலின் பொருட்டுக் கோயிலில்) தலைமுடியை மழிக்கும் சடங்கை நிறைவேற்றுதல்;** have one's head shaved or tonsured in fulfilment of a vow. பக்தர்களுக்கு முடியிறக்க நான்கு கொட்டகைகள் இந்தக் கோயிலில் உள்ளன./ குழந்தைக்கு முடியிறக்கிக் காதுகுத்த வேண்டும்.

முடியைப் பிய்த்துக்கொள் வி. (-கொள்ள, -கொண்டு) **(ஒரு பிரச்சினைக்கு) தீர்வு காண முடியாமல் அவதிப்படுதல்;** rack one's brains (to solve a problem); be driven mad.

முடிவு பெ. 1: **ஒரு நிகழ்ச்சி, செயல், கதை முதலியவை நிறைவடைந்து மேலும் தொடராமல் நின்றுவிடும் நிலை; இறுதி; கடைசி;** end (of sth.). மாநாட்டின் முடிவில் சிறப்பு அறிக்கை வெளியிடப்பட்டது./ எதிர்பாராத ஒரு முடிவுடன் இந்தத் திரைப்படம் முடிகிறது./ இவன் அட்டூழியத்துக்கு ஒரு முடிவு வராதா? 2: **(போட்டி, தேர்வு போன்றவற்றில்) வெற்றி, தோல்விகளைப் பற்றி இறுதியாகக் கொடுக்கப்படும் தகவல்;** result (of a competition, examination, etc.,). நாடாளுமன்றத் தேர்தல் முடிவுகள் நள்ளிரவிலிருந்து வெளிவரத் துவங்கும்./ பள்ளி இறுதித் தேர்வு முடிவு வெளிவந்த செய்தித்தாள் இருக்கிறதா?/ உலகக் கோப்பை அரையிறுதி முடிவுகளைப் பொறுத்துதான் யார் வெற்றி பெறப்போகிறார்கள் என்பதைச் சொல்ல முடியும். 3: **ஆராய்ச்சி, விசாரணை போன்றவை இறுதியாக வெளியிடும் தகவல்;** result (of an investigation, test, etc.,) இரட்டைக் கொலை வழக்கின் விசாரணை முடிவுகளைக் காவல்துறையினர் பத்திரிகைக்காரர்களிடம் தெரிவிக்க மறுத்துவிட்டனர்./ மக்களிடம் பாலியல் குறித்த விழிப்புணர்வு பெருகிவருவதை இந்தக் கருத்துக்கணிப்பின் முடிவுகள் தெரிவிக்கின்றன./ இரத்தப் பரிசோதனையின் முடிவை மாலையில் தருவதாகக் கூறினார்கள்./ தனது ஆராய்ச்சியின் முடிவைப் பற்றி அவர் யாரிடமும் வாய்திறக்கவில்லை. [(தொ.சொ.) *அபிப்பிராயம்/ ஆலோசனை/ எண்ணம்/ கருத்து/ திட்டம்/ யோசனை*] 4: (-ஆக, -ஆன) **(நிலை, கருத்து குறித்து வரும்போது) உறுதி; இறுதி;** that which is final. இதுதான் உன் முடிவான கருத்து என்றால் நான் ஒன்றும் சொல்வதற்கில்லை./ முடிவாகச் சொல்லிவிடு; வியாபாரத்தில் கூட்டுச் சேருகிறாயா, இல்லையா? [(தொ.சொ.) *எண்ணம்/ தீர்மானம்/ நிலைப்பாடு*] 5: **தீர்மானம்;** decision. வேலையை விட்டுவிடுவது பற்றி அப்பாவிடம் சொல்வது என்கிற முடிவுக்கு வந்தான். 6: **(சட்ட பூர்வமான) தீர்ப்பு;** verdict. கீழ்நீதிமன்றங்களின் முடிவை மாற்றும் அதிகாரம் உயர் நீதிமன்றத்துக்கு உண்டு. [(தொ.சொ.) *தீர்ப்பு/ தீர்வு/ நிவர்த்தி/ பரிகாரம்/ வழி/ வழிமுறை/ விடை*]

முடிவுகட்டு வி. (-கட்ட, -கட்டி) 1: **(ஒன்றைக் குறித்து) தீர்மானமான முடிவை எடுத்தல்; தீர்மானித்தல்;** decide. இரண்டு நாள் வேலைக்கு வரவில்லையென்றால் நான் வேலையைவிட்டு நின்றுவிட்டேன் என்று முடிவுகட்டிவிடுவார்கள்./ நடித்தால் கதாநாயகனாகத்தான் நடிப்பது என்று முடிவுகட்டிக்கொண்டான். 2: **(ஒன்று அல்லது ஒருவர் தொடர்ந்து தொல்லை, பாதகம் ஏற்படுத்துவதை) மேலும் தொடர முடியாத நிலையை அடையச் செய்தல்;** put an end to (sth.). 'அவனுடைய கொட்டத்திற்கு முடிவுகட்டுகிறேனா இல்லையா, பார்' என்று சவால்விட்டான்./ பயங்கரவாதத்திற்கு முடிவுகட்டாவிட்டால் நாடு சிதறிவிடும் அபாயம் இருக்கிறது.

முடிவுரை பெ. **(கட்டுரை, ஆய்வு நூல் போன்றவற்றை) முடித்துவைக்கும் வகையில் அமையும் இறுதிப் பகுதி; (கூட்டத்தின் இறுதியாக அமையும்) நிறைவுரை;** conclusion; concluding speech or remark. கட்டுரையின் முடிவுரையில் நீ எழுதியிருப்பது படிப்பவரை நிச்சயம் சிந்திக்கத் தூண்டும்./ விழாவின் இறுதியில் தலைவர் முடிவுரை ஆற்றினார்.

முடிவெட்டு வி. (-வெட்ட, -வெட்டி) **தலைமுடியைக் கத்தரித்துச் சீர்செய்தல்;** have or give a haircut. சிறுவருக்கு முடிவெட்டக் கட்டணம் ரூபாய் ஐம்பது.

முடுக்கம் பெ. (இயற்.) **குறிப்பிட்ட வேகத்தில் குறிப்பிட்ட திசையில் சென்றுகொண்டிருக்கும் ஒரு பொருளின் வேகத்தில் ஏற்படும் மாற்றம்;** acceleration.

முடுக்கிவிடு வி. (-விட, -விட்டு) **(மேலும்) தீவிரமாக, திறமையாக அல்லது வேகமாகச் செயல்படும்படி தூண்டுதல்;** step up; accelerate. தேர்தல் நெருங்கியதும் அனைத்துக் கட்சிகளும் பிரச்சாரப் பணிகளை முடுக்கிவிட்டன./ போட்டி வேட்பாளருக்கு எதிராக அவதூறான பிரச்சாரங்களை முடுக்கிவிட்டிருக்கிறார்.

முடுக்கு¹ வி. (முடுக்க, முடுக்கி) 1: **(பொம்மை, இயந்திரம் முதலியவற்றை இயக்குவதற்காக) விசை, சாவி போன்றவற்றைத் திருகுதல்;** set in motion; wind. பொம்மை காரில் சாவியை நுழைத்து முடுக்கினான். 2: **(திருகாணி முதலியவற்றை) உட்செலுத்துதல் /உட்செலுத்துவதன்மூலம் ஒன்றைப் பொருத்துதல்;** screw (sth.). மரை தேய்ந்திருப்பதால் ஆணியைச் சரியாக முடுக்க முடியவில்லை./ அலமாரிக் கதவின் உட்புறத்தில் பூட்டை முடுக்கினேன். 3: **(வண்டியில் பூட்டியிருக்கும் மாடு, குதிரை போன்றவற்றை) வேகமாகச் செல்லும்படி செய்தல்;** goad. மாட்டை முடுக்கிவிட்டதும் வேகம் அதிகரித்தது.

முடுக்கு² பெ. 1: **அகலக் குறைவான வழி; சந்து;** lane. தெருவிலிருந்து வீட்டுக்குப் போகும் முடுக்கு இருண்டு கிடந்தது. 2: (வட்டார வ.) **மூலை;** (street) corner. தெரு முடுக்கில் ஒரு பெட்டிக்கடை.

முடுக்குத் தெரு பெ. (இலங்.) **வளைந்துவளைந்து செல்லும், அகலம் குறைந்த தெரு;** winding, narrow lane.

முடுகு பெ. (மண்.) **பச்சை மட்பாண்டங்களைச் சூளையில் அடுக்கிச் சுடுவதற்குப் பதிலாகத் தரையில் அடுக்கிச் சுடும் முறை;** stacking earthenware vessels on the ground for open firing without the need of a kiln.

முடை¹ வி. (முடைய, முடைந்து) **(பாய், கூடை முதலியவை) பின்னுதல்;** plait (a basket); weave (a mat). கூடை முடைவோருக்குக் குறைந்த கூலியே கிடைக்கிறது./ எங்கள் பள்ளியில் பாய் முடையக் கற்றுக்கொடுக்கிறார்கள்.

முடை² பெ. **(பணம், பொருள் போன்றவற்றுக்கு) தட்டுப்பாடு;** lack; shortage. விதை நெல்லுக்கு இப்போது சற்று முடை./ பண முடையினால் மோதிரத்தை விற்றுவிட்டேன்.

முடைசல் பெ. (வட்டார வ.) **(ஓடும் தண்ணீரின் வேகத்தை மட்டுப்படுத்திக் கரை இடிந்துவிடாமல் பாதுகாப்பதற்காக) கரையை ஒட்டி ஆற்றுக்குள் மூங்கில் கழிகளால் நீளமாகக் கட்டிவைக்கும் வேலி போன்ற அமைப்பு;** hedge-like arrangement of bamboo branches built perpendicular to the river bank to prevent erosion.

முடைநாற்றம் பெ. **(கெட்டுப்போன இறைச்சி, புளித்த மோர் முதலியவற்றிலிருந்து வருவது போன்ற) ஒரு வகை துர்நாற்றம்;** foul smell (of rotten meat, sour milk, etc.,).

முண்டக்கட்டை பெ. (-ஆக) (பே.வ.) **அம்மணம்; நிர்வாணம்;** nakedness. கோயில் பக்கம் ஒரு பைத்தியம் முண்டக்கட்டையாகத் திரிந்துகொண்டிருந்தது.

முண்டம் பெ. 1: **தலையில்லாத (மனித) உடல்;** headless (human) body; trunk. 2: **நிர்வாண உடல்;** naked body. குழந்தை முண்டமாக ஓடிவந்தது. 3: **'முட்டாள்' என்ற பொருளில் பயன்படுத்தும் ஒரு வசைச் சொல்;** (as a term of abuse) stupid person. 'அறிவு கெட்ட முண்டமே!' என்று திட்டினார்.

முண்டா பெ. (பே.வ.) **தோளுக்குக் கீழாகவும் முழங்கைக்கு மேலாகவும் அமைந்துள்ள திரண்ட சதையுடன் கூடிய பகுதி;** upper arm. உடற்பயிற்சி செய்துவந்ததால் முண்டா திரண்டிருந்தது.

முண்டாசு பெ. **(பாரத்தைச் சுமக்க, வெயிலுக்குப் பாதுகாப்பாக) தலையைச் சுற்றிக் கட்டப்பட்ட துணி;** headdress of cloth; loosely worn turban. வீட்டுக்குள் நுழைந்ததும் முண்டாசை அவிழ்த்தான்.

முண்டா தட்டு வி. (தட்ட, தட்டி) **(சண்டையிடும் நோக்கத்தோடு) சவால்விடுதல்;** challenge s.o. to a fight. திருவிழாவில் ரகளை பண்ண வேண்டும் என்றே ஒரு கோஷ்டி முண்டா தட்டிக்கொண்டிருக்கிறது./ நேற்று முளைத்த பயல் என்னைப் பார்த்து முண்டா தட்டுகிறானா?

முண்டா பனியன் பெ. **கைப்பகுதி இல்லாத பனியன்;** sleeveless vest.

முண்டா பனியன்

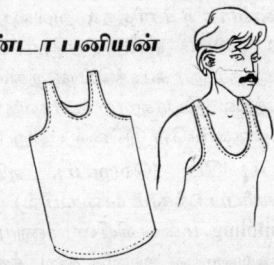

முண்டியடி வி. (முண்டியடிக்க, முண்டியடித்து) **(கூட்டத்தில் முன்னே போக ஒருவரையொருவர்) நெருக்கித் தள்ளுதல்;** jostle against; push around. பேருந்தில் முண்டியடித்து ஏறினார்./ நடிகரைப் பார்க்கக் கூட்டம் முண்டியடித்துக்கொண்டு வந்தது.

முண்டு¹ வி. (முண்ட, முண்டி) (பே.வ.) **முட்டுதல், நெருக்குதல் போன்ற செயல்களைச் செய்தல்;** jostle. மிட்டாய் வாங்குவதற்காகப் பிள்ளைகள் முண்டி மோதின./ வரிசையில் பின்னால் நின்றவர்கள் முன்னால் நின்றவர்களை முண்டித் தள்ளினர்./ 'முண்டாமல் படு' என்று அம்மா சத்தம் போட்டாள்./ 'வயிற்றுக்குள் குழந்தை முண்டுகிறது' என்றாள் என் மனைவி./ (உரு வ.) அவரை முண்டிப்பார்த்தால் ஏதாவது தகவல் கிடைக்கும் என்று பேச்சுக்கொடுத்தான்.

முண்டு² பெ. **முடிச்சுப் போன்றது;** knot. அவருடைய புறங்கையில் நரம்புகள் முண்டும் முடிச்சுகளுமாகக் காணப்பட்டன.

முண்டு[3] பெ. *(ஊரக வ.)* **வேட்டி;** unstitched piece of cloth for men worn from waist to ankle; (in India) dhoti. கதர் முண்டு, கையில்லாத பனியனுடன் தாத்தா சாய்வு நாற்காலியில் உட்கார்ந்திருந்தார்.

முண்டுகொடு வி. (-கொடுக்க, -கொடுத்து) *(இலங்.)* **முட்டுக் கொடுத்தல்;** give a support or prop. சாய்ந்து கிடந்த வாழை மரத்துக்கு முண்டுகொடுத்து நிமிர்த்தியிருக் கிறார்கள்.

முணுக்கென்றால் வி.அ. *(பே.வ.)* **எடுத்ததற்கெல்லாம்;** at the slightest provocation. முணுக்கென்றால் அவருக்குக் கோபம் வந்துவிடும்./ முணுக்கென்றால் ஒரு புதிய கட்சி முளைத்து விடுகிறது./ முணுக்கென்றால் என் சின்னப் பெண் அழுதுவிடுவாள்.

முணுமுணு வி. (முணுமுணுக்க, முணுமுணுத்து) **1: (வெறுப்பு, அதிருப்தி முதலியவற்றை வெளிப்படுத்தும் வகையில்) தாழ்ந்த குரலில் தனக்குத் தானே பேசிக் கொள்ளுதல்; தாழ்ந்த குரலில் ஒருவரிடம் ரகசியமாகப் பேசுதல்;** mutter; talk in whispers. எதற்கு முணுமுணுக் கிறாய்? 'இஷ்டமில்லையென்றால் கடைக்குப் போக முடி யாது' என்று சொல்லிவிடு!/ நான் வரும்போது அவன் காதில் ஏதோ முணுமுணுத்துக் கொண்டிருந்தாயே? **2: வெளிப் படையாக இல்லாமல் தனது மனக்குறையை அல்லது விமர்சனத்தை ஒருவர் வெளிப்படுத்துதல்;** mutter. கட்சி யின் மாவட்டச் செயலாளரை மாற்றும் பேச்சுக்கே இட மில்லை என்றதும் தொண்டர்கள் முணுமுணுக்க ஆரம்பித்து விட்டார்கள்./ எனது இருபது வருட மண வாழ்க்கையில் என் கணவர் எதற்கும் முணுமுணுத்து நான் கேட்டதில்லை. **3: வாய்க்குள்ளாக உச்சரித்தல் அல்லது பாடுதல்;** mumble (mantras, prayers softly). ஏதோ மந்திரத்தை முணு முணுத்தவாறே தாத்தா கூடத்தில் நடந்துகொண்டிருந்தார்./ அந்தக் காலத்தில் தியாகராஜ பாகவதரின் பாடல்களை முணுமுணுக்காதவர்களே இல்லை என்று சொல்லலாம்.

முணுமுணுப்பு பெ. **(வெறுப்பு, அதிருப்தி முதலிய வற்றை வெளிப்படுத்தும் வகையில்) முணுமுணுக்கும் செயல்;** grumbling. மனைவியின் முணுமுணுப்பைத் தாங்க முடியாமல் அவளுடன் ஜவுளிக் கடைக்குக் கிளம்பினார்./ நான் கேட்டபோதெல்லாம் எந்தவித முணுமுணுப்பும் இல்லாமல் அப்பா பணம் கொடுப்பார்.

முத்தடுப்பு ஊசி பெ. **(குழந்தைகளுக்குப் போடப் படும்) தொண்டை அடைப்பான், கக்குவான் இருமல், தசைவிறைப்பு ஜன்னி ஆகிய மூன்று நோய்களுக்கு மான தடுப்பு மருந்து;** triple antigen.

முத்தம் பெ. **(அன்பு, காதல் முதலியவற்றை வெளிப் படுத்தும் விதமாக ஒருவர் மற்றொருவரின் கன்னம், உதடு முதலிய பகுதிகளில் அல்லது ஒரு பொருளில்) உதட்டைப் பதித்தல்;** kiss. முத்தம் கொடுக்கச் சொன் னால் குழந்தை என் கன்னத்தைக் கடித்துவிட்டது./ 'பிரிய மானவளுக்கு என் அன்பு முத்தங்கள்' என்று கடிதத்தை ஆரம்பித்தான்./ ஒட்டப் பந்தயத்தில் தங்கப் பதக்கம் வென்ற வீராங்கனை பதக்கத்துக்கு முத்தம் கொடுத்தவாறு இருக்கும் புகைப்படம்.

முத்தமிடு வி. (-இட, -இட்டு) **முத்தம் கொடுத்தல்;** kiss. குழந்தையின் கன்னங்களில் மாறிமாறி முத்தமிட்டான்./ மகனை நெற்றியில் முத்தமிட்டு வழியனுப்பினாள்.

முத்தமிழ் பெ. **(தமிழ் இலக்கியத்தில்) இயல், இசை, நாடகம் என்ற மூன்று பிரிவுகளையும் குறிப்பது;** the three kinds of (Tamil) literature, viz. இயல், இசை, நாடகம்.

முத்தலாக் முறை பெ. *(இஸ்.)* **(ஒருவர்) மூன்று முறை 'தலாக்' என்று கூறித் தான் திருமணம் செய்துகொண்ட பெண்ணை விவாகரத்து செய்யும் முறை;** the system of divorcing one's wife by uttering the word 'Talaq' thrice. முத்தலாக் முறை இப்போது தடைசெய்யப்பட்டுவிட்டது.

முத்தாய்ப்பு பெ. (-ஆக, -ஆன) **(பேச்சு, படைப்பு அல் லது ஒரு நிகழ்ச்சியின்) சிறப்பான, கச்சிதமான முடிவு;** effective or precise end. மாநாட்டுக்கே முத்தாய்ப்பாக இருந்தது தலைவரின் முடிவுரை./ பிரதமரின் சுற்றுப் பய ணத்தில் முத்தாய்ப்பாக அமைந்தது ஜப்பான் பயணம் தான்./ நிகழ்ச்சியின் முத்தாய்ப்பாக 'அலைபாயுதே கண்ணா' என்ற பாடலை வித்வான் பாடினார்./ படத்தின் இறுதியில், 'காதல் ஒரு தடவைதான் பூக்கும்' என்ற வசனத் துடன் இயக்குநர் முத்தாய்ப்பு வைக்கிறார்.

முத்தி பெ. *(தத்.)* **உலகோடு ஆன்மாவுக்கு உள்ள தொடர்பு அறுந்த நிலை; பந்த பாசத்திலிருந்து விடு பட்ட நிலை;** self-realization; liberation (from the bonds of the world); spiritual freedom.

முத்திரை பெ. **1: (அரசு, அமைப்பு முதலியவற்றின்) சின்னம்/(ஒரு அலுவலகத்தை அல்லது அதிகாரியை) அடையாளப்படுத்தும் குறியீடு;** (royal) insignia; (office) seal; emblem. சோழர் முத்திரை பொறித்த நாணயங்கள்/ உதவித்தொகைக்கான விண்ணப்பத்தில் கல்லூரி முதல் வரின் கையெழுத்துடன் முத்திரையும் இருக்க வேண்டும்./ முத்திரையைப் பார்த்தால் கடிதம் என்றைக்கு அஞ்சல் செய்யப்பட்டது என்பது தெரியும். **2: (வாக்குச் சீட்டு முதலியவற்றில்) வாக்காளர் பதிக்கும் குறியீடு;** mark (that is to be placed on a ballot paper, etc.,). 'நாற் காலிச் சின்னத்தில் முத்திரையிடுங்கள்' என்று ஒலிபரப்பிக் கொண்டு பிரச்சார வண்டி சென்றது. **3: (உறை முதலி யவை பிரிக்கப்படாமல் இருப்பதற்கான) அரக்குப் பதிவு;** wax seal. முத்திரையிடப்பட்ட ஒப்பந்தப் புள்ளிகள். **4: ஒருவருடைய செயல், படைப்பு போன்றவற்றில் வெளிப்படும் தனித்துவத்தின் அடையாளம்;** mark; stamp; brand. காதல் காட்சியில் இயக்குநரின் முத்திரை தெரிகிறது./ டிகிரி காப்பி என்பது கும்பகோணத்தின் தனி முத்திரை./ முதல் தொகுப்பு அளவுக்கு இந்தத் தொகுப்பு இல்லாவிட்டாலும் கவிஞரின் முத்திரை அங்கங்கே வெளிப் படுவதைச் சொல்லியாக வேண்டும். **5:** *(நாட்.)* **ஒரு கருத் தைக் குறிப்பாகத் தெரிவிக்கும் கை அசைவு;** stylized sign made with the hands expressive of one's thoughts, feelings, etc., அபய முத்திரையுடன் இருக்கும் திருமாலின் சிற்பம். **6:** *(இலங்.)* **அஞ்சல் தலை;** (postage) stamp. பத்து ரூபாய் முத்திரை ஒட்டியது போதவில்லை.

முத்திரைக் கட்டணம் பெ. **நிலம், வீடு போன்ற சொத்து களை வாங்கும்போது சொத்து மதிப்பின் அடிப் படையில் அரசுக்குச் செலுத்த வேண்டிய கட்டணம்;** fee paid in the registration office (while buying a property) based on the value of the property.

முத்திரை குத்து வி. (குத்த, குத்தி) **(ஒன்றின் மீது அல்லது ஒருவர்மீது குறிப்பிட்ட) அடையாளத்தைச் சுமத்துதல்;** label (s.o. or sth.). இந்தப் படத்தைக் காதல் கதை என்று முத்திரை குத்த நான் விரும்பவில்லை./ நியாயத்தைக் கேட்கப்போனால் சண்டைக்காரன் என்று முத்திரை குத்தி விடுவார்கள்.

முத்திரைத்தாள் பெ. **கிரயப் பத்திரம், ஒப்பந்தம் போன்ற ஆவணங்களை உருவாக்க உரிய முத்திரைக் கட்டணம் செலுத்தத் தேவையான விலை குறிப்பிடப்பட்டிருக்கும், அரசாங்கம் அச்சிட்டுத் தரும் தாள்;** stamp-paper (for writing deeds on).

முத்திரைத் தீர்வை பெ. (பு.வ.) **நிலம், மனை, வீடு போன்றவை வாங்கும்போதோ அல்லது அடமானம், ஒப்பந்தம் நடைபெறும்போதோ தொடர்புடைய ஆவணங்களைப் பதிவு செய்யப் பொருளின் மதிப்பில் குறிப்பிட்ட சதவீதம் மத்திய அரசுக்குக் கட்ட வேண்டிய வரி;** stamp duty paid to the Central Government in property transactions such as sale, mortgage or agreement to sell,etc.,

முத்திரை பதி வி. (பதிக்க, பதித்து) **(ஒரு துறையில்) தன்னுடைய தனித்தன்மையை விளங்கச் செய்தல் அல்லது நிலைநாட்டுதல்;** make a mark. சின்னத்திரையில் முத்திரை பதிக்க வேண்டும் என்ற அவருடைய நீண்ட நாள் ஆசை நிறைவேறிவிட்டது./ தகவல் தொழில்நுட்பத் துறையில் முத்திரை பதித்துள்ள நிறுவனம்.

முத்திரை மோதிரம் பெ. **(பழங்காலத்தில்) அரசனைப் பிரதிநிதித்துவப்படுத்தும் வகையில் முத்திரை பொறித்த மோதிரம்;** seal-ring.

முத்திரை வில்லை பெ. **(அரசு அலுவலகங்களில் தரும் மனு போன்றவற்றில் ஒட்ட வேண்டிய) அரசின் முத்திரை அச்சிடப்பட்ட, குறிப்பிட்ட விலை மதிப்பு உடைய வில்லை;** (in India) non-judicial stamp.

முத்து[1] வி. (முத்த, முத்தி) (அ.வ.) **முத்தம் தருதல்; முத்தமிடுதல்;** kiss.

முத்து[2] பெ. **1: (ஆபரணங்களில் பதிக்கும்) சிப்பியிலிருந்து எடுக்கப்படும் உருண்டை வடிவ வெண்ணிறப் பொருள்;** pearl. முத்து மாலை விலை அதிகம்./ முத்துப் போன்ற பற்கள். **2:** (-ஆன) **அருமை;** that which is excellent. முத்தான பேச்சு/ முத்தான காரணங்கள். **3:** (வ.வ.) **(சில வகைப் பழங்களில்) மேல்தோல் நீக்கப்பட்ட கொட்டை;** seeds of certain fruits without the outer skin. புளிய முத்து/ வேப்ப முத்து.

முத்துக்கர்ப்பம் பெ. **பெண்ணின் கருப்பையில் உருவான கரு சிதைந்து கட்டியாக மாறிய நிலை;** vesicular mole.

முத்துக்குளி வி. (-குளிக்க, -குளித்து) **கடலின் ஆழத்திற்குச் சென்று முத்துகளைச் சேகரித்தல்;** dive for pearl oysters. முத்துக்குளிப்பவர்களுக்கு நீண்ட நேரம் மூச்சு அடக்கத் தெரியும்.

முத்துக்கொட்டை பெ. (பே.வ.) **ஆமணக்கு;** castor (seed or plant).

முத்துமுத்தாக வி.அ. **1:** (வியர்வைத் துளிகள், பனித்துளிகள் போன்றவற்றைக் குறிக்கும்போது) **(ஒரு பரப்பின் மேல்) திவலைதிவலையாக;** as droplets. அவளுக்கு முகமெல்லாம் முத்துமுத்தாக வியர்த்திருந்தது./ இலைகளின் மேல் பனித்துளிகள் முத்துமுத்தாகப் படர்ந்திருந்தன. **2:** (கையெழுத்தைக் குறித்து வரும்போது) **தெளிவாகவும் அழகாகவும்;** (of handwriting) legibly and beautifully. என் சித்தப்பாவுடைய கையெழுத்து முத்துமுத்தாக இருக்கும்./ என் தம்பி முத்துமுத்தாக எழுதுவான்.

முத்துமுத்தான பெ.அ. **1:** (கையெழுத்தைக் குறித்து வரும்போது) **தெளிவாகவும் அழகாகவும் இருக்கிற;** (of handwriting) legible and beautiful. முத்துமுத்தான கையெழுத்து. **2: சிறப்பான; அருமையான;** excellent; rare. முத்துமுத்தான கருத்துகள்/ முத்துமுத்தான படைப்புகள்.

முத்துவிழா பெ. **(ஒருவரின் அல்லது ஒரு அமைப்பின்) எண்பதாம் ஆண்டின் நிறைவை ஒட்டிக் கொண்டாடப்படும் விழா;** celebration marking the completion of 80th year. பெரியவருடைய முத்துவிழாவை அவருடைய பிள்ளைகள் சிறப்பாகக் கொண்டாடினார்கள்./ வங்கியின் முத்துவிழாவை முன்னிட்டு வாடிக்கையாளர்களுக்கு ஏராளமான சலுகைகள் அறிவிக்கப்பட்டுள்ளன.

முதல்[1] பெ. **1: மூலதனம்;** capital; investment. சிறு அளவில் முதல் போட்டு ஏதாவது தொழில் துவங்கலாமா என்று யோசித்தார். **2: வட்டியுடன் திருப்பித் தர வேண்டிய கடன் தொகை; அசல்;** principal. இதுவரை வாங்கியது வட்டியும் முதலுமாக அறுபதாயிரத்துக்கு மேல் இருக்கும்.

முதல்[2] பெ. **1: (இடத்தில், காலத்தில்) ஆரம்பத்திலோ முந்தியதாகவோ இருப்பது;** first. முதலில் நான் சாப்பிடப் போகிறேன்./ முதல் வரிசை/ முதல் காட்சி/ என் முதல் மகனுக்கு நாளை திருமணம்./ நான் முதலில் உங்களுக்கு வணக்கம் தெரிவித்துக்கொள்கிறேன்./ நாம் முதலில் எந்தப் பிரச்சினையை எடுத்துக்கொள்ள வேண்டும்?/ முதலில் வந்த மாணவன். **2: எல்லாவற்றையும்விட உயர்ந்த நிலை;** chief. முதலமைச்சர்/ முதல் தரமான படம்.

முதல்[3] பெ. (ஊரக வ.) **(ஒரு நாற்று முடிச்சிலிருந்து எடுத்து) வயலில் நடும் மூன்று அல்லது நான்கு நாற்றுகளின் தொகுப்பு;** three or four paddy seedlings transplanted in a bunch. ஒரு முதலுக்கு நான்கு நாற்று இருக்குமாறு எடுத்து நடவு நட்டார்கள்.

முதல்[4] இ.சொ. **'(குறிப்பிடப்படுவது) தொடங்கி' என்ற பொருளில் பயன்படுத்தப்படும் இடைச்சொல்;** particle used in the sense of 'from' (in such sequence as 'from ... to'). அவர் ஏழு மணிமுதல் ஒன்பது மணிவரை கடையில் இருப்பார்./ இது சிறுவர்முதல் பெரியவர்வரை ரசிக்கும் திரைப்படம்/ உச்சிமுதல் பாதம்வரை நகை மயம்.

முதல் ஆட்டம் பெ. (பே.வ.) **திரையரங்கில் ஆறுமணி வாக்கில் காட்டப்படும் காட்சி;** (in India) first show of the day in a cinema, commencing at 6 in the evening. அந்தக் காலத்தில் நான் எம்.ஜி.ஆர். படங்களை முதல் ஆட்டம் பார்த்துவிட்டுத் தொடர்ந்து இரண்டாம் ஆட்டமும் பார்த்துவிட்டுதான் வீட்டுக்கு வருவேன்.

முதல் தகவல் அறிக்கை பெ. **ஒரு குற்றச் சம்பவத்தைப் பற்றிய விவரங்களை முதலில் காவல்துறையினருக்குத் தெரியப்படுத்தியதன் அடிப்படையில் விசாரணைக்கு முன்பு காவல்துறையினர் பதிவுசெய்யும் அறிக்கை;** (in

முதல்நிலைத் தேர்வு 1084

India) information of an offence first received and recorded by the police (abbreviated to F.I.R.). இந்தக் கொலையைக் குறித்த முதல் தகவல் அறிக்கையைப் பார்வையிடக்கூட வழக்கறிஞர் அனுமதிக்கப்படவில்லை.

முதல்நிலைத் தேர்வு பெ. (பு.வ.) **(பணி, கல்விச் சேர்க்கை போன்றவற்றுக்காக) ஒருவரின் திறனைச் சோதிக்க நடத்தப்படும் முதல் கட்ட எழுத்துத் தேர்வு;** preliminary examination. குடிமைப்பணி முதல்நிலைத் தேர்வு ஒத்திவைக்கப்பட்டுள்ளது.

முதல் நூல் பெ. **ஒரு நூலுக்கு மூலமாக அமைந்த வேறு ஒரு நூல்;** a work that is the basis of other works; source. கம்ப ராமாயணத்துக்கு வால்மீகி ராமாயணம்தான் முதல் நூல்.

முதல் மடைக்காரர் பெ. (ஊரக வ.) **(பாசன வாய்க்கால் பிரியும் இடத்தில்) முதலில் தண்ணீர் பாயும் வயலைப் பெற்றிருப்பவர்;** the person who owns the land at the tip of a river or canal which usually receives abundant supplies of water.

முதல் மந்திரி பெ. **முதலமைச்சர்; முதல்வர்;** (in India) Chief Minister (of a state or union territory).

முதல் மரியாதை பெ. **(கோயில் திருவிழா போன்றவை தொடங்கும்போது) ஊரில் முக்கியமானவராகக் கருதப்படும் நபருக்கு அளிக்கப்படும் மரியாதை;** symbolic show of respect to one considered the most important person in the local community at the beginning of a temple function.

முதல்முதல்-ஆக/-இல் வி.அ. காண்க: **முதன்முதல் -ஆக/-இல்.**

முதல்வர் பெ. **1: முதலமைச்சர்;** Chief Minister. மாநில முதல்வர்கள் சந்திப்பு. **2: (கல்லூரியை நிர்வகிப்பதில்) முதன்மைப் பொறுப்பு வகிக்கும் பேராசிரியர்; கல்லூரித் தலைவர்;** principal (of a college).

முதலமைச்சர் பெ. **(இந்தியாவில்) மாநிலத்தை அல்லது மத்திய அரசின் நேரடிப் பார்வைக்குக் கீழ் வரும் பகுதியை நிர்வகிக்கும், அமைச்சரவையில் முதன்மைப் பொறுப்பு வகிக்கும் அமைச்சர்;** (in India) Chief Minister (of a state or union territory).

முதலாளி பெ. **ஆட்களை வேலைக்கு அமர்த்திச் சொந்தத் தொழிலோ வியாபாரமோ செய்பவர்/வாகனம், நிலம் போன்றவற்றின் உரிமையாளர்;** one who invests in and runs a business, industry, etc.,; proprietor; owner. முதலாளிக்கும் தொழிலாளிக்கும் இடையே நல்லுறவு நிலவ வேண்டும்./ பெரிய கப்பல் ஒன்றின் முதலாளி அவர்./ தேயிலைத் தோட்ட முதலாளி/ விசைப்படகு முதலாளிகள்/ நான் வேலைபார்க்கும் பட்டறை முதலாளி.

முதலாளித்துவம் பெ. **ஒரு நாட்டின் உற்பத்திச் சாதனங்கள் பெருமளவில் தனியார் உடைமையாக இருக்கும் பொருளாதார அமைப்பு;** capitalism. சில முதலாளித்துவ நாடுகள்தான் இந்தப் போருக்குப் பின்னணியாகச் செயல்படுகின்றன./ முதலாளித்துவத்தைக் கடுமையாகச் சாடும் பாடல்களைப் பட்டுக்கோட்டை கல்யாணசுந்தரம் எழுதியிருக்கிறார்.

முதலாளியம் பெ. காண்க: **முதலாளித்துவம்.**

முதலான பெ.அ. (உ.வ.) காண்க: **முதலிய.**

முதலிய பெ.அ. **(பல வகையானவர்களையும் பல வகையானவற்றையும் ஒன்றன்பின் ஒன்றாகக் குறிப்பிடும்போது அவர்களை அல்லது அவற்றைப் போன்ற) ஏனைய பிற;** and the rest; etcetera; and such other. புகையிலை, இயந்திரங்கள், காகிதம் முதலிய பதினெட்டுப் பொருள்களின் மீது புதிய வரி விதிக்கப்பட்டுள்ளது./ இந்தியா, இலங்கை முதலிய நாடுகள் இந்தப் போட்டியில் கலந்துகொள்ளும்.

முதலிரவு பெ. **மணமக்கள் முதன்முதலில் தாம்பத்திய உறவு கொள்ளும் இரவு;** the night fixed for consummation of marriage.

முதலீட்டாளர் பெ. **(ஒரு தொழில், நிறுவனம், பங்குச் சந்தை முதலியவற்றில்) பணத்தை முதலீடு செய்பவர்;** investor. தகவல் தொழில்நுட்ப நிறுவனத்தின் பங்குகளை வாங்கிய முதலீட்டாளர்களுக்கு நல்ல லாபம் கிடைத்துள்ளது.

முதலீடு பெ. **1: லாபத்தை ஈட்டுவதற்காகத் தொழில், வியாபாரம் முதலியவற்றில் ஆரம்ப நிலையிலும் வங்கி போன்றவற்றில் சேமிப்பாகவும் போடப்படும் பணம்; மூலதனம்;** capital; investment. வங்கியில் முதலீடு செய்வது குறித்து நண்பனிடம் யோசனை கேட்டேன்./ ஐந்து கோடி முதலீட்டில் இந்தத் தொழிற்சாலை ஆரம்பிக்கப்பட்டிருக்கிறது./ மிகக் குறைந்த முதலீட்டில்தான் இந்தக் கடையை ஆரம்பித்தேன். **2: லாபம் ஈட்டுவதற்காகப் பங்குகளை வாங்கச் செலவிடப்படும் பணம்;** investment (in shares). பங்குச் சந்தையில் நடுத்தர வர்க்கத்தினரின் முதலீடு அதிகரித்துவருகிறது.

முதலுதவி பெ. **விபத்துக்குள்ளானவருக்கு அல்லது திடீரென்று உடல்நலம் பாதிக்கப்பட்ட நபருக்கு மருத்துவரிடம் காட்டும்வரை அளிக்கப்படும் உடனடி மருத்துவம்;** first aid. மூர்ச்சையடைந்தவருக்கு முதலுதவி அளிக்கும்போது செய்ய வேண்டிய முதல் வேலை மூளைக்கு அதிக இரத்த ஓட்டம் ஏற்படச் செய்வதாகும்./ எல்லாப் பேருந்துகளிலும் முதலுதவிப் பெட்டி இருக்க வேண்டியது அவசியம்.

முதலை பெ. **குட்டையான கால்களும் நீண்ட தாடைகளும் கூரிய பற்களும் நீண்ட உடலும் உடைய, நிலத்திலும் நீரிலும் வாழும், ஊர்வன இனத்தைச் சேர்ந்த பிராணி;** term common to crocodile and alligator.

முதலைக் கண்ணீர் பெ. **(அனுதாபத்திற்கு உரிய ஒரு விஷயத்தில் ஒருவர் காட்டும்) போலியான வருத்தம்;** crocodile tears. வல்லரசுகளின் முதலைக் கண்ணீரை நம்புவதற்கு நம் நாட்டு மக்கள் தயாராக இல்லை./ முன்பு சாதியம் பேசி வந்த அவர் இன்று சாதிக் கொடுமைகளைப் பற்றி முதலைக் கண்ணீர் வடிக்கிறார்.

முதற்கொண்டு இ.சொ. **'(குறிப்பிடப்படுவது) தொடங்கி வரிசையாக அல்லது தொடர்ச்சியாக' என்ற பொருளில் பயன்படுத்தப்படும் இடைச்சொல்; 'முதல்';** particle used in the sense of 'from (sth.) onwards...'. இந்தக் கடையில் எண்ணெய் முதற்கொண்டு அனைத்தையும் எடைபோட்டுதான் கொடுக்கிறார்கள்./ புதிய பாடத் திட்டம் ஜூன் முதற்கொண்டு நடைமுறைக்கு வருகிறது.

முதற்பெயர் பெ. (பு.வ.) **(ஒருவருடைய) முழுப் பெயரில் முதல் பகுதியாக அமையும் (அவருடைய) தந்தை அல்லது தாய் அல்லது சொந்த ஊரின் பெயர்;** first name.

முதற்பொருள் பெ. (தத்.) **கடவுள்;** god (the first cause).

முதன்முதல்-ஆக/-இல் வி.அ. **(இதற்கு முன் இல்லாமல்) முதல் முறையாக; முதல் தடவையாக;** for the first time. பரத நாட்டியம் முதன்முதல் எங்கு உருவானது?/ கிழவர் முதன்முதலாக இப்போதுதான் விமானத்தைப் பார்க்கிறார்./ முதன்முதலில் அவர் சென்னைக்கு வந்தபோது நான்தான் அவருக்குத் தங்க இடம் கொடுத்தேன்.

முதன்மை பெ. 1: (-ஆக, -ஆன) **(இருப்பவற்றுள்) முதலிடம் வகிக்கக்கூடியதாகவும் மிகவும் முக்கியமானதாகவும் அமைவது;** primary importance. நம் நாட்டில் விவசாயமே முதன்மைத் தொழிலாக உள்ளது./ எனது களப் பணியில் திரட்டப்பட்ட தரவுகள் யாவும் முதன்மை ஆதாரங்களாகக் கொள்ளப்பட்டன./ இந்த வேர்கள் அனைத்தும் முதன்மை வேர்களிலிருந்து கிளைக்கின்றன./ என் அன்னையிடமிருந்து கிடைத்த பாராட்டையே நான் முதன்மையாகக் கருதுகிறேன்./ பதவியைத் தவறாகப் பயன்படுத்தினார் என்பதுதான் அவர்மீது வைக்கப்படும் முதன்மையான குற்றச்சாட்டு. 2: **(பதவியில், நிலையில்) தலைமை;** (of officials) chief; (of office) main; head. முதன்மைப் பொறியாளர்/ முதன்மை நீதிபதி.

முதன்மை குரு பெ. (கிறித்.) **கத்தோலிக்க மறை மாவட்டத்தில் ஆயர் பதவிக்குக் கீழ் உள்ள அடுத்த நிலை;** vicar-general.

முதன்மைத் தேர்வு பெ. **(பணி, கல்விச் சேர்க்கை போன்றவற்றுக்காக) ஒருவரின் திறனைச் சோதிக்கும் விதத்தில் நடத்தப்படும் எழுத்துத் தேர்வு;** main examination. முதன்மைத் தேர்வில் வெற்றி பெறுபவர்களே நேர்முகத் தேர்வுக்கு அழைக்கப்படுவார்கள்./ குடிமைப் பணிக்கான முதன்மைத் தேர்வுக்கு விண்ணப்பங்கள் வரவேற்கப்படுகின்றன.

முதன்மைப்படுத்து வி. (-படுத்த, -படுத்தி) **முன்னிலைப்படுத்துதல்;** give s.o. or sth. the prime place. அவர் எதிலுமே தன்னை முதன்மைப்படுத்திக்கொள்ள மாட்டார்.

முதன்மை வினை பெ. (இலக்.) **தொடர் நிலையிலும் பொருள் நிலையிலும் தனித்து இயங்குவதும், வினையடையையும் துணை வினையையும் ஏற்பதுமான வினைச்சொல்;** main verb.

முதனூல் பெ. காண்க: **முதல் நூல்.**

முதிய பெ.அ. 1: **வயதான; மூத்த;** aged; old. முதிய பெண்மணி. 2: **அனுபவமிக்க; மூத்த;** experienced; senior. முதிய அரசியல்வாதி/ முதிய இலக்கியவாதி.

முதியவர் பெ. **மிகவும் வயதானவர்; முதியோர்; வயசாளி;** elderly person. பேருந்தில் முதியவர்களுக்குத் தனி இருக்கை ஒதுக்கப்பட்டுள்ளது./ அதோ செல்லும் அந்த முதியவரை உனக்கு அடையாளம் தெரிகிறதா?

முதியோர் பெ. **வயதில் மூத்தவர்கள்; வயதானவர்கள்;** senior citizen; old people; the aged. முதியோர் கல்வி/ முதியோர் இல்லம்.

முதிர் வி. (முதிர, முதிர்ந்து) **(மரம், காய் முதலியவை) அதிகபட்ச வளர்ச்சியை அடைதல்; முற்றுதல்;** (of trees, fruits, etc.,) become ripe or full-grown; mature. முதிர்ந்த மரங்கள்தான் மரவேலைகளுக்கு ஏற்றவை./ காய் முதிர்ந்ததும் பறிக்கலாம்./ இளம் செடியை மண்ணிலிருந்து பிடுங்குவதைவிட முதிர்ந்த செடியைப் பிடுங்குவது கடினம்.

முதிர்ச்சி பெ. **(ஒருவர்) அனுபவத்தாலும் அறிவாலும் பக்குவப்பட்ட நிலை;** maturity; ripeness. அவனுக்கு முதிர்ச்சி இல்லை. அதனால்தான் இப்படி நடந்துகொள்கிறான்./ அவர் பேச்சு அரசியல் முதிர்ச்சியைக் காட்டுகிறது.

முதிர்ந்த பெ.அ. 1: **அனுபவம், அறிவு போன்றவற்றால் பக்குவப்பட்ட;** veteran; seasoned. முதிர்ந்த சங்கீத அறிவு நிரம்பியவர்./ முதிர்ந்த இலக்கியவாதி. 2: **(வயது) அதிகமான;** elderly. சற்று வயது முதிர்ந்த பெண்களுக்கு இப்படிப்பட்ட உடல் ரீதியான பிரச்சினைகள் ஏற்பட வாய்ப்பு உள்ளது.

முதிர்வு பெ. (உ.வ.) 1: காண்க: **முதிர்ச்சி.** 2: **(வைப்புத் தொகை, சேமிப்புத் தொகை போன்றவை குறிப்பிட்ட காலத்துக்குப் பின் முதலீட்டாளர் திரும்பப்பெறும் நிலையில் வட்டியோடு சேர்த்து அடையும்) அதிகபட்ச அளவு;** (date of) maturity (of a deposit). ஐந்து ஆண்டுகளுக்குப் பிறகு இந்தத் தொகை இரு மடங்காக முதிர்வு அடையும்.

முதிரை பெ. (இலங்.) **(மேசை, நாற்காலி போன்றவை செய்வதற்கான உறுதியான பலகையைத் தரும்) ஒரு வகைக் காட்டு மரம்;** a variety of tree yielding strong wood for making furniture. முதிரை மரத்தில் செய்த நாற்காலி விலை அதிகம்.

முதுகலை பெ. **(பல்கலைக்கழகத்தில்) இளங்கலைப் பட்டம் பெற்றவர்கள் படிக்கும் மேல்பட்டப் படிப்பு;** post-graduate (course).

முதுகில் குத்து வி. (குத்த, குத்தி) **(நயவஞ்சமாக) துரோகம் செய்தல்;** stab s.o. in the back. அவனுக்கு எவ்வளவோ உதவிகள் செய்திருக்கிறேன். அவனே என் முதுகில் குத்திவிட்டான்.

முதுகு பெ. 1: **(மனித உடலில்) பின்கழுத்திலிருந்து இடுப்புவரை உள்ள பக்கம்; (விலங்கின் அல்லது பறவையின் உடலில்) கழுத்திலிருந்து வால்வரை உள்ள மேல்பகுதி;** back (of human beings or animals). இந்தத் தைலத்தை என் முதுகில் தடவிவிடு./ அதிக நேரம் உட்கார்ந்தே வேலை செய்தால் முதுகு வலிக்கும்./ அணிலின் முதுகில் மூன்று கோடுகள் இருக்கும்./ பெண் தூக்கணாங் குருவியின் முதுகுப் பகுதி மஞ்சள் நிறத்துடனும் கரும் பழுப்பு நிறத்துடனும் காணப்படும். 2: **(நாற்காலி முதலியவற்றில்) சாய்ந்துகொள்வதற்கு உரிய பகுதி;** back (of a chair, etc.,). முதுகு ஒடிந்த நாற்காலி. 3: **(புத்தகத்தில்) தாள்கள் இணைக்கப்பட்டு அமைந்திருக்கும் தட்டையான நீண்ட பக்கவாட்டுப் பகுதி;** spine (of a book). புத்தகத்தின் முதுகுப் பகுதியில் புத்தகத் தலைப்பை அச்சிட மறந்துவிட்டார்கள்.

முதுகுக்குப் பின்னால் வி.அ. **(ஒருவரைப் பற்றிக் குறை கூறும் சூழலில்) அவர் இல்லாத சமயத்தில்;** without

முதுகு காட்டு 1086

a person's knowledge; behind s.o.'s back. நீ எது பேசுவதாக இருந்தாலும் என் முதுகுக்குப் பின்னால் பேசாதே. தைரியமிருந்தால் நேரடியாகச் சொல்./ யாரைப் பற்றியும் முதுகுக்குப் பின்னால் பேசக் கூடாது.

முதுகு காட்டு வி. (காட்ட, காட்டி) **(போட்டியிடுபவர் அல்லது எதிர்ப்பவர் பலம் வாய்ந்தவர் என்பதால்) எதிர்க்காமல் பின்வாங்குதல்;** retreat; back down; turn tail. தேர்தல் என்று வந்துவிட்டால் நாங்கள் முதுகு காட்ட மாட்டோம்.

முதுகு சொறி வி. (சொறிய, சொறிந்து) **(தன் காரியத்தைச் சாதித்துக்கொள்வதற்காக மற்றொருவருக்கு) வேண்டியதையெல்லாம் செய்து (அவரை) மகிழ்வித்தல்;** suck up (to s.o.). மேலதிகாரிகளுக்கு முதுகு சொறிந்தே பதவி உயர்வு பெற்றவன்./ யாருக்கும் முதுகு சொறிந்து எனக்கு எந்தக் காரியமும் ஆக வேண்டியதில்லை.

முதுகுத்தண்டு பெ. **தண்டுவடம்;** spinal cord.

முதுகெலும்பற்றவை பெ. (உயிரி.) **விலங்கின வகைப்பாட்டில் உடல் அமைப்பில் முதுகெலும்பைப் பெற்றிருக்காத (புழு, பூச்சி, நத்தை போன்ற) உயிரினம்;** invertebrate.

முதுகெலும்பு பெ. **(முதுகின் நடுவில் அமைந்திருப்பதும், உடலைத் தாங்கி நிற்பதுமான) ஒன்றன் கீழ் ஒன்றாக வரிசையாக முள்ளெலும்புகளால் ஆன நீண்ட உறுதியான எலும்பு;** backbone; spine. (உரு வ.) விவசாயிகள்தான் நாட்டின் முதுகெலும்பு.

முதுகெலும்புள்ளவை பெ. (உயிரி.) **(விலங்கின வகைப்பாட்டில்) உடல் அமைப்பில் முதுகெலும்பைப் பெற்றிருக்கும் (மனிதன், விலங்குகள், பறவை போன்ற) உயிரினம்;** vertebrate.

முதுசொம் பெ. (இலங்.) **பாரம்பரியச் சொத்து; பூர்வீகச் சொத்து;** hereditary property; inherited property. இது எனக்கு முதுசொமாகக் கிடைத்த வீடு./ இது என் மனைவியின் முதுசொக் காணி.

முதுநிலை பெ. 1: **(பல நிலைகளைக் கொண்ட பதவி வரிசையில்) உயர்நிலை;** senior grade. முதுநிலை மேலாளர்/ முதுநிலைப் பொறியாளர். 2: **முதுகலை;** postgraduate. அவர் ஒரு முதுநிலைப் பட்டதாரி.

முதுபெரும் பெ.அ. காண்க: **பழம்பெரும்.**

முதுமக்கள் தாழி பெ. **(முற்காலத்தில்) இறந்தவரை அடக்கம் செய்யப் பயன்படுத்திய பெரிய மட்பாண்டம்;** burial urn.

முதுமாணி பெ. (இலங்.) **(கல்லூரிப் பட்டப் படிப்பில்) முதுகலை;** postgraduate.

முதுமை பெ. **வயதாகி, உடல் கட்டுத் தளர்ந்து, புலன்களின் செயல்பாடு குறைந்த நிலை; மூப்பு;** old age. தாத்தா தன் முதுமைக் காலத்தில் பொடி போடுவதை விட்டுவிட்டார்./ முதுமையின் காரணத்தால் மறதியும் பேசியதையே திரும்பத்திரும்பப் பேசும் குணமும் பாட்டிக்கு வந்துவிட்டன.

முதுமொழி பெ. (உ.வ.) **பெரியோர் வாக்கு; பழமொழி;** words of wisdom; proverb; saying. மாதாவும் பிதாவும் தெய்வம் என்பது முதுமொழி./ சித்திரமும் கைப்பழக்கம் செந்தமிழும் நாப்பழக்கம் என்ற முதுமொழிக்கு ஏற்பப் பயிற்சி என்பது எந்த ஒரு வேலைக்கும் அடிப்படையாகும்.

முதுவேனில் பெ. (உ.வ.) **(ஆனி, ஆடி ஆகிய மாதங்களில்) கோடைக் காலத்தின் உச்சத்திலிருந்து அதன் முடிவு வரையிலும் ஆன பருவம்;** end of summer i.e., June and July.

முந்தநாள் வி.அ. (இலங்.) காண்க: **முந்தாநாள்**[2].

முந்தாநாள்[1] பெ. **'நேற்று' என்று குறிப்பிடப்படும் நாளுக்கு முந்தைய நாள்;** day before yesterday. முந்தாநாள் என் பிறந்த நாள்.

முந்தாநாள்[2] வி.அ. **'நேற்று' என்று குறிப்பிடப்படும் நாளுக்கு முந்தைய நாளில்;** day before yesterday. முந்தாநாள் உன்னை ஜவுளிக் கடையில் பார்த்தேன்.

முந்தானை பெ. **(புடவையில்) மார்பு வழியாக வந்து தோள்மீது படிந்து பின்புறம் தொங்கும் பகுதி;** free end (of a saree); (in India) pallu. சேலை முந்தானையால் கண்களைத் துடைத்துக்கொண்டாள்.

முந்தானையைப் பிடித்துக்கொண்டு வி.அ. **(அன்பு மிகுதியால் அல்லது சார்ந்திருக்கும் தன்மையால் ஒரு பெண்ணை) விட்டுப் பிரியாமல்;** dependent on or tied to (a woman). கல்லூரியில் படித்து முடித்து வேலைக்குப் போகப்போகிறான். இன்னும் அம்மா முந்தானையைப் பிடித்துக்கொண்டு திரிகிறானே!/ பெண்டாட்டி முந்தானையைப் பிடித்துக்கொண்டு அலையும் இவன் எப்படி அவளை இரண்டு மாதம் பிரிந்து இருக்கப்போகிறான்?

முந்தி[1] பெ. (பே.வ.) 1: காண்க: **முந்தானை.** 2: **(சேலை போன்றவற்றின்) ஓரப் பகுதி;** border (of a saree). முந்தியைத் தைத்துக் கொண்டுவா.

முந்தி[2] வி.அ. (பே.வ.) 1: **(காலத்தில்) முன்பு; முன்னால்;** (of time) earlier. இரண்டு நாள் முந்தி வந்திருந்தால் அவரைப் பார்த்திருக்கலாம். / இது முந்தியே பார்த்த சினிமாதான். 2: **வேகமாக;** faster. உன் கடிகாரம் ஐந்து நிமிடம் முந்திப் போகிறது.

முந்திய பெ.அ. காண்க: **முந்தைய.**

முந்திரி பெ. 1: **அகன்ற இலை உடையதும் மஞ்சளும் சிவப்பும் கலந்த நிறத்தில் பழத்தைக் கொடுப்பதுமான (அடர்ந்து தாழ்வாக வளரும்) ஒரு மரம்;** cashew (tree). ஊருக்குத் தெற்கே ஒரு முந்திரிக் காடு இருக்கிறது. 2: காண்க: **முந்திரிப் பருப்பு.**

முந்திரிக் காடு பெ. **முந்திரி மரங்கள் நிறைந்திருக்கும் தோப்பு;** grove of cashew trees.

முந்திரிக் கொட்டை பெ. 1: **முந்திரிப் பழத்தின் கீழ்ப் பகுதியிலிருந்து வெளியே நீண்டு அமைந்திருக்கும் கொட்டை;** cashew nut attached to the fruit. 2: **எந்த விஷயத்திலும் அநாவசியமாக முந்திக்கொள்ளும் நபர்;** one who talks or acts presumptuously. நான் பேசி முடிப்பதற்குள் அந்த முந்திரிக் கொட்டை எதிர்க் கேள்வி கேட்டாள்.

முந்திரிப் பருப்பு பெ. **முந்திரிக் கொட்டையிலிருந்து எடுக்கப்படும் பருப்பு;** cashew kernel.

முந்திரி வத்தல் பெ. (இலங்.) **உலர்ந்த திராட்சை;** raisin.

முந்து வி. (முந்த, முந்தி) 1: **தனக்கு முன்னால் சென்றுகொண்டிருக்கும் ஒன்றை அல்லது ஒருவரைக் கடந்து**

செல்லுதல்; கடந்து முன் செல்லுதல்; go past; overtake. பேருந்தை முந்தும்போது கார் விபத்துக்குள்ளாகியது./ 800 மீட்டர் ஓட்டத்தில் முன்னால் ஓடிக்கொண்டிருந்தவரையும் கடைசி நிமிடத்தில் அவர் முந்திவிட்டார். **2: (ஒன்றைப் பெறவோ செய்யவோ பிறரைக் காட்டிலும்) விரைதல்;** overtake (s.o.); rush (to get, to do sth.). எனக்குதான் அந்த வேலை கிடைத்திருக்க வேண்டும். ஆனால் அவர் முந்திக்கொண்டார்./ 'முந்துங்கள்! இன்னும் சில மனைகளே விற்பனைக்கு உள்ளன' என்று விளம்பரத்தில் குறிப்பிடப்பட்டிருந்தது./ எல்லோரையும் முந்திக்கொண்டு அவள் சரியான பதிலைச் சொன்னாள். **3: (சாதனை, சிறப்பு போன்றவற்றில் ஒருவரை) மிஞ்சுதல்;** surpass. உலகத் தரவரிசையில் ரோஜர் ஃபெடரரை முந்துவதற்கு நடாலுக்கு இன்னும் ஒருசில புள்ளிகளே தேவைப்படுகின்றன./ அதிக விக்கெட்டுகள் எடுத்து ஷேன் வார்னேயின் சாதனையை முரளிதரன் முந்திவிட்டார்.

முந்தைய பெ.அ. *(உ.வ.)* **(காலத்தில்) முற்பட்ட; முன் இருந்த அல்லது நிகழ்ந்த; கடந்த; சென்ற;** previous; pre-. முந்தைய தலைமுறையைச் சேர்ந்த நல்ல படைப்பாளிகளுள் கு. அழகிரிசாமியும் ஒருவர்./ முந்தைய கூட்டத்தில் நாம் கொண்டுவந்த தீர்மானங்களைப் பற்றி இப்போது நான் பேசப்போகிறேன்.

முப்பட்டகம் பெ. *(இயற்.)* **கண்ணாடி போன்றவற்றால் முக்கோண வடிவில் செய்யப்பட்டதும் தன்னுள் பாயும் ஒளியை நிறமாலையாகப் பிரிக்கும் தன்மை உடையதுமான பொருள்;** prism.

முப்படை பெ. **(ஒரு நாட்டின்) தரைப்படை, கடற்படை, விமானப்படை ஆகிய மூன்று படைகளையும் குறிக்கும் பொதுப்பெயர்;** the armed forces (comprising army, navy and air force).

முப்பத்திரண்டு பெ. **முப்பத்தொன்றுக்கு அடுத்த எண்;** (the number) thirtytwo.

முப்பத்துநான்கு பெ. **முப்பத்துமூன்றுக்கு அடுத்த எண்;** (the number) thirtyfour.

முப்பத்துமூன்று பெ. **முப்பத்திரண்டுக்கு அடுத்த எண்;** (the number) thirtythree.

முப்பத்தொன்று பெ. **முப்பதுக்கு அடுத்த எண்;** (the number) thirtyone.

முப்பது பெ. **பத்தின் மூன்று மடங்கைக் குறிக்கும் எண்;** (the number) thirty.

முப்பரிமாணப் படம் பெ. *(பு.வ.)* **பிரத்தியேகமாக வடிவமைக்கப்பட்ட மூக்குக் கண்ணாடியை அணிந்துகொண்டு பார்க்கும்போது திரையில் மூன்று பரிமாணங்களில் தெரியும் திரைப்படம்;** 3D film.

முப்பரிமாணம் பெ. **(ஒரு பொருளின் பரிமாணங்களாக அமையும்) நீளம், அகலம், உயரம் ஆகிய மூன்று அளவுகள்;** the three dimensions. இது கட்டடத்தின் முப்பரிமாணப் படம்./ இது தமிழின் முதல் முப்பரிமாணத் திரைப்படம்.

முப்பரிமாண வில்லை பெ. **குறிப்பிட்ட கோணத்தில் பார்க்கும்போது (நீளம், அகலம், உயரம் என்ற) முப்பரிமாணத்தில் தோற்றம் அளிக்கும் வகையில் லேசர் தொழில்நுட்பத்தைப் பயன்படுத்தித் தயாரிக்கும், எளிதாக நகல்செய்ய முடியாத, வில்லை வடிவிலான படம்;** hologram. கல்வித்துறை வழங்கும் பள்ளி மதிப்பெண் சான்றிதழில் முப்பரிமாண வில்லை ஒட்டப்பட்டுள்ளது.

முப்பாட்டன் பெ. **தாத்தாவின் தந்தை அல்லது தாத்தாவின் தாத்தா;** great grandfather or grandfather's grandfather. இது எங்கள் முப்பாட்டன் காலத்து வீடு.

மும்முரம் பெ. *(-ஆக, -ஆன)* **(செயல் செய்தல், செயல் நடைபெறுதல் முதலியவற்றில்) வேகம், கவனம் ஆகியவற்றுடன் கூடிய தீவிரம்;** intensity. வேலை மும்முரத்தில் சாப்பிடக்கூட மறந்துவிட்டேன்./ தேர்தலுக்கான ஏற்பாடு மும்முரமாக நடந்துவருகிறது.

மும்முறை குதித்துத் தாண்டுதல் பெ. **வேகமாக ஓடி வந்து, முதலில் வலது கால் தரையில் பதியுமாறும், அடுத்து இடது கால் தரையில் பதியுமாறும், கடைசியாக, இரண்டு கால்களும் தரையில் பதியுமாறு தாண்டிக் குதிக்கும் தடகளப் போட்டி;** triple jump.

மும்முனை இணைப்பு பெ. **மூன்று தடங்களில் வழங்கப்படும் குறைந்த அழுத்தம் உள்ள மின்சாரம்;** three-phase (current).

முயக்கம் பெ. *(அ.வ.)* **உடலுறவு;** sexual intercourse.

முயங்கு வி. *(முயங்க, முயங்கி) (உ.வ.)* **உடலுறவு கொள்ளுதல்; புணர்தல்;** copulate.

முயல்[1] வி. *(முயல, முயன்று)* **விடாமல் ஊக்கத்தோடு முனைதல்; முயற்சி செய்தல்;** try hard; strive. நீ எந்த அளவுக்கு முயல்கிறாயோ அந்த அளவுக்கு வெற்றி கிட்டும்./ எல்லோருடைய ஆதரவையும் பெற முயல்வோம்.

முயல்[2] பெ. **நீண்ட காதுகளை உடையதும் வேகமாக ஓடக்கூடியதும் கிழங்கு முதலியவற்றை உண்டு வாழ்வதுமான சிறு விலங்கு;** common term for hare and rabbit.

முயல்கொம்பு பெ. **உலகில் இல்லாத அல்லது தேடினாலும் கிடைக்காத ஒன்றைக் குறிப்பிடப் பயன்படுத்தும் சொல்; கிடைப்பதற்கு அரியது;** used to refer a thing impossible to get. இந்த நகரத்தில் ஒரு நல்ல மனிதனைப் பார்ப்பது முயல்கொம்புதான் போலிருக்கிறது./ உன் தகுதிக்கு ஒரு வேலை கிடைப்பது முயல்கொம்புதான்.

முயற்சி[1] வி. *(முயற்சிக்க, முயற்சித்து)* **முயலுதல்; முயற்சி செய்தல்;** try. எவ்வளவோ முயற்சித்தும் அவனுக்கு வேலை வாங்கிக்கொடுக்க முடியவில்லை.

முயற்சி[2] பெ. **1: (ஒன்றுக்காக மேற்கொள்ளும் தளராத) உழைப்பும் செயல்பாடும்;** effort. எவ்வளவோ முயற்சி செய்தும் நோயாளியைக் காப்பாற்ற முடியவில்லை./ அவருடைய முயற்சியால் இந்த ஊரில் பள்ளிக்கூடம் ஏற்படுத்தப்பட்டது. **2: (குறிப்பிட்ட நோக்கத்தில்) முனைப்புடன் மேற்கொள்ளப்படும் செயல்;** attempt. விமானத்தைக் கடத்த நடந்த முயற்சி முறியடிக்கப்பட்டது./ முதல் முயற்சியே வெற்றி பெற்றதில் நமது விஞ்ஞானிகள் அளவு கடந்த மகிழ்ச்சியில் ஆழ்ந்தனர்.

முர்கிமாத்தா பெ. *(திருநர் வ.)* **(திருநங்கைகளின் தெய்வமான) போத்ராஜ்மாத்தாவைக் குறிப்பிடும் மற்றொரு சொல்;** another word for போத்ராஜ்மாத்தா.

முரசம் பெ. காண்க: முரசு[1].

முரசு[1] பெ. **(முற்காலத்தில் அரசரின் ஆணையை மக்களுக்கு அறிவிக்கப் பயன்படுத்திய) அரைக்கோள வடிவத்தில் பெரிதாக இருக்கும் ஒரு தோல் கருவி;** a kind of drum (formerly used for royal proclamations, etc.,).

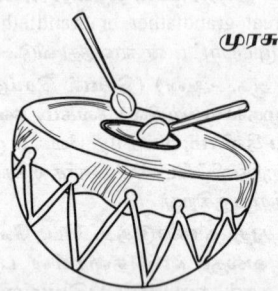

முரசு

முரசு[2] பெ. (இலங்.) **பல் ஈறு;** gum. முரசு வீக்கம்.

முரட்டுத்தனம் பெ. (-ஆக, -ஆன) **(குணம், செயல் போன்றவற்றில்) மென்மையாக இல்லாமல் மிகவும் கடுமையாக உள்ள தன்மை;** harshness. அவர் எதைச் செய்தாலும் முரட்டுத்தனமாகத்தான் செய்வார்./ அவன் முரட்டுத்தனமாக என் கையைப் பிடித்து இழுத்தான்.

முரடன் பெ. **முரட்டுத்தனமான குணத்தை உடையவன்;** a rough and tough male; ruffian. சிறு வயதிலேயே பள்ளிக்கூடத்தில் முரடன் என்று பெயர் வாங்கியவன்.

முரடு பெ. அ. ('முரடு' என்னும் வடிவம் மட்டும்) 1: **(மிகவும்) கடுமையாக நடந்துகொள்ளும் நபர்;** rough person. அவன் சரியான முரடு, அடிதடியில் இறங்கிவிடுவான். **ஆ.** (பெரும்பாலும் 'முரட்டு' என்று பெயரடையாக வரும்போது) 2: **உறுதியும் கடினத் தன்மையும் கொண்டது; மென்மையாக இல்லாதது;** roughness; coarseness. முரட்டுக் கை/ முரட்டுக் கம்பளி/ முரட்டுத் துணி/ அவருக்கு முரட்டுக் குரல் என்றாலும் ராகங்களை அவர் கையாளும் விதமே தனி. 3: **(குணம், செயல் போன்றவற்றில்) மென்மையாக இல்லாமல் மிகவும் கடுமையாக உள்ள தன்மை;** harsh and insensitive. இப்படி முரட்டுப் பயலாக இருக்கிறானே, இவனுக்கு யார் பெண் கொடுப்பார்கள்?/ அப்பாவுடைய பிடி முரட்டுப் பிடியாக இருக்கும்./ பண்ணையார் வைத்திருக்கிறாரே முரட்டுக் குதிரை, அதை அடக்குவது கடினம். 4: (பே.வ.) **பெரியதாக இருப்பது;** large in size. முரட்டுப் பாம்பு ஒன்று வரப்பில் கிடந்தது./ மாட்டுக்குப் போடுவதற்காக அந்த முரட்டு ஊசியை எடுத்தார்./ ஏதோ ஒரு முரட்டு உருவம் இருளில் போய்க்கொண்டிருந்தது./ முரட்டுச் சாவி ஒன்று ஆணியில் தொங்கிக்கொண்டிருந்தது. 5: **அறிவுபூர்வமாக இல்லாததோடு தீவிரமாகவும் கடுமையாகவும் இருப்பது;** unreasonableness; stupidity. முரட்டு தைரியத்தோடு காரியத்தில் இறங்கினான்./ முரட்டுப் பிடிவாதம்.

முரண் பெ. (-ஆக, -ஆன) **(ஒன்றுக்கு) எதிரானதாகவோ மாறுபட்டதாகவோ அமைவது; முரண்பாடு;** contradiction; variance. சட்டத்துக்கு முரணாகச் செய்யச் சொல்கிறாயா?/ அவர் தான் சொல்வதற்கு முரணாக யாரும் பேசக்கூடாது என்று நினைப்பவர்./ கோட்பாடுகள் நடைமுறை வடிவம் பெறும்போது சில முரண்கள் எழுவது இயற்கையே.

முரண்டு[1] வி. (முரண்ட, முரண்டி) (அ.வ.) **முரண்டு செய்தல்; முரண்டுபிடித்தல்;** give stiff resistance; be obstinate. நிலத்தை ஒப்படைப்பதற்கு அவன் முரண்டாமல் ஒப்புக்கொண்டது ஆச்சரியந்தான்!

முரண்டு[2] பெ. **(பெரும்பாலும் பிறர் கூறும் அல்லது எதிர்பார்க்கும் ஒன்றைச் செய்ய) எதிர்ப்புக் காட்டுவது; பிடிவாதம்;** stubbornness; obstinacy. வீட்டில் பையனுடைய முரண்டும் ரகளையும் அதிகமாகிவிட்டன. [(தொ.சொ.) **அழிச்சாட்டியம்/ அழும்பு/ பிடிவாதம்/ வீம்பு**]

முரண்டுபிடி வி. (-பிடிக்க, -பிடித்து) **(பெரும்பாலும் பிறர் கூறும் அல்லது எதிர்பார்க்கும் ஒன்றைச் செய்ய) எதிர்ப்புக் காட்டுதல்; பிடிவாதமாக இருத்தல்;** be adamant. பள்ளிக்கூடத்திற்குப் போக மாட்டேன் என்று முரண்டுபிடித்தான்./ தீவனத்தைத் தின்னாமல் மாடு முரண்டுபிடிக்கிறது.

முரண்நகை பெ. (உ.வ.) **(ஒருவர் அல்லது ஒன்று) கேலிக்கோ விமர்சனத்துக்கோ உள்ளாகும் விதத்தில் தனக்குத் தானே முரண்படும் நிலை;** irony. குற்றம்புரிபவர்களே குற்றத்தைத் தடுப்பதற்கான ஆலோசனைகளைக் கூறும் முரண்நகை நமக்கு வேடிக்கையாக இருக்கிறது.

முரண்படு வி. (-பட, -பட்டு) **ஒன்று அல்லது ஒருவர், குறிப்பிடப்படும் ஒன்றின் அல்லது ஒருவரின் நிலைக்கு எதிராக இருத்தல்; மாறுபடுதல்;** be at variance with. நூலில் தெரிவித்திருக்கும் கருத்துகளோடு முரண்படுகிறேன்.

முரண்பாடு பெ. (-ஆக, -ஆன) **ஒன்றுடன் அல்லது ஒருவருடன் முரண்படும் நிலை; முரண்; மாறுபாடு;** contradiction; difference. எங்களுக்குள் ஏற்பட்ட கருத்து முரண்பாடு எங்கள் நட்பைப் பாதிக்கவில்லை./ உன்னுடைய முந்திய பேச்சுக்கும் இப்போதைய பேச்சுக்கும் நிறைய முரண்பாடுகள் இருக்கின்றன.

முருகன் பெ. **சிவன், பார்வதி ஆகியோருடைய இளைய புதல்வனும் இளமைத் தோற்றத்துடன் காணப்படுபவருமாகிய ஒரு கடவுள்;** the god Murugan.

முருகியல் பெ. **அழகியல்;** aesthetics.

முருகைக்கல் பெ. (இலங்.) **(கடலோர நீர்ப் பகுதியில் காணப்படும்) ஒரு வகைச் சுண்ணாம்புப் பாறை;** a kind of lime rock found on the edge of the sea.

முருங்கை பெ. **உணவில் பயன்படுத்தும் இலைகளையும் குச்சி போன்ற காய்களையும் உடைய, எளிதில் முறியக்கூடிய ஒரு மரம்;** drumstick tree.

முருங்கைக்காய் பெ. **குச்சி போன்று நீண்டதும் உட்பகுதியில் சதைப்பற்றுள்ளமான, முருங்கை மரத்தின் காய்;** (the fruit) drumstick. முருங்கைக்காயை ஒடித்துப் பார்த்தாள், முற்றலாக இருந்தது./ முருங்கைக்காய் சாம்பார்.

முருங்கைக்கீரை பெ. **முருங்கை மரத்தின் (கீரையாகப் பயன்படும்) இலை;** the edible leaves of drumstick tree.

முல்லா பெ. (இஸ்.) **இஸ்லாமிய சட்டத்தில் தேர்ச்சி பெற்றவர்;** a well-versed person in Islamic law.

முல்லை பெ. 1: **பச்சை நிறக் காம்பில் சிறிய வெண்ணிற இதழ்களைக் கொண்ட வாசனை மிகுந்த பூ;** a variety

1089 முழுக்கமுழுக்க

of jasmine. 2: **(பழந்தமிழ் இலக்கியங்களில் குறிப்பிடப்படும் ஐந்து வகைத் திணைகளில்) காடும் காடு சார்ந்த இடமும்;** (of the five-fold divisions of land in classical Tamil literature) forest region.

முலாம் பெ. 1: **பொருள்களின் மீது தங்கம், வெள்ளி முதலிய உலோகங்களை உருக்கிப் பூசும் அல்லது அந்த உலோகங்களின் நிறம் கொண்ட வர்ணத்தை மெல்லிய படிவாகப் பூசும் பூச்சு;** gilding. 2: காண்க: **மின்முலாம்.**

முலாம்பழம் பெ. **சந்தன நிறத் தோலையும் நீர்ச்சத்து மிகுந்த சதைப் பகுதியையும் உடைய, அளவில் சிறிய, பூசணியின் குடும்பத்தைச் சேர்ந்த (கோடைக் காலத்தில் கிடைக்கும்) பழம்;** musk melon.

முலாம் பூசு வி. (பூச, பூசி) **ஒன்றின் உண்மையான அல்லது இயல்பான தன்மையை மறைத்து வேறுவிதமான தோற்றத்தை அல்லது தன்மையை ஏற்படுத்துதல்; உள்நோக்கத்தோடு ஒரு புதிய அர்த்தத்தைக் கற்பித்தல்;** put a misleading gloss on. முற்போக்கு முலாம் பூசப்பட்ட கவிதைகள்.

முலை பெ. **(பெண்ணின்) மார்பகம்;** (woman's) breast.

முலைக்காம்பு பெ. 1: **மார்பகத்தில் அடர்ந்த நிறத்தில் சற்றே புடைத்திருக்கும் சதை;** nipple. குழந்தைகளுக்கான பால் தாயின் முலைக்காம்பில் சுரக்கிறது. 2: **(ஆண்களின் மார்பகத்தில் வட்டமாக இருக்கும் சதைப்பகுதி;** nipple (of a man).

முழக்கம் பெ. 1: **(இடி முதலியவை எழுப்பும் அல்லது பல ஒலிகள் ஒருசேர ஒலிப்பதால் எழும்) பேரொலி;** rumble; roar; shout. இடி முழக்கம்/ மேள முழக்கத்தோடு நிகழ்ச்சி களை கட்டியது. 2: **மிகுந்த சத்தத்துடனும் உணர்ச்சியுடனும் எழுப்பப்படும் கோஷம் அல்லது பேசப்படும் பேச்சு;** slogan shouting; thunderous speech. நிர்வாகத்தை எதிர்த்து முழக்கமிட்டவாறு தொழிலாளர்கள் ஊர்வலமாக வந்தனர்./ அவருடைய மேடை முழக்கத்தில் கூட்டமே கட்டுண்டுகிடந்தது.

முழக்கு வி. (முழக்க, முழக்கி) 1: **(வாத்தியங்களைக் கொண்டு அல்லது வாயால்) பேரொலி எழுப்புதல்;** roar. தூரத்தில் பறைகளை முழக்கும் சத்தம் கேட்டது. 2: **கோஷமிடுதல்;** shout (slogans); thunder. தொழிலாளர்கள் தங்கள் கோரிக்கைகளை முழக்கினார்கள்.

முழங்கால் பெ. **தொடைக்குக் கீழே காலை மடக்கி நீட்டக்கூடிய, மூட்டு அமைந்திருக்கும் பகுதி;** knee. ஓவியர் முழங்கால்வரை தொங்கும் ஜிப்பா அணிந்திருந்தார்./ முழங்காலில் சரியான அடி! (பார்க்க, படம்: உடல்)

முழங்காலிடு வி. (-இட, -இட்டு) **மண்டியிடுதல்;** kneel down.

முழங்கு வி. (முழங்க, முழங்கி) 1: **(இடி, பீரங்கி போன்றவை அல்லது வாத்தியங்கள்) பேரொலி எழுப்புதல்;** (of thunder, cannon, etc.,) roar; rumble; (of an ensemble) sound loudly. இடி முழங்கி மின்னல் வெட்டிப் பலத்த மழை பெய்தது./ மேளம் முழங்க ஊர்வலம் பிரமாதமாக நடந்தது. 2: **உரக்கக் கூறுதல்; (மேடையில்) ஆரவாரத்துடன் பேசுதல்;** shout (slogans); speak boisterously. நிர்வாகத்திற்கு எதிரான கோஷங்களைத் தொழிலாளர்கள் முழங்கினார்கள்./ செயல்படுத்த முடியாத திட்டங்களை மேடையில் முழங்கி என்ன பயன்?

முழங்கை பெ. **கையை மடக்கி நீட்டுவதற்கு உரிய மூட்டு அமைந்திருக்கும் பகுதி/மேற்குறிப்பிட்ட மூட்டிலிருந்து கீழே மணிக்கட்டுவரை உள்ள பகுதி;** elbow/ forearm. முழங்கையை மேஜைமேல் ஊன்றிக்கொண்டு உட்கார்ந்திருந்தான்./ முழங்கையால் தடுத்ததால் அரிவாள் வெட்டு தலையில் விழவில்லை. (பார்க்க, படம்: உடல்)

முழந்தாள் பெ. காண்க: **முழங்கால்.**

முழம் பெ. **உள்ளங்கையை விரித்த நிலையில் நடுவிரலின் நுனியிலிருந்து முழங்கையின் முட்டிவரையிலான அளவு;** the length from the elbow to the tip of the middle finger; cubit. நாலு முழம் மல்லிகை கொடு./ எட்டு முழ வேட்டி.

முழம்போடு வி. (-போட, -போட்டு) **முழத்தில் அளத்தல்;** measure (sth.) with முழம்.

முழவு பெ. (உ.வ.) **முரசு;** drum.

முழாசு வி. (முழாச, முழாசி) (இலங்.) **சுவாலை விடுதல்;** (of fire) burn brightly. வீட்டைப் பற்றிய நெருப்பு முழாசி எரிந்துகொண்டிருந்ததால் பக்கத்தில் ஒருவரும் செல்ல முடியவில்லை.

முழி[1] வி. (முழிக்க, முழித்து) (பே.வ.) காண்க: **விழி**[1].

முழி[2] பெ. (பே.வ.) 1: காண்க: **விழி**[2]. 2: **பார்வை;** look. திருட்டு முழி/ ஆந்தை முழி.

முழிப்பு பெ. (பே.வ.) காண்க: **விழிப்பு.**

முழிவியளம் பெ. (இலங்.) **சகுனம்;** omen. வீட்டிலிருந்து கிளம்பும்போதே முழிவியளம் சரியில்லையே./ இந்தக் காலத்தில் ஆர் முழிவியளம் பார்க்கிறார்கள் என்று அப்பா சலித்துக்கொண்டார்.

முழு பெ.அ. **முழுமையான;** whole; entire; full; all. குழந்தை முழுப் பழத்தையும் சாப்பிட்டுவிட்டது./ தேர்தல் நேர்மையான முறையில் நடைபெற மக்களின் முழு ஒத்துழைப்பும் தேவை./ அவர் தன் முழு பலத்தையும் பயன்படுத்திப் பெட்டியைத் தூக்கினார்./ வேலைநிறுத்தம் முழு வெற்றி பெற்றது./ கைவினைப் பொருள்களுக்கு முழு விற்பனை வரி விலக்கு அளிக்க வேண்டும்./ கட்சியை விட்டு வெளியேறிய பிறகுதான் நான் முழுச் சுதந்திரத்தை உணர்ந்தேன்.

முழு அடைப்பு பெ. **(ஒன்றிற்குக் கண்டனம், எதிர்ப்பு, அனுதாபம் போன்றவற்றைத் தெரிவிக்கும் நோக்கத்தோடு) அனைத்து நிறுவனங்களும் கடைகளும் மூடப்பட்டும் போக்குவரத்து நிறுத்தப்பட்டும் நடக்கும் போராட்டம்;** (in India) bandh. தமிழகம் முழுவதும் நடந்த முழு அடைப்பை ஒட்டி வணிக நிறுவனங்கள் மூடப்பட்டிருந்தன./ நாளை நடக்கவிருக்கும் முழு அடைப்புப் போராட்டத்தை முன்னிட்டு முன்னெச்சரிக்கை நடவடிக்கையாக ஆயிரக் கணக்கான எதிர்க்கட்சித் தொண்டர்கள் கைது செய்யப்பட்டனர்.

முழுக்க வி.அ. **முழுவதும்;** whole of; all over (sth.); everywhere. நான் மழையில் முழுக்க நனைந்துவிட்டேன்./ ஊர் முழுக்க உன்னைப் பற்றித்தான் பேசுகிறார்கள்./ குடம் சாய்ந்ததில் சமையல் அறை முழுக்கத் தண்ணீர்.

முழுக்கமுழுக்க வி.அ. **முழு அளவில்; முழுமையாக; முழுவதும்;** entirely. இந்தத் தொழிற்சாலை முழுக்கமுழுக்க

முழுக்காட்டு 1090

இந்தியாவில் தயாரான பொருள்களைக் கொண்டே உருவாக்கப்பட்டது./ கல்யாணச் செலவுக்கு முழுக்கமுழுக்க உன்னையே நம்பியிருக்கிறேன்./ அவருடைய குற்றச்சாட்டுகளை முழுக்கமுழுக்கப் பொய் என்றும் கூறிவிட முடியாது.

முழுக்காட்டு வி. (முழுக்காட்ட, முழுக்காட்டி) (பே.வ.) **குளிக்கச் செய்தல்;** bathe (s.o.). குழந்தைக்கு எண்ணெய் தேய்த்து முழுக்காட்டினேன்.

முழுக்கு பெ. **1: நீரில் தலை அமிழும்படி முங்கிக் குளித்தல்;** bathing in a river, etc., immersing oneself. ஆற்றில் மூன்று முழுக்குப் போட்டுவிட்டுக் கரைக்கு வந்தார். **2: குளியல்;** bath. ஒரு வாரம் எண்ணெய் முழுக்குத் தவறினாலும் உடம்பு சூடாகிவிடும் என்பாள் பாட்டி. **3: (தொடர்பு, செயல் போன்றவற்றுக்கு) முழுக்குப்போடும் நிலை;** bidding farewell to. நான் அரசியலுக்கு வந்துவிட்டதால் இனி நடிப்புக்கு முழுக்குதான்./ 'படிப்புக்கு முழுக்கு' என்ற முடிவை எடுத்தபின் குடும்பக் கஷ்டத்தைப் போக்குவதற்காகச் சிறுசிறு வேலைகள் செய்தேன்.

முழுக்குப்போடு வி. (-போட, -போட்டு) **(ஒன்றுடன் அல்லது ஒருவருடன்) இதுவரை கொண்டிருந்த தொடர்பு, ஈடுபாடு போன்றவற்றைத் துண்டித்துக் கொள்ளுதல்; (விருப்பமின்மை அல்லது இயலாமையின் காரணமாக ஒன்றை) மேற்கொண்டு தொடராமல் நிறுத்திக்கொள்ளுதல்;** sever one's connection; bid farewell (to sth.); leave (sth.) once and for all. தன் பேச்சை யாரும் கேட்கவில்லை என்ற கோபத்தில் சங்கத்துக்கு முழுக்குப் போட்டுவிட்டார்./ படிப்புக்கு முழுக்குப்போட்டுவிட்டுத் தந்தையின் தொழிலில் இறங்கிவிட்டான்.

முழுக வார் வி. (வார்க்க, வார்த்து) (இலங்.) **தலையை நனைத்துக் குளிப்பாட்டுதல்;** bath (including the head). பிள்ளைக்கு நேற்று முழுக வார்த்தேன்.

முழுகாமல் இரு வி. (இருக்க, இருந்து) (பே.வ.) **கருத்தரித்த நிலையில் இருத்தல்;** be pregnant; conceive. உன் மருமகள் முழுகாமல் இருக்கிறாளா?

முழுகு வி. (முழுக, முழுகி) **1: (ஒன்று அல்லது ஒருவர்) நீர்ப்பரப்பின் உட்செல்லுதல்; மூழ்குதல்;** go in; sink; drown. குடம் தண்ணீரில் முழுகுகிறது, சீக்கிரம் எடு./ நீந்திக்கொண்டிருந்தவன் சுழலில் சிக்கி முழுகிவிட்டான். **2: குளித்தல்;** bathe. வாரம் ஒரு முறை எண்ணெய் தேய்த்து முழுகு./ ஆற்றில் முழுகிவிட்டு வா. **3: (கடனைத் திருப்பித் தர முடியாததால் அடமானம் வைத்த பொருள், வியாபாரம் முதலியவை) மீட்க முடியாத நிலைக்கு உள்ளாதல்;** (of an undertaking) be sunk; be past redeeming. வீடு கடனில் முழுகிவிட்டது.

முழுங்கு வி. (முழுங்க, முழுங்கி) (பே.வ.) காண்க: **விழுங்கு.**

முழுது பெ. (பே.வ.) (-ஆக) **முழுமை;** entirety; totality. கதை முழுதையும் படித்துவிட்டு எப்படியிருக்கிறது என்று சொல்./ அவனை நான் முழுதாக நம்பினேன்.

முழுநீள பெ.அ. (கதை, திரைப்படம் முதலியவை குறித்து வரும்போது) **வழக்கமாக எதிர்பார்க்கப்படும் நீளத்தில் இருக்கும் அல்லது குறிப்பிடப்படும் அம்சத்தை முழுமையாகக்கொண்ட;** (of story, film, etc.,) full length. காதல் கதைகளை மட்டும் எழுதிக்கொண்டிருந்தவர் இப்போது முழுநீளத் துப்பறியும் கதை எழுத ஆரம்பித்திருக்கிறார்./ முழுநீள நகைச்சுவைப் படம்.

முழுநேரம் பெ. **1: வேலை, படிப்பு போன்றவற்றில் அவற்றுக்கு உரிய முழுக்கால அளவு;** full-time. முழுநேரமாகவோ பகுதி நேரமாகவோ பணிபுரிய ஆட்கள் தேவை./ மருந்தாளுநர்கள் முழுநேரப் பணியாளர்களாக இருக்க வேண்டும்./ கல்லூரியின் முழுநேர மாணவர்களுக்கு மட்டுமே இந்தச் சலுகை பொருந்தும். **2:** (பெரும்பாலும் பெயரடையாக) **அரசியல், கலை, இலக்கியம், சேவை போன்றவை தொடர்பாக வரும்போது வேறு ஒரு பணியில் இல்லாமல் குறிப்பிடப்படுவதையே தனது முக்கியப் பணியாகச் செய்யும் நிலை;** full-time. முழுநேர அரசியல்வாதியாகிவிட்டீர்கள் போலிருக்கிறது?/ அவர் ஒரு முழுநேர நாடகக் கலைஞர் அல்ல. வங்கி ஒன்றில் பணி புரிந்துகொண்டே ஓய்வு நேரத்தில் நாடகப் பணியில் ஈடுபடுகிறார்.

முழுப் பரீட்சை பெ. (பே.வ.) **ஆண்டுத் தேர்வு;** annual examination.

முழுமனத்தோடு வி.அ. **தயக்கமோ அதிருப்தியோ இல்லாமல் முழுவிருப்பத்தோடு;** wholeheartedly. இந்தத் திட்டத்தை முழுமனத்தோடு வரவேற்கிறோம்.

முழுமனதாக/முழுமனதான வி.அ./பெ.அ. **முழுமனத்தோடு; மனப்பூர்வமாக/மனப்பூர்வமான;** wholeheartedly/wholehearted. இந்த வேலையில் முழுமனதாக ஈடுபட முடியவில்லை./ முழுமனதான ஒத்துழைப்பு.

முழுமுதல் பெ.அ. **1: (பிரச்சினை, நோக்கம், காரணம் போன்றவற்றுக்கு) அடிப்படையாகக் கருதப்படுகிற;** basic; fundamental. எல்லாப் பிரச்சினைக்கும் முழுமுதல் காரணம் அவன்தான்./ நாட்டு மக்களின் நலன்தான் நமது முழுமுதல் நோக்கம். **2:** (கடவுளைக் குறித்து வரும்போது) **எல்லாவற்றுக்கும் அடிப்படையாகக் கருதப்படுகிற;** (of god) absolute. முழுமுதல் கடவுள்.

முழுமூச்சு பெ. (-ஆக) **ஒருவர் தனது முழுத் திறமையையும் சக்தியையும் ஒரு செயலில் தீவிரமாக ஈடுபடுத்தும் தன்மை;** full vigour. சாலையை அகலப்படுத்தும் பணி முழுமூச்சில் நடைபெற்றுவருகிறது./ அவர் தனது மற்ற வேலைகளை உதறிவிட்டு மொழி ஆராய்ச்சியில் முழுமூச்சுடன் ஈடுபட்டார்./ அணைகளின் உயரத்தை அதிகரிப்பதை எங்கள் அரசு முழுமூச்சாக எதிர்க்கிறது.

முழுமை பெ. (-ஆக, -ஆன) **குறைபாடு, குறைவு, விடுபாடு முதலியவை இல்லாத நிலை அல்லது தன்மை; நிறைவு;** completion; wholeness. ஓவியத்தை முழுமையாக வரைந்துவிடு. பாதியில் நிறுத்திவிடாதே./ நூல் முழுமை பெறவில்லை./ மக்கள் புரட்சியை முழுமையாக ஒடுக்கிவிட முடியாது./ பெற்றோரின் முழுமையான சம்மதத்துடன்தான் எங்கள் திருமணம் நடந்தது./ என்னைப் பற்றிக் கூறப்படும் குற்றச்சாட்டுகளை நான் முழுமையாக மறுக்கிறேன்./ இது சிலப்பதிகாரம் முழுமைக்குமான உரை./ எல்லாத் துறைகளிலும் இப்போது கணிப்பொறி முழுமையாக ஊடுருவிவிட்டது./ 'முத்தொள்ளாயிரம்' என்ற நூல் நமக்கு முழுமையாகக் கிடைக்கவில்லை.

முழுவது பெ. **எல்லாம்; அனைத்து;** all; entire; full. நான்கு வாரங்களாகப் பூட்டிக்கிடந்ததில் வீடு முழுவதும் தூசி/

குழந்தை இரவு முழுவதும் தூங்கவில்லை./ நேற்று முழுவதும் மின்சாரம் வரவில்லை./ நாடு முழுவதும் சுதந்திர தினத்தை உற்சாகமாகக் கொண்டாடினர்./ புத்தகம் முழுவதையும் நான் படித்து முடித்துவிட்டேன்./ இந்தப் படம் முழுவதற்கும் நான் செய்த செலவு 15 கோடி ரூபாய் என்று அந்தத் தயாரிப்பாளர் பெருமிதத்துடன் கூறினார்./ தமிழகம் முழுவதிலும் அயராமல் தேர்தல் பணிகளை மேற்கொண்ட தொண்டர்களுக்கு என் நெஞ்சார்ந்த நன்றி.

முழுவீச்சில் வி.அ. **(ஒரு செயலில் செய்யப்பட வேண்டியவை எல்லாம்) வேகமாகவும் தீவிரமாகவும்;** in full swing. தேர்தலுக்கான தேதிகள் அறிவிக்கப்பட்டவுடன் பிரச்சாரம் முழுவீச்சில் நடந்துவருகிறது./ வெள்ள நிவாரணப் பணிகள் முழுவீச்சில் மேற்கொள்ளப்பட்டுவருகின்றன.

முள் பெ. 1: **(தாவரத்தின் தண்டு, இலை, கிளை முதலிய பகுதிகளில்) மெல்லியதாகக் கூரான முனையுடன் சற்று நீட்டிக்கொண்டிருக்கும் பகுதி;** thorn; காலில் முள் குத்திவிட்டது. 2: **மேலே குறிப்பிடப்பட்ட முட்களைக் கொண்ட தாவரங்களைக் குறிப்பிடும் பொதுச்சொல்;** thorny plant. முள்செடி/ முள்புதர்/ வேலி கட்ட முள் வெட்டிக்கொண்டு வா. 3: **(முள்ளம் பன்றி, முள்ளெலி போன்ற உயிரினங்களில்) கூர்மையாகவும் விறைப்பாகவும் கம்பிபோலவும் இருக்கும் தசை;** quill. முட்களைச் சிலிர்த்துக்கொண்டு ஒரு முள்ளம்பன்றி புதருக்குப் பின்னால் நின்றுகொண்டிருந்தது. 4: **(கடிகாரத்தில் மணியையும் தராசில் எடையையும் சில வகைக் கருவிகளில் அளவையும் காட்ட) மெல்லியதாகவும் நீளமாகவும் இருக்கும் உலோகத்தால் ஆன பாகம்;** hand (of a clock); pointer (of a balance). சின்ன முள் எட்டிலும் பெரிய முள் பன்னிரண்டிலும் இருந்தால், இப்போது மணி எட்டு என்று குழந்தைக்கு விளக்கினான்./ தராசில் முள் துல்லியமாக மையத்தில் நின்றது. 5: **(மீனின்) எலும்பு;** bone (of fish). மீன் முள் தொண்டையில் சிக்கிக்கொண்டுவிட்டது. 6: **தூண்டிலில் முனையில் இணைக்கப்படும் சிறிய கொக்கி;** fish hook. அவன் மீன் பிடிப்பதற்காக முள்ளில் புழுவைச் செருகினான்.

முள்கம்பி பெ. **குத்தும் வகையில் சிறுசிறு கம்பிகளை முறுக்கிப் பின்னி, வேலி அமைக்கப் பயன்படும் நீண்ட கம்பி;** barbed wire. முள்கம்பியில் ஒரு ஆடு சிக்கிக்கொண்டுவிட்டது.

முள் கரண்டி பெ. **(பெரும்பாலும் ஐரோப்பிய முறையில், உணவுப்பொருளைக் குத்தி எடுத்துச் சாப்பிடுவதற்குப் பயன்படும் வகையில்) முன்பகுதியில் கூரிய முனைகளை உடைய சாதனம்;** fork.

முள்வாங்கி பெ. **(கால் முதலியவற்றில் தைத்த முள்ளை) பிடித்து இழுப்பதற்கான இரண்டு கூரிய முனைகளை உடைய இடுக்கி போன்ற கருவி;** pincers.

முள்வேலி பெ. **முள் நிறைந்த கிளைகளால் அல்லது முள்கம்பியால் ஆன வேலி;** fence made of thorny branches of trees; barbed wire fencing.

முள்ளங்கி பெ. **(சமையலில் பயன்படுத்தும்) வெள்ளை நிறத்தில் கூம்பு வடிவில் உள்ள ஒரு வகைக் கிழங்கு;** a variety of radish. முள்ளங்கி சாம்பார்.

முள்ளங்கிக் கீரை பெ. **முள்ளங்கிச் செடியின் (உணவாகும்) இலை;** edible leaves of radish.

முள்ளந்தண்டு பெ. *(ஊரக வ.)* **கொண்டையிலிருந்து இடுப்பில் வால் துவங்கும் இடம்வரையுள்ள மாட்டின் முதுகெலும்பு;** spine of cattle. தீனியே காணாத மாடு போல் இந்தச் சீமை மாட்டுக்கு முள்ளந்தண்டு துருத்திக்கொண்டிருக்கிறது.

முள்ளம்பன்றி பெ. **(தன்னைப் பாதுகாத்துக்கொள்வதற்கு ஏற்றவாறு) உடலின் மேல்பகுதி முழுதும் முள் போன்ற கூர்மையான தசை நிறைந்ததும் குட்டையான கால்களை உடையதுமான ஒரு சிறிய காட்டு விலங்கு;** porcupine.

முள்ளெலி பெ. **(தற்காப்புக்காக) உடல் முழுவதும் முள் போன்ற கூர்மையான தசை நிறைந்த, பன்றி போன்ற முக அமைப்பு கொண்ட ஒரு வகைச் சிறிய காட்டு விலங்கு;** hedgehog. எதிரியைக் கண்டால் முள்ளெலி பந்துபோல் சுருண்டுகொள்ளும்.

முள்ளெலும்பு பெ. *(உயிரி.)* **நடுவில் துளை உடையதும் ஒன்றன் கீழ் ஒன்றாக முதுகுத் தண்டு முழுவதும் அமைந்திருப்பதுமான, வளைய வடிவிலான எலும்பு;** vertebra.

முளை¹ வி. *(முளைக்க, முளைத்து)* 1: **(தாவரம் பூமியிலிருந்து) புதிதாகக் கிளம்பி வெளியே வருதல்; (தாவரத்தில் இலைகள், வேர்கள்) தோன்றுதல்;** (of plants) grow; germinate. வயலில் போட்ட உளுந்து முளைத்துவிட்டது./ இந்த வறண்ட பூமியில் புல்கூட முளைக்காது./ ஊன்றிய ரோஜாக் கன்று முளைக்க ஆரம்பித்துவிட்டது./ சல்லிவேர்கள் கொத்துகொத்தாக முளைக்கின்றன./ *(உரு வ.)* இந்த ஆள் எங்கிருந்து முளைத்தான் என்று எல்லோரும் கேள்விக்குறியுடன் அவனையே பார்த்துக்கொண்டிருந்தார்கள். 2: **(உடலில் ஓர் உறுப்பு, முடி அல்லது உறுப்பில் ஒன்று) புதிதாக வளர்தல்;** (of teeth) grow; appear; (of wings, horns, hair) appear; sprout. குழந்தைக்குப் பல் முளைக்கிறது./ இறக்கை முளைத்துவிட்டால் பறவைகள் பறக்கத் தொடங்கிவிடும்./ கன்றுக்குட்டிக்கு அதற்குள் எப்படிக் கொம்பு முளைக்கும்?/ மீசை முளைக்க ஆரம்பித்தபோதே எனக்குள் கவிதையும் காதலும் அரும்பிவிட்டன. 3: **(நிலவு, நட்சத்திரம் போன்றவை வானில்) உதித்தல்; தோன்றுதல்;** (of stars, moon) appear. வானில் இன்னும் வெள்ளி முளைக்கவில்லை./ முன்னிரவு நேரம், வானில் முழுநிலவு முளைத்திருந்தது. 4: **(ஒரு இடம், அமைப்பு, நிலை முதலியவற்றில் ஒன்று) தோன்றுதல்; உருவாதல்;** appear. மாம்பலம் பகுதியில் எண்ணற்ற ஜவுளிக் கடைகள் முளைத்திருக்கின்றன./ அணையின் உயரத்தை உயர்த்துவதற்குப் பல இடங்களில் எதிர்ப்பு முளைத்திருக்கிறது./ நான் நினைத்தது போலவே பிரச்சினை முளைத்தது./ நாளுக்கொரு ஜாதிக் கட்சி முளைக்கிறது.

முளை² பெ. 1: **(விதையிலிருந்து) புதிதாகக் கிளம்பி மேலே வரும் தாவரப் பகுதி;** (tender) shoot; sprout. பயற்றின் முளை நீரில் பளபளத்தது. 2: **(உடலில் தோன்றும் கட்டியினுள்) வேர் போல இருக்கும் பகுதி;** core (of a boil). கட்டி உடைந்தாலும் முளை வெளியே வரவில்லை.

முளை³ பெ. 1:**கூர்மையான நுனி உடைய சிறிய மரத் துண்டு;** peg. கன்றுக்குட்டியை இழுத்து முளையில் கட்டு./

முளைக்கீரை

முளை அடித்துக் கூடாரத் துணியைக் கட்டினார்கள். 2: (ஏற்றிவைக்கும் மூட்டைகள் சரிந்து விடாமல் இருக்க) (பாரவண்டியின் பக்கப் பகுதிகளில் உள்ள துளைகளில் செங்குத்தாகச் செருகும்) சுமார் இரண்டு அடி நீளத்தில் கூர்மையான முனைகளுடன் இருக்கும் கழி; any of a row of posts fixed on either sides of a bullock cart's platform to hold the load. 3: நுகத்தடியில் பிணைக்கும் மாட்டின் கழுத்தைச் சுற்றி வரும் கயிற்றைச் செருகும் சிறிய குச்சி; pin, as of a yoke.

முளைக்கீரை பெ. இளம் சிவப்பு நிறக் காம்புடைய சிறுசிறு இலைகளைக் கொண்ட கீரை வகை; a variety of greens.

முளைக்குச்சி பெ. (வ.வ.) காண்க: கடைக்குச்சி.

முளைகட்டு வி. (-கட்ட, -கட்டி) (ஊற வைத்த விதையை நீரில்லாமல் மூடிவைத்து) முளை வரும்படி செய்தல்/(ஈரத்தின் காரணமாக விதையிலிருந்து) முளை வெளிவருதல்; sprout. இந்த நெல்லை மூட்டை கட்டித் தொட்டியில் போட்டு முளைகட்டலாம்./ முளை கட்டிய கொண்டைக்கடலையில் புரதச் சத்து அதிகம்.

முளைப்பாரி பெ. 1: (திருமணம் போன்ற சடங்குகளில் வைக்கப்படும்) முளைவிட்ட நவதானியங்கள் நிறைந்த சிறு மட்பாண்டம்; pot containing nine kinds of sprouted cereals and millets (used in rituals). 2: நவதானியப் பயிர்கள் நிறைந்த மட்பாண்டங்களை எடுத்துச் சென்று ஆறு, குளம் போன்றவற்றில் விடும் திருவிழா; the ritual of immersing pots containing seeds, nine varieties of cereals and millets in a river, tank, etc., நாளைக்கு முத்து மாரியம்மன் கோயிலில் முளைப்பாரி.

முளைப்பாலிகை பெ. காண்க: முளைப்பாரி.

முளைப்பு பெ. விதைகள் முளைத்தல்; (of plants, seeds) germination. புழுதியாக உழுதால் எள் முளைப்பு சிறப்பாக இருக்கும்./ விவசாயத் துறை மூலமாக நல்ல முளைப்புத் திறன் உள்ள விதைகளை விவசாயிகளுக்கு வழங்குகின்றனர்.

முளைவிடு வி. (-விட, -விட்டு) 1: (விதை போன்றவற்றிலிருந்து) முளை கிளம்புதல்; germinate; put forth shoots. அவரை விதை முளைவிட்டது. 2: (குறிப்பிட்ட சூழலில் ஒரு எண்ணம், உணர்வு, நிலை போன்றவை ஒன்றிலிருந்து) தோன்றுதல்; உருவாதல்; begin to appear. வேலித் தகராறின்போதுதான் அவர்களுக்கு இடையே குரோதம் முளைவிட்டது./ முதன்முதலில் அவளைப் பார்த்தபோதே அவளைத்தான் திருமணம் செய்துகொள்ள வேண்டும் என்ற எண்ணம் என் மனத்தில் முளைவிட்டது.

முற்காலம் பெ. (நிகழ்கிற காலத்துக்கு அல்லது குறிப்பிடப்படும் காலத்துக்கு) முந்தைய காலம்; earlier times. முற்காலத்தில் மன்னர்கள் போருக்கு யானைகளைப் பயன்படுத்தினார்கள்./ முற்காலத்தில் கட்டப்பட்ட சிவன் கோயில்.

முற்கோபக்காரன் பெ. (இலங்.) முன்கோபி; short-tempered person. அந்த முற்கோபக்காரனுடன் எப்படி வேலை செய்வது?

முற்கோபம் பெ. (இலங்.) காண்க: முன்கோபம்.

முற்பகல் பெ. காலைப் பொழுதுக்கும் நண்பகலுக்கும் இடைப்பட்ட காலம்; forenoon. முற்பகல் பத்து மணிக்குத் தேர்வு நடைபெறும்.

முற்பட்ட பெ.அ. (காலத்தில்) முந்திய; prior (in time); earlier; pre-. சிலப்பதிகாரம் கம்பராமாயணத்துக்கு முற்பட்ட நூல் ஆகும்.

முற்பட்ட வகுப்பு பெ. கல்வியிலும் பொருளாதார நிலையிலும் வளர்ச்சி அடைந்ததாகக் கருதப்படுவதும் அரசின் இடஒதுக்கீடுகளில் இடம்பெறாததுமான இனங்களைப் பொதுவாகக் குறிப்பிடும் சொல்; the communities not included in the list of backward communities, scheduled castes and tribes; (in India) other communities.

முற்படு வி. (முற்பட, முற்பட்டு) (ஒரு செயலைச் செய்ய) முயலுதல் அல்லது தொடங்குதல்; attempt or begin (to do sth.). கையை ஓங்கிக்கொண்டு அடிக்கப்போனவனைத் தடுக்க முற்பட்டார்./ எரிபொருள் பற்றாக்குறை என்பதற்காகக் காடுகளை அழிக்க முற்படக் கூடாது.

முற்பிறப்பு பெ. காண்க: முற்பிறவி.

முற்பிறவி பெ. (இந்து மத நம்பிக்கையின்படி) தற்போதைய பிறவிக்கு முந்தைய பிறவி; previous birth.

முற்போக்கு பெ. (-ஆக, -ஆன) 1: முன்னேற்றத்திற்குத் தேவையான மாற்றங்களை ஆதரித்தும் காலத்துக்கு ஒவ்வாத மரபான நடைமுறைகளை விலக்கியும் செயல்படும் போக்கு; sth. conducive to progress. அந்தக் காலத்திலேயே விதவைத் திருமணத்தைப் பற்றி பாரதிதாசன் முற்போக்காக எழுதினார்./ வரதட்சணை ஒழிப்பு, தீண்டாமை எதிர்ப்பு என்று முற்போக்கான மாற்றங்களைப் பற்றி மேடையில் பேசினார். 2: இடதுசாரி சிந்தனைகளைக் கொண்ட அல்லது அவற்றை ஆதரிக்கும் போக்கு; leftist outlook. தமிழ்நாடு முற்போக்கு எழுத்தாளர் கலை ஞர்கள் சங்கம்/ தனது நாவல்களில் தொழிலாளர்களுக்காகக் குரல் கொடுத்த முற்போக்கு எழுத்தாளர் இவர்.

முற்றம் பெ. 1: (வீட்டின் முன்பகுதியில் வாசலை ஒட்டிய) திறந்த வெளிப் பகுதி; open courtyard (inside the house). முற்றத்தில் சிறுவர்கள் விளையாடிக்கொண்டிருந்தனர். 2: வீட்டிற்குள் நான்கு கட்டுகளுக்கு நடுவில் கூரையில்லாமல் இருக்கும் பகுதி; inner yard (of a house without roof). உள்ளே நுழைந்தவர் முற்றத்தில் இறங்கிக் கைகால் கழுவிக்கொண்டார். 3: (இலங்.) வீட்டைச் சுற்றியுள்ள நிலப் பகுதி; open space surrounding a house. முன் முற்றத்தில் பூங்கன்றுகளையும் பின் முற்றத்தில் வாழை மரங்களையும் நடலாம்.

முற்றல் பெ. (காய்கறியைக் குறிப்பிடும்போது) அதிகமாக முற்றியது; முற்றிய நிலையில் உள்ளது; (of vegetables) overripe. முருங்கைக் காய் ஒரே முற்றல்./ வெண்டைக்காய் முற்றலாக இல்லாமல் பிஞ்சாகப் பார்த்து வாங்கி வா.

முற்ற வெளி பெ. (ஊரக வ.) ஊர்வலத்தில் சென்ற உற்சவர் கோயிலுக்குத் திரும்பும்போது அவருக்கு மரியாதை செய்து உள்ளே அழைப்பதற்காகக் கோயிலுக்குள் இருக்கும் விசாலமான திறந்தவெளி; wide, open space inside a temple where the processional deity is ceremoniously received into the temple when returning from the procession. இன்று பெருமாளும் தாயாரும் முற்ற வெளியில் நின்று மாலை மாற்றிக்கொள்வார்கள்.

முற்றாக வி.அ. (உ.வ.) **முற்றிலும்; முழுவதுமாக;** entirely; in its entirety. எந்த நாகரிகத்தையும் முற்றாக அழித்துவிட முடியாது./ பழமையை முற்றாக நிராகரிக்க வேண்டும் என்று நான் கூறவில்லை./ கட்சித் தலைமைப் பதவிக்கு நான் போட்டியிடப் போவதாகச் சிலர் கூறியிருப்பதை முற்றாக மறுக்கிறேன்.

முற்றிலும் வி.அ. **முழுமையான அளவில்; முழுவதும்;** entirely; fully; totally. நான் சொல்வது முற்றிலும் உண்மை./ சில வகை மீன் இனங்கள் முற்றிலும் அழிந்துவிட்டன./ அவருடைய இலக்கிய நோக்கு முற்றிலும் மாறுபட்டது./ இந்த அனுபவம் எனக்கு முற்றிலும் புதியது./ அவருடைய கோரிக்கை முற்றிலும் நிராகரிக்கப்பட்டது.

முற்று வி. (முற்ற, முற்றி) **1: (சில மரங்கள், காய்கள்) அதிகபட்ச வளர்ச்சியை அடைதல்;** (of certain vegetables) become overripe; (of coconut) become ripe. முருங்கைக் காய் முற்றுவதற்கு முன்பே பறித்துவிடு./ முற்றிய தேங்காயாகப் பார்த்து வாங்கி வா!/ முற்றிய மரம் என்பதால் அறுப்பதற்குச் சிரமமாக இருந்தது. **2: (நோய்) குணப்படுத்த முடியாத நிலையை அடைதல்;** (of illness) get to an advanced state. நோயை முற்ற விட்டுவிடாதே./ மார்பில் புற்றுநோய் முற்றிவிட்டது. **3: (சண்டை, பிரச்சினை முதலியவை) தீவிர நிலையை அடைதல்;** (of issues, problems, etc.,) get aggravated; reach a critical stage. அவர்களுக்குள் தகராறு முற்றிக் கைகலப்பில் முடிந்தது./ வேலை நிறுத்தம் செய்யும் அளவுக்குத் தொழிலாளர் பிரச்சினை எப்படி முற்றியது? **4: (ஒரு இக்கட்டான அல்லது நெருக்கடியான சூழல்) தீவிரமடைதல்;** (of a crisis) become intense. உச்சநீதிமன்ற உத்தரவால் சிபிஐ இயக்குநருக்கு நெருக்கடி முற்றியுள்ளது. **5: ('முற்றும்', 'முற்றிற்று' ஆகிய வடிவங்கள் மட்டும்) (தொடர்ந்துகொண்டிருப்பது) முடிவுக்கு வருதல்; முடிதல்;** come to an end; be finished. கதை இந்த இதழோடு முற்றிற்று.

முற்றுகை பெ. **(போர்ப்படை, காவல்துறையினர் போன்றோர்) எதிரிகள் அல்லது குற்றவாளிகள் இருப்பதாக நம்பப்படும் ஓர் இடத்தைச் சுற்றிவளைக்கும் செயல்;** siege. இந்திய ராணுவப் படையின் முற்றுகையைச் சமாளிக்க முடியாத தீவிரவாதிகள் சரணடைந்தனர்./ எதிரி நாட்டுப் படைகளின் முற்றுகையைக் கண்டு பாரி மன்னன் அஞ்சவில்லை.

முற்றுகைப் போராட்டம் பெ. **தங்கள் கோரிக்கையை நிறைவேற்றுமாறு வலியுறுத்தி ஓர் இடத்தைச் சுற்றி நின்று நடத்தும் போராட்டம்;** blockading of the office of an official (to make him agree to their demands). ஊருக்குப் புதிய சாலைகள் அமைக்கப்படும் என்று ஆட்சியர் உறுதி அளித்ததன் பேரில் ஊர் மக்களின் முற்றுகைப் போராட்டம் விலக்கிக்கொள்ளப்பட்டது.

முற்றுகையிடு வி. (-இட, -இட்டு) **1: (போர்ப் படை) ஓர் இடத்தைச் சுற்றிவளைத்தல்;** siege. சேரனின் படைகள் தகடூரை முற்றுகையிட்டன./ ஆங்கிலேயர்கள் ஜான்சியை முற்றுகையிட்டனர். **2: (ஆட்கள் பெருமளவில்) ஒரு இடத்தில் கூடுதல்;** gather (in large numbers). தீபாவளியை முன்னிட்டு நகைக் கடைகளில் பெண்கள் முற்றுகையிட்டனர்./ தேர்தலில் சீட்டு வாங்குவதற்காகக் கட்சிக்காரர்கள் தலைமை அலுவலகத்தை முற்றுகையிட்டனர்./ காலிக் குடங்களுடன் நகராட்சி அலுவலகத்தை முற்றுகையிடப் பெண்கள் முடிவுசெய்துள்ளனர்.

முற்றுப்புள்ளி பெ. **1: பொருள் முழுமை பெற்ற தொடரின் அல்லது வாக்கியத்தின் இறுதியில் இடப்படும் குறி;** (in punctuation) full stop. வாக்கியத்தின் இந்த இடத்தில் நீ முற்றுப்புள்ளிக்குப் பதில் அரைப்புள்ளி வைக்க வேண்டும். **2: (ஒன்று) மேற்கொண்டு தொடராத நிலை;** end. இந்தப் பிரச்சினைக்கு முற்றுப்புள்ளி வைக்க வேண்டும்./ படிப்புக்கு முற்றுப்புள்ளி என்று முடிவுசெய்துவிட்டாயா?

முற்றுப்பெறு வி. (-பெற, -பெற்று) **(ஒரு நிகழ்வு, பணி, திட்டம் முதலியவை) முடிவடைதல்;** be completed.; come to an end. மக்கள்தொகைக் கணக்கெடுக்கும் பணி இன்னும் முற்றுப்பெறவில்லை./ அடுத்த இதழில் இந்தத் தொடர்கதை முற்றுப்பெறும்.

முற்றும்[1] பெ. **எல்லாம்; அனைத்தும்;** all. முற்றும் துறந்த முனிவர்.

முற்றும்[2] வி.அ. (உ.வ.) **முற்றிலும்;** entirely. அவருடைய இலக்கிய நோக்கு முற்றும் மாறுபட்டது.

முற்றுவினை பெ. (இலக்.) **வினைமுற்று;** finite verb.

முற்றோதல் பெ. (உ.வ.) **பக்தி இலக்கியமான தேவாரம், திருவாசகம் போன்ற ஒன்றை முழுமையாக நாள் முழுதும் பாடி நிறைவு செய்யும் நிகழ்ச்சி;** a function in which the whole of தேவாரம், திருவாசகம், etc., is recited in a day. இன்று திருச்சி சேக்கிழார் மன்றத்தாரால் திருவாசக முற்றோதல் நடைபெறும்.

முறம் பெ. **(தானியங்களைப் புடைப்பதற்குப் பயன்படும்) நுனிப்பகுதி சற்று அகலமாக இருக்கும்படி மெல்லிய மூங்கில் பிளாச்சு முதலியவற்றால் பின்னப்பட்ட தடித்த விளிம்புடைய சாதனம்;** wide-mouthed winnowing pan. அம்மா முறத்தால் அரிசி புடைத்துக் கொண்டிருந்தாள்./ கடலையை முறத்தில் கொட்டிக்கொள்.

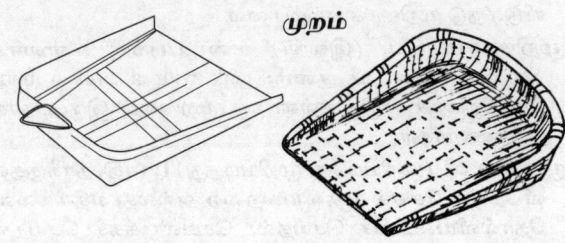

முறம்

முறி[1] வி. (முறிய, முறிந்து) **1: (மரம், குச்சி, எலும்பு முதலியவை விசையின் காரணமாக) ஒடிதல்; துண்டாதல்;** break; snap; fracture. புயலில் மரம் முறிந்து சாய்ந்தது./ விபத்தில் கை எலும்பு முறிந்துவிட்டது. **2: (பேச்சுவார்த்தை, உறவு போன்றவை) மேற்கொண்டு தொடர முடியாத நிலையை அடைதல்;** break down. தீவிரவாதிகளுடன் அரசு நடத்திய பேச்சுவார்த்தை முறிந்துவிட்டது./ அவர்கள் இடையே இருந்த நல்லுறவு முறியக் காரணம் என்ன?

முறி² வி. *(முறிய, முறிந்து)* **1: (பால், பாகு போன்றவை) தன்மை மாறுதல்; பதம் கெடுதல்;** change; be spoiled. *ஒரு சொட்டு எலுமிச்சம் சாறு விட்டால் பால் முறிந்துபோகும்./ பாகு காய்ச்சும்போது முறிந்துவிடாதவாறு பார்த்துக்கொள்வது முக்கியம்.* **2: (சளி, விஷம் போன்றவற்றின் பாதிப்பு) நீங்குதல்;** lose virulence. *'விஷம் முறிந்துவிட்டதால் இனி பயப்படத் தேவையில்லை' என்று வைத்தியர் கூறினார்./ மருந்துகளின் வீரியத்தைச் சிறுகீரை முறியச் செய்துவிடுமாம்.* **3:** *(இலங்.)* **(போதை) தெளிதல்;** become sober. *மனுஷன் ராத்திரி போட்டதே இன்னும் முறியவில்லையோ என்று யோசித்தாள்.* **4:** *(இலங்.)* **(உறக்கம்) கலைதல்;** (of sleep) come to an end. *இவனுக்கு நித்திரை முறிந்தது.*

முறி³ வி. *(முறிக்க, முறித்து)* **1: (நீண்ட உறுதியான பொருளை) துண்டாக்குதல்; ஒடித்தல்;** break (sth. long and stiff). *சவுக்குக் கட்டையை முறித்து அடுப்பில் வை./ கட்டையால் அடித்துக் காலை முறித்துவிட்டான்./ 'கையை முறித்துவிடுவேன்' என்று பயமுறுத்தினான்.* [*(தொ.சொ.)* **அரி/ அறு/ உடை/ ஒடி/ கிழி/ துண்டி/ நறுக்கு/ பிடு/ பிள/ வெட்டு**] **2: (பேச்சுவார்த்தை, உறவு முதலியவற்றை) துண்டித்தல்; நிறுத்துதல்; முடித்துக்கொள்ளுதல்;** break off (a negotiation); break (with s.o.); snap (one's ties). *போராளிகள் அரசுடன் நடத்திவந்த பேச்சுவார்த்தையை முறித்துக்கொண்டுள்ளனர்./ அந்த நிறுவனம் எங்களோடு கொண்டிருந்த உறவை முறித்துக்கொண்டது.*

முறி⁴ வி. *(முறிக்க, முறித்து)* **1: (விஷம், சளி போன்றவற்றின் பாதிப்பை) நீக்குதல்;** act as an antidote. *இந்த மருந்து விஷத்தை முறிக்கும்./ பனங்கற்கண்டு சளியை முறிக்கும் என்பார்கள்./ பாம்பு விஷத்தை முறிப்பதற்கான மருந்தைப் பாம்பின் விஷத்திலிருந்தே எடுக்கிறார்கள்.* **2:** *(ஊரக வ.)* **(சில்லறை) மாற்றுதல்;** get small or loose change for. *ஐந்து ரூபாய்க்குச் சில்லறை முறித்துக்கொண்டு வா!*

முறி⁵ பெ. *(இலங்.)* **(மீனை) துண்டாக வெட்டிய பகுதி; துண்டு;** piece (of fish cut into pieces). *தலை முறியைப் போட்டுச் சொதி வைத்துவிட்டு, வால் முறியைப் பொரித்துவிடு./ நடு முறியைக் குழம்பு வை.*

முறிகுளம் பெ. *(இலங்.)* **உடைப்புக்கு உள்ளான கரையை உடைய குளம்;** tank with a broken bund. *கோயிலுக்குச் சற்றுத் தள்ளி ஒரு முறிகுளம் இருப்பதாகச் சொன்னார்கள்.*

முறியடி வி. *(முறியடிக்க, முறியடித்து)* **1: (சதி, தாக்குதல், விரோதச் செயல் முதலியவற்றை அல்லது எதிரிகளை) தோல்வியடையச் செய்தல்; செயலிழக்கச் செய்தல்; (ஒன்று வெற்றிகரமாக) நடக்க விடாமல் செய்தல்;** outmanoeuvre; break; crush. *தங்கக் கடத்தல் முயற்சி வெற்றிகரமாக முறியடிக்கப்பட்டது./ எதிர்க்கட்சிகளின் பொய்ப் பிரச்சாரத்தை முறியடிப்போம்./ கால்பந்தாட்டத்தில் எதிரணியின் வியூகங்களைத் திறமையாக முறியடிப்பதில் மரடோனா வல்லவர்./ நாடாளுமன்றத்தின் மீதான தாக்குதல் முறியடிக்கப்பட்டது.* **2: (புதிய சாதனை படைத்து ஏற்கனவே நிகழ்த்தப்பட்ட சாதனையை) பின்னுக்குத் தள்ளுதல்; முந்துதல்;** break (an old record). *இந்த வருட உலகக் கோப்பைக் கால்பந்துப் போட்டிகளில் பழைய சாதனைகள் பல முறியடிக்கப்பட்டன./ தமிழ்நாட்டில் அதிக நாட்கள் ஓடிச் சாதனை புரிந்த 'ஹரிதாஸ்' என்ற படத்தின் சாதனை நீண்ட காலமாக முறியடிக்கப்படாமல் இருந்தது.*

முறிவு பெ. **1: (எலும்பு) உடைதல்; துண்டாதல்;** (bone) fracture. *எலும்பு முறிவு காரணமாக அவர் மருத்துவமனையில் சேர்க்கப்பட்டார்.* **2: (பேச்சுவார்த்தை, உறவு, தொடர்பு போன்றவை) நீடிக்காமல் போகும் நிலை;** breakdown (of negotiations, etc.,). *இந்தப் பேச்சுவார்த்தை முறிவுக்கு யார் காரணம்?/ தங்கள் நட்பின் முறிவை இரு நடிகர்களும் வெளிப்படையாகவே ஒப்புக்கொண்டுள்ளனர்.*

முறுக்கு¹ வி. *(முறுக்க, முறுக்கி)* **1: (துணி முதலியவற்றை) சுருட்டித் திருகுதல்;** wring (clothes); twist. *ஜமுக்காளத்தை நன்றாக முறுக்கிப் பிழிந்து காயப் போடு./ மீசையை முறுக்கிக்கொண்டே பேசினார்.* [*(தொ.சொ.)* **திருகு/ திருப்பு**] **2: (திருகாணி போன்றவற்றை) திருகுதல்;** turn (a screw so as to fix sth. in place). *திருகாணியை இதற்குமேல் முறுக்க முடியாது.* **3: (நார் முதலியவற்றைத் திரித்துக் கயிறு) தயாரித்தல்;** make (rope, etc.,) by twisting (fibres, etc.,). **4: (பிறர் தன்னை மதிக்க வேண்டும் என்று எதிர்பார்த்து) ஒருவித இறுக்கத்துடன் நடந்துகொள்ளுதல்;** act in an affected manner; be stiff. *புது மாப்பிள்ளை கொஞ்ச நாள் அப்படித்தான் முறுக்கிக்கொள்வார்!* **5:** *(இலங்.)* *(பெரும்பாலும் வயிற்றைக் குறித்து வரும்போது)* **வலித்தல்;** ache. *காலையிலிருந்தே வயிற்றை முறுக்கிக்கொண்டிருக்கிறது.*

முறுக்கு² பெ. **1: முறுக்கப்பட்ட நிலை;** twisted state. *முறுக்கு மீசை/ முறுக்குக் கயிறு.* **2: (உடல்) வலிமைக்கு உரிய உறுதி;** robustness (of body). *வயதாகிவிட்டாலும் உடல் முறுக்கு இன்னும் தளரவில்லை.* **3: மிடுக்கு;** (youthful) vitality. *வாலிப முறுக்கில் பேசுகிறான்.*

முறுக்கு³ பெ. **அரிசி மாவையும் உளுத்தம் மாவையும் பிசைந்து அச்சில் இட்டுப் பிழிந்து எண்ணெயில் பொரித்துச் செய்யப்படும் ஒரு தின்பண்டம்;** snack prepared from rice dough twisted by hand to form a ring and fried in oil.

முறுக்கு உரல் பெ. **(முறுக்கு பிழியப் பயன்படும்) அச்சு;** a kitchen gadget (used to press dough into shapes such as முறுக்கு, etc.,). *பக்கத்து வீட்டிலிருந்து முறுக்கு உரல் வாங்கி வந்து முறுக்கு பிழிந்தோம். (பார்க்க, படம்: அச்சு)*

முறுக்கு நூல் பெ. *(நெசவு)* **இரு இழைகளைச் சேர்த்து முறுக்கி உண்டாக்கிய நூல்;** twisted yarn.

முறுகல் பெ. **1:** *(-ஆக, -ஆன)* **(தோசை போன்ற சில உணவுப் பொருள்கள்) சூட்டால் அடையும் நீர்த் தன்மையற்ற மொரமொரப்பு;** (sth.) crisp. *அம்மா எனக்கு முறுகலாகத் தோசை சுட்டுப் போட்டாள்./ முறுகலான தோசை.* **2:** *(இலங்.)* **(போர், கலவரம் போன்றவை உருவாகுமோ என்கிற அளவுக்கு) பரபரப்பு நிறைந்த இறுக்கமான சூழல்;** tense situation. *முறுகல் நிலையைத் தாண்டினால் பெரும் சண்டை நடக்கும் என்பது நாம் அறிந்ததுதானே!*

முறுகு வி. *(முறுக, முறுகி)* **1: (பாகு, பால் போன்றவை சூட்டால்) நீர்த்தன்மை குறைந்து இறுகுதல்;** (of treacle, etc.,) become thick (when overheated). *சர்க்கரைப் பாகு*

1095 முறை மாமன்

முறுகாமல் பார்த்துக்கொள்!/ முறுகக் காய்ச்சிய பால். **2:** (இலங்.) **(தசை) முறுக்கேறி வலிமையாகக் காணப்படுதல்;** (of muscles) be taut. அவனுடைய கைகள் முறுகியிருந்தன.

முறுவல் பெ. (உ.வ.) **புன்முறுவல்; புன்னகை;** smile. உதட்டில் மெல்லிய முறுவலுடன் என்னைப் பார்த்துக் கண்ணைச் சிமிட்டினார்.

முறுவலி வி. (முறுவலிக்க, முறுவலித்து) (உ.வ.) **புன்முறுவல்செய்தல்; புன்னகைத்தல்;** smile. அந்தப் பெண் நாணத்தோடு என்னைப் பார்த்து முறுவலித்தாள்.

முறை[1] வி. (முறைக்க, முறைத்து) **(கோபம், எரிச்சல் முதலியவற்றால்) முகத்தைக் கடுமையாக்கிக்கொண்டு பார்த்தல்;** glower. சில்லறை தர முடியாது என்று கூறிய கடைக்காரரை முறைத்தான்./ பேச்சில் குறுக்கிட்ட மனைவியை முறைத்துவிட்டு என்னைப் பார்த்தார். [(தொ.சொ.) **காண்/ பார்/ விழி/ வெறி**]

முறை[2] பெ. (-ஆக, -ஆன) **1: (நியதி, பழக்கவழக்கம் முதலியவற்றின் அடிப்படையில்) குறிப்பிட்ட விதத்தில், தன்மையில் ஒன்று இருக்க வேண்டும் என்ற ஒழுங்கு அல்லது வரையறை;** propriety; proper way. ஒருவனுக்கு ஒருத்தி என்ற முறை சமுதாயத்தில் தொன்றுதொட்டு இருந்து வருகிறது./ 'பெற்ற தாயையே கவனிக்காமல் விட்டுவிட்டாயே! இது முறையா?' என்று மாமா என்னைத் திட்டினார்./ எங்களை முறையாக நடத்தினால் நாங்கள் நிகழ்ச்சியில் கலந்துகொள்வோம்./ நம் தமிழாசிரியர் சரவணப் பெருமாள் ஐயரிடம் முறையாகப் பாடம்கேட்டவர். **2: ஒன்று எப்படிச் செய்யப்பட அல்லது நிகழ வேண்டுமோ அப்படிச் செய்யப்படும் அல்லது நிகழும் தன்மை;** proper way. முறையாக இசை கற்றுக்கொள்ள வேண்டும் என்று அவருக்கு நெடுநாளாக ஆசை./ புதிய மருத்துவமனை முறைப்படி நாளை துவக்கப்படும்./ என் மாமாவுக்கு முறையான படிப்பு இல்லையென்றாலும் பட்டறிவு அதிகம்./ நீ எதை வேண்டுமானாலும் செய். ஆனால் அதற்கு ஒரு முறை இருக்கிறது. **3: ஒரு செயல், ஆய்வு போன்றவற்றை மேற்கொள்வதற்காக வகுக்கப்பட்டிருக்கும் செயல்பாட்டு வடிவம்;** method; system. கார்பன் கணக்கீட்டு முறையின்படி புதைபடிவங்களின் வயதை அறியலாம்./ மடக்கை முறைப்படி இந்தக் கணக்குக்குத் தீர்வு காண வேண்டும்./ அந்தாதி முறையில் எழுதப்பட்ட பாடல் இது./ மக்களாட்சி முறை ஒரு மாபெரும் தத்துவமாகும். **4: ஒன்று இருக்கும், நடைபெறும், செயல்படும், இயங்கும் தன்மை; விதம்;** way; manner. பொருளாதார அமைப்பு மாறும்போது வாழ்க்கை முறையும் மாறும்./ மனத்துக்கு ஆறுதல் அளிக்கும் முறையில் அன்புடன் பேசினார். **5: அடுத்தடுத்து நிகழ்வதிலோ செய்யப்படுவதிலோ ஒன்று இத்தனையாவதாக நிகழ்கிறது அல்லது செய்யப்படுகிறது என்பதைக் குறிப்பிடும் சொல்; தடவை;** time(s). நகரத்தையே இப்போதுதான் முதல் முறையாகப் பார்ப்பது போல் பார்த்தான்./ எத்தனை முறை படித்தாலும் கொஞ்சம் கூட அலுக்காத கதை./ எதிர் வீட்டுப் பையன் மறுமுறையும் என்னிடம் சண்டைக்கு வந்தான்./ இந்த முறையாவது எதிர்பார்த்தபடி பருவமழை பெய்யுமா? **6: ஒரு வரிசையிலோ தொடர்ச்சியாக செய்யப்படும் ஒன்றிலோ ஒருவருக்கான அல்லது ஒன்றுக்கான சந்தர்ப்பம்;** turn. வயல்களுக்கு முறை வைத்துதான் தண்ணீர் விடப்படும்./ மருத்துவமனையில் மருத்துவரைப் பார்க்க வரிசையில் தன் முறைக்காகக் காத்திருந்தார்./ 'இது உன் முறை' என்று சொல்லிவிட்டுச் சீட்டுக்கட்டை அவனிடம் கொடுத்தார். **7: (இருவருக்கும் இடையில் இருக்கும்) வரையறுக்கப்பட்ட உறவு;** relationship. அவர் எனக்கு மாமா முறை./ அவர் உனக்கு என்ன முறை வேண்டும்?/ ஆசிரியர் என்ற முறையில் உங்களைக் கண்டிக்க எனக்கு உரிமை உண்டு./ கட்சியின் உண்மையான தொண்டன் என்ற முறையில் கட்சித் தலைமையின் முடிவுகளுக்கு நான் கட்டுப்படுகிறேன்.

முறைகேடு பெ. (-ஆக, -ஆன) **சட்டம், விதிமுறை, மரபு போன்றவற்றுக்குப் புறம்பான செயல்;** act contrary to rules and regulations; irregularity; impropriety. தேர்தலில் நடைபெற்ற முறைகேடுகள் அம்பலமாகியுள்ளன./ வீட்டில் தனியாக இருந்த பெண்ணிடம் முறைகேடாக நடந்து கொண்ட வாலிபர் கைது.

முறைத்துக்கொள் வி. (-கொள்ள, -கொண்டு) **(ஒருவரை) பகைத்துக்கொள்ளுதல்; விரோதித்துக்கொள்ளுதல்;** make an enemy of (s.o.); antagonize. நீ எல்லோரையும் முறைத்துக்கொண்டு வாழ முடியாது.

முறைப்படுத்து வி. (-படுத்த, -படுத்தி) **1: வரிசைப்படுத்துதல்; ஒழுங்குபடுத்துதல்;** arrange; put in order. நடந்த சம்பவங்களை முறைப்படுத்தி எழுதிக் கொடுங்கள். **2: நெறிமுறைக்கு உட்பட்டதாக ஆக்குதல்;** systematize; regulate. மனநலம் குன்றியவர்களுக்கான காப்பகங்களின் செயல்பாடுகள் முறைப்படுத்தப்பட வேண்டும்.

முறைப்பாடு பெ. (இலங்.) **முறையீடு;** complaint. வார விடுமுறையில் வீட்டுக்கு வரும்போது அம்மாவின் முறைப்பாடு தாங்க முடியவில்லை.

முறைப்பு பெ. **கடுமை நிறைந்த பார்வை; முறைத்தல்;** stern look; glowering look. தம்பியின் முணுமுணுப்பை ஒரு முறைப்பில் அடக்கினான்./ உன் முறைப்பை வேறு யாரிடமாவது வைத்துக்கொள்!

முறைப் பெண் பெ. **(ஒரு ஆணுக்கு உறவுமுறையில்) திருமணம் செய்துகொள்வதற்கு உரிமை உள்ள பெண்;** woman whom a man has customary claim to marry. அத்தை மகள், மாமன் மகள் என்று எனக்கு இரண்டு முறைப் பெண்கள் இருக்கிறார்கள்.

முறைப் பையன் பெ. **(ஒரு பெண்ணுக்கு உறவுமுறையில்) திருமணம் செய்துகொள்வதற்கு உரிமை உள்ள ஆண்;** man whom a girl has customary claim to marry. முறைப் பையன்மேல் மஞ்சள் தண்ணீரை ஊற்றிவிட்டு வேகமாக வீட்டுக்குள் ஓடினாள்.

முறை மாப்பிள்ளை பெ. **(ஒரு பெண்ணுக்கு உறவுமுறையின் அடிப்படையில்) திருமணம் செய்துகொள்வதற்கு உரிமை உள்ள ஆண்;** man whom a girl has customary claim to marry.

முறை மாமன் பெ. **உறவுமுறையின் அடிப்படையில் ஒரு பெண்ணைத் திருமணம் செய்துகொள்ளும் உரிமை உடைய, தாயின் இளைய சகோதரன்;** younger brother of a girl's mother who has a customary claim to marry her.

முறைமை பெ. *முறை;* system; procedure. காலத்துக்கேற்ப வேளாண் முறைமைகள் மாறிவந்திருக்கின்றன./ சர்வதேச சட்ட முறைமைகள்.

முறையிடு வி. (முறையிட, முறையிட்டு) **(தீர்வுக்காக அல்லது உரிய நடவடிக்கைக்காக) மனக்குறை, வேண்டுகோள், கோரிக்கை போன்றவற்றை ஒருவரிடம் சொல்லுதல்;** appeal (to the authorities); petition. மின்சாரக் கட்டணத்தைக் குறைக்குமாறு விவசாயிகள் அமைச்சரிடம் முறையிட்டனர்./ நகராட்சி அதிகாரிகளிடம் பல தடவை முறையிட்டும் சாலை செப்பனிடப்படவில்லை./ சிங்க ராஜா தங்களைக் கொடுமைப்படுத்துவதாக எல்லா விலங்குகளும் நரியிடம் முறையிட்டன.

முறையியல் பெ. (பு.வ.) **குறிப்பிட்ட செயல்பாடு, ஆய்வு போன்றவை எவ்வாறு நிகழ்த்தப்பட வேண்டும் என்பதைக் குறித்துப் படிப்படியாக மேற்கொள்ளும் செயல்முறை;** methodology.

முறையீடு பெ. 1: **தேவை, குறை ஆகியவற்றைக் குறித்த கோரிக்கை;** appeal; petition; prayer. நியாய விலைக் கடைகளில் பொருள் விற்பனை குறித்து மக்களுடைய முறையீட்டை அதிகாரி கேட்டார். [(தொ.சொ.) புகார்/ வேண்டுகோள்] 2: **(கிரிக்கெட், கபடி, பூப்பந்து போன்ற விளையாட்டுகளில்) அறிவிக்கப்பட்ட முடிவை மறுபரிசிலனை செய்யுமாறு ஒரு விளையாட்டு வீரர் நடுவருக்கு விடுக்கும் வேண்டுகோள்;** appeal (in sports).

முறையே வி.அ. **(சொல்லப்படுபவை) அவை குறிப்பிடப்பட்டுள்ள வரிசையில்;** respectively. குற்றம் செய்தவருக்கும் குற்றம் செய்யத் தூண்டியவருக்கும் முறையே ஐந்தாண்டு, மூன்றாண்டுக் கடுங்காவல் தண்டனை தரப்பட்டது./ முதல் மூன்று இடங்களை முறையே ஆஸ்திரேலியா, இந்தியா, இலங்கை ஆகிய அணிகள் பிடித்தன.

முறைவாசல் பெ. (வ.வ.) **பல குடித்தனங்கள் இருக்கும் ஒரு வீட்டில் வாசல் தெளித்துக் கூட்டும் வேலையைக் குறிப்பிட்ட நாளைக்குக் குறிப்பிட்ட குடித்தனக்காரர் செய்ய வேண்டும் என்கிற முறை;** the turn (duty) of each resident to keep the common area clean.

முன்[1] பெ. 1: **ஒன்றை அல்லது ஒருவரை ஒட்டி எதிர்ப்புறம் அமைந்திருக்கும் பகுதி; ஒரு பொருள், இடம் முதலியவற்றின் முதல் பகுதியாகவோ தொடக்கப் பகுதியாகவோ இருப்பது;** before (s.o.); (in) front (of s.o.); front (side, part, etc.,); fore. பேருந்து திடீரென்று நின்றதால் முன்இருக்கையில் அவனது தலை மோதியது./கதவின் முன் பக்கத்தைத் துடை./ பேருந்தின் முன்பகுதி நசுங்கியிருந்தது./ மான், புலி ஆகிய இரண்டில் முன்னது தாவர உண்ணி, பின்னது ஊனுண்ணி. 2: (காலத்தைக் குறித்து வரும்போது) **(குறிப்பிட்டதற்கு) முதலில் அமைவது அல்லது நிகழ்வது;** (of time) before; first (part, etc.,). நாடகத்தின் முன்பகுதி நன்றாக இருந்தது./ அவர் இயக்கிய இரண்டு படங்களில் முன்னது சுமார்தான் என்றாலும் பின்னது மிகவும் சிறப்பாக அமைந்துவிட்டது.

முன்[2] வி.அ. *முன்னால்;* forward. காலை முன் வைத்தவன் திடுக்கிட்டு நின்றான்.

முன்[3] இ.சொ. **'முன்னால்' என்ற பொருளில் பயன்படுத்தப்படும் இடைச்சொல்;** particle used in the sense of 'before (s.o. or sth.)'. நாய் எனக்கு முன் ஓடியது./ புத்தகம் உனக்கு முன்தானே கிடக்கிறது./ கணிப்பொறியின் முன் உட்கார்ந்து வெகுநேரம் வேலைபார்ப்பவர்களுக்கு உடல் ரீதியாக நிறைய பிரச்சினைகள் ஏற்படுகின்றன./ ஐந்து வருடங்களுக்கு முன் நடந்த நிகழ்ச்சி./ அவளுக்கு முன் நான் வீட்டுக்கு வந்துவிட்டேன்.

முன்அனுபவம் பெ. **ஒரு தொழில், பணி போன்றவற்றில் ஈடுபடும் ஒருவர் அவற்றை ஏற்கனவே செய்திருப்பதன்மூலம் பெற்றிருக்கும் அனுபவம்;** previous experience. ஐந்து வருட முன்அனுபவம் உள்ளவர்கள் இந்த வேலைக்கு விண்ணப்பிக்கலாம்./ முன்அனுபவம் இல்லாமல் இந்தத் தொழிலில் இறங்கியதால்தான் அவருக்குக் கடும் நஷ்டம் ஏற்பட்டது.

முன்கட்டு பெ. **வீட்டின் முன்பகுதி;** front portion of a house.

முன்களம் பெ. **(கால்பந்து, ஹாக்கி போன்ற விளையாட்டுகளில்) பந்தைக் கடத்திச் சென்று அடித்துப் புள்ளிகள் எடுக்கும் வீரர்கள் நிற்கும் மைதானப் பகுதி;** (in games such as football, hockey, etc.,) section of the field occupied by the forward. முன்கள வீரர்கள் சுறுசுறுப்பாக ஆடவில்லை.

முன்கூட்டியே வி.அ. (பே.வ.) **(ஒரு செயல் செய்வதற்கு) முன்பே; முன்னரே;** in advance; early. பணம் வேண்டும் என்று முன்கூட்டியே சொல்லக் கூடாதா?/ அவர் யார் என்பது முன் கூட்டியே உனக்குத் தெரியுமா?

முன்கை எடு வி. (எடுக்க, எடுத்து) (பு.வ.) **(ஒரு திட்டம், நோக்கம் முதலியவை நிறைவேற) உரிய காலத்துக்கு முன்பே மேற்கொள்ளும் முனைப்போடுகூடிய செயல்பாடு; முன்முயற்சி செய்தல்;** take the initiative. இந்தத் தொழில்நுட்பம் சாத்தியப்பட வேண்டுமென்றால், அதற்கு வெளிநாட்டில் வாழும் இந்தியர்கள்தான் முன்கை எடுத்துச் செயலாற்ற வேண்டும்./ இளைஞர்கள் முன்கை எடுத்தால் ஒழிய இந்தத் திட்டம் நிறைவேறாது.

முன்கோபம் பெ. **சட்டென்று எழும் கோபம்;** short temper. தன்னுடைய முன்கோபத்தால் பல நல்ல வேலைகளை இழந்திருக்கிறார்.

முன்கோபி பெ. **சட்டென்று கோபப்படக்கூடிய நபர்;** person with a short temper.

முன்சீப் பெ. (சட்டம்) **(உரிமையியல்) துணை நீதிமன்றத்தின் நீதிபதி;** judge of a subordinate civil court (of the first instance); (in India) Munsiff.

முன்தள்ளு வி. (-தள்ள, -தள்ளி) **(ஒரு வரிசையிலிருந்து, ஒழுங்கிலிருந்து ஒன்று) முன்பக்கமாக நீண்டிருத்தல்; துருத்திக்கொண்டிருத்தல்/வெளியே தள்ளி அமைதல்;** stick out/project. அவளுக்குச் சற்று முன்தள்ளிய பல்/ தெருவில் முன்தள்ளியிருக்கிற வீடுதான் அவருடைய வீடு.

முன்தீர்மானம் பெ. (பு.வ.) **விவரங்களை ஆராய்ந்து முடிவுக்கு வருவதற்குப் பதில் முன்கூட்டியே ஒரு முடிவு செய்துகொண்டு ஒரு விஷயத்தைப் பார்க்கும் இயல்பு;** sth. preconceived.

முன்தேதியிடு வி. (-இட, -இட்டு) **(அரசின் ஆணை, சட்டம் போன்றவற்றை அமல்படுத்தும்போது) கடந்த**

1097 முன்மொழி

காலத் தேதி குறிப்பிடப்படுதல்; backdate. இந்த கிராக்கிப்படி இந்த ஆண்டு ஜனவரி 1ஆம் தேதிமுதல் முன்தேதியிட்டு வழங்கப்படும்./ தேர்தல் சமயத்தில் புதிய ஊழியர்களை முன்தேதியிட்டு நியமனம் செய்தது செல்லாது என்று தேர்தல் ஆணையம் தெரிவித்தது.

முன்நிபந்தனை பெ. (ஒன்றைச் செய்ய அல்லது நடத்த) முன்கூட்டியே விதிக்கும் கட்டுப்பாடு; precondition. பாகிஸ்தானுடன் பேச்சுவார்த்தை நடத்துவதற்குச் சில முன்நிபந்தனைகளை இந்தியா விதித்துள்ளது./ எந்தவித முன்நிபந்தனையும் இன்றி நான் உனக்கு உதவத் தயாராக இருக்கிறேன்.

முன்நில் வி. (-நிற்க, -நின்று) முன்வந்து ஒன்றுக்கான பொறுப்பை ஏற்றுக்கொள்ளுதல்; take the initiative. உறவினர்கள் இல்லையென்று கவலைப்படாதே. நான் முன் நின்று உன் கல்யாணத்தை நடத்திவைக்கிறேன்.

முன்நிறுத்து வி. (-நிறுத்த, -நிறுத்தி) காண்க: முன்னிறுத்து.

முன்பகை பெ. காண்க: முன்விரோதம்.

முன்பணம் பெ. 1: ஒரு பணிக்கு நிர்ணயிக்கப்பட்ட தொகையில் முன்கூட்டியே தரப்படும் பணம்; advance payment. ஆசாரி முன்பணம் வாங்கிக்கொண்டு போயிருக்கிறார். 2: (சம்பளத்திலிருந்து) முன்கூட்டியே வாங்கிக்கொள்ளும் தொகை; salary advance. தீபாவளி முன்பணம் வழங்கக் கோரி அரசு ஊழியர்கள் ஆர்ப்பாட்டம் நடத்தினர்./ அவசரத் தேவைக்காக என் சம்பளத்திலிருந்து ஐநூறு ரூபாய் முன்பணம் வாங்கிக்கொண்டேன். 3: கடையில் தவணை முறையில் பொருள் வாங்கும்போது முழுத் தொகையில் ஒரு பகுதியாக முதலில் கட்டும் பணம்; down payment. முன்பணம் இரண்டாயிரம் ரூபாய் செலுத்திவிட்டு இந்தத் தொலைக்காட்சிப் பெட்டியை நீங்கள் எடுத்துச்செல்லலாம்.

முன்பதிவுசெய் வி. (-செய்ய, -செய்து) (திரையரங்கு, ரயில், பேருந்து முதலியவற்றில்) முன்கூட்டியே இருக்கைகளைப் பதிவு செய்தல்; reserve (seats, etc., in a cinema, train, bus, etc.,).

முன்பருவக் கல்வி பெ. (பு.வ.) பள்ளியில் முதல் வகுப்புக்குச் செல்லும் வயதை எட்டாத குழந்தைகளுக்கான கல்வி; pre-school education.

முன்பள்ளி பெ. (இலங்.) (பொதுவாக இரண்டு முதல் நான்கு வயதுவரை உள்ள குழந்தைகள் பயிலும்) பாலர் பள்ளி; pre-school; playschool. முன்பள்ளிக்குச் செல்லும் குழந்தைகளுக்குப் பால்மா பொதிகள் வழங்கப்பட்டன./ முன்பள்ளி மாணவர்கள் விடுமுறையில் உள்ளனர்.

முன்பனிக் காலம் பெ. மார்கழி, தை மாதங்களில் இரவின் முற்பகுதியில் பனி பெய்யும் காலம்; the cold months of மார்கழி, தை corresponding to mid-December to mid-February when dew falls early in the night.

முன்பாக வி.அ. 1: (ஓர் இடத்தில்) முன்; முன்னால்; ahead of; in front of so. or sth. வரிசையில் எனக்கு முன்பாகச் சுமார் பத்துப் பேர் நின்றிருந்தனர். 2: (காலத்தில்) முன்பு; before (referring to time). நான் போவதற்கு முன்பாகவே வந்து தூதரகத்தில் காத்துக்கொண்டிருந்தவர்கள் ஏராளம்.

முன்பிணை பெ. (இலங்.) எதிர்பார்ப்பு ஜாமீன்; anticipatory bail.

முன்பின் வி.அ. இதற்கு முன் பழக்கமோ அறிமுகமோ (இல்லாத); unfamiliar; unknown (person or place). எனக்கு முன்பின் தெரியாத நபர்./ நான் முன்பின் பார்த்திராத ஊர்./ அங்கு யாரோடாவது முன்பின் பழகியிருக்கிறாயா?/ முன்பின் அறியாத நகரம்./ முன்பின் போகாத இடம்.

முன்பின் தெரியாத பெ.அ. பழக்கம் இல்லாத; அறிமுகம் இல்லாத; unfamiliar; unacquainted; unknown; strange. முன்பின் தெரியாத ஊரில் சரியான முகவரி இல்லாமல் நண்பரின் வீட்டை எப்படிக் கண்டுபிடிக்க முடியும்?/ என் அண்ணன் முன்பின் தெரியாத ஆட்களிடம்கூட சகஜமாகப் பேச ஆரம்பித்துவிடுவார்.

முன்பின் யோசிக்காமல் வி.அ. விளைவுகளை எண்ணிப்பார்க்காமல்; thoughtlessly; without forethought. முன்பின் யோசிக்காமல் இந்தக் காரியத்தில் இறங்கிவிடாதே.

முன்பு[1] வி.அ. முற்காலத்தில்; முன்னாளில்; previously. இந்த மருந்துகளுக்கு முன்பு வரிவிலக்கு அளிக்கப்பட்டிருந்தது./ முன்பு நடந்த நிகழ்ச்சியை அவர் விவரிக்கிறார்.

முன்பு[2] இ.சொ. 'முன்னால்' என்ற பொருளில் பயன்படுத்தப்படும் இடைச்சொல்; particle used in the sense of 'before (s.o. or sth.)'. கதவுக்கு முன்பு தயங்கி நின்றான்./ கோயிலுக்கு முன்பு இருக்கும் மைதானத்தில் கூத்து நடக்கிறது.

முன்புறம் பெ. (ஒன்றின்) முன்பக்கம்; முன்னுள்ள இடம்; the area in front (of sth.); the front (part). கோயிலின் முன்புறம் கடைகள் கட்டப்பட்டுள்ளன./ வீட்டின் முன்புறத்தை இடித்துவிட்டுக் கடைகள் கட்டலாம் என்ற யோசனை இருக்கிறது.

முன்பே வி.அ. முன்கூட்டியே; earlier; before sth. mentioned had happened. நாம் வீட்டை விட்டுக் கிளம்புவதற்கு முன்பே நீ இந்த விஷயத்தை என்னிடம் சொல்லியிருக்கலாம் அல்லவா?/ இது எனக்கு முன்பே தெரிந்திருந்தால் பிரச்சினையை எளிதாகத் தீர்த்திருக்கலாம்

முன்மாதிரி பெ. 1: கட்டடம், சிலை, இயந்திரம் முதலியவற்றை எப்படி உருவாக்குவது அல்லது அமைப்பது என்பதற்காகச் சிறு அளவில் முதலில் உருவாக்கப்படுவது; model; miniature. தலைவர் சிலைக்கு முன்மாதிரி இந்தப் புகைப்படம்தான்./ அமைக்கப்படவிருக்கும் அனல் மின்நிலையத்தின் முன்மாதிரியை அமைச்சர் பார்வையிட்டார். 2: (-ஆக, -ஆன) பின்பற்றும் வகையில் எடுத்துக்காட்டாக அமையும் ஒருவர் அல்லது ஒன்று; sth. exemplary; sth. worth following; model. பொருளாதார வளர்ச்சியில் நம் நாடு பிற தெற்காசிய நாடுகளுக்கு முன்மாதிரியாக விளங்கும் காலம் வரும். / இளம் விஞ்ஞானிகளுக்கு அவர் நல்ல முன்மாதிரி. [(தொ.சொ.) உதாரணம்/ எடுத்துக்காட்டு/ மாதிரி/ முன்னுதாரணம்]

முன்முயற்சி பெ. (பு.வ.) குறிப்பிட்ட நோக்கத்தை அடைய உரிய காலத்துக்கு முன்பே மேற்கொள்ளும் முனைப்போடுகூடிய செயல்பாடு; initiative. புதிய பத்திரிகை துவங்குவதற்கான முன்முயற்சிகளை அவர் கடந்த ஆண்டே தொடங்கிவிட்டார்.

முன்மொழி வி. (-மொழிய, -மொழிந்து) (விதிகளுக்கு உட்பட்டு நடக்கும் கூட்டத்தில் ஒரு பதவிக்கு ஒருவரின் பெயரை அல்லது தீர்மானம் முதலியவற்றை)

முன்மொழிவு 1098

முன்வைத்தல்; propose (s.o.'s name, a resolution, etc., for consideration at a formal meeting). செயலாளர் பதவிக்குக் கூட்டத்தில் உங்கள் பெயரை நான் முன்மொழிகிறேன்./ ஆளுநர் உரைக்கு நன்றி தெரிவிக்கும் தீர்மானத்தை அவை முன்னவர் முன்மொழிந்தார்.

முன்மொழிவு பெ. (பெ.வ.) **(அரசுக்கோ அல்லது ஒரு அமைப்புக்கோ) பரிசீலிக்கும் பொருட்டு அளிக்கும் உத்தேசத் திட்டம்;** proposal. புதிய பாலம் கட்டுவதற்கான முன்மொழிவைப் பொதுப்பணித் துறை அரசுக்கு அனுப்பி வைத்துள்ளது.

முன்யோசனை பெ. **ஒன்றின் விளைவுகுறித்து அல்லது நடக்கப்போவதுகுறித்துத் தயாராக இருப்பதற்கு ஏற்ற வகையில் முன்னரே செய்யும் சிந்தனை;** forethought; thoughtfulness. காலையிலேயே மப்பும்மந்தாரமுமாக இருந்ததால் முன்யோசனையுடன் குடை கொண்டு வந்திருந்தான்./ முன்யோசனை இல்லாமல் கடன் வாங்கிவிட்டு இப்போது வருத்தப்பட்டு என்ன பயன்?

முன்வடிவு பெ. **(சட்டம், திட்டம் முதலியவற்றின்) வரைவு;** draft (of a plan, etc.,); bill. போதைப்பொருள்களை முற்றிலுமாகத் தடை செய்யும் சட்ட முன்வடிவு சட்டசபையில் தாக்கல் செய்யப்பட்டது.

முன்வழுக்கை பெ. (ஆண்களை மட்டும் குறித்து வந்து) **நெற்றியின் மேல்பகுதியில் தொடங்கிக் கொஞ்சம் கொஞ்சமாக உச்சிவரையில் ஏறிக்கொண்டே செல்லும் வகையில் முடி உதிர்ந்து காணப்படும் தலைப் பகுதி;** (of men) bald spot on the front side of one's head.

முன்வா வி. (-வர, -வந்து) **ஆதரவு, உதவி, ஒத்துழைப்பு போன்றவற்றை ஆர்வத்துடனோ முனைப்புடனோ துணிவுடனோ அளிப்பதற்குத் தயாராக இருத்தல்;** come forward; express willingness. தேர்தலைப் பற்றிப் பொது மக்களில் பலர் தாமே முன்வந்து நிருபரிடம் கருத்துத் தெரிவித்தனர்./ ஆற்றைச் சுத்தப்படுத்தும் பணியை நடத்தப் பல சேவை அமைப்புகள் முன்வந்துள்ளன./ இளம் படைப்பாளிகளின் படைப்புகளை வெளியிடுவதற்குப் பதிப்பகங்கள் முன்வர வேண்டும்.

முன்விரோதம் பெ. **(இருவருக்கு இடையில்) கடந்த காலத்தில் ஏற்பட்ட பகை அல்லது மனக்கசப்பு;** enmity. முன்விரோதம் காரணமாக இந்தக் கொலை நடந்திருக்கலாம் என்று காவல்துறையினர் சந்தேகிக்கின்றனர்./ முன்விரோதத்தை மனத்தில் வைத்துக்கொண்டு அவர் உனக்கு இடைஞ்சல் செய்யலாம்.

முன்வெளியீடு பெ. (பெரும்பாலும் பெயரடையாக வரும்போது) **வெளிவரும் காலத்துக்குச் சில மாதங்களுக்கு முன் பொருந்துவதாக (ஒரு நூல் போன்றவற்றுக்கு) அமைவது;** pre-publication. முன்வெளியீட்டுத் தொகை/ முன்வெளியீட்டுத் திட்டம்/ முன்வெளியீட்டுச் சலுகை விலை.

முன்வை வி. (-வைக்க, -வைத்து) **1: (பிரேரணை, திட்டம், தீர்மானம் முதலியவற்றை) பரிசீலனைக்காகத் தக்க முறையில் சமர்ப்பித்தல்; (ஒரு கேள்வி, கோரிக்கை போன்றவற்றை ஒருவருடைய) கவனத்திற்குக் கொண்டுவருதல்;** propose; put forward (resolution, demand, etc.,). பாடத்திட்டத்தைக் குறித்த கருத்துகளை ஆசிரியர் சங்கங்கள் முன்வைத்துள்ளன. இந்தியப் பொருளாதாரம்குறித்து அவர் முன்வைக்கும் கேள்விகள் நம்மைச் சிந்திக்க வைக்கின்றன. **2: உதாரணத்திற்காகவோ ஆராய்வதற்கு அடிப்படையாகவோ ஒன்றை எடுத்துக்கொள்ளுதல்;** have sth. as a theme. 'சித்தர் பாடல்களை முன்வைத்து மாயையைப் பற்றிய ஓர் அலசல்' என்ற தலைப்பில் கட்டுரை ஒன்று எழுதப்போகிறேன்./ ரஷ்யப் புரட்சியை முன்வைத்து இந்த நூலை உருவாக்கியிருக்கிறார்.

முன்வைப்புத்தொகை பெ. **(ஏலம், ஒப்பந்தப் புள்ளி முதலியவற்றுக்காக ஒருவர்) கட்ட வேண்டிய முன்பணம்;** earnest money deposit.

முன்றில் பெ. (இலங்.) **(ஒரு கட்டடத்தின்) முன்னால் உள்ள இடம்;** courtyard (of a building). இன்று மாலை வித்தியாசாலை முன்றிலில் நடக்கவிருக்கும் கண்ணீர் அஞ்சலிக் கூட்டத்துக்கு வருமாறு அனைவரையும் கேட்டுக்கொள்கிறோம்./ பாரதி இல்ல முன்றிலில் கவியரங்கு சிறப்பாக நடைபெற்றது.

முன்னங்கால் பெ. **1: (விலங்கினத்தில்) கழுத்தை ஒட்டி அமைந்திருக்கும் கால்;** (of animals) foreleg. **2: முழங்காலுக்கும் கணுக்காலுக்கும் இடைப்பட்ட பகுதி;** the part of the leg between the knee and the ankle.

முன்னங்கை பெ. **மணிக்கட்டுக்கும் கைமூட்டுக்கும் இடைப்பட்ட பகுதி; முழங்கை;** forearm.

முன்னணி பெ. **1: (விளையாட்டு, தேர்தல் முதலியவற்றில்) வெற்றி அடையும் வாய்ப்புடன் இருக்கும் நிலை; முன்னிலை;** position ahead (of others); leading position. அந்த வேட்பாளர் ஐயாயிரம் ஓட்டு வித்தியாசத்தில் முன்னணியில் உள்ளார்./ முதல் பாதியில் முன்னணியில் இருந்த அணி தோற்றது பலருக்கும் ஆச்சரியம் தந்தது. **2: பலருள் அல்லது பலவற்றுள் சிறப்பு, திறமை, தகுதி போன்றவற்றின் அடிப்படையில் முதன்மையையோ அல்லது அதிக முக்கியத்துவத்தையோ வகிக்கும் நிலை;** forefront. தொழில் வளர்ச்சியில் நம் நாடு முன்னணியில் உள்ளது./ அந்தக் கட்சியின் முன்னணித் தலைவர்களுள் இவரும் ஒருவர்./ முன்னணி நடிகர்கள் பலர் நடித்திருக்கும் படம். **3: அரசியலில் பல அமைப்புகள் இணைந்து ஏற்படுத்தும் கூட்டமைப்பு;** (of political parties, etc., forming a) front. இந்தத் தேர்தலில் ஜனநாயக முன்னணி வெற்றி பெற வாய்ப்பு உள்ளது.

முன்னதாக வி.அ. **1: (குறிப்பிடப்படும் நேரத்திற்கு அல்லது குறிப்பிடப்படுவதற்கு) முன்பு;** before; previously. ரயில் புறப்படுவதற்கு ஒரு மணி நேரம் முன்னதாகவே ரயில் நிலையம் வந்துவிட்டேன்./ இரு அணிகளுக்கு இடையே இதற்கு முன்னதாக நடைபெற்ற ஆட்டம் வெற்றி தோல்வியின்றி முடிந்தது. **2: (செய்தித்தாள், தொலைக்காட்சிச் செய்திகள் போன்றவற்றில் பயன்படுத்தும்போது) முன்னால் சொல்லப்பட்ட வாக்கியத்திற்குத் தொடர்புடையதாகவோ அல்லது அதன் ஆரம்பமாகவோ முதலில் ஒன்று நிகழ்ந்தது என்பதைக் காட்டப் பயன்படுத்தும் சொல்;** earlier. 'செயற்கை எரிபொருள்களை நாம் கண்டுபிடிக்க வேண்டும்' என்றார் பிரதமர். முன்னதாக இந்திய அறிவியல் மாநாட்டைத் துவக்கிவைத்த பிரதமர் இளம் விஞ்ஞானிகளைக் கௌரவித்தார்.

முன்னம் வி.அ. காண்க: *முன்பு*[1].

முன்னர்[1] வி.அ. (உ.வ.) **முன்பு;** before; (years) ago. இது அவர் முன்னர் சொன்ன செய்தி அல்லவா?/ இதை நீ முன்னரே சொல்லியிருக்கலாம்.

முன்னர்[2] இ.சொ. **'முன்பு' என்ற பொருளில் பயன்படுத்தப்படும் இடைச்சொல்;** particle used in the sense of 'before'; '(years) ago'. பல நூற்றாண்டுகளுக்கு முன்னர் கட்டப்பட்ட கோயில்./ நீங்கள் குறிப்பிடும் எழுத்தாளர் ஐந்தாண்டுகளுக்கு முன்னரே இறந்துவிட்டார்.

முன்னரே வி.அ. **முன்கூட்டியே;** earlier than sth. mentioned had happened. நான் வங்கியில் பணம் போடுவதற்கு முன்னரே சொல்லியிருந்தால் உனக்குக் கடன் கொடுத்திருப்பேனே.

முன்னறிவிப்பு பெ. 1: **ஒன்றைப் பற்றி முன்கூட்டியே தெரிவிக்கும் செயல் அல்லது நடவடிக்கை;** forewarning; prior notice. தேர்வுகளை முன்னறிவிப்பின்றி ஒத்திவைத்துவிட்டார்கள்./ அடகு வைத்த நகையை முன்னறிவிப்பு இல்லாமல் ஏலம் போட முடியாது. 2: **(வானிலை இவ்வாறு இருக்கக்கூடும் என்று) முன்கூட்டியே கணித்துத் தெரிவிக்கும் செயல்;** (weather) forecast. கடற்கரைப் பகுதிகளில் மழை பெய்யும் என்பது இன்றைய வானிலை முன்னறிவிப்பு.

முன்னாடி[1] வி.அ. (பே.வ.) காண்க: *முன்னால்*[1].

முன்னாடி[2] இ.சொ. (பே.வ.) காண்க: *முன்னால்*[2].

முன்னால்[1] வி.அ. **முன்பக்கமாக;** forward; to the front. கண்ணாடிக் கதவை முன்னால் தள்ளு!

முன்னால்[2] இ.சொ. 1: **'முன்பக்கத்தில்' என்ற பொருளில் பயன்படுத்தப்படும் இடைச்சொல்;** particle used in the sense of 'in front of'. எனக்கு முன்னால் நாய் ஓடியது. 2: **(காலத்தில்) 'முதலாவது நிகழும் அல்லது நிகழ்ந்த', 'முதலாவதாக இருக்கும் அல்லது இருந்த' ஆகிய பொருள்களில் பயன்படுத்தும் இடைச்சொல்;** particle used in the sense of 'before (s.o. or sth.)'. எனக்கு முன்னால் செயலாளராக இருந்தவர் நல்ல அறிஞர்./ நான் பேசுவதற்கு முன்னால் பேசிய இளைஞரணித் தலைவர் அவர்களே!

முன்னாள் பெ.அ. (பொறுப்பு, பதவி, சில உறவுகள் முதலியவை குறித்து வரும்போது) **கடந்தகாலத்தில் இருந்த;** former; ex-. முன்னாள் அமைச்சர் ஒருவர் விழாவுக்குத் தலைமை வகித்தார்./ இவன் என்னுடைய முன்னாள் மாணவன்./ கல்லூரி விழாவுக்குத் தலைமைதாங்க முன்னாள் முதல்வரை அழைத்திருந்தார்கள்.

முன்னிட்டு இ.சொ. **'முன் குறிப்பிடப்படுவதன் பொருட்டு அல்லது காரணமாக' என்னும் பொருள்களில் பயன்படுத்தும் இடைச்சொல்;** particle used in the sense of 'on account of'. எந்தக் காரணத்தை முன்னிட்டும் விழாவிற்கு வராமல் இருந்துவிடாதீர்கள்./ தலைவர் இறந்ததை முன்னிட்டு வாகனங்களில் கறுப்புக் கொடி கட்டியிருந்தனர்.

முன்னிரவு பெ. **நள்ளிரவுக்கு முன் உள்ள இரவுப் பொழுது;** the time between the early night and midnight. முன்னிரவு நேரத்தில்தான் இந்த விபத்து நடந்திருக்க வேண்டும்.

முன்னிலவு பெ. **வளர்பிறையில் இரவானதும் பிரகாசமாக ஒளிரும் நிலா;** the moon during the waxing fortnight.

முன்னிலை பெ. 1: **(விளையாட்டு, தேர்தல் முதலியவற்றில் பிறரைவிட அல்லது பிறவற்றைவிட) வெற்றி பெறுவதற்கு அதிக வாய்ப்புகளைப் பெற்றிருக்கும் நிலை அல்லது இடம்; முன்னணி;** leading position (in a race, etc.,). எங்கள் கட்சி வேட்பாளர் பத்தாயிரம் வாக்குகள் அதிகம் பெற்று முன்னிலையில் இருக்கிறார்./ இதுவரையிலான போட்டிகளில் இந்தியாவே முன்னிலை வகிக்கிறது. 2: **ஒரு செயல், நிகழ்ச்சி போன்றவை நடக்கும் இடத்தில் குறிப்பிடப்படுபவர் முன்நின்று நடத்தக்கூடிய அல்லது முன்னால் இருக்கக்கூடிய நிலை;** presence (of s.o. or sth.). இறைவன் முன்னிலையில் பூக்கட்டிப்போட்டுப் பார்த்தார்கள்./ என் திருமணம் என் ஆசிரியரின் முன்னிலையில் நடந்தது./ கட்சித் தலைவரின் முன்னிலையில் இந்தப் புத்தகம் வெளியிடப்படும். 3: (இலக்.) **பேசுபவர், கேட்பவர், பேசப்படுபவர் ஆகிய மூன்று இடங்களுள் கேட்பவரைக் குறிப்பது;** person who is addressed; second person.

முன்னிலைப்படுத்து வி. (-படுத்த, -படுத்தி) 1: **(பலவற்றுக்கு அல்லது பலருக்கு மத்தியில் ஒன்றுக்கு அல்லது ஒருவருக்கு) முக்கியத்துவம் அளித்தல்;** give prominence to. கட்சியில் தன்னை முன்னிலைப்படுத்திக்கொள்வதில் அவர் மிகுந்த முனைப்புடன் இருந்தார்./ வருகிற சட்டமன்றக் கூட்டத்தொடரில் நாங்கள் முன்னிலைப்படுத்தவிருக்கிற விஷயங்கள் இவைதான். 2: **(பாடல் இயற்ற அல்லது கதை சொல்ல ஒன்றை அல்லது ஒருவரை) முன்னிலையாகக் கொள்ளுதல்;** the mode of addressing the protagonist as a technique of narration. மோரை முன்னிலைப்படுத்தி காளமேகப் புலவர் பாடிய புகழ்பெற்ற பாடல் ஒன்று உண்டு./ ஒரு நாய்க் குட்டியை முன்னிலைப்படுத்தி இந்தக் கதையை ஆசிரியர் எழுதியிருக்கிறார்.

முன்னிறுத்து வி. (-நிறுத்த, -நிறுத்தி) **(ஒருவரை அல்லது ஒன்றை) முதன்மைப்படுத்துதல்; முக்கியத்துவம் அளித்தல்; முன்வைத்தல்;** bring to the fore; project (s.o.); keep (sth. in focus). மக்களிடையே பிரபலமான ஒரு தலைவரை முன்னிறுத்திப் பிரச்சாரம் செய்தால் தேர்தலில் வெற்றி பெறலாம்.

முன்னுக்கு வி.அ. (பே.வ.) **(இடத்தில்) முன்பாக;** forward. நாற்காலியைச் சற்று முன்னுக்கு இழுத்துப் போடு.

முன்னுக்குக் கொண்டுவா வி. (-வர, -வந்து) (பே.வ.) **(ஒன்றை அல்லது ஒருவரை) மேம்பட்ட நிலைக்கு வரச் செய்தல்; முன்னேற்றுதல்;** cause to come up; help (s.o. rise in the world). நீ நன்றாகப் படித்துக் குடும்பத்தை முன்னுக்குக் கொண்டுவர வேண்டும்.

முன்னுக்கு வா வி. (வர, வந்து) (பே.வ.) **(வாழ்க்கையில்) உயர்ந்த நிலைக்கு வருதல்; முன்னேறுதல்;** come up; progress or advance in life. கஷ்டப்பட்டு முன்னுக்கு வந்தவனுக்குத்தான் பணத்தின் அருமை தெரியும்./ 'நன்றாகப் படித்து முன்னுக்கு வர வேண்டும்' என்று ஆசிரியர் என்னை வாழ்த்தினார்.

முன்னுதாரணம் பெ. காண்க: *முன்மாதிரி*, 2. [(தொ.சொ.) **உதாரணம்/ எடுத்துக்காட்டு/ மாதிரி/ முன்மாதிரி**]

முன்னுயிர் பெ. (மொழி.) **(ஒரு மொழியில்) சொல்லின் முதலில் உள்ள மெய்யெழுத்தை உச்சரிப்பதில் சிரமம்**

முன்னுரிமை 1100

இருந்தாலோ அல்லது ஒரு குறிப்பிட்ட மெய்யெழுத்து சொல்லின் முதலில் வராது என்னும் இலக்கண விதி இருந்தாலோ சொல்லின் முதலில் சேர்க்கப்படும் உயிரொலி; prosthetic vowel. 'ரத்தம்' என்பதை இரத்தம் என்று எழுதினால் சொல்லின் முதலில் சேர்க்கப்படும் இகரம் ஒரு முன்னுயிர்.

முன்னுரிமை பெ. (பலவற்றுள் ஒன்றுக்கு அல்லது பலரில் ஒருவருக்கு) சிறப்பு, தேவை முதலியவற்றைக் கருதி அளிக்கப்படும் அதிகமான முக்கியத்துவம் அல்லது சலுகை; priority. அரசின் திட்டங்களில் வேளாண்மைக்கு முன்னுரிமை தரப்பட்டிருக்கிறது./ பகுதிநேர வேலைகளில் பெரும்பாலும் பெண்களுக்குத்தான் முன்னுரிமை வழங்கப்படுகிறது./ இந்தப் பத்திரிகையில் திரைப்படங்களைக் குறித்த செய்திகளுக்குதான் முன்னுரிமை.

முன்னுரை பெ. 1: ஒரு நூலில் அதன் அறிமுகமாக நூலாசிரியரால் அல்லது பிறரால் எழுதப்படும் கட்டுரை; முகவுரை; preface (to a book). அவர் தன்னுடைய புத்தகங்களுக்கு முன்னுரை எழுதவும் மாட்டார், பிறரிடமிருந்து முன்னுரை வாங்கிப் போடவும் மாட்டார். [(தொ.சொ.) அணிந்துரை/ அறிமுகம்/ பின்னுரை/ முகவுரை] 2: ஒரு கட்டுரையில் அல்லது நூலில் ஆசிரியர் எடுத்துக்கொண்ட தலைப்புக்கு அறிமுகமாக அமையும் தொடக்கப் பகுதி; introduction. கட்டுரையின் முன்னுரையில் ஒன்றைச் சொல்லிவிட்டு முடிவுரையில் அதற்கு மாறான கருத்தை ஆசிரியர் சொல்கிறார்./ புத்தரின் வாழ்க்கை வரலாற்றை முன்னுரையில் சுருக்கமாகக் கூறிவிட்டு அவருடைய போதனைகளைப் பற்றிப் பிற அத்தியாயங்களில் நூலாசிரியர் விளக்கியிருக்கிறார். 3: நாட்டின் நம்பிக்கைகளையும் லட்சியங்களையும் பிரதிபலிக்கும் விதத்தில் அரசியல் சட்டத்தின் தொடக்கத்தில் தரப்பட்டுள்ள சுருக்கமான அறிமுகம்; preamble (of the Constitution).

முன்னெச்சரிக்கை பெ. (-ஆக) 1: (அபாயம், கலவரம், விபத்து, மோசமான விளைவு முதலியவை நேரக்கூடிய சூழ்நிலையில் அவை) நிகழாமலோ அல்லது நிகழ்ந்தால் பாதிப்பு ஏற்படாதவாறோ முன்கூட்டியே செய்யும் ஏற்பாடு; precaution. பிரதமரின் வருகையை ஒட்டி முன்னெச்சரிக்கை நடவடிக்கையாகப் பலர் கைதுசெய்யப்பட்டனர்./ சில வகைப் பூச்சிக் கொல்லிகளைப் பயன்படுத்தும்போது முன்னெச்சரிக்கையாக இருக்க வேண்டும்./ முன்னெச்சரிக்கையாகத் துப்பாக்கியை எடுத்து இடுப்பில் செருகிக்கொண்டார்./ விஷப் பாம்புகளைப் பற்றி ஆராய்வதற்காகக் காடுகளுக்குச் செல்பவர்கள் முன்னெச்சரிக்கையாகத் தேவையான மருந்துகளை எடுத்துச்செல்வார்கள். 2: ஒன்றைப் பற்றி முன்கூட்டியே எச்சரிக்கும் விதத்தில் இருப்பது; முன்னறிவிப்பு; forewarning. மார்புவலி மாரடைப்புக்கான முன்னெச்சரிக்கையாக இருக்கலாம்./ எதிரியின் ஏவுகணைகள் 1500 கி.மீ. தூரத்தில் வரும்போதே இந்தக் கருவி கண்டுபிடித்து முன்னெச்சரிக்கை செய்யும்.

முன்னெடு வி. (-எடுக்க, -எடுத்து) ஒன்றுக்கு மிகுந்த முக்கியத்துவம் அளித்து, உயர்நிலை அடையச் செய்வதற்காகத் தீவிரமாகச் செயல்படுதல்; advance (a cause, etc.,) தலித் உரிமைகளுக்கான போராட்டங்களை நாம் முன்னெடுப்போம்./ தமிழ் நாவலை ஒரு புதிய பரிமாணத்துக்கு இந்த நாவல்மூலம் நகுலன் முன்னெடுத்துச் சென்றிருக்கிறார்./ உலகமயமாதலை எதிர்த்து நடைபெறும் போராட்டங்களை இடதுசாரி அமைப்புகள்தான் முன்னெடுத்துச் செல்கின்றன.

முன்னெடுப்பு பெ. (இலங்.) (ஒன்றுக்கு முக்கியத்துவம் அளித்து நிறைவேற்றியே தீர வேண்டும் என்று) தீவிரமாக மேற்கொள்ளும் செயல்பாடு அல்லது நடவடிக்கை; initiative. கல்வியமைச்சின் பாடப் புத்தகங்கள் தொடர்பான சீர்திருத்த முன்னெடுப்பு பாராட்டிற்குரியது./ வீதிச் சீர்திருத்தம் தொடர்பான முன்னெடுப்பை அரசு மேற்கொள்ளுமாறு மக்கள் கோரிக்கை வைத்துள்ளனர்.

முன்னே[1] வி.அ. முன்னால்; முன்னர்; ago; earlier; ahead. கொஞ்சம் முன்னே போ./ முன்னே பார்த்ததற்கும் இதற்கும் நிறைய வேறுபாடு உள்ளது.

முன்னே[2] இ.சொ. 'முன்னால்', 'முன்பக்கத்தில்' என்ற பொருளில் பயன்படுத்தப்படும் இடைச்சொல்; particle used in the sense of 'before (s.o. or sth.)'. நான்கு நாட்களுக்கு முன்னே அந்தச் சம்பவம் நடந்தது./ ஒரு நாள் முன்னேயே வந்துவிட்டீர்களே?

முன்னே பின்னே வி.அ. (பே.வ.) 1: (ஒருவருடைய எதிர்பார்ப்பின்படி) துல்லியமாக இல்லாமல் சிறிது கூடவோ குறைந்தோ; not exactly what one might expect. விலை கொஞ்சம் முன்னே பின்னே இருந்தாலும் சரி, நிலத்தை வாங்கிவிடலாம்./ சரியாகப் பத்து மணிக்கு வர வேண்டும் என்பதில்லை. கொஞ்சம் முன்னே பின்னே ஆனாலும் பரவாயில்லை. அவசியம் கூட்டத்துக்கு வந்துவிடு. 2: (குறிப்பிடப்படும் சூழலில்) இதற்கு முன்னால்; at any time earlier; previously. உன்னை முன்னே பின்னே நான் பார்த்திருக்கிறேனா?/ முன்னே பின்னே தெரியாதவனோடு உனக்கு என்ன பேச்சு?

முன்னேற்பாடு பெ. (-ஆக,) (ஒரு நடவடிக்கை, செயல் போன்றவற்றுக்காக) முன்கூட்டியே செய்யும் ஏற்பாடு; ஆயத்தப் பணி; preparatory work; preliminaries. தேர்தல் முன்னேற்பாடுகள் செய்துமுடிக்கப்பட்டுள்ளன./ ஊருக்குச் செல்வதற்கான முன்னேற்பாடுகளைச் செய்யத் தொடங்கினாள்./ ஊரிலிருந்து நண்பன் வரப்போகிறான் என்ற தகவல் கிடைத்தவுடன் முன்னேற்பாடாக புதிய புத்தகங்களை வாங்கி வைத்தான்.

முன்னேற்றக் கைப்படிவம் பெ. (இலங்.) (பள்ளியில் ஆண்டு இறுதியில்) மாணவர் கல்வியில் அடைந்த முன்னேற்றத்தைக் குறித்து அளிக்கும் அறிக்கை; (in school) progress report (detailing the progress a student has made during the past one year).

முன்னேற்றம் பெ. இருக்கும் நிலையைவிட மேலான, உயர்ந்த நிலை; வளர்ச்சி; மேம்பாடு; progress; betterment; improvement. நாட்டின் பொருளாதார முன்னேற்றத்திற்காகப் பல புதிய திட்டங்கள் வகுக்கப்பட உள்ளன./ நவீன அறிவியல் முன்னேற்றங்கள் சமுதாயத்தை மேம்படுத்துவதாக இருக்க வேண்டும்./ நோய் வாய்ப்பட்ட தலைவரின் உடல்நிலையில் முன்னேற்றம் காணப்படுகிறது என்று மருத்துவ அறிக்கை தெரிவிக்கிறது./ பையனுடைய படிப்பில் எந்த வித முன்னேற்றமும் இல்லை என்று அவர் வருத்தப்பட்டார்.

முன்னேற்று வி. (முன்னேற்ற, முன்னேற்றி) **உயர் நிலையை அடையச் செய்தல்; மேம்படச் செய்தல்;** advance. பொருளாதாரத் துறையில் நாட்டை முன்னேற்றத் திட்டங்கள் போடப்பட்டுள்ளன.

முன்னேறு வி. (முன்னேற, முன்னேறி) **1: தடையைக் கடந்து முன் செல்லுதல்;** make headway against (sth.). போரில் கிழக்கு எல்லையில் படைகள் முன்னேறியிருப்ப தாகச் செய்தி வந்துள்ளது./ சுற்றி நின்ற கூட்டத்திற்குள் புகுந்து காவலர்கள் முன்னேற முயன்றனர். **2: இருக்கும் நிலையைவிட மேலான, உயர்ந்த, சிறந்த நிலையை அடைதல்; வளர்ச்சியடைதல்; மேம்படுதல்;** progress; go forward; improve; develop. வாழ்க்கையில் முன்னேற வேண் டும் என்ற துடிப்பு அவனுக்கு நிறைய இருக்கிறது. / நாடு தொழில் துறையில் வேகமாக முன்னேற என்ன செய்ய வேண்டும்?/ தந்தையின் உடல்நிலை முன்னேறிவருவதை நினைத்து ஆறுதலடைந்தான். **3: (விளையாட்டுப் போட்டி களில்) அடுத்த சுற்றில் நுழைதல் அல்லது அடுத்த சுற் றுக்குத் தகுதிபெறுதல்;** move on to the next stage. ஆசிய விளையாட்டுப் போட்டியில் இந்தியா கால் இறுதிக்கு முன்னேறியது./ டெல்லி அணியைத் தோற்கடித்துக் கபடிப் போட்டியின் இறுதிச் சுற்றுக்குத் தமிழக அணி முன்னேறி யது.

முன்னைய பெ.அ. (உ.வ.) **முந்திய;** previous. முன்னைய ஆண்டுகளைவிட இந்த ஆண்டு நல்ல மழை பெய்துள்ளது.

முன்னொட்டு பெ. ஒரு சொல்லின் முன்னால் சேர்க்கப் படும்போது (பொருள் மாற்றம் தரும்) எழுத்து அல்லது உருபு; prefix. 'அநீதி' என்ற சொல்லில் 'அ' முன்னொட்டு.

முன்னோக்கி/முன்னோக்கிய வி.அ./பெ.அ. **1: முன் பக்கத்தை நோக்கிச் செல்வதாக/முன்பக்கத்தை நோக்கி இருக்கும்;** thrusting forward/forward. முன்னோக்கி நீண்ட பற்கள்/ முன்னோக்கிய கீழ்த்தாடையுடன் ஆப்பிரிக்காவில் சில மண்டையோடுகள் கண்டுபிடிக்கப்பட்டன./ (உரு வ.) தகவல் தொழில்நுட்பத் துறையில் ஏற்பட்டுள்ள மாற்றங் களை முன்னோக்கிய பாய்ச்சல் என்றுதான் சொல்ல வேண் டும். **2: வருங்காலத்தைக் கருத்தில் கொண்டு/வருங் காலத்தைக் கருத்தில் கொண்ட;** looking forward/forward-looking. முன்னோக்கிய பார்வை இல்லையென்றால் முன்னேற்றமும் இல்லை.

முன்னோட்டம் பெ. **பின்னர் பெரிய அளவில் நடக்க விருப்பது எப்படியிருக்கும் என்பதை உணர்த்தும் வகை யில் மாதிரி நிகழ்வாகச் செய்யப்படுவது; ஒன்றின் செயல்பாடு முதலியவற்றைத் தெரிந்துகொள்ளும் பொருட்டு நிகழ்த்தப்படும் மாதிரிப் பரிசோதனை;** trial; preview; trial run. வரும் பொதுத்தேர்தல் பற்றிய முன் னோட்ட ஆய்வு/ பாதுகாப்பு ஏற்பாடுகள் பிரதமர் வரு கைக்குப் போதுமானதா என்பதை அறியக் காவல்துறை யினர் முன்னோட்டம் பார்த்தனர்./ வரும் சட்டமன்றத் தேர்தலுக்கு ஒரு முன்னோட்டமாக இந்த உள்ளாட்சித் தேர்தலைக் கருதலாம்.

முன்னோடி பெ. **1: ஒருவரின் அல்லது ஒன்றின் வளர்ச் சிக்கு அடிப்படையாகக் கடந்தகாலத்தில் இருந்த ஒன்று அல்லது ஒருவர்;** pioneer; precursor. நாடகத்தின் முன்னோடி தெருக்கூத்து என்று அவர் குறிப்பிட்டார்./ வசன சம்பிரதாயக் கதையை எழுதிய முத்துக்குட்டிப் புல வர் தமிழ்ப் புனைவிலக்கியத்தின் முன்னோடிகளில் ஒரு வர் ஆவார். **2: (-ஆக, -ஆன) முன்மாதிரியாக உள்ள ஒன்று அல்லது ஒருவர்; பின்பற்றக்கூடியது;** (s.o. or sth.) worth following; model. அப்துல் கலாம் இன்றைய இளைய தலைமுறைக்கு ஒரு முன்னோடியாக விளங்கு கிறார். **3: ஒரு உயிரினத்தின் பரிணாம வளர்ச்சியின் ஆரம்பக் கட்டத்தைச் சேர்ந்ததாகவும் அவற்றின் உரு வாக்கத்துக்குக் காரணமாகவும் கருதப்படும் உயிரினம்;** ancestor. பன்றி மற்றும் வாலற்ற விலங்குகளின் முன் னோடிகள் நான்கு கோடி ஆண்டுகளுக்கு முன்பு தோன் றின என்று கருதப்படுகிறது./ பறவைகளுக்கு முன்னோடி ஊர்வன ஆகும்.

முன்னோர் பெ. **(மனிதகுலத்தில்) முந்தைய காலத்தில் வாழ்ந்தவர்கள்; (ஒரு பரம்பரையின்) மூதாதையர்;** forefathers; ancestors. நமது முன்னோர் அறிவியலில் மேம் பட்ட நிலையை அடைந்திருந்தார்கள்./ என்னுடைய முன் னோர்களைப் பற்றி விசாரித்தபோது பல சுவையான தகவல்கள் கிடைத்தன.

முன்ஜாக்கிரதை பெ. **(-ஆக) ஆபத்து, இழப்பு, பாதிப்பு போன்றவை நேரலாம் என்ற முன்னெச்சரிக்கை உணர்வு அல்லது ஏற்பாடு;** precaution. சுற்றுப்பயணத்தின் போது முன்ஜாக்கிரதையாக மருந்து, மாத்திரை கொண்டு வந்தது நல்லதாகப் போயிற்று./ இரவு நேரத்தில் கதவை உள்ளே பூட்டிக்கொண்டு முன்ஜாக்கிரதையாக இருப்பது நல்லது./ உனக்கு முன்ஜாக்கிரதை போதாது.

முன்ஜாமீன் பெ. (சட்டம்) **காவல்துறையினரால் கைது செய்யப்பட நேர்ந்தால் ஜாமீனில் வருவதற்கு வழிசெய் யும் வகையில் முன்கூட்டியே நீதிமன்றத்தில் விண் ணப்பித்துப் பெறப்படும் உத்தரவு;** anticipatory bail.

முனகல் பெ. **வலி, காய்ச்சல் போன்றவற்றால் எழுப்பும் மெல்லிய ஒலி;** groan; whimper. குழந்தையின் முனகலைக் கேட்டு விழித்துக்கொண்டாள்.

முனகு வி. (முனக, முனகி) **1: (வலி, காய்ச்சல் போன்ற வற்றின் காரணமாக) மெல்லிய குரலில் ஒலி எழுப்பு தல்; முணுமுணுத்தல்;** groan (with pain). இரவு முழுவ தும் காய்ச்சலால் முனகிக்கொண்டிருந்தான். **2: (விருப்ப மின்மை, எதிர்ப்பு, சலிப்பு முதலியவற்றை வெளிப்ப டுத்தும் விதமாக) தெளிவற்ற விதத்தில் மெல்லிய குர லில் பேசுதல்; முணுமுணுத்தல்;** mutter (sth. as a protest, etc.,). 'எடுபிடி வேலைக்கு நான்தான் கிடைத்தேனா?' என்று முனகியவாறே சென்றான்./வாய்க்குள்ளேயே முனகாதே; சத்தமாகப் பேசு! **3: (பாட்டு, மெட்டு போன்றவற்றை வாய்க்குள்ளே) முணுமுணுத்தல்;** hum. ஏதோ ஒரு பழைய பாட்டை முனகிக்கொண்டு வந்தான்.

முனங்கு வி. (முனங்க, முனங்கி) காண்க: முனகு.

முனி பெ. **1:** (உ.வ.) **முனிவர்;** sage; ascetic. அகத்திய முனி/ பரத முனி. **2: பேய்;** ghost; evil spirit. அந்த ஆலமரத்தில் முனி இருக்கிறதாமே?

முனிவர் பெ. **1: (முற்காலத்தில்) உலகப் பற்றைத் துறந்து தவம்புரிந்து சக்திகள் பெற்றவர்;** ascetic; sage. தன் தவத் தைக் கலைத்த மன்னனுக்கு முனிவர் சாபமிட்டார். **2: (சமண) துறவி;** Jain ascetic.

முனை¹ வி. (முனைய, முனைந்து) 1: (குறிப்பிட்ட ஒரு செயலில்) கவனத்துடன் ஈடுபடுதல்; be busy doing (sth.); be engaged (in sth.). நான் பயணத்துக்கான ஏற்பாடுகளில் முனைந்திருந்தேன்./ முதியோருக்குக் கல்வி கற்பிப்பதில் முனைந்திருக்கிறார். 2: (ஒன்றுக்காக) முயற்சி மேற் கொள்ளுதல்; முயலுதல்; take efforts; attempt. தன் சிறு கதைகளைத் தொகுத்து நூலாக வெளியிட முனைந்தார்./ ஒன்றைப் பற்றிச் சிந்திக்க முனையும்போதுதான் அதில் உள்ள சிக்கல்கள் புரியும்.

முனை² பெ. 1: (முள், ஊசி முதலியவற்றில்) கூர்மை யாக இருக்கும் ஒரு பக்கம்; நுனி; tip; edge. பென்சில் முனை உடைந்துவிட்டதா?/ கத்தியின் முனை மழுங்கி யிருக்கிறது. 2: ஓரம்; கோடி; விளிம்பு; corner (of sth.). மேஜையின் முனை இடித்துவிட்டது./ தகரப் பெட்டியின் ஒரு முனை நசுங்கியிருந்தது. 3: (நீளமோ உயரமோ கொண்ட ஒரு பொருளின் அல்லது இணைக்கப்பட்ட ஒன்றின்) தொடங்கும் இடம் அல்லது முடியும் இடம்; beginning or end part (of a rope, street, etc.,); pole. நூலின் ஒரு முனையை எடுத்து ஊசியில் கோத்தான்./ தெரு முனையில் அந்தக் கடை உள்ளது./ தொலைபேசியின் மறுமுனையில் பேசுவது யார் என்று தெரியவில்லை./ மின்னோட்டத்தின் இரு முனைகளுக்கு இடையே ஒரு காந்தப்புலம் உருவா கிறது. 4: முக்கியமான பல தெருக்கள் சேரும் சந்திப்பு; corner; junction. வாலாஜா முனை/ பாரி முனை. 5: பரந்த நிலப் பரப்பு குவிந்து கடலில் முடியும் இடம்; cape. குமரி முனை/ நன்னம்பிக்கை முனை தென்னாப்பிரிக்காவில் இருக்கிறது. 6: (குறிப்பிடப்படும்) செயல்பாடு நிகழும் ஓர் இடம்; (war) front. போர்முனை. 7: (தேர்தலில் பல கட்சிகள், குழுக்கள்) ஒன்றையொன்று சந்திக்க வேண்டிய நிலை; corner (where the opposing forces meet in a contest). பொதுத் தேர்தலில் சில தொகுதிகளில் பல முனைப் போட்டி இருக்கும்./ ரஞ்சிக் கோப்பை ஒரு பல்முனைப் போட்டி ஆகும்.

முனைப்பு பெ. (-ஆக, -ஆன) (ஒரு செயல், பணி முத லியவற்றைச் செய்வதில் காட்டும்) தீவிரம்; கவனம்; மும்முரம்; determination; drive. நம் அணியினர் இன்னும் சற்று முனைப்பாக விளையாடியிருந்தால் வெற்றி பெற்றி ருக்கலாம்./ மாநாட்டு வேலைகளில் முனைப்புடன் செயல் பட்ட தொண்டர்களுக்கு என் நன்றி!/ எல்லையில் ஊடுரு வலைத் தடுக்க முனைப்பான நடவடிக்கைகள் எடுக்கப் பட்டுள்ளன என்று பாதுகாப்புத் துறை அமைச்சர் தெரிவித் தார்./ உண்மையான விமர்சனத்தில் முனைப்புக் காட்டா மல் மனம்போன போக்கில் எழுதியிருக்கிறார்.

முனையம் பெ. 1: (விமான நிலையத்தைக் குறிப்பிடும் போது) ஒரே சமயத்தில் பல விமானங்கள் இறங்கத் தள வசதி கொண்ட நிலையம்; (airport) terminal. 2: (துறை முகத்தில்) குறிப்பிட்ட வகைக் கப்பல்கள் வரும் துறை; terminal. சென்னைத் துறைமுகத்தில் சரக்குப் பெட்டக முனையம் ஒன்று புதிதாகத் திறக்கப்பட்டுள்ளது. 3: (ரயில் நிலையம் தொடர்பாக வரும்போது) ரயில்கள் வந்து நிற்கவும் புறப்படவும் ஏதுவான கட்டமைப்பு; (railway) terminal. தாம்பரத்தில் மூன்றாவது ரயில்வே முனையம் அமைக்கப்படும். 4: (மாநிலத்தின் பல்வேறு பகுதிகளுக் கும் வெளிமாநிலங்களுக்கும்) பெருமளவில் பேருந்துகள் புறப்படுவதும் வந்துசேர்வதுமான நிலையம்; a large campus where the bus services start and finish; bus terminal. புறநகர்ப் பகுதியில் புதிய பேருந்து முனையம் அமைக்க அரசு திட்டமிட்டுள்ளது.

முனைவர் பெ. (குறிப்பிட்ட துறையில்) ஆராய்ச்சி செய்து பல்கலைக்கழகம் ஒன்றுக்கு ஆய்வுக் கட்டுரை அளித்துப் பெறும் உயர்ந்த பட்டம்; Doctor of Philoso-phy (abbreviated to Ph.D).

முஷ்டி பெ. விரல்களை இறுக்கி மூடிய கை; fist. கோபத் தில் மேஜையை முஷ்டியால் குத்தினார்.

முஸ்தீபு பெ. (அ.வ.) ஆயத்தம்; முன்னேற்பாடு; prepara-tion; preparatory work. போராட்டத்தை நடத்த முஸ்தீபுகள் செய்யப்படுகின்றன.

முஸ்பாத்தி பெ. (இலங்.) காண்க: முசுப்பாத்தி.

முஸ்லிம் பெ. இஸ்லாம் மார்க்கத்தை ஏற்று நடப்பவர்; Muslim.

முஸல்லா பெ. (இஸ்.) தொழுகை விரிப்பு; the piece of cloth used as a spread during the prayer. நீல நிற முஸல்லா மிகவும் அழகாக இருக்கிறது.

மூ பெ.அ. மூன்று என்னும் எண்ணின் பெயரடை; the ad-jectival form of மூன்று. மூவேந்தர்/ மூவுலகு.

மூக்கடைப்பு பெ. ஜலதோஷத்தினால் மூக்கில் சளி அடைத்துக்கொண்டு மூச்சுவிடச் சிரமப்படும் நிலை; congestion of the nose. மூக்கடைப்பைப் போக்குவதற்காக ஆவிபிடித்துக்கொண்டிருந்தாள்.

மூக்கணாங்கயிறு பெ. மாட்டின் மூக்கில் நுழைத்துத் தலையைச் சுற்றிக் கட்டியிருக்கும் கயிறு; rope or string drawn through the bridge of the nose of a bullock (as a bridle). மூக்கணாங்கயிற்றைப் பிடித்து இழுத்ததும் மாடு நின்றது.

மூக்கணை பெ. 1: (மாட்டின்) மூக்கணாங்கயிறு; rope or string drawn through the bridge of the nose of a bullock (as a bridle). 2: (ஊரக வ.) பாரவண்டியின் நீளத்துக்கு அதன் மையத்தில் நீளவாக்கில் பொருத்தப்பட்டு நுகத் தடியோடு இணைந்திருக்கும் மரம்; long piece of timber running lengthwise in the centre of a bullock cart to the front end of which the yoke is fixed. வண்டி ஓட்டுபவர் மூக்க ணையின் மேல் உட்கார்ந்துகொள்வார்.

மூக்கறு¹ வி. (மூக்கறுந்து, மூக்கறுந்தது போன்ற இறந்த கால வடிவங்கள் மட்டும்) அவமானப்படுதல்; be snubbed. 'வியட்நாம் போரில் அமெரிக்கா மூக்கறுந்து நின் றது' என்றார் அந்த விமர்சகர்.

மூக்கறு² வி. (-அறுக்க, -அறுத்து) (பே.வ.) (ஒருவரை) அவமானப்படுத்துதல்; humiliate; snub. அநாவசியமாய் அவனிடம் சண்டைக்குப் போனதால் எல்லார் முன்னிலை யிலும் உன்னை மூக்கறுத்துவிட்டான்.

மூக்கறுபடு வி. (-பட, -பட்டு) அவமானப்படுதல்; be snubbed. பக்கத்து வீட்டுக்காரருக்காக நியாயம் பேசப்போய் மூக்கறுபட்டுப்போனேன்.

மூக்கால் அழு வி. (அழ, அழுது) 1: (ஒருவர் தன்) குறை யைக் கூறிப் புலம்புதல்; whine. எப்போது பார்த்தாலும் கையில் காசு இல்லை என்று மூக்கால் அழுகிறான்./

யாருமே தன்னைக் கவனிப்பதில்லை என்று பாட்டி மூக்கால் அழுவாள். 2: (ஒன்றைச் செய்யவோ பிறருக்குத் தரவோ) மனமில்லாமல் இருத்தல்; தயங்குதல்; grudge; grumble. பத்து ரூபாய் கொடுப்பதற்கே மூக்கால் அழுபவர், நூறு ரூபாய் தூக்கிக் கொடுத்துவிடுவாரா?/ இந்தச் சின்ன வேலையைச் செய்வதற்குக்கூட மூக்கால் அழாதே.

மூக்கால் ஓடு வி. (ஓட, ஓடி) (இலங்.) (அதிகக் காரம் சாப்பிடுவதால்) மூக்கிலிருந்து நீர் வடிதல்; have a running nose (caused by hot food).

மூக்கில் விரலை வை வி. (வைக்க, வைத்து) (ஒன்றை அல்லது ஒருவரைப் பார்த்து) ஆச்சரியப்படுதல்; be impressed. வித்வான்களே மூக்கில் விரலை வைக்கும் அளவுக்குச் சிறுவன் மிருதங்கம் வாசித்தான்./ ஊரே மூக்கில் விரலை வைக்கும் அளவுக்கு அவர் தன் மகளின் திருமணத்தை நடத்தினார்.

மூக்கில் வேர் வி. (வேர்க்க, வேர்த்து) (பே.வ.) ஒருவர் பிறருக்குத் தெரிந்திருக்காது என்று நினைக்கிற விஷயத்தை மற்றொருவர் எப்படியோ தெரிந்துவைத்திருத்தல்; get to know in an uncanny way; sniff sth. out.

மூக்கு பெ. 1: முகத்தில் இருப்பதும் சுவாசிப்பதற்கும் வாசனையை அறிவதற்கும் பயன்படுவதுமான ஒரு உறுப்பு; nose. (பார்க்க, படம்: உடல்) 2: (பறவையின்) அலகு; beak (of birds). கோழி குப்பையைக் காலால் கிளறி மூக்கால் புழுவைக் கொத்திற்று./ கிளி மூக்கு. 3: (சில பாத்திரங்களில்) திரவம் வருவதற்கு ஏற்ற வகையில் நீண்டிருக்கும் பகுதி; spout (of a jar, etc.,). கெண்டியின் மூக்கில் ஏதோ அடைத்துக்கொண்டிருக்கிறது.

மூக்குக்கண்ணாடி பெ. பார்வைக் குறையை ஈடுசெய்வதற்காக அணியும் கண்ணாடி; pair of spectacles.

மூக்குச்சளிப் பழம் பெ. (பே.வ.) வெளிர் சிவப்பு நிறத் தோலுடன் குழகுழப்பான சதைப் பகுதியைக் கொண்டிருக்கும் ஒரு வகைப் பழம்; sebesten.

மூக்குச் சீறு வி. (சீற, சீறி) (இலங்.) (சளியை வெளியேற்றுவதற்காக) மூக்கைச் சிந்துதல்; blow (the nose). குழந்தைக்கு எப்படி மூக்குச் சீறத் தெரியும்?/ எனக்குத் தடிமன் வந்து மூக்குச் சீறி மூக்கே சிவந்துவிட்டது.

மூக்குடைபடு வி. (-பட, -பட்டு) காண்க: மூக்கறுபடு.

மூக்குத்தி பெ. (பெண்கள்) மூக்கு நுனியின் பக்கவாட்டுப் பகுதியில் துளையிட்டு அணிந்துகொள்ளும் சிறிய அணி; small ornament worn on the nose by women.

மூக்குத்தி

மூக்கு நிறைய வி.அ. (இலங்.) காண்க: மூக்குப்பிடிக்க.

மூக்குப்பிடிக்க வி.அ. (பே.வ.) (உண்ணுதல், குடித்தல் தொடர்பான வினைகளுடன்) அளவுக்கு அதிகமாகவே; வயிறு நிரம்ப; (eat) to one's fill. கல்யாண வீட்டில் மூக்குப்பிடிக்கச் சாப்பிட்டுவிட்டு இப்போது திணறுகிறாய்.

மூக்குப்பேணி பெ. (இலங்.) மூக்கு வைத்த தம்ளர்; metal glass with a spout.

மூக்குப்பொட்டு பெ. (பே.வ.) சிறிய மூக்குத்தி; small ornament worn on the nose.

மூக்குப்பொடி பெ. காண்க: பொடி[3], 2.

மூக்கும்முழியுமாக வி.அ. (பே.வ.) லட்சணமான முக அழகோடு; with well-formed features. உனக்குப் பார்த்திருக்கும் பெண் மூக்கும்முழியுமாக இருக்கிறாள்.

மூக்குமுட்ட வி.அ. (பே.வ.) காண்க: மூக்குப்பிடிக்க.

மூக்கை உடை வி. (உடைக்க, உடைத்து) (ஒருவருடைய) குறையைப் பிறர் அறியுமாறு சுட்டிக்காட்டி அவமானப்படுத்துதல்; shame (s.o.). ரொம்ப யோக்கியன் மாதிரி பேசிக்கொண்டிருந்தான். ஊர்க் கூட்டத்தில் அவன் மூக்கை உடைத்துவிட்டேன்.

மூக்கைச் சிந்து வி. (சிந்த, சிந்தி) (பே.வ.) 1: சளி அடைத்திருக்கும் மூக்கிலிருந்து காற்றை வேகமாக வெளியேற்றிக் கையால் மூக்கை அழுத்திச் சளியை அகற்றுதல்; blow the nose. மூக்கைச் சிந்திய பின்புதான் ஒழுங்காக மூச்சுவிடவே முடிந்தது./ குழந்தைக்கு மூக்கைச் சிந்தி விடு. 2: (பெண்களைக் குறித்து வரும்போது) (நினைத்த மாத்திரத்தில்) கண்ணீர் விடுதல்; அழுதல்; (said of women) shed tears (at the slightest provocation).

மூக்கைத் துளை வி. (துளைக்க, துளைத்து) (பே.வ.) (வாசனை, நாற்றம் முதலியவை) பலமாக வீசுதல்; (of fragrance or flavour) excite the sense of smell; (of stench) be nauseating. வெங்காய சாம்பார் மணம் மூக்கைத் துளைத்தது./ மூக்கைத் துளைக்கும் சாக்கடை நாற்றம்.

மூக்கை நுழை வி. (நுழைக்க, நுழைத்து) (பிறருடைய விஷயத்தில்) தலையிடுதல்; poke one's nose into. அடுத்தவர் விவகாரத்தில் மூக்கை நுழைக்காதே என்று எத்தனை தடவை உன்னிடம் சொல்லியிருக்கிறேன்?/ எல்லைப் பிரச்சினையில் வேறு எந்த நாடும் மூக்கை நுழைப்பதை இந்தியா அனுமதிக்காது என்று பிரதமர் கூறினார்.

மூக்கொலி பெ. (எழுத்தைக் குறித்து வரும்போது) வாயில் தடைப்பட்டு மூக்கின் வழியாகக் காற்று வெளியேறுவதால் உண்டாகும் மெல்லின எழுத்துகளின் ஒலி; nasal sound. 'ங, ஞ, ண, ந, ம, ன' ஆகிய ஆறும் மூக்கொலிகளாகும்.

மூங்கில் பெ. உள்ளீடற்ற குழாய் போன்ற தண்டுப் பகுதியில் கணுக்களைக் கொண்டதும் கொத்தாக நீண்டு வளர்வதுமான (புல் குடும்பத்தைச் சேர்ந்த) ஒரு வகைத் தாவரம்; bamboo.

மூச்சடை வி. (-அடைக்க, -அடைத்து) மூச்சுத் திணறுதல்; suffocate; breathe with difficulty. வயதாகிவிட்டதால் படியில் வேகமாக ஏற முடியவில்லை, எனக்கு மூச்சடைக்கிறது.

மூச்சிளைப்பு பெ. (வ.வ.) காண்க: இரைப்பு.

மூச்சு பெ. 1: (உயிர் வாழ்வதற்கு) நுரையீரலுக்குள் இழுத்து வெளிவிடும் காற்று; சுவாசம்; breath. அந்தக் காட்சியைக் கண்டதும் மூச்சு விடக்கூட மறந்துபோய் அப்படியே பிரமித்து நின்றார்./ அடிபட்டவனின் மூக்கில் கைவைத்துப் பார்த்தேன். மூச்சு இல்லை. 2: நுரையீரலுக்குள் காற்றை இழுத்து வெளிவிடும் செயல்; சுவாசம்;

மூச்சுக்காட்டு 1104

breathing. நோயாளிக்கு மூச்சு சீராக இருக்கிறது என்று மருத்துவர் தெரிவித்தார்.

மூச்சுக்காட்டு வி. (-காட்ட, -காட்டி) (எதிர்மறை வடிவங்களில் அல்லது எதிர்மறைத் தொனியில்) **(ஒருவர் தான் ஓர் இடத்தில் அல்லது ஒரு சூழலில்) இருப்பதற்கான அறிகுறியை வெளிப்படுத்துதல்;** utter a sound or word as a sign of one's presence. தன் பொய் வெளிப்பட்டதும் அவன் மூச்சுக்காட்டவில்லை.

மூச்சுக்குழல் பெ. **தொண்டையிலிருந்து நுரையீரல் வரை அமைந்திருக்கும், மூச்சு போகும் குழல் போன்ற பாதை;** windpipe; trachea.

மூச்சுக்குழாய் பெ. காண்க: **மூச்சுக்குழல்.**

மூச்சுத்திணறல் பெ. **சீராக சுவாசிக்க முடியாத அளவில் மூச்சுத் தடைப்படும் நிலை;** suffocation in breathing.

மூச்சுத்திணறு வி. (-திணற, -திணறி) **சீராக சுவாசிக்க முடியாத அளவு மூச்சுத் தடைப்படுதல்;** suffocate. தீப்பிடித்த கட்டடத்துக்குள் மாட்டிக்கொண்டவர்கள் மூச்சுத்திணறி இறந்தனர்./ (உரு வ.) பிரதமரின் வருகையால் திருச்சி நகரமே மூச்சுத்திணறிக்கொண்டிருந்தது.

மூச்சுப்பிடித்துக்கொள் வி. (-கொள்ள, -கொண்டு) **(மூச்சுவிடும்போது வலிக்கும் அளவுக்கு) மார்பு, முதுகு, இடுப்பு போன்ற பகுதிகளில் உள்ள தசை இறுகுதல்;** have sprained muscles; pull a muscle. குனிந்து மூட்டையைத் தூக்கியவனுக்கு மூச்சுப்பிடித்துக்கொண்டது./ மூச்சுப்பிடித்துக்கொண்டதால் நேராக உட்கார முடியவில்லை.

மூச்சுப்பிடிப்பு பெ. **(இயல்பாக மூச்சு விட முடியாதபடி) மார்பு, முதுகு, இடுப்பு போன்ற பகுதிகளில் ஏற்படும் தசை இறுக்கம்;** spasm.

மூச்சுப்பேச்சு பெ. காண்க: **பேச்சுமூச்சு, 1.**

மூச்சுமுட்டு வி. (-முட்ட, -முட்டி) (பே.வ.) **மூச்சுத் தடைபட்டுத் திணறுதல்;** suffocate; breathe hard. அறையில் புகை மண்டமண்ட மூச்சுமுட்ட ஆரம்பித்தது.

மூச்சுவாங்கிக்கொள் வி. (-கொள்ள, -கொண்டு) **(வேகமாக ஓடிவந்ததால் அல்லது தொடர்ந்து ஈடுபட்ட உடலுழைப்பால், இடைவிடாமல் மூச்சு இரைக்கும்போது) சற்று இளைப்பாறிக்கொள்ளுதல்;** relax (a while); catch one's breath. நீ கொஞ்சம் மூச்சுவாங்கிக்கொள், பிறகு வேலையைத் தொடரலாம்.

மூச்சுவாங்கு வி. (-வாங்க, -வாங்கி) **மூச்சு இரைத்தல்;** gasp for breath; pant. பத்து அடி நடப்பதற்குள் உனக்கு மூச்சுவாங்குகிறதே!

மூச்சு விடாமல் வி.அ. **(பேசும்போது) நிறுத்தாமல்; இடைவிடாமல்;** (while talking) without pausing for breath. என் மகன் பள்ளியிலிருந்து வந்ததும் மூச்சு விடாமல் அன்று நடந்ததையெல்லாம் என்னிடம் சொல்வான்./ மூச்சு விடாமல் பேசியது போதும். கொஞ்சம் ஓய்வெடுத்துக் கொண்டு அப்புறம் பேசு.

மூச்சுவிடு[1] வி. (-விட, -விட்டு) **ஆசுவாசப்படுத்திக்கொள்ளுதல்;** take or have a breather. இரண்டு மாதங்களாக வீட்டு வேலை வாட்டி எடுத்துவிட்டது. இன்றுதான் மூச்சுவிட கொஞ்சம் நேரம் கிடைத்திருக்கிறது.

மூச்சுவிடு[2] வி. (-விட, -விட்டு) (எதிர்மறையில் அல்லது எதிர்மறைத் தொனியில்) **(ஒன்றைப் பற்றி ஒருவரிடம்) தெரிவித்தல்;** make even a mention of. அப்பாவிடம் பேனாவைத் தொலைத்ததுபற்றி மூச்சுவிடாதே!/ நேரில் சந்தித்தபோது தனக்கு வேலை கிடைத்ததுகுறித்து அவன் மூச்சுவிடவில்லை.

மூச்சைப் பிடித்துக்கொண்டு வி.அ. (பே.வ.) **(ஒரு வருக்கு ஏற்படும் தொந்தரவு, பிரச்சினை, வலி போன்றவற்றைச் சிரமப்பட்டு) தாங்கிக் கொண்டு;** putting up with inconvenience. தலைவலி என்னைக் கொன்றுகொண்டிருந்தது, இருந்தும் மூச்சைப் பிடித்துக்கொண்டு ரயிலேறி இங்கு வந்துவிட்டேன்./ இந்த மாதம் மட்டும் மூச்சைப் பிடித்துக்கொண்டு சமாளித்துக்கொள். சீக்கிரம் பணத்துக்கு ஏற்பாடு செய்கிறேன்.

மூசாப்பு பெ. (இலங்.) **மேகமூட்டம்; மப்பும் மந்தாரமும்;** (of sky) overcast condition. வானம் மூசாப்பாக இருக்கிறது.

மூசிமூசி வி.அ. (இலங்.) **(மூச்சு இரைக்க ஒருவர் தன் முழு வலிமையையும் பயன்படுத்தி; கஷ்டப்பட்டு;** using all one's strength. மூசிமூசி சைக்கிளை மிதித்தான்./ (உரு வ.) எந்த வேலையைக் கொடுத்தாலும், அவன் மூசி மூசிச் செய்வான்.

மூசுமூசு-என்று வி.அ. (ஊரக வ.) **அதிகமாகவும் தொடர்ந்தும்;** persistently and increasingly. ஏன் குழந்தை மூசுமூசென்று அழுகிறது?/ ஏன் இப்படி உனக்கு மூசுமூசென்று இரைக்கிறது?

மூஞ்சி பெ. (பே.வ.) **முகம்;** face.

மூஞ்சூறு பெ. **நீண்ட மூக்கும் வட்ட வடிவக் காதும் சிறிய கண்களும் உடைய, எலி போன்ற ஒரு வகைப் பிராணி;** grey musk shrew; ground shrew.

மூஞ்சை பெ. (இலங்.) **முகம்; மூஞ்சி;** face. மூஞ்சையைக் கழுவிவிட்டுச் சாப்பிட வா./ என்ன! உன்னுடைய மூஞ்சை சரியில்லாமல் இருக்கிறது. வீட்டில் ஏதாவது பிரச்சினையா?

மூஞ்சை நீட்டு வி. (நீட்ட, நீட்டி) (இலங்.) **(அதிருப்தி, வருத்தம் போன்றவற்றால் ஒருவர்) முகத்தை இறுக்கமாக வைத்துக்கொள்ளுதல்; முகத்தைத் தொங்கப் போடுதல்;** put on a long face. காசைக் கண்டபடி செலவழிக்கிறாய் என்று சொல்லியதால், என் மகன் மூஞ்சை நீட்டுகிறான்./ அவருக்கு ஏதோ பிரச்சினை போல இருக்கிறது. யாரைப் பார்த்தாலும் உடனே மூஞ்சை நீட்டுகிறார்.

மூட்டம் பெ. **(மேகம், புகை போன்றவை) பெருமளவில் திரண்டிருக்கும் நிலை;** thick mass (of clouds, smoke, etc.,). மேக மூட்டம் சூரிய ஒளியை மறைத்திருந்தது./ பனி மூட்டத்துக்குள் சிக்கி வழி தெரியாமல் திண்டாடினோம்.

மூட்டம்போடு வி. (-போட, -போட்டு) (பே.வ.) **(வைக்கோல், விறகு போன்றவற்றைக் கொளுத்தி) புகை போடுதல்;** make a fire in open air. குளிருக்கு இதமாக மூட்டம்போட்டுக்கொண்டிருந்தார்கள்.

மூட்டு[1] வி. (மூட்ட, மூட்டி) **1: (தீ) உண்டாக்குதல்/(அடுப்பில் நெருப்பு) பற்றவைத்தல்;** make (fire)/kindle (fire in the hearth); ignite. தீ மூட்டிக் குளிர்காய்ந்தனர்./ அடுப்பை மூட்டி உலை வைத்தாள். **2: (சிரிப்பு, கோபம் முதலியவற்றை ஒருவருக்கு) உண்டாக்குதல்;** make (s.o. laugh or angry); create (mischief). தண்ணீர் குடிக்கும்போது சிரிப்பு மூட்டாதே!/ உங்களுக்குள் சண்டை மூட்டிவிட்டது யார்?

1105 மூடு

மூட்டு[2] வி. (மூட்ட, மூட்டி) (வ.வ.) **(சாக்கு, துணி முதலியவற்றில் இரு விளிம்புகள் இணையும்படி) சேர்த்தல்; சேர்த்துத் தைத்தல்;** bring closer; sew together. மிக லாவகமாக நெல் சாக்குகளை மூட்டினான்./ கைலியை மூட்டித் தைத்துத் தர நாறப்து ரூபாயா?

மூட்டு[3] பெ. **(எலும்புகளின்) இணைப்பு;** (bone) joint. முழங்கால் மூட்டில் வலி/ 'மூட்டு விலகியிருக்கலாம்' என்று முதலுதவி அளித்தவர் கூறினார்.

மூட்டுவலி பெ. **(கை, கால் ஆகியவற்றை எளிதாக நீட்டி மடக்க முடியாமல்) மூட்டில் இறுக்கத்தையும் வலியையும் ஏற்படுத்தும் ஒரு வகை நோய்;** rheumatism.

மூட்டுவாதம் பெ. **மூட்டுவலி;** rheumatism.

மூட்டை[1] பெ. 1: **(தானியம், மணல், உரம் முதலியவை நிரப்பப்பட்டு) கட்டப்பட்ட அல்லது தைக்கப்பட்ட சாக்குப் பை;** sack (holding grain, etc.,). கூடத்தில் நெல் மூட்டைகள் அடுக்கி வைக்கப்பட்டிருந்தன./ சர்க்கரை மூட்டை/ மிளகாய் மூட்டை/ வெள்ள அபாயத்தின் காரணமாக மணல் மூட்டைகளை அடுக்கிக் கரையைப் பலப்படுத்தினார்கள்./ இரண்டு சிமெண்டு மூட்டைகளைக் காணவில்லை. [(தொ.சொ.) சிப்பம்/முடிச்சு] 2: **(வட்டாரத்துக்குத் தகுந்தாற்போல்) 56 கிலோகிராமிலிருந்து 70 கிலோகிராம்வரை கொள்ளும் அளவு;** term referring to a capacity of 56 kg to 70 kg depending on the region. எத்தனை மூட்டை நெல் விளைந்தது?/ ஒரு மூட்டை அரிசி என்ன விலை? 3: **(எடுத்துச்செல்ல வசதியாகப் புத்தகம், துணி முதலியவற்றை) கட்டிவைத்திருப்பது அல்லது பொதிந்துவைத்திருப்பது;** anything which is bundled up (so as to be carried easily). அழுக்குத் துணி மூட்டையை சைக்கிளில் வைத்திருந்தான்./ சிறுவர்கள் புத்தக மூட்டையைத் தூக்க முடியாமல் திணறுகிறார்கள்.

மூட்டை[2] பெ. காண்க: **மூட்டைப்பூச்சி.**

மூட்டை கட்டிவை வி. (-வைக்க, -வைத்து) **(ஒன்றை) இனி வேண்டாம் என்றோ அல்லது தற்போதைக்கோ ஒதுக்கிவைத்தல்;** put aside. விளையாட்டை ஒரு மாதத்துக்கு மூட்டை கட்டிவை. பரீட்சை முடிந்ததும் விளையாடிக் கொள்ளலாம்./ பெண் கல்யாணம் முடிகிறவரை மற்ற வேலைகளை மூட்டை கட்டிவைக்க வேண்டும்./ சிறு வயதிலேயே அப்பா இறந்துவிட்டதால் படிப்பை மூட்டை கட்டிவைத்துவிட்டு விவசாயத்தைப் பார்க்க ஆரம்பித்தான்./ கதை எழுதுவதை மூட்டை கட்டிவைத்து ரொம்ப நாள் ஆகிறது.

மூட்டை கட்டு வி. (கட்ட, கட்டி) (பே.வ.) **(ஓர் இடத்தைவிட்டு) நீங்குதல் அல்லது வெளியேறுதல்;** quit; leave; vacate. இனிமேல் இங்கு உனக்கு வேலை இல்லை; மூட்டை கட்டு!/ வந்த வேலை முடிந்துவிட்டது. இனிமேல் ஊருக்கு மூட்டை கட்ட வேண்டியதுதான் பாக்கி.

மூட்டை தூக்கு வி. (தூக்க, தூக்கி) **சுமை தூக்கும் தொழிலைச் செய்தல்;** earn a living by carrying heavy loads. காய்கறி மண்டியில் மூட்டை தூக்கிப் பிழைக்கிறான்./ நான் மூட்டை தூக்கிக் கிடைக்கிற வருமானத்தில் தான் என் குடும்பமே நடக்கிறது.

மூட்டைப்பூச்சி பெ. **மனிதர்களைக் கடித்து இரத்தத்தை உறிஞ்சிக்கொள்வதும், இடுக்குகளில் வாழ்வதுமான சிறு பூச்சி;** bedbug.

மூட்டைமுடிச்சு பெ. (பே.வ.) **(பெரும்பாலும் பன்மையில்) பயணத்திற்குத் தேவையான துணிமணிகளும் பிற சாமான்களும்;** bag and baggage. பாட்டியின் மூட்டை முடிச்சுகளை வைக்கவே வண்டியில் இடம் போதவில்லை.

மூட பெ.அ. **அறிவுக்கு ஒவ்வாத; முட்டாள்தனமான;** absurd; foolish. மூடப் பழக்கம்/ மூடக் கொள்கை/ மூடச் செயல்.

மூடத்தனம் பெ. **முட்டாள்தனம்; மடத்தனம்;** foolishness. பணம்தான் வாழ்க்கை என்று நினைப்பது மூடத்தனம்.

மூடநம்பிக்கை பெ. **(சொல்பவர் நோக்கில் முட்டாள்தனமானது என்று கருதும்) பகுத்தறிவுக்கு ஒவ்வாத நம்பிக்கை;** superstitious belief. 'பேயாவது பிசாசாவது, எல்லாம் மூட நம்பிக்கை!' என்று சொல்லிவிட்டு நண்பன் சிரித்தான்./ விஞ்ஞானிகளுக்கு இடையிலும் மூட நம்பிக்கைகள் உண்டு.

மூடன் பெ. (உ.வ.) **அறிவில்லாதவன்; முட்டாள்;** stupid man. மொட்டைக் கடிதத்தை வைத்து மனைவிமேல் சந்தேகப்படுகிற மூடன்!/ அங்கு குழுமியிருந்த ஆண்கள், பெண்கள் அனைவரையும் பார்த்துத் திடீரென்று சாமியார் 'மூடர்களே' என்று கத்தினார்.

மூடாக்கு பெ. (பே.வ.) 1: **முக்காடு;** cloth covering the head. மூடாக்கை எடுத்தால்தான் யாரென்று அடையாளம் தெரியும்./ வெயில் அதிகமாக இருந்ததால் குழந்தைக்கு மூடாக்குப் போட்டாள்./ திண்ணையில் மூடாக்குப் போட்டுக்கொண்டு தூங்குவது யார்? 2: **மூடப்பட்ட அல்லது மூடியிருக்கும் நிலை;** the state of being closed or blocked. பெண்கள் குளிப்பதற்கு வசதியாகக் கொல்லைப்புறத்தில் தட்டி வைத்து மூடாக்குப் போட்ட தடுப்பு.

மூடாக்குமுறை பெ. **மண்ணிலிருக்கும் ஈரப்பதத்தைத் தக்கவைப்பதற்காகப் பயிரைச் சுற்றியுள்ள மண்ணை இலை, தழை, வைக்கோல் போன்றவற்றால் மூடும் முறை;** mulching.

மூடி பெ. 1: **ஒரு கொள்கலனின் திறப்பை மூடுவதற்கு அந்தத் திறப்பின் அளவே இருக்கும் தட்டுப் போன்ற பாகம்;** anything that is designed for closing or covering a container; lid; top. ஜாடியை ஏன் தட்டால் மூடியிருக்கிறாய்? அதன் மூடி எங்கே? 2: **(பேனா போன்றவற்றில்) மேல்பகுதியைப் பாதுகாக்கச் செருகி மூடும் அமைப்பு;** cap (of a pen, etc.). பேனாவின் மூடியைக் கழற்றி வைத்துவிட்டு எழுத ஆரம்பித்தான்.

மூடிமறை வி. (-மறைக்க, -மறைத்து) **நடந்து விட்ட ஒன்றைப் பிறர் அறிந்துவிடாதவாறு செய்தல்;** cover up. கொலையை மூடிமறைக்க முயற்சிசெய்கிறார்கள்./ எவ்வளவு மூடிமறைத்தாலும் உண்மை ஒரு நாள் தெரியாமலா போகும்?

மூடு வி. (மூட, மூடி) **அ.** (உள்ளிருப்பது வெளியே தெரியாதபடி இருக்கும் நிலைக்கு வருதல் தொடர்பான வழக்கு) 1: **(திறந்திருக்கும் கதவு, ஜன்னல் முதலியவை) உள்ளே அல்லது வெளியே பார்க்க முடியாத அல்லது ஏதும் செல்ல முடியாத நிலைக்கு நகர்தல்/(திறந்திருக்கும் கதவு, ஜன்னல் முதலியவற்றை) உள்ளே அல்லது**

மூடுபனி 1106

வெளியே பார்க்க முடியாத அல்லது ஏதும் செல்ல முடியாத நிலைக்கு நகர்த்துதல்; (of door, etc.) close; shut (a door, etc.,). *இந்தப் பொத்தானை அமுக்கினால் கதவு மூடும்./ ஜன்னலை மூடாதே!* [*(தொ.சொ.)* அடை/ சாத்து/ பொத்து] 2: **(திறந்திருக்கும் பெட்டி, பை, பாத்திரம் போன்றவற்றின் வாய்ப்பகுதி, முன்பகுதி அல்லது மேல்பகுதியை) அடைத்தல்;** (of a case, box, etc.,) be in a closed condition; close (a case, box, etc.,). *நான் பார்த்த போது பெட்டி மூடித்தான் இருந்தது./ தண்ணீர்த் தவலையை மூட மறந்துவிட்டேன்./ உணவை விழுங்கும் நேரம் தவிர, மற்ற நேரங்களில் உணவுக்குழல் மூடியிருக்கும்.* 3: *(கண், வாய் குறித்து வரும்போது)* **(இமைகள், உதடுகள்) ஒன்றுசேர்தல்/(இமைகளை, உதடுகளை) ஒன்றுசேர்த்தல்;** (of eyes, mouth) close; close (the eyes, mouth). *தியானத்தின்போது அவருடைய கண்கள் மூடியிருந்தன./ வாயை மூடிக்கொண்டு தூங்கு!* 4: **(காது, வாய், கண் போன்றவற்றை) பொத்துதல் அல்லது மறைத்தல்;** close (eyes, ears, etc.,). *தொலைக்காட்சியில் ஆபாசமான ஒரு காட்சி வந்தபோது தன் கையால் பையனின் கண்களைமூடினான்./ கடப்பாரைகுத்திக்காலில்இரத்தம்வெளியேறிக்கொண்டிருந்த இடத்தை அழுத்தி மூடினான்./ அவன் பேசுவதைக் கேட்கச் சகிக்காமல் காதைக் கையால் மூடிக்கொண்டாள்./ சில நிலைமைகளில் மட்டுமே ஆழமான வெட்டுக் காயங்களை மூட வேண்டும்.* 5: **(ஒன்று) விரிந்த, பிரிந்த, திறந்த நிலையிலிருந்து மடங்கிய, சுருண்ட அல்லது திறக்கப்படாத நிலையை அடைதல்/ (ஒன்றை) விரிந்த, பிரிந்த, திறந்த நிலையிலிருந்து மடங்கிய, சுருண்ட அல்லது திறக்கப்படாத நிலையை அடையச் செய்தல்;** (of fingers, book which is kept open, etc.,) close/ close (the fingers, a book, etc.,). *பிறந்த குழந்தையின் கை மூடி இருக்கும்./ கொட்டாவி வந்ததும் புத்தகத்தை மூடினான்.* 6: **ஒரு பொருள், இடம் போன்றவற்றை மறைக்கும் விதத்தில் அவற்றின் மேல் ஒன்று பரவியிருத்தல்/ஒரு பொருள், இடம் போன்றவற்றை மறைக்கும் விதமாக அவற்றின் மேல் ஒன்றைப் பரப்புதல் அல்லது வைத்தல்;** be covered/cover. *பனி மூடிய மலை/ குழியில் எல்லா முட்டைகளையும் இட்ட பிறகு ஆமை மணலைப் போட்டு முட்டைகளை மூடிவிடும்./ மூளையைச் சுற்றி ஒரு படலம் மூடியிருக்கும்./ எரிந்து கொண்டிருக்கும் மெழுகுவர்த்தியை ஒரு மணிஜாடி கொண்டு மூட வேண்டும்.* [*(தொ.சொ.)* ஒளி/ போர்த்து/ மறை] ஆ. *(செயல்படாமல் இருத்தல் தொடர்பான வழக்கு)* 7: **கல்வி நிறுவனம், கடை, தொழிற்சாலை போன்றவற்றில் அன்றைய அல்லது குறிப்பிட்ட காலத்துக்கான செயல்பாடு, பணி, வியாபாரம் போன்றவை முடிதல்/ கல்வி நிறுவனம், கடை, தொழிற்சாலை போன்றவற்றில் அன்றைய அல்லது குறிப்பிட்ட காலத்துக்கான செயல்பாடு, பணி, வியாபாரம் போன்றவற்றை முடித்துக்கொள்ளுதல்;** (of a shop, factory, etc,.) be closed/close (a shop, factory, etc.,). *அன்று ஞாயிற்றுக்கிழமை என்பதால் கடை மூடியிருந்தது./ சீக்கிரம் போ, கடை மூடிவிடும்./ பள்ளிக்கூடத்தை அரையாண்டுத் தேர்வுக்குப் பின் விடுமுறைக்காக மூடியுள்ளனர்.* 8: **(தொழில், வியாபாரம், நிறுவனம் போன்றவற்றை மேற்கொண்டு தொடராமல்) நிரந்தரமாக நிறுத்திக்கொள்ளுதல்;** (of a business, etc.,) close down. *அவரது தந்தை நடத்தி வந்த கடை கவனிப்பாரின்றி மூடப்பட்டது./ நஷ்டத்தில் இயங்கிய சினிமா நிறுவனங்கள் பல மூடப்பட்டுவிட்டன.* 9: **(குழாய் போன்றவற்றிலிருந்து நீர், வாயு முதலியவை வெளியேறாதவாறு) நிறுத்துதல்;** turn off (the flow of water, etc., from a tap, etc.,); stop; close. *குழாயை மூடிவிட்டாயா?*

மூடுபனி பெ. **(தெளிவாகப் பார்க்க முடியாதபடி) அடர்த்தியாகக் காற்றில் நிறைந்திருக்கும் பனி;** fog. *மூடுபனி காரணமாகப் பாதை தெரியாததால் வண்டிகள் மெதுவாகச் சென்றன.*

மூடுபெட்டி பெ. *(இலங்.)* **பனையோலையால் பின்னப்பட்ட மூடி போட்ட சிறிய பெட்டி;** box-like basket with a lid made of dried palmyra leaf.

மூடுமந்திரம் பெ. *(பே.வ.)* *(-ஆக)* **ஒன்று வெளிப்படையாக இல்லாமல் ரகசியமாக இருக்கும் நிலை;** veiled activity; secrecy. *நிதி அமைச்சர் ஆகப்போவது யார் என்பது மூடுமந்திரமாகவே இருக்கிறது./ புது வீடு வாங்கியதைத் தன் நண்பர்களிடம்கூட சொல்லாமல் மூடுமந்திரமாக வைத்திருக்கிறான்.*

மூடை பெ. *(வ.வ.)* காண்க: ***மூட்டை[1], 1, 2.***

மூத்த பெ.அ. 1: **(உறவுமுறைச் சொற்களோடு வரும்போது) முதலில் பிறந்த/(குறிப்பிடப்படும் பலரில்) முதல்;** (with kinship terms) first-born; eldest/first (among the specified). *மூத்த மகன்/ மூத்த மருமகள்.* 2: **(அதிகாரி முதலியோரைக் குறிக்கும்போது) (இருப்பவர்களில்) நீண்ட காலமாகப் பணிபுரியும் அல்லது அதிக அனுபவமுள்ள;** (of officials) senior or experienced. *மூத்த அதிகாரிகளுடன் கலந்து முடிவு எடுக்கப்படும்./ அணியில் மூத்த வீரர்கள் யாரும் இல்லாதது வருத்தமளிக்கிறது./ மூத்த தலைவர்.* 3: **முதியவரான; முதிர்ந்த;** senior. *கட்சியின் மூத்த தலைவர் எடுக்கும் முடிவுக்கு எல்லோரும் கட்டுப்படுவது மரபாக வரும் வழக்கம்.*

மூத்த குடிமக்கள் பெ. **60 வயதுக்கு மேற்பட்ட ஆண்கள், 58 வயதுக்கு மேற்பட்ட பெண்கள்;** senior citizens *(60* years old men and 58 years old women). *மத்திய அரசு மூத்தகுடிமக்களுக்கு வருமான வரிச் சலுகை அளித்துள்ளது./ மூத்த குடிமக்களுக்குப் பேருந்தில் தனி இருக்கைகள் ஒதுக்கப்பட்டுள்ளன.*

மூத்த தாயார் பெ. **(ஒருவருக்குத் தாய் ஸ்தானத்தில் அமையும்) தந்தையின் முதல் மனைவி;** first wife of one's father. *தந்தை காலமானதிலிருந்து என் மூத்த தாயாரும் எங்களுடன் வசித்துவருகிறார்.*

மூத்தவர் பெ. **வயதானவர்;** senior; (one's) elder. *வீட்டில் மூத்தவர்களைக் கலந்துகொண்டு பிறகு சொல்கிறேன்./ மூத்தவர்களை மதித்து நடப்பது நல்லது அல்லவா?*

மூத்த வழக்கறிஞர் பெ. *(சட்டம்)* **உச்ச நீதிமன்றம் மற்றும் உயர் நீதிமன்றத்தில் தொழில் மேற்கொண்டிருக்கும் வழக்கறிஞர்களுள் அனுபவத்தால் மூத்தவர் என்று அந்த நீதிமன்றத்தால் அதிகாரபூர்வமாக அங்கீகரிக்கப்பட்டவர்;** advocate practising in a High Court or Supreme Court and recognized as senior advocate by that Court.

மூத்தாள் பெ. (பே.வ.) **முதல் மனைவி;** first wife. மூத்தாளின் பிள்ளைகளை இளையாள் அன்புடன் நடத்தியது அவருக்கு ஆறுதலாக இருந்தது.

மூத்திரப்பை பெ. (பே.வ.) **சிறுநீர்ப்பை;** urinary bladder.

மூத்திரம் பெ. **சிறுநீர்;** urine.

மூத்தோர் பெ. **வயது முதிர்ந்தவர்கள்;** the elderly. மூத்தோருக்கான தடகளப் போட்டிகள் மலேசியாவில் தொடங்கின./ மூத்தோரிடம் பணிவாக நடந்துகொள்பவன் நான்.

மூதறிஞர் பெ. **வயது நிரம்பிய அறிஞர்; பெரும் அறிஞர்;** wise old person. தமிழுக்கு அரும்பணி ஆற்றிய எத்தனையோ மூதறிஞர்களை நாம் இன்று மறந்துவிட்டோம்./ மூதறிஞர் ராஜாஜி.

மூதாட்டி பெ. (உ.வ.) **வயது முதிர்ந்த பெண்; முதியவள்;** old woman. எண்பது வயது மதிக்கத்தக்க மூதாட்டி.

மூதாதை பெ. **1: (ஒரு பரம்பரையில்) முன் வாழ்ந்தோர்;** ancestors. அந்த மன்னன் எதிரிகளுடன் போரிட்டுத் தனது மூதாதையரின் நகரத்தை மீட்டான்./ இந்தத் தீவில் வசிப்பவர்களின் மூதாதையர்கள் வெகு காலத்துக்கு முன் பக்கத்துத் தீவினுள் இருந்த காடுகளில் வசித்துவந்தார்கள். **2: பரிணாம வளர்ச்சியில் பிற உயிரினம் தோன்றுவதற்கு அடிப்படையாக ஒரு காலகட்டத்தில் இருந்த உயிரினம்;** ancestor. மனிதனின் மூதாதையாக கொரில்லா இருந்திருக்கலாம்.

மூதுரை பெ. (உ.வ.) **காலங்காலமாக வழங்கி வருவதும் எடுத்துக்காட்டாகக் கூறப்படுவதுமான பெரியோர் வாக்கு;** old (wise) saying; maxim. 'அறம் செய விரும்பு' என்பது ஔவையின் மூதுரை.

மூதேவி பெ. **1: துரதிர்ஷ்டத்தை விளைவிப்பதாகக் கருதப்படும் பெண் தெய்வம்;** female deity who is believed to cause misfortune. விவசாய நிலத்தை விற்றதிலிருந்து வீட்டில் மூதேவி புகுந்துவிட்டாள் என்று பாட்டி அடிக்கடி புலம்புவாள். **2: ஒருவரைத் திட்டுவதற்குப் பயன்படுத்தும் சொல்;** a term of abuse. பத்து மணிவரை தூங்காதே, மூதேவி!/ அந்த மூதேவி வந்துவிட்டானா?

மூப்பர் பெ. (கிறித்.) **கத்தோலிக்கத் திருச்சபையில் குரு ஆவதற்கு முன் வகிக்கும் ஒரு சமயப் பதவி;** Deacon. என் நண்பரின் மகனுக்கு ஞானஸ்நானம் நடந்தபோது நான் சபையில் மூப்பராக இருந்தேன்.

மூப்பன் பெ. (இலங்.) **தலைமைப் பொறுப்பேற்று ஒரு காரியத்தை முன்நின்று செய்பவர்;** person who takes the initiative and organizes a work. கோயில் திருவிழாவில் நம் கந்தையாதான் மூப்பன்.

மூப்பு பெ. **1: முதுமை;** old age. மூப்பின் காரணமாக அவரால் இப்போதெல்லாம் பொது நிகழ்ச்சிகளில் கலந்துகொள்ள முடிவதில்லை. **2: (ஒருவர் மற்றொருவருக்கு) வயதில் மூத்த நிலை;** condition of being elder or senior (to s.o.). அவள் எனக்கு இரண்டு வயது மூப்பு.

மூப்புப் பட்டியல் பெ. **பணிபுரிபவர்களை அல்லது ஒன்று வேண்டும் என்று பதிவு செய்தவர்களை வரிசைப்படுத்தி ஒப்பிடும் வகையில் கால அடிப்படையில் தயாரிக்கப்பட்ட பட்டியல்;** seniority list (prepared chronologically). பணி மூப்புப் பட்டியலில் உன்னுடைய பெயர் இரண்டாவதாக இருக்கிறது./ வேலைவாய்ப்பு அலுவலகத்திலிருந்து மூப்புப் பட்டியல் பெறப்பட்டு, நேர்முகத் தேர்வுமூலம் ஆசிரியர்கள் தேர்வுசெய்யப்படுவார்கள்.

மூர்க்கம் பெ. (-ஆக) **1: கொடூரம்; வெறித்தனம்;** cruelty. அடியாட்கள் அவனை மூர்க்கமாகத் தாக்கினர். **2: மோசமாகவும் கடுமையாகவும் செயல்படும் நிலை;** fierce obstinacy. மத்திய அரசை அவர் மூர்க்கத்தனமாக விமர்சித்தார்.

மூர்க்கன் பெ. **முரட்டுத்தனமும் எளிதில் கோபம் கொள்ளும் குணமும் உடையவன்;** violent man.

மூர்க்கை பெ. (இலங்.) **பிடிவாதம்;** obstinacy; stubbornness. இவ்வளவு சொல்லியும் இவன் ஏன் இப்படி மூர்க்கையாக இருக்கிறான்./ உனது மூர்க்கைக் குணத்தை விட்டால்தான், எல்லோரும் உன்னை மதிப்பார்கள்.

மூர்ச்சி வி. (மூர்ச்சிக்க, மூர்ச்சித்து) (அ.வ.) **நினைவு இழத்தல்; மயக்கம் அடைதல்;** faint. அதிர்ச்சியால் மூர்ச்சித்துக் கீழே விழுந்தாள்.

மூர்ச்சை பெ. **நினைவு இழப்பு; மயக்கம்;** fainting. வெயில் தாளாமல் கிழவர் மூர்ச்சையாகி விட்டார்./ முகத்தில் தண்ணீர் பட்டதும் மூர்ச்சை தெளிந்து எழுந்தார்.

மூர்த்தம் பெ. (அ.வ.) **திருவுருவம்; விக்கிரகம்;** idol (of god). ஆனந்தத் தாண்டவ நடராஜ மூர்த்தம்.

மூர்த்தி பெ. **1:** (உ.வ.) **கடவுள்;** god. மும்மூர்த்திகளான பிரமன், விஷ்ணு, சிவன். **2: திருவுருவம்; மூர்த்தம்;** idol (of god). நடராஜ மூர்த்தி.

மூலக்கூறு பெ. (வேதி.) **ஒரு பொருளின் மிக நுண்ணிய கூறாக இருப்பதும் (தனித்த நிலையில்) பொருளின் தன்மைகள் அனைத்தையும் கொண்டிருப்பதுமான அணுத் தொகுப்பு;** molecule.

மூலக்கூறு வாய்பாடு பெ. (வேதி.) **ஒரு தனிமத்தின் அல்லது சேர்மத்தின் ஒரு மூலக்கூறில் உள்ள அணுக்களின் சரியான எண்ணிக்கையைக் குறிப்பது;** molecular formula. நீரின் மூலக்கூறு வாய்பாடு H_2O ஆகும்.

மூலகம் பெ. (இயற்.) **தனிமம்;** element.

மூலகர்த்தா பெ. (அ.வ.) **(ஒரு செயல், நிகழ்வு போன்றவற்றுக்கு) மூல காரணமாக இருக்கும் நபர்;** person responsible (for an event). என் வீட்டில் நடந்த வருமான வரிச் சோதனைக்கு யார் மூலகர்த்தா என்பதை மக்கள் நன்றாக அறிவார்கள்.

மூலதனம் பெ. **தொழில் துவங்கத் தேவைப்படும் அல்லது பயன்படுத்தப்படும் பணம்;** capital; investment. பத்து கோடி ரூபாய் மூலதனத்தில் நிறுவப்பட்ட தொழிற்சாலை./ உலகமயமாக்கலின் விளைவாக இந்தியாவில் அந்நிய மூலதனம் பல மடங்கு கூடியிருக்கிறது./ உழைப்பையே மூலதனமாகக் கொண்டு வாழ்க்கையில் முன்னேறியவர்.

மூலப்பொருள் பெ. **(ஒரு பொருள் தயாரிப்பதற்குத் தேவையான) தனித்தனியான அடிப்படைப் பொருள்;** raw material. காவல்துறை மேற்கொண்ட சோதனையில் வெடிகுண்டு தயாரிப்பதற்கான மூலப்பொருள்கள் ஏராளமாகச் சிக்கின.

மூலம்[1] பெ. **ஆசனவாயின் ஓரத்திலோ உட்பகுதியிலோ ஏற்படும் மிகுந்த வலியை உண்டாக்கும் சிறு புடைப்புகள்;** haemorrhoids; piles.

மூலம்[2] பெ. **1: (ஒன்று) தோன்றுவதற்கு அடிப்படை; ஆதாரம்;** source; origin. இந்தப் பிரச்சினைக்குப் பல காரணங்கள் இருக்கலாம்; மூல காரணம் இதுதான்./ இந்தச் செய்திக்கு மூலம் ஒரு ஆங்கிலப் பத்திரிகை/ நிஜ வாழ்க்கையில் நடந்த ஒரு நிகழ்ச்சியை மூலமாக வைத்துதான் இந்தக் கதையை எழுதினேன். **2: (பிரதிசெய்தல் முதலிய செயல்களுக்கு அடிப்படையாகக் கொள்ளப்படும்) முதலில் உருவாக்கப்பட்ட அல்லது தயாரிக்கப்பட்ட ஒன்று;** original (of sth.). இந்த வீட்டுப் பத்திரத்தின் மூலம் என் அப்பாவிடம் இருக்கிறது./ இந்த ஓவியத்தின் மூலம் எங்கு இருக்கிறது? **3: நூலாசிரியரால் எழுதப்பட்ட பாடம்;** original text. இந்தப் புத்தகத்தில் சிலப்பதிகாரத்தின் மூலம் மட்டும் இருக்கிறது./ இந்தக் கதையை அதன் ஆங்கில மூலத்திலேயே படித்திருக்கிறேன்.

மூலம்[3] பெ. (சோதி.) **இருபத்தேழு நட்சத்திரங்களில் பத்தொன்பதாவது;** the nineteenth of the twenty-seven divisions of the zodiac in Indian astrology, corresponding to an asterism, but smaller than a constellation.

மூலம்[4] இ.சொ. **ஒன்று நிகழ்தல், ஒன்றைச் செய்தல், ஒன்றை அடைதல் முதலியவை மற்றொன்றின் வழியாக நடைபெறுவதைக் காட்டும் இடைச்சொல்;** particle used in the sense of 'by means of', 'by', 'through'. பேராசிரியரோடு தொலைபேசிமூலம் தொடர்புகொள்ள முயன்றேன்./ ஆழ்துளைக் கிணறுமூலம் நிலத்தடி நீரை எடுத்து விவசாயத்திற்குப் பயன்படுத்துகிறார்கள்./ இடி விழுந்தால் மின்சாரம் இடிதாங்கி மூலம் நிலத்தில் இறங்கிவிடும்./ எழுத்து மூலமாக உத்தரவு தர வேண்டும் என்று அதிகாரியைக் கோரினார்.

மூலவர் பெ. **(கோயிலின் கர்ப்பகிரகத்தில்) ஆகம விதிகளின்படி பிரதிஷ்டை செய்யப்பட்ட, கருங்கல் அல்லது சுதையால் ஆன பிரதான தெய்வம்;** principal deity in a temple.

மூலஸ்தானம் பெ. **(கோயிலில்) மூலவர் இருக்கும் பகுதி;** the place in a temple where the principal deity is installed.

மூலாதாரம் பெ. **1: (ஒன்றுக்கான) அடிப்படை;** source. சகல ஆற்றல்களுக்கும் மூலாதாரம் சூரியன்தான்./ மூலாதாரப் பொருள்களின் பற்றாக்குறை./ கற்பனைதான் படைக்கும் திறனின் மூலாதாரம் என்று தன் சொற்பொழிவில் அவர் கூறினார். **2: முதுகுத்தண்டின் கீழ்ப்புறம் அமைந்திருப்பதாகவும் குண்டலினி சக்தி புறப்படும் இடமாகவும் கருதப்படும் ஆதார நிலை;** perineum.

மூலிகை பெ. **மருந்தாகப் பயன்படும் தாவரம் அல்லது தாவரத்தின் இலை, வேர் போன்ற பகுதி;** medicinal plant or herb. இது பதினைந்து வகையான மூலிகைகளைக் கொண்டு தயாரிக்கப்பட்ட மருந்து. [(தொ.சொ.) கீரை]

மூலை பெ. **1: இரு பக்கங்களோ கோடுகளோ சந்திக்கும் கோணம்/அந்தக் கோணத்தில் அமைந்திருக்கும் பரப்பு அல்லது இடம்; முனை;** corner (where two sides or lines meet). சதுரத்துக்கு நான்கு மூலைகள்/ சேலைத் தலைப்பின் ஒரு மூலை கிழிந்திருந்தது./ தெரு மூலையில் வண்டி நிற்கிறது./ வராந்தாவின் ஒரு மூலையில் கடப்பாரை சாத்தி வைக்கப்பட்டிருந்தது. **2:** காண்க: **எந்த மூலைக்கு.**

மூலைமட்டம் பெ. **கட்டடத்தின் மூலையும், கோத்த மரச் சட்டங்களின் மூலையும் செங்கோணத்தில் இருக்கின்றனவா என்பதைச் சரிபார்க்கப் பயன்படும், 'ட' வடிவில் இரண்டு தகடுகள் பொருத்தப்பட்ட சாதனம்;** 'L' shaped tool used by masons and carpenters for checking right angle at joints.

மூலைமுடுக்கு பெ. **1: (வீடு, கட்டடம் போன்றவற்றில்) சிறு இடைவெளி அல்லது இடுக்கு;** small gaps (between things). வீட்டின் மூலைமுடுக்கெல்லாம் தேடியும் மோதிரம் கிடைக்கவில்லை. **2: (ஒரு ஊர், நாடு போன்றவற்றில்) எளிதில் சென்றடைய முடியாத இடம்;** (unreachable) corner (of a country, etc.,); every nook and cranny. இந்தப் பத்திரிகை நாட்டின் மூலைமுடுக்கெல்லாம் கிடைப்பது ஆச்சரியம்தான்.

மூலைவிட்டம் பெ. (கணி.) **(சதுரம், செவ்வகம் போன்றவற்றின்) நேரெதிர் மூலைகளுக்கு இடையில் செல்வதும் மேற்குறிப்பிட்ட வடிவங்களைச் சமமாகப் பிரிப்பதுமான கோடு/அந்தக் கோட்டின் நீளம்;** diagonal. 4 சென்டிமீட்டரைப் பக்க அளவாகக் கொண்ட சதுரத்தின் மூலைவிட்டம் 5. 7 சென்டிமீட்டர் ஆகும்.

மூலோபாயம் பெ. (இலங்.) **குறிப்பிட்ட நோக்கத்துடன் திறமையாகத் தயாரிக்கப்படும் திட்டம்;** strategy. அந்தப் பொதுநல அமைப்பின் மூலோபாயம் நன்றாக இருந்ததால் விரைவில் வளர்ச்சி கண்டது.

மூவர்ணக் கொடி பெ. **(காவி, வெள்ளை, பச்சை ஆகிய மூன்று நிறங்கள் உள்ள) இந்தியத் தேசியக் கொடி;** Indian national flag (which has the three colours saffron, white and green). கம்பத்தில் மூவர்ணக் கொடி கம்பீரமாகப் பறந்துகொண்டிருந்தது.

மூவர்ணம் பெ. (பெரும்பாலும் பெயரடையாக) **இந்தியத் தேசியக் கொடியில் உள்ள காவி, வெள்ளை, பச்சை ஆகிய மூன்று நிறங்கள்;** the three colours of saffron, white and green in the Indian national flag. குடியரசு தினத்தன்று மாணவர்கள் மூவர்ணக் கொடியைச் சட்டையில் அணிகிறார்கள்.

மூழ் பெ. (இலங்.) **(தென்னை, பனை போன்றவற்றின்) காயைக் குலையோடு பிணைத்திருக்கும் பகுதி;** integument (connecting the fruit to the stalk).

மூழ்கு வி. (மூழ்க, மூழ்கி) **1: நீரின் மேற்பரப்பிலிருந்து கீழே செல்லுதல்; முழுகுதல்;** submerge; be drowned; sink. என் அண்ணன் இக்கரையில் மூழ்கினால் நீருக்குள்ளேயே நீந்தி அக்கரைக்குப் போய்விடுவான். **2: (ஒரு கட்டமைப்பு அல்லது தாவரம் போன்றவை நீருக்குள்) அமிழ்ந்து போகும் வகையில் தண்ணீர் மட்டம் உயர்தல்;** submerge; go under water. சமீபத்தில் பெய்த கடும் மழையின் காரணமாகப் பல லட்சம் ஏக்கர் பயிர்கள் நீரில் மூழ்கியுள்ளன./ கங்கையில் ஏற்பட்ட பெரு வெள்ளத்தினால் கரையோரத்தில் அமைந்திருந்த ஆயிரக் கணக்கான வீடுகள் நீரில் மூழ்கின. **3: (உணர்ச்சி, நினைவு, வேலை முதலியவற்றில் ஒருவர் தன்னை) தீவிரமாகவோ அதிகமாகவோ உட்படுத்திக்கொள்ளுதல்; ஆழ்தல்; அமிழ்தல்;** be buried (in thought, etc.,); be immersed (in grief, etc.,). பழைய நினைவுகளில் மூழ்கிப்போனார்./ வேலையில் மூழ்கிவிட்டால் என் கணவர் வீட்டை மறந்து விடுவார்./ நேருவின் மரணத்தினால் நாடே துயரத்தில் மூழ்கியது. **4: (ஒரு பொருள்,**

வீடு போன்றவை கடனில்) முழுகுதல்; go deep into debt. வீடு கடனில் மூழ்கப்போவதை நினைத்து அம்மா அழுது கொண்டிருந்தாள்./ நாடு கடனில் மூழ்காமல் இருக்கத்தான் இந்த நடவடிக்கைகள்.

மூள்[1] வி. (மூள, மூண்டு) 1: **(தீ) பற்றுதல்;** (of fire) catch; break out. ஆலையில் மூண்ட நெருப்பைத் தீயணைப்புப் படையினர் அணைத்தனர். 2: **(தகராறு, கலவரம் முதலியவை) ஏற்படுதல்;** (of dispute, war, etc.,) break out. எல்லைப் பிரச்சினையினால் இரு நாடுகளுக்கு இடையே போர் மூள வாய்ப்பு இருக்கிறது./ இந்திரா காந்தி சுடப்பட்டதை அடுத்து நாட்டின் பல இடங்களில் கலவரம் மூண்டது./ வாய்க்கால் பிரச்சினையால் இரு ஊருக்கும் இடையே பிளவு மூண்டது./ அண்ணன் தம்பிகளுக்குள்ளேயே பகை மூண்டு சண்டையிட்டுக்கொள்கிறார்கள். 3: **(கோபம், சந்தேகம், ஆசை, சிரிப்பு முதலியவை) உண்டாதல் அல்லது எழுதல்;** (of anger, suspicion) arise. அவன் பார்க்கும் பார்வையைக் கவனித்ததுமே அவருக்குச் சந்தேகம் மூண்டது./ அவர் நடையைப் பார்த்ததுமே எனக்குச் சிரிப்பு மூண்டது./ சாதாரண விஷயத்தைப் பெரிதுபடுத்திப் பேசினால் எரிச்சல் மூளாதா?

மூள்[2] பெ. (மண்.) **(அரசாணிப்பானையின் உச்சியில் வைக்கும்) குமிழ்;** earthenware vessel like the turned up banana inflorescence on the top of the vertical line of ritual pots on a wedding stage.

மூளி பெ. 1: (பெண்களைக் குறித்து வரும்போது) **(மங்கலத் தோற்றத்துக்கு உரியதாக நம்பப்படும் ஆபரணங்கள், குங்குமம் முதலியவை இல்லாமல்) வெறுமையாகத் தோற்றமளிக்கும் நிலை;** (of women) bareness (i.e. without wearing ornaments and other auspicious signs such as குங்குமம், etc.,). கல்யாணத்திற்கு மூளிக் கழுத்துடனா போவது? 2: **(ஒன்று) உடைந்து அல்லது சிதைந்து காணப்படும் நிலை;** defect (in shape, sharpness, etc., in certain articles). முனை உடைந்து மூளியாகிக் கிடந்தது உளி./ சிதைந்து மூளியாகக் கிடந்த சிற்பங்கள்.

மூளை பெ. 1: **மண்டையோட்டினுள் அமைந்திருப்பதும் சிந்தித்தல், உடலின் செயல்பாடுகளைக் கட்டுப்படுத்துதல் போன்றவற்றைச் செய்வதுமான உறுப்பு;** brain. காலில் முள் குத்தியவுடன் நரம்பின் மூலம் மூளைக்குச் செய்தி சென்று, பிறகுதான் வலியை நாம் உணர்கிறோம். 2: **அறிவு; சிந்திக்கும் திறன்;** brain; intelligence. மூளை இருந்தால் இப்படிச் செய்வாயா?/ அவருக்கு இருக்கும் மூளையில் கால் பங்கு நமக்கு இருந்தால் போதும்!

மூளைக்காய்ச்சல் பெ. **மூளையில் ஏற்படும் அழற்சியினால் (பெரும்பாலும் குழந்தைகளுக்கு) உண்டாகும், காய்ச்சலோடு கூடிய நோய்;** brain fever.

மூளைச்சலவைசெய் வி. (-செய்ய, -செய்து) **சுயமாகச் சிந்தித்து முடிவுக்கு வரவிடாமல் ஒன்றைத் திரும்பத் திரும்பச் சொல்லி அதை ஏற்கச் செய்தல்;** brainwash. விளம்பரங்கள் நுகர்வோரை மூளைச்சலவைசெய்துவிடுகின்றன.

மூளைச்சாவு பெ. **இருதயம் வேலை செய்தாலும் குணப்படுத்தவே முடியாத அளவுக்கு மூளை பாதிக்கப்பட்டு, கருவிகளைக் கொண்டு மட்டுமே ஒருவரை உயிருடன் வைத்திருக்கலாம் என்னும் நிலை;** brain death.

மூளைசாலி பெ. (இலங்.) **நுணுக்கமான மூளையுடையவர்; கூர்மையான அறிவுடையவர்; அறிவாளி; புத்திசாலி;** a person of acute intelligence. உன்னோடு படிக்கும் சிறுவன் நல்ல மூளைசாலியாக்கும்./ நீ மூளைசாலி என்பதால்தான் நண்பர்கள் உன்னை மதிக்கிறார்கள் என்பதைப் புரிந்துகொள்.

மூளைத்தண்டு பெ. **(மூளையில்) முகுளத்தின் மேல் பகுதியையும் கீழ்ப் பகுதியையும் உள்ளடக்கிய, தண்டுவடத்தின் முற்பகுதியாக இருக்கும் பாகம்;** brainstem.

மூளைத்தாக்கு பெ. (பு.வ.) **திடீரென்று மூளையில் உள்ள இரத்தக்குழாய் வெடித்துவிடுவதாலோ இரத்த ஓட்டம் தடைப்படுவதாலோ (இறப்பு அல்லது பேசும் திறன் இழத்தல், கைகால் இயக்கமின்மை போன்று) ஏற்படும் செயலிழப்பு;** stroke.

மூளை மாறாட்டம் பெ. (இலங்.) **ஞாபகமறதி;** forgetfulness; absent-mindedness. அவருக்கு நாளுக்கு நாள் மூளை மாறாட்டம் அதிகமாகிக் கொண்டிருந்தது./ அவளுக்கும் இடைக்கிடையே மூளை மாறாட்டம் வந்தது.

மூளையைக் கசக்கு வி. (கசக்க, கசக்கி) **(தீர்வு கண்டறிவதற்காகவோ எப்படி நிகழ்ந்தது என்பதை அறிவதற்காகவோ ஒன்றைப் பற்றி) மிகத் தீவிரமாகச் சிந்தித்தல்;** think hard; rack one's brains. மூளையைக் கசக்கிக் குறுக்கெழுத்துப் புதிருக்கான விடையைத் தேடிக்கொண்டிருந்தான்./ அவ்வளவு ஜாக்கிரதையாக இருந்தும் எப்படித் தப்பு நடந்தது என்று மூளையைக் கசக்கியும் புரிபடவில்லை.

மூன்றாங்கொம்பு பெ. (ஊரக வ.) **முதல் நாள் ஊறப்போட்ட விதைநெல்லை மறுநாள் மாலை முளைத்து வந்ததும் எடுத்து நாற்றங்காலில் தெளிக்கும் விதைப்பு முறை;** soaking paddy seeds for a day in water and sowing them in the seed-bed in the evening of the next day by which time seeds would have germinated. வயலில் மூன்றாங்கொம்பாக விதை தெளித்தால் பழுதில்லாமல் முளைக்கும்.

மூன்றாந்தண்ணீர் பெ. (ஊரக வ.) **(நெல் விதை தெளித்த மறுநாள் தண்ணீரை முழுவதுமாக வடியச் செய்து நாற்றங்காலைக் காயவிட்டு) மூன்றாவது நாள் வயலுக்குத் தண்ணீர் பாய்ச்சும் முறை;** the method of draining the paddy seed-bed the day next to sowing and letting in water on the third day. நாற்றங்காலுக்கு மூன்றாந்தண்ணீர் சீராக வைக்க வேண்டும்.

மூன்றாம் உலகநாடு பெ. (பெரும்பாலும் பன்மையில்) **ஆப்பிரிக்கா, ஆசியா மற்றும் தென்அமெரிக்கா ஆகிய கண்டங்களிலுள்ள வளர்ந்துவரும் நாடுகளைக் குறிக்கும் சொல்;** Third World. மூன்றாம் உலகநாடுகளின் வளங்களைச் சில பணக்கார நாடுகள் சுரண்டிவருவதாக ஒரு குற்றச்சாட்டு பரவலாக உள்ளது.

மூன்றாம் மனுஷன் பெ. (பே.வ.) **(குறிப்பிடப்படும் விஷயத்தில்) எந்த விதத்திலும் நேரடித் தொடர்பு இல்லாத நபர்;** outsider. நம் விஷயத்தில் மூன்றாம் மனுஷன் தலையிடுவதை நான் விரும்பவில்லை./ உன் குடும்பப் பிரச்சினையை மூன்றாம் மனுஷனிடம் சொல்லலாமா?

மூன்று பெ. **இரண்டு என்ற எண்ணுக்கு அடுத்த எண்;** (the number) three.

மூன்று சக்கர வண்டி பெ. **1: (மாற்றுத் திறனாளிகள், காயமுற்றோர் போன்றோர் பயன்படுத்தும்) பின்புறம் இரண்டு சக்கரங்களையும், முன்புறம் ஒரு சக்கரத்தையும் பெற்றிருக்கும், கைகளால் இயக்கும் வண்டி;** tricycle for the physically challenged and the injured, operated with hands. காந்தி பிறந்த நாளை முன்னிட்டு ஊனமுற்றோருக்கு மூன்று சக்கர வண்டிகள் வழங்கப்பட்டன. **2: (பொருள்களைக் கொண்டுசெல்லப் பயன்படும்) பின்புறம் இரண்டு சக்கரங்களையும், முன்புறம் ஒரு சக்கரத்தையும் பெற்றிருக்கும், கால்களால் மிதித்து இயக்கும் வண்டி;** tricycle for transporting goods.

மூன்று முடிச்சுப் போடு வி. *(போட, போட்டு)* **(ஒரு பெண்ணைத் தாலிகட்டி) திருமணம் செய்துகொள்ளுதல்;** marry (a woman according to tradition). உனக்காகவே ஐந்து வருடமாகக் காத்திருக்கிறாள். அவள் கழுத்தில் மூன்று முடிச்சுப் போட்டுவிட்டு நீ எந்த நாட்டுக்கு வேண்டுமானாலும் போ.

மூன்று முடிச்சு விழு வி. *(விழ, விழுந்து)* **(ஒரு பெண்ணுக்கு) திருமணமாதல்;** (of a woman) get married. என் பெண் கழுத்தில் மூன்று முடிச்சு விழுந்துவிட்டால் எனக்கு நிம்மதியாக இருக்கும்.

மூன்று வேளை பெ. **ஒரு நாளில் காலை, மதியம், இரவு ஆகியவற்றைக் குறிக்கும் தொடர்;** three times of a day viz, morning, noon and night. இந்த மருந்தை மூன்று வேளை சாப்பிடுங்கள்./ எங்கள் வீட்டில் மூன்று வேளையும் சாப்பாடுதான், பலகாரம் கிடையாது.

மெச்சு வி. *(மெச்ச, மெச்சி)* **பாராட்டுதல்; புகழ்தல்;** appreciate; praise. குளத்தில் விழுந்த குழந்தையைக் காப்பாற்றிய அந்தச் சிறுவனின் தீரத்தை மெச்சாதவர்கள் இல்லை./ 'உன் திறமையை நீயேதான் மெச்சிக்கொள்ள வேண்டும்' என்று தங்கை என்னைக் கிண்டல்செய்தாள்./ இது உண்மையிலேயே மெச்சத் தகுந்த சாதனைதான். [*(தொ.சொ.)* **கௌரவி/ சிறப்பி/ பாராட்டு/ புகழ்/ போற்று/ வாழ்த்து**]

மெட்டி பெ. **(பெண்கள் திருமணமானதற்கு அடையாளமாக) கால் பெருவிரலுக்கு அடுத்த விரலில் அணிந்துகொள்ளும் வெள்ளி வளையம்;** silver ring worn on the second toe (by women as a sign of married status).

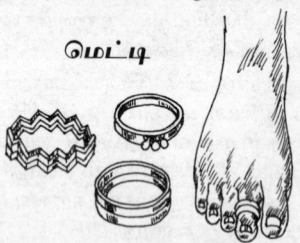

மெட்டி

மெட்டு[1] பெ. **பாடலின் இசை வடிவம்;** tune or melody. ஏதோ ஒரு பாடலின் மெட்டை முணுமுணுத்தவாறே நடந்துசென்றான்.

மெட்டு[2] பெ. **வீணை போன்ற சில நரம்பிசைக் கருவிகளில் தந்திகளுக்குக் கீழ் வைக்கப்படும் உலோகத் துண்டு;** fret.

மெத்-என்று வி.அ. **மிருதுவாக;** soft. தலையணை மெத்தென்று இருந்தது.

மெத்த வி.அ. **அதிக அளவில்;** greatly; much. மெத்தப் படித்த மேதை./ மெத்த மகிழ்ச்சி அடைகிறேன்./ உங்கள் வருகையை நான் மெத்தவும் விரும்புகிறேன்.

மெத்த மெதுவாக வி.அ. *(இலங்.)* **மிகவும் மெதுவாக;** very slowly. மெத்த மெதுவாக வண்டியிலிருந்து அலமாரியைக் கீழே இறக்கினார்கள்.

மெத்தனம் பெ. *(-ஆக, -ஆன)* **உரிய நேரத்தில் ஒரு செயலைச் செய்யத் தவறும் நிலை அல்லது ஒரு செயலில் போதிய அக்கறையும் ஈடுபாடும் காட்டாத தன்மை;** lack of seriousness; slackness; complacency. ஏற்கனவே படித்ததுதான் என்று மெத்தனமாக இருந்துவிடாதே!/ உன் மெத்தனத்தால் பிரச்சினை பெரிதாகிவிட்டது.

மெத்தை[1] பெ. **பஞ்சு அல்லது பஞ்சு போன்ற மென்மையான பொருளை உள்ளே வைத்துத் தைத்த, படுத்துக்கொள்வதற்குப் பயன்படும் ஒரு சாதனம்;** (mostly) mattress stuffed with cotton.

மெத்தை[2] பெ. *(வ.வ.)* **மாடி;** upper storey; first floor. மெத்தை வைத்த வீடு/ அப்பா மெத்தையில் இருக்கிறாரா, பார்!

மெதுபக்கோடா பெ. **கடலை மாவை உருண்டைகளாக உருட்டி, எண்ணெயில் பொரித்துச் செய்யப்படும், சற்று மென்மையாக இருக்கும் ஒரு தின்பண்டம்;** savoury made of chickpea paste by cooking it soft in oil.

மெதுமெது-என்று வி.அ. **(அழுத்தமாக இல்லாமல்) மென்மையாக;** soft and fluffy. வடை மெதுமெதுவென்று இருந்தது.

மெதுமை பெ. *(இலங்.)* **மென்மை;** softness. கன்னத்தின் மெதுமை/ அவள் நடந்துவந்த மெதுமை.

மெதுவடை பெ. **உளுந்து மாவால் செய்யப்பட்ட வடை;** a kind of வடை made of lentil paste.

மெதுவாக வி.அ. **1: வேகமோ அவசரமோ இல்லாமல்; குறைவான வேகத்தில்;** slowly; unhurriedly. வண்டி மெதுவாகச் சென்றது./ 'ஓடாமல் மெதுவாக நட' என்று அம்மா அதட்டினாள். **2: (இணையத்தைக் குறித்து வரும்போது) தகவல்கள் வரும் வேகம் குறைவாக;** (of internet speed) slowly. இந்தக் கிராமத்தில் இணையம் மிக மெதுவாகத்தான் வேலைசெய்கிறது. **3: உடனடியாக இல்லாமல்; சற்றுப் பொறுத்து;** a little later; at leisure. அந்த வேலையை மெதுவாகச் செய்யலாம். முதலில் இவருக்கு வேண்டியதைக் கொடுத்து அனுப்பு. **4: சத்தம் அதிகம் இல்லாமல்; குறைவான சத்தத்தில்;** softly. ஏன் கத்துகிறாய்? மெதுவாகப் பேசு!/ பாட்டு மெதுவாகக் கேட்டுக்கொண்டிருந்தது. **5: பிறர் கவனத்தை ஈர்க்காத முறையில்;** quietly. அப்பா கோபமாக இருப்பதைப் பார்த்தவன் மெதுவாக நழுவினான்./ அவனுடன் பேச வேண்டாம் என்று என் தங்கை மெதுவாகச் சைகை செய்தாள். **6: முரட்டுத்தனமாக இல்லாமல்; மென்மையாக;** gently; softly. குழந்தையை மெதுவாகத் தூக்கு./ கட்டிலை மெதுவாக நகர்த்து.

மெதுவான பெ.அ. **1:** *(நடை, ஓட்டம், வாகனங்களின் இயக்கம் போன்றவற்றைக் குறித்து வரும்போது)* **வேகமோ அவசரமோ இல்லாத;** slow; unhurried. வண்டி

மெதுவான வேகத்தில் சென்றுகொண்டிருந்தது./ மெது வான நடையில் வீடு போய்ச் சேர்ந்தான். **2: சத்தம் அதிகம் இல்லாத;** (of sound) soft. மெதுவான குரலில் சொன்னாள்.

மெதுவே வி.அ. *(பே.வ.)* **மெதுவாக;** slowly; softly. யாரும் பார்த்துவிடாதபடி பின்புறமாக மெதுவே வீட்டுக் குள் நுழைந்தான்.

மெய்[1] பெ. *(-ஆக, -ஆன)* **உண்மை;** truth; fact. நான் சொல்வது மெய்தான்./ அது மெய்யோ பொய்யோ எனக் குத் தெரியாது.

மெய்[2] பெ. 1: *(உ.வ.)* **உடம்பு; உடல்;** body. 2: *(இலக்.)* **குரல்வளையிலிருந்து வரும் காற்று உயிரொலியின்றி ஒலிக்கப்பட முடியாத ஒலி;** consonant.

மெய்க்காப்பாளர் பெ. காண்க: **மெய்க்காவலர்.**

மெய்க்காவல் பெ. **கோயில்களில் வழிபாட்டுக்குரிய பொருள்களை வைக்கும் அறைக்குப் பொறுப்பானவர்;** person responsible for the security of the room in which articles of worship are kept in a temple.

மெய்க்காவலர் பெ. **முக்கிய மனிதரின் பாதுகாப்புக் காக நியமிக்கப்படும் அல்லது தன் சொந்தப் பாது காப்புக்காக ஒருவர் நியமித்துக்கொள்ளும் காவலர்;** bodyguard. பரபரப்பான இந்தக் கொலை வழக்கில் தீர்ப்பு வழங்கப்பட்டதை அடுத்து நீதிபதிக்குக் கூடுதல் மெய்க் காவலர்கள் நியமிக்கப்பட்டுள்ளனர்.

மெய்க்கீர்த்தி பெ. **1: அரசனுடைய பரம்பரை, அடைந்த வெற்றி, ஆட்சிக் காலம் முதலியவற்றைப் பாடல் வடிவில் தெரிவிக்கும், கல்லில் பொறித்த வரலாற்றுச் செய்தி/அந்தச் செய்தி பொறிக்கப்பட்ட கல்;** the details relating to the genealogy, victories, etc., of a king in the form of verse inscribed on stone. 2: *(உ.வ.)* **(இறைவன், அரசர் போன்றோரின்) புகழ்;** eulogy. துதி பாடுபவர்கள் அரச னின் மெய்க்கீர்த்தியைப் பாடி அவனை வரவேற்றனர்.

மெய்சிலிர் வி. *(-சிலிர்க்க, -சிலிர்த்து)* **(வியப்பு, மகிழ்ச்சி முதலியவற்றால்) கிளர்ச்சி அடைதல்; பரவசம் அடை தல்;** be enthralled. உலகக் கோப்பைக் கால்பந்துப் போட் டியில் மரடோனாவின் சிறப்பான ஆட்டத்தைக் கண்டு மெய்சிலிர்த்தேன்./ பக்தியுடன் திரண்டு வரும் பக்தர்கள் இறைவன் சன்னிதியில் மெய்சிலிர்த்து நிற்கும் காட்சி!

மெய்(ஞ்)ஞானம் பெ. **மெய்ப்பொருளைப் பற்றிய அறிவு; உண்மையான அறிவு;** true knowledge.

மெய்(ஞ்)ஞானி பெ. காண்க: **தத்துவஞானி.**

மெய்நிகர் பெ.அ. *(பு.வ.)* **கணினி மென்பொருள்மூலம் மட்டும் தோற்றம் அளிப்பதாக அமையும்;** virtual.

மெய்நிகர் நாணயம் பெ. *(பு.வ.)* **(உலகின் குறிப் பிட்ட ஒரு அரசோ வங்கியோ முறைப்படுத்தி வெளி யிடாமல்) ஒரு அமைப்பால் உருவாக்கப்பட்டு, அதன் உறுப்பினர்களுக்கு இடையில் மட்டும் பயன்படக் கூடியதாகவும் செல்லத்தக்கதாகவும் அமையும், மின் னணு வழி மட்டும் புழங்கும் நாணயம்;** virtual currency; virtual money.

மெய்நிகர் பணம் பெ. **எண்வய முறையில் ஒரு அமைப் பால் உருவாக்கப்பட்டு அதன் உறுப்பினர்கள் மட்டுமே பயன்படுத்தக்கூடிய, மின்னணு வழியில் மட்டும் புழங்கும், உருவமோ வடிவமோ இல்லாத பணம்;** virtual currency. மெய்நிகர் பணத்தை எந்த நாட்டு அரசும் வெளியிடுவதில்லை.

1111 மெய்வல்லுநர் போட்டி

மெய்ப்படு வி. *(-பட, -பட்டு)* *(உ.வ.)* **(எண்ணம், கனவு போன்றவை) நிறைவேறுதல்;** become true. நாடு விடுதலை பெற வேண்டும் என்ற பாரதியின் கனவு அவரது இறப்புக்குப் பிறகே மெய்ப்பட்டது.

மெய்ப்பாடு[1] பெ. **உள்ளத்தில் உள்ள மகிழ்ச்சி, சோகம் போன்ற உணர்ச்சிகளின் உடல் வழியான வெளிப் பாடு;** physical manifestations of emotions.

மெய்ப்பாடு[2] பெ. *(உ.வ.)* **உண்மை;** truth.

மெய்ப்பாதுகாவலர் பெ. *(இலங்.)* காண்க: **பாது காவலர், 2.**

மெய்ப்பி வி. (மெய்ப்பிக்க, மெய்ப்பித்து) *(உ.வ.)* **நிரூபித் தல்;** prove. அவன்மேல் கூறப்படும் குற்றச்சாட்டுகளை மெய்ப்பிப்பது போலவே அவன் நடந்துகொள்கிறான்.

மெய்ப்பு பெ. **திருத்தங்களைக் குறிப்பிடுவதற்கான, இறுதி அச்சு வடிவம் பெறுவதற்கு முந்தைய பிரதி;** proofs (of a book, etc.,).

மெய்ப்புத் திருத்துநர் பெ. **மெய்ப்பில் பிழை திருத்தம் செய்பவர்;** proofreader.

மெய்ப்பொருள் பெ. *(உ.வ.)* **1: தெய்வம்; கடவுள்;** god, the only reality. என்னை ஆட்கொண்ட மெய்ப்பொருளே, உன்னை வணங்குகிறேன்! **2: (ஒன்றின்) உண்மையான பொருள்;** the true meaning. அத்வைதக் கோட்பாட்டின் மெய்ப்பொருளை உணராமல் பேசுகிறார்.

மெய்(ம்)மற வி. *(-மறக்க, -மறந்து)* **(ஒன்றில் தீவிரமாக ஈடுபட்டு) எங்கு இருக்கிறோம், என்ன செய்கிறோம் என்ற உணர்வை இழத்தல்;** forget or lose oneself (in sth.). இசையை மெய்மறந்து கேட்டுக்கொண்டிருந்தார்./ மெய் மறந்து வேலையில் ஈடுபட்டிருந்தார்./ கூட்டம் மெய்ம் மறந்து கவிஞரின் பேச்சைக் கேட்டுக்கொண்டிருந்தது.

மெய்மறதி பெ. *(-ஆக)* **ஞாபகமறதி;** forgetfulness; absent-mindedness. மெய்மறதியாக மோதிரத்தை எங்கோ வைத்துவிட்டு இன்னும் தேடிக்கொண்டிருக்கிறார்.

மெய்மை பெ. *(உ.வ.)* *(-ஆன)* **மெய்யானது; உண்மை யானது;** that which is real; reality; fact.

மெய்யறிவு பெ. காண்க: **மெய்(ஞ்)ஞானம்.**

மெய்யன்பர் பெ. *(பெரும்பாலும் பன்மையில்)* **பக்தர்;** devotee. கோயில் திருப்பணிக்கு உதவ விரும்பும் மெய்யன் பர்கள் கீழ்க்கண்ட முகவரிக்குப் பணம் அனுப்புமாறு கேட்டுக்கொள்ளப்படுகிறார்கள்./ கோயிலுக்கு அருகிலேயே மெய்யன்பர்கள் தங்குவதற்கு வசதிகள் இருக்கின்றன.

மெய்யாலும் வி.அ. *(வ.வ.)* **உண்மையாகவே; நிஜமா கவே;** truthfully; truly. மெய்யாலும் சொல்கிறேன்.

மெய்யியல் பெ. *(உ.வ.)* **தத்துவம்;** philosophy.

மெய்யெழுத்து பெ. *(இலக்.)* **1: மெய்;** consonant. **2: மெய்யொலியைக் குறிக்கும் வரிவடிவம்;** the letter representing a consonant.

மெய்வல்லுநர் போட்டி பெ. *(இலங்.)* **விளையாட்டுப் போட்டிகள் நடக்கும் நிகழ்ச்சி;** sports event.

மெருகு பெ. **(ஒரு பொருள் புதிதாக இருக்கும்போது காணப்படும்) பளபளப்பு;** பொலிவு; brightness; freshness; polish; sheen. மெருகு அழியாத வெள்ளிப் பாத்திரம்/ சுண்ணாம்பு அடித்த பிறகு வீட்டுக்குப் புது மெருகு கிடைத்திருக்கிறது.

மெருகூட்டு வி. (-ஊட்ட, -ஊட்டி) காண்க: **மெருகேற்று.**

மெருகேற்று வி. (-ஏற்ற, -ஏற்றி) **(நகைக்கு அல்லது செம்பு, பித்தளை போன்ற உலோகப் பாத்திரங்களுக்கு) வேதிப்பொருள்களைப் பயன்படுத்திப் பளபளப்பூட்டுதல்;** polish (jewels, metal objects, etc.,). நகைக்கு மெருகேற்ற வேண்டும்./ (உரு வ.) தனது பண்பட்ட நடிப்பால் பாத்திரத்திற்கு மெருகேற்றியிருக்கிறார்.

மெருகேறு வி. (-ஏற, -ஏறி) **(நகை அல்லது செம்பு, பித்தளை, வெண்கலம் போன்ற உலோகப் பாத்திரங்கள்) வேதிப்பொருள்களைப் பயன்படுத்திச் சுத்தம் செய்யப்படுவதால் பளபளப்பாதல்;** (of jewels, metal objects) become bright. வளையல் மெருகேறியுள்ளது./ (உரு வ.) இந்த நடிகரின் நடிப்பில் கொஞ்சம் மெருகேறியிருக்கிறது.

மெல் வி. (மெல்ல, மென்று) **(உணவுப் பொருள் முதலியவற்றை) பற்களால் கடித்து அரைத்தல்;** chew; masticate. இரண்டு நாட்களாகப் பல்வலி என்பதால் எதையும் மெல்ல முடியவில்லை./ நன்றாக மென்று சாப்பிடு./ மாடு புல்லை மென்றுகொண்டிருந்தது. [(தொ.சொ.) **அதக்கு/ அரை/ உறிஞ்சு/ கடி/ குதப்பு/ சப்பு/ சவை/ சாப்பிடு/ தின்னு/ நக்கு**]

மெல்ல வி.அ. 1: **மெதுவாக;** softly. மெல்லப் பேசு, கத்தாதே!/ ஓடாதே, மெல்லப் போ! 2: **மென்மையாக;** gently; without force. தூங்கிக்கொண்டிருந்த குழந்தையை மெல்லத் தொட்டு எழுப்பினாள்.

மெல்லிசு பெ. (-ஆக, -ஆன) (பே.வ.) **(பருமனாகவோ தடிமனாகவோ இல்லாமல்) மெல்லியதாக இருப்பது;** sth. thin; sth. slender. ஆணி இன்னும் மெல்லிசாக இருக்க வேண்டும்./ இந்தத் துணி ரொம்ப மெல்லிசு.

மெல்லிசை பெ. **(ரசனைக்குப் பயிற்சி வேண்டாத) எளிமையான இனிய இசை;** popular music (as opposed to classical music); (in India) light music. எம்.எஸ். விஸ்வநாதனின் திரைப்பட மெல்லிசை நிகழ்ச்சி இன்று நடைபெறுகிறது.

மெல்லிய பெ.அ. 1: **பருமனாகவோ தடிமனாகவோ இல்லாத;** thin; slender. மெல்லிய நூல்/ மெல்லிய துணி. 2: **(சத்தத்தைக் குறித்து வரும்போது) மிகக் குறைவான அல்லது அதிகமாக இல்லாத;** (of voice, sound) soft. அவருக்குப் பின்னாலிருந்து மெல்லிய சிரிப்பொலி கேட்டது./ மெல்லிய குரலில் சாந்தமாகப் பதிலளித்தார். 3: **மென்மையான;** gentle. அவள் மெல்லிய புன்னகையுடன் என்னைப் பார்த்துக்கொண்டிருந்தாள்.

மெல்லினம் பெ. (இலக்.) **மெய்யெழுத்துகளின் மூன்று பிரிவுகளுள் மூக்கொலியான ங், ஞ், ண், ந், ம், ன் ஆகிய ஆறு எழுத்துகளை உள்ளடக்கிய பிரிவு;** the six nasal consonants of the Tamil (tripartite) system.

மெல்லுடலி பெ. **(எலும்புகள் இல்லாமல்) தசைகளால் ஆன உடல் அமைப்பைப் பெற்ற (நத்தையைப் போன்ற) உயிரினங்களைக் குறிக்கும் பொதுப்பெயர்;** molluscs.

மெல்லெழுத்து பெ. (மொழி.) **உச்சரிக்கும்போது உள்ளிருந்து வரும் காற்றை வாயில் ஒரு இடத்தில் நாக்காலோ உதட்டாலோ நிறுத்தும்போது மூக்கின் வழியாகக் காற்று வெளியேறிப் பிறக்கும் ஒலிக்கான எழுத்து; மெய்யெழுத்துகளில் ஒரு வகை;** nasal consonant. மெல்லெழுத்துகளில் ஙகரமும் மகரமும் அடங்கும்.

மெல்லொலி பெ. (மொழி.) **மெல்லெழுத்தை உச்சரிக்கும்போது மூக்கின் வழி எழும் ஒலி;** nasal sound.

மெலி வி. (மெலிய, மெலிந்து) **(முன்பு இருந்ததைக் காட்டிலும் இப்போது உடல்) பருமன் குறைதல்; இளைத்தல்;** become thin; become lean. முன்பைவிடக் கொஞ்சம் மெலிந்திருக்கிறாய்./ நோயினால் மெலிந்த உடம்பு/ உன்னைப் பார்த்தால் மெலிகிற மாதிரி தெரியவில்லை. [(தொ.சொ.) **இளை/ ஒடுங்கு/ நரங்கு/ வற்று**]

மெலிது பெ. (-ஆக, -ஆன) 1: **பருமனாகவோ தடித்ததாகவோ இல்லாமல் மெல்லியதாக இருப்பது;** sth. thin. வாழைக்காயை மெலிதாக நறுக்கிக்கொள்ளவும்./ நம் உடலில் உள்ள நரம்புகள் மெலிதான பல இழைகளால் ஆனவை./ மெலிதான உடல். 2: **(குறிப்பிட்ட நிலை, உணர்வு போன்றவற்றைக் குறித்து வரும்போது) தீவிரமாகவோ அதிகமாகவோ இல்லாமல் மிகக் குறைவாகவும் லேசாகவும் இருக்கும் தன்மை;** sth. soft or faint. மனத்திற்குள் நம்பிக்கை மெலிதாகத் தலைதூக்கியது./ என்னைப் பார்த்ததும் அவள் உதடுகளில் மெலிதாக ஒரு புன்னகை தோன்றியது./ மெலிதான குரலில் அவர் என்னை அழைத்தார்./ மெலிதான அசைவு/ மனத்தினுள் மெலிதான ஏமாற்றம்/ கதவை மெலிதாகத் தட்டினான்./ எனது கைகளை மெலிதாகப் பற்றினாள்./ உடம்பு மெலிதாய் நடுங்கியது./ மெலிதான குளிர் காற்று.

மெலிவு பெ. (அளவு, தன்மை முதலியவற்றைக் குறித்து வரும்போது) **மெல்லியதாக இருக்கும் நிலை;** thinness. நோயினால் உடல் மெலிவடைந்து காணப்பட்டான்.

மெழுகு[1] வி. (மெழுக, மெழுகி) 1: **(வீடு, நெற்களம் போன்றவற்றின் மண்தரையைச் சுத்தம் செய்யும் விதமாகச் சாணக் கரைசலால்) தேய்த்துப் பூசுதல்;** wash (sth. clean with cow dung solution). அடுப்பை மெழுகிக் கோலம் போடு./ வெள்ளிக்கிழமையானால் வெளித் திண்ணையையும் மெழுக வேண்டும்./ வீடு மெழுகுவதற்காகச் சாணியைக் கரைத்துக்கொண்டிருந்தாள். 2: **(கூடை, முறம் போன்றவற்றில் காணப்படும் சிறுசிறு இடைவெளிகளை அடைப்பதற்காகச் சாணக் கரைசல், காகிதக் கூழ் போன்றவற்றால்) பூசுதல்;** cover a surface (with a paste). கூடை, முறம் எல்லாவற்றையும் மெழுக வேண்டும்.

மெழுகு[2] பெ. **கொழுப்பிலிருந்து அல்லது எண்ணெயிலிருந்து தயாரிக்கப்படுவதும் எளிதில் உருகுவதுமான பொருள்;** wax. மெழுகு திட நிலையிலிருந்து திரவ நிலைக்கு மாறுவதற்கு வெப்ப ஆற்றல் தேவைப்படுகிறது./ கச்சா எண்ணெயைச் சுத்திகரிக்கும்போது மெழுகு கிடைக்கிறது./ பாடலைக் கேட்டு மெழுகுபோல் உருகிவிட்டார்.

1113 மேசைக்கத்தி

மெழுகுப்பூச்சு பெ. *(பு.வ.)* **(பொதுவாக வாகனங்களில் பூசப்படும்) மிகுந்த பளபளப்பும் வழுவழுப்பும் நிறைந்த வண்ணப் பூச்சு;** glossy coating given to vehicles; wax polish.

மெழுகுவர்ணம் பெ. **(படங்களில் வண்ணம் தீட்டப் பயன்படும்) வண்ணம் கலந்த மெழுகுக் குச்சிகள்;** crayon.

மெழுகுவர்த்தி பெ. **(விளக்கைப்போல் ஏற்றி வைக்க உதவும்) நடுவில் திரியை உடைய நீண்டு உருண்ட மெழுகுக் கட்டி;** candle.

மெள்ள வி.அ. காண்க: மெல்ல, **1.**

மென்திறன் பெ. *(பு.வ.)* **கல்வி அறிவுக்குத் துணையாக அமையும் பொது அறிவு, நேர்மறைச் சிந்தனை, உரையாடும் நேர்த்தி, மொழித்திறன் போன்ற விரும்பத்தக்க திறன்கள்;** soft skill. *சுமார் 10 ஆயிரம் மாணவர்களுக்கு மென்திறன் பயிற்சி இலவசமாக வழங்கப்படும் என்று தகவல் தொழில்நுட்பத் துறை அமைச்சர் அறிவித்தார்.*

மென்பானம் பெ. **குளிர்பானம்;** soft drink.

மென்பொருள் பெ. **கணிப்பொறியை இயக்குவதற்கான கட்டளைநிரல்களின் தொகுப்பு;** software (for a computer). *மென்பொருள் வல்லுநர்/ சமீப காலங்களில் மென்பொருள் ஏற்றுமதியின் மூலம் பெருமளவில் அந்நியச் செலாவணியை இந்தியா ஈட்டிவருகிறது.*

மென்மை பெ. (-ஆக, -ஆன) **1: தொடுவதற்குப் பஞ்சு போல இருக்கும் தன்மை; மிருது;** softness; tenderness. *குழந்தைக்கு ரோஜா இதழ் போன்ற மென்மையான உதடு/ மேனியின் மென்மை.* **2: (தொடுவதில்) மெதுவான முறை;** gentle. *தூங்கும் குழந்தையின் தலையை மென்மையாகத் தடவிக்கொண்டிருந்தாள்.* **3: அதிகச் சத்தம் இல்லாத தன்மை;** (of voice, volume of sound, etc.,) soft. *மென்மையான இசை/ 'நான் உங்களுக்கு உதவலாமா?' என்று மென்மையாகக் கேட்டாள்.* **4: கடுமையான செயலால் எளிதில் பாதிக்கப்படும் தன்மை;** gentle nature. *அவரது மென்மையான மனம் புண்படும்படியாக ஏதாவது கூறியிருப்பாய்.* **5: (உணர்வுகளைக் குறித்து வரும்போது) கடுமையாக இல்லாமல் மனத்துக்கு இதமாகவும் மகிழ்ச்சியளிக்கக்கூடியதாகவும் இருப்பது;** tenderness. *கதாநாயகி தன் காதலை ஒரு பார்வைமூலம் மிகவும் மென்மையாக வெளிப்படுத்துகிறாள்./ வண்ணதாசனின் பெரும்பான்மையான கதைகள் அன்பு, காதல் போன்ற மென்மையான உணர்வுகளை மையமாகக் கொண்டவையாகும்.*

மென்றுவிழுங்கு வி. (-விழுங்க, -விழுங்கி) **சொல்ல வந்ததை முழுமையாகச் சொல்லாமல் தயக்கத்தால் அல்லது பயத்தால் இடையில் விட்டுவிடுதல்;** be hesitant in expressing sth. openly. *செலவழித்ததற்குக் கணக்குக் கேட்டால் மென்றுவிழுங்குகிறாயே?*

மென்னி பெ. *(பே.வ.)* **1: குரல்வளை;** throat; neck. *அவனை மென்னியைப் பிடித்து நெரித்துக் கொலைசெய்திருக்கிறார்கள்.* **2:** *(ச.வ.)* **பிடரி;** back of the neck; nape. *மென்னியில் கை வைத்து வெளியே தள்ளினான்.*

மென்னியைப் பிடி வி. (பிடிக்க, பிடித்து) **(ஒரு பிரச்சினை, வேலை முதலியவை ஒருவருக்கு) மிகுந்த நெருக்கடியை ஏற்படுத்துதல்;** bring pressure on (s.o.); put the squeeze on; (of work) be demanding. *கடன் மென்னியைப் பிடிக்கிறது. எப்படி மீள்வது என்றே தெரியவில்லை./ சீக்கிரம் புத்தகத்தை வெளியிட வேண்டும் என்பதால் ஒரு மாதமாக மென்னியைப் பிடிக்கிற வேலை./ கடன்காரர்கள் மென்னியைப் பிடிக்கிறார்கள். இந்த நேரத்தில் யார் பணம் கொடுத்து உதவுவார்கள்?*

மென்னீர் பெ. **சுண்ணாம்புச் சத்து குறைவாக இருப்பதால் அதிகமாக நுரைக்கும் தன்மை உடைய நீர்;** soft water.

மெனக்கெடு வி. (மெனக்கெட, மெனக்கெட்டு) *(பே.வ.)* **(குறிப்பிட்ட ஒரு வேலைக்காகவே) மற்ற வேலைகளை விட்டுவிடுதல்;** leave other work (in order to do the specified work). *இதைச் சொல்லவா மெனக்கெட்டு இவ்வளவு தூரம் வந்தாய்?/ இவன் காரியத்திற்காக நான் ஏன் மெனக்கெட வேண்டும்?/ உனக்காக வேலை மெனக்கெட்டு நான் இங்கு வந்தேன். நீ என்னவென்றால் படம் பார்த்துக் கொண்டிருக்கிறாய்.*

மேக்கால் பெ. *(வ.வ.)* **நுகத்தடி;** yoke.

மேகச்சூடு பெ. **மேகவெட்டை;** gonorrhea.

மேகநோய் பெ. **பிறப்புறுப்பில் புண்களை உண்டாக்கிப் படிப்படியாகத் தோல், எலும்புகளுக்குப் பரவி இறுதியில் மூளையைப் பாதிக்கும் ஒரு பால்வினை நோய்;** syphilis.

மேகப்புண் பெ. காண்க: **மேகநோய்.**

மேகம் பெ. **வானத்தில் மிதக்கும் நீராவித் திவலைகளின் திரள்;** cloud. *கரு மேகம்/ வெண் மேகக் கூட்டம்/ நிலா மேகத்திற்குப் பின்னால் மறைந்திருந்தது./ மலையின் மேலிருந்து பார்த்தால் கீழே பஞ்சு போன்று மேகக் கூட்டங்கள் மிதப்பது தெரியும்./ (உரு வ.) வளைகுடா நாடுகளில் அப்போது யுத்த மேகங்கள் சூழ்ந்திருந்தன.*

மேகவெட்டை பெ. **பிறப்புறுப்பில் சீழ் வடிதல், சிறுநீர் கழிக்கும்போது வலி உண்டாதல் முதலிய அறிகுறிகளைக் கொண்ட ஒரு பால்வினை நோய்;** gonorrhea.

மேச்சேரி ஆடு பெ. *(வ.வ.)* **(பெரும்பாலும் இறைச்சிக்காக வளர்க்கப்படும்) கொம்புகளற்ற, குட்டையான வாலைக் கொண்ட, செம்மறி ஆட்டு இனம்; செம்மறியாடு;** a breed of sheep, with a short tail, and no horns (reared only for meat).

மேசை பெ. காண்க: **மேஜை.**

மேசைக் கணினி பெ. *(பு.வ.)* **(மடிக்கணினிபோல் ஒரே தொகுப்பாக இல்லாமல்) கணினித்திரை, தட்டச்சுப் பலகை, சுட்டி முதலியவை தனித்தனியாக அமைந்திருப்பதும், ஒரே இடத்தில் மேசைமேல் வைத்து இயக்கப்படுவதுமான கணினி;** desktop.

மேசைக்கத்தி பெ. *(இலங்.)* **காய்கறி, ரொட்டி போன்றவற்றை நறுக்கப் பயன்படும் மெல்லிய சிறு கத்தி;** table knife.

மேசைக் கரண்டி பெ. **பதினைந்து மில்லிலிட்டர் கொள்ளளவைக் கொண்ட சிறிய கரண்டி;** tablespoon.

மேசைப் பந்தாட்டம் பெ. **சிறிய மட்டையும் பந்தும் வைத்துக்கொண்டு, நடுவில் வலை பொருத்தப்பட்ட மேசையின் மேல் விளையாடும் விளையாட்டு;** table tennis.

மேசைவிளக்கு பெ. *(இலங்.)* **மேசையில் வைத்துப் பயன்படுத்தும், எண்ணெய் ஊற்றி எரிக்கும் விளக்கு;** table lamp. *மேசைவிளக்கின் சிம்னி உடைந்துவிட்டது./ மேசைவிளக்கின் வெளிச்சம் படிக்கப் போதாமல் இருக்கிறது, கொஞ்சம் தூண்டிவிடு.*

மேட்டிமை பெ. *(பெரும்பாலும் பெயரடையாக)* **பொருளாதார வசதிகளும் கல்வியும் பெற்றிருப்பதால் சமூகத்தில் உயர்ந்த நிலை அடைந்திருப்பதான உயர்வு மனப்பான்மை;** elitism. *மேட்டிமை வகுப்பினர்/ இந்த மண்ணின் உண்மையான மக்களின் உணர்வுகளை வெளிப்படுத்தும் படைப்புகளை மேட்டிமை மக்கள் கவனத்தில் கொள்ளவில்லை.*

மேட்டுக்குடி பெ. **பொருளாதாரத்திலும் கல்வியிலும் சமூக அந்தஸ்திலும் உயர்ந்த நிலை பெற்ற வகுப்பினர்;** the elite; the privileged class.

மேடிடு வி. *(மேடிட, மேடிட்டு)* **1: (அடித்து வரப்படும்) மண்ணால் (பள்ளம்) நிரப்பப் படுதல்;** silt up. *வண்டல் அதிகமாகப் படிந்து ஏரிகள் மேடிட்டுவிட்டன.* **2: (பெரும்பாலும் கன்னத்தில்) சுற்றியுள்ள பகுதியை விடச் சதை அதிகமாதல்;** (of cheeks) become chubby. *திருமணத்துக்குப் பிறகு அவளுக்குக் கன்னம் நன்றாக மேடிட்டுவிட்டது.*

மேடு பெ. **1: (நிலத்தில் சுற்றி இருக்கும் பரப்பைவிட) உயரமான பகுதி;** raised ground; an elevation. *மேட்டிலிருந்து வண்டி வேகமாகக் கீழே இறங்கியது./ (உரு வ.) மேடு பள்ளம் நிறைந்த வாழ்க்கை.* **2:** *(சோதி.)* **உள்ளங்கையில் சிறிது சதைப்பற்றுடன் புடைப்பாக இருக்கும் பகுதி;** (in palmistry) mount. *குரு மேடு.*

மேடை பெ. **1: (கலைநிகழ்ச்சி, பொதுக்கூட்டம் முதலியவை நடத்துவதற்கு) தரையிலிருந்து சற்று உயரமாக அமைக்கப்படும் தளம்;** raised platform; dais. *அமைச்சர்கள் வரிசையாக மேடையில் அமர்ந்திருந்தனர்.* **2: (வீடு, கோயில் போன்றவற்றில்) சற்று உயர்த்திக் கட்டப்பட்ட அமைப்பு;** (in a kitchen, temple, etc.,) raised platform. *மேடையில் குடம் கவிழ்த்துவைக்கப்பட்டிருந்தது./ லிங்கம் அமைந்திருக்கும் மேடையை ஆவுடையார் என்று அழைப்பார்கள்.*

மேடைக்கூச்சம் பெ. காண்க: **சபைக் கூச்சம்.**

மேடையேற்று வி. *(-ஏற்ற, -ஏற்றி)* **(நாடகம், நாட்டியம் முதலியவற்றைப் பலரது முன்னிலையில்) மேடையில் நிகழ்த்துதல்;** stage (a play, etc.,). *ராமாயண நாட்டிய நாடகத்தை நூறாவது முறையாக மேடையேற்றியிருக்கிறோம்.*

மேடையேறு வி. *(-ஏற, -ஏறி)* **1: (நாடகம், நாட்டியம் முதலியன) மேடையில் நிகழ்த்தப்படுதல்;** (of drama, dance, etc.,) be staged. *சென்ற ஆண்டுதான் அவரது ராமாயண நாட்டியம் மேடையேறியது./ நவீன நாடகங்கள் மேடையேறும் வாய்ப்புகள் இப்போது கூடியிருக்கின்றன.* **2: (கச்சேரி, பேச்சு முதலியவற்றை) நிகழ்த்துவதற்காக மேடையில் ஏறுதல்;** be on the stage; take the stage. *அவர் மேடையேறிவிட்டால் வரன்முறை இல்லாமல் பேசத் தொடங்கிவிடுவார்.*

மேதகு பெ.அ. **(பெரும்பாலும்) மாநில ஆளுநரைக் குறிப்பிடுவதற்குப் பயன்படுத்தப்படும் மரியாதைச் சொல்;** form of address for the Governor of a state, 'His Excellency'. *மேதகு ஆளுநர்.*

மேதமை பெ. *(உ.வ.)* காண்க: **மேதைமை.**

மேதாவி பெ. *(பெரும்பாலும் கேலித் தொனியில்)* **மேதை;** (often jocularly) genius. *தனக்குத்தான் எல்லாம் தெரியும் என்று அந்த மேதாவி நினைத்துக்கொண்டிருக்கிறான்.*

மேதாவிலாசம் பெ. *(அ.வ.)* **(ஒரு துறையில்) அசாதாரணமான தேர்ச்சி;** sign of profound knowledge. *சங்கீதத்தில் அவருடைய மேதாவிலாசத்தைத் தெரிந்து கொள்ள எனக்கு இப்போதுதான் சந்தர்ப்பம் கிடைத்தது.*

மே தினம் பெ. **தொழிலாளர்களைச் சிறப்பிக்கும் வகையில் கொண்டாடப்படும் மே மாதத்தின் முதல் நாள்;** May Day.

மேதை பெ. **(குறிப்பிட்ட துறையில்) மிகுந்த அல்லது அசாதாரணமான தேர்ச்சி அடைந்தவர்; பேரறிஞர்;** genius. *கணித மேதை/ பிறவி மேதை.*

மேதைமை பெ. *(உ.வ.)* **குறிப்பிட்ட துறையில் பெற்றிருக்கும் அசாதாரணத் தேர்ச்சி;** profound knowledge. *அவர் புதிதாக அரங்கேற்றியுள்ள நாட்டிய நாடகத்தில் தன்னுடைய மேதைமையை வெளிப்படுத்தியுள்ளார்./ 'உங்கள் தகப்பனாரின் சங்கீத மேதைமை யாருக்கு வரும்!' என்று நண்பர் புகழ்ந்தார்.*

மேம்படு வி. *(-பட, -பட்டு)* **(இருக்கும் நிலையைவிட) உயர்ந்த நிலையை அடைதல்; சிறப்பு அடைதல்;** reach a better state; improve. *ஏழை மக்களது வாழ்க்கை மேம்படப் பல திட்டங்கள் அறிவிக்கப்பட்டன./ அவன் படிப்பில் மேம்பட்டு விளங்கினான்.*

மேம்படுத்து வி. *(-படுத்த, -படுத்தி)* **(இருக்கும் நிலையைவிட) உயர்வான அல்லது சிறப்பான நிலையை அடையச் செய்தல்;** uplift; better; develop. *நாட்டின் பின்தங்கிய பகுதிகளை மேம்படுத்துவதற்காக அரசு பல புதிய திட்டங்களை வகுத்துள்ளது./ சமுதாயத்தை மேம்படுத்தும் நோக்கமுடைய இலக்கியம்./ போக்குவரத்து வசதிகளை மேம்படுத்துவதற்காக உலக வங்கி கடன் தந்துள்ளது./ ஐம்பது கோடி ரூபாய் செலவில் துறைமுகத்தை மேம்படுத்தும் பணி விரைவில் துவங்கும்.*

மேம்பாடு பெ. **1: (இருக்கும் நிலையைவிட) உயர்வான நிலை;** upliftment; betterment. *மனிதகுல மேம்பாட்டுக்கு மட்டுமே அணுசக்தியைப் பயன்படுத்த வேண்டும்./ கிராமப்புற மக்களின் வாழ்க்கை மேம்பாட்டிற்காகப் பாடுபடுவோம்.* **2: (மேலும் பயன்பாடு கருதிச் செய்யப்படும்) சீரமைப்பு; சீர்திருத்தம்;** improvement; development.

முக்கிய நகரங்களின் சாலை மேம்பாட்டிற்கான திட்டம் பரிசீலனையில் உள்ளது.

மேம்பாலம் பெ. **(போக்குவரத்து நெரிசலைக் குறைக்கும் பொருட்டு) சாலையின் மேல் அல்லது இருப்புப் பாதைக்குக் குறுக்காகக் கட்டப்படும் பாலம்;** flyover; overpass; (in India) overbridge. சென்னையில் பத்துக்கும் மேற்பட்ட மேம்பாலங்கள் கட்டி முடிக்கப்பட்டுள்ளன.

மேம்போக்கு பெ. *(-ஆக, -ஆன)* **மேலோட்டம்;** superficiality. புத்தகத்தை மேம்போக்காகப் படித்துவிட்டு விமர்சனம் செய்யாதீர்கள்!/ மேம்போக்கான அணுகுமுறை எந்தப் பலனையும் அளிக்காது.

மேய்[1] வி. (மேய, மேய்ந்து) **(கால்நடைகள் நிலத்தில் முளைத்திருப்பவற்றை) அலைந்து திரிந்து தேடித் தின்னுதல்;** (mostly of cattle) graze (in the fields); feed (on sth.). மாடுகள் புல் மேய்ந்துகொண்டிருந்தன./ (உரு வ.) காலையில் எழுந்தவுடன் செய்தித்தாள் தலைப்புகளில் கண்களை மேய விட்டான்.

மேய்[2] வி. (மேய்க்க, மேய்த்து) **(கால்நடைகளைப் புல் பூண்டு உள்ள இடங்களுக்கு ஓட்டிச்சென்று) மேயச் செய்தல்;** graze (mostly cattle, goats and sheep); feed. அவரிடம் உள்ள ஆடுகளை மேய்ப்பதற்கே மூன்று பையன்களை வைத்திருந்தார்.

மேய்ச்சல் பெ. 1: **மேய்தல்/மேய்த்தல்;** grazing. மாடுகள் மேய்ச்சலுக்குப் போயிருக்கின்றன./ கிராமத்தில் மேய்ச்சலுக்குச் சிறுவர்களை அனுப்புவதால் அவர்கள் பள்ளிக்கூடம் போவது குறைந்து விடுகிறது. 2: **மேய்ச்சல் நிலம்;** pasture. மேய்ச்சலுக்காகக் காடுகளைப் பெருமளவில் அழித்துவந்துள்ளனர்.

மேய்ச்சல் நிலம் பெ. **(கால்நடைகளை) மேய்ப்பதற்காக விடப்படும் நிலம்; புல்பூண்டு உள்ள பரந்த புல்வெளி;** pasture; grazing land.

மேல்[1] பெ. **மேற்கு;** west. மேல்திசையில் சூரியன் மறையும் நேரம்/ ஊருக்குத் தென்மேலாக ஆறு ஓடுகிறது.

மேல்[2] பெ. (பே.வ.) **உடம்பு;** body. மேல் வலி/ மேல் பூராவும் தடிப்பாக இருக்கிறது.

மேல்[3] பெ. *(-ஆன)* **ஒப்பிட்டுப் பார்க்கும்போது குறிப்பிட்ட சூழலில் ஒன்றைவிட மற்றொன்று அல்லது ஒருவரைவிட மற்றொருவர் 'தேவலாம்' என்ற பொருளில் பயன்படுத்தப்படும் சொல்;** (when a comparison is made) far better; superior. இந்தப் படத்திற்கு இவரது முந்திய படம் எவ்வளவோ மேல்./ பண விஷயத்தைப் பொறுத்தவரை உன்னைவிட அவன் மேல்./ அவையோருக்கு எனது மேலான வணக்கங்கள்.

மேல்[4] பெ. 1: **(உயரம் உள்ள ஒன்றின்) கீழ்ப்பகுதிக்கு அல்லது அடிப்பகுதிக்கு எதிரான பகுதி;** upper or top part; above. அலமாரியின் மேல்தட்டில் சாவி இருக்கிறது./ ஆமை நீரின் மேல்மட்டத்திற்கு வந்து எட்டிப் பார்த்தது./ சுவரின் மேல்பக்கத்தில் விரிசல் விழுந்திருக்கிறது. 2: **கூடுதல்; அதிகப்படியானது;** upper or higher (limit); further; additional. இது குறித்து மேல்விவரங்கள் அறிய விரும்புவோர் எங்களுக்கு எழுதவும். 3: **அதிகபட்சம்;** upper limit. மற்றொருவர் கணக்கில் வங்கியில் பணமாகச் செலுத்தும் தொகைக்கு ஒரு மேல்எல்லை உண்டு.

மேல்[5] இ.சொ. **அ.** *(நான்காம் வேற்றுமைக்குப் பின்)* 1: **'குறிப்பிடப்படுவதற்கு அதிகமாக' என்னும் பொருளில் பயன்படுத்தப்படும் இடைச்சொல்;** particle used in the sense of 'more than', 'over'. சுமார் ஐந்து லட்சம் ரூபாய்க்கு மேல் கையாடல் செய்யப்பட்டுள்ளது./ நான் திரும்பி வருவதற்கு ஒரு வாரத்துக்கு மேல் ஆகும். 2: **'(வரையறையாகக் கூறப்படுவதற்கு) பிறகு' என்ற பொருளில் பயன்படுத்தப்படும் இடைச்சொல்;** particle used in the sense of 'beyond (what is specified)'. இதற்கு மேல் அவரால் இந்தப் பதவியில் நீடிக்க முடியாது. **ஆ.** *(நான்காம் வேற்றுமைக்கு அல்லது ஐந்தாம் வேற்றுமைக்குப் பின்)* 3: **'(பொருளின்) வெளிப்புறத்தில்' என்ற பொருளில் பயன்படுத்தப்படும் இடைச்சொல்;** particle used in the sense of 'on (sth.)'. பெட்டிக்கு மேல் என்ன இருக்கிறது?/ மேஜையின் மேல் புத்தகங்கள் அடுக்கி வைக்கப்பட்டிருந்தன./ யானைமேல் சவாரி. **இ.** *(இட வேற்றுமையாக)* 4: **ஏழாம் வேற்றுமைப் பொருளில் வரும் இடைச்சொல்; 'மீது';** particle used as a locative sign; 'on'. அந்தப் பெண்மேல் கொண்ட காதலை வெளிப்படுத்த முடியாமல் தவிக்கிறான்./ உன்மேல் எந்தத் தவறும் இல்லை.

மேல்கயல் பெ. (இலங்.) **உடைத்த தேங்காயின் இரு மூடிகளில் கண் உள்ள பகுதி;** the half of a split coconut which has eyes.

மேல்காலம் பெ. (இசை) காண்க: **துரித காலம்.**

மேல்கோர்ட் பெ. **கீழ்நீதிமன்றங்களிலிருந்து வரும் மேல்முறையீடுகளை விசாரிக்க அதிகாரம் பெற்ற நீதிமன்றம்;** appellate court.

மேல்தட்டு பெ. *(பெரும்பாலும் பெயரடையாக)* **சமூகத்தில் பொருளாதாரத்தினாலும் கல்வியினாலும் பெற்றிருக்கும் உயர்ந்த நிலை;** higher stratum of society. புதிய வரி விதிப்பினால் மேல்தட்டு மக்களுக்கு அதிகப் பாதிப்பு இருக்கப் போவதில்லை.

மேல்தளம் பெ. **மொட்டைமாடி;** the flat roof of a house open to sky. இவர் மேல்தளத்தில் தொட்டிகள் வைத்துக் காய்கறி பயிரிடுகிறார்.

மேல்துண்டு பெ. **(ஆண்கள்) தோளில் போட்டிருக்கும் துண்டு;** towel worn over the shoulder. அப்பா மேல்துண்டு இல்லாமல் வெளியே கிளம்ப மாட்டார்.

மேல்நடவடிக்கை பெ. **எடுக்கப்பட்ட நடவடிக்கைக்கு அடுத்து மேற்கொள்ளப்பட வேண்டிய நடவடிக்கை;** further action. தேர்வு நடத்தியதில் ஏற்பட்ட குழப்பங்களுக்கு மேல்நடவடிக்கை எடுக்கக்கோரி மாணவர்கள் போராட்டம் நடத்தினார்கள்.

மேல்நாடு பெ. **(பொதுவாக) அமெரிக்காவும் ஐரோப்பிய நாடுகளும்;** (generally) western country. மேல்நாடுகளுக்கெல்லாம் போய் வந்தவர்./ மேல்நாட்டு மோகம் இளைஞர்களை வெகுவாகப் பாதித்திருக்கிறது.

மேல்நிலை பெ. (பெரும்பாலும் பெயரடையாக) (படி நிலையில்) உயர்மட்டத்தில் இருப்பது; higher. மேல் நிலை வகுப்பு/ மேல்நிலைப் பயிற்சி/ மேல்நிலை ஆய்வு.

மேல்நிலைத் தொட்டி பெ. (பெருமளவில் நீர் சேமித்து வைக்க) உயரமான தூண்களின் மேல் கட்டப்படும் தொட்டி போன்ற பெரிய அமைப்பு; overhead tank.

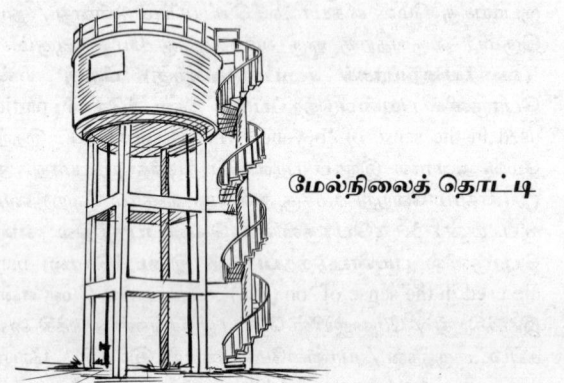

மேல்நிலைத் தொட்டி

மேல்நிலைப் பள்ளி பெ. (உயர்கல்வி பெறுவதற்கான தகுதியைப் பெற) பத்தாம் வகுப்புக்கு மேல் இரண்டு ஆண்டுகள் படிக்க வேண்டிய வகுப்புகள் கொண்ட பள்ளி; higher secondary school (which has a two year course after the tenth standard).

மேல்படிப்பு பெ. பள்ளிக் கல்விக்கு அல்லது பட்டப் படிப்புக்கு அடுத்த நிலையில் இருக்கும் கல்லூரிப் படிப்பு; further studies; higher education. கல்லூரியில் சேர்ந்து மேல்படிப்பு படிக்க அவளுக்கு வசதியில்லை./ என் தம்பி மேல்படிப்புக்காக வெளிநாடு செல்கிறான்.

மேல்பூச்சு பெ. 1: (கட்டடம் போன்றவை கட்டும் போது) வெளிப்பக்கம் தரப்படும் பூச்சு; outer plastering. மேல்பூச்சு வேலை முடிந்துவிட்டால் கிரகப்பிரவேசம் வைத்துவிடலாம். 2: (-ஆக, -ஆன) ஒன்றின் விரும்பத் தகாத தன்மை, நோக்கம் முதலியவற்றை மறைக்கும் விதத்தில் கவர்ச்சியாக இருப்பது; outward appearance; (mere) facade. இன்றைய இளைஞர்கள் நவீன நாகரிகத்தின் மேல்பூச்சையே நாடுகின்றனர்.

மேல்பேச்சு பெ. (பே.வ) ஒருவர் சொல்வதற்கு எதிர்த்தோ அல்லது மறுத்தோ பேசும் பேச்சு; counter (argument); contradicting. அவர் பேச்சுக்கு மேல்பேச்சே கிடையாது./ நீ ஏன் ஒவ்வொரு பேச்சுக்கும் மேல்பேச்சுப் பேசுகிறாய்?

மேல்மடைக்காரர் பெ. (ஊரக வ.) காண்க: முதல் மடைக்காரர்.

மேல்முறையீடு பெ. (சட்டம்) ஒரு வழக்கின் தீர்ப்பி னால் பாதிக்கப்பட்டவர் அந்தத் தீர்ப்பு தவறு என்று மேல்நிலை நீதிமன்றத்தில் அல்லது குறிப்பிட்ட சட் டத்தின் கீழ் கூறப்பட்டுள்ள அதிகாரிகளிடம் செய்து கொள்ளும் முறையீடு; appeal (by one aggrieved to a higher court or officials designated under an act). மாவட்ட நீதிமன்றத்தின் தீர்ப்பை எதிர்த்து உயர் நீதிமன்றத்தில் மேல் முறையீடு செய்யலாம்.

மேல்மேளம் பெ. (இலங்.) தவில்; two-headed drum (used as accompaniment to நாகசுரம்). சின்னமேளம், மேல் மேளம், வாணவேடிக்கை என்று கோயில் திருவிழா திட்ட மிட்டபடி நடந்தது.

மேல்வட்டி பெ. (வட்டிக்கு வாங்கிய) கடனை வேறொருவருக்குத் திரும்பக் கடனாகக் கொடுத்துப் பெறும் அதிக வட்டி; sum taken on loan which is lent in turn for higher interest by the borrower.

மேல்வரி பெ. வரியாக விதிக்கப்படும் தொகையின் மீது குறிப்பிட்ட விகிதப்படி வசூலிக்கப்படும் கூடுதல் கட்டணம்; surcharge. சில வகைப் பொருள்களுக்கு 10% விற்பனை வரியும் 2% மேல்வரியும் செலுத்த வேண்டும்.

மேல்வரும்படி பெ. (சம்பளம் போன்ற வருமானம் தவிர்த்து லஞ்சமாக இல்லாமல்) கூடுதலாகக் கிடைக் கும் வருமானம்; income in addition to the salary. சம்ப ளத்தை மட்டும் நம்பியிருக்க முடியாது. அதிகாரிகளைப் பார்க்க வருபவர்கள் விருப்பப்பட்டு ஏதாவது கொடுப்பது தான் எனக்கு மேல்வரும்படி.

மேல்வாரியாக வி.அ. (இலங்.) காண்க: மேலெழுந்த வாரியாக.

மேல்விசாரணை பெ. குற்றம் தொடர்பான முழு விவ ரங்களையும் அறிய சம்பந்தப்பட்டவரிடம் நடத்தப் படும் கூடுதல் விசாரணை; further investigation. மோசடி யில் தொடர்புடையவர்களிடம் மாநகரக் காவல்துறை யினர் மேல்விசாரணை செய்ய உள்ளனர்.

மேல்வேலை பெ. (பே.வ) சமையல் செய்தல் போன்ற முக்கிய வேலை தவிர்த்த (வீட்டில் செய்ய வேண்டிய தாக இருக்கும்) சிறுசிறு வேலைகள்; minor chores.

மேல பெ.அ. (பே.வ) மேற்கு என்ற பெயரடையின் மாற்று வடிவம்; the alternant form of the adjective மேற்கு. மேல வீதி/ மேலத் தெரு.

மேலடுக்குச் சுழற்சி பெ. (பு.வ) கடல் மட்டத்தில் உரு வாகும் காற்றழுத்தத் தாழ்வு மண்டலம் வலுவான தாக மாறி, சுமார் 300 மீட்டருக்கு மேல் உயர்ந்து சுழ லும் நிலை; upper air cyclonic circulation. இந்த மேலடுக் குச் சுழற்சியானது காற்று வீசும் திசையில் நகர்ந்து சென்று மழையைக் கொடுக்கும்.

மேலதிகம் பெ. (-ஆக, -ஆன) (தேவையை அல்லது சரா சரியைவிட) கூடுதல்; additional; extra. கருவுற்றிருக்கும் காலத்தில் மேலதிகமான இரத்த அழுத்தம் ஏற்படாமல் பார்த்துக்கொள்ள வேண்டும்./ மேலதிக விவரங்களுக்கு எமது இணையதளத்தைப் பார்க்கவும்.

மேலதிகாரம் பெ. தீர்ப்பு, ஆணை போன்றவற்றை மாற்றி அமைக்கக்கூடிய அல்லது மறுக்கக்கூடிய உயர் அதிகாரம்; authority to overrule. தூக்குத்தண்டனையை ரத்துசெய்யும் மேலதிகாரம் குடியரசுத் தலைவருக்கு மட்டுமே உண்டு.

மேலதிகாரி பெ. தனக்குக் கீழ் வேலைபார்க்கும் ஊழி யர்களுக்குப் பணிக்கான உத்தரவுகளை இடும் அல் லது பணியைக் கண்காணிக்கும் பொறுப்புடைய அதி காரி; உயர் அதிகாரி; hierarchical superior; boss.

மேலவை பெ. **(சில மாநிலங்களில்) சட்டமன்ற உறுப்பினர்கள், பட்டதாரிகள், ஆசிரியர்கள் முதலியோராலும் உள்ளாட்சி அமைப்புகளாலும் தேர்ந்தெடுக்கப்படும் உறுப்பினர்களையும் ஆளுநரால் நியமனம் செய்யப்படுவோரையும் கொண்ட, சட்டம் இயற்றும் அதிகாரம் கொண்ட அவைகளில் ஒன்று;** upper chamber in a bicameral legislature (of a state). சட்டமன்ற உறுப்பினர்களின் எண்ணிக்கையில் மூன்றில் ஒரு பங்கு உறுப்பினர்களே மேலவையில் இருப்பார்கள்.

மேலாக்கு பெ. *(பே.வ.)* **(பெண்கள் அணியும் ஆடையில்) மார்பை மறைக்கும் பகுதி;** the part of a saree drawn over the breasts and shoulders.

மேலாக[1] வி.அ. **மேல்பரப்பை ஒட்டிய பகுதியில்;** on the surface; not deeply. விதையை மேலாக ஊன்ற வேண்டும். அப்போதுதான் சுலபமாக முளைத்து வளரும்.

மேலாக[2] இ.சொ. **(காலத்தைக் குறிக்கும்போது) 'அதிகமாக', 'மேல்' என்ற பொருளில் பயன்படுத்தும் இடைச்சொல்;** particle used in the sense of 'more than'. கடந்த ஓராண்டுக்கும் மேலாக அனுமதி கேட்டுப் போராடி வருகிறோம்./ அவர் ஒரு மணி நேரத்துக்கும் மேலாகப் பேசிக்கொண்டிருந்தார்.

மேலாடை பெ. **மேலாக்கு;** the part of saree drawn over the breasts and shoulders.

மேலாண்மை பெ. **1: (ராணுவம், பொருளாதாரம் முதலியவற்றால்) பிறரைக் கட்டுப்படுத்தக்கூடிய பலம்; மேலோங்கிய நிலை; மேலாதிக்கம்;** dominance; suzerainty. அணு ஆயுத மேலாண்மை/ வல்லரசுகளின் மேலாண்மையைத் தங்கள் நாடு தொடர்ந்து எதிர்க்கும் என்று அவர் கூறினார். **2: (ஒரு அமைப்பு, துறை, நிறுவனம் முதலியவற்றில்) கட்டுப்படுத்துதல், கண்காணித்தல், பராமரித்தல் போன்றவற்றை உள்ளடக்கிய செயல்பாடு; நிர்வாகம்;** management. நீர் மேலாண்மையின் அவசியத்தைக் குறித்த கருத்தரங்கம்/ அரசு மருத்துவமனைகளில் கழிவு மேலாண்மை முறை நவீனப்படுத்தப்படும் என்று சுகாதார அமைச்சர் தெரிவித்தார்.

மேலாதிக்கம் பெ. **(ஒரு அரசு, அமைப்பு, இனம் முதலியவற்றின் மீது செலுத்தப்படும்) முறையற்ற அதிகாரம்; கட்டுப்படுத்தி ஆளும் அதிகாரம்;** hegemony (of a country); domination (by a nation or a group of people). ஆங்கிலேயர்களின் மேலாதிக்கத்தை எதிர்ப்பதற்குச் சிற்றரசர்கள் பலரும் பயந்தார்கள்./ முன்னேறிய நாடுகளின் பொருளாதார மேலாதிக்கத்தை எதிர்க்க எல்லோரும் கைகோக்க வேண்டும் என்று பிரதமர் அழைப்பு விடுத்தார்.

மேலாளர் பெ. **(அலுவலகம், நிறுவனம், விற்பனை நிலையம் முதலியவற்றில்) முதன்மை நிர்வாகப் பொறுப்பு வகிப்பவர்;** manager.

மேலான பெ.அ. **சிறந்த; உயர்ந்த;** (in quality) excellent. மேலான குணங்கள் படைத்தவர்.

மேலிடம் பெ. **(கட்சி, நிறுவனம் முதலியவற்றில்) செயல்பாடுகளை நிர்ணயிக்கும் தலைமைப் பொறுப்புக் கொண்ட உயர்மட்ட அமைப்பு அல்லது குழு;** (in a political party, organization, etc.,) decision making body; high-level authority. வேட்பாளர்களைக் கட்சியின் மேலிடம் விரைவில் அறிவிக்கும்./ இந்தப் பிரச்சினை தொடர்பாக மேலிடம் எடுக்கும் முடிவுக்குக் கட்டுப்படத் தயாராக இருப்பதாகத் தொழிலாளர்கள் கூறினர்.

மேலிடு வி. (மேலிட, மேலிட்டு) *(உ.வ.)* **(குறிப்பிட்ட உணர்ச்சி) மிக அதிகமாகத் தோன்றுதல்;** be overwhelmed (by an emotion). எட்டு வயதுச் சிறுமியா இப்படிப் பேசுகிறாள் என்ற வியப்பு மேலிட்டது./ அம்மா துக்கம் மேலிட வாய்விட்டு அழுதாள்.

மேலினம் பெ. *(கணி.)* **(நீட்டலளவை, முகத்தலளவை, நிறுத்தலளவை போன்றவற்றில்) சிறிய அளவீடுகளுக்கு நிகராகக் கொடுக்கப்படும் பெரிய அளவீடுகள்;** higher unit. *100* சென்டிமீட்டர் என்பதை மேலினமாக மாற்றி *1* மீட்டர் என்று எழுதலாம்.

மேலீடு பெ. *(உ.வ.)* **குறிப்பிட்ட உணர்ச்சி மிக அதிகமாகத் தோன்றும் நிலை; (உணர்ச்சி) மேலிடும் நிலை;** being overwhelmed. அவள் உணர்ச்சி மேலீட்டால் அழுதாள்.

மேலுக்கு வி.அ. *(பே.வ.)* **1: (மருந்தைப் பயன்படுத்தும் முறையாகக் கூறும்போது) உடம்பின் வெளிப்பகுதியில்;** (in connection with application of medicine) over the body; externally; topical (application). மேலுக்குத் தடவ வைத்தியர் களிம்பு தந்தார். **2: வெளித்தோற்றத்தில்;** outwardly. மேலுக்கு இரக்கப்படுவதைப் போல் இருந்தாள்.

மேலும்[1] வி.அ. **1: (குறிப்பிடப்படுவதோடு) சேர்த்து; கூடுதலாக;** in addition; yet (another); more. எங்கள் பள்ளியில் மேலும் ஓர் ஆசிரியர் பணியில் அமர்த்தப்படுவார். **2: (ஒரு செயலைச் செய்துகொண்டிருக்கும்போது குறிப்பிடப்படுவதுடன் நின்றுவிடாமல் அதனுடன்) தொடர்ந்து;** further; besides. அமைச்சர் மேலும் பேசுகையில் கடத்தலைத் தடுக்க ஒருங்கிணைந்த நடவடிக்கை தேவை என்றார்./ அங்கேயே நின்றுவிடாமல் மேலும் நடந்தான்.

மேலும்[2] இ.சொ. **1: '(குறிப்பிடப்படுவதோடு) சேர்த்து' என்ற பொருளில் பயன்படுத்தும் இடைச்சொல்; 'கூடுதலாக';** particle used in the sense of 'in addition'. கொலையாளிகள் என்று சந்தேகிக்கப்படும் இருவர் கைதுசெய்யப்பட்டனர். மேலும் இருவர் தேடப்பட்டுவருகின்றனர். **2: முந்தைய வாக்கியத்தில் சொல்லப்பட்டதுடன் கூடுதலான தகவல் தரும்போது பயன்படுத்தும் இடைச்சொல்;** particle used in the sense of 'further'. கொலை நடந்த தினத்தில் தான் ஊரில் இல்லை என்று சொன்னான். மேலும் தனக்கு அப்போது ஒரு விபத்து நிகழ்ந்து மருத்துவமனையில் சேர்க்கப்பட்டிருந்ததாகவும் தெரிவித்தான்./ என்ன நடந்தது என்று எனக்குத் தெரியாது. மேலும் அடுத்தவர்கள் விவகாரத்தில் நான் தலையிடவும் மாட்டேன்./ இதற்கு மேலும் என்னால் அவன் கொடுமையைப் பொறுத்துக்கொண்டிருக்க முடியாது.

மேலும்கீழும்/-ஆக வி.அ. **1: மேலிருந்து கீழாக;** up and down. அந்த அதிகாரி என்னை மேலும்கீழும் பார்த்தார். **2: முன்னும் பின்னுமாக; இங்குமங்குமாக;** up and down; here and there. அவர் தனது அறையில் மேலும்கீழுமாக நடந்துகொண்டிருந்தார்.

மேலுரம் பெ. **பயிர் நட்ட பிறகு நிலத்தில் இடப்படும் உரம்;** (of application of fertilizer) top-dressing. வேப்பம் பிண்ணாக்கைக் காய்கறிச் செடிகளுக்கு மேலுரமாகப் போடுவது நல்லது.

மேலுலகம் பெ. **சொர்க்கம்;** heaven. புண்ணியம் செய்தவர்கள் மேலுலகத்துக்கும் பாவம் செய்தவர்கள் கீழுலகத்துக்கும் செல்வார்கள் என்பது இந்து மத நம்பிக்கை.

மேலெடுத்துச்செல் வி. (-செல்ல, -சென்று) **(கடின முயற்சி செய்து குறிப்பிட்ட ஒரு நிலையை எட்டிய ஒன்றை) அடுத்த நிலைக்கு அல்லது உயர்நிலைக்கு எடுத்துச்செல்லுதல்;** (of a project, etc.,) take to the next stage. எங்களால் முடிந்த சீர்திருத்தங்களைச் செய்துமுடித்து விட்டோம். இதை மேலெடுத்துச்செல்ல வேண்டியது இளைஞர்களின் கடமை./ இந்த அரசு தொடங்கிவைத்த பணிகளை மேலெடுத்துச்செல்லும் பொறுப்பு யாருடையது?

மேலெழுந்தவாரியாக/மேலெழுந்தவாரியான வி.அ./பெ.அ. **மேலோட்டமாக/மேலோட்டமான;** superficially/superficial. கதையை மேலெழுந்தவாரியாகப் படித்துவிட்டுக் குறைசொல்லாதே./ இது மேலெழுந்தவாரியான கூற்று அல்ல.

மேலே வி.அ. **1: (பொருளை) ஒட்டியபடி மேற்பரப்பில்;** over (an object). பாய் முதுகில் குத்தாமலிருக்க எதையாவது மேலே விரித்துக் கொள். / மேஜையின் மேலே தலையைச் சாய்த்துப் படுத்திருந்தான். **2: உயரே; மேல்நோக்கி;** up. மலையில் ஏறும்போது மேலே செல்லச்செல்லக் காற்றழுத்தம் குறைவதை உணரலாம். **3: (ஒரு நிகழ்ச்சிக்கு அல்லது நிலைக்கு) பிறகு; தொடர்ந்து;** afterwards; further. சரி, நீ அங்கு சென்றாய். மேலே என்ன நடந்தது?/ அவளை மேலே சொல்ல விடாமல் தடுத்தான்.

மேலை பெ.அ. **மேற்கத்திய;** western. மேலை நாடுகள்.

மேலைக் காற்று பெ. **மேற்கிலிருந்து வீசும் காற்று;** westerly wind.

மேலொப்பம் பெ. (பு.வ.) **அரசுத் துறைகளில் கீழ்நிலையிலிருந்து அனுப்பப்படும் கோப்பில் தன் பார்வைக்கு வைக்கப்பட்டதைத் தெரிவிக்கும் வகையில் ஒரு மேலதிகாரி இடும் கையெழுத்து;** endorsement of a file note by a higher official. 'செயலரின் மேலொப்பத்துக்காக அனுப்பப்படுகிறது' என்று கோப்பில் எழுதப்பட்டிருந்தது.

மேலோங்கு வி. (மேலோங்க, மேலோங்கி) **1: (குறிப்பிடப்படும் உணர்ச்சி, தன்மை, எண்ணம் போன்றவை மற்றவற்றைவிட) கூடுதலாகவோ அதிகமாகவோ ஏற்படுதல்;** prevail over. முயற்சி அநாவசியமோ என்ற எண்ணம்தான் மேலோங்கி நிற்கிறது./ 'தான்' என்ற அகம்பாவம்தான் அவரிடம் மேலோங்கி நிற்கிறது./ அவளது குரலில் கண்டிப்பைவிட அக்கறையே மேலோங்கிக் காணப்பட்டது. **2: (ஒன்றை அல்லது ஒருவரைவிட மற்றொன்று அல்லது மற்றொருவர்) அதிக வலிமை, சிறப்பு, முக்கியத்துவம் போன்றவற்றை அடைதல்;** have the upper hand. விளையாட்டின் முதல் பாதியில் எதிர் அணியினரின் ஆட்டம் மேலோங்கியிருந்தது./ இன்றைய உலகில் அறிவியல் வளர்ச்சி மேலோங்கி இருக்கிறது.

மேலோட்டம்-ஆக/-ஆன வி.அ./பெ.அ. **1:** (கண்ணோட்டம், ரசனை, படிப்பு, விமர்சனம், செயல்கள் முதலியவற்றைக் குறித்து வரும்போது) **ஆழமாகவும் விரிவாகவும் இல்லாமல்/ஆழமாகவும் விரிவாகவும் இல்லாத;** superficially/superficial. எந்தக் கற்பனையும் இல்லாமல் மேலோட்டமாகவே பாடுகிறார்./ 'இன்றைய திரைப்படங்களும் பத்திரிகைகளும் மேலோட்டமான ரசனையையே வளர்த்தெடுக்கின்றன' என்றார் அவர்./ நாட்டின் பிரச்சினைகளைப் பற்றிய மேலோட்டமான பார்வையை இந்தக் கட்டுரை கொண்டிருக்கிறது./ பட்டறைக்கு வந்த முதலாளி எல்லாவற்றையும் மேலோட்டமாகப் பார்த்து விட்டுச் சென்றார்./ இந்த ஊழல் வழக்கைப்பற்றி எனக்கு மேலோட்டமாகத்தான் தெரியும். **2: வெளிப் பார்வைக்கு மட்டும் தோன்றும் விதமாக/வெளிப் பார்வைக்கு மட்டும் தோன்றும் விதமான;** on the surface/superficial. இவை புராண நாடகங்கள்போல மேலோட்டமாகத் தோன்றினாலும் உண்மையிலேயே இவை சுதந்திரப் போராட்டத்தை அடிப்படையாகக் கொண்டவையாகும்./ இது மேலோட்டமான விசாரணையைப் போல்தான் தோன்றுகிறது./ இரு கட்சிகளுக்கு இடையிலும் இருக்கும் வேறுபாடு மேலோட்டமானதுதான்.

மேவு வி. (மேவ, மேவி) (உ.வ.) **1: (பள்ளத்தில் அல்லது ஒரு பரப்பில் மணல் முதலியவை) படிதல்; பரவுதல்;** spread (over or on sth.). கண்ணுக்கு எட்டிய தூரம்வரை மணல் மேவிக்கிடந்தது. **2: (மணல், கல் முதலியவற்றைப் போட்டு) நிரப்புதல்; பரப்புதல்;** spread (sand, etc.,); level. சரளைக் கற்களை மேவிய பிறகு தார் ஊற்றிச் சாலை அமைத்தார்கள்.

மேழி பெ. **1: கலப்பை;** plough. வரப்பில் மேழியைச் சாய்த்து வைத்தான். (பார்க்க, படம்: கலப்பை) **2: நிலத்தை உழும்போது கையால் பிடித்திருக்கும் கலப்பையின் தலைப்பகுதி;** the handle of a plough.

மேளக்காரர் பெ. (பே.வ.) **தவில் வாசிப்பவர்;** one who plays on தவில்.

மேளகர்த்தா பெ. (இசை) **ஏழு ஸ்வரங்களையும் ஆரோகணத்திலும் அவரோகணத்திலும் கொண்டு பல ராகங்களைத் தோற்றுவிக்கக்கூடிய அடிப்படையான 72 ராகங்களின் தொகுப்பு;** the set of fundamental ராகங்கள் in carnatic music, 72 in number, containing all the seven notes in the both ascending and descending modes and from which other ராகங்கள் are derived.

மேளச் சமா பெ. (இலங்.) **(ஒரு குழுவில்) ஒருவருக்கொருவர் போட்டிபோட்டுக்கொண்டு தவிலை வாசிக்கும் நிகழ்ச்சி;** playing தவில் in a group in a competitive manner. நேற்றிரவு கோயிலில் இடம்பெற்ற மேளச் சமாவிற்கு ஆயிரக் கணக்கில் மக்கள் வந்திருந்தனர்./திருமண வீட்டில் நடந்த மேளச் சமா மிக நன்றாக இருந்தது.

மேளதாளத்துடன் வி.அ. **உள்ளன்போடும் உற்சாகத்தோடும்; முழுமனத்தோடு;** whole heartedly; with fanfare. நீங்கள் மட்டும் எங்கள் அணிக்கு வருவதாக இருந்தால், உங்களை மேளதாளத்துடன் வரவேற்க நாங்கள் தயார்.

மேளதாளம் பெ. **(ஒரு நிகழ்ச்சி, வரவேற்பு போன்றவற்றில் வாசிக்கும்) மேளம், நாகசுரம் போன்ற மங்கல**

1119 மேற்படு

வாத்தியங்கள்; customary welcome. ஊர் மக்கள் அமைச்சரை மேளதாளம் முழங்க வரவேற்றனர்./ மாப்பிள்ளை ஊர்வலம் மேளதாளத்துடன் புறப்பட்டது.

மேளம் பெ. **1: (பொதுவாக) தாள வாத்தியக் கருவி; (குறிப்பாக) தவில்;** two-sided drum. மேளம் முழங்கக் கல்யாணம் நடந்தது./ இரட்டை மேள நாகசுரக் கச்சேரி. **2: நாகசுரம், தவில், தாளம், ஒத்து அடங்கிய இசைக் குழு;** the instrumental troupe consisting of நாகசுரம், தவில், தாளம், ஒத்து. மேளத்துக்கு அச்சாரம் கொடுத்தாகி விட்டது./ மேளத்துக்கு யாரைக் கூப்பிடப்போகிறாய்!

மேற்கண்ட பெ.அ. **(விளம்பரம், கேள்வித்தாள், கட்டுரை முதலியவற்றில்) மேலே கொடுக்கப்பட்டுள்ள; முதலில் குறிப்பிடப்பட்டுள்ள;** given above; cited above. மேற்கண்ட தகவலை அமைச்சர் தெரிவித்தார்./ மேற்கண்ட விதிகளின் அடிப்படையில் பார்க்க வேண்டும்.

மேற்கத்திய பெ.அ. **(இந்தியாவுக்கு) மேற்கில் உள்ள (பெரும்பாலும்) அமெரிக்காவையும் ஐரோப்பாவையும் சேர்ந்த;** Western (mostly) European and American. மேற்கத்திய இசை/ மேற்கத்திய பாணி/ மேற்கத்திய நாகரிகம்.

மேற்கு பெ. **சூரியன் மறையும் திசை;** west.

மேற்கூரை பெ. **1: அடிமனையின் மேல் கட்டப்பட்டுள்ள கட்டடம்;** superstructure on a plot of land. அவருக்கு மேற்கூரை மட்டும்தான் சொந்தம், அடிமனை கோயிலுடையது./ அடிமனைக்காகக் கோயிலுக்கு வாடகை செலுத்துகிறார், மேற்கூரை அவரே கட்டிக்கொண்டது. **2:** காண்க: **கூரை.**

மேற்கூறிய பெ.அ. காண்க: **மேற்சொன்ன.**

மேற்கே வி.அ. **மேற்குப் பக்கத்தில்;** in the western direction. ஊருக்கு மேற்கே மாரியம்மன் கோயில் உள்ளது./ மேற்கே போனால் ஆறு வரும்.

மேற்கொண்டு வி.அ. **1: (குறிப்பிட்ட நிகழ்ச்சிக்கு அல்லது நேரத்துக்குப் பிறகு) தொடர்ந்து;** further. அவர் என்னிடம் மேற்கொண்டு எதுவும் கேட்கவில்லை. **2: இனிமேல்; மேலே;** hereafter. நடந்தது நடந்துவிட்டது, மேற்கொண்டு ஆக வேண்டியதைக் கவனியுங்கள்.

மேற்கொள் வி. (-கொள்ள, -கொண்டு) **1:** *(திட்டம், முயற்சி, பணி, ஆய்வு, போர், ஆட்சி போன்றவற்றைக் குறித்து வரும்போது)* **செய்தல்; நடத்துதல்; செயல்படுத்துதல்;** undertake; conduct (sth.). காடுகள் அழிக்கப்படுவதால் ஏற்படும் விளைவுகளைப் பற்றிய ஆய்வை இந்தப் பல்கலைக்கழகம் மேற்கொண்டுள்ளது./ இட ஒதுக்கீடு குறித்து எழுந்துள்ள சிக்கல்களைத் தீர்க்க முயற்சிகள் மேற்கொள்ளப்பட்டிருக்கின்றன./ சலீம் மெக்காவுக்கு இரண்டு முறை புனித யாத்திரை மேற்கொண்டிருக்கிறார்./ ஒரு இக்கட்டான சூழ்நிலையிலேயே அக்பர் ஆட்சிப் பொறுப்பை மேற்கொண்டார்./ லூயி மன்னனை வீழ்த்துவதற்கான சகல ஏற்பாடுகளும் மேற்கொள்ளப்பட்டன./ பல முக்கியமான அரசியல் சட்டங்கள்குறித்து விரிந்த அளவில் விவாதங்கள் மேற்கொள்ளப்பட்டன./ வறட்சியால் பாதிக்கப்பட்டுள்ள பகுதிகளில் நிவாரணப் பணிகள் மேற்கொள்ளப்பட்டுள்ளன./ தமிழ்நாட்டில் இதுவரை மேற்கொள்ளப்பட்ட அகழாய்வுகளில் எண்ணற்ற முதுமக்கள் தாழிகள் கிடைத்துள்ளன./ மருத்துவமனையில் சுமார் ஒரு மாத காலம் கதிரியக்கச் சிகிச்சை மேற்கொண்டார். [(**தொ.சொ.**) **கடைப்பிடி/ செயல்படுத்து/ பின்பற்று**] **2: (உத்தி, வழிமுறை, தொழில், துறவு முதலியவற்றை) கைக்கொள்ளுதல் அல்லது பின்பற்றுதல்;** take (measures); adopt (methods). நோயைத் தடுக்க என்னென்ன வழிகளை மேற்கொள்ள வேண்டும்?/ ஒரே கதையை இரண்டு பேரின் பார்வையில் சொல்வது என்ற உத்தியை இயக்குநர் மேற்கொண்டிருக்கிறார்./ துறவு மேற்கொண்ட பின்தான் இளங்கோவடிகள் சிலப்பதிகாரத்தை எழுதினார்./ கதாகாலட்சேபம் செய்யும் தொழிலை மேற்கொண்டவர்களைப் பாகவதர் என்றழைத்தனர்./ மக்கள் அமைதியான வாழ்க்கையை மேற்கொள்ள எல்லா வசதிகளையும் செய்து தருவது அரசாங்கத்தின் கடமை./ காஷ்மீர் பிரச்சினையில் நாங்கள் மேற்கொண்டிருக்கும் நிலையில் எவ்வித மாற்றமும் இல்லை. **3: (விரதம், நோன்பு) கடைப்பிடித்தல்;** observe (fast, etc.,). மௌன விரதம் மேற்கொண்டார்./ கல்விக் கட்டண உயர்வை எதிர்த்து மாணவர்கள் உண்ணாவிரதம் மேற்கொண்டனர்.

மேற்கோள் பெ. **1: ஒருவர் தன் பேச்சிலோ எழுத்திலோ பொருத்தம் கருதி மற்றவருடைய கவிதை, கட்டுரை போன்றவற்றிலிருந்து மாற்றம் செய்யாமல் அப்படியே எடுத்துக்காட்டும் ஒரு சிறு பகுதி;** quotation; citation. அவருடைய பேச்சில் பல இடங்களில் நவீனக் கவிஞர்களின் வரிகள் மேற்கோள்களாக வந்தன./ லத்தீன் அமெரிக்க இலக்கியங்களிலிருந்து மேற்கோள்களைக் காட்டாமல் அவர் எந்தக் கட்டுரையுமே எழுதுவதில்லை. **2: குறிப்பிட்ட ஒன்றை அல்லது ஒருவரை ஒரு தகவலுக்கு ஆதாரமாகச் சுட்டிக்காட்டும் செயல்;** reference. தீவிரவாதியிடமிருந்து நிறைய வெடிகுண்டுகள் கைப்பற்றப்பட்டதாகக் காவல்துறை வட்டாரங்களை மேற்கோள் காட்டிச் செய்திகள் வெளியாகியுள்ளன.

மேற்செல் வி. (-செல்ல, -சென்று) **(ஒரு நிலை, அளவு முதலியவற்றை) கடந்துசெல்லுதல்;** transcend. சாதி, மதம் ஆகிய உணர்வுகளுக்கு மேற்சென்று நாட்டுப் பிரச்சினைகளையும் பார்க்க வேண்டும்.

மேற்சொன்ன பெ.அ. **மேலே குறிப்பிட்ட; மேற்கண்ட;** mentioned above. மேற்சொன்ன முறையில் இந்தப் பிரச்சினையை அணுக வேண்டும்.

மேற்படி பெ.அ. **முதலில் அல்லது முன்னால் குறிப்பிட்ட; மேற்கண்ட;** given above; mentioned above; as above. மேற்படி பெயரைத் தங்களுடைய தயாரிப்புகளுக்காக உபயோகிப்பவர்கள்மீது சட்டப்படி நடவடிக்கை எடுக்கப்படும்./ மேற்படி வீடு என் மனைவியின் பெயரில் தான் இருக்கிறது.

மேற்படிப்பு பெ. காண்க: **மேல்படிப்பு.**

மேற்படு வி. (மேற்பட, மேற்பட்டு) **(குறிப்பிடப்படும் அளவு, எண்ணிக்கை போன்றவற்றைவிட) கூடுதலாக இருத்தல்;** exceed. இது போன்ற குற்றங்களுக்கு ரூபாய் 500க்கும் மேற்படாமல் அபராதம் விதிக்கப்படுகிறது./ போட்டியாளர்களின் எண்ணிக்கை பத்துக்கும் மேற்படுவதால் பலத்த போட்டியாக இருக்கும் என்று எதிர்பார்க்கப் படுகிறது./ மூவாயிரம் ரூபாய்க்கு மேற்படாத வகையில்

வாடகைக்கு ஒரு வீடு வேண்டும்./ இதன் விலை ஆயிரம் ரூபாய்க்கு மேற்படும் என்று நினைக்கிறேன்.

மேற்பரப்பு பெ. **திடப் பொருள்களின் அல்லது நீரின் மேல்புறத்தின் பரப்பு;** surface. நீரின் மேற்பரப்பைக் கிழித்துக்கொண்டு படகு சென்றது./ பூமியின் மேற்பரப்பில் ஏற்பட்டுவரும் மாற்றங்களை விஞ்ஞானிகள் உன்னிப்பாகக் கவனித்துவருகின்றனர்.

மேற்பார்வை பெ. **பணிபுரிபவர்களையும் நடைபெறும் பணிகளையும் கண்காணிக்கும் பொறுப்பு;** supervision. அவருடைய கண்டிப்பான மேற்பார்வையின் கீழ் அந்த அலுவலகம் இயங்கியது./ வீடு கட்டும் வேலையை மேற்பார்வையிடும் பொறுப்பை எங்கள் மாமா ஏற்றுக்கொண்டார்.

மேற்பார்வையாளர் பெ. **மேற்பார்வையிடும் பணியைச் செய்பவர்;** supervisor (in an examination hall, a polling booth, etc.,). அந்த மேற்பார்வையாளர்கள் இருவரும் தேர்வு நடைபெறும் அறைக்குள் நுழைந்தனர்./ தன் வாக்கை யாரோ போட்டுவிட்டதாக வாக்காளர் ஒருவர் வாக்குச்சாவடியின் மேற்பார்வையாளரிடம் புகார்செய்தார்.

மேன்மேலும் வி.அ. *(உ.வ.)* **தொடர்ந்து அதிகமாக;** more and more. ஜவுளி விற்பனையில் எங்கள் நிறுவனம் மேன்மேலும் பல சாதனைகள் புரிந்ததற்கு வாடிக்கையாளர்களின் ஆதரவே காரணம்.

மேன்மை பெ. *(-ஆன)* **சிறப்பு; உயர்வு;** excellence; superiority. வாழ்வில் மேன்மை பெற்று விளங்க வேண்டும்./ பண்பாட்டின் மேன்மையான அம்சங்கள்/ தொழில்நுட்ப மேன்மைக்கான விருது அவருக்குக் கிடைத்தது.

மேன்மை தாங்கிய பெ.அ. *(அ.வ.)* **மதிப்புக்கும் மரியாதைக்கும் உரியவர்களைக் குறிப்பிடுவதற்குப் பயன்படுத்தப்படும் சொல்;** (a term of address) honourable. மேன்மை தாங்கிய நீதிபதி அவர்களே!/ மேன்மை தாங்கிய துணைவேந்தர் விழாவைத் துவக்கிவைப்பார்.

மேன்மைப்படுத்து வி. *(-படுத்த, -படுத்தி)* **சிறப்பான அல்லது உயர்வான நிலையை அடையச் செய்தல்;** develop. நம் நாடு வளர்ந்த நாடாக மாற நாம் தொழில் துறையை மேன்மைப்படுத்த வேண்டும்./ மொழி வளத்தை மேன்மைப்படுத்தத் தரமான நூல்கள் வெளிவர வேண்டும்.

மேனகை பெ. **(அழகில் சிறந்தவளாகக் கூறப்படும்) தேவலோகப் பெண்;** a celestial woman known for her beauty.

மேனாமினுக்கி பெ. **(எரிச்சலான தொனியில் கூறும்போது) பகட்டாக ஆடைகளும் நகைகளும் அணிந்து கொண்டு திரியும் பெண்;** woman who dresses showily.

மேனாள் பெ. *(உ.வ.)* **முன்னாள்;** former. நமது மேனாள் துறைத் தலைவரை இந்தக் கருத்தரங்குக்கு வரவேற்பதில் மகிழ்ச்சி அடைகிறேன்.

மேனி[1] பெ. *(உ.வ.)* **(மனித) உடல்; உடம்பு;** (human) body. அவன் மேனி லேசாக நடுங்கியது./ பொன்போல் சிவந்த மேனி.

மேனி[2] பெ. *(ஊரக வ.)* **(தானியங்களை மதிப்பிடும்) முகத்தலளவையில் சுமார் 28 கிலோ கொண்ட ஓர் அளவு; கலம்;** a measure of capacity for grains (approximately 28 kg). குறுவையில் உங்களுக்கு எத்தனை மேனி கண்டு முதல் ஆயிற்று?/ இந்த முறை இருபது மேனி விளைச்சல் காணும் என்று நினைக்கிறேன்.

மேனி[3] பெ. *(பே.வ.)* **வீதம்;** per. ஆளுக்கு நூறு ரூபாய் மேனி கூலி பேசினார்.

மேனிக்கு இ.சொ. *(பே.வ.)* *(பெயரெச்சத்தின் பின்)* **'படி' என்ற பொருளில் பயன்படுத்தப்படும் இடைச்சொல்; 'வண்ணம்';** particle used in the sense of 'as', 'keep on'. துக்கம் கேட்கச் சொந்தக்காரர்கள் வந்தமேனிக்கு இருக்கிறார்கள்.

மேனியாக இ.சொ. *(பே.வ.)* காண்க: **மேனிக்கு.**

மேனிலைப் பள்ளி பெ. காண்க: **மேல்நிலைப் பள்ளி.**

மேஜஸ் பெ. *(சித்த.)* **கொழுப்பு;** fat.

மேஜை பெ. **(எழுதுதல், பொருள்களை வைத்தல் போன்றவற்றுக்குப் பயன்படுத்தும்) நான்கு கால்களையும் அதன்மேல் தட்டையான சமதளப் பரப்பையும் கொண்ட (மரம், இரும்பு போன்றவற்றால் ஆன) சாதனம்;** table. இரும்பு மேஜை/ இரவு வெகு நேரம் படித்துக்கொண்டிருந்தவன் அப்படியே மேஜையின் மேல் சாய்ந்து தூங்கிவிட்டான்.

மேஷம் பெ. *(சோதி.)* **ஆடு என்னும் விலங்கைக் குறியீட்டு வடிவமாக உடைய முதல் ராசி;** first constellation of the zodiac having the ram as its sign; Aries. *(பார்க்க, படம்: ராசி*[1]*)*

மேஸ்திரி பெ. **(கட்டட வேலை முதலியவற்றில் தொழிலாளர்களை) கண்காணிப்பவர்;** head mason.

மை பெ. 1: **(பெரும்பாலும் பெண்கள் விழி ஓரங்களில் தீட்டிக்கொள்ளப் பயன்படுத்தும்) ஒட்டும் தன்மையுடைய கறுப்பு நிற அலங்காரப் பொருள்;** black pigment (applied on the edge of the eyelashes mostly by women); kohl. அவளுடைய மை தீட்டிய கண்கள்/ குழந்தைக்கு மையைக் குழைத்துப் பொட்டு வைத்தாள். 2: **(சிவப்பு, நீலம் முதலிய நிறங்களில் இருக்கும்) பேனா போன்றவற்றில் பயன்படுத்தும் திரவம்;** ink. பச்சை மையை எல்லோரும் உபயோகிப்பது தவறு./ கடிதத்தைச் சிவப்பு மையால் எழுதியிருந்தான். 3: **(வண்டிச் சக்கரத்திற்கு இடும்) மசகு எண்ணெய்;** oil mixed with burnt straw; (wheel) grease. வேட்டியில் வண்டி மையை அப்பிக்கொண்டு வந்திருக்கிறான். துவைத்தாலும் கறை போகவே இல்லை. 4: **(மந்திரவாதிகள் போன்றோர் உபயோகிப்பதும் மந்திரத்தன்மை உடையதாக நம்பப்படுவதுமான) மேற்குறிப்பிட்ட தன்மையில் இருக்கும் பொருள்;** black sticky substance used by magicians and believed to have magical powers. ஆடுமாடுகள் காணாமல் போனால் எங்கள் ஊர்க்காரர்கள் வெற்றிலையில் மை தடவிப் பார்ப்பார்கள்.

மைக்கூடு பெ. *(அ.வ.)* **எழுதுவதற்கான மை ஊற்றி வைக்கப்பட்டிருக்கும் சிறிய புட்டி;** inkwell.

மைசூர்ப் பருப்பு பெ. **கனகாம்பரப் பூவின் நிறத்தில் இருப்பதும், பெரும்பாலும் வடஇந்தியாவில் சமையலில் பயன்படுத்துவதுமான ஒரு வகைப் பருப்பு;** split lentil without skin; masoor dhal.

மைசூர்ப்பாகு பெ. **கடலை மாவைச் சர்க்கரைப் பாகில் போட்டுக் கிளறி, தட்டில் ஊற்றிச் சிறுசிறு துண்டுக ளாக நறுக்கிய இனிப்புப் பண்டம்;** sweet made by adding chickpea flour to sugar treacle and cut to pieces.

மைத்துனன் பெ. **மனைவியின் சகோதரன்;** wife's brother.

மைத்துனி பெ. **மனைவியின் சகோதரி;** wife's sister.

மைதா பெ. **கோதுமையிலிருந்து தயாரிக்கப்படும், நார்ச் சத்துக் குறைந்த, வழுவழுப்புத் தன்மை கொண்ட மாவு;** refined wheat flour; maida.

மைதானம் பெ. **(பொதுக்கூட்டம், விளையாட்டு முதலி யவை நடக்கும்) திறந்தவெளி;** (play) ground; (open) ground. கோயில் மைதானத்தில் பஞ்சாயத்து கூடியது./ விளையாட்டு மைதானம்.

மைதுனம் பெ. *(அ.வ.)* **உடலுறவு; புணர்ச்சி;** copulation; sexual union. மைதுனச் சிற்பங்கள்.

மைந்தன் பெ. *(உ.வ.)* **மகன்;** son. மேல்படிப்பை முடித்து விட்டு வெளிநாட்டிலிருந்து திரும்பும் தனது மைந்தனை ஆவலுடன் எதிர்பார்த்துக்கொண்டிருந்தார்.

மை போடு வி. (போட, போட்டு) **(தீமை விளைவிக்க அல்லது தொலைந்துபோன பொருளைக் கண்டுபிடிக்க) மந்திரச் சக்தி உடையதாக நம்பப்படும் மையைப் பயன் படுத்துதல்;** employ a magic pigment (for sorcery or to trace lost property). எந்தப் பொருள் காணாமல் போனாலும் அந்தக் கிழவி வெற்றிலையில் மை போட்டுக் கண்டுபிடித்து விடுவாளாம்.

மைமல் பெ. *(இலங்.)* **(பகல்பொழுது முடிந்து) இருட் டத் தொடங்கும் நேரம்;** dusk. மைமலில் சாப்பிடக் கூடாது என்று சொல்லுவார்கள்./ மைமலுக்குள் ஏன் தோப்பில் திரிகிறாய்?

மைய அரசு பெ. **மத்திய அரசு;** (in India) the union or central government.

மையத்து பெ. *(இஸ்.)* காண்க: **மய்யத்.**

மைய நீரோட்டம் பெ. *(பு.வ.)* **கலை, இலக்கியம், பண் பாடு, அரசியல் போன்றவற்றில் பெரும்பாலானோர் பின்பற்றும், மேலோங்கிக் காணப்படும் போக்கு;** mainstream. மைய நீரோட்டமாக இருந்த இலக்கிய வகை கள்./ மைய நீரோட்டப் பண்பாட்டு வழக்கங்கள்.

மைய நோக்கு விசை பெ. *(இயற்.)* **ஒரு புள்ளியை மைய மாகக் கொண்டு சுற்றும் பொருளை, அந்தப் புள்ளியை நோக்கிச் செல்லுமாறு இயக்கும் விசை;** centripetal force.

மையப்படுத்து வி. (-படுத்த, -படுத்தி) **(ஒன்றுக்கு அல்லது ஒருவருக்கு) அதிக முக்கியத்துவம் தருதல்; (ஒன்றை அல்லது ஒருவரை) முன்னிலைப்படுத்துதல்;** centre around. சுற்றுச்சூழலை மையப்படுத்தியே கியாட்டோ ஒப்பந்தம் போடப்பட்டது./ அந்த நாட்டின் பொருளா தாரம் ஏற்றுமதியை மையப்படுத்தி அமைந்துள்ளது.

மையம்[1] பெ. **1: (இடத்தில், பரப்பில்) நடு;** midpoint; centre. வட்டத்தின் மையத்தில் ஒரு புள்ளி வை./ தாவரத் தின் மைய வேரே 'ஆணி வேர்' என்று அழைக்கப்படுகிறது. **2: (ஒன்றிற்கு) அடிப்படையாக அல்லது முக்கியமாக அமைவது;** central idea; nucleus. பொய் சொல்லக் கூடாது என்பதுதான் இந்தக் கதையின் மையக் கருத்து./ இது தொழி லாளர் பிரச்சினையை மையமாக வைத்து எழுதப்பட்ட கதை./ கிடா வெட்டும் நிகழ்ச்சிதான் இந்தச் சடங்கின் மையம். **3: குறிப்பிட்ட செயல்பாட்டுக்கான இடம் அல் லது அமைப்பு;** centre (for conducting sth.). எங்கள் பள்ளி தான் தேர்வு மையம்./ தத்துவ ஆராய்ச்சி மையம். **4: (குறிப் பிட்ட அமைப்பு, நிறுவனம் போன்றவற்றில் எல்லாக் கிளைகளையும் கட்டுப்படுத்தும் அதிகாரம் கொண்ட) தலைமை இடம்;** centre. மாவட்ட மைய நூலகம்.

மையம்[2] பெ. *(இலங்.)* **(இஸ்லாமியத் தமிழர் வழக்கில்) பிரேதம்; பிணம்;** dead body; corpse. எப்போது மையம் எடுப்பார்கள்?/ மைய வீட்டுக்குப் போகிறேன். நீயும் வரு கிறாயா?

மையம்கொள் வி. (-கொள்ள, -கொண்டு) **(கடலில் உரு வாகும் குறைந்த காற்றழுத்த மண்டலம்) ஒரு குறிப் பிட்ட இடத்தில் சுழன்று கொண்டிருத்தல்;** (of cyclone, etc.,) be centred. புயல் சென்னைக்குக் கிழக்கே *300* கி.மீ. தொலைவில் மையம்கொண்டுள்ளது.

மையல் பெ. *(உ.வ.)* **காதல் மயக்கம்;** infatuation. மையல் கொண்ட தலைவியின் நிலையைக் கவிஞர் நன்றாக வரு ணித்துள்ளார்.

மையவாடி பெ. *(இஸ்.)* **இறந்தவர்களைப் புதைக்கும் இடம்;** burial ground.

மைய விலக்கு விசை பெ. *(இயற்.)* **ஒரு புள்ளியை மையமாகக் கொண்டு சுற்றும் பொருளை, அந்தப் புள் ளியை விட்டு விலகிச் செல்லுமாறு இயக்கும் விசை;** centrifugal force.

மையாக வி.அ. *(பே.வ.)* **(அரைப்பதைக் குறித்து வரும் போது) மிருதுவாக;** (grind) to a fine paste. துவையலை மையாக அரைத்துக் கொள்.

மைல் பெ. **(தூரத்தைக் கணக்கிடுவதற்கான) 1609 மீட் டர் கொண்ட ஓர் அளவு;** a mile.

மைல்கல் பெ. **1: ஒரு ஊர் எவ்வளவு தொலைவில் உள் ளது என்ற தகவல் குறிக்கப்பட்டு, சாலைகளின் ஓரத் தில் நடப்பட்டிருக்கும் கல்;** milestone. *(பார்க்க, படம்)* **2: (வளர்ச்சி, முன்னேற்றம் முதலியவற்றைக் குறிக்கும் போது) சிறப்புத் தன்மை வாய்ந்ததாக அல்லது குறிப் பிடத் தக்கதாக அமைந்த நிலை;** milestone. இந்த நாவல் இலக்கிய வரலாற்றில் ஒரு மைல்கல்.

மைல்கல்

மைவித்தை பெ. **(தீமை விளைவிப்பதற்காக அல்லது தொலைந்துபோன பொருளைக் கண்டுபிடிப்பதற்காக) சக்திவாய்ந்ததாக நம்பப்படும் மையைப் பயன் படுத்தி செய்யும் மந்திர வித்தை;** a kind of black magic. மைவித்தை காட்டுபவனைச் சுற்றி ஒரு பெரிய கூட்டம் நின்றிருந்தது.

மை வை வி. *(வைக்க, வைத்து)* காண்க: **மை போடு.**

மைனர் பெ. **இன்பமாகப் பொழுதுபோக்கும் (பணக் கார) இளைஞன்;** playboy.

மைனர் சங்கிலி பெ. **(ஆண்கள் போட்டுக்கொள்ளும்) தங்கத்தால் ஆன மெல்லிய சங்கிலி;** thin gold chain (worn by men).

மைனர் விளையாட்டு பெ. **(கட்டுப்பாடற்ற போக்கால் ஒருவர் ஈடுபடும்) பெண்ணின்பம், சூதாட்டம், குடி போன்ற பழக்கவழக்கங்கள்;** dissolute ways; the activities of a rake. பெரிய கோடீஸ்வரர்; மைனர் விளையாட்டிலேயே எல்லாச் சொத்தையும் அழித்துவிட்டார்./ இந்த வயதில் அவருக்கு மைனர் விளையாட்டு தேவையா?

மைனா பெ. **கால்களும் அலகும் மஞ்சள் நிறத்திலும், தலைப்பகுதி கறுப்பு நிறத்திலும், உடல் கரும்பழுப்பு நிறத்திலும் இருக்கும் ஒரு வகைப் பறவை; நாகணவாய்;** myna; starling.

மொக்கன் பெ. *(இலங்.)* **மழுங்கிய மூளையைக் கொண்டவன்; முட்டாள்;** dull person. இந்த மொக்கன் பரீட்சையில் எப்படிச் சித்தியடைந்தான்?/ நீ மொக்கன் வேலை பார்க்காமல் புத்திசாலியாக நடந்துகொள்.

மொக்கு[1] பெ. **மொட்டு;** (flower) bud. மல்லிகை மொக்குகள்.

மொக்கு[2] பெ. *(இலங்.)* **முட்டாள்;** fool; dullard. நீ என்ன மொக்கா? நான் சொல்லுகிற எதுவுமே உனக்குப் புரியாதா?/ மொக்கு! கணக்கை ஒழுங்காகப் போடு என்று அண்ணன் தலையில் குட்டினான்.

மொக்குத்தனம் பெ. *(இலங்.)* **முட்டாள்தனம்;** foolishness. அவசரப்பட்டு மொக்குத்தனமாக எதையும் செய்துவிடாதே.

மொக்கை[1] பெ. *(வ.வ.)* **மொண்ணை;** bluntness (of a knife, etc.,).

மொக்கை[2] பெ. *(வ.வ.)* **பருமன்; பெரிது;** big. இந்தப் பலாப் பழம் சரியான மொக்கை.

மொக்கை[3] பெ. *(பே.வ.)* **மிகுந்த சலிப்பூட்டும் வகையில் இருக்கும் தன்மை;** dull; boring. படம் பயங்கர மொக்கை./ இந்த மொக்கைப் படத்துக்குத்தான் இவ்வளவு விளம்பரமா?

மொகரா பெ. *(இசை)* **(கச்சேரியில்) தனி ஆவர்த்தனத்தின் முடிவைத் தெரிவிக்கக்கூடியதாக அமையும் ஜதிகளின் சேர்க்கை;** combination of various ஜதி during the solo performance of the percussionist, indicating the conclusion of the solo play.

மொகலாயர் பெ. காண்க: **முகலாயர்.**

மொங்கான் (கட்டை) பெ. *(இலங்.)* **திமிசுக் கட்டை;** heavy wooden block with a long handle used as a rammer.

மொச்சை பெ. **மெல்லிய பழுப்பு நிறத் தோல் மூடிய அரை வட்ட வடிவிலிருக்கும் அவரை இனப் பயறு/ அந்தப் பயறு விளையும் செடி;** hyacinth bean and the creeper.

மொசைக் கல் பெ. **(கட்டடம் கட்டும்போது தரை, சுவர் போன்றவற்றை நேர்த்தியாக வடிவமைக்கப் பயன்படும்) வண்ண வடிவங்கள், படங்கள் போன்றவை பொறிக்கப்பட்ட செயற்கைக் கல்;** mosaic tile. குளியலறையில் வெள்ளை மொசைக் கல் பதிக்கப்பட்டிருந்தது.

மொட்டவிழ் வி. *(-அவிழ, -அவிழ்ந்து) (இலங்.)* **பூப்படைதல்;** (of girls) attain puberty; come of age. அவள் மொட்டவிழ்ந்ததும் கலியாணக் காரியங்கள் கிடுகிடுவென நடந்தன.

மொட்டாக்கு பெ. *(இலங்.)* **முக்காடு;** a cloth covering the head.

மொட்டு பெ. **மலர்வதற்கு முன் இதழ் விரிக்காமல் இருக்கும் பூ; அரும்பு;** (flower) bud. மல்லிகை மொட்டு.

மொட்டை பெ. **1: (தலையில்) முடி முழுவதுமாக மழிக்கப்பட்ட நிலை;** shaven or hairless state (esp. of the head). குழந்தையின் மொட்டைத் தலையில் சந்தனத்தைத் தடவினார்./ யார் அந்த மொட்டைத் தலை ஆசாமி? **2:** *(பே.வ.)* **மொட்டை அடித்திருக்கும் நபர்;** man with tonsured head. இரண்டு மொட்டைகள் சத்தமாகப் பேசியபடி போய்க்கொண்டிருந்தார்கள்./ 'ஏய் மொட்டை, இங்கே வா!' என்று அவர் கூப்பிட்டதும் அவனுக்குக் கோபம் வந்துவிட்டது. **3:** *(-ஆக)* **மரம், செடி அல்லது ஒரு பரப்பு, பொருள் போன்றவற்றில் குறிப்பிட்ட அம்சங்கள் ஏதும் இல்லாத நிலை;** barrenness; incompletion; baldness. மழையில்லாமல் எல்லா மரமும் மொட்டையாக நிற்கின்றன./ அங்கு மொட்டைக் கோபுரத்துடன் பழங்காலத்துக் கோயில் ஒன்று இருந்தது./ முருங்கைக் கீரை பறித்துக்கொள்கிறேன் என்று மரத்தையே மொட்டையாக்கிவிட்டான். **4:** *(-ஆக, -ஆன)* **(கேள்வி, பதில் போன்றவற்றைக் குறித்து வரும்போது) தேவையான விளக்கம் இல்லாத தன்மை;** want of necessary details. அகராதி வாங்க வேண்டும் என்று மொட்டையாகச் சொன்னால் போதாது./ பால்காரர் வேலு வீடு என்று சொல்லாமல் மொட்டையாக வேலு வீடு என்று சொன்னதால் எனக்குப் புரியவில்லை./ இது போன்ற மொட்டையான குற்றச்சாட்டுகளை நாங்கள் ஏற்றுக்கொள்ள மாட்டோம்.

மொட்டைக் கடிதம் பெ. **குற்றமோ குறையோ கூறிக் கையெழுத்தும் முகவரியும் இல்லாமல் அனுப்பப்படும் கடிதம்; அநாமதேயக் கடிதம்;** anonymous letter. யாரோ எழுதிய மொட்டைக் கடிதத்தைப் படித்துவிட்டுப் பயப்படுவார்களா?/ உங்கள் அதிகாரி லஞ்சம் வாங்குவதாக மொட்டைக் கடிதம் வந்திருக்கிறது.

மொட்டை போடு வி. *(போட, போட்டு)* காண்க: **மொட்டையடி, 1.**

மொட்டைமாடி பெ. **கூரை எதுவும் இல்லாமல் சுற்றுச் சுவருடன் மட்டும் இருக்கும் (கட்டடத்தின்) மேல் தளம்;** the flat roof of a house open to the sky. கோடைக் காலத்தில் மொட்டைமாடியில் நன்றாகக் காற்று வரும்./ மொட்டைமாடியில் இந்தத் துணிகளைக் காயப் போடு.

மொட்டை மாடு பெ. *(ஊரக வ.)* **(தமிழ்நாட்டின் சில பகுதிகளில்) கொம்பு தீய்த்து, வண்டியில் பூட்டப் பழக்கப்படுத்தப்பட்ட காளை மாடு;** (in certain regions of Tamil Nadu) bullock whose horns have been seared while young and trained as a draught animal.

மொட்டையடி வி. *(-அடிக்க, -அடித்து)* **1: (வேண்டுதலுக்காகத் தலையை) மொட்டையடித்துக்கொள்ளுதல்;** have one's head shaved (in fulfilment of a vow made to a deity). திருப்பதிக்குப் போய் மொட்டையடித்துக் கொண்டு வந்தான். **2: (ஒருவரிடம் இருக்கும் பணம், பொருள் முதலியவற்றை மற்றவர்) முழுவதுமாக இல்லாமல் செய்தல்;** make s.o. bankrupt. வீடு கட்டித் தருகிறேன் என்று சொல்லி என் நண்பன் என்னை மொட்டையடித்துவிட்டான்.

மொடமொட-என்று வி.அ. *(துணி, காகிதம் போன்றவற்றைக் குறிக்கும்போது)* **மடங்காமலும் சுருங்காமலும் விறைப்பாக;** stiff (as a starched cloth or a fresh currency note, etc.,). கஞ்சி போட்டுத் தேய்த்த சட்டை மொடமொடவென்று இருந்தது./ புது ரூபாய் நோட்டு மொடமொடவென்று இருந்தது.

மொடமொடப்பு பெ. *(துணி, காகிதம் போன்றவற்றைக் குறிக்கும்போது)* **மடங்காமல் விறைப்பாக இருக்கும் தன்மை;** stiffness. புதுத் துணியின் மொடமொடப்பு.

மொண்ணை பெ. *(-ஆக, -ஆன) (பே.வ.)* **(கூராக இருக்கும் பொருள்) கூர்மை இழந்த தன்மை; மழுங்கல்;** bluntness. வாழைக்காயைக்கூட நறுக்காத இந்த மொண்ணைக் கத்தி எதற்கு?/ பென்சில் இப்படி மொண்ணையாக இருந்தால் படம் வரைய முடியாது.

மொண்ணையாக்கு வி. *(-ஆக்க, -ஆக்கி) (பே.வ.)* **(ஒன்றை) மழுங்கச்செய்தல்;** make sth. blunt. கத்தியை இப்படி மொண்ணையாக்கி வைத்திருக்கிறாயே?

மொத்த உற்பத்தி மதிப்பு பெ. **(பொருளாதார நிலையை அளவிடக் கணக்கிடப்படும்) ஒரு நாட்டில் ஓர் ஆண்டில் உற்பத்தியாகும் அனைத்துப் பொருள்களின், அளிக்கப்படும் சேவைகளின் மொத்த மதிப்பு;** gross domestic product (abbreviated to GDP).

மொத்தத்தில் வி.அ. **எல்லாவற்றையும் கருத்தில் கொண்டு பார்க்கும்போது;** in sum; on the whole. மொத்தத்தில், நீ இப்படி அலைந்திருக்கத் தேவையே இல்லை./ மொத்தத்தில், ஏற்பாடு சரி இல்லை.

மொத்தம்¹ பெ. **1: (கணக்கிட்டுப் பார்த்தபின்) எல்லாவற்றையும் சேர்த்துக் கிடைக்கும் எண் அல்லது தொகை;** total. மொத்தச் செலவு ஆயிரம் ரூபாய். **2:** *(-ஆக, -ஆன)* **முழுமை;** sth. complete; the whole of sth. குறுகிய காலத்திற்குள் மொத்தமாக மாறிவிட முடியுமா?/ விளைந்தது மொத்தமும் விற்பனைக்குத்தானா? **3: (பொருள்களை நுகர்வோரிடம் நேரடியாகவோ சில்லறையாகவோ விற்காமல் விற்பனையாளரிடமே) அதிக அளவில் விற்கும் முறை;** wholesale. மொத்த வியாபாரி/ இங்கு பூண்டு மொத்தமாகவும் சில்லறையாகவும் கிடைக்கும்./ மொத்த விற்பனையாளர்.

மொத்தம்² பெ. *(பே.வ.)* **பருமன்; தடிமன்;** thickness. பேனாவைப் பிடித்து எழுத முடியவில்லை. அவ்வளவு மொத்தம்!

மொத்து¹ வி. *(மொத்த, மொத்தி) (பே.வ.)* **பலமாக அடித்தல்;** beat severely. குடித்து விட்டுத் தகராறு செய்தவனை நன்றாக மொத்தி அனுப்பினார்கள். [*(தொ.சொ.)* அடி/ அமுக்கு/ அறை/ கிள்ளு/ குத்து/ தள்ளு/ நிமிண்டு]

மொத்து² பெ. *(பே.வ.)* **பலமான அடி;** heavy blow. இப்படி மொத்து விழும் என்று தெரிந்திருந்தால் அவன் பேசியிருக்கவே மாட்டான்.

மொந்தன் பழம் பெ. **தடித்த தோலை உடைய ஒரு வகை வாழைப்பழம்;** a variety of thick-skinned banana fruit.

மொந்தை பெ. **(பெரும்பாலும் கள் இறக்கப் பயன்படுத்தும்) சிறு பானை போன்ற மண் பாத்திரம்; கலயம்;** small earthen pot (used mostly to tap palmyra sap, etc.,). பனை மரத்தில் நிறைய மொந்தைகள் கட்டப்பட்டிருந்தன.

மொய்¹ வி. *(மொய்க்க, மொய்த்து)* **(ஈ, கொசு முதலியவை கூட்டமாக ஒன்றை அல்லது ஒன்றில்) சுற்றிச் சூழ்தல் அல்லது சூழ்ந்திருத்தல்;** (of flies, insects, etc.,) swarm round or crawl in a swarm on (sth.). தேனை எறும்பு மொய்க்க விட்டுவிட்டாயே./ ஈக்கள் மொய்த்த பண்டங்களை வாங்காதீர்கள்./ *(உரு வ.)* எல்லோருடைய கண்களும் அவளையே மொய்த்தன./ *(உரு வ.)* விமானத்தை விட்டு அமைச்சர் இறங்கியவுடன் நிருபர்கள் அவரை மொய்த்துக்கொண்டனர்.

மொய்² பெ. **(திருமணம், காதுகுத்து போன்ற சடங்குகளின்போது) பரிசாக அளிக்கப்படும் பணம்;** money presented on auspicious occasions (such as wedding by relatives and well-wishers); presentation money. மொய்ப் பணமாக ஐநூறு ரூபாய் எழுதலாம் என்று நினைக்கிறேன்.

மொய்யெழுது வி. *(-எழுத, -எழுதி)* **(திருமணம், காதுகுத்து போன்ற சடங்குகளின்போது) பணம் பரிசாக அளித்தல்;** present money (at the time of wedding, etc.,). மாப்பிள்ளைக்கு மொய்யெழுதுபவர்களை வரச்சொன்னார்கள்./ அந்தக் காலத்திலேயே 500 ரூபாய் மொய்யெழுதியதைத் தாத்தா பெருமையாகச் சொல்லிக்கொண்டிருந்தார்.

மொரமொர-என்று வி.அ. *(உணவுப் பண்டத்தைக் குறித்து வரும்போது)* **மொரமொரப்பாக;** (of eatables) crispy. முறுக்கு மொரமொரவென்று இருந்தால்தான் சாப்பிட நன்றாக இருக்கும்.

மொரமொரப்பு பெ. **1: (பொரித்த அப்பளம், வறுவல் முதலியவை) ஈரப்பதம் இல்லாமலும் உண்ணும்போது நொறுங்கக்கூடியதாகவும் இருக்கும் நிலை;** crispness. **2: மொடமொடப்பு;** stiffness. கஞ்சி போட்ட மொரமொரப்பான காக்கிக் கால்சட்டை அணிந்திருந்தான்.

மொழி¹ வி. *(மொழிய, மொழிந்து) (உ.வ.)* **கூறுதல்;** declare; state; say. எங்கள் அமைப்பு நாட்டுப் பிரிவினையை எதிர்க்கும் என உறுதியாக மொழிந்தார்.

மொழி² பெ. **1: சொற்களையும் சொற்களின் தொடர்களையும் கொண்ட, மனிதர்கள் தங்கள் கருத்தையும் உணர்வையும் வெளிப்படுத்தித் தங்களுக்குள் தொடர்பு கொள்ளப் பயன்படுத்தும் கருவி; பாஷை;** language. தமிழ், சமஸ்கிருதம் ஆகிய இரு மொழிகளிலுமே நல்ல புலமை பெற்றவர். **2: குறிப்பிட்ட துறையைச் சேர்ந்தவர்கள் அல்லது குறிப்பிட்ட ஒருவர் அடிக்கடி பயன்படுத்தும் சொற்கள்;** jargon. காவல்துறையினர் மொழியில்

மொழிபெயர் 1124

சொல்வதென்றால் அவனுக்குச் சரியாக லாடம் கட்டிவிட்டார்கள். 3: *(பு.வ.)* **கணிப்பொறியை இயக்குவதற்கான கட்டளைநிரலை உருவாக்கப் பயன்படும் சொல் தொகுப்பும் விதிகளும்;** (computer) language. கணினி மொழி.

மொழிபெயர் வி. *(-பெயர்க்க, -பெயர்த்து)* **ஒரு மொழியில் எழுதப்பட்டதை அல்லது சொல்லப்பட்டதைப் பொருளும் தொனியும் மாறாமல் மற்றொரு மொழியில் வெளிப்படுத்துதல்;** translate. சங்க இலக்கியத்திலிருந்து பல பாடல்களை ஏ.கே. ராமானுஜன் ஆங்கிலத்தில் மொழிபெயர்த்திருக்கிறார்./ பிரதமர் ஆங்கிலத்தில் பேசப்பேச, பக்கத்தில் நின்றுகொண்டிருந்தவர் தமிழில் மொழிபெயர்த்துக் கொண்டிருந்தார்.

மொழிபெயர்ப்பாளர் பெ. **(பேச்சையும் எழுத்தையும்) மொழிபெயர்ப்பவர்;** translator.

மொழிபெயர்ப்பு பெ. 1: **மொழிபெயர்க்கும் செயல்;** translation. இந்த நாவலுடைய மொழிபெயர்ப்பின்போது எனக்கு உதவிய நண்பர்களுக்கு என் நன்றி! 2: **மொழிபெயர்க்கப்பட்ட நூல், கட்டுரை, கவிதை போன்றவற்றுள் ஒன்றைக் குறிப்பது;** translated text. மொழிபெயர்ப்புக் கவிதைகள்/ கல்கியுடைய 'பார்த்திபன் கனவு' நாவலின் ஆங்கில மொழிபெயர்ப்பு இது.

மொழிமாற்றம் பெ. 1: *(அ.வ.)* **மொழிபெயர்ப்பு;** translation. அவரது ஆங்கில உரையை மொழிமாற்றம் செய்து தமிழில் வெளியிட்டார்கள். 2: **(திரைப்படம் முதலியவற்றைக் குறித்து வரும்போது) ஒரு மொழியில் எடுக்கப்பட்டு அதன் வசனத்தை மட்டும் வேறொரு மொழியாக மாற்றுதல்;** (in film, etc.,) dubbing. மொழிமாற்றம் செய்யப்பட்ட படம்/ மொழிமாற்றம் செய்யப்பட்ட படங்கள் விருதுக்கான போட்டிகளில் கலந்துகொள்ள முடியாது.

மொழியாக்கம் பெ. **மொழிபெயர்ப்பு;** translation. நூலின் சில பகுதிகளை மொழியாக்கம் செய்திருக்கிறார்.

மொழியியல் பெ. **மொழிகளின் அமைப்பு, பயன்பாடு, சமூக அடிப்படைகள் ஆகியவற்றை அறிவியல் முறையில் ஆராயும் துறை;** linguistics.

மொழுக்கம் பானை பெ. *(மண்.)* **(அச்சு போட்டு) கழுத்துக்குக் கீழ்ப்பகுதியில் அலங்கார வடிவங்கள் எதுவும் பதிக்கப்படாத பானை;** earthenware vessel without any ornamental impressions on its chest.

மொழுமொழு-என்று வி.அ. **கொழுகொழு என்று;** chubby; round and plump. குழந்தை மொழுமொழுவென்று இருக்கிறது.

மொள் வி. *(மொள்ள, மொண்டு) (பே.வ.)* **(நீர் போன்றவற்றைக் கையால் அல்லது பாத்திரத்தால்) நிறைத்து எடுத்தல்;** scoop (water with the hollow of the hand); take (water in a vessel). கையைக் குவித்து நீரை மொண்டு குடித்தான்./ இடுப்பில் குடத்தோடு நீர் மொள்ளப் புறப்பட்டாள். [*(தொ.சொ.)* **அள்ளு/ எடு/ வாரு**]

மொளி பெ. *(வ.வ.)* 1: **விரல் முட்டி;** knuckle. 2: **முழங்கை;** elbow.

மொறுமொறு-என்று வி.அ. காண்க: **மொரமொர-என்று.**

மோ வி. *(மோந்து) (பே.வ.) (இறந்தகால வடிவங்கள் மட்டும்)* **முகர்தல்;** smell (sth.). பழைய சோற்றை நாய் மோந்துபார்த்துவிட்டு ஓடிவிட்டது.

மோகம் பெ. 1: **பாலுணர்வு வேட்கை;** sexual desire; infatuation (for a woman). அவன்மேல் அவளுக்கு அப்படியொரு மோகமா?/ அவளுடைய மோக வலையில் விழுந்துவிட்டான். 2: **ஒன்றினால் ஒருவர் மிக அதிகமாகக் கவரப்பட்டிருக்கும் நிலை;** craze; infatuation. மேல்நாட்டு நாகரிகத்தின் மேல் உள்ள மோகம்/ சினிமா மோகம்.

மோகனம் பெ. *(-ஆக, -ஆன) (அ.வ.)* **மனத்தை வசிகரிக்கும் இனிமை; ரம்மியமான தன்மை;** that which is charming; bewitching. மோகனப் புன்னகை/ மோகனமான மாலை வேளை.

மோகி வி. *(மோகிக்க, மோகித்து) (அ.வ.)* **(அழகு முதலியவற்றால்) வசிகரிக்கப்படுதல்; (மனம்) மயங்குதல்;** be charmed by. அவள் அழகைக் கண்டு மோகித்து நின்றான்.

மோகினி பெ. **அழகிய பெண் உருவம் எடுத்து மயக்கும் பேய்;** an evil spirit in the form of a beautiful woman.

மோகினி ஆட்டம் பெ. **வெள்ளை நிற ஆடைகள் மட்டுமே அணிந்து, ஜதிகள் ஆடும்போது ஓசை எழுப்பாமல், பெண்கள் மட்டுமே ஆடும், கேரள மாநிலத்தைச் சேர்ந்த நடனம்;** a dance form practised by women in Kerala marked by beauty, grace, circular movements and patterns, white costumes and not making sound in its footwork.

மோகினிப்பிசாசு பெ. காண்க: **மோகினி.**

மோசக்காரன் பெ. **மோசம்செய்யும் நபர்;** cheat. அந்த மோசக்காரனை நம்பி என் பணத்தையெல்லாம் இழந்தேன்.

மோசடி பெ. **சுய லாபத்துக்காகச் செய்யும், சட்டத்துக்குப் புறம்பான ஏமாற்றுச் செயல்;** defrauding; cheating. சீட்டு நிறுவனம் நடத்திப் பல லட்ச ரூபாய்வரை மோசடி செய்தவர் கைது!/ நிறுவனக் கணக்குகளைத் தணிக்கை செய்தபோது பல மோசடிகள் வெளியாயின./ நரம்புத் தளர்ச்சியை நீக்கும் என்று செய்யப்படும் பல விளம்பரங்கள் மோசடியானவை.

மோசம் பெ. *(-ஆக, -ஆன)* **(தரம், அளவு, நிலைமை முதலியவற்றில்) மிகவும் குறைந்த அல்லது தாழ்ந்த நிலை; விரும்பத் தகாத, ஏற்றதாக இல்லாத, தீங்கு விளைவிக்கக்கூடிய தன்மை;** (sth.) disagreeable; (sth.) harmful or bad. நீங்கள் குடியிருக்கும் பகுதி நகரிலேயே மோசமான பகுதியாயிற்றே!/ ஒரே மழையும் காற்றுமாக வானிலை மிக மோசமாக இருக்கிறது./ 'ஒரு மோசமான செய்தி' என்றவாறே உள்ளே நுழைந்தார்./ 'கணக்கில் உங்கள் பையன் படுமோசம்' என்றார் ஆசிரியர்./ 'அவன் ரொம்ப மோசமான ஆள். அவனிடம் பார்த்துப் பழகு' என்று எச்சரித்தார்./ முன்னணி ஹாக்கி வீரர்கள் கடந்த சில மாதங்களாக மிக மோசமாக விளையாடிவருகிறார்கள்./ சுனாமியால் இந்தோனேசியாவில் மிக மோசமான பாதிப்பு ஏற்பட்டது./ உனது கையெழுத்து மோசமாக இருக்கிறது./ அம்மாவுக்கு உடல்நிலை மேலும்மேலும் மோசமாகிக் கொண்டே வருகிறது. [*(தொ.சொ.)* **இழிவு/ கீழ்த்தரம்/ கீழ்மை/ தாழ்வு/ மட்டம்**]

1125 மோதினார்

மோசம்செய் வி. (-செய்ய, -செய்து) **நம்பிக்கையைப் பொய்யாக்கும் விதத்தில் ஏமாற்றுதல்; வஞ்சித்தல்;** cheat; let (one) down. வியாபாரத்தில் கூட்டாளியாக இருந்த நண்பன் இப்படி மோசம்செய்வான் என்று அவர் எதிர்பார்க்கவேயில்லை.

மோசம்போ[1] வி. (-போக, -போய்) **ஒருவரையோ ஒன்றையோ நம்பி ஏமாந்துபோதல் அல்லது பாதிப்புக்குள்ளாதல்;** be cheated; be taken for a ride. அவன் வேறு ஒருத்தியைக் கல்யாணம் செய்துகொண்டுவிட்டான். நீ மோசம்போய்விட்டாய்!/ இந்த விளம்பரத்தைப் பார்த்துப் பணம் அனுப்பி மோசம்போனவர்கள் ஏராளம்.

மோசம்போ[2] வி. (-போக, -போய்) (இலங்.) **இறத்தல்;** die. தாயார் மோசம்போய்ப் பத்து ஆண்டுகள் ஆகின்றன./ பாட்டி மோசம்போக இரண்டு நாட்களுக்கு முன்புகூட நன்றாகக் கதைத்துக்கொண்டுதான் இருந்தார்.

மோட்சதீபம் பெ. **இறந்தவரின் ஆன்மா சாந்தி அடைவதற்காக அவர் இறந்த பதினோராவது நாளோ பதினாறாவது நாளோ ஆண்டுத் திதியன்றோ கோயில் கோபுரத்தின் உச்சிக்குக் கீழே இருக்கும் மாடங்களில் ஏற்றப்படும் வரிசையான விளக்குகள்;** a row of lamps kept in the niches of the top tier of the temple tower on the 11th or 16th day of a person's death or on the death anniversary, for the person's spiritual benefit.

மோட்சம் பெ. **1: (இறந்த பிறகு அடையும்) முத்தி நிலை;** liberation; salvation. **2: சொர்க்கம்;** heaven.

மோட்சவிளக்கு பெ. (கிறித்.) **(மெழுகுவர்த்தி ஏற்றி வைத்து) இறந்தவரின் பெயரைப் படித்து அவருக்காகத் தேவாலயத்தில் சிறப்புப் பிரார்த்தனை மேற்கொள்ளும் சடங்கு;** mass for a departed soul.

மோட்டா பெ. (-ஆன) (பே.வ.) **1: (துணியைக் குறித்து வரும்போது) தடித்தது; கனமானது;** coarseness; roughness. வெயில் காலத்தில் இப்படி ஒரு மோட்டாத் துணியில் சட்டை தைத்துப் போட்டிருக்கிறாயே? **2: (அரிசியைக் குறித்து வரும்போது) பெரியது;** thickness. மோட்டா ரகம். **3: (ஒருவருடைய உருவத்தைக் குறித்து வரும்போது) 'முரட்டு' என்னும் பொருளில் பயன்படுத்தப்படும் சொல்;** rough person. அவர் மோட்டாவான ஆள் என்பதால் யாருமே அவரைப் பார்த்தால் பயப்படத்தான் செய்வார்கள்.

மோட்டுத்தனம் பெ. (இலங்.) **முட்டாள்தனம்; அறிவீனம்; புத்தியீனம்;** foolishness. இப்படி மோட்டுத்தனமாக நடந்தால் ஆர் உன்னை மதிப்பார்கள்?/ அவள் மோட்டுத்தனமாய்ப் பேசும்போது நீ பார்த்துக்கொண்டுதானே இருந்தாய்?

மோட்டுவளை பெ. (பே.வ.) **கூரையின் உட்பக்கத்தின் உச்சிப் பகுதி;** ridge of the ceiling. கட்டிலில் படுத்து மோட்டுவளையைப் பார்த்துக்கொண்டிருந்தார்.

மோடன் பெ. (இலங்.) **முட்டாள்; மூடன்;** fool; blockhead. அதே தவறை மறுபடியும் செய்து நீ மோடன் என்பதை நிரூபித்துவிட்டாய்./ எப்போதும் மோடன் மாதிரி தண்ணீரைத் திறந்துவிட்டுக் குழாயை மூடாமல் போய்விடுகிறாய்.

மோடா பெ. (பே.வ.) **மேல்புறமும் கீழ்ப்புறமும் வட்டமாகவும் இடைப்பட்ட பகுதி (உடுக்கைபோல்) குறுகியும் இருக்கும், பிரம்பால் பின்னப்பட்ட, உட்கார்வதற்கு உரிய சாதனம்;** seat in the shape of an hourglass.

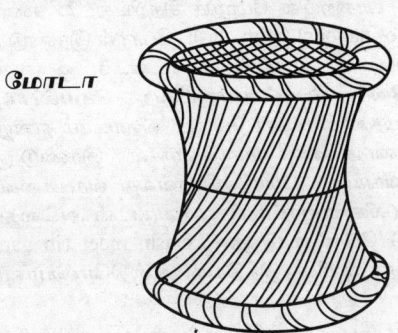

மோடா

மோடி மஸ்தான் பெ. **மோடி வித்தையைத் தொழிலாகக் கொண்டவர்;** conjuror.

மோடி வித்தை பெ. (அ.வ.) **பார்த்துக்கொண்டிருக்கும்போதே பொருள்களை மறையச் செய்தல், அவற்றை மீண்டும் வரவழைத்தல் போன்ற மந்திர வித்தை;** the art of conjuring.

மோதகம் பெ. **அரிசி மாவை வட்டமாகத் தட்டிக்கொண்டு நடுவில் வெல்லம் கலந்த பூரணத்தை வைத்து மூடிய பின் அவித்துச் செய்யும் இனிப்புப் பலகாரம்; கொழுக்கட்டை;** sweetmeat prepared by steaming rice dough roll with sweet filling.

மோதல் பெ. **1: கைகலப்பு; சண்டை; தகராறு;** clash. கல்லூரித் தேர்தல் காரணமாக மாணவர்களிடையே மோதல் ஏற்பட்டது./ (உரு வ.) கருத்து மோதல். [(தொ.சொ.) **சண்டை/ தகராறு/ பிரச்சினை**] **2: (விளையாட்டில்) ஒரு அணி அல்லது ஒரு வீரர் இன்னொரு அணியை அல்லது வீரரை எதிர்த்து ஆடும் செயல்;** clash.

மோதிரம் பெ. **(பெரும்பாலும் தங்கத்தால் செய்து) விரலில் அணிந்துகொள்ளும் சிறு வளையம்;** ring (made of gold, etc., for the finger).

மோதிரவிரல் பெ. **சுண்டுவிரலுக்கு அடுத்த (மோதிரம் அணிந்துகொள்ளும்) விரல்;** ring finger.

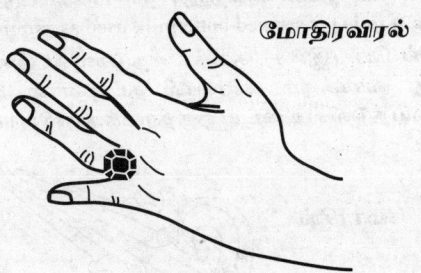

மோதிரவிரல்

மோதினார் பெ. (இஸ்.) **மதரசாவில் பாடம் கற்பிக்கும் ஆசிரியர்;** religious teacher at madrasa.

மோது வி. (மோத, மோதி) 1: **(ஒரு பரப்பில்) பலத்தோடு இடித்தல், அறைதல், தாக்குதல் போன்ற செயல்களைச் செய்தல்;** hit (against sth.); dash. வேகமாக வந்த பேருந்து மரத்தில் மோதியது./ வண்டியை எங்கும் மோதிவிடாதே./ கடல் அலை பாறையில் மோதிச் சிதறியது. 2: **சண்டை போடுதல்;** (of nations) fight; clash. போரில் இரண்டு நாடு களும் கடுமையாக மோதிக்கொண்டன. 3: **ஒருவருக்கு எதிர்ப்பாகவோ போட்டியாகவோ செயல்படுதல்;** antagonize. முதலாளியுடன் மோத வேண்டாம் என்று சக தொழிலாளிகள் அவனை எச்சரித்தார்கள்./ இரண்டு குளிர் பான நிறுவனங்களும் மோதிக்கொள்வது வாடிக்கையாகி விட்டது. 4: **(விளையாட்டில் ஒருவருடன் அல்லது ஓர் அணியுடன்) போட்டியிடுதல்;** clash; meet (in games). இறுதிப் போட்டியில் இந்தியா ஆஸ்திரேலியாவுடன் மோதும்.

மோப்ப நாய் பெ. **பதுங்கியிருக்கும் ஆட்கள், பதுக்கி வைக்கப்பட்டிருக்கும் போதைப்பொருள், வெடி மருந்து போன்றவற்றை முகர்ந்து கண்டுபிடிக்க (காவல் துறையினரால் அல்லது ராணுவத்தினரால்) பயிற்சி அளிக்கப்பட்ட நாய்;** sniffer dog. கொலை நடந்த இடத் துக்கு மோப்ப நாய் வரவழைக்கப்பட்டது./ வங்கிக்கொள் ளையில் துப்புத் துலக்குவதற்காக மோப்ப நாய்கள் வர வழைக்கப்பட்டன./ வெடிகுண்டு சோதனையில் மோப்ப நாய்கள் ஈடுபடுத்தப்படும்.

மோப்பம் பெ. **விலங்குகளின் முகரும் செயல்;** (of animals) scent. காட்டில் உள்ள மிருகங்கள் மனித நடமாட் டத்தைத் தங்கள் மோப்பச் சக்தியால் அறிந்துவிடுகின்றன.

மோப்பம் பிடி வி. (பிடிக்க, பிடித்து) **வாசனையால் உணர்ந்து ஒன்றைக் கண்டறிதல்;** sniff; scent (sth.); be on the scent (of sth.). கொலை நடந்த இடத்திலிருந்து மோப்பம் பிடித்துக்கொண்டே ஓடிய நாய் ரயில் நிலை யத்தில் போய் நின்றது./ (உரு வ.) நான் சினிமாவுக்குப் போவதை எப்படியோ மோப்பம் பிடித்துக்கொண்டு தம்பி யும் வந்துவிட்டான்.

மோர் பெ. **தயிரில் நீர் ஊற்றிக் கடைந்து வெண் ணெய்யை எடுத்த பிறகு கிடைக்கும் திரவம்;** buttermilk; skimmed curd diluted with water.

மோர்க்குழம்பு பெ. **தேங்காய், காய்ந்த மிளகாய், சீரகம், இஞ்சி போன்றவற்றை அரைத்து, தாளித்த பிறகு, மோர் ஊற்றிக் கொதிக்க வைத்துத் தயாரிக்கப்படும் ஒரு வகைக் குழம்பு;** seasoned buttermilk used as குழம்பு.

மோர்சிங் பெ. (இசை) **குவிந்த உதடுகளின் இடையில் வைத்து வாசிக்கும், விரலால் தட்டினால் அதிரும் கம்பியை நடுவில் உடைய ஒரு தாளக் கருவி;** Jew's harp.

மோர்சிங்

மோர்மிளகாய் பெ. **உப்புக் கலந்த மோரில் ஊறப் போட்டு, வெயிலில் காயவைத்துப் பதப்படுத்தப்பட்ட, எண்ணெயில் பொரித்துச் சாப்பிடக்கூடிய மிளகாய்;** chilli soaked in buttermilk, dried and fried in oil.

மோரி பெ. (திருநர் வ.) 1: **குளியலறை;** bathroom. 2: **கழிவறை;** toilet.

மோவாய் பெ. காண்க: **முகவாய்.**

மோவாய்க்கட்டை பெ. காண்க: **முகவாய்.**

மோழை பெ. (உ.வ.) **கொம்புகள் வளராத அல்லது கொம்புகள் மொண்ணையாக்கப்பட்ட மாடு;** bull with blunted horns.

மோனம் பெ. **ஆன்மா தன்னைத்தானே உணர்ந்தபின் பேச்சு என்பது பொருளற்றுப் போய்விட்ட அமைதி நிலை; மௌன நிலை;** beatific state where the ஆன்மா has realized itself; state of silence where words become meaningless.

மோனை பெ. (இலக்.) **செய்யுளின் அடியில் முதல் சீரில் உள்ள முதல் ஒலி அல்லது முதல் ஒலிக்கு இசைவான மற்றோர் ஒலி அடுத்த அடியின் தொடக்கத்தில் வரும் முறை;** alliteration in verse in which the first letter or sound is either the same or similar in all or some சீர்.

மோஸ்தர் பெ. (அ.வ.) **பாணி;** fashion. நவீன மோஸ்தரில் தைக்கப்பட்ட உடைகள்.

மௌசு பெ. காண்க: **மவுசு.**

மௌடீகம் பெ. (-ஆக, -ஆன) (அ.வ.) **அறியாமை; முட்டாள்தனம்;** ignorance. மௌடீகமான பதில்.

மௌத்து பெ. (இலங்.) காண்க: **மவுத்து.**

மௌல்வி பெ. (இஸ்.) **இஸ்லாமிய மார்க்க அறிஞர்;** a Muslim scholar in Islamic religion.

மௌழகரம் பெ. (இலங்.) **தமிழ் மொழியில் உள்ள 'ழ' என்னும் எழுத்தை அது எழுதப்படும் ('ம' தொடக்க) முறையைக் கொண்டு குறிப்பது;** the way of indicating how the letter ழ is drawn (starting with ம).

மௌன அஞ்சலி பெ. **இறந்துபோன ஒருவரைக் கௌரவிக்கும் முறையாக எல்லோரும் ஓரிரு நிமிடங் கள் அமைதியாக நின்று செலுத்தும் அஞ்சலி;** silent prayer for a dead person. நமது தலைவரின் ஆன்மா சாந்தி யடைவதற்காக எல்லோரும் இரண்டு நிமிடம் மௌன அஞ்சலி செலுத்துவோம்./ விபத்தில் அகால மரணமடைந்த நமது வகுப்பு மாணவருக்கு நாம் எல்லோரும் இரண்டு நிமிடம் மௌன அஞ்சலி செலுத்துவோம்.

மௌனப்படம் பெ. **ஊமைப்படம்;** silent film. *1935*க்கு முன் நூற்றுக்கும் மேற்பட்ட மௌனப்படங்கள் தயா ரிக்கப்பட்டன.

மௌனம் பெ. (-ஆக, -ஆன) **பேசாமல் இருக்கிற நிலை;** state of silence. கேட்டதற்கு பதில் சொல்லாமல் மௌன மாக உட்கார்ந்திருந்தான்./ (உரு வ.) அவர் தனது நீண்ட நாள் மௌனத்தைக் கலைத்து எழுதிய கதை இது.

மௌனம் கா வி. (காக்க, காத்து) **(தீவிரத் தன்மை மிகுந்த ஒரு சூழலில் எந்த பதிலும் கூறாமல் அல்லது நடவடிக்கையும் எடுக்காமல்) ஒன்றும் சொல்லாமல் அல்லது செய்யாமல் இருத்தல்;** remain silent (without answering or taking any action in a crucial situation). பிரச்சினை முற்றிவிட்டது. நீங்கள் இப்படி மௌனம் காத்தால் என்ன அர்த்தம் என்று அம்மா சத்தம்போட்டாள்./ இவ்வளவு பிரச்சினைகளுக்குப் பிறகும் மத்திய அரசு ஏன் மௌனம் காக்கிறது என்று புரியவில்லை.

மௌனம் சாதி வி. (சாதிக்க, சாதித்து) **(பதில் சொல்ல விருப்பம் இல்லாததால் வேண்டுமென்றே) பேசாமல் இருத்தல்;** remain deliberately silent. 'மாப்பிள்ளை பிடித்திருக்கிறதா?' என்று அம்மா கேட்டதற்கு அவள் மௌனம் சாதித்தாள்.

மௌன விரதம் பெ. **குறிப்பிட்ட நாளில் யாரிடமும் பேசாமலிருக்கும் விரதம்;** vow of silence on a given day.

மௌனி[1] வி. (மௌனிக்க, மௌனித்து) (அ.வ.) **மௌனமாக இருத்தல்;** be silent. செய்தியைக் கேட்டதும் சற்று மௌனித்தார்.

மௌனி[2] பெ. 1: **மௌன விரதம் மேற்கொண்டவர்;** one who has taken a vow of silence. முனிவர் ஐந்து வருடம் மௌனியாக இருந்திருக்கிறார். 2: **(தன் கருத்தைத் தெரிவிக்காமல்) மௌனமாக இருப்பவர்;** one who keeps mum. முக்கியமான பிரச்சினையை விவாதிக்கும்போதுகூட உறுப்பினர்கள் மௌனிகளாக இருப்பது தவறு.

ய

யக்ஞம் பெ. (அ.வ.) **வேள்வி; யாகம்;** worship performed with sacrificial fire.

யட்சகானம் பெ. **(கர்நாடக மாநிலத்தைச் சேர்ந்த) ஒரு வகை பாரம்பரிய நாட்டிய நாடகம்;** a form of dance drama (found mainly in Karnataka).

யத்தனம் பெ. காண்க: **எத்தனம்.**

யத்தனி வி. (யத்தனிக்க, யத்தனித்து) காண்க: **எத்தனி.**

யத்து பெ. (இலங்.) **பாத்திரம்;** vessel.

யதார்த்தம் பெ. 1: **(-ஆக, -ஆன) நடைமுறைக்கு முரண்படாதது; நடைமுறையில் உள்ளது;** realism. யதார்த்தமான மொழியில் அமைந்த வசனங்கள் இந்தப் படத்தின் வலுவாகும். 2: **(-ஆக, -ஆன) குறிப்பிட்ட எந்த உட்பொருளையும் கொண்டிருக்காத தன்மை;** casual. எப்போது ஊருக்குப் போகிறாய் என்று யதார்த்தமாகத்தான் கேட்டேன். அதற்குப் போய்க் கோபித்துக்கொண்டுவிட்டான். 3: **அப்பட்டமான உண்மை;** naked truth; hard realities. இவை நாம் கட்டாயம் எதிர்கொள்ள வேண்டிய புதிய யதார்த்தங்கள்.

யதேச்சதிகாரம் பெ. காண்க: **எதேச்சாதிகாரம்.**

யதேச்சையாக/யதேச்சையான வி.அ./பெ.அ. (அ.வ.) காண்க: **எதேச்சையாக/எதேச்சையான.**

யந்திரம்[1] பெ. காண்க: **இயந்திரம்.**

யந்திரம்[2] பெ. **கோடுகள், வட்டங்கள், சதுரங்கள், அந்தக் கோடுகளால் ஆன ஒன்பது முக்கோணங்கள் எல்லாமும் சக்கர வடிவில் அமைந்து, ஒரு நடுப்புள்ளியோடு இருக்கும், குறிப்பிட்ட பெண் தெய்வத்தின் சக்தியை கிரகித்துக் கொடுக்கும் என்று நம்பப்படும் செப்புத் தகடால் ஆன அமைப்பு;** a mystical diagram made of lines, circles, squares, nine triangles, believed to radiate the power of the female deity worshipped.

யமதர்மன் பெ. காண்க: **எமன்.**

யமன் பெ. காண்க: **எமன்.**

யன்னல் பெ. (இலங்.) **ஜன்னல்;** window. யன்னலைத் திறந்துவை.

யாகசாலை பெ. **(பெரும்பாலும் கோயிலில்) யாகம் செய்வதற்காக அமைக்கப்பட்ட மண்டபம்;** sacrificial hall (in a temple).

யாகம் பெ. **(ஒரு நன்மைக்காக, நற்பயன் வேண்டி) தீ வளர்த்து மந்திரம் ஓதிச் செய்யப்படும் சடங்கு; வேள்வி;** worship with sacred fire on an altar.

யாசகம் பெ. (அ.வ.) **(ஒருவரிடம் ஒன்றை) கெஞ்சிக் கேட்கும் செயல்; பிச்சை;** begging. நான் இதுவரை யாரிடமும் எதையும் யாசகம் கேட்டதில்லை.

யாசி வி. (யாசிக்க, யாசித்து) (அ.வ.) **(ஒன்றுக்காக) கெஞ்சி வேண்டுதல்;** beg. எமனை யாசித்து உயிரைத் திரும்பப் பெற முடியுமா?

யாத்திரிகன் பெ. (அ.வ.) **(புனிதத் தலங்களுக்கு) பயணம் மேற்கொண்டவன்; பயணி;** traveller; pilgrim. யாரோ ஒரு யாத்திரிகன் தன் மூட்டைமுடிச்சுகளோடு மடத்தில் தங்கியிருந்தான்.

யாத்திரை பெ. **புனிதத் தலங்களைத் தரிசிப்பதற்காக மேற்கொள்ளும் பயணம்;** pilgrimage. காசி யாத்திரை/ வட நாட்டு யாத்திரை.

யாது பி.பெ. (உ.வ.) **எது;** what. காரணம் யாதாக இருப்பினும் அதைத் தெரிவிக்க வேண்டும்./ இதன்மூலம் அறிவிக்கப்படுவது யாது எனில் வரும் வெள்ளிக்கிழமை நம் ஊரில் இலவச மருத்துவ முகாம் நடக்கவிருக்கிறது.

யாதொரு பெ.அ. (உ.வ.) **எந்த ஒரு;** any; whatsoever. எனக்கும் இதற்கும் யாதொரு சம்பந்தமும் இல்லை.

யாப்பிலக்கணம் பெ. **செய்யுளின் கட்டமைப்பை விளக்கும் இலக்கணம்;** prosody.

யாப்பு[1] பெ. காண்க: **யாப்பிலக்கணம்.**

யாப்பு[2] பெ. (இலங்.) **(ஒரு நாட்டின்) அரசியலமைப்புச் சட்டம்;** constitution (of a country). யாப்புச் சீர்திருத்தத்தில் அரசியல் தலைவர்கள் அதிக அக்கறை காட்டினால் நாட்டுக்கு நல்லது./ யாப்பின் பிரகாரம் எவரும் விரும்பிய மதத்தைப் பின்பற்றலாம்.

யாம் பி.பெ. (உ.வ.) **நாங்கள்;** we (exclusive of the addresse).

யாமம் பெ. (உ.வ.) **சாமம்; இரவு;** night. வீரவர்மனின் வரவுக்காக இளவரசி நடு யாமத்தில் காத்திருந்தாள்.

யார்[1] பி.பெ. **வினாப் பொருளில் உயர்திணையில் வரும் பிரதிப்பெயர்;** interrogative pronoun for human singular and plural; who. இந்தியாவின் தலைமை நீதிபதி யார்?/ நீங்கள் யார்?/ நீ யாருக்காகக் காத்திருக்கிறாய்?/ இது யாருடைய வீடு?/ திருமணத்துக்கு யாரெல்லாம் வருவார்கள்?

யார்[2] பெ. (இலங்.) **கஜம்;** yard. பாவாடை தைக்க இரண்டு யார் சீலை வேண்டும்.

யாரி பெ. *(இலங்.)* **(இருவரை ஒப்பிட்டுக் கூறும்போது) (வலிமை, தகுதி போன்றவற்றில்) சமமாக உள்ளவர்; துணை;** (of strength, status, etc.) equal. *யாருக்கு யார் யாரி?/ விளையாட்டில் உனக்கு நல்ல யாரி கிடைத்துவிட்டது./ தேவையில்லாமல் அவனிடம் சண்டைபோடுகிறீர்களே; உங்களுக்கு அவன் யாரியா?*

யாவர் பி.பெ. *(உ.வ.)* **1: வினாப் பொருளில் உயர் திணைப் பன்மையில் வரும் பிரதிப்பெயர்;** interrogative pronoun for human plural. *இந்த இலக்கண நூலின் உரையாசிரியர்கள் யாவர்?/ அந்தப் போராட்டத்தில் சம்பந்தப்பட்டோர் யாவர்?* **2: அனைவர்;** all (persons); everyone. *விபத்தில் இறந்தவர்களின் குடும்பத்தினர் கதறியமுத காட்சி யாவர் உள்ளத்தையும் உருக்கியது.*

யாவும் பெ. *(உ.வ.)* **எல்லாம்; அனைத்தும்;** all.

யாவை பி.பெ. *(உ.வ.)* **எவை;** which; what.

யாழ் பெ. **(வீணையை ஒத்த) ஒரு வகைப் பண்டைய நரம்பிசைக் கருவி;** an ancient stringed musical instrument (similar to *வீணை*).

யாளி பெ. **(புராணங்களில் கூறப்படுவதும் கோயில்களில் சிற்பமாகச் செதுக்கப்பட்டிருப்பதுமான) சிங்க முகமும் யானையின் துதிக்கையும் தந்தமும் கொண்ட விசித்திர மிருகம்;** a mythical animal with the face of a lion and with the trunk and tusks of an elephant. *மேலே யாளியும் கீழே சிறு சிற்பங்களும் செதுக்கப்பட்ட தூண்கள் அந்தக் கோயில் மண்டபத்தில் வரிசையாக இருந்தன./ வீணையின் முகப்பில் யாளி முகம் செதுக்கப்பட்டிருந்தது.*

யாளி

யான் பி.பெ. *(உ.வ.)* **நான்;** (first person) I.

யானை பெ. **1: துதிக்கையும் முறம் போன்ற காதுகளும் மிகப் பெரிய உடலும் கொண்ட விலங்கு;** elephant. *கோயில் யானை/ யானைகள் கூட்டமாக ஆற்றில் இறங்கிக் கொண்டிருந்தன./ பொதுவாக ஆண் யானைகளுக்குத்தான் தந்தம் இருக்கும். (பார்க்க, படம்)* **2: (சதுரங்க ஆட்டத்தில்) கோட்டை;** rook; castle.

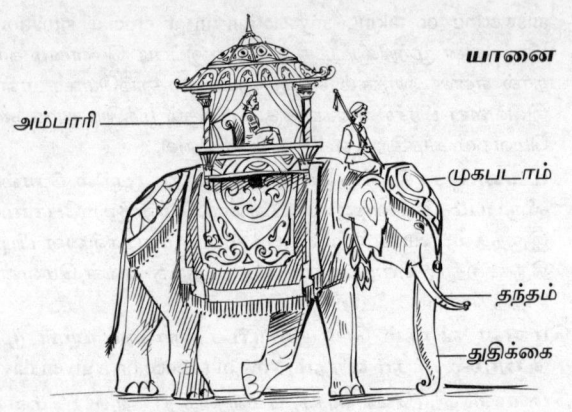

யானைக்கால்(வியாதி) பெ. **(ஒரு வகைக் கொசு கடிப்பதால் பரவும்) முழங்காலுக்குக் கீழ், காலை வீங்கிப் பருக்கச் செய்யும் ஒரு நோய்;** elephantiasis; filariasis.

யானைச்சொறி பெ. **(சாம்பல் நிறத்திலோ சிவந்த நிறத்திலோ) தடிப்புகளையும் வெள்ளை நிறச் செதில்களையும் ஏற்படுத்தும் ஒரு வகைத் தோல் நோய்;** psoriasis.

யுக்தி பெ. **1: தந்திரம்; தந்திரமான நடவடிக்கை; உபாயம்;** trick or device; stratagem. *சிங்கத்தை மடக்க நரி ஒரு யுக்தி செய்தது.* [*(தொ.சொ.)* **உத்தி/ உபாயம்/ தந்திரம்/ வழி**] **2:** *காண்க:* **உத்தி, 1.**

யுகம் பெ. **1: (புராணங்களில்) பல்லாயிரக் கணக்கான ஆண்டுகள் கொண்டவையாக (கிருத யுகம், திரேதா யுகம், துவாபர யுகம், கலி யுகம் என்று நான்கு வகைகளாக) பிரிக்கப்பட்டிருக்கும் நீண்ட காலங்களுள் ஒன்று;** aeon; age. *காத்திருக்கும் ஒவ்வொரு நிமிஷமும் அவனுக்கு ஒரு யுகமாகத் தோன்றியது.* **2:** *(பெரும்பாலும் பிற சொற்களோடு இணைந்து)* **(வரலாற்றில் அல்லது நடைமுறையில்) குறிப்பிட்ட ஒன்று மிகுந்த செல்வாக்குப் பெற்றிருக்கும் காலம்;** (in combination) age. *கணிப்பொறி யுகம்/ விஞ்ஞான யுகம்.*

யுகாந்திரம் பெ. *(அ.வ.)* **யுக அளவு;** era; age.

யுத்தம் பெ. **போர்;** war. *இரண்டாவது உலக யுத்தம்.*

யுவதி பெ. *(அ.வ.)* **இளம் பெண்;** young woman.

யுவன் பெ. *(அ.வ.)* **வாலிபன்; இளைஞன்;** young man.

யுனானி பெ. *(இந்திய)* **முஸ்லிம்கள் பின்பற்றும் கிரேக்க வைத்திய முறை;** Greek school of medicine practised by (Indian) Muslims.

யூகம் பெ. *காண்க:* **ஊகம், 1.**

யூகி வி. *(யூகிக்க, யூகித்து)* *காண்க:* **ஊகி.**

யூனியன் பிரதேசம் பெ. **ஒரு மாநிலம்போல் இயங்கும் அதிகாரம் பெற்றிருந்தாலும் மத்திய அரசின் நேரடிக் கட்டுப்பாட்டுக்கு உட்பட்ட நிலப் பகுதி;** a region though functioning like a state, which is under the direct administration of the union government; Union Territory. *புதுச்சேரி ஒரு யூனியன் பிரதேசமாகும்.*

யோக்கியதாம்சம் பெ. *(அ.வ.)* **(கல்வி, அனுபவம் முதலிய) தகுதி;** qualification. *விளம்பரத்தில் கூறப்பட்டிருக்கும் யோக்கியதாம்சம் உள்ளவர்கள் மட்டுமே இந்த வேலைக்கு விண்ணப்பிக்கலாம்.*

1129 ரகம்

யோக்கியதை பெ. *(பெரும்பாலும் எதிர்மறையில் அல்லது எதிர்மறைத் தொனியில்)* **(ஒழுக்கம், நேர்மை, திறமை போன்றவற்றின் அடிப்படையிலான) தகுதி; அருகதை;** fitness; qualification. அவனைக் கேள்வி கேட்கும் யோக்கியதை உனக்கு இருக்கிறதா?/ இவர்களுக்கு ஜன நாயகத்தைப் பற்றிப் பேச என்ன யோக்கியதை இருக்கிறது?

யோக்கியம் பெ. *(-ஆக, -ஆன) (பே.வ.)* **ஒழுக்கமும் நேர்மையும் நிறைந்த தன்மை;** reliability; integrity. யோக்கியமான ஆள், நீங்கள் நம்பிப் பணம் கொடுக்கலாம்./ அவன் யோக்கியமாக நடந்துகொள்வான் என்பது என்ன நிச்சயம்?

யோக்கியன் பெ. *(பே.வ.)* **ஒழுக்கமும் நேர்மையும் நிறைந்தவன்;** a person of integrity. அன்றைக்குப் பெரிய யோக்கியன் மாதிரி பேசிவிட்டுப் போனாயே. அதே மாதிரி பணத்தைத் திருப்பித் தர வேண்டாமா?

யோக்கியஸ்தன் பெ. *(அ.வ.)* **யோக்கியன்;** a person of integrity. நீ யோக்கியஸ்தனாக இருந்தால் வாங்கிய கடனைத் திருப்பிக் கொடுத்துவிட்டுப் பேசு.

யோகம்[1] பெ. **1: மனத்தை ஒருநிலைப்படுத்திச் செய்யும் தியானம்;** meditation. **2: யோகாசனம்;** yoga.

யோகம்[2] பெ. **அதிர்ஷ்டம்;** good luck. அவனுடைய யோகம் படிப்பை முடித்தவுடனேயே வேலை கிடைத்துவிட்டது./ எல்லாவற்றுக்கும் ஒரு யோகம் வேண்டும் என்று நண்பர் விரக்தியோடு சொன்னார்.

யோகம்[3] பெ. *(தத்.)* **ஆன்மாவும் பரம்பொருளும் ஒன்றுபடுவதை வலியுறுத்தும், இந்தியத் தத்துவ மரபின் தரிசனங்களில் ஒன்று;** Yoga school (of Indian philosophy).

யோகாசனம் பெ. **மூச்சை உள்ளிழுப்பதையும் வெளியேற்றுவதையும் முறைப்படுத்தி, மூச்சையும் உடல் அசைவுகளையும் ஒருங்கிணைத்து மனத்தை ஒருமைப்படுத்தும் பயிற்சி;** a system of integrating the mind and body movements through exercise and meditation.

யோகி பெ. **யோகத்தின் மூலம் அசாதாரணச் சக்திகளைப் பெற்றவர்;** an ascetic of extraordinary powers acquired through yoga practices. நீரின் மேல் நடந்த யோகி.

யோசனை பெ. **1: (ஒன்றைக் குறித்து) சிந்தித்து வெளிப்படுத்தும் கருத்து, வழிமுறை முதலியவை; ஆலோசனை;** advice; suggestion. நீங்கள் புதிய தொழில் ஒன்றைத் துவங்கலாமே என்று யோசனை தெரிவித்தார்./ சட்டசபையைக் கலைக்கலாம் என்ற முதல்வரின் யோசனையை ஆளுநர் ஏற்றார். [*(தொ.சொ.)* **அபிப்பிராயம்/ அறிவுரை/ ஆலோசனை/ உபதேசம்/ எண்ணம்/ கருத்து/ திட்டம்/ புத்திமதி/ முடிவு**] **2: (ஒன்றைக் குறித்த) சிந்தனை;** thought. எப்படிப் பணம் சேர்ப்பது என்று அவன் யோசனை செய்தான்./ கூப்பிடுவதுகூடக் காதில் விழாமல் அப்படியென்ன பலத்த யோசனை?

யோசி வி. *(யோசிக்க, யோசித்து)* **1: (ஒன்றைக் குறித்து) சிந்தித்தல்;** ponder; consider; think deeply. எந்தக் கல்லூரியில் சேர்வது என்று நீயே யோசித்து ஒரு முடிவுக்கு வா./ ஊருக்குப் போவதா, வேண்டாமா என்று தீவிரமாக யோசித்துக்கொண்டிருக்கிறான். [*(தொ.சொ.)* **எண்ணு/ கருது/ சிந்தி/ நம்பு/ நினை**] **2: (ஒன்றைக் குறித்து) ஆலோசித்தல்;** consider. இந்தத் திட்டத்தைச் செயல்படுத்துவதில் உள்ள பிரச்சினைகளை அரசு யோசித்து முடிவெடுக்கும்./ புது நிறுவனங்களை வாங்குவது பற்றி நாங்கள் யோசித்துக்கொண்டிருக்கிறோம். **3: (மறுப்பு, எதிர்ப்பு அல்லது எதிர்பாராத விளைவு போன்றவற்றைச் சந்திக்க வேண்டியிருக்கும் என்பதால் ஒன்றைச் செய்வதற்கு) தயங்குதல்;** hesitate. அம்மா என்ன சொல்வாளோ என்று யோசிக்கிறேன்./ 'பெற்ற பிள்ளை பணம் கேட்டால் கொடுப்பதற்கு யோசிக்கிறார்' என்று தன் அப்பாவைப் பற்றிக் குறைகூறிக்கொண்டிருந்தான்.

யோனி பெ. *(அ.வ.)* **பெண்ணின் பிறப்புறுப்பு; பெண்குறி;** genital organ (of woman).

யௌவனம் பெ. *(அ.வ.)* **இளமை; இளமையின் வனப்பு;** youth; splendour or bloom of youth. அவள் என்றும் யௌவனத்துடன் விளங்குகிறாள்!

ர

ரகசியக் காப்பு உறுதிமொழி பெ. காண்க: **ரகசியக் காப்புப் பிரமாணம்.**

ரகசியக் காப்புப் பிரமாணம் பெ. **குடியரசுத் தலைவர், ஆளுநர், அமைச்சர்கள் ஆகியோர் தங்களுக்குத் தெரிய வரும் தகவல்களை யாருக்கும் தெரியப்படுத்துவதில்லை என்று பதவியேற்கும்போது ஏற்கும் உறுதிமொழி;** oath of secrecy at the time of assuming office.

ரகசிய போலீஸ் பெ. **(தான் காவலர் என்பது தெரியாமல் இருக்க) சீருடை அணியாமல் சாதாரண உடையில் சென்று துப்பறியும் காவலர்;** plain-clothes detective.

ரகசியம் பெ. *(-ஆக, -ஆன)* **1: தனக்கு மட்டுமே தெரிந்த, பிறர் அறியாமல் காக்கப்படுகிற செய்தி;** secret. புதையல் எங்கிருக்கிறது என்ற ரகசியத்தை அவர் கடைசிவரை யாரிடமும் சொல்லவில்லை./ கடின உழைப்புதான் என்னுடைய வெற்றியின் ரகசியம்./ *(உரு வ.)* படைப்பின் ரகசியத்தை யார் அறிவார்? **2: (சம்பந்தப்பட்ட) ஒருசிலரைத் தவிரப் பிறர் அறியாதபடி ஒன்றைச் செய்யும் நிலை;** secrecy. தீவிரவாதிகள் ரகசியமாகத்தான் சந்தித்துக்கொள்கிறார்கள்./ தொழிலதிபரிடம் ரகசிய விசாரணை நடத்தப்பட்டது./ இருவரும் ரகசியமாக ஒருவரையொருவர் பார்த்துச் சிரித்துக்கொண்டார்கள்./ ரகசியக் குரலில் அவனை அழைத்தான். **3: பிறர் அறியாதபடி தன்னளவில் மட்டும் ஒன்றைச் செய்யும் நிலை; அந்தரங்கம்;** privacy; in secret. அம்மாவும் தன்னைக் குற்றவாளியாகப் பார்த்தவுடன் அவன் ரகசியமாகக் கண்ணீர் வடித்தான்./ அவள் தன் காதலனுடன் பேசியதை எண்ணி ரகசியமாகச் சிரித்துக்கொண்டாள்.

ரகம் பெ. *(-ஆன)* **(குறிப்பிட்ட பிரிவைச் சார்ந்ததில்) சில தன்மைகள் வேறுபட்டிருப்பதன் அடிப்படையில் தனித்து இனம்காணப்படுவது; வகை;** variety; kind; strain; sort; class. ஏராளமான ரகங்களில் பருத்தி மற்றும் பட்டுத் துணிகள் உள்ளன./ பல புதிய நெல் ரகங்கள் அறிமுகப்படுத்தப்பட்டுள்ளன./ முதல் ரகத் தேயிலை/ சன்ன ரக அரிசி/ முரட்டு ரகத் துணி.

ரகளை பெ. **நாகரிகமற்ற முறையில் கூச்சல் போடுவது, நடந்துகொள்வது போன்ற செயல்கள்; தகராறு; கலாட்டா;** affray; fracas. மாணவர்கள் இடையே ஏற்பட்ட அடிதடி, ரகளையைத் தொடர்ந்து கல்லூரி மூடப்பட்டது./ வெளியில் கூட்டிச்செல்லும்படி கேட்டுக் குழந்தைகள் ரகளைசெய்தன. [*(தொ.சொ.)* கலாட்டா/ சச்சரவு/ தகராறு/ பிரச்சினை]

ரங்கராட்டினம் பெ. **உயரமாக மேலெழுந்து வட்டப் பாதையில் சுற்றிவரக்கூடியதும் தொட்டில் போன்ற இருக்கைகளைக் கொண்டதுமான ராட்டினம்;** big wheel. *(பார்க்க, படம்.)*

ரசகற்பூரம் பெ. **பாச்சை உருண்டை;** naphthalene ball.

ரசகுல்லா பெ. **மைதா மாவில் பாலை ஊற்றிப் பிசைந்து உருண்டையாக உருட்டிப் பொரித்து ஜீராவில் போட்டுச் செய்யும் இனிப்புப் பண்டம்;** a kind of sweetmeat prepared by soaking fried flour balls in sugar treacle.

ரசப்பொடி பெ. **துவரம்பருப்பு, மிளகு, சீரகம், தனியா முதலியவற்றைச் சேர்த்து அரைத்துத் தயாரிக்கும் (ரசம் வைக்கப் பயன்படும்) பொடி;** powder made of black pepper, cumin, coriander seeds, etc. used in preparing *ரசம்*.

ரசம்[1] பெ. **1: (சாதத்தில் ஊற்றிப் பிசைந்து சாப்பிடுவதற்கான) மிளகு, சீரகம் போன்றவற்றை அரைத்துப் புளிக் கரைசலில் போட்டுக் கொதிக்க வைத்துச் செய்யும் திரவ வகை உணவுப் பொருள்;** a kind of soup prepared by adding certain condiments in tamarind juice. **2: (பழத்தைப் பிழிந்து எடுக்கும்) சாறு;** (fruit) juice. திராட்சைப் பழ ரசம்.

ரசம்[2] பெ. **(-ஆக, -ஆன) 1: (இலக்கியம், நாட்டியம் முதலியவற்றில்) உணர்ச்சி வெளிப்பாடு;** aesthetic emotion. சோக ரசம் ததும்பும் பாடல்கள்/ அந்த நடனக் கலைஞர் சிருங்கார ரசத்தை முகத்தில் அற்புதமாகக் கொண்டுவந்தார். **2: (பேச்சில், எழுத்தில்) இனிமை; சுவை;** interesting; captivating. நடந்த நிகழ்ச்சிகளை அவர் விவரித்த விதம் மிகவும் ரசமாக இருந்தது.

ரசம்[3] பெ. **பிரதிபலிக்கும் தன்மையுடையதாக ஆக்குவதற்காகக் கண்ணாடியின் ஒரு பக்கத்தில் பூசப்படும் சிவப்பு நிற ரசாயனக் கலவை;** a coat of amalgam on glass. ரசம் போன கண்ணாடியை முதலில் தூக்கியெறி.

ரசம்[4] பெ. *(சித்த.)* **இரத்தமாக மாற்றப்படுவதற்கு முன் உள்ள உணவின் சாரம்;** (in Siddha medicine) the essence of food before it is transformed into blood.

ரசம்[5] பெ. **மரத்துக்கு உறுதித் தன்மையை அளிக்கும் எண்ணெய் போன்ற ஒரு வேதிப்பொருள்;** an oil-like substance that gives strength to timber. இந்தக் கட்டில் கோத்து ஐம்பது வருடம் ஆகிவிட்டது. இன்னும் மரத்தில் ரசம் அப்படியே இருக்கிறது.

ரங்கராட்டினம்

1131 ரத்தினக் கம்பளம்

ரசமட்டம் பெ. **(கட்டட வேலையின்போது) ஒரு பரப்பு சமமாக இருக்கிறதா என்பதை அறிந்துகொள்ளப் பயன்படுத்தும், கண்ணாடிக் கூட்டினுள் நிறைந்திருக்கும் பாதரசத்தில் காற்றுக் குமிழி ஒன்றைக் கொண்ட சாதனம்;** spirit-level (instrument used by the mason).

ரசவாங்கி பெ. **கத்தரிக்காய் போட்டுச் செய்யும் ஒரு வகைப் புளிக்குழம்பு;** a kind of thickened brinjal sauce (for mixing with cooked rice).

ரசவாதம் பெ. காண்க: **இரசவாதம்.**

ரசவாதி பெ. காண்க: **இரசவாதி.**

ரசனை பெ. **ஒன்றை ஒருவர் ரசிக்கக்கூடிய முறை அல்லது தன்மை; ரசிப்புத் தன்மை;** taste; liking. அவர் இலக்கிய ரசனை உள்ளவர்./ மக்களின் ரசனையைத் தெரிந்து படம் தயாரிப்பவர்.

ரசாபாசம் பெ. (அ.வ.) **நாகரிகக் குறைவான நிலைமை;** unpleasantness; (sth. in) bad taste. வாய்ச் சண்டை முற்றி விடவே, அவர்களுக்குள் ரசாபாசமாக ஏதும் ஆகிவிடப் போகிறது என்று பயந்தேன்.

ரசாயன உரம் பெ. **(தொழிற்சாலையில்) ரசாயனப் பொருள்களைக் கொண்டு தயாரிக்கப்படும் உரம்;** chemical fertilizer.

ரசாயனம் பெ. **1: வேதியியல்;** chemistry. இந்தப் பூச்சிக்கொல்லி மருந்தில் உள்ள ரசாயனங்கள் தீமையை விளைவிக்கக்கூடியவையாகும். **2:** (பெயரடையாக வரும்போது) **வேதியியல் முறையில் உருவான அல்லது உருவாக்கப்பட்ட பொருள்;** chemical. ரசாயன உரங்கள்/ ரசாயனக் கழிவுகள்.

ரசி வி. (ரசிக்க, ரசித்து) **1: ஈடுபாட்டோடு அனுபவித்தல்; சுவைத்தல்;** relish; appreciate; enjoy with relish; savour. இசையை ரசித்துக் கேட்டுக்கொண்டிருந்தார். **2: (ஈடுபாடு கொள்ளும் அளவுக்கு) இனிமையாக இருத்தல்;** interesting. அவனுடைய பேச்சு ஏனோ இன்று எனக்கு ரசிக்கவில்லை./ கணவனும் மனைவியும் இணங்கிப்போனால்தான் வாழ்க்கை ரசிக்கும்.

ரசிகர் மன்றம் பெ. **(ஒரு நடிகரின் அல்லது நடிகையின்) ரசிகர்கள் ஏற்படுத்திக்கொள்ளும் அமைப்பு;** fan club.

ரசிகன் பெ. **1: (கலை, இலக்கியம் முதலியவற்றில்) தேர்ந்த சுவை உள்ளவன்;** connoisseur; person who recognizes and appreciates sth. of good quality. **2: (திரைப்படம், விளையாட்டு முதலியவற்றை) விரும்பிப் பார்ப்பவன்; (நடிகர்களிடம், விளையாட்டு வீரர்களிடம்) ஈடுபாடு கொண்டவன்;** fan. இந்த முறை பிரேசில் அணி உலகக் கோப்பையை வெல்லாதது கால்பந்து ரசிகர்களிடையே பெருத்த ஏமாற்றத்தை ஏற்படுத்தியது./ என் தாத்தா தன் பெயருக்குப் பின்னால் 'கிட்டப்பா ரசிகன்' என்று போட்டுக்கொள்வார்.

ரசிகை பெ. **1: (கலை, இலக்கியம் முதலியவற்றில்) தேர்ந்த சுவை உள்ள பெண்;** a woman who recognizes and appreciates sth. of good quality; connoisseur. **2: (திரைப்படம், விளையாட்டு முதலியவற்றை) விரும்பிப் பார்க்கும் பெண்; (கலைஞர்கள், விளையாட்டு வீரர்கள் போன்றோரிடம்) ஈடுபாடு கொண்ட பெண்;** (female) fan. ரசிகைகளிடமிருந்து வரும் தொலைபேசி அழைப்புகளுக்கு நானே பதில் சொல்லிவிடுவேன் என்றார் அந்த நடிகர்./ ரசிகைகளைத் திருப்திபடுத்தவே எழுதும் எழுத்தாளர்களும் உண்டு.

ரசீது பெ. **(பணம் அல்லது பொருள்) பெற்றுக்கொண்டதைக் குறித்துத் தரும் சீட்டு;** receipt; bill. ரசீதைத் திருப்பித் தராமல் அடகு வைத்த நகையை மீட்க முடியாது./ வரி கட்டிய ரசீதையெல்லாம் பத்திரப்படுத்தி வை.

ரஞ்சகம் பெ. (அ.வ.) **மகிழ்ச்சி அளிக்கக்கூடிய தன்மை;** sth. delightful. அவர் பாடிய பல்லவி ரஞ்சகமாக இருந்தது.

ரஞ்சிதம் பெ. (-ஆன) (அ.வ.) **இன்பம் தருவது;** sth. pleasant or delightful. ஊதுபத்தியின் ரஞ்சிதமான மணம்.

ரட்சகன் பெ. காண்க: **இரட்சகன்.**

ரட்சி வி. (ரட்சிக்க, ரட்சித்து) காண்க: **இரட்சி.**

ரணகள்ளி பெ. **சதைப்பற்று மிகுந்த இலைகளையும் சிவப்பு நிறப் பூக்களையும் கொண்ட ஒரு வகை மூலிகைச் செடி;** air plant. வெட்டுக் காயத்துக்கு ரணகள்ளி இலையை வைத்துக் கட்டலாம்.

ரணகளம் பெ. **(ஆயுதங்களால் தாக்கப்பட்டு) பெரும் அளவில் இரத்தம் சிந்திய அல்லது பலத்த காயம் ஏற்பட்ட நிலைமை;** bloodshed; blood-bath; blood and gore. வன்முறை கட்டுக்கடங்காமல் போனதால் அந்த இடமே ரணகளமாகக் காட்சியளித்தது./ 'தலைவர் சொல்வதைக் கேட்கவில்லையென்றால் எல்லாம் ரணகளமாகிவிடும்' என்று அடியாட்கள் கடை முதலாளியை மிரட்டினார்கள்.

ரணசிகிச்சை பெ. (அ.வ.) **அறுவைச் சிகிச்சை;** surgical treatment; surgery. ரணசிகிச்சை இல்லாமல் மூல நோயைக் குணப்படுத்த முடியும் என்று மருத்துவர் சொன்னார்.

ரணம் பெ. (அ.வ.) **இரத்தக் கசிவு உள்ள புண்; காயம்;** bleeding wound; sore. இன்னும் தொண்டையில் ரணம் ஆறாததால் சரியாகச் சாப்பிட முடியவில்லை./ (உரு வ.) ஏன் என் நெஞ்சை ரணமாக்குகிறாய்? [(தொ.சொ.) **காயம்/ சிராய்ப்பு/ புண்**]

ரண ஜன்னி பெ. (அ.வ.) **தசைவிறைப்பு ஜன்னி;** tetanus.

ரத்த அழுத்தம் பெ. காண்க: **இரத்த அழுத்தம்.**

ரத்தக்களரி பெ. காண்க: **இரத்தக்களரி.**

ரத்தக் காட்டேரி பெ. **மனிதர்களின் இரத்தத்தைக் குடிப்பதாக நம்பப்படும் ஒரு வகைப் பேய்;** vampire.

ரத்தக் கொதிப்பு பெ. காண்க: **இரத்தக் கொதிப்பு.**

ரத்த சோகை பெ. காண்க: **இரத்த சோகை.**

ரத்த நாளம் பெ. **இரத்தக் குழாய்;** blood-vessel.

ரத்தப்போக்கு பெ. காண்க: **இரத்தப்போக்கு.**

ரத்தம் பெ. காண்க: **இரத்தம்.**

ரத்தாகு வி. (-ஆக, -ஆகி) **ரத்துசெய்யப்படுதல்;** be cancelled. பலத்த மழையின் காரணமாக வகுப்புகள் ரத்தாயின./ உச்ச நீதிமன்றத்தின் தீர்ப்பை அடுத்துத் தமிழ்நாட்டில் நுழைவுத் தேர்வுகள் ரத்தாகின்றன.

ரத்தினக் கம்பளம் பெ. **(சிவப்பு நிறம் சற்று அதிகமாகத் தெரியும்படி) பல நிறங்களோடு நெய்யப்பட்ட அலங்காரக் கம்பளம்;** carpet of variegated colours (red being the dominant colour).

ரத்தினச்சுருக்கம்-ஆக/-ஆன வி.அ./பெ.அ. **குறைந்த சொற்களில் நேர்த்தியாக/குறைந்த சொற்களில் நேர்த்தியான;** briefly/brief; precisely/precise; compactly/concise. அவர் வளவளவென்று பேச மாட்டார். கேட்ட கேள்விக்கு ரத்தினச்சுருக்கமாகப் பதில் கூறுவார்./ ரத்தினச் சுருக்கமான பேச்சு./ இவருடைய எழுத்து எப்போதும் ரத் தினச்சுருக்கம்.

ரத்தினம் பெ. **(அணிகலன்களில் அழகுக்காகப் பதிக் கும்) மரகதம், பவளம் போன்ற விலையுயர்ந்த கற் களைக் குறிக்கும் பொதுச்சொல்;** gem.

ரத்து பெ. *(பெரும்பாலும் செய்தித்தாளில் தலைப்பாக வரும்போது)* **ரத்துசெய்யப்படுதல்;** (often in headlines) cancelled; cancellation. வெள்ளம் காரணமாக ரயில்கள் ரத்து/ தேர்தலை முன்னிட்டுப் பிரதமரின் வெளிநாட்டுப் பயணம் ரத்து.

ரத்துசெய் வி. *(-செய்ய, -செய்து)* **1: (வரி, கடன் போன்ற வற்றை) செலுத்தத் தேவையில்லை என்று அறிவித்தல்/ (சட்டம், தடை முதலியவற்றை) அமலிலிருந்து நீக்கு தல்;** cancel. விவசாயிகளுக்குத் தரப்பட்ட கடனை அரசு ரத்துசெய்யும்./ மதுவிலக்கை ரத்துசெய்ய ஆணை பிறப்பித் தார். **2: (நடத்தப்படுவதாக இருந்த நிகழ்ச்சி) நடை பெறாது என்று அறிவித்தல்;** cancel. மழை காரணமாக ஆட்டம் ரத்துசெய்யப்பட்டது./ தேர்வு ரத்துசெய்யப் பட்டதை எதிர்த்துச் சிலர் ஆர்ப்பாட்டம் செய்தனர்.

ரதம் பெ. **1: (அரசர் முதலியோர் பயணத்திற்கும் போருக் கும் பயன்படுத்திய) தேர்;** chariot (of a king). ஏழு குதிரைகள் பூட்டிய ரதம்/ மாமல்லபுரத்தில் ரதங்கள் போல் செய்த கற்கோயில்கள் உள்ளன. **2: (கோயில்) தேர்;** (temple) car. ரத உற்சவம். **3: சதுரங்க ஆட்டத்தில் தான் இருக்கும் நிலையிலிருந்து நான்கு பக்கங்களிலும் குறுக்கில் நகரும் காய்;** (in chess) bishop.

ரதி பெ. **(அழகுக்கு எடுத்துக்காட்டாகப் புராணத்தில் சொல்லப்படுபவளாகிய) மன்மதனின் மனைவி;** wife of மன்மதன். என் மாமாவின் பெண் பார்ப்பதற்கு ரதி போல் இருப்பாள்./ பெரிய ரதி என்று மனத்தில் நினைத் துக்கொண்டிருக்கிறாளா? வருகிற மாப்பிள்ளைகளை எல் லாம் தட்டிக்கழித்துக்கொண்டிருக்கிறாளே?

ரப்பர் பெ. **1: (ரப்பர் மரத்தின் பாலிலிருந்து அல்லது செயற்கையாக ரசாயன முறையில் தயாரிக்கப்படும்) விசைக்கு உள்ளாகும்போது நீண்டு, பிறகு விடுபட்ட தும் பழைய நிலைக்கு வந்துவிடும் தன்மை கொண்ட பொருள்;** rubber. **2: மேற்குறிப்பிட்ட பொருள் தயா ரிக்க உதவும் பால் எடுக்கப்படும் உயரமான ஒரு வகை மரம்;** rubber tree. **3: அழிப்பான்;** eraser.

ரப்பர் குண்டு பெ. **கூட்டத்தை அச்சுறுத்திக் கலைக்கும் முறையில் வழக்கமாகப் பயன்படுத்தும் துப்பாக்கி கொண்டோ அல்லது பிரத்தியேகமாக வடிவமைக்கப் பட்ட துப்பாக்கி கொண்டோ சுடும், ரப்பரால் ஆன அல்லது ரப்பர் உறையிடப்பட்ட குண்டு;** rubber bullet; rubber baton rounds.

ரப்பை பெ. *(ஊரக வ.)* **(கண்) இமை;** eyelid.

ரம்பம் பெ. **கூரான பற்களுடைய இரும்புத் தகடு பொருத் தப்பட்டு அறுப்பதற்குப் பயன்படுத்தும் பல வகை யான கருவிகளின் பொதுப்பெயர்;** a general term for different types of tools used for sawing. மரம் அறுக்கும் ரம்பம்/ பொன் அறுக்கும் ரம்பம்.

ரம்புட்டான் பெ. *(இலங்.)* **வெள்ளை நிறச் சதைப் பகுதியையும் வெளிப்புறத் தோலில் இழைகளையும் கொண்டிருக்கும் ஒரு வகைப் பழம்;** rambutan.

ரம்பை பெ. **(அழகில் சிறந்த) தேவலோகப் பெண்;** a celestial woman known for her beauty.

ரம்மியம் பெ. *(-ஆக, -ஆன)* **புலன்களுக்கும் மனத்திற் கும் மகிழ்ச்சி தரும் இனிமையான தன்மை;** sth. pleasant or delightful. கடல்காற்று ரம்மியமாக வீசிக்கொண் டிருந்தது./ மனத்தை வருடும் ரம்மியமான இசை.

ரம்ஜான் பெ. *(இஸ்.)* **புனித குர்ஆன் பூமியில் உள்ள மக்களுக்கு வந்துசேர்ந்ததைக் கொண்டாடும் பண் டிகை;** Ramzan.

ரமலான் பெ. *(இஸ்.)* காண்க: **ரம்ஜான்.**

ரயில் பெ. **பயணிகள் உட்கார்ந்து அல்லது படுத்துப் பயணம் செய்வதற்கு ஏற்ற வகையில் வசதிகள் கொண்ட பெட்டிகளை இணைத்து மின்சாரம், டீசல் எண்ணெய், போன்றவற்றால் இயங்கும் இஞ்சினால் இழுத்துச்செல்லப்படும், இருப்புப்பாதையில் செல் லும் தொடர் வண்டி;** train.

ரயில் நிலையம் பெ. **ரயில்கள் புறப்படுவதற்கும் வந்து சேர்வதற்கும், பயணிகளையும் சரக்குகளையும் ஏற்றிச் செல்வதற்குமான இடம்;** railway station.

ரயிலடி பெ. *(பே.வ.)* **ரயில் நிலையம்;** railway station.

ரவா பெ. காண்க: **ரவை[1].**

ரவாலாடு பெ. **வறுத்த ரவாவுடன் சர்க்கரை, முந்திரி, ஏலக்காய் ஆகியவை கலந்து, நெய் ஊற்றி உருண்டை யாகப் பிடிக்கும் இனிப்புப் பண்டம்;** a ball-shaped sweetmeat.

ரவிக்கை பெ. **முழங்கைவரையிலான கைப் பகுதி யுடன் உடம்பின் மேல்பகுதியை மறைக்கும் வகை யில் பெண்கள் அணியும், கழுத்துப்பட்டி இல்லாத இறுக்கமான உடை;** close-fitting upper garment for women; (in India) blouse.

ரவுடி பெ. **அடாவடித்தனம் அல்லது கலாட்டா செய் பவன்;** rowdy; rogue.

ரவுடித்தனம் பெ. **அடாவடித்தனமாக நடந்துகொள் ளும் செயல்;** rowdiness. அவர்களுடைய ரவுடித்தனத்தைத் தட்டிக்கேட்க ஆளே இல்லையா?/ ஊரில் ரவுடித்தனம் பண்ணிக்கொண்டிருக்கும் சிலரைப் பிடித்து உள்ளே போட் டால்தான் சரிப்படும்.

ரவுண்டப் பெ. *(திருநர் வ.)* **ஒரு திருநங்கை இறந்தபின் அவருக்காக நடத்தப்படும் உத்தரக்கிரியை; கருமாதி;** obsequies(for a transgender person).

ரவை[1] பெ. **பொடியாக உடைக்கப்பட்ட கோதுமை;** cream of wheat; semolina. ரவை உப்புமா.

ரவை[2] பெ. **(சில வகைத் துப்பாக்கிகளில் பயன்படும்) சிறு உருண்டை வடிவ ஈயக் குண்டு;** small lead shot (used in guns of certain type).

ரஸ்தா பெ. (அ.வ.) சாலை; road. மண் ரஸ்தா.

ரஸ்தாளிப்பழம் பெ. **மெல்லிய தோலை உடையதும், இனிப்புச் சுவை மிகுந்ததும், சற்றுப் பருமனானதுமான ஒரு வகை வாழைப்பழம்;** a thin-skinned banana fruit.

ரா பெ. (பே.வ.) (பெரும்பாலும் பிற சொற்களோடு இணைந்து வரும்போது) **இரவு;** (in combination) night. ராப்பிச்சை/ ராப்பகலாக உழைத்தான்.

ராக்கொடி பெ. **(பெண்கள் தலை உச்சியில் அணிந்து கொள்ளும்) கற்கள் பதித்த வில்லை வடிவ ஆபரணம்;** a circular ornament studded with stones (worn by women on the crown of the head).

ராகம் பெ. (இசை) **1: இசைக் கலைஞர் தன் கற்பனைப் படி விரிவுபடுத்தக்கூடிய வகையில் இருக்கும், ஸ்வரங் களைக் குறிப்பிட்ட ஏறுவரிசையிலும் இறங்குவரிசை யிலும் கொண்ட அமைப்பு;** the network of ascending and descending scale of notes which give or determine the melody. **2: மெட்டு;** tune. எனக்கு ராகமாகப் பாட வராது.

ராகமாலிகை பெ. (இசை) **(உருப்படிகளின் பகுதி களிலோ, பல்லவியில் ஸ்வரம் பாடும்போதோ) தொடர்ந்து ஒன்றின் பின் ஒன்றாக வெவ்வேறு ராகங் களில் அமைத்துப் பாடும் முறை;** a song where different units are set to different ragas.

ராகி பெ. **கேழ்வரகு;** ragi.

ராகு பெ. (சோதி.) **தந்தை வழிப் பாட்டன் அல்லது பாட்டி, பேராசை, நீல நிறம், கோமேதகம், தென் மேற்குத் திசை முதலியவற்றைக் குறிக்கும் கிரகம்;** (in astrology) the planet Rahu.

ராகுகாலம் பெ. **ஒவ்வொரு நாளிலும் மங்களகரமான காரியங்கள் முதலியவை நடத்த, செயல்கள் தொடங்க உகந்ததல்லாததாகக் கருதப்படும் ஒன்றரை மணி நேரப் பொழுது;** a period of 1½ hours each day which is considered to be inauspicious. ராகுகாலம் ஆரம்பிப்பதற்கு முன்னால் பத்திரத்தில் கையெழுத்துப் போட்டுவிடுங்கள்./ திங்கள்கிழமை ராகுகாலம் காலை 7 ½ முதல் 9 மணிவரை.

ராசி[1] பெ. **1:** (சோதி.) **ஒருவர் பிறக்கும் நேரத்தில் ஒருவ ருடைய ஜாதகத்தில் சந்திரன் இருக்கும் இடம்;** zodiacal sign where moon is at the time of birth or an event. என் ஜாதக ராசி, நான் கஷ்டப்பட வேண்டும் என்று இருந்தால் யார் என்ன செய்ய முடியும்?/ அவருடைய ஜாதக ராசி, இடம் பெயர்ந்துகொண்டே இருப்பார். (பார்க்க, படம்) **2:** (சோதி.) **பூமியைச் சுற்றி உள்ள 360^0 கொண்ட நட்சத்திர மண்டலத்தின் பன்னிரண்டு பிரிவுகளில் ஒன்று;** one twelfth of the zodiac. **3:** (-ஆக, -ஆன) **நன்மையான விளைவைத் தரும் தன்மை; அதிர்ஷ்டம்;** good luck; lucky. நீ வந்த ராசிதான் எனக் குப் பதவி உயர்வு கிடைத்திருக்கிறது./ இது எனக்கு ரொம்ப ராசியான வீடு./ படத்தின் இறுதிக் கட்டத்தை ரயில் நிலையத்தில் முடிப்பது தமிழ்ப் படங்களைப் பொறுத்த வரை ராசியாக அமைந்துவிட்டது.

ராசி² பெ. (-ஆக) (பே.வ.) **(மனஸ்தாபம், சண்டை முதலியவற்றினால் பிரிந்தவர் இடையே ஏற்படும்) சமரசம்;** reconciliation; rapprochement. சண்டையிட்டுக்கொண்ட இருவரும் ராசியாகப் போய்விட்டார்கள்.

ராசிபலன் பெ. (சோதி.) **குறிப்பிட்ட ராசியில் பிறந்தவருக்கு ஏற்படக்கூடியதாகக் கணிக்கப்படும் நன்மை தீமைகள்;** foretelling of one's future with reference to zodiacal signs. ஆண்டு ராசிபலன்/ மாத ராசிபலன்/ வார ராசிபலன்.

ராட்சச பெ.அ. (ஒன்றின் அளவைக் குறித்து வரும்போது) **மிகவும் பெரிய; பிரம்மாண்டமான;** (of size) giant-; colossal. ராட்சச சக்கரம்/ ராட்சச ராட்டினம். [(தொ.சொ.) **பெரிய/ பெரும்**]

ராட்சசி பெ. **(புராணங்களில்) பயங்கரமான தோற்றத்தையும் பிரம்மாண்டமான உருவத்தையும் உடைய (மனித இனத்தையும் தேவர்கள் இனத்தையும் தவிர்த்த) ஒரு இனத்தைச் சேர்ந்தவளாகக் கூறப்படுபவள்; அரக்கி;** (in puranas) a female demon.

ராட்சத பெ.அ. காண்க: **ராட்சச.**

ராட்சதன் பெ. **(புராணங்களில்) பயங்கரமான தோற்றத்தையும் பிரம்மாண்டமான உருவத்தையும் உடைய (மனித இனத்தையும் தேவர்கள் இனத்தையும் தவிர்த்த) ஒரு இனத்தைச் சேர்ந்தவனாகக் கூறப்படுபவன்; அரக்கன்;** (in puranas) a male demon.

ராட்டினம் பெ. **1: (கிணற்றில் தண்ணீர் இறைக்கப் பயன்படும்) கப்பி; சகடை;** pulley. ஒண்டுக்குடித்தன வீடுகளில் வீட்டுக்காரர்கள் இரவில் ராட்டினத்தைக் கழற்றி வைத்து விடுகிறார்கள். **2: பக்கவாட்டில் அல்லது உயரமாக மேலெழுந்து வட்டப் பாதையில் சுற்றிவரக்கூடியதும் இருக்கைகளைக் கொண்டதுமான விளையாட்டுச் சாதனம்;** merry-go-round; big wheel; ferris wheel. **3:** (நெசவு) **கைத்தறியில் திருவட்டத்திலிருந்து இழையைக் கண்டாகச் சுற்றிக்கொள்வதற்குக் கையால் சுழற்றும், சக்கரத்தோடு கூடிய சாதனம்;** wheel which can be rotated by hand to wind yarn on a spindle used in hand-weaving. ராட்டினத்தைச் சுழற்றித் திருவட்டத்திலிருந்து இழையைத் தறி நாடாவில் வைப்பதற்கான நூல் கண்டாகச் சுற்றிக் கொள்ளலாம். **4:** காண்க: **கைராட்டை.**

ராட்டை பெ. காண்க: **கைராட்டை.**

ராணி பெ. **1: அரசி;** queen. **2: (சீட்டுக் கட்டில்) அரசியின் படம் போட்ட ஓர் அட்டை;** (in a game of cards) a card with the picture of a queen. **3: (சதுரங்கத்தில்) நான்கு பக்கங்களிலும் குறுக்குவாட்டிலும் நகரக்கூடிய, சக்தி வாய்ந்த காய்;** (in chess) queen. ராணி போய்விட்டாலும் ஆட்டத்தை ஜெயித்துவிட்டானே.

ராணி ஈ பெ. காண்க: **ராணித் தேனீ.**

ராணித் தேனீ பெ. **தேன் கூட்டில் இனப்பெருக்கத்திற்கு இன்றியமையாததாகவும் பிற தேனீக்களுக்குத் தலைமையானதாகவும் இருக்கும் பெண் தேனீ;** queen bee.

ராணுவப் புரட்சி பெ. **அதிரடி நடவடிக்கையின் மூலம் ராணுவம் ஆட்சியைக் கைப்பற்றும் செயல்;** coup.

ராணுவம் பெ. **நாட்டைப் பாதுகாப்பதற்காகப் பயிற்சியளிக்கப்பட்ட படைகளின் தொகுப்பு;** army; military. ராணுவ வீரர்/ ராணுவத் தளபதி/ ராணுவ முகாம்.

ராணுவ வீரன் பெ. **படைவீரன்; ஜவான்;** soldier. ராணுவ வீரர்கள் நலநிதி.

ராத்தல் பெ. **(முன்பு வழக்கில் இருந்த) சுமார் 325 கிராம் கொண்ட நிறுத்தலளவு;** weighing measure of approximately 325 gm. (in use before the introduction of decimal system). ஒரு ராத்தல் இறைச்சி வாங்கி வா.

ராத்தலடி பெ. (இலங்.) **மீன் விற்கும் கடை;** fish mart. நீ ராத்தலடிக்குப் போனால் எனக்கும் மீன் வாங்கிவா./ ராத்தலடியில் இன்று இறால் மலிவாம்.

ராத்திரி பெ. (பே.வ.) **இரவு;** night. நடுராத்திரியில் வந்து கதவைத் தட்டுவது யார்?

ராந்தல் பெ. (பே.வ.) **அரிக்கன் விளக்கு;** kerosene lamp; hurricane lamp. மூட்டை ஏற்றிக்கொண்டு செல்லும் மாட்டு வண்டியின் அடியில் ஒரு ராந்தல் விளக்குத் தொங்கியது.

ராப்பாடி பெ. (அ.வ.) **இரவு நேரத்தில் வீட்டுக்கு வந்து பாடிப் பிச்சை வாங்குபவர்;** one who goes around singing and begging during the night.

ராப்பிச்சை பெ. (பே.வ.) **ராப்பாடி;** one who goes around singing and begging during the night.

ராமாயணம் பெ. **(திருமாலின் பத்து அவதாரங்களில் ஒன்றான) ராமனின் கதையைச் சித்தரிக்கும் புராணம்;** the epic Ramayana which depicts the story of Rama, one of the incarnations of the god, Vishnu.

ராவு வி. (ராவ, ராவி) (பே.வ.) **அரத்தால் தேய்த்தல்;** file.

ராஜ்மா பெ. **(நார்ச்சத்து, சுண்ணாம்புச்சத்து, இரும்புச்சத்து ஆகியவை நிறைந்ததும் அவித்துப் பயன்படுத்துவதும்) வெளிர் சிவப்பு நிறத்தில் அவரை விதை வடிவில் இருப்பதுமான ஒரு வகைப் பருப்பு;** kidney bean.

ராஜ்ய சபை பெ. **மாநிலங்களவை;** upper house (of the parliament).

ராஜ்(ஜி)யம் பெ. (அ.வ.) **1: (குறிப்பிட்ட ஆட்சியின்) ஆளுகைக்கு உட்பட்ட நாடு அல்லது பகுதி;** country. **2: (ஒரு சிலருடைய) அதிகாரம் செல்லுபடியாகும் நிலை;** rule; control. (உ.வ.) இந்த வீட்டில் என் சின்ன மருமகளுடைய ராஜ்ஜியம்தான் நடக்கிறது.

ராஜ உபசாரம் பெ. **(ஒருவருக்குத் தரப்படும்) சிறப்பான கவனிப்பு;** royal welcome. என் பெண்ணின் வீட்டுக்கு எப்போது போனாலும் எனக்கு ராஜ உபசாரம்தான்./ கல்யாண வீட்டில்கூட பெரிய மனிதர்களுக்குத்தான் ராஜ உபசாரம் நடக்கிறது.

ராஜகுமாரன் பெ. **அரசனின் மகன்;** son of a king; prince.

ராஜகுமாரி பெ. **அரசனின் மகள்;** daughter of a king; princess.

ராஜகோபுரம் பெ. **கோயிலின் (கிழக்கு வாயிலில் இருக்கும்) உயரமான கோபுரம்;** the tallest tower (at the east gate) of a temple.

ராஜதந்திரம் பெ. **(பிரச்சினைகளைச் சமாளிப்பதற்காக அரசியல்வாதிகள், அதிகாரிகள் போன்றோர்**

1135 ரீங்காரம்

மேற்கொள்ளும்) சாமர்த்தியம், முன்யோசனை, தந்திரம் போன்றவற்றைக் கொண்ட வழிமுறை; diplomacy.

ராஜதந்திரி பெ. 1: பிற நாடுகளுடன் சீரான உறவு இருப்பதற்கான பணிகளை மேற்கொள்ளும் அதிகாரி; diplomat. 2: (அரசியல், நிர்வாகம் போன்றவற்றில்) பிறருடன் மிகவும் தேர்ந்த முறையில் பேசிப் பழகிப் பிரச்சினைகளைச் சமாளிக்கும் திறன் கொண்டவர்; a diplomatic person.

ராஜதானி பெ. ஆங்கிலேயர்கள் இந்தியாவை ஆண்ட காலத்தில் நிர்வாக வசதிக்காக இந்தியத் துணைக்கண்டத்தை (நான்காக) பிரித்திருந்த பிரிவுகளில் ஒன்று; மாகாணம்; province; presidency. *சென்னை ராஜதானி.*

ராஜநாகம் பெ. கருநாகம்; king cobra.

ராஜபறவை பெ. *(இலங்.)* (வல்லூறு வகைப் பறவையான) ராஜாளி; falcon.

ராஜபாட்டை பெ. (முன்பு) அரசர் செல்வதற்காக அமைக்கப்பட்ட அகன்ற பெரு வீதி; (in the past) broad street meant for the use of kings. *இந்தச் சாலையை ராஜபாட்டையாக நினைத்துக்கொண்டு வண்டியை வேகமாக விட முடியாது.*

ராஜபாளையம் (நாய்) பெ. குழிந்திருக்கும் வயிற்றுப் பகுதியையும், சற்று வளைந்த தலையையும் கொண்ட, வேட்டையாடுவதற்குப் பயன்படும், நாட்டு நாய் வகைகளில் ஒன்று; an indigenous breed of dogs,with an arched head and deep breast piece, used for hunting.

ராஜபிளவை பெ. முதுகின் நடுப்பகுதியில் உண்டாகிக் கடும் வலியை ஏற்படுத்தும் பெரிய கட்டி; carbuncle.

ராஜமரியாதை பெ. (முக்கியமானவர்களுக்குத் தரப்படும்) சிறப்பான வரவேற்பு; பெரும் அளவில் உபசாரம்; rousing welcome; lavish hospitality. *தலை தீபாவளிக்கு வந்த மாப்பிள்ளைக்கு ராஜமரியாதை!*

ராஜயோகம் பெ. 1: *(சோதி.)* அதிகாரத்தையும் பதவியையும் தரும் கிரக அமைப்பு; planetary position that ensures power and position to one. 2: (ஒரு அரசனைப் போன்று) சுகங்களை அனுபவிக்கும் நிலை; the luxury of a king. *'மாமனார் வீடு நல்ல வசதி. உனக்கு என்ன ராஜயோகம்தான்.'*

ராஜ வைத்தியம் பெ. மிக அதிகமாகப் பணத்தைச் செலவழித்துச் செய்யப்படும் மருத்துவம்; expensive medical treatment. *அமைச்சரின் அம்மா என்றால் சும்மாவா? மருத்துவமனையில் அவருக்கு ராஜ வைத்தியம் நடக்கிறது./ பிள்ளைகள் வசதியாக இருப்பதால் பெரியவருக்கு ராஜ வைத்தியம் நடக்கிறது.*

ராஜா பெ. 1: அரசன்; king. *சோழ ராஜா/ புதுக்கோட்டை ராஜா.* 2: (சீட்டுக் கட்டில்) அரசனின் படம் போட்ட ஓர் அட்டை; (in playing cards) a card with the picture of a king. 3: (சதுரங்கத்தில்) சுற்றியுள்ள கட்டங்களில் ஒரு கட்டத்திற்கு மட்டுமே நகரும், ஆட்டத்தின் வெற்றி தோல்வியை நிர்ணயிக்கும் காய்; (in chess) king. *'உன் ராஜாவுக்கு ஆபத்து' என்று சிரித்தபடியே காயை நகர்த்தினான் என் நண்பன்.*

ராஜாத்தி பெ. *(பே.வ.)* (பெரும்பாலும் ஒப்பிட்டுக் கூறும்போது) ராணி; (mostly in comparison) queen. *அவளுக்கு என்ன குறை, ராஜாத்தி மாதிரி சுகமாக இருக்கிறாள்.*

ராஜாளி பெ. சில வகை வல்லூறுகளைக் குறிக்கும் பெயர்; falcon.

ராஜி பெ. *(அ.வ.)* காண்க: ராசி[2].

ராஜிய பெ.அ. (பிற நாடுகளுடன் நல்லுறவை மேம்படுத்தும் பொருட்டு தூதர் வைத்துக்கொள்ளுதல், தூதரகம் அமைத்தல் போன்ற) அரசுத் தொடர்பு கொண்ட; diplomatic (relation). *இஸ்ரேலுடன் சில நாடுகளுக்கு ராஜிய உறவு இல்லை./ பல வருடங்களுக்குப் பிறகு தென்னாப்பிரிக்காவுக்கும் பிற நாடுகளுக்கும் இடையே ராஜிய உறவு ஏற்பட்டிருக்கிறது.*

ராஜினாமா பெ. பதவியிலிருந்து அல்லது பணியிலிருந்து முறையாக விலகும் செயல்; resignation; quitting (office). *அமைச்சருடைய திடீர் ராஜினாமா பலருக்கும் அதிர்ச்சி அளித்தது./ கோபத்தில் ராஜினாமாக் கடிதம் கொடுத்துவிட்டுப் போய்விட்டார்.*

ராஜோபசாரம் பெ. காண்க: ராஜ உபசாரம்.

ராஷ்டிரபதி பெ. *(அ.வ.)* குடியரசுத் தலைவர்; ஜனாதிபதி; President (of India).

ரிக்‌ஷா பெ. 1: (இயந்திர விசையால் அல்லது மிதிப்பதால் நகரும்) இரண்டு பேர் அமர்ந்து செல்லக்கூடிய மூன்று சக்கர வாகனம்; rickshaw. *வாடகை ரிக்‌ஷா/ ரிக்‌ஷாக்காரர்களுக்கு வங்கியின் மூலம் கடன் உதவி.* 2: ஒருவரை உட்கார வைத்து இழுத்துச் செல்லும் இரு சக்கர வாகனம்; rickshaw. *மேற்கு வங்காளத்தில் அண்மைக் காலம்வரை நூற்றுக் கணக்கில் ரிக்‌ஷாக்கள் இருந்தன.*

ரிப்பன் பகோடா பெ. கடலை மாவு, அரிசி மாவு, பெருங்காயம், வெள்ளை எள், மிளகாய்த் தூள், உப்பு ஆகியவற்றைக் கலந்து அச்சில் பட்டையாகப் பிழிந்து எண்ணெய்யில் பொரித்து எடுக்கும் காரத் தின்பண்டம்; snack made by squeezing a paste of bengalgram flour, rice flour, sesame, asafoetida, chilli powder and salt through a press to get long flat strips and frying them.

ரிஷபம்[1] பெ. 1: *(உ.வ.)* (சிவபெருமானின் வாகனமாகக் கூறப்படும்) காளை; bull (as the mount of god Siva). *கோயிலில் ரிஷப வாகனத்தில் சுவாமி புறப்பாடு தொடங்கியது.* 2: *(சோதி.)* காளையைக் குறியீட்டு வடிவமாக உடைய இரண்டாவது ராசி; second constellation of the zodiac having the bull as its sign; Taurus. *(பார்க்க, படம்: ராசி[1])*

ரிஷபம்[2] பெ. (இசை) ஏழு ஸ்வரங்களில் இரண்டாவது ஸ்வரமான 'ரி' யைக் குறிப்பது; the second of the seven notes in an octave.

ரிஷி பெ. முனிவர்; sage. *காடு, மலை போன்ற அமைதியான இடங்களில் ரிஷிகள் காணப்பட்டனர்.*

ரீங்கரி வி. *(ரீங்கரிக்க, ரீங்கரித்து)* (வண்டு, தேனீ போன்றவை) சீராகவும் தொடர்ச்சியாகவும் (காதைத் துளைப்பது போன்ற) ஒலியெழுப்புதல்; (of bees, etc.) hum. *(உரு வ.) இன்று கச்சேரியில் கேட்ட காம்போதி இன்னும் காதில் ரீங்கரித்துக்கொண்டிருக்கிறது.*

ரீங்காரம் பெ. (வண்டு, தேனீ போன்றவை எழுப்பும்) காதைத் துளைப்பது போன்ற தொடர்ச்சியான ஒலி;

humming (of bees). பூவைச் சுற்றித் தேனீக்களின் ரீங்காரம்/ இரவில் சில்வண்டுகளின் ரீங்காரம்/ (உரு வ.) அவளுடைய நினைவு என் மனத்தில் ரீங்காரமிட்டுக்கொண்டிருக்கிறது.

ரீத்து பெ. (திருநர் வ.) **திருநங்கைகள் குழுவாகக் கூடி ஒரு திருநங்கையைத் தத்தெடுக்கும் முறை;** the procedure of transgenders gathering into a group and adopting a transgender.

ரீதி பெ. **1: (குறிப்பிட்ட) முறை அல்லது போக்கு;** manner; means; course. இந்த ரீதியில் பேசிக்கொண்டே போனால் எந்தத் தீர்வும் காண முடியாது./ 'வீட்டில் எல்லோரும் சுகம்தானே?' என்ற ரீதியில் பேச்சுக்கொடுத்தேன். **2:** (-ஆக, -ஆன) **முன் குறிப்பிடப்பட்டதை அடிப்படையாகக் கொண்டிருப்பது அல்லது அதைச் சார்ந்து அமைந்திருப்பது;** basis (of the one specified). இந்தப் பிரச்சினைக்கு அரசியல் ரீதியான தீர்வு காணலாம்./ மரணம் என்பதற்குத் தத்துவ ரீதியில் விளக்கம் கூறினார்./ தொழில் ரீதியாக ஏற்பட்ட நட்பு/ இந்த நாவல்களை நாம் சமூக ரீதியாகப் பார்க்க வேண்டும்./ இந்தப் பிரச்சினையை நான் உளவியல் ரீதியில் பார்க்கிறேன்.

ரீல் விடு வி. (விட, விட்டு) (பே.வ.) **கற்பனையான ஒன்றை மிகைப்படுத்திக் கூறுதல்;** tell tales. அவனுக்கு லாட்டரியில் ஒரு கோடி ரூபாய் விழுந்திருக்கிறதாம். என்னிடமே ரீல் விடுகிறான்./ அந்தப் பிரபல இயக்குநர் உன்னை நடிக்கக் கூப்பிட்டாரா? யாரிடம் ரீல் விடுகிறாய்!

ருசி[1] வி. (ருசிக்க, ருசித்து) **1: சுவைத்தல்; சுவைத்து அனுபவித்தல்;** relish; taste (sth.) with relish. காப்பியை ருசித்துக் குடித்தான். **2: (ஒருவருக்குக் குறிப்பிட்ட உணவுப் பொருள், தின்பண்டம் போன்றவை) சுவையுடையதாக இருத்தல்;** taste. என் வாய்க்கு எதுவும் ருசிக்கவில்லை.

ருசி[2] பெ. (-ஆக, -ஆன) **1: சுவை;** taste; flavour; good taste. சாப்பாட்டில் ருசியே இல்லை என்று அலுத்துக்கொண்டார்./ வாய்க்கு ருசியாக ஏதாவது கிடைக்காதா என்று அலைகிறான். **2: சுவாரஸ்யம்;** juicy part (of sth.). தன் வாழ்க்கையில் நடந்த ருசியான நிகழ்ச்சிகளை விவரித்துக் கொண்டிருந்தார்.

ருசிகாண் வி. (-காண, -கண்டு) (பெரும்பாலும் எதிர்மறைத் தொனியில்) **ஆதாயம் கிடைக்கும் ஒன்றை எளிதாகச் செய்ய இயலும் என்பதை அறிந்துகொள்ளுதல்;** come to know. லஞ்சம் வாங்கி ருசிகண்டவர்கள் அந்தப் பழக்கத்தை எளிதில் மாற்றிக்கொள்வதில்லை./ அக்கம்பக்கத்தில் திருடியே ருசிகண்டுவிட்டான்.

ருசிபார் வி. (-பார்க்க, -பார்த்து) **ஒரு உணவுப் பண்டத்தின் சுவை, பதம் போன்றவை எப்படி இருக்கிறது என்பதை அறிவதற்காக அதில் சிறிதளவு உண்ணுதல்;** taste. அதிரசத்தைக் கொஞ்சம் ருசிபார்த்துச் சொல்லுங்கள்.

ருசு பெ. (அ.வ.) **ஆதாரம்; அத்தாட்சி; சான்று;** proof; evidence. சரியான ருசு இல்லாமல் எப்படிக் குற்றவாளியைத் தண்டிக்க முடியும்?/ அவன்தான் திருடினான் என்பது ருசுவாகியிருக்கிறது.

ருசுப்படுத்து வி. (-படுத்த, -படுத்தி) (அ.வ.) **(ஒன்றை) நிரூபித்தல்; உறுதிப்படுத்துதல்;** prove. கொலையைச் செய்தது விடுதிக் காவலாளிதான் என்பதைக் காவல்துறை ருசுப்படுத்தத் தவறிவிட்டது./ ஆட்சிக் கலைப்பில் அவருக்குப் பங்கு இருந்தது என்பது இந்தப் பேட்டியில் ருசுப்படுத்தப்பட்டிருக்கிறது.

ருத்திர தாண்டவம் பெ. **(ஒருவர்) மிகுந்த கோபத்தோடு செய்யும் ஆர்ப்பாட்டம்;** blast. நீ பணம் தொலைத்த விஷயம் உன் அப்பாவுக்குத் தெரிந்தால் அவ்வளவுதான், ருத்திர தாண்டவம் ஆடிவிடுவார்.

ருத்திராட்சம் பெ. காண்க: **உருத்திராட்சம்.**

ருதுவாகு வி. (-ஆக, -ஆகி) (அ.வ.) **(பெண்) பருவமடைதல்; பூப்பெய்துதல்;** (of girls) attain puberty; come of age.

ரூபம் பெ. **1: வடிவம்; உருவம்;** form. திட ரூபம்/ திரவ ரூபம்/ எப்போது, எந்த ரூபத்தில் ஆபத்து வருமோ என்று பயந்துகொண்டே இருந்தார். **2:** (அ.வ.) **அழகு;** beauty. ரூபவதி.

ரூபாய் பெ. **(இந்தியாவிலும் வேறு சில நாடுகளிலும்) செலாவணியாகும் நாணயம்;** unit of currency (in India and some other countries).

ரேக்கு பெ. (அ.வ.) **(தங்க) தகடு;** a thin strip (of gold); (gold) leaf.

ரேக்ளா வண்டி பெ. **ஒருவர் மட்டும் அமர்ந்து வேகமாகச் செல்லக்கூடிய ஒற்றைக் குதிரை அல்லது ஒற்றை மாட்டு வண்டி;** small, slim built, fast moving cart with one seat drawn by a horse or bullock. பொங்கலை ஒட்டி நடக்கும் பந்தயத்திற்கு ரேக்ளா வண்டிகள் தயாராகிக் கொண்டிருக்கின்றன.

ரேகை பெ. **மனிதர்களின் உள்ளங்கையிலும் உள்ளங்காலிலும் ஒவ்வொருவருக்கும் தனிப்பட்ட விதத்தில் அமைந்திருக்கிற கோடுகள்;** line (on the palm or on the sole) (unique). அவன் கையில் ரேகைகள் குறுக்கும் நெடுக்குமாக இருந்தன./ (உரு வ.) அவன் முகத்தில் கவலையின் ரேகைகள் தெரிந்தன.

ரேடியோ தொலைநோக்கி பெ. **பிரபஞ்சத்தில் உள்ள நட்சத்திரங்களிலிருந்தும் வேறு கோள்களிலிருந்தும் வரும் மின்ஆற்றல் அலைகளைப் பெற்றுப் பதிவு செய்யும் மிகப் பெரிய தொலைநோக்கிக் கருவி;** radio telescope.

ரேந்தை பெ. (இலங்.) **ரவிக்கை, பாவாடை போன்ற பெண்களின் ஆடைகளில் இணைக்கப்படும் வேலைப்பாடு கொண்ட பின்னல் துணி;** lace. பாவாடைக்கு ரேந்தை வைத்துத் தை.

ரேவதி பெ. (சோதி.) **இருபத்தேழு நட்சத்திரங்களில் கடைசி நட்சத்திரம்;** the last of the twenty-seven divisions of the zodiac in Indian astrology, corresponding to an asterism, but smaller than a constellation.

ரேழி பெ. (பே.வ.) **(பழங்கால வீடுகளில்) முன் பக்கத்து வாசலுக்கும் முதல் கட்டுக்கும் இடையில் நடைபாதை போல அமைந்திருக்கும் பகுதி;** narrow passage between the entrance and the living room (of old houses).

ரேஷன் பெ. **அத்தியாவசியமான உணவுப் பொருள்களாகிய அரிசி, சர்க்கரை, எண்ணெய் முதலியவற்றை நியாய விலையில் குடும்பத்துக்கு இவ்வளவு என்று**

நிர்ணயித்து விற்பனை செய்ய அரசு செய்திருக்கும் ஏற்பாடு/மேற்குறிப்பிட்ட முறையில் விற்பனை செய்யப்படும் பொருள்; rationing/fixed quantity of food and other essential items (supplied at fair price shops run by the government). ரேஷன் வாங்கப் போய் இரண்டு மணி நேரமாயிற்று./ ரேஷன் கடையில் இன்று கூட்டம் அதிகம்.

ரொக்கப் பரிவர்த்தனை பெ. *(பு.வ.)* **(நிலம், வீடு, நகை முதலியவை வாங்கும்போது) விற்பவருக்குத் தொகையைப் பணமாகத் தரும் செயல்முறை;** cash transaction. குறிப்பிட்ட ஒரு தொகைக்கு மேற்பட்ட ரொக்கப் பரிவர்த்தனை தடை செய்யப்படுவதாக மத்திய அரசு அறிவித்துள்ளது.

ரொக்கம் பெ. **(பொருளாகவோ காசோலையாகவோ இல்லாமல் ரூபாய்த் தாள்களாகவோ நாணயங்களாகவோ இருக்கும்) பணம்;** (ready) cash. பேச்சுப் போட்டியில் வெற்றி பெற்றவருக்கு ரொக்கப் பரிசு ஆயிரம் ரூபாய்./ வங்கியிலிருந்து 20 லட்ச ரூபாய் ரொக்கத்தைக் கொள்ளையர்கள் கொள்ளையடித்துச் சென்றுவிட்டனர்.

ரொக்கமற்ற பெ.அ. *(பு.வ.)* **ஒரு பொருள் வாங்கும்போது அல்லது சேவையைப் பயன்படுத்தும்போது பணம் அளிக்காமல் பற்று அட்டை, கடன் அட்டை, இணையம், செயலி போன்றவற்றின் மூலம் செலுத்தும் பரிமாற்றம் செய்யும்;** cashless (transaction). மக்கள் ரொக்கமற்ற பரிவர்த்தனைக்கு மாற வேண்டும் என்று பிரதமர் வேண்டுகோள் விடுத்துள்ளார்.

ரொட்டி பெ. **1: கோதுமை மாவைப் பிசைந்து தட்டி அதிக வெப்பத்தோடு எரியும் அடுப்பின் அறைப் பகுதியில் வைத்துத் தயாரிக்கப்படும், மெத்தென்று நீளமாகவும் பருமனாகவும் இருக்கும் உணவுப் பண்டம்;** bread. **2:** *(வ.வ.)* **சப்பாத்தி;** unleavened bread.

ரொம்ப[1] வி.அ. (பே.வ.) **1: மிக அதிக அளவில்;** very much. கல்லூரியில் படிக்கும் காலத்தில் சாப்பாட்டுக்கே ரொம்பக் கஷ்டப்பட்டிருக்கிறேன். **2: நிரம்ப; நிறைய;** much; long. சாப்பிடுவதற்கு முன் தண்ணீர் ரொம்பக் குடிக்காதே!/ எல்லாம் தெரியும் என்பதுபோல் ரொம்பப் பேசாதே.

ரொம்ப[2] பெ.அ. (பே.வ.) **அதிகமான;** long. இந்த நிலைமை மாற ரொம்பக் காலம் ஆகும்./ அவர் என்னிடம் ரொம்ப நேரம் பேசிக்கொண்டிருந்தார்./ நீ பரிசு வாங்கியதில் அம்மாவுக்கு ரொம்பப் பெருமை.

ரொம்ப[3] இ.சொ. **'மிகவும்' என்ற பொருளில் பயன்படுத்தப்படும் இடைச்சொல்;** particle used in the sense of 'very'. அவர் எப்போதுமே ரொம்ப வேகமாக நடப்பார்./ அவருக்கு ரொம்பப் பெரிய மனசு./ ரொம்ப அகலமான சாலை.

ரோக்கா பெ. *(ஊரக வ.)* **(பலசரக்குக் கடை போன்றவற்றில்) சாமான்களை நிறுத்துப் பொட்டலம் போடுவதற்காக, வாங்குபவர் சொல்லச்சொல்லக் கடைக் கணக்குப்பிள்ளை எழுதிக்கொள்ளும் பட்டியல்;** list of provisions to be weighed and bundled in a grocery as dictated by the buyer. ரோக்காவில் உள்ள சாமான்களைப் பொட்டலம் போட்டதும் அட்டைப் பெட்டியில் எடுத்துவை.

ரோகம் பெ. *(அ.வ.)* **நோய்; வியாதி;** disease. கடைசிக் காலத்தில் அவருக்குக் கடன் தொல்லைகள், தீராத ரோகம் என்று ஏகப்பட்ட பிரச்சினைகள்.

ரோகி பெ. *(அ.வ.)* **நோயாளி;** sick person.

ரோகிணி பெ. *(சோதி.)* **இருபத்தேழு நட்சத்திரங்களில் நான்காவது;** the fourth of the twenty-seven divisions of the zodiac in Indian astrology, corresponding to an asterism, but smaller than a constellation.

ரோசம் பெ. **(இலங்.)** காண்க: **ரோஷம்.**

ரோதனை பெ. *(ஊரக வ.)* **(பொறுக்க முடியாத) தொந்தரவு; தொல்லை;** trouble; vexation. தினமும் காலையில் குழந்தையைச் சாப்பிட வைப்பதற்குள் பெரும் ரோதனையாக இருக்கிறது./ இவன் ரோதனை பொறுக்க முடியவில்லை.

ரோந்து பெ. **(ஓர் இடத்தில் காவல்புரிவதற்காக) ராணுவத்தினர், காவலர்கள் போன்றோர் சுற்றி வருதல்;** patrol (by the army or the police). இரவில் இந்தப் பகுதியில் காவலர்கள் ரோந்து வருவதுண்டா?/ வெள்ளத்தால் ஏற்பட இருந்த பெரும் விபத்தை இருப்புப்பாதை ரோந்து ஊழியர் ஒருவர் தடுத்துள்ளார்.

ரோமக்கால் பெ. **முடியைத் தோலோடு இணைத்திருக்கும் முடியின் வேர்ப்பகுதி;** root of the hair. கொலையை நேரில் பார்த்ததும் ரோமக்கால்கள் குத்திட்டு நின்றன.

ரோமம் பெ. **(மனித உடலில்) முடி; (மிருகங்களின்) மயிர்;** hair; (of sheep, etc.) wool. அவருக்குக் கைகால்களில் அடர்த்தியான ரோமம்/ ஆட்டு ரோமம்.

ரோமன் எண் பெ. **I, II, III, IV, V போன்ற குறியீடுகளை அடிப்படையாகக் கொண்ட எண்முறை;** Roman numeral.

ரோஜா பெ. **(பெரும்பாலும்) வெளிர் சிவப்பு அல்லது இளம் சிவப்பு நிறத்தில் அடுக்கடுக்கான சிறிய இதழ்களைக் கொண்ட மலர்;** rose.

ரோஷம் பெ. **(தனக்கு ஏற்படும் அவமானம், இழிவு முதலியவற்றை எதிர்த்துச் செயல்படத் தூண்டும்) தன்மான உணர்ச்சி;** self-respect; (proper) pride; sensitivity. அவன் ரோஷத்துடன் 'நான் ஏழைதான். ஆனால் பிச்சைக்காரன் இல்லை' என்றான்./ 'இவ்வளவு ரோஷம் உள்ளவன் அப்போதே பணத்தைத் திருப்பிக்கொடுத்திருக்கலாமே?' என்று கேட்டார்.

ரௌடி பெ. காண்க: **ரவுடி.**

ரௌத்திரம் பெ. *(அ.வ.)* **கடுமையான கோபம்;** fury; indignation; wrath. நடனக் கலைஞர் தாண்டவ நடனத்தில் ரௌத்திர ரசத்தை அப்படியே கொண்டுவந்துவிட்டார்.

ல

லக்(கி)னம் பெ. *(சோதி.)* **ஒருவர் பிறக்கும் நேரத்தில் கிழக்கே உதயமாகும் ராசி;** the zodiacal sign rising on the east at the time of one's birth.

லகரம் பெ. (பே.வ.) **'லட்சம்' என்னும் எண்ணைக் குறிப்பால் உணர்த்த அதன் முதல் எழுத்தைப் பயன்படுத்தி வழங்கும் சொல்;** a term denoting the number 'லட்சம்' (= hundred thousand). இந்த வீடு பல லகரம் பெறும்./ தான் நடித்த மூன்று படங்களுமே வெற்றி பெற்றதால் அந்த நடிகர் தனது சம்பளத்தை ஐம்பது லகரமாக உயர்த்திவிட்டார்.

லகரி பெ. (அ.வ.) ***இன்ப மயக்கம்;*** entrancing experience; languorous pleasure. மல்லிகையின் வாசனை ஒருவித லகரியை ஏற்படுத்தியது./ ஆனந்த லகரி. [(தொ.சொ.) போதை/ மயக்கம்]

லகான் பெ. ***கடிவாளம்;*** reins. லகானைப் பிடித்துக் கொண்டு குதிரையின் மீது கம்பீரமாக அமர்ந்திருந்தார்./ லகான் இல்லாத குதிரை.

லகு[1] பெ. (-ஆக, -ஆன) காண்க: **இலகு.**

லகு[2] பெ. (இசை) ***ஒருமுறை உள்ளங்கை பதியுமாறு தட்டி, விரல்களை எண்ணும், தாளத்தின் ஒரு அங்கம்;*** a beat with the palm facing downwards, followed by counting of the fingers.

லங்கணம் பெ. (அ.வ.) ***பட்டினி;*** fast. வயிறு சரியில்லை என்றால் ஒரு நாள் லங்கணம் போடு.

லங்கோடு பெ. (அ.வ.) ***நாடா இணைக்கப்பட்ட கோவணம்;*** loincloth (attached with strings).

லச்சா பெ. (திருநர் வ.) ***திருநங்கைகள் நிர்வாணம் செய்து கொண்ட பிறகு அணியும் கருகுமணி மாலை;*** the கருகு மணி மாலை worn by transgenders after they undergo gender reassignment surgery.

லஞ்சம் பெ. ***தனக்குச் சாதகமாக ஒரு காரியத்தைச் செய்து தருவதற்காக அதிகாரமோ செல்வாக்கோ உள்ளவருக்கு முறையற்ற வழியில் கொடுக்கும் பணம் அல்லது பொருள்; கையூட்டு;*** bribe. லஞ்சம் வாங்குவதும் குற்றம், கொடுப்பதும் குற்றம் என்பது உனக்குத் தெரியாதா?

லஞ்சலாவண்யம் பெ. ***லஞ்சமும் ஊழலும் மலிந்துள்ள நிலை;*** corruption and malpractices. ஆட்சியின் லஞ்சலாவண்யங்களை மக்களுக்கு வெளிச்சம் போட்டுக் காட்டுவோம் என்று எதிர்க்கட்சிகள் சொல்வது வழக்கம் தான்./ பல அரசு அலுவலகங்களில் லஞ்சலாவண்யம் தலைவிரித்து ஆடுகிறது என்பதை ஒரு பத்திரிகை ஆதாரத்தோடு வெளியிட்டுள்ளது.

லட்சணம் பெ. (-ஆக, -ஆன) **1:** ***அழகு;*** beauty; perfection. பெண் லட்சணமாக இருக்கிறாள்./ இப்படி ஒரு லட்சணமான வீட்டைப் பார்த்திருக்க முடியாது. **2:** ***ஒன்றுக்கு அல்லது ஒருவருக்கு உரியதாகவோ பொருத்தமானதாகவோ கருதப்படும் குணம்; தகுதியான தன்மை;*** proper quality. தைரியம்தானே வீரனின் லட்சணம்?/ அனைத்து லட்சணங்களும் பொருந்திய குதிரை.

லட்சம் பெ. ***ஆயிரத்தின் நூறு மடங்கு;*** one hundred thousand; (in India) lakh.

லட்சாதிபதி பெ. (அ.வ.) ***பணக்காரன்;*** rich man; millionaire. உன்னைப் போன்ற லட்சாதிபதிக்கு ஆயிரம் ரூபாய் என்பது சாதாரணப் பணமாகத் தெரியலாம்.

லட்சார்ச்சனை பெ. (கோயிலில்) ***இறைவனின் பெயரை லட்சம் முறை கூறிச் செய்யும் வழிபாடு;*** (in temples) a form of worship where the names of the deity are chanted 1,00,000 times.

லட்சியம் பெ. **1:** காண்க: **இலட்சியம். 2:** (பெரும்பாலும் எதிர்மறை வினைகளோடு அல்லது எதிர்மறைத் தொனியில்) ***(ஒன்றை அல்லது ஒருவரை) முக்கியமானதாகக் கருத்தில் கொள்ளும் நிலை;*** importance; (act of) minding (sth.). அவனுக்கு எதுவும் லட்சியம் இல்லை./ பிறருடைய கேலியை லட்சியம் பண்ணாமல் தன் முயற்சியைத் தொடர்ந்தான்.

லட்சியவாதி பெ. ***(குறிப்பிட்ட) லட்சியத்தோடு இருப்பவர்; உயர்ந்த லட்சியம் உடையவர்;*** idealist. அவர் காந்தியத்தில் மிகுந்த பற்றுள்ள லட்சியவாதி.

லட்சுமி பெ. ***(இந்து மதத்தில்) செல்வத்துக்கு உரிய தெய்வத்தைக் குறிக்கும் பெயர்;*** the name of the goddess of wealth.

லட்சுமி கடாட்சம் பெ. ***செல்வ வளம்;*** affluence as a mark of the blessings of the goddess of wealth. அந்த வீட்டில் லட்சுமி கடாட்சத்துக்குக் குறைவு இல்லை.

லட்சோபலட்சம் பெ. (பே.வ.) ***பல லட்சம்;*** millions (of). திருச்செந்தூர் முருகன் கோயில் கும்பாபிஷேகத்தை லட்சோபலட்சம் மக்கள் கண்டுகளித்தனர்.

லட்டு பெ. ***(சடங்குகள், பூஜை ஆகியவற்றில் பயன்படும்) உருண்டையாக உருட்டப்பட்ட பூந்தி;*** a ball-shaped sweetmeat prepared by mixing பூந்தி. திருப்பதி கோயில் லட்டு/ ஐம்பத்தோரு லட்டுகளைத் தீபாவளிச் சீராக அம்மா கொடுத்தார்.

லடாய் பெ. (பே.வ.) ***தகராறு; வாய்ச்சண்டை;*** quarrel; wordy duel. உயர் அதிகாரிகளுக்குள் லடாய் என்றால் பாதிக்கப்படுவது ஊழியர்களாகிய நாம்தான்!

லத்தி[1] பெ. (பே.வ.) ***(குதிரை, யானை போன்றவற்றின்) சாணம்;*** dung (of horse, elephant, etc.).

லத்தி[2] பெ. ***(காவலர்கள் வைத்திருக்கும்) உருண்டையான நீண்ட கழி;*** (policeman's) baton; cane; (in India) lathi.

லபக்-என்று வி.அ. (பே.வ.) **1:** (பிடுங்குதல், கவ்வுதல் போன்ற வினைகளோடு) ***(எதிர்பாராத நேரத்தில்) திடீரென்று; சட்டென்று;*** suddenly; in a snatch. குழந்தை என்னிடமிருந்த பேனாவை லபக்கென்று பிடுங்கிக்கொண்டது./ நாய் வடையை லபக்கென்று கவ்விக்கொண்டு ஓடியது. **2:** (விழுங்குதல் என்ற வினையோடு வரும்போது) ***விரைவாக ஒரே வாயில்;*** swiftly and avidly; in one lump. பழத்தைக் குழந்தை லபக்கென்று விழுங்கிவிட்டது.

லபி வி. (லபிக்க, லபித்து) (அ.வ.) ***வாய்த்தல்;*** be destined to have or get. 'நமக்கு லபித்தது அவ்வளவுதான்' என்றார் விரக்தியோடு.

லயம் பெ. **1:** (இசை) ***சீரான தாளப்போக்கு;*** rhythm in rendering music. **2:** (இலங்.) ***(வரிசையாக அமைந்திருக்கும்) வீடுகளின் தொகுப்பு; லயன்;*** the quarters of estate workers.

லயன் பெ. (பே.வ.) ***(வரிசையாக அமைந்திருக்கும்) தோட்டத் தொழிலாளர்களின் குடியிருப்புப் பகுதி;*** the quarters of estate workers.

லயி வி. (லயிக்க, லயித்து) ***(ஒரு செயல் அல்லது சுற்றுப்புறம் போன்றவற்றில் மனம்) ஒன்றுதல்; ஆழ்தல்;*** become one with; be engrossed (in sth.). இசையில் மனம் லயித்திருந்தது./ வேலையில் லயித்துவிட்டால் அதில் உள்ள கஷ்டங்கள் தெரியாது./ அர்ச்சனையில் மனம் லயிக்கவில்லை.

லயிப்பு பெ. **ஒன்றில் மனம் ஆழ்ந்திருக்கும் நிலை; ஆழ்ந்த ஈடுபாடு;** becoming one with; being engrossed (in sth.). இசையில் அவருக்கு அப்படி ஒரு லயிப்பு.

லவங்கப்பட்டை பெ. **(சமையலில் வாசனைக்காகச் சேர்க்கும்) லவங்க மரத்தின் பட்டை;** cinnamon bark (used in cooking).

லவங்கம் பெ. **கிராம்பு;** clove.

லவங்க மரம் பெ. **சமையலில் வாசனைப் பொருளாகப் பயன்படுத்தப்படும் பட்டை, இலை, மொட்டு ஆகிய வற்றைத் தரும் ஒரு வகை மரம்;** true cinnamon tree.

லாகவம் பெ. காண்க: **லாவகம்.**

லாகிரி பெ. *(அ.வ.)* **போதை;** intoxication. கஞ்சா போன்ற லாகிரிப் பொருள்கள்.

லாச்சி பெ. *(இலங்.)* **(மேஜை, அலமாரி முதலியவற்றில் உள்ள) இழுப்பறை;** (of a table, chest, etc.) drawer.

லாட்டரியடி வி. *(-அடிக்க, -அடித்து) (பே.வ.)* **குறைந்த பட்ச அன்றாடத் தேவைகளைச் சமாளிப்பதற்கே மிக வும் கஷ்டப்படுதல்;** be at the mercy of chance; be a victim of the vagaries of life. கிடைப்பதையெல்லாம் செல வழித்துக்கொண்டிருந்தால் சாப்பாட்டுக்குக்கூட லாட்டரி யடிக்க வேண்டியிருக்கும்.

லாடம் பெ. **குதிரையின் அல்லது வண்டி மாட்டின் குளம்பு தேயாமலிருக்க அவற்றின் அடியில் ஆணி வைத்து அடித்துப் பொருத்தப்படும் வளைந்த இரும்புத் தகடு;** (horse) shoe.

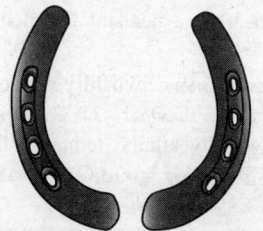

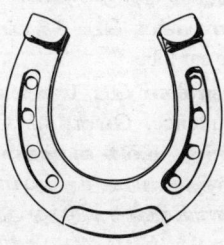

மாட்டு லாடம் குதிரை லாடம்

லாத்தா பெ. *(இஸ்.)* **அக்கா;** sister.

லாந்தர் பெ. **அரிக்கன்;** lantern.

லாந்து வி. *(லாந்த, லாந்தி) (பே.வ.)* **இங்குமங்குமாக நடத்தல்;** walk about; roam (around a place). சும்மா லாந்தாதே, ஒரு இடத்தில் உட்கார்.

லாபம் பெ. **1: (வியாபாரம், தொழில் ஆகியவற்றில்) செய்த முதலீட்டின் பயனாக அல்லது செய்த செல வுக்கு அதிகப்படியாகக் கிடைக்கும் வருமானம்;** profit. நீங்கள் கேட்கும் விலைக்குப் பழத்தைக் கொடுத்தால் எனக்கு லாபமே கிடைக்காது./ இந்த ரக நெல்லைப் பயிரிடு வதால் விவசாயிகளுக்கு நல்ல லாபம் கிடைக்கும்./ இது லாப நோக்கில் நடத்தப்படும் நிறுவனம் அல்ல. **2: பயன்; நன்மை; ஆதாயம்;** use; benefit; advantage. இப்படிக் கூடிக்கூடி விவாதிப்பதால் யாருக்கு என்ன லாபம்?/ எந்தக் காரியத்தைச் செய்தாலும் அதில் தனக்கு லாபம் எதிர் பார்க்கும் மனப்போக்கு உடையவர்.

லாம்பெண்ணை பெ. *(இலங்.)* **மண்ணெண்ணெய்;** kerosene.

லாயக்கு பெ. *(-ஆன) (பே.வ.)* **(ஒன்றைச் செய்வதற்கு அல்லது பயன்படுத்துவதற்கு) ஏற்ற தன்மை; தகுதி; பொருத்தம்;** being fit (for sth.). வேலைக்கு லாயக்கற்றவன் என்று அவ்வளவு சீக்கிரத்தில் முடிவுசெய்துவிடாதே./ இந்த வேலைக்கு அவன்தான் லாயக்கான ஆள்./ 'நீ எதற்குத் தான் லாயக்கு?' என்று அப்பா சத்தம் போட்டார்.

லாயம் பெ. **(அரண்மனை, கோட்டை போன்றவற்றில்) குதிரைகளை நிறுத்தவும் பராமரிக்கவும் பயன்படும் இடம்;** stable.

லாவகம் பெ. *(-ஆக, -ஆன)* **கடினமான ஒரு செயலை மிகவும் எளிதாகவும் நளினமாகவும் செய்யக்கூடிய தன்மை;** ease; facility. ஒரு கையில் பையைப் பிடித்துக் கொண்டு மறு கையால் சைக்கிளை லாவகமாக ஓட்டினான்.

லாவண்யம் பெ. *(அ.வ.)* **(கவரும்) அழகு;** exquisite grace or beauty. அவளின் முக லாவண்யம்.

லாவணி பெ. **புராணக் கதையை ஆதாரமாகக்கொண்டு இருவர் விவாதம் செய்வதுபோல் பாடல்களைப் பாடி நடத்தும் கலைநிகழ்ச்சி;** a performance in which songs are sung debating an issue usually on a mythological subject.

லாவணி பாடு வி. *(பாட, பாடி)* **(ஒன்றைப் பற்றி) தேவையே இல்லாமல் மாறிமாறி விவாதம் செய்தல்;** debate an issue to no end. வெள்ளம் பற்றிய பிரச்சினை யில் ஆளும்கட்சியும் எதிர்க்கட்சியும் லாவணி பாடிக் கொண்டிருக்காமல் மக்களின் துயரைப் போக்க உரிய நட வடிக்கை எடுக்க வேண்டும்.

லிக்கம் பெ. *(திருநர் வ.)* **ஆணுறுப்பைக் குறிக்கத் திரு நங்கைகள் பயன்படுத்தும் சொல்;** word used by transgenders to refer to male genitals; penis.

லிங்கம் பெ. **உயர்ந்த வட்ட வடிவப் பகுதியின் நடுவில் மேல்நோக்கிய நீள்உருண்டையாக (கல், ஸ்படிகம் முதலியவற்றில்) செய்த (சிவனைக் குறிக்கும்) வடிவம்;** symbol of Siva (in stone or other material).

லிபி பெ. *(அ.வ.)* **எழுத்து;** letter; script. கிரந்த லிபி.

லீலை பெ. **1: (புராணங்களில்) (இறைவன் பக்தர்களின் பக்தியைச் சோதிப்பதற்காக நிகழ்த்தும்) விளை யாட்டு;** (in puranas) sports (of gods to try the devotees). **2: பெண்களுடன் கேளிக்கை;** amorous adventure. நிறு வன மேலாளரின் லீலைகளெல்லாம் அம்பலமாகிவிட்டன.

லுங்கி பெ. **கைலி;** a kind of வேட்டி the two ends of which are sewn together.

லூட்டி பெ. *(பே.வ.)* **1: (மற்றவர்களுக்குத் தொல்லை யாக அமையும் குழந்தைகளின்) விளையாட்டுத்தன மான அல்லது குறும்புத்தனமான செயல்;** mischievious act (of children). விடுமுறை விட்டால் குழந்தைகள் அடிக் கிற லூட்டி தாங்க முடியவில்லை. **2: விஷமத்தனமான செயல்; அட்டகாசம்;** act of nuisance. இந்தப் பகுதியில் ரவுடிகள் அடிக்கும் லூட்டிக்கு அளவே இல்லை.

லெவி பெ. **(உணவு தானியங்கள் பற்றாக்குறைக் காலத் தில்) விவசாயிகளிடமும் நெல் வியாபாரிகளிடமும் அரசு செய்யும் கட்டாயக் கொள்முதல்;** compulsory procurement of paddy from the farmers and paddy traders; (in India) levy.

லேகியம் பெ. **மூலிகைகள், சுக்கு, மிளகு போன்ற பொருள்களுடன் நெய் கலந்து பாகுபோலக் காய்ச்சித் தயாரிக்கப்படும் மருந்து;** semi-liquid preparation from herbs, etc. taken as medicine or for general health; electuary. வல்லாரை லேகியம்/ நெல்லிக்காய் லேகியம்.

லேசாக/லேசான[1] வி.அ./பெ.அ. *(பே.வ.)* **(அதிகம் என்று சொல்ல முடியாதவாறு) சிறிதளவாக/சிறிதள வான; குறைந்த அளவில்/குறைந்த;** slightly/slight; lightly/light. லேசாகக் கண்ணைத் திறந்து பார்த்தான்./ பாகற்காய்க் குழம்பில் கொஞ்சம் சர்க்கரை கலந்திருந்ததால் லேசாக இனித்தது./ லேசாகத் தூங்கிவிட்டேன்./ பேச்சில் லேசான பரிகாசம் கலந்திருந்தது./ லேசான காயம்தான், பயப்பட வேண்டாம்./ லேசான தூக்கம்/ நாற்காலியில் லேசாக நீட்டிக்கொண்டிருந்த ஆணி வேட்டியைக் கிழித்து விட்டது.

லேசான[2] பெ.அ. *(வேதி.)* **(தனிமங்களைக் குறித்து வரும் போது) குறைவான அணு எண் கொண்ட;** light (atoms of low atomic number). லேசான தனிமங்களின் அணுக் கருக்களை ஒன்றிணைக்கும்போது அணுக்கரு இணைவு என்னும் வினை நிகழ்கிறது.

லேசு பெ. *(பே.வ.)* *(-ஆக, -ஆன)* **1: கனமற்றது;** light (in weight). தக்கை லேசாக இருப்பதால் நீரில் மிதக்கிறது./ லேசான பந்து. **2: எளிது; சுலபம்;** easy (in means); effortlessness. அவனிடமிருந்து லேசில் பணம் வாங்கிவிட முடியாது./ என்னால் அசைக்கக்கூட முடியாத மூட் டையை அவன் லேசாகத் தூக்கிவிட் டான்./ நீ நினைப்பது போல் அது லேசான வேலையல்ல. **3: குறைவான விசை;** light force. லேசாகத் தட்டினாலே விழுந்துவிடுவாய்போல இருக்கிறாயே./ வேகமாக வீசப்பட்ட பந்தை லேசாகத் தட்டிவிட்டு ஒரு ஓட்டம் எடுப்பதற்காக தோனி ஓடினார்.

லேஞ்சி பெ. *(இலங்.)* **கைக்குட்டை;** kerchief.

லேவாதேவி பெ. *(அ.வ.)* **வட்டிக்குக் கடன் கொடுத்து வாங்கும் தொழில்;** money-lending. லேவாதேவி செய்து தான் என் தாத்தா இவ்வளவு சொத்தையும் சேர்த்தார்./ சில மதத்தினர் லேவாதேவியைப் பாவம் என்று கருதுகிறார்கள்.

லொட்டுலொசுக்கு பெ. *(பே.வ.)* **(முக்கியம் அல்லாத) வேறு பிற;** some other (unimportant things); odds and ends. கடிகாரம், பொம்மை, லொட்டுலொசுக்கு என்று ஏதேதோ வாங்கினார்.

லொத்தர் பெ. *(இலங்.)* **குலுக்கலில் தேர்ந்தெடுக்கப் படும் நபருக்குக் குறிப்பிட்ட தொகையை வழங்கும் விதத்தில் விற்கப்படும் அதிர்ஷ்டச் சீட்டு;** lottery ticket. லொத்தர் விழுந்ததால்தானே இந்தப் பெரிய வீட்டைக் கட்டினேன்!/ நீயும் லொத்தர் சீட்டு வாங்கிக்கொண்டுதான் இருக்கிறாய். அதிர்ஷ்டம் வந்ததென்று பார்த்தாயா?

லொறி பெ. *(இலங்.)* **பொருட்கள் கொண்டுசெல்லப் பயன்படும் பெரிய வாகனம்;** truck; lorry. வீட்டுச் சாமான் கள் எல்லாவற்றையும் லொறியில் ஏற்றிக்கொண்டு இடம் பெயர்ந்து போனோம்./ எல்லா அரிசி மூட்டைகளையும் லொறியில் ஏற்றி நிவாரணத்துக்காகக் கொண்டுசென்றனர்.

லோகாயதம் பெ. காண்க: **உலகாயதம்.**

லோட்டா பெ. *(பே.வ.)* **(நீர் குடிப்பதற்கான) நீள் உருண்டை வடிவக் குவளை;** tumbler (made of metal).

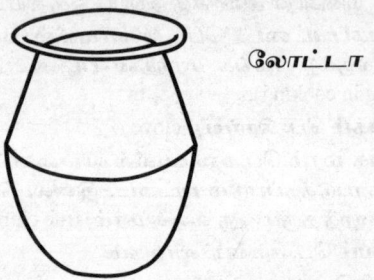

லோட்டா

லோட்டி கட்டு வி. *(கட்ட, கட்டி)* *(இலங்.)* **கேலி செய் தல்;** mock at s.o.; make fun of s.o. பொதுத்தேர்தலில் போட்டி போடப்போவதாகச் சொல்லி வந்தவரை நன் றாக லோட்டி கட்டி அனுப்பினோம்./ அவளிடம் மட்டும் கூடுதல் கவனமாக இரு. இல்லாவிட்டால் உன்னை லோட்டி கட்டியே விரட்டிவிடுவாள்.

லோபி பெ. *(அ.வ.)* **கஞ்சன்; கருமி;** miser. அவர் மகா லோபி.

லோல்படு வி. *(-பட, -பட்டு)* *(பே.வ.)* **(பலவிதங்களி லும்) அலைக்கழிக்கப்பட்டுச் சிரமப்படுதல்; துன்பப் படுதல்; திண்டாடுதல்;** be plagued by; feel wretched. அரிசி, எண்ணெய், விறகு என்று எல்லாவற்றுக்கும் இந்த ஊரில் லோல்பட வேண்டியிருக்கிறது./ அவனிடம் மாட் டிக்கொண்டு நான் லோல்படுவது போதாதென்று நீ வேறு வந்துசேர்ந்திருக்கிறாய்.

லோலாக்கு பெ. **தொங்கட்டான்;** a pendant fastened to the ear lobe.

லௌகீகம் பெ. **1: உலக நடைமுறை;** worldly wisdom; prudence. லௌகீகம் தெரியாத மனிதர். **2: பொருள் சார்ந்த உலக வாழ்க்கை;** worldly affairs; temporal life. தாத்தா அரசு உத்தியோகத்திலிருந்து ஓய்வுபெற்ற பின் லௌகீகத்தை விடுத்து ஆன்மீகத்தில் இறங்கினார்.

வ

வக்கடை பெ. *(இலங்.)* **(ஒரு வயலிலிருந்து மற்றொரு வயலுக்கு) நீர் பாய்வதற்காக வரப்பில் வெட்டி விடப் படும் மடை;** a water passage cut across the bund between paddy fields.

வக்கணை பெ. *(-ஆக, -ஆன)* **1:** *(பே.வ.)* **(சமைத்த உணவு) விரும்பி உண்ணும் வகையில் சுவையாக இருப் பது;** tasty. வாய்க்கு வக்கணையாகச் சமைத்துப் போட் டால் சாப்பிட ஓடிவருவான். **2:** *(பே.வ.)* **(பேச்சில்) சாமர்த்தியம்;** skilful; smart. படித்த பெண், அதுதான் வக் கணையாகப் பேசுகிறாள்./ அவன் வக்கணையாகப் பேசு வான். ஆனால் எந்தக் காரியத்தையும் ஒழுங்காகச் செய்ய மாட்டான். **3:** *(ஊரக வ.)* **கேலி; ஏளனம்;** derision; jeering. கழுத்தை முன்னே நீட்டி வக்கணை செய்தாள்./ மரு மகளை வக்கணை பேசுவதே அவள் வழக்கமாகிவிட்டது.

வக்கரி வி. *(வக்கரிக்க, வக்கரித்து)* **வக்கிரம் அடைதல்;** be perverse. அவருடைய வக்கரித்துப்போன ஆசைகள் இவை.

1141 வகுப்பு

வக்கா பெ. (நீர் நிலைகளின் ஓரத்தில் காணப்படும்) **தலை, முதுகு, இறகுகள் கரும்பச்சை நிறத்திலும், மார்பும் வயிறும் வெள்ளை நிறத்திலும், கண்கள் சிவப்பு நிறத்திலும் இருக்கும், இரவில் இரை தேடும், கொக்கு இனத்தைச் சேர்ந்த பறவை; இராக்கொக்கு;** black-crowned night heron.

வக்காலத்து பெ. (சட்டம்) **குறிப்பிட்ட வழக்கில் தன் சார்பில் நீதிமன்றத்தில் ஆஜராகவும் தேவைப்படும் ஆவணங்களைத் தாக்கல்செய்யவும் ஒரு வழக்கறிஞரை நியமித்துக் கட்சிக்காரர் அளிக்கும் எழுத்து மூலமான சான்று;** power of attorney given to an advocate by a party to a suit.

வக்காலத்து வாங்கு வி. (வாங்க, வாங்கி) (பெரும்பாலும் எரிச்சலோடு அல்லது கோபத்தோடு கூறும்போது) **ஒருவர் மற்றொருவருக்காகப் பரிந்துகொண்டு வருதல்; ஒருவர் சார்பாகப் பேசுதல்;** side with s.o. அநாவசியமாக அவனுக்கு ஏன் நீ வக்காலத்து வாங்குகிறாய்?/ எனக்காக யாரும் வக்காலத்து வாங்க வேண்டாம்.

வக்கிரம் பெ. (-ஆக, -ஆன) 1: (ஒருவருடைய மனப்போக்கு, சிந்தனை, உணர்ச்சி முதலியவை) **சமூகத்தால் அங்கீகரிக்கப்பட்ட ஒழுங்கு, நியாயம், நியதி முதலியவற்றிலிருந்து திரிந்த நிலை; இயல்பான தன்மையிலிருந்து பிறழ்ந்த நிலை;** perversion. படத்தில் இடம் பெறும் இரட்டை அர்த்த வசனங்கள் இயக்குநரின் வக்கிர புத்தியைக் காட்டுகின்றன./ 'வக்கிரம் பிடித்தவன்; எப்படியெல்லாம் பேசுகிறான் பார்!' என்று அவனைப் பற்றி என்னிடம் முணுமுணுத்தாள்./ வக்கிரமான பாலுறவு ஆசைகள். 2: (சோதி.) **ஒரு கிரகம் வான்வெளியில் ஒரு ராசியிலிருந்து பின்னோக்கிச் செல்வதாகக் காணப்படும் தோற்றம்;** apparent retrogressive movement of planets. சனிக்கிரகம் வக்கிரமாகச் செயல்படும் ஒருசில சந்தர்ப்பங்களில்தான் படுமோசமான பலன்கள் நடக்கும்./ குரு பகவானின் சுபப்பார்வை பலன்கள், குரு, சனி இருவரின் வக்கிர கதியினால் மாறுபடும் பலன்கள், கிரகங்களிடையே நிகழும் பரிவர்த்தனை ஆகியவையும் எமது கணிப்பில் சேர்க்கப்பட்டு, அவற்றின் அடிப்படையில் பலன்கள் துல்லியமாகக் கூறப்பட்டுள்ளன.

வக்கீல் பெ. (சட்டம்) **வழக்கறிஞர்;** advocate.

வக்கு[1] பெ. (பே.வ.) (பெரும்பாலும் எதிர்மறைச் சொற்களோடு வரும்போது) **(ஒன்றைச் செய்வதற்குத் தேவையான) சக்தி; திறன்; திராணி; சாமர்த்தியம்;** means; resources. மாதம் ஆயிரம் ரூபாய் சம்பாதிக்கக்கூட உனக்கு வக்கு இல்லை./ கண்முன் நடக்கும் அநியாயங்களைக்கூடத் தட்டிக்கேட்க வக்கற்றுப் போய்விட்டோமா?/ என்னை வக்கு இல்லாத பயல் என்று நினைத்துவிட்டார்களா?

வக்கு[2] பெ. (இலங்.) (பெரும்பாலும் கிணற்றுக்கு அருகில் கட்டப்பட்டிருக்கும்) **நீர் நிறைத்துவைக்கும் தொட்டி;** a water trough close to a well. பெரிய வக்கில் தண்ணீர் இறைத்து வைக்கக் கூடாதா?/ வக்கில் இருந்த நீரெல்லாம் என்னாயிற்று?

வகி வி. (வகிக்க, வகித்து) (பொறுப்பு, பங்கு போன்றவற்றை) **ஏற்றிருத்தல் அல்லது பெற்றிருத்தல்; நிர்வகித்தல்;** manage; maintain. இந்த அமைச்சர் பல துறைகளின் பொறுப்பை வகித்துவருகிறார்./ ஒப்பந்தம் நிறைவேறுவதில் அவர் பெரும் பங்கு வகித்தார்./ வாக்களிப்பின்போது மூன்று உறுப்பினர்கள் நடுநிலை வகித்தனர்./ உணவு தானிய உற்பத்தியில் முதலிடம் வகிக்கும் நாடு.

வகிடு பெ. **தலை முடியை வாரும்போது இரு பிரிவாகப் பிரித்து ஒதுக்கிவிடுவதால் ஏற்படும் கோடு போன்ற இடைவெளி;** parting (in one's hair). வகிடு எடுத்து உனக்குச் சீவத் தெரியாதா?/ கோணல் வகிடு/ நேர் வகிடு/ வகிட்டில் குங்குமம் வைத்திருந்தாள்.

வகிபாகம் பெ. (இலங்.) (ஒருவர் அல்லது ஒன்றின்) **முக்கியத்துவத்துடன் கூடிய பங்கு;** part or role played by s.o. இலங்கைத் தமிழ் நவீன இலக்கிய வளர்ச்சியில் 'மறுமலர்ச்சி' இதழின் வகிபாகம் குறிப்பிடத்தக்கது./ சமாதான முயற்சி அயல்நாடுகளின் வகிபாகத்தினால்தான் திறம்பட நடக்கும் என்று அரசு நம்புகிறது.

வகிர் வி. (வகிர, வகிர்ந்து) (ஊரக வ.) 1: (தலை முடியை) **நேர்கோட்டில் இரண்டாகப் பிரித்தல்;** part (one's hair). இன்னும் முடியை வகிர்ந்து ஒழுங்காகச் சீவத் தெரியவில்லையே? 2: **நேர் கோட்டில் அறுத்தல்;** cleave; split (into two). கூர் மழுங்கிய கத்தியால் எப்படிக் காய் வகிர முடியும்./ பலாப் பழத்தை இரண்டாக வகிர்ந்து தா.

வகு வி. (வகுக்க, வகுத்து) 1: (முறை, வழி போன்றவற்றை) **ஏற்படுத்துதல்; உருவாக்குதல்; அமைத்தல்;** frame; set up; institute. மக்களுக்காக வகுக்கப்படும் சட்டங்களை மக்கள் மதித்து நடக்க வேண்டும்./ முன்னோர் வகுத்த முறை இது./ அவர் தனக்கென்று ஒரு புதுப் பாணியை வகுத்துக் கொண்டார்./ நமக்கு நாமே சில ஒழுங்குமுறைகளை வகுத்துக்கொண்டு செயல்பட வேண்டும். 2: (கணி.) **ஓர் எண்ணில் மற்றோர் எண் எத்தனை மடங்கு உள்ளது என்று கணக்கிடுதல்;** divide. ஒன்பதை மூன்றால் வகுக்கவும்.

வகுத்தல் பெ. (கணி.) **ஓர் எண்ணை மற்றொரு எண்ணால் வகுக்கும் முறை;** division. கூட்டல், கழித்தல், பெருக்கல், வகுத்தல் ஆகிய நான்கு முறைகளுக்கு மட்டும் இந்தக் கணக்கிடும் கருவி உதவும்.

வகுத்தி பெ. (கணி.) **ஒரு எண்ணை மீதியின்றி வகுக்கும் எண்;** denominator. 12 என்ற எண்ணுக்கு 4 ஒரு வகுத்தி ஆகும்.

வகுப்பு பெ. 1: (பள்ளிக் கல்வியில் மாணவர்கள் படித்துக் கடந்து வர வேண்டியதாக அமைக்கப்பட்டிருக்கும்) **படிப்படியான பல பிரிவுகளுள் ஒன்று;** (in schools) standard; class. நீ எந்த வகுப்புப் படிக்கிறாய்?/ ஐந்தாம் வகுப்புக்கு இவ்வளவு பாடங்களா! 2: (கல்வி நிறுவனங்களில்) **ஒரு பாடத்தைக் கற்றுத்தர அட்டவணைப்படி பிரிக்கப்பட்ட கால அளவு;** period of instruction. நாற்பத்தைந்து நிமிட நேர வகுப்பு/ தமிழ் வகுப்பு முடிந்ததும் ஆங்கில வகுப்பு தொடங்கும். 3: (பெரும்பாலும் கலை, தொழில்நுட்பம் போன்றவற்றில்) **முழு நேரப் பயிற்சியாக இல்லாமல் சில மணி நேரம் மட்டுமே அளிக்கப்படும் பயிற்சி;** course; class. தையல் வகுப்புக்குச் சாயங்காலம் போக வேண்டும்./ சமையல் வகுப்பு/ ஓவிய வகுப்பு. 4: (பரீட்சை, தேர்ச்சி முதலியவற்றில்) **தர அடிப்படையிலும்** (ரயில், விமானம் முதலியவற்றில்) **கட்டணம், வசதி அடிப்படையிலும் பகுக்கப்பட்டிருக்கும் பிரிவு;** grade (based on marks); class (based on amenities in a train or ship). முதல் வகுப்பில் தேர்ச்சி பெற்றான்./ இரண்டாம் வகுப்பில் பயணம் செய்வது பாதுகாப்பானது. **5: (சமூகத்தில்) பொருளாதார அடிப்படையில் பிரிக்கப்படும் பிரிவு;** class (based on economic status). மத்தியதர வகுப்பைச் சார்ந்தவர். **6: சாதி;** caste. என் நண்பர் வேறு வகுப்பில் கல்யாணம் செய்து கொண்டார்./ வகுப்புக் கலவரம். **7:** *(உயிரி.)* **(உயிரின வகைப்பாட்டில்) ஒத்த வரிசைகளை உள்ளடக்கிய, தொகுதியைவிடச் சிறிய பிரிவு;** class. எலி, அணில், வௌவால் போன்ற பிராணிகள் பாலூட்டி வகுப்பைச் சேர்ந்தவை.

வகுப்பு எடு வி. (எடுக்க, எடுத்து) **(கல்வி நிறுவனங்களில் மாணவர்களுக்கு) குறிப்பிட்ட பாடத்தை வகுப்பில் கற்றுத்தருதல்; சொல்லிக்கொடுத்தல்;** teach; handle a class. எங்கள் ஆங்கிலப் பேராசிரியர் வகுப்பு எடுத்தால் இன்று முழுதும் கேட்டுக்கொண்டிருக்கலாம்./ தலைமையாசிரியர் வகுப்பு எடுக்கும்போது ஒரு சின்னச் சத்தம்கூட வகுப்பில் எழாது.

வகுப்புவாதம் பெ. **சாதி அல்லது மத அடிப்படையில் மக்களைப் பிரிக்கும் போக்கு;** sectarianism; (in India) communalism. வகுப்புவாதத்தினால் நாட்டின் ஒற்றுமை குலைகிறது என்பதை அவர் உணரவில்லை./ வகுப்புவாதச் சக்திகளை இனம்கண்டு நாம் புறக்கணிக்க வேண்டும்.

வகை பெ. **1:** (-ஆக, -ஆன) **பொதுவான அம்சங்களை அடிப்படையாகக் கொண்டு ஏற்படுத்தும் பிரிவு; ரகம்;** class; kind; variety. இங்கு அனைத்து வகையான கட்டடப் பொருள்களும் கிடைக்கும்./ பருப்பு வகைகளின் விலை மேலும் கூடலாம்./ பாம்பு ஊர்வன வகையைச் சேர்ந்த பிராணி./ எத்தனையோ வகையாக மனிதர்கள்/ புது வகையாக ஆடை அணிவதில் எனக்கு விருப்பம். **2: முறை; விதம்;** manner; way; method. எனக்கு ஆறுதல் அளிக்கும் வகையில் அப்பா பேசினார்./ ஒரு வகையில் நீ சொல்வது சரி.

வகைசெய் வி. (-செய்ய, -செய்து) **(உரிய) ஏற்பாடு செய்தல்; (ஒன்றுக்கான) முறைமைகளை உருவாக்குதல்;** devise a method (for sth.); provide (for). வெள்ள நிவாரண உதவி உரியோருக்குப் போய்ச்சேர அரசு வகைசெய்ய வேண்டும்./ வன்முறையில் ஈடுபடுவோரை விசாரணை இல்லாமல் சிறையில் அடைக்க இந்தச் சட்டம் வகை செய்கிறது./ தவறு செய்யும் நகர சபைத் தலைவரைப் பதவி நீக்கம் செய்வதற்கு இந்தச் சட்டத்தில் வகைசெய்யப்பட்டுள்ளது.

வகைசொல் வி. (-சொல்ல, -சொல்லி) (இலங்.) **(ஒன்றுக்கான) தீர்வை முன்வைத்தல்; வழிசொல்லுதல்;** find a way; provide a solution. 'அவன் பெரிய பிரச்சினையில் சிக்கியுள்ளான். அவனுக்கு ஏதாவது ஒரு வகைசொல்' என்று மாமா மாமியிடம் கூறினார்./ 'என்னிடம் வாங்கிய பணத்தை எப்போது திரும்பக் கொடுப்பாய்? முதலில் ஒரு வகைசொல்.'

வகைதொகை பெ. **(ஒரு செயலை எப்படிச் செய்ய வேண்டும் என்கிற) ஒழுங்குமுறை; (ஒன்றை) இப்படித்தான் செய்ய வேண்டும் என்கிற நியதி;** sense of discrimination. வகைதொகை இல்லாமல் பேசி ஏன் மாட்டிக்கொள்கிறாய்?/ வகைதொகை இல்லாமல் செலவு செய்தால் குடும்பம் எப்படி உருப்படும் என்று அப்பா சத்தம்போட்டார்?

வகைப்படு வி. (-பட, -பட்டு) **ஒற்றுமை அல்லது வேற்றுமைகளின் அடிப்படையில் ஒரு பிரிவுக்குள் அடங்குதல்; பாகுபாட்டுக்கு உட்படுதல்;** be of (specified) classes. பாவைக்கூத்து இரண்டு வகைப்படும்./ சங்க இலக்கிய ஒழுக்கம் என்பது அகம், புறம் என்று இரு வகைப்படும்.

வகைப்படுத்து வி. (-படுத்த, -படுத்தி) **ஒற்றுமை அல்லது வேற்றுமைகளின் அடிப்படையில் வகைவாரியாகப் பிரித்தல் அல்லது தொகுத்தல்; பாகுபாடு செய்தல்;** classify. பூக்கும் தாவரங்களை ஒருவித்திலைத் தாவரங்கள், இருவித்திலைத் தாவரங்கள் என்று வகைப்படுத்துகின்றனர்./ எளிதில் வகைப்படுத்த முடியாத அளவுக்கு அவர்களுக்குள் பல ஒற்றுமைகள்.

வகைப்பாட்டியல் பெ. (உயிரி.) **உயிரினங்களை வகைப்படுத்திக் குறிப்பிட்ட அடிப்படைகளில் அவற்றைப் பல பிரிவுகளாகப் பிரிக்கும் முறை;** taxonomy.

வகைப்பாடு பெ. **(குறிப்பிட்ட அடிப்படையில்) வகைவகையாகப் பிரிக்கப்பட்டது;** classification. நோயின் அறிகுறிகள், வகைப்பாடு முதலியவற்றின் அடிப்படையில் சிகிச்சை அளிக்கப்பட வேண்டும்./ தாவர வகைப்பாடு.

வகையறா பெ. **1: (குறிப்பிடப்படுவதோடு) தொடர்புடைய மற்றவை;** and the rest; etcetera. வயலின், தம்பூரா வகையறாக்களுடன் வித்வான் வந்து இறங்கினார். **2: குறிப்பிட்ட சாதி, சாதியின் உட்பிரிவு அல்லது குறிப்பிட்ட குடும்பப் பிரிவைச் சேர்ந்தவர்கள்;** (family) circle; subcaste. கோயில் திருவிழாவில் தங்கள் வகையறாவை ஒதுக்கிவைத்துவிட்டதாக அவர்கள் சண்டைக்கு வந்தார்கள்./ ஒரே வகையறாவில் திருமண உறவை வைத்துக் கொள்ள மாட்டார்கள்.

வகையாக[1] வி.அ. **வசமாக;** inescapably. பொய் சொல்லி அவரிடம் வகையாக மாட்டிக்கொண்டான்./ வாங்கிய கடனைத் திருப்பிக் கேட்பார் என்பதற்காக அவர் கண்ணில் படாமல் இருந்தேன். ஆனால் இன்று வகையாகச் சிக்கிக் கொண்டேன்.

வகையாக[2] வி.அ. (உணவைக் குறித்து வரும்போது) **சுவையாகவும் விதம்விதமாகவும்;** variety (in food). அப்பாவுக்கு வகையாகச் சாப்பிட்டு பழக்கமாகிவிட்டது./ வகையாகச் சமைத்துப் போட வீட்டோடு ஒரு சமையல்காரன்.

வங்கி[1] பெ. **1: மக்கள் பணம் சேமிக்க உதவுவது, மக்களுக்குக் கடன் தருவது முதலிய செயல்களை மேற்கொள்ளும் நிதி நிறுவனம்;** (commercial) bank. வேலையில் சேர்ந்ததும் வங்கியில் ஒரு கணக்கு ஆரம்பித்துவிடு./ உனக்கு வங்கியில் கணக்கு இருந்தால்தான் இந்தக் காசோலையை மாற்ற முடியும்./ தேசியமயமாக்கப்பட்ட வங்கி/ தனியார் வங்கி/ வங்கி மேலாளர். **2:** காண்க: **இரத்த வங்கி. 3:** காண்க: **புத்தக வங்கி. 4:** காண்க: **கண் வங்கி.**

வங்கி[2] பெ. **(முழங்கையின் மேற்பகுதியில் பெண்கள் அணிந்துகொள்ளும்) நீள்வட்டத்தை இரண்டாக மடித்ததுபோல வடிவமைக்கப்பட்ட ஒரு வகை அணிகலன்;** a kind of armlet (worn by women).

வங்கி மோதிரம் பெ. **நீள்வட்டத்தை இரண்டாக மடித்ததுபோல வடிவமைக்கப்பட்ட, பெண்கள் அணியும் ஒரு வகை மோதிரம்;** a kind of ring (worn by women).

வங்கியியல் பெ. **வங்கியின் செயல்முறைகளை விவரிக்கும் படிப்பு;** banking.

வங்கு பெ. *(வ.வ.)* **1: காய்ந்து வறண்ட செதிள்களைப் போல மேல்தோலை மாறச் செய்து வெடிப்பு ஏற்படுத்தும் சரும நோய்;** a kind of skin disease marked by dryness of the skin and cuts. **2: எலி வளை;** rat hole.

வச்சிரம் பெ. காண்க: **வஜ்ரம்²**.

வசதி பெ. *(-ஆக, -ஆன)* **1: செல்வமும் பொருளும் ஏற்படுத்தித் தரும் சுகம் நிறைந்த நிலை;** means; amenity. வசதியற்ற குடும்பத்தில் பிறந்து கஷ்டப்பட்டு முன்னேறியவர்./ வசதியாக இருக்கும்போதே உன் பெண்களைக் கட்டிக்கொடுத்து விடு!/ என் சித்தப்பா நல்ல வசதியான குடும்பத்தில்தான் பெண்ணெடுத்திருக்கிறார். **2: சிரமம், இடைஞ்சல் போன்றவை இல்லாமல் ஏற்றதாக அமையும் நிலை அல்லது சூழல்;** facility. பேருந்து நிலையத்துக்கு அருகே வீடு இருந்தால் கொஞ்சம் வசதிதான்./ வசதியாக அலுவலகத்திற்குப் பக்கத்திலேயே ஓட்டல் இருக்கிறது./ அலுவலக நேரத்தை அவரவர் வசதிக்கு ஏற்றபடி மாற்றிக்கொள்ளக் கூடாது./ வெளிச்சம் வருவதற்கு வசதியாக ஜன்னலை திறந்துவைத்தார். **3: ஒரு தேவையை நிறைவேற்றுவதற்கான பொருள் அல்லது சேவை;** facility. இந்த ஊரில் தங்குவதற்குச் சரியான வசதி கிடையாது./ சாலை வசதிகூட இல்லாத கிராமங்கள் இன்னமும் எத்தனையோ இருக்கின்றன./ இந்தப் பகுதியினருக்குச் சிறந்த முறையில் குடிநீர் வசதிகள் செய்து தரப்படும் என்று மந்திரி வாக்குறுதி அளித்தார்.

வசதிப்படு வி. *(-பட, -பட்டு)* **ஏற்றதாக இருத்தல்; தோதாக அமைதல்;** be convenient. அடுத்த வாரம் ஊருக்கு வர எனக்கு வசதிப்படாது.

வசந்த காலம் பெ. **மிதமான வெப்பத்தைக் கொண்டிருக்கும் பங்குனி, சித்திரை மாதங்கள்; இளவேனில்;** spring season (mid-February to mid-April).

வசந்தம் பெ. **1:** காண்க: **வசந்த காலம். 2: (வாழ்க்கையில்) மகிழ்ச்சியும் உல்லாசமும் நிலவும் காலம்;** joyous period (of one's life); spring time (of one's life). இளமை வாழ்வின் வசந்தம்.

வசந்த மண்டபம் பெ. **உற்சவர் திருவிழா காணக் கருவறையிலிருந்து புறப்பட்டு வந்து தற்காலிகமாக அமர்ந்துகொள்ளும், கோயிலுக்குள்ளேயே இருக்கும் மண்டபம்;** hall inside the temple where the deity in the sanctum sanctorum is temporarily seated to see festivals.

வசப்படு வி. *(-பட, -பட்டு)* **1: (குறிப்பிட்ட உணர்ச்சிக்கு அல்லது மனநிலைக்கு) ஆட்படுதல்; உள்ளாதல்;** be in the grip of (sth.); be possessed by. காதல் வசப்பட்டுத் தூக்கத்தில்கூட உளற ஆரம்பித்துவிட்டான்./ ஆத்திர வசப்பட்டு எதையும் செய்துவிடாதே. **2: கட்டுப்பாடு, அதிகாரம், பழக்கம் போன்றவற்றுக்கு ஒன்று உட்படுதல்;** be in (one's) possession. கணக்கு மட்டும் எனக்கு வசப்படவில்லை./ எதிரி நாடு இவ்வளவு எளிதாக வசப்படும் என்று அரசர் நினைக்கவேயில்லை.

வசப்படுத்து வி. *(-படுத்த, -படுத்தி)* **1: (தனது) ஆளுகையின், உரிமையின் அல்லது பொறுப்பின் கீழ்க் கொண்டுவருதல்;** bring (sth.) under one's control; take possession of (sth.). நெருக்கடியான சமயத்தில் ஆட்சியை வசப்படுத்த ராணுவம் முயன்றது. **2: கவர்தல்; ஈர்த்தல்;** attract; captivate. காந்தியடிகளின் 'வெள்ளையனே வெளியேறு' என்ற கோஷம் பல்லாயிரக் கணக்கான இளைஞர்களை வசப்படுத்தியது./ ராகங்களை அற்புதமாகப் பாடி எல்லோரையும் தன் வசப்படுத்திவிட்டான் இந்தச் சிறுவன்!

வசம் பெ. **1: (ஒன்றின் அல்லது ஒருவரின்) பொறுப்பு; கட்டுப்பாடு;** (in one's) custody; (in one's) possession. குழந்தை தாயின் வசம் இருக்க வேண்டும் என்று நீதிமன்றத்தில் தீர்ப்பாகியது./ புத்தகங்களை அவர் வசம் கொடுத்திருக்கிறேன், பெற்றுக்கொள்./ வழக்கு முடியும்வரை வீடு நீதிமன்றத்தின் வசத்தில் இருக்கும். **2: (காரணமாகக் காட்டப்படும் ஒன்றிற்கு) உள்ளான நிலை;** being under the control of; being subject to. எல்லாம் விதி வசம். நாம் என்ன செய்ய முடியும்?/ எல்லாம் சந்தர்ப்ப வசம்தான். இல்லாவிட்டால் இப்படி ஒன்றன் பின் ஒன்றாகக் கஷ்டம் வருமா?

வசம்பு பெ. **(மருந்தாகப் பயன்படும்) முறுக்கினாற் போல் அமைந்திருக்கும் ஒரு வகைப் பூண்டின் கெட்டியான செம்பழுப்பு நிறத் தண்டு;** sweet flag (used as a medicine). குழந்தைக்கு வயிற்றுவலி வந்தால் தொப்புளைச் சுற்றி வசம்பு குழைத்துத் தடவுவது உண்டு.

வசமாக வி.அ. **தப்பிக்க எந்த வித வாய்ப்பும் இல்லாத வகையில்; வகையாக;** inescapably. திருடன் காவலர்களிடம் வசமாக மாட்டிக்கொண்டான்./ வம்பளக்க வசமாக ஒரு ஆள் கிடைத்தான்.

வசமிழ வி. *(-இழக்க, -இழந்து)* **(ஒருவரிடம் அல்லது ஒன்றிடம்) மனத்தைப் பறிகொடுத்தல்;** be captivated by s.o. or sth. அவள் புத்திக்கூர்மையைப் பார்த்து வசமிழந்து நின்றான்.

வசவு பெ. *(வ.வ.)* **திட்டு; வசை;** abuse; scolding. உன்னால் அவள் வாங்குகிற வசவு எவ்வளவு தெரியுமா?

வசனகர்த்தா பெ. **(திரைப்படம், நாடகம் ஆகியவற்றுக்கு) வசனம் எழுதுபவர்;** script and dialogue writer.

வசன கவிதை பெ. **யாப்பு இலக்கணத்துக்கு உட்படாத அமைப்பில் எழுதப்படும் கவிதை;** prose poem.

வசனம் பெ. **1: (திரைப்படம், நாடகம் முதலியவற்றில்) இடம்பெறும் ஒவ்வொரு கதாபாத்திரமும் பேசுவதற்காக எழுதப்பட்டது; உரையாடல்;** the lines assigned to a character in a play or film; dialogue. இந்த நடிகர் பேசும் வசனங்களுக்காகவே படத்தைப் பார்க்கலாம்./ இந்தப் படத்திற்கு வசனம் எழுதியவர் யார்? **2:** *(அ.வ.)* **உரைநடை;** prose. பாரதியின் கவிதை மற்றும் வசனம்/ வசன இலக்கியம். **3:** *(பே.வ.)* **நீண்ட காலமாகச் சொல்லப்பட்டு வருவது;** a saying. 'நொண்டிக் குதிரைக்குச் சறுக்கியது சாக்கு' என்று எங்கள் ஊரில் ஒரு வசனம் சொல்வார்கள். **4:** *(கிறித்.)* **விவிலியத்தில் எண்ணிடப்பட்ட வாக்கியம் அல்லது வாக்கியத் தொகுப்பு;** passage or verse (from the Bible).

"கேளுங்கள், உங்களுக்குக் கொடுக்கப்படும், தேடுங்கள், நீங்கள் கண்டடைவீர்கள், தட்டுங்கள், உங்களுக்குத் திறக்கப்படும்" என்பது புதிய ஏற்பாட்டில் உள்ள வசனம். **5:** *(இலங்.)* **வாக்கியம்;** sentence. அந்த எழுத்தாளரின் நூலில் வசனங்கள் கன நீளமாக இருக்கும்./ ஒரு வசனம் கூட ஒழுங்காக எழுதத் தெரியாமல் இருக்கிறாயே.

வசி வி. (வசிக்க, வசித்து) **(மனிதர் ஓர் இடத்தில்) தங்கி வாழ்தல்; குடியிருத்தல்/(மிருகங்கள், பறவைகள் முதலியவை) தங்குதல்;** live/dwell. நீங்கள் தஞ்சையில் வசிக்கிறீர்களா?/ மக்கள் வசிக்கும் இடத்திற்கு அருகில் தொழிற்சாலைகளை அமைப்பது சரி இல்லை./ காட்டு மிருகங்கள் தாங்கள் வசிக்கும் இடங்களின் எல்லைகளைத் தீர்மானித்துக்கொள்கின்றன./ மரப் பொந்துகளில் ஆந்தைகள் வசிக்கின்றன. [(தொ.சொ.) **இரு/ உறை/ குடியிரு/ தங்கு/ வாழ்**]

வசிப்பிடம் பெ. **குடியிருக்கிற அல்லது தங்கியிருக்கிற இடம்;** residence; dwelling place. வசிப்பிடத்திற்கு அருகிலேயே அலுவலகம் இருந்தால் சௌகரியமாகத்தான் இருக்கும்./ வசிப்பிடம் இல்லாமல் தவிக்கும் நகர்ப்புற ஏழைகள்.

வசியம் பெ. **(மந்திரத்தால் அல்லது சக்தி வாய்ந்த பேச்சால் ஒருவரை) சுய விருப்பப்படி செயல்படவிடாமல் செய்து தன் கட்டுப்பாட்டுக்குள் கொண்டுவரும் செயல்;** spell; charm. பெண்ணை வசியம் செய்ய மருந்தா?/ வசியத்திற்கு உள்ளானவனைப்போல் இப்படிச் சொன்னதற்கெல்லாம் தலையாட்டுகிறானே?/ திரைப்பட அடுக்குமொழி வசனங்கள் ஒரு காலத்தில் மக்களை வசியப்படுத்தி வைத்திருந்தன.

வசீகரம் பெ. (-ஆக, -ஆன) **(அழகு, இனிமை முதலியவற்றால்) கவர்ந்து தன்வசப்படுத்தும் தன்மை; கவர்ச்சி;** charm attraction; allurement. வசீகரமான புன்னகை./ அவர் வசீகரமாகப் பேசுவார்./ அவர் தன் வசீகரமான பேச்சால் அனைவரையும் கவர்ந்துவிடுவார்.

வசீகரி வி. (வசீகரிக்க, வசீகரித்து) **(அழகு, இனிமை முதலியவற்றால்) கவர்தல்; கவர்ந்து வசப்படுத்துதல்;** charm allure; captivate; fascinate. அவளுடைய புன்னகை அவனை வசீகரித்தது./ பலரைத் தன் அன்பால் வசீகரித்துக் கொண்ட மக்கள் தலைவர்.

வசூல் பெ. **கடன், வரி, கட்டணம், நன்கொடை முதலியவற்றுக்காகப் பணம் பெறும் செயல்/ மேற்குறிப்பிட்ட விதத்தில் பெறப்படும் தொகை;** collection (of taxes, payments, donations, etc.,). பிரபல நடிகர்கள் நடிக்காமலேயே இந்தப் படம் வசூலில் சாதனை புரிந்திருக்கிறது./ இன்றைய வசூலை முடித்துவிட்டுப் பணத்தை வங்கியில் கட்டிவிட்டு வா./ அவரிடமிருந்து பல கோடி ரூபாய் வரி வசூல் செய்யப்பட்டது.

வசூலி வி. (வசூலிக்க, வசூலித்து) **கடன், வரி, கட்டணம், நன்கொடை முதலியவற்றுக்காகப் பணம் பெறுதல் அல்லது சேகரித்தல்;** raise (funds); collect (money). சந்தைக்குள் வரும் வாகனங்களுக்குக் கட்டணம் வசூலித்தார்கள். / எங்கள் பத்திரிகைக்கு உங்களால் சந்தா வசூலித்துத் தர முடியுமா?/ கடனை வசூலிக்க நான் புதிதாக ஒருவரை நியமித்திருக்கிறேன்.

வசை பெ. **இழிவுபடுத்தும் பேச்சு; திட்டு;** abuse; slanderous talk. அவன் வாயைத் திறந்தால் வசைதான்!

வசைபாடு வி. (வசைபாட, வசைபாடி) *(உ.வ.)* **இழிவுபடுத்தும் வகையில் பேசுதல்; திட்டுதல்;** abuse. சங்கத் தலைவரை வசைபாடுவதை நீங்கள் முதலில் நிறுத்த வேண்டும்.

வஞ்சகம் பெ. (-ஆக, -ஆன) **(ஒருவரை நம்பச்செய்து, தீங்கு விளைவித்துப் பயன் அடைய முற்படும்) தந்திரம்;** deceit. என் கூட்டாளி வஞ்சகமாக என்னை ஏமாற்றிவிட்டான்./ அவன் வஞ்சகமான எண்ணத்தோடுதான் நம்மிடம் பழகியிருக்கிறான். [(தொ.சொ.) **கபடம்/ கபடு/ சூது/ சூழ்ச்சி/ வஞ்சனை**]

வஞ்சகன் பெ. **வஞ்சக எண்ணம் கொண்டவன் அல்லது வஞ்சகமான செயல்களைச் செய்பவன்; நயவஞ்சகன்;** dishonest man; dissembler. இந்த வஞ்சகர்களை நம்ப வேண்டாம் என்று நான் அப்போதே சொன்னேன்.

வஞ்சப்புகழ்ச்சி பெ. **1:** *(உ.வ.)* **(ஒருவரை அல்லது ஒன்றை) புகழ்வதுபோல் இகழும் செயல்;** an ironic praise. **2:** *(இலக்.)* **(ஒன்றை அல்லது ஒருவரை) புகழ்வதுபோல இகழ்வதற்கான அல்லது இகழ்வதுபோல புகழ்வதற்கான செய்யுள் அணி வகை;** irony.

வஞ்சம் பெ. **பழி தீர்த்துக்கொள்ளும் எண்ணம் அல்லது செயல்;** revenge.

வஞ்சம் தீர் வி. (தீர்க்க, தீர்த்து) **பழி தீர்த்தல்;** take revenge; avenge (a wrong, etc.,). எப்படியோ உனக்குக் கிடைத்த சந்தர்ப்பத்தைப் பயன்படுத்திக்கொண்டு அவனை வஞ்சம் தீர்த்துவிட்டாய்!/ எத்தனை ஆண்டுகள் ஆனாலும் சரி, என்னை ஏமாற்றியவனை வஞ்சம் தீர்க்காமல் விடமாட்டேன்.

வஞ்சனை பெ. **1: வஞ்சகம்; கபடம்;** deceit; cunning. இப்படி வஞ்சனை செய்வான் என்று நான் நினைக்கவே இல்லை./ வஞ்சனை இல்லாத மனிதர், தாராளமாக நம்பலாம். [(தொ.சொ.) **கபடம்/ கபடு/ சூது/ சூழ்ச்சி**] **2:** *(பெரும்பாலும் எதிர்மறை வாக்கியங்களில்)* **(செயல், அளவு போன்றவற்றில்) குறைவைக்கும் நிலை;** inhibition; reservation. அவருக்குச் சாப்பாட்டு விஷயத்தில் வஞ்சனையே கிடையாது./ அவர் தனது அண்ணன் தம்பிகளுக்கு வஞ்சனை இல்லாமல் உதவியிருக்கிறார்.

வஞ்சி வி. (வஞ்சிக்க, வஞ்சித்து) *(உ.வ.)* **நம்பச்செய்து கைவிடுதல்; தந்திரமாக ஏமாற்றுதல்;** betray; cheat cruelly; desert. கணவனால் வஞ்சிக்கப்பட்ட பெண்கள்/ மனிதர்களை இயற்கை வஞ்சிப்பதில்லை.

வஞ்சிப்பா பெ. **நான்கு வகையான தமிழ்ச் செய்யுள்களுள் ஒன்று;** one of the major metres of Tamil prosody.

வஞ்சிரம் பெ. **(எட்டு அடி நீளம்வரை வளரக்கூடிய) மஞ்சள் அல்லது நீல நிறத்தில் துடுப்புகளை உடைய, (உணவாகும்) கடல் மீன்;** seer fish.

வட்டப்பாதை பெ. *(இயற்.)* **அணுக்கருவை எலக்ட்ரான்களும் சூரியன் போன்ற நட்சத்திரங்களைக் கோள்களும் மையமாகக் கொண்டு சுற்றும் பாதை;**

orbit (of an atom, planet, etc.,). ஓர் அணுவில் வட்டப்பாதையில் சுற்றிவரும் எலக்ட்ரான்கள் அணுவுக்குக் காந்த ஆற்றலைத் தருகின்றன.

வட்டம்[1] பெ. 1: **மையப் புள்ளியிலிருந்து எல்லாப் பக்கங்களிலும் சம தூரத்தில் வளைவான கோட்டினால் அமைந்த (பந்து போன்ற) வடிவம்;** circle. வட்டமான மேஜை/ எல்லோரும் வட்டமாக அமருங்கள்./ இந்த வட்டத்தின் ஆரம் 5 செ.மீ. என்றால் அதன் சுற்றளவு என்ன? 2: **குழுவாக இருக்கும் அமைப்பு; தொடர்புடையவர்கள்;** group; circle. அவனது குறும்பு எங்கள் நண்பர்கள் வட்டத்தில் மிகவும் பிரபலமானது./ அரசியல் வட்டம்/ சினிமா வட்டம்.

வட்டம்[2] பெ. 1: **அரசின் வருவாய் நிர்வாக அமைப்பில் பிர்க்காவைவிடப் பெரிய நிர்வாகப் பிரிவு; தாலுகா;** taluk (a unit of a revenue division). கோயமுத்தூர் மாவட்டம், பொள்ளாச்சி வட்டம். 2: **நகரசபை போன்ற உள்ளாட்சி அமைப்புகளில் தேர்தலுக்காகப் பிரிக்கப்படும் சிறு பிரிவு;** ward (in a corporation, municipality). *155*ஆவது வட்டத்துக்கு மறுதேர்தல் நடத்தப்படும் என்று தேர்தல் ஆணையம் அறிவித்துள்ளது.

வட்டம்[3] பெ. (வ.வ.) **(குறிப்பிட்ட ஒரு சேவைக்கு) தரகாகப் பெறும் பணம்;** exchange commission. தாம் அளிக்கும் காசுக்கு வட்டம் கேட்டுத் தீர்த்த பிறகுதான் பொருட்களைக் கொடுக்கிறார்கள்.

வட்டமிடு வி. (வட்டமிட, வட்டமிட்டு) 1: **(பறவை, விமானம் முதலியவை ஒரு இடத்தை) சுற்றிவருதல்;** hover (over); circle. வானில் விமானங்கள் வட்டமிட்டன./ காகங்கள் குளத்துக்கு மேலே வட்டமிட்டன./ அவரது பார்வை தெருவை ஒருமுறை வட்டமிட்டது./ (உரு வ.) நினைவுகள் அவளைச் சுற்றியே வட்டமிட்டன. 2: **(ஒரு நோக்கத்துடன் ஓர் இடத்துக்கு அல்லது ஒருவரிடம்) தொடர்ந்து சென்று வருதல்; (ஒரு இடத்தை அல்லது ஒருவரை) தொடர்ந்து சுற்றிக்கொண்டிருத்தல்;** hang around (to get things done). 'இங்கேயே வட்டமிட்டுக் கொண்டிருக்கிறாயே, என்ன விஷயம்' என்றார்./ சொத்தை அடையும் எண்ணத்தில் தாத்தாவை உறவினர்கள் வட்டமிட்டனர்.

வட்டமேஜை மாநாடு பெ. **இந்திய சுயாட்சி குறித்து, இந்தியத் தலைவர்களுடன் விவாதிக்க ஆங்கிலேய அரசு *1930, 1931* மற்றும் *1932*ஆம் ஆண்டுகளில் கூட்டிய மாநாடு;** (in Indian history) Round Table Conference.

வட்டா[1] பெ. 1: (வ.வ) **டபரா;** a saucer-like vessel. வட்டாவில் டீ ஆற்றிக்கொண்டிருந்தாள்./ காப்பியை வட்டாவில் ஊற்றி ஆறவை. 2: (இலங்.) **(வெற்றிலை வைத்துக் கொடுப்பதற்குப் பயன்படும்) மேல்புறம் அகன்ற வட்டமான பரப்புக் கொண்டதும் கீழ்ப்புறம் நிற்க வைப்பதற்கு ஏற்ற கால் உடையதுமான ஒரு பாத்திரம்;** a small tray-like case to keep betel leaves, arecanut, etc.,

வட்டா[2] பெ. காண்க: **வட்டை**[1].

வட்டா[3] பெ. **வளைந்த ஆறு துண்டுகளை இணைத்து உருவாகியிருக்கும் வண்டிச் சக்கரத்தின் ஒரு துண்டு;** any of the six segments of the rim of a cartwheel. *(பார்க்க, படம்: கட்டைவண்டி)*

வட்டாட்சியர் பெ. **ஒரு வட்டத்தின் நிர்வாகப் பொறுப்பை ஏற்றிருக்கும் வருவாய்த் துறை அதிகாரி; தாசில்தார்;** tahsildar. வட்டாட்சியர் அலுவலகம்.

வட்டாரம் பெ. 1: **குறிப்பிடப்படும் இடமும் அதைச் சுற்றிய பகுதியும்; பிரதேசம்;** region. தஞ்சாவூர் வட்டாரத்தில் கோயில்கள் அதிகம்./ இது இந்த வட்டாரத்திலேயே பெரிய சந்தை. 2: **(குறிப்பிட்ட) தரப்பினர்;** (government, business) circle; (reliable) source; side. தேர்தல் விரைவில் வரலாம் என்று அரசு வட்டாரங்கள் தெரிவித்தன./ இது நம்பத் தகுந்த வட்டாரத்திலிருந்து வந்த செய்தி. 3: (இலங்.) **வட்டம்;** ward.

வட்டார மொழி பெ. (அ.வ.) (மொழி.) 1: **அந்தந்த மாநிலங்களில் பேசப்பட்டுவரும் மொழி;** regional language. 2: காண்க: **வட்டார வழக்கு.**

வட்டார வழக்கு பெ. (மொழி.) **மொழியைப் பயன்படுத்துபவர் எந்தப் பகுதியைச் சேர்ந்தவரோ அந்தப் பகுதியின் அடையாளங்களாக ஒலி, உச்சரிப்பு, சொல், இலக்கணம் போன்றவற்றில் வேறுபாடுகளைக் கொண்டிருக்கும் மொழி வகை;** regional dialect. 'வாரியல்' என்பது 'துடைப்பம்' என்ற பொருளில் வழங்கும் வட்டார வழக்குச் சொல் ஆகும்.

வட்டி பெ. **(குறிப்பிட்ட காலத்திற்கு இவ்வளவு என்கிற விகிதத்தில்) கடன் தொகைக்குக் கூடுதலாக செலுத்த வேண்டிய அல்லது வங்கி போன்றவற்றில் முதலீடு செய்த பணத்துக்குக் கூடுதலாகப் பெறும் தொகை;** interest (on loan, investment, etc.,). வறட்சியால் பாதிக்கப்பட்ட மாநிலங்களில் விவசாயிகள் வாங்கிய கடனுக்கான வட்டி முழுவதுமாக ரத்துசெய்யப்படும் என்று பிரதமர் அறிவித்தார்.

வட்டியும் முதலுமாக வி.அ. **(முன்பு நடந்ததை அல்லது செய்ததைப் போல்) பல மடங்கு அதிகமாக;** to a greater extent than expected. வசதி இருக்கிறது என்று அந்தக் காலத்தில் அவர் செய்த அட்டூழியங்களுக்கு அளவே கிடையாது. அதற்கு வட்டியும் முதலுமாக இப்போது அனுபவிக்கிறார்./ அண்ணன் என்கிற முறையில் நான் உனக்கு ஒன்றுமே செய்யவில்லை. உன் திருமணத்திற்கு வட்டியும் முதலுமாகச் சேர்த்துச் செய்துவிடுகிறேன்.

வட்டில் பெ. (வ.வ.) **உணவு வைத்து சாப்பிடும் குழிவான பாத்திரம்;** a vessel to eat food from.

வட்டு[1] பெ. (ஊரக வ.) **தட்டு அல்லது தட்டு வடிவத்திலிருக்கும் பொருள்;** plate.

வட்டு[2] பெ. (இலங்.) **(தென்னை, பனை, பாக்கு போன்ற மரத்தில்) பாளை, காய் போன்றவை இருக்கும் தலைப்பகுதி;** the top of the tree (such as coconut, palmyra and arecanut) where the scathe, fruit, etc., are found. பனை மரங்களில் இரவோடு இரவாக ஏறி வட்டுக்குள் துளை போட்டு எண்ணெய் ஊற்றிக் கருக்கினார்களாம்.

வட்டு எறிதல் பெ. **வட்ட வடிவ உலோகத் தட்டு போன்ற கனமான சாதனத்தை அதிக தூரம் எறியும் விளையாட்டுப் போட்டி;** the discus.

வட்டெழுத்து பெ. **தமிழ் மொழிக்கு (கி.பி. பன்னிரண்டாம் நூற்றாண்டுவரை) வழங்கி வந்த, சற்று வட்ட வடிவில் அமைந்த வரிவடிவம்;** a script slightly circular in form which was used (till twelfth century A.D.) for Tamil language; cursive script.

வட்டெழுத்து

வட்டை[1] பெ. (வ.வ.) காண்க: **வட்டா**[3].

வட்டை[2] பெ. (இலங்.) **வயல் பகுதி;** paddy fields.

வட பெ.அ. **வடக்கு என்பதன் பெயரடை;** adjective of வடக்கு. வட திசை/ வட மாநிலங்களில் வெள்ளம்.

வடக்கத்திய பெ.அ. (பே.வ.) **வடக்கிலுள்ள; வடக்குப் பகுதியைச் சேர்ந்த;** northern; of northern region. வடக்கத்திய சமையல்/ வடக்கத்திய உடை.

வடக்கத்திய இசை பெ. **ஹிந்துஸ்தானி சங்கீதம்;** North Indian classical music.

வடக்கிரு வி. (-இருக்க, -இருந்து) **(பண்டைக் காலத்தில் அரசன் முதலியோர் தமக்கு நேர்ந்த அவமானம் முதலியவற்றால்) உயிர் இழக்கத் துணிந்து உண்ணாமல் வடக்கு நோக்கி உட்கார்ந்திருத்தல்;** fast to death sitting with one's face to the north (as was done by ancient Tamil kings who would not bear to be humiliated). கோப்பெருஞ்சோழன் தனது மைந்தனுடன் ஏற்பட்ட பிணக்கின் காரணமாக வடக்கிருந்து உயிர் நீக்க முடிவுசெய்தார்.

வடக்கு பெ. **தெற்கு திசைக்கு எதிர்த்திசை;** north.

வடக்கே வி.அ. **வடக்குப் பக்கத்தில்;** in the northern direction. ஊரின் வடக்கே ஒரு பெரிய ஆலமரம் உள்ளது.

வடகம் பெ. **கூழ்வடகம், வெங்காயவடகம் ஆகியவற்றின் பொதுப்பெயர்;** the general name for கூழ்வடகம், வெங்காயவடகம்.

வடகலை பெ. **வைணவர்களின் இரண்டு உட்பிரிவுகளில் ஒன்று;** one of the two Vaishnavaite sub-sects.

வடகிழக்கு பெ. **வடக்கு திசைக்கும் கிழக்கு திசைக்கும் இடைப்பட்ட திசை;** north-east. இந்தியாவுக்கு வடகிழக்கில் உள்ள நாடு மங்கோலியா.

வடகிழக்குப் பருவக்காற்று பெ. **(தென்னிந்தியாவில்) ஐப்பசியிலிருந்து மார்கழி மாதம்வரை மழையைப் பெய்விக்கும் வகையில் வடகிழக்குத் திசையிலிருந்து வீசும் காற்று;** the North-East monsoon (in South India).

வடகிழக்குப் பருவமழை பெ. **(தென்னிந்தியாவின் கிழக்குக் கரையில்) ஐப்பசி-கார்த்திகை மாதங்களில் வடகிழக்குப் பருவக்காற்றால் பெய்யும் மழை;** rain due to North-East monsoon (occurring on the eastern coast of South India in October and November).

வடநாடு பெ. **(ஆந்திரம், தமிழ்நாடு, கேரளம், கர்நாடகம் ஆகிய நான்கு தென் மாநிலங்கள் தவிர்த்த இந்தியாவின்) வட பகுதி;** northern part (of India). அவனுக்கு வடநாட்டில் வேலை கிடைத்திருக்கிறது.

வடம் பெ. 1: **(கோயில் தேரை இழுக்கப் பயன்படுத்தும்) மிகவும் கனமான பருத்த முறுக்குக் கயிறு;** thick, twisted rope (to haul a temple car). [(தொ.சொ.) **இழை/ கயிறு/ நூல்**] 2: **கழுத்துச் சங்கிலியின் தடித்த ஒரு சரடு;** a string of a gold chain. இரட்டை வடச் சங்கிலி.

வடம்பிடி வி. (-பிடிக்க, -பிடித்து) **தேரின் வடத்தைப் பிடித்து இழுத்தல்;** pulling the ropes (of a temple car). பெரியவர் வடம்பிடித்துத் தேரோட்டத்தைத் தொடங்கி வைத்தார்.

வடமேற்கு பெ. **வடக்கு திசைக்கும் மேற்கு திசைக்கும் இடைப்பட்ட திசை;** north-west. இந்தியாவுக்கு வடமேற்கில் உள்ள நாடு ஆப்கானிஸ்தான்.

வடமொழி பெ. **சமஸ்கிருதம்;** Sanskrit. வடமொழியில் எழுதப்பட்ட காவியம்/ வடமொழிக் கவிஞர்.

வடலி பெ. (இலங்.) **(பனை மர) கன்று;** young palmyra tree. வடலி நாரில் செய்யும் விண் நன்றாகக் கூவும்./ உன் பனங்கூடலில் ஒரே வடலியாக இருக்கிறதே!

வடலிப்பனை பெ. (இலங்.) **குறைந்த உயரமே வளர்ந்த பனை;** stunted palmyra.

வடி[1] வி. (வடிய, வடிந்து) 1: **(திரவம்) கோடாகவோ சொட்டுச்சொட்டாகவோ சிறிய அளவில் வெளியேறுதல்; ஒழுகுதல்; வழிதல்;** (of liquid) drip; trickle. காயத்திலிருந்து இரத்தம் வடிந்தது./ மாட்டின் கண்ணிலிருந்து நீர் வடிந்துகொண்டிருந்தது./ எருக்கஞ்செடியில் வடிந்த பாலை எடுத்து முள் தைத்த இடத்தில் தடவினான்./ எண்ணெய் வடியும் முகம். [(தொ.சொ.) **ஊற்று/ ஒழுகு/ கசி/ கொட்டு/ சிதறு/ சிந்து/ சுர/ சொட்டு/ ததும்பு/ தெறி/ பரவு/ பீச்சு/ பீறிடு/ பொங்கு/ வழி**] 2: **(வெள்ளம், வீக்கம் போன்றவை) அளவில் குறைதல் அல்லது சிறிதாதல்;** (of water) drain; (of swelling) get reduced; subside. தொடர்ந்து மழைபெய்துகொண்டிருந்ததால் வெள்ளம் வடியவில்லை./ கால் வீக்கம் கொஞ்சம் வடிந்திருக்கிறது./ (உரு வ.) காலையில் இருந்த உற்சாகம் இப்போது முற்றிலுமாக வடிந்துவிட்டிருந்தது. [(தொ.சொ.) **அமுங்கு/ இறங்கு/ குறை/ தணி**]

வடி[2] வி. (வடிக்க, வடித்து) அ. (நீரை வெளியேற்றுதல் தொடர்பான வழக்கு) 1: **(தாவரத்திலிருந்து பிசின், பால் போன்றவற்றை) சொட்டுச்சொட்டாக வெளியேறச் செய்து சேகரித்தல்/(சாற்றை) கொஞ்சம் கொஞ்சமாக இறங்கச் செய்தல்;** tap to collect the liquid; distil. கள் வடிப்பதற்காகப் பாளையைச் சீவிவிடுகிறார்கள்./ பச்சிலையிலிருந்து தைலம் வடித்தார். 2: **(நீரை) கொஞ்சம்கொஞ்சமாக வெளியேறச் செய்தல்;** drain (water, etc., from sth.); strain. சாதத்தை வடித்துவிட்டு வருகிறேன். 3: **(கண்ணீர்) சிந்துதல்;** shed (tears). சோகச் செய்தியைக் கேட்டுக் கண்ணீர் வடித்தார்./ ஆனந்தக் கண்ணீர் வடித்தாள். **ஆ.** (உருவாக்குதல் தொடர்பான வழக்கு) 4: **அச்சில் வார்த்து அல்லது கல், மரம் போன்றவற்றைச் செதுக்கிச் சிலை, சிற்பம் போன்றவற்றை உருவாக்குதல்;** cast; mould (to a form). சிலை வடிக்கும் பணி துவங்கியது./ (உரு வ.) தன் எண்ணத்தை எழுத்தில் வடித்துள்ளார். 5: (உ.வ.) **(ஓவியம்) வரைதல்;** paint. ரவிவர்மா வடித்த ஓவியங்கள் அற்புதமானவை.

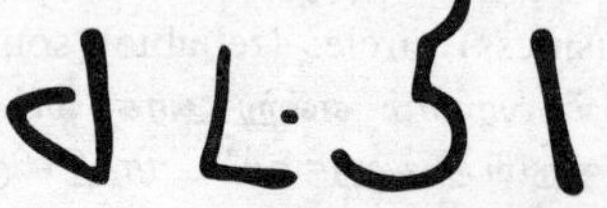

1147 வடை

இ. (பெரிதாக இருப்பதைக் குறைத்தல் தொடர்பான வழக்கு) 6: **(வீக்கத்தை) குறைத்தல்;** cause (a swelling) to subside. இந்த மருந்து வீக்கத்தைச் சீக்கிரம் வடிக்கும்.

வடிக்கஞ்சி பெ. **சோறு வெந்த பிறகு வடித்தெடுக்கும் கஞ்சி;** water strained after boiling the rice.

வடிகட்டி பெ. **திரவம் மட்டும் வெளியேறும் வகையில் நுண்ணிய கண்கள் உடைய வலை அமைத்துத் தயாரிக்கப்பட்ட சாதனம்;** strainer.

வடிகட்டிய பெ. காண்க: **வடிகட்டின.**

வடிகட்டின பெ.அ. (பெரும்பாலும் எதிர்மறையான விஷயங்களைப் பற்றிப் பேசும்போது) **குறிப்பிட்ட தன்மையை முழுமையாகக்கொண்ட; அப்பட்டமான;** downright. இது வடிகட்டின பொய்/ அந்த வடிகட்டின முட்டாள் சொல்வதையெல்லாம் நீ நம்பாதே./ வடிகட்டின கஞ்சன்.

வடிகட்டு வி. (-கட்ட, -கட்டி) 1: **வடிகட்டியில் திரவத்தை ஊற்றித் தேவையற்றதை நீக்குதல்; (ஒன்றிலிருந்து நீரை) வெளியேற்றுதல்;** filter; strain. நீரைக் காய்ச்சிய பின் வடிகட்டிக் குடிக்க வேண்டும்./ நெல் அவித்த அண்டாவின் வாயில் சாக்கைக் கட்டிக் கவிழ்த்து நீரை வடிகட்டுவார்கள். 2: **பலவற்றுள் தரமற்றதையும் தேவையில்லாததையும் நீக்கித் தரமானவற்றையும் தேவையானவற்றையும் பெறுதல்;** screen; filter. நூறு கதைகள் வடிகட்டப்பட்டுப் பத்துக் கதைகள் தேர்ந்தெடுக்கப்பட்டன.

வடிகால் பெ. **நீர் ஒரு பரப்பில் தேங்கிநிற்காமல் செல்வதற்காக அமைக்கப்படும் கால்வாய்;** outlet; drain; drainage. மழைநீர் நிலத்திலிருந்து வடிகால் வழியாகச் சென்றுவிடும்./ வடிகால்கள் சீரமைக்கப்படாத காரணத்தால்தான் மழைபெய்யும் போதெல்லாம் நகரமே வெள்ளத்தில் மிதக்கிறது./ (உரு வ.) துக்கத்தின் வடிகால் அழுகை. [(தொ.சொ.) **ஆறு/ ஓடை/ கால்வாய்/ வாய்க்கால்**]

வடிச்சல் பெ. (இலங்.) **வயலில் உள்ள நீரை வெளியேற்றப் பயன்படும் வாய்க்கால்;** a narrow channel to drain paddy fields.

வடித்துக்கொட்டு வி. (-கொட்ட, -கொட்டி) **(சலிப்போடு கூறும்போது) (தொடர்ந்து) சமைத்துப்போடுதல்;** (said in disgust) slave over a hot stove. இந்தக் குடும்பத்திற்கு வடித்துக்கொட்டியே என் காலம் போய்விட்டது./ உனக்கு என்று ஒருத்தி வடித்துக்கொட்ட வருவாள். அப்போது தெரியும் என் சமையலின் அருமை./ இந்த வீட்டில் வடித்துக்கொட்ட நானிருக்கும்போது உங்களுக்கு என்ன கவலை என்று அம்மா சத்தம்போட்டாள்.

வடிதட்டு பெ. **சாதத்திலிருந்து கஞ்சியை வடித்தெடுப்பதற்கு உதவும் முறையில் பாதிப் பரப்பில் மட்டும் துளைகளைக் கொண்ட உலோகத் தட்டு;** a shallow metal plate with perforation used as strainer; colander. (பார்க்க, படம்: **சிப்பில்(தட்டு)**)

வடி தண்ணீர் பெ. (வ.வ.) **அரிசியைச் சமைத்த பிறகு வடிகட்டிய கஞ்சி;** starchy water strained from cooked rice.

வடிதாள் பெ. (வேதி.) **வேதித் திரவங்களை வடிகட்டுவதற்குப் பயன்படுத்தப்படும் நுண்ணிய துளைகள் உடைய தாள்;** filter paper. வடிதாளைப் பயன்படுத்தி இந்தக் கரைசலிலிருந்து தேவையற்ற மாசுகளை நீக்க வேண்டும்.

வடிநிலம் பெ. **ஒரு நதியின் கிளைநதிகளும் உபநதிகளும் பாயும் பரப்புகளை உள்ளடக்கியிருக்கும் நிலப்பகுதி;** (river) basin; delta. தமிழகத்தில் காவிரி வடிநிலப் பகுதிகளில் நெற் பயிரைக் காப்பாற்றுவதற்குப் போதுமான அளவு தண்ணீர் வருவதில்லை என்பது விவசாயிகளின் புகார்./ அமேசான் வடிநிலம்.

வடிவகணிதம் பெ. **வடிவங்களையும் உருவங்களையும் உருவாக்கும் கோடுகள், கோணங்கள் முதலியவற்றைக் கணித அடிப்படையில் விளக்கும் பிரிவு;** geometry.

வடிவம் பெ. 1: **புற உருவ அமைப்பு; புறத் தோற்றம்;** form; shape. செவ்வக வடிவ மரக் கட்டை/ சதுர வடிவ அறை/ மாத்திரை வடிவத்திலும் இந்த மருந்து கிடைக்கிறது./ நீரைக் கிழித்துச் செல்லுவதற்கு ஏற்ற வடிவம் கொண்ட விசைப் படகு. 2: **(கலை, இலக்கியங்களில்) ஒரு படைப்பு உருவாக்கப்படும் விதம், உத்தி, அமைப்பு முதலியன; உருவம்;** form. இந்த அனுபவத்தைக் கதை வடிவத்தில் சொல்வது கடினம்./ சமுதாயத்தில் புதுக் கருத்துகள் ஏற்கப்படும்போது கலை வடிவங்களும் மாறுகின்றன.

வடிவமை வி. (-அமைக்க, -அமைத்து) (உ.வ.) **(சிலை, கட்டடம் போன்றவற்றுக்குக் குறிப்பிட்ட) வடிவம் கிடைக்கும்படி செய்தல்; உருவாக்குதல்;** design; model; cast. இந்த உழைப்பாளர் சிலையை வடிவமைத்த சிற்பிக்குப் பாராட்டு./ இந்தத் திரையரங்கத்தை வடிவமைத்தவர் வெளிநாட்டவரா?/ இவை அனைத்தும் இந்தியாவிலேயே வடிவமைக்கப்பட்ட ஆடைகள்./ இது கிராமச் சாலைகளில் செல்வதற்காகவே வடிவமைக்கப்பட்ட வண்டி.

வடிவமைப்பு பெ. **உருவாக்கப்பட்ட வடிவம் அல்லது தோற்றம்;** design. அந்தக் கொதிகலன்கள் கோபுரம் போன்ற வடிவமைப்புக் கொண்டவை.

வடிவியல் பெ. (கணி.) காண்க: **வடிவகணிதம்.**

வடிவு பெ. 1: காண்க: **வடிவம், 1.** 2: **(-ஆக, -ஆன) (இலங்.) அழகு;** beauty. அவளுக்கு மூக்கு வடிவாக இருக்கும்./ அவன் வடிவாகப் படம் கீறுவான்./ நல்ல வடிவான வீடு.

வடு[1] பெ. **புண் ஆறிய பின் அல்லது அடிபட்ட இடத்தில் நிலைத்துவிடும் அடையாளம்; தழும்பு;** scar; cicatrice. அவனுக்கு நெற்றியில் ஒரு வடு இருக்கும்./ அம்மை வடு/ (உரு வ.) சிறு வயதில் அடைந்த அவமானம் அவர் நெஞ்சில் அழியாத வடுவை ஏற்படுத்திவிட்டது.

வடு[2] பெ. காண்க: **மாவடு.**

வடும்பு பெ. **(ஊரக வ.) வேலி கட்டும்போது குறுக்குவசத்தில் நீளமாக வைத்துக் கட்டும் மூங்கில் முள்;** long branch of bamboo horizontally running in a fence to hold together the vertical branches. கீழிருந்து மேல் ஐந்து வடும்பு வைத்துக் கட்டினால் வேலி அமுத்தமாக இருக்கும்.

வடுமாங்காய் பெ. **மாவடுவை உப்புப் போட்டு மிளகாய் அரைத்துக் கலந்த நீரில் ஊற வைத்துத் தயாரிக்கும் ஒரு வகை ஊறுகாய்;** a pickled preparation of tender mangoes.

வடை பெ. **கெட்டியாக அரைத்த உளுத்தம் பருப்பை அல்லது கடலைப் பருப்பை வட்டமாகத் தட்டி எண்ணெயில் வேக வைத்து எடுக்கப்படும் தின்பண்டம்;**

வடைக்குத்தி 1148

cutlet-like snack made of lentil or chick-pea paste and fried in oil. இன்று வடை பாயசத்தோடு சாப்பாடு.

வடைக்குத்தி பெ. **வடைகள் நன்றாக வெந்ததும் ஒவ்வொன்றாகக் குத்தி எடுக்கப் பயன்படும் நீளமான கம்பி;** pick to take out வடை from the hot oil.

வடைகறி பெ. *(வ.வ.)* **ஊற வைத்து அரைத்த கடலைப் பருப்பை மசாலா சேர்த்துத் தாளித்து ஆவியில் வேக வைத்துத் தயாரிக்கும் ஒரு வகைத் தொடுகறி;** a kind of side dish for இட்லி, etc., using chickpea paste as in the preparation of வடை.

வடைப்பருப்பு பெ. *(வ.வ.)* **பாசிப்பருப்பை வேக வைத்துத் தாளித்துச் செய்யும் கார வகைத் தின்பண்டம்;** spiced greengram served as a snack.

வடை மாலை பெ. **(பொதுவாக ஆஞ்சநேயருக்கு அணிவிப்பதற்காக) தட்டையாகவும் எண்ணெய்ப் பசை இல்லாமலும் செய்த வடைகளைக்கொண்டு கோக்கப்பட்ட மாலை;** garland made by stringing வடை (usually used for adorning ஆஞ்சநேயர்). அனுமன் ஜெயந்தியை ஒட்டி ஆஞ்சநேயருக்கு 1,00,008 வடைகளால் ஆன வடை மாலை சாத்தப்பட்டது.

வடைவாரி பெ. *(ஊரக வ.)* **துளைகள் கொண்டதும் வாணலியிலிருந்து வடையை எடுப்பதற்குப் பயன்படுத்துவதுமான கரண்டி;** perforated ladle to take out வடை, etc., from the hot oil.

வண்டல் பெ. **(ஆறு, வெள்ளம் முதலியவை அடித்துக் கொண்டு வந்து ஒதுக்கும்) வளமான மண்;** silt. வண்டல் பிரதேசத்தில் பயிர்கள் செழித்து வளரும்./ தென்னைக்குத் தொழுவுரமும் குளத்து வண்டலும் போட்டார்.

வண்டவாளம் பெ. *(பே.வ.)* **பிறருக்குத் தெரியாத விதத்தில் ஒருவர் மறைக்க விரும்புவதாகக் கருதப்படும் தில்லுமுல்லு, ஊழல், மோசமான நடத்தை முதலியன;** unpleasant or discreditable facts about s.o. which he is thought to conceal. அவருடைய வண்டவாளங்களெல்லாம் எங்களுக்குத் தெரியும்./ உன் வண்டவாளத்தை எடுத்து விடவா?

வண்டி[1] பெ. **மாடு, குதிரை போன்ற விலங்குகளால் இழுத்துச்செல்லப்படும் அல்லது இயந்திரத்தால் இயங்கும் சக்கரங்களை உடைய வாகனம்;** (generally) vehicle; (esp.) bullock-cart or horse-drawn cart. மாட்டு வண்டி/ குதிரை வண்டி/ ரயில் வண்டி.

வண்டி[2] பெ. *(இலங்.)* தொந்தி; pot-belly.

வண்டி ஓடு வி. *(ஓட, ஓடி) (பே.வ.)* **(அன்றாட அடிப்படை வசதிகளுக்குக் குறைவு இல்லாமல் உடல்நலத்தோடு) வாழ்க்கை நடத்தல்;** carry on (in spite of difficulties). இன்னும் கொஞ்சம் நாள் வண்டி ஓடினால் போதும். பிறகு என் பையன் பார்த்துக்கொள்வான்./ 'எப்படி இருக்கிறீர்கள்?' என்று கேட்டதற்கு 'ஏதோ வண்டி ஓடிக் கொண்டிருக்கிறது' என்றார் நண்பர்./ எத்தனை காலத்துக்கு இப்படியே வண்டி ஓடும்? எனக்கும் எண்பது வயது ஆகிறது அல்லவா?

வண்டிக்கால் பெ. *(ஊரக வ.)* **கூண்டுவண்டி, கட்டை வண்டி போன்றவற்றின் சக்கரம்;** wheel of a bullock -cart. குறுக்கும் நெடுக்குமாக ஓடிக்கொண்டிருந்த நாய் வண்டிக் காலில் சிக்கிக்கொள்ளுமோ?

வண்டிச்சத்தம் பெ. காண்க: **சத்தம்**[2].

வண்டிச்சோடு பெ. *(ஊரக வ.)* **(மண் சாலையிலும், கோடைக் காலத்தில் வயலிலும்) வண்டிச் சக்கரம் உருண்டுஉருண்டு உண்டாகும் தடம்;** track made by cartwheels (on a mud road or in paddy fields in summer).

வண்டித் திருவை பெ. *(மண்.)* **நான்கு ஆரங்களோடு வண்டிச் சக்கரம்போல் பெரிதாகவும் ஒரு நீளமான தடியைக் கொண்டு சுற்றுவதாகவும் இருக்கும், மட்பாண்டம் செய்யப் பயன்படும் சக்கரம்;** potter's wheel similar to a cart wheel with four spokes and rotated with a staff.

வண்டிப்பேட்டை பெ. *(அ.வ.)* **சரக்குகளை ஏற்றிவரும் வாகனங்களை நிறுத்துவதற்கான இடம்;** locality for parking vehicles.

வண்டியை ஓட்டு வி. *(ஓட்ட, ஓட்டி) (பே.வ.)* **(அன்றாட அடிப்படை வசதிகளுக்குக் குறைவு இல்லாமல்) பிழைப்பை நடத்துதல்;** maintain oneself; subsist. படித்த படிப்புக்கு ஏற்ற சம்பளம் இல்லை. எப்படியோ வண்டியை ஓட்ட வேண்டியதுதான்./ இரண்டு வருடம் வண்டியை ஓட்டிவிட்டால் போதும்; மகன் வேலைக்குப் போக ஆரம்பித்துவிடுவான்.

வண்டில் பெ. *(இலங்.)* **இரட்டைமாட்டு வண்டி;** cart drawn by a pair of bullocks.

வண்டிவண்டியாக வி.அ. *(பே.வ.)* **மிக அதிக அளவில்; கணக்கில்லாமல்;** in plenty; in cartloads. அந்தத் தனியார் அலுவலகத்தில் வருமான வரித்துறை அதிகாரிகள் நுழைந்து வண்டிவண்டியாகக் கோப்புகளை அள்ளிச் சென்றிருக்கிறார்கள்./ கண்ணில் ஏன் மையை இப்படி வண்டிவண்டியாக அப்பிக்கொண்டிருக்கிறாய்?/ வண்டிவண்டியாகப் பொய் சொல்லுவாள், அவளை நம்பாதே./ என்னைப் பற்றி அவளிடம் வண்டிவண்டியாகக் குறைசொல்லியிருக்கிறான்.

வண்டு பெ. **ஓடு போன்ற இரண்டு முன்இறக்கைகள் மூடியிருக்கும் உடலைக் கொண்ட, கொட்டக் கூடிய ஒரு பூச்சி இனம்;** general term for beetle. வண்டுகள் ரீங்காரமிட்டுப் பறந்து சென்றன.

வண்டுகட்டு வி. *(-கட்ட, -கட்டி.) (வ.வ.)* **வேடுகட்டு;** cover the mouth of (a pot, vessel, basket, etc.,) with a cloth.

வண்ணக்கர் பெ. *(இலங்.)* **கோயில் குழுத் தலைவர்;** leader or head of a temple committee.

வண்ணத்துப்பூச்சி பெ. **பல வடிவங்களில் விதவிதமான நிறங்களில் இறக்கைகளையும் ஆறு கால்களையும் உடைய ஒரு வகைப் பூச்சி; பட்டாம்பூச்சி;** butterfly.

வண்ணத் தொலைக்காட்சிப் பெட்டி பெ. **திரையில் எல்லா வண்ணங்களிலும் உருவங்களைக் காட்டும் தொலைக்காட்சிப் பெட்டி;** colour television set.

வண்ணம்[1] பெ. **1: நிறம்;** colour. இரு வண்ண ஓவியம்/ வண்ணக் காகிதம்/ வண்ணக் குடை. **2: நிறம் தரும் பொருள்; வர்ணம்;** paint. புது வீட்டில் எல்லா வேலைகளும் முடிந்துவிட்டன. வண்ணப் பூச்சு வேலைதான் செய்ய வேண்டும்.

வண்ணம்[2] இ.சொ. *(உ.வ.)* **1:** *(பெயரெச்சத்தின் பின்)* **'முறையில்' என்ற பொருளில் பயன்படுத்தப்படும் இடைச்சொல்; 'வகையில்';** particle used (after relative participles) in the sense of 'so as', 'as', 'in the manner of'. இந்தக் கட்டுரை முன்மாதிரியாகக் கொள்ளும்வண்ணம் எழுதப்பட்டிருக்கிறது./ அவரவர் தங்கள் அனுபவங்களுக்கு ஏற்றவண்ணம் நடந்துகொள்கிறார்கள்./ பிறருக்குத் தெரியாதவண்ணம் அந்தக் காரியத்தைச் செய்துவிட்டார்கள். **2:** *(இறந்தகாலப் பெயரெச்சத்தின் பின்)* **குறிப்பிட்ட செயல் தொடர்ந்து நிகழ்வதைக்காட்ட அல்லது நிலையின் மிகுதியைக் காட்டப் பயன்படும் இடைச்சொல்;** particle (after past relative participles) used to indicate the unceasing, uninterrupted nature of the action (specified); 'keep on (doing sth.)'. வாழ்த்துத் தந்திகள் வந்த வண்ணம் இருக்கின்றன./ கோடைக் காலத்தில் தண்ணீர் குடித்தவண்ணமாக இருக்கிறோம்./ அவர் நேற்று மாலையிலிருந்து தூங்கியவண்ணம் இருக்கிறார்.

வண்ணமிகு பெ.அ. **பல்வேறு நிறங்களைக் கொண்ட; பல்வேறு நிறங்களில் அமைந்த;** colourful. மாநாட்டுப் பந்தலை வண்ணமிகு கொடிகள் அலங்கரித்தன./ வண்ணமிகு அலங்கார ஊர்திகளின் அணிவகுப்பு கண்ணுக்கினிய காட்சியாக அமைந்தது.

வணக்கத்துக்குரிய பெ.அ. *(கிறித்.)* **புனிதர் பட்டத்துக்கு முன்பு தரப்படுகிற முதல் நிலைப் பட்டம்;** venerable.

வணக்கம் பெ. **1: மரியாதையைத் தெரிவிக்கப் பயன்படுத்தும் சொல் அல்லது மரியாதையின் அறிகுறியாகக் கைகூப்பும் செயல்;** a term of respect used when greeting s.o. or a form of respect in which one joins his palms together in front of his chest. பெரியவரைப் பார்த்து, 'வணக்கம் ஐயா' என்றான்./ ஆசிரியரைக் கண்டவுடன் எழுந்து வணக்கம் தெரிவித்தான்./ உன் அப்பாவுக்கு என் வணக்கங்களைத் தெரிவிக்கவும். **2: கடவுளை வணங்கும் செயல்;** prayer (to god). இறை வணக்கம்.

வணங்காமுடி பெ. **யாருக்கும் பணிந்து நடக்காதவன்;** recalcitrant person; stiff necked person.

வணங்கு வி. *(வணங்க, வணங்கி)* **1:** *(கடவுளை)* **வழிபடுதல்;** worship; pray. கற்பூரம் ஏற்றிக் கடவுளை வணங்கினாள். **2:** *(மரியாதையை வெளிப்படுத்த)* **கைகூப்புதல் அல்லது வணக்கம் தெரிவித்தல்;** greet (s.o. with one's palms joined together in front of the chest). திருமணத்துக்கு வந்தவர்களை வணங்கி வரவேற்றார். **3:** *(பே.வ.)* **ஒரு வேலையைச் செய்வதற்கு உடல் தயாராக இருத்தல்;** be willing to exert oneself. உனக்கு வேலை செய்ய உடம்பு வணங்காது.

வணிகச் சின்னம் பெ. **ஒரு வணிக நிறுவனம் தன் பொருள்களுக்குப் பயன்படுத்துவதற்காகப் பதிவு செய்துகொண்ட பெயர் அல்லது சின்னம்;** trade mark.

வணிகம் பெ. **வியாபாரம்;** business; trade. தானிய வணிகத்தை அரசு ஏற்று நடத்துமா?/ கல்வி நிறுவனங்கள் வணிக நோக்கில் இயங்கக் கூடாது./ வணிக நிறுவனம்.

வணிகர் பெ. **வியாபாரம் செய்பவர்; வியாபாரி;** merchant; trader. அரபு நாட்டு வணிகன்/ வெற்றிலை வணிகர் சங்கம்.

வணிகவியல் பெ. **பொருள்களை வாங்கி விற்றல், வங்கிச் செயல்பாடு, சேவை வழங்குதல் போன்றவற்றைப் பற்றியும் நிர்வாக வரவு செலவுபற்றியும் மேற்கொள்ளும் படிப்பு;** commerce (as a subject of study). வணிகவியல் துறை/ வணிகவியல் பேராசிரியர்.

வத்தகப்பழம் பெ. *(இலங்.)* **தர்ப்பூசணிப் பழம்;** sweet watermelon. கோடைக் காலத்தில் தண்ணீர் விடாயைத் தீர்ப்பதற்கு வத்தகப்பழம் நல்லது.

வத்தல் பெ. **1: பதப்படுத்திக் காயவைத்த சில வகைக் காய்கறி;** vegetable dried in the sun and preserved to be used later. கொத்தவரங்காய் வத்தல்/ மணத்தக்காளி வத்தல். **2: அரிசிக் கூழ், ஜவ்வரிசிக் கூழ் முதலியவற்றை அச்சில் இட்டுப் பிழிந்து, உலர்த்தி எடுத்த துண்டுகள்;** rice or sago paste processed by drying. ஜவ்வரிசி வத்தல். **3:** *(உடல்)* **மெலிவு;** (of body) thin; being skinny. ஆள் வத்தலாக இருக்கிறார்./ வத்தல் மாடுகளை எப்படி உழவுக்குப் பயன்படுத்துவது?

வத்தல்குழம்பு பெ. *(பருப்பு இல்லாமல்)* **புளிக் கரைசலில் வத்தல் போட்டுச் செய்த குழம்பு;** a sauce of thick tamarind solution with dried vegetable pieces.

வத்தலும்தொத்தலுமாக வி.அ. *(பே.வ.)* **உடல் வற்றி மெலிந்து;** in a thin and emaciated condition; being mere skin and bones. அவருடைய மாடுகள் எல்லாம் வத்தலும் தொத்தலுமாகத்தான் இருக்கின்றன./ வத்தலும்தொத்தலுமாக நாலைந்து சிறுவர்கள்.

வத்தாளக்கிழங்கு பெ. *(இலங்.)* **சர்க்கரை வள்ளிக் கிழங்கு;** sweet potato.

வத்திக்குச்சி பெ. *(பே.வ.)* **தீக்குச்சி;** matchstick.

வத்திப்பெட்டி பெ. *(பே.வ.)* **தீப்பெட்டி;** matchbox. வத்திப்பெட்டி அடுப்படியில் இருக்கும்./ வத்திப்பெட்டியில் ஒரு குச்சிகூட இல்லை.

வத்திவை வி. *(-வைக்க, -வைத்து) (பே.வ.) (ஒருவரைப் பற்றி மற்றொருவரிடம்)* **கோள் சொல்லுதல்;** tell on s.o. அப்பாவிடம் உன்னைப் பற்றி வத்திவைத்துவிடுவேன் என்று பயப்படுகிறாயா?/ நான் வேலையே பார்ப்பதில்லை என்று முதலாளியிடம் யாரோ வத்திவைத்துவிட்டார்கள்.

வத்து பெ. *(பே.வ.) (கடலில் நீர் வற்றுவதால்)* **உயரக் குறைவான அலைகளோடு நீர்மட்டம் குறைவாகக் காணப்படும் நிலை அல்லது காலம்;** ebb; low-tide.

வத்தை பெ. **1:** *(வ.வ.) (மீனவர்கள் கடலில் செல்ல)* **கட்டுமரம்போலப் பயன்படுத்தும் உள்வைரமற்ற மரக்கட்டைகள்;** raft with no heartwood used for fishing in the sea. **2:** *(இலங்.)* **பாய்மரக்கப்பல்;** sailing ship.

வதக்கு வி. *(வதக்க, வதக்கி) (காய்கறி முதலியவற்றை வாணலியில் போட்டு சூடான எண்ணெயில்)* **துவளும்படிசெய்தல்; புரட்டுதல்;** soften by heating in a frying pan (vegetables, etc.,) adding a little oil. பச்சை மிளகாயை அரிந்து எண்ணெய் விட்டு வதக்கினாள். [*(தொ.சொ.)* தாளி/ துவட்டு/ புரட்டு/ பொரி/ வறு]

வதங்கு வி. *(வதங்க, வதங்கி)* **1:** *(செடி, கொடி அல்லது காய்கறி)* **நீர்த்தன்மை குறைந்து துவளுதல்; பசுமை இழத்தல்;** lose freshness; wilt. இன்றும் கத்தரிச் செடிக்கு நீர் பாய்ச்சாவிட்டால் வாடி வதங்கிப்போகும்./ வெயிலில் வதங்கிய காய்கறிகள். **2:** *(சில காய்கறிகள் எண்ணெயில்)*

வதக்கப்படுதல்; be soften by heating in a frying pan. வெங்காயம் நன்றாக வதங்கியவுடன் வாணலியை இறக்கி வைக்கவும்.

வதந்தி பெ. **மக்களிடையே பரவிப் பரபரப்பாகப் பேசப் படும், உண்மையா பொய்யா என்று உறுதிசெய்யப் படாத செய்தி; புரளி;** rumour; (sensational) gossip. ஊரில் பிள்ளைபிடிப்பவர்கள் உலவுவதாக ஒரு வதந்தி/ அவரைப் பற்றி என்னென்னவோ வதந்திகள். [(தொ.சொ.) **அளப்பு/ கட்டுக்கதை/ கதை/ கற்பனை/ புரளி/ புனைந்துரை/ புனைவு/ பொய்**]

வதம் பெ. **(புராணங்களில்) (இறைவன் தீயவர்களை) அழிக்கும் செயல்;** (in the puranas) destruction (of evil persons). இராவணன் வதம்/ கீசக வதம்.

வதவத-என்று வி.அ. **ஒன்றை அடுத்து ஒன்று என்று அதிக அளவில்;** to an excessive or annoying degree or extent. வதவதவென்று குழந்தைகளைப் பெற்றுவிட்டு ஏன் கஷ்டப்படுகிறாய்?/ சில எழுத்தாளர்கள் வதவதவென்று புத்தகங்களை எழுதித்தள்ளுகிறார்கள்.

வதனம் பெ. (அ.வ.) **முகம்;** face. அவளின் சந்திர வதனத்தில் கவலை ரேகை தெரிந்தது.

வதிவிடம் பெ. (இலங்.) **வசிப்பிடம்;** dwelling place. எங்கள் வதிவிடத்திற்கு நீண்ட தூரம் போக வேண்டும்./ எங்கள் வதிவிடம் ராணுவப் பிரதேசத்துக்குள் போய்விட்டது.

வதை[1] வி. (வதைக்க, வதைத்து) **வேதனைக்கு உள்ளாகும் படி துன்புறுத்துதல்; வருத்துதல்;** inflict cruelty on; torment. வயதான காலத்தில் என்னை வதைக்காதே என்று அப்பா சத்தம்போட்டார்./ நாயின் மீது கல்லெறிந்து அதை வதைக்காதே./ (உரு வ.) தான் செய்தது சரியா என்ற கேள்வி அவரை வாட்டி வதைத்தது.

வதை[2] பெ. **1: மிகுந்த வேதனைக்கு உள்ளாக்கும் வகையில் விளைவிக்கப்படும் துன்பம்;** cruelty; torment. மிருக வதைத் தடுப்புச் சங்கம். **2:** (அ.வ.) **கொலை;** the act of killing. பசுவதை/ சிசுவதை.

வதை[3] பெ. (இலங்.) **தேனடையின் சக்கை;** honeycomb. தேன் வதையை எடுத்துப் பிழிந்து சுரைக்குடுக்கையில் விட்டான்.

வதைமுகாம் பெ. **(இரண்டாம் உலகப் போரின்போது) ஜெர்மன் நாட்டில் அரசியல் கைதிகளையும் சிறு பான்மை இனத்தவரையும் அடைத்துவைக்க உரு வாக்கப்பட்ட முகாம்;** concentration camp.

வந்தனம் பெ. (அ.வ.) **வணக்கம்;** a term of respectful greeting.

வந்துசேர் வி. (-சேர, -சேர்ந்து) **(ஓரிடத்தை) அடைதல்;** arrive. நேற்று வீட்டுக்கு வந்துசேர இரவு ஒரு மணியாகிவிட்டது./ எல்லோரும் வந்துசேர்ந்த பிறகுதான் தொடர்ந்து மலையேறலாம்./ மாணவர்கள் கூடாரத்துக்கு மெதுவாக வந்துசேர்ந்தார்கள்.

வந்தேறி பெ. (அ.வ.) **ஒரு இடம், நாடு முதலியவற்றில் நீண்ட காலமாக வசித்துவராமல் இடையில் வந்து குடியேறிய ஒருவர் அல்லது ஒரு இனம்;** newcomer; immigrant. வந்தேறிகளான வெள்ளையர்களுக்கு எதிராக நெல்சன் மண்டேலா நடத்திய போராட்டம்.

வப்புக்கதை பெ. (இலங்.) **கெட்ட வார்த்தை;** abuse. வப்புக்கதை கதைத்ததால் அவனை அடித்தேன்.

வம்சம் பெ. **தலைமுறைதலைமுறையாக வரும் குடும்பத் தொடர்ச்சி; பரம்பரை;** dynasty; family. சுதந்திரத்திற்குப் பின் அரச வம்சத்தினர் பெற்று வந்த மானியங்கள் நிறுத்தப் பட்டன./ 'அவன் வம்சத்தையே பூண்டோடு அழிக்கிறேன்' என்று கறுவிக்கொண்டிருந்தான்.

வம்சாவளி பெ. **ஒரு பரம்பரையில் வந்தவர்கள்; கால் வழி;** line of descent; lineage. இலங்கைத் தேயிலைத் தோட்டங்களில் இந்திய வம்சாவளித் தமிழர்கள் பணிபுரிகிறார்கள்.

வம்படியாக வி.அ. **(கட்டாயப்படுத்தி) நியாயமில்லாமல்; (தகராறு செய்து) வேண்டுமென்றே;** unreasonably; wantonly. இப்படி வம்படியாகப் பணம் வசூல்செய்து திருவிழா நடத்த வேண்டுமா?/ வம்படியாகப் பேசுபவரிடம் என்ன நியாயத்தை எதிர்பார்க்க முடியும்?

வம்பள வி. (வம்பளக்க, வம்பளந்து) (பே.வ.) **தேவையில்லாதவற்றைப் பேசி நேரத்தை வீணாக்குதல்;** gossip; indulge in idle talk. நான் வெளியே போனவுடன் வேலையை அப்படியே போட்டுவிட்டு வம்பளக்க ஆரம்பித்துவிடாதே.

வம்பன் பெ. (பே.வ.) **(ஏதேனும்) வம்பு செய்பவன்;** mischievous person.

வம்பு பெ. **1: அவசியமற்ற பிரச்சினை; சண்டைக்குக் காரணமாகும் தகராறு;** unnecessary trouble; issue leading to quarrel. அவர் எந்த வம்புக்கும் போக மாட்டார்; தான் உண்டு தன் வேலை உண்டு என்றிருப்பார்./ அவனிடம் எதையாவது சொல்லி என்னை வம்பில் மாட்டி வைத்து விடாதே./ சண்டை போடுபவர்களை விலக்கிவிடாமல் நமக்கு எதற்கு இந்த வம்பு என்று இருக்க முடியுமா? **2: (தேவையில்லாத விஷயங்கள் குறித்த) வீண் பேச்சு;** gossip. வம்பு பேசாமல் வேலையைக் கவனி.

வம்புக்கு இழு வி. (இழுக்க, இழுத்து) **(தன் போக்கில் செயல்பட்டுக்கொண்டிருந்தவரை) தேவையில்லாத பிரச்சினை, சர்ச்சை போன்றவற்றில் மாட்டிவிடுதல் அல்லது சம்பந்தப்படுத்துதல்; சீண்டுதல்;** draw s.o. into a controversy; provoke wantonly; tease. உங்கள் சண்டையில் என்னை ஏன் வம்புக்கு இழுக்கிறீர்கள்?/ இந்தப் பிரச்சினையில் மாமாவுக்கு எந்தத் தொடர்பும் இல்லை. அவரை வம்புக்கு இழுக்காதீர்கள்./ அவள் பாட்டுக்குப் போய்க்கொண்டிருக்கிறாள். அவளை ஏன் வம்புக்கு இழுக்கிறாய்?/ வகுப்பிலேயே அமைதியான பையன் அவன். அவனை வம்புக்கு இழுத்துச் சண்டை போடுவது நன்றாக இல்லை.

வம்புச்சண்டை பெ. **(ஒருவரிடம்) வலியச்சென்று போடும் சண்டை;** wanton quarrel. வம்புச்சண்டைக்குப் போக மாட்டார்; வந்த சண்டையை விட மாட்டார்!

வம்புதும்பு பெ. (பே.வ.) **வீண் வம்பு;** unnecessary interference.

வயசாளி பெ. (வ.வ.) **வயதானவர்; முதியவர்;** an aged person. இந்த வயசாளியா காவல்காரர்?

வயசு பெ. (பே.வ.) காண்க: **வயது.**

வயசுக் காலம் பெ. (பே.வ.) **(ஒருவரின்) முதுமைக் காலம்;** old age. வயசுக் காலத்தில் இப்படி ஓடியாடி சம்பாதிக்காவிட்டால்தான் என்ன?/ அவருக்கு இரண்டு

1151 வயிற்றில் மண்ணைப் போடு

பிள்ளைகள் இருந்தும், இந்த வயசுக் காலத்தில் உழைக்க வேண்டிய கட்டாயம்.

வயசுக்கோளாறு பெ. **பதின்பருவத்தில் பாலுணர்வு காரணமாக ஈடுபடும் செயல்கள்; பருவக்கோளாறு;** deviancies during adolescence. 'காதல், கத்திரிக்காய் எல்லாம் வயசுக்கோளாறே தவிர வேறு ஒன்றும் இல்லை' என்று சொன்னார்.

வயசுப் பெண் பெ. *(பே.வ.)* **பருவமடைந்த இளம் பெண்; குமரி;** young girl of marriageable age. வயசுப் பெண்கள் இருக்கிற இடத்தில் எப்படி நடந்துகொள்ள வேண்டும் என்று அவனுக்குத் தெரியவில்லை.

வயசுப் பையன் பெ. *(பே.வ.)* **பருவ வயதிலுள்ள ஆண்; இளைஞன்;** young man. வயசுப் பையனாக லட்சணமாக, ஏதாவது வேலை தேடும் வழியைப் பார்./ வயசுப் பையன் என்றால், யாரை வேண்டுமானாலும் எடுத்தெறிந்து பேசிவிடலாமா?/ வயசுப் பையன்கள் குடியிருக்கும் இடத்தில் பாட்டும் கூத்துமாகத்தான் இருக்கும்.

வயணம் பெ. *(-ஆக) (அ.வ.)* **நல்ல ருசியோடு இருப்பது; வக்கணை;** sth. rich and tasty. வயணமாகச் சாப்பிட்டு வளர்ந்தவன்.

வயதடை வி. *(-அடைய, -அடைந்து) (இலங்.)* **வயதாகுதல்; மூப்படைதல்;** grow old. பேருந்தின் உள்ளே வயதடைந்தவர் ஏறுவதைக் கண்டதும் அந்தத் தம்பி எழும்பி இடம் கொடுத்தான்./ அவர் வயதடைந்துவிட்டதால் அதிகம் வெளியே போவதில்லை.

வயதாகு வி. *(-ஆக, -ஆகி)* **1: வயது கூடிக்கொண்டு போதல்;** complete (a certain) age. பெண்ணுக்கு வயதாகிக்கொண்டே போகிறது. சீக்கிரம் கல்யாணம் செய்துகொடுக்க வேண்டும்./ என் பையனுக்கு வயதாகிக்கொண்டே போகிறது. இன்னும் ஒரு நல்ல வேலை கிடைக்கவில்லை. **2: நடுத்தர வயதைக் கடத்தல்; முதுமையடைதல்;** pass one's middle age; grow old. வயதாகியும் மனிதனுக்கு ஆசை மட்டும் விடுகிறதா என்ன?/ வயதாகிவிட்டால் பார்வை குறைந்துவிடுகிறது.

வயதான பெ.அ. **வயது முதிர்ந்த; முதிய;** aged. வயதான காலத்தில் எதற்கு வேலைக்குப் போய்க் கஷ்டப்படுகிறீர்கள் என்று மகள் அப்பாவைத் திட்டினாள்.

வயது பெ. **1: பிறந்ததிலிருந்து அல்லது தோன்றியதிலிருந்து கணக்கிடப்படும் கால அளவு;** age. இருபத்தைந்து வயதுக்கு உட்பட்டவர்கள் மட்டும் விண்ணப்பிக்கவும் என்று விளம்பரத்தில் குறிப்பிடப்பட்டிருந்தது./ சின்ன வயதில் நான் மிகவும் கஷ்டப்பட்டிருக்கிறேன்./ இந்த வயதிலும் எப்படி ஓடியாடி வேலைபார்க்கிறார்!/ இந்த ஆமையின் வயது *125*./ மரங்களின் வயதைக் கண்டுபிடிக்க விஞ்ஞான வழிமுறைகள் உள்ளன. **2: (ஒருவர் ஒன்றைச் செய்ய) சட்டம் அல்லது சமூகம் அங்கீகரித்துள்ள கால நிறைவு;** age (of eligibility). கல்யாண வயதில் எனக்கு இரண்டு பெண்கள் இருக்கிறார்கள்./ உனக்கு ஓட்டுப் போடும் வயது வந்துவிட்டதா?

வயதுக்குவா வி. *(-வர, -வந்து) (பே.வ.)* **(பெண்) பருவமடைதல்; பருவமெய்துதல்;** (of girls) attain puberty.

வயதுபோ வி. *(-போக, -போய்) (இலங்.)* **முதுமை அடைதல்;** be aged. வயதுபோனவர்கள் வெளிநாட்டுக்குப் போக விரும்புவதில்லை./ வயதுபோன காலத்தில் நான் இங்கே, மனுஷி வெளிநாட்டில். சீ! என்ன வாழ்க்கை.

வயதுபோன பெ.அ. காண்க: **வயதான**.

வயதுவந்த பெ.அ. **பதினெட்டு வயதுக்கு மேற்பட்டவர்களைக் குறிக்கப் பயன்படுத்தும் சொல்;** adult; grown-up. வயதுவந்த பையனைக் கை நீட்டி அடிக்கலாமா?

வயதுவந்தோர் பெ. **பதினெட்டு வயதுக்கு மேற்பட்டவர்;** adult. வயதுவந்தோர் மட்டும் பார்க்கலாம் என்று திரைப்படத்திற்குத் தணிக்கைச் சான்றிதழ் தரப்பட்டது.

வயல் பெ. **(பொதுவாக) பயிரிடப்படும் நிலம்; (குறிப்பாக) நெல் பயிரிடும் நிலம்; கழனி;** (generally) field; (esp.) paddy field. வயலுக்குத் தண்ணீர் பாய்ச்சிவிட்டு வருகிறார்./ வயலில் அறுவடை நடந்துகொண்டிருக்கிறது./ மழை இல்லாததால் வயல்கள் காய்ந்துகிடக்கின்றன. [*(தொ.சொ.)* **கழனி/ கொல்லை/ தோட்டம்/ தோப்பு/ நிலம்**]

வயல் நெட்டைக்காலி பெ. **உடலின் மேற்புறம் பழுப்பு நிறத்திலும், அடிப்பகுதி வெளிர் பழுப்பாகவும், நீண்ட கால்களுடனும் வாலுடனும் இருக்கும் சிறிய பறவை;** paddyfield pipit.

வயல்வெளி பெ. **பரந்திருக்கும் வயல்களின் திறந்த வெளி;** stretch of open paddy field. கண்ணுக்கெட்டிய தூரம் தெரிந்த பசுமையான வயல்வெளி.

வயற்களம் பெ. *(ஊரக வ.)* **(தை மாத அறுவடைக்காக) தற்காலிகமாக வயலுக்கு உள்ளேயே ஏற்படுத்திக்கொள்ளும் களம்;** threshing floor improvised in the paddy field itself. இங்கு அறுவடை செய்த கதிரைத் தூரத்தில் இருக்கும் களத்துக்குக் கட்டித் தூக்கிக்கொண்டு போக முடியாது. நம் நிலத்திலேயே வயற்களம் வைத்துவிடலாம்.

வயற்காடு பெ. **வயல் நிறைந்த வெளி;** paddy fields. காலையில் எல்லோரும் வயற்காட்டுக்குப் போயிருந்தோம்.

வயிற்றில் பாலை வார் வி. *(வார்க்க, வார்த்து)* **(மோசமாக ஏதாவது நடந்துவிடும் என்று ஒருவர் அஞ்சும் சூழலில் அவருக்கு) நிம்மதி ஏற்படுத்தும் விதத்தில் ஒன்று நிகழ்தல் அல்லது மற்றொருவர் ஏதாவது செய்தல்;** get unexpected relief. இந்திய அணி தடுமாறிக்கொண்டிருந்த சூழலில் யுவராஜ் சிங் அதிரடியாக ஆடி ரசிகர்களின் வயிற்றில் பாலை வார்த்தார்./ கணக்கு வாத்தியார் என்னைக் கஷ்டமான கணக்கைப் போடச் சொல்லிவிடுவாரோ என்று பயந்து கொண்டிருந்தபோது வயிற்றில் பாலை வார்ப்பது போல் மணி அடித்தது.

வயிற்றில் புளியைக் கரை வி. *(கரைக்க, கரைத்து)* **(மோசமானது நடந்துவிடுமோ என்று ஒருவரின்) மனத்தில் பீதி ஏற்படுதல்/ (மோசமானவற்றைச் சொல்லி ஒருவரின்) மனத்தில் பீதியை ஏற்படுத்துதல்;** feel fear in the pit of one's stomach (apprehending sth. bad)/ make one fearful. தொழிற்சாலையை மூடிவிடப்போகிறார்கள் என்று சொல்லி என் வயிற்றில் புளியைக் கரைக்காதே./ காவல் துறையினர் தன்னையும் தேடி வரக்கூடும் என்ற எண்ணம் அவன் வயிற்றில் புளியைக் கரைத்தது.

வயிற்றில் மண்ணைப் போடு வி. *(போட, போட்டு) (பே.வ.)* **(ஒருவரின்) பிழைப்பைக் கெடுத்தல்;** ruin

வயிற்றிலடி 1152

one's livelihood. ஏழைகள் வயிற்றில் மண்ணைப் போட்டுச் சொத்துச் சேர்த்தால், அது உருப்படுமா?/ நிர்வாகம் எங்கள் வயிற்றில் மண்ணைப் போடப்பார்க்கிறது என்று தொழிலாளர்கள் குறைகூறினர்.

வயிற்றிலடி வி. (-அடிக்க, -அடித்து) **(ஒருவரின்) பிழைப்பைக் கெடுத்தல்;** deprive (a person) of his or her means of livelihood. ஏழைகளின் வயிற்றிலடிக்காதீர்கள்./ கூலித் தொழிலாளிகளின் வயிற்றிலடித்துக் கோடீஸ்வரன் ஆகப் போகிறீர்களா?/ உப்பு வரி ஏழைகளின் வயிற்றிலடிப்பதால் அதை நீக்க வேண்டும் என்று காந்தி கேட்டுக்கொண்டார்.

வயிற்றுக்கடுப்பு பெ. **வலியோடு கூடிய வயிற்றுப் போக்கு;** dysentery with pain; colic.

வயிற்றுக் கவலை பெ. **குறைந்தபட்ச உணவுக்குக்கூட வழி இல்லாத துன்பம்; சாப்பாட்டுக் கஷ்டம்;** the problem of having to earn one's daily bread. பொழுது விடிந்தால் வயிற்றுக் கவலையே பெரிய கவலையாக இருக்கும்போது படத்துக்கு எங்கே போவது?/ வயிற்றுக் கவலை இல்லாமல் இருந்தால்தானே கலைஞர்கள் கலையை வளர்க்க முடியும்./ எங்கள் வயிற்றுக் கவலை உங்களைப் போன்ற பணக்காரர்களுக்குப் புரியுமா?

வயிற்றுக்குத்து பெ. **வயிற்றுவலி;** stomach-ache. முற்றிய பனங்காயைத் தின்றால் வயிற்றுக்குத்து வரும்./ வயிற்றுக் குத்து வந்தவுடன் ஆஸ்பத்திரியில் அவளைச் சேர்த்தார்கள்./ நெடுநாளாக அவன் வயிற்றுக்குத்தால் அவதிப்படுகிறான்.

வயிற்றுக் கொடுமை பெ. **உணவுக்கு வழியின்றிப் பசியால் வாடும் துன்பம்;** the misery of starvation. வயிற்றுக் கொடுமையால்தான் திருடினேன் என்று அவன் கதறினான்./ வயிற்றுக் கொடுமை தாங்காமல்தான் இந்தத் தொழிலுக்கு வந்தேன்.

வயிற்றுப்பாடு பெ. (பே.வ.) **அன்றாட வாழ்க்கை;** (one's) daily bread. புல் விற்றுக் கிடைக்கும் காசு அவனது வயிற்றுப்பாட்டுக்குப் போதும்.

வயிற்றுப்பிழைப்பு பெ. (பே.வ.) **பசியைப் போக்கிக் கொள்வதற்கான குறைந்தபட்ச உணவைப் பெறுவதற்கான வழிமுறை;** one's livelihood; one's living. வயிற்றுப் பிழைப்புக்கே வழியில்லை. இதில் என்ன வறட்டுக் கௌரவம்./ வயிற்றுப் பிழைப்பைக் கவனிக்க நேரமில்லை. இதில் எங்கே படத்துக்குப் போவது?/ ஊர் வேலையை இழுத்துப்போட்டுச் செய்துகொண்டிருந்தால் வயிற்றுப் பிழைப்பு என்ன ஆவது?

வயிற்றுப்போக்கு பெ. **அதிக அளவில் நீர்த் தன்மையோடு மலம் கழிதல்;** diarrhoea.

வயிற்றுவலி பெ. **வயிற்றில் ஏற்படும் வலி;** stomach-ache. அவன் தாங்க முடியாத வயிற்றுவலியால் துடித்துக்கொண்டிருந்தான்.

வயிற்றெரிச்சல் பெ. 1: **(இழப்பு, ஏமாற்றம் முதலியவற்றால் ஏற்படும்) எரிச்சல் உணர்வு; மனக்கொதிப்பு;** frustration. வட்டியோடு முதலும் போய்விட்ட வயிற்றெரிச்சலில் அவர் இருக்கிறார். 2: **பொறாமை;** jealousy. அவனுக்கு வேலை கிடைத்துவிட்டது என்பதற்காக நீ ஏன் வயிற்றெரிச்சல்படுகிறாய்?

வயிற்றைக் கலக்கு வி. (கலக்க, கலக்கி) **பெரும் பீதியை ஏற்படுத்துதல்;** terrify. அந்த அதிகாரியின் மீசையும் முகமுமே வயிற்றைக் கலக்கும்./ என் தங்கையின் திருமணத்துக்கு இரண்டு லட்ச ரூபாய் பணம் திரட்ட வேண்டுமே என்பதை நினைத்தாலே வயிற்றைக் கலக்குகிறது.

வயிற்றைக் கழுவு வி. (கழுவ, கழுவி) (பே.வ.) **(அடிப்படைத் தேவையாக அமையும்) உணவை மட்டும் சம்பாதித்துக்கொள்ளும் நிலையில் இருத்தல்;** eke out a living. கூலி வேலைக்குப் போய்தான் வயிற்றைக் கழுவிக் கொண்டிருக்கிறேன்./ நாலைந்து வீடுகளில் வேலை செய்து வரும் வருமானத்தில்தான் வயிற்றைக் கழுவி, குழந்தைகளைப் படிக்கவைத்தாள்.

வயிற்றைக் காயப்போடு வி. (-போட, -போட்டு) **(ஏதோ ஒரு காரணத்துக்காக) எந்த உணவும் உட்கொள்ளாமல் இருத்தல்; பட்டினி இருத்தல்;** choose to go without food; starve. விரதம் என்று சொல்லிக்கொண்டு என் மனைவி அடிக்கடி வயிற்றைக் காயப்போடுகிறாள்./ இப்போது உனக்கு யார்மேல் கோபம் என்று வயிற்றைக் காயப்போடுகிறாய்?/ நடந்ததையே நினைத்து அழுதுகொண்டு இப்படி வயிற்றைக் காயப்போட்டால் உன் உடம்புதான் கெடும்.

வயிற்றைப் பிசை வி. (பிசைய, பிசைந்து) **மிகுந்த அளவில் பரிதாபம் தோன்றுதல்;** feel distressed; feel deep sympathy. விபத்தில் பெற்றோரை இழந்துநிற்கும் அந்தச் சிறுமியைப் பார்க்கும்போதெல்லாம் என் வயிற்றைப் பிசைகிறது.

வயிற்றைப் புரட்டு வி. (புரட்ட, புரட்டி) **திடீரென்று தோன்றும் பயத்தாலோ, கவலையாலோ உடல்நலக் குறைவாலோ வயிற்றில் ஏதோ புரள்வது போன்ற அசௌகரிய உணர்வு ஏற்படுதல்;** (of one's stomach) churn. நாளை கணக்குத் தேர்வு என்று நினைக்கும்போதே வயிற்றைப் புரட்டுகிறது./ மகனுக்கு ஆபத்து நிறைந்த அறுவைச் சிகிச்சை நடக்கப்போகிறது என்ற கவலையே என் வயிற்றைப் புரட்டுகிறது./ நேற்று ஓட்டலில் சாப்பிட்டதிலிருந்து வயிறு புரட்டிக்கொண்டிருக்கிறது.

வயிற்றோட்டம் பெ. (வ.வ.) **வயிற்றுப் போக்கு;** diarrhoea.

வயிறு பெ. **உணவு செரிப்பதற்கு உரிய உறுப்புகள் அல்லது கருப்பை அமைந்திருக்கும் பகுதி/ மார்புக்குக் கீழே உள்ள உடலின் பகுதி;** stomach. விலங்குகளைப் பாடம் செய்யும்போது வயிற்றில் உள்ள குடலை எடுத்து விடுவார்கள்./ பத்து மாதம் வயிற்றில் சுமந்து பெற்ற தாய்/ முன்பெல்லாம் நாய்க் கடிக்குத் தொப்புளைச் சுற்றி வயிற்றில் ஊசி போடுவார்கள்./ கோழிக் குஞ்சின் வயிற்றைத் தொட்டுப்பார்த்தேன். மென்மையாக இருந்தது. (பார்க்க, படம்: உடல்)

வயிறு கலங்கு வி. (கலங்க, கலங்கி) **கடும் பீதி ஏற்படுதல்; கலக்கமடைதல்;** be in trepidation. பெட்டியில் வைத்திருந்த ஒரு லட்சம் ரூபாயைக் காணவில்லை என்றதும் அவனுக்கு வயிறு கலங்கியது./ தன் மகனைத் தேடித்தான் காவல்துறையினர் வந்திருக்கின்றனர் என்று தெரிந்ததும் அவள் வயிறு கலங்கியது.

வயிறு காய் வி. (காய, காய்ந்து) **சாப்பாடு கிடைக்காமல் வருந்துதல்; பட்டினியிருத்தல்/ பசித்தல்;** remain without food/ feel hungry. வயிறு காய்ந்தால்தான் வேலைக்குப்

போவது என்று வைத்திருக்கிறாயா?/ உன் மகன் கோபத்தில் சாப்பிடாமல் படுத்துவிட்டானா? விடு, வயிறு காய்ந்தால் தானாகச் சாப்பிட வருவான்.

வயிறு திற வி. (திறக்க, திறந்து) (பே.வ.) **(மிகவும் தாமதமாக) கருவுறுதல்; குழந்தைப் பேறு அடைதல்;** conceive a child. என் மகளுக்குத் திருமணம் ஆகிப் பத்து வருடங்கள் ஆயிற்று. அவளுக்கு இன்னும் வயிறு திறக்கவில்லை./ இத்தனை வருடம் கழித்தாவது வயிறு திறந்ததே என்று குடும்பத்தில் எல்லோருக்கும் சந்தோஷம்.

வயிறு புண்ணாகு வி. (-ஆக, -ஆகி) **(ஒருவர் அளவுக்கு அதிகமாகச் சிரித்ததால்) வயிறு வலித்தல்;** be convulsed with laughter. என் மாமா பேச ஆரம்பித்தால் போதும், கேட்பவர்கள் வயிறு புண்ணாகிவிடும்.

வயிறுமுட்ட வி.அ. (பே.வ.) **வயிறு நிரம்ப;** to one's heart's content. ருசியாக இருந்தால் வயிறுமுட்டச் சாப்பிடுவான்.

வயிறுவளர் வி. (-வளர்க்க, -வளர்த்து) (பே.வ.) **(இழிவான அல்லது தவறான முறையில் நடந்துகொண்டு) பிழைப்பு நடத்துதல்;** earn one's livelihood (by unfair means). இப்படித் திருடி வயிறுவளர்ப்பதைவிடப் பிச்சையெடுக்கலாம்./ உழைக்காமல் வயிறுவளர்க்க நினைப்பவர்களும் நாட்டில் இருக்கத்தான் செய்கிறார்கள்./ இப்படிப் பித்தலாட்டம் செய்து பணம் சம்பாதித்து வயிறு வளர்க்கிறாயே, உனக்கு வெட்கமாக இல்லை?

வயிறெரி வி. (-எரிய, -எரிந்து) **1: (இழப்பு, ஏமாற்றம் முதலியவற்றால் ஒருவருக்கு) மனக் கொதிப்பு ஏற்படுதல்;** be frustrated; feel desperately angry. மக்களின் வரிப்பணம் இப்படி வீணாவதைப் பார்க்கையில் வயிறெரிகிறது. **2: பொறாமைப்படுதல்;** be consumed with envy. அடுத்தவன் உயர்வைப் பார்த்து வயிறெரிவதால் என்ன பயன்?

வயோதிகம் பெ. **முதுமை;** old age. இளமையில் ஆரோக்கியமாக இருந்தால்தான் வயோதிகத்திலும் நோய் இல்லாமல் வாழ முடியும்.

வயோதிகர் பெ. **வயது முதிர்ந்த நபர்;** aged person.

வர்க்க எண் பெ. (கணி.) **வர்க்கமூலம் கொண்டிருக்கும் எண்;** square (of a number).

வர்க்க எழுத்து பெ. (இலக்.) **நாக்கு அண்ணத்தைத் தொடும் இடத்தால் வேறுபட்டு ஒரே வகையாக ஒலிக்கும் ஒலியின் எழுத்துகள்;** letters whose sounds vary by the point of articulation but have the same manner of articulation. கசடதபற வர்க்க எழுத்துகள்.

வர்க்கப் போராட்டம் பெ. **(மார்க்சியக் கோட்பாட்டின்படி) உற்பத்திச் சாதனங்களைத் தன் வசத்தில் கொண்ட ஆளும் வர்க்கத்திற்கும் உழைக்கும் வர்க்கத்திற்கும் இடையில் நிகழும் சமூகப் போராட்டம்;** class struggle; class war.

வர்க்கம்[1] பெ. **1:** வருமானம், **அதிகார உரிமை, தொழில் முதலியவற்றின் அடிப்படையில் பிரிக்கப்பட்ட பிரிவு;** class (in society, based on income, privilege, profession, etc.,). நடுத்தர வர்க்கம்/ ஆளும் வர்க்கம்/ தொழிலாளர் வர்க்கம். **2:** (அ.வ.) **(ஏதேனும் ஒரு அடிப்படையில் பிரிக்கப்பட்ட) இனம்;** (human) race; sex; species. மனித வர்க்கம்/ ஆண் வர்க்கம்/ தாவர வர்க்கம்.

வர்க்கம்[2] பெ. (கணி.) **குறிப்பிட்ட ஓர் எண்ணை அதே எண்ணால் பெருக்குவதால் கிடைக்கும் எண்;** square (of a number).

வர்க்கமூலம் பெ. (கணி.) **கொடுக்கப்பட்ட எண்ணை வர்க்கமாகக்கொண்ட எண்;** square root. ஒன்பதின் வர்க்கமூலம் மூன்று.

வர்ணம்[1] பெ. **நிறம்; வண்ணம்;** colour. பச்சை வர்ணப் பாவாடை குழந்தைக்கு அழகாக இருந்தது./ மூவர்ணக் கொடி. **2: (ஓவியம் வரைய அல்லது ஒன்றுக்குப் பூச்சு அளிக்கப் பயன்படுத்தும்) நிறம் தரும் திரவப் பொருள்;** paint. ஓவியத்தில் வர்ணச் சேர்க்கை சரியில்லை./ காளை மாட்டின் கொம்புக்குச் சிவப்பு வர்ணம் அடித்திருந்தார்கள்.

வர்ணம்[2] பெ. (அ.வ.) **இந்து சமூகத்தில் படிநிலைகளாக அமைந்த நான்கு பிரிவுகளில் ஏதேனும் ஒன்று;** any of the four broad hierarchical divisions of the Hindu society.

வர்ணம்[3] பெ. **1:** (இசை) **இசை கற்பவர்களுக்குப் பயிற்றுவிக்கப்படும் இரண்டாவது பாடம்;** the second lesson in music for the beginners (giving the possible ways of rendering the ஸ்வரம் of ராகம்). **2:** (இசை) **(பெரும்பாலும்) கச்சேரியின் துவக்கத்தில் பாடப்படும் உருப்படி;** (generally) the first piece in a concert. **3:** (நாட்.) **நாட்டியத்தின் எல்லா அம்சங்களையும் விரிவாக வெளிப்படுத்தக்கூடிய அமைப்பு அல்லது உருப்படி;** a composition affording full scope for the dancer.

வர்ணனை பெ. **நேரில் பார்ப்பது போன்ற உணர்வை ஏற்படுத்தும் விவரிப்பு; இந்த விவரிப்பின் வெளிப்பாடாக அமைந்த பேச்சு அல்லது எழுத்து;** description; commentary. சிற்றலை ஒலிபரப்பில் கும்பாபிஷேக நிகழ்ச்சியின் வானொலி வர்ணனையை நீங்கள் கேட்கலாம்./ இயல்பான இயற்கை வர்ணனையே இந்த நாவலின் சிறப்பு.

வர்ணனையாளர் பெ. **ஒரு நிகழ்ச்சி நடக்கும்போது அதைப் பற்றி வானொலி, தொலைக்காட்சி போன்றவற்றில் விவரிக்கும் பணியைச் செய்பவர்;** commentator. தென்னாப்பிரிக்க கிரிக்கெட் வீரர் ஒருவரைப் பற்றி வர்ணனையாளர் கூறிய கருத்து பலத்த சர்ச்சையை ஏற்படுத்தியது.

வர்ணாசிரமம் பெ. **(முற்காலத்தில்) தொழிலில் உயர்வு தாழ்வு கற்பித்து மக்களை நான்காக வகுத்திருந்த இந்திய சமூக அமைப்பு;** (in olden days) any of the divisions in the fourfold division of the society.

வர்ணி வி. (வர்ணிக்க, வர்ணித்து) **(தத்ரூபமாக அல்லது இவ்வாறு ஒன்று நிகழ்ந்தது என்று ஒன்றைப் பற்றி) பேச்சு அல்லது எழுத்து மூலமாக விவரித்தல்;** describe; depict; portray. சென்னையில் அறுபதுகளில் ஏற்பட்ட தண்ணீர்ப் பிரச்சினையை அசோகமித்திரன் இந்த நாவலில் நன்றாக வர்ணித்துள்ளார்./ எனக்கு ஏற்பட்ட மகிழ்ச்சியை வர்ணிக்க வார்த்தைகளே இல்லை./ 'கூட்டணிக் கட்சித் தலைவரின் சட்டமன்றப் பேச்சு கண்ணியமானது, கவர்ச்சிகரமானது' என்று அவர் வர்ணித்தார். [(தொ.சொ.) சித்தரி/ வருணி/ விவரி/ விளக்கு]

வர்த்தகப் பெயர் பெ. **ஒரு பொருளுக்கு அதன் உற்பத்தியாளர் வைக்கும் பெயர்;** trade name. அவர்கள் தயாரிக்கும் சோப்புக்கு 'மல்லிகை' என்பது வர்த்தகப் பெயர்.

வர்த்தகம் பெ. **1: (இரு நாடுகளுக்கு இடையே அல்லது ஒரு நாட்டினுள்) மொத்த அளவில் நடைபெறும்**

பொருள் விற்பனை, சேவை வழங்குதல் முதலியவை; **வணிகம்;** trade; commerce. அந்த இரு நாடுகளுக்கு இடையே ராஜிய உறவு இல்லை. ஆனால் வர்த்தக உறவு இருக்கிறது./ வர்த்தக நிறுவனம். **2: (ஒரு நிறுவனத்தின்) மொத்த விற்பனை;** business. எங்கள் நிறுவனம் கடந்த ஆண்டு ரூபாய் நூறு கோடி அளவுக்கு வர்த்தகம் செய்திருக்கிறது.

வர்த்தகர் பெ. **வர்த்தகம் செய்பவர்;** merchant; trader. தானிய வர்த்தகர்.

வர்மக்கலை பெ. **உடலில் குறிப்பிட்ட சில நரம்புகளை அழுத்துவதன் மூலம் நரம்புப் பிடிப்பு, சுளுக்கு போன்றவற்றுக்கு அளிக்கப்படும் சிகிச்சை முறை/மேற்குறித்த முறையில் ஒருவரைச் செயல் இழக்கச் செய்யும் தற்காப்பிற்கான பயிற்சி முறை;** method of curing nervous disorders by massaging certain nerve centres/the art of defending oneself by hitting certain nerve centres to paralyse the enemy for the time being.

வர்மம்[1] பெ. **1: உயிர்நிலை;** vital parts. சண்டையின்போது வர்மத்தில் அடித்ததும் அவன் வலி தாங்காமல் துடித்தான். **2:** காண்க: **வர்மக்கலை.**

வர்மம்[2] பெ. (இலங்.) **(ஒருவரின் மேல் கொண்டிருக்கும்) பகை உணர்வு; வன்மம்;** spite; malice. எல்லோரும் வர்மம் சாதித்தால், யார் யாரைக் கேட்பது?

வரக்காப்பி பெ. *(ஊரக வ.)* **பால் சேர்க்காமல் தயாரிக்கும் காப்பி; கடுங்காப்பி;** black coffee.

வரகு பெ. **மணி போலச் சிறியதாக இருக்கும் பழுப்பு நிறத் தானியம்/மேற்குறிப்பிட்ட தானியப் பயிர்;** common millet (grain and the crop). வரகுச் சோறு/ இந்தப் பகுதியில் கம்பும் வரகும்தான் முக்கியப் பயிர்கள்.

வரட்சி பெ. காண்க: **வறட்சி.**

வரட்டி பெ. காண்க: **வறட்டி.**

வரத்து பெ. **(வியாபாரச் சரக்கு) வந்துசேர்தல்; (அணை, ஏரி முதலியவற்றுக்கு நீர்) வருதல்;** supplies (of goods); inflow (of water). இரண்டு நாட்களாக மணிலாப் பயறு வரத்து அதிகரித்துள்ளது./ மழையின் காரணமாக ஏரிகளில் கணிசமான நீர் வரத்து இருக்கும் என்று எதிர்பார்க்கப்படுகிறது.

வரத்துவாரி பெ. **(ஏரி, குளம் போன்ற நீர் நிலைகளுக்கு) மழைநீர் வந்துசேரும் விதத்தில் அமைக்கப்பட்டுள்ள வாய்க்கால்;** supply channel or feeding channel (of a lake, tank, etc.,). நீர்ப் பிடிப்புப் பகுதியும் வரத்துவாரியும் சரியாக இருந்தால்தான் மழைநீர் முழுவதுமாகக் குளத்தை வந்தடையும்.

வரதட்சணை பெ. **திருமணத்தின்போது பெண் வீட்டார் மணமகனுக்குத் தரும் பணம், நகை, பொருட்கள் போன்றவை;** money given by the bride's parents to the groom; dowry. வரதட்சணை வாங்குவதும் கொடுப்பதும் குற்றம் என்று அரசு சட்டம் இயற்றியுள்ளது.

வரதட்சிணை பெ. காண்க: **வரதட்சணை.**

வரப்பிரசாதம் பெ. **பெரும் நன்மை அளிப்பதாக அமைவது; இறை அருளால் கிடைத்ததாக நம்பும் பயன்;** divine gift. எம்.எஸ். சுப்புலட்சுமி அவர்கள் இசையுலகத்துக்குக் கிடைத்த பெரும் வரப்பிரசாதம்.

வரப்பு பெ. **வயலைப் பகுதிபகுதியாகப் பிரிக்கவும் நீரைத் தேக்கிவைக்கவும் அமைக்கப்படும் சிறு கரை; மண்ணால் ஆன தடுப்பு;** bund of a field. வரப்பைக் கழித்து உழுது முடித்த பின்னர்தான் நடவு தொடங்கும்./ வரப்பில் கூலியாட்கள் நடந்துசென்றார்கள்./ வரப்பில் உட்கார்ந்து சாப்பிட்டுக்கொண்டிருந்தான்.

வரம் பெ. **1: (புராணங்களில்) (கடவுள், முனிவர் ஆகியோர் தங்கள் சக்தியினால் பக்தர்களின்) விருப்பத்தைப் பூர்த்திசெய்வதற்காக வழங்குவது;** boon (granted by gods, saints). சாகா வரம்/ பிள்ளை வரம். **2: (ஒருவர் மற்றொருவருக்குத் தரும்) வாக்கு; உறுதிமொழி;** promise (given to s.o.). தசரதன் தனக்குத் தந்த வரத்தைக் கைகேயி பயன்படுத்திக்கொண்டதுதான் ராமாயணக் கதை.

வரம்பு பெ. **1: இதற்குள் அமைய வேண்டும் என்றோ இதற்கு மேற்படக் கூடாது என்றோ அமைக்கும் கட்டுப்பாடு; வரையறுக்கும் விதமாக நிர்ணயிக்கும் எல்லை;** (upper, lower) limit; bound(s). அரசுப் பணியில் சேர்வதற்கான வயது வரம்பு உயர்த்தப்படலாம்./ வரிச்சலுகை பெறுவதற்கான வருமான வரம்பு உயர்த்தப்பட்டுள்ளது./ நீ அவரிடம் வரம்பு மீறிப் பேசிவிட்டாய். **2:** (இலங்.) **(வயலின்) வரப்பு;** bund of a field. வயல் வரம்புகளை அகழான் துளைத்துவைத்திருந்தது.

வரலாற்றுக் காலம் பெ. **மனித வரலாறு எழுதப்பட ஆரம்பித்த காலம்.** historic times.

வரலாறு பெ. **1: கடந்தகாலத்தில் நடைபெற்ற முக்கிய நிகழ்வுகள்/ அவற்றைப் பற்றிய பதிவு; சரித்திரம்;** history. வரலாறு முழுவதும் பல இனப் படுகொலைகளை நாம் காணலாம்./ அவரவர் வசதிக்கேற்ப வரலாற்றைத் திரித்துச் சொல்கின்றனர்./ வரலாற்று நாவல். **2: ஒரு குறிப்பிட்ட துறையில் நடந்த முக்கிய நிகழ்வுகள்/ அவற்றைப் பற்றிய பதிவு;** history (of a particular field). தமிழ் இலக்கிய வரலாறு/ இந்தக் கல்வெட்டு கல்வெட்டியல் வரலாற்றில் மிக முக்கியமான கண்டுபிடிப்பாகும். **3: கடந்தகாலத்தில் நிகழ்ந்த அரசியல், சமூக நிகழ்வுகள் போன்றவற்றைப் பற்றிய படிப்பு;** history (as a subject). வரலாறு பாடத்தில் நான் நூற்றுக்கு எண்பது மதிப்பெண்களுக்குக் குறையாமல் எடுப்பேன். **4:** காண்க: **வாழ்க்கை வரலாறு.**

வரலாறுகாணாத பெ.அ. **முன்பு எப்போதும் இதுபோல் இருந்திருக்காத அளவில்; இதற்கு முன் ஒருமுறைகூட நடந்திருக்காத அளவில்;** unprecedented. வரலாறு காணாத கூட்டம்/ அறிவியலில் கடந்த பத்தாண்டுகளில் வரலாறு காணாத அளவிற்கு மாற்றங்கள் ஏற்பட்டுள்ளன./ பதவியேற்பு விழா முடிந்ததும் பேட்டியளித்த முதல்வர் 'எங்களுக்கு வரலாறுகாணாத வெற்றியை அளித்த மக்களுக்கு நன்றியைத் தெரிவித்துக்கொள்கிறேன்' என்றார்.

வரவர வி.அ. *(பே.வ.)* **காலம் செல்லச்செல்ல;** of late; as time goes by. வரவர உன் தொந்தரவு பொறுக்க முடியவில்லை./ சென்னையில் வசிப்பது வரவரக் கடினமாகிக் கொண்டிருக்கிறது.

வரவழை வி. (வரவழைக்க, வரவழைத்து) **1: (ஒருவரை அல்லது ஒன்றை ஓர் இடத்துக்கு) வரச்செய்தல் அல்லது வந்துசேரச்செய்தல்;** send for (s.o.); invite; bring (sth.). நான் புதிதாக வீடு கட்டிக்கொண்டிருக்கிறேன். அதனால்

உதவிக்குத் தம்பியை ஊரிலிருந்து வரவழைத்திருக்கிறேன்./ ஓட்டலிலிருந்து மதிய உணவு வரவழைத்துச் சாப்பிட்டான்./இது தபாலில் வரவழைத்த புத்தகம். **2: (குறிப்பிட்ட முறைகளின்படி) ஒன்றை ஒரு பொருளிலிருந்தோ இடத்திலிருந்தோ வெளிவரச் செய்தல் அல்லது தோன்றச் செய்தல்;** bring forth; bring about. மாயாஜால நிகழ்ச்சி நடத்துபவர் தொப்பியிலிருந்து முயலை வரவழைத்து எங்களை வியப்புக்கு உள்ளாக்கினார்./ சில வகை வேதிப்பொருள்களைத் தூவி மழையை வரவழைக்க முடியும். **3: (உண்மை, தகவல் முதலியவற்றை ஒருவரிடமிருந்து) வெளிக்கொண்டுவருதல்; வெளிப்படச் செய்தல்;** elicit (information, facts, etc.,); extract. உண்மையை வரவழைக்கத் திருடனை அடித்துத் துன்புறுத்தினார்கள். **4: (குறிப்பிட்ட உணர்வு, நிலை, தன்மை போன்றவற்றை) ஏற்பட அல்லது தோன்றச் செய்தல்;** arouse; evoke. துணிச்சலை வரவழைத்துக் கொண்டு பேச ஆரம்பித்தாள்./ சோர்வு தூக்கத்தை வரவழைத்தது./ கோபத்தை வரவழைக்கும் செயல்/ அவனுடைய பேச்சு எனக்குச் சிரிப்பை வர வழைத்தது.

வரவினம் பெ. **(ஒருவருக்கு அல்லது ஒரு நிறுவனத்திற்குப் பல்வேறு வகைகளில்) வர வேண்டியதாக இருக்கும் அல்லது கிடைக்கும் பணம்; பண வரவு;** heads of receipts. வரவினங்கள் இந்த வாரம் அதிகமாக இருக்கும்.

வரவு பெ. **'வா' என்னும் வினையின் (முதல் ஏழு பொருள்களிலும் வழங்கும்) பெயர்ச்சொல்;** a verbal noun of the verb *வா* (in the first seven senses).

வரவுசெலவு பெ. **வருமானம் பெறுதலும் செலவு செய்தலும்;** receipts and expenditure. ஒவ்வொரு மாதமும் வீட்டின் வரவுசெலவுக் கணக்கு எழுதிவருகிறேன்./ உங்கள் திட்டத்திற்கான வரவுசெலவுகளைக் குறித்துக்கொடுங்கள்.

வரவுசெலவு அறிக்கை பெ. **(ஒரு நாடு, நிறுவனம் போன்றவற்றின் ஆண்டு முழுவதற்குமான) வரவுசெலவுத் திட்டத்தைக் கொண்டுள்ள அறிக்கை;** the budget (statement). நாடாளுமன்றத்தில் நிதியமைச்சர் இந்த ஆண்டுக்கான வரவுசெலவு அறிக்கையைப் படித்தார்.

வரவுசெலவுத் திட்டம் பெ. **வரவுசெலவு அறிக்கை;** the budget.

வரவுப் பற்றாக்குறை பெ. **மத்திய அரசின் வரவுசெலவுத் திட்டத்தில், சொத்துகளை உருவாக்காத, (அரசு ஊழியர் சம்பளம், பொதுக் கடன் மீதான வட்டி போன்ற) அனைத்து நடப்புச் செலவினங்களும் (வரியினால் கிடைக்கும் வருவாயும் பிற வருவாயும் இணைந்த) நடப்பு வருவாயைவிட அதிகமாக இருப்பதால் ஏற்படும் பற்றாக்குறை நிலை;** revenue deficit.

வரவுவை வி. *(-வைக்க, -வைத்து)* **(வியாபாரம், கொடுக்கல்வாங்கல் முதலியவற்றில் பெறப்பட்ட தொகையை) பதிவேடு போன்றவற்றில் குறித்துவைத்தல்;** credit (to an account). நான் கொடுத்த பணத்தை வரவுவைத்துக்கொண்டு பாக்கி எவ்வளவு பணம் தர வேண்டும் என்று சொல்லுங்கள்.

வரவேடு பெ. *(இலங்.)* **(அலுவலகம், நிறுவனம் போன்றவற்றில் வைக்கப்பட்டிருக்கும்) வருகைப்பதிவேடு;** attendance register. பாடசாலைக்கு வந்தவுடன் முதல் வேலையாக வரவேட்டில் கையொப்பம் வைத்துவிடுங்கள் என்றார் அதிபர்./ வரவேட்டைப் பார்த்தால் எத்தனை நாட்கள் அவர் வேலைக்கு வரவில்லை என்பது தெரியும்.

வரவேல் வி. *(வரவேற்க, வரவேற்று)* **1: (விருந்தினரை அல்லது மரியாதைக்கு உரியவரை) எதிர்கொண்டு அழைத்து உபசரித்தல்;** welcome; greet (s.o.). மாப்பிள்ளையின் அப்பா எல்லோரையும் வரவேற்றார்./ தங்கள் ஊருக்கு வரும் அமைச்சரை வரவேற்கத் தொண்டர்கள் காத்திருந்தார்கள். **2: (ஒரு நிகழ்ச்சிக்கு வருபவர்களை) 'வருக' என்று மகிழ்ச்சியுடன் கூறி அழைத்தல்;** welcome (the invitees). தலைமை ஆசிரியர் பள்ளி ஆண்டு விழாவுக்கு வந்திருந்த அனைவரையும் வரவேற்றார். **3: (திட்டம், ஒப்பந்தம், கலைப் படைப்புகள் முதலியவற்றை) ஆதரவு தந்து ஏற்றல்;** welcome; accept. அரசின் புதிய திட்டத்தை எங்கள் கட்சி முழுமனத்துடன் வரவேற்கிறது./ சமாதான உடன்பாட்டை உலக நாடுகள் அனைத்தும் வரவேற்கும் என்று நம்புகிறோம்./ எனது புதிய நாவலை வாசகர்கள் வரவேற்பார்கள் என்று நான் நம்புகிறேன். **4:** *(செயப்பாட்டு வடிவத்தில் மட்டும்)* **(ஒப்பந்தப்புள்ளி, புகார் முதலியவை) அனுப்புமாறு கேட்டல் அல்லது வேண்டுதல்;** (in tender notice, etc.,) be invited. எங்கள் நிறுவனத்திற்குத் தேவைப்படும் பொருள்களை வழங்க ஒப்பந்தப் புள்ளிகள் வரவேற்கப்படுகின்றன.

வரவேற்பு பெ. **'வரவேல்' என்னும் வினையின் (முதல் மூன்று பொருளிலும் வழங்கும்) பெயர்ச்சொல்;** a verbal noun of the verb *வரவேல்* (in the first three senses).

வரவேற்பு அறை பெ. **(வீடு, அலுவலகம் முதலியவற்றில் நுழைவாயிலை அடுத்து அமைந்திருக்கும்) விருந்தினர் அமர்வதற்கான அறை;** drawing room; lounge; reception room. அந்த வீட்டின் வரவேற்பு அறை மிகவும் எளிமையாக இருந்தது./ அமைச்சரின் அலுவலகத்தில் வரவேற்பு அறையில் உட்கார்ந்திருந்தேன்.

வரவேற்பு மடல் பெ. **விழாவுக்கு வரும் முக்கிய விருந்தினரை வரவேற்கும் முறையில் புகழ்ந்து கூறும் வாசகங்கள் அடங்கிய தாள்;** scripted address of welcome (to be read out). விழாவிற்கு வந்திருந்த அமைச்சருக்குக் கட்சியினரால் வரவேற்பு மடல் வாசித்து அளிக்கப்பட்டது.

வரவேற்புரை பெ. **(விழாவுக்கு வந்துள்ளவரை) வரவேற்று நிகழ்த்தும் உரை;** address of welcome.

வரள் வி. *(வரள, வரண்டு)* **காண்க: வறள்.**

வரன் பெ. **ஒருவர் திருமணம் செய்துகொள்வதற்காகப் பார்க்கும் ஆண் அல்லது பெண்;** prospective bridegroom or bride. சீக்கிரம் பெண்ணுக்கு ஒரு நல்ல வரனாகப் பார்த்துக் கல்யாணம் செய்ய வேண்டும்./ என் பையனுக்கு ஒரு நல்ல வரன் அமைந்திருக்கிறது.

வரன்முறை பெ. *(உ.வ.)* **1: வரைமுறை;** limit. **2: (ஒரு நிறுவனம், அலுவலகம் போன்றவற்றில்) அவசரத் தேவையை ஒட்டி அவ்வப்போது நியமிக்கப்பட்ட பணியாளரை முறைப்படி நிரந்தரமாக்குதல்;** regularization of temporary employees.

வரன்முறைப்படுத்து வி. *(-படுத்த, -படுத்தி)* **உரிய நெறிமுறைகளின்படி அங்கீகரித்தல்;** regularize. விதிகளை மீறிக் கட்டியுள்ள கட்டடங்களை வரன்முறைப்படுத்த நகராட்சி புதிய திட்டம் வகுத்துள்ளது.

வராகம் பெ. *(உ.வ.)* **பன்றி;** boar. திருமாலின் பத்து அவதாரங்களில் வராக அவதாரமும் ஒன்று.

வராகன் பெ. **முற்காலத்தில் வழக்கிலிருந்த, மூன்றரை ரூபாய் மதிப்புடைய தங்க நாணயம்;** (ancient) gold coin (with a face value of three and a half rupees).

வராந்தா பெ. **உள் அறைகளுக்கு வெளிப்புறமாகக் கட்டடத்தில் கூரையோடு அமைந்திருக்கும் நடை வழி;** sheltered corridor along the side or sides of a building; veranda. மாணவர்கள் வகுப்புகளுக்குள் செல்லாமல் வராந்தாவில் நின்று பேசிக்கொண்டிருந்தார்கள்.

வரால் பெ. காண்க: **விரால்,1.**

வரி[1] வி. (*வரிந்து*) **(துண்டு, வேட்டி போன்றவை அவிழ்ந்துவிடாதபடி) இறுக்கமாகக் கட்டிக்கொள்ளுதல்;** tie around (as a way of wearing sth.). துண்டைத் தலையில் வரிந்துகொண்டு வேலையைத் தொடங்கினான்.

வரி[2] வி. (*வரிக்க, வரித்து*) (*உ.வ.*) **(ஒன்றை அல்லது ஒருவரைக் குறிப்பிட்ட ஒன்றுக்காக) தேர்ந்தெடுத்து ஏற்றுக்கொள்ளுதல்;** undertake (sth.); accept (s.o. or sth.); adopt. தான் வரித்துக்கொண்ட வாழ்க்கையில் அவர் கடந்த கால் நூற்றாண்டாகப் பல ஏற்ற இறக்கங்களைச் சந்தித்துள்ளார்./ காந்தியையே தன் மானசீகக் குருவாக வரித்தார்.

வரி[3] பெ. **1: கோடு; பட்டை;** line; stripe. வரிப் புலி/ சவுக்கால் அடித்த இடம் வரிவரியாக வீங்கியிருந்தது. [(தொ.சொ.) கோடு/ பட்டை] **2: (எழுதப்பட்டதில், அச்சடிக்கப்பட்டதில்) ஒரு கோட்டில் அமைந்திருக்கும் சொல் தொகுப்பு;** line (of any written text). ஒரு வரி விடாமல் செய்யுளை ஒப்பித்தான்./ கடிதம் எழுதி முடித்ததும் சில வரிகளை அடிக்கோடிட்டான்.

வரி[4] பெ. **அரசு நிர்வாகத்திற்காகவும் மக்கள் நலத் திட்டங்களுக்காகவும் செலவிட வேண்டியிருப்பதால் அதற்கு ஆகும் செலவை ஈடுகட்டக் குடிமக்களிடமிருந்து அரசு வசூலிக்கும் கட்டணம்;** tax; levy. நில வரி/ வீட்டு வரி/ வருமான வரி/ கேளிக்கை வரி.

வரி ஏய்ப்பு பெ. (*சட்டம்*) **சட்டப்படி அரசுக்குச் செலுத்த வேண்டிய வரியைக் கட்டாமல் ஏமாற்றும் செயல்;** tax evasion.

வரிக்குதிரை பெ. **உடலில் கறுப்பு, வெள்ளைப் பட்டைகளை உடைய குதிரைக் குடும்பத்தைச் சேர்ந்த (ஆப்பிரிக்கக் கண்டத்தில் பரவலாகக் காணப்படும்) விலங்கு;** zebra.

வரிச்சீருடை பெ. (*இலங்.*) **(இயற்கையான பின்னணியுடன் ஒத்துப்போகும் வகையிலும் எளிதில் அடையாளம் காண முடியாமல் இருக்கும் வகையிலும்) (பொதுவாக) ராணுவ வீரர்கள், சிறப்புக் காவல் படையினர் போன்றோர் சீருடையாக அணிந்திருக்கும், வரிவரியான வெள்ளைப் பட்டைகள் இடையோடும் பழுப்பு அல்லது நீல வண்ண உடை;** camouflage; fatigues. வரிச்சீருடையோடு புறப்பட்ட வீரர்கள் காடுகரைக்குள் எங்கே இருக்கிறார்கள் என்று எதிரிகள் இனம்காண முடியாதவாறு தங்கி இருந்தனர்./ எல்லோரும் ஒரே மாதிரி வரிச்சீருடை போட்டிருந்ததால் அணி நடையாகச் சென்றவர்களில் யார் என் தம்பி என்று அடையாளம் காண முடியவில்லை.

வரிச் சொர்க்கம் பெ. (*பு.வ.*) **வெளிநாட்டில் வாழும் தனிநபர்களுக்கு அல்லது இயங்கும் வணிக நிறுவனங்களுக்கு மிகுதியான வரி விலக்கு, மிகக் குறைந்த வரி விதிப்பு போன்ற சலுகைகளை அளித்து, அவர்களின் வங்கிக் கணக்கு விவரங்களையும் ரகசியமாகப் பாதுகாக்க உதவும் நாடு;** tax haven.

வரிசை[1] பெ. **1:** (*-ஆக, -ஆன*) **ஒருவருக்குப் பின் ஒருவராக அல்லது ஒன்றையடுத்து ஒன்றாக அமையும் ஒழுங்கு அல்லது முறை;** line; row. பிரார்த்தனை முடிந்ததும் மாணவர்கள் வரிசையாக நடந்து வகுப்புக்குச் சென்றார்கள்./ சாலை நெடுக வரிசைவரிசையாக மரங்கள்./ முக்கிய வீரர்கள் வரிசையாக ஆட்டமிழந்ததால் இந்திய அணி *153* ஓட்டங்களுக்கு ஆட்டமிழந்தது./ முத்துப் போன்ற பல் வரிசை/ அவர் தனது அலமாரியில் புத்தக வரிசையைக் குலையாமல் வைத்துக்கொள்வார்./ பாதுகாப்பு அமைச்சரின் மேல் அவர் வரிசையாகக் குற்றச்சாட்டுகளை அடுக்கினார்./ வரிசையான வீடுகள். **2: புத்தகம், திரைப்படம் போன்றவை குறிப்பிட்ட தலைப்பு, கதை அமைப்பு போன்றவற்றை அடிப்படையாகக் கொண்டு தொடர்ச்சியாக வெளியிடப்படும் முறை;** series. சாகித்திய அகாதெமி வெளியிட்டிருக்கும் இந்திய இலக்கியச் சிற்பிகள் வரிசையில் இது ஔவையாரைப் பற்றிய புத்தகம்./ குழந்தைகள் புத்தக வரிசை/ புராணப் பட வரிசையில் சமீபத்திய வரவு இது. **3: குறிப்பிட்ட பண்பு, தரம் போன்றவற்றைச் சேர்ந்தவற்றின் அல்லது சேர்ந்தவர்களின் தொடர்ச்சி;** line. தமிழ்நாட்டில் இருந்த சித்தர்களின் வரிசையில் தன்னையும் ஒரு சித்தராகப் பாரதியார் சேர்த்துக்கொள்கிறார்./ இந்தியாவின் சிறந்த இலக்கியப் படைப்பாளிகளின் வரிசையில் ஜெயகாந்தன் மிகவும் முக்கியமானவர். **4: (ரூபாய் நோட்டு, பரிசுச்சீட்டு முதலியவை குறித்து வருகையில்) சில குறியீடுகளோடு ஒன்றையடுத்து ஒன்றாக வரும் எண்களைக் கொண்டவற்றின் தொகுப்பு;** series (of currency notes, lottery tickets, etc.,). புதிதாகச் செலாவணிக்கு வரும் ஐந்து ரூபாய் நோட்டுகள் இரு வரிசை கொண்டவை. **5:** (*உயிரி.*) **(உயிரின வகைப்பாட்டில்) ஒத்த குடும்பங்களை உள்ளடக்கிய, வகுப்பைவிடச் சிறிய பிரிவு;** order. எலி, அணில் போன்ற பிராணிகள் கொறி விலங்கு வரிசையைச் சேர்ந்தவை./ பூனைக் குடும்பத்தைச் சேர்ந்த விலங்குகள் எல்லாம் ஊனுண்ணி வரிசையில் அடங்கும்./ மீன்கொத்தியும் கொண்டலாத்தியும் ஒரே வரிசையைச் சேர்ந்த பறவைகள்.

வரிசை[2] பெ. காண்க: **சீர்வரிசை.**

வரிசைக்கிரமம் பெ. (*-ஆக*) **ஒன்றை அடுத்து ஒன்றாக நடப்பதின் ஒழுங்கு முறை;** proper or due order. சடங்குகள் வரிசைக்கிரமப்படி நடந்தேறின./ விழாவில் வரிசைக்கிரமமாக நிகழ்ச்சிகள் நடந்தன.

வரிசைகட்டு வி. (*-கட்ட, -கட்டி*) **(ஓர் இடத்துக்கு) தொடர்ச்சியாகவும் அடுத்தடுத்தும் செல்லுதல்;** come in a row. மருத்துவமனையில் சிகிச்சை பெற்றுவந்த கட்சித் தலைவரைப் பார்க்க அமைச்சர்கள் தினமும் வரிசைகட்டி வந்தனர்.

வரிசைப்படுத்து வி. (*-படுத்த, -படுத்தி*) **(எண்கள், ஆண்டுகள், தகவல்கள் போன்றவற்றை) ஒரு ஒழுங்கில் அல்லது வரிசையில் அமைத்தல்;** list in a specified order. ஆண்டு வாரியாக வரலாற்று நிகழ்வுகளை வரிசைப்படுத்தி நூலின் பின்னிணைப்பில் கொடுத்துள்ளார்கள்./ கொடுக்கப்பட்டுள்ள எண்களை இறங்கு வரிசையில் வரிசைப்படுத்தி எழுதுக.

வரிதாரர் பெ. **(அரசுக்கு) வரி செலுத்துபவர்;** tax payer. இன்றைய செய்தித்தாளில், 'வரிதாரர்களின் கவனத்துக்கு' என்று ஒரு அறிவிப்பை வருமான வரித்துறை வெளியிட்டிருந்தது.

வரிந்துகட்டிக்கொண்டு வி.அ. **(தகராறு, போட்டி போன்றவற்றை எதிர்கொள்வதற்காக அல்லது ஒரு செயலைச் செய்வதற்காக) தீவிரத் தன்மையோடு; தயாராக;** girding up one's loins. என்ன சொல்லிவிட்டேன் என்று இப்போது இப்படி வரிந்துகட்டிக்கொண்டு சண்டைக்கு வருகிறாய்?/ தேர்தலுக்குக் கட்சிகள் வரிந்துகட்டிக்கொண்டு நிற்கின்றன.

வரிந்துவரிந்து வி.அ. ('எழுது' என்ற வினையுடன் வரும்போது) **நிறைய; விடாமல் தொடர்ச்சியாக;** non-stop; continuously. காலையிலிருந்து வரிந்துவரிந்து என்ன எழுதிக்கொண்டிருக்கிறாய்?/ நண்பன் வரிந்துவரிந்து பத்துப் பக்கங்களுக்குக் கடிதம் எழுதியிருந்தான்.

வரிமுகப் பூங்குருவி பெ. **(மற்ற பறவைகளிலிருந்து தனித்துத் தெரியும் வகையில்) தலையும் உடலின் அடிப்பகுதியும் ஆரஞ்சு நிறத்திலும், அலகும் இறக்கைகளும் சாம்பல் நிறத்திலும், கால்கள் இளம்சிவப்பு வண்ணத்திலும் இருக்கும் பறவை;** orange-headed thrush.

வரிவடிவம் பெ. (மொழி.) **(மொழியில் உள்ள ஒலிகளை) எழுதுவதற்கான வடிவம்;** script (for language).

வரி விடுமுறை பெ. (பு.வ.) **(ஒரு நாட்டில், மாநிலத்தில்) தொழில் தொடங்குவதை ஊக்குவிக்க, அரசு குறிப்பிட்ட காலத்திற்கு தொழில்முனைவோருக்கு (வருமான வரி, பிற வரி போன்றவற்றில்) வழங்கும் வரிவிலக்கு;** tax holiday.

வரி விதிப்பு பெ. **வரி விதிக்கப்படும் முறை;** taxation. இப்போதுள்ள வரி விதிப்பு நடுத்தர மக்களைப் பெரிதும் பாதிக்கிறது.

வரிவிலக்கு பெ. **ஒரு பொருள், சேவை போன்றவை குறிப்பிட்ட வரி விதிப்புக்கு உள்ளாகாமல் இருப்பதற்குத் தரும் அனுமதி;** tax exemption. பக்தர்கள் திருப்பணிக்குத் தரும் நன்கொடைக்கு வரிவிலக்கு உண்டு./ பூகம்ப நிவாரண நிதிக்கு நன்கொடை அனுப்புபவர்கள் வருமான வரிச் சட்டம் 80G என்ற பிரிவின் கீழ் வரிவிலக்குப் பெறலாம்.

வரிவிளம்பரம் பெ. **பத்திரிகைகளில் வெவ்வேறு பிரிவுகளாகப் பிரிக்கப்பட்டு வெளியாகும் குறைந்த அளவு வரிகளைக் கொண்ட, குறைந்த கட்டணத்தினாலான சிறிய விளம்பரம்;** classified advertisement.

வருகை பெ. **1: ஒருவர் ஒரு இடத்துக்கு அல்லது நிகழ்ச்சிக்கு வருதல்; வரவு;** arrival. மாமாவின் திடீர் வருகை எங்களை வியப்பில் ஆழ்த்தியது./ தமிழறிஞர்கள் பலர் புத்தகக் கண்காட்சிக்கு வருகை புரிந்தனர்./ குடியரசுத் தலைவரின் வருகையை ஒட்டிப் பலத்த பாதுகாப்பு ஏற்பாடுகள் செய்யப்பட்டுள்ளன./ பேராசிரியரின் வருகைக்காகக் காத்திருக்கிறோம்./ திருமணத்துக்கு உங்களின் வருகையை ஆவலுடன் எதிர்பார்க்கிறோம். **2: (வரலாற்று நோக்கில் கூறும்போது) பிற நாட்டவர் அல்லது பிற இனத்தவர் ஒரு நாட்டுக்கு அல்லது பிரதேசத்துக்கு வருதல்;** immigration. ஐரோப்பியர்களின் வருகையினால் இந்தியாவில் ஏற்பட்ட மாற்றங்கள் பல./ முகலாயர்களின் வருகை இந்தியாவின் கலை மற்றும் பண்பாட்டில் குறிப்பிடத்தக்க பாதிப்பை ஏற்படுத்தியது. **3: (அறிவியல் கண்டுபிடிப்புகள், புதிய பொருள்கள் போன்றவை) முதன்முதலில் அறிமுகம் ஆகும் நிலை;** introduction (of inventions, etc.,). அச்சு இயந்திரத்தின் வருகை உலகின் போக்கையே மாற்றியமைத்தது./ ஒரு நாள் போட்டியின் வருகையால் 1970களில் கிரிக்கெட்டுக்குப் புத்துயிர் கிடைத்தது. **4:** (கிறித்.) **இயேசுநாதர் பூமியில் மறுமுறை அவதரித்தல்;** the second coming. 'கர்த்தரின் வருகை மட்டுமே நம்மை நமது பாவங்களிலிருந்து விடுவிக்கும்' என்று பிரசங்கியார் முழங்கினார்.

வருகைதரு பேராசிரியர் பெ. **பல்கலைக்கழகத்தின் அழைப்பின் பேரில் குறிப்பிட்ட காலத்துக்குப் பணியாற்ற நியமிக்கப்படும் பேராசிரியர்;** visiting professor.

வருகைதா வி. (-தர, -தந்து) (உ.வ.) **(ஒரு நிகழ்ச்சிக்கு அல்லது இடத்துக்கு) வருதல்;** pay a visit; come (to attend). நிகழ்ச்சிக்கு வருகைதந்திருக்கும் அனைவரையும் வரவேற்கிறோம்.

வருகைப்பதிவு பெ. **(மாணவர், ஊழியர் முதலியோர் தங்களின்) வருகையைத் தெரிவித்துப் பதிந்து கொள்ளுதல்;** marking of attendance.

வருகைப்பதிவேடு பெ. **(ஓர் அலுவலகம், நிறுவனம் போன்றவற்றில் பணிபுரியும் ஊழியர்களின்) வருகையைப் பதிவுசெய்வதற்காக உள்ள ஏடு;** register. அலுவலர்கள் காலையில் வந்தவுடன் வருகைப்பதிவேட்டில் கையெழுத்துப் போட வேண்டும்.

வருகைப்புரி வி. (-புரிய, -புரிந்து) காண்க: வருகைதா.

வருங்காலம் பெ. **இனி வரப்போகும் காலம்; எதிர்காலம்;** future; the time to come. மகனின் வருங்காலத்தைப் பற்றிய கவலை.

வருங்கால வைப்புநிதி பெ. **ஊழியரின் மாத ஊதியத்திலிருந்து பிடிக்கப்படும் தொகையையும், பணிக்கு அமர்த்திய நிறுவனம் தனது பங்காகச் செலுத்தும் தொகையையும் கொண்டு ஏற்படுத்தப்படுவதும் ஓய்வு பெற்ற பின் அளிக்கப்படுவதுமான சேமிப்பு;** fund made up of the contribution of the employee and of the employer payable at retirement; (in India) Provident Fund.

வருடப் பிறப்பு பெ. **1: சித்திரை மாதம் முதல் நாள்;** the first day of the month. சித்திரை. **2: ஜனவரி மாதம் முதல் நாள்;** the first day of the month January.

வருடம் பெ. **ஆண்டு;** year. நாம் சந்தித்து இருபது வருடங்கள் ஆகியிருக்கும் என்று நினைக்கிறேன்./ இது பத்து வருடங்களுக்கு முன்பு நடந்த நிகழ்ச்சி./ எனக்குப் போன வருடம்தான் திருமணம் நடந்தது./ 1947ஆம் வருடம் இந்தியா சுதந்திரம் பெற்றது.

வருடாந்த பெ.அ. (இலங்.) **ஒரு ஆண்டுக்கான;** annual. நான் சங்கத்தின் வருடாந்தப் பொதுக்கூட்டத்திற்குப் போகாததால், என்னை உறுப்பினர் பதவியிலிருந்து நீக்கிவிட்டனர்./ நீ வருடாந்தக் கணக்கைச் சமர்ப்பித்துவிட்டாயா?/ வருடாந்தச் செலவுக் கணக்கு.

வருடாந்தம் வி.அ. (இலங்.) **ஒவ்வொரு ஆண்டும்; ஆண்டுதோறும்;** every year. அப்பா பலா மரத்தின் முதல் பழத்தை வருடாந்தம் முருகன் கோயிலுக்குக் கொடுத்து விடுவார்.

வருடாந்தர பெ.அ. காண்க: **வருடாந்திர.**

வருடாந்திர பெ.அ. **வருடத்திற்கு ஒரு முறை என்ற அளவிலான; ஒவ்வொரு வருடத்திற்கும் உரிய;** annual; yearly. வருடாந்திரக் கணக்கு/ வருடாந்திர வரவுசெலவுத் திட்டம்/ சங்கத்தின் வருடாந்திரக் கூட்டம்.

வருடு வி. (வருட, வருடி) **(கையால்) மென்மையாகத் தடவுதல்;** stroke gently. தூங்கிக்கொண்டிருந்த குழந்தையின் தலையை அன்போடு வருடினாள்./ அவருடைய விரல்கள் வீணையின் தந்தியை வருடின./ (உரு வ.) காற்று என் உடலை வருடிச்சென்றது.

வருணம் பெ. காண்க: **வர்ணம்**[2].

வருணன் பெ. **மழைக்கான தெய்வம்;** god of rain. வருண பகவான் கருணை காட்டினால் இந்த வருடம் நல்ல விளைச்சல் இருக்கும்.

வருணனை பெ. காண்க: **வர்ணனை.**

வருண ஜபம் பெ. **மழை வருவிக்கும் என்ற நம்பிக்கையின் பேரில் வேத மந்திரம் ஓதிச் செய்யும் ஜபம்;** prayer with Vedic hymns the chanting of which is believed to bring about rain.

வருணி வி. (வருணிக்க, வருணித்து) காண்க: **வர்ணி.** [(தொ.சொ.) **சித்தரி/ வர்ணி/ விவரி/ விளக்கு**]

வருத்தக்காரன் பெ. (இலங்.) **நோயாளி;** ailing or sick person. வீட்டில் இரண்டு வருத்தக்காரர்கள்.

வருத்தம்[1] பெ. 1: **(மனத்துக்குப் பிடிக்காத நிகழ்ச்சிகளால் அல்லது இழப்பினால் ஏற்படும்) துன்ப உணர்வு; வேதனை;** feeling of sadness; regret. வருத்தம் தோய்ந்த முகத்துடன் உட்கார்ந்திருந்தார்./ படித்து முடித்ததும் வேலை கிடைக்கவில்லை என்று அவனுக்கு வருத்தம். [(தொ.சொ.) **அனுதாபம்/ இரக்கம்/ கருணை/ பரிதாபம்/ பரிவு**] 2: **(ஒருவர் மேல் மற்றவருக்கு ஏற்படும்) மனத்தாங்கல்; மனக்குறை;** complaint; grievance. கேட்டபோது பணம் தராததால் அவனுக்கு என்மேல் வருத்தம்./ நான் நிறைய உதவி செய்யவில்லை என்று என் சகோதரர்களுக்கு வருத்தம் உண்டு. 3: **பிறருடைய மனம் வருந்தும் முறையில் அல்லது விரும்பத்தகாத முறையில்தான் நடந்துகொண்டதற்காக ஒருவர் மனப்பூர்வமாகத் தெரிவிக்கும் ஆதங்கம்;** regret. உங்களிடம் அவ்வாறு பேசியதற்காக வருத்தம் தெரிவித்துக்கொள்கிறேன்.

வருத்தம்[2] பெ. (இலங்.) **நோய்; வியாதி;** ailment; malady. குழந்தைக்கு என்ன வருத்தம்?

வருத்தம் பார் வி. (பார்க்க, பார்த்து) (இலங்.) **(உடல் நலமில்லாமல் இருப்பவரை நேரில் சென்று) நலம் விசாரித்தல்;** visit s.o. who is ill. மாமாவை வருத்தம் பார்க்க அம்மா வைத்தியசாலைக்குச் சென்றார்./ அவர் நீண்ட நாட்களாகச் சுகவீனமாக இருக்கிறார். நாளைக்காவது போய் அவரை வருத்தம் பார்க்க வேண்டும்.

வருத்து வி. (வருத்த, வருத்தி) 1: **(ஒருவரை) துன்பப்படவைத்தல்; துன்பம்கொள்ளச் செய்தல்;** make s.o. sad; make s.o. feel sorry. அவரது பேச்சு அவளை மிகவும் வருத்தியது./ அல்லும்பகலும் வருத்தும் பிரச்சினை இது. 2: **(ஒருவர் தன்னை) மிகுந்த சிரமத்திற்கு உட்படுத்திக் கொள்ளுதல்;** strain (oneself). இந்த வயதில் எதற்காக இப்படி உங்களை வருத்திக்கொள்கிறீர்கள்?/ இப்படி வருத்திக்கொண்டு நீ இரவு பகலாக உழைக்க வேண்டுமா?

வருந்தி வி.அ. **மிகவும் வேண்டி; தயவாக மன்றாடி;** earnestly. எவ்வளவோ வருந்திக் கூப்பிட்டும் கல்யாணத்துக்கு அவன் வரவில்லை.

வருந்து வி. (வருந்த, வருந்தி) 1: **(ஒரு செயலுக்காகவோ இழப்பிற்காகவோ) துன்பம் அடைதல்; துன்ப உணர்வு கொள்ளுதல்;** grieve; feel sorry; regret; bemoan. மனைவியின் மரணத்தால் வருந்தும் அவருக்கு யாரால் ஆறுதல் சொல்ல முடியும்?/ படிக்காமல் ஊர் சுற்றியதற்காக இப்போது வருந்திப் பயனில்லை./ உங்களுக்கு உதவ முடியாததற்காக வருந்துகிறேன். [(தொ.சொ.) **உருகு/ ஏங்கு/ கலங்கு/ தவி/ திண்டாடு/ திணறு/ மருகு**] 2: **(கடின உழைப்பு போன்றவற்றால் உடல்) வலித்தல்;** strain oneself. உடல் வருந்த உழைத்தும் விவசாயத்தினால் அதிகப் பலன் இல்லை.

வரும் பெ.அ. **(காலத்தைக் குறிக்கையில்) இனி வரப்போகும்; தொடர்ந்து வரும்;** (of time) coming; next. வரும் செவ்வாய் அன்று நாங்கள் ஊருக்குப் போகிறோம்./ இந்தப் புதிய பாடத் திட்டம் வரும் கல்வியாண்டிலிருந்து அமல்படுத்தப்படும்./ வரும் ஆண்டிலாவது நல்ல மழை பெய்யட்டும்.

வரும்படி பெ. (பே.வ.) **வருமானம்;** income. போதிய வரும்படி இல்லாததால் கடையை மூடிவிட்டார்./ இதைத் தவிர அவருக்கு வேறு வரும்படி உண்டா?/ அவருக்குக் குத்தகையாகவே பல லட்சங்கள் வரும்படி வந்தது./ வரும்படி நிறைய இருந்தாலும் அவருடைய வங்கிக் கணக்கில் பணம் ஒன்றும் இல்லை./ உங்கள் வரும்படியை வைத்துக்கொண்டு இந்தக் குடும்பத்தை எப்படிச் சமாளிக்கிறீர்கள்?

வருமதி பெ. (இலங்.) **(ஒருவருக்கு மற்றொருவரிடமிருந்து) வரவேண்டிய தொகை; பாக்கி;** amount due (from s.o.). அவரிடமிருந்து ஆயிரம் ரூபாய் வருமதி இருக்கிறது.

வருமானம் பெ. 1: **(ஒருவருக்கு) பணி, தொழில், சேவை முதலியவற்றின் மூலமாகக் கிடைக்கும் பணம்;** income; source of income. வியாபாரத்தில் நல்ல வருமானம் கிடைக்கும் என்றுதான் கடையை ஆரம்பித்தேன்./ வீட்டு வாடகையைத் தவிர எனக்கு வேறு வருமானம் இல்லை./ அவருடைய ஆண்டு வருமானம் இரண்டு லட்சம் ரூபாய் ஆகும். 2: **வரி, கட்டணம், சேவை வழங்குதல் போன்றவற்றின் மூலம் (அரசுக்கு) கிடைக்கும் பணம்;** revenue. வரி விதிப்பதன் மூலம் அரசுக்கு வருமானம் கிடைக்கிறது.

வருமான வரி பெ. **(ஒருவருடைய ஆண்டு வருமானம் அரசு நிர்ணயித்துள்ள அளவுக்கு மேற்படுமானால் அந்த) வருமானத்தின் மீது அரசு விதிக்கும் வரி;** income tax. நீங்கள் வருமான வரிக் கணக்குத் தாக்கல்செய்துவிட்டீர்களா?/ வருமான வரியைச் செலுத்த இன்றே கடைசி நாள் ஆகும்.

வருமொழி பெ. (இலக்.) **(ஒரு சொல் மற்றொரு சொல்லோடு இணையும்போது) முதல் சொல்லை அடுத்து வரும் சொல்;** second member of a compound; second constituent. 'பணப்பை' என்ற சொல்லில் 'பை' என்பது வருமொழி.

வருவாய் பெ. *(பெரும்பாலும் அரசு, நிறுவனங்கள் போன்றவை தொடர்பாகக் குறிப்பிடும்போது)* **வருமானம்;** (mostly of government, institutions, etc.,) revenue. வருவாய்த் துறை அமைச்சர்/ வருவாய் அதிகம் இல்லாத கோயில்கள்./ வருவாய் இல்லாமல் இவ்வளவு பெரிய அமைப்பை நடத்த முடியுமா?

வருவாய் கிராமம் பெ. (பு.வ.) **நிலம், பாசன ஆதாரம், பயிர், மக்கள்தொகை போன்றவற்றின் கணக்குப் பதிவுகளைப் பராமரிக்கும், நிர்வாக வசதிக்காகப் புவிப் பரப்பை அரசு வரையறை செய்யும் ஆகச் சிறிய வருவாய் அலகு;** revenue village.

வருவி வி. (வருவிக்க, வருவித்து) (உ.வ.) **'வரவழை' என்னும் சொல்லின் எல்லாப் பொருளிலும் வழங்கும் சொல்;** a verb used in all the senses of the verb வரவழை.

வருவுக்கட்டை பெ. **மரச் சட்டத்தின் கனம் அல்லது அகலத்தை எவ்வளவு குறைக்க வேண்டும் என்று அந்தச் சட்டத்தில் கோடாக இழுத்துக் குறிக்க உதவும், முனையில் ஆணியோடு உள்ள கருவி;** carpenter's tool with a nail at one end for marking the portion to be pared off in a wooden plank.

வருஷம் பெ. காண்க: வருடம்.

வரை[1] வி. (வரைய, வரைந்து) **1: (படம், கோடு, வடிவம் போன்றவற்றை) உருவாக்குதல் அல்லது தீட்டுதல்;** draw (a line, picture, etc.,). அது யார் வரைந்த படம்?/ இது என் மகன் வரைந்த பொங்கல் வாழ்த்து./ தீபாவளி மலருக்கு ஓவியர் வரைந்துள்ள படங்கள் அருமை./ ஒரு பக்கம் முழுதும் கட்டங்களாக வரையப்பட்டிருந்தன./ கல்லறையில் அவருடைய வாழ்க்கை வரலாற்றை ஓவியங்களாக வரைந்துள்ளார்கள்./ கொலையாளியின் படத்தைக் காவல்துறையினர் கணிப்பொறியின் உதவியுடன் வரைந்தனர்./ இரண்டு இணை கோடுகளையும் ஒரு வட்டத்தையும் வரைந்து கொள்க./ கொடுத்துள்ள ஆரத்துக்கு ஏற்ற வட்டத்தை வரையவும். [(தொ.சொ.) **எழுது/ கிறுக்கு/ தீட்டு**] **2:** (உ.வ.) **(கடிதம், கட்டுரை போன்றவை) எழுதுதல்;** write (a letter, essay, etc.,). தான் ஊருக்கு வந்துசேர்ந்ததைப் பற்றி நீண்ட மடல் ஒன்று வரைந்தான்./ தேவநேயப் பாவாணர் தமிழ் மொழியின் சிறப்பைப் பற்றி வரைந்த கட்டுரைகள். **3: (திட்டம் போன்றவற்றை) இயற்றுதல் அல்லது ஏற்படுத்துதல்;** make (a plan); draft (resolution, etc.,). அமைச்சரவை விரைவில் புதிய கல்வித் திட்டம் ஒன்றை வரையவிருக்கிறது.

வரை[2] இ.சொ. **(இடம், காலம், அளவு ஆகியவற்றில்) குறிப்பிடப்படுவதை எல்லையாக, இறுதியாக, மேல்வரம்பாகக் கூறுவதற்குப் பயன்படுத்தும் இடைச்சொல்;** particle used in the sense of 'up to'; 'till'. சாலை வரை சென்று திரும்பினான்./ ஏழு மணிவரை உனக்காகக் காத்திருக்கிறேன்./ நீ செய்ததுவரை போதும்./ அவனாகக் கேட்கும்வரை நீ பணம் தராதே!/ நீ இந்தக் காரியத்தை முடிக்காதவரை இங்கிருந்து போகக் கூடாது.

வரைக்கும் இ.சொ. காண்க: வரை[2].

வரைபடம் பெ. **(ஓர் இடம், நாடு, கட்டடம் போன்றவற்றின் தோற்றம், அமைப்பு முதலியவற்றை அல்லது குறிப்பிட்ட அளவு, எண்ணிக்கை போன்றவற்றைக் காட்டும்) கோடுகளால் ஆன படம்;** map; plan (of a building, etc.,); diagram; graph. இந்திய வரைபடத்தில் கிழக்கு நோக்கிப் பாயும் ஆறுகளின் பெயர்களை எழுது./ வரைபடத்தில் உள்ளபடிதான் கட்டடம் கட்டப்படுகிறது./ நாட்டின் எல்லைகள் குறிக்கப்பட்ட துல்லியமான வரைபடம்/ இந்த வரைபடம் பங்குச்சந்தையின் ஏற்ற இறக்கங்களைக் குறிக்கிறது.

வரைபலகை பெ. **வரைபடம் வரைவதற்காகப் பயன்படுத்தும் செவ்வக வடிவ மரப் பலகை;** drawing board.

வரைமுறை பெ. **ஒன்றை இப்படித்தான் செய்ய வேண்டும் என்பதற்கான அல்லது ஒன்று இப்படித்தான் நிகழும் என்பதற்கான விதிமுறை, நியதி, கட்டுப்பாடு, ஒழுங்கு போன்றவை; வரையறை;** restriction; limit; norms; regulations. யாரிடம் என்ன பேசுவது என்ற வரைமுறையே உனக்குக் கிடையாதா?/ எதற்கும் ஒரு வரைமுறை வேண்டும்./ நிறுத்தற்குறிகள் இடுவதற்கான வரைமுறைகள் என்ன என்பது தமிழில் இன்னும் தெளிவுபடவில்லை./ மனிதன் நாடோடியாகக் காடுகளில் திரிந்து கொண்டிருந்த காலங்களில் உறவுகள் வரைமுறை செய்யப்பட்டிருக்கவில்லை./ தொழில் நிறுவனங்கள் எப்படி இயங்க வேண்டும் என்ற வரைமுறைகளை அரசுதான் வகுக்கிறது.

வரைமுறைப்படுத்து வி. (-படுத்த, -படுத்தி) **வரன்முறைப்படுத்துதல்;** regularize. நகரில் விதிகளை மீறிக் கட்டியுள்ள கட்டடங்களை வரைமுறைப்படுத்த நகராட்சி புதிய திட்டம் வகுத்துள்ளது.

வரையறு வி. (வரையறுக்க, வரையறுத்து) **ஒன்றின் தன்மை, தரம், அளவு, அமைப்பு போன்றவற்றை நிர்ணயம் செய்தல்;** define; prescribe. இந்த நாணயங்கள் கிடைத்த இடத்தைக் கொண்டு இந்த அரசனின் நாட்டு எல்லையை ஒருவாறு வரையறுக்கலாம்./ நீங்கள் தயாரித்த பொருள்கள் நாங்கள் வரையறுத்த தரத்தில் இல்லை./ வினைச்சொல் வேற்றுமை உருபை ஏற்காது என்றும் காலத்தைக் காட்டும் என்றும் தொல்காப்பியர் வரையறுக்கிறார்./ சுதந்திரப் போராட்டத்தில் வ.உ.சியின் பங்கை இந்தக் கட்டுரை வரையறுக்க முயல்கிறது./ சட்டத்தில் ஒருவரின் அல்லது ஒரு சொத்தின் பாதுகாவலருடைய உரிமை வரையறுக்கப்பட்டுள்ளது./ அகராதியில் ஒரு சொல்லின் பல்வேறு பொருள்களை வரையறுக்கத் தரவுத் தொகுப்பு உதவுகிறது./ குறிப்பிட்ட ரூபாய்க்குக் கீழ் வருமானம் உள்ளவர்கள் 'ஏழை' என்று வரையறுக்கப்படுகிறார்கள்./ எந்த அதிகாரிகளெல்லாம் தடையின்மைச் சான்றிதழ் வழங்கலாம் என்பது வரையறுக்கப்பட்டுள்ளது./ பெரும்பாலும் படைப்புகளில் உள்ளடக்கமே உருவத்தை வரையறுக்கிறது.

வரையறை பெ. **ஒன்றின் தன்மை, தரம், அளவு, அமைப்பு போன்றவற்றை வரையறுப்பது;** definition; delimitation. இதுதான் சிறந்த இலக்கியம் என்பதற்குத் துல்லியமான வரையறை எதுவும் இல்லை./ காலவரையறையின்றி கல்லூரி மூடப்பட்டுள்ளது./ 'சித்திரவதை' என்ற சொல்லுக்கு 'கொடுமையாகத் துன்புறுத்தும் செயல்' என்று இந்த அகராதியில் பொருள் வரையறை செய்யப்பட்டுள்ளது.

வரையாடு பெ. **(மலையில் காணப்படும்) குறுகிய விறைப்பான காதுகளையும் பின்னோக்கி வளைந்த**

வரையில் 1160

கொம்புகளையும் கொண்ட, உடல் முழுவதும் கரும் பழுப்பு நிறத்தையும் முதுகில் மங்கிய நிறத்தையும் கொண்ட ஒரு வகை ஆடு; Nilgiri tahr. தமிழ்நாட்டில் நீலகிரி மலையில் வரையாடுகளைக் காணலாம்.

வரையாடு

வரையில் இ.சொ. காண்க: வரை².

வரையோடு பெ. (ஊரக வ.) சோளம், அவல் போன்ற வற்றைப் பொரிப்பதற்காகத் தண்ணீரில் நனைக்காமல் வைத்திருக்கும் மண் சட்டி; shallow earthenware vessel not made wet even once, for parching corn of maize, rice-flakes, etc.,

வரைவிலக்கணம் பெ. (அ.வ.) வரையறை; definition. கலைக்கு வரைவிலக்கணம் கூற முடியுமா?

வரைவு பெ. (திட்டம், சட்டம் முதலியவற்றின்) திருத் தத்துக்கு உள்ளாகக் கூடிய நகல்; முதல் வடிவம்; draft (of a plan, etc.,); proposal. அடுத்த ஐந்தாண்டுத் திட்ட வரைவு ஒன்று தயாரிக்கப்பட்டுவருகிறது.

வரைவோலை பெ. பெயர் குறிப்பிடப்பட்டுள்ளவருக் குச் சொல்லப்பட்டிருக்கும் தொகையைத் தரும்படி ஒரு வங்கி மற்றொரு கிளைக்குப் பிறப்பிக்கும் எழுத்து மூலமான உத்தரவு; a bank draft; (in India) demand draft. நூறு ரூபாய்க்கான வரைவோலையைச் செலுத்தி இந்தப் பணிக்கான விண்ணப்பத்தைப் பெறலாம்./ காசோலையாக இல்லாமல் வரைவோலையை அனுப்பிச் சரக்குகளைப் பெற்றுக்கொள்ளலாம்.

வல்ல பெ.அ. வலிமை, சக்தி முதலியவை உடைய அல் லது குறிப்பிடப்படுவதைச் செய்யக் கூடிய திறன் வாய்ந்த; potent; powerful; able; having ability or power to; capable of. எல்லாம் வல்ல இறைவன்./ காய்ச்சலை உடனடியாகக் குறைக்க வல்ல மருந்து./ எந்தப் புயலையும் தாங்க வல்ல கட்டடம்.

வல்லடி பெ. (-ஆக, -ஆன) பலவந்தம்; violence; being unfair and rough. ஜனநாயக அரசைக் கவிழ்த்துவிட்டு வல்லடியாக ஆட்சியைக் கைப்பற்றிய சர்வாதிகாரி./ இந்த வல்லடி விவகாரங்கள் நமக்கு ஒத்துவராது என்பதால் நான் சங்கத்திலிருந்து ஒதுங்கிக்கொள்கிறேன்.

வல்லம் பெ. (வ.வ.) காண்க: வள்ளம்.

வல்லமை பெ. (உ.வ.) 1: பெரும் வலிமை; might; power. ராணுவ வல்லமை உள்ள நாடு/ சர்வ வல்லமை படைத்த இறைவா! 2: (ஒன்றை நிகழ்த்தக் கூடிய) ஆற்றல்; சக்தி; திறன்; power; ability. இவை கண்டம் விட்டுக் கண்டம் பாய்ந்து சென்று இலக்கைத் தாக்கி அழிக்கக் கூடிய வல்லமை கொண்ட ஏவுகணைகள். [(தொ.சொ.) ஆற்றல்/ சக்தி/ திறன்/ பலம்/ வலிமை]

வல்லரசு பெ. (பொருளாதாரத்தில் அல்லது ராணுவத் தில்) பலம் மிக்க நாடு; superpower. ஆயுதக் குறைப்புச் செய்ய வல்லரசுகள் முன்வந்துள்ளன./ இன்னும் இருபது ஆண்டுகளில் இந்தியா ஒரு பொருளாதார வல்லரசாக மாறிவிடும் என்பது வல்லுநர்களின் கருத்து.

வல்லவன் பெ. (ஒன்றைச் செய்வதில்) மிகுந்த திறமை உடையவன்; adept; one proficient (in sth.). அவன் பேச் சில் வல்லவன்/ அவர் துப்பாக்கி சுடுவதில் வல்லவர்/ வல்லவனுக்கு வல்லவன்.

வல்லாரை பெ. (மூலிகையாகப் பயன்படும்) நீண்ட காம்புகளில் சிறிய வட்ட வடிவ இலைகளோடு நீர்ப் பாங்கான இடங்களில் வளரும் ஒரு வகைச் செடி; Indian pennywort (used as a herb). வல்லாரை சாப்பிட்டால் ஞாபக சக்தி அதிகரிக்கும் என்பார்கள்.

வல்லினம் பெ. (இலக்.) மெய்யெழுத்துகளின் மூன்று பிரிவுகளில் (இடையினத்தையும் மெல்லினத்தையும் விட அதிக அழுத்தம் தந்தும் காற்றை முற்றிலும் நிறுத் தியும் உச்சரிக்கப்படும்) க், ச், ட், த், ப், ற் ஆகிய ஆறு எழுத்துகளை உள்ளடக்கிய பிரிவு; the six stop consonants of the Tamil sound system.

வல்லுநர் பெ. நிபுணர்; expert. உளவியல் வல்லுநர்/ சட்ட வல்லுநர்/ இசை வல்லுநர்கள்.

வல்லுறவு பெ. வன்புணர்ச்சி; forced sexual intercourse; rape.

வல்லூறு பெ. கழுகைவிடச் சிறிய உடலும் கூர்மையான இறக்கை நுனியும் சாம்பல் நிற முதுகுப் பகுதியும் கொண்ட ஊன் உண்ணும் பறவை; falcon. மாடு இறந்து கிடந்த இடத்துக்கு மேலே வல்லூறுகள் பறந்து கொண்டிருந்தன.

வல்லெழுத்து பெ. (மொழி.) உச்சரிக்கும்போது உள் ளிருந்து வரும் காற்றை வாயில் ஒரு இடத்தில் நாக் காலோ உதட்டாலோ நிறுத்துவதால் பிறக்கும் ஒலிக் கான எழுத்து; மெய்யெழுத்துகளில் ஒரு வகை; stop consonant; plosive. வல்லெழுத்துகளில் ககரமும் பகரமும் அடங்கும்.

வல்லொலி பெ. (மொழி.) வல்லெழுத்தை உச்சரிக்கும் போது எழும் ஒலி; hard sound of a stop consonant.

வலக்கரம் பெ. காண்க: வலதுகை.

வலக்கை பெ. 1: வலதுகை; one's right arm; right hand. 2: (முக்கியமான செயல்களை) வலதுகையால் செய்யும் பழக்கம்; right-handedness. வலக்கை பந்துவீச்சாளர்.

வலசை பெ. (குறிப்பிட்ட பருவங்களில் பறவைகள், விலங்குகள் போன்றவை தக்க சூழலைத் தேடி) இடம் பெயர்தல்; migration (of birds, etc.,). சில வகைக் காட்டுப் பன்றிகள் சுமார் ஆயிரம் மைல்கள் வலசை போவது ஆய் வில் பதிவு செய்யப்பட்டுள்ளது./ சுற்றுச்சூழல் பாதிப்பு களால் இந்த ஏரிக்கு வலசைப் பறவைகள் வருவது குறைந்து விட்டது.

வலது பெ. (பெரும்பாலும் பெயரடையாக) ஒருவர் கிழக்குப் பக்கம் பார்த்து நிற்கும்போது அவர் உடலில் தெற்குத் திசையை நோக்கி இருக்கும் பக்கம்; right (side). நேராகச் சென்று வலதுபுறம் திரும்பினால் கோயில்

வரும்./ எனக்கு வலது பக்கமாக வந்து உட்கார்./ பக்கவாதத்தினால் அவருடைய வலது கால் செயலிழந்துவிட்டது.

வலதுகுறைந்த பெ.அ. (இலங்.) **மாற்றுத் திறனாளியான;** physically disabled. வலதுகுறைந்த ஆட்களுக்கான சம்பளத்தில்தான் நான் சீவிக்கிறேன்.

வலதுகுறைந்தோர் பெ. (இலங்.) **மாற்றுத் திறனாளி;** physically handicapped people. வலதுகுறைந்தோருக்கான நிலையம் ஒன்றை அமைச்சர் திறந்துவைத்தார்.

வலதுகை பெ. **(ஆலோசனை வழங்குதல், ரகசியம் காத்தல், சொல்வதை நம்பிக்கையாக நிறைவேற்றுதல் முதலியவற்றில்) ஒருவருக்குப் பக்கபலமாக இருந்து உதவுபவர்;** person who helps s.o. in an important job. உள்துறை பொறுப்பேற்றிருப்பவர்தான் முதல்வரின் வலதுகை./ என் அக்காதான் பள்ளித் தலைமை ஆசிரியைக்கு வலதுகை.

வலதுசாரி பெ. **முதலாளித்துவத்தை ஆதரிக்கும் போக்கு அல்லது நபர்;** rightist. மேற்கு வங்கத்தில் நடைபெற்ற தேர்தலில் வலதுசாரிகள் வெற்றி.

வலம் பெ. **வலது;** right (side). வலப்புறம்/ வலக்கை.

வலம்புரிச்சங்கு பெ. **வலப்புறமாகச் செல்லும் சுழியை உடைய (அரிய வகை) சங்கு;** (a rare) conch with clockwise whorls.

வலம்வா வி. (-வர, -வந்து) **1: (ஒருவர் வழிபடும் முறையாகக் கோயில், குளம் போன்றவற்றை அல்லது சடங்குகளில் அக்கினிக் குண்டம் போன்றவற்றை) இடப்பக்கம் ஆரம்பித்து வலப்பக்கம் முடியுமாறு சுற்றிவருதல்; (தேர், சுவாமி ஊர்வலம் போன்றவை கோயிலை, வீதியை அல்லது நகரை) இடப்பக்கத்திலிருந்து வலப்பக்கமாகச் சுற்றிவருதல்;** go round (a temple, etc., in clockwise direction). மூன்று முறை வலம்வந்து மூலவரை வணங்கினோம்./ ஹோம குண்டத்தைச் சுற்றி மணமக்கள் வலம்வந்தனர்./ வழிபாடு முடிந்த பின் நவகிரகங்களை வலம்வந்து கும்பிட்டான். **2: ஒரு இடத்தைச் சுற்றிவருதல்;** go round. மாப்பிள்ளையைக் குதிரையின் மீது ஏற்றி ஊரை வலம்வரச் செய்வது செட்டிநாட்டு வழக்கம்./ வாடகைக்குச் சைக்கிள் எடுத்ததும் முதலில் எங்கள் தெருவை வலம்வந்தோம்./ இந்தத் தள்ளாத வயதிலும் இவர் காலையில் ஐந்து மணிக்கு எழுந்து தனது தெருவை வலம்வருகிறார்./ குடியரசு தினப் பாதுகாப்புக்காகக் காவல்துறை குதிரைப்படையினர் மெரினாவில் வலம்வந்தனர். **3: (நட்சத்திரங்களைக் கோள்களும் கோள்களைத் துணைக் கோள்கள், செயற்கைக்கோள்கள் போன்றவையும் அணுக்கருவை எலக்ட்ரான்களும்) சுற்றுதல்;** revolve around; move around. விண்வெளியில் ஆயிரக் கணக்கான செயற்கைக்கோள்கள் பூமியை வலம்வந்துகொண்டிருக்கின்றன./ புவி தன்னைத் தானே சுற்றிக்கொள்வதோடு சூரியனையும் வலம்வருகிறது. **4: ஒருவர் ஒரு இடத்தில் சுற்றித் திரிதல்;** roam; wander. திரைப்படக் கனவுகளுடன் எத்தனையோ பேர் இன்று சென்னையில் வலம்வந்துகொண்டிருக்கிறார்கள்./ இளம் வயதில் நானும் என் நண்பனும் கைகோத்துக்கொண்டு தஞ்சை நகரத்தின் வீதிகளில் வலம்வந்ததை மறக்க முடியாது./ (உரு வ.) அவள் கற்பனைத் தேரில் ஏறி வானில் வலம்வந்துகொண்டிருந்தாள். **5: ஒன்று பலரிடையே அல்லது பலவற்றில் காணப்படுதல்;** be present; be ubiquitous. தங்கையின் திருமணத்தைப் பற்றிய சிந்தனையே எங்கள் வீட்டில் எல்லோர் மனத்திலும் வலம்வந்துகொண்டிருந்தது./ 'இரட்டை அர்த்த வசனங்களும் ஆபாசக் காட்சிகளும்தான் இன்று திரைப்படங்களில் வலம்வந்துகொண்டிருக்கின்றன' என்றார் அவர்./ இடையில் சில காலம் காணாமல் போயிருந்த இந்த நடிகர் இப்போது மீண்டும் தமிழ்த் திரையுலகில் வலம்வருகிறார்.

வலமிடமாக வி.அ. (வட்டப்பாதையில் சுற்றுவதைக் குறிக்கும்போது) **வலதுபுறத்தில் தொடங்கி இடதுபுறத்தில் முடிவதாக; பிரதட்சணமாக;** clockwise. கோயிலை வலமிடமாகத்தான் சுற்ற வேண்டும்./ கடிகார முட்கள் வலமிடமாகச் சுற்றிவருகின்றன.

வலயம் பெ. (இலங்.) **(நிர்வாக வசதிக்காகப் பிரிக்கப்பட்ட) பிரதேசம்;** administrative region. எங்களது வலயத்துப் பாடசாலைகளுக்கு மாத்திரம் நாளை விடுமுறை என்று வலயக் கல்விப் பணிப்பாளர் அறிவித்துள்ளார்./ ராணுவத்தினரின் உயர் பாதுகாப்பு வலயத்துள் எங்கள் ஊர் வருகிறது.

வலி[1] வி. (வலிக்க, வலித்து) **(உடம்பில் அல்லது ஏதேனும் ஒரு உறுப்பில்) வேதனை தரும் உணர்வு உண்டாதல்;** pain; hurt. எனக்குக் கடுமையாகத் தலையை வலிக்கிறது./ மருத்துவர் ஊசி குத்தும்போது எறும்பு கடிப்பது போலத்தான் வலிக்கும் என்று குழந்தையைச் சமாதானப்படுத்தினாள்./ பல் கூசுகிறதா, வலிக்கிறதா?/ கால் வலிக்க வரிசையில் நிற்கவேண்டியிருந்தது.

வலி[2] வி. (வலிக்க, வலித்து) (வ.வ.) **1: (துடுப்பு, கயிறு முதலியவற்றை) இழுத்தல்;** pull; draw. துடுப்பு வலிப்பதற்குப் பழக்கம் வேண்டும்./ கயிற்றை இடது பக்கமாக வலித்து விடுங்கள். **2: (முகத்தைக் கோணி) அழகு காட்டுதல்;** grimace. தம்பி என்னைப் பார்த்து வலிக்கிறான்.

வலி[3] பெ. **(உடம்பில் அல்லது ஏதேனும் ஒரு உறுப்பில் ஏற்படும்) வேதனை தரும் உணர்வு;** pain; ache. உடம்பு வலி தீர வெந்நீரில் குளித்தான்./ சாதாரண நெஞ்சு வலி என்று அலட்சியமாக இருந்துவிட்டார்./ கால் வலியைப் பொறுத்துக்கொண்டு மேலும் நடந்தான்./ பல் வலி. [(தொ.சொ.) **உளைச்சல்/ கடுப்பு/ குடைச்சல்/ குத்தல்**]

வலி[4] பெ. (உ.வ.) **வலிமை;** strength; power. வலி படைத்த தோள்.

வலி[5] பெ. (இலங்.) **வலிப்பு;** convulsions; fits. கடைக்குப் போகும்போது வலி வந்து சாலையில் விழுந்துவிட்டார்./ ஜுரம் அதிகமானதால் குழந்தைக்கு வலி வந்துவிட்டது.

வலித்துக்காட்டு வி. (-காட்ட, -காட்டி) (வ.வ.) **(கேலி செய்யும் வகையில் விரலை ஆட்டுதல், வாயைக் கோணுதல் போன்ற) சேட்டைசெய்தல்; அழகுகாட்டுதல்; பழித்துக்காட்டுதல்;** grimace. 'பெரியவர்களை வலித்துக்காட்டுவது தவறு' என்று அவர் சிறுவனிடம் கூறினார்.

வலிந்து வி.அ. **1: வேண்டுமென்றே; வலுக்கட்டாயமாக;** in a forced way. ஒரு மொழியில் பிற மொழிச் சொற்களை வலிந்து புகுத்துவது தவறு./ எதிலாவது வலிந்து ஈடுபடுத்திக்கொள், கவலையை மறக்கலாம்./ அவனை எதிரில் சந்தித்ததும் வலிந்து ஒரு புன்னகையை வரவழைத்துக்கொண்டாள். **2: வலிய;** without being invited or asked (to do sth.). அவன் வலிந்து வந்து பேசினாலும் நான் அவனோடு பேச மாட்டேன்.

வலிப்பு பெ. **(நோயின் காரணமாகத் திடீரென்று கட்டுப்படுத்த முடியாத அளவுக்கு) கைகால்களை வெட்டிவெட்டி இழுக்கும் வலியுடன் கூடிய விறைப்பு;** convulsions; fit.

வலிமை பெ. (-ஆன) **1: (ஒரு விளைவு, மாற்றம் போன்றவற்றை ஏற்படுத்தக்கூடிய) சக்தி; திறன்; பலம்;** strength; might; power. *அவன் வலிமையும் திறமையும் உள்ளவன்./ வலிமை மிக்க நாடுகளோடு நாம் பல துறைகளில் போட்டி போட வேண்டியிருக்கிறது./ ராணுவ வலிமையைப் பெருக்குவது அமைதிக்குக் குந்தகம் விளைவிக்கும்./ திரைப்படம் ஒரு வலிமை மிகுந்த ஊடகமாகும்./ காலத்தை வென்று நிற்கும் வலிமை படைத்த இலக்கியம்./ எங்கள் கட்சியின் வலிமையை அவர் தவறாகக் கணித்துவிட்டார்.* [(தொ.சொ.) **ஆற்றல்/ சக்தி/ திறன்/ பலம்/ வல்லமை**] **2: உறுதி;** firmness; strength. *இந்தப் பற்பசை பற்களுக்குப் பளபளப்பும் வலிமையும் தரும்./ எனது மனவலிமையைச் சோதிப்பது போல் ஒரு நிகழ்ச்சி நடந்தது.*

வலிய வி.அ. **1: (பிறரின் வேண்டுகோளின்படி இல்லாமல் ஒருவர்) தானாகவே முன்வந்து;** without being invited or asked (to do sth.). *அவர் வலிய வந்து உதவி செய்தார்./ புதிதாகப் பக்கத்து அறைக்கு வந்தவரிடம் வலியச் சென்று பேசினேன்.* **2: பலவந்தமாக; வலிந்து;** in a forced way. *தைரியத்தை வலிய வரவழைத்துக்கொண்டான்./ வலிய வரவழைத்துக்கொண்ட சிரிப்பு.*

வலியக்கொழுவு வி. (-கொழுவ, -கொழுவி) (இலங்.) **(ஒருவரிடம்) வலிந்து சண்டைக்குப் போதல்;** pick a quarrel. *'அம்மா! நான் சும்மா இருக்கும்போதே அண்ணா என்னிடம் வலியக்கொழுவுகிறார்' என்று தம்பி கூறினான்.*

வலியுறுத்து வி. (வலியுறுத்த, வலியுறுத்தி) **(ஒரு கருத்து, எண்ணம், கோரிக்கை முதலியவற்றை) அழுத்தம் தந்தோ மீண்டும்மீண்டும் சொல்லியோ கவனத்திற்கு உட்படுத்துதல்;** stress; affirm. *தன் கருத்தை வலியுறுத்த உதாரணங்கள் பல கூறினார்./ முதல் மூன்று பத்திகளும் ஒரே கருத்தைத்தான் வலியுறுத்துகின்றன./ ஆசிரியர் சங்கம் பத்து அம்சக் கோரிக்கையை வலியுறுத்திப் போராட்டம் நடத்திவருகிறது.*

வலிவருத்தம் பெ. (பே.வ.) **சிரமமும் வேதனையும்;** hardship. *ஓடியாடிச் சம்பாதிக்கிறவர்களுக்குத்தான் வலிவருத்தம் தெரியும்./ சொந்தமாக விவசாயம் செய்துபார்த்தால், அதன் வலிவருத்தம் உனக்குத் தெரியும்.*

வலிவு பெ. **வலிமை; வலு; பலம்;** strength. *அவனுடைய கால்கள் வலிவு இழந்து தளர்ந்தன.*

வலிவூட்டு வி. (வலிவூட்ட, வலிவூட்டி) **(கருத்து போன்றவற்றை) உறுதிப்படுத்துதல்; வலியுறுத்துதல்;** support; strengthen. *என் கருத்துக்கு வலிவூட்டக் கூடிய தகவல்கள் கிடைத்துள்ளன./ வாழ்க்கையின் இலக்கை நிர்ணயித்துக் கொண்டு அந்த எண்ணங்களுக்கு வலிவூட்ட வேண்டும்.*

வலு[1] வி. (வலுக்க, வலுத்து) **(ஒன்று தற்போது இருக்கும் நிலையைவிட) அதிகரித்தல்; பலம் பெறுதல்;** (of rain) become heavy; (of quarrel, etc.,) intensify. *மழை வலுத்துவிட்டது./ அவர்களுக்குள் சண்டை வலுக்கும் போலத் தெரிகிறது./ பிரச்சினையை வலுக்கவிடாமல் தீர்த்துவிட்டார்.*

வலு[2] பெ. (-ஆக, -ஆன) **1: வலிமை; பலம்; உறுதி;** strength (of one's body, building, etc.,); strong. *வேகமாக ஓடும் அளவுக்குக் கால்களில் வலு இருந்தது./ வலுவான கரங்கள்/ இந்தக் கட்டடத்திற்கான அஸ்திவாரம் வலுவாகப் போடப்பட்டிருக்கிறது.* **2: தீவிரமும் உறுதியும்கொண்ட தன்மை;** being strong. *குற்றத்திற்கான வலுவான சான்றுகள் கிடைத்துள்ளன./ வலுவான ஆதாரம்/ நீ சொல்லும் காரணம் வலுவுடையதாக இல்லை./ சோழ மன்னன் இறுதிவரை வலுவாகப் போரிட்டான்./ ஒத்துழையாமை இயக்கத்தை வலுவாக முன்னெடுத்துச்செல்ல காந்தி விரும்பினார்./ 'மனிதனுக்கும் இந்தப் பிரபஞ்சத்துக்கும் இடையில் இருப்பது என்ன உறவு?' என்ற கேள்வியை இந்த நாவல் வலுவாக எழுப்புகிறது.*

வலு[3] இ.சொ. (இலங்.) **'படு', 'மிகவும்' என்ற பொருளில் பயன்படுத்தப்படும் இடைச்சொல்;** particle used in the sense of 'very'. *அவன் வலு வேகமாக சைக்கிள் ஓட்டுகிறான்./ அவன் வலு கெட்டிக்காரன்.*

வலுக்கட்டாயமாக வி.அ. **(விருப்பமில்லாத ஒன்றைச் செய்வதற்கு ஒருவரை) மிகவும் வற்புறுத்தி; நிர்ப்பந்தத்திற்கு உள்ளாக்கி; கட்டாயப்படுத்தி; (குறிப்பிட்ட கருத்து போன்றவற்றை வெளிப்படுத்துவதைக் குறித்து வரும்போது) வலிந்து; வேண்டுமென்றே;** against one's will. *சாப்பிடுவதற்கு வலுக்கட்டாயமாக அழைத்துச் சென்றார்./ ஒரு மொழியினரிடம் மற்றொரு மொழியை வலுக்கட்டாயமாகத் திணிக்கக் கூடாது./ ஒவ்வாத மரபுகளை வலுக்கட்டாயமாகப் பின்பற்றுவதில் எனக்கு நம்பிக்கை இல்லை என்றார்./ என்னைத் திடீரென்று சந்தித்ததும் வலுக்கட்டாயமாகப் புன்னகையை வரவழைத்துக்கொண்டு அவள் நலம் விசாரித்தாள்./ இந்தத் திருமணத்தில் எனக்கு விருப்பம் இல்லாத போதிலும் வலுக்கட்டாயமாக எல்லோரும் என்னைச் சம்மதிக்கவைத்தார்கள்.* [(தொ.சொ.) **கட்டாயம்/ நிர்ப்பந்தம்/ பலவந்தம்**]

வலுச்சண்டை பெ. (பே.வ.) **வேண்டுமென்றே போடும் சண்டை;** deliberate or wanton quarrel. *என்னோடு எதற்காக வலுச்சண்டைக்கு வருகிறாய்?/ நான் வலுச்சண்டைக்குப் போக மாட்டேன்.*

வலுப்படுத்து வி. (-படுத்த, -படுத்தி) **(ஒன்றை) வலிமை அடையச்செய்தல்; பலப்படுத்துதல்;** strengthen. *வெடிகுண்டு சம்பவத்திற்குப் பிறகு பாதுகாப்பு மேலும் வலுப்படுத்தப்பட்டது./ அண்டை நாடுகளுடன் உறவை வலுப்படுத்திக்கொள்ள நடவடிக்கை மேற்கொள்ள வேண்டும்.*

வலுப்பெறு வி. (-பெற, -பெற்று) **வலிமை அடைதல்; வலுத்தல்;** get strengthened; intensify. *கொலையைத் தொடர்ந்து அவன் தலைமறைவானதால் எனது சந்தேகம் வலுப்பெற்றது./ குறைந்த காற்றழுத்த மண்டலம் உருவாகி வலுப்பெற்று மேற்குத் திசையில் நகரத் தொடங்கியுள்ளது.*

வலுவில் வி.அ. (பே.வ.) **1: வலிய;** without being asked or invited (to do sth.). *நீ ஏன் வலுவில் போய்ப் பேசுகிறாய்?/ எந்தப் பிரச்சினை என்றாலும் அப்பா வலுவில்போய் இழுத்துப்போட்டுக் கொள்வார்.* **2: வலுக்கட்டாயமாக;** forcibly. *வர மாட்டேன் என்று சொன்னவளை வலுவில் வீட்டுக்கு அழைத்துவந்தான்.*

வலுவூட்டு வி. (வலுவூட்ட, வலுவூட்டி) காண்க: **வலிவூட்டு.**

வலை பெ. 1: **(கயிறு, இழை, கம்பி போன்றவற்றால்) ஒரே அளவிலான இடைவெளி விட்டுப் பின்னப்பட்ட அல்லது இடைவெளியோடு தயாரிக்கப்பட்ட சாதனம்;** net; anything knitted like a net, (hence=) wire mesh; snare. கடலில் வலை வீசி மீன்பிடித்துக்கொண்டிருந்தார்கள்./ இரும்பு வலை வைத்து அடிக்கப்பட்ட அலமாரி/ மேலிருந்து விழுந்தாலும் காயம்படாத அளவுக்குக் கீழே வலை கட்டப்பட்டிருந்தது. 2: **சிலந்தி வலை;** cobweb. கூரையில் சிலந்தி அழகாக வலை பின்னியிருந்தது.

வலைக்குழாய் பெ. *(பு.வ.)* **(இருதயத்திலிருந்து உடலின் பல பாகங்களுக்கு இரத்தம் எடுத்துச்செல்லும்) தமனியில் அடைப்பு ஏற்படும்போது அல்லது தமனி பலமிழந்த நிலையில் இருக்கும்போது அறுவைச் சிகிச்சை செய்து தமனியில் பொருத்தப்படும், வலை போன்ற அமைப்பில் இருக்கும் மெல்லிய குழாய் வடிவச் சாதனம்;** stent.

வலைதளம் பெ. காண்க: **இணையதளம்.**

வலைப்பக்கம் பெ. **இணையதளத்தில் ஒரு பக்கம்;** web page. அந்த நிறுவனத்தின் ஆள்சேர்க்கை குறித்து, அதன் வலைப்பக்கத்தில் விவரமாகக் கொடுத்திருக்கிறார்கள்.

வலைப்பதிவர் பெ. *(பு.வ.)* **வலைப்பூவில் தொடர்ந்து பதிவுகளை இடுபவர்;** blogger.

வலைப்பதிவு பெ. *(பு.வ.)* காண்க: **வலைப்பூ.**

வலைப்பந்தாட்டம் பெ. *(இலங்.)* **பந்தைத் தரையில் தட்டித்தட்டி எடுத்துச் செல்லாமல், தூக்கி எறிந்தும் பிடித்தும் மட்டும் விளையாடும் பெண்கள் விளையாட்டு;** net ball.

வலைப்பூ பெ. *(பு.வ.)* **(ஒருவரோ ஒரு குழுவோ) ஒவ்வொரு நாளும் புதிய செய்திகள் அவை தொடர்பான சொந்த அனுபவங்கள், கருத்துகள், குறிப்புகள் போன்றவற்றை நாட்குறிப்பு நடையில் பதியும் இணையதளப் பக்கம்;** blog.

வலைபோட்டுத் தேடு வி. *(தேட, தேடி)* **ஓர் இடம்கூட விடாமல் தேடுதல்;** search thoroughly. வீடு முழுவதும் வலைபோட்டுத் தேடியும் காணாமல்போன மோதிரம் கிடைக்கவில்லை./ காவல்துறையினர் தனிப்படை அமைத்துக் கொலையாளியை வலைபோட்டுத் தேடிக்கொண்டிருக்கிறார்கள்.

வலைவிரி வி. *(-விரிக்க, -விரித்து)* **(ஒருவர்) மாட்டிக்கொள்ளும்படியாகத் தக்க ஏற்பாடுகள் செய்தல்;** lay a snare (to trap somebody). கள்ளக்கடத்தல்காரர்களைப் பிடிக்க வலைவிரிக்கப்பட்டிருக்கிறது.

வலைவீசு வி. *(-வீச, -வீசி)* **(ஒருவர்) தப்பாமல் கிடைப்பதற்கான ஏற்பாடுகள் மேற்கொள்ளுதல்;** try to get or catch as with a net. வங்கிக் கொள்ளையரைக் காவலர் வலைவீசித் தேடிவருகின்றனர்./ வலைவீசிப் பார்த்துப் பிடித்த வரனையும் வேண்டாம் என்று சொல்லிவிட்டாய்.

வழக்கம்¹ பெ. 1: **(குறிப்பிட்ட சமூகம், மதம், ஜாதி போன்றவற்றில்) அங்கீகரிக்கப்பட்டுத் தொடர்ந்து வழிவழியாகப் பின்பற்றப்பட்டு வரும் நடைமுறை; சம்பிரதாயம்;** custom. நெருங்கிய உறவில் பெண் கொடுப்பது எங்கள் பக்கத்தில் வழக்கம் இல்லை. [*(தொ.சொ.)* **சம்பிரதாயம்/ நடைமுறை/ பாரம்பரியம்/ வழிமுறை**] 2: *(-ஆக, -ஆன)* **குறிப்பிட்ட முறையில் பல முறை தொடர்ந்து செய்வதால் பழக்கமாகிப்போவது;** that which is usual; customary; custom. நான் வழக்கமாகச் சாப்பிடும் இடம்/ வழக்கமான பாதையிலேயே இன்றும் போவோம்./ ஆண்டுதோறும் தீபாவளி மலர் வெளியிடுவது எங்கள் பத்திரிகையின் வழக்கம்./ அவருக்கு நள்ளிரவில் வழக்கத்துக்கு மாறாக விழிப்பு ஏற்பட்டதால் மீண்டும் தூக்கம் வராமல் படுக்கையில் புரண்டுகொண்டிருந்தார்./ ஒவ்வொரு ஞாயிற்றுக்கிழமையும் கோயிலுக்குப் போவது அவனுடைய வழக்கம்./ எங்கள் அலுவலகத்தில் புதிதாக வேலைக்குச் சேர்பவர்களுக்கு முதலில் எளிதான வேலைகளைக் கொடுப்பதுதான் வழக்கம்./ வழக்கமாக அவர் புத்தகங்களை இரவல் வாங்கித்தான் படிப்பார்.

வழக்கம்² பெ. *(இலங்.)* 1: **(கை, கால் முதலியவற்றின்) இயக்கம்;** functioning. அவருக்குக் கால் ஒன்று வழக்கம் இல்லை. 2: **பழக்கம்;** use. எனக்கு இடது கைதான் வழக்கம்.

வழக்கறிஞர் பெ. *(சட்டம்)* **சட்டப் படிப்பு படித்து, நீதிமன்றத்தில் வாதிடுவதற்காகப் பதிவு செய்துகொண்டு தொழில் செய்பவர்;** advocate. குற்றவியல் வழக்கறிஞர்/ எனது வழக்கறிஞர் சொன்னால் மட்டுமே நான் இந்தப் பத்திரத்தில் கையெழுத்துப் போடுவேன்.

வழக்காடு வி. *(வழக்காட, வழக்காடி)* 1: *(சட்டம்)* **வாதாடுதல்;** argue (a case in a court of law); plead. இவர் உச்ச நீதிமன்றத்திலும் வழக்காடிப் புகழ்பெற்றவர். 2: **ஒருவருடன் அல்ல பலருடன் வாதங்களில் ஈடுபடுதல்;** argue; dispute. உன்னோடு வழக்காடிக்கொண்டிருந்தால் என் வேலை கெட்டுவிடும்.

வழக்காடு மன்றம் பெ. **கொடுக்கப்பட்ட தலைப்புப் பொருளை ஆதரித்து ஒரு பிரிவினரும் எதிர்த்து மற்றொரு பிரிவினரும் நீதிமன்றத்தில் வழக்காடுவது போன்று நடத்தும் நிகழ்ச்சி;** a debating forum. 'நுழைவுத் தேர்வு தேவையா?' என்பதே இன்றைய வழக்காடு மன்றத்துக்குத் தரப்பட்ட தலைப்பு.

வழக்காறு பெ. *(உ.வ.)* 1: **மக்களின் வாழ்க்கையில் காலம்காலமாக எல்லோராலும் பகிர்ந்துகொள்ளப்பட்டு நடைமுறையில் வழங்கிவருபவை; வழக்கு;** custom and usage; lore. 2: **(சொல், தொடர், பழமொழி போன்றவை) மக்களால் குறிப்பிட்ட முறைகளில் பயன்படுத்தப்படும் நிலை; வழக்கு;** usage; currency. தஞ்சை மக்களின் வழக்காற்றிலுள்ள சொற்களையும் பழமொழிகளையும் சேகரித்துவருகிறேன்.

வழக்கு¹ பெ. 1: *(சட்டம்)* **சொத்து போன்றவற்றின் உரிமை குறித்தோ குறிப்பிட்ட குற்றம் செய்தது யார் என்பதைக் குறித்தோ நீதிமன்றத்தில் தீர்ப்புக்காகக் கொண்டுவரப்படும் பிரச்சினை;** suit; case (decided in the court). 2: *(சட்டம்)* **ஒரு குற்றம் சம்பந்தமாகக் காவல்துறையினர் எடுக்கும் நடவடிக்கை;** case (officially investigated, especially by the police). நிதி நிறுவன மோசடி தொடர்பாக அவர்மீது வழக்கு பதிவு செய்யப்பட்டது./ இந்தக் கொலை வழக்கில் இன்னும் துப்புத் துலங்கவில்லை. 3: *(பே.வ.)* **தகராறு; வாதம்;** dispute. உங்கள் வழக்கைத் தீர்க்க எனக்கு நேரம் இல்லை.

வழக்கு² பெ. 1: **மக்களால் பின்பற்றப்படுவதாகவும் பயன்படுத்தப்படுவதாகவும் இருப்பது; பழக்கம்;** that

வழக்குரை 1164

which is current; (in) usage. நீங்கள் குறிப்பிடும் பல வார்த்தைகள் இப்போது வழக்கில் இல்லை./ வழக்கில் உள்ள நடைமுறை இதுதான். **2: மொழி வழங்கிவரும் முறை;** use of language; language variety. பேச்சு வழக்கு/ எழுத்து வழக்கு/ வட்டார வழக்கு.

வழக்குரை பெ. *(சட்டம்)* **வாதி தன் தரப்பில் கோரும் உரிமைகளும் நிவாரணங்களும் அடங்கிய உரை;** plaint (in a civil suit).

வழக்குரைஞர் பெ. *(உ.வ.) (சட்டம்)* காண்க: **வழக்கறிஞர்.**

வழங்கு[1] வி. *(வழங்க, வழங்கி)* **1: கொடுத்தல்; அளித்தல்;** distribute; give away; award. இந்தப் பகுதியில் இரண்டு நாட்களுக்கு ஒருமுறை குடிநீர் வழங்கப்படுகிறது./ விழாவுக்குத் தலைமை வகித்துப் பரிசு வழங்கினார்./ குற்றவாளிக்கு உரிய தண்டனை வழங்குமாறு கேட்டுக்கொள்கிறேன்./ இந்த நாடகத்தின் மூலம் பல நல்ல கருத்துகளை வழங்க முடிந்ததற்காக மகிழ்ச்சியடைகிறோம்./ இந்தக் கூட்டுறவு சங்கம் விவசாயிகளுக்குக் கடன் வழங்குகிறது./ இயற்கை நமக்குப் பல அரிய செல்வங்களை வழங்கியுள்ளது./ விழாவில் பேசியவர் மாணவர்களுக்குப் பல நல்ல யோசனைகளை வழங்கினார்./ பள்ளி மாணவர்களுக்கு உணவு வழங்கும் திட்டம்./ கல்வியில் சிறந்து விளங்கும் மாணவர்களுக்கு உதவித்தொகை வழங்கப்பட்டது./ அரசு மருத்துவமனைகளில் சர்க்கரை நோய்க்கான மருந்துகள் இலவசமாக வழங்கப்படுகின்றன./ சுனாமியால் கடுமையாகப் பாதிக்கப்பட்ட இந்தோனேஷியாவுக்குப் பொருளுதவி வழங்கப் பல நாடுகள் முன்வந்தன. **2: (நிகழ்ச்சி, படைப்பு முதலியவற்றை) உருவாக்கிப் பார்வையாளர்களுக்குத் தருதல்;** present (entertainments; programmes). மாணவர்கள் கலைநிகழ்ச்சிகளை வழங்கினர்./ தீபாவளியன்று எல்லாத் தொலைக்காட்சிகளும் பல நிகழ்ச்சிகளை வழங்கின. **3: (தொலைக்காட்சி, வானொலி முதலியவற்றில் ஒரு நிறுவனம் நிகழ்ச்சியைத் தன் செலவில்) நடத்த முன்வருதல்;** sponsor (a programme on T.V., radio, etc.,). இந்த நிகழ்ச்சியை உங்களுக்கு வழங்கியவர்கள் சக்தி மசாலா. **4:** *(இலங்.)* **(கால், கை முதலியவை) இயங்குதல்;** (of limbs) function. கால் கை வழங்காமல் போயிற்று.

வழங்கு[2] வி. *(வழங்க, வழங்கி)* **1: (மொழி, சொல், கதை முதலியவை) பயன்பாட்டில் அல்லது புழக்கத்தில் இருத்தல்;** be current; be in use; be used. இந்தச் சொல் என்ன பொருளில் வழங்குகிறது? **2: குறிப்பிடுதல்;** call. இந்தியாவை பாரதம் என்றும் வழங்குகிறோம்.

வழமை பெ. *(இலங்.)* **1: வழக்கம்;** custom. நீ செய்வது வழமைக்கு மாறாக இருக்கிறது. **2: சகஜ நிலை;** normalcy. நகரம் வழமைக்குத் திரும்பிவிட்டது.

வழல் வி. *(வழல, வழன்று)* **(தோல்) உரிதல்;** (of skin) peel off. வெந்நீர் கையில் கொட்டியதால் தோல் வழன்றுவிட்டது.

வழவழ-என்று வி.அ. **வழுவழுப்பாக;** smooth. தரை வழவழவென்று இருந்தது.

வழவழப்பு பெ. காண்க: **வழுவழுப்பு.**

வழி[1] வி. *(வழிய, வழிந்து)* **1: (அணை, ஏரி, குளம் போன்ற நீர்நிலையில் அல்லது ஒரு கொள்கலனில் நீர் போன்ற திரவம்) நிரம்பி வடிதல்; (பக்கவாட்டில்) ஒட்டி இறங்குதல்;** overflow. அணையில் நீர் வழிந்தது./ மழை அதிகமானதால் முற்றத்தில் தண்ணீர் தேங்கி வழிந்தது./ அடுப்பிலிருந்த பால் பொங்கி வழிந்தது./ *(உரு வ.)* உணர்ச்சி பொங்கி வழிந்தது. [*(தொ.சொ.)* **ஊற்று/ ஊறு/ ஒழுகு/ ஓடு/ கசி/ கொட்டு/ சிதறு/ சிந்து/ சுர/ ததும்பு/ தெறி/ பரவு/ பீச்சு/ பீறிடு/ பொங்கு/ வடி**] **2: (வியர்வை, இரத்தம் போன்றவை உடலிலிருந்து) கொஞ்சம்கொஞ்சமாக வெளிவருதல்;** trickle. அம்மா அடுப்படியில் வியர்வை வழிய நின்றுகொண்டிருந்தாள்./ அக்கா கண்ணீர் வழிய நின்றாள்./ காயத்திலிருந்து இரத்தம் வழிவது நிற்கவில்லை. **3:** *(பே.வ.)* **(ஒருவருடைய மதிப்பு, கவனம், பிரியம் போன்றவற்றைப் பெறுவதற்காக) அசட்டுத்தனமாகக் குழைதல்;** fawn on (s.o.). அவளிடம் நீ ஏன் இப்படி வழிகிறாய்?

வழி[2] வி. *(வழிக்க, வழித்து)* **1: (மாவு, சந்தனம் போன்றவற்றை எடுக்கையில் அவை இருக்கும்) பரப்பில் (கையை அல்லது கரண்டியை) ஒட்டி வைத்து இழுத்து எடுத்தல்;** take (a semi-solid stuff from a vessel by using one's hand); wipe up; scrape (the tongue). பாத்திரத்தில் ஒட்டியிருந்த மாவைக் கையால் வழித்துத் தோசைக்கல்லில் விட்டாள்./ மஞ்சளை வழித்து முகத்தில் பூசிக்கொண்டாள். **2:** *(வ.வ.)* **(முடியை) அடியோடு எடுத்தல்; மழித்தல்;** shave (closely). முகம் வழித்த பின் கண்ணாடியில் பார்த்துக்கொண்டான். **3:** *(வ.வ.)* **(வேட்டியின் அல்லது புடவையின் விளிம்புகளைப் பிடித்து) மேலே இழுத்துக் கொள்ளுதல்;** tuck (one's saree or dhoti, etc.,) up the legs. ஆற்றில் இறங்கும் முன் வேட்டியை வழித்துக்கொண்டான்.

வழி[3] பெ. **1: ஒரு இடத்திலிருந்து இன்னொரு இடத்துக்குச் செல்வதற்காக இருக்கும் அல்லது அமைக்கப்பட்டிருக்கும் சாலை, வீதி போன்றவற்றைக் குறிக்கும் சொல்; பாதை;** way (to a place). கோயிலுக்குச் செல்லும் வழி/ திருச்சி வழியாகக் கோயம்புத்தூர் செல்லும் பேருந்து/ சுரங்கத்துக்குள் செல்வதற்கான வழி அடைபட்டுள்ளது./ அந்தக் கோட்டையில் பல ரகசிய வழிகள் இருப்பதாகப் பேசிக்கொள்கிறார்கள்./ 'வழியில் நிற்காமல் ஓரமாக நின்று பேசினால் என்ன?' என்று ஒருவர் அவர்களைத் திட்டிவிட்டுப் போனார். **2:** *(உறவுகுறித்து வருகையில்)* **குறிப்பிட்டவர் மூலம் ஏற்படுவது;** (while indicating relationship) side; line. அவர் எனக்கு அம்மா வழியில் உறவு. **3: (கட்டடம், பேருந்து போன்றவற்றில்) இறங்க, ஏற, உள்ளே சென்று வர, நடக்கப் பயன்படுத்தும் திறப்பு/ (காற்று, வெளிச்சம் போன்றவை) வர அமைக்கப்பட்டிருக்கும் சிறிய திறப்பு;** door; passage. பேருந்தில் இறங்கும் வழி முன்பக்கம் உள்ளது./ திரையரங்கத்தினுள் 'வெளியே செல்லும் வழி' என்று ஒரு கதவில் எழுதியிருந்தது./ ஜன்னலின் வழியாகக் குளிர்ந்த காற்று உள்ளே வந்தது. **4: (ஒருவர்) செயல்படும் முறை; போக்கு;** the way one has chosen to act. நீ உன் வழியில் போய்க்கொள், என்னை ஒன்றும் கேட்காதே. **5: (பிரச்சினையைத் தீர்க்க அல்லது திட்டத்தை நிறைவேற்ற உதவும்) தீர்வு; உபாயம்;** solution; a way. உடனடியாக ஆயிரம் ரூபாய் வேண்டும், அதற்கு ஒரு வழி சொல்./ இந்தப் பிரச்சினையை எப்படித் தீர்ப்பது? ஒரு வழியும் புலப்படவில்லையே!/ என் பையனுக்கு இது வரை எந்த வேலையும் கிடைக்கவில்லை. நீங்கள்தான்

அவனுக்கு ஏதாவது வழி பண்ண வேண்டும். [(தொ.சொ.) **அணுகுமுறை/ உத்தி/ உபாயம்/ கண்ணோட்டம்/ செயல்முறை/ தந்திரம்/ தீர்ப்பு/ தீர்வு/ நிவர்த்தி/ பரிகாரம்/ முடிவு/ யுக்தி/ வழிமுறை/ விடை**]

-வழி[4] பெ.அ. *(பெயர்ச்சொல்லுடன் இணைந்து வரும் போது)* **மூலமான;** through. *தமிழ்வழிக் கல்வி மூலம் மருத்துவம் பயிற்றுவிக்கப்படுமா?/ தாய்வழிச் சொத்து.*

வழிக்குக்கொண்டுவா வி. *(-வர, -வந்து)* **உரிய முறையை அல்லது ஒழுங்கைப் பின்பற்றி அல்லது தான் விரும்பும் விதத்தில் ஒருவரை நடக்கச்செய்தல்;** bring s.o. into line. *ஒழுங்காகப் படிக்காத மகனை எப்படி வழிக்குக்கொண்டுவருவது என்று யோசித்தாள்./ கட்சியின் மாவட்ட தலைவரைத் தன் வழிக்குக்கொண்டுவந்து விட்டால் தேர்தலில் நிற்கச் சீட்டு கிடைத்துவிடும் என்று எண்ணினார்.*

வழிக்குவழி சொல் வி. *(சொல்ல, சொல்லி) (இலங்.)* **(ஒரு செய்தி, விஷயம் போன்றவை ஒருவரின் மனதில் பதிய வேண்டும் என்பதற்காக) மீண்டும்மீண்டும் சொல்லுதல்; திரும்பத்திரும்பச் சொல்லுதல்;** din into s.o.'s ears. *நான் வழிக்குவழி சொல்லியும் நீங்கள் மருந்து வாங்க மறந்துவிட்டீர்கள்./ கவனமாக இரு என்று வழிக்கு வழி சொல்லியும் இப்போது நகையைப் பறிகொடுத்து விட்டு நிற்கிறாய்.*

வழிக்குவா வி. *(-வர, -வந்து)* **(ஒருவரின் செயல், திட்டம், விருப்பம் முதலியவற்றிற்கு மற்றவர்) இணங்குதல்;** come round. *அவன் எப்படியும் நம் வழிக்குவந்துதான் ஆக வேண்டும்.*

வழிகாட்டி பெ. 1: **(ஊரைச் சுற்றிப்பார்க்க வந்தவர்களைத் தன்னுடன்) அழைத்துச்சென்று விளக்கம் தரும் பணியைச் செய்பவர்;** guide (to tourists). 2: **துணைவன்;** guide (for the prescribed text with answers to likely questions). *மாணவர்களில் சிலர் பாடப் புத்தகங்களைச் சரியாகப் படிக்காமல் வழிகாட்டிகளை மனப்பாடம் செய்கின்றனர்.* 3: **பயணிகளுக்கு ஒரு இடத்தைப் பற்றிய தகவல்களைத் தரும் விதத்தில் எழுதப்பட்ட நூல்;** guide book (for travellers). 4: **பின்பற்றத் தகுந்த முறையில் இருப்பவர் அல்லது இருப்பது;** one who shows the way (for others); model. *என் கலை உலக வாழ்க்கையில் வழிகாட்டி என்று சொல்லத்தக்கவர் இவர்./ ஆய்வு நூல் எவ்வாறு இருக்க வேண்டும் என்பதற்கு இந்த நூல் ஒரு நல்ல வழிகாட்டி.*

வழிகாட்டி மரம் பெ. *(அ.வ.)* **ஓர் இடத்திலிருந்து பல சாலைகள் பிரியும்போது அவை எங்கு செல்கின்றன என்பதைத் தெரிவிக்கும் பெயர்ப் பலகைகளை உடைய கம்பம்;** signpost at crossroads. *(பார்க்க, படம்:* **கைகாட்டி மரம்***)*

வழிகாட்டு வி. *(-காட்ட, -காட்டி)* **எதைச் செய்யலாம், எப்படிச் செய்யலாம் என்று பின்பற்றத் தகுந்த வகையில் சுட்டிக்காட்டுதல்;** give guidance. *புதிய இந்தியாவைப் படைப்பதில் வழிகாட்டியவர்களில் நேருவும் ஒருவர்./ இந்த ஆய்வு நூலைச் செம்மையாக எழுதி முடிப்பதில் எனக்கு வழிகாட்டிய எனது ஆசிரியருக்கு மனமார்ந்த நன்றி!/ மண்புழு உரத்தை எப்படித் தயார் செய்வது என்பதற்கு இந்த நூல் வழிகாட்டும்.*

வழிகாட்டுதல் பெ. *(பு.வ.)* **(ஒன்றை முறையாகச் செய்யப் பின்பற்ற வேண்டியதாக இருக்கும்) ஒரு அதிகார பூர்வமான அமைப்பு வரையறுக்கும் விதிகளும் வழிமுறைகளும்;** guideline(s). *விண்ணப்பத்தை எவ்வாறு பூர்த்திசெய்வது என்பதற்கான வழிகாட்டுதல் நெறிமுறைகள் தனியே தரப்பட்டுள்ளன.*

வழிகோலு வி. *(வழிகோல, வழிகோலி) (உ.வ.)* **ஒன்று நிகழ்வதற்கான அடிப்படையை அல்லது வழியை அமைத்துத் தருதல்;** pave the way (for sth.); be instrumental (in sth.). *இது விஷப்பரிட்சை. ஆபத்திற்கு வழிகோலும்./ தேர்தலில் தான் வெற்றி பெற வழிகோலிய தொண்டர்களுக்கு நன்றி தெரிவித்தார்.*

வழிச்செலவு பெ. **பிரயாணத்தின்போது ஏற்படும் சிறு செலவு;** sundry expenses; travelling expenses. *வழிச்செலவுக்கு வைத்துக்கொள் என்று சொல்லி அப்பா நூறு ரூபாய் கொடுத்தார்.*

வழிசல் பெ. *(பே.வ.)* **(ஒருவருடைய மதிப்பு, கவனம், பிரியம் போன்றவற்றைப் பெறுவதற்காக) அசட்டுத்தனமாகக் குழைபவர்;** a person who fawns on s.o.; toady. *அந்த வழிசலிடம் சொன்னால் உனக்கு வேண்டியதை வாங்கிக்கொண்டுவந்து கொடுத்துவிடும்./ அவன் எப்படிப்பட்ட ஆள் என்று கேட்கிறாயா? சரியான வழிசல்!*

வழிசெய் வி. *(-செய்ய, -செய்து)* **(ஒன்று நிகழ) தேவையானவற்றைச் செய்தல்; வழிவகுத்தல்;** find a way; provide for (sth.). *முதலில் நிரந்தர வருமானத்துக்கு வழி செய்துவிட்டுப் பிறகு திருமணம் செய்துகொள்வது என்று முடிவெடுத்திருக்கிறேன்./ அனைவருக்கும் வீடு கிடைக்க அரசு வழிசெய்ய வேண்டும்.*

வழித்துணை பெ. **ஒருவர் ஒரு இடத்துக்குப் போகும் போது பாதுகாப்புக்காக அல்லது பேசிக்கொண்டிருப்பதற்காகக் கூடவே செல்லும் நபர்;** fellow traveller; companion. *அக்காவுக்கு வழித்துணையாகத் தம்பியை அனுப்பி வைத்தேன்.*

வழித்துவிட்டாற் போல் வி.அ. **உடலின் எந்தப் பகுதியிலும் அதிகச் சதைப்பற்று இல்லாமல்; அளவாக;** trim. *ஆள் வழித்துவிட்டாற் போல் இருப்பான், நல்ல உயரம்.*

வழித்தோன்றல் பெ. *(உ.வ.)* 1: **ஒரு குலத்தில் அல்லது வம்சத்தில் தோன்றியவர்;** persons of one's line; descendant. *பாபரின் வழித்தோன்றல்கள் வெகுகாலம் இந்தியாவை ஆண்டார்கள்./ முற்காலத்தில் அரசர்கள் இறைவனின் வழித்தோன்றல்களாகக் கருதப்பட்டனர்.* 2: **ஒரு குறிப்பிட்ட மரபு, போக்கு போன்றவற்றின் தொடர்ச்சியாகக் கருதப்படுபவர்;** successor. *தாயுமானவரைச் சித்தர் மரபின் வழித்தோன்றல் என்று சிலர் கருதுகிறார்கள்.*

வழிதவறு வி. *(-தவற, -தவறி)* **ஒழுக்கம் தவறி நடத்தல்;** go astray. *வழிதவறியவர்களுக்கு வாழ வழிகாட்டும் அமைப்புகளில் இதுவும் ஒன்று.*

வழிநடத்து வி. *(-நடத்த, -நடத்தி)* **ஒரு இயக்கம், குழு போன்றவற்றுக்குத் தலைமை தாங்கி நடத்துதல்; ஒருவர் என்ன செய்ய வேண்டும், எப்படிச் செய்ய வேண்டும் என்று வழிகாட்டி அவரைக் குறிப்பிட்ட முறைப்படி நடக்கச்செய்தல்;** lead; guide. *விடுதலைப் போராட்டக் காலத்தில் நம்மை வழிநடத்திச் சென்றவர்கள் யாரும்*

வழிநூல் 1166

இன்று உயிரோடு இல்லை./ கட்சியை முன்னேற்றப் பாதையில் வழிநடத்திச் சென்ற பெருமை நமது தலை வரையே சாரும்./ அம்மாவின் அறிவுரைகள்தான் இது வரை என்னை வழிநடத்திவந்திருக்கின்றன.

வழிநூல் பெ. **குறிப்பிட்ட நூலில் சொல்லப்பட்டவற்றை ஏற்றுத் தேவையான மாற்றங்களைச் செய்து எழுதப் படும் நூல்;** a treatise entirely based on the thesis of a previous work but with additional materials; adapted work. மகாபாரதத்தைத் தழுவி எழுதப்பட்ட 'பாஞ்சாலி சபதம்' ஒரு வழிநூல் ஆகும்.

வழிப்படுத்து வி. (-படுத்த, -படுத்தி) **(வாழ்க்கையில் முன்னேறத் தேவையான ஆலோசனைகளை வழங்கி ஒருவரை) நெறிப்படுத்துதல்; வழிநடத்துதல்;** guide. என் கல்லூரி நாட்களில் என்னை வழிப்படுத்திய பேராசிரியருக்கு நான் என்றென்றும் கடன்பட்டிருக்கிறேன்./ உன்னை வழிப்படுத்த ஆளில்லாமல் போனதால்தான் இந்த நிலைமையில் இருக்கிறாய் என்று அம்மா திட்டினாள்.

வழிப்பறி பெ. **(பெரும்பாலும் சாலையில்) பிரயாணம் செய்வோரிடமிருந்து பணம், நகை முதலியவற்றைக் கொள்ளையடிக்கும் செயல்;** highway robbery. இந்தப் பகுதியில் அடிக்கடி வழிப்பறி நடக்கிறது./ வழிப்பறி செய்யும் திருடர்களைப் பிடிக்கத் தனிப்படை அமைக்கப்பட்டுள்ளது.

வழிப்போக்கன் பெ. **கால்நடையாகப் பயணம் செய்பவன்;** traveller; pedestrian; one who goes on foot. மடத்தில் சில வழிப்போக்கர்கள் தூங்கிக்கொண்டிருந்தனர்.

வழிபடு வி. (வழிபட, வழிபட்டு) **(கடவுளை) வணங்குதல்; தொழுதல்;** pray; worship. நீ வழிபடும் தெய்வம் உன்னைக் காக்கும்./ பிரதமர் புத்த ஆலயத்திற்குச் சென்று வழிபட்டார்./ அவர் தன் தாயையே தெய்வமாக வழிபட்டார்.

வழிபாடு பெ. **(இறைவனை) வணங்கும் செயல்; பிரார்த்தனை;** prayer; worship. விளக்கு வழிபாட்டுப் பாடல்கள்/ இந்தக் கோயிலில் எல்லா மதத்தினரும் வழிபாடு நடத்தலாம்.

வழிமறி வி. (-மறிக்க, -மறித்து) **(ஒருவரிடம் பேசவோ, அவரைத் தாக்கவோ, அவரிடமிருந்து எதையாவது பறிக்கவோ) வழியில் செல்பவரை மேற்கொண்டு போக விடாமல் தடுத்தல்;** waylay s.o. வயலிலிருந்து வந்துகொண்டிருந்தவரை வழிமறித்துத் தாக்கியிருக்கிறார்கள்./ உத்தரவை மீறி ஆற்றிலிருந்து மண் அள்ளுகிறார்கள் என்று கேள்விப்பட்டு பத்திரிகையாளர்களை அழைத்துக்கொண்டு போனபோது ஒரு கும்பல் எங்களை வழிமறித்து மிரட்டியது.

வழிமுறை பெ. 1: **(ஒன்றை) முறையாகச் செய்வதற்காகவோ பின்பற்றுவதற்காகவோ இருக்கும் வழி;** proper way; method (of doing sth.). ஆலைக் கழிவுகளிலிருந்து நச்சுத் தன்மையை நீக்குவதற்கான வழிமுறைகள் ஆராயப்படுகின்றன./ காய்கறிகள் நீண்ட நாட்கள் கெடாமல் பாதுகாக்கச் சில வழிமுறைகள் உள்ளன./ மண் அரிப்பைத் தடுக்கச் சில வழிமுறைகளைப் பழங்குடிகள் கையாளுகின்றனர்./ சட்டத்தின் வழிமுறைகள் மக்கள் அனைவருக்கும் பொதுவானது./ முதலீடு செய்வதற்கு இன்று எத்தனையோ வழிமுறைகள் உள்ளன./ இந்தப் பிரச்சினையைத் தீர்ப்பதற்கான வழிமுறை என்ன? [(தொ.சொ.) அணுகுமுறை/ கண்ணோட்டம்/ சம்பிரதாயம்/ செயல்முறை/ தீர்ப்பு/ தீர்வு/ நடைமுறை/ நிவர்த்தி/ பரிகாரம்/ பாரம்பரியம்/ முடிவு/ வழக்கம்/ வழி/ விடை] 2: (கணி.) **ஒரு கணக்குக்கு அல்லது சமன்பாட்டுக்குத் தீர்வு காண்பதற்காகப் படிப்படியாகச் செய்யும் முறை;** method (in mathematics). வழிமுறையை ஒழுங்காகச் செய்தாலே விடை தானே வரும்./ வழிமுறையைத் தவறாகச் செய்துவிட்டு விடையை மட்டும் எப்படிச் சரியாக எழுதினாய் என்று ஆசிரியர் கேட்டார்.

வழிமொழி வி. (வழிமொழிய, வழிமொழிந்து) **ஒரு அமைப்பின் கூட்டத்தில் ஒருவர் முன்மொழிந்ததைத் தான் ஆதரிப்பதாக மற்றொருவர் கூறுதல்;** second (a motion, proposal, etc.,). எங்கள் சங்கத் தேர்தலில் ஒருவர் முன்மொழிந்ததைக் குறைந்தது இருவராவது வழிமொழிய வேண்டும்.

வழியனுப்பு வி. (-அனுப்ப, -அனுப்பி) **(வெளியூர் அல்லது வெளிநாடு செல்லும் விருந்தினர், உறவினர், நண்பர் ஆகியோருக்கு) விடைகொடுத்து அனுப்புதல்;** see (s.o.) off; bid farewell. அவர்கள் தெரு முனைவரை வந்து வழியனுப்பினர்./ வெளிநாடு செல்லும் தலைவரை வழியனுப்ப விமான நிலையத்தில் தொண்டர் கூட்டம்.

வழியாக இ.சொ. **'மூலம்' என்ற பொருளில் பயன்படுத்தப்படும் இடைச்சொல்;** particle used in the sense of 'through'; 'by'. இது எங்கள் பாட்டனார் வழியாக வந்த சொத்து./ ஜன்னலின் வழியாகக் காற்று வீசியது.

வழிவகு வி. (வழிவகுக்க, வழிவகுத்து) காண்க: **வழிகோலு.**

வழிவகை பெ. **குறிப்பிட்ட ஒன்று நிகழ்வதற்கான ஏற்பாடும் திட்டமும்; வழிமுறை;** plan and arrangement; process. பின்தங்கியவர்கள் முன்னேற அரசியல் சட்ட ரீதியாக வழிவகை செய்யப்பட்டது./ மக்களின் குறைபாடுகளைத் தீர்க்க வழிவகைகள் என்ன என்று அரசு ஆலோசித்து வருகிறது.

வழிவழியாக வி.அ. (பழக்கவழக்கங்கள், தொழில் முதலியவை தொடர்வதைக் குறிக்கையில்) **முதல் தலைமுறையிலிருந்து அடுத்தது என்ற வகையில்; பரம்பரை பரம்பரையாக;** from generation to generation. வழிவழியாக வந்த பழக்கத்தைத் திடீரென்று நிறுத்திவிடுவது கடினம்./ வழிவழியாகக் கூத்துக் கலையைத் தொழிலாகக் கொண்டிருந்த மக்கள் இப்போது கொஞ்சம்கொஞ்சமாக அதை விட்டு வேறு தொழில்களுக்குப் போய்க்கொண்டிருக்கின்றனர்./ வழிவழியாக இவர்களுடைய பரம்பரைக்குத் தான் இந்தக் கோயிலில் முதல்மரியாதை வழங்கப்படுகிறது.

வழிவிடு வி. (-விட, -விட்டு) **ஒன்று அல்லது ஒருவர் போவதற்குத் தடையாக இல்லாமல், விலகி வழி ஏற்படுத்தித் தருதல்;** make way (for somebody). தண்ணீர் எடுத்துக்கொண்டு வந்த பெண்கள் பெரியவர் எதிர்ப்பட்டதும் வழிவிட்டார்கள்./ (உரு வ.) பிரபலக் கால்பந்து வீரர் ஒருவர் தான் இனிப் போட்டிகளில் கலந்துகொள்ளப் போவதில்லை என்றும் இளம் வீரர்களுக்கு வழிவிட விரும்புவதாகவும் கூறினார்.

வழு பெ. 1: (உ.வ.) **(குறிப்பிட்ட ஒழுங்கு, முறை போன்றவற்றிலிருந்து விலகுவதால் ஏற்படும்) தவறு;** violation (of law, established convention, etc.,); deviation. இந்த நாட்டிய மரபை வழுவின்றிப் பின்பற்ற வேண்டும். 2: (இலக்.) **மரபு, திணை, பால், எண், இடம் முதலியவை**

பற்றிக் கூறப்படும் இலக்கண விதிகளிலிருந்து மாறி வருவது; deviance; exception.

வழுக்கல் பெ. (இலங்.) (இளநீர்) வழுக்கை; soft flesh of the tender coconut.

வழுக்கு வி. (வழுக்க, வழுக்கி) (உராய்வு இல்லாத பரப்பில்) பிடிப்பு இல்லாமல் நழுவிச் சரிதல்/(ஒரு பரப்பு) நழுவிச் சரியச்செய்யக் கூடியதாக இருத்தல்; slip/be slippery. வேடிக்கை பார்த்துக்கொண்டே நடந்தவன் வாழைப் பழத் தோலில் கால் வைத்ததால் வழுக்கி விழுந்தான்./ பாசி பிடித்திருப்பதால் குளத்துப் படி வழுக்கும், ஜாக்கிரதை!/ குழந்தை தாயின் இடுப்பிலிருந்து வழுக்கிக் கீழே இறங்கியது. [(தொ.சொ.) உருள்/ சரி/ சறுக்கு/ நழுவு/ புரள்]

வழுக்குமரம் பெ. (உச்சியில் பரிசாக வைக்கப்பட்டிருக்கும் பொருளைக் கைப்பற்றுவதற்காகப் போட்டியிட்டு ஏறும்) எண்ணெய் தடவப்பட்ட வழுவழுப்பான பெரிய கம்பம்/ மேற்குறிப்பிட்ட மரத்தில் ஏறும் போட்டி; greased pole (for competitors to climb up and win the prize tied to the top of the pole)/ the competition of climbing on the greased pole.

வழுக்கை பெ. 1: (ஒருவரின்) தலை முடி ஓரளவுக்கு அல்லது முழுவதுமாக உதிர்ந்த பின் மழமழப்பாகக் காணப்படும் தலைப் பகுதி; baldness. வழுக்கைத் தலை/ நோயினால் பத்து வயதிலேயே தலை வழுக்கையாகிவிட்டது. 2: (இளம் தேங்காயின்) வழுவழுப்பான மெல்லிய உள்ளீடு; soft flesh (of a tender coconut).

வழுதலங்காய் பெ. (உ.வ.) காண்க: கத்திரிக்காய்.

வழுவழுப்பு பெ. (-ஆன) 1: (ஒரு பரப்பு, பொருள் போன்றவை) உராய்வு இல்லாமல் வழுக்குவதாக அமையும் தன்மை; smoothness. ஆற்றங்கரையில் கிடந்த வழுவழுப்பான கற்களைப் பொறுக்கிக்கொண்டிருந்தான்./ வழுவழுப்புத் தாளில் பத்திரிகையின் அட்டைப் படம். 2: பளபளப்பு; shine. எண்ணெய் பூசப்பட்டது போன்ற வழுவழுப்புடன் உடல் மின்னியது.

வழுவு வி. (வழுவ, வழுவி) 1: (உ.வ.) (உரிய ஒழுங்கு, கொள்கை, கடமை முதலியவற்றிலிருந்து) தவறுதல்; fail (in one's duty, responsibility); deviate. ஒருவர் கடமையிலிருந்து வழுவினால் உயர் அதிகாரியாக இருந்தாலும் உரிய தண்டனை பெறுவார்./ மரபு வழுவாத நாட்டியம். 2: (இலங்.) நழுவுதல்; slip; slide. அவள் பின்னல்களில் ஒன்று தோளிலிருந்து வழுவி முன்புறம் தொங்கியது.

வள்-என்று வி.அ. (விழுதல் என்ற வினையோடு வரும்போது) (பேச்சில்) எரிச்சலைக் காட்டும் முறையில்; in a barking manner. எதற்கெடுத்தாலும் வள்ளென்று விழுந்தால் எவன் உன்னிடம் பேச வருவான்?/ எதற்காக அவரிடம் அப்படி வள்ளென்று எரிந்துவிழுந்தாய்?

வள்ளம் பெ. (வ.வ.) சிறு தோணி; small boat; canoe.

வள்ளல் பெ. (வறுமை, நோய் போன்றவற்றால் வாடுபவர்களுக்கு) தேவை அறிந்து பொருளோ பணமோ தந்து உதவுபவர்/ கேட்டவர்களுக்கு இல்லை என்று கூறாமல் கேட்ட பொருள் தருபவர்; philanthropist.

வள்ளிசாக வி.அ. (ஊரக வ.) 1: (கொடுக்கும் தொகையை ஒருவர் பெரிய அளவு என்று கருதிக் கூறும்போது) கணிசமாக; மொத்தமாக; a good, round sum. வள்ளிசாக நூறு ரூபாய் கொடுத்து வாங்கிய சட்டை. 2: முற்றிலுமாக; சுத்தமாக; completely. வீட்டில் வள்ளிசாகத் தண்ணீர் தீர்ந்துவிட்டது./ காலில் இருந்த புண் வள்ளிசாக ஆறிவிட்டது.

வளங்கோலு வி. (-கோல, -கோலி) (இலங்.) (ஒன்றுக்கு) அடிகோலுதல்; prepare the ground. சாதாரணமாக இவ்வளவு தூரம் வராதவர், ஏதோ காரியமாக வளங்கோலிக் கொண்டு நிற்கிறார்.

வளத்துக்கு வா வி. (வர, வந்து) (இலங்.) (தொடக்கத்தில் ஒரு செயலைச் செய்ய விருப்பம் இல்லாமல் அல்லது ஒப்புக்கொள்ளாமல் இருந்துவிட்டுப் பின்னர்) படிப்படியாக இணங்குதல்; வழிக்கு வருதல்; come around. கலியாணம் செய்வதில்லை என்று இத்தனை ஆண்டுகள் பிடிவாதமாக நின்றவர், இப்பொழுது வளத்துக்கு வருகிறார்./ அவர் இந்த வேலை வேண்டாம் என்றுதானே சொல்லிவிட்டுப் போனவர். இப்போது மெல்லமெல்ல வளத்துக்கு வருகிறார்போல் இருக்கிறது.

வளப்படுத்து வி. (-படுத்த, -படுத்தி) வளமும் செழுமையும் பெற்ற மேம்பட்ட நிலையை அடைதல்; make s.o. or sth. prosperous. நம் நாட்டை வளப்படுத்த உற்பத்திக்கும் விவசாயத்துக்கும் நாம் அதிக முக்கியத்துவம் தர வேண்டும் என்று பிரதமர் கூட்டத்தில் பேசினார்./ நான் அரசியலுக்கு வந்தது என் சொந்த வாழ்க்கையை வளப்படுத்திக்கொள்ள அல்ல என்று அந்தத் தலைவர் மேடையில் முழங்கினார்.

வளப்பம் பெ. 1: வளம்; செழுமை; richness; opulence. ஒரு காலத்தில் தஞ்சாவூர் மாவட்டம் வளப்பம் மிகுந்து காணப்பட்டது. / உலகத் தத்துவவாதிகளின் சிந்தனைகளைப் படித்து அவரது தத்துவ அறிவு வளப்பமுற்றது. 2: (உடல்) செழுமை; செழிப்பு; growth; exuberance. வயதுக்கு மீறிய வளப்பம் அவன் உடலில் தெரிந்தது.

வளம் பெ. 1: ஒரு நாட்டின் அல்லது பிரதேசத்தின் வளர்ச்சிக்கு உதவும் இயற்கைப் பொருள்கள், இயற்கைச் சக்திகள், மனித ஆற்றல், தொழில், செல்வம் போன்றவை; resources. எண்ணெய் வளம்மிக்க நாடு/ தென் அமெரிக்கா இயற்கை வளங்கள் நிறைந்த ஒரு கண்டம்./ நம் நாட்டின் நீர் வளத்தையும் நில வளத்தையும் நாம் இன்னும் முழுமையாகப் பயன்படுத்திக்கொள்ளவில்லை./ தொடர்ந்து பயன்படுத்தப்பட்டு வருவதால் உலகில் கனி வளங்கள் நாளுக்கு நாள் குறைந்துவருகின்றன./ வன வளம் கெடுவது மழைப் பொழிவைப் பாதிக்கும். 2: (-ஆன) (நிலம்) பயிர்களின் வளர்ச்சிக்கு ஏற்ற நிலையையும் கனிமச் சத்துகளையும் கொண்ட தன்மை; fertility. ரசாயன உரங்களால் நிலத்தின் வளம் பாதிக்கப்படுகிறது./ வளமான நிலங்கள். 3: (கலை, பண்பாடு, இலக்கியம் போன்றவற்றைக் குறித்து வரும்போது) சிறப்பான தன்மை, கூறுகள் போன்றவை; richness. சங்க இலக்கிய மரபு வளமான இலக்கிய மரபாகும்./ புதுச் சொல்லாக்கம் மொழியின் வளத்தை அதிகரிப்பதாக இருக்க வேண்டும். 4: குறிப்பிடப்படும் ஒன்று சிறப்பாகவும் நிறைவாகவும் காணப்படும் தன்மை; செழுமை; abundance; richness. கவிதையில் காணப்படும் கற்பனை வளம்/ குரல்வளம் மிக்க பாடகர். 5: (-ஆக, -ஆன) எல்லாச் சிறப்புகளும், வசதிகளும் பெற்றிருக்கும் மேம்பட்ட நிலை; prosperity.

வளம்பண்ணு 1168

'வளமுடன் வாழ்க' என்று மணமக்களை வாழ்த்தினார்./ உங்கள் குழந்தை வளமாக வாழ இன்றே சேமிக்கத் துவங்குங்கள்./ இளைஞர்களான உங்களுக்கு வளமான எதிர்காலம் காத்திருக்கிறது.

வளம்பண்ணு வி. (-பண்ண, -பண்ணி) (இலங்.) **(ஒரு வரை) கவர்தல்;** attract (s.o.). அடிக்கடி அவள் வீட்டுக்குச் சென்று, அவளை வளம்பண்ணிவிட்டான்.

வளமை[1] பெ. (உ.வ.) **வளம்;** richness; opulence.

வளமை[2] பெ. (-ஆக, -ஆன) (இலங்.) **வழக்கம்;** custom. அவர் வளமையாக இரவு எட்டு மணிக்குத்தான் வீட்டுக்குத் திரும்புவார்./ இந்தக் கோயிலில் வளமையாக இரவு ஒன் பது மணிக்குத்தான் அர்த்தசாம பூஜை நடக்கும்.

வளர்[1] வி. (வளர, வளர்ந்து) 1: **(உயிரினம், உயிரினத் தின் உறுப்பு முதலியவை) தோன்றிய நிலையிலிருந்து வடிவம், தன்மை முதலியவற்றில் அதிகமாதல்; அடுத்த முதிர்ச்சி நிலையை அடைதல்;** grow (in size, height, etc.,); grow (as a replacement of sth.). 'குழந்தை எப்படி வளர்ந்து விட்டான்!' என்று ஆச்சரியப்பட்டார்./ அப்பா வைத்த ரோஜாச் செடி அதற்குள் வளர்ந்துவிட்டது./ பல்லியின் வால் அறுபட்டால் மீண்டும் வளர்ந்துவிடும். 2: **(ஒன்று அல் லது ஒருவர்) ஆரம்ப நிலையிலிருந்து படிப்படியாக நிறைவடைந்த அல்லது மேலான நிலையை நோக்கிச் செல்லுதல்;** develop; evolve. வேகமாக வளர்ந்துகொண் டிருக்கும் இந்தப் படத்திற்குப் பிரபல இசையமைப்பாளர் இசையமைக்கிறார்./ வளர்ந்துவரும் கவிஞர் இவர்./ 'தம்பி நீ வளர வேண்டிய பையன். உனக்குத் தேவையில்லாத பிரச்சினைகளில் தலையிடாதே' என்று அந்த அதிகாரி என்னை மிரட்டினார். 3: **(குறிப்பிட்ட தன்மை, நிலை போன்றவை) அதிகமாதல்; மிகுதல்;** grow; develop. தொழில்துறை வளர அடிப்படை வசதிகள் மேம்பட வேண் டும். 4: **(பேச்சு, கதை அல்லது சண்டை, சர்ச்சை முத லியவை முடிவுக்கு வராமல்) நீளுதல்; தொடர்தல்;** prolong; lengthen. பேச்சு இப்படி வளர்ந்துகொண்டே போனால் எப்போது சாப்பிடுவது?/ இதற்கு மேலும் பிரச்சி னையை வளர விடாதே./ சண்டை இப்படி வளர்ந்து கொண்டேபோனால் என்ன செய்வது?

வளர்[2] வி. (வளர்க்க, வளர்த்து) 1: **(மரம், செடி, வீட்டு விலங்குகள் போன்றவற்றை) மிகச் சிறியதாக இருக்கும் நிலையிலிருந்து பராமரித்துப் பெரியதாக ஆகச்செய் தல்;** grow; rear. வீட்டுக்கு ஒரு மரம் வளர்ப்போம்./ என் மகள் பூனை வளர்க்க வேண்டும் என்று ஆசைப்படுகிறாள்./ ஒரு காலத்தில் எங்கள் தாத்தா யானை வளர்த்தாராம். 2: **(குழந்தைகள், பிள்ளைகள் போன்றோரிடம்) அக்கறை காட்டி, தேவையானவற்றைச் செய்து, பெரியவர்கள் ஆக்குதல்;** bring up. குழந்தையை வளர்க்கக் கற்றுக்கொள்./ என் பெண்ணுக்குப் பொய், சூதுவாது எதுவுமே தெரி யாது. நான் அவளை வளர்த்த விதம் அப்படி!/ என்ன பையனை இப்படி மோசமாக வளர்த்திருக்கிறாய்?/ அவர் தன் பிள்ளைகளை மிகவும் கட்டுப்பாட்டுடன் வளர்த் திருக்கிறார்./ பெற்றவர்களைவிட தன்னை வளர்த்தவர் மேல்தான் அவனுக்குப் பாசம் அதிகம். 3: **(நகம், முடி ஆகிய வற்றை வெட்டாமல்) நீளமாக ஆக விடுதல்;** grow (nail, hair). முடியை நீளமாக வளர்த்துக்கொள்வது இக் கால இளைஞர்களின் நாகரிகம்./ நகத்தை ஏன் இப்படிப் பெரிதாக வளர்த்துவைத்திருக்கிறாய்? 4: **ஒரு பண்பு, தன்மை, உணர்வு போன்றவற்றை ஒருவர் ஏற்படுத்திக் கொண்டு அல்லது பிறரிடம் உண்டாக்கி அவற்றை மேலும் அதிகரிக்கச் செய்தல்;** nourish; nurture. காலையில் சீக்கிரம் எழுந்திருக்கும் பழக்கத்தை நாம் வளர்த்துக் கொள்ள வேண்டும்./ மாணவர்கள் சேமிக்கும் பழக்கத்தை வளர்த்துக்கொண்டால் அது பிற்காலத்தில் உதவும்./ இளை ஞர்களிடையே புதிய நம்பிக்கையை வளர்ப்பதே எங்கள் நோக்கம்./ 'வீண் கற்பனையை வளர்த்துக்கொள்ளாமல் ஒழுங்காகப் படிக்கிற வழியைப் பார்' என்று அவர் எனக்கு அறிவுரை கூறினார்./ பொறாமையை வளர்த்துக்கொள் ளாதே./ பகையை வளர்த்துக்கொள்வது நல்லது அல்ல./ ஏதாவது ஒரு கலைத் திறனைக் குழந்தைகளிடம் சிறு வயதிலேயே வளர்க்க வேண்டும்./ மாணவர்களிடையே கட்டுப்பாட்டையும் ஒழுங்கையும் வளர்க்க வேண்டும்./ தாழ்வு மனப்பான்மையை வளர்த்துக்கொள்ளாதீர்கள். 5: **(பேச்சு முதலியவற்றை) முடிக்காமல் நீளச் செய்தல்; நீட்டித்தல்;** prolong. பேச்சை வளர்க்காமல் விஷயத்துக்கு வா./ சண்டை வளர்க்காதே. 6: **(நெருப்பு) உண்டாக்கு தல்;** make (fire). தீ வளர்த்துக் குளிர்காய்ந்தனர். 7: **(ஒன்றை) மேன்மை அடையச் செய்வதற்கான வழி முறைகளை மேற்கொள்ளுதல்;** develop; nurture. தமிழி சையை வளர்ப்பதற்காகத் தொடங்கப்பட்ட இசைக் கல் லூரி இது./ அழிந்துவரும் கிராமியக் கலைகளை வளர்க்க அரசு முன்வர வேண்டும்./ வெளிநாடுவாழ் தமிழர்கள் பலர் தங்கள் பண்பாட்டைப் பேணி வளர்ப்பதில் ஆர்வம் காட்டுகின்றனர்.

வளர்ச்சி பெ. 1: **(உயிரினங்கள், தாவரம் முதலியவை) வளர்கிற முறை; வளர்ந்து அடைகிற நிலை;** growth; development. வயதுக்கு ஏற்ற வளர்ச்சி இல்லை./ முது கெலும்புள்ள பிராணிகளின் உணவுப்பாதை நன்கு வளர்ச்சி யடைந்துள்ளது./ வயதுக்கேற்ற உடல் வளர்ச்சியோடு மன வளர்ச்சியும் இருக்க வேண்டும். 2: **(ஒன்று) தன்னுடைய தற்போதைய நிலையிலிருந்து அதிகரித்து அடுத்த நிலையை அடையும் முறை; முன்னேற்றம்;** progress; development. வளர்ச்சி அடைந்த நாடுகள்/ தொழில் வளர்ச்சி அடையத் தேவையான வழிமுறைகள்/ இலக்கிய வளர்ச்சி/ ஒரு சமுதாயத்தின் வளர்ச்சி என்பது நாட்டின் வளர்ச்சியோடு தொடர்புடையது ஆகும்./ இந்தக் கல் லூரியின் வளர்ச்சிக்குப் பெரிதும் உதவிய புரவலர்களுக்கு நன்றிகூறக் கடமைப்பட்டிருக்கிறோம்.

வளர்சிதைமாற்றம் பெ. (உயிரி.) **உண்ணும் உணவு சக்தியாக மாற உடலில் நிகழும் வேதியியல் செயல் பாடு;** metabolism.

வளர்த்தி பெ. (-ஆக, -ஆன) (பே.வ.) **(சராசரியை விடச் சற்று) உயரம்;** being tall. மணமகள் வளர்த்தியாக இருந் தாள்./ உன்னைத் தேடி வளர்த்தியான பையன் ஒருவன் வந்திருந்தான்.

வளர்த்து[1] வி. (வளர்த்த, வளர்த்தி) **(பேச்சு, கதை முத லியவற்றை) நீளச்செய்தல்; நீட்டிக்கொண்டுபோதல்;** prolong (a conversation, etc.,). பேச்சை ஏன் வளர்த்து கிறாய்?/ கதையை வளர்த்திக்கொண்டேபோகிறார்.

வளர்த்து[2] வி. (வளர்த்த, வளர்த்தி) *(இலங்.)* **படுக்கவைத்தல்;** lay (in the bed, etc.,). குழந்தையைத் தொட்டிலில் வளர்த்திவிட்டு வந்தேன்./ கொட்டிலில் கருகி விழுந்தவளை அயலட்டைச் சனங்கள் தூக்கி வாழை இலையில் வளர்த்திவைத்திருந்தார்கள்.

வளர்த்துவிடு வி. (-விட, -விட்டு) **(ஒருவர் அல்லது ஒன்று) மேல்நிலையை அடையச் செய்தல்;** promote. அரசியலைப் பொறுத்தவரை அவரை வளர்த்துவிட்டது நான்தான். இன்று எனக்கு எதிராகக் கட்சி ஆரம்பிக்கிறாரா?/ இளம் பாடகர்களை வளர்த்துவிட்டவர்களுள் குறிப்பிடத் தகுந்தவர் ஏ. ஆர். ரகுமான் ஆவார்.

வளர்த்தெடு வி. (வளர்த்தெடுக்க, வளர்த்தெடுத்து) **(ஒரு கலை, கருத்து, அமைப்பு முதலியவற்றை) சிறந்த அளவில் அல்லது பெரும் அளவில் வளர்ச்சி அடையச் செய்தல்;** promote; foster. மலினமான ரசனையை வளர்த்தெடுக்கும் சினிமாப் பத்திரிகைகள் பெருகிவிட்டன./ விடுதலைப் போராட்டத்தை வளர்த்தெடுத்ததில் தென்னிந்தியாவின் பங்கு மிக முக்கியமானது./ தெருக்கூத்தை வளர்த்தெடுக்கும் விதமாக முக்கிய நிகழ்வுகள் கடந்த இருபது வருட காலமாக நடந்துவருகின்றன.

வளர்ந்த நாடு பெ. **பொருளாதாரம், தொழில், வசதிகள் உருவாக்குதல் போன்றவற்றில் முன்னேற்றம் அடைந்த நாடு;** developed country. வளர்ந்த நாடுகளின் ஒத்துழைப்பு இல்லாமல், அணு ஆயுதப் பிரச்சினைக்குத் தீர்வு காண முடியாது./ வளர்ந்த நாடுகளும் தற்போது தீவிரவாதத்திற்கு இரையாகிக்கொண்டிருக்கின்றன.

வளர்ப்பு பெ. **1: வளர்க்கிற செயல் அல்லது விதம்;** raising; rearing; bringing up. கால்நடை வளர்ப்பு/ கோழி வளர்ப்பு/ வளர்ப்புச் சரி இல்லை. அதனால்தான் இப்படித் திரிகிறான். **2: எடுத்து வளர்த்தல்/எடுத்து வளர்க்கப்படுதல்;** fosterage adoption. வளர்ப்புத் தாய்/ வளர்ப்பு மகன்.

வளர்ப்புப் பிராணி பெ. **ஒருவர் தன் வீட்டிலேயே வளர்க்கும் (நாய், பூனை போன்ற) விலங்கு அல்லது (கிளி, புறா போன்ற) பறவை; செல்லப் பிராணி;** pet (animal or bird).

வளர்பிறை பெ. **(அமாவாசைக்கு மறுநாளிலிருந்து பௌர்ணமிவரை) நிலவு படிப்படியாக முழுமை பெறும் தோற்றம் அல்லது காலம்;** waxing moon. வளர்பிறைச் சந்திரன்/ நல்ல காரியத்தை வளர்பிறையில்தான் தொடங்க வேண்டும் என்பார்கள்.

வளர்முக நாடு பெ. காண்க: **வளரும் நாடு.**

வளரிளம் பருவம் பெ. **(பொதுவாக 12 வயதிலிருந்து 18 வயது நிறைந்த காலத்தைக் குறித்து வருவதும்) சிறுவராக இருப்பதிலிருந்து இளைஞராக மாறும் வரையில் உள்ள (இடைப்பட்ட) காலகட்டம்;** adolescence.

வளரும் நாடு பெ. **பொருளாதாரம், தொழில், வசதிகள் உருவாக்குதல் போன்றவற்றில் முன்னேற்றம் அடைந்துகொண்டிருக்கும் நாடு;** developing country. வளரும் நாடுகள் ராணுவத்திற்காக அதிகமாகச் செலவிடுகின்றன.

வளவள-என்று வி.அ. *(எழுத்து, பேச்சு போன்றவற்றைக் குறித்து வரும்போது)* **சுருக்கமாக இல்லாமல்; உரிய அளவை மீறியதாக;** unendingly; pointlessly. வளவளவென்று பேசிக்கொண்டிருக்காதே. சீக்கிரம் வந்துவிடு./ வளவளவென்று எழுதியிருக்கிறானே தவிர, கடிதத்தில் விஷயம் ஒன்றும் இல்லை.

வளவாளர் பெ. *(இலங்.)* **ஒரு துறைக்கு வளம் சேர்க்கக் கூடியவர்; ஒரு துறையில் வல்லுநர்;** resource person (in a subject). பல்கலைக்கழகப் பேராசிரியர் பள்ளி மாணவர்களுக்கான இலக்கணக் கருத்தரங்குக்கு வளவாளராக வந்திருந்தார்.

வளவு பெ. **1:** *(ஊரக வ.)* **குளிப்பது, வீட்டுக்குள் செல்லும் முன்பு கால்கைகளைக் கழுவுவது ஆகியவற்றுக்காக வேலிக் கருவேல், பனையின் கருக்கு மட்டைகள், பனை ஓலைகள், சோளத்தட்டை ஆகியவை கொண்டு வீட்டுக்கு வெளியே கட்டப்படும், தற்காலிகத் திறந்த வெளிக் குளியல் அறை.** make-shift cabin made of palmyra leaves outside one's house and open to the sky for washing and bathing. **2:** *(வ.வ.)* **தெருவிலிருந்து உட்பக்கமாக அமைந்திருக்கும், ஒரே ஒரு வழியை மட்டும் உடைய பல வீடுகளின் தொகுதி;** a cluster of houses inside a compound with one entrance. **3:** *(இலங்.)* **(வீடு கட்டுவதற்கான) மனை;** ground or plot. இந்த வளவில் ஒரு பெரிய வீடு கட்டலாம்.

வளாகத் தேர்வு பெ. *(பு.வ.)* **(ஒரு மாணவர் கல்லூரியில் படிக்கும்போதே) படிப்பின் கடைசி ஆண்டில் பணியில் அமர்த்திக்கொள்ள வெளியிலிருந்து வரும் நிறுவனம் நடத்தும் எழுத்துத் தேர்வு, நேர்காணல், குழு விவாதம் ஆகியவை அடங்கிய தேர்வு முறை;** selection through campus interview.

வளாகம் பெ. **1: (அளவில் பெரிய நிறுவனங்கள், அலுவலகங்கள் முதலியவற்றின்) சுற்றுச் சுவர்களுக்கு உள்ளாக அமைந்திருக்கிற பகுதி;** campus. நீதிமன்ற வளாகம்/ பல்கலைக்கழக வளாகம்/ கல்லூரி வளாகம். **2: வியாபாரத்திற்கோ பொழுதுபோக்கு நிகழ்ச்சிகளுக்கோ அமைக்கப்பட்ட கட்டடத் தொகுப்புள்ள பகுதி;** complex. ஒரே வளாகத்தில் மூன்று திரையரங்குகள் உள்ளன. / வர்த்தக வளாகம்.

வளி பெ. *(உ.வ.)* **காற்று;** wind; air.

வளிமண்டலம் பெ. **பூமி முதலிய கிரகங்களைச் சுற்றிக் குறிப்பிட்ட எல்லைவரை அமைந்திருக்கும் காற்று வெளி;** atmosphere.

வளிமம் பெ. *(வேதி.)* **வாயுக்களைப் பொதுவாகக் குறிக்கும் சொல்;** gas.

வளை[1] வி. (வளைய, வளைந்து) **1: (குச்சி, கம்பி, கோடு போன்றவை) நேராக அல்லது செங்குத்தாக இல்லாமல் பக்கங்களில் மடங்குதல்/(உடல்) உட்புறமாக மடங்குதல்;** bend/wind; curve. ஆணி வளைந்துவிட்டது./ பாம்பு வளைந்துவளைந்து சென்றது./ கோடு நேராக இல்லாமல் வளைந்திருந்தது. / யானையின் தந்தம் லேசாக வளைந்திருக்கும்./ ஒலியைப் போல் வளைந்து ஊடுருவும் தன்மை ஒளிக்குக் கிடையாது./ ஒரு கால் மட்டும் அவருக்கு லேசாக வளைந்திருக்கும். [*(தொ.சொ.)* கோணு/ சுருள்/ நெளி/ மடங்கு] **2: (சாலை, ஆறு போன்றவை) திரும்புதல்;** bend; wind. மலைப் பிரதேசங்களில் சாலைகள் வளைந்து வளைந்து செல்கின்றன./ ஓடை வளைந்து ஒரு காட்டுக்குள் சென்றது. **3: (எதிர்மறையில்) ஒரு வேலையைச்**

வளை[2] 1170

செய்வதற்கு உடல் தயாராக இருத்தல்; (usually in the negative) incline; stoop. கடின வேலை செய்வதற்கு அவர் உடம்பு வளையாது. **4: (ஒருவருடைய விருப்பத்துக்கு இன்னொருவர்) இணங்குதல்; வளைந்துகொடுத்தல்;** yield. எவ்வளவு வேண்டுமானாலும் பணம் தருகிறேன் என்று சொல்லிவிட்டேன். ஆனால், ஆள் வளைய மாட்டான் போலிருக்கிறது.

வளை[2] வி. (வளைக்க, வளைத்து) **1: வளையச் செய்தல்;** (cause to) bend or curve. கிளையை வளைத்து இலை பறித்தான்./ கம்பியை இன்னும் கொஞ்சம் வளை./ கைகளை மேலே தூக்கி உடலை வில்போல் வளைக்க வேண்டும்./ வில்லை வளைத்து அம்பை எய்தான்./ ஜன்னல் கம்பிகளை வளைத்துத் திருடர்கள் உள்ளே புகுந்துள்ளனர்./ இடுப்பை வளைக்காமல் நேராக நில்./ மெய்யெழுத்துக்கு மேல் போடும் சுழியை இன்னும் கொஞ்சம் வளைத்து எழுது. [(தொ.சொ.) சுருட்டு/ மடி] **2: (வாகனத்தை) திருப்புதல்;** turn. வண்டியை இடது பக்கம் வளைத்து ஒரு ஓரமாக நிறுத்து. **3: (ஒருவரையோ ஒரு கூட்டத்தையோ தப்ப முடியாதபடி) சூழ்ந்து மடக்குதல்;** surround (a person); close in (on sth.). சுங்கத் துறை அதிகாரிகள் கடத்தல்காரர்களை வளைத்துப்பிடித்தனர்./ வீட்டைவிட்டு வெளியே வந்தபோது அவரை ரவுடிகள் வளைத்துக்கொண்டு தாக்கினார்கள். / அந்நியத் துருப்புகளை இந்தியப்படை வளைத்தது.

வளை[3] பெ. **(எலி, நண்டு முதலியவை) தரையில் குடைந்து ஏற்படுத்தும் நீளமான பொந்து;** (rat) hole; burrow. கடற்கரை ஓரங்களில் வளை தோண்டி நண்டு வாழும்./ வரப்பில் உள்ள எலி வளைகளைச் சேற்றைக் கொண்டு மூட வேண்டும். [(தொ.சொ.) ஓட்டை/ குழி/ குழிவு/ பள்ளம்/ பொந்து]

வளை[4] பெ. (உ.வ.) காண்க: **வளையல்.**

வளை[5] பெ. (இலங்.) **கூரைச் சட்டத்தை அமைக்கச் சுவரின் மேல்பகுதியிலும் முகட்டிலும் வைக்கும் நீளமான மரம்;** ridge pole (to support rafters); tie beam. நீ நல்ல வயிரமான பனையில் வளை அடித்துத் தர வேண்டும்.

வளைகாப்பு பெ. **முதல் கர்ப்பம் தரித்த பெண்ணுக்குப் பெரும்பாலும் ஏழாவது மாதத்தில் கை நிறைய வளையல்களை அணிவித்து அவளுடைய பிறந்த வீட்டில் நிகழ்த்தும் ஒரு சடங்கு;** ceremony mostly in the seventh month of a woman's first pregnancy in which she is decked with bangles.

வளைகுடா பெ. **விரிகுடாவைவிடக் குறைந்த பரப்பைக் கொண்ட கடல் பகுதி;** gulf. மன்னார் வளைகுடா.

வளைகுடா நாடு பெ. (பெரும்பாலும் பன்மையில்) **பாரசீக வளைகுடாவை ஒட்டி அமைந்திருக்கும் எண்ணெய் வளம் மிகுந்த நாடுகளைக் குறிக்கும் பொதுப் பெயர்;** any of the Gulf countries. நம் நாட்டவர் பலர் வளைகுடா நாடுகளில் வேலைபார்க்கின்றனர்./ வளைகுடா நாடுகளில் மீண்டும் போர் மூளும் அபாயம் ஏற்பட்டுள்ளது.

வளைத்துக்கட்டு வி. (-கட்ட, -கட்டி) (பே.வ.) **(விரும்பி) வயிறு நிறையச் சாப்பிடுதல்; அளவுக்கு அதிகமாக உண்ணுதல்;** tuck away; eat one's fill; devour. அப்பாவுக்கு இனிப்பு என்றால் ரொம்பப் பிடிக்கும், வளைத்துக்கட்டிவிடுவார்./ கோழிக் கறி என்றதும் வளைத்துக்கட்டிவிட்டாயா?

வளைத்துப்போடு வி. (-போட, -போட்டு) **(தன்) வசப்படுத்துதல்;** buy up; bring under one's control or influence. கடைக்காரர் கடன் கொடுத்து வாடிக்கையாளர்களை வளைத்துப்போட்டிருக்கிறார்./ ஊரில் இருக்கும் நஞ்சை நிலத்தையெல்லாம் வளைத்துப்போட்டுவிட்டார்.

வளை தமிழ் பெ. (பு.வ.) **காலத்துக்கேற்ற புதிய தேவைகளை நிறைவேற்ற இலக்கணத்திலும் சொல்லிலும் பழமையை விட்டுக்கொடுக்கும் தமிழ்;** flexible Tamil. காலத்தின் சவால்களை எதிர்கொள்ள வளைத்துகொடுக்கும் தமிழே வளை தமிழ்.

வளைந்துகொடு வி. (-கொடுக்க, -கொடுத்து) **(விட்டுக்கொடுத்து) இணக்கமாகப் போதல்/(விருப்பம் இல்லாவிட்டாலும்) ஒத்துப்போதல்;** accommodate s.o. or sth.; bend to sth. குடும்பம் என்றால் சண்டை சச்சரவுகள் இருக்கும். எல்லாவற்றுக்கும் வளைந்துகொடுத்துதான் போக வேண்டியிருக்கிறது./ தீவிரவாதிகளின் மிரட்டலுக்கு அரசு வளைந்துகொடுக்காது./ நான் யாருக்கும் வளைந்து கொடுக்க வேண்டிய அவசியமில்லை./ இந்தக் காலத்தில் வளைந்துகொடுத்துப் போனால்தான் பிழைக்க முடியும்.

வளையம் பெ. **1: (உலோகம், ரப்பர் குழாய் போன்றவற்றை) வளைத்து வட்ட வடிவில் செய்யப்பட்டது;** (metal) ring. இரும்பு வளையம்/ சாவி வளையம்/ தீப்பந்தம் வளையத்தின் உள்ளே ஒருவர் பாய்ந்து சாகசம் செய்யும் நிகழ்ச்சி நடைபெற்றது./ (உரு வ.) தீவிரவாதிகளின் அச்சுறுத்தலைத் தொடர்ந்து பிரதமரைச் சுற்றிப் பாதுகாப்பு வளையம் பலப்படுத்தப்பட்டுள்ளது. **2: (புகை, ஒளி போன்றவற்றின் வடிவத்தைக் குறித்து வரும்போது) வட்டம்;** ring. சிகரெட் புகையை வளையம்வளையமாக விட்டான்./ கண்ணாடிச் சில்லில் பட்டு ஒளி வளையம் கண்களைக் கூச வைத்தது. **3: (காது, மூக்கு முதலியவற்றில் அணியும்) வட்ட வடிவ ஆபரணம்;** ring-shaped piece of jewellery. ஆண்கள் காதில் வளையம் போட்டுக் கொள்வது இப்போதைய நாகரிகம். **4: கல், தூசி போன்றவற்றால் ஆனதும் கோள்கள், நட்சத்திரங்கள் போன்றவற்றைச் சுற்றி வட்டமாக இருப்பதுமான பொருள்;** ring (of planets, stars). வியாழன், சனி போன்ற கோள்களைச் சுற்றிக் கணக்கற்ற வளையங்கள் இருக்கின்றன.

வளையல் பெ. **(உலோகம், கண்ணாடி போன்றவற்றால் ஆன, பெண்கள் முன்கையில் அணியும்) கையை இறுக்கிப் பிடிக்காமல் வளையம் போன்று இருக்கும் அணிகலன்;** bangle. தங்க வளையல்/ கண்ணாடி வளையல்.

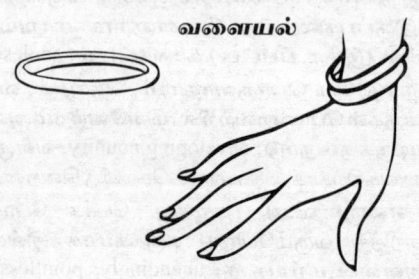

வளையல்

1171 வறு

வளையல் உடை வி. (உடைக்க, உடைத்து) (திருநர்.வ.) **சேலா, தன் குருவின் மரணத்துக்குத் துக்கம் கடைப் பிடிக்க உடுத்தும் வெள்ளைப் புடவையைக் காரியம் முடியும் நாளில் களைந்துவிட்டுத் தன் வளையல்களை உடைத்தல்;** the சேலா giving up the mourning white saree and breaking the bangles on the last day of the obsequies of the குரு.

வளைய வா வி. (வர, வந்து) **(ஓர் இடத்தை அல்லது ஒரு வரை) விடாமல் சுற்றிவருதல்;** hang about. வேலைக்குப் போகாமல் வீட்டை வளைய வந்துகொண்டிருந்தால் உருப்பட முடியுமா?/ ஆரம்பத்தில் எல்லோரும் புது மனைவியை வளைய வந்துகொண்டிருப்பார்கள்.

வளைவு பெ. 1: **நேராக இல்லாமல் வளைந்து அமையும் பகுதி;** bend; curve. கம்பியின் வளைவுகளையெல்லாம் முதலில் சரிசெய்./ அந்த மலைப் பாதையில் வளைவுகள் அதிகம்./ தெரு வளைவில் வண்டி வருவது தெரிந்தது. 2: **மேற்புறத்தில் வில்போன்று வளைந்திருக்கும்படி கட்டப்படும் அல்லது ஏற்படுத்தப்படும் அமைப்பு;** (a decorative) arch. குடியிருப்பின் ஆரம்பத்தில் பெரிய வளைவு இருக்கும் என்று அடையாளம் சொன்னார்./ அமைச்சரின் வருகையை முன்னிட்டுச் சாலை நெடுக அலங்கார வளைவுகள் அமைக்கப்பட்டன.

வற்புறுத்து வி. (வற்புறுத்த, வற்புறுத்தி) 1: **(ஒன்றைச் செய்யுமாறு திரும்பத்திரும்பக் கூறி) கட்டாயப்படுத்துதல்;** compel; force; put pressure (on s.o.). அவருக்கு விருப்பம் இல்லை என்றால் விட்டுவிடுங்கள். தயவுசெய்து வற்புறுத்தாதீர்கள்./ பலர் வற்புறுத்தியும் பதவியே வேண்டாம் என்று அவர் மறுத்துவிட்டார். 2: **(தொடர்ந்து எடுத்துக்கூறிக் கோரிக்கை, திட்டம் போன்றவற்றை நிறைவேற்றுமாறு) வேண்டிக் கேட்டுக்கொள்ளுதல்;** exert pressure; pressurize. இதுகுறித்து முன்பு கூறியிருக்கிறோம். இனியும் தொடர்ந்து அரசை வற்புறுத்துவோம்.

வற்றல் பெ. காண்க: **வத்தல்.**

வற்றாளைக் கிழங்கு பெ. (இலங்.) **சர்க்கரைவள்ளிக் கிழங்கு;** sweet potato.

வற்று வி. (வற்ற, வற்றி) 1: **(ஊற்று குறைவதால் அல்லது வெயிலின் கடுமையால் நீரின்) அளவு குறைதல்; (நீர்) இல்லாமல் போதல்;** (of sources of water) dry up. குளத்தில் நீர் வற்றிக்கொண்டே வருகிறது./ ஊற்று வற்றிப் போனதால் கிணற்றில் சுத்தமாகத் தண்ணீர் இல்லை./ (உரு வ.) இப்போதைய திரைப்பட இயக்குநர்களுக்கெல்லாம் கற்பனை வற்றிக்கொண்டேவருகிறது. 2: **(பால், கண்ணீர் முதலியவை) சுரப்பது நிற்றல்;** (of tears, etc.,) dry up. அழுதுஅழுது கண்ணீர் வற்றிவிட்டது./ பசுவிடம் பால் வற்றிவிட்டது. 3: **(வீக்கம், கட்டி முதலியவை) உள் அமுங்குதல்; வடிதல்;** get reduced (in size); subside. மாத்திரையைத் தொடர்ந்து சாப்பிடுங்கள்; வீக்கம் வற்றிவிடும். 4: **(உடல்) மெலிதல்;** (of one's body) become thin; be shrunken. உடல் வற்றி, பார்க்கப் பரிதாபமாக இருந்தான். [(தொ.சொ.) **இளை/ ஒடுங்கு/ நரங்கு/ மெலி**]

வறட்சி பெ. 1: **(மழை இல்லாததாலோ வெப்ப மிகுதியாலோ) குறைந்தபட்சத் தேவையைப் பூர்த்திசெய்யும் அளவுக்குக்கூட நீர் இல்லாமல் போகும் நிலை;** drought; dryness. கடும் வறட்சியினால் மக்கள் குடிதண்ணீருக்கே திண்டாடுகிறார்கள்./ வறட்சியிலும் வளரக்கூடிய புதிய நெல் ரகம்/ (உரு வ.) கவிதையில் கற்பனை வறட்சி. 2: **(நாக்கில், தொண்டையில்) உரிய ஈரம் இல்லாதிருக்கும் நிலை;** feeling of dryness (in the throat due to thirst). ஒரே வறட்சியாக இருக்கிறது. கொஞ்சம் தண்ணீர் வேண்டும்.

வறட்டி பெ. **சாணத்தை வைக்கோல் கூளத்துடன் கலந்து, வட்டமாகத் தட்டிக் காய வைத்துப் பயன்படுத்தும் எரிபொருள்;** dried cow dung cake (used as fuel); a flat round piece of cow dung; cow-pat.

வறட்டு பெ.அ. 1: **(பிடிவாதம், கௌரவம் போன்றவற்றைக் குறித்து வரும்போது) அடிப்படைக் காரணமோ அர்த்தமோ இல்லாத; விடாப்பிடியான;** meaningless; unreasonable. வறட்டுப் பிடிவாதம் பிடிக்காமல் சொன்னதைச் செய்./ பிழைக்க என்று வந்துவிட்ட பிறகு வறட்டு கௌரவம் எதற்கு?/ இசை உலகில் தன்னை மிஞ்ச ஆளே இல்லை என்று வறட்டு ஜம்பம் பேசிக்கொண்டு திரிகிறார்./ தமிழில் எதுவுமே இல்லை என்ற வறட்டுக் கூச்சலைச் சிலர் விடுவதே இல்லை. 2: **(கருத்து, கொள்கை போன்றவற்றைக் குறித்து வரும்போது) உயிரோட்டமோ பயனோ இல்லாத;** lifeless; dry. யாருக்கும் புரியாத வறட்டு நடையில் அமைந்திருந்தது கட்டுரை./ வறட்டுத் தத்துவங்கள் பேசிக்கொண்டிருக்காமல் வேலையைக் கவனி. 3: **(விலங்குகள் குறித்து வரும்போது) (கன்று) ஈனாத;** (while referring to animals) barren. வறட்டுப் பசு/ வறட்டு மாடு. 4: **(மரங்கள் குறித்து வரும்போது) காய்க்காத;** (while referring to trees) barren. வறட்டுப் பனை மரம்.

வறட்டு இருமல் பெ. **(சளியின் காரணமாக இல்லாமல்) தொடர்ந்து உண்டாகும் இருமல்;** dry cough.

வறட்டுக் கௌரவம் பெ. **அற்ப விஷயங்களிலெல்லாம் கௌரவம் பார்க்கும் போக்கு;** vain claims to status. மேடையில் தலைவருக்கு மூன்று இருக்கை தள்ளி அவரை உட்காரவைத்துவிட்டார்கள் என்று எழுந்து போய்விட்டார், என்ன வறட்டுக் கௌரவம்!

வறண்ட மண்டலம் பெ. (பு.வ.) **ஆண்டு முழுவதும் மழையே பெய்யாத அல்லது மிகக் குறைந்த அளவிலான மழையைப் பெறும் நிலப் பகுதி;** arid zone.

வறள் வி. (வறள, வறண்டு) 1: **(ஒரு பகுதியில் அல்லது நீர்நிலையில் நீர்) வற்றுதல்;** (land, rivers, etc.,) become dry; become parched; dry up. மழை இல்லாமல் விளைநிலங்கள் வறண்டுகிடந்தன./ பெரும்பாலான வறண்ட நிலத் தாவரங்களில் முட்கள் இருக்கும்./ (உரு வ.) கதாசிரியருக்குக் கற்பனை வறள ஆரம்பித்துவிட்டது. 2: **(நாக்கு, தொண்டை, தோல் போன்றவை) ஈரத்தன்மை யற்றுப் போதல்; உலர்தல்;** (of lips, throat, skin, etc.,) become dry. அவன் உதடுகள் வறண்டு வெடித்திருந்தன./ வறண்ட சருமம்/ பேசிப்பேசி எனக்குத் தொண்டை வறண்டுவிட்டது.

வறிய பெ.அ. (உ.வ.) **வறுமையில் உள்ள; ஏழ்மை நிறைந்த;** poor; impoverished. வறிய குடும்பம்.

வறியோன் பெ. (உ.வ.) **வறுமையில் இருப்பவன்; ஏழை;** poor person. வறியோர்க்கும் முதியோர்க்கும் உதவுவோம்.

வறு வி. (வறுக்க, வறுத்து) 1: **(பருப்பு, மிளகாய் போன்றவை) வாணலியில் போட்டு (எண்ணெய் ஊற்றாமல்) சூட்டில் காயச்செய்து தேவையான பதத்துக்குக்**

வறுத்தெடு 1172

கொண்டுவருதல்; roast; parch. உப்புமா செய்வதற்கு முன் ரவையை வறுத்துக்கொள்ளவும்./ காப்பிக் கொட்டை வறுக்கும் வாசம்!/ நிலக்கடலையை வறுத்துத் தனியே எடுத்து வைத்துக்கொள்ளவும். **2: (உணவாகும் பொருளை எண்ணெயில்) பொரித்தல்;** fry (in oil). 'கொஞ்சம் வடகம் வறுத்துப் போடு' என்று அம்மாவிடம் கேட்டான்./ சாப்பாட்டுக்குத் தொட்டுக்கொள்ள மீன் வறுத்திருக்கிறேன். [*(தொ.சொ.)* **தாளி/ துவட்டு/ புரட்டு/ பொரி/ வதக்கு**]

வறுத்தெடு வி. (-எடுக்க, -எடுத்து) *(பே.வ.)* **1: தொந்தரவு செய்தல்;** torment. 'படி, படி' என்று ஏன் அவனை வறுத்தெடுக்கிறாய்? **2: (வெப்பம் கடுமையாக) வருத்துதல்;** scorch. கத்தரி வெயில் வறுத்தெடுக்கிறது. **3:** *(இலங்.)* **(ஒன்றைச் செய்யும்படி ஒருவரை) திரும்பத்திரும்ப வலியுறுத்துதல்;** be annoyingly insistent. நோய் வந்ததிலிருந்தே 'அதைத் தின்னாதே, இதைத் தின்னாதே' என்று அம்மா வறுத்தெடுக்கிறார்.

வறுபடு வி. (-பட, -பட்டு) **(பருப்பு, மிளகாய் போன்றவை) வாணலியில் எண்ணெய் இல்லாமல் வெறும் சூட்டினாலேயே குறிப்பிட்ட பதத்துக்கு வருதல்;** be roasted. பருப்பு சரியாக வறுபடவில்லை./ *(உரு வ.)* உன்னிடம் வறுபட வேண்டும் என்பது என் தலைவிதியா?

வறுமை பெ. **அடிப்படைத் தேவைகளைக்கூட நிறைவு செய்துகொள்ள முடியாத நிலை; வசதி இல்லாத நிலை;** poverty; destitution. போர் முடிந்த பிறகு நாட்டில் நிலவிய வறுமை./ வறுமையில் வாடும் குடும்பம்/ வறுமையின் காரணமாகப் பள்ளி செல்ல முடியாத குழந்தைகள் லட்சக் கணக்கில் உள்ளனர்.

வறுமைக்கோடு பெ. **(நிலவுடமை, வாழுமிடம், உடை, உட்கொள்ளும் உணவு, சுகாதாரம், வருமானம், எழுத்தறிவு போன்றவற்றின் அடிப்படையில்) வறுமை நிலை என நிர்ணயிக்கப் பயன்படும் கீழ்மட்ட வருமான வரம்பு;** poverty line. நகரங்களில் வறுமைக்கோட்டின் கீழ் வாழ்பவர் எண்ணிக்கை அதிகரித்துக்கொண்டே வருகிறது.

வறுவல் பெ. **1: (சில காய்கறிகள், மீன் முதலியவற்றை) துண்டுகளாக்கி எண்ணெயில் போட்டுப் பொரித்தெடுப்பது;** (generally) anything fried, (esp.) fried fish, potato crisps, etc., உருளைக்கிழங்கு வறுவல்/ வாழைக்காய் வறுவல். **2:** *(இலங்.)* **பொரியல்;** fried vegetables. கீரை வறுவல்.

வறை பெ. *(இலங்.)* **வறுவல்;** anything fried. ஓட்டி மீன் வறை.

வறையோடு பெ. *(வ.வ.)* **(சமையலில்) பொரிக்கப் பயன்படும் சட்டி;** pan used for parching. கிராமங்களில் ஊறவைத்த நெல்லை வறையோட்டில் வறுத்து, சூடு ஆறுவதற்குள் உரலில் இட்டுக் குத்தி அவலாக்கிக்கொள்வார்கள்.

வன்கொடுமை பெ. **பெண்கள், குழந்தைகள், தாழ்த்தப்பட்டோர் போன்றோர்மேல் நிகழ்த்தப்படும் வன்முறை;** atrocities against women, children and persons of scheduled castes, etc., தற்போது வன்கொடுமைக்கு எதிராக அரசு சட்டம் இயற்றி உள்ளது./ பாலியல் வன்கொடுமை.

வன்செயல் பெ. *(உ.வ.)* **வன்முறைச் செயல்;** violence. ஊர்வலத்தினர் வன்செயலில் இறங்கினர்.

வன்புணர்ச்சி பெ. *(உ.வ.)* **ஒரு பெண்ணிடம் பலவந்தமாகக் கொள்ளும் உடலுறவு; கற்பழிப்பு;** rape.

வன்பொருள் பெ. *(பு.வ.)* **(மென்பொருள் தவிர்த்து) ஒரு கணினியின் மின்னணுப் பாகங்கள்;** hardware (of a computer).

வன்மம் பெ. **(சமயம் பார்த்து ஒருவருக்குத் தீங்கு விளைவிக்கத் துணிகிற வகையில் மனத்தினுள் கொண்டிருக்கும்) தீராத பகை உணர்வு;** spite; ill-feeling; malice. ஏதோ வன்மம் வைத்துக்கொண்டுதான் அவர் என்னிடம் இப்படி நடந்துகொள்கிறார்./ ஆள் வைத்து அடிக்கும் அளவுக்கு அப்படி என்ன அவருக்கு உன்மேல் வன்மம்?

வன்முறை பெ. **(ஒருவரின்) உயிருக்கும் உடைமைக்கும் ஆபத்து விளைவிக்கும் வகையில் செயல்படும் முறை;** violence. வன்முறையைக் கைவிடும்படித் தீவிரவாதிகளைப் பிரதமர் கேட்டுக்கொண்டார்./ மாணவர்களை வன்முறைக்குத் தூண்டுபவர்களைத் தண்டிக்க வேண்டும்.

வன்மை பெ. **1: (-ஆக, -ஆன) மிகவும் தீவிரம்;** forcefulness; vehemence; firmness. அவர்மீது சுமத்தப்பட்ட குற்றச்சாட்டுகளை வன்மையாக மறுத்தார்./ புதிய சட்டத் திருத்தத்திற்கு வன்மையான எதிர்ப்புக் கிளம்பியிருக்கிறது./ திட்டமிட்டுச் செய்த கொலை என்பதால் குற்றவாளியை வன்மையாகத் தண்டிக்கும்படி அரசுத் தரப்பு வழக்கறிஞர் நீதிபதியைக் கோரினார். **2: (பேச்சு, எழுத்து முதலியவற்றின்) ஆற்றல்;** power; ability; forcefulness. நாவன்மை/ எழுத்து வன்மை/ சொல் வன்மை.

வன்னிமரம் பெ. **வேலிக்காத்தான் வகையைச் சேர்ந்த, வெளிர் மஞ்சள் நிறப் பூக்கள் பூக்கும், கோயில்களில் வளர்க்கப்படும், முட்களைக்கொண்ட ஒரு வகை மரம்;** Indian mesquite.

வனக்காப்பாளர் பெ. **காடு, சரணாலயம் போன்றவற்றில் ரோந்து சென்று கண்காணிப்புப் பணியை மேற்கொள்ளும் ஊழியர்;** forest guard.

வனச்சரகர் பெ. **காட்டில் குறிப்பிட்ட பகுதியில் இருக்கும் தாவரங்கள், விலங்குகள் ஆகியவற்றின் பாதுகாப்புக்காக அரசால் நியமிக்கப்பட்ட அதிகாரி;** forest ranger; forest range officer.

வனதேவதை பெ. **வனத்தில் இருப்பதாகவும் நன்மையும் தீமையும் விளைவிக்கக்கூடியதாகவும் உள்ள பெண் தெய்வம்;** wood-nymph; fairy.

வனப்பாதுகாவலர் பெ. **காடு, சரணாலயம் போன்றவற்றில் இருக்கும் தாவரங்கள், விலங்குகள் ஆகியவற்றின் பாதுகாப்புப் பணிக்காக அரசால் நியமிக்கப்பட்ட உயர் அதிகாரி;** conservator of forest.

வனப்பு பெ. *(உ.வ.)* **அழகு;** beauty; grace. அந்தக் கிராமத்தின் செழிப்பும் வனப்பும் மீண்டும் வரத் தூண்டின.

வனம் பெ. *(உ.வ.)* **காடு; கானகம்;** forest; jungle. வன விலங்குகள்.

வனஸ்பதி பெ. **தவிடு, எண்ணெய் வித்துகள் போன்றவற்றிலிருந்து எடுக்கப்பட்டு, சுத்திகரித்துச் சற்றுக் கெட்டிப்படுத்தப்பட்ட (சமையலில் பயன்படுத்தப்படும்) தாவர எண்ணெய்;** oil extracted from bran or certain seeds, available in a semi-solid form and used in cooking. வனஸ்பதியில் முந்திரிப் பருப்பை வறுத்துக்கொண்டு அதைக் கேசரியில் போடவும்./ கொஞ்சம் வனஸ்பதி ஊற்றித் தாளித்தால் பிரியாணி சுவையாக இருக்கும்.

வனாந்தரம் பெ. (அ.வ.) *(மனித)* **நடமாட்டம் அதிகம் இல்லாத, காடாகக் கிடக்கும் பிரதேசம்;** interior of a forest; desolate place. ஒரு காலத்தில் வனாந்தரமாகக் கிடந்த இடம் இது./ இந்த வனாந்தரத்தில் போய் எவ னாவது வீடு கட்டுவானா?

வனாந்திரம் பெ. (அ.வ.) காண்க: **வனாந்தரம்.**

வனிதை பெ. (அ.வ.) **பெண்;** damsel. இந்தத் திரைப்படத் தில் வடநாட்டு வனிதை ஒருவர் நடிக்கவிருக்கிறார்.

வனை வி. (வனைய, வனைந்து) (மண்.) **(மட்பாண்டம் முதலியவற்றை) உருவாக்குதல்;** throw (earthenware). மட்பாண்டம் வனைவோர் சங்கம்.

வஜ்ரம்[1] பெ. **(மரப் பலகை முதலியவற்றை) ஒட்டு வதற்குப் பயன்படும் பசை;** a kind of glue.

வஜ்ரம்[2] பெ. (அ.வ.) **வைரம்;** heartwood (of a tree). உடம்பை வஜ்ரம் மாதிரி வைத்திருக்கிறான்.

வஸ்தாது பெ. (அ.வ.) **மல்யுத்த வீரன்;** wrestler; one who has a well-built body (similar to that of a wrestler). ஆள் பார்ப்பதற்கு வஸ்தாது மாதிரி இருப்பான்.

வஸ்திரகாயம் பெ. **(சித்த வைத்திய மருந்துத் தயாரிப் பில்) மூலிகை போன்றவற்றை இடித்துப் பொடியாக்கி மெல்லிய துணியில் போட்டுச் சலிக்கும் முறை;** sieve using a fine cloth.

வஸ்திரம் பெ. (அ.வ.) **ஆடை;** clothes; clothing. சாமி யாரின் காவி வஸ்திரம்.

வஸ்து பெ. (அ.வ.) **பொருள்;** stuff; article. போதை வஸ்து.

வா[1] வி. (வர, வந்து) **அ.** (இடமாற்றம் நிகழ்தல் தொடர் பான வழக்கு) **1: (பேசுபவரிடம் அல்லது பேசுபவர் குறிப்பிடும் இடத்தை நோக்கி) நடத்தல், ஓடுதல், பய ணம் செய்தல், நுழைதல் போன்ற செயல்களை மேற் கொள்ளுதல்;** come (towards the speaker or to a place specified); arrive. மக்கள் திரள்திரளாக வந்து அந்த மகானைப் பார்த்தார்கள்./ இவர்கள் வட இந்தியாவிலிருந்து வந்து இங்கு குடியேறியவர்கள்./ ஐந்து நாள் பயணமாக அமெ ரிக்க அதிபர் இந்தியாவுக்கு வந்திருக்கிறார்./ ஊருக்குப் போய்விட்டு நேற்று இரவுதான் வந்தேன்./ ரயில் நிலையம் வரை தம்பி துணைக்கு வந்தான்./ பள்ளத்திலிருந்து சிங்கம் மேலே வந்தது./ ஆந்தை பகலில் வெளியே வராது./ இந்த ரயில் இரண்டு மணி நேரம் தாமதமாக வந்திருக்கிறது./ வேகமாக வந்த பந்தை அவன் மட்டையால் தடுத்தான்./ கங்கை இமயமலையிலிருந்து வருகிறது. **2: (ஒரு நிகழ்வு, விழா போன்றவற்றில்) பங்குகொள்ளுதல்; கலந்து கொள்ளுதல்;** attend; be present; participate. பள்ளிக்குத் தாமதமாக வந்த மாணவர்கள் வெளியே நின்றார்கள்./ தாத்தாவின் சாவுக்கு ஊரே திரண்டு வந்தது./ வழக்கமாக நான் இது போன்ற நிகழ்ச்சிகளுக்கு வருவது இல்லை./ இந்த விழாவுக்கு வந்திருக்கும் அனைவரையும் மகிழ்ச்சி யோடு வரவேற்கிறேன். **3: (ஒருவரோடு அவர் செல்லு மிடத்திற்கு) உடன் செல்லுதல்;** accompany. நீங்கள் என்னோடு ஊருக்கு வருகிறீர்களா?/ எழுத்தாளர் ஒரு வரைப் பேட்டி எடுக்கப்போகிறேன். நீங்களும் வந்தால் நன்றாக இருக்கும். **4: (ஒன்றின் உள்ளிருந்து அல்லது ஒன்றின் வழியாக வேறொன்று) வெளிப்படுதல்; வெளியாதல்;** ooze; come out of; originate in. அவனுக்குப் புண்ணிலிருந்து இரத்தம் நிற்காமல் வந்துகொண்டிருந்தது./ மாமாவை அங்கு பார்த்ததும் ஒரு நிமிடம் அவனுக்கு மூச்சே வரவில்லை./ சிறுநீர் விட்டுவிட்டு வந்தது./ அலா வுதீன் விளக்கைத் தேய்த்தபோது அதன் உள்ளிருந்து பூதம் வந்தது./ பந்தை நீருக்குள் அழுத்திவிட்டால் அது மறு படியும் வெளியில் வந்துவிடும். **5: (ஒருவர் எடுத்துச் செல்வதன் மூலம் ஒன்று மற்றவருக்கு) தரப்படுதல்;** arrive. எங்கள் எல்லோருக்கும் ஆவி மணக்க காப்பி வந்தது./ எப்போதும் மதியம் அவருக்கு வீட்டிலிருந்து சாப்பாடு வரும்./ காலையில் வந்த கோப்பு இன்னும் பிரிக்கப் படாமலேயே இருக்கிறது. **6: (ஒருவர் சென்றுசேர வேண்டிய இடம் அவரால்) அடையப்படுதல்;** be reached. இதோ வந்துவிட்டது என் வீடு./ தம்பி! மதுரை வந்தவுடன் என்னை எழுப்பிவிடுகிறாயா? **7: (ஒரு இடத் திலிருந்து வெளிப்படுவது அல்லது புறப்படுவது) மற் றொரு இடத்தைச் சேருதல்;** come (into a place). எங் கிருந்தோ வந்த அந்தப் பாடல் என் மனத்தை மயக்கியது./ பேச்சுச் சத்தம் வந்த திசை நோக்கி அவன் சென்றான்./ கூரையின் ஓட்டை வழியாகச் சூரிய ஒளி அறைக்குள் வந் தது./ வானத்தைப் பார்த்தால் மழை வரும் போலிருக்கிறது./ இரவு புயல் வரப்போகிறது./ கொல்லைப்புறத்திலிருந்து ஏதோ துர்நாற்றம் வருகிறது./ இந்த அறையில்தான் நன் றாகக் காற்று வருகிறது./ ஊருக்குள் வெள்ளம் வந்துவிட் டது. **8: (தண்ணீர், மின்சாரம் போன்றவை) பயன்பாட் டுக்கு விடப்படுதல்;** (of water) be received (through the pipe, etc.,); (of power supply) come to be had. இரண்டு நாட்களாகக் குழாயில் தண்ணீர் வரவில்லை./ காலையில் பத்து மணிக்குப் போன மின்சாரம் பத்து நிமிடத்திற்கு முன்புதான் வந்தது. **9: (தந்திக் கம்பி, குழாய் முதலியவை ஒரு இடத்தை நோக்கி அல்லது ஒரு இடத்தின் வழி யாக) போடப்பட்டிருத்தல்; அமைக்கப்பட்டிருத்தல்;** (of wire, pipe, etc.,) run. மின்சாரக் கம்பி வீட்டின் பின்பக்க மாக வருகிறது./ மாடியிலிருந்து ரேழிக்கு வரும் மாடிப்படிக் கதவையும் சாத்தினாள். **10: (பிறர் அனுப்பும் தபால், பணம் முதலியவை ஒருவரை) சேர்தல்;** arrive; come; be received. இன்றைய தபால் வந்துவிட்டதா?/ இன்றுதான் எனக்கு ஊரிலிருந்து பணம் வரும்./ 30ஆம் தேதிக்குப் பிறகு வரும் விண்ணப்பங்கள் பரிசீலிக்கப்பட மாட்டாது. **ஆ.** (ஒன்றில் இடம்பெறுதல் தொடர்பான வழக்கு) **11: (குறிப்பிடும் இடத்தில் ஒன்று) அமைதல்;** be (positioned, placed). திருமணப் பத்திரிகையின் மேல் பக்கத்தில் விநா யகரின் படம் வர வேண்டும்./ புதிய வீட்டின் வரை படத்தைக் காட்டி 'இந்த இடத்தில்தான் பூஜையறை வரும்' என்று அவர் சொன்னார்./ கோபுரத்தின் உச்சியில் ஏழு கல சங்கள் வரும் என்று சிற்பி கூறினார். **12: (கட்டடம், சாலை, பாலம் போன்றவை ஒரு இடத்தில்) ஏற்படுத் தப்படுதல்;** come up; reach. இந்தப் பகுதியில் நிறைய வீடு கள் இருப்பதால் பல கடைகள் வரப்போகின்றன./ அணு மின்நிலையம் வருவதை எதிர்த்துப் போராட்டம் நடை பெற்றது./ எங்கள் ஊருக்கு இன்னமும் மின்சாரம் வர வில்லை. **13: (குறிப்பிடப்படும் முறையில் ஒன்று) உரு வாதல்; அமைதல்;** come off (well). கட்டுரை நன்றாக வந் திருக்கிறது./ நம் நாடு நல்ல நிலைக்கு வரும்./ இந்தத் திரைப்படம் இவ்வளவு நன்றாக வரும் என்று நான் எதிர்

பார்க்கவில்லை./ ஓவியம் நான் எதிர்பார்த்த அளவுக்கு வரவில்லை./ எனக்குக் கணவனாக வருபவருக்குக் குடிப் பழக்கம் இருக்கக் கூடாது./ உனக்கு நண்பர்களாக வருபவர்கள் எல்லாம் முட்டாள்களாக இருக்கிறார்களே! **14: (பேச்சு, எழுத்து, திரைப்படம் முதலியவற்றில்) இடம்பெறுதல் அல்லது குறிப்பிடப்படுதல்/(பத்திரிகையில் செய்தி, விளம்பரம் போன்றவை) வெளியிடப்படுதல்;** appear; occur. என் கதையில் வரும் பாத்திரங்கள் யாவும் கற்பனையே./ அவருடைய பேச்சில் அவருடைய மகனின் பெயர் அடிக்கடி வரும்./ நான் படித்த கேள்வி எதுவுமே வினாத்தாளில் வரவில்லை./ ஏறுதழுவுதலைப் பற்றிச் சங்க இலக்கியத்தில் குறிப்புகள் வருகின்றன./ பெயர்ச்சொற்கள் வேற்றுமை உருபு ஏற்று வரும்./ இந்நூலில் அளவுக்கதிகமாக வந்துள்ள ஆங்கிலச் சொற்களைத் தவிர்த்திருக்கலாம்./ இந்தப் படத்தில் கதாநாயகிக்கு அப்பாவாக வரும் நடிகர் ஆந்திராவைச் சேர்ந்தவர்./ தலைவரைப் பற்றிப் பத்திரிகைகளில் மோசமான செய்திகள் வந்துகொண்டிருக்கின்றன./ பத்திரிகையில் வந்த விளம்பரத்தைப் பார்த்து அந்த நிறுவனத்துக்கு வேலைக்காக விண்ணப்பம் செய்தான்./ மத்தியப் பிரதேசத் தேர்தலைப் பற்றி வரும் செய்திகள் எல்லாம் பரபரப்பாக இருக்கின்றன. **15: (புத்தகம், பத்திரிகை, திரைப்படம் போன்றவை) வெளிவருதல்;** be published; be released. இதுவரை வந்த துப்பறியும் நாவல்களிலேயே இது மிகவும் வித்தியாசமானது./ 'பாசமலர்' திரைப்படம் வந்தபோது எங்கு பார்த்தாலும் அதைப் பற்றிய பேச்சாகத்தான் இருந்தது./ இது மாதம் இருமுறை வரும் பத்திரிகை. **16: (குறிப்பிடப்படும் துறையில் ஒருவர்) இடம்பெறுதல் அல்லது ஈடுபடுதல்;** enter. பணம் சம்பாதிக்க நினைப்பவர்கள் எழுத்துத்துறைக்கு வரக் கூடாது என்பதுதான் அவருடைய அறிவுரை./ விளையாட்டுத் துறையில் தற்போது திறமையுள்ள இளம் வயதினர் நிறைய பேர் வந்திருக்கிறார்கள்./ தொழிலைக் கற்றுக்கொள்ள வேண்டும் என்பதற்காகத்தான் இந்த வேலைக்கு வந்தேன்./ எண்பதுகளுக்குப் பிறகு எழுத வந்தவர்களுள் இவர் மிகவும் முக்கியமானவர். **17: (ஒன்று) உருவாதல்; தோன்றுதல்;** (flower, fruit, etc.,) get formed. கதிர் வரும் பருவத்தில் கருக்காய் அதிகம் விழுவதுண்டு. **18: (கனவு) தோன்றுதல்; (கனவில் ஒன்று அல்லது ஒருவர்) தோன்றுதல்;** appear; occur. காளிதேவி என் கனவில் வந்தாள்./ கொஞ்சம் நாட்களாக ஒரே கெட்ட கனவாக வருகிறது. இ. (வந்துசேர்தல் தொடர்பான வழக்கு) **19: (குறிப்பிடப்படும் ஒரு) நிலையை, இடத்தை, பதவியை அடைதல்;** emerge; become s.o.; reach a status specified. என் மகன் நன்றாகப் படித்து மாநிலத்திலேயே முதல் மாணவனாக வர வேண்டும் என்பதுதான் என் ஆசை./ நீ நன்றாகப் படித்துப் பெரிய பதவிக்கு வருவதை நான் பார்க்க வேண்டும்./ உலகக்கோப்பை போட்டியில் இரண்டாவதாக வந்த இலங்கை அணிக்கு அந்நாட்டில் பாராட்டு விழா நடத்தப்பட்டது./ நல்ல ஓவியனாக வந்திருக்க வேண்டியவன் அவன்./ நீ பிற்காலத்தில் என்னவாக வருவாய்? **20: (குறிப்பிடப்படும் தேதி, சமயம் போன்றவை) நெருங்குதல்;** near; arrive; approach. தீபாவளி வந்துவிட்டது./ பொங்கல் வர இன்னும் மூன்று மாதம் இருக்கிறது./ தேர்தல் வரட்டும், அவர்களைப் பார்த்துக்கொள்ளலாம்./ வருகிற முகூர்த்தத்திலேயே மகளின் திருமணத்தை வைத்துக்கொள்ளலாம். **21: (ஒரு பொருள்) பயன்பாட்டுக்குக் கிடைத்தல் அல்லது இருத்தல்;** be available; be lasting. இந்த மருந்து இப்போது வேறொரு பெயரில் வருகிறது./ ஒரு காலத்தில் பிரபலமாக இருந்த அந்தத் தைலம் இப்போதெல்லாம் ஏன் வருவதில்லை என்று கடைக்காரரிடம் கேட்டான்./ இந்தப் பணம் எத்தனை நாட்களுக்கு வரும்?/ சர்க்கரை இன்னும் இரண்டு நாட்களுக்கு வரும். **22: (ஒன்று விற்பனைக்கு) தயாராக இருத்தல்;** be available for transaction. அந்த பங்களா ஏலத்துக்கு வருகிறதாம்./ வீடு விலைக்கு வருகிறதாம். **23: (ஒன்றின் விளைவாக மற்றொன்று) கிடைத்தல்;** result; follow. இருபதையும் முப்பதையும் கூட்டினால் வரும் கூட்டுத்தொகை ஐம்பது./ உரம் அதிகமாகப் போட்டால் மட்டும் அதிக மகசூல் வந்துவிடாது./ தயிரைக் கடைந்தால் வெண்ணெய் வரும். **24: (வருமானம், விளைச்சல் போன்றவை) கிடைக்கப்பெறுதல்;** be obtained; be received. தென்னந்தோப்பிலிருந்து அவருக்கு நல்ல வருமானம் வருகிறது./ நிலத்திலிருந்து வரும் வருமானம் குறைவு./ எனக்குச் சம்பளம் வந்தவுடன் நகையை மீட்டுக்கொள்ளலாம். **25: (ஆட்சி, பதவி முதலியவற்றை) ஏற்றல்;** come to or capture (power). நாங்கள் ஆட்சிக்கு வந்தால் எல்லோருக்கும் உறுதியாக வேலை தருவோம்./ பதவிக்கு வந்ததும் கொடுத்த வாக்குறுதிகளை மறந்துவிடுகிறார்கள். **26: (ஒருவரால் அல்லது ஒரு நோக்கத்துக்காக) அழைக்கப்படுதல்;** (of a call or invitation) be received. மேலிடத்திலிருந்து அவனுக்கு ஒரு தொலைபேசி அழைப்பு வந்தது./ பிரதமர் பதவியை ஏற்கும்படி வந்த கோரிக்கையை அந்தத் தலைவர் நிராகரித்தார். ஈ. (பிற வழக்கு) **27: (குறிப்பிட்ட நிலை, உணர்வு, விளைவு முதலியவை) உண்டாதல்; ஏற்படுதல்;** be felt; occur; be brought about. அவனுக்கு அடக்க முடியாமல் சிரிப்பு வந்தது./ எனக்குத் தூக்கம் வருகிறது./ அவரைப் பார்க்கும்போதெல்லாம் எனக்கு அப்பாவின் ஞாபகம் வருகிறது./ ஒரு மனிதனுக்கு இப்படியா வெறி வரும்?/ இனிமேலாவது அவனுக்குப் புத்தி வரட்டும்./ இன்னும் அவளுக்கு என் மேல் நம்பிக்கை வரவில்லை./ பசி வந்தால் எனக்கு எதுவுமே புரியாது./ கருவுற்றிருக்கும் பெண்களுக்கு வாந்தி வருவது சகஜம்தான்./ கொடுக்கல்வாங்கலில் அவர்களுக்குள் சண்டை வந்துவிட்டது./ வேகமாக இருட்டிக்கொண்டு வந்தது. **28: (ஒன்றைச் செய்ய ஒருவருக்கு) இயலுதல்; முடிதல்;** be within one's ability. அவருக்கு ஆங்கிலம் பேச வரும். ஆனால் எழுத வராது./ அம்மாவின் கெட்டிக்காரத்தனம் எல்லோருக்கும் வந்துவிடாது./ அவரைப் பார்த்தவுடன் எனக்குப் பேச வரவில்லை./ அவருக்குத் தமிழ் வராது. **29: (ஒரு சட்டம், முறை, அமைப்பு போன்றவை) ஏற்படுத்தப்படுதல்; நடைமுறைப்படுத்தப்படுதல்;** (law, regulation, etc.,) come into force; be made. சுற்றுச்சூழலைப் பாதுகாக்கப் புதிய சட்டங்கள் வர உள்ளன./ இந்திய அரசியல் சாசனம் நடைமுறைக்கு வந்தவுடன் இந்தியாவில் பொதுத்தேர்தல் நடைபெற வேண்டிய அவசியம் ஏற்பட்டது./ சுற்றுச்சூழல் மாசுபடுவதைத் தடுப்பதற்கு பல்வேறு வாரியங்கள் வந்துவிட்டன. **30: (தீர்ப்பு, உத்தரவு, கட்டளை போன்றவை) பிறப்பிக்கப்படுதல்;**

1175 வாக்கு²

be received. தீர்ப்பு எங்களுக்குச் சாதகமாகவே வந்திருந்தது./ அவரை வேலையை விட்டு அனுப்புவதற்கு மேலிடத்திலிருந்து இன்னமும் உத்தரவு வரவில்லை. **31: (வழக்கு, மனு போன்றவை விசாரணைக்கு) குறிப்பிட்ட தினத்திற்குப் பட்டியலிடப்படுதல்;** (case, petition, etc.,) come up (for hearing). இந்த வழக்கு நாளை விசாரணைக்கு வருகிறது. **32: (ஒன்று ஒரு பிரிவில் அல்லது வகையில்) உட்படுதல்;** come (under). ஏன் இந்தச் செலவு எந்தக் கணக்கிலும் வரவில்லை?/ வருமான வரி அதிகாரிகள் அந்த நடிகரின் வீட்டைச் சோதனையிட்டுக் கணக்கில் வராத பணத்தைக் கைப்பற்றினார்கள்./ இந்தக் குற்றம் வருமான வரிச் சட்டத்தின் எந்தப் பிரிவுக்குள் வரும்? **33: (குறிப்பிடப்படும் செயல்பாட்டைச் செய்ய) முனைதல்;** come. பக்கத்து வீட்டுக்காரன் அடிக்கடி என்னோடு சண்டைக்கு வருகிறான்./ நான் கஷ்டப்பட்டபோது எனக்கு உதவ யாருமே வரவில்லை. **34: (ஒன்று ஒரு தொடர்ச்சியில்) அமைதல்;** descend from. வம்சாவழியில் வந்த அரசன் நாட்டை ஆண்டான்./ இது மரபுவழி வந்த ஒரு வழக்கமாகும். **35: (ஒன்றுக்கு அல்லது ஒருவருக்கு) குறிப்பிட்ட பெயர் அமைதல்;** come to get or acquire sth. 'கா, கா' என்று கத்துவதால் இந்தப் பறவைக்கு 'காக்காய்' என்ற பெயர் வந்திருக்கலாம்./ நடிகர் சிவாஜி கணேசனுக்கு 'சிவாஜி' என்று பெயர் எப்படி வந்தது என்பது பலருக்குத் தெரியாது. **36:** (பெரும்பாலும் இறந்தகாலத்தில் அல்லது எதிர்காலத்தில் குறிப்பிடும்போது மட்டும்) **ஒன்று நிகழ்தல்;** happen. நான் உன்னைத் திட்டினால், அவனுக்கு என்ன வந்தது?/ வருவதெல்லாம் வரட்டும், பார்த்துக் கொள்ளலாம்./அடுத்து என்ன வரும் என்ற எதிர்பார்ப்புடன் பக்கங்களைப் புரட்ட வைக்கிற நாவல் இது. **37: (விவாதம், விமர்சனம், பாடம் போன்றவற்றுக்காக ஒன்றை) எடுத்துக்கொள்ளுதல்;** take (sth.) up (for consideration, discussion, etc.,). இப்போது கதையைப் பற்றிய எதிர்மறையான விமர்சனத்துக்கு வருவோம்./ உங்கள் யோசனைக்குப் பிறகு வருவோம்./ இப்போது அவருடைய மொழிபெயர்ப்புக்கு வருவோம்./ நதிநீர்ப் பிரச்சினை என்று வரும்போது அவர் எதுவுமே பேசுவதில்லை.

வா² து.வி. (வர, வந்து) **1: ஒரு செயல் கடந்தகாலத்தில் அல்லது சற்று முன்பு தொடங்கப்பட்டுக் குறிப்பிட்ட கால எல்லைவரை தொடர்வதையும் அல்லது இனியும் தொடரும் என்பதையும் காட்டப் பயன்படுத்தப்படும் துணை வினை;** auxiliary used to indicate the period during which the action is or has been going on (can be translated by have + past participle, have + been + present progressive). பல நூற்றாண்டுகளாகவே நிலத்தை உழுவதற்கு மாடுகளைப் பயன்படுத்திவருகிறோம்./ நீங்கள் கொடுத்த புத்தகத்தைப் படித்துவருகிறேன்./ ஆங்கிலேயர் ஆட்சி நடைபெற்றுவந்த காலம்/ வானம் இருண்டுவருகிறது. **2: ஒரு செயலைச் செய்ய இருப்பதைக் குறிக்கும் 'செய' என்னும் வாய்பாட்டு வினையுடன் இணைக்கப்படும் துணை வினை;** auxiliary verb combining with the infinitive to express intention. நான் சொல்ல வந்த விஷயத்தையே மறந்து வேறு எதையோ பேசிக்கொண்டிருக்கிறேன்./ நான் எழுதவந்தது அது அல்ல./ பணத்தை என்னிடம் கொடுக்க வந்தான். **3: 'செய' என்னும் வாய்பாட்டு வினையெச்சத்தின் பின்வரும் 'வேண்டி' என்ற வடிவத்துடன் இணைந்து ஒரு நிலைமை விருப்பத்திற்கு மாறாக வருவதைக் குறிக்கும் துணை வினை;** an auxiliary used in the meaning 'have to'. மனதுக்குப் பிடிக்காவிட்டாலும் அவனுடன் சேர்ந்து வாழ வேண்டிவந்தது./ வேலைக்காக நீ பெரியவரைப் பார்க்க வேண்டிவரும்./ கூடுதலாகக் கொஞ்சம் பணம் கொடுக்க வேண்டிவரலாம்.

வாக்களி வி. (-அளிக்க, -அளித்து) **1: (தேர்தல் சின்னத்தில்) முத்திரையிட்டு வாக்கைப் பதிவுசெய்தல் அல்லது (தீர்மானம் போன்றவற்றிற்காக ஆதரவையோ எதிர்ப்பையோ தெரிவிக்கும் வகையில்) கைதூக்குதல், குரலெழுப்புதல் முதலிய முறைகளில் வாக்கைப் பதிவுசெய்தல்;** give one's vote (by using a ballot or by other means); vote. வாக்களித்ததன் அடையாளமாக வாக்காளரின் விரலில் எளிதில் அழியாத மையிடுவார்கள்./ இப்போது வாக்களிக்கும் வயது பதினெட்டு./ சங்கத் தேர்தலில் என்னை ஆதரித்துக் கோடாலி சின்னத்துக்கு வாக்களியுங்கள்!/ ஐக்கிய நாடுகள் சபையில் பல மூன்றாம் உலக நாடுகள் தீர்மானத்தை ஆதரித்து வாக்களித்தன. **2: (ஒன்றைச் செய்வதாக ஒருவருக்கு) உறுதியளித்தல்; வாக்குறுதி தருதல்;** promise; pledge (one's word). முதல் உலகப்போரின்போது இந்தியாவுக்குச் சுயாட்சி தருவதாக இங்கிலாந்து வாக்களித்தது./ இந்தக் காரியத்தைச் செய்து முடித்தால் நிறைய பணம் தருவதாக அவர் எனக்கு வாக்களித்தார்.

வாக்காளர் பெ. **(தேர்தலில்) வாக்களிக்கும் தகுதி உடையவர்;** voter. வாக்காளர் பட்டியல்.

வாக்கியம் பெ. **(ஒரு கருத்தைத் தெரிவித்தல், கட்டளையிடுதல், கேள்வி எழுப்புதல் போன்ற முறையில் பேச்சு அல்லது எழுத்து மூலம் வெளிப்படுத்தும்) எழுவாய், பயனிலை முதலிய இலக்கணக் கூறுகள் கொண்ட, தன்னளவில் முழுமையான, சொற்களின் தொடர்;** sentence.

வாக்கில் இ.சொ. **1: '(குறிப்பிடப்படும்) நிலையில்' என்ற பொருளில் பயன்படுத்தப்படும் இடைச்சொல்;** particle used to refer to the manner of doing sth.; '-wise'. நின்றவாக்கில் பேசிவிட்டுப்போய்விட்டான்./ வேட்டியை நீளவாக்கில் மடி. **2: '(துல்லியமாக இல்லாமல் குறிப்பிடப்படும்) நேரத்தை அல்லது காலத்தை ஒட்டி' என்ற பொருளில் பயன்படுத்தப்படும் இடைச்சொல்;** particle used in the sense of 'about', 'around'. அப்பா ஐந்து மணிவாக்கில் வீடு திரும்புவார்./ தேர்தல் மே மாத வாக்கில் நடைபெறும்.

வாக்கு¹ பெ. **1: (ஒன்றைச் செய்கிறேன், செய்ய மாட்டேன் என்பது போன்ற வகையில் அமையும்) உறுதி அளிக்கும் பேச்சு;** promise; assurance; pledge of one's word. எப்படியும் பணம் தருகிறேன் என்று வாக்குக் கொடுத்து விட்டு இப்போது விழிக்கிறார்./ அவர் வாக்குத் தவற மாட்டார். **2: (ஒருவரால்) சொல்லப்பட்டு மதிக்கப்படுவது;** utterance. தெய்வ வாக்கு/ பெரியோர் வாக்கு.

வாக்கு² பெ. **1: (வேட்பாளர்களைத் தேர்தலில் தேர்ந்தெடுக்கும் உரிமை;** frachise; right to vote. **2: வாக்காளர் தன் தேர்வை பதிவுசெய்த சீட்டு;** completed ballot paper. தேர்தல் முடிந்து இரண்டு நாட்களுக்குப் பிறகு

வாக்குக்கண் 1176

வாக்குகள் எண்ணப்படும். **3:** **மேற்குறிப்பிட்ட சீட்டில் குறிப்பிட்ட சின்னத்தில் முத்திரையிடுவதன் மூலம் ஒருவருக்கோ அல்லது ஒரு கட்சிக்கோ தெரிவிக்கும் ஆதரவு;** vote. *தொழிற்சங்கத் தேர்தலில் அதிக வாக்குகள் பெற்று முத்தையன் வெற்றி பெற்றார்./ உங்கள் வாக்கு எங்களுக்கே!/ வீடுவீடாகச் சென்று வாக்கு சேகரித்தனர்.*

வாக்குக்கண் பெ. *(இலங்.)* காண்க: **மாறுகண்.**

வாக்குச் சாவடி பெ. **தேர்தலின்போது வாக்காளர்கள் வாக்குப்பதிவு செய்வதற்கான இடம்;** polling booth.

வாக்குச் சீட்டு பெ. **(தேர்தலின்போது வாக்குச் சாவடியில் வாக்காளர் முத்திரையிட்டுப் போட வேண்டிய) வேட்பாளர் பெயர், சின்னம் ஆகியவை அச்சடிக்கப்பட்ட தாள்;** ballot paper.

வாக்குப்பதிவு பெ. **(தேர்தலின்போது) வாக்குகளைப் பதிவுசெய்தல்;** voting; polling. *பலத்த மழையால் வாக்குப் பதிவு தடைப்பட்டது.*

வாக்குமூலம் பெ. *(சட்டம்)* **(நீதிமன்ற அல்லது காவல் துறை) விசாரணையின்போது குறிப்பிட்ட சம்பவத்தைப் பற்றித் தனக்குத் தெரிந்ததை வாய்மொழியாக அல்லது எழுத்து மூலமாக முறைப்படி தரும் விவரம்;** formal statement (made during an enquiry or trial).

வாக்குரிமை பெ. **குறிப்பிட்ட சில தகுதி உடையவர்கள் வாக்களிக்கலாம் என்கிற அடிப்படை உரிமை;** right to vote; franchise.

வாக்குவங்கி பெ. **பொதுத் தேர்தலில் ஒரு கட்சி தொகுப்பாகப் பெறும் அல்லது உருவாக்கி வைத்திருக்கும் வாக்குகள்; தொகுப்பாக வாக்களிக்கும் மக்கள் பிரிவு;** vote bank/ people comprising such vote bank. *எல்லாக் கட்சிகளுமே மதவாதத்தை வாக்குவங்கி அரசியலுக்குப் பயன்படுத்திக்கொள்கின்றன./ இந்தத் தொகுதியிலிருக்கும் இனத்தவர் வாக்குவங்கியாகவும் இருப்பதால் எல்லா அரசியல் கட்சிகளும் அவர்களின் கோரிக்கைக்குச் செவிசாய்க்கின்றன.*

வாக்குவாதப்படு வி. *(-பட, -பட்டு) (இலங்.)* **(ஒருவரோடு) வாக்குவாதம் செய்தல்;** argue. *ஏன் அவனுடன் வாக்குவாதப்பட்டாய்?/ ஏழெட்டு ஊர்ச்சனங்கள் அவனைச் சுற்றி நின்று வாக்குவாதப்பட்டுக்கொண்டிருந்தார்கள்.*

வாக்குவாதம் பெ. **(ஒரு விஷயம்குறித்து) வெவ்வேறு நிலையில் இருப்பவர்கள் தாங்கள் சரி என்று கருதியதை வலியுறுத்திப் பேசும் காரசாரமான பேச்சு;** (heated) discussion; row. *பாதுகாப்புப் படையினருக்கும் ரயில் நிலைய அதிகாரிகளுக்கும் இடையே கடும் வாக்குவாதம் நடந்தது./ உன்னோடு வாக்குவாதம் செய்வதற்கு எனக்கு நேரம் இல்லை./ வாக்குவாதம் செய்வதை நிறுத்திவிட்டு வேலையைப்பாருங்கள்.*

வாக்குறுதி பெ. **ஒன்றைக் கண்டிப்பாகச் செய்வதாக அல்லது செய்யாமல் இருப்பதாகக் கூறி அளிக்கும் உறுதி;** promise. *உனக்குக் கொடுத்த வாக்குறுதியை நான் கண்டிப்பாக நிறைவேற்றுவேன்./ அரசியல் கட்சிகள் தேர்தல் சமயத்தில் வாக்குறுதிகளை அள்ளி வீசும்./ இனிமேல் மதுவைத் தொடுவதில்லை என்று அவருக்கு வாக்குறுதி தந்திருக்கிறேன்.*

வாக்கெடுப்பு பெ. **ஒரு அமைப்பைச் சேர்ந்த கூட்டத்தினரிடையே அல்லது பொதுமக்களிடையே குறிப்பிட்ட கருத்துக்கு எந்த அளவுக்கு ஆதரவு அல்லது எதிர்ப்பு உள்ளது என்பதை வெளிப்படுத்துவதற்கு மேற்கொள்ளும் நடவடிக்கை;** voting; referendum. *தலைவர்மீது கொண்டுவரப்பட்ட நம்பிக்கையில்லாத் தீர்மானம் குறித்த வாக்கெடுப்பில் பலர் நடுநிலை வகித்தனர்./ சில நாடுகள் பொதுப் பிரச்சினை குறித்து மக்கள் கருத்தறிய வாக்கெடுப்பு நடத்துகின்றன.*

வாகடம் பெ. **(பெரும்பாலும் விலங்குகளுக்கான சிகிச்சைபற்றிச் செய்யுள் வடிவில் எழுதப்பட்ட) மருத்துவ நூல்;** medical treatise (in verse, dealing esp. with diseases of cattle). *மாட்டு வாகடம்.*

வாகன ஓட்டி பெ. **(ஒரு) வாகனத்தைச் செலுத்துபவர்;** rider; driver (of a vehicle). *சாலையில் எண்ணெய் ஊற்றிக் கிடந்ததால் பல வாகன ஓட்டிகள் நிலைதடுமாறிக் கீழே விழுந்தனர்./ இரு சக்கர வாகன ஓட்டிகள் அனைவரும் தலைக் கவசம் அணிவது கட்டாயமாக்கப்பட்டுள்ளது.*

வாகனத் தணிக்கை பெ. *(பு.வ.)* **ஒரு வாகனத்தை ஓட்டுபவரிடம் (வாகன உரிமை, ஓட்டுநர் உரிமம், வாகனக் காப்பீடு, புகைக்கட்டுப்பாட்டுச் சோதனைச் சான்றிதழ் போன்ற) ஆதார ஆவணங்கள் இருக்கிறதா என்கிற முறையில் காவல்துறை சாலையில் திடீரென்று நடத்தும் சோதனை;** (surprise) vehicle check conducted by the police.

வாகனத் தொடரணி பெ. *(இலங்.)* **(பொதுவாக ராணுவம், காவல்துறை போன்றவற்றின்) அடுத்தடுத்துச் செல்லும் வாகனங்களின் வரிசை;** convoy. *இராணுவத்தின் வாகனத் தொடரணியை இலக்குவைத்து எதிரி வீரர்கள் தாக்கினர்./ ராணுவத்தின் வாகனத் தொடரணி சென்றால் வீதியில் வேறு எந்த வாகனமும் நகரக் கூடாது.*

வாகனம் பெ. **1:** **பிராணிகளால் இழுக்கப்பட்டு அல்லது இயந்திரத்தால் இயக்கப்பட்டு மனிதர்களை அல்லது பொருள்களை ஏற்றிக்கொண்டு செல்லும் சாதனம்; ஊர்தி;** vehicle; conveyance. *சாலையில் வாகனங்களின் இரைச்சல் காதைத் துளைத்தது./ அவருடைய வாகனம் மாட்டு வண்டிதான்.* **2:** **(புராணத்தில் கடவுள், தேவர் ஆகியோர்) ஏறி அமர்ந்து செல்வதற்கு உரிய ஊர்தி;** a mount (for god, celestials, etc.,). *மயில் முருகனின் வாகனம்./ சிவனின் வாகனம் காளை.* **3:** **(உற்சவத்தின்போது கடவுள் விக்கிரகத்தை அமரவைத்து ஊர்வலமாக எடுத்துவரப் பயன்படுத்தும்) கருடன், காளை, குதிரை போன்ற உருவங்கள்;** (celestial) mount (used in temple festivals). *கருட வாகனத்தில் பெருமாள் புறப்பாடு/ காளை வாகனத்தில் சிவன் பவனி./ மயில் வாகனம்/ ஆட்டுக்கிடா வாகனம்.*

வாகனாதிகள் பெ. *(இலங்.) (பெரும்பாலும் பன்மையில்)* **வாகன உரிமையாளர்கள்;** owners of vehicles. *வாகனாதிகள் தமது வாகன அனுமதிப் பத்திரங்களைப் பயணம் செய்யும்போது தம்முடன் எடுத்துச்செல்ல வேண்டும்.*

வாகு[1] பெ. **(உடல், முக) அமைப்பு; வடிவம்;** appearance; figure; build. *அவன் நல்ல உயரம்; அதற்கு ஏற்ற உடல்வாகு.*

வாகு[2] பெ. *(-ஆக, -ஆன)* **ஏற்றதாக அமைகிற தன்மை; வசதி; தோது;** being convenient. *தங்குவதற்கு வாகான இடம்.*

வாகை பெ. **ஒரு பாதி பச்சையாகவும் மற்றொரு பாதி வெண்மையாகவும் இருக்கும் பூக்களைப் பூக்கும், தட்டையான நீண்ட காய்களைத் தரும், உயரமான மரம்;** sirissa (tree). முற்காலத்தில் போரில் வெற்றி பெற்ற மன்னர்கள் வாகைப் பூ சூடுவார்கள் என்று சங்க இலக்கியத்தில் குறிப்புகள் வருகின்றன.

வாகை சூடு வி. (சூட, சூடி) (உ.வ.) **(வெற்றி பெற்று) உரிய உயர்நிலையை அடைதல்;** triumph; be crowned with success. எல்லாப் போட்டிகளிலும் நம் அணியே வென்று வாகை சூடியது./ வரும் தேர்தலில் வெற்றி வாகை சூடப்போவது யார்?

வாங்கா பெ. **(கோயில்களில் இசைக்கப்படும்) கொண்டை ஊசிபோல் வளைந்திருக்கும் ஒரு வகை ஊதுகொம்பு;** a kind of small bugle-like musical instrument (usually played in temples).

வாங்கிக்கட்டிக்கொள் வி. (-கொள்ள, -கொண்டு) (பே.வ.) **(அவசியமோ தேவையோ இல்லாமல்) அடி, திட்டு முதலியவற்றை அளவுக்கு அதிகமாகப் பெறுதல்;** receive (beating, scolding, etc.,); be in for (sth. unpleasant such as scolding, etc.,). பொய் சொல்லி என்னிடம் நன்றாக வாங்கிக்கட்டிக்கொண்டான்./ உனக்குச் சம்பந்தம் இல்லாத விஷயத்தில் தலையிட்டு ஏன் வாங்கிக்கட்டிக் கொள்கிறாய்?

வாங்கிக்கொடு வி. (-கொடுக்க, -கொடுத்து) **(ஒருவர் தன் நடத்தை, செயல்கள் மூலம் மற்றவருக்கு அல்லது தான் சார்ந்திருக்கும் குடும்பம், நிறுவனம் போன்றவற்றுக்கு நல்ல அல்லது கெட்ட பெயர்) பெற்றுத்தருதல்;** bring credit or bring a person, family or an institution into disrepute by one's deeds, behaviour, etc.,). உங்கள் கடுமையான உழைப்பால் பள்ளிக்கு நல்ல பெயர் வாங்கிக்கொடுங்கள்./ தன் ஊழலால் நிறுவனத்துக்கே கெட்ட பெயர் வாங்கிக் கொடுத்துவிட்டாரே!

வாங்கிக்கொள் வி. (-கொள்ள, -கொண்டு) **(ஒன்றைக் கேட்டு அல்லது படித்து) முழுமையாகப் புரிந்து கொள்ளுதல்;** comprehend; take in. அவர் சொன்ன எல்லா விஷயங்களையும் மனத்தில் நன்றாக வாங்கிக் கொண்டு செயல்பட்டான்./ ஒருமுறை படித்தாலே அதில் உள்ளதையெல்லாம் நன்றாக வாங்கிக்கொள்ள முடியுமா?

வாங்கு[1] வி. (வாங்க, வாங்கி) **அ.** (ஒன்று ஒருவரால் கொடுக்கப்பட்டு மற்றொருவரிடம் சேர்தல் தொடர்பான வழக்கு) **1: (பிறர் தருவதை) ஏற்றுக்கொள்ளுதல்/ (ஏற்றுக்கொள்வதன்மூலம்) தன்னிடம் இருக்கச் செய்தல்;** receive; take; get. அப்பா கொடுத்த பணத்தை வாங்கிக்கொண்டு கடைக்குப் போனான்./ குழந்தையை மனைவியிடமிருந்து வாங்கிக்கொண்டு நடந்தான்./ எதிர் வீட்டுப் பெண்ணிடம் பழைய பத்திரிகைகளை இரவலாக வாங்கி அவள் படிப்பாள்./ மூன்று மணிக்குப் பிறகு இந்த வங்கியில் பணம் வாங்க மாட்டார்கள்./ இன்னும் நாங்கள் பட்டா வாங்கவில்லை./ எனக்கு ஓட்டுநர் உரிமம் வாங்க வேண்டும்./ தீபாவளி மலருக்காக எழுத்தாளர்களிடமிருந்து கதைகளை வாங்குவதற்குள் பெரும்பாடாகிவிட்டது./ தான் படித்த கல்லூரியிலேயே அவன் வேலை வாங்கிவிட்டான்./ ஒரு வாய்ச் சோற்றை வாங்கிக்கொண்ட குழந்தை அடுத்த வாய்க்கு வாந்தியெடுத்தது. **2: (ஒன்றை அதற்கு உரிய விலை, பொருள் போன்றவற்றைக் கொடுத்து) தன்னுடையதாக ஆக்கிக்கொள்ளுதல்;** buy; purchase. நகைகளை விற்றுதான் இந்த வீட்டை வாங்கினோம்./ இந்தப் புதிய நிறுவனத்தின் பங்குகளை வாங்க விரும்புகிறேன்./ இங்கு பழைய பட்டுப் புடவைகள் வாங்கப்படும்./ தெலுங்குப் படம் ஒன்றின் உரிமையை வாங்கியிருக்கிறேன். **3: (செய்யும் வேலைக்குப் பதிலாக அல்லது ஈடுசெய்யும் வகையில் ஒன்றை) பெற்றுக்கொள்ளுதல்;** get; receive. நான் முப்பதாம் தேதியே சம்பளம் வாங்கிவிட்டேன்./ அந்த மருத்துவர் ஏழைகளிடம் பணம் வாங்கிக் கொள்வதில்லை./ லஞ்சம் வாங்குவது சட்டப்படி குற்றம்./ இப்படி அநியாய வட்டி வாங்குபவன் உருப்படவே மாட்டான் என்று அவள் திட்டினாள்./ வரதட்சணை வாங்கிக் கொள்ளாமல் திருமணம் செய்துகொள்ள நான் தயார்./ உங்கள் நண்பர் இந்த வீட்டை வேறு ஒருவருக்கு விற்க முன்பணம் வாங்கிவிட்டாராமே. **4: (முயற்சியின் விளைவாக ஒன்றை) பெறுதல்;** receive; get. என்னுடைய தங்கை தமிழில் நூற்றுக்கு எண்பது மதிப்பெண் வாங்கியிருந்தாள்./ பள்ளியில் நடக்கும் போட்டிகளில் நான் நிறைய பரிசு வாங்கி இருக்கிறேன்./ நடிப்புக்காக இவர் இதுவரை மூன்று தேசிய விருதுகளை வாங்கி இருக்கிறார்./ பத்மஸ்ரீ பட்டம் வாங்கியபோது உங்கள் மனநிலை எப்படி இருந்தது?/ முனைவர் பட்டம் வாங்கிய பிறகுதான் திருமணம் என்கிற முடிவில் அவள் இருக்கிறாள்./ இது கட்டுரைப் போட்டியில் நான் பரிசாக வாங்கிய நூல். **5: (தேவையான ஒன்றைக் கொடுக்கும் உரிமை அல்லது தகுதி உள்ளவரிடமிருந்து) பெறுதல்;** get. விண்ணப்பத்தில் சம்பந்தப்பட்ட மேலதிகாரியின் கையெழுத்தை அலுவலக முத்திரையுடன் வாங்க வேண்டும்./ தொழில் தொடங்குவதற்கு வங்கியில் கடன் வாங்கிக்கொள்ளலாம்./ போகும்முன் பெரியவரிடம் உத்தரவு வாங்கிக்கொள்./ வேலையில் சேருவதற்கு முன் அம்மாவின் ஆசீர்வாதத்தை வாங்கிக்கொண்டேன்./ தொழில் தொடங்குவற்கு அப்பாவிடம் சம்மதம் வாங்கிவிட்டாயா?/ தன்னைத் தவிர வேறு யாரையும் திருமணம் செய்துகொள்ளக் கூடாது என்று அவனிடம் அவள் சத்தியம் வாங்கிக்கொண்டாள். **6: (குறிப்பிட்ட நாளில் ஒன்றைச் செய்வதற்குச் சம்பந்தப்பட்டவரிடம் தேதி, நேரம் ஆகியவற்றைக் கேட்டு) நிச்சயித்துக்கொள்ளுதல்;** get (the date, time, etc.,) fixed. எனது அடுத்த படத்திற்காக முன்னணி நடிகர் ஒருவரிடம் தேதிகளை வாங்கியிருக்கிறேன்./ 'அடுத்த வாரம் அமைச்சரைப் பார்க்க நேரம் வாங்க முடியுமா?' என்று அவன் என்னிடம் கேட்டான். **7: (தண்டனையாக அல்லது பகை காரணமாக ஒருவருடைய கால், கை அல்லது தலையை) வெட்டுதல்;** cut off (parts of the body as punishment). 'அந்தப் பயலின் கையை வாங்காமல் விட மாட்டேன்' என்று ஆவேசமாகப் பேசினான்./ அவனை எதிர்த்துப் பேசினால் தலையை வாங்கிவிடுவானா? **8: (ஒன்றை) பாடுபட்டுப் பெறுதல்;** get. பெரியவர் நாட்டுக்குச் சுதந்திரம் வாங்கப் பாடுபட்டவர்./ அவன் பணம் கொடுத்து வேலை வாங்கினான். **ஆ.** (ஒன்றுக்கு உள்ளாக்குதல் தொடர்பான வழக்கு) **9: (ஒருவரிடமிருந்து அடி, உதை, திட்டு போன்றவற்றை) பெறுதல்;** receive (beating, scolding, etc.,). தாமதமாக வகுப்புக்குப் போனால் ஆசிரியரிடம்

திட்டு வாங்க வேண்டியிருக்கும்./ அந்தப் பையன் அடி வாங்காத நாளே கிடையாது./ கலவரத்தைக் கலைக்கக் காவல் துறை நடத்திய தடியடியில் பெண்களும் அடி வாங்கினர். **10: (செய்யும் காரியத்தின் விளைவாக மற்றவர்களுடைய) மதிப்பீட்டைப் பெறுதல்;** get. மாணவர்களாகிய நீங்கள் நல்ல பெயரை வாங்க வேண்டும்./ அவனோடு சேர்ந்து கெட்ட பெயர் வாங்கியதுதான் மிச்சம்./ வேலை ஏதும் இல்லாமல் திரிந்துகொண்டிருந்ததால் வீட்டில் உதவாக்கரை என்ற பட்டம் வாங்க நேரிட்டது. **11: : (சன்னியாசம் என்ற நிலையை) ஏற்றல்;** assume (a life of renunciation). நான் சின்னப் பையனாக இருக்கும்போதே பெரியப்பா சன்னியாசம் வாங்கிக்கொண்டு வடக்கே போய் விட்டார். **12: உறிஞ்சுதல்; உள்இழுத்தல்; உள்வாங்குதல்;** absorb. புதுத் துணி ஈரத்தை வாங்காது./ ஆற்று மணலில் எவ்வளவு தண்ணீர் ஊற்றினாலும் அது வாங்கிக்கொள்ளும். **13: (ஒருவர் சொல்வதை மனத்தில்) பதியவைத்துக்கொள்ளுதல்;** keep (sth. in mind). நான் சொல்லப் போவதை மனத்தில் வாங்கிக்கொள்ளுங்கள்! **14: குறிப்பிட்ட ஒன்றை தேவைப்படச் செய்தல்; செலவழியச் செய்தல்;** require; take. வாழைப்பூ துவட்டல் அதிக வேலை வாங்கும்./ இந்த கட்டைச் சுவர் இரண்டு மூட்டை சிமெண்டு வாங்கும். **15:** காண்க: **உள்வாங்கு.**

வாங்கு² பெ. *(வ.வ.)* **துறட்டி;** pole fixed with a hook or hook-like thing (to pluck fruit, etc.,); crook.

வாங்கு³ பெ. *(இஸ்.)* **தொழுகைக்கான அழைப்பு;** call for prayer (from the mosque).

வாங்கு⁴ பெ. *(இலங்.)* **நீளமான இருக்கை; பெஞ்சு;** bench. மருத்துவமனை வாங்கில் பலர் உட்கார்ந்திருந்தனர்.

வாசகசாலை பெ. **1: படிப்பகம்;** reading room. எங்கள் ஊர் வாசகசாலையில் எல்லா நாளிதழ்களும் படிக்கக் கிடைக்கும். **2:** *(அ.வ.)* **நூலகம்;** library.

வாசகம் பெ. **எழுதப்பட்ட வாக்கியம் அல்லது கூற்று;** message; (usually small) text. தந்தி வாசகத்தை உரக்கப் படித்தான்./ பனியனில் 'பசுமையான இந்தியா' என்ற வாசகம் எழுதியிருந்தது.

வாசகன் பெ. **(பத்திரிகை, புத்தகம் முதலியவற்றை) படிப்பவன்;** reader (of a newspaper, novel, etc.,). வாசகர் கடிதங்களுக்கு நான் உடனுக்குடன் பதில் எழுதிவிடுவேன்.

வாசகி பெ. **(பத்திரிகை, புத்தகம் முதலியவற்றை) படிக்கும் பெண்;** (female) reader (of a newspaper, novel, etc.,). 'கதாநாயகி தற்கொலை செய்துகொள்வதுபோல் ஏன் கதையை முடித்தீர்கள்?' என்று ஒரு வாசகி கேள்வி கேட்டிருந்தார்.

வாசம்¹ பெ. **வாசனை; மணம்;** smell; odour. எங்கிருந்தோ தாழம்பூ வாசம் வருகிறது./ வேப்பெண்ணெய் வாசம்.

வாசம்² பெ. *(அ.வ.)* **(குறிப்பிடப்படும் இடத்தில்) இருத்தல்; வசித்தல்; தங்குதல்;** residing; living. கிராமத்தில்தான் என் வாசம்/ பட்டண வாசம் எனக்கு ஒத்துவரவில்லை./ வன வாசம்/ சிறை வாசம் முடிந்து ஒரு வாரத்துக்கு முன்தான் அவன் வெளியில் வந்தான்.

வாசமாலை பெ. *(ஊரக வ.)* **சாமி ஊர்வலத்தில் வீதியின் குறுக்கே இருவர் இழுத்துப் பிடித்தபடி நகரும் தோரணம்;** a mobile festoon held by two persons across the street during procession of temple deities.

வாசல் பெ. **1: (வீடு, கட்டடம் போன்றவற்றில் அல்லது ஒரு அறையில்) நுழையும் வழி;** doorway; gateway; threshold. வாசலை மறைத்துக்கொண்டு நின்றால் வீட்டின் உள்ளே எப்படிப் போவது?/ வாசல் நிலையில் உட்கார்ந்து என் தங்கை பத்திரிகை படித்துக்கொண்டிருந்தாள்./ கோயிலின் கிழக்குக் கோபுர வாசலைத் திறந்தார்கள்./ வாசல் கதவு திறந்துகிடந்தது./ பின்வாசல் வழியே வீட்டின் உள்ளே வந்தான்./ உள் வாசலின் மேலே மாட்டியிருந்த தாத்தாவின் புகைப்படம் கீழே விழுந்து உடைந்துவிட்டது. **2: (வீடு, கட்டடம் போன்றவற்றில்) நுழையும் வழிக்கு முன் உள்ள பகுதி;** the place in front of the entrance. கோயில் வாசலில் நிறைய கடைகள் இருந்தன./ எங்கள் வீட்டு வாசலின் வலது பக்கம் பெரிய வேப்ப மரம் ஒன்று இருக்கும்./ வாசலில் பந்தல் போட்டிருக்கும். அதுதான் நீங்கள் கேட்ட வீடு. **3: (வீடு கட்டும்போது பொருத்தப்படும் கதவின்) நிலை; நிலைப்படி;** door-frame. புது வீட்டுக்கு வாசல் வைத்தாயிற்றா?

வாசல் தெளி வி. *(தெளிக்க, தெளித்து)* **(காலையிலும் மாலையிலும்) நீர் தெளித்து வாசலைச் சுத்தம்செய்தல்;** sprinkle water on the place in front of the entrance (in the early morning and evening). கிராமங்களில் காலை ஐந்து மணிக்கே வாசல் தெளித்துக் கோலம் போட்டுவிடுவார்கள்.

வாசல் படி பெ. **வாசலில் அமைந்திருக்கும் படி;** step at the entrance; doorstep. வாசல் படிக்கும் கோலம் போடு.

வாசல் படியை மிதி வி. *(மிதிக்க, மிதித்து) (பெரும்பாலும் எதிர்மறை வாக்கியங்களில்)* **(உறவை அல்லது நட்பை மதித்து ஒருவருடைய) வீட்டுக்குச் செல்லுதல்;** (usually in the negative) set foot in. என்னைத் தூக்கியெறிந்து பேசியவன் வீட்டு வாசல் படியை மிதிக்க மாட்டேன்./ உனக்குக் கொஞ்சமாவது ரோஷம் இருந்தால் அவன் வீட்டு வாசல் படியை மிதிக்காதே./ எனக்கு மதிப்புக் கொடுக்காதவர்கள் என் வாசல் படியை மிதிக்கத் தேவையில்லை.

வாசனை பெ. **1: மணம்;** fragrance; smell. வாசனை மிகுந்த மலர்கள்/ அடுக்களையிலிருந்து ஏதோ கருகும் வாசனை வந்தது./ தாள் மக்கிப்போன வாசனை/ எங்கோ தூரத்தில் மழை பெய்வதால் மண்ணின் வாசனை காற்றில் மிதந்து வந்தது./ இந்த இலையில் கற்பூர வாசனை வருகிறது./ வாசனையை உணரும் புலன் மூக்கு./ ரசத்தில் கொத்தமல்லி வாசனை தூக்கலாக இருந்தது./ வெங்காயம் வதக்கும் வாசனை. [*(தொ.சொ.)* **சுகந்தம்/ நறுமணம்/ நாற்றம்/ நெடி/ மணம்/ வீச்சம்**] **2: (படிப்பு, கல்வி முதலியவை ஒருவரிடம் இருப்பதற்கான) அடையாளம்;** touch or trace (of learning, education, etc.,); association. படிப்பு வாசனை இல்லாவிட்டாலும் அனுபவத்தால் எல்லாம் தெரிந்தவர்.

வாசனைத் திரவியம் பெ. **நறுமணப் பொருள்;** articles of perfume.

வாசனைப் பொருள் பெ. **1: உணவுக்கு மணம் தரும் ஏலக்காய், கிராம்பு போன்ற பொருள்களைக் குறிக்கும் பொதுப்பெயர்;** spices. **2:** காண்க: **வாசனைத் திரவியம்.**

வாசஸ்தலம் பெ. 1: *(அ.வ.)* **வசிக்கும் இடம்;** residence; dwelling place. அந்தக் குப்பைமேடு பன்றிகளின் வாசஸ் தலமாகிவிட்டது. 2: **கோடைக் காலத்திலும் குளிர்ச்சி யான தட்பவெப்பநிலை கொண்டதாக அமைந்திருக் கும் (பெரும்பாலும் மலைப் பகுதியில் உள்ள) இடம்;** summer resort (mostly a hill station). ஊட்டி ஒரு சிறந்த கோடை வாசஸ்தலமாகும்./ மலை வாசஸ்தலம்.

வாசி[1] வி. (வாசிக்க, வாசித்து) 1: **(புத்தகம் முதலியவற்றை) படித்தல்;** read (a book, etc.,). கடிதத்தைத் திரும்பத்திரும்ப வாசித்தார்./ பாடத்தை நன்றாகச் சத்தம்போட்டு வாசி./ இந்தக் கதையை எத்தனை தடவை வாசித்தாலும் அலுக் காது./ வழக்கு விசாரணை முடிந்து தீர்ப்பு வாசிக்கப்பட் டது./ காலையில் குளித்துவிட்டு அப்பா திருவாசகம் வாசிப் பார்./ மனத்தில் பதியும் வண்ணம் பாடத்தை வாசிக்க வேண்டும். 2: **(தொலைக்காட்சி, வானொலி ஆகியவற் றில் செய்திகளைப் பிறருக்குத் தெரிவிக்கும் வகையில் சத்தமான குரலில்) படித்தல்;** read (news in TV or radio channel). செய்தி வாசிப்பவரின் உச்சரிப்பு மோசமாக இருந்தது./ 'செய்திகள் வாசிப்பது சுந்தரம்' என்று கம்பீர மான குரலில் அவர் செய்திகளை ஆரம்பித்தார். 3: *(அ.வ.)* **கல்வி கற்றல்;** study (in a school, etc.,). நாங்கள் பள்ளிக்கூடத்தில் ஒன்றாக வாசித்திருக்கிறோம்./ கல்லூரி யில் வாசிக்கிற பெண்கள்.

வாசி[2] வி. (வாசிக்க, வாசித்து) **(இசைக் கருவியை) முறைப் படி இசைத்தல்;** play (a musical instrument). இவள் நன் றாக வீணை வாசிப்பாள்./ மிருதங்கம் வாசிக்கும் இளைஞன் யார்?/ எனக்குப் புல்லாங்குழல், மிருதங்கம் இரண்டும் வாசிக்கத் தெரியும். [*(தொ.சொ.)* **இசை/ மீட்டு**]

வாசி[3] பெ. *(இலங்.)* **அருமையான வாய்ப்பு; அதிர்ஷ் டம்;** good fortune; luck. நல்ல இடத்தில் கலியாணம் வந்திருக்கிறது. உங்களுக்கு வாசிதான்./ ஆஸ்பத்திரி பக்கத் திலேயே வந்துவிட்டால் நமக்கு வாசிதான்.

வாசி[4] பெ. (பெயர்ச்சொற்களோடு இணைந்து வரும் போது) **(முன்குறிப்பிடப்படும் இடத்தில்) வசிப்பவர் அல்லது இருப்பவர்;** (often in combination) used in the sense of one who resides in the place specified. நகரவாசி/ குடிசைவாசி/ கல்கத்தாவாசி.

வாசி[5] பெ. **('கால்', 'அரை', 'முக்கால்' என்ற சொற்க ளோடு இணைந்து) 'பகுதி' என்ற பொருளில் வரும் ஒரு சொல்;** (in combination with words for quarter, half, etc.,) portion or part (specified). கட்டுரையில் முக்கால் வாசி எழுதி முடித்துவிட்டேன்./ நீ சொல்வதில் கால்வாசி தான் புரிகிறது./ நாவல் கால்வாசியில் நிற்கிறது.

வாசிகசாலை பெ. *(இலங்.)* **நூலகம்;** library.

வாசிப்பு[1] பெ. 1: **(நூல் முதலியவற்றை) கற்பதற்காக வாசித்தல்;** reading (a book, etc., as a process of learning). வாசிப்பில் கவனம் செலுத்தாமல் வேடிக்கை பார்க்கிறாயா? 2: **(தொலைக்காட்சி, வானொலி போன்றவற்றில் செய்திகளை) உரக்கப் படித்தல்;** reading out (as in a broadcast). அவருடைய செய்தி வாசிப்புப் பலருக்குப் பிடிக் கும். 3: **குறிப்பிட்ட பார்வையில் ஒரு பிரதியை அணு கும் முறை;** one's reading (of a text). எனது வாசிப்பில் இது ஒரு கற்பனாவாதப் படைப்பாகத்தான் தோன்றுகிறது.

வாசிப்பு[2] பெ. **இசைக் கருவிகளை வாசிக்கும் செயல்;** playing (musical instrument). இன்று கச்சேரியில் அவரு டைய மிருதங்க வாசிப்பு மிகவும் பிரமாதம்.

வாஞ்சை பெ. **பரிவு கலந்த அன்பு;** fondness. குழந்தை யின் தலையை வாஞ்சையோடு கோதிவிட்டாள்./ சகோ தர வாஞ்சையுடன் பார்த்தான்.

வாட்டசாட்டம் பெ. (-ஆக, -ஆன) (ஆண்களைக் குறித்து வரும்போது) **நல்ல உயரமும் உயரத்துக்கு ஏற்ற பருமனும் கொண்ட தோற்றம்;** handsome (figure); being tall and well built. மாப்பிள்ளை பார்ப்பதற்கு வாட்டசாட்டமாகத்தான் இருக்கிறார்./ காவலரின் வாட்ட சாட்டமான உடம்பு திருடனை நடுங்க வைத்தது.

வாட்டம்[1] பெ. 1: **(முகம்) பொலிவு இழந்த தோற்றம்;** look of weariness. காலையிலிருந்து உன் முகம் ஏன் வாட்ட மாக இருக்கிறது? 2: **வருத்தம்;** grief; sorrow. வேலை யில்லாப் பட்டதாரிகளின் வாட்டத்தைப் போக்க அரசு தகுந்த நடவடிக்கை எடுக்க வேண்டும்.

வாட்டம்[2] பெ. (-ஆக, -ஆன) 1: *(பே.வ.)* **(ஒரு காரி யத்தை எளிதாகச் செய்வதற்கு ஏற்ற வகையில் அமை யும்) சரியான அல்லது வசதியான நிலை; வாகு; தோது;** right position. சமையல் செய்வதற்கு வாட்டமாக அடுப்பு மேடை இருக்க வேண்டும்./ ஏணியை வாட்டமாக வைத்துக்கொண்டு பிறகு ஏறு./ இருந்த நிலையிலேயே எட்டி எடுப்பதற்கு வாட்டமாகப் புத்தகங்களை அடுக்கி வைத்திருந்தான். 2: **இருக்கும் நிலை; நிலை;** position. இந்த வாட்டத்தில் படுத்தால் கழுத்து சுளுக்கிக்கொள் ளும்./ இந்தச் சட்டத்தைக் கிடை வாட்டத்தில் போடவா?

வாட்டம்[3] பெ. **மழைநீர் போன்றவை ஓடும்படியான ஒரு தளத்தின் சாய்வு நிலை;** slope; incline. வாட்டம் சரியில்லாததால் தளத்தில் மழைநீர் தேங்குகிறது./ கூரை குத்து வாட்டமாக இருப்பதால் மழை பெய்யும்போது தண்ணீர் உடனுக்குடன் தரைக்கு வந்துவிடும்.

வாட்டி பெ. *(பே.வ.)* **தடவை; முறை;** time(s). நான் எத்தனை வாட்டி உனக்குச் சொல்லியிருக்கிறேன்./ இந்த வாட்டி உன்னை மன்னித்துவிடுகிறேன்.

வாட்டில் இ.சொ. **'(குறிப்பிடப்படும்) நிலையில்' என்ற பொருளில் பயன்படுத்தப்படும் இடைச்சொல்; 'வாக் கில்';** particle used to refer to position or manner; '-wise'. மரத்தைக் குறுக்கு வாட்டில் அறுத்துக்கொண்டிருந்தார்கள்.

வாட்டு வி. (வாட்ட, வாட்டி) 1: **(இறைச்சி, மீன், சோளக் கதிர் போன்றவற்றை உண்ணும் பக்குவத்திற்குக் கொண்டுவருவதற்காக நேரடியாக) எல்லாப் பக்கமும் படும் வகையில் தீயில் காட்டி சுடவைத்தல்;** roast (meat, etc.,); grill. சோளக்கதிரை வாட்டி உதிர்த்துத் தின் றார்கள்./ மசாலா தடவிய கோழிக்கறியைத் தீயில் வாட் டிக்கொண்டிருந்தான். [*(தொ.சொ.)* **உருக்கு/ கருக்கு/ சுடு**] 2: **(கவலை, வறுமை போன்றவை) வருத்துதல்;** torment. வறுமை வாட்டியபோதும் திடமாக இருந்தார்./ தனிமைதான் என்னை வாட்டுகிறது./ காலையில் கண் விழித்தபோது பசி அவனை வாட்டியது./ மூட்டு வலி என் பது முதுமையில் வாட்டும் நோய்.

வாடகை பெ. **வேறு ஒருவருக்குச் சொந்தமான வீடு, பொருள் முதலியவற்றைப் பயன்படுத்திக்கொள்ள**

வாடகைத் தாய் 1180

குறிப்பிட்ட காலத்துக்கு இவ்வளவு என்ற அளவில் பணம் தருவதாகச் செய்துகொள்ளும் ஏற்பாடு/மேற் குறிப்பிட்ட முறையில் கொடுக்கும் பணம்; rent. மாதச் சம்பளத்தில் மூவாயிரம் ரூபாய் வீட்டு வாடகைக்குப் போய்விடுகிறது./ ஒரு மணி நேரத்திற்கு மிதிவண்டி வாடகை ஐந்து ரூபாய்./ வாடகைக் கார் பிடித்து வந்தான். [(தொ.சொ.) ஒத்தி/ குத்தகை/ வாரம்]

வாடகைத் தாய் பெ. **கருத்தரிக்க இயலாத பெண்ணுக் குப் பதிலாக (செயற்கை முறையில் உருவாக்கப்பட்ட கருவைச் சுமந்து) குழந்தை பெற்றுத் தரும் பெண்;** surrogate mother.

வாடல் பெ. (பொதுவாகக் காய்கறியைக் குறித்து வரும் போது) **(நாள்பட்டதால் அல்லது வெப்பத்தால்) வாடிக் காணப்படும் நிலை;** (of vegetables) shrunken state. இந்த வாடல் கத்தரிக்காயை வாங்கவா இவ்வளவு தூரம் சந்தைக்கு வந்தோம்?

வாடல் நோய் பெ. **இலைகளை வாடச் செய்து பயி ருக்குப் பெருமளவில் பாதிப்பை ஏற்படுத்தும் பூஞ்சண வகை நோய்;** wilt.

வாடன் சம்பா பெ. (வட்டார வ.) **மணல் கலந்த களிமண் நிலங்களுக்கு ஏற்ற, வறட்சியைத் தாங்கும் சக்தி கொண்ட, பூச்சிகளை எதிர்க்கும் ஆற்றல் கொண்ட, மோட்டா ரக அரிசியைத் தரும், பாரம்பரிய நெல் வகைகளில் ஒன்று;** a traditional variety of rice which is drought-resistant and pest-resistant, yielding coarse grains suitable for sandy clay soil.

வாடாமல்லி(கை) பெ. **வாடாத, வாசனை இல்லாத கரும் சிவப்பு நிறப் பூ;** bachelor's buttons.

வாடி பெ. 1: (வ.வ.) **விறகு, மரம் முதலியவை விற்கும் இடம்; மரவாடி;** yard or shed where firewood and timber are stocked and sold. 2: (இலங்.) **(மீனவர்களோ விவ சாயிகளோ) தங்கியிருக்கவும் பொருள்களை வைக்க வும் கட்டும் குடிசை;** hut (for fishermen or farmers) to keep their belongings. வயலில் அறுவடை முடியும்வரை வாடி யிலேதான் தங்கியிருந்தார்கள்./ கடற்கரையில் உலர்த் திய மீனை வாடியில் சேர்த்துவைப்பார்கள்.

வாடிக்கை பெ. 1: (-ஆக, -ஆன) **வழக்கமாகச் செய்து வருவது;** sth. customary; habit; வாடிக்கையான கடையில் வாங்காமல் வேறு கடையில் ஏன் வாங்கினாய்?/ வாடிக்கை யாக அந்த விடுதியில்தான் சாப்பிடுவார்./ பொய்ச் செய்தி களை வெளியிடுவதே இந்தப் பத்திரிகையின் வாடிக்கை./ எங்கள் பக்கம் இப்படிச் சடங்கு செய்வதுதான் வாடிக்கை/ ஓய்வுபெற்றுச் செல்லும் ஆசிரியருக்கு விருந்து அளிப்பது எங்கள் பள்ளியின் வாடிக்கை./ இது எங்கள் வீட்டில் நடக் கும் அன்றாட வாடிக்கை. 2: **(கடை போன்றவற்றில் வைத்துக்கொள்ளும்) கணக்கு;** account. புது வீட்டுக்குக் குடிவந்ததும் எதிர்க் கடையில் பால் வாடிக்கை வைத்துக் கொண்டார். 3: (பே.வ.) **வாடிக்கையாளர்;** customer. காலையிலிருந்து எந்த வாடிக்கையும் வரவில்லை.

வாடிக்கையாளர் பெ. **(ஒன்றை) வழக்கமாக வாங்கு பவர் அல்லது (ஒன்றின்) சேவையைத் தொடர்ந்து பயன்படுத்துபவர்;** customer. வாடிக்கையாளர்களைக் கவனிக்காமல் பேசிக்கொண்டிருந்தால் கடை எப்படி நன் றாக நடக்கும்?/ வங்கி ஊழியர்கள் செய்த வேலைநிறுத் தத்தால் வாடிக்கையாளர்கள் மிகவும் பாதிக்கப்பட்டனர்./ வாடிக்கையாளர்களைக் கவர்வதற்காகத் தனியார் ஆயுள் காப்பீட்டு நிறுவனங்கள் பல புதிய திட்டங்களை அறிமுகப் படுத்தியுள்ளன.

வாடிவாசல் பெ. (வ.வ.) **(ஜல்லிக்கட்டில்) மாடுகள் அடைத்து வைக்கப்பட்டிருக்கும் இடத்துக்கும் மைதா னத்துக்கும் இடையில் உள்ள குறுகிய வழியில் ஏற் படுத்தப்பட்டிருக்கும் சிறு வாசல்;** small exit in the narrow passageway between the ground and the place where the bulls are kept (in the sport of ஜல்லிக்கட்டு). வாடி வாசல் திறந்தவுடன் காளைகள் சீறிப் பாய்ந்தன.

வாடி வீடு பெ. (இலங்.) **(பயணிகள் தங்கிச் செல்வதற் கும் உள்ளூர்வாசிகள் உல்லாசமாகப் பொழுதுபோக்கு வதற்கும் பயன்படும்) ஓய்வு விடுதி;** rest house (for travellers or for recreation). இலங்கையில் வாடி வீடு அரசாங்கத்தினால் நிர்வகிக்கப்படுகிறது.

வாடு வி. (வாட, வாடி) 1: **(மரம், செடி, கொடி முதலி யவை அதிக வெப்பம், நீரின்மை, நோய் முதலிய வற்றால்) பசுமை இழக்கும்படியாகக் காய்ந்து சுருங்கு தல்;** (of plants, flowers) fade; wither; wilt. பூவும் பிஞ்சுமாக இருந்த கத்திரிச் செடி நீரின்றி வாடிக் கருகியது./ ஈரத் துணியில் மூடிவைத்தால் காய்கறிகள் வாடாமல் இருக் கும்./ முதல் நாள் பறித்த பூ மறுநாள் வாடிவிடும்./ மழை இல்லாததால் பயிர்கள் வாடின./ தண்ணீர் விட ஆள் இல் லாமல் பூச்செடிகள் வாடிவிட்டன. 2: **(முகம்) களையும் பொலிவும் இழத்தல்;** (of face) lose lustre; shrivel. செய்தி யைக் கேட்டதும் அவள் முகம் வாடியது./ அவன் முகம் வாடியிருந்ததைக்கொண்டு அலுவலகத்தில் ஏதோ நடந் திருக்கிறது என்று ஊகித்தேன். 3: **(ஒருவர் பசி, நோய், தனிமை முதலியவற்றால்) வருந்துதல்; துன்பப்படு தல்;** suffer; grieve. குழந்தை பசியால் வாடுகிறது./ தந் தையை இழந்து வாடும் குடும்பத்திற்கு என்ன ஆறுதல் சொல்வது?/ நண்பர்களைப் பிரிந்து தனிமையில் வாடி னான்./ இளமையில் மிகவும் வறுமையில் வாடியவர்./ நன் றாகப் படித்திருந்தும் உரிய பயிற்சி இல்லாததால் வேலை யின்றி வாடும் இளைஞர்கள். 4: (வ.வ.) **(வீக்கம்) வடி தல்; குறைதல்;** subside. இந்த மூலிகையை வைத்துக் கட்டினால் இரண்டு நாளில் கால் வீக்கம் வாடிவிடும்.

வாடை[1] பெ. 1: **(வடக்கிலிருந்து வீசும்) குளிர்காற்று;** chill wind; chill. வெளியே வாடை தாங்காமல் உள்ளே வந்து படுத்துக்கொண்டான்./ ஆளை நடுங்கவைக்கும் வாடை/ வாடைக் காற்று வீசுவதால் எங்கோ மழை பெய்கிறது என்று நினைக்கிறேன். 2: **(பெரும்பாலும்) மனத்துக்குப் பிடிக்காத, அருவருப்பூட்டும் வாசனை;** (mostly) unpleasant or bad smell. விளக்குத் திரி தீய்ந்த வாடை அடிக் கிறது./ மூடிக்கிடந்த அறைக்குள்ளிருந்து பிணவாடை அடித்ததால் காவலர்களை வரவழைத்தனர்./ பக்கத்தில் உட்கார்ந்திருந்தவரிடமிருந்து சாராய வாடை. 3: **குறிப் பிட்ட தன்மையை வெளிக்காட்டும் அடையாளம்;** smell; scent as an index of sth. அரசியல் வாடை கலந்த கதை/ மனித வாடையற்ற தீவு./ அவர் தமிழராக இருந்தாலும் பெரும்பாலும் வெளிநாடுகளில் வேலைபார்த்ததால் அவர் பேச்சில் ஆங்கில வாடை வீசும்.

வாடை² பெ. (ஊரக வ.) (தெருவின்) இரண்டு பக்கங்களில் ஒன்று; any of the two rows of houses in a street. இதே வாடையில் தெருமுனையிலிருந்து அவர் வீடு நாலாவது வீடு./ அது ஒற்றை வாடைத் தெரு, எல்லா வீடுகளுமே தெற்கு பார்த்தவைதான்./ எதிர் வாடையில்தான் என் வீடு இருக்கிறது.

வாடைக் காலம் பெ. வாடைக் காற்று வீசும் மார்கழி, தை மாதங்களை உள்ளடக்கிய காலம்; the period when chill wind blows (in the months of December and January).

வாண்டு பெ. (பே.வ.) குறும்பு அதிகம் செய்கிற குழந்தை; சுட்டி; mischievous child; little rogue. விடுமுறை விட்டால் இந்த வாண்டுகளைச் சமாளிக்க முடியாது.

வாணம் பெ. வானில் சென்று வெடித்துப் பல நிறங்களில் தீப்பொறிகளைப் பூப்பூவாகச் சொரியும் பட்டாசு வகை; fireworks that burst in the midair with colourful sparks.

வாணலி பெ. இருப்புச்சட்டி; a kind of deep frying pan.

வாணவேடிக்கை பெ. வாணங்களை வெடித்து நிகழ்த்தும் கண்கவர் காட்சி; display of fireworks. சுவாமி ஊர் வலம் வாணவேடிக்கையோடு கோலாகலமாக நடந்தது.

வாணிகம் பெ. (உ.வ.) காண்க: வணிகம்.

வாணிகன் பெ. (உ.வ.) காண்க: வணிகர்.

வாணிபம் பெ. (உ.வ.) காண்க: வணிகம்.

வாணியன் பெ. எண்ணெய் வித்துகளைச் செக்கில் ஆட்டி எண்ணெய் எடுக்கும் தொழிலைச் செய்பவர்; one whose occupation is extracting oil using the oil press.

வாத்சல்யம் பெ. (அ.வ.) (பொதுவாகக் குழந்தைகளிடம் காட்டும்) மிகுந்த அன்பு; வாஞ்சை; great affection (usually shown towards a child).

வாத்தியம் பெ. இசைக் கருவி; musical instrument. தொலைக்காட்சியில் வாத்திய இசையுடன் புத்தாண்டு தின நிகழ்ச்சிகள் துவங்கின./ வீணை ஒரு தந்தி வாத்தியம்.

வாத்தியார் பெ. 1: (அ.வ.) கல்வி கற்பிக்கும் ஆசிரியர்; குறிப்பிட்ட கலையைப் பயிற்றுவிப்பவர்; குரு; teacher; instructor; guru. கணக்கு வாத்தியார்/ பாட்டு வாத்தியார்/ எனக்குச் சிலம்பம் சொல்லிக்கொடுத்த வாத்தியார் இவர்தான்./ [(தொ.சொ.) ஆசான்/ ஆசிரியர்/ குரு/ சத்குரு] 2: (ச.வ.) புரோகிதர்; (brahmin) priest who officiates at ceremonies. வாத்தியார் வந்ததும் காரியத்தை ஆரம்பித்துவிடலாம்.

வாத்து பெ. தட்டையான அலகையும் சவ்வினால் இணைக்கப்பட்ட விரல்களையும் உடைய குட்டையான கால்களையும் கொண்ட பறவை இனத்தைக் குறிக்கும் பொதுப்பெயர்; common term for duck, teal and goose.

வாத உரை பெ. (சட்டம்) நீதிமன்றத்தில் விசாரணை முடிந்த பிறகு இருதரப்பு வழக்கறிஞர்களும் தங்கள் கட்சிக்காரர் சார்பாக முன்வைக்கும் வாதம்; argument at the conclusion of trial in a court of law.

வாதநாராயணம் பெ. (மருத்துவக் குணம்கொண்ட) மிகச் சிறிய இலைகளை உடைய ஒரு வகை மரம்; a kind of gulmohar.

வாதம்¹ பெ. 1: ஒரு கருத்தைச் சார்ந்து, தகுந்த ஆதாரங்களையும் கூற்றுகளையும் குறிப்பிட்ட முறையில் கோர்வையாக முன்வைத்துக் கூறப்படுவது; (logical) argument; contention/dispute. கிடைக்கும் நீரை எல்லோரும் பகிர்ந்துகொள்ள வேண்டும் என்ற வாதம் நியாயம் தானே./ இரு தரப்பு வாதங்களையும் கேட்ட பிறகுதான் தீர்ப்புக் கூறுவேன். [(தொ.சொ.) குதர்க்கம்/ சர்ச்சை/ விதண்டா வாதம்/ விவாதம்] 2: நிலைப்பாடு; stand. பிற்போக்கு வாதம்/ பழமை வாதம்/ பகுத்தறிவு வாதம். 3: (அ.வ.) விவாதம்; discussion. அவருடைய கட்டுரை பத்திரிகையில் வந்ததை அடுத்துச் சுவையான வாதங்கள் எழுந்தன.

வாதம்² பெ. இந்திய மருத்துவ முறைகளில் சுவாசம், இரத்த ஓட்டம் ஆகியவற்றைச் செயல்பட வைக்கும், உடலில் இயங்கும் மூன்று சக்திகளில் ஒன்று; (in Indian native system of medicine) nerve force.

வாதனை பெ. (பே.வ.) துன்பம்; தொல்லை; trouble. ஏற்கனவே எனக்கு இருக்கிற வாதனை போதாதா?

வாதாட்டம் பெ. (இலங்.) வாதம்; விவாதம்; altercation; wrangle. 'வாதாட்டம் கைகலப்பில் முடியக் கூடாது' என்று அப்பா மகன்மாருக்குக் கூறினார்./ மேடையில் அணிகளுக்கு இடையில் காரசாரமான வாதாட்டம் நடைபெற்றது.

வாதாடு வி. (வாதாட, வாதாடி) 1: (ஒரு நிலைப்பாட்டை நிறுவுவதற்காக) காரணங்களை எடுத்துச் சொல்லுதல்; தர்க்கம்செய்தல்; argue; contend. இந்த வீட்டை விற்கக் கூடாது என்று அப்பாவிடம் எவ்வளவோ வாதாடினேன்./ நீ செய்வதெல்லாம் நியாயம் என்று வாதாடாதே. 2: (சட்டம்) (நீதிமன்றத்தில் ஒருவர் சார்பில்) சட்ட ரீதியாக வழக்குரைத்தல்; argue a case (in a court of law). என் தரப்பில் வாதாட வழக்கறிஞரை அமர்த்திவிட்டேன்.

வாதாம் மரம் பெ. சிறிய பருப்பை உடைய கரும் சிவப்பு நிறப் பழத்தைத் தரும், அகன்ற இலைகளைக் கொண்ட மரம்; country almond.

வாதி¹ வி. (வாதிக்க, வாதித்து) வாதாடுதல்; தர்க்கம் செய்தல்; argue; debate. எல்லோரும் கூடி வாதித்தும் பயன் இல்லை./ கடவுளை அடைவதற்கு மதம் ஒரு தடையாக இருக்க முடியாது என்று வாதித்தார்./ எவ்வளவோ வாதித்துப் பார்த்தும் கார் வாங்க அப்பா ஒப்புக்கொள்ள வில்லை./ எந்தத் தொழில் செய்தாலும் அரசிடம் உரிமம் பெற வேண்டும் என்று சட்டம் வாதிக்கிறது.

வாதி² வி. (வாதிக்க, வாதித்து) (அ.வ.) துன்புறுத்துதல்; வருத்துதல்; vex; trouble. செய்த பாவம் அவனை வாதிக்காமல் போகுமா?

வாதி³ பெ. (சட்டம்) (உரிமையியல் நீதிமன்றத்தில்) தனது உரிமையை உறுதிசெய்யக் கோரி வழக்குத் தொடுப்பவர்; plaintiff (in a suit). வாதியும் பிரதிவாதியும் ஒத்துப்போவதாக வாக்குறுதி அளித்ததால் அதைப் பதிவு செய்து வழக்கு முடித்துவைக்கப்பட்டது.

-வாதி⁴ இ.சொ. 'குறிப்பிட்ட கண்ணோட்டம், சிந்தனை முறை, தன்மை போன்றவற்றைக் கொண்டவர்' என்ற பொருளில் ஒரு பெயர்ச்சொல்லோடு இணைந்து மற்றொரு பெயர்ச்சொல்லை உருவாக்கும் இடைச்சொல்;

வாதிடு 1182

particle used generally in the sense of 'one following a particular school of thought, set of ideals', 'one devoted to a particular field of activity', etc., தேசியவாதி/ காந்தியவாதி/ இலக்கியவாதி.

வாதிடு வி. (வாதிட, வாதிட்டு) (சட்டம்) காண்க: **வாதாடு.**

வாது[1] பெ. (வ.வ.) **மரக்கிளை;** branch (of a tree). வாதை மர வாது இரண்டு வெட்டிக்கொண்டு வா.

வாது[2] பெ. (அ.வ.) **விவாதம்;** polemic; dispute. சங்கரர் பலரையும் வாதில் வென்றதாகக் கூறப்படுகிறது.

வாதுமை பெ. **அகன்ற இலைகளைக் கொண்டதும், பாதாம்பருப்பைத் தருவதுமான (குளிர்ப் பிரதேசங்களில் காணப்படும்) உயரமான மரம்;** almond (the tree).

வாதை பெ. (அ.வ.) **துன்பம்;** affliction. உடல் வாதையை விட மனவேதனைதான் அதிகம்.

வாந்தி பெ. **வாய் வழியாக வேகத்துடன் வெளிவரும் ஜீரணிக்கப்படாத உணவுப் பொருள் அல்லது இரத்தம், சளி போன்றவை;** throwing up; vomit. குழந்தைக்குக் காலையிலிருந்து ஒரே வாந்தி/ இரத்த வாந்தி/ தூங்கி எழுந்ததிலிருந்து பித்த வாந்தியாக வந்துகொண்டிருந்தது.

வாந்திபேதி பெ. **(பெரும்பாலும் நீரின் மூலமாகப் பரவுவதும் எளிதில் கட்டுப்படுத்த முடியாத அளவுக்கு) கடுமையான வயிற்றுப் போக்கையும் வாந்தியையும் ஏற்படுத்துவதுமான நோய்;** cholera.

வாந்தியெடு வி. (-எடுக்க, -எடுத்து) **(ஜீரணமாகாத உணவுப் பொருள் முதலியவை) வயிற்றிலிருந்து வாய் வழியாக வெளியேறுதல்;** throw up; vomit. பால் குடித்த சிறிது நேரத்தில் குழந்தை வாந்தியெடுத்துவிட்டது./ இரத்த இரத்தமாக வாந்தியெடுத்தான்.

வாப்பா பெ. (இஸ்.) **(தமிழ் பேசும் இஸ்லாமியர் வழக்கில்) அப்பா;** father (in the dialect of Tamil Muslims).

வாபஸ் ஆகு வி. (ஆக, ஆகி) (அ.வ.) **(படைகள்) திரும்ப வந்துசேர்தல்; வாபஸ் பெறப்படுதல்;** (of army) be withdrawn or recalled. விரைவில் வெளிநாட்டில் இருக்கும் படை வாபஸ் ஆகிவிடும் என்று ராணுவத் தளபதி தெரிவித்தார்.

வாபஸ் செய் வி. (செய்ய, செய்து) **(ஒரு பொருளை வாங்கிய இடத்திலேயே) திருப்பிக் கொடுத்தல்;** give back; return. சட்டை சரியாக இல்லாவிட்டால் வாபஸ் செய்துவிடுங்கள்.

வாபஸ் பெறு வி. (பெற, பெற்று) **1: (போட்டி முதலியவற்றிலிருந்து) விலகுதல்;** withdraw. கடைசி நேரத்தில் அந்த வீரர் இருநூறு மீட்டர் பந்தயத்திலிருந்து வாபஸ் பெற்றுக்கொண்டார்./ வேட்பு மனுக்களை வாபஸ் பெற நாளைதான் கடைசி நாள்./ தான் கொடுத்த மனுவை வாபஸ் பெற்றுக்கொள்வதாக அவர் அறிவித்தார். **2: (முறைப்படி அறிவித்த ஒன்றை அல்லது வழக்கு போன்றவற்றை) திரும்பப்பெறுதல்;** withdraw (an application, notice, etc.,). தொழிலாளர்கள் வேலைநிறுத்தத்தை வாபஸ் பெற்றாலொழிய பேச்சுவார்த்தை சாத்தியம் இல்லை என்கிறார்கள்./ போராட்டக் காலத்தில் தங்கள் மீது விதிக்கப்பட்ட வழக்குகளை வாபஸ் பெற வேண்டும் என்று போக்குவரத்துத் தொழிலாளர்கள் கோரிக்கை வைத்தனர். **3: (பொருளையோ பணத்தையோ) திரும்பப் பெற்றுக்கொள்ளுதல்;** take back. அந்தக் கடையில் எந்த ஒரு பொருளையும் வாபஸ் பெற மாட்டார்கள்./ தைலம் வலியைப் போக்காவிட்டால் உங்கள் பணத்தை நீங்கள் வாபஸ் பெற்றுக்கொள்ளலாம். **4: (அனுப்பிய படைகளை) திரும்ப வருமாறு செய்தல்;** withdraw; recall (the army). ஆக்கிரமித்த இடங்களிலிருந்து படைகளை அந்த நாடு வாபஸ் பெற வேண்டும்.

வாபஸ் வாங்கு வி. (வாங்க, வாங்கி) காண்க: **வாபஸ் பெறு.**

வாய்[1] வி. (வாய்க்க, வாய்த்து) **(குறிப்பிட்ட ஒன்று அல்லது ஒருவர்) கிடைத்தல்; வந்துசேர்தல்; அமைதல்;** chance to have; get; get sth. as of one's good fortune. இப்படி ஒரு நல்ல நண்பன் வாய்த்தது நான் செய்த அதிர்ஷ்டம் என்று நினைக்கிறேன்./ தனக்கு ஒரு தங்கமான மருமகள் வாய்த்ததை எண்ணி மகிழ்ந்தாள்./ அவரைப் பார்ப்பதற்கு இதுவரை சந்தர்ப்பம் வாய்க்கவில்லை./ எனக்கு வாய்த்தது இந்த வாழ்க்கைதான்!

வாய்[2] வி. (வாய்ந்த, வாய்ந்தது போன்ற வடிவங்கள் மட்டும்) **(தன்னிடம்) உடையதாக இருத்தல்;** possess; have. அனுபவம் வாய்ந்த மருத்துவர்/ திறமை வாய்ந்த நடிகர்/ இந்த மருந்து மிகுந்த சக்தி வாய்ந்தது.

வாய்[3] பெ. **1: (மனிதன் அல்லது விலங்கு, பறவை, பூச்சி போன்றவை) உண்பதற்கும், (மனிதன்) பேசுவதற்குமான உறுப்பு;** mouth. (பார்க்க, படம்: உடல்) **2: (அதிகம் அல்லது துடுக்குத்தனம் என்று நினைக்கும்படியான) பேச்சு;** sauciness. ஆனாலும் உனக்கு இந்த வாய் ஆகாது./ சின்ன வயசிலேயே என்ன வாய் உனக்கு! **3:** (உட்கொள்ளுதல் குறித்து வரும்போது) **ஒரு தடவையில் வாய் கொள்ளும் உணவின் அளவு;** (with reference to the quantity consumed) mouthful. சாதத்தைப் பிசைந்து இரண்டு வாய்தான் சாப்பிட்டிருப்பேன், அதற்குள் யாரோ கதவைத் தட்டினார்கள். **4: (குடுவை, ஜாடி, பாத்திரம் அல்லது பை, கோணி முதலியவற்றின்) உள்ளே இடுவதற்கான திறந்த பகுதி; திறப்பு;** mouth or opening (of a vessel). பானையின் வாயை மறக்காமல் தட்டை வைத்து மூடு./ நெல்லைக் கொட்டி கோணியின் வாயை இழுத்துத் தைத்தான். **5:** (வாய் தவிர்த்த பிற உடல் உறுப்புகளைக் குறித்து வரும்போது) **(உறுப்பின்) தொடக்கமாக அல்லது முடிவாக அமையும் பகுதி;** orifice. அழற்சியின் காரணமாகக் கருப்பையின் வாயில் பாதிப்பு ஏற்படும் வாய்ப்பு உண்டு./ குடல் வாயின் தொடக்கத்தில் கட்டி. **6: (எரிமலையில்) குழம்பு வெளிப்படும் மேல்பகுதி;** vent. அந்த எரிமலை வாயின் சுற்றளவு சுமார் 400 மீட்டர். **7: (மண்வெட்டி, அரிவாள் போன்றவற்றின்) வெட்டும் பரப்பு;** the cutting edge (of implements like a sickle, spade, etc.,). சுக்கானாக இருக்கும் களிமண்ணை வெட்டினால் மண்வெட்டியின் வாய் வளைந்துவிடும்.

வாய்க்கணக்கு பெ. **எழுதிப்பார்க்காமலோ எழுதி வைக்காமலோ வாயால் போடும் அல்லது சொல்லும் கணக்கு;** the method of doing sums orally. வயல் வரவு செலவெல்லாம் அவருக்கு வாய்க்கணக்குதான்.

அ ஆ இ ஈ உ ஊ எ ஏ ஐ ஒ ஓ ஔ ஃ

வாய்க்கரிசி பெ. **(இறுதிச் சடங்கில்) சிதை மூட்டுவதற்கு அல்லது புதைப்பதற்கு முன் பிணத்தின் வாயில் உற வினர்கள் போடும் அரிசி;** rice put in the mouth of the deceased (by relatives as a funeral rite).

வாய்க்கரிசி போடு வி. (போட, போட்டு) **(கட்டாயத்தின் பேரில் பணம், பொருள் போன்றவற்றை ஒரு வருக்கு) லஞ்சமாகக் கொடுத்தல்;** (be forced to) gratify s.o. (by a tip or bribe). அந்த அதிகாரிக்கு வாய்க்கரிசி போட்டால் காரியம் நடந்துவிடும் என்கிறார்கள்./ 'வீட்டுக்கு மின் இணைப்பு வாங்குவதற்கு எத்தனை பேருக்குத்தான் வாய்க்கரிசி போடுவேன்!' என்று அலுத்துக்கொண்டான்.

வாய்க்கால் பெ. **(வயல், தோட்டம், குளம், ஆறு, ஏரி முதலியவற்றுக்கு அல்லது அவற்றிலிருந்து நீர் செல்லக் கூடிய) அகலம் குறைந்த நீர்வழி; சிறிய கால்வாய்;** channel (for irrigation). [(தொ.சொ.) **ஆறு/ ஓடை/ கால்வாய்/ வடிகால்**]

வாய்க்குவந்தபடி வி.அ. (பே.வ.) **(பேச்சில்) வரைமுறை இல்லாமல் மனம்போனபடி; கண்டபடி;** without restraint. கோபம் வந்துவிட்டால் அவர் வாய்க்குவந்தபடி திட்டுவார்./ வாய்க்குவந்தபடி பேசாமல், நான் சொல்வதைப் பொறுமையாகக் கேள்.

வாய்க்குவாய் வி.அ. (பே.வ.) **(ஒரு விஷயத்தைப் பற்றிப் பேசும்போது) பலமுறை; அடிக்கடி;** (mentioning) frequently. அவள் தன் பிள்ளையின் திறமையை வாய்க்கு வாய் சொல்லி மகிழ்வாள்./ அவள் வாய்க்குவாய் 'அண்ணா' என்று என்னைக் கூப்பிடுவதே அழகாக இருக்கும்.

வாய்க்குள் வி.அ. (பேசுதல், அழுதல் முதலியவற்றைக் குறிக்கும்போது) **பிறருக்குத் தெரியாமல்;** (of words spoken) mumbling; (of tears) gulping back. தன் சோகத்தைப் பிறருக்குக் காட்டாமல், வாய்க்குள்ளேயே அழுதாள்./ நீ இப்படி வாய்க்குள் பேசினால், எனக்கு எப்படிக் கேட்கும்?

வாய்க்கூடு பெ. காண்க: **வாய்ப்பூட்டு.**

வாய்க்கொழுப்பு பெ. (பே.வ.) **(பிறரை மதிக்காமல்) திமிராகப் பேசும் போக்கு;** insolence. உன்னுடைய வாய்க் கொழுப்புத்தான் உன்னை முன்னேறவிடாமல் தடுக்கிறது.

வாய்கச வி. (-கசக்க, -கசந்து) **(உடல்நலக் குறைவின் காரணமாக) நாக்கில் கசப்புச் சுவையை மிகுதியாக உணர்தல்;** feel a bitter taste in the mouth (due to one's illness). காய்ச்சலால் பயங்கரமாக வாய்கசக்கிறது.

வாய்கிழிய வி.அ. (பேசு என்ற வினையோடு வரும்போது) **அதிக நேரம் பயனற்ற முறையில்;** loudly. பெண்ணுரிமைபற்றி மணிக் கணக்கில் வாய்கிழியப் பேசினாலும் யாரும் மனம் மாறுவதாகக் காணோம்.

வாய்கூசாமல் வி.அ. (பே.வ.) (ஒருவர் பேசுவதைக் குறித்து வரும்போது) **மனசாட்சியே இல்லாமல்; உண்மைக்குப் புறம்பாக;** unashamedly; without compunction வாய்கூசாமல் பொய் சொல்கிறான்./ வாய்கூசாமல் மாறிப் பேசுவது உனக்கே நன்றாக இருக்கிறதா?

வாய்கொடு வி. (-கொடுக்க, -கொடுத்து) காண்க: **வாயைக்கொடு.**

வாய் கொழு வி. (கொழுக்க, கொழுத்து) **(பேச்சில்) கர்வமும் திமிரும் வெளிப்படுதல்/கர்வத்தோடும் திமிரோடும் பேசுதல்;** become intemperate (in speech). உனக்கு வாய் கொழுத்துவிட்டது. இல்லாவிட்டால் பெரியவர்களை எடுத்தெறிந்து பேசுவாயா?/ இப்படி வாய் கொழுத்துப் பேசிக்கொண்டிருந்தால் என்றாவது ஒரு நாள் யாரிடமாவது உதைபடப்போகிறாய்.

வாய்கொள்ளாமல் வி.அ. (பேசுவதைக் குறிக்கும்போது) **மிக அதிக அளவில்;** copiously. தன் பேரனின் பெருமையை வாய்கொள்ளாமல் சொல்லிக்கொண்டிருந்தார்.

வாய்ச்சண்டை பெ. (பே.வ.) **(ஒருவரையொருவர்) திட்டிக்கொண்டும் கத்தியும் உரத்த குரலில் போடும் சண்டை; தகராறு;** quarrel; altercation. சாதாரணமாக ஆரம்பித்த வாய்ச்சண்டை கைகலப்பில் முடிந்தது.

வாய்ச்சவடால் பெ. காண்க: **சவடால்.**

வாய்ச்சுத்தம் பெ. **பேச்சில் நேர்மை; வாக்கில் நாணயம்;** honest in what one says; truthfulness. அவர் வாய்ச்சுத்தம் உள்ளவர். சொன்ன தேதியில் பணம் கொடுத்துவிடுவார்./ அவரிடம் வாய்ச்சுத்தமும் கிடையாது, கைச்சுத்தமும் கிடையாது./ மனுஷனுக்கு வாய்ச்சுத்தம் இருக்க வேண்டும். அப்படி இல்லையென்றால் உன்னை நம்பி எப்படி இனி பணம் கொடுப்பது?

வாய்த்தர்க்கம் பெ. (இலங்.) **வாக்குவாதம்;** altercation; noisy argument.

வாய்த்துடுக்கு பெ. **துடுக்காகப் பேசும் இயல்பு;** saucy or impertinent talk. இந்தச் சின்னப் பெண்ணுக்கு என்ன வாய்த்துடுக்கு!

வாய்தா பெ. **1:** (சட்டம்) **மற்றொரு தேதிக்கு வழக்கு விசாரணையைத் தள்ளிவைத்தல்;** adjournment of hearing (of a suit, etc.,). 'வாய்தா கேட்கவா, வேண்டாமா?' என்று கட்சிக்காரரிடம் வக்கீல் கேட்டார். **2:** (பே.வ.) **கெடு;** postponement. கேட்கும்போது வாய்தா சொல்லாமல் கடனைத் திருப்பித் தர வேண்டும். **3:** (பே.வ.) **தவணை;** instalment. வாய்தாவைக் கட்டும்படி நினைவுபடுத்திக் கடிதம் வந்தது. **4: (முற்காலத்தில்) நிலவரி;** land tax; kist.

வாய்திற வி. (-திறக்க, -திறந்து) **1:** (எரிச்சலான அல்லது கேலியான தொனியில் கூறும்போது) **பேசுதல்;** be willing to talk; speak out. மனுஷன் பெண்டாட்டிக்கு எதிரில் வாய்திறந்து நான் பார்த்ததில்லை./ நாங்கள் எல்லோரும் உற்சாகமாகப் பேசிக்கொண்டிருந்தோம். அவன் மட்டும் கடைசிவரை வாய்திறக்கவே இல்லை. **2: (ஒன்றைப் பற்றி ஒருவர்) கருத்துத் தெரிவித்தல்;** express oneself. இந்தப் பிரச்சினையில் நான் வாய்திறக்க விரும்பவில்லை./ நதிநீர்ப் பங்கீடு பற்றி இதுவரை மௌனமாக இருந்தவர் இப்போதுதான் வாய்திறந்திருக்கிறார்.

வாய்நனை பெ. (-நனைக்க, -நனைத்து) (இலங்.) **கைநனைத்தல்;** accept a meal (as a token of affirming good relations). அவர் யார் வீட்டிலும் வாய்நனைக்க மாட்டார்.

வாய்நிறைய வி.அ. **மனங்குளிர;** whole heartedly. திருமணத் தம்பதிகளை வாய்நிறைய வாழ்த்தினார்./ எங்கள் அனைவரையும் வாய்நிறைய வரவேற்றார்.

வாய்நீள் வி. (-நீள, -நீண்டு) **(ஒருவர் பேசும்போது) கட்டுப்பாடு இல்லாமல் வார்த்தைகள் வரம்பு கடத்தல்;**

வாய்நீளம் 1184

go beyond limits (in speaking). என்ன, 'அவன், இவன்' என்று ஒரேயடியாக வாய்நீள்கிறது?

வாய்நீளம் பெ. **கட்டுப்பாடு, மரியாதை போன்றவை இல்லாமல் பேசும் இயல்பு;** intemperate language. அவருக்கு வாய்நீளம். பட்டென்று பேசிவிடுவார்.

வாய்ப்பட்ட பெ.அ. (உ.வ.) **(குறிப்பிட்ட ஒன்றின் தாக்கம், பாதிப்பு போன்றவற்றுக்கு) ஆளான அல்லது உள்ளான;** being subject to. காதல் வாய்ப்பட்டவனின் புலம்பல்களாக இக்கவிதையைக் கவிஞர் அமைத்துள்ளார்./ வறுமை வாய்ப்பட்டவர்களுக்கு மீட்சியளிப்பதுதான் எங்களின் நோக்கம் என்றார் அவர்.

வாய்ப்பந்தல் பெ. **(செயல்படுத்துவதற்கான சாத்தியம் உள்ளதா என்பதைப் பற்றிக் கவலைப்படாமல் பேசும்) ஆரவாரப் பேச்சு; வெற்றுப் பேச்சு;** empty rhetoric; big talk. 'வேலை இல்லாத் திண்டாட்டத்தை ஒழிப்போம்' என்று அரசியல்வாதிகள் பேசுவது வெறும் வாய்ப்பந்தல்தான்./ வெறும் வாய்ப்பந்தல் போடாமல், பணத்திற்கு என்ன வழி என்று யோசி.

வாய்ப்பன் பெ. (இலங்.) **கோதுமை மாவில் வாழைப் பழமும் சர்க்கரையும் கலந்து எண்ணெயில் பொரித்துத் தயாரிக்கும் இனிப்புப் பண்டம்;** sweet dish made by frying in oil banana and sugar mixed with wheat flour.

வாய்ப்பாட்டு பெ. **வாயால் பாடும் இசை;** vocal music. அவருக்கு வாய்ப்பாட்டுடன் வீணையும் வாசிக்கத் தெரியும்.

வாய்ப்பாடு பெ. காண்க: **வாய்பாடு.**

வாய்ப்பு பெ. 1: **ஒன்றைச் செய்யவோ பெறவோ ஒருவருக்கு அமையும் அல்லது அளிக்கப்படும் உகந்த நிலை; சந்தர்ப்பம்;** opportunity; opening. இந்தச் சிறப்பான நூலைப் படிப்பதற்கு வாய்ப்புக் கிடைத்ததில் எனக்கு மிகவும் மகிழ்ச்சி./ வேலைவாய்ப்பு விளம்பரங்கள்/ நீங்கள் மேற்படிப்பைத் தொடர இது ஒரு நல்ல வாய்ப்பாக அமையும்./ எதிர்பாராமல் வெளிநாடு செல்லும் வாய்ப்பைப் பெற்றார்./ திரைப்படத் துறையில் உங்களுக்கு எப்படி வாய்ப்பு கிடைத்தது?/ இந்த அரிய வாய்ப்பு கிடைத்ததற்காகச் சந்தோஷப்படுகிறேன்./ கல்வியறிவைப் பெறுவதில் எல்லோருக்கும் சமவாய்ப்பு அளிக்கப்பட வேண்டும். [(தொ.சொ.) **சமயம்/ சந்தர்ப்பம்/ தருணம்/ நேரம்**] 2: **சாத்தியம்;** possibility; chance; scope. கடலுக்கு அடியில் கச்சா எண்ணெய் கிடைக்க வாய்ப்பு உள்ளது./ போரில் ஈடுபட்டிருக்கும் நாடுகளுக்கு இடையே உடனடியாகச் சமாதானம் ஏற்பட வாய்ப்பு இருக்கிறதா?/ காவல் நிறைந்த இந்த வளாகத்தில் வெளியார் வந்து திருட வாய்ப்பு இல்லை./ வயதான காலத்தில் நீரிழிவு நோயாளிகளுக்குப் பார்வை பாதிக்கப்படும் வாய்ப்பு உண்டு./ உரிய பயிற்சி இல்லாததால் சிறந்த ஆட்டக்காரர்கள் உருவாகும் வாய்ப்பு அடிபட்டுப்போகிறது. 3: (பொதுவாகப் புயல், மழை, சூறாவளி போன்றவற்றைக் குறித்து வருகையில்) **நிகழ்வதற்கான சாத்தியம் கூடுதலாக இருப்பது;** likelihood.

வாய்ப்பூட்டு பெ. 1: **கன்றுக்குட்டி, மாடு போன்றவை கண்டதையும் தின்றுவிடாமல் இருப்பதற்காக அவற்றின் வாய்ப் பகுதியில் கட்டப்படும் கூடு போன்ற அமைப்பு;** muzzle. பிணையல் மாடுகளுக்கு வாய்ப்பூட்டு போடுவது உண்டு. 2: **கருத்துகளைச் சுதந்திரமாகத் தெரிவிக்க விடாமல் அல்லது கருத்தைச் சொல்ல விடாமல் செய்யும் தடை; கட்டுப்பாடு;** gagging; muzzling. பத்திரிகைகளுக்கு வாய்ப்பூட்டுப் போடும் வகையில் அரசு செயல்படக் கூடாது./ பத்திரிகை, தொலைக்காட்சிகளுக்குப் பேட்டியளிக்கக் கூடாது என்று அணி வீரர்களுக்கு வாய்ப்பூட்டுப் போட்டிருக்கிறார்கள்.

வாய்பாடு பெ. 1: **பெருக்கல், வகுத்தல் முதலியவற்றிற்குப் பயன்படுத்தும் கணக்கிடப்பட்ட அட்டவணை;** arithmetical table. உனக்கு எட்டாம் வாய்பாடு தெரியுமா?/ கூட்டல் வாய்பாடு/ பெருக்கல் வாய்பாடு/ வாய்பாடு ஒப்பிப்பதுபோல் தான் செய்த செலவுகளைச் சொல்லிக்கொண்டே போனான். 2: **மாற்றம் இல்லாமல் மரபாகக் கூறிவருவது;** frequently mouthed formula. வறுமையை ஒழிப்போம் என்பது பல அரசியல் கட்சிகளின் தேர்தல் வாய்பாடாகவே இருந்துவருகிறது. 3: (இலக்.) **பலவற்றிற்கு மாதிரியாகக் கொள்ளப்படும் ஒன்று;** one of a paradigmatic set. 'வா' என்பதன் செய்து என்னும் வாய்பாட்டு வினையெச்சம் 'வந்து' என்பதாகும்./ இந்தச் செய்யுளின் முதல் இரண்டு அடிகளுக்கு அசை பிரித்து வாய்பாடு எழுதுக. 4: (வேதி.) காண்க: **மூலக்கூறு வாய்பாடு.**

வாய் பார்த்துக்கொண்டு வி.அ. (பே.வ.) **(ஒருவர் தன்னுடைய வேலையை விட்டுவிட்டு) மற்றவர் பேசுவதை வேடிக்கை பார்த்தபடி;** allowing oneself to be engrossed in another's talk (ignoring one's work). கல்யாண மண்டபத்துக்குப் போய் வாய் பார்த்துக்கொண்டு நிற்காமல், சீக்கிரம் வீட்டுச் சாவி வாங்கி வா./ வாய் பார்த்துக்கொண்டு நிற்காமல் வேலையைப் பார்.

வாய்பிள வி. (-பிளக்க, -பிளந்து) காண்க: **வாயைப்பிள**[2].

வாய்முகூர்த்தம் பெ. (பே.வ.) **பலித்துவிடும் என்று மற்றவர்கள் நம்பும் ஒருவரின் பேச்சு;** casual utterance which proves true. 'அவர் வீட்டில் இருக்க மாட்டார்' என்று சொன்னாய். உன் வாய்முகூர்த்தம் அவர் வீட்டில் இல்லை./ உன் வாய்முகூர்த்தப்படி பணம் கைக்கு வரட்டும். நாளைக்கு ஜமாய்த்துவிடுவோம்.

வாய்மூடு வி. (-மூட, -மூடி) (பெரும்பாலும் வினையெச்ச வடிவங்களில் வரும்போது) **(விரும்பத் தகாத ஒன்று அல்லது ஒரு தவறு நடக்கும்போது) எதிர்ப்பைக் காட்டாமல் இருத்தல்; கண்டும் காணாமல் இருத்தல்;** keep silent. கண்ணெதிரே ஒரு அக்கிரமம் நடக்கும் போது எப்படி வாய்மூடி மௌனமாக இருக்க முடியும்?

வாய்மை பெ. (உ.வ.) **உண்மை தவறாத நிலை;** truthfulness. தன் வாழ்வில் என்றும் வாய்மை மாறக் கூடாது என்று காந்தியடிகள் உறுதி எடுத்துக்கொண்டார்.

வாய்மொழி பெ. 1: **(எழுத்து மூலமாக இல்லாமல்) பேச்சின் மூலமாக வெளிப்படுத்தப்படுவது;** verbal or oral (instruction). வெள்ளத்தால் பாதிக்கப்பட்டவர்களுக்கு உடனடியாக நிவாரணத் தொகை வழங்குமாறு அமைச்சர் வாய்மொழியாக உத்தரவிட்டார்./ 'வாய்மொழி ஆணை போதாது, எழுத்துமூலமாகத் தாருங்கள்' என்று தொழிலாளர்கள் கோரினர். 2: (மரபு, இலக்கியம் குறித்து வரும்போது) **(எழுத்துமூலமாக அல்லாமல்) தலைமுறைதலைமுறையாகப் பேச்சின் மூலம் பரிமாற்றம்**

செய்யப்பட்டு வழங்கிவருவது; that which is orally transmitted; oral (literature, tradition). நாட்டுப்புறப் பாடல்கள் வாய்மொழியாகவே வழங்கிவருகின்றன. 3: (உ.வ.) (ஒருவருடைய) உண்மையான கூற்று; சத்திய வாக்கு; dictum or maxim. இது வள்ளுவர் வாய்மொழி.

வாய்மொழி இலக்கியம் பெ. ஒருவர் கூற மற்றவர் கேட்டுப் பரப்புவதும், எழுத்தைக் கருவியாகக் கொள்ளாததுமான இலக்கியம்; oral literature.

வாய்மொழித் தேர்வு பெ. (பல்கலைக்கழகத்தில் தேர்வின் ஒரு பகுதியாக) மாணவரை நேரடியாகக் கேள்வி கேட்டுச் சோதிக்கும் நிகழ்ச்சி; viva voce; oral examination. என்னுடைய முனைவர் பட்டத்துக்கான வாய்மொழித் தேர்வு நாளை நடைபெறுகிறது.

வாய்விட்டு வி.அ. 1: (கட்டுப்படுத்த முடியாமல்) சத்தமாக; (uncontrollably) loudly. வலி தாங்காமல் வாய்விட்டு அரற்றினான். 2: மனம் திறந்து; openly; candidly; frankly. உன்னுடைய துக்கத்தை யாரிடமாவது வாய்விட்டுச் சொல்./ வாய்விட்டுப் பேசக்கூட இந்த ஊரில் ஆள் இல்லை.

வாய்விடு வி. (-விட, -விட்டு) காண்க: வாயைக்கொடு.

வாய்வீச்சு பெ. (செயலில் காட்டாமல்) ஆரவாரமாகப் பேசும் பேச்சு; வெற்றுப் பேச்சு; empty talk. 'வாய்வீச்சை நிறுத்திவிட்டு உண்மையில் மக்களுக்கு ஏதாவது செய்ய முயற்சிசெய்யுங்கள்' என்று தேர்தல் பற்றிய கட்டுரையை அவர் முடித்திருந்தார்.

வாய்வு பெ. (பே.வ.) காண்க: வாயு, 3.

வாய்வை வி. (-வைக்க, -வைத்து) 1: (மாடு, ஆடு போன்றவற்றைக் குறித்து வரும்போது) தின்னுதல்; peck at; eat. மாட்டுக்கு என்ன ஆயிற்று என்று தெரியவில்லை. காலையிலிருந்து தீவனத்தில் வாய்வைக்கவே இல்லை./ வடகம் காயவைத்திருக்கிறேன். நாய் வாய்வைத்துவிடாமல் பார்த்துக்கொள். 2: (அங்கீகரிக்காத தொனியில் ஒருவருடைய செயலைப் பற்றிக் கூறும்போது) ஈடுபடுதல்; சம்பந்தப்படுதல்; meddle with. அறிவியல், இலக்கியம், சினிமா, அரசியல் என்று எல்லாவற்றிலும் வாய்வைக்கும் எழுத்தாளர்கள் நிறைய பேர் இருக்கிறார்கள். 3: (சூழ்நிலையைக் கருத்தில் கொள்ளாமல்) அபசகுனமாக எதையாவது சொல்லுதல்; say sth. inopportune. கிளம்பும்போதே அந்த ஆள் வாய்வைத்தான். போகிற காரியம் என்ன ஆகுமோ தெரியவில்லை.

வாயடி வி. (வாயடிக்க, வாயடித்து) (பே.வ.) 1: (செயலில் காட்டாமல்) வாயளவில் பேசுதல்; be all talk. சிலர் பெரிய திட்டங்கள் தீட்டுவதாக வாயடிப்பார்கள். காரியத்தில் ஒன்றும் இருக்காது. 2: வம்பு பேசுதல் அல்லது துடுக்குத்தனமாகப் பேசுதல்; chat. பெரியவர்களிடம் மரியாதை இல்லாமல் வாயடிக்காதே என்று அவனுக்குப் புத்திமதி கூறினார்./ ஆற்றங்கரையில் உட்கார்ந்து ஆண்கள், பெண்கள் எல்லோரும் வாயடித்துக்கொண்டிருந்தார்கள்.

வாயடைத்து வி.அ. (ஒருவர் ஆச்சரியம், அதிர்ச்சி முதலியவற்றினால்) பிரமித்து; அசந்துபோய்; stunned; dumbfounded. குழந்தை சொன்ன பதிலில் வாயடைத்துப் போனான்./ அவர் இப்படித் திட்டுவார் என்று எதிர்பார்க்கவில்லை. எல்லோரும் வாயடைத்து நின்றோம்.

வாயாடி பெ. (பே.வ.) (பெரும்பாலும் பெண்ணைக் குறித்து வரும்போது) எதிர்த்தோ அளவுக்கு அதிகமாகவோ துடுக்குத்தனமாகப் பேசுபவள்; chatterbox; talkative person. அந்த வாயாடிப் பெண்ணையா கல்யாணம் செய்துகொள்ளப்போகிறாய்?/ 'உன் மனைவி மாதிரி நான் ஒன்றும் வாயாடி இல்லை' என்றாள் அக்கா.

வாயாடு வி. (வாயாட, வாயாடி) (பே.வ.) எதிர்த்தோ அளவுக்கு அதிகமாகவோ துடுக்குத் தனமாகப் பேசுதல்; talk back; talk too much. அவள் வாயாடியே கெட்ட பெயர் வாங்குகிறாள்./ பெரியவர்களிடம் இப்படியெல்லாம் வாயாடக் கூடாது.

வாயாலெடு வி. (வாயாலெடுக்க, வாயாலெடுத்து) (ஊரக வ.) வாந்தியெடுத்தல்; throw up.

வாயில்[1] பெ. (உ.வ.) (கட்டடத்தில்) நுழையும் பகுதி; வாசல்; doorway. விமான நிலையத்தின் எல்லா வாயில்களிலும் பலத்த பாதுகாப்புப் போடப்பட்டிருந்தது./ வீட்டு வாயிலில் குழந்தையுடன் நின்றுகொண்டிருந்தாள்.

வாயில்[2] பெ. மெல்லிய இழைகளால் நெய்யப்பட்ட துணி; fabric woven with fine yarn; voile. வாயில் வேட்டி/ வாயில் புடவை.

வாயில் நுழை வி. (நுழைய, நுழைந்து) (பெரும்பாலும் எதிர்மறையில்) (சொல், பெயர் போன்றவற்றை) உச்சரிக்க இயலுதல்; be pronounceable. அவன் பெயர் எனக்கு வாயில் நுழையவே இல்லை./ சில ரஷ்யப் பெயர்கள் நம் வாயில் நுழைவதில்லை.

வாயில் மண்ணைப் போடு வி. (போட, போட்டு) (ஒருவரின்) பிழைப்பைக் கெடுத்தல்; ruin (s.o.). ஏழை வாயில் மண்ணைப் போட்டாவது நீ சம்பாதிக்க வேண்டுமா?/ எத்தனை பேர் வாயில் மண்ணைப் போட்டுச் சேர்த்த சொத்தோ தெரியாது. அவர் கண் முன்னாலேயே எல்லாம் அழிந்துவிட்டது.

வாயில் மண் விழு வி. (விழ, விழுந்து) (ஒருவருடைய) பிழைப்பு கெட்டுப்போதல்; be ruined. இருந்த பெட்டிக் கடையும் போய்விட்டதால், வாயில் மண் விழுந்துவிட்டதே என்று வருந்தினார்./ நம் வாயில் மண் விழுந்தால் யார் கவலைப்படப்போகிறார்கள்?

வாயில்லாப் பிராணி பெ. காண்க: வாயில்லா ஜீவன்.

வாயில்லாப்பூச்சி பெ. (பே.வ.) (தனக்கு விளைவிக்கப்படும் துன்பம், குறை, அநீதி முதலியவற்றை) எதிர்த்துக் கேள்வி கேட்கும் திறன் இயல்பாகவே இல்லாத நபர்; person who would not speak up. அவன் ஒரு வாயில்லாப்பூச்சி என்பதால் எல்லா வேலைகளையும் அவன் மேலேயே சுமத்துகிறார்கள்./ 'எதிர் வீட்டு மருமகள் யார் என்ன சொன்னாலும் கோபித்துக்கொள்ள மாட்டாள், வாயில்லாப்பூச்சி!' என்று பாட்டி கூறிக்கொண்டிருந்தாள்.

வாயில்லா ஜீவன் பெ. பேசும் ஆற்றல் இல்லாத ஆடு, மாடு 'போன்ற விலங்குகள்; dumb animal. வாயில்லா ஜீவன், அதைப் போய் ஏன் அடிக்கிறாய்?

வாயில்வந்தபடி வி.அ. காண்க: வாய்க்குவந்தபடி.

வாயில் விழு வி. (விழ, விழுந்து) (ஒருவரின் கோபம், எரிச்சல் முதலியவற்றிற்கு ஆளாகி) திட்டு வாங்குதல்; get abused (by s.o.). காலை நேரத்தில் உன் வாயில் விழ வேண்டும் என்பது என் தலைவிதி போலிருக்கிறது.

வாயில் வை வி. (வைக்க, வைத்து) (பெரும்பாலும் எதிர்மறையில் வரும்போது) (குறிப்பிட்ட உணவு, தின்பண்டம் போன்றவற்றை) சாப்பிட இயலுதல்; be passably

வாயிலாக 1186

tasty. ஏதோ எனக்குத் தெரிந்த மாதிரி சமைத்து வைத்திருக்கிறேன். வாயில் வைக்கிற மாதிரி இருந்தால் சரி./ விருந்தில் வாயில் வைக்கிற மாதிரி ஒன்றும் இல்லை./ ஊரில் இருப்பது ஒரே ஓட்டல். அங்கும் ஒன்றையும் வாயில் வைக்க முடியாது.

வாயிலாக வி.அ. (உ.வ.) **மூலம்; வழியாக;** through; over. நடந்த சம்பவத்தைப் பற்றிப் பிறர் வாயிலாகக் கேட்டறிவதைவிட நாமே நேரே சென்று விசாரிப்பது நல்லது./ நாம் வருவதை முன்கூட்டியே தொலைபேசி வாயிலாகத் தெரிவித்துவிடலாம்./ இது கடிதம் வாயிலாக வந்த செய்தி.

வாயிற்கூட்டம் பெ. **(தொழிற்சாலை போன்றவற்றில்) நுழைவாயிலுக்கு அருகிலேயே தொழிலாளர்கள் கூடித் தங்கள் கோரிக்கைகளை வலியுறுத்தி நடத்தும் கூட்டம்;** gate meeting. ஊதிய உயர்வு கேட்டுத் தொழிற்சங்கம் வாயிற்கூட்டங்களை நடத்த உள்ளது.

வாயு பெ. **1:** (அ.வ.) **காற்று;** wind. வாயு வேகத்தில் குதிரைகள் பறந்தன./ வாயு பகவான். **2: திடப்பொருளாகவும் திரவமாகவும் இல்லாத, பரவும் தன்மைகொண்ட ரசாயனப் பொருள்;** gas. வெப்பத்தினால் ஒரு திரவம் வாயு நிலைக்கு மாறுவதை 'ஆவியாதல்' என்று அழைக்கிறோம்./ எரியும் தீக்குச்சியை வாயு நிறைந்த ஜாடிக்குள் போடவும்./ கந்தக வாயு/ விஷ வாயு. **3: வயிற்றினுள் இருக்கும் காற்று;** wind generated in the bowels. ஒரு நாள் முழுதும் சாப்பிடாமல் இருந்தால் வாயுக் கோளாறு ஏற்படும்./ வாயுத் தொல்லையால் ஒரே ஏப்பமாக வந்துகொண்டிருக்கிறது. **4: (இந்திய மருத்துவ முறைகளில்) வாதம்;** (in Indian native systems of medicine) wind as nerve force.

வாயுபசாரம் பெ. (பே.வ.) **(மனப்பூர்வமாக இல்லாமல்) வாயளவில் காட்டும் மரியாதை;** lip-service. 'வீட்டுக்கு வாருங்கள், வாருங்கள்' என்பதெல்லாம் வெறும் வாயுபசாரம்தான்./ அவர் வீட்டுக்குப் போயிருந்தபோது வாயுபசாரமாகக்கூடச் சாப்பிடச் சொல்லவில்லை.

வாயும்வயிறுமாக இரு வி. (இருக்க, இருந்து) (பே.வ.) **கர்ப்பமாக இருத்தல்; கருவுற்றிருத்தல்;** be pregnant; be in the family way. நீ வாயும்வயிறுமாக இருக்கிறபோது சத்தான உணவு சாப்பிட வேண்டும்.

வாயுமண்டலம் பெ. காண்க: **வளிமண்டலம்.**

வாயு மூலை பெ. **(வாயு பகவானுக்கு உரியதாகக் கூறப்படும்) வடமேற்குத் திசை;** north-west quarter (supposed to be the dwelling place of the wind-god).

வாயெடு வி. (வாயெடுக்க, வாயெடுத்து) **(ஒன்றைச் சொல்ல, பேச) தொடங்குதல்;** be about (to tell, speak). 'பெண் மேலே படிக்கட்டும்' என்று சொல்ல வாயெடுத்தேன். அதற்குள் நீயே சொல்லிவிட்டாய்.

வாயை அடை வி. (அடைக்க, அடைத்து) **1: (ஒருவரை) மேற்கொண்டு பேசவிடாமல் செய்தல்;** silence (s.o.). நானாவது அப்பாவிடம் பேசுகிறேன் என்று சொன்னால் என் வாயை அடைத்துவிடுகிறீர்கள்./ குழந்தை கேட்ட கேள்வி அவள் வாயை அடைத்துவிட்டது. **2: (தன்னுடைய தவறு வெளிப்பட்டுவிடாமல் இருக்க அதில் சம்பந்தப்பட்டவர்களிடமிருந்து) எந்தத் தகவலும் வெளிவராமல் பார்த்துக்கொள்ளுதல்;** buy s.o.'s silence. தன்னுடைய தில்லுமுல்லு வெளியே தெரியாமல் இருக்கப் பணத்தைக் கொடுத்து எல்லார் வாயை அடைத்துவிடலாம் என்று பார்க்கிறாரா?/ சாட்சிகளின் வாயை அடைக்க எதிர்க்கட்சிக்காரர் மிரட்டுவதாகக் கேள்விப்பட்டேன்.

வாயைக் கட்டு வி. (கட்ட, கட்டி) **1: (நோய், முதுமை போன்றவை காரணமாக) சாப்பிடுவதில் கட்டுப்பாடாக இருத்தல்;** be sparing of one's meals. நாளுக்கு நாள் அப்பாவுக்கு உடம்பு ஏறிக்கொண்டேபோகிறது. வாயைக் கட்ட மாட்டேன் என்கிறார்./ இந்த மூலிகையைச் சாப்பிடுவதாக இருந்தால் வாயைக் கட்ட வேண்டும்./ காய்ச்சல் விடும்வரை வாயைக் கட்டு. **2: ஒருவரைச் சுதந்திரமாகப் பேச விடாமல் அல்லது தனது கருத்தைத் தெரிவிக்க விடாமல் தடுத்தல்;** gag. மாமாவிடம் நான் பேசினால் சண்டை வந்துவிடும் என்று பயந்து என் வீட்டில் உள்ளவர்கள் எல்லோரும் சேர்ந்து என் வாயைக் கட்டிவிட்டார்கள்./ கட்சியில் எதைப் பற்றியும் பேச முடியாதபடி என் வாயைக் கட்டிவிட்டார்கள். **3: (ஒருவர் வாழ்வதற்கு மிக அத்தியாவசியமாக அமையும்) சாப்பாட்டுச் செலவைக் குறைத்துக்கொள்ளுதல்;** spend as little as possible (even for food). நான் வாயைக் கட்டிச் சேர்த்த பணத்தை, இப்படி ஒரு நொடியில் தொலைத்துவிட்டு வந்து நிற்கிறாயே என்று அம்மா கதறினாள்./ நாங்கள் அந்தக் காலத்தில் வாயைக் கட்டிப் பணம் சேர்த்துவைக்காமல் இருந்திருந்தால் உங்களைக் கரையேற்றியிருக்க முடியுமா என்று பாட்டி மாமாவிடம் கேட்டாள்.

வாயைக் கிண்டு வி. (கிண்ட, கிண்டி) (பே.வ.) காண்க: **வாயைக் கிளறு.**

வாயைக் கிளறு வி. (கிளற, கிளறி) **(தனக்கு வேண்டிய தகவலைப் பெறும் ஆர்வத்தோடு ஒருவரை) பேசத் தூண்டுதல்;** draw s.o. into conversation (in order to get information); induce s.o. to talk. அவர் வாயைக் கிளறினால் மாமாவைப் பற்றி ஏதாவது விவரம் தெரியும் என்று நினைத்தான்./ அந்த நிருபரின் வாயைக் கிளறியதில் பல சுவாரஸ்யமான தகவல்கள் கிடைத்தன.

வாயைக்கொடு வி. (-கொடுக்க, -கொடுத்து) **(அவசியம் இல்லாமல் அல்லது விளைவுகளை எண்ணிப்பார்க்காமல் ஒருவரிடம்) வலிந்து போய்ப் பேசுதல்;** (needlessly) enter into a conversation. அந்த முரடனிடம் ஏன் வாயைக் கொடுத்தாய்?/ போன வேலை முடிந்ததும் யாரிடமும் வாயைக்கொடுக்காமல் கிளம்பி வா.

வாயைத் திற வி. (திறக்க, திறந்து) காண்க: **வாய்திற.**

வாயைப் பார் வி. (பார்க்க, பார்த்து) **(மற்றவர்கள் பேசிக்கொண்டிருப்பதை) வேடிக்கை பார்த்தல்;** gape at s.o. talking. வேலையைப் பார்க்கச் சொன்னால், எங்கள் வாயைப் பார்த்துகொண்டு நிற்கிறாயே?/ வாயைப் பார்த்துக்கொண்டிருக்காமல் சொன்ன வேலையைச் சீக்கிரம் செய்.

வாயைப் பிடுங்கு வி. (பிடுங்க, பிடுங்கி) **(ஒருவரைப் பேசத் தூண்டுவதன் மூலம் அவரிடமிருந்து தனக்குத் தேவையான) விஷயத்தை வெளிக்கொண்டுவருதல்;** draw s.o. out (about sth.); force s.o. into talking. வீடு வாங்கப் போகும் விஷயத்தை அவன் வாயைப் பிடுங்கித் தெரிந்துகொண்டேன்.

வாயைப்பிளி[1] வி. (-பிளக்க, -பிளந்து) (பே.வ.) **(ஒரு செய்தி, காட்சி போன்றவற்றால் பிரமிப்படைந்து) பேச்சற்றுப் போதல்; அசந்து போதல்;** gape at (s.o.). ஒரு

பெண் சைக்கிள் ஓட்டினாலே வாயைப்பிளக்கும் ஊர் இது./ அவன் புலியைச் சுட்டதாகச் சொன்ன கதையைக் கேட்டு எல்லோரும் வாயைப்பிளந்தார்கள்./ என்ன! நூறு ரூபாய்க்கு 48 ரூபாய் வருட வட்டியா என்று வாயைப் பிளந்தார்.

வாயைப்பிள்[2] வி. (-பிளக்க, -பிளந்து) (பே.வ.) (மதிப்புக் குறைவான முறையில் குறிப்பிடும்போது) **இறத்தல்; மரணமடைதல்;** (not in polite use) die. கிழவர் திடீரென்று வாயைப்பிளந்துவிட்டார்.

வாயை மூடிக்கொள் வி. (-கொள்ள, -கொண்டு) (ஒரு தவறு அல்லது விரும்பத் தகாத ஒன்று நடக்கும்போது) **எதிர்ப்பைக் காட்டாமலோ மௌனமாகவோ இருத்தல்; கண்டும் காணாமல் இருத்தல்;** keep silent. கண்ணெதிரே ஒரு அக்கிரமம் நடக்கும்போது, எப்படி வாயை மூடிக்கொண்டிருக்க முடியும்?/ அவர் அவ்வளவு பேசினார். அப்போது வாயை மூடிக்கொண்டிருந்துவிட்டு இப்போது என்னிடம் கேள்வி கேட்கிறாயா?

வாயை மூடு வி. (மூட, மூடி) **பேசுவதை நிறுத்துதல்;** stop talking. உண்மை என்னவென்று தெரியாமல் பேசாதே. வாயை மூடு!/ அவர் வாயை மூடவே மாட்டாரா? எப்போது பார்த்தாலும் பேசிக்கொண்டே இருக்கிறாரே?/ எதற்கெடுத்தாலும் அபசகுனமாகப் பேசாமல் வாயை மூடு.

வாயை வளர் வி. (வளர்க்க, வளர்த்து) (பெரும்பாலும் வயதில் சிறியவர்களை அடக்கும் விதமாகக் கூறும்போது) **துடுக்குத்தனமாகப் பேசக் கற்றுக்கொள்ளுதல்;** become insolent (in speech). உன் பெண் நன்றாக வாயை வளர்த்துவைத்திருக்கிறாள்./ உன் மகன் வெட்டிப் பயல்களோடு சேர்ந்து வாயை வளர்த்துக்கொண்டிருக்கிறான்.

வாயை விடு வி. (விட, விட்டு) (ஒருவருக்கு உதவி செய்வதாக அவசரப்பட்டு) **வாக்களித்தல்; உறுதி அளித்தல்;** make a promise or commitment in haste. நீ அவசரப்பட்டு வாயை விட்டுவிட்டுப் பிறகு அவஸ்தைப் படாதே./ அவள் பணம் தருகிறேன் என்று வாயை விட்டதால்தான், அவன் தினமும் வந்து பணம் கேட்டு நச்சரிக்கிறான்.

வாயை வை வி. (வைக்க, வைத்து) (பே.வ.) (பெரும்பாலும் ஒரு செயலைத் தொடங்குவதற்கு முன்பு) **அபசகுனமாகப் பேசுதல்;** talk inauspiciously. கல்யாணப் பேச்சைத் தொடங்குவதற்கு முன்பே நீ வாயை வைக்காதே.

வார்[1] வி. (வார்க்க, வார்த்து) 1: (உலோகம், மெழுகு போன்றவற்றை) **உருக்கி (அச்சில்) ஊற்றுதல்; உருக்கி ஊற்றி உருவாக்குதல்;** cast (in a mould). பாத்திரம் வார்க்கும் வேலை/ பஞ்சலோகத்தில் வார்த்த சிலை/ இயந்திரத்தின் பாகங்கள் அச்சில் வார்த்துத் தயாரிக்கப்பட்டவை. 2: (உ.வ.) **ஊற்றுதல்;** pour. அவன் கை கழுவ அவள் நீர் வார்த்தாள்./ துளசிச் செடிக்கு நீர் வார்க்க வேண்டாமா?/ சாதத்தில் கொஞ்சம் நெய் வார்க்கட்டுமா? 3: (ச.வ.) **மாவை ஊற்றித் தோசை தயாரித்தல்;** make (தோசை by pouring the paste on the pan). இன்னும் ஒரு தோசை வார்க்கட்டுமா?

வார்[2] வி. (வார, வார்ந்து) (இலங்.) (ஈர்க்கிலிருந்து ஓலையை) **கிழித்தல்;** tear (the leaf from the rib of the frond for plaiting, etc.,). பெட்டி இழைப்பதற்காகப் பனை ஓலையை வார்ந்துகொண்டிருந்தார்கள்.

வார்[3] பெ. 1: **பட்டையாக இருக்கும் தோல், துணி போன்றவை;** strap; strip (of leather, cloth, etc.,). செருப்புக்கு வார் மாற்ற வேண்டும்./ பையின் வார் அறுந்துவிட்டது. 2: (கால்சட்டை போன்றவை இடுப்பில் இருப்பதற்காக) **தேவையான அளவுக்கு இறுக்கிக்கொள்ளும்படி மெல்லியதாகவும் நீளமாகவும் இருக்கும் தோல் பட்டை;** belt.

வார்த்தை பெ. 1: (பேச்சில் அல்லது எழுத்தில்) **சொல்;** word; utterance. பத்து வார்த்தைகளில் எவ்வளவு அழகான கவிதை!/ அம்மா என்பது குழந்தையின் முதல் வார்த்தை./ எனக்குத் தெலுங்கில் ஒரு வார்த்தைகூடத் தெரியாது./ பிரதமர் ஆங்கிலத்தில் பேசியதைப் பக்கத்தில் நின்றிருந்தவர் வார்த்தைக்கு வார்த்தைத் தமிழில் மொழிபெயர்த்துச் சொல்லிக்கொண்டே போனார்./ நம் எண்ணங்கள் முழுவதையும் வார்த்தைகளில் கொண்டுவர முடிவதில்லை./ இளைஞர்களுக்கு ஊக்கத்தை அளிக்கும் மந்திர வார்த்தைகள்./ ஒரு வார்த்தைகூட பதில் பேசாமல் கிளம்பிவிட்டார்./ எவ்வளவு திட்டினாலும் பதிலுக்கு ஒரு வார்த்தை திருப்பிச் சொல்ல மாட்டான்./ இரண்டு வார்த்தைகளுக்கு இடையில் சரியான இடைவெளி விட்டு எழுது. 2: **திட்டு, விமர்சனம், பாராட்டு போன்றவை;** reproach, comment, praise, etc., உன்னை ஒரு வார்த்தை சொல்வதற்கு உன் அண்ணனுக்கு உரிமை இல்லையா?/ இதுவரை எனது படைப்புகளைப் பற்றி ஒரு வார்த்தைகூட அவர் புகழ்ந்து சொன்னதில்லை. 3: **அறிவுரை, கட்டளை, வேண்டுகோள், உறுதிமொழி, ஆறுதல் போன்றவை; பேச்சு;** advice, order, request, promise, consolation, etc., என் வார்த்தையைக் கேட்டு நடந்தால்தான் நீ நல்ல நிலைக்கு வர முடியும்./ உன் தந்தையின் வார்த்தையை மீறி நீ நடக்கலாமா?/ நீங்கள் மட்டும் இதை நிரூபித்துவிட்டால் உங்கள் வார்த்தைகளுக்குக் கட்டுப்படுகிறேன்./ தம்பி என் வார்த்தைகளை எப்போதுமே தட்ட மாட்டான்./ நான் இவ்வளவு சொல்லியும் நீ கேட்கவில்லை என்றால் பிறகு என் வார்த்தைக்கு என்ன மதிப்பு இருக்கிறது?/ உன்னை நம்பி வாக்குக் கொடுத்துவிட்டேன். என் வார்த்தையைக் காப்பாற்றுவாய் அல்லவா?/ நான் துவண்டு போய் இருந்த சமயத்தில் அவருடைய வார்த்தைகள்தான் எனக்கு இதமளித்தன./ பெரியவரிடம் ஒரு வார்த்தை கேட்டுவிட்டுப் பிறகு முடிவு செய்யலாம்.

வார்த்தையாடு வி. (வார்த்தையாட, வார்த்தையாடி) **பேச்சைத் தவிர்க்க வேண்டிய ஒருவரிடம் அவரை எதிர்த்து, விவாதம் நீளும் வகையில் பேசுதல்;** get into an avoidable and unnecessary argument with s.o. நாம் சொல்வதைக் காதுகொடுத்துக் கேட்காதவனிடம் ஏன் வார்த்தையாடிக்கொண்டிருக்கிறாய்?

வார்த்தையை விடு வி. (விட, விட்டு) (யோசிக்காமல் ஒன்றைப் பற்றி) **பேசிவிடுதல்;** (engage in) loose talk. அவசரப்பட்டு வார்த்தையை விடக் கூடாது./ வார்த்தையை விடுவதற்கு முன்பு சற்று யோசிக்க வேண்டும்.

வார்த்தைஜாலம் பெ. (மனத்தைக் கவரும் வகையில்) **அலங்காரமான வார்த்தைகளைப் பயன்படுத்திப் பேசும் அல்லது எழுதும் செயல்;** rhetoric. இந்தப் புதிய எழுத்தாளரின் கதைகளில் வார்த்தைஜாலம் இருக்குமே தவிர, ஆழ்ந்த கருத்துகள் இருக்காது.

வார்ப்படம் பெ. காண்க: **வார்ப்பு.**

வார்ப்படவியல் பெ. **வார்ப்புகள் செய்யும் முறைகள் குறித்த தொழில்நுட்பம்;** die-casting technology.

வார்ப்பிரும்பு பெ. **பிற தனிமக் கலப்பு உடையதும் எளிதில் உடைந்துவிடும் தன்மை கொண்டதுமான ஒரு வகை இரும்பு;** pig iron.

வார்ப்பு பெ. 1: **(சிலை, நாணயம் முதலியவை செய்வதற்காக அச்சில் உலோகம் போன்றவற்றை) உருக்கி ஊற்றும் முறை/உருக்கி ஊற்றித் தயாரித்த பொருள்;** the process of casting/casting. சோழர்காலச் செப்புத் திருமேனியின் வார்ப்புத் திறன் நம்மை வியப்புக்கு உள்ளாக்குகிறது./ எனக்கு வார்ப்பு வேலை மட்டும்தான் தெரியும்./ வார்ப்புச் சிலை/ இது வார்ப்பு, கீழே விழுந்தால் உடைந்துவிடும். **2: வார்ப்பதற்கான அச்சு;** mould. மெழுகு வார்ப்பு/ வார்ப்புகள் செய்து தரும் தொழிற்சாலை.

வார நாள் பெ. **(பொது விடுமுறையாக இல்லாமல்) தொழிற்சாலை, அலுவலகம் போன்றவற்றில் பணி நடக்கும் நாட்களில் ஒன்று;** week days. வார நாட்களில் மட்டுமே அவரைப் பார்க்க முடியும்.

வாரப்பாடு பெ. (-ஆக) (இலங்.) **அன்பு; பாசம்;** love; affection. எங்கள் பேராசிரியர் மாணவர்கள் அனைவருடனும் வாரப்பாடாகப் பழகுவார்./ அவர் எல்லோருடனும் அன்பாகவும் மரியாதையாகவும் பழகுவதால் அவர்மீது எனக்கு நல்ல வாரப்பாடு உண்டு.

வாரம்[1] பெ. 1: **ஏழு நாட்கள் கொண்ட கால அளவு;** a period of seven days. இது மாதத்தின் முதல் வாரம்./ அம்மாவைப் பார்க்க வாரக் கடைசியில் சொந்த ஊருக்குப் போவது அவருடைய வழக்கம்./ வாரச் சந்தை/ வார இதழ்/ எங்கள் கடைக்கு வெள்ளிக்கிழமை வார விடுமுறை ஆகும். **2: ஞாயிற்றுக்கிழமை சூரிய உதயத்திலிருந்து அடுத்த ஞாயிறு சூரிய உதயம்வரையிலான ஏழு நாட்கள் கொண்ட காலம்;** seven days from the sunrise of Sunday to the sunrise of the next Sunday. **3: சனிக்கிழமை - ஞாயிற்றுக்கிழமை நடு இரவிலிருந்து அடுத்த சனிக்கிழமை - ஞாயிற்றுக்கிழமை நடுஇரவுவரையிலான ஏழு நாட்கள் கொண்ட கால அளவு;** seven days from midnight of Saturday - Sunday to midnight of next Saturday - Sunday.

வாரம்[2] பெ. **நிலத்தில் விளைந்ததை நில உரிமையாளரும் பயிரிடும் விவசாயியும் குறிப்பிட்ட விகிதத்தில் பிரித்துக்கொள்ளச் சம்மதித்துச் செய்துகொள்ளும் ஏற்பாடு;** a form of lease in which the tenant shares the yield with his landlord. நிலத்தைக் குத்தகைக்கு விடாமல் வாரத்துக்கு விட்டிருக்கிறேன். [(தொ.சொ.) **ஒத்தி/ குத்தகை/ வாடகை**] 2: (வ.வ.) **ஒருவர் வாங்கித் தரும் ஆடு, மாடு, பன்றி போன்றவற்றைப் பராமரித்து, வளர்ந்த பிறகு, அவற்றை விற்கும்போது உரிமையாளருக்குத் தரும் பங்கு;** share of money given to the owner of the cattles such as goat, cow, pig, etc., by the person who contracts to rear them.

வாராக்கடன் பெ. **(வங்கி, நிறுவனம் போன்றவற்றில்) திருப்பிச் செலுத்தத் தவறிய கடன் அல்லது குறிப்பிட்ட காலத்திற்குள் வந்துசேராத கடன்;** loans availed from banks and not repaid; (in India) Non Performing Assets. அரசு வங்கிகளில் வாராக்கடன் ஒரு தீராத பிரச்சினையாகத் தொடர்கிறது.

வாராந்த பெ.அ. (இலங்.) **வாரந்தோறுமான;** weekly. இம்முறை வாராந்தப் பத்திரிகையில் எனது கட்டுரை வெளியாகியுள்ளது./ எங்கள் கடைக்கு ஞாயிற்றுக்கிழமை வாராந்த விடுமுறை.

வாராந்தம் வி.அ. (இலங்.) **ஒவ்வொரு வாரமும்; வாரந்தோறும்;** every week. வேலைச் சுமையால் ஊருக்கு வாராந்தம் போக முடிவதில்லை.

வாராந்தர பெ.அ. காண்க: **வாராந்திர.**

வாராந்தரி பெ. (அ.வ.) **வாரப் பத்திரிகை;** weekly.

வாராந்திர பெ.அ. **வாரத்திற்கு ஒரு முறையான; ஒவ்வொரு வாரத்திற்கும் உரிய;** weekly. வாராந்திரக் கூட்டம்/ வாராந்திரப் பரிசுச் சீட்டு/ வாராந்திர இதழ்.

வாராவதி பெ. (அ.வ.) **(பெரும்பாலும் நீர் செல்லும் வழியில் அமைக்கும்) சிறிய பாலம்;** bridge (usually over a river, canal, etc.,).

வாரி[1] பெ. (ஊரக வ.) 1: **(மழைநீர் படாமல் இருக்கும் பொருட்டு) சுவருக்கு வெளியே நீட்டிக்கொண்டிருக்கும் கூரைப் பகுதி;** part of the roof that projects beyond the walls; projecting roof. வாரியில் லாந்தர் தொங்கிக்கொண்டிருந்தது. **2: பல வடிகால்கள் வந்து விழும் பெரிய வடிகால்;** drain collecting water from several smaller drains. இந்த வாரி மூன்று கிராமத்து வடிகால் தண்ணீரை ஆற்றுக்குக் கொண்டுபோகிறது.

வாரி[2] வி.அ. 1: ('இறை', 'வழங்கு' போன்ற வினைகளுடன் வரும்போது) **மிகுதியான; அதிக அளவில்;** in large measure; lavishly. பணத்தை வாரி இறைத்துத் தன் பெண்ணுக்குக் கல்யாணம் செய்தார்./ அவருக்கென்ன, யார் வீட்டுப் பணத்தையோ வாரி வழங்குகிறார். **2:** (தூக்குதல், அணைத்தல் போன்றவற்றைக் குறித்து வரும்போது) **இரண்டு கைகளாலும் சேர்த்து வேக மாக;** take; gather; collect. குழந்தையை வாரி அணைத்துக் கொண்டாள்.

-வாரி[3] இ.சொ. (பெயர்ச்சொற்களோடு இணைந்துவந்து) **(ஒவ்வொன்றின்) 'அடிப்படையில்', 'முறையில்' என்ற பொருளில் வழங்கும் இடைச்சொல்;** particle used in the sense of 'according to'; '-wise' (= on the basis of). மொழிவாரி மாநிலங்கள்/ தொகுதிவாரியாகத் தேர்தல் உடன்பாடு செய்துகொண்டார்கள்.

வாரிச்சுருட்டிக்கொண்டு வி.அ. (பெரும்பாலும் 'ஓடு', 'எழு' போன்ற வினைகளுடன் மட்டும்) **(எதிர்பாராத நிகழ்ச்சியால் இருக்கும் நிலையிலிருந்து) மிகுந்த பதற்றத்துடன்; பதறிப்போய்;** in haste; hurriedly. காவலரைக் கண்டதும் பூங்காவில் படுத்திருந்தவன் வாரிச்சுருட்டிக் கொண்டு எழுந்தான்.

வாரிசு பெ. 1: **ஒருவருக்குப் பின் அவருடைய சொத்துக்கு சட்டத்தில் உரிமை உள்ளவர்;** heir. இவ்வளவு சொத்துகளுக்கும் இவர்தான் வாரிசு./ (உரு வ.) மறைந்த நடிகரின் கலை உலக வாரிசுகள். **2: மகன் அல்லது மகள்;** son or daughter. தனக்கு வாரிசு இல்லையே என்ற குறை அவருக்கு இருந்தது.

வாரியம் பெ. **மக்கள் நலப் பணிக்காகத் தனிச் சட்டத்தின்மூலம் அரசால் ஏற்படுத்தப்பட்ட தன்னாட்சி கொண்ட நிர்வாக அமைப்பு;** board (usually an independent statutory body). குடிசைப் பகுதி மாற்று வாரியம்/ மின்சார வாரியம்/ குடிநீர் வாரியம்.

வாரியல் பெ. (வ.வ.) **துடைப்பம்;** broom.

வாரிவழங்கு வி. (-வழங்க, -வழங்கி) *(எரிச்சலுடன் அல்லது கிண்டலாகச் சொல்லும்போது)* **(தேவைக்கும் அதிகம் என்று கருதும் அளவுக்கு) மிக அதிக அளவில் தருதல்;** give away lavishly. அவருக்கென்ன, யார் பணத்தையோ வாரிவழங்குகிறார்./ காசை வாரிவழங்கினால் ஜெயிக்க முடியாதா என்ன?

வாரு வி. (வார, வாரி) **1: (பரவலாக அல்லது குவிந்து இருப்பதை) அள்ளுதல்; ஒருங்கே சேர்த்து எடுத்தல்;** gather; collect in a sweep; scoop. கிணற்றைத் தூர் வார ஆள் வேண்டும்./ அறையில் இருக்கும் குப்பைகளை வாரி வெளியில் கொட்டு!/ நெல்லை வாரிக் குவித்தனர்./ அவருடைய பேச்சு நெருப்பை வாரிக் கொட்டுவது போல் இருந்தது. [(தொ.சொ.) அள்ளு/ எடு/ மொள்] **2: (முடியைச் சீப்பால் இழுத்து) சீவுதல்;** comb (the hair). தலையை வாரிக்கொண்டு கிளம்பு!/ தூக்கி வாரப்பட்ட தலைமுடி. **3: (விழச் செய்கிற வகையில் காலை) இழுத்தல்; இடறிவிடுதல்;** pull (the legs so as to make one fall down); trip up. காலை வாரிவிட்டுக் கீழே தள்ளினான்.

வாருகோல் பெ. (ஊரக வ.) **துடைப்பம்;** broomstick.

வாரை பெ. **(திருவிழாவில் பல்லக்கு, வாகனம் போன்றவற்றைப் பலர் சேர்ந்து தூக்குவதற்குப் பயன்படும்) உருண்டையாக நீண்டும் பருத்தும் இருக்கும் மரம்;** pole for carrying palanquin or god's mount in festivals (on shoulders by a number of persons together). உற்சவமூர்த்தி இருந்த பீடத்தை வாரையில் வைத்துத் தூக்கி வந்தனர்.

வால்[1] பெ. **1: (விலங்குகளின்) உடலின் பின்புறத்தில் நன்றாக அசைக்கக் கூடியதாக இருக்கும் நீளமான உறுப்பு/(பறவைகளில்) பின்புறத்தில் நீட்டிக்கொண்டிருக்கும் பகுதி;** tail (of animals and birds). பழகிய ஆளைக் கண்டதும் நாய் வாலை ஆட்டிக்கொண்டே ஓடிவந்தது./ ஆமையின் வால் தடித்துக் குட்டையாக இருக்கும்./ கரிச்சானின் வால் இரண்டாகப் பிரிந்திருப்பதால் அதனை 'இரட்டைவால் குருவி' என்பார்கள். **2: பிளவுபட்டது போல் மீனின் பின்புறம் நீட்டிக்கொண்டிருக்கும் துடுப்பு;** caudal fin; tail fin. வாலைப் பிடித்து மீனைத் தூக்கினான். **3: துணி, காகிதம் போன்றவற்றைக் குறைந்த அகலம் கொண்டதாக நீளவாக்கில் நறுக்கிப் பட்டத்தின் கீழ்ப்பகுதியில் ஒட்டுவது;** tail (of a kite). வால் அறுந்த பட்டம் கீழே விழுந்தது. **4: (விமானத்தில்) பின்பக்கம் அமைந்திருக்கும் பகுதி;** tail (of a plane). விமானத்தின் வால் பகுதியில் திடீரென்று தீப்பிடித்ததால் விமானம் தரையிறக்கப்பட்டது.

வால்[2] பெ. (பே.வ.) **1: குறும்பு; சேட்டை;** mischief. அவனுக்கு வால் அதிகமாகிவிட்டது. **2: குறும்பு செய்யும் சிறுவன் அல்லது சிறுமி;** mischievous fellow. அந்த வாலைக் கூப்பிடு!/ அவன் சரியான வால்.

வால்காக்கை பெ. **(காகத்தைவிடச் சிறிய உடலும், நுனி கறுத்த நீண்டவாலும் கொண்ட) தலை, கழுத்து, அலகு ஆகியவை கறுப்பாகவும், முதுகும் வயிறும் பாக்கு நிறத்திலும், இறக்கைகள் கறுப்பு வெள்ளைப் பட்டைகளுடனும் காணப்படும் பறவை;** rufous treepie.

வால்கோதுமை பெ. **(கஞ்சி போன்ற எளிய உணவு தயாரிக்கவும் மதுபானம் தயாரிக்கவும் பெருமளவில் பயன்படும்) கோதுமை போன்ற வடிவில் சற்றுச் சிறிதாக இருக்கும் புல்லினத் தானிய வகை;** barley.

வால்நட்சத்திரம் பெ. **(சூரியனை நீள்வட்டப் பாதையில் சுற்றிவரும்) தூசி, பாறைத் துகள்கள், வாயுக்கள் போன்றவை கலந்தும் உறைந்தும் காணப்படும் கலவையால் ஆன வால் போன்ற ஒளிரும் பகுதியைக் கொண்ட ஒரு விண்பொருள்;** comet.

வால்பிடி வி. (-பிடிக்க, -பிடித்து) **(தனது ஆதாயத்துக்காக ஒருவருக்கு) வேண்டியது செய்து மகிழ்வித்தல்;** suck up to. யாருக்கும் வால்பிடிக்க வேண்டும் என்று எனக்கு அவசியமில்லை./ மேலதிகாரிக்கு வால்பிடித்துக் காரியம் சாதித்துக்கொள்கிறான்.

வால்பேரி பெ. **காம்பை உடைய மேல்பகுதி சிறிதாகவும் கீழ்ப்பகுதி பெரிதாகவும் இருக்கும் ஒரு வகைப் பேரிக்காய்;** pear.

வால்மிளகு பெ. **ஒரு முனையில் மட்டும் சிறுத்தும் நீண்டும் இருக்கும் வழுவழுப்பான ஒரு வகை மிளகு;** cubeb.

வாலாட்டி பெ. **முதுகுப் பகுதி கறுப்பாகவும் வயிறு, புருவம் ஆகியவை வெள்ளையாகவும் இருக்கும், வாலை அடிக்கடி மேலும்கீழும் ஆட்டும் ஒரு பறவை;** wagtail.

வாலாட்டு வி. (-ஆட்ட, -ஆட்டி) **1: (பிறருக்கு) தொல்லை தருதல்;** tease. பெண்களிடம் வாலாட்டுபவர்களைப் பிடிப்பதற்குக் காவல்துறை சில நடவடிக்கைகளை மேற்கொண்டுள்ளது. **2: சண்டைக்கு இழுக்கும் விதத்தில் வம்பு செய்தல்;** act provocatively (against s.o. more powerful). என் பலம் தெரியாமல் அவன் என்னிடம் வாலாட்டுகிறான்./ அவன் நம்மிடமே வாலாட்டுகிறானா? அவனுக்குச் சரியான பாடம் கற்றுத்தருவோம்.

வாலாயம் பெ. (இலங்.) **1: கைவந்தது; தேர்ச்சி;** proficiency. ஏமாற்றுவது என்பது அவனுக்கு வாலாயமான கலை. **2: வசியம்;** magic art of bringing s.o. under a spell. அவன் பேய் பிசாசுகளையும் வாலாயம் பண்ணக்கூடியவன்.

வாலிபம் பெ. **இளமை;** youth. வாலிபத்தில் உடம்பில் வலு இருந்தது./ வாலிப வயது.

வாலிபன் பெ. **இளைஞன்;** young man. பத்தொன்பது வயது மதிக்கத்தக்க ஒரு வாலிபன் அங்கே நின்றுகொண்டிருந்தான்.

வாலில்லாக் குரங்கு பெ. **நீண்ட கைகளைக் கொண்ட, உடலமைப்பில் மனிதனை ஒத்திருக்கும், வால் இல்லாத ஒரு வகைக் குரங்கு;** hoolock; gibbon.

வாலை பெ. **(சாராயம் முதலிய) திரவம் வடிக்கும் பாண்டம்;** pot used for distilling (arrack, etc.,).

வாலைக்குமரி பெ. (உ.வ.) **இளம் பெண்;** young girl.

வாலைச் சுருட்டிக்கொள் வி. (-கொள்ள, -கொண்டு) *தொல்லை கொடுக்காமல் இருத்தல்;* keep from making mischief. மரியாதையாக வாலைச் சுருட்டிக்கொண்டு இரு. இல்லாவிட்டால் தொலைத்துவிடுவேன்./ இந்தியா கடுமையாக நடவடிக்கை எடுத்துவருவதால் தீவிரவாதிகள் வாலைச் சுருட்டிக்கொண்டு இருக்கிறார்கள்./ கணக்கு வாத்தியார் என்றால் மாணவர்கள் வாலைச் சுருட்டிக் கொண்டுவிடுவார்கள்.

வாலை வடிநீர் பெ. (வேதி.) *காய்ச்சி வடிக்கப்பட்ட நீர்;* distilled water.

வாவி பெ. 1: (உ.வ.) *நீர்நிலை; குளம்;* pond. 2: (இலங்.) *உப்பங்கழி;* lagoon.

வாழ்[1] வி. (வாழ, வாழ்ந்து) 1: *உயிருடன் இருந்து இயங்குதல்;* be alive. சில வகைக் கடல் ஆமைகள் இரு நூறு ஆண்டுகள்வரை வாழ்கின்றன./ மனிதன் சராசரியாக நூறு ஆண்டுகள் வாழ முடியும்./ தவளை நிலத்திலும் நீரிலும் வாழக்கூடியது. 2: *(குறிப்பிட்ட முறையில்) வாழ்க்கை நடத்துதல்;* lead a life; live. இப்படி நாடோடிகளாக எவ்வளவு காலம் வாழ்வது?/ இப்படியே சாகும்வரை சந்தோஷமாக வாழ்ந்துவிட மாட்டோமா என்று நினைத்தார்./ இவர்கள் விறகு வெட்டிக் கிடைக்கும் வருமானத்தை வைத்து மட்டுமே வாழ்ந்துவருகிறார்கள். 3: *(ஓர் இடத்தில்) வசித்தல்;* live (in a place). அமெரிக்காவில் வாழும் தமிழர்கள் சிலர் கூட்டுசேர்ந்து இந்த மருத்துவமனையைக் கட்டுகிறார்கள்./ நடுத்தர மக்கள் அதிகமாக வாழும் நகரம். [(தொ.சொ.) இரு/ உறை/ குடியிரு/ தங்கு/ வசி] 4: *(கணவனைக் குறித்து வரும்போது மனைவியுடன் அல்லது மனைவியைக் குறித்து வரும்போது கணவனுடன்) சேர்ந்திருந்து குடும்பம் நடத்துதல்;* live (with one's spouse). 'அந்தக் கொடுமைக்காரனுடன் வாழ்வதைவிட நான் தனியாகவே இருந்துவிடுகிறேன்' என்றாள் என் அக்கா./ கட்டிய மனைவியோடு ஒழுங்காக வாழத் தெரியாமல் இப்போது புலம்பிக்கொண்டிருக்கிறான். 5: (பே.வ.) *(அஃறிணை ஒருமை முற்று வடிவம் மட்டும், எதிர்மறைத் தொனியில்) சிறப்பாக இருத்தல் அல்லது தேவைப்படுதல்;* be amply available or be specially needed. உன் தம்பி வீட்டில் மட்டும் என்ன வாழ்கிறது. சோற்றுக்கே திண்டாட்டம்./ கையில் காசு இல்லை. பிறகு அலங்காரம் என்ன வாழ்கிறது?

வாழ்[2] பெ.அ. *(குறிப்பிட்ட இடத்தில் அல்லது பகுதியில்) வசிக்கும்;* (of emigrants) living in the place mentioned. அமெரிக்காவாழ் இந்தியர்/ இலங்கைவாழ் தமிழர்/ குடிசைவாழ் மக்கள்.

வாழ்க்கை பெ. 1: *உயிருடன் இருந்து இயங்கும் நிலை;* existence; life. பூச்சிகளின் வாழ்க்கைச் சுழற்சியைப் பற்றி ஆராய்ந்தார். 2: *(மனிதர்களின்) பிறப்புக்கும் இறப்புக்கும் இடைப்பட்ட காலம்/அதனைக் குறிப்பிட்ட விதத்தில் அனுபவிக்கும் அல்லது நடத்தும் நிலை; வாழ்வு;* existence as a human being; period between birth and death; life. ஆடம்பர வாழ்க்கை வாழ்ந்து தன் சொத்து முழுவதையும் தொலைத்துவிட்டார்./ சராசரி வாழ்க்கை நடத்த இந்த வருமானம் போதாது./ இந்த இளம் வயதிலேயே வாழ்க்கை சலித்துப்போய்விட்டதா உனக்கு?/ இந்த இயந்திர வாழ்க்கை எனக்கு அலுத்துவிட்டது./ இது பெரியவரால் எனக்குக் கிடைத்த வாழ்க்கை.

வாழ்க்கைக்குறிப்பு பெ. *ஒருவரின் வாழ்க்கையைப் பற்றிய குறிப்பிடத்தக்க விவரங்கள்;* life sketch; biographical details. புதிதாகத் தேர்ந்தெடுக்கப்பட்ட குடியரசுத் தலைவரின் படத்துடன் அவருடைய வாழ்க்கைக்குறிப்பும் செய்தித்தாளின் முதல் பக்கத்தில் தரப்பட்டிருந்தது./ இது நாவலாசிரியரின் சுருக்கமான வாழ்க்கைக்குறிப்பு.

வாழ்க்கைத்தரம் பெ. *வசதிகளின் அடிப்படையில் வாழ்க்கை அமையும் நிலை;* standard of living. மக்களின் வாழ்க்கைத்தரம் உயர அடிப்படை வசதிகள் மேம்பட வேண்டும்.

வாழ்க்கைத்துணை பெ. (உ.வ.) *கணவன் அல்லது மனைவி;* partner (in married life). அவளை என் வாழ்க்கைத்துணையாக ஏற்றுக்கொள்வது என்று முடிவுசெய்துவிட்டேன்.

வாழ்க்கைத்துணைவன் பெ. (உ.வ.) *கணவன்;* husband; partner in life.

வாழ்க்கைத்துணைவி பெ. (உ.வ.) *மனைவி;* wife; partner in life.

வாழ்க்கைப்படு வி. (-பட, -பட்டு) *(ஒருவருக்கு) மனைவியாதல்; (ஒரு குடும்பத்தில்) திருமணம் செய்துதரப்படுதல்;* (of a woman) get married (to s.o. or into a family). என்னுடைய பதினைந்தாவது வயதில் உங்கள் தாத்தாவுக்கு வாழ்க்கைப்பட்டேன்./ நல்ல வசதியான இடத்தில் வாழ்க்கைப்பட்டாள்.

வாழ்க்கை வரலாறு பெ. *ஒருவருடைய வாழ்க்கையைப் பற்றி எழுதியது;* biography; account of one's life. அம்பேத்கரின் வாழ்க்கை வரலாறு திரைப்படமாக வெளிவந்துள்ளது./ புகழின் உச்சியில் இருக்கும் சில விளையாட்டு வீரர்கள் தங்கள் வாழ்க்கை வரலாற்றை நூலாக வெளியிடுகின்றனர்.

வாழ்க வி.மு. *வாழ்த்திக் கூறும்போது பயன்படுத்தும் வியங்கோள் வினை வடிவம்;* an optative which means '(long) live!'. *'தலைவர் வாழ்க! தலைவர் வாழ்க!'* என்று தொண்டர்கள் முழங்கினார்கள்.

வாழ்த்து[1] வி. (வாழ்த்த, வாழ்த்தி) *ஒருவருக்கு மகிழ்ச்சி தெரிவித்துப் பாராட்டுதல்; ஒருவருக்குக் குறிப்பிட்ட நன்மை ஏற்பட வேண்டும் என்று தான் விரும்புவதைத் தெரிவித்தல்;* congratulate; felicitate; bless. 'நீ வெற்றி பெறுவாய் அதில் சந்தேகம் இல்லை' என்று வாழ்த்தி வழியனுப்பினார்./ காலில் விழுந்த மணமக்களை 'தீர்க்காயுசுடன் இருங்கள்!' என்று வாழ்த்தினார் பெரியவர்./ எனக்குக் குழந்தை பிறந்திருக்கிறது என்று அவன் சொன்னவுடன் கைகுலுக்கி வாழ்த்தினேன்./ நீ என் மகனின் திருமணத்துக்கு நேரில் வந்து வாழ்த்த வேண்டும் என்று விரும்புகிறேன். [(தொ.சொ.) கௌரவி/ சிறப்பி/ பாராட்டு/ புகழ்/ போற்று/ மெச்சு]

வாழ்த்து[2] பெ. *(திருமணமானவர், வெற்றி அடைந்தவர் முதலியோருக்கு) மகிழ்ச்சியை வெளிப்படுத்தித் தெரிவிக்கும் பாராட்டு;* felicitations; congratulations; greetings. தேர்வில் முதல் மாணவனாகத் தேறியதற்கு என் வாழ்த்துகள்./ அவருக்குப் பிறந்த நாள் வாழ்த்துக் கூறினேன். [(தொ.சொ.) அருள்/ ஆசி/ ஆசீர்வாதம்]

1191 வாழைப்பூ

வாழ்த்து அட்டை பெ. **(ஒருவருக்கு அனுப்பும்) வாழ்த்து அச்சிட்ட அட்டை;** greeting card. புத்தாண்டு வாழ்த்து அட்டை/ தற்போது அஞ்சல் துறையே வாழ்த்து அட்டைகளை அச்சிட்டு விற்கிறது.

வாழ்ந்துகெட்ட பெ.அ. **செல்வ நிலை மாறி வறுமை நிலைக்கு உள்ளான;** once prosperous (family or person). வாழ்ந்துகெட்ட குடும்பம்.

வாழ்நாள் பெ. **(ஒருவர்) வாழும் காலம்; ஆயுட்காலம்;** one's lifetime. தன் வாழ்நாள் முழுவதும் நாட்டுக்காகப் பாடுபட்டவர்./ என் வாழ்நாளில் ஒரு முறையாவது இமய மலைக்குச் சென்றுவர வேண்டும் என்பதே என் ஆசை.

வாழ்வாதாரம் பெ. **(ஒருவர்) வாழ்க்கை நடத்தத் தேவையானவற்றைப் பெற அடிப்படை ஆதாரமாக அமையும் தொழில் அல்லது மூலவளங்கள்;** means of livelihood. சென்னையில் புகுந்த வெள்ளத்தால் வாழ்வாதாரங்களை இழந்த மக்கள் அதிலிருந்து மீளமுடியாமல் தவிக்கின்றனர்./ கடலே மீனவர்களின் வாழ்வாதாரம்.

வாழ்வி பெ. (பு.வ.) **'குறிப்பிட்ட இடத்தில் அல்லது சூழலில் வாழும் உயிரினம்' என்று பொருள்படும் வகையில் ஒரு பெயர்ச்சொல்லின் பின்னால் வரும் பெயர்;** a word added to another noun to mean 'dweller'. பகல் வாழ்வி/ இரவு வாழ்வி/ நீர்நில வாழ்வி.

வாழ்விடம் பெ. **காண்க; வாழிடம்.**

வாழ்வியல்[1] பெ. **(கலை, இலக்கியம் தொடர்பானவற்றில் வரும்போது) மனித வாழ்வைச் சார்ந்தது;** life (as rendered in art, literature, etc.,). நான் எனது முனைவர் பட்டத்துக்காக 'கம்பராமாயணத்தில் வாழ்வியல் கூறுகள்' என்ற தலைப்பைத் தேர்ந்தெடுத்துள்ளேன்./ வாழ்வியல் சிக்கல்களை மிகவும் தீவிரமாக ஆராயும் கட்டுரைகள் இவை.

வாழ்வியல்[2] பெ. **அறிவியலிலிருந்து வேறுபட்டதாக அறியப்படும் இலக்கியம், தத்துவம், வரலாறு போன்ற துறைகளைக் குறிக்கும் பொதுப்பெயர்;** humanities.

வாழ்வு பெ. **1: வாழ்தல்; வாழ்க்கை;** life. அதற்குள் வாழ்வில் சலிப்பா?/ அவர் தன் ஆயுள் முழுதும் எளிய வாழ்வு நடத்தினார்./ இயற்கையான சூழல் ஆரோக்கியமான வாழ்வை அளிக்கிறது./ மீனவர்கள் தங்கள் வாழ்வின் பெரும்பகுதியைக் கடலிலேயே கழிக்கின்றனர். **2: (நல்ல முறையில் அல்லது சிறப்பான முறையில் ஒருவருக்கு) வாழ்க்கையை அமைத்துத்தருதல்;** living; livelihood. பல ஏழைகளுக்கு வாழ்வு கொடுத்த வள்ளல்/ கதாநாயகி கதாநாயகனிடம் 'எனக்கு நீங்கள்தான் வாழ்வு தர வேண்டும்' என்று கெஞ்சும் கட்டம் மிகவும் அற்பத்தனமாக இருக்கிறது. **3: (ஒன்று அல்லது ஒருவர் இருக்கும் நிலையில்) ஏற்றம்; உயர்நிலை;** elevation; prosperity (in life). 'பொட்டல் காடாக இருந்த இந்த ஊருக்கு இப்போது கிடைத்திருக்கும் வாழ்வைப் பாருங்கள்!' என்றார் அவர்./ 'அவனுக்கு வந்த வாழ்வைப் பாரேன். அமெரிக்காவில் வேலை கிடைத்திருக்கிறதாம்' என்று சித்தி ஆச்சரியப்பட்டாள்.

வாழவை வி. (-வைக்க, -வைத்து) **(ஒருவரை அல்லது ஒரு குடும்பத்தை) நல்ல நிலைக்கு அல்லது மேன்மையான நிலைக்குக் கொண்டுவருதல்;** help s.o. progress. நீங்கள்தான் எங்களை வாழவைத்த தெய்வம்.

வாழாவெட்டி பெ. (த.வ.) **கணவனுடன் சேர்ந்து வாழாத பெண்;** woman living apart from her husband. மகள் வாழாவெட்டியாக வீட்டில் இருக்கிறாள் என்ற கவலை தந்தையை வருத்தியது.

வாழி கூறு வி. (கூற, கூறி) **(கூத்து, வில்லுப்பாட்டு நிகழ்ச்சிகளின் முடிவில்) அனைவரும் நலமுடன் வாழுமாறு வாழ்த்துதல்;** wish everybody good luck (at the end of a performance). 'வாழியவே! வாழியவே! பல்லாண்டு பல்லாண்டு வாழியவே!' என்று வாழி கூறியதும் வில்லுப்பாட்டு முடிவடைந்தது.

வாழிடம் பெ. **விலங்குகளும் தாவரங்களும் உயிர் வாழ்வதற்கும் இனப்பெருக்கம் செய்வதற்கும் ஏற்ற வகையில் அமைந்திருக்கும் சூழல்;** habitat. ஆறு, குளம் போன்ற நீர்நிலைகள்தான் கெண்டை மீன்களின் வாழிடம்./ வெப்ப மண்டலக் காடுகள் அரிய வகை உயிரினங்களின் வாழிடங்களாகும்.

வாழை பெ. **இனிப்புச் சுவை மிகுந்த பழத்தைத் தருவதும் உரித்தெடுக்கக்கூடிய மட்டைகளால் ஆனதும் நீண்ட, பெரிய இலைகளை உடையதுமான ஒரு வகை மரம்;** banana tree. வாழைக் கன்று/ கல்யாணப் பந்தலின் முகப்பில் இரண்டு பக்கத்திலும் வாழை மரங்களைக் கட்டியிருந்தார்கள்./ வாழை இன்னும் குலைதள்ளவில்லை./ வாழை இலையில் சாப்பாடு.

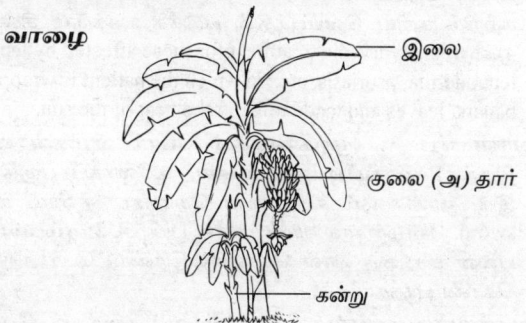

வாழை
இலை
குலை (அ) தார்
கன்று

வாழைக்காய் பெ. **(சமையலுக்குப் பயன்படும்) துவர்ப்புச் சுவை உடைய, நீண்டு இருக்கும், வாழை மரத்தின் காய்;** green banana (used as a vegetable). வாழைக்காய் பஜ்ஜி/ வாழைக்காய்ப் பொரியல்.

வாழைக்குட்டி பெ. (இலங்.) **வாழைக் கன்று;** plantain sapling. சந்தைக்குப் போனால் இரண்டு வாழைக்குட்டி வாங்கி வா./ வாழைக்குட்டியைக் கிணற்றடியில் வை./ வாழைக்குட்டி வைக்கக் கிடங்கு கிண்டினேன்.

வாழைத்தண்டு பெ. **வாழை மரத்தின் மட்டைகளை உரித்து எடுத்தால் நடுவே இருக்கும், நார் நிறைந்த சதைப்பற்றுள்ள (சமையலுக்குப் பயன்படும்) வெள்ளை நிறத் தண்டு;** stem of the banana tree (used as a vegetable).

வாழைப்பழம் பெ. **வாழை மரத்தின் பழம்;** banana.

வாழைப்பூ பெ. **(சமையலுக்குப் பயன்படும்) மடல்களால் மூடப்பட்ட துவர்ப்புச் சுவையுடைய சிறு பூக்களைக்கொண்ட, வாழை மரத்திலிருந்து வெளிவரும்**

கூம்பு வடிவ பாகம்; inflorescence of the banana tree (used as a vegetable).

வாழைப்பூ

வாழைப்பொத்தி பெ. (இலங்.) **வாழைப்பூ;** inflorescence of the banana tree (used as a vegetable). வாழைப்பொத்தியில் வறை செய்து கொடுத்தால், என் மகள் நன்றாகச் சாப்பிடுவாள்./ வயிற்றுளைவுக்கு வாழைப்பொத்தி நல்லது என்று வைத்தியர் சொன்னார்.

வாழைமொத்தி பெ. (இலங்.) **வாழைப்பூ;** flower of the banana tree.

வாழையடிவாழையாக வி.அ. **தலைமுறைதலைமுறையாக;** generation after generation. வாழையடிவாழையாக இருந்துவரும் சங்கீத முறை இது.

வாழையிலைக் குளியல் பெ. **(தொழுநோய், வெண்படை, யானைச்சொறி போன்ற நோயால் பாதிக்கப்பட்ட நோயாளியை) வாழையிலையில் போர்த்திச் சுற்றிச் சூரிய வெப்பத்தில் படுக்கவைக்கும் சிகிச்சை முறை;** an ayurvedic treatment for those affected by leprosy, leucoderma, psoriasis, etc., in which the patient is wrapped in banana leaves and made to lie in the heat of the sun.

வாள் பெ. **1: (முற்காலத்தில் போர் வீரர்கள் வைத்திருந்த) கைப்பிடியுடன்கூடிய, உலோகப் பகுதியின் இரு ஓரங்களும் கூர்முனை கொண்ட நீண்ட கத்தி;** sword. சோழர் கால வாள்/ வாள் பயிற்சி. **2: ரம்பம்;** saw. பனை மரத்தை வாள் கொண்டு இரண்டு பேர் அறுத்துக்கொண்டிருந்தார்கள்.

வாள்வாள்-என்று வி.அ. (பே.வ.) **(ஒருவர் பேச்சில் கோபத்தை வெளிப்படுத்துவதை எரிச்சலோடு குறிப்பிடும்போது) அதிக சத்தமாக;** in a flare-up. பணம் வேண்டும் என்று சொன்னாலே அப்பா வாள்வாளென்று கத்த ஆரம்பித்துவிடுகிறார்./ தேவையில்லாமல் வாள்வாளென்று பேசாதே.

வாள்வீச்சு பெ. **மிக மெல்லியதாக இருக்கும் நீண்ட வாளைச் சுழற்றித் திறமையாகத் தாக்கும் (இருவர் விளையாடும்) ஒரு வகை விளையாட்டுப் போட்டி;** fencing.

வாளாவிரு வி. (வாளாவிருக்க, வாளாவிருந்து) (உ.வ.) **(செயல்பட வேண்டிய சூழ்நிலையில்) ஒன்றும் செய்யாமல் அல்லது உரிய நடவடிக்கை எடுக்காமல் இருத்தல்; அலட்சியமாகக் கவனிக்காமல் இருத்தல்;** be indifferent; be a silent observer. இத்தனை அக்கிரமங்களையும் பார்த்துக்கொண்டு மக்கள் வாளாவிருந்ததுதான் வியப்பானது./ 'இன்னொரு முறை இந்த மாதிரி சம்பவங்கள் நடந்தால் அரசு வாளாவிருக்காது' என்று அமைச்சர் எச்சரித்தார்.

வாளி பெ. **(கிணறு போன்றவற்றிலிருந்து நீர் எடுக்க அல்லது சேமித்துவைக்கப் பயன்படுத்தும்) அகன்ற மேல்பகுதியையும் சற்றுக் குறுகிய அடிப்பகுதியையும் உடைய, கைப்பிடி உள்ள சற்றுப் பெரிய பாத்திரம்;** bucket.

வாளிப்பு பெ. **(-ஆன) உருட்சிதிரட்சியான (உடல்) அமைப்பு; செழுமை;** (of one's body) robustness. உயரத்திற்கு ஏற்ற உடல் வாளிப்பு/ செல்வச் செழிப்பைக் காட்டும் உடல் வாளிப்பு/ வாளிப்பான தோள்கள்.

வாளை பெ. **வாள் போன்ற தட்டையான உடலையும், சிறிய தலையையும் கொண்ட (உணவாகும்) ஒரு வகைக் கடல் மீன்;** ribbon-fish.

வான்[1] பெ. (உ.வ.) **வானம்;** sky. வான் மேகம்/ நீல வானில் நிலவு/ (உரு வ.) திரை வானில் ஒரு புதிய நட்சத்திரம்.

-வான்[2] இ.சொ. **'முன்குறிப்பிடப்படும் பண்பைக் கொண்டவன்' என்னும் பொருளை உணர்த்தும் வகையில் பெயர்ச்சொல்லுடன் இணைக்கப்படும் இடைச்சொல்;** particle used to mean person having the attribute specified. பாக்கியவான்/ பலவான்/ நியாயவான்.

வான்கோழி பெ. **தலையின் மேற்பகுதியில் சேவலுக்கு இருப்பதுபோல் கொண்டையும் நீண்டிருக்கும் கழுத்துப் பகுதியில் தொங்கும் சதையும் உடைய (தோகை விரித்து ஆடும்) ஒரு பறவை;** turkey.

வான் பாய் வி. (பாய, பாய்ந்து) (இலங்.) **(விவசாயத்துக்கான) வாய்க்காலில் நீர் பாய்தல்;** flow (of water for irrigation). எங்கள் ஊர் வான் பாயத் தொடங்கிவிட்டது.

வானசாஸ்திரம் பெ. (அ.வ.) காண்க: **வானவியல்.**

வானப்பிரஸ்தம் பெ. **(ஒருவர்) (முற்காலத்தில்) வாழ்க்கையின் நான்கு நிலைகளில் வனத்திற்குச் சென்றுவிடும் இறுதி நிலை;** (in ancient times) the last of the four stages of one's life where he retires into forest; (in ancient times) life of one who retires with his wife to a forest to lead an ascetic life.

வானம்[1] பெ. **(மேகம், சந்திரன், சூரியன், நட்சத்திரங்கள் போன்றவை காணப்படும்) பூமிக்கு மேல் தெரியும் கரு நீல வெளி;** sky. வானம் இருண்டுவருகிறது./ நிலவு இல்லாத வானம்.

வானம்[2] பெ. (வ.வ.) **அஸ்திவாரத்திற்காகத் தோண்டப்படும் பள்ளம்;** pit dug for laying foundation. கட்டடத்துக்கு வானம் தோண்டிக்கொண்டிருந்தார்கள்.

வானம்பாடி பெ. **(சிட்டுக்குருவியைவிடச் சற்றுப் பெரிதாக) நீண்ட நேரம் ஒலிக்கும் இனிய குரலை உடைய, வெட்டவெளிகளில் தென்படும் பறவை;** skylark.

வானம்பார்த்த பூமி பெ. (பே.வ.) **விவசாயத்திற்கு மழையை முழுவதுமாக நம்பியிருக்கும் நிலம்; மானாவாரி நிலம்;** land which depends on rain for cultivation. இந்த வானம்பார்த்த பூமியை நம்பித்தான் எங்கள் பிழைப்பு இருக்கிறது.

வானரம் பெ. **குரங்கு;** monkey.

வானவியல் பெ. **பிரபஞ்சத்தில் உள்ள நட்சத்திரங்கள், கோள்கள், வால்நட்சத்திரங்கள் முதலியவற்றைப் பற்றி விவரிக்கும் அறிவியல் துறை;** astronomy.

வானவில் பெ. **மழைத்துளிகளின் ஊடே ஊடுருவும் சூரிய ஒளி பிரதிபலிக்கப்பட்டு, ஏழு வண்ணத்தில் வில்**

அ ஆ இ ஈ உ ஊ எ ஏ ஐ ஒ ஓ ஔ ஃ

போன்று வானத்தில் வளைவாகத் தோன்றும் காட்சி; rainbow. வானவில்லின் வர்ண ஜாலம் பார்க்க அற்புதமாக இருந்தது.

வானவெளி பெ. காண்க: **விண்வெளி.**

வானளாவ வி.அ. (புகழ்தல், பாராட்டுதல் போன்றவை குறித்து வரும்போது) **மிகவும் அதிகமாக; அளவுக்கு அதிகமாக;** extol. இந்த வருட நிதிநிலை அறிக்கையைக் கூட்டணிக் கட்சித் தலைவர்கள் வானளாவப் புகழ்ந்தனர்./ நீங்கள் வானளாவப் புகழும் அளவுக்கு இந்த நாவலில் என்ன இருக்கிறது என்று எனக்குத் தெரியவில்லை.

வானியல் பெ. காண்க: **வானவியல்.**

வானியற்பியல் பெ. **விண்வெளியில் உள்ள நட்சத்திரங்கள், கோள்கள் ஆகியவற்றைப் பற்றி இயற்பியல் அடிப்படையில் ஆராயும் அறிவியல் துறை;** astrophysics.

வானிலை பெ. **(குறிப்பிட்ட இடத்தில் நிலவும்) காற்று, ஈரப்பதம், மழை, வெயில் போன்றவற்றால் அமையும் தட்பவெப்பநிலை;** weather. மோசமான வானிலைதான் இந்த விமான விபத்துக்குக் காரணம்./ வானிலை அறிவிப்பு.

வானிலையியல் பெ. (பு.வ.) **(மழை, வெயில், புயல் போன்றவற்றைக் கணித்துக் கூற உதவும் வகையில்) பூமியின் தட்பவெப்பநிலை, வானிலை மாற்றங்கள் ஆகியவற்றை ஆராயும் அறிவியல் துறை;** meteorology.

வானொலி பெ. 1: **குறிப்பிட்ட சாதனத்தின் மூலம் மக்கள் கேட்பதற்காகத் தகவல்களை மின்காந்த அலைகளாக மாற்றி நிகழ்ச்சிகளை ஒலிபரப்பும் முறை;** radio (broadcast). சென்னை வானொலி நிலையம்/ இது இலங்கை வானொலி நிலையத்தின் தமிழ்ச் சேவை. 2: **வானொலி நிலையத்திலிருந்து ஒலிபரப்பப்படுவதை வாங்கி, ஒலியாக மாற்றும் கருவி;** radio. வானொலியிலிருந்து நாகசுர இசை கேட்டுக் கொண்டிருந்தது./ வானொலிச் சத்தம் காதைக் கிழித்தது.

வாஸ்தவம் பெ. (-ஆன) (பே.வ.) **(ஒருவர் கூறுவதற்கு உடன்பட்டுக் கூறும்போது) உண்மை;** true; sth. which is true (used when agreeing with what is said). நான் உனக்குக் கடன் கொடுக்கிறேன் என்று சொன்னது வாஸ்தவம் தான்./ அவர் பேசியது வாஸ்தவமான பேச்சு.

வாஸ்து பெ. 1: (அ.வ.) **மனை அல்லது மனைக்கான தெய்வம்;** site or the tutelary deity of the house site. 2: காண்க: **வாஸ்து சாஸ்திரம்.**

வாஸ்து சாஸ்திரம் பெ. **விண்வெளியின் சக்திக்கு இணக்கமாக எவ்வாறு ஒரு கட்டடத்தின் கூறுகள் அமைய வேண்டும் என்பதைப் பற்றி விளக்கும் பாரம்பரியக் கட்டடக் கலை;** a traditional system of knowledge about methods in constructing a building based on the principle of harmony with the cosmic forces. வாஸ்து சாஸ்திரப்படி அக்னி மூலையில் சமையலறை இருக்க வேண்டும் என்று கொத்தனார் கூறினார்./ வாஸ்து சாஸ்திரப்படி இந்தக் கட்டடத்தில் ஏதோ குறையுள்ளது.

விக்கல் பெ. **(அனிச்சையாக மூச்சு ஒரு கணம் தடைப்படுவதால் நெஞ்சுப் பகுதியில்) விட்டுவிட்டு ஏற்படும் குரல்வளை ஒலி;** hiccup. சாப்பிட்டுக்கொண்டிருக்கும் போது எனக்கு விக்கல் எடுத்தது.

விக்கித்து வி.அ. (நில், போ ஆகிய வினைகளுடன் வரும் போது மட்டும்) **(எதிர்பாராதது நேரும்போது) செய்வதறியாது; திடுக்கிட்டு;** stunned; startled. என்னைக் கண்டிக்க நீ யார் என்ற கேள்வியால் விக்கித்துப்போய் நின்றான்.

விக்கிரகம் பெ. **(பெரும்பாலும் கோயில்களில்) வழிபாட்டுக்கு உரிய உலோகச் சிலை;** idol (sanctified in a temple). இந்தக் கோயிலில் இருப்பவை பஞ்சலோக விக்கிரகங்கள்தான்./ குழந்தை தங்க விக்கிரகம்போல் இருக்கிறது./ வீட்டில் ஐயப்பன் விக்கிரகம் வைத்து அவர் பூஜை செய்கிறார்.

விக்கிரயப் பத்திரம் பெ. **கிரயப் பத்திரம்;** sale deed.

விக்கிவிக்கி வி.அ. (அழு என்ற வினையுடன் வரும் போது மட்டும்) **விக்கல் ஒலி போன்ற தேம்பலுடன்;** with hiccup-like sobs. அவர் குழந்தை மாதிரி விக்கிவிக்கி அழுதார்./ என்ன நடந்துவிட்டது என்று இப்படி விக்கி விக்கி அழுகிறாய்?

விக்கினம் பெ. (பே.வ.) **(ஒரு செயலைச் செய்யும் போது ஏற்படும்) இடையூறு; தடை; குறை;** hindrance; obstacle. எந்த விக்கினமும் வராமல் ஆண்டவன் நம்மைக் காக்க வேண்டும்.

விக்கு வி. (விக்க, விக்கி) **விக்கல் ஏற்படுதல்;** hiccup. உனக்கு ஏன் இப்படி விக்குகிறது? காரமாக ஏதாவது சாப்பிட்டாயா?

விகசி வி. (விகசிக்க, விகசித்து) (அ.வ.) **(முகம்) மலர்தல்/ (மனம்) விரிவடைதல்;** (of one's face) brighten up/ (of mind) bloom; expand. அவள் முகம் விகசிக்க நின்றாள்./ (உரு வ.) வாழ்வின் உண்மை பற்றிய தேடல் இவரது கதைகளில் ஆழமாக விகசிப்பதை நாம் காணலாம்.

விகடகவி பெ. **(முற்காலத்தில் அரசவையில் உள்ளவர்களை) சிரிக்க வைக்கும் வகையில் வேடிக்கையாகப் பேசுபவர் அல்லது வேடிக்கையான செய்யுள்களை இயற்றுபவர்;** (court) jester or one who writes humorous verse.

விகடம் பெ. (அ.வ.) **சிரிப்பூட்டும் வேடிக்கைப் பேச்சு அல்லது சேஷ்டை;** punning and jesting (as a form of entertainment). அவன் சந்தர்ப்பம் தெரியாமல் விகடம் பண்ணி எரிச்சலூட்டுவான்.

விகற்பம் பெ. (-ஆக, -ஆன) **மனத்தில் தவறான எண்ணம் அல்லது செயலில் தவறான நோக்கம் கொண்டிருக்கும் தன்மை;** doing sth. perversely; perversity. அவள் எந்த வித விகற்பமும் இல்லாமல்தான் உன்னோடு பழகுகிறாள்.

விகாசம் பெ. **(ஒரு தன்மையின்) விரிவு;** broad (view, range). ஆசிரியருடைய பார்வையின் விகாசத்தை நாம் இந்தக் கட்டுரைகளில் உணரலாம்.

விகாரம்[1] பெ. 1: (-ஆக, -ஆன) **அவலட்சணம்; கோரம்;** ugliness; grotesqueness. அவன் பார்ப்பதற்கு விகாரமாக இருந்தான்./ சுவரில் நிழல்கள் விகாரமாகத் தெரிந்தன./ அவன் விகாரமாகச் சிரித்தான். 2: **இயல்பு திரிந்த நிலை/ விகற்பம்;** distortion/perversity. கோபத்தால் அவர் முகம்

விகாரம் அடைந்தது./ மன விகாரங்கள். 3: (இலக்.) **(சொற்கள் இணையும்போது ஓர் எழுத்துத் தோன்றுதல், மாறுதல் அல்லது இல்லாமல் போதல் ஆகிய) மாற்றம்;** (in sandhi) change (of letters, viz. addition, assimilation and elision).

விகாரம்[2] பெ. **புத்த பிக்குகளின் இருப்பிடமாகவும் விளங்கும் ஆலயம்;** Buddhist monastery. நாகப்பட்டினக் கடற்கரையில் ஒரு பௌத்த விகாரம் உள்ளது.

விகாரை பெ. காண்க: **விகாரம்[2].**

விகிதம் பெ. **1:** (வட்டி, ஊதியம் முதலியவை குறித்து வரும்போது) **குறிப்பிட்ட வரையறைகளின்படி குறிப்பிட்டதற்கு இவ்வளவு என்று நிர்ணயிக்கப்பட்டிருக்கும் அளவு;** (of charge, interest, etc.,) rate. வரி விளம்பரங்களுக்கான கட்டண விகிதம்/ ஊதிய விகிதத்தை மாற்ற வேண்டும் என்பது தொழிலாளர்களின் முக்கியக் கோரிக்கை./ வீட்டுக் கடனுக்கான வட்டி விகிதம் மாற்றப்பட்டுள்ளது. **2:** (கணி.) **(கணக்கிட எடுத்துக்கொள்ளும்) ஒரு அளவு மற்றொரு அளவினுள் எத்தனை முறை அடங்குகிறது என்று காட்டுவதன்மூலம் இரு அளவுகளுக்கு இடையிலான தொடர்பைக் காட்டும் முறை;** ratio. நூறு பேருக்கு ஒருவர் என்ற விகிதத்தில் அந்த நாட்டில் மருத்துவர்கள் உள்ளனர்./ உடல்நலம் குன்றாமல் இருக்க நமது இரத்தத்தில் இரும்புச் சத்து ஒரு குறிப்பிட்ட விகிதத்தில் இருக்க வேண்டியது அவசியம்./ அறிவியல் வளர்ச்சியின் காரணமாக உலகில் இறப்பு விகிதம் வெகுவாகக் குறைந்துள்ளது./ இந்த இரண்டு மருந்துகளையும் சம விகிதத்தில் கலந்து பயிருக்குத் தெளிக்க வேண்டும்.

விகிதமுறா எண் பெ. (கணி.) **ஒரு எண்ணை மற்றொரு எண்ணால் வகுக்கும்போது கிடைக்கக்கூடிய ஈவானது முழு எண்ணாக இல்லாத எண்;** irrational number.

விகிதமுறு எண் பெ. (கணி.) **ஒரு எண்ணை மற்றொரு எண்ணால் வகுக்கும்போது கிடைக்கக்கூடிய ஈவானது முழு எண்ணாக உள்ள எண்;** rational number.

விகிதாச்சாரம் பெ. (கணி.) **விகித அளவு;** ratio. இரண்டு வேதிப்பொருள்களைக் குறிப்பிட்ட விகிதாச்சாரத்தில் கலந்து இந்தக் கலவையைத் தயாரிக்கிறார்கள்./ எந்த நாட்டிலும் ஆண், பெண் விகிதாச்சாரம் சமமாக இருப்பதில்லை.

விகுதி பெ. (இலக்.) **(பகுக்கக்கூடிய சொல்லில்) இறுதி நிலையில் உள்ள உறுப்பு;** ending (of a word that is divisible); suffix; termination. 'வந்தாள்' என்ற வினைமுற்றில் உள்ள 'ஆள்' விகுதி பெண்பாலைக் குறிக்கிறது./ 'கடைக்காரன்', 'பால்காரன்' என்று எல்லோரையும் 'ன்' விகுதி போட்டுதான் அவர் பேசுவார்.

விச்சு பெ. (ஊரக வ.) **இனிப்புச் சேர்த்த பயத்தம்பருப்புக் கஞ்சி;** liquid sweet made by boiling greengram in water and milk with jaggery. தேரில் சென்றுவரும் சுவாமிக்குக் களைப்பு நீங்க விச்சு நிவேதனம் செய்வார்கள்.

விச்ராந்தி பெ. (-ஆக) (அ.வ.) **(ஒரு குறிப்பிட்ட சூழலில்) எதைப் பற்றிய சிந்தனையும் கவலையும் கொள்ளாமல் ஓய்வாக இருக்கும் நிலை; ஆசுவாசம்;** state of rest and relaxation. பூங்காவில் கொஞ்ச நேரம் விச்ராந்தியாக இருந்துவிட்டு வரலாம் என்று புறப்பட்டேன்.

விசர் பெ. (இலங்.) **1: வெறி;** rabidness. விசர் நாய் கடித்தால் உடனே ஊசிபோட வேண்டும். **2: பைத்தியம்;** insanity. அவனுக்கு விசர் பிடித்துவிட்டது.

விசர்த்தனம் பெ. (-ஆக, -ஆன) (இலங்.) **விஷமத்தனம்;** mischievousness.

விசரன் பெ. (இலங்.) **பைத்தியக்காரன்;** (of male) insane person. அந்த விசரன் கையில் கிடைத்ததை எல்லாம் எடுத்து எறிகிறான்.

விசரி பெ. (இலங்.) **பைத்தியக்காரி;** (of female) insane person.

விசனம் பெ. (வ.வ.) **வருத்தம்; துக்கம்;** sorrow; grief. ஏன் விசனமாக இருக்கிறாய்?

விசனி வி. (விசனிக்க, விசனித்து) (அ.வ.) **வருந்துதல்; கவலைப்படுதல்;** regret; feel sorry for. குறையை நீக்க முயற்சி மேற்கொள்ளப்படவில்லை என்பது விசனிக்கத் தக்கது.

விசாகம் பெ. (சோதி.) **இருபத்தேழு நட்சத்திரங்களில் பதினாறாவது;** the sixteenth of the twenty-seven divisions of the zodiac in Indian astrology, corresponding to an asterism, but smaller than a constellation.

விசாரணை பெ. (சட்டம்) **1: (குற்றம், பிரச்சினை போன்றவற்றில் அதிகாரபூர்வமாக) உண்மையை அறிவதற்காகக் கேள்வி கேட்டல், சோதித்தல் போன்றவற்றின் மூலம் மேற்கொள்ளும் நடவடிக்கை;** investigation; inquiry. காவலர்கள் குற்றம் நடந்த இடத்துக்குச் சென்று விசாரணை நடத்தினார்கள்./ பெண் காவலர்களின் முன்னிலையில்தான் பெண்கள் விசாரணை செய்யப்பட வேண்டும் என்று சட்டம் உள்ளது./ கைதியின் மரணம் பற்றிச் சந்தேகம் எழுந்திருப்பதால் வட்டாட்சியர் விசாரணைக்கு உத்தரவிடப்பட்டுள்ளது./ அவர்மீது லஞ்சப்புகார் வந்ததையடுத்துத் துறை விசாரணை நடந்தது. **2: (நீதிமன்றத்தில் தீர்ப்பு வழங்குவதற்காக) வாதப் பிரதிவாதங்களை ஆராய்தல், சாட்சிகளை விசாரித்தல் போன்ற முறைகளில் மேற்கொள்ளும் நடவடிக்கை;** (in a court of law) trial. வழக்கு விசாரணை தள்ளிப்போடப்பட்டுள்ளது./ இன்று உங்கள் வழக்கு விசாரணைக்கு வருகிறது./ வெடிகுண்டு வழக்கு விசாரணை நாளை தொடங்குகிறது.

விசாரணைக் கைதி பெ. **(விசாரணையில் உள்ள வழக்கில்) நீதிமன்றத்தின் அல்லது காவல்துறையின் காவலில் உள்ளவர்;** an accused in judicial or police custody.

விசாரம்[1] பெ. **(ஒன்றைப் பற்றிய) ஆழ்ந்த ஆராய்ச்சி;** inquiry; examination. ஆத்ம விசாரம்/ தத்துவ விசாரம்.

விசாரம்[2] பெ. (அ.வ.) **கவலை; சோகம்;** concern; anxiety. அவரவர் விசாரம் அவரவருக்கு என்றார்.

விசாரி வி. (விசாரிக்க, விசாரித்து) **1: (ஒருவரை அல்லது ஒன்றைப் பற்றித் தெரிந்துகொள்ளும் பொருட்டு ஒருவரிடம்) விவரங்களைக் கேட்டறிதல்;** make inquiries; ask for details. பையன் நல்லவனா என்று விசாரித்தேன்./ என் சம்பளம் எவ்வளவு என்று ஏன் விசாரிக்கிறாய்?/ அந்தப் பகுதியிலேயே நல்ல பள்ளிக்கூடம் எது என்று விசாரித்தார்./ அவனைப் பற்றி விசாரித்ததில் எந்தத் தகவலும் தெரிந்துகொள்ள முடியவில்லை./ வீட்டு இலக்கத்தைச் சொல்லி விசாரித்தபோதும் நண்பரின் வீட்டைக் கண்டுபிடிக்க முடியவில்லை. **2: (குற்றம், பிரச்சினை போன்றவற்றில் அதிகார**

பூர்வமாக) உண்மையை அறிவதற்காகக் கேள்வி கேட்டல், சோதித்தல் போன்றவற்றின் மூலம் நடவடிக்கை மேற்கொள்ளுதல்; enquiry. கொடுத்த புகாரை விசாரிக்காத காவல்துறை ஆய்வாளரின் மேல் நடவடிக்கை எடுக்க வேண்டும் என்று அந்தப் பகுதி மக்கள் ஆர்ப்பாட்டம் செய்தனர்./ நகைக்கடைக் கொள்ளையைப் பற்றிக் காவல் துறையினர் முழுவீச்சில் விசாரித்துவருகின்றனர்./ இளைஞர் அணித் தலைவரின் மேல் தொண்டர்கள் புகார் செய்ததை அடுத்துக் கட்சியின் உயர்மட்டக் குழு இதுகுறித்து விசாரித்துவருகிறது. 3: (சட்டம்) (நீதிமன்றத்தில் தீர்ப்பு வழங்குவதற்காக) வாதப் பிரதிவாதங்களை ஆராய்தல், சாட்சிகளைக் கேள்வி கேட்டல் போன்ற முறைகளில் நடவடிக்கை மேற்கொள்ளுதல்; examine; try (a suit, etc.,). வழக்கை விசாரித்துக் குற்றவாளிக்கு நீதிபதி ஆயுள் தண்டனை வழங்கினார். 4: (சம்பந்தப்பட்டவரிடம் நலம்) கேட்டல்; inquire after (one's health, etc.,). நண்பரிடம் நலம் விசாரித்தான்./ அப்பா உங்களை மிகவும் விசாரித்தார். 5: காண்க: துக்கம் விசாரி.

விசாலம் பெ. (-ஆக, -ஆன) விரிந்த பரப்புக் கொண்டது; அகன்ற பரப்பு; அகலம்; spaciousness; extensiveness. விசாலமான தெருக்கள்/ விசாலமான மார்பு/ (உரு வ.) விசாலமான அறிவு.

விசாலி வி. (விசாலிக்க, விசாலித்து) (அ.வ.) விரிவடைதல்; extend; become broad. படிக்கப்படிக்க அறிவு விசாலிக்கும்.

விசி வி. (விசிக்க, விசித்து) மெல்லிய சத்தத்துடன் அழுதல்; விசும்புதல்; weep (with sobs). அவள் முகத்தைக் கையால் மூடிக்கொண்டு விசித்தாள். [(தொ.சொ.) அழு/ கதறு/ கேவு/ செருமு/ தேம்பு/ விசும்பு/ விம்மு]

விசித்திரம் பெ. (-ஆக, -ஆன) புதிராகவும் வினோதமாகவும் வழக்கத்திலிருந்து வேறுபட்டதாகவும் இருக்கும் தன்மை; strangeness; queerness; peculiarity. நாட்டின் ஒரு பகுதியில் வெள்ளமும் மற்றொரு பகுதியில் வறட்சியும் காணப்படுவது விசித்திரமாக இருக்கிறது./ காண்டாமிருகம் விசித்திரமான தோற்றமுடைய மிருகம் ஆகும்./ பத்திரிகையில் 'குடிகாரர்கள் தேவை' என்று ஒரு விசித்திர விளம்பரம் வந்திருந்தது./ உண்மையிலேயே நீங்கள் ஒரு விசித்திரப் பிறவிதான்./ நேற்று நான் ஒரு விசித்திரமான கனவைக் கண்டேன்./ 'என்னைக் கடவுளாக அறிவிக்க வேண்டும்' என்று ஒருவர் ஒரு விசித்திர வழக்கைத் தொடர்ந்தார்.

விசிப்பலகை பெ. (வ.வ.) பலர் உட்காரும் வகையில் ஆறு கால்களுடன் கூடிய நீளமான பலகை; bench.

விசில் வா வி. (வர, வந்து) குக்கரில் அழுத்தம் தாங்க முடியாத நீராவி வெளியேறும்போது சீழ்க்கை போன்ற ஒலி எழுப்புதல்; (of a cooker) make a whistle sound (when the pressure inside is released). கடலையை மிதமான தீயில் வேகவிடவும். மூன்று முறை விசில் வந்ததும் இறக்கிவைத்து விடலாம்.

விசிறி[1] பெ. (கையால் அசைத்துக் காற்று வரச் செய்வதற்காக) வட்ட வடிவில் விரித்த பனை ஓலையை உடைய அல்லது வெட்டப்பட்ட அட்டையைக் கொண்டு தயாரிக்கப்பட்ட சிறிய சாதனம்; (hand) fan. குழந்தை தூங்கும்வரை விசிறியால் விசிறினாள்./ விசிறிக் காம்பால் முதுகைச் சொறிந்துகொண்டார்.

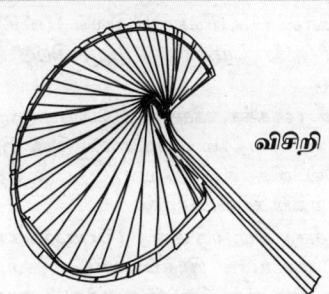

விசிறி

விசிறி[2] பெ. (ஒரு கலைஞரின், எழுத்தாளரின்) ரசிகர்; (of film star, etc.,) admirer; fan. நான் மதுரை சோமுவின் தீவிர விசிறி./ படப்பிடிப்பு நடக்கும் இடத்தில் அந்த இளம் நடிகையை அவரது விசிறிகள் சூழ்ந்துகொண்டனர்.

விசிறி[3] பெ. (இலங்.) (குறில் அல்லது நெடில்) உயிர் எழுத்தைச் சுட்டிக்காட்ட மெய்யெழுத்தின் முன் அல்லது மேல் போடப்படும் அடையாளக் குறி; கொம்பு; the vowel sign in consonant-vowel letter, placed before the consonant or on the top of it.

விசிறி மடிப்பு பெ. (அங்கவஸ்திரம் போன்றவற்றில் ஓலை விசிறியில் இருப்பதுபோன்ற) அடுக்கடுக்கான மடிப்பு; fan-like folds (in certain garments).

விசிறி வாழை பெ. ஒன்றன் மீது ஒன்றாக அமைந்து இருபுறமும் விரிந்திருக்கும் இலைகளை உடைய (அலங்காரத்திற்காக வளர்க்கப்படும்) ஒரு வகைத் தாவரம்; traveller's palm.

விசிறிவிடு வி. (-விட, -விட்டு) (ஒருவரின் கோபம், பொறாமை போன்ற உணர்ச்சிகளை அல்லது மத உணர்ச்சிகள் போன்றவற்றை) தூண்டிவிட்டுப் பெரிதாக்குதல்; cause an emotion, desire to become intense; fan (the flames of anger, etc.,). அவனே ரொம்ப எரிச்சலில் இருக்கிறான். நீ வேறு விசிறிவிடாதே.

விசிறு வி. (விசிற, விசிறி) 1: (காற்று வருமாறு) விசிறியை அசைத்தல்; காற்று வரச் செய்தல்; fan. குழந்தைக்கு வியர்க்கிறது. சற்று விசிறு! 2: (பரந்து விழும்படி) வீசுதல்; hurl; fling. கோபத்தில் ரூபாய் நோட்டுகளை விசிறி எறிந்தான்./ பத்திரிகைகளைக் குழந்தை விசிறி அடித்தது./ (உரு வ.) இதுவரை நாங்கள் கொடுத்த மனுக்களை எல்லாம் அமைச்சர் விசிறி அடித்துவிட்டார்.

விசிஷ்டாத்வைதம் பெ. (தத்.) ஆன்மா, உலகம், இறைவன் ஆகிய மூன்றும் நித்தியமானவை என்றும், உயிரைச் சார்ந்து உடல் இருப்பதுபோல, உயிர்களும் உலகமும் இறைவனைச் சார்ந்து இருக்கும் என்றும் கூறும் தத்துவக் கொள்கை; the doctrine of qualified non-dualism.

விசிஷ்டாத்வைதி பெ. (தத்.) விசிஷ்டாத்வைதத் தத்துவத்தைக் கடைப்பிடிப்பவர்; follower of the doctrine of விசிஷ்டாவைதம்.

விசுக்-என்று வி.அ. (பே.வ.) (ஒரு செயலைச் செய்யும்போது) சட்டென்று; மிகத் துரிதமாக; abruptly; suddenly. பாம்பு விசுக்கென்று தலையை வளைக்குள் இழுத்துக் கொண்டது./ வாயிற்படியில் இருந்தவர் என்னைப் பார்த்ததும் விசுக்கென்று எழுந்து உள்ளே போனார்.

விசுக்கு[1] வி. (விசுக்க, விசுக்கி) (இலங்.) **(விசிறியால்) விசிறுதல்;** fan. ஒரே புழுக்கமாக இருக்கிறது. விசிறி எடுத்து விசுக்கிவிடு.

விசுக்கு[2] வி. (விசுக்க, விசுக்கி) (இலங்.) **(ஒருவரை) அடித்தல்;** beat (s.o.). சத்தம் போடாமல் இரு. இல்லாவிட்டால் கன்னத்தில் விசுக்கிவிடுவேன்./ தம்பி எதிர்த்துப் பேச, கன்னத்தில் விசுக்கிவிட்டான்.

விசுக்கோத்து பெ. (இலங்.) **(பொதுவாக) வட்ட வடிவில் தட்டையாக இருப்பதும், இனிப்புச் சேர்த்து மாவைப் பிசைந்து வெதுப்பகத்தில் தயாரிப்பதுமான தின்பண்டம்; ரொட்டி;** biscuit; cookie.

விசுப்பலகை பெ. **அடியில் சிறு குமிழோ கட்டையோ பொருத்தப்பட்டு உட்கார்வதற்குப் பயன்படுத்தும் சிறு பலகை;** a low seat made of wooden plank supported by knobs or short pieces.

விசும்பல் பெ. **மெல்லிய ஒலியோடு கூடிய அழுகை;** soft sobbing. விசும்பல் இப்பொழுது விம்மலாக வெடித்தது.

விசும்பு வி. (விசும்ப, விசும்பி) **மூச்சு தேங்கி வெளிப்படுதல்; விசித்தல்;** weep; sob. நீண்ட நேரம் அழுதுவிட்டுத் தூங்கும் குழந்தை அவ்வப்போது விசும்புவது கேட்டது. [(தொ.சொ.) அழு/ கதறு/ கேவு/ செருமு/ தேம்பு/ விசி/ விம்மு]

விசுவரூபம் பெ. காண்க: **விஸ்வரூபம்.**

விசுவாசப் பிரமாணம் பெ. (சட்டம்) **குடியரசுத் தலைவர், உச்ச நீதிமன்ற நீதிபதிகள், உயர் நீதிமன்ற நீதிபதிகள், ஆளுநர்கள், அமைச்சர்கள், நாடாளுமன்ற உறுப்பினர்கள், சட்டமன்ற உறுப்பினர்கள் போன்றோர் பதவியேற்கும்போது அரசியல் சட்டத்திற்கு நேர்மையாகவும் பாரபட்சமின்றியும் செயலாற்றுவதாகக் கடவுளின் பேரிலோ மனசாட்சியின் பேரிலோ எடுத்துக்கொள்ளும் உறுதிமொழி;** oath of office.

விசுவாசம் பெ. **(ஒருவரிடம் வைத்திருக்கும்) நன்றி உணர்வு; மாறாத பற்று;** loyalty; trust. அவனுக்கு நான் அப்படி என்ன செய்துவிட்டேன் என்று என்மேல் இவ்வளவு விசுவாசமாக இருக்கிறான்?

விசுவாசி[1] வி. (விசுவாசிக்க, விசுவாசித்து) (கிறித்.) **(கடவுளை உண்மையாக) நம்புதல்; நம்பிக்கை வைத்தல்;** have firm or complete faith; believe. 'கர்த்தரை விசுவாசியுங்கள்' என்று பிரசங்கம் பண்ணினார்.

விசுவாசி[2] பெ. 1: **முதலாளி, அரசியல் தலைவர் போன்றோரிடம் அல்லது ஒரு அமைப்பு போன்றவற்றிடம் விசுவாசம் கொண்டவர்;** a loyal person; follower (of a faith, leader, etc.,); loyalist. ஆங்கிலேய விசுவாசிகளைக் கேலிசெய்து பாரதியார் சில பாடல்களை எழுதியிருக்கிறார்./ கட்சித் தலைமை உண்மையான விசுவாசிகளை ஓரங்கட்டிவிட்டுச் சந்தர்ப்பவாதிகளைக் கட்சிக்குள் கொண்டுவரப் பார்க்கிறது என்று அவர் குற்றம்சாட்டினார். 2: (கிறித்.) **(கடவுள்மேல்) முழு நம்பிக்கை வைத்தவர்;** believer. விசுவாசிகளைக் கர்த்தர் கைவிடமாட்டார்.

விசேஷ பெ.அ. **தேவைக்காகவும் குறிப்பிட்ட நோக்கத்திற்காகவும் ஏற்படுத்தப்பட்ட; பிரத்தியேகமான; சிறப்பான;** special. வர்த்தகக் கண்காட்சிக்காக விசேஷப் பேருந்துகள் விடப்பட்டன./ விசேஷ இருதயச் சிகிச்சைப் பிரிவு./ இது விசேஷக் கவனம் செலுத்திக் கட்டிய வீடு./ விளையாட்டைப் பார்ப்பதற்காகக் குழந்தைகளுக்கு விசேஷ அனுமதி வழங்கப்பட்டது./ புத்தாண்டு தினத்தன்று கோயில்களில் விசேஷப் பூஜைகள் நடந்தன./ நீங்கள் அரசியலிலிருந்து விலகுவதற்கு ஏதாவது விசேஷக் காரணங்கள் உண்டா என்று ஒரு நிருபர் கேள்வி கேட்டார்./ குழந்தைகள் விஷயத்தில் விசேஷக் கவனம் செலுத்த வேண்டும்./ ஒவ்வொரு கலையும் மனிதனின் விசேஷக் கலையுணர்வைத் தூண்டுவதாக அமைந்துள்ளது.

விசேஷம் பெ. 1: **(வீட்டில் நடக்கும்) சுப நிகழ்ச்சி; பண்டிகை;** formal observance; ceremony. வீட்டு விசேஷங்களில் வெற்றிலைபாக்கிற்கு எப்போதும் ஒரு இடம் உண்டு./ ஊரில் ஏதாவது விசேஷம் என்றால் அம்மா பட்டுப் புடவை கட்டிக்கொண்டு கிளம்பிவிடுவாள். 2: (-ஆக, -ஆன) **குறிப்பிடத் தகுந்தது;** sth. that needs specific mention; sth. of special interest. கிருஷ்ணன் கோயில் உற்சவத்தில் வழுக்கு மரம் ஏறுதல் விசேஷமான விளையாட்டு./ விசேஷமாகச் சொல்ல என்னிடம் செய்தி எதுவும் இல்லை./ படத்தில் விசேஷமாக எதுவும் கிடையாது. 3: **(குறிப்பிடத் தகுந்த) செய்தி; விஷயம்;** news (particular, specific). ஊரில் ஏதாவது விசேஷம் உண்டா?/ என்னைப் பார்க்க வந்திருக்கிறாயே, என்ன விசேஷம்? 4: (-ஆக, -ஆன) **(வழக்கத்திலிருந்து மாறுபட்டு) சிறப்பானது; பிரத்தியேகமானது;** being special. விருந்தினர்களுக்கு என்று விசேஷமாகத் தயாரிக்கப்பட்ட உணவு/ விசேஷமான ஜாதகம்/ திருவாதிரை அன்று விசேஷமாகக் களி செய்து நடராஜப் பெருமானுக்குப் படைப்பார்கள். 5: **(குறிப்பாக) நல்ல பலனைத் தருவது;** propitious. திருநள்ளாறு கோயிலுக்குப் போய் வந்தால் ரொம்ப விசேஷம் என்று சொல்கிறார்கள்.

விசை[1] பெ. 1: **ஆற்றல்;** energy; power. அண்டார்டிகாவின் புவிஈர்ப்பு விசை, பூமியின் நிலநடுக்கோட்டுப் பகுதியில் இருப்பதைவிட அதிகமாக உள்ளது./ இரண்டு பரப்புகள் ஒன்றின் மீது ஒன்று நகரும்போது அவற்றிடையே ஓர் எதிர்ப்பு விசை ஏற்படுகிறது./ ஒவ்வொரு காந்தத்தைச் சுற்றிலும் ஒரு குறிப்பிட்ட எல்லைக்குள் அக்காந்தத்தின் விசை செயல்படுகிறது./ விண்வெளியிலே மின்விசை உற்பத்தி நிலையங்களையும் இனி அமைக்கலாம்./ நீராவி விசை. 2: **வேகம்;** force. அவன் கை என்மீது விசையோடு மோதியது./ கல்லை எடுத்து மாங்காயைக் குறிபார்த்து விசையாக எறிந்தான்./ 'விசையாக நட' என்று அப்பா அதட்டினார். 3: **கருவியை இயக்க அல்லது நிறுத்தச் செய்யும் சாதனம்/(துப்பாக்கியில்) குதிரை;** any mechanical device to activate or control the movement of a machine, etc.,/(in a gun) trigger. விசையை அழுத்தியதும் அழைப்பு மணி ஒலித்தது./ விசையைத் தட்டியதும் துப்பாக்கியிலிருந்து குண்டு சீறிப் பாய்ந்தது.

விசை[2] பெ. (வ.வ.) **தடவை; முறை;** (number of) times. அந்தப் பாட்டை இன்னும் ஒரு விசை பாடுங்களேன்./ அவரைப் பார்க்க எத்தனை விசைதான் போவது?/ ஒரு விசை நானும் அம்மாவும் கோயிலுக்குப் போயிருந்தபோது அவரைப் பார்த்தோம்.

விசைத்தறி பெ. (நெசவு) **மின்விசையால் இயக்கப்படும் தறி;** powerloom.

விசைத்தெளிப்பான் பெ. **(பூச்சிக்கொல்லி) மருந்தைப் பரவலாகவும் விசையோடும் தெளிக்கும் சாதனம்;** power sprayer (of insecticide, etc.,).

விசைப்படகு பெ. **இயந்திரச் சக்தியால் இயங்கும் படகு;** motor boat.

விசைப்பலகை பெ. **கணிப்பொறியில் எழுத்துகள், எண்கள், குறியீடுகள் ஆகியவற்றுக்கான சாவிகளைக் கொண்ட, தட்டச்சில் இருப்பது போன்ற ஒரு பகுதி;** keyboard (of a computer). *விசைப்பலகையில் தமிழ் எழுத்துகளை நமக்குத் தேவையான முறையில் அமைத்துக் கொள்ளலாம்.*

விஞ்சு வி. (விஞ்ச, விஞ்சி) **(சிறப்பாகச் சொல்லும் அளவுக்கு ஒரு செயல்பாட்டில்) மேலோங்கியிருத்தல்;** excel; outdo; surpass. *ராணுவ ஆயுத உற்பத்தியில் ஐரோப்பாவில் சில நாடுகள் வல்லரசுகளையும் விஞ்சி நிற்கின்றன.*

விஞ்ஞானம் பெ. 1: **அறிவியல்;** science. 2: **தர்க்க முறையால் சோதித்து அறிவது;** reasoning; rational attitude or outlook. *இது விஞ்ஞானமா அஞ்ஞானமா?/ நமக்கு விஞ்ஞான மனோபாவம் வேண்டும்.*

விஞ்ஞானி பெ. **அறிவியல் அறிஞர்;** scientist. *அணு விஞ்ஞானி/ இயற்பியல் விஞ்ஞானி/ விண்கற்களில் உலோகங்கள் இருப்பதை விஞ்ஞானிகள் கண்டுபிடித்துள்ளனர்.*

விட்டத் தராசு பெ. (வ.வ.) **விட்டத்தின் இரு முனையிலும் தொங்கும் தட்டுகளைக் கொண்ட தராசு;** balance (with two seales at either end of a beam).

விட்டம் பெ. 1: **(கூரையைத் தாங்க வீட்டின் குறுக்காக இரண்டு சுவர்களின் மேல் அமைந்துள்ள) உத்தரம்;** cross beam (of a house). *விட்டத்தில் ஒரு பல்லி ஓடியது./ விட்டத்தைப் பார்த்தபடி உட்கார்ந்திருந்தாள்./ விட்டத்திலிருந்து ஒரு ஊஞ்சல் தொங்கியது.* 2: **(வண்டிக் கூண்டில்) உள்பக்கமாகப் பொருத்தப்பட்டிருக்கும் குறுக்குச் சட்டம்;** cross raft (in a bullock cart's cover). 3: (கணி.) **(வட்டத்தில்) ஆரத்தின் இரு மடங்காகவும் வட்டத்தைச் சமபங்காகப் பிரிப்பதாகவும் இருக்கும் அளவு அல்லது கோடு;** diameter. *பூமியின் விட்டம் 12756.3 கி.மீ. ஆகும்./ ஒரு வட்டத்தின் விட்டம் ஏழு செ.மீ. என்றால் அதன் சுற்றளவு என்ன?*

விட்டிசை பெ. (இலக்.) 1: **(யாப்பிலக்கணம்) செய்யுளில் அசையைக் கணக்கிடும்போது தொடர்ந்து வரும் எழுத்துகளை இடையில் தொடர்ச்சியை ஒரு வினாடிக்கும் குறைவாக நிறுத்தி உச்சரிக்கும்போது வரும் ஒலி இடையீடு;** hiatus. *'அஉ அறியா அறிவில் இடைமகனே' என்னும் செய்யுள் வரியில் அகரத்திற்கும் உகரத்திற்கும் இடையில் விட்டசை உள்ளது.* 2: **ஒரு சொல்லில் தொடர்ந்து வரும் எழுத்துகளையோ ஒரு வாக்கியத்தில் தொடர்ந்து வரும் சொற்களையோ இடையில் ஒரு வினாடிக்கும் குறைவாக நிறுத்தி உச்சரிக்கும் உச்சரிப்பு;** pause. *இரண்டு சொற்கள் தொடர்ந்துவரும்போது அவற்றுக்கு இடையே விட்டிசை இல்லாமல் வருவது தொகைச்சொற்களின் குணம்.*

விட்டில் பெ. **உருவத்தில் பட்டாம்பூச்சி போல இருப்பதும் இரவில் நடமாடுவதும் தன் இறக்கைகளை மூடாமல் சுவர்மேல் விரித்துப் பரப்பி அமர்ந்திருப்பதுமான ஒரு வகைப் பூச்சி;** moth.

விட்டு இ.சொ. 1: **'தவிர்த்து' என்ற பொருளில் பயன்படுத்தப்படும் இடைச்சொல்;** particle used in the sense of 'excepting'. *ஒரு நாள்விட்டு ஒரு நாள்தான் குடிநீர் வழங்கப்படுகிறது.* 2: **நீங்குதல் பொருளில் பயன்படுத்தப்படும் இடைச்சொல்; 'இருந்து';** particle used in the sense of 'from'. *தம் பெற்றோரைவிட்டுப் பிரிந்த குழந்தைகள்/ இந்த வண்டி எப்போது இந்த ஊரைவிட்டுப் புறப்படும்?*

விட்டுக்கொடு வி. (-கொடுக்க, -கொடுத்து) 1: **(பிரச்சினை, வாக்குவாதம் போன்றவற்றில் ஒருவர் தனது பிடிவாதத்தைத் தளர்த்திக்கொண்டு மற்றவருக்கு) இணங்கிப்போதல்;** make allowance for; accommodate (other's interests). *அவன் குணம் தெரிந்ததால் நாங்கள் அவனுக்கு விட்டுக்கொடுத்தோம்./ கணவனும் மனைவியும் ஒருவருக்கொருவர் விட்டுக்கொடுத்தால்தான் குடும்பம் நடத்த முடியும்./ விட்டுக்கொடுக்கும் மனப்பான்மை வேண்டும்.* 2: **தனக்குக் கிடைக்க வேண்டிய பயன், சாதகமான நிலை போன்றவற்றைப் பிறர் அனுபவிக்கவோ பெறவோ விடுதல்;** surrender; yield; give up. *வீட்டை அண்ணன் எனக்கே விட்டுக்கொடுத்துவிட்டான்./ நேற்றைய ஆட்டத்தில் இந்திய அணியினர் விட்டுக்கொடுப்பதுபோல் ஆடினார்கள் என்று ஒரு குற்றச்சாட்டு எழுந்துள்ளது./ நான் விட்டுக்கொடுத்ததால்தான் அவருக்கு இந்தப் பதவி கிடைத்தது என்று நண்பர் பெருமையாகச் சொல்லிக்கொண்டார்.* 3: (பே.வ.) (பெரும்பாலும் எதிர்மறையில் அல்லது எதிர்மறைத் தொனியில்) **(தனக்கு வேண்டிய ஒருவரைப் பிறர்) தாழ்த்திக் கூற அனுமதித்தல் அல்லது (தனக்கு வேண்டிய ஒருவரைப் பிறரிடம்) தாழ்த்திக் கூறுதல்;** let down (s.o.). *அண்ணன் தம்பிகள் இடையே மனக்கசப்பு இருந்தாலும் மற்றவரிடம் பேசும்போது விட்டுக்கொடுக்க மாட்டார்கள்.*

விட்டுச்செல் வி. (-செல்ல, -சென்று) **ஒருவர் தனது மறைவுக்குப் பிறகு வரும் தலைமுறையிடம் ஒன்று சென்று சேருமாறு செய்தல்;** leave behind (for posterity). *மகாத்மா காந்தி விட்டுச்சென்ற தூய மரபுகளைக் காக்க அவர் உறுதி பூண்டார்./ அவர் தன் பிள்ளைகளுக்கு விட்டுச்சென்றது கடன்தான்!*

விட்டுத்தள்ளு வி. (பெரும்பாலும் ஏவல் வடிவத்தில்) (பே.வ.) **(ஒன்றை அல்லது ஒருவரை) பெரிதுபடுத்தாமல் விடுதல்;** leave aside. *அவனை விட்டுத்தள்ளுங்கள், இருப்பவர்களைப் பற்றிக் கவலைப்படுங்கள்./ கல்யாணத்துக்கு அவன் உன்னைக் கூப்பிடவில்லை என்ற விஷயத்தை இத்தோடு விட்டுத்தள்ளு.*

விட்டுப்பிடி வி. (-பிடிக்க, -பிடித்து) **(ஒருவரை உடனடியாக அவருடைய நிலையிலிருந்து மாற்ற முடியாது என்பதால் அவரைக் கொஞ்ச காலத்துக்கு அவருடைய) போக்கில் விடுதல்;** allow (a person) to have his own way (so as to bring him round). *பையனைக் கொஞ்சம் விட்டுப்பிடியுங்கள், தானாக வழிக்கு வருவான்./ தொழிலாளர்களை விட்டுப்பிடிக்க வேண்டும் என்று நிர்வாக இயக்குநர் நினைக்கிறார்.*

விட்டுப்போ[1] வி. (-போக, -போய்) 1: **(பிடிப்பு, இணைப்பு) உடைந்து பிரிதல்; தனித்தனியாகப்**

விட்டுப்போ² 1198

போதல்; give way; break. சங்கிலியில் ஒரு கண்ணி விட்டுப்போனதால் சரிசெய்யக் கொடுத்திருக்கிறாள்./ சட்டையில் தையல் விட்டுப்போய்விட்டது. **2: (உறவு, தொடர்பு, பற்று போன்றவை) தொடராமல் போதல்;** break (one's interest, relationship, etc.,). இரு குடும்பங்களுக்கு இடையே உறவு விட்டுப்போய் வெகு நாளாகிறது./ என் சகோதரர்கள்மேல் இருந்த பாசம் விட்டுப்போய் ரொம்ப நாளாகிறது. **3: விடுபடுதல்;** be left out. இந்தப் பக்கத்தில் ஒரு வரி விட்டுப்போயிருக்கிறது./ நான்கு நாள் கணக்கு எழுதாமல் விட்டுப்போயிருக்கிறது./ விட்டுப்போன மளிகைச் சாமான்களை எழுதிக்கொள். **4: (உடல் உழைப்பு தேவைப்படும் ஒன்றைத் தொடர்ந்து அல்லது நீண்ட நேரம் செய்வதால் கை, கால், தோள் போன்ற உடலுறுப்புகள்) பலம் இழத்தல்; வலுவிழத்தல்; சோர்ந்து போதல்;** (of limbs) become tired. இத்தனை பெரிய வீட்டில் எப்படிக் கால் விட்டுப்போகாமல் நடமாடப்போகிறாள் என்றுதான் கவலையாக இருக்கிறது./ பொங்கலுக்காகக் காலையிலிருந்து வீட்டைச் சுத்தம் செய்ததில் கை விட்டுப்போகிறது./ முறுக்குப் பிழிந்தே கை விட்டுப் போயிற்று./ இவ்வளவு கனமான மூட்டையை ரொம்ப தூரம் தூக்கிவந்ததில் தோள் விட்டுப்போவதுபோல் வலிக்கிறது.

விட்டுப்போ² வி. (-போக, -போய்) காண்க: **விட்டுச் செல்.**

விட்டுவிட்டு வி.அ. **தொடர்ச்சியாக இல்லாமல் சிறிது இடைவெளிக்குப் பிறகு மீண்டும்;** intermittently; off and on. மழை விட்டுவிட்டுப் பெய்கிறது./ மின்சாரம் விட்டு விட்டு வருகிறது./ எனக்கு நெஞ்சில் விட்டுவிட்டு லேசாக வலிக்கிறது.

விட்டுவை வி. (-வைக்க, -வைத்து) (பெரும்பாலும் எதிர் மறையில் அல்லது எதிர்மறைத் தொனியில்) **1: விலக்கி வைத்தல்; ஒதுக்கி வைத்தல்;** (usually in the negative) leave (anyone or anything). அலுவலகத்தில் யாரையும் விட்டு வைக்காமல் எல்லோரிடமும் கடன் வாங்கியிருக்கிறான்./ சாப்பாட்டு விஷயத்தில் அவன் எதையும் விட்டு வைப்பதில்லை./ கவிதை, நாவல், கட்டுரை என்று அவர் எந்த வடிவத்தையும் விட்டுவைக்கவில்லை. **2: ஒருவருக்குத் தண்டனை தராமலோ பாதிப்பு ஏற்படுத்தாமலோ அப்படியே விடுதல்;** let off (without punishment). ஒரே ஊர் என்பதால் அவனை விட்டுவைத்தேன். இன்று என்னிடமே மோதுகிறான்./ நான் உன்னை ஏமாற்றினால் நீ என்னை விட்டுவைப்பாயா?

விட்டெறி வி. (-எறிய, -எறிந்து) **(மரியாதை இல்லாத முறையில் கூறும்போது) (பணத்தை) கொடுத்தல்;** (showing one's haughtiness or indifference) throw (money). பணத்தை விட்டெறிந்தால் காரியம் தானாக நடக்கும்./ சாயங்காலம் உன் வட்டிப் பணத்தை விட்டெறிந்து விடுகிறேன்.

விட்டேற்றியாக/விட்டேற்றியான வி.அ./பெ.அ. (பே.வ.) **பொறுப்போ ஈடுபாடோ இல்லாமல்/ பொறுப்போ ஈடுபாடோ இல்லாத;** without any personal involvement/unconcerned. என் தங்கையின் திருமண விஷயத்தில் என்னால் விட்டேற்றியாக இருக்க முடியாது./ தனக்கு வேண்டியவரிடமிருந்து இப்படி ஒரு விட்டேற்றியான பதிலை அவன் எதிர்பார்க்கவில்லை.

விட்டை பெ. (பே.வ.) **(யானை, கழுதை, குதிரை போன்ற விலங்குகளின்) கெட்டியான சாணம்;** dung (of certain animals, such as donkey, horse).

விட்டொழி வி. (-ஒழிக்க, -ஒழித்து) **(இனி தொடராத வகையில் ஒன்றை) முழுவதுமாகக் கைவிடுதல்;** give up for good or once and for all. புகைக்கும் பழக்கத்தை விட்டொழித்தேன்./ ஆசையை விட்டொழிக்க முடிந்தால் நீ ஞானிதான்!

விட்டோட்டம் பெ. (-ஆக) (ஊரக வ.) **ஜோடியாக இருக்க வேண்டிய இரண்டு, ஒன்றுக்கு ஒன்று பொருத்தமில்லாமல் இருக்கும் நிலை;** (of members of a pair) not being of equal size or the size of one not being suitable to that of the other. இந்த வண்டியின் கால்கள் ஒன்றுக்கு ஒன்று விட்டோட்டமாக இருக்கின்றன./ ஜோடி மாடுகள் ஒன்றுக்கு ஒன்று விட்டோட்டமாக இருக்கின்றன.

விட இ.சொ. **1: ஒன்றை அல்லது ஒருவரை ஒப்பிடும் போது பயன்படுத்தும் இடைச்சொல்; 'காட்டிலும்';** particle used in the sense of 'than'; 'compared with'. என்னை விட அவன் இரண்டு வயது பெரியவன்./ வேலை இல்லாமல் வீட்டில் இருப்பதைவிடக் கொடுமை வேறு எதுவும் இல்லை. **2:** (இலங்.) **(பலவற்றை ஒப்பிடும்போது) (குறிப்பிடப்படுவதை) தவிர்த்து (மேலும்);** other than (the mentioned). அவர் சிறுகதைகளைவிட, கவிதை, ஓரங்க நாடகம், இலக்கியக் கட்டுரைகள் முதலியவற்றை எழுதியுள்ளார்

விடம் பெ. (உ.வ.) காண்க: **விஷம்,1.**

விடயம் பெ. (இலங்.) காண்க: **விஷயம்.**

விடலை பெ. (பே.வ.) **பதின்பருவத்தில் உள்ள இளைஞன்;** youth. விடலைப் பருவக் குறும்புகள்./ விடலைப் பையன்களைக் குறிவைத்து இந்தப் படத்தை எடுத்திருக்கிறார்கள்./ கல்லூரியில் படிக்கும் விடலைகளின் அட்டகாசம் தாங்க முடியவில்லை.

விடலைத் தேங்காய் பெ. (வ.வ.) **சிதறுதேங்காய்;** coconut hurled on the ground and broken to pieces at a பிள்ளையார் temple (in fulfilment of a vow or as a prayer).

விடாக்கண்டன் பெ. (பே.வ.) **விட்டுக்கொடுக்காதவன்; பிடிவாதக்காரன்;** a stubborn man. அந்த விடாக்கண்டன் எதற்கும் ஒத்துவர மாட்டான்.

விடாப்பிடியாக வி.அ. **(எப்படியும் தான் நினைத்ததைச் சாதித்துவிட வேண்டும் என்ற நோக்கத்தோடு) தன் நிலையிலிருந்து சிறிதும் மாறாமல்; சிறிதும் விட்டுக்கொடுக்காமல்;** tenaciously. அந்தப் பத்திரிகையாளர் விடாப்பிடியாக ஒரே கேள்வியை மாற்றிமாற்றிக் கேட்டுக் கொண்டிருந்தார்.

விடாமுயற்சி பெ. **(ஒன்றை அடைவதற்கு) சலிக்காமல் தொடர்ந்து செய்யும் முயற்சி;** perseverance. விடாமுயற்சி எப்படிப்பட்டவர்களையும் வெற்றி அடையச் செய்யும்./ விடாமுயற்சியால்தான் என்னால் இந்த அளவுக்கு உயர முடிந்தது.

விடாய் பெ. (அ.வ.) **தாகம்;** thirst. விடாய் தீர்ந்தது.

விடி[1] வி. (விடிய, விடிந்து) **இரவு முடிவடைந்து பகல் பொழுது துவங்குதல்; காலைப் பொழுதின் வெளிச்சம் பரவுதல்;** dawn. ஆறு மணிக்குத்தான் விடிகிறது./ பொழுது விடிய இன்னும் நேரம் இருக்கிறது./ விடிந்தால் தீபாவளி/ அவன் ஊர் போய்ச் சேர்வதற்குள் விடிந்துவிட்டது./ விடிந்து வெகு நேரம் ஆகியும் வெயில் தெரியவில்லை./ விடிந்ததும் ஆஸ்பத்திரிக்குப் போகலாம்./ (உரு வ.) நமக்கு எப்போது விடியுமோ தெரியவில்லை.

விடி[2] வி. (விடிய, விடிந்து) **(பழி, பொறுப்பு முதலியவை ஒருவரை வந்து) சேர்தல்;** (of blame, responsibility, etc.) fall (on s.o.). 'திருடன்' என்ற பழி என் தலையில் வந்து விடிந்ததே!/ அந்தப் பையனின் படிப்பைக் கெடுத்த பாவம் நம் தலையில் விடியாமல் தப்பித்தோம்.

விடியப்புறம் பெ. (இலங்.) **விடியற்காலை;** daybreak; early morning. உனக்கு நாளைக்குப் பரீட்சை. நீ விடியப் புறமாவது எழும்பிப் படி./ தம்பி! நாளைக்கு விடியப்புறம் எழும்பிப் போய்க் கொஞ்சம் பனம்பழம் பொறுக்கிவை.

விடியல் பெ. **விடியும் நேரம்; அதிகாலை;** daybreak; dawn. விடியலில் ஒரு வினோதமான காட்சி./ (உரு வ.) என்றாவது ஒரு நாள் விடியல் வரும் என்று காத்திருக் கிறோம்.

விடியவிடிய வி.அ. **(தொடர்ந்து) இரவு முழுவதும்;** all through the night. தேர்வுக்காக விடியவிடியப் படித் தும் பயன் இல்லை./ திரௌபதி கூத்து விடியவிடிய நடந் தது./ நல்ல புத்தகம் மட்டும் கிடைத்துவிட்டால் என் பெண் விடியவிடியப் படித்துக்கொண்டிருப்பாள்./ ரயி லில் உட்கார இடம் கிடைக்காததால் விடியவிடிய நின்று கொண்டே வந்தான்.

விடியற்காலை பெ. **பொழுது விடியும் நேரம்; விடியல்;** daybreak; early morning. குளிராக இருந்தாலும் விடியற் காலை ஐந்து மணிக்கு எழுந்துவிடுவார்.

விடியாமூஞ்சி பெ. (பே.வ.) **அதிர்ஷ்டம் இல்லாதவ ராகக் கருதப்படும் நபர்;** s.o. believed to be unlucky. இந்த விடியாமூஞ்சி முகத்தில் விழித்துவிட்டுப் போனால் காரியம் எப்படி உருப்படும்?/ சும்மா குழந்தையை விடியா மூஞ்சி என்று திட்டிக்கொண்டிருக்காதீர்கள்.

விடிவிளக்கு பெ. **மிகக் குறைந்த வெளிச்சத்தை மட்டும் தரும், இரவில் ஏற்றிவைக்கப்படும் (எண்ணெய்) விளக்கு;** night light. விடிவிளக்கின் வெளிச்சத்தில் அறை யிலிருந்த கட்டில் மங்கலாகத் தெரிந்தது.

விடிவு பெ. **1:** (அ.வ.) **விடியல்;** daybreak. **2: விடிவு காலம்;** the time of relief. இந்த நரக வேதனையிலிருந்து எனக்கு விடிவே கிடையாதா?/ இந்தச் சரணாலயத்துக்கு விரைவில் விடிவுவரும் என்று நம்புவோம்.

விடிவுகாலம் பெ. **(தொடர்ந்த துன்பம் முடிந்து ஏற் படும்) நல்ல காலம்;** the time of relief; relief. புதிய ஆட்சி யிலாவது ஏழைகளுக்கு விடிவுகாலம் வராதா?/ நகரின் குடிநீர்ப் பிரச்சினைக்கும் ஒரு விடிவுகாலம் வரும்.

விடிவெள்ளி பெ. **விடிவதற்கு முன் மிகவும் பிரகாச மாகத் தென்படும் சுக்கிரன் என்னும் கிரகம்;** morning star; Venus.

விடு[1] வி. (விட, விட்டு) அ. (போகச் செய்தல் தொடர் பான வழக்கு) **1: (சேர்ந்திருக்கும் அல்லது இணைந் திருக்கும் ஒரு பொருள்) பிரிந்துபோதல்;** come off. சட்டைப் பையில் தையல் விட்டுவிட்டது./ வலியில் இடுப்பு விட்டுவிடும்போல் இருக்கிறது./ (உரு வ.) வேலை போனதிலிருந்து எனக்கு மனது விட்டுப்போய்விட்டது. **2: (பிடியைத் தளர்த்துவதன்மூலம் ஒன்று அல்லது ஒரு வர்) பிரிந்தோ விலகியோ செல்லுமாறு செய்தல்;** let (sth.) go; release one's hold (of sth.). தும்பை விட்டதும் கன்றுக்குட்டி தாயிடம் ஓடிற்று./ கூட்டம் அதிகமாக இருப் பதால் கையைப் பிடித்துக்கொள், விட்டு விடாதே!/ என் சட்டையை விடு, கசங்கிவிடப் போகிறது. **3: (ஒன்றின் வழியாக அல்லது ஒன்றின் உள்ளே வேறொன்றை) போகச் செய்தல்; நுழைத்தல்;** insert; சாக்கடை அடைத் திருக்கிறது, குச்சியை விட்டுக் குத்து./ நீருக்கு அடியில் கையைவிட்டுப் பார்த்ததில், கரண்டி அகப்பட்டது./ வேலி யில் இருந்த சிறு திறப்பினுள் ஆடு தலையை விட்டுப் பார்த்தது./ கூடைக்குள் கையை விடாதே./ தன்னுடைய சட்டைப் பைக்குள் கையை விட்டுப் பணம் பத்திரமாக இருக்கிறதா என்று பார்த்துக்கொண்டார்./ குண்டானுக் குள் நாய் தலையை விட்டுவிட்டது. **4: (குழாய், ஆறு முதலியவற்றிலிருந்து பயன்பாட்டுக்குக் கிடைக்கும் விதத்தில் தண்ணீர் போன்றவற்றை) வரச் செய்தல்;** let or release (water from a dam, tap, etc.,). அடுத்த வாரம் முதல் பாசனத்திற்கு அணையிலிருந்து தண்ணீர் விடப் படும்./ இங்கு சாயங்கால நேரங்களில் மட்டுமே குழா யில் தண்ணீர் விடுவார்கள். **5: (தரையில், நீரில், காற்றில் ஒன்று) செல்லுமாறு செய்தல்/(ஒன்றை) செலுத்து தல்; ஓட்டுதல்;** drive; fly (kite, etc.,). ஆற்றில் மீன்பிடித்துக் கொண்டுவந்து கிணற்றில் விட்டேன்./ காசியில் இறந்தவர் களை எரித்து சாம்பலை கங்கையில் விடுகிறார்கள்./ இரு நாட்டு அதிபர்களும் சமாதானத்திற்கு அடையாளமாகப் புறாக்களைக் வானத்தில் விட்டார்கள்./ தரையில் விட்ட தும் நாய் வேகமாகக் கொல்லைப்புறம் நோக்கி ஓடியது./ இந்த வேலைக்கு விசைப்படகு விடத் தெரிந்திருக்க வேண் டும்./ பதினைந்து வயது பையன் எப்படிக் கார் விடுகிறான், பார்!/ தந்திக் கம்பிகள் இருக்கும் இடத்தில் பட்டம் விடாதே./ சைக்கிளைக் கொண்டுபோய் வேலியில் விட் டாயா? **6: (போக்குவரத்தில் வாகனங்களை) ஈடுபடுத் துதல்;** release; operate. குடியரசு தினத்தை ஒட்டி அதிகப் பேருந்துகள் விட உத்தேசிக்கப்பட்டுள்ளது./ நகரத்தின் எல் லாப் பகுதிகளுக்கும் பேருந்துகள் விடப்பட்டன./ புதிதா கப் பத்து ரயில்களை விட மத்திய அரசு முடிவு செய்துள் ளது. **7: (ஓர் இடத்துக்கு ஒன்றை அல்லது ஒருவரை) அனுப்புதல்;** send. அவருக்குச் சேதி சொல்ல ஆட்களை விட்டிருக்கிறேன், நிச்சயம் வருவார்./ உன் அண்ணன் உன் னைத் தூது விட்டிருக்கிறானா? **8: (ஒன்றினுள் அல்லது ஒன்றின் மேல் திரவத்தை) ஊற்றுதல்;** pour; serve (buttermilk, etc.,). காதில் மருந்தை விட்ட பிறகுதான் காது வலி கொஞ்சம் நின்றிருக்கிறது./ கோயில் பூசாரி விளக் குக்கு எண்ணெய் விட்டார்./ செடிக்கு இன்னும் கொஞ்சம் தண்ணீர் விடு./ சாதத்திற்குக் குழம்பு விடவா, ரசம் விடவா?/ சிறிது புளித்த மோரை விட்டால் தோசை புளிப்பாக இருக்கும். **9: (அம்பு) எய்தல்;** shoot (an arrow). அர்ஜுனனைக் காட்டிலும் அற்புதமாக அம்புவிடும் இவன் யார் என்று துரோணாச்சாரியார் வியந்து பார்த் துக்கொண்டிருந்தார். **10: (அறை, குத்து, உதை போன் றவை) கொடுத்தல்;** slap; kick; hit. அவன் வயிற்றில்

இரண்டு குத்துவிட்டேன்./ தன்னிடம் அசிங்கமாகப் பேசியவனின் கன்னத்தில் ஒரு அறை விட்டாள்./ நான் விட்ட உதையில் நாய் சுருண்டு போய் விழுந்தது. **11: (பிடித்து வைத்திருக்கும் ஒருவரை) விடுவித்தல்;** free (s.o. from captivity). கொலைக் குற்றம் சாட்டப்பட்டவரை ஜாமீனில் விடுவதற்கு நீதிமன்றம் மறுத்துவிட்டது./ பணயத் தொகையைப் பெற்றுக்கொண்டுதான் தீவிரவாதிகள் நிருபரை விட்டார்கள். **12: (கொட்டாவி, ஏப்பம் போன்றவற்றை) வெளியேற்றுதல்;** bring out; let. தூக்கத்தால் கொட்டாவிமேல் கொட்டாவியாக விட்டான்./ நீண்ட பெருமூச்சை விட்டுத் தன் ஏமாற்றத்தை வெளிப்படுத்தினார்./ சாப்பிட்டு முடித்ததும் பெரிய ஏப்பம் ஒன்றை விட்டார்./ அப்பா நன்றாகக் குறட்டை விட்டுத் தூங்கிக் கொண்டிருந்தார். **13: (இலை, துளிர் முதலியவை) தோன்றுதல்; வெளிவருதல்;** (of buds, leaves, etc.) sprout; shoot. செடி துளிர் விட்டிருக்கிறது./ ரோஜாச் செடி வேர் விட்டிருக்கிறது./ நட்டு வைத்த மாங்கொட்டை முளைவிட்டிருக்கிறது./ ஒதிய மரம் நன்றாகக் கிளை விட்டு வளர்ந்திருக்கிறது. **ஆ.** (நிறுத்துதல் தொடர்பான வழக்கு) **14: (ஒரு செயல், நிகழ்வு போன்றவற்றை மேலும் தொடராமல்) நிறுத்துதல்;** give up. புகைபிடிப்பதை விடுவது சிலருக்கு முடியாத காரியம்./ இவ்வளவு ஏற்பாடுகள் செய்த பிறகு இந்தத் திட்டத்தை விடுவது எனக்கு நன்றாகப் படவில்லை./ அவள் முடிக்காமல் விட்ட வாசகத்தின் அர்த்தம் என்ன?/ வேலையை விட்டுவிடுவது பற்றி அப்பாவிடம் சொல்வது என்கிற முடிவுக்கு வந்தான்./ அவனை இப்போது கண்டிக்காமல் விட்டால் பிறகு பெரியபெரிய திருட்டு வேலைகள் செய்வான்./ எட்டாம் வகுப்போடு படிப்பை விட்டுவிட்டான்./ கடிதத்தை விட்ட இடத்திலிருந்து மீண்டும் எழுதத் தொடங்கினான்./ அவர் இன்னும் தற்பெருமையை விடவே இல்லை போலிருக்கிறதே! **15: (ஒன்றை) தவிர்த்தல்; ஒதுக்குதல்;** exclude. அவரை விட்டால் இந்த விருதுக்குத் தகுதியானவர்கள் வேறு யாரும் இல்லை./ இந்த இடத்தை விட்டால் வேறு நல்ல இடம் எதுவும் கிடைக்காது./ பல விஷயங்களையும் நூலாசிரியர் விளக்காமலேயே விட்டுவிடுகிறார். **16: (ஒன்று) முடிவுக்கு வருதல்; நிற்றல்;** stop; cease; leave off. மழை விட்டுவிட்டது./ குழந்தைக்கு இன்னும் ஜுரம் விடவில்லை./ என் பையன் பள்ளி விட்டதும் நேராக வீட்டுக்கு வந்துவிடுவான்./ அவன் படம் விட்டதும் பக்கத்திலிருந்த ஓட்டலுக்குப் போய்ச் சாப்பிட்டான்./ அலுவலகம் விட்டதும் நான் அம்மாவைப் பார்க்கப்போனேன். **இ.** (இருக்கச் செய்தல் தொடர்பான வழக்கு) **17: (காய்ச்சல், சளி போன்றவை) நீங்குதல்;** (of fever) subside. குழந்தைக்கு இன்னும் ஜுரம் விடவில்லை./ காய்ச்சல் விட்டு மூன்று நாள் ஆன பிறகு தலைக்குத் தண்ணீர் ஊற்றலாம். **18: (ஓர் இடத்தில் அல்லது ஒரு நிலையில்) இருக்கச் செய்தல்;** leave or allow sth. to be (in a place or in the stated condition). குழந்தையை மெதுவாக எடுத்துப் படுக்கையில் விடு./ செருப்பை எங்கே விடுவது?/ திருடனை இழுத்துச் சென்று காவல் நிலையத்தில் விட்டனர்./ பாட்டியை வீட்டில் தனியாக விட்டுவிட்டா வந்தாய்?/ மழை பெய்யாத காரணத்தால் இந்த நிலங்கள் தரிசாக விடப்பட்டன./ அம்மா இறந்தபின் அவன் தனிமையில் விடப்பட்டான். **19: (ஒன்றில்) மீதம் இருக்கச் செய்தல்;** leave a remainder (after using sth.). தொட்டித் தண்ணீர் முழுவதையும் நீங்களே எடுத்துக்கொள்ளாதீர்கள், எனக்கும் கொஞ்சம் விடுங்கள். **20: (ஒரு பரப்பு, பொருள் முதலியவற்றில் விரிசல், தெறிப்பு போன்றவை) தோன்றுதல் அல்லது ஏற்படுதல்;** appear (as of a crack, etc.,). சுவரில் விரிசல் விட்ட இடங்களைப் பூச வேண்டும்./ அண்டாவின் அடியில் தெறிப்பு விட்டிருக்கிறது. **21: (ஒன்று) குறிப்பிட்ட இடைவெளியில் இருக்குமாறு அல்லது தள்ளி இருக்குமாறு செய்தல்;** leave (space, gap, etc.,). நுனியிலிருந்து ஆறு அங்குலம் விட்டுக் கயிற்றில் முடிச்சுப் போட்டான்./ கொஞ்சம் இடம் விட்டு உட்கார்./ முதல் முடிச்சுக்கு முன்னால் கொஞ்சம் தாராளமாகக் கயிறு விடப்பட்டிருப்பதைக் கவனிக்கவும்./ தென்னங்கன்றுகள் நடுவதற்காக வீட்டின் பக்கவாட்டில் இடம் விடப்பட்டுள்ளது. **22: (விடுமுறை) தருதல்;** announce; declare (holiday). தொடர் மழையின் காரணமாகப் பள்ளிகளுக்கும் கல்லூரிகளுக்கும் விடுமுறை விடப்பட்டது. **ஈ.** (பிற வழக்கு) **23: (அறிக்கை, அறிவிப்பு முதலியவற்றை) வெளியிடுதல்; அனுப்புதல்;** issue; make (an announcement); send (for circulation). பெட்ரோல் விலை உயரும் என்கிற வதந்தியை மறுத்து அரசு அறிக்கை விட்டிருக்கிறது./ என்னிடமே சவால் விடுகிறாயா?/ புவி வெப்பமாதலைத் தடுப்பதற்கு உரிய நடவடிக்கைகளை உலக நாடுகள் மேற்கொள்ள வேண்டும் என்ற வேண்டுகோள் விடப்பட்டது./ கூட்டத்தில் கலந்துகொள்ளும்படி எங்களுக்கு அழைப்பு விட்டிருக்கிறார்கள். **24: (ஒன்றைச் செய்ய) அனுமதித்தல்;** allow; permit; let. உன்னை உள்ளே விட முடியாது./ என்னைப் பேச விடுங்கள்./ கொசு தூங்க விடவில்லை./ அவரவர் விருப்பத்திற்கேற்ப விட வேண்டும் என்று எதிர்பார்ப்பது நியாயமா?/ வரிசைப்படிதான் ஆட்களை உள்ளே விடுகிறார்கள். **25: (ஒரு பொறுப்பு, வேலை போன்றவற்றை ஒருவரிடம்) ஒப்படைத்தல்; தருதல்;** entrust; leave (sth. to s.o.). நதிநீர்ப் பங்கீடு குறித்த வழக்கை நடுவர் மன்றத் தீர்ப்புக்கு விடலாம்./ அந்த வேலையை என் பொறுப்பில் விட்டுவிடுங்கள்./ இளவரசன் மந்திரியின் பாதுகாப்பில் விடப்பட்டான்./ தீர்மானம் வாக்கெடுப்புக்கு விடப்பட்டபோது 98 அங்கத்தினர்கள் மட்டுமே அதை ஆதரித்தனர்./ இந்தத் தீர்மானம் செயற்குழு உறுப்பினர்களிடம் பரிசீலனைக்கு விடப்பட்டிருக்கிறது. **26: (வாடகை, குத்தகை, வட்டி போன்றவை பெறும் வகையில் ஒன்றின் பொறுப்பை ஒருவரிடம்) கொடுத்தல்;** let (sth. on lease, etc.,); let out. நகராட்சி புளியமரங்களைக் குத்தகைக்கு விட்டுள்ளது./ எங்கள் வீட்டை வாடகைக்கு விடுவதாக இல்லை./ நிலவரி வசூல் செய்யும் பணி அந்தக் காலத்தில் ஜமீன்தார்களிடம் விடப்பட்டது./ தன்னிடம் இருந்த பணத்தை அதிக வட்டிக்கு வெளியில் விட்டிருக்கிறான். **27: (குணம் போன்றவை ஒருவரிடமிருந்து) நீங்குதல்;** (of illness, quality, etc.,) leave. சந்தேகப்புத்தி உன்னை விடவே விடாதா?/ நகை மோகம் அவளை விட்டபாடில்லை./ இந்த முன்கோபம் உன்னை என்று விடுகிறதோ அப்போதுதான் நீ மனிதனாவாய்./ பழக்கதோஷம் விடவில்லை. **28: (ஒன்றை) தவறவிடுதல்; தொலைத்தல்;** miss or lose (sth.). பெட்டியை எங்கேயோ விட்டுவிட்டு இங்கே வந்து தேடுகிறான்./ ரயிலில் பணத்தை விட்டுவிட்டாயா?

அ ஆ இ ஈ உ ஊ எ ஏ ஐ ஒ ஓ ஔ ஃ

விடு[2] து.வி. (விட, விட்டு) **1: செயலின் முடிவை உறுதிப் படுத்துதல் அல்லது நிச்சயப்படுத்துதல் என்ற முறை யில் பயன்படுத்தப்படும் துணை வினை;** auxiliary used for affirming the certainty of a happening or the completion of an action or process. ஆறு மாதத்தில் நீ மிக வும் வளர்ந்துவிட்டாய்./ உட்காருங்கள், அவர் வந்துவிடு வார்./ இந்த மருந்தைக் குடித்துவிடு./ விக்கல் வந்தது, நெஞ்சைத் தடவிவிட்டேன்./ குழந்தைக்குச் சட்டை போட்டுவிட்டேன்./ தாத்தாவை வண்டியில் ஏற்றிவிட்டு வா./ தோட்டத்தில் புகுந்த மாட்டின் மேல் அவர் நாயை ஏவிவிட்டார்./ என் காலைக் கொஞ்சம் பிடித்து விடு. **2: செய என்னும் வாய்பாட்டு வினையெச்சத் தின் பின் ஓர் அனுமதி வினை;** an auxiliary verb serving to allow an action to happen after the infinitive that indicates the action. அவனைப் போக விடு/ என்னை ஏன் படிக்க விட மாட்டேன் என்கிறாய்?/ அம்மா என்னை எந்த வேலையையும் செய்ய விடுவதில்லை/ தண்ணீரை ஓட விடு **3: 'உருவாதல்' என்ற பொரு ளைத் தரும் வகையில் வரும் ஒரு வினைப்படுத்தும் வினை;** a verbalizer suffixed to a noun to give the meaning, 'come into existence'. வேர்விடு/ முளைவிடு/ துளிர்விடு/ கிளைவிடு.

விடு[3] வி. (விடுக்க, விடுத்து) (உ.வ.) **1: (சம்பந்தப்பட்டவர் களிடம் வேண்டுகோள், அழைப்பு முதலியவற்றை) சென்றடையச் செய்தல்; கொடுத்தல்; வெளியிடுதல்;** issue (a call, warning); extend (invitation, etc.,). எதிரிகளுக்கு எச்சரிக்கை விடுக்கவே இந்த ஊர்வலம்/ ஒத்துழைப்புத் தருமாறு தொழிலாளர்களுக்கு அழைப்பு விடுத்துள்ளோம். **2: (ஒன்றை) விலக்குதல் அல்லது ஒதுக்குதல்;** give up; leave aside. பற்றை விடுப்பது எளிதான செயலா?/ எதற்காக வந்தோமோ அதை விடுத்து வேறு ஏதேதோ பேசிக் கொண்டிருக்கிறோம்.

விடுகதை பெ. **(அது என்ன, அது யார் என்பது போன்ற கேள்வியுடன்) விடையை ஊகித்துக் கண்டறிவதற் கான விவரங்களைத் தன்னிடத்திலேயே உள்ளடக்கி யிருக்கும் பொழுதுபோக்கு விளையாட்டாக வழங்கும் வாசகம்;** riddle. 'பச்சைப் பெட்டிக்குள் வெள்ளை முத் துக்கள்.' இந்த விடுகதைக்கு உனக்கு விடை தெரியுமா?/ நான் ஒரு விடுகதை போடட்டுமா?

விடுகைவருடம் பெ. (இலங்.) **(பல்கலைக்கழகம், கல் லூரி முதலியவற்றில் படிக்கும்) இறுதி ஆண்டு; கடைசி வருடம்;** final year (of a course in a college, university). விடுகைவருட மாணவர்களுக்குப் பிரிவுபசார விருந்து அளித்தார்கள்.

விடுத்து இ.சொ. **தவிர்த்து; நீங்கலாக;** except. அந்தச் சிறிய வீட்டை விடுத்து, அப்பா எனக்கு என்று எந்தச் சொத்தையும் விட்டுச்செல்லவில்லை./ வாசகர்களுக்கு இதை விடுத்து வேறு ஏதாவது சொல்ல விரும்புகிறீர்களா?

விடுதலை பெ. 1: (சட்டம்) **(சிறை, கூண்டு போன்றவற் றிலிருந்து) வெளியே வரும் அல்லது வெளியே விடப் படும் நிலை;** release (from prison); the condition of being set free. நாளை அந்தக் கைதிக்கு விடுதலை/ கூண்டைத் திறந்து விட்டதும் விடுதலை பெற்றுப் பறந்தது கிளி. **2: ஒரு நாடு மற்றொரு நாட்டுக்கு அடிமையாக இருந்த நிலை முற்றிலும் நீங்கிய நிலை; சுதந்திரம்;** (of a country) freedom; liberty. நம் நாடு விடுதலை அடைவதற்குப் பல்லாயிரக்கணக்கானோர் பாடுபட்டிருக்கிறார்கள். **3: (பந் தம், பாசம், கருமம் முதலியவற்றிலிருந்து) விடுபட்ட நிலை;** liberation. **4: (நோய், பாதிப்பு போன்றவற்றி லிருந்து) முற்றிலுமாக விடுபட்ட நிலை;** relief (from disease, affliction); cure. இந்த மூலிகையைச் சாப்பிடுவதன் மூலம் நோயிலிருந்து விடுதலை பெறலாம்./ ஓயாத தலை வலியிலிருந்து என்றுதான் எனக்கு விடுதலை கிடைக்குமோ?

விடுதலைப் பத்திரம் பெ. (சட்டம்) **குடும்பச் சொத் தில் உரிமை கோருவதில்லை என்று ஒருவர் அளிக்கும் சட்டபூர்வமான பத்திரம்;** a legal document renouncing one's right of ownership in a property; (in India) release deed. வீட்டில் தனக்குப் பங்கு வேண்டாம் என்று பெரியப்பா விடுதலைப் பத்திரம் எழுதிக்கொடுத்துள்ளார்./ அப்பாவுக்குப் பிறகு கோயிலில் பூஜை செய்யும் உரிமை எனக்கு வேண்டாம் என்று விடுதலைப் பத்திரம் எழுதிக் கொடுத்துவிட்டேன்.

விடுதலைப் போராட்டம் பெ. **இந்தியா சுதந்திரம் அடைவதற்காக ஆங்கில அரசை எதிர்த்து நாடு முழு வதும் நடத்தப்பட்ட போராட்டம்;** Freedom Struggle.

விடுதி பெ. **1: (பயணிகள் முதலியோர்) தற்காலிகமாகத் தங்க வாடகைக்கு அறைகள் தரும் இடம்;** lodge (where travellers, guests can stay). இப்போது ஒரு விடுதியில்தான் தங்கியிருக்கிறேன்./ நட்சத்திர விடுதி/ சுற்றுலா விடுதி/ பல்கலைக்கழக விருந்தினர் விடுதி. **2: (மாணவர், பெண் கள், முதியோர் போன்றோருக்கான) இல்லம்;** hostel; home (for the aged). மாணவர் விடுதி/ முதியோர் விடுதி/ பெண்கள் விடுதி/ சிறுவர் விடுதி/ ஓய்வு விடுதி/ ஆதரவற்றோர் விடுதி/ எங்கள் கல்லூரியில் இருபாலருக் கும் தனித்தனி விடுதி வசதி உண்டு.

விடுநர் பெ. **ஒரு கடிதம் அல்லது விண்ணப்பம் எழுதி அனுப்புபவர்;** person who writes a letter or makes an application, addresser or applicant.

விடுப்பு பெ. **குறிப்பிட்ட காரணத்தால் (அலுவலகம், தொழிற்சாலை போன்றவற்றில்) பணிக்கோ (கல்லூரி, பள்ளி போன்றவற்றில்) வகுப்புக்கோ செல்லாமல் இருப்பதற்காக முன்கூட்டியே பெறப்படும் காலவரை யறைக்கு உட்பட்ட அதிகாரபூர்வமான அனுமதி/அவ் வாறு அனுமதி பெற்று பணிக்கோ வகுப்புக்கோ செல் லாமல் இருக்கும் நிலை;** leave of absence. நீ உடனடி யாக விடுப்பு எடுத்துக்கொண்டு புறப்பட்டு வரவும்./ நீண்ட நாள் விடுப்பில் இருந்தவர் இப்போதுதான் அலு வலகத்துக்கு வந்திருக்கிறார்./ பிரசவ விடுப்பு.

விடுப்புப் பார் வி. (பார்க்க, பார்த்து) (இலங்.) **வேடிக்கை பார்த்தல்;** watch aimlessly. எந்த நேரமும் வாசலில் நின்று ஊர் விடுப்புப் பார்ப்பதே உனக்கு வேலையாகிவிட்டது./ வேலிக்குள்ளாலும் பொட்டுக்குள்ளாலும் சனங்கள் விடுப் புப் பார்த்துக்கொண்டிருந்தார்கள்./ செய்ய வேண்டிய வேலை நிறைய கிடக்கும்போது நின்று விடுப்புப் பார்த்துக் கொண்டிருக்கிறாயா?

விடுப்புப் பிடுங்கு வி. (பிடுங்க, பிடுங்கி) (இலங்.) **(ஒரு வரிடம்) பேச்சுக்கொடுத்து விவரங்களைப் பெறுதல்; வாயைக் கிண்டுதல்;** induce s.o. to talk (to get some

விடுபடு 1202

information). யாரைக் கண்டாலும் அவர்களிடம் விடுப்புப் பிடுங்குவதே அவனுக்கு வேலை./ இவனோடு கவனமாக இருக்க வேண்டும். இவன் விடுப்புப் பிடுங்கி ஊரெல்லாம் சொல்லிவிடுவான்.

விடுபடு வி. (விடுபட, விடுபட்டு) 1: **(ஒட்டியிருத்தல், பிடித்திருத்தல் முதலிய நிலைகளிலிருந்து) நீங்குதல்; பிரிதல்; விலகுதல்;** (from a fixed position) come off; disengage; slip out (of position). குழந்தை அவள் அணைப் பிலிருந்து விடுபட்டு ஓடியது./ வில்லிலிருந்து விடுபட்ட அம்பு பறவையின் உடலில் தைத்தது. 2: **(ஒரு நிலை, பழக்கவழக்கம், பிரச்சினை, பாதிப்பு முதலியவற்றி லிருந்து) வெளிவருதல்; மீளுதல்;** free (oneself from); get out of (sth.). இந்தப் பிரச்சினையிலிருந்து எப்படி விடு படுவது என்று யோசித்தான்./ போதைப்பொருள்களைத் தொடர்ந்து பயன்படுத்தினால் பிறகு அவற்றின் பாதிப் பிலிருந்து எளிதில் விடுபட முடியாது./ இவனுடைய தொல்லையிலிருந்து விடுபட வழியே இல்லையா என்று ஏங்கினாள். 3: **(ஒன்றில் இடம்பெற வேண்டியது) இடம்பெறாமல் போதல்; விட்டுப்போதல்; (முடிக்க வேண்டியது) பாக்கியிருத்தல்;** be left out; be omitted; be left undone. இந்தப் படத் தொகுப்பில் சில முக்கிய மான படங்கள் விடுபட்டுள்ளன./ விடுபட்ட வேலை களைக் கவனிப்பதற்காகவே அவர் திரும்பி வந்திருக்கிறார்.

விடுபாடு பெ. **(ஒரு பட்டியல், தொகுப்பு, பிரிவு போன்றவற்றில் சேர்க்கப்படாமல்) விட்டுப் போனது;** omission. இந்தப் பட்டியலில் ஏதேனும் விடுபாடுகள் இருந்தால் தெரிவிக்கலாம் என்று மாநாட்டில் கூறி னார்கள்./ புதிய சட்டப் பிரிவிலும் சில விடுபாடுகள் உள்ளதாக வழக்கறிஞர்கள் சங்கம் கூறியது.

விடுமுறை பெ. 1: **(அலுவலகம், கல்வி நிறுவனம் முத லியவற்றில்) ஓய்வு தரும் முறையில் அல்லது பண் டிகை, தேசிய முக்கியத்துவம் வாய்ந்த நாட்கள் போன்றவற்றை அனுசரிப்பதற்காகப் பணி நடை பெறாதிருக்கும் காலம்;** holiday; vacation. கோடை விடு முறை/ பிரதி வியாழன் கடை விடுமுறை/ விடுமுறை நாட்களில் வேலைக்கு வரும் தொழிலாளருக்கு இரட்டிப் புச் சம்பளம்./ குடியரசு தினம், சுதந்திர தினம், காந்தி பிறந்த தினம் ஆகியவை தேசிய விடுமுறை நாட்கள் ஆகும். 2: **பணிக்கு வராமல் இருப்பதற்கான அனுமதி; விடுப்பு;** leave (of absence). அரை நாள் விடுமுறைகூட உனக்குக் கிடைக்காதா?/ அந்த அதிகாரி தற்போது விடுமுறையில் உள்ளார்.

விடுவி வி. (விடுவிக்க, விடுவித்து) 1: **(அடைபட்டு அல் லது கட்டுண்டு இருக்கும் நிலையிலிருந்து) விடுபடச் செய்தல்;** release; set free; free. தீவிரவாதிகளிடமிருந்து பிணைக்கைதிகளை விடுவிக்க மேற்கொண்ட நடவடிக்கை வெற்றி பெறவில்லை./ உடனடியாக அவரைச் சிறையி லிருந்து விடுவிக்குமாறு நீதிபதி உத்தரவிட்டார். 2: (பே.வ.) **(புதிர் அல்லது விடுகதையில்) விடையைக் கண்டறி தல்;** solve (the riddle). நான் போடும் புதிரை நீ விடுவித் தால் இரண்டு ரூபாய் தருகிறேன்.

விடுவிடு-என்று வி.அ. **விரைவாக; வேகமாக;** brisk-ly; quickly. என்னை முறைத்துப் பார்த்துவிட்டு விடுவிடு வென்று வீட்டுக்குள் போய் விட்டாள்./ பேருந்தைவிட்டு இறங்கி விடுவிடுவென்று நடக்க ஆரம்பித்தான்./ விடு விடுவென்று சாப்பிட்டுவிட்டுப் புறப்பட்டான்.

விடை[1] வி. (விடைக்க, விடைத்து) (பே.வ.) 1: **(மூக்கு பக்கவாட்டில்) புடைத்தல் அல்லது (மூக்கை) புடைத் திருக்கச் செய்தல்;** (of nostrils) become wide; flare. கோபத்தால் மூக்கு விடைத்தது./ இதற்குப் போய் மூக்கை விடைத்துக்கொண்டு சத்தம்போடுகிறாயே! 2: **(உடல்) விறைத்து நிற்றல் அல்லது (உடலை) நிமிர்த்தி விறைத்து நிற்றல்;** (of body) be stiff or straighten up. பந்தயக் குதிரை மாதிரி விடைத்து நிற்கிற உடம்பு.

விடை[2] பெ. 1: **புதிர், விடுகதை போன்றவற்றுக்குச் சரி யான பதில்;** solution. விளையாட்டுக் கணக்குக்குத் தாத்தா கடைசிவரை விடை கூறவில்லை./ அவன் போட்ட விடுகதைக்கு என்னால் விடை சொல்ல முடியவில்லை./ ஆங்கில நாளேடுகளில் வரும் புதிர்களுக்கு விடை எழுது வதுதான் அவருடைய பொழுதுபோக்கு. 2: **(தேர்வு, போட்டி போன்றவற்றில் கேட்கப்படும் கேள்விக்கு) பதில்;** answer (in an examination); reply. ஏதேனும் மூன்று கேள்விகளுக்கு விடை எழுதவும்./ உங்கள் வினாவிற்கு என் விடை இதுதான். 3: **விளக்கம்;** explanation. எங்களுடைய சந்தேகங்களுக்குச் சரியான விடை கிடைக்கவில்லை./ அங்கு நடந்ததை அவர் விவரமாகக் கூறியதும் மர்மத்திற் கான விடை கிடைத்தது./ வாழ்க்கை எழுப்பும் கேள்வி களுக்கு விடை உண்டா? [(தொ.சொ.) **தீர்ப்பு/ தீர்வு/ நிவர்த்தி/ பரிகாரம்/ முடிவு/ வழி/ வழிமுறை**]

விடைகொடு வி. (-கொடுக்க, -கொடுத்து) 1: **(பிரிந்து செல்லும் ஒருவரை) போய்விட்டுத் திரும்ப வரும்படி வேண்டுதல்; வழியனுப்புதல்;** bid farewell; say good-bye. 2: **(இதுவரை பயன்படுத்திவந்த ஒன்றை) இனி தேவையில்லை என்று ஒதுக்கிவைத்தல்; விட்டுவிடுதல்;** say goodbye to (sth.). அரவை இயந்திரங்கள் வந்து விட்ட பிறகு ஆட்டுக்கல்லுக்கு விடைகொடுத்துவிட்டோம்.

விடைத்தாள் பெ. **(தேர்வில்) விடை எழுதுவதற்கு உரிய தாள் அல்லது விடை எழுதப்பட்ட தாள்;** blank sheet to write answers or sheets on which answers are written; an-swer script. விடைத்தாளின் முதல் பக்கத்தில் உனக்கு உரிய தேர்வு எண்ணை எழுது./ தேர்வு எழுதி முடித்ததும் விடைத்தாளைக் கட்டிக் கொடுத்தான்./ அண்ணா பல் கலைக்கழகத்தில் விடைத்தாள் திருத்தும் பணி நடை பெற்றுவருகிறது.

விடைதா வி. (-தர, -தந்து) காண்க: **விடைகொடு.**

விடைபெறு வி. (-பெற, -பெற்று) **போய்வருகிறேன் என்று கூறி ஒருவரை விட்டுப் பிரிந்து செல்லுதல்;** take leave (of s.o.). குழந்தையின் கன்னத்தில் முத்தம் கொடுத்து விடைபெற்றார்./ கரம் குவித்து விடைபெற்றார்./ (உரு வ.) நற்குணங்கள் அவனிடமிருந்து விடைபெற்றுச் சென்று விட்டனவோ?

விடையளி வி. (-அளிக்க, -அளித்து) காண்க: **விடைகொடு.**

விடையாற்றி பெ. **ஆண்டுக்கு ஒருமுறை நடக்கும் கோயில் திருவிழா முடிந்தவுடன் வழக்கமாக நாடகம், கச்சேரி போன்றவற்றோடு நடைபெறும்;** festival at the end of the annual festival of a temple usually accompanied by dramatic or musical performances.

விண் பெ. (உ.வ.) 1: **வான்; ஆகாயம்;** sky. விமானத் தைக் கொண்டு விண்ணில் சாகசம் புரிந்தனர்./ கரகோஷம்

விண்ணைப் பிளந்தது./ விண்ணில் மேகங்கள் சூழ்ந்தன./ விண்ணில் சுற்றி வரும் செயற்கைக்கோள்கள் நமக்குப் பயனுள்ள தகவல்களை வழங்குகின்றன./ ஏவுகணை விண்ணை நோக்கிச் சீறிப் பாய்ந்தது. **2: விண்வெளி;** space. விண்ணிலிருந்து விழும் விண்கற்களில் உலோகங்கள் இருப்பதை விஞ்ஞானிகள் கண்டறிந்துள்ளனர்.

விண்-என்று வி.அ. காண்க: **விண்விண்-என்று.**

விண்கல் பெ. **விண்வெளியில் சுற்றிவரும் எரிகல்;** meteorite. காற்றுவெளியில் நுழையும் விண்கல் எரிந்து பூமியில் விழுகிறது.

விண்கலம் பெ. **விண்வெளியில் குறிப்பிட்ட பாதையில் சென்று ஆய்வுகள் செய்வதற்காக ஏவப்பட்ட வாகனம்;** spacecraft; spaceship.

விண்ணப்பதாரி பெ. *(இலங்.)* **விண்ணப்பதாரர்; மனுதாரர்; மனு அளிப்பவர்;** applicant; petitioner. பரீட்சைக்கு விண்ணப்பித்த விண்ணப்பதாரிகளுக்கான அனுமதி அட்டைகள் பரீட்சைத் திணைக்களத்தினால் பதிவுத் தபாலில் அனுப்பிவைக்கப்பட்டன.

விண்ணப்பம் பெ. **1: (ஒருவர் ஒரு அமைப்பு, வேலை, படிப்பு, முதலியவற்றில் சேருவதற்காக எழுதும் தன்னுடைய) பெயர், வயது, கல்வித் தகுதி போன்ற அடிப்படைத் தகவல்கள் அடங்கிய கடிதம் அல்லது படிவம்; மனு;** application. தட்டச்சர் வேலைக்கு விண்ணப்பம் போட்டிருக்கிறேன்./ விரிவுரையாளர் பணிக்கு விண்ணப்பங்கள் வரவேற்கப்படுகின்றன./ மாணவர் சேர்க்கைக்கான விண்ணப்பங்கள் வரும் 10ஆம் தேதியிலிருந்து வழங்கப்படும். **2: (விடுப்பு, இடமாற்றம் போன்றவற்றைப் பெறுவதற்காக ஒருவர்) முறைப்படி வேண்டிக் கேட்டுக்கொள்ளும் கடிதம்;** application (for leave of absence, transfer, etc.,). எங்கள் பள்ளியில் விடுப்பு எடுக்க விண்ணப்பம் தர வேண்டும்./ இடமாற்றத்துக்காகப் போன வாரம்தான் விண்ணப்பம் செய்திருக்கிறேன். **3: (அதிகாரிகள் போன்றோரிடம்) குறிப்பிட்ட நடவடிக்கை எடுக்கக் கோரி உரிய முறையில் எழுதித் தரும் முறையீடு;** petition. எங்கள் கிராமத்துக்குச் சாலை வசதி அமைத்துத் தருமாறு மாவட்ட ஆட்சியரிடம் விண்ணப்பம் செய்திருக்கிறோம்.

விண்ணப்பி வி. *(விண்ணப்பிக்க, விண்ணப்பித்து)* **1: (ஒரு அமைப்பு அல்லது வேலை, படிப்பு போன்றவற்றில் சேருவதற்காக) விண்ணப்பம் செய்தல்; மனு அளித்தல்;** apply (for a job). தனியார் நிறுவனம் ஒன்றில் வேலைக்கு ஆள் எடுப்பதாக வந்த விளம்பரத்தைப் பார்த்து அந்த நிறுவனத்துக்கு விண்ணப்பித்தான்./ சென்னையில் நான்கைந்து கல்லூரிகளில் என் பையனுக்கு விண்ணப்பித்திருக்கிறேன். **2: (ஒருவரிடம் ஒன்றைச் செய்ய வேண்டுமென) முறைப்படி எழுத்துமூலமாக அல்லது வாய்மொழியாக வேண்டிக் கேட்டல்;** request politely; petition. வறட்சி நிவாரணப் பணிகளில் அரசு உடனே ஈடுபட வேண்டும் என்று அமைச்சரிடம் விண்ணப்பித்துக்கொண்டார்.

விண்ணன் பெ. *(இலங்.)* **திறமை வாய்ந்தவன்; கெட்டிக்காரன்;** smart man; efficient man. மீன்பிடிப்பதில் அவன் விண்ணன்.

விண்ணாதி விண்ணன் பெ. *(இலங்.)* **அளவுக்கு மீறிய சாமர்த்தியம் நிறைந்தவர்;** very clever person. அவன் அவருடன் இருக்கும்போது அவருக்கேற்ற மாதிரியும் வேறு இடம் சென்று அடுத்தவருக்கு ஏற்ற மாதிரியும் கதைப்பதில் விண்ணாதி விண்ணன்./ தம்பி! நீ விண்ணாதி விண்ணன் தான். நான் உன்னோடு பந்தயம் கட்ட வரவில்லை.

விண்ணானம் பெ. *(இலங்.)* **1: கேலிக்குரிய செயல்;** sth. ludicrous. மாணவர்களுக்கு அவர் அட்டவணை தயாரித்த விண்ணானத்தை இன்று நினைத்தாலும் சிரிப்பு வருகிறது. **2: புதுமை; வினோதம்;** novelty. நான் சொன்னதில் என்ன விண்ணானத்தைக் கண்டுவிட்டு இப்படிச் சிரிக்கிறாய்?

விண்ணி பெ. *(இலங்.)* **திறமை வாய்ந்தவள்; கெட்டிக்காரி;** smart woman; efficient woman.

விண்மீன் பெ. *(உ.வ.)* **நட்சத்திரம்;** star.

விண்விண்-என்று வி.அ. *(வலியைக் குறித்து வரும்போது)* **சிறிது நேரத்திற்கு ஒருமுறை சுண்டி இழுப்பது போல்;** throbbing (with pain). நீண்ட நேரம் வெயிலில் நின்றிருந்ததால் தலை விண்விண்ணென்று வலித்தது.

விண்வெளி பெ. **கிரகங்களும் நட்சத்திரங்களும் இருக்கும் பரந்த, காற்று இல்லாத வெளி;** space. செயற்கைக்கோள்கள் விண்வெளியில் செலுத்தப்பட்டு பூமியைச் சுற்றி வந்துகொண்டிருக்கின்றன.

விண்வெளி ஓடம் பெ. **1: ஆகாய விமானம் போலத் திரும்பத்திரும்பப் பயன்படுத்தக் கூடிய விண்வெளிப் பயணத்துக்கான வாகனம்;** space shuttle. **2:** காண்க: **விண்கலம்.**

விண்வெளிக்கலம் பெ. காண்க: **விண்கலம்.**

விண்வெளி வீரர் பெ. **விண்கலத்தில் சென்று ஆராய்ச்சிப் பணிகள் மேற்கொள்பவர்;** astronaut. புதிதாக அனுப்பப்படும் விண்கலத்தில் ஏழு விண்வெளி வீரர்கள் செல்வார்கள்.

வித்தகம் பெ. *(அ.வ.)* **(குறிப்பிட்ட துறையில் பெறும்) தேர்ச்சி; புலமை;** proficiency (in a certain field).

வித்தகன் பெ. **(குறிப்பிட்ட துறையில்) மிகுந்த தேர்ச்சி பெற்றவன்; புலமை பெற்றவன்;** a man who is proficient (in a certain field). கணிதத்தில் வித்தகர்.

வித்திடு வி. *(-இட, -இட்டு) (உ.வ.)* **(ஒன்று) தோன்றக் காரணமாக இருத்தல்; வழிவகுத்தல்;** pave way (for sth.); sow seeds of (discord, violence, etc.,); originate (a movement). அவருடைய பேச்சு வன்முறைக்கு வித்திடுவதாக இருந்தது./ சிறுகதை இலக்கியத்துக்கு வித்திட்டவர்களுள் வ.வே.சு. ஐயர் முக்கியமானவர் ஆவார்.

வித்தியாசப்படுத்து வி. *(-படுத்த, -படுத்தி)* **(இரண்டு அல்லது அதற்கு மேற்பட்ட நபர்களை அல்லது பொருள்களை) ஒப்பிட்டு வேறுபடும் கூறுகளைக் கண்டறிதல்;** differentiate. நண்பர்கள் இருவரையும் வித்தியாசப்படுத்திப் பார்ப்பது கடினம்./ வித்தியாசப்படுத்த முடியாத அளவுக்கு இரண்டு படங்களும் ஒரே மாதிரி இருக்கின்றன.

வித்தியாசம் பெ. **1:** *(-ஆக, -ஆன)* **(ஒப்புமை உடையவற்றில்) மாறுபட்ட கூறு;** difference. இந்த இரண்டு படங்களுக்கும் இடையே ஆறு வித்தியாசங்கள் உள்ளன./ இந்த இரண்டு சட்டைகளிலும் நிறம் மட்டும் வித்தியாசம்./

வித்தியாசமாக 1204

இரண்டு கையெழுத்துகளுக்கும் இடையில் வித்தியாசங்கள் இருக்கவே செய்யும்./ ஊன்றிக் கவனித்தால் மட்டுமே அந்த இரட்டையர்களிடம் வித்தியாசங்களைக் கண்டுபிடிக்க முடியும். **2: வேறுபாட்டைக் காட்டும் அளவு;** difference (in number). ஒன்பதே வாக்கு வித்தியாசத்தில் ஒருவர் வெற்றி பெற்றிருக்கிறார்./ கணவன் மனைவி இருவருக்கும் இடையே ஐந்து வயது வித்தியாசம்./ ஏழு ஓட்டங்கள் வித்தியாசத்தில் இந்திய அணி வெற்றி பெற்றது. **3: (-ஆக, -ஆன) வழக்கமானதாக இல்லாதது;** the quality of being different. இந்தத் திரைப்படம் முற்றிலும் வித்தியாச மானது./ இவர் எதையும் வித்தியாசமாகச் செய்ய வேண்டும் என்று நினைப்பவர்./ வித்தியாசமான உடை அலங்காரம்/ வித்தியாசமாக ஏதாவது எழுதிப் பாருங்களேன்./ பார்த்ததுமே இவர் வித்தியாசமான மனிதர் என்று தெரிந்தது./ உன் பேச்சு, செயல் எல்லாமே இன்று வித்தியாசமாக இருக்கிறது. **4: (உயர்வு, தாழ்வு போன்ற) பாகுபாடு;** discrimination. குழந்தைகளிடையே வித்தியாசம் பார்க்கக் கூடாது./ எங்கள் அதிகாரி வித்தியாசம் பார்க்காமல் எல்லோரிடமும் சரிசமமாகப் பழகுவார்.

வித்தியாசமாக வி.அ. **தவறான அர்த்தத்தில்; இயல்புக்கு மாறான முறையில்;** wrongly; (taking) amiss; inappropriately. நான் சொல்வதை வித்தியாசமாக எடுத்துக் கொள்ள மாட்டீர்கள் என்று நம்புகிறேன்./ அவர் என்னை வித்தியாசமாகப் பார்க்கிறார். அது எனக்குப் பிடிக்கவில்லை.

வித்தியாலயம் பெ. (இலங்.) **பள்ளி;** school. இந்த ஊரில் வித்தியாலயம் இல்லை.

வித்திலை பெ. **விதையில் இலை போன்ற அமைப்புடைய, விதை முளைப்பதற்குத் தேவையான உணவைச் சேமித்து வைத்திருக்கும் பாகம்;** cotyledon.

வித்து பெ. **விதை;** seed. எண்ணெய் வித்துகள்.

வித்துடல் பெ. (இலங்.) **(தாய்நாட்டுக்காகப் போரில்) உயிர்நீத்த வீரரின் உடல்;** the mortal remains of a soldier. மக்கள் அஞ்சலி செலுத்துவதற்காக வீரரின் வித்துடல் மண்டபத்தில் வைக்கப்பட்டது.

வித்துவான் பெ. **(இசை, மொழி, இலக்கணம் முதலியவற்றில்) சிறந்த தேர்ச்சி பெற்றவர்;** a man who has proficiency (in some field); artiste; scholar. நாகசுர வித்துவான்/ மிருதங்க வித்துவான்/ சமஸ்கிருத வித்துவான்.

வித்தை பெ. **1: வியப்பு அடையச் செய்யும் வகையில் நிகழ்த்தப்படும் செயல்; சாகசம்;** feat (as a show). இது குரங்கை வைத்து வித்தை காட்டிப் பிழைப்பவர்களைப் பற்றிய குறும்படம்./ மாயாஜால வித்தை. **2: ஒரு துறையின் அல்லது செயலின் நுணுக்கங்களில் பெற்றுள்ள தேர்ச்சி;** (acquired) skill; accomplishment. வில் வித்தை/ நான் சிலம்பம், கத்திச் சண்டை என்று எல்லா வித்தைகளையும் அவரிடம் கற்றுக்கொண்டேன்./ கணிப்பொறியை அவர் கையாளும் விதத்தை வைத்தே அவர் வித்தை தெரிந்தவர் என்று சொல்லிவிடலாம்.

வித்வான் பெ. காண்க: **வித்துவான்.**

விதண்டாவாதம் பெ. (-ஆக, -ஆன) **(ஒருவர்) தனது கருத்தில் அல்லது பேச்சில் நியாயமில்லை என்று தெரிந்தும் வீணாகச் செய்யும் வாதம்;** specious argument; contentious argument. விதண்டாவாதமாகப் பேசிக்கொண்டிருக்காமல் பிரச்சினைக்கு என்ன வழி என்று யோசிப்போம்./ நதிநீர்ப் பங்கீட்டுப் பிரச்சினைகளைப் பற்றிய விவாதங்களில் விதண்டாவாதங்களே அதிகம்./ தமிழில் நல்ல எழுத்தாளர்களே கிடையாது என்று அவர் சொல்வதெல்லாம் விதண்டாவாதம்தான். [(தொ.சொ.) **குதர்க்கம்/ சர்ச்சை/ வாதம்/ விவாதம்**]

விதப்புரை பெ. (இலங்.) **(ஒருவரை) பாராட்டிக் கூறும் பேச்சு; போற்றிக் கூறும் உரை;** speech given in praise of s.o. அவர் பேராசிரியரின் இலக்கண நூலை மிகவும் புகழ்ந்து விதப்புரை செய்தார்./ எல்லாவற்றுக்கும் விதப்புரை செய்யாமல், அதில் உள்ள தவறையும் எடுத்துச் சொல்வதே நல்ல விமர்சனம்.

விதந்து வி.அ. (உ.வ.) **(புகழ்தல் குறித்து வரும்போது) சிறப்பாக; பாராட்டி;** in praise of (s.o.). சி. வை. தாமோதரம் பிள்ளையின் தமிழ்ப் பணியைப் பேராசிரியர் விதந்து கூறினார்./ காமராஜரின் எளிமை இங்கு விதந்து குறிப்பிடத் தக்கதாகும்.

விதம் பெ. (-ஆக, -ஆன) **1: வகை; ரகம்;** sort; kind; variety. திருமண அழைப்பிதழை அச்சிட்டிருப்பது புது விதமாக இருந்தது./ பறவைகள் பல விதம்/ விதவிதமான பலகாரங்கள்/ தாழம்பூவுக்கு ஒருவித இனிய வாசனை உண்டு./ இந்த ஓவியத்தில் பலவிதமான வண்ணங்கள் பயன்படுத்தப்பட்டுள்ளன./ ஒவ்வொரு நாட்டிலும் ஒவ்வொரு விதமான தட்பவெப்பநிலை நிலவுகிறது./ ஒரே விசை எப்படி இரண்டு விதமான விளைவுகளை ஏற்படுத்த முடியும்?/ அவனால் நமக்கு எந்தவித லாபமும் இல்லை. **2: முறை;** way; manner. அவருக்கு மரியாதை தெரிவிக்கும் விதமாக எழுந்து நின்றான்./ அவர் வியக்கத்தக்க விதத்தில் பேசினார்./ இந்தப் பிரச்சினையை இன்னொரு விதமாகவும் பார்க்கலாம்./ சிறு வயதிலிருந்து நான் வளர்க்கப்பட்ட விதம் அப்படி./ எதிர்பாராத விதமாக நண்பனைக் கடை வீதியில் சந்தித்தேன்./ அக்பர் ஆட்சி செய்த விதம் அனைவரின் பாராட்டையும் பெற்றது./ எல்லோரும் எளிதாகப் புரிந்துகொள்ளும் விதத்தில் அவர் விளக்கினார்.

விதரணை பெ. (-ஆக, -ஆன) (அ.வ.) **(ஒன்றைச் செய்வதில் வெளிப்படுத்தும்) நேர்த்தி அல்லது நயம்;** adroitness; skill or mastery. ராக ஆலாபனை விதரணையுடன் இருந்தது./ விதரணையாகப் பேசினாள்.

விதவை பெ. **கணவனை இழந்த பெண்;** widow. இளம் வயதிலேயே விதவையானவள்.

விதானம் பெ. **1: சுவாமி எழுந்தருளியிருக்கும் இடத்தின் மேல் கட்டப்பட்டிருக்கும் அல்லது பல்லக்கு, தேர் ஆகியவற்றில் வீதி உலா வரும்போது நான்கு கம்பங்கள் கொண்ட அமைப்பில் மேலே கட்டியிருக்கும் அலங்காரமான பட்டுத் துணி;** cloth forming the canopy over the head of the deity or a kind of movable canopy used while taking the deity in procession. **2: (அட்டை, பலகை போன்றவற்றால்) ஒரு கட்டடத்தினுள் மேற்கூரையை மறைப்பதுபோல் மேலே அமைக்கும் தடுப்பு;** canopy. கலைக்கூடத்துக்குள் விதானத்தை மாற்றியமைக்க அதன் நிர்வாகம் திட்டமிட்டது.

விதானை(யார்) பெ. (இலங்.) **கிராம அதிகாரி;** village officer. அவர் விதானையாகச் சமீபத்தில் இங்கு வந்திருக்கிறார்./ இன்று விதானையார் கூப்பன்களைக் கொடுத்தார்./ அடையாள அட்டை விண்ணப்பப் படிவங்களை நாளை விதானையாரிடம் கொடுக்க வேண்டும்.

விதி[1] வி. *(விதிக்க, விதித்து)* **1: வரி, கட்டணம் முதலியவை செலுத்தப்பட வேண்டும் என்று அரசாங்கம் அல்லது ஒரு நிறுவனம் போன்றவை அதிகாரபூர்வமாக அறிவித்தல்;** levy (taxes, fees, charges, etc.,). வரவு செலவுத் திட்டத்தில் புதிய வரிகள் விதிக்கப்படலாம்./ விளைச்சலில் மூன்றில் ஒரு பங்கு வரியாக விதிக்கப்பட்டது./ உரிய காலத்தில் வட்டியைக் கட்டத் தவறினால் நிலுவைத் தொகைமீது அபராதம் விதிக்கப்படும்./ இன்று மாலைக்குள் பணத்தைக் கட்டத் தவறினால் அபராதம் விதித்துவிடுவார்./ அத்தியாவசிய மருந்துகளின் மீது புது வரிகள் விதிக்கப்படவில்லை. **2: (தண்டனை, தடை முதலியவற்றுக்கான உத்தரவை, ஆணையை) அதிகாரபூர்வமாகப் பிறப்பித்தல்;** award (punishment); impose. கொலைக்கு உடந்தையாக இருந்தவருக்குக் கடுங்காவல் தண்டனை விதிக்கப்பட்டது./ பாம்புத் தோலை ஏற்றுமதி செய்யக் கூடாது என்று அரசு தடை விதித்துள்ளது. **3: (கட்டுப்பாடு) நிர்ணயித்தல்; (நிபந்தனை) முன்வைத்தல்;** prescribe (rules, condition, etc.,); lay down. சமூகம் விதித்திருக்கும் கட்டுப்பாடுகளுக்கு உட்பட்டுத்தான் மனிதன் நடக்க வேண்டியிருக்கிறது./ தனிமனித சுதந்திரத்தின் மீது தேவையில்லாத கட்டுப்பாடுகளை அரசு விதிக்கக் கூடாது என்பது அவருடைய கருத்து./ நமக்கு விதிக்கப்பட்ட கடமையை நாம் சரியாகச் செய்ய வேண்டும்./ அணு ஆயுதச் சோதனை செய்யும் நாடுகள்மீது பொருளாதாரத் தடை விதிக்க வேண்டுமென்று பல நாடுகள் கருதுகின்றன./ நீங்கள் இவ்வளவு கடுமையாக நிபந்தனை விதித்தால் யார் வாடகைக்கு வருவார்கள்? **4: (முற்பிறவியில் செய்த நன்மை, தீமை போன்ற காரணங்களால்) முன்கூட்டியே நிர்ணயிக்கப்பட்டிருத்தல்;** be ordained; be decreed. வறுமையில் உழல விதிக்கப்பட்டவர்கள் யாரும் இல்லை./ எவ்வளவோ முயற்சி செய்தும் அந்த வேலை எனக்குக் கிடைக்காததால், நமக்கு விதித்தது அவ்வளவுதான் என்று நான் இருந்துவிட்டேன்.

விதி[2] பெ. **1: முன்கூட்டியே வகுக்கப்பட்டதாகவும் மனிதனால் மாற்ற முடியாததாகவும் கருதப்படும் நியதி; ஊழ்;** destiny; fate. எல்லாம் விதிப்படி நடக்கும் என்று நம்பிச் சும்மா இருந்தால் முன்னேற முடியாது./ அவள் வாழ்க்கையில் விதி விளையாடிவிட்டது. **2: ஒன்றைச் செய்வதற்கு வகுக்கப்பட்ட ஒழுங்குமுறை;** rule(s). உங்கள் நலனுக்காகச் சாலை விதிகளைக் கடைப்பிடியுங்கள்./ அரசு வாகனங்களைப் பயன்படுத்தக் கூடாது என்பது தேர்தல் விதிகளுள் ஒன்று. **3: இயற்கையின் நிகழ்வில் உள்ள ஒழுங்கு;** law (of nature). பிறந்தவன் என்றாவது ஒரு நாள் இறந்துதான் போவான் என்ற இயற்கையின் விதியை யாரால் மீற முடியும்?/ எந்தச் செயலுக்கும் ஒரு எதிர்ச்செயல் உண்டு என்ற இயற்பியல் விதியின் அடிப்படையில்தான் ஏவுகணை செலுத்தப்படுகிறது.

விதிநிலை வாக்கியம் பெ. *(இலக்.)* **ஒன்றைச் செய்தால் அல்லது ஒன்று நடந்தால் அதன் விளைவு இன்னதாக இருக்கும் என்ற வகையில் வரும் வாக்கியம்;** conditional sentence.

விதிப்பு பெ. **(தண்டனை, தடை அல்லது வரி போன்றவை) விதிக்கப்படும் நிலை;** act of imposing tax, etc.,; levy. கூடுதல் வரி விதிப்பை எதிர்த்து வணிகர்கள் போராட்டம் நடத்தினார்கள்./ 'இந்தப் பொருளாதாரத் தடை விதிப்பை இந்தியா வன்மையாகக் கண்டிக்கிறது' என்று அமைச்சர் கூறினார்.

விதிமுறை பெ. **(ஒன்றிற்கான) பின்பற்ற வேண்டிய நெறிமுறைகள்;** rules and procedures. தெரிந்தே விதிமுறைகளை மீறுவது குற்றம் அல்லவா?/ அந்த அடுக்குமாடிக் கட்டடம் விதிமுறைகளை மீறிக் கட்டப்பட்டிருக்கிறது.

விதியற்றுப்போ வி. *(-போக, -போய்)* **(குறைந்தபட்சம் என்று கருதும் ஒன்றைச் செய்வதற்குக்கூட) சக்தி அல்லது வழி இல்லாமல் போதல்;** be left with no means or way (to do even the least). பெண்ணுக்குத் தீபாவளி வரிசை வைக்கக்கூட விதியற்றுப்போய்விட்டேன் என்று நினைத்துவிட்டாயா?/ பத்து ரூபாய்க் காசுக்கு விதியற்றுப்போய் விட்டானா?

விதிர் வி. *(விதிர்க்க, விதிர்த்து) (உ.வ.)* **(அதிர்ச்சி, பயம் போன்றவற்றால்) திடுக்கிட்டு நடுங்குதல்; அதிர்தல்;** be shaken; tremble. மெய் விதிர்க்க நின்றாள்.

விதிர்விதிர் வி. *(-விதிர்க்க, -விதிர்த்து)* **(மிகுதியைக் காட்டி அழுத்தம் தருவதற்குப் பயன்படுத்தும்) 'விதிர்' என்னும் வினையின் இரட்டித்த வடிவம்;** reduplication of the verb விதிர் (to intensify its meaning). பேருந்து நேராகத் தன்னை மோதுவதுபோல் வருவதைப் பார்த்ததும் விதிர்விதிர்த்துப்போனான்.

விதிவிலக்கு பெ. **1:** *(-ஆக, -ஆன)* **பிறவற்றுடன் சேர்க்கப்பட முடியாததாகவும் தனித்ததாகவும் இருப்பது;** exception. நாங்கள் எல்லோரும் நன்றாகப் படித்தோம். ஆனால் கடைசித் தம்பி மட்டும் அதற்கு விதிவிலக்கு./ எல்லாப் பெரு நகரங்களிலும் நிலத்தடி நீர் பெருமளவில் மாசுபட்டிருக்கும் சூழலில் கோவா மட்டும் விதிவிலக்காகத் திகழ்கிறது./ இவருடைய நாடகங்களில் இது ஒரு விதிவிலக்கான படைப்பு. **2:** காண்க: **விலக்கு**[2].

விதூஷகன் பெ. **(நாடகம், கூத்து போன்றவற்றில்) பேச்சு, பாட்டு போன்றவற்றின் மூலம் பார்வையாளருக்குச் சிரிப்பூட்டுபவன்; கோமாளி;** (in plays) jester; clown.

விதேசி பெ. *(அ.வ.)* **1: வெளிநாட்டைச் சேர்ந்தவர்;** foreigner; alien. சுதந்திரப் போராட்டத்தின்போது ஆங்கிலேயரை விதேசி என்று கூறினோம். **2:** (பெரும்பாலும் பெயரடையாக) **வெளிநாட்டில் தயாரிக்கப்படுவது;** of foreign origin or make. விதேசிப் பொருள்களின் மேல் உள்ள மோகம்!

விதை[1] வி. *(விதைக்க, விதைத்து)* **(விதையை ஓர் இடத்தில்) முளைப்பதற்கு ஊன்றுதல் அல்லது தெளித்தல்;** sow (seeds). தோட்டத்தில் கம்பு விதைத்திருக்கிறேன்./ அடுத்த போகம் எள் விதைக்கலாம் என்று இருக்கிறேன்./ நிலத்தை உழுது விதைக்க நவீன இயந்திரங்கள் வந்துவிட்டன./ மார்கழி மாதம் விதைத்த உளுந்து நன்றாகச் செழித்து வளர்ந்துள்ளது./ (உரு வ.) அவர் மனத்தில் இப்படி ஒரு சந்தேகத்தை விதைத்துவிட்டாயே?/ (உரு வ.) குழந்தைகளிடம் தாழ்வு மனப்பான்மையை விதைக்கக் கூடாது.

விதை[2] பெ. **1: காய், பழம் முதலியவற்றின் உள்ளே இருப்பதும் மண்ணில் இடும்போது முளைத்துப் புதிய**

தாவரத்தைத் தோற்றுவிப்பதுமான பாகம்; seed. வாழை, அன்னாசி போன்றவற்றில் விதைகள் இல்லாமலேயே கனிகள் தோன்றுகின்றன./ தர்ப்பூசணி பழத்தின் உள்ளே நிறைய விதைகள் இருக்கும்./ இது வீரிய விதைகளைக் கொண்டு பயிரிட்ட நெல் ரகம். **2:** காண்க: **விரை**², **1.**

விதை நெல் பெ. **விதைப்பதற்கென்றே தனியாக வைக்கப்படும் நெல்;** paddy set apart as seed.

விதை நேர்த்தி பெ. **விதைகளின் முளைப்புத் திறனை அதிகரிக்கவும் நோய்களைக் கட்டுப்படுத்தவும் மகசூலைப் பெருக்கவும் விதைகளைத் தண்ணீரிலோ சாணக் கரைசல் போன்றவற்றிலோ ஊற வைத்துப் பயன்படுத்தும் முறை;** seed treatment.

விதைப்பகை பெ. *(ஊரக வ.)* **விதை தெளித்த மறுநாள் மழை பெய்து நாற்றங்காலில் தண்ணீர் தேங்கி நிற்கும் நிலை;** untimely rain the water of which stagnates in seed-bed (harming the seeds sown). நேற்று பெய்த மழை விதைப்பகையாகப் போய், விதைத்த நெல்லில் பாதிக்குப் பாதி அழுகிவிட்டது.

விதைப்பந்து பெ. *(ஊரக வ.)* **சிறிதளவு வைக்கோலுடன் மூன்று அல்லது நான்கு விதைகளைச் சேர்த்துக் கைப்பிடி அளவு களிமண்ணுக்குள் வைத்துப் பந்துபோல உருட்டப்படும் உருண்டை;** a clay ball with 3 or 4 seeds wrapped in paddy straw. விதைப்பந்தில் உள்ள விதைகளின் முளைப்புத் திறன் சுமார் ஆறு மாதங்கள்வரை நீடிக்கிறது.

விதைப்பருப்பு பெ. **விதைக்கப் பயன்படும் விதைகளுக்குள் உள்ள பருப்பு;** seed kernel. வேப்பம் விதைப் பருப்பில் பூச்சிகளைக் கட்டுப்படுத்தும் வேதிப்பொருள் அதிகம் உள்ளது.

விதைப்பழுது பெ. *(ஊரக வ.)* **தெளித்த பிறகு விதை முளைக்காமல் இருக்கும் நிலை;** seeds sown failing to germinate. முப்பது கிலோ நெல் விதை வாங்கித் தெளித்தாலும் வயலில் அங்கொன்றும் இங்கொன்றுமாக முளைத்திருப்பதற்கு விதைப்பழுதுதான் காரணம்.

விதைப்பாடு பெ. **குறிப்பிட்ட அளவு விதையை விதைக்கக்கூடிய அளவுக்கான நிலம்;** measure of land in terms of seeds sown. எட்டு மரக்கால் விதைப்பாடு.

விதைப்பு பெ. **1: (வயல்களில் பயிரிட) விதைத்தல்;** sowing seeds. விதைப்பு துவங்கிவிட்டது. **2:** *(ஊரக வ.)* **(நெல் சாகுபடியில் நாற்று விட்டுப் பறித்து வயலில் நடவு செய்யாமல்) வயலைப் புழுதியாக உழுது, விதையைத் தெளித்துவிடும் முறை;** method of sowing paddy seeds in the field instead of raising nursery for transplantation later. காவிரியில் காலத்தோடு தண்ணீர் வந்தால் நடவு, இல்லையென்றால் விதைப்புத்தான்.

விதைப்பை பெ. காண்க: **விரைப்பை.**

விந்தகம் பெ. *(உயிரி.)* **மனிதன், விலங்கு, பறவைகள் முதலியவற்றில் விந்தை உற்பத்தி செய்யும் பாகம்;** testicle.

விந்தணு பெ. **விந்து;** sperm.

விந்து¹ வி. *(விந்த, விந்தி)* **(நடக்கும்போது) கெந்துதல்;** (while walking) limp. ஒரு காலை விந்திவிந்திதான் நடப்பான்.

விந்து² பெ. **(மனிதன், விலங்கு ஆகியவற்றில் பருவமடைந்த ஆணின் பிறப்புறுப்பிலிருந்து வெளிப்பட்டு) பெண்ணின் கரு முட்டையோடு சேர்ந்து உயிரை உருவாக்கும் தன்மைகொண்ட உயிரணு; மேற்குறிப்பிட்ட உயிரணு அடங்கிய, பிறப்புறுப்பிலிருந்து வெளிப்படும் திரவம்;** sperm; semen.

விந்து முந்துதல் பெ. *(பு.வ.)* **(இயல்பான காலத்தில் வெளிவராமல்) உடலுறவு கொள்ளத் தொடங்கியவுடன் அல்லது தொடங்குவதற்கு முன்பாகவே விந்து வெளியேறுதல்;** premature ejaculation. விந்து முந்துதல் என்பது ஒரு உளவியல் பிரச்சினையே என்று மருத்துவர்கள் கூறுகின்றனர்.

விந்தை பெ. *(-ஆக, -ஆன) (உ.வ.)* **வியப்பானது; ஆச்சரியம்;** being strange; wonder. எல்லோருக்கும் தெரிந்திருக்கும் இந்த விஷயம் உனக்குத் தெரியாதது விந்தையிலும் விந்தைதான்!/ என்ன விந்தை! ஐந்தே நிமிடத்தில் சாப்பாடு தயாராகிவிட்டதே.

விநாயகர் பெ. **யானை முகமும் பெருத்த வயிறும் கொண்ட கடவுள்; பிள்ளையார்;** the elephant-headed god (of the Hindu pantheon).

விநாயகர் சதுர்த்தி பெ. **ஆவணி மாதத்தில் அமாவாசை முடிந்த நான்காவது நாளில் பண்டிகையாகக் கொண்டாடப்படும் விநாயகர் வழிபாடு;** a festival dedicated to விநாயகர் on the fourth day following the new moon in the Tamil month of ஆவணி.

விநியோகம் பெ. **(தண்ணீர், மின்சாரம், உணவுப் பொருள் முதலியவற்றை) இலவசமாக அல்லது விற்பனை செய்வதற்காகப் பகிர்ந்தளிக்கும் செயல்பாடு;** distribution; supply (of commodities). கோயிலில் சுண்டல் விநியோகம் நடந்துகொண்டிருந்தது./ நம் பகுதியில் நாளை மின்சார விநியோகம் இருக்காது./ நியாய விலைக் கடையில் உணவுப் பொருள் விநியோகம்/ காசநோய்க்கான இலவச மருந்து விநியோகம் சுகாதார மையங்கள் மூலம் செய்யப்படுகிறது./ இவர் வெளிநாட்டிலிருந்து பொருட்களை வாங்கிச் சிறு வியாபாரிகளுக்கு விநியோகம்செய்கிறார்.

விநியோகஸ்தர் பெ. **படத்தைத் திரையிட அல்லது பொருளை விற்கத் தயாரிப்பாளரிடமிருந்து உரிமை பெற்றவர்;** distributor. அந்தப் படத்தை வாங்க விநியோகஸ்தர்கள் தயங்குகிறார்கள்.

விநியோகி வி. *(விநியோகிக்க, விநியோகித்து)* **(தண்ணீர், மின்சாரம், உணவுப் பொருள்கள் முதலியவற்றை) இலவசமாக அல்லது விற்பனை செய்வதற்காகப் பகிர்ந்து அளித்தல்;** distribute; supply. வெள்ளத்தால் பாதிக்கப்பட்ட மக்களுக்கு ராணுவத்தினர் உணவுப் பண்டங்களை விநியோகித்தார்கள்./ சுனாமி பாதித்த பகுதியில் பல தன்னார்வ அமைப்புகள் உடைகளையும் மருந்துகளையும் விநியோகித்தன./ விழா முடிந்ததும் குழந்தைகளுக்கு இனிப்புகள் விநியோகிக்கப்பட்டன./ ஆளுங்கட்சியை விமர்சிக்கும் விதத்திலான துண்டுப் பிரசுரங்களை மாநாட்டில் விநியோகித்தார்கள்./ அரசின் இந்தப் புதிய திட்டத்தின் மூலம் கையிருப்பு உணவு தானியங்களைத் தேவையான பகுதிகளில் விநியோகிக்க முடிந்தது./ கூட்டுறவு அங்காடிகள்மூலம் உணவுப் பொருள்கள் விநியோகிக்கப்படுகின்றன.

1207 வியங்கோள்

விநோத உடைப் போட்டி பெ. (இலங்.) **(பங்கேற்பவர்கள்) பிரபலமானவர்கள்போல அல்லது குடுகுடுப்பைக்காரன், கோமாளிபோல விசித்திர உடைகள் அணிந்து பங்குபெறும் போட்டி;** fancy dress competition.

விநோதம் பெ. காண்க: **வினோதம்.**

விப(ச்)சாரம் பெ. **பணம் பெற்று உடலுறவு கொள்ளும் செயல்;** prostitution. விபசார விடுதியிலிருந்து ஒரு பெண் மீட்கப்பட்டாள்.

விப(ச்)சாரி பெ. (த.வ.) **பணம் பெற்று உடலுறவு கொள்பவள்;** female sex worker.

விபத்து பெ. **1: எதிர்பாராத வகையில் சேதத்தையோ துன்பத்தையோ அதிர்ச்சியையோ ஏற்படுத்தும் நிகழ்வு;** accident; calamity. ரயில் விபத்து/ கோடையில் தீ விபத்துகள் அதிகம்/ இந்தச் சம்பவத்தை வாழ்க்கையில் நடந்த விபத்தாக நினைத்து மறந்துவிடு. **2: தற்செயலான நிகழ்வு;** accident. நான் திரைப்படத் துறைக்கு வந்ததே ஒரு விபத்துதான்.

விபரம் பெ. காண்க: **விவரம்.**

விபரீதம் பெ. (-ஆக, -ஆன) **1: அச்சம் அல்லது அதிர்ச்சி கொள்ள வைக்கும் மோசமான விளைவு;** disaster. விளையாட்டாக ஆரம்பித்தது விபரீதத்தில் முடிந்துவிட்டது./ கோபப்பட்டுக் கத்தியை எடுத்துக்கொண்டு கிளம்பியவனைத் தடுக்காமல் விட்டிருந்தால் விபரீதம் நேர்ந்திருக்கும். **2: சாதாரணமாக இல்லாததும் தவறானதும்; விசித்திரம்;** perversity. ரயிலில் ஒரு தடவையாவது அபாயச் சங்கிலியை இழுத்துப் பார்க்க வேண்டுமா? உனக்கு ஏன் இந்த விபரீத ஆசை?

விபூதி பெ. **திருநீறு;** sacred ash. நெற்றியில் விபூதியைப் பூசிக்கொண்டு இறைவனை வழிபட்டார்.

விபூதித் திருநாள் பெ. (கிறித்.) **விபூதி புதன்;** Ash Wednesday.

விபூதி புதன் பெ. (கிறித்.) **குருத்தோலை திருநாளுக்குப் பயன்படுத்திய ஓலையை எரித்து எடுக்கும் சாம்பலை மந்திரித்துக் குருவானவர் விசுவாசிகளின் நெற்றியில் சிலுவை அடையாளமிட்டுத் தவக்காலத்தைத் தொடங்கும் சடங்கு;** Ash Wednesday.

விம்மல் பெ. **தொடர்ந்து அழும்போது மூச்சுத் தடைப்படுவதால் ஏற்படும் மெல்லிய ஒலி;** sob.

விம்மு வி. (விம்ம, விம்மி) **1: தொடர்ந்து அழும்போது மூச்சுத் தடைப்படுவதால், நெஞ்சு புடைக்க, மெல்லிய ஒலி வெளிப்படுதல்; தேம்புதல்;** sob. இழவு வீட்டில் துண்டால் வாயைப் பொத்தி விம்மி அழுதபடி நின்றிருந்தார். [(தொ.சொ.) **அழு/ கதறு/ கேவு/ செருமு/ தேம்பு/ விசி/ விசும்பு**] **2: (நரம்பு, மார்பு முதலியவை) புடைத்து மேலெழுதல்;** (of nerves, chest, etc.,) bulge; expand. கழுத்து நரம்புகள் விம்மித் தெரிந்தன./ பெருமிதத்தில் நெஞ்சு விம்மிற்று.

விமர்சகர் பெ. **விமர்சனம் செய்பவர்;** critic; reviewer. நான் இலக்கிய விமர்சகர் இல்லை, அரசியல் விமர்சகர்.

விமர்சனம் பெ. **(ஒருவரின் அல்லது ஒன்றின்) நல்ல அம்சங்களையும் குறைகளையும் ஆராய்ந்து வழங்கும் மதிப்பீடு;** critical review; commentary; critique. இலக்கிய விமர்சனத்தில் பல புதிய பார்வைகள் உருவாகியிருக்கின்றன./ என் நண்பர் பத்திரிகையில் அரசியல் விமர்சனம் எழுதுகிறார்.

விமர்சி வி. (விமர்சிக்க, விமர்சித்து) **1: (ஒருவரை அல்லது ஒன்றைப் பற்றிய) குறைநிறைகளை மதிப்பீடுசெய்தல்; விமர்சனம்செய்தல்;** review critically; criticize. என் கவிதைத் தொகுப்பை அவர் இவ்வளவு கடுமையாக விமர்சிப்பார் என்று நான் எதிர்பார்க்கவில்லை. **2: குறைகூறுதல்;** criticize; pick holes in sth. ஒருவருடைய தனிப்பட்ட வாழ்க்கையை விமர்சிப்பது தவறு.

விமரிசை பெ. (-ஆக, -ஆன) **(விழா, வரவேற்பு முதலியவை குறித்து வரும்போது) சிறப்பான ஏற்பாடுகளுடன் கூடியது;** grand or impressive manner. அவருடைய மணிவிழா விமரிசையாக நடைபெற்றது./ பிரதமருக்கு விமான நிலையத்தில் விமரிசையான வரவேற்பு வழங்கப்பட்டது.

விமானத்தளம் பெ. **ராணுவ விமானங்கள் பயன்படுத்தும் ஓடுதளம் அமைந்த இடம்;** air base.

விமான நிலையம் பெ. **(பெரும்பாலும் பயணிகளுக்கான) விமானம் புறப்பட அல்லது வந்து இறங்க ஏற்ற வசதிகள் நிறைந்த பரந்த இடம்;** airport.

விமானப்படை பெ. **போர் விமானங்கள்கொண்ட ராணுவப் பிரிவு;** air force.

விமானப் பணிப்பெண் பெ. **விமானப் பயணத்தின்போது பயணிகளின் வசதியைக் கவனிக்கும் பொறுப்பு உடைய பெண் ஊழியர்;** female flight attendant; air hostess.

விமானம்[1] பெ. **இயந்திரச் சக்தியினால் வானில் மிக விரைவாகப் பறந்துசெல்லும் போக்குவரத்துச் சாதனம்;** aeroplane; aircraft.

விமானம்[2] பெ. **கோயில் கர்ப்பகிரகத்தின் மேல் கலசத்தோடு இருக்கும் அமைப்பு;** the structure that is built over the sanctum sanctorum in a temple.

விமானம்தாங்கிக் கப்பல் பெ. **மேல்தளத்தில் ராணுவ விமானங்கள் தங்கவும் புறப்பட்டுச் செல்லவும் வசதி கொண்ட பெரிய போர்க் கப்பல்;** aircraft carrier.

விமானி பெ. **விமானத்தைச் செலுத்துபவர்;** pilot.

விமோசனம் பெ. **1: (சாபம், பாவம் முதலியவற்றிலிருந்து) விடுபடும் நிலை; நிவர்த்தி;** absolution; salvation. பாவ விமோசனம் தேடிக் காசிக்குப் போனார். **2: (மோசமான ஒன்றிலிருந்து) விடுபட்ட நிலை;** deliverance. இந்த நகர வாழ்க்கையிலிருந்து விமோசனம் கிடைக்காதா என்று ஏங்கினார்./ இந்தப் பாழடைந்த கோயிலுக்கு விமோசனம் என்றைக்கு வரும்?

விய வி. (வியக்க, வியந்து) **ஆச்சரியப்படுதல்; வியப்படைதல்;** wonder at; be wonder-struck. மாமல்லபுரத்துக் கற்கோயில்களைப் பார்த்து வியந்து நின்றார்./ இப்படியும் ஒரு மனிதரா என்று வியந்தான்.

வியங்கோள் பெ. (இலக்.) **ஒருவரை வாழ்த்துவது, ஒருவரிடம் ஒன்றை வேண்டிக்கொள்வது, ஒருவரை ஒன்றைச் செய்யுமாறு விதிப்பது முதலிய நிலைகளுக்குப் பயன்படுத்தும் (எழுவாய்க்குத் தகுந்தபடி மாற்றம் பெறாத) வினை முற்று வகை;** optative form of verbs to express wish, desire, command, etc., 'குடியரசுத் தலைவர் அவர்களே வருக! வருக!' என்பதில் 'வருக' என்பது 'வா' என்னும் வினையின் வியங்கோள் வடிவம்.

வியத்தகு பெ.அ. *(உ.வ.)* **ஆச்சரியப்படும்படியான; வியப்பு அடையும்படியான;** of amazing nature. வியத்தகு மனிதர்/ வியத்தகு அறிவியல் சாதனைகள்.

வியப்பு பெ. (-ஆக, -ஆன) **ஆச்சரிய அல்லது அதிசய உணர்வு;** amazement. நடிகர் ஐம்பதாயிரம் ரூபாய் நன்கொடை கொடுத்ததில் வியப்பு ஒன்றும் இல்லை./ அந்தக் காலத்தில் இப்படி ஒரு அணையைக் கட்டியது வியப்பான விஷயம் இல்லையா?/ இன்றும் நம் நாட்டில் உள்ள கோயில்களைக் கண்டு வெளிநாட்டவர் வியப்படைகின்றனர்./ இதைவிட வியப்புக்குரிய சம்பவம் போன ஆண்டு நடந்தது./ வியப்பு ஏற்படுத்தும் அளவுக்கு மிகப் பெரிய போர்க்கப்பல்.

வியர் வி. (வியர்க்க, வியர்த்து) **(உடம்பில்) வியர்வை உண்டாதல்;** perspire; sweat. காய்ச்சல் குறைந்ததும் வியர்க்க ஆரம்பித்தது./ மேலதிகாரி கோபமாகப் பேசியவுடன் அவனுக்குக் குளிரிலும் வியர்த்துவிட்டது.

வியர்க்கவிறுவிறுக்க வி.அ. **அவசரத்துடன் வேகவேகமாக;** in extreme hurry; in an agitated or excited state. நீ இப்படி வியர்க்கவிறுவிறுக்க வேலையை முடித்திருக்க வேண்டிய அவசியமே இல்லை./ வியர்க்கவிறுவிறுக்க எங்கே போய்விட்டு வருகிறாய்?

வியர்க்குரு பெ. காண்க: **வேர்க்குரு.**

வியர்த்தம் பெ. (-ஆக, -ஆன) *(அ.வ.)* **பயனற்றது; வீண்;** sth. futile; waste of effort. நடந்த பேச்சுகளில் பெரும் பகுதி வியர்த்தம்/ இத்தனை பேருடைய உழைப்பு வியர்த்தமாகப் போகக் கூடாது.

வியர்வை பெ. **(உடலிலிருந்து) வெப்பம் தணிவதற்காகத் தோலில் உள்ள நுண்ணிய துளைகள் வழியாக வெளியேறும் உப்புத் தன்மை உடைய திரவம்;** perspiration; sweating. கோடைக் காலத்தில் வியர்வை அதிகமாக வெளியேறுகிறது./ வியர்வைச் சுரப்பி.

வியளம் பெ. *(இலங்.)* **தகவல்; செய்தி;** message; information. வீட்டுக்கு வந்து அம்மாவிடம் வியளம் சொல்லிவிட்டு ஊர்மனையை நோக்கிச் சென்றான்.

வியாக்கியானம் பெ. **1: (நூலுக்கு) விளக்க உரை;** explanatory commentary (on a text). மூலத்தைப் படித்தால் புரிகிறது. வியாக்கியானம் புரியவில்லை. **2: (எரிச்சலான தொனியில் கூறும்போது) ஒரு செயலுக்கான விளக்கம்;** explanation which irritates the hearer; extenuation and excuses. தப்புச் செய்துவிட்டு அதற்கு வியாக்கியானம் வேறா?

வியாகூலம் பெ. *(அ.வ.)* **கவலை;** anxiety.

வியாசம் பெ. *(அ.வ.)* **கட்டுரை;** essay; article.

வியாதி பெ. *(அ.வ.)* **நோய்;** disease. சரும வியாதி.

வியாதியஸ்தன் பெ. *(அ.வ.)* **நோயாளி;** sick person.

வியாபகம் பெ. *(அ.வ.)* **எங்கும் நிறைந்திருக்கும் அல்லது பரவியிருக்கும் தன்மை;** pervasiveness. அரசியலில் அவருடைய செல்வாக்கு மிகுந்த வியாபகம் பெற்றிருக்கிறது.

வியாபாரம் பெ. **லாப நோக்கில் பொருள்களை வாங்கி விற்கும் தொழில்; வணிகம்;** trade; business. மளிகை வியாபாரம்/ பருத்தி வியாபாரம்/ இப்போது எழுத்தும் வியாபாரமாகிவிட்டது.

வியாபாரி பெ. **வியாபாரம் செய்பவர்;** merchant; trader. பாய் வியாபாரி/ அரிசி வியாபாரி.

வியாபி வி. (வியாபிக்க, வியாபித்து) *(அ.வ.)* **(எங்கும்) பரவுதல்; நிறைதல்;** pervade; spread all over. வேகமாகக் காற்று வீசியதால் புழுதி எழுந்து வானில் வியாபித்தது./ மனம் முழுதும் சந்தோஷம் வியாபித்திருந்தது.

வியாழன் பெ. **1: சூரியனைச் சுற்றிவரும் கோள்களுள் ஐந்தாவதாக அமைந்திருக்கும் மிகப் பெரிய கிரகம்;** (the planet) Jupiter. சூரியனிடமிருந்து 77.83 கோடி கிலோமீட்டர் தொலைவில் வியாழன் கிரகம் உள்ளது. **2: (மேற்குறிப்பிட்ட கிரகத்தின் பெயரால் குறிக்கப்படும்) வாரத்தின் ஐந்தாவது நாள்;** Thursday. **3:** *(சோதி.)* **குரு;** the planet Jupiter.

வியாஜ்யம் பெ. *(அ.வ.)* **1: (நீதிமன்றத்தில் தொடுக்கப்படும்) வழக்கு;** litigation. **2: சாக்கு;** pretext. இதை ஒரு வியாஜ்யமாக வைத்துக்கொண்டு தகராறுபண்ணாதே.

வியூகம் பெ. **1: தாக்குவதற்காக அல்லது தற்காத்துக்கொள்வதற்காக ஒரு குறிப்பிட்ட முறையில் ஏற்படுத்திக்கொள்ளும் அணி வகுப்பு;** formation; strategy (for attack or defence). சக்கர வியூகம் அமைத்துப் படைகள் போரிட்டன./ *(உரு வ.)* பறவைகள் ஒரு வியூகத்தில் பறந்து சென்றன. **2: ஒரு குறிக்கோளை அடைவதற்கான உத்திகளும் அவற்றைச் செயல்படுத்துதலும்;** strategy. எதிரணியை வீழ்த்த நாங்கள் வியூகம் ஒன்று வைத்திருக்கிறோம்./ அடுத்த கட்ட நடவடிக்கைகள் குறித்து நாளை கூடும் பொதுக்குழு வியூகம் வகுக்கும்.

விர்-என்று வி.அ. *(பே.வ.)* **மிகவும் வேகமாக; விரைவாக;** swiftly; in great haste. இனி இங்கே ஒரு நொடிகூட இருக்க மாட்டேன் என்று சொல்லிவிட்டு விர்ரென்று வெளியேறினான்.

விரக்தி பெ. (-ஆக, -ஆன) **(துக்கம், இழப்பு, கவலை முதலியவற்றால் ஒருவருக்கு) தன்மேல் ஏற்படும் வெறுப்பு; (எதன் மீதும்) ஈடுபாடு காட்ட முடியாத மனநிலை;** bitterness (caused by frustration). இவ்வளவு படித்தும் வேலை கிடைக்கவில்லை என்றதும் விரக்தி ஏற்பட்டது./ ஏன் இப்படி விரக்தியாகப் பதில் சொல்கிறாய்? [*(தொ.சொ.)* **அலுப்பு/ எரிச்சல்/ சலிப்பு/ வெறுப்பு/ வெறுமை**]

விரகதாபம் பெ. **(காதல் வயப்பட்டவர்களின்) ஏக்கம் அல்லது வேதனை;** (of lovers) pangs of separation. அவளுடைய விழிகளில் விரகதாபம் தெரிந்தது./ அவன் விரகதாபத்தில் தவித்தான்.

விரசம் பெ. (-ஆக, -ஆன) **(அருவருப்பூட்டும்) ஆபாசம்;** vulgarity; obscenity. விரசம் இல்லாத குடும்பப் படம்/ கவர்ச்சியான நடிப்பு விரசமாக மாறிவிடக் கூடாது./ அவனுடைய பேச்சில் விரசம் தொனித்தது.

விரசாக வி.அ. *(ஊரக வ.)* **(நடக்கும்போது) விரைவாக; வேகமாக;** at a fast pace (while walking). நாம் கொஞ்சம் விரசாக நடந்தால் ரயிலைப் பிடித்துவிடலாம்.

விரட்டு வி. (விரட்ட, விரட்டி) **1: (ஒன்றை அல்லது ஒருவரை ஓர் இடத்திலிருந்து) போகச் செய்தல்; துரத்துதல்;** drive away. கொசுவை விரட்ட என்ன வழி?/ வயலில் மேய்ந்துகொண்டிருந்த மாட்டை விரட்டினான்./ விபத்து நடந்த இடத்தில் கூடிய பொதுமக்களை போலீசார்

விரட்டியடித்தனர். / (உரு வ.) நாட்டிலிருந்து வறுமையை விரட்டப் பாடுபடுவோம். **2: (ஒரு நாடு, அமைப்பு முதலியவற்றிலிருந்து ஒருவரை முற்றிலுமாக) வெளியேற்றுதல்;** expel (s.o. from an organization, etc.,); deport (from country). தலைமையை எதிர்த்துக் கேள்வி கேட்டதற்காக என்னைக் கட்சியிலிருந்து விரட்டிவிட்டார்கள்./ முன்னாள் அதிபர் நாட்டைவிட்டு விரட்டப்பட்டார். **3: (மடக்கிப் பிடிக்கும் முறையில்) துரத்துதல்;** chase. கடத்தல்காரர்களைக் காவல் படையினர் விரட்டிச் சென்று மடக்கினார்கள்./ திருடனை ஊர்மக்கள் விரட்டிப் பிடித்தனர்./ புலி காட்டெருமையை விரட்டிக்கொண்டு சென்றது. **4: (ஒன்றைச் செய்யுமாறு ஒருவரை) துரிதப்படுத்துதல்;** drive (s.o.). தம்பியைக் கடைக்குப் போய் வரும்படி விரட்டினாள்./ மேலதிகாரி எங்களை விரட்டி விரட்டி வேலை வாங்குவார்.

விரதம் பெ. **1: உண்ணாமல் இருந்து செய்யும் வழிபாடு; நோன்பு;** fast (as a religious observance). அவருக்கு குணமாக வேண்டும் என்று ஒரு மண்டலம் விரதம் இருந்தேன்./ அம்மா வெள்ளிக்கிழமை விரதம் இருக்கத் தவறுவதே இல்லை. **2: (ஒன்றைச் செய்வது அல்லது செய்யாமல் இருப்பது என்று கொள்ளும்) உறுதி;** vow. எப்படியும் அவனைக் காப்பாற்ற வேண்டும் என்று விரதம் பூண்டாள்./ என்னோடு பேசுவதில்லை என்று விரதமா?

விரதம் இரு வி. (இருக்க, இருந்து) **நோன்பு நோற்றல்;** do fasting as a religious observance. ஏகாதசியன்று அம்மா விரதம் இருப்பாள்.

விரதம்பிடி வி. (-பிடிக்க, -பிடித்து) (இலங்.) **(வழிபாட்டு முறையாக) உண்ணாமல் நோன்பு இருத்தல்;** fast (as a religious observance). அண்ணன் கந்தசஷ்டி விரதம்பிடிக்கிறார்./ விரதம்பிடி என்று என்னை யாரும் சொல்லவில்லை. ஆனால் நான் எனது மனத் திருப்திக்காக விரதம் பிடிக்கிறேன்.

விரயம் பெ. **பயனற்ற முறையில் செலவிடப்படுவதால் அல்லது சரியான முறையில் பயன்படுத்தாததால் ஒன்று வீணாகும் நிலை;** waste; wastage. இது மக்களின் வரிப் பணத்தை விரயமாக்கும் திட்டம் என்று குற்றம்சாட்டப்பட்டுள்ளது./ அவனுக்கு உதவப்போய்ப் பண விரயமும் கால விரயமும்தான் ஏற்பட்டது./ மழைநீர் விரயமாவதைத் தடுப்போம்./ பேசிப்பேசிச் சக்தியை விரயம் செய்யாதீர்கள்.

விரல் பெ. **கையின் அல்லது காலின் முன்பகுதியில் ஐந்தாகப் பிரிந்துள்ள, நகத்தோடு கூடிய சிறு உறுப்பு;** finger; toe. நாயனக்காரர் ஐந்து விரல்களிலும் மோதிரம் போட்டிருந்தார்./ விபத்தில் ஒரு விரல் துண்டாகிவிட்டது.

விரல்விட்டு எண்ணு வி. (எண்ண, எண்ணி) **(மிகக் குறைவான எண்ணிக்கையில் இருப்பதால்) எளிதில் கணக்கிடுதல்;** count on one's fingers. எங்கள் கிராமத்தில் பட்டம் பெற்றவர்களை விரல்விட்டு எண்ணிவிடலாம்./ இந்தத் திட்டம் விரல்விட்டு எண்ணக்கூடிய ஒரு சிலருக்கே பயன் அளிக்கும்.

விரல் விடு வி. (விட, விட்டு) **(குறிப்பிடப்படுவது மிகச் சிறிய எண்ணிக்கையில் இருக்கிறது என்பதைத் தெரிவிக்க) எண்ணுவதற்கு விரல்களை ஒவ்வொன்றாக விரித்தல்;** count on (the fingers of) one's hand. நாட்டில் நேர்மையான அதிகாரி யார் இருக்கிறார்கள்? எங்கே விரல் விடு பார்க்கலாம்./ விரல் விட்டுச் சொல்வது போல், ஊரில் ஒரு பயல் யோக்கியன் இல்லை.

விரலடி பெ. (இசை) **பிடில், வீணைபோன்ற இசைக் கருவிகளை வாசிக்கும்போது ஒரு ஸ்வரத்திலிருந்து அடுத்த ஸ்வரத்திற்குச் சென்று மறுபடியும் முந்தைய ஸ்வரத்திற்கே வரும்போது விரல்களை எடுத்தும் பிறகு வைத்தும் வாசிக்கப்படும் கமகம்;** while playing on the violin, veena, etc., the shake of the ஸ்வரம் when the finger glides from one ஸ்வரம் to the next, and reverts to the former.

விரலி மஞ்சள் பெ. **(சமையலுக்குப் பயன்படுத்தப்படும்) கிளைத்தது போன்ற அமைப்பில் இருக்கும், மஞ்சளின் தண்டுப் பகுதி;** the finger-like part of turmeric, used in cooking. ஒரு கிலோ சாம்பார்பொடி அரைக்க எவ்வளவு விரலி மஞ்சள் போட வேண்டும்?

விரலை மடக்கு வி. (மடக்க, மடக்கி) **(ஒன்றை அடுத்து மற்றொன்று என்று கூறும் முறையில்) எண்ணிச் சொல்லுதல்;** (usually with implied negative) list the instances (used to challenge sth. said). நீ எத்தனை தடவை எங்கள் வீட்டுக்கு வந்திருக்கிறாய் என்று விரலை மடக்கு பார்ப்போம்.

விரவு வி. (விரவ, விரவி) **கலத்தல்;** mix; mingle. பேச்சு வழக்கில் ஆங்கிலச் சொற்கள் விரவியுள்ளன. **2: ஒன்று சற்று வேறுபட்ட வடிவத்திலும் வருதல்;** vary.

விரற்கடை பெ. **விரலின் அகலம்;** finger's breadth. அவன் என்னைவிட இரண்டு விரற்கடை உயரம் அதிகம்./ நிலைப்படியை இன்னும் ஒரு விரற்கடை உயரமாக வைக்க வேண்டும்./ பட்டுப் புடவையின் ஜரிகை மட்டும் எட்டு விரற்கடை இருக்கும்.

விராய் பெ. (ஊரக வ.) **(அடுப்பில் வைத்து எரிக்கும்) விறகு;** firewood (used in oven). இரண்டு மரக்கால் சாதம் வடித்து, சாம்பார் வைக்க வேண்டும் என்றால் அதற்கான விராய் வேண்டாமா?

விரால் பெ. **1: கரும் பச்சை நிற உடலில் கோடுகளும் புள்ளிகளும் கொண்ட, நீண்ட தலைப் பகுதியை உடைய (உணவாகும்) நன்னீர் மீன்;** murrel; banded snakehead. **2:** (இலங்.) **சுமார் இரண்டு அடி நீளத்தில் சொரசொரப்பாகவும் இறுக்கமான சதைப்பற்றோடும் இருக்கும் (உணவாகும்) சாம்பல் நிறக் கடல் மீன்;** a kind of edible sea fish, grey in colour, approximately two feet long and fleshy with a rough skin.

விரால்

விராளி மஞ்சள் பெ. காண்க: விரலி மஞ்சள்.

விரி[1] வி. (விரிய, விரிந்து) **1: ஒன்று மடங்கிய, சுருங்கிய நிலையிலிருந்து அல்லது இருக்கும் நிலையிலிருந்து பெரிதான அல்லது முழு அளவிலான நிலைக்கு வருதல்;** expand; open out; extend to. இருதயம் சுருங்கி விரிவதால்தான் இரத்த ஓட்டம் ஏற்படுகிறது./ மொட்டு விரிந்ததும் பார்க்க அழகாக இருக்கும்./ உடற்பயிற்சி செய்வதன்

மூலம் தசைகள் சுருங்கி விரிந்து வலிமை பெறுகின்றன./ இந்த மருந்து இரத்தக் குழாய்களை விரியச் செய்கிறது./ கண்கள் விரிய நான் சொன்ன கதையைக் குழந்தை கேட்டுக்கொண்டிருந்தது./ அவன் விரல்கள் விரியக் கையை நீட்டினான்./ உள்மூச்சு வாங்கும்போது நமது மார்பு விரிகிறது./ வாழைக்கன்றின் விரியாத இளங்குருத்து மிருதுவாக இருந்தது./ அவள் இதழ்களில் சிரிப்பு விரிந்தது. **2: (தன்மையில், அளவில்) அதிகமானதாக ஆதல்;** extend; enlarge. நூறு பக்கமாக இருந்த நாவல் இருநூறு பக்கமாக விரிந்தது./ விண்வெளியைப் பற்றிய தகவல்களைப் பூமிக்கு அனுப்புதல், பூமியிலிருந்து வரும் தகவல்களைப் பெற்று உலகம் முழுவதும் அனுப்புதல் என்று செயற்கைக்கோள்களின் பணிகள் விரிகின்றன. **3: சிந்தனை, பார்வை போன்றவற்றைக் குறித்து வரும்போது பரந்ததாக இருத்தல்;** become broader. பரந்த மனப்பான்மையும் விரிந்த நோக்கும் கொண்ட அரசியல் தலைவர்./ வரலாற்றைக் குறித்து விரிந்த பார்வை நமக்கு வேண்டும்./ நிறைய தத்துவ நூல்கள் படிக்கப்படிக்க எனது அறிவு விரிந்தது./ திருக்குறளில் வரும் ஒவ்வொரு சொல்லும் மிகுந்த ஆழமும் விரிந்த பொருளும் கொண்டது./ இன்றைய எழுத்தாளர்களுக்கான களங்கள் விரிந்திருக்கின்றன. **4: அதிகப் பரப்புடையதாக இருத்தல்; பரந்து இருத்தல்;** be expansive. கடலும் மணல் வெளியும் விரிந்துகிடந்தன./ விரிந்த வான்பரப்பு/ அனைத்து முகலாய அரசர்களையும் விட ஔரங்கசீப்பின் பேரரசு பரந்து விரிந்திருந்தது./ *(உரு வ.)* அவள் கண்களில் கனவு விரிந்தது. **5: ஒரு காட்சி, நினைவு போன்றவை மனத்தில் அல்லது கற்பனையில் தோன்றுதல்;** unfold. ஆயிரம் ஆண்டுகளுக்கு முந்தைய சோழ தேசம் என் கண்முன் விரிந்தது./ கடந்தகாலம் என் கண்முன் விரிகிறது./ அவளை முதன்முதலில் சந்தித்த தருணம் அவனுடைய மனத்தில் விரிந்தது. **6: (பார்வை ஒன்றின் மேல்) முழுமையான அளவில் படுதல்;** (of sight) be cast (on sth.). அவனுடைய பார்வை எதிரே இருந்த கடல்மீது விரிந்தது. **7:** *(இலக்.)* **(தொகைச்சொல் முதலியவை) முழுநிலையில் காட்டப்படுதல்;** (of compounds, etc.,) expand. ‘ஊறுகாய்’ என்னும் வினைத்தொகை விரியும்போது அது மூன்று காலத்திற்கும் பொருந்தியிருப்பது தெரியவரும்.

விரி² வி. *(விரிக்க, விரித்து)* **1: ஒன்றை மடங்கிய, சுருங்கிய நிலையிலிருந்து அல்லது இருக்கும் நிலையிலிருந்து பெரிதான அல்லது முழு அளவிலான நிலைக்கு வரச் செய்தல்;** spread; open ; let (one's hair) loose. மயில் மேகத்தைக் கண்டால் தோகையை விரித்து ஆடும்./ குடையை விரி./ தலை முடியை விரித்துப்போட்டுக் கொண்டு உட்கார்ந்திருந்தாள்./ கால்களை விரித்தபடி படுத்துக்கிடந்தான்./ கையை விரித்துக்காட்டு. எனக்குக் கைரேகை பார்க்கத் தெரியும். **2: (பாய், கம்பளி, இலை முதலியவற்றை முழுதும் ஒரு பரப்பில்) படியும்படி போடுதல்;** spread (a mat, carpet, etc.,). பாயை விரித்துப் படுத்துக்கொண்டான்./ விருந்தினர்கள் உட்கார ஜமுக்காளம் விரித்தான்./ இலையை விரித்துத் தண்ணீர் தெளித்தான்./ வேடன் ஏரிக்கரையில் வலையை விரித்துவைத்தான்./ துண்டைக் கீழே விரித்து அதில் நெல்லைக் கொட்டினான். **3: (மரம் போன்றவை நிழலை) பரப்பியிருத்தல்;** (of trees, buildings, etc.,) spread (shade). அந்தப் பூங்காவில் மரங்கள் விரித்திருந்த நிழலில் காதலர்கள் அமர்ந்திருந்தனர். **4: விளக்கி அல்லது விவரித்துச் சொல்லுதல்;** elaborate. முதல் அத்தியாயத்தில் சுருக்கமாகக் கொடுக்கப்பட்டவற்றைப் பிற அத்தியாயங்களில் விரித்துக் கூறியுள்ளார்./ தொல்காப்பியத்தின் சிறப்புகளை விரித்துக் கூறுவதற்கு நேரம் போதாது என்பதால் எனது உரையை இத்துடன் முடித்துக்கொள்கிறேன். **5:** *(இலக்.)* **(தொகைச் சொல் முதலியவற்றை) முழுநிலையில் காட்டுதல்;** expand (a compound of words, etc.,). ‘சாரைப்பாம்பு’ என்பதை ‘சாரையாகிய பாம்பு’ என்று விரிப்பது வழக்கம்.

விரிகுடா பெ. **அரைவட்டமாக நிலம் சூழ்ந்திருக்கும் கடல் பகுதி;** bay. வங்காள விரிகுடா.

விரிகோணம் பெ. *(கணி.)* **90⁰ பாகையைவிட அதிகமாகவும் 180⁰ பாகையைவிடக் குறைவாகவும் இருக்கும் கோணம்;** obtuse angle.

விரிசல் பெ. **1: (சுவர், பலகை, பாத்திரம் போன்றவற்றின் பரப்பில் கோடுபோல் ஏற்படும்) சிறு பிளவு;** crack; split. அடித்தளம் சரி இல்லாவிட்டால் சுவரில் விரிசல்கள் ஏற்படலாம்./ விரிசல் விழுந்த அண்டாவைக் கடையில் போட்டுவிட்டு வேறு புதிதாக வாங்க வேண்டும். [(தொ.சொ.) **தெறிப்பு/ பிளவு/ வெடிப்பு**] **2: (உறவு அல்லது ஒற்றுமை) குலைவுற்ற நிலை;** crack (in relationship, etc.,). கணவன் மனைவி உறவில் விரிசல்/ தேர்தல் தோல்விக்குப் பிறகு கட்சியில் விரிசல்கள் தோன்றியுள்ளன.

விரி சுருள் சிரை நோய் பெ. *(பு.வ.)* **(உடலின் பிற பாகங்களிலிருந்து இருதயத்துக்குச் செல்லும்) இரத்தக் குழாய்களின் வால்வுகள் சரியாக அமையாததால் அல்லது (சில நோய்களின் விளைவாக) சரியாக வேலை செய்யாததால் கால்களில் உள்ள இரத்தம் புவியீர்ப்பு விசையை எதிர்த்து மேல்நோக்கிச் செல்ல முடியாத நிலையில் கால்களில் ஏற்படும் வீக்கம்;** varicose vein.

விரிந்த பெ.அ. **பரந்த; பரந்துபட்ட;** vast; wide. பரந்து விரிந்த காடு.

விரிப்பு பெ. **1: (ஒரு பரப்பின் மேல் அலங்கரிக்கும் விதத்தில்) விரித்து வைக்கப்படுவது அல்லது விரித்திருப்பது;** spread (on an object, floor, etc.,). மேஜை விரிப்பு/ தரை விரிப்பு/ கம்பள விரிப்பு/ இங்கு குறைந்த விலையில் பல வண்ணங்களில் படுக்கை விரிப்புகள் கிடைக்கும். **2: ஒரு பக்கத்தை மறைக்கும் விதத்தில் கட்டித் தொங்கவிடப் படுவது;** screen. திண்ணைக்கு மறைப்பாக ஒரு சாக்கு விரிப்புத் தொங்கிக்கொண்டிருந்தது.

விரியன் பெ. **உடலில் பழுப்பு அல்லது கருவளையக் கோடுகளை உடைய விஷப் பாம்புகளைக் குறிக்கும் பொதுப்பெயர்;** viper.

விரிவாக்கப் பணியாளர் பெ. **(விவசாயிகளுக்குத் தேவையான) சாகுபடி முறைகளை எடுத்துரைத்தல், செயல்முறை விளக்கம் செய்துகாட்டுதல் போன்ற பணிகளைச் செய்யும் அரசு ஊழியர்;** extension worker (in the agriculture department).

விரிவாக்கம் பெ. **(நகரம், திட்டம், அமைச்சரவை போன்றவற்றை) விரிவுபடுத்தும் செயல்;** extension. நகரின் மேற்கு விரிவாக்கத்தில் புதிய குடியிருப்புகள்/ அனல் மின்நிலைய விரிவாக்கத் திட்டம்/ அடுத்த வாரத்தில் மத்திய அமைச்சரவை விரிவாக்கம் செய்யப்படுகிறது.

1211 விருந்து

விரிவாக்கு வி. *(-ஆக்க, -ஆக்கி)* **பெரிய அளவில் அமைத்தல்;** expand; improve. தோட்டத்தை விரிவாக்கி அழகு படுத்தினார்./ இரு நாடுகளுக்கு இடையே ஒத்துழைப்பை விரிவாக்கத் திட்டம்.

விரிவு பெ. **1:** *(-ஆக, -ஆன)* **(தன்மை, எண்ணிக்கை போன்றவற்றில்) அதிக அளவிலானது;** being extensive. பிரதமரின் வருகையை ஒட்டி விரிவான பாதுகாப்பு ஏற்பாடுகள் செய்யப்பட்டுள்ளன./ நாளடைவில் இயக்கம் விரிவாக வளரத் தொடங்கியது. **2:** *(-ஆக, -ஆன)* *(பேச்சு, எழுத்து, ஆய்வு போன்றவற்றைக் குறித்து வரும்போது)* **நிறைவான, தீவிரமான அல்லது ஆழமான தன்மை;** elaborateness. தன்னுடைய பயண நிகழ்ச்சிகளை விரிவாகச் சொன்னான்./ தமிழ்ப் பண்கள் பற்றிய ஆய்வு விரிவாக மேற்கொள்ளப்பட்டுள்ளது./ கடல் ஆமையைப் பற்றிய விரிவான செய்திகளை இந்த நூலில் காணலாம்./ குற்றச்சாட்டுகளுக்கு விரிவான விளக்கம் கோரி எதிர்க்கட்சிகள் ஆர்ப்பாட்டம் செய்தன./ கட்டுரை விரிவாக இல்லை./ பங்குச் சந்தையைப் பற்றி இந்த நூலில் விரிவாகத் தரப்பட்டுள்ளது./ இந்தக் கதையை விரிவாகவும் சொல்லலாம். **3:** **சிறியதாக இருக்கும் நிலையிலிருந்து ஒன்று நீளும் அல்லது பெரியதாக ஆக்கப்படும் நிலை;** expansion. உலோகங்கள் வெப்பத்தால் விரிவடையும்./ 'கி.மு.' என்பதன் விரிவு 'கிறிஸ்து பிறப்பதற்கு முன்னால்' என்பது ஆகும்.

விரிவுபடுத்து வி. *(-படுத்த, -படுத்தி)* காண்க: **விரிவாக்கு.**

விரிவுரை பெ. **விளக்கமான உரை;** commentary. கீதைக்கு விரிவுரை.

விரிவுரையாளர் பெ. **(பல்கலைக்கழகம், கல்லூரி ஆகியவற்றில்) கற்பிக்கும் ஆசிரியர்;** lecturer (in universities, etc.,).

விருச்சிகம் பெ. *(சோதி.)* **தேளைக் குறியீட்டு வடிவமாக உடைய எட்டாவது ராசி;** eighth constellation of the zodiac having scorpion as its sign; Scorpio. *(பார்க்க, படம்: ராசி[1])*

விருட்-என்று வி.அ. *(பே.வ.)* **(ஒன்றின் விளைவாக அல்லது பாதிப்பாக) சட்டென்று; உடனடியாக;** suddenly; quickly (in sudden response to sth.); abruptly. சத்தம் கேட்டவுடன் அவள் விருட்டென்று எழுந்தாள்./ அவர் கோபமாக விருட்டென்று தன் அறைக்குள் போய்விட்டார்.

விருட்சம் பெ. **மரம்;** tree.

விருத்தம்[1] பெ. *(பே.வ.)* **(தாயம் போன்ற விளையாட்டில்) அடுத்தடுத்துத் தொடர்ந்து கிடைக்கும் பெரிய எண்கள்;** (in games where dice are used) getting big numbers in quick succession.

விருத்தம்[2] பெ. **1:** *(இலக்.)* **பா வகைகளுள் ஒன்று;** a kind of metre in Tamil prosody. சீவகசிந்தாமணி விருத்தப் பாக்களால் ஆன நூல். **2:** *(இசை)* **தமிழ்ப் பாடல்களைத் தாளத்தில் அமைத்துப் பாடாமல், பாடகரின் கற்பனைக்கு ஏற்றவாறு ஒன்றுக்கு மேற்பட்ட ராகங்களில் அமைத்துப் பாடும் இசை வடிவம்;** a kind of musical form. நாச்சியார் திருமொழியை விருத்தமாகக்கூடப் பாடலாம்.

விருத்தாந்தம் பெ. *(அ.வ.)* **(ஒன்றைப் பற்றிய) விவரம்;** detail. நான் பிறந்த விருத்தாந்தம் இதுதான்./ எங்கள் குடும்ப விருத்தாந்தம் எல்லாம் அவருக்குத் தெரியும்.

விருத்தி பெ. **1:** **(இனத்தின்) பெருக்கம்;** (of species) propagation; reproduction. தாவரங்கள் தங்கள் இனத்தைப் பல்வேறு வழிகளில் விருத்தி செய்கின்றன. **2:** **(ஒன்றின்) வளர்ச்சி; முன்னேற்றம்; மேம்பாடு;** improvement; development. வியாபார விருத்திக்கு என்ன வழி என்று அவர் யோசித்தார்.

விருதா பெ. *(பே.வ.)* **உபயோகமற்றது; வீண்; வெட்டி;** useless. 'என்னுடைய உழைப்பு விருதாவாகப் போய்விட்டதே!' என்று அவர் என்னிடம் வருத்தப்பட்டார்./ விருதாப் பேச்சுப் பேசாதே.

விருது பெ. **(ஒருவரின் அல்லது ஒரு நிறுவனம், தொழிற்சாலை போன்றவற்றின் சாதனை, திறமை, சேவை முதலியவற்றை) பாராட்டிக் கௌரவிக்கும் விதத்தில் (பெரும்பாலும் பணத்துடன்) வழங்கப்படும் சான்றிதழ் அல்லது பட்டம்;** award. எங்கள் பள்ளித் தலைமை ஆசிரியர் நல்லாசிரியர் விருது பெற்றவர்./ சிறப்பான சமூக சேவை செய்ததற்காக அவர் ஜனாதிபதி விருது பெற்றார்./ தேசிய விருது பெற்ற ஆசிரியர்களுக்கு ரொக்கப் பரிசும் நற்சான்றிதழும் வழங்கப்பட்டன./ தாதா சாகிப் பால்கே விருது பெற்ற தமிழ் நடிகர் சிவாஜி கணேசன் ஆவார்./ தரக்கட்டுப்பாட்டு நெறிகளைச் சிறப்பாகப் பின்பற்றிவருவதற்காக இந்தத் தொழிற்சாலைக்கு விருது அளிக்கப்பட்டுள்ளது./ சென்னையில் உள்ள பாரதிய வித்யா பவனுக்கு மத நல்லிணக்க விருது வழங்கப்பட்டது./ இன்று நடந்த ஹாக்கிப் போட்டியின் இறுதி ஆட்டத்தில் பாகிஸ்தான் வீரர் ஆட்ட நாயகன் விருதைத் தட்டிச்சென்றார்.

விருந்தாளி பெ. *(பே.வ.)* காண்க: **விருந்தினர்,1.**

விருந்தினர் பெ. **1:** **நட்பு அல்லது உறவு அடிப்படையில் வீட்டுக்கு வருகைதருபவர்;** guest. **2:** **அழைப்பின்பேரில் ஒரு நிகழ்ச்சிக்கு வருகைதருபவர்; அரசின் அழைப்பின்பேரில் ஒரு நாட்டிற்கு வருகைதருபவர்;** distinguished guest; dignitary (visiting a country). நமது கல்லூரியின் ஆண்டு விழாவில் காவல்துறை ஆணையர் சிறப்பு விருந்தினராகக் கலந்துகொள்கிறார்.

விருந்தினர் விடுதி பெ. **(அரசின் அல்லது ஒரு நிறுவனத்தின்) விருந்தினர் தங்கும் விடுதி;** guest house (of the government, an institution, etc.,). எங்கள் தொழிற்சாலைக்கு வந்த வல்லுநர் குழு எங்கள் விருந்தினர் விடுதியில் தங்கிற்று.

விருந்து பெ. **1:** **(ஒருவரை அல்லது பலரை அழைத்து மரியாதை செய்வதற்காகவோ ஒன்றைக் கொண்டாடும் விதத்திலோ) உபசரித்து சிறப்பான உணவு வழங்குதல்/மேற்குறிப்பிட்ட நிகழ்ச்சியில் வழங்கப்படும் உணவு;** feast; dinner. நண்பருக்குப் பிறந்த நாள் என்பதால் விருந்துக்கு எங்களை அழைத்திருந்தார்./ இரண்டு வகைக் கூட்டு, மூன்று பொரியல், வடை, பாயசம், பச்சடி, அப்பளம் என்று மாப்பிள்ளைக்கு விருந்து பலமாக இருந்தது./ பதவி உயர்வு கிடைத்தால் விருந்து வைப்பதாகச் சொல்லியிருக்கிறார்./ கல்யாண விருந்து எப்படி இருந்தது?/ அரசாங்க விருந்தில் கலந்துகொள்ள முக்கியமானவர்களுக்கு மட்டும் அழைப்பு அனுப்பப்பட்டது./ தன் மகன் வெளிநாடு செல்வதை ஒட்டி உறவினர்களையும் நண்பர்களையும் அழைத்து விருந்து வைத்தார்./ உன் பிறந்த

விருந்தோம்பல் 1212

நாளுக்கு விருந்து கொடுப்பாயா?/ கப்பலின் மேல்தளத்தில் விருந்து நடந்துகொண்டிருந்தது. **2: புலன்களை மகிழ்விக்கும் வகையில் அமைவது;** entertainment; feast (to the senses). மெல்லிசை விருந்து/ நகைச்சுவை விருந்து/ கண்களுக்கு விருந்தாக அமைந்த இயற்கைக் காட்சிகள்/ கலை விருந்து/ இலக்கிய விருந்து.

விருந்தோம்பல் பெ. *(உ.வ.)* **விருந்து தந்து முறையாக உபசரித்தல்;** entertaining the guests; hospitality.

விருப்ப ஓய்வு (திட்டம்) பெ. **குறிப்பிட்ட ஆண்டுகள் பணியாற்றிய பின் ஒருவர் தன் விருப்பத்தின் பேரில் பணியிலிருந்து ஓய்வு பெறும் ஏற்பாடு;** voluntary retirement. அவர் விருப்ப ஓய்வு பெற்ற பின்பு இலக்கிய முயற்சிகளில் தீவிரமாக ஈடுபட்டார்.

விருப்பக் குறி பெ. *(பு.வ.)* **முகநூலில் ஒருவர் இட்ட பதிவு மற்றவருக்குப் பிடித்திருக்கிறது என்று தெரிவிக்கப் பயன்படுத்தும் குறிப்பு;** like (a sign in Facebook). முகநூலில் பதிவிட்ட என் கவிதைகளுக்கு ஐம்பது பேர் விருப்பக் குறி இட்டிருந்தனர்.

விருப்பப் பாடம் பெ. **(சில உயர் வகுப்புகளில்) கட்டாயமாக உள்ள பாடங்களோடு மாணவன் தன் விருப்பப்படி தேர்ந்தெடுத்துக்கொள்ளும் பாடம்;** optional subject (chosen by a student). என் மகள் பொருளியலை விருப்பப் பாடமாகத் தேர்ந்தெடுத்தாள்./ பள்ளியில் கணிப்பொறியியல் ஒரு விருப்பப் பாடமாக வைக்கப்பட்டுள்ளது.

விருப்பம் பெ. **1:** *(-ஆக, -ஆன)* **ஒருவர் தனக்குப் பிடித்த ஒன்றை அல்லது தனக்கு உகந்ததாகக் கருதும் ஒன்றைச் செய்யவோ அடையவோ வேண்டும் என்ற உணர்வு; ஆசை; நாட்டம்;** desire; liking; wish. மனைவி விருப்பப்படி வீட்டை வாங்கிவிட்டார்./ வெளிநாடுகளுக்குச் சென்று சுற்றிப்பார்க்க வேண்டும் என்ற விருப்பம் அவனுக்கு உண்டு./ இந்தப் பயிற்சியில் சேர விருப்பம் உள்ளவர்கள் ஒரு வார காலத்திற்குள் விண்ணப்பிக்க வேண்டும்./ தேர்தலில் போட்டியிட விருப்பம் தெரிவித்துக் கட்சித் தலைமையகத்தில் மனு கொடுத்துள்ளார்./ வாசனைப் பொருள்களில் இவளுக்கு விருப்பம் அதிகம்./ உங்களின் விருப்பமான பொழுதுபோக்கு என்ன?/ மாணவர்கள் தங்களுக்கு விருப்பமான கைத்தொழிலைத் தேர்ந்தெடுத்துக் கொள்ளலாம்./ சூதாடுவதில் எனக்கு விருப்பம் இல்லை./ தமிழைக் கற்று வித்வான் ஆக வேண்டும் என்பது அவருடைய விருப்பம்./ சிறுவயதிலிருந்தே இசையில் என் மகளுக்கு மிகுந்த விருப்பம் உண்டு. [*(தொ.சொ.)* **அவா/ ஆவல்/ இச்சை/ எதிர்பார்ப்பு/ நப்பாசை/ நினைப்பு/ விழைவு**] **2: காதல்; நேசம்;** love. அவள்மேல் கொண்ட விருப்பத்தை எப்படி அவளுக்குத் தெரியப்படுத்துவது? [*(தொ.சொ.)* **ஆசை/ ஆர்வம்/ இச்சை/ நாட்டம்/ பித்து/ பைத்தியம்/ விழைவு**]

விருப்ப விடுமுறை பெ. *(பு.வ.)* **(மதம் சார்ந்த விழா நாட்களில்) சம்பந்தப்பட்டவர்கள் மட்டும் விடுப்பு எடுத்துக்கொள்ள அரசு அலுவலகங்களில் அனுமதிக்கப்படும் நாள்;** restricted holiday in government offices or optional religious holiday.

விருப்பு பெ. காண்க: **விருப்பம், 1.**

விருப்புவெறுப்பு பெ. **(ஒருவருக்கு) பிடித்ததும் பிடிக்காததுமான விஷயங்கள்;** (one's) likes and dislikes; prejudices. பொதுக் காரியத்தில் சொந்த விருப்புவெறுப்புக்கு இடம்கொடுக்காதே!/ அவனுக்கென்று சில விருப்புவெறுப்புகள் இருக்கக் கூடாதா?

விரும்பி பெ. **(குறிப்பிட்ட ஒன்றை) மிகவும் விரும்புபவர் அல்லது ஆதரிப்பவர்;** supporter or enthusiast (of sth. specified). கடிதத்தில் கையெழுத்து இல்லாமல் 'பொதுநல விரும்பி' என்று எழுதப்பட்டிருந்தது./ தேசியக் கட்சிகள் இரண்டும் ஒன்றுபட வேண்டும் என்னும் எண்ணம் உடைய இணைப்பு விரும்பிகள்/ தனிமை விரும்பி/ பழமை விரும்பி/ புதுமை விரும்பி/ இலக்கிய விரும்பி/ அமைதி விரும்பி.

விரும்பு வி. (விரும்ப, விரும்பி) **1: ஒருவர் தனக்குப் பிடித்த ஒன்றை அல்லது தனக்கு உகந்தது என்று கருதும் ஒன்றைச் செய்யவோ அடையவோ எண்ணம் கொள்ளுதல்; ஒரு செயலைச் செய்ய வேண்டும் என்று நாட்டம்கொள்ளுதல்;** want; wish. குடும்பப் பாங்கான படத்தைத்தான் எல்லோரும் விரும்புகிறார்கள்./ உங்களோடு கொஞ்சம் தனியாகப் பேச விரும்புகிறேன்./ இது அவனே விரும்பி ஏற்றுக்கொண்ட வேலை/ யாரும் தன்னைக் கேள்விக் கேட்பதை அவர் விரும்பவில்லை./ என் மகள் இனிப்புகளை அதிகம் விரும்பி உண்பாள்./ தன் மகன் ஆசிரியர் ஆவதையே அவர் பெரிதும் விரும்பினார்./ இளம் எழுத்தாளர்களுக்கு நீங்கள் என்ன கூற விரும்புகிறீர்கள்? **2: காதலித்தல்; நேசித்தல்;** love. அவள் உன்னை விரும்புகிறாளா என்பதை முதலில் தெரிந்துகொள்.

விருவிரு வி. *(விருவிருக்க, விருவிருத்து)* காண்க: **விறுவிறு.**

விருவிருப்பு பெ. காண்க: **விறுவிறுப்பு.**

விரை[1] வி. *(விரைய, விரைந்து)* **(ஓர் இடத்திலிருந்து மற்றொரு இடத்துக்கு) வேகமாகப் போதல்;** rush; dash; hurry. கலவரம் நடந்த இடத்திற்குக் காவலர்கள் விரைந்தனர்./ ரயில் விரைந்துகொண்டிருந்தது./ விரைந்து ஓடும் ஆற்றல் புலிக்கு உண்டு./ தன் வேலைகளை முடித்துவிட்டு விரைந்து வந்து அவர்களோடு சேர்ந்து கொள்வதாகக் கூறினான்./ வில்லிலிருந்து விடுபடும் அம்பு நேர்கோட்டில் விரைந்து செல்கிறது./ காலையில் தாமதமாகக் கண் விழித்ததால் அலுவலகத்துக்கு விரைந்தார்.

விரை[2] பெ. **1: விந்தை உருவாக்கும், ஆண் குறியின் கீழ் அமைந்திருக்கும் உறுப்பு;** testicle. **2:** *(பே.வ.)* **(தாவரங்களின்) விதை;** seed. **3: (மென்மை இழந்த) விறைத்த தன்மை;** dry. சாதம் ஏன் இப்படி விரையாக இருக்கிறது?

விரைந்து வி.அ. **வேகமாக;** quickly; fast; hurriedly. புயலில் சிக்கிக்கொண்ட மீனவர்களைக் காப்பாற்ற அரசு விரைந்து நடவடிக்கை எடுக்க வேண்டும்./ கட்சி வெற்றிக்காகத் தொண்டர்கள் விரைந்து செயலாற்ற வேண்டும்.

விரைப்பை பெ. **(விந்தை உருவாக்கும்) விரைகளைத் தாங்கியிருக்கும் பை போன்ற உறுப்பு;** scrotum.

விரைவாக வி.அ. **மிகக் குறைவான காலத்தில்; சீக்கிரம்;** quick; quickly. எவ்வளவு விரைவாக வேலை நடக்கிறதோ அவ்வளவிற்கு நல்லது./ விரைவாக ஓடிவா!

விரைவாதம் பெ. *(பே.வ.)* **விரைவீக்கம்; ஓதம்;** hydrocele.

விரைவிரையாக வி.அ. **(சோறு) விறைத்துக்கொண்டு;** (of cooked rice) stiff. சாதம் இப்படி விரைவிரையாக இருந்தால் எப்படிச் சாப்பிடுவது?

விரைவில் வி.அ. **சீக்கிரம்; விரைவாக;** soon; quickly. அவன் விரைவில் வேலையைக் கற்றுக்கொண்டுவிட்டான்./ இந்தப் படத்தை விரைவில் எதிர்பார்க்கலாம்.

விரைவீக்கம் பெ. **விரைப்பையில் நீர் கோத்துக்கொள்வதால் ஏற்படும் வீக்கம்;** hydrocele.

விரைவு பெ. **1: (நடை முதலியவற்றில்) வேகம்;** speed. அறுபத்தைந்து வயதானாலும் நடையில் என்ன விரைவு! **2:** (பேருந்தையும் ரயிலையும் குறிக்கும்போது) **குறைந்த நிறுத்தங்களுடன் வேகமாகச் செல்லக்கூடியது;** (of bus, train) fast; express. விரைவுப் பேருந்து/ விரைவு வண்டி.

விரைவு அஞ்சல் பெ. **உரியவருக்கு விரைவாகக் கிடைக்குமாறு கூடுதல் கட்டணம் செலுத்தி அனுப்பும் அஞ்சல் முறை;** a system of speedy delivery of mail for a higher postage; (in India) speed post.

விரைவு நீதிமன்றம் பெ. (சட்டம்) **வழக்குகளை விரைவாக விசாரித்துத் தீர்ப்பளிக்கும் வகையில் ஏற்படுத்தப்பட்டிருக்கும் கூடுதல் நீதிமன்றம்;** fast-track court. தமிழகத்தில் மேலும் பத்து விரைவு நீதிமன்றங்களை அமைக்க அரசு முடிவெடுத்துள்ளது.

விரைவுபடுத்து வி. (-படுத்த, -படுத்தி) **(ஒரு செயல்பாடு, நிகழ்வு போன்றவற்றின்) வேகத்தை மேலும் கூட்டுதல்; அதிகரித்தல்;** quicken the pace (of sth.). தற்போது சாலைகளை விரிவாக்கும் பணிகளை விரைவுபடுத்துவது அவசியம் என்று நான் கருதுகிறேன்.

விரோதம் பெ. **1: பகை; பகைமை;** enmity. இது விரோதம் காரணமாக நடந்த கொலை என்று ஊரில் பேசிக்கொள்கிறார்கள்./ நீ பக்கத்து வீட்டுக்காரனோடு விரோதம் வைத்துக்கொள்ளாதே./ இந்த ஊரில் யார்மீதும் எனக்கு விரோதம் கிடையாது./ விரோத மனப்பான்மையை மாற்றிக்கொள்ள நாம் பழக வேண்டும். **2: (குறிப்பிடப்படுவதற்கு) புறம்பானதாகவோ எதிரானதாகவோ இருப்பதால் பாதிப்பு, தீங்கு, சேதம் போன்றவற்றை விளைவிப்பது;** being against; being inimical (to the interests of s.o. or sth.). தேச விரோதச் செயல்கள்/ கட்சிக்கு விரோதமாகக் காரியங்கள் செய்ததால் அவரை விலக்கிவிட்டனர்./ என் இஷ்டத்துக்கு விரோதமாக அவன் நடந்துகொண்டான்./ சமூக விரோதச் செயல்களில் ஈடுபடுவோர்மீது உடனடியாக நடவடிக்கை எடுக்கப்பட வேண்டும்./ ஜனநாயக விரோதச் சக்திகள்/ ஒரு காலத்தில் இந்துக்கள் கடல் கடந்து செல்வதைச் சமய விரோதச் செயல் என்று கருதினர்./ காட்டில் மரம் வெட்டுதல் ஒரு சட்ட விரோதமான காரியம் ஆகும். **3: குறிப்பிட்ட ஒன்றுக்கு முரண்படும் விதம்;** being contrary. வழக்கத்துக்கு விரோதமாக அவர் சீக்கிரம் அலுவலகத்திலிருந்து புறப்பட்டார்./ குணத்தில் என் தம்பி எனக்கு நேர் விரோதம்./ அவன் பேசியதற்கு விரோதமாக நடக்க மாட்டான்.

விரோதி[1] வி. (விரோதிக்க, விரோதித்து) **பகைத்துக்கொள்ளுதல்;** antagonize; earn the enmity of. இது மேலதிகாரியை விரோதித்துக் கொண்டதால் ஏற்பட்ட பிரச்சினை./ உனக்காக அவரை விரோதித்துக்கொள்ள நான் தயாராக இல்லை./ எல்லோரையும் விரோதித்துக்கொண்டு ஊரில் எப்படி வாழ முடியும்./ தொழிலாளர்களை விரோதித்துக்கொள்ள எந்தக் கட்சியும் விரும்பாது.

விரோதி[2] பெ. **1: பகைவன்; எதிரி;** foe; enemy. உனக்கு விரோதி என்றால் அவன் எனக்கும் விரோதிதான்./ பரம விரோதிகள்கூட அவருடைய துணிச்சலைக் கண்டு வியந்தார்கள்./ தொழில்முறையில் அவருக்கு யாராவது விரோதிகள் உண்டா?/ உலகமயமாக்கலுக்கு நான் விரோதி அல்ல. **2: (ஒரு நாடு, சமூகம் முதலியவற்றின் நலனுக்கு) எதிராக அல்லது புறம்பாகச் செயல்படுபவர்;** one who acts against (sth.); anti-. தேச விரோதி/ சமூகவிரோதி.

வில்[1] வி. (விற்க, விற்று) **குறிப்பிட்ட தொகையைப் பெற்றுக்கொண்டு ஒன்றைப் பிறருக்குக் கொடுத்தல் அல்லது குறித்த மதிப்பில் ஒன்று கொடுக்கப்படுதல்;** sell (sth.); be sold. கிராமத்தில் இருந்த வீட்டை விற்றுவிட்டார்./ நிலத்தை விற்றுதான் அப்பா என்னைப் படிக்கவைத்தார்./ ஒரு கிலோ அரிசி என்ன விலை விற்கிறது தெரியுமா?/ இந்தப் படத்தின் உரிமையைப் பல கோடி ரூபாய்க்கு விற்றிருக்கிறார்கள்./ என்னிடம் இருந்த நூறு பங்குகளையும் நல்ல விலைக்கு விற்றுவிட்டேன்.

வில்[2] பெ. **1: (குச்சியின் அல்லது தடித்த உலோகக் கம்பியின்) இரு முனைகளையும் வளைத்துக் கயிறு, மெல்லிய கம்பி, நரம்பு போன்றவற்றால் கட்டி அம்பு எய்வதற்குப் பயன்படுத்தும் சாதனம்;** bow. இன்றும் மலையில் வாழும் பழங்குடியினர் வில்லைப் பயன்படுத்துகின்றனர். (பார்க்க, படம்) **2: (வில்லுப்பாட்டு கலை நிகழ்ச்சியில்) மேற்குறிப்பிட்டது போன்ற அமைப்பு உடைய, கிடைமட்டமாக வைத்துக் கோலால் தட்டி ஒலி எழுப்பும் ஒரு வகை வாத்தியம்;** (in a folk performance) bow-like musical instrument. (பார்க்க, படம்: வில்லுப்பாட்டு) **3: (சில வகை இசைக் கருவிகளின்) கம்பிகளின் மேல் வைத்து இழுப்பதால் ஒலி எழுப்பும், இழைகளால் கட்டப்பட்ட கோல்;** bow (of a violin, etc.,). இந்த இசைக் கலைஞர் வயலின் வாசிக்கும்போது வில்லைக் கையாளும் விதமே நேர்த்தியாக இருக்கும். **4: விசைக்கு உள்ளானால் விரிந்தோ சுருங்கியோ பழைய நிலைக்கு வந்துவிடக்கூடிய தன்மை கொண்ட உலோகச் சுருள் அல்லது பட்டைகள்;** spring. வில் வைத்த வண்டி. **5: (கணி.) வட்டத்தின் பகுதியாக அமையும் வளைந்த கோடு;** arc (of a circle).

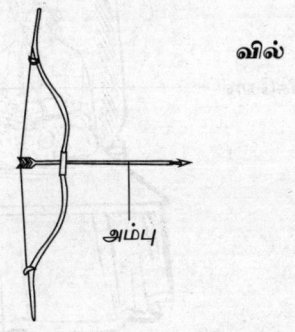

வில்

அம்பு

வில் தராசு 1214

வில் தராசு பெ. இரும்புச் சுருளின் முனையில் கோக்கப் பட்டிருக்கும் கொக்கியில் பொருளைத் தொங்கவிட்டு எடை பார்க்கும் தராசு; spring balance.

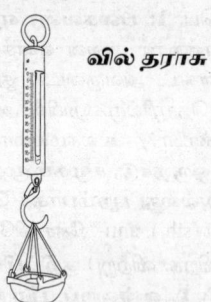
வில் தராசு

வில்லங்கச் சான்றிதழ் பெ. ஒரு சொத்தை வாங்கும் போது அந்தச் சொத்தின் உரிமை குறித்த விவரங்களை அறிவதற்காகப் பத்திரப் பதிவாளர் அலுவலகத்தில் ஒருவர் விண்ணப்பித்துப் பெறும் ஆவணம்; encumbrance certificate.

வில்லங்கம் பெ. 1: (வீடு, நிலம் முதலியவற்றை விற்கத் தடையாக இருக்கும்) சொத்துகளின் பேரில் கடன் வாங்கியிருத்தல் போன்ற குறை; encumbrance on property. அந்த மனையைப் பொறுத்த மட்டில் வில்லங்கம் எதுவும் இல்லை, தாராளமாக வாங்கலாம். 2: (-ஆக, -ஆன) உள்நோக்கத்தோடு பிரச்சினை அல்லது வம்பு உண்டாக்க வேண்டும் என்கிற தன்மை; bolshiness. ஆரம்பத் திலிருந்தே அவர் வில்லங்கமாகப் பேசிக்கொண்டிருக்கி றார்./ அவன் வில்லங்கமான ஆள், அவனிடம் பார்த்துப் பழகு. 3: பிரச்சினை; விவகாரம்; obstacle. எல்லாம் ஒழுங்காக நடந்துகொண்டிருக்கிறது, நீ புதிதாக எந்த வில்லங்கத்தையும் ஏற்படுத்திவிடாதே!

வில்லடி வி. (-அடிக்க, -அடித்து) பஞ்சிலிருந்து கொட்டையை நீக்கவோ பழைய பஞ்சை மென்மையாக்க வோ அடித்துச் சுத்தப்படுத்துதல்; clean the cotton. பழைய பஞ்சை வில்லடிக்க நீ கேட்கும் கூலிக்கு ஒரு புது மெத்தையே வாங்கிவிடலாம் போலிருக்கிறதே./ இது வில்லடித்த பஞ்சு.

வில்லண்டம் பெ. (இலங்.) பலவந்தம்; கட்டாயம்; force. வில்லண்டத்துக்கு அவனிடம் போய் ஏன் பிரச்சினை எழுப்புகிறாய்?/ பசிக்காமல் வில்லண்டத்துக்குச் சாப்பிட் டால் சத்தி எடுத்துவிடுவாய்.

வில்லன் பெ. (திரைப்படம், நாடகம், நாவல் முதலிய வற்றில்) தீய நோக்கம் உடையதும் பிறருக்குத் தீங்கு விளைவிப்பதுமான முக்கிய ஆண் பாத்திரம்; villain (in a story, etc.,). இந்தப் படத்தில் வில்லன், கதாநாயகன் என்று இரண்டு வேடங்களில் அவர் நடிக்கிறார்./ (உரு வ.) கணக்கு வாத்தியார்தான் எனக்கு வில்லன்.

வில்லாதி வில்லன் பெ. (ஒருவரின் திறமையை வியந்து கூறும்போது) எந்த ஒரு பிரச்சினையையும் அல்லது சூழலையும் எளிதாகச் சமாளித்துவிடும் சாமர்த்தியசாலி; very clever person. அவர் வில்லாதி வில்லன், எப்ப டியும் இந்தத் திட்டத்துக்கு வேண்டிய பணத்தைத் திரட்டி விடுவார்./ அவர் வில்லாதி வில்லன் ஆயிற்றே! அவராலேயே சரிசெய்ய முடியவில்லை என்றால் இந்த இயந்திரத்தைத் தூக்கியெறிய வேண்டியதுதான்.

வில்லாளி பெ. (அ.வ.) அம்பு எய்வதில் தேர்ந்தவன்; archer.

வில்லி பெ. (திரைப்படம், நாடகம், நாவல் முதலிய வற்றில்) தீய நோக்கம் உடையதும் பிறருக்குத் தீங்கு விளைவிப்பதுமான முக்கியப் பெண் பாத்திரம்; (woman) villain. இந்தத் தொலைக்காட்சித் தொடரின் வில்லி தன் மகனையே கொல்லும் அளவுக்கு மோசமானவளாகச் சித்தரிக்கப்பட்டிருக்கிறாள்.

வில்லுக்கத்தி பெ. (இலங்.) பேனாக்கத்தி; மடக்குக் கத்தி; penknife.

வில்லுப்பாட்டு பெ. (இசை.) மணிகள் கட்டப்பட்ட வில் வடிவக் கருவியைக் கோலால் தட்டியவாறே கதையைப் பாடியும் இடையிடையே வசனமாகக் கூறி யும் நடத்தப்படும் ஒரு நாட்டுப்புறக் கலைநிகழ்ச்சி; a folk performance in which a story is sung with prose interludes to the accompaniment of a huge bow having tiny bells attached to its string.

வில்லுப்பாட்டு

வில்லை பெ. 1: **(குறிப்பிட்ட பயன்பாட்டிற்கு என்று உலோகம், கண்ணாடி முதலியவற்றால்) வட்டம், சதுரம் போன்ற வடிவத்தில் தட்டையானதாகத் தயாரிக்கப்பட்டது;** metal or glass or plastic pressed into round or square or rectangular shape; (hence=) badge, token, etc., சிறு கண்ணாடி வில்லைகள் ஒட்டப்பட்டுப் புது மாதிரியாக வடிவமைக்கப்பட்ட ஆடைகள்./ வாக்குச் சாவடி முகவர்கள் அடையாள வில்லையைக் கட்டாயமாக அணிந்திருக்க வேண்டும்./ சோப்பு வில்லை. 2: **(பழம், காய்கறி போன்றவற்றை) வட்டம், சதுரம் போன்ற வடிவங்களில் நறுக்கிய துண்டு;** piece; slice (of vegetables, fruits, etc.,) வெள்ளரிக்காயை வில்லைவில்லையாக வெட்டிக் கொள்ளவும்./ வாழைப்பழத்தைச் சம அளவில் வில்லையாக நறுக்கவும். 3: **(நீதிமன்றம், வட்டாட்சியர் அலுவலகம் போன்றவற்றில் விற்கப்படும், ஆவணங்களில் ஒட்டப்பட வேண்டிய) குறிப்பிடப்பட்ட மதிப்பு அச்சிடப்பட்ட சிறிய செவ்வக வடிவத் தாள்;** stamp. மனு செய்யும் விண்ணப்பத்தில் ஐந்து ரூபாய்க்கான வில்லை ஒட்ட வேண்டும். 4: *(ஊரக வ.)* **பிறை அல்லது வட்ட வடிவத்தில் குறிப்பிட்ட சில சுவைகளில் செய்யப்படும் மிட்டாய்;** certain kinds of sweets such as mint.

வில்லைச் சேவகர் பெ. *(சட்டம்)* **நீதிபதி, மாவட்ட ஆட்சியர் போன்ற உயர் பதவி வகிப்பவர்களின் அறை வாசலில், வில்லை பதித்த சிவப்புப் பட்டையை அணிந்து காவல் பணி செய்யும் அரசுப் பணியாளர்; டவாலி;** doorman.

வில்வண்டி பெ. **(பயணத்தின்போது அதிகமாக ஆட்டம் காணாமல் இருப்பதற்காக) அச்சின் மேல் வில் பொருத்தப்பட்ட கூண்டு வண்டி;** (bullock) cart with a spring above the axle.

வில்வம் பெ. **வெளிர் பச்சை நிறத்தில் சிறு இலைகளை உடைய, முட்கள் நிறைந்த, உயரமான மரம்;** bael. வில்வ மரம் சிவன் கோயில்களில் வளர்க்கப்படுகிறது.

வில்வாத ஜன்னி பெ. காண்க: ஏற்புவலி.

வில்வித்தை பெ. **இலக்கைக் குறிபார்த்துத் துல்லியமாக அம்பு விடும் விளையாட்டுப் போட்டி;** archery.

விலக்களிப்பு பெ. (இலங்.) காண்க: **விலக்கு**[2].

விலக்கிப்பிடி வி. *(-பிடிக்க, -பிடித்து)* *(இலங்.)* **(சண்டையிடும் இருவரை) தடுத்தல்;** prevent (a fight between two persons). நல்ல வேளையாக நான் விலக்கிப்பிடித்ததால் அவர்களுக்குள் சண்டை பெருக்காமல்விட்டது./ இந்தப் பொடியன்களை விலக்கிப் பிடிப்பதிலேயே என் காலம் போய்விடும்போல் இருக்கிறது.

விலக்கிவை வி. *(-வைக்க, -வைத்து)* *(பே.வ.)* **எந்த விதத் தொடர்பும் இல்லாத வகையில் தனித்திருக்கச் செய்தல்; தள்ளிவைத்தல்;** cause to live separately; separate; ostracize. உன்னை விலக்கிவைத்துவிட்டு வேறு கல்யாணம் செய்து கொள்ளப்பார்க்கிறான்./ அந்தக் குடும்பத்தை ஊரைவிட்டு விலக்கிவைத்துவிட்டார்கள்.

விலக்கு[1] வி. (விலக்க, விலக்கி) 1: **(குறிப்பிட்ட நிலையிலிருந்து, இடத்திலிருந்து ஒன்றை அல்லது ஒருவரை) விலகச் செய்தல்; ஒதுக்குதல்;** push or gather (to one side); push (the crowd, etc., so as to make way); put aside. திரை விலக்கப்பட்டதும் நாடகம் தொடங்கியது./ அரங்கத்தின் திரையை விலக்கிக் கூட்டத்தைப் பார்த்தான்./ முகத்திரையை விலக்குமாறு விமான நிலையக் காவலர்கள் கூறினர்./ தாழ்ப்பாள் விலக்கப்பட்டதும் கதவு திறந்தது./ கூட்டத்தை விலக்கிக்கொண்டு அந்த இளைஞன் வேகமாக ஓடினான்./ தன் தோளின் மேல் வைத்திருந்த அவன் கைகளை விலக்கினாள். 2: **(சண்டையிடுபவர்களை) தடுத்து நிறுத்துதல் அல்லது பிரித்தல்;** separate (the parties engaged in a physical fight). நான் அவர்களை விலக்கிவிடாமல் இருந்திருந்தால் அங்கு ஒரு கொலையே நடந்திருக்கும். 3: **(பொறுப்பு, தொடர்பு முதலியவற்றிலிருந்து) நீக்குதல்; அமலில் இருப்பதை நீக்குதல்;** dismiss s.o. (from a job); lift (a sanction, etc.,). அலுவலகப் பணத்தைக் கையாடிவிட்டதாகக் குற்றம்கூறி அவரைப் பதவியிலிருந்து விலக்கிவிட்டனர்./ கலவரப் பகுதியில் ஊரடங்கு உத்தரவு மாலையில் இரண்டு மணி நேரத்திற்கு விலக்கிக்கொள்ளப்படும். 4: **(படை, காவல் முதலியவற்றை) வாபஸ் பெறுதல்;** disengage (troops). சமாதானம் ஏற்பட்ட பிறகு படைகள் விலக்கிக்கொள்ளப்படும். 5: **(வேண்டாதது, தேவையில்லாதது அல்லது தீங்கு விளைவிக்கக் கூடியது என்று கருதுவதை) ஒதுக்குதல்;** set aside (unwanted things). கவிதையில் பொருளற்ற சொற்களை விலக்க வேண்டும்./ குழந்தைகள் தீய பழக்கங்களை விலக்கி நல்ல பழக்கங்களைக் கற்றுக்கொள்ள வேண்டும்./ தோல்விக்கான காரணங்களைக் கண்டறிந்து அவற்றை விலக்கிப் புதிய பாதையில் நம்பிக்கையுடன் இளைஞர்கள் செல்ல வேண்டும்./ வயிற்றில் புண் உள்ளவர்கள் காரமான உணவு வகைகளை விலக்க வேண்டும்./ பத்தியம் இருக்கும்போது உணவில் உப்பு, புளி ஆகியவற்றை விலக்க வேண்டும். [(தொ.சொ.) **ஒதுக்கு/ தவிர்/ தள்ளு/ நிராகரி/ புறக்கணி/ மறு**]

விலக்கு[2] பெ. **(குறிப்பிட்ட விதி, சட்டம் முதலியவற்றிற்கு) உட்படாமல் இருக்கத் தரும் அனுமதி; விதி தளர்த்தப்படுதல்;** exemption. விவசாயிகளுக்கு மின்சாரக் கட்டண உயர்விலிருந்து விலக்கு அளிக்கப்பட்டுள்ளது./ குழந்தைகளுக்கான திரைப்படத்திற்குக் கேளிக்கை வரியிலிருந்து விலக்குக் கோரினர்./ ரம்ஜான் நோன்பிலிருந்து கர்ப்பிணிப் பெண்கள், வயோதிகர்கள் முதலியோருக்கு இஸ்லாம் விலக்கு அளித்துள்ளது.

விலக்குத்தீர் வி. *(-தீர்க்க, -தீர்த்து)* *(இலங்.)* காண்க: **விலக்கிப்பிடி**.

விலகு வி. (விலக, விலகி) 1: **(குறிப்பிட்ட நிலையிலிருந்து, இடத்திலிருந்து) நீங்கி அல்லது தள்ளிச் செல்லுதல்; அகலுதல்;** move away; step aside. பேருந்து மிக அருகில் வந்ததும் அவசரமாக விலகினான்./ சூரியனை மறைத்திருந்த மேகம் விலகியது./ நுணுக்கமாகச் சிலம்பம் பயின்றிருந்தால் மட்டுமே சந்தர்ப்பத்துக்கு ஏற்றபடி தாக்குதலைச் சமாளித்து விலக முடியும்./ பூக்களின் மேலிருந்து அவள் கண்கள் விலகவில்லை./ போலீசார் வந்ததும் கூட்டம் விலகி வழிவிட்டது./ நீர், கண்ணாடி போன்ற ஊடகங்களின் வழியே ஒளி செல்லும்போது தன் பாதையிலிருந்து சற்று விலகிச் செல்கிறது./ *(உரு வ.)* எந்தச் சூழவிலும் நேர்மையின் பாதையிலிருந்து விலகக் கூடாது என்று

உறுதி பூண்டார். **2: எலும்பு பிசகுதல்; நழுவுதல்;** (of joints) get dislocated. கீழே விழுந்ததில் கைமூட்டு விலகி விட்டது. [(தொ.சொ.) நழுவு/ பிசகு/ பிறழ்] **3: குறிப் பிடப்படும் இடத்திலிருந்து தள்ளி அமைதல்;** be far from. ஊரைவிட்டு விலகியிருக்கும் புறவழிச் சாலையில் அந்த விபத்து நடந்தது./ இந்தத் தீவு இந்தியாவிலிருந்து பல்லாயிரம் கிலோமீட்டர் விலகி அமைந்துள்ளது./ நகரத்தை விட்டு வெகுதூரம் விலகித் தொழிற்சாலை அமைந் திருந்தது. **4: (தொடர்பு, உறவு, பொறுப்பு முதலியவற் றிலிருந்து) நீங்குதல்;** withdraw (from sth.); give up. இடைத்தேர்தலில் தோற்றால் அரசியலிலிருந்து விலகுவ தாக அறிவித்தார்./ பொருளாதாரக் கூட்டமைப்பிலிருந்து எந்த நாடும் விலக விரும்பவில்லை./ போட்டியிலிருந்து விலகிக்கொள்வதாக வேட்பாளர் அறிவித்தார்./ புதிய வேலையில் ஆறு மாதத்துக்குக்கூட அவரால் தாக்குப் பிடிக்க முடியாததால் பணியிலிருந்து விலக நேரிட்டது./ அவர் ஆசிரியர் பணியை விட்டு விலகி ஒரு வருடம் ஆகி றது./ உங்களுக்கு விருப்பம் இல்லையென்றால் பொறுப் பிலிருந்து நீங்கள் விலகிக்கொள்ளலாம். **5: (கவலை, வருத்தம் முதலியவை) மறைதல்;** (of worries, etc.,) disappear. தக்க சமயத்தில் நண்பர்கள் உதவியதால் எனது துன்பம் விலகியது. **6: தனிமைப் படுத்திக்கொள்ளுதல்; ஒதுங்குதல்;** keep away from; stand back. நீ விலகிவிலகிப் போவதால்தான் உனக்கு நண்பர்களே இல்லை./ படித் தவர்கள் அரசியலிலிருந்து விலகி இருக்கக் கூடாது.

விலங்கியல் பெ. *(உயிரி.)* **(உயிரியலின் ஒரு பிரிவான) விலங்குகள்குறித்து விவரிக்கும் அறிவியல் துறை;** zoology.

விலங்கு[1] பெ. **(பொதுவாக) மனித இனமும் தாவரமும் அல்லாத ஏனைய உயிரினம்; (குறிப்பாக) நான்கு கால்களுடைய, குட்டிபோட்டுப் பால் தரும் இனம்;** (generally) animal; (esp.) mammals; beasts. திமிங்கலம் பாலூட்டி இனத்தைச் சேர்ந்த விலங்கு.

விலங்கு[2] பெ. **(கைதியின் கை, கால்களைப் பிணைக் கும் வகையில்) பூட்டும் அமைப்பைக் கொண்ட, வளையம் கோத்த சங்கிலி;** handcuffs; fetters. திருட னைப் பிடித்தவுடன் கையில் விலங்கு மாட்டினார்./ காலில் விலங்கு மாட்டிக் கொண்டுவரப்பட்டான்./ (உரு வ.) அடிமை விலங்கை உடைத்தெறியவே சுதந்திரப் போராட்டம் நடந்தது.

விலங்கு[3] பெ. **இ, ஈ, உ, ஊ ஆகிய உயிர் எழுத்து களைச் சுட்டிக்காட்ட உயிர்மெய்யெழுத்தின் மேலே அல்லது கீழே வளைவாகப் போடப்படும் அடை யாளக் குறி;** curve added to a consonant letter to indicate the addition of vowels இ, ஈ, உ, ஊ. 'கி' என்பது மேல் விலங்கும் 'கு' என்பது கீழ் விலங்கும் பெற்றுள்ளன.

விலத்து வி. *(விலத்த, விலத்தி) (இலங்.)* **1: (ஒருவரை, ஒன்றை) கடந்துசெல்லுதல்;** go past; overtake. அவன் வண்டியில் செல்லும்போது என்னை விலத்திச் சென்றான். **2: (ஒருவரை அல்லது ஒன்றை) நீக்குதல்;** eliminate. என் னைக் குழுவிலிருந்து விலத்த முயல்கிறார்கள்.

விலா பெ. **(உடலில்) மார்புக்கூட்டின் பக்கப் பகுதி;** sides of the chest; rib. விலா எலும்புகள் தெரியும் அளவுக்கு இளைத்திருந்த சிறுவன். *(பார்க்க, படம்: உடல்)*

விலாக்குளியல் பெ. **(சிகிச்சை முறையாக) தொட்டி போன்றவற்றில் நீர் நிரப்பி, விலாப் பகுதிவரை நனையு மாறு உட்கார்ந்து மேற்கொள்ளும் குளியல்;** hip bath; sitz bath.

விலாங்கு பெ. **பாம்பு போன்று நீண்ட உடலையும் வழுவழுப்புத் தன்மை கொண்ட மேல்தோலையும் உடைய (உணவாகும்) ஒரு வகை மீன்;** eel.

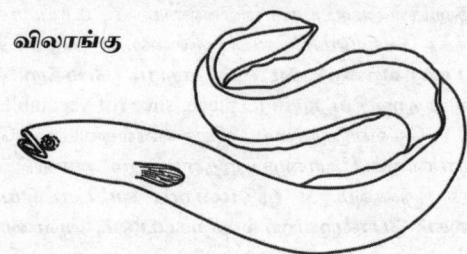

விலாங்கு

விலாசம் பெ. *(அ.வ.)* **1: முகவரி;** address. அவருடைய பழைய விலாசம்தான் என்னிடம் இருக்கிறது. **2: லட்சணம்; அழகு;** charm. முக விலாசம்.

விலாசமான பெ.அ. *(இலங்.)* **பிரபலமான; பெயர் பெற்ற;** well known; popular. அந்தக் காலத்தில் விலாச மான சண்டியராக இருந்தவர் இவர்./ அல்வா வாங்க விலாசமான கடை./ அந்தப் போட்டியில் விலாசமான சவாரி ஓட்டக்காரர்கள் பலர் கலந்துகொண்டனர்.

விலாமிச்சை பெ. **(குடிநீரில் போடவும் விசிறி, தட்டி முதலியவை செய்யவும் பயன்படுத்தும்) ஒரு வகைத் தாவரத்தின் வாசனை மிகுந்த அடிவேர்; வெட்டிவேர்;** root of a kind of lavender.

விலாவாரியாக/விலாவாரியான வி.அ./பெ.அ. *(பே.வ.)* **(ஒரு சிறிய தகவலைக்கூட விடாமல்) விரிவாக/விரி வான; விளக்கமாக/விளக்கமான;** elaborately/ elaborate. நடந்ததை விலாவாரியாகச் சொல்ல நேரம் இல்லை./ விலா வாரியான பேச்சு.

விலாவெலும்பு பெ. **நெஞ்சுக்கூட்டின் பகுதியாக உள்ள எலும்பு; பக்க எலும்பு;** rib. கீழே விழுந்ததனால் இடது பக்க விலாவெலும்பில் பலமாக அடிபட்டுவிட்டது.

விலை பெ. **(ஒன்றை விற்கும்போது அல்லது வாங்கும் போது) பொருளுக்கு மாற்றாகப் பணத்தால் கணக் கிடப்படும் மதிப்பு;** price. தங்கத்தின் விலை நாளுக்கு நாள் ஏறிக்கொண்டேயிருக்கிறது./ பறவைக்காய்ச்சலை அடுத்து முட்டையின் விலை கடும் வீழ்ச்சி அடைந்துள்ளது./ இந்தப் புத்தகத்தின் விலை நூறு ரூபாய்./ இங்கு எல்லாப் பொருள்களும் நியாயமான விலைக்குக் கிடைக்கும்./ வாங்கிய விலைக்கும் விற்ற விலைக்கும் உள்ள வித்தி யாசமே லாபத்தை அல்லது நஷ்டத்தை நிர்ணயிக்கிறது.

விலைக்கு வாங்கு வி. *(வாங்க, வாங்கி)* **1: தனது பணம், செல்வாக்கு போன்றவற்றின் மூலம் ஒருவரைத் தன் வசம் வரச் செய்தல்;** buy. 'சுயேச்சைகளை விலைக்கு வாங்கினால் ஆட்சியைப் பிடித்துவிடலாம் என்று எதிர்க் கட்சிகள் கனவு காண்கின்றன' என்று அவர் குற்றம் சாட் டினார்./ என்னை அந்த நிறுவனம் விலைக்கு வாங்கத் துடிப்பது தெரிந்தவுடன் எனது நிறுவனத்தில் எனக்குப் பதவி உயர்வு தந்துவிட்டார்கள். **2:** காண்க: **விலைகொடுத்து வாங்கு.**

விலைக்கோரல் பெ. *(இலங்.)* **விலைப்புள்ளி;** quotation. வைத்தியசாலை பாவனைக்குரிய உபகரணங்கள் கொள்வனவு செய்ய விலைக்கோரல் கோரப்படுகிறது.

விலைகொடு வி. *(-கொடுக்க, -கொடுத்து)* *(ஒரு செயலின் விளைவைக் குறித்துக் கூறும்போது)* **(ஒன்றைச் சாதிக்க அல்லது ஒரு நன்மையைப் பெற) (ஏதோ) ஒன்றை இழத்தல்;** pay a price; pay a penalty.

விலைகொடுத்து வாங்கு வி. (வாங்க, வாங்கி) **(தேவை இல்லாமல் ஒரு செயலைச் செய்வதன்மூலம் பிரச்சினை, வம்பு போன்றவற்றை) தேடிக்கொள்ளுதல்;** be asking for trouble. அவரைத் திரும்பவும் கட்சியில் சேர்த்துக் கொள்வதென்பது வம்பை விலைகொடுத்து வாங்குவதாகும்./ அவன் ஒரு மோசமான ஆள் என்று எனக்குத் தெரியும். அதனால்தான் வில்லங்கத்தை விலைகொடுத்து வாங்குவானேன் என்று பேசாமல் இருந்துவிட்டேன்.

விலைப்பட்டி பெ. **(வாங்கிய பொருளுக்கோ அல்லது செய்த வேலைக்கோ) செலுத்த வேண்டிய தொகையைத் தெரிவிக்கும் பட்டியல்;** bill; invoice. புத்தகத்தோடு விலைப்பட்டியையும் இணைத்திருக்கிறோம்.

விலைப்படு வி. *(-பட, -பட்டு)* *(இலங்.)* **விற்றுத்தீர்தல்; விற்றுப்போதல்;** get sold out. மலிவு விலையில் பொருட்கள் வாங்குவதற்கு விரைந்து வந்த நண்பர், பொருட்கள் எல்லாம் விலைப்பட்டுவிட்டதால் ஏமாந்துபோனார்./ வெயில் காலத்தில் இளநீர் நன்றாக விலைப்படும்.

விலைப்புள்ளி பெ. **ஒரு பொருளுக்கு அல்லது ஒரு வேலைக்கு ஒருவர் கோரும் விலை, கட்டணம் போன்றவற்றைத் தெரிவித்து அனுப்பப்படும் குறிப்பு;** quotation.

விலைபேசு வி. *(-பேச, -பேசி)* **1: விற்பதற்காகவோ வாங்குவதற்காகவோ ஒன்றின் விலையைத் தீர்மானித்தல்;** bargain. வீட்டை விலைபேசி வாங்குவதற்குள் பெரும்பாடாகிவிட்டது./ தரகர்கள் இருவரும் பசு மாட்டுக்கு விலைபேசிக்கொண்டிருந்தனர். **2:** *(உ.வ.)* **(சுய ஆதாயத்துக்காக மானம், கௌரவம், பண்பாடு போன்றவற்றை) இழக்கத் தயாராக இருத்தல்;** sell out. மானத்தையே விலைபேசத் துணிந்தவனுக்கு மரியாதை வேறா?/ பணத்துக்கு ஆசைப்பட்டுச் சுயமரியாதையை விலைபேசிவிடாதீர்கள்./ பதவிக்காக ஆசைப்பட்டு நியாய தர்மங்களை விலைபேசுகிறார்கள். **3:** காண்க: **விலைக்கு வாங்கு, 1.**

விலைபோ வி. *(-போக, -போய்)* **1: விற்பனையாதல்;** get sold. நாள்பட்ட சரக்குகள் விலைபோவது கஷ்டம்/ வஞ்சிரம், வாளை போன்ற மீன்கள் சந்தையில் எளிதாக விலைபோகும். **2: (ஒருவரின் சாமர்த்தியம், தந்திரம் போன்றவை) செல்லுபடியாதல்; எடுபடுதல்;** (of tricks) work. அவனிடம் உன் தந்திரமெல்லாம் விலைபோகாது./ உன் ஏமாற்று வேலைகள் யாராவது இளிச்சவாயனிடம் தான் விலைபோகும். **3: பணம், பதவி முதலிய ஆதாயங்களுக்காக ஒருவர் தனது கொள்கை, நிலை போன்றவற்றிலிருந்து மாறுதல்;** be sold out. பொதுவுடைமை பேசிக்கொண்டிருந்தவர் இப்போது ஆலை முதலாளிகளிடம் விலைபோய்விட்டார் என்று உங்களைப் பற்றி ஒரு விமர்சனம் எழுந்துள்ளதே?

விலைமகள் பெ. *(உ.வ.)* **கணிகை; விபச்சாரி;** prostitute.

விலைமாதர் பெ. *(உ.வ.)* **பாலியல் தொழில் செய்யும் பெண்கள்;** female sex workers.

விலையில்லா பெ.அ. *(பு.வ.)* **இலவசம் என்ற பொருளில் அடையாகப் பயன்படுத்தும் சொல்;** cost-free. பள்ளி மாணவர்களுக்கு விலையில்லா சைக்கிள் வழங்கும் திட்டத்தை முதல்வர் தொடங்கிவைத்தார்./ மேல்நிலைப் பள்ளி மாணவர்களுக்கு விலையில்லா மடிக்கணினிகள் வழங்கப்பட்டன./ விலையில்லா ஆடுகள் பெறுவதற்கான பய னாளிகள் கிராம சபை மூலம் தேர்வுசெய்யப்பட்டனர்.

விலையொறு வி. *(-ஒறுக்க, -ஒறுத்து)* *(இலங்.)* **(ஒன்றின்) விலை உயர்தல்; விலை அதிகமாதல்;** (of prices) rise. கப்பல் வராததனால் கோதுமை மாவு விலையொறுத்துவிட்டது./ விலையொறுத்த காலத்தில் கண்டபடி சாமான்கள் வாங்காதே.

விலையொறுப்பு பெ. *(இலங்.)* **விலை மிகுதி; அதிக விலை;** high price. அவனுடைய கடையில் எல்லாச் சாமான்களுமே விலையொறுப்புதான்.

விலைவாசி பெ. **(அன்றாட வாழ்க்கைக்குத் தேவைப்படும்) பொருள்களின் விலைகள் அல்லது விலை நிலவரம்;** prices of (essential) commodities. இப்படி விலைவாசி ஏறிக்கொண்டேபோனால் எப்படிக் குடித்தனம் நடத்த முடியும்?/ விலைவாசி உயர்வைக் கட்டுப்படுத்த அரசு உரிய நடவடிக்கை எடுக்கும் என்று நிதியமைச்சர் கூறினார்./ விலைவாசிக்குத் தகுந்தாற்போல்தான் செலவு செய்ய வேண்டும்.

விவகாரம் பெ. **1: நடைமுறை அலுவல்; நடப்பு;** matter; affair. வீட்டில் பண விவகாரங்களை என் மனைவிதான் கவனித்துக்கொள்கிறாள்./ கட்சியின் மாநில விவகாரங்களை மேற்பார்வையிடத் தனித்தனிக் குழுக்கள் அமைக்கப்பட்டன./ உலக விவகாரத்தைத் தெரிந்துகொள்வதில் தாத்தாவுக்கு எப்போதும் ஆர்வம் உண்டு. **2: தகராறு;** issue. விவகாரம் என்று வந்தால் அடிதடியில் இறங்கவும் மாமா தயங்க மாட்டார்./ நீ தேவையில்லாமல் காலையில் விவகாரம் பண்ணாதே. **3: பிரச்சினை;** dispute. பையன் போக்கே சரியில்லை. காதல் விவகாரத்தில் மாட்டிக் கொண்டுவிட்டானா?/ வீண் விவகாரத்தைக் கிளப்பாமல் உன் வேலையைப் பார்./ இது கவனத்துடன் கையாளப் பட வேண்டிய விவகாரம்./ உன் குடும்ப விவகாரத்தில் நான் தலையிட மாட்டேன்.

விவசாயம் பெ. **நிலத்தைப் பண்படுத்தித் தானியங்கள் முதலியவற்றை விளைவிக்கும் தொழில்; வேளாண்மை;** agriculture; farming.

விவசாயி பெ. **விவசாயம் செய்பவர்; பயிரிடும் தொழில் செய்பவர்;** farmer.

விவரணப் படம் பெ. **ஆவணப் படம்;** documentary film.

விவரணை பெ. **(கதை, ஓவியம் போன்றவற்றில்) நிகழ்ச்சி, காட்சி முதலியவற்றைக் குறிப்பிட்ட ஒழுங்கில் விளக்கமாக வெளிப்படுத்துதல்;** narration (as a technique in story telling, painting, etc.,); description. மரபான விவரணை முறையை நவீன ஓவியங்கள் கையாள்வதில்லை./ யதார்த்தமான விவரணையில் அசோகமித்திரன் மிகவும் குறிப்பிடத் தகுந்தவர்.

விவரம் பெ. **1: (ஒருவரை அல்லது ஒன்றை) தெளிவாக அறிந்துகொள்வதற்கு வகைசெய்யும் தகவல்;** information; details. நடந்த கலவரம் பற்றி விவரம் சொல்லவே

மக்கள் அஞ்சுகிறார்கள்./ மாணவர் சேர்க்கைபற்றி மேலும் விவரம் அறிய பள்ளி நிர்வாகியைத் தொடர்புகொள்ள வும்./ இந்த நூலைப் படிக்கும்போது சில சுவாரசியமான விவரங்கள் நமக்குக் கிடைக்கின்றன./ புயலால் எவ்வளவு சேதம் என்பது பற்றிய விவரம் இன்னும் தெரியவில்லை./ போரில் உயிர் நீத்த வீரர்களைப் பற்றிய விவரம் இந்தக் கல்வெட்டில் தரப்பட்டுள்ளது./ கிராமத்திலிருக்கும் மாமா ஏதாவது விவரம் சொல்லி அனுப்பியிருக்கிறாரா? **2:** (-ஆக, -ஆன) (எழுத்து, பேச்சு போன்றவற்றைக் குறித்து வரும்போது) **விரிவானது அல்லது விளக்கமானது;** elaborate information; detailed account. சுற்றுலா போன தைப் பற்றி விவரமாகச் சொல்./ தொல்லியல் ஆராய்ச்சி பற்றி விவரமான கட்டுரை எழுதித் தருமாறு பத்திரிகை ஆசிரியர் கேட்டார்./ தான் வெளிநாடு போய்வந்ததைப் பற்றி நண்பரிடம் விவரமாகச் சொல்லிக்கொண்டிருந் தார்./ வீடு விற்பதைப் பற்றி அடுத்த கடிதத்தில் விவர மாக எழுதுகிறேன். **3: எந்தச் சூழலில் எப்படி நடந்து கொள்வது என்ற நடைமுறை அறிவு;** sense of discrimination; awareness. ஆள் விவரமானவர்தான். எதையும் குழப்பிக்கொள்ள மாட்டார்./ இந்தக் காலத்துக் குழந்தை கள் மிகவும் விவரமானவர்கள்.

விவரம் தெரிந்த பெ.அ. **(அனுபவத்தின் காரணமாக) உலக நடப்பை நன்றாக அறிந்த;** having worldly knowledge; mature. துணிக் கடைக்குச் சரக்கு எடுக்க சூரத் போகி றேன் என்கிறாய். விவரம் தெரிந்த ஆளாகப் பார்த்து அழைத்துக்கொண்டு போ./ அவர் விவரம் தெரிந்தவர். அவ ரிடம் கேட்டு எங்கு வீடு வாங்குவது என்று முடிவெடு.

விவரம் தெரிந்து வி.அ. **நினைவு தெரிந்து;** as far back as one's memory goes. எனக்கு விவரம் தெரிந்து நான் எனது சொந்த ஊருக்குப் போனது இல்லை.

விவரி வி. (விவரிக்க, விவரித்து) **ஒன்றைத் தெளிவாக அறிந்துகொள்ளும் வகையில் அதைப் பற்றிய விரி வான தகவல்களைத் தருதல்;** give details; describe. தான் வீடு தேடி அலைந்ததைப் பற்றி விவரிக்க ஆரம்பித் தான்./ வார்த்தைகளால் விவரிக்க முடியாத அழகு!/ இரு தயத்தின் படம் வரைந்து பாகங்களை விவரிக்கவும்./ கதையைப் பற்றி முழுவதுமாக விவரித்தால் சுவாரசியம் போய்விடும்./ இசை அனுபவத்தை எவ்வளவுதான் விவ ரித்தாலும் அது நேரில் கேட்பதற்கு ஈடாகாது./ சம்பவம் நடந்த தினத்தில் என்ன நடந்தது என்று விவரிக்க முடி யுமா? [(தொ.சொ.) **சித்தரி/ வருணி/ விளக்கு**]

விவரிப்பு பெ. **விவரணை;** portrayal (in novel, essay, etc.,); description. அவருடைய கதைகளில் சிறுசிறு பொருள் களைப் பற்றிய விவரிப்பு மிகவும் துல்லியமாக இருக்கும்.

விவஸ்தை பெ. (பெரும்பாலும் எதிர்மறைச் சொற்க ளோடு இணைந்து அல்லது எதிர்மறைத் தொனியில்) **வயது, தகுதி, சூழ்நிலை முதலியவற்றிற்கு ஏற்ற வகை யில் நடந்துகொள்ளும் அறிவும் பக்குவமும்;** sense of propriety. யாரிடம் என்ன பேசுவது என்று ஒரு விவஸ் தையே கிடையாதா உனக்கு?/ கடன் தர மறுத்தவரிடம் விவஸ்தை கெட்டுப்போய் மீண்டும் கடன் கேட்க வேண் டுமா?

விவாகம் பெ. (அ.வ.) **திருமணம்;** marriage.

விவாகரத்து பெ. (சட்டம்) **திருமணம்மூலமாக ஏற் பட்ட கணவன் மனைவி உறவிலிருந்து சட்டப்படி பெறும் விலக்கு; மணவிலக்கு;** divorce.

விவாதம் பெ. **(ஒன்றைக் குறித்துக் குறிப்பிட்ட நிலையை மேற்கொண்டு) கருத்துகளைத் தெரிவித்து நிகழ்த்தும் உரையாடல் அல்லது அப்படிப் பலரும் பேசிக்கொள்ளும் நிலை;** debate; discussion. புதிய கல்விக் கொள்கையைப் பற்றி நாடெங்கும் விவாதங்கள் நடந்தன./ தொலைக்காட்சி, வானொலி குறித்து இன்று நாடாளு மன்றத்தில் விவாதம் நடந்தது./ இந்த விவாதம் பல நூற்றாண்டுகளாகத் தொடர்ந்து கொண்டிருக்கிறது./ பல் வேறு தரப்பின் விவாதங்களையும் நாம் கணக்கில் கொள்ள வேண்டும்./ பூமியைத் தவிர்த்து வேறு கிரகத் தில் உயிரினங்கள் இருக்க வாய்ப்பு உண்டா என்பதுபற்றி ஆராய்ச்சிகளும் விவாதங்களும் தொடர்ந்தவண்ணம் உள் ளன./ சூடான விவாதம்/ விவாதம் அறிவுபூர்வமானதாக இருக்க வேண்டுமே தவிர உணர்ச்சி பூர்வமானதாக இருக் கக் கூடாது. [(தொ.சொ.) **குதர்க்கம்/ சர்ச்சை/ வாதம்/ விதண்டாவாதம்**]

விவாதி வி. (விவாதிக்க, விவாதித்து) **கருத்துகளை வெளிப்படுத்தி உரையாடல் நிகழ்த்துதல்; விவாதம் செய்தல்;** debate; discuss. தீவிரவாதிகள் பிரச்சினை குறித்து அமைச்சரவை கூடி விவாதித்தது./ எதிர்காலத் திட்டங்க ளைப் பற்றி வெகு நேரம் விவாதித்துக்கொண்டிருந்தார் கள்./ மாநாட்டில் மதிப்புக் கூட்டு வரிபற்றி விவாதிக்கப் பட்டது./ தொழிற்சங்கக் கூட்டத்தில் பல முக்கியப் பிரச் சினைகள் விவாதிக்கப்பட்டு, அவை தொடர்பான தீர் மானங்கள் நிறைவேற்றப்பட்டன./ பல மணி நேரம் விவா தித்தும் எந்த முடிவுக்கும் வர இயலவில்லை./ இலக்கியங் களைப் படித்துவிட்டு விமர்சிப்பதும் விவாதிப்பதும் நல்லது.

விவிலியம் பெ. (கிறித்.) **கிறித்தவர்களின் புனித நூல்;** the Bible.

விவேகம் பெ. (-ஆக, -ஆன) **குறிப்பிட்ட சூழலை, நிலை யைத் தெளிவாக அறிந்துகொண்டு அவற்றுக்கு ஏற்றாற் போல் செயல்படும் அறிவு;** discretion; wisdom. அரசியல் விவேகம் நிறைந்த தலைவர்/ நீ விவேகமாக நடந்துகொண் டிருந்தால் இந்தப் பிரச்சினையே வந்திருக்காது./ மாண வர்களின் மீது தடியடி நடத்தியது விவேகமற்ற செயல் என்று கண்டித்தார்.

விவேகி பெ. **விவேகம் உடையவர்;** person with discrimination.

விழல் பெ. **பட்டையாகவும் நீளமாகவும் குத்துகுத்தாக வளரும் ஒரு வகைப் புல்;** a kind of sedge. அந்த ஏரிப் பகுதி முழுவதும் ஓர் ஆள் உயரத்திற்கு விழல் மண்டிக்கிடந்தது./ வீட்டுக் கூரைக்கு விழல் வேய்ந்திருந்தார்கள்.

விழா பெ. **1: (ஒருவரை அல்லது ஒன்றைச் சிறப்பித் துப் பலரும் கலந்து பங்கேற்று மகிழும் வகையில்) பெரிய ஏற்பாடுகளுடன் நடத்தப்படும் நிகழ்ச்சி;** (grand) party; celebration; festival. நாட்டின் சுதந்திர தின விழா/ பாராட்டு விழா/ இசை விழா/ ஓய்வுபெற்றுச் செல் லும் தலைமையாசிரியருக்கு விழா எடுக்க மாணவர்கள் முடிவு செய்தனர்./ விளையாட்டுப் போட்டியில் பரிசு பெற்றவர்களுக்கு விருது வழங்கும் விழா/ காதணி விழா/ திரைப்படத்தின் நூறாவது நாள் விழா/ பொங்கல் விழா/

குழந்தையின் பிறந்தநாள் விழா கோலாகலமாகக் கொண்டாடப்பட்டது./ சென்னையில் சர்வதேசத் திரைப்பட விழா துவங்கியது. **2:** காண்க: திருவிழா. [(தொ.சொ.) **உற்சவம்/ கொண்டாட்டம்/ பண்டிகை**]

விழி[1] வி. (விழிக்க, விழித்து) **1:** (**உறக்கம், மயக்கம் ஆகியவற்றிலிருந்து விடுபட்டு) கண்களைத் திறத்தல்; கண்களைத் திறந்து சுயஉணர்வு நிலைக்கு வருதல்/ தூங்காமல் இருத்தல்;** wake up (from sleep); regain consciousness (as from fainting)/be awake. சட்டென்று விழித்துக்கொண்டேன்./ மயக்கம் தெளிந்து விழித்துப் பார்த்தார்./ பயத்தில் இரவு முழுவதும் தூங்காமல் விழித்தவாறு இருந்தான். [(தொ.சொ.) **காண்/ பார்/ முறை/ வெறி**] **2:** (பெரும்பாலும் 'எந்த விதமாக' என்பதைக் காட்டும் அடையோடு வரும்போது) **பார்த்தல்;** stare at; look at. கேள்விக்கு பதில் தெரியாமல் திருதிருவென்று விழித்தான்./ அவர் கண்களை உருட்டி விழித்தார். சிறுவர்கள் எல்லோரும் பயந்துவிட்டார்கள்.

விழி[2] பெ. (உ.வ.) **கண்;** eye. அவள் விழிகளில் நீர்/ எதிர்பாராமல் நண்பனைக் கண்டதும் அவர் விழிகள் வியப்பினால் விரிந்தன./ அவன் விழி பிதுங்கிச் செத்தான்.

விழித்திரை பெ. **(கண்ணின் உட்பகுதியில் அமைந்திருக்கும்) காணும் பொருளின் பிம்பம் படும் படலம்;** retina.

விழித்துக்கொள் வி. (-கொள்ள, -கொண்டு) **(ஒன்றைக் குறித்து) ஜாக்கிரதை உணர்வு பெறுதல்; உஷார் நிலை அடைதல்;** become vigilant; wake up to. இப்போதாவது விழித்துக்கொள், மோசம்போய்விடாதே./ இரண்டாவது முறை அவன் என்னிடம் பணம் கேட்டபோது நான் விழித்துக்கொண்டேன்.

விழிப்பு பெ. **1: தூக்கம் நீங்கிய நிலை;** state of being awake. வழக்கத்திற்கு மாறாகச் சீக்கிரமே விழிப்புத் தட்டிவிட்டது./ தூக்கமும் இல்லாமல் விழிப்பும் இல்லாமல் எவ்வளவு நேரம்தான் படுக்கையில் புரண்டுகொண்டிருப்பது?/ மனிதன் உறங்கும்போது மனம் விழிப்பு நிலையில் இருப்பதில்லை. **2: மயக்கம் நீங்கிய நிலை; சுய உணர்வுடன் இருக்கும் நிலை;** conscious state. சாலையில் மயங்கி விழுந்தவன் விழிப்பு வந்ததும் தான் மருத்துவமனையில் இருப்பதை உணர்ந்தான். **3:** (-ஆக) **எச்சரிக்கை உணர்வு;** caution. விழிப்பாக இருந்தால் எய்ட்ஸ் வராமல் தடுக்கலாம்./ காவல்துறையினர் விழிப்பாகச் செயல்பட்ட காரணத்தால் எந்தக் கலவரமும் இல்லாமல் ஊர்வலம் முடிவடைந்தது. **4: விழிப்புணர்ச்சி;** awareness; vigilance. மக்கள் விழிப்புடன் இருக்கின்றனர். இனி அவர்களை ஏமாற்ற முடியாது./ திரைப்படத்தின் மூலம் அரசியல் விழிப்பை ஏற்படுத்த முடியாது./ மக்களிடையே விழிப்பை ஏற்படுத்த வேண்டும் என்ற நோக்கில் பாரதியார் எழுதிய தேசியப் பாடல்கள்/ கல்வி மாணவர்களிடையே அறிவியல் விழிப்பை ஏற்படுத்த வேண்டும்.

விழிப்புணர்ச்சி பெ. காண்க: **விழிப்புணர்வு.**

விழிப்புணர்வு பெ. **தன்னைப் பற்றியும் சூழலைப் பற்றியும் ஒருவருக்கு இருக்கும் உணர்வு;** state of awareness; awakening. சுற்றுச்சூழல் தூய்மைக்கேடு பற்றிய விழிப்புணர்வு நம்மிடம் இல்லை./ திரைப்படங்களின் மூலம் மக்களிடையே விழிப்புணர்வை ஏற்படுத்த முயன்றவர் என். எஸ். கிருஷ்ணன்.

விழிப்புணர்வு ஓட்டம் பெ. (பு.வ.) **பொதுமக்களிடையே ஒன்றைக் குறித்த விழிப்புணர்வு ஏற்படுத்துவதற்காகத் தன்னார்வலர்களும் பொதுநல நோக்குடையவர்களும் நடத்தும் நெடுந்தூர ஓட்டம்;** run (conducted to spread awareness of a cause). சென்னையில் ஞாயிற்றுக்கிழமை நடைபெற்ற நீரிழிவு நோய் குறித்த விழிப்புணர்வு ஓட்டத்தில் பொதுமக்களுடன் ஆயிரக்கணக்கான கல்லூரி மாணவர்களும் கலந்துகொண்டனர்.

விழிவெண் படலம் பெ. **(கண்ணின் வெளிப்புறத்தைப் பாதுகாப்பதாக அமைந்து) கருவிழியைச் சுற்றி (கண்ணின் நடுவில்) உள்ள வெண்ணிறப் பகுதி;** cornea.

விழு வி. (விழ, விழுந்து) **அ.** (ஒரு பரப்பில் படுதல் அல்லது ஒன்றிலிருந்து விடுபடுதல் தொடர்பான வழக்கு) **1: (ஒன்று) மேலிருந்து கீழ்நோக்கிச் சென்று (ஒரு பரப்பு, பொருள் போன்றவற்றில்) படுதல்;** fall (into sth., on the ground, etc.,). வாளி கிணற்றில் விழுந்துவிட்டது./ ஒரே நேரத்தில் மூன்று காய்கள் குழிக்குள் விழுந்தன./ பாசி வழுக்கியதால் தவறிக் குளத்தில் விழுந்துவிட்டான்./ கண்ணில் தூசி விழுந்துவிட்டது./ வானத்திலிருந்து எண்ணற்ற எரிகற்கள் பூமியை நோக்கி விழுகின்றன./ காற்றில் அவனுடைய தலைமுடி கலைந்து நெற்றியில் வந்து விழுந்தது./ மரத்திலிருந்து கீழே விழுந்த பழங்களைச் சிறுவர்கள் பொறுக்கிக்கொண்டிருந்தார்கள்./ திடீரென்று தூறல் விழத் தொடங்கியது./ நாடகம் முடிந்ததும் அரங்கில் திரை விழுந்தது./ குழந்தைக்குப் பால் பற்கள் விழுந்து புதிய பற்கள் முளைக்கத் தொடங்கிவிட்டன. [(தொ.சொ.) **ஊற்று/ கொட்டு/ தூறு/ பெய்/ பொழி**] **2: (வெடிகுண்டு ஒரு இடத்தின் மேல்) வீசப்படுதல்;** (of bomb) fall (on a place). குண்டுகள் விழுந்த சில நிமிடங்களுக்குள் அந்த நகரமே பற்றி எரிந்தது. **3: (அடி, உதை, குத்து போன்றவை ஒருவருக்கு) கிடைத்தல்;** (of hit, kick, etc.,) come down (on s.o.). அவன் தலையில் வெட்டு விழுந்தது./ கன்னத்தில் விழுந்த அறையைத் தாங்க முடியாமல் அவன் சுருண்டு விழுந்தான்./ 'என்ன வீட்டில் நேற்று உனக்கு உதை விழுந்ததா?' என்று நண்பன் என்னிடம் நக்கலாகக் கேட்டான்./ நேற்று வீட்டுக்குத் தாமதமாகப் போனதால் எனக்குத் திட்டு விழுந்தது. **4: (கால்பந்து போன்ற விளையாட்டுகளில் கோல்) அடிக்கப்படுதல்;** be scored. அடுத்தடுத்து கோல்கள் விழுந்ததால் பிரேசில் அணியினர் நிலைகுலைந்துபோனார்கள். **ஆ.** (ஒரு பரப்பில் படுவதுபோல் கூறும் வழக்கு) **5: (சூரியன்) மறைதல்;** (of sun) set. மாலையில் சூரியன் மலையில் விழவும் இருள் பரவத் தொடங்கியது./ பொழுது விழுந்தது. **6: (புகைப்படத்தில் உருவம்) பதிவாதல்/(திரையில், கண்ணாடியில் உருவம்) தெரிதல்;** come out (in photograph, etc.,); be seen. திருமண வீட்டில் எடுத்த புகைப்படத்தில் நீ நன்றாக விழுந்திருக்கிறாய்./ கண்ணாடியில் விழும் பிம்பம் இடவல மாற்றத்துடன் தோன்றுகிறது. **7: (ஒன்றில் கீறல், குழி முதலியவை) ஏற்படுதல்; (நரை, வழுக்கை, சுருக்கம் முதலியவை) தோன்றுதல்;** (of scratch, hole, etc.,) develop; (of grey hair, baldness, etc.,) develop; (of a dimple) appear. விரிசல் விழுந்த கண்ணாடி/ சிரித்தால் குழந்தையின் கன்னத்தில் குழி விழுகிறது./ குடத்தில் ஓட்டை விழுந்துவிட்டது./ கூனல் விழுந்த முதுகு./ நீர்

இல்லாமல் வயலில் வெடிப்பு விழுந்துவிட்டது./ ஐம்பது வயதாகியும் அவருக்கு நரை விழவில்லை./ கதிர் தோன்றும் பருவத்தில் மழை பெய்தால் கருக்காய் அதிகம் விழுவது உண்டு./ *(உரு வ.)* கதையில் அருமையாக ஒரு முடிச்சு விழுகிறது. **8: (ஒரு பரப்பின் மீது சூரிய ஒளி, நிழல் போன்றவை) படுதல்;** (of light, shade) fall. சூரிய ஒளி கிணற்று நீரில் விழுந்தது./ ஜன்னல் வழியே நிலவின் ஒளி அறைக்குள் விழுந்தது./ பொம்மையின் நிழல் சுவரின் மீது பூதாகரமாக விழுந்தது. **9: (ஒலியைக் காதால்) கேட்டல்;** be heard. அவன் சொன்னது என் காதில் சரியாக விழவில்லை./ கோட்டையை முற்றுகையிட்டிருக்கும் எதிரி நாட்டுப் படைகளின் பேரிரைச்சல் மன்னரின் செவிகளில் விழுந்தது. **10: (வலையில் மீன் போன்றவை) அகப்படுதல்; சிக்குதல்;** get netted. வலையில் நிறைய மீன்கள் விழுந்திருந்தன. **11: (பணம்) வசூலாதல்/(பரிசுச் சீட்டு, குலுக்கல் போன்றவற்றின் மூலம் பரிசு) கிடைத்தல்;** get (a prize, etc.,)/(of points, etc.,) be acquired (in games). எனக்கு விழுந்த மொய்ப் பணத்தை வைத்துக் கடனில் ஒரு பகுதியை அடைத்துவிட்டேன்./ கோயிலில் எப்போதுமே கூட்டம் அதிகம் என்பதால் தீபாராதனைத் தட்டில் நிறைய சில்லறை விழும்./ போன மாதக் குலுக்கலில் யாருக்கு முதல் பரிசு விழுந்தது? **12: (பயன்படுத்தப்பட்ட துணி, பாத்திரம் போன்றவை சுத்தம் செய்வதற்காக) சேர்தல்;** (of vessels, dirty clothes, etc.,) get collected (for washing or cleaning). தேய்க்க நிறைய பாத்திரம் விழுந்திருந்தன./ விதைப்புக் காலமாக இருந்ததால் சலவைக்கு அதிகத் துணி விழவில்லை. **இ.** *(ஒரு விளைவு ஏற்படுதல் தொடர்பான வழக்கு)* **13: (நோயினால்) பாதிக்கப்படுதல்;** get afflicted with disease; fall ill. அவர் இதுவரை எந்த நோயிலும் விழுந்ததில்லை./ பூச்சி விழுந்து பயிர்கள் நாசமாகிவிட்டன. **14: (கிரிக்கெட்டில்) விக்கெட் இழப்பு ஏற்படுதல்/(தாயம் போன்ற விளையாட்டுக்களில் குறிப்பிட்ட எண்ணிக்கை) கிடைத்தல்;** (of wicket) fall; (in board games) score. முரளிதரன் பந்து வீச்சில் தொடர்ந்து விக்கெட்டுகள் விழுந்த வண்ணம் இருந்தன./ ஒரு தாயமும் இரண்டும் விழுந்தால் போதும்; ஆட்டத்தை நான் முடித்துவிடுவேன். **15: (ஒருவரின் கவனம், பார்வை போன்றவை ஒன்றின் அல்லது ஒருவரின் மேல்) குவிதல்;** (of attention, sight) be cast on. ஆங்கிலேய அரசின் கவனம் பாண்டிச்சேரியின் மேல் விழுந்தது./ நான் பயந்தது போலவே அவனுடைய பார்வை என்மீது விழ ஆரம்பித்திருக்கிறது./ அந்த ரவுடிக் கும்பலின் மீது காவல்துறையினரின் பார்வை சற்று ஆழமாக விழுந்தது. **16: (ஒருவர் மீது பொறுப்பு, பழி போன்றவை) சுமத்தப்படுதல்;** (responsibility) be thrust (on s.o.). தொழிற்சாலையின் நிதி விவகாரங்களைக் கவனித்துக்கொள்ளும் பொறுப்பு என்மேல் விழுந்தது./ பதினெட்டு வயதிலேயே குடும்பப் பொறுப்பு என் மீது விழுந்ததால் மிகக் கடினமாக உழைக்க வேண்டியிருந்தது./ அவன் தற்கொலை செய்துகொண்டதற்கு நான்தான் காரணம் என்ற பழி என்மீது விழுந்தது. **17: (நாணயம் சுண்டப்படும்போது தலை அல்லது பூ) வருதல்;** (in toss) land (on a side specified). தலை விழுந்தால் தமிழ்ப் படத்துக்குப் போகலாம். பூ விழுந்தால் இந்திப் படத்துக்குப் போகலாம். **18: (ஒருவர்மீது கோபத்தை அதிகமாக) வெளிப்படுத்துதல்;** flare. அண்ணன் இப்போதெல்லாம் எதற்கெடுத்தாலும் சிடுசிடுவென்று விழுகிறான். **19: (வாக்கு, ஆதரவு போன்றவை) பதிவாதல்; கிடைத்தல்;** (vote, support, etc.,) get cast. சுயேச்சையாக நின்ற ஒருவருக்குப் பத்து வாக்குகள்தான் விழுந்திருந்தன./ மொத்தம் பதிவான *498* வாக்குகளில் இந்தத் தீர்மானத்துக்கு எதிராக *312* வாக்குகளும் ஆதரவாக *186* வாக்குகளும் விழுந்தன. **ஈ.** *(மரபு வழக்கு)* **20: (எதிர்பார்த்ததை விட அல்லது இயல்பானதை விட) குறைதல்;** (of pulse) fall; fall off. ஒரே வாரத்தில் இந்தப் படத்தின் வசூல் விழுந்துவிட்டது./ வைத்தியர் வந்து பார்த்துவிட்டு 'நாடி விழுந்துவிட்டது' என்று சொன்னார். **21: (போரில்) வீழ்ச்சி அடைதல்;** be defeated. தொடர்ந்து பல நாட்களாக நடந்த போருக்குப் பின் சித்தூரும் அதன் கோட்டையும் விழுந்தன./ இவ்வளவு விரைவில் பாக்தாத் விழும் என்று யாரும் எதிர்பார்க்கவில்லை.

விழுக்காடு பெ. *(உ.வ.)* **சதவீதம்;** percentage.

விழுங்கு வி. *(விழுங்க, விழுங்கி)* **1: (உணவுப் பொருள், மருந்து முதலியவற்றை) வாயின் வழியாகச் செல்ல விடுதல்;** swallow; gulp down. உணவை நன்றாக மென்ற பிறகே விழுங்க வேண்டும்./ காசைக் குழந்தையிடம் கொடுக்காதே. விழுங்கிவிடப்போகிறது./ என்னை அப்படியே விழுங்கிவிடுவதுபோல் ஒரு பார்வை பார்த்தான்./ *(உரு வ.)* ஒரு முறை புயல் வீசியபொழுது கடல் பொங்கி அந்தப் பாலத்தை விழுங்கிவிட்டது./ *(உரு வ.)* அந்தப் பெரிய நிறுவனம் பல சிறு நிறுவனங்களை விழுங்கிவிட்டது. **2: (வார்த்தைகளை) தெளிவாகவோ முழுமையாகவோ கேட்க முடியாதபடி வெளிப்படுத்துதல்;** suppress (what one wants to say); gulp down. வந்த விஷயத்தைச் சொல். வார்த்தையை விழுங்காதே!/ வார்த்தைகளை விழுங்காமல் பாடு.

விழுத்து வி. *(விழுத்த, விழுத்தி)* *(இலங்.)* **(ஒன்றை அல்லது ஒருவரை) கீழே விழச்செய்தல்;** cause to fall. 'ஒரு அரசியல்வாதி இன்னொரு அரசியல்வாதியை விழுத்த எவ்வளவு முயற்சி செய்கிறார் பார்' என்று பத்திரிகை ஆசிரியர் பகடியடித்தார்.

விழுது[1] பெ. **(ஆலமரம் போன்ற மரங்களின்) கிளைகளிலிருந்து வளர்ந்து கீழ்நோக்கித் தொங்குவதும் பூமியில் புதைந்து புதிய மரமாக முளைக்கக் கூடியதுமான தடித்த வேர்;** aerial root.

விழுது[2] பெ. **1: (நீர் சேர்த்து அரைத்துப் பெறும்போது) மாவுபோல இருப்பது;** paste. பச்சிலையை விழுதாக அரைத்துக்கொண்டு நெற்றியில் பூசு./ பச்சைமிளகாய், ஓமம், சீரகம், தேங்காய் ஆகியவற்றை விழுதாக அரைத்துக்கொள்ளவும். **2:** *(நெய்யைக் குறித்து வரும்போது)* **கெட்டியாகக் குழைத்த மாவுபோல இருப்பது;** (of ghee) congealed state. நெய் விழுதாக இருக்கிறது. **3: இறுகிக் கெட்டியான மாவுபோல் இருக்கும் துகள் தொகுப்பு;** (sth. in a) congealed state. வடஅமெரிக்காவில் குளிர் காலத்தில் தரையெல்லாம் விழுது பனியால் மூடப்பட்டிருக்கும். **4: கருப்பை, காது, மூக்கு போன்ற உறுப்புகளில் சிறு காளான் அளவில் வளரும் தசை;** polyps.

விழுது[3] பெ. *(நெசவு)* **(தறியில்) புணித் திறப்பு நிலையில் பாவு வருவதற்கான, வலையின் கண் வடிவில் முறுக்கப்பட்ட கம்பி அல்லது நூல்;** heddles.

விழுந்தடித்துக்கொண்டு வி.அ. (பே.வ.) (ஓடுதல், வரு தல் ஆகிய வினைகளுடன் வரும்போது) **மிகவும் வேக மாக; அவசரமாக;** in a great hurry. தன்னைத் தேடு கிறார்கள் என்று தெரிந்ததும் எங்கிருந்தோ விழுந்தடித்துக் கொண்டு ஓடிவந்தான்.

விழுந்து கிட வி. (கிடக்க, கிடந்து) (ஒன்றும் செய்யாமல் ஒரு இடமே) **கதியென்று இருத்தல்;** remain doing nothing (in a place). வேலைக்குப் போகாமல் வீட்டில் விழுந்து கிடந்தால் எப்படி அடுப்பு எரியும்?/ மாமனார் வீட்டில் எவனாவது விழுந்து கிடப்பானா?

விழுந்து பிடுங்கு வி. (பிடுங்க, பிடுங்கி) (எதிரே இருப் பவர் மேற்கொண்டு பேச்சைத் தொடர முடியாதபடி) **நிதானம் இழந்து எரிச்சலோடு பேசுதல்;** snap at (s.o.). நான் அப்பாவிடம் போய்ப் பணம் கேட்க மாட்டேன். அவர் இருக்கும் மனநிலையில் விழுந்து பிடுங்கிவிடுவார்./ உனக்கு என்ன ஆயிற்று? எல்லோரையும் விழுந்து பிடுங் கிக்கொண்டிருக்கிறாயே?/ கேள்வி கேட்கும் மாணவர் களையெல்லாம் விழுந்து பிடுங்கினால் பிறகு யார் ஆசிரிய ரிடம் சந்தேகம் கேட்பார்கள்?

விழுந்துவிழுந்து வி.அ. 1: **அளவுக்கு அதிகமாக;** (carry an action) to an excess. அவள் விழுந்துவிழுந்து சிரிக்கும்படி நீ என்ன சொன்னாய்?/ கல்யாணத்தில் விருந்தினர்களை விழுந்துவிழுந்து உபசரித்தார்கள். 2: (ஒன்றைச் செய் வதில்) **மிகுந்த முனைப்புடன்;** enthusiastically; intensely. என்ன புத்தகத்தை அப்படி விழுந்துவிழுந்து படித்துக் கொண்டிருக்கிறாய்?/ காலையிலிருந்து எதை அப்படி விழுந்துவிழுந்து தேடிக்கொண்டிருக்கிறாய்?

விழுப்புண் பெ. (உ.வ.) மார்பில் (வீரத்தின் அடை யாளமாகப் போரில்) **பெற்ற காயம்;** (of a warrior) wound on the chest (cherished as a sign of bravery).

விழுமிய பெ.அ. (உ.வ.) **சிறந்த; உயர்வான;** excellent. விழுமிய கருத்துகள்.

விழுமியம் பெ. (உ.வ.) **மதிப்பீடு;** values. எனக்குப் பணம் சேர்ப்பது முக்கியம் அல்ல, எனக்கென்று நான் வைத்திருக் கும் சில விழுமியங்களைக் கடைப்பிடிப்பதே முக்கியம் என்றார்./ சமுதாயத்தின் விழுமியங்கள் காலத்திற்கு ஏற்ப மாறுகின்றன.

விழை வி. (விழைய, விழைந்து) (உ.வ.) **விரும்புதல்;** wish; desire; yearn. ஒப்பந்தம் ஒன்றை ஏற்படுத்திக்கொள்ள விழைவதாக அந்த நிறுவனம் தெரிவித்தது./ உண்மையைக் காண விழையும் ஞானிகள்.

விழைவு பெ. (உ.வ.) **விருப்பம்;** wish. கலைகளை மேம் படுத்த வேண்டும் என்னும் விழைவு அவர் பேச்சில் வெளிப் பட்டது. [(தொ.சொ.) அவா/ ஆசை/ ஆவல்/ இச்சை/ எதிர்பார்ப்பு/ நப்பாசை/ நாட்டம்/ நினைவு]

விள்ளல் பெ. (மெத்தென்று இருக்கும் உணவுப் பண் டத்தில்) **கையால் பிட்டு எடுக்கக்கூடிய அளவு; துண்டு;** a bit (of soft edible item). அல்வா ஒரு விள்ளல் கொடு. [(தொ.சொ.) இணுக்கு/ துண்டு/ துளி]

விள்ளு வி. (விள்ள, விண்டு) 1: (பே.வ.) (உணவுப் பண்டம் போன்றவை) **பிளவுபடுதல்;** be split (up). அவிக்கும்போது கிழங்கு விண்டுவிட்டது. 2: (வ.வ.) (மெத் தென்று இருக்கும் உணவுப் பண்டத்தை) **பிய்த்தல்;** break a piece. தோசையை விண்டு வாயில் போட்டுக் கொண்டான்.

விளக்கம்¹ பெ. 1: (-ஆக, -ஆன) (பேச்சிலோ எழுத் திலோ) **ஒன்றைத் தெளிவுபடுத்தும் வகையில் அமை யும் விரிவான விவரிப்பு;** elucidation; elaborateness. சித்தர் பாடலுக்கு அவர் தந்த விளக்கம் அவ்வளவு பொருத்த மாக இல்லை./ பிரச்சினைபற்றி விளக்கமாகச் சொன் னார்./ முகவரியை விளக்கமாக எழுது./ இந்திய நதி களைப் பற்றி இனி விளக்கமாகக் காண்போம்./ இந்த அக ராதியில் பொருள் விளக்கம் தெளிவாகத் தரப்பட்டுள் ளது./ ரயில் நிலையத்தில் விளக்கமான அட்டவணை தரப் பட்டிருந்தது./ இதுவரை சோழர்களைப் பற்றி விளக்க மாகப் பார்த்தோம்./ நீண்ட விளக்கத்தைக் கோரி நிற்கும் கேள்வி இது./ இந்த நூலில் பிரபஞ்சத்தின் தோற்றம் பற்றி ஒரு புதிய விளக்கம் தரப்பட்டுள்ளது./ தமிழக வர லாற்றில் களப்பிரர் காலம்பற்றி தெளிவான விளக்கம் நமக்கு இதுவரை கிடைக்கவில்லை./ நீ சொல்வது புதிய விளக்கமாக உள்ளதே! 2: **ஒன்று நடந்ததற்கான கார ணமாக ஒருவர் தெரிவிப்பது;** explanation (for sth.). வேலைக்கு வராமலிருந்ததற்கு அவன் தரும் விளக்கங்கள் நம்பும்படியாக இல்லை.

விளக்கம்² பெ. (இலங்.) **விசாரணை;** enquiry. உன்மீது ஒரு விளக்கம் இருக்கிறது.

விளக்கமறியல் பெ. (இலங்.) (குற்றத்தைக் குறித்து மேலும் விசாரணை செய்வதற்காகக் குற்றம்சாட்டப் பட்டவரை) **காவலில் வைத்தல்;** remand. சந்தேக நபரை விளக்கமறியலில் வைக்கும்படி உத்தரவிடப்பட்டது.

விளக்கவுரை பெ. (ஒரு நூலுக்கு அல்லது செய்யுளுக்கு) **விளக்கமான உரை;** explanatory commentary (on a text).

விளக்கு¹ வி. (விளக்க, விளக்கி) 1: **ஒன்றைப் பற்றிய தெளிவு ஏற்படுத்தும் வகையில் அதை விரிவாக விவ ரித்தல்;** explain; elucidate. செய்தி எப்படிக் கிடைத்தது என்று விளக்குவதற்கு நேரம் இல்லை./ உலோகத்துக்கும் அலோகத்துக்கும் உள்ள வேறுபாடுகளை விளக்குக./ மூளை யின் பகுதிகளை விளக்கும் படம்/ அங்கே என்ன நடந் தது என்பதை உங்களால் விளக்க முடியுமா?/ எங்களுக்கு மொழியியல்பற்றி பேராசிரியர் எளிமையாக விளக்கினார்./ இது விளக்க முடியாத புதிர்./ முந்தைய கட்டுரையில் கரகாட்டம்பற்றி விளக்கியுள்ளேன்./ இந்தத் திட்டத்தைப் பற்றி இன்னும் சற்று விளக்கிக் கூறினால் நன்றாக இருக் கும். [(தொ.சொ.) சித்தரி/ வருணி/ விவரி] 2: (எளிதில் புரிபடாமல் இருப்பதை) **தெளிவுபடுத்துதல்; விரி வாகக் கூறுதல்;** interpret; define. அந்தக் கடிதத்தில் பூடக மாகச் சொல்லப்பட்டிருக்கும் செய்திகளை விளக்கிக் கூற வேண்டிய கடமை உங்களுக்கு உண்டு. 3: (பாத்திரம், பூஜைப் பொருள்கள் முதலியவற்றை) **துலக்குதல்;** clean (the vessel). சாப்பிட்ட தட்டை விளக்கிக் கவிழ்த்தான். 4: (பற்களை) **சுத்தம் செய்தல்;** brush (the teeth). காலையில் பல் விளக்காமல் அவள் தண்ணீர்கூடக் குடிக்க மாட்டாள்.

விளக்கு² பெ. 1: (மின்சாரம், எண்ணெய் முதலியவற் றின் சக்தியால்) **ஒளி தரும் சாதனம்;** lamp; light. வாசல் விளக்கைப் போடு./ ஒரு பக்கத்து விளக்கு சரியாக எரியாத தால் கார் மெதுவாகச் சென்றது./ விளக்கின் வெளிச்சம்

விளக்குக் கூண்டு 1222

ஜன்னல் வழியே உள்ளே வந்தது./ மஞ்சள் விளக்கு அணைந்ததும் பச்சை விளக்கு எரிந்தது./ சாண எரிவாயு கொண்டு விளக்குகளை எரிக்கலாம். **2: கடவுள் வழிபாட்டில் அல்லது சடங்குகளில் ஏற்றிவைக்கப்படும் சுடர்விடும் சாதனம்;** lamp (usually fed with oil or ghee). குளித்துவிட்டு வந்து முருகன் படத்திற்கு முன் விளக்கை ஏற்றினான்./ துர்க்கைக்கு நெய் விளக்குப் போடுவதாக வேண்டிக்கொண்டாள்./ இறந்தவருடைய தலைமாட்டில் விளக்கு ஒன்று எரிந்துகொண்டிருந்தது.

விளக்குக் கூண்டு பெ. (மண்.) **(வீரன், ஐயனார், காளியம்மன் போன்று தனித்துக் கோயில் இல்லாமல், மரத்தடியில் குடிகொண்டிருக்கும் கிராமக் குலதெய்வங்களுக்கு) அந்த இடத்தில் விளக்கு வைக்கச் சுட்ட மண்ணால் பீடத்தோடும், காற்றுக்கு மறைப்பாகக் கூண்டுபோலவும் செய்யப்பட்ட அமைப்பு;** terracotta dome with an opening and elevated base to shelter oil lamps from wind under trees where deities like வீரன், ஐயனார், காளியம்மன் are installed and worshipped.

விளக்குப் பூஜை பெ. காண்க: **திருவிளக்குப் பூஜை.**

விளக்குத்தண்டு பெ. காண்க: **தண்டு**[1]**, 2.**

விளக்குமாறு பெ. (பே.வ.) **துடைப்பம்;** broom.

விளக்கெண்ணெய் பெ. **ஆமணக்கு விதையிலிருந்து எடுக்கப்படும் அடர்த்தி நிறைந்த, குழகுழப்புத் தன்மை மிகுந்த எண்ணெய்;** castor oil. விளக்கெண்ணெயை மலமிளக்கியாகப் பயன்படுத்துகிறார்கள்.

விளக்கேற்று வி. (-ஏற்ற, -ஏற்றி) **(வாழ்க்கையில்) சிறப்புற்று விளங்கச் செய்தல்;** pave way for a bright future; help (s.o.) prosper. நீ மருமகளாக வந்துதான் இந்தக் குடும்பத்தில் விளக்கேற்ற வேண்டும்./ என் வாழ்க்கையில் விளக்கேற்றி வைத்தவர் என் ஆசிரியர்தான்.

விளங்கு[1] வி. (விளங்க, விளங்கி) **1: சிறப்பானதாக அமைதல்; திகழ்தல்; பொலிதல்;** be illustrious; shine; have the reputation (of being s.o. or sth.). உன் வாழ்க்கையில் நீ எல்லா நலமும் பெற்று விளங்க வாழ்த்துகிறேன்./ கட்டடம் பார்ப்பவர்களைக் கவரும்படியான அமைப்புடன் அழகாக விளங்க வேண்டும்./ தன் மகன் இசையில் சிறந்து விளங்க வேண்டும் என்று விரும்பினார்./ சிறந்த விளையாட்டு வீரராக விளங்குவதற்குச் சீரான பயிற்சி அவசியம்./ இந்தியாவில் தகவல் தொழில்நுட்பத் துறை சிறந்து விளங்குவதற்குப் பல காரணங்கள் உள்ளன./ இந்த ஆலயம் பிரசித்தியுடன் விளங்குவதற்கு வேறு என்ன சாட்சி வேண்டும்./ பல புராதனக் கலைகளுக்குத் தாயகமாகத் தமிழகம் சிறந்து விளங்கியது. **2: (குறிப்பிட்ட தன்மையைக்கொண்டு) அமைதல்;** remain (as sth. mentioned). தற்காலக் கவிதைக்கு முன்னோடியாக விளங்கியவை பாரதியின் கவிதைகள்./ முஸ்லிம்களின் புனித ஸ்தலமாக மெக்கா விளங்குகிறது./ கடலோரம் அமைந்துள்ள சவுக்கு மரக் காடுகள் சிறந்த பயனை அளிப்பனவாக விளங்குகின்றன./ அச்சுத் தொழிலுக்கு எடுத்துக்காட்டாக விளங்கும் நகரம் சிவகாசி. **3:** (பெரும்பாலும் எதிர்மறையில்) **நல்லபடியாக வாழ்தல்; உருப்படுதல்;** prosper; flourish; come to (any) good. 'நீ விளங்காமல் போவாய்' என்று சாபமிட்டான்./ அவன் செய்கிற காரியம் எதுவும் விளங்காது என்பது தெரிந்த விஷயமாயிற்றே.

விளங்கு[2] வி. (விளங்க, விளங்கி) **(ஒருவருக்கு ஒரு செய்தி, விஷயம் முதலியவை) புரிதல்;** be clear; be understood; make sense. நீ சொல்வது ஒன்றும் எனக்கு விளங்கவில்லை./ 'உங்களுக்கு விளங்குகிறதா?' என்று மாணவர்களிடம் கேட்டுக்கொண்டே பாடம் நடத்தினார்.

விளங்கு[3] வி. (விளங்க, விளங்கி) (பே.வ.) (பெரும்பாலும் எதிர்மறையில்) **(கை, கால் முதலியவை) செயல்படுதல்;** function (normally). விபத்தில் அடிபட்டதிலிருந்து அவனுக்குக் கால் விளங்கவில்லை.

விளங்கு[4] வி. (விளங்க, விளங்கி) (இலங்.) **விசாரித்தல்; விசாரணை செய்தல்;** enquire. நீதிமன்றத்தில் அவரின் கொலை வழக்கு விளங்கப்படுகின்றது./ உங்களை விளங்க வேண்டும், ராணுவ முகாமுக்கு வாருங்கள்.

விளப்பம் பெ. (இலங்.) **(ஒன்றைப் பற்றி) அறிந்திருக்கும் நிலை;** knowledge (about sth.). நீ விளப்பம் இல்லாமல் எதைப் பற்றியும் பேசாதே.

விளம்ப காலம் பெ. **பாட்டில் உள்ள ஒரு சொல்லை இரண்டு அட்சர காலத்துக்கு விரித்துப் பாட எடுத்துக் கொள்ளும் காலம்;** the slow pace followed in rendition.

விளம்பரத் தட்டி பெ. **பொதுக்கூட்டங்கள், அறிவிப்புகள் போன்றவற்றை மக்களுக்குத் தெரிவிக்கத் தற்காலிகமாகப் பயன்படும் (சில நாட்களே இருக்கும்), மூங்கில் தட்டி, துணி போன்ற விளம்பரச் சாதனம்;** temporary poster (announcing an event or a piece of news); banner; placard.

விளம்பரத் தூதர் பெ. (பு.வ.) **தனியார் நிறுவனங்கள் தாங்கள் சந்தைப்படுத்தும் பொருளை விளம்பரப்படுத்த அல்லது அரசு தான் செயல்படுத்தும் பொது நலத் திட்டங்கள் அனைத்து மக்களையும் சென்றடைய வேண்டும் என்ற நோக்கில் பரப்புரை செய்ய நியமிக்கும் (பிரபலமான நடிகர், விளையாட்டு வீரர் போன்ற) நபர்;** brand ambassador.

விளம்பரதாரர் பெ. **பணம் கொடுத்துத் தங்கள் நிறுவனத்தின் விளம்பரத்தை ஒரு ஊடகத்தில் இடம் பெறச் செய்பவர்;** advertiser. தொலைக்காட்சியில் விளம்பரதாரர் வழங்கும் நிகழ்ச்சிகள்.

விளம்பரப் பலகை பெ. **(பார்ப்பவர் கண்ணில் எளிதில் படும்படியாக அமைக்கப்படும்) விளம்பர வாசகங்களையும் படங்களையும் கொண்ட, பிரம்மாண்டமான பலகை போன்ற அமைப்பு;** hoarding.

விளம்பரம் பெ. **1: பொதுமக்களின் கவனத்தைக் கவரும் வகையில் (செய்தித்தாள், வானொலி, தொலைக்காட்சி முதலியவற்றில்) பொருள், சேவை, வசதி போன்றவை பற்றிய அறிவிப்பு;** advertisement; advertising. விளம்பரத்தினால் மட்டுமே ஒரு திரைப்படம் ஓடிவிடாது./ வீடு வேண்டும் என்று செய்தித்தாளில் விளம்பரம் கொடுங்கள்./ விற்பனையைப் பெருமளவில் ஊக்குவிக்க விளம்பரங்கள் உதவுகின்றன./ விளம்பரங்களை நம்பியே தொலைக்காட்சி உள்ளது./ வானொலி விளம்பரம் என்பது தொலைக்காட்சி விளம்பரத்திலிருந்து வேறுபட்டது. **2: கவனத்தைக் கவரும் வகையிலான ஒரு செயல், நிகழ்ச்சி போன்றவற்றின் மூலம் பரவலாக எல்லோராலும் ஒருவர் அல்லது ஒன்று அறியப்படும் நிலை; புகழ்;** publicity. நன்கொடை

கொடுத்து விளம்பரம் தேடிக்கொண்டார்./ தர்ம காரியம் என்பது விளம்பரத்துக்காகச் செய்யப்படுவது அல்ல./ எனது முதல் தொலைக்காட்சி நிகழ்ச்சியின் மூலம் எனக்கு நல்ல விளம்பரம் கிடைத்தது.

விளம்பு வி. (விளம்ப, விளம்பி) (உ.வ.) **சொல்லுதல்; கூறுதல்;** say; tell. உண்மையை விளம்பிவிட்டேன்.

விளம்புகை பெ. (சட்டம்) **கோரும் உரிமையை வாதிக்கு உரியதுதான் என்று நீதிமன்றம் வழக்கின் தீர்ப்பாகச் செய்யும் அறிவிப்பு;** declaration (of a right or status).

விளயம் பெ. (இலங்.) **செய்தி; விஷயம்;** news; message; information. வீட்டுக்கு வந்த மாமா ஒரு முக்கிய விளயம் சொல்லிவிட்டுச் சென்றார்./ என்ன விளயம் என்று அப்பா உரக்கக் கேட்டதற்கு அக்கா பதிலளிக்கவே இல்லை.

விளரி பெ. (இசை) **(தமிழிசையில்) ஏழு ஸ்வரங்களில் ஆறாவது ஸ்வரமான 'த' வைக் குறிப்பது; தைவதம்;** the sixth of the seven notes in an octave.

விளா[1] பெ. (ஊரக வ.) **நிலத்தை நீள்வட்டப் பரப்பு களாகப் பிரித்துக்கொண்டு உழும் முறையில் ஒரு பிரிவு;** one take of land in ploughing. ஒரு விளா ஏர் ஓட்டிய உடனேயே களைத்துப்போய்விட்டான்.

விளா[2] பெ. **பெரிதாக வளரும், முட்கள் உடைய, நறு மணம் கொண்ட இலைகளை உடைய, குறிப்பிட்ட பருவத்தில் மட்டும் பழங்களைத் தரும் மரம்;** wood apple.

விளாசு வி. (விளாச, விளாசி) **1: (பிரம்பு, சவுக்கு முதலிய வற்றால்) பலமாகத் தொடர்ந்து அடித்தல்;** beat severely; flay. கோபத்தில் பையனைப் பிரம்பால் விளாசிவிட்டார். **2: (கிரிக்கெட்டில்) பந்துவீச்சை எதிர்கொண்டு அதிரடியாக அடித்தல்/அப்படி அடிப்பதன் மூலம் நிறைய ஓட்டங்களைப் பெறுதல்;** (of runs) score quickly; blast (runs). துவக்க ஆட்டக்காரராக களம் இறங்கிய கங்குலி பந்தை நாலா பக்கமும் விளாசினார்./ ஒரு நாள் போட்டிகளில் லாரா 19 சதங்களை விளாசியுள்ளார். **3: (ஒரு செயலை) சிறப்பாகச் செய்தல்; (ஒரு சூழலை) திறமையாகக் கையாளுதல்;** do or perform sth. well or effectively. அவர் இப்படி ஆங்கிலத்தில் விளாசித்தள்ளு வார் என்று நான் நினைக்கவேயில்லை.

விளாட் பெ. (இலங்.) **சிவப்பு நிறத்தில் சதைப்பற்றோடு இருக்கும் ஒரு வகை மாம்பழம்;** a kind of fleshy and red coloured mango.

விளாம்பழம் பெ. **தடித்த வெளிர்ப் பச்சை நிற ஓட்டி னுள் இனிப்பும் புளிப்பும் கலந்த சுவை உடைய சதைப்பகுதி உள்ள பழம்;** woodapple. விளாம்பழத்தைத் தரையில் அடித்து உடைத்தான்.

விளாவு வி. (விளாவ, விளாவி) (பே.வ.) **(வெந்நீரில் அல் லது மோரில்) நீர் ஊற்றிக் கலத்தல்;** mix water (in hot water or in butter milk to bring it to the required temperature or consistency). வெந்நீர் விளாவி வைத்துக்கொண்டு குழந்தையைக் குளிப்பாட்டினாள்./ மோர் விளாவிக் கொண்டுவந்து குடிக்கத் தந்தாள்.

விளாறு பெ. காண்க: **மிளாறு.**

விளி[1] வி. (விளிக்க, விளித்து) (உ.வ.) **அழைத்தல்;** call; address. 'தோழரே' என்றுதான் அவர் எல்லோரையும் விளிப் பார்.

விளி[2] பெ. (இலக்.) **(அழைக்கும் முறையில் அல்லது கவனத்தைத் தன் முகமாகத் திருப்பும் முறையில்) கூப்பிடுவது;** vocative. சில உறவுமுறைச் சொற்கள் விளி யாகவும் பயன்படுகின்றன.

விளிம்பு பெ. **1: (ஒன்றின்) பரப்பு முடியும் இடம்; ஓரம்;** edge; brim. கத்தியின் விளிம்பு வெயிலில் மின்னியது./ கட்டிலின் விளிம்பில் உட்கார்ந்திருந்தான்./ நெட்டிலிங்க மரத் தின் இலை விளிம்பு ரம்பம்போல் இருக்கும்./ கூரையின் விளிம்பிலிருந்து ஐந்து அடி தள்ளி ஒரு வேப்ப மரம்./ (உரு வ.) அவள் துன்பத்தின் விளிம்பிற்கே போய்விட் டாள். **2: (கிணறு, பாத்திரம் முதலியவற்றின்) மேல் பகுதி;** brim (of a vessel, etc.,). கிணற்றுக்கட்டின் விளிம்பில் ஒரு காக்கை உட்கார்ந்திருந்தது./ குடத்தின் விளிம்புவரை தண்ணீர் இருந்தது./ நீரில் விழுந்தவன் படகின் விளிம்பைப் பிடித்தபடி மிதந்தான்.

விளிம்புநிலை பெ. **சமூகத்தின் பொதுவான போக்கு கள், வாழ்க்கை முறைகள் போன்றவற்றிலிருந்து பெரும் பாலோரால் புறக்கணிக்கப்பட்டிருக்கும் நிலை;** margin. தொண்ணூறுகளுக்குப் பின் விளிம்புநிலை மக்களைப் பற்றிய பார்வை தீவிரமடைந்தது./ ஜி. நாகராஜனின் படைப்புகளில் விளிம்புநிலை வாழ்க்கையை நாம் காணலாம்.

விளை[1] வி. (விளைய, விளைந்து) **1: (பயிர் போன்றவை) உற்பத்தியாதல்;** grow; be produced. கரிசல் மண்ணில் பருத்தி நன்றாக விளையும்./ இந்த மாதிரி அரிய மூலிகை களெல்லாம் காட்டில் தானாக விளைபவை./ இந்தியாவில் விளையும் வாசனைப் பொருள்களுக்கு வெளிநாட்டில் நிறைய கிராக்கி இருக்கிறது./ உணவு தானியங்கள் மிகுதி யாக விளையும் வண்டல் பிரதேசம். **2: (நல்ல நிலை அல்லது மோசமான விளைவு) ஏற்படுதல்; உண்டா தல்;** cause to happen; result in; ensue. பிறருக்குத் தொல்லை விளையும் வகையில் நடந்துகொள்ளக் கூடாது./ இந்தப் பாசனத் திட்டத்தால் பொதுமக்களுக்குப் பயன் விளை யும்./ மின்சாரம் முதன்முதலில் கண்டுபிடிக்கப்பட்ட போது அதனால் இவ்வளவு நன்மை விளையும் என்று யாரும் கற்பனைகூட செய்துபார்க்கவில்லை./ கேடுகள் விளைந்து விடாதவாறு கவனமாக இருக்க வேண்டும்./ நாம் ஒருவரையொருவர் சரியாகப் புரிந்துகொள்ளாததால் விளைந்த கேடு இது./ இருவருக்கிடையே விளைந்த பூசலின் காரணமாகக் கட்சி இரண்டாகப் பிளவுபட்டது.

விளை[2] வி. (விளைக்க, விளைத்து) (உ.வ.) **விளைவித்தல்;** cause; bring about. பொதுச் சொத்துக்குத் தீங்கு விளைக்க முயன்றதாகக் குற்றம்சாட்டப்பட்டு அவர் கைதுசெய்யப் பட்டார்.

விளைச்சல் பெ. **(பயிர்) விளைதல்/விளைந்து கிடைப் பது; மகசூல்;** harvest/yield. இந்த வருஷம் எங்கள் பக்கம் நெல் அமோக விளைச்சல்.

விளைநிலம் பெ. **பயிரிட்டால் விளையக்கூடிய வளம் நிறைந்த நிலம்;** arable land. நகர்ப்புற வளர்ச்சியினால் விளைநிலங்கள் குடியிருப்புகளாக மாறிவருகின்றன./ (உரு வ.) 'வீரத்தின் விளைநிலம் நம் தாயகம்' என்று தலை வர் மேடையில் முழங்கினார்.

விளைபொருள் பெ. **நிலத்தில் பயிர்செய்யப்படும் பொருள்;** (agricultural) produce. விவசாயிகளுக்குக் கட்டுப் படியாகக்கூடிய வகையில் விளைபொருள்களின் விலை இருக்க வேண்டும்.

விளை மீன் பெ. *(இலங்.)* **சுமார் அரை மீட்டர் நீளத்தில் செதிள்களோடு சதைப்பற்றாக இருக்கும் (உணவாகும்) வெள்ளை நிறக் கடல் மீன்;** an edible sea fish, white in colour, approximately half a metre long, fleshy and with scales. சோளகம் வீசத் தொடங்கிவிட்டது. இனி கடலில் விளை மீன்தான் கூடுதலாகக் கிடைக்கும்.

விளையாட்டாக வி.அ. காண்க: **விளையாட்டுப்போல, 1.**

விளையாட்டு பெ. **1: (பெரும்பாலும் வெற்றியை இலக்காகக் கொண்ட) பொழுதுபோக்கிற்காகவும் திறமையை வெளிப்படுத்தும் விதமாகவும் நிகழ்த்தப்படும், குறிப்பிட்ட விதிமுறைகளுக்கு உட்பட்ட செயல்பாடு; ஆட்டம்;** game; sport. கூடைப்பந்து விளையாட்டு/ விளையாட்டில் வெற்றியும் தோல்வியும் சகஜம்./ சிறுவர்களுக்குச் சறுக்குமர விளையாட்டு மிகவும் பிடிக்கும்./ கணிப்பொறியில் நிறைய விளையாட்டுகள் உள்ளன./ விளையாட்டில் தோற்றதற்காகவா அழுகிறாய்?/ *(உரு வ.)* இது விதியின் விளையாட்டு என்று சோகமாகச் சொன்னான். **2: குழந்தைகள், சிறுவர்கள் போன்றோர் மகிழ்ச்சியுடன் ஈடுபடும் (ஓடுதல், பொம்மைகளுடன் நேரத்தைக் கழித்தல் போன்ற) செயல்கள்;** (of children) play. விளையாட்டு மும்முரத்தில் மதியம் சாப்பிட வேண்டும் என்பதையே மறந்துவிட்டான்./ உப்புமூட்டை தூக்கும் விளையாட்டு என்றால் என்னுடைய பெண் சட்டென்று அழுகையை நிறுத்திவிடுவாள். **3: வேடிக்கையாகச் செய்யப்படுவது;** joke; sth. done in a lighter vein. வேலையில் என்ன விளையாட்டு?/ வெறும் விளையாட்டு என்று நினைத்தது எப்படி ஆபத்தாக மாறிவிட்டது பார்./ குழந்தையை விளையாட்டாகக் கிள்ளினேன், அழ ஆரம்பித்துவிட்டது. **4: குறும்பு;** mischief. இந்த விளையாட்டையெல்லாம் என்னிடம் வைத்துக்கொள்ளாதே!/ கரும்பலகையில் குரங்கின் படம் வரைந்திருப்பதைப் பார்த்துத் தமிழ் ஆசிரியர் 'இது யார் விளையாட்டு?' என்று கேட்டார்.

விளையாட்டுக்காட்டு வி. *(-காட்ட, -காட்டி)* **1: (குழந்தைகளுக்கு) வேடிக்கை காட்டுதல்;** amuse; entertain. கிலுகிலுப்பை கொண்டுவா, குழந்தைக்கு விளையாட்டுக் காட்டலாம். **2:** *(பே.வ.)* **(ஒன்று அல்லது ஒருவர்) தொல்லை ஏற்படுத்தும் விதத்தில் இருத்தல் அல்லது நடந்துகொள்ளுதல்;** dodge; escape under some pretext. கொடுத்த கடனைக் கேட்கப்போனால் 'இன்று தருகிறேன், நாளை தருகிறேன்' என்று விளையாட்டுக்காட்டுகிறான்.

விளையாட்டுத்தனம் பெ. **உரிய பொறுப்பும் அக்கறையும் இல்லாமல் எதையும் லேசாக எடுத்துக்கொள்ளும் தன்மை;** playfulness. பண விஷயத்தில் விளையாட்டுத்தனம் வேண்டாம்./ 'இன்னமும் விளையாட்டுத்தனமாகவே இருக்கிறாய், உனக்குப் போய் அதற்குள் மாப்பிள்ளை தேடுகிறார்களே?' என்று அண்ணன் கேலிசெய்தான்./ உன்னுடைய விளையாட்டுத்தனத்தால் எனக்கு ஆயிரம் ரூபாய் நஷ்டம்.

விளையாட்டுப் பள்ளி பெ. *(பு.வ.)* **விளையாட்டிலும் தடகளப் போட்டிகளிலும் ஆர்வமிக்க மாணவர்களுக்குப் பயிற்சி அளிக்கும் அமைப்பு;** sports school.

விளையாட்டுப் போல வி.அ. **1: எந்தவிதத் திட்டமும் குறிக்கோளும் இல்லாமல்;** with no serious intention. விளையாட்டுப் போல பழைய நாணயங்களைச் சேகரிக்கத் தொடங்கினேன். இன்று என்னிடம் இருக்கும் காசுகளின் மதிப்பு பல லட்சம் பெறும்./ விளையாட்டுப் போல நண்பர்கள் ஆரம்பித்த மன்றம், இன்று தமிழகம் முழுதும் பிரபலமாகிவிட்டது. **2:** *(காலத்தைக் குறித்து வரும் போது)* **கவனத்தில் நிற்காத அளவுக்கு மிக வேக மாக;** very fast without one being aware (of the passage of time or sth. happening). கல்யாணம் ஆகி விளையாட்டுப் போல ஒரு வருடம் ஓடிவிட்டது!/ நாங்கள் இந்த ஊருக்கு வந்து விளையாட்டுப் போல முப்பது வருடம் ஆகிவிட்டது.

விளையாட்டு விடுதி பெ. **விளையாட்டு மற்றும் தடகளப் போட்டிகளில் ஆர்வமிக்க சிறந்த பள்ளி மாணவர்களைத் தேர்ந்தெடுத்து உணவு மற்றும் உறைவிட வசதியுடன் உதவித் தொகையும் அளித்துப் பயிற்சி பெறவும், அத்துடன் அருகில் உள்ள பள்ளியில் சேர்ந்து படிக்கவும் மாநில அரசு செய்துள்ள ஏற்பாடு;** sports hostel. தமிழ்நாடு விளையாட்டு மேம்பாட்டு ஆணையம் நடத்தும் விளையாட்டு விடுதிகளில் மாணவியருக்கென தனி விளையாட்டு விடுதிகள் உள்ளன.

விளையாடு வி. *(விளையாட, விளையாடி)* **1: (குறிப்பிட்ட) விளையாட்டுப் போட்டியில் ஈடுபடுதல்; (குறிப்பிட்ட முறையில் விளையாட்டில்) ஆடுதல்;** (of sports) play. இன்றைய போட்டியில் இந்திய வீரரை எதிர்த்து அமெரிக்க வீரர் விளையாடுகிறார்./ அதிக வேகத்தில் வீசப்பட்ட அந்தப் பந்தை டெண்டுல்கர் அற்புதமாக அடித்து விளையாடினார்./ *(உரு வ.)* போலி மருந்துகளை விற்பவர்கள் மனித உயிருடன் விளையாடுகிறார்கள். **2: குழந்தைகள், சிறுவர்கள் போன்றோர் ஓடுதல், பொம்மைகளுடன் நேரத்தைக் கழித்தல் போன்ற செயல்களிலும் அல்லது நாய், புலி, பூனை போன்ற விலங்குகள் ஓடுதல், புரளுதல் போன்ற செயல்களிலும் ஈடுபடுதல்;** (of children, animals) play. பட்டம் விட்டு விளையாடும் சிறுவர்களைப் பார்த்தபடி உட்கார்ந்திருந்தான்./ மணல் வீடு கட்டிக் குழந்தைகள் விளையாடிக்கொண்டிருந்தார்கள்./ என் மகள் பள்ளிக்கூடம் விட்டு வந்ததும் எதிர் வீட்டுக்கு விளையாட ஓடிவிடுவாள்./ புலிக் குட்டிகள் ஒன்றோடு ஒன்று விளையாடிக்கொண்டிருந்தன. **3: ஒன்றைச் செய்யும்போது அதில் உரிய கவனம் செலுத்தாமல் தேவை இல்லாத வேறு எதையாவது செய்துகொண்டிருத்தல்;** be playful (when one ought to be serious). வேலை செய்யும்போது விளையாடாதே. **4: சண்டைக்கோ தகராறுக்கோ அழைக்கும் விதத்தில் நடந்துகொள்ளுதல்; சீண்டுதல்;** provoke; play tricks on. என்னிடமே விளையாடுகிறான், எச்சரித்துவை!/ அவனோடு விளையாடாதே, அவன் பொல்லாதவன்.

விளைவாக வி.அ. **(ஒன்றின்) காரணமாக;** as a result (of sth.). பேச்சுவார்த்தையின் விளைவாக சமரசம் ஏற்பட்டது./ இது கடும் முயற்சியின் விளைவாகப் பெற்ற வெற்றி.

விளைவி வி. (விளைவிக்க, விளைவித்து) **1: (நன்மை, துயரம், மாற்றம் முதலியவற்றை) ஏற்படுத்துதல்; உண்டாக்குதல்;** cause; produce; bring about. தொல்லை விளைவிக்க வேண்டும் என்ற நோக்கத்தில் செய்யவில்லை./ஏழைகளுக்கு நன்மை விளைவிக்கும் திட்டங்கள். **2: (பயிர் முதலியவற்றை) விளையச் செய்தல்;** cultivate; grow. எங்கள் தோட்டத்தில் விளைவித்த காய்கறிகள்.

விளைவு பெ. **ஒரு செயலின் காரணமாக உண்டாகும் பலன்;** consequence; result; effect. வேலையை விடுவதற்கு முன் அதன் விளைவுகளை யோசித்துப்பார்த்தாயா?/ மக்கள்தொகை பெருகிக்கொண்டே போனால் நாம் மோசமான விளைவுகளைச் சந்திக்க நேரிடும்./ அவர் பதவி விலகுவதால் ஏற்படும் விளைவுகள் கடுமையாக இருக்கும் என்று அரசியல் நோக்கர்கள் கணிக்கின்றனர்./ உரிய நேரத்தில் சாப்பிடாததால் ஏற்பட்ட விளைவு இது. [(தொ.சொ.) **அழிவு/ கேடு/ தாக்கம்/ பாதிப்பு**]

விற்பன்னர் பெ. (அ.வ.) **(குறிப்பிட்ட துறையில்) மிகுந்த தேர்ச்சிபெற்றவர்; வல்லுநர்;** expert; scholar. வேத விற்பன்னர்/ இசை விற்பன்னர்கள்.

விற்பனை பெ. **பணம் பெற்றுக்கொண்டு அல்லது கடனுக்குப் பொருள், சேவை, பங்கு போன்றவற்றைத் தருவது; விற்கப்படுவது;** sale. கடையில் அவர் விற்பனையைக் கவனித்துக் கொண்டிருந்தார்./ இது தமிழ்நாட்டில் அதிகமாக விற்பனையாகும் பத்திரிகை./ பறவைக் காய்ச்சல் பரவியதைத் தொடர்ந்து கோழி இறைச்சியின் விற்பனையில் கடும் வீழ்ச்சி ஏற்பட்டுள்ளது./ மகளிர் சுயஉதவிக் குழுவினரின் தயாரிப்புகள் பொருட்காட்சியில் விற்பனைக்கு வைக்கப்பட்டிருந்தன./ கோடைக் காலம் தொடங்கியதுமே குளிர்பானங்களின் விற்பனை உச்சத்தை எட்டுகிறது.

விற்பனைக்கூடம் பெ. (உ.வ.) **பொருள்களை விற்பனை செய்யும் இடம்;** shop; market. இருபத்து நான்கு மணி நேரமும் திறந்தே இருக்கும் விற்பனைக்கூடங்களும் இருக்கின்றன.

விற்பனைப் பிரதிநிதி பெ. **பல இடங்களுக்குச் சென்று ஒரு நிறுவனத்தின் பொருளை அல்லது சேவையை விற்பனை செய்பவர் அல்லது விற்பனையை மேம்படுத்துபவர்;** sales representative.

விற்பனையாளர் பெ. **உற்பத்திசெய்யும் இடத்திலிருந்து அல்லது மொத்த வியாபாரியிடமிருந்து பொருளை வாங்கி நுகர்வோருக்கு விற்பவர்;** retailer. விற்பனையாளர்களுக்கு எங்கள் பதிப்பகம் 30 சதவீதம் கழிவு வழங்குகிறது./ தமிழ்நாடு முழுவதிலும் உள்ள எமது விற்பனையாளர்கள் அனைவரிடமும் எங்கள் தயாரிப்புகள் கிடைக்கும்.

விற்றுமுதல் பெ. **(வியாபாரத்தில்) ஒரு பொருளை விற்றுக் கிடைக்கும் தொகை; விற்றுவரவு;** proceeds of sale. இந்த நிறுவனத்தின் விற்றுமுதல் சென்ற ஆண்டைவிட இந்த ஆண்டு மூன்று மடங்கு பெருகியுள்ளது.

விற்றுவரவு பெ. **விற்றுமுதல்;** proceeds (of a sale).

விறகு பெ. **மரத்திலிருந்து வெட்டப்பட்டு, அடுப்பு போன்றவற்றில் எரிப்பதற்குப் பயன்படுத்தும் கட்டை;** firewood. அப்பா காட்டுக்கு விறகு வெட்டப் போயிருக்கிறார்.

விறகுவெட்டி பெ. **எரிப்பதற்கு ஏற்ற துண்டுகளாக மரத்தைப் பிளந்து தரும் தொழிலாளி;** woodcutter.

விறா பெ. **அடுப்பெரிக்க விறகு, சூளைவைக்கத் தேவையான வைக்கோல், தென்னை மட்டை போன்ற எரிபொருள்;** materials like firewood for ovens or hay, coconut husk, etc., used as fuel in potter's kiln.

விறாண்டு வி. (விறாண்ட, விறாண்டி) (இலங்.) **பிறாண்டுதல்;** scratch. சாப்பிட்டுக்கொண்டிருக்கும்போது பூனை குழந்தையின் கையை விறாண்டியது./ ஏன் விரல் நகத்தால் அப்படிக் காலை விறாண்டுகிறாய்?

விறாந்தை[1] பெ. (இலங்.) **பிடி ஆணை;** warrant.

விறாந்தை[2] பெ. (இலங்.) **வராந்தா; தாழ்வாரம்;** veranda.

விறுத்தம் பெ. (இலங்.) **ஒரு செயல் நடக்கும் விதம்; தோரணை;** the way or manner in which an action is done. அவர்கள் நடந்துகொண்ட விறுத்தத்திலிருந்தே அவர்களைப் பற்றி நன்றாகப் புரிந்துகொண்டேன்./ அவரைக் கண்டதும் மற்றவர்கள் பரபரப்புடன் எழுந்த விறுத்தத்திலேயே வந்தவர் பெரிய அதிகாரியாக இருக்க வேண்டும் என்று நினைத்தேன்.

விறுவிறு வி. (விறுவிறுக்க, விறுவிறுத்து) **(உடம்பில்) பரபரப்பான உணர்வு ஏற்படுதல்;** be thrilled; be roused to excitement. திரையில் கதாநாயகன் ஆக்ரோஷமாகச் சண்டையிடுவதைப் பார்த்ததும் இவனுடைய நரம்புகள் விறுவிறுத்துப் புடைத்தன.

விறுவிறு-என்று வி.அ. (பே.வ.) **வேகமாக; விரைவாக;** quickly; briskly. பாம்பு கடித்தவுடன் விஷம் விறுவிறுவென்று தலைக்கு ஏறிவிட்டது. / திண்ணையில் உட்கார்ந்திருந்தவர் விறுவிறுவென்று எதிர்த் திசைக்குச் சென்றார்./ விறுவிறுவென்று நட. ரயில் வர இன்னும் ஐந்து நிமிடம் தான் இருக்கிறது.

விறுவிறுப்பு பெ. **1:** (-ஆக, -ஆன) **(கதை, திரைப்படம் போன்றவை) ரசிப்பவரை, பார்ப்பவரை ஈர்க்கும் விதத்தில் தொய்வில்லாமல் சுவாரசியத்துடன் இருக்கும் தன்மை;** the quality of being lively and exciting. விறுவிறுப்பான சண்டைக் காட்சிகள் நிறைந்த படம்/ துவக்கத்திலிருந்தே கதை மிக விறுவிறுப்பாகச் சென்றது. **2: வேகமும் சுறுசுறுப்பும் நிறைந்த தன்மை;** briskness. பிற்பகலில் வாக்குப்பதிவு விறுவிறுப்பாக நடைபெற்றது. **3: குத்தும் உணர்வு; அரிப்பு;** pungency and irritation. கருணைக்கிழங்கு சாப்பிட்டதால் நாக்கில் ஒரு விறுவிறுப்பு.

விறை வி. (விறைக்க, விறைத்து) **1: (குளிர் முதலியவற்றால் உடல், கை, கால் முதலியவை) வளைக்க அல்லது அசைக்க முடியாதபடி இறுக்கமாகவும் உணர்வற்றும் போதல்; மரத்தல்;** (of hand, leg, etc.,) become stiff or numb. குளிர்ந்த நீரில் பாத்திரம் கழுவியதால் கை விறைத்துப்போயிற்று./ அசையாமல் ஒரே இடத்தில் வெகு நேரம் உட்கார்ந்திருந்ததால் கால்கள் மரத்து விறைத்தது. **2: (உயிர் பிரிந்த பிறகு உடல்) இறுக்கமாகவும் அசைவற்றும் போதல்;** stiffen with rigor mortis. பாலத்துக்கு அடியில் ஒரு பிணம் விறைத்துக்கிடந்தது. **3: (உணவுப் பொருட்கள் நீர்த் தன்மையை இழப்பதால்) காய்ந்து**

விறைப்பு 1226

கடினமானதாக ஆதல்; (food) become dry and hard. சாதம் விறைத்துப்போய்விட்டது./ காலையில் மிச்சம் வைத்து விட்டுப்போன இட்லி சாயங்காலம் விறைத்துக்கிடந்தது.

விறைப்பு பெ. (-ஆக, -ஆன) 1: (**குளிர் போன்றவற்றால் கை, கால்கள் அல்லது தசை) விறைத்துப்போதல்;** numb (with cold) குளிரில் கை, கால்கள் எல்லாம் விறைப்பாகி விட்டன. 2: (கை, கால்கள், முகம் போன்றவை குறித்து வரும்போது) **இறுக்கமாகவும் நேராகவும் வைத்துக் கொள்ளும் அல்லது இறுக்கமாகவும் நேராகவும் இருக்கும் நிலை;** stiffness. விறைப்பாக எழுந்து நின்று கூர்க்கா வணக்கம் தெரிவித்தார்./ கேட்ட கேள்வி எதற்கும் பதில் சொல்லாமல் அவன் விறைப்பாக நின்றுகொண்டிருந்தான்./ முகத்தை விறைப்பாக வைத்துக்கொண்டு அவள் என்னைப் பார்த்தாள். 3: (ஒருவருடைய பேச்சு அல்லது செயல் போன்றவற்றைக் குறித்து வரும்போது) **இயல்பாகவும் சுமுகமாகவும் இல்லாத நிலை;** coldness; frigidity. நான் கேட்டதற்கு அவர் விறைப்பாகப் பதில் சொன்னது எனக்குப் பிடிக்கவில்லை.

வினகிரி பெ. (இலங்.) **(சமையலில் பயன்படுத்தும்) காடி;** vinegar.

வினயம் பெ. (-ஆக, -ஆன) **(பேச்சு, பதில் முதலியவற்றில் வெளிப்படுத்தும்) பணிவும் அடக்கமும் நிறைந்த தன்மை; பவ்வியம்;** politeness; modesty. கேட்ட கேள்விக்கு வினயமாகப் பதில் சொன்னான்./ பூஜையைத் தொடங்கலாமா என்று பெரியவரிடம் வினயமாகக் கேட்டான்.

வினவு வி. (வினவ, வினவி) (உ.வ.) **(கேள்வி) கேட்டல்;** ask; enquire (so as to get an answer). 'அவர் என்ன சொன்னார்?' என்று வினவினேன்.

வினா பெ. (உ.வ.) **(ஒருவரிடமிருந்து பதிலை எதிர்நோக்கி அல்லது தேர்வில் சோதித்து அறியும் முறையில் கேட்கப்படும்) கேள்வி;** interrogation; question (in an examination, etc.,). கீழ்க்கண்ட வினாக்களுக்கு விடை தருக.

வினாகிரி பெ. (இலங்.) காண்க: **வினகிரி.**

வினாடி பெ. **நிமிடத்தில் அறுபதில் ஒரு பங்கு கொண்ட மிகக் குறைந்த கால அளவு; நொடி;** second. நூறு மீட்டர் தூரத்தைப் பத்து வினாடிகளில் அவர் ஓடிக் கடந்தார்./ சில வினாடிகள் மௌனமாக இருந்தான்.

வினாடிவினா பெ. **கலந்துகொள்பவர்கள் பதில் சொல்வதற்குச் சில வினாடிகளே அளித்து (பெரும்பாலும்) பொது அறிவைச் சோதிக்க நடத்தும் போட்டி;** quiz.

வினாத்தாள் பெ. காண்க: **கேள்வித்தாள்.**

வினாத்தெரிந்த நாளாக வி.அ. (பே.வ.) **(ஒருவருக்கு) நினைவு தெரிந்த நாளிலிருந்து;** from one's age of discrimination. எனக்கு வினாத்தெரிந்த நாளாக அவர் கதர் ஆடைகளைத் தவிர வேறு எதுவும் அணிவதில்லை.

வினாப்பெயர் பெ. (இலக்.) **வினவும் முறையில் பயன்படுத்தப்படும் பெயர்ச்சொல்;** interrogative pronoun.

வினியோகம் பெ. காண்க: **விநியோகம்.**

வினியோகஸ்தர் பெ. காண்க: **விநியோகஸ்தர்.**

வினியோகி வி. (வினியோகிக்க, வினியோகித்து) காண்க: **விநியோகி.**

வினை பெ. 1: (உ.வ.) **செயல்; தொழில்;** act; work. 2: **தீங்கை அல்லது பாதிப்பை ஏற்படுத்துவதாக அமையும் செயல்;** action that causes or leads to sth. unpleasant. நீ இப்போது ஊருக்கு ஏன் போக வேண்டும் என்று கேட்டதுதான் வினை, சண்டை ஆரம்பித்துவிட்டது./ விளையாட்டு வினையாகிவிடப்போகிறது. 3: **(இந்து மதத்தில்) இந்தப் பிறவியில் அனுபவிக்கும் இன்பதுன்பங்களுக்குக் காரணமாக நம்பப்படும் முற்பிறவியில் செய்த செயல்; கருமம்;** (in the Hindu belief) deeds in one's previous birth which affect the course of their present life. முற்பிறவியின் வினை இன்னும் எங்கள் குடும்பத்தை ஆட்டிவைக்கிறது./ நல்வினை/ தீவினை 4: (இலக்.) **வாக்கியத்தில் பயனிலையாக வருவதும் செயலைக் குறிப்பிடுவதும் அதற்கு ஏற்ற காலம் காட்டுவதுமான சொல் வகை;** verb. 5: (வேதி.) **மாற்றம் ஏற்படும் வகையில் ஒரு வேதிப்பொருளுக்கும் மற்றொரு வேதிப்பொருளுக்கும் இடையில் நடைபெறும் செயல்;** chemical reaction. சில வினைகளில் வெப்பநிலையை அதிகரிக்கும்போது வினையின் வேகமும் அதிகரிக்கிறது./ சிறு மூலக்கூறுகள் ஒன்றுகூடி அதிக எடையுடைய மிகப் பெரிய மூலக்கூறை உண்டாக்கும் வினைக்கு 'பல்படியாக்கல்' என்று பெயர்.

வினை ஊக்கி பெ. (வேதி.) **தான் எந்தவித மாற்றத்திற்கும் உள்ளாகாமல் தான் சேர்ந்துள்ள பொருளில் மிக விரைவாக வேதியியல் மாற்றத்தைத் தூண்டும் பொருள்;** catalyst.

வினைச்சொல் பெ. (இலக்.) காண்க: **வினை, 4.**

வினைஞர் பெ. **கலை நுட்பம் மிகுந்த கைவினைப் பொருள்கள் போன்றவற்றைச் செய்யும் கலைஞர்;** craftsman; artisan. தொழில்நுட்ப வினைஞர்களின் படைப்புகள் கண்காட்சியில் வைக்கப்பட்டிருந்தன./ தொழில் வினைஞர்களிடமிருந்து விண்ணப்பங்கள் வரவேற்கப்படுகின்றன.

வினைத்திரிபு பெ. (இலக்.) **தன்மை, முன்னிலை, படர்க்கை ஆகிய மூன்று இடங்களுக்கும் மூன்று காலங்களுக்கும் தகுந்தபடி வினைச்சொல் அடையும் மாற்றம்;** inflection of a verb. 'பேசினாள்' என்பது 'பேசு' என்னும் வினை இறந்த காலத்தையும் படர்க்கை இடத்துப் பெண்பாலையும் காட்டும் விதத்தில் அடைந்துள்ள வினைத்திரிபு ஆகும்.

வினைத்தொகை பெ. (இலக்.) **மூன்று காலத்திற்கும் பொருந்தும் வகையில் இருக்கும் தொகைச்சொல்;** compound that can function or be operative in all the three times. 'ஊறுகாய்' என்பது வினைத்தொகை ஆகும்.

வினைப்படுத்து வி. (-படுத்த, -படுத்தி) (இலக்.) **ஒரு பெயர்ச்சொல்லுக்கு வினைத் தன்மை தருதல்; வினைச்சொல் ஆக்குதல்;** cause to function as a verb (by adding a verbalizer).

வினைப்படுத்தும் வினை பெ. (இலக்.) **ஒரு பெயர்ச்சொல்லுக்குப் பின் இணைந்து புதிய வினைச்சொல்லை உருவாக்கும் துணை வினை;** verb that serves as a verbalizer. 'கைதுசெய்' என்பதில் 'செய்' என்பது வினைப்படுத்தும் வினையாகச் செயல்படுகிறது.

வினைபடுபொருள் பெ. (வேதி.) **ஒரு வேதி வினைக்கு உள்ளாகும் பொருள்;** reactant.

1227 விஷயம்

வினைபுரி வி. *(-புரிய, -புரிந்து) (வேதி.)* **ஒரு வேதிப் பொருள் மற்றொரு வேதிப்பொருளுடன் கலக்கும் போது மாற்றம் அடைதல் அல்லது குறிப்பிட்ட விளைவை ஏற்படுத்துதல்;** react. கார உலோகங்கள் ஹைட்ரஜனுடன் வினைபுரிந்து ஹைட்ரைடுகளைத் தருகின்றன./ ஆவி நிலையில் நீர் பழுக்கக் காய்ந்த இரும்புடன் வினைபுரிந்து இரும்பு ஆக்சைடையும் ஹைட்ரஜனையும் கொடுக்கிறது.

வினைமுற்று பெ. *(இலக்.)* **செயல் முடிவதைக் குறிப்பதாகவும் வாக்கியத்தில் பயனிலையாகவும் வரும் வினைச்சொல்;** finite verb.

வினையடி பெ. *(இலக்.)* **வினைச்சொல்லின் ஏவல் வடிவம் அல்லது கால விகுதி ஏற்கும் வடிவம்;** root of a verb. 'நடந்து' என்பதன் வினையடி 'நட' ஆகும்.

வினையடை பெ. *(இலக்.)* **வினைச்சொல்லுக்கு அடையாக வரும் சொல்;** verb qualifier; adverb. 'வேகமாக ஓடினான்' என்ற தொடரில் 'வேகமாக' என்னும் சொல் 'ஓடுதல்' என்ற வினைக்கு வினையடை ஆகும்.

வினையெச்சம் பெ. *(இலக்.)* **வினைச்சொல்லைத் தன் பொருள் முடிவிற்கு வேண்டுவதும் வினைச்சொல்லிலிருந்து பெறப்படுவதுமான வடிவம்;** verbal participle requiring a verb to complete the sense.

வினைவிளைபொருள் பெ. *(வேதி.)* **ஒரு வேதிவினையால் உருவாகும் பொருள்;** product.

வினோதம் பெ. *(-ஆக, -ஆன)* **வழக்கமானதாகவோ இயற்கையானதாகவோ இல்லாமல் மாறுபட்டு, வியப்பைத் தோற்றுவிப்பதாக அமைவது; விசித்திரம்;** strangeness; queerness; oddity. அவன் வினோதமான உடை அணிந்திருந்தான்./ உன்னால் மட்டும் எப்படி இவ்வாறு வினோதமாகச் சிந்திக்க முடிகிறது?/ இயற்கையின் வினோதம் மனிதனுக்கு எளிதாகப் புரிவதில்லை./ இந்த அருங்காட்சியகத்தில் பல வினோதமான பொருட்கள் வைக்கப்பட்டுள்ளன./ எதற்காக என்னை அப்படி வினோதமாகப் பார்க்கிறாய்?/ காட்டில் ஒரு வினோதமான சத்தம் எழுந்தது./ செவ்வாய் கிரகத்தில் வினோதமான உயிர்கள் இருக்கக்கூடும் என்று சிலர் கருதுகிறார்கள்.

விஜயதசமி பெ. **நவராத்திரியில் ஆயுதபூஜை முடிந்த மறுநாள் சக்தியை வழிபட்டுத் தொழில், படிப்பு முதலியவற்றின் துவக்கமாகக் கொண்டாடப்படும் விழா;** a festival on the day following ஆயுதபூஜை during நவராத்திரி in which worship is offered to a form of Sakti for blessings for any new enterprise or initiation of children's education.

விஜயம் பெ. *(அ.வ.)* **(ஒருவரின்) வரவு; (முக்கியமான நபர் ஓர் இடத்திற்கு) வருகை தருதல்;** arrival; visit (of a dignitary to a place). அமைச்சரின் திடீர் விஜயத்தால் மருத்துவமனையில் பரபரப்பு ஏற்பட்டது./ அயல்நாட்டுப் பிரதமரின் விஜயத்தை ஒட்டி வரவேற்பு ஏற்பாடு செய்யப்பட்டுள்ளது./ எங்கள் நகை மாளிகைக்கு விஜயம்செய்யுங்கள்.

விஷ்ணு பெ. **திருமால்;** Vishnu, the god in Hindu pantheon regarded as the preserver of the universe.

விஷக்கடி பெ. **விஷப் பூச்சிகள், விஷப் பாம்புகள் போன்றவற்றால் கடிக்கப்பட்டு ஒருவர் பாதிப்புக்கு உள்ளாகும் நிலை;** bite (of poisonous insect or snake). விஷக்கடி வைத்தியர்/ நான் விஷக்கடிக்கு மருந்து சாப்பிட்டுக்கொண்டிருக்கிறேன்./ 'காலில் என்ன வீக்கம்? பார்த்தால் விஷக்கடிபோல் இருக்கிறதே?'

விஷக் காய்ச்சல் பெ. **(மருத்துவர்கள் உடனடியாக இன்னதென்று காரணம் கண்டுபிடித்து உரிய சிகிச்சை அளிக்க முடியாமல்) பெருமளவில் பரவி, மக்களைப் பாதிக்கும் ஒரு வகை வைரஸ் கிருமியால் பரவும் காய்ச்சல்;** unknown viral fever. கிராமங்களில் பரவி வரும் விஷக் காய்ச்சலைக் கட்டுப்படுத்த அரசு உரிய நடவடிக்கைகள் எடுத்துவருகிறது.

விஷப்பரீட்சை பெ. **மிகவும் ஆபத்தானது என்று அறிந்தும் மேற்கொள்ளும் முயற்சி;** risky venture or course of action. இவ்வளவு முதல் போட்டு வேறு மொழியில் படம் எடுக்கும் விஷப்பரீட்சையில் இறங்க வேண்டுமா?

விஷம் பெ. **1: உட்கொள்வதன்மூலம் அல்லது உடலினுள் செலுத்தப்படுவதன்மூலம் மரணத்தை ஏற்படுத்தக்கூடிய தன்மை வாய்ந்த பொருள்; நஞ்சு;** poison. விஷம் குடித்துத் தற்கொலை செய்துகொண்டான்./ பாம்பின் விஷம் இன்று பல மருந்துகள் தயாரிக்கப் பயன்படுகிறது. **2:** *(பெயரடையாக வரும்போது)* **மேற்குறிப்பிடப்பட்ட தன்மையை உடையது;** sth. poisonous. தொழிற்சாலையிலிருந்து விஷ வாயு கசிந்து ஆயிரத்துக்கும் மேற்பட்டோர் இறந்தனர்./ விஷக் கிருமி/ விஷ ஐந்து.

விஷம்வை வி. *(-வைக்க, -வைத்து)* **(கொல்லும் நோக்கத்தோடு) உணவில் விஷத்தைக் கலந்து உண்ணச் செய்தல்;** kill with poison; administer poison to s.o. எனக்கு வரும் கோபத்திற்கு அவனை விஷம்வைத்துக் கொன்றுவிடலாம் போல் இருக்கிறது./ பெற்ற தாயே தன் பிள்ளைக்கு விஷம் வைப்பாளா?

விஷமம் பெ. *(-ஆக, -ஆன)* **1: தொந்தரவு ஏற்படுத்தக்கூடிய செயல்; குறும்புச் செயல்;** act of nuisance; pranks (of a child); mischief. குழந்தைகளின் விஷமத்தைப் பொருட்படுத்தலாமா?/ அவன் பார்வையிலேயே விஷமம் வெளிப்பட்டது./ அந்த அதிகாரி என்னை விஷமமாகப் பார்த்தார்./ விஷமமான பார்வை. **2: கெடுதல் செய்யும் நோக்கம்;** malice. அவன் பேச்சில் விஷமம் இருந்தது.

விஷமி பெ. *(பெரும்பாலும் பன்மையில்)* **சேதம் அல்லது கேடு விளைவிக்கும் நபர்;** (often in the plural) miscreant. திரையரங்கத்திற்குச் சில விஷமிகள் தீ வைத்தனர்.

விஷமுறி பெ. **நச்சு நிறைந்த பாம்பு, தேள் போன்ற உயிரினங்கள் கடித்தால், உடலில் ஏறும் விஷத்தின் பாதிப்பை நீக்கப் பயன்படும் மருந்து;** antitoxin.

விஷயஞானம் பெ. **ஒரு துறையைக் குறித்து ஒருவருக்கு இருக்கும் பரந்த அறிவு;** the quality of being well versed or well informed in a subject; savvy. மொழியியலில் நல்ல விஷயஞானம் உள்ளவர்.

விஷயம் பெ. **1: தகவல், செய்தி, விவரம் போன்றவற்றைக் குறிப்பிடும் பொதுச் சொல்;** a general term that covers information, news, subject, etc., under discussion. யார் உனக்கு இந்த விஷயத்தைச் சொன்னது?/ விஞ்ஞான விஷயங்களைப் பற்றி நிபுணரிடம்தான் கேட்க வேண்டும்./ வளவளவென்று பேசாதே. விஷயத்துக்கு வா./ என்ன விஷயமாக வந்தீர்கள்?/ இந்த விஷயத்தைப் பற்றி உங்கள்

கருத்து என்ன?/ இது உணர்வுபூர்வமான விஷயம்./ இந்த அரசியல் விஷயமெல்லாம் எனக்கு வேண்டாம்./ சினிமா விஷயம் மட்டும் சுவாரசியமாகப் பேசுவான்./ அவர் என்ன விஷயமாக உன்னைப் பார்க்க வந்தார்?/ சின்ன விஷயத்துக்கெல்லாம் கோபித்துக்கொண்டு அப்பாவிடம் பேசாமல் இருப்பதா?/ உன் அண்ணனுக்கு வேலை கிடைத்த விஷயத்தை என்னிடம் சொல்லவில்லையே?/ இந்த விஷயத்தை நாம் சற்று ஜாக்கிரதையாகப் பார்க்க வேண்டும். **2: (ஒன்றைக் குறித்த) விவகாரம்;** matter; issue. என் வேலை விஷயமாக அப்பா மதுரைக்குச் சென்றிருக்கிறார்./ வியாபார விஷயமாக உங்களிடம் பேச வேண்டும்./ வீட்டு விஷயங்களில் நான் தலையிடுவதில்லை./ கல்யாண விஷயத்தை அடுத்த வருடம் பார்த்துக்கொள்ளலாம்./ வீடு வாங்கும் விஷயம் என்னவாயிற்று? **3: திறமை; சரக்கு;** substance; stuff. அவனிடம் கொஞ்சம் விஷயம் இருக்கிறது என்பதை நாம் ஒப்புக்கொண்டாக வேண்டும்.

விஷ ஜுரம் பெ. காண்க: **விஷக் காய்ச்சல்.**

விஸ்தரி வி. (விஸ்தரிக்க, விஸ்தரித்து) **(அளவில், பரப்பில்) அதிகப்படுத்துதல்; விரிவாக்குதல்;** expand (a team, etc.,); extend (a building, etc.,); enlarge (the scope of a project, etc.,). அமைச்சரவையை விஸ்தரிக்கப்போவதில்லை என்று பிரதமர் கூறினார்./ பேருந்து நிலையத்தை விஸ்தரிக்க முடிவுசெய்தனர்./ ஏழைகளுக்கு வீடு வழங்கும் திட்டம் நாடு முழுவதும் விஸ்தரிக்கப்படும்.

விஸ்தாரம் பெ. (-ஆக, -ஆன) (அ.வ.) **1:** (இடத்தைக் குறித்து வரும்போது) **விரிந்த பரப்பு; விசாலம்;** spaciousness. கல்யாண மண்டபம் இன்னும் கொஞ்சம் விஸ்தாரமாக இருந்தால் நன்றாக இருக்கும்./ தொழிற்சாலை நிறுவ இன்னும் விஸ்தாரமான இடம் வேண்டும். **2:** (பேச்சு, எழுத்து குறித்து வரும்போது) **விரிவு; விளக்கமான விவரிப்பு;** elaboration. ஊருக்குப் போய் விட்டு வந்ததைப் பற்றி மாமா விஸ்தாரமாகச் சொல்லிக்கொண்டிருந்தார்.

விஸ்தீரணம் பெ. (அ.வ.) **(ஒரு இடத்தின்) பரப்பு; பரப்பளவு;** area. மொத்தம் நூறு ஏக்கர் விஸ்தீரணத்தில் கரும்பு சாகுபடி செய்கிறோம்./ இந்தக் காட்டின் விஸ்தீரணம் ஆயிரம் சதுர மைல் ஆகும்.

விஸ்வரூபம் பெ. **1: (புராணத்தில்) (இறைவன் எடுத்த) உலகம் அனைத்தையும் நிறைத்த உருவம்;** the form of god which is cosmic. குருக்ஷேத்திரத்தில் கண்ணன் அர்ஜுனனுக்கு விஸ்வரூப தரிசனம் தந்தார். **2: ஒன்று அல்லது ஒருவர் தனது திறமை, செல்வாக்கு போன்றவற்றை அதிக அளவு வெளிப்படுத்தும் நிலை;** (assume) gigantic proportion. ஆரம்ப காலத்தில் சாதாரண அணியாகக் கருதப்பட்ட இலங்கை அணி தொண்ணூறுகளில் விஸ்வரூபம் எடுத்தது./ 'வரப்போகும் திரைப்படத்தில் எனது விஸ்வரூபத்தை நீங்கள் பார்க்கப்போகிறீர்கள்' என்று அந்த இயக்குநர் நிருபர்களிடம் சொன்னார். **3: (ஒரு தன்மை, நிலைமை) உச்சத்தை அல்லது தீவிரத்தை அடையும் நிலை;** unmanageable proportion. இனப் பிரச்சினையின் விஸ்வரூபம் அரசுக்குச் சவாலாகிவிட்டது./ அவரது கோபம் விஸ்வரூபம் எடுத்தது./ இளவரசியை மணக்க வேண்டும் என்ற ஆசை தளபதியின் மனத்தில் விஸ்வரூபம் எடுத்தது.

வீக்கம் பெ. **(நீர், சீழ், இரத்தம் போன்றவை கோத்திருப்பதால் உடலின் ஓர் உறுப்பு அல்லது அடிபட்ட இடம்) வீங்கியிருக்கும் நிலை; புடைப்பு;** swelling; bulge. விரல் வீக்கம் இன்னும் வடியவில்லை./ கால் வீக்கம் குறைய ஒத்தடம் கொடு.

வீங்கு வி. (வீங்க, வீங்கி) **(நீர், சீழ், இரத்தம் போன்றவை கோத்திருப்பதால் உடல் உறுப்பு அல்லது அடிபட்ட இடம்) இயல்பான அளவைவிடப் பெருத்தல்; உப்புதல்;** swell; get inflamed. வயதாகிவிட்டதால் காலைத் தொங்கப்போட்டுக்கொண்டு நீண்ட நேரம் உட்கார முடிவதில்லை. வீங்கிவிடுகிறது./ விழுந்ததில் அடிபட்ட இடம் அதற்குள் இப்படி வீங்கிவிட்டதே!/ அழுதுஅழுது வீங்கிய முகத்துடன் வந்தாள்./ அறை வாங்கிய கன்னம் வீங்கியிருந்தது. [*(தொ.சொ.)* **உப்பு/ தடி/ புடை/ பெரு**]

வீச்சம் பெ. *(ஊரக வ.)* **நாற்றம்;** offensive smell. [*(தொ.சொ.)* **சுகந்தம்/ நறுமணம்/ நாற்றம்/ நெடி/ மணம்/ வாசனை**]

வீச்சரிவாள் பெ. **கூரிய முனையையும் நீண்ட வெட்டுப் பரப்பையும் சிறிய கைப்பிடியையும் கொண்ட ஒரு வகை அரிவாள்;** a chopper with a long, light blade.

வீச்சு பெ. **1: (ஒன்றில் விழும்படியாக அல்லது படும்படியாக ஒன்றை) வேகத்துடன் செலுத்தும் செயல்;** stroke; throw; hurl. ஒரே வீச்சில் அரிவாளால் வெட்டி வாழை மரத்தைச் சாய்த்தான்./ கல்வீச்சில் பலர் காயம்./ எல்லையில் குண்டு வீச்சு காலைவரை நீடித்தது. **2: (வாள், சிலம்பாட்டக் கழி போன்றவற்றை) சீராகவும் நேர்த்தியாகவும் வீசும் முறை;** the graceful way of handling a sword, etc., கம்பு வீச்சில் எத்தனையோ வகைகள் இருக்கின்றன. **3: (தெளிவாக உணரும் வகையில் இருக்கும் ஒன்று) விரிவாக அமைந்திருப்பது அல்லது பரவியிருப்பது;** sweep. சுதந்திரப் போராட்டத்தின் முழுவீச்சை நாடு முழுவதும் காண முடிந்தது./ வட்டாரச் சொற்களின் வீச்சை கி.ராஜநாராயணனின் கதைகளில் காணலாம்./ சொல் பயன்பாட்டின் வீச்சைக் காட்டுவதற்காக இந்த அகராதியில் நிறைய எடுத்துக்காட்டு வாக்கியங்கள் கொடுத்திருக்கிறோம். **4:** (-ஆக, -ஆன) (இலங்.) **விரைவு; வேகம்;** speed. வீச்சாக நடந்தால் ஐந்து நிமிடத்தில் கோயிலுக்குப் போய்விடலாம்./ வீச்சான நடை.

வீசம் பெ. (அ.வ.) **ஒன்றின் பதினாறில் ஒரு பகுதியைக் குறிக்கும் பின்ன அளவு;** the fraction 1/16.

வீசு வி. (வீச, வீசி) **1: (ஒன்றில் விழும்படியாக அல்லது படும்படியாக) வேகத்துடன் காற்றின் ஊடாகச் செலுத்துதல்; எறிதல்;** throw; fling. வேகமாக ஓடி வந்து பந்தை வீசினான்./ ஆர்ப்பாட்டக்காரர்கள் கற்களை வீசியதால் காவலர்கள் தடியடி நடத்தினார்கள்./ விமானங்கள் குண்டு வீசித் தாக்கின./ படகிலிருந்து கடலில் வலைவீசினான்./ (உரு வ.) திடீரென்று தன்னை நோக்கி ஒரு கேள்வி வீசப்பட்டதும் பதில் சொல்ல முடியாமல் திகைத்து நின்றான்./ (உரு வ.) எதிர்க்கட்சியினர் குற்றச்சாட்டுகளை அள்ளி வீசினர். **2: (கத்தி, கம்பு போன்றவற்றைப் பிடித்து) பக்கவாட்டில் அல்லது மேலும் கீழுமாக ஆட்டுதல் அல்லது அசைத்தல்; (கைகளை) ஆட்டுதல்;** brandish (a sword, etc.,); wave (the fan); move (the hands freely).

அந்த நடிகர் முறையாக வாள் வீசக் கற்றுக்கொண்டார்./ அரசருக்குப் பின்னால் இரண்டு பணிப்பெண்கள் சாமரம் வீசிக்கொண்டிருந்தனர்./ குழந்தை கைகளை வீசிக் கொண்டு நடந்து வந்தது./ அவன் சீக்கிரம் வீட்டுக்குப் போக வேண்டும் என்பதற்காகக் காலை வீசிப்போட்டு நடந்தான். **3: (காற்று, வாசனை முதலியவை) உணரக் கூடிய வகையில் பரவுதல்;** blow; waft. இரவுப்பொழுது தொடங்கியதும் காற்று நன்றாக வீசத் தொடங்கியது./ நூறு கிலோமீட்டர் வேகத்தில் புயல் காற்று வீசக்கூடும்./ திடீரென்று சாம்பார் மணம் வீசுகிறதே!/ வியர்வையினால் துர்நாற்றம் வீசாத அளவுக்கு உடலில் வாசனைத் திரவியங்களைப் பூசியிருந்தார். **4: (ஒளியை) உமிழ்தல்; (அடுப்பு போன்றவை நெருப்பைக் காற்றில்) மேல் எழும்பச் செய்தல்;** give out (light); emit (heat, etc). ஒளி வீசும் நட்சத்திரங்கள்/ உலை தீப் பிழம்புகளை வீசியது./ (உரு வ.) உங்கள் சிந்தனை, செயல், பேச்சு அனைத்திலும் உண்மை ஒளி வீசட்டும்.

வீசுகோல் பெ. **(வில்லுப்பாட்டு நிகழ்ச்சியில்) வில்லின் சலங்கை கட்டிய நாணில் தட்டி ஒலி எழுப்பப் பயன்படும் சிறிய கதை போன்ற கோல்;** a stick used for hitting the bow in வில்லுப்பாட்டு. நிகழ்ச்சியைத் தொடங்குவதற்கு முன் பயபக்தியுடன் வில்லைக் கும்பிட்டு வீசுகோலைக் கையில் எடுத்தார்./ அவன் வீசுகோலைக் கையில் எடுத்தால் போதும், நிகழ்ச்சி களைகட்டத் தொடங்கிவிடும். (பார்க்க, படம்: வில்லுப்பாட்டு)

வீசை பெ. (அ.வ.) **(தற்போது வழக்கில் இல்லாத) ஆயிரத்து நானூறு கிராம் நிறை கொண்ட நிறுத்தலளவை;** a (former) measure of weight, about 1400 grams.

வீட்டார் பெ. **(குறிப்பிடப்படும்) குடும்பத்தைச் சேர்ந்தவர்கள்;** members of the family (referred to). பெண் வீட்டார்/ பங்காளி வீட்டார்/ மாப்பிள்ளை வீட்டார்.

வீட்டுக்காரர் பெ. **1: வீட்டின் உரிமையாளர் அல்லது ஒரு வீட்டில் குடியிருப்பவர்;** the owner of a house; landlord; tenant. வீட்டுக்காரர் திடீரென்று வாடகையை 500 ரூபாய் உயர்த்திவிட்டார்./ இவர் என் எதிர் வீட்டுக்காரர்/ பக்கத்து வீட்டுக்காரரின் மகன் மருத்துவக் கல்லூரியில் படிக்கிறார்./ மாடி வீட்டுக்காரர். **2:** (பே.வ.) **கணவன்;** husband. உங்கள் வீட்டுக்காரர் எங்கே வேலைபார்க்கிறார்?/ இது என் வீட்டுக்காரரின் தங்கை.

வீட்டுக்காரி பெ. (பே.வ.) **1: வீட்டின் உரிமையாளராக அல்லது ஒரு வீட்டில் குடியிருப்பவராக இருக்கும் பெண்;** the owner of a house; landlord; tenant. இப்படி வீடு குப்பையாக இருப்பதை வீட்டுக்காரி பார்த்தால் அவ்வளவுதான்!/ எதிர் வீட்டுக்காரி/ பக்கத்து வீட்டுக்காரி. **2: மனைவி;** wife. என் வீட்டுக்காரிக்குத் தெரியாமல் என் தம்பிக்குப் பணம் கொடுத்தேன்.

வீட்டுக்காவல் பெ. **சிறைச்சாலையில் அல்லாமல் ஒருவரை அவருடைய வீட்டிலேயே சிறைப்படுத்தி வைக்கும் நடவடிக்கை;** house arrest. அந்த அரசியல் கட்சித் தலைவர் வீட்டுக்காவலில் வைக்கப்பட்டிருக்கிறார்.

வீட்டுக்கு அனுப்பு வி. (அனுப்ப, அனுப்பி) (பே.வ.) **(ஒருவரை) வேலையிலிருந்து நீக்குதல்;** dismiss (s.o. from service). வேலையை ஒழுங்காகச் செய்யாவிட்டால் வீட்டுக்கு அனுப்பிவிடுவார்கள்.

வீட்டுக் குடித்தனம் பெ. (சட்டம்) **முறைப்படித் திருமணம் செய்துகொண்டு கணவன் வீட்டிலேயே வசிக்கும் மனைவி;** legally wedded wife. நான் அவர் மனைவி என்றாலும் வீட்டுக் குடித்தனம் அல்ல.

வீட்டுப்பாடம் பெ. **(பள்ளி மாணவர்களுக்கு) வீட்டில் படித்துவிட்டு வருமாறு அல்லது எழுதிக்கொண்டு வருமாறு தரப்படும் பயிற்சி;** homework (for students). வீட்டுப் பாடம் எழுதிவிட்டு விளையாடப் போகலாம் என்று அம்மா கூறினாள்.

வீட்டுப் பிராணி பெ. காண்க: **வீட்டு விலங்கு.**

வீட்டுவாத்து பெ. **வெள்ளை, பழுப்பு என்று பல வண்ணங்களில் இருக்கும், முட்டைக்காகவும் கறிக்காகவும் வீடுகளில் வளர்க்கப்படும் வாத்து வகை;** duck. வீட்டு வாத்து மற்ற பறவைகள்போல் பறக்காது.

வீட்டு விலங்கு பெ. **(மாடு, குதிரை, நாய், பூனை போன்று) வீட்டில் செல்லப்பிராணியாக அல்லது பண்ணையில் வைத்து வளர்க்கும் விலங்கு;** domestic animal.

வீட்டோடு இரு வி. (இருக்க, இருந்து) **(வேறு இடத்தில் இருக்க வேண்டியவராக அல்லது வேறு இடத்துக்குப் போக வாய்ப்புள்ளவராக இருந்தும்) சூழ்நிலையின் காரணமாக வீட்டிலேயே இருத்தல்;** keep to one's house; (of a son-in-law) live with the wife's parents. என் மகள் பட்டப் படிப்புவரை படித்துவிட்டு இப்போது தன் அம்மாவுக்கு உதவியாக வீட்டோடு இருக்கிறாள்./ பணக்கார மாமனார் ஆயிற்றே, மாப்பிள்ளையைத் தன் வீட்டோடு இருக்க வைத்துவிட்டார்.

வீட்டோடு மாப்பிள்ளை பெ. **தன் மாமனார் வீட்டிலேயே மனைவியுடன் நிரந்தரமாக இருப்பவர்;** son-in-law who lives with his in-laws. பணக்கார வீட்டு சம்பந்தம் என்பதால் வீட்டோடு மாப்பிள்ளையாக இருக்க அவன் ஒப்புக்கொண்டான்.

வீடு பெ. **1: குடியிருப்பதற்காக (செங்கல், மண் முதலியவற்றால்) அமைக்கப்பட்டது;** house. நகரில் சொந்தமாக வீடு கட்டியிருக்கிறார்./ இந்தப் பகுதியில் வீட்டு வாடகை சற்று அதிகம். [(தொ.சொ.) **அரண்மனை/ குடிசை/ பங்களா/ மாளிகை**] **2: குடும்பம்;** family. இதே ஊரில்தான் என் மாமியார் வீடும் இருக்கிறது./ கிறிஸ்தவர் வீட்டுத் திருமணம் மாலையில்தான் நடக்கும்./ வீட்டைத் துறந்து சன்னியாசி ஆகிவிட்டார்./ எங்கள் வீட்டில் இன்று மீன் குழம்பு./ உங்கள் வீட்டுப் பையன் சரியான வால். **3: உலகத் தளைகளிலிருந்து விடுபட்ட முக்தி நிலை;** state of being (spiritually) liberated from the material world. **4:** (சோதி.) **ஒருவர் பிறந்த நேரத்தில் உதயமான ராசியை முதலாவதாகக் கொண்டு பன்னிரண்டு ராசிகளுக்கும் வகுக்கப்படும் இடம்;** the house (in one's horoscope). உங்கள் ஜாதகத்தில் ஐந்தாவது வீட்டில் குருவும் ஏழாவது வீட்டில் சனியும் இருக்கிறார்கள்.

வீடுகட்டு வி. (-கட்ட, -கட்டி) **ஒரு குறிப்பிட்ட பரப்புக்குள் எதிரிகளின் தாக்குதல் வர இயலாதவாறு**

எட்டுகளை முன்னும் பின்னும் வேகமாக வைத்துச் சிலம்பத்தைச் சுழற்றி வீசுதல்; move in measured steps (in the martial art சிலம்பம்).

வீடுபேறு பெ. காண்க: வீடு, 3.

வீடுவாசல் பெ. 1: **சொத்துகள் (குறிப்பாக வீடு);** property (especially house). அவருக்கு வீடுவாசல் என்று கோடிக் கணக்கில் சொத்து இருக்கிறது./ பூகம்பத்தில் ஆயிரக்கணக் கானோர் வீடுவாசலை இழந்து நிற்கின்றனர்./ வீடுவாசல் இருக்கிற மாப்பிள்ளைதான் அவருக்கு வேண்டுமாம். **2: குடும்பமும் குடும்பப் பொறுப்பும்;** family and family responsibilities. எத்தனை பேர் வீடுவாசலைத் துறந்து சுதந் திரப் போராட்டத்தில் ஈடுபட்டார்கள் என்பது உங்களைப் போன்ற இளைஞர்களுக்குத் தெரியுமா?/ அவனுக்கும் வீடு வாசல் என்று ஆகிவிட்டால் ஆடம்பரமாகச் செலவு செய் வதைக் குறைத்துக்கொள்வான்.

வீண் பெ. (-ஆக, -ஆன) **பயன் இல்லாதது; அநாவசியம்;** uselessness; futility; waste. உனக்காக நான் கஷ்டப்பட் டது எல்லாம் வீணாகப் போய்விடும்போல் இருக்கிறதே./ வீண் செலவு செய்யாதே./ வீணாக என் கோபத்தைக் கிள றாதே!/ அவனுக்குச் செய்த உதவிகள் எல்லாம் வீண்தான்./ வீண் கற்பனை/ வீணான ஆசைகளை மனத்தில் வளர்த்துக் கொள்ளாதே.

வீண்பேச்சு பெ. **(செயலில் காட்டாமல்) ஆரவாரமாகப் பேசும் பேச்சு; வாய்வீச்சு; வெற்றுப் பேச்சு;** brag. இந்த வீண்பேச்சுக்கு ஒன்றும் குறைவில்லை என்று மனைவி கிண்டல்செய்தாள்.

வீண்வம்பு பெ. **அநாவசியமான தலையீடு; வலுச் சண்டை;** unnecessary interference. ஏன் வீண்வம்புக்குப் போகிறாய்?

வீணடி வி. (-அடிக்க, -அடித்து) **ஒன்றைப் பயனற்றதாக ஆக்குதல் அல்லது ஒன்றைச் சரியான முறையில் பயன் படுத்தத் தவறுதல்;** waste; fail to use (an opportunity, etc.,); fritter away. என் நேரத்தை வீணடிக்காதே./ உனக்குக் கிடைத்த நல்ல சந்தர்ப்பங்களை இப்படி வீணடித்திருக்க வேண்டாம்.

வீணாக்கு வி. (-ஆக்க, -ஆக்கி) காண்க: **வீணடி.**

வீணாகு வி. (-ஆக, -ஆகி) **பயனற்றதாதல்;** be wasted. தண்ணீர் வீணாகிறது.

வீணீர் பெ. (இலங்.) **வாயிலிருந்து ஒழுகும் எச்சில்; உமிழ் நீர்;** dribble. குழந்தையின் கடை வாயில் வீணீர் வழிந் தது./ குழந்தையின் வீணீரைத் துடைத்துவிடு. இல்லாவிட் டால் சளிவைக்கும்.

வீணீர்வடி வி. (-வடிக்க, -வடித்து) (இலங்.) **எளிதில் கிடைக்காது என்று அறிந்தும் ஒன்றுக்காக ஏங்குதல்;** long for (s.o. or sth.). தனக்குப் பெரிய பதவி கிடைக்கும் என்று வீணீர்வடித்துக்கொண்டிருக்கிறார்./ எதற்கு அவளைப் பார்த்து வீணீர்வடித்துக்கொண்டிருக்கிறாய்?

வீணை பெ. (இசை) **அரை வட்டக் குடத்துடன்கூடிய, நீண்ட தண்டுப் பகுதியில் ஏழு தந்திகளைக் கொண்ட, கையால் மீட்டி வாசிக்கப்படும் இசைக் கருவி;** seven-stringed musical instrument with a gourd-like part, plucked with fingers.

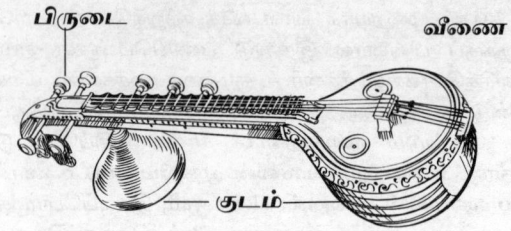

வீணை

வீதம் பெ. 1: **விகிதம்;** rate; ratio. அகலத்தை எந்த வீதத்தில் அதிகப்படுத்துகிறோமோ அதே வீதத்தில் நீளத்தையும் அதிகப்படுத்த வேண்டும்./ நவீன மருத்துவத்தின் காரண மாக இறப்பு வீதம் குறைந்துவருகிறது./ தனிவட்டி வீதம்/ கூட்டு வட்டி வீதம்/ ஒரு வேளைக்கு இரண்டு தேக் கரண்டி வீதம் இந்த மருந்தைக் குடித்துவரவும்./ ஒளி வினாடிக்கு 1,86,000 கிலோமீட்டர் வீதம் பயணம் செய் கிறது./ ஒவ்வொரு பத்திரிகையிலும் ஐம்பது பிரதிகள் வீதம் கடைக்கு வாங்குவார்./ ஒவ்வொருவருக்கும் ஐம்பது ரூபாய் வீதம் நூறு பேருக்கு வழங்கினார்./ ஒரு நாளைக்கு இரண்டு மாத்திரை வீதம் சாப்பிட்டுவருமாறு மருத்துவர் கூறினார். **2: (இலங்.) சதவீதம்;** per cent; percentage. மொத்த ஜனத்தொகையில் எண்பது வீதம் கிராமப்புறங்களில் வாழ் கின்றனர்.

வீதாச்சாரம் பெ. (கணி.) **விகிதாச்சாரம்;** ratio.

வீதி பெ. **கோயிலைச் சுற்றி அமைந்திருக்கும் நான்கு அகன்ற தெருக்களில் ஒன்று;** any of the four broad streets running around a temple.

வீதி நாடகம் பெ. **(பொதுமக்களிடையே முக்கியமான சமூகப் பிரச்சினை குறித்த விழிப்புணர்வை ஏற்படுத் தும் நோக்கத்தோடு) மக்கள் கூடும் இடத்தில், மேடை போன்றவை இல்லாமலும் நடிப்பவர்களுக்கு அதிக ஒப்பனை இல்லாமலும் நடத்தப்படும் நாடகம்;** street theatre (without stage and make-up).

வீதியுலா பெ. **(திருவிழாவின்போது) வீதிகள் வழியாக உற்சவமூர்த்தியை எடுத்துவரும் ஊர்வலம்;** procession of உற்சவமூர்த்தி along the streets during temple festival. இரவு வீதியுலாவின்போது நாகசுரக் கச்சேரி உண்டு.

வீம்பு பெ. **தனது செயலினால் எந்த நன்மையும் கிடைக் காது அல்லது தான் செய்வது சரியில்லை என்று தெரிந் தும் பிடிவாதமாக அதைச் செய்யும் போக்கு;** adamant attitude; obstinacy. வீம்புக்காக இதைச் செய்துவிட்டுப் பின் னர் வருத்தப்படாதே./ நீ என்ன சொல்வது, நான் என்ன கேட்பது என்ற வீம்பு. [(தொ.சொ.) *அழிச்சாட்டியம்/ அழும்பு/ பிடிவாதம்/ முரண்டு*]

வீர்யம் பெ. காண்க: **வீரியம்.**

வீரதீரம் பெ. **அசாத்தியத் துணிவோடு கூடிய வீரம்;** valour (used appreciatively). சோழர்களின் வீரதீரங்களைப் பறைசாற்றும் கல்வெட்டுகள்.

வீரம் பெ. **(ஆபத்து, துன்பம் முதலியவற்றைத் தைரியத் தோடு தாங்கி) எதிர்த்துப் போராடும் மனவலிமை;** heroism; bravery; courageousness. போரில் அவருடைய வீரத் தைப் பாராட்டாதவர் இல்லை./ கடத்தல்காரர்களுடன் வீரமாகப் போராடிக் காவல்துறையினர் பிணையாளிகளை மீட்டனர்./ தீப் பற்றிய வீட்டினுள் நுழைந்து ஒரு குழந்தை யைக் காப்பாற்றிய வீரச் செயலைப் பாராட்டி அவருக்கு விருது வழங்கப்பட்டது.

வீரம் பேசு வி. (பேச, பேசி) **(ஒருவர்) தன்னால் முடியாதது ஒன்றும் இல்லை என்று மிகுந்த ஆரவாரத்துடன் பேசுதல்; சவடால் அடித்தல்;** talk boastfully. சும்மா வீரம் பேசிக்கொண்டு திரிவதில் பயனில்லை. சொன்னபடி செய்து காட்டு, பார்ப்போம்?

வீர மரணம் பெ. **(ராணுவ வீரர், எல்லைக் காவல் படை வீரர் போன்றோர்) பணியின் தன்மைக்கு ஏற்ப நிலைமையைத் தைரியமாக எதிர்கொண்டதால் ஏற்பட்ட மரணம்;** heroic death (as when fighting a war) கார்கில் போரில் வீர மரணம் அடைந்த வீரர்களின் கல்லறை/ தீவிரவாதிகளுடன் நடந்த சண்டையில் காவல்துறையினர் மூன்று பேர் வீர மரணம் அடைந்தனர்.

வீரர் பெ. **1: (ஒரு கொள்கைக்காக) அஞ்சாமல் எதிர்க்கத் துணிந்தவர்;** one who fights (for a cause). சுதந்திரப் போராட்ட வீரர். **2: விளையாட்டில் கலந்துகொள்பவர்;** sportsman; athlete. கால்பந்தாட்ட வீரர்/ நீச்சல் வீரர். **3: வீரன் என்பதன் மரியாதை வடிவம்;** honorific form of *வீரன்*. அவர் ஒரு ராணுவ வீரர்.

வீரவிளையாட்டு பெ. **உடல் வலிமையையும் வீரத்தையும் வெளிப்படுத்தும் வகையில் பயிற்சி பெறும் சிலம்பம், மல்யுத்தம், ஜல்லிக்கட்டு போன்ற கலைகளைக் குறிக்கும் பொதுப்பெயர்;** martial art.

வீரன் பெ. **1: (அரசின்) படையில் பணிபுரிபவன்;** soldier. விமானப்படை வீரர்களின் அணிவகுப்பைப் பிரதமர் பார்வையிட்டார். **2: வீரம் மிகுந்தவன்;** brave man. அந்த வீரன் நாட்டிற்காகத் தன் உயிரையே கொடுத்தான். **3:** (ஊரக வ.) **(கிராமங்களில் ஐயனார் கோயில், மாரியம்மன் கோயில் போன்றவற்றில்) அரிவாளும் சுக்குமாத்தடியும் ஏந்தியிருக்கும் ஒரு ஆண் தெய்வம்;** a male deity in *ஐயனார்* or *மாரியம்மன்* temples in villages, which carries a sickle and a club.

வீராங்கனை பெ. **1: வீரம் மிகுந்தவள்;** woman warrior. வாள் ஏந்திப் போரிட்ட வீராங்கனை. **2: விளையாட்டுப் போட்டியில் கலந்துகொள்ளும் பெண்;** sportswoman; woman athlete. நீச்சல் போட்டியில் இருபது வீராங்கனைகள் கலந்துகொள்கிறார்கள்.

வீராதிவீரன் பெ. (அ.வ.) **வீரர்களுள் சிறந்த வீரன்;** the bravest of the brave. பல நாடுகளை வென்று வீராதிவீரனாக இருந்தான்.

வீராப்பு பெ. காண்க: **விறாப்பு.**

வீராவேசம் பெ. (-ஆக, -ஆன) **வீரத்தை வெளிப்படுத்தும் வெறி;** frenzy of heroism. வீராவேசமாகப் போராடும் பெண்/ வீராவேசமாகப் பேசுவார்.

வீரிடு வி. (வீரிட, வீரிட்டு) காண்க: **வீறிடு.**

வீரியம் பெ. **1: (மருந்தின்) சக்தி;** efficacy; potency (of medicine). குறைந்த வீரியம் உள்ள மாத்திரை. **2: (உடல்) பலம்;** strength; potency. உடலிலும் உள்ளத்திலும் வீரியம் பொருந்திய மக்கள்/ வீரியமிக்க காளைகள். **3: (பயிர் ரகங்களில்) அதிக அளவில் விளைச்சல் தரும் அல்லது உற்பத்தி செய்யும் சக்தி;** high yielding nature. வீரியம் உள்ள விதைகளை விவசாய அலுவலகம்மூலம் வழங்கினர்./ வீரிய இனக் கோழிகள். **4: கருவுறச் செய்யும் விந்தின் திறன்;** virility. 'இழந்துபோன வீரியத்தைப் பெற என்னிடம் வாருங்கள்' என்று ஒரு வைத்தியர் பத்திரிகையில் விளம்பரம் கொடுத்திருந்தார். **5: (ஒன்றின்) இயல்பான தன்மை அல்லது வலிமை;** natural strength. சூரிய ஒளியில் சில வகை நுண்ணுயிரிகள் வீரியத்தை இழந்துவிடுகின்றன./ அடர் கந்தக அமிலத்தை நீரில் கரைக்கும்போது அது வீரியத்தை இழந்துவிடுகிறது.

வீழ் வி. (வீழ, வீழ்ந்து) (உ.வ.) **1: விழுதல்;** fall. நெஞ்சில் அம்பு பாய்ந்ததும் அந்தப் போர் வீரன் குதிரையிலிருந்து கீழே வீழ்ந்தான். **2: தோல்வியடைதல்; வீழ்ச்சி அடைதல்;** get defeated. அலெக்ஸாண்டரின் படையெடுப்பால் நாடுகள் அடுத்தடுத்து வீழ்ந்தன./ சர்வாதிகாரம் வீழ்ந்து அந்த நாட்டில் ஜனநாயகம் மலர்ந்தது./ செரினா வில்லியம்ஸிடம் ரஷ்ய வீராங்கனையான மரியா ஷரபோவா வீழ்ந்தார். **3: (விக்கெட்) சாய்தல்; விழுதல்;** (of wickets in cricket) fall. டெண்டுல்கருடைய விக்கெட் வீழ்ந்ததும் இலங்கை அணியினர் உற்சாகத்தில் துள்ளிக் குதித்தனர்.

வீழ்ச்சி பெ. **1: (உற்பத்தி, விலை, பங்குச் சந்தை முதலியவற்றில் ஏற்படும்) சரிவு;** fall (in production, price, etc.,). கரும்பு உற்பத்தி வீழ்ச்சி/ அமோக உற்பத்தியினால் தானிய விலை வீழ்ச்சி அடைந்தது./ பசும்தேயிலை விலையில் ஏற்பட்ட வீழ்ச்சிக்குத் தீர்வு காணக் கோரி விவசாயிகள் போராட்டம் நடத்தினர்./ பொருளாதாரக் காரணங்களால் மட்டுமன்றி அரசியல் காரணங்களாலும் பணத்தின் மதிப்பு வீழ்ச்சி அடைகிறது. **2: (ஆட்சி) அகற்றப்பட்ட நிலை;** decline; fall (of a regime). ராணுவ ஆட்சியின் வீழ்ச்சிக்குப் பின் ஜனநாயகம் புது வேகம் பெற்றது./ அசோகருக்குப் பின் மௌரிய பேரரசு வீழ்ச்சியடையத் தொடங்கியது. **3: (ஒன்று அல்லது ஒருவர்) சிறந்த, மேன்மையான நிலையிலிருந்து தாழ்ந்த, மோசமான நிலையை அடைதல்; அழிவு;** decline; degeneration. திரைப்படங்களின் வருகை ஒருவகையில் நாடகத்தின் வீழ்ச்சிக்குக் காரணமாகிவிட்டது./ அரசியலில் அவருக்கு ஏற்பட்ட வீழ்ச்சியிலிருந்து அவர் மீளவேயில்லை./ வேளாண்மையில் ஏற்பட்ட வீழ்ச்சியை நாம் சரிசெய்ய வேண்டும்.

வீழ்த்து வி. (வீழ்த்த, வீழ்த்தி) **1: (தள்ளுதல், வெட்டுதல், சுடுதல் முதலிய செயல்களின் மூலம் ஒன்றை அல்லது ஒருவரை) கீழே விழச் செய்தல்;** fell (by means of sth.); shoot down. மரத்தை வெட்டி வீழ்த்தினான்./ விமானம் சுட்டு வீழ்த்தப்பட்டது. **2: தோல்வியடையச் செய்தல்;** defeat. முதல் சுற்று ஆட்டத்திலேயே முன்னணி ஆட்டக்காரரை வீழ்த்திவிடும் இளம் வீரர்களும் உண்டு./ திட்டமிட்டு எதிரிகளை வீழ்த்த வேண்டும்./ இந்திய அணியை வீழ்த்தி ஆஸ்திரேலிய அணி உலகக் கோப்பையைக் கைப்பற்றியது./ கூடைப்பந்துப் போட்டியில் தமிழக அணி மேற்கு வங்க அணியை வீழ்த்தியது. **3: (கிரிக்கெட்டில்) (பந்து வீச்சாளர் எதிரணி வீரரின் விக்கெட்டை) சாய்த்தல்;** (in cricket) take (one's wicket). அபாரமாகப் பந்து வீசி பத்து விக்கெட்டுகளை வீழ்த்திய அனில் கும்ப்ளே ஆட்ட நாயகனாகத் தேர்ந்தெடுக்கப்பட்டார்.

வீழி பெ. **வறண்ட நிலத்தில் வளரும், வெளிர் பச்சை, வெள்ளைப் பூக்கள் பூக்கும் புதர்ச்செடி;** Indian cadaba.

வீற்றிரு வி. (வீற்றிருக்க, வீற்றிருந்து) (உ.வ.) **உட்கார்ந்திருத்தல்; அமர்ந்திருத்தல்;** occupy an exalted position; sit in state. அரியணையில் அரசர் வீற்றிருந்த காலம் அது./

(உரு வ.) நாகரிகத்தின் உச்சியில் வீற்றிருப்பதாக நினைத்துக் கொள்கிறோம்./ (உரு வ.) என் இதயத்தில் அவள் வீற்றிருக் கிறாள்.

வீறாப்பு பெ. 1: **(செயலில் இல்லாமல்) பேச்சில் மட்டும் வீரத்தையும் தன்மானத்தையும் காட்டும் தன்மை;** boastful empty talk; bravado. 'அடுத்தவனிடம் கைகட்டி வேலைபார்க்க மாட்டேன்' என்று உன் வீட்டுக்காரர் வீறாப்பாகப் பேசிக்கொண்டிருந்தால் வருமானத்துக்கு என்னதான் செய்வது? 2: **வீம்பு; பிடிவாதம்;** mulishness. ஒரு சின்னப் பிரச்சினைக்காகச் சொந்தப் பையனிடம் போய் வீறாப்புக் காட்டலாமா?

வீறிடு வி. (வீறிட, வீறிட்டு) **(காதைத் துளைப்பது போன்று) திடீரென்று பலமாகக் கத்துதல்;** scream. ஏன் குழந்தை இப்படி வீறிட்டு அழுகிறது? பசியாக இருக் குமோ?/ பானைக்குள் தேளைப் பார்த்தவள் வீறிட்டாள்.

வீறு பெ. (உ.வ.) **எழுச்சி;** surge. மக்கள் வீறுகொண்டு எழுந்தனர்./ நம் அணியினர் பிற்பகுதியில் வீறுகொண்டு ஆடினர்./ சுதந்திரப் போராட்டக் காலத்தில் இவர் வீறு மிக்க பல நாடகங்களை நடத்தினார்.

வெக்கறை பெ. (இலங்.) **கூச்சப்படும் நபர்; சங்கோஜி;** shy person.

வெக்கை பெ. 1: **(சூரிய ஒளியிலிருந்தும் நெருப்பி லிருந்தும் வெளிப்படும்) வெப்பம்; உஷ்ணம்; அனல்;** heat. ஓலைக் குடிசையில் அவ்வளவாக வெக்கை இறங் காது./ இன்று காலையிலிருந்து ஒரே வெக்கையாக இருக் கிறது. [(தொ.சொ.) **அனல்/ உஷ்ணம்/ கதகதப்பு/ சூடு/ தகிப்பு/ வெப்பம்/ வெம்மை**] 2: காண்க: **வெக்கை நோய்.**

வெக்கை நோய் பெ. **மாடுகளுக்குக் காய்ச்சலையும் கழிச்சலையும் ஏற்படுத்தும், வைரஸ் கிருமிகளால் பர வும் ஒரு கொடிய நோய்;** rinderpest; cattle plague.

வெகிர்ப்பரு பெ. (இலங்.) **(வெயில் காலத்தில் வியர்வை யால் உடம்பில் தோன்றும்) வேர்க்குரு;** prickly heat. எனக்கு உடம்பு முழுக்க வெகிர்ப்பரு போட்டிருக்கிறது./ வெகிர்ப்பரு நீங்க நுங்குத் தண்ணியைத் தடவு.

வெகு[1] பெ.அ. **மிகவும்;** very. காய்கறி விலை வெகு மலிவு/ கதையின் ஆரம்பமே வெகு ஜோர்.

வெகு[2] இ.சொ. 1: **(குறிப்பிடப்படும்) தன்மையின் மிகுதி யைக் காட்ட அல்லது தன்மையை வலியுறுத்திக் கூறப் பயன்படுத்தப்படும் இடைச்சொல்;** particle used in the sense of 'very'. குதிரை வெகு வேகமாக ஓடத் தொடங் கியது./ வெகு விரைவில் புதிய அமைச்சரவை பதவி ஏற்கும்./ வைரஸ் கிருமிகள் வெகு வேகமாக நோயைப் பரப்பும்./ மண்புழு உரம் தயாரிப்பதைப் பற்றி நூலில் வெகு தெளி வாக விளக்கப்பட்டுள்ளது./ வெகு சுலபமாகப் பணம் சம்பாதிக்கலாம் என்று கனவு காணாதே. 2: **'(தூரத்தில், காலத்தில்) நீண்ட' என்ற பொருளில் பயன்படுத்தப் படும் இடைச்சொல்;** particle used in the sense of '(in space and time) long'. இந்த ஊருக்குத் தண்ணீர் வெகு தொலை விலிருந்து கொண்டுவரப்படுகிறது./ வெகு தூரத்திலிருந்து பார்த்தாலே கோபுர உச்சியில் எரியும் விளக்கு தெரியும்./ வெகு நேரமாய் உனக்காகக் காத்திருக்கிறேன்./ நாங்கள் வெகு நாட்களாக நண்பர்கள்.

வெகுசில பெ. **மிகக் குறைந்த எண்ணிக்கை; ஒருசில;** very few. ஆரம்பத்தில் வெகுசில நகரங்களில் மட்டுமே இருந்த இணைய வசதி இப்போது கிராமங்கள்வரை பரவி விட்டது./ அவன் வேலைக்குச் செல்லாமல் இருந்தது வெகுசில நாட்கள் மட்டும்தான்.

வெகுசிலர் பெ. **மிகக் குறைந்த எண்ணிக்கையிலான நபர்கள்;** very few persons. அணிக்காக நிறைய பேரைத் தேர்ந்தெடுத்தாலும் வெகுசிலரே நல்ல வீரர்களாகப் பிர காசிக்கின்றனர்./ இந்த வகையான கார்கள் சென்னையில் வெகுசிலரிடம் மட்டுமே உள்ளன.

வெகுமதி பெ. **பரிசு; சன்மானம்;** reward. அரசர் புலவ ருக்குத் தக்க வெகுமதி அளித்துக் கௌரவித்தார்./ இப் படத்தில் இருக்கும் நபரைக் கண்டுபிடித்துத் தருபவருக்கு ஐம்பதாயிரம் ரூபாய் வெகுமதியாகக் கிடைக்கும்.

வெகுமானம் பெ. **வெகுமதி;** reward. என் உழைப்புக்குக் கிடைத்த வெகுமானம் இதுதானா?

வெகுவாக வி.அ. **அதிக அளவில்; மிகவும்;** very much. புயல் தென் மாநிலங்களை வெகுவாகப் பாதித்தது./ நோயை மருந்து வெகுவாகக் கட்டுப்படுத்தியிருக்கிறது./ அவர் உன்னை வெகுவாகப் பாராட்டினார்.

வெகுள் வி. (வெகுள, வெகுண்டு) (உ.வ.) **கடும் கோபம் கொள்ளுதல்; ஆவேசம் அடைதல்;** be enraged. அநீதி யைக் கண்டு அவர் வெகுண்டார்./ தான் மிகவும் நம்பிய நண்பனின் துரோகம் அவரை வெகுள வைத்தது.

வெகுளி பெ. (-ஆக, -ஆன) **கள்ளங்கபடு இல்லாத நபர்; அப்பாவி;** frank and innocent person. 'நீ ஒரு வெகுளி, அவன் சொன்னதை எல்லாம் அப்படியே நம்பிவிட்டாய்' என்று கிண்டல்செய்தாள்./ நீ நினைப்பதுபோல் அவன் ஒன்றும் வெகுளி அல்ல, சரியான காரியக்காரன்.

வெகுளித்தனம் பெ. (-ஆக, -ஆன) **கள்ளங்கபடமற்ற தன்மை;** the quality of being naive. பக்கத்தில் அமர்ந்தி ருந்த சிறுவன் அவனைப் பார்த்து வெகுளித்தனமாகச் சிரித்தான்./ நான் வெகுளித்தனமாகத்தான் அவனிடம் கேட்டேன். அதற்குப் போய் அவன் கோபித்துக்கொண் டான்./ இந்தப் பேட்டியில் அவருடைய வெகுளித்தனத்தை நாம் காணலாம்.

வெகுஜனம் பெ. **பெரும்பாலான மக்கள்; பொதுமக்கள்;** public; mass. பல வெகுஜன அமைப்புகள் வெள்ள நிவாரண நிதி அளித்தன./ வெகுஜன ஆதரவு இருந்தால் மட்டுமே இந்தத் திட்டம் நிறைவேறும்./ தொலைக்காட்சி ஒரு வெகுஜனத் தொடர்புச் சாதனம் ஆகும்./ வெகுஜன இயக்கம்/ வெகுஜனச் செல்வாக்கு/ வெகுஜன விரோதப் போக்கு பயனளிக்காது என்பதை எல்லாக் கட்சிகளும் புரிந்துகொண்டுள்ளன./ வெகுஜனக் கருத்து/ வெகுஜனப் போராட்டம்./ வெகுஜனப் பத்திரிகைகள்தான் நிறைய விற்பனையாகின்றன./ வெகுஜன ரசனைக்குத் தீனி போடும் திரைப்படங்கள்.

வெங்கலம் பெ. (பே.வ.) காண்க: **வெண்கலம்.**

வெங்காயத்தாமரை பெ. **(குளம், ஏரி போன்ற நீர்நிலை களில் விரைவாகப் படர்ந்து வளரும்) குழல் போன்ற தண்டையும் இளம் ஊதா நிற மலர்களையும் உடைய ஒரு வகைக் கொடி;** water hyacinth. வெங்காயத்தாமரை படர்ந்திருக்கும் குளத்தில் ஜாக்கிரதையாக நீந்த வேண்டும்.

வெங்காயத்தாள் பெ. **முழுவளர்ச்சி அடையாத வெங் காயத்தைப் போன்ற அடிப்பகுதியும் குழல் போன்ற இலைச் சுருளையும் கொண்டிருக்கும் காய்கறி;** a kind of vegetable with a tubular slender leaf and with a bottom that resembles an undeveloped onion bulb.

வெங்காயம் பெ. **உரிக்கஉரிக்கத் தனித்தனியாக வந்து விடக்கூடிய தோல் அடுக்குகளால் ஆன, நறுக்கினால் கண்ணில் நீரை வரவழைக்கும், காரச் சுவைகொண்ட, தரைக்குக் கீழே வளரக்கூடிய தண்டுப் பகுதியை உடைய, சமையலில் பயன்படும் ஒரு வகைப் பூண்டு/ அந்தத் தாவரத்தில் தரைக்குக் கீழே வளரக் கூடிய தண்டுப் பகுதி;** onion. காய்கறிக் கடைக்குப் போனால் வெங்காயமும் உருளைக்கிழங்கும் வாங்கி வா./ வெங்காய சாம்பார்.

வெங்காய வடகம் பெ. **அரிசிக் கூழுடன் வெங்காயம் சேர்த்துப் பிசைந்து சிறு துண்டுகளாகக் கிள்ளி வெயி லில் உலர்த்திவைத்துக்கொண்டு வேண்டும்போது பொரித்துக்கொள்ளும் துணை உணவு;** combination of onion and rice ground and cooked, pinches of which are dried in sun to be fried for use as side dish.

வெங்காயவெடி பெ. **கடினமான பரப்பில் மோதும்படி விசையோடு எறிந்தால் வெடிக்கும், உருண்டையாக இருக்கும் ஒரு வகை வெடி;** a kind of cracker which explodes when dashed against anything hard.

வெங்கார் பாய் வி. (பாய, பாய்ந்து) (ஊரக வ.) **(கோடையில் காய்ந்து பாளம்பாளமாக வெடித்துக் கிடக்கும் வயலில்) ஆற்றில் தண்ணீர் வந்ததும் சேறாக்கு வதற்காக முதலில் தண்ணீர் பாய்ச்சுதல்;** let water into the dry and caked field for puddling. வெங்கார் பாயவே வாய்க்காலில் இன்னும் தண்ணீர் வரவில்லை. எப்படிச் சாகுபடியைத் துவக்க முடியும்?/ பாதிக் கிராமத்துக்குகூட வெங்கார் பாயவில்லை. அதற்குள் காவிரியில் தண்ணீர் வரத்து நின்றுவிட்டது.

வெங்காரம் பெ. **(மருந்தாகப் பயன்படும்) இயற்கை யாகக் கிடைக்கும் வெள்ளை நிற உப்பு;** borax.

வெஞ்சனம் பெ. (வ.வ.) **காய்கறி, பருப்பு முதலியவற் றால் செய்யப்படும், உணவுடன் சேர்த்து உண்ணும் துணை உணவு;** side-dish of vegetables and dhal. சாப் பாட்டுக்கு வெஞ்சனம் ஒன்றும் செய்யவில்லையா என்று அம்மாவிடம் கேட்டான்.

வெட்கக்கேடு பெ. (-ஆன) **வெட்கித் தலை குனிய வேண்டிய நிலை;** disgrace; shameful act. இவ்வளவு வய தாகியும் சவரம் செய்துகொள்ளத் தெரியாதா? வெளியே சொல்லாதே, வெட்கக்கேடு./ வெட்கக்கேடான சம்பவம்.

வெட்கப்படு வி. (-பட, -பட்டு) **தன்னைப் புகழும் போது ஒருவர் கூச்சப்படுதல்; நாணுதல்;** feel shy. 'நீ அழகாகப் பாடினாய்' என்று சொன்னதும் சிறுமி வெட்கப்பட்டுத் தலையைக் கவிழ்ந்துகொண்டாள்.

வெட்கம் பெ. 1: **பிறர் முன்னிலையில் இயல்பாக இருக்க முடியாத அல்லது தன் விருப்பத்தைத் தெரிவிக்க முடி யாத தயக்க உணர்வு; நாணம்;** shyness; bashfulness. மாப்பிள்ளையைப் பார்க்க வெட்கம், அதனால் தூண் மறை வில் நிற்கிறாள்./ குழந்தை வெட்கத்துடன் அம்மாவை ஒட்டி நின்றுகொண்டது. [(தொ.சொ.) **கூச்சம்/ நாணம்**] 2: **அவமானம்;** shame; disgrace. ஒரு சிறுவனிடம் சண்டை போட உனக்கு வெட்கமாக இல்லையா?/ நாங்கள் எல்லோரும் வெட்கப்படும்படியான காரியத்தை நீ செய்து விட்டாய்.

வெட்கிப்போ வி. (-போக, -போய்) (இலங்.) **(ஒருவர் தான் செய்த) தவறை நினைத்துக் கூச்சப்படுதல்;** be overcome by a sense of shame. அவர் எங்களைப் பற்றித் தவறாகக் கதைத்ததை நாம் அறிந்துவிட்டோம் எனத் தெரிந்ததால் வெட்கிப்போய்ப் பேசாமல் போகிறார்./ வாழைக்குலையைக் களவெடுத்த செய்தி ஊருக்கே தெரிந் ததால், அவன் வெட்கிப்போய் வீட்டைவிட்டு வெளியே வரவில்லை.

வெட்கு வி. (வெட்க, வெட்கி) (உ.வ.) **அவமானம் அடைதல்;** feel disgraced. நாங்கள் வெட்கித் தலைகுனி யும்படி ஒரு செயலைச் செய்துவிட்டாயே./ மனைவியை அடித்தது வெட்கும்படியான செயல் இல்லையா?

வெட்டரிவாள் பெ. **(மரம், கிளை போன்றவற்றை வெட்டப் பயன்படும்) வளைந்த நுனிப் பகுதியை உடைய ஒரு வகை அரிவாள்;** chopper with a heavy curved blade.

வெட்டவெளி பெ. **(மரம், கட்டடம் போன்றவை இல்லாத) பரந்த இடம்; திறந்தவெளி;** open space; plain ground without any vegetation. வெட்டவெளியில் நின்றபோதுதான் நீல வானத்தின் அழகு தெரிந்தது./ அறுவடை முடிந்த பின் வயல்கள் வெட்டவெளியாகக் காட்சி அளித்தன.

வெட்டவெளிச்சம் பெ. 1: (-ஆக, -ஆன) **(ஒரு மோச மான செயல், தன்மை போன்றவை வெளிப்பட்டு) எல்லோராலும் அறியப்படும் நிலை; வெளிப்படை;** being obvious or evident; self-evident nature. அலுவலகத்தில் அவன் செய்த தில்லுமுல்லுகள் வெட்டவெளிச்சமாகிவிட் டன./ இது சாதாரணத் தொழில் தகராறு என்று கூறிவந்தது உண்மை அல்ல என்பது வெட்டவெளிச்சம். 2: **எதையும் தெளிவாகப் பார்க்கக்கூடிய அளவுக்குப் பிரகாசம்;** broad daylight. பட்டப்பகலில் வெட்டவெளிச்சத்தில் இந்தப் படுகொலை நடந்திருக்கிறது.

வெட்டி பெ. (-ஆக, -ஆன) (பே.வ.) **பயனற்றது; வீண்;** being useless; sth. unprofitable. பொழுதை வெட்டியாகக் கழிக்காதே!/ இந்த வெட்டி வேலைபார்ப்பதற்காகவா என்னை ஊரிலிருந்து வரச் சொன்னாய்?/ வெட்டிப் பேச்சு./ வெட்டிப் பயல்.

வெட்டிப்பேச்சு பெ. **(ஒருவரின்) பொருளற்ற அல் லது பயனற்ற பேச்சு;** idle talk. சம்பாதிக்காவிட்டாலும் இந்த வெட்டிப்பேச்சுக்கு ஒன்றும் குறைவில்லை என்று அப்பா முணுமுணுத்தார்./ வெட்டிப்பேச்சு பேசிக்கொண் டிருக்காமல் வேலையைப் பார் என்று அம்மா திட்டினாள்.

வெட்டிமுறி வி. (-முறிக்க, -முறித்து) (பே.வ.) **(இகழ்ச்சித் தொனியில் கூறும்போது) முக்கியமான அல்லது சிறப் பான செயலைச் செய்தல்; சாதித்தல்;** (ironically) do a wonderful job. நீ வீட்டில் வெட்டிமுறித்தது போதும். கடைக்குப் போய் இந்தச் சாமான்களை வாங்கி வா./ துவைத்துப்போட்ட துணிகளைக் காய வைக்காமல்கூட அப்படி என்ன வெட்டிமுறித்துக்கொண்டிருந்தாய்?

வெட்டியான் 1234

வெட்டியான் பெ. (முன்பு சுடுகாட்டில்) **பிணத்தை எரிக்கும் அல்லது குழி வெட்டிப் புதைக்கும் பணியைச் செய்த நபர்;** one who is engaged by the local community or authority for burning and burying corpses.

வெட்டிரும்பு[1] பெ. **சுத்தியலால் அடிப்பதற்கு ஏற்ற தடித்த மேல்பகுதியும் பட்டையாக இருக்கும் நுனியும் கொண்ட (கம்பி, தகடு போன்றவற்றை வெட்டுவதற்குப் பயன்படுத்தும்) ஒரு வகை உளி;** chisel (used for cutting iron rods, sheets, etc.,).

வெட்டிரும்பு[2] பெ. (இலங்.) **கள்ளச்சாராயம்;** illicit liquor. ஒரு மனுஷன் காலையிலேயே வெட்டிரும்பைக் குடித்துவிட்டு வேலைக்குப் போகாமல் படுத்துக்கிடப்பானா என்று அம்மம்மா ஏசினாள்.

வெட்டி விழுத்து வி. (விழுத்த, விழுத்தி) (இலங்.) காண்க: **வெட்டிமுறி.**

வெட்டிவேர் பெ. **(நீர்ப் பாங்கான இடங்களில் வளரும்) ஒரு வகைப் புல்லின் மணம் மிகுந்த வேர்;** cuscus grass. பானையில் நீரை ஊற்றி வெட்டிவேர் போட்டு வைத்திருக்கிறேன்./ வெட்டிவேர்த் தட்டி.

வெட்டு[1] வி. (வெட்ட, வெட்டி) **அ.** (கருவியைப் பயன்படுத்தித் துண்டாக்குதல், பிரித்தல் தொடர்பான வழக்கு) **1: (கத்தி, அரிவாள் போன்றவற்றால்) துண்டித்தல்; (கத்தி, கத்தரிக்கோல் போன்றவற்றால்) நறுக்குதல்; துண்டாக்குதல்;** cut; cut off; chop; slice. தந்திக் கம்பியைத் தொட்டுக்கொண்டிருந்த கிளைகளை வெட்டினார்கள்./ இந்த முனை மழுங்கிய கத்தியால் வெண்ணெயைக்கூட வெட்ட முடியாது./ குளித்துவிட்டு வந்தவுடன் நகத்தை வெட்டு./ பத்திரிகையில் வரும் அழகான படங்களையெல்லாம் என் தங்கை வெட்டி எடுத்துத் தனியே வைத்துக்கொள்வாள்./ காய்கறிகளைப் பொடியாக வெட்டி வைக்கவும்./ ரொட்டியை வெட்டிக் கொடுங்கள். [(தொ.சொ.) **அரி/ அறு/ உடை/ ஒடி/ கிழி/ கீறு/ துண்டி/ நறுக்கு/ பிடு/ பிள/ முறி**] **2: செதுக்குதல் போன்ற செயல்களின் மூலம் ஒரு பரப்பின் ஒரு பகுதியை நீக்குதல்;** trim; pare (with a spade). மண்வெட்டியால் வரப்பை வெட்டி ஒழுங்குபடுத்தினான்./ பாறையை வெட்டிச் செய்த படிகள். **3: (மண்வெட்டி, கடப்பாரை போன்றவற்றைக் கொண்டு ஒரு இடத்தை) தோண்டுதல்;** dig (out); construct (by digging). கிணறு வெட்ட ஆட்கள் வருகிறார்கள்./ செத்தக் கிடந்த நாயைச் சாலையோரத்தில் குழி வெட்டிப் புதைத்தோம். **4: (பூமியின் அடியில் அல்லது மலையில் இருக்கும் கனிமம், தாது போன்றவற்றை வெளியே கொண்டுவருவதற்காக) மிகவும் ஆழமாகப் பள்ளம் பறித்தல்;** dig. சுரங்கம் வெட்டித்தான் தங்கம் எடுக்க முடியும்./ நிலக்கரி வெட்டி எடுக்கும் இயந்திரம்/ இந்தத் தாது மலைகளிலிருந்து வெட்டி எடுக்கப்படுகிறது. [(தொ.சொ.) **அகழ்/ தோண்டு/ பறி**] **5: (கல், உலோகம் போன்றவற்றில் எழுத்து, குறியீடு போன்றவற்றை) பொறித்தல் அல்லது பதித்தல்;** inscribe (on a slab of stone); engrave (on metal). அரசர்கள் தாங்கள் பெற்ற வெற்றிகளைக் கல்லில் வெட்டி வைத்திருக்கிறார்கள்./ எவர்சில்வர் குடத்தில் யார் பெயர் வெட்ட வேண்டும்? **ஆ.** (நீக்குதல் தொடர்பான வழக்கு) **6: (திரைப்படம், ஒரு படைப்பு போன்றவற்றில் ஆட்சேபகரமான அல்லது தேவையில்லாத பகுதியை) நீக்குதல்;** censor (anything objectionable and unnecessary). வன்முறையைத் தூண்டும் விதத்தில் இருந்த காட்சிகளைத் தணிக்கைக் குழு வெட்டிவிட்டது. **7: (சில விளையாட்டுகளில் எதிராளியின் காயை) ஆட்டத்திலிருந்து நீக்குதல்;** cut out; (in certain games) eliminate (a piece, etc.,). நீ உன் குதிரையை எந்தக் கட்டத்தில் நகர்த்தினாலும் நான் வெட்டுவேன் என்றான். **இ.** (பிற வழக்கு) **8: (பேச்சை) மறுத்தல்; தடுத்தல்;** oppose; argue against. அவர் தெரிவித்த கருத்தை ஒட்டியும் வெட்டியும் பேசினார்கள்./ அப்பாவின் பேச்சை வெட்டுகிற மாதிரி மாமா பதில் சொன்னார். **9: (கை, கால் முதலிய உறுப்புகள் நோயால்) ஒரு பக்கமாகச் சுண்டப்படுதல்;** (of limbs) twitch. வலிப்பு நோய் வந்து கீழே விழுந்தவரின் கைகால்கள் வெட்டி இழுத்தன. **10: (மின்னல்) மின்னுதல்;** (of lightning) strike. மின்னல் வெட்டும் நேரம்கூட இருக்காது. அதற்குள் இது நடந்துவிட்டது. **11:** (பே.வ.) **(சாப்பாட்டை) வயிறு நிரம்ப உண்ணுதல்;** devour (food); eat with avidity. கோழிக் குழம்பு என்றால் நன்றாக வெட்டுவான். **12: ஆடு, கோழி முதலியவற்றை உணவுக்காகக் கொல்லுதல்;** kill. கிடா வெட்டி விருந்து வைத்தார். **13: கொலை செய்வதற்கு அரிவாளால் தாக்குதல்;** attack with a sickle (to murder). கோபத்தில் சொந்த மாமனையே வெட்டிவிட்டுச் சிறைக்குச் சென்றவன் அவன். **14: (கோடுகள், சாலைகள் போன்றவை ஒன்றுக்கொன்று) குறுக்கிடுதல்;** cross. இரு கோடுகளும் ஒன்றையொன்று வெட்டாமல் நேராகச் செல்ல வேண்டும்.

வெட்டு[2] பெ. **1: வெட்டும் செயல்;** stroke; blow; chop. ஒரே வெட்டில் கட்டை இரண்டு துண்டாக விழுந்தது. **2: (திரைப்படத்தில் காட்சி) நீக்கம்;** cut. இந்தப் படம் பல இடங்களில் வெட்டுக்கு உள்ளாகியிருக்கிறது.

வெட்டுக்கத்தி பெ. (இலங்.) **(மரம், இறைச்சி போன்றவற்றை வெட்டப் பயன்படும்) நீண்ட பிடியுடன் இருக்கும் சற்றுப் பெரிய அரிவாள்;** a large knife with a long handle (used to cut a tree or chop mutton, fish, etc.,).

வெட்டுக்காயம் பெ. **(அரிவாள், கத்தி முதலியவற்றால் உடம்பில் ஏற்படும்) காயம்;** cut; slash. இறந்தவரின் உடலில் பல வெட்டுக்காயங்கள் காணப்பட்டன.

வெட்டுக்கிளி பெ. **1: (புல், இலைகள் போன்றவற்றை உண்டு வாழும்) நீண்டு மடங்கிய பின்னங்கால்களை உடைய, பச்சை அல்லது பழுப்பு நிறப் பூச்சி;** grasshopper. **2: மேற்குறிப்பிட்ட பூச்சி இனத்தைச் சேர்ந்ததும் கூட்டம்கூட்டமாக வந்து பயிர்களுக்குச் சேதம் விளைவிப்பதுமான ஒரு பூச்சி;** locust.

வெட்டுக்குத்து பெ. **அரிவாள், கத்தி போன்ற ஆயுதங்களால் ஒருவரை ஒருவர் தாக்கிக்கொள்ளும் செயல்;** murderous attack; violent clash. அண்ணனுக்கும் தம்பிக்கும் எப்போதும் வெட்டுக்குத்துதான்./ இரண்டு தரப்பினருக்கும் இடையே பேச்சுவார்த்தையில் ஆரம்பித்த சண்டை முற்றிப்போய் வெட்டுக்குத்தில் முடிந்தது.

வெட்டுக் கூடை பெ. (ஊரக வ.) **(மண்ணை வெட்டித் தலைச்சுமையாக அள்ளிச்சென்று) கொட்ட வேண்டிய**

இடத்தில் விசிறிக் கொட்டுவதற்கான தட்டு போன்ற கூடை; flat, broad basket for carrying earth on head to spread it thin by casting. மண்வெட்டியும் வெட்டுக் கூடையும் எடுத்துக்கொண்டு வயலுக்குக் கிளம்பினார்கள்.

வெட்டுங்குதிரை பெ. (ஊரக வ.) (கோயில் உற்சவத்தின்போது பெருமாள் அமர்ந்து வரும்) முன்னங்கால்களை தூக்கி நிற்கும் (பெரும்பாலும் தங்கத் தகடு பதிக்கப்பட்ட) குதிரை வாகனம்; a rearing (usually gold plated) horse mount for Perumal during temple festival.

வெட்டுத் தீர்மானம் பெ. அரசின் நிதி மசோதாவை ஏற்கவில்லை என்று தெரிவிக்க, அரசு கோரும் தொகையைப் பெயரளவில் குறைப்பதற்கு உறுப்பினர் கொண்டுவரும் ஒரு தீர்மானம்; cut motion (in the Parliament or State Legislatures).

வெட்டுப்பல் பெ. உணவுப் பொருளைக் கடிக்கும்போது முதலில் பயன்படுத்தும், பல் வரிசையின் நடுவில் இருக்கும் பற்களில் ஒன்று; incisor tooth. வெட்டுப்பல் மற்ற பற்களைவிடச் சற்றுத் தட்டையாகவும் கூராகவும் இருக்கும்.

வெட்டுமாலை பெ. (ஊரக வ.) (வயலின் மேடான பகுதியை மட்டமாக்குவதற்கு) நிலத்தில் பாத்தி போல் வெட்டி அங்கிருந்து கட்டிகளாக மண்ணை வெளியேற்றிய இடம்; narrow, long ditch formed when earth is scooped in lumps to lower the level of the ground. இந்த இடத்தில் வயல் மேடு. இங்கே இரண்டு வெட்டுமாலை வைக்க வேண்டும்.

வெட்டை[1] பெ. காண்க: மேகவெட்டை.

வெட்டை[2] பெ. (இலங்.) வெட்டவெளி; open space. வெட்டைக்குள் யாரையோ வெட்டிப் போட்டிருக்கிறார்கள்.

வெடவெட வி. (வெடவெடக்க, வெடவெடத்து) (பே.வ.) (கடுங்குளிரினால் அல்லது பயத்தால் உடல்) அதிக அளவில் வேகத்துடன் நடுங்குதல்; shiver (markedly). அதிகாலையில் ஆற்றில் குளித்துவிட்டு ஈர வேட்டியுடன் வெடவெடத்தபடி நின்றான்./ சிறு வயதில் அவரைப் பார்க்கும்போது எனக்குக் கைகாலெல்லாம் வெடவெடக்கும்.

வெடவெட-என்று[1] வி.அ. (உடல் நடுங்குவதைக் குறிக்கும்போது) அதிக அளவில் வேகமாக; (of shivering) uncontrollably. மழையில் முழுவதுமாக நனைந்துவிட்டதால் உடம்பு வெடவெடவென்று நடுங்க ஆரம்பித்துவிட்டது.

வெடவெட-என்று[2] வி.அ. (ஊரக வ.) (உடல்) மெலிந்தும் உயரமாகவும்; tall and lean. வெடவெடவென்று உன்னோடு ஒரு பையன் வந்தானே, அவன் யார்?/ வெடவெடவென்று சிவப்பாக இருப்பாரே, அவர்தான் உன் மாமாவா?

வெடவெட-என்று[3] வி.அ. தண்ணீர் போன்றவை அதிகம் கலந்திருப்பதால் தடிப்பாக இல்லாத (திரவம்); too dilute. பால் வெடவெட என்று இருக்கிறது, காப்பிக்கு உதவாது./ கொஞ்சமாக தண்ணீர் விடச் சொன்னால் நிறைய விட்டு மாவை வெடவெட என்று கரைத்துவிட்டார்.

வெடி[1] வி. (வெடிக்க, வெடித்து) அ. (ஒலியுடன் பிளத்தல் அல்லது வெளிப்படுதல் தொடர்பான வழக்கு) 1: (உள்ளே இருப்பது அதிக அழுத்தத்தினால் வேகத்துடன் வெளியேறுகிற வகையில் அல்லது வெப்பம், தீ போன்றவற்றால் ஒன்று) ஓசையோடு பிளத்தல்; burst; erupt. எரிமலை வெடித்துத் தீக் குழம்பைக் கக்கியது./ குறிப்பிட்ட வெப்பநிலைக்கு மேல் போனால் கொதிகலன் வெடித்துவிடும் ஆபத்து உண்டு./ ஊசியால் குத்தியதும் பலூன் படாரென்று வெடித்தது./ தலைவலியால் மண்டையே வெடித்துவிடும்போல் இருந்தது. / அந்தச் செய்தியைக் கேட்டதும் என் நெஞ்சம் வெடித்துவிடும்போல் இருந்தது./ (உரு வ.) தோல்வியினால் இதயம் வெடிக்க அழுது புலம்பினான். 2: (சமையலில்) (கொதிக்கும் நெய், எண்ணெய் போன்றவற்றில் போடப்பட்டவை) பொரிந்து ஒலியோடு பிளவுபடுதல்; open with a noise. கடுகு வெடித்ததும் வெங்காயத்தை வாணலியில் போடவும்./ வாணலியில் நெய் விட்டு, சீரகத்தைப் போட்டு அது வெடித்ததும் பருப்புத் தண்ணீரை ஊற்ற வேண்டும். 3: (கோபம், அழுகை, விம்மல்) வேகத்துடன் வெளிப்படுதல்; (of sobs) burst out. தலைகுனிந்து உட்கார்ந்திருந்தவளிடமிருந்து விம்மல்கள் வெடித்தன./ அவளது கோபம் அழுகையாக வெடித்தது./ நான் சொன்னதைக் கேட்டதும் அவருக்குக் கோபம் வெடித்தது. 4: (வெடிகுண்டு, பட்டாசு ஆகியவை) விசையுடன் சிதறுதல்/(வெடிகுண்டு, பட்டாசு ஆகியவற்றை) விசையுடன் சிதறச் செய்தல்; (of a bomb, etc.,) explode / explode (a bomb, etc.,). ஒரே நேரத்தில் மூன்று வெடிகுண்டுகள் வெடித்தன./ இந்தியா நிலத்துக்கு அடியில் அணுகுண்டை வெடித்துச் சோதனை நடத்தியது. 5: (கோபம், எரிச்சல் முதலியவற்றால்) சீறுதல்; explode (with anger, etc.,). 'கொஞ்சமாவது அக்கறை இருந்தால் இப்படிச் செய்வீர்களா?' என்று அப்பா வெடித்தார். ஆ. (பிளத்தல் தொடர்பான வழக்கு) 6: விசையுடன் துண்டுபடுதல்; (of blood veins, etc.,) burst. மூச்சுத்திணறி இரத்த நாளங்கள் வெடித்து அவர் இறந்தார். 7: (ஒரு பொருள் அல்லது பரப்பு) தெறித்தல் அல்லது பிளத்தல்; (of parched earth, etc.,) split up; (of lips) be cracked. மழையே இல்லாததால் நிலம் பாளம்பாளமாக வெடித்துக் கிடந்தது./ பனியில் உதடுகள் வெடித்துவிட்டன./ ஆவியில் வேக வைத்த மரவள்ளிக் கிழங்கு வெடித்துப் பிளந்திருந்தது./ இலவம்பஞ்சு முதிர்ந்ததும் வெடித்துவிடுகிறது./ அக்காவுக்குக் குதிகால் வெடித்திருந்தது./ வெள்ளரிப் பழம் வெடித்துவிடும் பக்குவத்தில் உள்ளது./ பாளை வெடித்துத் தென்னம் பூக்கள் மணிமணியாகத் தெரிந்தன. இ. (பிற வழக்கு) 8: (போர், புரட்சி முதலியவை) தீவிரத் தன்மையுடன் ஏற்படுதல்; (of war, agitation, etc.,) break out; erupt. எல்லைப் பிரச்சினையால் இரு நாடுகளுக்கும் இடையே போர் வெடிக்கும் அபாயம் உள்ளது./ சம்பள உயர்வு கோரிக்கைகளை நிர்வாகம் ஏற்றுக்கொள்ளாவிட்டால் போராட்டம் வெடிக்கலாம்./ கியூபாவில் புரட்சி வெடித்து ஆட்சி மாற்றம் ஏற்பட்டது.

வெடி[2] பெ. 1: வெடிப்பதற்கான ரசாயனக் கலவை நிரப்பப்பட்ட குழாய் வடிவ அல்லது உருண்டை வடிவப் பொருள்; explosive; dynamite. வெடி வைத்துப் பாறைகளைத் தகர்த்தார்கள். 2: வெடித்துச் சத்தம் எழுப்பும் பட்டாசு; fireworks; crackers. தீபாவளிக்கு வெடி வாங்கிவிட்டாயா?

வெடித்திரி பெ. **(பாறைகளைத் தகர்க்கவும், கட்டடங் களை இடிக்கவும் பயன்படுத்தப்படும்) சக்திவாய்ந்த வெடிமருந்து நிரப்பப்பட்ட குழாய்;** a stick of dynamite; gelatin. கைதுசெய்யப்பட்ட தீவிரவாதிகளிடமிருந்து சுமார் 100 கிலோ கிராம் அளவுக்குச் சக்திவாய்ந்த வெடிமருந்து களும் வெடித்திரிகளும் கைப்பற்றப்பட்டன.

வெடிப்பு பெ. **1: (எரிமலை, குண்டு முதலியவை) வெடித் தல்;** (of volcano) eruption; explosion. எரிமலை வெடிப் பினால் அந்தப் பிரதேசமே புகை மண்டலமாகக் காட்சி யளித்தது./ குண்டு வெடிப்பு. **2: பிளவு; விரிசல்;** crack; crevice; fissure. சுவரில் ஒரு சிறிய வெடிப்பு. [(தொ.சொ.) இடைவெளி/ தெறிப்பு/ பிளவு/ விரிசல்]

வெடிப்புளுகு பெ. *(இலங்.)* **கற்பனையாகக் கூறும் பொய்;** barefaced lie; blatant lie. அவளுடைய வெடிப் புளுகை நம்பாதே./ நம் சுற்றுலா எப்படி இருந்தது என்று இயல்பாகக் கூறாமல், நீ ஏன் அவனிடம் இப்படி வெடிப் புளுகு புளுகுகிறாய்?

வெடிபொருட்கள் பெ. **வெடிமருந்து, அதை வெடிக்கச் செய்யும் சாதனங்கள் போன்ற பொருள்கள்;** explosives. ராமேஸ்வரத்தில் ஏராளமான வெடிபொருட்களுடன் இரு வர் கைதுசெய்யப்பட்டனர்.

வெடிபோடு[1] வி. *(-போட, -போட்டு) (பே.வ.)* **பட் டாசை வெடித்தல்;** burst fire-crackers. தீபாவளிக்கு இன் னும் பத்து நாட்கள் இருந்தாலும், இப்போதிலிருந்தே வெடி போடத் தொடங்கிவிட்டார்கள்.

வெடிபோடு[2] வி. *(-போட, -போட்டு) (வ.வ.)* **விடுகதை சொல்லி விடை கேட்டல்;** pose a riddle. மிகக் கஷ்டமான வெடிபோட்டால் எனக்குப் பதில் சொல்லத் தெரியாது.

வெடிமருந்து பெ. **(பழங்காலத் துப்பாக்கிகள், வெடி குண்டு முதலியவற்றில் இட்டு நிரப்பும்) வெடிக்கும் தன்மை கொண்ட ரசாயனக் கலவை;** gunpowder; explosive.

வெடில் பெ. *(இலங்.)* **புலால் நாற்றம்;** bad smell. மீன் வெட்டிய கையைச் சவுக்காரம் போட்டுக் கழுவு. இல்லா விட்டால் ஒரே வெடிலாக இருக்கும்.

வெடுவால் பெ. *(ஊரக வ.)* **(உம்பளச்சேரி வகை மாடு களுக்கு) வெள்ளை நிற முடியுடன் இருக்கும் வால்;** tail of cattle (esp. of the உம்பளச்சேரி breed) that is white in colour. நெற்றிப் பொட்டும், வெடுவாலும் இந்த வகை மாட்டுக்கு அடையாளம்.

வெடிவை வி. *(-வைக்க, -வைத்து) (பே.வ.)* காண்க: **வேட்டுவை, 1.**

வெடுக்-என்று வி.அ. *(பே.வ.)* **1: எதிர்பாராத முறை யில்; திடீரென்று;** unexpectedly; suddenly. பின்னால் வந்து கொண்டிருந்த நாய் வெடுக்கென்று என் காலைக் கடித்து விட்டது. **2:** *(பேசுவதைக் குறித்து வரும்போது)* **ஓரிரு வார்த்தைகளில் மனத்தை வருத்தும்படியாக;** sharply; curtly. 'என்னால் முடியாது' என்று வெடுக்கென்று பதில் சொன்னான்.

வெடுக்கு பெ. *(இலங்.)* **புலால் நாற்றம்; துர்நாற்றம்;** foul odour.

வெண் பெ.அ. *(உ.வ.)* **வெள்ளை நிறமுடைய;** white. பெரியவருக்கு நீண்ட வெண் தாடி/ வெண் மேகம்/ வெண் புறா.

வெண்கலக் குரல் பெ. **கணீரென்ற ஒலியை உடைய குரல்;** a ringing voice; full throated voice.

வெண்கலத் தொண்டை பெ. காண்க: **வெண்கலக் குரல்.**

வெண்கலம் பெ. **தாமிரமும் தகரமும் கலந்த (தட்டி னால் கணீரென்ற ஒலி எழுப்பும்) உலோகம்;** an alloy of copper and tin; bell metal; bronze. வெண்கலப் பானை/ வெண்கல மணி/ வெண்கலச் சிலை.

வெண்கன்னக் குக்குறுவான் பெ. **பிறை வடிவ வெண்திட்டுகளைக் கண்ணின் கீழ்ப்பகுதியில் கொண் டிருக்கும் பச்சை நிற உடலும், பழுப்புத் தலையும், பச்சையான அடிவயிறும் வாலும் கொண்டிருக்கும் பறவை;** white-cheeked barbet.

வெண்குருதிக்கலம் பெ. *(இலங்.)* **(இரத்தத்தில் உள்ள) வெள்ளையணு;** white blood cell; white corpuscle.

வெண்குஷ்டம் பெ. *(த.வ.)* காண்க: **வெண்படை.**

வெண்சாமரம் வீசு வி. *(வீச, வீசி) (உ.வ.)* **(ஆதாயம் கருதி ஒருவருக்கு அல்லது ஒன்றுக்கு) ஆதரவோ வர வேற்போ அளித்து மகிழ்வித்தல்;** suck up to s.o. or sth. பன்னாட்டு நிறுவனங்களுக்கு வெண்சாமரம் வீசும் கட்சிகள்.

வெண்டி பெ. *(இலங்.)* **வெண்டைக்காய்;** okra.

வெண்டை பெ. **நெளிநெளியான ஓரங்களுடன் நுனி பிளவுபட்ட இலைகளைக் கொண்ட ஒரு குத்துச்செடி/ மேற்குறிப்பிட்ட செடியில் காய்க்கும், விரல் போன்ற காய்;** okra (the plant and the fruit); (in India) ladies' fingers. தோட்டத்தில் கத்திரியும் வெண்டையும் போட் டிருக்கிறேன்./ வெண்டைக்காய்ப் பொரியல்.

வெண்ணிலா பெ. *(உ.வ.)* **வெண்ணிற ஒளி தரும் நிலா;** moon (with milk-white rays).

வெண்ணீறு பெ. *(உ.வ.)* **திருநீறு; விபூதி;** sacred ash. கழுத்தில் உருத்திராட்சம், நெற்றியில் வெண்ணீறு.

வெண்ணெய் பெ. **தயிரைக் கடையும்போது திரண்டு வரும் பிசுபிசுப்புத் தன்மை கொண்ட, கொழுப்புச் சத்து நிறைந்த, வெளிர் மஞ்சள் நிறப் பொருள்;** butter. பக்கத்து வீட்டிலிருந்து வெண்ணெய் உருக்கும் வாசனை வந்தது./ வாய் வெந்துபோயிருப்பதால் வெண்ணெய் வாங்கிச் சாப்பிட்டான்.

வெண்திரை பெ. **(திரையரங்கில்) திரைப்படம் காட் டப் பயன்படுத்தும் திரை;** screen (in a cinema).

வெண்தொண்டைக் காட்டுக்குருவி பெ. **கழுத்தின் அடிப்பகுதி வெள்ளை நிறத்தில் இருப்பதும் காட்டுப் பகுதியில் காணப்படுவதுமான குருவி வகை;** a kind of sparrow with the lower side of the neck white in colour.

வெண்தோள்பருந்து பெ. **உடலின் அடிப்பகுதி, இறக் கைகளின் அடியில் முன்பாதி ஆகியவை வெண்மை யாகவும், தோள்பட்டையில் வெள்ளைத் திட்டையும் கொண்ட வலசை வரும் கழுகு;** booted eagle.

வெண்படை பெ. **(இயற்கையாகத் தோலுக்கு நிறம் தரும் நிறமிகளின் குறைபாட்டால்) தோலின் சில பகுதிகள் இயல்பான நிறம் இழந்து வெள்ளை நிறம் அடையும் நிலை;** leucoderma.

1237 வெப்ப இரத்தப் பிராணி

வெண்பா பெ. **நான்கு வகையான தமிழ்ச் செய்யுள்களுள் ஒன்று;** one of the four major metres of Tamil prosody.

வெண்புருவச் சின்னான் பெ. **பிறை வடிவில் கண்ணுக்கு மேலேயும் கீழேயும் வெள்ளை நிறக் கோடுகளைக் கொண்ட, உடலின் மேல்பகுதி இளம் பச்சை நிறமாகவும், வால் தொடங்கும் இடம் மஞ்சளாகவும், உடலின் கீழ்ப்பகுதி இளஞ்சாம்பல் நிறமாகவும் உள்ள, பழங்களை உண்ணும் சிறு பறவை;** white-browed bulbul.

வெண்புருவ வாத்து பெ. **கண்ணுக்கு மேல் அடர்த்தியான வெள்ளைப் புருவத்தையும், அரக்கு நிறத்தில் கழுத்தையும் இறக்கைகளையும் கொண்ட ஆண் இனமும், தெளிவில்லாத புருவத்தையும் அடர் பழுப்பு, வெள்ளையில் திட்டுக்களையும் கொண்ட பெண் இனமும் உள்ள, வலசை வரும் வாத்து வகை.** garganey.

வெண்புருவ வாலாட்டி பெ. **கறுப்பும் வெள்ளையும் கலந்த நிறத்தில் இருக்கும், வாலை மேலும்கீழும் ஆட்டிக்கொண்டிருக்கும், இனிமையாகக் குரலெழுப்பும் சிறிய பறவை;** white-browed wagtail.

வெண்புள்ளி பெ. காண்க: வெண்படை.

வெண்பொங்கல் பெ. **பாசிப்பருப்பு, மிளகு முதலியவை சேர்த்துப் பச்சரிசியில் தயாரிக்கப்படும் ஒரு வகைச் சாதம்;** preparation of rice boiled with pulses and pepper.

வெண்மார்புக் கானாங்கோழி பெ. **முகமும் மார்பும் வெள்ளையாகவும், உச்சந்தலையும் முதுகும் அடர்ந்த சாம்பல் நிறத்திலும், கால்கள் பச்சையாகவும், அலகு மஞ்சளாகவும் இருக்கும், கானாங்கோழி வகையைச் சேர்ந்த நீர்ப்பறவை;** white-breasted waterhen.

வெண்மார்பு மீன்கொத்தி பெ. **(அளவில் மைனாவைவிடப் பெரிதாக) முதுகுப் பகுதி நீல நிறத்திலும், தலை காப்பிக் கொட்டை நிறத்திலும், மார்புப் பகுதி வெள்ளை நிறத்திலும் இருக்கும், மீன்கொத்தி இனத்தைச் சேர்ந்த ஒரு பறவை;** white-throated kingfisher.

வெண்மை பெ. *(உ.வ.)* **வெள்ளை (நிறம்);** whiteness. நெற்றியில் விபூதியின் வெண்மை பளிச்சிட்டது./ மின்னலின் வெண்மையைத் தோற்கடிக்கும் சட்டையின் வெண்மை.

வெண்மைப் புரட்சி பெ. **பல அறிவியல், தொழில்நுட்ப உத்திகளைக் கையாண்டதால் நாட்டில் பால் உற்பத்தியில் ஏற்பட்ட பெருக்கம்;** scheme for increasing milk production; (in India) the white revolution.

வெண்வயிற்றுக் கரிச்சான் பெ. **பிளவுபட்ட நீண்ட வாலுடன், கறுப்பு அல்லது சாம்பல் நிறத்தில் உடலின் அடிப்பகுதி முழுவதும் வெள்ளை நிறத்தில் இருக்கும் பறவை;** white-bellied drongo.

வெத்துவேட்டு பெ. *(பே.வ.)* **1: ஒன்றைச் செய்துகாட்டாமல் பகட்டுக்காகச் செய்யும் ஆரவாரம்;** without substance; hollow; empty. உங்கள் வெத்துவேட்டு வாக்குறுதிகளை மக்கள் நம்ப மாட்டார்கள்./ அவருடைய ஏகாதிபத்திய எதிர்ப்பெல்லாம் சும்மா வெத்துவேட்டுதான். **2: செயலில் எதையும் காட்டாமல் பகட்டாகப் பேசித் திரியும் நபர்;** gasbag. அந்த வெத்துவேட்டு சொன்னதை நம்பி இவனும் புதையல் எடுக்கப் போனானாம்!/ அவன் வெத்துவேட்டாயிற்றே! அவனை நம்பியா வியாபாரத்தில் இறங்கப்போகிறாய்?

வெதறிப்போ வி. **அதிர்ச்சி, பயம் போன்றவற்றால் உடம்பு நடுங்குதல்;** be shaken; be frightened. சந்து திருப்பத்தில் எதிர்பாராமல் காளை ஒன்றைக் கண்டதும் வெதறிப்போனான்.

வெதுப்பகம் பெ. *(பு.வ.)* **ரொட்டி போன்றவை தயாரிக்கப்பட்டு விற்கப்படும் கடை;** bakery.

வெதும்பு வி. *(வெதும்ப, வெதும்பி)* **1:** *(பே.வ.)* **வாடுதல்;** be withered; wilt. கடுமையான வெயிலால் வெற்றிலைக் கொடி வெதும்பிவிட்டது. **2: (மனம்) குமைதல்; வருந்துதல்;** be grieved. வீட்டின் அவல நிலையை எண்ணி மனம் வெதும்பினார்.

வெதுவெதுப்பு பெ. *(-ஆக, -ஆன)* *(திரவப் பொருள்களைக் குறித்து வரும்போது)* **(அதிகமாகவோ குறைவாகவோ இல்லாத) மிதமான சூடு;** neither hot nor cold; lukewarm. வெந்நீர் வெதுவெதுப்பாக இருந்தால் போதும்.

வெந்தயக்கீரை பெ. **சற்றே கசப்புச் சுவை உடைய சிறிய இலைகளைக் கொண்ட ஒரு வகைக் கீரை;** fenugreek greens.

வெந்தயம் பெ. **(பெருமளவில் சமையலில் பயன்படுத்தப்படும், மருத்துவக் குணம் கொண்ட) கசப்புச் சுவையுடைய பழுப்பு நிறச் சிறு விதை;** fenugreek. சூட்டைக் குறைக்க வெந்தயத்தை அரைத்துத் தலையில் தடவிச் சிலர் குளிப்பார்கள்./ வெந்தய சாம்பார்/ வயிற்றுக் கடுப்புக்கு வெந்தயத்தை அரைத்து மோரில் கரைத்துக் கொடுப்பார்கள்.

வெந்து வெடி வி. *(வெடிக்க, வெடித்து)* *(இலங்.)* **(ஒருவர்) கடுமையாகக் கோபப்படுதல்; மிகவும் கோபமடைதல்;** get extremely angry. இந்தச் சாதாரண விஷயத்துக்கு அப்பா எதற்கு வெந்து வெடிக்கிறார் என்று எனக்குப் புரியவில்லை?/ இன்று மாலை விழா நடக்கவிருக்கிறது என்று அறிந்தும் ஆசிரியர் தாமதமாக வந்ததால் கலாசாலை அதிபர் வெந்து வெடிக்கிறார்.

வெந்நீர் பெ. **1: (கொதிக்கும் நிலைக்கு வராத) சூடுபடுத்தப்பட்ட நீர்;** warm water. முதுகில் வெந்நீர் ஒத்தடம் கொடு. **2: மிகவும் சூடான நீர்;** hot water. காலில் வெந்நீர் கொட்டிப் புண்ணாகிவிட்டது. **3:** *(இலங்.)* **(குளிக்கப் பயன்படுத்தும் விதத்தில்) மருத்துவக் குணம் உடைய ஆடாதொடை, ஆமணக்கு, நொச்சி ஆகியவற்றின் இலைகளைப் போட்டுத் தயாரிக்கும் சூடான நீர்;** hot water prepared by boiling the herbs ஆடாதொடை, ஆமணக்கு, நொச்சி leaves (for bathing). பிள்ளை பெற்ற மகளுக்கு எப்போது வெந்நீர் வார்க்கப் போகிறாய்?/ உடம்பெல்லாம் அலுப்பாக இருக்கிறது, வெந்நீர் வைத்துக் குளிக்க வேண்டும்.

வெப்ப அலை பெ. *(பு.வ.)* **(வழக்கத்துக்கு மாறாக நிலவும்) கடும் வெப்பம் நிறைந்த தட்பவெப்பநிலை;** heat wave.

வெப்ப இரத்தப் பிராணி பெ. **ஒரு இடத்தின் தட்பவெப்பநிலைக்கேற்ப தன் இரத்தத்தின் வெப்பத்தையும் அதிகரித்துக்கொள்ளவோ அல்லது குறைத்துக்**

வெப்பக் கடத்தல் 1238

கொள்ளவோ செய்யாமல், பெரும்பாலும் நிலையான வெப்பம் உடைய இரத்தத்தைப் பெற்றிருக்கும் **பிராணி;** warm-blooded animal. பாலூட்டிகள் எல்லாம் வெப்ப இரத்தப் பிராணிகள் ஆகும்.

வெப்பக் கடத்தல் பெ. *(இயற்.)* **திடப்பொருளில் உள்ள அணுக்கள் அதிர்வடைவதால் ஒரு முனையிலிருந்து மறுமுனைக்கு வெப்பம் பரவும் முறை;** conduction (of heat).

வெப்பக் கதிர்வீச்சு பெ. *(இயற்.)* **ஊடகங்களின் உதவியின்றி வெப்பம் பரவும் முறை;** thermal radiation. நெருப்புக்குப் பக்கத்தில் நாம் இருக்கும்போது நாம் உணரும் வெப்பம் வெப்பக் கதிர்வீச்சு முறையில் வருகிறது.

வெப்பச் சலனம் பெ. *(இயற்.)* **சூரிய ஒளியால் பூமியில் உள்ள காற்று வெப்பமடைந்து விரியும்போது மேல்நோக்கி எழுந்து, காற்றில் ஈரப்பதம் இருக்கும் நிலையில் மழை பெய்யும் வகையில் இருக்கும் நிலை;** convection (of heat).

வெப்பநிலை பெ. **ஒரு இடத்தில், பொருளில் அல்லது ஒருவருடைய உடலில் இருக்கும் வெப்பத்தின் அளவு;** temperature. கடந்த சில ஆண்டுகளாகப் புவியின் வெப்பநிலையில் பெரும் மாற்றங்கள் ஏற்பட்டுவருகின்றன./ ஒரு இடத்தின் தட்பவெப்பத்திற்கு ஏற்ப தனது உடலின் வெப்பநிலையை மாற்றிக்கொள்ளும் பிராணி குளிர் இரத்தப் பிராணி ஆகும்./ உயர்ந்த வெப்பநிலையில் இரும்பு உருகுகிறது.

வெப்பம் பெ. **1: சூரியன், நெருப்பு போன்றவற்றிலிருந்து கிடைக்கும் சக்தி;** heat. சூரியனின் கடும் வெப்பத்தைத் தாங்க முடியவில்லை./ வெப்பக் காற்று/ இந்த ஆண்டின் கோடை வெப்பத்துக்கு இதுவரை நூற்றுக்கும் மேற்பட்டோர் பலியாகி உள்ளனர். [*(தொ.சொ.)* **வெக்கை/ வெம்மை**] **2: உடல் உணரும் உயர்நிலை சூடு; உஷ்ணம்;** heat. உடல் வெப்பத்தைத் தணிக்க மோர் உதவுகிறது. [*(தொ.சொ.)* **அனல்/ உஷ்ணம்/ கதகதப்பு/ சூடு/ தகிப்பு**]

வெப்பமண்டலம் பெ. **(பூமியில்) கடகரேகைக்கும் மகரரேகைக்கும் இடையே அமைந்துள்ள, (பொதுவாக) வெப்பம் அதிகமாக இருக்கும் பகுதி;** the tropics.

வெப்பமானி பெ. **வெப்பநிலையின் அளவைக் கண்டறியப் பயன்படும் கருவி;** thermometer.

வெப்பியாரம் பெ. *(இலங்.)* **வெறுப்புணர்வு;** dislike. அம்மா அக்காவைக் கட்டி முத்தமிட்டு அதிக அன்பு காட்டுவது தம்பிக்கு வெப்பியாரமாக இருக்கிறது.

வெம்பல் பெ. *(காய்கறியைக் குறித்து வரும்போது)* **வெம்பிப்போனது; வாடல்;** (of vegetables) faded and shrivelled.

வெம்பு வி. *(வெம்ப, வெம்பி)* **1: (பயன்படுத்த முடியாத அளவுக்கு வெப்பத்தால்) பிஞ்சிலேயே பழுத்தல்;** (of plants, vegetables) become shrivelled; ripen prematurely. கத்திரிப் பிஞ்சுகள் வெம்பிப்போய்விட்டன. **2: (மனம்) வெதும்புதல்;** be grieved or saddened. மக்களின் அறியாமையைக் கண்டு மனம் வெம்பினார்.

வெம்பூர் ஆடு பெ. *(வ.வ.)* **செம்மறியாடு;** sheep.

வெம்மை பெ. *(உ.வ.)* **(எரியும் பொருளிலிருந்து வீசும்) வெப்பம்;** heat; hotness. தீயின் வெம்மை முகத்தில் அடித்தது. [*(தொ.சொ.)* **அனல்/ உஷ்ணம்/ கதகதப்பு/ சூடு/ தகிப்பு/ வெக்கை/ வெப்பம்**]

வெயில் பெ. **1: வெப்பத்துடன் கூடிய சூரிய ஒளி;** sunlight or sun rays. காலை வெயில் முகத்தில் அடித்தது./ ஏன் வெயிலில் நிற்கிறாய், உள்ளே வா. **2: சூரிய ஒளியின் வெப்பம்;** heat of the sun. உச்சி வெயிலையும் பொருட்படுத்தாமல் நடந்து சென்றார்./ ஒரு மாதமாக வெயில் தாங்க முடியவில்லை.

வெயில் காலம் பெ. காண்க: **கோடை (காலம்).**

வெருகுப் பூனை பெ. **காட்டுப் பூனையைவிடச் சற்றுப் பெரிதாகவும் உருவத்தில் சிறுத்தையை ஒத்ததாகவும் இருக்கும் ஒரு வகைப் பூனை;** leopard-cat.

வெருட்டு வி. *(வெருட்ட, வெருட்டி)* *(உ.வ.)* **பயமுறுத்துதல்;** frighten.

வெருள் வி. *(வெருள, வெருண்டு)* **மிரளுதல்;** get frightened. பாம்பைக் கண்டு மாடு வெருண்டு ஓடுகிறது.

வெருளி பெ. *(இலங்.)* **சோளக்கொல்லை பொம்மை;** scarecrow.

வெல் வி. *(வெல்ல, வென்று)* **1: (போர், போட்டி முதலியவற்றில்) வெற்றி அடைதல்; வெற்றி பெறுவதன் மூலம் ஒன்றை அடைதல்;** conquer (in a battle); triumph; win. இரண்டே ஓட்டங்கள் வித்தியாசத்தில் இந்திய அணி வென்றது./ ஒரு காலத்தில் எவராலும் வெல்ல முடியாத குத்துச்சண்டை வீரராக முகம்மது அலி திகழ்ந்தார்./ அலெக்சாண்டர் பல நாடுகளை வென்றார்./ சிறுகதைப் போட்டியில் முதல் பரிசை வென்ற பெண். **2: (சிறப்பான செயல்பாட்டின் மூலம் ஒன்றை அல்லது ஒருவரை) மிஞ்சுதல்;** excel; beat (s.o. or sth.). அவனைப் பேச்சில் வெல்ல முடியாது./ இறுதியில் நீதி வெல்லும் என்பது நம் நம்பிக்கை./ அழகில் அவளை வெல்ல யாருமே இல்லை./ சோம்பேறித்தனத்தைப் போக்கினால் உலகையே வெல்லலாம் என்றார் அவர்.

வெல்லம் பெ. **கரும்புச் சாற்றைக் காய்ச்சித் தயாரிக்கப்படும் கட்டியான இனிப்புப் பொருள்;** jaggery.

வெலவெல வி. *(வெலவெலக்க, வெலவெலத்து)* **(பயத்தால் உடம்பு கட்டுப்பாடு இல்லாமல்) நடுங்குதல்; பதறுதல்;** be unnerved. திடீரென்று ஒரு ஆள் என் சட்டையைப் பிடித்து 'யார் நீ?' என்று கேட்டதும் வெலவெலத்துப்போனேன்./ பிறரை வெலவெலக்கச் செய்யும் தோற்றம்.

வெவ்வேறாக வி.அ. **தனித்தனியாக;** separately. கூடையில் இருந்த மளிகைச் சாமான்களை வெவ்வேறாகப் பிரித்து வைத்தாள்.

வெவ்வேறான பெ.அ. காண்க: **வெவ்வேறு.**

வெவ்வேறு பெ.அ. **தனித்தனியாக உள்ள; வேறுவேறு;** different. வெவ்வேறு நிறங்களில் பறவைகள்/ வெவ்வேறு காலங்களில் வெவ்வேறு இடங்களில் நிகழ்ந்த சம்பவங்கள்.

வெள்விதை பெ. *(ஊரக வ.)* **நாற்றங்காலைப் புழுதியாக உழுது, ஊறவைக்காத நெல் விதையைத் தெளித்து, அது முளைவிடுவதற்காக நாற்றங்காலுக்குத் தண்ணீர் பாய்ச்சும் முறை;** sowing unsoaked paddy seeds in the seed-bed and then letting water for the seeds to germinate.

வெள்வேல் பெ. **(மருத்துவப் பயன் நிறைந்த இலை, வேர், பிசின், விதை ஆகியவற்றைத் தரும்) முட்கள் நிறைந்த கிளைகளையும், வெள்ளை நிறப் பட்டையையும், வெளிர் மஞ்சள் நிறப் பூக்களையும் கொண்ட, பிசின் தரும் வேல மர வகை;** panicled white babul.

வெள்ளக்காடு பெ. **வெள்ளத்தால் எங்கும் நீர் நிறைந்திருக்கும் நிலை;** wide expanse of water due to inundation. மழை பெய்து எங்கும் வெள்ளக்காடு.

வெள்ளந்தி பெ. (-ஆக, -ஆன) (பே.வ.) **கள்ளம்கபடமற்ற தன்மை;** innocence. நான் சொன்னதைக் கேட்டு அந்தக் குழந்தை வெள்ளந்தியாகச் சிரித்தது./ அவருடைய வெள்ளந்தியான சிரிப்பு எல்லோரையும் எளிதில் கவர்ந்துவிடும்.

வெள்ளம் பெ. 1: **(கடும் மழை, கரைபுரண்டு ஓடும் ஆறு முதலியவற்றால் ஏற்படும்) நீர்ப் பெருக்கு; பெருமளவில் விரைந்துசெல்லும் தண்ணீர்;** flood. பலத்த மழையால் ஏற்பட்ட வெள்ளத்தில் குடிசைகள் அடித்துச் செல்லப்பட்டன./ வெள்ளம்போல் மக்கள் கூட்டம். [(தொ.சொ.) **பிரவாகம்/ பிரளயம்**] 2: **(ஒன்றின்) மிகுதி; மிகுதியான நிலை;** overwhelming quantity (of sth.); flood (of sth.). இரத்த வெள்ளத்தில் மிதந்தான்./ அன்பு வெள்ளம்/ உணர்ச்சி வெள்ளம்.

வெள்ளம்போடு வி. (-போட, -போட்டு) (இலங்.) **(ஓர் இடத்தில்) வெள்ளத்தால் நீர் தேங்கி நிற்றல்;** be inundated. இந்த முறை பெய்த மழையினால் கோயிலைச் சுற்றி வெள்ளம்போட்டுவிட்டது.

வெள்ளமெடு வி. (-எடுக்க, -எடுத்து) (இலங்.) **(ஓர் இடத்தில்) வெள்ளம் புகுதல்;** flood. வெள்ளமெடுத்ததால் ஜனங்களெல்லாம் ஊரைவிட்டுப் போய்விட்டார்கள்.

வெள்ளரி பெ. **சிறுசிறு விதைகளோடுகூடிய, நீர்ச்சத்து மிகுந்த, பச்சையாகத் தின்னக்கூடிய காய்/ மேற்குறிப்பிட்ட காய் காய்க்கும் கொடி;** cucumber (the fruit and the creeper). வெள்ளரிப் பழம்/ வெள்ளரித் தோட்டம்.

வெள்ளரிப் பழம் பெ. **பழுத்தவுடன் வெடிக்கும் மெல்லிய மஞ்சள் தோலுள்ள வெள்ளரி வகை பெரிய பழம்;** large ellipsoidal fruit of the cucumber family with thin yellow skin which bursts when it ripens.

வெள்ளாடு பெ. **அடர்ந்த ரோமம் இல்லாத கரு நிறத் தோல் உடையதும் சிறு கொம்புகள் உடையதுமான ஒரு வகை ஆடு;** goat.

வெள்ளாப்பு பெ. (இலங்.) **அதிகாலை;** early morning. வெள்ளாப்பில் எழுந்து எரு குவிக்க வேண்டும்./ வெள்ளாப்போடு வீட்டிலிருந்து புறப்பட்டார்.

வெள்ளாமை பெ. (பே.வ.) **வேளாண்மை; விவசாயம்;** cultivation. இந்தத் தடவையும் வெள்ளாமை சரி இல்லை.

வெள்ளாவி பெ. **(அழுக்கை முழுமையாகப் போக்குவதற்காகத் துணிகளை) சலவை சோடாக் கரைசலில் அல்லது உவர்மண் கரைசலில் நனைத்துப் பிழிந்து, துவைப்பதற்கு முன் அவிப்பது;** washing clothes by steaming. பட்டுத் துணிகளை வெள்ளாவியில் வைக்கக் கூடாது.

வெள்ளி[1] பெ. 1: **(ஆபரணங்கள், பாத்திரங்கள் முதலியவை செய்யப் பயன்படும்) விலை உயர்ந்த பளபளப்பான வெண்ணிற உலோகம்;** silver. வெள்ளி விளக்கு/ வெள்ளிப் பூச்சு/ வெள்ளிக் கொலுசு. 2: **சிங்கப்பூர், மலேசியா ஆகிய நாடுகளில் செலாவணியாகும் நாணயம்;** unit of currency in Singapore, Malaysia, etc., சிங்கப்பூரிலிருந்து திரும்பியவுடன் தன்னிடமிருந்த ஆயிரம் வெள்ளிகளையும் ரூபாயாக மாற்றிக்கொண்டான்.

வெள்ளி[2] பெ. 1: **(சூரியக் குடும்பத்தில்) சூரியனிலிருந்து இரண்டாவதாக உள்ள கிரகம்; சுக்கிரன்;** Venus. வெள்ளிக்கும் சூரியனுக்கும் இடைப்பட்ட தூரம் 10.82 கோடி கிலோமீட்டர் ஆகும். 2: **(மேற்குறிப்பிட்ட கிரகத்தின் பெயரைக் கொண்ட) வாரத்தின் ஆறாவது நாள்;** Friday. பள்ளிக்கு வெள்ளியும் சனியும் விடுமுறை என்று அறிவித்திருந்தார்கள். 3: **(பொதுவாக) நட்சத்திரம்; (குறிப்பாக) விடிவெள்ளி;** (generally) star; (esp.) morning star. வெள்ளி முளைத்துவிட்டது.

வெள்ளித்திரை பெ. (உ.வ.) **(திரையரங்கில் திரைப்படம் காட்டுவதற்கான) வெண்ணிறத் திரை;** (cinema) screen. 'மீதிக் கதையை வெள்ளித்திரையில் பாருங்கள்' என்று அந்தத் திரைப்பட விமர்சனத்தை முடித்திருந்தார்கள்.

வெள்ளிமுளை வி. (-முளைக்க, -முளைத்து) **(சூரிய உதயத்துக்கு முன் கிழக்கு வானில்) சுக்கிரன் கோள் தோன்றுதல்; சுக்கிரன் பளிச்சென்று கண்ணுக்குத் தெரிதல்;** rising of the planet Venus before dawn. வெள்ளி முளைக்கும் நேரத்தில் ஊருக்குப் புறப்பட்டுப் போனார்கள்./ வெள்ளிமுளைப்பதற்கு முன்பே அவர் உறக்கத்திலிருந்து எழுந்துவிடுவார்.

வெள்ளிவிழா பெ. **(கல்லூரி, நிறுவனம் போன்றவற்றின்) இருபத்தைந்து வருட நிறைவை அல்லது (திரைப்படம் போன்றவற்றின்) இருபத்தைந்தாம் வார நிறைவைக் கொண்டாடும் விழா;** silver jubilee (in the case of a film, a run of twenty-five weeks).

வெள்ளீயம் பெ. **பித்தளைப் பாத்திரங்களுக்கு முலாம் பூசப் பயன்படும் வெள்ளை நிற ஈயம்;** white lead.

வெள்ளெலி பெ. **(பெரும்பாலும் சோதனைக் கூடங்களில் பரிசோதனைக்காகப் பயன்படுத்தப்படும்) வெள்ளை நிறத்தில் இருக்கும் ஒரு வகை எலி;** guinea-pig.

வெள்ளெழுத்து பெ. (பே.வ.) **தூரப்பார்வை;** longsightedness.

வெள்ளென வி.அ. (வ.வ.) **அதிகாலையில்;** early morning. ஊருக்கு நாளை வெள்ளெனப் புறப்பட்டுப் போகிறேன்.

வெள்ளை[1] பெ. 1: **பால் அல்லது பஞ்சு போன்றவற்றில் உள்ளது போன்ற நிறம்;** white (colour). 2: **கள்ளங்கபடம் இல்லாதது;** (of heart) pure; guileless. வெள்ளை உள்ளம் கொண்டவர்./ அவருக்கு வெள்ளை மனசு.

வெள்ளை[2] பெ. (இலங்.) **சலவை;** wash. இந்தத் துணி இரண்டு வெள்ளைக்கு நின்றுபிடிக்காது, சாயம் போய்விடும்.

வெள்ளை அரிவாள்மூக்கன் பெ. **உடல் வெள்ளையாகவும், தலையும் கழுத்தும் கறுப்பு நிறத்திலும், கரிய நிற அலகு அரிவாள்போல் நீண்டும் சற்று வளைந்தும் இருக்கும், ஒரு நீர்ப்பறவை;** black-headed ibis.

வெள்ளை அறிக்கை பெ. ஒரு பிரச்சினை குறித்த அரசின் நிலைப்பாட்டை விளக்கும் வகையில் வெளியிடப்படும் அறிக்கை; white paper. சிறப்புப் பொருளாதார மண்டலங்கள் குறித்து அரசு வெள்ளை அறிக்கை வெளியிட வேண்டும் என்று எதிர்க்கட்சிகள் கோரின.

வெள்ளை ஆடு பெ. (வ.வ.) காண்க: வெள்ளாடு.

வெள்ளைக்கண்ணி பெ. தலை, கழுத்து, உடலின் மேற்புறம் இலைப் பச்சை வண்ணத்திலும், உடலின் அடிப்பகுதி வெள்ளையாகவும், அலகும் கால்களும் சாம்பல் நிறத்திலும், கண்ணைச் சுற்றி வளையம் போல் வெள்ளை நிறத்திலும் இருக்கும் சிறிய பறவை; Oriental white-eye.

வெள்ளைக் கரு பெ. முட்டையினுள் மஞ்சள் கருவைச் சுற்றி அமைந்திருக்கும் (புரதச் சத்து நிறைந்த) நிறமற்ற திரவப் பொருள்; white (of an egg).

வெள்ளைக்காரன் பெ. (பொதுவாக) மேற்கத்திய நாடுகளைச் சேர்ந்தவன்; (குறிப்பாக) இங்கிலாந்து நாட்டைச் சேர்ந்தவன்; (generally) white man; (esp.) Englishman.

வெள்ளைக்காரி பெ. (பொதுவாக) மேற்கத்திய நாடுகளைச் சேர்ந்த பெண்; (குறிப்பாக) இங்கிலாந்து நாட்டைச் சேர்ந்த பெண்; (generally) white woman; (esp.) English woman.

வெள்ளைக்கொடி காட்டு வி. (காட்ட, காட்டி) எதிர்ப்பைக் கைவிட்டுச் சமாதானமாகப் பணிந்துபோதல்; surrender; show the white flag. இந்த ஊரில் அவரை எதிர்த்துக்கொண்டு வாழ முடியாது. இந்தப் பிரச்சினையில் அவருக்கு வெள்ளைக்கொடி காட்டிவிடுவது நல்லது.

வெள்ளைக்கொழும்பான் பெ. (இலங்.) பச்சை நிறத் தோலுடன் தடிப்பாக இருக்கும் ஒரு வகை மாம்பழம்; a kind of green coloured mango with a thick skin.

வெள்ளைச் செம்மண் பெ. (மண்.) 1: வெளிர் நிறத்தில் இருக்கும் செம்மண்; soil of pale red colour. 2: சூளையில் சுடுவதற்கு முன் மண்பாண்டங்களுக்கு நீரில் கரைத்துப் பூசும், பிடிப்புள்ள காவி நிற மண்; ochre (mixed with water and used as a slip for earthenware before baking). மண்பாண்டங்களுக்கு வெள்ளைச் செம்மண் பூசி, அதற்கு மேல் சிவப்புச் செம்மண் பூசிச் சூளையில் வைத்துச் சுடுவார்கள்.

வெள்ளைப்படுதல் பெ. மாதவிடாய்க்கு முன்போ பின்போ வெள்ளை நிறத் திரவம் பெண்களின் பிறப்புறுப்பிலிருந்து வெளியேறுதல்; white discharge from vagina; leucorrhoea.

வெள்ளைப்பணம் பெ. (கறுப்புப்பணத்திற்கு மாறாகக் கூறப்படும் சூழலில்) முறையாகச் சம்பாதித்த பணம்; earnings for which taxes have been paid properly (as distinguished from money in the black economy).

வெள்ளைப்புக்கை பெ. (இலங்.) வெண்பொங்கல்; a preparation of rice boiled with pulses and pepper.

வெள்ளைப்புலி பெ. வெள்ளை நிறத் தோலுடன் காணப்படும் ஒரு வகைப் புலி; a kind of tiger.

வெள்ளைப்பூண்டு பெ. காண்க: பூண்டு[1].

வெள்ளைமனம் பெ. (யார் எதைக் கூறினாலும்) சந்தேகப்படாமல் எளிதாக நம்பிவிடக்கூடிய இயல்பு; guileless nature; innocence. உன் வெள்ளைமனத்துக்கு எந்தக் கெடுதலும் வராது என்று நண்பன் ஆறுதல் கூறினான்./ வெள்ளைமனம் படைத்த உனக்குத் துரோகம் இழைக்க நினைக்கிறாரே!

வெள்ளையடி வி. (-அடிக்க, -அடித்து) (கட்டடம், சுவர் முதலியவற்றுக்குப் பொலிவு தருவதற்காக) சுண்ணாம்புக் கரைசலை அல்லது ரசாயன முறையில் தயாரிக்கப்பட்ட வண்ணங்களைப் பூசுதல்; whitewash (a house); paint. பொங்கலுக்கு முன்னால் வீடுகளுக்கு வெள்ளையடிப்பது வழக்கம்./ வீடு முழுக்க லேசான நீலத்தில் வெள்ளையடித்திருந்தார்கள்./ இந்த அடுக்கு மாடிக் கட்டடத்தில் உள்ள இருபது குடியிருப்புகளுக்கும் புதிதாக வெள்ளையடிக்க வேண்டும்.

வெள்ளையணு பெ. இரத்தத்தில் துரிதமாக நகரக்கூடியதும் நோயை எதிர்க்கும் சக்தியைக் கொண்டதுமான வெள்ளை நிற உயிரணு; white blood cell; white corpuscle.

வெள்ளையன் பெ. (பே.வ.) ஆங்கிலேயன்; வெள்ளைக்காரன்; the British. வெள்ளையனை எதிர்த்து நடந்த சுதந்திரப் போராட்டம்.

வெள்ளையாக்கு வி. (-ஆக்க, -ஆக்கி) கறுப்புப்பணத்தை வெள்ளைப்பணமாக மாற்றுதல்; (of money) launder. வருமான வரி செலுத்தாமல் பதுக்கிவைத்திருக்கும் பணத்தை வெள்ளையாக்கவே சிலர் திரைப்படம் தயாரிப்பதாகப் பேசிக்கொள்கிறார்கள்.

வெள்ளையும் சள்ளையுமாக வி.அ. (பே.வ.) (தோற்றத்தைக் குறித்து வரும்போது) (பளிச்சென்று இருக்கும்) மடிப்புக் கலையாத வெண்ணிற உடை அணிந்து; spotlessly dressed. ஆள் வெள்ளையும் சள்ளையுமாக இருப்பதைப் பார்த்து வசதியானவர் என்று முடிவுகட்டிவிடாதே./ எங்கே வெள்ளையும் சள்ளையுமாகக் கிளம்பிப் போய்க்கொண்டிருக்கிறாய்?

வெள்ளை வெங்காயம் பெ. (இலங்.) பூண்டு; garlic. வெள்ளை வெங்காயத்தைச் சுட்டுச் சாப்பிடு. வயிற்றுக் குத்துக்கு நல்லது.

வெள்ளைவெளேர்-என்று வி.அ. மிகவும் வெண்மையாக; brilliantly white. வெள்ளைவெளேரென்று இருந்த வேட்டி எப்படி ஆகி விட்டது!

வெள்ளோட்டம்[1] பெ. 1: (புதிய கப்பல், விமானம் முதலியவற்றிற்கான) சோதனை ஓட்டம்; trial run (of a newly built ship, etc.,). நவீன வசதிகளுடன் புதிய முட்டுக்கப்பல் ஒன்று வாங்கப்பட்டு வியாழக்கிழமை அன்று வெள்ளோட்டம் விடப்பட்டது./ தங்க ரத வெள்ளோட்டம் வரும் 27ஆம் தேதியன்று நடைபெறவிருக்கிறது./ (உரு வ.) இந்த இடைத்தேர்தல் வரும் நாடாளுமன்றத் தேர்தலுக்கான வெள்ளோட்டம் என்கிறார் அவர். 2: அதிகாரபூர்வமாகப் பயன்படுத்துவதற்கு அல்லது செயல்படுத்துவதற்கு முன்பு சோதனைக்காக ஒன்றைச் செய்யும் நிலை; trial. காசநோய்க்கான புதிய மருந்துகள் சில வெள்ளோட்டத்தில் இருக்கின்றன.

வெள்ளோட்டம்[2] பெ. (நெசவு) பல நாட்கள் இடைவெளிக்குப் பிறகு தறியை இயக்கும்போது அரை

1241 வெளிநடப்பு

அல்லது ஒரு சாண் அளவு மட்டும் ஓட்டி நிறுத்தும் பழக்கம்; trial run of the loom when work is resumed after a break of several days.

வெளி[1] வி. (வெளிக்க, வெளித்து) (இலங்.) **(ஒருவரைப் பற்றிய விரும்பத் தகாத விஷயங்கள்) வெளிப்படுதல்;** come to be known. நீ இதுவரை காரியாலயத்தில் செய்த திருகுதாளமெல்லாம் வெளித்துவிட்டது./ உன் தொடர்புகளெல்லாம் வெளித்துவிட்டது.

வெளி[2] பெ. **1: பரந்திருப்பது;** that which is expansive. புல்வெளி/ வானவெளி. **2: உட்பக்கத்திற்கு எதிர்ப்பக்கமாக இருப்பது;** exterior. வெளிச் சுவருக்கு என்ன வர்ணம் பூசலாம்?/ வெளிப் பரப்பு/ பாத்திரத்தின் வெளி விளிம்பில் ஒரு சிறு கீறல். **3: ஓர் இடத்தைச் சாராதது;** s.o. or sth. not belonging to a place. இந்தக் குடியிருப்புக்குள் வெளி வண்டிகளை நிறுத்தக் கூடாது. **4: கண்ணுக்கு நேரடியாகத் தெரியும் வகையில் இருப்பது;** that which is apparent. வெளித் தோற்றத்தை வைத்து நம்பிவிடாதே. **5: (இயற்.) அண்டம்;** space. காலத்திற்கும் வெளிக்கும் இடையேயான தொடர்பை விளக்கும் தத்துவம்.

வெளி உலகம் பெ. **1: (ஒருவரைச் சுற்றி இருக்கும்) மக்கள்;** people (around s.o.). தன் கவலையை வெளி உலகத்துக்குக் காட்டாமல் தனக்குள்ளேயே வைத்துக்கொண்டாள். **2: உலக நடப்பு;** ways of the world. வெளி உலகமே தெரியாதவனாக இருக்கிறாயே?

வெளி உலகு பெ. காண்க: **வெளி உலகம்.**

வெளிக்காட்டு வி. (-காட்ட, -காட்டி) **(உள்ளுணர்வுகள், அதிர்ச்சி போன்ற உணர்வுகளை) பிறர் தெரிந்து கொள்ளும்படியாக வெளிப்படுத்துதல்;** show (one's emotion, etc.,); display. அவருக்குக் கோபம் வரும். இருந்தாலும் வெளிக்காட்டிக்கொள்ள மாட்டார்./ என் அதிர்ச்சியை வெளிக்காட்டிக்கொள்ளாமல் பேசிமுடித்தேன்.

வெளிக்கிடு வி. (வெளிக்கிட, வெளிக்கிட்டு) (இலங்.) **1: புறப்படுதல்;** start; depart. வீட்டை விட்டு வெளிக்கிட்டுப் போய்ப் பத்து நாளாகியும் கடிதம் வரவில்லை. **2: (ஒன்றை) தொடங்குதல்;** start. அவர் சாப்பிட வெளிக்கிட்டார்./ படிக்க வெளிக்கிட்டால் பக்கத்தில் தேத்தண்ணீர் வைத்துக்கொண்டுதான் புத்தகத்தைக் கையில் எடுப்பார்.

வெளிக்குப்போ வி. (-போக, -போய்) (பே.வ.) **மலம் கழித்தல்;** empty the bowels. குழந்தை வெளிக்குப்போயிருக்கிறது.

வெளிக்கொண்டுவா வி. (-வர, -வந்து) **வெளிப்படுத்துதல்;** bring out (the abilities, talent, etc.,). குழந்தையின் முழுத் திறமையையும் வெளிக்கொண்டுவரும் பயிற்சி இது.

வெளிக்கொணர் வி. (-கொணர, -கொணர்ந்து) (உ.வ.) **வெளிக்கொண்டுவருதல்; வெளிப்படுத்துதல்;** bring out (what is hidden); draw out. நமக்குள் புதைந்து கிடக்கும் ஆற்றல்களை வெளிக்கொணரும் வகையில் கல்வி இருக்க வேண்டும்.

வெளிக்கோட்டுருவம் பெ. **ஒரு பொருளுக்குப் பின்னாலிருந்து பிரகாசமான ஒளி வீசும்போது அதன் முழு வடிவமும் கருமையாகத் தெரியும் தோற்றம்/ மேற்குறிப்பிட்டது போன்ற தோற்றத்தில் வரையப்படும் உருவம்;** contour; silhouette. சூரிய அஸ்தமனத்தின்போது கோயில் கோபுரம் வெளிக்கோட்டுருவமாகத் தெரிந்தது.

வெளிச்சத்துக்குக் கொண்டு வா வி. (வர, வந்து) **(இதுவரை வெளியே தெரியாமல் இருந்ததை) பலரும் அறியும்படி செய்தல்;** bring (sth.) to light. அந்த அரசியல்வாதி செய்த ஊழல்களையெல்லாம் வெளிச்சத்துக்குக் கொண்டு வந்ததில் பத்திரிகைகள் பெரும் பங்காற்றியுள்ளன./ அந்தப் பெரிய மனிதரின் லீலைகளை வெளிச்சத்துக்குக் கொண்டு வந்தது யார் தெரியுமா? அவர் வீட்டு வேலைக்காரன்./ பல இளம் கலைஞர்களை வெளிச்சத்துக்குக் கொண்டு வந்த இயக்குநர் இவர்.

வெளிச்சத்துக்கு வா வி. (வர, வந்து) **(இதுவரை யாருக்கும் தெரியாமல் இருந்தது) பலருக்கும் தெரியவருதல்;** come to light. அவருக்குள் இருந்த திறமைகள் இப்போது தான் வெளிச்சத்துக்கு வந்திருக்கின்றன./ அந்த அமைச்சர் லஞ்சம் வாங்கிய விவகாரம் தொலைக்காட்சி மூலம் வெளிச்சத்துக்கு வந்தது.

வெளிச்சந்தை பெ. **அரசின் கட்டுப்பாடு இல்லாமல் இயங்கும் சந்தை;** open market. சர்க்கரையின் விலை வெளிச்சந்தையில் கிலோவுக்கு ஒரு ரூபாய் கூடியிருக்கிறது.

வெளிச்சம் பெ. **1: (சூரியன், சந்திரன் அல்லது விளக்கு போன்றவற்றிலிருந்து வரும்) ஒளி;** light. மொட்டை மாடியில் நிலா வெளிச்சத்தில் உட்கார்ந்து பேசிக்கொண்டிருந்தார்கள்./ மெழுகுவர்த்தியின் வெளிச்சம் குறைந்து கொண்டே வந்தது./ சூரிய வெளிச்சம்/ மின்சாரம் போய் விட்டதால் மண்ணெண்ணெய் விளக்கு வெளிச்சத்தில் சாப்பிட்டோம்./ வெளிச்சத்தில் கண் கூசியது./ அடுப்பு வெளிச்சத்தில் அவள் முகம் சிவப்பாக இருந்தது./ பூச்சிகள் வெளிச்சத்தால் ஈர்க்கப்படுகின்றன. [(தொ.சொ.) **ஒளி/ பிரகாசம்**] **2: (-ஆக, -ஆன) பொருள்களின் மீது ஒளி பட்டுத் திரும்புவதால் கண்ணுக்குக் கிடைக்கும் தெளிவு; பிரகாசம்;** brightness. நல்ல வெளிச்சமான அறை/ முன்பு குடியிருந்த வீட்டில் பகலில்கூட வெளிச்சம் கிடையாது./ அதிக வெளிச்சம் இல்லாத அறை.

வெளிச்சம்போட்டுக் காட்டு வி. (காட்ட, காட்டி) (பே.வ.) **(வெளியில் தெரியாமல் இருக்கும் ஒரு விஷயத்தை) பகிரங்கப்படுத்துதல்;** make public. இந்த வாரப் பத்திரிகை கிராமப்புறக் கல்வியைப் பற்றிய உண்மைகளை வெளிச்சம்போட்டுக் காட்டியிருக்கிறது.

வெளிச்சவீடு பெ. (இலங்.) **கலங்கரை விளக்கம்;** lighthouse.

வெளித்தோன்று வி. (-தோன்ற, -தோன்றி) **கண்ணில் தெளிவாகப் புலப்படும் அளவுக்கு வெளியே வருதல்;** come out distinctly. வயலில் விதையை விதைத்து மூன்று நாட்களுக்குப் பிறகு முளை வெளித்தோன்றும்.

வெளிநடப்பு பெ. **ஒரு அவை, கூட்டம் போன்றவற்றிலிருந்து ஒருவர் தனது எதிர்ப்பைத் தெரிவிக்கும் வகையில் மேற்கொண்டு பங்கேற்காமல் அவற்றிலிருந்து வெளியேறிச் செல்லும் செயல் அல்லது நடவடிக்கை;** walkout (in an assembly). கூறியவற்றைத் திரும்பப் பெற அமைச்சர் மறுத்ததால் எதிர்க்கட்சியினர் வெளிநடப்புச் செய்தனர்./ தென்னிந்தியத் திரைப்படங்களுக்கு உரிய மதிப்புத் தருவதில்லை என்று கூறித் திரைப்பட விழாக் கூட்டத்திலிருந்து அவர் வெளிநடப்புச் செய்தார்./ பயிற்சிக்கு

வெளிநபர் 1242

மைதானம் ஒதுக்கப்படாததால் பாகிஸ்தான் அணியினர் வெளிநடப்பு.

வெளிநபர் பெ. **(ஒரு நிறுவனம், அமைப்பு முதலியவற்றோடு) தொடர்பு இல்லாதவர் அல்லது சம்பந்தப்படாதவர்;** outsider; stranger. வெளிநபர்கள் முன்அனுமதி பெற்றுதான் தொழிற்சாலைக்குள் நுழைய வேண்டும்.

வெளிநாடு பெ. காண்க: **அயல்நாடு.**

வெளிப்பகட்டு பெ. **பிறரைக் கவர்வதற்காக மேற்கொள்ளும் போலியான ஆடம்பர நடவடிக்கைகள்;** outward show; showy brilliance; tinsel. வீட்டில் சாப்பாட்டிற்கே கஷ்டப்படும்போது இந்த வெளிப்பகட்டு தேவைதானா?

வெளிப்படு வி. *(-பட, -பட்டு)* **1: (ஒன்று அல்லது ஒருவர் ஒன்றிலிருந்து) வெளியே வருதல்;** emerge; கருமேகங்களிலிருந்து நிலவு வெளிப்பட்டுப் பிரகாசித்தது./ துப்பாக்கியிலிருந்து வெளிப்படும் குண்டு நேர்கோட்டில் பாய்கிறது./ அறையிலிருந்து குழந்தையுடன் வெளிப்பட்டாள். **2: (ஒரு தன்மை, நிலை போன்றவை) உணரக்கூடிய வகையில் தோன்றுதல்;** to become manifest or evident. கூட்டத்துக்குத் தலைமைதாங்கிய பேராசிரியர் நகைச்சுவை உணர்வு வெளிப்படப் பேசினார்./ அவருடைய எரிச்சல் கோபமாக வெளிப்பட்டது./ சிறுவனின் பேச்சில் அறியாமை வெளிப்பட்டது. **3: (ரகசியம், உண்மை போன்றவை) பலரும் அறியக் கூடியதாதல்; பகிரங்கமாதல்;** become evident; become public; come out. என்றாவது ஒரு நாள் உண்மை வெளிப்பட்டே தீரும்./ இந்தப் பிரச்சினையை ஆழ்ந்து பார்த்தால் பல உண்மைகள் வெளிப்படும்./ தன்னுடைய குட்டு எங்கே வெளிப்பட்டுவிடுமோ என்று பயந்துதான் அவர் இப்படியெல்லாம் பேசுகிறார். **4: (ஒரு செயல்பாடு, நிகழ்வு போன்றவற்றின் விளைவாக ஒன்று) தோன்றுதல்; உருவாதல்;** form. துத்தநாகம் போன்ற உலோகத்தை நீரில் சேர்த்துக் கொதிக்க வைக்கும்போது ஹைட்ரஜன் வெளிப்படுகிறது.

வெளிப்படுத்து வி. *(-படுத்த, -படுத்தி)* **1: (உணர்வு, திறமை, கருத்து முதலியவற்றை) அறியக்கூடிய வகையில் வெளிப்படச்செய்தல்;** show; express; reveal. அவர் கோபத்தைக் கண்கள் வெளிப்படுத்தின./ உன் திறமையை வெளிப்படுத்த இது ஒரு நல்ல வாய்ப்பு/ கருத்தை வெளிப்படுத்த மொழிதான் சிறந்த சாதனம்/ கதாசிரியரின் நடை என்பது அவரின் தனித் தன்மையை வெளிப்படுத்துவதாக இருக்க வேண்டும்./ இந்தக் கவிதை அவருடைய மொழிப் புலமையை வெளிப்படுத்துகிறது./ உணர்ச்சிகளை வெளிப்படுத்தாமல் அடக்கிவைப்பது தவறு./ மன முதிர்ச்சியை வெளிப்படுத்தும் பேச்சு/ உன் மனத்தில் உள்ளதை ஒளிக்காமல் வெளிப்படுத்தலாம். **2: (உண்மை, ரகசியம் போன்றவற்றை) பலரும் அறியச் செய்தல்; பகிரங்கமாக்குதல்;** make public. அவரைப் பற்றிய உண்மையை ஒருநாள் நாங்கள் வெளிப்படுத்துவோம்.

வெளிப்படை பெ. *(-ஆக, -ஆன)* **1: பிறர் தெளிவாக அறியக்கூடிய வகையில் இருப்பது; பகிரங்கம்;** openness; obviousness. தான் செய்தது தவறுதான் என்று வெளிப்படையாக ஒப்புக்கொண்டான்./ இதுதான் இந்தச் செய்யுளின் வெளிப்படையான பொருள்./ சில சொற்கள் வெளிப்படையாக ஒரு பொருளையும் மறைமுகமாக வேறொரு பொருளையும் உணர்த்தும்./ எங்கள் அமைப்பின் செயல்பாடு என்றைக்குமே வெளிப்படையாகத்தான் இருக்கும். [(தொ.சொ.) **கண்கூடு/ தெளிவு/ நிதர்சனம்**] **2: ஒளிவு மறைவு இல்லாத தன்மை;** frankness. அவருடைய வெளிப்படையான பேச்சு பலரை அவருக்கு எதிரியாக்கியது./ இந்த விஷயத்தை அவரிடம் நான் வெளிப்படையாகச் சொல்லிவிடப்போகிறேன்./ எனக்கு எதையும் வெளிப்படையாகப் பேசித்தான் பழக்கம். **3: நேரடியாகப் புலனாகும் விதத்தில் இருப்பது;** that which is obvious; direct. இவை நீரிழிவு நோயின் வெளிப்படையான அறிகுறிகள்.

வெளிப்பாடு பெ. **1: (எண்ணம், உணர்வு முதலியவற்றை) வெளிப்படுத்துவது அல்லது வெளியிடுவது;** expression; communication. கவிதை கவிஞனின் எண்ண வெளிப்பாட்டுச் சாதனம்./ உணர்வுகளின் வெளிப்பாடாக அங்க அசைவுகள் ஏற்படுகின்றன./ வாழ்க்கை அனுபவத்தின் வெளிப்பாடுகளே பழமொழிகள்./ இதை அவருடைய சாமார்த்தியத்தின் வெளிப்பாடாகவே நினைக்கிறேன்./ எண்ணங்களின் வெளிப்பாடு மொழி எனலாம். **2: (குறிப்பிட்ட உணர்ச்சி, தன்மை, போக்கு போன்றவற்றை) வெளிப்படுத்துவதாக இருப்பது;** manifestation; overt sign. நாங்கள் தேர்தலில் அடைந்திருக்கும் வெற்றி எங்கள்மீது மக்கள் கொண்டிருக்கும் நம்பிக்கையின் வெளிப்பாடு./ இன்றைய பண்பாட்டு மாற்றங்கள் உலகமயமாதலின் வெளிப்பாடு ஆகும். **3:** *(இலங்.)* **இருக்கும் இடத்தை விட்டு வெளியில் வரும் செயல்;** movement. சில நாட்களாக அவளின் வெளிப்பாட்டைக் காணவில்லை./ ஊரில் அடி வாங்கியதிலிருந்து அவனுடைய வெளிப்பாடு குறைவாக இருக்கிறது.

வெளிப்புறப் படப்பிடிப்பு பெ. **(ஒரு கட்டடம், செயற்கையாக வடிவமைக்கப்பட்ட அரங்கு போன்றவற்றினுள் இல்லாமல்) வெளி இடங்களில் நடத்தப்படும் படப்பிடிப்பு;** outdoor shooting.

வெளிமான் பெ. **நீண்ட, திருகியது போன்ற இரண்டு கொம்புகளைக்கொண்ட கறுப்பு நிற ஆண் இனத்தையும் மஞ்சளும் பழுப்பும் கலந்த நிறத்தில் பெண் இனத்தையும் உள்ளடக்கிய (இந்தியாவில் மட்டும் காணப்படும்) மான் இனம்;** blackbuck.

வெளியாக்கு வி. *(-ஆக்க, -ஆக்கி)* **வெளிப்படுத்தல்;** make public; disclose. வினாத்தாளை முன்னதாக வெளியாக்கிய அதிகாரிகள்மீது நடவடிக்கை.

வெளியாகு வி. *(-ஆக, -ஆகி)* **1: (திரைப்படம், தேர்தல் முடிவுகள் போன்றவை) வெளியிடப்படுதல்;** (of results, film, etc.,) be released. பள்ளி இறுதித் தேர்வு முடிவுகள் நாளை வெளியாகும். **2: (உண்மை, ரகசியம் முதலியவை) வெளிப்படுதல்;** become public; become known. என்றாவது ஒரு நாள் உண்மை வெளியாகும்.

வெளியார் பெ. **1: வேற்று மனிதர்கள்;** outsiders. வெளியார் வாகனங்களுக்கு உள்ளே அனுமதி இல்லை./ இந்த அமைப்பின் செயற்குழுக் கூட்டத்தில் வெளியார் யாரும் கலந்துகொள்ள முடியாது. **2:** *(இலங்.)* **(உறவினர் அல்லாத) அந்நியர்;** stranger. இலங்கை சட்ட மூலத்தின்படி சொறியல் காணியை வெளியாருக்கு விற்க முடியாது.

வெளியாள் பெ. **(ஓர் இடத்துக்கு அல்லது நடந்து கொண்டிருக்கும் பிரச்சினை, தகராறு போன்றவற்றுக்கு) சம்பந்தமில்லாத நபர்; தொடர்பில்லாத நபர்;**

person not concerned; outsider. வெளியாள் வேண்டாம், நாமே பேசித்தீர்த்துக்கொள்வோம்./ யாரோ இரண்டு வெளியாட்கள் அந்த இடத்தை நோட்டமிட்டுக்கொண் டிருந்தார்கள்.

வெளியிடம் பெ. **(வீடு, குடியிருக்கும் இடம் தவிர்ந்த) பொது இடம்;** places outside one's home or place of residence. வெளியிடங்களுக்குப் போகும்போது மட்டுமே அப்பா நல்ல உடை உடுத்திக்கொள்வார்.

வெளியிடு வி. (வெளியிட, வெளியிட்டு) **1: (அஞ்சல் தலை, திரைப்படம் முதலியவற்றை) பயன்பாட்டிற்குக் கிடைக்கச் செய்தல்;** release (stamps, film, etc.,). சுதந்திர தினத்தின் ஐம்பது ஆண்டு நிறைவு நினைவாக அரசு புதிய அஞ்சல் தலையை வெளியிட்டது./ நான் நடித்திருக்கும் புதிய படம் அடுத்த மாதம் வெளியிடப்படும். **2: (உணர்ச்சி, கருத்து முதலியவற்றைப் பலரும் அறியும் வகையில்) வெளிப்படுத்துதல்;** reveal; make public. தயங்கித்தயங்கி விஷயத்தை வெளியிட்டான்./ தன்னுடைய வியப்பை வெளியிடாமல் அவளால் இருக்க முடியவில்லை./ எப்போதுமே என் கருத்துகளைத் துல்லியமாக வெளியிட முயற்சிக்கிறேன்./ இந்த ரகசியத்தை வெளியிடக் கூடாது என்று அவர் என்னிடம் கேட்டுக்கொண்டார். **3: (நூல், நாணயம் முதலியவற்றை) அச்சிட்டு வெளிக்கொண்டு வருதல்; (செய்தி, கட்டுரை போன்றவற்றை ஒரு பத்திரிகையில்) இடம்பெறச் செய்தல்; பிரசுரித்தல்;** bring out; publish. வெளியிட்ட ஆயிரம் பிரதிகளும் விற்பனையாகிவிட்டன./ இந்த நாவலின் ஆங்கில மொழிபெயர்ப்பும் வெளியிடப்பட்டுள்ளது./ பல அருமையான புத்தகங்களை வெளியிட்ட பதிப்பகம் இது./ சிறந்த படைப்புகளை வெளியிடுவதே எங்களுடைய நோக்கம்./ மக்களிடையே விழிப்புணர்வை ஏற்படுத்தும் விளம்பரங்களை இலவசமாக வெளியிடப் பத்திரிகைகள் முன்வர வேண்டும்./ மேற்கூறிய தகவல்களை அந்தப் பத்திரிகை வெளியிட்டிருக்கிறது./ நதிகள் இணைப்பு குறித்த எனது கட்டுரையை வெளியிட எல்லாப் பத்திரிகைகளும் மறுத்துவிட்டன./ புதிய இரண்டு ரூபாய் நாணயங்களை வெளியிட அரசு முடிவு செய்துள்ளது. **4: (பத்திரம், பங்கு போன்றவற்றைப் பொதுமக்கள் வாங்கும் முறையில்) அதிகாரபூர்வமாகக் கிடைக்கச் செய்தல்;** issue. தேசியமயமாக்கப்பட்ட இந்த வங்கி பங்குகளை வெளியிட முடிவு செய்துள்ளது./ பல நிறுவனங்கள் கடன் பத்திரத்தை வெளியிடத் தொடங்கியுள்ளன./ தமிழ்நாட்டில் உள்ள அனைத்து வங்கிகளும் தங்கள் ஆண்டறிக்கையை ஆங்கிலத்தில் மட்டுமல்லாமல் தமிழிலும் வெளியிடுகின்றன. **5: அறிவித்தல்;** announce. தேர்தல் ஆணையத்தின் பரிந்துரைப்படிதான் தேர்தல் தேதி வெளியிடப்படும். **6: வெளிவரச் செய்தல்;** release; emit. தாவரங்கள் ஆக்சிஜனை சுவாசித்து கார்பன்-டை-ஆக்சைடை வெளியிடுகின்றன./ சூரியன் கடும் வெப்பத்தை வெளியிடுகிறது.

வெளியில் வி.அ. காண்க: **வெளியே.**

வெளியீட்டகம் பெ. **பதிப்பகம்;** publishing house. எங்கள் வெளியீட்டகத்தின் அனைத்து நூல்களும் சென்னைப் புத்தகக் கண்காட்சியில் கிடைக்கும்.

வெளியீட்டாளர் பெ. **நூல், பத்திரிகை போன்றவற்றைப் பதிப்பித்து வெளியிடுபவர்;** publisher.

வெளியீடு பெ. **1: (அச்சடிக்கப்பட்டு அல்லது தயாரிக்கப்பட்டுப் பொதுமக்களுக்காக) வெளியிடப்படுதல்;** (the act of) publishing; release (of book, bonds, film, etc.,); issue. புத்தக வெளியீட்டு விழாவில் அமைச்சர் கலந்துகொண்டார்./ புதிய பங்குப் பத்திரங்களின் வெளியீடு நாளை தொடங்கும்./ அஞ்சல்தலை வெளியீட்டு விழா. **2: (வெளியிடப்பட்ட) நூல், திரைப்படம் போன்றவற்றைப் பொதுவாகக் குறிக்கும் சொல்;** copy (of a publication). எங்களிடம் எல்லாப் பதிப்பகத்தாரின் வெளியீடுகளும் கிடைக்கும்./ இந்தத் திரைப்படம் ஏ.வி.எம். நிறுவனத்தின் வெளியீடு. **3: (எண்ணம், கற்பனை முதலியவற்றை) வெளிப்படுத்துவது; வெளிப்பாடு;** expression. கருத்து வெளியீட்டுச் சுதந்திரம்/ வெளியீட்டுத் திறன் உள்ளவன் கலைஞன் ஆகிறான். **4: (ஒரு நிறுவனத்தின் பங்குகள், பத்திரங்கள் முதலியவை) அதிகாரபூர்வமாகப் பொதுமக்களுக்குக் கிடைக்குமாறு செய்யும் செயல்பாடு;** issue (of shares, bonds, etc.,). அந்தத் தனியார் வங்கி புதிய பங்கு வெளியீடுகள் மூலம் *1000* கோடி ரூபாய் நிதி திரட்ட முடிவுசெய்துள்ளது.

வெளியுறவு பெ. **ஒரு நாடு பிற நாடுகளுடன் அரசியல், பண்பாடு, வர்த்தகம் முதலிய துறைகளில் கொள்ளும் உறவு;** foreign affairs; foreign relations (of a country). வெளியுறவு அமைச்சர்/ வெளியுறவுக் கொள்கை.

வெளியூர் பெ. **குறிப்பிடப்படும் சூழலில் ஒருவர் இருக்கும் ஊர் அல்லாத பிற ஊர்;** place other than one's native place. அப்பா வெளியூர் போயிருக்கிறார். நாளைதான் வருவார்./ இது வெளியூர் செல்லும் பேருந்துகளுக்கான பேருந்து நிலையம்.

வெளியே வி.அ. **1: குறிப்பிடப்படும் ஒரு இடத்தை அல்லது எல்லையைத் தாண்டி;** outside. வீட்டுக்கு வெளியே உட்கார்ந்து பேசிக்கொண்டிருந்தார்கள்./ கடையை விட்டு வெளியே வந்தார்./ கோபத்தில் மகனை வெளியே தள்ளிக் கதவைச் சாத்தினார்./ வெளியே சற்று நடந்துவிட்டு வருவோமா?/ அவன் சிறையிலிருந்து வெளியே வந்து இரண்டு மாதங்கள்தான் ஆகிறது./ கோயிலுக்கு வெளியே கால் வைக்க முடியாத அளவுக்குக் கூட்டம். **2: (பேச்சால் அல்லது செயல்பாடுகளால்) பிறர் அறியும்படி;** in public; openly. வெளியே சொன்னால் வெட்கக்கேடான விஷயம்./ ரகசியத்தை வெளியே சொல்லக் கூடாது./ என்மேல் உள்ள கோபத்தை அவர் வெளியே காட்டிக்கொள்ளவில்லை. **3: மூடப்பட்டிருத்தல், அடைத்திருத்தல் முதலிய நிலைகளிலிருந்து மூடப்படாத, அடைத்திருக்காத நிலைகளை நோக்கி;** out. உறையிலிருந்து கத்தியை வெளியே எடுத்தான்./ பையிலிருந்து ஒவ்வொன்றாக வெளியே எடுத்து வைத்தான்./ கூடைக்குள் இருந்த பாம்பு மெதுவாக வெளியே வரத் தொடங்கியது./ இந்தப் பறவை இரவு நேரங்களில் மட்டுமே கூட்டை விட்டு வெளியே வரும்.

வெளியேற்றம் பெ. **வெளியேறும் அல்லது வெளியேற்றும் செயல்;** going away; eviction; expulsion. ஆக்கிரமிப்பாளர்கள் வெளியேற்றம் தொடர்பான சட்டம்/ அதிக அளவிலான நீர் வெளியேற்றத்தினால் உடலில் சோர்வு ஏற்படுகிறது.

வெளியேற்று வி. (வெளியேற்ற, வெளியேற்றி) **(ஒன்றிலிருந்து) வெளிவரச் செய்தல்; வெளியே போகச் செய்தல்;** discharge; expel. வியர்வைச் சுரப்பி வியர்வையை

வெளியேறு 1244

வெளியேற்றுகிறது./ அமளியில் ஈடுபட்ட உறுப்பினர்கள் அவையிலிருந்து வெளியேற்றப்பட்டனர்.

வெளியேறு வி. (வெளியேற, வெளியேறி) 1: **(ஒன்றை விட்டு) வெளியில் செல்லுதல்;** come out; get out. அடிபட்ட இடத்திலிருந்து இரத்தம் வெளியேறியது./ கூட்டத்தை விட்டு வெளியேறுவதற்குள் வியர்த்துக் கொட்டிவிட்டது./ நுரையீரலின் இயக்கத்தால் காற்று உள்ளே செல்லவும் வெளியேறவும் முடிகிறது./ சிறுநீரகம் இரத்தத்தைச் சுத்திகரிக்கும்போது அதில் உள்ள கழிவுப் பொருள்கள் வெளியேறுகின்றன./ காய்கறிகளை அளவுக்கதிகமாக வேக வைத்தால் அதிலுள்ள சத்துகள் வெளியேறிவிடும். 2: **(வீடு, நாடு, பதவி முதலியவற்றை விட்டு) அகலுதல்; நீங்குதல்;** go out; leave; quit. சுதந்திரப் போராட்டக் காலத்தில் 'வெள்ளையனே வெளியேறு' என்று முழங்காதவர்கள் இல்லை./ வீட்டை விட்டு வெளியேறிய தன் மகனைப் பற்றிப் பேசும்போது அவருடைய கண்கள் கலங்கும்./ தேர்தலில் போட்டியிட வாய்ப்புத் தராததால் பலர் கட்சியிலிருந்து வெளியேறினர்./ உள்நாட்டுக் கலகத்தைத் தொடர்ந்து மக்கள் நாட்டை விட்டு வெளியேறிக்கொண்டிருக்கிறார்கள். 3: **(தொடர்ச்சியாக நடைபெறும் போட்டிகளில் ஒருவர் அல்லது ஒரு அணி மேற்கொண்டு விளையாடாமல்) விலகுதல் அல்லது விலக்கப்படுதல்;** exit; lose the lead. புள்ளிகள் குறைவாக இருந்த காரணத்தால் இந்திய அணி இறுதிச் சுற்றுக்குப் போக முடியாதவாறு வெளியேறியது./ இனவெறிக்கு எதிர்ப்புத் தெரிவிக்கும் விதமாகத் தமது அணி போட்டியிலிருந்து வெளியேறுகிறது என்று அந்த அணித் தலைவர் அறிவித்தார்.

வெளிர் பெ.அ. **(நிறத்தில்) அடர்த்தி குறைந்த;** light; pale. வெளிர் மஞ்சள்/ வெளிர் நீலம்.

வெளிவட்டச் சாலை பெ. (பு.வ.) **(பெரும்பாலும் நகரின் உள்ளே குறிப்பிட்ட இடத்துக்கு நேராகச் செல்ல வசதியாகவும் அவசியம் ஏற்படும்போது நகரினுள் சுற்றாமல் விரைவில் வெளியேறவும் வசதியாக) நகரைச் சுற்றி வெளிப்புறத்தில் அமைந்திருக்கும் வட்டமான அகன்ற சாலை;** outer ring road (of a town). கோவை மாநகரில் 284 கோடி ரூபாய்ச் செலவில் 26 கிலோமீட்டர் நீளத்துக்கு வெளிவட்டச் சாலை அமைக்க அரசு திட்டமிட்டுள்ளது

வெளிவர்த்தகம் பெ. **இரு நாடுகளுக்கு அல்லது பிரதேசங்களுக்கு இடையே நடைபெறும் வர்த்தகம்;** foreign trade; trade between two regions.

வெளிவா வி. (வெளிவர, வெளிவந்து) 1: **(கட்டுரை, கதை முதலியவை பத்திரிகையில்) பிரசுரமாதல்; (புத்தகம் அச்சாகி) விற்பனைக்கு வருதல்; (திரைப்படம், ஒலி நாடா போன்றவை) வெளியிடப்படுதல்;** (of books, etc.,) be published/ (of films, etc.,) be released. பத்திரிகையில் தன் கட்டுரை வெளிவந்திருக்கிறதா என்று ஆவலோடு பார்த்தார்./ இப்போது வெளிவரும் படங்களில் கதை இருப்பதாகத் தெரியவில்லை./ உலகெங்கும் பல்வேறு மொழிகளிலும் பைபிள் வெளிவந்திருக்கிறது. 2: **(ஒன்றிலிருந்து இன்னொன்று) வெளிப்படுதல்;** come out. விதையிலிருந்து வெளிவரும் முளை/ முட்டையிலிருந்து குஞ்சு வெளிவருவதை அழகாகப் படம்பிடித்திருந்தார்கள்./ கரடிகள் கறையான் புற்றை நசுக்கி அதிலிருந்து வெளிவரும் கரையான்களைப் பிடித்துத் தின்னும்./ இந்தத் தனிமத்திலிருந்து வெளிவரும் கதிர்வீச்சு ஆபத்தானது. 3: **(முடிவு, கருத்து முதலியவை) வெளியிடப்படுதல் அல்லது வெளியாதல்;** (of results, etc.,) be published; be known. நாளைமுதல் தேர்தல் முடிவுகள் வெளிவரத் தொடங்கும்./ பல்கலைக் கழகத் தேர்வு முடிவுகள் வெளிவந்துள்ளன. 4: **(தண்டனை முடிந்து சிறையிலிருந்து) வெளியே வருதல்;** be released; come out (of prison). சிறையிலிருந்து வெளிவந்த பின் பத்திரிகை தொடங்கினார். 5: **(பிரச்சினை, சிக்கல் போன்றவற்றிலிருந்து) மீளுதல்;** get out (of a crisis). இந்தச் சிக்கலிலிருந்து எப்படித்தான் வெளிவரப்போகிறேனோ தெரியவில்லை.

வெளிவாங்கு வி. (வெளிவாங்க, வெளிவாங்கி) (ஊரக வ.) **(மழைக்கான கருமேகங்கள் விலகி வெளிச்சம் ஏற்படுகிற வகையில் வானம்) தெளிவடைதல்;** (of sky) become clear. பத்து நாள் விடாது பெய்த மழைக்குப் பின் இன்றுதான் வானம் வெளிவாங்கியிருக்கிறது.

வெளிவிவகாரம் பெ. (அ.வ.) காண்க: **வெளியுறவு.**

வெளிவேஷம் பெ. **(பிறரை நம்பச் செய்வதற்காக) பொய்யாக நடந்துகொள்ளும் செயல்;** pretence; deceptive appearance. அவனது வெளிவேஷத்தை நம்பி ஏமாந்துவிட்டேன்.

வெளிறு வி. (வெளிற, வெளிறி) 1: **(மேகம் அல்லது இருள் விலகி வானம்) தெளிவாகக் காணப்படுதல்;** (of sky) be clear. வானம் வெளிறிக்கிடந்தது. 2: **(பயம், நோய் முதலியவற்றால்) உடல் இயல்பான நிறத்தை அல்லது முகம் களையை இழத்தல்;** become pale; lose lustre. அவன் முகம் பயத்தால் வெளிறிவிட்டது.

வெளு வி. (வெளுக்க, வெளுத்து) 1: **(துணிகளை அழுக்கு நீக்கி) சுத்தப்படுத்துதல்; வெண்மையாக்குதல்;** wash; clean. துணியை வெளுக்கப் போட வேண்டும். 2: **(பயம், நோய் போன்றவற்றால்) வெளிறுதல்;** become pale. பயத்தில் அவர் முகம் வெளுத்தது./ பிரசவத்திற்குப் பின் அவள் உடல் வெளுத்துவிட்டது. 3: **(கறுப்பாகவோ மாநிறமாகவோ இருக்கும் ஒருவர்) வெளிர் நிறத்தைப் பெறுதல்;** (complexion) improve. நான் பத்து வருடத்திற்கு முன் பார்த்ததைவிட அவன் இப்போது நன்றாக வெளுத்திருக்கிறான். 4: **(இருள் அகன்று) வெளிச்சமாதல்;** become bright. கிழக்கு வெளுத்துவிட்டது./ மழை நின்று வானம் வெளுக்க ஆரம்பித்தது./ வானம் வெளுத்து சூரியன் தெரிய ஆரம்பித்தது. 5: **(தலைமுடி) நரைத்தல்;** (hair) become grey. தலையெல்லாம் வெளுத்துத் தோல் சுருக்கம் கண்ட பின்பும் அவருடைய கம்பீரம் குறையவில்லை.

வெளுத்துக்கட்டு வி. (-கட்ட, -கட்டி) 1: **(பலரும் பாராட்டும் வகையில் அல்லது வியக்கும் வகையில் ஒன்றை) சிறப்பாகச் செய்தல்;** do very well. இன்றைய கச்சேரியில் மிருதங்க வித்வான் வெளுத்துக்கட்டிவிட்டார்./ அப்பா வேடத்தில் நடிகர் வெளுத்துக்கட்டியிருக்கிறார். 2: **(வெயில்) கடுமையாக அடித்தல்; (மழை) கடுமையாகப் பெய்தல்;** (of sunshine, rain, etc.,) be intense or furious. இந்த வருடம் மழை வெளுத்துக்கட்டிவிட்டது. [(தொ.சொ.) *அடி/ ஊற்று/ கொட்டு/ தூறல் போடு/*

துறு/ பிய்த்துவாங்கு/ பெய்/ பொழி] **3: (ஒருவரை அல்லது ஒன்றை) கடுமையாக விமர்சித்தல்;** blast (s.o.). எங்கள் சங்க உறுப்பினர் ஒருவரின் வண்டவாளங்களைப் பற்றி அந்தப் பத்திரிகை வெளுத்துக்கட்டியிருந்தது. **4: (ஒருவரை) நன்றாக அடித்தல்;** beat severely. அவருக்குக் கோபம் வந்துவிட்டால் வெளுத்துக்கட்டிவிடுவார். யாரென்று பார்க்க மாட்டார்.

வெளுத்துவாங்கு வி. (-வாங்க, -வாங்கி) *காண்க:* **வெளுத்துக்கட்டு.**

வெளுப்பு பெ. **1: வெண்ணிறம் அல்லது வெளிறிய நிறம்;** whiteness (of washed clothes). சட்டையின் பளிச்சிடும் வெளுப்பு./ ஆள் வெளுப்பாக இருந்தான். **2: துவைத்தல்; வெளுத்தல்;** washing. இரண்டு மூன்று வெளுப்புக்குப் பிறகு துணியின் நிறம் மங்கிவிடுகிறது.

வெற்றி பெ. **1: (விளையாட்டு, தேர்தல், போட்டி போன்றவற்றில்) உடன் போட்டியிடுபவரைவிடச் சிறப்பாகச் செயல்பட்டு அதிகபட்சமான புள்ளிகளை எடுத்தல்;** victory; success. அவர் ஆயிரம் வாக்குகள் வித்தியாசத்தில் வெற்றி பெற்றுள்ளார்./ வெற்றி தோல்வி இல்லாமல் போட்டி முடிவடைந்தது./ இன்றையப் போட்டியில் பந்து வீச்சைப் பொறுத்தே வெற்றி அமையும்./ வெற்றியையும் தோல்வியையும் சமமாக ஏற்றுக்கொள்ளப் பழக வேண்டும். **2: (போரில் எதிரியை) தோற்கடித்தல்;** victory (in a war). ஔரங்கசீப் தன்னை எதிர்த்த சிற்றரசர்களையெல்லாம் வெற்றிகொண்டார். **3: (முயற்சி, செயல் போன்றவை) பயன் தரும், நல்ல விளைவை அடையும் நிலை;** successful completion. உன் முயற்சிகள் வெற்றி பெற என் வாழ்த்துகள்/ பேச்சுவார்த்தை வெற்றி அடைந்தது./ அறுவைச் சிகிச்சையை வெற்றிகரமாக முடித்துவிட்டார்./ இந்தத் தீர்ப்பு எனது நீண்ட போராட்டத்துக்குக் கிடைத்த வெற்றி./ எளிமையே அவருடைய வெற்றியின் ரகசியம் ஆகும். **4: (திரைப்படம், நாடகம் முதலியவை) நல்ல வசூலையும் வரவேற்பையும் பெறும் நிலை;** (of films) box office hit. நீங்கள் புதிதாக எழுதிய நாடகம் வெற்றியைத் தேடித் தந்ததா?/ நல்ல படங்கள் வெற்றி அடைவதில்லை என்று கூறி நண்பர் வருத்தப்பட்டார்.

வெற்றிக் கிண்ணம் பெ. (இலங்.) **(விளையாட்டுப் போட்டியில் வென்றவர்களுக்குப் பரிசாக அளிக்கப்படும்) கோப்பை;** cup.

வெற்றிக் கேடயம் பெ. (இலங்.) **(விளையாட்டுப் போட்டியில் வென்றவர்களுக்குப் பரிசாக அளிக்கப்படும்) கேடயம்;** shield.

வெற்றிக் கோப்பை பெ. *(இலங்.)* **(விளையாட்டுப் போட்டியில் வென்றவர்களுக்குப் பரிசாக அளிக்கப்படும்) கோப்பை;** cup.

வெற்றிச் சின்னம் பெ. *(இலங்.)* **(விளையாட்டுப் போட்டியில் வென்றவர்களுக்கு) பரிசாக அளிக்கப்படும் கோப்பை அல்லது கேடயம்;** trophy.

வெற்றிடம் பெ. **1: காலி இடம்;** vacant space. வீட்டுக்குப் பக்கத்தில் இருந்த வெற்றிடத்தில் பூச்செடிகளை நட்டிருந்தார். **2: ஓர் இடம், பொருள் போன்றவற்றில் காற்று, உள்ளீடு போன்றவை எதுவும் இல்லாத தன்மை;** vacuum. வெற்றிடத்தில் ஒலி அலைகள் பரவாது./ குழல் விளக்கின் உள்ளே வெற்றிடம் இருப்பதால்தான் அது ஒளிர்கிறது./ (உரு வ.) தலைவரின் மறைவுக்குப் பிறகு கட்சியில் ஏற்பட்ட வெற்றிடத்தை நிரப்ப யாராலும் முடியவில்லை.

வெற்றிலை பெ. **பாக்கு முதலியவற்றோடு சேர்த்து மெல்லுவதற்கு உரிய, சற்று உறைப்பாக இருக்கும் இலை/ மேற்குறிப்பிட்ட இலையைத் தரும் கொடி;** betel leaf and the creeper. வெற்றிலைக் கட்டு/ வெற்றிலைக் கொடி படருவதற்காக அகத்தி மரம் வளர்ப்பார்கள்.

வெற்றிலைச்செல்லம் பெ. **(வெற்றிலை, பாக்கு முதலியவற்றைத் தனித்தனியாக வைத்துக் கொள்வதற்கு ஏற்ற முறையில்) சிறுசிறு தடுப்புகள் கொண்டதாகச் செய்யப்படும் உலோகப் பெட்டி;** a small metal box (for keeping betel leaves, areca nut, etc.,).

வெற்றிலைபாக்கு போடு வி. (போட, போட்டு) *காண்க:* **வெற்றிலை போடு.**

வெற்றிலைபாக்கு மாற்று வி. (மாற்ற, மாற்றி) **வெற்றிலை, பாக்கு, பழம் போன்றவை உள்ள தட்டுகளைப் பெண் வீட்டாரும் மாப்பிள்ளை வீட்டாரும் ஒருவருக்கொருவர் மாற்றிக்கொள்வதன் மூலம் திருமணத்தை நிச்சயித்தல்;** conclude a proposal of marriage (by ceremonially exchanging betel leaves, etc.,). அடுத்த மாதம் நல்ல நாளில் வெற்றிலைபாக்கு மாற்றிக் கொள்ளலாமா?/ பெண் பிடித்துப்போய்விட்டால் அப்போதே வெற்றிலைபாக்கு மாற்றிக்கொண்டுவிடலாம்.

வெற்றிலைபாக்கு வாங்கு வி. (வாங்க, வாங்கி) **(கலைஞர்கள் நிகழ்ச்சியை நடத்த ஒப்புக்கொண்டதன் அடையாளமாக) ஒரு தட்டில் வெற்றிலை, பழம் போன்றவற்றுடன் முன்பணத்தைப் பெறுதல்;** (of performing artistes) receive an advance (offered ceremonially with betel leaves, etc.,) in acceptance of an engagement. ஆடி இரண்டாம் வெள்ளிக்கிழமை கூத்து நடத்த வெற்றிலைபாக்கு வாங்கிவிட்டேன். அந்தத் தேதியை மாற்றிவிட்டு உங்கள் ஊருக்கு வர முடியாது.

வெற்றிலைபாக்கு வை வி. (வைக்க, வைத்து) **(வெற்றிலைபாக்கு தந்து ஒருவரை) மங்கல நிகழ்ச்சியில் கலந்துகொள்ளுமாறு அழைத்தல்;** invite s.o. to an auspicious function (by offering betel leaves and areca nut in the traditional way). பெண்ணுக்குக் கல்யாணம் என்று நேற்று என் தம்பி வந்து வெற்றிலைபாக்கு வைத்துவிட்டுப் போனான்.

வெற்றிலைபாக்கு வைத்து அழை வி. (அழைக்க, அழைத்து) (கேலித் தொனியில் கூறும்போது) **(ஒருவரை) சம்பிரதாயமான மரியாதைகளோடு அழைத்தல்;** (in a tone of sarcasm) invite with traditional honours. விருந்துக்கு வரும்படி நண்பரை வெற்றிலைபாக்கு வைத்து அழைக்க வேண்டுமா?/ எதிர் வீட்டுக்காரர் யாரையும் மதித்து எதற்கும் செல்வதில்லை என்பதால் வெற்றிலை வைத்து அழைத்தாலும் அவர் உன் கல்யாணத்துக்கு வர மாட்டார்.

வெற்றிலை போடு வி. (போட, போட்டு) **வெற்றிலையில் சுண்ணாம்பு தடவிப் பாக்கு போன்றவற்றுடன் சேர்த்து மெல்லுதல்;** to chew betel leaf with areca nut, etc., கல்யாண வீட்டில் சாப்பிட்டதும் வெற்றிலை போட்டுக்கொண்டு கிளம்பினான்./ சாப்பிட்ட பிறகு வெற்றிலை போடுவதைப் பழக்கமாகக் கொண்டு விட்டார்.

வெற்று பெ.அ. **1: (ஒன்றில் இருக்க வேண்டியது) எதுவும் இல்லாத; வெறும்;** empty; bare; blank. வெற்றுத்

வெற்றுப்பேச்சு 1246

துப்பாக்கியைக் காட்டிப் பயமுறுத்திவிட்டான்./ வெற்றுத் தாள்களை வைத்துக்கட்டி, பணம் என்று கொடுத்து நம்மை ஏமாற்றியிருக்கிறான்./ வெற்றுத் தாளில் கையெழுத்துப் போட்டுக் கொடுக்காதே! **2: பயனற்ற; வீணான;** useless. பிரச்சினைக்குத் தீர்வு காணாமல் நாம் இதுவரை வெற்றுப் பேச்சுதான் பேசிக்கொண்டிருந்திருக்கிறோம்./ கையில் காசு இல்லாவிட்டாலும் இந்த வெற்று கௌரவத்துக்கு ஒன்றும் குறைச்சல் இல்லை. **3: நோக்கம் எதுவும் இல்லாத;** purposeless; blank. வெற்றுப் பார்வை. **4: உடை, கண்ணாடி போன்றவை அணியாத;** bare; naked. வெற்றுக் கண்ணால் பார்க்க முடியாத கிருமிகள்./ வெற்றுடம்புடன் வாசலில் நின்றுகொண்டிருந்தான்.

வெற்றுப்பேச்சு பெ. (பே.வ.) காண்க: **வீண்பேச்சு.**

வெறி[1] வி. *(வெறிக்க, வெறித்து)* **1: எந்தவிதச் சிந்தனையும் இல்லாமல் ஒன்றை வெகு நேரம் பார்த்துக்கொண்டிருத்தல்; பார்வை ஒன்றின் மீது நிலைத்தல்;** stare blankly; give a vacant stare. சாப்பிடப் பிடிக்காமல் சோற்றை வெறித்தபடி உட்கார்ந்திருந்தான்./ ஏன் வேலையை விட்டாய் என்று கேட்டதற்கு பதில் சொல்லாமல் சுவரை வெறித்துப் பார்த்தான். [*(தொ.சொ.)* காண்/ பார்/ முறை/ விழி] **2: (மிரட்சி, ஆர்வம், கோபம் போன்றவை வெளிப்படும் விதத்தில் ஒருவரை) வெகு நேரமாக உற்றுப் பார்த்தல்;** gaze. எதற்காக அவனை அப்படி வெறித்துப் பார்க்கிறாய்?/ என்னையே அவன் வெறிக்க வெறிக்கப் பார்த்துக்கொண்டிருக்கிறான். **3:** *(ஊரக வ.)* **(மாடு முதலியவை) மிரளுதல்;** be frightened; take fright. குடையைக் கண்டால் மாடு வெறிக்கும் என்று தெரியாதா?

வெறி[2] வி. *(வெறிக்க, வெறித்து) (வ.வ.)* **1: (ஓர் இடம் ஆட்கள் இல்லாமல்) வெறிச்சோடியிருத்தல்;** (of a place) be empty (without any sign of activities). தெரு வெறித்துக் கிடந்தது. **2: (மழை பெய்து வானம்) தெளிதல்;** (of sky) be clear. வானம் வெறித்த பின் போகலாம்.

வெறி[3] பெ. **1: (கோபம், குடிபோதை ஆகியவற்றினால் உந்தப்பட்டு) கண்மூடித்தனமாக அல்லது கட்டுப்பாடு இல்லாமல் நடந்துகொள்ளும் நிலை;** uncontrolled behaviour (caused by anger, drunkenness, etc.,); fury. குடிவெறியில் தகப்பனையே அடிக்கப்போய்விட்டான்./ மக்கள் மீது கொள்ளைக்காரர்கள் வெறித்தனமாகச் சுட்டனர். **2: (ஒன்றின் மீது கொண்டிருக்கும்) அளவுக்கு அதிகமான ஆர்வம் அல்லது ஆசை;** fanaticism; craze. மத வெறியைத் தூண்டிவிடுகிறார்கள்/ பதவி வெறி பிடித்து அலைகிறான்./ போர் வெறி/ மொழி வெறி. [*(தொ.சொ.)* வேட்கை] **3: (ஒன்றை அடைவதற்கும் செய்வதற்கும் ஏற்படுகிற அல்லது ஏற்படுத்திக்கொள்ளுகிற) அதீதமான ஆவேச உணர்ச்சி;** violent passion. அவளைப் பார்க்க வேண்டும் என்ற வெறி அவனுள் எழுந்தது./ இன்று இரவே கதை எழுதி முடித்துவிட வேண்டும் என்ற வெறியோடு எழுதினான்./ அவன் கண்களில் கொலைவெறி தெரிந்தது. [*(தொ.சொ.)* பித்து/ பைத்தியம்/ வேட்கை] **4: வைரஸ் தாக்குவதால் நாய், பன்றி போன்ற விலங்குகளுக்கு ஏற்படும் (அவை கடித்தால் மனிதனுக்கும் பரவும்) கொடிய நோய்;** (of animals) wild and mad behaviour. நாய்களுக்கு வெறி பிடிக்காமல் இருப்பதற்காக ஊசி போடுவார்கள்./ வெறி நாய். **5:** *(இலங்.)* **(மது அருந்துவதால் ஏற்படும்) போதை;** stupor. கள்ளைக் குடித்துவிட்டு வெறியில் வருகிறான்./ அவர்கள் அடித்த அடியில் அவனுக்கு வெறி முறிந்திருக்கும்./ இவனோடு இப்போது கதைக்க முடியாது. வெறியில் இருக்கிறான்.

வெறிச்-என்று வி.அ. *(கலகலப்பாக இருந்த ஓர் இடம்)* **நடமாட்டம் இல்லாமல்; வெறுமையாக;** wearing a desolate look. மனைவியும் குழந்தைகளும் ஊருக்குப் போன பிறகு வீடு வெறிச்சென்று இருந்தது.

வெறிச்சோடு வி. *(வெறிச்சோட, வெறிச்சோடி)* **(ஓர் இடம்) ஆட்கள் நடமாட்டம் இல்லாமல் இருத்தல்; வெறுமையாதல்;** wear a desolate look. திருமணம் முடிந்த பிறகு வீடு வெறிச்சோடிவிட்டது./ எந்நேரமும் குழந்தைகள் விளையாடிய வீடு வெறிச்சோடிக் கிடந்தது./ முழு அடைப்பின் காரணமாகச் சாலைகள் வெறிச்சோடிக் காணப்பட்டன.

வெறிநாய்க்கடி பெ. **வெறி பிடித்த நாய் மனிதர்களைக் கடிப்பதால் ஏற்படும் கொடிய நோய்;** rabies. வெறிநாய்க்கடிக்கு உடனடியாகச் சிகிச்சை தர வேண்டும்.

வெறிநோய் பெ. *(பு.வ.)* **வைரஸ் கிருமியால் நாய், வௌவால் போன்ற பாலூட்டிகளுக்குப் பரவி, அவை (மனிதர்களையோ விலங்குகளையோ) கடிக்கும்போது அவற்றின் உமிழ்நீர் வழியாகப் பரவி மூளையையும் தண்டுவடத்தையும் பாதித்து (உடனடியாகச் சிகிச்சை எடுத்துக்கொள்ளாத பட்சத்தில்) வலிப்பையும் மரணத்தையும் விளைவிக்கும் கொடுமையான தொற்று நோய்;** rabies.

வெறு வி. *(வெறுக்க, வெறுத்து)* **1: சற்றும் பிடிக்காத காரணத்தால் ஒன்றையோ ஒருவரையோ சகித்துக்கொள்ள முடியாத உணர்வை மனத்தில் வளர்த்துக்கொள்ளுதல்;** hate; dislike. 'சுயநலக்காரர்களை நான் வெறுக்கிறேன்' என்று கோபத்துடன் நண்பர் கூறினார்./ இந்த மாதிரியான ஆடம்பரங்கள் வெறுக்கத் தக்கவை. **2: (ஒன்றின் மேல்) விருப்பம் இல்லாமல் போதல்; வெறுமை உணர்வு தோன்றுதல்;** be disgusted with; be fed up with. இருபது வயதிலேயே வாழ்க்கை வெறுத்துவிட்டதா உனக்கு?/ படிப்புக்குத் தகுந்த வேலை கிடைக்காமல் மனம் வெறுத்துப்போய்ப் பேசினார்.

வெறுங்காவல் பெ. **குற்றவாளியைக் கடுமையான உழைப்புக்கு உட்படுத்தாமல் வெறுமனே சிறையில் இருக்கும்படி விதிக்கப்படும் தண்டனை;** simple imprisonment. சிறிய குற்றங்களுக்கெல்லாம் வெறுங்காவல் தண்டனைதான் வழங்கப்படுகிறது.

வெறுங்கையுடன் வி.அ. **எதையும் கொண்டுவராமல் அல்லது எதையும் கொண்டுசெல்லாமல்;** empty-handed. எப்படியாவது பணத்தோடு வருகிறேன் என்று சொல்லிவிட்டு, இப்போது வெறுங்கையுடன் வந்து நிற்கிறாயே?/ தம்பி வீட்டுக்குப் போகும்போது வெறுங்கையுடனா போவது? குழந்தைகளுக்கு ஏதாவது வாங்கிக் கொண்டுப் போனால்தானே நன்றாக இருக்கும்./ கோப்பையை வென்றுவரும் என்று எதிர்பார்க்கப்பட்ட இந்திய அணி வெறுங்கையுடன் திரும்பி வந்தது./ *(உரு வ.)* போர் நிறுத்தம் குறித்துப் பேச்சுவார்த்தை நடத்தச் சென்ற குழு வெறுங்கையுடன் திரும்பிவந்தது.

வெறுங்கோப்பி பெ. (இலங்.) **பால் கலக்காத காப்பி;** coffee made without adding milk.

வெறுங்கோது பெ. (இலங்.) **உள்ளீடு அற்ற கூடு;** empty shell. புளியங்கோது/ உளுத்தங்கோது/ பயத்தங்கோது.

வெறுப்பு பெ. **1: ஒன்றை அல்லது ஒருவரை வெறுக்கும் நிலை;** dislike; hatred. அவருக்குக் கத்திரிக்காய் என்றாலே அளவுகடந்த வெறுப்பு./ திரும்பத்திரும்ப ஒரே விஷயத்தைப் பேசுவது வெறுப்பைத் தருகிறது./ மக்களிடையே வெறுப்பை வளர்க்கும் விதத்தில் கட்சிகள் செயல்படக் கூடாது. [(தொ.சொ.) **காழ்ப்பு/ குரோதம்/ பகை/ பகைமை**] **2: வெறுமை உணர்வு; விரக்தி;** feeling of emptiness (caused by frustration); disgust. வாழ்க்கையில் வெறுப்புத் தட்டிவிட்டது./ பதவி உயர்வு கிடைக்காததால் வெறுப்பு அடைந்திருக்கிறார். [(தொ.சொ.) **அலுப்பு/ எரிச்சல்/ சலிப்பு/ விரக்தி/ வெறுமை**]

வெறுப்பு அரசியல் பெ. (பு.வ.) **குறிப்பிட்ட இனம், மதம், நாடு, சாதி, சமூகம், மொழி, பிராந்தியம் போன்றவைமீது மக்களுக்கு வெறுப்பு ஏற்பட்டு அதன் அடிப்படையில் மக்களைத் தங்களுக்கு ஆதரவாகத் திரட்ட அரசியல்வாதிகள் மேற்கொள்ளும் நடவடிக்கை;** hate politics; politics of hatred.

வெறுப்பேற்று வி. (வெறுப்பேற்ற, வெறுப்பேற்றி) (பே.வ.) **(ஒருவரைக் கோபப்படுத்தும் அல்லது எரிச்சலடையச்செய்யும் அளவுக்கு) தொடர்ச்சியாகவும் மேன்மேலும் பேசிக்கொண்டே இருத்தல்;** make s.o. feel annoyed. ஏற்கனவே நான் நொந்துபோயிருக்கிறேன். என்னை வெறுப்பேற்றாதே.

வெறும் பெ.அ. **1: உள்ளே எதுவும் இல்லாத; காலியான;** empty. எண்ணெய் இல்லாத வெறும் பாட்டில்/ வெறும் வயிற்றில் மாத்திரை சாப்பிடாதே./ காலையில் எழுந்ததும் வெறும் வயிற்றில் நிறைய தண்ணீர் குடிக்க வேண்டும்./ வேப்பிலையை வெறும் வயிற்றில் சாப்பிட்டால் நல்லது. **2:** (உடல், உடல் உறுப்புகள் முதலியவை குறித்து வரும்போது அவற்றில்) **எதுவும் அணியாத;** bare; naked. யாரோ அலறும் சத்தம் கேட்டதும் வெறும் உடம்போடு தெருவுக்கு ஓடிவந்தார்./ 'வெறும் கழுத்தோடு கல்யாணத்துக்குப் போவதா?' என்று அம்மா அப்பாவிடம் கேட்டாள்./ வெறுங்காலோடு நடக்காதே. செருப்புப் போட்டுக்கொள்! **3: 'குறிப்பிடப்படுவதில் அல்லது குறிப்பிடப்படுவதன் மேல் எதுவும் இல்லாத' என்ற பொருளில் பயன்படுத்தப்படும் சொல்;** bare; empty. வெறும் தட்டை வைத்துக் கொண்டு எவ்வளவு நேரம் உட்கார்ந்திருப்பது?/ வெறும் தரையில் படுக்காதே. கீழே துண்டையாவது விரித்துப் போட்டுக்கொள்./ அவன் உன்னிடம் வெறும் தாளில் கையெழுத்துக் கேட்டால் போட்டுக்கொடுக்காதே! **4: 'பிறவற்றின் உதவியின்றி குறிப்பிடப்படுவதன் மூலமாகவே' என்னும் பொருளில் பயன்படுத்தப்படும் சொல்;** mere. வெறும் கண்ணால் பார்க்க முடியாத மிகச் சிறிய நுண்ணுயிரிகள்./ பணத்தைக் கொண்டு என்னால் சாதிக்க முடியாததை அவன் வெறும் பேச்சாலேயே சாதித்துவிட்டான். **5: 'வேறு எதுவும் இல்லாமல் குறிப்பிட்டது மட்டும்தான்' என்பதைக் கூறப் பயன்படும் சொல்;** mere. இதெல்லாம் வெறும் வதந்தி./ வெறும் சாதத்தை எப்படிச் சாப்பிட முடியும்?/ குழாயில் தண்ணீர் வரவில்லை. வெறும் சத்தம்தான் வந்தது./ தொலைக்காட்சியை வெறும் பொழுதுபோக்குச் சாதனமாகப் பார்ப்பதில் எந்தப் பயனும் இல்லை./ வெறும் தகவலை மட்டும் வைத்துக் கொண்டு எந்த முடிவுக்கும் வர முடியாது./ இந்தக் கீரைகள் வெறும் உணவாக மட்டுமின்றி மூலிகைகளாகவும் பயன்படுகின்றன.

வெறும் வாயை மெல் வி. (மெல்ல, மென்று) **வம்பு பேசுதல்;** gossip. ஆல மரத்தடியில் உட்கார்ந்துகொண்டு, வெறும் வாயை மெல்லுவதே இவர்களுக்கு வேலையாகப் போய்விட்டது./ இந்த ரகசியம் மட்டும் வெறும் வாயை மெல்லுகிற ஆசாமிகளுக்குத் தெரிந்தால் அவ்வளவுதான். ஊரையே இரண்டுபடுத்திவிடுவார்கள்.

வெறுமனே வி.அ. (பே.வ.) **1: எதுவும் செய்யாமல்; சும்மா;** without being occupied; idly. முயற்சிசெய்யாமல் இப்படி வெறுமனே உட்கார்ந்திருந்தால் வேலை எப்படிக் கிடைக்கும்?/ அவர்கள் இருவரும் சண்டைபோடும்போது நீ வெறுமனே பார்த்துக்கொண்டிருந்தாயா?/ எதற்கெடுத்தாலும் வெறுமனே கத்துவானே தவிர அவனால் ஒன்றும் செய்ய முடியாது. **2: அவசியமானதுகூட இல்லாமல்; எதுவும் இல்லாமல்;** without anything to accompany; as it is. சோற்றை எப்படி வெறுமனே சாப்பிட முடியும்? குழம்பு வேண்டாமா? / வீடு வெறுமனே கிடக்கிறது. **3: உரிய முறையில் அல்லாமல்;** without the usual accompanying action; for form's sake. கதவை வெறுமனே சாத்திவிட்டுக் குப்பைகொட்டப் போனாள்./ பாத்திரங்களை வெறுமனே தண்ணீரில் அலசிவைத்தார், விளக்கவில்லை./ தருகிறேன் என்று வெறுமனே சொன்னார், தரவேயில்லை. **4: (ஒரு செயலைச் செய்யும்போது அதற்கு) மிகவும் அவசியமானவற்றை அல்லது முக்கியமானவற்றைச் செய்யாமல்;** mere. 'அடிப்படை வசதிகளைச் செய்து தராமல் வெறுமனே கல்வி மூலம் மக்களுடைய வாழ்க்கைத் தரத்தை மேம்படுத்திவிட முடியாது' என்றார் பேராசிரியர்./ வெறுமனே நடித்தால் மட்டும் போதுமா? தகுந்த முகபாவங்களும் காட்ட வேண்டும் அல்லவா?

வெறுமை பெ. (-ஆக, -ஆன) **1: எதுவும் இல்லாதது போன்ற உணர்வு; எதிலும் பிடிப்பு இல்லாத உணர்வு; சூன்யம்;** feeling of emptiness; vacuum. குடித்தால் வாழ்க்கையின் வெறுமை போய்விடுமா?/ நண்பர்கள் சென்றதும் அவன் மனத்தில் வெறுமை கவிந்தது./ முதுமையையும் வெறுமையையும் யாராலும் பகிர்ந்துகொள்ள முடியாது என்று நண்பர் கூறினார். [(தொ.சொ.) **அலுப்பு/ எரிச்சல்/ சலிப்பு/ விரக்தி/ வெறுப்பு**] **2: (ஒன்றில் அல்லது ஓர் இடத்தில்) இருக்க வேண்டியது இல்லாத நிலை; அதற்கு உரியது இல்லாத நிலை;** state of not having even the essentials; condition of being bare. அவள் கழுத்தும் கைகளும் வெறுமையாக இருந்தன./ ஊரடங்கு உத்தரவின் காரணமாகச் சாலைகள் வெறுமையாகக் காட்சியளித்தன./ இலைகளற்று வெறுமையாகக் காணப்பட்ட மரம்.

வென்னீர் பெ. காண்க: வெந்நீர்.

வே வி. (வேக, வெந்து) **1: (உண்பதற்கு ஏற்ற வகையில்) (காய்கறி, இறைச்சி முதலியவை) கொதிக்கும் நீரில் போடப்பட்டோ நீராவியாலோ மென்மையாதல்/ (சில உணவுப் பொருள்கள் கொதிக்கும் எண்ணெயில் போடப்பட்டோ சூடான கல்லில் ஊற்றப்பட்டோ)**

மாவுத் தன்மை நீங்கித் திட நிலை அடைதல்; (of vegetables, etc.,) boil (in water); (of certain food stuffs) fry (in oil or on a hot frying pan). உருளைக்கிழங்குகளை வேகப் போட்டு விட்டேன்./ வடை இன்னும் கொஞ்சம் வேகட்டும்./ மூடியைத் திறந்து இட்லி வெந்திருக்கிறதா பார்!/ கறியை நன்றாக வேகவைத்துக் கொள்ளவும்./ தோசை ஒரு பக்கம் மட்டுமே வெந்திருந்தது./ ஜாங்கிரியை ரொம்ப வேக விடாமல் முறுகலாக எடுத்தால்தான் நன்றாக இருக்கும்./ வேக வைத்த துவரம்பருப்பை மசித்துக்கொள்ளவும். **2: (வெப்பத்தினால்) புழுக்கம் ஏற்படுதல்; புழுங்குதல்;** swelter. கோடைக் காலம் முடிந்த பிறகும் இப்படி வேகிறதே. [(தொ.சொ.) **அனற்று/ கொதி/ கொளுத்து/ சுடு/ தகி**] **3: (வெந்நீர் பட்டு அல்லது நெருப்பால் சுடப்பட்டு) புண்ணாதல்; சதை கருகுதல்;** scald; get burnt. வெந்நீர் கொட்டிக் கால் வெந்துவிட்டது./ தீ விபத்தில் சிக்கி உடல் முழுவதும் வெந்துபோன நிலையில் மருத்துவமனைக்குக் கொண்டுவரப்பட்டார். **4: (உஷ்ணம் காரணமாக வாய், வயிறு போன்றவை) புண்ணாதல்;** become sore. எனக்கு வாய் வெந்துபோயிருப்பதால் காரமாக எதையும் சாப்பிட முடியாது.

வேக்காடு பெ. **1:** *(ஊரக வ.)* **புழுக்கம்;** sultriness. ஜன்னலைத் திறந்துவைத்தாலும் காற்று வருவதில்லை. இந்த வேக்காட்டில் எப்படித்தான் வேலை செய்வது? **2:** *(மண்.)* **மட்பாண்டம் சுடும்போது இருக்கும் தீயின் அளவு;** the level of heat in which the mud vessels had been baked. வேக்காடு கொஞ்சம் அதிகமானாலும் மட்பாண்டம் உரு வழிந்துவிடும்.

வேகத்தடை பெ. **(வாகனங்களின் வேகத்தைக் குறைப்பதற்காகச் சாலையில்) குறுக்கே சற்று மேடாக ஏற்படுத்தப்பட்டிருக்கும் அமைப்பு;** speed-breaker. இந்தச் சாலையின் சந்திப்பில் வேகத்தடை வந்த பின் விபத்துகள் குறைந்துவிட்டன./ பள்ளிக்கூடத்துக்கு எதிரே வேகத்தடை அமைக்கும் பணி நடைபெற்று வருகிறது.

வேகப்பந்து பெ. காண்க: **வேகப்பந்து வீச்சு.**

வேகப்பந்து வீச்சாளர் பெ. **(கிரிக்கெட் விளையாட்டில்) 135 கிலோமீட்டரிலிருந்து 155 கிலோமீட்டர் வரையிலான வேகத்தில் பந்தை வீசுபவர்;** pace bowler; fast bowler.

வேகப்பந்து வீச்சு பெ. **(கிரிக்கெட் விளையாட்டில்) மிகுந்த வேகத்தில் பந்து வீசப்படும் முறை;** (in cricket) fast bowling. ஆஸ்திரேலியாவில் பெரும்பாலான ஆடுகளங்கள் வேகப்பந்து வீச்சுக்குச் சாதகமாக அமைக்கப்படுகின்றன.

வேகம்[1] பெ. **1:** (பொதுவாக இயக்கம்குறித்து வரும்போது) **குறிப்பிட்ட நேரத்தில் இவ்வளவு தூரம் அல்லது இத்தனை முறை என்ற விதத்தில் கணக்கிடப்படும் அளவு;** speed. சிறுத்தை மணிக்கு எழுபது கிலோமீட்டர் வேகத்தில் ஓடக் கூடியது./ வாகனம் ஓட்டுபவர்களுக்கு வேகக் கட்டுப்பாடு இருக்க வேண்டும்./ இன்று இரவு 70 கி.மீ. வேகத்தில் காற்று வீசக்கூடும்./ விண்ணில் ஏவப்பட்ட ஏவுகணை அசுர வேகத்தில் செல்லத் தொடங்கியது./ வேகத்தின் விகிதமும் காலத்தின் விகிதமும் எதிர்மாறானவை என்று ஆசிரியர் விளக்கினார்./ கார் மிக வேகமாக ஓடத் தொடங்கியது./ மின்விசிறியின் வேகத்தைச் சற்றுக் கூட்டு./ பந்து மின்னல் வேகத்தில் எல்லைக் கோட்டை அடைந்தது./ பொருளின் மீது செயல்படும் விசை அதன் வேகத்தை மாற்றுகிறது./ ஒலியின் வேகத்தைவிட ஒளியின் வேகம் பல் லாயிரம் மடங்கு அதிகம்./ இந்த வேகத்தில் நடந்தால் நாம் பேருந்தைப் பிடிக்க முடியாது./ இப்படித் தலைதெறிக்கும் வேகத்தில் எங்கே ஓடுகிறாய்?/ நீருக்கு அடியில் மீன் வேகமாக நீந்திச் செல்கிறது. **2:** (-ஆக, -ஆன) (இயக்கம், நிகழ்வு, செயல் போன்றவற்றைக் குறித்து வரும்போது) **வழக்கமானதைவிட அல்லது சராசரியானதைவிடக் குறைவான கால அளவில் நிகழும் நிலை; விரைவு; துரிதம்;** fast. வேகமாக நடந்தான்./ இயற்கை வளங்கள் மிக வேகமாகக் குறைந்துகொண்டு வருகின்றன./ நகர்ப்புறத்தின் வேகமான வளர்ச்சி. **3: உந்துதல்; எழுச்சியுற்ற நிலை;** impulse; excitement. புதிதாக ஒன்றைச் செய்ய வேண்டும் என்ற வேகம் அவனிடம் இருக்கிறது./ அவருடைய கருத்துகள் புதிய வேகத்துடன் நாடு முழுதும் பரவின./ கட்டுமானப் பணியில் முன்பு இருந்த வேகம் இப்பொழுது இல்லை. **4:** *(வ.வ.)* **கோபம்;** anger. புருஷனைத் திட்ட முடியாத வேகத்தில் பையனைப் போட்டு அடித்தாள்./ அவனைப் பார்த்தாலே எனக்கு வேகம் வருகிறது.

வேகம்[2] பெ. *(வ.வ.)* **நாற்றம்;** (strong) smell; odour. தண்ணீரில் மீன் வேகம் அடிக்கிறது./ புளி வேகம் எனக்குப் பிடிக்காது.

வேகமெடு வி. *(வேகமெடுக்க, வேகமெடுத்து)* **1: (வாகனங்கள்) விரைவாக ஓடத் தலைப்படுதல்;** (of vehicles) pick up speed. தேசிய நெடுஞ்சாலையை அடைந்ததும் கார் வேகமெடுத்தது. **2: (குறிப்பிட்ட செயல்பாடு) வேகமாக நடைபெற ஆரம்பித்தல்;** (of an activity) gain momentum. நலத்திட்டப் பணிகள் அண்மையில் வேகமெடுக்கத் தொடங்கியுள்ளது.

வேகாத வெயில் பெ. *(பே.வ.)* **உடலை வருத்தும், மிகக் கடுமையான வெயில்;** scorching sun; scorching heat. பச்சைக் குழந்தையைத் தூக்கிக்கொண்டு இந்த வேகாத வெயிலில் எங்கே போய்விட்டு வருகிறாய்?/ வேகாத வெயிலில் குடைகூட இல்லாமல் எங்கே கிளம்புகிறீர்கள்?/ வேகாத வெயில் என்றாலும் வேலைக்குப் போனால்தானே பிழைப்பு நடக்கும்.

வேகுவேகு-என்று வி.அ. *(பே.வ.)* **(ஒரு செயலைச் செய்யும்போது) மிகுந்த பரபரப்புடன்; வேகமாக;** hurriedly with exertion. நீயே எல்லா வேலைகளையும் இழுத்துப்போட்டுக்கொண்டு, ஏன் வேகுவேகென்று செய்து கொண்டிருக்கிறாய்?/ கொளுத்தும் வெயிலில் வேகு வேகென்று எங்கே போகிறாய்?

வேங்கை[1] பெ. **புலி;** tiger.

வேங்கை[2] பெ. **மஞ்சள் நிறப் பூக்களையும் (மர வேலைக்குப் பயன்படும்) சிவந்த, பருத்த உடலையும் உடைய ஒரு வகை உயரமான மரம்;** Indian kino tree.

வேசி பெ. *(த.வ.)* **விபச்சாரி;** prostitute; whore.

வேசை பெ. *(த.வ.)* *(இலங்.)* **வேசி; விபச்சாரி;** prostitute; whore. வேசை மக்கள் அப்பாவிகளைச் சாக்காட்டுகிறார்கள் என்று கத்தினான்.

வேட்கை பெ. *(உ.வ.)* **(ஒன்றை) செய்துமுடிக்க வேண்டும் அல்லது அடைந்துவிட வேண்டும் என்ற தீவிர விருப்பம்; தீவிரமான விழைவு;** strong desire; yearning;

passion. நல்ல புத்தகங்களைத் தேடிப் படிக்க வேண்டும் என்ற வேட்கை உள்ளவர்./ அவருடைய ஞான வேட்கை அவரைத் துறவுகொள்ள வைத்தது./ சுதந்திர வேட்கை. [(தொ.சொ.) வெறி]

வேட்டி பெ. **(ஆண்கள்) இடுப்பில் சுற்றி அணியும், கணுக்கால்வரை நீளமுள்ள (பெரும்பாலும் வெள்ளை நிறத்தில் இருக்கும்) ஆடை;** unstitched garment for men that hangs from waist to ankle; dhoti. எட்டு முழ வேட்டி./ காவி வேட்டி.

வேட்டு பெ. **1: வெடி;** cracker; dynamite. **2: (வெடி, துப்பாக்கி முதலியவை) வெடிப்பது;** gun shot. எங்கோ துப்பாக்கி வேட்டுச் சத்தம் கேட்டது.

வேட்டுவன் பெ. (உ.வ.) காண்க: **வேடன்.**

வேட்டுவை வி. (-வைக்க, -வைத்து) *(பே.வ.)* **1: (ஒருவருக்கு) தீங்கு விளைவித்தல்; திட்டம் போட்டுக் கெடுத்தல்; உலைவைத்தல்;** do everything to undermine; ruin (s.o.). அதிகாரியிடம் ஏதோ சொல்லி என் வேலைக்கு வேட்டுவைத்துவிட்டான் **2: (அவசியமில்லாமல்) செலவழியச் செய்தல்;** cause to be spent (wastefully). கொடைக்கானலுக்குச் சுற்றுலா போய் வரலாம் என்று சொல்லி நண்பர் ஐயாயிரம் ரூபாய்க்கு வேட்டுவைத்துவிட்டார்./ தெரியாத்தனமாகப் பொம்மைக் கடைக்குள் நுழைந்துவிட்டேன். என் பையன் இருநூறு ரூபாய்க்கு வேட்டுவைத்துவிட்டான்.

வேட்டை பெ. **1: (மனிதன் உணவுக்காகவோ பொழுதுபோக்குக்காகவோ விலங்குகளையும் பறவைகளையும்) தேடித் துரத்திப் பிடிக்கும் அல்லது கொல்லும் செயல்; (விலங்குகள் தம் இரையை) துரத்திக் கொல்லுவது;** hunting. இன்னும் சில பழங்குடியினர் வேட்டையைத்தான் தங்கள் முக்கியத் தொழிலாகக் கொண்டுள்ளனர்./ புலி வேட்டை தடைசெய்யப்பட்டுள்ளது./ வேட்டைத் துப்பாக்கி. **2: (மேற்குறிப்பிட்ட செயலில்) கொல்லப்பட்ட அல்லது பிடிக்கப்பட்ட விலங்கு அல்லது பறவை;** wild animal or bird that is hunted; game. 'இன்றைக்கு நல்ல வேட்டை' என்று கூறிக்கொண்டு காடைகளைத் தலைகீழாகப் பிடித்தவாறே உள்ளே வந்தார். **3: தீவிரமாகத் தேடிப் பிடிக்கும் செயல்;** operation (against unlawful activities); hunt. மாநில அளவில் காவல்துறையினர் கள்ளச் சாராய வேட்டை நடத்தினர்./ கொலையாளியைக் கண்டுபிடிக்க போலீஸார் தீவிர வேட்டையில் ஈடுபட்டுள்ளனர். **4: ஒன்றைப் பெறுவதற்காக மிகத் தீவிரமாகவும் அதிக அளவிலும் செய்யும் நிலை;** drive; campaign. வசூல் வேட்டை/ வாக்கு வேட்டை.

வேட்டைநாய் பெ. **கூர்மையான மோப்பச் சக்தி உடையதும் காட்டில் வேட்டைக்குச் செல்வதற்குப் பயிற்சி அளிக்கப்பட்டதுமான நாய்;** hunting dog; hound.

வேட்டைப்பல் பெ. (இலங்.) **கோரைப்பல்;** canine tooth.

வேட்டையாடு வி. (வேட்டையாட, வேட்டையாடி) **1: (மனிதர்கள் விலங்கு, பறவை ஆகியவற்றை அல்லது விலங்கு, பறவை போன்றவை தங்கள் இரையை) தேடித் துரத்திக் கொல்லுதல் அல்லது பிடித்தல்;** hunt; go for hunting. இங்குள்ள பழங்குடியினருக்கு வேட்டையாடுவதுதான் முக்கியத் தொழில். / அழிந்து வரும் மிருகங்களை வேட்டையாடுவது சட்டப்படி குற்றம்./ திமிங்கிலங்கள் எண்ணெய்க்காக வேட்டையாடப்படுகின்றன./ புலிக் குட்டிகள் மூன்று அல்லது நான்கு மாதத்திற்குள் வேட்டையாடும் திறமையைப் பெற்றுவிடும். **2: (குற்றவாளிகள், எதிரிகள் போன்றவர்களை) தீவிரமாகத் தேடிக் கண்டுபிடித்தல் அல்லது கண்டுபிடித்து அழித்தல்;** track down; hunt. தீவிரவாதிகளை ராணுவம் வேட்டையாடியது./ ஒருவர் விடாமல் தன் எதிரிகள் அனைவரையும் அவர் வேட்டையாடிவிட்டார்.

வேட்பாளர் பெ. **தேர்தலில் போட்டியிடுபவர்;** candidate (for election to an office). இவர் எங்கள் தொகுதி வேட்பாளர்/ எதிர்க்கட்சி வேட்பாளர்/ சங்கச் செயலர் பதவிக்கு நான்கு வேட்பாளர்களுமே தகுதியானவர்கள் இல்லை.

வேட்புமனு பெ. **வேட்பாளர் தன்னைப் பற்றிய தகவல்களை நிரப்பிக் கையெழுத்திட்டு முன்வைப்புத் தொகையுடன் (தேர்தல் அதிகாரியிடம்) அளிக்கும் படிவம்;** nomination papers. கட்சி வேட்பாளர்கள் வேட்புமனு தாக்கல் செய்ய ஊர்வலமாக வந்தனர்./ வேட்புமனுவைத் திரும்பப் பெற நாளை கடைசி நாளாகும்.

வேடதாரி பெ. *(அ.வ.)* **1: (கூத்து, நாடகம் முதலியவற்றில் நடிப்பதற்காக) வேடம் தரித்தவர்;** one who plays a role in a drama. **2: (சுய ஆதாயம் தேடும் உள்நோக்கத்துடன்) உண்மையான நோக்கத்தை மறைத்து வெளியில் வேறு விதமாகப் பேசி நடிப்பவர்; வெளிவேஷம் போடுபவர்;** one who masks his intentions; hypocrite. சமூக சேவை என்ற போர்வையில் வேடதாரிகள்.

வேடம் பெ. **1: (நடிப்பவர்) பாத்திரத்திற்கு ஏற்பச் செய்துகொள்ளும் ஒப்பனை;** make-up. **2: ஒரு பாத்திரம் கதையில் தன்னை வேறொருவராகக் காட்டிக் கொள்ளச் செய்துகொள்ளும் ஒப்பனை;** disguise; concealing costume. கதாநாயகன் சாணை பிடிப்பவன் போல் வேடமிட்டுக்கொண்டு கதாநாயகியை மீட்பதற்குச் செல்கிறான். **3: (திரைப்படம், நாடகம் முதலியவற்றில்) ஒரு நடிகர் ஏற்கும் பாத்திரம்;** role (in a film, etc.,). கதாநாயகியாக நடித்தவர் அம்மா வேடத்தில் நடிக்க ஆரம்பித்துவிட்டார்.

வேடம்தரி வி. (-தரிக்க, -தரித்து) **(நாடகத்தில் அல்லது கூத்தில்) வேஷம்கட்டுதல்;** play a role (in drama). வழக்கமாகக் கதாநாயகராக நடிப்பவர் நாரதராக வேடம்தரித்து மேடையில் தோன்றியதும் கைதட்டல் வானைப் பிளந்தது.

வேடன் பெ. **வேட்டையாடுவதைத் தொழிலாகக் கொண்டவன்;** hunter.

வேடிக்கை பெ. (-ஆக, -ஆன) **பார்ப்பதற்கு, கேட்பதற்கு வினோதமானதாகவும் சுவாரஸ்யமானதாகவும் சிரிப்பை விளைவிப்பதாகவும் அமைவது;** fun; amusement; diversion. நிருபர்களின் பல கேள்விகளுக்கு அமைச்சர் வேடிக்கையாகப் பதில் அளித்தார்./ இது என்ன வேடிக்கையான விளம்பரம்./ வேடிக்கையாகச் சொன்னதைத் தவறாக எடுத்துகொண்டாய்./ கல்லூரிக் காலத்தில் நடந்த வேடிக்கையான நிகழ்ச்சி ஒன்று இப்போது நினைவுக்கு வருகிறது./ நான் சொல்வது உங்களுக்கு வேடிக்கையாக இருக்கலாம்.

வேடிக்கை காட்டு 1250

வேடிக்கை காட்டு வி. *(காட்ட, காட்டி)* **(குழந்தைகள், சிறுவர்கள் போன்றோருக்கு) வேடிக்கை தரும் முறையிலான செயல்களைச் செய்துகாட்டுதல்; வேடிக்கை பார்க்கச் செய்தல்;** entertain; amuse; do sth. diverting. கிறிஸ்துமஸ் தாத்தா குழந்தைகளுக்கு வேடிக்கை காட்டிக் கொண்டிருந்தார்./ குழந்தையின் அழுகையை நிறுத்துவதற்காக அக்கா பொம்மைகளை வைத்து வேடிக்கை காட்டிக்கொண்டிருந்தாள்./ நாடகத்தில் இடையிடையே கோமாளி ஒருவன் வேடிக்கை காட்டி எல்லாரையும் சிரிக்க வைத்தான்./ குழந்தைக்குத் தெருவில் போகும் வாகனங்களை வேடிக்கை காட்டினேன்.

வேடிக்கை பார் வி. *(பார்க்க, பார்த்து)* **1: (தன்னைச் சுற்றி நிகழ்வதை அல்லது இருப்பதை) பொழுதுபோக்கும் விதத்திலோ ஈடுபாட்டுடனோ பார்த்துக்கொண்டிருத்தல்;** watch in amusement. வேலையைப் பார்க்காமல் அங்கே என்ன வேடிக்கை பார்த்துக்கொண்டிருக்கிறாய்?/ ரயிலின் ஜன்னல் வழியாகக் குழந்தை வேடிக்கை பார்த்துக் கொண்டே வந்தது./ கழைக்கூத்தாடிச் சிறுமி கயிற்றில் நடப்பதை அவன் வேடிக்கை பார்த்துக்கொண்டு நின்றான். **2: (பிறர் மோசமாக நடத்தப்படும்போது அல்லது தவறு, ஊழல் போன்றவை நடக்கும்போது) தேவையானது எதுவும் செய்யாமல் பார்த்துக்கொண்டிருத்தல்;** be a silent witness to sth. நீ அவனை அடித்தால் நாங்கள் வேடிக்கை பார்த்துக்கொண்டிருப்போமா?/ அன்றைக்கு அவன் என்னை அடிக்கும்போது நீ வேடிக்கை பார்த்துக் கொண்டுதானே இருந்தாய்./ இந்தப் பிரச்சினையை முடிவுக்குக் கொண்டுவராமல் அரசு வேடிக்கை பார்த்துக் கொண்டிருக்கிறது என்று அவர் விமர்சித்தார்.

வேடுகட்டு வி. *(-கட்ட, -கட்டி)* **(பானை, குடம், கூடை போன்றவற்றின் வாயை) துணியால் மூடிக் கட்டுதல்;** cover the mouth of (a pot, vessel, basket, etc.,) with a cloth. தயிர்ப் பானை வேடுகட்டப்பட்டிருந்தது./ கள்ளைப் பானையில் ஊற்றி வேடுகட்டி வைத்திருந்தார்கள்.

வேடுவர் பெ. **வேடர்களின் குலம்.** the hunter tribe. கண்ணப்ப நாயனார் ஒரு வேடுவர்.

வேண்டப்பட்ட பெ.அ. *(பே.வ.)* **உறவு, நட்பு, பழக்கம் போன்ற முறையில் நெருக்கமாக உள்ள;** s.o. very close. அவள் நமக்கு ரொம்பவும் வேண்டப்பட்ட பெண். நீங்கள்தான் ஏதாவது ஒரு வேலைக்கு ஏற்பாடு செய்ய வேண்டும்.

வேண்டாத பெ.அ. பார்க்க: *வேண்டு²*; see வேண்டு².

வேண்டாத விருந்தாளி பெ. **உறவினர், அழைக்கப்பட்டவர் அல்லது உடனிருப்பவர் என்றாலும் பிரியத்தோடு நடத்தப்படாதவர்;** s.o. regarded as an unwelcoem guest. பணம், செல்வாக்கு என்று இருந்தபோது அவரை எல்லோரும் சுற்றித்திரிந்தார்கள், இப்போது அவர் எல்லாருக்கும் வேண்டாத விருந்தாளியாகிவிட்டார்.

வேண்டாம் வி.மு. பார்க்க: *வேண்டு²*; see வேண்டு².

வேண்டாவெறுப்பாக வி.அ. **செய்ய வேண்டி இருக்கிறதே என்ற வெறுப்போடு; விருப்பமில்லாமல்;** reluctantly; unwillingly. மாமாவிடம் ஐம்பது ரூபாய் கேட்டேன், வேண்டாவெறுப்பாகக் கொடுத்தார்./ பல முறை சொன்ன பிறகு சித்தி வேண்டாவெறுப்பாக எழுந்து போனாள்./ எனது கேள்விகளுக்கெல்லாம் அவள் வேண்டாவெறுப்பாக பதில் சொன்னாள்.

வேண்டி வி.அ. **(ஒன்றைச் செய்யுமாறு) மிகவும் தயவாக; மன்றாடி;** earnestly. எவ்வளவோ வேண்டிக் கேட்டும் அவர் எனக்கு உதவ மறுத்துவிட்டார்.

வேண்டிக்கிட வி. *(-கிடக்க, -கிடந்து)* *(பே.வ.)* **(பெரும்பாலும் எரிச்சலோடு பேசும்போது) தேவைப்படுதல்;** (mostly in annoyance) need to have. இந்தச் சிறிய வயதில் உனக்கு இவ்வளவு சொகுசு வேண்டிக்கிடக்கிறதா?/ வேண்டாததையெல்லாம் பேசிவிட்டாய், இப்போது என்ன மன்னிப்பு வேண்டிக்கிடக்கிறது?

வேண்டிய பெ.அ. பார்க்க: *வேண்டு²*; see வேண்டு².

வேண்டியதிரு வி. *(-இருக்க, -இருந்து)* *(ஏவல் பொருளில் அல்லாமல்)* **ஒரு செயலைச் செய்வதற்கான நிர்ப்பந்தம் ஏற்படுதல்;** have to; may have to; had to. நுழைவுத் தேர்வு எழுதியவர்கள், சில நேரங்களில் சம்பந்தப்பட்ட கல்வி நிலையத்திற்குத் தனியே விண்ணப்பிக்க வேண்டிய திருக்கலாம்./ மனைவி, குழந்தைகளை அழைத்துச்செல்ல விரும்பினால் அதற்கான அனைத்துச் செலவுகளையும் விண்ணப்பதாரர்களே ஏற்றுக்கொள்ள வேண்டியதிருக்கும்./ தமது தாயாரின் பூர்வீக நகைகளை விற்றுத்தான் இந்தப் படிப்பையும் பதவியையுமே அடைய வேண்டியதிருந்தது.

வேண்டியிரு வி. *(-இருக்க, -இருந்து)* *(ஏவல் பொருளில் அல்லாமல்)* **ஒரு செயலைச் செய்வதற்கான நிர்ப்பந்தம் ஏற்படுதல்;** have to; may have to. வீட்டில் குழந்தைக்கு உடம்பு சரியில்லாததால், அலுவலகத்திலிருந்து சீக்கிரமே போக வேண்டியிருந்தது./ நீ நாளைக் காலையிலேயே புறப்பட வேண்டியிருக்கும்./ கல்யாணச் செலவுகளுக்காக மனைவியின் நகைகளை விற்க வேண்டியிருக்கிறது.

வேண்டிவா வி. *(-வர, -வந்து)* *(ஏவல் பொருளில் அல்லாமல்)* காண்க: **வேண்டியிரு.**

வேண்டு¹ வி. *(வேண்ட, வேண்டி)* *(உ.வ.)* **1: பணிவுடனும் நயமாகவும் ஒன்றைச் செய்யுமாறு கேட்டுக்கொள்ளுதல்;** ask politely; entreat. தன் வீட்டில் உணவு அருந்துமாறு என்னை வேண்டினார்./ என்னை வரச்சொல்லி எவ்வளவோ வேண்டியும் என்னால் போக முடியவில்லை./ எப்படியாவது உதவுமாறு நண்பர் வேண்டவும் என்னால் முடியாது என்று சொல்ல முடியவில்லை./ குறைகள் இருந்தால் பொறுத்துக் கொள்ளும்படி பார்வையாளர்களை வேண்டிக்கொள்வது கூத்துக் கலைஞர்களின் வழக்கம். **2: (பிரார்த்தனை செய்து நன்மை உண்டாகுமாறு அல்லது குறிப்பிட்ட ஒன்றைத் தருமாறு இறைவனிடம்) இறைஞ்சுதல்;** pray to. ஆண்டவனை வேண்டிக்கொள், எல்லாம் நல்லபடியாக நடக்கும்./ உனக்காக நான் வேண்டாத தெய்வம் இல்லை./ உனக்கு நல்ல புத்தியைக் கொடுக்குமாறு இறைவனிடம் வேண்டுகிறேன்./ அனைவரும் நலமோடு வாழ வேண்டும் என்று வேண்டிக்கொண்டார்.

வேண்டு² வி. *(வேண்ட, வேண்டி)* **1: தேவையாக இருத்தல்;** be necessary; be needed or required. உங்களுக்கு என்ன வேண்டும்?/ எனக்குப் பணம் வேண்டும்./ இந்தப் பிரச்சினையைக் கையாள்வதற்கு மேலும் கொஞ்சம் பொறுமை வேண்டும்./ கடைக்குப் போகிறேன், உங்களுக்கு ஏதாவது வேண்டுமா?/ என்ன வேண்டும் என்று சீக்கிரம் சொல்./

1251 வேதம்

உன்னை வேலைக்கு வைத்துக்கொண்டதற்கு இதுவும் வேண்டும், இன்னமும் வேண்டும். **2: தேவையான அல்லது போதுமான அளவில் ஒன்று இருத்தல்;** be necessary; be adequate. *கல்லூரி தொடங்குவதற்கு வேண்டிய சாலை வசதிகள் இங்கு உண்டா?/ அவரிடம் வேண்டிய பணம் இருக்கிறது./ இந்த வீட்டுக்கு ஜன்னல் வேண்டும்.* **3:** *('வேண்டாத' என்ற வடிவத்தில் மட்டும்)* **(ஒருவருடைய நலனுடன் ஒன்று) தொடர்பு உடையதாக இருத்தல்;** be related or necessary. *இதனால் வேண்டாத பல இன்னல்கள் ஏற்படும்./ இது என்ன வேண்டாத சிந்தனை?/ வேண்டாத வேலைகளையெல்லாம் ஏன் இழுத்துப்போட்டுக்கொண்டு செய்கிறாய்?/ என் தம்பி வேண்டாத விஷயத்தில் தலையிட்டு அவமானப்பட்டான்.* **4: (ஒருவருக்கு) நெருக்கமாக இருத்தல்;** close (to s.o.). *அவர் உனக்கு வேண்டிய நபர் என்று தெரிகிறது./ அவர் தனக்கு வேண்டிய நண்பர்களுக்கு மட்டுமே பரிந்துரை செய்வார் என்று புகார் கூறப்படுகிறது./ அமைச்சருக்கு வேண்டாத அதிகாரிகள் இடமாற்றம் செய்யப்பட்டனர்.* **5: (ஒருவர்) விரும்புதல்;** wish; want. *நீ எப்போது வேண்டுமானாலும் இந்த வீட்டுக்கு வரலாம்./ அப்பாவுக்கு வேண்டாத பிள்ளை.*

வேண்டு[3] து.வி. *(வேண்ட, வேண்டி)* **1: செயல் செய்யப்படுவதன் அவசியத்தை உணர்த்தும் அல்லது மறுக்கும் முறையில் பயன்படுத்தும் துணை வினை;** (after infinitive) a modal form of verb used to express obligation; (hence=) 'must'; 'have to'. *உடனடியாக நோயாளிக்கு இரத்தம் ஏற்ற வேண்டும்./ நீ உடனடியாக ஊருக்குக் கிளம்ப வேண்டும்./ வீணைக் கம்பிகள் விறைப்பாக இருக்க பிருடைகளை முறுக்க வேண்டும்./ ரொம்ப இறுக்கமாகக் கட்ட வேண்டாம்./ அவர் வரும்வரை நீ இங்கு இருக்க வேண்டும்./ செய்ய வேண்டிய வேலை நிறைய இருக்கிறது./ இது படிக்க வேண்டிய புத்தகம்/ குடும்பத்தைப் பிரிந்து போக வேண்டிய கட்டாயம் அவருக்கு ஏற்பட்டது.* **2: செயல் நிகழ்வதில் தனக்கு உள்ள விருப்பத்தை அல்லது நிகழ்வதன் நிச்சயத்தை வற்புறுத்தும் முறையில் பயன்படுத்தும் துணை வினை;** a modal form of verb used to express a strong wish for sth. to happen or to express the certainty of sth. happening; (hence=) 'should (like to)'; be + verb. *ஏழைகளுக்கு உதவ வேண்டும் என்ற நினைப்பு உடையவர்./ அவரை எதிர்பார்த்துக்கொண்டிருக்கிறேன், அவர் இப்போது வர வேண்டும்.* **3: ஒரு சாத்தியத்தை அல்லது ஊகத்தைத் தெரிவிக்கும் முறையில் பயன்படுத்தப்படும் துணை வினை;** a modal form of verb used to express the probablity or assumption. *இந்த உரை வாய்மொழியாகப் பரவியிருக்க வேண்டும்./ அந்தப் பணம் எனக்குக் கிடைத்திருக்க வேண்டும்./ நான் திருமணம் செய்துகொள்ளாமல் இருந்திருக்க வேண்டும்.*

வேண்டுகோள் பெ. **ஒன்றைச் செய்யுமாறு அல்லது ஒத்துக்கொள்ளுமாறு நயந்து அல்லது பணிவாகக் கேட்டல்; கனிவாகக் கேட்டுக்கொள்ளுதல்;** request; appeal. *இது என்னுடைய தனிப்பட்ட வேண்டுகோள்./ தொழிற் சங்கத்தின் வேண்டுகோளுக்கு இணங்கிப் பேச்சுவார்த்தை தொடங்கப்பட்டது.* [*(தொ.சொ.)* **புகார்/ முறையீடு**]

வேண்டுதல் பெ. **பிரார்த்தனை; நேர்ந்து கொள்ளுதல்;** vow made to a particular deity. *திருப்பதியில் மொட்டையடித்துக்கொள்வதாக வேண்டுதல்/ பழனி முருகனுக்கு ஒரு வேண்டுதல் பாக்கி இருக்கிறது.*

வேண்டும்[1] வி.மு. பார்க்க: **வேண்டு**[2]**;** see **வேண்டு**[2].

வேண்டும்[2] வி.மு. *(பே.வ.)* **ஒருவர் மற்றொருவருக்கு இன்ன உறவு முறையில் இருக்கிறார் என்பதைத் தெரிவிக்கும் வினைமுற்று வடிவம்;** a verb form used to state how one is related to the other person. *அவர் எனக்கு சித்தப்பா முறை வேண்டும்.*

வேண்டுமான பெ.அ. **போதுமான;** adequate; sufficient. *அவரிடம் வேண்டுமான அளவுக்குப் பணம் இருக்கிறது./ வேண்டுமான அளவுக்குச் சாப்பிடு.*

வேண்டுமானால் வி.அ. **1: ஒன்றுக்கு அல்லது ஒருவருக்கு அவசியம் என்றால்;** if necessary; if one wants. *நான் வேண்டுமானால் அவரிடம் கேட்டுப்பார்க்கட்டுமா?/ அவர் வேண்டுமானால் வரட்டும், நான் தடை சொல்லப் போவதில்லை./ வேண்டுமானால் தம்பியையும் துணைக்கு அழைத்துக்கொண்டு போ./ வேண்டுமானால் கொஞ்சம் பூண்டையும் சேர்த்து அரைத்துக் கொள்ளலாம்.* **2: ஒரு வேளை;** possibly. *தமிழ்நாட்டில் வேண்டுமானால் நீங்கள் நினைத்தது நடக்கலாம். ஆனால் மத்தியில் அப்படி முடியாது என்று அவர் முழங்கினார்./ நானா லஞ்சம் வாங்குகிறேன்? நீங்கள் வேண்டுமானால் அப்படி இருக்கலாம், நான் அப்படி இல்லை.*

வேண்டுமென்றே வி.அ. **(ஒன்றைச் செய்யும்போது) தற்செயலாகவோ தவறுதலாகவோ இல்லாமல் தெரிந்தே;** intentionally; consciously; deliberately; wantonly. *நான் வழி கேட்டபோது வேண்டுமென்றே தவறான வழியைக் காட்டிவிட்டார்கள்./ அவனுக்கு விடை தெரியும், வேண்டுமென்றே 'தெரியாது' என்று சொல்கிறான்./ வேண்டுமென்றே யாராவது இப்படிச் செய்வார்களா?/ சதுரங்கம் விளையாடும்போது என் பெண்ணிடம் நான் வேண்டுமென்றே தோற்றுப்போவேன்.*

வேணு பெ. *(அ.வ.) (இசை)* **புல்லாங்குழல்;** flute. *வீணை, வேணு, வயலின் போன்ற வாத்தியங்களில் வாசிக்கும்போது சில ராகங்கள் உடலில் உள்ள நரம்புகளை மீட்டுவதுபோல் இருக்கும்./ வேணு கானம்.*

வேதக்காரர் பெ. *(பே.வ.)* **கிறித்தவர்;** Christian. *எங்கள் தெருவில் வேதக்காரர்கள் நிறைய பேர் குடியிருக்கிறார்கள்.*

வேதசாட்சி பெ. *(கிறித்.)* **திருச்சபைக்காகவும் இயேசு கிறிஸ்துவுக்காகவும் பல்வேறு இன்னல்களை அனுபவித்து உயிர்த் தியாகம் புரிந்தவருக்குத் திருச்சபையின் தலைமை வழங்கும் சிறப்புப் பட்டம்;** Martyr.

வேதம் பெ. **1: இந்து சமயத்திற்கு ஆதாரமான நெறிமுறைகளைக் கூறுவதாகவும் புராதன காலத்தில் தோன்றியதாகவும் புனிதமானதாகவும் கருதப்படும் நூல் அல்லது நூல்களின் தொகுப்பு;** the Vedas. *சுவாமிகளுக்கு அபார வேத ஞானம் உண்டு./ இளம் வயதிலேயே காசிக்குச்சென்று வடமொழியையும் வேதங்களையும் கற்றார்./ வேதங்கள் நான்கு வகைப்படும்.* **2:** *(பொதுவாகக் குறிப்பிடும்போது)* **ஒரு மதத்துக்குப் புனிதமானதாகக் கருதப்படும் புராதன நூல்;** sacred text. *ஆதி கிரந்தம் என்பது சீக்கியர்களின் வேதம் ஆகும்.* **3: வேதவாக்கு;** gospel truth. *பெரியவர் சொல்வதுதான் எங்களுக்கு வேதம்.* **4:** *(கிறித்.)* **விவிலியம்;** the Bible.

வேதவாக்கு பெ. **ஒருவர் முழுமையான நம்பிக்கை யோடு ஏற்றுக்கொண்டு அல்லது மதித்துப் பின்பற்றும் ஒருவருடைய அறிவுரை, கட்டளை முதலியன;** gospel truth. தாத்தா சொல்லிவிட்டால் அப்பாவுக்கு அது வேத வாக்கு. அதை மீறி ஒன்றும் செய்யமாட்டார்./ தலைவர் எது சொன்னாலும் தொண்டர்களுக்கு வேதவாக்குதான்.

வேதனை பெ. 1: **வருத்தும் துன்பம்; வருத்தம்;** distress; agony. நடந்த கொடுமையை அந்தப் பெரியவர் வேதனை யோடு விவரித்தார்./ அப்பாவி மக்கள் கொல்லப்படுவது வேதனையாக உள்ளது./ என்ன நடக்குமோ என்ற வேதனை அவர் முகத்தில் தெரிந்தது. 2: **வலி;** pain. தீக் காயத்தால் சிறுவன் வேதனை தாங்காமல் அழுகிறான்./ பெரியவர் வேதனையால் துடித்துக்கொண்டிருந்தார்.

வேதாகமம் பெ. *(கிறித்.)* **விவிலியம்;** the Bible.

வேதாந்தம் பெ. *(தத்.)* **உபநிடதம், கீதை, பிரம்ம சூத் திரம் ஆகியவற்றை அடிப்படை நூல்களாக ஏற்றுக் கொண்ட இந்தியத் தத்துவ மரபின் தரிசனங்களில் ஒன்று;** Vedanta school (of Indian philosophy).

வேதாந்தம் பேசு வி. *(பேச, பேசி)* **(கிண்டலாக அல் லது எரிச்சலுடன் பேசும்போது) தேவையில்லாத இடத்தில் ஒரு தத்துவம் பேசுதல்;** do philosophising (said derisively).

வேதாந்தி பெ. *(தத்.)* 1: **வேதாந்தம் பேசுபவர்; வேதாந்தக் கொள்கையைப் பின்பற்றுபவர்;** follower of Vedanta school of philosophy. 2: **உலகப் பொருள்கள்மீது உள்ள பற்றையும் உலக நடவடிக்கைகளில் ஈடுபாட்டையும் துறந்தவர்;** ascetic.

வேதாளம் பெ. **(மரத்தில் வசிப்பதாகவும் கிளைகளில் தொங்குவதாகவும் கூறப்படும்) ஒரு வகைப் பேய்;** demon (said to be living in trees and hanging down from branches).

வேதி பெ.அ. *(வேதி.)* **ரசாயன;** chemical. வேதி மாற்றம்.

வேதிப் பிணைப்பு பெ. *(வேதி.)* **மூலக்கூறுகளில் அணுக் கள் இணைந்திருக்கக் காரணமான கவர்ச்சி விசை;** (chemical) bond.

வேதிப்பொருள் பெ. *(வேதி.)* **வேதியியல் முறைப்படி பெறப்படுவதும் வேதிவினைகளில் பங்கு கொள்வது மான பொருள்;** chemical substance. நாம் வேதிப் பொருள்களை அதிகமாகப் பயன்படுத்திவரும் காரணத் தால் சுற்றுச்சூழல் மாசடைந்துவருகிறது.

வேதியர் பெ. *(கிறித்.)* **பங்குத் தந்தையுடன் இணைந்து உபதேசப் பணிகளில் ஈடுபடுபவர்;** catechist.

வேதியியல் பெ. *(வேதி.)* **பொருள்களின் மூலக்கூறு களையும் அந்த மூலக்கூறுகள் எந்தச் சூழ்நிலையில் எவ்வாறு ஒன்றோடு ஒன்று வினைபுரிகின்றன என் பதையும் விவரிக்கும் அறிவியல் துறை;** chemistry.

வேதிவால் குருவி பெ. **(உடலைவிட மிக நீண்ட வால் இறகைக் கொண்ட ஆண் பறவையும், வால் இல்லாத பெண் பறவையும் கொண்ட) உடல், வால், இறகு ஆகியவை செம்பழுப்பு நிறத்திலும், தலை கறுப்பு நிறத்திலும் இருக்கும் பறவை;** Indian paradise flycatcher.

வேதிவினை பெ. *(வேதி.)* **மாற்றம் ஏற்படும் வகையில் ஒரு வேதிப்பொருளுக்கும் மற்றொரு வேதிப்பொரு ளுக்கும் இடையில் நடைபெறும் செயல்;** chemical reaction. ஒரு வேதிவினைக்கு உள்ளாகும் பொருளுக்கு வினைபடு பொருள் என்று பெயர்.

வேதுபிடி வி. *(-பிடிக்க, -பிடித்து)* **ஆவிபிடித்தல்;** inhale (hot vapour). ஜலதோஷத்திற்கு வேதுபிடிக்கலாம்.

வேந்தர் பெ. **பல்கலைக்கழகத்தின் கௌரவத் தலைவர்;** chancellor (of a university). சென்னைப் பல்கலைக்கழகத் தின் வேந்தரான ஆளுநர் அவர்களே! வருக!

வேந்தன் பெ. *(உ.வ.)* **அரசன்; மன்னன்;** king.

வேப்பங்காய் பெ. **வேப்ப மரத்தின் கசப்புச் சுவை உடைய காய்;** (the bitter) fruit of the neem tree. *(உரு வ.)* அவனுக்குக் கணக்கு என்றால் வேப்பங்காய்.

வேப்ப மரம் பெ. **கூர்மையான முனை உடைய சிறிய இலைகளையும் கொத்தாகக் காய்க்கும் சிறுசிறு காய் களையும் கொண்ட (நிழலுக்காகவும் மருத்துவக் குணங்களுக்காகவும் வளர்க்கப்படும்) ஒரு வகை மரம்;** neem tree. வேப்ப மரம் மர வேலைகளுக்கும் பயன்படும்.

வேப்பிலை அடி வி. *(அடிக்க, அடித்து)* 1: **(பேய்பிடித் திருப்பதாகக் கருதப்படும் ஒருவரை அல்லது நோய் போன்றவற்றால் பீடிக்கப்பட்டிருப்பவரைப் பூசாரி, மந்திரவாதி போன்றோர்) வேப்பிலைக் கொத்தால் அடித்து மந்திரம் சொல்லிக் குணப்படுத்துதல்;** fan s.o. with a branch of neem leaves (with chants to cure disease or exorcise a person of evil spirit. பிள்ளைக்கு ஒரு வாரமாகக் காய்ச்சல் என்று என் மனைவி மேலத் தெரு பூசாரியிடம் வேப்பிலை அடிக்கப் போயிருக்கிறாள். 2: **(ஒன்றைத் திரும்பத்திரும்பக் கூறு வதன்மூலம் ஒருவரின்) மனத்தை மாற்றுதல்;** talk s.o. into a suggestible mood. என்னப்பா! மருத்துவக் கல்லூரி யில்தான் சேர வேண்டும் என்று உன் அப்பா உனக்கு வேப் பிலை அடிக்கிறாரா?/ உன் பெண்டாட்டி நன்றாக வேப் பிலை அடித்திருக்கிறாள். அவள் சொல்வதற்கெல்லாம் தலையாட்டிக்கொண்டிருக்கிறாயே?

வேப்பிலைக்கட்டி பெ. **நாரத்தை அல்லது எலுமிச்சை இலையோடு புளி, மிளகாய், பெருங்காயம் முதலிய வற்றைச் சேர்த்து இடித்து எடுக்கும், உணவில் தொட் டுக்கொள்ளப் பயன்படும் பொடி போன்ற பண்டம்;** powdered lemon leaves mixed with tamarind, chillies, etc., (added to cooked rice to give a mild flavour).

வேப்பெண்ணெய் பெ. **வேப்பங்கொட்டையிலிருந்து எடுக்கப்படும், கசப்புச் சுவையும் குழகுழப்புத் தன் மையும் கொண்ட (மருத்துவக் குணம் நிறைந்த) எண் ணெய்;** oil extracted from neem seeds. மலம் இறுகிவிட் டால் பேதியாவதற்கு வேப்பெண்ணெய் கொடுப்பார்கள்.

வேம்பு பெ. காண்க: **வேப்ப மரம்.**

வேய் வி. *(வேய, வேய்ந்து)* **(ஓலை, ஓடு முதலியவற்றை) சாய்வாக அமைக்கப்பட்ட மரச் சட்டங்களுக்கு மேல் வைத்துப் பொருத்துதல்/கூரை அமைத்தல்;** cover the roof (with tiles)/thatch (the roof). தெருவில் ஓலை வேய்ந்த வீடுகளும் ஓடு வேய்ந்தவையும் இருந்தன.

வேர்[1] வி. *(வேர்க்க, வேர்த்து)* காண்க: **வியர்.**

வேர்[2] பெ. 1: தாவரத்தின் வளர்ச்சிக்குத் தேவையான சத்தையும் நீரையும் பெறும்பொருட்டு அடிப்பாகத்திலிருந்து மண்ணிற்குள் செல்லும் பாகம்; root. வேர் அமைப்பைப் பொருத்துத் தாவரங்களை இரண்டு பெரும் பிரிவுகளாகப் பிரிக்கலாம். 2: (முடியின்) அடிப்பகுதி; ரோமக் கால்; root of the hair. ரோமத்தின் வேரில் உள்ள கிருமிகள்தான் உடல் துர்நாற்றத்துக்குக் காரணமாகின்றன. 3: (பரு, கட்டி போன்றவற்றின்) முளை; core (of a boil). பருவிலிருந்து சீழும் இரத்தமும் வந்த பிறகு அதன் வேர் வெளிப்பட்டது.

வேர்க்கடலை பெ. காண்க: நிலக்கடலை.

வேர்க்குரு பெ. கோடைக் காலத்தில் தோலில் பரவலாகத் தோன்றும் சிவப்பு நிறச் சிறுசிறு புடைப்புகள்; prickly heat.

வேர்க்கொம்பு பெ. (இலங்.) சுக்கு; dried ginger.

வேர்ச்சொல் பெ. (இலக்.) அடிச்சொல்; root (of a word). 'கல்' என்னும் வினைச்சொல்தான் 'கல்வி' என்ற சொல்லின் வேர்ச்சொல்லாகும்./ வேர்ச்சொல் அகராதி.

வேர்த்தூவி பெ. (உயிரி.) வேரில் காணப்படும் சிறுசிறு இழைகள்; root hairs.

வேர்முடிச்சு பெ. (உயிரி.) (சில தாவரங்களில்) பாக்டீரியாக்கள் வேரில் தங்கி ஏற்படுத்தும் புடைப்பு; root nodule. வேர்முடிச்சுகள் நைட்ரஜனை நிலைப்படுத்த உதவுகின்றன.

வேர்முண்டு பெ. (உயிரி.) காண்க: வேர்முடிச்சு.

வேர்விடு வி. (-விட, -விட்டு) நிலைகொள்ளுதல்; துளிர்த்தல்; take root. இனக்கலவரத்தால் பாதிக்கப்பட்ட நாடுகளில் ஜனநாயகம் வேர்விட வெகு நாட்களாகும்.

வேர்வை பெ. காண்க: வியர்வை.

வேர்வை பிடி வி. (பிடிக்க, பிடித்து) (இலங்.) (எலுமிச்சை இலையையும் தேயிலையையும் கொதிக்கும் நீரில் போட்டு அதன்) ஆவியை (மூக்கடைப்பு முதலியவை நீங்க) ஆழ்ந்து சுவாசித்தல்; inhale hot vapours (of lemon leaves and tea leaves put in boiling water as a treatment to get rid of cold, etc.,). வேர்வை பிடித்தால் தடிமன் பழுத்துவிடும்.

வேரறு வி. (-அறுக்க, -அறுத்து) (தனக்கு எதிரான ஒன்றை அல்லது பிரச்சினை போன்றவற்றை) அடியோடு அழித்தல்; root out. பயங்கரவாதத்தை வேரறுக்க அனைத்து நாடுகளும் முன்வர வேண்டும்./ 'என் அப்பாவைக் கொன்றவன் குடும்பத்தை வேரறுக்காமல் விட மாட்டேன்' என்று அவன் சபதம் பூண்டான்.

வேரூன்று வி. (-ஊன்ற, -ஊன்றி) உறுதியாக நிலைத்தல்; பற்றுதல்; strike root; be established firmly. நம்மிடம் வேரூன்றியிருக்கும் நம்பிக்கைகளை எளிதில் அகற்றிவிட முடியாது.

வேரோடு வி.அ. (ஊழல், லஞ்சம், வன்முறை போன்றவற்றைக் குறித்து வரும்போது) அடியோடு; completely. பயங்கரவாதத்தை வேரோடு கிள்ளியெறிய வேண்டும்.

வேல்[1] பெ. முருகன் வைத்திருக்கும், கூர்மையான, இலை வடிவ முனையைக் கொண்டிருக்கும் ஆயுதம்; long staff with sharp, leaf-shaped end used as weapon by god Murugan.

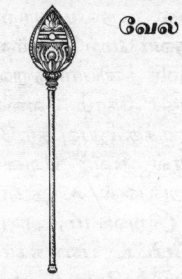

வேல்

வேல்[2] பெ. காண்க: வேல மரம்.

வேல்கம்பு பெ. மேல்பகுதியில் இலை வடிவக் கூரிய உலோக முனையைக் கொண்ட ஆயுதம்; spear.

வேல்கம்பு

வேல மரம் பெ. (கலப்பை போன்ற விவசாயக் கருவிகள் செய்யப் பயன்படுத்தும் உறுதியான தண்டுப் பகுதியை உடைய) இரு வரிசையாகப் பிரிந்த சிறு இலைகளைக் கொண்ட ஒரு வகை முள் மரம்; babul.

வேலி[1] பெ. (ஒரு பகுதியின் எல்லையில் பாதுகாப்புக் கருதி) எளிதில் ஊடுருவ முடியாதபடி முள், கம்பி போன்றவற்றால் எழுப்பப்படும் அமைப்பு; fence. இந்த வேலியைத் தாண்டி ஒரு சிறு பிராணிகூட உள்ளே நுழைய முடியாது.

வேலி[2] பெ. (ஊரக வ.) (நில அளவையில்) இருபது மா (6.67 ஏக்கர்) கொண்ட அளவு; a land measure of twenty மா (equal to 6.67 acres).

வேலிக்காத்தான் பெ. (நிலம், தோட்டம் போன்றவற்றுக்கு வேலியாக நடப்படும்) முட்களைக் கொண்ட, ஒரு வகைச் சிறிய மரம்; mesquite.

வேலை பெ. 1: (பொதுவாக) நிறைவேற்ற, மேற்கொள்ள, செய்ய வேண்டியிருக்கும் செயல்; work. வீட்டில் நிறைய வேலை இருக்கிறது./ குடிக்கத் தண்ணீர் கொண்டுவருவது ஒரு பெரிய வேலையா?/ சமையல் வேலை முடிந்ததும் வெளியே புறப்படலாம்./ என்ன வேலையாக இங்கு வந்திருக்கிறாய்?/ எனக்கு முக்கியமான வேலை ஒன்று இருக்கிறது./ தூங்குவதற்குள் செய்ய வேண்டிய வேலைகள் நிறைய உள்ளன./ நீ சொல்வதெல்லாம் நடக்கக்கூடிய வேலையாக இல்லை. 2: இயக்கம்; function. உடலிலுள்ள அனைத்து உறுப்புகளின் செயல்பாடுகளையும் ஒப்பிட்டுப் பார்த்தால் நரம்பு மண்டலத்துக்குத்தான் வேலை அதிகம். 3: செயல்; labour. பழங்காலத்தில் யானைகள் பல வேலைகளுக்குப் பயன்படுத்தப்பட்டன. 4: (குறிப்பிடப்படும் செயலோடு தொடர்புடைய) பணி; work. கோயில் கட்டும் வேலை நடந்து வருகிறது./ இதே வேலை ரொம்ப நாளாக நடந்து வருவதாகக் கேள்விப்பட்டேன்./ கல்யாண வேலைகளை எல்லோருக்கும் பிரித்துக் கொடுத்தார். 5: அலுவலகம்,

வேலைக்காரி 1254

தொழிற்சாலை முதலியவற்றில் ஊதியம் பெற்றுக் கொண்டு ஒருவர் மேற்கொள்ள வேண்டிய பொறுப்பு; **பணி;** work; job. தனியார் நிறுவனத்தில் வேலை/ கணிப் பொறியில் அதிக நேரம் வேலை செய்பவர்கள் அவ்வப் போது கண்களுக்கு ஓய்வு தர வேண்டும்./ உடல் நிலை சரியில்லாததால் அவர் வேலைக்குச் செல்லவில்லை. [(தொ.சொ.) **அலுவல்/ உத்தியோகம்/ தொழில்/ பதவி/ பிழைப்பு**] **6: (நிறுவனம், அலுவலகம் முதலியவற்றில் உள்ள) குறிப்பிட்ட பணிக்கான இடம்;** post. எங்கள் தொழிற்சாலையில் வேலை காலி இல்லை./ வேலைக்கு ஆள் எடுக்கிறார்கள்./ ஆசிரியர் வேலைக்கு விண்ணப்பித் திருக்கிறேன். **7: குறிப்பிடப்படும் தொழில்;** job. ஆணி இல்லாமல் தச்சு வேலை எப்படி நடக்கும்?/ இவை பூச்சு வேலைக்கான கருவிகள்./ 'உனக்கு என்ன வேலை தெரி யும்?' என்று நான் கேட்டதற்கு 'எனக்கு கார் ஓட்டத் தெரி யும்' என்று அவன் பதில் சொன்னான். **8: தொழில் அறிவு;** skill. நெசவு வேலை தெரிந்தவன்./ எனக்குத் தையல் வேலை தெரியும். **9: விரும்பத் தகாத ஒன்றை அல்லது தேவை யில்லாத ஒன்றைச் செய்யும் வழக்கம்;** (undesirable) habit. வதந்தியைப் பரப்புவதையே சிலர் வேலையாகக் கொண் டுள்ளனர்./ அவசரப்பட்டு எதையாவது செய்துவிட்டுப் பின்னர் வருந்துவதே உனக்கு வேலை. **10: விரும்பத் தகாத அல்லது முறையற்ற செயல்;** handiwork. 'இது யாருடைய வேலை' என்று அப்பா எங்களைப் பார்த்து உறுமினார்./ குண்டுவெடிப்பைப் பற்றி முதல்வரிடம் கேட்டபோது 'இது தீவிரவாதிகளின் வேலையாகத்தான் இருக்கும்' என் றார்./ இந்த ஏமாற்று வேலையை எல்லாம் என்னிடம் வைத்துக்கொள்ளாதே./ நான் என்றுமே காட்டிக்கொடுக் கும் வேலையில் ஈடுபட்டது இல்லை. **11:** *(இயற்.)* **ஒரு பொருளின் மீது விசை செயல்படுவதால் ஏற்படும் இயக்கத்தின் அளவு;** work (in physics).

வேலைக்காரி பெ. **வீட்டு வேலைக்காக அமர்த்தப்படும் பெண்;** housemaid. வேலைக்காரி வீடு பெருக்கிப் பாத்திரம் கழுவி வைத்துவிடுவாள்.

வேலைக்கு ஆகு வி. (ஆக, ஆகி) *(பே.வ.)* (பெரும்பாலும் எதிர்மறையில்) **(ஒரு பிரச்சினைக்குக் கூறப்படும் தீர்வு நடைமுறையில் உடனடியாக) பலன் அளித்தல்; சாத் தியமாக இருத்தல்; ஒத்துவருதல்;** (usually in the negative) (of a suggestion) be effective; be possible; be practicable. எனக்கு இப்போது பத்தாயிரம் ரூபாய் வேண்டும். நீ சொல்லும் யோசனையெல்லாம் வேலைக்கு ஆகாது.

வேலைசெய் வி. (-செய்ய, -செய்து) **1: (இயந்திரம் முத லியவை) இயங்குதல்;** (machine, etc.,) function. கணிப் பொறி வேலைசெய்யும் விதத்தைப் பற்றி எளிய தமிழில் அவர் ஒரு புத்தகம் எழுதியிருக்கிறார்./ மூன்று நாட்களாகத் தொலைபேசி வேலைசெய்யவில்லை. **2: (மருந்து போன் றவை) குறிப்பிட்ட விளைவை ஏற்படுத்துதல் அல்லது பலனைத் தருதல்;** (of medicine, etc.,) act on; work. அரை மணி நேரத்துக்கு முன்பு குடித்த மருந்து இப்போதுதான் வேலைசெய்ய ஆரம்பித்திருக்கிறது.

வேலைத்தளம் பெ. *(இலங்.)* **(தொழிற்சாலை, பணி மனை போன்றவற்றில்) (இயந்திரங்கள், கருவிகள் நிறைந்த) பணி மேற்கொள்ளும் இடம்;** shop floor (in a workshop); workroom. இரும்புத் தொழிற்சாலையில் எரி உலை இயங்கிக்கொண்டிருந்ததால் வேலைத்தளம் பர பரப்பாகக் காணப்பட்டது./ இன்று போயா என்பதனால் எந்த வேலைத்தளத்திலும் ஆட்கள் இருக்க மாட்டார்கள்.

வேலைநிறுத்தம் பெ. **(பணியாளர்கள், தொழிலாளர் கள் போன்றோர் ஒரு கோரிக்கையை வற்புறுத்தியோ அல்லது ஒன்றை எதிர்த்தோ) வேலைக்குப் போகாமல் இருத்தல்;** strike. ஊதிய உயர்வு கோரி வங்கிப் பணி யாளர்கள் வேலைநிறுத்தம் செய்தார்கள்.

வேலைப்பாடு பெ. **(கலைப் பொருள், கைவினைப் பொருள் முதலியவற்றில்) அழகும் நுணுக்கமும் வெளிப்படும் வகையில் திறமையாகச் செய்யப்படும் வேலை;** craftsmanship; workmanship. சிற்ப வேலைப்பாடு நிறைந்த கோயில்/ பின்னல் வேலைப்பாடுகள் உடைய கைப்பை.

வேலைபார் வி. (-பார்க்க, -பார்த்து) **(ஊதியத்துக்காக) பணிபுரிதல்;** do work; work (in an office, etc.,). அவரு டைய பையன் ஒரு மென்பொருள் நிறுவனத்தில் வேலை பார்க்கிறான்./ அவரிடம் பத்து வருடம் வேலைபார்த்தும் எனக்காக அவர் எதுவுமே செய்யவில்லை.

வேலை போட்டுக்கொடு வி. (-கொடுக்க, -கொடுத்து) *(பே.வ.)* **(ஒருவரைத் தன்னுடைய நிறுவனம், தொழிற் சாலை போன்றவற்றில்) வேலைக்குச் சேர்த்துக்கொள் ளுதல்; வேலை தருதல்;** help (s.o.) with a job. எனது திறமையைக் கண்டு அவர் தன்னுடைய பத்திரிகையிலேயே எனக்கு வேலை போட்டுக்கொடுத்தார்.

வேலை மெனக்கெட்டு வி.அ. **(ஒன்றைச் செய்வதற் காக) மற்ற வேலைகள் அனைத்தையும் ஒதுக்கிவிட்டு;** leaving all other works (in order to do sth.). வேலை மெனக் கெட்டு உன்னைப் பார்க்க வந்திருக்கிறேன். நீயோ நேரம் இல்லை என்கிறாய்!

வேலையாக்கு வி. (-ஆக்க, -ஆக்கி) *(இலங்.)* **(ஒருவருக்கு) வேலை வாங்கித் தருதல்;** get a job (for s.o.). நண்பர்தான் என் மகளை கொழும்பில் வேலையாக்கிவிட்டார்./ எவ் வளவோ கஷ்டப்பட்டுத்தான் கல்வித் திணைக்களத்தில் இவனை வேலையாக்கிவிட்டேன்.

வேலையாக இரு வி. (இருக்க, இருந்து) **குறிப்பிட்ட சமயத்தில் ஒருவர் ஒரு செயலை அல்லது வேலையை செய்துகொண்டிருத்தல்;** be occupied. 'நான் இப்போது வேலையாக இருக்கிறேன். அப்புறமாக வா' என்று அவர் தொலைபேசியில் பதிலளித்தார்./ நான் அடுப்படியில் வேலையாக இருந்ததால் நீ வந்ததைக் கவனிக்கவில்லை.

வேலையாள் பெ. **குறிப்பிட்ட பணிக்காக வீட்டில் வேலைக்கு அமர்த்தப்படும் நபர்;** household servant. சமையலுக்கு, தோட்ட வேலைக்கு, வீட்டைச் சுத்தப் படுத்துவதற்கு என்று அவர் வீட்டில் பல வேலையாட்கள் உண்டு. [(தொ.சொ.) **அலுவலர்/ ஊழியர்/ தொழி லாளர்/ தொழிலாளி/ பணியாள்/ பணியாளர்**]

வேலையில்லாத் திண்டாட்டம் பெ. **சமூகத்தில் பல ருக்கும் வேலை கிடைக்காத நிலை;** unemployment. மக்கள்தொகை அதிகமாகஅதிகமாக வேலையில்லாத் திண்டாட்டமும் அதிகமாகிக்கொண்டுபோகிறது.

வேலையைக் காட்டு வி. (காட்ட, காட்டி) *(பே.வ.)* **(பெரும்பாலும் ஏமாற்றும் நோக்கத்தில்) விஷமத்தன மான காரியம் செய்தல்;** play dirty tricks. பெரியவரிடம்

மட்டும் அல்ல, இந்தத் தெருவில் வேறு சிலரிடமும் அவன் வேலையைக் காட்டியிருக்கிறான்./ என்னிடமே உன் வேலையைக் காட்டுகிறாயா?/ அவனுக்கு யாரிடம் வேலையைக் காட்டலாம் என்பது நன்றாகத் தெரியும்.

வேலைவாங்கு வி. *(-வாங்க, -வாங்கி)* **1: (கட்டளையிட்டு அல்லது உரிய ஆலோசனைகள் கூறிப் பணியாளர்களை) வேலைசெய்ய வைத்தல்;** extract work; get work done. ஆட்களிடம் வேலைவாங்கத் தெரிந்தவர் என்பதால் அவரை மேஸ்திரியாக நியமிக்கலாம். **2:** காண்க: **வேலைவை.**

வேலை வாய்ப்பகம் பெ. **வேலை தேடுவோரின் பெயரையும் கல்வித் தகுதியையும் பதிவுசெய்துகொண்டு, வேலைவாய்ப்பைத் தெரிவிக்கும் பணியைச் செய்யும் அரசு அலுவலகம்;** government office which maintains a register for those seeking employment; (in India) employment exchange.

வேலைவாய்ப்பு பெ. **(தொழிற்சாலை, அலுவலகம் போன்றவற்றில்) முறையாக வேலைக்கு அமர்த்தப்படும் வாய்ப்பு;** employment. புதிதாகத் தொடங்கவிருக்கும் கார் தொழிற்சாலையினால் பலருக்கு வேலைவாய்ப்பு கிடைக்கும்./ அடுத்த ஐந்து ஆண்டுகளுக்குள் இரண்டு லட்சம் வேலைவாய்ப்புகளை ஏற்படுத்த அரசு திட்டமிட்டுள்ளது.

வேலைவெட்டி பெ. *(பே.வ.)* **1: (ஒருவர்) செய்ய வேண்டியதாக இருக்கும் ஏதேனும் ஒரு வேலை;** work to occupy one's time. வீட்டில் போய் ஏதாவது வேலைவெட்டி இருந்தால் அதைப் பார்!/ வேலைவெட்டி இல்லாத பயல்கள் ஏதாவது வம்பு பேசுவார்கள். அதைப் பற்றிக் கவலைப்படாதே!/ உன்னோடு சாவகாசமாக உட்கார்ந்து பேசிக்கொண்டிருப்பதற்கு நான் என்ன வேலைவெட்டி இல்லாதவனா? **2: வேலை; தொழில்;** job; occupation. ஏதாவது வேலைவெட்டி செய்து பிழைத்துக் கொள்ளலாம் என்று பட்டணத்துக்கு ஓடிவந்தேன்./ வேலைவெட்டிக்குப் போய்ச் சம்பாதிக்கிற வழியைப் பார்!

வேலைவை வி. *(-வைக்க, -வைத்து)* **1: ஒருவர் ஒன்றைக் கட்டாயமாகச் செய்யவேண்டிய நிலைக்கு உள்ளாக்குதல்;** leave a work half done (so that the successor has to do more work). உதவி செய்கிறேன் என்று வந்து எனக்கு வேலைவைத்துவிட்டான். **2: (ஒன்று) அதிக உழைப்பை வேண்டுவதாக அல்லது அதிக சிரமத்தைத் தருவதாக இருத்தல்;** make or put demand on (s.o.). படத்தின் இறுதிக் காட்சிதான் எனக்கு நிறைய வேலை வைத்துவிட்டது என்று அந்த இயக்குநர் தன் பேட்டியில் கூறியிருந்தார்./ வீடு முழுவதும் சுத்தம் செய்தாயிற்று. பரண்தான் ரொம்ப வேலைவைத்துவிட்டது. **3: (தேவையில்லாமல் அவசர நடவடிக்கை எடுக்க வேண்டிய சூழ்நிலையை உண்டாக்கி) கூடுதல் சிரமம் தருதல்;** be the cause of an urgent attention and work when people are occupied with other works. அப்பா ஏணியில் ஏறி விழுந்து எனக்கு வேலைவைத்திருக்கிறார்.

வேவாரி பெ. *(மண்.)* **(சூளையில்) அரைகுறையாக வெந்த மட்பாண்டம் அல்லது செங்கல்;** inadequately baked earthenware vessel or brick. வேவாரிகளைப் பொறுக்கித் தனியே வை.

வேவு பார் வி. *(பார்க்க, பார்த்து)* **(ரகசியத்தை அல்லது ஒரு இடம், அமைப்பு போன்றவற்றில் என்ன நடக்கிறது என்பதை) சம்பந்தப்பட்டவர் அறியாத வகையில் தெரிந்துகொள்ளுதல்; உளவுபார்த்தல்;** spy on. சில பெரிய நிறுவனங்கள் தங்களுடைய போட்டி நிறுவனங்களில் வேவுபார்ப்பதற்கென்று ஆட்களை வைத்திருக்கும்.

வேவு விமானம் பெ. **பிற நாடுகளின் நடவடிக்கைகளைக் கண்காணிப்பதற்காகப் பயன்படுத்தப்படும் விமானம்;** spy plane. அதிபரின் வீட்டுக்கு அருகே பறந்து சென்ற விமானம் வேவு விமானமாக இருக்கலாம் என்று சந்தேகிக்கப்படுகிறது.

வேள்வி பெ. **1: யாகம்;** sacrifice. **2:** *(இலங்.)* **(ஆகம விதிப்படி கட்டப்படாத கோயில்களில்) இறைவனுக்குப் படைக்கும் சடங்கு;** the ritual offering (to a deity). ஒவ்வொரு வருடமும் மார்கழி மாதக் கடைசியில் வேள்வி நடக்கும்./ இந்த முறை கவனாவத்தை வைரவர் கோயில் வேள்வியில் ஆடு வெட்டக் கூடாது என்று தடை போடப்பட்டுள்ளது.

வேளாண் பெ.அ. **'வேளாண்மை' என்பதன் பெயரடை வடிவம்;** the adjectival form of வேளாண்மை. வேளாண் கல்வி/ வேளாண் விஞ்ஞானி/ வேளாண் பல்கலைக்கழகம்/ வேளாண் துறை.

வேளாண்மை பெ. **1:** *(உ.வ.)* **பயிர்த் தொழில்; விவசாயம்;** agriculture. **2:** *(இலங்.)* **நெற்பயிர்;** paddy crop. வயலில் வேளாண்மை நன்கு வளர்ந்திருக்கிறது.

வேளாவேளைக்கு வி.அ. **(குறிப்பிட்ட செயல்களை அவற்றுக்கு) உரிய நேரத்தில்;** at the proper or appointed time; at regular intervals of time. வேளாவேளைக்குச் சாப்பிட்டால்தானே உடம்பு நன்றாக இருக்கும்!/ நோயாளிகளுக்கு வேளாவேளைக்கு மருந்து கொடுக்க வேண்டியது அவசியம்./ 'வேளாவேளைக்குச் சமைத்துக் கொட்டுவது தானே என் வேலை' என்று என் மனைவி பொருமினாள்.

வேளை பெ. **1: (குறிப்பிட்ட) நேரம்; சமயம்;** time. குழந்தை பிறந்த வேளை வீட்டில் சுப காரியங்கள் நடந்தன./ மும்முரமாக ஒரு புத்தகத்தில் ஆழ்ந்திருந்த வேளையில் கதவு தட்டப்படும் சத்தம் கேட்டது./ உரிய வேளை வரும்போது நான் உனக்கு நிச்சயம் உதவி செய்வேன். **2: ஒரு நாளில் காலை, மாலை, மதியம், இரவு என்று பிரிக்கப்பட்ட பொழுது;** time(s). இந்த மாடு வேளைக்கு எட்டு லிட்டர் பால் கறக்கும்./ காலையிலும் மதியத்திலும் இரவிலும் வேளைக்கு அரை மாத்திரை வீதம் சாப்பிட வேண்டும்./ பகல் வேளைகளில் திருட்டு குறைவாக இருக்கிறது./ மாலை வேளைதான் சற்று ஓய்வாக இருக்க முடியும்./ பாட்டி இரண்டு வேளையும் சுவாமிக்கு விளக்கேற்றி வைப்பாள்./ கிருத்திகை என்றால் அம்மா ஒரு வேளை மட்டுமே சாப்பிடுவாள்.

வேற்று பெ.அ. **தான் சார்ந்திருப்பது அல்லாத; தனக்கு அந்நியமான;** other; another; sth. different. வேற்று இனம்/ வேற்று மதம்/ வேற்று நாகரிகம்/ வேற்றுச் சமூகம்/ வேற்றுச் சூழல்/ வேற்று ஊர்/ வேற்று மொழி/ வேற்று நாடு/ வேற்று நாட்டவர்/ வேற்று ஆட்கள்/ வேற்று முகத்தைப் பார்த்தால் என் குழந்தை அழத் தொடங்கிவிடும்.

வேற்றுமை பெ. 1: **ஒன்று மற்றொன்றிலிருந்து அல்லது ஒருவர் மற்றொருவரிலிருந்து மாறுபட்டு அல்லது வேறுபட்டுக் காணப்படும் தன்மை; வித்தியாசம்;** difference. இந்த இரு பண்பாடுகளுக்கும் இடையே உள்ள வேற்றுமைகள் என்ன?/ 'க' என்ற எழுத்துக்கும் 'க்' என்ற எழுத்துக்கும் உள்ள வேற்றுமை என்ன?/ நண்பர்கள் இருவருக்கும் இடையே கருத்து வேற்றுமை ஏற்பட்டதால் பிரிந்துவிட்டார்கள்./ கர்நாடக சங்கீதத்துக்கும் இந்துஸ்தானி சங்கீதத்துக்கும் இடையே உள்ள ஒற்றுமை வேற்றுமைகளைப் பாடகர் மிக அழகாக விளக்கினார். 2: *(இலக்.)* **(வாக்கியத்தில்) பெயருக்கும் வினைக்கும் அல்லது இரண்டு பெயர்களுக்கு இடையே உள்ள உறவைக் காட்டுவது;** (in grammar) case. 3: **பாகுபாடு;** distinction; diversity. திருவிழாவுக்காக ஊர் மக்கள் அனைவரும் வேற்றுமை பாராட்டாமல் ஒருங்கிணைந்து செயல்பட்டார்கள்.

வேற்றுமை உருபு பெ. *(இலக்.)* **வேற்றுமைப் பொருளை உணர்த்துவதற்காகப் பெயருக்கு இறுதியில் சேர்க்கும் உருபு;** case marker or suffix.

வேற்றுமைத் தொகை பெ. *(இலக்.)* **வேற்றுமைப் பொருள் அடிப்படையில் இரண்டு பெயர்ச்சொற்களால் அமைந்த கூட்டுச்சொல்;** compound in which the case marker is elliptical.

வேற்றுமை மயக்கம் பெ. *(இலக்.)* **ஒரு வேற்றுமை உருபு வேறொரு வேற்றுமைப் பொருளில் வழங்கும் நிலை மாற்றம்;** use of one case for another. *(எ-டு)* நான் 'குழந்தையிடம் பேசினேன்' என்பதில் 'இடம்' என்ற இட வேற்றுமை உருபு உடனிகழ்வு வேற்றுமைப் பொருளில் வந்துள்ளது.

வேறு[1] பெ. *(-ஆக, -ஆன)* **(மற்றொன்றிலிருந்து பிரித்து) தனித்து அறியப்படுவது;** different. அது வேறு ஊர்; இது வேறு ஊர்./ ஊடல் வேறு, சண்டை வேறு./ ஒரே வெட்டில் ஆட்டின் தலை வேறாகவும் உடல் வேறாகவும் போய்விட்டது./ ஒவ்வொருவருடைய அணுகுமுறையும் ஏன் வேறாக இருக்கிறது./ இந்தச் செய்யுளுக்கு முற்றிலும் வேறான பொருளை உரையாசிரியர் கூறுகிறார்.

வேறு[2] பெ.அ. **கூறப்படுவது அல்லது கூறப்படுபவர் அல்லாமல்;** (who) else; (what) elase; other than. உன்னை விட்டால் எனக்கு உதவி செய்ய வேறு யார் இருக்கிறார்கள்?/ எனக்கு இந்த வேலையைத் தவிர வேறு எதுவும் தெரியாது./ வேறு வழி இல்லையா?

வேறு[3] இ.சொ. **'கூடுதலாக' என்ற பொருளில் பயன்படுத்தப்படும் இடைச்சொல்; 'மேலும்';** particle used in the sense of 'in addition (to sth. mentioned)'; 'besides'. சமையல் வேலை இன்னும் முடியவில்லை, மணி வேறு எட்டாகி விட்டது.

வேறுபடு வி. *(-பட, -பட்டு)* **ஒன்று மற்றொன்றைப் போல் இல்லாமலிருத்தல்; மாறுபடுதல்;** differ. நிறத்தால் வேறுபட்டிருந்தாலும் நாம் அனைவரும் மனிதர்களே./ கடைக்குக் கடை விலை வேறுபடுகிறது.

வேறுபடுத்து வி. *(-படுத்த, -படுத்தி)* **ஒன்றுக்கும் மற்றொன்றுக்கும் இடையே உள்ள வேற்றுமையைக் காட்டுவதன்மூலம் பிரித்து அல்லது வகைப்படுத்திச் சொல்லுதல்; பாகுபடுத்துதல்;** distinguish; differentiate. நண்பனையும் பகைவனையும் வேறுபடுத்தி அறிய முடியாதா?/ இந்தச் சொல்லுக்கான இரண்டு பொருளையும் வேறுபடுத்திக் கூறுங்கள்.

வேறுபாடு பெ. **வேற்றுமை; வித்தியாசம்;** difference. இந்த இரு கட்சிகளின் கொள்கைகளுக்கு இடையே அதிக வேறுபாடுகள் இருப்பதாகத் தெரியவில்லை./ சமய வேறுபாடுகளை மறந்து ஒரே நாட்டவர் என்ற முறையில் ஒன்றுபடுவோம்.

வேறொரு பெ.அ. **மற்றொரு; இன்னொரு;** another. ரொம்ப அவசரமில்லை என்றால் வேறொரு நாள் ஊருக்குப் போய்க்கொள்ளலாம்./ இவர் இல்லாமல் வேறொரு நண்பரிடமும் நான் பணம் கேட்டிருக்கிறேன்.

வேனல் பெ. *(உ.வ.)* காண்க: **வேனில்.**

வேனல் கட்டி பெ. **(பெரும்பாலும் கோடைக் காலத்தில்) மயிர்க்காலில் பாக்டீரியாவினால் ஏற்படும் சிறிய கட்டி;** abscess of hair follicle; folliculitis

வேனில் பெ. *(உ.வ.)* **கோடை;** summer.

வேஷ்டி பெ. காண்க: **வேட்டி.**

வேஷம் பெ. 1: காண்க: **வேடம்.** 2: காண்க: **வெளி வேஷம்.** [(தொ.சொ.) **நடிப்பு/ பசப்பு/ பாசாங்கு**]

வேஷம்கட்டு வி. *(-கட்ட, -கட்டி)* *(அ.வ.)* **(நாடகத்தில் அல்லது கூத்தில்) பாத்திரம் ஏற்று நடித்தல்; வேடம் தரித்தல்;** play roles (in drama, etc.,). அந்தக் காலத்தில் அவர் துரியோதனன் வேஷம்கட்டிக்கொண்டு வசனம் பேசினால் அரங்கமே கைதட்டலில் அதிரும்.

வேஷம்போடு வி. *(-போட, -போட்டு)* **(பிறரை நம்பச் செய்வதற்காக) நடித்தல்;** make a pretence of sth. அவன் வேஷம்போடுகிறான். அவனை நம்பி ஏமாந்துவிடாதே./ உண்மையான பிரச்சினை என்ன என்பது புரியாததுபோல் அவன் வேஷம்போட்டால் என்ன செய்ய முடியும்?/ ஆள் நன்றாகத்தான் இருக்கிறான். உடம்பு சரியில்லை என்று வேஷம்போடுகிறான்.

வை[1] வி. *(வைக்க, வைத்து)* **அ.** *(உடல் உறுப்புகளை உள்ளடக்கிய செயல்கள் செய்தல் தொடர்பான வழக்கு)* 1: **(ஒரு பொருளைக் கையால் அல்லது உபகரணத்தால் எடுத்து ஒரு இடத்தில் விடுவதன்மூலம்) இருக்கச் செய்தல்;** place or put (sth. in or on sth.); keep. கடிகாரத்தைக் கழற்றி மேஜைமேல் வைத்தான்./ பணத்தைப் பெட்டியில் வை./ எண்ணெயை உள்ளங்கையில் ஊற்றி உச்சந்தலையில் வைத்தாள்./ போளிக்கு நடுவில் வைக்கும் பூரணம் எனக்கு மிகவும் பிடிக்கும்./ கண்ணி வைத்துக் காடைகளைப் பிடித்தான்./ கொட்டுவாயில் இந்த மூலிகையை அரைத்து வைத்தால் விஷம் இறங்கிவிடும்./ தூங்கிக்கொண்டிருந்த பையனின் தலையைத் தூக்கித் தலையணையை அடியில் வைத்தாள்./ *(உரு வ.)* நேரு இந்தப் புத்தகத்தின் மூலம் இந்திய வரலாற்றை நம்முன் வைக்கிறார். 2: **உடல் உறுப்புகள் குறிப்பிட்ட நிலையில் அல்லது குறிப்பிட்ட இடத்தில் இருக்குமாறு செய்தல்;** place. தன்னுடைய தோளில் கை வைத்தது யார் என்று அவன் திரும்பிப் பார்த்தான்./ கிழவர் பக்கத்தில் வந்து குத்துக்கால் வைத்து உட்கார்ந்தார்./ கால்களைத் தூக்கி மேஜையின் மேல் வைத்துக்கொண்டார்./ வடக்கில் தலை வைத்துப் படுக்கக் கூடாது என்பார்கள். 3:

(அலங்காரம் செய்துகொள்ளும் முறையில்) (பூ) சூட்டுதல்; (பொட்டு) பதித்தல்; (மை) தீட்டுதல்; (குஞ்சலம் போன்றவற்றை) இணைத்தல்; put (flowers, etc.,) on; place (sth. decoratively). குழந்தையின் நெற்றியில் பொட்டு வைத்தாள்./ தலையில் பூ வைத்துக்கொண்டாள்./ அவள் தன் தங்கைக்குச் சடை பின்னிக் கண் மை வைத்துவிட்டாள். 4: **(பிறர் பார்க்கும்படியாகவோ காட்சிக்கு உரியதாகவோ ஒன்றை) இருக்கச் செய்தல் அல்லது இடம் பெறச் செய்தல்;** place (sth. on view). குடியரசுத் தலைவரின் படம் எல்லா அரசு அலுவலகங்களிலும் வைக்கப்பட்டிருக்கும்./ இது அருங்காட்சியகத்தில் வைக்க வேண்டிய அரிய சிற்பம்./ அமைச்சரின் உடல் பொதுமக்கள் பார்வைக்காகக் கட்சி அலுவலகத்தில் வைக்கப்பட்டுள்ளது./ ஒவ்வொரு வருடமும் நான் வரைந்ததைக் கண்காட்சிகளில் வைப்பேன். 5: **(செடி, மரம் முதலியவை) நடுதல் அல்லது வளர்த்தல்; குறிப்பிட்ட பயிரை விவசாயம் செய்தல்;** plant. தோட்டத்தில் தென்னையும் வாழையும் வைத்திருக்கிறேன்./ பயிர் வைத்தாகிவிட்டது, ஆனால் ஆற்றில் தண்ணீர் வந்த பாட்டைக் காணோம். 6: **(புள்ளி முதலியவை) குறித்தல்; (முத்திரை) பதித்தல்; இடுதல்;** put (full stop, comma, seal, etc.,); mark; stamp. வாக்கியத்தின் முடிவில் முற்றுப்புள்ளி வைக்க வேண்டும்./ 'க' வுக்கு மேல் புள்ளி வைத்தால் 'க்'./ முத்திரை வைக்கப்பட்ட அஞ்சல் தலை. 7: **(தீ) பற்றச் செய்தல்/(விளக்கு) ஏற்றுதல்;** set (fire)/ light (a lamp). வைக்கோல் போரில் யாரோ தீ வைத்துவிட்டார்கள்./ விளக்கு வைக்கிற நேரமாகிவிட்டது. 8: **(அடி, அறை) கொடுத்தல்;** give (a blow). அழுதுகொண்டிருந்த குழந்தையின் முதுகில் இரண்டு அறை வைத்தாள். 9: **(நடப்பதற்காகக் காலை ஒரு இடத்தில்) பதித்தல்;** take (a step). பத்து அடி வைப்பதற்குள் மூச்சுவாங்கியது./ தெருக்கதவைத் திறந்துகொண்டு வராந்தாவில் கால் வைக்கப் போனேன்./ வலது காலை எடுத்து வைத்து உள்ளே வா! 10: **(உணவுப் பொருள், தண்ணீர் போன்றவற்றை) தருதல்;** provide (sth. as food); feed. பசிக்கிறது, சீக்கிரம் சாப்பாடு வை./ இலையில் சோறு வைப்பதற்கு முன் தண்ணீர் வைக்க வேண்டும்./ எனக்கு இன்னும் கொஞ்சம் கூட்டு வை./ இவ்வளவு நேரமாகியும் மாட்டுக்கு வைக்கோல் வைக்கவில்லையா? 11: **(ஒரு இடத்தைத் தகர்ப்பதற்காக வெடிகுண்டு போன்றவற்றை) பொருத்துதல்; புதைத்தல்;** place (a bomb). பாறையை வெடி வைத்துத் தகர்த்தார்கள்./ திருமண மண்டபத்தில் வெடிகுண்டு வைத்திருப்பதாக யாரோ புரளியைக் கிளப்பிவிட்டிருக்கிறார்கள். 12: **(ஒன்றின் பகுதியாக ஒன்றை) பொருத்துதல்;** provide with. பின்புறம் பித்தான் வைத்த கோட்டு/ கொல்லைக்குக் கதவு வைக்க வேண்டும்./ பெரிய ஜன்னல் வைத்த அறை./ கை வைத்த பனியன். 13: **(வணக்கத்தைத் தெரிவிக்கும் விதமாக) நெற்றிப் பகுதிக்கு வலது கையைக் கொண்டு செல்லுதல்;** bring one's hand to forehead (as in salute). ஆசிரியருக்கு வணக்கம் வைத்தான். **ஆ.** (உருவாக்குதல் அல்லது ஏற்படுத்துதல் தொடர்பான வழக்கு) 14: **(உணவுப் பொருள், வெந்நீர் முதலியவை) தயாரித்தல்;** make; prepare (food). அம்மா ரசம் வைத்தால் வீடே மணக்கும்./ பலாப் பழம் போட்டுப் பாயசம் வைத்திருக்கிறேன்./ குடிப்பதற்கு வெந்நீர் வை./ உனக்குக் கத்திரிக்காய்க் கூட்டு வைக்கத் தெரியாதா? 15: **(கடவுளுக்கு) படைத்தல்;** make (offering). சாமிக்குப் படையல் வைக்க வேண்டும்./ அடுத்த வருடம் மாரியம்மன் கோயிலுக்குப் பொங்கல் வைப்பதாக வேண்டிக்கொண்டாள். 16: **(கட்டடம், சிலை போன்றவற்றை) நிறுவுதல்; அமைத்தல்; கட்டுதல்;** erect (a statue, etc.,); establish (an institution). அந்தக் காலத்தில் சத்திரங்களையும் மடங்களையும் வைத்து தர்ம காரியங்களைச் செய்தார்கள்./ உலகத்தமிழ் மாநாட்டை ஒட்டிச் சென்னை கடற்கரையில் பல தமிழ் அறிஞர்களுக்குச் சிலைகள் வைக்கப்பட்டன./ தீ விபத்து ஏற்பட்டால் தப்பிச்செல்வதற்காக ஒவ்வொரு மாடியிலும் அவசர வழிகள் வைக்கப்பட்டுள்ளன./ கோயிலுக்கு நான்கு பக்கமும் வாசல் வைத்திருந்தார்கள். 17: **(கடையைப் புதிதாக) ஆரம்பித்தல்; (கடை) நடத்துதல்;** have or run (a shop). அவர் வெகு நாளாகக் கடை வைத்து நடத்தி வருகிறார்./ சொந்தமாகக் கடை வைக்கிற அளவுக்கு உனக்கு எப்படிப் பணம் கிடைத்தது? 18: **(சம்பளம், கூலி கொடுத்து வேலைக்காக ஒருவரை) ஏற்பாடு செய்தல் அல்லது நியமித்தல்; அமர்த்துதல்;** have; employ (s.o.). சமையலுக்கு ஓர் ஆள் வைக்க வேண்டும்./ நீ வேலைக்கு வைத்திருந்த பையன் எங்கே?/ இன்னும் நாலைந்து பேரை வைத்துக்கொண்டால் சீக்கிரம் வேலை முடிந்துவிடுமா? 19: **(ஒருவர்) குடும்பம் நடத்துவதற்கு வீடு மற்றும் பிற வசதிகள் ஏற்படுத்தித் தருதல் அல்லது ஏற்படுத்திக்கொள்ளுதல்;** set up (a home following one's marriage). பையனுக்குத் திருமணத்தை முடித்த கையோடு அவனைத் தனிக்குடித்தனம் வைத்தேன்./ பெண்ணைக் குடித்தனம் வைத்து ஒரு மாதம்தான் ஆகிறது./ அவருடைய பையன் கல்யாணம் ஆன ஒரு மாதத்திற்குள்ளேயே தனிக்குடித்தனம் போய்விட்டான். 20: **(தலை முடி, மீசை, தாடி ஆகியவற்றைக் குறிப்பிட்ட முறையில்) வளர்த்தல்;** grow (beard, moustache, etc.,). என் தாத்தா பாரதியாரைப் போல மீசை வைத்திருப்பார்./ பிரெஞ்சுக்காரர்கள் பாணியில் நான் தாடி வைத்துக்கொள்ளப்போகிறேன். 21: **(சட்டம், முறை முதலியவற்றை) ஏற்படுத்துதல்;** prescribe (rules, regulations, etc.,); follow; have. இங்கு நீ வைத்ததுதான் சட்டமா என்ன?/ இங்குள்ள வயல்களுக்கு முறை வைத்துதான் தண்ணீர் விடுவார்கள்./ 'ஒன்றும் தெரியாமலா பெரியவர்கள் நாள், நட்சத்திரம் எல்லாம் வைத்திருக்கிறார்கள்?' என்று அம்மா கோபத்தோடு கேட்டாள். 22: **(சாட்சி, ஆதாரம், விவரம் முதலியவற்றை) கொண்டிருத்தல்;** have (evidence, details, etc.,). அவர் எல்லாவற்றிற்கும் புள்ளிவிவரம் வைத்திருக்கிறார்./ நீ ஊரில் இருந்தாய் என்பதற்குச் சாட்சி வைத்திருக்கிறாயா? 23: **(ஒன்றை) உடைமையாகக் கொண்டிருத்தல்;** keep in custody; hold in possession. இவ்வளவு பணத்தை வைத்துக்கொண்டு என்ன செய்யப்போகிறாய்?/ விற்றது போக கொஞ்சம் நிலத்தைப் பெரியப்பா வைத்திருக்கிறார். 24: **(ஒருவரை ஓர் இடத்தில்) இருக்கச் செய்தல்;** keep. இளம் குற்றவாளிகள் சிறையில் வைக்கப்படுவதில்லை./ கைதுசெய்யப்பட்டவரைப் பத்து நாட்கள் நீதிமன்றக் காவலில் வைக்குமாறு நீதிபதி உத்தரவிட்டார்./ நான் தம்பியை வீட்டில் வைத்துச் சோறு போடுகிறேன். 25: **(ஒன்றை ஞாபகத்தில், மனத்தில்) இருத்துதல்;** keep (in memory).

நான் சொன்னதை நினைவில் வைத்துக்கொள்./ படித்ததை ஞாபகத்தில் வைத்துக்கொள்வதற்காகக் குறிப்புகளை எழுதிக்கொண்டான். **இ.** (நடைபெறச் செய்தல் தொடர்பான வழக்கு) **26: (போட்டி, பரீட்சை முதலியவற்றை) நடத்துதல்;** conduct; hold (an event). இதே போட்டியை மறுபடியும் வைத்தால் அவரே வெற்றி பெறுவாரா?/ கணக்கு வாத்தியார் வகுப்புத் தேர்வு வைக்கும் நாட்களில் எனக்கு ஜுரம் வந்துவிடும்./ நாடாளுமன்றத் தேர்தலை மூன்று கட்டமாக வைக்கப்போகிறார்களாம். **27: (திருமணம், விருந்து, நிகழ்ச்சி போன்றவை) குறிப்பிட்ட நாளில் அல்லது சமயத்தில் நிகழுமாறு ஏற்பாடு செய்தல்;** arrange. உங்கள் பெண் திருமணத்தை எந்த மாதம் வைத்திருக்கிறீர்கள்?/ முதலாளிக்குப் பேரன் பிறந்திருப்பதால் அவர் எங்கள் எல்லோருக்கும் விருந்து வைத்தார்./ இப்போதெல்லாம் கோயில் திருவிழாக்களில் சினிமாப் பாட்டுக் கச்சேரிதான் வைக்கிறார்கள்./ நம் வீட்டிலும் நவராத்திரிக்குக் கொலு வைக்கலாம்./ பொதுக்குழுக் கூட்டத்தை அடுத்த முறை கோவையில் வைத்துக்கொள்வது என்று முடிவு செய்யப்பட்டது. **28: (வானொலி,தொலைக்காட்சி முதலியவற்றை) இயங்கச் செய்தல் அல்லது குறிப்பிட்ட விதத்தில் செயல்பட வைத்தல்;** play (radio, record, etc.,). அந்தப் பாட்டை இன்னொரு தடவை வையேன்./ வானொலியின் சத்தத்தைக் கொஞ்சமாக வைத்துக் கேள். **29: (அடமானம், பணயம் போன்றவற்றுக்கு ஒன்றை) உட்படுத்துதல்;** give (as pledge, security). வீட்டை அடமானம் வைத்துத் தனது கடன்களை எல்லாம் மாமா அடைத்தார்./ மனைவியின் நகையை அடகு வைத்துதான் நான் கடையை ஆரம்பித்தேன்./ 'பாஞ்சாலியைப் பணயமாக வைக்கிறேன்' என்றார் தருமர்./ பணம் வைத்துச் சீட்டு விளையாடாதே./ வங்கியில் கடன் வாங்க வீட்டை வைக்க வேண்டியிருந்தது. **30: (குறிப்பிட்ட நோக்கத்திற்காக அல்லது குறிப்பிட்ட ஒருவருக்காக ஒன்றை) ஒதுக்குதல்; (குறிப்பிடப்படுவது) மிச்சமாகும்படி விட்டுவிடுதல்;** set (sth. apart). உனக்கென்று வைத்திருந்த புத்தகத்தை அவனுக்குக் கொடுத்துவிட்டேன்./ தட்டில் மீதி வைக்காமல் சாப்பிட வேண்டும். **31: (வரவு, செலவு போன்றவற்றைக் கணக்கில்) சேர்த்தல் அல்லது குறித்துக்கொள்ளுதல்/(வங்கி போன்றவற்றில் கணக்கை) ஏற்படுத்திக்கொள்ளுதல்;** keep (in an account); keep (account). இந்தப் பணத்தைக் கணக்கில் வைக்க மறந்துவிடாதே./ தேர்தல் செலவுகளுக்குச் சரிவரக் கணக்கு வைத்திருக்க வேண்டும். **32: (பங்கிடும் முறையாக அல்லது கூறுபோடும் விதமாக) பிரித்தல்;** apportion; portion (sth.) out. கொள்ளையர்கள் தாங்கள் கொள்ளையடித்த பொருள்களைச் சரியாகப் பங்குவைத்து எடுத்துக்கொண்டார்கள்./ மீன்களைக் கூறு வைத்து விற்றாள். **33: (ஒன்றை) ஒரு குறிப்பிட்ட தன்மையில் அல்லது நிலையில் இருக்கச் செய்தல்;** keep; maintain. உடலைக் குளிர்ச்சியாக வைத்துக்கொள்வதற்கு இந்த மருந்து பயன்படுகிறது./ முக்கியத் தீவிரவாதி ஒருவனைப் பிடித்த விவரம் அப்போது பரம ரகசியமாக வைக்கப்பட்டிருந்தது./ மனத்தை நம் கட்டுப்பாட்டுக்குள் வைத்துக்கொள்ள வேண்டும். **ஈ.** (மரபு வழக்கு) **34: (பாசம், அன்பு முதலியவை) கொள்ளுதல்;** have (affection, love, etc., for s.o.); place (one's trust in s.o.). அவர் உன்மேல் எவ்வளவு அன்பு வைத்திருக்கிறார் தெரியுமா?/ உன்னிடம் நான் நிறைய நம்பிக்கை வைத்திருக்கிறேன். என்னை ஏமாற்றிவிடாதே./ எதன்மீதும் அதிகம் பற்று வைக்காதே. **35: (திருமண உறவுக்கு வெளியே ஒரு ஆண் வேறொரு பெண்ணுடனோ, ஒரு பெண் வேறொரு ஆணுடனோ உறவு கொள்ளுதல்;** have extra-marital relation. நல்ல மனைவி அவனுக்கு இருக்கும்போது, வெளியூரில் ஒரு பெண்ணை வைத்திருக்கிறானாமே, உண்மையா? **36: (நட்பு, தொடர்பு முதலியவற்றை) கொள்ளுதல்; ஏற்படுத்துதல்;** establish; maintain (friendship, contact, etc.,). கல்லூரி நண்பர்களுடன் இன்னும் தொடர்பு வைத்திருக்கிறேன்./ தேர்தலுக்காகப் பிற கட்சிகளுடன் உறவு வைத்திருக்கிறோம். **37: (ஒரு புத்தகம், கட்டுரை போன்றவற்றைப் பாடத்திட்டத்தில்) இடம்பெறச் செய்தல்;** prescribe (a text for study). கி.ராஜநாரயணனின் நாவல் ஒன்றை எங்களுக்குப் பாடமாக வைத்திருக்கிறார்கள். **38: (ஒருவரைக் குறிப்பிட்ட விதத்தில்) பார்த்துக்கொள்ளுதல்; கவனித்துக்கொள்ளுதல்;** look after; take care of. அவன் தன் மனைவியை மகிழ்ச்சியாக வைத்துக்கொண்டான்./ கடைசிக் காலத்தில் தன் அம்மாவை அவன்தான் வைத்துக் காப்பாற்றினான். **39: (பிரச்சினை, கேள்வி, கருத்து போன்றவற்றை) முன்வைத்தல்;** put forth; present. என் முன்னே வைக்கப்பட்டுள்ள பிரச்சினையின் முழுப் பரிமாணத்தையும் புரிந்துகொள்ள எனக்கு நேரம் பிடித்தது./ தொண்டர்கள் வைத்த கோரிக்கையை நான் ஏற்றுக்கொள்கிறேன்./ பொதுவாக நான் எளிமையாக எழுதுவதில்லை என்ற குற்றச்சாட்டு வைக்கப்படுகிறது./ இந்தத் திட்டத்தின் மூலம் பணக்காரர்கள்தான் பயனடைவார்கள் என்பது போன்ற ஒரு விமர்சனம் வைக்கப்பட்டுள்ளது. **40: (ஒருவருக்குச் சூனியம் போன்றவற்றின் மூலம்) பாதிப்பு ஏற்படும்படியாகச் செய்தல்;** cast a spell (on). பக்கத்து வீட்டுக்காரன் வைத்த சூனியத்தை எடுப்பதற்காக மந்திரவாதியிடம் போயிருந்தேன்./ அந்தப் பூசாரி சூனியம் வைப்பதில் கெட்டிக்காரன். **41:** (பே.வ.) **(ஒருவருக்கு) சதை போடுதல்;** put on flesh. ஒரு வருடமாக வீட்டுச் சாப்பாடு என்பதால் அவனுக்கு நன்றாகச் சதை வைத்துவிட்டது.

வை² து.வி. (வைக்க, வைத்து) **1: செய என்னும் வாய்பாட்டு வினையெச்சத்தின் பின் ஓர் ஆக்க வினை;** an auxiliary verb serving as a causative after an infinitive. குழந்தையைத் தூங்க வை./ புகை கண்களில் நீரை வர வைத்தது. **2: குறிப்பிடப்படும் நிலையில் முதன்மை வினையின் செயல் நீட்டிக்கப்படுவதைத் தெரிவிக்கப் பயன்படும் துணை வினை;** an auxiliary verb indicating the continuation of the state described by the main verb. புகையிலையை வாயில் ஒதுக்கிவைத்துக்கொண்டார்./ அவரைப் போட்டியிலிருந்து விலக்கிவைத்திருக்கிறார்கள். **3: செய்வதால் நேரும் நன்மை கருதி அல்லது செய்யாமலிருப்பதால் நேரும் விளைவு கருதி முன்னேற்பாடாக ஒன்று செய்யப்படுவதைத் தெரிவிக்கும் துணை வினை;** an auxiliary verb used to indicate that the action is carried out or performed as a forethought. *எண்ணெய் விலை குறைந்திருக்கிறது, வாங்கிவைத்துக்கொள்./ அவருடைய கோபத்திலிருந்து தப்புவதற்காகச் செய்துவைத்த ஏற்பாடுதான் இது./ சொத்துகளையெல்லாம் ஒரு ஆசிரமத்தின் பேரில் எழுதிவைத்திருக்கிறார்.* **4: தொல்லை தரும் நிகழ்ச்சி, ஒன்றைச் செய்ய வேண்டிய கட்டாயம் முதலியவற்றைக் குறித்துத் தன் விருப்பமின்மையைத் தெரிவிக்கப் பயன்படுத்தும் துணை வினை;** an auxiliary verb used to indicate disapproval of one's action or sth. done under compulsion. *படிக்கட்டில் நின்று பயணம் செய்கிறீர்கள், விழுந்துவைத்தீர்கள் என்றால் நான் அல்லவா பொறுப்பு?/ ருசி இல்லாத சாப்பாட்டைச் சாப்பிட்டு வைத்தேன்.*

வை[3] வி. *(வைய, வைது) (பே.வ.)* **திட்டுதல்;** scold; abuse. *பேசிய கூலியைக் கொடுக்கவில்லை என்றால் வையாமல் வாழ்த்தவா செய்வான்?/ எப்போது பார்த்தாலும் பிள்ளையை வைதுகொண்டிருக்காதீர்கள் என்று அம்மா சத்தம் போட்டாள்.* [*(தொ.சொ.)* திட்டு/ தூற்று/ நிந்தி/ பழி]

வைக்கோல் பெ. **நெல் மணிகள் நீக்கப்பட்டு உலர்ந்த நெற்பயிரின் காய்ந்த தாள்;** straw of paddy.

வைக்கோல் காரை பெ. *(ஊரக வ.)* **ஒரே ஒரு வைக்கோல்;** single straw of paddy. *அரைக் கவுளி வெற்றிலையைக் கட்ட ஒரு வைக்கோல் காரை போதாதா?/ நாலு வைக்கோல் காரை இருந்தால் இந்த பையின் வாயைக் கட்டிவிடலாம்.*

வைக்கோல் போர் பெ. **படப்பு;** haystack. *குழந்தைகள் வைக்கோல் போரின் பின்னால் ஒளிந்து விளையாடிக் கொண்டிருந்தார்கள்.*

வைகறை பெ. *(உ.வ.)* **விடியத் தொடங்குகிற நேரம்; விடியல்;** dawn; daybreak. *வைகறையில் எழுந்து குளித்து விடுவார்.*

வைகாசி பெ. **இரண்டாவது தமிழ் மாதத்தின் பெயர்;** the name of the second Tamil month, i.e. mid-May to mid-June.

வைகாசி விசாகம் பெ. *(ஊரக வ.)* **1: வைகாசி மாதத்து விசாக நட்சத்திரம்;** the sixteenth star of the Indian astrological zodiac occurring in the Tamil month of வைகாசி. **2: வைகாசி விசாகத்தன்று கோயில்களில் நடக்கும் விழா;** temple festival conducted in the Tamil month of வைகாசி. *சிலர் வைகாசி விசாகத்தில் ஐயனாருக்குக் காவடி எடுப்பார்கள்.*

வைகுண்ட பதவி பெ. **(வைணவர்களிடையே மங்கல வழக்காகச் சொல்லும்போது) இறப்பு;** (euphemism used by Vaishnavaites for) death. *ஸ்ரீ ஜீயர் ஸ்வாமிகள் வைகுண்ட பதவி அடைந்து ஐந்து வருடங்கள் ஆகிவிட்டதா?*

வைகுண்டம் பெ. *(ச.வ.)* **1: திருமால் இருக்கும் உலகம்;** the abode of Vishnu. **2: சொர்க்கம்;** heaven.

வைகுண்டா பெ. *(ஊரக வ.)* **களிமண், மணல் கலந்த களிமண் நிலங்களுக்கு ஏற்ற, வறட்சியைத் தாங்கும், களைகளை எதிர்த்து வளரும், பாரம்பரிய நெல் வகைகளில் ஒன்று;** a traditional variety of rice suitable for clay soil and sandy clay soil, which is drought and weed-resistant.

வைசூரி பெ. **பெரியம்மை;** smallpox.

வைடூரியம் பெ. **(நவமணிகளுள் ஒன்றான) விலை மதிப்புடைய வெளிர் நீலக் கல்;** cat's- eye.

வைணவம் பெ. **திருமாலைப் பரம்பொருளாகக் கொண்டு வழிபடும் இந்து மதப் பிரிவு;** (a sect of) Hindu religion which regards Vishnu as the supreme god.

வைணிகர் பெ. *(இசை)* **வீணை வாசிப்பதில் தேர்ச்சி பெற்றவர்;** maestro of வீணை.

வைத்த கண் வாங்காமல் வி.அ. *('பார்' என்ற வினையுடன் வரும்போது)* **ஒருவரின் அல்லது ஒன்றின் மீது பதித்த பார்வையைச் சிறிதும் விலக்காமல்;** gazing fixedly at (sth.). *வந்ததிலிருந்து அவளையே வைத்த கண் வாங்காமல் பார்த்துக்கொண்டிருக்கிறான்.*

வைத்தியசாலை பெ. *(அ.வ.)* **மருத்துவமனை;** hospital. *சித்த வைத்தியசாலை.*

வைத்தியம் பெ. **மருத்துவம்;** system of medicine. *தமிழ் வைத்திய முறை/ வைத்திய நிபுணர்கள்./ பச்சிலை வைத்தியம்/ வைத்தியச் செலவு/ ஹோமியோபதி வைத்தியத்தில் பீனிசத்திற்கு நல்ல மருந்து இருக்கிறது.*

வைத்தியம்பார் வி. *(-பார்க்க, -பார்த்து)* **(உடல்நலக் குறைவுக்காக ஒரு மருத்துவரிடம் அல்லது வைத்தியரிடம் சென்று) சிகிச்சை பெறுதல்;** get treatment (from a doctor). *இடுப்பில் உள்ள கட்டி பெரிதாகிக் கொண்டே போகிறதே. அதற்கு வைத்தியம்பார்க்கக் கூடாதா?/ உடம்புக்கு என்ன வந்தாலும் அவர் வைத்தியம்பார்த்துக்கொள்ள மாட்டார்./ அவரை திருச்சிக்குக் கொண்டுபோய் வைத்தியம்பார்த்தார்கள்.*

வைத்தியர் பெ. **மருத்துவர்;** doctor; physician.

வைத்திரு வி. *(வைத்திருக்க, வைத்திருந்து)* **1: (ஒன்றை) தன் வசம் கொண்டிருத்தல் அல்லது உடையதாக இருத்தல்;** have; possess; keep. *எவ்வளவு பணம் வைத்திருக்கிறாய்?/ அவன் இடுப்பில் கத்தி வைத்திருந்தான்.* **2:** *(பே.வ.)* **ஆசைநாயகியாகக் கொண்டிருத்தல்;** have as a concubine or mistress. *அவர் பக்கத்து ஊரில் யாரையோ வைத்திருப்பதாகக் கூறுகிறார்கள்.*

வைத்து இ.சொ. *(பே.வ.)* **1: '(ஒருவரை) கருவியாக அல்லது (ஒன்றை) காரணமாகப் பயன்படுத்தி' என்ற பொருளில் பயன்படுத்தப்படும் இடைச்சொல்;** particle used in the sense of 'using (the services of one)', 'taking advantage of (sth.)' *இவனை வைத்து எல்லா வேலைகளையும் முடித்துவிட்டேன்./ நீ செய்த தப்பை வைத்து உன்னை வேலையிலிருந்து நிறுத்திவிட முடியும்./ எதை வைத்து இவை பாண்டியர் காலத்து நாணயங்கள் என்று முடிவு கட்டியிருக்கிறார்கள்?* **2: '(சாதாரணமாக அறிந்திருக்க வேண்டியதையும் அறிந்திராத நிலையில்) முறையாகப் பயன்படுத்தி' என்ற பொருளில் பயன்படுத்தப்படும் இடைச்சொல்;** particle used in the sense of 'using properly'. *கண்ணை வைத்துப் பார், காலடியில் கம்பு கிடப்பது தெரியும்./ காதை வைத்துக் கேள்.* **3:** *(வ.வ.)* **(இட வேற்றுமை -இல் என்பதன் பின்) ஒருவரைக்**

குறிப்பிடும் இடத்தோடு தொடர்புபடுத்திக் கூறப் பயன்படும் இடைச்சொல்; particle associating the action with the place mentioned. அவரை மதுரையில் வைத்துப் பார்த்தேன்/ நீங்கள் என்னைப் பஞ்சாயத்தில் வைத்துக் கேட்டாலும் சரி, கோயிலில் வைத்துக் கேட்டாலும் சரி, என் பதில் இதுதான்.

வைத்துக்கொள்[1] வி. (-கொள்ள, -கொண்டு) **(ஒரு கருத்தை நிறுவுவதற்கு முதல் படியாக இன்னொரு கருத்தை) அனுமானமாகக் கொள்ளுதல்;** suppose (for the sake of argument); assume. அவர் சொன்னது உனக்குப் புரியவில்லை என்றே வைத்துக்கொள்வோம்./ தண்ணீரே இல்லை என்று வைத்துக்கொண்டால், அப்போது என்ன மாற்று ஏற்பாடு செய்யவேண்டியிருக்கும்?

வைத்துக்கொள்[2] வி. (-கொள்ள, -கொண்டு) **(பொறுப்பாக அல்லது கவனமாக) கவனித்துக்கொள்ளுதல்; பராமரித்தல்;** treat; take care of; look after. அவர் என்னை நன்றாகத்தான் வைத்துக்கொண்டார்./ நான் வாங்கித் தரும் இந்தப் பேனாவையாவது ஒழுங்காக வைத்துக்கொள்.

வைதிகம் பெ. காண்க: **வைதீகம்.**

வைதீகம் பெ. **ஆசாரத்தைக் கடைப்பிடிக்கும் நெறிமுறை;** strict adherence to Vedic rites; orthodoxy. திருமணம் வைதீக முறைப்படி நடந்தது./ அவர் பரம வைதீகம்.

வைதீகர் பெ. **வேத நெறிப்பட்ட ஆசாரத்தை மேற்கொண்டவர்;** follower of Vedic precepts. அவர் ஆஸ்திகர், அதிலும் வைதீகர்./ வைதீகர்கள் சொல்லும் மந்திரங்களை அவனும் சொல்லுவான்.

வைப்பாட்டி பெ. (த.வ.) **ஆசைநாயகி;** concubine.

வைப்பீட்டாளர் பெ. **(வங்கி, நிதி நிறுவனம் போன்றவற்றில்) பணத்தைப் போட்டு வைத்திருப்பவர்;** depositor.

வைப்பு பெ. (த.வ.) காண்க: **வைப்பாட்டி.**

வைப்புத்தொகை பெ. **குறிப்பிட்ட காலத்துக்குப் பிறகு பெற்றுக்கொள்ளும் வகையில் வங்கி, நிதி நிறுவனம் போன்றவற்றில் ஒருவர் செலுத்திவைத்திருக்கும் தொகை;** deposit (in a bank or paid to an agency, etc.,); (in India) fixed deposit. வைப்புத்தொகையிலிருந்து வங்கிகள் கணிசமான லாபம் பெறுகின்றன.

வைப்புநிதி பெ. **(வங்கி, நிறுவனம் போன்றவை) வைத்திருக்கும் அல்லது (குறிப்பிட்ட காரணத்திற்காக) ஒதுக்கியிருக்கும் தொகை;** reserves (of money in a bank); allotted fund. ஆண்டு இறுதியில் இந்த வங்கியின் மொத்த வைப்புநிதி ஐயாயிரம் கோடி ரூபாய்.

வைப்புமுறை பெ. (இலங்.) **(ஏதாவது ஒரு அடிப்படையில்) நூல் ஒன்றின் இயல்கள் அல்லது செய்யுள்கள் ஒன்றன்பின் ஒன்றாக அமைக்கப்படும் முறை;** method of organising a given text. உங்கள் ஆய்வேட்டில் இயல்களின் வைப்புமுறை மிக நன்றாக அமைந்திருக்கிறது./ திருக்குறள் அதிகார வைப்புமுறை குறள் கூறும் செய்திகளை அடிப்படையாகக் கொண்டது.

வைபவம் பெ. (அ.வ.) 1: **(திருமணம், காது குத்துதல் போன்ற மங்களகரமான) சடங்கு;** celebration. காது குத்தும் வைபவம்/ திருமண வைபவம். 2: **(வழக்கமாக மாறிவிட்ட) பொது நிகழ்ச்சி;** (official) ceremony. பதவி ஏற்பு வைபவம்/ வழியனுப்பு வைபவம்.

வைபோகம் பெ. (அ.வ.) காண்க: **வைபவம், 1.**

வையகம் பெ. (உ.வ.) **உலகம்;** the world (of mortals). 'அரசே! உம்மைப் போல் ஒரு வள்ளலை இவ்வையகத்தில் காண்பது அரிது' என்றார் புலவர்.

வைரம்[1] பெ. **பூமியிலிருந்து தோண்டி எடுத்து, பட்டை தீட்டிய பின் ஒளியைப் பல திசைகளில் பிரதிபலிக்கும் (நவமணிகளுள் ஒன்றான) விலை உயர்ந்த கல்;** diamond. வைர மோதிரம்/ வைர அட்டியல்/ வைரத் தோடு/ கண்ணாடியை அறுப்பதற்கும் வைரத்தைப் பயன்படுத்துகிறார்கள்.

வைரம்[2] பெ. **(முற்றிய மரத்தின்) உறுதியான பழுப்பு நிற நடுப்பகுதி;** heartwood.

வைரம் பாய்ந்த பெ.அ. (மரத்தைக் குறித்து வரும்போது) **உறுதியான நடுப்பகுதியை உடைய;** (of a tree) with a solid hard-wood core. இது வைரம் பாய்ந்த மரத்தில் செய்த கர்லாக்கட்டை./ (உரு வ.) அவனுக்கு வைரம் பாய்ந்த உடல்.

வைரவிழா பெ. **(ஒரு அமைப்பு) அறுபது ஆண்டுகளை நிறைவுசெய்ததற்காகக் கொண்டாடப்படும் விழா;** diamond jubilee.

வைராக்கியம் பெ. **(தான் நினைத்ததைச் சாதிப்பது அல்லது செயல்படுத்தியே தீர்வது என்று ஒருவர் கொள்ளும்) மன உறுதி;** firmness (in one's) resolve. ஒரு நல்ல நிலைக்கு வரும்வரை சொந்த ஊருக்குப் போவதில்லை என்று வைராக்கியமாக இருந்தார்./ பெற்ற மகனிடம் பேசக் கூடாது என்ற வைராக்கியமா?

வைரி[1] வி. (வைரிக்க, வைரித்து) (இலங்.) **(மரத்தில்) வைரம் பாய்தல்;** (of a tree) be hardened at the core. தேக்கு மரம் இன்னும் வைரிக்கவில்லை./ அவனது கோடாலி எந்த வைரித்த மரத்தையும் ஒருகை பார்த்துவிடும்./ (உரு வ.) அவனுக்கு வைரித்த மனம்.

வைரி[2] பெ. **(எந்தக் காலத்திலும் ஒத்துப்போக முடியாத) பரம எதிரி; பகைவன்;** arch enemy; sworn enemy. 'அரசே! உங்களுடைய வைரி மாண்டான் என்ற செய்தியுடன் போர்க்களத்திலிருந்து திரும்பி வருவேன்' என்றார் தளபதி வீரசிங்கம்./ (உரு வ.) மூடநம்பிக்கைகளின் பரம வைரி அவர்.

வைஷ்ணவம் பெ. காண்க: **வைணவம்.**

வௌவால்[1] பெ. **பறவைபோல் பறப்பதும் (இயல்பிலேயே தலைகீழாகத் தொங்குவதும்) இரவில் இரை தேடுவதுமான, பாலூட்டி வகையைச் சேர்ந்த சிறிய பிராணி;** bat. பாழடைந்த மண்டபத்தில் வௌவால்கள் தொங்கிக் கொண்டிருந்தன.

வௌவால்[2] பெ. **சுமார் முப்பது செ.மீ. நீளம் கொண்டதும் கவை போன்ற வால் பகுதியைப் பெற்றிருப்பதுமான (உணவாகும்) ஒரு வகைக் கடல் மீன்;** pomfret.

1261 ஜம்பம்

ஜ

ஜக்கார்டு பெ. *(நெசவு)* **டாபி.** implement for making a warp of more than twelve threads.

ஜகத்குரு பெ. **சங்கரர் பெயரில் நிறுவப்பட்ட மடங்களின் தலைவருக்கான பட்டப் பெயர்;** title of the head of the mutt established in the name of Sankara.

ஜக(ஜ்)ஜோதி பெ. *(-ஆக, -ஆன)* **(கண்களைக் கூச வைக்கும் அளவுக்கு) மிகுந்த பிரகாசம்;** brilliant light. சாலை விளக்குகள் ஜகஜோதியாக எரியத் தொடங்கின.

ஜகாத் பெ. *(இஸ்.)* **(ஒருவரின்) வருமானத்தில் 2.5 சத வீதம் எளியவர்களுக்கு வழங்குதல் என்ற கடமை;** the religious duty of setting aside 2.5% of one's income for charity.

ஜட்கா பெ. *(அ.வ.)* **குதிரை வண்டி;** horse-drawn cart (as a mode of conveyance).

ஜட்டி பெ. **இடுப்பில் அணிந்துகொள்ளும் சிறிய உள்ளாடை;** briefs; panties. குழந்தை சட்டை போடாமல் ஜட்டியுடன் நின்றது.

ஜடம் பெ. **1: உயிரற்ற பொருள்; பருப்பொருள்;** lifeless matter. என்னதான் இருந்தாலும் கணிப்பொறி ஜடம் தான்./ ஜடம் மாதிரி நிற்காமல் போய் வேலையைப் பார். **2: (ஒருவரைத் திட்டும்போது) உணர்ச்சியோ புத்திக் கூர்மையோ இல்லாத நபர்;** (when scolding) dullard; one bereft of feelings. எது சொன்னாலும் அந்த ஜடத்துக்கு உறைக்காது.

ஜடாமுடி பெ. **ஒன்றோடு ஒன்றுசேர்ந்து கற்றையாக இருக்கும் முடி;** matted hair. ஜடாமுடியும் தாடியுமாகக் காட்சியளித்த சன்னியாசி.

ஜடை பெ. காண்க: சடை[3].

ஜடைபில்லை பெ. **பெண்கள் ஜடையில் திருகி அணிந்துகொள்ளும் கற்கள் பதிக்கப்பட்ட வட்ட வடிவ ஆபரணம்;** a gemmed, round ornament which can be fixed to plaited hair.

ஜடைபில்லை

ஜண்டவரிசை பெ. *(இசை.)* **(கர்நாடக இசை கற்பவர்களுக்குச் சரளிவரிசைக்குப் பின் கற்றுத்தரப்படும்) ஒவ்வொரு ஸ்வரத்தையும் இரு முறைக்கு மேல் வரிசைப்படுத்திப் பாடும் முறை;** the repetition of the ordered sequence of ஸ்வரம்.

ஜதி பெ. *(நாட்.)* **சொற்கட்டு;** a way of ordering and rendering the rhythmic groups; drum (and dance) syllables. பற்பல ஜதிகளுக்கு ஏற்ப ஆடினார்.

ஜதிஸ்வரம் பெ. *(நாட்.)* **ஸ்வரங்களால் மட்டுமே ஆன உருப்படிக்கு ஆடப்படும் நாட்டியம்;** a dance primarily by foot movements set to a ராகம் and தாளம்.

ஜதை பெ. **இரட்டை; ஜோடி;** pair. வண்டியில் பூட்டுவதற்கு ஏற்றதாக ஒரு ஜதை மாடு வாங்க வேண்டும்./ இரண்டு ஜதை வளையல்.

ஜந்து பெ. *(அ.வ.)* **(பொதுவாக) உயிரினம்; (குறிப்பாக) ஊர்வன இனத்தைச் சேர்ந்த உயிரினம்;** (generally) creature; (esp.) reptile. பூரான் போன்ற விஷ ஜந்துகள்.

ஜப்தி பெ. *(சட்டம்)* **நீதிமன்றத்தின் தீர்ப்பை நிறைவேற்றாததற்காக ஒருவரின் சொத்துகளைச் சட்டப்படி கைப்பற்றும் நடவடிக்கை;** attachment of property. வருமான வரிச் சட்டத்தின் கீழ் சொத்துகளை ஜப்தி செய்வதைப் பற்றி விவாதிக்கப்பட்டது./ வங்கிக் கடனை இன்னும் இரண்டு மாதங்களுக்குள் செலுத்தாவிட்டால் கடன்தாரரின் சொத்துகள் ஜப்தி செய்யப்படும் என்று நீதிமன்றம் உத்தரவிட்டது.

ஜப்பான் காடை பெ. **தலையிலிருந்து வால் பகுதி வரை பழுப்பு நிறத்தில் கறுப்புப் பட்டைகளுடன் இருக்கும், (உருவத்தில் காட்டுப் புதர்க்காடையை விடப் பெரியதாக இருக்கும்), கறிக்காகவும் முட்டைக்காகவும் வளர்க்கப்படும் பறவை;** Japanese quail.

ஜபம் பெ. காண்க: ஜெபம்.

ஜபர்தஸ்து பெ. *(அ.வ.)* **(ஒருவரின் பதவி, அந்தஸ்து போன்றவற்றை வெளிப்படுத்தும்) மிடுக்கான தோரணை;** overbearing attitude. அரசு உத்தியோகத்தில் நாற்பது வருடம் ஜபர்தஸ்து பண்ணி ஓய்ந்துவிட்டார்./ வசதி போனதும் அவருடைய ஜபர்தஸ்தும் போய்விட்டது./ எதற்கு இந்த வெட்டி ஜபர்தஸ்து?

ஜபி வி. (ஜபிக்க, ஜபித்து) காண்க: ஜெபி.

ஜம்-என்று வி.அ. **1: பிரமாதமாக; நேர்த்தியாக;** in a classy or fine manner. இந்த வண்டிக்கு என்ன குறைச்சல், ஜம்மென்று வெண்ணெய்போல வழுக்கிக்கொண்டு ஓடுமே./ பட்டுப் புடவையில் ஜம்மென்று இருந்தாள். **2: வசதியாக; சௌகரியமாக;** comfortably; impressively. நாற்காலியின் மீது குழந்தை ஜம்மென்று உட்கார்ந்திருந்தது./ கார்தான் இருக்கிறதே, ஜம்மென்று கல்யாணத்துக்குப் போய்விட்டு வா!

ஜம்பம் பெ. **1:** *(-ஆக, -ஆன)* **தற்பெருமை;** overweening pride; false prestige. இந்த வேலைக்குத் தன்னைவிட்டால் வேறு ஆள் இல்லை என்று ஜம்பமாகப் பேசினார்./ எதற்கு இந்த வறட்டு ஜம்பம்? **2: (ஒருவர் மற்றவரிடம் காட்டும்)**

சாமர்த்தியம்; தந்திரம்; smart dealing. அவன் ஜம்பம் என்னிடம் பலிக்காது.

ஜம்பர் பெ. (அ.வ.) **ரவிக்கை;** bodice.

ஜமக்காளம் பெ. (பே.வ.) காண்க: **ஜமுக்காளம்.**

ஜமா பெ. (அ.வ.) **(பொழுதுபோக்குக்காகவோ ஒரு நிகழ்ச்சிக்காகவோ ஒன்றுசேர்ந்த) குழு;** party (gathered to carry out an activity.). சீட்டுக் கச்சேரிக்கு இன்னும் ஜமா சேரவில்லை./ நிகழ்ச்சியின் இறுதியில் பாப்பம்பட்டி ஜமாவின் பறையாட்டம் நடைபெற்றது.

ஜமாத் பெ. **1:** (இஸ்.) **ஊர்ச் சபை;** village council. **2:** (திருநர் வ.) **திருநங்கைகளின் குழு;** a group of transgenders. **3: திருநங்கைகள் தங்களுக்குள் கூட்டும் கூட்டம்;** a meeting convened by transgenders (among themselves).

ஜமாத் தொழுகை பெ. (இஸ்.) **கூட்டுத் தொழுகை;** the community-worship. மழை வேண்டி ஊரில் ஜமாத் தொழுகை நடத்தினர்.

ஜமாபந்தி பெ. **கிராமக் கணக்குகளைச் சரிபார்க்கவும் நிலத் தீர்வைகுறித்த பிரச்சினைகளைத் தீர்த்துவைக்கவும் அந்தந்தப் பகுதிகளிலேயே சம்பந்தப்பட்ட மக்களோடு மாவட்ட ஆட்சியர் நடத்தும் கூட்டம்;** annual meeting of the revenue officials with the cultivators.

ஜமாய் வி. (ஜமாய்க்க, ஜமாய்த்து) (அ.வ.) **ஒன்றைப் பிரமாதமாகச் செய்தல் அல்லது நன்றாக அனுபவித்தல்;** do in a grand style; enjoy thoroughly. படத்தின் முதல் பாதியில் தடுமாறியிருக்கும் இயக்குநர் இரண்டாவது பாதியில் ஜமாய்த்திருக்கிறார்./ எனக்கு அடுத்த மாதம் கல்யாணம் என்ற தகவலைச் சொன்னவுடன் 'ஜமாய் தம்பி!' என்று உற்சாகத்துடன் முதுகில் தட்டிக்கொடுத்தார்.

ஜமீன் பெ. **1: (ஆங்கிலேயர் ஆட்சியில்) நிர்ணயிக்கப்பட்ட வரியை மொத்தமாக ஒருவரிடமிருந்து அரசாங்கம் முதலில் வாங்கிக்கொண்டு, குடியானவர்களிடமிருந்து குறிப்பிட்ட தொகையைப் பிறகு வசூலித்துக்கொள்ளும் உரிமை அவருக்கு வழங்கப்பட்டு ஒப்படைக்கப்பட்ட நிலம்;** estate assigned by the government to one on condition that he pays the assessed land revenue first and then collects it from the cultivators for which he was given the authority (during the British rule). **2:** காண்க: **ஜமீன்தார்.**

ஜமீன்தார் பெ. **அரசிடமிருந்து ஜமீனைப் பெற்று நிர்வகித்த நிலச்சுவான்தார்;** landlord who was entrusted with ஜமீன்.

ஜமுக்காளம் பெ. **(படுப்பதற்கு அல்லது உட்காருவதற்குப் பயன்படும்) கனமாக நெய்த செவ்வக வடிவ விரிப்பு;** thickly woven carpet-like fabric (to sleep or sit on).

ஜர்தா பெ. **போதை தரும் பொருள்கள் கலந்து தயாரிக்கப்படும் (தடைசெய்யப்பட்ட) ஒரு வகை பீடா;** பீடா which contains narcotics.

ஜரிகை பெ. (நெசவு) **பட்டு நூலில் வெள்ளி முலாமுக்கு மேல் தங்கமுலாம் பூசிய இழை;** silk yarn first coated with silver and then gilded (used in weaving brocaded silk sari). இந்தப் புடவை உடல் முழுதும் ஜரிகையாக இருக்கிறது./ கரைக்கட்டில் மட்டும் ஒரு அங்குலம் அகலத்தில் ஜரிகை இருக்கும் அந்தப் புடவை விலை குறைவு.

ஜரூர் பெ. (-ஆக) (அ.வ.) **(ஒரு செயலை முடிப்பதில்) விரைவு; வேகம்;** briskness. சாலை போடும் வேலை ஜரூராக நடந்துவருகிறது.

ஜல்தி பெ. (அ.வ.) (-ஆக) **சீக்கிரம்; வேகம்;** quickness. வேலைக்காரர்களை 'ஜல்தி, ஜல்தி' என்று விரட்டிக்கொண்டிருந்தார்./ போய்விட்டு ஜல்தியாக வீடு வந்துசேர்.

ஜல்லரி பெ. **(கோயிலில் வாசிக்கப்படும்) இரண்டு பெரிய வட்டமான தட்டுகளைக் கொண்ட, தாள வாத்தியக் கருவி;** a musical instrument of two large round plates, played at temples.

ஜல்லி பெ. **சிறுசிறு துண்டுகளாக உடைக்கப்பட்ட கருங்கல் அல்லது செங்கல்;** broken stones or bricks. புதிய ரயில் பாதை அமைப்பதற்காகக் கருங்கல் ஜல்லி கொட்டப்பட்டிருந்தது./ செங்கல் ஜல்லிகொண்டு கோபுரத்தின் சிற்பங்கள் அமைக்கப்படுகின்றன.

ஜல்லிக்கட்டு பெ. **(பொதுவாகப் பொங்கல் பண்டிகைக்கு அடுத்துவரும் நாட்களில்) சில கிராமங்களில் கம்புகளால் தடுத்து அமைத்திருக்கும் களத்தின் வாடிவாசல் வழியாக அடுத்தடுத்து அவிழ்த்துவிடும் காளைகள் ஒவ்வொன்றும் வரும்போதும் இதற்காகவே வந்திருக்கும் இளைஞர்கள் கூட்டமாகத் துரத்திப்பிடிக்கும் சாகச விளையாட்டு;** sport of bravery organized in certain villages on the days following பொங்கல் in which young men assembled for this purpose chase and tame bulls one after the other as and when each bull is released through a passage into the fenced ground. (பார்க்க, படம் பக். 1263)

ஜல்லிக்கரண்டி பெ. **(உணவு வகைகளைச் சூடான எண்ணெயிலிருந்து எடுப்பதற்கான) துளைகள் உள்ள வட்டமான பகுதியையும் நீளமான கைப்பிடியையும் கொண்ட ஒரு கரண்டி;** kitchen implement to handle the food while frying.

ஜலசந்தி பெ. **இரு கடல்கள் சேரும் குறுகிய நீர்வழி;** strait.

ஜலதரங்கம் பெ. (இசை) **குறிப்பிட்ட எண்ணிக்கை உள்ள (பீங்கான்) கிண்ணங்களில் வெவ்வேறு அளவில் நீர் ஊற்றிக் குச்சியால் தட்டி வாசிக்கும் இசைக் கருவி;** a set of (porcelain) cups, each containing water in varying quantities and played as a musical instrument with a stick.

ஜலதரங்கம்

ஜல்லிக்கட்டு

ஜலதாரை பெ. (ஊரக வ.) *சாக்கடை; கழிவுநீர் செல்லும் வழி;* sewer gutter; drainage outlet.

ஜலதோஷம் பெ. *மூக்கிலிருந்து சளியும் நீரும் வெளி யேறும் வகையில் அடிக்கடி தும்ம வைக்கும் சாதாரண உடல்நலக் குறைவு;* (common) cold.

ஜலம் பெ. (அ.வ.) *நீர்; தண்ணீர்;* water.

ஜவ்வரிசி பெ. *மரவள்ளிக் கிழங்கு மாவிலிருந்து மிகச் சிறிய மணி வடிவில் தயாரிக்கப்படும் ஒரு வகை உணவுப் பொருள்;* sago. ஜவ்வரிசிக் கஞ்சி/ ஜவ்வரிசிப் பாயசம்/ ஜவ்வரிசி வடாம்.

ஜவ்வாது பெ. *ஜவ்வாதுப் பூனை சுரக்கும் திரவத்திலி ருந்து தயாரிக்கப்படும் மணம் உடைய பொருள்;* a kind of scent from the glands of the large Indian civet.

ஜவ்வாதுப் பூனை பெ. *வாசனைத் திரவியம் தயாரிக்க உதவும் ஒரு வகைத் திரவத்தைச் சுரக்கும், புனுகுப் பூனையைவிடச் சற்றுப் பெரிய பூனை;* large Indian civet.

ஜவ்வு பெ. காண்க: **சவ்வு.**

ஜவ்வு மிட்டாய் பெ. *சீனிப் பாகில் செய்யப்படும் ஓர் இனிப்புப் பண்டம்;* a sticky and elastic sweetmeat prepared with sugar. திருவிழாவில் ஜவ்வு மிட்டாய் விற்கும் தாத்தாவைச் சுற்றிச் சிறுவர்கள் கூட்டம் நின்றிருந்தது./ இயக்குநர் கதையை ஜவ்வு மிட்டாய்போல இழுத்துக் கொண்டு போய்க் கடைசியில் சட்டென்று முடித்துவிடு கிறார்.

ஜவாப்தாரி பெ. (அ.வ.) *பொறுப்பாளி;* person who is responsible (for sth.).

ஜவான் பெ. *ராணுவத்தைச் சேர்ந்த அல்லது சிறப்புக் காவல் படையைச் சேர்ந்த வீரர்;* soldier or a member of a paramilitary force; (in India) jawan.

ஜவுளி பெ. *வேட்டி, சேலை முதலிய துணி வகைகள்;* cloth; silk and cotton fabrics; textile materials. ஜவுளிக் கடை/ ஜவுளி வியாபாரம்/ தீபாவளிக்கு ஜவுளி எடுக்கப் பக்கத்து ஊருக்குப் போகிறோம்.

ஜன்மம் பெ. காண்க: **ஜென்மம்.**

ஜன்யம் பெ. (இசை) *ஒரு குறிப்பிட்ட மேளகர்த்தாவில் உள்ள ஸ்வரங்களில் சிலவற்றைக் கொண்டு அமையும் ஒரு ராக வகை;* a ராகம் that is created from some of the notes of மேளகர்த்தா ராகம்.

ஜன்னல் பெ. *கட்டடம் போன்றவற்றில் காற்றும் வெளிச் சமும் வருவதற்கு ஏற்ற வகையில் திறந்து மூடக் கூடிய கதவுகள் பொருத்தப்பட்டு, சுவரில் அமைக்கப் பட்டிருக்கும் திறப்பு;* window.

ஜன்னி பெ. *காய்ச்சல் அதிகமாவதால் உடல் விறைத்து வலிப்புக்கு உள்ளாகும் நிலை;* fits accompanied by high fever. ஜுரம் அதிகமானால் ஜன்னி வந்துவிடும். ஜாக்கிரதை யாகக் குழந்தையைப் பார்த்துக்கொள்.

ஜனங்கள் பெ. *மக்கள்;* people.

ஜனத்திரள் பெ. *கும்பல்; கூட்டம்;* crowd; throng; gathering. கடற்கரை முழுதும் ஜனத்திரள்./ இந்த ஜனத்திரளில் உன் நண்பனை எப்படிக் கண்டுபிடிப்பது?

ஜனத்தொகை பெ. காண்க: **மக்கள்தொகை.**

ஜனதா பெ. (அ.வ.) (பெரும்பாலும் பெயரடையாக வரும்போது) **விலை மலிவாகவும் பெரும்பாலான மக்கள் வாங்கக்கூடியதாகவும் இருப்பது;** items which the common man can afford. ஜனதா வேட்டி/ ஜனதா சாப்பாடு.

ஜனநாயகப்படுத்து வி. (-படுத்த, -படுத்தி) (நாடு, நிறுவனம் போன்றவற்றை) **ஜனநாயக முறை அல்லது தன்மை உடையதாக ஆக்குதல்;** democratize. கட்சியைத் தனி ஒருவரின் உடைமையாக வைத்திருக்காமல் ஜனநாயகப்படுத்த வேண்டும் என்று அவர் கோரிக்கை விடுத்தார்.

ஜனநாயகம் பெ. **1: மக்களாட்சி (முறை);** democracy. ஜனநாயக நாடு/ ஜனநாயக ஆட்சி. **2:** (நாடு, நிறுவனம் போன்றவற்றில்) **அனைவரும் சமமாக மதிக்கப்படும், அனைவருக்கும் சமமான உரிமைகள் இருக்கும் நிலை;** democracy. 'ஜனநாயகப் பண்புகள் பள்ளியிலேயே கற்பிக்கப்பட வேண்டும்' என்றார் பேச்சாளர்.

ஜனம் பெ. (அ.வ.) **மக்கள்; மக்கள் கூட்டம்;** people. தேர்த் திருவிழாவில் ஏகப்பட்ட ஜனம்./ ஜனங்களின் மனநிலையை ஆள்பவர்கள் புரிந்துகொள்ள வேண்டும்.

ஜனரஞ்சகம் பெ. (-ஆக, -ஆன) (பத்திரிகை, திரைப்படம் முதலியவற்றைக் குறித்து வரும்போது) **பெருவாரியான மக்களை மகிழ்விக்கும் சுவாரஸ்யமான அம்சங்கள் கொண்ட தன்மை;** that which appeals to the masses; popular. காதல், நகைச்சுவை, சண்டைக் காட்சிகள் என்று ஜனரஞ்சக அம்சங்களோடு படம் உருவாகிவருகிறது.

ஜனனம் பெ. (அ.வ.) **பிறப்பு;** birth. குழந்தையின் ஜனன நேரம் சரியாகத் தெரியவில்லை.

ஜனாதிபதி பெ. **குடியரசுத் தலைவர்;** president of a republic.

ஜனாப் பெ. (இஸ்.) **மதிப்புத் தரும் முறையில் இஸ்லாமியர் ஒருவரின் பெயருக்கு முன்னால் இடப்படும் அடை;** title for a Muslim gentleman.

ஜனாபா பெ. (இஸ்.) **மதிப்புத் தரும் முறையில் திருமணமான இஸ்லாமியப் பெண்ணின் பெயருக்கு முன்னால் இடப்படும் அடை;** a title for a married Muslim woman.

ஜனாஸா பெ. (இஸ்.) **பிரேத ஊர்வலம்;** funeral procession.

ஜாக்கிரதை பெ. **1:** (-ஆக) (ஒன்றைச் செய்வதில் மிகுந்த) **கவனம்; எச்சரிக்கை உணர்வு;** carefulness. பணத்தைத் தொலைத்துவிடாதே. ஜாக்கிரதையாகக் கொண்டுபோ./ பொதுவாழ்வில் உள்ளவர்கள் எவ்வளவு ஜாக்கிரதையாக இருக்க வேண்டும் என்பதற்கு இது ஒரு நல்ல உதாரணம்./ எந்தச் சிறு குறைபாடும் இருக்கக் கூடாது என்பதற்காக எல்லா ஏற்பாடுகளையும் வெகு ஜாக்கிரதையாகச் செய்திருந்தார்./ பாலத்தைக் கடக்கும்போது ஜாக்கிரதையாக இருக்க வேண்டும்./ மரத்தில் ஜாக்கிரதையாக ஏறு./ வயதானவர்களைக் கொஞ்சம் ஜாக்கிரதையாகத்தான் பார்த்துக்கொள்ள வேண்டியிருக்கிறது./ படுத்துக்கிடந்த நாயை மிதித்துவிடாமல் ஜாக்கிரதையுடன் நடந்தான். **2: கவனம் தேவை என்னும் முன்னறிவிப்பு;** an expression of warning or caution. வீட்டின் வெளிச் சுவரில் 'நாய்கள் ஜாக்கிரதை' என்ற பலகை தொங்கியது. **3:** (ஒருவரை) **எச்சரிக்கும் விதமாகக் கூறும்போது பயன்படுத்தும் சொல்;** beware. ஜாக்கிரதை! இதைப் பற்றி வெளியில் யாரிடமும் மூச்சுவிடக் கூடாது.

ஜாக்கெட் பெ. (பே.வ.) **ரவிக்கை;** a tight-fitting upper garment worn by women; (in India) blouse.

ஜாங்கிரி பெ. **உளுத்தம் மாவை முறுக்குப்போல எண்ணெயில் பொரித்து எடுத்துச் சீனிப் பாகில் போட்டுத் தயாரிக்கும் இனிப்புப் பண்டம்;** sweetmeat made by frying lentil paste in oil and dipping it in sugar treacle.

ஜாடி பெ. **1: அகன்ற வாய்ப் பகுதியும் நீள் உருண்டை வடிவ நடுப்பகுதியும் கொண்ட, பீங்கான் முதலியவற்றால் ஆன பாத்திரம்;** jar (usually made of white clay). ஊறுகாய் ஜாடி. **2:** (நீர் முதலியவை வைக்கப் பயன்படும்) **நீண்ட கழுத்துப் பகுதியும் உருண்டையான நடுப் பகுதியும் கொண்ட, மண் முதலியவற்றால் ஆன பாத்திரம்;** jar-like pot. மண்ஜாடியைச் சாய்த்துக் குவளையில் தண்ணீர் பிடித்துக் குடித்தான்.

ஜாடி

ஜாடை பெ. **1:** (-ஆக, -ஆன) (முகபாவம், சைகை முதலியவற்றால்) **குறிப்பாகத் தெரிவிக்கும் சொல்;** (significant) gesture. மேலதிகாரி கோபமாக இருக்கிறார் என்று கண் ஜாடை காட்டிவிட்டுப் போனான்./ ஏன் இப்படி உளறுகிறான் இவன் என்று இருவரும் ஜாடையாகப் பார்த்துக் கொண்டனர். **2: சாயல்;** resemblance. அப்பா ஜாடையில் அண்ணன், அம்மா ஜாடையில் தம்பி.

ஜாடைமாடையாக வி.அ. (பே.வ.) (வெளிப்படையாக அல்லது நேரடியாக இல்லாமல்) **குறிப்பாக; மறைமுகமாக;** by hints; indirectly. அவள் விஷயத்தை ஜாடைமாடையாகச் சொன்னாள்./ அவர்கள் இருவரும் காதலிக்கும் விஷயம் ஜாடைமாடையாக இரு வீட்டாருக்கும் தெரியும்.

ஜாதகம் பெ. (சோதி.) (ஒருவருடைய வாழ்நாளில் நடக்கும் நல்ல, தீய பலன்களை) **ஒருவர் பிறந்த நேரத்தில் உள்ள கிரகங்களின் நிலைகளை அடிப்படையாகக் கொண்டு கணிக்கும் குறிப்பு;** horoscope.

ஜாதி பெ. **1: (இந்து சமூகத்தில்) சில பழக்கவழக்கங்களைப் பொதுவாகக் கொண்டிருப்பதும், உறவினர் போன்றவர்களைச் சார்ந்திருப்பதும், பல படிநிலைகளில் அமைந்திருப்பதுமான பிரிவுகளில் ஏதேனும் ஒன்று;** any of the groups in the Hindu social system, sharing customs and practices. **2: இனம்;** species. *ஆண் ஜாதி/ பெண் ஜாதி/ மனித ஜாதி.* **3: உயர்ந்த ரகம் அல்லது இனம்;** pedigree. *அவர் வீட்டில் இருப்பது ஜாதி நாய்./ ஜாதிப் பசு.*

ஜாதி இந்து பெ. காண்க: **சாதி இந்து.**

ஜாதிக்காய் பெ. காண்க: **சாதிக்காய்.**

ஜாதிமல்லி பெ. **இளம் சிவப்பு மற்றும் வெள்ளை நிறத்தில் மெல்லிய கூம்பு வடிவ இதழ்களை உடைய மணம் மிகுந்த பூ/அந்தப் பூப் பூக்கும் செடி;** a kind of jasmine (the flower and the plant).

ஜாம்பவான் பெ. (அ.வ.) **(ஒரு துறையில்) அதிக அனுபவமும் மிகுந்த தேர்ச்சியும் உடையவர்;** one who has long experience and is much respected (in a field). *சங்கீத ஜாம்பவான்கள்.*

ஜாம்ஜாம்-என்று வி.அ. **(ஒரு நிகழ்ச்சி எவ்வாறு நடந்தது என்பதைப் பாராட்டிக் கூறும்போது) மிகவும் சிறப்பாக; கோலாகலத்துடன்;** grandly. *'என் மகள் திருமணம் ஜாம்ஜாமென்று நடந்தது. நீங்கள் வராததுதான் ஒரே குறை.'*

ஜாமம் பெ. காண்க: **சாமம்.**

ஜாமீன் பெ. (சட்டம்) **கைதாகிக் காவலில் இருப்பவரை நீதிமன்ற நிபந்தனைகளுக்கு உட்பட்டு, உத்தரவாதம் தந்து விடுவித்துக் கொண்டுவரும் முறை/ மேற்குறிப்பிட்ட முறையில் உத்தரவாதமாகச் செலுத்த வேண்டிய தொகை;** bail/ surety deposit. *கொலை வழக்கில் கைதானவர் ஜாமீனில் வெளியே வந்திருக்கிறார்./ பத்தாயிரம் ரூபாய் ஜாமீன் செலுத்தி அவரை விடுவித்தனர்.*

ஜால்ரா பெ. **1: (பாடலுக்கு ஏற்ற வகையில் தாளம் போட) ஒன்றோடு ஒன்று தட்டி வாசிக்கப்படும், இரு பகுதிகளாக உள்ள வெண்கலக் கருவி;** hand cymbals (used for keeping time in music). **2: (எரிச்சலான அல்லது கேலியான தொனியில் கூறும்போது) உயர்நிலையிலிருப்பவர் சொல்வதையெல்லாம் கண்மூடித்தனமாக ஒப்புக்கொண்டு ஆமோதிக்கும் நபர்;** yes-man; stooge. *அவர் என்ன சொன்னாலும் புகழ்வதற்கென்றே சில ஜால்ராக்கள் இருக்கிறார்கள்.*

ஜால்ரா அடி வி. (அடிக்க, அடித்து) (பே.வ.) காண்க: **ஜால்ராப்போடு.**

ஜால்ராத்தட்டு வி. (-தட்ட, -தட்டி) (பே.வ.) காண்க: **ஜால்ராப்போடு.**

ஜால்ராப்போடு வி. (-போட, -போட்டு) (பே.வ.) **உயர் நிலையிலிருப்பவர் சொல்வதையெல்லாம் கண்மூடித்தனமாக ஒப்புக்காண்டு ஆமோதித்தல்; ஒத்தூதுதல்;** toady. *அந்தப் பணக்காரரைச் சுற்றி எப்போதும் ஜால்ராப் போடும் கும்பல் ஒன்று இருக்கும்./ பெரிய நடிகருக்கு ஜால்ராப்போட்டால்தான் அடுத்த படத்தில் வாய்ப்புக் கிடைக்கும்.*

ஜாலம் பெ. **1: புலன்களைக் கவர்ந்து இழுத்து மயங்க வைக்கும் தன்மையுடையது; அற்புதம்;** splendour; dazzle. *அடிவானத்தில் மாலைக் கதிரவனின் வர்ண ஜாலங்கள்.* **2: தந்திரம் மிகுந்த நடிப்பு;** artful pretence; trick. *அவனுடைய ஜாலங்களை நம்பியதால் இன்று தனது சொத்துகளை இழந்து நிற்கிறான்.*

ஜாலரா பெ. காண்க: **ஜால்ரா.**

ஜாலி பெ. **சிமெண்டும் கம்பியும் கொண்டு உருவாக்கப்படும், இடைவெளிகள் கொண்ட, ஜன்னல் போன்ற அமைப்பு;** a structure made of cement and steel bars that can be used in the place of a window.

ஜாவளி பெ. (இசை) **காதலர்களுக்கிடையே நடக்கும் ஊடல், பிரிவு, ஏக்கம் போன்றவற்றை விளக்கும் விதத்திலான சாகித்தியங்களைக் கொண்ட (பெரும்பாலும் நாட்டியத்தில்) துரித காலத்தில் பாடக்கூடிய ஒரு இசை வடிவம்;** fast paced song on love, generally meant for dance.

ஜானவாசம் பெ. (ச.வ.) **மாப்பிள்ளை அழைப்பு;** ceremonial reception of the bridegroom.

ஜாஸ்தி பெ. (-ஆக) (பே.வ.) **அதிகம்; மிகுதி;** more. *கடையில் கூட்டம் ஜாஸ்தியாக இருந்தது./ வாடகை ஜாஸ்தி.*

ஜிகினா பெ. **(மாலை முதலியவற்றில் அழகுபடுத்துவதற்காகச் சுற்றப்படும்) பளபளப்பான தகர இழை;** tinsel. *ஜிகினா சுற்றிய ரோஜாப் பூ மாலை/ ஜிகினா ஒட்டப்பட்ட தலைப்பாகையுடன் மந்திரவாதி மேடையில் தோன்றினார்.*

ஜிஞ்சர் பெ. (பே.வ.) **1: இஞ்சிச் சுவையுடன் தயாரிக்கப்பட்டு விற்கப்படும் ஒரு வகை பானம்;** non-alcoholic drink flavoured with ginger. **2: (தடைசெய்யப்பட்ட) உள்ளூரில் தயாரிக்கப்படும் மது வகை;** alcoholic brew locally made.

ஜிப்பா பெ. **கழுத்து வழியாக அணிந்துகொள்ளும் இறுக்கம் இல்லாத, முழங்கால்வரை நீண்டிருக்கும் சட்டை;** a kind of loose-fitting shirt that is pulled over the head.

ஜிமிக்கி பெ. **(காதில் உள்ள தோடு போன்றவற்றுடன் இணைத்துத் தொங்கும்படியாக மாட்டிக்கொள்ளும்) சிறு குடை வடிவத்தில் இருக்கும் ஒரு காதணி;** bell-shaped pendant attached to an ear-ring.

ஜிமிக்கி

ஜியோ பெ. *(திருநர் வ.)* **(மூத்த திருநங்கை ஒருவர்) தனக்குப் பாம்படத்தி கூறிய திருநங்கையை ஆசீர் வதித்து வாழ்த்தும் விதமாகப் பயன்படுத்தும் சொல்;** word used by an elder transgender to bless one who respectfully greets that elder.

ஜியோமிதி பெ. *(கணி.)* **வடிவகணிதம்;** geometry.

ஜியோமிதிப் பெட்டி பெ. *(கணி.)* **(பள்ளி மாணவர்கள்) வடிவகணிதத்தில் அளவுகளைக் குறிக்கப் பயன்படுத்தப்படும் கருவிகள் அடங்கிய சிறிய பெட்டி;** a small box containing compass, divider, etc.; (in India) instrument box.

ஜில்-என்று/-என்ற வி.அ./பெ.அ. காண்க: **சில்-என்று/-என்ற.**

ஜில்லா பெ. *(அ.வ.)* **மாவட்டம்;** district.

ஜில்லிடு வி. *(ஜில்லிட, ஜில்லிட்டு)* காண்க: **சில்லிடு.**

ஜில்லிப்பு பெ. *(பே.வ.)* **குளிர்ச்சி;** coldness; chillness. கடைக்காரர் தந்த குளிர்பானத்தில் ஜில்லிப்பு அதிகமாக இருந்தது.

ஜிலுஜிலு-என்று வி.அ. காண்க: **சிலுசிலு-என்று.**

ஜிலேபி[1] பெ. **மைதா மாவை முறுக்குப்போல எண்ணெயில் பிழிந்து, பொரித்து எடுத்துச் சீனிப் பாகில் போட்டுத் தயாரிக்கும் இனிப்புப் பண்டம்;** sweetmeat made by frying maize flour paste in oil and dipping it in sugar treacle.

ஜிலேபி[2] பெ. **முப்பது செ.மீ. நீளம்வரை வளரக்கூடிய, முட்டைகளை வாயில் வைத்து அடைகாக்கும் (உணவாகும்) கருநீல நிற நன்னீர் மீன்;** tilapia.

ஜிலேபிக் கெண்டை பெ. காண்க: **ஜிலேபி**[2].

ஜிவ்-என்று வி.அ. *(பே.வ.)* *(உணர்வு, நிலை போன்றவை அதிகரிப்பதைக் குறித்து வரும்போது)* **குறுகிய நேரத்தில் மிக விரைவாக;** extremely and noticeably. அவனுக்குக் கோபம் ஜிவ்வென்று தலைக்கேறியது./ நான் திட்டியதும் அவளுக்கு ஜிவ்வென்று முகம் சிவந்தது.

ஜீயர் பெ. *(ச.வ.)* **வைணவ மடத்தின் தலைவருக்கான பெயர்;** title of the head of Vaishnavaite mutt.

ஜீரணம் பெ. **செரித்தல்; செரிமானம்;** digestion. எளிதில் ஜீரணம் ஆவதற்காகத் தாம்பூலம் போட்டுக்கொள்வார்கள்./ ஜீரணக் கோளாறு.

ஜீரணி வி. *(ஜீரணிக்க, ஜீரணித்து)* **(உணவுப் பொருள்கள்) செரித்தல்;** digest. இந்த இளம் வயதில் எதைச் சாப்பிட்டாலும் வயிறு ஜீரணிக்கும்./ *(உரு வ.)* இந்தத் தோல்வியை எப்படித்தான் ஜீரணித்துக்கொண்டானோ?

ஜீரா பெ. **சீனிப் பாகு;** syrup made by boiling sugar with water.

ஜீவகாருண்யம் பெ. **உயிரினங்களிடம் காட்டும் இரக்கம்;** compassion for all living creatures. பிராணிகளை வதைக்காதீர்கள். அவற்றிடம் ஜீவகாருண்யத்துடன் நடந்துகொள்ளுங்கள்.

ஜீவநதி பெ. **நீர் வற்றாத நதி;** perennial river.

ஜீவநாடி பெ. *(அ.வ.)* காண்க: **உயிர்நாடி.**

ஜீவராசி பெ. **உயிரினம்;** living creatures. கடலில் எத்தனையோ கோடி ஜீவராசிகள் வாழ்கின்றன.

ஜீவன் பெ. **1: உயிர்;** sign of life; life. இன்னும் ஜீவன் போகவில்லை./ குழந்தைக்காகத்தான் இந்த ஜீவனை வைத்துக் கொண்டிருக்கிறேன். **2: உயிர் வாழ்பவர் அல்லது உயிர் வாழ்வது;** human being; life; creature. இந்த வருமானத்தில் ஐந்து ஜீவன்கள் உயிர்வாழ வேண்டும்./ வாயில்லா ஜீவனைத் துன்புறுத்தாதே. **3: (உயிரோடிருப்பவை பெற்றிருக்கும்) சக்தி;** strength or energy (that a person has). அந்தக் குழந்தைக்கு அழுவதற்குக்கூட ஜீவன் இல்லை, என்ன கொடுமை! **4: உயிரோட்டம்;** (of story, painting, etc.) soul; liveliness; spirit. ஜீவன் நிறைந்த நாடகம்/ ஜீவன் இல்லாத கவிதை.

ஜீவன்முக்தி பெ. **மற்றொரு பிறவி என்பதே இல்லாமல் இந்தப் பிறவியிலேயே மோட்சம் அடையும் நிலை;** attaining liberation while alive or in this birth itself.

ஜீவனம் பெ. *(அ.வ.)* **பிழைப்பு;** living; livelihood. இப்போதும் கஷ்ட ஜீவனம்தான்.

ஜீவனாம்சம் பெ. **1: மனைவி அல்லது கணவன், சிறுவயதில் உள்ள குழந்தைகள், இயலாத நிலையில் உள்ள பெற்றோர் ஆகியோரைப் பராமரிக்க மறுக்கும் ஒருவர் நீதிமன்ற உத்தரவுப்படி அவர்கள் ஜீவனத்திற்காகக் கொடுக்க வேண்டிய தொகை;** maintenance (allowance); alimony. **2:** *(அ.வ.)* **பிழைப்பு;** livelihood. ஜீவனாம்சத்துக்கு ஏதாவது ஒரு தொழில் செய்துதானே ஆக வேண்டும்.

ஜீவாத்துமா பெ. *(தத்.)* **(பரமாத்துமாவுடன் ஒப்பிடும் போது) தனிமனித ஆன்மா;** individual soul.

ஜீவாதாரம் பெ. *(அ.வ.)* **ஒருவருடைய வாழ்க்கைக்கு அடிப்படையாக அமைவது;** that which is fundamental; mainstay; source and sustenance. இந்தச் சட்டம் மனிதனின் ஜீவாதார உரிமைகளைப் பறிப்பதாக இருக்கிறது என்று எதிர்க்கட்சித் தலைவர் விமர்சித்தார்./ இசைதான் அவருக்கு ஜீவாதாரம்.

ஜீவி[1] வி. *(ஜீவிக்க, ஜீவித்து)* **உயிர்வாழ்தல்; வாழ்க்கை நடத்துதல்;** live; keep alive. ஏதோ இந்தக் கடையில் வரும் வருமானத்தை வைத்துதான் ஜீவித்துவருகிறோம்.

ஜீவி[2] பெ. *(அ.வ.)* **(பொதுவாக) உயிரினம்; (குறிப்பாக) மனிதன்;** living creature. இப்படி ஒரு ஜீவியை நான் பார்த்ததே இல்லை./ சுதந்திர இந்தியாவில் சுதந்திர ஜீவியாகவே அவர் மரணமடைய ஆசைப்பட்டார்.

ஜீவியம் பெ. *(அ.வ.)* **வாழ்க்கை;** life. நேருவின் ஜீவிய சரிதம்.

ஜீனி பெ. காண்க: **சீனி.**

ஜும்மா பெ. *(இஸ்.)* **1: வெள்ளிக்கிழமை;** Friday. **2: வெள்ளிக்கிழமை நண்பகல் நடைபெறும் தொழுகை;** the prayer held at noon on Fridays.

ஜுரம் பெ. **காய்ச்சல்;** fever. குழந்தைக்கு நேற்றிலிருந்து ஜுரம்/ *(உரு வ.)* தேர்தல் ஜுரம்.

ஜுர வேகத்தில் வி.அ. **(சூழ்நிலையின் தீவிரம் கருதி) பரபரப்புடன் மிக விரைவாக; துரிதமாக;** with feverish haste; feverishly. பாலத்தைப் பிரதமர் திறந்துவைக்கப் போகிறார் என்றதும் கட்டுமானப் பணிகள் ஜுர வேகத்தில் நடக்கின்றன.

ஜுவாலை பெ. காண்க: **சுவாலை.**

ஜெபம் பெ. **1: மந்திரத்தைச் சத்தம் இல்லாமல் அல்லது வாய்க்குள்ளாகச் சொல்லி இறைவனை வழிபடும் செயல்;** silent recitation of mantras. கை கால் கழுவிவிட்டு வந்து ஜெபத்திற்கு உட்கார்ந்தார். **2: பிரார்த்தனை;** prayer. ஜெபம் முடிவுற்றதும் மக்கள் கலைய ஆரம்பித்தார்கள்.

ஜெபமாலை பெ. **(வழிபடும்போது மந்திரம் போன்றவற்றின் எண்ணிக்கையை நினைவில் வைத்துக் கொள்ளப் பயன்படும்) குறிப்பிட்ட எண்ணிக்கையில் மணிகள் கோக்கப்பட்ட மாலை;** rosary.

ஜெபி வி. *(ஜெபிக்க, ஜெபித்து)* **பிரார்த்தித்தல்;** pray.

ஜெயந்தி பெ. **(சில தெய்வங்களின், பெரும் தலைவர்களின்) பிறந்த நாள் கொண்டாட்டம்;** birthday celebrations (of certain deities or great men). கிருஷ்ண ஜெயந்தி/ காந்தி ஜெயந்தி.

ஜெயம் பெ. *(அ.வ.)* **வெற்றி;** victory. 'உனது காரியங்களில் ஜெயம் உண்டாகட்டும்!' என்று தாத்தா என்னை வாழ்த்தினார்.

ஜெயி வி. *(ஜெயிக்க, ஜெயித்து) (பே.வ.)* **வெற்றி அடைதல்; வெல்லுதல்;** win; be victorious. முக்கியப் புள்ளி ஒருவரின் ஆதரவு இல்லாமல் இந்தத் தொகுதியில் யாரும் ஜெயிக்க முடியாது./ வழக்கை ஜெயித்து என்ன பயன்? பணம் வரவில்லை.

ஜென்மப் பகை பெ. **(இருவருக்கு அல்லது இரண்டு குடும்பம், இனம், நாடு போன்றவற்றுக்கு இடையே) வாழ்நாள் முழுதும் மறக்கவோ மன்னிக்கவோ முடியாத அளவுக்கு உருவாகிவிட்ட பகை;** sworn enmity.

ஜென்மபூமி பெ. *(அ.வ.)* **(ஒருவர்) பிறந்த இடம்;** place of one's birth. ஜென்மபூமியை மறக்க முடியுமா?

ஜென்மம் பெ. **1: பிறவி;** one of the several births (that an individual takes successively). அடுத்த ஜென்மம் என்று ஒன்று உண்டா?/ நீங்கள் செய்த உதவிக்கு இந்த ஜென்மம் முழுவதும் நன்றி உடையவனாக இருப்பேன். **2: விசித்திரமான அல்லது விரும்பத் தகாத குணங்களை உடைய ஒருவரைக் குறிப்பிடப் பயன்படுத்தும் சொல்;** (in a contemptuous tone) creature. 'இப்படியும் ஒரு ஜென்மமா?' என்று அவரைப் பார்த்து அந்தப் பெண் வியந்தாள்./ 'சில ஜென்மங்களைத் திருத்தவே முடியாது' என்று பக்கத்தில் நிற்பவன் காதில் விழும்படி நண்பர் என்னிடம் சொன்னார். **3: (பெரும்பாலும் பிற சொற்களோடு இணைந்து) ஒருவர் பிறந்த நேரத்துக்கு உரியது;** (often attributively) of one's birth. ஜென்ம ராசி/ ஜென்ம நட்சத்திரம். **4:** *(இலங்.)* **ஆயுள் தண்டனை;** life imprisonment. அவனுக்கு ஜென்மம் விதித்துவிட்டார்கள்.

ஜென்ம விரோதி பெ. **வாழ்நாள் முழுவதும் மறக்கவோ மன்னிக்கவோ முடியாத அளவுக்குத் தீமை செய்த விரோதி; பரம வைரி;** sworn enemy. அவனுக்கு நான் என்ன கொடுமை செய்துவிட்டேன் என்று இப்படி என்னை ஜென்ம விரோதியாகப் பார்க்கிறான்?

ஜென்ம வைரி பெ. காண்க: **ஜென்ம விரோதி.**

ஜென்மாந்திரம் பெ. *(அ.வ.)* **(ஒருவர் எடுக்கும்) பிறவி;** an earlier birth. எந்த ஜென்மாந்திரத்தில் என்ன பாவம் பண்ணினேனோ தெரியவில்லை, இப்போது கஷ்டப்படுகிறேன்.

ஜே இ.சொ. **(போராட்டம், ஊர்வலம் போன்றவற்றின்போது) 'குறிப்பிடப்படும் ஒருவருக்கோ ஒரு கொள்கைக்கோ வெற்றி கிடைக்கட்டும்' என்ற பொருளில் பயன்படுத்தும் இடைச்சொல்; 'வாழ்க';** a shout of triumph used in procession, meeting, etc.; 'hail!'. காந்திக்கு ஜே!

ஜேப்படி பெ. **சாமர்த்தியமாக (ஒருவர்) பையிலிருக்கும் பணத்தைத் திருடுதல்;** picking someone's pocket. பயணிகளிடம் ஜேப்படி செய்ததாக இரு நபர்கள் கைது./ ஜேப்படித் திருடன்.

ஜேபி பெ. *(அ.வ.)* **(உடையில்) பை;** pocket. பந்தை ஜேபியில் போட்டுக்கொண்டான்.

ஜேஜே-என்று வி.அ. **(கூட்டம்) மிகுந்த ஆரவாரத்தோடும் எதிர்பார்ப்போடும்;** bustling (with life). திருவிழா என்பதால் ஊரே ஜேஜேயென்று இருக்கிறது./ புதிய திரைப்படத்தைக் காணக் கூட்டம் ஜேஜேயென்று போய்க் கொண்டிருக்கிறது.

ஜேஷ்ட பெ.அ. *(அ.வ.)* **(திருமண அழைப்பிதழ் போன்றவற்றில்) மூத்த;** first born; eldest (son or daughter). ஜேஷ்ட குமாரன்.

ஜைனம் பெ. **சமணம்;** Jainism.

ஜொலி வி. *(ஜொலிக்க, ஜொலித்து)* **1: மின்னுதல்; பளபளத்தல்;** glitter; shine; dazzle. திரையில் வண்ணங்கள் ஜொலித்தன./ வானில் ஜொலிக்கும் நட்சத்திரம்/ ஜொலிக்கும் நகைகள். **2:** *(அ.வ.)* **(ஒருவர் ஒரு துறையில்) சிறந்து விளங்குதல்;** shine (in acting, etc.). பத்தாண்டுகளுக்கு முன்புவரை கதாநாயகி வேடத்தில் ஜொலித்த அவர் இப்போது அம்மா வேடங்களில் நடிக்கத் துவங்கியிருக்கிறார்.

ஜோசியம் பெ. **சோதிடம்;** astrology.

ஜோசியர் பெ. **சோதிடர்;** astrologer.

ஜோடனை பெ. **அலங்காரம்;** decoration. வீட்டைச் சுற்றி வண்ண விளக்குகளால் ஜோடனை.

ஜோடி^{1} வி. *(ஜோடிக்க, ஜோடித்து)* **அலங்கரித்தல்;** decorate (a place); deck (out). கடை வாசலை விளக்குகளால் ஜோடித்திருந்தனர்./ பல்லக்கை மிகவும் அழகாக ஜோடித்தார்கள்.

ஜோடி^{2} வி. *(ஜோடிக்க, ஜோடித்து)* **பொய்யாகப் புனைதல்; கற்பித்தல்;** fabricate; concoct. 'இவ்வளவு பணம் எங்கிருந்து கிடைத்தது' என்று கேட்டதற்கு ஒரு கதையை ஜோடித்துச் சொல்லிவிட்டான்./ வேலைநிறுத்தத்தில் ஈடுபட்ட ஊழியர்கள்மீது நிர்வாகம் பொய் வழக்குகளை ஜோடித்திருக்கிறது.

ஜோடி^{3} பெ. **1: ஒரு செயல்பாட்டில் ஒன்றாக ஈடுபடும் இருவர்; இரண்டாக இருப்பது; இணை;** pair. குழுத் தலைவரோடு ஜோடி சேர்ந்து சிறப்பாக ஆடினான்./ ஒரு ஜோடி செருப்பு/ ஒரு ஜோடி உழவு மாடுகள்./ இன்றைக்கு ஒரு ஜோடி தங்க வளையல்கள். **2: ஆண் பெண்;** couple. ஒரு இளம் ஜோடி சிரித்துப் பேசிக்கொண்டே சென்றது. **3: (காதலர்கள், தம்பதிகள் அல்லது இணையாக இருக்கும் விலங்குகளில்) ஆண் அல்லது பெண்; துணை;**

partner; one of a pair. தன் ஜோடியைப் பிரிந்த மான் மருண்டு நின்றது./ உனக்கு ஏற்ற ஜோடியைத்தான் நீ தேர்ந்தெடுத்திருக்கிறாய்.

ஜோடுதவலை பெ. (வ.வ.) **அண்டா வடிவில் இருக்கும் சிறு பித்தளைப் பாத்திரம்;** small vessel in the shape of அண்டா.

ஜோதி பெ. **1: ஒளிப்பிழம்பு;** light. இறைவனை ஜோதி வடிவில் வழிபடும் முறை. **2: சுடர்;** flaming light. அணையா ஜோதி.

ஜோதிடம் பெ. (சோதி.) காண்க: **சோதிடம்.**

ஜோதிடர் பெ. (சோதி.) காண்க: **சோதிடர்.**

ஜோர் பெ. (-ஆக, -ஆன) (பே.வ.) **1: நேர்த்தி; அருமை;** that which is lively and impressive; that which is fantastic. இந்தத் திரைப்படத்தின் ஆரம்பமே ஜோராக இருந்தது. **2: உற்சாகம்;** high spirits; euphoria. உன் நண்பன் கல்யாண மான ஜோரில் இருக்கிறான்.

ஜோலி பெ. (பே.வ.) **வேலை;** work; business. எனக்கு ஜோலி நிறைய இருக்கிறது./ 'அங்கே உனக்கு என்ன ஜோலி' என்று கேட்டார்.

ஜோஸ்யம் பெ. (சோதி.) **சோதிடம்;** astrology.

ஜோஸ்யர் பெ. (சோதி.) **சோதிடர்;** astrologer.

ஸ்ரீ

ஸ்ரீ பெ. **திரு;** title prefixed to the names of gods and great men; title equivalent to Mr. ஸ்ரீ சண்முகா பாத்திரக் கடை/ இந்த விழாவைத் தொடங்கிவைக்க ஸ்ரீ பாலசுப்பிர மணியம் அவர்களை அழைக்கிறோம்.

ஸ்ரீசக்கரம் பெ. **யந்திரம்**[2]**;** a mystical diagram made of lines, circles, squares, nine triangles, belived to radiate the power of a female deity worshipped.

ஸ்ரீசக்கரம்

ஸ்ரீசூர்ணம் பெ. காண்க: **திருச்சூரணம்.**

ஸ்ரீபண்டாரம் பெ. (அ.வ.) **கருவூலம்;** treasury.

ஸ்ரீமதி பெ. **திருமதி;** title equivalent to Mrs.

ஸ்ரீலஸ்ரீ பெ. **சைவ மடாதிபதிகளின் பட்டம்;** title of the head of a Saiva mutt.

ஷ

ஷட்ஜம் பெ. (இசை) **ஏழு ஸ்வரங்களில் முதல் ஸ்வர மான 'ச' வைக் குறிப்பது;** the first of the seven notes.

ஷரத்து பெ. (சட்டம்) **ஒப்பந்தம், சட்டம் போன்ற வற்றில் பகுத்து வரிசைப்படுத்தப்பட்டிருக்கும், தனித் தனியான விவரங்களைக் கொண்ட பிரிவு;** article or clause of an Act or terms of an agreement.

ஷரீயத் பெ. (இஸ்.) (சட்டம்) **மார்க்க சம்பந்தமாகச் செய்ய வேண்டியவற்றையும் செய்யக் கூடாதவற்றை யும் தொகுத்துக் கூறும் இஸ்லாமியச் சட்ட திட்டங் கள்;** system of laws followed by Muslims; Shariat.

ஷொட்டு பெ. (பே.வ.) **பாராட்டும் விதத்தில் தோளில் அல்லது முதுகில் தட்டுதல்;** pat on the back. அவன் செய்த வேலைக்காக முதுகில் ஒரு ஷொட்டு கொடுத்தார்.

ஸ

ஸ்கெட்சு போடு வி. (போட, போட்டு) (பே.வ.) **(ஒருவ ரைத் தாக்கவோ கொலைசெய்யவோ) நிதானமாகவும் துல்லியமாகவும் திட்டம் தீட்டுதல்; சதித் திட்டம் வகுத்தல்;** plot against s.o. தன் குடும்பத்தை அழித்தவர் களைக் கூண்டோடு காலிசெய்ய அவன் ஸ்கெட்சு போட் டான்.

ஸ்தபதி பெ. **சிற்பி; கோயில் நிர்மாணிக்கும் பணியைச் செய்பவர்;** sculptor; one who knows the art of constructing temples.

ஸ்தம்பம் பெ. (அ.வ.) **1: தூண்; கம்பம்;** post; pole. **2: கொடிமரம்;** flag-pole (of a temple).

ஸ்தம்பி வி. (ஸ்தம்பிக்க, ஸ்தம்பித்து) **1: (ஒன்றின் இயக் கம் முற்றிலும்) தடைப்படுதல்; நிற்றல்;** come to a stand-still. வேலைநிறுத்தத்தின் காரணமாக மாமூல் வாழ்க்கை ஸ்தம்பித்துவிட்டது./ நூல் விலை ஏற்றத்தால் கைத்தறி நெசவு ஸ்தம்பித்தது./ விபத்து நடந்த இடத்தில் போக்கு வரத்து ஸ்தம்பித்தது. **2: (அதிர்ச்சியில்) செயலிழந்து போதல்;** be stunned. தலைவர் இறந்த செய்தி அனைவரை யும் ஸ்தம்பிக்கச் செய்துவிட்டது.

ஸ்தலபுராணம் பெ. காண்க: **தலபுராணம்.**

ஸ்தலம் பெ. காண்க: **தலம்.**

ஸ்தாபகர் பெ. (அ.வ.) **(ஒன்றை) நிறுவியவர் அல்லது தோற்றுவித்தவர்;** founder (of sth.).

ஸ்தாபனம் பெ. (அ.வ.) **நிறுவனம்; அமைப்பு;** institution. இவர் பல்வேறு கல்வி ஸ்தாபனங்களின் நிறுவனர் ஆவார்./ இது ஒரு சமூக ஸ்தாபனம்.

ஸ்தாபி வி. (ஸ்தாபிக்க, ஸ்தாபித்து) **1: (கட்சி, அமைப்பு போன்றவற்றை) நிறுவுதல்; ஏற்படுத்துதல்;**

found; establish. இந்த நிறுவனத்தை ஸ்தாபித்தவர் அண்மையில் காலமானார். 2: **(ஒரு கருத்தைத் தக்க ஆதாரங்களுடன்) நிலைநாட்டுதல்; நிறுவுதல்;** establish (one's opinion, theory, etc.). தன் கருத்தை ஸ்தாபிக்கப் பெரும் முயற்சி செய்தார்.

ஸ்தாயி பெ. (இசை) **ஒலி விஸ்தாரத்தில் ஏழு ஸ்வரங்களைக் கொண்ட ஒரு பகுதி;** octave.

ஸ்தானம் பெ. (அ.வ.) 1: **இலக்கம்;** digit. மூன்று ஸ்தான எண். 2: (உறவு போன்றவற்றைக் குறித்து வரும்போது) **நிலை; இடம்;** place (in relation to s.o.); capacity. தகப்பனார் ஸ்தானத்திலிருந்து அவர் என் கல்யாணத்தை நடத்தி வைத்தார். 3: **வேலை; பணியிடம்; பதவி;** post. உதவி ஆசிரியர் ஸ்தானம். 4: (சோதி.) **(லக்னத்திலிருந்து அல்லது சந்திரனிலிருந்து ஒரு கிரகம் இருக்கும்) இடம்;** (in horoscope) the position (of a planet from லக்னம் or from the place of Moon). வாக்கு ஸ்தானம்/ புத்திர ஸ்தானம்/ களத்திர ஸ்தானம்.

ஸ்திரப்படுத்து வி. (-படுத்த, -படுத்தி) (அ.வ.) **நிலைக்கச் செய்தல்;** stabilize. தந்தை விட்டுச் சென்ற சொத்துகளை ஸ்திரப்படுத்திக்கொள்ள அவர் நீதிமன்றம் செல்ல வேண்டிய தாயிற்று./ கட்சியில் தன் நிலையை ஸ்திரப்படுத்திக் கொள்ள அந்த இளம் தலைவர் போராடிக்கொண்டிருக்கிறார்.

ஸ்திரம் பெ. (-ஆக, -ஆன) (அ.வ.) **உறுதி; நிலையானது;** firmness; steadfastness. கட்டடம் ஸ்திரமாக இல்லை./ மதக் கலவரங்களால் அந்த நாட்டின் ஸ்திரத் தன்மை வெகுவாகப் பாதிக்கப்பட்டுள்ளது.

ஸ்திரீ பெ. (அ.வ.) **பெண்;** woman.

ஸ்திரீலோலன் பெ. (அ.வ.) **காம இச்சை கொண்டு பெண்களின் பின் அலைபவன்;** lecherous man; one who lusts after women.

ஸ்துதி பெ. காண்க: **துதி**².

ஸ்தூபம் பெ. (அ.வ.) காண்க: **ஸ்தூபி.**

ஸ்தூபி பெ. **(கோயிலில் அல்லது நினைவுச் சின்ன மண்டபத்தில்) வேலைப்பாடுகள் கொண்ட உயரமான தூண்;** pillar (in a temple or in monuments); stupa. அசோக ஸ்தூபி.

ஸ்தூபி

ஸ்தூலம் பெ. (அ.வ.) 1: **(உடல்) பருமன்;** corpulence; large in size. அவளுக்கு ஸ்தூல சரீரம். 2: **கண்ணால் காணக்கூடியது;** that which can be seen (with one's eyes). 'ஸ்தூல சரீரம்' என்பது நம் உடலையும் 'சூட்சும சரீரம்' என்பது நம் ஆன்மாவையும் குறிக்கும்./ தெருக்கூத்தில் மேடை அமைப்புகள் ஸ்தூலமாக இல்லாமல் நடிகர்களின் நடிப்பின் மூலமாகவும் பார்வையாளர்களின் கற்பனைமூலமாகவும் உருவாக்கப்படுகின்றன. 3: **சூட்சுமமாகவும் அருவமாகவும் இல்லாமல் அறியக்கூடிய வகையில் இருப்பது;** concrete. இருத்தலியலுக்கு ஸ்தூல வடிவம் கொடுத்த ஆக்கங்களாக காம்யு, சார்த்தர் போன்றோரின் படைப்புகள் கருதப்படுகின்றன./ சொல்லின் ஸ்தூல அர்த்தத்தைத் தாண்டி இருப்பது கவிதை.

ஸ்நானம் பெ. **குளித்தல்; குளியல்;** bathing. கங்கையில் ஸ்நானம் செய்தால் பாவம் போகும் என்பது இந்துக்களின் நம்பிக்கை/ தீபாவளியன்று எண்ணெய் ஸ்நானம்.

ஸ்நேகம் பெ. (அ.வ.) காண்க: **சிநேகம்.**

ஸ்நேகிதன் பெ. காண்க: **சிநேகிதன்.**

ஸ்நேகிதி பெ. காண்க: **சிநேகிதி.**

ஸ்பரிசம் பெ. (அ.வ.) **தொடும் செயல்;** touch.

ஸ்வரப்படுத்து வி. (-படுத்த, -படுத்தி) (இசை) **குறிப்பிட்ட ராகத்தில் பாடப்படும் பாடலின் வரிகள் எந்த ஸ்வர வரிசையில், என்ன தாள அமைப்பில் பாடப்பட வேண்டும் என்பதை வரிவடிவத்தில் எழுதுதல்;** notate a musical composition. இப்போது கற்றுக்கொள்ளும் பாடல்களை ஸ்வரப்படுத்தி எழுதிக்கொண்டால்தான் பின்னாளில் அதைப் பார்த்துப் பாட வசதியாக இருக்கும்.

ஸ்வரம் பெ. (இசை) **இசைக்கு அடிப்படையான ஏழு ஒலிகளுள் ஒன்று;** any of the seven notes of the musical scale or gamut.

ஸ்வரஸ்தானம் பெ. (இசை) **ஒரு ஸ்வரம் ஒலிக்க கூடிய கீழ், மத்திய மற்றும் மேல்நிலைகளில் ஒன்று;** the exact pitch position and frequency of a note.

ஸ்வாதீனம் பெ. காண்க: **சுவாதீனம்.**

ஸ்வாமி பெ. காண்க: **சுவாமி.**

ஸ்வீகரி வி. (ஸ்வீகரிக்க, ஸ்வீகரித்து) காண்க: **சுவீகரி.**

ஸ்வீகாரம் பெ. காண்க: **சுவீகாரம்.**

ஸஹர் பெ. (இஸ்.) **ரம்ஜான் நோன்பு நோற்பதற்காகக் கிழக்கு வெளுக்கும் முன் உணவு உண்ணும் நேரம்;** the time marked for taking food before dawn in the month of Ramadan.

ஹ

ஹக் பெ. (இஸ்.) **உண்மை;** truth.

ஹதீது பெ. (இஸ்.) **நபிகளின் வாழ்க்கை, உபதேசம் போன்றவற்றைப் பற்றி அவருடைய தோழர்கள் கூறியது;** the life and teachings of the Prophet Muhammad as said by his friends.

ஹர்த்தால் பெ. *(அ.வ.)* **கடையடைப்பு;** closure of shops and business concerns (as a protest); (in India) hartal. வேலை நீக்கம் செய்யப்பட்ட தொழிலாளர்களுக்கு ஆதரவு தெரிவிக்கும் முறையில் ஹர்த்தால் செய்வது என்று எல்லாக் கட்சிகளும் முடிவுசெய்தன.

ஹராம் பெ. *(இஸ்.)* **இஸ்லாமியருக்கு மார்க்கத்தால் விலக்கப்பட்டவை;** the prohibitions imposed by the religion. ஹராமான செயல்களைச் செய்யக் கூடாது.

ஹரிகதை பெ. **(பெரும்பாலும்) திருமாலைப் பற்றிய புராணக் கதையைப் பாட்டாகவும் வசனமாகவும் கூறும் நிகழ்ச்சி;** narration of stories of Vishnu interspersed with songs.

ஹலால் பெ. *(இஸ்.)* **இஸ்லாமியருக்கு மார்க்கத்தால் அனுமதிக்கப்பட்டவை;** those sanctioned by the religion. இங்கு ஹலால் உணவு விற்கப்படுகிறது.

ஹவாலா பெ. **வெளிநாட்டிலிருந்து பணத்தைப் பெறுதல் அல்லது வெளிநாட்டுக்குப் பணத்தை அனுப்புதல் போன்றவற்றை அரசு அங்கீகரித்திருக்கும் முறைகளில் மேற்கொள்ளாமல் தனிநபர்கள்மூலம் செய்யும், சட்டத்துக்குப் புறம்பான செயல்;** the practice of transferring money either to or from foreign countries without going through official channels.

ஹஜ் பெ. *(இஸ்.)* **மெக்கா, மெதினாவிற்கு மேற்கொள்ளும் புனிதப் பயணம்;** pilgrimage to Mecca and Medina; Haj.

ஹாயாக வி.அ. *(பே.வ.)* **கவலையற்று; உல்லாசமாக;** in a relaxed, carefree manner. எங்கே ஹாயாகக் கிளம்பி விட்டீர்கள்?

ஹார்மோனியம் பெ. *(இசை.)* காண்க: **ஆர்மோனியம்.**

ஹாஜி பெ. *(இஸ்.)* **ஹஜ் பயணத்தை நிறைவேற்றியவர்;** one who has completed Haj pilgrimage.

ஹாஸ்யம் பெ. *(அ.வ.)* **1: நகைச்சுவை;** humour. அவர் ஹாஸ்யமாகப் பேசுவார். **2: சிரிப்புத் துணுக்கு;** joke. பத்திரிகையில் போட்டிருந்த ஹாஸ்யங்கள் ஒன்றும் அவ்வளவு நன்றாக இல்லை.

ஹிந்தி பெ. காண்க: **இந்தி.**

ஹிந்துஸ்தானி சங்கீதம் பெ. *(இசை.)* **முறைப்படுத்தப்பட்ட வட இந்திய செவ்வியல் இசை;** North Indian classical music.

ஹிம்சை பெ. காண்க: **இம்சை.**

ஹிஜாப் பெ. *(இலங்.)* **(இஸ்லாமிய மகளிர்) தலையை மூடியவாறு கழுத்துவரை அணியும் உடை;** hijab.

ஹேஷ்யம் பெ. *(பே.வ.)* **ஊகம்; மேலோட்டமான கணிப்பு;** conjecture; a rough estimate. 'நீ ஹேஷ்யமாகத்தான் சொன்னாய். இருந்தாலும் அது உண்மையாகி விட்டது'.

ஹைதர் காலம் பெ. **(பெரும்பாலும் நவீனம் அல்லாதது என்ற பொருளில் பயன்படுத்தும்போது) மிகப் பழைய காலம்;** (belonging to) another age; bygone era. இந்த ஹைதர் காலத்து சைக்கிளைத் தூக்கியெறிந்துவிட்டுப் புதிதாக ஒன்று வாங்கக் கூடாதா?/ வேட்டி கட்டுவது ஹைதர் காலத்துப் பழக்கம் என்று என் மகன் யாரிடமோ சொல்லிக் கொண்டிருந்தான்.

ஹோதா பெ. *(அ.வ.)* **(ஒரு சூழலில் ஒருவருடைய) நிலை; தகுதி; அந்தஸ்து;** position of authority; capacity; status. எந்த ஹோதாவில் அவன் இப்படிப் பேசுகிறான்?/ குடும்பத் தலைவன் என்ற ஹோதாவில் இதைச் சொல்லியிருப்பார்.

ஹோமம் பெ. **1: யாகம்;** worship with sacred fire on an altar. கணபதி ஹோமம். **2: யாகத்தில் வளர்க்கப்படும் நெருப்பு;** sacrificial fire. ஹோமம் வளர்த்து யாகம் செய்து கொண்டிருந்தார்கள்.

ஹோமியோபதி பெ. **குறிப்பிட்ட ஒரு நோய் எந்தப் பொருளால் உண்டாகிறதோ அதையே மிகச் சிறு அளவில் மருந்தாகப் பயன்படுத்தி நோயை குணப்படுத்தும் மருத்துவ முறை;** homeopathy. ஹோமியோபதி மருத்துவம் மக்களிடையே பிரபலமடைந்துவருகிறது.

ஹோரை பெ. *(சோதி.)* காண்க: **ஓரை.**

க்ஷ

க்ஷணம் பெ. *(அ.வ.)* **கணம்;** moment.

க்ஷயம் பெ. *(அ.வ.)* காண்க: **க்ஷயரோகம்.**

க்ஷயரோகம் பெ. *(அ.வ.)* **காசநோய்;** tuberculosis.

க்ஷீணி வி. (க்ஷீணிக்க, க்ஷீணித்து) *(அ.வ.)* **(பலம்) குன்றுதல்; குறைதல்;** decrease (in strength); decline. வயதாகி விட்டதால் உடல் மிகவும் க்ஷீணித்துவிட்டது.

க்ஷேத்திரம் பெ. *(அ.வ.)* **புனிதத் தலம்;** holy place. இந்துக்களுக்குக் காசி ஒரு புண்ணிய க்ஷேத்திரம் ஆகும்.

க்ஷேத்திராடனம் பெ. *(அ.வ.)* **புனிதத் தலங்களுக்குச் செல்லும் யாத்திரை;** pilgrimage. பணியிலிருந்து ஓய்வு பெற்ற பிறகு அப்பா க்ஷேத்திராடனம் கிளம்பிவிட்டார்.

க்ஷேமம் பெ. *(அ.வ.)* **நலம்; சுகம்;** well being; doing well. லோக க்ஷேமத்திற்காக யாகம் பண்ணுகிறோம்./ 'எல்லோரும் க்ஷேமமாக இருங்கள்' என்று பாட்டி ஆசீர்வதித்தாள்.